顾问 阮文康（越南）

国家出版基金项目

东南亚国家语言辞书系列

TỪ ĐIỂN HÁN - VIỆT MỚI

新汉越词典

主　编　祁广谋

副主编　温日豪　黄健红　贾精华

GEP

广西出版传媒集团

广西教育出版社

南宁

图书在版编目（CIP）数据

新汉越词典/祁广谋主编. -- 南宁：广西教育出版社，2014.12（2022.8 重印）

（东南亚国家语言辞书系列）

ISBN 978-7-5435-7583-7

Ⅰ．①新… Ⅱ．①祁… Ⅲ．①越南语-词典②词典-汉、越 Ⅳ．①H446

中国版本图书馆 CIP 数据核字 (2013) 第 288702 号

新汉越词典 XIN HAN-YUE CIDIAN

策划编辑◎孙　梅

组稿编辑◎孙　梅　　陈文华　　温秋瑜

责任编辑◎张星华　　陈文华　　孙　梅　　韦　玮　　朱　滔

特约编辑◎黄大胜　　沈鸿杰　　温秋瑜

特约校对◎温科胜　　黄荟霖　　黄显瑞　　谢　娟

装帧设计◎刘相文

封面题图◎梧　磊

责任技编◎蒋　媛

出 版 人◎石立民

出版发行◎广西教育出版社

地　　　址◎广西南宁市鲤湾路 8 号　　邮政编码：530022

电　　　话◎0771-5865797

本社网址◎http://www.gxeph.com

电子信箱◎gxeph@vip. 163. com

印　　　刷◎中华商务联合印刷（广东）有限公司

开　　　本◎890mm×1240mm　1/32

印　　　张◎58.75

字　　　数◎2800 千字

版　　　次◎2014 年 12 月第 1 版

印　　　次◎2022 年 8 月第 2 次印刷

印　　　数◎3001—4000 册

书　　　号◎ISBN 978-7-5435-7583-7

定　　　价◎168.00 元

如发现印装质量问题，影响阅读，请与出版社联系调换。

新汉越词典

TỪ ĐIỂN HÁN-VIỆT MỚI

策划与项目负责人：孙　梅

中文整理与统筹：孙　梅　陈文华　张星华　韦　玮

主　　编：祁广谋

副 主 编：温日豪　黄健红　贾精华

审　　订：阮文康（越南）

编写者：（以姓氏笔画为序）

　　　　闫丹辉　阳　阳　杨守意　李　维　张婷婷　周伊芸　贾精华

　　　　黄云翔　黄健红　温日豪　曾添翼　谢群芳　蔡　杰　黎巧萍

参与部分编写与审校人员：

　　　　沈鸿杰　黄大胜　温科胜　韦长福　孙　梅　陈文华　张星华

　　　　韦　玮　朱　滔　温秋瑜

助编人员：

　　　　孙　梅　张星华　陈文华　韦　玮　温秋瑜　钟秋兰

序　言

　　《新汉越词典》是广西教育出版社在组织编写出版《新越汉词典》之后的又一力作。

　　如果说语言是人类社会交际的桥梁，是打开社交大门的万能钥匙，那么这两本词典的出版可以说是一个突破性的双重成功。具体表现在这是首次汉越和越汉双语词典全套完整出版（共两本）；从编写到出版都贯穿着统一的编写理念，既有明确的定向，又有具体的目标，并在此基础上统一组织实施。

　　这本《新汉越词典》的"新"，集中体现在以下几个方面：

　　一、客观而言，目前市面上汉越词典并不少。但是，那些已经出版的词典，大多是简单地根据现代汉语词典翻译而成，这是加入《世界知识产权组织版权条约》前的做法。今天，我们已经加入《世界知识产权组织版权条约》，就不再允许这样做。正因为对知识产权保护的重视，《新汉越词典》编写组完全是按照原创的理念来组织编写的，从词条的遴选、释义的取舍到例证的配备都可以看到编写组的创新。可以肯定，这是一本原创性较强的双语词典，而不是一本翻译而成的词典。

　　二、从语言是社会发展的一面镜子，是社会发展的寒暑表的角度来看，《新汉越词典》除了任何汉语词典均需收录的基本词语，还收录了许多新出现的并能反映当今中国社会生活的新词语，特别是与市场经济、信息技术、全球化以及中国现代化进程相关的词语。

　　三、作为一个智慧的宝库，《新汉越词典》收录了不少古语词和带有地方色彩的词语，还收录了常用成语、俗语、谚语、歇后语和惯用语，对当今中国的一些流行语、俚语、社会语言、隐喻词语以及网络用语等也做了选择性的收录，将过去与现在、不同地区和各个社会群体的文化和文明融合在了一起。

　　四、本词典的"新"，还特别体现在编写者对词条释义所提供的例证。除了从汉语世界中选取日常生活与交际中常见的表达方式，编写者们还从新闻报刊、文学作品、科技文章和社会科学文献中选取了不少例证。这些丰富多样的例证一方面对词义做出了清楚明白的解释，另一方面反映出了现代中国社会生活的多姿多彩。这正是本词典的亮点，也是本词典具有的独特性。

　　五、编写者们精通越南语言文化，对词典编撰具有丰富的经验，在寻找相对应的越南语词语方面取得了杰出的成绩。可以说，本词典收录的几乎所有汉语词语都有相对应的越南语词语。之所以说"几乎所有"，是指在没有相对应词语的情况下，仍需做出解释性注释；还有一种情况是，既有相对应的词语同时还给出相应的解释，方便使用词典的人查找到适合的相对应的词语。

　　编写词典是一项艰难繁杂的工作，既要有专业水平和敬业精神，又要有吃苦耐劳的韧性，比如词条的遴选、释义的推敲和例证准确的匹配以及逐个修改之前尚未统一的符号，甚至一个逗号；从构思编写思路到组织编写再到出版发行，从组织者和编写组成员之间的统一思想，再到编写组成员之间不同工作风格的统一，均要付出艰苦的努力。正是因为有了编写组全体成员的不懈努力，更因为有了广西教育出版社孙梅编审以及出版社编辑们的深度参与和全力支持，才成就了本词典的成功出版发行。

　　诚然，由于工作量大，加上编写时间有限，本词典存在错漏在所难免。

　　作为《新汉越词典》的越南语顾问和审订者，我向编写组全体成员的辛勤劳动和广西教育出版社的组织能力表示崇高的敬意，对本词典的质量给予充分的肯定。

　　谨向读者推介本词典！

越南社会科学院语言研究所

《语言与生活》杂志总编辑

阮文康博士，教授

LỜI GIỚI THIỆU

Từ điển Hán-Việt mới là công trình tiếp theo sau khi hoàn thành cuốn *Từ điển Việt-Hán mới* do Nhà xuất bản Giáo dục Quảng Tây tổ chức biên soạn và ấn hành.

Nếu như ngôn ngữ là nhịp cầu nối cho các cộng đồng xã hội giao lưu được với nhau, là chiếc chìa khóa vạn năng để mở rộng cánh cửa giao lưu thì sự ra đời của hai cuốn từ điển này là một thành công kép mang tính đột phá. "Thành công kép mang tính đột phá" được biểu hiện ở chỗ, đây là lần đầu tiên, việc biên soạn từ điển song ngữ Hán-Việt, Việt-Hán được thực hiện trọn bộ, hoàn chỉnh (hai cuốn); được xây dựng trên một đại cương ý tưởng nhất quán, có định hướng rõ ràng, có mục tiêu cụ thể, và theo đó, có cách tổ chức thực hiện thống nhất, bài bản từ khâu biên soạn đến khâu in ấn.

Tại sao lại gọi là *Từ điển Hán-Việt mới*? Nói cách khác, đâu là những điểm mới của cuốn từ điển này?

(i) Một cách khách quan, trên thị trường từ điển hiện có rất nhiều cuốn từ điển Hán-Việt. Những cuốn từ điển đã xuất bản đó, công bằng mà nói, chủ yếu là dịch trực tiếp từ các cuốn từ điển tiếng Hán hiện đại sang tiếng Việt. Đây là cách làm trước khi tham gia công ước quốc tế về bản quyền. Ngày nay, khi đã tham gia vào công ước bản quyền thì không cho phép. Ý thức được điều đó, những người biên soạn cuốn từ điển này đã xây dựng cuốn Từ điển Hán-Việt mới bằng công sức của họ. Cho nên, có thể khẳng định rằng, đây là cuốn từ điển song ngữ được biên soạn chứ không phải là cuốn từ điển dịch.

(ii) Với cách nhìn ngôn ngữ là tấm gương phản ánh xã hội, là chiếc hàn thử biểu của xã hội, *Từ điển Hán-Việt mới* bên cạnh vốn từ cơ bản của tiếng Hán mà bất cứ cuốn từ điển tiếng Hán nào cũng phải thu thập, đã cung cấp nhiều từ ngữ mới cập nhật, phản ánh đời sống của xã hội Trung Quốc hiện nay. Trong đó đáng chú ý là các từ ngữ phản ánh nền kinh tế thị trường, các từ ngữ liên quan đến công nghệ thông tin, các từ ngữ liên quan đến hiện đại hóa của Trung Quốc với sự hòa nhập thế giới.

(iii) Là kho lưu giữ trí tuệ, văn hóa, văn minh, nối liền quá khứ với hiện tại, giữa các vùng miền, giữa các cộng đồng xã hội, *Từ điển Hán-Việt mới* cung cấp nhiều từ ngữ mang màu sắc văn chương, cổ kính, địa phương; các thành ngữ, tục ngữ, ngạn ngữ, yết hậu ngữ, quán ngữ thường được sử dụng, các cách nói lưu hành phổ biến hiện nay Trung Quốc; một số từ ngữ lóng, biệt ngữ, uyển ngữ, các từ ngữ mạng,…cũng được từ điển cân nhắc, lựa chọn thu thập.

(iv) Các ví dụ minh họa cho nghĩa từ được các soạn giả đặc biệt chú ý. Cùng với các ví dụ lấy từ cách nói trong đời sống quen dùng của tiếng Hán, nhiều ví dụ được các soạn giả thu thập từ các tài liệu bằng văn bản (như trên báo chí, trong các tác phẩm văn chương, khoa học, văn hóa…). Những ví dụ phong phú và đa dạng này một mặt soi sáng, làm rõ nghĩa của từ, mặt khác đã góp phần phản ánh đời sống xã hội muôn màu của Trung Quốc hiện đại. Đây chính là một điểm nhấn, làm nên cái riêng của cuốn từ điển này.

(v) Là những người có am hiểu sâu sắc về ngôn ngữ văn hóa Việt, có kinh nghiệm biên soạn từ điển, các soạn giả đã có một thành công lớn trong việc tìm từ ngữ tương đương trong tiếng Việt. Có thể nói, hầu hết các từ ngữ tiếng Hán trong cuốn từ điển này đều có từ ngữ Việt tương đương. Nói là "hầu hết", cũng có nghĩa là, trong một số trường hợp bất khả kháng, vẫn phải sử dụng lối giải thích thay cho từ ngữ tương đương hoặc vừa có từ tương đương vừa có lời giải thích (để người tra cứu có thể tìm được từ ngữ tương đương hợp lí).

Biên soạn từ điển là công việc của "người tù khổ sai" với tất cả những khó nhọc từ công việc khoa học đến công việc bếp núc (ví dụ như, chữa lại một kí hiệu không thống nhất, một dấu phảy [,]) không nhất quán; từ ý tưởng biên soạn đến tổ chức biên soạn rồi đến việc ấn hành; từ sự thống nhất, tạo sự đồng bộ giữa người tổ chức với nhóm biên soạn, giữa những người biên soạn và cách làm việc của từng soạn giả; v.v. Thành công của cuốn từ điển này cả một sự đầu tư công phu, đáng trân trọng của Nhà xuất bản Giáo dục Quảng Tây mà người trực tiếp chỉ đạo là Phó tổng giám đốc Sun Mei (Tôn Mai) và nhóm các soạn giả—những chuyên gia tiếng Việt tài năng đang công tác trong lĩnh vực giảng dạy, nghiên cứu tiếng Việt, báo chí, phát thanh truyền hình bằng tiếng Việt cùng một tập thể biên tập làm việc không biết mệt mỏi.

Tất nhiên, với một khối lượng việc đồ sộ như vậy và sự câu thúc của thời gian thì những sai sót là khó tránh khỏi.

Với tư cách là người tham gia cố vấn và thẩm định, tôi đánh giá cao công sức của tập thể tác giả, tài năng tổ chức của Nhà xuất bản Giáo dục Quảng Tây và chất lượng của cuốn *Từ điển Hán-Việt mới* này.

Xin trân trọng giới thiệu cùng bạn đọc!

GS.TS NGUYỄN VĂN KHANG
Viện Ngôn ngữ học
Viện Hàn lâm khoa học xã hội Việt Nam
Tổng biên tập tạp chí *Ngôn ngữ & Đời sống*

目　录

MỤC LỤC

凡　例
HƯỚNG DẪN SỬ DỤNG

一、收　词

本词典共收条目63,000余条。除基本词汇、一般词汇之外，注重收录近年出现并已为社会普遍接受的新词，适当收录常见的成语、俗语、文言词、方言词等，所收录词条覆盖社会政治、经济、法律、科学技术、文化生活等诸多领域，以汉越双语交际的实用性为主要原则。

二、条目安排

1. 本词典所收条目分为单字条目和多字条目，多字条目包括词语、词组、成语和其他熟语。单字条目用大字，多字条目放在鱼尾括号"【　】"内。

2. 条目后依次有汉语拼音、词类、释义和例证。部分条目根据需要对语类、语体和不易分辨、容易混淆的学科门类加以标注，词类在尖括号"＜　＞"内标注，语类、语体和学科门类在方括号"[ ]"内标注。学科门类按通行的分类法，分别有语言、音乐、物理、数学、化学、宗教、军事、逻辑、医学等。如：

【谓词】wèicí＜名＞❶[逻辑]vị từ ❷[语言]vị từ; vị ngữ

3. 单字条目按照汉语拼音字母顺序排列。同音字按笔画排列，笔画少的在前。

4. 多字条目按第一个字排列在所属单字条目之下，多字条目不止一条的，按第二个字的拼音字母次序排列（同音字按笔画排列）。第二个字相同的，按第三个字排列，以下类推。

5. 单字条目和多字条目形同而音、义不同的分立条目，如："奇qí""奇jī""【调配】diàopèi""【调配】tiáopèi"；形音相同而在意义上需分别处理的，在该条目右上方标注阿拉伯数字，如："安¹""安²""安³"和"【洒落】¹""【洒落】²"。轻声条目紧接在同形的非轻声条目之后，如"上shang"排在"上shàng"之后，"【特务】tèwu"排在"【特务】tèwù"之后。

6. 原则上，在单字条目中做例证的词语，一般不在多字条目中出现。

三、注 音

1. 本词典采用汉语拼音字母标注读音，按词分写，按四声标注调号。条目中的轻声，注音不加调号，儿化音只在基本形式后面加r。如：

【西边】xībian

【变法儿】biànfǎr

【嗓门儿】sǎngménr

2. 多字条目的注音，音节界限有混淆可能的，中间加隔音符号（'）。如：

【暗暗】àn'àn

3. 专有名词的注音，首字母大写。如：

【中华】Zhōnghuá

四、词类与释义

1. 本词典把词分为12类：名词、动词、形容词、副词、数词、代词、连词、介词、量词、叹词、拟声词、助词。多字条目中，三个字以下的均标注词类，三个字的只给名词和量词标注词类，其余的词组、成语和其他熟语均不标注词类。此外，数词和量词的组合，即数量词，用括号标明。如：

【万贯】wànguàn（数量）một vạn quan tiền; tiền tỉ: 家财~ gia tài bạc tỉ

【一丝】yīsī（数量）một chút; một tí; tơ hào: 他绷着脸，没有~笑容。Vẻ mặt ông ta ủ rũ, không một nụ cười nào cả.

2. 本词典释义以现代汉语为标准，注意收录近年产生并已为社会所普遍接受的新义，酌收若干古义、旧义和方言义。口语、书面语、古义、旧义和方言义用方括号"[ ]"标注，如[口][书][旧][方]。释义一般采用与词类相同的对应词或短语，释义有多个义项时，用❶❷❸❹等序号标出顺序，同一个义项有两个以上对应词的，用分号";"隔开。如：

然rán❶＜代＞như thế; như vậy: 不尽~ không hoàn toàn như vậy; 他只知其~，不知其所以~。Anh ta chỉ biết là như thế, nhưng không biết tại sao lại như thế. ❷＜形＞đúng; không sai: 不以为~ không cho là đúng ❸＜连＞[书]tuy nhiên; nhưng: 此事虽小，~亦不可小觑。Việc này tuy

2

nhỏ, nhưng vẫn không thể coi thường. ❹nhiên: 突~ bỗng nhiên; 猛~ đột nhiên //(姓) Nhiên

【山旮旯儿】shāngālár〈名〉[方]vùng sâu; vùng xa; vùng núi xa xôi hẻo lánh

【神社】shénshè〈名〉❶[旧]đền thờ; Thần thổ địa ❷đền thờ đạo Thần Đạo Nhật Bản

3. 条目有本义和引申义时，如本义具有实际意义，则分别单列义项。如：

【耳目】ěrmù〈名〉❶tai và mắt: 掩人~ che tai và mắt người khác ❷điều tai nghe mắt thấy; kiến thức: ~所及 những điều tai nghe mắt thấy ❸tai mắt; tay chân: ~亲信 tay chân thân tín

如本义无实际意义，一般先给出字面意义，再在后面给出引申义。如：

【为虎作伥】wèihǔ–zuòchāng giúp hổ thêm nanh; nối giáo cho giặc

有的则直接给出引申义。如：

【为人作嫁】wèirén–zuòjià làm cỗ sẵn cho người ăn; làm mướn không công

【仨瓜俩枣】sāguā–liǎzǎo chuyện nhỏ; chuyện lặt vặt: 你无须为~的事烦心。Anh không cần bận tâm về những chuyện lặt vặt như vậy.

4. 不能单独使用的单字条目，原则上不进行释义，如果其后有多字条目的，该单字条目只标注汉语拼音，不做其他说明。如：

蚺rán

【蚺蛇】ránshé〈名〉con trăn

5. 同义或等义的不同条目，包括灵活变化的条目、不同叫法的条目，以及出现异形的条目，均只解释主要或规范条目，其余仅给出汉语注音，然后用等号"="引出主要或规范条目。如：

【虚席以待】xūxíyǐdài =【虚位以待】

【电大】diàndà =【电视大学】

6. 释义中用圆括号"（ ）"表示以下两种情况。

（1）说明性文字。如：

喂² wèi〈动〉❶chăn; cho (súc vật ăn): ~鸡 chăn gà ❷bón; cho ăn: ~病人吃饭 bón cơm cho bệnh nhân

【文献】wénxiàn〈名〉tài liệu; tư liệu (có giá trị lịch sử); văn hiến: 历史~ tài liệu lịch sử có giá trị

（2）缩写。如：

【东南亚国家联盟】Dōngnányà Guójiā Liánméng Hiệp hội các quốc gia Đông Nam Á (ASEAN) với 10 nước thành viên gồm: Thái Lan, Xin-ga-po, Ma-lai-xi-a, In-đô-nê-xi-a, Phi-líp-pin, Việt Nam, Lào, Cam-pu-chia, Mi-an-ma và Bru-nây.

7. 为节省版面，姓氏不标拼音及词类，需要使用时拼音首字母大写。单字条目若只有姓氏这一层释义，则拼音首字母大写。

五、例　证

1. 本词典通过例证说明条目的具体用法，所选取的例证来源广泛、地道。

2. 词典在条目释义后用冒号"："引出例证，例证中用代字符"~"代替被释字或词语。有多个例证时，如果是词组与词组之间，或词组与句子之间，用分号"；"隔开；句子与句子之间则无须用符号隔开。如：

【热心】rèxīn〈形〉nhiệt tâm; nhiệt tình; sốt sắng: ~人 con người sốt sắng; ~公益 sốt sắng với việc công ích

【人类】rénlèi〈名〉nhân loại; loài người: ~社会 xã hội loài người; 全~都希望和平。Toàn thể nhân loại đều mong muốn hòa bình.

3. 一个例证有多种译法时，用斜杠"／"隔开。如：

阙 què〈名〉❶ vọng lâu hai bên cửa hoàng cung; nơi vua ở: 宫~ cung điện/cung khuyết ❷ bức khuyết (công trình điêu khắc đá dựng trước miếu thần, lăng mộ) ///(姓) Khuyết, Quyết

六、其他说明

计量单位表、世界各国家及（地区）和首都（首府）名称表、元素周期表、中国历史年代简表、中国少数民族简表和中国行政区划简表都列在附录里。

部首检字表
BẢNG TRA CHỮ BẰNG BỘ THỦ

说　明

部首次序按笔画多少排列，同画数的按起笔一、丨、丿、丶、乛的顺序排列。

（一）部首目录

（部首右边的号码指检字表的页码）

一画		阝(右)	6	夂	10	车	15	火	17	疒	20	衣	22	雨	23
一	2	凵	6	彳	11	戈	15	斗	18	立	20	羊	22	齿	23
丨	2	刀(⺈)	6	广	11	比	16	⺌	18	穴	20	羊	22	黾	23
丿	2	力	6	忄(㣺)	11	瓦	16	户	18	衤	20	米	22	隹	23
丶	3	厶	6	门	11	止	16	礻	18	疋	21	羽	22	金	23
一(丁乁		又(㕚)	6	氵	11	支	16	心	18	正	21	糸	22	鱼	23
乚乙)	3	廴	6	宀	12	日	16	肀(聿)	18	皮	21			**九画**	
二画		**三画**		辶	13	曰(冃)	16	毋(母)	18	⺤	21	**七画**		革	23
二	3	工	6	彐(彑彐)	13	水	16	**五画**		矛	21	麦	22	韭	23
十	3	土	6		13	贝	16	玉	18	**六画**		走	22	骨	23
厂	3	士	7	尸	13	见	16	示	18	耒	21	赤	22	香	23
匚	3	扌	7	己(已巳)	13	牛(牜牛)		石	18	老	21	豆	22	鬼	23
刂	3	艹	8		13		16	龙	18	耳	21	酉	22	食	23
卜(⺊)	3	寸	8	弓	13	手	16	业	18	臣	21	辰	22	音	23
冂	3	廾	8	子(孑)	13	毛	16	目	18	西(覀)	21	豕	22	**十画以上**	
亻	3	大	8	女	13	气	16	田	19	页	21	卤	22	髟	23
八(丷)	4	尢	9	纟	14	攵	16	罒	19	至	21	里	22	高	24
人	4	弋	9	马	14	片	17	皿	19	卢	21	足(⻊)	22	黄	24
勹	4	小(⺍)	9	幺	14	斤	17	钅	19	虫	21	身	23	麻	24
几(几)	5	口	9	巛	14	爪(爫)	17	生	20	缶	21	采	23	鹿	24
儿	5	囗	10	**四画**		父	17	矢	20	舌	21	谷	23	鼎	24
亠	5	巾	10	王	14	月	17	禾	20	竹(⺮)	21	豸	23	黑	24
冫	5	山	10	韦	14	欠	17	白	20	臼	22	角	23	鼓	24
冖	5	彳	10	木(朩)		风	17	瓜	20	自	22	言	23	鼠	24
讠	5	彡	10		14	殳	17	用	20	血	22	辛	23	鼻	24
阝(左)	5	犭	10	犬	15	文	17	鸟	20	舟	22	**八画**			
		夕	10	歹	15	方	17	色	22	青	23				

（二）检字表

（字右边的号码指词典正文的页码）

一部

一画
一 1577

一画
丁 269
七 994

二画
三 1116
干 374, 380
于 1646
下 1430
丈 1707
兀 1408
与 1650, 1653
才 106
万 1362
上 1139

三画
丰 347
井 613
开 637
夫 356, 357
天 1301
无 1395
专 1770
廿 901
五 1403
市 1192
卅 1115
不 91
友 1638
屯 1344
互 488

牙 1540
丑 167

四画
末 857
未 1381
击 529
正 1722, 1726
甘 375
世 1191
本 56
可 651
丙 81
左 1807
丕 956
右 1644
布 103
平 978
东 275
且 1039
丘 1059
册 119
丝 1246

五画
考 648
共 411
亚 1543
亘 398
更 713
再 1681
在 1683
百 26
有 1638
而 307
存 197
死 1250, 550
夹 553

夷 1593
并 82
丞 150

六画
严 1547
巫 1394
甫 362
更 398, 400
束 1220
两 727
丽 713
来 682
求 1060

七画
奉 355
武 1406
表 75
忝 1308
其 999
画 496
事 1194
枣 1690

八画
奏 1801
毒 284
甚 1164
巷 458, 1457
柬 561
歪 1351
甬 59
面 830
昼 1756

九画
艳 1558

秦 1043
泰 1280
彧 1655
哥 390
孬 882
夏 1436

十画以上
焉 1546
爽 1229
棘 540
赖 684
暨 548
黇 1306
噩 306
整 1724
囊 1349
臻 1720

丨部

二至三画
也 1573
中 1745, 1751
内 886
引 1612
书 1213

四画
卡 637, 1016
北 51
凸 1333
旧 621
归 436
甲 554
申 1156
电 261

由 1633
史 1188
央 1559
冉 1079
凹 13
半 33
出 168

五至七画
师 1178
曳 1575
曲 1063, 1065
肉 1103
县 1445
串 181
非 336
果 444
畅 136
肃 1263

八画以上
临 740
幽 1631
将 571, 574
冀 548

丿部

一至二画
入 1107
九 619
匕 60
乃 873
千 1017
乞 1004
川 178
及 536

久 619
么 805
丸 1357
义 1599

三画
午 1405
壬 1093
升 1165
夭 1565
长 131, 1705
币 63
反 321
乏 315
氏 1191
丹 228
乌 1393

四画
生 1166
失 1175
乍 1697
丘 1059
乎 484
用 1627
甩 1224
氏 249
处 175, 177
冬 276
务 1408
乐 698, 1670

五画
年 896
朱 1757
先 1437

丢 274
乔 1036
乒 977
兵 936
向 1456
囟 1488
后 480
杀 1125
兆 1712
佘 195
危 1371
色 1123, 1129

六画
我 1392
每 810
希 1414
龟 437
卵 773
系 545, 1425

七画
垂 184
乖 425
卑 49
阜 366
所 1273
肴 1567

八画
拜 26, 29
牲 1171
重 162, 1752
复 367
胤 1616

烯 1416
焕 504
烽 353
焖 816
烷 1360
焰 1559
焯 1344
焙 55
欻 1513

九至十画

煲 40
煤 809
煜 1658
煨 1373
煅 293
煌 507
煖 1519
煊 1519
煜 1344
熄 1418
熔 1101
煸 1132
煁 1295

十一画以上

焖 1139
熠 1606
熨 1658, 1677
燎 734, 735
燃 1078
燧 1271
燥 1691
爆 49

斗部

斗 281, 282
斝 489
科 650

料 735
斟 1720
斠 1311

灬部

五至九画

点 260
烈 737
热 1083
羔 387
烹 952
煮 1764
焦 579
然 1078
煦 1517
照 1712
煞 1127, 1128
煎 561

十画以上

熬 14, 14
熙 1418
熏 1532
熊 1506
熟 1205, 1218
燕 1559

户部

户 488
所 1273
肩 559
房 330
扁 69, 965
扇 1132, 1134
扈 489

扉 337
雇 422

衤部

一至五画

礼 706
社 1153
祀 1255
视 1198
祇 1002
祈 1002
祛 1064
祖 1803
神 1161
祝 1767
祠 188

六画以上

祧 1309
祥 1454
祷 240
祸 527
祺 1004
禅 128, 1135
禄 766
福 361
禧 1424

心部

心 1477

三至五画

忒 1293, 1295, 1340
忌 545
忍 1093
态 1280
忠 1748
丛 1258

念 901
忽 485
思 1248
怎 1694
怨 1667
急 538
怒 916
怠 227

六画

恐 660
恶 304, 305, 1410
恧 919
虑 771
恩 306
息 1415
恋 723
恙 1565
恣 1794
恳 656
恕 1221

七至九画

悬 1520
患 504
悠 1632
您 905
悉 1416
惠 517
悲 50
惩 153
意 55
想 1455
感 378
愚 1650
愁 166
愈 1658
慈 189

十画以上

懑 1295

慧 517
憨 77
憩 452
慰 1384
懑 816
懿 1607

聿(聿)部

肆 1256
肄 1605
肇 1713
肃 1263

彐部

彐 932
彘 1030

毋(母)部

毋 1402
母 863

玉部

璧 67
玺 1422

示部

示 1191
票 972
祭 547
禁 601, 606

石部

石 1182

三至四画

矿 674
码 787
砉 1511

研 1551
砖 1772
砒 958
砌 1016
砂 1127
砚 1558
砍 644

五画

砧 317
砭 5
砸 1680
砺 715
砰 952
砟 1719
砷 1159
砼 1325
砥 255
砾 716
砣 1348
础 176
破 986
砦 759

六至七画

硎 1499
硅 438
硒 1416
硕 1244
硐 882
硌 396
硬 1623
硝 1461
确 1075
硫 756

八至九画

碛 6
碘 261
碑 51
硼 953
碉 265

碎 1270
碰 955
碗 1362
碌 766
碧 65
碟 269
碱 565
碳 1285
碲 259
磋 199
磁 189

十画以上

磕 650
磊 701
磙 441
磅 37, 938
碾 900
磐 934
磬 1058
磺 508
磨 854, 861
礁 580
磷 742
礞 818

龙部

龙 758
聋 759
袭 1421

业部

业 1574
虚 1511
凿 1688

目部

目 865

A a

ā

阿 ā[方]❶(dùng trước danh từ chỉ thứ bậc anh chị em, tên hoặc họ, tỏ ý thân mật) anh; bé: ~强 anh Cường; ~玉 bé Ngọc ❷(dùng trước một số tên gọi thân thuộc): ~婆 bà; ~哥 anh
另见 ē

【阿鼻地狱】ābí dìyù[宗教]a tị địa ngục

【阿斗】Ā Dǒu<名>❶A Đẩu (tên tục của Lưu Thiện, tức Hán Hậu chủ, vua nhà Thục, con trai Lưu Bị thời Tam Quốc, một ông vua bất tài hèn nhất) ❷kẻ hèn nhất; kẻ yếu hèn; đồ vô dụng: 扶不起的~ kẻ yếu hèn/kẻ không thể nâng đỡ cất nhắc nổi

【阿尔茨海默病】ā'ěrcíhǎimòbìng[医学]bệnh Alzheimer; bệnh sa sút trí tuệ

【阿尔法粒子】ā'ěrfǎ lìzǐ[物理]hạt alpha

【阿尔法射线】ā'ěrfǎ shèxiàn[物理]tia alpha

【阿飞】āfēi<名>[方]cao bồi; du côn

【阿伏伽德罗常量】Āfújiādéluó chángliàng[化学]hằng số Avogadro

【阿公】āgōng<名>[方]❶bố chồng ❷ông nội ❸ông cụ

【阿訇】āhōng<名>[宗教]thầy tu; thầy tế (Hồi giáo)

【阿拉伯】Ālābó<名>A-rập: ~国家 các nước A-rập

【阿拉伯人】Ālābórén người A-rập

【阿拉伯数字】Ālābó shùzì chữ số A-rập

【阿兰若】ālánrě<名>[宗教]ngôi chùa Phật

【阿猫阿狗】āmāo āgǒu bọn nào đó; tay nào đó; kẻ đầu đường xó chợ: 不是什么~都能领到家里来的。Không phải kẻ đầu đường xó chợ nào cũng có thể dẫn về nhà được.

【阿门】āmén<叹>[宗教]a-men

【阿片】āpiàn<名>[医药]a phiến; thuốc phiện; ả phù dung

【阿婆】āpó<名>[方]❶mẹ chồng ❷bà nội ❸bà cụ

【阿Q】Ā Q<名>AQ (nhân vật chính trong cuốn tiểu thuyết *AQ chính truyện* của Lỗ Tấn)

【阿Q精神】Ā Q jīngshén tinh thần AQ

【阿是穴】āshìxué<名>[中医]huyệt a thị

【阿司匹林】āsīpǐlín aspirin

【阿嚏】ātì<拟>hắt xì

【阿姨】āyí<名>❶[方]dì; già; bác (cách xưng hô với chị, em gái của mẹ) ❷cô; dì (cách xưng hô với người phụ nữ cùng thế hệ và tuổi xấp xỉ với mẹ mình): 张~ cô Trương ❸cô mẫu giáo; ô sin (xưng hô với người giúp việc trong nhà)

啊 ā<叹>a; chà; ôi: ~, 太漂亮了! Chà, đẹp quá! ~, 人太多了! Ôi, Người đông quá!
另见 á, ǎ, à, a

腌 ā
另见 yān

【腌臜】āza[方]❶<形>bẩn; bẩn thiu; không sạch sẽ: 这个地方好~。Chỗ này bẩn quá.

❷<形>buồn bực; bực mình; không vui: 这件事让我受了一肚子~气。Chuyện đó khiến tôi rất oán ức bực mình。❸<动>hành hạ; vùi dập; làm cho bẽ mặt: 他总爱~人。Nó cứ thích hành hạ người khác。

á

啊á<叹>❶(tỏ ý dồn hỏi) nào; thôi: ~? 最后你同意了吗?Nào, rốt cuộc anh có đồng ý không? ❷(dùng để đề nghị nhắc lại cái gì) hả; ủa: ~? 你想回家了?Ủa, anh muốn về nhà rồi sao?

另见ā, ǎ, à, a

ǎ

啊ǎ<叹>(tỏ ý ngạc nhiên) ủa; hả: ~? 这是怎么回事?Ủa, thế là thế nào nhỉ?

另见ā, á, à, a

à

啊à<叹>❶(tiếng thưa) ừ; ờ; vâng: ~, 好吧。Ừ, cũng được。❷(tỏ ý sực hiểu ra) a; ôi: ~, 我想起来了。A, tôi nghĩ ra rồi。❸(cảm thán khen ngợi) a; ôi: ~, 太美啦!Ôi, đẹp quá!

另见ā, á, ǎ, a

a

啊a<助>❶(đặt ở cuối câu cảm thán, với ý ca ngợi) quá; thật: 景色真美~! Cảnh sắc đẹp thật! ❷(đặt ở cuối câu tường thuật để bày tỏ tình cảm) nhỉ; đấy; vậy: 你这样说也有道理~! Anh nói thế cũng có lí đấy! ❸(đặt ở cuối câu, biểu thị giọng thúc giục hoặc dặn dò) nhé; đi; thôi: 一会儿就好了

~! Chỉ một lát là xong thôi mà! ❹(đặt ở cuối câu, biểu thị giọng nghi vấn) hả; chứ: 他还走不走~?Anh ta có đi hay không hả? ❺(đặt ở giữa câu để ngắt giọng) ấy mà; ấy ư; đó mà: 我~, 什么时候去都行。Tôi ấy ư, lúc nào đi cũng được。❻(đặt sau những hạng mục liệt kê) nào...nào...; ...này...này: 鸡~, 鸭~, 养了一大群。Nào gà, nào vịt, nuôi cả một đàn。❼(đặt sau động từ lặp lại, biểu thị quá trình dài) mãi: 我等~, 等~, 好不容易才等到了公共汽车。Tôi đợi mãi mới có chiếc xe buýt đến。

另见ā, á, ǎ, à

āi

哎āi<叹>❶(tỏ ý ngạc nhiên hoặc không vừa lòng) ôi; ồ: ~! 是你啊! Ôi, là anh à! ~, 你怎么不早说! Ôi, sao mà anh không nói trước? ❷(tỏ ý nhắc nhở) này; nhé: ~, 明天早点来啊! Này, ngày mai đến sớm nhé! ~, 小心脚下。Này, cẩn thận dưới chân nhé。

【哎呀】āiyā<叹>❶(tỏ ý ngạc nhiên) chà; ái chà; ơ kìa: ~, 好大的雨呀! Chà, mưa to thế! ~, 这水果真甜哪! Ái chà, quả này ngọt thật! ❷(tỏ ý trách móc, nuối tiếc...) trời; trời ơi: ~, 交代给你的事情你怎么能忘了呢? Trời, việc đã giao cho anh sao anh lại có thể quên được!

【哎哟】āiyō<叹>(tỏ ý ngạc nhiên, đau đớn, tiếc nuối...) ôi; chao ôi; ối trời ơi; ấy chết: ~, 我头好疼! Ôi, tôi đau đầu quá! ~, 我好像忘了锁门! Ấy chết, hình như tôi quên không khóa cửa lại。

哀āi❶<形>buồn; đau thương: 悲~ bi ai/ buồn thương ❷<动>tưởng niệm; để tang: 默~ mặc niệm; 举~三天 để tang tưởng niệm ba ngày ❸<动>xót thương; thương hại: ~其不

A

幸 thương nó gặp bất hạnh ///(姓) Ai

【哀兵必胜】āibīng-bìshèng đội quân có mối căm hờn cao thì nhất định sẽ thắng; đội quân biến buồn đau thành sức mạnh thì nhất định sẽ thắng

【哀愁】āichóu<形>buồn rầu; u sầu; buồn bã: 一首饱含~的诗 một bài thơ chất chứa bao nỗi u sầu

【哀辞】āicí<名>[书]điếu văn; lời điếu

【哀悼】āidào<动>thương nhớ; tưởng nhớ; tưởng niệm (người chết): 对受害者家属表示沉痛的~。Bày tỏ lòng thương tiếc thống thiết với gia đình nạn nhân.

【哀的美敦书】āidìměidūnshū thông điệp cuối cùng; tối hậu thư

【哀告】āigào<动>nài nỉ; van xin; vật nài: 四处~ van xin khắp nơi; 在门前再三~ đến trước cửa nài nỉ nhiều lần

【哀歌】āigē❶<名>ai ca; bài hát buồn; khúc bi thương: 唱~ hát khúc bi ai ❷<动>hát với giọng buồn đau

【哀号】āiháo<动>gào khóc thảm thiết

【哀嚎】āiháo<动>❶kêu gào thảm thiết: 野兽~ con thú kêu gào thảm thiết ❷gào khóc thảm thiết

【哀鸿遍野】āihóng-biànyě chim nhạn kêu thương khắp mọi nơi; khắp nơi đều là nạn dân li tán kêu la rên xiết; nơi nơi tiêu điều, chốn chốn bi thương

【哀苦】āikǔ<形>buồn rầu đau khổ: 落入~无依的境地 lâm vào cảnh đau buồn không nơi nương tựa

【哀怜】āilián<动>thương; thương hại; thương cảm: 令人~ khiến người ta động lòng thương cảm

【哀鸣】āimíng<动>tiếng kêu thương; tiếng than văn; rên xiết: 寒鸦~ tiếng quạ mùa đông nghe thật bi thương

【哀莫大于心死】āi mò dàyú xīn sǐ đau

lòng nhất là từ bỏ hi vọng

【哀泣】āiqì<动>khóc thương; khóc lóc thảm thiết: 掩面~ úp mặt khóc thương

【哀切】āiqiè<形>buồn thảm; đau xót

【哀求】āiqiú<动>xin; van xin: 儿子再三~父母原谅。Đứa con nài xin bố mẹ tha lỗi cho.

【哀伤】āishāng<形>buồn thương; đau thương: 哭声凄切~。Tiếng khóc não nề nghe thương xót.

【哀思】āisī<名>tình cảm nhớ thương; nỗi buồn nhớ; niềm thương nhớ: 寄托~ gửi gắm niềm thương nhớ

【哀叹】āitàn<动>than văn; than thở: ~不幸 than thở gặp bất hạnh; 终日~ đêm ngày than thở

【哀痛】āitòng<形>đau thương; đau buồn: 女儿的失踪令她万分~。Việc mất tích của đứa con gái khiến bà ấy vô cùng đau buồn.

【哀婉】āiwǎn<形>sầu thảm; não nùng: 歌声~动人。Tiếng hát sầu thảm xúc động lòng người.

【哀怨】āiyuàn<形>ai oán; đau thương oán hận

【哀乐】āiyuè<名>nhạc buồn; nhạc tang

埃āi<名>đất bụi; tro bụi: 尘~ bụi bặm

挨āi❶<动>sát; kề; liền: ~着坐 ngồi kề bên nhau; 游客一个一个地走进博物馆。Du khách từng người một nối tiếp bước vào bảo tàng. ❷<介>lần lượt; từng...một; theo (thứ tự): ~家~户搜查 khám từng nhà một 另见ái

【挨边】āibiān❶<动>men theo lề: 前方出车祸了，后边的汽车只能~走。Phía trước có tai nạn, các xe ô tô đằng sau chỉ có thể đi men theo lề đường. ❷<动>gần; suýt soát; xấp xỉ (một số lượng nào đó, phần lớn chỉ tuổi tác): 我爸八十~儿了。Bố tôi gần tám mươi tuổi rồi. ❸<形>sát với tình hình thực tế; sát thực tế: 他东拉西扯，越说越不~。

A

Ông ta ăn nói viển vông, càng nói càng xa thực tế.

【挨次】āicì<副>lần lượt theo thứ tự

【挨个儿】āigèr<副>[口]từng...một; theo thứ tự; lần lượt: ~体检 kiểm tra sức khỏe từng người một

【挨家挨户】āijiā-āihù từng nhà từng hộ

【挨近】āijìn<动>tựa sát; kề sát; tiếp giáp; kề liền: 我们村~火车站。Thôn chúng tôi kề sát ga xe lửa. 比赛虽然输了，但比分很~。Tuy đã thua cuộc, nhưng tỉ số sát nút nhau.

唉 āi<叹>❶(tiếng đáp) ừ; vâng: ~，我马上来。Ờ, tôi đến ngay. ❷(tiếng thở than) ôi; than ôi: ~! 他被癌症夺去了生命。Ôi, ông ấy đã qua đời vì bệnh ung thư.
另见ài

【唉声叹气】āishēng-tànqì than ngắn thở dài; than vắn thở dài: 你为什么总是~的？Tại sao anh lại cứ than ngắn thở dài?

ái

挨 ái<动>❶bị; chịu; phải: ~打 bị đánh; ~批评 bị phê bình; ~连累 phải vạ lây ❷sống khổ sở; sống lần hồi: ~日子 lần hồi qua ngày ❸nấn ná; dềnh dàng; lần lữa; kéo dài: ~时间 kéo dài thời gian; 为什么非要~到下个月不可？Vì sao phải dềnh dàng đến tháng sau mới được?
另见āi

【挨板子】ái bǎnzi bị đánh bằng trượng hoặc gậy; ví bị phê bình, bị xử phạt

【挨冻】áidòng<动>chịu rét

【挨饿】ái'è<动>nhịn đói; chịu đói: 她让自己~，试图减肥。Cô ấy nhịn đói để giảm cân.

【挨罚】áifá<动>bị phạt: 遗失图书馆的书是要~的。Làm mất sách của thư viện sẽ phải đền.

【挨骂】áimà<动>bị mắng; bị chửi: 你做了坏事要~了。Mày làm việc xấu sẽ bị mắng đấy.

【挨批】áipī<动>bị phê bình

【挨宰】áizǎi<动>[口]bị ăn chặn; bị chém

【挨整】áizhěng<动>bị bắt nạt; bị trừng phạt

【挨揍】áizòu<动>[口]chịu đòn

皑 ái<形>[书]trắng phau; trắng xóa

【皑皑】ái'ái<形>trắng ngần; trắng phau; trắng xóa: 白雪~ tuyết trắng xóa

癌 ái<名>ung thư: 胃~ ung thư dạ dày; 皮肤~ ung thư da; 致~物质 chất gây ung thư

【癌变】áibiàn<动>biến chứng thành ung thư (từ u lành sang u ác tính)

【癌扩散】áikuòsàn ung thư di căn; di căn ung thư

【癌细胞】áixìbāo<名>tế bào ung thư

【癌症】áizhèng<名>bệnh ung thư

ǎi

嗳 ǎi<叹>ấy; ô: ~，别这么说。Ấy, đừng nói thế.

【嗳气】ǎiqì<动>ợ

【嗳酸】ǎisuān<动>ợ chua

矮 ǎi<形>❶thấp; lùn: 他长得比我~。Anh ấy thấp hơn tôi. ❷(độ cao) thấp: ~墙 tường thấp; ~林 rừng cây thấp ❸kém bậc: ~一级 thấp hơn một bậc

【矮墩墩】ǎidūndūn lùn tịt; thấp mập; béo lùn; thấp bè bè

【矮化】ǎihuà<动>❶làm cho lùn đi ❷hạ thấp

【矮胖】ǎipàng<形>béo lùn

【矮人】ǎirén<名>người lùn

【矮小】ǎixiǎo<形>thấp bé

【矮子】ǎizi<名>chú lùn; người lùn: 言语的巨人，行动的~。Nói thì hay, làm thì kém./ Nói như rồng leo, làm như mèo mửa.

蔼 ǎi <形>hòa nhã; ôn tồn; hiền hòa: 和~ hòa nhã //(姓) Ể

【蔼然】 ǎirán <形>hòa nhã; hiền hòa: ~可亲 hòa nhã dễ gần

霭 ǎi <名>[书]mây mù: 暮~ mây khói chiều hôm

ài

艾¹ ài <名>[植物]cây ngải cứu: ~草 rau ngải cứu //(姓) Ngải

艾² ài <动>[书]thôi; hết; ngừng: 方兴未~ đang phát triển không ngừng

艾³ ài <形>[书]già cả: 耆~ kì lão

艾⁴ ài <形>[书]đẹp: 少~ trai đẹp gái xinh

【艾绒】 àiróng <名>[中医]vụn ngải cứu khô; ngải nhung; bột ngải

【艾窝窝】 àiwōwo <名>bánh nếp có nhân: 你吃过~吗? Em ăn bánh nếp có nhân bao giờ chưa?

【艾滋病】 àizībìng <名>bệnh SIDA; AIDS

砹 ài <名>[化学]astatin (kí hiệu: At)

唉 ài <叹>(tỏ ý thương cảm, nuối tiếc) ôi dào; ôi chao: ~, một cái đã mấy năm rồi. Ôi chao, mới đấy mà đã mấy năm rồi. ~, 操那份闲心干什么? Ôi dào, quan tâm làm gì cho mệt?
另见āi

爱 ài <动>❶yêu; thương; thích; mến: ~国 yêu nước; 拥军~民 (nhân dân) ủng hộ bộ đội, (bộ đội) quý mến nhân dân ❷ưa; thích: ~踢足球 thích đá bóng ❸quý trọng: ~公物 quý trọng của công ❹hay; dễ: ~发脾气 dễ nổi giận; 铁~生锈 Sắt dễ bị gỉ. //(姓) Ái

【爱不释手】 àibùshìshǒu thích đến mức không nỡ rời tay; ham thích đến mê mệt: 这部小说让我~。 Cuốn tiểu thuyết này làm tôi không nỡ rời tay.

【爱财如命】 àicái-rúmìng kiệt; kì bo; hám của: ~的守财奴 người keo kiệt hám của

【爱巢】 àicháo <名>tổ ấm; căn nhà hạnh phúc

【爱称】 àichēng <名>tên gọi yêu

【爱戴】 àidài <动>kính yêu; yêu quý; yêu mến: 深受人民群众的~ rất được nhân dân yêu mến

【爱抚】 àifǔ <动>yêu thương vỗ về; vuốt ve âu yếm: 母亲~着孩子，让他入睡。 Mẹ vỗ về cho con ngủ.

【爱岗】 àigǎng <动>yêu nghề; quý trọng cương vị công tác: ~敬业 quý trọng cương vị công tác/yêu nghề kính nghiệp

【爱国】 àiguó <动>yêu nước; ái quốc: ~心 lòng yêu nước; ~同胞 đồng bào yêu nước

【爱国主义】 àiguó zhǔyì chủ nghĩa yêu nước: ~教育 giáo dục về chủ nghĩa yêu nước

【爱好】 àihào❶<动>yêu chuộng; ham thích: ~打太极拳 ham thích môn thái cực quyền; ~和平 yêu chuộng hòa bình ❷<名>sở thích: ~广泛 sở thích nhiều; 读书是我唯一的~。 Đọc sách là sở thích duy nhất của tôi.

【爱河】 àihé <名>biển tình; bể ái: 坠入~ chìm trong biển tình

【爱护】 àihù <动>bảo vệ; quý trọng; giữ gìn: ~公物 giữ gìn của công

【爱将】 àijiàng <名>tướng lĩnh hoặc cấp dưới được cấp trên quý trọng

【爱克斯射线】 àikèsī shèxiàn tia X; X quang; tia Rơnghen

【爱理不理】 àilǐ-bùlǐ thờ ơ; không quan tâm

【爱怜】 àilián <动>cưng yêu; âu yếm; mến thương: 母亲~地抚摸着女儿的脸。 Mẹ âu yếm vuốt ve khuôn mặt con gái.

【爱恋】 àiliàn <动>yêu say đắm; phải lòng: ~故乡 yêu thiết tha quê hương; ~之情 mối tình say đắm; 他深深地~着那个姑娘 Anh ấy yêu say đắm cô ấy.

【爱侣】 àilǚ <名>người yêu; bạn đời: 寻找~ tìm bạn đời

A

【爱面子】ài miànzi　sĩ diện; tự ái; sợ mất thể diện: 年轻人~，领导批评时也应该委婉些。Thanh niên thường hay sĩ diện, khi phê bình thì lãnh đạo cũng nên tế nhị một chút.

【爱莫能助】àimònéngzhù　thương nhưng không giúp được: 这件事我们就~了。Việc này chúng tôi muốn giúp nhưng không giúp được.

【爱慕】àimù<动>❶hâm mộ; ưa thích; ưa chuộng: ~虚荣 chuộng hư danh ❷yêu; mến mộ: ~之情 tình cảm mến mộ; 互相~ mến mộ nhau

【爱情】àiqíng<名>ái tình; tình yêu: ~故事 câu chuyện tình yêu; ~歌曲 bài hát tình yêu

【爱人】àiren<名>❶vợ; chồng: 您~还好吗? Vợ ông có khỏe không? ❷người yêu

【爱斯基摩人】Àisījīmórén người Eskimo

【爱屋及乌】àiwū-jíwū　yêu ngôi nhà yêu luôn cả con quạ đậu trên nóc nhà; yêu nhau yêu cả đường đi lối về; yêu nhau củ ấu cũng tròn

【爱惜】àixī<动>❶quý trọng; giữ gìn; chăm sóc: ~荣誉 quý trọng danh dự ❷cưng yêu; chăm sóc

【爱心】àixīn<名>tình thương yêu: ~工程 công trình tình thương; 充满~ chan chứa tình thương yêu

【爱憎分明】àizēng-fēnmíng　yêu ghét rõ ràng

隘ài❶<形>nhỏ; hẹp; hẹp hòi: 林深路~ rừng sâu đường hẹp; 气量狭~ bụng dạ hẹp hòi ❷<名>ải; cửa ải: 要~ cửa ải hiểm yếu

【隘口】àikǒu<名>hẻm núi

【隘路】àilù<名>con đường hẹp và hiểm

碍ài<动>vướng; cản trở: 妨~交通 cản trở giao thông; 有~团结 có hại cho sự đoàn kết

【碍口】àikǒu<形>khó nói; không tiện mở miệng: 借钱的事，说出来真有点~。Việc vay tiền, nói ra hơi ngại.

【碍面子】ài miànzi　nể; nể nang; nể mặt: 碍于面子 nể mặt nể mũi; 还~不好意思开口。Còn nể nang nên không dám nói.

【碍事】àishì❶<动>cản trở công việc; vướng víu; bất tiện: 这桌子放在门口太~了。Cái bàn này đặt ngay cửa bất tiện lắm. ❷<形>nghiêm trọng; hệ trọng; can hệ: 不~ không can gì

【碍手碍脚】àishǒu-àijiǎo　vướng chân vướng tay: 你站远一点，别在这~的。Ông đứng xa một chút, đừng ở đây vướng chân vướng tay người khác.

【碍眼】àiyǎn<形>❶khó coi; chướng mắt: 那柜子放在屋子中间有点~。Cái tủ này kê giữa nhà trông hơi chướng. ❷chướng; không tiện: 咱们在这里~，快走吧! Chúng ta ở đây không tiện, mau đi thôi!

暖ài<形>[书]u ám

【暖昧】àimèi<形>❶(thái độ, ý đồ) nhập nhằng; mập mờ; lèm nhèm: 他对于女儿出国一事态度~，从不明确表态。Cho đến nay ông ấy vẫn mập mờ không nói rõ quan điểm của mình về việc con gái đi nước ngoài. ❷(hành vi) đen tối; mờ ám; nhập nhằng: 据说他们两人关系~。Nghe nói quan hệ của hai người đó rất nhập nhằng.

ān

安¹ān❶<形>yên; ổn định: ~睡 ngủ ngon; 坐立不~ đứng ngồi không yên; 心不能~ lòng không được an ❷<动>làm cho yên; an ủi; xoa dịu: ~神 an thần ❸<动>vừa lòng; thoải mái: 随遇而~ bằng lòng với mọi hoàn cảnh ❹<形>bình an; an toàn: 居~思危 lúc bình an lo cơn hoạn nạn ❺<动>lắp ráp; đặt: ~电灯 lắp đèn điện; ~锁 lắp khóa ❻<动>đặt; bố trí; xếp đặt; sắp xếp: 把我~

在哪儿都行。Sắp xếp cho tôi ở đâu cũng được. ❼<动>gắn; khép (tội): ~罪名 khép tội; ~头衔 gắn hàm tước ❽<动>rắp (tâm); ôm; mang: 不~好心 rắp tâm làm xấu //(姓) An, Yên

安² ān<代>[书]❶đâu; nơi nào: 而今~在？ Mà nay đâu rồi? ❷sao: ~能如此？ Sao có thể thế được?

安³ ān<量>ampe

【安邦定国】ānbāng-dìngguó làm cho nước nhà yên ổn, thái bình

【安保】ānbǎo<形>bảo vệ an toàn

【安步当车】ānbù-dàngchē đi bộ; cuốc bộ; thong thả đi bộ; đi bộ coi như đi xe: 每一天上班他都~。Hàng ngày đi làm anh ấy đều đi bộ.

【安插】ānchā<动>cài; đặt: 在对方队伍中~自己的人。Cài người vào hàng ngũ đối phương.

【安抵】āndǐ<动>an toàn đến nơi: ~北京 an toàn đến Bắc Kinh

【安定】āndìng❶<形>yên ổn; ổn định: 她希望重新组建家庭，过上~的生活。Cô ấy hi vọng sẽ xây dựng lại gia đình, sống cuộc sống yên bình. ❷<动>làm yên; xoa dịu: 他闭上眼睛，慢慢~自己的情绪。Anh ta nhắm mắt lại, từ từ làm dịu lòng mình.

【安定团结】āndìng-tuánjié ổn định và đoàn kết: ~的政治局面 cục diện chính trị ổn định và đoàn kết

【安度】āndù<动>an dưỡng; sống êm ả: ~晚年 an dưỡng tuổi già

【安顿】āndùn❶<动>thu xếp ổn thỏa; sắp xếp thỏa đáng: 等我们~好了，就邀请你来家里玩。Chờ thu xếp ổn thỏa chúng tôi sẽ mời anh đến nhà chơi. ❷<形>yên; yên ổn: 睡不~ ngủ không yên

【安放】ānfàng<动>bày đặt; đặt; xếp gọn: ~炸弹 đặt bom; 物品~整齐 Đồ đạc xếp đặt ngăn nắp.

【安分】ānfèn<形>an phận; yên phận: ~做事 yên phận làm ăn

【安分守己】ānfèn-shǒujǐ an phận thủ thường: 告诉他要~，不要自讨苦吃。Nhắc anh ta phải an phận thủ thường, đừng tự làm khổ mình.

【安抚】ānfǔ<动>an ủi vỗ về; xoa dịu; làm cho nguôi đi: ~地震伤员 an ủi những người bị thương trong trận động đất

【安好】ānhǎo<形>bình an; an lành: ~无恙 an lành vô sự

【安家】ānjiā<动>❶thu xếp gia đình; ở: 他已在北京~。Anh ấy đã định cư ở Bắc Kinh rồi. ❷lập gia đình; kết hôn: 我刚毕业，还没有~的打算。Em vừa mới tốt nghiệp, còn chưa có ý định lập gia đình.

【安家立业】ānjiā-lìyè ổn định gia đình, xây dựng sự nghiệp

【安家落户】ānjiā-luòhù đến ở hẳn một nơi nào đó sinh sống; ổn định nhà cửa, yên ổn làm ăn

【安检】ānjiǎn<动>kiểm soát an toàn

【安检站】ānjiǎnzhàn<名>trạm kiểm soát an toàn

【安静】ānjìng<形>❶yên tĩnh; yên lặng: 保持~ giữ trật tự ❷yên; yên ổn: 喜欢~的生活 thích cuộc sống yên ổn ❸trầm tĩnh; cẩn trọng

【安居乐业】ānjū-lèyè an cư lạc nghiệp

【安康】ānkāng<形>an khang; bình an mạnh khỏe: 敬祝您全家幸福~! Kính chúc gia đình anh an khang, hạnh phúc!

【安乐】ānlè<形>yên vui; an lạc: 爷爷的晚年~祥和。Những năm cuối đời của ông nội thật yên vui tự tại.

【安乐死】ānlèsǐ chết êm ả; chết bình yên

【安乐窝】ānlèwō<名>tổ ấm; nơi sống êm đềm bình yên

【安理会】Ānlǐhuì<名>Hội đồng Bảo an (Liên hợp quốc)

【安眠】ānmián<动>❶ngủ ngon; yên giấc: 为了照顾发烧的小孩，她一夜不得~。Cô ấy đã cả đêm thức trắng vì phải chăm sóc đứa con nhỏ bị sốt. ❷yên nghỉ: 卡尔·马克思~在此。Các Mác yên nghỉ ở đây.

【安民告示】ānmín gàoshi yết thị yên dân

【安宁】ānníng<形>❶an ninh; thanh bình: 确保边境~ đảm bảo an ninh của vùng biên giới ❷yên; thanh thản: 心里很不~。Không được yên lòng lắm.

【安排】ānpái<动>xếp đặt; sắp đặt; bố trí: ~参观游览 sắp xếp tham quan du lịch; ~妥当 sắp đặt thỏa đáng; 给客人~食宿 bố trí chỗ ăn chỗ ở cho khách

【安培】ānpéi<量>[电学]ampe; am-pe

【安贫乐道】ānpín-lèdào an bần lạc đạo

【安琪儿】ānqí'ér<名>thiên sứ

【安全】ānquán<形>an toàn: ~行车 đi xe an toàn; 保证人身~ đảm bảo an toàn thân thể; 遵守交通~法规 tuân theo luật lệ an toàn giao thông

【安全玻璃】ānquán bōli kính an toàn; kính bảo hiểm

【安全带】ānquándài<名>dây an toàn

【安全岛】ānquándǎo<名>[交通]đảo an toàn; điểm đứng chờ trên dải phân cách đường nhiều làn, dành cho đi bộ qua đường

【安全电压】ānquán diànyā điện áp an toàn

【安全门】ānquánmén<名>cửa an toàn; lối sơ tán khán giả; cửa thoát hiểm

【安全设施】ānquán shèshī phương tiện an toàn

【安全生产】ānquán shēngchǎn sản xuất an toàn

【安全套】ānquántào<名>bao cao su; bao tránh thai; ca-pốt

【安全系数】ānquán xìshù hệ số an toàn; hệ an toàn

【安全线】ānquánxiàn<名>tuyến an toàn

【安全意识】ānquán yìshí ý thức an toàn

【安然】ānrán<形>❶bình yên; yên ổn: ~返航 trở về bình yên ❷yên tâm; không chút bận lòng: ~入睡 ngủ yên; ~闭目 yên lòng nhắm mắt

【安然无恙】ānrán-wúyàng bình yên khỏe mạnh; bình yên vô sự: 虽然遇到风暴，但船上所有的人都~。Tuy gặp phải bão, song mọi người trên tàu đều bình yên khỏe mạnh.

【安如磐石】ānrúpánshí vững như bàn thạch

【安如泰山】ānrútàishān vững như núi Thái Sơn

【安设】ānshè<动>đặt; lắp đặt: 学校在门口~了一个摄像头。Nhà trường lắp đặt một đầu camera ngay trước cổng.

【安身】ānshēn<动>nương thân; an thân; ở: 我暂时~于市郊的一处民房。Tôi đang ở tạm một nhà dân vùng ngoại ô thành phố.

【安身立命】ānshēn-lìmìng yên thân lập phận; yên thân lập nghiệp: 教学和科研是老师~之本。Việc dạy học và nghiên cứu khoa học là nền móng để các nhà giáo yên thân lập phận.

【安神】ānshén<动>an thần: ~剂 thuốc an thần

【安生】ānshēng<形>❶sống yên bình; sống êm: 战争年代，人们都无法过~日子。Những năm tháng chiến tranh, người dân chẳng được một ngày sống yên bình. ❷yên; không kiếm chuyện: 小孙子相当顽皮，让她不得~。Thằng cháu trai rất nghịch ngợm, nên bà ấy chẳng lúc nào được yên.

【安适】ānshì<形>dễ chịu; thoải mái; êm ả; thư thái

【安睡】ānshuì〈动〉ngủ ngon; ngủ yên giấc

【安泰】āntài〈形〉bình an; yên lành

【安恬】āntián〈形〉êm dịu; êm đềm

【安帖】āntiē〈形〉ổn thỏa; vững chắc

【安土重迁】āntǔ-zhòngqiān sống yên chỗ rồi ngại thuyên chuyển: 中国人习惯于~。Người Trung Quốc có tập quán sống yên ổn một nơi, ngại thuyên chuyển.

【安妥】āntuǒ〈形〉bình an ổn thỏa

【安危】ānwēi〈名〉an toàn và nguy hiểm

【安慰】ānwèi❶〈动〉an ủi; khuyên giải: ~病人 an ủi bệnh nhân ❷〈名〉niềm an ủi: 这小女孩是她父母莫大的~。Cô con gái này là niềm an ủi lớn của bố mẹ.

【安慰剂】ānwèijì〈名〉thuốc an ủi tinh thần, ví những yếu tố có tác dụng an ủi tinh thần

【安慰赛】ānwèisài〈名〉[体育]đấu trận an

【安稳】ānwěn〈形〉❶ổn định; bình ổn: 船走得很~。Thuyền chạy rất êm. ❷yên ổn; yên bình: 过~日子 sống yên ổn ❸cử chỉ bình tĩnh già dặn

【安息】ānxī〈动〉❶an giấc; ngủ ngon: 夜深了，小区居民早已~。Đêm về khuya, người dân trong khu chung cư sớm đã ngon giấc rồi. ❷yên nghỉ; yên giấc nghìn thu

【安息日】ānxīrì〈名〉ngày nghỉ; ngày chủ nhật

【安闲】ānxián〈形〉an nhàn; nhàn nhã: 他不喜欢过~的生活。Anh ta không thích cuộc sống an nhàn.

【安详】ānxiáng〈形〉yên lành; ung dung; khoan thai: 神情~ dáng vẻ ung dung

【安享】ānxiǎng〈动〉an hưởng: ~晚年 an hưởng tuổi già

【安歇】ānxiē〈动〉❶đi ngủ; đi nằm ❷nghỉ ngơi: 找地方~ tìm chỗ nghỉ ngơi

【安心】ānxīn[1]〈动〉cố ý; rắp tâm; định bụng: 你这么做是~让我难堪！Anh làm như vậy là hòng cố tình làm bẽ mặt tôi!

【安心】ānxīn[2]〈形〉yên tâm; an tâm; yên lòng: ~工作 yên tâm làm việc

【安逸】ānyì〈形〉an nhàn; nhàn hạ thoải mái: 贪图~的生活 ham cuộc sống thư thái; 这里的生活很~。Cuộc sống ở đây rất thoải mái.

【安营】ānyíng〈动〉dựng trại; cắm trại

【安营扎寨】ānyíng-zhāzhài cắm lều dựng trại: 勘探队员们在野外~。Những người thăm dò cắm lều dựng trại tại dã ngoại.

【安于】ānyú〈动〉yên lòng với; bằng lòng với: ~清贫 bằng lòng với sự nghèo khốn; ~本职工作 yên lòng với công tác của mình

【安葬】ānzàng〈动〉an táng; chôn cất: 他的灵柩被~于八宝山公墓。Linh cữu của ông ấy được an táng tại nghĩa trang Bát Bảo Sơn.

【安枕】ānzhěn〈动〉[书]kê gối ngủ; không lo nghĩ gì

【安之若素】ānzhī-ruòsù bình thản như không; thản nhiên như thường

【安置】ānzhì〈动〉bố trí; sắp xếp; xếp đặt: 把行李~好 xếp đặt hành lí gọn gàng; ~灾民 bố trí cho người dân bị nạn

【安装】ānzhuāng〈动〉lắp; lắp đặt: ~空调机 lắp máy điều hòa

桉 ān〈名〉bạch đàn; cây khuynh diệp

氨 ān〈名〉[化学]amoniac

【氨基】ānjī〈名〉nhóm amino

【氨基酸】ānjīsuān〈名〉axit amino

【氨气】ānqì〈名〉khí amoniac

【氨水】ānshuǐ〈名〉nước amoniac

庵 ān〈名〉❶[书]lều tranh ❷am; chùa: 尼姑~ chùa ni cô/am ni cô/am sư cô //(姓)Am

【庵堂】āntáng〈名〉chùa ni cô; am ni cô

谙 ān〈动〉[书]am hiểu; thuộc; thạo: 不~人情世故 không am hiểu nhân tình thế thái

【谙达】āndá〈动〉[书]am hiểu; thông hiểu

【谙熟】ānshú〈动〉quen thuộc; thông thạo;

thông hiểu; am hiểu: ~中国历史 am hiểu lịch sử Trung Quốc

【谙晓】ānxiǎo<动>am hiểu; thông hiểu: ~世情 thông hiểu sự đời

鹌 ān

【鹌鹑】ānchún<名>chim cun cút; chim cút

鞍 ān<名>cái yên: 马~ yên ngựa

【鞍马】ānmǎ<名>❶[体育]bộ ngựa gỗ tay quay ❷[体育]môn thể dục dụng cụ ngựa gỗ tay quay ❸yên và ngựa; cuộc đời yên cương

【鞍前马后】ānqián-mǎhòu đi theo hầu hạ; điếu đóm theo hầu

【鞍子】ānzi<名>cái yên

ǎn

俺 ǎn<代>[方]❶chúng tôi: ~几个都去。Mấy anh em chúng tôi đều đi. ❷tôi: ~去去就回。Tôi đi một chút là về ngay.

掩 ǎn❶<动>đào lỗ để tra hạt ❷<名>lỗ để ươm hạt ❸<量>khóm; cụm

揞 ǎn<动>rắc: 在伤口~上一些药粉。Rắc một ít thuốc bột lên vết thương.

àn

岸 àn❶<名>bờ: 江~ bờ sông ❷<形>[书]cao lớn: 伟~的身躯 thân hình vạm vỡ ❸<形>[书]cao ngạo; ngông nghênh //(姓)Ngạn

【岸标】ànbiāo<名>cọc tiêu; đèn hiệu trên bờ; ngọn hải đăng

【岸然】ànrán<形>[书]nghiêm trang; chững chạc: 道貌~ đạo mạo đĩnh đạc

按¹ àn❶<动>ấn; bấm; đè: ~门铃 bấm chuông; ~电钮 bấm nút điện ❷<动>im đi; gác lại; để lại: 他把下属的市场调查报告~下了。Ông ta im đi bản báo cáo điều tra thị trường của cấp dưới. ❸<动>nén; kìm; ức chế: 他极力~住自己激动的情绪。Anh ta

cố kìm nén sự xúc động của mình. ❹<动>[方]đặt: ~金 tiền đặt cọc ❺<介>theo; dựa vào: 每篮苹果~二十元计算。Mỗi làn táo tính 20 đồng RMB.

按² àn<动>❶[书]tra cứu; đối chiếu ❷chú giải; ghi thêm: 编者~ lời soạn giả

【按比例】àn bǐlì theo tỉ lệ: ~划分 phân phối theo tỉ lệ; ~计算 tính theo tỉ lệ

【按兵不动】ànbīng-bùdòng án binh bất động; ém quân không hành động: 大家都干起来了，你怎么还~? Mọi người đã bắt đầu làm rồi, sao anh còn án binh bất động?

【按部就班】ànbù-jiùbān theo đúng trình tự; theo đúng bài bản: 学习应该~，循序渐进。Học tập nên theo đúng trình tự, tiến dần từng bước.

【按键】ànjiàn<名>phím; then; núm bấm bằng tay

【按揭】ànjiē<动>cầm; cầm cứ; cầm của để vay tiền

【按劳分配】ànláo fēnpèi hưởng theo lao động; phân phối theo lao động

【按劳付酬】ànláo fùchóu hưởng thù lao theo lao động

【按理】ànlǐ<副>lẽ ra; đáng lẽ; đáng lí: ~我应该接受他的邀请。Lẽ ra tôi phải nhận lời mời của anh ấy.

【按例】ànlì<副>theo lệ; theo lệ thường

【按摩】ànmó<动>xoa bóp; mát xa: 面部~ mát xa mặt; ~疗法 phép chữa bằng mát xa

【按捺】ànnà<动>nén; kìm nén; kìm chế

【按钮】ànniǔ<名>nút bấm

【按期】ànqī<副>đúng kì hạn; theo hạn định; đúng hẹn: ~出版 xuất bản đúng kì hạn; ~完成任务 làm tròn nhiệm vụ đúng thời gian

【按时】ànshí<副>đúng giờ; đúng thời gian; đúng lúc: ~完成作业 hoàn thành bài tập đúng giờ

【按说】ànshuō<副>nói cho đúng; nói đúng

ra; lẽ ra; kể ra: ~她晚上七点就应该回到家了。Lẽ ra cô ấy phải về tới nhà lúc 7 giờ tối.

【按图索骥】àntú-suǒjì trông tranh tìm ngựa; theo tranh tìm ngựa; khư khư câu nệ

【按需分配】ànxū fēnpèi hưởng theo nhu cầu; phân phối theo nhu cầu

【按压】ànyā<动>❶ấn; bấm: ~穴位 bấm huyệt ❷nén; kìm; ức chế: ~不住心头怒火 không nén nổi sự giận dữ trong lòng

【按语】ànyǔ<名>lời phê; lời chú; lời tòa soạn: 文章的开头有出版社的~。Phần đầu bài viết có in lời tòa soạn.

【按照】ànzhào<介>theo; chiếu theo; thể theo; dựa theo: ~惯例 theo lệ thường; ~实际情况 theo tình hình thực tế; 方案已~群众意见修改了。Phương án đã được sửa đổi theo ý kiến của quần chúng.

【按质论价】ànzhì lùnjià căn cứ chất lượng định giá; đánh giá theo chất lượng

案 àn<名>❶cái bàn dài: 书~ bàn đọc sách ❷mâm gỗ: 举~齐眉 bưng mâm ngang mày (ví vợ chồng mến trọng nhau) ❸vụ án; vụ kiện: 破~ phá án; 报~ trình báo vụ án ❹hồ sơ lưu trữ; biên bản: 记录在~ ghi chép trong biên bản; 备~ lập hồ sơ ❺văn bản kiến nghị: 方~ phương án; 决议草~ bản dự thảo nghị quyết

【案板】ànbǎn<名>cái thớt

【案秤】ànchèng<名>cân bàn

【案底】àndǐ<名>tiền án; tiền sự

【案牍】àndú<名>[书]công văn; công văn giấy tờ

【案发】ànfā<动>xảy ra vụ án: ~地点 địa điểm xảy ra vụ án

【案犯】ànfàn<名>bị can; người gây án

【案件】ànjiàn<名>vụ án; vụ kiện: 民事~ vụ án dân sự; 公诉~ vụ kiện công tố

【案卷】ànjuàn<名>hồ sơ lưu trữ; tài liệu lưu trữ; hồ sơ lưu

【案例】ànlì<名>vụ án; vụ kiện: 她正在查阅相关的法律~。Cô ấy đang tìm đọc các vụ án pháp luật có liên quan.

【案情】ànqíng<名>tình tiết vụ án: ~复杂 tình tiết vụ án phức tạp

【案头】àntóu<名>❶trên bàn giấy ❷công việc phân tích kịch bản

【案头工作】àntóu gōngzuò công tác viết lách trên bàn giấy, đặc chỉ việc phân tích kịch bản và các vai trong quá trình sáng tác

【案语】ànyǔ =【按语】

【案子】ànzi<名>❶bàn dài; cái thớt: 肉~ phản thịt ❷vụ án; vụ kiện: 审~ xử án

暗 àn<形>❶(ánh sáng) tối; tối tăm; mờ: 拉上窗帘后，整个房间~了下来。Sau khi kéo rèm cửa sổ lại, căn phòng tối mịt. ❷ngầm; thầm; kín: 心中~喜 trong bụng mừng thầm ❸(bụng dạ) tối; quáng; mù mờ: 兼听则明，偏信则~。Nghe nhiều mặt thì sáng, tin một chiều thì quáng. ❹(màu sắc) tối; thẫm; sẫm

【暗暗】àn'àn<副>thầm; ngấm ngầm; trộm: ~称奇 khen thầm; ~跟踪 ngấm ngầm theo dõi

【暗堡】ànbǎo<名>ụ súng ngầm; lô cốt ngầm; boong ke

【暗藏】àncáng<动>giấu; chứa ngầm: ~杀机 ẩn giấu động cơ giết người; ~枪支 chứa ngầm súng ống

【暗娼】ànchāng<名>gái điếm; gái mại dâm không đăng kí trong xã hội cũ

【暗场】ànchǎng<名>cảnh ngầm; tình tiết hiểu ngầm

【暗潮】àncháo<名>sóng ngầm; phong trào ngầm

【暗处】ànchù<名>❶chỗ tối ❷chỗ kín; chỗ bí mật: 提防躲在~的敌人。Đề phòng kẻ địch ẩn nấp ở chỗ kín.

【暗淡】àndàn〈形〉❶mờ tối; u ám: ~的光线 tia sáng mờ tối ❷mờ nhạt: ~的色彩 sắc màu mờ nhạt ❸mờ mịt; ảm đạm; không có gì để hi vọng: 未来一片~. Tương lai mờ mịt.

【暗道】àndào〈名〉con đường bí mật; lối đi kín đáo

【暗地里】àndìlǐ〈名〉ngầm; sau lưng; lén lút: ~活动 hoạt động sau lưng; 我们~替他 高兴. Chúng tôi mừng thầm cho anh ấy.

【暗度陈仓】àndù-chéncāng ngấm ngầm tiến hành

【暗房】ànfáng〈名〉phòng tối

【暗访】ànfǎng〈动〉phỏng vấn ngầm; khám xét ngầm: 对工作现场进行~ khám xét ngầm nơi làm việc

【暗沟】àngōu〈名〉cống ngầm

【暗害】ànhài〈动〉ám hại; hại ngầm

【暗含】ànhán〈动〉ngụ ý; ngầm có ý: 他的 回答~着对我们的不满. Câu trả lời của anh ấy đã ngụ ý sự bất mãn đối với chúng tôi.

【暗号】ànhào〈名〉ám hiệu: 预先确定~ xác định sẵn ám hiệu

【暗合】ànhé〈动〉tình cờ mà ăn khớp với nhau; không hẹn mà hợp nhau: 他的话与我 的心意~. Lời nói anh ấy và suy nghĩ của tôi tình cờ hợp nhau.

【暗河】ànhé〈名〉sông ngầm

【暗盒】ànhé〈名〉[摄影]hộp kín để giữ phim

【暗花儿】ànhuār〈名〉hoa văn chìm; vân chìm

【暗火】ànhuǒ〈名〉lửa cháy âm ỉ; lửa ngầm

【暗疾】ànjí〈名〉bệnh kín

【暗箭】ànjiàn〈名〉mũi tên ngầm: 放~ bắn tên ngầm (ví đả kích ngầm); 明枪易躲， ~ 难防. Giáo đâm ngay dễ tránh, tên bắn lén khó ngừa.

【暗箭伤人】ànjiàn-shāngrén ném đá giấu tay; ngấm ngầm hại người

【暗礁】ànjiāo〈名〉❶đá ngầm; cồn chìm: 那 艘船撞到~沉没了。Con thuyền đó đâm phải đá ngầm đã bị chìm rồi. ❷trở ngại ngầm; nguy hiểm ngầm: 成功的道路上会 充满~. Con đường đi đến thành công có nhiều trở ngại tiềm ẩn.

【暗井】ànjǐng〈名〉[矿业]giếng mỏ ngầm

【暗里】ànlǐ〈名〉ngầm; sau lưng; lén lút

【暗恋】ànliàn〈动〉yêu thầm; yêu ngầm: 他~ 小红已久。Anh ta yêu ngầm cô Hồng đã lâu.

【暗流】ànliú〈名〉❶mạch nước ngầm ❷phong trào ngầm; trào lưu ngầm; động thái ngầm

【暗昧】ànmèi〈形〉❶ám muội; mờ ám ❷ngu muội; u mê

【暗盘】ànpán〈名〉giá thỏa thuận ngầm

【暗器】ànqì〈名〉ám khí; vũ khí đánh lén

【暗渠】ànqú〈名〉mương ngầm

【暗弱】ànruò〈形〉mờ yếu; lờ mờ

【暗杀】ànshā〈动〉ám sát; giết ngầm

【暗沙】ànshā〈名〉đảo ngầm; cồn cát ngầm

【暗伤】ànshāng〈名〉❶chấn thương bên trong; vết thương ngầm ❷vết rạn sứt ngầm

【暗哨】ànshào〈名〉chòi canh bí mật; trạm gác ẩn khuất

【暗示】ànshì〈动〉❶ra hiệu ngầm; ngầm báo: 她~男朋友送生日礼物. Cô ấy ngầm ra hiệu cho bạn trai tặng quà sinh nhật. ❷ [心理]ám thị: ~疗法 cách chữa ám thị

【暗事】ànshì〈名〉việc mờ ám; việc lén lút: 明人不做~. Người quang minh chính đại không làm việc mờ ám.

【暗室】ànshì〈名〉❶buồng tối có thiết bị che ánh sáng ❷[书]nơi âm u kín rợp; nơi không có người: 不欺~ không làm việc xấu ở nơi không có người

【暗送秋波】ànsòng-qiūbō❶liếc mắt đưa tình ❷lén lút câu kết

【暗算】ànsuàn〈动〉thanh toán ngầm; ám hại; hại ngầm: 遭小人~ bị kẻ tiểu nhân ám hại

【暗锁】ànsuǒ<名>khóa ngầm; khóa chìm

【暗滩】àntān<名>bãi đá ngầm; bãi cát ngầm; cù lao ngầm

【暗探】àntàn❶<名>mật thám; mật vụ ❷<动>do thám; bí mật dò la: ~军情 do thám tình hình quân sự

【暗无天日】ànwú-tiānrì tối tăm ngột ngạt

【暗喜】ànxǐ<动>mừng thầm

【暗匣】ànxiá =【暗箱】

【暗下】ànxià =【暗下里】

【暗下里】ànxiàlǐ<名>ngấm ngầm; thầm; lén lút: 他~与另一公司接触。Anh ấy ngầm ngầm tiếp xúc với một công ti khác.

【暗线】ànxiàn<名>❶tình tiết gián tiếp ❷nội tuyến

【暗箱】ànxiāng<名>[摄影]hộp tối máy ảnh

【暗箱操作】ànxiāng cāozuò lợi dụng chức quyền ngấm ngầm làm những việc bất công, bất chính

【暗笑】ànxiào<动>❶cười thầm; mừng thầm ❷thầm chế giễu; ngầm cười

【暗影】ànyǐng<名>bóng tối; bóng đen; bóng râm

【暗语】ànyǔ<名>mật khẩu; tiếng lóng

【暗喻】ànyù =【隐喻】

【暗中】ànzhōng<名>❶trong bóng tối: ~摸索 mò mẫm trong bóng tối ❷ngầm; lén: ~参与 ngấm ngầm tham gia; ~做手脚 âm thầm dùng mưu mẹo

【暗自】ànzì<副>ngầm; thầm kín; thầm lặng tự mình: ~落泪 thầm rơi nước mắt

黯 àn<形>u ám; mờ tối; tối

【黯淡】àndàn<形>mờ nhạt; ảm đạm; u ám: 光线~ ánh sáng mờ nhạt; 前途~ tiền đồ ảm đạm

【黯然】ànrán<形>❶mờ tối; lu mờ; u ám ❷rầu rĩ; ủ rũ; ủ ê: 神情~ mặt mày ủ rũ

【黯然神伤】ànrán-shénshāng ủ ê đau xót

【黯然失色】ànrán-shīsè ảm đạm xìu mặt

āng

肮 āng

【肮脏】āngzāng<形>❶bẩn; bẩn thiu; nhớp nhúa: ~的环境 môi trường bẩn thiu ❷đê tiện; xấu xa: ~的勾当 mánh khóe xấu xa

áng

昂 áng❶<动>ngẩng; cất cao (đầu): ~起头 ngẩng cao đầu ❷<形>cao; dâng cao: 慷慨激~ khảng khái hiên ngang /// (姓)Ngang

【昂贵】ángguì<形>đắt mắc; đắt đỏ: ~的礼物 món quà đắt đỏ; 价格~ giá cả cao vót

【昂然】ángrán<形>hiên ngang

【昂首阔步】ángshǒu-kuòbù ngẩng cao đầu sải bước; ngẩng đầu mạnh bước: 运动员们~地进入运动场。Các vận động viên ngẩng cao đầu sải bước tiến vào sân vận động.

【昂首挺胸】ángshǒu-tǐngxiōng ngẩng đầu ưỡn ngực

【昂扬】ángyáng<形>❶dâng cao; bừng bừng; sôi sục: ~的情绪 lòng hăng hái sôi sục ❷(giọng, tiếng) cao vút; vang cao

àng

盎 àng<形>tràn đầy; chan chứa; dạt dào

【盎然】àngrán<形>dạt dào; tràn trề: 兴趣~ hứng thú dạt dào

【盎司】àngsī<量>aoxơ (đơn vị trọng lượng Anh Mĩ, 1 aoxơ = 28,35g)

āo

凹 āo<形>lõm; trũng

【凹地】āodì<名>vùng đất trũng

【凹痕】 āohén<名>vết trũng; vết lõm: 桌面上有个~。Trên mặt bàn có một vết lõm.

【凹面镜】 āomiànjìng<名>kính lõm; gương lõm; kính hội tụ

【凹透镜】 āotòujìng<名>thấu kính lõm

【凹凸不平】 āotū-bùpíng gồ ghề; lồi lõm mấp mô; không bằng phẳng: ~的路面 mặt đường gồ ghề

【凹陷】 āoxiàn<动>lõm xuống; hóp; trũng xuống: 地震后，学校操场有些~。Sân vận động của trường có vài chỗ bị sụt sau trận động đất.

熬 āo<动>luộc: ~菜 luộc rau
另见áo

áo

敖 Áo //(姓)Ngao, Ngao

【敖包】 áobāo<名>gò; cồn mốc; gò đất; gò đá (chuyên chỉ những gò đá mang màu sắc thiêng liêng của dân tộc Mông Cổ)

遨 áo<动>du chơi

【遨游】 áoyóu<动>ngao du; đi dạo chơi: ~天下 ngao du thiên hạ

嗷 áo

【嗷嗷】 áo'áo<拟>oái oái; oe oe: 痛得~叫 kêu đau oái oái

【嗷嗷待哺】 áo'áo-dàibǔ oe oe đòi đút mớm; oe oe đòi bú; đói khóc vật nài: 小鸟们正~。Những con chim non đang chíu chít đòi mớm mồi.

熬 áo<动>❶nấu; hầm; ninh ❷sắc; đun lọc ❸chịu đựng //(姓)Ngao
另见āo

【熬煎】 áojiān<动>sống chật vật; cơ cực nhọc nhằn

【熬年头儿】 áo niántóur cố chờ ngày tháng (để được thăng chức hoặc tăng lương)

【熬日子】 áo rìzi sống khổ sống sở; sống

những ngày tháng gian nan

【熬头儿】 áotour<名>hi vọng; dịp may

【熬药】 áoyào<动>sắc thuốc

【熬夜】 áoyè<动>thức khuya; thâu đêm: 我今晚得~写材料。Đêm nay tôi phải thức khuya để viết tài liệu.

翱 áo<动>lượn

【翱翔】 áoxiáng<动>bay lượn: 海燕在海上~。Hải yến đang bay lượn trên biển.

鳌 áo<名>rùa bể; con trạnh

【鳌头】 áotóu<名>đầu ngao; đầu trạnh: 独占~ chiếm vị trí độc tôn

鏖 áo<动>[书]ác chiến; chiến đấu quyết liệt

【鏖战】 áozhàn<动>ác chiến; chiến đấu quyết liệt

ǎo

拗 ǎo<动>[方]bẻ cong; bẻ gãy; gãy
另见ào, niù

【拗断】 ǎoduàn<动>bẻ gãy

袄 ǎo<名>áo: 皮~ áo da; 夹~ áo kép

媪 ǎo<名>[书]phụ nữ lớn tuổi

ào

拗 ào<动>trúc trắc; trục trặc; không thuận
另见ǎo, niù

【拗口】 àokǒu<形>trúc trắc: 这个词读起来特别~。Từ này đọc sao mà trúc trắc.

傲 ào<形>kiêu ngạo; kiêu căng; tự cao; khinh người: 骄~ kiêu ngạo //(姓)Ngao

【傲骨】 àogǔ<名>cốt cách cao ngạo

【傲慢】 àomàn<形>ngạo mạn; khinh người; khinh khinh: 营业员~的神情让客户很不舒服。Vẻ mặt khinh khinh của nhân viên kinh doanh khiến khách hàng rất khó chịu.

【傲气】 àoqì❶<名>thái độ, tác phong tự cao ❷<形>kiêu căng; vênh váo; trịch thượng:

她可~了。Cô ta vênh váo lắm.

【傲然挺立】àorán tǐnglì sừng sững hiên ngang; đứng sừng sững ngạo nghễ

【傲视】àoshì<动>coi thường; khinh thị: ~群雄 coi thường các bậc hào kiệt

【傲物】àowù<动>[书]kiêu ngạo khinh người; kiêu căng khinh người: 恃才~ cậy tài khinh người

奥 ào❶<形>(ý nghĩa) sâu xa; thâm uyên; thâm áo; khó hiểu: 深~ sâu kín/uyển thâm ❷<名>góc nhà sâu kín: 堂~ gian sâu kín trong nhà //(姓) Áo

【奥林匹克运动会】Àolínpǐkè Yùndònghuì Đại hội Thể dục thể thao Olimpic

【奥秘】àomì<名>huyền bí; bí ẩn: 揭示大自然的~ tìm hiểu sự huyền bí của thiên nhiên

【奥妙】àomiào<形>thần tình; huyền diệu; huyền nhiệm; thâm thúy

【奥运村】àoyùncūn<名>làng Olimpic

【奥运会】Àoyùnhuì =【奥林匹克运动会】

澳¹ ào<名>❶vũng; bến ❷(Ào) Ma Cao: 港~同胞 đồng bào Hồng Kông và Ma Cao //(姓) Úc

澳² Ào<名>❶nước Úc ❷châu Úc; châu Đại Dương

【澳大利亚】Àodàlìyà Ô-xtrây-li-a; Úc: ~人 người Úc

懊 ào<动>buồn phiền; hối tiếc; hối hận

【懊恨】àohèn<动>hối hận; ân hận; bực mình

【懊悔】àohuǐ<动>áy náy; ân hận; hối hận: 我~错怪了他。Tôi áy náy vì đã trách oan anh ấy.

【懊恼】àonǎo<形>buồn bực; buồn phiền; bực tức: 不要因失败而~。Đừng vì thất bại mà buồn bực.

【懊丧】àosàng<形>buồn rầu; rầu rĩ; phiền muộn: ~不已 buồn rầu tuyệt vọng

B b

bā

八 bā <数> ❶tám; bát: ~岁 tám tuổi; ~班 lớp số tám ❷số nhiều: ~辈子 đời đời kiếp kiếp ///(姓) Bát

【八拜之交】bābàizhījiāo anh em kết nghĩa

【八宝饭】bābǎofàn <名>xôi bát bảo; xôi ngọt thập cẩm

【八宝粥】bābǎozhōu <名>chè bát bảo; cháo bát bảo

【八辈子】bābèizi <名>những mấy đời: 我真是倒了~的霉。Tôi quả thật là xúi quẩy đến mấy đời.

【八成】bāchéng ❶(数量)tám phần mười; tám mươi phần trăm: 有~的把握 nắm chắc được tám mươi phần trăm; 这牛肉煮得~熟。Thịt bò mới chín tám mươi phần trăm. ❷<副>quá nửa; chắc lẽ; cầm chắc: 他今天没来上课，~是病了。Hôm nay cậu ấy không đến lên lớp, chắc là đã bị ốm.

【八方】bāfāng <名>tám phương; tám hướng; mọi nơi chung quanh: 四面~ bốn phương tám hướng; ~来客 khách đến từ thập phương

【八竿子打不着】bā gānzi dǎ bù zháo (quan hệ) xa nối tám cây sào không tới

【八哥】bāge <名>con sáo; yểng

【八股】bāgǔ <名>bát cổ; kinh nghĩa (gồm 8 đoạn: phá đề, thừa đề, khởi giảng, khai giảng, hoàn đề, trung cổ, hậu cổ và kết ti)

【八股文】bāgǔwén <名>văn chương bát cổ; văn sáo

【八卦】bāguà ❶<名>bát quái; tám quẻ (càn, khôn, chấn, tốn, khảm, li, cấn, đoài) ❷<形>nói điêu

【八国联军】Bā Guó Liánjūn liên quân tám nước; bát quốc liên quân

【八角】bājiǎo <名>[方]hồi; hương hồi; đại hồi

【八角枫】bājiǎofēng <名>bát giác phong; cây mật

【八九不离十】bā jiǔ bù lí shí tám chín phần; mười phần chắc; gần sát: 他今天都干了些什么，不用你说，我也能猜个~。Không cần anh nói hôm nay nó đã làm những gì, tôi cũng đoán được mười phần chắc.

【八路】Bālù <名>Bát Lộ Quân

【八路军】Bā Lù Jūn <名>Bát Lộ Quân

【八面玲珑】bāmiàn-línglóng khéo ăn khéo ở; khéo léo; thớ lợ: 他在大家面前总是一副~的模样。Nó cứ ra dáng khéo léo trước mọi người.

【八面威风】bāmiàn-wēifēng khét tiếng một vùng; nổi tiếng một vùng; oai phong lẫm liệt: ~的将军 vị tướng oai phong lẫm liệt

【八旗】bāqí <名>bát kì; tám cờ

【八仙】bāxiān <名>❶bát tiên; tám vị tiên (tám vị tiên trong thần thoại Trung Quốc: Hán Chung Li, Trương Quả Lão, Lã Động

Tân, Lí Thiết Quải, Hàn Tương Tử, Tào Quốc Cữu, Lam Thái Hòa, Hà Tiên Cô) ❷[方]bàn bát tiên

【八仙过海——各显神通】bāxiān-guòhǎi——gèxiǎn-shéntōng bát tiên quá hải, ai cũng tài giỏi; bát tiên quá hải, ai cũng trổ tài

【八仙桌】bāxiānzhuō<名>bàn bát tiên (bàn vuông to, mỗi bên ngồi hai người)

【八一建军节】Bā-Yī Jiànjūn Jié Ngày thành lập Quân Giải phóng Nhân dân Trung Quốc (mồng 1 tháng 8)

【八一南昌起义】Bā-Yī Nánchāng Qǐyì Cuộc khởi nghĩa Nam Xương mồng 1 tháng 8 (năm 1927)

【八音】bāyīn<名>❶tám thứ nhạc cụ cổ truyền làm bằng các chất liệu: kim, thạch, thổ, cách, ti, mộc, bào, trúc ❷các loại âm sắc do các loại nhạc cụ tạo nên

【八音盒】bāyīnhé<名>hộp phát nhạc; hộp nhạc

【八月】bāyuè<名>tháng tám

【八字】bāzì<名>tướng số; mệnh số

【八字步】bāzìbù<名>bước hình chữ bát: 走～ đi chân vòng kiềng

【八字没一撇】bā zì méi yī piě việc chưa đâu vào đâu

巴¹ bā❶<动>[方]mong; ngóng; trông mong ❷<动>bám; gắn chặt: ～在墙上 bám trên tường ❸<动>bén; dính: 食物～锅了。Thức ăn bị sát chảo. ❹<名>cháy (cơm): 锅～ miếng cháy ❺<动>[方]kề; gần: 前不着村，后不～店。Trước chẳng gần làng, sau chẳng gần quán。❻<动>[方]mở to; giương (mắt); nứt nẻ: ～着眼瞧 giương mắt nhìn

巴² Bā<名>❶nước Ba (thời Chu, nay là Tứ Xuyên) ❷xứ Ba (đông bộ Tứ Xuyên) // (姓) Ba

巴³ bā<名>xe buýt

巴⁴ bā<量>barơ (đơn vị đo áp suất)

【巴巴】bābā (dùng sau tính từ, chỉ mức độ) khốc; ghê; tệ: 干～ khô khốc; 可怜～ thảm hại tệ/đáng thương ghê

【巴不得】bābudé[口]chỉ mong sao; ước gì; những mong sao: 他～辞职。Nó chỉ mong sao được từ chức。

【巴豆】bādòu<名>[中药]ba đậu

【巴结】bājie<动>nịnh nọt; ôm chân: ～老板 bợ đỡ ông sếp

【巴黎公社】Bālí Gōngshè công xã Pa-ri

【巴士】bāshì<名>[方]xe buýt (bus)

【巴松】bāsōng<名>[音乐]kèn fagôt

【巴亭广场】Bātíng Guǎngchǎng Quảng trường Ba Đình

【巴望】bāwàng[方]❶<动>trông mong; mong mỏi; mong ngóng: 我～着他的回信。Tôi đang mong thư trả lời của anh ấy. ❷<名>điều trông mong

【巴掌】bāzhang<名>bàn tay

扒 bā<动>❶vin; vịn; bíu; víu: ～在窗台上 vịn vào bệ cửa sổ ❷cào; bới; đào: ～树根 đào gốc cây; ～土 đào đất ❸vạch; rẽ; đẩy; bới: ～开草丛 bới lùm cỏ ❹bóc; cởi; bỏ; lột: ～落衣服 lột áo ra

另见pá

【扒车】bāchē<动>bíu leo lên tàu xe

【扒拉】bāla<动>[口]❶gảy (bàn tính) ❷gạt đi; gạt bỏ

另见pála

【扒皮】bāpí<动>lột da; bóc lột; bòn rút

芭 bā<名>cỏ ba thơm (một loại thảo mộc có mùi thơm trong sách cổ)

【芭比娃娃】Bābǐ wáwa cô bé Baby; nàng công chúa Baby

【芭蕉】bājiāo<名>chuối tây

【芭蕉扇】bājiāoshàn<名>quạt lá cọ; quạt ba tiêu (quạt hình lá chuối)

【芭蕾舞】bālěiwǔ<名>múa ba-lê

吧[1] bā ❶<拟>đánh rắc: ~的一声 "rắc" một tiếng ❷<动>[方]hút; rít (thuốc): ~一口烟 rít một hơi thuốc

吧[2] bā<名>bar (phiên âm tiếng Anh, chỉ nhà hàng, quán, tiệm): 酒~ bar rượu; 网~ tiệm Internet

另见ba

【吧嗒】bādā<拟>bịch: 书~一声掉地上。 "Bịch" một tiếng, cuốn sách rơi xuống đất.

【吧嗒】bāda<动>❶chép (miệng); bập (miệng) ❷[方]rít; hút (tẩu)

【吧唧】bāji<拟>bì bõm; bì bà bì bõm; lép bép: 他光着脚~~地在水田里干活。Ông ấy chân trần bì bõm ngoài đồng.

【吧唧】bāji<动>❶bập; chép (môi): 他不停地~着嘴。Anh ta cứ chép đi chép lại cái môi. ❷[方]hút; rít (thuốc): 他坐在门口~着旱烟。Ông ấy ngồi ngoài cửa rít thuốc lá.

【吧女】bānǚ<名>nữ tiếp viên quán bar; gái ba

【吧台】bātái<名>quầy bar

疤bā<名>❶(vết) sẹo: 伤口已经结~。Vết thương đã thành sẹo. ❷vệt; vết sần: 碗上有个~。Trên bát có một vết sần.

【疤痕】bāhén<名>sẹo; ve; vệt: 额头上有~。Trên trán có vết sẹo.

【疤瘌】bāla<名>sẹo; vết; vệt

【疤瘌眼儿】bālayǎnr<名>[口]❶con mắt có sẹo (ve) ❷người có ve mắt

捌bā<数>(chữ "八" viết kép) tám

笆bā<名>phên; tấm đan: 竹~ phên tre

【笆斗】bādǒu<名>cái giành; cái gùi

【笆篱子】bālízi<名>[方]nhà giam; nhà tù; nhà ngục

【笆篓】bālǒu<名>cái gùi

bá

拔bá<动>❶nhổ; rút; tuốt: ~草 nhổ cỏ ❷hút

ra: ~毒 hút nọc độc ra; ~火罐 giác (chữa bệnh) ❸cất nhắc; đề bạt; chọn dùng: 选~ lựa chọn cất nhắc; 提~ đề bạt ❹cất cao; nâng cao: ~起嗓子喊 cất cao giọng hò hét ❺nhô lên; vượt trên: 海~ cao hơn mực nước biển; 出类~萃 nổi hẳn lên ❻cướp lấy; đoạt; nhổ: ~据点 nhổ cứ điểm; ~寨 nhổ trại ❼[方]ngâm lạnh: 用凉水~啤酒 lấy nước lạnh ngâm lạnh bia //(姓) Bạt

【拔除】báchú<动>nhổ bỏ; dọn sạch: ~智齿 nhổ bỏ răng khôn

【拔刀相助】bádāo-xiāngzhù ra tay cứu trợ; tuốt gươm trợ giúp

【拔地而起】bádì'érqǐ nổi lên trên mặt đất

【拔钉子】bá dīngzi nhổ đinh; loại trừ chướng ngại

【拔份儿】báfènr<动>[方]chơi trội; tự đề cao: 他太爱~，所以没人喜欢他。Nó luôn luôn tự đề cao quá nên không ai ưa.

【拔高】bágāo<动>❶cất cao; nâng cao; đề cao: ~嗓门 cất cao giọng ❷tâng bốc; nâng; đề cao: ~人物形象 đề cao hình ảnh nhân vật

【拔罐子】bá guànzi[中医]giác (chữa bệnh)

【拔河】báhé<名>kéo co

【拔火罐儿】[1] bá huǒguànr =【拔罐子】

【拔火罐儿】[2] báhuǒguànr<名>ống thông khói; ống hút khói (ở bếp lò)

【拔尖儿】bájiānr❶<形>xuất chúng; nổi bật; siêu hạng: 学习成绩~ thành tích học tập nổi bật ❷<动>chơi trội; tự đề cao: 他总以为自己了不起，遇事爱~。Anh ấy tự cho mình là tài giỏi mà hễ có điều kiện là chơi trội.

【拔脚】bájiǎo =【拔腿】

【拔节】bájié<动>[农业](cây lúa, tiểu mạch, cao lương, ngô…) trổ đốt; nở bụi; sắp trổ: 玉米~时需要吸收充足的养分。Ngô cần phải có đủ thành phần dinh dưỡng khi trổ đốt.

【拔锚】bámáo〈动〉nhổ neo

【拔苗助长】bámiáo-zhùzhǎng nhổ mạ lên cho chóng lớn; nóng vội muốn chóng thành công

【拔取】báqǔ〈动〉❶rút ra; lấy ra: ~电话卡 rút ra thẻ điện thoại ❷cất nhắc; tuyển dụng ❸giành được

【拔丝】básī〈动〉❶kéo (kim loại) thành thanh; kéo thành sợi ❷(cách nấu) thắng đường: ~香蕉 chuối thắng đường

【拔腿】bátuǐ〈动〉❶sải chân; rảo bước: 意识到手机被小偷偷了，他~就追。Phát hiện điện thoại di động đã bị kẻ trộm lấy cắp, anh ta sải chân đuổi theo. ❷bứt khỏi; dứt ra; rút chân ra: 他工作太忙，拔不开腿。Anh ấy quá bận việc đến mức không dứt ra được.

【拔牙】báyá〈动〉nhổ răng: 不管是成人或小孩，~都应该找口腔科医生。Bất kể người lớn hay trẻ em, nhổ răng nên tìm bác sĩ khoa răng.

【拔营】báyíng〈动〉nhổ trại

【拔擢】bázhuó〈动〉[书]đề bạt

跋¹ bá〈动〉trèo; vượt; băng

跋² bá〈名〉lời bạt; lời cuối sách: 序~ lời tựa và lời bạt

【跋扈】báhù〈形〉độc đoán; hống hách; hoạch họe: 飞扬~ hoành hành hống hách

【跋山涉水】báshān-shèshuǐ trèo đèo lội suối; vượt núi băng ngàn

【跋涉】báshè〈动〉lặn lội; trèo non lội nước: 长途~ lặn lội đường sá xa xôi

【跋文】báwén〈名〉lời bạt

【跋语】báyǔ〈名〉lời bạt

bǎ

把 bǎ❶〈动〉cầm; nắm: ~住栏杆 nắm chắc

lan can; ~舵 cầm lái ❷〈动〉xi (trẻ ỉa, đái): ~尿 xi đái ❸〈动〉ôm giữ; ôm đồm: ~很多事情 ôm đồm nhiều việc ❹〈动〉giữ; canh; gác; coi: ~大门 gác cổng ❺〈动〉[口]dựa; sát: ~着门口坐 ngồi sát cửa ❻〈动〉nẹp chặt; đánh đai; bó: ~住伤口 nẹp chặt vết thương ❼〈动〉[方]cho; đưa cho: ~来做伞 đưa cho làm ô ❽〈名〉tay lái xe: 车~ tay lái xe ❾〈名〉bó; nắm; mớ; vốc: 草~ bó cỏ ❿〈量〉(dùng cho vật có tay cầm, chuôi, cán) cái; chiếc; con: 一~刀 một con dao; 一~椅子 một chiếc ghế tựa; 一~扇子 một cái quạt ⓫〈量〉vốc; nắm (số lượng vốc được trong bàn tay): 一~米 một nắm gạo; 一~花生 một vốc lạc ⓬〈量〉(dùng cho một số sự vật trừu tượng): 一~年纪 một đống tuổi; 加~劲 gắng sức thêm; 拉他一~ kéo anh ta một cái; 帮他一~ giúp anh ta một tay ⓭〈介〉đem ⓮〈助〉(đặt sau "百" "千" "万" và "里" "丈" "顷" "斤" "个" biểu thị số lượng xấp xỉ số đơn vị đó, trước không thể thêm từ chỉ số lượng) chừng; gần; ngót; xấp xỉ: 个~月 chừng một tháng; 百~人 ngót trăm người ⓯〈名〉kết nghĩa // (姓) Bả

另见 bà

【把柄】bǎbǐng〈名〉❶cán; chuôi; tay cầm; tay nắm ❷thóp; chỗ yếu: 被人抓住~ bị người ta nắm được thóp

【把持】bǎchí〈动〉❶nắm giữ; cầm; lũng đoạn: ~国家大权 nắm giữ quyền lực nhà nước ❷cầm; nén; ức chế (tình cảm): ~住内心的冲动 kìm nén nỗi xúc động trong lòng

【把舵】bǎduò〈动〉cầm lái; giữ tay lái

【把风】bǎfēng〈动〉canh chừng; gác

【把关】bǎguān〈动〉❶giữ cửa ải; trấn cửa ải ❷nắm khâu; kiểm soát: 层层~ nắm từng khâu; 把好质量关 nắm vững khâu chất lượng

【把酒】bǎjiǔ〈动〉[书]nâng chén rượu; bưng chén rượu; cất chén: ~问月 nâng chén hỏi trăng

B

【把脉】bǎmài<动>[中医]bắt mạch; coi mạch

【把门】bǎmén❶<动>giữ cửa; canh cửa; gác cổng ❷<动>giữ gôn ❸<名>[口]cửa

【把式】bǎshi<名>❶[口]thế võ; võ: 练~ tập thế võ ❷[口]người giỏi võ; người sành; tay cừ: 车~ lái xe cừ ❸[方]kĩ thuật; tay nghề: 学会全套~ nắm vững toàn bộ kĩ thuật

【把手】bǎshou<名>❶tay nắm; tay cầm ❷quai; quai xách; chuôi: 装上~ lắp lên quai xách

【把守】bǎshǒu<动>coi giữ; trông giữ; đứng gác; canh giữ; trấn giữ (nơi xung yếu): ~城门 trấn giữ cổng thành; 分兵~ chia quân canh giữ

【把玩】bǎwán<动>[书]cầm ngắm; cầm trên tay ngắm nghía

【把握】bǎwò❶<动>cầm; nắm; nắm chắc: ~方向盘 nắm chắc vô lăng ❷<动>nắm bắt; nắm lấy (cái trừu tượng): ~时机 nắm bắt thời cơ; ~全局 nắm lấy toàn cục ❸<名>chắc; chắc chắn; ăn chắc: 不打无~之仗 không đánh những trận không chắc thắng

【把戏】bǎxì<名>❶tạp kĩ; xiếc: 看~ xem xiếc ❷trò; trò bịp; mạnh lới: 要~ làm trò

【把兄弟】bǎxiōngdì<名>anh em kết nghĩa

【把斋】bǎzhāi<动>[宗教]kiêng chay (đạo Islam quy định, tháng chín lịch Hồi giáo ban ngày không ăn uống, phải kiêng chay)

【把盏】bǎzhǎn<动>[书]nâng chén; bưng chén nước (mời khách)

【把捉】bǎzhuō<动>nắm bắt; nắm (thường dùng cho sự vật trừu tượng): ~中央文件精神 nắm vững tinh thần văn kiện của Trung ương

【把子】bǎzi¹❶<名>bó; nắm; mớ: 秫秸~ bó cây cao lương ❷<量>đám; tụi; lũ; bè lũ ❸<量>đơn; nắm; nhúm (dùng cho loại vật

dài, số lượng vừa nắm trong bàn tay): 一~韭菜 một nắm hẹ ❹<量>(dùng cho sự vật trừu tượng) chút; tí: 加~劲儿 gắng sức thêm chút nữa

【把子】bǎzi² <名>anh em kết nghĩa

【把子】bǎzi³ <名>đao kiếm (chỉ những vũ khí dùng trong tuồng kịch); ngón đao kiếm: 练~ luyện múa đao kiếm

钯 bǎ<名>[化学]paladi (kí hiệu: Pd)

靶 bǎ<名>bia (để ngắm bắn): 打~ bắn bia/ tập bắn; 移动~ bia di động

【靶标】bǎbiāo<名>bia; mục tiêu bia

【靶场】bǎchǎng<名>sân tập bắn; bãi bắn bia; sân bắn bia

【靶船】bǎchuán<名>thuyền bia

【靶点】bǎdiǎn<名>[医学]mục tiêu chiếu tia phóng xạ

【靶机】bǎjī<名>máy bay bia

【靶心】bǎxīn<名>hồng tâm; tim bia

【靶子】bǎzi<名>bia (ngắm bắn)

bà

坝 bà<名>❶đập: 拦河~ đập ngăn nước ❷kè; đê: 堤~ đê đập ❸[方]bãi đất bằng phẳng ❹bãi bồi

【坝顶】bàdǐng<名>đỉnh đập

【坝基】bàjī<名>móng kè đập

【坝塘】bàtáng<名>hồ nước; đập nước nhỏ (công trình giữ nước cỡ nhỏ vùng đồi núi)

【坝田】bàtián<名>ruộng bằng quanh chân núi

【坝子】bàzi<名>❶đập ❷bãi bằng; đồng bằng

把 bà<名>❶quai; cán; chuôi; tay cầm: 奖杯~儿 quai cúp ❷cuống (hoa, lá, quả): 苹果~儿 cuống trái táo

另见bǎ

爸 bà<名>[口]cha; bố; ba; thầy; bọ

【爸爸】bàba<名>[口]cha; bố; ba; thầy

耙 bà❶<名>cái bừa ❷<动>bừa: ~地 bừa đất 另见pá

罢 bà<动>❶ngừng; thôi; dừng: 欲~不能 muốn thôi mà chẳng được ❷cách; bãi miễn: ~职 miễn chức ❸xong; hết; đoạn: 听~ nghe xong; 说~，他站了起来。Nói xong, anh ấy đứng dậy.

【罢笔】bàbǐ<动>ngừng sáng tác; thôi viết lách

【罢黜】bàchù<动>[书]❶bãi; truất; gạt; bỏ ❷bãi miễn (chức quan)

【罢黜百家，独尊儒术】bàchù-bǎijiā, dúzūn-rúshù bãi truất bách gia, độc tôn Nho thuật; gạt bỏ trăm nhà, độc tôn Nho học

【罢工】bàgōng<动>bãi công; đình công: ~罢课 bãi công bãi khóa

【罢官】bàguān<动>cách chức; bãi miễn (chức quan); bãi chức

【罢教】bàjiào<动>giáo viên bãi khóa; bỏ dạy; ngừng lên lớp

【罢考】bàkǎo<动>bỏ thi

【罢课】bàkè<动>bãi khóa

【罢了】bàle<助>mà thôi; thôi; thì thôi: 不要谢我，我只是做了本职工作~。Không cần cám ơn tôi, tôi chỉ làm tốt công việc của mình thôi.

【罢免】bàmiǎn<动>cách chức; bãi nhiệm

【罢免权】bàmiǎnquán<名>quyền bãi miễn

【罢赛】bàsài<动>bỏ thi đấu; cự tuyệt thi đấu (của vận động viên); bỏ cuộc

【罢市】bàshì<动>bãi thị

【罢手】bàshǒu<动>ngừng tiến hành; dừng tay; thôi: 不破此案绝不~。Không phá được vụ án này quyết không thôi.

【罢诉】bàsù<动>bãi tố; thôi không kiện; bỏ khởi tố

【罢休】bàxiū<动>thôi; ngừng; nghỉ: 不达目的绝不~。Không đạt mục đích quyết không thôi.

【罢演】bàyǎn<动>ngừng biểu diễn; cự tuyệt biểu diễn; (diễn viên) bãi diễn

【罢战】bàzhàn<动>kết thúc chiến tranh; ngừng chiến; chấm dứt chiến tranh

【罢职】bàzhí<动>bãi chức; giải nhiệm; miễn nhiệm; cách chức

霸 bà❶<名>bá chủ; trùm: 春秋五~ Ngũ bá thời Xuân Thu; 称~ làm bá chủ ❷<名>cường hào; (ác) bá: 恶~ ác bá; 车匪路~ kẻ cướp ác ôn trên xe và đường bộ ❸<名>chủ nghĩa bá quyền ❹<动>chiếm cứ; xưng bá: 独~一方 chiếm cứ một vùng //(姓) Bá

【霸持】bàchí<动>chiếm cứ; chiếm đoạt; chiếm giữ: ~乐坛 chiếm giữ nhạc đàn

【霸道】bàdào❶<名>bá đạo (tư tưởng chính trị cổ đại Trung Quốc, chủ trương dùng vũ lực, hình pháp, quyền thế trị quốc) ❷<形>ngang ngược; xấc láo; hỗn xược: 性格~ tính tình ngang ngược

【霸道】bàdao<形>[方]bá đạo; mạnh: 这酒非常~，很容易醉。Rượu này mạnh lắm, uống rất dễ say.

【霸气】bàqì<名>hỗn xược; xấc láo; ngang ngược

【霸气】bàqì<形>hách; hống hách

【霸权】bàquán<名>bá quyền: ~行径 hành vi bá quyền

【霸权主义】bàquán zhǔyì chủ nghĩa bá quyền

【霸王】bàwáng<名>❶tên xưng Sở bá vương Hạng Vũ ❷kẻ ngang ngược; kẻ lộng quyền

【霸业】bàyè<名>bá nghiệp; nghiệp bá

【霸占】bàzhàn<动>bá chiếm; chiếm đoạt: ~公民财产 chiếm đoạt tài sản của công dân

【霸主】bàzhǔ<名>❶bá chủ; ngôi bá (thời Xuân Thu) ❷chúa tể; ông trùm: 文坛~ chúa tể văn đàn

B

ba

吧 ba <助> ❶thôi; đi; nào: 努力点~! Cố gắng thêm chút đi! ❷thôi (được); nhé; nhớ: 好，我跟你走~! Thôi được, mình đi với cậu nhé! 就这样~! Thôi thế nhé! ❸chắc; chứ; sao: 这家具是新买的~? Đồ nội thất này chắc mới mua hả? 你不会不知道~? Anh chẳng lẽ không biết sao? ❹thì phải; chắc (phải): 是~，他好像是这么说的。Chắc phải, anh ta hình như nói thế. ❺ư; chăng: 做~，不好；不做~，也不好。Làm ư, chẳng hay; không làm ư, cũng chẳng hay. 另见bā

bāi

掰 bāi <动> ❶bẻ; cạy; tách; gập: ~着手数数 gập ngón tay để đếm số; ~玉米 bẻ ngô; ~箱盖 cạy nắp hòm; 不要把树枝~断! Đừng bẻ cành cây! ❷[方](tình cảm) tan vỡ: 他们俩闹~了。Hai người ấy đã chia tay nhau rồi. ❸[方]cãi; nói: 瞎~ nói bừa

【掰开】bāikāi <动> cạy ra

【掰手腕】bāi shǒuwàn bẻ cổ tay; đọ sức tay

bái

白¹ bái ❶<形>trắng; bạc: ~色 màu trắng ❷<形>sáng; rạng; quang sáng: 天已发~。Trời đã sáng. ❸<形>rõ ràng; rõ; làm rõ: 真相大~ rõ chân tướng/rõ bộ mặt thật ❹<形>trắng không; không; suông; trống: 他今天早餐只吃了一碗~粥。Bữa sáng nay ông ấy chỉ ăn một bát cháo trắng. ❺<副>mất công; uổng phí; toi: ~活了一世 uổng phí một đời ❻<副>không phải trả tiền: ~给你 cho không; 这礼物是~送的。Món quà này là

tặng (không phải tiền). ❼<形>trắng (phản động): ~区人民 dân ở vùng trắng (vùng bọn phản động cai trị) ❽<动>lườm; nguýt: 她生气地~了我一眼。Cô ta tức giận lườm tôi một cái. ❾<名>việc tang: 邻家有~事。Nhà láng giềng có việc tang. //(姓)Bạch

白² bái <形> (âm đọc, chữ viết) sai; nhầm: 写~字 viết sai chữ; 他把字念~了。Cậu ấy đọc sai chữ.

白³ bái ❶<动>nói rõ; trình bày; nói; kể: 表~ bày tỏ; 告~ giãi bày ❷<名>lời bạch: 独~ độc thoại; 对~ đối thoại ❸<名>bạch thoại: 半文半~ nửa văn ngôn nửa bạch thoại ❹<名>tiếng địa phương

【白皑皑】bái'ái'ái trắng ngần; trắng xóa; trắng phau

【白案】bái'àn <名> việc thổi cơm, làm bánh

【白白】báibái <副> ❶mất công; uổng phí; toi: ~浪费时间 uổng phí thời gian ❷vô điều kiện; không phải trả tiền: 那些东西不能~送给你。Những thứ đó không thể biếu không cho anh được.

【白班】báibān <名>[口]kíp ban ngày; ca ngày

【白板】báibǎn <名> ❶bảng trắng ❷người ngốc: 电脑方面的~ kẻ ngốc về máy tính

【白版】báibǎn <名> mảng trắng; mảng trống (trên báo, tạp chí, không có chữ hoặc đồ biểu)

【白璧微瑕】báibì-wēixiá ngọc trắng có tì; ngọc lành có vết

【白璧无瑕】báibì-wúxiá ngọc trắng không tì vết; ngọc lành không vết; hoàn bích

【白菜】báicài <名>rau cải; cải thìa; cải thảo

【白茶】báichá <名>chè tuyết

【白痴】báichī <名> ❶bệnh ngớ ngẩn; chứng ngốc ❷người mắc chứng si đần ❸người ngớ ngẩn; thằng ngốc

【白炽灯】báichìdēng <名>đèn điện sáng trắng

【白醋】báicù<名>giấm trắng

【白搭】báidā<动>[口]vô ích; vô tích sự; công toi; phí sức: 跟他争辩也是~。Cãi với hắn cũng vô ích.

【白带】báidài<名>bạch đới (khí hư phụ nữ)

【白道】¹báidào<名>❶con đường chính đáng; con đường hợp pháp ❷tổ chức hợp pháp, có khi cũng chỉ riêng chính phủ: 他黑道~都有交往。Ông ta đi lại cả với tổ chức phi pháp và bên chính phủ.

【白道】²báidào<名>đường Bạch Đạo (quỹ đạo mặt trăng quay quanh trái đất)

【白地】¹báidì<名>❶đất trống (chưa gieo trồng): 园子里还有一块~，可用来种辣椒。Trong vườn còn có một vạt đất trống, có thể trồng ớt. ❷đất không (không nhà cửa, cây cối): 台风过后，村庄成了一片~。Sau cơn bão, làng biến thành một dải đất không.

【白地】²báidì<名>nền trắng: ~黄花儿 bông hoa vàng trên nền trắng

【白癜风】báidiànfēng<名>bệnh ngoài da vi-ti-li-gô; bạch điến

【白丁】báidīng<名>bạch đinh (dân thường thời phong kiến): 谈笑有鸿儒，往来无~。Tham gia đàm đạo là các nhà Nho lớn, cùng hội giao tiếp chẳng ai là kẻ nông cạn.

【白垩】bái'è<名>[地质]đá vôi trắng; đất trắng

【白垩纪】bái'èjì<名>[地质]kỉ đá vôi (kỉ thứ 3 đại Trung sinh)

【白矾】báifán<名>phèn chua

【白饭】báifàn<名>❶cơm không (không có thức ăn) ❷những thứ cho không

【白费】báifèi<动>uổng phí; mất toi; uổng công: ~力气 uổng phí sức lực/mất toi sức lực/công cốc

【白粉】báifěn<名>❶phấn (trang điểm) màu trắng ❷[方]vôi (quét tường) ❸[方]hê-rô-in

【白干儿】báigānr<名>rượu trắng; rượu ngang

【白宫】Bái Gōng<名>Nhà Trắng

【白骨】báigǔ<名>xương trắng

【白骨精】Báigǔjīng<名>Bạch cốt tinh

【白果】báiguǒ<名>(cây, quả) ngân hạnh; bạch quả

【白鹤】báihè<名>(chim) hạc trắng; bạch hạc; sếu trắng; cò trắng

【白喉】báihóu<名>[医学]bệnh bạch hầu; bệnh yết hầu

【白虎】báihǔ<名>❶Bạch Hổ (tên gọi chung cho 7 chòm sao phương tây trong 28 tú) ❷thần Bạch Hổ (thần phương tây, theo Đạo giáo)

【白虎星】báihǔxīng<名>sao Bạch Hổ (hung tinh trong tướng số); hung tinh (theo mê tín, chỉ người mang đến tai họa cho người khác)

【白花花】báihuāhuā trắng bạc: ~的头发 tóc bạc phơ

【白化】báihuà<动>(bộ phận bị bệnh trên cơ thể sinh vật) bạc phếch; trắng bệch

【白化病】báihuàbìng<名>chứng bạch tạng

【白话】¹báihuà<名>lời nói suông; lời nói hão; lời nói vu vơ: 空口说~ rỗi mồm nói chơi/nói vu vơ

【白话】²báihuà<名>tiếng phổ thông; bạch thoại: ~文学 văn học bạch thoại

【白话】báihua<动>[方]❶chuyện phiếm: 他们可真能~。Họ thật giỏi tán gẫu. ❷chuyện vu vơ

【白话诗】báihuàshī<名>thơ bạch thoại (chỉ thơ mới viết bằng bạch thoại có từ phong trào Ngũ Tứ về sau, phá bỏ cách luật thơ cũ)

【白话文】báihuàwén<名>văn bạch thoại

【白桦】báihuà<名>[植物]cây bạch hoa; cây bulô

【白晃晃】báihuǎnghuǎng sáng trưng;

trắng ngời; sáng choang

【白鱀豚】báijìtún<名>cá heo trắng

【白金】báijīn<名>❶bạch kim; platin ❷[旧]tiền bạc

【白金汉宫】Báijīnhàn Gōng Điện Buckingham (hoàng cung nước Anh); hoàng gia Anh

【白净】báijing<形>trắng nõn nà; trắng muốt: 这孩子长得~。Đứa trẻ này nước da trắng nõn nà.

【白酒】báijiǔ<名>rượu trắng; rượu ngang; rượu tăm

【白驹过隙】báijū-guòxì bạch câu quá khích; bóng câu qua khe cửa: 人世如~。Đời người như bạch câu quá khích.

【白卷】báijuàn<名>bài thi để trống: 交~ nộp giấy trắng

【白开水】báikāishuǐ<名>nước sôi; nước lã đun sôi

【白口】¹báikǒu<名>mép trắng; khoảng để trắng

【白口】²báikǒu<名>bạch thoại; nói (trong hí khúc)

【白蜡】báilà<名>❶chất sáp bạch lạp (đặc sản Trung Quốc dùng làm nến, áo bọc thuốc viên, cũng dùng quét giấy nến, gắn nắp chai lọ) ❷sáp (ong) trắng

【白兰地】báilándì<名>rượu brandi (brandy); rượu mạnh

【白痢】báilì<名>[中医]❶bệnh kiết lị; bạch lị ❷bệnh ỉa cứt trắng (gia súc con)

【白鲢】báilián<名>cá mè trắng

【白领】báilǐng<名>công chức; lao động trí óc: ~阶层 tầng lớp lao động trí óc/bậc trung cao

【白鹭】báilù<名>[动物]cò trắng

【白露】báilù<名>tiết Bạch lộ

【白马王子】báimǎ wángzǐ bạch mã hoàng tử; ví chàng trai vẹn toàn nhất trong mắt các cô gái

【白茫茫】báimángmáng trắng xóa một màu

【白茅】báimáo<名>cỏ tranh

【白蒙蒙】báiméngméng trắng mù mịt (tả khói, mù, hơi nước...)

【白米】báimǐ<名>gạo trắng; gạo tẻ

【白面】báimiàn<名>bột mì

【白面儿】báimiànr<名>hê-rô-in

【白面书生】báimiàn shūshēng bạch diện thư sinh; thư sinh trắng trẻo

【白描】báimiáo<名>❶phép vẽ mực; vẽ bạch miêu (lối vẽ Trung Quốc, chỉ dùng đường nét, không tô màu) ❷lối viết mộc mạc

【白名单】báimíngdān<名>danh sách trắng; danh sách phù hợp quy định

【白木耳】báimù'ěr<名>mộc nhĩ trắng; mộc nhĩ bạc

【白内障】báinèizhàng<名>chứng đục thủy tinh; đục nhân mắt

【白嫩】báinèn<形>trắng nõn nà; trắng nõn; trắng mơn mởn: ~的皮肤 da trắng nõn

【白跑】báipǎo<动>chạy uổng công: 办事不顺，又~一趟。Làm việc không được suôn sẻ, chuyến này lại chạy uổng công.

【白皮书】báipíshū<名>sách trắng: 国防~ cuốn sách trắng quốc phòng

【白票】báipiào<名>phiếu trắng

【白旗】báiqí<名>❶cờ trắng; cờ hàng ❷cờ hiệu ngừng bắn giảng hòa

【白热】báirè<名>nóng phát ánh sáng trắng

【白热化】báirèhuà gay gắt tột độ; căng thẳng tột cùng; quyết liệt: 比赛进入~阶段。Cuộc thi đấu bước vào giai đoạn quyết liệt.

【白人】Báirén<名>người da trắng

【白刃战】báirènzhàn<名>đánh giáp lá cà

【白日做梦】báirì-zuòmèng mơ mộng hão; nằm mơ giữa ban ngày

【白肉】báiròu<名>❶thịt lợn luộc ❷thịt

trắng (thịt gia cầm, tôm, cá, cua ít mỡ)

【白润】báirùn<形>(da) trắng mịn; trắng nõn

【白色】báisè❶<名>màu trắng; sắc trắng: ~金属 kim loại màu trắng ❷<形>trắng (chỉ phản động): ~政权 chính quyền trắng

【白色恐怖】báisè kǒngbù khủng bố trắng

【白色垃圾】báisè lājī rác trắng; chất thải nhựa; rác nhựa

【白色收入】báisè shōurù thu nhập chính đáng; tiền lương, trợ cấp công khai

【白色污染】báisè wūrǎn ô nhiễm trắng; ô nhiễm do chất thải nhựa gây nên

【白山黑水】báishān-hēishuǐ Trường Bạch Sơn và Hắc Long Giang, chỉ vùng Đông Bắc Trung Quốc

【白鳝】báishàn<名>cá trèn; cá chình

【白食】báishí<名>những món ăn cho không: 吃~ ăn không/không làm mà hưởng

【白事】báishì<名>việc tang chay; việc hiếu

【白手起家】báishǒu-qǐjiā tay trắng làm nên; tay không dựng nên cơ nghiệp: 二十年前他~，创办了这个公司。Hai mươi năm trước, anh ta tay trắng tạo dựng nên công ti này.

【白首】báishǒu<名>[书]đầu bạc; tuổi già

【白寿】báishòu<名>tuổi thọ 99 năm

【白薯】báishǔ<名>khoai lang

【白水】báishuǐ<名>❶nước lã đun sôi ❷[书]nước tinh khiết; nước trong

【白说】báishuō<动>phí bọt mép: 跟你说也~。Nói với cô cũng bằng không.

【白汤】báitāng<名>nước luộc; nước xáo; canh suông

【白糖】báitáng<名>đường trắng; đường tây; đường kính

【白天】báitiān<名>ban ngày

【白条】[1]báitiáo<名>chứng từ viết tay; biên lai viết tay: 打~ làm chứng từ viết tay

【白条】[2]báitiáo<形>(gia cầm, gia súc) đã

thịt: ~鸡 gà đã mổ

【白铁】báitiě<名>sắt tây

【白头翁】báitóuwēng<名>❶chim bạch đầu ông; chim ông lão; chim đầu bạc ❷cỏ đầu bạc; bạch đầu ông

【白头偕老】báitóu-xiélǎo (vợ chồng) trăm năm bạc đầu; hạnh phúc bên nhau trọn đời; bạc đầu giai lão; trăm tuổi về già; giai lão bách niên: 祝你俩~。Chúc anh chị bạc đầu trăm năm.

【白兔】báitù<名>thỏ trắng

【白皙】báixī<形>[书]trắng nõn; trắng muốt; trắng ngần

【白细胞】báixìbāo<名>bạch huyết cầu

【白雪公主】báixuě gōngzhǔ công chúa Bạch Tuyết

【白血病】báixuèbìng<名>bệnh máu trắng; ung thư máu

【白血球】báixuèqiú<名>bạch huyết cầu; bạch cầu

【白眼】báiyǎn<名>nhìn khinh bỉ; khinh thị; coi thường: 遭人~ bị người ta nhìn khinh bỉ

【白眼儿狼】báiyǎnrláng<名>[口]phường vong ơn bội nghĩa; kẻ bội bạc

【白羊座】báiyángzuò<名>chòm sao Bạch dương

【白杨】báiyáng<名>cây bạch dương: ~夹道，朝阳映霜雪。Đường bạch dương sương trắng nắng tràn.

【白衣天使】báiyī tiānshǐ bác sĩ; y tá; hộ lí; thiên sứ áo trắng: 人们将医生和护士比作~。Người ta ví bác sĩ và y tá là thiên sứ áo trắng.

【白衣战士】báiyī zhànshì chiến sĩ áo trắng; cán bộ y tế

【白蚁】báiyǐ<名>con mối

【白银】báiyín<名>bạc; bạc trắng

【白玉】báiyù<名>bạch ngọc; ngọc lành

【白玉微瑕】báiyù-wēixiá bạch ngọc vi hà;

ngọc lành có vết mờ

【白云苍狗】báiyún-cānggǒu bạch vân thương cẩu; biến đổi vô thường

【白斩鸡】báizhǎnjī<名>thịt gà luộc

【白芷】báizhǐ<名>[中药]bạch chỉ

【白纸黑字】báizhǐ-hēizì giấy trắng mực đen: 我们把这个协议~写下来。 Chúng ta giấy trắng mực đen ghi lại bản hợp đồng này.

【白种】Báizhǒng<名>người da trắng

【白昼】báizhòu<名>ban ngày

【白术】báizhú<名>[中药]bạch truật

【白字】báizì<名>lỗi chính tả

拜bái<动>chào; tạm biệt
另见bài

【拜拜】báibái<动>❶chào; tạm biệt ❷chia tay (kết thúc mối quan hệ)

bǎi

百bǎi<数>❶trăm; một trăm: ~年好合 trăm năm hạnh phúc (mừng đám cưới) ❷bách; trăm; ví rất nhiều: ~草 bách thảo; ~货 bách hóa

【百般】bǎibān❶<副>bằng mọi cách; trăm phương nghìn kế; đủ ngón: ~劝解 khuyên giải đủ cách ❷(数量)đủ mọi loại; tất cả mọi thứ

【百宝箱】bǎibǎoxiāng<名>hòm báu vật

【百倍】bǎibèi(数量)bội phần; gấp trăm lần

【百步穿杨】bǎibù-chuānyáng bách bộ xuyên dương; thiện xạ

【百尺竿头，更进一步】bǎichǐ-gāntóu, gèngjìn-yībù (học vấn, thành tích) cao rồi còn gắng để cao hơn nữa; tới đèo còn trèo lên đỉnh

【百出】bǎichū<动>ra nhiều; đầy rẫy; chồng chất: 错误~ sai be sai bét/lỗi lầm đầy rẫy

【百川归海】bǎichuān-guīhǎi trăm sông đổ về biển cả

【百读不厌】bǎidú-bùyàn đọc mãi không chán

【百发百中】bǎifā-bǎizhòng❶trăm phát trăm trúng; bách phát bách trúng ❷làm việc gì chắc việc đó; ăn chắc

【百废俱兴】bǎifèi-jùxīng xây dựng, sửa sang lại những thứ hư hỏng, bê trễ

【百分比】bǎifēnbǐ<名>tỉ lệ phần trăm

【百分点】bǎifēndiǎn<名>điểm bách phân

【百分号】bǎifēnhào<名>kí hiệu bách phân; kí hiệu phần trăm

【百分率】bǎifēnlǜ<名>tỉ lệ phần trăm; ti suất phần trăm

【百分之百】bǎifēnzhībǎi trăm phần trăm; toàn bộ: ~的把握 nắm chắc được trăm phần trăm; ~的羊绒 trăm phần trăm len casomia

【百分制】bǎifēnzhì<名>thang điểm 100; quy chế cho điểm 100

【百感交集】bǎigǎn-jiāojí ngổn ngang trăm mối; trăm mối tơ vò; lòng dạ xốn xang: 站在领奖台上，我真是~，思绪万千。Tôi lên bục nhận thưởng, lòng dạ xốn xang, bao ý nghĩ ùa về.

【百合】bǎihé<名>cây (củ) bách hợp

【百花齐放，百家争鸣】bǎihuā-qífàng, bǎijiā-zhēngmíng trăm hoa đua nở, trăm nhà đua tiếng

【百花争艳】bǎihuā-zhēngyàn trăm hoa đua thắm

【百货】bǎihuò<名>bách hóa; tạp hóa: ~公司 công ti bách hóa; 这家店只卖一些日用~。Cửa hiệu này chỉ bán những tạp hóa tiêu dùng hàng ngày.

【百家姓】bǎijiāxìng<名>sách ghi các họ phổ biến của người Trung Quốc

【百科全书】bǎikē quánshū bách khoa toàn thư

【百孔千疮】bǎikǒng-qiānchuāng thương tích đầy mình; đổ nát tan hoang; loét lở khắp mình

【百口莫辩】bǎikǒu-mòbiàn (bị oan khuất, bị nghi ngờ) chẳng cách nào phân bua được

【百里挑一】bǎilǐ-tiāoyī trăm chọn một; (được) lựa chọn kĩ càng; xuất sắc nhất: 她可是~的好媳妇。 Cô ấy xứng đáng là cô con dâu hết sức hiền thảo có một không hai.

【百炼成钢】bǎiliàn-chénggāng luyện lâu thành thép; luyện mãi thành thép; có công mài sắt, có ngày nên kim

【百忙之中】bǎimángzhīzhōng giữa lúc đương bận tíu tít: 感谢您在~拨冗莅临。 Cảm ơn ngài đang bận trăm việc đã bớt chút thì giờ tới dự.

【百年不遇】bǎinián-bùyù trăm năm chẳng gặp

【百年大计】bǎinián-dàjì đại kế trăm năm; kế lớn lâu dài; sự nghiệp trăm năm: ~, 教育为本。 Đại kế trăm năm, nền giáo dục làm gốc.

【百日咳】bǎirìké<名>ho gà; ho bách nhật

【百十】bǎishí<数>trên dưới một trăm; khoảng một trăm: 这家公司只有~来号员工。 Công ti này chỉ có trên dưới một trăm công nhân viên chức.

【百世】bǎishì<名>trăm đời; ngàn đời: 流芳~ tiếng thơm lưu để ngàn đời

【百事通】bǎishìtōng❶thông hiểu mọi sự; tinh tường mọi việc ❷người hiểu tuốt mọi việc

【百思不得其解】bǎi sī bù dé qí jiě =【百思不解】

【百思不解】bǎisī-bùjiě nghĩ mãi không ra

【百听不厌】bǎitīng-bùyàn nghe mãi không chán

【百万】bǎiwàn<数>trăm vạn; triệu

【百闻不如一见】bǎi wén bù rú yī jiàn trăm nghe không bằng một thấy; tai nghe không bằng mắt thấy

【百无禁忌】bǎiwú-jìnjì chẳng kiêng nể gì hết; không kiêng kị gì cả

【百无聊赖】bǎiwú-liáolài bơ vơ trống trải; vô vị nhạt nhẽo

【百无一失】bǎiwú-yīshī ăn chắc; không bao giờ nhầm; chẳng hề đơn sai: 必须保证~。 Phải đảm bảo cho chắc.

【百姓】bǎixìng<名>trăm họ; dân chúng: 受到~的拥护 được dân chúng ủng hộ

【百业】bǎiyè<名>mọi nghề; mọi ngành nghề

【百叶】bǎiyè<名>[方]❶bìa đậu ❷dạ dày bò, cừu; sách bò, dê (món ăn)

【百叶窗】bǎiyèchuāng<名>❶cửa chớp ❷cửa thông gió; lá gió

【百依百顺】bǎiyī-bǎishùn ngoan ngoãn nghe theo; chiều chuộng trăm bề

【百战百胜】bǎizhàn-bǎishèng bách chiến bách thắng, trăm trận trăm thắng

【百战不殆】bǎizhàn-bùdài đánh trăm trận không thua trận nào; trăm trận trăm thắng: 知己知彼, ~。 Biết người biết ta, trăm trận trăm thắng.

【百折不回】bǎizhé-bùhuí =【百折不挠】

【百折不挠】bǎizhé-bùnáo khó khăn không sờn; trắc trở vấp váp không nao núng; bền chí bất khuất

佰 bǎi<数>trăm ("百" viết kép)

柏 bǎi<名>cây bách; cây bá // (姓)Bách, Bá

【柏树】bǎishù<名>cây bách: 街道两旁, 栽着四季常青的~。 Hai bên đường phố là rặng cây bách bốn mùa xanh tươi.

【柏油】bǎiyóu<名>hắc ín; nhựa đường

【柏油路】bǎiyóulù<名>đường nhựa; đường rải nhựa

摆[1] bǎi❶<动>bày; xếp; dàn: ~碗筷 bày bát và đũa ❷<动>lòe; trộ; khoe: ~阔 khoe giàu ❸<动>lắc; lắc lư; lắc đi lắc lại: ~尾巴 lắc đuôi ❹<动>nói; bàn; trình bày: ~事实, 讲道

理 trình bày sự thật, nói ra lí lẽ ❺<名>quả lắc (đồng hồ): 钟~ quả lắc đồng hồ ❻<名> con lắc //(姓) Bài, Bǎi

摆² bǎi<名>gấu: 下~ gấu áo; 后~ gấu sau

【摆布】bǎibù<动>❶xếp đặt; sắp xếp; bố trí: 房子有点小，这么多东西要好好~~。Căn phòng hơi hẹp, nhiều đồ đạc thế này nên sắp xếp cho ngăn nắp. ❷chi phối; điều khiển; thao túng: 任人~ mặc cho người ta thao túng

【摆地摊】bǎi dìtān bày quầy; bày sạp hàng; bày bán via hè

【摆动】bǎidòng<动>lúc lắc; lắc lư; đu đưa: ~双臂 vung vẩy hai cánh tay; 轮船在风浪中~。Con tàu lắc lư trong sóng gió. 体操运动员在双杠上~身体。Vận động viên thể dục đu đưa trên xà kép.

【摆渡】bǎidù❶<动>chở qua sông; chở sang ngang: 把旅客~过河 chở du khách qua sông ❷<动>qua đò ❸<名>đò

【摆放】bǎifàng<动>bày; đặt; sắp xếp

【摆划】bǎihua<动>[方]❶loay hoay; hí hoáy: 你别瞎~! Anh chớ hí hoáy mò! ❷xử lí; sắp đặt: 这件事真不好~。Việc này thật khó xử lí. ❸điều chỉnh; sửa chữa: 这个录音机让他一~好了。Chiếc máy ghi âm này anh ta sửa chữa xong rồi.

【摆架子】bǎi jiàzi làm bộ; lên mặt; ra vẻ ta đây: 身为领导，他从来不~。Tuy là lãnh đạo, nhưng anh ta không bao giờ lên mặt.

【摆件】bǎijiàn<名>thứ trưng bày; đồ trang trí: 办公桌~ đồ trưng bày trên bàn làm việc

【摆酒】bǎijiǔ<动>bày tiệc

【摆阔】bǎikuò<动>khoe của; làm ra vẻ giàu sang; ra vẻ sang trọng

【摆擂台】bǎi lèitái dựng võ đài; thách đấu: ~比武招亲。Dựng đài đấu võ kén rể.

【摆列】bǎiliè<动>bày đặt; trưng bày

【摆龙门阵】bǎi lóngménzhèn chuyện phiếm; tán gẫu; tán dóc; kể chuyện

【摆卖】bǎimài<动>bày hàng; dọn hàng; bày hàng ra bán

【摆门面】bǎi ménmian phô trương; điểm tô hình thức

【摆迷魂阵】bǎi míhúnzhèn bố trí trận mê hồn

【摆弄】bǎinòng<动>❶loay hoay; hí hoáy; tí toáy: 别再~那台破电脑了。Đừng loay hoay về chiếc máy tính hỏng đó nữa. ❷điều khiển; chi phối: 受人~ bị người ta chi phối

【摆平】bǎipíng<动>❶đặt cho bằng phẳng; ví xử lí công bằng khéo léo: ~关系 hài hòa quan hệ ❷[方]trừng trị

【摆谱儿】bǎipǔr<动>[方]❶phô trương hình thức ❷vênh váo; ra bộ; lên mặt

【摆设】bǎishè<动>bài trí; trưng bày: 办公室~得整洁大方。Văn phòng được bài trí gọn gàng sạch đẹp.

【摆设】bǎishe<名>❶đồ trang trí; đồ trưng bày; đồ bày biện: 书是用来读的，不是用来当~的。Sách là để đọc, không phải để làm vật trang trí. ❷đồ đẹp mà vô dụng

【摆手】bǎishǒu<动>❶xua tay; hươ tay: ~拒绝 xua tay từ chối ❷vẫy tay: 他~向我告别。Anh ấy vẫy tay chào tạm biệt với tôi.

【摆摊子】bǎi tānzi❶bày quầy; bày sạp hàng ❷bày các thứ ra (chuẩn bị làm việc) ❸phô trương; khoe mẽ; cầu kì

【摆脱】bǎituō<动>thoát khỏi: ~贫困 thoát khỏi nghèo nàn

【摆样子】bǎi yàngzi ra dáng làm bộ; ra bộ: 他的自我批评不是~的。Anh ta tự phê bình không phải để ra bộ.

【摆钟】bǎizhōng<名>đồng hồ quả lắc

【摆桌】bǎizhuō<动>bày tiệc; bày mâm bàn

【摆子】bǎizi<名>[方]bệnh sốt rét: 打~ bị sốt rét/lên cơn sốt rét

B

bài

败 bài ❶<动>thất bại; thua; bại: ~下阵来 bại trận ❷<动>đánh bại; đánh thắng: 甲队打~乙队。Đội A đánh bại đội B. ❸<动>hỏng; thất bại: 功~垂成 việc sắp thành mà hỏng ❹<动>hủy hoại; làm hỏng (việc): 身~名裂 hủy hoại danh tiếng ❺<动>giải trừ; tiêu trừ; tiêu: ~毒 tiêu độc ❻<形>cũ rách; ươn; thối ❼<动>tàn tạ; úa tàn: ~叶 lá úa/lá rụng ❽<动>phá hại; làm tan nát: ~家 phá nhà/phá gia ❾<动>cảnh bị phá

【败北】bàiběi<动>thua trận; thua liểng xiểng; thua tan tác: 客队在比赛中以0:3~。Đội khách thua 0:3 trong cuộc thi đấu.

【败笔】bàibǐ<名>❶nét (chữ, họa) hỏng; viết vẽ hỏng; câu từ dùng dở ❷những sự vật bị làm hỏng

【败兵】bàibīng<名>lính thua trận; đội quân thua tan tác

【败坏】bàihuài❶<动>làm tổn hại; phá hoại: ~名声 làm tổn hại danh tiếng; ~社会风气 làm tổn hại nếp sống xã hội ❷<形>suy sụp; suy đổi; bại hoại: 道德~ đạo đức bại hoại

【败火】bàihuǒ<动>thanh nhiệt; tiêu nhiệt; hạ hỏa; giải nhiệt

【败绩】bàijì❶<动>thua trận; bại trận: 屡遭~ luôn bị thua trận ❷<名>kết quả thất bại trong thi đấu hay cạnh tranh

【败家】bàijiā<动>phá gia; phá tan gia nghiệp: 破财~ phá sản phá gia

【败家子】bàijiāzǐ<名>đứa con phá gia; đồ ăn hại; phá gia chi tử

【败将】bàijiàng<名>tướng bại trận; kẻ thua cuộc: 手下~ kẻ thua dưới tay mình

【败局】bàijú<名>thế thua; tình thế thua bại: ~已定，难以挽回。Tình thế thua bại đã rõ, khó có thể cứu vãn.

【败军】bàijūn❶<动>làm quân đội thua trận ❷<名>đội quân thua trận; bại quân; lính thua trận

【败类】bàilèi<名>kẻ hại loài (nòi); đồ mạt hạng; kẻ hư đốn: 无耻~ kẻ vô liêm sỉ làm hại giống nòi; 民族~ đồ phản bội dân tộc

【败露】bàilù<动>bại lộ; bị phát giác; vỡ lở: 野心~ dã tâm bị lộ tẩy

【败落】bàiluò<动>suy thoái; suy đổi; tàn tạ: 家道~ gia đạo suy đổi/cảnh nhà sa sút

【败诉】bàisù<动>thua kiện

【败退】bàituì<动>thua rút; thua phải rút lui quân; thua cuộc rút lui: 节节~ lần lượt thua cuộc rút lui

【败亡】bàiwáng<动>bại vong; thất bại bị diệt vong

【败胃】bàiwèi<动>hại dạ dày

【败象】bàixiàng<名>dấu vết bị thất bại: 未显~ chưa lộ ra dấu vết bị thất bại

【败谢】bàixiè<动>héo tàn

【败兴】bàixìng<形>mất hứng thú; cụt hứng: ~而归 cụt hứng mà về

【败絮】bàixù<名>cốt bông rách: 金玉其外，~其中。Vàng ngọc bên ngoài, cốt rách bên trong.

【败血症】bàixuèzhèng<名>chứng bại huyết; nhiễm khuẩn huyết; nhiễm trùng máu

【败叶】bàiyè<名>lá héo rụng: 枯枝~ cành khô lá héo

【败仗】bàizhàng<名>trận thua; trận bại: 打~ đánh trận thua

【败阵】bàizhèn<动>thua trận

【败走】bàizǒu<动>thua chạy

拜 bài<动>❶vái; lạy: 叩~ dập đầu vái lạy ❷mừng; chúc mừng: ~年 chúc tết ❸thăm; đi thăm: ~访 thăm viếng ❹phong; tôn phong (danh vị, quan chức): ~相 phong tể tướng ❺tôn; kết (quan hệ): ~师 tôn làm thầy ❻kính…: ~托 kính nhờ; ~读 kính đọc

//(姓) Bái

另见 bái

【拜把子】 bài bǎzi　kết nghĩa anh em: 他们两人拜了把子。Hai người đã kết nghĩa anh em.

【拜别】 bàibié<动>bái biệt; chào tạm biệt

【拜辞】 bàicí<动>bái biệt; cáo từ

【拜倒】 bàidǎo<动>quỳ lễ; quỳ gối: ~在石榴裙下 quỳ lạy mĩ nhân

【拜读】 bàidú<动>vái đọc; kính đọc: ~孔子的《论语》 kính đọc cuốn *Luận ngữ* của Khổng Tử

【拜访】 bàifǎng<动>thăm; thăm hỏi: 登门~ đến nhà thăm

【拜佛】 bàifó<动>lễ Phật: 她每月都去寺庙烧香~。Tháng nào bà ấy cũng lên chùa thắp hương lễ Phật.

【拜服】 bàifú<动>bái phục; kính phục; khâm phục: 他的才华令人~。Tài năng của anh ta khiến mọi người khâm phục.

【拜贺】 bàihè<动>chúc mừng: ~新年 chúc mừng năm mới

【拜会】 bàihuì<动>đến chào; gặp; đến thăm; yết kiến: 私人~ gặp riêng

【拜见】 bàijiàn<动>yết kiến; đến chào: ~恩师 yết kiến ân sư

【拜金】 bàijīn<动>sùng bái kim tiền

【拜金主义】 bàijīn zhǔyì chủ nghĩa sùng bái kim tiền

【拜客】 bàikè<动>viếng thăm; đi thăm người khác: ~迎宾 viếng thăm đón khách

【拜年】 bàinián<动>chúc Tết; chúc mừng năm mới: 晚辈应当给长辈~。Chúc Tết cho bậc trên là phận của con cháu.

【拜师】 bàishī<动>bái sư; nhận làm thầy; tôn làm sư phụ: ~学艺 tìm thầy học nghệ

【拜寿】 bàishòu<动>chúc thọ; mừng thọ

【拜堂】 bàitáng<动>lễ gia tiên; lễ tơ hồng; lễ phụ mẫu; lễ trời đất: ~成亲 hành lễ gia tiên để thành vợ chồng

【拜天地】 bài tiāndì =【拜堂】

【拜托】 bàituō<动>nhờ; kính nhờ; cậy: ~您帮个忙。Kính nhờ ông giúp một tay.

【拜望】 bàiwàng<动>kính thăm; đến thăm

【拜谢】 bàixiè<动>bái tạ; vái tạ; cảm tạ: 登门~ đến tận nhà bái tạ

【拜谒】 bàiyè<动>❶yết kiến; đến chào; hội kiến: ~市长 đến chào thị trưởng ❷chiêm ngưỡng; bái yết; viếng (lăng mộ, bia): ~中山陵 viếng lăng Trung Sơn

bān

扳 bān<动>❶uốn; bẻ; vặn: ~手腕 bẻ cổ tay ❷gỡ lại: ~回一局 gỡ lại một ván

【扳本】 bānběn<动>[方]gỡ lại được số đã thua; gỡ lại hòa vốn (đánh bạc)

【扳倒】 bāndǎo<动>❶vật ngã; làm cho đổ ❷đánh cho thua; đánh bại

【扳道员】 bāndàoyuán<名>người bẻ ghi

【扳机】 bānjī<名>cò súng; lẫy cò

【扳手】 bānshou<名>❶tay quay; cờ lê ❷cần điều khiển; tay gạt

【扳子】 bānzi<名>cờ lê

班 bān❶<名>lớp; tốp: 培训~ lớp huấn luyện ❷<名>ca; kíp; buổi làm việc: 夜~ ca đêm ❸<名>tiểu đội: 炊事~ tiểu đội nuôi quân ❹<名>gánh hát; phường trò: ~规 nội quy gánh hát ❺<量>tốp; nhóm; đám: 原~人马 đám người vốn có ❻<量>chuyến (khởi hành theo thời gian quy định): 末~车 chuyến xe cuối cùng ❼<动>điều động; huy động: ~师回朝 huy động bộ đội về triều //(姓) Ban

【班辈】 bānbèi<名>vai lứa

【班车】 bānchē<名>xe chạy theo tuyến; xe đưa đón

【班次】 bāncì<名>❶lớp; khối lớp ❷số chuyến: 国庆节旅客太多，要增加民航

~。Ngày Quốc khánh du khách rất đông, phải tăng số chuyến bay dân dụng.

【班房】bānfáng<名>❶[旧]ban phòng; nha dịch ❷nhà giam; nhà tù: 坐~ ngồi tù

【班会】bānhuì<名>họp lớp: 今天~的主题是 "我的中国梦"。Chủ đề họp lớp hôm nay là "Ước mơ Trung Hoa của tôi".

【班机】bānjī<名>máy bay chuyến

【班级】bānjí<名>khối lớp

【班轮】bānlún<名>chuyến tàu thủy; chuyến tàu thủy chạy theo tuyến

【班门弄斧】bānmén-nòngfǔ múa rìu qua mắt thợ; đánh trống qua cửa nhà sấm

【班师】bānshī<动>[书]rút quân về; quân đội khải hoàn

【班长】bānzhǎng<名>❶lớp trưởng ❷tiểu đội trưởng

【班主】bānzhǔ<名>[旧]chủ gánh hát; chủ phường trò

【班主任】bānzhǔrèn<名>chủ nhiệm lớp

【班子】bānzi<名>❶đoàn kịch; gánh hát; phường tuồng (thời xưa) ❷ban; nhóm; ê-kíp: 领导~ ban lãnh đạo

【班组】bānzǔ<名>tổ ca

般 bān❶<量>thứ; loại; kiểu; cách: 这~辛苦 vất vả thế này; 十八~武艺 hầu hết tất cả các môn võ nghệ ❷<助>giống như; tựa như: 小鸟~清脆的声音 giọng thánh thót như chim hót //(姓) Ban

【般配】bānpèi<形>xứng đôi; đẹp đôi; môn đăng hộ đối: 这小两口挺~的。Cặp vợ chồng trẻ này rất xứng đôi.

颁 bān<动>ban bố; công bố; ban phát

【颁布】bānbù<动>ban bố; công bố: ~法令 ban bố pháp lệnh

【颁发】bānfā<动>❶ban ra; phát ra; ban hành: ~法令 ban hành pháp lệnh ❷ban cho; trao; phát: ~奖状 trao bằng khen

【颁奖】bānjiǎng<动>trao thưởng

【颁奖晚会】bānjiǎng wǎnhuì dạ hội trao thưởng

【颁奖仪式】bānjiǎng yíshì lễ trao giải thưởng

【颁行】bānxíng<动>ban hành: ~新政策 ban hành chính sách mới

斑 bān❶<名>chấm; vết; đốm; vằn; rằn: 雀~ tàn hương/tàn nhang (da mặt) ❷<形>có vằn; có đốm: ~竹 tre vằn/trúc đốm; ~马 ngựa vằn //(姓) Ban

【斑白】bānbái<形>[书]đốm bạc; hoa râm: 两鬓~ hai mái tóc mai đốm bạc

【斑斑】bānbān<形>loang lổ; chi chít; lỗ chỗ; đầy rẫy: 污渍~ vết bẩn loang lổ

【斑驳】bānbó<形>rằn ri; vằn vện; sặc sỡ: ~陆离 đan xen sặc sỡ

【斑点】bāndiǎn<名>lốm đốm; rằn ri

【斑痕】bānhén<名>vệt; vết; dấu vết

【斑鸠】bānjiū<名>chim cu; chim gáy

【斑斓】bānlán<形>[书]sặc sỡ; rực rỡ: 色彩~ màu sắc rực rỡ

【斑马线】bānmǎxiàn<名>dải kẻ sọc ngang; lối đi bộ qua đường

【斑秃】bāntū<名>[医学]bệnh rụng tóc

【斑纹】bānwén<名>đường vằn; vết rằn

【斑竹】bānzhú<名>tre vằn; tre đốm; tre đằng ngà

搬 bān<动>❶khuân; chuyển; mang: ~东西 khuân đồ đạc ❷dời; dọn đi: ~新家 dọn đến nhà mới ❸dập khuôn làm theo

【搬兵】bānbīng<动>xin cứu viện; xin tiếp viện

【搬家】bānjiā<动>❶dọn chuyển nhà ❷chuyển địa điểm; dời chỗ; di chuyển

【搬救兵】bān jiùbīng xin viện binh; gọi quân đến cứu viện: 没料到对手这么强，教练连忙打电话~。Không ngờ đối thủ lại mạnh như thế, huấn luyện viên liền điện về gọi quân cứu viện.

【搬弄】bānnòng<动>❶đẩy; kéo; bóp; nắn; vặn (bằng tay): ~门锁 kéo khóa cửa ❷lòe; trộ; khoe; phô trương: ~才华 khoe tài ❸xúi giục; gây; xúc xiểm

【搬弄是非】bānnòng–shìfēi đặt điều thị phi

【搬起石头砸自己的脚】bānqǐ shítou zá zìjǐ de jiǎo vác đá ghè chân mình; gậy ông đập lưng ông

【搬迁】bānqiān<动>di chuyển; chuyển: ~出山区 di chuyển khỏi vùng núi

【搬迁户】bānqiānhù<名>hộ di chuyển; hộ di cư

【搬移】bānyí<动>❶chuyển; dời: 把花~到阳台。Bê chậu hoa ra ban công. ❷di chuyển; dời; dọn đi

【搬用】bānyòng<动>bê dùng; áp dụng máy móc

【搬运】bānyùn<动>khuân vác; vận chuyển

【搬运工】bānyùngōng<名>công nhân bốc vác

【搬运公司】bānyùn gōngsī công ti bốc vác

bǎn

板 bǎn❶<名>ván: 木~ ván gỗ ❷<名>cánh cửa của hiệu buôn ❸<名>bảng đen ❹<名>cái phách: 檀~ cái phách (bằng gỗ đàn) ❺<名>nhịp; phách; tiết tấu: 慢~ nhịp chậm ❻<形>cứng nhắc; máy móc; cứng đờ: 呆~ cứng đờ ❼<动>nghiêm lại: ~着脸 nghiêm nét mặt lại ❽<动>kết rắn thành tảng ❾<动>[方] uốn nắn

【板报】bǎnbào<名>[口]báo bảng

【板壁】bǎnbì<名>vách ván; vách gỗ; vách ngăn

【板材】bǎncái<名>vật liệu hình tấm, miếng như ván

【板擦儿】bǎncār<名>cái lau bảng

【板车】bǎnchē<名>xe ba gác; xe hàng ba bánh

【板凳】bǎndèng<名>ghế băng; ghế dài

【板斧】bǎnfǔ<名>rìu to bản

【板结】bǎnjié❶<动>(đất) kết cứng; cứng cằn: ~的土壤 đất kết cứng ❷<形>cứng nhắc

【板块】bǎnkuài<名>❶bản khối: ~运动 bản khối di động ❷ví tổ hợp những bộ phận có liên quan

【板栗】bǎnlì<名>cây dẻ; hạt dẻ

【板上钉钉】bǎnshàng–dìngdīng ván đã đóng thuyền; ván đã đóng đinh; như đinh đóng cọc

【板式】bǎnshì<名>[戏曲]làn điệu

【板书】bǎnshū❶<动>viết bảng ❷<名>chữ viết trên bảng

【板刷】bǎnshuā<名>bàn chải

【板型】bǎnxíng<名>kiểu; dáng: 衣服~ kiểu áo

【板鸭】bǎnyā<名>vịt muối; vịt khô

【板牙】bǎnyá<名>❶[方]răng cửa ❷bàn ren; dao cắt ren

【板眼】bǎnyǎn<名>❶nhịp; phách nhịp ❷mạch lạc; tầng thứ: 他办事很有~。Anh ấy làm việc đâu ra đấy. ❸[方]biện pháp; cách làm; sáng kiến: 他~多，肯定能解决这个问题。Anh ấy có nhiều sáng kiến, chắc chắn có thể giải quyết được vấn đề này.

【板油】bǎnyóu<名>mỡ lá

【板正】bǎnzhèng<形>❶ngay ngắn; vuông vức ❷(thái độ, vẻ mặt) khô cứng; cứng đờ; ngay đờ

【板子】bǎnzi<名>❶tấm ván; tấm; tấm gỗ ❷trượng (dụng cụ tra tấn hoặc hành phạt thời xưa bằng mảnh gỗ dài hoặc mảnh tre)

版 bǎn❶<名>bản in; ván in: 排~ sắp chữ; 制~ chế bản ❷<名>bản in; bản xuất in: 翻

B

~ bản in lại; 修订~ bản sửa chữa ❸<量>số lần (xuất bản): 第五~ xuất bản lần thứ 5 ❹ <量>trang báo: 头~ trang nhất ❺<名>[书] ván khuôn

【版本】bǎnběn<名>bản; văn bản

【版次】bǎncì<名>lần xuất bản

【版画】bǎnhuà<名>tranh khắc; tranh ván khắc

【版面】bǎnmiàn<名>❶mặt trang (sách, báo) ❷(hình thức sắp xếp) trang in: ~设计 thiết kế trang in

【版权】bǎnquán<名>bản quyền (gồm quyền trước tác và bản quyền của nhà xuất bản): ~所有 bản quyền sở hữu

【版权页】bǎnquányè<名>trang in bản quyền

【版式】bǎnshì<名>quy cách trang in

【版税】bǎnshuì<名>nhuận bút bản quyền (theo phần trăm đã thỏa thuận)

【版图】bǎntú<名>lãnh thổ; bờ cõi: ~辽阔 lãnh thổ rộng lớn

【版主】bǎnzhǔ<名>người chuyên trách quản lí cột, ô chính website

bàn

办 bàn❶<动>làm; lo liệu; xử lí: ~事 làm việc; ~手续 làm thủ tục ❷<动>lập; xây dựng; kinh doanh: ~企业 xây dựng xí nghiệp ❸<动>mua; sắm: 置~ mua sắm; ~年货 mua hàng Tết ❹<动>trừng trị; phạt; xử: 严~ nghiêm trị ❺<名>văn phòng; trụ sở

【办案】bàn'àn<动>xử lí vụ án; thụ lí vụ án: ~公正廉明 xét xử vụ án một cách công bằng chính trực

【办报】bànbào<动>làm báo

【办到】bàndào<动>làm nên; làm thành: 这事能~。Việc này có thể làm được.

【办法】bànfǎ<名>biện pháp; cách; phương pháp: ~多 nhiều biện pháp

【办公】bàngōng<动>làm việc: ~时间 giờ hành chính; ~人员 nhân viên văn phòng; 现场~ xử lí tại hiện trường

【办公区】bàngōngqū<名>khu văn phòng: 银行和保险公司在同一个~。Ngân hàng và công ti bảo hiểm ở cùng một khu văn phòng.

【办公设备】bàngōng shèbèi thiết bị làm việc

【办公室】bàngōngshì<名>❶văn phòng; phòng giấy ❷phòng làm việc

【办公厅】bàngōngtīng<名>văn phòng

【办理】bànlǐ<动>làm; giải quyết; xử lí: ~进出口业务 làm dịch vụ xuất nhập khẩu; ~保险 mua bảo hiểm

【办事】bànshì<动>làm việc; phục vụ: ~认真 làm việc nghiêm chỉnh cẩn thận

【办事处】bànshìchù<名>cơ quan đại diện; trụ sở

【办事机构】bànshì jīgòu cơ cấu làm việc

【办事员】bànshìyuán<名>cán sự

【办学】bànxué<动>mở trường; lập trường học

半 bàn❶<数>một nửa; rưỡi: ~年 nửa năm; 减~ giảm bớt một nửa; 油价涨了将近一 ~。Giá xăng tăng gần gấp rưỡi. ❷<数>giữa; nửa; lưng chừng: 三更~夜 canh ba nửa đêm ❸<数>rất ít; chút ít; tí ti: 一星~点 tí tẹo ❹ <副>không hoàn toàn; hơi: 开玩笑 nửa đùa nửa thật; 买一块~肥瘦的做红烧肉。Mua miếng nửa nạc nửa mỡ để làm thịt kho. //(姓) Bán

【半百】bànbǎi<数>năm mươi: 他一个年过 ~的人做事还像年轻人一样精力充沛。 Ông ta tuổi đã quá năm mươi mà làm việc vẫn khỏe như các thanh niên.

【半辈子】bànbèizi<名>nửa đời người; nửa đời: 辛苦了~ vất vả nửa đời người; 他已经

活了大~，什么事情没经历过？Ông ấy đã sống quá nửa đời người, việc gì mà chẳng từng trải qua?

【半壁江山】bànbì-jiāngshān nửa dải giang sơn

【半边】bànbiān<名>nửa; một nửa; nửa phía

【半边天】bànbiāntiān<名>❶một góc trời ❷(phụ nữ và sức mạnh phụ nữ trong xã hội mới) nửa thế giới

【半成品】bànchéngpǐn<名>bán thành phẩm

【半导体】bàndǎotǐ<名>thể bán dẫn; chất bán dẫn

【半岛】bàndǎo<名>bán đảo: 雷州~ bán đảo Lôi Châu

【半道儿】bàndàor =【半路】

【半点儿】bàndiǎnr(数量)tí chút; một chút; mảy may: 学习来不得~马虎和虚伪。 Việc học hành không được có một chút cẩu thả và giả dối.

【半吊子】bàndiàozi<名>❶người nông nổi ❷thợ quèn ❸kẻ làm việc phất phơ

【半封建】bànfēngjiàn nửa phong kiến; bán phong kiến: ~半殖民地国家 nước nửa phong kiến nửa thuộc địa

【半价】bànjià<名>nửa giá: ~出售 bán với nửa giá

【半截儿】bànjiér(数量)một nửa; nửa mẩu; nửa chừng: ~粉笔 mẩu phấn viết

【半斤八两】bànjīn-bāliǎng kẻ tám lạng, người nửa cân; chẳng khác gì nhau

【半径】bànjìng<名>bán kính

【半决赛】bànjuésài<名>bán kết

【半空】bànkōng<名>lưng chừng trời; lơ lửng giữa trời

【半老徐娘】bànlǎo-xúniáng hết tuổi son mà vẫn đẹp bà: 那位~, 风姿不减当年。 Bà ấy tuy đã trung niên, dáng sắc vẫn chẳng kém gì thời con gái.

【半路】bànlù<名>❶một nửa chặng đường:

走到~下雨了。 Đi được nửa đường thì trời mưa. ❷nửa chừng; giữa chừng; ví dụ sự việc đang trong quá trình tiến hành: 工作正忙，他没法~走开。 Anh ấy đang bận việc, không thể bỏ đi giữa chừng.

【半路出家】bànlù-chūjiā bán lộ xuất gia; nửa chừng xuất gia; nửa chừng đứt gánh; đứt gánh giữa đường; giữa chừng đổi nghề: 我当老师算是~, 还请多多指教。 Tôi làm nghề giáo được coi là nửa chừng đổi nghề, xin mọi người năng chỉ bảo.

【半票】bànpiào<名>❶vé nửa giá ❷1/2 phiếu bầu

【半球】bànqiú<名>bán cầu

【半山腰】bànshānyāo<名>sườn núi; lưng chừng núi

【半晌】bànshǎng(数量)[方]nửa ngày; cả buổi; mãi: 等了~ chờ mãi

【半身不遂】bànshēn bùsuí bán thân bất toại; liệt nửa người

【半生】bànshēng<名>nửa đời người

【半生不熟】bànshēng-bùshú❶chưa chín hẳn; dở sống dở chín; sượng ❷không thạo; không thành thạo; ú ớ

【半数】bànshù<名>nửa số

【半死】bànsǐ<动>❶sắp chết ❷chết dở; gần chết (bị de dọa, giày vò cực kì nặng nề): 吓得~ sợ gần chết/sợ đến chết

【半死不活】bànsǐ-bùhuó sống dở chết dở; nửa sống nửa chết; ngắc ngoải

【半天】bàntiān(数量)❶nửa ngày; nửa buổi ban ngày: 前~ buổi sáng; 后~ buổi chiều ❷lâu; hồi lâu: 听到这个消息，他~说不出话来。 Nghe tin này, anh ấy lặng đi hồi lâu, không nói nên lời.

【半桶水】bàntǒngshuǐ❶lưng thùng nước; nước lưng thùng ❷chỉ biết hời hợt; tri thức nông cạn; chuyên môn chưa được sành sỏi

【半途】bàntú =【半路】

【半途而废】bàntú'érfèi nửa đường bỏ dở; nửa đường bỏ cuộc; bỏ cuộc giữa chừng: 做事情不能~。Làm việc không nên bỏ dở giữa chừng.

【半推半就】bàntuī-bànjiù nửa muốn nửa e ngại: 他~地收下了我给他的礼物。Anh ấy nửa muốn nửa ngại, đã nhận quà tặng của tôi.

【半文盲】bànwénmáng<名>người nửa mù chữ

【半信半疑】bànxìn-bànyí nửa tin nửa ngờ: 听了他的讲述，大家~。Nghe cậu ấy kể, mọi người nửa tin nửa ngờ.

【半夜】bànyè<名>❶nửa đêm: 上~ nửa đêm trước; 下~ nửa đêm về sáng ❷nửa đêm; khuya; khuya khoắt: 他经常加班到~。Anh ấy thường tăng ca làm đến tận nửa đêm.

【半夜三更】bànyè-sāngēng nửa đêm canh ba; đêm khuya; đêm hôm khuya khoắt

【半元音】bànyuányīn<名>bán nguyên âm

【半圆】bànyuán<名>❶vòng cung ❷mặt bán nguyệt

【半月刊】bànyuèkān<名>bán nguyệt san

【半殖民地】bànzhímíndì nửa thuộc địa

【半自动】bànzìdòng nửa tự động: 这款~步枪已过时。Kiểu súng trường nửa tự động này đã lỗi thời.

扮 bàn<动>❶đóng vai; hóa trang; giả làm; đóng giả: 男~女装 trai đóng giả gái; 他在剧中~一位医生。Anh ấy đóng vai một bác sĩ trong phim. ❷pha trò

【扮鬼脸】bàn guǐliǎn làm xấu; nhăn mặt; làm mặt quỷ: 小孩儿喜欢~，别放在心上。Bé thích nhăn mặt làm trò thôi, đừng bận tâm làm gì.

【扮酷】bànkù<动>ra vẻ lạnh lùng, thời thượng

【扮靓】bànliàng❶<动>diện ❷<形>ăn mặc diện

【扮戏】bànxì<动>❶hóa trang (trong diễn tuồng kịch) ❷diễn kịch; diễn tuồng

【扮相】bànxiàng<名>❶bộ mặt hóa trang; ngoại hình hóa trang: 他演一位民族英雄，~还不错。Anh ấy sắm vai một anh hùng dân tộc, hóa trang rất khéo. ❷bộ dạng; bộ dạng ăn vận

【扮演】bànyǎn<动>diễn vai; sắm vai: ~好人 sắm vai người tốt

【扮装】bànzhuāng<动>hóa trang

伴 bàn❶<名>bạn: 旅~ bạn du lịch; 舞~ bạn nhảy ❷<动>cùng (làm việc gì đó); kèm; theo: 陪~ làm bạn //(姓) Bạn

【伴唱】bànchàng<动>hát đệm

【伴读】bàndú<动>đi theo học cùng; cùng học

【伴发】bànfā<动>cùng phát sinh; cùng xảy ra; biến chứng

【伴郎】bànláng<名>phù rể

【伴侣】bànlǚ<名>bạn đời; bầu bạn: 终身~ bạn trăm năm/bạn đời

【伴娘】bànniáng<名>phù dâu

【伴随】bànsuí<动>theo; đi kèm; đi theo: 我们~着音乐跳起舞来。Chúng tôi nhảy theo điệu nhạc.

【伴舞】bànwǔ<动>❶nhảy cùng ❷nhảy đệm; múa đệm

【伴音】bànyīn<名>phần tiếng phối hợp; âm thanh kèm theo; phối âm

【伴游】bànyóu❶<动>cùng đi du ngoạn hay du lịch: 找个人~可不容易。Muốn tìm một người kết bạn đi du lịch cũng chẳng dễ gì. ❷<名>người bạn cùng đi du lịch

【伴奏】bànzòu<动>đệm nhạc

拌 bàn<动>❶xay; nhào; trộn; quấy: 搅~ quấy trộn; 凉~ món trộn ăn nguội/món nộm ❷cãi nhau; cãi lộn

【拌嘴】bànzuǐ<动>cãi nhau; cãi lộn

绊 bàn<动>vướng; vấp: ~倒 vấp ngã

【绊脚石】bànjiǎoshí<名>tảng đá ngáng

chân; chướng ngại vật; hòn đá cản đường

【绊马索】bànmǎsuǒ<名>dây chăng dùng để làm vướng ngã người ngựa

【绊手绊脚】bànshǒu-bànjiǎo =【碍手碍脚】

瓣 bàn❶<名>cánh hoa: 花~ cánh hoa ❷<名>mảnh; ánh; nhánh; múi; tép: 蒜~儿 nhánh tỏi; 豆~酱 tương đậu ❸<量>phần; mảnh; miếng: 七棱八~ bảy góc tám phần; 切成四~ bổ thành bốn miếng ❹<名>van ❺<量>cánh hoa (hoa, lá); nhánh; miếng

【瓣膜】bànmó<名>[生理]van: 心脏~ van tim

bāng

邦 bāng<名>nước; bang: 友~ nước bạn; 邻~ nước láng giềng; 联~ liên bang //(姓) Bang

【邦交】bāngjiāo<名>bang giao (quan hệ ngoại giao chính thức giữa nước này với nước khác): ~正常化 bình thường hóa quan hệ ngoại giao

【邦联】bānglián<名>khối liên hiệp; liên minh

帮 bāng❶<动>giúp đỡ; giúp; hộ: 互~互助 giúp đỡ lẫn nhau ❷<动>làm thuê: ~短工 làm mướn ❸<名>mạn; bên; thành; má: 鞋~ má giày; 船~ mạn thuyền ❹<名>bẹ: 白菜~子 bẹ rau cải thảo ❺<名>đám; bọn; toán: 匪~ toán phỉ ❻<量>tốp; bọn: 一~小孩子 một tốp trẻ con ❼<名>bang; hội; hội kín: 青~ thanh bang; 洪~ hồng bang

【帮补】bāngbǔ<动>giúp tiền: ~家用 giúp tiền cho gia đình chi tiêu

【帮衬】bāngchèn<动>[方]❶giúp đỡ ❷trợ cấp; bù trì

【帮厨】bāngchú<动>giúp việc nhà bếp

【帮倒忙】bāng dàománg giúp chả bõ phiền; giúp chẳng bõ làm lại phiền thêm: 你去做好 自己的事情，不要在这里~。Anh cứ đi làm việc của anh, đừng có giúp chẳng bõ lại thêm phiền.

【帮扶】bāngfú<动>nâng đỡ: ~大学毕业生创业 nâng đỡ sinh viên ra trường sáng nghiệp

【帮工】bānggōng❶<动>giúp mướn; làm thuê; làm mướn ❷<名>người làm mướn; người làm giúp

【帮会】bānghuì<名>bang hội (hội kín trong dân gian thời xưa)

【帮教】bāngjiào<动>giúp đỡ và giáo dục

【帮忙】bāngmáng<动>giúp đỡ; đỡ đần

【帮派】bāngpài<名>bang phái; phe phái; băng đảng

【帮腔】bāngqiāng<动>❶hát theo; hát đệm; hát đế ❷về hùa; phụ họa; ủng hộ: 给人~ về hùa ủng hộ người ta

【帮手】bāngshou<名>người giúp việc; trợ thủ

【帮凶】bāngxiōng❶<动>tiếp tay làm điều ác; nối giáo ❷<名>kẻ tiếp tay; kẻ nối giáo; tay sai

【帮主】bāngzhǔ<名>thủ lĩnh phe nhóm; hội chủ; bang chủ

【帮助】bāngzhù<动>giúp; giúp đỡ; hỗ trợ: ~实现梦想 giúp thực hiện mơ ước

【帮子】bāngzi❶<名>bẹ cải ❷<名>mũ giày ❸<量>tốp; nhóm

梆 bāng❶<名>cái mõ cầm canh ❷<动>[方]đánh; gõ ❸<拟>cạch cạch; cốc cốc

【梆硬】bāngyìng<形>[口]cứng rắn; cứng như mõ

【梆子】bāngzi<名>❶mõ cầm canh ❷phách (nhạc cụ) ❸lối hát có phách đánh nhịp

浜 bāng<名>[方]ngòi; rạch; lạch

bǎng

绑 bǎng<动>buộc; trói: 松~ cởi trói; ~行李 buộc hành lí

【绑带】bǎngdài<名>dải băng; vải bó chân

【绑匪】bǎngfěi<名>kẻ bắt cóc; bọn bắt cóc tống tiền

【绑缚】bǎngfù<动>buộc; trói

【绑架】bǎngjià<动>bắt cóc

【绑票】bǎngpiào<动>bắt cóc tống tiền

【绑腿】bǎngtuǐ<名>xà cạp

【绑扎】bǎngzā<动>buộc; bó; thắt

榜 bǎng<名>❶bảng; danh sách: 光荣~ bảng vẻ vang/bảng danh dự; 发~ yết bảng/yết danh sách thí sinh ❷[旧]cáo thị: 张~ yết cáo thị ❸[书](tấm) biển; hoành phi: 题~ đề biển

【榜首】bǎngshǒu<名>đầu bảng; người đỗ đầu; người xếp thứ nhất

【榜尾】bǎngwěi<名>cuối bảng; người xếp cuối cùng; người đứng chót; xếp hàng bét

【榜眼】bǎngyǎn<名>bảng nhãn (danh hiệu người đỗ thứ nhì của nhất giáp thời Minh Thanh)

【榜样】bǎngyàng<名>tấm gương; gương; kiểu mẫu: 学习雷锋好~ noi theo tấm gương tốt của Lôi Phong

膀 bǎng<名>❶vai; bả vai: 臂~ cánh tay ❷cánh chim: 翅~ cánh loài chim
另见páng

【膀臂】bǎngbì<名>❶[方]cánh tay ❷người giúp việc đắc lực

【膀大腰圆】bǎngdà-yāoyuán vai rộng mình tròn; cao to vạm vỡ

【膀子】bǎngzi<名>❶cánh tay: 光着~ mình trần ❷cánh chim

bàng

蚌 bàng<名>[动物]con trai (thuộc họ hến): 鹬~相争 trai cò quặp nhau; 河~ trai sông

棒 bàng❶<名>gậy: 木~ gậy gỗ; 玉米~ bắp ngô ❷<形>[口](thể lực, năng lực) khỏe; mạnh; cứng; tài; giỏi; cừ; (trình độ) cao; (thành tích) tốt: 身体~ sức khỏe tốt; 功课~ bài vở tốt

【棒棒糖】bàngbàngtáng<名>kẹo que

【棒冰】bàngbīng<名>[方]kem que

【棒槌】bàngchui<名>❶chày (để nện quần áo khi giặt) ❷ngoại đạo; ngoài ngành (dùng trong tuồng kịch)

【棒喝】bànghè<动>quát; quát nạt; nạt nộ: 当头~ quát nạt trước mặt

【棒球】bàngqiú<名>[体育]❶môn bóng chày; môn bóng gậy ❷quả bóng chày

【棒针】bàngzhēn<名>que đan

【棒子】bàngzi<名>❶gậy ❷[方]ngô; bắp

【棒子面】bàngzimiàn<名>[方]bột ngô

傍 bàng<动>❶tựa; kề; sát: 依山~水 sát núi liền sông ❷gần; sắp (thời gian): ~响 gần trưa ❸đi theo: 依~ tựa theo

【傍大款】bàng dàkuǎn bám dựa vào người giàu; dựa hơi nhà giàu

【傍人门户】bàngrénménhù dựa vào người khác

【傍晚】bàngwǎn<名>gần tối; sắp tối; chạng vạng tối

【傍午】bàngwǔ<名>gần trưa; non trưa

【傍依】bàngyī<动>kề sát; gần kề; sát cạnh: 公司~着美丽的太湖。Công ti nằm bên Thái Hồ xinh đẹp.

谤 bàng<动>[书]❶nói xấu; bêu riếu: 诽~ phỉ báng/gièm pha ❷công khai khiển trách

【谤书】bàngshū<名>[书]thư nói xấu; thư vu cáo; sách vu cáo bôi nhọ

【谤议】bàngyì<动>[书]đặt điều nói xấu; gièm pha

磅 bàng❶<量>bảng (đơn vị đo khối lượng Anh Mĩ) ❷<名>cái cân bàn ❸<动>cân: 请~一下这袋苹果。Anh cân giúp túi táo này cho.
另见páng

【磅秤】bàngchèng<名>cái cân bàn; cái cân tạ

镑 bàng <名>bảng (đơn vị tiền tệ Anh, Ai Cập...)

bāo

包 bāo ❶<动>gói; bọc; đùm: ~饺子 gói sủi cảo ❷<名>bọc; gói: 药~ bọc thuốc ❸<名>bao; túi: 钱~ ví tiền; 书~ cặp sách ❹<量>gói; bao; túi; bọc: 一一香烟 một gói thuốc lá ❺<动>vây quanh; bao vây; quây; bao bọc: 浓雾~住了山头。Sương mù dày đặc vây quanh đỉnh núi. ❻<名>khối u ❼<动>khoán ❽<动>bao gồm; bao quát; bao trùm: 无所不~ bao trùm tất cả ❾<动>đảm bảo; bảo đảm; cam đoan: 打~票 làm giấy cam đoan ❿<名>nhà bạt dân Mông Cổ ⓫<动>chuyên dùng: ~车 xe chuyên dùng ⓬<动>bao nuôi: ~二奶 bao nuôi vợ hai ⓭<名>ví như cái bọc: 受气~ cái bọc chịu bắt nạt //(姓) Bao

【包办】bāobàn<动>❶bao làm; làm tất ❷bao biện; ôm đồm; trọn gói

【包办婚姻】bāobàn hūnyīn hôn nhân bao biện

【包保】bāobǎo<动>nhận và đảm bảo: ~安全生产责任 gánh vác trách nhiệm và đảm bảo an toàn sản xuất

【包庇】bāobì<动>bao che; bênh; che đậy: ~罪行 che đậy hành vi phạm tội

【包藏祸心】bāocáng-huòxīn lòng dạ nham hiểm

【包产到户】bāochǎn dàohù khoán sản lượng đến từng hộ

【包场】bāochǎng<动>đặt mua vé cả buổi biểu diễn; mua bao cả rạp

【包抄】bāochāo<动>đánh vòng sau lưng: ~敌人后路 đánh vòng sau lưng địch

【包车】bāochē❶<动>thuê xe; bao xe: 从这里去景点只能~。Từ đây đến vùng cảnh quan phải thuê xe. ❷<名>xe bao; xe thuê

【包吃包住】bāochī-bāozhù bao ăn bao ở: ~，月薪二千元。Bao ăn bao ở, lương tháng 2000 đồng RMB.

【包船】bāochuán❶<动>thuê thuyền; bao thuyền ❷<名>thuyền thuê

【包打天下】bāodǎ-tiānxià đánh đông dẹp bắc; ôm lấy làm tất tần tật; ôm đồm bao biện tất: 你是人，不是神，不可能~。Anh là người chứ không phải thần thánh, không thể ôm đồm bao biện hết được.

【包打听】bāodǎtīng<名>[方]❶mật thám ❷người thích săn tin; người nhạy tin

【包二奶】bāo èrnǎi bao dì hai; bao vợ lẽ

【包饭】bāofàn❶<动>nấu cơm tháng: 公司为员工~。Công ti có chế độ cơm tháng cho nhân viên. ❷<名>cơm tháng: 在食堂吃~ ăn cơm tháng ở nhà ăn

【包袱】bāofu<名>❶khăn gói; vải gói ❷gói; bọc; tay nải: 手里提着一个~。Xách một bọc gói trong tay. ❸gánh nặng: 思想~ gánh nặng tư tưởng ❹điểm cù trong các tiết mục tấu, vè

【包干儿】bāogānr<动>❶nhận khoán; thầu làm; làm khoán: 财政~ bao khoán tài chính/ bao thanh toán công tác phí ❷gánh vác công việc, bảo đảm hoàn thành

【包工】bāogōng<动>bao công trình; làm khoán: ~到人 bao chỉ tiêu hoặc trách nhiệm đến đầu người

【包工头】bāogōngtóu<名>chủ thầu

【包公】Bāogōng<名>Bao Công; Bao Thanh Thiên

【包管】bāoguǎn<动>đảm bảo; cam đoan

【包裹】bāoguǒ❶<动>băng bó; bó; buộc: ~伤口 băng vết thương ❷<名>gói; túi; khăn gói: 邮寄~ gửi bưu kiện

【包裹单】bāoguǒdān<名>giấy lĩnh bưu kiện

【包含】bāohán<动>chứa đựng; bao hàm:

这句话~了好几层意思。Câu này bao hàm mấy tầng ý nghĩa.

【包涵】bāohán<动>xin thứ lỗi; xin thông cảm: 照顾不周，请多多~。Chăm sóc không chu đáo, xin thông cảm cho.

【包伙】bāohuǒ =【包饭】

【包机】bāojī ❶<动>thuê máy bay ❷<名>máy bay thuê

【包间】bāojiān<名>phòng bao; phòng riêng để phục vụ khách hàng trong nhà hàng, khách sạn: 在酒店订一个~ đặt một phòng riêng trong khách sạn

【包金】[1] bāojīn<动>bọc vàng

【包金】[2] bāojīn<名>tiền thù lao

【包括】bāokuò<动>bao gồm: 这本著作~了作者近十年来的主要研究成果。Cuốn sách này đã bao gồm thành quả nghiên cứu chủ yếu của tác giả trong gần mười năm nay.

【包揽】bāolǎn<动>bao làm tất; bao thầu; ôm cả: ~一切 bao làm tất cả; ~全部四块金牌 giành hết tất cả bốn tấm huy chương vàng

【包罗】bāoluó<动>bao quát; bao trùm: 博物馆~众多文物。Viện bảo tàng bao quát nhiều văn vật. 本研究不可能~所有的问题。Công trình nghiên cứu này không thể bao quát được mọi vấn đề.

【包罗万象】bāoluó-wànxiàng bao trùm hết thảy; gồm đủ mọi mặt

【包赔】bāopéi<动>bảo đảm bồi thường: ~损失 bảo đảm bồi thường tổn thất

【包皮】bāopí<名>❶bao bì; giấy gói; vỏ ngoài ❷da bọc ngoài quy đầu dương vật

【包票】bāopiào<名>tờ cam đoan: 打~ làm giấy cam đoan

【包容】bāoróng<动>❶bao dung; khoan dung; rộng lượng: ~缺点 bao dung khuyết điểm ❷chứa: 这间教室能~两百个学生。Lớp học này có thể ngồi hai trăm sinh viên.

【包身工】bāoshēngōng<名>[旧]❶mua bán thợ ❷người thợ bị bán

【包退包换】bāotuì-bāohuàn được trả lại hàng hay đổi lại hàng: 本店售出的商品，若存在质量问题一律~。Hàng của hiệu chúng tôi bán ra, nếu chất lượng không được bảo đảm, toàn bộ được hoàn trả hoặc đổi lại.

【包围】bāowéi<动>❶bao bọc; vây quanh ❷bao vây: 以农村~城市 lấy nông thôn bao vây thành thị; 敌军被我们~了。Quân địch đã bị ta bao vây.

【包围圈】bāowéiquān<名>vòng vây; vùng bị bao vây

【包席】bāoxí ❶<动>đặt bàn tiệc; đặt mâm tiệc ❷<名>bàn tiệc; mâm cỗ

【包厢】bāoxiāng<名>ghế ngồi lô riêng

【包销】bāoxiāo<动>❶bao tiêu; nhận khoán tiêu thụ ❷kí hợp đồng bao thầu tiêu thụ toàn bộ sản phẩm

【包心菜】bāoxīncài<名>[方]bắp cải; cải bắp

【包修】bāoxiū<动>bảo hành; cam kết về mặt sửa chữa khi xảy ra trục trặc

【包圆儿】bāoyuánr<动>[口]❶mua hết (hàng hoặc số còn lại): 剩下的几块肉你~吧！Còn mấy miếng thịt, anh mua hết hộ đi! ❷gánh vác toàn bộ; đảm đương hết; làm tất: 剩下的事情我~了。Những việc còn lại để tôi làm tất.

【包月】bāoyuè<动>trả tiền (ăn, xe) theo tháng

【包扎】bāozā<动>băng; bó; buộc: ~伤口 băng bó vết thương

【包装】bāozhuāng ❶<动>đóng gói; đóng hộp; gói buộc: ~食品 đóng gói thực phẩm; 真空~ đóng gói chân không ❷<名>giấy, hộp, lọ gói (đựng hàng): 月饼的~美观。Bánh trung thu đóng hộp đẹp mắt. ❸<动>tô điểm; trưng diện

【包子】bāozi<名>bánh bao

【包租】bāozū<动>❶thuê thầu ❷thuê bao ❸khoán địa tô (nạp một mức nhất định không kể được mùa, mất mùa)

苞[1] bāo<名>đài hoa (lá cỏ bọc ngoài nụ hoa): 含~待放 hoa đương nụ

苞[2] bāo<形>[书]um tùm; sum sê; rậm rạp: 竹~松茂 trúc tre rậm rạp, tùng bách um tùm

【苞谷】bāogǔ<名>[方]ngô; bắp; bẹ

【苞米】bāomǐ<名>[方]ngô; bắp; bẹ: 我家早餐常吃~糯米饭。Nhà ta bữa sáng hay ăn xôi bẹ.

孢bāo

【孢子】bāozǐ<名>[生物]bào tử

【孢子植物】bāozǐ zhíwù thực vật bào tử

胞bāo<名>❶nhau thai; màng bọc thai; bào thai ❷ruột thịt: 一母同~ anh em ruột thịt ❸đồng bào: 侨~ kiều bào; 海内外同~ đồng bào ở trong nước và ngoài nước

【胞弟】bāodì<名>em trai ruột

【胞姐】bāojiě<名>chị ruột

【胞妹】bāomèi<名>em gái ruột

【胞兄】bāoxiōng<名>anh ruột

【胞衣】bāoyī<名>[医学]nhau thai và màng bọc thai

剥bāo<动>bóc (vỏ); lột (da): ~皮 lột da 另见bō

【剥壳】bāoké<动>bóc vỏ

龅bāo

【龅牙】bāoyá<名>răng vẩu; răng vồ; răng hô

煲bāo[方]❶<名>nồi: 电饭~ nồi điện ❷<动>nấu: ~汤 nấu canh

褒bāo<动>ca ngợi; khen thưởng; tuyên dương

【褒贬】bāobiǎn<动>khen chê; bình phẩm tốt xấu

【褒词】bāocí<名>từ nghĩa tốt

【褒奖】bāojiǎng<动>khen thưởng: 这女孩儿经常得到老师的~。Cô bé này luôn được thầy cô khen thưởng.

【褒扬】bāoyáng<动>biểu dương; tuyên dương

【褒义】bāoyì<名>ý nghĩa tốt; từ có nghĩa tốt

【褒义词】bāoyìcí<名>từ nghĩa tốt

báo

雹báo<名>mưa đá

【雹灾】báozāi<名>thiên tai mưa đá

【雹子】báozi<名>mưa đá

薄báo<形>❶mỏng: ~冰 băng mỏng ❷(tình cảm) lạnh nhạt; bạc bẽo; không thắm thiết: 待他不~ đối xử không bạc bẽo với anh ấy ❸không đậm; nhạt; nhẹ; loãng: 盖子没拧紧, 酒味已变~。Mùi rượu đã nhẹ vì vặn nắp không chặt. ❹cằn; xấu: 家中只有一亩~地。Trong nhà chỉ có một mẫu đất cằn. ❺(gia cảnh) nghèo túng

另见bó, bò

【薄饼】báobǐng<名>bánh tráng

【薄脆】báocuì<名>❶bánh quế ❷bánh rán mỏng giòn; bánh phồng

【薄片】báopiàn<名>miếng mỏng; lát mỏng

【薄田】báotián<名>ruộng cằn; ruộng bạc màu

bǎo

饱bǎo❶<形>no: 吃~喝足 ăn uống no nê ❷<形>mẩy; chắc: 谷粒很~。Hạt thóc rất mẩy. ❸<副>đủ; đầy đủ; nhiều: ~尝辛酸 trải nhiều đắng cay ❹<动>thỏa mãn; no: 一~眼福 thỏa thuê đôi mắt ❺<动>vơ đầy; vơ vét cho đầy (túi): 中~私囊 vơ đầy túi riêng

【饱餐】bǎocān<动>ăn no: ~一顿 ăn một

bữa no nê

【饱尝】bǎocháng<动>❶nếm đủ; thưởng thức đủ: ~山珍海味 nếm đủ sơn hào hải vị ❷trải nhiều; đủ mùi: ~苦痛 trải nhiều đau thương

【饱嗝儿】bǎogér<名>ợ no

【饱含】bǎohán<动>chứa đầy; ứ đầy; tràn đầy: ~深情 chan chứa tình cảm sâu sắc

【饱汉不知饿汉饥】bǎohàn bù zhī èhàn jī người giàu không biết kẻ nghèo đói ăn; người sướng không hiểu tình cảnh kẻ khổ

【饱和】bǎohé<动>❶[物理]bāo hòa: ~度 độ bão hòa ❷ví sự tiếp thu đã tới mức tối cao

【饱经沧桑】bǎojīng-cāngsāng nếm trải nhiều biến cố; nếm đủ tang thương

【饱经风霜】bǎojīng-fēngshuāng dạn dày sương gió; dày gió dạn sương

【饱满】bǎomǎn<形>❶đầy đặn; mẩy: 看着一颗颗~的麦粒，老农乐呵呵的。Nhìn thấy những hạt lúa mì chắc mẩy, cụ nông dân mừng lắm. ❷đầy đủ; dồi dào; sung mãn: 尽管昨晚熬夜工作，今天她还是精神~地来上班。Mặc dù đêm qua thức khuya làm việc, hôm nay chị ấy vẫn dồi dào tinh thần đi làm.

【饱食终日】bǎoshí-zhōngrì ăn không ngồi rồi; ăn no ngủ kĩ; ăn cơm chúa, múa tối ngày

【饱受】bǎoshòu<动>chịu đựng hết; chịu đựng đủ thứ: 在旧中国，人民~痛苦。Thời nước Trung Hoa cũ người dân chịu đủ mọi khổ đau.

【饱学之士】bǎoxuézhīshì kẻ sĩ học thức uyên bác

【饱眼福】bǎo yǎnfú ngắm cho đã mắt; tha hồ thưởng ngoạn

宝 bǎo❶<名>báu vật; của báu; của quý: 无价之~ của quý vô giá/báu vật vô giá; 珠~ châu báu ❷<形>quý báu; báu ❸<名>con súc sắc (bằng sừng, hình vuông, mặt có kí hiệu chỉ phương hướng, thời xưa dùng để đánh bạc) ❹<形>tôn xưng: ~眷 bửu quyến/bảo quyến //(姓) Bảo, Bửu

【宝宝】bǎobao<名>cục cưng; con vàng con ngọc (tiếng gọi nựng trẻ); con yêu; bảo bảo; trẻ sơ sinh

【宝贝】bǎobèi❶<名>bảo (bửu) bối; của báu; của quý ❷<名>cục cưng; con vàng con ngọc ❸<动>cưng; thích; cưng yêu: 老师可~这个学生了。Thầy thật rất cưng yêu em học sinh này. ❹<名>của quý hóa (mỉa mai kẻ bất tài hoặc ngông càn): 公司里那个~只会拍马屁，完全不干实事。Của quý hóa ấy trong công ti chỉ biết a dua, chẳng làm được việc gì hết.

【宝刀不老】bǎodāo-bùlǎo dao báu không cùn; tuổi cao mà vẫn sung sức

【宝岛】bǎodǎo<名>hòn đảo quý; chỉ Đài Loan

【宝地】bǎodì<名>❶mảnh đất quý; vùng đất quý: 风水~ đất quý phong thủy ❷tôn xưng (xứ ở của quý ngài)

【宝典】bǎodiǎn<名>sách quý: 这类~，只有到市图书馆才能借到。Loại sách quý này, chỉ có đến thư viện thành phố mới mượn được.

【宝贵】bǎoguì❶<形>quý giá; quý báu: ~意见 ý kiến quý báu ❷<动>quý trọng; đáng quý; coi trọng: 你不稀罕，他倒是~得很。Anh không ham thích, nhưng anh ấy lại rất coi trọng cái đó.

【宝剑】bǎojiàn<名>bảo kiếm; gươm báu

【宝库】bǎokù<名>kho báu; kho tàng: 知识~ kho tàng tri thức

【宝蓝】bǎolán<形>màu xafia; màu trong xanh

【宝石】bǎoshí<名>bảo thạch; đá quý

【宝塔】bǎotǎ<名>bảo tháp

【宝物】bǎowù<名>bảo vật; đồ quý giá

【宝藏】bǎozàng<名>bảo tàng; báu vật tàng trữ; của cải trữ tàng: 据说这座山上有一笔 ~。Nghe nói trên núi này có tàng trữ báu vật.

【宝座】bǎozuò<名>ngôi; ngai; ngai vàng; tòa báu (của thần phật, đế vương): 她梦想 着登上乒乓球女单冠军的~。Chị ấy ước mơ có thể lên ngôi vô địch bóng bàn đơn nữ.

保 bǎo❶<动>bảo vệ; giữ gìn: ~家卫国 giữ nước giữ nhà ❷<动>giữ: ~肥 giữ màu cho đất ❸<动>bảo đảm; cam đoan làm được; chắc chắn: ~质~量 bảo đảm chất lượng và số lượng ❹<动>bảo đảm; bảo lãnh: 取~候 审 được bảo lãnh hầu thẩm ❺<名>người bảo lãnh; người bảo đảm: 作~ làm người bảo lãnh ❻<名>bảo hiểm ❼<名>[旧]đơn vị hành chính dưới thôn //(姓) Bảo

【保安】bǎo'ān❶<名>bảo vệ; nhân viên bảo vệ; đội bảo vệ ❷<动>bảo hộ lao động; bảo đảm an toàn lao động ❸<动>bảo vệ trị an

【保本】bǎoběn<动>giữ vốn

【保镖】bǎobiāo❶<动>hộ tống; hộ vệ ❷<名>người hộ tống; người hộ vệ; vệ sĩ

【保不住】bǎobuzhù❶khó tránh khỏi; có thể; chưa biết chừng ❷không giữ được; chưa biết chừng; không bảo đảm được: 他 ~马上就到了。Anh ấy chưa biết chừng sẽ đến ngay.

【保持】bǎochí<动>giữ; giữ gìn; duy trì nguyên trạng: 我们~联系吧。Chúng ta hãy giữ liên lạc nhé.

【保存】bǎocún<动>bảo tồn; giữ gìn: 这 张三十年前的照片依然~完好。Bức ảnh chụp ba mươi năm trước vẫn được bảo tồn nguyên vẹn.

【保存期】bǎocúnqī<名>thời hạn bảo tồn

【保单】bǎodān<名>❶giấy bảo đảm ❷phiếu bảo hành ❸giấy bảo hiểm

【保底】bǎodǐ<动>❶giữ vốn ❷bảo đảm không dưới mức tối thiểu: 上不封顶，下 不~。Trên không đặt mức cao nhất, dưới không giữ mức tối thiểu.

【保费】bǎofèi<名>tiền bảo hiểm

【保管】bǎoguǎn❶<动>bảo quản; cất giữ và quản lí: ~图书 bảo quản sách vở ❷<名>người bảo quản kho; thủ kho ❸<副>chắc chắn: 他 ~不知道这件事。Chắc chắn anh ấy không biết chuyện này.

【保护】bǎohù<动>gìn giữ; bảo vệ; bảo hộ: ~环境 bảo vệ môi trường

【保护费】bǎohùfèi<名>tiền bảo vệ: 强收~ 的黑社会分子已被刑拘。Bọn xã hội đen cưỡng ép thu phí bảo vệ đã bị bắt giam.

【保护人】bǎohùrén<名>người giám hộ; người bảo hộ

【保护伞】bǎohùsǎn<名>ô bảo hộ

【保护色】bǎohùsè<名>màu bảo vệ

【保护主义】bǎohù zhǔyì chủ nghĩa bảo hộ

【保价】bǎojià<动>khai giá; bảo đảm giá trị: ~运输 vận tải khai giá

【保健】bǎojiàn<动>bảo vệ sức khỏe: ~按摩 mát xa bảo vệ sức khỏe

【保健操】bǎojiàncāo<名>bài thể dục bảo vệ sức khỏe; thể dục dưỡng sinh

【保健员】bǎojiànyuán<名>nhân viên bảo vệ sức khỏe

【保健站】bǎojiànzhàn<名>trạm bảo vệ sức khỏe

【保洁】bǎojié<动>giữ sạch sẽ; giữ vệ sinh

【保龄球】bǎolíngqiú<名>❶môn bóng bowling ❷bóng bowling

【保留】bǎoliú<动>❶lưu giữ; gìn giữ: ~原貌 gìn giữ nguyên dáng vẻ ❷lưu lại; bảo lưu; gác lại: ~意见 bảo lưu ý kiến ❸giữ lại; lưu giữ; giữ nghề: 师傅毫无~地将技术truyền授 给徒弟。Thợ cả dạy cho học trò những kĩ thuật không chút giữ nghề.

【保留剧目】bǎoliú jùmù tiết mục kịch để dành; chương trình đặc sắc

【保媒】bǎoméi<动>làm mối; mai mối

【保密】bǎomì<动>bảo mật; giữ bí mật; giữ kín; kín miệng: 我对你没有~的事。Tôi không có việc gì phải giữ miệng với anh.

【保命】bǎomìng<动>bảo mạng; bảo mệnh

【保姆】bǎomǔ<名>❶bảo mẫu; bà giúp việc ❷cô giữ trẻ ở nhà trẻ hoặc trung tâm mẫu giáo

【保暖】bǎonuǎn<动>giữ ấm: 这双手套能为你的手~。Đôi găng tay này sẽ giữ cho tay anh ấm.

【保票】bǎopiào =【包票】

【保期】bǎoqī<名>❶thời hạn bảo hiểm ❷thời hạn bảo hành

【保全】bǎoquán<动>❶bảo toàn; giữ tròn: ~力量 bảo toàn lực lượng; ~名誉 giữ tròn danh dự ❷bảo dưỡng (máy móc): ~工 công nhân bảo dưỡng

【保人】bǎoren<名>người bảo đảm; người bảo lãnh

【保释】bǎoshì<动>được bảo lãnh tha; được bảo lãnh thả tự do: ~出狱 được bảo lãnh thả ra tù

【保守】bǎoshǒu❶<动>giữ; giữ chắc: ~秘密 giữ bí mật ❷<形>bảo thủ: 她妈妈思想很~，不允许她穿短裙。Mẹ chị ấy tư tưởng bảo thủ, không cho phép chị ấy mặc váy ngắn.

【保守派】bǎoshǒupài<名>phe bảo thủ

【保守主义】bǎoshǒu zhǔyì chủ nghĩa bảo thủ

【保送】bǎosòng<动>cử đi học; gửi đi học: ~读研 cử đi học nghiên cứu sinh

【保胎】bǎotāi<动>giữ thai; dưỡng thai

【保外就医】bǎo wài jiùyī được bảo lãnh chữa bệnh ngoài nhà tù

【保外执行】bǎo wài zhíxíng được bảo lãnh cho chịu án ngoài nhà tù

【保卫】bǎowèi<动>bảo vệ; giữ gìn: ~主权和领土完整 bảo vệ chủ quyền và sự toàn vẹn của lãnh thổ

【保温】bǎowēn<动>giữ độ ấm; giữ nóng; giữ nhiệt: ~杯 cốc giữ nhiệt; ~集装箱 công-te-nơ bảo ôn; ~瓶 phích giữ nhiệt

【保鲜】bǎoxiān<动>giữ tươi; bảo quản tươi: ~袋 túi giữ tươi

【保险】bǎoxiǎn❶<名>bảo hiểm: 人寿~ bảo hiểm nhân thọ; 财产~ bảo hiểm tài sản ❷<形>chắc chắn: 这些内容考前再复习一遍比较~。Ôn tập lại những nội dung này trước khi thi sẽ chắc chắn hơn. ❸<动>đảm bảo; cam đoan ❹<副>[方]chắc chắn: 他明天~回来。Ngày mai anh ta chắc chắn sẽ về.

【保险单】bǎoxiǎndān<名>giấy bảo hiểm

【保险公司】bǎoxiǎn gōngsī công ti bảo hiểm

【保险柜】bǎoxiǎnguì<名>két sắt; tủ bảo hiểm; tủ an toàn

【保险金额】bǎoxiǎn jīn'é số tiền được bảo hiểm; kim ngạch bảo hiểm

【保险赔偿】bǎoxiǎn péicháng bồi thường bảo hiểm

【保险人】bǎoxiǎnrén<名>người hoặc đơn vị nhận bảo hiểm

【保险栓】bǎoxiǎnshuān<名>nút bảo hiểm; khóa bảo hiểm

【保险丝】bǎoxiǎnsī<名>cầu chì; dây cầu chì

【保险套】bǎoxiǎntào<名>bao cao su; bao tránh thai; ca-pốt

【保险箱】bǎoxiǎnxiāng<名>tủ bạc; két bảo hiểm; hòm khóa mật mã

【保修】bǎoxiū<动>❶bảo hành; bảo đảm sửa chữa miễn phí: 一年~ bảo hành một năm ❷bảo dưỡng; duy tu: ~车辆 duy tu xe cộ

【保养】bǎoyǎng<动>❶bảo dưỡng; bồi dưỡng: 爸爸退休后注意~身体，气色红润起来。Sau khi về hưu, bố coi trọng bồi dưỡng sức khỏe, nên khí sắc của bố đã tốt lên. ❷bảo dưỡng: ~汽车 bảo dưỡng xe ô tô

【保佑】bǎoyòu<动>phù hộ; phù hộ độ trì: ~平安 phù hộ bình yên

【保育员】bǎoyùyuán<名>cô nuôi dạy trẻ; người giữ trẻ

【保育院】bǎoyùyuàn<名>trại trẻ côi cút

【保障】bǎozhàng❶<动>bảo vệ; bảo hộ; bảo đảm: ~国家安全 bảo đảm an ninh quốc gia ❷<名>(cái) bảo đảm: 艰苦奋斗是事业成功的~。Phấn đấu gian khổ là sự đảm bảo cho sự nghiệp thành công.

【保真】bǎozhēn<动>❶bảo đảm độ thật ❷đảm bảo độ nét, độ nguyên dạng của tín hiệu vô tuyến: 照片~ giữ nguyên độ nét của tấm ảnh

【保证】bǎozhèng❶<动>bảo đảm; bảo đảm làm được; cam kết: ~完成任务 cam kết hoàn thành nhiệm vụ ❷<动>đảm bảo đạt (tiêu chuẩn) ❸<名>sự đảm bảo: 工人们的努力工作是大桥提前通车的~。Sự nỗ lực của các công nhân đã đảm bảo cho cây cầu mới thông xe trước thời hạn.

【保证金】bǎozhèngjīn<名>tiền kí cược; tiền cam kết

【保证人】bǎozhèngrén<名>❶người bảo đảm ❷người bảo lãnh

【保证书】bǎozhèngshū<名>giấy cam đoan; bản cam kết

【保值】bǎozhí<动>bảo đảm giá trị: 货币~ bảo đảm giá trị của tiền tệ

【保质期】bǎozhìqī<名>thời hạn đảm bảo chất lượng; thời hạn sử dụng: 过了~ hết hạn sử dụng

【保重】bǎozhòng<动>chú ý giữ gìn: ~身体

chú ý giữ gìn sức khỏe

【保准】bǎozhǔn❶<形>đáng tin cậy ❷<副>[方]chắc chắn: 这次~成功。Lần này chắc chắn sẽ thành công. ❸<动>đảm bảo; cam kết; giao kèo: 我~七点在公园门口等你。Tôi đảm bảo sẽ đợi anh trước cổng công viên vào lúc 7 giờ.

鸨bǎo<名>❶chim sâm; chim ô-tit ❷tú bà; mụ chủ lầu xanh; chủ chứa: 老~ mụ chủ nhà chứa

【鸨母】bǎomǔ<名>[旧]mụ chủ thanh lâu; mụ chủ nhà chứa

葆¹ bǎo<动>[书]giữ; gìn giữ: 永~青春 giữ mãi thanh xuân /// (姓) Bảo

葆² bǎo<形>[书](cỏ) rậm rạp; um tùm

堡bǎo<名>lô cốt; boong ke; ụ súng /// (姓) Bảo

【堡垒】bǎolěi<名>❶lô cốt; boong ke; thành lũy: 攻破敌军~ đánh phá lô cốt của địch ❷lô cốt; thành lũy; thành trì: 封建~ thành lũy phong kiến

bào

报bào❶<动>báo tin; đưa tin; báo cáo: ~喜 báo tin mừng ❷<动>đáp lại; trả lời: ~之一笑 đáp bằng một nụ cười ❸<动>báo đáp; đền đáp: 恩将仇~ lấy oán trả ơn ❹<动>trả đũa; trả thù ❺<动>[宗教]báo ứng: 现世~ báo ứng kiếp này ❻<名>báo chí: 日~ nhật báo/báo hàng ngày; 晚~ báo tối ❼<名>tập san: 画~ họa báo ❽<名>bản thông báo: 战~ thông báo chiến sự ❾<名>điện báo; điện tín: 发~ gửi điện báo ❿<名>tin tức; thông tin; tín hiệu: 情~ tình báo ⓫<动>thanh toán: ~差旅费 thanh toán tiền trợ cấp đi công tác

【报案】bào'àn<动>trình báo vụ án; báo cáo vụ án

【报表】bàobiǎo<名>biểu liệt kê báo cáo;

bảng kê khai

【报偿】bàocháng<动>báo đáp; báo đền: 父母常对孩子说好好做人就是对他们最好的~。 Bố mẹ thường nói với con rằng, trưởng thành nên người là sự báo đáp tốt nhất đối với họ.

【报呈】bàochéng<动>gửi công văn báo cáo; trình: ~上级批阅 gửi công văn báo cáo cho cấp trên phê duyệt

【报仇】bàochóu<动>phục thù; báo thù; trả thù: 为战友~的决心激励着他坚持战斗。 Ý chí phục thù cho bạn chiến đấu đã khích lệ anh ấy kiên trì chiến đấu.

【报酬】bàochou<名>thù lao; tiền thù lao: 不计~ không tính thù lao

【报答】bàodá<动>báo đáp; đền đáp: ~养育之恩 báo đáp ơn nghĩa nuôi dưỡng

【报单】bàodān<名>❶biên lai chở hàng hoặc báo thuế ❷[旧]giấy báo tin mừng thi đỗ, thăng chức hoặc được bổ nhiệm làm quan

【报导】bàodǎo =【报道】

【报到】bàodào<动>trình diện; báo có mặt: ~入学 đăng kí nhập học

【报道】bàodào❶<动>đưa tin; loan báo: ~大会盛况 đưa tin về tình hình sôi nổi của đại hội ❷<名>bản tin; mẩu tin: 新闻~ bản tin thời sự

【报德】bàodé<动>báo đền ơn đức: 以怨~ lấy oán báo ơn

【报读】bàodú<动>đăng kí học; đăng kí xét tuyển và học: ~外语专业 đăng kí xét tuyển học chuyên ngành ngoại ngữ

【报端】bàoduān<名>phần nào đó của mặt báo; một khoảnh trang báo: 见诸~ đăng trên báo

【报恩】bào'ēn<动>báo ân; trả ơn; đền ơn: 知恩~ biết ơn đền ơn

【报废】bàofèi<动>hỏng bỏ; thanh lí: 机器~了。 Máy đã thanh lí đào thải.

【报复】bàofù<动>trả thù; trả đũa; báo thù: 伺机~ đợi dịp trả đũa

【报复性关税】bàofùxìng guānshuì thuế quan trả đũa

【报告】bàogào❶<动>báo cáo: ~上级 báo cáo với cấp trên ❷<名>bản báo cáo; bài nói; bài phát biểu: 研究~ bài báo cáo nghiên cứu; 书面~ bản báo cáo văn bản

【报告会】bàogàohuì<名>cuộc thảo luận; hội nghị chuyên đề: 年度总结~ hội nghị tổng kết năm

【报告人】bàogàorén<名>báo cáo viên; người báo cáo

【报告文学】bàogào wénxué văn học báo cáo; kí sự; phóng sự

【报关】bàoguān<动>khai báo hải quan: 进口~ khai báo hải quan khi nhập khẩu

【报关代理人】bàoguān dàilǐrén đại lí thông quan

【报关海港】bàoguān hǎigǎng cảng báo hải quan; cảng nhập

【报关经纪人】bàoguān jīngjìrén người môi giới thông quan; người môi giới hải quan

【报国】bàoguó<动>báo quốc; đền nợ nước: 精忠~ tận trung báo quốc/dốc lòng trung đền nợ nước

【报话】bàohuà❶<动>điện báo ❷<名>(lời) điện báo

【报话机】bàohuàjī<名>máy điện báo

【报话员】bàohuàyuán<名>điện báo viên

【报价】bàojià❶<动>báo giá; phát giá; chào hàng ❷<名>giá chào hàng; giá đấu thầu

【报捷】bàojié<动>báo tin thắng trận; báo tiệp

【报界】bàojiè<名>giới báo chí

【报警】bàojǐng<动>báo cáo tình hình xảy ra với cơ quan an ninh; phát tín hiệu khẩn cấp

【报刊】bàokān〈名〉báo chí

【报考】bàokǎo〈动〉đăng kí dự thi; ghi tên dự thi; nộp đơn dự thi: ~大学 dự thi đại học

【报料】bàoliào❶〈动〉thông báo tin tức cho báo chí ❷〈名〉những tin tức được thông báo cho báo chí

【报领】bàolǐng〈动〉trình báo và nhận lĩnh: ~经费 trình báo và nhận lĩnh kinh phí

【报名】bàomíng〈动〉ghi tên; đăng tên; đăng kí: ~参军 đăng kí nhập ngũ

【报幕】bàomù〈动〉giới thiệu tiết mục

【报批】bàopī〈动〉trình duyệt; trình xin phê chuẩn: 按规定~ trình duyệt theo quy định

【报请】bàoqǐng〈动〉đệ đơn thỉnh thị; đệ đơn thỉnh cầu: ~工商部批准 đệ đơn thỉnh cầu sự chuẩn y của Bộ Công thương

【报人】bàorén〈名〉[旧]nhà báo

【报丧】bàosāng〈动〉báo tang; báo tin buồn

【报社】bàoshè〈名〉tòa báo

【报审】bàoshěn〈动〉trình duyệt: ~投资预案 trình duyệt dự án đầu tư

【报失】bàoshī〈动〉báo mất; khai báo mất: 银行卡丢失要及时向银行~。Đánh mất thẻ ngân hàng thì phải khai báo ngay với ngân hàng.

【报时】bàoshí〈动〉báo giờ; thông báo giờ

【报数】bàoshù〈动〉xưng số

【报税】bàoshuì〈动〉khai báo thuế; khai báo hải quan

【报送】bàosòng〈动〉đệ trình (cơ quan có thẩm quyền): ~材料 đệ trình giấy tờ

【报摊】bàotān〈名〉quầy báo chí; ki-ốt bán báo chí

【报亭】bàotíng〈名〉quầy báo; ki-ốt báo

【报童】bàotóng〈名〉trẻ bán báo

【报头】bàotóu〈名〉đầu báo; tiêu đề báo; nhãn báo

【报务员】bàowùyuán〈名〉báo vụ viên;

nhân viên thu phát điện báo

【报喜不报忧】bàoxǐ bù bàoyōu chỉ báo tin vui, không báo tin buồn; khoe mặt hay, giấu mặt dở: 领导干部切莫~。Cán bộ lãnh đạo không nên chỉ báo cáo thành tích mà không báo cáo những điểm bất cập.

【报销】bàoxiāo〈动〉❶thanh toán: ~车费 thanh toán tiền tàu xe ❷báo cáo thanh lí ❸hỏng mất; bỏ đi: 这辆汽车被这么一撞，彻底~了。Chiếc xe này đã bị đâm như thế thì hỏng mất rồi.

【报晓】bàoxiǎo〈动〉báo sáng; gáy sáng: 李奶奶家的公鸡每天清晨都准时~。Mỗi buổi sáng, con gà trống của nhà bà Lí đều gáy sáng đúng giờ.

【报效】bàoxiào〈动〉dốc tâm sức đền đáp: ~祖国 dốc sức đền ơn tổ quốc

【报信】bàoxìn〈动〉báo tin: 通风~ hé lộ tin/ bắn tin

【报修】bàoxiū〈动〉báo yêu cầu sửa chữa: ~电脑 báo cáo yêu cầu sửa chữa máy tính

【报业】bàoyè〈名〉ngành xuất bản báo chí

【报应】bàoyìng〈动〉báo ứng; quả báo: 做坏事迟早会遭~的。Làm việc xấu sớm muộn sẽ bị quả báo.

【报怨】bàoyuàn〈动〉báo oán; trả oán: 以德~ lấy đức báo oán

【报站】bàozhàn〈动〉báo bến, ga đã đến và sắp đến

【报章】bàozhāng〈名〉báo chương; báo chí

【报账】bàozhàng〈动〉thanh toán; báo cáo chi tiêu

【报纸】bàozhǐ〈名〉❶báo; nhật báo ❷giấy in báo

刨 bào❶〈名〉cái bào; máy bào: 平~ bào phẳng ❷〈动〉bào: ~木头 bào gỗ

另见 páo

【刨冰】bàobīng〈名〉nước hoa quả đá

【刨床】bàochuáng〈名〉❶máy cắt bào

❷giá bào; cán bào; thân bào (bằng gỗ)

【刨刀】bàodāo<名>❶dao guồng ở máy cắt bào kim loại ❷lưỡi bào máy thợ mộc dùng ❸lưỡi bào

【刨工】bàogōng<名>❶công nghệ phay bào kim loại ❷thợ phay bào

【刨花】bàohuā<名>vỏ bào; dăm bào; vụn bào; phoi bào

【刨子】bàozi<名>cái bào

抱bào❶<动>ôm; bế; ẵm: ~小孩 ẵm trẻ con ❷<动>có; được ẵm: ~孙子了 có cháu rồi ❸<动>nhận nuôi: ~养的孩子 con nhận nuôi ❹<动>ôm ấp; ấp ủ; mang trong lòng: ~希望 mang hi vọng trong lòng; ~乐观的态度 có thái độ lạc quan ❺<动>đoàn kết chặt chẽ ❻<动>ấp: 母鸡~窝 gà mái ấp trứng ❼<量>ôm: 一~柴火 một ôm củi

【抱病】bàobìng<动>bệnh; đeo bệnh; ôm bệnh: ~工作 ôm bệnh làm việc

【抱不平】bào bùpíng bất bình; căm phẫn: 打~ tỏ sự bất bình

【抱残守缺】bàocán-shǒuquē khư khư ôm giữ cái cũ; khư khư thủ cựu

【抱佛脚】bào fójiǎo gặp nguy nan mới cầu thần phật

【抱负】bàofù<名>chí hướng rộng lớn; hoài bão: ~不凡 hoài bão lớn

【抱憾终身】bàohàn-zhōngshēn áy náy suốt đời; ân hận suốt đời; hối tiếc suốt đời

【抱恨终天】bàohèn-zhōngtiān ôm hận suốt đời

【抱歉】bàoqiàn<形>thật không phải; xin lỗi; có lỗi: ~，让你久等了。Xin lỗi vì đã để anh đợi mãi.

【抱屈】bàoqū<动>uất ức; uất

【抱拳】bàoquán<动>chắp tay trước ngực để chào

【抱头鼠窜】bàotóu-shǔcuàn ôm đầu chạy trốn; cắm đầu cắm cổ trốn chạy; vắt chân lên cổ trốn chạy

【抱团儿】bàotuánr<动>kết thành nhóm; túm tụm; cụm lại với nhau

【抱委屈】bào wěiqu =【抱屈】

【抱窝】bàowō<动>ấp trứng; ấp ổ

【抱薪救火】bàoxīn-jiùhuǒ ôm rơm chữa cháy; rước dầu dập lửa

【抱养】bàoyǎng<动>nhận nuôi

【抱怨】bàoyuàn<动>oán trách; oán; phàn nàn: 妻子~他不干家务活。Cô vợ phàn nàn anh ta không làm việc nhà.

豹bào<名>con báo; beo: 金钱~ báo gấm/báo hoa //(姓)Báo

【豹猫】bàomāo<名>mèo rừng

【豹子】bàozi<名>con báo; con beo

鲍bào<名>[动物]bào ngư //(姓)Bào

【鲍鱼】bàoyú<名>bào ngư

暴¹bào<形>❶bất ngờ mà dữ dội: ~饮~食 ăn uống ào ào ❷hung hãn; dữ tợn; tàn ác: 凶~ hung dữ; 粗~ thô bạo ❸nóng nảy; hấp tấp: ~脾气 tính tình nóng nảy //(姓)Bạo, Bộc

暴²bào<动>❶nổi lên; nhô hẳn lên: 青筋直~ gân xanh cứ nổi lên ❷lộ ra; hiện rõ; phơi bày ra: ~内幕 vạch ra sự bê bối bên trong

暴³bào<动>[书]vùi dập; chà đạp; giày xéo; hủy hoại: 自~自弃 tự hủy hoại mình

【暴病】bàobìng<名>bệnh nặng đột ngột; ngã bệnh: ~而亡 ngã bệnh mà chết

【暴跌】bàodiē<动>tụt; sụt; tụt thấp; sụt hẳn: 股市~ giá cổ phiếu tụt hẳn

【暴动】bàodòng<动>bạo động: 武装~ bạo động võ trang

【暴发】bàofā<动>❶phát; phát (tiền của, thế lực) ❷bạo phát; bột phát; bùng phát; nổi lên đột ngột: ~禽流感 cúm gia cầm bùng phát

【暴发户】bàofāhù<名>kẻ đang phất lên; người giàu lên đột ngột; hộ đang phất

【暴风】bàofēng<名>❶gió bão; bão lớn ❷[气象]gió to (gió cấp 11)

B

【暴风雪】bàofēngxuě<名>bão tuyết

【暴风雨】bàofēngyǔ<名>bão tố; giông tố

【暴风骤雨】bàofēng-zhòuyǔ mưa to gió lớn; giông bão dữ dội

【暴富】bàofù<动>phất lên làm giàu; bất ngờ giàu lên: 一夜~ giàu phất lên trong một đêm

【暴君】bàojūn<名>bạo chúa; bạo quân; ông vua tàn bạo: 打倒~ lật đổ bạo chúa

【暴库】bàokù<动>ngập kho; tràn kho; đầy ắp kho

【暴力】bàolì<名>❶bạo lực; vũ lực; lực lượng cưỡng chế: ~革命 cách mạng bạo lực; 家庭~ bạo hành gia đình ❷lực lượng cưỡng chế (của nhà nước): 用~镇压 dùng bạo lực trấn áp

【暴利】bàolì<名>lãi to; lãi kếch sù

【暴戾】bàolì<形>[书]tàn ác; hung dữ; dữ tợn; tàn bạo; hung hãn

【暴烈】bàoliè<形>❶bốp chát; cục cằn; táo tợn; dữ tợn: 他像匹野马，性子~。Anh ta tính tình táo tợn như một con ngựa rừng. ❷hung dữ; hung hăng tàn bạo: 火势~，来不及抢救任何财物。Ngọn lửa hung dữ, không kịp giải cứu của cải gì cả.

【暴露】bàolù<动>lộ rõ; bộc lộ; phơi bày ra: ~目标 để lộ mục tiêu

【暴露文学】bàolù wénxué văn học hiện thực phê phán

【暴露无遗】bàolù-wúyí phơi bày ra hết; bộc lộ hết

【暴乱】bàoluàn<名>bạo loạn; nổi loạn: 镇压~ đàn áp bạo loạn

【暴民】bàomín<名>dân nổi loạn; người làm loạn; loạn dân

【暴怒】bàonù<动>hết sức phẫn nộ; hết sức tức tối

【暴虐】bàonüè❶<形>bạo ngược: ~的行为 hành động bạo ngược ❷<动>[书]đối đãi bạo ngược

【暴晒】bàoshài<动>phơi nắng

【暴尸】bàoshī<动>phơi thây: ~街头 phơi thây ngoài phố

【暴死】bàosǐ<动>chết đột ngột; chết thình lình; đột tử

【暴殄天物】bàotiǎn-tiānwù phí phạm của trời; phá hại thiên nhiên

【暴跳如雷】bàotiào-rúléi tức tối lồng lộn; nổi cơn tam bành; tức giận hầm hầm

【暴突】bàotū<动>trồi lên; nổi lên; lồi ra

【暴徒】bàotú<名>tên côn đồ; kẻ càn quấy; tên gây rối

【暴行】bàoxíng<名>hành vi tàn bạo; hành vi bạo ngược: 控诉侵略者的~ tố cáo hành vi bạo ngược của kẻ xâm lược

【暴饮暴食】bàoyǐn-bàoshí ăn uống không hạn chế; ăn uống lu bù: ~，不利健康。Ăn uống lu bù có hại cho sức khỏe.

【暴雨】bàoyǔ<名>❶mưa to (mưa từ 16mm trở lên trong một tiếng hoặc từ 50mm trở lên trong 24 tiếng đồng hồ) ❷mưa giông

【暴躁】bàozào<形>nóng nảy; bộp chộp; đốp chát: ~的脾气 tính nết nóng nảy

【暴涨】bàozhǎng<动>❶dâng nhanh: 河水~ nước sông dâng nhanh ❷vọt cao: 物价~ giá cả vọt cao

【暴政】bàozhèng<名>chính sách hà khắc; chính trị tàn bạo; bạo chính

【暴走】bàozǒu<动>đi bạt mạng: 你刚出院，不宜~。Anh vừa ra viện, không nên đi bạt mạng thế.

曝bào

另见pù

【曝光】bàoguāng<动>❶(phim hoặc giấy cảm quang) cảm quang ❷phơi trần; đưa ra ánh sáng; lộ ra: 男影星已婚的消息~后，女粉丝们伤心极了。Sau khi tin tức về nam minh tinh đã kết hôn bị lộ ra, các fans nữ vô cùng thương tâm.

爆 bào ⟨动⟩ ❶nổ; tóe: 防~ phòng nổ; 气球~了。Bong bóng đã nổ. ❷bất ngờ; đột nhiên (nảy sinh) ❸(dùng dầu mỡ đun sôi hoặc nước sôi) đảo tái; nhúng tái

【爆仓】bàocāng ⟨动⟩ ❶thâm hụt nghiêm trọng vì nắm giữ số lượng chứng khoán quá nhiều ❷quá sức tải dịch vụ

【爆炒】¹ bàochǎo ⟨动⟩ xào tái

【爆炒】² bàochǎo ⟨动⟩ quảng cáo mạnh; làm cho thiên hạ biết đến

【爆粗】bàocū ⟨动⟩ văng tục

【爆粗口】bào cūkǒu nói tục; chửi tục; văng tục

【爆肚儿】bàodǔr ⟨名⟩[食品](món ăn) dạ dày (bò, dê) nhúng tái (chấm gia vị ăn)

【爆发】bàofā ⟨动⟩ ❶phun: 火山~ núi lửa phun ❷bột phát; xảy ra; bùng nổ: 战争~ chiến tranh bùng nổ; 人群中~出一阵欢笑声。Đám người rộ lên một trận cười vui.

【爆发力】bàofālì ⟨名⟩ sức bật

【爆发音】bàofāyīn ⟨名⟩ âm bật hơi

【爆冷门】bào lěngmén xảy ra bất ngờ

【爆裂】bàoliè ⟨动⟩(vật thể) nứt nẻ; nổ toác; nổ tung: 天气太冷，自来水管都~了。Trời quá rét, ống nước máy đã bị nứt ra.

【爆满】bàomǎn ⟨动⟩ đầy ắp; đầy ứ; chật ních: 电影院里一到节假日就观众~。Rạp chiếu bóng cứ đến ngày nghỉ lễ tết là chật ních khán giả.

【爆米花】bàomǐhuā ⟨名⟩ phồng; phổng gạo

【爆破】bàopò ⟨动⟩ đánh bộc phá; đánh mìn; làm nổ tung: ~敌人的碉堡 nổ sập lô cốt địch

【爆胎】bàotāi ⟨动⟩ bục săm; săm bị nổ: 车超载，半途~。Xe chở quá tải, nửa đường bị nổ săm.

【爆笑】bàoxiào ⟨动⟩ cười phá: 春晚的相声节目引起观众一阵阵~。Tiết mục tấu hài trong buổi liên hoan mừng xuân đã khiến cho khán giả cười phá lên từng chập.

【爆炸】bàozhà ⟨动⟩ ❶nổ; nổ tung; cho nổ: 炮弹~ đạn pháo nổ ❷bùng nổ: 信息~ bùng nổ thông tin

【爆炸物】bàozhàwù ⟨名⟩ vật nổ

【爆炸新闻】bàozhà xīnwén tin giật gân; tin kinh hoàng

【爆炸性】bàozhàxìng ⟨名⟩ giật gân; làm kinh hoàng

【爆仗】bàozhang =【爆竹】

【爆竹】bàozhú ⟨名⟩ pháo

bēi

杯 bēi ⟨名⟩ ❶cốc; chén: 酒~ chén rượu; 玻璃~ cốc thủy tinh ❷cúp: 世界~ cúp thế giới //(姓) Bôi

【杯弓蛇影】bēigōng-shéyǐng hình cung bóng rắn; bóng chiếc cung trong chén rượu ngỡ là con rắn; sợ bóng sợ gió, thần hồn nát thần tính; lo sợ hão huyền; lo sợ không đâu

【杯盘狼藉】bēipán-lángjí bát đũa ngổn ngang

【杯赛】bēisài ⟨名⟩ thi đấu tranh cúp; giải cúp

【杯水车薪】bēishuǐ-chēxīn lấy một chén nước dập lửa một xe củi cháy; lấy chỉ buộc chân voi; lấy gậy chống trời

【杯中物】bēizhōngwù ⟨名⟩ rượu

【杯子】bēizi ⟨名⟩ cốc; chén

卑 bēi ⟨形⟩ ❶[书](vị trí) thấp: 地处~势 ở địa thế thấp ❷(địa vị) thấp; hèn; mọn: 自~ tự ti ❸(phẩm chất, chất lượng) kém; hèn hạ; bần tiện: ~鄙 đê tiện ❹[书](biểu thị khiêm tốn cung kính): 谦~ khiêm tốn

【卑鄙】bēibǐ ⟨形⟩ ❶đê tiện; xấu xa; hèn hạ: 这个富翁很~。Lão nhà giàu này rất hèn hạ. ❷[书]địa vị thấp hèn

【卑鄙无耻】bēibǐ-wúchǐ hèn hạ không

biết sỉ nhục

【卑躬屈膝】bēigōng-qūxī khom lưng uốn gối; vào luồn ra cúi; khúm núm quỵ lụy

【卑贱】bēijiàn<形>❶thấp hèn; hèn mọn ❷ti tiện hèn hạ

【卑劣】bēiliè<形>xấu xa; bỉ ổi; hèn hạ: ~行径 hành vi hèn hạ

【卑微】bēiwēi<形>(đơn vị) hèn mọn; thấp kém: 出身~ xuất thân thấp hèn

【卑下】bēixià<形>❶bỉ tiện; ti tiện: 心地~ tâm địa bỉ tiện ❷(địa vị) hèn mọn; thấp hèn

背 bēi❶<动>cõng; mang; vác: ~小孩 cõng em bé ❷<动>gánh vác; mang: ~责任 gánh vác trách nhiệm ❸<量>[方]vác; gùi: 一~柴火 một vác củi

另见bèi

【背包】bēibāo<名>❶ba lô; khăn gói ❷túi khoác

【背包袱】bēi bāofu vác ba lô; mang gánh nặng; cảm thấy nặng nề: 有错就改，不必因此而~。Có sai thì sửa, không nên vì điều đó mà mang gánh nặng trong lòng.

【背带】bēidài<名>❶dây đeo; đai đeo (quần, váy) ❷quai đeo (súng, ba lô)

【背负】bēifù<动>❶khoác; mang; vác; cõng: ~老人到医院 cõng người già đến bệnh viện ❷gánh vác; mang: ~着家庭的重托 gánh vác những lời dặn của gia đình

【背黑锅】bēi hēiguō[口]chịu tội thay; chịu oan khuất; bị oan uổng

【背篓】bēilǒu<名>[方]cái gùi

【背囊】bēináng<名>ba lô; túi du lịch

【背债】bēizhài<动>mắc nợ; mang nợ

悲 bēi❶<形>buồn; sầu; buồn rầu; sầu bi: 伤~ buồn đau ❷<动>thương; xót thương; thương hại: ~怜 xót thương

【悲哀】bēi'āi<形>buồn thương; đau buồn: 母亲的去世使她感到万分~。Sự qua đời của mẹ làm cho chị ấy hết sức đau buồn.

【悲惨】bēicǎn<形>bi thảm; bi đát; thảm thương: ~的遭遇 cuộc gặp bi thảm

【悲怆】bēichuàng<形>[书]buồn đau; bi thương: ~的曲调 điệu hát bi thương

【悲愤】bēifèn<形>bi phẫn; buồn giận; đau đớn căm giận: ~交集 bi phẫn xen lẫn nhau

【悲歌】bēigē❶<动>hát giọng bi tráng: 慷慨~ khảng khái hát giọng bi tráng ❷<名>khúc ca bi tráng; khúc hát sầu thương: 一曲~ một khúc ca bi tráng

【悲观】bēiguān<形>bi quan; yếm thế: ~情绪 tinh thần bi quan

【悲欢离合】bēihuān-líhé buồn vui tan hợp; vui buồn li hợp

【悲剧】bēijù<名>❶bi kịch (một loại hình kịch): 这出~让观众纷纷落泪。Vở bi kịch này làm cho khán giả nước mắt đầm đìa. ❷bi kịch (nói về cảnh ngộ bất hạnh): 社会~ bi kịch của xã hội

【悲凉】bēiliáng<形>buồn bã; buồn thê lương: ~的气氛 bầu không khí buồn bã

【悲鸣】bēimíng<动>kêu than; than vãn; than khóc; rên rỉ: 绝望地~ kêu than tuyệt vọng

【悲戚】bēiqī<形>đau buồn; đau xót; sầu đau: ~的面容 nét mặt sầu đau

【悲切】bēiqiè<形>đau buồn; xót đau; buồn thương: 万分~ hết sức đau buồn

【悲情】bēiqíng❶<名>tình buồn; tình bi đát ❷<形>(những điều) gây tình đau buồn

【悲伤】bēishāng<形>đau đớn; bi thương: ~得痛哭起来 đau đớn đến phát khóc

【悲叹】bēitàn<动>than thở; buồn rầu than thở: ~人生的短暂 than thở về sự ngắn ngủi của đời người

【悲天悯人】bēitiān-mǐnrén ưu thời mẫn thế; trách trời thương dân; ca thán thời cục, tiếc thương nhân dân

【悲恸】bēitòng<形>đau thương hết mức: 噩耗传来，家乡父老万分~。Khi tin buồn

đến, bà con quê nhà đau thương hết mức.

【悲恸欲绝】bēitòng-yùjué đau buồn muốn chết; cực kì bi thương; đau thương vô hạn

【悲痛】bēitòng<形>đau lòng; đau thương: ~化为力量 biến đau thương thành sức mạnh

【悲喜交集】bēixǐ-jiāojí buồn vui pha lẫn lộn; mừng mừng tủi tủi

【悲喜剧】bēixǐjù<名>bi hỉ kịch

【悲壮】bēizhuàng<形>bi tráng; đau thương mà oanh liệt: ~的诗篇 bài thơ bi tráng

碑 bēi<名>bia đá; cột mốc; đài: 墓~ bia mộ; 里程~ cột cây số; 人民英雄纪念~ đài kỉ niệm anh hùng nhân dân

【碑记】bēijì<名>bài bia kí

【碑碣】bēijié<名>[书]bia (nói chung)

【碑刻】bēikè<名>văn tự hoặc đồ họa khắc trên bia

【碑林】bēilín<名>rừng bia

【碑拓】bēità<名>thác bản bia; bản rập bia

【碑帖】bēitiè<名>mẫu chữ khắc bia

【碑文】bēiwén<名>bài văn bia; bài văn viết để khắc lên bia

【碑座】bēizuò<名>đế bia; bệ bia

běi

北¹ běi<名>❶phương bắc; phía bắc ❷miền bắc: 塞~ phía bắc trường thành Trung Quốc; 华~ miền Bắc Trung Quốc //(姓) Bắc

北² běi<动>[书]đánh thua trận; thất bại

【北半球】běibànqiú<名>bắc bán cầu

【北边】běibian<名>❶phương Bắc ❷[口] miền Bắc

【北冰洋】Běibīng Yáng<名>Bắc Băng Dương

【北部】běibù<名>bắc bộ

【北部湾】Běibù Wān<名>vịnh Bắc Bộ

【北大西洋公约组织】Běidàxī Yáng Gōngyuē Zǔzhī Khối Liên minh Bắc Đại Tây Dương (NATO)

【北斗星】běidǒuxīng<名>chòm sao Bắc Đầu

【北方】běifāng<名>❶phương Bắc ❷miền Bắc

【北方话】běifānghuà<名>tiếng miền Bắc (phương ngữ của tiếng Hán từ Trường Giang trở lên bắc, là phương ngôn cơ sở của tiếng phổ thông Trung Quốc)

【北风】běifēng<名>gió bắc; gió bấc

【北瓜】běiguā<名>[方]bí đỏ

【北国风光】běiguó fēngguāng phong cảnh miền Bắc Trung Quốc

【北回归线】běihuíguīxiàn chí tuyến Bắc

【北货】běihuò<名>món bắc

【北极】běijí<名>Bắc cực

【北极圈】běijíquān<名>vòng bắc cực: 北极熊大多生活在~一带。Gấu trắng phần lớn sống ở vùng bắc cực.

【北极星】běijíxīng<名>sao Bắc cực

【北极熊】běijíxióng<名>gấu bắc cực; gấu trắng

【北京】Běijīng<名>thành phố Bắc Kinh (thủ đô Trung Quốc)

【北京烤鸭】Běijīng kǎoyā vịt quay Bắc Kinh

【北京时间】Běijīng shíjiān thời gian Bắc Kinh; giờ Bắc Kinh

【北美】Běiměi =【北美洲】

【北美洲】Běiměizhōu<名>châu Bắc Mĩ

【北美自由贸易区】Běiměi Zìyóu Màoyìqū Khu Mậu dịch tự do Bắc Mĩ

【北欧】Běi'ōu<名>Bắc Âu

【北漂】běipiāo<名>kẻ trôi nổi về Bắc (chỉ những người ngoài địa bàn đến Bắc Kinh tìm kiếm cơ hội làm ăn phát triển)

【北上】běishàng<动>lên bắc; ra bắc: ~南下 vào nam ra bắc

【北纬】běiwěi<名>vĩ tuyến Bắc; vĩ Bắc

【北约】Běiyuē =【北大西洋公约组织】

bèi

贝 bèi<名>❶loài sò hến: 扇~ trai hến ❷tiền (thời cổ xưa dùng vỏ trai sò làm tiền tệ) // (姓) Bối

【贝雕】bèidiāo<名>đồ khảm xà cừ; đồ khảm trai

【贝壳】bèiké<名>vỏ trai; vỏ sò; vỏ hến

【贝勒】bèilè<名>bối lặc (tước phong thế tập của quý tộc đời Thanh, dưới thân vương, quận vương)

【贝雷帽】bèiléimào<名>mũ nồi

【贝类】bèilèi<名>loài sò hến; động vật nhuyễn thể

【贝母】bèimǔ<名>[中药]bối mẫu

【贝书】bèishū<名>Kinh Phật (thời cổ đại Ấn Độ dùng lá bối chép kinh Phật); sách lá bối

【贝斯】bèisī<名>[音乐]bass; ghita điện có những nốt rất thấp

备 bèi❶<动>đủ; sẵn; có đủ: 德才兼~ tài đức vẹn toàn ❷<动>chuẩn bị sẵn; sẵn sàng; sửa soạn: 筹~ trù bị/tính liệu sẵn; 预~ dự bị ❸<动>phòng bị; phòng ngừa; đề phòng: 有~无患 có phòng bị thì mới tránh được tai họa ❹<名>thiết bị: 设~ thiết bị ❺<副>[书](một cách) hoàn toàn đầy đủ: ~受关注 được chú ý hết mức; ~尝艰苦 nếm đủ gian khổ //(姓) Bị

【备案】bèi'àn<动>làm hồ sơ; lưu hồ sơ: 录用人数已报人事厅~。Số người được tuyển dụng đã báo lên Sở Nhân sự để lưu hồ sơ.

【备办】bèibàn<动>sắm; mua; làm: ~年货 mua hàng Tết

【备查】bèichá<动>để tra cứu: 请把文件复印一份以~。Xin sao chép văn kiện này để tra cứu.

【备份】bèifèn❶<名>phần chuẩn bị sẵn để dùng ❷<动>lưu trữ riêng; dành riêng

【备货】bèihuò<动>chuẩn bị hàng bán

【备件】bèijiàn<名>linh kiện dự trữ; phụ tùng thay thế

【备考】bèikǎo❶<动>cho tham khảo ❷<名>tài liệu phụ lục, phụ chú tham khảo ❸<动>chuẩn bị cho kì thi

【备课】bèikè<动>soạn bài; chuẩn bị bài giảng

【备料】bèiliào❶<动>tiếp liệu; chuẩn bị vật liệu (cung ứng cho nhu cầu sản xuất): 赶紧~，否则无法按时完成订单。Chuẩn bị vật liệu nhanh lên, kẻo không thể thực hiện đơn đặt hàng theo đúng thời gian được. ❷<名>vật liệu dự phòng: 仓库里放着各种~。Trong kho lưu trữ nhiều vật liệu dự phòng.

【备取生】bèiqǔshēng<名>người dự bị

【备述】bèishù<动>tường thuật; kể tỉ mỉ; thuật lại tường tận: ~其事 tường thuật chi tiết

【备胎】bèitāi<名>lốp sơ-cua; lốp dự trữ

【备忘录】bèiwànglù<名>❶sổ ghi chép ❷bản ghi nhớ; bị vong lục

【备选】bèixuǎn<动>chuẩn bị để lựa chọn

【备汛】bèixùn<动>chuẩn bị phòng chống lũ lụt

【备用】bèiyòng<动>để dành; dự trữ; dự bị: 这笔存款是给孩子~的。Khoản tiền gửi này là để dành cho con.

【备灾】bèizāi<动>chuẩn bị phòng chống thiên tai

【备战】bèizhàn<动>chuẩn bị chiến tranh; sẵn sàng đối phó với chiến tranh: 扩军~ tăng cường quân bị, chuẩn bị cho chiến tranh

【备战备荒】bèizhàn-bèihuāng chuẩn bị chiến tranh, phòng bị thiên tai đói kém

【备至】bèizhì<形>hết mực; hết sức; chu đáo; cực điểm; vô cùng: 关怀~ hết sức quan tâm

【备注】bèizhù<名>❶(cột) bị chú; ghi chú (trong biểu bảng): ~栏 cột bị chú ❷bị chú; ghi chú

背 bèi ❶<名>lưng: 马~ lưng ngựa ❷<名>mu; sống; mặt sau; mặt trái (của một số vật thể): 手~ mu bàn tay; 刀~儿 sống dao; 门~ mặt sau cửa ❸<动>quay lưng lại; tựa lưng vào: ~着太阳 quay lưng về mặt trời ❹<动>rời khỏi; xa cách: ~离家园 rời khỏi quê nhà ❺<动>tránh; giấu; vụng trộm: ~着人说坏话 nói vụng trộm sau lưng ❻<动>thuộc lòng: ~课文 đọc thuộc lòng bài học ❼<动>làm trái với; đi ngược lại: ~盟 đi ngược với liên minh ❽<动>quay đi; ngoảnh đi: 她把脸一过一边，悄悄抹掉眼泪。 Chị ấy quay mặt đi, lặng lẽ lau nước mắt. ❾<形>hẻo lánh; vắng vẻ: ~街 đường phố hẻo lánh ❿<形>đen đủi; xui xẻo; xúi quẩy; không may: 手气~ vận rủi/số đen ⓫<形>điếc: 耳朵~ tai điếc //(姓) Bối, Bội
另见 bēi

【背道而驰】bèidào'érchí đi ngược lại; làm trái; trái hẳn

【背地里】bèidìlǐ<名>thầm; lén; sau lưng; ngấm ngầm

【背对背】bèiduìbèi dựa lưng vào nhau

【背风】bèifēng<动>kín gió; chắn gió; khuất gió

【背光】bèiguāng<动>che bóng; khuất sáng; khuất bóng

【背后】bèihòu<名>❶mặt sau; mặt trái; phía sau; sau lưng: 从~袭击敌人 tập kích kẻ địch từ phía sau ❷sau lưng; vụng trộm; lén: ~说坏话 nói vụng trộm sau lưng

【背脊】bèijǐ<名>sống lưng; lưng

【背剪】bèijiǎn<动>chắp hai tay sau lưng; trói giật cánh khuỷu

【背井离乡】bèijǐng-líxiāng xa nhà xa quê; phiêu bạt quê người; đi biệt xóm làng

【背景】bèijǐng<名>❶phông; bối cảnh; cảnh nền: 舞台~ bối cảnh sân khấu ❷phối cảnh; cảnh nền; cảnh vật phối trí: ~色 màu nền ❸hoàn cảnh; bối cảnh: 时代~ bối cảnh thời đại; 政治~ bối cảnh chính trị ❹hậu thuẫn; chỗ dựa: 家里有~ gia đình có chỗ dựa

【背靠背】bèikàobèi❶dựa lưng vào nhau ❷lánh mặt người đương sự

【背离】bèilí<动>❶rời khỏi; rời bỏ: 故土 rời khỏi đất quê ❷xa rời; đi trệch; làm trái: ~初衷 xa rời ý nguyện ban đầu; 革命路线 xa rời đường lối cách mạng

【背理】bèilǐ =【悖理】

【背面】bèimiàn<名>❶mặt sau; mặt trái: 信封的~ mặt sau của phong bì ❷lưng (một số động vật)

【背叛】bèipàn<动>phản bội; làm trái; rời bỏ: 他~了初恋情人，接受了父母选定的未婚妻。 Anh ta đã rời bỏ mối tình đầu của mình để chấp nhận người vợ chưa cưới do bố mẹ tuyển chọn.

【背气】bèiqì<动>[口]tắt thở; ngất; ngạt

【背弃】bèiqì<动>vứt bỏ; phản bội; ruồng bỏ; làm trái: ~诺言 vứt bỏ lời hứa

【背人】bèirén<动>❶giấu giếm; lén lút; giấu lén: 他干了不少~的事。 Anh ta làm nhiều việc giấu giếm lén lút. ❷vắng khuất; kín đáo: 找个~的地方说话 tìm một nơi kín đáo nói chuyện

【背时】bèishí<形>[方]❶lỗi thời; không hợp mốt: ~的观念 quan niệm lỗi thời ❷đen; xui; xúi quẩy: 这几天真~，老是丢东西。 Mấy hôm nay thật xúi quẩy, cứ mất đồ luôn.

【背书】[1] bèishū<动>đọc thuộc lòng

【背书】[2] bèishū<动>lời ghi chú, chữ kí và đóng dấu sau mặt phiếu chi

【背水一战】bèishuǐ-yīzhàn quyết một trận sống mái; quyết liều một trận

【背诵】bèisòng<动>đọc thuộc lòng

【背投】bèitóu<名>❶hiện hình bằng kĩ thuật

chiếu từ đằng sau: ~电视 máy TV chiếu sau ❷động tác cõng lưng vật ngã

【背心】bèixīn<名>áo may ô; áo gi-lê; áo lót cộc tay

【背信弃义】bèixìn-qìyì thất tín bội nghĩa; bội ước; lật lọng

【背阴】bèiyīn❶<动>rợp; cớm nắng; khuất nắng ❷<名>nơi khuất nắng

【背影】bèiyǐng<名>bóng lưng; hình bóng

【背约】bèiyuē<动>bội ước; thất tín; lỗi hẹn; sai hẹn: ~开战 bội ước gây chiến tranh

【背运】bèiyùn❶<名>vận rủi; vận đen; vận xui ❷<形>không may; xúi quẩy; xui xẻo

钡 bèi<名>[化学]bari (kí hiệu: Ba)

倍 bèi❶<量>lần; bội: 成~增长 tăng gấp bội ❷<动>gấp bội: 信心~增 lòng tin tăng lên gấp bội; 事半功~ việc làm bằng nửa, công thu gấp bội/một công đôi việc // (姓)Bội, Bồi

【倍加】bèijiā<副>bội phần; gấp bội: ~爱护 yêu chiều bội phần

【倍率】bèilǜ<名>số lần phóng đại; tỉ lệ phóng đại; độ phóng đại (kính hiển vi, kính viễn vọng)

【倍式】bèishì<名>biểu thức bội số

【倍数】bèishù<名>❶bội số ❷số thương

【倍增】bèizēng<动>tăng lên gấp bội; tăng bội phần; gấp đôi; nhân

悖 bèi❶<动>trái; ngược: 并行不~ song song tiến hành không trái ngược với nhau ❷<形>sai trái; sai lầm ❸<动>mê hoặc; lú lẫn

【悖理】bèilǐ<形>không hợp lí; trái với lí lẽ; ngộ biện

【悖论】bèilùn<名>nghịch biện; nghịch lí; mệnh đề mâu thuẫn lo-gic học

【悖逆】bèinì<动>[书]phản nghịch; làm loạn

被 bèi❶<名>cái chăn: 棉~ chăn bông; 蚕丝 ~ chăn tơ tằm ❷<动>trùm; che; đắp; phủ ❸ <动>bị; mắc; phải; gặp phải: ~灾 bị thiên tai

❹<介>bị; được (dùng trong câu bị động): 他~任命为班长。Anh ấy được chọn làm lớp trưởng. ❺<助>(đặt trước động từ tạo thành cụm bị động) bị...: ~剥削 bị bóc lột ❻<动>dùng theo trái nghĩa tỏ mỉa mai đùa cợt: ~就业 bị xắp xếp việc làm

【被捕】bèibǔ<动>bị bắt giữ

【被袋】bèidài<名>túi ống (đựng chăn hoặc quần áo)

【被单】bèidān<名>❶tấm ga; khăn trải giường ❷chăn đơn

【被动】bèidòng<形>❶thụ động: 消极~的 学习态度很难提高成绩。Với thái độ học tập tiêu cực và thụ động thì khó mà nâng cao thành tích được. ❷bị động: 陷入~不利 的局面 sa vào cục diện bị động bất lợi

【被动式】bèidòngshì<名>dạng bị động

【被服】bèifú<名>chăn đệm quần áo; chăn màn quần áo

【被俘】bèifú<动>bị bắt làm tù binh

【被覆】bèifù❶<动>bao phủ; trùm; che trùm ❷<名>thảm thực vật; thảm phủ che ❸ <动>(quân sự) chèn chống gia cố (công trình kiến trúc)

【被告】bèigào<名>bị cáo; bên bị cáo

【被管制】bèiguǎnzhì bị quản chế

【被害人】bèihàirén<名>người bị hại (trong vụ án hình sự dân sự); nạn nhân

【被里】bèilǐ<名>mặt trong (chăn, mền)

【被面】bèimiàn<名>mặt chăn; mặt mền

【被迫】bèipò<动>buộc phải; bị bắt buộc; bị ép: ~投降 buộc phải đầu hàng

【被褥】bèirù<名>chăn đệm

【被套】bèitào<名>❶túi vải đựng chăn đệm mang đi ❷vỏ chăn ❸ruột chăn bông; cốt chăn

【被统治者】bèitǒngzhìzhě kẻ bị trị; kẻ bị thống trị

【被头】bèitóu<名>❶mảnh lót vỏ ❷[方]chăn

【被窝儿】bèiwōr<名>chăn cuộn tròn (để ngủ)

【被选举权】bèixuǎnjǔquán quyền ứng cử; quyền được bầu

【被罩】bèizhào<名>vỏ chăn

【被子】bèizi<名>chăn

【被子植物】bèizǐ zhíwù thực vật hạt kín; cây hạt kín

辈 bèi<名>❶bậc; bề; lớp; vai lứa; thế hệ: 长~ bề trên/lớp người đi trước; 晚~ lớp sau/lớp hậu sinh ❷[书]hạng; loại; đồ; bọn; tụi: 风流之~ bọn phong lưu; 我~ chúng ta/bọn chúng ta/lớp người chúng ta ❸đời: 半~子 nửa đời người

【辈出】bèichū<动>(nhân tài) lớp lớp xuất hiện: 英雄~ anh hùng lớp lớp xuất hiện

【辈分】bèifen<名>thứ bậc; bề; thế hệ; vai; lứa: 她~比我大。Chị ấy là bậc trên của tôi.

【辈子】bèizi<名>đời; cuộc đời

惫 bèi<形>mệt lử; mệt nhoài; mệt đuối: 疲~ mệt rã rời

焙 bèi<动>sao; rang; sấy: ~烧 nung/hầm (khoáng thạch, nhưng không để nóng chảy)

蓓 bèi

【蓓蕾】bèilěi<名>nụ; nụ hoa; búp hoa

bei

呗 bei<助>❶(biểu thị sự thực hoặc lí lẽ rõ ràng, dễ hiểu) chứ: 困了就睡~。Buồn ngủ thì ngủ đi chứ. ❷vậy (biểu thị miễn cưỡng đồng ý, miễn cưỡng nhượng bộ): 来就来~。Đến thì đến vậy.

bēn

奔 bēn<动>❶chạy; chạy nhanh: 飞~ chạy như bay ❷vội vàng; bận rộn; chạy lo ❸chạy trốn: 东~西窜 chạy tán loạn/chạy lủi khắp nơi //(姓) Bôn

另见bèn

【奔波】bēnbō<动>bôn ba; chạy vạy: 他为了儿子上重点初中的事到处~。Anh ta chạy vạy cho con vào học trường trung học cơ sở trọng điểm.

【奔驰】bēnchí<动>chạy vun vút; lao nhanh: 汽车~在高速公路上。Xe đang chạy vun vút trên đường cao tốc.

【奔放】bēnfàng<形>dâng trào; sôi sục; trào ra: ~不羁 sôi sục phóng túng

【奔赴】bēnfù<动>lao tới; xông tới; tiến về: ~边疆 tiến tới vùng biên cương

【奔劳】bēnláo<动>rong ruổi vất vả; chạy vạy vất vả

【奔流】bēnliú❶<动>chảy xiết; cuộn chảy: ~入海 chảy xiết vào biển ❷<名>dòng nước xiết; dòng nước tuôn trào: ~直下 dòng nước xiết trôi đổ xuống

【奔忙】bēnmáng<动>ngược xuôi bận bịu; chạy vạy vất vả; tất bật: 日夜~ ngày đêm tất bật

【奔命】bēnmìng<动>ngược xuôi (lo liệu); lo liệu công việc: 疲于~ chạy ngược chạy xuôi/bận tíu tít

【奔跑】bēnpǎo<动>chạy; chạy nhanh: 领到了录取通知书，他一路~回家。Sau khi đã nhận được thông báo nhập học, anh ta ba chân bốn cẳng chạy về nhà.

【奔儿头】bēnrtóu<名>[方]trán lồi: 大~ đầu có trán lồi

【奔丧】bēnsāng<动>về chịu tang; kíp về hộ tang

【奔驶】bēnshǐ<动>chạy bon bon; lao vun vút

【奔逃】bēntáo<动>bỏ chạy; chạy trốn: 仓皇~ hoảng hốt bỏ chạy

【奔腾】bēnténg<动>(ngựa) phi như bay; phi nhanh; lao nhanh

【奔袭】bēnxí<动>bôn tập; luồn sâu tập kích

【奔泻】 bēnxiè ＜动＞đổ xuống; tuôn chảy; tuôn trào: 水坝闸门一开，江水~而下。 Cửa đập nước mở ra, nước sông đổ xuống.

【奔涌】 bēnyǒng ＜动＞trào ra; tuôn chảy; tràn: 山洪~而来。 Nước lũ trên núi tuôn chảy xuống.

【奔走】 bēnzǒu ＜动＞❶chạy nhanh; chạy ❷chạy vạy; đi ngược về xuôi

【奔走呼号】 bēnzǒu-hūháo chạy đôn chạy đáo kêu gọi mọi người; tất tưởi hô gọi

【奔走相告】 bēnzǒu-xiānggào chạy nhanh báo tin cho nhau

běn

本¹ běn ❶＜名＞gốc; thân: 草~ thân cỏ ❷＜量＞(dùng cho cây hoa) khóm; gốc; cây ❸＜名＞căn bản; căn nguyên; gốc: 忘~ mất gốc; 舍~求末 bỏ cái gốc chạy theo cái ngọn ❹＜名＞tiền vốn; vốn: 亏~ lỗ vốn; 吃老~ xài vốn cũ; ăn sẵn ❺＜形＞cái chính; chủ yếu; trung tâm: ~部 bản bộ ❻＜副＞vốn là; nguyên là: ~想去游泳，后来却和阿玉打羽毛球去了。 Vốn định đi bơi, nhưng sau lại đi chơi cầu lông với Ngọc. ❼＜代＞(tiếng tự xưng thuộc phía mình) bản; của tôi; của ta; của chúng tôi: ~校 trường chúng tôi/trường ta; ~国 nước chúng tôi/nước mình ❽＜代＞(tiếng chỉ thuộc hiện nay) nay; này: ~年 năm nay ❾＜介＞căn cứ; dựa vào; theo: ~着严肃认真的原则 theo nguyên tắc nghiêm túc và cẩn thận ❿＜形＞những căn cứ để dựa theo //(姓) Bản, Bổn

本² běn ❶＜名＞quyển vở; sổ: 户口~ sổ hộ khẩu ❷＜名＞bản: 精装~ bản bìa cứng ❸＜名＞vở; kịch bản: 抄~ vở chép; 剧~ kịch bản ❹＜名＞sớ; tấu; chương tấu (thời phong kiến): 奏~ tờ sớ ❺＜量＞cuốn; quyển: 一一词典 một cuốn từ điển

【本本主义】 běnběn zhǔyì chủ nghĩa sách vở; cứng nhắc sách vở; xa rời thực tế; làm việc máy móc

【本币】 běnbì ＜名＞đơn vị tiền tệ cơ bản; bản tệ

【本部】 běnbù ＜名＞bản bộ; bộ phận trung tâm; bộ phận chính: 公司~ bản bộ công ti

【本埠】 běnbù ＜名＞bản địa; vùng này (dùng cho thành phố thị trấn lớn)

【本初子午线】 běnchū zǐwǔxiàn[天文]kinh tuyến Grin-uýt (Grenwich); kinh tuyến 0° (khởi điểm để tính độ kinh đông, độ kinh tây)

【本地】 běndì ＜名＞bản địa; gốc vùng này; bản xứ: 我是~人。 Tôi chính là người bản xứ.

【本分】 běnfèn ❶＜名＞bổn phận: 尽~ tận bổn phận ❷＜形＞yên phận; an phận: 他是个~的人。 Anh ấy là một người rất yên phận.

【本国】 běnguó ＜名＞nước mình; đất nước mình; nước nhà

【本国货】 běnguóhuò ＜名＞hàng hóa của nước mình; hàng nội địa

【本国语】 běnguóyǔ ＜名＞tiếng nước mình; bản ngữ

【本行】 běnháng ＜名＞❶nghề nghiệp; ngành nghề: 老~ nghề cũ ❷công việc (hiện tại): 熟悉~业务 thạo nghiệp vụ công tác

【本家】 běnjiā ＜名＞người cùng họ; họ mình: ~兄弟 anh em cùng họ

【本金】 běnjīn ＜名＞❶tiền gốc; tiền vốn ❷vốn kinh doanh công thương nghiệp; vốn doanh nghiệp

【本科】 běnkē ＜名＞đại học hệ chính quy

【本来】 běnlái ❶＜形＞vốn có; lúc đầu; ban đầu: ~面目 bộ mặt vốn có ❷＜副＞vốn trước; trước kia: 他~要一起吃晚饭的，但现在家里有点事来不了了。 Anh ấy vốn định cùng ăn cơm với tôi, nhưng hiện nhà có chút việc nên không đến được. ❸＜副＞đáng lẽ; vốn dĩ; lẽ ra: 你~就不应该欺骗她。 Đáng lẽ anh không nên lừa cô ấy.

【本领】běnlǐng<名>bản lĩnh; năng lực; tài năng: 过人的~ bản lĩnh hơn người

【本名】běnmíng<名>❶tên chính ❷tên bản thân

【本命年】běnmìngnián<名>năm bản mệnh; năm tuổi; năm cầm tinh

【本末】běnmò<名>❶gốc và ngọn (của cây cối); đáy và đỉnh (của vật thể); đầu đuôi; ngọn nguồn: 整个事件的~ ngọn nguồn của toàn bộ sự việc ❷đầu và đuôi; gốc và ngọn: ~颠倒 đầu đuôi lộn ngược

【本末倒置】běnmò-dàozhì đầu đuôi lộn ngược; làm lẫn lộn

【本能】běnnéng❶<名>bản năng: 好奇是人类的~。Tò mò là bản năng của loài người. ❷<副>(một cách) bản năng: 听到鞭炮声，他~地捂住了耳朵。Có tiếng pháo nổ, anh ta bịt tai lại theo bản năng.

【本钱】běnqián<名>❶tiền vốn: 生意的~ tiền vốn làm buôn bán ❷cơ sở; vốn liếng: 身体是革命的~。Sức khỏe là vốn liếng của cách mạng.

【本人】běnrén<代>❶tôi; bản thân: ~认为，这是一项不错的提议。Tôi cho rằng đây là một đề nghị tốt. ❷tự thân; đích thân; chính người đó: 须~签名确认 phải đích thân kí tên để xác nhận

【本色】běnsè<名>bản sắc; diện mạo vốn có: 英雄~ bản sắc anh hùng

【本身】běnshēn<代>bản thân; tự thân; chính mình: 公司~就疏于防范，所以才让窃贼轻易得手。Tự thân công ti sơ suất phòng ngừa, nên kẻ trộm mới có thể dễ dàng thực hiện.

【本事】běnshì<名>cốt truyện; câu chuyện thật; truyện nguyên mẫu

【本事】běnshi<名>bản lĩnh; năng lực; tài năng

【本题】běntí<名>chủ đề; luận đề; câu chuyện chính (của bài văn hoặc trao đổi)

【本体】běntǐ<名>❶bản thể ❷bộ phận chính; phần quan trọng

【本土】běntǔ<名>❶quê hương; bản xứ ❷đất mẫu quốc; đất chính quốc: ~文化 văn hóa đất chính quốc ❸đất đai vùng này

【本位】běnwèi<名>❶bản vị: 金~ bản vị vàng ❷đơn vị mình; cương vị mình: 希望各位员工立足~，充分调动积极性。Mong tất cả công nhân viên chức đứng vững trên cương vị, phát huy đầy đủ tính tích cực của mình. ❸mục đích chính: 以人为~ lấy phục vụ con người làm mục đích chính

【本位货币】běnwèi huòbì đồng tiền bản vị; đồng tiền gốc; đơn vị tiền tệ

【本位主义】běnwèi zhǔyì chủ nghĩa bản vị; bệnh bản vị hẹp hòi

【本文】běnwén<名>❶bài này: ~讲述了鲁迅小时候求学的故事。Bài này kể câu chuyện Lỗ Tấn theo học hồi nhỏ. ❷nguyên văn; chính văn (phân biệt với "译文" bản dịch hoặc "注解" chú giải)

【本息】běnxī<名>vốn và lãi; gốc và lãi

【本乡本土】běnxiāng-běntǔ quê hương; quê hương bản quán; bản địa; làng nước

【本相毕露】běnxiàng-bìlù chân tướng rốt cuộc lộ tẩy; lộ rõ chân tướng

【本心】běnxīn<名>ý muốn lúc đầu; chủ định; tâm nguyện vốn có: 并非出于~ không phải xuất phát từ chủ định

【本性】běnxìng<名>bản tính: ~善良 bản tính hiền lành

【本性难移】běnxìng-nányí bản tính khó sửa; chứng nào tật ấy; chó đen giữ mực

【本义】běnyì<名>nghĩa đen; nghĩa gốc: 查词典可帮助我们辨清词的~和引申义。Tra từ điển giúp chúng ta hiểu rõ được nghĩa đen và nghĩa bóng của từ.

【本意】běnyì<名>bản ý; chủ ý; ý định ban

đầu: 在这件事情上他的~是好的，只可惜处理方式有误。Chủ ý của anh ấy về việc này là tốt, hiềm nỗi là cách xử lí không đúng.

【本原】běnyuán<名>[哲学]bản nguyên

【本源】běnyuán<名>căn nguyên; nguồn gốc; khởi điểm

【本着】běnzhe<介>theo; tuân theo; thể theo; dựa vào: ~互利共赢的原则，各国都积极地参与中国—东盟博览会。Thể theo nguyên tắc cùng có lợi, cùng thắng lợi, các nước đều tích cực tham gia Hội chợ CAEXPO.

【本真】běnzhēn❶<名>bản chất; bản tính; bộ mặt thật ❷<形>vừa chân thật vừa khớp với bản sắc: 为人~ xử thế chân thành và giữ được bản sắc

【本职】běnzhí<名>chức trách bản thân; chức vụ của mình: 出色地完成~工作 hoàn thành xuất sắc chức trách của mình

【本质】běnzhì<名>bản chất: 透过现象看~ xuyên qua hiện tượng nhìn thấy bản chất

【本子】běnzi<名>❶quyển vở; sổ ❷bản in ❸kịch bản ❹các loại bằng hay giấy tờ đóng thành dạng sổ tay

苯 běn<名>[化学]benzen

【苯胺】běn'àn<名>[化学]anilin

bèn

奔 bèn❶<动>lao tới; xông tới; gia nhập; đến với: 投~红军 gia nhập Hồng Quân ❷<介>theo hướng; về phía; nhằm hướng: 汽车~西面开去。Xe chạy về phía Tây. ❸<动>(tuổi) xấp xỉ; gần; độ: 他是~三十的人了。Anh ấy đã gần ba mươi tuổi. ❹<动>chạy kiếm (việc gì đó): 还需要什么? 我去~。Còn cần gì nữa? Để tôi đi chạy đi kiếm. 另见bēn

【奔头儿】bèntour<名>triển vọng; hi vọng; tiền đồ

笨 bèn<形>❶đần độn; ngu dốt; tối dạ: 愚~ ngu ngốc ❷vụng về: 手~ bàn tay vụng về ❸nặng nhọc; to nặng: 行李太~, 不好搬。Hành lí to nặng quá, không dễ khuân.

【笨蛋】bèndàn<名>đồ ngu; đồ ngốc

【笨口拙舌】bènkǒu-zhuōshé miệng lưỡi vụng về; ăn nói vụng về; vụng nói

【笨鸟先飞】bènniǎo-xiānfēi cánh vụng lo bay trước; biết kém nên lo làm trước; cần cù bù thông minh

【笨手笨脚】bènshǒu-bènjiǎo chân tay lóng ngóng; chân tay vụng về; chân tay chậm chạp

【笨头笨脑】bèntóu-bènnǎo❶đầu óc đần độn; lù đù ❷thô kệch

【笨重】bènzhòng<形>❶thô nặng; nặng nề; cồng kềnh: ~的设备 thiết bị cồng kềnh nặng nề ❷nặng nhọc; mệt nhọc: 她怀孕了，不能再干这种~活儿。Chị ấy đã mang thai nên không thể làm việc nặng nhọc như thế.

【笨拙】bènzhuō<形>thô vụng; khờ vụng: 动作~ động tác thô vụng

bēng

崩 bēng<动>❶sụt; lở; sập; sụp đổ: 雪~ tuyết lở ❷vỡ; nứt vỡ; tan vỡ: 谈~了 cuộc hội đàm tan vỡ rồi ❸(mảnh vỡ) văng phải; bắn phải; nổ phải: 他被炸起的石头~伤了。Anh ấy bị thương do mảnh đá nổ văng phải. ❹[口]bắn chết; bắn bỏ: 站住，要不我就~了你。Đứng lại, không thì tao sẽ bắn chết mày. ❺(vua chết) băng; băng hà: 驾~ băng hà

【崩溃】bēngkuì<动>sụp đổ; tan rã: 精神~ tinh thần sụp đổ

【崩裂】bēngliè<动>vỡ tan; vỡ tung: "砰"的一声，玻璃杯~了。Bục một cái, cốc thủy tinh đã bị vỡ tan.

【崩漏】bēnglòu<名>[医学]chứng băng huyết; chứng chảy máu tử cung

【崩塌】bēngtā<动>sụp đổ; sụt lở: 房屋~ nhà sụp đổ

绷¹ bēng❶<动>ghì chặt; kéo căng: ~直 kéo căng sợi dây ❷<动>căng; bó; chật bó: 连衣裙不合身，紧紧地~在身上很难看。Chiếc váy liền áo mặc không vừa, chật bó vào người, trông khó coi. ❸<动>(vật thể) giãn mạnh; bật văng: 弹簧~飞了。Cái lò xo bật văng ra. ❹<动>khâu lược; may chần; đính; găm: ~被面 may mặt chăn ❺<动>[方]gắng giữ; cố giữ: ~场面 giữ bề thế/giữ vẻ sang trọng ❻<名>giát giường (đan bằng mây hoặc bằng dây bện sợi móc cành cọ): 棕~ giát giường móc cọ ❼<名>khung thêu: ~架 khung thêu/giá thêu

绷² bēng<动>[方]lừa lấy
另见běng

【绷带】bēngdài<名>băng; vải băng

嘣 bēng<拟>(tiếng nổ, tiếng tim đập) thình; đốp; đoàng; ầm; ùng; oàng: 心里~~直跳。Tim đập thình thịch.

béng

甭 béng<副>[方](hợp âm của "不用") khỏi; khỏi cần; không cần: 我的事请你~管。Việc của tôi anh mặc tôi.

běng

绷 běng<动>[口]❶lầm lầm; sa sầm: ~着脸 mặt lầm lầm ❷nín; nhịn; nén: ~住劲 nín sức
另见bēng

【绷劲】běngjìn<动>nín hơi lấy sức

【绷脸】běngliǎn<动>[口]mặt lầm lầm; xị mặt

bèng

泵 bèng❶<名>cái bơm: 油~ cái bơm dầu; 水~ cái bơm nước ❷<动>bơm: ~水 bơm nước

迸 bèng<动>❶bắn ra; tóe ra; phụt tóe: ~起浪花 tóe ra bọt sóng ❷nổ vụn; toác vụn: ~碎 nổ vụn

【迸发】bèngfā<动>tóe; bật tóe; phụt tóe: 教室里~出一阵笑声。Tiếng cười rộ lên trong lớp học.

【迸溅】bèngjiàn<动>bắn tóe; tung tóe: 火花~ đốm lửa tung tóe

【迸裂】bèngliè<动>vỡ tung; vỡ toang; phọt; phụt; vọt: 山石~ đá núi vỡ tung

蹦 bèng<动>❶nhảy; nhảy nhót: 欢~乱跳 vui mừng nhảy nhót; 一~三尺高 nhảy một cái cao đến ba thước ❷búng; bật; tung ra; bắn ra

【蹦床】bèngchuáng❶<名>giường nhảy ❷<名>môn thể dục nhảy giường (bật lò xo)

【蹦跶】bèngda<动>nhảy nhót

【蹦迪】bèngdí<动>nhảy disco: 年轻人大多喜欢~。Các bạn trẻ phần lớn đều thích nhảy disco.

【蹦极】bèngjí<名>bungee; môn chơi lao mình từ cao (có thắt dây chun)

【蹦跳】bèngtiào<动>nhảy nhót

bī

逼 bī❶<动>bức; bức bách; ép buộc: 被~无奈 buộc phải đành chịu; 寒气~人 gió lạnh buốt ❷<动>thúc ép; hối thúc; dồn thúc: ~债 ép trả nợ/bắt trả nợ ❸<动>áp sát; tiếp cận; sát gần: 直~城下 giáp thành ❹<形>[书]chật hẹp

【逼供】bīgòng<动>bức cung; ép cung: 严

刑～ tra tấn bắt khai

【逼供信】bīgòngxìn ép cung và tin vào lời ép cung đó

【逼和】bīhé<动>ép phải hòa nhau

【逼婚】bīhūn<动>cưỡng hôn; ép gả; ép duyên

【逼近】bījìn<动>áp sát; gần; sắp: 陨石正～地球。Thiên thạch đang áp sát trái đất.

【逼良为娼】bīliángwéichāng ép gái lành mại dâm

【逼平】bīpíng<动>ép phải hòa nhau

【逼迫】bīpò<动>thúc bách; thúc ép; bức bách: 不要～别人接受你的意见。Không được ép người khác tiếp nhận ý kiến của anh.

【逼上梁山】bīshàng-liángshān bị buộc lên Lương Sơn; bị áp bức quá buộc phải chống đối

【逼视】bīshì<动>nhìn sát; nhìn thẳng; nhìn chằm chằm

【逼死】bīsǐ<动>bức chết

【逼问】bīwèn<动>ép hỏi; dồn hỏi

【逼仄】bīzè<形>[书](nơi) nhỏ hẹp; chật chội

【逼债】bīzhài<动>bức nợ; thúc nợ

【逼真】bīzhēn<形>❶y như thật; giống hệt như thật: 形象～ hình ảnh như thật ❷rành rành; rõ mồn một: 听得～ nghe rõ mồn một

bí

荸bí
【荸荠】bíqi<名>[植物](cây, củ) mã thầy; củ năng

鼻bí❶<名>mũi ❷<形>[书]khởi thủy; khai sáng

【鼻窦】bídòu<名>hốc mũi; khoang mũi: ～炎 viêm xoang/viêm mũi

【鼻尖】bíjiān<名>chóp mũi; đầu mũi

【鼻孔】bíkǒng<名>lỗ mũi

【鼻梁】bíliáng<名>sống mũi

【鼻腔】bíqiāng<名>khoang mũi

【鼻青脸肿】bíqīng-liǎnzhǒng mặt sưng mày húp; sứt đầu mẻ trán

【鼻塞】bísè<动>nghẹt mũi; ngạt mũi; tắc mũi

【鼻酸】bísuān<形>cay mũi; xoang mũi cay sè

【鼻涕】bítì<名>mũi; nước mũi: 擤～ xì mũi

【鼻息】bíxī<名>hơi thở đường mũi; tiếng ngáy

【鼻咽癌】bíyān'ái<名>bệnh ung thư mũi họng; ung thư vòm họng: ～必须及早诊治。Bệnh ung thư mũi họng cần phải khám chữa kịp thời.

【鼻烟壶】bíyānhú<名>lọ thuốc lá hít

【鼻炎】bíyán<名>viêm mũi

【鼻翼】bíyì<名>cánh mũi

【鼻音】bíyīn<名>âm mũi

【鼻子】bízi<名>mũi

【鼻祖】bízǔ<名>[书]thủy tổ; (ví dụ) người khai sáng; ông tổ

bǐ

匕bǐ<名>❶cái thìa; cái muôi (thời cổ) ❷dao găm; đoản kiếm: 图穷～见 bản đồ mở xong thì dao găm hiện ra

【匕首】bǐshǒu<名>dao găm; lưỡi lê; đoản kiếm

比¹bǐ❶<动>so; so sánh; đọ sức: ～得上 sánh bằng; 一一高下 đọ sức hơn kém ❷<动>so được với; sánh với; như: 近邻～亲 láng giềng như người thân ❸<动>ra hiệu; làm điệu bộ: 他～画了一下手势，让我跟着进去。Anh ta ra hiệu để tôi đi vào theo. ❹<动>suy theo: 将心～心 suy bụng ta ra bụng người ❺<动>ví với; coi như; so sánh; tỉ dụ: 把它～作老虎。Ví nó với con hổ. ❻<名>tỉ lệ: 成正～ tỉ lệ thuận với nhau ❼<动>so sánh (tỉ số): 主队以三～二胜客队。Đội chủ thắng đội khách với tỉ số 3:2. ❽<介>so sánh khác biệt về tính chất, trạng thái, mức độ: 公园里小孩~大人多。Trong công viên trẻ em đông hơn người lớn. //(姓) Ti

比² bǐ[书]❶<动>kề sát; tựa sát: 鳞次栉~ san sát, ken cài dày đặc ❷<动>câu kết; kết bè kết cánh: 朋~为奸 ăn cánh với nhau làm điều gian/kết bè đảng làm bậy ❸<名>gần đây: ~来 gần đây; ~闻 dạo này nghe thấy ❹<动>đợi đến; đến lúc: ~及 đến khi

【比比皆是】bǐbǐ-jiēshì khắp nơi đều vậy; đâu đâu cũng có; đầy rẫy

【比对】bǐduì<动>so sánh; đối chiếu: ~两份材料的数据 đối chiếu số liệu giữa hai bản

【比方】bǐfang❶<动>ví; tỉ dụ; so sánh; ví dụ: 打~ lấy ví dụ ❷<动>ví dụ; như: 广西的热带水果种类很多，~杧果、荔枝、龙眼等。Quảng Tây có rất nhiều loại hoa quả nhiệt đới, như xoài, vải, nhãn, v.v. ❸<连>giả dụ; giá như: ~我找他帮个忙，他不会介意吧？Giá như tôi nhờ anh ấy giúp đỡ, anh ấy sẽ không từ chối chứ?

【比分】bǐfēn<名>tỉ số; điểm số: 扳平~ san (gỡ) bằng tỉ số

【比画】bǐhua<动>❶khoát tay ra hiệu; làm điệu bộ: 他~着跟大家讲。Anh ấy vừa nói vừa khoát tay ra hiệu với các bạn. ❷luyện võ nghệ; đấu võ: 两位武林高手~，场面十分精彩。Hai võ sư đang đấu võ, cảnh tượng hay tuyệt.

【比基尼】bǐjīní<名>áo tắm nữ hai mảnh (bikini)

【比价】bǐjià❶<动>đấu giá; đấu thầu: ~单 phiếu đấu giá ❷<名>(giá cả) tỉ suất; tỉ giá

【比肩接踵】bǐjiān-jiēzhǒng chen vai thích cánh; đông như nêm cối; đông nghịt

【比较】bǐjiào❶<动>so sánh: 将这两件不同颜色的衣服~一下。Đem so sánh hai chiếc áo khác màu này. ❷<介>so với;

...hơn...: 这篇文章~前一篇写得更好。Bài này viết tốt hơn bài trước. ❸<副>tương đối; khá: ~成功 khá thành công; ~好 tương đối tốt

【比例】bǐlì<名>❶tỉ lệ thức ❷tỉ lệ ❸tỉ trọng

【比例尺】bǐlìchǐ<名>thước tỉ lệ; thước vẽ

【比邻】bǐlín<名>❶[书]láng giềng; hàng xóm; hàng phố: 天涯若~ chân trời hệt xóm giềng ❷<动>gần gũi; lân cận; nằm sát: 高铁站~市郊。Ga tàu cao tốc nằm sát ngoại thành.

【比率】bǐlǜ<名>tỉ suất

【比美】bǐměi<动>sánh ngang; tốt ngang; ngang tầm; sánh kịp

【比目鱼】bǐmùyú<名>cá thờn bơn

【比拟】bǐnǐ❶<动>so sánh: 无可~ không so sánh được ❷<名>(phép tu từ) ví von; nhân cách hóa; vật cách hóa

【比拼】bǐpīn<动>đọ sức: 本次~，不分胜负。Cuộc đọ sức này, không phân thắng bại.

【比如】bǐrú<动>ví dụ; chẳng hạn như; thí dụ; tỉ như

【比萨饼】bǐsàbǐng<名>bánh pizza

【比赛】bǐsài❶<动>thi đấu; đấu; thi ❷<名>cuộc thi đấu

【比上不足，比下有余】bǐshàngbùzú, bǐxiàyǒuyú so trên chẳng bằng, so dưới thì hơn; ở mức trung bình: 你现在~，应知足常乐。Anh hiện giờ đã khấm khá hơn khá nhiều người, nên thỏa mãn và luôn vui vẻ.

【比试】bǐshi<动>❶thi; đua tài; so tài ❷múa máy thử

【比武】bǐwǔ<动>đấu võ; thi võ

【比翼】bǐyì<动>chắp cánh; sát cánh; liền cánh

【比翼鸟】bǐyìniǎo<名>chim sát cánh; ví cặp vợ chồng ân ái

【比翼双飞】bǐyì-shuāngfēi chắp cánh

cùng bay; sánh đôi sánh duyên

【比喻】bǐyù❶〈动〉ti dụ; so sánh; ví von ❷〈名〉phương pháp ví von

【比照】bǐzhào〈动〉❶chiếu theo; đối chiếu với: ~课表来制订自己的学习计划。Dựa theo thời khóa biểu để lập kế hoạch học tập. ❷so sánh đối chiếu; so sánh

【比值】bǐzhí〈名〉ti suất; ti số; ti lệ

【比重】bǐzhòng〈名〉❶ti trọng ❷ti lệ

彼bǐ〈代〉❶đấy; ấy; kia: 此起~伏 dồn dập không ngớt; 顾此失~ được cái này mất cái kia ❷đối phương; nó: 知己知~ biết người biết ta

【彼岸】bǐ'àn〈名〉❶bờ đối diện; bờ bên kia: 大洋~ bờ bên kia đại dương ❷cõi ước mơ; bến bờ lí tưởng: 到达胜利的~ đi đến bến bờ thắng lợi ❸[宗教]bi ngan

【彼此】bǐcǐ〈代〉❶đây đó; hai bên; lẫn nhau: 当年，~还不熟悉，工作中常产生分歧。Năm ấy, chúng ta còn chưa quen nhau, thường có bất đồng về công việc. ❷như nhau cả; cũng thế thôi mà: "你好厉害哟！" "咱俩的水平~~。" "Anh cừ lắm!" "Trình độ chúng ta như nhau cả."

【彼一时，此一时】bǐ yī shí, cǐ yī shí mỗi thời một khác

秕bǐ❶〈名〉hạt óp; hạt lép ❷〈形〉lép: ~粒 hạt lép ❸〈形〉[书]xấu; ác: ~政 chính sự xấu

【秕谷】bǐgǔ〈名〉thóc lép; kê lép

【秕糠】bǐkāng〈名〉❶hạt lép và cám; trấu cám ❷rác rưởi (những thứ vô giá trị)

【秕子】bǐzi〈名〉hạt óp; hột lép

笔bǐ❶〈名〉cái bút: 毛~ bút lông ❷〈名〉bút pháp (viết chữ, vẽ tranh, làm văn): 文~ bút pháp viết/phong cách viết ❸〈动〉viết: 代~ viết hộ ❹〈名〉bút tích (chữ hoặc tranh tự tay viết hoặc vẽ): 绝~信 thư tuyệt bút ❺〈名〉nét (chữ Hán): 再添几~ thêm mấy nét nữa ❻〈量〉khoản; món (tiền hoặc liên quan đến tiền):

欠一~账 mắc một khoản nợ ❼〈量〉(dùng cho nghệ thuật viết chữ và hội họa): 闲来无事，画了几~水墨画。Khi nhàn rỗi, vẽ lên mấy nét tranh thủy mặc. //(姓) Bút

【笔触】bǐchù〈名〉ngòi bút; ngọn bút; bút pháp: 锋利的~ ngòi bút sắc bén

【笔答】bǐdá〈动〉bút đáp; trả lời bằng văn bản; trao đổi bằng văn tự

【笔调】bǐdiào〈名〉giọng văn; phong cách; lối (văn): ~犀利 giọng văn đanh thép

【笔端】bǐduān〈名〉[书]ngọn bút; ngòi bút; nét bút: 欣喜之情见诸~。Tình cảm vui mừng hiện ra đầu ngọn bút.

【笔伐】bǐfá〈动〉thảo phạt bằng bút: 口诛~ dư luận, báo chí lên án vạch tội

【笔法】bǐfǎ〈名〉bút pháp

【笔锋】bǐfēng〈名〉❶đầu bút lông ❷sức mạnh ngòi bút; văn chương sắc sảo: ~犀利 ngọn bút sắc bén

【笔杆子】bǐgǎnzi〈名〉❶quản bút; cán bút ❷cây bút (chỉ năng lực viết văn): 要~ vung cây bút ❸cây bút; người viết văn: 他是我们单位的~之一。Anh ấy là một trong những cây bút của đơn vị ta.

【笔耕不辍】bǐgēngbùchuò miệt mài viết lách

【笔供】bǐgòng〈名〉tờ khai; tờ cung

【笔画】bǐhuà〈名〉❶nét chữ Hán ❷số nét

【笔会】bǐhuì〈名〉❶hội viết ❷hội nhà văn

【笔记】bǐjì❶〈动〉ghi; chép ❷〈名〉bài ghi chép ❸〈名〉bút kí

【笔记本】bǐjìběn〈名〉❶sổ ghi; sổ tay ❷máy tính xách tay

【笔迹】bǐjì〈名〉nét chữ; dạng chữ; bút tích

【笔架】bǐjià〈名〉giá bút

【笔尖】bǐjiān〈名〉❶ngòi bút ❷chóp bút

【笔力】bǐlì〈名〉sức viết; bút lực: ~雄健 cây bút mạnh mẽ

【笔立】bǐlì〈动〉thẳng đứng

【笔录】bǐlù❶〈动〉ghi; chép ❷〈名〉bài ghi

lại; biên bản

【笔帽】bǐmào<名>nắp bút

【笔名】bǐmíng<名>bút danh

【笔墨】bǐmò<名>bút mực; văn chương

【笔试】bǐshì<动>thi viết

【笔顺】bǐshùn<名>bút thuận (thứ tự nét viết chữ Hán)

【笔算】bǐsuàn<动>tính trên giấy

【笔谈】bǐtán❶<动>bút đàm ❷<动>viết bài trao đổi; phát biểu trên giấy ❸<名>bút đàm (thể loại văn học)

【笔挺】bǐtǐng<形>❶thẳng tắp (đứng) ❷thẳng đứng; phẳng phiu: ~的西装 bộ complê phẳng phiu

【笔筒】bǐtǒng<名>ống cắm bút; ống đựng bút

【笔误】bǐwù❶<动>viết nhầm ❷<名>chữ viết nhầm

【笔下留情】bǐxià-liúqíng dưới ngọn bút xin nể mặt; ngọn bút lưu tình; câu chữ nương nhẹ; lời lẽ thể tình

【笔下生花】bǐxià-shēnghuā văn chương hay thư pháp hay tuyệt

【笔芯】bǐxīn<名>lõi bút; ruột bút

【笔形】bǐxíng<名>hình nét; hình tổ hợp nét

【笔译】bǐyì<动>dịch viết

【笔友】bǐyǒu<名>bạn qua thư từ; bạn trên thư từ

【笔战】bǐzhàn<动>bút chiến

【笔者】bǐzhě<名>người viết; người soạn; tác giả (tự xưng)

【笔直】bǐzhí<形>thẳng tắp: ~的马路 đường sá thẳng tắp

鄙 bǐ❶<形>thô tục; đê tiện: 卑~ xấu xa/bỉ ổi; 粗~ thô bỉ/tục tằn ❷<形>bỉ thiển; tôi: ~人 bỉ nhân/tôi ❸<动>[书]coi khinh; xem thường; khinh thị: 轻~ khinh bỉ ❹<名>[书]vùng biên cương xa xôi: 边~ chốn biên cương xa xôi

【鄙薄】bǐbó❶<动>khinh thị; xem thường; khinh rẻ; coi khinh ❷<形>[书](lời nói khiêm tốn) thiển lậu; hèn mọn

【鄙称】bǐchēng❶<动>xưng gọi một cách khinh rẻ ❷<名>cách gọi khinh bỉ

【鄙陋】bǐlòu<形>(kiến thức) nông cạn; quê mùa: ~无知 nông cạn không hiểu biết gì

【鄙弃】bǐqì<动>khinh rẻ; chán ghét: ~不良作风 chán ghét lề thói xấu

【鄙人】bǐrén<名>❶[书]kẻ vô tài vô đức ❷khiêm từ, tự xưng kẻ hèn: ~德薄才疏，不敢受此重托。Kẻ hèn này tài đức kém cỏi, đâu dám nhận sự trọng thác này.

【鄙视】bǐshì<动>khinh thị; coi thường; coi rẻ: ~不劳而获的人 xem thường những kẻ ăn không ngồi rồi

【鄙夷】bǐyí<动>[书]khinh thường; xem khinh; khinh bỉ; khinh rẻ: ~的神情 nét mặt khinh khỉnh

bì

币 bì<名>tiền tệ; tiền: 硬~ tiền kim loại; 人民~ nhân dân tệ

【币值】bìzhí<名>giá trị đồng tiền

【币制】bìzhì<名>chế độ tiền tệ

必 bì<副>❶ắt; ắt hẳn; chắc chắn; nhất định; tất nhiên: 未~ không chắc; ~死无疑 ắt chết ❷ắt phải; nhất định phải: ~备 ắt phải có sẵn; 事~躬亲 mọi việc phải tự tay làm //(姓)Tất

【必不可少】bìbùkěshǎo không thể thiếu được: 词典是学习语言~的工具。Từ điển là công cụ không thể thiếu được trong việc học ngôn ngữ.

【必定】bìdìng<副>❶(biểu thị phán đoán hoặc suy lí xác đáng hoặc tất nhiên là thế) nhất định; chắc chắn; tất; ắt: 革命~成功。Cách mạng ắt sẽ thành công. ❷(biểu thị ý chí kiên quyết) nhất định; thế nào cũng: 我们~按时完成任务。Chúng tôi nhất định sẽ hoàn thành nhiệm vụ đúng giờ.

【必然】bìrán❶〈形〉tất nhiên; ~趋势 xu thế tất nhiên ❷〈名〉(quy luật) tất yếu: 部门改革是公司发展的~。Việc đổi mới các ban ngành là sự tất yếu trong việc phát triển công ti.

【必然规律】bìrán guīlǜ quy luật tất nhiên

【必然性】bìránxìng〈名〉tính tất yếu

【必修】bìxiū〈形〉bắt buộc phải học: ~课程 môn học bắt buộc

【必须】bìxū〈副〉❶(biểu thị tất yếu về lí và tình) nhất định phải; ắt phải; tất phải: 军人~服从命令。Quân nhân ắt phải phục tùng mệnh lệnh. ❷(nhấn mạnh ngữ khí mệnh lệnh) phải; nhất thiết phải: 这次会议你~参加。Anh nhất thiết phải dự cuộc họp lần này.

【必需】bìxū〈动〉nhu yếu; cần thiết phải có; không thể thiếu: 橡胶是生产汽车轮胎~的原料。Cao su là nguyên liệu không thể thiếu khi sản xuất săm lốp xe ô tô.

【必需品】bìxūpǐn〈名〉nhu yếu phẩm; thứ cần thiết

【必要】bìyào〈形〉cần thiết; tất yếu: 当地政府为这家企业的创办提供了~的资金。Chính quyền địa phương đã cung cấp tiền vốn cần thiết cho việc sáng lập xí nghiệp này.

毕 bì❶〈动〉hết; xong; dứt; hoàn thành: 礼~ lễ xong; ~其功于一役 công thành trong một trận/quả quyết dứt điểm ❷〈副〉[书]tất cả; hoàn toàn: 真相~露 lộ hết chân tướng ❸〈名〉sao Tất (một trong 28 tú) //(姓) Tất

【毕恭毕敬】bìgōng-bìjìng hết mực cung kính; kính cẩn lễ phép

【毕竟】bìjìng〈副〉rốt cuộc; chung quy; suy cho cùng: 她~还只是个孩子。Suy cho cùng cô ấy vẫn chỉ là một đứa trẻ.

【毕露】bìlù〈动〉bộc lộ hết; hoàn toàn lộ tẩy: 原形~ lộ hết nguyên hình

【毕命】bìmìng〈动〉[书]hết đời; bỏ mạng;

kết liễu; tận số

【毕生】bìshēng〈名〉cả đời; trọn đời; suốt đời: 付出~精力 dốc sức cả đời

【毕业】bìyè〈动〉tốt nghiệp: 大学~ tốt nghiệp đại học; ~典礼 lễ tốt nghiệp; ~论文 luận văn tốt nghiệp

闭 bì〈动〉❶đóng; khép; ngậm: 关~ đóng lại; 封~ đóng chặt lại ❷bí; bế; tắc ❸kết thúc; chấm dứt; ngừng //(姓) Bế

【闭关锁国】bìguān-suǒguó bế quan tỏa cảng

【闭关自守】bìguān-zìshǒu bịt cửa ải giữ mình; bế quan tự thủ

【闭合】bìhé❶〈形〉kín; đầu đuôi khép kín: ~曲线 đường gấp khúc khép kín ❷〈动〉đóng lại; nối kín; đóng kín: 电路一~，电流就通了。Đóng công tắc, dòng điện thông ngay rồi.

【闭会】bìhuì〈动〉bế mạc; kết thúc hội nghị

【闭卷】bìjuàn〈动〉(lối thi) không được giở sách

【闭口不谈】bìkǒu-bùtán im hơi lặng tiếng; câm như hến; ngậm tăm

【闭路电视】bìlù diànshì truyền hình cáp

【闭门思过】bìmén-sīguò suy nghĩ lỗi lầm; nghiền ngẫm lỗi lầm

【闭门造车】bìmén-zàochē đóng cửa làm xe; chủ quan làm liều; xa rời thực tế

【闭目养神】bìmù-yǎngshén chợp mắt; nhắm mắt yên nghỉ

【闭幕】bìmù〈动〉❶hạ màn: 演出在观众的掌声中~。Buổi biểu diễn hạ màn trong tiếng vỗ tay của khán giả. ❷bế mạc; kết thúc: 大会胜利~。Đại hội thắng lợi bế mạc.

【闭幕词】bìmùcí〈名〉diễn văn bế mạc

【闭幕式】bìmùshì〈名〉lễ bế mạc

【闭气】bìqì〈动〉❶ngạt thở; tắc thở ❷bế khí; nín thở; nhịn thở

【闭塞】bìsè❶〈动〉tắc; nghẽn; ngạt: 鼻孔~ ngạt mũi ❷〈形〉(giao thông) bất tiện; khuất nẻo; hẻo lánh: ~的山区 vùng núi hẻo lánh

❸<形>mù tịt tin tức: 长期待在家，~得很。Cứ ở nhà lâu, mù mịt tin tức lắm.

【闭市】bìshì<动>đóng cửa chợ; đóng cửa hàng

【闭眼】bìyǎn<动>❶nhắm mắt: 别听他~瞎说。Đừng nghe hắn nhắm mắt nói bừa. ❷chết

【闭月羞花】bìyuè-xiūhuā hoa thẹn trăng khép: 翠翘姐妹有~之貌。Chị em Thúy Kiều có sắc đẹp làm hoa thẹn trăng khép.

【闭嘴】bìzuǐ<动>câm mồm

庇bì<动>che; che đỡ; che chở: 包~ bao che

【庇护】bìhù<动>che chở; bảo hộ; bênh vực; bênh che: 政治~ bênh vực chính trị

【庇护权】bìhùquán<名>quyền bảo hộ; quyền bênh vực

【庇佑】bìyòu<动>[书]phù hộ

陛bì<名>[书]bậc thềm cung điện

【陛下】bìxià<名>bệ hạ

毙bì<动>❶chết toi; bỏ mạng: 击~ bắn chết ❷[口]bắn chết; xử bắn; bắn bỏ ❸[书]vấp ngã; ngã đổ: 多行不义必自~。Làm nhiều điều bất nghĩa ắt sẽ tự diệt vong. ❹(dự án...) bị thủ tiêu

【毙命】bìmìng<动>bỏ mạng; mất mạng; toi đời: 当场~ chết ngay tại chỗ

铋bì<名>[化学]bitmut (kí hiệu: Bi)

敝bì<形>❶[书]cũ rách; rách rưới; rách nát: ~衣 áo rách ❷tệ; hèn; mọn: ~友 bạn tôi; ~处 chỗ tôi ❸[书]suy tàn; tàn lụi: 凋~ lụi tàn

【敝帚自珍】bìzhǒu-zìzhēn chổi cùn của mình cũng quý; củi mục trầm hương; của mình mình quý

婢bì<名>thị tì; người hầu gái: 奴~ nô tì

【婢女】bìnǚ<名>[旧]con hầu; con ở; thị tì

愎bì<形>[书]khăng khăng; bướng bỉnh; cố chấp: 刚~自用 khăng khăng một mực

裨bì<名>[书]ích lợi; điều bổ ích

【裨益】bìyì[书]❶<名>ích lợi ❷<动>đưa lại lợi ích; làm lợi

辟¹ bì[书]❶<名>vua: 复~ khôi phục lại quyền (địa vị) thống trị ❷<动>(vua) triệu kiến (vào trao chức quan): ~举 triệu cao chức // (姓) Bích

辟² bì<动>[书]❶trừ; bài trừ: ~邪 trừ tà ❷tị; tránh: ~难 tị nạn/tránh nạn

另见pì

【辟谷】bìgǔ<动>kiêng ngũ cốc (các tu sĩ đạo gia cho rằng chế độ ăn uống như thế có lợi cho dưỡng sinh bảo vệ sức khỏe)

【辟邪】bìxié<动>tránh hoặc trừ tà ma; tịch tà; trừ tà

碧bì❶<名>[书]ngọc bích; ngọc xanh biếc ❷<形>xanh biếc: ~海 biển xanh; ~水蓝天 trời xanh nước biếc // (姓) Bích

【碧波】bìbō<名>sóng biếc: ~荡漾 sóng biếc dập dờn

【碧空】bìkōng<名>bầu trời xanh; trời xanh: ~如洗 bầu trời trong vắt

【碧蓝】bìlán<形>xanh lam

【碧绿】bìlǜ<形>xanh biếc; xanh ngát

【碧螺春】bìluóchūn<名>chè bích loa xuân

【碧血丹心】bìxuè-dānxīn máu đào lòng son

【碧玉】bìyù<名>ngọc bích; ngọc biếc

蔽bì<动>che; đậy; đắp; chắn: 遮~ che lấp; 隐~ ẩn giấu

弊bì<名>❶hành vi dối trá lừa đảo: 作~ gian lận/lừa lọc/làm bậy; 营私舞~ lừa đảo kiếm chác ❷cái hại; tệ hại; sai sót: 利~ lợi hại

【弊病】bìbìng<名>❶tệ; tệ hại; tệ nạn: 抨击社会~ phê phán tệ nạn xã hội ❷sai sót; khuyết điểm: 这种做法~不少。Cách làm này có nhiều sai sót.

【弊端】bìduān<名>tệ nạn; thói xấu: 避免多头管理的~ tránh tệ quản lí nhiều đầu mà không ai chịu trách nhiệm

壁 bì 〈名〉❶tường; vách: 飞檐走~ trèo tường khoét vách ❷thành; vách: 锅炉~ thành nồi hơi; 细胞~ thành tế bào ❸vách đá; vách núi dựng đứng: 峭~ vách đá/vách núi ❹lũy thành; tường xây quanh trại lính: 作~上观 đứng trên tường cao để nhìn/đứng ngoài cuộc/sống chết mặc bay ❺sao Bích (một trong 28 tú)

【壁橱】bìchú〈名〉tủ trong tường

【壁灯】bìdēng〈名〉đèn tường; đèn áp tường

【壁挂】bìguà❶〈名〉đồ trang trí treo trên tường ❷〈形〉kiểu treo tường

【壁柜】bìguì〈名〉tủ vách; trạn vách

【壁虎】bìhǔ〈名〉thạch sùng

【壁画】bìhuà〈名〉bích họa; tranh vẽ trên tường

【壁垒】bìlěi〈名〉❶lũy quanh doanh trại; công sự phòng ngự ❷hàng rào; rào cản: 贸易~ rào cản thương mại; 关税~ hàng rào thuế quan

【壁垒森严】bìlěi-sēnyán thành lũy thâm nghiêm; phòng thủ nghiêm mật

【壁立千仞】bìlì-qiānrèn sừng sững cao ngút; dốc đứng như bức vách cao nghìn trượng

【壁炉】bìlú〈名〉lò sưởi trong tường

【壁毯】bìtǎn〈名〉thảm treo tường

【壁纸】bìzhǐ〈名〉giấy dán tường

【壁钟】bìzhōng〈名〉đồng hồ treo tường

避 bì〈动〉❶tránh; lánh; trốn tránh; núp: 不~艰险 không tránh né gian nguy; 躲~ trốn tránh; ~雨 tránh mưa ❷phòng tránh; phòng ngừa: ~弹 phòng tránh súng đạn

【避而不谈】bì'érbùtán lảng tránh không nói; tránh không bàn; né tránh; trốn tránh

【避风】bìfēng〈动〉❶tránh gió ❷(ví việc tránh thế bất lợi) ẩn mình; ẩn nấp

【避风港】bìfēnggǎng〈名〉cảng tránh bão; chỗ ở ẩn; nơi lánh mình

【避风头】bì fēngtou tránh đầu sóng ngọn gió

【避讳】bìhuì〈动〉tị húy; kị húy; tránh tên húy; kiêng tên húy nhà vua

【避讳】bìhui〈动〉❶kiêng: ~不说 kiêng nói ❷né tránh: ~敏感问题 tránh vấn đề nhạy cảm

【避开】bìkāi〈动〉❶tránh; tránh né ❷thoát được; tránh được

【避雷针】bìléizhēn〈名〉cột thu lôi

【避免】bìmiǎn〈动〉tránh; tránh khỏi; phòng ngừa: ~不必要的牺牲 tránh những hi sinh không cần thiết

【避难】bìnàn〈动〉tị nạn; lánh nạn; tránh nạn: 战争年代，一些人到深山~。Trong thời kì chiến tranh, có một số người đi vào rừng sâu để lánh nạn.

【避难权】bìnànquán〈名〉quyền tị nạn; quyền lánh nạn

【避难所】bìnànsuǒ〈名〉trại tị nạn; nơi tị nạn; chỗ lánh nạn

【避让】bìràng〈动〉trốn tránh; nhường tránh; nhường: 车辆应主动~行人。Xe cộ phải chủ động nhường tránh người qua đường.

【避世】bìshì〈动〉trốn đời; lánh đời: ~绝俗 trốn đời dứt tục

【避暑】bìshǔ〈动〉❶nghỉ mát; tránh nắng: 夏天到山区~是不错的选择。Mùa hè đi nghỉ mát vùng núi là một sự lựa chọn hay. ❷tránh nắng; phòng cảm nắng: 近日连续高温，市民们要注意~。Dạo này nhiệt độ cao dài ngày, bà con dân phố phải chú ý phòng cảm nắng.

【避税】bìshuì〈动〉tránh thuế trong khuôn khổ luật thuế cho phép

【避嫌】bìxián〈动〉tị hiềm; tránh hiềm nghi

【避邪】bìxié〈动〉(dùng bùa chú) tránh tà ma; tránh tà ma quỷ quái

【避孕】bìyùn〈动〉tránh thụ thai; tránh thai

【避孕环】bìyùnhuán〈名〉vòng tránh thai

【避孕套】bìyùntào<名>bao cao su; bao
tránh thai

【避重就轻】bìzhòng-jiùqīng chọn việc
nhẹ, tránh việc nặng; lánh nặng tìm nhẹ;
tránh nói vào vấn đề chính

臂 bì<名>cánh tay: 两~ hai cánh tay; 助一~
之力 giúp một tay

【臂膀】bìbǎng<名>❶cánh tay ❷(ví với trợ
thủ) cánh tay; trợ thủ

【臂力】bìlì<名>sức cánh tay

【臂纱】bìshā<名>băng để tang; băng đen

【臂章】bìzhāng<名>băng đeo tay; phù hiệu
đeo tay

璧 bì<名>ngọc bích: 白~无暇 viên bạch bích
không chút tì vết/ngọc không tì vết

biān

边 biān ❶<名>cạnh (trong hình học) ❷
<名>lề; bờ; mép; bên: 岸~ bên bờ; 街道两
~ hai bên đường phố ❸<名>đường viền: 花
~儿 đường diềm; 金~眼镜 kính viền vàng
❹<名>biên giới; địa giới; địa phận: 戍~
canh gác biên giới; 拓~ mở rộng địa giới
❺<名>giới hạn: 不着~际 không có giới hạn
❻<名>bên cạnh: 身~ bên mình ❼<名>bên;
phía: 我给两~都说过了，到时由他们自
己商谈吧。Tôi đã nói với hai bên, đến lúc
đó cứ để họ tự bàn bạc nhé. ❽<名>(dùng
sau thời gian từ hoặc số từ, biểu thị gần tới
một thời điểm hoặc một số nào đó) gần;
sắp; áp: 都四十~上还未成家。Gần bốn
mươi tuổi mà còn chưa lập gia đình. ❾<副>
vừa...vừa...(hai hoặc nhiều chữ "边" lần
lượt đứng trước các động từ biểu thị động
tác tiến hành đồng thời): ~读~写 vừa đọc
vừa viết //(姓) Biên

边 bian bên; phía; đằng: 外~ bên ngoài; 西~
phía Tây

【边城】biānchéng<名>thành phố giáp biên

【边陲】biānchuí<名>biên thùy; biên giới;
biên cương

【边地】biāndì<名>vùng biên giới xa xôi

【边防】biānfáng<名>biên phòng

【边防部队】biānfáng bùduì bộ đội biên phòng

【边防战士】biānfáng zhànshì chiến sĩ biên
phòng

【边防站】biānfángzhàn<名>trạm biên phòng;
đồn biên phòng

【边锋】biānfēng<名>[体育]tiền đạo biên;
tiền vệ cánh

【边幅】biānfú<名>mép; dung nhan; diện
mạo; vẻ ngoài; bề ngoài: 不修~ không chải
chuốt/lôi thôi lếch thếch

【边关】biānguān<名>cửa khẩu biên giới;
biên ải: ~小镇 thị trấn biên ải

【边际】biānjì<名>bến bờ; giới hạn: 不着~
không có bờ bến

【边疆】biānjiāng<名>biên cương; biên
thùy; bờ cõi

【边角料】biānjiǎoliào<名>mảnh vụn; đầu
thừa, đuôi thẹo; vật liệu thừa; phế liệu

【边界】biānjiè<名>(đường) biên giới; ranh
giới: 划定~ phân định biên giới

【边境】biānjìng<名>biên cảnh; biên giới;
duyên biên: 中俄~ vùng biên giới Trung
Quốc và Nga

【边境口岸】biānjìng kǒu'àn cửa khẩu biên
giới

【边境贸易】biānjìng màoyì mậu dịch biên
giới

【边框】biānkuàng<名>khung; khuông;
mép; vành

【边门】biānmén<名>cửa hông; cửa bên

【边民】biānmín<名>dân biên giới

【边卡】biānqiǎ<名>trạm gác biên giới; trạm
thu thuế biên giới

【边区】biānqū<名>biên khu

【边塞】biānsài<名>chốt hiểm yếu ở vùng biên giới; cửa ải hiểm yếu; biên ải

【边线】biānxiàn<名>đường biên

【边沿】biānyán<名>ven; dọc ven; bờ ven: ~地带 vùng ven

【边缘】biānyuán❶<名>sát mép; vùng ven; viền: 森林的~ vùng ven khu rừng/mép rừng; 处于崩溃的~ sát nút bờ sụp đổ ❷<形>sát giới tuyến; giáp; liên ngành: ~学科 môn học liên ngành

【边缘化】biānyuánhuà làm cho lép vế; làm cho bị loại khỏi vòng trung tâm

【边缘科学】biānyuán kēxué khoa học liên ngành

【边远】biānyuǎn<形>sát biên giới; xa xôi hẻo lánh: ~山区 vùng núi xa xôi hẻo lánh

【边寨】biānzhài<名>bản trại vùng biên giới; trang trại vùng biên

编biān❶<动>đan; tết: ~竹篮 đan giỏ tre ❷<动>sắp; xếp; tổ chức: ~名册 xếp danh sách; 把他~在我们组吧! Xếp anh ấy vào tổ ta nhé! ❸<动>biên tập: ~教材 biên soạn sách giáo khoa; ~字典 biên tập từ điển ❹<动>soạn; sáng tác: ~曲 sáng tác nhạc; ~剧本 soạn kịch ❺<动>bịa đặt; đặt điều; bịa chuyện: ~瞎话 bịa đặt chuyện vu vơ ❻<名>quyển; tập; cuốn; biên (sách thành tập, thường dùng làm tên sách): 续~ tục biên ❼<量>(đơn vị lớn hơn chương của bộ sách, phân theo nội dung) phần: 上~ phần đầu/thượng biên ❽<名>biên chế: 在~ ở trong biên chế //(姓) Biên

【编程】biānchéng<动>lập trình: 小明学会了用电脑~。Cậu Minh đã nắm được kĩ thuật lập trình bằng vi tính.

【编次】biāncì❶<动>sắp xếp theo thứ tự ❷<名>thứ tự đã sắp xếp

【编导】biāndǎo❶<动>biên kịch và đạo diễn; biên đạo ❷<名>nhà soạn kịch và đạo diễn

【编订】biāndìng<动>biên tập và hiệu đính

【编队】biānduì<动>❶xếp thành đội; tổ chức thành đội ❷biên đội; tạo đội hình: 航母~ biên đội hàng không mẫu hạm

【编号】biānhào❶<动>đánh số; ghi số; xếp theo thứ tự: 给书目~ ghi số cho thư mục ❷<名>kí hiệu; số thứ tự: 这辆汽车的发动机~是多少? Số kí hiệu động cơ của chiếc xe này là bao nhiêu?

【编绘】biānhuì<动>soạn và vẽ

【编辑】biānjí❶<动>biên tập: ~部 ban biên tập; ~诗集 biên tập tập thơ ❷<名>cán bộ biên tập; biên tập viên ❸<名>chức danh trong ngành xuất bản

【编校】biānjiào<动>biên tập và hiệu đính: ~典籍 biên tập và hiệu đính sách cổ điển

【编剧】biānjù❶<动>biên kịch; soạn kịch ❷<名>người soạn kịch

【编码】biānmǎ❶<动>mã hóa; lập mã ❷<名>số biên mã

【编目】biānmù❶<名>mục lục ❷<动>soạn mục lục: 为博物馆的藏画~ soạn mục lục về các bức tranh lưu giữ của viện bảo tàng

【编年】biānnián<动>biên niên

【编年体】biānniántǐ<名>thể biên niên

【编排】biānpái<动>❶sắp xếp; bố trí: ~文字 sắp xếp văn tự ❷trình bày; sắp đặt; sửa soạn: ~文艺节目 sắp xếp trình bày tiết mục văn nghệ

【编审】biānshěn❶<动>biên tập và thẩm định ❷<名>cán bộ biên tập thẩm định ❸<名>chức danh ngành xuất bản

【编外】biānwài<形>ngoài biên chế

【编委】biānwěi<名>❶ban biên tập ❷thành viên trong ban biên tập: 此书的~大多是资深教授。Các thành viên trong ban biên tập của bộ sách này phần lớn là giáo sư lão thành.

【编写】biānxiě<动>❶biên soạn; viết: ~参

考书 biên soạn sách tham khảo ❷sáng tác; soạn: ~歌剧 soạn kịch hát

【编选】biānxuǎn<动>biên tập và lựa chọn; biên tuyển

【编译】biānyì❶<动>biên tập và phiên dịch; biên dịch ❷<名>người biên dịch

【编印】biānyìn<动>xuất bản; biên soạn và in ấn

【编造】biānzào<动>❶lập; lên; làm; biên soạn: ~新生花名册 lập danh sách sinh viên mới ❷hư cấu; tạo dựng: ~神话故事 hư cấu thần thoại ❸bịa; bịa đặt: ~谎言 bịa đặt lời nói láo

【编者】biānzhě<名>soạn giả; người biên tập

【编者按】biānzhě'àn<名>lời bình của người biên tập; lời tòa soạn

【编织】biānzhī<动>đan; móc; bện; tết: 毛衣 đan áo len

【编制】¹ biānzhì<动>❶đan: ~竹器 đan đồ tre ❷lập; lên; đặt (kế hoạch): ~教学大纲 lập đại cương giảng dạy

【编制】² biānzhì<名>biên chế: 部队~ biên chế bộ đội; 缩小~ giảm bớt biên chế

【编钟】biānzhōng<名>chuông nhạc

【编著】biānzhù<动>viết; biên soạn

【编撰】biānzhuàn<动>soạn; biên soạn; viết

【编组】biānzǔ<动>sắp xếp thành tổ đội

【编纂】biānzuǎn<动>biên soạn; biên tập: ~百科全书 biên soạn bách khoa toàn thư

蝙biān

【蝙蝠】biānfú<名>con dơi

鞭biān❶<名>cái roi: 马~ roi ngựa ❷<名>roi sắt: 竹节~ roi sắt mắt tre ❸<名>que; thước; gậy: 教~ thước dạy học ❹<名>sinh thực khí con thú đực ❺<名>pháo tép; pháo tràng: ~炮 pháo tép ❻<动>[书]quất; đánh; vút: ~马 quất ngựa

【鞭策】biāncè<动>quất roi; thúc giục; nghiêm khắc thúc giục: 用英雄事迹~自己

thúc giục mình bằng sự tích anh hùng

【鞭长莫及】biāncháng-mòjí ngoài tầm tay với không tới; không đủ sức

【鞭打】biāndǎ<动>quất đánh; đánh roi

【鞭炮】biānpào<名>❶pháo ❷pháo tràng; pháo bánh; pháo dây

【鞭辟入里】biānpì-rùlǐ sắc sảo; thấu suốt; thấm thía

【鞭挞】biāntà<动>quất; đánh; đả kích; đập mạnh

【鞭子】biānzi<名>roi

biǎn

贬biǎn<动>❶hạ thấp; giáng; biếm; giảm: ~为庶民 bị giáng cấp thành dân thường ❷chê: 褒~ khen chê

【贬称】biǎnchēng❶<名>biếm xưng; lối xưng hô khinh thường ❷<动>xưng hô bằng biếm từ

【贬低】biǎndī<动>hạ thấp; chê bai: ~发明的价值 chê bai giá trị của phát minh

【贬损】biǎnsǔn<动>nói xấu; làm tổn hại; chỉ trích; hạ thấp: 妻子当着众人面~他，让他很难堪。Bị vợ nói xấu trước mặt người khác, anh ta rất lúng túng.

【贬义】biǎnyì<名>nghĩa xấu; ý xấu: ~词 từ nghĩa xấu

【贬抑】biǎnyì<动>chê bai; gièm pha; nói xấu; coi khinh

【贬值】biǎnzhí<动>❶phá giá; mất giá: 货币~ mất giá tiền tệ ❷thả nổi; hạ thấp tỉ giá hối đoái hoặc hàm lượng vàng của đồng tiền bản vị nước mình ❸sụt giá (nói chung): 房产~ bất động sản sụt giá

扁biǎn❶<形>bẹt; giẹp; dẹt; bẹp: 压~了 bị đè bẹp; 别把人看~了。Đừng có xem thường người ta. ❷<动>[方]đánh; đòn: 狠狠~他一顿。Đánh thằng ấy một trận nhừ tử. //(姓) Biển

另见 piān

【扁担】biǎndan<名>đòn gánh; đòn xóc

【扁豆】biǎndòu<名>đậu cô ve; biển đậu

【扁平足】biǎnpíngzú<名>chân bẹt; bệnh chân bẹt; bàn chân phẳng

【扁桃】biǎntáo<名>❶cây và quả quéo hương ❷cây và quả bàn đào

【扁桃体】biǎntáotǐ<名>Amidan; hạch cửa họng

匾 biǎn<名>❶tấm biển; bức hoành phi (bằng gỗ, cũng có thể bằng lụa vải): 横~ bức hoành phi; 金~ hoành phi vàng ❷nong; nia; mẹt

【匾额】biǎn'é<名>tấm biển; bức hoành phi

【匾文】biǎnwén<名>lời văn hoành phi

biàn

变 biàn❶<动>đổi khác; biến đổi; thay đổi: 改~ thay đổi ❷<动>thay đổi; trở thành; biến thành: 天堑~通途。Lạch trời biến thành đường đi. ❸<动>làm thay đổi; biến: ~沧海为桑田 biến biển cả thành ruộng dâu ❹<动>có thể thay đổi; đã thay đổi: ~数 nhân tố có thể thay đổi ❺<动>bán (nhà cửa đồ đạc) lấy tiền: ~产 bán của cải lấy tiền ❻<名>quyền biến linh hoạt: 通权达~ thông quyền đạt biến/giỏi quyền biến/giỏi biến báo ❼<名>biến đổi lớn bất ngờ; sự biến: 兵~ binh biến ❽<名>biến văn //(姓) Biển

【变本加厉】biànběn-jiālì ngày một thậm tệ; ngày càng táo tợn

【变成】biànchéng<动>trở thành: 她的希望~了泡影。Hi vọng của chị ấy trở thành bong bóng xà phòng.

【变电站】biàndiànzhàn<名>trạm biến thế; trạm biến điện

【变调】biàndiào<动>❶biến điệu ❷chuyển điệu ❸đổi giọng; chuyển giọng

【变动】biàndòng<动>❶biến đổi: 工作~ thay đổi việc làm ❷thay đổi; sửa đổi: 在文字上做一些~ sửa đổi một số văn tự

【变法】biànfǎ<动>biến pháp; cải cách chính trị

【变法儿】biànfǎr<动>[口]đổi cách khác; tìm cách mới; áp dụng mọi biện pháp; dùng đủ cách

【变革】biàngé<动>biến cách; biến đổi; cải cách; thay đổi: 社会~ sự thay đổi của xã hội

【变更】biàngēng<动>thay đổi; biến đổi: ~计划 thay đổi kế hoạch

【变故】biàngù<名>biến cố; tai nạn; rủi ro; tai biến

【变卦】biànguà<动>thay đổi; trở mặt; lật lọng; giở quẻ: 她早上还答应陪我逛街，下午就~了。Buổi sáng chị ấy đã đồng ý đi dạo phố với em mà buổi chiều lại thay đổi ý định.

【变化】biànhuà<动>thay đổi; biến hóa: ~多端 biến hóa đa dạng/biến hóa đủ trò

【变幻】biànhuàn<动>biến ảo; biến đổi thất thường: ~莫测 biến đổi khôn lường

【变换】biànhuàn<动>đổi; thay đổi: ~花样 thay đổi kiểu dáng

【变价】biànjià<动>❶đổi giá bán ❷định lại giá

【变节】biànjié<动>không giữ vững khí tiết; đầu hàng; mất khí tiết; phản bội: ~自首 mất khí tiết ra đầu thú

【变局】biànjú<名>cục diện biến động; cục diện bất thường

【变脸】biànliǎn<动>❶trở mặt: 两人为一点小事~了。Hai đứa chúng nó vì việc nhỏ mà trở mặt với nhau. ❷đổi nét mặt (kĩ xảo đặc biệt trong kịch Tứ Xuyên, Trung Quốc, bằng động tác chớp nhoáng đổi vẻ mặt)

【变量】biànliàng<名>lượng biến đổi (lượng mà số trị của nó có thể thay đổi, như nhiệt độ trong ngày)

【变卖】biànmài<动>bán (gia sản) lấy tiền: ~家产 bán gia sản lấy tiền

【变迁】biànqiān<动>chuyển đổi; biến đổi; dời đổi; biến thiên: 世事~ việc đời đổi thay/ thế sự đổi thay

【变色】biànsè<动>❶đổi màu; biến màu; phai màu ❷biến sắc mặt khi giận dữ hay sợ hãi; sốt ruột: 勃然~ hầm hầm biến sắc; 脸不~心不跳。 Mặt không biến sắc, tim không đập dồn.

【变色镜】biànsèjìng<名>kính đổi màu

【变色龙】biànsèlóng<名>❶[动物]tắc kè hoa ❷ví người hay lật lọng; người không kiên định; người khéo theo gió xoay chiều

【变声】biànshēng<动>vỡ tiếng; vỡ giọng

【变数】biànshù<名>❶[数学]biến số ❷nhân tố khả biến; biến số

【变速器】biànsùqì<名>hộp số (ở ô tô); hộp biến tốc; thiết bị tăng giảm tốc độ (vận hành của máy móc, ô tô, máy kéo); máy tăng tốc (ở máy bay)

【变速运动】biànsù yùndòng vận động biến tốc; chuyển động biến tốc

【变态】biàntài❶<动>biến thái (chỉ sự biến đổi hình thái trong quá trình sinh trưởng của một số động vật, như ruồi, muỗi, rận… từ trứng thành trùng) ❷<动>biến dị; biến thái (chỉ biến đổi đặc thù ở một số thực vật, do chịu ảnh hưởng môi trường lâu dài mà có thay đổi về cấu tạo, hình thái, chức năng sinh lí của rễ, thân, lá…) ❸<动>không bình thường; khác thường; dị thường: ~心理 trạng thái tâm lí không bình thường ❹<名>trạng thái khác thường

【变态反应】biàntài fǎnyìng sự phản ứng thất thường (dị ứng)

【变体】biàntǐ<名>biến thể

【变天】biàntiān<动>❶trở trời; thời tiết thay đổi ❷ví việc thay đổi căn bản về chính trị, thế lực phản động cầm quyền trở lại; đổi trời; đổi thời; đổi đời

【变通】biàntōng<动>linh hoạt; biến báo; quyền biến: 遇到特殊情况不妨做~处理。 Gặp tình hình đặc biệt có thể xử lí linh hoạt.

【变味儿】biànwèir<动>❶thiu; ôi; trở mùi ❷biến chất

【变温动物】biànwēn dòngwù động vật máu lạnh; loài máu lạnh

【变戏法】biàn xìfǎ❶biểu diễn ảo thuật ❷giở thủ đoạn lừa người

【变现】biànxiàn<动>đổi thành tiền mặt; quy đổi của cải, trái phiếu thành tiền mặt

【变相】biànxiàng<形>biến hình; trá hình; biến tướng

【变心】biànxīn<动>thay lòng đổi dạ: 海枯石烂，永不~。 Dù cho sông cạn đá mòn, cũng không bao giờ thay lòng đổi dạ.

【变形】biànxíng<动>❶biến dạng; hình thù đổi khác: 箱子被压得~了。 Va li bị đè biến dạng. ❷hóa hình; hóa phép

【变型】biànxíng<动>thay đổi loại hình: 转轨~ chuyển quỹ đạo đổi loại hình

【变性】biànxìng<动>❶biến đổi tính chất ❷biến tính (của tế bào cơ thể) ❸thay đổi giới tính nam nữ

【变性人】biànxìngrén<名>người biến tính

【变压器】biànyāqì<名>máy biến thế

【变样】biànyàng<动>biến dạng; khác trước: 十年没见，你还是没~。 Đã 10 năm không gặp, đằng ấy vẫn như xưa.

【变异】biànyì<动>❶biến dị ❷thay đổi khác thường

【变质】biànzhì<动>biến chất: 蜕化~ thoái hóa biến chất

【变种】biànzhǒng<名>❶(sinh vật) biến chủng ❷biến tướng; trá hình (của một trào lưu hoặc trường phái tư tưởng sai lầm, phản động)

【变奏曲】biànzòuqǔ<名>khúc biến tấu (âm nhạc)

【变阻器】biànzǔqì<名>bộ biến trở

便 biàn❶<形>tiện; tiện lợi: 轻~ nhẹ nhàng tiện lợi ❷<名>dịp thuận tiện: 顺~ tiện thể; 随~ tùy tiện ❸<形>thường; đơn giản: 着~装 mặc thường phục ❹<名>phân; nước tiểu: 排~ tiết phân và nước dải/ỉa đái ❺<动>bài tiết phân, nước tiểu: 大~ đi ỉa; 小~ đi đái ❻<副>thì; bèn; liền: 说完~做 nói xong làm ngay; 这样做~可。Làm thế này thì được. 没有父母的抚育, ~没有我的健康成长。Không có sự nuôi dưỡng của bố mẹ thì tôi không thể trưởng thành lành mạnh. ❼<连>cho dù; dù; ngay cả: ~是再艰难, 也要成功。Cho dù có khó khăn nữa thì cũng phải thành công.
另见pián

【便步】biànbù<名>[军事]đi thường; đi dạo; nhịp bước bình thường

【便餐】biàncān<名>cơm thường

【便车】biànchē<名>xe tiện lợi

【便当】biàndāng<名>cơm hộp

【便当】biàndang<形>tiện; thuận tiện; dễ dàng; đơn giản

【便道】biàndào<名>❶đường tắt; lối hẻm: 抄~走 đi đường tắt ❷đường bộ hành; via hè: 行人走~。Người qua đường đi via hè. ❸lối đi tạm; đường tránh

【便饭】biànfàn<名>cơm bữa; cơm thường

【便服】biànfú<名>thường phục

【便函】biànhán<名>thư thường

【便壶】biànhú<名>cái bô tiểu tiện (của đàn ông)

【便笺】biànjiān<名>❶mẩu thư nhắn; mẩu nhắn tin ❷sổ ghi nhắn

【便捷】biànjié<形>❶tiện lợi ❷nhanh gọn; nhạy bén (động tác): 行动~ hành động nhanh gọn

【便览】biànlǎn<名>sách giới thiệu tổng quát; thuyết minh chung (nội dung thường về giao thông, bưu chính hoặc phong cảnh)

【便利】biànlì❶<形>tiện lợi; thuận tiện; tiện: 交通~ giao thông tiện lợi ❷<动>tiện lợi cho; làm tiện lợi cho: 为~居民, 新建了一个百货商店。Xây một nhà hàng bách hóa mới để tiện lợi cho cư dân.

【便帽】biànmào<名>mũ thường (phân biệt với mũ lễ)

【便秘】biànmì❶<名>căn bệnh táo bón ❷<动>táo bón

【便民】biànmín<形>tiện cho dân

【便民商店】biànmín shāngdiàn cửa hàng thuận tiện cho dân

【便民设施】biànmín shèshī phương tiện thuận tiện cho dân

【便盆】biànpén<名>bô đại tiểu tiện; chậu vệ sinh

【便桥】biànqiáo<名>cầu tạm

【便士】biànshì<名>đồng pen-ni (pence)

【便条】biàntiáo<名>giấy nhắn tin

【便桶】biàntǒng<名>thùng phân; bô

【便携式】biànxiéshì cỡ nhỏ; kiểu cầm tay: ~计算机 máy tính kiểu cầm tay

【便鞋】biànxié<名>giày thường (bằng vải)

【便血】biànxiě<动>đi ngoài ra máu

【便宴】biànyàn<名>tiệc thường (phân biệt với hội tiệc chính thức)

【便衣】biànyī<名>❶quần áo thường; thường phục ❷quân nhân hoặc cảnh sát mặc thường phục: ~公安人员 nhân viên công an chìm/công an mặc thường phục; ~警察 cảnh sát chìm/lính kín/mật thám

【便宜】biànyí<形>tiện; tiện lợi
另见piányi

【便宜行事】biànyí-xíngshì tùy tình hình mà giải quyết; tùy cơ ứng biến

【便于】biànyú<动>tiện cho; dễ cho: ~携带 dễ cho mang theo

【便装】biànzhuāng<名>thường phục

遍biàn❶<动>khắp; khắp cả; khắp nơi: 漫山~野 khắp núi khắp đồng; 我们的朋友~天下。Bạn bè của chúng ta khắp thiên hạ. ❷<量>lượt; lần; đợt: 再读一~ đọc lại một lần nữa

【遍布】biànbù<动>phân bố khắp nơi; rải rác khắp nơi: ~全国 khắp cả nước

【遍地】biàndì❶<副>khắp cả ❷<动>khắp nơi; khắp chốn: ~生根 bén rễ khắp nơi

【遍地开花】biàndì-kāihuā khắp nơi hoa nở; việc tốt xuất hiện khắp mọi nơi

【遍及】biànjí<动>rộng khắp đến tận...; khắp tận: ~全校 khắp tận cả trường

【遍体鳞伤】biàntǐ-línshāng thương tích khắp người; vết thương đầy người

【遍野】biànyě<动>đầy đồng; khắp đồng

辨biàn<动>phân biệt; phân rõ: 明~是非 phân biệt rõ phải trái

【辨别】biànbié<动>biện biệt; phân biệt; phân rõ: ~方向 phân biệt phương hướng

【辨明】biànmíng<动>phân biệt; phân rõ: ~是非 phân biệt rõ phải trái

【辨认】biànrèn<动>nhận ra; nhận rõ; nhận biết: ~相片 nhận ra ảnh chụp

【辨识】biànshí<动>nhận ra; nhận rõ; nhận biết

【辨析】biànxī<动>phân tích rõ; phân biệt: 词义~ phân biệt nghĩa từ

辩biàn<动>biện giải; biện luận: 争~ bàn cãi/tranh cãi; 诡~ cãi phứa/cãi bướng

【辩白】biànbái<动>biện bạch

【辩驳】biànbó<动>biện bác; bác lẽ; bác lại; cãi: 无可~ không thể cãi được

【辩才】biàncái<名>tài biện luận; tài hùng biện: ~出众 tài biện luận hơn người

【辩词】biàncí<名>lời biện giải; lời biện bạch; lời bào chữa

【辩护】biànhù<动>❶biện hộ; bào chữa: ~律师 luật sư bào chữa; 不要为自己的缺点~。Không nên bênh cãi cho khuyết điểm của mình. ❷bênh vực; bảo vệ: 为真理~ bảo vệ chân lí

【辩护权】biànhùquán<名>quyền bào chữa; quyền biện hộ

【辩护人】biànhùrén<名>người bào chữa; người biện hộ (ở tòa án, do bị cáo ủy thác hoặc tòa án chỉ định)

【辩解】biànjiě<动>biện giải; biện bạch; bày tỏ; giãi bày; giải thích: 为自己的行为~ biện bạch cho hành vi của mình

【辩论】biànlùn<动>biện luận; tranh luận; bàn cãi: 他们就学术问题~。Họ tranh luận về vấn đề học thuật.

【辩论会】biànlùnhuì<名>buổi hội thảo; cuộc biện luận

【辩论赛】biànlùnsài<名>cuộc thi hùng biện

【辩明】biànmíng<动>thanh minh; biện luận rạch ròi: ~事理 biện minh sự lí

【辩证】biànzhèng❶<动>phân tích khảo chứng ❷<形>biện chứng: ~地看问题 nhận xét vấn đề một cách biện chứng

【辩证法】biànzhèngfǎ<名>❶phép biện chứng; biện chứng pháp ❷phép duy vật biện chứng; biện chứng pháp duy vật

【辩证唯物主义】biànzhèng wéiwù zhǔyì chủ nghĩa duy vật biện chứng

辫biàn❶<名>bím tóc: 小发~ bím tóc nhỏ ❷<名>dải (dây) rơm; cói (bện mũ, làn, quạt...): 草帽~ dải (dây) rơm/cói (bện mũ, làn, quạt...) ❸<动>[方]túm: ~蒜 túm tỏi ❹<量>[方]túm: 一~蒜 một túm tỏi

【辫子】biànzi<名>❶bím tóc; đuôi sam: 梳~ chải bím tóc ❷túm: 蒜~ túm tỏi ❸(ví) cái cán; cái chuôi; cái bím: 揪~ túm lấy cái bím (ví túm lấy khuyết điểm hay lỗi lầm của kẻ khác)

B

biāo

标 biāo❶<名>[书]ngọn cây ❷<名>cái ngọn; cái râu ria; chi tiết (của sự vật): 治~不治本 chữa ngọn không chữa gốc ❸<名>mốc; dấu hiệu: 浮~ chiếc phao; 音~ kí hiệu phiên âm ❹<名>tiêu chuẩn; chỉ tiêu: 达~ đạt tiêu chuẩn ❺<动>đánh dấu; ghi rõ: 明码~价 ghi rõ giá tiền ❻<名>giải thưởng; phần thưởng: 锦~ giải thưởng; 夺~ đoạt giải ❼<名>giá bỏ thầu; giá đấu thầu: 投~ bỏ thầu; 招~ mời thầu ❽<名>tiêu (biên chế lục quân Trung Quốc cuối đời Thanh, tương đương trung đoàn) ❾<量>(dùng cho quân ngũ, số từ kết hợp là) đội; toán: 一~人马 một đội người ngựa //(姓) Tiêu

【标榜】biāobǎng<动>❶nêu chiêu bài; giương ngọn cờ; giơ danh nghĩa: ~自由 giơ hai chữ "tự do" ❷tâng bốc; tán tụng; quảng cáo; lăng xê: 自我~ tâng bốc tự mình; 互相~ tâng bốc lẫn nhau/quảng cáo cho nhau

【标本】biāoběn<名>❶gốc và ngọn: ~兼治 chữa trị cả gốc lẫn ngọn ❷tiêu bản: 昆虫~ tiêu bản sâu bọ ❸tiêu biểu; đại biểu: 南京长江大桥是中国桥梁中的~。 Cầu Trường Giang Nam Kinh là tiêu biểu cho cầu Trung Quốc. ❹vật xét nghiệm (như máu, đờm, phân…)

【标本兼治】biāoběn-jiānzhì chữa trị cả gốc lẫn ngọn

【标兵】biāobīng<名>❶tiêu binh ❷tấm gương; mẫu mực; kiểu mẫu: 树立~ dựng kiểu mẫu/nêu tấm gương

【标尺】biāochǐ<名>❶thước đo ❷thước ngắm ❸ví tiêu chuẩn đánh giá

【标底】biāodǐ<名>giá thầu dự tính (của phía gọi thầu)

【标的】biāodì<名>❶cái bia (tập bắn) ❷mục đích ❸đối tượng trong việc thực hiện hợp đồng

【标点】biāodiǎn❶<名>dấu chấm câu ❷<动>chấm câu: ~《二十四史》 chấm câu cho Nhị thập tứ sử

【标点符号】biāodiǎn fúhào dấu chấm câu

【标调】biāodiào<动>❶[音乐]ghi gam ❷[语言]ghi dấu thanh điệu

【标定】biāodìng❶<动>định chuẩn ❷<动>phân định; xác định: ~边界线 xác định đường biên giới ❸<形>đạt chuẩn: ~型自行车 xe đạp đạt chuẩn

【标杆】biāogān<名>❶cọc tiêu; cọc ngắm ❷kiểu mẫu; mẫu mực

【标高】biāogāo<名>chiều cao; độ cao: 此山~是两千米。 Độ cao của ngọn núi này là 2000 mét.

【标号】biāohào<名>❶cấp; bậc; hạng; loại; mức ❷dấu; kí hiệu

【标记】biāojì❶<动>đánh dấu: 在书上~存疑之处。 Đánh dấu vào chỗ tồn tại nghi vấn ở trên sách. ❷<名>dấu hiệu; kí hiệu; dấu; mốc

【标价】biāojià❶<动>ghi giá: 明码~ ghi rõ giá tiền ❷<名>giá đề; giá ghi; giá yết: 这件衣服~五百元人民币。 Giá ghi của chiếc áo này là 500 đồng RMB.

【标量】biāoliàng<名>[物理]đại lượng vật lí có lớn nhỏ nhưng vô hướng; tiêu lượng

【标卖】biāomài<动>❶đề giá bán công khai ❷bán đấu giá

【标明】biāomíng<动>đề rõ; ghi rõ; yết rõ: ~出处 ghi rõ xuất xứ

【标牌】biāopái<名>nhãn hiệu; nhãn hàng hóa

【标签】biāoqiān<名>e-ti-két; nhãn hàng

【标枪】biāoqiāng<名>❶môn ném lao ❷cái lao (trong môn thi điền kinh) ❸cái thương;

ngọn giáo; cái lao

【标示】 biāoshì<动>chỉ rõ; nêu rõ

【标书】 biāoshū<名>hồ sơ gọi thầu hoặc đấu thầu (nêu rõ tiêu chuẩn, điều kiện, giá cả…)

【标题】 biāotí<名>tiêu đề; đầu đề; tít; đề; tựa: 副~ tiêu đề phụ

【标图】 biāotú<动>đánh dấu trên bản đồ quân sự, hải đồ, biểu đồ khí tượng...

【标线】 biāoxiàn<名>vạch tiêu chí: 开车要注意马路上的~。Lái xe cần phải lưu ý vạch tiêu chí giao thông trên đường.

【标新立异】 biāoxīn-lìyì nêu ra chủ trương mới lạ; lập dị; khác người; nổi trội

【标语】 biāoyǔ<名>biểu ngữ; khẩu hiệu

【标志】 biāozhì❶<名>cái mốc; dấu hiệu; tiêu chí: 交通~ dấu hiệu giao thông ❷<动>đánh dấu; đặt mốc; chứng tỏ; tỏ rõ: ~着步入世界领先行列 đánh dấu bước vào đội ngũ hàng đầu thế giới

【标致】 biāozhì<形>xinh đẹp; xinh xắn; duyên dáng: 长相~ khuôn mặt xinh đẹp

【标准】 biāozhǔn❶<名>tiêu chuẩn; mẫu mực: 达到~ đạt tiêu chuẩn ❷<形>chuẩn mực; mực thước; chuẩn: ~身高 chiều cao chuẩn mực (cơ thể)

【标准化】 biāozhǔnhuà tiêu chuẩn hóa; chuẩn hóa

【标准语】 biāozhǔnyǔ<名>tiếng chuẩn; ngôn ngữ chuẩn mực

彪 biāo<名>[书]❶hổ con; cọp con ❷văn; văn thái; màu sắc rực rỡ; tài hoa //(姓) Bưu

【彪炳千古】 biāobǐng-qiāngǔ nghìn năm chói lọi; sáng chói muôn đời

【彪悍】 biāohàn<形>đô, khỏe và dũng mãnh

【彪形大汉】 biāoxíng-dàhàn người cao lớn vạm vỡ; người to lớn khỏe mạnh như cọp

膘 biāo<名>thịt mỡ: 长~ béo ra

【膘情】 biāoqíng<名>tình trạng vỗ béo (của gia súc)

飙 biāo<名>[书]gió bão: 狂~ bão lớn/đông tố/bão táp

【飙车】 biāochē<动>[方]phóng xe

【飙高】 biāogāo<动>dâng cao như thổi: 金价~。Giá vàng tăng như thổi.

【飙升】 biāoshēng<动>tăng vùn vụt: 房价一路~。Giá cả nhà cửa cứ tăng vùn vụt.

镖 biāo<名>mũi tiêu (vũ khí cổ): 飞~ phi tiêu; 袖~ mũi tiêu giấu trong ống tay áo

【镖局】 biāojú<名>[旧]cục kinh doanh vệ sĩ; tiêu cục

【镖客】 biāokè<名>[旧]vệ sĩ; vệ sĩ áp tải; tiêu khách

【镖师】 biāoshī =【镖客】

biǎo

表 biǎo❶<名>bề ngoài; mặt ngoài: 地~ mặt đất; 由~及里 từ ngoài vào trong ❷<名>họ (quan hệ bà con với bên chị em gái cùng vai vế và khác vai vế): ~哥 anh họ (khác họ, như con cô con cậu); ~叔 chú họ (em họ của bố, mẹ) ❸<动>bày tỏ; biểu thị: 以~谢意 để tỏ lòng cảm ơn; 深~同情 bày tỏ sự đồng tình sâu sắc ❹<动>giải cảm; phát tán (phong hàn): ~汗 xông cho ra mồ hôi ❺<名>tấm gương; mẫu mực: 代~ đại biểu ❻<名>tờ biểu (tâu lên vua): 诸葛亮的《出师~》bài *Xuất sư biểu* của Gia Cát Lượng ❼<名>(sách hoặc văn kiện liệt kê sự việc theo hình thức biểu bảng) biểu; bảng: 登记~ bảng đăng kí ❽<名>cột đo bóng nắng thời xưa ❾<名>(dụng cụ đo một đại lượng nào đó) biểu kế; đồng hồ; công-tơ: 电~ công-tơ điện; 气压~ công-tơ khí áp ❿<名>đồng hồ (nhỏ hơn đồng hồ báo thức, mang theo được): 怀~ đồng hồ quả quít/đồng hồ bỏ túi ⓫<名>những cây cột, bia có khắc chữ hoặc hình đồ //(姓) Biểu

【表白】 biǎobái<动>bày tỏ; nói rõ; trình bày:

~诚意 bày tỏ lòng chân thành

【表册】biǎocè<名>quyển biểu bảng; tập biểu bảng; sổ kê khai

【表层】biǎocéng❶<名>lớp ngoài; lớp vỏ ngoài ❷<形>bên ngoài; phi bản chất

【表达】biǎodá<动>biểu đạt; diễn đạt; bày tỏ: ~情意 bày tỏ tình cảm

【表带】biǎodài<名>dây đồng hồ

【表弟】biǎodì<名>em trai họ

【表格】biǎogé<名>biểu bảng; biểu mẫu

【表功】biǎogōng<动>❶khoe công lao; khoe thành tích ❷[书]biểu dương thành tích; tán dương thành tích

【表姐】biǎojiě<名>chị họ

【表决】biǎojué<动>biểu quyết

【表决权】biǎojuéquán<名>quyền biểu quyết

【表里不一】biǎolǐ-bùyī trong với ngoài không nhất trí; trong héo ngoài tươi

【表里如一】biǎolǐ-rúyī trong ngoài nhất quán; trong ngoài thống nhất

【表链】biǎoliàn<名>dây đeo kim loại ở đồng hồ quả quít

【表露】biǎolù<动>biểu lộ; tỏ rõ: ~内心的喜怒哀乐 biểu lộ mừng, giận, buồn, vui trong lòng

【表面】biǎomiàn<名>❶mặt ngoài; bề ngoài: 地球~ bề ngoài trái đất ❷ngoài mặt; bề ngoài; mẽ ngoài: 他~很镇静，其实内心很紧张。Anh ta bình tĩnh ngoài mặt, nhưng trong lòng thì rất căng thẳng.

【表面化】biǎomiànhuà bộc lộ ra; hiện rõ; thể hiện ra ngoài

【表面积】biǎomiànjī<名>diện tích bề mặt; diện tích mặt ngoài

【表面文章】biǎomiàn wénzhāng văn chương rỗng tuếch; chỉ được cái mã; chỉ làm hời hợt

【表明】biǎomíng<动>tỏ rõ: ~立场 tỏ rõ lập trường; ~态度 tỏ rõ thái độ

【表盘】biǎopán<名>mặt đồng hồ; mặt công-tơ; mặt biểu kế

【表皮】biǎopí<名>❶lớp da; biểu bì ❷vỏ cây; biểu bì thực vật ❸bề mặt của sự vật

【表亲】biǎoqīn<名>bà con theo quan hệ cô cậu, dì già

【表情】biǎoqíng❶<动>biểu lộ tư tưởng tình cảm; diễn cảm: ~达意 diễn tả tình cảm ❷<名>tư tưởng tình cảm bộc lộ ra; biểu cảm; vẻ mặt; nét mặt: ~严肃 nét mặt nghiêm trang

【表示】biǎoshì❶<动>biểu thị; tỏ; bộc lộ: ~不服 tỏ ra không chịu phục ❷<动>chứng tỏ: 他的脸色~他对此不满意。Sắc mặt anh ấy đã chứng tỏ anh ấy không hài lòng với điều này. ❸<名>dấu hiệu phản ứng: 究竟是否同意我的看法，他没有做出任何~。Nhất trí với nhận xét của tôi hay không, anh ấy chưa có dấu hiệu gì cả.

【表述】biǎoshù<动>nói rõ; thuyết minh; trình bày; diễn đạt; diễn tả

【表率】biǎoshuài<名>tấm gương tốt: 做好~ làm tấm gương tốt

【表态】biǎotài<动>tỏ thái độ: 明确~ tỏ thái độ một cách rõ ràng

【表现】biǎoxiàn❶<动>biểu hiện; thể hiện: 他的无私~在好几个方面。Sự vô tư của anh ấy thể hiện ở nhiều mặt. ❷<名>(sự) biểu hiện; (sự) thể hiện: 他因在比赛中的出色~而夺魁。Trong cuộc thi đấu, anh ấy biểu hiện xuất sắc, nên đã đoạt giải vô địch. ❸<动>(cố ý) biểu hiện mình; thể hiện mình: 好~ thích làm bộ

【表象】biǎoxiàng<名>biểu tượng

【表形文字】biǎoxíng wénzì văn tự biểu hình

【表演】biǎoyǎn<动>❶biểu diễn; trình diễn; diễn xuất; trình diễn: ~节目 biểu diễn tiết mục ❷bày tỏ; làm thấy rõ: ~电脑的基本操作 thể hiện những thao tác cơ bản của máy tính ❸biểu diễn: 他的~让许多人佩服。

Cách biểu diễn của anh ấy làm cho nhiều người cảm phục.

【表扬】biǎoyáng<动>biểu dương; tuyên dương; khen ngợi: 受到上级~ được cấp trên khen ngợi

【表意文字】biǎoyì wénzì văn tự biểu ý

【表音文字】biǎoyīn wénzì văn tự biểu âm

【表语】biǎoyǔ<名>biểu ngữ

【表彰】biǎozhāng<动>biểu dương; tuyên dương; khen ngợi: ~先进 tuyên dương tiên tiến

【表针】biǎozhēn<名>kim đồng hồ; khắc độ ở đồng hồ hoặc biểu kế

【表征】biǎozhēng<名>biểu trưng

【表侄】biǎozhí<名>cháu trai họ (con của anh em con cô con cậu hoặc con dì con già)

【表侄女】biǎozhínǚ<名>cháu gái họ (con gái của anh em con cô con cậu hoặc con dì con già)

婊biǎo

【婊子】biǎozi<名>đĩ; điếm; kĩ nữ

裱biǎo<动>❶bồi; dán; giấy trang trí ❷bồi; dán giấy hoặc lụa trang hoàng tác phẩm thư họa

【裱糊】biǎohú<动>dán giấy lên tường hoặc trần nhà; dán vách; dán giấy

biē

瘪biē

另见biě

【瘪三】biēsān<名>[方]kẻ bụi đời; tên ma cà bông

憋biē❶<动>nhịn; nín; kìm; nén; bí; tức: ~了一肚子话 ấm ức đầy một bụng chuyện; ~住不说 nhịn không nói ❷<形>ngột ngạt; bực bội: 心里~得慌 trong lòng rất bực bội

【憋闷】biēmen<形>❶ấm ức; bực bội; tấm tức: 在地下室待久了，感觉有点~。Ngồi

đợi trong phòng dưới tầng ngầm, cảm thấy hơi ngột ngạt khó chịu. ❷tức anh ách; khó chịu: 因为妻子的数落，他~了好几天。Anh ta tức anh ách mấy ngày liền vì sự đay nghiến của vợ.

【憋气】biēqì❶<动>nín hơi; nín thở; nhịn thở: ~潜水 nín thở lặn dưới nước ❷<形>nghẹt thở; ngột ngạt; ấm ức; tức anh ách: 无端被冤枉，心里真~。Vô cớ chịu oan, trong lòng thật ấm ức.

【憋屈】biēqū<形>[口]oán uất; oan uất

鳖biē<名>con ba ba

bié

别¹bié❶<动>chia li; xa cách: 告~ cáo biệt/từ biệt; 话~ nói chuyện khi từ biệt ❷<代>khác; ngoài ra: ~人 người khác; ~号 tên hiệu khác ❸<动>[方]quay; ngoảnh; xoay chuyển; chuyển biến: 把头~过去 quay mặt đi //(姓) Biệt

别²bié❶<动>tách chia; khu biệt; phân biệt: 区~ khu biệt; 分门~类 chia ngành phân loại ❷<名>sai biệt; khác biệt: 男女有~ nam nữ có khác biệt; 天壤之~ khác nhau một trời một vực ❸<名>loại biệt; khác biệt về loại: 性~ giới tính; 类~ loại biệt

别³bié<动>❶ghim; găm; đính: ~了一枚胸针 châm một chiếc kim; 把两张表格~在一起。Hãy ghim hai giấy bảng vào với nhau. ❷giắt; chốt cài: 把门~上 chốt cửa lại/cài cửa ❸đệm ngã; khoèo ngã ❹chèn; chặn: ~车 chèn xe

别⁴bié<副>❶đừng; chớ; không nên: 上学~迟到。Đi học đừng đến muộn. ❷hẳn là; chắc là; hay là: 他那么晚还没回来，~是发生什么意外了吧？Muộn thế mà anh ấy vẫn chưa về, hay là đã xảy ra việc gì bất trắc?

另见biè

【别称】biéchēng〈名〉tên khác; biệt xưng: 湘是湖南的~。Tương là biệt xưng của tỉnh Hồ Nam.

【别出心裁】biéchū-xīncái độc đáo khác người; tạo được cái mới lạ khác người: 在水下举行婚礼，真是~。Tổ chức lễ cưới dưới nước, thật là độc đáo mới lạ.

【别处】biéchù〈名〉chỗ khác; nơi khác

【别管】biéguǎn〈连〉chẳng kể; bất kể; bất cứ; dù; bất kì: ~是谁，都要遵守纪律。Bất kể là ai, đều phải tuân thủ kỉ luật.

【别家】biéjiā〈名〉nhà khác; xí nghiệp khác

【别价】biéjie〈副〉[方]chớ; đừng: ~，您吃完饭再走呀。Đừng đi, anh ăn cơm đã.

【别具匠心】biéjù-jiàngxīn có cấu tứ tài nghệ riêng; ý nghĩ sáng tạo

【别具一格】biéjù-yīgé có phong cách riêng; độc đáo

【别开生面】biékāi-shēngmiàn mới mẻ; mới lạ; mở ra cục diện mới; sáng tạo hình thức mới: 这是一次~的竞赛活动。Đây là một hoạt động thi đua mở ra cục diện mới.

【别来无恙】biélái-wúyàng vẫn khỏe; vẫn bình thường như trước

【别离】biélí〈动〉li biệt; lìa rời; xa rời: ~家乡 xa rời quê hương

【别论】biélùn〈名〉đối xử khác; đánh giá khác; bình luận khác

【别名】biémíng〈名〉biệt danh; tên khác

【别人】[1] biérén〈名〉người khác

【别人】[2] biérén〈代〉người ta

【别树一帜】biéshù-yīzhì phất riêng một ngọn cờ; dựng lên một ngọn cờ khác; lập riêng một trường phái

【别墅】biéshù〈名〉biệt thự

【别说】biéshuō〈连〉❶đừng nói ❷[口]ấy thế; ấy thế mà

【别提】biétí〈动〉còn phải nói; khỏi phải nói; chẳng phải nói: 见到老朋友，他~有多高兴了。Gặp được bạn cũ, chẳng phải nói anh ta vui mừng biết nhường nào.

【别无长物】biéwú-chángwù chẳng dư dật gì; không chút dư thừa

【别无选择】biéwú-xuǎnzé không thể chọn cái khác; không có cái khác để mà chọn

【别样】biéyàng〈形〉khác thường; độc đáo: 映日荷花~红 Bông sen dưới ánh nắng đỏ tươi khác thường.

【别有洞天】biéyǒu-dòngtiān một trời đất riêng; một cõi riêng

【别有风味】biéyǒu-fēngwèi có hương vị đặc biệt

【别有天地】biéyǒu-tiāndì đất trời riêng một cõi; có một cảnh sắc riêng

【别有用心】biéyǒu-yòngxīn có ý đồ khác; có mưu đồ riêng

【别针】biézhēn〈名〉❶kim băng; ghim ❷hoa cài áo

【别致】biézhì〈形〉mới lạ; tân kì; khác thường; mới mẻ: 这台电脑外形很~。Hình dáng của chiếc máy tính này rất mới lạ.

【别字】biézì〈名〉❶chữ viết sai; chữ đọc sai ❷tên riêng

蹩 bié〈动〉[方]sái; trẹo: ~痛了脚 trẹo đau cả chân

【蹩脚】biéjiǎo〈形〉[方]tồi; xấu; kém; dở: ~的英语 trình độ tiếng Anh dở; ~的演员 diễn viên kém

【蹩脚货】biéjiǎohuò〈名〉hàng kém phẩm chất

biě

瘪 biě〈形〉móm; tóp; lép
另见biē

B

biè

别 biè<动>[方]xoay chuyển; đổi thay: ~不过 không xoay chuyển được
另见bié
【别扭】bièniu<形>❶kì cục; trái khoáy; khó tính; khó chịu; dở hơi: 这个人真~。Thằng này thật dở hơi. ❷khúc mắc; vướng mắc; khủng khỉnh: 闹~ xích mích nhau ❸(nói năng, làm văn) lủng củng; ngắc ngứ; trúc trắc: 这句话有点~。Câu này hơi lủng củng. ❹không tự nhiên; gò bó
【别嘴】bièzuǐ<形>[方]trúc trắc; không xuôi

bīn

宾 bīn<名>khách: 贵~ khách quý //(姓) Tân
【宾馆】bīnguǎn<名>nhà khách; khách sạn: 五星级~ khách sạn năm sao
【宾客】bīnkè<名>tân khách; khách khứa: ~盈门 khách khứa đầy nhà
【宾朋】bīnpéng<名>khách khứa; bạn bè: ~满座 bạn bè khách khứa ngồi đầy
【宾语】bīnyǔ<名>tân ngữ
【宾至如归】bīnzhì-rúguī khách đến cảm thấy như về nhà mình
【宾主】bīnzhǔ<名>khách và chủ
彬 Bīn //(姓) Bân
【彬彬有礼】bīnbīn-yǒulǐ bặt thiệp; lịch thiệp; phong nhã; nho nhã
傧 bīn
【傧相】bīnxiàng<名>❶người tiếp tân; người xướng lễ (thời xưa) ❷phù dâu; phù rể: 男~ phù rể; 女~ phù dâu
滨 bīn❶<名>bờ: 海~ bờ biển; 湖~ bờ hồ ❷<动>ven; gần; giáp: ~海 ven biển; ~江公园 công viên ven sông //(姓) Tân
缤 bīn
【缤纷】bīnfēn<形>[书]rực rỡ; sặc sỡ: 五彩~ màu sắc sặc sỡ/muôn màu rực rỡ

濒 bīn<动>❶kề; gần; giáp: ~湖 sát hồ; 西~黄河 phía Tây giáp sông Hoàng Hà ❷gần; sắp: ~死 sắp chết
【濒临】bīnlín<动>tiếp giáp; sát bên: ~太平洋 bên bờ Thái Bình Dương; ~崩溃 sát bên bờ tan vỡ
【濒死】bīnsǐ<动>sắp chết; đã kề miệng lỗ; gần đất xa trời
【濒危】bīnwēi<动>lâm nguy (ốm nặng) sắp chết: ~病人 bệnh nhân hấp hối; ~物种 giống sắp bị diệt chủng
【濒于】bīnyú<动>kề bên; bên bờ: ~灭亡 bên bờ diệt vong

bìn

摈 bìn<动>[书]vứt bỏ; gạt bỏ; bài trừ: ~弃不用 vứt bỏ không dùng; ~诸门外 vứt ra ngoài cửa/gạt ra ngoài
【摈除】bìnchú<动>bài trừ; loại bỏ; vứt bỏ: ~障碍 loại bỏ cản trở
【摈弃】bìnqì<动>vứt bỏ; từ bỏ: ~旧观念 từ bỏ quan niệm cũ
殡 bìn<动>quàn linh cữu; đưa linh cữu đến nơi mai táng: 出~ đưa đám/chuyển linh cữu đi mai táng
【殡车】bìnchē<名>xe tang
【殡殓】bìnliàn<动>khâm liệm
【殡仪馆】bìnyíguǎn<名>nhà tang lễ
【殡葬】bìnzàng<动>đưa đám và mai táng
鬓 bìn<名>tóc mai: 两~斑白 hai mái tóc mai bạc trắng
【鬓发】bìnfà<名>tóc mai
【鬓角】bìnjiǎo<名>tóc mai

bīng

冰 bīng❶<名>băng; nước đá: 结~ đóng

bǎng ❷〈动〉buốt; lạnh giá: 河水~人 nước
sông giá buốt ❸〈动〉ướp đá; ướp lạnh: ~
镇柠檬水 nước chanh ướp đá ❹〈名〉thứ
giống nước đá //(姓) Băng

【冰棒】bīngbàng〈名〉[方]kem que

【冰雹】bīngbáo〈名〉mưa đá

【冰茶】bīngchá〈名〉trà đá; đồ giải khát
lạnh

【冰碴儿】bīngchár〈名〉[方]nước đá cục nhỏ

【冰川】bīngchuān〈名〉sông băng; băng hà

【冰床】bīngchuáng〈名〉xe trượt trên băng

【冰袋】bīngdài〈名〉túi chườm nước đá

【冰刀】bīngdāo〈名〉lưỡi trượt

【冰灯】bīngdēng〈名〉băng đăng

【冰点】bīngdiǎn〈名〉điểm đông; điểm đóng
băng

【冰雕】bīngdiāo〈名〉(nghệ thuật) khắc
băng; chạm băng

【冰冻】bīngdòng❶〈动〉đóng băng ❷
〈名〉[方]băng đá

【冰冻三尺，非一日之寒】bīng dòng sān
chǐ, fēi yī rì zhī hán băng dày ba thước, đâu
chỉ bởi rét một ngày

【冰毒】bīngdú〈名〉băng độc; ma túy ice

【冰峰】bīngfēng〈名〉đỉnh núi băng; mỏm
núi băng; chóp núi băng

【冰糕】bīnggāo〈名〉[方]❶kem cốc; kem
hộp ❷kem que

【冰镐】bīnggǎo〈名〉choòng đục băng
(dùng khi leo núi băng)

【冰挂】bīngguà〈名〉lớp băng mỏng (phủ
trên cành cây, dây điện, mái nhà...)

【冰柜】bīngguì〈名〉tủ lạnh

【冰棍儿】bīnggùnr〈名〉kem que

【冰河时代】bīnghé shídài　thời đại băng hà

【冰花】bīnghuā〈名〉❶lớp băng như hoa văn
trên mặt kính cửa sổ ❷sương treo; băng treo

【冰激凌】bīngjīlíng〈名〉kem

【冰晶】bīngjīng〈名〉tinh thể băng

【冰块儿】bīngkuàir〈名〉cục băng đá

【冰冷】bīnglěng〈形〉❶giá lạnh; lạnh cóng;
rét buốt: 手脚冻得~ tay chân lạnh cóng
❷lạnh nhạt; lạnh băng; lạnh như tiền: 态度
~ thái độ lạnh nhạt

【冰凉】bīngliáng〈形〉(vật thể) lạnh giá;
lạnh ngắt: 浑身~ toàn thân lạnh giá

【冰片】bīngpiàn〈名〉băng phiến; long não;
Blumeabalsamifera(L).DC

【冰清玉洁】bīngqīng-yùjié　thuần khiết;
trong suốt trắng ngần; trong sạch như băng

【冰球】bīngqiú〈名〉❶bóng băng (một lối
chơi bóng trên băng) ❷quả bóng băng

【冰山】bīngshān〈名〉❶núi băng ❷tảng
băng trôi; núi băng trôi ❸chỗ dựa mong
manh

【冰释】bīngshì〈动〉tiêu tan; tan chảy như
băng; băng tan; ví việc nghi ngờ, hiềm
khích, hiểu nhầm đã loại bỏ: ~前嫌 tan biến
hết những hiềm khích cũ

【冰霜】bīngshuāng〈名〉[书]❶(ví việc tiết
tháo) kiên trinh ❷(ví tinh thần nghiêm nghị)
lạnh như băng: 凛若~ lạnh như băng

【冰水】bīngshuǐ〈名〉nước đá: ~饮多了会伤
胃。Uống nhiều nước đá dễ bị tổn thương
dạ dày.

【冰炭不相容】bīngtàn bù xiāngróng　như
nước với lửa không hợp nhau được; ví hai
sự vật đối lập nhau

【冰糖】bīngtáng〈名〉đường phèn

【冰糖葫芦】bīngtánghúlu　mứt quả xâu

【冰天雪地】bīngtiān-xuědì　trời đất băng
tuyết giá rét; trời đông tuyết phủ

【冰箱】bīngxiāng〈名〉tủ lạnh

【冰消瓦解】bīngxiāo-wǎjiě　tan như băng
tuyết; đá lở ngói tan; tiêu tan; tan ra từng
mảnh

【冰鞋】bīngxié〈名〉giày trượt băng

【冰雪聪明】bīngxuě-cōngmíng　thông

minh tuyệt vời

【冰镇】bīngzhèn<动>ướp lạnh: ~果汁 nước hoa quả ướp lạnh

【冰砖】bīngzhuān<名>bánh kem

兵 bīng<名>❶vũ khí; binh khí: 手握~刃 tay cầm vũ khí; 短~相接 đánh giáp la cà/ đánh áp sát ❷quân nhân; quân đội: 当~ làm quân nhân; 练~ luyện quân; 工程~ lính công trình/bộ đội công trình ❸lính: 士~ binh lính; 上等~ binh nhất ❹quân sự; chiến tranh; việc binh: 用~如神 dùng binh như thần //(姓) Binh

【兵变】bīngbiàn<动>binh biến

【兵不血刃】bīngbùxuèrèn gươm không vấy máu; thắng không tốn một viên đạn

【兵不厌诈】bīngbùyànzhà việc binh không nề dối trá; chiến tranh chấp nhận dối lừa; binh bất yếm trá

【兵车】bīngchē<名>❶binh xa; xe trận; chiến xa (thời xưa) ❷đoàn tàu chở quân đội; tàu nhà binh; tàu quân sự

【兵法】bīngfǎ<名>binh pháp; phép dụng binh

【兵分两路】bīngfēnliǎnglù đạo quân chia làm hai mũi; quân chia hai ngả: 我军~包 抄敌军。Quân ta chia làm hai ngả bao vây quân địch.

【兵工厂】bīnggōngchǎng<名>binh công xưởng; xưởng quân giới; nhà máy quân giới

【兵贵神速】bīngguìshénsù binh quý thần tốc; việc binh quý ở thần tốc

【兵荒马乱】bīnghuāng-mǎluàn rối loạn; loạn lạc; giặc giã loạn lạc

【兵火】bīnghuǒ<名>binh hỏa; khói lửa chiến tranh: ~连天 binh lửa ngút trời

【兵家】bīngjiā<名>❶(Bīngjiā) binh gia; trường phái quân sự (thời xưa) ❷người dụng binh: 胜败乃~常事。Thắng bại là việc thường của người dụng binh.

【兵谏】bīngjiàn<动>dùng vũ lực can gián

【兵来将挡，水来土掩】bīnglái-jiàng-dǎng, shuǐlái-tǔyǎn quân lính kéo đến thì tướng ra chặn, nước lũ đổ về thì đổ đất chắn; có cách đối phó thích hợp

【兵力】bīnglì<名>binh lực: ~强盛 binh lực hùng mạnh

【兵临城下】bīnglínchéngxià (tình thế nguy cấp) đại quân vây áp chân thành; đại quân đã áp sát

【兵马俑】bīngmǎyǒng<名>tượng gốm binh mã

【兵痞】bīngpǐ<名>lính côn đồ; lính càn quấy

【兵器】bīngqì<名>binh khí; khí giới; vũ khí

【兵强马壮】bīngqiáng-mǎzhuàng binh hùng tướng mạnh

【兵权】bīngquán<名>binh quyền

【兵戎相见】bīngróng-xiāngjiàn nói chuyện với nhau bằng vũ khí; hai bên đối chọi bằng vũ lực; xung đột vũ trang

【兵书】bīngshū<名>binh thư; sách dạy về phép dùng binh

【兵团】bīngtuán<名>❶quân đoàn (gồm nhiều sư đoàn): 主力~ quân đoàn chủ lực ❷binh đoàn (trên cấp trung đoàn)

【兵役】bīngyì<名>nghĩa vụ quân sự: 服~ đi nghĩa vụ quân sự

【兵营】bīngyíng<名>trại lính; doanh trại quân đội

【兵员】bīngyuán<名>lính; chiến sĩ; quân; quân số

【兵站】bīngzhàn<名>binh trạm

【兵种】bīngzhǒng<名>binh chủng

槟 bīng

【槟榔】bīngláng<名>(cây, quả) cau

bǐng

丙 bǐng<名>Bính (kí hiệu thứ 3 trong thiên

can) //(姓) Bính

【丙部】bǐngbù〈名〉bính bộ (tập sách thứ ba trong phân loại *Tứ khố toàn thư*: Kinh, sử, tử, tập); loại sách chư tử

【丙纶】bǐnglún〈名〉[纺织]sợi ni-lon (dùng để đan lưới, tết thừng...)

秉 bǐng ❶〈动〉[书]cầm; nắm: ~笔 cầm bút ❷〈动〉[书]nắm giữ; chủ trì: ~权 cầm quyền ❸〈量〉bỉnh (đơn vị dung lượng cổ, bằng 16 hộc) //(姓) Bỉnh

【秉承】bǐngchéng〈动〉tiếp thụ; nhận; vâng chịu; tuân theo (ý chỉ, chỉ thị)

【秉持】bǐngchí〈动〉[书]chủ trì; nắm giữ

【秉公】bǐnggōng〈副〉theo lẽ công bằng: ~办事 làm việc theo lẽ công bằng

【秉性】bǐngxìng〈名〉bẩm tính; tính trời; bản tính; tính cách: ~难移 bản tính khó đổi; ~耿直 tính cách thẳng thắn

【秉烛】bǐngzhú〈动〉[书]cầm ngọn nến: ~夜读 đốt đuốc đọc sách trong đêm

柄 bǐng ❶〈名〉cán; chuôi: 刀~ chuôi dao; 枪~ cán súng ❷〈名〉cuống: 叶~ cuống lá ❸〈名〉thóp; đuôi: 话~ đầu đề đàm tiếu; 笑~ trò cười ❹〈动〉[书]nắm giữ; cầm: ~政 nắm chính sự ❺〈名〉[书]quyền; quyền bính; quyền hành: 国~ quốc quyền ❻〈量〉[方]cái; chiếc: 两~斧头 hai chiếc búa

饼 bǐng〈名〉❶bánh: 烧~ bánh nướng; 月~ bánh trung thu ❷vật hình tròn như cái bánh: 铁~ cái đĩa ném (dụng cụ thể thao)

【饼干】bǐnggān〈名〉bánh bích quy

【饼子】bǐngzi〈名〉bánh bột ngô hoặc bột kê nướng

屏 bǐng〈动〉❶nín; nhịn: ~住呼吸 nín thở ❷trừ bỏ; bài trừ; vứt bỏ: ~除 bài trừ
另见 píng

【屏除】bǐngchú〈动〉bài trừ; gạt bỏ: ~恶习 gạt bỏ thói xấu; ~成见 bài trừ thành kiến

【屏气】bǐngqì〈动〉nín hơi; nín thở: ~凝神 nín thở định thần

【屏弃】bǐngqì〈动〉gạt bỏ; ruồng bỏ: ~不用 gạt bỏ không dùng

【屏退】bǐngtuì〈动〉❶đuổi...ra ngoài; bảo tránh đi chỗ khác; quát lui: ~左右 đuổi bọn tả hữu ra ngoài ❷[书]lui về ở ẩn; đi ở ẩn

【屏息】bǐngxī〈动〉nín thở; nín lặng: 倾听 nín lặng lắng nghe

禀 bǐng ❶〈动〉thưa; bẩm ❷〈名〉[旧]tờ bẩm; tờ trình: ~帖 đơn trình ❸〈动〉vâng chịu

【禀报】bǐngbào〈动〉bẩm báo; trình báo: 如实~ trình báo theo sự thực

【禀呈】bǐngchéng〈动〉[书]trình bẩm

【禀承】bǐngchéng =【秉承】

【禀赋】bǐngfù〈名〉trời sinh; thiên bẩm; bẩm sinh (chỉ có chất về thể lực hoặc trí tuệ): ~过人 thiên bẩm hơn người

【禀告】bǐnggào〈动〉thưa; trình; bẩm: ~上级 thưa với cấp trên

【禀性】bǐngxìng〈名〉bẩm tính; bản tính: 江山易改，~难移。Núi sông dễ đổi, bản tính khó thay.

bìng

并[1] bìng〈动〉gộp; ghép; nhập lại; hợp lại: 合~ sát nhập; 兼~ thôn tính

并[2] bìng ❶〈动〉cùng hàng; sát ngang nhau; ngang liền nhau: 齐头~进 sát cánh tiến lên ❷〈副〉đồng thời; song song; đi đôi: 相提~论 coi ngang nhau ❸〈副〉quyết (không); hoàn toàn (không): 他~不知道这件事。Anh ấy quyết không biết chuyện này. ❹〈连〉hơn nữa; còn; và: 痛~快乐着 đang đau và mừng ❺〈介〉[书]cả đến...; đến...: ~此而不知 đến điều này mà chẳng biết

【并存】bìngcún〈动〉song song tồn tại; cùng tồn tại: 多种经济成分~ nhiều thành phần kinh tế cùng tồn tại

【并蒂莲】bìngdìlián<名>sen tịnh đế; sen liền đài; tình vợ chồng mặn nồng

【并发】bìngfā<动>biến chứng; bội phát; bội nhiễm; phát thêm: ~肺炎 viêm phổi bội phát

【并发症】bìngfāzhèng<名>bệnh biến chứng

【并非】bìngfēi<动>chẳng phải là; quyết không phải là; tuyệt nhiên không: ~儿戏 chẳng phải là chuyện trẻ con

【并购】bìnggòu<动>thu mua sát nhập: 这家集团公司又~了一家小公司。Hãng tập đoàn này lại thu mua thêm một công ti nhỏ.

【并驾齐驱】bìngjià-qíqū (ví việc) song song tiến bước; sánh vai cùng; cùng nhau tiến hành

【并肩】bìngjiān❶<动>kề vai; sánh vai: 他们~在校园里散步。Họ sánh vai đi bách bộ trong trường. ❷<副>sát cánh; chung sức: ~作战 sát cánh tác chiến

【并进】bìngjìn<动>cùng tiến; song song tiến hành

【并举】bìngjǔ<动>cùng làm một lúc; tiến hành song song

【并力】bìnglì<动>[书]cùng dồn sức; hợp sức

【并立】bìnglì<动>cùng tồn tại: 作家协会和文艺工作者协会~。Hiệp hội nhà văn và hiệp hội nhà văn nghệ cùng tồn tại.

【并联】bìnglián<动>❶nối liền hàng ngang ❷[物理]mắc song song

【并列】bìngliè<动>đặt ngang hàng; xếp song song; ngang hàng: ~第一 cùng được xếp thứ nhất

【并列句】bìnglièjù<名>câu song song

【并拢】bìnglǒng<动>hợp ghép vào một chỗ; khép; nhắm: 双脚~ hai chân khép lại

【并排】bìngpái<动>song song; xếp đều hàng ngang; bày hàng ngang; dàn hàng ngang: ~停放汽车 dàn hàng ngang đỗ xe

【并且】bìngqiě<连>❶và; đồng thời: 我们应该~能够生产更多的石油。Chúng tôi nên và có thể sản xuất nhiều dầu mỏ hơn nữa. ❷và; hơn nữa: 任务艰巨，~时间紧迫。Nhiệm vụ nặng nề và thời gian cấp bách.

【并入】bìngrù<动>sát nhập vào

【并吞】bìngtūn<动>thôn tính; xâm chiếm; nuốt chửng: ~别国领土 xâm chiếm lãnh thổ nước khác

【并行】bìngxíng<动>❶đi song song; song hành: 携手~ dắt tay đi song song ❷làm đồng thời; thực hiện cùng một lúc; tiến hành song song: 学好英语要听说~。Muốn học giỏi tiếng Anh, phải kết hợp nghe với nói.

【并行不悖】bìngxíng-bùbèi tiến hành đồng thời không cản trở nhau

【并用】bìngyòng<动>đồng thời sử dụng; dùng song song: 手脚~ làm cả bằng tay lẫn chân

【并重】bìngzhòng<动>coi trọng như nhau: 经济与教育~ coi trọng cả kinh tế và giáo dục

病 bìng❶<名>bệnh: 心脏~ bệnh tim; 传染~ bệnh truyền nhiễm ❷<动>ốm; đau; đau ốm: ~倒了 bị ốm ❸<名>bệnh; tệ hại: 弊~ tệ hại; 幼稚的毛~ bệnh ấu trĩ ❹<名>khuyết điểm; sai lầm; lỗi: 语~ lỗi ngôn ngữ ❺<动>[书]làm hại; tổn hại: 祸国~民 hại dân hại nước ❻<动>[书]trách cứ; chỉ trích; bất bình: 为世所~ bị thiên hạ chỉ trích

【病案】bìng'àn<名>bệnh án

【病变】bìngbiàn<动>diễn biến bệnh lí

【病病歪歪】bìngbingwāiwāi ốm o; ốm yếu; ốm o quặt quẹo; lử khử lử khừ

【病残】bìngcán<名>❶người bệnh tật và người tàn khuyết ❷bệnh tàn; bệnh tật và tàn khuyết

【病程】bìngchéng<名>quá trình ốm đau; quá trình bị bệnh

【病虫害】bìngchónghài<名>(nạn) sâu bệnh

【病床】bìngchuáng<名>giường bệnh

【病从口入】bìngcóngkǒurù bệnh tòng khẩu nhập; mắc bệnh bởi ăn uống: 夏天饮食要提防~。Mùa hè ăn uống cần tránh sinh bệnh bởi ăn uống.

【病毒】bìngdú<名>❶virút gây bệnh; siêu vi trùng gây bệnh ❷virút máy tính

【病房】bìngfáng<名>phòng bệnh nhân; buồng bệnh nhân

【病根】bìnggēn<名>❶bệnh căn; bệnh cũ: 这是年轻时留下的~。Đây là bệnh cũ để lại từ hồi còn trẻ. ❷căn nguyên; mầm tai họa; mầm bệnh: 他犯错误的~在于私心太重。Căn nguyên mà anh ta phạm sai lầm là quá ích kỉ.

【病故】bìnggù<动>ốm chết; mắc bệnh qua đời: 他母亲于昨日~。Hôm qua người mẹ của ông ấy đã bệnh cố.

【病害】bìnghài<名>(nạn) sâu bệnh; bệnh (cây trồng)

【病号】bìnghào<名>người ốm; bệnh nhân; bệnh binh

【病患】bìnghuàn<名>❶bệnh tật ❷bệnh nhân: 救治~。Cứu chữa bệnh nhân.

【病急乱投医】bìng jí luàn tóu yī ốm nặng thầy nào cũng thiêng; ốm nặng nói đâu sâu đấy

【病假】bìngjià<名>nghỉ ốm: 请~ xin phép nghỉ ốm

【病句】bìngjù<名>câu sai; câu què câu cụt

【病菌】bìngjūn<名>vi trùng bệnh; vi khuẩn gây bệnh; bệnh khuẩn

【病理】bìnglǐ<名>bệnh lí

【病历】bìnglì<名>bệnh án; hồ sơ bệnh; bệnh lịch

【病例】bìnglì<名>ca; ca bệnh; trường hợp bị bệnh

【病魔】bìngmó<名>con ma bệnh tật; bệnh hoạn; đau ốm

【病情】bìngqíng<名>bệnh tình; tình trạng bệnh: ~恶化 bệnh nặng thêm

【病人】bìngrén<名>bệnh nhân; người bệnh; người ốm

【病容】bìngróng<名>bộ mặt ốm yếu; mặt mũi xanh xao

【病入膏肓】bìngrùgāohuāng bệnh nhập cao hoang; bệnh ăn tận xương tủy

【病史】bìngshǐ<名>bệnh sử; lí lịch bệnh; bệnh án

【病逝】bìngshì<动>ốm chết; mắc bệnh qua đời: 昨晚，老教授在医院~了。Vị giáo sư già đã ốm và qua đời ở bệnh viện vào đêm qua.

【病榻】bìngtà<名>giường bệnh

【病态】bìngtài<名>❶bệnh trạng; trạng thái bệnh ❷trạng thái không lành mạnh

【病体】bìngtǐ<名>cơ thể ốm yếu; thân thể mang bệnh

【病痛】bìngtòng<名>đau yếu; ốm đau

【病退】bìngtuì<动>ốm thôi việc; về nghỉ mất sức

【病危】bìngwēi<动>bệnh tình nguy cấp; bệnh đến lúc hiểm nghèo: 爷爷已经~，你要马上回家探望。Ông nội đã nguy kịch, anh phải về nhà thăm ngay.

【病休】bìngxiū<动>nghỉ ốm

【病秧子】bìngyāngzi<名>[方]người lắm bệnh; ma bệnh; ma ốm; người bệnh liên tục

【病疫】bìngyì<名>dịch bệnh; dịch

【病因】bìngyīn<名>nguyên nhân nhiễm bệnh

【病友】bìngyǒu<名>❶những người mắc cùng một loại bệnh ❷bạn nằm cùng bệnh viện

【病愈】bìngyù<动>bình phục lành bệnh; bệnh đã khỏi

【病原体】bìngyuántǐ<名>[医学]mầm bệnh; tác nhân gây bệnh

【病院】bìngyuàn<名>bệnh viện (chuyên khoa): 精神~ bệnh viện tâm thần

【病灶】bìngzào<名>ổ bệnh; điểm nhiễm bệnh (trong cơ thể); tổ bệnh

【病征】bìngzhēng<名>triệu chứng bệnh; bệnh chứng

【病症】bìngzhèng<名>chứng bệnh; bệnh

摒 bìng<动>gạt bỏ; bài trừ; loại bỏ

【摒除】bìngchú<动>bài trừ; trừ bỏ; gạt bỏ: ~恶习 bài trừ thói xấu

【摒弃】bìngqì<动>vứt bỏ; bỏ: ~前嫌 bỏ mọi hiềm oán trước kia

bō

拨 bō❶<动>(ra sức dùng tay, chân hoặc gậy) đẩy; gạt; gảy; lễ; khêu; vặn; quay: ~算盘 gảy bàn tính; ~电话号码 quay số điện thoại ❷<动>trích cấp; chi cấp: ~款 cấp tiền ❸<动>quay lại: ~转车头 quay xe ❹<量>tốp; toán; đợt; lô: 分~干活 chia nhóm làm việc

【拨打】bōdǎ<动>gọi (điện thoại)

【拨发】bōfā<动>cấp phát

【拨付】bōfù<动>điều chi; trích chi

【拨号】bōhào<动>quay số; bấm số

【拨款】bōkuǎn❶<动>(nhà nước hoặc cấp trên) chi cấp tài khoản; cấp kinh phí; chi ngân sách; chi tiền; bỏ tiền: 给灾区~建学校 chi tiền cho những vùng bị thiên tai để xây nhà trường ❷<名>khoản chi; kinh phí: 经济援助~ khoản tài trợ kinh tế

【拨浪鼓】bōlanggǔ<名>trống bởi; trống lắc

【拨乱反正】bōluàn-fǎnzhèng dẹp loạn khôi phục trật tự; bình định; lập lại trật tự

【拨弄】bōnòng<动>❶gảy; cời: ~琴弦 gảy dây đàn ❷chi phối; xếp đặt: 现在的年轻人不会随便被人~。 Lớp trẻ hiện nay không dễ bị người khác chi phối. ❸gây chuyện; đơm đặt; sinh sự; khiêu khích: ~是非 đơm

đặt phải trái/gây xích mích

【拨冗】bōrǒng<动>bớt chút thì giờ: ~出席会议 bớt chút thì giờ tham dự hội nghị

【拨云见日】bōyún-jiànrì xua tan mây đen, thấy rõ mặt trời

波 bō<名>❶sóng: 水~ sóng nước ❷sóng chấn động; ba động: 声~ âm ba ❸cơn sóng: 风~ cơn sóng gió/cơn phong ba; 一~未平，一~又起。 Sóng gió trận này chưa qua, trận khác đã ập tới. //(姓) Ba

【波长】bōcháng<名>bước sóng; làn sóng; sóng

【波动】bōdòng<动>thấp thỏm; bấp bênh; lên xuống thất thường: 情绪~ tinh thần thấp thỏm hoang mang; 物价~ vật giá bấp bênh

【波段】bōduàn<名>làn sóng; dải sóng

【波峰】bōfēng<名>đỉnh sóng

【波幅】bōfú<名>[物理]biên độ sóng; biên độ dao động

【波谷】bōgǔ<名>[物理]chân sóng; bụng sóng

【波及】bōjí<动>lan tới; ảnh hưởng tới; tác động tới: 金融危机~全世界。 Khủng hoảng tài chính lan tới khắp thế giới.

【波澜】bōlán<名>sóng cả; sóng lớn (ví): 激起心中的~ dậy sóng cả trong lòng

【波澜壮阔】bōlán-zhuàngkuò sóng dâng ào ạt; như sóng to bão cuốn

【波浪】bōlàng<名>sóng nước; sóng: ~起伏 sóng nhấp nhô

【波浪线】bōlàngxiàn<名>đường sóng

【波罗蜜】[1]bōluómì[宗教]ba la mật; đến bờ bên kia

【波罗蜜】[2]bōluómì<名>(cây, quả) mít

【波谱】bōpǔ<名>[物理]phổ sóng

【波涛】bōtāo<名>sóng cả; ba đào: ~汹涌 sóng lớn cuồn cuộn

【波纹】bōwén<名>gợn sóng

【波折】bōzhé<名>trắc trở; thăng trầm; vấp váp: 几经~ qua mấy lần trắc trở

玻bō

【玻璃】bōli<名>❶kính; thủy tinh ❷nhựa; nilon

【玻璃板】bōlibǎn<名>tấm thủy tinh; tấm kính (để bàn)

【玻璃杯】bōlibēi<名>cốc thủy tinh

【玻璃厂】bōlichǎng<名>xưởng pha lê; nhà máy thủy tinh

【玻璃窗】bōlichuāng<名>cửa kính

【玻璃钢】bōligāng<名>thép thủy tinh; chất dẻo thủy tinh; loại nhựa trong suốt và rắn chắc

【玻璃瓶】bōlipíng<名>bình thủy tinh; lọ thủy tinh

【玻璃器皿】bōli qìmǐn đồ pha lê

【玻璃纤维】bōli xiānwéi sợi thủy tinh; sợi ni-lon

【玻璃纸】bōlizhǐ<名>giấy thủy tinh; giấy bóng; giấy bóng kính

钵bō<名>❶bát; tô, cối nhỏ ❷bát ăn cơm của nhà sư

【钵盂】bōyú<名>bát ăn cơm của nhà sư

剥bō 义同 "剥" (bāo), dùng trong hợp thành từ hoặc thành ngữ, như "剥夺、生吞活剥".
另见bāo

【剥夺】bōduó<动>❶chiếm đoạt; cướp đoạt: ~劳动成果 cướp đoạt thành quả lao động ❷tước; tước đoạt; truất: ~政治权利 tước quyền chính trị

【剥离】bōlí<动>bong; tróc; tách ra

【剥落】bōluò<动>bong; tróc từng mảng: 墙皮~ mặt tường bị bong

【剥蚀】bōshí<动>❶ăn mòn; bào mòn: 风雨的~ bị mưa gió bào mòn ❷(gió, nước chảy, băng hà...) lột trần; bóc mòn (phần nhô trên mặt đất) ❸xâm thực; xói mòn

【剥削】bōxuē<动>bóc lột: 消灭~制度 tiêu diệt chế độ bóc lột

【剥削阶级】bōxuē jiējí giai cấp bóc lột

菠bō

【菠菜】bōcài<名>rau chân vịt

【菠萝】bōluó<名>dứa

【菠萝蜜】bōluómì =【波罗蜜】[2]

播bō<动>❶truyền bá; truyền đi: 传~ truyền bá; 广~ phát thanh ❷gieo; vãi; gieo hạt; gieo trồng: 春~ gieo hạt mùa xuân; 条~ gieo hàng ❸[书]di cư; lang bạt

【播报】bōbào<动>phát tin qua truyền thanh, truyền hình

【播发】bōfā<动>phát; đưa: ~通知 chuyển phát thông tư/thông báo trên đài

【播放】bōfàng<动>❶phát thanh: ~录音讲话 phát thanh ghi âm bài diễn văn ❷chiếu; truyền hình: ~比赛实况 truyền hình trực tiếp cuộc thi đấu

【播弄】bōnòng<动>❶xếp đặt; điều khiển; chi phối: 命运的~ sự sắp đặt của số phận ❷gây sự; khiêu khích; đơm đặt: ~是非 gây xích mích/đâm bị thóc thọc bị gạo

【播撒】bōsǎ<动>rắc; vãi; gieo: ~药粉 rắc thuốc bột

【播送】bōsòng<动>truyền thanh; phát thanh (qua vô tuyến điện hoặc hữu tuyến điện): ~音乐节目 phát thanh tiết mục âm nhạc

【播音】bōyīn<动>truyền đi; phát thanh; nói trên đài: 他正在电台~, 暂时不能接听电话。Anh ấy đang nói trên đài, nên không thể trả lời điện thoại ngay được.

【播音员】bōyīnyuán<名>phát thanh viên; người phát thanh

【播映】bōyìng<动>phát chương trình truyền hình; truyền hình

【播种】bōzhǒng<动>gieo hạt; gieo giống; gieo mạ: ~机 máy gieo giống

【播种】bōzhòng<动>trồng theo cách gieo hạt; gieo thẳng

bó

伯¹ bó<名>❶bác ❷(anh) cả //(姓) Bá

伯² bó<名>(tước) bá (tước thứ 3 trong 5 tước thời phong kiến)

【伯伯】bóbo<名>[口]bác (trai)

【伯父】bófù<名>❶bác (anh của cha) ❷ bác

【伯爵】bójué<名>bá tước

【伯乐】Bólè<名>Bá Lạc; người giỏi phát hiện và bồi dưỡng nhân tài: 他发现了不少 好苗子，不愧是体操界的~。Ông ấy đã phát hiện ra nhiều nhân tài trẻ, thật xứng đáng là Bá Lạc trong giới thể dục.

【伯母】bómǔ<名>bác gái

【伯仲】bózhòng<名>[书]bá trọng (thứ bậc anh em trai); suýt soát; sàn sàn; xấp xỉ

驳¹ bó<动>bác đi; bẻ lại; đập lại: 反~ phản bác/bác lại; 辩~ bác bỏ/biện bác

驳² bó<形>[书]màu sắc hỗn tạp; tạp màu: 斑 ~ rằn ri/sặc sỡ

驳³ bó❶<动>chuyển; chở: ~运 chở hàng bằng sà lan ❷<名>sà lan: 铁~ sà lan sắt ❸ <动>[方]nới dài hoặc mở rộng bến cảng, bờ đê

【驳斥】bóchì<动>bác bỏ; đập lại

【驳船】bóchuán<名>sà lan

【驳倒】bódǎo<动>bác bẻ; đập tan; đánh đổ; phủ nhận: 在辩论中~对方 bác bẻ đối phương trong cuộc biện luận

【驳回】bóhuí<动>bác; bác bỏ: ~诉讼 bác bỏ tố tụng

【驳壳枪】bókéqiāng<名>súng lục pạc-hoọc

【驳面子】bó miànzi chẳng nể; không nể mặt; bốp chát; đốp

【驳杂】bózá<形>hỗn tạp; pha tạp; lộn xộn

帛 bó<名>[书]lụa

【帛画】bóhuà<名>tranh lụa thời xưa

【帛书】bóshū<名>sách lụa thời xưa

泊¹ bó<动>❶đỗ; ghé; cập bến: 停~ (tàu, thuyền) đỗ/cập bến ❷dừng; giạt: 漂~ phiêu dạt/trôi dạt/phiêu bạt ❸[方]đỗ (xe): ~车 đỗ xe //(姓) Bạc

泊² bó<形>điềm đạm; điềm tĩnh: 淡~ điềm đạm

【泊地】bódì<名>cảng đậu; bến cắm neo

【泊位】bówèi<名>❶vị trí đỗ tàu thuyền ❷ [方]vị trí đỗ xe

勃 bó<形>[书]thịnh; vượng; mạnh mẽ: 蓬~ mạnh mẽ/hừng hực/bừng bừng //(姓) Bột

【勃勃】bóbó<形>bừng bừng; hừng hực; tràn trề: 兴致~ tràn trề hứng thú

【勃发】bófā<动>[书]❶bừng bừng; rạng rỡ; phấn chấn: 英姿~ dáng đẹp ngời ngời ❷bộc phát; nổ ra; tràn trề; bừng lên: 诗兴~ ngẫu hứng thơ bộc phát; 内战~ cuộc nội chiến bùng nổ

【勃起】bóqǐ<动>bất thình lình nổi lên; cứng lên; nứng; bật lên

【勃然】bórán<形>❶mạnh mẽ; bừng bừng; ào ạt: ~而起 dấy lên ào ào ❷hầm hầm; đùng đùng; tím mặt: ~大怒 tím mặt tức giận

铂 bó<名>[化学]bạch kim; platin (kí hiệu: Pt)

【铂金】bójīn<名>bạch kim; platinum

舶 bó<名>thuyền lớn đi biển; 船~ thuyền bè/ tàu bè; 海~ hải thuyền/thuyền đi biển

【舶来品】bóláipǐn<名>hàng nhập khẩu (thời xưa); hàng ngoại quốc

脖 bó<名>❶cổ (cơ thể người) ❷cổ (đồ vật)

【脖颈儿】bógěngr<名>[口]gáy

【脖领儿】bólǐngr<名>[方]cổ áo

【脖子】bózi<名>cổ (bộ phận nối đầu và thân)

博¹ bó❶<形>nhiều; dồi dào: 渊~ uyên bác/ sâu rộng; 地大物~ đất rộng sản vật nhiều ❷<动>thông hiểu ❸<形>[书]to; rộng: 宽衣 ~带 áo rộng đai to //(姓) Bác

博[2] bó<动>❶giành được; được; đổi lấy: ~得
美名 giành được tiếng tăm tốt ❷chơi cờ; trò
cờ bạc: ~徒 con bạc

博[3] bó<名>blog: 微~ blog mini/tiểu blog

【博爱】bó'ài<动>bác ái

【博采众长】bócǎi–zhòngcháng　tiếp thụ cái
hay của mọi trường phái

【博彩】bócǎi<名>ngành nghề cá cược, xổ số

【博大】bódà<形>rộng rãi; dồi dào: ~的胸怀
tấm lòng rộng mở; ~精深 sâu rộng

【博导】bódǎo<名>giáo sư hướng dẫn chỉ
đạo tiến sĩ; giáo sư cao học

【博得】bódé<动>giành được; được (sự
đồng tình...): ~信任 được tín nhiệm; ~好评
được khen hay

【博古通今】bógǔ–tōngjīn　thông kim bác
cổ; thông hiểu xưa nay; thông thái

【博客】bókè<名>❶blog ❷người viết, gửi
blog

【博览】bólǎn<动>đọc nhiều; đọc rộng: ~群
书 đọc rộng/học thức rộng/đọc nhiều sách

【博览会】bólǎnhuì<名>hội chợ; triển lãm
sản phẩm

【博取】bóqǔ<动>giành được; được (sự tín
nhiệm, coi trọng…): ~欢心 giành được tình
cảm ưa thích/lấy lòng

【博士】bóshì<名>❶tiến sĩ ❷[旧]chuyên
gia; trạng; trùm: 茶~ chuyên gia chè/trùm
nghề chè; 酒~ chuyên gia rượu/trùm nghề
rượu ❸[旧]quan chức dạy kinh học

【博士后】bóshìhòu<名>giai đoạn tiếp tục
nghiên cứu sau tiến sĩ; sau tiến sĩ

【博闻强识】bówén–qiángzhì　biết rộng
nhớ dai; biết rộng nhớ nhiều

【博物馆】bówùguǎn<名>viện bảo tàng;
nhà bảo tàng

【博物院】bówùyuàn<名>viện bảo tàng

【博学】bóxué<形>bác học; thông thái; học
rộng

【博弈】bóyì<动>❶chơi cờ bạc ❷cạnh tranh
mưu lợi

【博引】bóyǐn<动>viện dẫn rộng rãi: 旁征~
viện dẫn đầy đủ rộng rãi

【博主】bózhǔ<名>dân blog; chủ blog

鹁 bó

【鹁鸽】bógē<名>chim bồ câu

【鹁鸪】bógū<名>chim chàng vịt

渤 Bó<名>biển Bột Hải

搏 bó<动>❶đánh lộn; vật lộn: 肉~ đánh
giáp lá cà ❷vồ bắt: 狮子~兔 sư tử vồ bắt
con thỏ ❸đập: 脉~ mạch đập

【搏动】bódòng<动>đập nhịp nhàng; đập đều

【搏斗】bódòu<动>❶đánh nhau áp sát bằng
tay: 殊死~ trận đấu quyết tử ❷(ví) vật lộn;
quyết đấu: 与困难~ quyết đấu với khó khăn

【搏击】bójī<动>đấu tranh quyết liệt; đánh
quyết liệt: ~风浪 vật lộn với sóng gió

【搏杀】bóshā<动>ác chiến; vật lộn: 用刺
刀跟敌人~ dùng lưỡi lê quyết chiến với kẻ
địch

箔[1] bó<名>❶mành; rèm; sáo: 席~ mành cối
❷nong tằm

箔[2] bó<名>❶mảnh kim loại dát mỏng ❷vàng
hồ; tiền vàng mã (tiền âm phủ)

【箔材】bócái<名>giấy thiếc; giấy bạc

膊 bó<名>cánh tay: 赤~ cánh tay trần/xoay
trần/mình trần/cởi trần

薄[1] bó❶<形>mỏng: ~冰 lớp băng mỏng ❷
<形>nhỏ bé; ít ỏi; mọn: 稀~的空气 không
khí loãng ❸<形>yếu ớt; bạc nhược: 单
đơn bạc/mỏng manh/thiếu thốn/kém cỏi ❹
<形>bạc bẽo; nghiệt; không trọng hậu;
không trang trọng: 轻~ khinh bạc/nhẹ dạ;
không thận trọng; 刻~ khắc bạc/nghiệt
ngã ❺<形>cằn: ~地 đất cằn ❻<形>nhạt: ~
酒 rượu nhạt ❼<动>coi nhẹ: 厚此~彼 bên
trọng bên khinh //(姓) Bạc

薄² bó<动>[书]gần; sắp; kề; sát: 日~西山 mặt trời sắp lặn

另见báo, bò

【薄产】bóchǎn<名>sản nghiệp ít ỏi; gia sản ít ỏi

【薄地】bódì<名>đất bạc màu; đất cằn; ruộng xấu

【薄酒】bójiǔ<名>rượu nhạt; rượu nhẹ

【薄礼】bólǐ<名>lễ mọn; chút quà; món quà nhỏ

【薄利】bólì<名>lãi ít: ~多销 lãi ít bán được nhiều

【薄面】bómiàn<名>tình tôi; mặt tôi; tình mọn; tình nhỏ của tôi

【薄命】bómìng<形>bạc mệnh; phận mỏng; xấu số

【薄膜】bómó<名>màng mỏng; lá mỏng; tấm phim

【薄暮】bómù<名>[书]chập tối; chạng vạng; nhá nhem tối; hoàng hôn

【薄情】bóqíng<形>bạc tình; bạc bẽo phụ tình

【薄弱】bóruò<形>bạc nhược; yếu đuối; yếu kém; không kiên cường: ~环节 khâu yếu kém

【薄雾】bówù<名>mù; lớp sương mờ: ~浓云 sương mờ mây đậm

【薄葬】bózàng<动>chôn cất đơn sơ

bǒ

跛 bǒ<动>què; thọt; khập khiễng; tập tễnh: 一颠一~ khập khà khập khiễng/đi tập tễnh/đi cà nhắc

【跛脚】bǒjiǎo<名>chân thọt; chân què; chân khập khiễng

【跛行】bǒxíng<动>đi cà nhắc

【跛子】bǒzi<名>người thọt; người què

簸 bǒ<动>❶sàng sảy; sàng: ~谷 sàng thóc ❷xóc; lắc

另见bò

【簸荡】bǒdàng<动>lắc la lắc lư; tròng trành

【簸动】bǒdòng<动>lắc lư; tròng trành; xóc; rê; sảy

【簸箩】bǒluo<名>cái khay đan; rổ cạn; thúng cạn

bò

薄 bò

另见báo, bó

【薄荷】bòhe<名>bạc hà

【薄荷脑】bòhenǎo<名>bạc hà não

【薄荷糖】bòhetáng<名>kẹo bạc hà

【薄荷油】bòheyóu<名>dầu bạc hà

簸 bò 义同 "簸" (bǒ), 只用于 "簸箕"。

另见bǒ

【簸箕】bòji<名>cái mẹt; cái hót (rác); mẹt sàng

bǔ

卜 bǔ<动>❶bói; chiêm bốc: 占~ bói toán; 求签问~ xin xăm bói quẻ ❷[书]dự liệu; tính trước; đoán trước; ước đoán: 生死未~ sống chết chưa thể đoán trước ❸[书]chọn chỗ // (姓) Bặc

【卜辞】bǔcí<名>bốc từ; lời bói

【卜卦】bǔguà<动>bói quẻ; xem quẻ; bói toán

【卜筮】bǔshì<动>bốc phệ; bói

补 bǔ❶<动>vá: ~鞋 vá giày; 修桥~路 sửa cầu vá đường ❷<动>bổ sung; bù; thêm: 弥~ bù đắp ❸<动>bổ dưỡng: ~血 bổ máu; 滋~ bổ/tẩm bổ ❹<名>[书]bổ ích; có ích: 于事无~ không giúp ích gì // (姓) Bổ

【补办】bǔbàn<动>bổ sung: ~证件 bổ sung giấy tờ

【补报】 bǔbào <动>❶báo cáo sau khi xong việc; báo cáo bổ sung ❷báo đáp; đền đáp (ơn đức)

【补仓】 bǔcāng <动>mua vào thêm; trút thêm (trái phiếu, hàng định kì)

【补差】 bǔchā ❶<动>bù chênh lệch ❷ <名>khoản tiền được bù

【补偿】 bǔcháng <动>đền bù; bồi thường; bù cho đủ: ~损失 bồi thường tổn thất

【补偿贸易】 bǔcháng màoyì mậu dịch bù đổi

【补充】 bǔchōng <动>❶bổ sung: 原有的案例不够丰富，还需再~。Những ví dụ vốn có chưa được phong phú, cần phải bổ sung thêm. ❷thêm; tăng thêm: ~任务 thêm nhiệm vụ; ~教材 thêm sách giáo khoa

【补丁】 bǔding <名>❶miếng vá; mụn vá ❷sửa hay bổ xung trình tự máy tính

【补过】 bǔguò <动>bù đắp tội lỗi; chuộc tội: 将功~ lấy công chuộc tội

【补给】 bǔjǐ <动>cấp bù; tiếp tế: 医药~ trợ cấp y dược

【补假】 bǔjià <动>❶nghỉ bù ❷làm bổ sung thủ tục nghỉ

【补救】 bǔjiù <动>bổ cứu; cứu chữa: ~措施 biện pháp bổ cứu

【补考】 bǔkǎo <动>thi lại; thi bù: 他挨~两门功课。Cậu ta phải thi lại hai môn.

【补课】 bǔkè <动>❶học bù; dạy bù ❷làm lại

【补漏】 bǔlòu <动>❶bịt rò; dọi; bịt vá chỗ thủng hở ❷bù đắp sơ suất trong công việc

【补票】 bǔpiào <动>mua vé bổ sung

【补品】 bǔpǐn <名>món ăn bổ; thuốc bổ: 小孩不该乱用~。Trẻ em không thể uống thuốc bổ lung tung.

【补缺堵漏】 bǔquē-dǔlòu bổ khuyết lấp rò

【补贴】 bǔtiē ❶<动>phụ cấp; trợ cấp; bù: ~家用 phụ cấp chi dùng gia đình ❷<名>tiền trợ cấp; tiền cấp: 住房~ tiền trợ cấp nhà ở

【补习】 bǔxí <动>học bổ túc: ~功课 học bổ túc bài học

【补血】 bǔxuè <动>bổ huyết; bổ máu: ~冲剂 thuốc bổ huyết dạng cốm

【补牙】 bǔyá <动>hàn răng

【补养】 bǔyǎng <动>tẩm bổ; bổ dưỡng; bồi dưỡng: ~身体 bồi dưỡng sức khỏe

【补药】 bǔyào <名>thuốc bổ

【补语】 bǔyǔ <名>bổ ngữ

【补助】 bǔzhù ❶<动>trợ cấp; giúp đỡ ❷ <名>khoản trợ cấp

【补足】 bǔzú <动>bù đủ; bổ sung cho đủ: ~缺额 bổ sung đủ số thiếu

捕 bǔ <动>bắt: 追~ đuổi bắt; 逮~ bắt giữ // (姓) Bổ

【捕风捉影】 bǔfēng-zhuōyǐng bắt bóng bắt gió; vu vơ; không căn cứ

【捕获】 bǔhuò <动>bắt được; tóm được; tóm cổ

【捕捞】 bǔlāo <动>vớt; đánh bắt: ~鱼虾 đánh bắt tôm cá

【捕猎】 bǔliè <动>săn bắt

【捕杀】 bǔshā <动>bắt và diệt trừ: ~害虫 bắt và diệt trừ côn trùng có hại

【捕食】 bǔshí <动>❶vồ mồi; bắt mồi: 猫头鹰夜间才出来~。Con cú chỉ săn mồi vào ban đêm. ❷săn mồi; vồ ăn: 蜘蛛靠织网~昆虫。Con nhện săn mồi bằng cách dệt mạng.

【捕鱼】 bǔyú <动>bắt cá

【捕捉】 bǔzhuō <动>bắt; tóm cổ: ~老鼠 bắt chuột; ~罪犯 tóm cổ tội phạm

哺 bǔ ❶<动>mớm; trún ❷<名>[书]thức ăn đang ngậm nhai trong miệng

【哺乳】 bǔrǔ <动>cho bú; cho bú sữa

【哺乳动物】 bǔrǔ dòngwù động vật có vú

【哺乳期】 bǔrǔqī <名>thời kì cho con bú

【哺育】 bǔyù <动>❶nuôi nấng; nuôi dưỡng; nuôi dạy: ~雏鸟 nuôi nấng chim con ❷bồi dưỡng; dạy dỗ: 他在父母的~下茁壮成长。Anh ấy trưởng thành lành mạnh dưới sự nuôi dạy của cha mẹ.

bù

不 bù〈副〉❶(phủ định) không; chẳng; chả: ~好 không tốt; ~能 không thể; ~多 không nhiều ❷(phụ tố cùng danh từ tạo thành tính từ) vô; phi; trái: ~道德 phi đạo đức; ~规范 trái với quy phạm ❸(phủ định ngắn gọn) không: "你知道他要来吗？" "~，我不知道。" "Anh có biết anh ấy sẽ đến không?" "Không, tôi không biết." ❹[方](dùng để hỏi)có...không: 你父母好~? Cha mẹ em có khỏe không? ❺(đứng giữa kết cấu động bổ, biểu thị không thể đạt tới kết quả nào đó) không; không thể: 说~清 không thể nói rõ; 搬~动 không thể khuân nổi ❻(trước và sau "不" láy cùng một từ, tỏ ý chẳng đếm xỉa đến: 什么远~远的，我去定了。Xa với xiếc gì, tôi chắc chắn sẽ đi. 什么钱~钱的，你先拿来吧。Tiền với nong gì, anh cứ cầm lấy đã. ❼(dùng với "就", biểu thị lựa chọn) không...thì: 他~是今天来，就是明天来。Anh ta không đến hôm nay thì đến ngày mai. ❽đừng; chớ; không phải; khỏi cần (tỏ ý khiêm tốn): ~客气! Đừng khách khí! ~用谢! Đừng khách sáo!/Không có gì!/Không đáng gì!

【不安】bù'ān〈形〉❶không yên; không ổn định; bất an: 动荡~ chao đảo không ổn định, bấp bênh; 忐忑~ bồn chồn không yên ❷áy náy; băn khoăn

【不谙世事】bù'ān-shìshì không thạo chuyện đời; không hiểu chuyện đời

【不白之冤】bùbáizhīyuān nỗi oan không thể giãi bày; oan ức

【不败之地】bùbàizhīdì chỗ tất thắng

【不卑不亢】bùbēi-bùkàng điềm đạm mực thước; chừng mực tự nhiên; không tự ti cũng không cao ngạo

【不比】bùbǐ〈动〉chẳng được như; chẳng sánh được với; khác với: 南方~北方，春天老下雨。Miền Nam khác với miền Bắc, cứ vào mùa xuân là mưa.

【不必】bùbì〈副〉khỏi phải; không cần phải; không cần gì phải: ~拘礼 không cần giữ lễ tiết; ~说 không cần nói

【不便】bùbiàn❶〈形〉bất tiện; không thuận tiện: 行动~ hành động bất tiện; 交通~ giao thông không thuận tiện ❷〈动〉không tiện; không thích hợp (làm việc gì): ~过问 không tiện đoái hoài ❸〈形〉túng; thiếu tiền tiêu: 手头~ túng tiền

【不测】bùcè❶〈形〉bất trắc; không lường tính trước được: ~风云 mây gió bất trắc ❷〈名〉việc bất trắc: 以防~ đề phòng việc bất trắc

【不曾】bùcéng〈副〉chưa bao giờ; chưa hề; chưa từng: ~来过 chưa bao giờ đến

【不成】bùchéng❶〈动〉không được; không được phép; không xong: 光说不做，那可~。Chỉ nói không làm, không xong đâu. ❷〈形〉không ăn thua gì ❸〈助〉hay sao; sao: 莫非你想中途退出~? Chẳng lẽ anh muốn bỏ dở hay sao?

【不成比例】bùchéngbǐlì không đem so được; thua kém rất xa

【不成材】bùchéngcái đồ bỏ đi; không ra gì; chẳng ra trò trống gì

【不成体统】bùchéngtǐtǒng chẳng có nền nếp khuôn phép; chẳng ra thể thống gì

【不成文】bùchéngwén không thành văn: 一个~的规定 một quy định không thành văn

【不逞】bùchěng〈动〉bất đắc chí; thất ý làm liều: ~之徒 kẻ thất ý làm càn

【不齿】bùchǐ〈动〉[书]không đếm xỉa tới; bị khinh rẻ; bị phỉ nhổ: 说谎者为人们所~。Kẻ nói dối không ai đếm xỉa tới.

B

【不耻下问】bùchǐ-xiàwèn khiêm tốn; học hỏi người dưới mà không lấy làm xấu hổ

【不啻】bùchì<动>[书]❶không những; không chỉ: 工程投资所需，~万金。Nhu cầu công trình không phải chỉ ở mức vạn lạng vàng. ❷như; chẳng khác; khác nào: ~沧海一粟 như giọt nước trong biển cả

【不出所料】bùchū-suǒliào đúng như đã tính trước; như đã định trước; đoán được

【不辞】bùcí<动>❶không chào từ biệt: ~而别 ra đi không chào ❷chẳng quản; không ngại; không đẩy tránh; không chối từ: ~辛苦 chẳng quản vất vả

【不错】bùcuò<形>❶đúng; chính xác; không sai: ~，老师是说明天交作业。Đúng, thầy bảo là ngày mai nộp bài. ❷khá; tốt: 他对朋友真~。Anh ta đối xử với bạn bè thật tốt.

【不打不相识】bù dǎ bù xiāngshí đánh nhau vỡ đầu mới nhận họ

【不打自招】bùdǎ-zìzhāo không khảo mà xưng; chưa khảo đã khai

【不待】bùdài<副>chẳng cần; chẳng phải: 自~言 chả phải nói

【不单】bùdān❶<副>không chỉ; trên; ngoài: 得奖的~是我一个人。Người được thưởng không chỉ có mình tôi. ❷<连>chẳng những; không những

【不但】bùdàn<连>không những; chẳng những: 他~学习好，还乐于助人。Anh ấy không những học giỏi, mà còn sẵn lòng giúp đỡ người khác.

【不当】bùdàng<形>không thỏa đáng; không thích đáng; không hợp: ~竞争 cạnh tranh không lành mạnh

【不倒翁】bùdǎowēng<名>❶con lật đật ❷ví người xử sự khôn khéo, chức quan vững như kiềng

【不到黄河心不死】bù dào Huáng Hé xīn bù sǐ chưa đến Hoàng Hà lòng chưa dứt

【不道德】bù dàodé vô đạo đức; phi đạo đức; thất đức; bất lương; trái đạo

【不得】bùdé<动>không được; không thể: 任何人~迟到。Bất cứ ai đều không được phép đến muộn.

【不得】bude<助>không thể; không được: 吃~ ăn không được; 心急~ không vội được

【不得不】bùdébù phải; buộc phải; không thể không

【不得而知】bùdé'érzhī không biết; không thể biết được

【不得劲】bù déjìn❶không thuận tay; không thuận đà ❷khó chịu; uể oải ❸[方]ngượng ngùng; mắc cỡ

【不得了】bùdéliǎo❶nguy cấp; gay go: 没有什么~的事。Không có việc gì đáng kể. ❷lắm; quá chừng; hết sức: 高兴得~ hết sức vui mừng

【不得人心】bùdé rénxīn không được lòng người; mất lòng dân

【不得要领】bùdé yàolǐng chưa nắm được mấu chốt

【不得已】bùdéyǐ bất đắc dĩ; cực chẳng đã; đành phải: ~而为之 đành phải làm như thế

【不登大雅之堂】bù dēng dà yǎ zhī táng không thể ra mắt các hiền tài (tự đánh giá tác phẩm mình với giọng khiêm tốn)

【不等】bùděng<形>khác nhau; không đều; chênh lệch; so le: 数量~ số lượng khác nhau; 大小~ to nhỏ không đều

【不等号】bùděnghào<名>dấu bất đẳng

【不等式】bùděngshì<名>bất đẳng thức

【不迭】bùdié<动>❶(dùng sau động từ biểu thị vội vàng hoặc không kịp) không kịp: 忙~ bận cuống cả lên; 后悔~ hối hận không kịp ❷không ngớt; luôn mồm: 叫苦~ luôn mồm kêu khổ

【不定】bùdìng❶<形>không ổn định ❷<副>chưa chắc; chưa biết chừng: 明天会不

会下雪还~呢。Ngày mai có mưa tuyết hay không vẫn chưa chắc. 指~下个月我还得值夜班。Chưa biết chừng tháng sau tôi còn phải trực ca đêm.

【不定期】bù dìngqī không định kì

【不动产】bùdòngchǎn<名>bất động sản

【不动声色】bùdòng-shēngsè thản nhiên như không; mặt không biến sắc; ung dung trấn tĩnh không lộ vẻ gì cả

【不冻港】bùdònggǎng<名>cảng không đóng băng

【不端】bùduān<形>không đoan trang; không đứng đắn: 举止~ cử chỉ không đoan trang

【不断】bùduàn❶<动>không ngừng: 好事~ điều tốt không ngớt ❷<副>liên tiếp; không ngừng: ~发展 không ngừng phát triển; ~进取 không ngừng tiến thủ

【不对】bùduì<形>❶không đúng; sai: 你说得~。Anh nói không đúng. ❷khang khác; không bình thường: 脸色~ nét mặt khác thường ❸không hợp nhau; bất hòa: 母女俩感情~。Mẹ và con gái tình cảm bất hòa.

【不对称】bù duìchèn không đối xứng; không cân đối

【不对劲】bù duìjìn❶không vừa ý; không hài lòng; không thích hợp: 刚换的门锁，开起来~。Chiếc khóa cửa mới thay này, khó mở. ❷không hợp nhau; không ăn ý; ý hợp tâm đầu: 这两人最近有点儿~，总闹别扭。Hai người ấy dạo này không ăn ý với nhau nên luôn xích mích nhau. ❸khác thường; khang khác: 这事儿有点~。Chuyện này hơi khác thường. ❹bị mệt; khó chịu: 他觉得身体有些~。Anh ấy thấy người hơi mệt.

【不对头】bù duìtóu❶khác thường; lạ đời; không đúng ❷không hợp nhau: 他俩脾气~，经常闹别扭。Hai anh ấy tính nết không hợp, thường hay hục hặc với nhau.

【不二法门】bù'èr-fǎmén pháp môn độc nhất vô nhị

【不乏】bùfá<动>không thiếu; thiếu gì; chẳng hiếm; nhiều: ~其人 có khối người như vậy

【不法】bùfǎ<形>trái phép; vi phạm luật pháp: ~分子 những kẻ phạm pháp

【不凡】bùfán<形>phi phàm; nhất trên đời; trội hẳn; xuất chúng: 自命~ huênh hoang tự đại

【不妨】bùfáng<副>có thể; ngại gì: ~试试 có thể làm thử

【不费吹灰之力】bù fèi chuī huī zhī lì dễ như phủi bụi; chẳng tốn công; chẳng tốn hơi sức nào

【不分彼此】bùfēn-bǐcǐ không phân biệt bên nọ với bên kia; không phân biệt đó với đây; tuy hai mà như một

【不分青红皂白】bù fēn qīnghóng zàobái không phân rõ trắng đen; lẫn lộn phải trái

【不分胜负】bùfēn-shèngfù bất phân thắng bại; không phân được ai thắng ai

【不服】bùfú<动>❶không thuận theo; không tin phục; không phục: 他~父亲的责骂，认为父亲并不了解情况。Anh ta không phục lời trách mắng của bố, cho rằng bố không hiểu tình hình. ❷không ngoa; không thích nghi được: 水土~ lạ nước lạ cái/ngã nước

【不服气】bù fúqì không khuất phục; không chịu; ấm ức

【不符】bùfú<动>không phù hợp: 名实~ danh và thực không phù hợp

【不负众望】bùfù-zhòngwàng không phụ lòng mong mỏi của mọi người

【不复】[1] bùfù<动>không trở lại; không trùng lặp; không hồi phục được

【不复】[2] bùfù<副>không còn: ~存在 chẳng còn tồn tại

【不干不净】bùgān-bùjìng bẩn thỉu; dơ dáy; thô tục; ô trọc

【不干涉】bù gānshè không can thiệp: ~别国内政 không can thiệp nội chính của nước khác

【不甘】bùgān<动>không cam tâm; không cam chịu; không chịu: ~落后 không cam chịu lạc hậu

【不甘寂寞】bùgān-jìmò không cam chịu vắng vẻ; không chịu ngồi yên

【不甘示弱】bùgān-shìruò không chịu lép vế; không chịu thua

【不甘心】bù gānxīn không cam tâm; không chịu

【不尴不尬】bùgān-bùgà lâm vào thế bí; khó xử

【不敢当】bùgǎndāng không dám

【不敢越雷池一步】bùgǎn yuè Léichí yī bù không dám vượt ra vạch cấm; hết sức dè dặt cẩn thận giữ nề nếp

【不公】bùgōng<形>bất công; không công bằng: 办事~ làm việc không công bằng

【不攻自破】bùgōng-zìpò chưa đánh đã tan; không phá tự vỡ

【不恭】bùgōng<形>không kính trọng; vô lễ: 言词~ lời nói vô lễ

【不共戴天】bùgòngdàitiān không đội trời chung

【不苟】bùgǒu<形>không tùy tiện bỗ bã; không cẩu thả: 一丝~ không chút cẩu thả

【不苟言笑】bùgǒu-yánxiào không nói cười bỗ bã; không nói cười tùy tiện; nói năng thận trọng

【不够】bùgòu❶<动>chưa đủ; còn thiếu: ~资格 chưa đủ tư cách ❷<副>chưa được...lắm: ~好 chưa được tốt lắm; ~清楚 chưa được rõ lắm

【不顾】bùgù<动>❶không chiếu cố; không quan tâm; không chăm sóc: ~别人的感受 không quan tâm đến cảm nhận của người khác ❷không nghĩ đến; bất chấp: ~后果 bất chấp hậu quả; ~法律 bất chấp luật pháp

【不关痛痒】bùguān-tòngyǎng không đi đến đâu cả; không giải quyết vấn đề; chẳng đếm xỉa

【不管】bùguǎn<连>bất kể; dù cho: ~怎样 bất kể thế nào; ~是谁 bất kể là ai

【不管不顾】bùguǎn-bùgù❶không quản; không chăm lo ❷liều lĩnh; bất chấp tất cả; liều mạng

【不管三七二十一】bùguǎn sān qī èrshíyī không kể ba bảy hăm mốt; phớt hết mọi điều; bất chấp tất cả

【不光】bùguāng[口]❶<副>không chỉ có; chẳng riêng gì: 报名参加这次比赛的~我一个人。Đăng kí tên tham gia cuộc thi lần này không chỉ có tôi. ❷<连>không những; chẳng những: 这家店的饭菜~味道好，而且价格也不贵。Món ăn của quán ăn này không những ngon, mà giá cả cũng không đắt.

【不规则】bù guīzé không theo quy tắc

【不轨】bùguǐ<形>trái pháp luật; làm loạn; gây rối: 图谋~ mưu đồ làm bậy

【不过】bùguò❶<副>nhất trên đời; chẳng gì bằng: 再好~ tốt chẳng gì hơn được nữa ❷<副>chỉ có; vèn vẹn; không quá; chỉ; mới có: 他~说说而已。Anh ấy chỉ có nói thôi. ❸<连>nhưng; song; có điều là: 任务虽然多，~还有一个月的thời gian呢。Nhiệm vụ tuy nặng nề, nhưng thời gian vẫn còn một tháng cơ mà.

【不过如此】bùguò-rúcǐ chẳng qua thế thôi; cũng thế thôi

【不含糊】bù hánhu❶không cẩu thả; không mơ hồ; không nhập nhằng; rõ ràng; thực sự: 原则问题绝~。Vấn đề nguyên tắc quyết không chút nhập nhằng. ❷khá; không xoàng: 他的唱功还真~。Kĩ năng hát của anh ta thật không xoàng. ❸không chịu kém; không chịu lép vế: 在高手面前，他也~。Trước các cao thủ, anh ấy cũng không chịu thua kém.

【不寒而栗】bùhán'érlì chẳng rét mà run; sợ run lên; tự nhiên rùng mình

【不好惹】bù hǎorě không chơi được; không xúc phạm được

【不好意思】bù hǎoyìsi❶ngượng ngùng; thẹn thùng; xấu hổ: 她被夸得~了。Cô ấy được khen đến phát ngượng lên. ❷nể tình; chẳng tiện; không nỡ: ~拒绝 không nỡ từ chối

【不合】bùhé❶〈动〉không hợp: ~时宜 không hợp thời; lỗi thời; trái mùa ❷〈动〉[书]không nên: 早知你今天考试，昨晚~让你陪我喝酒。Nếu tôi biết hôm nay bạn phải thi thì tối qua đã không để bạn tháp tùng tôi uống rượu. ❸〈形〉không hợp nhau; bất hòa: 性格~ tính nết bất hòa

【不和】bùhé〈形〉❶không hòa thuận; lục đục; bất hòa: 感情~ tình cảm không hợp nhau ❷không hòa nhịp, chưa hòa nhập: 阴阳~ âm dương bất hòa

【不哼不哈】bùhēng-bùhā không hé răng; chẳng nói chẳng rằng

【不怀好意】bùhuái-hǎoyì mang theo ý xấu; có dụng tâm xấu

【不欢而散】bùhuān'érsàn cụt hứng bỏ ra về

【不慌不忙】bùhuāng-bùmáng chậm rãi; ung dung; thong thả; thủng thỉnh; không vội vàng

【不惑】bùhuò〈名〉[书]không bị mê hoặc; tuổi bốn mươi: ~之年 năm bốn mươi tuổi

【不羁】bùjī〈动〉[书]không chịu bó buộc; bất kham; ngỗ ngược; ngang ngạnh: ~之才 người tài năng ngang ngạnh

【不及】bùjí〈动〉❶không sánh được; kém hơn: 我唱歌~他。Tôi hát kém hơn anh ấy. ❷không kịp; chưa kịp: 后悔~ hối chẳng kịp

【不即不离】bùjí-bùlí không thân mà cũng không sơ; quan hệ bình thường

【不计】bùjì〈动〉không tính đến; không nghĩ đến: ~个人得失 không tính đến hơn thiệt cá nhân

【不计其数】bùjì-qíshù nhiều vô kể; đếm không xuể; hằng hà sa số

【不计前嫌】bùjì-qiánxián bỏ qua lỗi xưa: 他俩~，重修旧好。Hai chúng nó đã bỏ qua lỗi xưa, thân thiết như xưa.

【不济】bùjì〈形〉[口]không tốt; không ổn; không được việc: 我眼力~了。Thị lực của tôi không tốt rồi.

【不假思索】bùjiǎ-sīsuǒ chẳng suy nghĩ gì; không cần nghĩ ngợi

【不见】bùjiàn〈动〉❶không gặp mặt; không thấy: 多年~ nhiều năm không gặp ❷tìm không thấy; mất: 早上放在桌上的书~了。Cuốn sách sáng nay để trên bàn đã mất.

【不见不散】bùjiàn-bùsàn không gặp không bỏ đi; phải chờ đến cùng: 今晚约定在球馆会面，~。Tối nay hẹn gặp ở phòng chơi bóng, phải chờ đến cùng nhé.

【不见得】bùjiànde không hẳn; không nhất định; chưa chắc: 今晚他~会来。Tối nay anh ấy chưa chắc đến. 我的看法~对。Nhận xét của tôi không hẳn là đúng.

【不见棺材不落泪】bù jiàn guāncai bù luò lèi không thấy áo quan không giàn nước mắt; chưa thất bại hoàn toàn thì không biết hối

【不见经传】bùjiàn-jīngzhuàn không thấy trong sách kinh và truyện; không ghi trong sử sách; không có tiếng tăm gì

【不骄不躁】bùjiāo-bùzào không kiêu căng nóng nảy

【不结盟】bù jiéméng không liên kết

【不解】bùjiě〈动〉❶gắn bó ❷không giải thích nổi; không hiểu

【不解之缘】bùjiězhīyuán mối duyên bền chặt; duyên phận chẳng rời; duyên tình gắn bó: 他早年就和文学结下了~。Anh ta kết duyên bền chặt với văn học từ lâu.

【不介意】bù jièyì không để bụng; bất chấp

【不禁】bùjīn〈副〉không nén nổi; chẳng cầm được; không kìm nổi: ~大喜 tự nhiên vui hẳn lên; ~诧异 không nén nổi sự kinh ngạc

【不仅】bùjǐn❶〈副〉không chỉ: 今天请假的~她一个。Người xin phép hôm nay không chỉ có chị ấy. ❷〈连〉không những; chẳng những: 我们~要大胆，而且要谨慎。Chúng ta không những phải bạo dạn mà còn phải cẩn thận.

【不尽然】bù jìnrán không hoàn toàn như vậy; không nhất định là thế; không hẳn

【不尽如人意】bù jìn rú rényì không hài lòng cho lắm; không hài lòng mấy

【不近人情】bùjìn-rénqíng bất cận nhân tình; không hợp tình người; không có tình nghĩa

【不经一事, 不长一智】bùjīng-yīshì, bùzhǎng--yīzhì đi một ngày đàng, học một sàng khôn

【不经意】bù jīngyì không chú ý; lơ là; vô ý; không để ý

【不景气】bù jǐngqì❶tình trạng buôn bán ế ẩm; tình trạng sản xuất giảm sút ❷tiêu điều; đình trệ; sa sút

【不胫而走】bùjìng'érzǒu không chân mà chạy; không cẳng mà đi; mau chóng lan truyền

【不久】bùjiǔ〈形〉không lâu; ít lâu; chẳng bao lâu: 他~就要出国。Ít lâu sau anh ấy sẽ ra nước ngoài.

【不咎既往】bùjiù-jìwǎng không trách cứ lỗi lầm đã qua; không chấp cái cũ

【不拘小节】bùjū-xiǎojié không câu nệ chuyện vặt; không câu chấp tiểu tiết

【不拘一格】bùjū-yīgé không bó buộc trong quy cách; không hạn chế trong một phương thức; không câu nệ trong một khuôn khổ

【不刊之论】bùkānzhīlùn lời bất hủ; ngôn luận vững vàng không bắt bẻ cải đổi được

【不堪】bùkān❶〈动〉không chịu nổi: ~其苦 không chịu nổi cái khổ ấy ❷〈动〉không thể; không thể...được: ~入耳 không lọt tai được ❸〈形〉quá chừng; hết sức; không tả nổi; hết chỗ nói: 破烂~ hết sức rách rưới ❹〈形〉tồi tệ; bất trị: 她被辱骂得太~了。Chị ấy bị mắng nhiếc thậm tệ.

【不堪回首】bùkān-huíshǒu nghĩ lại càng đau đớn; nghĩ lại thì buồn

【不堪入目】bùkān-rùmù không nỡ nhìn; trông chẳng ra gì

【不堪设想】bùkān-shèxiǎng không thể tưởng tượng được; khôn lường

【不堪一击】bùkān-yījī không chịu nổi một đòn

【不亢不卑】bùkàng-bùbēi =【不卑不亢】

【不可多得】bùkě-duōdé hiếm có; ít có

【不可告人】bùkě-gàorén đen tối; xấu xa đen tối; đen tối ám muội

【不可救药】bùkě-jiùyào không cứu chữa được; không cứu vãn được

【不可开交】bùkě-kāijiāo không dứt được; không sao thoát khỏi

【不可抗力】bùkěkànglì sức bất khả kháng; những xui xẻo bất khả kháng

【不可理喻】bùkě-lǐyù không thể nói lí lẽ cho (nó) hiểu được

【不可名状】bùkě-míngzhuàng không sao tả nổi

【不可收拾】bùkě-shōushi không đàn xếp được

【不可思议】bùkě-sīyì không tưởng tượng lí giải nổi; kì diệu

【不可同日而语】bùkě tóng rì ér yǔ không

thể sánh được

【不可一世】bùkě-yīshì tự cho là nhất trên đời; kiêu căng ngông cuồng

【不可终日】bùkě-zhōngrì không chịu nổi một ngày; vô cùng khiếp sợ

【不快】bùkuài<形>❶(tâm tình) không vui; buồn thiu: 心中~ trong lòng không vui ❷(thân thể) khó chịu: 老太太最近身体~。Dạo này bà cụ thấy khó chịu trong người.

【不愧】bùkuì<副>xứng đáng: 他工作认真负责，~是优秀员工。Anh ấy chăm chỉ làm việc với tinh thần trách nhiệm cao, xứng đáng là nhân viên xuất sắc.

【不赖】bùlài<形>[方]tốt; khá; không xoàng: 这孩子舞跳得真~。Cô bé này múa khá lắm.

【不劳而获】bùláo'érhuò không làm mà hưởng; ngồi không ăn bám; ngồi mát ăn bát vàng

【不理】bùlǐ<动>mặc; phớt lờ; không nhòm ngó đến; không trông nom đến; bỏ vạ

【不力】bùlì<形>không đắc lực; yếu ớt; không mạnh: 办事~ làm việc không năng nổi; 领导~ lãnh đạo bất lực

【不利】bùlì<形>bất lợi; không thuận lợi: 出师~ ra quân bất lợi; ~因素 nhân tố bất lợi

【不良】bùliáng<形>bất lương; không tốt; xấu; rối loạn: 营养~ dinh dưỡng không tốt

【不了】bùliǎo<动>(kết hợp với "个", bổ sung hoặc nhấn mạnh động từ trung tâm) không dứt; liên miên; không ngớt: 忙个~ bận mãi; 大雨停~。Mưa không ngớt.

【不了了之】bùliǎo-liǎozhī bỏ dở mặc kệ

【不料】bùliào<连>không ngờ; chẳng dè: 本以为今年会丰收，~遇上了旱灾。Những tưởng là năm nay sẽ được mùa, không ngờ bị hạn hán.

【不吝】bùlìn<动>vui lòng; không tiếc; rộng lòng: ~赐教 rộng lòng chỉ giáo

【不露声色】bùlù-shēngsè nét mặt như tờ; điềm tĩnh như không có chuyện gì

【不伦不类】bùlún-bùlèi nửa dơi nửa chuột; lăng nhăng lít nhít; chẳng ra gì; chẳng ra thể thống gì

【不论】bùlùn❶<连>bất cứ; bất kể; cho dù: ~男女老少，都积极支持奥运。Bất cứ già trẻ trai gái đều tích cực ủng hộ Đại hội Olimpic. ❷<动>[书]không bàn luận; không biện luận: ~对错 không bàn luận đúng hay sai

【不落窠臼】bùluò-kējiù có phong cách riêng; không rơi vào khuôn sáo; không sáo mòn

【不买账】bù mǎizhàng mặc; phớt; không chấp nhận

【不满】bùmǎn<形>bất mãn; không vừa ý; bất bình; không bằng lòng: 心怀~ trong lòng không vừa ý

【不毛之地】bùmáozhīdì đất hoang cằn cỗi; đất cằn đá sỏi

【不免】bùmiǎn<副>chẳng khỏi; không tránh khỏi: 忙中~出错 khi bận rộn thường dễ mắc sai lầm

【不妙】bùmiào<形>không tốt; không hay; chẳng lành: 形势~ tình thế không tốt

【不名一文】bùmíng-yīwén không có một xu; không một xu dính túi

【不明真相】bùmíng-zhēnxiàng không rõ sự thật

【不谋而合】bùmóu'érhé không bàn trước mà khớp hợp; chẳng hẹn mà nên

【不能自拔】bùnéng-zìbá sa lầy tận cổ; chôn chân; tự mình không thể phá nổi

【不能自已】bùnéng-zìyǐ không nén được mình; chẳng cầm lòng được

【不怕一万，就怕万一】bù pà yī wàn, jiù pà wànyī chỉ sợ không may: ~，还是充分准备的好。Nhỡ đâu gặp xui thì sao, chuẩ bị cho đầy đủ vẫn hơn.

【不配】bùpèi❶〈形〉không hợp nhau; không tương xứng: 这条领带与你的西装~。Chiếc ca vát này không hợp với bộ com lê của ông. ❷〈动〉không xứng đáng; không phù hợp: 他~当大家的领导。Anh ấy không xứng đáng làm lãnh đạo của mọi người.

【不偏不倚】bùpiān-bùyǐ không thiên vị bên nào; công tâm

【不平】bùpíng❶〈形〉không công bằng; bất công ❷〈名〉việc bất công: 路见~, 拔刀相助。Giữa đường gặp chuyện bất bình quyết giúp đỡ. ❸〈动〉bất bình; phẫn nộ; tức giận: 愤愤~ tức tối bất bình ❹〈名〉nỗi bất bình; sự bất bình: 消除心中的~ từ bỏ nỗi bất bình trong lòng

【不平等】bù píngděng bất bình đẳng

【不平等条约】bù píngděng tiáoyuē điều ước không bình đẳng

【不平则鸣】bùpíngzémíng không công bằng thì lên tiếng; trong lòng phẫn uất thì phải lên tiếng

【不期而遇】bùqī'éryù chẳng hẹn mà gặp; tình cờ gặp

【不起眼儿】bù qǐyǎnr không đáng coi trọng; không hấp dẫn; không bắt mắt

【不切实际】bùqièshíjì không sát thực tế

【不情之请】bùqíngzhīqǐng nhờ xin quá đáng; thỉnh cầu quá đáng

【不求甚解】bùqiú-shènjiě qua loa đại khái; không đòi hỏi quá kĩ; qua loa xong chuyện

【不屈】bùqū〈动〉bất khuất; không khuất phục: 宁死~ thà chết không chịu khuất phục

【不屈不挠】bùqū-bùnáo bất khuất; không khuất phục; không nao núng; không sờn lòng

【不然】bùrán❶〈形〉không vậy; chẳng phải: 其实~ thực ra chẳng phải vậy ❷〈形〉(tiếng

đáp phủ định khi đối thoại, đứng trước) không thể; không: ~, 事情没有那么简单。Không, sự việc không đơn giản như thế. ❸〈连〉(liên từ giả thiết) chẳng thế thì...; không thì...; nếu không thì...: 我得早点去, ~就赶不上火车了。Tôi phải đi sớm, không thì bị trễ tàu.

【不人道】bù réndào không nhân đạo; vô nhân đạo

【不仁】bùrén〈形〉❶bất nhân; không nhân đức: 为富~ vi phú bất nhân ❷(cơ thể, tứ chi) tê dại; mất tri giác: 麻木~ tê liệt; tê dại mất tri giác

【不忍】bùrěn〈动〉chẳng nỡ; không đành: 于心~ không đành lòng; ~释手 chẳng nỡ rời tay

【不日】bùrì〈副〉[书]ít ngày nữa; ngày một ngày hai: 代表团~将启程赴京。Đoàn đại biểu ít ngày nữa sẽ lên đường đi Bắc Kinh.

【不容】bùróng〈动〉không được; không cho phép: ~反悔 không cho phép hối hận

【不容置疑】bùróng-zhìyí chẳng nghi ngờ gì nữa; chân thật đáng tin

【不如】bùrú〈动〉không bằng; không như; chẳng thà; chi bằng

【不入虎穴, 焉得虎子】bùrù-hǔxué, yāndé-hǔzǐ không vào hang cọp sao bắt được cọp con

【不三不四】bùsān-bùsì❶không đứng đắn; lố lăng ❷chẳng ra gì; không ra môn ra khoai gì cả; nửa ngô nửa khoai

【不善】bùshàn❶〈形〉không tốt; chẳng lành: 来者~ lai giả bất thiện ❷〈动〉không giỏi; không sành; không thạo; không khéo: ~管理 không giỏi quản lí

【不上不下】bùshàng-bùxià dở dang; lở dở; nửa vời

【不甚了了】bùshèn-liǎoliǎo không hiểu rõ lắm; chẳng tìm hiểu nhiều

【不声不响】bùshēng-bùxiǎng im lìm; im hơi lặng tiếng; không trống không kèn

【不胜】bùshèng❶<动>đảm đương không nổi; không chịu đựng nổi: ~酒力 không uống được nữa ❷<动>không thể; không tài nào; không xuể; không...hết: 美~收 đẹp khôn xiết ❸<副>hết sức; bội phần; vô cùng: ~感激 hết sức cảm kích ❹<动>[方]không bằng

【不胜枚举】bùshèng-méijǔ không sao kể xiết

【不失时机】bùshī-shíjī không bỏ lỡ thời cơ

【不失为】bùshīwéi có thể coi là...; coi được là...: 这~一个好办法。 Đây có thể coi là một biện pháp tốt.

【不时】bùshí❶<副>chốc chốc; thỉnh thoảng: 他~来看我。 Anh ấy thỉnh thoảng đến thăm tôi. ❷<名>những lúc; một khi: ~之需 một khi cần đến

【不识好歹】bùshí-hǎodǎi không biết điều; không phân biệt được tốt với xấu: 那家伙~，咱不跟他一般见识。 Thằng cha ấy không biết điều, mình không so với hắn.

【不识庐山真面目】bùshí Lú Shān zhēn miànmù không biết rõ bộ mặt thật

【不识时务】bùshí-shíwù bất thức thời; không hiểu biết thời thế

【不识抬举】bùshí-táiju phụ lòng (người khác); không biết điều

【不识相】bù shí xiàng không biết điều

【不食人间烟火】bù shí rénjiān yānhuǒ tách rời với bản tính loài người; xa rời thực tế con người

【不是】bùshi<名>điều không phải; lỗi; sai sót

【不是冤家不聚头】bù shì yuānjia bù jù tóu kẻ thù lại gặp kẻ thù; càng ghét lại càng hay gặp phải

【不适】bùshì<形>khó chịu: 身体~ khó chịu trong người

【不爽】¹ bùshuǎng<形>không sảng khoái; không khoan khoái: 心情~ trong lòng không khoan khoái

【不爽】² bùshuǎng<形>không sai sót: 屡试~ thử nhiều lần mà không sai sót

【不速之客】bùsùzhīkè khách không mời mà đến

【不通】bùtōng❶<动>không có lối ra; bế tắc: 此路~ đường này bế tắc ❷<形>không rõ; thắc mắc; chưa thông: 想~ nghĩ không ra

【不同】bùtóng<形>khác; khác nhau; không giống nhau

【不同凡响】bùtóng-fánxiǎng khác thường; không xoàng; không tầm thường

【不痛不痒】bùtòng-bùyǎng hời hợt; không đi đến đâu; chẳng giải quyết được vấn đề

【不透明】bù tòumíng mờ đục; không trong suốt; không minh bạch

【不透气】bù tòuqì kín gió; kín hơi

【不透水】bù tòushuǐ không thấm nước; kín nước

【不图】bùtú❶<动>không mưu đồ; không màng; không theo đuổi: ~名利 không mưu đồ danh lợi ❷<连>[书]nào ngờ; chẳng ngờ; bất đồ

【不妥】bùtuǒ<形>không thích hợp; không thích đáng; không ổn

【不外乎】bùwàihū không ngoài; trong vòng; trong phạm vi; chẳng qua là

【不韪】bùwěi<名>[书]lầm lỡ; sai trái; không đúng: 冒天下之大~ sa vào một lầm lỡ lớn trong thiên hạ

【不闻不问】bùwén-bùwèn không hỏi han gì tới; không nhòm ngó tới; thờ ơ lãnh đạm; phớt đi

【不无】bùwú<动>ít nhiều có chút; chẳng phải không...: ~裨益 ít nhiều có chút giúp ích

【不务正业】 bùwù-zhèngyè ❶không làm ăn lương thiện ❷làm những việc vớ vẩn; làm những việc đâu đâu

【不惜】 bùxī<动>không tiếc; không quản: ~一战 quyết một trận đánh; ~牺牲 không tiếc hi sinh

【不暇】 bùxiá<动>không rỗi; không xuể; bận: 应接~ tiếp đón không xuể; bận tíu tít

【不下】 bùxià<动>❶không ít hơn; không dưới; ít nhất là: 这顿饭~五百元。Bữa cơm này ít ra cũng phải mất 500 đồng RMB. ❷không...được; không dứt: 放心~ không yên tâm được; 相持~ giằng co không dứt

【不下于】 bùxiàyú❶không thua kém gì ❷không ít hơn; không dưới; ít nhất là

【不相干】 bù xiānggān không dính dáng; không liên can đến; không liên quan gì với nhau

【不相容】 bù xiāngróng không hợp với; không tương hợp; kị nhau; khắc nhau

【不相上下】 bùxiāng-shàngxià tương đương; ngang nhau; chẳng ai hơn kém ai

【不详】 bùxiáng❶<形>không nắm rõ; chưa rõ ràng: 出生年月~ ngày sinh không rõ ràng ❷<动>không kể tường tận; không nói tỉ mỉ

【不祥】 bùxiáng<形>chẳng lành: ~的预感 dự cảm không lành

【不想】 bùxiǎng<连>chẳng ngờ; đâu ngờ: 你对他一片好意，~他没领情。Anh đối xử với cậu ấy rất tử tế, chẳng ngờ cậu ấy lại không biết điều.

【不像话】 bùxiànghuà❶chẳng ra gì; không ra thể thống gì cả ❷dở không tả xiết

【不像样】 bùxiàngyàng chẳng ra thớ gì; không ra gì cả: 她这样做实在~。Cô ta làm như thế quả là chẳng ra gì cả.

【不消】 bùxiāo❶<副>chẳng phải; chẳng cần: ~说 khỏi nhắc/chả phải nói ❷<动>không cần:

~您吩咐，我也会来帮忙的。Không cần ông nói, thì tôi cũng đến giúp.

【不消化】 bù xiāohuà không tiêu hóa

【不孝】 bùxiào❶<动>bất hiếu ❷<名>hiếu tử tự xưng

【不肖】 bùxiào<形>phẩm hạnh kém; đốn mạt; bất hiếu; hư hỏng; mất nét (thường dùng đối với con em...): ~子孙 con cháu hư hỏng

【不屑】 bùxiè<动>❶không đáng; không thèm: ~置辩 không thèm tranh luận ❷xem thường; coi khinh; phớt lờ

【不懈】 bùxiè<形>không lơi lỏng; không biết mệt mỏi; không ngơi nghỉ; bền bỉ: 坚持~ kiên trì bền bỉ

【不信邪】 bùxìnxié không tin có ma; không sợ ma tà

【不兴】 bùxīng<动>❶không phải mốt; lỗi thời: 这种衣服式样已经~了。Kiểu áo này đã lỗi thời rồi. ❷không cho phép; không được: ~这么做 không được làm như vậy ❸không thể (trong phản vấn): 小声点儿吗？Không thể nhỏ tiếng chút xíu ư!

【不行】 bùxíng❶<动>không được: 学习要勤奋，偷懒可~。Phải chăm chỉ học tập, ăn bơ làm biếng thì không được. ❷<形>kém; không giỏi; không hay; không ra gì; bất lực: 他画画~。Anh ta vẽ không giỏi. ❸<动>khó qua khỏi; không ổn; sắp chết: 他快~了，赶紧叫医生。Ông ấy khó qua khỏi, đi gọi bác sĩ ngay đi. ❹<形>không tốt; kém; tồi: 这批产品质量~。Lô sản phẩm này chất lượng kém. ❺<动>(dùng sau "得" làm bổ ngữ, biểu thị mức độ cực cao) quá chừng; khiếp lắm; ...chết đi được: 高兴得~ vui mừng quá chừng; 人多得~。Người đông khiếp lắm.

【不省人事】 bùxǐng-rénshì❶bất tỉnh; ngất đi: 她已经~，但脉搏还在跳。Chị ấy đã ngất đi, nhưng mạch còn đập. ❷không thấu hiểu việc đời

【不幸】bùxìng❶〈形〉không may mắn; đau buồn; rủi ro: ~的消息 tin rủi ro ❷〈形〉bất hạnh; chẳng may: ~身亡 chẳng may bị chết ❸〈名〉điều bất hạnh; tai họa: 遭遇~ gặp phải tai họa; 人生的种种~ nản ý các thứ bất hạnh của đời người

【不休】bùxiū〈动〉không dứt; không ngớt: 争论~ tranh luận không dứt

【不修边幅】bùxiū-biānfú thiếu chải chuốt; lôi thôi luộm thuộm

【不朽】bùxiǔ〈动〉bất hủ; bất diệt: 永垂~ đời đời bất diệt; ~的著作 tác phẩm bất hủ

【不锈钢】bùxiùgāng〈名〉thép không gỉ; I-nốc

【不虚此行】bùxū-cǐxíng chẳng bỏ chuyến đi

【不许】bùxǔ〈动〉❶không cho phép; không được: ~迟到 không được đến muộn ❷ [口]không thể: 你就~自己试一试吗？Anh không thể tự mình làm thử à?

【不学无术】bùxué-wúshù bất học vô thuật; vô học bất tài; dốt nát

【不徇私情】bùxùn-sīqíng không thiên vị tình riêng tư: 当法官必须~。Quan tòa ắt phải chí công vô tư.

【不逊】bùxùn〈形〉thất lễ; vô lễ; càn rỡ; ngang ngược; không nhã nhặn: 出言~ nói không nhã nhặn

【不亚于】bùyàyú chẳng kém gì

【不言不语】bùyán-bùyǔ chẳng nói chẳng rằng: 他整日~，叫人捉摸不定。Anh ta suốt ngày chẳng nói chẳng rằng, khiến người khác khó mà đoán được tâm tư.

【不言而喻】bùyán'éryù không nói cũng rõ; chẳng nói cũng hiểu

【不厌】bùyàn〈动〉❶không ngán; không chán; không ngại: ~其烦 mãi không chán/ không ngại phiền hà ❷không hiềm; không loại trừ: 兵~诈 việc binh cơ không ngại đối

trá/binh bất yếm trá

【不要】bùyào〈副〉không nên; chớ; đừng; không được: ~掉以轻心 đừng lơ là; 领导不批准，你们~回家。Các bạn không được về nhà nếu lãnh đạo chưa chuẩn y.

【不要紧】bùyàojǐn❶không sao; không việc gì; không hề gì; không can gì: 有点感冒，~。Bị cảm nhẹ, không sao cả. 楼高也~，我们可以乘电梯。Lầu cao cũng không sao, chúng tôi có thể đi thang máy. ❷tưởng chẳng sao: 你这么一说~，弄得大伙都知道了。Anh nói như thế tưởng chẳng sao, nhưng mọi người đều biết rồi.

【不要脸】bùyàoliǎn trơ trên; không biết xấu hổ; vô liêm sỉ; mặt mo; muối mặt

【不一】bùyī❶〈形〉không như nhau; không thống nhất; khác nhau: 大小~ to nhỏ không như nhau; 意见~ ý kiến khác nhau ❷ 〈动〉không kể ti mi

【不一而足】bùyī'érzú nhiều; nhiều loại; không phải là ít; còn nhiều nữa

【不依】bùyī〈动〉❶không nghe theo; không chiều theo: 这孩子~母亲的话。Đứa trẻ này không nghe theo lời mẹ. ❷không cho phép; không tha; không nương nhờ; không khoan dung: 你要是再这样，我可~你。Anh lại làm thế, tôi sẽ không để yên cho anh đâu.

【不宜】bùyí〈动〉không thích hợp; không thích nghi; không nên: ~喝太多咖啡 không nên uống nhiều cà phê; ~操之过急 không nên hấp tấp/không thể nóng vội

【不遗余力】bùyí-yúlì không tiếc sức; làm cật lực

【不已】bùyǐ〈动〉mãi không ngớt; mãi không dứt; mãi không thôi: 激动~ cảm động mãi không thôi; 悔恨~ hối hận mãi

【不以为然】bùyǐwéirán không cho là đúng; không tán đồng

【不以为意】bùyǐwéiyì phớt lờ; không bận

tâm; không lưu ý tới; không trọng thị

【不义之财】bùyìzhīcái của phi nghĩa; tiền của không chính đáng

【不亦乐乎】bùyìlèhū chẳng vui lắm sao; vui hết mức

【不翼而飞】bùyì'érfēi ❶không cánh mà bay; biến mất ❷chẳng có cánh mà bay khắp

【不用】bùyòng<副>chẳng cần; đừng; khỏi phải: ~客气 đừng khách sáo; ~着急 đừng vội

【不由得】bùyóude❶không thể: 证据确凿，~你不认罪。Chứng cứ rõ ràng, anh không thể không nhận tội. ❷không cầm được; bất giác: 听了他的一番话，她~抽噎起来。Nghe những lời của anh ấy, chị không nén được khóc rưng rức.

【不由分说】bùyóu-fēnshuō không cho phép giải thích; không để cho phân vân

【不由自主】bùyóu-zìzhǔ không tự chủ được; bất giác; không chủ tâm; vô tình; tự dưng

【不育】bùyù<动>mất khả năng sinh đẻ; không sinh đẻ

【不约而同】bùyuē'értóng chẳng hẹn mà cùng

【不再】bùzài<动>không còn...nữa: ~过问 không còn đoái hoài nữa; ~年轻 không còn trẻ nữa

【不在】bùzài<动>❶không ở nhà; không có mặt (ở một địa điểm); đi vắng: 他~家，您找他有事吗？Anh ấy đi vắng rồi, ông có việc gì không? ❷qua đời; mất; đi xa; không còn: 老人家去年就~了。Ông cụ đã qua đời từ năm ngoái.

【不在乎】bùzàihu chẳng bận tâm; chẳng sao; chẳng ngại gì; chẳng hề gì; không đếm xia: 满~ chẳng ngại gì cả; 他~这笔钱。Anh ấy chẳng bận tâm với món tiền này.

【不在话下】bùzài-huàxià chẳng đáng nói;

phí lời; xem thường; coi khinh

【不择手段】bùzé-shǒuduàn không từ thủ đoạn nào cả; dùng đủ mọi ngón

【不怎么样】bù zěnmeyàng xoàng; thường; không tốt lắm; không có gì đặc sắc

【不折不扣】bùzhé-bùkòu không hơn không kém; chính cống; trăm phần trăm là...; hoàn toàn là...

【不振】bùzhèn<形>không phấn chấn; iu xìu; không vượng: 精神~ tinh thần không phấn chấn

【不正之风】bùzhèngzhīfēng khuynh hướng không lành mạnh; tệ nạn xã hội; hành động bất chính; hành động phi pháp: 纠正行业~ trừng trị hành động phi pháp của các ngành nghề

【不支】bùzhī<动>không gắng gượng được; không chống đỡ được nữa: 体力~ thể lực không chống đỡ được nữa

【不知不觉】bùzhī-bùjué thấm thoắt; bất giác; bất thình lình; vô tình

【不知好歹】bùzhī-hǎodǎi không biết điều; không hiểu tốt xấu là gì

【不知进退】bùzhī-jìntuì chẳng biết tiến thoái gì cả; liều lĩnh; không đúng mực biết điều

【不知死活】bùzhī-sǐhuó điếc không sợ súng; mù quáng làm liều

【不知所措】bùzhī-suǒcuò luống cuống; bối rối; lúng túng

【不知所云】bùzhī-suǒyún chẳng biết là đã nói những gì; lộn xộn lung tung; rỗng tuếch

【不知所终】bùzhī-suǒzhōng chẳng biết kết cục thế nào; chẳng biết về đâu

【不知天高地厚】bù zhī tiān gāo dì hòu chẳng biết trời cao đất dày là gì cả; ngông nga ngông nghênh

【不值】bùzhí<动>không đáng: ~一提 không đáng kể; ~一文 không đáng một xu

【不止】bùzhǐ ❶<动>tiếp tục không dứt; mãi không thôi; không ngừng: 大笑~ cười mãi không ngớt ❷<副>hơn; ngoài: ~一次 đâu chỉ một lần; 他恐怕~60岁。Ông ấy chắc đã ngoài sáu mươi tuổi.

【不只】bùzhǐ<连>chẳng những; không chỉ: 他~一次到过河内。Anh ấy không chỉ một lần đến Hà Nội.

【不至于】bùzhìyú không đến nỗi; chưa đến nỗi: 虽然工作很忙，但是~吃饭都没时间。Tuy làm việc rất bận, nhưng chưa đến nỗi không có thì giờ ăn cơm.

【不治之症】bùzhìzhīzhèng chứng bệnh vô phương cứu trị; chứng nan y

【不致】bùzhì<动>không thể dẫn tới...; chẳng đến nỗi: 平时多沟通，就~出现误会。Hàng ngày mà thường xuyên trao đổi, thì chẳng đến nỗi hiểu lầm nhau.

【不置可否】bùzhì-kěfǒu chẳng bảo đúng, cũng chẳng bảo sai; mập mờ

【不中】bùzhōng<形>[方]không dùng được; không hay; không được; vô dụng: 这个办法~，还得另想法子。Cách này không được, còn phải tìm cách khác.

【不周】bùzhōu<形>không chu đáo; không hoàn bị: 照顾~ chăm sóc không chu đáo

【不准】bùzhǔn<动>không cho phép; không được: ~入内 không cho phép vào; 此处~停车。Chỗ này không được đỗ xe.

【不着边际】bùzhuó-biānjì (ngôn luận) mung lung không bờ không bến; không đâu vào đâu; tràng giang đại hải

【不自量力】bùzìliànglì không lượng sức mình

【不足】bùzú ❶<动>chưa trọn: ~一百 chưa trọn 100 ❷<动>không đáng: ~称道 không đáng nói ❸<动>không thể; không được: ~为据 không thể làm bằng chứng ❹<名>điều còn thiếu sót: 这项制度还存在

很多~。Chế độ này còn tồn tại nhiều bất cập. ❺<形>không đủ; chưa tới; thiếu; bất túc; thiếu xót: 光线~ thiếu ánh sáng

【不足道】bùzúdào không đáng nói; không đáng kể

【不足挂齿】bùzúguàchǐ không đáng kể đến; không đáng nhắc đến

【不足为奇】bùzúwéiqí không lấy gì làm lạ; không có gì lạ

【不足为训】bùzúwéixùn không thể coi là bài học; không thể coi là mẫu mực được

【不作声】bù zuòshēng làm thinh; im hơi lặng tiếng; không nói năng gì

【不作为】bùzuòwéi<名>không thực hiện đầy đủ trách nhiệm: 对~的干部必须给予处分。Phải xử phạt những cán bộ không thực hiện đầy đủ trách nhiệm của mình.

布¹ bù<名>❶vải: 棉~ vải bông; ~鞋 giày vải ❷tiền bố thời xưa //(姓) Bố

布² bù<动>❶nói ra; tuyên cáo; tuyên bố: 公~ công bố; 开诚~公 vô tư thành tâm (với người) ❷trải ra; phân bố: 遍~全国 phân bố khắp nước ❸bố trí; dàn; xếp; bủa giăng: 星罗棋~ giăng bày khắp nơi như sao trên trời

【布道】bùdào<动>[宗教]giảng đạo

【布丁】bùdīng<名>pudding (món điểm tâm kiểu Tây)

【布防】bùfáng<动>bố phòng; bố trí phòng thủ; bố trí canh phòng: 沿江~ bố trí canh phòng ven sông

【布告】bùgào ❶<名>(tờ) bố cáo; yết thị: 张贴~ dán thông cáo ❷<动>bố cáo; thông cáo; thông báo: ~天下 bố cáo thiên hạ

【布谷鸟】bùgǔniǎo<名>chim cuốc

【布景】bùjǐng ❶<名>bố cảnh; dàn cảnh; phông; bài trí (sân khấu; trường quay) ❷<动>bố cảnh

【布局】bùjú ❶<动>bố cục: 画面~匀称。Bức tranh bố cục hài hòa. ❷<动>(cờ vây;

cờ tướng) dàn trận; ra quân ❸<名>bố cục: 合理的工业~ sự sắp xếp công nghiệp hợp lí

【布控】bùkòng<动>bố trí giám sát

【布雷】bùléi<动>đặt mìn; rải thủy lôi

【布料】bùliào<名>vải vóc; vải

【布匹】bùpǐ<名>vải vóc

【布设】bùshè<动>bố cục trưng bày

【布施】bùshī<动>[书]bố thí

【布头】bùtóu<名>❶vụn đầu vải; vải mảnh ❷vải thừa lẻ (sau khi cắt may)

【布娃娃】bùwáwa<名>con búp-bê bằng vải

【布网】bùwǎng<动>giăng lưới

【布衣】bùyī<名>❶áo vải: ~蔬食 áo vải cơm rau (giản dị đạm bạc) ❷kẻ áo vải; dân thường: ~出身 xuất thân áo vải

【布衣之交】bùyīzhījiāo giao tình của người áo vải; kẻ dân thường kết giao

【布展】bùzhǎn<动>bố trí triển lãm: 参展单位请提前一天到场~。Đơn vị tham gia triển lãm cần đến trước một ngày để bố trí triển lãm.

【布置】bùzhì<动>❶bố trí; bài trí: ~会场 bố trí hội trường; ~房间 bố trí căn nhà ❷bố trí; tổ chức; sắp xếp: ~任务 bố trí nhiệm vụ; ~作业 bố trí bài tập

步 bù❶<名>bước; bước chân: 正~ bước nghiêm; 寸~难行 khó đi được một bước ❷<名>giai đoạn; bước; chặng: 初~ bước đầu ❸<名>bước; nước; tình cảnh; nông nổi: 不幸落到这一— không may lâm vào tình cảnh này ❹<量>[旧]bộ (đơn vị đo chiều dài, một bộ tương đương năm thước) ❺<动>đi bộ; bước: ~入婚礼殿堂 bước vào sảnh đường hôn lễ (ngụ ý đã kết hôn và bước vào giai đoạn cuộc sống gia đình); 亦~亦趋 bước theo người khác ❻<动>[书]giẫm lên; đi theo; làm theo: ~人后尘 làm theo người khác ❼<动>[方]đo bằng bước đi //(姓) Bộ

【步兵】bùbīng<名>bộ binh

【步步高升】bùbù-gāoshēng thăng cấp liên tục

【步步为营】bùbù-wéiyíng tiến đến đâu chốt đóng quân đến đấy

【步调】bùdiào<名>nhịp bước; nhịp độ; tiến độ: ~一致 nhịp bước đều nhau

【步伐】bùfá<名>❶nhịp bước: ~稳健 bước đi vững chắc ❷bước đi: 矫健的~ bước đi mạnh mẽ ❸ví tốc độ của sự vật phát triển

【步法】bùfǎ<名>động tác chân; bước di chuyển; nhịp đi

【步履】bùlǚ<名>[书]bước đi; dáng đi; đi đứng: ~蹒跚 dáng đi tập tễnh; ~轻盈 bước đi nhẹ nhàng uyển chuyển

【步枪】bùqiāng<名>súng trường

【步人后尘】bùrénhòuchén theo gót người khác mà đi; làm theo; bắt chước; theo đuôi người khác

【步入】bùrù<动>bước vào: ~文艺界 bước vào giới văn nghệ

【步态】bùtài<名>dáng đi: 她~轻盈，举止斯文。Cô ấy đi đứng nhẹ nhàng, dáng điệu cử chỉ nho nhã.

【步行】bùxíng<动>đi bộ

【步行街】bùxíngjiē<名>phố đi bộ; phố bộ hành

【步骤】bùzhòu<名>bước; trình tự tiến hành

【步子】bùzi<名>bước chân

怖 bù<动>sợ hãi; khiếp sợ: 恐~ khiếp sợ/khủng bố

部 bù❶<名>phần; bộ phận; nơi: 内~ phần trong/nội bộ; 局~ cục bộ; 南~ Nam bộ/miền Nam ❷<名>Bộ (tên gọi cơ quan cấp Bộ trực thuộc Trung ương): 教育~ Bộ Giáo dục ❸<名>ban; phòng; quầy: 编辑~ ban biên tập/bộ biên tập; 市场~ ban thị trường ❹<名>ban chỉ huy; trụ sở ban chỉ huy: 师~ ban chỉ huy sư đoàn; 指挥~ bộ chỉ huy; 总~ tổng bộ ❺<名>bộ đội: 率~阻击敌军

dẫn bộ đội chặn đánh quân địch ❻<动>
[书]thống nhất; chỉ huy; quản hạt; cai quản:
所~甚众 có nhiều đơn vị dưới quyền chỉ
huy; ~领 thống lĩnh/điều khiển/chỉ huy/cai
quản ❼<量>quyển; bộ; chiếc: 两~字典 hai
quyển từ điển; 一~电影 một bộ phim; 一一
汽车 một chiếc ô tô ❽<名>bộ (môn loại): ~
首 bộ thủ //(姓) Bộ

【部队】bùduì<名>bộ đội: 边防~ bộ đội biên
phòng; 地面~ bộ đội mặt đất; 雷达~ bộ đội
ra đa

【部分】bùfen<名>bộ phận; một số; phần: ~
城市有小到中雨. Một số thành phố sẽ có
mưa nhỏ đến mưa vừa.

【部件】bùjiàn<名>❶bộ kiện; bộ phận máy
❷các bộ phận ghép thành chữ Hán

【部落】bùluò<名>bộ lạc: 原始~ bộ lạc
nguyên thủy

【部门】bùmén<名>ngành; bộ môn; đơn vị;
khâu: 主管~ đơn vị quản lí chính; 职能~
ngành chức năng

【部首】bùshǒu<名>bộ thủ; bộ

【部属】bùshǔ<名>thuộc hạ; bộ hạ; cấp dưới

【部署】bùshǔ<动>sắp xếp; bố trí: 战略~ bố
trí chiến lược; ~兵力 bố trí lực lượng quân sự

【部头】bùtóu<名>cỡ; tầm cỡ (độ dày mỏng

to nhỏ của sách, thường chỉ sách dày nhiều
trang): 大~著作 tác phẩm đồ sộ/công trình
trước tác đồ sộ

【部委】bùwěi<名>bộ và ủy ban (trong Quốc
vụ viện Trung Quốc)

【部位】bùwèi<名>bộ phận; bộ vị

【部下】bùxià<名>bộ hạ; thuộc hạ; cấp dưới

【部长】bùzhǎng<名>❶bộ trưởng: 外交部~
Bộ trưởng Bộ Ngoại giao ❷trưởng ban: 省
委宣传部~ trưởng ban tuyên giáo tỉnh

埠 bù<名>❶bến tàu; cảng; thành phố cảng;
thị trấn cảng: 船~ bến thuyền/bến tàu; 本~
bến chính/cảng chính; 外~ bến ngoài/cảng
ngoài ❷thị trấn, thành phố buôn bán với
nước ngoài: 开~ mở cửa cảng thông thương

【埠头】bùtóu<名>[方]bến cảng

簿 bù<名>sổ sách: 笔记~ sổ ghi/sổ tay; 户口
~ sổ hộ khẩu //(姓) Bạ, Bộ

【簿册】bùcè<名>sổ sách

【簿籍】bùjí<名>sổ thu chi xuất nhập; sổ ghi
danh sách

【簿记】bùjì<名>❶nghiệp vụ kế toán ❷sổ
thu chi xuất nhập

【簿子】bùzi<名>sổ ghi chép; tập ghi chép;
sổ tay

C c

cā

擦 cā<动>❶ma sát; cọ xát: ~破皮 bị xây xát sầy da ❷lau; chùi: ~地板 lau sàn ❸bôi; tra; xoa: ~药 bôi thuốc; ~油 xoa dầu ❹sát mép: ~边球 bóng sát mép ❺nạo (dưa, bí…) thành sợi nhỏ: 把萝卜~成丝儿 nạo củ cải thành sợi nhỏ

【擦背】cābèi<动>kì lưng; cọ lưng (khi tắm)

【擦边球】cābiānqiú<名>bóng chạm mép; gợi ý tranh thủ một cách gián tiếp

【擦粉】cāfěn<动>xoa phấn; thoa phấn

【擦肩而过】cājiān'érguò lướt qua nhau: 他和我在街上~。Trên đường phố anh ấy đi lướt qua cạnh tôi.

【擦屁股】cā pìgu chùi đít; làm giúp việc bỏ dở; xử lí giúp vấn đề còn để lại: 他劝我最好别干这种~的事。Anh ấy khuyên tôi tốt nhất là đừng nhận làm những việc bị bỏ dở như vậy.

【擦拭】cāshì<动>lau chùi: ~武器 lau chùi vũ khí

【擦洗】cāxǐ<动>lau rửa; lau dầu: ~车子 lau rửa xe

【擦澡】cāzǎo<动>lau người (bằng khăn ướt): ~巾 khăn lau người

cāi

猜 cāi<动>❶đoán ❷nghi ngờ; ngờ vực

【猜测】cāicè<动>đoán; suy đoán: 凭空~ suy đoán vô căn cứ; 这传闻引起一阵~。Tin đồn này dẫn đến nhiều suy đoán.

【猜忌】cāijì<动>nghi kị; ngờ vực; nghi ngờ

【猜谜】cāimí<动>❶đoán câu đố; giải câu đố ❷đoán mò; đoán chừng: 快说吧，别让我们~了。Nói nhanh lên, đừng để chúng tôi đoán mò nữa.

【猜拳】cāiquán =【划拳】

【猜透】cāitòu<动>đoán đúng: ~心思 đoán đúng tâm tư

【猜想】cāixiǎng<动>đoán; phỏng đoán; đoán chừng: 我~他生病了。Tôi đoán anh ấy bị ốm.

【猜疑】cāiyí<动>nghi; ngờ; nghi ngờ: 互相~ nghi ngờ nhau

【猜中】cāizhòng<动>đoán đúng; đoán trúng: 谁~这个谜语可得奖。Ai đoán đúng câu đố này sẽ được thưởng.

cái

才¹ cái<名>❶tài; tài năng: 德~兼备 tài đức kiêm toàn; 多~多艺 đa tài đa nghệ ❷người tài: 奇~ kì tài; 人~ nhân tài //(姓) Tài

才² cái<副>❶vừa mới: 节目~开始。Chương trình vừa mới bắt đầu. ❷mới (xảy ra hoặc kết thúc muộn): 你怎么~来? Sao anh giờ này mới đến? ❸mới (nối câu phức): 只有努力学习~能取得好的成绩。Cố gắng học tập mới có thể giành được thành tích tốt. ❹mới (tình huống mới này sinh, trước vốn không như vậy): 经他这么一解释，我~明白是 怎么回事。Nghe anh ấy giải thích, tôi mới biết rõ sự việc. ❺mới (chỉ mới có): 那年他~ 五岁。Năm đó anh ta mới năm tuổi. ❻mới (nhấn mạnh): 屋子里不热，外面~热呢! Trong nhà không nóng, bên ngoài mới nóng đấy.

【才干】cáigàn<名>tài cán; tài ba: 外交~ tài ba ngoại giao; 这人很有~。Ông này tài ba lắm.

【才华】cáihuá<名>tài hoa: ~横溢 tài hoa nổi trội; ~出众 tài hoa xuất chúng

【才能】cáinéng<名>tài năng; tài cán: 组织~ tài năng tổ chức; 管理~ tài quản lí

【才女】cáinǚ<名>gái tài: 她是我们学校的 ~。Cô ấy là gái tài của trường chúng tôi.

【才气】cáiqì<名>tài hoa; tài ba: 有~的年轻 学者 một học giả trẻ tuổi tài hoa

【才情】cáiqíng<名>tài hoa; tài tình

【才识】cáishí<名>tài năng và kiến thức

【才疏学浅】cáishū-xuéqiǎn tài sơ học thiển; tài hèn học ít

【才思】cáisī<名>tài làm văn thơ: ~敏捷 tài văn thơ nhanh nhạy

【才学】cáixué<名>tài năng học vấn

【才艺】cáiyì<名>tài năng và tay nghề; tài nghệ: ~表演 biểu diễn tài nghệ; ~展示 thể hiện tài nghệ

【才智】cáizhì<名>tài năng và trí tuệ: 聪明~ tài năng trí tuệ; ~过人 tài trí hơn người

【才子】cáizǐ<名>tài tử; bậc tài hoa: 风流~ tài tử phong lưu

【才子佳人】cáizǐ-jiārén tài tử giai nhân

材 cái<名>❶gỗ; vật liệu: 木~ gỗ; 药~ thuốc bắc ❷quan tài; áo quan; cái hòm: 寿~ quan tài ❸tài liệu; tư liệu: 教~ giáo trình ❹nhân tài; người có tài năng: 人~ nhân tài //(姓) Tài

【材料】cáiliào<名>❶vật liệu: 建筑~ vật liệu kiến trúc; 原~ nguyên vật liệu ❷tài liệu:

参考~ tài liệu tham khảo; 书面~ tài liệu bằng văn bản; 学习~ tài liệu học tập ❸tư liệu tham khảo: 人事~ tư liệu tham khảo về nhân sự ❹nhân tài: 他不是做教师的~。 Anh ấy không thích hợp làm nghề nhà giáo.

【材质】cáizhì<名>❶chất (kết cấu) gỗ: 这种 红木的~细密。Loại gỗ gụ này thớ gỗ vừa chắc vừa mịn. ❷chất liệu: 您想要什么~的 门？Anh cần cánh cửa bằng loại vật liệu gì?

财 cái<名>tiền; của: 发~ phát tài; 理~ quản lí tài vụ //(姓) Tài

【财宝】cáibǎo<名>của cải; của nả; tiền bạc châu báu: 积聚~ tích tụ của cải; 搜集~ sưu tầm tiền bạc châu báu

【财产】cáichǎn<名>tài sản; của cải: 私有 ~ tài sản tư hữu; 没收非法~ tịch thu tài sản phi pháp

【财产权】cáichǎnquán<名>quyền tài sản

【财产所有权】cáichǎn suǒyǒuquán quyền sở hữu tài sản

【财大气粗】cáidà-qìcū cậy giàu lên mặt; cậy của khinh người

【财阀】cáifá<名>tài phiệt; bọn cá mập: ~统 治 sự thống trị của tài phiệt

【财富】cáifù<名>của cải: 物质~ của cải vật chất; 宝贵的知识~ tri thức là của cải quý báu

【财经】cáijīng<名>kinh tế tài chính: ~学校 trường kinh tế tài chính

【财会】cáikuài<名>kế toán tài vụ: ~人员 nhân viên kế toán tài vụ

【财力】cáilì<名>tài lực; sức lực của cải: ~不 足 tài lực không đủ; ~雄厚 tài lực hùng hậu

【财迷】cáimí<名>kẻ mê tiền; người hám của

【财权】cáiquán<名>❶quyền sở hữu tài sản ❷quyền kinh tế: 掌握~ nắm quyền kinh tế

【财神】cáishén<名>thần giữ của: 他简直就 是我们公司的~! Ông ấy đúng là thần giữ của của công ti chúng ta!

【财税】cáishuì<名>tài chính thuế vụ: ~部门 bộ phận tài chính thuế vụ

【财团】cáituán<名>tập đoàn tài chính: 国际~ tập đoàn tài chính quốc tế

【财务】cáiwù<名>tài vụ; công việc tài chính: ~报表 bản báo cáo tài vụ; ~报告 báo cáo tài chính

【财物】cáiwù<名>tiền tài và vật tư; của cải; tiền của: 个人~ tiền của tư nhân

【财源】cáiyuán<名>nguồn tiền tài; nguồn lợi; nguồn vốn: ~滚滚 nguồn vốn dồi dào; 扩大~ mở rộng nguồn vốn

【财运】cáiyùn<名>tài vận; vận phát tài; số làm giàu: 他~不错, 一下子赚了很多钱。Anh ấy có số làm giàu, chẳng mấy chốc đã kiếm được nhiều tiền.

【财运亨通】cáiyùn-hēngtōng tài vận hanh thông; tài vận may mắn

【财政】cáizhèng<名>tài chính: 调整~ điều chỉnh tài chính

【财政部】Cáizhèng Bù<名>Bộ Tài chính

【财政赤字】cáizhèng chìzì thâm hụt tài chính: 减少~ giảm thâm hụt tài chính

【财政机关】cáizhèng jīguān cơ quan tài chính

【财政危机】cáizhèng wēijī khủng hoảng tài chính

【财政预算】cáizhèng yùsuàn ngân sách tài chính; dự toán ngân sách

【财主】cáizhu<名>tài chủ; người giàu có: ~阔佬 ông nhà giàu

裁 cái❶<动>cắt; rọc: ~剪 may mặc; ~衣 cắt áo ❷<量>phần tờ giấy: 八~报纸 tám phần tờ báo ❸<动>giảm; bớt; cắt giảm: ~军 tài giảm quân bị; ~员 cắt giảm nhân viên ❹<动>sắp xếp chọn lọc: 别出心~ sáng tạo độc đáo ❺<名>lối; cách (văn chương): 体~ thể loại ❻<动>cân nhắc; phán đoán; xét định: ~判 xét xử; ~决 xét định ❼<动>khống chế; ngăn chặn; xét xử: 制~ trừng phạt/chế tài

【裁并】cáibìng<动>cắt giảm và ghép nhập: 这两个科室已经~为一个科。Hai phòng này đã ghép nhập thành một ban.

【裁撤】cáichè<动>bãi bỏ; cắt bỏ; loại bỏ: 这个机构应该~。Nên loại bỏ cơ cấu này.

【裁处】cáichǔ<动>xét xử: 酌情~ xét xử theo tình hình cụ thể

【裁定】cáidìng<动>xét định; phán định: 法院将对此事做出~。Tòa án sẽ phán định việc này.

【裁断】cáiduàn<动>cân nhắc quyết định; xem xét quyết định; phân xử: 这起经济纠纷将由法院~。Vụ tranh chấp kinh tế này sẽ do tòa án phân xử.

【裁缝】cáiféng<动>cắt may: 手工~ cắt may thủ công

【裁缝】cáifeng<名>thợ may: 她是小镇上有名的~。Cô ấy là thợ may nổi tiếng trong thị trấn.

【裁减】cáijiǎn<动>cắt giảm: ~人员 cắt giảm biên chế

【裁剪】cáijiǎn<动>cắt; cắt may: ~衣服 may quần áo

【裁决】cáijué<动>quyết định; phán quyết: 依法~ phán quyết theo pháp luật

【裁军】cáijūn<动>tài giảm binh bị; giải trừ quân bị

【裁判】cáipàn❶<动>phán xử; phán quyết (chỉ quyết định của tòa đối với vụ án): 公正地~ phán quyết một cách công bằng ❷<动>làm trọng tài; điều khiển (thi đấu thể dục thể thao) ❸<名>trọng tài: 足球~ trọng tài bóng đá

【裁判员】cáipànyuán<名>trọng tài

【裁员】cáiyuán<动>cắt giảm biên chế; cắt giảm nhân viên: 去年企业~达百余人。Năm ngoái xí nghiệp cắt giảm nhân viên đến hơn một trăm người.

cǎi

采¹ cǎi<动>❶hái; ngắt; bẻ: ~茶 hái chè; ~药 hái thảo dược ❷khai thác; đào nhặt: ~煤 khai thác than; ~油 khai thác dầu mỏ ❸thu nhặt; sưu tập; thu thập: ~风 sưu tập dân ca; ~标本 sưu tầm tiêu bản ❹chọn lấy: 取措施 áp dụng biện pháp; ~纳意见 tiếp thu ý kiến

采² cǎi<名>sắc mặt; thần sắc; tinh thần: 神~ sắc mặt/vẻ mặt; 风~ phong thái //(姓) Thái

【采编】cǎibiān❶<动>thu thập và biên tập: ~人员 nhân viên lấy tin và biên tập ❷<名> người thu thập và biên tập

【采茶】cǎichá<动>hái chè: ~灯 đèn hái chè; ~机 máy hái chè

【采茶戏】cǎicháxì<名>kịch ca múa hái chè

【采伐】cǎifá<动>đẵn chặt; đốn chặt; đốn gỗ: ~林木 đốn chặt gỗ rừng/khai thác gỗ

【采访】cǎifǎng<动>❶phỏng vấn; lấy tin: 电话~ phỏng vấn qua điện thoại; 记者~ phóng viên phỏng vấn ❷sưu tập tìm hỏi

【采购】cǎigòu❶<动>chọn mua; mua sắm; thu mua: 现金~ mua sắm bằng tiền mặt; 大量~ mua sắm hàng loạt ❷<名>nhân viên mua hàng: ~经理 giám đốc mua hàng

【采购员】cǎigòuyuán<名>nhân viên thu mua; nhân viên chạy hàng

【采光】cǎiguāng<动>lấy ánh sáng; đón ánh sáng: 这个房间~很好。Căn phòng này có nhiều ánh sáng/sáng rất tốt.

【采集】cǎijí<动>thu thập; sưu tập; hái; hái lượm: ~蜂蜜 thu thập mật ong; ~样本 sưu tập bản mẫu

【采掘】cǎijué<动>khai thác; đào (mỏ); bới nhặt: ~矿物 khai thác khoáng vật

【采矿】cǎikuàng<动>khai thác mỏ; khai thác quặng: 露天~ khai thác mỏ lộ thiên

【采录】cǎilù<动>❶sưu tầm và ghi lại: ~民间歌谣 sưu tầm và ghi lại ca dao dân gian ❷phỏng vấn ghi hình; quay

【采买】cǎimǎi<动>chọn mua; mua sắm: 我们通常到邻近的商店~。Chúng tôi thường đi cửa hàng gần đây mua sắm.

【采纳】cǎinà<动>tiếp thu; tiếp nhận: ~意见 tiếp nhận ý kiến; ~计划 tiếp nhận kế hoạch

【采取】cǎiqǔ<动>❶áp dụng; thi hành; sử dụng: ~主动措施 áp dụng biện pháp chủ động; ~新政策 thi hành chính sách mới; ~强硬的手段 áp dụng biện pháp cứng rắn ❷lấy

【采石场】cǎishíchǎng<名>mỏ đá; nơi khai thác đá

【采写】cǎixiě<动>lấy và viết tin: ~新闻报道 phỏng vấn và viết tin thời sự

【采血】cǎixiě<动>lấy máu (xét nghiệm)

【采样】cǎiyàng<动>lấy mẫu: 分层~ lấy mẫu từng lớp một

【采用】cǎiyòng<动>áp dụng; sử dụng: ~新技术 sử dụng kĩ thuật mới; 本书~最新资料。Cuốn sách này đã sử dụng những tài liệu mới nhất.

【采摘】cǎizhāi<动>trảy; hái; ngắt; bẻ; vặt: ~苹果 hái táo

【采制】cǎizhì<动>❶thu thập chế biến: ~中草药 thu hái chế biến thảo dược ❷lấy tin rồi ghi âm hoặc ghi hình: ~电视新闻 làm tiết mục thời sự truyền hình

彩 cǎi<名>❶màu sắc: 五~ ngũ sắc ❷lụa màu: 剪~ cắt băng khánh thành; 张灯结~ treo đèn kết hoa/chăng đèn kết hoa ❸tiếng hoan hô khen ngợi: 喝~ hoan hô ❹kiểu; loại; vẻ; vẻ đẹp; nét đặc sắc: 丰富多~ nhiều màu nhiều ve ❺vé số; giải thắng cuộc: 中~ trúng số ❻thủ thuật hí khúc; thủ pháp ảo thuật: 火~ trò phun lửa/ảo thuật về lửa ❼bị thương: 挂~ bị thương //(姓) Thái

【彩车】cǎichē<名>xe điều hành; xe rước

【彩绸】cǎichóu<名>lụa màu

【彩带】cǎidài<名>dải lụa màu; băng lụa màu: 把~打成蝴蝶结 thắt dải lụa màu thành nơ bướm

【彩电】cǎidiàn<名>❶truyền hình màu: ~演播室 phòng quay truyền hình màu ❷ti vi màu: 一台~ một chiếc ti vi màu

【彩虹】cǎihóng<名>cầu vồng

【彩绘】cǎihuì❶<名>đồ họa màu: ~陶俑 tượng gốm họa màu ❷<动>vẽ màu; tô màu; sơn màu: 古老的建筑已一一新。Kiến trúc cũ xưa đã được sơn màu đổi mới.

【彩卷】cǎijuǎn<名>phim màu; phim chụp hình màu

【彩扩】cǎikuò<动>in phóng ảnh màu

【彩礼】cǎilǐ<名>lễ ăn hỏi: 送~ tặng lễ ăn hỏi

【彩铃】cǎilíng<名>tiếng chuông êm tai mới lạ trong máy điện thoại

【彩排】cǎipái<动>❶diễn thử; biểu diễn thử ❷tổng duyệt; diễn tập có hóa trang (trong diễu hành chính thức trong ngày lễ của đội ngũ quần chúng): 春晚~ tổng duyệt tiết mục văn nghệ đón xuân đêm giao thừa

【彩喷】cǎipēn<动>❶phun xì màu; sơn xì màu ❷phun mực màu (máy in)

【彩票】cǎipiào<名>vé xổ số: 体育~ vé xổ số thể thao

【彩旗】cǎiqí<名>cờ màu

【彩色】cǎisè<名>màu; màu sắc: ~铅笔 bút chì màu; ~印刷 in màu; ~照片 ảnh màu

【彩陶】cǎitáo<名>gốm màu

【彩头】cǎitóu<名>❶may mắn; điềm gặp vận hên (mê tín); vận may: 大清早就听到喜鹊叫，真是个好~。Sáng sớm tinh sương nghe chim khách hót, đó là điềm lành đấy. ❷giải thưởng; tiền bạc thắng cược

【彩霞】cǎixiá<名>ráng màu; mây màu; ráng ngũ sắc

【彩信】cǎixìn<名>dịch vụ thông tin hệ thống đa phương tiện trên máy di động

【彩页】cǎiyè<名>trang màu

【彩印】cǎiyìn<动>❶in màu ❷rửa in ảnh màu

【彩云】cǎiyún<名>ráng mây; ráng chiều

【彩照】cǎizhào<名>ảnh màu

【彩纸】cǎizhǐ<名>[摄影]❶giấy màu ❷giấy in ảnh màu

睬 cǎi<动>ngó đến; đáp lại; để ý: 理~ ngó ngàng; 不要~他。Đừng đáp lại nó./Mặc kệ nó.

踩 cǎi<动>❶giẫm; xéo; đạp: ~油门 tăng ga; 把火~灭 giẫm lửa cho tắt ❷(ví) vùi giập; chà đạp; trù giập: 把困难~在脚下 đạp bằng khó khăn ❸[旧]lùng bắt (thổ phỉ); truy xét (vụ án): ~捕 truy bắt; ~案 truy xét vụ án

【踩点】cǎidiǎn<动>lần mò; mò đường; thám thính

【踩水】cǎishuǐ<动>bơi đứng

【踩线】cǎixiàn<动>[体育]lỗi chân; giẫm vạch; lỗi chạm vạch

cài

菜 cài❶<名>rau: 野~ rau rừng/rau dại; 青~ rau xanh/rau cỏ ❷<名>cải dầu: ~籽 hạt cải; ~油 dầu hạt cải ❸<名>thức ăn; món ăn: 川~ ẩm thực Tứ Xuyên; 湘~ ẩm thực Hồ Nam ❹<形>dùng làm cái ăn: ~牛 bò thịt ❺<形>[口]chất lượng xấu; năng lực kém //(姓)Thái

【菜案】cài'àn<名>việc chế biến món ăn

【菜场】càichǎng =【菜市】

【菜单】càidān<名>❶thực đơn: 让我们看看今天的~上都有些什么菜。Cho chúng tôi xem trong thực đơn hôm nay có những món gì. ❷menu chọn chương trình

【菜刀】càidāo<名>dao bầu; dao thái; dao phay

【菜地】càidì<名>đất trồng rau

【菜点】càidiǎn<名>món ăn và món điểm tâm

【菜豆】càidòu<名>❶cây đậu ván; hạt đậu ván ❷quả đậu ván; hạt đậu ván

【菜贩子】càifànzi<名>người mua bán rau

【菜瓜】càiguā<名>❶cây dưa tây ❷quả dưa tây

【菜馆】càiguǎn<名>[方]nhà ăn; quán ăn

【菜花】càihuā<名>❶hoa cải dầu ❷cây súp lơ

【菜金】càijīn<名>tiền mua thức ăn; khoản mua thức ăn (của cơ quan, đoàn thể)

【菜篮子】càilánzi<名>làn đựng rau và thịt cá; làn rau thịt; cung cấp rau xanh và thực phẩm cơ bản

【菜鸟】càiniǎo<名>chú ngốc; người kém khả năng

【菜牛】càiniú<名>bò thịt; trâu thịt

【菜农】càinóng<名>nông dân trồng rau; người trồng rau

【菜谱】càipǔ<名>❶thực đơn ❷sách hướng dẫn nấu nướng

【菜青】càiqīng<形>màu xanh xám; màu xanh sạm

【菜色】càisè<名>sắc mặt xanh xao; mặt xanh như tàu lá (vì đói): 面有~ mặt xanh như tàu lá chuối

【菜市】càishì<名>chợ bán thức ăn

【菜蔬】càishū<名>❶rau xanh ❷rau cỏ

【菜摊】càitān<名>hàng rau; quầy bán rau

【菜系】càixì<名>hệ thức ăn; hệ thống món ăn

【菜心】càixīn<名>lõi cọng rau cải; nõn cải

【菜羊】càiyáng<名>dê thịt; cừu thịt

【菜肴】càiyáo<名>thức ăn; thức nhắm

【菜园】càiyuán<名>vườn rau: 我们在~里 自己种菜。Chúng tôi tự trồng rau trong vườn rau.

【菜籽】càizǐ<名>❶hạt giống rau ❷hạt cải dầu: ~饼 bánh hạt rau

【菜籽油】càizǐyóu<名>dầu hạt cải; dầu cải

蔡 cài<名>[书]❶con rùa lớn ❷gieo quẻ; xem quẻ bói //(姓) Thái

cān

参¹ cān<动>❶tham gia; gia nhập; vào; dự: ~军 nhập ngũ; ~战 tham chiến ❷tham khảo; xem thêm: ~阅 đọc duyệt thêm; ~考 tham khảo

参² cān<动>❶yết kiến; vào gặp: ~谒烈士陵园 viếng nghĩa trang liệt sĩ ❷đàn hặc; vạch tội: ~劾 đàn hặc

参³ cān<动>đi sâu nghiên cứu lĩnh hội; tìm hiểu: ~破道理 hiểu thấu lí lẽ

另见cēn, shēn

【参拜】cānbài<动>bái yết; yết kiến; chiêm ngưỡng

【参半】cānbàn<动>mỗi bên một nửa; nửa này nửa nọ: 毁誉~ nửa chê nửa khen

【参禅】cānchán<动>ngồi tham thiền; ngồi thiền định (Phật giáo)

【参订】cāndìng<动>hiệu đính

【参股】cāngǔ<动>nhập cổ phần; góp tiền vào hội

【参观】cānguān<动>tham quan; đi thăm: ~博物馆 tham quan bảo tàng; ~名胜古迹 đi tham quan danh lam thắng cảnh

【参加】cānjiā<动>❶tham gia; tham dự; gia nhập: ~革命 tham gia cách mạng; ~会议 tham dự hội nghị; ~考试 tham gia cuộc thi ❷nêu; góp: 这事儿你也~点意见吧。Việc này chị cũng nêu một số ý kiến nhé.

【参见】¹ cānjiàn<动>xem; xem thêm: ~下文 xem nội dung sau; ~第25页 xem trang 25

【参见】[2] cānjiàn〈动〉bái kiến; yết kiến: ~皇上 yết kiến hoàng thượng

【参军】cānjūn〈动〉gia nhập quân đội; vào bộ đội; đi bộ đội

【参看】cānkàn〈动〉❶tham khảo thêm: 他~了不少有关书刊。Anh ấy đã tham khảo thêm nhiều sách báo liên quan. ❷xem thêm: ~下面注释 xem thêm chú thích dưới đây

【参考】cānkǎo〈动〉❶tra cứu dữ liệu trong học tập hay nghiên cứu: ~相关文献 tra cứu dữ liệu có liên quan ❷tham khảo: 仅供~ chỉ để tham khảo ❸xem thêm

【参考书】cānkǎoshū〈名〉sách tham khảo: ~目录 danh mục của sách tham khảo

【参量】cānliàng〈名〉tham lượng

【参谋】cānmóu❶〈名〉cán bộ tham mưu trong quân đội: 总~长 Tổng tham mưu trưởng ❷〈动〉tham mưu; bày mưu; bày kế; mách nước: 这事你可以给他~一下。Anh có thể tham mưu cho anh ấy về việc này. ❸〈名〉người bày kế; người mách nước: 我们的公司要找一个有经验的人当~。Công ti chúng tôi cần tìm một người có kinh nghiệm làm tham mưu.

【参谋部】cānmóubù〈名〉Bộ tham mưu: 总~ Bộ tổng tham mưu

【参赛】cānsài〈动〉dự thi; tham gia thi đấu: ~选手 đấu thủ dự thi; ~资格 tư cách thi đấu

【参事】cānshì〈名〉tham sự

【参数】cānshù〈名〉tham số; tham biến; thông số

【参天】cāntiān〈动〉(cây cối) chọc trời; cao tận trời xanh; cao ngất trời: ~大树 cây cổ thụ ngất trời

【参透】cāntòu〈动〉nhìn thấu; hiểu thấu đáo: ~机关 hiểu thấu mưu kế; ~禅理 hiểu thấu thiền lí

【参详】cānxiáng〈动〉xem xét nghiên cứu tường tận; xem xét nghiên cứu kĩ

【参选】cānxuǎn〈动〉❶tham gia bình bầu ❷tham gia bầu cử: ~资格 tư cách tham gia bầu cử

【参验】cānyàn〈动〉khảo sát kiểm nghiệm; so sánh nghiệm chứng

【参议院】cānyìyuàn〈名〉thượng nghị viện

【参与】cānyù〈动〉tham dự; tham gia: 重在~ coi trọng việc tham dự; 这种事我不想~。Thứ việc này tôi không muốn tham gia.

【参阅】cānyuè〈动〉tham khảo; đọc thêm: 为了证明自己的推断，他~了大量的历史文献。Để chứng minh sự suy đoán của mình, ông ấy đã tham khảo nhiều tài liệu lịch sử.

【参赞】cānzàn❶〈名〉tham tán; tùy viên: 文化~ tham tán văn hóa; 商务~ tham tán thương mại ❷〈动〉[书]tham tán; tham gia hiệp trợ: ~朝政 tham gia lo việc triều chính

【参展】cānzhǎn〈动〉tham gia triển lãm: ~单位 đơn vị tham gia triển lãm

【参战】cānzhàn〈动〉tham chiến: ~国 nước tham chiến

【参照】cānzhào〈动〉tham chiếu; bắt chước: ~执行 tham chiếu chấp hành; ~原文 tham khảo nguyên văn

【参照物】cānzhàowù〈名〉vật mốc; vật tham chiếu

【参政】cānzhèng〈动〉tham chính; tham gia hoạt động chính trị; tham gia bộ máy chính trị

【参政党】cānzhèngdǎng〈名〉đảng tham chính

餐 cān❶〈动〉ăn (cơm): 聚~ ăn chung/ăn liên hoan; 饱~ ăn no ❷〈名〉bữa cơm; cơm: 快~ thức ăn nhanh; 午~ bữa trưa ❸〈量〉bữa: 一日三~ một ngày ba bữa

【餐车】cānchē〈名〉❶toa ăn ❷xe quầy bán cơm

【餐馆】cānguǎn〈名〉nhà ăn; tiệm ăn: 中~ nhà hàng Trung Quốc

【餐巾】cānjīn<名>khăn ăn

【餐巾纸】cānjīnzhǐ<名>khăn giấy

【餐具】cānjù<名>bộ đồ ăn: 摆~ sắp đặt bộ đồ ăn

【餐厅】cāntīng<名>nhà ăn

【餐饮】cānyǐn<名>ăn uống: ~业 ngành ăn uống

【餐桌】cānzhuō<名>bàn ăn

cán

残 cán❶<动>hỏng; hư hại; sứt mẻ; thiếu khuyết; không đủ: 身~志不~ thân tàn nhưng không nhụt chí ❷<形>còn thừa; sắp hết: ~ 敌 quân thù còn sót lại; ~冬 cuối đông ❸ <动>giết hại; làm hại; hủy hoại: 摧~ tàn phá ❹<形>hung ác; tàn ác: 凶~ tàn ác

【残奥会】Cán'àohuì<名>Paralympic; Thế vận hội của những người khuyết tật

【残败】cánbài<形>tàn bại; tàn lụi; suy tàn; điêu tàn: ~不堪 vô cùng tàn bại

【残暴】cánbào<形>tàn bạo; tàn ác; hung ác: ~不仁 tàn bạo bất nhân

【残杯冷炙】cánbēi-lěngzhì cơm rượu thừa; cơm thừa canh cặn

【残兵】cánbīng<名>tàn binh; tàn quân: ~败 将 binh tàn tướng bại

【残部】cánbù<名>tàn binh còn sót lại; bộ phận còn sống sót

【残喘】cánchuǎn<动>hơi tàn; hơi thở tàn; thoi thóp; hấp hối: 苟延~ kéo dài cơn hấp hối

【残存】cáncún<动>còn sót; sót lại: 洪水过后，只有几棵树~下来。Sau cơn lũ, chỉ còn sót lại mấy cây.

【残敌】cándí<名>quân địch còn sống sót; tàn quân địch

【残毒】¹cándú<形>hung tàn độc ác

【残毒】²cándú<名>chất độc lưu lại

【残匪】cánfěi<名>thổ phỉ còn sót lại

【残废】cánfèi❶<动>tàn phế; tàn tật ❷<名> người tàn tật; người tàn phế

【残羹剩饭】cángēng-shèngfàn cơm thừa canh cặn; cơm canh thừa

【残骸】cánhái<名>xương tàn; hài cốt; xác: 动物~ xác động vật; 飞机~ xác máy bay

【残害】cánhài<动>giết hại; làm tổn hại; tàn hại: ~生命 giết hại sinh mệnh

【残疾】cánjí<名>tàn tật; khuyết tật: ~儿童 trẻ em tàn tật

【残疾人】cánjírén<名>người tàn tật; người khuyết tật: ~奥运会 Thế vận hội dành cho người khuyết tật/Thế vận hội Paralympic

【残局】cánjú<名>❶cờ tàn ❷tàn cục; tình trạng đổ nát; đống hoang tàn: 收拾~ giải quyết hậu quả

【残酷】cánkù<形>tàn khốc; ác liệt; độc ác: ~剥削 bóc lột độc ác; ~竞争 cạnh tranh ác liệt

【残留】cánliú<动>còn lại; rơi rớt lại; sót lại: 菜叶上还~着农药。Trên lá rau còn sót lại chút thuốc trừ sâu.

【残年】cánnián<名>❶tuổi già; cuối đời: 风 烛~ tuổi già những năm cuối đời/gần đất xa trời ❷cuối năm: ~将尽 sắp hết năm

【残破】cánpò<形>sứt mẻ; giập vỡ; rách nát: ~的古庙 chùa cũ đổ nát

【残棋】cánqí<名>ván cờ bỏ dở; ván cờ sắp kết thúc: 一盘~ một ván cờ bỏ dở

【残缺】cánquē<动>thiếu; không đủ; khiếm khuyết; khuyết tàn: ~不全 không trọn vẹn

【残忍】cánrěn<形>tàn nhẫn; hung ác độc địa: ~刻薄 tàn nhẫn khe khắt; 手段~ thủ đoạn hung ác tàn nhẫn

【残杀】cánshā<动>tàn sát; giết hại: 自相~ nồi da nấu thịt; ~无辜 giết hại người vô tội

【残生】cánshēng<名>❶tuổi già: 了此~ đi hết tuổi già ❷sống sót; cuộc đời tàn; kiếp sống tàn: 灾后~ sống sót sau trận thiên tai

【残损】cánsǔn〈动〉sứt mẻ; hư hỏng; hỏng nát: 这批货物因浸雨而~。Lô hàng hóa này bị mưa ướt nên đã hỏng nát.

【残雪】cánxuě〈名〉tuyết đọng (tuyết tích lại chưa tan hết)

【残阳】cányáng〈名〉tàn dương; chiều tà (mặt trời sắp lặn)

【残余】cányú❶〈动〉tàn dư; sót lại: ~势力 thế lực tàn dư ❷〈名〉tàn dư; thứ rơi rớt lại: 封建~ tàn dư phong kiến

【残垣断壁】cányuán-duànbì tường xiêu mái sập; mái tường đổ nát; đổ nát hoang tàn

【残渣】cánzhā〈名〉cặn bã: 喝完药，记得把~倒掉。Uống xong thuốc, nhớ đổ cặn bã.

【残渣余孽】cánzhā-yúniè cặn bã rác rưởi; cặn bã xã hội

【残障】cánzhàng〈名〉khuyết tàn; tàn tật và khiếm khuyết

【残照】cánzhào〈名〉nắng tàn; ánh tàn; ánh tịch dương

蚕 cán〈名〉con tằm

【蚕箔】cánbó〈名〉cái nong nuôi tằm

【蚕豆】cándòu〈名〉đậu tằm

【蚕蛾】cán'é〈名〉con ngài

【蚕茧】cánjiǎn〈名〉kén tằm

【蚕农】cánnóng〈名〉nông dân nuôi tằm; người nuôi tằm

【蚕沙】cánshā〈名〉[中药]phân của con tằm

【蚕食】cánshí〈动〉tằm ngốn lá dâu; (ví) từng bước xâm chiếm; lấn chiếm: 邻国蚕食 chiếm nước láng giềng

【蚕食政策】cánshí zhèngcè chính sách ăn ngốn (từng bước xâm chiếm)

【蚕丝】cánsī〈名〉tơ tằm

【蚕子】cánzǐ〈名〉trứng tằm; trứng ngài

惭 cán〈形〉xấu hổ: 大言不~ ăn to nói lớn mà không biết xấu hổ

【惭愧】cánkuì〈形〉ngượng ngùng; xấu hổ;

hổ thẹn: ~不已 hổ thẹn vô cùng

căn

惨 căn〈形〉❶bi thảm; thê thảm; thảm thương; đau buồn: ~遭不幸 gặp phải bất hạnh thảm thương; 死得很~ chết một cách thảm thương ❷thảm hại; (mức độ) nghiêm trọng: 冻~了 lạnh chết đi được; ~败 thảm bại ❸hung ác; ác độc: ~无人道 hung ác vô cùng

【惨案】căn'àn〈名〉❶vụ thảm sát: 五卅~ vụ thảm sát Ngày 30-5 ❷vụ thảm họa

【惨白】cănbái〈形〉❶ảm đạm ❷tái nhợt; nhợt nhạt; tái xanh: 脸色~ sắc mặt tái nhợt

【惨败】cănbài〈动〉thất bại thảm hại; thất bại nặng nề; thua đau: 客队以0比10~。Đội khách thảm bại với tỉ số 0:10.

【惨变】cănbiàn❶〈名〉biến cố bi thảm: 家庭的~令人心碎。Biến cố bi thảm của gia đình làm cho mọi người rất đau lòng. ❷〈动〉thất sắc; biến sắc; tái xanh tái xám: 吓得脸色~ sợ tái mặt

【惨不忍睹】cănbùrěndǔ thê thảm không nỡ nhìn

【惨淡】căndàn〈形〉❶ảm đạm; u ám: 星光~ ánh sao ảm đạm ❷thê lương; tiêu điều; lạnh lẽo: ~的生活 cuộc sống tiêu điều; 生意~ buôn bán ảm đạm ❸khổ công tận tụy: ~经营 khổ công kinh doanh

【惨祸】cănhuò〈名〉thảm họa; tai họa nặng nề: 交通~ thảm họa giao thông

【惨境】cănjìng〈名〉chốn thảm thương; thảm cảnh: 陷入~ rơi vào thảm cảnh

【惨剧】cănjù〈名〉thảm kịch; sự việc thảm khốc; việc đau đớn

【惨绝人寰】cănjuérénhuán bi thảm nhất trên đời; cực kì bi thảm

【惨烈】cǎnliè<形>❶thê thảm hết mức: ~的 景象 cảnh tượng thê thảm hết mức ❷cực kì oanh liệt: ~牺牲 hi sinh cực kì oanh liệt ❸mãnh liệt; ghê gớm: ~的斗争 sự đấu tranh mãnh liệt; ~报复 sự trả thù khốc liệt

【惨死】cǎnsǐ<动>chết thảm; chết một cách bi thảm: 他~于剑下。Anh ấy bị chết thảm dưới lưỡi gươm.

【惨痛】cǎntòng<形>đau đớn: ~的教训 bài học đau đớn

【惨无人道】cǎnwúréndào tàn ác vô nhân đạo; tàn bạo không còn tính người; vô cùng tàn ác

【惨笑】cǎnxiào<动>cười gượng; gượng cười đau khổ

【惨重】cǎnzhòng<形>cực kì nặng nề; vô cùng nghiêm trọng: 损失~ tổn thất cực kì nặng nề

【惨状】cǎnzhuàng<名>tình trạng bi thảm; tình cảnh bi thảm

càn

灿càn<形>xán lạn; chói lọi; rực rỡ; sáng rực: 金~~ ánh vàng kim sáng lóa

【灿烂】cànlàn<形>chói lọi; rực rỡ; sáng rực; xán lạn: 辉煌~ rực rỡ chói lọi

【灿然】cànrán<形>sáng chói; sáng sủa; sáng lòa: ~一新 sáng lòa mới toanh

孱càn 义同"孱" (chán), chỉ dùng cho "孱头". 另见chán

【孱头】càntou<名>[方]kẻ yếu đuối bất lực; đồ hèn

璨càn<名>[书]ngọc đẹp; mĩ ngọc

cāng

仓cāng<名>nhà kho; vựa: 谷~ vựa lúa; 粮~ kho thóc // (姓) Thương

【仓储】cāngchǔ<动>chứa vào kho; chất kho; để kho

【仓促】cāngcù<形>vội vã; vội vàng; gấp gáp: 时间~ thời gian có hạn; ~应战 vội vã ứng chiến

【仓房】cāngfáng<名>nhà kho

【仓皇】cānghuáng<形>hốt hoảng; luống cuống; cuống cuồng: ~应战 hốt hoảng ứng chiến

【仓皇失措】cānghuáng-shīcuò vội vàng hoảng hốt; hoảng hốt lúng túng

【仓库】cāngkù<名>kho; kho tàng: 军火~ kho vũ khí

【仓廪】cānglǐn<名>[书]kho; kho thóc; vựa lúa

苍cāng❶<形>xanh lá cây; xanh biếc: ~松 tùng xanh; ~天 trời xanh ❷<形>bạc; xám trắng; xám nhạt ❸<名>[书]trời; trời xanh // (姓) Thương

【苍白】cāngbái<形>❶trắng xanh; nhợt nhạt; bạc phơ: 脸色~ sắc mặt trắng xanh ❷yếu ớt; thiếu hẳn sức sống; nhợt nhạt yếu đuối: 这篇文章~无力。Bài văn này nhợt nhạt yếu đuối, thiếu hẳn sức sống.

【苍苍】cāngcāng<形>❶(đầu tóc) bạc phơ; trắng xóa; bạc phau: 白发~ đầu tóc bạc phơ ❷xanh biếc; xanh ngắt: 松柏~ tùng bách xanh ngắt ❸bát ngát; mênh mông: 天~，野茫茫。Trời bát ngát, đất mênh mông.

【苍翠】cāngcuì<形>xanh ngắt; xanh sẫm: ~的山峦 đồi núi xanh sẫm

【苍黄】cānghuáng<形>vàng sạm; vàng vọt: 面色~ nét mặt vàng vọt

【苍劲】cāngjìng<形>già dặn cứng cáp; mạnh mẽ: ~的青松 cây tùng vững chãi; 笔力~ nét chữ cứng cáp rắn rỏi

【苍老】cānglǎo<形>❶già nua; già yếu: 他显得~了。Ông ấy xem ra đã già yếu. ❷già dặn; cứng cỏi; chắc khỏe (tài viết chữ, vẽ tranh)

【苍凉】cāngliáng<形>thê lương; im lìm vắng vẻ: 月色~ ánh trăng thê lương

【苍茫】cāngmáng<形>mênh mông; bao la; mờ mịt: 暮色~ trời chiều bảng lảng; ~大地 mặt đất mênh mông

【苍穹】cāngqióng<名>[书]bầu trời; trời xanh: 寥廓~ bầu trời bát ngát

【苍生】cāngshēng<名>[书]dân đen; trăm họ; dân chúng: 天下~ dân chúng trong thiên hạ

【苍天】cāngtiān<名>trời; trời xanh: ~有眼 trời có mắt

【苍鹰】cāngyīng<名>chim ưng; diều hâu

【苍蝇】cāngying<名>nhặng; ruồi; ruồi xanh: ~不叮无缝的蛋。Ruồi chẳng bâu trứng lành.

【苍术】cāngzhú<名>[中药]thương truật

沧 cāng<形>màu xanh nước biển

【沧海】cānghǎi<名>biển xanh; thương hải

【沧海桑田】cānghǎi-sāngtián bãi bể nương dâu; bể dâu; thương hải tang điền

【沧海一粟】cānghǎi-yīsù giọt nước trong biển cả; hạt cát trong sa mạc

【沧桑】cāngsāng<名>bể dâu; tang thương: 饱经~ dãi dầu sương gió

舱 cāng<名>khoang; buồng: 船~ khoang tàu; 货~ khoang hàng

【舱口】cāngkǒu<名>cửa xuống hầm

【舱面】cāngmiàn<名>boong tàu; sàn tàu

【舱室】cāngshì<名>khoang buồng

【舱位】cāngwèi<名>chỗ ngồi; giường nằm (trên tàu thủy)

cáng

藏 cáng<动>❶ẩn nấp; giấu: 包~ chứa đựng ❷cất; trừ cất; cất giữ: 收~ cất giữ; 珍~ giữ gìn cẩn thận; 冷~ ướp lạnh ///(姓) Tàng
另见zàng

【藏富】cángfù<动>giàu ngầm; giấu của: ~于民 giữ của cho dân được giàu

【藏奸】cángjiān<动>❶mang ác ý; có ác ý; xấu bụng: 笑里~ miệng cười thơn thớt gian sảo ❷[方]làm qua quít: ~耍滑 làm dối, gian lậu, láu cá

【藏龙卧虎】cánglóng-wòhǔ rồng nấp hổ nằm; rồng phục hổ nằm; nhân tài ẩn dật

【藏匿】cángnì<动>giấu kín; trốn tránh: ~罪犯 che giấu tội phạm

【藏品】cángpǐn<名>vật phẩm cất giữ: 私人~ vật phẩm cất giữ riêng

【藏身】cángshēn<动>náu mình; dung thân; nương mình: ~之处 chỗ náu mình; 无处~ không chỗ dung thân

【藏书】cángshū❶<动>tàng trữ sách; lưu trữ sách: 你知道这家图书馆~多少册吗? Anh có biết thư viện này tàng trữ bao nhiêu cuốn sách không? ❷<名>sách lưu trữ; sách cất giữ: 这本诗集是一位名人的~。Tập thơ này là sách lưu trữ của một danh nhân.

【藏头露尾】cángtóu-lùwěi nửa kín nửa hở; úp úp mở mở; giấu đầu hở đuôi

【藏污纳垢】cángwū-nàgòu ví dung túng chứa chấp người xấu việc xấu

cāo

操 cāo❶<动>cầm; nắm: ~刀 cầm dao ❷<动>điều khiển; thao tác; nắm vững trong tay: ~纵 thao túng; 稳~胜券 nắm chắc phần thắng ❸<动>làm (việc); làm nghề: 重~旧业 lại làm nghề cũ ❹<动>nói: ~一口流利的英语 nói tiếng Anh rất lưu loát ❺<动>tập; luyện tập; thao luyện: 出~ đi thao luyện ❻<名>thể dục; thể thao: 体~ thể dục; 健美~ thể dục thẩm mĩ ❼<名>phẩm hạnh; đức hạnh: ~守 phẩm hạnh ///(姓) Thao

【操办】cāobàn<动>lo liệu; lo làm: ~婚礼

lo liệu đám cưới

【操场】cāochǎng<名>thao trường; sân vận động; bãi tập

【操持】cāochí<动>❶lo liệu; xử lí; giải quyết: ~家务 lo liệu việc nhà ❷trù hoạch; trù biện; trù tính; hoạch định; lo liệu: 她正忙着~儿子的婚事。Bà ấy đang lo liệu trù hoạch việc cưới xin của con trai.

【操控】cāokòng<动>thao túng; điều khiển

【操劳】cāoláo<动>làm lụng vất vả; lo toan (công việc); bận tâm: 妈妈为了一家人的生活日夜~。Mẹ ngày đêm bận tâm về cuộc sống của cả gia đình.

【操练】cāoliàn<动>❶thao luyện; tập luyện: ~武艺 tập luyện võ nghệ ❷tập luyện; rèn luyện; tập huấn: ~身体 luyện sức khỏe

【操守】cāoshǒu<名>tính; nết; phẩm hạnh: 职业~ phẩm hạnh nghề nghiệp

【操心】cāoxīn<动>lo nghĩ; lo toan; bận tâm; lao tâm khổ tứ: 为国事~ lo toan việc nước

【操行】cāoxíng<名>hạnh kiểm

【操演】cāoyǎn<动>thao diễn; thao luyện; diễn tập: 军训期间，每天都要~。Trong thời gian huấn luyện quân sự, ngày nào cũng phải luyện tập.

【操之过急】cāozhī-guòjí quá vội; nóng vội; quá hấp tấp: 冷静点吧，不要~。Bình tĩnh đi, đừng quá vội.

【操纵】cāozòng<动>❶điều khiển; thao tác; vận hành: ~机器 điều khiển máy móc ❷thao túng; khống chế; giật dây: 幕后~ giật dây ở phía sau; ~价格 thao túng giá cả

【操作】cāozuò<动>❶thao tác: ~方法 phương pháp thao tác ❷lao động; làm việc: 手工~ làm việc thủ công

【操作规程】cāozuò guīchéng quy trình thao tác: 必须遵守安全~。Phải làm đúng theo quy trình thao tác an toàn.

【操作系统】cāozuò xìtǒng bộ thao tác; hệ thống thao tác

糙 cāo<形>thô; thô sơ; sơ sài; cẩu thả: ~纸 giấy thô; 他的活儿做得~。Những cái mà anh làm quá sơ sài.

【糙米】cāomǐ<名>gạo lức; gạo chưa xay kĩ; gạo chưa giã: ~比精制米更有营养。Gạo lức giàu dinh dưỡng hơn gạo xay kĩ.

cáo

曹 cáo<名>❶[书]bọn; tụi; lớp; lứa; lũ: 吾~ chúng tôi; 尔~ tụi bạn ❷tào (cơ quan nhà nước phụ trách một ngành thời xưa) //(姓) Tào

嘈 cáo<形>ầm ĩ; ồn ào

【嘈杂】cáozá<形>ầm ĩ; huyên náo: 人声~ tiếng người ầm ĩ

漕 cáo<动>tào vận; vận chuyển qua đường sông: ~船 thuyền chở lương thực

【漕河】cáohé<名>tuyến đường sông chuyên chở lương thực

【漕运】cáoyùn<动>[旧]vận tải đường sông

槽 cáo❶<名>máng ăn: 马~ máng ngựa ❷<名>máng nước: 水~ máng nước; 酒~ máng rượu ❸<名>rãnh; lõm; lòng máng; mương: 河~ lòng sông ❹<量>[方]tấm; cánh ❺<量>[方]lứa

【槽床】cáochuáng<名>giá đặt máng; bệ máng

【槽坊】cáofang<名>phường cất rượu; nhà nấu rượu

【槽钢】cáogāng<名>thép có rãnh; thép chữ U

【槽头】cáotóu<名>máng ăn gia súc

【槽牙】cáoyá<名>răng hàm

艚 cáo<名>[书]một loại thuyền gỗ

【艚子】cáozi<名>thuyền gỗ chở hàng

cǎo

草 cǎo❶〈名〉cỏ: 青~ cỏ xanh; 药~ thảo dược; 水~ bèo rong ❷〈名〉rơm; rạ: 稻~ rơm rạ; ~堆 đống rạ ❸〈形〉chốn sơn dã; dân gian; thảo dã: ~民 dân đen ❹〈形〉[方]cái; mái: ~驴 lừa cái ❺〈形〉cẩu thả; qua loa; sơ sài: 潦~ cẩu thả ❻〈名〉chữ Thảo: ~书 lối chữ Thảo ❼〈形〉sơ thảo ❽〈动〉[书]khởi thảo; thảo: ~拟 sơ thảo

【草案】cǎo'àn〈名〉bản dự thảo; dự án: 宪法~ bản dự thảo hiến pháp; 决议~ dự án nghị quyết

【草包】cǎobāo〈名〉❶túi rơm; tải đan bằng rơm ❷bị rơm; bị thịt; đồ bất tài; đồ hậu đậu: 只有~才会说出这种没头没脑的话来。 Chỉ có kẻ bất tài mới nói những lời bộp chộp như vậy.

【草本】[1] cǎoběn〈形〉thân thảo: ~植物 thực vật thân thảo

【草本】[2] cǎoběn〈名〉bản thảo

【草编】cǎobiān〈名〉đồ vật đan bằng cói hay rơm rạ: ~提篮 làn cói

【草草】cǎocǎo〈副〉qua loa; qua quít; vội vàng: ~了事 qua loa cho xong chuyện; ~收场 vội vàng kết thúc

【草测】cǎocè〈动〉trắc đạc sơ bộ; đo đạc bước đầu

【草场】cǎochǎng〈名〉bãi cỏ chăn nuôi

【草创】cǎochuàng〈动〉sáng lập; khai sáng

【草丛】cǎocóng〈名〉bụi cỏ; lùm cỏ

【草地】cǎodì〈名〉❶bãi cỏ; sân cỏ ❷đồng cỏ

【草垫子】cǎodiànzi〈名〉đệm cỏ; nệm rơm

【草垛】cǎoduò〈名〉đống cỏ khô

【草稿】cǎogǎo〈名〉bản nháp; bản phác thảo; bản thảo: 打~ viết bản nháp

【草根】cǎogēn〈名〉❶rễ cỏ ❷dân thường: ~文化 văn hóa dân thường

【草灰】cǎohuī❶〈名〉tro rơm cỏ ❷〈形〉vàng xám: 你看见我那条~色的裤子了吗? Anh có thấy chiếc quần vàng xám của tôi không?

【草菅人命】cǎojiān-rénmìng coi mạng người như cỏ rác; giết người như ngóe

【草芥】cǎojiè〈名〉[书]cỏ rác; rơm rác: 视如~ coi như cỏ rác

【草寇】cǎokòu〈名〉[旧]giặc cỏ

【草料】cǎoliào〈名〉cỏ làm thức ăn cho gia súc

【草莽】cǎomǎng〈名〉❶[书]bụi cỏ; lùm cỏ ❷[旧]dân gian; dân dã: ~英雄 anh hùng trong dân gian

【草帽】cǎomào〈名〉mũ rơm

【草莓】cǎoméi〈名〉thảo mai; dâu tây; dâu đất

【草民】cǎomín〈名〉thảo dân; dân thường; dân đen

【草木】cǎomù〈名〉cây cỏ

【草木灰】cǎomùhuī〈名〉tro thảo mộc; phân tro

【草木皆兵】cǎomù-jiēbīng hốt hoảng nghi sợ

【草拟】cǎonǐ〈动〉khởi thảo; phác thảo; sơ bộ thiết kế: ~报告 khởi thảo báo cáo; ~合同 phác thảo hợp đồng

【草皮】cǎopí〈名〉vầng cỏ

【草坪】cǎopíng〈名〉bãi cỏ

【草签】cǎoqiān〈动〉kí tắt (hiệp ước, thỏa thuận, hợp đồng trước khi kí chính thức): ~协议 kí tắt hiệp định; ~合同 kí tắt hợp đồng

【草食动物】cǎoshí dòngwù động vật ăn cỏ

【草书】cǎoshū〈名〉chữ thảo; thảo thư

【草率】cǎoshuài〈形〉qua quít; cẩu thả; sơ sài: ~从事 xử trí qua quít; ~收兵 vội vã thu quân

【草酸】cǎosuān〈名〉axit oxalic

【草体】cǎotǐ〈名〉❶thể chữ thảo ❷lối viết

tay phiên âm chữ Hán

【草图】cǎotú<名>bản vẽ phác thảo: 画~ vẽ sơ đồ

【草屋】cǎowū<名>nhà tranh; nhà cỏ

【草鞋】cǎoxié<名>giày rơm; giày cỏ

【草药】cǎoyào<名>thảo dược; thuốc Nam: 中~ thảo dược thuốc Bắc

【草鱼】cǎoyú<名>cá trắm cỏ

【草原】cǎoyuán<名>thảo nguyên; đồng cỏ

【草纸】cǎozhǐ<名>giấy bổi; giấy bản

【草籽】cǎozǐ<名>hạt cỏ

【草字】[1] cǎozì<名>chữ thảo

【草字】[2] cǎozì<名>[旧]tên chữ của tôi

cè

册 cè❶<名>sách; sổ; vở: 画~ sách tranh; 装订成~ đóng sách ❷<量>quyển; cuốn: 这套书一共五~。Bộ sách này gồm năm cuốn. ❸<名>[书]sắc; mệnh lệnh (vua phong tước)

【册封】cèfēng<动>sắc phong: ~公爵 sắc phong công tước

【册页】cèyè<名>bức thư họa; tranh tờ

【册子】cèzi<名>vở; sổ; sách: 小~ sổ tay nhỏ

厕[1] cè<名>nhà xí: 茅~ nhà xí; 男~ nhà vệ sinh nam

厕[2] cè<动>[书]tham gia; chen vào; trà trộn

【厕身】cèshēn<动>[书]tham gia; chen chân: ~文艺界 chen chân trong giới văn nghệ

【厕所】cèsuǒ<名>nhà xí; hố xí; nhà vệ sinh

侧 cè❶<名>bên cạnh: 左~ bên trái; 街道两~ hai bên đường phố ❷<动>nghiêng; lệch: ~着身子睡 nằm ngủ nghiêng

【侧柏】cèbǎi<名>[植物]cây trắc bá; cây bách lá dẹt; cây trắc bách diệp

【侧耳】cè'ěr<动>vểnh tai; ghé tai: ~聆听 ghé tai lắng nghe

【侧击】cèjī<动>đánh tạt sườn: ~敌人 đánh tạt sườn địch; 旁敲~ nói bóng nói gió

【侧记】cèjì<名>ghi chép bên lề; bên lề: 《出口商品交易会~》tập san *Bên lề Hội triển lãm hàng hóa xuất khẩu*

【侧近】cèjìn<名>gần đó; vùng lân cận: ~的目击者 người được chứng kiến tận mắt ở gần đó

【侧门】cèmén<名>cửa bên; cửa mạch

【侧面】cèmiàn<名>mặt bên; trắc diện; bên sườn: 从~了解 tìm hiểu từ mặt bên

【侧目】cèmù<动>[书]lườm; liếc mắt: ~而视 liếc nhìn

【侧身】cèshēn<动>nghiêng người: ~像 ảnh nghiêng người

【侧视图】cèshìtú<名>bản vẽ trắc diện; bản vẽ mặt chéo (cạnh góc)

【侧翼】cèyì<名>hai cánh bên; cánh sườn: 从~包围敌人 bao vây địch từ hai cánh; 掩护~ yểm hộ cánh sườn

【侧影】cèyǐng<名>hình bên (không nhìn thấy); khía cạnh: 他画的是女孩的~。Ông ấy vẽ mặt nghiêng của một cô gái. 戏剧展示了农民起义的一个~。Vở kịch đã miêu tả một khía cạnh của cuộc khởi nghĩa nông dân.

【侧枝】cèzhī<名>cành con; cành nhánh

【侧重】cèzhòng<动>nghiêng về; thiên về; nặng về: ~城市发展 nặng về phát triển thành phố

测 cè<动>❶đo; lường; trắc đạc: 目~ đo bằng mắt; 深不可~ sâu không đo được ❷lượng đoán; lượng tính; ngờ tới: 变化莫~ biến đổi khôn lường

【测报】cèbào<动>trắc lượng và báo cáo: ~气象 trắc lượng và báo cáo thời tiết

【测定】cèdìng<动>trắc định; đo lường rồi xác định: ~方向 trắc định phương hướng; ~温度 trắc định nhiệt độ

【测绘】cèhuì<动>đo vẽ; trắc; trắc họa: 地形~ đo vẽ địa hình

【测控】cèkòng<动>quan trắc và điều khiển: 航天~技术 kĩ thuật quan trắc và điều khiển tàu hàng không vũ trụ

【测量】cèliáng<动>trắc lượng: 土地~ việc trắc đạc đất đai; ~水深 trắc lượng độ sâu của nước

【测试】cèshì<动>❶khảo thí; thi; kiểm tra; trắc nghiệm: 英语能力~ trắc nghiệm trình độ tiếng Anh; 参加~ tham gia cuộc thi ❷kiểm tra: ~信号 kiểm tra tín hiệu

【测算】cèsuàn<动>đo lường tính toán; suy tính; tính toán: ~距离 đo và tính khoảng cách

【测验】cèyàn<动>❶kiểm nghiệm: ~机械性能 kiểm nghiệm tính năng của máy móc ❷kiểm tra thành tích học tập: 单词~ kiểm tra từ; 耐力~ kiểm tra sức chịu đựng

【测字】cèzì<动>bói chữ; đoán chữ; chiết tự (mê tín): ~先生 thầy số chiết tự

侧 cè<形>buồn thương; đau buồn: 凄~ đau buồn

【恻隐】cèyǐn<形>trắc ẩn; động lòng xót thương; không lỡ lòng nào: ~之心 lòng trắc ẩn/lòng thương cảm bất nhẫn

策¹ cè❶<名>thẻ tre; thẻ gỗ: 简~ thẻ tre khắc chữ ❷<名>văn sách (thẻ văn khoa cử xưa): 对~ đối sách ❸<名>sách thước tính ngày xưa ❹<名>mưu kế; biện pháp; mẹo: 决~ quyết sách; 失~ thất sách ❺<动>[书]trù hoạch; trù tính; toan tính: ~动 xúi giục; ~划 trù tính //(姓)Sách

策² cè❶<名>roi ngựa (thời xưa) ❷<动>[书]dùng roi quất ngựa: 鞭~ thúc giục; ~马奔腾 quất ngựa phi ❸<名>[书]gậy: 扶~而行 chống gậy mà đi

【策动】cèdòng<动>xúi giục; gây; giật dây: ~政变 âm mưu đảo chính

【策反】cèfǎn<动>xúi giục làm phản: 经过多重努力，我方~了敌方的一名高级军官。Với sự cố gắng bền bỉ, ta đã tranh thủ được một sĩ quan cao cấp của địch ngả về bên ta.

【策划】cèhuà<动>trù tính; sắp đặt: 精心~ dày công trù tính; 幕后~ sắp đặt phía sau

【策略】cèlüè❶<名>sách lược: 斗争~ sách lược đấu tranh ❷<形>khôn khéo; mưu lược: 做事要~一些。Làm việc phải có mưu lược.

【策应】cèyìng<动>phối hợp tác chiến: 左边锋~传球到门前，中锋跳起头球射门入网。Tiền đạo trái tiếp ứng chuyển bóng đến trước khung thành, trung phong nhảy lên tết bóng vào lưới.

【策源地】cèyuándì<名>đất khơi nguồn; nơi hun đúc; lò lửa: 战争~ lò lửa chiến tranh

cēn

参 cēn
另见cān, shēn

【参差】cēncī❶<形>so le; không đều; cọc cạch: ~不齐 chênh lệch không đều ❷<副>[书]hầu như; đại để ❸<动>[书]sai nhỡ

céng

层 céng❶<动>tầng tầng lớp lớp; trùng trùng; trùng điệp: ~峦叠嶂 núi non trùng điệp ❷<名>tầng; lớp: 云~ tầng mây; 外空间 vòng ngoài khí quyển ❸<量>tầng; lớp: 两~被子 cái chăn hai lớp ❹<量>bước; chặng; tầng; thứ: 他这话还有一~意思。Lời nói của anh ấy còn một nghĩa khác nữa. ❺<量>lớp; mảng: 一~油漆 một lớp sơn //(姓)Tăng, Tầng

【层层】céngcéng<形>từng cấp một; từng lớp một: ~上报 từng cấp một báo cáo lên trên/báo cáo dần lên; ~把关 kiểm tra nghiêm ngặt từng cấp một

【层层包围】céngcéng-bāowéi bao vây chặt chẽ; bao vây trùng trùng lớp lớp: 敌军被我们~了。 Quân địch đã bị chúng ta bao vây chặt chẽ.

【层出不穷】céngchū-bùqióng xuất hiện liên tục hết lớp này đến lớp khác: 好人好事~。 Người tốt việc tốt xuất hiện liên tục.

【层次】céngcì<名>❶tầng lớp; tầng thứ; lớp lang; mạch lạc: 这篇文章~不清。 Bài văn này không được mạch lạc. ❷cấp; nấc; thang bậc: 各~行政机关 cơ quan hành chính các cấp ❸tầng; lớp; cấp bậc: 高~人才 nhân tài bậc cao

【层叠】céngdié<动>trùng điệp; trập trùng: ~的雪峰 núi tuyết trập trùng

【层峦叠翠】céngluán-diécuì núi non trùng điệp; non xanh trập trùng

【层面】céngmiàn<名>❶diện; phạm vi: 这次降雨的~很广。 Trận mưa này mưa trên diện rất rộng. ❷phương diện; mặt: 社会的各个~ các mặt của xã hội

曾 céng<副>đã từng; từng; đã: 未~谋面 chưa từng gặp mặt
另见zēng

【曾几何时】céngjǐhéshí mới đó; chẳng mấy chốc; thời gian chưa lâu: ~，这里发生了巨大的变化。 Thời gian chưa lâu, ở đây đã có sự thay đổi lớn.

【曾经】céngjīng<副>đã từng; từng; đã: 他~在这里住过。 Ông ấy đã từng cư trú tại đây.

【曾经沧海】céngjīng-cānghǎi từng vượt biển khơi; đã qua bể lớn; ví đã từng trải nhiều, hiểu biết rộng

chā

叉 chā❶<名>cái nĩa; cái chĩa; cái đinh ba:

钢~ nĩa thép; 餐~ nĩa ăn cơm; 鱼~ cây lao móc ❷<动>xia; đâm; xiên: ~鱼 đâm cá; ~肉 xiên thịt ❸<名>dấu gạch chéo (×): 在错误的答案后打~。 Đánh dấu gạch chéo (×) sau đáp án sai.
另见chà

【叉车】chāchē<名>xe nâng chuyển hàng hóa

【叉烧】chāshāo❶<动>xiên nướng thịt ❷<名>xá xíu

【叉腰】chāyāo<动>chống nạnh: 双手~ hai tay chống nạnh

【叉子】chāzi<名>cái nĩa; cái đĩa

差 chā❶<形>sai khác; chênh lệch: 补~价 bù hoặc trợ cấp giá chênh lệch ❷<名>[数学]hiệu số; sai số: ~数 sai số ❸<副>[书]hơi; tương đối; còn: 天气~暖 trời hơi ấm; ~可告慰 gọi là có chút an ủi
另见chà, chāi

【差别】chābié<名>khác biệt; chênh lệch; sai khác: 城乡~ khác biệt giữa thành phố và nông thôn; 缩小~ thu hẹp sự khác biệt

【差池】chāchí<名>❶sai sót; nhầm lẫn: 不能有半点~。 Không thể có một chút sai sót. ❷sự bất ngờ

【差错】chācuò<名>❶sai lầm; nhầm lẫn: 做报表一定要细心，不能有半点~。 Làm bảng biểu phải hết sức chăm chú tỉ mỉ, không thể sai sót chút gì. ❷việc bất trắc; chuyện rủi ro; điều chẳng lành: 万一这孩子出了~怎么办？ Nhỡ đứa bé này có điều chẳng lành thì phải làm sao?

【差额】chā'é<名>mức chênh lệch; số chênh lệch: 补足~ bổ sung khoản chênh lệch; 根据公司章程，选举公司董事会时，候选人必须有~。 Theo điều lệ công ti, khi bầu cử thành viên hội đồng quản trị cần hình thành số chênh lệch về ứng cử viên.

【差价】chājià<名>giá chênh lệch: 地区~ giá

chênh lệch giữa các vùng; 季节~ giá chênh lệch giữa các mùa

【差距】chājù<名>khoảng cách; khoảng chênh lệch; chỗ thua kém: 弥合~ bù đắp chỗ thua kém

【差强人意】chāqiáng-rényì phần nào được hài lòng; gọi là vừa ý; tạm được: 她的表演~。Việc biểu diễn của cô ấy tạm được.

【差异】chāyì<名>khác nhau; sai biệt; khác biệt: 气候~ khác biệt về khí hậu; 饮食~ khác biệt về ẩm thực

【差之毫厘，谬以千里】chāzhī-háolí, miù-yǐqiānlǐ sai một li, đi một dặm

插 chā<动>❶cắm; cấy; giâm: 把门~上 cài cửa; 把手~在口袋里 cho tay vào túi ❷chen; xen; cắm: 安~ cắm vào

【插班】chābān<动>ghép vào lớp: ~生 học sinh ghép lớp

【插播】[1] chābō<动>trong ruộng đất đã gieo giống xen lẫn gieo hạt cây trồng khác

【插播】[2] chābō<动>phát xen: ~广告 phát xen quảng cáo; ~新闻 phát xen thời sự

【插翅难飞】chāchì-nánfēi có cánh cũng không bay thoát được; chạy đằng trời: 警察已布下天罗地网，罪犯~。Cảnh sát đã giăng thiên la địa võng, kẻ tội phạm có cánh cũng chẳng thoát được.

【插床】chāchuáng<名>máy bào thọc

【插兜】chādōu❶<动>túi, ô để thư báo (bày thành hàng) ❷<名>[方]túi quần: 裤子两边有~。Ở hai bên quần có túi.

【插队】chāduì<动>❶chen ngang: 如今在火车站售票厅里很少有~现象。Hiện nay trong phòng bán vé tàu hỏa ít thấy hiện tượng chen ngang. ❷cắm đội (thanh niên trí thức, cán bộ thành phố cắm chốt đội sản xuất nông thôn): ~知识青年 thanh niên trí thức cắm đội

【插杠子】chā gàngzi nhúng vào; chõ vào;

chen vào: 这事与你无关，你不要再插一杠子。Việc này chẳng liên quan gì đến anh, anh chớ nhúng vào.

【插花】[1] chāhuā<动>❶cắm hoa: ~艺术 nghệ thuật cắm hoa ❷thêu hoa

【插花】[2] chāhuā<副>xen lẫn nhau: 果园里~着种了些豆类作物。Trong vườn cây trồng xen chút ít cây đậu.

【插画】chāhuà<名>tranh minh họa

【插话】chāhuà❶<名>lời nói xen vào ❷<名>câu chuyện xen đệm ❸<动>nói chen vào; nói chõ vào: 大人说事，小孩子不要~。Người lớn đang nói chuyện, trẻ con không nên nói chõ vào.

【插架】chājià❶<动>xếp giá; đặt giá: ~万轴 đặt ở giá hàng vạn quyển (rất nhiều) ❷<名>giá sách treo tường thời xưa

【插件】chājiàn<名>[计算机]plug-in

【插脚】chājiǎo<动>❶chen chân: 火车上挤满了人，几乎没法~了。Trên tàu hỏa người đông nghịt, gần như không thể chen chân vào. ❷chen chân vào; ví tham gia vào một hoạt động

【插科打诨】chākē-dǎhùn pha trò cù khán giả: 这位喜剧名丑善于~。Vai hề trong vở hài kịch này khéo cù khán giả bằng những cú hài hước.

【插孔】chākǒng<名>lỗ cắm

【插空】chākòng<动>tranh thủ thời gian rảnh rỗi: 工作之余他~学习外语。Ngoài giờ làm anh ấy còn tranh thủ thời gian rảnh rỗi để học thêm ngoại ngữ.

【插口】[1] chākǒu<名>lỗ cắm; ổ cắm: 麦克风~ lỗ cắm của mi-crô

【插口】[2] chākǒu<动>nói chen vào; chêm lời

【插曲】chāqǔ<名>❶bản nhạc nền; bài hát đệm ❷sự việc xen giữa; ví đoạn xen đặc biệt trong sự kiện tiến hành liên tục: 生活中的一段~ một mẩu chuyện nhỏ xen trong đời sống

【插入】chārù<动>len vào; xen vào; thọc vào; tra: 将钥匙~锁中 cắm chìa vào ổ khóa; 挥剑~敌人的胸膛 vung gươm thọc vào ngực của kẻ địch

【插入语】chārùyǔ<名>[语法]thành phần xen vào

【插手】chāshǒu<动>❶chen tay (giúp làm): 这事就不麻烦您~了。Việc này thì không phiền ông nữa. ❷nhúng tay; thọc tay: 不要~别人的私事。Đừng nhúng tay vào việc riêng của người khác.

【插头】chātóu<名>đầu cắm; phích cắm: 电源~ phích cắm điện

【插图】chātú<名>tranh ảnh minh họa; đồ thị minh họa

【插销】chāxiāo<名>❶then sắt; chốt sắt (cài cửa) ❷đầu cắm; phích cắm

【插叙】chāxù<名>kể xen (một lối tự sự, bỗng thay đổi trình tự xen vào tình tiết khác)

【插秧】chāyāng<动>cấy mạ; cấy lúa

【插页】chāyè<名>phụ trương; phụ bản

【插足】chāzú<动>chen chân: 你不要~他们之间的感情。Anh đừng chen chân vào tình cảm giữa họ.

【插嘴】chāzuǐ<动>nói leo; nói xen vào; chõ mõm vào: 大人说话小孩少~。Khi người lớn nói chuyện thì trẻ em đừng nói leo. 在别人讲话时~是不礼貌的。Khi người ta đang nói mà cứ chen vào thì không lễ phép.

【插座】chāzuò<名>ổ cắm (điện): 电源~必须保证安全。Ổ cắm điện phải đảm bảo an toàn.

喳chā

【喳喳】chāchā<拟>xì xào; thì thầm; rì rầm: 喊喊~ rì rà rì rầm

【喳喳】chācha<动>nói nhỏ; nói khẽ; nói se sẽ: 她在妈妈耳边~了两句。Cô bé thủ thỉ bên tai mẹ.

chá

茬chá❶<名>rạ: 麦~ rạ lúa mạch ❷<量>trà; vụ; lứa: 换~ thay vụ/đổi vụ ❸<名>câu nói cuối: 他马上接上了我的~。Cậu ấy nói tiếp luôn câu nói của tôi. ❹<名>[方]tình thế

茶chá❶<名>cây chè: ~花 hoa chè ❷<名>trà; nước chè: 喝~ uống trà; 泡~ pha trà ❸<名>[旧]lễ ăn hỏi: 代~ thay cho lễ ăn hỏi; 下~ đưa cho lễ ăn hỏi ❹<形>màu nước chè: ~色玻璃 thủy tinh màu nước chè ❺<名>(tên thức uống) chè: 奶~ chè sữa; 杏仁~ chè hạnh nhân ❻<名>cây dầu sở: ~油 dầu sở; ~籽 hạt cây dầu sở ❼<名>cây sơn trà //(姓) Trà

【茶杯】chábēi<名>tách chè; chén chè

【茶场】cháchǎng<名>❶nông trường chè ❷vườn chè

【茶匙】cháchí<名>thìa cà phê; thìa con

【茶点】chádiǎn<名>nước chè và bánh trái; nước chè và món điểm tâm: 午后~ nước chè và món điểm tâm ăn vào buổi chiều

【茶饭】cháfàn<名>cơm nước; ăn uống: 不思~ không muốn ăn uống

【茶缸子】chágāngzi<名>cốc; ca (có quai)

【茶馆】cháguǎn<名>tiệm trà; quán nước

【茶壶】cháhú<名>ấm nước (chè)

【茶花】cháhuā<名>hoa sơn trà

【茶话会】cháhuàhuì<名>tiệc chè

【茶几】chájī<名>bàn chè; trà ki

【茶镜】chájìng<名>kính râm màu nâu

【茶具】chájù<名>bộ đồ trà; tách chén uống trà

【茶楼】chálóu<名>lầu trà; quán trà; trà lầu

【茶炉】chálú<名>bếp lò đun sôi hoặc lò hơi nước

【茶卤儿】chálǔr<名>nước chè đặc; trà đặc

【茶农】chánóng<名>nông dân trồng chè

【茶盘】chápán<名>khay trà; khay nước

【茶钱】cháqián<名>❶tiền uống nước

❷tiền trà lá; tiền diêm thuốc; tiền boa

【茶社】cháshè<名>quán nước; tiệm trà; quầy bán nước

【茶树】cháshù<名>cây chè

【茶水】cháshuǐ<名>nước uống; trà nước: ~站 trạm nước uống; ~自备 tự mình chuẩn bị nước uống

【茶汤】chátāng<名>❶cháo bột ❷[书]nước chè; trà

【茶托】chátuō<名>đĩa trà; đĩa đựng tách trà

【茶文化】cháwénhuà<名>văn hóa chè

【茶歇】cháxiē<动>uống chè giải lao; uống chè nghỉ ngơi: 会议间有~。Giữa giờ họp có giờ nghỉ giải lao uống trà.

【茶叶】cháyè<名>trà; lá chè

【茶叶蛋】cháyèdàn<名>trứng luộc với chè; trứng luộc bằng nước chè

【茶叶罐】cháyèguàn<名>hộp đựng chè

【茶艺】cháyì<名>nghệ thuật dùng trà; trà đạo

【茶油】cháyóu<名>dầu sở

【茶余饭后】cháyú-fànhòu cơm nước xong; trà dư tửu hậu: ~，他总是读点小说作为消遣。Khi cơm nước xong, ông ấy thích đọc tiểu thuyết để giải trí.

【茶园】cháyuán<名>❶vườn chè ❷[旧]rạp kịch

【茶砖】cházhuān<名>chè bánh

【茶座】cházuò<名>❶quầy bán nước chè; quán nước; quán trà: 音乐~ quán trà âm nhạc ❷chỗ ngồi (trong quán nước): 茶楼里的~全坐满人了。Quán nước đã hết chỗ ngồi.

查 chá<动>❶tra; xét; kiểm tra; soát: ~卫生 kiểm tra vệ sinh; ~血 xét nghiệm máu; ~户口 kiểm tra hộ khẩu ❷điều tra: ~个水落石出 điều tra cho rõ sự thật ❸tra; giờ xem: ~字典 tra từ điển; ~地图 tra bản đồ

【查办】chábàn<动>xét xử; xử: 撤职~ cách chức xét xử; 严加~ xét xử nghiêm túc

【查抄】cháchāo<动>thanh tra và tịch thu tài sản: ~家产 tịch thu gia sản

【查处】cháchǔ<动>xét xử; xử: ~违法乱纪案件 xét xử vụ án vi phạm pháp luật

【查点】chádiǎn<动>kiểm đếm; kiểm tra số lượng: ~人数 kiểm tra số người

【查对】cháduì<动>kiểm tra đối chiếu; rà soát đối chiếu: ~原文 đối chiếu nguyên văn; ~账目 kiểm tra sổ sách kế toán

【查访】cháfǎng<动>điều tra dò hỏi: 暗中~ điều tra ngầm

【查封】cháfēng<动>kiểm tra niêm phong: ~非法报馆 kiểm tra niêm phong tòa báo phi pháp

【查岗】chágǎng<动>❶đốc gác; kiểm tra việc canh gác ❷kiểm tra tình hình công tác tại cương vị

【查核】cháhé<动>kiểm tra đối chiếu: ~无讹 kiểm tra rồi không có chỗ sai

【查获】cháhuò<动>lùng bắt được; truy tầm khám phá: ~罪犯 lùng bắt được tội phạm

【查检】chájiǎn<动>❶tra khảo; xem xét: 这部书立类得法，~方便。Bộ sách này phân loại đúng phép, xem xét tiện lợi. ❷kiểm tra: ~行李 kiểm tra hành lí

【查禁】chájìn<动>cấm; tra bắt cấm chỉ: ~赌博 cấm đánh bạc

【查看】chákàn<动>kiểm tra xem xét: ~案发现场 kiểm tra xem xét hiện trường xảy ra vụ án; ~账目 kiểm tra sổ sách tài chính

【查考】chákǎo<动>khảo cứu; tra cứu: ~新出土文物的年代 khảo cứu niên đại của những văn vật vừa khai quật

【查明】chámíng<动>điều tra rõ; xét rõ: ~事实真相 xét rõ sự thật

【查票】chápiào<动>soát vé: 上车前须~。Trước khi lên xe phải soát vé.

【查票员】chápiàoyuán<名>nhân viên soát vé

【查铺】 chápù〈动〉đến tận giường kiểm tra nghỉ ngơi ra sao

【查清】 cháqīng〈动〉điều tra rõ: ~来历 điều tra rõ lai lịch

【查哨】 cháshào〈动〉đốc gác; kiểm tra việc canh gác

【查实】 cháshí〈动〉điều tra xác minh: 据警察~，他没有参与抢劫。Theo điều tra xác minh của cảnh sát, anh ta không tham gia vào vụ cướp.

【查收】 cháshōu〈动〉❶kiểm nhận; xét nhận: ~邮件 xét nhận bưu kiện ❷kiểm tra mà tịch thu

【查问】 cháwèn〈动〉❶tra hỏi: ~详情 tra hỏi tình hình cụ thể ❷xét hỏi: ~证人 xét hỏi nhân chứng

【查寻】 cháxún〈动〉tìm kiếm: 到图书馆~参考书 đến thư viện tìm kiếm sách tham khảo

【查询】 cháxún〈动〉tra hỏi: ~地址 tra hỏi địa chỉ

【查验】 cháyàn〈动〉khám nghiệm; khám xét; xét nghiệm: ~护照 khám xét hộ chiếu; ~遗嘱 xét nghiệm di chúc

【查夜】 cháyè〈动〉tuần tra ban đêm

【查阅】 cháyuè〈动〉lục xem; tìm xem; giở xem: ~档案 tìm xem hồ sơ

【查账】 cházhàng〈动〉kiểm tra sổ sách (kế toán)

【查找】 cházhǎo〈动〉xét tìm; tìm kiếm; tra tìm: ~原因 tra tìm nguyên nhân; ~失主 tìm kiếm người mất của

【查证】 cházhèng〈动〉điều tra chứng minh; xác minh: ~属实 điều tra xác minh là sự thật

搽 chá〈动〉xoa; toa; bôi; quệt: ~粉 thoa phấn; ~药 bôi thuốc; ~雪花膏 bôi kem

察 chá〈动〉xem; xem xét; kiểm tra; điều tra: 观~ quan sát; ~其言，观其行。Xét lời nói, xem việc làm. //(姓) Sát

【察访】 cháfǎng〈动〉đi xem xét; đi điều tra: ~民情 đi xem xét tình cảnh của dân

【察觉】 chájué〈动〉nhận biết; xét thấy; thấy: ~到危险 thấy nguy hiểm

【察看】 chákàn〈动〉❶xem xét; quan sát; theo dõi: ~动静 xem xét động tĩnh ❷một loại xử phạt đối với người phạm sai lầm

【察言观色】 cháyán-guānsè nghe lời nói, trông nét mặt; trông mặt xem lời

chǎ

蹅 chǎ〈动〉[口]giẫm; xéo; lội: ~了一脚泥 giẫm bùn đầy chân

镲 chǎ〈名〉cái chũm choẹ; não bạt

chà

叉 chà〈名〉chẽ: 头发分~ chẽ tóc
另见chā

杈 chà〈名〉nhánh; cành: 树~ nhánh cây

【杈子】 chàzi〈名〉cành; nhánh cây

岔 chà ❶〈名〉(đường) chia ngã; rẽ ngã; phân rẽ: 三~路口 ngã ba ❷〈动〉rẽ; ngoặt; quẹo: 往右~ rẽ sang phải ❸〈动〉lảng: 打~ đánh trống lảng; ~开话题 lảng chuyện ❹〈动〉so le; chếch nhau: 他俩的上班时间~开了。Giờ làm việc của hai người không trùng với nhau nữa. ❺〈名〉sự cố; sai lầm: 出~子 xảy ra sự cố ❻〈动〉[方](giọng) lạc đi; mất bình thường: 王老师最近课特别多，那天上着课，突然嗓子就~了。Dạo này cô Vương giảng bài quá nhiều nên hôm vừa rồi đang giảng bài cô ấy đã bị lạc cả giọng.

【岔道】 chàdào =【岔路】

【岔口】 chàkǒu〈名〉chỗ rẽ: 他们把他送到~。Họ đưa em ấy tới chỗ rẽ.

【岔流】 chàliú〈名〉nhánh sông đổ vào biển

【岔路】 chàlù〈名〉đường rẽ; lối rẽ: 这条路

在哪儿分成三条~? Ngã ba con đường này ở đâu nhỉ?

【岔气】chàqì<动>đau sốc hông; đau hai bên sườn khi thở

【岔子】chàzi<名>❶đường rẽ ❷sự cố; sai lầm: 出~ xảy ra sự cố

刹 chà<名>chùa: 古~ chùa cổ
另见shā

【刹那】chànà<名>một thoáng; một chớp mắt: 一~ một chớp mắt

衩 chà<名>❶chỗ xẻ tà áo ❷quần đùi

诧 chà<动>kinh ngạc; ngạc nhiên: 惊~ kinh ngạc

【诧然】chàrán<形>kinh ngạc; lấy làm lạ; thấy lạ lùng

【诧异】chàyì<形>kinh ngạc; ngạc nhiên: ~的神色 vẻ mặt ngạc nhiên

差 chà❶<形>khác; không khớp; sai biệt: ~得远 khác rất xa; 不~分毫 không sai tí nào ❷<形>sai: 说~了 nói sai ❸<动>thiếu; thiếu sót: ~两个人 thiếu hai người ❹<形>kém; dở; tồi; non: 质量~ chất lượng kém
另见chā, chāi

【差不多】chàbuduō❶xấp xỉ; na ná; gần như; chẳng khác mấy; chẳng kém mấy: 两队水平~。Trình độ hai đội xấp xỉ nhau. ❷bình thường; tầm thường: 财务工作要求格外细心, ~的人做不来。Công tác tài vụ yêu cầu rất nghiêm ngặt, chẳng phải ai cũng có thể làm nổi. ❸non; xuýt xoát; hầu như: ~50万人 non nửa triệu người; ~每人都买了一件 hầu như ai nấy đều sắm một chiếc

【差点儿】chàdiǎnr❶<形>non một chút; kém một tí; hơi kém: 他的技术还~。Kĩ thuật của anh ấy hơi kém. ❷<副>suýt; suýt nữa: ~摔倒 suýt bị ngã

【差劲】chàjìn<形>kém dở; tồi; không tốt: 这台电脑老出问题, 真~。Chiếc máy tính này luôn bị hỏng, tồi quá.

【差生】chàshēng<名>học sinh kém: 那个~没有考上大学。Học sinh kém đó không thi được vào đại học.

姹 chà<形>[书]đẹp; rực rỡ

【姹紫嫣红】chàzǐ-yānhóng muôn hồng nghìn tía; vàng tươi hồng thắm

chāi

拆 chāi<动>❶mở; bóc; tháo; dỡ; gỡ (ra): ~信 bóc thư; ~机器 tháo gỡ máy móc ❷dỡ bỏ; dỡ phá: ~房子 dỡ nhà; ~桥 dỡ phá cầu

【拆除】chāichú<动>dỡ bỏ: ~城墙 dỡ bỏ tường thành; ~军事基地 dỡ bỏ căn cứ quân sự

【拆穿】chāichuān<动>vạch trần; bóc trần: ~谎言 vạch trần lời nói dối; ~骗局 bóc trần trò bịp

【拆东墙, 补西墙】chāi dōngqiáng, bǔ xīqiáng giật gấu vá vai; chặt đầu cá vá đầu tôm

【拆分】chāifēn<动>tách rời

【拆毁】chāihuǐ<动>dỡ hủy; phá dỡ: 又一违章建筑被~了。Lại một kiến trúc trái phép bị dỡ hủy.

【拆建】chāijiàn<动>dỡ và xây lại; dỡ rồi xây lại

【拆借】chāijiè<动>vay ngắn hạn: 向银行~一百万开公司 vay ngắn hạn với ngân hàng một triệu đồng RMB để mở công ti

【拆开】chāikāi<动>dỡ ra; bóc ra; tháo ra: ~包裹 bóc bưu kiện

【拆零】chāilíng<动>phân tán bán lẻ; tách ra bán lẻ

【拆卖】chāimài<动>tách bán lẻ từng bộ phận: 这套书可以~。Bộ sách này có thể tách bán lẻ từng cuốn.

【拆迁】chāiqiān<动>dỡ bỏ và di dọn: 限期~ định thời hạn dỡ bỏ và di dọn

【拆迁户】chāiqiānhù<名>hộ gia đình phải

dỡ chuyển

【拆墙脚】chāi qiángjiǎo khoét chân tường (ý làm cho sụp đổ, phá đám)

【拆散】chāisǎn<动>tách rời các bộ phận ra khỏi bộ; lẻ bộ: 不要把整套的东西~。Đừng tháo rời bộ đồ này.

【拆散】chāisàn<动>giải tán; chia lìa; làm tan (cửa) nát (nhà); phá vỡ: ~婚姻 rẽ thúy chia uyên/phá vỡ đám hôn nhân; ~联盟 giải tán liên minh

【拆台】chāitái<动>phá đám; phá: 工作要相互支持，不要相互~。Trong công tác phải giúp đỡ lẫn nhau, không nên phá đám.

【拆洗】chāixǐ<动>tháo giặt: ~被子 tháo chăn ra giặt

【拆线】chāixiàn<动>tháo chỉ: 伤口明天可以~。Vết thương ngày mai có thể tháo chỉ được rồi.

【拆卸】chāixiè<动>tháo rời; tháo dỡ: ~机器 tháo dỡ máy móc

钗 chāi<名>cái trâm; cái thoa: 金~ cây trâm vàng

差 chāi❶<动>sai; sai bảo; sai phái: 鬼使神~ ma xui quỷ khiến ❷<名>việc cử đi làm; công vụ; chức vụ: 公~ công vụ/công cán; 出~ đi công tác ❸<名>[旧]người được sai phái; nha dịch: 听~ nha dịch
另见 chā, chà

【差旅费】chāilǚfèi<名>công tác phí

【差遣】chāiqiǎn<动>cử; phái; sai phái; điều động: 听候~ chờ cắt cử/chờ điều động

【差使】chāishǐ<动>cắt cử; sai phái

【差事】chāishi<名>việc cử đi làm; công vụ được sai phái

【差役】chāiyì<名>❶phu dịch; lao dịch ❷ người hầu

chái

柴 chái❶<名>củi: 砍~ đốn củi; 木~ củi gỗ

❷<形>[方]kém; tồi: 他技术太~了。Kĩ thuật của anh ấy kém quá。❸<形>[方]dai; lắm xơ: 这瘦肉太~了，嚼不动。Miếng thịt nạc này dai quá, rất khó nhai。//(姓) Sài

【柴草】cháicǎo<名>củi đóm

【柴刀】cháidāo<名>dao rựa

【柴胡】cháihú<名>[中药]sài hồ

【柴火】cháihuo<名>rơm củi đun bếp

【柴门】cháimén<名>cửa tre; cổng tre

【柴米油盐】chái-mǐ-yóu-yán gạo nước củi giả; tương cà mắm muối

【柴油】cháiyóu<名>dầu ma dút

【柴油机】cháiyóujī<名>động cơ đi-ê-den; động cơ chạy bằng dầu ma dút

豺 chái<名>[动物]con sài

【豺狼】cháiláng<名>lang sói: ~成性 lang sói thành tính

【豺狼当道】cháiláng-dāngdào lang sói chặn đường; lang sói cầm quyền

chān

觇 chān<动>[书]nhìn trộm; theo dõi ngầm; quan trắc: ~视 nhìn trộm; ~望 theo dõi

【觇标】chānbiāo<名>mốc ngắm hoặc quan trắc

掺 chān<动>trộn; pha trộn; nhào trộn: 用水~酒 trộn nước với rượu; 在羊毛中~棉花 trộn bông với lông cừu

【掺兑】chānduì<动>pha; trộn lẫn; độn: ~了水的酒喝起来没味道。Pha nước vào rượu uống nhạt nhẽo vô vị。

【掺和】chānhuo<动>❶trộn đều: 把面粉、糖和鸡蛋~在一起。Trộn đều bột mì, đường với trứng gà。❷khoắng vào; quấy; thọc; chõ mũi: 这事跟你没关系，别在这瞎~。Việc này không liên can gì đến anh, anh đừng thọc vào。

【掺假】chānjiǎ<动>trộn cái giả cái xấu vào:

这酒味道不纯正，肯定~了。Rượu này mùi vị khang khác, chắc đã bị pha đồ giả.

【掺杂】chānzá<动>hỗn tạp; xen trộn: 工作时不要~个人情绪。Khi làm việc không nên xen vào tình cảm riêng. 别把这两种菜籽~在一起。Đừng hỗn tạp hai loại hạt rau này.

搀 chān<动>đỡ; dìu; vực

【搀扶】chānfú<动>đỡ; dìu: ~老奶奶过马路 dìu bà lão đi ngang qua đường cái

chán

单 chán //(姓) Thiền, Thiện
另见dān, Shàn

【单于】chányú<名>thuyền (thiền) vu (chúa của nước Hung nô thời cổ)

谗 chán<动>gièm pha; nói xấu

【谗害】chánhài<动>gièm pha làm hại; xúc xiểm làm hại: ~忠良 gièm pha làm hại người trung thành

【谗言】chányán<名>lời gièm pha: 听信~ nghe lời gièm pha

婵 chán

【婵娟】chánjuān[书]❶<形>đẹp đẽ; xinh đẹp; mĩ miều (tả con gái); thuyền quyên ❷<名>mặt trăng; thuyền quyên: 但愿人长久，千里共~。Chỉ nguyện đời người trường cửu, nghìn dặm cùng với thuyền quyên.

馋 chán<形>❶thèm ăn; tham ăn; háu ăn ❷hâm mộ; thèm; háo

【馋鬼】chánguǐ<名>kẻ tham ăn; người háu ăn

【馋猫】chánmāo<名>người háu ăn

【馋涎欲滴】chánxián-yùdī thèm nhỏ dãi

【馋嘴】chánzuǐ ❶<形>háu ăn; tham ăn ❷<名>đồ háu ăn

禅 chán<名>❶thiền; thiền định; tĩnh tọa: 坐~ ngồi thiền định; 参~ tham thiền/ngồi thiền ❷thuộc Phật giáo; thiền; Phật
另见shàn

【禅房】chánfáng<名>tăng phòng; nhà chùa; tu viện

【禅机】chánjī<名>thiền cơ; cơ thiền

【禅理】chánlǐ<名>thiền lí; Phật lí; giáo nghĩa đạo Phật

【禅门】chánmén<名>thiền môn; cửa thiền; cửa Phật

【禅师】chánshī<名>thiền sư

【禅寺】chánsì<名>chùa thiền

【禅堂】chántáng<名>điện Phật; Phật đường

【禅学】chánxué<名>thiền học; giáo nghĩa Phật giáo thiền tông

【禅院】chányuàn<名>chùa Phật; tu viện; thiền viện

【禅杖】chánzhàng<名>gậy thiền

【禅宗】chánzōng<名>thiền tông

孱 chán<形>[书]gầy yếu; mềm yếu; yếu đuối: ~羸 ốm yếu/gầy yếu
另见càn

【孱弱】chánruò<形>[书]❶gầy yếu ❷mềm yếu bất lực ❸mỏng yếu; mỏng manh; không chắc

缠 chán<动>❶quấn; vấn; bó: ~线 quấn chỉ; ~绷带 quấn băng gạc ❷quấn quít; vướng víu: 纠~ vướng víu; 琐事~身 việc lặt vặt vướng víu lấy thân ❸[方]ứng phó; đối phó; đối chọi: 难~ khó xử

【缠绑】chánbǎng<动>quấn bó; băng bó

【缠绵】chánmián<形>❶triền miên; dây dưa; vương vấn: 相思~ tương tư triền miên; 情意~ tình ý ngân nga ❷ngân nga; du dương

【缠绵悱恻】chánmián-fěicè ❶khổ đau u uất; buồn đau canh cánh trong lòng ❷ngân nga; réo rắt

【缠磨】chánmo<动>[口]ràng rịt; quấy rầy: 这件事情一直~着她。Việc này luôn luôn quấy rầy chị ấy.

【缠绕】chánrào<动>❶buộc bó; băng quấn: 枯藤~ mây khô buộc bó ❷quấy rầy; bíu lấy; bám lấy: 烦恼~心头 nỗi buồn phiền canh cánh trong lòng

【缠身】chánshēn<动>vướng bận; bó buộc thân mình; vương víu: 病魔~ đau ốm liên miên

【缠手】chánshǒu<形>❶bận bịu; vướng bận: 孩子小，太~。Con còn bé, vướng bận lắm. ❷khó làm; khó giải quyết; bó tay: 这事有些~。Việc này hơi khó xử.

【缠足】chánzú<动>bó chân

蝉 chán<名>con ve sầu

【蝉联】chánlián<动>liên tục; liên tiếp: ~世界冠军 liên tiếp giật giải quán quân thế giới

【蝉蜕】chántuì❶<名>xác ve sầu ❷<动>[书]lột xác; ví việc giải thoát

【蝉衣】chányī<名>[中药]thiền y; thiền xác (xác ve sầu)

潺 chán

【潺潺】chánchán<拟>róc rách: 溪水~ nước khe róc rách

蟾 chán<名>con cóc; cóc tía

【蟾蜍】chánchú<名>❶con cóc; cóc tía ❷ nguyệt thiềm; mặt trăng; cung trăng

chǎn

产 chǎn❶<动>sinh; đẻ: 流~ sẩy thai; 难~ khó đẻ ❷<动>sản xuất: ~粮 sản xuất lương thực; ~油 sản xuất dầu ❸<名>sản vật; sản phẩm: 水~ thủy sản; 土特~ đặc sản bản địa ❹<名>của cải; tài sản; thuộc về sản xuất công nghiệp: 家~ gia sản; 房地~ địa ốc //

(姓) Sản

【产程】chǎnchéng<名>lúc sinh; quá trình đẻ

【产出】chǎnchū<动>sản xuất ra

【产床】chǎnchuáng<名>giường đẻ: 这间产房有两张~。Phòng đỡ đẻ này có hai giường đẻ.

【产道】chǎndào<名>sản đạo; đường sản; tuyến dẫn thai nhi

【产地】chǎndì<名>nơi sản xuất

【产儿】chǎn'ér<名>trẻ sơ sinh

【产房】chǎnfáng<名>buồng đẻ

【产妇】chǎnfù<名>sản phụ; bà đẻ

【产后】chǎnhòu<名>thời kì sau khi sinh đẻ; sản hậu

【产假】chǎnjià<名>nghỉ đẻ

【产科】chǎnkē<名>sản khoa; khoa đỡ đẻ

【产量】chǎnliàng<名>sản lượng: 日~ sản lượng một ngày; 总~ tổng sản lượng

【产卵】chǎnluǎn<动>đẻ trứng

【产卵期】chǎnluǎnqī<名>thời kì đẻ trứng

【产品】chǎnpǐn<名>sản phẩm: 工业~ sản phẩm công nghiệp; 名优~ sản phẩm nổi tiếng

【产婆】chǎnpó<名>[旧]bà đỡ đẻ

【产钳】chǎnqián<名>cặp phoóc-xép

【产区】chǎnqū<名>vùng sản xuất

【产权】chǎnquán<名>quyền sở hữu tài sản

【产褥期】chǎnrùqī<名>bắt đầu từ thời gian sinh đẻ đến lúc bộ máy sinh dục trở lại bình thường

【产生】chǎnshēng<动>sản sinh; nảy sinh; xuất hiện; sinh ra: ~影响 có ảnh hưởng; ~幻觉 xuất hiện ảo giác; 湿木头燃烧时会~许多烟。Khi gỗ bị ẩm đốt cháy sẽ sinh ra nhiều khói.

【产物】chǎnwù<名>sản phẩm; kết quả; con đẻ: 集体智慧的~ sản phẩm của trí tuệ tập thể; 时代的~ con đẻ của thời kì đó

【产销】chǎnxiāo<动>sản xuất và tiêu thụ: ~结合 kết hợp sản xuất với tiêu thụ

【产业】chǎnyè<名>❶tài sản; của cải ❷sản xuất công nghiệp: ~革命 cách mạng công nghiệp; ~工人 công nhân công nghiệp

【产值】chǎnzhí<名>giá trị sản lượng

谄 chǎn<动>xiểm nịnh; nịnh hót; bợ đỡ

【谄媚】chǎnmèi<动>nịnh nọt; bợ đỡ: ~上司 bợ đỡ cấp trên

【谄上欺下】chǎnshàng–qīxià nịnh trên nạt dưới

【谄笑】chǎnxiào<动>cười nịnh; a dua bợ đỡ: ~胁肩 rụt vai cười nịnh

铲 chǎn❶<名>cái xẻng; cái xúc: 饭~ cái xúc cơm/xẻng cơm ❷<动>xúc lấy; đào bỏ; san xúc: ~煤 xúc than; 把地~平 san bằng đất

【铲车】chǎnchē<名>xe xúc đất

【铲除】chǎnchú<动>trừ tiệt; trừ tận gốc; xóa sạch: ~杂草 trừ tiệt cỏ dại; ~祸根 tuyệt trừ mầm tai họa

【铲土机】chǎntǔjī<名>máy xúc đất; máy xúc ùi đất

【铲子】chǎnzi<名>cái xẻng; cái mai; cái xúc

阐 chǎn<动>nói rõ

【阐发】chǎnfā<动>trình bày rõ; nói rõ ra: ~矛盾的普遍性 trình bày rõ tính phổ biến của mâu thuẫn

【阐明】chǎnmíng<动>nói rõ; trình bày rõ; làm sáng tỏ: ~案情真相 nói rõ chân tướng của vụ án; ~自己的立场 trình bày rõ lập trường của mình

【阐释】chǎnshì<动>giảng giải; giải thích: 他对各项规定做了明确的~。Anh ấy đã giải thích rõ ràng các điều quy định.

【阐述】chǎnshù<动>trình bày rõ; thuật rõ: 下面有请正方~己方观点。Bây giờ mời bên phải trình bày quan điểm của mình.

chàn

忏 chàn❶<动>sám hối; ăn năn: 拜~ làm lễ sám hối ❷<名>đọc kinh sám hối

【忏悔】chànhuǐ<动>❶ăn năn; sám hối; hối hận ❷sám hối (trước thần phật cầu được khoan thứ)

颤 chàn<动>rung động; run rẩy: 声音发~ tiếng run run; 两腿直~。Đôi chân run lẩy bẩy.

【颤动】chàndòng<动>rung lên; rung động; rung rinh: 声带~ dây thanh rung động; 树叶在微风中~。Lá cây rung rinh trong gió nhẹ.

【颤抖】chàndǒu<动>run lên; run rẩy: 冻得全身~ rét đến nỗi toàn thân run lẩy bẩy

【颤巍巍】chànwēiwēi run rẩy; lẩy bẩy; lập cà lập cập

【颤音】chànyīn<名>❶[音乐]âm rung ❷[语言]phụ âm rung

【颤悠悠】chànyōuyōu đung đưa: 他挑起担子~地走了。Anh ta đặt gánh lên vai vừa đi vừa đung đưa.

chāng

伥 chāng<名>hồn ma (người bị hổ vồ): 为虎作~ làm ma dẫn lối cho hùm

昌 chāng<形>❶xương thịnh; hưng thịnh: ~盛 hưng thịnh ❷[书]chính đáng; tốt đẹp: ~言 lời nói tốt đẹp //(姓) Xương

【昌明】chāngmíng❶<形>(chính trị, văn hóa) phát triển rực rỡ; thịnh vượng phát đạt: 科学~ khoa học phát triển rực rỡ ❷<动>phát triển; phát huy; nêu cao; chấn hưng; làm cho hưng thịnh: ~文化 phát triển văn hóa; ~大义 nêu cao đại nghĩa

【昌盛】chāngshèng<形>hưng thịnh; thịnh

vượng: 繁荣~的国家 đất nước phồn vinh thịnh vượng; 英帝国在19世纪曾~一时。 Đế quốc Anh từng thịnh vượng một thời vào thế kỉ 19.

猖 chāng<形>hung dữ; điên cuồng

【猖獗】 chāngjué❶<形>hung hãn; hùng hổ; dữ tợn: 疾病~ bệnh tật hung hãn; ~一时 dữ tợn một thời ❷<动>[书]nghiêng đổ; ngã giúi

【猖狂】 chāngkuáng<形>điên cuồng; ngông cuồng: ~的挑衅 sự khiêu khích ngông cuồng; ~的攻击 tấn công điên cuồng

娼 chāng<名>kĩ nữ; gái điếm: 暗~ gái điếm ngầm; 逼良为~ bắt gái lành làm đĩ

【娼妇】 chāngfù<名>con đĩ; đồ đĩ

【娼妓】 chāngjì<名>kĩ nữ; gái đĩ; gái điếm

cháng

长 cháng❶<形>dài: 这条河很~。 Con sông này rất dài. ❷<名>độ dài; chiều dài: 那座桥全~2000米。 Cái cầu kia có độ dài 2000 mét. ❸<名>mặt hay; cái giỏi; sở trường: 特~ sở trường đặc biệt; 取~补短 lấy sở trường bù sở đoản ❹<动>giỏi; sở trường: 她~于绘画。 Chị ấy giỏi về vẽ. ❺<形>[旧]thừa; dư thừa: ~物 vật dư thừa //(姓)Trường, Tràng

另见zhǎng

【长臂猿】 chángbìyuán<名>vượn tay dài

【长波】 chángbō<名>sóng dài: ~电台 đài sóng dài

【长城】 Chángchéng<名>❶trường thành; vạn lí trường thành ❷ví sức mạnh hùng cường, chướng ngại không thể vượt qua

【长处】 chángchù<名>ưu điểm; ưu thế; sở trường; mặt ưu; cái hay: 要善于学习别人的~。 Phải khéo học cái hay của người khác.

【长辞】 chángcí<动>vĩnh biệt cõi đời; tạ thế; từ trần: 与世~ vĩnh biệt cõi đời

【长此以往】 chángcǐ-yǐwǎng vẫn cứ thế: 你喝酒太多，~，你的健康必受影响。 Ông uống rượu quá nhiều, vẫn cứ thế sẽ có ảnh hưởng đến sức khỏe của ông.

【长度】 chángdù<名>độ dài; chiều dài

【长短】 chángduǎn❶<名>chiều dài: 这件上衣~不合适。 Chiều dài chiếc áo này vẫn không vừa thân. ❷<名>tai họa; sự chẳng lành: 万一他有个~，怎么办? Nhỡ anh ấy gặp sự chẳng lành, nên làm sao? ❸<名>tốt xấu; hay dở; phải trái: 背地里说人~是不对的。 Sau lưng soi mói người khác là không đúng. ❹<副>[方]dù sao; thế nào

【长方体】 chángfāngtǐ<名>khối hộp chữ nhật

【长方形】 chángfāngxíng<名>hình chữ nhật

【长歌当哭】 chánggē-dàngkū hát tràn thay khóc; ngâm ngợi giải buồn

【长工】 chánggōng<名>đứa ở; người ở (nhà địa chủ, phú nông xưa)

【长河】 chánghé<名>sông dài

【长话短说】 chánghuà-duǎnshuō chuyện dài nói cho ngắn; nói ngắn gọn

【长假】 chángjià<名>❶nghỉ dài hạn (nghỉ liên tục nhiều ngày) ❷[旧]từ chức

【长江】 Cháng Jiāng<名>Sông Trường Giang: ~三角洲 vùng châu thổ sông Trường Giang

【长江后浪推前浪】 Cháng Jiāng hòulàng tuī qiánlàng sóng Trường Giang lớp sau dồn lớp trước; tre già măng mọc

【长颈鹿】 chángjǐnglù<名>hươu cao cổ

【长久】 chángjiǔ<形>lâu dài; kéo dài; lâu: ~打算 kế hoạch lâu dài

【长卷】 chángjuàn<名>cuộn thư họa: 山水~ cuộn tranh sơn thủy

【长空】 chángkōng<名>bầu trời mênh mông: 鹰击~ chim ưng bay trong bầu trời;

万里~ trời xanh muôn dặm

【长裤】chángkù<名>quần dài

【长款】¹ chángkuǎn<形>(áo) kiểu dài

【长款】² chángkuǎn<动>khoản dôi; số tiền mặt lúc kết toán nhiều hơn con số tính trong số kế toán

【长廊】chángláng<名>hành lang dài

【长龙】chánglóng<名>rồng rắn; hàng xếp rất dài

【长毛绒】chángmáoróng<名>nhung tuyết

【长眠】chángmián<动>yên nghỉ; yên giấc ngàn thu; chết

【长明灯】chángmíngdēng<名>❶đèn dầu thờ Phật, thần thắp suốt ngày đêm ❷đèn không tắt suốt ngày đêm hoặc suốt đêm

【长命百岁】chángmìng-bǎisuì sống lâu trăm tuổi: 我们应该为祝贺他~而干杯。Chúng ta hãy nâng chén chúc cụ ấy sống lâu trăm tuổi.

【长年】chángnián❶<副>suốt năm; cả năm; quanh năm: ~出差在外 quanh năm công tác bên ngoài ❷<名>[方]người ở ❸<形>[书]sống lâu; trường thọ

【长年累月】chángnián-lěiyuè quanh năm suốt tháng; năm này qua năm khác: ~积累的经验 kinh nghiệm tích lũy từ năm này qua năm khác

【长袍】chángpáo<名>áo dài

【长跑】chángpǎo<名>chạy đua đường dài; chạy dai sức

【长篇】chángpiān❶<形>trường thiên; dài: ~小说 truyện dài ❷<名>tác phẩm dài (chỉ tiểu thuyết): 这部小说是他的第一部~。Bộ tiểu thuyết này là tập truyện dài đầu tiên của anh ấy.

【长篇大论】chángpiān-dàlùn ngôn luận tràng giang đại hải; dài dòng văn tự; văn chương dài lê thê

【长期】chángqī❶<形>dài hạn; trường kì: ~

计划 kế hoạch dài hạn ❷<名>thời gian lâu dài

【长枪】chángqiāng<名>❶giáo dài; cây lao ❷súng trường

【长驱直入】chángqū-zhírù tiến thẳng một mạch; đánh thẳng một lèo: 我军~, 所向披靡。Quân ta đánh thẳng một lèo, đi đâu thắng đấy.

【长衫】chángshān<名>áo dài

【长舌妇】chángshéfù<名>người đàn bà lắm mồm; mụ ba hoa

【长生不老】chángshēng-bùlǎo sống mãi không già; trường sinh bất lão

【长逝】chángshì<动>mất; chết; từ trần: 溘然~ đột ngột qua đời

【长寿】chángshòu<形>trường thọ; cao tuổi; sống lâu: 健康~ khỏe mạnh sống lâu

【长叹】chángtàn<动>thở dài: 仰天~ nhìn lên trời thở dài

【长途】chángtú<形>đường trường; đường dài; tầm xa: ~旅行 du lịch đường xa; ~汽车 ô tô đường trường

【长线】chángxiàn<形>❶cung vượt quá cầu; quá nhiều: ~产品 sản phẩm cung vượt quá cầu ❷dài ngày; lâu dài: ~投资 đầu tư lâu dài

【长销】chángxiāo<动>(hàng hóa) bán chạy và bán được lâu

【长袖善舞】chángxiù-shànwǔ tay áo dài múa đẹp; có điều kiện tốt dễ thành công

【长吁短叹】chángxū-duǎntàn thở vắn than dài: 别闷在屋里~了, 到外面散散心吧。Ì ở nhà thở vắn than dài làm gì, hãy đi ra ngoài thảnh thơi cái chứ.

【长夜】chángyè❶<名>đêm dài; đêm trường: 漫漫~ đêm dài dằng dặc ❷<副>suốt đêm; thâu đêm: ~不眠 thâu đêm không ngủ

【长于】chángyú<动>giỏi về; sở trường về:

他~体育。Anh ấy sở trường về thể dục thể thao.

【长远】chángyuǎn<形>lâu dài: ~规划 quy hoạch lâu dài; ~利益 lợi ích lâu dài

【长征】chángzhēng❶<动>đi xa; du lịch đường dài ❷<名>cuộc trường chinh: 二万五千里~ cuộc trường chinh hai vạn năm nghìn dặm

【长治久安】chángzhì-jiǔ'ān thái bình; ổn định lâu dài

【长足】chángzú<形>(tiến triển) nhanh chóng; vượt bậc; dài bước: ~的进步 tiến một bước dài

场 cháng❶<名>sân phơi; sân đập; sân trục (lúa): 打~ đập trục lúa trên sân ❷<名>[方] chợ; chợ phiên: 赶~ đi chợ ❸<量>trận; cơn; cuộc: 一~大雨 một trận mưa to; 一~硬仗 một trận đánh gay go
另见chǎng

【场院】chángyuàn<名>sân phơi đập lúa

肠 cháng<名>❶ruột: 大~ ruột già ❷lạp xường; xúc xích: 腊~ lạp xường; 火腿~ xúc xích ❸nỗi niềm; tâm tư: 愁~ nỗi sầu

【肠出血】chángchūxuè bệnh chảy máu ruột

【肠穿孔】chángchuānkǒng bệnh thủng ruột

【肠梗阻】chánggěngzǔ bị tắc ruột

【肠扭结】chángniǔjié bệnh tắc ruột; xoắn ruột

【肠胃】chángwèi<名>ruột và dạ dày; hệ thống tiêu hóa: ~病 bệnh ruột và dạ dày

【肠胃炎】chángwèiyán<名>viêm ruột và dạ dày

【肠炎】chángyán<名>viêm ruột

【肠衣】chángyī<名>màng ruột khô

【肠子】chángzi<名>❶ruột ❷chỉ mưu toan; tính tình

尝 cháng❶<动>nếm; nếm thử xem: ~酒 nếm rượu; ~味道 nếm mùi vị ❷<动>

nếm trải; trải qua: ~苦头 nếm trải mùi cay đắng ❸<副>[书]đã từng: 未~ chưa từng; 何~ đâu có //(姓) Thường

【尝试】chángshì<动>thử; thí nghiệm; thử nghiệm: ~各种办法 thử nghiệm mọi biện pháp; ~写小说 thử viết tiểu thuyết

【尝鲜】chángxiān<动>ăn thực phẩm tươi ngon; nếm món tươi ngon mùa vụ

【尝新】chángxīn<动>thưởng thức món tươi ngon (mùa vụ)

徜 cháng
另见tǎng

【徜徉】chángyáng =【徜徉】

常 cháng❶<形>thường; bình thường; thông thường: 反~ khác thường; 人之~情 lẽ phải thông thường của con người ❷<形>không đổi; luôn luôn thế: 四季~青 xanh quanh năm ❸<副>thường; luôn; thường hay: 他们~去打乒乓球。Họ thường đi chơi bóng bàn. ❹<名>luân thường: 三纲五~ tam cương ngũ thường //(姓) Thường

【常备】chángbèi<动>sẵn sàng; phòng sẵn; chuẩn bị sẵn; thường trực: ~不懈 sẵn sàng (chiến đấu); ~车辆 xe trực

【常备军】chángbèijūn<名>bộ đội thường trực; quân chính quy

【常常】chángcháng<副>thường; thường hay; luôn luôn: 他~工作到深夜。Anh ấy thường làm việc đến đêm khuya.

【常春藤】chángchūnténg<名>thường xuân đằng; cây thường xuân

【常规】chángguī❶<名>thường lệ; thường quy; thông thường: 打破~ phá bỏ thường lệ; 按照~办事 làm việc theo thường quy ❷<形>thông thường ❸<名>[医学]nội quy xử lí y học

【常规武器】chángguī wǔqì vũ khí thông thường

【常规战争】chángguī zhànzhēng chiến

tranh thông thường

【常见】chángjiàn〈形〉thường gặp; thường xuất hiện

【常客】chángkè〈名〉khách quen: 他是这家西餐厅的~，经常和朋友在此约会。Anh ta là khách quen của tiệm ăn cơm Tây này, luôn cùng các bạn bè gặp mặt ở đây.

【常理】chánglǐ〈名〉lẽ thường; đạo lí thông thường: 按~ theo lẽ thường

【常例】chánglì〈名〉thông lệ; thường lệ; thói thường: 沿用~ dùng theo lệ thường

【常绿】chánglù〈形〉(cây cối) xanh quanh năm: ~灌木 cây bụi xanh quanh năm

【常绿植物】chánglù zhíwù thực vật xanh quanh năm

【常年】chángnián❶〈副〉quanh năm; suốt năm; lâu dài: 他~出差在外。Ông ấy suốt năm đi công tác xa. ❷〈名〉năm thường; năm bình thường: 这地方今年的温度比~高。Vùng này nhiệt độ năm nay cao hơn so với năm thường.

【常青】chángqīng〈形〉xanh quanh năm; mãi mãi xanh tươi: 万古~ mãi mãi xanh tươi

【常情】chángqíng〈名〉thường tình; lẽ thường tình: 人之~ lẽ thường tình của con người

【常人】chángrén〈名〉người thường; người bình thường

【常任】chángrèn〈形〉thường nhiệm; thường trực; thường vụ: ~理事 ủy viên thường trực

【常设】chángshè〈动〉thường trực: ~机构 cơ quan thường trực

【常胜将军】chángshèng-jiāngjūn tướng thường thắng; vị tướng đánh đâu thắng đó

【常识】chángshí〈名〉thường thức; tri thức thông thường: 卫生~ thường thức vệ sinh; 科学~ thường thức khoa học

【常事】chángshì〈名〉việc bình thường;

việc thường gặp: 在这上班，加班是~。Công tác ở đây, làm thêm giờ là việc bình thường.

【常数】chángshù〈名〉[数学]số không đổi; hằng số

【常态】chángtài〈名〉trạng thái bình thường: 一反~ trái với trạng thái bình thường

【常委】chángwěi〈名〉❶ban thường vụ: 人大~ Ủy ban thường vụ Đại hội đại biểu nhân dân ❷thành viên ủy ban thường vụ

【常温】chángwēn〈名〉nhiệt độ bình thường: ~是24℃。Nhiệt độ bình thường là 24℃.

【常务】chángwù〈形〉thường vụ; thường trực: ~委员 ủy viên thường vụ/ủy viên thường trực

【常销】chángxiāo〈动〉tiêu thụ thường xuyên

【常言】chángyán〈名〉lời thường nói; câu quen nói: ~说得好：勤能补拙。Bà con ta có câu nói chí lí: cái siêng bù cái ngu.

【常用】chángyòng〈动〉thường dùng: ~词汇 từ ngữ thường dùng

【常住】chángzhù❶〈动〉thường trú; ở thường xuyên: ~人口 nhân khẩu thường trú ❷〈动〉thường trụ (chỉ Phật pháp bất diệt) ❸〈名〉tài sản đền chùa của nhà phật, nhà đạo (gồm nhà cửa, ruộng vườn và các loại của cải)

【常驻】chángzhù〈动〉thường trú: ~办事机构 cơ quan đại diện thường trú

【常驻代表】chángzhù dàibiǎo đại diện thường trú

【常驻机构】chángzhù jīgòu cơ quan thường trú

偿 cháng〈动〉❶hoàn trả; đền bù: 得不~失 được chẳng bù mất/lợi bất cập hại ❷thỏa mãn; thỏa; toại: 如愿以~ thỏa lòng mong muốn/toại nguyện

【偿付】chángfù〈动〉hoàn trả; đền; bồi hoàn: 延期~ hoãn đền/kéo dài thời hạn hoàn trả

【偿还】chánghuán<动>trả; đền trả: ~贷款 trả tiền cho vay

【偿命】chángmìng<动>đền mạng

【偿清】chángqīng<动>trả hết; thanh toán; trang trải: ~债务 trả hết nợ nần/trang trải nợ nần

【偿债】chángzhài<动>trả nợ; hoàn số tiền đã vay: ~能力 khả năng trả nợ

徜cháng

【徜徉】chángyáng<动>[书]dạo chơi; du chơi: 独自~ dạo chơi một mình

嫦cháng

【嫦娥】Cháng'é<名>Thường Nga; Hằng Nga; chị Hằng: ~奔月 Hằng Nga bay lên cung trăng

chǎng

厂chǎng<名>❶xưởng máy; nhà máy; công xưởng; xưởng: 服装~ nhà máy may; 他是十八岁进工~的。Năm mười tám tuổi anh ấy chính thức vào nhà máy. ❷cửa hàng; bãi bán //(姓) Xưởng

【厂房】chǎngfáng<名>nhà xưởng; phân xưởng

【厂规】chǎngguī<名>nội quy nhà máy

【厂家】chǎngjiā<名>nhà sản xuất

【厂矿】chǎngkuàng<名>nhà máy và hầm mỏ

【厂区】chǎngqū<名>khu vực xưởng sản xuất

【厂商】chǎngshāng<名>người kinh doanh nhà máy; đại diện công xưởng: 承包~ bên xưởng nhận thầu; 军火制造~ chủ nhà máy chế tạo súng đạn

【厂长】chǎngzhǎng<名>giám đốc; xưởng trưởng

【厂址】chǎngzhǐ<名>địa chỉ nhà máy: 选择~ lựa chọn địa chỉ nhà máy; ~调查 điều tra địa chỉ nhà máy

【厂主】chǎngzhǔ<名>chủ nhà máy; chủ xí nghiệp

【厂子】chǎngzi<名>❶nhà máy; xưởng: 扩大~的规模 mở rộng quy mô của nhà máy ❷cửa hàng; bãi bán (có mặt bằng rộng rãi để chứa hàng và tiến hành gia công): 木~ cửa hàng đồ gỗ

场chǎng❶<名>bãi; sân; chỗ: 操~ sân vận động; 战~ chiến trường ❷<名>sân khấu; vũ đài; sàn diễn: 上~ ra sân khấu; 入~ vào sân ❸<名>(phạm vi một hoạt động) chốn; nơi: 官~ quan trường; 名利~ hội chợ phù hoa ❹<名>nơi xảy chuyện: 当~ ngay tại chỗ; 在~ có mặt ❺<名>toàn buổi; toàn cuộc: 开~ bắt đầu/khai diễn; 散~ tan buổi ❻<量>cảnh (tuồng kịch): 第二幕第三~ cảnh ba màn hai ❼<量>trận; đợt: 一~电影 một buổi phim ảnh; 一~球赛 một cuộc thi bóng ❽<名>[物理]trường: 磁~ từ trường; 电~ điện trường; 引力~ trường dẫn lực

另见cháng

【场次】chǎngcì<名>số buổi diễn; số buổi chiếu: 新片上映, 电影院增加了很多~。Khi chiếu phim mới, rạp có tăng thêm số lần chiếu.

【场地】chǎngdì<名>bãi; sân bãi: 比赛~ sân bãi thi đấu; 施工~ bãi thi công; ~有限 sân bãi có hạn

【场馆】chǎngguǎn<名>sân bãi và nhà thể dục thể thao: 比赛~ sân bãi và nhà thi đấu

【场合】chǎnghé<名>trường hợp: 公共~ trường hợp công cộng; 外交~ trường hợp ngoại giao

【场记】chǎngjì<名>❶công tác ghi chép hiện trường (quay phim hoặc diễn kịch nói) ❷thư kí ghi chép hiện trường (quay, diễn)

【场景】chǎngjǐng<名>❶pha; cảnh ❷cảnh; tình huống; cảnh tượng: 一片欣欣向荣的~

một cảnh tượng sôi động thịnh vượng

【场面】 chǎngmiàn<名>❶cảnh; pha (cảnh huống trong tuồng kịch, điện ảnh, kịch truyền hình) ❷tình huống; tình tiết (trong tác phẩm văn học) ❸tốp nhạc đệm trong biểu diễn hí khúc: 文~ tốp nhạc văn; 武 ~ tốp nhạc võ ❹cảnh tượng; quy mô; tình huống (nói chung): ~壮观 cảnh tượng hoành tráng; 热烈的~ cảnh tưng bừng ❺mẽ ngoài; hình thức: 摆~ giữ bề thế

【场面话】 chǎngmiànhuà<名>lời thù tạc; lời đưa đẩy; lời xã giao: 时间仓促，~就不多说了，咱们直接进入今天讨论的主题吧。Thời gian quá gấp, ta hãy bỏ qua những lời khách sáo, đi thẳng vào chủ đề nội dung hôm nay.

【场面上】 chǎngmiànshang<名>trong quan hệ giao tiếp; về mặt xã giao: ~没有谁不认识他的。Trên quan hệ giao tiếp không ai không quen biết ông ấy.

【场所】 chǎngsuǒ<名>nơi; chỗ: 公共~ nơi công cộng; 娱乐~ chỗ vui chơi

【场子】 chǎngzi<名>[口]nơi; bãi: 大~ bãi rộng

敞 chǎng❶<形>rộng rãi; thoáng: 宽~ rộng thoáng ❷<动>mở; há; để ngỏ: ~着门 mở toang cửa

【敞车】 chǎngchē<名>❶xe mui trần ❷toa hàng (không có mái xe)

【敞开】 chǎngkāi❶<动>mở toang; mở rộng; rộng mở: ~衣襟 phanh ngực ❷<副>thả nổi; buông thả; tha hồ; mặc sức: 啤酒有的是，大家~喝吧。Bia thì thoải mái, các bạn tha hồ mà uống.

【敞快】 chǎngkuài<形>bộc trực; thẳng thắn; dứt khoát: 他是个~的人，说做就做。Anh ấy là người bộc trực nhanh nhảu, đã nói là làm.

【敞亮】 chǎngliàng<形>rộng rãi sáng sủa;

rộng thoáng: ~的教室 lớp học rộng thoáng

【敞篷车】 chǎngpéngchē<名>xe mui trần; xe không mui

【敞胸露怀】 chǎngxiōng-lùhuái để hở ngực; ngực bụng phanh trần ra

chàng

怅 chàng<形>buồn rầu; không vui: 惆~ buồn bã; ~惋 buồn rầu tiếc nuối

【怅恨】 chànghèn<动>buồn giận; buồn bực; sầu hận

【怅然】 chàngrán<形>buồn rầu; buồn buồn: ~而去 buồn rầu bỏ đi

【怅然若失】 chàngrán-ruòshī buồn rầu thất vọng

【怅惘】 chàngwǎng<形>buồn rầu ngao ngán; não nề; buồn chán: 神色~ vẻ mặt lo âu u buồn

畅 chàng<形>❶thông suốt; không nghẽn tắc: 流~ lưu loát; 顺~ trôi chảy ❷thỏa thích; hả hê; khoái trá; tha hồ: ~读奇书 thỏa thích đọc các loại sách li kì //(姓) Sướng

【畅达】 chàngdá<形>thông suốt; lưu loát; trôi chảy: 译文~ bài phiên dịch lưu loát; 交通~ giao thông thông suốt

【畅怀】 chànghuái<副>tha hồ; thỏa thích: ~痛饮 uống rượu thỏa thích/uống cho đã

【畅快】 chàngkuài<形>sảng khoái; khoan khoái; hả hê; thoải mái: 心情~ tâm tình khoan khoái

【畅所欲言】 chàngsuǒyùyán tha hồ mà nói; nói thoải mái: 会上大家~，提出了很多好的建议。Khi họp mọi người đã phát biểu thoải mái và đã đề ra nhiều sáng kiến hay.

【畅谈】 chàngtán<动>nói chuyện thỏa thích; nói chuyện say sưa: ~理想 thỏa thích bàn luận lí tưởng

【畅通】chàngtōng<形>thông suốt: 血脉 ~ mạch máu thông suốt; ~无阻 thông suốt không có trở ngại

【畅想】chàngxiǎng<动>tưởng tượng thả sức; tha hồ suy tưởng: ~未来 tưởng tượng thả sức tương lai; ~东盟，魅力绽放。Tư duy bay bổng về triển vọng của ASEAN dồi dào sức cuốn hút.

【畅销】chàngxiāo<动>bán chạy; đắt hàng; rộng đường tiêu thụ: ~书 sách bán chạy; ~国内外 bán chạy trong và ngoài nước

【畅行】chàngxíng<动>thông suốt; thuận lợi trôi chảy: ~无阻 chạy thông suốt

【畅饮】chàngyǐn<动>uống thỏa thích; uống tha hồ: 开怀~ tha hồ mà uống

【畅游】chàngyóu<动>❶du chơi thỏa thích; ngoạn cảnh: ~名胜古迹 thỏa thích đi thăm danh lam thắng cảnh ❷bơi lội thỏa thích: ~长江 bơi trên sông Trường Giang cho đã

倡 chàng<动>đề xướng; xướng xuất; đề ra: 首~ đề xướng đầu tiên

【倡办】chàngbàn<动>sáng lập (xây dựng đầu tiên): ~杂志社 sáng lập tòa tạp chí

【倡导】chàngdǎo<动>đề xướng; khởi xướng: ~新风尚 đề xướng nếp sống mới

【倡言】chàngyán<动>[书]đề xuất; nêu công khai; đề xướng: ~和平 đề xuất hòa bình

【倡议】chàngyì❶<动>đề xướng; đề nghị: ~召开国际会议 đề nghị họp hội nghị quốc tế ❷<名>sáng kiến; kiến nghị

【倡议书】chàngyìshū<名>thư kiến nghị

唱 chàng❶<动>hát; ca: 独~ đơn ca; 合~ đồng ca ❷<动>gọi to; xướng; gáy: 鸡~三遍。Gà gáy ba lần. ❸<名>khúc hát; lời ca //(姓) Xướng

【唱本】chàngběn<名>vở lời ca khúc nghệ hoặc hí khúc

【唱词】chàngcí<名>lời hát trong hí khúc hay khúc nghệ

【唱独角戏】chàng dújiǎoxì độc diễn trò một vai; múa may một mình: 员工都休息了，剩老板一个人~。Công nhân viên chức nghỉ cả rồi, còn lại một mình ông chủ tự diễn vở độc tấu.

【唱段】chàngduàn<名>xướng đoạn

【唱对台戏】chàng duìtáixì hát đối; ví sự chống lại, đối lập: 他们同我们~。Họ đối lập với chúng tôi.

【唱反调】chàng fǎndiào chống lại; làm ngược lại; chủ trương ngược lại

【唱付】chàngfù<动>(nhân viên bán hàng) cất giọng báo số tiền bù trả cho khách hàng

【唱高调】chàng gāodiào nói thì rõ hay; lí thuyết suông: 反对光~不干实事的作风。Chống thói nói hay làm láo.

【唱歌】chànggē<动>hát

【唱功】chànggōng<名>nghệ thuật hát (trong hí khúc); ngón giọng

【唱和】chànghè<动>❶xướng họa (thơ hoặc từ) ❷hát bè

【唱机】chàngjī<名>máy hát

【唱空城计】chàng kōngchéngjì ❶đặt mẹo không thành kế; ví dùng kế lừa đối phương che giấu thực lực trống không của mình ❷hát bài thành trống; ví nhân viên đơn vị hầu hết không có mặt

【唱老调】chàng lǎodiào lặp lại luận điệu cũ rích; nhai lại luận điệu cũ rích

【唱名】[1]chàngmíng<动>gọi tên; xướng danh: ~表决 gọi tên biểu quyết

【唱名】[2]chàngmíng<名>xướng âm

【唱片】chàngpiàn<名>đĩa hát

【唱票】chàngpiào<动>xướng danh; đọc tên (khi bầu cử): ~人 người xướng danh

【唱腔】chàngqiāng<名>[音乐]làn điệu; lối hát

【唱诗】chàngshī<动>❶[宗教]thơ tụng ca (đạo Ki tô) ❷[书]ngâm thơ

【唱诗班】chàngshībān<名>tốp hát thơ tụng ca (ở nhà thờ khi làm lễ)

【唱收】chàngshōu<动>nói to số tiền thu nhận (của khách trả lúc bán hàng)

【唱戏】chàngxì<动>[口]hát tuồng kịch

【唱响】chàngxiǎng<动>hát lên; tấu lên: 大地飞歌，~世界. Đất trời rộn tiếng ca, hát vang khắp thế giới.

【唱主角】chàng zhǔjué hát vai chính; đóng vai chính: 21世纪是科技~的时代. Thế kỉ 21 là thời đại khoa học công nghệ đóng vai trò chính.

chāo

抄¹ chāo<动>❶sao; chép: 誊~ sao chép; 照~ sao lại ❷sao chép; cóp (tác phẩm của người khác mình sao chép lại): ~袭 sao chép ❸tóm; bắt; lấy: ~起扫帚扫地 lấy chổi quét nhà ❹khám xét tịch thu: 查~ khám xét tịch thu

抄² chāo<动>❶đi tắt: ~近道 đi đường tắt ❷hai tay luồn ống tay áo vòng trước ngực

【抄本】chāoběn<名>bản sao: 《红楼梦》~ bản sao của Hồng Lâu Mộng

【抄查】chāochá<动>lục soát tịch thu: ~毒品 lục soát tịch thu ma túy

【抄道】chāodào❶<动>đi lối tắt ❷<名>đường tắt

【抄底】chāodǐ<动>mua vào ở thời điểm mà cổ phiếu hay hàng hóa được cho là có giá thấp nhất hay dễ chấp nhận nhất

【抄后路】chāo hòulù vòng đánh tập hậu: 我们~袭击敌人. Chúng ta vòng đánh tập hậu địch.

【抄获】chāohuò<动>lục xét bắt được: ~赃物 lục xét thu được tang vật

【抄家】chāojiā<动>khám xét tịch thu gia sản: ~灭门 khám xét nhà cửa, tịch thu gia sản và diệt cả nhà

【抄件】chāojiàn<名>văn kiện sao gửi; bản sao; bản chép lại

【抄近儿】chāojìnr<动>đi đường tắt

【抄录】chāolù<动>sao lục; chép lại: ~名人名言 chép lại danh ngôn của các danh nhân

【抄没】chāomò<动>soát xét tịch thu: ~家产 soát xét tịch thu gia sản

【抄手】chāoshǒu<动>khoanh tay trước ngực

【抄袭】¹chāoxí<动>❶đạo văn; sao chép văn người khác làm văn của mình: ~他人成果 sao trộm thành quả của người khác ❷sao chép, bắt chước một cách máy móc; cóp bài

【抄袭】² chāoxí<动>vòng đến phía cạnh hay phía sau đánh lén

【抄写】chāoxiě<动>sao; chép lại theo nguyên bản: ~全文 chép lại toàn văn

钞 chāo<名>giấy bạc; tiền giấy: 现~ tiền mặt ///(姓) Sao

【钞票】chāopiào<名>bạc giấy; tiền bạc

超 chāo<动>❶vượt; quá: ~世界先进水平 vượt hẳn trình độ tiên tiến thế giới ❷siêu: ~高温 nhiệt độ siêu cao ❸ngoài tầm; siêu: ~现实 siêu hiện thực ❹nhảy; vượt qua ///(姓) Siêu

【超编】chāobiān<动>vượt quá biên chế

【超标】chāobiāo<动>vượt tiêu chuẩn

【超产】chāochǎn<动>vượt mức sản lượng đã định; sản xuất vượt mức

【超常】chāocháng<动>khác thường; xuất chúng: ~发挥水平 phát huy trình độ khác thường

【超车】chāochē<动>vượt lên xe trước

【超尘拔俗】chāochén-bású thoát tục; thanh cao thoát tục

【超出】chāochū<动>vượt quá; vượt ra ngoài: ~规定 vượt quá quy định

【超导体】chāodǎotǐ<名>[物理]chất siêu

dẫn

【超导性】chāodǎoxìng<名>[物理]tính siêu dẫn

【超低温】chāodīwēn<名>nhiệt độ siêu thấp

【超度】chāodù<动>[宗教]siêu độ; cầu siêu: ~众生 siêu độ chúng sinh

【超短波】chāoduǎnbō<名>sóng cực ngắn

【超短裙】chāoduǎnqún<名>váy ngắn (trên đầu gối); mini juýp

【超额】chāo'é<动>vượt mức; vượt định mức: ~完成任务 vượt mức hoàn thành nhiệm vụ

【超凡】chāofán❶<动>siêu phàm; vượt trên phàm nhân: ~脱俗 siêu phàm thoát tục ❷<形>khác thường; hơn người: 技艺~ tài nghệ khác thường

【超凡入圣】chāofán-rùshèng vượt cõi phàm, đi vào cõi thánh; thoát tục thánh thiện

【超负荷】chāofùhè❶quá tải: ~运转 chạy quá tải ❷gánh vác nhiệm vụ quá mức

【超过】chāoguò<动>❶vượt (lên trước): ~前面的卡车 vượt xe tải trước ❷hơn; vượt; cao hơn: ~额定功率 vượt công suất hạn định; ~服务期限已 đã vượt kì hạn dịch vụ

【超级】chāojí<形>siêu cấp; ngoại hạng; siêu hạng

【超级大国】chāojí dàguó nước siêu cường; siêu cường quốc

【超级巨星】chāojí jùxīng siêu sao

【超级市场】chāojí shìchǎng siêu thị; cửa hàng tự chọn

【超链接】chāoliànjiē nối tiếp xích siêu cấp

【超龄】chāolíng<动>quá tuổi: ~团员 đoàn viên quá tuổi

【超期】chāoqī<动>vượt kì hạn quy định: ~服役 phục dịch vượt quá kì hạn

【超前】chāoqián❶<形>vượt lên trước: ~消费 tiêu dùng vượt khả năng mình; ~意

识 quan niệm vượt hiện thực ❷<动>vượt hơn người trước: ~绝后 đời xưa và nay cũng chỉ có một/không tiền khoáng hậu

【超群】chāoqún<动>xuất chúng; vượt hẳn mọi người: 武艺~ võ nghệ xuất chúng; ~绝伦 hơn hẳn mọi người

【超然】chāorán<形>siêu nhiên; siêu tự nhiên; siêu thoát ngoài cuộc: ~世事 siêu thoát với thời cuộc; ~绝俗 siêu nhiên thoát tục

【超然物外】chāorán-wùwài❶siêu thoát ngoài sự đời; ẩn cư lánh ngoài cuộc đời ❷đứng ngoài cuộc

【超人】chāorén❶<动>siêu phàm: ~的记忆力 trí nhớ siêu phàm ❷<名>[哲学]siêu nhân

【超生】[1]chāoshēng<动>❶[宗教]siêu sinh; đầu sinh làm người ❷siêu sinh; sống kiếp người; ví khoan dung hoặc xóa bỏ, cởi bỏ

【超生】[2]chāoshēng<动>sinh đẻ ngoài kế hoạch

【超声波】chāoshēngbō<名>sóng siêu âm

【超声速】chāoshēngsù<名>siêu âm, tốc độ siêu âm: ~喷气式轰炸机 máy bay ném bom phản lực siêu âm

【超市】chāoshì<名>siêu thị; cửa hàng tự chọn

【超速】chāosù<动>vượt quá tốc độ quy định; phóng nhanh: ~行驶 lái xe vượt quá tốc độ quy định

【超脱】chāotuō❶<形>siêu thoát; thanh thoát; phóng khoáng: 性格~ tính tình thanh thoát ❷<动>dứt khỏi; siêu xuất; thoát li: ~现实 dứt khỏi hiện thực; ~日常事务 thoát li công việc ngày thường ❸<动>giải thoát; cởi bỏ; xóa bỏ

【超限】chāoxiàn<动>vượt mức độ hạn chế

【超一流】chāoyīliú trên cả hạng nhất; siêu hạng

【超员】chāoyuán<动>vượt quá số người

quy định

【超越】chāoyuè<动>vượt hơn; vượt qua: ~
边界 vượt qua biên giới; ~时空 vượt qua
thời gian và không gian

【超载】chāozài<动>chở quá mức; quá tải: ~
行驶 chạy quá tải

【超支】chāozhī❶<动>chi quá; chi vượt
❷<名>khoản lĩnh vượt quá quy định

【超值】chāozhí<动>siêu giá trị; vượt giá trị

【超重】chāozhòng<动>❶vượt quá trọng
lượng vốn có; siêu trọng ❷(xe) quá tải ❸
vượt quá trọng lượng quy định

cháo

巢cháo<名>❶tổ; ổ: 鸟~ tổ chim ❷ổ; tổ;
sào huyệt: 匪~ ổ cướp; 倾~出动 đổ xô ra //
(姓) Sào

【巢穴】cháoxué<名>❶hang ổ ❷hang ổ;
sào huyệt

朝cháo❶<名>triều đình: 上~ đi chầu ❷
<名>triều đại: 唐~ nhà Đường/thời Đường;
改~换代 thay đổi triều đại ❸<名>đời vua;
triều vua: 乾隆~ triều vua Càn Long ❹
<动>triều kiến; chầu lạy (nhà vua); lễ bái
(thần; Phật) ❺<动>ngoảnh mặt về; hướng về:
坐北~南 tọa bắc hướng nam ❻<介>nhằm
hướng; về phía: ~南走 đi về phía nam; ~敌
人开火 bắn vào phía địch //(姓) Triều
另见zhāo

【朝拜】cháobài<动>chầu lạy; triều yết (nhà
vua); lễ bái (thần, Phật): ~圣地 triều yết đất
thánh

【朝代】cháodài<名>triều đại: 改换~ thay
đổi triều đại

【朝贡】cháogòng<动>triều cống

【朝见】cháojiàn<动>triều kiến (nhà vua);
vào chầu vua

【朝圣】cháoshèng<动>đi hành hương về
thánh địa

【朝廷】cháotíng<名>triều đình

【朝鲜】Cháoxiǎn<名>Triều Tiên: ~人
người Triều Tiên; ~语 tiếng Triều Tiên

【朝向】cháoxiàng<名>hướng: 这房子~不
错。Hướng xây của căn nhà này tốt lắm.

【朝阳】cháoyáng<动>hướng về mặt trời;
hướng nam: 这间屋子是~的。Căn nhà này
hướng nam.
另见zhāoyáng

【朝野】cháoyě<名>chính phủ và dân chúng;
triều đình và dân gian: ~清平 triều đình và
dân gian đều yên vui; 震惊~ chấn động cả
triều đình lẫn dân gian

【朝政】cháozhèng<名>[书]triều chính;
chính sự triều đình: 把持~ thao túng triều
chính

嘲cháo<动>chế giễu; chế nhạo; chế: 冷~热
讽 chê bai giễu cợt

【嘲讽】cháofěng<动>chế nhạo; chế giễu;
châm biếm cười mỉa

【嘲弄】cháonòng<动>giễu cợt; đùa bỡn;
trêu chọc

【嘲笑】cháoxiào<动>chế giễu; chế nhạo;
chê cười

【嘲谑】cháoxuè<动>chế diễu trêu chọc

潮¹cháo❶<名>thủy triều; con nước: 涨
~ nước lên ❷<名>phong trào; trào lưu; làn
sóng: 学~ phong trào học sinh sinh viên; 怒
~ làn sóng mạnh mẽ; 思~ trào lưu tư tưởng
❸<形>ẩm; ướt: 返~ ẩm ❹<形>mốt: 新~
mốt mới; ~男 nam giới mốt

潮²cháo<形>[方]❶tỉ lệ thấp; chất lượng
xấu, kém: ~银 bạc kém ❷kém; xoàng; thấp:
手艺~ tay nghề thấp //(姓) Triều

【潮红】cháohóng<形>màu ửng hồng trên
má

【潮解】cháojiě<动>[化学](tinh thể như
muối...) ẩm ướt; chảy nước

【潮流】cháoliú〈名〉❶dòng thủy triều; nước triều: 船逆~而上。Con thuyền đi ngược nước. ❷(ví) trào lưu: 时代~ trào lưu của thời đại; 历史~ trào lưu lịch sử

【潮气】cháoqì〈名〉không khí ẩm; hơi ẩm

【潮湿】cháoshī〈形〉ẩm ướt; ẩm thấp: 空气~ không khí ẩm ướt

【潮水】cháoshuǐ〈名〉thủy triều: ~涌动 thủy triều trào động

【潮汐】cháoxī〈名〉❶thủy triều ❷hải triều

【潮汛】cháoxùn〈名〉triều cường; con nước lớn; nước cường

【潮涌】cháoyǒng〈动〉dâng tràn; cuồn cuộn (như nước triều dâng)

chǎo

吵 chǎo ❶〈形〉ồn ào; ầm ĩ; làm ồn: 太~ ầm ĩ quá ❷〈动〉cãi nhau; tranh cãi: 争~ tranh cãi; 大~大闹 cãi nhau om sòm ❸〈动〉quấy rầy: ~醒 đánh thức

【吵架】chǎojià〈动〉cãi lộn; tranh cãi ầm ĩ: 拌嘴~ cãi lộn

【吵闹】chǎonào ❶〈动〉cãi nhau; lời đi tiếng lại om sòm: ~不休 cãi nhau không ngớt ❷〈动〉làm ồn; quấy phá ầm ĩ: 如果女儿不来~我，我就能按时完成工作。Nếu con gái không đến làm ồn thì tôi sẽ hoàn thành nhiệm vụ đúng thời hạn. ❸〈形〉(tiếng) ầm ĩ; inh ỏi: 人声~ tiếng người ầm ĩ

【吵嚷】chǎorǎng〈动〉tranh cãi inh ỏi; la hét ầm ĩ: 会议在一片~声中结束了。Hội nghị kết thúc trong tiếng tranh cãi ầm ĩ.

【吵人】chǎorén〈形〉inh tai; đinh tai nhức óc: 隔壁在搞装修，真~! Nhà bên cạnh đang sửa sang làm đinh tai nhức óc!

【吵嘴】chǎozuǐ〈动〉tranh cãi; cãi vã; cãi cọ: 我们之间从不~。Chúng tôi không bao giờ tranh cãi với nhau.

炒 chǎo〈动〉❶xào; rang: ~肉丝 xào sợi thịt ❷sang tay; mua đi bán lại: ~地皮 mua đi bán lại đất; ~股票 chơi cổ phiếu ❸[方]đuổi việc; mất việc: 公司老总把她给~了。Sếp của công ti đã buộc thôi việc cô ta. ❹quảng cáo; lăng xê

【炒菜】chǎocài ❶〈动〉xào rau; xào thức ăn ❷〈名〉rau xào; món ăn xào

【炒饭】chǎofàn ❶〈名〉cơm rang ❷〈动〉rang cơm

【炒房】chǎofáng〈动〉mua bán bất động sản; buôn bán địa ốc

【炒股】chǎogǔ〈动〉mua đi bán lại cổ phiếu; chơi cổ phiếu

【炒锅】chǎoguō〈名〉cái chảo xào thức ăn

【炒汇】chǎohuì〈动〉mua đi bán lại ngoại hối

【炒货】chǎohuò〈名〉món rang (hạt đậu, lạc…rang chín bán)

【炒冷饭】chǎo lěngfàn xào xáo; rang cơm nguội; nhai lại; ví lặp lại lời nói việc làm cũ, không có gì mới

【炒买炒卖】chǎomǎi-chǎomài mua đi bán lại kiếm lời

【炒米】chǎomǐ〈名〉❶gạo rang; cơm khô rang ❷(món ăn thường ngày của người dân tộc Mông Cổ) kê trộn sữa hoặc bơ (kê luộc chín trộn sữa hoặc bơ)

【炒面】chǎomiàn〈名〉❶mì sợi xào ❷món bột mì rang (bột mì rang chín làm lương khô, thường khuấy nước sôi ăn)

【炒勺】chǎosháo〈名〉xoong chảo xào rán thức ăn (có tay cầm, hình như cái muôi)

【炒鱿鱼】chǎo yóuyú cuốn gói; ví mất việc; đuổi việc; sa thải

【炒作】chǎozuò〈动〉❶buôn đi bán lại để kiếm lời ❷quảng cáo; cho mọi người biết: 他通过媒体~而一炮走红。Nhờ quảng cáo của truyền thông đại chúng mà chỉ trong một đêm anh ta đã nổi tiếng.

chē

车 chē ❶<名>xe: 火~ xe lửa/tàu hỏa; 汽~ xe ô tô ❷<名>guồng: 纺~ guồng quay sợi; 水 ~ guồng nước ❸<名>máy: 开~ mở máy; 停 ~ tắt máy ❹<动>tiện: ~螺丝钉 tiện ren ốc vít ❺<动>đạp guồng (dẫn nước): ~水 đạp guồng (dẫn nước); ~垃圾 đạp guồng rác ❻ <动>[方]quay //(姓) Xa

【车把式】 chēbǎshi<名>[口]người lái xe ngựa

【车厂】 chēchǎng<名>❶nơi cho thuê xe kéo; nơi cho thuê xe xích lô (thời xưa) ❷xưởng xe (không gắn máy)

【车场】 chēchǎng<名>❶bãi để xe; bãi xe (nơi để, bảo dưỡng hoặc tu sửa xe cộ) ❷cụm tuyến đường trong ga tàu hỏa ❸xe trường (một cấp quản lí vận tải đường bộ và xí nghiệp giao thông công cộng thành phố)

【车床】 chēchuáng<名>máy tiện

【车次】 chēcì<名>chuyến tàu; chuyến xe

【车到山前必有路】 chē dào shān qián bì yǒu lù xe đến chân núi ắt có đường; ví việc rồi sẽ đâu vào đấy

【车道】 chēdào<名>đường dành cho xe cộ: 单向~ đường một chiều; 内~ đường nội

【车队】 chēduì<名>❶đoàn xe ❷đội xe

【车夫】 chēfū<名>[旧]tài xế; người đánh xe

【车工】 chēgōng<名>❶nghề tiện ❷thợ tiện

【车轱辘】 chēgūlu<名>[口]bánh xe

【车祸】 chēhuò<名>tai nạn ô tô; tai nạn xe cộ

【车技】 chējì<名>❶xiếc xe đạp ❷kĩ thuật lái xe

【车间】 chējiān<名>phân xưởng: ~主任 quản đốc phân xưởng

【车库】 chēkù<名>❶nhà đỗ xe ❷kho chứa xe

【车况】 chēkuàng<名>tình trạng xe

【车辆】 chēliàng<名>xe cộ: 军用~ xe quân sự; 私人~ xe cộ tư nhân

【车流】 chēliú<名>dòng xe cộ: ~不息 xe cộ đi lại như mắc cửi

【车轮】 chēlún<名>bánh xe

【车轮战】 chēlúnzhàn<名>đánh luân phiên

【车马费】 chēmǎfèi<名>tiền tàu xe; kinh phí giao thông

【车门】 chēmén<名>❶cửa xe ❷cổng xe ra vào

【车模】 chēmó<名>❶mô hình xe ❷người mẫu trong hội chợ triển lãm xe hơi

【车牌】 chēpái<名>biển xe; biển số xe

【车棚】 chēpéng<名>nhà để xe đạp

【车篷】 chēpéng<名>mui xe

【车皮】 chēpí<名>toa tàu; toa hàng; toa đen

【车票】 chēpiào<名>vé xe: 预订~ đặt vé

【车前草】 chēqiáncǎo<名>cỏ xa tiền; bông mã đề

【车身】 chēshēn<名>thùng xe; thân xe; khung xe

【车手】 chēshǒu<名>vận động viên đua xe; tuyển thủ đua xe

【车水马龙】 chēshuǐ-mǎlóng ngựa xe như nước; xe cộ đi lại như mắc cửi

【车速】 chēsù<名>❶vận tốc xe cộ ❷tốc độ quay của máy tiện

【车胎】 chētāi<名>săm lốp xe

【车头】 chētóu<名>đầu tàu hỏa; đầu máy xe lửa; đầu máy ô tô

【车尾】 chēwěi<名>đuôi xe

【车位】 chēwèi<名>điểm gửi xe; chỗ đỗ xe

【车厢】 chēxiāng<名>toa tàu; thùng xe ô tô

【车载斗量】 chēzài-dǒuliáng vô khối; ê hề; đầy rẫy

【车闸】 chēzhá<名>phanh xe

【车站】 chēzhàn<名>bến xe; ga

【车轴】chēzhóu<名>trục xe

【车主】chēzhǔ<名>❶chủ sở hữu xe ❷chủ kinh doanh; chủ xưởng xe

【车子】chēzi<名>❶xe ❷xe đạp

【车组】chēzǔ<名>kíp vận hành; kíp xe

chě

扯 chě<动>❶kéo; lôi; níu: ~着嗓子喊 kéo dài giọng ra gọi; 拉~ lôi kéo ❷xé; giật xuống: ~下假面具 giật phăng mặt nạ giả dối ❸nói chuyện gẫu: 闲~ tán gẫu; 别~远了。Đừng nói khoác lác.

【扯淡】chědàn<动>[方]tán gẫu; tán nhăng: 那完全是~，别信他。Hoàn toàn là tán nhăng thôi, đừng tin anh ấy.

【扯后腿】chě hòutuǐ níu chân; cản

【扯谎】chěhuǎng<动>nói láo; nói dối: 故意~ cố tình nói dối

【扯皮】chěpí<动>❶cãi vã; cãi cọ: 眼下~的事是这所房子该归谁。Việc cãi vã trước mắt là ngôi nhà này thuộc về ai. ❷lằng nhằng; nhùng nhằng; không dứt khoát: 互相~ đưa đẩy nhau

chè

彻 chè<形>thông; suốt; thấu: 透~ thấu suốt; 响~云霄 vang vọng bầu trời

【彻底】chèdǐ<形>triệt để; tận cùng; tận gốc: ~失败 thất bại triệt để; ~消灭 tiêu diệt tận gốc

【彻骨】chègǔ<动>thấu xương; đến tận xương tủy: 寒风~ gió lạnh thấu xương

【彻头彻尾】chètóu-chèwěi từ đầu đến đuôi hoàn toàn; trăm phần trăm: ~的谎言 lời nói dối trăm phần trăm

【彻悟】chèwù<动>hiểu thấu; giác ngộ thấu triệt; hiểu rõ hoàn toàn

【彻夜】chèyè<副>thâu đêm; suốt đêm: ~不眠 suốt đêm không ngủ

掣 chè<动>❶kéo; níu; lôi ❷rút; rụt; bốc: ~签 rút thăm ❸nháy; lóe giật: 风驰电~ nhanh như chớp //(姓) Xiết

【掣肘】chèzhǒu<动>níu cánh tay; cản trở: 这事办得很顺利，没有人~。Việc này làm rất thuận lợi, không có ai cản trở cả.

撤 chè<动>❶trừ bỏ; dỡ bỏ; cách bỏ: ~去职务 cách bỏ chức vụ ❷rút lui; thoái lui: 后~ thoái lui ❸[方]giảm nhẹ; giảm bớt //(姓) Triệt

【撤编】chèbiān<动>cắt biên chế: 此次裁军，他们师~了。Đợt giảm quân lần này, biên chế của sư đoàn ông ấy đã bị cắt bỏ.

【撤兵】chèbīng<动>triệt thoái quân đội; lui quân; rút quân

【撤除】chèchú<动>xóa bỏ; dỡ bỏ: ~军事基地 xóa bỏ căn cứ quân sự

【撤防】chèfáng<动>(quân đội) rút đi chỗ khác

【撤换】chèhuàn<动>rút thay; bỏ thay; đổi; thay: ~人选 thay đổi người lựa chọn

【撤回】chèhuí<动>❶rút về; triệt thoái về: ~代表 rút về đại diện ❷thu hồi (văn kiện... đã phát ra): ~诉讼 thu hồi kiện cáo; ~声明 thu hồi tuyên bố

【撤军】chèjūn<动>rút quân

【撤离】chèlí<动>rút khỏi; rời khỏi: ~阵地 rút khỏi trận địa; ~现场 rời khỏi hiện trường

【撤诉】chèsù<动>thu hồi; rút

【撤退】chètuì<动>rút lui: 安全~ an toàn rút lui; 敌军全线~。Quân địch toàn tuyến rút lui.

【撤销】chèxiāo<动>xóa bỏ; cách bỏ: ~职务 cách bỏ chức vụ; ~处分 xóa bỏ trừng phạt

【撤职】chèzhí<动>cách bỏ chức vụ: ~查办 cách chức và điều tra xử lí

【撤走】chèzǒu<动>rút; rút đi: ~使馆人员 rút nhân viên đại sứ quán; ~军用物资 rút đi vật tư quân dụng

chēn

嗔 chēn<动>❶giận dữ; tức giận: 转~为喜 chuyển giận thành vui ❷giận; tức giận; trách giận: ~责 trách giận

【嗔怪】chēnguài<动>trách; giận trách

【嗔怒】chēnnù<动>tức tối; tức giận

chén

臣 chén<名>❶bề tôi: 忠~ trung thần; 君~ vua tôi ❷thần; hạ thần ///(姓) Thần

【臣服】chénfú<动>[书]❶thần phục; chịu khuất phục xưng là bề tôi ❷làm bề tôi hầu thờ

【臣民】chénmín<名>thần dân; quan và dân

尘 chén<名>❶bụi đất; bụi bặm: 一~不染 trong sạch không vướng bụi trần; 粉~ bụi bặm ❷trần thế; cõi trần; trần gian: 红~ hồng trần ❸vết chân; vết cũ: 步人后~ làm theo người khác

【尘埃】chén'āi<名>bụi bặm; bụi đất: 打扫~ quét bụi bặm; ~落定 bụi đã rơi xuống đất (ví việc đã xong xuôi có kết quả rõ ràng)

【尘暴】chénbào<名>[气象]bão cát

【尘肺】chénfèi<名>[医学]bệnh ho dị ứng (do hít phải nhiều bụi)

【尘封】chénfēng<动>bụi phủ kín; phủ bụi

【尘世】chénshì<名>[宗教]cõi trần; trần gian

【尘俗】chénsú<名>❶thế tục; trần tục ❷[书]nhân gian

【尘土】chéntǔ<名>bụi đất; bụi bặm

【尘嚣】chénxiāo<名>nhốn nháo cõi trần: 远离~ cách xa nhốn nháo cõi trần

【尘烟】chényān<名>❶bụi cuộn bốc như khói: ~滚滚 bụi cuốn mù như khói ❷khói và đất bụi: ~飞扬 khói bụi bay mù mịt

【尘缘】chényuán<名>[宗教]trần duyên; duyên nợ trần thế; duyên phận thế gian: ~未断 trần duyên chưa dứt

辰¹ chén<名>Thìn (vị trí thứ 5 trong địa chi)

辰² chén<名>❶thần (tên gọi chung mặt trời, mặt trăng, sao): 星~ sao ❷giờ (thời cổ chia một ngày đêm ra 12 giờ): 时~ giờ ❸thời gian; thời khắc; ngày: 生~ ngày giờ sinh; 良~美景 ngày lành cảnh đẹp //(姓) Thìn, Thần

【辰光】chénguāng<名>[方]lúc; thời gian

【辰时】chénshí<名>[旧]giờ thìn (từ 7 giờ đến 9 giờ)

【辰星】chénxīng<名>sao mai

沉 chén❶<动>chìm; đắm: 石~大海 đá chìm đáy biển ❷<动>(vật thể) sụt xuống: 下~ sụt xuống ❸<动>nén xuống; ghìm xuống: ~下心来 nén lòng/ghìm lòng; ~不住气 không bình tĩnh ❹<形>sâu; rất: 睡得很~ ngủ rất say ❺<形>nặng: 这箱子太~了。Cái hòm này nặng quá. ❻<形>(cảm giác) nặng nề (khó chịu): 头~ nặng đầu

【沉沉】chénchén<形>❶nặng trĩu; nặng trịch: 这个包~的，里面到底装了什么？Chiếc túi nặng trịch, trong đó đựng gì vậy? ❷trầm lắng; trầm trầm: 暮气~ trời chiều bảng lảng; 死气~ không khí nặng nề

【沉船】chénchuán❶<动>đắm thuyền ❷<名>chiếc thuyền bị đắm

【沉甸甸】chéndiàndiàn nặng trình trịch; nặng trĩu: ~的谷穗 bông lúa nặng trĩu

【沉淀】chéndiàn❶<动>lắng cặn; xuống đáy: 杂质~了。Tạp chất đã lắng cặn. ❷<名>cặn; cặn lắng: 数千年中国文化的~ sự lắng đọng của nền văn hóa Trung Quốc qua mấy nghìn năm ❸<动>(ví) ngưng đọng; sâu lắng; lắng đọng: 情感需要~, 才能写出好诗。Tình cảm cần lắng đọng mới có thể sáng tác những bài thơ hay.

【沉浮】chénfú<动>chìm nổi: 宦海~ sự chìm nổi trong quan trường

【沉积】chénjī<动>❶trầm tích; bồi đắp: 河口~了许多冲积土。Vùng cửa sông đã bồi đắp nhiều phù sa. ❷kết tủa; lắng đọng (vật chất trong dung dịch) ❸(xương, vỏ, xác sinh vật như sò, điệp biển...) chất đống; kết tảng ❹(ví sự vật trừu tượng) lắng đọng; tích tụ: 历史~ tích tụ lịch sử; 文化~ lắng đọng văn hóa

【沉积岩】chénjīyán<名>[地质]nham kết tầng; đá trầm tích

【沉寂】chénjì<形>❶im ắng; tĩnh mịch; tĩnh lặng: ~的深夜 đêm khuya tĩnh mịch ❷bặt tin; biệt vô âm tín: 消息~ bặt tin

【沉降】chénjiàng<动>chìm xuống; sụt xuống; lắng xuống: 地面~ mặt đất sụt xuống

【沉浸】chénjìn<动>ngâm; ngập vào; chìm đắm; đắm mình (trong): ~在节日的气氛中 chìm đắm trong bầu không khí của ngày lễ

【沉静】chénjìng<形>❶tĩnh mịch; vắng lặng; lặng yên: ~的深夜 đêm khuya tĩnh mịch ❷trầm tĩnh; bình tĩnh; trầm lặng: ~的神色 vẻ mặt trầm lặng

【沉沦】chénlún<动>trầm luân; chìm đắm; sa ngã: 不甘~ không chịu trầm luân

【沉闷】chénmèn<形>❶ngột ngạt; nặng nề; bức bối: ~的天气 thời tiết ngột ngạt ❷buồn tẻ; phiền muộn; tẻ nhạt; trầm muộn: 心情~ tâm tình buồn tẻ ❸trầm; không vang: ~的雷声 sấm rền

【沉迷】chénmí<动>đam mê; ham mê; mê đắm: ~于网络游戏 ham mê trò chơi online

【沉没】chénmò<动>chìm; đắm; chìm nghỉm: 轮船触礁~。Con tàu đâm phải đá ngầm rồi chìm nghỉm.

【沉默】chénmò❶<形>trầm mặc; trầm lặng: ~寡言 trầm lặng ít nói ❷<动>nín lặng; trầm mặc: 听到这个不幸的消息，大家都~了。Chúng tôi đều nín lặng sau khi nghe tin bất hạnh này.

【沉溺】chénnì<动>sa vào; chìm đắm (trong tập quán xấu): ~于酒色 sa vào tửu sắc

【沉睡】chénshuì<动>ngủ say; êm giấc

【沉思】chénsī<动>trầm tư; suy nghĩ; suy tư: 陷入~ rơi vào trầm tư

【沉痛】chéntòng<形>❶trĩu nặng đau buồn; đau đớn; đau xót: 表示~的哀悼 bày tỏ lòng thương tiếc đau đớn ❷sâu sắc mà đau xót

【沉稳】chénwěn<形>❶trầm tĩnh chín chắn; vững vàng; chắc chắn: 举止~ cử chỉ trầm tĩnh ❷yên ổn; êm: 睡得~ ngủ rất êm

【沉陷】chénxiàn<动>❶(mặt đất, nền móng công trình kiến trúc) sụt lún; sụt lở: 地震后路基~了。Nền đường sụt lở sau trận động đất. ❷lún sâu vào: ~在感情的世界里 lún sâu vào thế giới tình cảm

【沉香】chénxiāng<名>❶[植物]trầm hương ❷gỗ trầm hương

【沉吟】chényín<动>❶ngâm nho nhỏ (lời văn, câu thơ...): ~诗句 ngâm nho nhỏ câu thơ ❷(khi gặp việc khó khăn phức tạp) ngập ngừng lẩm bẩm; trầm ngâm: ~良久 trầm ngâm hồi lâu

【沉鱼落雁】chényú-luòyàn chim sa cá lặn: ~之容 nhan sắc chim sa cá lặn

【沉冤】chényuān<名>oan khiên: ~莫白 ngâm oan không giải bày được

【沉渣】chénzhā<名>cáu cặn; cặn bã; (ví) thứ cặn bã; rác rưởi: ~泛起 cặn bã trôi nổi

【沉重】chénzhòng<形>❶nặng; nặng nề: ~的打击 đả kích nặng nề ❷nặng trĩu: 心情~ trong lòng nặng trĩu

【沉住气】chénzhù qì giữ bình tĩnh; trấn tĩnh: ~，等敌人靠近再打。Phải bình tĩnh, chờ địch đến gần mới đánh.

【沉着】[1]chénzhuó<形>điềm tĩnh; bình tĩnh:

~镇静 bình tĩnh điềm đạm

【沉着】[2] chénzhuó<动>lắng đọng; tích tụ

【沉醉】chénzuì<动>say sưa; say đắm: 他~于这种奢侈的生活。Ông ta say đắm trong cuộc sống xa hoa này.

忱 chén<名>[书]tình cảm; tình ý: 热~ nhiệt tình /// (姓) Thầm

陈[1] chén<动>❶ đặt; bày; bày biện ❷ kể; trình bày; giãi bày: 另函详~ thư sau sẽ kể tỉ mỉ

陈[2] chén<形>cũ; để lâu: 新~代谢 mới cũ đắp đổi; ~年往事 chuyện năm cũ /// (姓) Trần

【陈兵】chénbīng<动>dàn quân; tập trung quân; bố trí binh lực: ~百万 bố trí hàng trăm vạn binh lực; ~边境 dàn quân ở biên giới

【陈陈相因】chénchén-xiāngyīn chồng đống lên nhau; lạc hậu lỗi thời; rập theo khuôn sáo cũ; cũ rích

【陈词滥调】chéncí-làndiào luận điệu cũ rích: 作文时要避免~。Khi viết bài, phải tránh sử dụng luận điệu cũ rích.

【陈醋】chéncù<名>giấm lâu năm

【陈放】chénfàng<动>đặt; bày: 书架上~着各式各样的图书。Trên giá bày đủ các loại sách.

【陈腐】chénfǔ<形>cũ kĩ; cổ hủ; lỗi thời: ~的词句 ngôn từ cũ rích

【陈谷子烂芝麻】chén gǔzi làn zhīma (vừng mục kê hẩm) chuyện cổ lỗ sĩ; thứ vụ vơ cổ lỗ

【陈规】chénguī<名>quy chế cũ rích; luật lệ lỗi thời: ~陋习 lề thói hủ lậu

【陈货】chénhuò<名>hàng cũ; hàng lỗi thời

【陈酒】chénjiǔ<名>❶ rượu lâu năm ❷[方] rượu mùi ngũ cốc

【陈旧】chénjiù<形>cũ; lỗi thời: ~的观点 quan điểm lỗi thời

【陈粮】chénliáng<名>lương thực năm trước; lương thực để lâu

【陈列】chénliè<动>trưng bày; bày: ~室 phòng trưng bày

【陈年】chénnián<形>để lâu năm: ~老账 món nợ lâu năm

【陈酿】chénniàng<名>rượu lâu năm: 百年~ rượu để trăm năm

【陈皮】chénpí<名>[中药]vỏ quýt; trần bì

【陈情】chénqíng<动>trần tình; giãi tỏ tình thực

【陈请】chénqǐng<动>trình bày thỉnh cầu; xin

【陈设】chénshè❶<动>trưng bày; bày biện; trần thiết: ~豪华 bày biện một cách xa xỉ hào hoa ❷<名>đồ trưng bày; vật bày biện: 房间的~虽然简单，但是非常整洁。Mọi thứ bày biện trong phòng tuy đơn giản nhưng lại rất sạch sẽ gọn gàng.

【陈述】chénshù<动>kể; thuật lại; tường thuật; trình bày; bày tỏ: ~自己的意见 trình bày ý kiến của mình

【陈述句】chénshùjù<名>câu trần thuật; câu kể

【陈诉】chénsù<动>kể lể; giãi bày: ~冤情 giãi bày oan tình

宸 chén<名>❶[书]nhà cửa; ngôi nhà thâm sâu ❷cung thất

晨 chén<名>sáng sớm: 早~ buổi sáng; 清~ sáng tinh mơ /// (姓) Thần

【晨光】chénguāng<名>ánh bình minh; ánh sáng ban mai: ~熹微 ban mai huyền ảo

【晨练】chénliàn<动>tập thể dục buổi sáng

【晨曦】chénxī<名>ánh ban mai

chèn

衬 chèn❶<动>lót trong; lồng vào trong: ~上一层纸 lót vào trong một lớp giấy ❷<名>(vải, áo, quần) lót ❸<名>tầm lót; miếng đệm; lớp vải lót: 袖~ tấm vải lót ống tay ❹

<动>làm nền cho...; tôn cho...: 绿叶~红花 lá
xanh làm nền cho hoa hồng

【衬布】chènbù<名>vải lót

【衬裤】chènkù<名>quần lót

【衬里】chènlǐ<名>vật liệu độn lót quần áo,
cốt lót (quần áo)

【衬领】chènlǐng<名>cổ lót

【衬裙】chènqún<名>váy lót; váy trong

【衬衫】chènshān<名>áo cánh; sơ mi; áo
lót: 短袖~ sơ mi ngắn tay; 硬领~ sơ mi cổ
cứng

【衬托】chèntuō<动>làm nền cho; làm đệm:
~音乐 nhạc đệm

【衬衣】chènyī<名>áo lót; sơ mi

称 chèn<形>vừa; hợp; xứng với; tương
xứng với: 对~ đối xứng
另见chēng

【称心】chènxīn<形>vừa lòng; vừa ý: ~如
意 đẹp lòng vừa ý

【称职】chènzhí<形>xứng đáng với chức vụ

趁 chèn❶<介>nhân lúc; sẵn dịp: ~风起帆
mượn gió căng buồm ❷<动>[书]đuổi theo
❸<动>[方]có ❹<形>[方]giàu

【趁便】chènbiàn<副>luôn tiện; tiện thể;
nhân tiện: 我在回来的路上~去看他了。
Trên đường về, nhân tiện tôi đi thăm anh ấy.

【趁火打劫】chènhuǒ-dǎjié mượn gió bẻ
măng

【趁机】chènjī<副>thừa cơ; nhân dịp đó: ~
下手 thừa cơ bắt tay làm; ~溜走 thừa cơ
chuồn mất

【趁热打铁】chènrè-dǎtiě nhân cơ hội tốt
làm cho xong việc; thuận đà làm cho nhanh

【趁势】chènshì<副>thừa thế; nhân đà

【趁手】chènshǒu<副>[方]tiện tay; luôn tay;
thuận tay: ~把灯关了。Tiện tay tắt đèn.

【趁早】chènzǎo<副>sớm; nhân lúc còn
sớm: ~动身 tranh thủ lên đường sớm

chēng

称¹ chēng❶<动>xưng; gọi: 我们都~他为
"铁人"。Chúng tôi đều tôn xưng anh ấy là
"Người thép". ❷<名>danh xưng; tên gọi: 俗
~ tên tục; 别~ tên khác ❸<动>nói: 连声~好
luôn miệng khen hay; 拍手~快 vỗ tay nói hay
❹<动>[书]khen; khen ngợi: 见~于世 được
khen ngợi trên thế giới //(姓)Xưng

称² chēng<动>cân: ~重 cân trọng lượng

称³ chēng<动>[书]nâng; cất
另见chèn

【称霸】chēngbà<动>xưng bá; làm bá chủ:
~一方 xưng bá một phương

【称便】chēngbiàn<动>cho là tiện lợi

【称病】chēngbìng<动>cáo ốm; mượn cớ
ốm: ~不出 cáo ốm không đi

【称臣】chēngchén<动>xưng thần; tự xưng
bề tôi; chịu khuất phục: 俯首~ cúi đầu khuất
phục

【称大】chēngdà<动>lên mặt kẻ cả; ra vẻ
lão làng; cậy thế nhiều tuổi: 他总喜欢在晚
辈面前~。Ông ta lúc nào cũng hay ra vẻ
lão làng trước mặt con cháu và lớp trẻ.

【称道】chēngdào<动>kể đến; khen ngợi;
ca tụng: 值得~ đáng khen ngợi

【称号】chēnghào<名>danh hiệu: 光荣~
danh hiệu vinh dự

【称呼】chēnghu❶<动>gọi; xưng hô: 请问
您怎么~? Xin lỗi, anh tên là gì? ❷<名>tên
xưng hô: 客气的~ tên xưng hô lễ phép

【称快】chēngkuài<动>khoái chí; lộ vẻ vui
mừng: 拍手~ vỗ tay tỏ ý vui mừng

【称奇】chēngqí<动>cho là kì diệu: 暗暗
~ thầm khen kì diệu

【称颂】chēngsòng<动>ca ngợi; ca tụng: 他
的英雄事迹人人~。Mọi người ca tụng sự
tích anh hùng của anh ấy.

【称叹】chēngtàn<动>khen ngợi; trầm trồ; thán phục: 连声~ không ngớt lời khen ngợi

【称为】chēngwéi<动>gọi là

【称谓】chēngwèi<名>tên xưng gọi: 亲属~ tên xưng gọi thân thuộc

【称羡】chēngxiàn<动>khen ngợi hâm mộ; thèm ước: ~不已 luôn hâm mộ ước ao

【称谢】chēngxiè<动>cảm ơn; tỏ lời cảm ơn

【称兄道弟】chēngxiōng-dàodì xưng anh em; xưng huynh xưng đệ

【称雄】chēngxióng<动>xưng hùng: 割据~ cát cứ xưng hùng

【称许】chēngxǔ<动>khen; ca ngợi: 他的工作博得了广大群众的~. Anh ấy làm việc được đông đảo quần chúng khen ngợi.

【称赞】chēngzàn<动>khen; khen ngợi; tán thưởng: 他的工作成绩受到了上级的~. Thành tích công tác của anh ấy được cấp trên khen.

蛏 chēng<名>con hến; con thắn; con đốt ngón tay (sống ở bãi biển)

撑 chēng<动>❶đỡ; chống; nâng: 我~不住了。Tôi không đỡ được nữa. ❷chống: ~船 chống đò ❸xòe ra; căng; banh; mở rộng: ~伞 xòe chiếc ô ❹căng tức; đầy ứ; phình: 少吃点，别~着。Ăn ít một chút kẻo tức bụng. ❺giữ; kìm; nín; nhịn: 她~不住，笑了。Chị ấy không nhịn nổi phải phì cười.

【撑场面】chēng chǎngmiàn giữ bề thế; tô điểm bộ mặt hình thức: 仅仅为了~而花那么多钱是愚蠢的。Chỉ vì muốn lấy sĩ diện mà đốt tiền nhiều thế thì thật là ngu xuẩn.

【撑竿跳高】chēnggān tiàogāo[体育]nhảy cao chống sào

【撑门面】chēng ménmian =【撑场面】

【撑死】chēngsǐ<副>[口]tối đa; cùng lắm: 这辆旧车~值两万元。Chiếc ô tô cũ này cùng lắm cũng chỉ đáng hai vạn đồng RMB.

【撑腰】chēngyāo<动>đỡ lưng; nâng đỡ; cổ vũ; ủng hộ: ~打气 hà hơi tiếp sức; 别怕，有大伙给你~。Đừng lo, chúng tôi làm hậu cho anh.

瞠 chēng<动>[书]giương mắt nhìn

【瞠目】chēngmù<动>[书]trố mắt; giương mắt; trợn mắt

【瞠目结舌】chēngmù-jiéshé trố mắt ra, nói không ra lời

chéng

成¹ chéng❶<动>hoàn thành; nên; thành công; làm tròn: 事~之后 sau khi nên việc; 大功告~ sự nghiệp lớn đã thành ❷<动>tác thành; giúp đỡ nên: 玉~其事 giúp cho nên việc; ~人之美 giúp đỡ người ta làm nên việc ❸<动>trở thành: 绿树~荫 cây xanh rợp bóng ❹<名>thành quả; thành tựu; kết quả: 坐享其~ ngồi hưởng thành quả/ngồi mát ăn bát vàng; 一事无~ chẳng làm nên trò trống gì cả ❺<形>đã trưởng thành: ~人 người thành niên ❻<形>định sẵn; có sẵn: ~衣 áo may sẵn; ~规 quy định sẵn ❼<动>hàng (nhấn mạnh số lượng nhiều, thời gian dài): ~千上万 hàng nghìn hàng vạn; ~年累月 hàng tháng quanh năm ❽<动>(tỏ ý đồng ý, cho phép) được: 你不去可不~. Anh không đi là không được. ~，就这么办吧! Được, cứ làm như thế! ❾<形>giỏi; cừ; được (có năng lực): 说起外语来，他可真~! Anh ta rất giỏi ngoại ngữ! //(姓) Thành

成² chéng<量>phần; một phần mười; mười phần trăm; phân: 增产两~ tăng sản lượng hai mươi phần trăm

【成败】chéngbài<名>thành bại; trưởng thành; thành công hoặc thất bại: ~得失在此一举。Thành hay bại là ở lần hành động này.

【成本】chéngběn<名>giá thành: 生产~ giá thành sản xuất

【成才】chéngcái<动>thành tài; trưởng thành người tài giỏi: 自学~ tự học thành tài

【成材】chéngcái<动>nên người: 孩子要教育才能~. Trẻ con phải được giáo dục mới nên người.

【成分】chéngfèn<名>❶thành phần; nhân tố: 营养~ thành phần dinh dưỡng; 句子~ thành phần câu ❷thành phần (chỉ chức nghiệp hoặc từng trải chính trước đó): 阶级~ thành phần giai cấp

【成功】chénggōng❶<动>thành công; đạt kết quả ❷<形>(kết quả) vừa ý

【成规】chéngguī<名>khuôn phép cũ; quy tắc: 打破~ phá vỡ lề thói cũ

【成果】chéngguǒ<名>thành quả; kết quả: 科研~ thành quả nghiên cứu khoa học; 劳动~ thành quả lao động

【成婚】chénghūn<动>thành hôn; kết hôn

【成活】chénghuó<动>sống được; sống: ~率 tỉ lệ sống

【成绩】chéngjì<名>thành tích; kết quả: ~斐然 thành tích nổi bật

【成家】¹chéngjiā<动>kết hôn; thành gia thất; lập gia đình: 他才20岁，还没有~。Anh ấy mới 20 tuổi, còn chưa lập gia đình.

【成家】²chéngjiā<动>trở thành chuyên gia: 成名~ có tiếng tăm và trở thành chuyên gia

【成家立业】chéngjiā-lìyè lập gia đình và thành đạt trong sự nghiệp

【成见】chéngjiàn<名>❶thành kiến: 消除~ xóa bỏ thành kiến ❷định kiến: 她对老板很有~。Cô ấy có định kiến với ông chủ.

【成交】chéngjiāo<动>thỏa thuận xong; đã thành giao kèo; đã ăn giá

【成就】chéngjiù❶<名>thành tựu: 艺术~ thành tựu nghệ thuật ❷<动>hoàn thành; thành tựu: 他想~一番大事业后再成家。Anh ấy muốn được thành đạt trong sự nghiệp rồi mới lập gia đình.

【成句】chéngjù<名>câu văn sẵn

【成立】chénglì<动>❶thành lập: 举行~大会 tổ chức đại hội thành lập ❷đứng vững được: 这个论点不能~。Luận điểm này không đứng vững được.

【成例】chénglì<名>trường hợp đã có; tiền lệ; ví dụ sẵn có: 援引~ viện dẫn tiền lệ

【成名】chéngmíng<动>thành danh; nổi tên tuổi: 一举~ nổi tiếng luôn

【成命】chéngmìng<名>mệnh lệnh đã ban hành: 收回~ thu hồi mệnh lệnh đã ban

【成年】¹chéngnián<动>thành niên; trưởng thành: ~人 người thành niên

【成年】²chéngnián<副>[口]quanh năm; suốt năm; cả năm: ~在外 suốt năm ở ngoài

【成年累月】chéngnián-lěiyuè quanh năm suốt tháng; quanh năm ngày tháng

【成批】chéngpī<形>hàng loạt; hàng lô; từng tốp: 游客~地来到这儿。Du khách lũ lượt kéo đến đây.

【成品】chéngpǐn<名>thành phẩm: ~油 dầu thành phẩm/dầu đã lọc

【成气候】chéng qìhòu nên trò trống; làm nên; có triển vọng: 不~ không có tiền đồ

【成器】chéngqì<动>nên người; thành người có ích

【成亲】chéngqīn<动>kết hôn; thành vợ thành chồng

【成全】chéngquán<动>tác thành; giúp người nên việc: ~好事 tác thành điều hay

【成群】chéngqún<动>lũ lượt; từng đoàn; hàng đàn: ~结队 lũ lượt

【成人】chéngrén❶<名>người lớn; người thành niên: ~礼 nghi thức người lớn ❷<动>thành người lớn; đã trưởng thành: 长大~ đã trưởng thành

【成人教育】chéngrén jiàoyù giáo dục đối

với người lớn

【成人之美】chéngrénzhīměi tác thành điều hay điều đẹp cho người khác

【成日】chéngrì<副>suốt ngày; cả ngày: ~无所事事 suốt ngày chẳng làm gì

【成色】chéngsè<名>❶hàm lượng; tỉ lệ vàng: ~十足的金子 vàng mười/vàng ròng ❷chất lượng: 看~定价钱 đặt giá theo chất lượng

【成事】chéngshì❶<动>nên việc; thành việc: ~在天 thành việc tại thiên ❷<名>[书]chuyện cũ

【成事不足，败事有余】chéngshì-bùzú, bàishì-yǒuyú được việc thì chẳng biết đâu, chứ hỏng việc thì cầm chắc

【成书】chéngshū❶<动>thành sách; viết thành sách: ~于清朝年间 viết thành sách vào những năm đời Thanh ❷<名>sách đã lưu truyền

【成熟】chéngshú❶<动>(quả cây, sinh vật) đã chín: 桃子~了。Đào đã chín rồi. ❷<形>thành thục; chín muồi; thành thạo; hoàn thiện: 时机~ thời cơ đã chín muồi

【成套】chéngtào<动>bộ; toàn bộ; trọn bộ: ~设备 thiết bị đồng bộ/thiết bị trọn bộ

【成天】chéngtiān =【成日】

【成为】chéngwéi<动>trở thành: ~事实 trở thành sự thật

【成文】chéngwén❶<名>văn sẵn; câu chữ sẵn: 抄袭~ sao cóp bài văn có sẵn ❷<动>thành văn; được ghi chép thành văn bản: ~法 luật thành văn

【成效】chéngxiào<名>công hiệu; hiệu quả: 初见~ đã có hiệu quả bước đầu

【成心】chéngxīn<副>cố ý; định bụng; chủ tâm; cố tình: ~捣蛋 cố tình quấy rối

【成行】chéngxíng<动>(chuyến đi) được thực hiện

【成形】chéngxíng<动>❶thành hình thù: 敲打~ gõ rèn cho thành hình ❷[医学]chỉnh hình: ~外科 khoa ngoại chỉnh hình ❸[医学]có khuôn hình bình thường; thành khuôn: 大便~ đại tiện thành khuôn

【成型】chéngxíng<动>đạt hình dáng mẫu; đúng mẫu; có hình dáng đúng mẫu: 这箱子压得不~了。Chiếc hòm này bị đè nén không thành hình dáng gì nữa.

【成性】chéngxìng<动>thành tính; thành thói: 懒惰~ lười biếng thành tính

【成宿】chéngxiǔ<副>[口]suốt đêm; thâu đêm; cả đêm

【成药】chéngyào<名>thành dược; cao đơn hoàn tán

【成也萧何，败也萧何】chéngyěxiāohé, bàiyěxiāohé thành bại tốt xấu đều do cùng một người tạo dựng

【成夜】chéngyè<副>suốt đêm; cả đêm: ~不睡 suốt đêm không ngủ

【成衣】chéngyī❶<动>may quần áo: ~匠 thợ may; ~店 nhà hàng may sẵn ❷<名>quần áo may sẵn

【成因】chéngyīn<名>nguyên nhân tạo thành

【成荫】chéngyīn<动>tỏa bóng; rợp bóng: 绿树~ cây xanh rợp bóng

【成语】chéngyǔ<名>thành ngữ

【成员】chéngyuán<名>thành viên: 家庭~ thành viên gia đình; ~国 nước thành viên

【成约】chéngyuē<名>điều ước đã kí; giao ước đã định kết

【成章】chéngzhāng<动>❶thành chương; thành văn chương: 出口~ xuất khẩu thành chương ❷mạch lạc; có thứ tự lớp lang: 顺理~ thông suốt mạch lạc

【成长】chéngzhǎng<动>phát triển trưởng thành; lớn lên; sinh trưởng: 茁壮~ phát triển lành mạnh

丞 chéng<名>[旧]quan lại giúp việc: 县~

huyện thừa //(姓) Thừa

【丞相】chéngxiàng<名>thừa tướng

呈 chéng❶<动>lộ ra; hiện ra; mang: 大海
~天蓝色。Biển cả mang màu xanh da trời.
❷<动>trình lên: ~递入党申请书 nộp đơn
xin gia nhập Đảng ❸<名>tờ trình: 辞~ tờ
trình từ chức //(姓) Trình

【呈报】chéngbào<动>trình báo: ~备案
trình báo để lưu hồ sơ

【呈递】chéngdì<动>trình; đệ trình: ~国书
trình quốc thư

【呈请】chéngqǐng<动>trình đơn xin; đệ
đơn xin: ~批示 đệ đơn xin phê duyệt

【呈送】chéngsòng<动>trình biểu; đệ trình:
~礼品 đệ trình tặng phẩm

【呈现】chéngxiàn<动>hiện ra; lộ ra: ~新的
面貌 hiện ra bộ mặt mới

诚 chéng❶<形>chân thành; thực lòng: ~
心~意 thành tâm thành ý/thật lòng; 开~布
公 thành thật vô tư ❷<副>[书]thực sự; đích
thực: ~然不错 quả không sai; ~有此事 quả
có việc này ❸<连>[书]nếu như; quả như: ~
如是 nếu thế; ~能如此，则事可成。Nếu
quả được như vậy thì sẽ nên việc.

【诚惶诚恐】chénghuáng-chéngkǒng vô
cùng sợ hãi; run rẩy sợ hãi

【诚恳】chéngkěn<形>thành khẩn: 态度~
thái độ thành khẩn

【诚聘】chéngpìn<动>chân thành thuê mướn;
trân trọng mời (nhậm chức)

【诚实】chéngshí<形>thành thực; không giả
dối: ~劳动，合法经营。Lao động chân
chính, kinh doanh hợp pháp.

【诚心】chéngxīn❶<名>thành tâm; lòng
thành: 一片~ một tấm lòng thành ❷<形>
thành khẩn: ~帮助 giúp đỡ thành khẩn

【诚信】chéngxìn<名>thành tín; thành thực
giữ chữ tín: ~是做人的基本原则。Thành
thực giữ chữ tín là nguyên tắc cơ bản của

con người.

【诚意】chéngyì<名>thành ý; thiện chí; lòng
thành: 缺乏~ thiếu thiện chí

【诚挚】chéngzhì<形>chân thành: ~的谢意
lòng cảm ơn chân thành; ~友好的气氛 bầu
không khí chân thành hữu hảo

承 chéng<动>❶đỡ; hứng; đón: ~重 chịu lực
❷gánh vác; đảm nhận; nhận làm: ~印 nhận
in; ~办 nhận làm ❸(tiếng khách sáo) được;
đội ơn: ~您过奖。Được ông quá khen. ❹kế
tục; nối tiếp: 继~ kế thừa ❺vâng nhận; tiếp
nhận (mệnh lệnh hoặc căn dặn): 秉~ vâng
nhận //(姓) Trình

【承办】chéngbàn<动>nhận làm; nhận tổ
chức: ~晚会 nhận tổ chức dạ hội

【承包】chéngbāo<动>thầu khoán; nhận
thầu: ~工程 nhận thầu công trình

【承担】chéngdān<动>gánh vác; đảm
đương; đảm nhiệm; gánh chịu: ~责任 gánh
vác trách nhiệm; ~风险 gánh chịu rủi ro

【承建】chéngjiàn<动>nhận thầu xây dựng;
nhận khoán xây dựng

【承接】chéngjiē<动>❶hứng ❷nhận; đảm
nhiệm: 本公司~广告设计、制作等业务。
Công ti chúng tôi nhận làm các nghiệp vụ
thiết kế và làm quảng cáo. ❸tiếp nối; tiếp: ~
上文 tiếp nối đoạn văn trên

【承揽】chénglǎn<动>nhận; bao nhận; nhận
đảm nhiệm: ~合同 bao nhận hợp đồng

【承蒙】chéngméng<动>được; được nhờ;
đội ơn: ~指点 nhờ ơn chỉ bảo; ~关照 nhờ
ơn chăm sóc

【承诺】chéngnuò<动>nhận lời; hứa làm:
慨然~ khảng khái nhận lời

【承认】chéngrèn<动>❶thừa nhận; chấp
nhận; nhận: ~错误 thừa nhận sai lầm; ~事实
thừa nhận sự thật ❷thừa nhận; công nhận
(về mặt quan hệ quốc tế): ~新政府 thừa
nhận chính phủ mới

C

【承上启下】chéngshàng-qǐxià nối liền trên dưới; chuyển tiếp: 这个段落起到了~的作用。Đoạn văn này có vai trò chuyển tiếp trên dưới.

【承受】chéngshòu<动>❶chịu; chịu đựng: ~考验 chịu đựng thử thách ❷thừa kế; tiếp nhận: ~父亲的房产 thừa kế quyền sở hữu nhà ở của cha

【承袭】chéngxí<动>❶rập theo; tiếp tục theo: ~旧制 rập theo quy chế cũ ❷thừa tập; kế thừa: ~衣钵 thừa kế y bát; ~先人基业 kế thừa cơ nghiệp tổ tiên

【承先启后】chéngxiān-qǐhòu kế thừa quá khứ, gợi mở tương lai

【承印】chéngyìn<动>nhận in: ~商标 nhận in nhãn mác

【承运】chéngyùn<动>nhận chở: ~建筑材料 nhận chở vật liệu xây dựng

【承载】chéngzài<动>đội; gánh vác; gánh chịu: ~历史使命 gánh vác sứ mệnh lịch sử; ~诸多压力 chịu nhiều áp lực

【承重】chéngzhòng<动>chịu lực; chịu sức nặng

【承转】chéngzhuǎn<动>thừa chuyển

【承租】chéngzū<动>nhận thuê; thuê dùng: ~公房 nhận thuê nhà công

【承租人】chéngzūrén<名>người thuê dùng; người đi thuê

城 chéng<名>❶bức thành; tường thành: 长~ trường thành; ~外 bên ngoài tường thành ❷nội thành: ~东 khu đông thành ❸thành phố; đô thị: ~乡 thành phố và nông thôn ❹trung tâm: 汽车~ trung tâm mua bán ô tô

【城堡】chéngbǎo<名>thành lũy

【城池】chéngchí<名>thành trì: ~失守 thành trì thất thủ

【城防】chéngfáng<名>việc bảo vệ thành phố thành trì: ~巩固 việc bảo vệ thành phố thành trì cho kiên cố

【城府】chéngfǔ<名>[书]bụng dạ; tâm địa; lòng dạ: 胸无~ chẳng có lòng dạ nào; ~很深 bụng dạ sâu xa

【城关】chéngguān<名>cửa thành; vùng sát ngoài cửa thành

【城管】chéngguǎn<名>❶sự quản lí thành phố ❷nhân viên quản lí đường phố

【城隍】chénghuáng<名>❶[书]hào thành ❷(thần) thành hoàng: ~庙 miếu thành hoàng

【城建】chéngjiàn<名>xây dựng thành phố

【城郊】chéngjiāo<名>vùng ngoại ô

【城楼】chénglóu<名>lầu thành: 天安门~ lầu thành Thiên An Môn

【城门失火，殃及池鱼】chéngmén-shīhuǒ，yāngjí-chíyú cháy thành vạ lây; trâu bò húc nhau ruồi muỗi chết

【城墙】chéngqiáng<名>thành tường

【城区】chéngqū<名>khu vực thành phố; khu nội thành

【城市】chéngshì<名>thành thị; thành phố; đô thị

【城下之盟】chéngxiàzhīméng thề thốt dưới chân thành; giảng hòa dưới chân thành

【城镇】chéngzhèn<名>thành phố và thị trấn

乘[1] chéng❶<动>đi; ngồi; cưỡi: ~车 đi xe ❷<介>nhân lúc; nhằm lúc; lợi dụng lúc: ~人不备 nhân lúc người ta không phòng bị ❸<名>[宗教](giáo nghĩa Phật giáo) thừa: 大~ đại thừa; 小~ tiểu thừa ///(姓) Thừa

乘[2] chéng<动>nhân; tính nhân: ~以~ nhân; ~数 số nhân

【乘便】chéngbiàn<副>tiện thể; tiện tay; nhân tiện: 你过来时~给我捎点吃的。Anh đến thì tiện thể mang chút đồ ăn cho tôi.

【乘法】chéngfǎ<名>phép nhân

【乘风破浪】chéngfēng-pòlàng cưỡi sóng lướt gió; cưỡi gió rẽ sóng; vượt muôn trùng sóng gió

【乘机】chéngjī<副>thừa cơ; nhân cơ hội: ~行事 nhân cơ hội hành động

【乘警】chéngjǐng<名>cảnh sát trên tàu hỏa

【乘客】chéngkè<名>hành khách

【乘凉】chéngliáng<动>nghỉ mát; hóng mát: 大树底下好~。Dưới bóng râm cây to tiện cho hóng mát (ví nhờ thế lực người khác để bảo vệ mình).

【乘人之危】chéngrénzhīwēi nhằm lúc người khác lâm nguy

【乘时】chéngshí<副>lợi dụng thời cơ: ~而 生 thừa dịp mà phát triển

【乘势】chéngshì❶<副>thừa thế; lợi dụng tình thế có lợi: ~追击 thừa thế truy kích ❷<动>[书] lợi dụng chức quyền; cậy quyền cậy thế: ~欺 人 cậy quyền cậy thế mà bắt nạt người

【乘务】chéngwù<名>các dịch vụ phục vụ hành khách: 空中~ phục vụ hành khách trên máy bay

【乘务员】chéngwùyuán<名>nhân viên phục vụ hành khách

【乘兴】chéngxìng<副>hứng chí; nhân hứng nhất thời: ~而去 hứng lên mà đi

【乘虚而入】chéngxū'érrù　nhằm chỗ sơ hở mà thâm nhập vào

【乘坐】chéngzuò<动>đi; đáp: ~飞机 đáp máy bay

盛 chéng<动>❶đựng (vào đồ đựng); bỏ vào đồ đựng; múc; xởi: ~汤 múc canh ❷chứa: 这个礼堂能~一千人。Hội trường này có thể chứa được một nghìn người.

另见shèng

【盛器】chéngqì<名>đồ đựng; dụng cụ chứa đựng

程 chéng❶<名>khuôn phép; phép tắc: 规~ quy trình; 章~ điều lệ ❷<名>trình tự: 课~ tiến trình (lịch trình) các môn học ❸<名>tuyến

đường; đoạn đường: 启~ lên đường; 送一~ tiễn một quãng ❹<名>dặm đường; khoảng cách: 里~碑 cột cây số; 行~ hành trình ❺ <动>[书]cân nhắc; lượng đoán: 计日~功 (tính tiến độ có thể đếm bằng ngày) thành công đến nơi rồi //(姓) Trình

【程度】chéngdù<名>❶trình độ: 文化 ~ trình độ văn hóa; 觉悟~ trình độ giác ngộ ❷mức; mức độ: 准确~ mức chuẩn

【程控设备】chéngkòng shèbèi　thiết bị tự động

【程式】chéngshì<名>❶cách thức; thể thức: 公文~ thể thức công văn; ~化 thể thức hóa ❷trình tự; chương trình

【程序】chéngxù<名>❶trình tự; chương trình: 法律~ trình tự pháp luật; 工作~ trình tự công tác ❷chương trình máy tính

【程序控制】chéngxù kòngzhì　điều khiển tự động qua chương trình lập sẵn

惩 chéng<动>❶trừng phạt: 严~不贷 trừng trị nghiêm khắc không khoan thứ ❷cảnh giới

【惩办】chéngbàn<动>xử phạt; trừng trị: ~ 罪犯 trừng trị tội phạm

【惩处】chéngchǔ<动>xử phạt; trừng trị: 依 法~ trừng trị theo pháp luật

【惩罚】chéngfá<动>trừng phạt: ~措施 biện pháp trừng phạt

【惩戒】chéngjiè<动>phạt để răn; phạt cảnh cáo

【惩前毖后】chéngqián-bìhòu răn trước ngừa sau; răn điều sai trước, dè chừng điều sau

【惩一儆百】chéngyī-jǐngbǎi　xử phạt một người, cảnh cáo trăm người; xử để răn đe; trừng phạt để làm gương

【惩治】chéngzhì<动>trừng trị; xử phạt: ~ 罪犯 trừng trị tội phạm

澄 chéng❶<形>trong; trong veo: ~空 trời trong veo; 江~如练。Dòng sông trong xanh như một dải lụa. ❷<动>làm trong sáng; làm trong sạch

另见 dèng

【澄澈】chéngchè<形>trong vắt; trong suốt; trong veo: ~见底 trong vắt nhìn thấu đáy

【澄清】chéngqīng❶<形>trong sạch: ~的湖水 nước hồ trong veo ❷<动>làm trong sạch; làm trong sáng: ~天下 làm trong sạch thiên hạ ❸<动>làm rõ; làm sáng tỏ: ~事实 làm rõ sự thật

另见 dèngqīng

橙 chéng❶<名>(cây, quả) cam ❷<形>(màu) da cam

【橙红】chénghóng<形>đỏ da cam

【橙黄】chénghuáng<形>vàng da cam

【橙色】chéngsè<名>màu da cam

【橙子】chéngzi<名>quả cam; cam sành

chěng

逞 chěng<动>❶tỏ rõ; trổ; khoe: ~威风 ra oai ❷thực hiện được: 得~ thực hiện được ❸dung túng; buông thả; để mặc: ~快一时 dung túng một thời

【逞能】chěngnéng<动>trổ tài; khoe tài

【逞强】chěngqiáng<动>hiếu thắng; ngựa non háu đá: ~好胜 hiếu thắng

【逞性】chěngxìng<动>phóng túng; buông thả; hờn dỗi: ~妄为 phóng túng làm càn

【逞性子】chěng xìngzi＝【逞性】

【逞凶】chěngxiōng<动>hành hung; 暴徒~。Côn đồ hành hung.

骋 chěng<动>❶(ngựa) chạy; phi: 驰~ phi ngựa ❷buông mở; mở phóng

【骋怀】chěnghuái<动>[书]thoải mái; sảng khoái; khoái chí

【骋目】chěngmù<动>[书]phóng tầm mắt nhìn xa

chèng

秤 chèng<名>cái cân; cân tay: 杆~ cân cán; 台~ cân bàn

【秤杆】chènggǎn<名>đòn cân; cán cân

【秤砣】chèngtuó<名>quả cân

chī

吃 chī❶<动>ăn; uống: ~糖 ăn kẹo; ~酒 uống rượu ❷<动>ăn theo tiêu chuẩn: ~食堂 ăn ở nhà ăn ❸<动>sống nhờ; ăn nhờ: ~利钱 ăn tiền lời; 靠山~山, 靠水~水。Ở ven rừng núi ăn nhờ rừng núi, ở ven sông biển ăn nhờ sông biển. ❹<动>thấm; ngấm; hút: 这种纸不~墨。Loại giấy này không thấm mực. ❺<动>ăn sâu; ngập: 这条船~水浅。Chiếc thuyền này mớn nước nông. ❻<动>tiêu diệt; xơi; ăn: ~掉敌人一个团 xơi tái một trung đoàn địch ❼<动>lĩnh hội; nắm chắc: ~透文件精神 hiểu thấu tinh thần văn kiện; ~不准 không nắm chắc ❽<动>chịu đựng; gánh chịu: ~败仗 bị thua trận ❾<动>bị: ~批评 bị phê bình ❿<动>hao phí; tốn: 感到~力 cảm thấy mệt mỏi ⓫<名>cái ăn: 缺~少穿 thiếu ăn thiếu mặc

【吃白饭】chī báifàn❶ăn cơm không ❷ăn cơm không trả tiền; ăn cơm quịt ❸ăn không ngồi rồi; ăn ở nhờ người

【吃白食】chī báishí[方]ăn không cơm cháo nhà người khác

【吃饱】chībǎo<动>ăn no: ~穿暖 ăn no mặc ấm

【吃闭门羹】chī bìméngēng bị cấm cửa không tiếp; gặp lúc vắng nhà

【吃不饱】chībubǎo ăn không no; ví lượng công việc quá ít

【吃不开】chībukāi vô tích sự; không được

hoan nghênh; làm không xuôi; không làm nổi: 不懂英文在这个公司是~的。Trong công ti này, nếu không biết nói tiếng Anh thì sẽ làm không nổi việc. 你这种性格在社会上~。Tính nết của cô như vậy không được cộng đồng ưa thích đâu.

【吃不了，兜着走】chību liǎo, dōuzhe zǒu xài không hết, gói tất tật mà đi (ngụ ý là trả đũa gấp bội hoặc làm đối phương mất mặt)

【吃不上】chībushàng không kịp bữa; nhỡ bữa; không kịp ăn cơm: 快走吧，再晚就~饭了。Đi nhanh lên, muộn nữa thì sẽ không kịp ăn cơm.

【吃不下】chībuxià chẳng muốn ăn; không ăn được nữa: 谢谢，我实在~了。Xin cảm ơn anh, thật sự tôi đã ăn đủ lắm rồi.

【吃不消】chībuxiāo không chịu nổi; không chịu đựng được: 全天工作她恐怕~。Làm việc suốt ngày, e rằng chị ấy không chịu đựng nổi.

【吃不住】chībuzhù gánh nặng chịu không nổi; chịu đựng không nổi: 孙子太沉了，奶奶抱着有点~了。Đứa cháu nặng quá, xem chừng bà nội bế không nổi nữa.

【吃不准】chībuzhǔn nắm không chắc; xác định không được: 这句话什么意思，我还~。Ý câu này tôi còn chưa rõ lắm.

【吃吃喝喝】chīchīhēhē ăn uống chè chén

【吃醋】chīcù<动>ghen tuông; đánh ghen; ghen: 当发现他爱别人的时候，她~了。Khi biết anh ta đã yêu cô khác, chị ấy đã đánh ghen.

【吃大锅饭】chī dàguōfàn bình quân chủ nghĩa; chế độ bao cấp

【吃得开】chīdekāi được hoan nghênh; xài được: 只要技术好，在哪儿都~。Hễ giỏi về tay nghề thì ở đâu cũng được chào mời.

【吃得消】chīdexiāo chịu đựng được; gánh chịu được: 这么重的体力活，那个瘦小伙

怎么~。Lao động chân tay nặng nhọc như thế thì người anh chàng gầy gò thế này sao mà làm nổi được.

【吃得住】chīdezhù chịu đựng nổi; gánh chịu được: 再重的卡车，这座桥也能~。Xe tải nặng đến mấy, chiếc cầu này cũng chịu nổi.

【吃豆腐】chī dòufu[方]❶chòng ghẹo đàn bà con gái ❷nói đùa; đùa vui ❸đi viếng tang (tục xưa, tang chủ làm cơm có món đậu phụ)

【吃独食】chī dúshí❶ăn một mình ❷ăn mảnh

【吃饭】chīfàn<动>ăn cơm; sinh sống

【吃干饭】chī gānfàn chỉ ăn không làm; đồ vô dụng

【吃官司】chī guānsi bị kiện cáo; bị tố cáo

【吃喝儿】chīhēr<名>[口]ăn uống: 一大家子人的~可都归她管。Việc ăn uống của cả gia đình đều do cô ấy cáng đáng.

【吃喝玩乐】chīhē-wánlè ăn tiêu chơi bời

【吃后悔药】chī hòuhuǐyào ăn năn hối lỗi; cắn rứt trong lòng

【吃皇粮】chī huángliáng ăn cơm chúa; ăn lương nhà nước

【吃回扣】chī huíkòu hưởng phần trăm; ăn phần trăm; ăn hoa hồng

【吃紧】chījǐn<形>❶khẩn trương; căng thẳng: 形势~ tình thế cấp bách ❷quan trọng; khẩn yếu: 这事我不去不~。Việc này tôi không đi cũng chẳng quan trọng.

【吃惊】chījīng<动>giật mình; hoảng hồn; kinh ngạc: 听说他离婚了，我们都很~。Nghe nói anh ta đã li hôn, chúng tôi đều lấy làm kinh ngạc.

【吃苦】chīkǔ<动>chịu khổ; chịu đựng gian khổ: ~耐劳 chịu khó chịu khổ

【吃苦头】chī kǔtou chịu đau khổ; bị giày vò; chịu cay đắng; ngậm đắng nuốt cay: 蛮干是要~的。Làm bừa ắt sẽ bị vấp.

【吃亏】chīkuī<动>❶bị hớ; bị lỗ; bị thiệt: 绝不能让学生~。Quyết không để học sinh bị thiệt thòi. ❷có điểm yếu; bất lợi: 他~在不懂外语。Mặt yếu của anh ta là không biết tiếng nước ngoài.

【吃老本】chī lǎoběn ăn lẹm vào vốn; xài vốn cũ

【吃里爬外】chīlǐ-páwài ăn tảo rào sung

【吃力】chīlì<形>❶mệt sức; vất vả; khó nhọc: 他学习~。Anh ta học tập khó nhọc. ❷[方]mệt mỏi; mệt nhọc: 5000米跑下来感到很~。Chạy xong 5000 mét này cảm thấy mệt mỏi quá.

【吃力不讨好】chīlì bù tǎohǎo nhọc nhằn mà chẳng nên công cán gì

【吃零食】chī língshí ăn vặt; ăn quà

【吃枪子】chī qiāngzi[口]chết súng chết đạn; ăn đạn

【吃请】chīqǐng<动>ăn cơm mời; ăn cơm khách: ~受贿 ăn cơm mời nhận của đút lót

【吃软不吃硬】chī ruǎn bù chī yìng ưa nhẹ không ưa nặng; mềm nắn rắn buông

【吃食】chīshí<动>(chim, thú) ăn; đớp

【吃食】chīshi<名>[口]cái ăn; thức ăn

【吃水】chīshuǐ❶<动>lấy nước sinh hoạt ❷<动>hút nước; ngấm nước; thấm nước ❸<名>[方]nước sinh hoạt; nước uống ❹<名>[航海]mớn nước của tàu thuyền

【吃素】chīsù<动>❶ăn chay; ăn nhạt ❷ví lương thiện không làm chuyện sát thương, dùng ở dạng phủ định: 别惹他, 他可不是~的。Đừng chọc tức anh ấy, anh ấy không phải là hạng ăn chay đâu.

【吃透】chītòu<动>hiểu thấu triệt; thấm nhuần: ~文件精神 hiểu thấu tinh thần văn kiện

【吃闲饭】chī xiánfàn ngồi ăn không; ăn không ngồi rồi: 我们也有两只手, 不在家里~。Chúng tôi cũng có hai bàn tay, không chịu ở nhà ăn không ngồi rồi.

【吃现成饭】chī xiànchéngfàn ăn sẵn; ngồi mát ăn bát vàng

【吃香】chīxiāng<形>[口]được hoan nghênh; được ưa chuộng; được trọng thị: 物流管理人才很~。Nhân tài quản lí giao lưu hàng hóa rất được hoan nghênh.

【吃小灶】chī xiǎozào ăn tiểu táo; ưu đãi

【吃鸭蛋】chī yādàn ăn trứng vịt; ăn trứng; ví thi cử, thi đấu bị điểm không

【吃哑巴亏】chī yǎbakuī ngậm bồ hòn; ngậm đắng nuốt cay; ví bị thiệt thòi mà không nói ra được

【吃一堑, 长一智】chī yī qiàn, zhǎng yī zhì ngã một keo, leo một nấc

【吃斋】chīzhāi<动>❶ăn chay: ~念佛 ăn chay niệm Phật ❷(nhà sư) ăn cơm; dùng bữa ❸(người đời, người thế tục) ăn cơm nhà chùa

嗤 chī<动>[书]cười mỉa mai; cười chê; cười cợt

【嗤笑】chīxiào<动>chê cười: 报之以~ đáp lại bằng một nụ cười khinh

【嗤之以鼻】chīzhī-yǐbí cười mũi; khịt mũi coi khinh

痴 chī❶<形>ngu si; đần độn; khờ dại: 白痴 đồ ngu ❷<形>quá si mê: ~情 si tình ❸<名>người si mê: 书~ mê sách ❹<形>[方]ngây dại: 吓~了 khiếp sợ đến ngây dại

【痴呆】chīdāi<形>❶đờ đẫn; ngây dại: 老年~症 chứng tuổi già si ngốc ❷lú ra: 他摔坏脑子, 变得~了。Ông ta ngã bị chấn thương ở đầu làm cho người đờ đẫn.

【痴狂】chīkuáng<形>si mê; mê mẩn: 他~地爱着自己的事业。Anh ta yêu chuộng sự nghiệp của mình một cách mê mẩn.

【痴迷】chīmí<动>đam mê; si mê: 他~篮球。Anh ta đam mê môn bóng rổ.

【痴男怨女】chīnán-yuànnǚ trai gái đang

chìm đắm trong tình yêu

【痴情】chīqíng❶<名>tình yêu si mê; mối tình si: 一片~ một tấm tình si ❷<形>si tình; si đắm: 他太~了，对那个女子念念不忘。Anh ta rất si tình, vẫn không quên được cô ấy.

【痴人说梦】chīrén-shuōmèng chàng ngốc nói mê; chuyện viễn vông; chuyện trời ơi đất hỡi

【痴心】chīxīn❶<名>tấm lòng mê say: 一片~ một tấm tình si ❷<形>si mê; say mê; chết mê chết mệt: ~情郎 anh chàng si tình

【痴心妄想】chīxīn-wàngxiǎng mơ tưởng hão huyền; cứ mơ tưởng hão

【痴醉】chīzuì<动>say đắm; mê đắm; ngây ngất: 音乐会上的钢琴演奏令人~。Mọi người say đắm với tiếng đàn pi-a-nô trong buổi biểu diễn âm nhạc.

chí

池chí<名>❶ao; đầm; bể (nhân tạo): 水~ ao nước; 游泳~ bể bơi ❷bồn (chỗ giữa trũng xung quanh cao): 花~ bồn hoa; 舞~ sàn nhảy ❸[书]hào (quanh thành): 城~ thành và hào/thành phố ❹phía đầu tầng trệt nhà hát đối diện với sân khấu //(姓) Trì

【池塘】chítáng<名>❶ao; chuôm; đầm: ~养殖 (nghề) nuôi dưỡng trong ao đầm ❷bể tắm

【池沼】chízhǎo<名>ao chằm

【池子】chízi<名>[口]❶ao; hồ; chuôm ❷bể tắm ❸hào (quanh thành) ❹sàn nhảy

弛chí<动>❶[书]chùng xuống; buông lỏng: 一张一~ khi căng khi chùng ❷[书]giải trừ: ~禁 bỏ lệnh cấm ❸nới lỏng; lơi lỏng: 松~ thả lòng

【弛缓】chíhuǎn<形>❶dịu; hòa dịu: 达成协议后，紧张的谈判~下来。Khi đi đến

thỏa thuận thì cuộc đàm phán căng thẳng đã dịu lại. ❷chùng; nới; lỏng lẻo: 纪律~ kỉ luật lỏng lẻo

驰chí<动>❶chạy nhanh; phóng nhanh: 奔~ chạy nhanh; 疾~ phóng nhanh ❷truyền bá; truyền khắp; vang khắp: ~名 nổi tiếng ❸[书](tâm, thần) hướng về; hướng vọng: 心~神往 tinh thần hướng về

【驰骋】chíchěng<动>rong ruổi; tung hoành: ~疆场 tung hoành trên chiến trường

【驰名】chímíng<动>lừng danh; nổi tiếng: ~天下 nổi tiếng cả thế giới

【驰名中外】chímíng-zhōngwài nổi tiếng trong và ngoài nước

【驰援】chíyuán<动>lao đi giải cứu: 星夜~ đương đêm lao đi giải cứu

迟chí<形>❶chậm; chậm chạp; rề rà; dềnh dàng: 事不宜~ công việc không thể rề rà ❷trễ; muộn: 对不起，来~了。Xin lỗi, tôi đến muộn. //(姓) Trì

【迟到】chídào<动>đến muộn; đến chậm: 他上课从不~。Anh ta chưa bao giờ lên lớp muộn.

【迟钝】chídùn<形>phản ứng chậm chạp; trì độn: 反应~ phản ứng chậm chạp

【迟缓】chíhuǎn<形>chậm chạp; chậm rãi: 进展~ tiến triển chậm rãi

【迟暮】chímù<名>[书]❶chập tối; chạng vạng: ~时分 lúc chạng vạng ❷tuổi già: ~之年 những năm tuổi già

【迟疑】chíyí<形>chần chừ; do dự; lần chần: ~不决 chần chừ không quyết

【迟早】chízǎo<副>sớm muộn; không sớm thì muộn: 我们~会成功的。Chúng tôi sớm muộn sẽ thành công.

【迟滞】chízhì❶<形>chậm; chậm chạp; lừ đừ; không thông suốt: 大雨来袭，排水~，导致路面积水严重 Khi mưa to, tháo nước chậm, dẫn đến tình trạng nước ứ đọng lại trên mặt đường rất nghiêm trọng. ❷<形>đờ đẫn; lờ đờ: 目光~ ánh mắt đờ đẫn ❸<动>cản trở; làm cho chậm trễ

持 chí<动>❶cầm; nắm: ~枪 cầm súng ❷giữ; giữ lấy: ~保留态度 giữ thái độ bảo lưu ❸ủng hộ; kiên trì: ~久 kiên trì lâu dài ❹chủ quản; trông coi; lo liệu: 操~ lo liệu; 主~ chủ trì ❺khống chế; cưỡng chế: 劫~ bức chế; 挟~ bắt ép ❻đối chọi; chống chọi: 相~不下 chống chọi nhau/không chịu nhường nhau

【持家】chíjiā<动>lo liệu việc nhà: 勤俭~ cần kiệm chăm lo việc nhà

【持久】chíjiǔ<形>giữ lâu dài; lâu dài: ~和平 hòa bình lâu dài

【持久战】chíjiǔzhàn<名>đánh lâu dài; chiến tranh lâu dài

【持平】chípíng❶<形>công chính; công bằng: ~之论 thuyết công bằng ❷<动>bằng; ngang với: 该校今年招生人数与去年~。 Số tuyển sinh của trường đại học này năm nay bằng năm ngoái.

【持续】chíxù<动>kéo dài không dứt; duy trì liên tục: ~发展 phát triển bền vững

【持有】chíyǒu<动>❶cầm trong tay ❷giữ trong lòng

【持之以恒】chízhī-yǐhéng kiên trì liên tục; bền bỉ giữ vững: 锻炼身体要~。 Rèn luyện sức khỏe phải kiên trì liên tục.

【持之有故】chízhī-yǒugù nói có sách; quan điểm, chủ trương có căn cứ: 他的主张~, 合情合理。 Chủ trương của anh ta có căn cứ, hợp tình hợp lí.

【持重】chízhòng<形>cẩn trọng; đĩnh đạc; chững chạc; vững vàng: 老成~ cẩn trọng chín chắn

匙 chí<名>cái thìa; cái muỗng: 汤~ thìa canh; 茶~ thìa uống trà

踟 chí

【踟蹰】chíchú<形>chần chừ; do dự; trù trừ; ngập ngừng: ~不前 chần chừ không tiến lên

chǐ

尺 chǐ❶<量>thước: 挖地三~ cuốc đất sâu ba thước ❷<名>cái thước: 折~ thước gấp ❸<名>thước đồ họa: 放大~ thước phóng đại ❹<名>vật hình giống cái thước: 计算~ thước tính

【尺寸】chǐcùn<名>❶độ dài; kích thước: 量~ đo kích thước ❷[口]mức độ: 她为人处事很讲究~。 Cô ấy cư xử rất đúng mức.

【尺度】chǐdù<名>tiêu chuẩn; mực thước: 做事要有~。 Làm việc phải có mực thước. 实践是检验真理的唯一~。 Thực tiễn là tiêu chuẩn duy nhất để kiểm nghiệm chân lí.

【尺码】chǐmǎ<名>❶số kích thước; cỡ số; số đo: 你穿多大~的鞋子? Anh đi giày cỡ bao nhiêu? ❷kích cỡ to nhỏ; tiêu chuẩn: 他们两人犯错的性质不同, 不能用一个~去评价。 Tính chất phạm sai lầm của hai người có khác nhau, không thể đánh giá bằng một tiêu chuẩn.

【尺子】chǐzi<名>thước

齿 chǐ❶<名>răng: 长牙~ mọc răng; 难以启~ khó mà nói ra ❷<名>(bộ phận hình răng trên vật thể) răng: 锯~ răng cưa ❸<名>(vật) có răng: ~轮 bánh khía ❹<动>[书]bày đều; đồng loại: 不~于人类 không coi được là giống người ❺<名>[书]tuổi tác: 序~ xếp thứ tự theo tuổi tác ❻<动>[书]nói tới; nhắc đến: 不足~数 không đáng kể

【齿轮】chǐlún<名>bánh răng; bánh khía; bánh răng khế

【齿龈】chǐyín<名>lợi răng; lợi

侈 chǐ<形>[书]❶lãng phí; xa xỉ: 奢~ xa xỉ ❷khoác lác; phóng đại: ~谈 nói khoác lác

【侈靡】chǐmí<形>[书]xa xỉ lãng phí

耻 chǐ ❶<动>xấu hổ; hổ thẹn: 可~ đáng xấu hổ; 不~下问 học hỏi người dưới mà không xấu hổ ❷<名>nhục; nhục nhã; sỉ nhục: 国~ nhục nước; 引以为~ lấy làm sỉ nhục

【耻骨】chǐgǔ<名>[生理]xương mu; xương thẹn

【耻辱】chǐrǔ<名>(sự) sỉ nhục; nhục; chuyện xấu hổ: 莫大的~ điều nhục nhã vô cùng

【耻笑】chǐxiào<动>chê cười khinh bỉ; nhạo báng chế giễu

chì

叱 chì<动>quát mắng; chửi mắng: 怒~ quát mắng giận dữ ///(姓) Sát

【叱呵】chìhē<动>quát tháo; thét mắng

【叱喝】chìhè<动>quát tháo; la hét: 厉声~ quát tháo gay gắt

【叱令】chìlìng<动>gay gắt ra lệnh; quát: ~退出 quát lui ra (đuổi ra)

【叱骂】chìmà<动>chửi mắng; quát mắng

【叱问】chìwèn<动>quở trách; quát hỏi

【叱责】chìzé<动>trách mắng

【叱咤】chìzhà<动>[书]giận dữ la hét; quát tháo

【叱咤风云】chìzhà-fēngyún hò hét làm mây làm gió; thét ra lửa

斥¹ chì<动>❶trách cứ; khiển trách; lên án khiển trách: 驳~ bác bỏ/phản bác ❷gạt; đuổi: 排~ bài xích ❸[书]đưa; chi trả ❹[书]mở rộng; mở mang: ~地 mở mang bờ cõi

斥² chì<动>[书]trinh sát: ~骑 kị binh trinh sát

斥³ chì<名>[书]đất nặn

【斥骂】chìmà<动>mắng; trách mắng

【斥退】chìtuì<动>❶[旧]cách chức; đuổi học ❷đuổi ra ngoài: ~左右 đuổi bọn tả hữu lui ra

【斥责】chìzé<动>quở mắng; khiển trách; lên án: 厉声~ quở mắng gay gắt

【斥资】chìzī<动>[书]bỏ tiền ra; bỏ vốn vào: ~百万 bỏ vào hàng triệu

赤 chì ❶<形>màu đỏ tươi hơi nhạt; màu son ❷<形>màu đỏ (chỉ chung): 面红耳~ đỏ mặt tía tai ❸<形>đỏ (tượng trưng cách mạng): ~卫队 đội tự vệ đỏ ❹<形>trung thành; son sắt: ~胆 lòng trung thành ❺<动>trần; trần truồng: ~脚 chân trần ❻<形>không; không có gì cả ❼<名>chỉ vàng ròng: 金无足~ vàng ròng cũng có chút ít tạp chất //(姓) Xích

【赤膊】chìbó❶<动>cởi trần; xoay trần ❷<名>mình trần

【赤膊上阵】chìbó-shàngzhèn mình trần xông trận

【赤诚】chìchéng<形>chân thành hết mực: ~待人 đối xử với mọi người hết mực chân thành

【赤胆忠心】chìdǎn-zhōngxīn lòng son dạ sắt; trung thành rất mực

【赤道】chìdào<名>❶đường xích đạo ❷đường xích đạo thiên cầu

【赤脚】chìjiǎo❶<动>để chân trần; đi chân đất: ~下地干活 đi chân đất làm ruộng ❷<名>chân trần; chân đất

【赤金】chìjīn<名>vàng ròng; vàng mười

【赤裸】chìluǒ<动>❶phơi trần; trần truồng: ~上身 mình để trần ❷trơ trọi; phơi trần; trống trơn; trần trụi: ~的小山坡 đồng gò trơ trọi ❸trắng trợn: 言辞~ ăn nói trắng trợn

【赤裸裸】chìluǒluǒ❶trần trùng trục; trần truồng; lõa lồ ❷trắng trợn; không giấu giếm: ~的剥削 bóc lột trắng trợn

【赤贫】chìpín<形>nghèo kiết xác: ~如洗 nghèo xơ nghèo xác

【赤身裸体】chìshēn-luǒtǐ thân thể trần truồng lõa lồ

【赤手空拳】chìshǒu-kōngquán tay không; tay không tấc sắt

【赤条条】chìtiáotiáo trần trụi; trần truồng;

trần trùng trục

【赤心】chìxīn<名>lòng chân thành; chân tình; lòng son; lòng trung

【赤子】chìzǐ<名>❶trẻ sơ sinh: ~之心 tấm lòng trẻ thơ trung thành ❷người con trung thành với tổ quốc: 海外~ đứa con hải ngoại trung thành

【赤字】chìzì<名>chữ số đỏ; số thâm hụt: 财政~ thâm hụt tài chính

【赤足】chìzú❶<动>để chân trần ❷<名>chân trần

炽chì<形>❶[书]rực cháy ❷hừng hực; sục sôi; bừng bừng

【炽烈】chìliè<形>❶(lửa) bừng bừng; rừng rực: ~地燃烧 cháy bừng bừng ❷(tình cảm) nồng nhiệt: ~的感情 tình cảm cháy bỏng

【炽热】chìrè<形>❶cực nóng; nóng bỏng: ~的阳光 ánh mặt trời nóng bỏng ❷nồng cháy: ~的感情 tình cảm nồng cháy

翅chì<名>❶cánh ❷cánh quả cây ❸vây cá ❹vật hình cánh

【翅膀】chìbǎng<名>❶cánh ❷cánh chim ❸vật hình cánh chim

敕chì<名>sắc vua: 宣~ tuyên đọc sắc vua; 命~ sắc mệnh nhà vua

【敕封】chìfēng<动>ra sắc phong

【敕令】chìlìng❶<动>vua ra sắc lệnh ❷<名>sắc lệnh

【敕书】chìshū<名>sắc thư

chōng

冲¹chōng❶<名>đường lớn thông suốt; nơi trọng yếu: 要~ nơi xung yếu; 首当其~ đứng mũi chịu sào ❷<动>lao tới; xông tới; xộc tới: 横~直撞 xông xáo dọc ngang/lao húc lung tung; ~出重围 phá vây thoát ra ❸<动>va chạm mạnh; va đập mãnh liệt: ~犯 xúc phạm ❹<动>xung hỉ ❺<名>xung đối (hiện tượng thiên văn)

冲²chōng<动>❶pha; hãm: ~茶 pha trà ❷giội rửa; xô; va; đập; xối: ~澡 tắm rửa ❸rửa (ảnh) ❹triệt tiêu lẫn nhau: 对~ chuyển khoản //(姓) Xung

冲³chōng<名>[方]thung; thung lũng; triền đất bằng vùng núi: 韶山~ thung lũng Thiều Sơn

另见chòng

【冲冲】chōngchōng<形>bừng bừng; đùng đùng; hầm hầm: 怒气~ tức giận hầm hầm

【冲刺】chōngcì<动>❶lao nước rút ❷ví sắp thành công hết sức nỗ lực

【冲淡】chōngdàn<动>❶pha loãng; pha nhạt: 把溶液~ pha loãng dung dịch ❷làm loãng làm nhạt; làm giảm; làm yếu: ~戏剧效果 làm giảm hiệu quả hí kịch

【冲抵】chōngdǐ<动>giảm xóa

【冲动】chōngdòng❶<名>phấn khích; hưng phấn: 创作~ hưng phấn sáng tác ❷<形>xúc động; xung động: 遇到突发事件要冷静, 不要~。Khi gặp vấn đề đột phát phải bình tĩnh, đừng xúc động.

【冲犯】chōngfàn<动>xúc phạm; động chạm: 他的发言~了在场的所有人。Lời phát biểu của anh ta đã xúc phạm tất cả mọi người đang có mặt.

【冲锋】chōngfēng<动>xung phong; xông thẳng tới: ~号 hiệu lệnh xung phong

【冲锋枪】chōngfēngqiāng<名>tiểu liên

【冲锋陷阵】chōngfēng-xiànzhèn❶xung phong hãm trận; xông vào trận địa địch ❷(chỉ huy) chiến đấu anh dũng

【冲服】chōngfú<动>pha uống

【冲昏头脑】chōnghūn-tóunǎo làm choáng váng đầu óc; mê muội đầu óc: 不被胜利~ không bị thắng lợi làm mê muội đầu óc

【冲击】chōngjī<动>❶(nước) xô; vỗ: 海浪~着礁石。Sóng biển xô đập vào ghềnh đá.

❷xung phong: 他为~奥运冠军做了大量的准备。 Anh ấy đã chuẩn bị rất nhiều để quyết tâm giành tấm huy chương vàng Thế vận hội. ❸tấn công; va đập; cạnh tranh: 对社会道德观念的~ xung kích quan niệm đạo đức xã hội

【冲击波】chōngjībō<名>❶sóng đánh mạnh ❷sức ép

【冲积】chōngjī<名>[地质]bồi đắp; trầm tích; bồi: ~平原 đồng bằng bồi đắp

【冲剂】chōngjì<名>thuốc cốm; thuốc (bột) pha nước uống: 感冒~ thuốc cốm chữa cảm

【冲扩】chōngkuò<动>rửa và phóng (ảnh): ~彩照 rửa phóng ảnh màu

【冲浪】chōnglàng<动>[体育]lướt sóng

【冲力】chōnglì<名>xung lực; lực quán tính; đà

【冲破】chōngpò<动>đột phá; chọc thủng; phá vỡ: ~阻挠 phá vỡ cản trở; ~封锁 phá vỡ phong tỏa

【冲杀】chōngshā<动>xông pha chém giết: 奋勇~ dũng cảm xông lên chém giết

【冲刷】chōngshuā<动>❶cọ rửa; gột rửa: 把厕所~干净 cọ rửa nhà vệ sinh cho sạch ❷xói mòn; xói lở: 雨水~掉表层土壤。 Nước mưa làm xói mòn lớp đất mặt.

【冲天】chōngtiān<动>ngút trời; xung thiên; ngất trời: 牛气~ ngang bướng nhất thời; 怒气~ giận dữ ngút trời

【冲突】chōngtū<动>❶xung đột; mâu thuẫn: 武装~ xung đột vũ trang ❷mâu thuẫn nhau; phối hợp không ăn khớp: 此文的论点前后互相~。 Lập luận bài văn này phần trước mâu thuẫn với phần sau. 这样安排时间上有~。 Sắp xếp như thế không ăn khớp được về thời gian.

【冲洗】chōngxǐ<动>❶cọ rửa; gột rửa; tẩy

rửa; giội rửa: ~卫生间 tẩy rửa toa lét ❷[摄影]tráng rửa (ảnh): ~放大 tráng rửa phóng to

【冲喜】chōngxǐ<动>[旧]xung hỉ

【冲销】chōngxiāo<动>[会计]giảm xóa; hủy bỏ: ~坏账 hủy bỏ một khoản nợ không đòi được

【冲账】chōngzhàng<动>thăng bằng thu chi kế toán

【冲撞】chōngzhuàng<动>❶va đập; vỗ vào; xô vào; đánh vào: 球场上两名队员~到一起。 Hai vận động viên trên sân bóng chạm vào nhau. ❷xúc phạm; đụng chạm: 我的话~了她。 Lời nói của tôi đã xúc phạm chị ấy.

充chōng❶<形>đầy; đủ: ~足 đầy đủ ❷<动>bổ sung cho đủ; chất đầy; bịt lại: 垃圾信息~斥互联网。 Tin rác chất đầy mạng Internet. ❸<动>đảm nhiệm; làm: ~任 đảm nhiệm ❹<动>giả làm; giả bộ: 冒~ giả bộ //(姓)Xung

【充斥】chōngchì<动>đầy rẫy; tràn ngập; lấp đầy; chất đầy: 次货~市场。 Hàng chất lượng kém tràn ngập thị trường.

【充当】chōngdāng<动>làm; gánh vác nhiệm vụ; giữ chức: ~炮灰 làm bia đỡ đạn

【充电】chōngdiàn<动>❶sạc điện; nạp điện: 给手机~。 Nạp điện cho điện thoại di động. ❷ví học thêm, bổ túc, bồi bổ kiến thức: 利用业余时间~。 Lợi dụng thời gian ngoài giờ làm để bồi bổ kiến thức.

【充电器】chōngdiànqì<名>bộ nạp điện

【充耳不闻】chōng'ěr-bùwén bịt tai không nghe: 他对大家的批评~。 Anh ta bịt tai không nghe lời phê bình của mọi người.

【充分】chōngfèn<形>❶đầy đủ: ~的理由 lí do đầy đủ ❷hết mức; hết sức; tận lực: ~发挥 phát huy hết mức

【充公】chōnggōng<动>sung công; tịch thu sung công

【充饥】chōngjī<动>ăn cho đỡ đói; lót dạ:

吃些点心~ ăn tí điểm tâm để lót dạ

【充军】chōngjūn<动>sung quân

【充满】chōngmǎn<动>❶lấp đầy; chăng đầy; tràn đầy: 空气中~了花香。Trong không khí tràn đầy hương thơm của hoa trái. ❷chứa đầy; chan chứa: ~希望 chan chứa niềm hi vọng

【充沛】chōngpèi<形>tràn trề; đầy ắp; dồi dào: 精力~ tinh lực tràn trề

【充其量】chōngqíliàng nhiều nhất; quá lắm; cùng lắm: ~不过20个人。Nhiều nhất không quá 20 người.

【充实】chōngshí❶<形>phong phú; đầy đủ; dồi dào: 内容~ nội dung phong phú ❷<动>bổ sung; tăng cường: ~库存 bổ sung tồn kho

【充数】chōngshù<动>ghép trộn vào cho đủ; dùng trộn vào cho đủ số

【充血】chōngxuè<动>sung huyết

【充裕】chōngyù<形>dư đủ; thừa thãi: 时间~ thời gian dư thừa

【充值】chōngzhí<动>gửi tiền vào card; nạp tiền

【充足】chōngzú<形>đầy đủ; dồi dào: 经费~ kinh phí dồi dào

忡chōng<形>[书]lo nghĩ không yên

【忡忡】chōngchōng<形>[书]ngay ngáy; nơm nớp: 忧心~ lòng buồn lo ngay ngáy

憧chōng

【憧憧】chōngchōng<形>đung đưa; đu đưa; lắc lư; chập chờn; thấp thoáng: 人影~ bóng người thấp thoáng

【憧憬】chōngjǐng<动>hướng về; ước vọng; mơ tưởng: ~未来 ước vọng tương lai

chóng

虫chóng<名>❶con trùng; sâu; bọ ❷(chỉ những người có đặc điểm, say mê vào việc gì nào đó) mọt: 书~ mọt sách

【虫草】chóngcǎo<名>[中药]trùng thảo

【虫害】chónghài<名>sâu hại; sâu bọ phá hại

【虫牙】chóngyá<名>răng bị sâu

【虫眼】chóngyǎn<名>lỗ sâu đục; lỗ mối mọt

【虫灾】chóngzāi<名>nạn sâu phá hại; nạn sâu rầy

【虫蛀】chóngzhù<动>(đồ bị) mọt; mục; nát; bị mối xông

【虫子】chóngzi<名>côn trùng; sâu; bọ

重chóng❶<动>trùng; lặp: 这两个例子~了。Hai ví dụ này trùng nhau. ❷<副>lại; một lần nữa: 久别~逢 gặp lại sau nhiều năm xa cách ❸<量>lớp; tầng; trùng: 双领导 lãnh đạo hai tầng ❹<动>[方]chồng; xếp chồng lên nhau: 把两领席子~在一起。Trải hai chiếu chồng lên nhau. //(姓) Trùng

另见zhòng

【重版】chóngbǎn<动>xuất bản lại; in lại; tái bản: 他的小说~了。Tiểu thuyết anh ta đã được tái bản.

【重播】[1]chóngbō<动>gieo lại (hạt giống)

【重播】[2]chóngbō<动>phát lại: 电视台正在昨晚的足球赛。Đài truyền hình đang phát lại trận thi đấu bóng đá tối hôm qua.

【重唱】chóngchàng<名>[音乐]hát bè; hát nhiều bè: 女声四~ hát giọng nữ bốn bè

【重重】chóngchóng<形>trùng trùng; lớp lớp; tầng tầng; chồng chất: ~包围 bao vây trùng trùng điệp điệp; 顾虑~ (lo nghĩ) trăm mối tơ vò

【重出】chóngchū<动>❶lặp; trùng lặp (câu văn, chữ): 本段文字~于下页。Đoạn văn tự này trùng lặp ở trang sau. ❷lại xuất hiện; lại đi vào: ~江湖 lại dấn thân vào giang hồ

【重蹈覆辙】chóngdǎo-fùzhé đi theo vết xe đổ

【重叠】chóngdié<动>trùng điệp; chồng chất; chồng chéo: 山峦~ núi non trùng điệp

【重读】chóngdú<动>❶đọc lại; ôn lại: ~经典 đọc lại những sách kinh điển ❷học đúp; lưu ban: ~高三 lưu ban lớp 12 另见zhòngdú

【重逢】chóngféng<动>trùng phùng: 旧友 ~。 Bạn cũ gặp lại.

【重复】chóngfù<动>❶trùng lặp; lặp: ~出现 xuất hiện trùng lặp ❷làm lặp lại lần nữa: ~我说的话 nhắc lại câu tôi đã nói

【重合】chónghé<动>chồng khít lên nhau

【重婚】chónghūn<动>trùng hôn

【重见天日】chóngjiàn-tiānrì thấy lại mặt trời; được trả lại tự do

【重建】chóngjiàn<动>tái thiết; xây dựng lại: ~家园 xây dựng lại nhà cửa; 关于战后 ~的问题 về vấn đề tái thiết sau cuộc chiến tranh

【重峦叠嶂】chóngluán-diézhàng núi non trùng trùng điệp điệp; núi cao trập trùng

【重名】chóngmíng<动>cùng tên; trùng tên: 她和一位电影明星~。 Cô ấy trùng tên với một ngôi sao điện ảnh.

【重庆】Chóngqìng<名>Trùng Khánh

【重申】chóngshēn<动>một lần nữa khẳng định; nhắc lại: ~立场 nhắc lại lập trường; ~观点 nhắc lại quan điểm

【重审】chóngshěn<动>xét xử lại: ~案件 xét xử lại vụ án

【重生】chóngshēng<动>❶phục sinh; chết rồi sống lại; hồi sinh: 经过全体村民植树造林的努力，这片森林得以~。 Qua cố gắng trồng cây gây rừng của toàn thể dân làng, khu rừng này được hồi sinh trở lại. ❷khôi phục lại; hồi phục lại; mọc lại: 通过治疗，她被烧伤的皮肤得以~。 Qua điều trị, làn da bị bỏng của cô ấy được hồi phục lại.

【重孙】chóngsūn<名>chắt trai

【重围】chóngwéi<名>vòng vây lớp lớp; vòng vây trùng điệp: 杀出~ chiến đấu thoát khỏi vòng vây trùng điệp

【重温旧梦】chóngwēn-jiùmèng ôn lại giấc mơ xưa

【重新】chóngxīn<副>❶lại; một lần nữa: 上个月我们请人~装修了房子。 Tháng trước chúng tôi mời thợ đến sửa sang lại nhà cửa. ❷lại (bắt đầu từ đầu): ~做人 làm lại cuộc đời; ~考虑 suy nghĩ lại

【重修】chóngxiū<动>❶trùng tu: ~古迹 trùng tu di tích cổ ❷tu đính lại; khảo đính lại; biên soạn lại: ~历史 biên soạn lại lịch sử

【重修旧好】chóngxiū-jiùhǎo khôi phục mối hữu hảo trước đây

【重演】chóngyǎn<动>diễn lại; tái diễn: 历史~ tái diễn lịch sử; 故技~ giở trò cũ

【重阳节】Chóngyáng Jié<名>tết Trùng dương (mồng 9 tháng 9 âm lịch)

【重洋】chóngyáng<名>trùng dương; biển cả: 远涉~ vượt trùng dương

【重样】chóngyàng<动>cùng kiểu; trùng kiểu: 我今天穿的衣服和她~了。 Bộ quần áo tôi vận hôm nay đã trùng kiểu với cô ấy.

【重译】chóngyì<动>❶dịch đi dịch lại mấy lần ❷dịch qua bản dịch ❸dịch lại

【重印】chóngyìn<动>in lại

【重圆】chóngyuán<动>lại được đoàn viên; lại được quây quần: 破镜~ gương vỡ lại lành

【重整旗鼓】chóngzhěng-qígǔ chấn chỉnh đội ngũ; phất cờ giong trống làm lại; sửa lại cờ trống

【重奏】chóngzòu<名>[音乐]diễn tấu nhiều bè; hòa tấu: 二~ song tấu; 三~ tam tấu

【重组】chóngzǔ<动>tổ chức lại; tổ hợp lại

崇 chóng ❶<形>cao ❷<动>tôn kính; tôn sùng; tôn trọng; trọng thị: 推~ suy tôn; 尊~ tôn sùng ///(姓) Sùng

【崇拜】chóngbài<动>sùng bái; tôn sùng; kính phục: 个人~ sùng bái cá nhân

【崇高】chónggāo<形>cao cả; cao thượng: ~的理想 lí tưởng cao cả

【崇敬】chóngjìng<动>sùng kính; tôn kính; tôn sùng: 怀着无比~的心情 với tấm lòng vô cùng tôn kính

【崇山峻岭】chóngshān-jùnlǐng núi thẳm non cao; núi non sừng sững

【崇尚】chóngshàng<动>tôn sùng; tôn trọng; đề cao: ~自由 tôn sùng tự do

【崇洋媚外】chóngyáng-mèiwài sùng bái bợ đỡ những gì của nước ngoài

chǒng

宠 chǒng<动>sủng ái; yêu chiều: 受~ được yêu chiều ///(姓) Sủng

【宠爱】chǒng'ài<动>sủng ái; yêu chiều; chiều chuộng: 秋月向来受到诗人们的~。Trăng mùa thu lâu nay được các nhà thơ sủng ái.

【宠儿】chǒng'ér<名>con cưng: 时代的~ đứa con cưng của thời đại

【宠辱不惊】chǒngrǔ-bùjīng vinh nhục được mất chẳng bận lòng

【宠物】chǒngwù<名>vật nuôi cảnh; vật cưng: ~粮 thức ăn cho thú kiểng; 大家要注意看管好自己的。Mọi người cần trông coi cẩn thận súc vật cưng của mình.

【宠幸】chǒngxìng<动>sủng ái; yêu chiều: 杨贵妃深得皇上~。Dương Quý Phi rất được nhà vua sủng ái.

chòng

冲¹ chòng<形>[口] ❶hăng ❷mạnh ❸(mùi) nồng nặc; sặc sụa: 药味很~。Mùi thuốc rất nồng nặc sặc sụa.

冲² chòng[口] ❶<介>hướng về; đối với; với: 他~我笑了笑。Anh ấy cười với tôi. ❷<动>hướng ra: 那幢房子~着大海。Nhà lầu đó hướng ra phía biển. ❸<介>bằng vào; dựa vào: 就~你这句话，我也要帮你这个忙。Theo lời anh nói thì tôi cũng phải giúp anh về việc này.

冲³ chòng<动>dập; dập đột
另见chōng

【冲床】chòngchuáng<名>[机械]bàn dập; máy dập đột

【冲劲儿】chòngjìnr<名> ❶tinh thần xốc vác; tinh thần hăng hái: 刚来的小伙子干活挺有~。Anh chàng vừa đến đây làm việc thật hăng hái. ❷tính kích thích mạnh: 这种药很有~。Loại thuốc này có tính kích thích mạnh.

chōu

抽¹ chōu<动> ❶rút; kéo; bốc: 从文件夹里~出一份报告 rút ra một bản báo cáo từ trong cặp văn kiện ❷rút ra một số; lấy một bộ phận: ~时间 dành thì giờ ❸nảy; trổ: 谷子~穗。Kê trổ bông. ❹hút; bơm: ~烟 hút thuốc

抽² chōu<动> ❶co: 这布一洗就~。Loại vải này hễ giặt thì co. ❷quất; đánh: ~陀螺 đánh con quay; ~牲口 quất con gia súc

【抽查】chōuchá<动>kiểm tra chọn điểm: ~饮食卫生 chọn điểm tiến hành kiểm tra vệ sinh ẩm thực

【抽搐】chōuchù<动>chứng co rút; co giật: 全身~ co giật toàn thân

【抽打】chōudǎ<动>quất; đánh: 用鞭子~牲口 lấy roi quất con gia súc

【抽打】chōuda<动>phủi; phẩy; phất: ~衣服上的泥土 phủi bùn đất trên áo

【抽搭】chōuda<动>[口]thút thít; thổn thức: 那孩子不停地~。Đứa bé ấy khóc thút thít.

【抽调】chōudiào<动>điều; rút; điều động: ~兵力支援前线 rút binh lực chi viện tiền tuyến

【抽风】¹ chōufēng<动>❶[医学](chứng) động kinh; co giật ❷thần kinh; điên; rồ: 天气那么寒冷还穿短裙，真是~了。Trời lạnh thế mà còn mặc váy ngắn, cậu điên rồi sao.

【抽风】² chōufēng<动>hút khí thải; hút gió; thụt bễ; kéo bễ: ~机 máy thụt bễ

【抽检】chōujiǎn<动>lấy mẫu kiểm soát hay kiểm nghiệm: ~图书质量 lấy mẫu ra kiểm chất lượng sách

【抽奖】chōujiǎng<动>rút thăm xác định người trúng giải thưởng

【抽筋】chōujīn<动>❶rút gân đi: 剥皮~ lột da rút gân ❷[口]chuột rút: 腿~ đùi bị chuột rút

【抽考】chōukǎo<动>thi số chọn; thi môn

【抽空】chōukòng<动>dành thời gian; bớt thì giờ: 工作再忙，也要~学习。Công việc bận đến đâu cũng phải dành thời gian học tập.

【抽泣】chōuqì<动>khóc thút thít: 暗自~ khóc thút thít

【抽签】chōuqiān<动>rút thăm; bắt thăm; bốc thăm

【抽取】chōuqǔ<动>rút lấy; lấy ra; thu lấy: ~版税 lấy nhuận bút

【抽身】chōushēn<动>bứt ra; dứt ra: 及早~ dứt ra sớm

【抽水】¹ chōushuǐ<动>bơm nước

【抽水】² chōushuǐ<动>giặt co

【抽水机】chōushuǐjī<名>máy bơm

【抽水马桶】chōushuǐ mǎtǒng hố xí tự động bơm nước; hố xí máy

【抽税】chōushuì<动>đánh thuế; thu thuế

【抽穗】chōusuì<动>trổ bông; trổ đòng: 麦子~了。Lúa mạch đã trổ bông.

【抽屉】chōuti<名>ngăn kéo

【抽闲】chōuxián<动>dành thì giờ rảnh; bớt thì giờ: ~带孩子逛公园。Dành thì giờ rảnh đưa trẻ đi chơi công viên.

【抽象】chōuxiàng❶<动>trừu tượng hóa: 从客观事物中~出正确的结论。Trừu tượng hóa kết luận đúng đắn từ sự vật khách quan. ❷<形>trừu tượng: ~概念 khái niệm trừu tượng

【抽象思维】chōuxiàng sīwéi tư duy trừu tượng: 哲学家通常~较发达。Các nhà triết học thường giỏi về tư duy trừu tượng.

【抽芽】chōuyá<动>nảy mầm

【抽烟】chōuyān<动>hút thuốc lá: 公共场所不要~。Đừng hút thuốc ở nơi công cộng.

【抽样】chōuyàng<动>lấy mẫu; rút mẫu: ~调查 rút mẫu kiểm tra

【抽噎】chōuyē<动>thổn thức; nức nở; thút thít

【抽咽】chōuyè<动>thổn thức; nức nở; thút thít

【抽油烟机】chōuyóuyānjī máy hút khói dầu

chóu

仇 chóu<名>❶kẻ thù; kẻ địch: 嫉恶如~ ghét cái ác như kẻ thù; 同~敌忾 cùng căm giận kẻ thù chung ❷(mối) thù; thù hận: 苦大~深 có hận thù lớn; 结~ kết thành hận thù

【仇敌】chóudí<名>kẻ thù; kẻ địch

【仇恨】chóuhèn❶<动>căm ghét; căm thù: ~敌人 căm ghét kẻ địch ❷<名>mối thù; mối căm hờn; hận thù: 民族~ hận thù dân tộc

【仇人】chóurén<名>kẻ thù: 我们是同事，不是~。Chúng ta là người cộng sự, chứ không phải kẻ thù.

【仇人相见，分外眼红】chóurén-xiāngjiàn,

fènwài-yǎnhóng người có thù gặp nhau, mắt long lên đỏ ngầu

【仇杀】chóushā<动>thù giết; giết vì hận thù: 这人死于~。Vì mối thù mà gã đã bị giết.

【仇视】chóushì<动>thù hằn; căm thù: 他们互相~。Họ căm thù nhau.

【仇外】chóuwài<动>thù hằn nước ngoài: ~心理 tâm lí thù hằn nước ngoài

【仇怨】chóuyuàn<名>căm thù; oán hận; thù oán: ~极深 thù oán rất sâu sắc

惆 chóu<形>[书]chán ngán; đau buồn

【惆怅】chóuchàng<形>ngao ngán; buồn thương: ~若失 buồn thương như mất đi những gì quý giá

绸 chóu<名>lụa: 彩~ lụa màu

【绸缎】chóuduàn<名>lụa và vóc; lụa là; tơ lụa

【绸缪】chóumóu[书]❶<形>vấn vương; dằng dặc: 离情~ mối sầu li biệt dằng dặc ❷<动>buộc trát; tu sửa: 未雨~ tính toán trước/sẵn sàng để phòng

【绸纹纸】chóuwénzhǐ<名>giấy lụa

【绸子】chóuzi<名>lụa

酬 chóu❶<动>[书](chủ nhân) mời rượu (khách): ~酢 chuốc rượu nhau ❷<动>đền đáp; báo đáp: 重金~谢 đền đáp bằng nhiều tiền ❸<名>thù lao; tiền công: 报~ thù lao; 稿~ nhuận bút ❹<动>đi lại giao tiếp: 应~ xã giao ❺<动>thực hiện: 壮志未~ chí lớn chưa được thực hiện

【酬宾】chóubīn<动>bán giá ưu đãi cho khách mua: ~展销 triển lãm chào hàng bán giá ưu đãi

【酬金】chóujīn<名>tiền thù lao: ~丰厚 thù lao hậu hĩnh

【酬劳】chóuláo❶<动>cảm tạ; tạ ơn: ~归还失物的好心人。Tạ ơn người tốt bụng kia đã trả lại của mất. ❷<名>thù lao: 请收

下这点~。Xin vui lòng nhận chút thù lao này.

【酬谢】chóuxiè<动>tạ ơn; đền ơn; đền đáp (bằng tiền hay quà cáp): 日后将~各位。Sau này sẽ tạ ơn các vị.

稠 chóu<形>❶đặc: 粥很~ cháo rất đặc ❷trù mật; đông: 地窄人~ đất hẹp người đông

【稠密】chóumì<形>đông đúc; dày đặc; rậm rạp: 人烟~ dân cư đông đúc

【稠人广众】chóurén-guǎngzhòng đông người; đám đông

愁 chóu❶<动>ưu lo; lo nghĩ: 发~ sinh buồn ❷<名>nỗi buồn; nỗi buồn thương: 乡~ nỗi buồn xa quê; 离~ mối sầu li biệt

【愁肠】chóucháng<名>dạ buồn; lòng lo buồn: ~寸断 buồn đứt ruột

【愁苦】chóukǔ<形>âu sầu; khổ não

【愁眉不展】chóuméi-bùzhǎn mặt mày ủ dột

【愁眉苦脸】chóuméi-kǔliǎn mặt nhăn mày nhó; mặt ủ mày ê: 他为什么总是一副~的样子? Sao anh ta cứ mặt nhăn mày nhó vậy?

【愁闷】chóumèn<形>nhăn mặt nhăn mày; khổ sở

【愁容】chóuróng<名>nét buồn; vẻ buồn lo: 一脸~ nét mặt buồn rầu/khuôn mặt buồn

【愁绪】chóuxù<名>nỗi buồn; nỗi buồn lo: ~萦怀 nỗi buồn vương vít trong lòng

【愁云】chóuyún<名>vẻ lo buồn; sắc mặt buồn rầu: ~惨雾 mây sầu sương thảm

筹 chóu❶<名>thẻ: 竹~ thẻ tre ❷<动>trù hoạch; lo; trù tính: 统~ trù tính chung ❸<动>xoay sở: ~款 trù hoạch tiền ❹<名>kế sách; biện pháp: 一~莫展 chẳng thi thố được kế sách gì

【筹办】chóubàn<动>trù biện; sửa soạn; lo làm việc gì đó: ~婚礼 lo làm đám cưới

【筹备】chóubèi<动>trù bị; trù hoạch chuẩn bị: ~展览 trù tính chuẩn bị triển lãm

【筹措】chóucuò<动>lo liệu; lo; kiếm (tiền, lương thực...): ~军费 lo phí quân sự

【筹划】chóuhuà<动>❶trù liệu; nghĩ cách; vạch kế hoạch; dự tính: ~建新的运动场 dự tính xây dựng sân vận động mới ❷lo liệu; kiếm; lo chạy: ~资金 lo chạy vốn

【筹集】chóují<动>xoay xở gom góp: ~资金 lo gom vốn/khai thác nguồn vốn

【筹建】chóujiàn<动>trù liệu xây dựng; vạch kế hoạch xây dựng: ~研究所 vạch kế hoạch xây dựng sở nghiên cứu

【筹借】chóujiè<动>tìm cách vay; lo vay: ~款项 xoay xở vay một khoản tiền

【筹码】chóumǎ<名>❶thẻ số ❷điều kiện; vốn liếng: 他有足够的~与对方抗衡。Anh ấy có đủ điều kiện để chống chọi với đối phương. ❸tiền; ngân phiếu; chứng khoán

【筹谋】chóumóu<动>mưu tính; nghĩ cách; trù tính

【筹算】chóusuàn<动>❶tính toán; kế toán ❷trù tính; dự tính

【筹资】chóuzī<动>xoay gom vốn: ~办厂 xoay gom vốn xây dựng nhà máy

踌 chóu

【踌躇】chóuchú❶<形>trù trừ; lưỡng lự: ~不决 do dự không quyết ❷<动>[书]dừng; ngừng: 小马在河边~不前。Ngựa con dừng chân trước con sông. ❸<形>[书]nghênh ngang đắc ý: ~满志 hết sức nghênh ngang đắc ý

chǒu

丑¹ chǒu<名>Sửu (vị trí thứ 2 trong địa chi) //(姓) Sửu

丑² chǒu❶<形>xấu xí: 美~ đẹp và xấu ❷<名>xấu xa; bẩn thiu: 她感到在这件事上出了~。Cô ta cảm thấy bị xấu mặt vì chuyện này. ❸<形>[方]xấu; dở; không

hay: 脾气~ khó tính ❹<名>[戏剧]vai hề

【丑八怪】chǒubāguài<名>[口]đồ xấu như ma mút; kẻ xấu xí

【丑恶】chǒu'è<形>xấu xa; bỉ ổi; bẩn thiu: 戳穿他~的嘴脸 vạch trần bộ mặt bỉ ổi của hắn

【丑化】chǒuhuà<动>bôi đen; bôi nhọ; bôi xấu: ~形象 bôi đen hình tượng

【丑话】chǒuhuà<名>❶lời tục tằn; chuyện tục tĩu: 他说了很多~来辱骂她。Hắn ta văng ra những lời tục chửi mắng cô ấy. ❷chuyện xấu khó nghe; chuyện chối tai: 我把~说在前边，要是你不能按时完成任务，公司会扣发你的奖金。Chuyện xấu khó nghe tôi xin nói trước, nếu anh không hoàn thành nhiệm vụ đúng thời hạn, công ti sẽ trừ khoản tiền thưởng của anh.

【丑剧】chǒujù<名>trò hề; màn kịch xấu xa

【丑角】chǒujué<名>❶vai hề: 扮~ đóng vai hề ❷vai trò chẳng đẹp đẽ gì; vai hề nhục nhã

【丑陋】chǒulòu<形>xấu xí: 相貌~ tướng mạo xấu xí

【丑时】chǒushí<名>[旧]giờ Sửu (từ 1 giờ đến 3 giờ)

【丑事】chǒushì<名>việc bê bối; việc xấu xa; việc bỉ ổi

【丑态】chǒutài<名>bộ mặt xấu xa; dơ dáng: ~百出 xấu xa đủ điều; ~毕露 bộ mặt bỉ ổi rốt cuộc lòi ra

【丑闻】chǒuwén<名>tiếng xấu: 官场~ chuyện bê bối quan trường

【丑行】chǒuxíng<名>hành vi bẩn thiu; việc làm xấu xa: ~败露 hành vi bẩn thiu bị bại lộ

瞅 chǒu<动>[方]nhìn; ngó

【瞅见】chǒujiàn<动>[方]trông thấy; nhìn thấy; thấy: 你今天~老王了吗？Hôm nay bác có thấy ông Vương không ạ?

chòu

臭 chòu❶<形>(mùi) thối; hôi thối: ~味 mùi thối ❷<形>thối; xấu; tồi tệ: ~架子 bộ tịch rởm ❸<形>thấp vụng; kém cỏi; không cao: 水平真~ trình độ kém cỏi ❹<副>thậm tệ; nên thân; rất dữ: ~骂一顿 quát cho một trận nên thân ❺<形>[方](đạn) thối; hỏng; câm: 这颗子弹~了。 Viên đạn này thối rồi.

【臭虫】chòuchong<名>rệp

【臭豆腐】chòudòufu<名>đậu phụ thối

【臭烘烘】chòuhōnghōng thối hoắc; thối um: 这间厕所~的, 必须马上找人来冲洗。 Nhà vệ sinh này thối um, mau tìm người đến làm vệ sinh cho sạch.

【臭乎乎】chòuhūhū thum thủm; thôi thối; hôi hôi

【臭骂】chòumà<动>chửi rủa thậm tệ

【臭美】chòuměi<动>❶trang điểm; làm đẹp ❷làm đỏm; đỏm dáng; bảnh chọe: 小丫头一早就穿上新衣服出去~了。 Con bé gái vừa sáng sớm mà đã mặc bộ áo mới ra ngoài để khoe diện rồi.

【臭名】chòumíng<名>tiếng xấu: ~昭著 khét tiếng/tiếng xấu đồn xa

【臭皮囊】chòupínáng<名>[宗教]túi da thối (chỉ thân thể con người)

【臭气】chòuqì<名>mùi thối; mùi khai; mùi khắm: ~熏天 hơi thối nồng nặc

【臭钱】chòuqián<名>tiền phi nghĩa; tiền bẩn thiu; tiền vấy máu: 别以为有几个~就了不起! Đừng tưởng rằng có mấy đồng tiền bẩn thiu thì lên mặt nhé!

【臭味相投】chòuwèi-xiāngtóu mèo mả gà đồng gặp nhau; hợp rơ

【臭氧】chòuyǎng<名>[化学]ozon; chất O₃

【臭氧层】chòuyǎngcéng<名>tầng ozon

chū

出¹ chū<动>❶ra; xuất: ~城 ra thành; ~院 ra viện ❷đến; có mặt: ~席 có mặt; ~场 đến dự ❸vượt; quá; hơn: ~格 quá mức; ~月 qua một tháng (thường chỉ trẻ sơ sinh một tháng) ❹ra; đưa ra: ~题 ra đề; ~主意 đưa ra chủ trương ❺sản xuất; làm ra; nảy sinh: ~成果 làm ra thành quả; ~人才 nảy sinh người có tài ❻xuất bản; ra: ~书 xuất bản sách ❼phát ra; nảy; mọc: ~芽 nảy mầm; ~天花 lên đậu mùa ❽trích từ; lấy ở: ~处 chỗ trích từ ❾nổi rõ; lộ tỏ: ~名 nổi tiếng ❿dôi ra; nở hơn: 这种米~饭。 Loại gạo này nấu nở cơm hơn. ⓫chi tiêu: 量入为~ liệu thu mà chi ⓬xảy ra

出² chū<量>vở; hồi: 一~戏 một vở tuồng

出³ chū<动>ra; rõ; nên: 看得~ nhìn được rõ; 做~成绩 làm ra thành tích

【出版】chūbǎn<动>xuất bản: 我的诗集今年~。 Tập thơ của tôi xuất bản trong năm nay.

【出版社】chūbǎnshè<名>nhà xuất bản

【出版物】chūbǎnwù<名>xuất bản phẩm

【出殡】chūbìn<动>đưa đám; đưa tang

【出兵】chūbīng<动>xuất binh; ra quân; mang quân sang...(đánh)

【出彩】chūcǎi❶<动>bôi đỏ (một phương thức biểu hiện tình hình bị thương trong kịch tuồng) ❷<动>thành trò hề; mất mặt: 为了照顾你的面子, 我没有让你当场~。 Để giữ thể diện cho cô, tôi không đành lòng để cô bị mất mặt ngay đó. ❸<形>hay; xuất sắc: 文章的评论很~。 Bài bình luận văn chương rất hay.

【出操】chūcāo<动>đi tập

【出岔子】chū chàzi sơ suất; xảy ra trục trặc; xảy ra sự cố: 谁想到车子会在半路~。

Ai ngờ chiếc xe lại xảy ra sự cố trên đường.

【出差】chūchāi<动>❶đi công tác: 到广西 ~ đi công tác Quảng Tây ❷đi công tác biệt phái

【出产】chūchǎn❶<动>sản xuất ra: 海南 ~椰子。Tỉnh Hải Nam sản xuất dừa. ❷ <名>sản vật: 我们老家~丰富。Quê hương chúng tôi sản vật dồi dào.

【出厂】chūchǎng<动>xuất xưởng; ra xưởng: ~日期 ngày tháng xuất xưởng

【出场】chūchǎng<动>❶ra sân khấu; lên sân khấu: 男主角~了。Vai chính nam đã lên sân khấu rồi. ❷vào sân; ra sân vận động: ~之前热一下身。Trước khi vào sân nên khởi động toàn thân.

【出场费】chūchǎngfèi<名>tiền thù lao dự đấu hay dự diễn; phí vào sân

【出超】chūchāo<动>xuất siêu

【出车】chūchē<动>đánh xe; cho xe đi

【出乘】chūchéng<动>(nhân viên phục vụ hành khách) đi theo các phương tiện tàu, thuyền, máy bay…

【出丑】chūchǒu<动>xấu mặt; mất mặt: 当 众~ xấu mặt trước đám đông

【出处】chūchù<名>xuất xứ: 注明~ viết rõ xuất xứ

【出道】chūdào<动>ra nghề: 这位女星~十 年了。Nữ ngôi sao này ra nghề đã mười năm rồi.

【出动】chūdòng<动>❶lên đường; ra đi: 待 命~ chờ lệnh lên đường ❷điều động; huy động; điều: ~军舰救助海上遇险的渔民 điều động tàu quân sự cứu giúp ngư dân gặp nạn trên biển ❸cùng ra tay làm; cùng hành động: 全体~抢险救灾。Tất cả cùng ra tay cứu trợ người bị tai nạn.

【出尔反尔】chū'ěr-fǎn'ěr tiền hậu bất nhất; lật lọng như đảo bàn tay; nói lời nuốt lời

【出发】chūfā<动>❶xuất phát; lên đường;

ra đi: 准备~ chuẩn bị ra đi ❷(cân nhắc, giải quyết vấn đề) xuất phát từ: 一切从人民的 利益~。Tất cả đều xuất phát từ lợi ích của nhân dân.

【出发点】chūfādiǎn<名>❶nơi xuất phát; chỗ khởi hành ❷(động cơ, điểm quan tâm căn bản nhất) xuất phát điểm: 我们的观点 相同，但~不一样。Quan điểm của chúng tôi giống nhau, nhưng xuất phát điểm thì khác nhau.

【出访】chūfǎng<动>đi thăm nước ngoài: ~ 邻国 đi thăm các nước láng giềng

【出份子】chū fènzi[口]❶góp tiền làm lễ tặng ❷đến mừng; đến viếng

【出风头】chū fēngtou chơi trội; lòe; khoe tài: 他为人低调，并不爱~。Anh ta ăn nói khiêm tốn, không thích khoe tài.

【出格】chūgé❶<形>vượt trội; hơn người; xuất chúng: 才学~ tài năng và học thức hơn người ❷<动>vượt khỏi khuôn khổ; phá bỏ lệ thường; phá rào: 你这话说得有点~了。 Anh nói câu này hơi quá rồi.

【出工】chūgōng<动>đi làm; đi làm ca: 她 每天都按时~。Cô ấy ngày nào cũng đi làm đúng giờ.

【出轨】chūguǐ<动>❶(tàu hỏa, tàu điện...) trật bánh: 火车突然~了。Xe lửa bỗng bị trật bánh. ❷(ví ngôn ngữ, hành động) sai thiếu; thiếu nề nếp; quá trớn: 他一喝醉就 会说些~的话。Ông ấy hễ uống say là nói nhảm.

【出国】chūguó<动>ra nước ngoài; xuất dương; xuất ngoại: ~考察 ra nước ngoài khảo sát

【出海】chūhǎi<动>ra khơi; đi khơi; đi biển: ~捕鱼 ra khơi bắt cá

【出汗】chūhàn<动>ra mồ hôi; toát mồ hôi

【出航】chūháng<动>(máy bay) cất cánh; (tàu thuyền) ra khơi

【出乎意料】chūhū-yìliào ngoài sự tưởng tượng; điều bất ngờ

【出活儿】chūhuór❶<动>làm ra sản phẩm; làm nên việc: 新式机器既轻巧，又~。Máy móc mới vừa nhẹ nhàng vừa ra sản phẩm nhanh. ❷<形>làm được nhiều; được việc: 只干了半天却很~。Chỉ làm có nửa ngày nhưng rất được việc.

【出击】chūjī<动>xuất kích; ra trận

【出家】chūjiā<动>xuất gia; đi tu: ~为尼 đi tu làm ni cô

【出家人】chūjiārén<名>người xuất gia; người đi tu

【出价】chūjià<动>mở giá; thách giá; trả giá; mặc cả

【出嫁】chūjià<动>xuất giá; đi lấy chồng

【出界】chūjiè<动>vượt khỏi ranh giới; vượt qua biên giới

【出借】chūjiè<动>cho mượn: 古籍文献不~。Những sách cổ và văn hiến cổ đều không cho mượn.

【出警】chūjǐng<动>(cảnh sát) xuất quân

【出境】chūjìng<动>❶ra khỏi biên giới; xuất cảnh: 驱逐~ trục xuất ra khỏi lãnh thổ; 办理~手续 làm thủ tục xuất cảnh ❷ra ngoài khu vực; vượt khỏi địa phận: 这条河是界河，再往前走就~了。Con sông này là ranh giới, đi nữa là ra khỏi địa phận rồi.

【出镜】chūjìng<动>xuất hiện trước ống kính: 这个青年演员的~率很高。Diễn viên trẻ này luôn được xuất hiện trước ống kính của trường quay.

【出局】chūjú<动>bị mất quyền thi đấu; bị loại: 淘汰~ bị sa thải khỏi cuộc thi đấu

【出具】chūjù<动>viết; khai: ~身份证明 khai lí lịch/khai hồ sơ

【出口】chūkǒu❶<动>mở miệng; nói ra ❷<名>cửa ra; lối ra ❸<动>rời bến cảng ❹<动>xuất khẩu: ~贸易 mậu dịch xuất khẩu

【出口成章】chūkǒu-chéngzhāng xuất khẩu thành chương; mở miệng là thành văn

【出口伤人】chūkǒu-shāngrén mở miệng là xúc phạm người khác

【出来】[1] chūlái<动>❶ra; ra đây: 妈妈在校门口等着我~。Mẹ em đang chờ em ở trước cổng trường. 小王你~，有人找你。Anh Vương ra đây, có người muốn gặp anh. ❷xuất hiện; có được: 这个问题相当复杂，~不同的意见是正常的。Vấn đề này hết sức phức tạp, có những ý kiến khác nhau là chuyện bình thường.

【出来】[2] chūlái<动>❶(dùng sau động từ, biểu thị động tác từ trong ra ngoài) ra: 拿~ lấy ra ❷(dùng sau động từ, biểu thị động tác đã hoàn thành hoặc đã thực hiện) ra: 你回去好好考虑一下，明天把报告写~。Anh về suy nghĩ cho kĩ, mai viết báo cáo. ❸(dùng sau động từ, biểu thị từ ẩn kín ra hiện rõ) ra: 我认出他来了。Tôi nhận ra anh ta rồi.

【出类拔萃】chūlèi-bácuì xuất chúng; tài giỏi hơn người; vượt trội hơn người

【出力】chūlì<动>ra sức; dốc sức; gắng sức: ~不讨好 dốc hết sức mà không đạt hiệu quả

【出列】chūliè<动>bước ra trước hàng đứng nghiêm

【出笼】chūlóng<动>❶lấy từ lồng hấp ra: 刚~的包子 bánh bao vừa lấy từ lồng hấp ra ❷(ví hàng đầu cơ tích trữ) tuôn ra bán; sổ lồng (lúc lạm phát tiền giấy); (ví tác phẩm dở, hàng giả, hàng xấu) sổng chuồng; nhan nhản ❸ban bố; cho ra mắt

【出炉】chūlú<动>❶ra lò; xuất lò: 新鲜~ vừa ra lò ❷ví mới có mặt

【出路】chūlù<名>❶đường ra; lối ra: 这是条死胡同，没有~。Đây là một ngõ cụt, không có lối ra. ❷tiền đồ; lối thoát: 另谋~ tìm lối thoát khác ❸đầu ra; chỗ bán; chỗ tiêu thụ: 优质的产品不愁没~。Sản phẩm chất lượng cao nhất định có chỗ tiêu thụ, khỏi phải lo.

【出乱子】chū luànzi xảy ra sai sót rối loạn: 昨晚这里出了点乱子，现在没事了。Tối qua xảy ra rối loạn ở đây, bây giờ đã yên ổn rồi.

【出落】chūluo<动>(con gái) lớn xinh ra; hóa đẹp ra; dậy thì: 几年时间，妹妹已经~成大姑娘。Mới vài năm cô bé đã lớn lên và xinh đẹp hẳn ra.

【出马】chūmǎ<动>(tướng sĩ) ra trận; ra tay làm; thân chinh; đích thân: 亲自~ đích thân ra tay làm

【出卖】chūmài<动>❶bán; đem bán: 这能以高价~。Thứ đồ này có thể bán với giá cao. ❷bán rẻ; bán đứng: ~国家利益 bán rẻ lợi ích đất nước

【出毛病】chū máobìng trục trặc; xảy ra sơ xuất; hỏng hóc; xảy ra sự cố: 收音机~了。Máy ra-đi-ô đã trục trặc rồi.

【出门】chūmén<动>❶đi ra ngoài; đi vắng, đi chơi: 他刚~，一会儿就回来。Anh ta vừa đi vắng, lát nữa sẽ về. ❷rời nhà đi xa; xa nhà: ~在外，要照顾好身体。Xa nhà, phải biết chăm sóc mình cho tốt. ❸[方]đi lấy chồng

【出面】chūmiàn<动>đứng ra; ra mặt: ~调解 đứng ra dàn xếp

【出名】chūmíng❶<形>nổi tiếng; có danh tiếng; có tên tuổi: 他要求严格是出了名的。Ông ấy nổi tiếng về yêu cầu nghiêm ngặt. 随着电影上映，她很快就~了。Nhờ bộ phim được công diễn, cô ấy đã lừng danh xa gần. ❷<动>lấy danh nghĩa; đứng ra: 由校长~解决这件事情。Nhân danh hiệu trưởng đứng ra giải quyết việc này.

【出没】chūmò<动>ẩn hiện; lúc ẩn lúc hiện; đi lại; qua lại: 森林里有野兽~。Trong rừng rậm thường có dã thú xuất hiện.

【出谋划策】chūmóu-huàcè bày mưu tính kế: 躲在背后~ bày mưu tính kế sau lưng

【出纳】chūnà<名>❶việc thu chi ❷thủ quỹ ❸công tác quản lí thu chi giao nhận nói chung

【出品】chūpǐn❶<动>sản xuất; xuất phẩm; chế tạo ra: 这部电影由一家知名电影厂~。Bộ phim này do một hãng phim ảnh nổi tiếng sản xuất. ❷<名>sản phẩm; hàng chế tạo ra: 新~ sản phẩm mới

【出其不意】chūqíbùyì đánh bất ngờ; hành động khi người ta không đề phòng; xuất kì bất ý

【出奇】chūqí<形>đặc biệt; khác thường; kì lạ: ~地安静 yên tĩnh đến kì lạ

【出奇制胜】chūqí-zhìshèng thắng vì đánh bất ngờ; ra đòn bất ngờ mà thắng

【出气】chūqì<动>trút giận; trút bực tức: 无论如何，都不应该拿孩子~。Dù thế nào cũng không nên trút giận cho con cái.

【出气筒】chūqìtǒng<名>vật trút giận; người bị giận oan

【出勤】chūqín<动>đi làm: ~率 tỉ lệ đi làm

【出去】chūqù<动>ra; đi khỏi; đi vắng: ~走走 ra ngoài đi dạo

【出让】chūràng<动>nhượng lại; để lại; nhượng bán: ~家具 nhượng bán đồ dùng gia đình

【出人头地】chūréntóudì vượt trội hơn người; cao hơn một đầu

【出人意料】chūrényìliào không thể ngờ được; ngoài sự tưởng tượng; bất ngờ

【出任】chūrèn<动>đứng ra đảm đương; ra làm; đi nhậm chức: ~政府总理 đảm nhiệm chức thủ tướng chính phủ

【出入】chūrù❶<动>ra vào: ~请随手关门。Ra vào tiện tay khép cửa lại. ❷<名>(số liệu, nội dung) khác nhau; không khớp nhau; có chênh lệch: 他说的和事实有~。Lời anh ấy có chỗ không khớp với sự thật.

【出色】chūsè<形>xuất sắc; nổi bật; trội

【出山】chūshān<动>xuống núi; ví ra làm quan, ra đảm nhiệm chức trách, ra làm công tác: 他再度~，任该公司经理。Ông ấy đứng ra lần nữa, đảm nhiệm giám đốc công ti này.

【出身】chūshēn❶<动>xuất thân; lai lịch: ~于教师家庭 xuất thân gia đình nhà giáo ❷<名>thành phần lí lịch bản thân hoặc gia đình: 本人是农民~。Thành phần bản thân là nông dân.

【出神】chūshén<动>xuất thần; mê mẩn; say mê; say sưa

【出神入化】chūshén-rùhuà tuyệt vời; tuyệt diệu; tài tình xuất quỷ nhập thần

【出生】chūshēng<动>sinh; đẻ; ra đời: 他~于1982年。Anh ấy sinh năm 1982.

【出生地】chūshēngdì<名>nơi sinh

【出生率】chūshēnglǜ<名>tỉ lệ sinh đẻ

【出生入死】chūshēng-rùsǐ vào sinh ra tử; vào sống ra chết

【出生证】chūshēngzhèng<名>giấy khai sinh

【出声】chūshēng<动>nói; cất tiếng; đánh tiếng: 小女孩吓得不敢~。Sợ quá, em bé gái không dám cất tiếng.

【出师】[1]chūshī<动>học thành nghề; học xong ra nghề: 学徒三年~。Thợ học việc ba năm học xong ra hành nghề.

【出师】[2]chūshī<动>[书]xuất quân; ra quân; xuất binh: ~不利 ra quân bất lợi

【出使】chūshǐ<动>đi sứ nước ngoài; đi ra nước ngoài làm nhiệm vụ ngoại giao

【出示】chūshì<动>xuất trình: ~黄牌警告 giơ thẻ vàng cảnh cáo/phạt thẻ vàng

【出世】chūshì<动>❶sinh ra; ra đời: 那年他还没有~。Năm ấy nó còn chưa sinh. ❷này

sinh; ra đời; chào đời: 旧制度灭亡，新制度~。Chế độ cũ diệt vong, chế độ mới ra đời. ❸xuất thế; siêu thoát đời tục: ~思想 tư tưởng thoát tục ❹cao vút khỏi cõi thế: 横空~ cao vút ngang trời

【出事】chūshì<动>xảy ra sự cố; xảy ra chuyện: 放心吧，不会~的。Yên tâm đi, sẽ không có chuyện gì đâu.

【出手】chūshǒu❶<动>bán đi: 那些货物已经~了。Những hàng đó đã bán. ❷<动>rút túi ra; lấy ra: ~大方 chi tiêu rộng rãi ❸<动>hành động; bắt tay đánh nhau: 该~时就~。Đáng ra tay thì phải ra tay. ❹<名>chiều dài tay áo ❺<名>bản lĩnh; tài nghệ: 他武艺高强，~确实不凡。Ông ấy võ công cao cường, bản lĩnh không phải tầm thường.

【出售】chūshòu<动>bán; đem bán: 廉价~ bán với giá rẻ

【出台】chūtái<动>❶(diễn viên) ra sân khấu ❷ra mặt; công khai hoạt động ❸(chính sách, biện pháp...) ban hành; thực thi; áp dụng: ~计划 ban hành kế hoạch

【出摊】chūtān<动>bày quầy; bày hàng ra bán: 他经常很晚才~。Anh ấy thường xuyên mở quầy bán hàng rất muộn.

【出逃】chūtáo<动>chạy trốn; trốn đi: 仓皇~ hốt hoảng chạy trốn

【出庭】chūtíng<动>ra tòa: ~作证 ra tòa làm chứng

【出头】chūtóu<动>❶ngóc đầu lên được; mở mày mở mặt: ~之日 ngày cất đầu lên ❷nhô đầu; thò đầu: 枪打~鸟。Bắn vào con chim ló đầu ra. ❸đứng ra; ra mặt; đứng đầu: 这个老年艺术团是她~办起来的。Đoàn nghệ thuật người cao tuổi này là do cô ấy đứng ra tổ chức lại. ❹(dùng sau số nguyên biểu thị còn có số lẻ nữa) hơn; trên; ngoài; có lẽ: 他五十岁~。Ông ấy đã ngoài năm mươi tuổi.

【出土】chūtǔ<动>❶khai quật được; đào được: ~文物 đồ cổ khai quật được ❷(thực vật) nảy ra đất

【出席】chūxí<动>tham dự; đến dự; có mặt: ~代表大会 tham dự đại hội đại biểu

【出息】chūxi❶<名>triển vọng; hứa hẹn; tiền đồ: 有~的青年 thanh niên có tiền đồ ❷<动>[方]tiến bộ; khá lên; lớn xinh ra: 他比前几年~多了。Anh ta tiến bộ hơn nhiều so với mấy năm trước. ❸<动>[方]giáo dục và huấn luyện cho thành đạt: 这个学校就是~人。Trường học này đào tạo con người thành đạt. ❹<名>[方]thu hoạch

【出现】chūxiàn<动>xuất hiện; hiện ra; nảy sinh ra: 重复~ xuất hiện nhiều lần; 市场上~假冒商品。Hàng giả xuất hiện trên thị trường.

【出线】chūxiàn<动>[体育]qua vòng trước; lọt vào vòng sau: 小组~ được lọt vào vòng hai

【出血】chūxiě<动>❶bị chảy máu: 牙龈~ lợi bị chảy máu ❷[方]đổ tiền đổ của; mất tiền mất của: 你小子什么时候~请我吃一顿？ Khi nào anh bỏ tiền ra mời tôi nào?

【出行】chūxíng<动>xuất hành; ra đi: 安全~ an toàn xuất hành

【出言不逊】chūyán-bùxùn ăn nói ngạo mạn

【出演】chūyǎn<动>diễn xuất; sắm vai; diễn vai: 她在电视剧中~一位年轻妈妈。Cô ấy sắm vai một bà mẹ trẻ trong bộ phim truyện.

【出洋相】chū yángxiàng làm trò cười cho thiên hạ; xấu mặt

【出迎】chūyíng<动>đi đón

【出游】chūyóu<动>đi du lịch

【出于】chūyú<动>❶do; bởi; xuất phát từ; mục đích nhằm ❷bắt nguồn từ; sinh ra từ

【出院】chūyuàn<动>ra viện; xuất viện

【出展】chūzhǎn<动>❶đem đi triển lãm: 本

次展销会有不少高科技产品~。Có nhiều sản phẩm công nghệ cao được đưa đi triển lãm trong hội chợ triển lãm tiêu thụ lần này. ❷triển lãm; trưng bày: 一批名贵菊花将在我市~。Nhiều loại hoa cúc quý hiếm sẽ được trưng bày tại thành phố chúng tôi.

【出战】chūzhàn<动>xuất chiến; ứng chiến; đem quân đi đánh: ~世锦赛 tham gia cuộc thi đấu giải vô địch thế giới

【出账】chūzhàng❶<动>ghi khoản chi vào sổ kế toán; vào sổ ❷<名>[方]khoản chi

【出诊】chūzhěn<动>(bác sĩ) khám chữa bệnh ngoài bệnh viện

【出征】chūzhēng<动>xuất chinh; đi đánh trận: 率兵~ đem quân đi chinh chiến

【出众】chūzhòng<动>xuất chúng; hơn người; nổi trội; lỗi lạc: 能力~ năng lực nổi bật

【出资】chūzī<动>bỏ tiền ra; xuất tiền của: ~兴建 bỏ vốn xây dựng

【出走】chūzǒu<动>bỏ đi; trốn đi: 离家~ bỏ nhà ra đi

【出租】chūzū<动>cho thuê; cho mượn; phát canh (cho thuê ruộng đất): 房屋~ cho thuê nhà

【出租汽车】chūzū qìchē xe tắc xi

初chū❶<形>đầu; phần khởi đầu: ~夏 đầu hạ ❷<名>đầu; khoảng thời gian đầu tiên: 月~ đầu tháng ❸thứ nhất; đầu tiên; mồng: ~十 mồng mười ❹<副>lần đầu; lần thứ nhất; vừa mới bắt đầu: ~雪 trận tuyết lần đầu; ~战 trận chiến lần đầu ❺<形>(đẳng cấp) thấp nhất; bậc thấp: ~等 bậc thấp nhất ❻<形>lúc đầu; ban đầu: ~愿 ước nguyện ban đầu ❼<名>tình huống vốn có: 和好如~ hòa hảo như trước //(姓)Sơ

【初步】chūbù<形>sơ bộ; bước đầu: ~达成共识 đạt đến nhất trí sơ bộ

【初出茅庐】chūchū-máolú vừa ra khỏi

nhà tranh; lính mới tò te; còn non nớt

【初创】chūchuàng<动>vừa mới sáng lập; mới thành lập: ~的企业 xí nghiệp mới thành lập

【初春】chūchūn<名>đầu xuân; xuân mới

【初次】chūcì<名>lần đầu tiên: ~见面，请多多关照。Lần đầu gặp nhau, xin được quan tâm nhiều hơn.

【初等教育】chūděng jiàoyù giáo dục sơ cấp

【初冬】chūdōng<名>đầu mùa đông

【初犯】chūfàn❶<动>phạm tội lần đầu; phạm lỗi lần đầu: 念在~并有立功表现，不予追究。Xét vì sơ phạm và có sự biểu hiện lập công, miễn không truy cứu. ❷<名>người phạm tội lần đầu mà bị bỏ tù

【初稿】chūgǎo<名>sơ cảo; bản thảo thô; bản thảo đầu tiên

【初级】chūjí<形>sơ cấp; cấp thấp: ~阶段 giai đoạn sơ cấp

【初交】chūjiāo❶<动>đi lại lần đầu tiên ❷<名>người mới quen; bạn sơ giao: 他是我的~。Anh ấy là bạn mới quen của tôi.

【初来乍到】chūlái-zhàdào mới đến; vừa mới đến; vừa đến: 我~，不周之处请多包涵。Tôi vừa mới đến, có gì sơ suất xin lượng thứ cho.

【初恋】chūliàn<动>❶yêu đương lần đầu; mối tình đầu ❷mới yêu nhau

【初露锋芒】chūlù-fēngmáng mới lộ tài năng; mới trổ ngón; mới ra chiêu: 他已在科技界~。Anh ấy mới lộ tài năng trong giới khoa học kĩ thuật.

【初露头角】chūlù-tóujiǎo mới hé lộ tài hoa; tài hoa mới hé: ~的青年学者 học giả thanh niên mới hé lộ tài hoa

【初年】chūnián<名>những năm đầu: 明代~ những năm đầu nhà Minh

【初评】chūpíng<动>bình chọn sơ bộ; bình xét lần đầu

【初期】chūqī<名>sơ kì; thời kì đầu; buổi đầu: 抗战~ buổi đầu kháng chiến

【初秋】chūqiū<名>đầu mùa thu

【初赛】chūsài<名>vòng sơ kết; vòng đấu đầu; cuộc thi sơ khảo

【初审】chūshěn<动>❶thẩm tra lần đầu tiên ❷[法律]sơ thẩm: 地方法院~ sơ thẩm ở tòa án địa phương

【初生牛犊】chūshēng niúdú bê con; nghé con: ~不怕虎 bê con không sợ cọp

【初试】chūshì<动>❶thử lần đầu; thí điểm lần đầu ❷sơ khảo

【初探】chūtàn<动>bước đầu tìm hiểu; bước đầu tìm tòi

【初夏】chūxià<名>đầu mùa hạ

【初学者】chūxuézhě<名>người mới học

【初夜】chūyè<名>❶đầu hôm; canh đầu ❷đêm tân hôn

【初中】chūzhōng<名>trung học cơ sở

【初衷】chūzhōng<名>tâm nguyện ban đầu; ý nguyện ban đầu: 违背~ trái với tâm nguyện ban đầu

chú

刍 chú[书]❶<名>cỏ nuôi gia súc: 反~ nhai lại ❷<动>cắt cỏ ❸<形>quê mùa nông cạn: ~言 những lời quê mùa nông cạn của tôi; ~见 kiến giải nông cạn của tôi //(姓) Sô

【刍议】chúyì<名>[书]lời bàn nông cạn

除¹ chú❶<动>trừ bỏ: 为民~害 trừ hại cho dân; 根~ trừ bỏ tận gốc ❷<介>không tính đến: ~一人不愿意参加外，全体员工都已到齐。Ngoài một người không muốn tham gia, tất cả công nhân viên chức đã đến đông đủ. ❸<动>chia: 8~以4得2。Tám chia bốn được hai. ❹<动>[书]trao; phong (quan chức) //(姓) Trừ

除² chú<名>[书]thềm; bậc thềm: 阶~ bậc

thềm

【除暴安良】chúbào-ānliáng　trừ hại cho dân; trừ bạo để dân được yên ổn

【除弊】chúbì〈动〉trừ bỏ tệ nạn: 兴利~ dấy lợi trừ hại

【除草剂】chúcǎojì〈名〉thuốc diệt cỏ

【除尘】chúchén〈动〉trừ bụi; hút bụi

【除法】chúfǎ〈名〉phép chia

【除非】chúfēi❶〈连〉trừ phi; chỉ có: 若要人不知，~己莫为。Nếu muốn người ta không biết, trừ phi mình đừng làm. ❷〈介〉 ngoài; trừ...ra: 这事~他，谁也不能告诉。 Ngoài anh ấy ra, chuyện đó không được mách cho ai biết.

【除根】chúgēn〈动〉trừ tận gốc; trừ tận rễ: 斩草~ nhổ cỏ cả rễ; 治病就得~。Chữa bệnh phải chữa tận gốc.

【除了】chúle〈介〉❶không tính; không kể; ngoài ra: ~雨天，他一般都骑车上班。 Ngoài ngày mưa, anh ấy đều đạp xe đi làm. ❷ngoài ra...còn...: ~化学，我还喜欢物理。Ngoài hóa học ra, tôi còn thích vật lí. ❸chẳng...thì...: 这几天不刮风，就是下雨。Mấy hôm nay chẳng gió thì mưa.

【除名】chúmíng〈动〉xóa tên

【除外】chúwài〈动〉trừ; trừ ra; ngoài; không tính; không kể: 他每天都锻炼，星期天~。 Ngoài chủ nhật ra, mỗi ngày anh ta đều đi tập luyện thể thao.

【除夕】chúxī〈名〉trừ tịch; đêm giao thừa

厨chú〈名〉❶nhà bếp: 下~ xuống bếp ❷đầu bếp: 大~ người đầu bếp

【厨房】chúfáng〈名〉nhà bếp

【厨具】chújù〈名〉dụng cụ nhà bếp; nồi niêu dao thớt

【厨师】chúshī〈名〉đầu bếp; người làm bếp

【厨艺】chúyì〈名〉kĩ năng nấu ăn; kĩ năng kĩ xảo nấu nướng

【厨子】chúzi〈名〉đầu bếp; người làm bếp

锄chú❶〈名〉cái cuốc ❷〈动〉cuốc đất; xới đất; giẫy ❸〈动〉diệt trừ; quét sạch

【锄草】chúcǎo〈动〉cuốc cỏ

【锄奸】chújiān〈动〉trừ gian; trừ kẻ xấu làm tay sai cho địch

【锄强扶弱】chúqiáng-fúruò　diệt trừ cường bạo, giúp đỡ kẻ yếu

【锄头】chútou〈名〉cái cuốc

雏chú〈形〉(chim) non; con

【雏鸡】chújī〈名〉gà con; gà nhiếp

【雏妓】chújì〈名〉gái điếm vị thành niên

【雏儿】chúr〈名〉[口]❶con chim: 燕~ chim én non; 鸭~ vịt mới nở ❷kẻ non nớt; kẻ trẻ người non dạ

【雏形】chúxíng〈名〉❶dạng chưa định hình ❷hình mẫu thu nhỏ

橱chú〈名〉tủ; chạn: 衣~ tủ áo; 壁~ tủ tường

【橱窗】chúchuāng〈名〉❶tủ kính trưng bày hàng hóa ❷tủ kính trưng bày tranh ảnh

【橱柜】chúguì〈名〉❶tủ nhà bếp ❷tủ quầy

chǔ

处chǔ〈动〉❶[书]ở: 穴居野~ sống trong hang động hoang dã ❷ăn ở; chung sống; đi lại giao thiệp: 相~ chung sống với nhau ❸để; đặt; ở vào: 设身~地 đặt mình vào hoàn cảnh ❹xử; giải quyết: ~事 xử sự ❺xử: ~以徒刑 xử tù hình phạt; 论~ xử phạt //(姓) Xử

另见chù

【处变不惊】chǔbiàn-bùjīng　gặp biến không hoảng; trước biến động không hốt hoảng

【处罚】chǔfá〈动〉xử phạt; trừng trị

【处方】chǔfāng❶〈动〉kê đơn (thuốc) ❷〈名〉đơn thuốc

【处方药】chǔfāngyào〈名〉thuốc kê đơn (là những thuốc phải sử dụng thận trọng và chặt chẽ chỉ định)

【处分】chǔfèn❶<动>xử; xử phạt; thi hành kỉ luật: ~违反校规的学生 thi hành kỉ luật đối với học sinh vi phạm nội quy trường ❷<名> quyết định về xử phạt ❸<动>[书]xử lí; sắp xếp; bố trí

【处境】chǔjìng<名>cảnh ngộ; hoàn cảnh; tình cảnh: ~悲惨 hoàn cảnh bi thảm

【处决】chǔjué<动>❶hành hình; thi hành án tử hình; xử quyết: ~犯人 hành hình phạm nhân ❷xử lí và quyết định

【处理】chǔlǐ<动>❶bố trí; sắp xếp; giải quyết: ~国家大事 xử lí (việc) đại sự quốc gia; ~遗留问题 giải quyết vấn đề để lại ❷xử phạt trừng trị: ~犯人 xử phạt phạm nhân ❸bán giảm giá hoặc theo giá thanh lí ❹xử lí (bằng một phương pháp riêng): 热~ xử lí nhiệt

【处理品】chǔlǐpǐn<名>hàng thanh lí (hàng để lâu)

【处男】chǔnán<名>trai tơ

【处女】chǔnǚ❶<名>gái trinh ❷<形>lần đầu

【处女地】chǔnǚdì<名>đất chưa khai khẩn; đất hoang

【处女膜】chǔnǚmó<名>màng trinh

【处女作】chǔnǚzuò<名>tác phẩm đầu tay

【处女座】chǔnǚzuò<名>chòm sao Xử nữ

【处身】chǔshēn<动>lập thân; sống

【处世】chǔshì<动>xử thế; ăn ở; đối xử; ứng xử: 为人~ ăn ở; ~哲学 triết học xử thế

【处事】chǔshì<动>xử sự; giải quyết công việc: ~果断 xử sự quả quyết

【处暑】chǔshǔ<名>tiết Xử thử

【处死】chǔsǐ<动>xử tử

【处心积虑】chǔxīn-jīlǜ khổ tâm vắt óc suy tính

【处于】chǔyú<动>ở vào: ~被动 ở vào thế bị động

【处之泰然】chǔzhī-tàirán bằng chân như vại; ung dung tự tại; phớt lờ

【处治】chǔzhì<动>xử phạt; trừng trị: ~腐败分子 trừng trị kẻ tham ô đồi trụy

【处置】chǔzhì<动>❶xử lí ❷trừng trị; xử trí; xử: ~资产 xử trí sắp xếp nguồn vốn

础 chǔ<名>đá tảng

【础石】chǔshí<名>❶đá tảng; đá kê dưới chân cột ❷nền tảng; cơ sở

储 chǔ❶<动>trữ; cất giữ; để dành: 存~ dự trữ ❷<名>người đã được xác định chờ kế vị vua //(姓) Sừ

【储备】chǔbèi❶<动>dự trữ: ~黄金 dự trữ vàng bạc ❷<名>vật tư dự trữ; của cải dự trữ

【储藏】chǔcáng<动>❶cất giữ; bảo tàng; tàng trữ: ~室 nhà tàng trữ; 冷冻~ cất giữ đông lạnh ❷trữ; chứa: 我国的石油~丰富。Nước ta có trữ lượng dầu mỏ phong phú.

【储存】chǔcún<动>trữ; dự trữ; để dành; dành dụm: ~粮食 dự trữ lương thực

【储户】chǔhù<名>hộ gửi tiền

【储量】chǔliàng<名>trữ lượng: 能源~日益减少。Trữ lượng năng lượng ngày một giảm thiểu.

【储蓄】chǔxù❶<动>dành dụm; gửi tiết kiệm: 定期~ tiền gửi theo định kì; 他是月光族，从不~。Anh ta là người tháng nào cũng tiêu hết tiền, không bao giờ có tiền dành dụm. ❷<名>tiền của để dành

【储蓄所】chǔxùsuǒ<名>quầy tiết kiệm

楚[1] chǔ<形>❶đau khổ: 痛~ đau khổ; 酸~ chua chát ❷rõ ràng; chỉnh tề: 清~ rõ ràng

楚[2] Chǔ<名>Hồ Bắc và Hồ Nam; (chỉ riêng) Hồ Bắc Trung Quốc //(姓) Sở

【楚楚】chǔchǔ<形>❶sạch sẽ gọn gàng; chỉnh tề: 衣冠~ khăn áo chỉnh tề ❷nhu mì; thanh tú; xinh xắn: 动人 xinh xắn quyến rũ; ~可怜 mềm yếu đáng thương

chù

处 chù<名>❶nơi; chốn; chỗ; điều: 住~ nơi ở; 心灵深~ nơi sâu thẳm trong tâm hồn; 长~ chỗ mạnh ❷đơn vị nghiệp vụ trong hệ thống tổ chức của cơ quan (tương đương phòng, ban hoặc cao hơn một chút): 人事~ phòng nhân sự; 秘书~ ban thư kí
另见chǔ

【处处】chùchù<副>nơi nơi; khắp nơi; mọi mặt

【处所】chùsuǒ<名>nơi; nơi chốn: 经营~ nơi chốn kinh doanh

【处长】chùzhǎng<名>trưởng phòng; trưởng ban

怵 chù<动>sợ hãi; rụt rè; nơm nớp: 心里发~ nơm nớp trong lòng

【怵场】chùchǎng<动>nhút nhát trước đám đông; sợ nói nơi đông người

【怵目惊心】chùmù-jīngxīn =【触目惊心】

畜 chù<名>con vật: 牲~ súc vật
另见xù

【畜力】chùlì<名>sức kéo của gia súc; sức vật kéo (xe, cày...)

【畜生】chùsheng<名>đồ súc vật; đồ súc sinh (lời mắng)

搐 chù<动>(cơ) kéo; giật: 抽~ co giật

【搐动】chùdòng<动>giật giật; co giật

触 chù<动>❶tiếp xúc: ~电 bị điện giật; 接~ tiếp xúc ❷va; chạm; đụng: ~碰 va chạm ❸xúc động; cảm động: 感~ cảm xúc

【触动】chùdòng<动>❶va; đụng: 他在黑暗中摸索着，忽然~到了什么东西。Anh ta sờ soạng trong bóng tối, bỗng đụng phải một vật gì đó. ❷chạm đến; vi phạm đến: ~当权者的利益 đụng chạm đến quyền lợi của người đương quyền; ~现行体制 chạm đến thể chế đang thi hành ❸khuấy động; chạm đến: ~灵感 khuấy động linh cảm

【触发】chùfā<动>gây ra; kích động; kích khởi phản ứng (do bị tác động bên ngoài): ~大战 kích khởi đại chiến

【触犯】chùfàn<动>xúc phạm; xâm phạm; đụng đến: ~刑法 xúc phạm luật pháp hình sự

【触及】chùjí<动>động chạm đến: ~事物的本质 động chạm đến bản chất của sự vật

【触礁】chùjiāo<动>❶va phải đá ngầm ❷gặp khó khăn trở ngại: 谈判~ đàm phán gặp trở ngại

【触角】chùjiǎo<名>râu xúc giác

【触景生情】chùjǐng-shēngqíng thấy cảnh sinh tình; cảm xúc trào dâng vì cảnh vật bên ngoài

【触觉】chùjué<名>xúc giác; cảm xúc; cảm giác khi sờ vào

【触类旁通】chùlèi-pángtōng loại suy; từ đó suy ra

【触摸】chùmō<动>tiếp xúc; chạm; đụng: 手机~屏 màn hình chạm điện thoại di động

【触目惊心】chùmù-jīngxīn nhìn thấy mà giật mình; nhìn mà động lòng

【触怒】chùnù<动>chọc tức; trêu tức

【触手】chùshǒu<名>tua cảm; xúc tu

【触须】chùxū<名>xúc tu

黜 chù<动>[书]truất; phế truất; bãi miễn; cách chức: 废~ bỏ truất; 贬~ giáng chức

【黜免】chùmiǎn<动>[书]bãi miễn: ~贪官污吏 bãi miễn tham quan ô lại

矗 chù<动>đứng thẳng; vươn cao

【矗立】chùlì<动>đứng sừng sững: 人民英雄纪念碑~在天安门广场上。Tấm bia đá kỉ niệm anh hùng nhân dân đứng sừng sững trên quảng trường Thiên An Môn.

chuāi

揣 chuāi<动>❶giấu; cất; bọc: 把糖~在兜里 cất kẹo trong túi ❷[方]có chửa: 母猪~崽

了。Con lợn nái đã có chửa.
另见chuāi

chuǎi

揣 chuǎi<动>đoán; phỏng đoán; áng chừng: 只有这个小女儿才能~到老太太的心思。Chỉ có cô bé này mới đoán được tâm tư của bà lão. //(姓) Sủy
另见chuāi

【揣测】chuǎicè<动>phỏng đoán; suy đoán; đoán áng chừng: 妄加~ phỏng đoán bừa bãi

【揣度】chuǎiduó<动>[书]suy đoán; ước đoán: ~敌人的心理 suy đoán tâm lí của địch

【揣摩】chuǎimó<动>nghiền ngẫm; ngẫm nghĩ; đoán: ~作者意图 nghiền ngẫm ý đồ của tác giả

【揣想】chuǎixiǎng<动>đoán; phỏng đoán: 她心里~着接下来会发生什么。Chị ấy đang đoán tiếp theo sẽ xảy ra việc gì.

chuài

踹 chuài<动>❶đạp; đá: ~门 đạp cửa ❷giẫm

chuān

川 chuān<名>❶sông: 山~ núi sông; 海纳百~ biển cả dung nạp cả trăm con sông lớn ❷dải đất thấp bằng phẳng giữa các ngọn núi hoặc cao nguyên; thung lũng: 一马平~ đất bằng phẳng vó ngựa phi ❸(Chuān) tên gọi tắt của tỉnh Tứ Xuyên

【川贝】chuānbèi<名>[中药]xuyên bối; bối mẫu

【川菜】chuāncài<名>món ăn Tứ Xuyên

【川剧】chuānjù<名>kịch hát Tứ Xuyên

【川流不息】chuānliú-bùxī như nước chảy không ngừng; như dòng nước trôi

【川芎】chuānxiōng<名>[中药]xuyên khung

穿 chuān<动>❶chọc thủng; xuyên thủng; chọc thấu: ~云破雾 chọc thấu mây mù ❷đi qua; xuyên: ~过马路 đi ngang qua đường ❸xâu thành chuỗi: 将贝壳~成项链 xâu vỏ trai thành vòng cổ ❹mặc; đi: ~新衣 mặc áo mới ❺rõ; thấu: 看~他的丑恶嘴脸 nhìn rõ bộ mặt xấu xa của hắn

【穿插】chuānchā<动>❶cài; xen; xen kẽ: 舞蹈和歌唱~表演 Nhảy múa và ca hát xen kẽ trình diễn. ❷cài (chêm) vào các tình tiết phụ: 在文中~一些美食烹饪的方法。Thêm vào trong bài những phương pháp nấu ăn ngon. ❸chọc sâu vào quân địch; thọc sâu vào quân địch: ~到敌后 chọc sâu vào sau lưng quân địch

【穿刺】chuāncì<动>[医学]chọc lấy vật phẩm

【穿戴】chuāndài❶<动>ăn mặc; trang điểm: ~时髦 ăn mặc đúng mốt; ~整齐 ăn mặc chỉnh tề ❷<名>cái để mặc; cái để đội: 不注重~ không chú trọng ăn mặc

【穿孔】chuānkǒng<动>❶thủng (dạ dày, ruột); đục thủng; xuyên qua: 胃~ bị thủng dạ dày ❷khoan: ~机 máy khoan

【穿山甲】chuānshānjiǎ<名>con tê tê; con xuyên sơn giáp

【穿梭】chuānsuō<动>đưa thoi; như con thoi; qua lại không ngớt: ~外交 ngoại giao con thoi; 工程车辆来回~。Xe công trình đi lại như thoi đưa.

【穿堂风】chuāntángfēng<名>gió lùa

【穿线】chuānxiàn<动>làm mối; chắp nối

【穿小鞋】chuān xiǎoxié hạn chế; gây khó dễ

【穿心莲】chuānxīnlián<名>[中药]xuyên tâm liên

【穿行】chuānxíng<动>đi qua; chui qua; đi

ngang qua

【穿靴戴帽】chuānxuē-dàimào cách ăn mặc; thói quen ăn mặc

【穿衣镜】chuānyījìng<名>gương to soi toàn thân

【穿越】chuānyuè<动>vượt qua; thông qua; xuyên qua: ~云层 vượt qua tầng mây; ~地中海 xuyên qua Địa Trung Hải

【穿凿附会】chuānzáo-fùhuì gán ép gượng gạo

【穿针引线】chuānzhēn-yǐnxiàn xâu kim luồn chỉ; ví với sự chắp nối giữa đôi bên

【穿着】chuānzhuó<名>ăn mặc; quần áo: ~时髦 ăn mặc thời thượng

chuán

传 chuán<动>❶truyền lại; truyền cho: 流~ lưu truyền; 家~秘方 bài thuốc gia truyền ❷truyền thụ: 师~ thầy truyền thụ; 言~身教 dạy bằng lời và cả sự gương mẫu của bản thân ❸truyền bá: ~为佳话 được truyền tụng cho là chuyện hay; 坏事~千里. Chuyện xấu truyền xa. ❹truyền dẫn: ~热 dẫn nhiệt; ~电 dẫn điện ❺biểu đạt: 眉目~情 tỏ tình qua ánh mắt ❻truyền lệnh gọi; ra lệnh gọi: ~证人 truyền gọi nhân chứng ❼truyền nhiễm; lây; lây truyền: ~上流感 bị truyền nhiễm bệnh cúm //(姓) Truyền

另见zhuàn

【传播】chuánbō<动>truyền; truyền bá; phổ biến: ~知识 truyền bá tri thức; ~疾病 truyền bá dịch bệnh

【传布】chuánbù<动>quảng bá; phổ biến: ~消息 quảng bá thông tin; ~病菌 truyền bá vi khuẩn gây bệnh

【传唱】chuánchàng<动>lưu truyền; phổ biến (ca khúc): ~千古 lưu truyền thiên cổ

【传抄】chuánchāo<动>sao đi chép lại; qua nhiều lần sao chép

【传承】chuánchéng<动>truyền thụ và kế thừa: ~文明 truyền thụ và kế thừa văn minh

【传达】chuándá❶<动>truyền đạt; phổ biến: ~讯息 cho biết thông tin; ~会议精神 phổ biến tinh thần của hội nghị ❷<动>theo dõi; hướng dẫn: ~室 phòng thường trực ❸<名>người thường trực; người gác cổng

【传达室】chuándáshì<名>phòng thường trực

【传单】chuándān<名>truyền đơn: 发~ phát truyền đơn

【传导】chuándǎo<动>❶[物理]truyền; dẫn (nhiệt, điện) ❷[生理](dây thần kinh) truyền (vào hoặc ra)

【传道】chuándào<动>❶[宗教]truyền đạo ❷[旧]giảng kinh

【传递】chuándì<动>đưa; chuyển: ~眼神 đưa con mắt; ~信件 chuyển thư

【传动】chuándòng<动>truyền lực: 变速~ truyền động biến tốc

【传呼】chuánhū<动>thông báo: ~机 máy thông báo

【传话】chuánhuà<动>chuyển lời; nhắn hộ: ~给对方 chuyển lời cho đối phương

【传唤】chuánhuàn<动>❶gọi; bảo; kêu: 有需要~一声. Có gì cần cứ gọi tôi. ❷(tòa án, cơ quan kiểm soát) truyền gọi; phát giấy gọi: ~出庭 truyền gọi ra tòa

【传家宝】chuánjiābǎo<名>của báu gia truyền

【传教】chuánjiào<动>❶truyền bá giáo hóa ❷truyền giáo; truyền đạo

【传教士】chuánjiàoshì<名>thầy tu; giáo sĩ đạo Cơ đốc; người truyền giáo

【传经】chuánjīng<动>❶giảng kinh: ~布道 giảng kinh truyền đạo ❷truyền thụ kinh nghiệm; phổ biến kinh nghiệm; truyền đạt kinh nghiệm: 请您到我们单位~。Mời anh đến đơn vị chúng tôi truyền đạt kinh nghiệm.

【传令】chuánlìng<动>truyền lệnh: ~召见 truyền lệnh bảo đến gặp mặt

【传媒】chuánméi<名>❶cơ quan truyền thông ❷đầu mối; nguồn lây truyền bệnh tật (môi trường, vật thể, con đường)

【传票】chuánpiào<名>❶[法律]lệnh truyền; lệnh gọi; giấy gọi; giấy triệu tập (của tòa án, viện kiểm sát...): 发出~ cất giấy gọi ❷[会计]chứng từ thanh toán

【传奇】chuánqí<名>❶truyện truyền kì: ~故事 truyện truyền kì ❷truyền kì ❸li kì; huyền thoại

【传情】chuánqíng<动>đưa tình; tỏ tình: 眉目~ liếc mắt đưa tình

【传球】chuánqiú<动>truyền bóng

【传染】chuánrǎn<动>❶truyền nhiễm; lây truyền; lây: 空气~ truyền nhiễm qua không khí; 接触~ truyền nhiễm qua tiếp xúc ❷ảnh hưởng đến (về tâm lí, tình cảm): 快乐是可以~的。Niềm vui có thể truyền lại cho nhau.

【传染病】chuánrǎnbìng<名>bệnh truyền nhiễm; bệnh lây

【传人】chuánrén❶<名>giống nòi; người nối nghề: 龙的~ nòi rồng/con cháu của rồng ❷<动>truyền thụ cho người khác; truyền nghề: 祖传秘方向来不轻易~。Những phương thuốc gia truyền xưa nay không dễ dàng truyền thụ cho người khác. ❸<动>(bệnh tật) lây sang người khác: 感冒容易~。Bệnh cảm cúm dễ lây sang người khác. ❹<动>sai gọi người tới

【传神】chuánshén<形>sinh động giống như thật; truyền thần

【传声筒】chuánshēngtǒng<名>❶ống loa ❷cái loa; ví người chỉ biết nói theo người khác

【传世】chuánshì<动>truyền lại đời sau: ~珍品 báu vật truyền đời

【传授】chuánshòu<动>truyền thụ; truyền dạy; truyền: ~技艺 truyền dạy kĩ nghệ

【传输】chuánshū<动>[电学]chuyển tải: ~信号 chuyển tải tín hiệu

【传说】chuánshuō❶<动>thuật lại; truyền nhau thuật lại: ~纷纭 cứ truyền nhau thuật lại ❷<名>truyền thuyết: 民间~ truyền thuyết dân gian

【传送】chuánsòng<动>chuyển: ~数据 chuyển số liệu

【传送带】chuánsòngdài<名>dây truyền; băng truyền; băng tải

【传诵】chuánsòng<动>truyền tụng; ca tụng: ~一时 truyền tụng một thời

【传颂】chuánsòng<动>truyền tụng; ca tụng: 他的英雄事迹在全国广为~。Sự tích anh hùng của ông ấy được truyền tụng rộng rãi trong cả nước.

【传统】chuántǒng❶<名>truyền thống: 革命~ truyền thống cách mạng ❷<形>truyền thống: ~习惯 tập quán truyền thống ❸<形>bảo thủ

【传闻】chuánwén❶<动>nghe đồn; nghe nói: ~你将和他结婚。Nghe nói chị sẽ kết hôn với anh ấy. ❷<名>tin đồn: ~失实 tin đồn không đúng sự thật

【传销】chuánxiāo<动>khuyến mại trái phép; khuyến mại mang tính chất lừa gạt

【传讯】chuánxùn<动>[法律]truyền gọi đến để xét hỏi

【传言】chuányán❶<名>lời đồn đại: ~多不可信。Không thể tin vào những lời đồn đại. ❷<动>[书]đồn: ~他已经去国外了。Đồn rằng anh ấy đã đi nước ngoài.

【传扬】chuányáng<动>lan truyền; truyền bá: 不要把这件事~出去。Không được

truyền bá việc này.

【传译】chuányì<动>dịch; thông ngôn: 同声 ～dịch ca-bin/dịch đồng bộ

【传阅】chuányuè<动>truyền nhau đọc: 此 文件仅限内部～. Văn kiện này chỉ được truyền cho nhau xem trong nội bộ.

【传真】chuánzhēn❶<动>vẽ truyền thần; tả chân ❷<名>fax ❸<动>fax ra

【传真机】chuánzhēnjī<名>máy fax

【传宗接代】chuánzōng-jiēdài truyền tông nối dòng

船 chuán<名>thuyền; đò; ghe: 划～ chèo thuyền; 帆～ thuyền buồm //(姓) Thuyền

【船舶】chuánbó<名>thuyền; thuyền bè

【船舱】chuáncāng<名>khoang thuyền; khoang tàu

【船厂】chuánchǎng<名>nhà máy đóng tàu; xưởng đóng tàu

【船队】chuánduì<名>đội thuyền

【船夫】chuánfū<名>người chèo thuyền; người lái đò; thủy thủ

【船家】chuánjiā<名>nhà thuyền; nhà đò

【船老大】chuánlǎodà<名>[方]người lái đò; người chèo thuyền

【船票】chuánpiào<名>vé tàu

【船艄】chuánshāo<名>đuôi thuyền

【船坞】chuánwù<名>ụ tàu

【船舷】chuánxián<名>mép thuyền

【船员】chuányuán<名>thuyền viên; nhân viên trên tàu thuyền

【船闸】chuánzhá<名>âu thuyền; đập luồng tàu

【船长】chuánzhǎng<名>thuyền trưởng

【船只】chuánzhī<名>thuyền bè; tàu bè

【船主】chuánzhǔ<名>chủ thuyền; chủ tàu

chuǎn

舛 chuǎn[书]❶<名>sai: 乖～ sai trái ❷<动>làm trái; làm ngược lại ❸<形>không may mắn; lận đận: 命途多～ số phận long đong

喘 chuǎn<动>❶thở gấp; thở dốc: 累得直 ～ mệt đến đứt hơi ❷hen hen: 哮～ thở khò khè/hen suyễn

【喘气】chuǎnqì<动>❶thở gấp; thở sâu: ～ 粗重 thở nặng nhọc ❷tạm dừng; tạm nghỉ; xả hơi: 喘口气再干. Xả hơi một chút rồi làm tiếp.

【喘息】chuǎnxī<动>❶thở gấp; thở hổn hển: ～未定 vẫn còn thở gấp ❷xả hơi; tạm nghỉ: ～的机会 dịp xả hơi

【喘吁吁】chuǎnxūxū<形>thở hổn hển; thở phì phò

chuàn

串 chuàn❶<动>xuyên suốt: 贯～ quán xuyến ❷<名>chuỗi: 羊肉～儿 chuỗi thịt dê ❸ <量>chuỗi; xâu: 一～钥匙 một chuỗi chìa khóa ❹<动>thông đồng; lén lút câu kết: ～通 thông đồng với nhau ❺<动>lẫn; nối nhầm: ～线 nối nhầm dây ❻<动>đi lang thang; đi lại; đi chơi: ～亲戚 đi thăm bà con; 在街上 乱～ đi lang thang trên phố ❼<动>sắm vai: 反～ sắm ngược vai nhau; 客～ được mời sắm vai ❽<动>pha trộn; lẫn lộn: ～味 pha trộn mùi vị //(姓) Quán, Xuyến

【串供】chuàngòng<动>thông đồng bịa đặt lời cung: 犯人～ phạm nhân thông đồng bịa đặt lời cung

【串讲】chuànjiǎng<动>❶(dạy ngữ văn) giảng theo cách giải thích từng câu từng chữ ❷giảng khái quát tổng kết

【串联】chuànlián<动>❶xâu chuỗi; móc nối; liên hệ: ～几户乡亲合办了一个砖厂. Liên hệ mấy hộ bà con thành lập một nhà máy gạch. ❷[电学]ghép nối tiếp; mắc nối tiếp: ～电路 mắc nối tiếp mạch điện

【串门】chuànmén<动>la cà; ngồi lê: 有时间的话到家里来~。 Khi nào rỗi đến nhà nói chuyện.

【串亲戚】chuàn qīnqi đi thăm bà con họ hàng

【串烧】chuànshāo❶<动>nướng từng xâu một ❷<名>món nướng từng xâu một

【串通】chuàntōng<动>❶thông đồng với nhau; ăn cánh với nhau: 他们相互~，专门欺骗老人。 Họ ăn cánh với nhau, chuyên lừa bịp người già. ❷xâu chuỗi; móc nối; liên hệ: 这事我已~妥当。 Việc đó tôi đã liên hệ ổn thỏa.

【串味】chuànwèi<动>pha trộn mùi vị; lẫn lộn mùi vị: 冰箱里的食物要密封好才不会~。 Thức ăn cất trong tủ lạnh nên bọc kín mới không bị pha trộn mùi vị.

【串线】chuànxiàn<动>lẫn; nối nhầm: 我家的电话经常~。 Điện thoại của nhà tôi thường hay bị nối nhầm.

【串珠】chuànzhū<名>chuỗi hạt

chuāng

创 chuāng❶<名>vết thương ❷<动>làm bị thương: 予以重~ gây thiệt hại nặng/làm bị thương nặng
另见chuàng

【创痕】chuānghén<名>sẹo vết thương; vết sẹo

【创口】chuāngkǒu<名>vết thương

【创面】chuāngmiàn<名>mặt ngoài vết thương

【创伤】chuāngshāng<名>❶nơi bị thương; vết thương: 颈部~ vết thương trên cổ ❷nỗi đau; vết thương: 心灵的~ nỗi đau trong lòng/vết thương tâm hồn

【创痛】chuāngtòng<名>sự đau đớn; nỗi đau

疮 chuāng<名>❶lở; loét: 冻~ loét vì rét/nẻ da; 毒~ loét vì nhiễm độc ❷vết thương

【疮疤】chuāngbā<名>❶vết sẹo; sẹo: 脸上的~ vết sẹo trên mặt ❷nỗi đau hoặc niềm riêng tư: 揭人~ vạch nỗi đau của người khác

【疮口】chuāngkǒu<名>miệng vết thương; vết thương: ~溃烂 vết thương bị loét

【疮痍满目】chuāngyí-mǎnmù khắp nơi đều là những cảnh tàn phá; đầy rẫy thương tích

窗 chuāng<名>cửa sổ: 玻璃~ cửa sổ kính

【窗户】chuānghu<名>cửa sổ

【窗花】chuānghuā<名>hình giấy cắt hoa dán cửa kính

【窗口】chuāngkǒu<名>❶cửa sổ ❷trước cửa sổ: 坐在~ ngồi trước cửa sổ ❸cửa ghi-sê; cửa con (để bán vé, ghi tên...): 售票~ cửa bán vé ❹làm dâu trăm họ: ~行业 nghề làm dâu trăm họ ❺windows máy tính

【窗帘】chuānglián<名>rèm cửa sổ

【窗纱】chuāngshā<名>lưới rèm cửa sổ (bằng sợi kim loại hoặc vải thưa)

【窗台】chuāngtái<名>bệ cửa sổ

chuáng

床 chuáng❶<名>giường: 双人~ giường đôi; 医院病~已经爆满。 Các giường trong bệnh viện đã chật cứng. ❷<名>vật có hình giống chiếc giường: 机~ máy cái ❸<名>chỗ mặt đất phẳng: 河~ lòng sông ❹<量>cái; chiếc: 一~被子 một chiếc chăn

【床板】chuángbǎn<名>phản giường; ván giường

【床单】chuángdān<名>ga giường; khăn trải giường

【床垫】chuángdiàn<名>cái đệm giường

【床铺】chuángpù<名>giường và đệm

【床上用品】chuángshàng yòngpǐn đồ dùng trên giường (chăn, màn, gối...)

【床榻】chuángtà<名>giường

【床头柜】chuángtóuguì<名>tủ con đầu giường

【床位】chuángwèi<名>chỗ nằm; giường ngủ

【床沿】chuángyán<名>mép giường

chuǎng

闯 chuǎng<动>❶xông; xông xáo: ~进来 xông vào; 横冲直~ xông xáo dọc ngang ❷mở ra; mở rộng: ~出一片新天地 mở ra một tương lai sáng sủa ❸bôn ba; hoạt động khắp nơi: 走南~北 vào nam ra bắc ❹gây ra: ~祸 gây ra tai họa //(姓) Sấm

【闯荡】chuǎngdàng<动>xông pha; lăn lộn: 独自~江湖。Một mình lăn lộn khắp các nơi.

【闯关】chuǎngguān<动>vượt qua: ~斩将 vượt qua cửa ải, chém đầu tướng địch

【闯红灯】chuǎng hóngdēng vượt đèn đỏ

【闯祸】chuǎnghuò<动>gây tai họa; gây tổn thất; gây rắc rối: 这么干是要~的! Làm thế chắc sẽ gây tai họa!

【闯劲】chuǎngjìn<名>sức xông xáo; tinh thần phấn đấu: 这孩子干起事业来~十足。 Đứa trẻ này làm việc hết sức xông xáo.

【闯世界】chuǎng shìjiè bôn ba khắp nơi để kiếm sống gây sự nghiệp

chuàng

创 chuàng<动>mở đầu; bắt đầu; khởi; sáng lập đầu: 开~ mở đầu; 首~ khai sáng
另见chuāng

【创办】chuàngbàn<动>bắt đầu lập ra: ~企业 bắt đầu lập ra một xí nghiệp

【创编】chuàngbiān<动>sáng tác (kịch bản, vũ đạo): 艺术~ sáng tác nghệ thuật

【创汇】chuànghuì<动>thu trội ngoại tệ

【创纪录】chuàng jìlù lập kỉ lục

【创见】chuàngjiàn<名>sáng kiến; kiến giải độc đáo: 有~的思想家 nhà tư tưởng có sáng kiến

【创建】chuàngjiàn<动>sáng lập; thành lập: 这所大学~于1950年。Trường đại học này thành lập vào năm 1950.

【创举】chuàngjǔ<名>tiên phong; sự mở đường; việc làm đầu tiên

【创刊】chuàngkān<动>(báo chí) ra đời; bắt đầu phát hành: 该杂志~于1927年1月。Tập san này ra đời vào tháng giêng năm 1927.

【创立】chuànglì<动>sáng lập: ~新学说 sáng lập học thuyết mới

【创利】chuànglì<动>tạo ra lợi nhuận: 该公司今年~高达4亿美元。Lợi nhuận của công ti này trong năm nay đã lên tới 400 triệu USD.

【创牌子】chuàng páizi tạo uy tín; tạo tiếng tăm

【创设】chuàngshè<动>❶sáng lập; thành lập: ~教育机构 thành lập cơ cấu giáo dục ❷tạo ra (điều kiện): ~有利的学习条件 tạo điều kiện thuận lợi cho học tập

【创始】chuàngshǐ<动>sáng lập; tạo nền móng: ~阶段每个人都很辛苦。Giai đoạn khởi nghiệp mọi người đều làm rất vất vả.

【创始人】chuàngshǐrén<名>người sáng lập; sáng lập viên

【创收】chuàngshōu<动>kiếm tiền

【创税】chuàngshuì<动>đóng thuế

【创新】chuàngxīn❶<动>đổi mới; sáng tạo cái mới: 勇于实践, 大胆~。Dũng cảm đi vào thực tiễn, mạnh dạn sáng tạo cái mới. ❷<名>tính sáng tạo cái mới: 他的设计很有~。Sự thiết kế của anh ấy có tính sáng tạo.

【创业】chuàngyè<动>sáng tạo sự nghiệp; sáng lập; lập nghiệp: ~维艰 lập nghiệp gặp nhiều khó khăn

【创意】chuàngyì❶<名>nét sáng kiến; mầm sáng tạo ❷<动>nêu ra những ý kiến hoặc ý nghĩ sáng tạo

【创造】chuàngzào<动>sáng tạo; tạo ra; tạo nên: ~价值 sáng tạo giá trị

【创造性】chuàngzàoxìng<名>tính sáng tạo

【创作】chuàngzuò❶<动>sáng tác; viết: 文学~ sáng tác văn học ❷<名>tác phẩm

chuī

吹 chuī<动>❶thổi: ~气 thổi hơi; ~蜡烛 thổi nến ❷thổi (thành tiếng kêu): ~口琴 thổi ác-mô-ni-ca ❸(gió) thổi; quạt: 风~乱了头发。Đầu tóc bị gió thổi rối bù. ❹khoác lác; khoe khoang: 自~自擂 tự khoe khoang khoác lác ❺xu nịnh; tâng bốc: 他们把他~上了天。Họ tâng bốc anh ta lên tận mây xanh. ❻[口](công việc, tình cảm…) tan vỡ; hỏng; đi tong; đi đứt: 旅行计划告~。Chương trình du lịch bị lỡ.

【吹吹打打】chuīchuīdǎdǎ❶diễn tấu; chơi (nhạc) ❷huênh hoang; làm rùm beng

【吹打】chuīdǎ<动>❶diễn tấu; chơi (nhạc): ~乐器 nhạc cụ thổi và đánh ❷(gió, mưa) vùi dập: 经不住风雨~。Không chịu nổi gió mưa.

【吹风】chuīfēng<动>❶ra gió: 感冒了别~。Đang ốm đừng ra hóng gió. ❷sấy tóc: 只理发不~。Chỉ cắt mà không sấy tóc. ❸tỏ ý; để lộ; tiết lộ cho biết: ~会 họp ngỏ ý

【吹风机】chuīfēngjī<名>máy sấy; máy quạt loại nhỏ

【吹拂】chuīfú<动>(gió) hây hẩy; hiu hiu lướt qua: 微风~我的脸庞。Gió hiu hiu lướt

qua mặt tôi.

【吹鼓手】chuīgǔshǒu<名>❶nhạc công; phường bát âm ❷kẻ xúi giục; kẻ thổi phồng; tay quảng cáo rùm beng

【吹胡子瞪眼】chuī húzi dèngyǎn giận dữ; bực tức; hầm hầm; dựng râu trừng mắt

【吹灰之力】chuīhuīzhīlì sức lực nhỏ nhoi; một chút hơi sức: 不费~ không tốn mảy may hơi sức

【吹喇叭】chuī lǎba ton hót; nịnh nọt; tâng bốc

【吹冷风】chuī lěngfēng nói mát; châm chọc

【吹毛求疵】chuīmáo-qiúcī vạch lá tìm sâu; bới lông tìm vết

【吹牛皮】chuī niúpí nói khoác; khoác lác; ba hoa

【吹捧】chuīpěng<动>tâng bốc bợ đỡ: 狂热地~ tâng bốc bợ đỡ một cách cuồng nhiệt

【吹嘘】chuīxū<动>khoác lác; khoe khoang; thổi phồng: 自我~ tự mình khoe khoang

【吹奏】chuīzòu<动>thổi tấu (nhạc)

【吹奏乐】chuīzòuyuè<名>nhạc diễn tấu bằng các nhạc cụ hơi

炊 chuī<动>nhóm lửa làm cơm: 去郊外野~。Ra ngoài ô thổi cơm ngoài trời. //(姓) Thôi

【炊具】chuījù<名>dụng cụ nấu ăn

【炊事】chuīshì<名>công việc bếp núc: ~员 nhân viên nhà bếp

【炊烟】chuīyān<名>khói bếp: ~袅袅 khói bếp bốc lên nghi ngút

chuí

垂 chuí❶<动>rủ xuống; buông xuống: ~发 tóc rủ; 下~ rủ xuống ❷<副>[书](lời nói kính trọng) rủ lòng: ~询 ngỏ lời/rủ lòng hỏi đến ❸<动>[书]lưu truyền: 永~不朽 lưu truyền muôn đời/đời đời bất diệt ❹<动>sắp; gần:

老将 già; ~危 lâm nguy

【垂钓】chuídiào<动>thả câu; câu cá: 禁止
~。Cấm câu cá.

【垂范】chuífàn<动>[书]làm gương; nêu
gương: 率先~ đi đầu làm gương

【垂挂】chuíguà<动>buông rủ; treo rủ

【垂柳】chuíliǔ<名>liễu rủ; thùy dương

【垂落】chuíluò<动>nhỏ xuống; rơi xuống;
buông xuống: 夜幕~ màn đêm buông xuống

【垂青】chuíqīng<动>[书]coi trọng: 他很受
领导~。Anh ấy rất được lãnh đạo coi trọng.

【垂手而得】chuíshǒu'érdé làm chơi ăn
thật; được một cách dễ dàng

【垂死】chuísǐ<动>sắp chết; hấp hối: ~挣扎
giãy giụa trước khi chết

【垂体】chuítǐ<名>[生理]tuyến yên

【垂头丧气】chuítóu-sàngqì mặt mày ủ ê;
ủ ê thất vọng; ảo não

【垂危】chuíwēi<动>❶ốm sắp chết; hấp
hối: 生命~ người ốm sắp chết ❷lâm nguy

【垂涎三尺】chuíxián-sānchǐ rất thèm;
thèm nhỏ dãi

【垂涎欲滴】chuíxián-yùdī thèm nhỏ dãi;
thèm thuồng

【垂线】chuíxiàn<名>đường vuông góc

【垂直】chuízhí<动>vuông góc; thẳng góc

捶chuí<动>đấm; nện; đập: ~背đấm lưng

【捶打】chuídǎ<动>đánh; gõ đập

【捶胸顿足】chuíxiōng-dùnzú vò đầu bứt
tai; giậm chân đấm ngực

锤chuí❶<名>quả chùy ❷<名>quả cân: 秤
~ quả cân ❸<名>cái búa: 铁~ búa thép/
búa tạ ❹<动>nện; gõ; đập; đóng //(姓)
Trùy

【锤炼】chuíliàn<动>❶luyện; rèn luyện; rèn
giũa: 在工作中~自己 rèn luyện mình trong
khi làm việc ❷nhuận sắc; trau chuốt: ~字句
trau chuốt câu văn

【锤子】chuízi<名>cái búa

chūn

春chūn<名>❶mùa xuân: 大地回~。Mùa
xuân trở về. ❷[书]chỉ thời gian một năm:
三十~ ba mươi năm ❸xuân (chỉ tình yêu
đương trai gái): 怀~ hoài xuân ❹sức sống:
妙手回~ thầy thuốc cao tay cải tử hoàn
sinh //(姓) Xuân

【春播】chūnbō<动>gieo trồng mùa xuân

【春分】chūnfēn<名>tiết Xuân phân

【春风得意】chūnfēng-déyì thành đạt như ý

【春风化雨】chūnfēng-huàyǔ mưa thuận gió
hòa

【春风满面】chūnfēng-mǎnmiàn vui vẻ hớn
hở; mặt mày hớn hở

【春耕】chūngēng<动>cày bừa vụ xuân

【春宫】chūngōng<名>❶cung thất của thái
tử ❷tranh khiêu dâm

【春光】chūnguāng<名>cảnh sắc mùa xuân;
phong cảnh mùa xuân: ~明媚 cảnh xuân
tươi đẹp

【春寒】chūnhán<名>xuân hàn; (những)
ngày) lạnh lẽo trong mùa xuân

【春华秋实】chūnhuá-qiūshí mùa xuân ra
hoa, mùa thu kết trái; hoa trái sum suê

【春季】chūnjì<名>mùa xuân

【春节】Chūnjié<名>Tết (âm lịch); tết Nguyên
đán; tết Xuân

【春卷】chūnjuǎn<名>nem rán; chả nem

【春兰秋菊】chūnlán-qiūjú xuân lan thu
cúc; mỗi người một vẻ hay độc đáo: ~, 各
有特色。Xuân lan thu cúc mỗi hoa một vẻ
mặn mà.

【春雷】chūnléi<名>tiếng sấm mùa xuân: 平
地一声~ đất bằng nổi tiếng sấm xuân

【春联】chūnlián<名>câu đối Tết

【春梦】chūnmèng<名>mộng xuân; giấc
mộng ngày xuân

C

【春秋】chūnqiū<名>❶mùa xuân và mùa thu; năm tháng ❷tuổi tác

【春色】chūnsè<名>❶cảnh sắc mùa xuân: ~满园。Cảnh sắc mùa xuân tràn đầy cả khu vườn. ❷sắc xuân: 满面~ nét mặt tươi vui

【春笋】chūnsǔn<名>măng mùa xuân

【春天】chūntiān<名>mùa xuân

【春心】chūnxīn<名>lòng xuân; tình yêu trai gái; xuân tình: ~荡漾 xuân tình trào dâng

【春汛】chūnxùn<名>nước lũ mùa xuân

【春药】chūnyào<名>thuốc kích thích tình dục

【春意】chūnyì<名>❶ý xuân; cảnh xuân ❷tình xuân (tình cảm đối với dị tính)

【春运】chūnyùn<名>việc giao thông vận tải trong dịp Tết xuân

【春装】chūnzhuāng<名>trang phục mùa xuân

chún

纯 chún❶<形>tinh; tinh khiết; ròng: ~金 vàng ròng ❷<形>thuần túy; đơn thuần; tuyền: ~黑 đen tuyền ❸<形>thành thạo; thuần thục: 功夫不~ tay nghề không thành thạo ❹<副>thuần túy //(姓) Thuần

【纯粹】chúncuì❶<形>thuần; thuần chất; không pha tạp: 一个~的人 một con người chân chất ❷<副>đơn thuần; thuần túy; hoàn toàn: ~是捏造事实 hoàn toàn là bóp méo sự thật

【纯度】chúndù<名>độ thuần; độ tinh khiết

【纯洁】chúnjié❶<形>thuần khiết; tinh khiết; trong sạch: ~无私 trong sạch vô tư ❷<动>làm trong sạch: ~组织 làm trong sạch tổ chức

【纯净】chúnjìng❶<形>tinh khiết; trong vắt ❷<动>làm sạch; làm đẹp

【纯净水】chúnjìngshuǐ<名>nước tinh khiết

【纯美】chúnměi<形>trong sạch lương thiện

【纯朴】chúnpǔ<形>thật thà chất phác; thuần phác: 文风~ phong cách viết văn bài chất phác

【纯情】chúnqíng❶<名>tình cảm trong sáng; tình yêu trong sáng: 一片~ một tình cảm chân thành ❷<形>trong sáng; trong trắng: ~少女 thiếu nữ trong trắng

【纯熟】chúnshú<形>thuần thục; thành thạo: 技艺~ kĩ nghệ thành thạo

【纯真】chúnzhēn<形>trong sáng thuần phác; chân thành: ~年代 thời trong trắng chất phác

【纯正】chúnzhèng<形>❶thuần túy; chính cống: 他能讲~的英语。Anh ta nói tiếng Anh rất sõi. ❷trong sáng; đúng đắn: 动机~ động cơ đúng đắn

唇 chún<名>môi

【唇彩】chúncǎi<名>son môi

【唇齿相依】chúnchǐ-xiāngyī gắn bó như môi với răng

【唇齿音】chúnchǐyīn<名>[语言]âm môi răng

【唇膏】chúngāo<名>son môi

【唇红齿白】chúnhóng-chǐbái răng trắng môi hồng

【唇裂】chúnliè<名>sứt môi

【唇枪舌剑】chúnqiāng-shéjiàn lời lẽ đanh thép; ngôn từ sắc bén; tranh luận kịch liệt

【唇舌】chúnshé<名>lời lẽ; bàn cãi: 费了不少~才说服他让我们接这项工程。Bàn cãi nhiều mới thuyết phục được ông ấy đồng ý cho chúng tôi nhận làm công trình này.

【唇亡齿寒】chúnwáng-chǐhán môi hở răng lạnh

【唇吻】chúnwěn<名>[书]❶miệng lưỡi; mồm mép ❷ví tài ăn nói

【唇音】chúnyīn<名>[语言]âm môi

淳 chún<形>thuần phác; thành thực chất phác //(姓) Thuần

【淳厚】chúnhòu<形>thuần hậu; thuần phác; đôn hậu: 风俗~ phong tục thuần hậu

【淳美】chúnměi<形>thuần mĩ; tốt đẹp; đẹp đẽ

【淳朴】chúnpǔ<形>thật thà chất phác; thuần phác: 民风~ dân phong thuần phác

醇 chún❶<名>[书]rượu tinh; rượu cồn ❷<形>[书]thuần túy ❸<名>chất cồn

【醇和】chúnhé<形>(tính chất, mùi vị) dịu; êm: 这种酒酒味~。Loại rượu này mùi vị êm dịu.

【醇厚】chúnhòu<形>❶(mùi vị) nồng đậm; đậm đà: 酒味~ mùi rượu đậm đà ❷thuần hậu; thuần phác; đôn hậu

【醇酒】chúnjiǔ<名>rượu ngon

【醇香】chúnxiāng<形>(mùi vị) thơm và tinh khiết

【醇正】chúnzhèng<形>(mùi vị) đậm đà

chǔn

蠢 chǔn<形>❶ngu xuẩn ❷vụng về

【蠢笨】chǔnbèn<形>❶lù đù; vụng về: ~的大狗熊 chú gấu chó vụng về ❷nặng nề: ~的牛车 chiếc xe bò nặng nề ì ạch

【蠢材】chǔncái<名>đồ ngu: 这么一件小事都干不好，真是个~。Việc nhỏ thế này cũng không làm nổi, đúng là đồ ngu.

【蠢蠢欲动】chǔnchǔn-yùdòng đang rục rịch

【蠢动】chǔndòng<动>❶(sâu bọ) bò ❷rục rịch muốn hành động

【蠢话】chǔnhuà<名>lời nói ngu ngốc; lời nói không phải lúc: 不要说出这样的~。Đừng nói những lời ngu ngốc thế.

【蠢货】chǔnhuò<名>đồ ngu; thằng ngốc

【蠢人】chǔnrén<名>kẻ ngu dốt; tên ngu xuẩn

【蠢事】chǔnshì<名>chuyện ngu ngốc: 你打人绝对是干了一件~。Chuyện anh đánh người thực sự là ngu ngốc.

【蠢头蠢脑】chǔntóu-chǔnnǎo đầu óc tối tăm; u mê đầu óc

chuō

逴 chuō[书]❶<形>xa ❷<动>vượt qua ❸<动>đi xa

踔 chuō<动>[书]❶nhảy nhót ❷vượt qua ❸đi nhanh

【踔厉】chuōlì<形>[书]phấn khởi

戳 chuō❶<动>chọc; đâm: 在纸上~个洞 chọc một lỗ trên giấy ❷<动>[方]trẹo; quằn: ~伤脚 trẹo chân ❸<动>[方]dựng; đứng: 把竹竿~起来 dựng cây sào lên; 别像根木头那样~着，来帮把手。Đừng đứng như trời trồng ở đó, đến giúp một tay đi. ❹<名>con dấu: 邮~ dấu bưu điện; 盖~ đóng dấu

【戳穿】chuōchuān<动>❶đâm thủng; chọc thủng: ~纸灯笼 chọc thủng đèn lồng giấy ❷vạch trần; nói toạc ra: ~谎言 vạch trần lời lừa bịp

【戳脊梁骨】chuō jǐlianggǔ nói sau lưng; chỉ trích sau lưng

【戳记】chuōjì<名>con dấu

chuò

辵 chuò<动>[书]lúc đi lúc dừng

啜 chuò❶<动>[书]uống ❷<形>nức nở

【啜泣】chuòqì<动>nức nở; khóc nức nở

绰 chuò<形>❶giàu có: 阔~ giàu có ❷[书]đẹp đẽ: 柔情~~ dịu dàng mềm mại

【绰绰有余】chuòchuò-yǒuyú giàu có dư dật; có của ăn của để

【绰号】chuòhào<名>biệt hiệu; tên lóng: 不要乱给别人起~。Đừng có mà đặt biệt hiệu cho người khác.

【绰约】chuòyuē<形>[书]yểu điệu; thướt tha: ~多姿 yểu điệu thướt tha

辍chuò<动>ngừng; nghỉ; bỏ: 笔耕不~ viết không ngừng bút

【辍笔】chuòbǐ<动>[书]gác bút; bỏ dở

【辍学】chuòxué<动>bỏ học

CĪ

疵cī<名>vết; tì vết; khuyết điểm: 吹毛求~ bới lông tìm vết

【疵点】cīdiǎn<名>vết; vết bẩn; khuyết điểm

【疵瑕】cīxiá<名>vết; tì vết

CÍ

词cí<名>❶lời: 开幕~ lời phát biểu khai mạc; ~不达意 lời không đạt ý ❷từ (một thể loại văn vần thời Đường, Tống ở Trung Quốc): 宋~ từ Tống ❸[语言]từ: 生~ từ mới

【词典】cídiǎn<名>từ điển: 袖珍~ từ điển bỏ túi

【词调】cídiào<名>từ điệu (làn điệu thể từ)

【词法】cífǎ<名>[语言]từ pháp

【词根】cígēn<名>[语言]từ căn; gốc từ; căn tố

【词话】cíhuà<名>từ thoại

【词汇】cíhuì<名>từ vựng: 科技~ từ vựng khoa học kĩ thuật

【词汇表】cíhuìbiǎo<名>bảng từ vựng

【词句】cíjù<名>từ và câu; câu chữ; lời lẽ

【词库】cíkù<名>kho từ

【词类】cílèi<名>từ loại: 越南语的~比较难分辨。Từ loại trong tiếng Việt tương đối khó phân biệt.

【词牌】cípái<名>tên làn điệu của từ (một

thể thơ thịnh hành sau thơ Đường)

【词曲】cíqǔ<名>từ khúc

【词素】císù<名>[语言]từ tố

【词条】cítiáo<名>mẫu từ; từ liệt kê

【词头】cítóu =【前缀】

【词尾】cíwěi =【后缀】

【词性】cíxìng<名>từ loại; từ tính

【词序】cíxù<名>trật tự của từ: 汉语和越南语主要通过~和虚词表达语法意义。Tiếng Hán cũng như tiếng Việt, chủ yếu dựa vào trật tự từ và hư từ để biểu đạt ý nghĩa ngữ pháp.

【词义】cíyì<名>nghĩa từ

【词语】cíyǔ<名>từ ngữ

【词源】cíyuán<名>từ nguyên

【词韵】cíyùn<名>cách gieo vần hay hiệp vần trong từ

【词缀】cízhuì<名>[语言]phụ tố

【词组】cízǔ<名>từ tố; cụm từ

祠cí<名>từ đường; nhà thờ; đền

【祠堂】cítáng<名>từ đường; đền thờ

瓷cí<名>đồ sứ

【瓷瓶】cípíng<名>❶bình sứ; lọ sứ ❷bình sứ cách điện

【瓷器】cíqì<名>đồ sứ

【瓷实】císhi<形>[方]chắc chắn; vững chắc; khỏe: 他天天练跑步，身体很~。Ông ấy ngày nào cũng tập chạy, người rất khỏe.

【瓷碗】cíwǎn<名>bát sứ

【瓷窑】cíyáo<名>lò nung đồ sứ

【瓷砖】cízhuān<名>gạch men sứ; gạch tráng men

辞[1]cí<名>❶từ ngữ; lời (ngôn từ; văn chương; lời nói đẹp hay): 修~ tu từ ❷từ (một thể loại văn học cổ điển Trung Quốc): 楚~ Sở từ ❸từ (một thể loại thơ cổ): 《木兰~》Mộc Lan từ //(姓) Từ

辞[2]cí<动>❶chào: 告~ cáo từ; 不~而别 chia tay không một lời từ biệt ❷từ chức: ~去主

席职务 từ chức chủ tịch ❸chối từ; sa thải: ~
退 thôi việc ❹trốn; tránh; thoái thác: 不~辛
劳 không trốn tránh gian lao

【辞别】cíbié<动>từ biệt

【辞呈】cíchéng<名>đơn xin từ chức

【辞赋】cífù<名>từ phú

【辞工】cígōng<动>❶sa thải ❷bỏ việc

【辞旧迎新】cíjiù-yíngxīn❶tiễn cũ đón mới
❷tiễn năm cũ đón năm mới

【辞令】cílìng<名>lời lẽ đối đáp: 外交~
ngôn ngữ ngoại giao

【辞让】círàng<动>khiêm tốn từ chối; khách
sáo từ chối: 这是你应得的奖励，不必
~。Đây là phần thưởng xứng đáng với anh,
đừng từ chối.

【辞世】císhì<动>[书]từ trần; tạ thế; khuất
núi

【辞书】císhū<名>sách tra cứu

【辞岁】císuì<动>chúc tất niên

【辞退】cítuì<动>❶thải; sa thải; cho thôi
việc: ~员工 sa thải viên chức ❷từ chối;
không nhận: ~礼物 không nhận lễ vật

【辞谢】cíxiè<动>từ chối không nhận; từ tạ:
他婉言~了朋友的宴请。Anh ta đã từ chối
khéo lời mời ăn tiệc của bạn.

【辞行】cíxíng<动>chào từ biệt: 我是来向
你~的。Tôi đến chào từ biệt anh.

【辞藻】cízǎo<名>từ ngữ trau chuốt: ~华丽
từ ngữ trau chuốt hoa mĩ

【辞章】cízhāng<名>❶văn chương ❷kĩ xảo
viết văn

【辞职】cízhí<动>từ chức: ~信 thư từ chức

慈 cí❶<形>hiền; hiền từ: 仁~ nhân từ
❷<动>[书]yêu thương; chăm sóc đối với
kẻ dưới: 敬老~幼 kính già yêu trẻ ❸
<名>mẹ: ~亲 người mẹ //(姓) Từ

【慈爱】cí'ài<形>yêu thương: ~的目光 ánh
mắt âu yếm

【慈悲】cíbēi<形>từ bi: 大发~ mở rộng lòng

từ bi; ~为怀 rộng lượng từ bi

【慈眉善目】címéi-shànmù mặt mũi hiền
lành

【慈母】címǔ<名>mẹ hiền; từ mẫu

【慈善】císhàn<形>từ thiện: ~机构 tổ chức
từ thiện; ~事业 sự nghiệp từ thiện; ~团体
đoàn thể từ thiện

【慈祥】cíxiáng<形>hiền từ; hiền hậu; đôn
hậu: ~的笑容 nụ cười hiền hậu

磁 cí<名>nam châm; từ

【磁场】cíchǎng<名>từ trường

【磁带】cídài<名>băng từ

【磁浮列车】cífú lièchē tàu hỏa siêu cao tốc
điện từ

【磁化】cíhuà<动>từ hóa; nam châm hóa;
nhiễm từ: 这两张卡不应该放在一起，容
易~。Hai tấm thẻ này không nên để cùng
một chỗ, dễ bị nhiễm từ.

【磁极】cíjí<名>[物理]cực từ; từ cực

【磁卡】cíkǎ<名>thẻ từ

【磁力】cílì<名>từ lực; lực từ

【磁盘】cípán<名>[计算机]đĩa tồn: 硬~ ổ
cứng

【磁铁】cítiě<名>sắt nam châm; nam châm

【磁铁矿】cítiěkuàng<名>manhêtít

【磁头】cítóu<名>[物理]đầu từ

【磁性】cíxìng<名>từ tính

【磁针】cízhēn<名>kim la bàn; kim nam
châm

雌 cí<形>(giống) cái: ~兔 thỏ cái

【雌黄】cíhuáng<名>❶[矿物]thư hoàng
❷nói năng bừa bãi: 他总喜欢信口~。Anh
ta hay nói năng lung tung.

【雌激素】cíjīsù<名>kích tố nữ tính; estrogenic
hormone; estrogen

【雌性】cíxìng<名>giống cái

【雌雄】cíxióng<名>❶giống cái và giống
đực ❷sống mái; ví sự thắng thua, cao thấp:
决一~ quyết một phen sống mái

糍 cí
【糍粑】cíbā<名>bánh dầy; bánh gai

cǐ

此 cǐ<代>❶này: ~处 chỗ này; ~时 lúc này ❷đây; bây giờ; chỗ này: 从~以后 từ bây giờ trở đi; 就~告别 bây giờ xin tạm biệt; 由 ~往南 từ đây đi về phía nam ❸như thế; như vậy: 长~以往 cứ như thế nữa

【此岸】cǐ'àn<名>❶bờ bên này; bên này (sông, hồ, biển...) ❷[宗教]cõi trần; cõi đời; trần gian

【此地】cǐdì<名>nơi này; vùng đất này; địa phương này

【此地无银三百两】cǐdì wú yín sānbǎi liǎng không khảo mà xưng; lạy ông tôi ở bụi này

【此后】cǐhòu<名>sau đó; từ đó về sau: ~ 两人很少见面。Từ đó hai người ít khi gặp nhau.

【此间】cǐjiān<名>nơi đây; ở đây; nơi này: ~ 已有传闻。Ở đây đã có tin đồn.

【此举】cǐjǔ<名>việc đó; hành động đó

【此刻】cǐkè<名>lúc này; bây giờ

【此起彼伏】cǐqǐ-bǐfú liên tiếp; hết đợt này đến đợt khác; liên tục không ngừng: 欢呼声 ~。Tiếng hoan hô hết đợt này đến đợt khác.

【此前】cǐqián<名>trước đó

【此生】cǐshēng<名>đời này

【此时】cǐshí<名>hiện giờ; giờ đây; lúc này

【此外】cǐwài<连>ngoài ra

【此一时，彼一时】cǐ yī shí, bǐ yī shí trước kia khác, bây giờ khác; tình thế đã thay đổi

cì

次 cì<名>❶thứ tự; thứ bậc: 车~ chuyến xe; 依~进入会场。Bước vào hội trường theo thứ tự. ❷<形>hàng thứ hai (theo thứ tự): ~ 子 con thứ; ~日 ngày hôm sau ❸<形>chất lượng kém; phẩm chất tồi: ~品 thứ phẩm ❹ <形>[化学]gầy; thiếu (gốc axít hoặc hợp chất thiếu hai nguyên tử oxy hoặc hiđrô) ❺<量> lần; lượt; chuyến: 第一~ lần thứ nhất ❻<名> [书]nơi tạm dừng chân (trong chuyến đi xa): 旅~ nơi tạm dừng chân của khách đường xa ❼<名>[书]giữa: 胸~ giữa ngực ///(姓) Thứ

【次大陆】cìdàlù<名>[地理]tiểu lục địa

【次等】cìděng<名>hạng nhì; loại hai; thứ cấp: ~货 hàng thứ phẩm/hàng kém phẩm chất

【次第】cìdì❶<名>thứ tự ❷<副>lần lượt; theo thứ tự: ~入座 lần lượt vào chỗ ngồi

【次货】cìhuò<名>hàng kém phẩm chất; thứ phẩm

【次品】cìpǐn<名>thứ phẩm; hàng kém phẩm chất

【次区域】cìqūyù<名>tiểu vùng: 湄公河~ tiểu vùng sông Mê-kông

【次日】cìrì<名>ngày hôm sau: 火车~到达 终点站。Tàu lửa đến ga chót vào ngày hôm sau.

【次生】cìshēng<形>thứ sinh; gián tiếp gây ra; phái sinh: ~林 rừng thứ sinh

【次声波】cìshēngbō<名>hạ âm (sóng âm thanh có tần số dưới 20 héc)

【次数】cìshù<名>số lần: 这本书读的~越 多，越能理解作者的深意。Cuốn sách này càng đọc nhiều lần càng hiểu được ý nghĩa sâu sắc của tác giả.

【次序】cìxù<名>thứ tự; trình tự

【次要】cìyào<形>thứ yếu: ~矛盾 mâu thuẫn thứ yếu

伺 cì
另见sì

【伺候】cìhou<动>hầu hạ; chăm nom; phục vụ

刺 cì<动>❶đâm; chọc (thủng): ~伤 đâm bị

thương ❷<动>kích thích; chối; chói: ~鼻
chối mũi ❸<动>ám sát: 行~ ám sát ❹<动>dò
hỏi; hỏi thăm: ~探 dò hỏi ❺<动>châm biếm;
mỉa mai: 讽~ châm biếm ❻<名>giằm; gai;
xương (nhọn): 鱼~ xương cá ❼<名>[书]
danh thiếp //(姓) Thích, Thứ

【刺刀】cìdāo<名>lưỡi lê: ~亮晃晃。Lưỡi
lê sáng loáng.

【刺耳】cì'ěr<形>chói tai: ~的叫声 tiếng
kêu chói tai

【刺骨】cìgǔ<动>rét nhức xương; lạnh buốt:
~的寒风 gió rét thấu xương

【刺槐】cìhuái<名>[植物]cây hòe gai

【刺激】cìjī<动>❶kích thích: ~消费 kích
thích tiêu dùng ❷kích động; xúc động
❸khuyến khích; thúc đẩy: 经济发展 thúc
đẩy sự phát triển kinh tế

【刺客】cìkè<名>thích khách; kẻ ám sát

【刺儿头】cìrtóu<名>[方]kẻ hay sinh sự; đồ
ba gai; người gai góc

【刺探】cìtàn<动>dò hỏi; dò la: ~敌情 do
thám tình hình của địch

【刺猬】cìwei<名>[动物]con nhím

【刺绣】cìxiù❶<动>thêu ❷<名>đồ thêu;
công nghệ thêu: 苏州的~很有名。Công
nghệ thêu Tô Châu rất nổi tiếng.

【刺眼】cìyǎn<形>❶chói mắt: ~的光芒 ánh
sáng chói mắt ❷chướng mắt; gai mắt

【刺痒】cìyang<形>[口]ngứa; ngứa ngáy

赐 cì❶<动>[旧]ban thưởng; ban tặng: 恩
~ ban ơn; 赏~ thưởng cho ❷<名>dùng ví
lời chỉ bảo, tỏ ý cung kính: ~复 kính mong
phúc đáp ❸<名>[书]quà hay ơn huệ hậu hĩ

【赐教】cìjiào<动>ban dạy; dạy bảo: 不吝~
vui lòng dạy bảo

【赐予】cìyǔ<动>ban tặng; thưởng cho: 美
丽的自然风光是上天~我们的礼物。Cảnh
quan thiên nhiên đẹp đẽ là lễ vật trời ban
cho.

cōng

匆 cōng<形>gấp gáp; vội vã; vội vàng

【匆匆】cōngcōng<形>vội vã; vội vàng: 来
去~ đi lại vội vàng; 行色~ đi vội vã

【匆促】cōngcù<形>vội; vội vàng; gấp gáp:
~起程 vội vàng khởi hành; 时间~ thời gian
gấp gáp

【匆忙】cōngmáng<形>vội vàng; vội vã;
gấp gáp: ~做出决定 vội vàng ra quyết định;
临行~，未能向你告别。Lúc sắp đi, vội
quá, không chào tạm biệt anh được.

葱 cōng❶<名>cây hành: 大~ hành giả; 小~
hành lá; 洋~ hành tây ❷<形>(màu) xanh

【葱白】cōngbái<形>xanh nhạt

【葱白儿】cōngbáir<名>cọng hành

【葱葱】cōngcōng<形>um tùm; xum xuê:
郁郁~ um tùm xanh ngắt; 松柏~ tùng bách
xum xuê

【葱翠】cōngcuì<形>xanh biếc; xanh tươi;
xanh xanh: ~的竹林 rừng tre xanh biếc

【葱花】cōnghuā<名>hành hoa; hoa của cây
hành

【葱绿】cōnglǜ<形>❶(màu) xanh lá mạ;
xanh nõn chuối ❷(cây cối) xanh tươi: ~的
田野 đồng ruộng xanh tươi

【葱头】cōngtóu<名>củ hành; cây hành tây

【葱郁】cōngyù<形>xanh um: ~的松林 rừng
thông xanh um

聪 cōng❶<名>[书]thính giác: 失~ bị điếc/
khiếm thính ❷<形>thính (tai): 耳~目明 tai
thính mắt tinh ❸<形>thông minh

【聪慧】cōnghuì<形>thông minh; sáng suốt;
có trí tuệ

【聪敏】cōngmǐn<形>thông minh; sáng
suốt; có trí tuệ: 天资~ bản tính thông
minh

【聪明】cōngmíng<形>thông minh: 我认

为这是非常~的做法。Theo tôi, đó là một biện pháp rất thông minh.

【聪明一世，糊涂一时】cōngmíng-yīshì, hútu-yīshí khôn ba năm, dại một giờ

cóng

从 cóng❶〈动〉đi theo: ~俗 theo tục lệ; ~征 tòng chinh ❷〈动〉nghe theo; thuận theo: 屈~ chịu tuân theo; 力不~心 lực bất tòng tâm ❸〈动〉tham gia; làm: ~军 tòng quân ❹〈动〉theo phương châm; có thái độ: ~宽处理 xử lí khoan hồng; ~简 theo cách đơn giản ❺〈名〉người đi theo: 随~ tùy tùng ❻〈形〉thứ yếu; phụ thuộc: 主~关系 quan hệ chính phụ; ~犯 tòng phạm ❼〈形〉họ hàng: ~兄 anh họ ❽〈介〉từ; bắt đầu từ: ~根本上说 về cơ bản mà nói; ~理论到实践 từ lí luận đến thực tiễn ❾〈介〉từ; qua: ~门缝里往外望 nhìn ra ngoài qua khe cửa; ~他面前经过 đi qua trước mặt nó ❿〈副〉từ trước tới nay: 我~没答应过你。Từ trước tới nay tôi chưa hề nhận lời với anh. //(姓) Tùng, Tòng

【从长计议】cóngcháng-jìyì❶bàn bạc kĩ càng; thong thả bàn bạc: 这件事看来要~。Việc này xem ra còn phải bàn cho kĩ. ❷suy tính xa hơn

【从此】cóngcǐ〈副〉từ đó; từ nay: 他~将会刻苦学习。Anh ta từ nay sẽ cố gắng học tập.

【从而】cóng'ér〈连〉do đó mà; từ đó; cho nên; nên: 农业迅速发展，~为轻工业提供了充足的原料。Nông nghiệp phát triển nhanh chóng, cho nên đã cung cấp nguyên liệu đầy đủ cho công nghiệp nhẹ.

【从简】cóngjiǎn〈动〉theo cách đơn giản: 一切~。Tất cả mọi việc đều phải đơn giản.

【从教】cóngjiào〈动〉làm công tác giáo dục: 他最终选择弃商~。Rốt cuộc anh ấy đã từ bỏ nghề buôn mà làm nghề giáo dục.

【从今以后】cóngjīn yǐhòu từ nay về sau

【从句】cóngjù〈名〉câu phụ

【从军】cóngjūn〈动〉tòng quân; tham gia quân đội

【从来】cónglái〈副〉từ trước tới nay; xưa nay: 他~不迟到。Từ trước đến nay anh ấy chưa bao giờ đến muộn.

【从良】cóngliáng〈动〉tòng lương; hoàn lương

【从略】cónglüè〈动〉bớt đi; bỏ bớt; lược bớt: 此处引文~。Bài trích dẫn này xin lược bớt.

【从命】cóngmìng〈动〉nghe lời; vâng lời; nghe theo (lời khuyên): 恭敬不如~ cung kính chẳng bằng vâng lời

【从前】cóngqián〈名〉ngày trước; trước đây: 我们村跟~大不一样了。Làng chúng tôi khác nhiều so với ngày trước.

【从戎】cóngróng〈动〉[书]tòng quân; theo việc binh đao: 投笔~ xếp bút nghiên theo việc đao cung

【从容】cóngróng〈形〉❶ung dung; thung dung; thong dong: ~应付 ung dung ứng phó ❷thời gian dồi dào; dư dật: 手头~ tiền bạc dồi dào; 时间很~。Thời gian rất rộng rãi.

【从容不迫】cóngróng-bùpò ung dung; thong dong; thong thả: ~地对付敌人 ung dung đối phó với kẻ địch

【从善如流】cóngshàn-rúliú biết nghe lời phải; nhanh chóng tiếp thu; dễ dàng phục thiện

【从师】cóngshī〈动〉theo thầy: ~学艺 theo thầy học nghề

【从实】cóngshí〈副〉như thật; đúng như sự thật: ~交代 trả lời đúng như sự thật

【从始至终】cóngshǐ-zhìzhōng từ đầu chí cuối

【从事】cóngshì〈动〉❶làm; tham gia: ~贸

易工作 làm công tác mậu dịch ❷xử lí; giải quyết: 慎重~ xử lí thận trọng

【从属】cóngshǔ<动>phụ thuộc; lệ thuộc; tùy thuộc: ~关系 quan hệ phụ thuộc

【从速】cóngsù<动>mau; nhanh; nhanh chóng: ~处理 giải quyết nhanh

【从头】cóngtóu<副>❶(làm) từ đầu: ~学起 bắt đầu học từ đầu ❷(làm) lại từ đầu: ~再来 làm lại từ đầu

【从头到脚】cóngtóu-dàojiǎo từ đầu chí cuối

【从头到尾】cóngtóu-dàowěi từ đầu chí cuối; từ đầu đến đuôi

【从未】cóngwèi<副>chưa bao giờ: 他~到过北京。Anh ấy chưa từng đến qua Bắc Kinh.

【从小】cóngxiǎo<副>từ nhỏ; từ bé: 他~就立下大志。Anh ấy đã nuôi chí lớn từ bé.

【从业】cóngyè<动>hành nghề; làm nghề: ~时间 thời gian hành nghề; ~人数 số người làm việc

【从影】cóngyǐng<动>làm nghề điện ảnh

【从优】cóngyōu<动>ưu đãi; ưu tiên: 待遇~ đãi ngộ ưu tiên

【从政】cóngzhèng<动>tham chính; tham gia chính quyền

【从中】cóngzhōng<副>ở giữa; ở trong; bên trong: ~获益 được hưởng lợi ích trong đó

【从众】cóngzhòng<动>làm theo số đông: ~心理 tâm lí làm theo số đông

丛 cóng❶<动>tụ tập; tập hợp; cụm lại ❷<名>bụi; lùm; đám: 草~ bụi cỏ; 树~ lùm cây ❸<名>rừng: 人~ rừng người; 刀~剑树 rừng đao gươm; 论~ tập bình luận ❹<量>đám: 一~杂草 một đám cỏ //(姓)Tùng

【丛集】cóngjí❶<动>dồn về; dồn lại; tập trung; tụ lại: 诸事~ mọi việc dồn lại ❷<名>tuyển tập

【丛刊】cóngkān<名>tùng san; tùng thư

【丛林】cónglín<名>❶rừng cây; rậm rạp: 热带~ rừng nhiệt đới ❷tùng lâm

【丛山】cóngshān<名>rặng núi; núi non trùng điệp

【丛生】cóngshēng<动>❶(cỏ cây) mọc thành bụi; um tùm: 荒草~ cỏ dại mọc thành bụi ❷cùng phát một lúc (nhiều bệnh): 百病~ phát đủ trăm thứ bệnh

【丛书】cóngshū<名>tùng thư; tủ sách: 历史~ tủ sách (về) lịch sử

【丛谈】cóngtán<名>tùng đàm; chuyện vặt; chuyện linh tinh

còu

凑 còu<动>❶tụ tập; tập hợp; xúm: ~人数 tập hợp số người ❷gặp; nhân lúc: ~空儿 nhân lúc rảnh rỗi; 正~上星期天。Đúng gặp ngày chủ nhật. ❸đến gần; tiếp cận; sán lại; xúm lại: ~到跟前 sán đến trước mặt

【凑份子】còu fènzi❶góp tiền; góp suất ❷[方]thêm phiền phức

【凑合】còuhe<动>❶tụ tập; tập hợp; quây quần lại; xúm lại: 请大家~过来商量件事情。Xin mọi người quây lại ta bàn một việc. ❷góp nhặt; chắp vá: 这篇演讲稿是临时~起来的。Bài diễn văn này lại mới được chắp vá lại. ❸tạm; tàm tạm: 这本小说还~。Cuốn tiểu thuyết này còn tàm tạm.

【凑集】còují<动>tập hợp; gom; gom góp; thu thập: ~资金 gom góp vốn

【凑近】còujìn<动>sán lại gần; nhích lại gần

【凑拢】còulǒng<动>xúm lại; quây quần lại; túm tụm lại

【凑钱】còuqián<动>góp tiền; gom tiền

【凑巧】còuqiǎo<形>đúng lúc; may; gặp may; khéo: 真不~! 他刚出去。Thật không may! Anh ấy vừa ra ngoài.

【凑热闹】còu rènao❶góp vui; dự cuộc vui

❷thêm rắc rối; rối rắm; rách việc: 不懂你就别来~了！Nếu anh không biết thì đừng đến đây gây thêm rắc rối!

【凑数】còushù<动>❶góp nhặt cho đủ số ❷lấy gượng thêm; miễn cưỡng lấy thêm cho đủ số; chọn ép: 文章要讲究质量，不能随便~。Viết văn phải tính đến chất lượng, không thể tùy tiện viết thêm cho đủ dài.

cū

粗 cū❶<形>(vật) to; thô: ~绳 dây thô ❷<形>(nét) to; đậm: ~线条 nét vẽ thô/nét đậm ❸<形>(hạt) to; thô: ~布 vải thô; ~盐 muối thô ❹<形>(tiếng nói) ồ: ~声大气 giọng ồ ồ ❺<形>thô (không tinh): 手很~ đôi bàn tay thô; ~加工 chế biến thô ❻<形>qua loa đại khái; không chu đáo: ~疏 cẩu thả ❼<形>lỗ mãng; thô lỗ; thô kệch: ~人 con người thô kệch ❽<副>chút ít; sơ sơ; sơ qua; hơi: ~具规模 hơi có quy mô; ~通文字 biết chữ chút ít

【粗暴】cūbào<形>thô bạo; lỗ mãng: ~无礼 lỗ mãng bất lịch sự; ~干涉别国内政 can thiệp nội chính nước khác một cách thô bạo

【粗笨】cūbèn<形>❶thô kệch; vụng về: 手脚~ tay chân vụng về ❷cồng kềnh nặng nề: ~的武器 vũ khí nặng nề thô sơ

【粗糙】cūcāo<形>❶(chất liệu) thô ráp: 皮肤~ da dẻ sần sùi ❷(làm) ẩu; không cẩn thận; xoàng: 做工~ việc làm ẩu

【粗茶淡饭】cūchá-dànfàn cơm nước đạm bạc

【粗大】cūdà<形>❶(vóc dáng người, vật) thô; to; lớn: ~的手 tay to ❷(âm thanh) to; lớn: ~的嗓门 giọng nói to

【粗放】cūfàng<形>❶quảng canh: ~型农业 nông nghiệp quảng canh ❷qua loa; đại khái; không cẩn thận: 管理~ quản lí lỏng lẻo ❸khoáng đạt; hào phóng: 笔调~ ngòi bút phóng khoáng

【粗犷】cūguǎng<形>❶thô lỗ; thô kệch ❷hào phóng: ~的性格 tính cách hào phóng

【粗话】cūhuà<名>lời thô tục: 说~ nói lời thô tục

【粗活儿】cūhuór<名>công việc nặng nhọc

【粗粮】cūliáng<名>lương thực phụ; màu

【粗劣】cūliè<形>thô; xấu; xoàng: ~的赝品 hàng giả thô; 质量~ chất lượng xấu

【粗鲁】cūlǔ<形>thô lỗ; lỗ mãng: 举止~ cử chỉ lỗ mãng

【粗略】cūlüè<形>sơ lược; sơ bộ; qua loa: ~判断 phán đoán sơ bộ; ~估计 tính toán sơ bộ

【粗浅】cūqiǎn<形>thô thiển; nông cạn; đơn giản: ~的读物 cuốn sách đơn giản

【粗人】cūrén<名>❶(người) thô lỗ; lỗ mãng; không tế nhị ❷(người) kém văn hóa; thiếu hiểu biết

【粗手笨脚】cūshǒu-bènjiǎo tay chân vụng về; vụng về

【粗俗】cūsú<形>thô tục; thô lỗ: 说话~ nói năng thô tục

【粗细】cūxì<名>❶độ mịn; độ lớn: 碗口~的钢管 ống thép kích thước như miệng bát ❷khéo hay vụng: 庄稼长得好坏，也要看活的~。Hoa màu có tốt hay không phải xem khâu chăm bón được làm khéo hay vụng.

【粗线条】cūxiàntiáo❶đường nét thô; phác thảo ❷(tính cách, tác phong, phương pháp) qua loa; đại khái; cẩu thả ❸(dàn ý, ý tứ) sơ lược

【粗心】cūxīn<形>sơ ý; không cẩn thận; hồ đồ; hàm hồ: 工作上~必然出差错。Sơ ý trong công tác tất phải xảy ra sai sót.

【粗野】cūyě<形>(cử chỉ) thô lỗ; thô thiển; ngông nghênh; thiếu lịch sự: 举止~ cử chỉ thô thiển; 比赛动作~ động tác thi đấu thô bạo

【粗枝大叶】cūzhī-dàyè qua loa đại khái

【粗制滥造】cūzhì–lànzào làm ẩu; làm bừa; làm việc thiếu tinh thần trách nhiệm

【粗壮】cūzhuàng〈形〉❶(người) to khỏe: 体格~ thân người to khỏe ❷(đồ vật) thô to và chắc: ~的绳子 dây thừng thô to và chắc ❸(giọng) to khỏe: 声音~ giọng nói to khỏe

cù

促 cù〈形〉ngắn: 时间短~ thời gian ngắn ngủi ❷〈动〉thúc giục; thúc đẩy: 催~ thôi thúc; 敦~ thúc giục ❸〈动〉gần gũi; kề

【促成】cùchéng〈动〉tác thành; thúc đẩy tới thành công: ~和谈 tác thành đàm phán hòa bình

【促进】cùjìn〈动〉xúc tiến; thúc đẩy: ~经济 的发展 thúc đẩy sự phát triển của kinh tế; ~ 贸易合作 xúc tiến hợp tác thương mại

【促使】cùshǐ〈动〉thúc đẩy: ~我们加倍努 力 thúc đẩy chúng tôi cố gắng gấp bội

【促膝】cùxī〈动〉kề gối: ~谈心 kề bên nhau tâm sự

【促销】cùxiāo〈动〉khuyến mại; thúc đẩy việc tiêu thụ hàng hóa

猝 cù〈副〉[书]bất ngờ

【猝不及防】cùbùjífáng bất ngờ không kịp đề phòng

【猝发】cùfā〈动〉đột nhiên xảy ra; bất ngờ xảy ra

【猝然】cùrán〈副〉đột nhiên; bất ngờ: ~行动 đột nhiên hành động

【猝死】cùsǐ〈动〉đột tử; chết đột ngột; đột quy

醋 cù〈名〉❶giấm: 陈~ giấm để lâu ngày; 米 ~ giấm ăn (làm bằng gạo) ❷nghi kị; ghen tuông: 吃~ ghen tuông

【醋酸】cùsuān〈名〉[化学]axit axêtic

【醋坛子】cùtánzi〈名〉người hay ghen; tính ghen

【醋意】cùyì〈名〉máu ghen

簇 cù❶〈动〉tụ tập ❷〈名〉đám; đồng: 花团 锦~ sắc màu rực rỡ ❸〈量〉bó: 一~鲜花 một bó hoa tươi

【簇生】cùshēng〈动〉từng đám; từng bụi; quần sinh

【簇新】cùxīn〈形〉mới tinh: ~的西装 bộ trang phục Âu mới tinh

【簇拥】cùyōng〈动〉vây quanh; vây chặt; chen chúc; túm tụm; quây quần

蹙 cù[书]❶〈形〉gấp rút; cấp bách ❷〈动〉 nhăn; chau (mày): ~额 nhăn nhán trán

蹴 cù〈动〉[书]❶đá: ~鞠 đá cầu ❷giẫm: 一 ~而就 làm cái xong ngay/làm cái là thành công luôn

cuān

汆 cuān〈动〉❶chần; nhúng; trụng: ~汤 nước (để) chần/nước (để) nhúng ❷[方]đun nhanh

撺 cuān〈动〉[方]❶ném; vứt ❷làm vội: 临 时现~ nước đến chân mới nhảy ❸nổi giận; cáu: 他~儿了。Nó nổi cáu rồi.

【撺掇】cuānduo〈动〉[口]khuyến khích; động viên; xui; kích: 别的孩子~他去打架。 Mấy đứa trẻ khác xui em ấy đi đánh lộn.

蹿 cuān〈动〉❶nhảy lên; nhảy tót: ~房越脊 nhảy lên nóc nhà đi băng băng ❷[方]phun; tóe: 鼻子~血 mũi tóe máu/chảy máu cam

cuán

攒 cuán〈动〉góp; ghép; lắp
另见 zǎn

【攒动】cuándòng〈动〉lắc lư; lay động; nhấp nhô: 人头~ đầu người nhấp nhô

【攒聚】cuánjù〈动〉tụ tập; túm tụm; xúm: 许多学生~在一起讨论争辩。Nhiều học sinh xúm lại tranh luận với nhau.

cuàn

窜 cuàn<动>❶chạy toán loạn; lủi; chuồn: 抱头鼠~ ôm đầu tháo chạy; 流~ chạy tán loạn khắp nơi ❷[书]đày đi; đuổi đi ❸sửa đổi; cắt xén: 点~ sửa chữa/nhuận sắc

【窜犯】cuànfàn<动>xâm phạm: ~边境 xâm phạm biên giới

【窜改】cuàngǎi<动>sửa đổi; soán cải; cắt xén: ~记录 cắt xén biên bản; ~账目 cắt xén sổ sách

【窜逃】cuàntáo<动>tháo chạy: ~至国外 tháo chạy ra nước ngoài

篡 cuàn<动>cướp: 王莽~汉 Vương Mãng cướp ngôi nhà Hán

【篡夺】cuànduó<动>cướp: ~领导权 cướp quyền lãnh đạo; ~革命胜利果实 cướp thành quả thắng lợi của cách mạng

【篡改】cuàngǎi<动>bóp méo; xuyên tạc: ~历史 bóp méo lịch sử

【篡权】cuànquán<动>cướp đoạt quyền lực

【篡位】cuànwèi<动>cướp ngôi

cuī

催 cuī<动>❶thúc giục; giục: 扬鞭~马 vung roi giục ngựa ❷thúc đẩy nhanh sự xuất hiện và biến đổi của sự vật: 春风~绿 gió xuân vẫy gọi màu xanh; ~肥 vỗ béo //(姓) Thôi

【催逼】cuībī<动>thúc ép: ~还债 thúc ép trả nợ

【催产】cuīchǎn<动>trợ sản; thúc đẻ

【催促】cuīcù<动>giục; thúc giục: 妈妈~他赶紧回去。Mẹ nó thúc giục nó phải về ngay.

【催化】cuīhuà<动>xúc tác: ~反应 phản ứng xúc tác

【催化剂】cuīhuàjì<名>chất xúc tác

【催泪弹】cuīlèidàn<名>đạn gây chảy nước mắt; bom cay; đạn hơi cay

【催眠】cuīmián<动>thôi miên

【催眠曲】cuīmiánqǔ<名>bài hát ru con; khúc hát ru

【催眠术】cuīmiánshù<名>thuật thôi miên

【催眠药】cuīmiányào<名>thuốc thôi miên

【催命】cuīmìng<动>thúc riết; giục riết

【催奶】cuīnǎi<动>thúc sữa

【催收】cuīshōu<动>thu hồi; đòi (nợ, tiền hàng)

【催熟】cuīshú<动>❶thúc cho (hoa quả) sớm chín ❷làm cho sớm già dặn

【催债】cuīzhài<动>thúc nợ; đòi nợ

【催租】cuīzū<动>thúc tô; đòi tô

摧 cuī<动>bẻ gãy; phá hoại: 无坚不~ có thể phá hủy những gì kiên cố nhất

【摧残】cuīcán<动>tàn phá; hủy hoại; làm thiệt hại nghiêm trọng: ~身体 làm thiệt hại sức khỏe; ~民主 tàn phá dân chủ

【摧毁】cuīhuǐ<动>phá hủy; đập tan; đập nát: 那次地震~了许多房屋。Trận động đất đó đã phá hủy nhiều nhà cửa.

【摧枯拉朽】cuīkū-lāxiǔ dễ như bẻ cành khô, kéo cây mục; nhanh chóng đánh đổ; ví việc đánh đổ thế lực thối nát rất dễ dàng

cuǐ

璀 cuǐ

【璀璨】cuǐcàn<形>óng ánh; lóng lánh; lung linh

cuì

脆 cuì<形>❶giòn; dễ vỡ: 这纸太~。Loại giấy này dễ rách quá. ❷giòn: 香~可口 thơm giòn ngon miệng ❸(âm thanh) giòn ❹[方]dứt khoát: 干~利落 dứt khoát gọn ghẽ

C

【脆骨】cuìgǔ<名>món sụn; xương giòn

【脆亮】cuìliàng<形>(âm thanh) vang giòn

【脆弱】cuìruò<形>yếu đuối: ~的心灵 tâm hồn yếu đuối; 感情~ tình cảm yếu đuối

【脆生】cuìsheng<形>[口]❶(thức ăn) giòn ❷(âm thanh) trong trẻo; giòn giã

【脆响】cuìxiǎng<名>tiếng giòn; tiếng nổ giòn

【脆枣】cuìzǎo<名>[方]táo khô

萃cuì❶<动>tụ tập; hội tụ: 荟~ hội tụ ❷<名>đám: 出类拔~ xuất chúng/nổi bật //(姓) Tụy

【萃聚】cuìjù<动>[书]tụ tập; hội tụ: 各行业精英~一堂。Những tinh hoa xuất chúng của các ngành nghề cùng hội tụ lại.

【萃取】cuìqǔ<动>[化学]phân chất bằng phương pháp hòa tan

啐cuì❶<动>nhổ; khạc: ~了一口唾沫 nhổ một bãi nước bọt ❷<叹>xì: ~! 你简直胡说八道! Xì! Anh chỉ được cái nói năng tầm bậy!

淬cuì<动>tôi: ~砺 tôi rèn/dùi mài

【淬火】cuìhuǒ<动>tôi (kim loại)

【淬炼】cuìliàn<动>tôi luyện

瘁cuì<形>mệt nhọc quá độ: 鞠躬尽~ cúc cung tận tụy; 心力交~ trí tàn lực kiệt

粹cuì❶<形>thuần túy; tuyền: ~白 trắng tuyền; ~而不杂 thuần chất không pha tạp ❷<名>tinh hoa: 国~ quốc túy; 精~ tinh túy

翠cuì❶<形>(màu) cánh chả; xanh biếc: ~竹 tre xanh ❷<名>chim trả: 点~ điểm thúy (mĩ nghệ phẩm làm bằng lông chim trả) ❸<名>ngọc bích thúy; ja-đê-ít: 珠~ châu ngọc màu xanh trả hảo hạng/đồ châu ngọc màu xanh trả hảo hạng //(姓) Thúy

【翠柳】cuìliǔ<名>liễu xanh

【翠绿】cuìlǜ<形>(màu) xanh cánh trả; xanh biếc

【翠鸟】cuìniǎo<名>chim trả; chim bói cá

【翠生生】cuìshēngshēng xanh mơn mởn; mơn mởn: ~的柳枝 cành liễu xanh mơn mởn

【翠玉】cuìyù<名>thúy ngọc

cūn

村cūn❶<名>thôn; làng ❷<形>thô tục: ~话 lời nói thô tục //(姓) Thôn

【村落】cūnluò<名>thôn xóm; làng mạc

【村民】cūnmín<名>dân làng

【村头】cūntóu<名>đầu làng

【村委会】cūnwěihuì<名>ủy ban thôn xóm; hội thôn xóm

【村寨】cūnzhài<名>làng bản; trại

【村长】cūnzhǎng<名>trưởng thôn

【村镇】cūnzhèn<名>thôn làng và thị trấn

【村庄】cūnzhuāng<名>thôn trang; làng mạc; thôn xóm

【村子】cūnzi<名>làng; thôn xóm

cún

存cún<动>❶tồn tại; sinh tồn; còn: 残~ sót lại; 生~ sống còn ❷trữ; tích trữ; bảo tồn: 封~ đóng kín để bảo tồn ❸tích trữ; dành dụm: 一下雨，洼地里就~了好些水。Hễ mưa xuống thì chỗ đất trũng tích nhiều nước. ❹để dành: ~款 để dành tiền ❺gửi: 寄~ gửi để bảo quản ❻bảo lưu; giữ: 保~ bảo tồn ❼(số) dư; còn lại: 收支相抵，净~两万元。Lấy thu bù chi, thực còn hai vạn đồng RMB. ❽mang trong lòng: 心~侥幸 hi vọng ăn may; 不~幻想 không mang ảo tưởng //(姓) Tồn

【存案】cún'àn<动>lập hồ sơ; đưa vào hồ sơ; tồn án

【存储】cúnchǔ<动>trữ; dự trữ; để dành; dành dụm: 把这些数据~到计算机。Lưu giữ những số liệu đó trong máy tính.

【存储器】cúnchǔqì<名>[计算机]bộ nhớ (trong máy tính)

【存单】cúndān<名>biên lai gửi tiền; phiếu gửi tiền

【存档】cúndàng<动>lưu hồ sơ

【存底】cúndǐ❶<动>cất giữ: 作者原稿由出版社~。Bản thảo gốc của tác giả do nhà xuất bản cất giữ. ❷<名>hàng tồn đọng (của cửa hàng): 商店年底要盘点~。Đến cuối năm cửa hàng cần kiểm kê hàng tồn đọng.

【存放】cúnfàng<动>gửi: ~行李 gửi hành lí

【存根】cúngēn<名>cuống biên lai; tồn căn

【存活】cúnhuó<动>sống sót

【存活率】cúnhuólǜ<名>tỉ lệ sống sót

【存货】cúnhuò<名>hàng tồn kho; hàng tích trữ đợi bán

【存款】cúnkuǎn❶<动>gửi tiền tiết kiệm: 到银行~ đến ngân hàng gửi tiền tiết kiệm ❷<名>số tiền gửi ngân hàng: 这是一笔定期~。Đây là khoản tiền gửi ngân hàng theo kì hạn.

【存款利息】cúnkuǎn lìxī lợi tức tiền gửi; tiền lãi ngân hàng

【存粮】cúnliáng❶<名>lương thực tích trữ ❷<动>tích trữ lương thực: ~备荒 tích trữ lương thực để phòng mất mùa

【存留】cúnliú<动>lưu lại; giữ lại; lưu giữ: 封建思想还~在少数人脑中。Trong đầu óc một số người vẫn giữ lại tư tưởng phong kiến.

【存盘】cúnpán<动>[计算机]tồn đĩa

【存钱】cúnqián<动>gửi tiền tiết kiệm: 到银行~ đến ngân hàng gửi tiền

【存世】cúnshì<动>để lại cho đời: ~之作 tác phẩm để lại cho đời

【存亡】cúnwáng<名>sống và chết; sự sống chết; mất còn; tồn vong: 生死~的紧要关头 giờ phút nguy cấp một mất một còn

【存息】cúnxī<名>lợi tức tiền gửi (ngân hàng)

【存心】cúnxīn❶<动>ý định; mưu đồ: ~不良 ý định không tốt ❷<副>rắp tâm; cố ý; cố tình: ~报复 rắp tâm trả thù

【存蓄】cúnxù❶<动>trữ; tích trữ: ~钱财 tích trữ tiền của ❷<名>món tiền hay vật dành dụm

【存疑】cúnyí<动>tồn nghi; còn mắc mớ; nghi vấn

【存在】cúnzài❶<动>tồn tại; còn; có ❷<名>tồn tại

【存折】cúnzhé<名>sổ gửi tiền; sổ tiết kiệm

cǔn

忖 cǔn<动>suy nghĩ; đoán: 自~ tự ngẫm

【忖度】cǔnduó<动>đoán; ước đoán: ~人心 ước đoán lòng người

【忖量】cǔnliàng<动>❶đoán; suy đoán: ~话语 suy đoán lời nói ❷đắn đo; suy nghĩ: 她在~自己所犯下的错误。Cô ta đang suy nghĩ về lỗi lầm của mình.

【忖摸】cǔnmo<动>đoán; phỏng đoán

cùn

寸 cùn❶<量>tấc (đơn vị đo chiều dài) ❷<形>rất ngắn; rất bé; chút ít: ~进 chút ít tiến bộ; 鼠目~光 tầm nhìn hạn hẹp //(姓) Thốn

【寸步不离】cùnbù-bùlí không rời nửa bước

【寸步不让】cùnbù-bùràng không nhường nửa bước

【寸步难行】cùnbù-nánxíng không tiến được một bước; không nhích được một bước; khó mà nhắc chân lên được một bước

【寸草不留】cùncǎo-bùliú ngọn cỏ chẳng còn; mất sạch sành sanh; hết sạch

【寸断】cùnduàn<动>đứt từng khúc: 肝肠~ đứt gan đứt ruột

【寸功】cùngōng<名>một chút công lao: 身

无~ không lập được một chút công lao

【寸进】cùnjìn<名>[书]một ít tiến bộ: 略有 ~都是导师指导的结果。Nếu có được một ít tiến bộ thì đó cũng là do có sự chỉ đạo của thầy hướng dẫn.

【寸劲儿】cùnjìnr<名>[方]❶sức lực thích hợp; sức mạnh khéo léo: 要用~才能放倒对方。Phải dùng sức khéo léo mới quật ngã được đối phương. ❷đúng lúc; cơ hội may mắn: 瞧这~，老同学来访他也刚好到家。May thật, bạn học cũ đến thăm mà ông ấy cũng vừa vặn về tới nhà.

【寸头】cùntóu<名>tóc cua

【寸土必争】cùntǔ-bìzhēng giành từng tấc đất

【寸心】cùnxīn<名>[书]❶tấc lòng; lòng; trong lòng: 得失~知 được mất rõ trong lòng ❷tấm lòng thành: 聊表~ bày tỏ tấc lòng

【寸阴】cùnyīn<名>[书]tấc bóng; thời gian ngắn ngủi; thời gian gang tấc

cuō

搓 cuō<动>xoa; xát; xe: ~麻绳 xe sợi thừng; ~衣服 vò quần áo

【搓板】cuōbǎn<名>cái bàn xát

【搓背】cuōbèi<动>xoa lưng

【搓麻将】cuō májiàng chơi mà chược

【搓弄】cuōnòng<动>vò; vân vê: 她的手~着衣角。Tay cô ấy đang vân vê tà áo.

【搓手顿脚】cuōshǒu-dùnjiǎo xoa tay giậm chân; vò đầu gãi tai

【搓洗】cuōxǐ<动>giặt; vò

【搓澡】cuōzǎo<动>tắm kì cọ (có người chà lưng giúp)

磋 cuō<动>❶[书]cắt gọt; mài giũa ngà voi thành vật dụng: 切~ mài giũa cọ xát ❷bàn bạc; thương lượng; thảo luận

【磋磨】cuōmó<动>[书]dùi mài học hỏi với nhau

【磋商】cuōshāng<动>bàn bạc; trao đổi ý kiến kĩ lưỡng: 交易~是国际贸易的重要环节之一。Đàm phán trao đổi ý kiến là một khâu hết sức quan trọng trong mậu dịch quốc tế.

撮 cuō❶<动>tụ họp lại; tập hợp ❷<动>vun; đánh trống: ~成一堆 vun lại thành một đống ❸<动>[方]nhón: ~一点盐 nhón một tí muối; ~药 bốc thuốc ❹<动>trích: ~要 trích yếu ❺<动>[方]ăn: 上馆子~一顿。Đi tiệm ăn một bữa. ❻<量>(đơn vị đo dung lượng) 1/1000 của thăng ❼<量>[方]nhúm; mớ: 一~头发 một mớ tóc; 一小~坏人 một nhúm người xấu

另见zuǒ

【撮合】cuōhe<动>làm mối: ~两个年轻人 làm mối cho hai thanh niên

【撮火】cuōhuǒ<动>[方]❶chọc tức ❷tức giận

【撮箕】cuōjī<名>[方]cái ki hót đất; sọt đất

【撮弄】cuōnòng<动>❶bỡn cợt; trêu chọc; làm tình làm tội: 不许~残疾人。Không được chòng ghẹo người tàn tật. ❷xui; xúi bảy: 他~办公室同事去炒股。Anh ta xui đồng nghiệp cùng văn phòng chơi cổ phiếu.

【撮要】cuōyào❶<动>toát yếu; tóm tắt: 把工作内容~上报 báo cáo tóm tắt nội dung công tác ❷<名>bản tóm tắt: 论文~ bản tóm tắt luận văn

蹉 cuō<动>[书]❶sa chân; sẩy chân trượt ngã ❷qua

【蹉跎】cuōtuó<动>phí thời gian; trôi qua một cách vô ích: 岁月~ năm tháng trôi qua vô ích

cuó

矬 cuó[方]❶<形>(người) thấp bé; lùn ❷

<动>(người) co lại; rúm lại ❸<动>rút; cắt giảm; giảm bớt: ~了他半个月工钱。Cắt đi nửa tháng lương của anh ta.

【矬子】cuózi<名>[方]người lùn

痤cuó

【痤疮】cuóchuāng<名>mụn; trứng cá

cuò

挫cuò<动>❶áp chế; ngăn cản; đàn áp: 受~ bị thất bại ❷hạ; làm giảm đi: ~敌人的锐气 làm giảm nhuệ khí của địch; 抑扬顿~ lên bổng xuống trầm

【挫败】cuòbài<动>❶thất bại: 希望你能从 ~中走出来。Mong anh thoát khỏi được sự ám ảnh của cuộc thất bại lần này. ❷đánh bại; làm thất bại: 在战役中~敌军。Đánh bại quân địch trong trận chiến.

【挫伤】cuòshāng❶<动>[医学]tổn thương vì va chạm ❷<动>ảnh hưởng; tổn thương tới (tinh thần hăng hái) ❸<名>bầm tím

【挫折】cuòzhé<动>❶áp chế; chèn ép; ngăn trở: 不要~他学习的积极性。Không nên gây áp lực đối với tinh thần tích cực học tập của anh ấy. ❷thất bại; bất lợi: 在工作中遇 到~是常有的事。Gặp thất bại trong công việc là việc bình thường.

厝cuò❶<动>[书]đặt ❷<动>[书]quàn; chôn tạm: 浮~ chôn nổi ❸<名>[方]nhà: ~主 chủ nhà

【厝火积薪】cuòhuǒ-jīxīn đặt lửa dưới đống củi; ví việc tiềm ẩn một mối nguy lớn

措cuò<动>❶sắp đặt; xử trí: 不知所~ không biết xử trí ra sao ❷lo liệu; thu xếp; xoay xở: 筹~款项 lo liệu tiền nong/lo kinh phí

【措办】cuòbàn<动>lo liệu; thu xếp: 此事交 给得力之人去~。Việc này giao cho người có khả năng thực hiện.

【措辞】cuòcí<动>chọn lọc và sử dụng từ

ngữ: ~强硬 lời nói cứng rắn

【措举】cuòjǔ<名>hành động; việc làm

【措施】cuòshī<名>biện pháp: 采取安全 ~, 保证不发生事故。Áp dụng biện pháp an toàn, đảm bảo không xảy ra tai nạn.

【措手】cuòshǒu<动>bắt tay làm; ứng phó: 无从~ không biết bắt tay làm từ đâu

【措手不及】cuòshǒu-bùjí trở tay không kịp

【措置】cuòzhì<动>sắp đặt; lo liệu: ~得当 sắp đặt thỏa đáng

锉cuò❶<名>cái giũa ❷<动>giũa

【锉刀】cuòdāo<名>cái giũa

错[1]cuò❶<动>rối; trộn lẫn; so le; đan vào nhau: 交~ đan xen với nhau ❷<动>nghiến; mài; cọ: ~牙 nghiến răng ❸<动>tránh; bỏ qua: ~失良机 bỏ lỡ dịp tốt ❹<动>xê xích ❺<形>sai; nhầm: ~别字 chữ sai; 拿~衣服 lấy nhầm áo ❻<名>sai lầm; lỗi; chỗ sai: 没 ~ không có chỗ sai; 犯~ phạm sai lầm ❼ <形>tồi; kém; sai: 这数目儿~不了。Con số này rất đúng.

错[2]cuò<动>thếp; dát; nạm: ~金 nạm vàng

错[3]cuò[书]❶<名>đá (để mài ngọc) ❷<动>mài ngọc: 攻~ lấy của người khác để bổ cứu chỗ yếu của mình

【错爱】cuò'ài<动>quá yêu; đặc biệt ưu ái: 承蒙~ được sự đặc biệt ưu ái/hân hạnh được ưu ái

【错案】cuò'àn<名>vụ án xử sai; án sai

【错别字】cuòbiézì<名>chữ viết sai và chữ viết lẫn; lỗi chính tả: 你这篇文章~太多。 Bài viết của cậu quá nhiều lỗi chính tả.

【错层】cuòcéng<名>tầng so le; tầng lệch

【错车】cuòchē<动>nhường đường; (xe) tránh nhau; tránh xe: 这条山路太窄了, 难 以~。Đường lên núi này hẹp quá, xe khó tránh nhau.

【错处】cuòchù<名>chỗ sai; sai lầm; lỗi

【错愕】cuò'è<形>[书]kinh ngạc; thảng thốt

【错怪】cuòguài<动>trách nhầm; trách oan; giận oan: 这事是我不好，~了你。Tôi có sai lầm về chuyện này, đã trách oan anh.

【错过】cuòguò<动>lỡ; mất: ~这趟汽车，今天就走不成了。Lỡ chuyến xe này thì hôm nay không đi được nữa.

【错觉】cuòjué<名>cảm giác sai lầm; cảm giác lầm lẫn: 要跟她解释清楚，不要让她有我们什么事都没有做的~。Phải giải thích rõ, đừng để cô ấy hiểu lầm là chúng ta chưa làm gì cả.

【错开】cuòkāi<动>xê dịch; so le: 把休假日~ xê dịch những ngày nghỉ

【错漏】cuòlòu<动>lầm lẫn; sai sót: 这份报告~百出。Bản báo cáo này sai sót quá nhiều.

【错乱】cuòluàn<形>rối loạn; thất thường; thác loạn: 精神~ tâm trí thất thường/loạn thần kinh

【错落】cuòluò<动>chằng chịt; xen vào nhau; không đều: ~有致 đan xen nhau rất thú vị; ~不齐 cao thấp không đều

【错时】cuòshí<动>xê dịch thời gian; thay đổi thời gian: 要~出行，避免高峰期。Nên xê dịch thời gian mà đi để tránh giờ cao điểm.

【错位】cuòwèi<动>❶[医学]chệch vị trí: 骨关节~ sai khớp xương ❷ví mất trạng thái bình thường

【错误】cuòwù❶<形>sai lầm; trái với thực tế khách quan: ~的观念 quan niệm sai lầm ❷<名>sự việc hành vi hay quan niệm không đúng: 犯~ phạm sai lầm

【错杂】cuòzá<动>lẫn lộn; pha tạp: 建筑风格~ lối kiến trúc pha tạp

【错字】cuòzì<名>chữ viết sai

【错综复杂】cuòzōng-fùzá đan xen vào nhau; rối rắm phức tạp

D d

dā

D

耷 dā<名>[书]tai to
【耷拉】dāla<动>cúi (xuống); rủ (xuống); cúp; cụp; gục: ~着脸 cúi mặt

搭 dā<动>❶bắc; dựng; làm: ~桥 bắc cầu; 燕子在屋檐下~窝。Chim én làm tổ dưới mái nhà. ❷mắc; vắt: 把毛巾~在肩膀上吧。Vắt cái khăn mặt trên vai nhé. ❸nối nhau; ăn khớp: 前言不~后语 Câu trước câu sau không khớp nhau. ❹thêm vào; góp vào: 再~上点钱才够。Thêm ít tiền nữa mới đủ. 小心点，别把命给~上了。Cẩn thận nhé, đừng toi cả mạng vào đó. ❺độn vào; kèm với: 荤素~配 món mặn độn với món chay; 大小~着卖。Cái to bán kèm cái nhỏ. ❻khiêng; nhắc: 把桌子~高点。Nhắc cái bàn lên cao chút nữa. ❼đáp; đi: ~下一班飞机 đáp chuyến máy bay sau
【搭班】dābān<动>❶[旧](nghệ nhân) hát ghé ❷nhập bọn (tạm thời): 两人~，效率提高。Hai người kết bạn cùng làm thì năng suất sẽ tăng lên.
【搭伴】dābàn<动>tiện thể kết bạn: 你也要去北京? 我们~走吧。Anh cũng sang Bắc Kinh à? Vậy thì ta kết bạn cùng đi nhé.
【搭便车】dā biànchē đi nhờ xe: 他们也去，我就——起去。Họ cũng đi, vậy là tôi nhờ xe đi cùng.
【搭茬儿】dāchár<动>[方]đáp; tiếp lời: 我

跟他说话，他像没听见似的不~。Tôi nói với anh ta mà anh ta cứ như không nghe thấy gì, chẳng đáp lại một lời.
【搭车】dāchē<动>❶tiện đường đi nhờ xe ❷ví nhân đà kiếm lời
【搭乘】dāchéng<动>đáp; lên; ngồi lên
【搭档】dādàng❶<动>hợp sức: 这场比赛他俩~。Hai người hợp sức trong cuộc thi đấu lần này. ❷<名>người cộng tác; người hợp sức: 老~ người cộng tác cũ
【搭盖】dāgài<动>dựng bằng những vật liệu đơn giản: ~棚子 lợp dựng lều lán
【搭话】dāhuà<动>❶đáp lời: 不要轻易与陌生人~。Đừng nhẹ dạ đáp lời với người lạ. ❷[方]nhắn tin
【搭伙】dāhuǒ<动>❶nhập bọn; kết nhóm: 他们~做买卖。Họ kết nhóm cùng nhau làm kinh doanh. ❷chung bếp; ăn chung: 他和同事~。Anh ấy ăn chung với các cộng sự.
【搭架子】dā jiàzi❶làm khung; làm dàn bài: 写文章先要~。Làm văn thì phải lập dàn bài trước. ❷[方]làm bộ làm tịch
【搭建】dājiàn<动>bắc; dựng; làm: ~工棚 dựng lán công nhân
【搭脚儿】dājiǎor<动>[方]đi nhờ (tàu, xe)
【搭救】dājiù<动>cứu; cứu giúp
【搭客】dākè<动>[方]nhân tiện chở khách; chở khách
【搭扣】dākòu<名>cái gài; cái móc
【搭理】dāli<动>chào hỏi; trả lời: 他在路上见我都不~。Trên đường gặp tôi mà nó

không chào hỏi gì cả. 别人叫你你不~，这
是不礼貌的。Người ta gọi mà cậu chẳng
thưa, thật là thất lễ.

【搭配】dāpèi❶<动>phân phối theo yêu cầu
nhất định ❷<动>phối hợp: 两位运动员~
得很好。Hai vận động viên phối hợp với
nhau một cách chặt chẽ. ❸<形>tương xứng;
cân xứng hợp gu: 你的衣服和鞋子不~。
Chiếc áo của chị không hợp gu với đôi giày.

【搭棚子】dā péngzi　dựng lều

【搭腔】dāqiāng<动>❶tiếp lời; đáp lời: 我
问了他半天，他都不~。Tôi hỏi anh ta
mãi mà anh không chịu đáp lời. ❷[方]nói
chuyện: 他俩从来不~。Hai người chưa bao
giờ nói chuyện với nhau.

【搭桥】dāqiáo<动>❶bắc cầu: 逢山开路，
遇水~。Gặp núi thì mở đường, gặp sông
thì bắc cầu. ❷giới thiệu; chắp mối: 牵线~
chắp mối xe duyên ❸[医学]nối mạch máu
(dùng một đoạn huyết quản của chính bệnh
nhân để tiếp nối hai đầu phần bị tắc, cho
máu thông suốt): 心脏~手术 phẫu thuật nối
mạch tim

【搭讪】dāshàn<动>bắt chuyện; kiếm
chuyện làm quà

【搭手】dāshǒu<动>giúp đỡ: 搭把手 giúp
một tay; 他还小，搭不上手。Nó còn bé,
không giúp được.

【搭售】dāshòu<动>bán kèm

【搭头】dātou<名>vật khuyến mại theo: 买
了个大的，这小的是~。Mua cái to, còn
cái nhỏ này là tặng khuyến mại.

【搭线】dāxiàn<动>giới thiệu; chắp nối

【搭载】dāzài<动>chở: ~旅客过河 chở
khách sang sông

答 dā 义同"答"(dá)，专用于"答应、答
理"等词。
另见dá

【答理】dāli<动>【搭理】

【答应】dāying<动>❶đáp lại: 警察敲门问
了几声，屋里还是没人~。Cảnh sát gõ
cửa và cất tiếng hỏi, trong phòng vẫn chẳng
có tiếng đáp lại. ❷đáp ứng; đồng ý; hứa
hẹn: 你既然~了就不能食言。Đằng ấy đã
hẹn thì đừng nuốt lời đấy nhé.

dá

打 dá<量>tá (mười hai cái): 一~手套 một tá
găng tay
另见dǎ

达 dá❶<动>đến; thông: 我国的交通网络四
通八~。Mạng lưới giao thông của nước ta
thông suốt khắp các miền. 本次航班直~胡
志明市。Chuyến máy bay này sẽ bay thẳng
thành phố Hồ Chí Minh. ❷<动>đạt được:
~到目的 đạt được mục đích ❸<动>thông
hiểu; thông đạt: 知书~理 có tri thức, biết lễ
phép; 通权~变 linh hoạt, biết tùy cơ ứng biến
❹<动>biểu đạt: 传~会议决议 truyền đạt
nghị quyết hội nghị; 词不~意 từ không đạt
ý ❺<形>hiển đạt: ~官贵人 quan lại quyền
quý //(姓)Đạt

【达标】dábiāo<动>đạt tiêu chuẩn: 产品~
sản phẩm đạt tiêu chuẩn

【达成】dáchéng<动>đạt được (kết quả
thương lượng): ~共识 đi tới nhận thức
chung

【达到】dádào<动>đạt được: 国家标准达
tiêu chuẩn quốc gia; ~国际水平 đạt tới trình
độ quốc tế

【达观】dáguān<形>nhìn nhận sự việc một
cách thông thoáng, bao dung: 生性~ tính
rộng lượng; ~知命 lạc quan am hiểu và
thuận theo vận mệnh

【达人】dárén<名>❶người có tài; người
năng nổ ❷[书]con người thông đạt lạc quan

【达人秀】dárénxiù<名>cuộc thi trổ tài

沓 dá <量>xấp; tệp: 一~纸 một xấp giấy; 一~信封 một tệp phong bì

另见 tà

【沓子】dázi <量>xấp; tệp: 一~钞票 một xấp tiền giấy

答 dá <动>❶trả lời; đáp: 先想后~ suy nghĩ trước, trả lời sau ❷đáp lại; báo đền; đền đáp: ~谢 đáp tạ; 报~ đền đáp //(姓) Đáp

另见 dā

【答案】dá'àn <名>đáp án; câu trả lời: 试题~ đáp án đề thi; 找到~ tìm được đáp án

【答辩】dábiàn <动>trả lời và bảo vệ; biện hộ: 论文~ bảo vệ luận án; 法庭~ bào chữa tại tòa án

【答对】dáduì <动>trả lời; đối đáp: ~得体 đối đáp thích đáng; 没话~ không trả lời được

【答非所问】dáfēisuǒwèn trả lời không trúng vào nội dung câu hỏi; hỏi một đằng, trả lời một nẻo

【答复】dáfù <动>trả lời; phúc đáp: ~读者来信 trả lời thư độc giả; 等协商好了再~你。Thương lượng xong sẽ trả lời ông.

【答话】dáhuà <动>trả lời; đáp lời (phần nhiều dùng ở hình thức phủ định): 你为什不~? Sao anh không trả lời?

【答卷】dájuàn ❶<动>làm bài thi: 你要按照要求~。Em hãy làm bài thi theo yêu cầu. ❷<名>bài làm; lời giải; đáp án: 标准~ lời giải mẫu/đáp án mẫu ❸<名>đáp lại; hiến dâng; cống hiến: 他向祖国交了一份满意的~。Anh ấy đã cống hiến trọn vẹn cho tổ quốc.

【答礼】dálǐ <动>đáp lễ; đến thăm lại người đã đến thăm mình; chào lại một cách lịch sự: 谁施礼咱都要~。Dù ai chào mình cũng phải đáp lễ. 所里的人员来拜年, 主管都一一~。Nhân viên trong sở đến chúc Tết, ông giám đốc đã đáp lễ từng nhà.

【答题】dátí <动>làm bài thi; làm bài tập

【答题卡】dátíkǎ <名>thẻ ghi đáp án

【答谢】dáxiè <动>đền đáp; đáp lễ; đáp tạ: 我送他一份礼以~他的帮助。Tôi biểu chút quà tặng để đáp lại sự giúp đỡ của anh ấy.

【答疑】dáyí <动>giải đáp thắc mắc; giải đáp câu hỏi: ~见面会 buổi họp mặt giải đáp thắc mắc

dǎ

打¹ dǎ <动>❶đánh; gõ; phát (tín hiệu): ~锣 đánh cồng; ~鼓 đánh trống ❷đánh; đập; đánh lộn; ẩu đả: 两人~了起来。Hai người đánh nhau. ❸đánh; chơi; đoán (câu đố): 乒乓球 chơi bóng bàn; ~秋千 chơi đu; ~灯谜 đoán đố đèn ❹làm; đánh; đi: ~游击 đánh du kích; ~埋伏 đánh phục kích ❺vỡ; bị vỡ: 鸡飞蛋~ gà bay trứng vỡ/xôi hỏng bỏng không ❻xây; đắp: ~坝 đắp đập; ~墙 xây tường ❼làm; rèn: ~铁 rèn sắt; ~首饰 làm kim hoàn ❽đào; đục; mở: ~井 đào giếng; ~孔 khoan lỗ; ~开瓶盖 mở nắp chai ❾cắt; chặt; tỉa; ngắt: ~旁枝 tỉa nhánh cây; 上山~柴 lên núi chặt củi; ~草 cắt cỏ ❿phát; bắn; nã; gọi: ~电报 đánh bức điện báo; ~电话 gọi điện thoại; ~炮 nã pháo/nổ pháo; ~雷 sấm rền ⓫lấy; múc: ~水 lấy nước; ~汤 múc canh ⓬mua: ~酱油 mua xì dầu; ~酒 mua rượu ⓭bắt: ~鱼 đánh cá ⓮nhào; trộn; đảo: ~馅 trộn nhân bánh; ~糨子 quấy hồ ⓯tết; đan; bện: ~毛衣 đan áo len; ~草席 dệt chiếu cói; ~发辫 tết tóc ⓰vẽ; vạch; đánh (dấu); phết; in; mang theo: 给车~蜡 đánh bóng xi cho ô tô; ~胭脂 đánh phấn hồng; ~格子 vạch ô vuông; ~图样儿 vẽ sơ đồ ⓱giương; cầm; xách; buông: ~伞 cầm ô; ~灯笼 xách đèn lồng; ~旗子 giương cờ ⓲cuốn; cuộn; gói: ~包 đóng gói/đóng kiện; ~铺盖卷儿 cuộn chăn màn ⓳chỉ một động tác nào đó của thân thể: ~哈欠 ngáp; ~嗝儿 nấc ⓴ (dùng một phương thức nào đó) lấy; nêu; đưa ra: ~比喻 nêu ví dụ; ~马虎眼 giả vờ ngây ngô ㉑hành vi giao thiệp: ~官司 kiện cáo; ~交道 giao tiếp với ㉒cho là; gán cho là ㉓[方]cấp hoặc lĩnh giấy tờ: ~介绍信 cấp giấy giới thiệu ㉔định; tính toán: ~草稿 viết nháp; ~定主意 có ý định/đã quyết định

打² dǎ⟨介⟩[口]từ; qua; bằng: ~这儿直走，过一个十字路口就到了。Từ đây đi thẳng, qua một ngã tư thì tới. ~水路走需要三天时间。Đi bằng tàu thủy thì mất ba ngày. ~明儿起我就放年假了。Tôi sẽ nghỉ phép năm từ ngày mai.

另见 dá

【打靶】dǎbǎ⟨动⟩bắn bia: ~场 trường bắn

【打白条】dǎ báitiáo cho giấy ghi nợ

【打摆子】dǎ bǎizi[方]bị nhiễm bệnh sốt rét

【打败】dǎbài⟨动⟩❶đánh bại: ~敌军 đánh bại quân thù ❷thua; bị thua: 这场比赛他们~了。Họ bị thua trong cuộc thi đấu này.

【打板子】dǎ bǎnzi đánh vào mông; ví phê bình nghiêm túc hoặc xử phạt nặng

【打扮】dǎban❶⟨动⟩ăn mặc; trang điểm; trang hoàng; tô điểm: 妈妈把女儿~得像个小公主。Người mẹ trang điểm cho cô con gái như một công chúa nhỏ. ❷⟨名⟩cách ăn mặc; áo quần ăn mặc: 看他的~像是个有钱人。Nhìn cách ăn mặc của ông ta tựa như người giàu có.

【打包】dǎbāo⟨动⟩❶gói thành bao; đóng bao: ~装箱 gói bao đóng hòm ❷mở gói (bao) ra: ~检查 mở bao ra kiểm tra

【打包票】dǎ bāopiào hứa chắc chắn; bảo đảm: 我敢~，他一定会准时回来。Tôi đảm bảo anh ta sẽ trở về đúng giờ.

【打抱不平】dǎbàobùpíng can thiệp vào chuyện bất bình; bênh vực kẻ yếu; giữa đường thấy việc bất bình chẳng tha

【打比】dǎbǐ⟨动⟩❶ví như; nêu ví dụ: 老师

常常用~的方法来教学。Thầy giáo thường giảng bài bằng cách nêu ví dụ. ❷[方]so sánh; đối chiếu với nhau: 他还小，怎么能和大人~呢？Nó còn bé, sao mà so với người lớn được?

【打比方】dǎ bǐfāng ví như; nêu ví dụ

【打表】dǎbiǎo⟨动⟩[口]tính cước phí theo đồng hồ côngtơmét của taxi

【打不住】dǎbuzhù không đủ: 每人十元的标准肯定~。Tiêu chuẩn mỗi người 10 đồng RMB chắc là không đủ. 完成这项工程，三个月是~的。Thời hạn 3 tháng là không đủ để hoàn thành công trình này.

【打草稿】dǎ cǎogǎo viết bản thảo; viết nháp

【打草惊蛇】dǎcǎo-jīngshé rút dây động rừng; động chà cá nhảy

【打叉】dǎchā⟨动⟩gạch chéo (thường dùng để biểu thị ý phủ định)

【打岔】dǎchà⟨动⟩ngắt lời; xen vào; cắt ngang; phá quấy: 别~，让他说。Đừng ngắt lời, để cho anh ấy nói.

【打车】dǎchē⟨动⟩đi tắc-xi; gọi tắc-xi: 我们~去吧。Ta đi tắc-xi nhé.

【打成一片】dǎchéng-yīpiàn kết thành một khối: 他在农村生活，与农民~。Anh ấy sống ở nông thôn, hòa đồng với nông dân.

【打赤膊】dǎ chìbó cởi trần

【打赤脚】dǎ chìjiǎo đi chân đất; chân không

【打冲锋】dǎ chōngfēng❶xung phong; đánh mở màn: 尖刀连~。Biệt đội tinh nhuệ đi xung phong. ❷xung phong; đi đầu: 青年人在各项工作中都应该~。Trong mọi công tác người thanh niên đều phải đi đầu.

【打虫药】dǎchóngyào⟨名⟩thuốc trừ giun sán; thuốc trừ sâu

【打出手】dǎ chūshǒu❶[戏曲]động tác tung hứng khí giới trong nghệ thuật sân khấu truyền thống ❷đánh nhau: 大~ ra tay choảng nhau

【打从】dǎcóng<介>[方]❶từ khi: ~初中开始，两人就亲如兄弟。Từ hồi học trung học cơ sở hai người đã thân như anh em. ❷từ nơi, chốn: ~我家门前经过时，叫我一声。Khi đi qua nhà tôi thì gọi tôi một tiếng.

【打蛋器】dǎdànqì<名>cái đánh trứng

【打倒】dǎdǎo<动>❶đánh ngã vật ra: 把他~在地 đấm cho nó ngã vật xuống ❷đả đảo; đánh đổ: ~帝国主义! Đả đảo chủ nghĩa đế quốc!

【打道回府】dǎdào-huífǔ❶dẹp đường về phủ ❷về nhà

【打得火热】dǎde huǒrè thân với nhau; rất ăn ý với nhau: 他俩~。Hai người rất ăn ý với nhau.

【打的】dǎdī<动>[口]thuê tắc-xi; đi tắc-xi

【打底子】dǎ dǐzi❶vẽ phác; phác thảo; viết nháp; khởi thảo: 写文章前，要先~。Trước khi viết văn cần phải viết nháp trước. ❷đổ nền; lát nền: 地面用三合土~。Dùng vữa xi măng thạch cao (vôi+đất xét+cát) lót nền. ❸đặt nền móng: 学前教育为孩子未来的发展打下底子。Mẫu giáo đặt nền móng cho sự phát triển của trẻ em trong tương lai.

【打地铺】dǎ dìpù nằm ngủ trên sàn

【打点】dǎdian<动>❶thu xếp; sửa soạn; chuẩn bị: ~行装 sửa soạn hành lí; ~礼物 chuẩn bị quà tặng ❷lót tay; lo lót

【打点滴】dǎ diǎndī truyền huyết thanh; truyền dịch; truyền sésum

【打掉】dǎdiào<动>❶đánh vỡ; đập gãy ❷xóa bỏ; tiêu diệt; tẩy trừ: ~胎儿 nạo thai; ~敌人的据点 tiêu diệt cứ điểm của địch

【打动】dǎdòng<动>làm xúc động; làm rung động: 那个女孩的事迹深深地~了我。Sự tích của cô ấy đã làm tôi xúc động vô cùng.

【打抖】dǎdǒu<动>run; rùng mình: 吓得~ sợ run rẩy

【打斗】dǎdòu<动>đấm đá vật lộn; ẩu đả: 在~中，有几个人受了重伤。Trong lúc ẩu đả, có mấy người bị thương nặng.

【打赌】dǎdǔ<动>đánh đố; đánh cuộc; cá cược; cược: 你要不信，咱们可以~。Cậu không tin thì chúng mình đánh đố.

【打短工】dǎ duǎngōng làm việc ngắn hạn: 他常利用暑假打些短工赚钱。Anh ấy thường tranh thủ nghỉ hè để làm thuê ngắn hạn kiếm tiền.

【打断】dǎduàn<动>❶đập gãy ❷ngắt lời: 别~他，听他说下去。Đừng ngắt lời, nghe nó nói tiếp.

【打盹儿】dǎdǔnr<动>[口]ngủ gật; ngủ gà ngủ gật: 在课堂上~ ngủ gật trong lớp

【打哆嗦】dǎ duōsuo run; rùng mình (do lạnh, sợ hãi)

【打耳光】dǎ ěrguāng bạt tai; tát tai: 打了他几下耳光 đã cho hắn mấy cái bạt tai

【打发】dǎfa<动>❶cử (đi); phái (đi); sai (đi): ~他去干农活。Sai nó đi làm đồng. ❷đuổi; xua: 给点钱~他走吧。Cho tiền mà xua nó đi nhé. ❸cho qua; để trôi qua; giết (thời gian): ~时间 giết thời gian ❹(phần nhiều gặp ở bạch thoại trong thời kì đầu) sắp xếp: 她~众人住下。Chị ấy sắp xếp cho mọi người ở lại.

【打翻】dǎfān<动>❶đánh đổ: ~水杯 đánh đổ cốc nước ❷đạp đổ; lật đổ: ~封建势力 lật đổ thế lực phong kiến

【打非】dǎfēi<动>chống phá hành vi trái phép như in ấn kinh doanh đồ xuất bản lậu: 扫黄~ chống phá hành vi đồi trụy và in lậu trái phép

【打分】dǎfēn<动>cho điểm; đánh giá và chấm điểm: 老师给这篇作文打了80分。Bài văn này cô cho 80 điểm.

【打嗝儿】dǎgér<动>❶nấc ❷ợ hơi

【打跟头】dǎ gēntou nhảy lộn nhào

【打更】dǎgēng<动>gác đêm; gác canh (thời

cũ)

【打工】dǎgōng<动>làm thuê; làm công; làm mướn: 村里有很多人外出~。Nhiều người trong làng ra ngoài làm thuê.

【打钩】dǎgōu<动>đánh dấu móc (nhiều khi biểu thị ý khẳng định): 你认为答案是正确的请~。Nếu bạn cho đúng thì đánh dấu móc vào.

【打鼓】dǎgǔ<动>đánh trống; ví thấp thỏm trong lòng: 此次考试能否过关，我心里直 ~。Liệu có thể vượt qua kì thi lần này hay không, điều đó cứ canh cánh trong lòng tôi.

【打卦】dǎguà<动>bói; xem bói: 求神~ cầu thần xin quẻ

【打拐】dǎguǎi<动>chống phá những hành vi lừa bán nhân khẩu

【打官腔】dǎ guānqiāng lên giọng; ra giọng trịch thượng: 他动不动就~教训人。Ông ta động tí là lên giọng dạy người.

【打官司】dǎ guānsi kiện tụng; kiện cáo; thưa kiện

【打光棍儿】dǎ guānggùnr (nam giới) sống độc thân

【打滚】dǎgǔn<动>❶lăn; lăn lộn: 狗在地上 ~。Con chó lăn mình dưới đất. ❷lăn lộn, sinh sống: 她是在大山沟里~长大的。Cô ấy lăn lộn và lớn lên ở vùng miền núi hẻo lánh.

【打棍子】dǎ gùnzi gán tội và trừng phạt: 别随便给人~。Đừng có tùy tiện gán tội và trừng phạt người khác.

【打哈哈】dǎ hāha[口]đùa cợt; pha trò; làm trò cười: 这是工作，咱可不能~! Đây là công việc, chúng ta không được đùa cợt!

【打鼾】dǎhān<动>ngáy: 他睡觉时经常~。Khi ngủ ông ấy luôn ngáy.

【打寒战】dǎ hánzhàn run; rùng mình

【打黑】dǎhēi<动>chống phá những tội phạm có tổ chức hoặc băng đảng

【打横】dǎhéng<动>❶ngồi vào chỗ cuối bàn (khi ngồi vây quanh chiếc bàn vuông) ❷[口]tạt ngang

【打呼噜】dǎ hūlu[口]ngáy

【打滑】dǎhuá<动>❶(bánh xe) bị trơn trượt: 雪天行车容易~。Ngày có tuyết, lái xe dễ bị trơn trượt. ❷bị trượt chân

【打回头】dǎ huítóu❶quay trở lại; trở về: 去找他没找着，我就~了。Đi tìm nó mà nó vắng nhà thì tôi đành trở về. ❷từ chối; bác bỏ; trả lại: 他写的几篇文章都被~了。Những bài văn của anh ấy đều bị trả lại.

【打火机】dǎhuǒjī<名>cái bật lửa; máy lửa

【打击】dǎjī<动>❶đánh; gõ: ~乐器 nhạc cụ gõ ❷đánh; giáng; trù dập; đả kích: 你这样做会~他的积极性的。Anh làm thế thì sẽ đánh vào tinh thần tích cực của nó.

【打击报复】dǎjī-bàofù trả thù; trả miếng; trả đũa: 严禁对举报人~。Cấm không được trả đũa người trình báo tội phạm.

【打假】dǎjiǎ<动>chống lại hành vi giả mạo, buôn bán hàng giả

【打价】dǎjià<动>[口]chém giá; mặc cả; trả giá (thường dùng ở hình thức phủ định)

【打架】dǎjià<动>❶đánh nhau; đánh lộn: 这两个孩子在一起就老~。Hai đứa trẻ hễ gần nhau là đánh nhau. ❷ví trước sau mâu thuẫn với nhau

【打江山】dǎ jiāngshān giành chính quyền bằng vũ lực; ví sáng lập cơ nghiệp

【打交道】dǎ jiāodao[口]giao thiệp với; đi lại chơi bời với

【打搅】dǎjiǎo<动>❶quấy; quấy rầy: 他在休息，别去~。Anh ấy đang nghỉ, đừng quấy rầy. ❷làm phiền; quấy quả: ~您一下。Xin làm phiền ngài một chút.

【打劫】dǎjié<动>cướp; cướp đoạt: 趁火~ thừa gió bẻ măng/nhân nước đục thả câu

【打结】dǎjié<动>thắt nút

【打紧】dǎjǐn<形>[方](phần nhiều dùng ở hình thức phủ định) quan trọng: 这件事不~，你别担心。Chuyện này không sao đâu, chị đừng lo nhé.

【打卡】dǎkǎ<动>ghi giờ (khi đến làm và khi về): 所有工人都~上班了吗？Tất cả công nhân đều đã ghi giờ đến làm chưa?

【打开】dǎkāi<动>❶mở; cởi, giở: ~包袱 mở khăn gói ra；~抽屉 mở ngăn kéo ra ❷mở ra; tạo ra; tháo gỡ: ~新局面 mở ra một cục diện mới；~僵局 tháo gỡ bế tắc

【打开话匣子】dǎkāi huàxiázi bắt đầu câu chuyện: 她一~就说个不停。Cứ bắt đầu câu chuyện là chị ấy thao thao bất tuyệt.

【打开天窗说亮话】dǎkāi tiānchuāng shuō liànghuà nói trắng ra; nói toẹt ra; nói toạc móng heo

【打瞌睡】dǎ kēshuì ngủ gật

【打垮】dǎkuǎ<动>đánh đổ; đánh gục; đánh tan: 她没有被厄运~。Bà ấy chưa bị số mệnh rủi ro đánh gục.

【打蜡】dǎlà<动>đánh bóng bằng sáp: 给小汽车~ đánh bóng xe con bằng sáp

【打来回】dǎ láihuí khứ hồi: 打个来回需要三天。Cả đi lẫn về sẽ mất ba ngày.

【打捞】dǎlāo<动>vớt; trục vớt: ~沉船 trục vớt thuyền đắm

【打雷】dǎléi<动>có sấm; sấm động

【打擂台】dǎ lèitái đua nhau trên vòng đua hình tròn; thi đấu; đấu võ tranh giành

【打冷枪】dǎ lěngqiāng bắn lén; ném đá giấu tay

【打冷战】dǎ lěngzhan run; rùng mình

【打理】dǎlǐ<动>sửa soạn; quản lí: ~生意 trông coi công việc kinh doanh

【打量】dǎliang<动>❶ngắm nghía; quan sát: 他们上上下下~我。Họ đưa mắt nhìn tôi từ đầu đến chân. ❷cho là; cho rằng; tưởng: 她瞒着我，~我不知道。Cô giấu tôi và nghĩ là tôi không biết.

【打猎】dǎliè<动>đi săn; săn bắn

【打零工】dǎ línggōng làm công việc vặt: 他以~为生。Anh ấy sống bằng nghề làm các công việc vặt.

【打乱】dǎluàn<动>phá hoại; gây hỗn loạn: 所有计划都被~了。Tất cả các kế hoạch đều bị phá vỡ.

【打落水狗】dǎ luòshuǐgǒu đánh cho gục hẳn, đánh cho kì chết

【打马虎眼】dǎ mǎhuyǎn giả ngô giả ngọng lừa người

【打骂】dǎmà<动>chửi và đánh: 他动不动就~妻儿。Động tí là hắn chửi bới, đánh đập vợ con.

【打鸣儿】dǎmíngr<动>[口](gà) gáy: 公鸡~。Gà trống gáy sáng.

【打磨】dǎmó<动>mài: 手工~ mài bằng thủ công

【打闹】dǎnào<动>đánh đùa nhau: 几个孩子在公园里~。Mấy đứa trẻ nô đùa nhau trong công viên.

【打蔫儿】dǎniānr<动>[口]❶héo rũ: 茄子早得都~了。Cây cà tím bị hạn héo rũ. ❷uể oải; suy sụp (tinh thần): 孩子病得都~了。Đứa trẻ bị ốm, uể oải chẳng buồn gì.

【打拍子】dǎ pāizi đánh nhịp: 你唱吧，我~。Chị hát nhé, tôi đánh nhịp cho chị.

【打泡】dǎpào<动>rộp; phỏng: 才走了一会儿双脚就~了。Mới đi được một lúc, hai chân đã bị phỏng rộp cả lên.

【打炮】dǎpào<动>❶bắn pháo; nã pháo ❷(thời xưa diễn viên nổi tiếng đến một nơi mới diễn thì mấy ngày đầu diễn những vở tuồng kịch mà mình diễn hay nhất) diễn ra mắt; diễn vở tủ

【打喷嚏】dǎ pēntì hắt hơi

【打屁股】dǎ pìgu phết roi vào mông; ví bị cạo (phê bình nghiêm túc): 他没完成任

务，被领导~。Anh ta không hoàn thành nhiệm vụ mà bị cấp trên cạo.

【打拼】dǎpīn<动>[方]cố gắng làm việc; làm việc rất chăm chỉ: 经过多年~，他已成为一名著名的企业家。Qua nhiều năm cố gắng, anh ấy đã trở thành một nhà kinh doanh nổi tiếng.

【打平手】dǎ píngshǒu ngang điểm; ngang phiếu; hòa nhau: 两人摔跤暂时~。Hai người tạm ngang điểm trong môn đấu vật.

【打破】dǎpò<动>phá vỡ; phá; phá bỏ; xóa bỏ: ~纪录 phá kỉ lục; ~沉默 phá tan sự im lặng

【打破砂锅问到底】dǎpò shāguō wèn dào dǐ hỏi đến ngành đến ngọn

【打气】dǎqì<动>❶bơm: 他在给单车~。Ông ấy đang bơm xe. ❷hà hơi tiếp sức; động viên tinh thần: 老师在给学生们~。Cô giáo đang động viên khích lệ cho các sinh viên.

【打气筒】dǎqìtǒng<名>cái bơm

【打前站】dǎ qiánzhàn đi tiền trạm; làm tiền trạm

【打钱】dǎqián<动>❶(người hát rong, người mãi võ) xin tiền khán giả ❷gửi tiền: 她到银行~给儿子。Bà ấy đến ngân hàng gửi tiền cho con.

【打枪】[1] dǎqiāng<动>bắn súng

【打枪】[2] dǎqiāng<动>làm hộ bài thi; thi hộ

【打情骂俏】dǎqíng-màqiào tán tỉnh ve vãn

【打球】dǎqiú<动>chơi bóng: 他俩经常在一起~。Hai người thường hay chơi bóng với nhau.

【打趣】dǎqù<动>trêu; đùa; trêu đùa: 几个年轻人相互~。Bọn trẻ trêu chọc nhau.

【打圈子】dǎ quānzi lượn vòng; bay vòng quanh; loanh quanh; luẩn quẩn: 小鸟绕着屋子~。Con chim bay lượn quanh nhà. 不

要老在个人利益上~。Đừng luẩn quẩn với lợi ích cá nhân.

【打拳】dǎquán<动>đánh võ; đánh quyền; tập võ

【打群架】dǎ qúnjià kéo bè kéo lũ đánh nhau

【打扰】dǎrǎo<动>❶quấy rầy: 由于被孩子~，她停止了阅读。Bị con thơ quấy rầy, chị ấy đã dừng lại không đọc tiếp nữa. ❷(khiêm từ) quấy rầy: 对不起，~了! Xin lỗi, đã quấy rầy nhiều.

【打入冷宫】dǎrù lěnggōng❶giam trong lãnh cung (thời phong kiến khi cung phi làm vua phật lòng, hay phạm điều cấm kị thì sẽ bị giam trong cấm thất chờ chết) ❷ghẻ lạnh; bỏ xó; xếp xó: 因为质量问题，这些产品从生产线上下来就被~。Do vấn đề chất lượng, nên các sản phẩm bị bỏ xó ngay sau khi ra khỏi dây chuyền sản xuất.

【打入十八层地狱】dǎrù shíbā céng dìyù đày xuống mười tám tầng địa ngục; bị xử phạt nặng (theo cách nói dân gian, một người phạm nhiều tội lỗi khi chết phải xuống địa ngục, trong đó mỗi tầng đều có những hình phạt khác nhau tùy theo mức độ tội lỗi)

【打扫】dǎsǎo<动>quét; quét dọn; làm vệ sinh; thu dọn: ~院子 quét sân

【打闪】dǎshǎn<动>chớp lóe; chớp giật: 天上又打雷又~，眼看就要下雨了。Trời vừa sấm vừa chớp, xem chừng sắp mưa rồi.

【打扇子】dǎ shànzi quạt

【打蛇打七寸】dǎ shé dǎ qīcùn đánh rắn phải đánh vào đoạn gần đầu; ví phải nắm bắt khâu quan trọng nhất

【打食】dǎshí<动>(chim, thú) đi kiếm mồi

【打手】dǎshou<名>tay chân; lâu la

【打手势】dǎ shǒushì ra hiệu: 他对我~，要我把钢笔递给他。Anh ấy ra hiệu bảo tôi đưa chiếc bút máy cho anh.

D

【打水漂】dǎ shuǐpiāo❶ném thia lia; ném đá lướt trên mặt nước (trò chơi ném đá đếm đồng tiền) ❷đổ nước xuống rãnh; đi phèo: 买这些股票，钱都~了。Tiền mua số cổ phiếu này đã đi phèo.

【打算】dǎsuàn❶<动>suy tính; định; dự định; tính: 通盘~tính toán toàn diện; 你~什么时候回国? Cậu định bao giờ về nước? ❷<名>cách nghĩ; ý nghĩ; lo toan; tính toán: 这就是你的~? Đó có phải là kế hoạch của cậu không nhỉ?

【打算盘】dǎ suànpán❶tính toán bằng bàn tính; gảy bàn tính ❷tính toán; suy bì: 他真会~，为了省钱一整天就吃两顿饭。Anh ấy biết tính toán cho mình, hằng ngày chỉ ăn hai bữa để dành tiền.

【打碎】dǎsuì<动>❶đập vỡ ra từng mảnh: 他把碗~了。Nó đã đánh vỡ cái bát. ❷phá vỡ; phá tan: 她嫁入豪门的梦想被~了。Giấc mơ gả vào nhà giàu của chị ấy đã bị phá vỡ.

【打胎】dǎtāi<动>[口]nạo thai

【打太极拳】dǎ tàijíquán tập thái cực quyền

【打探】dǎtàn<动>hỏi thăm; dò hỏi; thám thính: ~消息 hỏi thăm tin tức

【打天下】dǎ tiānxià❶giành lấy chính quyền bằng võ lực ❷ví sáng lập cơ nghiệp

【打铁】dǎtiě<动>rèn sắt: 趁热~ rèn sắt khi còn nóng (chớ bỏ lỡ thời cơ)

【打听】dǎting<动>hỏi thăm; dò hỏi: 她老是~别人的事儿。Bà ấy cứ dò hỏi chuyện riêng của người ta.

【打挺儿】dǎtǐngr<动>[口]ưỡn người lên: 小男孩不愿意下来走路，赖在奶奶怀里~。Bé trai không chịu đi bộ, cứ ưỡn người lên trong lòng bà.

【打通】dǎtōng<动>làm cho thông suốt hay thông liền; mở thông: ~这两间房 phá thông tường hai gian phòng này

【打通关】dǎ tōngguān một mình đấu rượu với mọi người (thi đoán nắm tay và chuốc rượu nhau trong bàn tiệc)

【打头】¹dǎtóu<动>chi tiền hồ; nộp tiền hồ

【打头】²dǎtóu<动>dẫn đầu; đi đầu: ~的是家族中最有威信的男性长辈。Người dẫn đầu là vị bô lão có uy tín nhất trong họ.

【打头】³dǎtóu<副>[方]từ lúc đầu; bắt đầu: 这盘棋不算数，咱们~再来。Ván cờ này không tính, ta bắt đầu chơi ván khác.

【打头阵】dǎ tóuzhèn đánh trận đầu; xung phong đi đầu; làm đầu tàu: 坦克在这次进攻中~。Trong đợt tấn công này, xe tăng xung phong đi đầu.

【打退堂鼓】dǎ tuìtánggǔ bỏ cuộc; rút lui; bỏ dở công việc (thời phong kiến quan lại hết giờ làm việc trên công đường thì đánh trống báo hiệu, nay được dùng để chỉ nửa chừng bỏ dở công việc): 有困难可以克服，怎么能~? Có khó khăn thì khắc phục, sao mà đánh bài lùi?

【打问号】dǎ wènhào đánh dấu hỏi

【打下】dǎxià<动>❶hạ (đồn, máy bay): 敌机被~了。Máy bay địch bị bắn rơi. ❷đặt; gây (cơ sở): ~基础 đặt nền móng

【打下手】dǎ xiàshǒu làm trợ thủ; làm phụ tá: 你做饭，我~。Chị nấu cơm, em phụ giúp.

【打先锋】dǎ xiānfēng❶đi tiên phong ❷mở đường; đi đầu: 他们为社会主义建设~。Họ đã đi đầu trong công cuộc xây dựng chủ nghĩa xã hội.

【打响】dǎxiǎng<动>❶nổ súng; bắt đầu (chiến đấu): ~了反攻的枪声 nổ súng phản công ❷mở đầu tốt đẹp; thành công bước đầu: 第一款产品就在市场上~了。Sản phẩm đầu tiên đã giành được thành công bước đầu trên thị trường.

【打响指】dǎ xiǎngzhǐ bật ngón tay tách tách

【打消】dǎxiāo<动>làm tiêu tan; xóa bỏ; xóa tan: ~顾虑 xóa tan nỗi lo âu

【打小儿】dǎxiǎor<副>[口]từ thuở nhỏ: ~我就喜欢看书。Tôi thích đọc sách từ thuở nhỏ.

【打小报告】dǎ xiǎobàogào mách lẻo; hớt lẻo: 他就喜欢~。Nó có tính hay mách lẻo.

【打小算盘】dǎ xiǎosuànpán tính toán lợi ích cá nhân: 他老~，不顾集体的利益。Nó cứ tính toán cho mình, bất chấp lợi ích của cộng đồng.

【打雪仗】dǎ xuězhàng đánh trận tuyết (trò chơi ném tuyết vào nhau)

【打压】dǎyā<动>bắt nạt; đàn áp: 在这儿，新人被~也是常事儿。Ở đây, ma cũ bắt nạt ma mới là chuyện thường.

【打牙祭】dǎ yájì[方]được bữa ngon miệng; được bữa tươi

【打哑谜】dǎ yǎmí đánh đố; úp úp mở mở: 你跟我打什么哑谜？Anh định đánh đố với tôi hả?

【打掩护】dǎ yǎnhù❶(đánh) yểm hộ ❷bao che; che chở; bênh vực

【打眼】¹dǎyǎn<动>đục lỗ: 在皮带上~儿đục lỗ trên dây thắt lưng

【打眼】²dǎyǎn<动>(mua hàng) bị bịt

【打眼】³dǎyǎn<形>[方]bắt mắt: 你穿上这身衣服还真~。Chị mặc bộ áo này thật bắt mắt.

【打样】dǎyàng<动>❶(trước khi xây dựng nhà cửa, chế tạo máy móc) vẽ bản thiết kế; làm ma-két ❷[印刷]làm bản bông; in bản nháp

【打烊】dǎyàng<动>[方]cửa hàng đóng cửa nghỉ (thường vào ban đêm)

【打印】dǎyìn<动>❶đóng dấu ❷đánh máy và in rô-nê-ô ❸in những dữ liệu trong máy tính

【打印机】dǎyìnjī<名>máy in vi tính

【打油诗】dǎyóushī<名>vè; "thơ ép dầu"

【打游击】dǎ yóujī❶đánh du kích ❷hoạt động, công tác mỗi lúc một nơi (cách nói hài hước)

【打预防针】dǎ yùfángzhēn❶tiêm vaccin phòng bệnh ❷sự nhắc nhở đề phòng trước

【打圆场】dǎ yuánchǎng hòa giải; dàn hòa: 他站出来为双方~。Anh ấy đứng ra dàn hòa cho hai bên.

【打杂儿】dǎzár<动>[口]làm tạp vụ: 他在一家小吃店里~。Anh ấy làm việc lặt vặt trong một quán ăn.

【打砸抢】dǎ-zá-qiǎng cướp phá; phá hoại: 在这次~事件中多人受重伤。Nhiều người bị thương nặng trong vụ cướp phá này.

【打造】dǎzào<动>❶làm; đóng; chế tạo (những đồ kim loại): ~农具 làm nông cụ ❷sáng tạo hoặc đào tạo: ~品牌 tạo dựng mác chính hiệu

【打战】dǎzhàn<动>run; rùng mình: 冷得~rét run lên

【打仗】dǎzhàng<动>đánh trận; tác chiến; giao chiến: 打了个漂亮仗 đánh một trận tuyệt vời

【打招呼】dǎ zhāohu❶chào hỏi: 他们彼此挥手~。Họ vẫy tay chào hỏi nhau. ❷báo cho biết: 他要是回来会先跟你~的。Nếu về anh ấy sẽ báo cho chị biết trước.

【打照面儿】dǎ zhàomiànr❶gặp mặt; đối diện với: 两人就读同一所学校，彼此常~。Hai người học cùng một trường nên thường gặp nhau. ❷chào hỏi: 每次回来我都跟他~。Mỗi lần về tôi cũng đi chào hỏi anh ấy.

【打折扣】dǎ zhékòu❶hạ giá; trừ phần trăm của giá cũ ❷giảm bớt; cắt xén; bớt xén: 做作业要认真，不应该~。Làm bài tập phải chăm chỉ, không nên làm cẩu thả.

【打针】dǎzhēn<动>tiêm; chích

【打肿脸充胖子】dǎ zhǒng liǎn chōng pàngzi

sĩ diện, lên gân (muốn làm ra vẻ không thua kém ai để cho người ta coi trọng, hoặc che giấu sự thua kém của mình cho người ta khỏi coi thường)

【打中】dǎzhòng<动>đánh hoặc bắn trúng: ~靶心 bắn trúng hồng tâm

【打主意】dǎ zhǔyi có ý định; định bụng

【打住】dǎzhù<动>ngừng lại; dừng lại; ngắt lời: 就此~，下次再谈。Tạm dừng tại đây, hẹn lần sau kể tiếp.

【打转】dǎzhuàn<动>quay tròn; luẩn quẩn; quay cuồng: 别老在我面前~，转得人都晕了。Đừng quay đi quay lại trước mặt tôi, làm cho tôi chóng cả mặt.

【打桩】dǎzhuāng<动>đóng cọc móng

【打字】dǎzì<动>đánh máy chữ

【打字员】dǎzìyuán<名>nhân viên đánh máy

【打坐】dǎzuò<动>ngồi thiền

dà

大¹ dà❶<形>to; lớn: 一阵~风 cơn gió to; 声音~ tiếng to; 力量~ sức mạnh lớn; 年纪~ tuổi tác cao ❷<形>mức độ lớn nhỏ: 敌军~败 quân địch bị thua đau; 真相~白 chân tướng lộ rõ; ~吃一惊 vô cùng kinh ngạc ❸<形>cả; trưởng; lớn (thứ nhất trong anh chị em): ~儿子 con cả; ~哥 anh cả ❹<副>kết hợp với "不" tạo thành "không lắm" "chưa…lắm" "chẳng mấy khi": 不~会走路 đi chưa được vững lắm; 不~出门 chẳng mấy khi ra khỏi nhà ❺<名>người lớn tuổi: 一家~小 cả gia đình ❻<形>tôn xưng (người, vật có liên quan): 尊姓~名 quý danh; ~作 tác phẩm của ngài ❼<形>đặt trước từ chỉ thời tiết, mùa (có ý nhấn mạnh): ~清早 sáng sớm tinh mơ; ~热天 ngày nóng nực //(姓)Đại

大² dà<名>[方]❶cha (bố, ông, cụ) tôi: 俺~让我来送信。Cha sai tôi đến đưa thư. ❷ông bác hoặc ông chú: 俺二~是个文化人。Ông bác Hai của tôi là một người có tri thức.

另见dài

【大案】dà'àn<名>vụ án lớn

【大巴车】dàbāchē<名>xe buýt

【大白】¹dàbái<名>[方]vôi trắng (dùng để quét tường)

【大白】²dàbái<动>rõ ràng; phơi trần; phơi bày: 真相得以~于天下。Chân tướng được phơi trần ra trước mắt thiên hạ.

【大白菜】dàbáicài<名>rau cải trắng

【大白天】dàbáitiān<名>ban ngày: 我家~遭盗窃了。Nhà tôi bị mất trộm giữa ban ngày.

【大败】dàbài<动>❶bị thua nặng: 敌军~ quân địch bị thua nặng ❷đánh thắng; hủy diệt; đánh bại: 甲队~乙队。Đội A đánh bại đội B.

【大班】¹dàbān<名>lớp mẫu giáo lớn

【大班】²dàbān<名>[方](旧)ông chủ buôn; chủ hãng buôn

【大半】dàbàn❶<数>phần lớn; quá nửa: ~减肥药都是没有效的。Phần lớn thuốc giảm béo là vô hiệu. ❷<副>chắc là; rất có thể: 敲了半天门都没动静，她~是不在家。Gõ cửa mãi vẫn không một tiếng động, cô ta chắc là đi vắng.

【大饱眼福】dàbǎoyǎnfú xem thích thú; xem thoải mái: 博物馆里的艺术品让我们~。Chúng tôi được thưởng thức những tác phẩm nghệ thuật một cách thoải mái trong viện bảo tàng.

【大暴雨】dàbàoyǔ<名>mưa ào ạt rất to (lượng mưa từ 100-200 mm/ngày)

【大本】dàběn<名>gọi tắt của đại học hệ chính quy

【大本营】dàběnyíng<名>❶đại bản doanh

❷(phiếm chỉ nơi phát sinh ra một hoạt động nào đó) quê hương

【大笔】dàbǐ<数>món (tiền) lớn; (vốn) lớn: 他欠下~债务。Anh ấy mắc món nợ lớn.

【大便】dàbiàn❶<名>cứt; phân ❷<动>ỉa; đi ngoài; đại tiện

【大兵压境】dàbīng-yājìng (số nhiều) quân đội áp sát biên giới; tình thế nguy cấp: 敌军已经~，我们得随时应战。Quân thù đã áp sát biên giới, ta phải sẵn sàng ứng chiến.

【大饼】dàbǐng<名>bánh rán bột khô

【大伯】dàbó<名>❶bác ruột ❷bác (tôn xưng người đàn ông ngang tuổi với cha mình hoặc hơn tuổi cha mình)

【大不敬】dàbùjìng❶tội phạm thượng (thời phong kiến) ❷thiếu tôn trọng; bất kính: 你对父母~，不怕遭雷劈啊! Mi vô lễ với bố mẹ, không sợ bị trời đánh hay sao!

【大不了】dàbuliǎo❶đáng lo; ghê gớm; đáng sợ: 这事儿有什么~，别怕! Chuyện này có gì đáng lo, đừng sợ nhé! ❷cùng lắm: ~还给他就是了! Quá lắm chỉ trả lại cho nó chứ gì!

【大步流星】dàbù-liúxīng sải bước đi nhanh thoăn thoắt

【大部分】dàbùfen<名>phần lớn: 他把~财物都捐给了贫困的学生。Ông ấy đã góp một phần lớn tiền của mình cho các sinh viên nghèo khó.

【大部头】dàbùtóu nhiều tập; đồ sộ; phong phú (về sự viết lách): ~的作品 một tác phẩm gồm nhiều tập

【大材小用】dàcái-xiǎoyòng phí phạm người tài

【大餐】dàcān<名>❶bữa tiệc; yến tiệc ❷bữa ăn kiểu Tây

【大肠】dàcháng<名>ruột già

【大钞】dàchāo<名>tiền chẵn (loại giấy bạc có mệnh giá lớn): 100元的~ đồng bạc 100

đồng RMB

【大吵大闹】dàchǎo-dànào quát tháo ầm ĩ

【大彻大悟】dàchè-dàwù nhận thức rõ hẳn; tỉnh ngộ ra

【大臣】dàchén<名>đại thần; quan lớn

【大成】dàchéng<名>thành tựu lớn: 这真是一部集~的著作。Đó thật là một tác phẩm tập trung những thành tựu lớn.

【大乘】dàchéng<名>[宗教]Đại thừa (Phật giáo)

【大吃大喝】dàchī-dàhē ăn uống lu bù

【大吃特吃】dàchī-tèchī ăn lấy ăn để

【大出风头】dàchū-fēngtou có vẻ bảnh bao; làm ra vẻ; làm ra dáng; khoe khoang

【大出血】dàchūxuè ra nhiều máu; chảy máu động mạch

【大厨】dàchú<名>đầu bếp; bếp trưởng

【大处着眼】dàchù zhuóyǎn có suy nghĩ lớn và nắm điều then chốt

【大川】dàchuān<名>sông lớn: 名山~ những dòng sông và ngọn núi nổi tiếng

【大吹大擂】dàchuī-dàléi quảng cáo rùm beng; khua chiêng gõ mõ

【大慈大悲】dàcí-dàbēi đại từ đại bi (đạo Phật)

【大葱】dàcōng<名>hành cây to

【大错】dàcuò<名>sai lầm nghiêm trọng

【大错特错】dàcuò-tècuò hoàn toàn sai lầm; sai be bét

【大打出手】dàdǎchūshǒu ra tay choảng nhau không tiếc tay

【大大】dàdà<副>nhấn mạnh số lượng nhiều, mức độ lớn: 今年人口出生率~下降。Năm nay tỉ lệ sinh đẻ giảm xuống khá nhiều.

【大大咧咧】dàdaliēliē qua loa đại khái; lớt pha lớt phớt

【大胆】dàdǎn<形>can đảm; gan dạ; mạnh dạn: ~推测，小心求证。Mạnh dạn suy đoán, cẩn thận chứng thực.

【大刀阔斧】dàdāo-kuòfǔ mạnh bạo làm tới; mạnh bạo dứt khoát; làm ăn lớn

【大盗】dàdào<名>kẻ trộm lớn

【大道】dàdào<名>❶đại lộ: 通往成功的~ con đường đi tới thành công ❷[书]lẽ phải; lẽ thường: 合于~ hợp với đạo lí ❸lí tưởng cao cả về chính trị ở thời xưa

【大道理】dàdàolǐ<名>❶lẽ phải lớn; đạo lí lớn ❷lí luận trống rỗng; lí luận không thực tế: 我不需要你跟我说什么~。Tôi không cần anh lên lớp cho tôi.

【大敌】dàdí<名>kẻ thù lớn: 人类真正的~ 有时是自己本身。Kẻ thù của loài người đôi khi lại chính là bản thân chúng ta.

【大敌当前】dàdí-dāngqián đối mặt với kẻ địch mạnh: ~，我们要团结一心。Đối mặt với kẻ địch mạnh, ta cần chung lòng chung sức.

【大抵】dàdǐ<副>đại thể; nói chung; nhìn chung: 情形~如此。Tình hình đại thể như vậy.

【大地】dàdì<名>❶đất nước; khắp nơi; mặt đất rộng lớn: ~母亲 đất mẹ ❷bề mặt trái đất: ~测量 đo đạc bề mặt trái đất

【大地飞歌】Dàdì Fēigē *Đất trời rộn tiếng ca*

【大地回春】dàdì-huíchūn xuân về khắp nơi

【大典】dàdiǎn<名>❶đại lễ: 开国~ đại lễ dựng nước ❷[书]nghị định; pháp lệnh quan trọng ❸[书]sách điển quan trọng

【大调】dàdiào<名>[音乐]âm điệu trưởng

【大跌】dàdiē<动>giảm xuống đến mức thấp hẳn: 股价~ cổ phiếu sụt giảm

【大动干戈】dàdòng-gāngē làm rùm beng; làm to chuyện: 他总是为一些小事~。Anh ấy cứ làm rùm beng về những chuyện tầm phào.

【大动肝火】dàdòng-gānhuǒ cơn giận dữ

dội; thịnh nộ

【大动脉】dàdòngmài<名>❶[生理]động mạch chủ ❷mạch máu giao thông chính; tuyến đường chính: 地铁将成为胡志明市的交通~。Tàu điện ngầm sẽ là tuyến giao thông chính của thành phố Hồ Chí Minh.

【大豆】dàdòu<名>❶cây đậu tương ❷hạt đậu tương

【大都】dàdū<副>phần lớn; phần nhiều; đa số: 小孩~好玩。Phần lớn trẻ con đều ham chơi.

【大都市】dàdūshì<名>thành phố lớn; đô thị lớn

【大肚子】dàdùzi[口]❶to bụng; có chửa ❷bụng trống cái; bụng như thùng phi (lời đùa cợt, vui tếu dí dỏm) ❸người ăn khỏe

【大度】dàdù<形>[书]rộng lượng; độ lượng

【大队】dàduì<名>❶đại đội; toán đông (người): 生产~ đại đội sản xuất; ~人马 toán đông người ❷tiểu đoàn; trung đoàn

【大多数】dàduōshù<名>đại đa số; phần lớn; số đông: ~人投了赞成票。Đại đa số đã bỏ phiếu tán thành.

【大额】dà'é<形>số tiền lớn; giá trị lớn: 他给我一张~的支票。Anh ấy cho tôi một tờ séc với số tiền lớn.

【大鳄】dà'è<名>kẻ rất có thế lực; ông trùm; nhà tư bản: 金融~ nhà tư bản tài chính

【大恩大德】dà'ēn-dàdé ơn sâu nghĩa nặng: 您的~，我真是无以为报。Ơn sâu nghĩa nặng của ông, tôi làm sao để trả lại được.

【大而化之】dà'érhuàzhī cẩu thả; qua loa: 做什么工作都必须谨慎，不能~。Làm gì cũng phải cẩn thận, không nên làm qua loa.

【大发】dàfa<动>[方]vượt quá mức; vượt quá ngưỡng: 病~了。Bệnh quá nặng.

【大发慈悲】dàfā-cíbēi tỏ lòng thương xót, khoan nhượng: 恳求主~宽恕我们！

Lạy chúa tha tội cho chúng con!

【大发雷霆】dàfā-léitíng　nổi trận lôi đình; nổi cơn tam bành: 他的性情暴躁，稍有不如意就~。Anh ta tính tình nóng này, hễ không vừa ý là nổi giận đùng đùng.

【大法】dàfǎ<名>❶hiến pháp ❷[书]pháp lệnh; phép tắc quan trọng

【大凡】dàfán<副>(đặt ở đầu câu dùng để khái quát tình hình nói chung, thường kết hợp với "总" và "都") hễ là; phàm là: ~酒后驾车都容易发生惨案。Phàm là lái xe sau khi uống rượu đều dễ xảy ra thảm họa.

【大方】¹ dàfāng<名>[书]chuyên gia; học giả; nhà nghề: 贻笑~ làm cho chuyên gia cười

【大方】² dàfāng<名>chè Đại Phương; chè xanh Đại Phương (chè xanh của một số vùng ở tỉnh An Huy, Chiết Giang Trung Quốc)

【大方】dàfang<形>❶rộng rãi (trong chi tiêu, trong quan hệ đối xử với mọi người): 他有钱又~，因此交了很多朋友。Anh ấy giàu có và rộng rãi, vì thế mà có nhiều bạn bè. ❷tự nhiên; không gượng gạo: 举止~ cử chỉ nói năng tự nhiên ❸trang nhã; nền nã: 陈设~ bày biện trang nhã

【大方之家】dàfāngzhījiā　chuyên gia

【大放异彩】dàfàng-yìcǎi　(vật) tỏa sáng rực rỡ; (người) tỏ ra tài giỏi

【大粪】dàfèn<名>phân người

【大风】dàfēng<名>❶gió to: 一阵~刮倒了树木。Cơn gió to làm gãy cây. ❷gió cấp 8

【大风大浪】dàfēng-dàlàng　gió to sóng cả, ví tình trạng náo động; tình hình nguy cấp: 这家企业是从~中发展起来的。Doanh nghiệp này chính là phát triển từ những cuộc thay đổi và náo động.

【大夫】dàfū<名>đại phu (thời phong kiến) 另见dàifu

【大幅】dàfú❶<形>khổ lớn: ~海报 áp phích khổ lớn ❷<副>với mức độ lớn: 几个月以来，汽油价格~上涨。Mấy tháng trở lại đây, giá xăng dầu tăng lên đáng kể.

【大副】dàfù<名>thuyền phó thứ nhất

【大腹便便】dàfù-piánpián　bụng phưỡn ra; bụng phệ chểnh ểnh (ý xấu)

【大概】dàgài❶<名>nét lớn; nét chung: 对于文章的内容，我只知道个~。Tôi chỉ biết những nét lớn về nội dung bài. ❷<形>chung chung; qua loa; đại khái: 事情~的经过就是这样。Tình hình về chuyện đó đại khái là thế. ❸<副>chắc là: 我没看见他，~是走了吧。Tôi chưa thấy nó, chắc là nó về rồi.

【大纲】dàgāng<名>đề cương; dàn bài; đại cương

【大哥】dàgē<名>❶anh cả ❷ông anh; đại ca

【大革命】dàgémìng<名>❶đại cách mạng: 法国~ cuộc đại cách mạng nước Pháp ❷cuộc nội chiến cách mạng lần thứ nhất tại Trung Quốc

【大公无私】dàgōng-wúsī❶chí công vô tư ❷công bằng không thiên vị

【大功告成】dàgōng-gàochéng　việc lớn đã thành; đại sự đã xong

【大姑娘】dàgūniang<名>cô (gọi người con gái hoặc người phụ nữ trẻ tuổi)

【大姑子】dàgūzi<名>[口]chị chồng

【大鼓】dàgǔ<名>điệu hát nói Đại cổ: 京韵~ hát nói Bắc Kinh (một loại khúc nghệ, dùng lời văn vần diễn xướng thuật kể câu chuyện, có xen một ít lời bạch, có đệm trống, phách, đàn ba dây v.v.)

【大关】dàguān<名>❶điểm tới hạn; ngưỡng cản: 越南股指突破530点~。VN-Index vượt ngưỡng cản 530 điểm. ❷quan ải trọng yếu

【大观】dàguān<名>tốt đẹp phong phú; lộng lẫy rực rỡ

【大观园】dàguānyuán<名>đại quan viên;

vườn cảnh lớn

【大规模】dàguīmó quy mô lớn

【大锅饭】dàguōfàn<名>❶cơm tập thể ❷ví chế độ bình quân như nhau

【大国】dàguó<名>nước lớn; nước có lực lượng mạnh: 军事~ nước có sức mạnh quân sự lớn

【大海】dàhǎi<名>biển cả

【大海捞针】dàhǎi-lāozhēn mò kim đáy bể; đáy bể mò kim

【大寒】dàhán<名>tiết Đại hàn

【大喊大叫】dàhǎn-dàjiào la hét; rống lên: 病人疼得~。Người bệnh la hét vì đau đớn.

【大汉】dàhàn<名>người đàn ông cao lớn: 彪形~ người đàn ông cao lớn vạm vỡ

【大汗淋漓】dàhàn-línlí mồ hôi nhễ nhại

【大好】dàhǎo<形>❶tốt đẹp; tươi đẹp: ~形势 tình hình thuận lợi ❷bệnh khỏi hẳn

【大好河山】dàhǎo-héshān nước non tươi đẹp

【大号】[1] dàhào<名>quý danh

【大号】[2] dàhào<形>cỡ lớn; số lớn: ~的衬衣 áo sơ mi cỡ lớn

【大号】[3] dàhào<名>[音乐]kèn tu-ba

【大合唱】dàhéchàng<名>đại hợp xướng: 黄河~ Hoàng Hà đại hợp xướng

【大亨】dàhēng<名>người có thế lực lớn; trùm tư bản: 传媒~ nhà đại tư bản truyền thông

【大红大紫】dàhóng-dàzǐ được nhiều người ưa thích; nổi tiếng

【大红人】dàhóngrén<名>người được cưng; người được quý nhất: 他在公司里可是经理的~。Anh ấy được giám đốc quý nhất trong công ti.

【大后方】dàhòufāng<名>hậu phương lớn; vùng tây nam, tây bắc Trung Quốc trong thời kì cuộc kháng chiến chống Nhật

【大后天】dàhòutiān<名>ngày kia nữa; ngày kia

【大呼小叫】dàhū-xiǎojiào kêu la; la hét; thét lác; to tiếng: 她性情温和，从来不对我~。Tính tình chị ấy dịu dàng, chưa bao giờ to tiếng với tôi.

【大胡子】dàhúzi<名>râu xồm; người để râu xồm

【大户】dàhù<名>❶[旧]gia đình giàu có; gia đình có thế lực: ~人家 nhà giàu có ❷gia đình lớn; họ lớn ❸(cá nhân hoặc cơ quan có một số lượng lớn về một mặt nào đó) hộ lớn: 纳税~ hộ lớn về mặt nộp thuế

【大花脸】dàhuāliǎn<名>vai mặt hoa trong tuồng (nhân vật có tính cách cương trực nóng này hoặc thô lỗ)

【大话】dàhuà<名>lời nói khoác

【大环境】dàhuánjìng<名>môi trường vĩ mô: 经济~将影响生产活动。Môi trường vĩ mô của nền kinh tế sẽ ảnh hưởng đến hoạt động sản xuất.

【大黄】dàhuáng<名>[中药]đại hoàng

【大黄蜂】dàhuángfēng<名>ong nghệ

【大会】dàhuì<名>❶đại hội; hội nghị toàn thể ❷mít tinh

【大火】dàhuǒ<名>lửa cháy lớn

【大伙儿】dàhuǒr<代>[口]mọi người; bọn mình

【大获全胜】dàhuò-quánshèng chiến thắng; thắng lợi hoàn toàn: 他在选举中~。Ông ấy đã thắng lợi hoàn toàn trong cuộc bầu cử.

【大祸临头】dàhuò-líntóu những tai họa xảy đến trước mắt; những mối nguy hiểm đang ập đến

【大吉】dàjí<形>❶rất may mắn; rất tốt lành: 开市~ mở cửa hàng may mắn ❷(đặt sau động từ hoặc kết cấu động từ tạo nên cách nói hài hước) là thượng sách; là hay nhất; cho được việc: 溜之~ chuồn là thượng sách

【大儿】dàjǐ<数>(đặt sau các con số chẵn để chỉ đã vượt con số đó; phần lớn để nói về tuổi tác) trên; ngoài: 他都三十~了，可却一事无成。Nó đã hơn ba mươi tuổi đầu, mà vẫn chưa làm được việc gì nên thân.

【大计】dàjì<名>sự việc trọng đại; kế hoạch lâu dài: 发展~ kế hoạch phát triển

【大忌】dàjì<名>cấm kị; điều kiêng kị quan trọng: 犯~ phạm điều cấm kị

【大家】¹dàjiā<名>❶chuyên gia: ~手笔 tác phẩm của chuyên gia ❷thế gia; đại gia: 名门~ đại gia nổi tiếng

【大家】²dàjiā<代>(tất cả) mọi người (trong phạm vi nhất định): 在村里，~都叫她莺姐。Bà con trong làng đều gọi chị là chị Oanh. 我给~唱一首歌。Tôi xin hát một bài tặng các bạn.

【大家风范】dàjiā-fēngfàn cử chỉ quý phái và đáng kính phục

【大家闺秀】dàjiā-guīxiù con gái nhà danh gia vọng tộc

【大家庭】dàjiātíng<名>gia đình lớn; đại gia đình; cộng đồng: 世界各民族的~ đại gia đình các dân tộc trên thế giới

【大驾】dàjià<名>❶ngài: 恭候~光临 mong đợi ngài đến ❷xe loan; xa giá

【大件】dàjiàn<形>(vật gì) to lớn; đồ sộ; kềnh càng: 只有~物品我们才送货上门。Chỉ có hàng hóa cỡ lớn chúng tôi mới cung ứng tới nhà.

【大奖】dàjiǎng<名>phần thưởng lớn

【大将】dàjiàng<名>❶đại tướng (quân hàm) ❷tướng; át chủ bài; tướng lĩnh cao cấp; ví người có vị trí quan trọng trong một tập thể, đơn vị nào đó: 他受伤了，使我队折了一员~。Anh ấy bị thương làm cho đội ta mất đi một chủ tướng.

【大教堂】dàjiàotáng<名>nhà thờ lớn

【大街】dàjiē<名>đường phố lớn

【大街小巷】dàjiē-xiǎoxiàng đường phố lớn và ngõ hẻm nhỏ (nghĩa là khắp nơi trong thành phố)

【大捷】dàjié<名>đại thắng; chiến thắng lớn

【大姐】dàjiě<名>❶chị cả ❷bà chị

【大惊失色】dàjīng-shīsè sợ xanh mặt; sợ xanh mắt mèo

【大惊小怪】dàjīng-xiǎoguài động tí đã hoảng hồn; lấy làm lạ

【大舅子】dàjiùzi<名>[口]anh vợ

【大局】dàjú<名>toàn cục; đại cục; tình hình chung

【大举】¹dàjǔ<名>[书]hành động quan trọng

【大举】²dàjǔ<副>với quy mô lớn (nhiều khi dùng trong quân sự): ~进攻 mở cuộc tiến công lớn

【大军】dàjūn<名>❶đại quân: ~压境 đại quân áp sát biên giới ❷đội quân đông đảo: 年轻人是国内消费~的主力。Nhóm tuổi trẻ là chủ lực trong đông đảo người tiêu dùng cả nước.

【大开方便之门】dà kāi fāngbiàn zhī mén thuận lợi cho; tiện lợi cho: 住房不锁门是为盗贼~。Nhà mà không khóa cửa thì sẽ tạo sơ hở cho kẻ cắp.

【大开眼界】dàkāi-yǎnjiè mở rộng tầm nhìn: 这次非洲之行真令我~。Chuyến thăm châu Phi lần này thật làm cho tôi mở rộng tầm mắt.

【大看台】dàkàntái<名>khán đài trong nhà thi đấu hoặc trong sân vận động; đại khán đài

【大考】dàkǎo<名>kì thi cuối học kì; kì thi cuối năm

【大可不必】dàkěbùbì hoàn toàn không cần thiết: 他已经长大了，你~再为他操心了。Nó đã lớn, chị hoàn toàn không phải lo cho nó nữa.

【大客车】dàkèchē<名>xe hành khách lớn

D

【大课】dàkè<名>lớp ghép; lớp hội trường lớn

【大快人心】dàkuài–rénxīn lòng người hớn hở vui vẻ; thoải mái: 人贩子被惩处，真是~。Bọn buôn người đã bị trừng trị, mọi người đều hả lòng hả dạ.

【大块头】dàkuàitóu<名>người to lớn

【大款】dàkuǎn<名>người giàu sụ

【大牢】dàláo<名>[口]nhà lao; nhà tù

【大老粗】dàlǎocū<名>[口]người không có học thức, thiếu tế nhị: 我们这样的~，哪会用这些精密仪器？Người thiếu học thức như chúng tôi, sao mà biết sử dụng các thiết bị tinh vi này?

【大老远】dàlǎoyuǎn một chặng đường dài; nơi xa xôi: 她~地跑来找你。Chị ấy đã đi cả chặng đường dài để tìm anh.

【大理石】dàlǐshí<名>đá cẩm thạch

【大力】dàlì❶<名>sức mạnh to lớn: 下~ráng hết sức ❷<副>gắng sức; dốc sức: ~提倡 dốc sức đề xướng; ~推动 ra sức đẩy mạnh

【大力士】dàlìshì<名>người dân có sức vóc lớn; lực sĩ

【大梁】dàliáng<名>❶xà nóc; đòn đông ❷ví nhân tài trụ cột

【大量】dàliàng<形>❶một khối lượng lớn: 年前他们接了~的订单。Họ đã tiếp nhận rất nhiều đơn đặt hàng trước Tết. ❷rộng lượng: 宽宏~ khoan hồng rộng lượng

【大料】dàliào<名>[方]hồi hương

【大龄】dàlíng<形>cứng tuổi; lớn tuổi: 在一些国家，学历高的~女性结婚难。Ở một số nước, phụ nữ lớn tuổi và học cao thường khó lấy chồng.

【大楼】dàlóu<名>nhà lầu; tòa nhà

【大陆】dàlù<名>❶lục địa; đất liền: 北美~ lục địa Bắc Mĩ ❷Đại lục Trung Quốc

【大陆架】dàlùjià<名>thềm lục địa

【大路】dàlù❶<名>đường cái; đại lộ ❷<形>hàng bình dân

【大路菜】dàlùcài<名>rau dễ bán

【大路货】dàlùhuò<名>hàng dễ bán (chất lượng trung bình nhưng bán chạy)

【大略】[1] dàlüè❶<名>sơ lược; sơ sơ; đại khái: 我只知道个~。Tôi chỉ biết sơ sơ. ❷<副>sơ qua; vắn tắt; tóm tắt: 他~地看了看就签下了名字。Ông ấy đưa mắt nhìn qua rồi kí tên.

【大略】[2] dàlüè<名>mưu lược lớn: 雄才~ tài cao mưu lớn

【大妈】dàmā<名>❶bác gái ❷bác (phụ nữ có tuổi)

【大麻】dàmá<名>[植物]❶cây gai ❷cây cần sa; cây gai Ấn Độ

【大麦】dàmài<名>❶cây lúa mạch ❷hạt lúa mạch

【大忙】dàmáng<形>bận tíu tít

【大忙人】dàmángrén<名>[口]người bận rộn: 他可是~，肯定不会注意这样的小事。Ông ấy bận rộn, chắc không để ý những chuyện tầm phào như vậy.

【大帽子】dàmàozi<名>❶mũ to ❷gán cho là; cho tội danh không đúng: 他动不动就给人扣~。Ông ấy động tí là gán tội cho người khác.

【大湄公河次区域合作】dà Méigōng Hé cì qūyù hézuò hợp tác khu vực Tiểu vùng sông Mê-kông

【大门】dàmén<名>cửa chính; cổng

【大米】dàmǐ<名>gạo

【大面积】dàmiànjī<名>diện tích lớn

【大民族主义】dà mínzú zhǔyì chủ nghĩa đại dân tộc; đầu óc dân tộc lớn

【大名】dàmíng<名>❶tên chính thức ❷quý danh ❸tiếng tăm: 久仰~ được nghe tiếng tăm đã lâu

【大名鼎鼎】dàmíng–dǐngdǐng tiếng tăm

lẫy lừng

【大模大样】dàmú-dàyàng vẻ nghênh ngang; vẻ vênh váo: 他~地走进门，谁也不敢拦阻。Người ấy cứ nghênh ngang đi vào cổng, ai nấy đều không dám ngăn cản.

【大拇指】dàmǔzhǐ<名>[口]ngón tay cái

【大男子主义】dà nánzǐ zhǔyì thuyết chủ trương tính ưu việt của nam giới; chủ nghĩa nam giới; gia trưởng

【大难】dànàn<名>thảm họa; tai họa lớn

【大难不死，必有后福】dànàn-bùsǐ, bìyǒu-hòufú sống sót qua thảm họa, rồi sẽ có phúc lớn

【大难临头】dànàn-líntóu thảm họa sắp xảy ra

【大脑】dànǎo<名>đại não; óc

【大逆不道】dànì-bùdào đại nghịch vô đạo, ngỗ ngược

【大年三十】dànián sānshí ngày 30 tháng chạp âm lịch

【大年夜】dàniányè<名>đêm giao thừa

【大娘】dàniáng<名>[方]❶bác gái ❷bác (phụ nữ lớn tuổi)

【大怒】dànù<动>thịnh nộ; giận dữ

【大排档】dàpáidàng<名>[方]quán cơm bình dân; sạp bán hàng

【大牌】dàpái❶<名>ngôi sao; nhân vật nổi tiếng (nghệ thuật, thể dục thể thao...): 要~ tỏ vẻ cự phách ❷<形>có trình độ cao và tiếng tăm lớn: ~歌手 danh ca nổi tiếng

【大盘】dàpán<名>[证券]tình hình mua bán của thị trường chứng khoán; chỉ số giá cổ phiếu

【大炮】dàpào<名>❶pháo ❷"cỗ đại bác"; ví người hay khoác lác hoặc nói năng bốp chát

【大批】dàpī<形>lô (hàng) lớn; số lượng lớn: 总公司拥有~经验丰富的生产人员。Tổng công ti có rất nhiều nhân viên sản xuất giàu kinh nghiệm.

【大片】dàpiàn❶<形>mảnh lớn; dải lớn: ~土地 mảnh đất lớn; ~农田 cánh đồng lớn ❷<名>bộ phim thành công và nổi tiếng; phim bom tấn: 好莱坞~ phim bom tấn của Hô-li-út

【大屏幕】dàpíngmù<名>màn ảnh rộng lớn

【大瀑布】dàpùbù<名>thác nước lớn

【大起大落】dàqǐ-dàluò lên cao xuống thấp; giá cả bấp bênh; cảnh ngộ chìm nổi: 人生的~ sự chìm nổi của cuộc sống; 命运的~ sự chìm nổi của số phận

【大气】[1] dàqì<名>khí quyển

【大气】[2] dàqì<名>hơi thở: 喘~ thở hổn hển

【大气】[3] dàqì<形>❶rộng rãi: 开阔~ rộng rãi mênh mông ❷lịch sự; tao nhã: 这身衣服穿起来很~。Bộ áo này mặc vào trông thật tao nhã.

【大气层】dàqìcéng<名>tầng khí quyển

【大气磅礴】dàqì-pángbó khí thế hào hùng; khí thế hùng tráng; đồ sộ hoành tráng: 这张画尺幅千里，~。Bức tranh này khổ nhỏ mà cảnh lớn, ý tưởng sâu sắc, khí thế hào hùng.

【大气压】dàqìyā<名>❶áp suất không khí ❷đơn vị áp suất không khí

【大器晚成】dàqì-wǎnchéng người tài thành đạt muộn

【大千世界】dàqiān-shìjiè thế giới rộng bao la; thế giới rộng vô biên

【大前年】dàqiánnián<名>năm kìa

【大前提】dàqiántí<名>đại tiền đề (trong tam đoạn luận)

【大前天】dàqiántiān<名>hôm kìa

【大钱】dàqián<名>❶[旧]tiền; đồng tiền ❷tiền nhiều: 赚~ kiếm nhiều tiền

【大青叶】dàqīngyè<名>[中药]đại thanh diệp

【大清早】dàqīngzǎo<名>buổi sớm

【大晴天】dàqíngtiān<名>ngày nắng

【大庆】dàqìng<名>❶lễ mừng lớn (phần lớn chỉ việc lớn của quốc gia): 建国六十周年~ lễ mừng 60 năm ngày thành lập nước ❷lễ mừng cao thọ: 九十~ lễ mừng đại thọ 90

【大趋势】dàqūshì<名>xu thế chung

【大权】dàquán<名>quyền hành lớn; quyền bính lớn

【大权独揽】dàquán-dúlǎn một mình thao túng đại quyền

【大全】dàquán<名>nội dung phong phú đầy đủ (thường dùng làm tên sách): 保健~ sách bách khoa về sức khỏe

【大热天】dàrètiān<名>trời nóng nực

【大人】dàrén<名>(tôn xưng bề trên trong thời phong kiến, nay thường dùng trong thư tín) đại nhân: 父亲~ cha kính yêu

【大人】dàren<名>❶người lớn ❷[旧]đại nhân

【大人不记小人过】dàrén bù jì xiǎorén guò quân tử bỏ qua cho tiểu nhân (dùng để cầu mong đối phương tha thứ cho mình)

【大人物】dàrénwù<名>nhân vật có tên tuổi

【大肉】dàròu<名>thịt lợn

【大赛】dàsài<名>cuộc thi đấu lớn

【大扫除】dàsǎochú tổng vệ sinh

【大嫂】dàsǎo<名>❶chị dâu ❷bà chị

【大煞风景】dàshā-fēngjǐng làm mất vẻ đẹp chung; làm mất mĩ quan chung: 公园里的一些广告牌真是~。Những tấm áp phích thương mại làm mất cả vẻ đẹp của công viên.

【大厦】dàshà<名>nhà lầu; cao ốc

【大舌头】dàshétou[口]❶đầy lưỡi: 他说话有点~。Anh ấy nói hơi bị đầy lưỡi. ❷người đầy lưỡi; người nói đớt: 她是个~。Cô ấy là người nói đớt.

【大赦】dàshè<动>đại ân xá

【大声】dàshēng<名>lên tiếng; to tiếng

【大声疾呼】dàshēng-jíhū lớn tiếng kêu gào; thiết tha kêu gọi

【大胜】dàshèng❶<名>đại thắng; thắng lợi lớn: 他们获得~。Họ đã đại thắng. ❷<动>đánh thắng; chiến thắng: 甲队~乙队。Đội A chiến thắng đội B.

【大失所望】dàshī-suǒwàng vô cùng thất vọng

【大师】dàshī<名>❶bậc thầy; đại sư: 国际象棋~ đại kiện tướng cờ vua; 武术~ kiện tướng võ thuật ❷(tôn xưng hòa thượng) đại sư

【大使】dàshǐ<名>❶đại sứ ❷người đại diện: 慈善活动的~ người đại diện cho hoạt động từ thiện; 文化~ đại sứ văn hóa

【大使馆】dàshǐguǎn<名>đại sứ quán

【大势】dàshì<名>tình thế chung; tình hình chung; xu thế chung

【大势所趋】dàshì-suǒqū chiều hướng của tình thế chung; xu thế chung

【大势已去】dàshì-yǐqù tình thế có lợi đã trôi qua; ưu thế đã mất đi

【大事】[1] dàshì<名>việc lớn: 国家~ việc lớn của quốc gia; 终身~ việc lớn trọn đời

【大事】[2] dàshì<副>ra sức; dốc sức: ~渲染 ra sức thổi phồng

【大事记】dàshìjì<名>lịch ghi chép những sự kiện lớn

【大是大非】dàshì-dàfēi việc phải trái có tính nguyên tắc

【大手笔】dàshǒubǐ<名>❶tác phẩm của nhà văn lớn ❷nhà văn cự phách ❸kế hoạch hoặc biện pháp với quy mô lớn và có ảnh hưởng sâu sắc

【大手大脚】dàshǒu-dàjiǎo vung tay quá trán; ăn tiêu phung phí

【大寿】dàshòu<名>tuổi thọ cao; thượng thọ; đại thọ

【大暑】dàshǔ<名>tiết Đại thử

【大树底下好乘凉】dàshù dǐxia hǎo chéng-liáng cây cao bóng cả tiện cho nghỉ mát (nghĩa là có sự nhờ cậy thì sẽ thuận lợi)

【大甩卖】dàshuǎimài bán hạ giá; bán xon; bán tháo

【大水】dàshuǐ<名>lũ lụt

【大肆】dàsì<副>bừa phứa; không kiêng dè gì: ~破坏 phá hoại một cách bừa bãi

【大蒜】dàsuàn<名>tỏi

【大踏步】dàtàbù mạnh bước; dấn bước; sải bước (với ý trừu tượng): ~前进 mạnh bước tiến lên

【大堂】dàtáng<名>❶công đường ❷đại sảnh; phòng lớn (của khách sạn, nhà hàng)

【大堂经理】dàtáng jīnglǐ quản đốc đại sảnh (của khách sạn, nhà hàng)

【大提琴】dàtíqín<名>đàn vi-ô-lông xen

【大体】dàtǐ ❶<名>lí lẽ quan trọng; điều quan trọng: 识~, 顾大局。Biết điều quan trọng, xem xét toàn cục. ❷<副>đại thể; nói chung: ~上说, 南方的气候比北方更为宜人。Nói chung, khí hậu miền nam dễ chịu hơn miền bắc.

【大厅】dàtīng<名>đại sảnh; phòng lớn

【大庭广众】dàtíng-guǎngzhòng nơi đông người; nơi công chúng

【大同小异】dàtóng-xiǎoyì đại đồng tiểu dị; giống nhiều khác ít

【大头菜】dàtóucài<名>❶cây cải củ ❷củ cải ❸[方]su hào

【大头针】dàtóuzhēn<名>đinh ghim

【大屠杀】dàtúshā cuộc thảm sát lớn

【大团结】dàtuánjié<名>❶đại đoàn kết ❷phiên bản cũ tờ 10 đồng nhân dân tệ (có hình vẽ thể hiện sự đoàn kết giữa các dân tộc; viết tắt là RMB); đồng nhân dân tệ

【大团圆】dàtuányuán❶sum họp; đoàn tụ; đại đoàn viên: 一家~ cả nhà sum họp

【大腿】dàtuǐ<名>đùi; vế

【大腕儿】dàwànr<名>người có thực lực và danh tiếng (giới văn nghệ)

【大王】dàwáng<名>❶trùm (tư bản): 烟草 ~ trùm thuốc lá ❷vua chúa tru hầu ❸(người giỏi về một việc nào đó) vua: 足球~ vua bóng đá
另见dàiwang

【大为】dàwéi<副>rất nhiều; vô cùng; hết sức: ~提高 nâng cao rất nhiều; ~高兴 hết sức vui mừng

【大无畏】dàwúwèi vô cùng gan dạ; không hề biết sợ: ~的精神 tinh thần can đảm gan dạ

【大雾】dàwù<名>sương mù dày đặc

【大西洋】Dàxī Yáng<名>Đại Tây Dương

【大喜】dàxǐ<动>rất vui mừng: 今天是他俩~的日子。Hôm nay là ngày vui (ngày cưới) của hai người.

【大喜过望】dàxǐ-guòwàng vui mừng quá đỗi; mừng vui khôn xiết

【大显身手】dàxiǎn-shēnshǒu trổ tài; thi thố tài năng; phô trương tài cán: 运动员在赛场上~。Vận động viên thi thố tài năng trên sân đấu.

【大限】dàxiàn<名>ngày kết liễu; ngày chết

【大相径庭】dàxiāng-jìngtíng khác nhau một trời một vực; trái ngược nhau như nước với lửa

【大象】dàxiàng<名>con voi: 看~表演踢球 xem con voi biểu diễn đá bóng

【大小】dàxiǎo❶<名>(ước lượng mức độ to nhỏ) bằng, vừa: 这款手机只有手掌~。Loại điện thoại di động này chỉ to bằng bàn tay。❷<名>thứ bậc trên dưới: 不分~ không phân biệt người trên kẻ dưới ❸<名>người lớn và trẻ em: 一家~ cả người lớn lẫn trẻ em trong gia đình ❹<副>bất kể trình độ (lớn hay bé, to hay nhỏ...) thế nào; thế nào; dẫu sao: 他~也算是个国家干部。Dẫu sao thì ông ấy cũng là cán bộ nhà nước.

【大小姐】dàxiǎojiě<名>cô nương; tiểu thư

【大校】dàxiào<名>[军事]đại tá

【大笑】dàxiào<动>cười ha hả

【大写】dàxiě❶<名>chữ kép (các chữ số của tiếng Hán có hai cách viết: chữ đơn như "一""二""三"...và chữ kép như "壹" "贰""叁"...) ❷<动>viết hoa; viết chữ in ❸<名>chữ viết hoa

【大兴土木】dàxīng-tǔmù xây dựng rầm rộ

【大猩猩】dàxīngxing<名>con gôrila; khi đột; đười ươi

【大型】dàxíng<形>cỡ lớn; quy mô lớn: ~ 冷却塔 tháp giảm nhiệt lớn; ~拍卖会 cuộc bán đấu giá lớn

【大雄宝殿】Dàxióng Bǎodiàn Đại hùng bảo điện (nơi thờ đức Phật Thích Ca Mâu Ni trong chùa)

【大熊猫】dàxióngmāo<名>gấu mèo; gấu trúc

【大修】dàxiū<动>sửa chữa lớn; đại tu

【大选】dàxuǎn<动>tổng tuyển cử

【大学】dàxué<名>đại học

【大学生】dàxuéshēng<名>sinh viên đại học

【大雪】dàxuě<名>❶tiết Đại tuyết ❷tuyết lớn (trong 24 tiếng lượng tuyết dày từ 5mm trở lên) ❸trận mưa tuyết khá lớn

【大牙】dàyá<名>❶răng hàm ❷răng cửa

【大雅】dàyǎ<形>[书]phong nhã; thanh nhã; lịch sự

【大雅之堂】dàyǎzhītáng nơi thanh nhã; sảnh thanh nhã nghiêm trang

【大言不惭】dàyán-bùcán nói khoác không biết ngượng mồm

【大眼瞪小眼】dàyǎn dèng xiǎoyǎn chỉ biết trố mắt đứng nhìn; bó tay

【大雁】dàyàn<名>chim nhạn

【大洋洲】Dàyángzhōu<名>Châu Đại Dương

【大样】dàyàng<名>❶[印刷]bản in thử; bản bông ❷[建筑]bản vẽ chi tiết (về xây dựng)

【大摇大摆】dàyáo-dàbǎi ngông nghênh; nghênh ngang

【大爷】dàyé<名>ông lớn; cậu lớn; cụ lớn: ~ 脾气 tính khí cụ lớn

【大爷】dàye<名>[口]❶bác trai ❷ông; cụ (người đàn ông lớn tuổi)

【大业】dàyè<名>sự nghiệp vĩ đại: 统一~ công cuộc thống nhất

【大衣】dàyī<名>áo pađơxuy; áo măng tô; măng tô san; áo khoác

【大姨】dàyí<名>❶dì cả ruột ❷xưng người đàn bà cùng về mà lớn tuổi hơn mẹ mình

【大义】dàyì<名>đại nghĩa; nghĩa lớn: 民族 ~ đại nghĩa dân tộc

【大义凛然】dàyì-lǐnrán hiên ngang lẫm liệt; oai phong lẫm liệt

【大义灭亲】dàyì-mièqīn vì đại nghĩa không bao che cho người thân; vì nghĩa lớn quên tình riêng

【大意】dàyì<名>ý chính; ý tổng quát: 段落 ~ ý chính của đoạn văn

【大意】dàyi<形>sơ suất; sơ ý: 她一时~把事 儿搞砸了。Chị ấy do sơ suất mà hỏng việc.

【大油】dàyóu<名>[口]mỡ lợn

【大有可为】dàyǒu-kěwéi rất đáng làm; rất có triển vọng

【大有人在】dàyǒu-rénzài chẳng thiếu gì người

【大有文章】dàyǒu-wénzhāng có những hàm ý hay nội dung khó hiểu, khác với bề ngoài

【大有作为】dàyǒu-zuòwéi tha hồ vẫy vùng; tha hồ thi thố tài năng

【大鱼大肉】dàyú-dàròu lắm thịt nhiều cá; bữa ăn thịnh soạn

【大于】dàyú<动>lớn hơn

【大雨】dàyǔ<名>❶mưa to; mưa lớn ❷mưa to (lượng mưa trong 24 tiếng từ 25-49.9 mm nước)

【大院】dàyuàn<名>sân nhà rộng to; khoảnh đất rào kín (của khu nhà máy, dinh thự, doanh trại...)

【大约】dàyuē❶<副>khoảng; độ; ước chừng; chắc là; rất có thể: 他~六十岁。Ông ấy khoảng 60 tuổi。她~不会来了。Cô ta chắc là không đến nữa。❷<形>không chắc chắn: ~的数量 số lượng không chắc chắn

【大杂烩】dàzáhuì<名>❶món hổ lốn; món tạp phí lù; món tạp nham ❷ví xáo lộn nhiều sự vật

【大展宏图】dàzhǎn-hóngtú triển khai những kế hoạch lớn; thực hiện những hoài bão lớn

【大战】dàzhàn❶<名>cuộc đại chiến: 世界~ đại chiến thế giới; 生死~ cuộc quyết chiến một mất một còn ❷<动>chiến đấu dữ dội: 一次恶意犯规引起双方球员~。Một cú phạm lỗi thô bạo dẫn đến trận ẩu đả giữa cầu thủ hai bên.

【大站】dàzhàn<名>ga lớn (đường sắt); bến xe lớn

【大张旗鼓】dàzhāng-qígǔ trống giong cờ mở; rầm rầm rộ rộ

【大丈夫】dàzhàngfu<名>đại trượng phu; đấng mày râu

【大政】dàzhèng<名>đường lối chính sách lớn: ~方针 phương châm đường lối chính sách (của nhà nước)

【大志】dàzhì<名>chí lớn: 胸怀~ có chí lớn

【大致】dàzhì❶<副>vào khoảng; độ chừng: ~有50本书。Có khoảng 50 cuốn sách。❷<形>đại thể; đại khái: ~的想法 ý nghĩ nói chung; ~的情况 tình hình chung

【大智若愚】dàzhì-ruòyú người tài trí trông bề ngoài có vẻ ngu đần

【大众】dàzhòng<名>đại chúng; quần chúng: ~化 đại chúng hóa

【大众情人】dàzhòng qíngrén người có sức quyến rũ, làm cho mọi người say mê

【大众文化】dàzhòng wénhuà văn hoá của đông đảo quần chúng

【大专】dàzhuān<名>đại học chuyên ngành; cao đẳng

【大专院校】dàzhuān yuànxiào trường cao đẳng và đại học chuyên ngành

【大自然】dàzìrán<名>thiên nhiên; tạo hóa

【大宗】dàzōng❶<形>số lượng lớn; hàng loạt; lô lớn; lô hàng lớn ❷<名>(loại sản phẩm) đứng đầu về số lượng: 本地出产以香蕉为~。Sản lượng chuối đứng đầu trong các sản phẩm ở đây.

【大罪】dàzuì<名>tội nặng: 不可饶恕的~ tội nặng không thể tha thứ

【大作】[1]dàzuò<名>tác phẩm lớn; đại tác; bài viết (với ý kính trọng người viết): 我已拜读您的~,受益匪浅。Tôi đã hân hạnh được đọc đại tác của ngài và tiếp thụ được nhiều điều bổ ích.

【大作】[2]dàzuò<动>nổi lên, bốc lên một cách mãnh liệt: 枪声~ tiếng súng nổ dữ dội

【大做文章】dàzuò-wénzhāng phóng đại những vấn đề; làm quan trọng hóa; thổi phồng: 不要对我的错误~。Đừng thổi phồng những sai lầm của tôi.

dāi

呆 dāi❶<形>ngốc; ngu; đần độn: ~性 tính ngốc nghếch ❷<形>đờ; thừ; ngẩn: 发~ ngẩn ra; 吓~了 sợ đờ người ra ❸<动>ở lại; ở yên: ~了几天 ở lại mấy ngày //(姓) Ngai

【呆板】dāibǎn<形>cứng nhắc; khô cứng; khô khan: ~的演讲 diễn thuyết quá khô khan

【呆笨】dāibèn<形>ngu đần; đần độn: 脑子
~ đầu óc ngu đần

【呆愣】dāilèng<形>ngẩn ra; đờ ra: 听到那
个消息他~住了。Nghe tin ấy, ông ta ngẩn
ra như người mất hồn.

【呆气】dāiqì<名>ngờ nghệch; ngớ ngẩn;
khờ dại: 他这人有点~。Cậu ấy hơi ngớ
ngẩn.

【呆若木鸡】dāiruòmùjī ngây ra như tượng
gỗ; người đờ ra

【呆傻】dāishǎ<形>đầu óc mụ mẫm; ngu si
đần độn: 他一点也不~。Nó chẳng ngu si
đần độn tí nào cả.

【呆头呆脑】dāitóu-dāinǎo đầu óc đần
độn; ngốc nga ngốc nghếch

【呆账】dāizhàng<名>món nợ không có khả
năng hoàn lại

【呆滞】dāizhì<形>❶đờ ra; thừ ra; dại ra:
目光~ hai mắt đờ dẫn ❷ứ đọng; ngừng trệ;
không lưu thông: 资金~ vốn bị ứ đọng

【呆子】dāizi<名>thằng ngốc

待 dāi<动>[口]ở lại; lưu lại: 你可以~在这
儿。Anh có thể ở lại đây.
另见dài

dǎi

歹 dǎi<形>xấu; xấu xa; xằng bậy: ~徒 kẻ
xấu; 为非作~ làm những điều xấu xa //(姓)
Đãi

【歹毒】dǎidú<形>hiểm độc xấu xa

【歹心】dǎixīn<名>ý đồ xấu (làm hại người
khác)

【歹意】dǎiyì<名>ý nghĩ xấu

逮 dǎi<动>bắt; vồ; tóm
另见dài

dài

大 dài 义同"大"(dà), 用于"大夫、大

王"。
另见dà

【大夫】dàifu<名>[口]thầy thuốc; bác sĩ
另见dàfū

【大王】dàiwang<名>đại vương (quốc
vương hay trùm trộm cướp)
另见dàwáng

代 dài❶<动>thay; thay thế; hộ: ~课 dạy thay
❷<动>quyền; thay mặt: ~局长 quyền cục
trưởng ❸<名>thời; đời; đại: 近~ cận đại; 现
~ hiện đại ❹<名>triều đại; đời; nhà: 改朝换
~ thay đổi triều đại ❺<名>đời; thế hệ: 老一
~ thế hệ trước/tiền bối/bậc trên; 下一~ thế
hệ sau ❻<名>phân kì niên đại địa chất //(姓)
Đại

【代办】dàibàn❶<动>làm giúp; làm hộ: ~
托运 đi gửi hàng giúp ❷<名>đại diện ngoại
giao ❸<名>đại biện (người thay quyền đại
sứ hoặc công sứ khi họ vắng mặt)

【代办处】dàibànchù<名>đại lí; nơi nhận
làm giúp

【代办人】dàibànrén<名>người đại lí

【代笔】dàibǐ<动>viết hộ cho

【代表】dàibiǎo❶<名>đại biểu: 人大~ đại
biểu quốc hội ❷<名>đại diện: 全权~ đại
diện toàn quyền ❸<名>(vật) tiêu biểu: ~作
tác phẩm tiêu biểu ❹<动>thay mặt: 毕业典
礼上他~全体学员发言。Thay mặt tất cả
học viên, anh ấy phát biểu tại lễ tốt nghiệp.
❺<动>đại biểu cho; tiêu biểu cho: 红色~
热情、喜庆。Màu đỏ tượng trưng cho sự
nồng nhiệt và hân hoan.

【代表大会】dàibiǎo dàhuì đại hội đại biểu

【代表队】dàibiǎoduì<名>phái đoàn; đoàn
đại biểu (đi dự cuộc thi đấu nào đó)

【代表人物】dàibiǎo rénwù người tiêu
biểu: 他是文艺界的~。Ông ấy là người
tiêu biểu cho giới văn nghệ.

【代表团】dàibiǎotuán<名>đoàn đại biểu

【代表作】dàibiǎozuò<名>tác phẩm tiêu biểu

【代步】dàibù<动>[书](đi bằng những phương tiện giao thông như xe, ngựa v.v.) thay cho đi bộ

【代称】dàichēng<名>tên gọi thay: "江山" 是国家的~。"Giang sơn" là tên gọi thay cho đất nước.

【代词】dàicí<名>đại từ

【代代相传】dàidài-xiāngchuán giữ gìn và lưu truyền từ thế hệ trước sang thế hệ sau

【代付】dàifù<动>trả thay cho

【代工】dàigōng<动>chế tạo (thường là những đồ phụ tùng) cho những nhà sản xuất khác

【代沟】dàigōu<名>hố ngăn cách (hai) thế hệ

【代管】dàiguǎn<动>bảo quản cho; quản lí cho

【代号】dàihào<名>bí danh

【代价】dàijià<名>❶cái giá ❷giá phải trả: 不惜一切~ bằng bất cứ giá nào

【代金】dàijīn<名>tiền mặt thay thế (dùng tiền mặt có giá trị tương đương để nộp thay cho hiện vật)

【代金券】dàijīnquàn<名>vé, phiếu thay cho tiền mặt để mua

【代劳】dàiláo<动>❶làm giúp (cho mình): 请~把这封信寄出。Xin anh gửi giúp lá thư cho tôi. ❷làm cho người khác: 找人~ tìm người làm cho

【代理】dàilǐ<动>❶quyền: ~主管 quyền giám đốc ❷đại diện; thay mặt (để ứng xử những công việc như mua bán, tố tụng v.v.)

【代理费】dàilǐfèi<名>phí đại lí

【代理合同】dàilǐ hétóng hợp đồng đại lí

【代理人】dàilǐrén<名>❶người đại diện; người được ủy quyền ❷tay sai; tay chân

【代理商】dàilǐshāng<名>đại lí

【代码】dàimǎ<名>bí số (con số thay cho tên thật của người hay cơ quan, đơn vị...)

【代名词】dàimíngcí<名>❶từ thay thế ❷ đại từ

【代人受过】dàirén-shòuguò chịu trách nhiệm /chịu lỗi thay người khác

【代收】dàishōu<动>thu hộ; thu cho: ~费用 业务 dịch vụ thu hộ tiền

【代售】dàishòu<动>bán giúp: 火车票~点 phòng đại lí bán vé tàu hỏa

【代数】dàishù<名>đại số

【代替】dàitì<动>thay thế: 我找不到人~他 上台表演。Tôi không tìm được người thay thế anh ấy lên sân khấu biểu diễn.

【代为】dàiwéi<动>làm giúp; thay thế: ~传 达 truyền lời cho

【代销】dàixiāo<动>bán giúp; đại lí

【代销点】dàixiāodiǎn<名>nơi đại lí bán

【代谢】dàixiè<动>❶thay cái cũ; thay thế nhau ❷trao đổi chất; thay cũ đổi mới

【代行】dàixíng<动>thay thế sử dụng (quyền, nghề nghiệp, chức năng...)

【代言人】dàiyánrén<名>người thay mặt phát ngôn

【代用】dàiyòng<动>dùng thay; thay bằng; thay thế

【代用品】dàiyòngpǐn<名>vật thay thế

【代孕】dàiyùn<动>đẻ mướn; đẻ thuê

【代职】dàizhí<动>thay thế đảm nhiệm một chức vụ nào đó

玳dài

【玳瑁】dàimào<名>[动物]đồi mồi

带dài❶<名>dây; đai: 鞋~ dây giày; 安全 带 dây đai an toàn ❷<名>săm lốp (xe đạp hay ô tô): 车~ săm lốp xe ❸<名>vùng; dải đất; khu vực; xứ: 热~ nhiệt đới ❹<名>khí hư; bạch đới (về phụ nữ) ❺<动>mang (theo); đem (theo); đưa (theo): ~孩子去玩 đưa con đi chơi; 身上~着钱 mang tiền theo người

❻<动>tiện thể; tiện tay: 把门~上 tiện thể khép cửa lại; 下班~点熟菜回来。Nghỉ việc thì tiện thể đi mua ít thức ăn chín。❼<动>hiện ra; lộ ra: 面~难色 tỏ vẻ lúng túng, ngượng nghịu ❽<动>có: ~薪假期 kì nghỉ có lương; 说话~刺儿 nói năng hơi gai góc ❾<动>lẫn; kèm thêm; (vừa)...vừa...: 连滚~爬 bò lăn mà đi ❿<动>dẫn dắt; dẫn đầu; chỉ đạo; dìu dắt: ~头 dẫn đầu; ~徒弟 kèm cặp học trò ⓫<动>thúc đẩy; tác động đến: 以点~面 lấy điểm tác động đến diện ⓬<动>trông coi: ~孩子 trông trẻ //(姓) Đái, Đới

【带班】dàibān<动>dẫn đầu ca trực (tuần tra, lao động)

【带病】dàibìng<动>đang bị ốm

【带刺儿】dàicìr<动>hàm ý móc máy; có ý châm chọc: 你说话怎么老~呀！Sao anh cứ thích nói châm chọc vậy！

【带大】dàidà<动>chăm sóc (đứa bé): 他是奶奶一手~的。Anh ấy được bà nội chăm sóc và nuôi nấng.

【带电】dàidiàn<动>có điện; mang điện

【带动】dàidòng<动>❶làm chuyển động; kéo: 小齿轮~大齿轮使滚筒旋转。Bánh răng nhỏ kéo bánh răng to để cho ống lăn quay。❷dẫn dắt; thúc đẩy; tác động: 银行改革将~经济发展。Cuộc cải cách ngân hàng sẽ đẩy mạnh sự phát triển của nền kinh tế.

【带队】dàiduì<动>dẫn đầu đội

【带话】dàihuà<动>nhắn; nhắn lời

【带坏】dàihuài<动>nêu gương xấu; dạy hư: 他被朋友~了。Nó bị đứa bạn dẫn vào con đường lầm lạc.

【带劲】dàijìn<形>❶hăng (hái); hăng say: 瞧，老奶奶们跳舞跳得多~。Xem kìa, các cụ bà nhảy múa rất hăng。❷hào hứng; thích thú; thú: 跳莎莎舞可真~！Nhảy điệu múa salsa thích lắm！

【带菌】dàijūn<动>(người hoặc vật) mang vi trùng

【带宽】dàikuān<名>[通信]dải thông; bề rộng băng tần; dãy sóng

【带来】dàilái<动>mang lại; đem lại: 她给我们~了好消息。Cô ấy đem lại tin vui cho ta.

【带领】dàilǐng<动>❶dẫn; đưa: 班长会~我们去礼堂。Trưởng lớp sẽ dẫn ta đến hội trường。❷chỉ huy; lãnh đạo; đưa; dẫn: 共产党~人民闹革命。Đảng Cộng sản lãnh đạo nhân dân làm cách mạng.

【带路】dàilù<动>dẫn đường; đưa đường

【带球】dàiqiú<动>[体育]dẫn bóng; dắt bóng; rê bóng: ~过人 dẫn bóng qua người

【带头】dàitóu<动>dẫn đầu; cầm đầu

【带头人】dàitóurén<名>người dẫn đầu; người lãnh đạo

【带徒弟】dài túdì dìu dắt thợ học việc; kèm cặp học trò

【带下】dàixià<名>[中医]đới hạ; bệnh ra khí hư của phụ nữ

【带薪休假】dàixīn xiūjià nghỉ có lương; nghỉ ăn lương

【带信儿】dàixìnr<动>nhắn tin

【带音】dàiyīn<动>âm kêu (khi phát âm dây thanh rung, cũng gọi là âm hữu thanh)

【带引】dàiyǐn<动>hướng dẫn; dẫn tới: 猎人在前面~着我们穿过森林。Người thợ săn đi trước dẫn chúng tôi xuyên qua cánh rừng.

【带鱼】dàiyú<名>cá hố

【带状】dàizhuàng<形>có hình dải; đai

【带状疱疹】dàizhuàng pàozhěn[医学]bệnh zona

【带子】dàizi<名>❶dây; dải; đai ❷băng ghi âm ❸gân sò

殆 dài❶<形>[书]nguy; nguy hiểm: 知足不辱，知止不~。Biết đủ không nhục, biết dừng không nguy。❷<副>hầu như; gần như: 敌军伤亡~尽。Hầu hết quân địch đã bị thương vong.

贷 dài<动>❶vay: 信~ vay tín dụng ❷cho vay: 银行~给他两万元，无须抵押。Ngân hàng cho ông ấy vay 20 nghìn đồng RMB không cần thế chấp. ❸đùn; đẩy; đổ: 责无旁~ trách nhiệm không thể thoái thác ❹tha thứ; dung tha: 严惩不~ nghiêm trị không tha

【贷方】dàifāng<名>[会计]cột cho vay; bên cho vay

【贷款】dàikuǎn❶<动>cho vay ❷<名>khoản (tiền) vay: 还清~ trả hết khoản tiền vay

【贷款担保】dàikuǎn dānbǎo đảm bảo tiền vay

待¹ dài<动>❶đối đãi; đối xử; cư xử: 以礼相~ đối xử lịch sự; ~人和气 hòa nhã với mọi người ❷đãi; tiếp đãi; thết đãi: ~客 đãi khách

待² dài<动>❶chờ; đợi; chờ đợi: ~到重逢时 chờ đến ngày gặp lại ❷cần: 自不~说 tất nhiên không cần nói ❸muốn; định: 正~出门，有人来了。Đang định ra ngoài thì có bạn đến.

另见dāi

【待查】dàichá<动>chờ điều tra: 事故原因~。Nguyên nhân tai nạn còn chờ điều tra.

【待产】dàichǎn<动>chờ đẻ

【待产室】dàichǎnshì<名>phòng chờ đẻ; phòng chờ sinh

【待到】dàidào<连>chờ tới; chờ đến

【待发】dàifā<动>chờ ra; chờ đi: 整装~ sẵn sàng xuất phát

【待岗】dàigǎng<动>chờ giao việc; chờ được phân công

【待机】dàijī<动>❶chờ đợi thời cơ; chờ dịp: ~而动 chờ dịp hành động ❷(điện thoại di động, vi tính) đang chờ máy

【待机时间】dàijī shíjiān thời gian đợi (máy điện thoại)

【待价而沽】dàijià'érgū chờ được giá cao

mới bán; chờ trả lương cao mới nhận việc

【待见】dàijiàn<动>[口]thích (thường dùng sau "不" với ý phủ định): 我们都不~她。Cả bọn mình đều không thích cô ấy.

【待考】dàikǎo<动>chờ xem xét thêm; chờ xét

【待命】dàimìng<动>chờ lệnh; đợi lệnh: 集结~ tập kết đợi lệnh

【待人处事】dàirén-chǔshì ứng xử

【待人接物】dàirén-jiēwù cư xử (với mọi người)

【待审】dàishěn<动>chờ xử; chờ xét

【待时而动】dàishí'érdòng chờ dịp hành động

【待售】dàishòu<动>chờ bán

【待续】dàixù<动>còn tiếp; còn nữa: 未完~ còn tiếp

【待业】dàiyè<动>chờ việc

【待遇】dàiyù❶<动>[书]đối xử; cư xử ❷<名>sự đối xử; thái độ cư xử: 特殊~ sự đối xử riêng biệt ❸<名>quyền lợi; đãi ngộ: 同等的~ đãi ngộ ngang nhau ❹<名>lương bổng; thù lao; đãi ngộ: 福利~ tiền lương và phúc lợi

怠 dài<形>❶lười; biếng nhác; chểnh mảng: 懈~ chậm chạp/uể oải ❷khinh mạn; khinh khinh; khinh khi

【怠惰】dàiduò<形>lười biếng

【怠工】dàigōng<动>lãn công; làm việc uể oải: 消极~ lãn công tiêu cực

【怠慢】dàimàn<动>❶lạnh nhạt: 不要~了客人。Không được thờ ơ với khách. ❷thiếu sót; không được chu đáo: 多有~，还请见谅。Còn nhiều thiếu sót, xin thông cảm cho.

袋 dài❶<名>túi; bao; bị: 塑料~ túi nhựa; 洗衣~ túi giặt quần áo ❷<量>bao; gói; túi: 一~糖 một gói kẹo; 一~烟 một mồi thuốc lào/một mồi thuốc lá sợi

【袋泡茶】dàipàochá<名>trà gói

【袋鼠】dàishǔ<名>con căng-gu-ru; con chuột túi

【袋装】dàizhuāng<形>(được đóng thành) từng gói

【袋装食品】dàizhuāng shípǐn thực phẩm đóng gói

【袋子】dàizi<名>cái bao; cái túi

逮¹ dài<动>[书]đến; tới: 力有未~ sức chưa tới //(姓) Đãi

逮² dài 义同"逮"(dǎi), 只用于"逮捕"。另见dǎi

【逮捕】dàibǔ<动>bắt; bắt bớ

【逮捕令】dàibǔlìng<名>lệnh bắt; trát bắt

戴 dài<动>❶đội; đeo; mang: ~帽子 đội mũ ❷quý trọng; kính yêu: 爱~ kính yêu //(姓) Đái, Đới

【戴高帽】dài gāomào tâng bốc; xu nịnh

【戴绿帽】dài lǜmào (vợ) cắm sừng (cho chồng)

【戴帽子】dài màozi ❶chụp mũ ❷chẩn đoán xác định căn bệnh

【戴孝】dàixiào<动>có tang; mặc đồ tang

【戴罪立功】dàizuì-lìgōng lập công chuộc tội; lập công khi đang mang tội

黛 dài[书]❶<名>thuốc nhuộm màu đen (con gái ngày xưa dùng để kẻ lông mày): 不施粉~ không trang điểm ❷<形>đen: ~发 tóc đen //(姓) Đại

dān

丹 dān<名>❶đỏ; màu đỏ: ~砂 chu sa (màu đỏ) ❷dan; đơn: 丸散膏~ cao đơn hoàn tán //(姓) Đan, Đơn

【丹顶鹤】dāndǐnghè<名>sếu đầu đỏ

【丹凤眼】dānfèngyǎn<名>mắt xếch

【丹青】dānqīng<名>[书]❶thuốc nhuộm màu đỏ và màu xanh; chỉ hội họa: ~妙手 họa sĩ tài hoa ❷sử sách: 功垂~ có công được

ghi trong sử sách

【丹参】dānshēn<名>[中药]đan sâm

【丹田】dāntián<名>huyệt đan điền

【丹心】dānxīn<名>lòng son: 留取~照汗青。Để lại tấm lòng son soi sáng trong sử sách.

担 dān<动>❶gánh: ~水 gánh nước; ~柴 gánh củi ❷gánh vác; đảm đương: ~责任 chịu trách nhiệm; ~风险 gánh vác rủi ro 另见dàn

【担保】dānbǎo<动>đảm bảo: 我敢~他是个靠谱的人。Tôi đảm bảo anh ấy là một người đáng tin cậy.

【担保抵押】dānbǎo dǐyā thế chấp với bảo lãnh

【担保合同】dānbǎo hétóng hợp đồng bảo lãnh

【担保金】dānbǎojīn<名>phí bảo lãnh

【担保期】dānbǎoqī<名>thời hạn bảo lãnh

【担保人】dānbǎorén<名>người bảo lãnh

【担保书】dānbǎoshū<名>chứng thư bảo lãnh

【担不起】dānbuqǐ không thể gánh vác được: 责任重大, 我~。Trách nhiệm rất lớn, tôi không thể gánh vác được.

【担不是】dān bùshi chịu trách nhiệm; chịu lỗi

【担待】dāndài<动>[口]❶tha thứ; bỏ quá; thông cảm: 办公条件不好, 还请您多~。Điều kiện làm việc chưa tốt, mong ông thông cảm. ❷đảm đương; gánh vác: 要是出了事, 我怎么~得起! Nếu xảy ra chuyện gì thì tôi sao mà gánh vác được!

【担当】dāndāng<动>đảm đương; gánh vác; nhận lấy: ~重任 gánh vác nhiệm vụ nặng nề; 做人要有所~。Làm người thì phải đảm đương nhiều thứ.

【担负】dānfù<动>chịu (trách nhiệm, công việc, chi phí): ~起历史使命 đảm đương sứ mệnh lịch sử; ~额外费用 chịu các khoản chi phí ngoài quy định

【担纲】dāngāng<动>đóng vai chính (nghĩa là đảm đương trách nhiệm lớn): 这次他亲自~总设计。Ông ấy lần này đích thân đóng vai kĩ sư thiết kế chính.

【担架】dānjià<名>băng ca; cáng cứu thương

【担惊受怕】dānjīng-shòupà lo âu khiếp sợ

【担名】dānmíng<动>mang danh; đứng tên: 既然担了父亲的名，就要负起教育孩子的责任。Đã mang danh người bố thì phải chịu trách nhiệm giáo dục con cái.

【担任】dānrèn<动>đảm nhiệm; làm: ~领导职务 đảm nhiệm chức vụ lãnh đạo

【担心】dānxīn<动>không yên tâm; lo lắng: 孩子已经长大了，不用凡事为他~。Con đã lớn khôn, không cần luôn luôn lo cho nó nữa.

【担忧】dānyōu<动>lo lắng; lo âu: 儿行千里母~。Con đi ngàn dặm trăm bề mẹ lo.

单 dān ❶<形>đơn; một: ~人间 buồng đơn ❷<形>đơn độc; một mình: ~身 độc thân; 形~影只 một mình một bóng ❸<形>(số) lẻ: ~数 số lẻ ❹<形>mỏng; yếu: 薄 mỏng manh; 势孤力~ thế cô lực mỏng ❺<形>không phức tạp: 简~ đơn giản ❻<副>chỉ: ~看标题就很吸引人了。Mới xem đầu đề thì đã thấy rất hấp dẫn. ❼<名>khăn trải giường: 床~儿 khăn trải giường; 被~儿 chăn đơn ❽<名>đơn; giấy tờ: 名~ bản danh sách; 清~ bản liệt kê ❾<形>một lớp vải: 穿夹衣比~衣暖和。Vận áo kép ấm hơn áo đơn. //(姓) Đơn
另见chán, Shàn

【单臂】dānbì<形>một cánh tay: ~引体向上 hít xà bằng một cánh tay

【单边贸易】dānbiān màoyì mậu dịch đơn phương

【单薄】dānbó<形>❶(mặc) phong phanh: 衣裳~ mặc quần áo mỏng manh ❷gầy yếu: 身子~ thân hình mảnh mai ❸yếu mỏng; không vững: 证据~ chứng cứ không vững

【单层】dāncéng<名>một lớp

【单产】dānchǎn<名>sản lượng trên đơn vị diện tích: 水稻平均~ năng suất bình quân trên diện tích lúa

【单车】dānchē<名>[方]xe đạp

【单程】dānchéng<名>một chiều; một lượt: ~票 vé một chuyến

【单传】dānchuán<动>❶mấy đời con một (con trai); mấy đời độc đinh: 三代~ ba đời chỉ có một con trai ❷chỉ một thầy dạy dỗ

【单纯】dānchún<形>❶hồn nhiên; thuần nhất: 她是个~的女孩。Chị ấy là một cô gái hồn nhiên. ❷chỉ; đơn thuần: 她这样做~是为了得到一个角色。Chị ấy làm thế chỉ là để giành lấy một vai diễn.

【单词】dāncí<名>❶từ ❷từ đơn thuần

【单打】dāndǎ<名>đánh đơn (môn bóng)

【单单】dāndān<副>chỉ riêng; riêng có: ~节食是不能减肥的。Chỉ ăn ít không giảm cân được.

【单刀赴会】dāndāo-fùhuì một mình đánh liều đi đúng hẹn

【单刀直入】dāndāo-zhírù nói thẳng ra; nói toạc móng heo; đi thẳng vào chủ đề

【单调】dāndiào<形>đơn điệu: ~乏味的工作 công việc buồn tẻ, chán ngắt

【单独】dāndú<副>đơn độc; một mình: ~行动 hành động một mình; ~见面 gặp riêng nhau

【单方】¹dānfāng<形>một bên; đơn phương

【单方】²dānfāng<名>bài thuốc dân gian

【单方面】dānfāngmiàn<名>một bên; một phía: ~撕毁协议。Đơn phương xóa bỏ hiệp ước.

【单飞】dānfēi〈动〉bay một mình

【单干】dāngàn〈动〉làm ăn riêng rẽ

【单杠】dāngàng〈名〉❶xà đơn ❷môn xà đơn

【单个儿】dāngèr❶〈副〉một mình: 他~走了。Anh ấy đi một mình rồi。❷〈形〉từng cái (trong một bộ): 这套茶具不~卖。Bộ đồ trà này không bán riêng từng chiếc một.

【单轨】dānguǐ〈名〉đường sắt đơn tuyến

【单过】dānguò〈动〉ở riêng: 工作以后他就~了。Sau khi tìm được việc làm, anh ấy đã ra ở riêng.

【单簧管】dānhuángguǎn〈名〉kèn clarinet

【单价】dānjià〈名〉đơn giá

【单间】dānjiān〈名〉❶nhà một gian ❷buồng cho một người (của khách sạn, nhà nghỉ)

【单脚跳】dānjiǎotiào nhảy lò cò

【单镜头】dānjìngtóu〈名〉ống kính đơn

【单据】dānjù〈名〉biên lai; biên nhận

【单口相声】dānkǒu xiàngsheng tấu hài một người; độc tấu

【单裤】dānkù〈名〉quần đơn

【单恋】dānliàn〈动〉yêu đơn phương (tình yêu không được đáp lại): 他~一位女同事两年了。Anh ấy đơn phương yêu một cô đồng nghiệp đã hai năm rồi.

【单列】dānliè〈动〉kê riêng từng mục

【单面】dānmiàn〈名〉(chỉ thuộc về) một mặt: ~煎蛋 trứng rán một mặt

【单枪匹马】dānqiāng-pǐmǎ đơn thương độc mã

【单亲】dānqīn〈形〉bố hoặc mẹ tự mình nuôi con: ~家庭 gia đình đơn thân

【单人】dānrén〈名〉một người

【单人床】dānrénchuáng〈名〉giường đơn

【单人舞】dānrénwǔ〈名〉độc vũ

【单色】dānsè〈名〉đơn sắc; một màu

【单身】dānshēn❶〈动〉độc thân; chưa lập gia đình ❷〈名〉người độc thân ❸〈副〉một mình

【单身贵族】dānshēn guìzú quý tộc độc thân (người độc thân giàu có)

【单身汉】dānshēnhàn〈名〉người đàn ông độc thân

【单身宿舍】dānshēn sùshè nhà tập thể cho hộ độc thân

【单数】dānshù〈名〉❶số lẻ ❷[语法]dạng số ít; từ ở dạng số ít

【单挑】dāntiǎo〈动〉thi đấu riêng; một chọi một; tay bo

【单位】dānwèi〈名〉❶đơn vị đo lường ❷đơn vị; cơ quan: 机关~ đơn vị sự nghiệp

【单相思】dānxiāngsī yêu đơn phương

【单向】dānxiàng〈形〉chỉ một chiều (cho phép di chuyển): 真正的爱情不应该是~的。Tình yêu chân chính không nên là thứ tình yêu một chiều.

【单向行驶】dānxiàng xíngshǐ giao thông một chiều

【单项】dānxiàng〈名〉hạng mục riêng; môn riêng

【单相变压器】dānxiàng biànyāqì máy biến áp một pha

【单相电流】dānxiàng diànliú dòng điện một pha

【单行本】dānxíngběn〈名〉bản in riêng

【单行线】dānxíngxiàn〈名〉đường một chiều

【单眼皮】dānyǎnpí〈名〉(mắt) một mí

【单一】dānyī〈形〉đơn nhất; duy nhất: 品种~ chùng loại sản phẩm đơn nhất

【单引号】dānyǐnhào〈名〉dấu lược; dấu móc lửng

【单元】dānyuán〈名〉đơn vị; khối; đơn nguyên; thành phần: 内存~ khối nhớ mở rộng; 家庭是一个社会~。Gia đình là một đơn vị của xã hội.

【单元房】dānyuánfáng〈名〉căn hộ

【单元楼】dānyuánlóu<名>dãy căn hộ ở cùng một tầng (cho một gia đình)

【单子】dānzi<名>❶ga trải giường ❷bản liệt kê: 开~ kê ra một bản

【单字】dānzì<名>chữ đơn (chữ ghi một âm tiết)

眈 dān

【眈眈】dāndān<形>chăm chú nhìn: 虎视~ nhìn chòng chọc

耽¹ dān<动>hoãn; dời lại

耽² dān<动>[书]đam mê; xả láng

【耽搁】dānge<动>❶ở lại; nán lại: 因为误了火车，我们在那儿~了两天。Vì nhỡ chuyến xe lửa, ta nán lại ở đó hai ngày. ❷kéo dài; dây dưa: 事情紧急，不能~。Việc rất gấp, không thể trì hoãn được. ❸bỏ lỡ; làm hỏng: 他起那么晚，难怪把工作给~了。Nó dậy muộn thế, chẳng trách làm lỡ công việc.

【耽误】dānwu<动>làm lỡ; làm hỏng: 父母的不良习惯会~孩子。Những thói quen xấu của bố mẹ sẽ làm hỏng con.

殚 dān<动>[书]tận; hết; dốc: ~心 hết lòng; ~力 dốc sức

【殚尽】dānjìn<动>hết không còn gì: 人力~ mất hết sức người

【殚精竭虑】dānjīng-jiélǜ dốc hết tinh thần sức lực

dăn

胆 dăn<名>❶túi mật ❷gan dạ; dũng cảm: 壮~ làm cho can đảm lên; 斗~ mạnh bạo ❸cái ruột: 瓶~ ruột phích //(姓)Đảm

【胆大】dăndà<形>gan dạ; can đảm; to gan

【胆大包天】dăndà-bāotiān gan tày trời (thường dùng với nghĩa xấu)

【胆大妄为】dăndà-wàngwéi liều lĩnh ngang ngược

【胆大心细】dăndà-xīnxì gan dạ mà thận trọng

【胆矾】dănfán<名>[化学]sunfat đồng

【胆敢】dăngăn<动>dám; cả gan: ~践踏法律的人必定会受到惩罚。Những kẻ dám chà đạp lên pháp luật chắc chắn sẽ bị trừng phạt.

【胆固醇】dăngùchún<名>colextêrôn

【胆寒】dănhán<形>cảm thấy khiếp sợ; rất kinh hãi

【胆量】dănliàng<名>dũng khí

【胆略】dănlüè<名>đảm lược; gan dạ mưu trí: ~过人 gan dạ mưu trí hơn người

【胆囊炎】dănnángyán<名>viêm túi mật

【胆怯】dănqiè<形>nhút nhát; nhát gan

【胆识】dănshí<名>gan dạ và thông minh

【胆小】dănxiăo<形>nhát gan; rụt rè

【胆小鬼】dănxiăoguǐ<名>đồ nhát gan

【胆小如鼠】dănxiăo-rúshǔ nhát như cáy; gan thỏ đế

【胆战心惊】dănzhàn-xīnjīng kinh hoàng, khiếp sợ

【胆汁】dănzhī<名>mật (trong túi mật)

【胆子】dănzi<名>lòng dũng cảm; sự gan dạ

掸 dăn<动>phủi; phẩy; quét: ~灰 phủi bụi

dàn

旦¹ dàn<名>❶bình minh; rạng đông ❷ngày //(姓)Đán

旦² dàn<名>vai đào

【旦旦】dàndàn<形>[书]với vẻ rất thành thật; chân thật: 信誓~ thề hứa chân thành/lời hứa thành khẩn

【旦角】dànjué<名>vai tuồng nữ

【旦夕】dànxī<名>[书]sớm chiều; sớm tối: 危在~ nguy trong một sớm một chiều

但 dàn❶<副>chỉ; chỉ là: 不求有功，~求无过。Không mong có công, chỉ mong không lỗi. ❷<连>nhưng: 工作虽辛苦，~没有叫

苦的。Công việc nặng nhọc, nhưng không
ai kêu ca. //(姓) Đản

【但凡】dànfán<副>phàm là; hễ: ~有点办
法，他也不会麻烦我们。Hễ có cách thì
anh ấy cũng không làm phiền chúng ta.

【但是】dànshì<连>nhưng; mà; nhưng mà;
song: 虽然困难很多，~他一点也不怕。
Tuy gặp nhiều khó khăn, nhưng anh ấy
chẳng hề nao núng.

【但愿】dànyuàn<动>chỉ mong: ~如此 chỉ
mong như vậy

担 dàn❶<名>gánh: 货~ gánh hàng; 家庭重
~ nặng gánh gia đình ❷<量>gánh: 一~菜
một gánh rau; 两~水 hai gánh nước ❸<量>
(đơn vị trọng lượng) 50kg
另见dān

【担子】dànzi<名>❶quang gánh ❷gánh (chỉ
trách nhiệm phải gánh vác): ~越重，责任
越大。Gánh vác càng nặng, trách nhiệm
càng lớn.

诞[1] dàn❶<动>ra đời ❷<名>ngày sinh; sinh
nhật: 寿~ ngày mừng thọ (cho người cao
tuổi)

诞[2] dàn<形>hoang đường; kì quái: 荒~
hoang đường; 放~ buông tha

【诞辰】dànchén<名>sinh nhật (kính từ)

【诞生】dànshēng<动>ra đời: 一个新的时
代~了。Một ki nguyên mới đã bắt đầu.

淡 dàn<形>❶loãng: 天高云~ trời cao mây
nhẹ; ~粥 cháo loãng ❷(vị) nhạt: ~啤酒 bia
nhẹ; ~句 câu khô khan ❸(màu) nhạt; mờ:
~绿 xanh nhạt; 轻描~写 phác qua vài nét
❹lãnh đạm: 态度冷~ thái độ thờ ơ lạnh
nhạt ❺(buôn bán) ế ẩm: 生意清~ buôn bán
ế ẩm ❻tầm thường: ~话 lời nói vô duyên; ~
事 chuyện tầm phào //(姓) Đạm

【淡泊】dànbó[书]❶<动>coi nhẹ (danh
vọng, của cải) ❷<形>điềm đạm

【淡泊明志】dànbó-míngzhì　không màng

danh lợi để nuôi chí lớn

【淡薄】dànbó<形>❶mỏng; thưa: ~的晨雾
sương mù buổi sáng mờ mịt ❷(ấn tượng)
nhạt; mơ hồ: 印象~ ấn tượng mờ nhạt
❸(tình cảm, hứng thú) nhạt; phai nhạt: 人
情~ tình người nhạt nhẽo; 家庭观念~ quan
niệm gia đình phai nhạt ❹vị nhạt, không
mặn

【淡菜】dàncài<名>con trai (vẹm, chem
chép) đã được phơi khô

【淡出】dànchū<动>❶(truyền hình) làm mờ
dần cảnh; làm mờ dần âm thanh ❷(dần dần)
rút ra: 她渐渐~演艺界。Chị ấy rút dần
khỏi giới văn nghệ.

【淡而无味】dàn'érwúwèi　nhạt thếch vô
vị

【淡化】dànhuà<动>❶chế biến thành nước
ngọt ❷phai nhạt; lạnh nhạt dần ❸làm mờ
nhạt đi: ~矛盾 làm dịu mâu thuẫn

【淡季】dànjì<名>mùa ế ẩm; mùa vắng
khách: 销售~ mùa vắng khách

【淡漠】dànmò<形>❶lạnh nhạt; nhạt nhẽo:
表情~ tỏ vẻ lạnh nhạt ❷phai mờ; phai nhạt:
他童年的记忆已经~。Kí ức thời thơ ấu đã
phai mờ trong đầu óc anh.

【淡然】dànrán<形>[书]dửng dưng; lạnh
nhạt: ~处之 đối xử lạnh nhạt

【淡市】dànshì<名>thị trường giao dịch ít;
thị trường tẻ nhạt

【淡水】dànshuǐ<名>nước ngọt

【淡水湖】dànshuǐhú<名>hồ nước ngọt

【淡忘】dànwàng<动>lãng quên: 有些传统
可能会被人们~。Một số truyền thống có
lẽ sẽ bị người ta quên dần đi.

【淡雅】dànyǎ<形>thanh nhã: 香气~ mùi
thơm thanh nhã

【淡妆】dànzhuāng<名>trang sức thanh nhã

【淡妆浓抹】dànzhuāng-nóngmǒ　trang
sức sặc sỡ hay thanh nhã

惮 dàn<动>[书]х; ngại: 肆无忌~ không
chút kiêng dè

弹 dàn<名>❶hòn bi ❷viên đạn; bom: 燃烧
~ bom napan; 信号~ đạn tín hiệu; 中~ trúng
đạn
另见tán

【弹弓】dàngōng<名>súng cao su; ná bắn
đạn

【弹尽粮绝】dànjìn–liángjué đạn hết lương
cạn (chỉ tình hình nguy khốn trên chiến
trường)

【弹膛】dàntáng<名>ổ đạn

【弹丸】dànwán<名>❶viên đạn (của súng
cao su, ná bắn đạn) ❷đầu viên đạn

【弹丸之地】dànwánzhīdì mảnh đất nhỏ xíu

【弹无虚发】dànwúxūfā bắn phát nào trúng
phát ấy

【弹药】dànyào<名>đạn dược

【弹子锁】dànzisuǒ<名>khóa sập; khóa có
lẫy

蛋 dàn❶<名>trứng: 鸡~ trứng gà ❷
<名>viên; hòn (hình tròn): 泥~儿 cục đất;
山药~儿 củ khoai tây ❸<形>nuôi để đẻ
trứng: ~鸡 gà nuôi để đẻ trứng

【蛋白】dànbái<名>❶lòng trắng trứng ❷
protein

【蛋白酶】dànbáiméi<名>proteinase

【蛋白质】dànbáizhì<名>protein; Anbumin;
chất đạm

【蛋糕】dàngāo<名>bánh ga-tô

【蛋花汤】dànhuātāng<名>canh trứng cút

【蛋黄】dànhuáng<名>lòng đỏ trứng

【蛋鸡】dànjī<名>gà đẻ (trứng)

【蛋卷】dànjuǎn<名>bánh trứng cuộn

【蛋品】dànpǐn<名>các loại trứng và sản
phẩm làm bằng trứng

【蛋清】dànqīng<名>[口]lòng trắng trứng

【蛋制品】dànzhìpǐn<名>❶những món làm
bằng trứng ❷những thực phẩm có thành

phần nguyên liệu từ trứng

【蛋子】dànzi<名>cục; hòn; viên

氮 dàn<名>❶[化学]nitơ; đạm (kí hiệu: N)
❷khí nitơ

【氮肥】dànféi<名>phân đạm

【氮气】dànqì<名>khí nitơ

dāng

当[1] dāng❶<动>làm; là: ~教员 làm giáo
viên; ~代表 làm đại biểu ❷<动>nhận; xứng
đáng: ~之无愧 nhận mà không thẹn/xứng
đáng đảm đương; 敢做敢~ dám làm dám
chịu ❸<动>điều hành; quản lí: ~家做主
làm chủ; ~权者 nhà cầm quyền ❹<形>bằng;
tương xứng: 门~户对 môn đăng hộ đối (gia
đình nhà trai, nhà gái ngang nhau theo quan
niệm hôn nhân phong kiến); 旗鼓相~ sức lực
ngang nhau ❺<动>phải; nên: 理~如此 lẽ ra nên
như vậy; 老~益壮 lão đương ích tráng ❻<介>
đứng trước; hướng về: ~面 đối diện/giáp
mặt; 首~其冲 đứng mũi chịu sào ❼<介>
đang; đương: ~今 hiện nay; ~年 năm ấy; ~
街 ngay trên phố ❽<动>[书]chống đỡ: 螳臂
~车 châu chấu đá voi ❾<名>[书]chóp nóc:
瓦~ ngói ở chóp nóc //(姓) Đang, Đương

当[2] dāng<拟>(tiếng) leng keng
另见dàng

【当班】dāngbān<动>trực ban; đang ca: 今
晚轮到他~。Đêm nay đến lượt anh ấy trực.

【当兵】dāngbīng<动>đi bộ đội; tòng quân

【当场】dāngchǎng<副>ngay tại chỗ: ~出丑
dơ mặt ngay tại chỗ

【当初】dāngchū<名>lúc đầu; ban đầu;
trước đây; lúc đó: ~这所学校很小。Ban
đầu, trường học này rất nhỏ. 这家旅馆~是
一位商人的房子。Trước kia khách sạn này
là nhà lầu của một nhà buôn.

【当代】dāngdài<名>ngày nay; thời nay;

đương đại: ~文学 văn học đương đại

【当道】dāngdào❶〈名〉giữa đường: 别~停
车阻塞交通。Đừng đỗ xe giữa đường mà
làm tắc nghẽn giao thông. ❷〈动〉cầm quyền:
小人~ kẻ xấu cầm quyền ❸〈名〉quan lớn;
quan trên

【当地】dāngdì〈名〉vùng đó; địa phương;
nơi đó: ~政府 chính quyền địa phương; ~人
dân bản xứ

【当断不断，反受其乱】dāngduàn-bùduàn,
fǎnshòu-qíluàn　chần chừ do dự, sẽ nhận
hậu quả nghiêm trọng

【当归】dāngguī〈名〉[中药]đương quy

【当红】dānghóng〈形〉nổi tiếng; được nhiều
người ưa chuộng, ngưỡng mộ: ~歌星 ca sĩ
được hâm mộ ưa thích

【当机立断】dāngjī-lìduàn　quyết đoán kịp
thời

【当即】dāngjí〈副〉lập tức

【当家】dāngjiā❶〈动〉lo liệu việc nhà: 我
们家妈妈~。Ở nhà ta, lo liệu việc nhà chủ
yếu dựa vào mẹ. ❷〈形〉chính; chủ chốt: ~
花旦 vai đào chính

【当家的】dāngjiāde〈名〉[口]❶người nội
trợ ❷sư chủ tọa ❸người chồng

【当家做主】dāngjiā-zuòzhǔ　làm chủ (đất
nước)

【当街】dāngjiē❶〈动〉ven đường phố: ~
铺面 cửa hàng ven đường phố ❷〈副〉[口]
ngay trên phố: 两人~打起架来。Hai người
đánh nhau ngay trên phố.

【当今】dāngjīn〈名〉❶đương kim; bây giờ;
ngày nay ❷[旧]vua đang tại vị

【当紧】dāngjǐn〈形〉[方]cần kíp; quan trọng

【当局】dāngjú〈名〉đương cục

【当局者迷】dāngjúzhěmí　người trong
cuộc thường kém sáng suốt

【当空】dāngkōng〈动〉ở trên trời: 皓月~
trăng sáng vằng vặc trên trời

【当面】dāngmiàn〈副〉trước mặt: ~道歉 xin
lỗi trước mặt

【当面一套，背后一套】dāngmiàn-yītào,
bèihòu-yītào　nói một đường làm một nẻo

【当年】dāngnián❶〈名〉năm xưa; hồi đó:
想~ nhớ lại năm xưa ❷〈动〉hồi tráng niên:
他正~，做事儿很有干劲儿。Anh ấy đang
tuổi tráng niên, làm việc rất hăng hái.
另见dàngnián

【当牛做马】dāngniú-zuòmǎ　chịu khó chịu
khổ không kêu ca; làm trâu làm ngựa

【当前】dāngqián❶〈名〉hiện nay; trước
mắt: ~的工作 công việc trước mắt ❷〈动〉ở
trước mặt: 大敌~ quân thù ngay trước mặt

【当权】dāngquán〈动〉cầm quyền; nắm
quyền: ~者 người cầm quyền

【当然】dāngrán❶〈形〉phải như vậy: 理所
~ lí lẽ là như vậy ❷〈副〉tất nhiên; đương
nhiên: 想要进步~要付出努力。Muốn tiến
bộ tất nhiên phải cố gắng nhiều.

【当仁不让】dāngrén-bùràng　tích cực làm
những việc nên làm, không đùn đẩy

【当日】dāngrì〈名〉ngày hôm đó
另见dàngrì

【当时】dāngshí❶〈名〉hồi đó; khi ấy ❷
〈动〉đương đúng thời
另见dàngshí

【当事】dāngshì〈动〉❶nắm quyền: 恶人~
kẻ xấu nắm quyền ❷có dính líu (thường với
việc không hay)

【当事人】dāngshìrén〈名〉❶đương sự (cả
bên nguyên và bên bị) ❷người hữu quan;
người có liên quan

【当堂】dāngtáng〈动〉❶[旧]ngay tại tòa án;
tại tòa: ~做证 làm chứng tại toà án ❷ngay
trong lớp: 有学生~睡觉。Có học sinh ngủ
trong lớp.

【当天】dāngtiān〈名〉hôm đó; ngày ấy
另见dàngtiān

【当庭】dāngtíng<动>ngay tại tòa án: ~宣判 xét xử ngay tại tòa án

【当头】dāngtóu❶<副>vào đầu; lên đầu: ~一拳 một quả đấm vào đầu ❷<动>xảy ra trước mắt; giáng xuống đầu: 国难~ quốc nạn giáng xuống đầu ❸<动>đặt lên hàng đầu: 做人不能利字~. Làm người nên đặt chữ lợi lên trên hết.

【当头一棒】dāngtóu-yībàng❶cảnh cáo thức tỉnh ❷đánh phủ đầu

【当务之急】dāngwùzhījí việc khẩn cấp

【当下】dāngxià❶<名>hiện nay; trước mắt: 珍惜~ trân trọng hiện tại ❷<副>lập tức; ngay: 想起他的话，我~警惕起来. Nhớ đến lời dặn của ông ấy, tôi tinh táo ngay.

【当先】dāngxiān❶<动>đi đầu; dẫn đầu: 奋勇~ hăng hái đi đầu ❷<名>[方]ban đầu

【当心】¹dāngxīn<动>cẩn thận: 开车要~! Lái xe hãy cẩn thận!

【当心】²dāngxīn<名>[方]giữa ngực; giữa

【当选】dāngxuǎn<动>trúng cử; đắc cử

【当夜】dāngyè<名>đêm đó; đêm hôm ấy; buổi tối hôm ấy
另见dàngyè

【当政】dāngzhèng<动>nắm quyền

【当之无愧】dāngzhī-wúkuì xứng đáng: 英雄这个称号，他~. Anh ấy xứng đáng là một anh hùng.

【当中】dāngzhōng<名>❶giữa: 院子~有一株古树. Giữa sân có một cây cổ thụ. ❷trong khi; trong số: 在所有的动物~我最喜欢熊猫. Trong tất cả các loài động vật, tôi thích gấu trúc nhất.

【当众】dāngzhòng<副>trước công chúng

【当众表态】dāngzhòng biǎotài tỏ rõ thái độ trước mọi người

【当众出丑】dāngzhòng chūchǒu làm bẽ mặt trước mọi người

裆 dāng<名>❶đũng: 裤~ đũng quần; 开~裤 quần mở đũng ❷háng

dǎng

挡 dǎng❶<动>ngăn; chặn: 势不可~ không thể chặn nổi; 螳臂~车 châu chấu đá voi; 兵来将~, 水来土掩. Quân đến thì tướng chặn, nước đến thì đất ngăn. ❷<动>che chắn: ~泥板 cái chắn bùn; 遮风~雨 che mưa chắn gió ❸<名>tấm chắn: 炉~儿 tấm chắn lò ❹<名>hộp số (ô tô, máy kéo v.v.): 挂空~ cài số không ❺<名>cấp độ về lượng điện, nhiệt, ánh sáng...(của những dụng cụ đo)

【挡板】dǎngbǎn<名>tấm chắn

【挡车工】dǎngchēgōng<名>công nhân đứng máy

【挡风】dǎngfēng<动>chắn gió

【挡风玻璃】dǎngfēng bōli kính chắn gió

【挡火墙】dǎnghuǒqiáng<名>tường ngăn cháy

【挡驾】dǎngjià<动>từ chối khéo sự thăm hỏi

【挡箭牌】dǎngjiànpái<名>lá chắn; cái cớ: 她不结婚，还拿工作忙当~. Chị ấy còn lấy lí do là bận công việc mà không kết hôn.

【挡路】dǎnglù<动>chắn đường

【挡土墙】dǎngtǔqiáng<名>tường chắn đất

党 dǎng❶<名>chính đảng; đảng phái ❷<名>Đảng (tên gọi tắt của một số chính đảng) ❸<名>bè cánh: 朋~ bè lũ; 死~ bè lũ ngoan cố/bạn thân ❹<名>[书]thân tộc; họ hàng: 父~ họ hàng đằng bố; 妻~ họ hàng đằng vợ ❺<动>[书]bênh; bao che: 君子群而不~. Quân tử hội tụ mà không phải là phe đảng. //(姓) Đảng

【党报】dǎngbào<名>báo Đảng

【党代表】dǎngdàibiǎo<名>người đại diện của Đảng tại cơ sở

【党代会】dǎngdàihuì<名>đại hội đại biểu của Đảng

【党费】dǎngfèi<名>❶kinh phí của đảng ❷đảng phí

【党风】dǎngfēng<名>lối làm việc của đảng

【党纲】dǎnggāng<名>cương lĩnh của đảng

【党规】dǎngguī<名>nội quy của đảng

【党徽】dǎnghuī<名>huy hiệu đảng

【党籍】dǎngjí<名>đảng tịch

【党纪】dǎngjì<名>kỉ luật đảng

【党建】dǎngjiàn<名>việc xây dựng Đảng

【党龄】dǎnglíng<名>tuổi đảng

【党内】dǎngnèi<名>trong nội bộ đảng

【党内监督】dǎngnèi jiāndū giám sát trong Đảng

【党内民主】dǎngnèi mínzhǔ dân chủ trong Đảng

【党内职务】dǎngnèi zhíwù chức vụ trong Đảng

【党派】dǎngpài<名>đảng phái

【党旗】dǎngqí<名>cờ đảng; đảng kì

【党参】dǎngshēn<名>[中药]đảng sâm

【党史】dǎngshǐ<名>lịch sử đảng

【党同伐异】dǎngtóng-fáyì bênh kẻ cùng cánh, đánh kẻ khác bè

【党外人士】dǎngwài rénshì nhân sĩ ngoài Đảng

【党委】dǎngwěi<名>Đảng ủy

【党务】dǎngwù<名>công việc nội bộ đảng

【党校】dǎngxiào<名>trường Đảng

【党性】dǎngxìng<名>❶tính chất của Đảng ❷Đảng tính

【党羽】dǎngyǔ<名>vây cánh

【党章】dǎngzhāng<名>điều lệ đảng

【党证】dǎngzhèng<名>thẻ đảng

【党政机关】dǎngzhèng jīguān các cơ quan Đảng và nhà nước

【党支部】dǎngzhībù<名>Đảng bộ; chi bộ

【党中央】dǎngzhōngyāng<名>Ban chấp hành Trung ương Đảng (Đảng Cộng sản)

【党组】dǎngzǔ<名>tổ Đảng

【党组织】dǎngzǔzhī<名>tổ chức của Đảng

dàng

当¹ dàng❶<形>đáng; đúng: 妥~ thỏa đáng; 适~ thích đáng ❷<动>bằng như: 以一~十 lấy một chọi mười ❸<动>xem là; coi như: 安步~车 cuốc bộ thay xe ❹<动>cho là; tưởng; nghĩ là: ~真 cho là thật ❺<代>(thời gian) đó; ấy ❻<形>cùng một: ~村 cùng làng

当² dàng❶<动>cầm; đem cầm: 典~ cầm đồ ❷<名>đồ bị đem cầm cố: 赎~ chuộc đồ cầm cố
另见dāng

【当成】dàngchéng =【当作】

【当年】dàngnián<名>năm đó; cùng năm: 她那年结了婚，~就生了孩子。Chị ấy lấy chồng năm đó và sinh con cùng năm.
另见dāngnián

【当铺】dàngpù<名>tiệm cầm đồ

【当日】dàngrì =【当天】
另见dāngrì

【当时】dàngshí<副>ngay khi đó: 听到那个消息，她~就大哭起来。Nghe tin đó chị ấy khóc òa lên ngay.
另见dāngshí

【当天】dàngtiān<名>ngay hôm đó; cùng ngày: 工作虽然多，你做快点儿，~还是能做完的。Công việc tuy nhiều, nhưng cậu làm nhanh hơn thì sẽ xong trong ngày.
另见dāngtiān

【当晚】dàngwǎn<名>ngay đêm hôm đó: 他下午收到妻子来信，~就收拾行李回家了。Sau khi nhận được thư của vợ vào buổi chiều, anh ấy dọn đồ về nhà ngay đêm hôm đó.

【当夜】dàngyè<名>đêm ấy; ngay đêm hôm đó

另见dāngyè

【当月】dàngyuè<名>tháng đó; cùng tháng đó

【当真】dàngzhēn❶<动>tưởng thật: 本来是玩笑话，哪知道他~了. Chỉ là nói đùa thôi, biết đâu nó cho là thật. ❷<副>đúng; quả thật: 他~再也不来了。Ông ấy quả thật không đến nữa.

【当作】dàngzuò<动>coi là; cho là: 把这儿~自己家，需要什么就告诉我. Coi đây là nhà mình, cần gì thì bảo tôi nhé!

荡¹ dàng❶<动>khua; đung đưa: ~摇 đung đưa/lắc lư; ~秋千 đung đưa chiếc võng ❷<动>rong chơi: 逛~ đi lang thang; 闲~ rong chơi ❸<动>rửa: ~口 súc miệng; 涤~ gột rửa ❹<动>làm hết sạch: 扫~ quét sạch; ~散家计 mất hết gia sản ❺<形>buông thả; phóng túng: ~漾 mênh mông; 坦~ rộng rãi bằng phẳng //(姓)Đảng

荡² dàng<形>phóng đãng; bừa bãi: ~子 người đàn ông phóng đãng; 浪~ lêu lổng

荡³ dàng<名>❶ao; đầm lầy: 芦苇~ ao sậy ❷cái hồ

【荡除】dàngchú<动>trừ bỏ; gột rửa: ~积习 trừ bỏ những thói quen xấu

【荡妇】dàngfù<名>❶người đàn bà nhếch nhác bẩn thiu ❷đàn bà dâm đãng

【荡平】dàngpíng<动>bình định; dẹp yên

【荡然无存】dàngrán-wúcún hết sạch không còn gì

【荡漾】dàngyàng<动>(nước) dập dềnh; (sóng) nhấp nhô; trầm bổng: 碧波~ sóng nước dập dềnh; 笑声~ tiếng cười trầm bổng

【荡悠】dàngyou<动>[口]bập bềnh

档 dàng❶<名>tủ hồ sơ; túi đựng hồ sơ: 存~ lưu trữ (vào tủ) ❷<名>hồ sơ: 检查~案 xem xét duyệt hồ sơ; 调~ xét duyệt hồ sơ ❸<名>cái then: 床~儿 then giường ❹<名>hạng; loại; bậc: ~次 phẩm cấp; 高~ cấp bậc cao ❺<名>[方]sạp hàng: 肉~ sạp thịt; 大排~ sạp hàng ăn bình dân ❻<量>[方]vụ; tiết mục: 看一~戏法儿 xem tiết mục ảo thuật; 我并不知道这~子事儿. Tôi không biết vụ việc này. ❼<名>quãng thời gian //(姓)Đang

【档案】dàng'àn<名>hồ sơ: ~袋 túi hồ sơ

【档案馆】dàng'ànguǎn<名>trung tâm lưu trữ

【档次】dàngcì<名>phẩm cấp; thứ bậc: 这些货物分有几个~. Các mặt hàng này được chia thành mấy phẩm cấp.

【档期】dàngqī<名>bảng giờ giấc

dāo

刀 dāo❶<名>dao; đao: 小~ dao nhíp; 砍~ dao dựa ❷<量>tệp (100 trang giấy) ❸<名>đồ vật giống con dao: 闸~ cầu dao //(姓)Đao

【刀把儿】dāobàr<名>❶chuôi dao ❷[方]thóp ❸quyền thế

【刀背】dāobèi<名>sống dao

【刀兵相见】dāobīng-xiāngjiàn hai bên giao chiến

【刀叉】dāochā<名>con dao và cái nĩa (bộ đồ ăn): 一副~ một bộ dao nĩa; 吃西餐用~. Ăn bữa Tây thì dùng dao và nĩa.

【刀豆】dāodòu<名>đậu dao

【刀法】dāofǎ<名>kĩ năng dùng dao: 师傅~好. Đầu bếp giỏi về kĩ nghệ dùng dao.

【刀锋】dāofēng<名>mũi dao; lưỡi dao

【刀耕火种】dāogēng-huǒzhòng đốt nương làm rẫy

【刀光剑影】dāoguāng-jiànyǐng đao kiếm vung lên loang loáng

【刀架】dāojià<名>giá để dao

【刀具】dāojù<名>các loại dao tiện, cắt, gọt

【刀口】dāokǒu<名>❶lưỡi dao ❷chỗ đúng; chỗ chính đáng: 把劲儿使在~上. Dốc sức vào đúng chỗ. ❸vết dao: ~尚未愈合。Vết dao còn chưa lành.

【刀马旦】dāomǎdàn<名>vai đào võ (tuồng); vai đào chiến

【刀片】dāopiàn<名>❶lưỡi dao: 剃刀~ lưỡi dao cạo ❷lưỡi dao bào, phay, tiện

【刀枪不入】dāoqiāng-bùrù cả giáo lẫn dao đều không thể đâm vào; nay thường ví là cứng đầu cứng cổ, không nghe lời khuyên

【刀刃】dāorèn<名>❶lưỡi dao ❷ví chỗ đắc dụng: 好钢用在~上。Thép tốt chọn làm lưỡi dao.

【刀山火海】dāoshān-huǒhǎi　rừng gươm biển lửa (chỉ những chỗ rất nguy hiểm)

【刀伤】dāoshāng<名>vết thương bởi bị đâm chém: 他的~已愈合。Vết thương bị đâm của anh ấy đã lành lại.

【刀术】dāoshù<名>dao thuật (võ thuật)

【刀削面】dāoxiāomiàn<名>mì xéo

【刀子】dāozi<名>con dao

【刀子嘴，豆腐心】dāozizuǐ, dòufuxīn ác miệng nhưng tốt bụng (xanh vỏ đỏ lòng)

【刀俎】dāozǔ<名>[书]dao thớt; tay dao tay thớt: 人为~，我为鱼肉。Người là tay dao tay thớt, ta là cá là thịt.

叨 dāo
另见dáo, tāo

【叨叨】dāodao<动>[口]xoen xoét lải nhải

【叨唠】dāolao<动>[口]lải nhải; nhai nhải: 老太太经常为孩子的事~个没完。Bà cụ ấy thường lải nhải những chuyện của con.

氘 dāo<名>[化学]Đơteri

dáo

叨 dáo
另见dāo, tāo

【叨咕】dáogu<动>[方]lầu bầu; càu nhàu

dǎo

导 dǎo<动>❶dẫn đường: ~游 người hướng dẫn du lịch; ~师 giáo viên hướng dẫn ❷truyền; dẫn: ~电 dẫn điện; ~致 dẫn đến ❸chỉ bảo; chỉ dẫn; dẫn dắt: 训~ dạy bảo; 指~ chỉ dẫn ❹đạo diễn: ~戏 đạo diễn kịch //(姓) Đạo

【导播】dǎobō❶<名>giám đốc chương trình (truyền hình) ❷<动>chỉ đạo phát chương trình

【导出】dǎochū<动>đưa ra: ~数据文件 đưa ra dữ liệu; ~结论 rút ra kết luận

【导弹】dǎodàn<名>tên lửa; hỏa tiễn

【导电】dǎodiàn<动>dẫn điện: 金属~ kim loại dẫn điện

【导读】dǎodú<动>chỉ đạo, hướng dẫn đọc sách: 世界名著~ hướng dẫn đọc các tác phẩm nổi tiếng của thế giới

【导杆】dǎogǎn<名>[机械]thanh dẫn

【导购】dǎogòu❶<动>hướng dẫn mua hàng: 为顾客~ hướng dẫn khách hàng mua hàng ❷<名>tiếp thị

【导管】dǎoguǎn<名>❶ống dẫn ❷ống; mạch (cấu trúc dạng ống trong cơ thể động vật hay cây cối, dẫn truyền hoặc chứa máu hay chất lỏng khác)

【导航】dǎoháng<动>dẫn đường (máy bay hay tàu thủy)

【导航系统】dǎoháng xìtǒng　hệ thống dẫn đường

【导火线】dǎohuǒxiàn<名>❶ngòi; ngòi nổ; dây mìn ❷ngòi; ngòi lửa: 这件事是他俩分手的~。Chuyện đó là cái ngòi nổ làm cho hai người chia tay.

【导流】dǎoliú<动>[水利]dẫn dòng: ~渠 cống dẫn dòng

【导论】dǎolùn<名>lời dẫn; lời giới thiệu

【导盲犬】dǎomángquǎn<名>con chó dẫn đường

【导尿管】dǎoniàoguǎn<名>ống thông đường tiểu

【导热】dǎorè<动>dẫn nhiệt

【导入】dǎorù<动>rãnh vào; nhập vào: ~文件 nhập tài liệu

【导师】dǎoshī<名>❶giáo viên hướng dẫn: 研究生~ giáo viên hướng dẫn nghiên cứu sinh ❷người thầy; bậc thầy: 精神~ người thầy tinh thần

【导体】dǎotǐ<名>vật dẫn điện

【导向】dǎoxiàng❶<动>đưa đến; dẫn đến: 这次会谈~这个地区的经济合作。Cuộc họp lần này dẫn đến sự hợp tác về kinh tế trong vùng này. ❷<名>chiều; phương hướng: 舆论~ khuynh hướng dư luận

【导言】dǎoyán<名>lời mở đầu; lời giới thiệu

【导演】dǎoyǎn❶<动>đạo diễn ❷<名>đạo diễn

【导引】dǎoyǐn<动>hướng dẫn

【导语】dǎoyǔ<名>lời chỉ bảo; lời giới thiệu

【导致】dǎozhì<动>dẫn đến: 暴动~74人死亡。Vụ bạo động đã dẫn đến 74 người chết.

岛 dǎo<名>đảo; cù lao (ở biển); gò (ở hồ ao) //(姓) Đảo

【岛国】dǎoguó<名>nước đảo; đảo quốc

【岛民】dǎomín<名>người ở đảo

【岛屿】dǎoyǔ<名>hòn đảo

捣 dǎo<动>❶giã; đâm; đập: ~药 giã thuốc; ~蒜 đập tỏi; 直~黄龙 thọc thẳng sào huyệt ❷gây; chọc phá: ~蛋 gây rắc rối; ~乱 gây rối

【捣蛋】dǎodàn<动>phá quấy; phá bĩnh: 调皮~ bướng bỉnh phá quấy

【捣鼓】dǎogu<动>[方]❶mó máy; vặn vẹo: 他很害羞，不停地~手中的帽子。Nó rất xấu hổ, cứ vặn vẹo chiếc mũ trong tay. ❷xoay xỏa: ~些吃的穿的 xoay xỏa miếng cơm manh áo

【捣鬼】dǎoguǐ<动>làm trò ma; làm trò bịp bợm: 由于他在暗地里~，这件事没办成。Do thằng ấy ngầm làm trò ma, nên việc này bị hỏng rồi.

【捣毁】dǎohuǐ<动>phá hủy; phá tan

【捣烂】dǎolàn<动>nghiền nát; giã nát

【捣乱】dǎoluàn<动>❶phá hoại; phá rối: 那小家伙老在课堂上~。Thằng bé ấy cứ gây gổ trên lớp. ❷gây sự: 故意~ cố ý gây sự

【捣弄】dǎonong<动>mó máy; vặn vẹo

【捣碎】dǎosuì<动>nghiền; giã (thành bột)

倒[1] dǎo<动>❶ngã; đổ: 墙~了 bức tường đổ xuống; ~头大睡 ngả lưng đi ngủ ❷sụp đổ; sập tiệm; đổ vỡ: ~闭 sập tiệm; ~台 sụp đổ ❸lật đổ; đánh đổ: 打~ đánh đổ; ~阁 lật đổ nội các ❹chán; ngán: ~胃口 chán phè ❺mất giọng: 嗓子~了，不能再唱了。Bị mất giọng, không thể hát được nữa.

倒[2] dǎo<动>❶đổi; chuyển: ~换 thay phiên nhau; 颠~ đảo lộn ❷xoay trở; thu vén: 这个小阁楼太小了，~不开身。Tầng áp mái quá chật hẹp, không xoay trở được. ❸nhượng lại; bán lại; để lại: ~手 bán lại ❹phe 另见dào

【倒把】dǎobǎ<动>phe phẩy: 投机~ đầu cơ phe phẩy

【倒班】dǎobān<动>đổi ca; đổi kíp

【倒闭】dǎobì<动>đóng cửa; sập tiệm: 那个工厂因经营不善~了。Nhà máy đó đã đóng cửa vì sự quản lí tồi tệ.

【倒毙】dǎobì<动>chết gục

【倒车】dǎochē<动>đổi xe; chuyển xe: 你要去市图书馆的话就在这里~。Nếu bạn sang thư viện thành phố thì phải chuyển xe ở đây.

【倒戈】dǎogē<动>bỏ hàng ngũ đi theo địch; quay súng lại: ~相向 bỏ đi theo địch đánh lại phía mình

【倒换】dǎohuàn<动>❶thay nhau; luân phiên: 他们~着照顾伤员。Họ thay phiên nhau để chăm sóc những người bị thương. ❷thay đổi: ~次序 thay đổi thứ tự

【倒汇】dǎohuì<动>buôn bán ngoại tệ; phe ngoại tệ

【倒买倒卖】dǎomǎi-dǎomài buôn bán; phe phẩy

【倒卖】dǎomài<动>phe: 打击~车票行为。Chống nạn phe vé.

【倒霉】dǎoméi<形>số đen; không may; xui xẻo: 把钱包弄丢了，真~。Thật không may đã đánh rơi mất ví tiền.

【倒手】dǎoshǒu<动>❶đổi tay: ~灌篮 đổi tay úp rổ ❷bán lại; đổi chủ: ~转卖 bán trao tay

【倒塌】dǎotā<动>đổ sập; sập; đổ sụp: 房屋~ căn nhà đổ sập

【倒台】dǎotái<动>sụp đổ: 经济危机导致政府~。Khủng hoảng kinh tế đã dẫn đến sự sụp đổ của chính phủ.

【倒腾】dǎoteng<动>[口]❶đưa đi: 把破烂东西~到屋外去。Đưa những đồ rác rưởi ra khỏi nhà. ❷điều phối; cắt đặt: 我事多，~不开。Bận nhiều việc nên tôi điều phối không nổi. ❸mua vào bán ra: 他正~水果呢。Anh ấy đang mua bán hoa quả.

【倒头】dǎotóu<动>❶nằm xuống; ngả lưng: ~就睡 nằm xuống là ngủ luôn ❷[方]chết: 老头儿一~，两兄弟就争起了家产。Bố vừa mất, hai anh em đã tranh giành tài sản.

【倒胃口】dǎo wèikou❶chán miệng ❷chán phè

【倒卧】dǎowò<动>ngã nằm ra

【倒向】dǎoxiàng<动>ngã về: 很多选民都~他那边儿。Rất nhiều cử tri đang ngả về phía ông.

【倒休】dǎoxiū<动>nghỉ thay phiên

【倒牙】dǎoyá<动>[方]ghê răng vì ăn chua

【倒爷】dǎoyé<名>con phe

【倒账】dǎozhàng❶<动>quỵt nợ; vỡ nợ ❷<名>nợ bị quỵt

祷 dǎo<动>❶cầu xin; cầu khấn: ~文 lời cầu xin; 祈~ khẩn cầu ❷mong; mong mỏi (dùng trong thư): 是所至~。Đây là điều mong mỏi.

【祷告】dǎogào<动>cầu khấn

蹈 dǎo<动>❶giẫm; đạp; đi: 重~覆辙 đi theo vết xe cũ ❷nhảy; múa: 舞~ nhảy múa ❸nhảy xuống: ~海 nhảy xuống biển

dào

到 dào❶<动>đến; tới: ~达 tới nơi; ~家 đến nhà ❷<动>đi (ra); đi (vào): ~北京去 đi Bắc Kinh; 百川东~海 trăm sông đổ về phía đông ra biển ❸<动>được; thấy: 听~ nghe thấy; 说~做~ nói được thì làm được ❹<形>chu đáo: 面面俱~ chu đáo mọi mặt ///(姓) Đáo

【到岸价格】dào'àn jiàgé giá CIF

【到案】dào'àn<动>[法律]có mặt tại phiên tòa

【到场】dàochǎng<动>có mặt tại chỗ; đến tận nơi

【到处】dàochù<副>khắp nơi; mọi nơi; khắp chốn

【到达】dàodá<动>đến; tới nơi

【到底】dàodǐ❶<动>đến cùng: 坚持~ kiên trì đến cùng ❷<副>cuối cùng; kết quả ❸<副>rốt cuộc: 昨晚你~去哪了？Rốt cuộc tối qua cậu đi đâu đấy? ❹<副>xét đến cùng; xét cho cùng: ~姜还是老的辣。Xét cho cùng là gừng càng già càng cay.

【到点】dàodiǎn<动>đến giờ: 快~吃饭了，休息吧。Sắp đến giờ ăn cơm, nghỉ thôi.

【到顶】dàodǐng<动>đến tột bậc; hết mức tột độ: 股市能让投资者们兴奋~，也能使其失望到底。Thị trường chứng khoán có thể đem lại những thời khắc hưng phấn tột đỉnh nhưng cũng có thể dìm nhà đầu tư vào thất vọng tột độ.

【到访】dàofǎng<动>đến thăm; thăm viếng

【到会】dàohuì<动>đi họp; tham dự hội nghị

【到货】dàohuò<动>giao hàng tới nơi

【到货付款】dàohuò fùkuǎn trả tiền khi nhận hàng

【到来】dàolái<动>đến; tới: 信息时代已经~，这将会改变我们的生活。Thời đại thông tin đã đến, việc này sẽ làm thay đổi cuộc sống của chúng ta.

【到了儿】dàoliǎor<副>[方]cuối cùng; rốt cuộc: 她为丈夫劳碌一生，~还是被丈夫抛弃。Chị ấy vất vả suốt đời vì chồng, rốt cuộc lại bị chồng bỏ.

【到期】dàoqī<动>đến kì; đến hạn: 债务~ món nợ đến kì phải trả

【到任】dàorèn<动>đến nhậm chức

【到什么山，唱什么歌】dào shénme shān, chàng shénme gē nhập gia tùy tục; nhập giang tùy khúc

【到手】dàoshǒu<动>vào tay; đến tay; giành được: 这种邮票很难搞~。Loại tem này khó mà tìm được.

【到庭】dàotíng<动>có mặt tại phiên tòa: ~作证 ra tòa làm chứng

【到头】dàotóu<动>đến cuối; đến hết: 一年~ từ đầu năm đến cuối năm; 一直走~就是他家了。Đi thẳng đến chỗ tít cùng là nhà ông ấy.

【到头来】dàotóulái cuối cùng; rốt cuộc: 害人~是害己。Hại người rốt cuộc lại hại chính mình.

【到位】dàowèi❶<动>đến đúng chỗ; tới đúng vị trí: 传球~ chuyền bóng đến đúng chỗ ❷<形>đúng mức: 点评~ đánh giá đúng mức; 你的论述很~。Sự giải nghĩa của anh

rất đúng.

【到站】dàozhàn<动>đến bến; đến ga

倒 dào❶<动>ngược; lộn ngược; đảo ngược: ~立 chồng ngược người lên; ~吊 treo ngược ❷<动>rót; đổ; hắt: ~水 đổ nước; ~酒 đổ rượu ❸<动>lùi; lui: ~车 lùi xe; ~退 tụt lùi ❹<副>ngược lại; trái lại: ~行逆施 hành động ngang ngược trái khoáy; ~贴 trả ngược lại ❺<副>chỉ kết quả ngược lại với ý định: 没得到奖赏，~反被惩罚了。Đã không được thưởng ngược lại còn bị phạt. ❻<副>sự việc không phải như vậy; có ý trái lại ❼<副>tỏ ý nhượng bộ: 这件衣服漂亮~是漂亮，可是贵得要命。Chiếc áo này đẹp thì đẹp, nhưng đắt quá. ❽<副>thúc giục hoặc căn vặn: 你~是说啊! Anh cứ nói đi!

另见dǎo

【倒背如流】dàobèi-rúliú đọc ngược mà cứ làu làu

【倒彩】dàocǎi<名>hay ngược; dở; tồi

【倒春寒】dàochūnhán<名>rét nàng Bân

【倒刺】dàocì<名>❶chỗ xước mang rô (ở cạnh móng tay) ❷cái xia mép dựng ngược ở nĩa

【倒打一耙】dàodǎ-yīpá đổ trách nhiệm; đổ vạ

【倒挡】dàodǎng<名>số lùi (trong xe cơ giới)

【倒挂】dàoguà<动>❶treo ngược: 蝙蝠~着睡觉。Con dơi treo ngược mà ngủ. ❷lộn tùng phèo; lộn ngược (đáng lẽ cao thì lại thấp hoặc ngược lại): 购销价格~。Giá cả mua bán lộn tùng phèo.

【倒灌】dàoguàn<动>❶(nước) chảy ngược: 海水~。Nước biển chảy ngược. ❷khói ngược chiều

【倒过儿】dàoguòr<动>[方]đảo ngược nhau: 这两字儿写~了。Hai chữ này viết đảo ngược nhau.

【倒计时】dàojìshí đếm ngược thời gian

【倒流】dàoliú<动>chảy ngược: 外币~ ngoại tệ chảy ngược ra nước ngoài

【倒赔】dàopéi<动>lỗ; lỗ vốn: 他买股票，连老本都~进去了。Ông ấy mua cổ phiếu, cả tiền vốn gốc cũng bị lỗ hết rồi.

【倒是】dàoshì<副>❶chỉ kết quả ngược lại với ý định: 该来的没来，不该来的~来了。Người nên có mặt thì vắng, người không nên có mặt thì lại có mặt. ❷sự việc không phải như vậy: 想得~容易，可事情哪有那么好办！Nói thì dễ, nhưng làm có dễ đâu! ❸tỏ ý nhượng bộ: 房子~挺大，就是房租贵了点儿。Nhà thì đúng là rộng thật, nhưng giá thuê hơi đắt một chút. ❹thúc giục hoặc căn vặn: 你~去不去啊！Anh có đi hay không nào! ❺tỏ ý bất ngờ: 我~头回听说。Tôi quả thực lần đầu nghe nói thế. ❻chuyển ý: 个子虽小，力气~挺大的。Người tuy bé con, mà sức cũng khỏe ghê. ❼làm dịu: 这样的话，我~放心了。Như vậy thì tôi sẽ yên tâm.

【倒数】dàoshǔ<动>đếm ngược: ~五个数 đếm ngược 5 con số

【倒贴】dàotiē<动>các thêm; bù thêm: 不但没赚，结果还~了几个钱。Chẳng những không kiếm được tiền mà còn phải bù thêm vào nữa.

【倒退】dàotuì<动>lui; lùi lại; trở về trước

【倒行逆施】dàoxíng-nìshī đi ngược lại, làm trái khoáy

【倒叙】dàoxù<名>[修辞]kể ngược (kể ngược trình tự thời gian hay tình tiết)

【倒影】dàoyǐng<名>bóng (hình) lộn ngược

【倒映】dàoyìng<动>ảnh ngược; in bóng (mặt gương, mặt nước)

【倒栽葱】dàozāicōng<名>(ngã) lộn đầu xuống

【倒置】dàozhì<动>đặt ngược; để ngược: 本末~ gốc ngọn lộn tùng phèo

【倒转】dàozhuǎn❶<动>ngược lại; trái lại: ~来说，道理也是一样。Ngược lại, lí lẽ cũng như vậy. ❷<副>[方]lại: 你错了，~来怪我！Anh sai rồi, lại còn trách tôi à!

【倒转】dàozhuàn<动>quay ngược lại: 多希望我能~时空！Ước gì tôi có thể quay ngược lại thời gian!

【倒装】dàozhuāng<动>phép đảo

盗 dào❶<动>ăn trộm: 偷~ trộm cắp; 监守自~ ăn cắp đồ mình trông coi ❷<名>kẻ trộm; kẻ cướp: 海~ kẻ cướp trên biển/hải tặc

【盗案】dào'àn<名>vụ án trộm cướp

【盗版】dàobǎn❶<动>ăn cắp bản quyền; in lậu: ~光盘 đĩa in lậu ❷<名>bản in lậu: 这张歌曲光碟是~的。Đĩa hát này là bản in lậu.

【盗伐】dàofá<动>chặt trộm (cây)

【盗匪】dàofěi<名>giặc cướp

【盗汗】dàohàn<动>mồ hôi trộm

【盗劫】dàojié<动>cướp giật

【盗掘】dàojué<动>đào trộm: 禁止~国家矿产资源。Cấm đào trộm tài nguyên khoáng sản của nhà nước.

【盗猎】dàoliè<动>săn bắn trộm

【盗卖】dàomài<动>lấy trộm đi bán: ~钢筋 lấy trộm rồi đem bán cốt thép

【盗墓】dàomù<动>đào trộm mồ mả

【盗窃】dàoqiè<动>trộm cắp

【盗窃罪】dàoqièzuì<名>tội trộm cắp

【盗取】dàoqǔ<动>lấy trộm; trộm

【盗印】dàoyìn<动>in lậu

【盗用】dàoyòng<动>lấy cắp; biển thủ: ~公款 biển thủ công quỹ

【盗运】dàoyùn<动>mang lén; đưa lén

【盗贼】dàozéi<名>giặc trộm cướp

悼 dào<动>thương tiếc: 追~ truy điệu

【悼词】dàocí<名>lời điếu

【悼念】dàoniàn<动>thương tiếc: 沉痛~已故好友 xót xa thương tiếc bạn tri kỉ đã mất

【悼唁】dàoyàn<动>chia buồn

道¹ dào❶<名>đường đi: ~路 đường lối; 铁
~ đường sắt; 近~儿 đường tắt ❷<名>dòng:
河~ dòng sông; 水~ dòng nước; 黄河故~
đường chảy cũ của sông Hoàng Hà ❸<名>
phương pháp; lối làm; lí lẽ: 门~儿 lối làm;
生财之~ cách kiếm tiền; 得~多助，失~寡
助。Có đạo lí thì nhiều người giúp, đuối lí
thì ít kẻ phù trợ. ❹<名>đạo đức: ~义 đạo
nghĩa ❺<名>bản lĩnh; kĩ thuật: 茶~ trà đạo;
医~ y đạo ❻<名>đạo (hệ tư tưởng của học
thuật hoặc tôn giáo): 传~ truyền đạo; 修~ tu
đạo; 尊师重~ tôn sư trọng đạo ❼<名>thuộc
về đạo tín đồ: ~士 đạo sĩ; ~姑 đạo cô; 修~
院 nhà tu ❽<名>gạch vạch; vệt: 铅笔~儿
nét gạch bút chì ❾<量>lượng từ (dòng, tia,
vệt, lần, lượt...hay chỉ mệnh lệnh, đề mục):
一~河 một dòng sông; 一~闪电 một tia
chớp; 一~伤痕 một vết thương; 一~美丽的
风景线 một cảnh tượng đẹp đẽ; 一~算术题
một đề bài toán ❿<量>10μm //(姓) Đạo

道² dào<名>❶đạo (đạo là một đơn vị hành
chính của đời Đường Trung Quốc, tương
đương với tỉnh ngày nay, đến đời Thanh và
đầu những năm Dân quốc thì đạo dưới tỉnh)
❷đạo (là tên của một cấp hành chính của
một số nước)

道³ dào<动>❶nói: 能说会~ khéo ăn khéo
nói; 一语~破 nói toạc ra ❷cho là; tưởng là:
我~是谁呢，原来是你。Tưởng là ai, té
ra là anh. ❸dùng lời để tỏ tình ý: ~贺 chúc
mừng; ~谢 cảm ơn ❹rằng: 说~ nói rằng

【道别】dàobié<动>❶cáo từ; cáo biệt; chia
tay ❷từ biệt

【道不是】dào bùshi xin lỗi: 见她生气，
他连忙给她~。Thấy chị ta tức giận, anh ấy
đã xin lỗi chị ngay lập tức.

【道不同，不相为谋】dào bùtóng, bù
xiāng wéi móu không chung chí thì không

làm cùng

【道场】dàochǎng<名>đàn tràng

【道道儿】dàodaor<名>[口]❶biện pháp; cách
làm: 你要是有啥赚钱的~就告诉我吧!
Nếu anh có cách kiếm tiền thì mách cho tôi
nhé! ❷bí quyết: 他做买卖多年，一定知道
不少经营的~。Làm buôn bán lâu năm, ông
ấy chắc biết nhiều bí quyết kinh doanh.

【道德】dàodé❶<名>đạo đức: ~标准 tiêu
chuẩn đạo đức ❷<形>hợp với tiêu chuẩn
đạo đức

【道德规范】dàodé guīfàn quy phạm đạo
đức

【道德经】Dàodé Jīng<名>Đạo đức Kinh

【道德品质】dàodé pǐnzhì phẩm chất
đạo đức: 高尚的~ phẩm chất đạo đức cao
thượng

【道德修养】dàodé xiūyǎng tu dưỡng đạo
đức

【道地】dàodì<形>❶chính tổ; chính gốc (của
địa phương nổi tiếng sản xuất ra): ~的红木
家具 đồ gỗ gụ chính gốc ❷chính cống: 她
会做~的中国菜。Bà ấy biết nấu những
món ăn Trung Quốc chính cống.

【道高一尺，魔高一丈】dàogāoyīchǐ,
mógāoyīzhàng đạo cao một thước, ma
cao một trượng; vỏ quít dày có móng tay
nhọn; quả xanh gặp nanh sắc

【道观】dàoguàn<名>Đạo quán; đền chùa
Đạo giáo

【道行】dàoheng<名>[口]công phu tu hành
(đạo hành); phiếm chỉ kĩ năng: ~不浅 tu
hành đã lâu

【道家】Dàojiā<名>Đạo gia (một trường
phái tư tưởng của thời kì Tiên Tần, nhân vật
tiêu biểu là Lão Tử và Trang Tử)

【道教】Dàojiào<名>Đạo giáo (một tôn giáo
do Trương Đạo Lăng thời Đông Hán Trung
Quốc sáng lập)

D

【道具】dàojù〈名〉đạo cụ; đồ dùng để biểu diễn

【道口】dàokǒu〈名〉ngã; chỗ giao cắt: 铁路 ~ chỗ giao cắt đường sắt

【道理】dàolǐ〈名〉❶quy luật; nguyên tắc: 热胀冷缩的~ quy luật nóng thì nở ra và lạnh thì co lại。❷lí; lí lẽ: 我去劝他，我相信他是个懂~的人。Để tôi đi khuyên nhủ hắn, tôi tin rằng hắn là người hiểu lí lẽ。❸biện pháp; dự tính; tính; liệu: 咱们可先将它带回去，再作~。Chúng ta có thể đưa nó về rồi hãy định liệu。

【道路】dàolù〈名〉❶đường đi; đường: 平坦的~ con đường bằng phẳng; 崎岖的人生~ đường đời quanh co ❷con đường chạy thông giữa hai miền

【道貌岸然】dàomào-ànrán đường bệ đạo mạo

【道破】dàopò〈动〉nói toạc ra: 一语~ một lời nói toạc ra

【道歉】dàoqiàn〈动〉xin lỗi

【道琼斯指数】Dào Qióngsī zhǐshù chỉ số Đao-Giôn (Dow Jones Index)

【道听途说】dàotīng-túshuō nghe phong phanh; nghe hơi nồi chõ; nghe lỏm ngoài đường

【道喜】dàoxǐ〈动〉chúc mừng

【道谢】dàoxiè〈动〉tạ ơn; cảm ơn; cảm tạ

【道院】dàoyuàn〈名〉❶đền thờ; đạo quán; thánh thất ❷tu viện

稻 dào〈名〉❶cây lúa ❷hạt lúa

【稻草】dàocǎo〈名〉rơm

【稻草人】dàocǎorén〈名〉❶bù nhìn rơm ❷bù nhìn; kẻ vô tích sự

【稻谷】dàogǔ〈名〉hạt lúa; hạt thóc

【稻米】dàomǐ〈名〉lúa gạo

【稻穗】dàosuì〈名〉gié; bông lúa

【稻田】dàotián〈名〉ruộng lúa

【稻子】dàozi〈名〉lúa; thóc

【稻作】dàozuò〈名〉công việc trồng lúa: ~ 区 khu trồng lúa

dé

得 dé❶〈动〉được: ~失 được và mất; ~奖 được phần thưởng ❷〈动〉là; thành; còn: 三三~九 ba nhân ba là chín ❸〈形〉thích hợp; xác đáng; thích đáng: ~当 xác đáng ❹〈形〉đắc ý: 扬扬自~ dương dương tự đắc ❺〈动〉[口]được; xong; thành: 衣服洗 ~了。Quần áo đã giặt xong。❻〈动〉[口]ừ; được; ~，就这么办。Ừ thôi làm như thế。❼〈动〉[口]thôi xong: ~，半年来的努力又白费了！Thôi xong, nỗ lực trong suốt nửa năm nay đã thành công dã tràng。❽〈动〉được; cho phép; có thể ❾〈动〉[方]tiện cho; thuận: 笔尖折了，不~用。Ngòi bút bị toét viết không thuận nữa。

另见 de, děi

【得病】débìng〈动〉mắc bệnh; ốm; bị bệnh

【得不偿失】débùchángshī được không bù mất; lợi bất cập hại; được một mất mười

【得逞】déchěng〈动〉được thực hiện (ý xấu): 我们决不让敌人的阴谋~。Chúng ta quyết không để cho âm mưu của địch được thực hiện。

【得宠】déchǒng〈动〉được sùng ái; được yêu chiều (ý xấu): 她从小~于父母。Từ nhỏ cô ấy đã được bố mẹ yêu chiều。

【得出】déchū〈动〉đưa ra; nêu ra: ~结论 đưa ra kết luận

【得寸进尺】décùn-jìnchǐ được voi đòi tiên; được đằng chân, lân đằng đầu

【得当】dédàng〈形〉thỏa đáng; xác đáng; thích hợp

【得到】dédào〈动〉được: 他~老师的表扬。Em ấy được thầy giáo khen。

【得道多助，失道寡助】dédào-duōzhù, shīdào-guǎzhù làm đúng lẽ đời thì nhiều người ủng hộ, ngược đời thì ít kẻ phù trợ

【得法】défǎ<形>đúng cách; đúng phương pháp: 由于教育~，这些学生进步很快。 Vì chấp nhận giảng dạy đúng phương pháp, những sinh viên này tiến bộ rất nhanh.

【得分】défēn❶<动>được điểm; ăn điểm; ghi điểm ❷<名>điểm giành được

【得分手】défēnshǒu<名>người được nhiều điểm

【得过且过】déguò-qiěguò đến đâu hay đó; sống ngày nào hay ngày ấy

【得救】déjiù<动>được cứu

【得空】dékòng<动>rỗi; rảnh rỗi: 哪天~我就来看你。Ngày nào rảnh rỗi thì tôi sẽ đến thăm anh.

【得了】déle❶<动>thôi được: ~，你先走吧，不然肯定要迟到了。Thôi, cậu đi trước, nếu không thì chắc đến muộn. ❷<助>dùng trong câu trần thuật chỉ ý khẳng định: 你拿就~，啰唆什么！Cậu cứ lấy đi là được rồi, còn lôi thôi gì!
另见déliǎo

【得理】délǐ<动>có lí: 谁~我帮谁。Ai có lí thì tôi giúp.

【得力】délì❶<动>giúp ích; có hiệu quả: 你的成功~于国家的培养。Thành công của anh là nhờ công đào tạo có hiệu quả của nhà nước. ❷<形>đắc lực; có tài: ~助手 trợ thủ đắc lực. ❸<形>có sức mạnh: 领导~ sự lãnh đạo mạnh mẽ

【得利】délì<动>có lợi; thu lợi: 从中~ thu lợi từ đó

【得了】déliǎo<形>sao mà được (dùng để chỉ tình hình rất nghiêm trọng, dùng trong câu phản vấn hoặc hình thức phủ định): 小小年纪就撒谎，这还~? Tí tuổi đầu mà đã nói dối, như vậy không nghiêm trọng sao?

另见déle

【得陇望蜀】délǒng-wàngshǔ đứng núi này trông núi nọ

【得票】dépiào<动>số phiếu nhận được: 他~最多。Ông ấy đã nhận được số phiếu nhiều nhất.

【得人心】dé rénxīn được lòng người

【得胜】déshèng<动>đắc thắng: 旗开~ thắng trận mở màn

【得失】déshī<名>❶cái được và cái mất: 计较个人~ so đo cái được cái mất của cá nhân ❷cái lợi cái hại: ~之间孰轻孰重要权衡好。Hãy cân nhắc thật kĩ cái lợi và cái hại.

【得失成败】déshī-chéngbài được mất thành bại

【得势】déshì<动>đắc thế; có quyền thế (thường với ý xấu): 小人~。Tiểu nhân đắc thế.

【得手】[1]déshǒu<动>suôn sẻ; thuận lợi; toại nguyện: 连连~ nhiều lần toại nguyện

【得手】[2]déshǒu<形>tiện lợi; vừa ý: 怎么~就怎么干吧。Làm thế nào tiện lợi thì cứ làm đi.

【得数】déshù<名>đắc số; đáp số

【得体】détǐ<形>thích đáng; thỏa đáng; thích hợp: 举止~ cử chỉ thỏa đáng

【得天独厚】détiāndúhòu được thiên nhiên ưu đãi

【得悉】déxī<动>[书]được biết

【得心应手】déxīn-yìngshǒu thuận tay như ý

【得宜】déyí<形>thích đáng; thỏa đáng

【得以】déyǐ<动>được; có thể: 终天年得vui hưởng tuổi già

【得益】déyì<动>được giúp ích: 医学的进步~于科学技术的发展。Những tiến bộ của y học là nhờ sự phát triển của khoa học công nghệ.

【得意】déyì<形>vừa ý; đắc chí: ~之作 tác

phẩm hài lòng; 中了奖好~ trúng thưởng thì hân hoan lắm

【得意门生】déyì-ménshēng môn sinh vừa lòng thầy

【得意忘形】déyì-wàngxíng hí ha hí hửng

【得意扬扬】déyì-yángyáng dương dương đắc chí; trông bộ rất khoái chí

【得知】dézhī<动>được biết: ~您生病，我立刻赶来了。Được biết ông bị ốm, tôi đến thăm ngay.

【得志】dézhì<动>đắc chí: 小人~ tiểu nhân đắc chí

【得主】dézhǔ<名>người được giải (trong thi đấu): 诺贝尔经济学奖~ người đoạt giải kinh tế học Nobel

【得罪】dézuì<动>đắc tội với: 宁~君子，勿~小人。Thà đắc tội quân tử, chớ đắc tội tiểu nhân.

锝 dé<名>[化学]tecneti (kí hiệu: Tc)

德 dé<名>❶đạo đức; phẩm hạnh; phẩm chất chính trị: 道~ đạo đức; 美~ đức tính tốt; 公~ đạo đức chung ❷lòng; tấm lòng: 同心同~ chung sức chung lòng; 离心离~ khác dạ khác lòng ❸ơn đức; ân huệ: ~泽 ân huệ; 感恩戴~ cảm ơn nhớ đức //(姓) Đức

【德比】débǐ<名>chỉ cuộc thi đấu thể thao giữa hai đội cùng một vùng

【德才兼备】décái-jiānbèi đức tài toàn vẹn

【德高望重】dégāo-wàngzhòng đạo đức cao cả; uy danh lớn lao; đạo cao đức trọng

【德国】Déguó<名>Đức: ~人 người Đức

【德行】déxíng<名>đức hạnh: ~好 có đức hạnh

【德行】déxing<名>[口](lời châm biếm, tỏ ý coi khinh cử chỉ, hành vi, tác phong của người đó) dáng trơ trẽn; dáng trơ tráo: 看他那副~! Nhìn cái bộ mặt trơ trẽn của hắn ta kìa!

【德艺双馨】déyì-shuāngxīn đủ tài năng và đức hạnh (thường nói về nghệ sĩ)

【德语】Déyǔ<名>tiếng Đức: 自学~ tự học tiếng Đức

【德育】déyù<名>đức dục; giáo dục đạo đức

【德政】dézhèng<名>đức chính (chính trị hợp với đạo đức)

【德治】dézhì<名>đức trị (chế độ nhà nước quản lí dựa trên nguyên tắc đạo đức): ~与法治并重 đức trị song song với pháp trị

de

地 de<助>một cách (trợ từ đứng sau trạng ngữ): 工作有条不紊~开展。Công việc được triển khai một cách có trật tự. 另见dì

的 de<助>❶(đặt sau từ hay đoản ngữ làm định ngữ để biểu thị sự tùy thuộc hay bổ sung, miêu tả, tô điểm cho danh từ trung tâm đứng sau nó): 他~钱包 chiếc ví của anh ấy; 辽阔~草原 đồng cỏ mênh mông ❷(đặt sau danh từ, tính từ hay động từ, tổ hợp thành cụm từ mang tính chất danh từ có kết cấu tiêu biểu là chữ "的"): 男~女~都喜笑颜开。Những người đàn ông và đàn bà đều nở nụ cười rạng rỡ. 河里很多鱼，有大~，有小~。Cá trên sông thật nhiều, có cá lớn và cũng có cá nhỏ. 说~多，做~少。Nói thì nhiều mà làm thì ít. ❸(đặt ở cuối câu để biểu thị sự khẳng định hay đã hoàn tất): 这个解决办法大家都认可~。Giải pháp này mọi người đều đã chấp nhận. ❹(đặt giữa động từ và tân ngữ của một số dạng câu, dùng để nhấn mạnh thời gian, địa điểm, phương thức trong mối tương quan giữa đối tượng chủ động và thụ động): 她是昨天去~北京。Chị ấy đi Bắc Kinh vào hôm qua. 另见dī, dí, dì

得 de<助>❶được(dùng sau động từ, biểu thị khả năng): 她去~，我为什么去不~? Cô ta đi được, sao tôi không đi được? ❷được(đặt giữa động từ và bổ ngữ, biểu thị khả năng): 办~到 làm được ❸(bổ ngữ đặt sau động từ hay tính từ để biểu thị mức độ hay kết quả): 天气热~很。Trời nóng nực quá. ❹(dùng sau động từ biểu thị động tác đã hoàn thành): 赶~到车站来车已开。Đến được bến xe thì xe đã chạy.

另见dé, děi

děi

得 děi<动>[口]❶cần, phải, cần phải: 要想保冠军就~再加把劲。Muốn bảo vệ được chức vô địch thì cần phải cố gắng hơn nữa. ❷đoán chừng: 待会儿必~淋雨 lát nữa thế nào cũng bị dầm mưa

另见dé, de

dēng

灯 dēng<名>❶đèn; đăng: 电~ đèn điện; 冰~ băng đăng; 指示~ đèn báo rẽ ❷đèn (thay cho lò): 酒精~ đèn cồn; 本生~ đèn đốt ❸bóng; đèn (điện tử): 五~收音机 máy thu thanh năm bóng điện tử //(姓) Đăng

【灯管】dēngguǎn<名>[口]ống đèn

【灯光】dēngguāng<名>❶ánh đèn: 昏暗的~ ánh đèn lờ mờ ❷ánh sáng: ~设备 thiết bị ánh sáng

【灯光球场】dēngguāng qiúchǎng sân bóng có hệ thống chiếu sáng

【灯红酒绿】dēnghóng-jiǔlù đàng điếm (chỉ cuộc sống ăn chơi trụy lạc); đèn hoa rực rỡ (chỉ cảnh phồn hoa ban đêm của đô thị)

【灯会】dēnghuì<名>hội hoa đăng

【灯火】dēnghuǒ<名>đèn đóm; đèn đuốc;

ánh đèn: ~阑珊 ánh đèn thưa thớt

【灯具】dēngjù<名>đèn đóm

【灯亮儿】dēngliàngr<名>[口]ánh đèn; sáng đèn: 我远远看见有一点~。Xa xa, tôi nhìn thấy ánh đèn lờ mờ.

【灯笼】dēnglong<名>đèn lồng: 挂~ treo đèn lồng

【灯笼椒】dēnglongjiāo<名>ớt chuông

【灯谜】dēngmí<名>câu đố (dán trên đèn)

【灯泡】dēngpào<名>[口]bóng đèn

【灯饰】dēngshì<名>ánh sáng trang trí

【灯丝】dēngsī<名>dây tóc (bóng điện)

【灯塔】dēngtǎ<名>tháp đèn; hải đăng

【灯头】dēngtóu<名>❶đui đèn ❷bóng đèn điện ❸cổ đèn (đèn dầu hỏa)

【灯箱】dēngxiāng<名>hộp đèn

【灯芯绒】dēngxīnróng<名>nhung kẻ

【灯影】dēngyǐng<名>ánh đèn: ~幢幢 ánh đèn lập lòe

【灯罩】dēngzhào<名>chụp đèn; chao đèn

【灯座】dēngzuò<名>bệ đặt đèn

登 dēng<动>❶(người) trèo; leo; lên: ~山 trèo núi; ~台 lên sân khấu; 一步~天 một bước lên trời ❷đăng; ghi; vào sổ: ~报 đăng báo; ~记 đăng kí ❸(lúa, hoa màu) chín: 五谷丰~ lúa thóc chín vàng ❹giẫm; đạp: ~锋履刃 chân giẫm lưỡi dao (xung phong hãm trận) ❺[口]đi; mặc (giày, quần): 脚~长靴 chân đi bốt //(姓) Đăng

【登场】dēngcháng<动>đưa về sân kho: 小麦已经~。Lúa mì đã đưa vào sân phơi.

【登场】dēngchǎng<动>ra sân khấu: 他~时，观众们都起身热烈鼓掌。Khi ông ấy ra sân khấu, khán giả đồng loạt đứng dậy vỗ tay nhiệt liệt.

【登顶】dēngdǐng<动>trèo lên đỉnh núi; ví giành được giải vô địch: 谁将~本赛季? Ai sẽ giành được giải vô địch trong mùa này?

【登峰造极】dēngfēng-zàojí đến tột bậc;

đạt tới đỉnh chóp

【登高】dēnggāo<动>❶lên chỗ cao: ~远眺 lên cao nhìn xa ❷lên cao, trèo cao, leo cao (phong tục cổ của Trung Quốc, leo núi vào ngày tết Trùng Cửu)

【登革热】dēnggérè<名>bệnh sốt xuất huyết: 近年来，~已在一些地区数次出现。Mấy năm gần đây, bệnh sốt xuất huyết đã xuất hiện nhiều lần ở một số vùng.

【登广告】dēng guǎnggào đăng báo; quảng cáo (trên báo chí)

【登机】dēngjī<动>lên máy bay

【登机口】dēngjīkǒu<名>cửa lên máy bay

【登机牌】dēngjīpái<名>thẻ lên máy bay

【登基】dēngjī<动>(vua) lên ngôi

【登记】dēngjì<动>đăng kí; vào sổ sách: ~税 thuế đăng kí

【登记簿】dēngjìbù<名>sổ đăng kí

【登陆】dēnglù<动>❶lên bờ; đổ bộ: 台风~ cơn bão đổ bộ ❷chiếm lĩnh thị phần

【登录】dēnglù<动>đăng kí; ghi vào: ~账号 đăng nhập tên tài khoản

【登门】dēngmén<动>đến nhà: ~道喜 đến nhà chúc mừng

【登山】dēngshān<动>trèo núi: 学如~ học hành như trèo núi

【登山鞋】dēngshānxié<名>giày leo núi

【登山运动】dēngshān yùndòng môn leo núi

【登台】dēngtái<动>lên sân khấu; trình diễn: 首次~ trình diễn lần đầu tiên

【登台亮相】dēngtái–liàngxiàng lên sân khấu trình diễn

【登堂入室】dēngtáng–rùshì =【升堂入室】

【登月】dēngyuè<动>đổ bộ lên mặt trăng

【登载】dēngzǎi<动>đăng tải; đăng báo

蹬 dēng<动>❶giẫm; đạp: ~三轮车 đạp xích lô; ~足 giẫm chân ❷đạp: ~上桌子擦吊扇 giẫm lên bàn lau quạt trần ❸đi; mặc

(giày, quần): ~上裤子 mặc quần; ~上鞋 đi giày ❹[口]hất cẳng; bỏ

děng

等¹ děng❶<名>hạng; loại; đẳng; cấp; bậc: 社会~级 tầng lớp xã hội; 优~品 sản phẩm hạng nhất; ~而下之 loại kém hơn ❷<形>ngang; bằng: ~于 bằng; 相~ ngang nhau; ~值 giá trị tương đương ❸<助>[书]chỉ số nhiều: 我~ chúng tôi; 尔~ chúng mày ❹<助>vân vân: 北京、上海、广州、香港~地 các nơi như Bắc Kinh, Thượng Hải, Quảng Châu, Hồng Kông v.v.; 今天他上街去买笔、纸~。 Hôm nay anh ấy ra phố mua bút, giấy v.v. ❺<量>loại /// (姓) Đẳng

等² děng❶<动>chờ; đợi: ~人 chờ người; ~待 chờ đợi ❷<介>chờ tới

【等次】děngcì<名>phân cấp: 产品按质量划分~。Phân cấp sản phẩm theo chất lượng.

【等待】děngdài<动>chờ; đợi: 我~着你的好消息。Tôi chờ tin mừng của anh.

【等到】děngdào<介>chờ đến lúc: 不要~亡羊才去补牢。Đừng chờ đến lúc mất bò mới lo làm chuồng.

【等等】děngdeng❶<动>chờ tí; chờ lát: ~，有人敲门。Chờ tí, có ai đang gõ cửa. ❷<助>vân vân: 在中学，学生要学习数学、语文、地理~。Trong nhà trường phổ thông, học sinh phải học các môn toán, văn, địa lí v.v.

【等额】děng'é<形>với số lượng ngang nhau

【等额选举】děng'é xuǎnjǔ cuộc bầu cử số người trúng cử bằng số người ứng cử

【等分】děngfēn<动>chia đều

【等份】děngfèn<名>phần như nhau

【等号】děnghào<名>dấu bằng

【等候】děnghòu<动>chờ; đợi: ~命令 chờ

mệnh lệnh; ~火车 chờ tàu hỏa

【等级】děngjí<名>hạng; loại; cấp bậc; đẳng cấp; thứ bậc: ~森严 cấp bậc nghiêm ngặt; ~制度 chế độ đẳng cấp

【等价】děngjià<动>ngang giá: ~交换 trao đổi ngang giá

【等量齐观】děngliàng-qíguān coi ngang nhau; đối xử như nhau

【等米下锅】děngmǐ-xiàguō❶chờ gạo nấu cơm; ví chờ nguyên liệu, chờ tiền nong: 企业~就会死路一条。Doanh nghiệp chờ gạo nấu cơm thì sẽ bước vào đường cùng. ❷ngồi chờ sự cứu giúp (không xoay xở tích cực): ~不如找米下锅。Tích cực xoay xở còn hơn ngồi chờ sự cứu giúp.

【等式】děngshì<名>[数学]đẳng thức

【等同】děngtóng<动>coi bằng nhau: 自然资源优势不能~于经济优势。Lợi thế nguồn tài nguyên thiên nhiên không hẳn là lợi thế kinh tế.

【等闲】děngxián[书]❶<形>bình thường; tầm thường: 视若~ coi thường ❷<副>bừa bãi; bậy bạ: 抓住大好时机，切莫~错过。Hãy nắm bắt lấy cơ hội tốt, đừng bỏ lỡ. ❸<副>bỗng dưng; vô cớ: ~平地起波澜。Bỗng dưng đất bằng nổi sóng.

【等闲视之】děngxián-shìzhī coi đó là chuyện bình thường

【等闲之辈】děngxiánzhībèi kẻ tầm thường

【等效】děngxiào<动>hiệu quả tương đương

【等于】děngyú<动>❶bằng; là: 二加二~四。Hai cộng hai là bốn. ❷có nghĩa là; cũng như: 没有理想~没有未来。Không có lí tưởng có nghĩa là không có tương lai.

【等于零】děngyú líng bằng không: 说了不听，还不是~? Nói mà không nghe thì nói cũng bằng không.

【等着瞧】děngzhe qiáo cứ đợi đấy

【等值】děngzhí<动>giá trị tương đương

dèng

凳 dèng<名>ghế; bàn: 方~ ghế vuông; 长~ ghế dài; 木工~ bàn thợ mộc

【凳子】dèngzi<名>ghế đẩu

澄 dèng<动>❶[方]gạn; lọc ❷lắng
另见chéng

【澄清】dèngqīng<动>lọc trong
另见chéngqīng

瞪 dèng<动>❶giương mắt; trừng mắt; trợn mắt: ~大双眼 trố đôi mắt trừng trừng ❷lườm; trợn mắt; trừng mắt: 大眼~小眼。Mắt to trừng mắt nhỏ. 她气呼呼地~了他一眼。Cô ấy tức giận trừng mắt nhìn hắn một cái.

【瞪眼】dèngyǎn<动>❶giương mắt; trợn mắt ❷trừng mắt: 别老跟人~。Đừng cứ trừng mắt với người ta.

dī

氐 dī<名>sao Đê (một trong 28 tú)

低 dī❶<形>thấp (cự li phía dưới so với phía trên): 水位降~了。Mực nước đã xuống thấp. 蜻蜓~飞要下雨。Chuồn chuồn bay thấp thì mưa. ❷<形>dưới mức trung bình (về mặt số lượng, chất lượng, trình độ, giá cả): ~收入 thu nhập thấp; ~价出售 bán giá thấp; 调儿有点~。Giọng hát hơi thấp. ❸<形>dưới; kém: ~年级学生 học sinh lớp dưới ❹<动>cúi xuống: ~头 cúi đầu xuống

【低矮】dī'ǎi<形>thấp (khoảng cách gần với mặt đất): ~的灌木丛 bụi rậm thấp

【低保】dībǎo<名>đảm bảo tối thiểu

【低倍】dībèi<形>bội số nhỏ: ~放大镜 kính lúp bội số nhỏ

【低层】dīcéng❶<形>tầng thấp: ~住宅 nhà ở tầng thấp ❷<形>cấp thấp: ~官员 quan chức cấp thấp ❸<名>tầng dưới

【低产】dīchǎn<形>sản lượng thấp; năng suất thấp: ~田 ruộng có sản lượng thấp

【低潮】dīcháo<名>❶thủy triều thấp ❷điểm thấp; thoái trào: 此后两国关系一直处于 ~。Từ đó mối quan hệ giữa hai nước luôn ở vào giai đoạn thoái trào.

【低沉】dīchén<形>❶u ám; phủ mây (bầu trời) ❷(giọng, âm) thấp và ấm: ~的嗓音 giọng nói trầm thấp ❸chán nản; sa sút: 情绪~ tâm trạng u buồn

【低成本】dīchéngběn<名>giá thành thấp

【低垂】dīchuí<动>rủ xuống; buông xuống: 夜幕~ màn đêm buông xuống

【低档】dīdàng<形>(hàng hóa) loại kém phẩm chất

【低等】dīděng<形>bậc thấp

【低等生物】dīděng shēngwù sinh vật bậc thấp

【低调】dīdiào❶<名>âm điệu thấp; ví cách xử lí tiêu cực ❷<形>nhún mình; khiêm tốn kín đáo: 做人~ cư xử kín đáo

【低端】dīduān<形>cấp thấp

【低端产品】dīduān chǎnpǐn sản phẩm cấp thấp

【低估】dīgū<动>đánh giá thấp: ~了野外探险的风险 đánh giá thấp sự nguy hiểm của cuộc thám hiểm dã ngoại

【低谷】dīgǔ<名>(thời kì) xấu; (tình hình) tồi tệ: 尽管遭遇~，她依然保持乐观的态度。Tuy gặp phải tình hình tồi tệ, cô ấy vẫn lạc quan.

【低耗】dīhào<形>tiêu hao thấp

【低缓】dīhuǎn<形>❶(tiếng) nhỏ nhẹ: 语调~ giọng nhỏ nhẹ ❷(địa thế) thấp và thoai thoải: 地势~ địa thế thoai thoải thấp

【低级】dījí<形>❶cấp thấp; thấp: ~阶段 giai đoạn thấp ❷thấp kém; thấp hèn: ~趣味 sự thích thú thấp kém

【低价】dījià<名>giá rẻ: ~机票 vé máy bay giá rẻ

【低贱】dījiàn<形>❶(địa vị) thấp kém; thấp hèn; hèn mọn: 出身~ xuất thân thấp hèn ❷rẻ: 米价~ gạo giá rẻ

【低空】dīkōng<名>tầng không gian thấp: ~滑翔 bay lượn trên tầng không gian thấp

【低利】dīlì<形>lãi suất thấp

【低廉】dīlián<形>giá rẻ: 租金~ cho thuê với giá rẻ

【低劣】dīliè<形>(chất lượng) kém; quá tồi: 品质~ phẩm chất quá tồi

【低龄】dīlíng<形>chưa đến mức tuổi: ~老人 người già dưới 70 tuổi

【低领】dīlǐng<名>đường viền cổ áo thấp

【低落】dīluò❶<动>(giá cả) sụt; giảm sút ❷<形>(tinh thần) sa sút

【低眉顺眼】dīméi-shùnyǎn cúi đầu xuống, tỏ vẻ vâng lời (tỏ ra dễ bảo, ngoan ngoãn)

【低迷】dīmí<形>❶suy sụp; suy thoái (trong hoạt động kinh tế): 经济~ tình hình suy thoái kinh tế ❷[书]ảm đạm

【低能】dīnéng<形>khả năng thấp kém: ~儿 người trí lực kém

【低频】dīpín<名>❶(ra-đi-ô) tần số thấp ❷tần số giữa 30—300kHz

【低气压】dīqìyā<名>[气象]không khí áp suất thấp

【低人一等】dīrényīděng thấp hơn một bậc (địa vị xã hội)

【低三下四】dīsān-xiàsì khom lưng uốn gối; tỏ vẻ hèn hạ; đê tiện

【低烧】dīshāo<名>sốt nhẹ

【低声】dīshēng<形>với giọng nói thấp: 两人~交谈。Hai bạn thì thào với nhau.

【低声下气】dīshēng-xiàqì cử chỉ khép nép; nói năng nhỏ nhẹ

【低俗】dīsú<形>thô bỉ; thô tục; tục tĩu: 言语~ lời nói thô tục

【低损耗】dīsǔnhào ít hao phí; ít tổn thất

【低碳】dītàn<形>có hàm lượng các-bon thấp; sử dụng nhiên liệu ít hơn

【低碳环保】dītàn huánbǎo　ít các-bon và lợi cho môi trường

【低糖】dītáng<形>ít đường: ~食品 thức ăn ít đường

【低头】dītóu<动>❶cúi đầu ❷khuất phục; chịu thua: 不向命运~ không chịu khuất phục trước số phận

【低洼】dīwā<形>trũng: 地势~ địa thế trũng

【低微】dīwēi<形>❶tiếng nhỏ; khe khẽ: ~地吟唱 hát khe khẽ ❷ít ỏi; nhỏ nhoi: ~的收入 tiền lương ít ỏi ❸thấp kém; hèn mọn: 门第~ gia thế thấp kém

【低温】dīwēn<名>nhiệt độ thấp (thông số tùy theo tình hình mà khác nhau): ~天气 thời tiết lạnh

【低息贷款】dīxī dàikuǎn　sự cho vay lãi suất thấp

【低下】dīxià<形>❶thấp kém (dưới mức trung bình): 水平~ trình độ thấp kém ❷thấp hèn: 品味~ những thị hiếu thấp hèn

【低陷】dīxiàn<动>lún xuống; lõm vào: 双颊~ hai bên má lõm vào; 地面~ đường bị lún

【低薪】dīxīn<名>mức lương thấp

【低血糖】dīxuètáng<名>hạ đường huyết

【低血压】dīxuèyā<名>hạ huyết áp

【低压】dīyā<名>❶[物理]áp lực cường độ tương đối thấp ❷[电学]điện thế tương đối thấp ❸huyết áp thấp

【低音】dīyīn<名>❶âm tần thấp (dưới 250Hz) ❷(âm nhạc) giọng trầm: 吉他 ghi-ta âm trầm

【低语】dīyǔ<动>thì thầm; nói thầm: 微风~ tiếng gió rì rào

【低脂】dīzhī<形>ít chất béo

【低值】dīzhí<名>giá trị thấp

【低姿态】dīzītài<名>sự nhún mình: 维持~ luôn nhún mình

的 dī<名>tắc-xi; xe dùng để chuyên chở
另见de, dí, dì

【的士】dīshì<名>xe tắc-xi

堤 dī<名>đê: 河~ đê sông; 海~ đê biển; 筑~ đắp đê

【堤岸】dī'àn<名>❶bờ đê ❷Chợ Lớn (địa danh, thành phố Hồ Chí Minh的华人区)

【堤坝】dībà<名>đê đập; đập nước

【堤防】dīfáng<名>đê điều: 建立~体系 xây dựng hệ thống đê điều

提 dī 义同 "提" (tí)❶, 用于下列词条。
另见tí

【提防】dīfang<动>đề phòng: 对他你要~着点儿。Phải đề phòng anh ta một chút.

【提溜】dīliu<动>[口]xách: 手里~着一瓶酒。Tay xách một chai rượu.

滴 dī❶<动>nhỏ giọt; chảy: 水~石穿 nước chảy đá mòn ❷<动>nhỏ; giỏ: ~眼药水 nhỏ thuốc đau mắt ❸<名>giọt: 汗水成~地淌下。Mồ hôi nhỏ giọt. ❹<量>giọt: 一~水 một giọt nước

【滴鼻剂】dībíjì<名>thuốc nhỏ mũi

【滴虫病】dīchóngbìng<名>[医学]bệnh kí sinh trùng roi

【滴答】dīdā<拟>tích tắc; tí tách: 钟表~地响。

【滴答】dīda<动>nhỏ xuống từng giọt một

【滴管】dīguǎn<名>ống nhỏ giọt: 医用~ ống nhỏ giọt dùng trong y tế

【滴灌】dīguàn<动>tưới nhỏ giọt

【滴剂】dījì<名>thuốc nhỏ giọt

【滴酒不沾】dījiǔbùzhān　không uống một giọt rượu

【滴溜溜】dīliūliū quay tít mù; tuôn chảy: 玻璃球~地转。Những viên bi thủy tinh đang quay tít.

【滴水不进】dīshuǐ-bùjìn　chẳng ăn uống được gì cả (vì bị ốm nặng hay quá lo lắng)

【滴水不漏】dīshuǐ-bùlòu　chặt chẽ chu đáo; trót lọt: 她说话~。Cô ta ăn nói chặt chẽ chu đáo.

【滴水成冰】dīshuǐ-chéngbīng　giỏ giọt nước đóng ngay thành băng

【滴淌】dītǎng〈动〉chảy nhỏ giọt

【滴眼剂】dīyǎnjì〈名〉thuốc nhỏ mắt

dí

迪 dí〈动〉[书]dìu dắt; hướng dẫn: 启~ gợi ý //(姓) Địch

【迪吧】díba〈名〉quán bar Disco

【迪斯尼乐园】Dísīní lèyuán　công viên Walt Disney

【迪厅】dítīng〈名〉vũ trường disco

的 dí〈形〉[书]thật sự; quả thật: ~当 xác đáng; ~情 tình hình thực tế
另见de, dī, dì

【的确】díquè〈副〉đúng; thật; đích xác: 他~是一名医生。Anh ấy đúng là một bác sĩ.

【的确良】díquèliáng〈名〉dacron; tecgan

敌 dí❶〈形〉đối lập: ~军 quân địch; ~人 kẻ địch ❷〈名〉phía đối lập; kẻ thù: ~酋 đầu sỏ của kẻ thù; 轻~ khinh địch ❸〈动〉đối đầu; chống chọi: ~不住 không chống nổi; 寡不~众 số ít không địch được số đông ❹〈形〉ngang nhau: 势均力~ lực lượng ngang nhau; 两人可谓棋逢~手。Hai người thật ngang sức ngang tài với nhau.

【敌敌畏】dídíwèi〈名〉thuốc DDV trừ sâu (dichlorvos)

【敌对】díduì〈动〉thù địch; đối địch: ~态度 thái độ đối địch; ~关系 mối quan hệ đối lập; ~分子 kẻ đối nghịch

【敌方】dífāng〈名〉phía đối lập: 巡航导弹可以突破~的防御系统。Tên lửa hành trình có thể chọc thủng hệ thống phòng thủ của đối phương

【敌国】díguó〈名〉nước thù địch

【敌后】díhòu〈名〉hậu phương địch; lòng địch: 深入~ thâm nhập vào hậu phương địch

【敌机】díjī〈名〉máy bay địch: 击落~ bắn rơi máy bay địch

【敌军】díjūn〈名〉quân địch; quân thù

【敌忾】díkài〈动〉[书]căm thù địch: 同仇~ một lòng căm thù địch

【敌寇】díkòu〈名〉kẻ xâm lược: 消灭~ tiêu diệt kẻ xâm lược

【敌情】díqíng〈名〉tình hình địch: 我方严密关注~。Chúng tôi hết sức chú ý theo dõi sát tình hình địch.

【敌人】dírén〈名〉kẻ địch; quân thù: 压制~ áp chế quân thù

【敌视】díshì〈动〉căm giận; thù địch: 互相~ thù địch nhau

【敌手】díshǒu〈名〉đối phương; đối thủ: 天下英雄谁~? Anh hùng thiên hạ ai địch nổi?

【敌探】dítàn〈名〉mật thám của địch: ~全部落网。Toàn bộ mật thám của địch bị sa lưới.

【敌我】díwǒ〈名〉địch và ta: 分清~ phân rõ địch ta

【敌意】díyì〈名〉lòng thù oán; hận thù: 他对我们心存~。Hắn hận thù chúng tôi.

【敌阵】dízhèn〈名〉trận địa địch: 他孤身深入~。Một mình ông ấy thọc sâu vào trận địa địch.

涤 dí〈动〉gột; rửa: ~濯 rửa ráy; ~除 tẩy trừ //(姓) Địch

【涤除】díchú〈动〉trừ bỏ; tẩy trừ: ~陋习 trừ bỏ thói xấu

【涤荡】dídàng〈动〉gột rửa: ~污泥浊水 tẩy rửa hết bùn nhơ nước đục; ~心灵 làm sạch tâm hồn

【涤纶】dílún〈名〉sợi terylen (terrylene)

笛 dí<名>❶sáo: 竹~ sáo trúc; ~声 tiếng sáo ❷còi: 汽~ còi hơi; 鸣~ kéo còi

【笛子】dízi<名>sáo (nhạc cụ)

嘀 dí

【嘀咕】dígu<动>❶thì thào: 两人在~些事儿。Hai người thì thào với nhau điều gì. ❷phân vân: 他心里直犯~。Lòng anh ấy cứ phân vân việc này.

嫡 dí❶<名>(vợ) chính; cả: ~庶 vợ cả vợ lẽ; ~子 con vợ cả ❷<形>dòng họ gần nhất: ~兄弟 anh em họ gần ❸<形>chính tông; chính thống: ~传 đích truyền

【嫡出】díchū<动>[旧]do vợ cả sinh

【嫡传】díchuán<动>do dòng tộc chính thống truyền lại: ~弟子 đệ tử đích truyền

【嫡亲】díqīn<形>dòng họ gần nhất: ~姐妹 chị em ruột; ~侄子 cháu họ gần

【嫡系】díxì<名>❶dòng chính; đích tôn: ~子孙 con cháu thuộc dòng chính ❷trực hệ: ~部队 bộ đội trực hệ

dǐ

邸 dǐ<名>phủ đệ (nhà của viên chức cấp cao): ~宅 phủ đệ của quan //(姓) Để

诋 dǐ<动>[书]nói xấu: ~訾 bôi nhọ; ~辱 bêu riếu

【诋毁】dǐhuǐ<动>gièm pha; vu khống: ~别人 vu khống người khác

抵¹ dǐ<动>❶chắn; chống đỡ: 用椅子~住门 chặn cửa lại bằng ghế ❷chống lại: ~御 chống cự ❸đền; bù đắp: 用钱来~ đền bằng tiền; ~偿 bồi thường; ~命 đền mạng ❹cầm cố: 用田地做~ cầm cố ruộng vườn ❺bằng; ngang; đáng: 家书~万金。Thư nhà nhận được đáng nghìn vàng. ❻bài xích ❼triệt tiêu; hòa cả làng

抵² dǐ<动>[书]đến; tới: 顺利~沪 đến Thượng Hải một cách thuận lợi

【抵偿】dǐcháng<动>đền bù: ~损失 đền bù thiệt hại

【抵偿协定】dǐcháng xiédìng thỏa thuận bồi thường; áp giá đền bù: 双方签订了~。Đôi bên đã kí bản thỏa thuận đền bù.

【抵偿性关税】dǐchángxìng guānshuì thuế suất bù trừ

【抵触】dǐchù<动>đối lập; chống lại: 劳动规章制度不得与劳动法及其他法律相~。Nội quy lao động không được trái với luật lao động và luật khác.

【抵达】dǐdá<动>đến: 他们已经~南宁。Họ đã đến thành phố Nam Ninh.

【抵挡】dǐdǎng<动>chống cự; chống lại: 撑起伞以~毒辣的阳光。Giương ô để chống cái nắng đổ lửa.

【抵付】dǐfù<动>đài thọ; bù lại: ~学费 đài thọ cho tiền ăn học

【抵还】dǐhuán<动>đền đáp; hoàn lại: 费用~ hoàn lại phí tổn

【抵缴】dǐjiǎo<动>đền bù; bù đắp: ~税款 đền bù tiền thuế

【抵抗】dǐkàng<动>chống chọi; chống cự: 坚决~到底 quyết chống chọi đến cùng

【抵扣】dǐkòu<动>khấu trừ: 预借现金从薪水中~ Tiền tạm ứng khấu trừ vào lương.

【抵赖】dǐlài<动>chối cãi: 铁证如山，不容~。Chứng cớ rành rành, không thể chối cãi.

【抵事】dǐshì<形>[方]ăn thua (thường dùng ở thể phủ định): 这样做也不~。Làm như thế cũng không ăn thua.

【抵数】dǐshù<动>bổ sung cho đủ số: 不要拿那些低等品来~。Đừng lấy những sản phẩm quá kém thêm vào cho đủ số.

【抵死】dǐsǐ<副>liều mạng; thà chết: ~不从 thà chết không theo

【抵消】dǐxiāo<动>triệt tiêu; làm ngang bằng: 正负电荷相互~。Điện tích dương và âm triệt tiêu nhau.

【抵押】dǐyā<动>cầm: 把房子~给银行。Cầm nhà cho ngân hàng.

【抵押贷款】dǐyā dàikuǎn vay thế chấp

【抵押合同】dǐyā hétóng hợp đồng thế chấp

【抵御】dǐyù<动>chống lại; chống đỡ: ~外侵 chống giặc ngoại xâm

【抵债】dǐzhài<动>gán nợ; trả nợ: 用房子~ gán nợ bằng nhà

【抵账】dǐzhàng<动>gán nợ; trả nợ

【抵制】dǐzhì<动>tẩy chay: ~含有有毒物质的产品。Tẩy chay các sản phẩm chứa chất độc hại.

【抵罪】dǐzuì<动>đền tội

底¹ dǐ<名>❶đáy: 湖~ đáy hồ; 心~ đáy lòng ❷tẩy: 揭~ lật tẩy; 刨根问~ hỏi rõ ngọn nguồn/hỏi tận gốc; 露~ lộ tẩy ❸gốc; nguồn gốc: ~本 bản gốc ❹cuối: 月~ cuối tháng; 年~ cuối năm ❺nền; nền tảng: 蓝~白花 nền xanh hoa trắng ❻[书]đi tới: 终~于成 rốt cuộc đã thành công ❼cơ số //(姓) Để

底² dǐ<代>[书]gì; nào: ~处 chỗ nào; ~事伤感? Vì chuyện gì mà buồn?

【底版】dǐbǎn<名>âm bản (phim ảnh)

【底部】dǐbù<名>phần dưới: 船舱~ phần dưới tàu thủy

【底册】dǐcè<名>bản lưu; bản gốc: 户口~ bản gốc của sổ hộ khẩu

【底层】dǐcéng<名>❶tầng dưới cùng: 大楼的~是车库。Tầng dưới cùng tòa nhà là gara ô tô. ❷tầng lớp dưới cùng: 食物链的~ tầng dưới cùng của chuỗi thức ăn

【底稿】dǐgǎo<名>bản thảo

【底价】dǐjià<名>❶giá thấp nhất ❷giá sàn

【底裤】dǐkù<名>quần lót; xi-líp; xịp

【底牌】dǐpái<名>❶bài tẩy: 第四轮将亮出~，谁的大谁就胜出。Trong vòng thứ tư, lá bài tẩy được lật ra, người nào có bài lớn nhất là người thắng cuộc. ❷bài tủ ❸át chủ bài: 售后服务被视为企业在竞争中赢得优势的~。Dịch vụ chăm sóc khách hàng được xem là con át chủ bài mang lại lợi thế cho doanh nghiệp trong cuộc cạnh tranh.

【底盘】dǐpán<名>❶khung gầm (ô tô, máy kéo, v.v.): 汽车~ khung gầm ô tô ❷[方]đế máy

【底片】dǐpiàn<名>❶âm bản (phim) ❷phim chưa chụp

【底漆】dǐqī<名>lớp sơn lót

【底气】dǐqì<名>❶lượng hô hấp: ~不足怎么能唱得好? Hơi sức không đủ sao mà hát hay được? ❷hơi sức; thể lực ❸sức lực; sự tự tin: 由于缺少准备，他面试时显得~不足。Vì thiếu sự chuẩn bị, anh ta mất tự tin trong cuộc phỏng vấn xin việc.

【底色】dǐsè<名>màu nền: 给文本上~ tô màu nền cho văn bản

【底数】dǐshù<名>❶[数学]cơ số log ❷nguồn gốc của sự việc: 摸清~ tìm hiểu nguồn gốc

【底细】dǐxì<名>gốc ngọn; nội tình: 谁也不知道他的~。Không ai biết rõ nội tình của ông ta.

【底下】dǐxia<名>❶ở dưới; bên dưới: 眼皮~ dưới con mắt ❷sau đó; về sau: 这个问题我们~再谈。Vấn đề này chúng ta sẽ bàn sau. ❸cấp dưới

【底限】dǐxiàn<名>giới hạn dưới: 价格~ giá thấp nhất; 薪资~ lương tối thiểu

【底线】¹dǐxiàn<名>❶[体育]đường phía sau (sân bóng) ❷đường gốc; mức tối thiểu: 道德~ đường gốc đạo đức

【底线】²dǐxiàn<名>người làm tay trong; nhân viên nằm vùng; tình báo

【底薪】dǐxīn<名>lương cơ bản

【底蕴】dǐyùn<名>❶chi tiết; điều tỉ mỉ: 内在~ chi tiết bên trong ❷sự tích lũy: 文化~ sự tích lũy của văn hóa ❸tài trí, công sức được tàng trữ

【底子】dǐzi<名>❶đế; đáy: 鞋~ đế giày ❷nội tình: 摸清~ tìm hiểu về nội tình ❸cơ sở; nền; nền tảng: 人口多、~薄是中国的国情。 Dân số đông và nền tảng cơ sở còn mỏng, đó là thực trạng của Trung Quốc. ❹bản phác thảo; bản thảo: 记得留着设计图的~。 Đừng quên giữ bản phác thảo về bức tranh thiết kế nhé. ❺vét kho: 货~ hàng vét kho ❻nền; phông: 白~起蓝花的布料 vải nền trắng, hoa xanh

【底座】dǐzuò<名>đế; bệ; chân đế: 橡胶~ chân đế bằng cao su; 摄像机~ chân đế của máy quay camera

砥 dǐ<名>[书]đá mài

【砥砺】dǐlì[书]❶<名>đá mài ❷<动>rèn luyện: ~革命意志 rèn luyện ý chí cách mạng ❸<动>khuyến khích; cổ vũ: 朋友互相~ bạn bè khích lệ cho nhau

【砥柱】dǐzhù<名>nòng cốt: 中流~ nòng cốt trung kiên

骶 dǐ<名>xương cùng

【骶骨】dǐgǔ<名>xương cùng

dì

地 dì<名>❶đất; địa: ~球 quả đất; ~壳 vỏ đất; ~质 địa chất ❷đất (mặt bằng): 陆~ đất liền; 山~ vùng núi; ~下通道 đường hầm dưới đất ❸ruộng; đồng: 田~ cánh đồng; 犁~ cày ruộng; 蔗~ đất trồng mía ❹sàn nhà; mặt đất: 木~板 sàn gỗ; ~毯 tấm thảm trải sàn ❺chỗ; nơi; vùng; miền: 西北~区 miền tây bắc ❻nền: 白~黑字 nền trắng chữ đen; 金~银纹 nền vàng có đường sọc bạc ❼đường: 再走10里~就到了。 Đi thêm 10 dặm nữa thì đến. 离这儿两站~。 Cách đây hai trạm (bến xe). ❽nơi; chốn: 目的~ nơi đi tới ❾địa phương; bản địa: ~税 thuế địa phương ❿cảnh ngộ ⓫địa vị

另见de

【地板】dìbǎn<名>sàn nhà

【地板蜡】dìbǎnlà<名>sáp đánh bóng sàn

【地板砖】dìbǎnzhuān<名>sàn gạch; gạch lát sàn

【地磅】dìbàng =【地秤】

【地标】dìbiāo<名>mốc; điểm mốc: ~性建筑 mốc tòa nhà

【地表】dìbiǎo<名>bề mặt trái đất: ~水 nước bề mặt

【地步】dìbù<名>❶tình trạng; nông nỗi: 谁知道事情会发展到这个~! Ai biết cơ sự lại ra nông nỗi này! ❷đến mức; đến nỗi: 他激动到说不出话的~。 Ông ta quá xúc động, đến nỗi nói không nên lời. ❸chỗ xoay sở

【地层】dìcéng<名>(地)tầng đất; địa tầng; lớp đất

【地产】dìchǎn<名>ruộng đất sở hữu; địa sản

【地产商】dìchǎnshāng<名>người/nhà kinh doanh bất động sản

【地秤】dìchèng<名>cân cầu đường (máy để cân có bệ gắn vào lòng đường để cân vật nặng)

【地磁】dìcí<名>[物理]địa từ

【地大物博】dìdà-wùbó đất rộng của nhiều: 我国虽然~,但人口多, 耕地少。 Nước ta đất rộng tài nguyên dồi dào, nhưng dân số đông mà đất canh tác thì ít.

【地带】dìdài<名>miền; vùng; khu: 森林~ vùng rừng núi; 开阔~ địa hình thoáng mở

【地道】dìdào<名>đường hầm; đường ngầm

另见dìdao

【地道】dìdao<形>❶của chính địa phương (nổi tiếng): ~的珍珠 ngọc trai từ nơi xuất xứ ❷chính cống: 他说得一口流利又~的法语。 Anh ấy nói tiếng Pháp rất trôi chảy và rất chuẩn. ❸đúng tiêu chuẩn: 她干的活儿

D

真~。Chị ấy làm việc rất đạt.

【地灯】dìdēng<名>lỗ sáng trên sàn

【地点】dìdiǎn<名>nơi; chỗ; địa điểm: 施工~ công trường xây dựng; 出事~ nơi xảy ra tai nạn

【地动山摇】dìdòng-shānyáo lay động cả một vùng; lay động dữ dội

【地洞】dìdòng<名>hang; lỗ (dưới đất)

【地段】dìduàn<名>đoạn đường; chặng đường: 繁华~ chặng đường nhộn nhịp

【地方】dìfāng<名>❶địa phương: ~政府 chính quyền địa phương ❷bản xứ; bản địa: ~特产 đặc sản bản xứ; ~上的领导常去探望群众。Lãnh đạo địa phương thường hay đi thăm hỏi quần chúng.

【地方】dìfang<名>❶nơi; miền; vùng: 你从什么~来? Anh đến từ nơi nào? ❷phần; chỗ: 别怪他了, 我也有不对的~。Đừng trách mắng nó nữa, tôi cũng có chỗ sai.

【地方色彩】dìfāng sècǎi màu sắc địa phương

【地方特色】dìfāng tèsè đặc sắc địa phương

【地方小吃】dìfāng xiǎochī món ăn nhẹ bản xứ

【地府】dìfǔ<名>âm phủ

【地沟油】dìgōuyóu<名>dầu cống rãnh

【地瓜】dìguā<名>[方]❶khoai lang ❷củ đậu

【地广人稀】dìguǎng-rénxī đất rộng người thưa

【地基】dìjī<名>❶nền; móng (nhà): 楼房的~下陷了。Nền nhà bị lún xuống. ❷diện tích nền nhà

【地级市】dìjíshì<名>thành phố cấp chuyên khu (một cấp hành chính tại Trung Quốc)

【地窖】dìjiào<名>hầm; hầm đất; hầm ngầm (chứa rau, thịt và rượu v.v.)

【地接社】dìjiēshè<名>công ti du lịch địa phương

【地界】dìjiè<名>❶địa giới: 这是两省的~。Đó là địa giới giữa hai tỉnh. ❷địa phận: 北京~ địa phận Bắc Kinh

【地牢】dìláo<名>hầm giam

【地老天荒】dìlǎo-tiānhuāng lâu dài; trường cửu

【地雷】dìléi<名>mìn; địa lôi

【地理】dìlǐ<名>❶địa lí ❷địa lí học

【地力】dìlì<名>sức sản xuất của đất: 耕地~评价 sự đánh giá sức sản xuất của đất canh tác

【地利】dìlì<名>❶địa lợi (hình thế đất đai có lợi nói chung): 天时~人和 thiên thời, địa lợi và nhân hòa ❷điều kiện thuận lợi của đất đai: 发挥~优势 phát huy điều kiện thuận lợi của đất đai

【地梁】dìliáng<名>[建筑]dầm móng đỡ tường ngoài; dầm nghiêng

【地漏】dìlòu<名>[建筑](lỗ/ống) thoát nước ngầm

【地脉】dìmài<名>địa mạch; mạch đất (phong thủy)

【地貌】dìmào<名>địa mạo

【地面】dìmiàn<名>❶mặt đất: 离~十米高 10 mét so với mặt đất ❷sàn nhà: 瓷砖~ sàn nhà gạch sứ; 水泥~ sàn xi măng ❸[口]vùng; khu vực: 我们已经进入江苏~。Ta đã đi vào khu vực Giang Tô. ❹[口]địa phương; bản xứ: 他在~儿上很有威望。Ông ấy rất có danh vọng ở địa phương.

【地名】dìmíng<名>địa danh

【地盘】dìpán<名>❶địa bàn; phạm vi; khu vực (ai chịu trách nhiệm): 这是他们的~。Đây là khu vực do họ chịu trách nhiệm. ❷[方]nền; móng

【地陪】dìpéi<名>người hướng dẫn du lịch địa phương

【地皮】dìpí<名>❶mặt đất: ~被晒得发烫。

Mặt đất bị phơi cho nóng rực. ❷đất xây dựng: 城市里的~价格一天比一天高。Giá đất xây dựng trong thành phố ngày càng tăng lên.

【地痞】dìpǐ<名>du côn; lưu manh

【地平线】dìpíngxiàn<名>chân trời

【地铺】dìpù<名>ổ rơm; trải chăn ra sàn

【地气】dìqì<名>❶địa khí (thuộc về đông y hoặc phong thủy) ❷thời tiết; khí hậu

【地契】dìqì<名>giấy ruộng; văn tự (khế ước) ruộng đất

【地壳】dìqiào<名>[地质]vỏ quả đất

【地壳运动】dìqiào yùndòng[地质]sự chuyển động của vỏ trái đất

【地勤】dìqín<名>[航空]làm việc trên sân bay: ~人员 nhân viên phục vụ tại mặt đất

【地球】dìqiú<名>địa cầu; quả đất

【地球村】dìqiúcūn<名>thôn địa cầu; ví trái đất

【地球仪】dìqiúyí<名>mô hình địa cầu

【地区】dìqū<名>❶vùng; khu vực: 少数民族 ~ vùng dân tộc thiểu số; 南部~ khu vực miền nam ❷khu hành chính giữa tỉnh với huyện tại Trung Quốc ❸khu hành chính đặc cách

【地热】dìrè<名>[地质]địa nhiệt: ~资源 tài nguyên địa nhiệt

【地势】dìshì<名>địa thế: ~险要 địa thế hiểm trở

【地税】dìshuì<名>❶thuế đất ❷thuế địa phương

【地摊】dìtān<名>hàng bày vỉa hè

【地毯】dìtǎn<名>thảm trải sàn

【地毯式】dìtǎnshì<形>rải thảm: ~轰炸 ném bom rải thảm

【地铁】dìtiě<名>tàu điện ngầm

【地头】dìtóu<名>❶bờ ruộng: 下地干活累了就坐~上歇息。Lúc đi làm đồng, mệt thì ngồi bệt xuống bờ ruộng để nghỉ ngơi. ❷[方]nơi đến: 快到~了。Sắp tới nơi rồi.

❸[方]địa phương; sở tại: 他初来乍到，~生。Anh ấy mới đến còn chân ướt chân ráo nên cảm thấy lạ lẫm.

【地头蛇】dìtóushé<名>côn đồ ở địa phương

【地图】dìtú<名>bản đồ

【地位】dìwèi<名>địa vị: 国际~ địa vị quốc tế; 合法~ địa vị hợp pháp

【地下】dìxià❶<名>dưới đất: ~建筑 công trình kiến trúc tầng hầm ❷<形>bí mật: ~组织 tổ chức bí mật; ~恋情 tình yêu bí mật

【地下室】dìxiàshì<名>nhà hầm

【地下水】dìxiàshuǐ<名>nước mạch; nước ngầm dưới đất

【地线】dìxiàn<名>[电学]dây đất; tiếp địa

【地心引力】dìxīn yǐnlì sức hút của tâm trái đất

【地形】dìxíng<名>địa hình; địa mạo

【地衣】dìyī<名>[植物]địa y

【地狱】dìyù<名>địa ngục

【地域】dìyù<名>❶khu vực; vùng: ~差异 sự khác biệt về khu vực ❷địa phương; xứ sở: ~特色 đặc sắc địa phương

【地缘】dìyuán<名>địa dư: 政治地dư chính trị; ~战略 địa dư chiến lược

【地震】dìzhèn<动>động đất: ~多发区 vùng luôn xảy ra động đất

【地支】dìzhī<名>địa chi (gồm 12 chi: tí, sửu, dần, mão, thìn, tị, ngọ, mùi, thân, dậu, tuất, hợi)

【地址】dìzhǐ<名>địa chỉ

【地质】dìzhì<名>địa chất

【地中海】Dìzhōng Hǎi<名>Địa Trung Hải

【地中海贫血】dìzhōnghǎi pínxuè bệnh thiếu máu Địa Trung Hải; thiếu máu beta Thalasemia; thiếu máu cooly's

【地轴】dìzhóu<名>trục quả đất

【地主】dìzhǔ<名>❶[旧]địa chủ; chủ đất ❷người ở bản xứ

【地主之谊】dìzhǔzhīyì bổn phận của chủ

nhà

【地砖】dìzhuān<名>gạch đất

【地租】dìzū<名>địa tô

弟 dì<名>❶em trai; em họ (nam); đệ ❷bạn bè tự xưng một cách khiêm tốn, thường dùng trong thư từ //(姓) Đệ

【弟弟】dìdi<名>em trai; em trai họ

【弟妹】dìmèi<名>❶em trai và em gái ❷em dâu

【弟媳】dìxí<名>em dâu

【弟兄】dìxiong<名>anh em

【弟子】dìzǐ<名>học trò; đệ tử

的 dì<名>cái đích; cái bia: 目~ mục đích; 有~放矢 nhằm đích bắn tên

另见 de, dī, dí

帝 dì<名>❶trời; đế: 上~ thượng đế; 天~ đế trời ❷vua: 皇~ hoàng đế; ~君 đế quân ❸đế quốc: ~国主义 chủ nghĩa đế quốc //(姓) Đế

【帝国】dìguó<名>đế quốc

【帝王】dìwáng<名>đế vương

递 dì<动>❶đưa; chuyển: 传~ đưa cho; ~眼色 đưa mắt ra hiệu; 麻烦您把那本书~给我。Làm ơn đưa cho tôi quyển sách đó. ❷lần lượt; theo thứ tự: ~减 giảm dần; ~升 nâng dần

【递补】dìbǔ<动>lần lượt bổ sung: ~选举 cuộc bầu cử bổ sung

【递加】dìjiā<动>tăng dần theo từng bước: ~增薪tiền lương tăng dần theo ngạch bậc

【递减】dìjiǎn<动>giảm dần: 收益~ tiền lãi giảm dần

【递交】dìjiāo<动>đệ; trình; giao: ~报告 trình lên bài báo cáo

【递进】dìjìn<动>lũy tiến; tăng dần lên

【递送】dìsòng<动>đưa; chuyển: ~邮件 đưa bưu kiện

【递条子】dì tiáozi lợi dụng chức vụ, quyền hạn để trục lợi cho người khác

【递眼色】dì yǎnsè đưa mắt ra hiệu

【递增】dìzēng<动>tăng dần: 逐年~ tăng lên từng năm

第¹ dì❶(tiền tố) thứ; hạng; bậc: ~一 thứ nhất ❷<名>đỗ (thi cử): 及~ đỗ; 落~ trượt //(姓) Đệ

第² dì<名>dinh: 宅~ dinh thự; 门~ gia thế

第³ dì[书]❶<副>nhưng ❷<连>chỉ

【第二产业】dì-èr chǎnyè sản nghiệp thứ hai (công nghiệp và xây dựng)

【第二课堂】dì-èr kètáng❶giờ học ngoài khóa ❷giáo dục dạy nghề; giáo dục bổ túc

【第二职业】dì-èr zhíyè nghề nghiệp thứ hai

【第六感觉】dì-liù gǎnjué giác quan thứ sáu

【第三产业】dì-sān chǎnyè sản nghiệp thứ ba (ngành dịch vụ)

【第三世界】dì-sān shìjiè thế giới thứ ba (các nước đang phát triển)

【第三者】dì-sānzhě<名>❶người thứ ba (ngoài người đương sự) ❷kẻ thứ ba; tình nhân

【第一】dì-yī<数>❶thứ nhất: 他在比赛中赢得~。Anh ấy giành được giải nhất trong cuộc thi đấu. ❷quan trọng nhất: 质量~ chất lượng được đặt lên hàng đầu

【第一把手】dìyībǎshǒu người đứng đầu; người chịu trách nhiệm cao nhất

【第一被告】dì-yī bèigào bị cáo đầu tiên

【第一步】dìyībù<名>bước đầu tiên; khởi điểm: 迈出~是最难的。Bước đầu tiên bao giờ cũng khó nhất.

【第一产业】dì-yī chǎnyè sản nghiệp thứ nhất (gồm nông nghiệp, lâm nghiệp v.v.)

【第一夫人】dì-yī fūrén vợ tổng thống; vợ thống đốc bang; đệ nhất phu nhân

【第一家庭】dì-yī jiātíng gia đình của tổng thống; gia đình của thống đốc bang

【第一流】dìyīliú hạng nhất; hạng giỏi nhất: 她的绘画技艺是~的。Kĩ nghệ thuật hội họa của cô ấy được xếp vào đầu bảng.

【第一时间】dì-yī shíjiān trước tiên: 我到
地方后~就告诉你。Tôi sẽ báo cho chị biết
ngay sau khi tôi tới nơi.

【第一手】dìyīshǒu đích thân có được: ~
材料 tài liệu đích thân thu thập được

【第一现场】dì-yī xiànchǎng[法律]hiện
trường thứ nhất

【第一线】dìyīxiàn<名>tiền tuyến; tuyến
đầu; hàng đầu: 战斗在~。Chiến đấu ở
tuyến đầu.

谛 dì❶<形>[书]kĩ; tỉ mỉ: ~观 xem tỉ mỉ; ~思
nghĩ cẩn thận ❷<名>lẽ phải; đạo lí: 真~ lẽ
phải; 妙~ đạo lí đúng đắn

蒂 dì<名>cuống (dưa, quả): 瓜~ cuống dưa;
根深~固 gốc sâu rễ bền

缔 dì<动>kết; kí kết: ~姻 kết thông gia; ~盟
liên minh

【缔交】dìjiāo<动>❶[书]kết giao ❷đặt quan
hệ ngoại giao: 两国已经~了。Hai nước đã
lập quan hệ ngoại giao.

【缔结】dìjié<动>kí kết: ~同盟 kí kết thiết
lập mối quan hệ liên minh

【缔约】dìyuē<动>kí hiệp ước

【缔约国】dìyuēguó<名>nước kí hiệp ước

【缔造】dìzào<动>sáng lập; lập ra: ~共和国
sáng lập nước cộng hòa

碲 dì<名>[化学]teluri (kí hiệu: Te)

diǎ

嗲 diǎ<形>[方]❶õn ẽn; õng ẹo: ~声~气
giọng nói õn ẽn ❷ngon

diān

掂 diān<动>nhấc; nâng lên: 他伸手~了~重
量。Ông ấy với tay nhấc lên để xem nặng
bao nhiêu.

【掂量】diānliang<动>❶nhấc xem nặng nhẹ
ra sao ❷cân nhắc; đắn đo: 你好好~~。Anh
cứ đắn đo kĩ.

滇 Diān<名>tên gọi tắt của tỉnh Vân Nam //
(姓) Điền

【滇红】diānhóng<名>chè đen Vân Nam

颠[1] diān<名>❶[书](trên) đầu: ~毛 tóc; 华~
đầu hoa râm ❷đỉnh; ngọn; chóp: 山~ đỉnh
núi; ~杪 ngọn núi

颠[2] diān<动>❶xóc: 车子~得厉害。Chiếc
xe bị xóc bần bật. ❷đảo lộn; lật nhào: ~覆
lật đổ ❸[方]tung tăng: 跑跑~~ chạy tung
tăng

【颠簸】diānbǒ<动>tròng trành; nghiêng
ngả: 路还没修好，汽车一路~。Đường
vẫn chưa xây xong, ô tô cứ nghiêng ngả
suốt cả chặng đường đi.

【颠倒】diāndǎo<动>❶đảo lộn; đảo ngược:
出场次序~了。Thứ tự ra sân khấu bị đảo
ngược. ❷đảo điên; rối rắm: 神魂~ đầu óc
rối rắm ❸làm cho đảo lộn

【颠倒黑白】diāndǎo-hēibái đổi trắng
thay đen

【颠倒是非】diāndǎo-shìfēi đảo lộn phải
trái

【颠覆】diānfù<动>❶đổ; lật: 防止列车~ để
phòng đoàn tàu bị lật ❷lật đổ: ~政权 lật đổ
chính quyền

【颠沛流离】diānpèi-liúlí gian nan phiêu
bạt

【颠扑不破】diānpū-bùpò không lay
chuyển được; vững vàng không gì lay
chuyển nổi: ~的道理 lí lẽ vững vàng không
gì lay chuyển nổi

【颠三倒四】diānsān-dǎosì lộn xộn; rối
tung: 说话~ nói năng lộn xộn

巅 diān<名>đỉnh; ngọn; chóp: 山~ đỉnh núi

【巅峰】diānfēng<名>❶ngọn núi ❷điểm
cao nhất: 事业的~ điểm cao nhất của sự

nghiệp

癫 diān<形>điên; điên dại: 痴~ điên rồ

【癫狂】 diānkuáng<形>❶điên cuồng; điên rồ ❷không tử tế

【癫痫】 diānxián<名>[医学]bệnh động kinh

【癫子】 diānzi<名>[方]người điên

diǎn

典¹ diǎn❶<名>mẫu mực: ~范 mẫu mực; ~制 điển chương chế độ ❷<名>điển: 经~ kinh điển; 词~ từ điển ❸<名>điển cố: 用~ dùng điển cố; 出~ xuất xứ của điển cố ❹<名>lễ: 盛~ đại hội; ~礼 nghi lễ ❺<动>[书]chủ trì; cai quản: ~诠 chủ trì cuộc tuyển chọn; ~守 người cai quản //(姓)Điền

典² diǎn<动>cầm cố: ~田 cầm ruộng; ~契 văn tự cầm cố

【典当】 diǎndàng❶<动>cầm đồ ❷<名>[方]hiệu cầm đồ

【典范】 diǎnfàn<名>mẫu mực; kiểu mẫu: 她不愧是美德的~。Chị ấy xứng đáng là một mẫu mực về đức hạnh.

【典故】 diǎngù<名>điển tích: 文学~ điển cố văn học

【典籍】 diǎnjí<名>sách cổ điển: 文献~ sách cổ văn hiến

【典礼】 diǎnlǐ<名>lễ nghi: 开学~ lễ khai giảng; 开幕~ lễ khai mạc

【典妻鬻子】 diǎnqī-yùzǐ bán vợ đợ con (đời sống cực nghèo)

【典型】 diǎnxíng❶<名>điển hình: 先进~ điển hình tiên tiến ❷<形>tiêu biểu; điển hình; mẫu mực: 这是个~的案例。Đây là một vụ án tiêu biểu. ❸<名>hình ảnh nghệ thuật mang tính điển hình

【典押】 diǎnyā<动>cầm; thế chấp

【典雅】 diǎnyǎ<形>tao nhã; thanh nhã: ~的气质 tính thanh nhã

点¹ diǎn❶<名>hạt; giọt: 雨~儿 giọt mưa; 水~儿 giọt nước ❷<名>chấm; vết: 斑~ đốm ❸<名>nét chấm ❹<名>điểm; điều: 重~ trọng điểm; 要~ điểm chính ❺<名>dấu phẩy trong số thập phân ❻<名>nơi; chỗ: 地~ địa điểm ❼<名>điểm trong hình học ❽<动>chọn; chỉ định: ~菜 chọn món ăn ❾<动>chạm vào; động đến; điểm: ~穴 điểm huyệt; 蜻蜓~水 chuồn chuồn đạp nước ❿<动>gật: ~头 gật đầu ⓫<动>nhỏ; tra: ~眼药 nhỏ thuốc mắt ⓬<动>kiểm soát: ~数 kiểm lại số lượng; ~名 điểm danh ⓭<量>ít: 一~儿 chút ít ⓮<动>gợi; chỉ vẽ: 指~ chỉ vẽ; ~拨 gợi ý ⓯<动>đốt; thắp: ~火 đốt lửa; ~灯 thắp đèn ⓰<量>giọt: 几~水花儿 mấy giọt bọt nước ⓱<量>(đặt sau số từ): 两~意见 hai ý kiến ⓲<动>chạm phải: ~到 chạm phải ⓳<动>tô điểm ⓴<动>động tác chấm //(姓)Điêm

点² diǎn<名>giờ: 钟~ giờ phút; 现在几~了? Bây giờ mấy giờ?

点³ diǎn<名>bánh: 糕~ điểm tâm; 茶~ đồ ăn thức uống

【点拨】 diǎnbō<动>[口]chỉ bảo

【点播】 diǎnbō<动>tuyển chọn chương trình (của đài phát thanh hoặc đài truyền hình): ~歌曲 tuyển chọn bài hát

【点菜】 diǎncài<动>chọn món ăn; gọi món ăn

【点唱】 diǎnchàng<动>tuyển chọn giọng hát: ~机 máy hát

【点滴】 diǎndī❶<形>chút ít; vài nét; từng li từng tí: 吸收别人的~经验 thu hút từng li từng tí kinh nghiệm của người khác ❷<名>vài nét: 高考~ vài nét về kì thi tuyển sinh đại học

【点歌】 diǎngē<动>tuyển chọn bài hát

【点化】 diǎnhuà<动>gợi ý; chỉ dẫn (do thần của Phật giáo, Đạo giáo)

【点火】 diǎnhuǒ<动>❶đốt lửa; nhóm lửa

❷gây chuyện: 煽风~ kích động gây chuyện

【点货】diǎnhuò<动>kiểm kê hàng hóa: 他正在仓库~。Anh ấy đang kiểm hàng trong kho.

【点击】diǎnjī<动>[计算机]nhấp: ~鼠标 nhấp nút chuột

【点击率】diǎnjīlǜ<名>tỉ lệ nhấp chọn

【点将】diǎnjiàng<动>điểm tướng

【点睛】diǎnjīng<动>nói tắt của "vẽ rồng điểm mắt", nghĩa là vẽ nét quan trọng nhất: ~之笔 một nét cốt yếu

【点面结合，以点带面】diǎnmiàn-jiéhé, yǐdiǎndàimiàn　kết hợp điểm với mặt để lấy một điểm nhấn mà tác động đến mọi mặt

【点名】diǎnmíng<动>❶điểm danh; chấm tên; gọi tên ❷chỉ đích danh

【点明】diǎnmíng<动>chỉ rõ: ~学习的目的 chỉ rõ mục tiêu của học tập

【点票】diǎnpiào<动>đếm phiếu; đếm tiền: 自动~机 máy đếm phiếu tự động

【点评】diǎnpíng❶<动>bình luận: 时事~ bình luận thời sự ❷<名>lời bình luận

【点破】diǎnpò<动>vạch ra; bóc trần; phanh phui: 如果~此事，大家都会难堪。Nếu phanh phui chuyện này thì mọi người đều thấy ngượng.

【点球】diǎnqiú<名>cú đá phạt đền (trong bóng đá)

【点燃】diǎnrán<动>đốt; châm: ~蜡烛 thắp nến

【点射】diǎnshè<动>[军事]bắn tỉa; bắn từng phát một

【点石成金】diǎnshí-chéngjīn　chỉ đá thành vàng

【点收】diǎnshōu<动>kiểm nhận: ~货品 kiểm nhận hàng hóa

【点数】diǎnshù<动>đếm số lượng; điểm lại số lượng; kiểm lại số lượng

【点题】diǎntí<动>nêu đại ý

【点头】diǎntóu<动>gật đầu: ~示意 gật đầu mà chào; ~批准 gật đầu phê chuẩn

【点头哈腰】diǎntóu-hāyāo　cúi đầu khom lưng; uốn lưng cúi đầu

【点头之交】diǎntóuzhījiāo　người quen sơ sơ

【点心】diǎnxin<名>bánh ngọt; điểm tâm

【点穴】diǎnxué<动>điểm huyệt; điểm ngón tay vào huyệt

【点验】diǎnyàn<动>kiểm tra đối chiếu: 按照要求~物资 kiểm tra vật tư theo yêu cầu

【点阵式打印机】diǎnzhènshì dǎyìnjī máy in kim

【点种】diǎnzhòng<动>tra hạt; tria hạt

【点缀】diǎnzhuì<动>❶tô vẽ; tô điểm: 自然之美是一种原生态的美，无须~。Thiên nhiên đẹp một vẻ nguyên sơ không tô vẽ. ❷lấy có: 这样做不过是~而已。Làm thế chỉ là làm lấy có thôi.

【点子】[1] diǎnzi❶<名>giọt; hạt: 雨~ giọt mưa ❷<名>chấm; vết: 泥~ vết bùn ❸<名>nhịp điệu: 鼓~ nhịp trống ❹<量>[方]chút ít

【点子】[2] diǎnzi<名>❶cái chính; điều chủ yếu; trúng tủ: 这句话说到~上了。Câu đó nói rất trúng tủ. ❷biện pháp; cách: 他~多。Nó khéo nghĩ cách.

碘 diǎn<名>[化学]I-ốt (kí hiệu: I)

【碘酒】diǎnjiǔ<名>cồn I-ốt

【碘盐】diǎnyán<名>muối I-ốt

【碘中毒】diǎnzhòngdú　sự ngộ độc I-ốt

跕 diǎn<动>kiễng chân

diàn

电 diàn❶<名>điện: ~力 điện năng; ~热 sưởi (bằng) điện ❷<名>chớp điện ❸<动>bị điện giật: 她在使用电器时被~到了。Chị ấy bị điện giật khi dùng đồ điện. ❹<名>điện tín: 急~ bức điện khẩn ❺<动>gửi điện: 致~以告知家人。Điện ngay về cho gia đình biết tin. //(姓)Điện

【电棒】diànbàng<名>[口]đèn pin

【电报】diànbào<名>điện tín; điện báo: 发~ gửi điện tín; 收~ nhận điện báo

【电笔】diànbǐ<名>bút thử điện

【电表】diànbiǎo<名>❶đồng hồ điện ❷điện kế

【电冰箱】diànbīngxiāng<名>tủ lạnh

【电波】diànbō<名>làn sóng điện: 接收~ bắt làn sóng điện

【电厂】diànchǎng<名>nhà máy điện

【电唱机】diànchàngjī<名>máy hát điện

【电车】diànchē<名>xe điện

【电池】diànchí<名>pin

【电传】diànchuán❶<名>tê-lếch (tin, thư gửi đi hoặc nhận được bằng tê-lếch): 我先回去了，还有两份~要发呢。Tôi về trước đây, vì còn phải đánh hai bức tê-lếch. ❷<动>gửi (một bức thư) bằng tê-lếch; liên lạc với (ai) bằng tê-lếch: 合同已经~回公司了。Hợp đồng đã được gửi về công ti bằng tê-lếch.

【电吹风】diànchuīfēng<名>máy sấy tóc

【电磁】diàncí<名>điện từ: ~感应 cảm ứng điện từ

【电磁波】diàncíbō<名>sóng điện từ

【电磁炉】diàncílú<名>lò điện từ

【电大】diàndà ＝【电视大学】

【电灯】diàndēng<名>đèn điện

【电灯泡】diàndēngpào<名>bóng đèn điện

【电动】diàndòng<形>chạy bằng điện: ~自行车 xe đạp điện

【电动机】diàndòngjī<名>động cơ điện

【电动剃须刀】diàndòng tìxūdāo dụng cụ cạo râu chạy bằng điện

【电动玩具】diàndòng wánjù đồ chơi chạy bằng điện

【电镀】diàndù<动>mạ điện

【电饭锅】diànfànguō<名>nồi cơm điện

【电费】diànfèi<名>tiền điện

【电风扇】diànfēngshàn<名>quạt điện; quạt máy

【电工】diàngōng<名>thợ điện

【电光石火】diànguāng-shíhuǒ diễn ra và qua đi rất nhanh trong khoảng thời gian rất ngắn: 思绪如~般在脑海闪过。Một ý nghĩ thoáng vụt qua trong đầu.

【电函】diànhán❶<名>điện tín ❷<动>gửi điện báo: ~告知 gửi điện báo để cho biết

【电焊】diànhàn<动>hàn điện

【电贺】diànhè<动>gửi điện chúc mừng

【电话】diànhuà<名>❶máy điện thoại ❷điện thoại; dây nói: 打~ gọi điện thoại; 接~ nghe điện thoại

【电化教育】diànhuà jiàoyù giảng dạy bằng phương tiện truyền thông

【电荒】diànhuāng<名>tình trạng thiếu điện

【电汇】diànhuì<名>ngân phiếu

【电击】diànjī<动>điện giật; sốc điện: ~疗法 điều trị bằng sốc điện

【电机】diànjī<名>máy điện

【电机工业】diànjī gōngyè công nghiệp máy điện

【电极】diànjí<名>điện cực

【电吉他】diànjítā<名>ghita điện

【电价】diànjià<名>giá điện

【电教】diànjiào ＝【电化教育】

【电教中心】diànjiào zhōngxīn trung tâm giảng dạy bằng phương tiện truyền thông

【电解】diànjiě<动>[化学]điện phân: ~质 chất điện phân

【电缆】diànlǎn<名>cáp điện

【电老虎】diànlǎohǔ<名>❶đơn vị hoặc cá nhân ngành điện lực lợi dụng quyền thế gây khó dễ cho hộ cần sử dụng điện ❷thiết bị hao phí điện quá nhiều

【电量】diànliàng<名>lượng điện

【电铃】diànlíng<名>chuông điện

【电流】diànliú<名>❶dòng điện ❷lưu lượng

dòng điện

【电炉】diànlú<名>lò điện

【电路】diànlù<名>mạch điện; mạch

【电门】diànmén<名>công tắc điện

【电脑】diànnǎo<名>máy vi tính: 平板~ máy tính bảng; ~内存 bộ nhớ máy tính

【电脑病毒】diànnǎo bìngdú virus máy tính

【电能】diànnéng<名>điện năng

【电钮】diànniǔ<名>nút điện

【电瓶】diànpíng<名>bình ắc quy

【电瓶车】diànpíngchē<名>xe chạy bằng bình ắc quy

【电气】diànqì<名>điện khí: ~化 điện khí hóa

【电器】diànqì<名>❶thiết bị điện ❷đồ điện

【电热炉】diànrèlú<名>bếp điện

【电容】diànróng<名>❶điện dung ❷tụ điện

【电闪雷鸣】diànshǎn-léimíng sấm vang chớp giật

【电视】diànshì<名>❶TV; máy truyền hình ❷truyền hình

【电视大学】diànshì dàxué trường đại học hàm thụ qua truyền hình

【电视购物】diànshì gòuwù mua sắm trên truyền hình

【电视剧】diànshìjù<名>kịch truyền hình; phim truyền hình

【电视连续剧】diànshì liánxùjù sê-ri phim truyền hình

【电视片】diànshìpiàn<名>phim truyền hình

【电视台】diànshìtái<名>đài truyền hình

【电台】diàntái<名>❶đài phát thanh ❷máy phát sóng vô tuyến

【电梯】diàntī<名>thang máy; thang điện

【电筒】diàntǒng<名>đèn pin

【电玩】diànwán<名>[方]trò chơi điện tử; trò chơi video: 家庭娱乐~ hệ thống trò chơi video gia đình

【电网】diànwǎng<名>❶hàng rào điện ❷mạng lưới điện

【电文】diànwén<名>điện văn

【电蚊拍】diànwénpāi<名>vỉ điện bắt muỗi

【电线】diànxiàn<名>dây điện

【电信】diànxìn<名>điện tín; viễn thông: 国际~联盟 liên hợp viễn thông quốc tế; 邮政~公司 công ti bưu chính và viễn thông

【电学】diànxué<名>điện học

【电压】diànyā<名>điện áp; điện thế

【电眼】diànyǎn<名>đèn tín hiệu; đèn báo

【电唁】diànyàn<动>gửi điện chia buồn

【电影】diànyǐng<名>điện ảnh; phim: 看~ xem phim; ~院 rạp phim; 立体~ phim 3D

【电影院】diànyǐngyuàn<名>rạp chiếu bóng; rạp xi-nê

【电邮】diànyóu =【电子邮件】

【电源】diànyuán<名>nguồn điện: 后备~ nguồn điện dự phòng

【电熨斗】diànyùndǒu<名>bàn là điện

【电闸】diànzhá<名>công tắc điện

【电子】diànzǐ<名>điện tử

【电子版】diànzǐbǎn<名>phiên bản điện tử

【电子表格】diànzǐ biǎogé bảng tính điện tử

【电子出版物】diànzǐ chūbǎnwù ấn phẩm điện tử

【电子词典】diànzǐ cídiǎn từ điển điện tử

【电子公告牌】diànzǐ gōnggàopái bảng thông báo điện tử

【电子贺卡】diànzǐ hèkǎ các chúc mừng điện tử

【电子货币】diànzǐ huòbì tiền tệ điện tử

【电子计算机】diànzǐ jìsuànjī máy tính điện tử

【电子琴】diànzǐqín<名>đàn điện tử

【电子商务】diànzǐ shāngwù thương mại điện tử

D

【电子书】diànzǐshū<名>sách điện tử

【电子信箱】diànzǐ xìnxiāng hòm thư điện tử

【电子邮件】diànzǐ yóujiàn thư điện tử

【电子游戏】diànzǐ yóuxì trò chơi điện tử

【电阻】diànzǔ<名>❶điện trở ❷bộ điện trở

【电钻】diànzuàn<名>khoan điện

佃 diàn<动>[旧]làm ruộng thuê của địa chủ //(姓) Điền

另见tián

【佃户】diànhù<名>[旧]hộ tá điền

【佃农】diànnóng<名>[旧]nông dân tá điền

【佃租】diànzū<名>địa tô

店 diàn<名>❶cửa hàng; hiệu: 书~ hiệu sách; 理发~ hiệu cắt tóc ❷quán: 小~ quán trọ

【店面】diànmiàn<名>mặt cửa hàng: 临街的~ cửa hàng mặt tiền; 装潢~ trang trí cửa hàng

【店铺】diànpù<名>cửa hàng; cửa hiệu

【店堂】diàntáng<名>cửa hiệu lớn: ~敞亮 cửa hiệu rộng rãi và sáng sủa

【店员】diànyuán<名>người làm việc ở cửa hiệu

【店主】diànzhǔ<名>chủ hiệu

玷 diàn❶<名>[书]vết; tì (trên ngọc trắng) ❷<动>làm bẩn; làm nhơ bẩn

【玷辱】diànrǔ<动>làm nhục; sỉ nhục: ~门楣 làm nhục cho cả nhà

【玷污】diànwū<动>làm bẩn; bôi nhọ: ~清誉 bôi nhọ thanh danh

垫 diàn❶<动>kê; chèn; lót: 用书~头 kê đầu lên quyển sách; 把桌角~高。 Kê chân bàn cho cao thêm. ❷<动>xen vào ❸<动>ứng: ~付现金 ứng tiền mặt; 我先给你~上，等你取了款再还我。 Tôi ứng cho anh, khi anh lấy được tiền thì trả lại tôi. ❹<名>đệm; nệm: 床~ đệm giường; 椅~ đệm ghế

【垫背】diànbèi[方]❶<动>giơ đầu chịu

báng ❷<名>người giơ đầu chịu báng

【垫步】diànbù<动>nhảy chân sáo: ~上篮 nhảy chân sáo ném rổ

【垫底】diàndǐ<动>❶lót đáy: 给鸟笼~以方便打扫。 Lót đáy lồng chim tiện cho việc làm vệ sinh. ❷lót dạ; lót lòng: 你先吃点面包~，到地方我们就吃晚饭。 Em ăn lót dạ trước chút bánh mì, khi tới nơi thì ta sẽ ăn cơm tối ngay. ❸làm nền: 有前期的成绩~，你会更容易获得成功。 Đã có những thành tích làm cơ sở, anh sẽ vươn tới thành công dễ hơn. ❹xếp cuối; hạng bét

【垫付】diànfù<动>ứng: ~差旅费 ứng tiền công tác phí

【垫肩】diànjiān<名>❶cái lót vai (khi gánh khi khiêng) ❷miếng đệm vai (may vào áo)

【垫脚石】diànjiǎoshí<名>tảng đá giậm bước; bàn đạp

【垫圈】diànjuàn<动>lót chuồng

【垫款】diànkuǎn❶<动>ứng tiền cho ❷<名>tiền ứng: 偿付~ trả lại những tiền đã ứng

【垫圈】diànquān<名>[机械]vòng đệm

【垫支】diànzhī<动>ứng tiền cho

【垫资】diànzī<动>ứng tiền cho

【垫子】diànzi<名>cái đệm; cái lót

淀¹ diàn<动>lắng; đọng: 沉~ lắng xuống đáy

淀² diàn<名>hồ, đầm (nông, không sâu): 白洋~ Bạch Dương Điện (đầm Bạch Dương)

【淀粉】diànfěn<名>bột lọc

惦 diàn<动>nhớ; lo lắng: ~挂 nhớ và lo lắng; 老~着工作 cứ lo công việc

【惦记】diànjì<动>nhớ; lo nghĩ: 虽然生病了，他仍然~着工作。 Tuy bị ốm, ông ấy vẫn lo lắng cho công việc.

【惦念】diànniàn<动>lo lắng; lo nghĩ: 母亲总是~着离家的孩子。 Người mẹ nào mà chẳng lo lắng cho đứa con xa nhà.

khó dễ trăm bề

【刁钻】 diāozuān<形>xảo quyệt; khó xử; hóc búa: 律师问了许多~的问题。Luật sư đã nêu nhiều câu hỏi hóc búa.

【刁钻古怪】 diāozuān-gǔguài　gian xảo quỷ quyệt

刁
叼 diāo<动>ngậm; cắm; tha: 嘴里~着牙签儿。Miệng ngậm tăm. 鸟儿~着虫子。Chim ngậm mồi.

凋 diāo<动>tàn rụng; suy tàn; tàn tạ: ~萎 khô héo; ~霜 chết cóng (vì sương giá)

【凋败】 diāobài<动>tàn lụi: 草木~ cỏ cây tàn lụi

【凋敝】 diāobì<形>❶sa sút ❷nghèo khổ: 民生~ đời sống nhân dân nghèo khổ

【凋零】 diāolíng<动>❶tàn lụi; xơ xác: 草木~ cây cối tàn lụi xơ xác ❷sa sút: 家道~ cảnh nhà sa sút

【凋落】 diāoluò<动>tàn rụng: 树叶~ lá cây tàn rụng

【凋谢】 diāoxiè<动>❶rụng; héo; tàn: 百花~ trăm hoa tàn lụi ❷(người già) qua đời

貂 diāo<名>con chồn

【貂皮】 diāopí<名>bộ da lông chồn

【貂裘】 diāoqiú<名>bộ áo da lông chồn

碉 diāo<名>lô cốt

【碉堡】 diāobǎo<名>lô cốt; boong-ke

雕¹ diāo❶<动>khắc; chạm; trổ: ~花 trổ hoa; ~镌 chạm trổ ❷<动>có tranh màu trang trí: ~弓 cái cung với tranh màu; ~鞍 yên ngựa với tranh màu ❸<名>nghệ thuật điêu khắc: 浮~艺术 nghệ thuật chạm nổi; 木~ tác phẩm khắc gỗ ///(姓) Điêu

雕² diāo<名>diều hâu

【雕版印刷】 diāobǎn yìnshuā　in bản khắc gỗ (in mộc bản)

【雕虫小技】 diāochóng-xiǎojì　bút cùn tài mọn; tài năng thấp kém

【雕花】 diāohuā❶<动>chạm hoa; trổ hoa:

奠¹ diàn<动>đặt ///(姓) Điện
奠² diàn<动>cúng tế: 祭~ cúng tế; ~酒 tế bằng rượu

【奠定】 diàndìng<动>đặt; gây: ~基础 đặt cơ sở/gây cơ sở

【奠都】 diàndū<动>định đô: ~北京 định đô ở Bắc Kinh

【奠基】 diànjī<动>đặt nền móng: ~石 viên đá đặt nền; ~固本 đặt nền móng vững vàng

【奠基典礼】 diànjī diǎnlǐ　lễ khởi công

【奠基人】 diànjīrén<名>người đặt nền móng: 鲁迅是中国新文学的~。Lỗ Tấn là người đặt nền móng cho nền văn học mới Trung Quốc.

【奠仪】 diànyí<名>đồ phúng; tiền phúng

殿¹ diàn<名>điện: 宫~ cung điện; 大雄宝~ Đại Hùng bảo điện ///(姓) Điện
殿² diàn<动>(ở) cuối cùng: ~后 đi cuối

【殿后】 diànhòu<动>đi cuối cùng; đoạn hậu: 大部队开始转移，由二连~。Bộ đội bắt đầu di chuyển, đại đội hai đi đoạn hậu.

【殿试】 diànshì<名>thi đình

【殿堂】 diàntáng<名>cung điện lầu gác

【殿下】 diànxià<名>ngài; điện hạ

靛 diàn❶<名>phẩm nhuộm màu chàm ❷<形>xanh thẫm

【靛蓝】 diànlán<名>phẩm nhuộm màu chàm

【靛青】 diànqīng❶<形>xanh thẫm ❷<名>[方] phẩm nhuộm màu chàm

diāo

刁 diāo<形>❶giảo hoạt; xảo quyệt: ~民 thằng đều; ~滑 xảo quyệt ❷[方]kén ăn; khảnh ăn: 嘴~ kén ăn ///(姓) Điêu

【刁悍】 diāohàn<形>xảo quyệt hiểm độc

【刁蛮】 diāomán<形>bướng bỉnh; khó bảo: ~任性 ngang bướng khó bảo

【刁难】 diāonàn<动>làm khó dễ: 百般~ gây

~刻叶 trổ hoa chạm lá ❷<名>tác phẩm trổ hoa

【雕画】diāohuà<名>bức tranh điêu khắc

【雕刻】diāokè❶<动>điêu khắc; chạm trổ: 这件茶几~得十分精美。Chiếc tủ chè được chạm trổ rất tinh vi. ❷<名>tác phẩm điêu khắc: 这件~显示出非凡的技艺。Tác phẩm điêu khắc này đã thể hiện kĩ năng xuất sắc của tác giả.

【雕梁画栋】diāoliáng-huàdòng rường cột chạm trổ

【雕漆】diāoqī<名>❶trổ sơn ❷đồ trổ sơn

【雕砌】diāoqì<动>tia tót chắp nối (câu văn)

【雕饰】diāoshì❶<动>chạm trổ: 精心~dày công chạm trổ ❷<名>hoa văn chạm khắc: 这种类型的~普遍见于中国南方地区。Những hoa văn chạm khắc này được lưu hành ở miền Nam Trung Quốc. ❸<动>màu mè: 她生活质朴, 不加~。Cô ấy có lối sống chân chất, không màu mè.

【雕塑】diāosù❶<动>khắc nặn; nặn tượng ❷<名>tượng nặn

【雕像】diāoxiàng<名>pho tượng điêu khắc

【雕琢】diāozhuó<动>❶chạm trổ ❷gọt giũa (câu văn): 逐字逐句~ gọt giũa từng câu, từng chữ

鲷 diāo<名>cá mui; cá tráp (trác)

diào

吊¹ diào❶<动>treo: ~灯 đèn treo trần; 上~treo cổ ❷<动>trục; nâng; bốc; nhấc lên: ~运建筑材料 bốc xếp vận chuyển vật liệu xây dựng ❸<动>lót lông: ~皮袄 lót áo da; ~里儿 lót mền ❹<动>bỏ: 近网轻~ bỏ nhỏ sát lưới ❺<动>thu hồi: ~销 thu hồi và hủy bỏ ❻<量>đơn vị tiền tệ cũ

吊² diào<动>điếu; viếng: 凭~烈士 đi viếng mộ liệt sĩ; ~唁 viếng và chia buồn

【吊车】diàochē<名>xe ba-lăng; cần trục

【吊床】diàochuáng<名>cái võng

【吊带】diàodài<名>❶dây nịt ❷áo chẳng ❸dây đai; dây quai

【吊带背心】diàodài bèixīn coóc-xê ngoài

【吊灯】diàodēng<名>đèn treo

【吊顶】diàodǐng<动>làm trần giả

【吊儿郎当】diào'erlángdāng cà lơ phất phơ, ba lăng nhăng

【吊钩】diàogōu<名>móc; móc treo

【吊环】diàohuán<名>vòng treo

【吊脚楼】diàojiǎolóu<名>nhà sàn

【吊扣】diàokòu<动>thu giữ: ~营业执照 thu giữ giấy phép kinh doanh

【吊兰】diàolán<名>cây mẫu tử (tên dân gian là lục thảo trổ)

【吊楼】diàolóu<名>nhà sàn

【吊民伐罪】diàomín-fázuì cứu dân lành, trừng trị kẻ thống trị tàn bạo

【吊桥】diàoqiáo<名>cầu treo; cầu chẳng

【吊球】diàoqiú<名>kĩ thuật bỏ nhỏ, còn gọi là gài lưới (trong trò chơi bóng)

【吊丧】diàosāng<动>viếng người chết

【吊嗓子】diào sǎngzi tập hát

【吊扇】diàoshàn<名>quạt trần

【吊死鬼】diàosǐguǐ<名>ma treo cổ

【吊胃口】diào wèikǒu❶nhem thèm: 小家伙拿出饼干, 吊弟弟的胃口。Con bé đưa miếng bánh ra nhem thèm thằng em. ❷nhử cho thèm; gây sự ham muốn hoặc thích thú

【吊销】diàoxiāo<动>hủy bỏ; rút bỏ: ~律师牌照 rút bỏ giấy phép hành nghề luật sư; ~驾照 rút bỏ giấy phép lái xe

【吊唁】diàoyàn<动>chia buồn

【吊装】diàozhuāng<动>[建筑](nâng cấu kiện chế tạo sẵn để lắp đặt vào vị trí đã định) lắp đặt

钓 diào<动>❶câu: ~鱼 câu cá; ~饵 mồi câu ❷dùng thủ đoạn để mưu danh lợi: 沽名~誉

mưu cầu danh tiếng

【钓竿】diàogān<名>cần câu

【钓钩】diàogōu<名>lưỡi câu

【钓具】diàojù<名>bộ đồ câu

【钓鱼】diàoyú<动>❶câu cá ❷dỗ ngon dỗ ngọt; quyến rũ

调¹ diào<动>❶điều động: ~任到总部 chuyển sang tổng công ti ❷điều tra: ~研 khảo sát; 内查外~ điều tra cả trong lẫn ngoài ❸đổi nhau

调² diào<名>❶giọng nói: 南腔北~ giọng nam tiếng bắc; 他说话带山东~。Ông ấy có giọng nói vùng Sơn Đông. ❷nhịp điệu: 这首诗有一种婉约的~。Bài thơ này có nhịp điệu thoai thoải. ❸âm điệu (đô trưởng): C~ đô trưởng C ❹luận điệu; quan điểm: 他们都是一个~儿。Họ có cùng quan điểm với nhau. ❺thanh điệu: ~类 loại thanh điệu
另见tiáo

【调包】diàobāo<动>đánh tráo; đổi lén: 考题被~ đánh tráo bài thi

【调兵遣将】diàobīng-qiǎnjiàng điều binh khiển tướng

【调拨】diàobō<动>❶phân phối; chia phần: ~物资 điều phối nguyên vật liệu; ~款项 điều phối các khoản tiền ❷sai phái: ~人员去调研 sai phái nhân viên đi điều tra
另见tiáobō

【调查】diàochá<动>điều tra: 人口~ điều tra dân số; ~火灾原因 điều tra nguyên nhân vụ hỏa hoạn

【调档】diàodàng<动>chuyển hồ sơ

【调调】diàodiao<名>❶nhịp điệu ❷luận điệu: 虚伪的~ những luận điệu giả dối

【调动】diàodòng<动>❶điều động: 旅客太多，需要~更多的服务人员过来。Hành khách đông nên phải điều động thêm nhân viên phục vụ. ❷động viên: ~积极性 động viên tính tích cực

【调度】diàodù❶<动>điều hành; điều vận: ~室 phòng điều vận ❷<名>nhân viên điều vận

【调防】diàofáng<动>[军事]đổi quân đồn trú

【调干】diàogàn<动>chuyển đổi từ công nhân sang cán bộ

【调函】diàohán<名>công hàm điều động

【调号】diàohào<名>❶[语言]dấu thanh ❷[音乐]tông

【调虎离山】diàohǔ-líshān điệu hổ li sơn

【调换】diàohuàn<动>❶đổi cho nhau: 我们~一下位置吧。Chúng ta đổi chỗ nhé. ❷thay đổi: 如果鞋码不合适，你可以来~。Nếu cỡ giày không thích hợp thì chị có thể đổi lại.

【调回】diàohuí<动>gọi về; triệu hồi: 他被~总公司了。Ông ấy đã được triệu về tổng công ti.

【调集】diàojí<动>tập hợp; huy động: ~资金 huy động tiền vốn; ~军队 huy động lực lượng quân sự

【调卷】diàojuàn<动>lấy hồ sơ, bài thi ra (để xem xét lại)

【调离】diàolí<动>điều động rời khỏi một đơn vị nào đó: 他被~该厂。Anh ấy đã điều động rời khỏi nhà máy này.

【调令】diàolìng<名>lệnh điều động: 他接到~就立即动身。Nhận được lệnh điều động, ông ấy lên đường ngay.

【调派】diàopài<动>sai; phái; sai phái: ~部队 sai phái quân lính

【调配】diàopèi<动>phân phối; phân chia: ~物资给灾民 phân phối vật tư cho nạn dân
另见tiáopèi

【调遣】diàoqiǎn<动>điều khiển; điều động: ~部队 điều động bộ đội; 听从~ nghe theo sự điều động

【调任】diàorèn<动>điều động nhậm chức

【调研】 diàoyán〈动〉khảo sát; khảo sát và nghiên cứu: 市场~ đi khảo sát thị trường

【调用】 diàoyòng〈动〉điều phối sử dụng: ~干部 điều phối sử dụng cán bộ

【调阅】 diàoyuè〈动〉lấy ra để xem xét lại: ~档案 lấy hồ sơ ra để xem xét lại

【调运】 diàoyùn〈动〉điều phối và vận chuyển; điều vận: ~日常必需品给灾区。Điều vận đồ dùng hàng ngày cho những vùng bị thiên tai.

【调值】 diàozhí〈名〉[语言]trị số âm điệu

【调职】 diàozhí〈动〉thuyên chuyển công tác

【调转】 diàozhuǎn〈动〉❶chuyển; thuyên chuyển: 他已~至别的部门去了。Anh ta đã thuyên chuyển sang ban ngành khác. ❷quay ngược lại: ~船头 quay ngược mũi thuyền

【调子】 diàozi〈名〉❶điệu (hát); giai điệu: 这首歌曲~深沉。Bài hát có giai điệu sâu lắng. ❷nhịp điệu ❸giọng nói ❹luận điệu; giọng điệu: 文章的基本~没有改变。Giọng văn (khuynh hướng quan điểm) trong bài văn này vẫn như cũ.

掉[1] diào〈动〉❶rơi; rớt: ~眼泪 rơi nước mắt; 书~到桌子底下了。Quyển sách bị rơi xuống dưới gầm bàn. ❷tụt: ~队 tụt lại sau đoàn ❸đánh rơi; đánh mất: 钱包~了。Đánh rơi mất cái ví. ❹đổi: ~过儿 đổi chỗ cho nhau; 我想用大的~小的。Tôi muốn lấy cái to đổi cái nhỏ. ❺đi; mất: 擦~ xóa đi; 除~ trừ bỏ đi

掉[2] diào〈动〉❶đu đưa; quậy (đuôi) ❷ngoặt; ngoảnh lại; quay lại: ~转脸 ngoảnh mặt đi; ~头回去 quay đầu trở về

【掉队】 diàoduì〈动〉❶rớt lại sau đoàn ❷tụt lại sau; tụt hậu: 你要努力学习, 不然就~了。Em nên cố gắng học tập, nếu không sẽ bị tụt hậu.

【掉魂】 diàohún〈动〉mất vía: 吓~ sợ mất vía

【掉价】 diàojià〈动〉❶sụt giá; mất giá ❷hạ thấp (uy tín, địa vị, thể diện)

【掉脑袋】 diào nǎodai rơi mất đầu; chết

【掉色】 diàoshǎi〈动〉phai màu: 衣服洗了几次就~了。Chiếc áo giặt mấy lần đã bị phai màu.

【掉书袋】 diào shūdài rơi túi sách; khoe khoang kiến thức

【掉头】 diàotóu〈动〉quay đầu; ngoảnh cổ lại: 掉过头看 ngoảnh đầu nhìn lại; 车子~ chiếc xe quay đầu

【掉线】 diàoxiàn〈动〉(máy tính, điện thoại) bị cắt rời khỏi mạng

【掉以轻心】 diàoyǐqīngxīn lơ là; thiếu cảnh giác

【掉转】 diàozhuǎn〈动〉quay ngược lại

diē

爹 diē〈名〉[口]bố; cha

【爹妈】 diēmā〈名〉bố và mẹ

跌 diē〈动〉❶ngã: ~了一跤 ngã một keo; ~倒 bị ngã xuống ❷sụt (giá); mất giá: ~价 油价下~得厉害。Giá dầu sụt mạnh. ❸tụt xuống; hạ thấp xuống: 水位下~ mực nước tụt xuống

【跌打损伤】 diēdǎ sǔnshāng tổn thương do bị ngã hoặc bị đánh đập

【跌宕】 diēdàng〈形〉[书]❶(tính cách) phóng khoáng ❷(âm nhạc và văn chương) bay bướm: 行文~。Câu văn bóng bẩy bay bướm.

【跌跌撞撞】 diēdiēzhuàngzhuàng lảo đảo, chân nam đá chân chiêu

【跌幅】 diēfú〈名〉mức độ sụt giảm

【跌跟头】 diē gēntou❶bị ngã ❷bị thất bại: 很多企业都在市场营销方面跌过跟头。Nhiều xí nghiệp bị thất bại về vấn đề tiếp thị.

【跌价】 diējià〈动〉sụt giá; mất giá

【跌跤】diējiāo<动>❶bị ngã ❷bị thất bại

【跌落】diēluò<动>❶ngã; rơi: 他从二楼~下来。Anh ấy từ tầng hai ngã xuống. ❷(giá cả) hạ xuống

【跌伤】diēshāng<动>bị thương vì ngã

【跌势】diēshì<名>xu hướng sụt giảm

【跌停板】diētíngbǎn<名>[证券]giới hạn xuống (chứng khoán)

【跌眼镜】diē yǎnjìng[方]trợn tròn mắt: 小家伙的回答让我们大~。Chúng tôi trợn tròn mắt vì câu trả lời của thằng bé ấy.

【跌足】diēzú<动>[书]giậm chân

dié

迭dié❶<动>thay phiên; thay nhau: 更~thay nhau; ~为宾主 thay phiên làm chủ tiếp đãi ❷<副>[书]nhiều lần: ~次会商 thương lượng nhiều lần; ~挫强敌 nhiều lần đánh bại bọn giặc dữ ❸<动>kịp: 忙不~ vội vã

【迭出】diéchū<动>liên tục xuất hiện: 为了推销产品，商家们可谓是新招~。Để quảng cáo hàng hóa, các thương gia liên tục xuất chiêu mới.

【迭次】diécì<副>nhiều lần: ~交涉 điều đình nhiều lần

【迭连】diélián<副>liên tục; liên tiếp: ~获胜 thắng liên tiếp mấy trận liền

【迭起】diéqǐ<动>liên tục dâng cao: 高潮~cao trào liên tiếp xuất hiện

谍dié<名>❶gián điệp; tình báo: 间~ điệp viên ❷tình báo viên

【谍报】diébào<名>điệp báo; tình báo của bên địch: ~人员 nhân viên tình báo

耋dié<名>[书]người già bảy tám mươi tuổi

喋dié

【喋喋】diédié<形>nói luôn mồm

【喋喋不休】diédié–bùxiū nói liên thoắng

【喋血】diéxuè<动>[书]đổ máu; đẫm máu

牒dié<名>❶công văn; giấy chứng nhận: 通~ thông điệp; 度~ độ điệp ❷sổ sách: 谱~gia phả

叠dié<动>❶chồng chất; trùng nhau: 重~trùng điệp; 层见~出 xuất hiện lớp này tới lớp khác ❷xếp; gấp: 铺床~被 gấp chăn trải giường; ~衣服 gấp quần áo //(姓) Điệp

【叠罗汉】dié luóhàn[杂技](xiếc) chồng người thành hình tháp

【叠椅】diéyǐ<名>ghế xếp

【叠韵】diéyùn<名>[语言]cùng vần; láy vần

碟dié<名>đĩa

【碟片】diépiàn<名>[方]đĩa (hát, phim)

【碟子】diézi<名>đĩa: 瓷~儿 đĩa sứ

蝶dié<名>bướm

【蝶泳】diéyǒng<动>bơi bướm

dīng

丁[1]dīng<名>❶con trai: 男~ đàn ông; 壮~ tráng đinh ❷nhân khẩu: 添~ thêm đinh; 人~兴旺 nhân khẩu thịnh vượng ❸người làm việc vặt: 园~ thợ làm vườn; 家~ người hầu cận //(姓) Đinh

丁[2]dīng<名>Đinh (vị trí thứ tư trong thiên can)

丁[3]dīng<名>(món ăn thái) hạt lựu: 辣子炒鸡~ ớt xào thịt gà hạt lựu

丁[4]dīng<动>[书]gặp phải

【丁点儿】dīngdiǎnr<量>[方]tí; chút: 一~毛病也没有。Không có một tí vết nào cả.

【丁克】dīngkè<形>kiểu cặp vợ chồng quyết định không sinh con (DINK)

【丁克家庭】dīngkè jiātíng gia đình theo kiểu DINK; gia đình quyết định không sinh đẻ con cái

【丁零】dīnglíng<拟>leng keng; lanh canh; reng reng: 电铃~零地响。Chuông điện leng keng.

【丁是丁，卯是卯】 dīng shì dīng, mǎo shì mǎo một là một, hai là hai

【丁香】 dīngxiāng <名>[植物]đinh hương

【丁字步】 dīngzìbù <名>bước hình chữ T

【丁字街】 dīngzìjiē <名>đường phố chữ T

【丁字路口】 dīngzì lùkǒu ngã ba

叮 dīng <动>❶(muỗi và một số côn trùng khác) cắn, đốt: 被蚊子~了一个包 bị muỗi đốt một nốt ❷dặn dò

【叮当】 dīngdāng <拟>leng keng; xủng xoảng; loảng xoảng: 碗碟碰得~作响。 Những chiếc bát đĩa va vào nhau kêu lanh canh.

【叮咚】 dīngdōng <拟>leng keng; róc rách: 泉水~响。 Nước suối reo róc rách.

【叮咛】 dīngníng <动>căn dặn; dặn dò; dặn đi dặn lại; đinh ninh: 记住母亲的~ nhớ lời mẹ căn dặn

【叮咬】 dīngyǎo <动>đốt; cắn: 蚊虫~ muỗi đốt

【叮嘱】 dīngzhǔ <动>dặn dò; căn dặn; đinh ninh: 母亲~女儿嫁到夫家后要孝敬公婆。 Người mẹ dặn dò đứa con gái khi về nhà chồng phải hiếu thảo với bố mẹ chồng.

盯 dīng <动>nhìn chăm chú; nhìn chòng chọc: 学生们都~着黑板。 Các em học sinh đều chăm chú nhìn lên bảng đen.

【盯人】 dīngrén <动>[体育]nhìn; theo dõi (bóng rổ, bóng đá v.v.)

【盯梢】 dīngshāo <动>theo dõi; dò: 她雇了私家侦探~她丈夫。 Bà ấy thuê thám tử để theo dõi chồng.

【盯视】 dīngshì <动>nhìn chằm chặp: 他~着屏幕。 Cậu ta cứ nhìn chằm chặp vào màn hình.

钉 dīng ❶<名>cái đinh: 螺丝~儿 đinh ốc ❷<动>theo dõi; bám riết: ~梢 theo dõi ❸<动>thúc; giục: 他还是尽~着问这是什么，那是什么。 Nó cứ vừa giục vừa hỏi

hết cái này đến cái nọ.

另见dìng

【钉齿耙】 dīngchǐbà <名>cái bừa; cái cào

【钉锤】 dīngchuí <名>búa đanh

【钉帽】 dīngmào <名>đầu đinh

【钉鞋】 dīngxié <名>giày đinh

【钉子】 dīngzi <名>❶cái đinh ❷ví gai góc hóc búa, khó xử ❸ví kẻ thù ngầm

【钉子户】 dīngzihù <名>hộ ỳ; lô cốt

dǐng

顶 dǐng ❶<名>đỉnh; ngọn; chóp; nóc: 山~ ngọn núi; 房~ nóc nhà; ~点 đinh cao ❷<动>đội: 头~天，脚踩地。 Đầu đội trời, chân đạp đất. ❸<动>húc: ~球 tết bóng; 两只羊~起来了。 Hai con dê húc nhau. ❹<动>nhô; nhú ❺<动>đẩy; chống: ~住门不让进 chống cửa lại không cho vào ❻<动>ngược chiều: ~风 đi ngược chiều gió ❼<动>chống; cãi vã: ~嘴 cãi lại; ~角 chống nhau ❽<动>gánh vác; chịu đựng: ~住压力 chịu đựng áp lực ❾<动>bằng; tương đương: 一个~俩儿。 Một mình bằng hai người. 钱数~得上一担谷子了。 Số tiền tương đương một tạ thóc. ❿<动>thay thế; đánh tráo: 冒名~替 mạo danh; ~罪 chịu tội thay ⓫<量>cái; chiếc: 两~帽子 hai chiếc mũ ⓬<动>chuyển nhượng ⓭<副>nhất; vô cùng

【顶班】 dǐngbān <动>❶làm thay ca: 他要是请假我就~。 Nếu anh ấy xin nghỉ thì tôi làm thay. ❷làm thay trong một quãng thời gian quy định

【顶板】 dǐngbǎn <名>❶trần lò; trần nhà ❷vòm

【顶层】 dǐngcéng <名>tầng cao nhất: ~设计 thiết kế cấp cao nhất

【顶灯】 dǐngdēng <名>❶đèn trên nóc xe ❷đèn trần

【顶点】dǐngdiǎn〈名〉đỉnh cao; cực điểm: 事业的~ đỉnh cao của sự nghiệp; 到达~ lên đến đỉnh điểm

【顶端】dǐngduān〈名〉đỉnh; ngọn: 教堂~有十字架。Dấu chữ thập được đặt lên chóp cao nhất của nhà thờ.

【顶多】dǐngduō〈副〉nhiều nhất; cùng lắm: 这事儿~一星期就能做完。Việc này bất quá một tuần là xong.

【顶风作案】dǐngfēng-zuò'àn (tội phạm) hoạt động một cách manh động và trắng trợn

【顶峰】dǐngfēng〈名〉❶đỉnh núi cao nhất: 登上珠穆朗玛~ leo lên chóp núi Chô-mô-lung-ma ❷đỉnh cao: 攀登科学~ leo lên đỉnh cao của khoa học

【顶缸】dǐnggāng〈动〉[口]chịu thay: 你做错了，为什么让我~? Lỗi ở anh, sao lại bắt tôi phải chịu thay?

【顶岗】dǐnggǎng〈动〉[方]làm thay

【顶杠】dǐnggàng〈动〉[方]tranh cãi; lí sự: 冷静点，别跟他~。Hãy bình tĩnh lại, đừng tranh cãi với nó.

【顶格】dǐnggé〈动〉(khi viết) lên trên cùng hàng đầu

【顶呱呱】dǐngguāguā tuyệt; tốt nhất: 他在班上是~的。Trong lớp nó (là người) giỏi nhất.

【顶级】dǐngjí〈形〉cấp tối cao: 世界~品牌 nhãn hiệu cấp cao nhất trên thế giới

【顶尖】dǐngjiān❶〈名〉ngọn: 棉花~ ngọn cây bông ❷〈名〉chóp đỉnh: 塔的~ chóp đỉnh tháp ❸〈形〉tuyệt đỉnh: ~高手 bậc thầy tuyệt vời

【顶礼膜拜】dǐnglǐ-móbài hoàn toàn khâm phục; thán phục; phục lăn

【顶梁柱】dǐngliángzhù〈名〉cột trụ; rường cột: 父亲是家里的~。Người cha là trụ cột của gia đình.

【顶楼】dǐnglóu〈名〉tầng trên cùng (nhà lầu)

【顶门立户】dǐngmén-lìhù (con trai) xây dựng gia đình riêng

【顶名】dǐngmíng〈动〉mạo danh

【顶棚】dǐngpéng〈名〉trần nhà

【顶事】dǐngshì〈形〉ăn thua: 这点钱不~儿。Chút tiền này thì ăn thua gì.

【顶替】dǐngtì〈动〉thay thế: 他没来，谁能~他呢? Ông ấy chưa đến, ai có thể thay thế được?

【顶天立地】dǐngtiān-lìdì đội trời đạp đất

【顶头上司】dǐngtóu shàngsi người lãnh đạo trực tiếp

【顶用】dǐngyòng〈形〉được việc; có ích: 这小家伙挺~。Thằng bé này rất được việc.

【顶账】dǐngzhàng =【抵账】

【顶针】dǐngzhen〈名〉cái đê (dùng để khâu)

【顶真】¹dǐngzhēn〈形〉[方]cẩn thận: 他干活特~。Anh ấy làm việc rất cẩn thận.

【顶真】²dǐngzhēn〈名〉[修辞](một biện pháp tu từ theo cách câu sau, đoạn sau lặp từ cuối hoặc câu cuối) lặp đầu cuối

【顶职】dǐngzhí〈动〉làm thay

【顶撞】dǐngzhuàng〈动〉va chạm; đụng chạm: ~父母 va chạm với bố mẹ

【顶嘴】dǐngzuǐ〈动〉[口]cãi lại: 你做错了还要~? Mày đã làm sai lại còn dám cãi lại à?

【顶罪】dǐngzuì〈动〉❶chịu tội thay ❷đền tội: 罚不~ phạt chưa xứng với tội

鼎¹ dǐng❶〈名〉cái vạc ❷〈名〉[书]ngôi vua: 定~ định đô; 问~ mưu toan cướp ngôi ❸〈名〉[方]cái nồi ❹〈形〉[书]to; lớn: ~族 gia tộc lớn //(姓) Đinh

鼎² dǐng〈副〉đang: ~盛 đang thịnh

【鼎鼎】dǐngdǐng〈形〉lớn; to; lừng lẫy: ~大名 tiếng tăm lừng lẫy

【鼎力】dǐnglì〈副〉[书]góp sức: ~支持 góp sức ủng hộ

【鼎立】dǐnglì<动>thế chân vạc: 历史上曾出现过魏、蜀、吴三国~。Trong lịch sử từng có thế chân vạc giữa ba nước Ngụy, Thục, Ngô.

【鼎盛】dǐngshèng<形>cường thịnh; đang thịnh: ~时期 thời kì đang thịnh

【鼎足】dǐngzú<名>chân vạc: ~之势 thế chân vạc

【鼎足而立】dǐngzú'érlì hình thành thế chân vạc

dìng

订 dìng<动>❶kí kết: ~婚 đính hôn; ~交 kết bạn ❷đặt trước: ~货 đặt hàng; ~购 đặt mua ❸sửa chữa: 修~ sửa chữa; 校~ sửa đổi ❹đóng (sách): ~书机 máy đóng sách; ~成册 đóng thành một quyển vở

【订单】dìngdān<名>đơn đặt hàng

【订购】dìnggòu<动>đặt mua: ~机票 đặt mua vé máy bay

【订户】dìnghù<名>người đặt mua

【订货】dìnghuò❶<动>đặt hàng ❷<名>hàng đặt

【订货单】dìnghuòdān<名>đơn đặt hàng

【订货合同】dìnghuò hétóng hợp đồng đặt hàng

【订货会】dìnghuòhuì<名>hội giao dịch hàng hóa

【订交】dìngjiāo<动>kết bạn: 两座城市已~。Hai thành phố đã lập mối quan hệ hữu nghị.

【订金】dìngjīn<名>tiền đặt cọc

【订立】dìnglì<动>kí kết: ~版权公约 kí kết công ước bản quyền

【订票】dìngpiào<动>đặt vé

【订票处】dìngpiàochù<名>văn phòng đặt vé

【订书钉】dìngshūdīng<名>ghim; đinh kẹp

【订阅】dìngyuè<动>đặt mua (báo, tạp chí)

【订正】dìngzhèng<动>sửa chữa: ~错误 sửa chữa sai lầm

【订制】dìngzhì<动>đặt (hàng...) theo yêu cầu: 如遇货品无售，您可以使用~服务。Nếu một số mặt hàng chưa có bán tại hiệu, quý khách có thể sử dụng dịch vụ đặt hàng theo yêu cầu.

【订座】dìngzuò<动>đặt chỗ

钉 dìng<动>❶đóng: ~钉子 đóng đinh ❷đơm; đính: ~扣子 đơm khuy/đính khuy 另见dīng

定 dìng❶<动>yên; bình tĩnh: 立~ đứng yên; 心神不~ đứng ngồi không yên ❷<动>quyết định: 商~ bàn định; ~计划 lập kế hoạch ❸<形>chừng mực nhất định: ~期 định kì ❹<形>những điều đã xác định; không thể thay đổi: ~额 định mức; ~论 định luận ❺<副>[书]nhất định: 必~ chắc chắn; 他还没到，~是碰到堵车了。Ông ấy còn chưa đến, chắc bị kẹt xe rồi. ❻<动>đặt ❼<动>cố định //(姓)Định

【定案】dìng'àn❶<动>kết án; quyết định: 拍板~ quyết định hẳn phương án; 证据确凿可以~。Có đủ bằng chứng chắc chắn là có thể kết án. ❷<名>bản định án: ~已呈报。Bản định án đã được trình lên.

【定本】dìngběn<名>bản cuối cùng; bản chính thức

【定编】dìngbiān<动>xác định biên chế

【定产】dìngchǎn<名>hạn ngạch sản xuất

【定单】dìngdān =【订单】

【定点】dìngdiǎn❶<动>xác định; chỉ định địa điểm: ~供应 xác định địa điểm cung cấp; ~检查 kiểm tra tại chỗ ❷<形>được chọn; được theo đơn đặt hàng: ~生产商 nhà máy sản xuất theo đơn đặt hàng ❸<形>định giờ: ~航班 chuyến bay định giờ

【定调子】dìng diàozi thiết lập các giai

điệu: 这次会议为两国的经济关系发展定下新的调子。Cuộc họp lần này đã thiết lập một giai điệu mới cho sự phát triển quan hệ kinh tế giữa hai nước.

【定都】dìngdū〈动〉đóng đô; định đô

【定夺】dìngduó〈动〉định đoạt; quyết định

【定额】dìng'é〈名〉định mức; hạn ngạch

【定岗】dìnggǎng〈动〉xác định cương vị

【定稿】dìnggǎo❶〈动〉hoàn thành một bản thảo ❷〈名〉bản thảo cuối cùng; bản thảo chính thức

【定格】dìnggé❶〈动〉[影视](phim hoặc truyền hình) chết hình; kẹt hình: 时间~于此。Thời gian ngừng lại nơi đây. ❷〈名〉quy cách; quy định: 文学作品写作并无~。Không hề có một quy định cho tác phẩm văn học.

【定购】dìnggòu〈动〉đặt mua

【定规】dìngguī❶〈名〉quy chế; quy định: 月底发工资,已成~。Trả lương vào cuối tháng đã trở thành quy chế. ❷〈副〉[方]nhất định; một mực; khăng khăng

【定规】dìnggui〈动〉[方]quyết định: 购买机器的事儿已经~好了。Việc đặt mua máy móc đã được quyết định rồi.

【定级】dìngjí〈动〉xếp vào loại; xếp theo trình độ: 工资~ phân loại bậc lương; 这些货能定几级? Những lô hàng này được xếp vào loại nào?

【定价】dìngjià❶〈动〉đặt giá: 合理~ đặt giá hợp lí ❷〈名〉giá đã định: 货品因~过高而滞销。Hàng hóa do giá quá cao nên bị ế./Ế hàng vì giá quá cao.

【定金】dìngjīn〈名〉tiền đặt cọc

【定居】dìngjū〈动〉định cư: 举家~于新经济区 đưa gia đình lên định cư ở vùng kinh tế mới

【定局】dìngjú❶〈动〉kết cục: 事情还没~,你先别着急。Sự việc vẫn chưa đi đến kết cục, anh đừng lo nhé. ❷〈名〉tình hình đã chắc chắn; tình thế đã khẳng định: 总统大选的结果已成~。Cuộc bầu cử tổng thống đã có kết quả chắc chắn.

【定理】dìnglǐ〈名〉định lí: 函数~ định lí hàm số

【定例】dìnglì〈名〉lệ; nếp

【定量】dìngliàng❶〈动〉định lượng: ~分析 phân tích (theo) định lượng ❷〈名〉số lượng quy định: 政府不得不在战争期间供应~汽油。Trong thời kì chiến tranh, chính phủ buộc phải cung cấp dầu xăng theo định lượng.

【定律】dìnglǜ〈名〉định luật

【定论】dìnglùn〈名〉định luận; kết luận

【定名】dìngmíng〈动〉định danh; đặt tên; mệnh danh: 这所学校以他的名字~。Nhà trường này mang tên ông ấy.

【定评】dìngpíng〈名〉bình luận rõ ràng; đánh giá dứt khoát

【定期】dìngqī❶〈动〉xác định thời gian: 婚礼尚未~。Ngày cưới còn chưa định. ❷〈形〉định kì: ~身体检查 kiểm tra sức khoẻ định kì; ~会议 phiên họp định kì

【定期保单】dìngqī bǎodān đơn bảo hiểm định kì

【定期存款】dìngqī cúnkuǎn tiền gửi có kì hạn

【定期考核】dìngqī kǎohé kiểm tra thường xuyên

【定钱】dìngqián〈名〉tiền đặt cọc

【定亲】dìngqīn〈动〉đính hôn; kết thông gia: 他俩早已~。Hai người đã đính hôn từ lâu.

【定情】dìngqíng〈动〉trao tín vật (giữa nam nữ)

【定神】dìngshén〈动〉❶chăm chú; chú ý: 我从熟睡中被叫醒,~一看原来是妈妈。Tôi bị đánh thức từ một giấc ngủ ngon, nhìn kĩ hóa ra là mẹ. ❷định thần; làm cho tâm thần yên ổn: 这类药可以~。Loại thuốc này có tác dụng định thần.

【定时】dìngshí ❶<动>theo đúng giờ: ~起床 dậy đúng giờ; ~炸弹 bom nổ chậm ❷<名>thời gian nhất định: 吃饭要~。Ăn cơm phải có giờ giấc nhất định.

【定时开关】dìngshí kāiguān công tắc hẹn giờ

【定式】dìngshì<名>phương thức; cách thức; định thức

【定势】dìngshì<名>❶xu hướng chắc chắn: 银行不良债务的增加已成~。Nợ xấu của các ngân hàng đã lâm vào tình trạng chắc chắn sẽ tăng lên. ❷phương thức; cách thức: 思维~ phương thức tư duy

【定数】dìngshù<名>❶số lượng quy định ❷số phận

【定说】dìngshuō<名>định thuyết; nói (dứt khoát): 这种昆虫对人体是否有害还没有~。Loài sâu này có hại với người hay không còn chưa có kết luận.

【定位】dìngwèi ❶<动>định vị: 用指南针~ định vị bằng la bàn ❷<名>vị trí đã xác định ❸<动>đánh giá nhận xét: 每个人都应该对自己有个合理的~。Mọi người đều phải đánh giá vai trò của mình một cách khoa học.

【定位系统】dìngwèi xìtǒng hệ thống định vị

【定弦】dìngxián<动>❶lên dây đàn ❷[方] có ý định: 她还没~呢。Cô ta còn chưa có ý định.

【定向】dìngxiàng<动>❶định hướng; xác định hướng: 无线电~ ra-đi-ô định hướng/ ra-đi-ô định vị ❷có định hướng: ~爆破 phá dỡ định hướng bằng thuốc nổ

【定向培育】dìngxiàng péiyù[生物]nuôi trồng định hướng; lai tạo định hướng

【定心丸】dìngxīnwán<名>viên an thần: 他像吃了~一样，因为名额里有他。Anh ấy cảm thấy như vừa uống một viên an thần, vì thấy trong danh sách có tên mình.

【定型】dìngxíng<动>định hình: 公司的运营模式基本~。Mô hình kinh doanh cơ bản của công ti đã được định hình.

【定性】dìngxìng<动>❶xác định tính chất của vấn đề: 这件案子缺少法医证据，很~。Vụ án này thiếu bằng chứng y học khó mà xác định đúng thực chất được. ❷định tính: ~分析 phân tích định tính

【定义】dìngyì ❶<名>định nghĩa ❷<动>định nghĩa

【定影】dìngyǐng<动>[摄影]định hình (trong in ảnh)

【定语】dìngyǔ<名>định ngữ

【定员】dìngyuán ❶<动>quy định số người: 本船~20人。Số người trên tàu này không được vượt quá 20. ❷<名>số người trong biên chế

【定址】dìngzhǐ ❶<动>đặt (địa điểm): 工厂最后~于此。Cuối cùng nhà máy được đặt tại đây. ❷<名>địa chỉ cố định; nơi ở cố định

【定罪】dìngzuì<动>khép tội; buộc tội: 证据不足，难以~。Chứng cứ không đủ, khó mà khép tội.

【定做】dìngzuò<动>đặt; thửa: ~一套精品西服 thửa một bộ com lê thật tốt

锭 dìng ❶<名>cọc sợi ❷<名>thỏi: 金~ thỏi vàng ❸<量>thỏi: 一~墨 một thỏi mực

diū

丢 diū<动>❶mất: ~失 mất đi ❷vứt quẳng; ném: 衣服~得到处都是。Quần áo vứt lộn xộn đầy nhà. ❸bỏ: 枪法技术~久了，难免打不准。Thuật xạ kích đã bỏ lâu, bắn không chuẩn là điều khó tránh.

【丢丑】diūchǒu<动>xấu mặt; mất mặt: 好好练习，不要在比赛中~。Hãy tập luyện cho giỏi để tránh bị mất mặt trong cuộc thi.

【丢掉】diūdiào<动>❶mất: ~工作 đánh mất việc làm ❷vứt; bỏ: ~一双旧鞋 vứt bỏ một đôi giày cũ

【丢官】diūguān<动>sa thải, buộc thôi việc; mất chức

【丢荒】diūhuāng<动>bỏ hoang

【丢车保帅】diūjū-bǎoshuài bỏ xe giữ tướng (cờ tướng); giữ điều quan trọng nhất

【丢盔弃甲】diūkuī-qìjiǎ vứt bỏ áo giáp; bị đánh tan tác

【丢脸】diūliǎn<动>xấu mặt; mất mặt; mất thể diện

【丢弃】diūqì<动>bỏ đi; vứt đi; quẳng đi: 他生活很节俭，衣服破了也舍不得~。Ông ấy sống rất tằn tiện, ngay cả áo rách cũng không nỡ vứt đi.

【丢人】diūrén<动>mất mặt; xấu mặt; bẽ mặt; xấu hổ

【丢人现眼】diūrén-xiànyǎn xấu mặt; mất mặt; mất thể diện

【丢三落四】diūsān-làsì rơi vãi; quên trước sót sau

【丢失】diūshī<动>đánh mất; mất mát

【丢眼色】diū yǎnsè đưa mắt ra hiệu; nháy mắt

【丢卒保车】diūzú-bǎojū bỏ tốt giữ xe (cờ tướng), ví bỏ cái nhỏ để giữ cái quan trọng hơn

dōng

东 dōng<名>❶phương đông; phía đông: ~部 miền đông; 太阳从~方升起。Mặt trời mọc từ phía đông. ❷người chủ: ~家 chủ nhà; 股~ cổ đông ❸chủ (mời khách): 我做~，大家尽情吃。Tôi khao, các bạn ăn thoải mái nhé. //(姓)Đông

【东半球】dōngbànqiú<名>đông bán cầu

【东北】dōngběi<名>❶đông bắc ❷(Dōngběi) vùng Đông Bắc (Trung Quốc)

【东北虎】Dōngběihǔ<名>hổ Đông Bắc

【东奔西走】dōngbēn-xīzǒu bôn tẩu bốn phương; dốc sức chạy chọt

【东边】dōngbian<名>phía đông

【东边不亮西边亮】dōngbian bù liàng xībian liàng khi cánh cửa này đóng lại thì cánh cửa khác lại mở ra

【东窗事发】dōngchuāng-shìfā âm mưu bại lộ

【东床快婿】dōngchuáng-kuàixù con rể ưng ý

【东倒西歪】dōngdǎo-xīwāi❶(tư thế) xiêu vẹo; lảo đảo; ngất ngưởng: 一醉汉~地在街上走着。Một người đàn ông say rượu đi ngất ngưởng trên phố. ❷đổ ngổn ngang: 树木被大风刮得~。Cây cối đổ ngổn ngang trong cơn bão.

【东道】dōngdào<名>❶chủ nhà; chủ (trong quan hệ với khách) ❷nghĩa vụ, bổn phận (của người chủ trì hoặc đăng cai)

【东道国】dōngdàoguó<名>nước chủ nhà

【东道主】dōngdàozhǔ<名>chủ nhà; chủ (trong quan hệ với khách): 当好~，热情迎嘉宾。Làm tốt công tác chủ nhà, nhiệt tình chào đón tân khách.

【东躲西藏】dōngduǒ-xīcáng chạy khắp nơi để ẩn náu

【东方】dōngfāng<名>❶phía Đông ❷(Dōngfāng) phương Đông (chỉ châu Á bao gồm cả Ai Cập)

【东风】dōngfēng<名>❶gió xuân ❷gió đông (ví lực lượng hay nhân tố có lợi): 万事俱备，只欠~。Tất cả mọi thứ đã sẵn sàng, chỉ thiếu một cơn gió đông.

【东海】Dōng Hǎi<名>biển Đông Hải

【东家】dōngjiā<名>[旧]ông chủ (người ở hoặc tá điền gọi chủ)

【东家长，西家短】dōngjiā cháng, xījiā duǎn chuyện ngồi lê đôi mách; chuyện tầm phào

【东经】dōngjīng<名>kinh độ đông; kinh tuyến đông

【东拉西扯】dōnglā-xīchě dây cà ra dây muống; nói quanh nói quẩn; nói bâng quơ

【东盟】Dōngméng =【东南亚国家联盟】

【东南】dōngnán<名>❶đông nam ❷ (Dōngnán) vùng duyên hải Đông Nam (Trung Quốc)

【东南亚】Dōngnányà<名>Đông Nam Á

【东南亚国家联盟】Dōngnányà Guójiā Liánméng Hiệp hội các quốc gia Đông Nam Á (ASEAN) với 10 nước thành viên gồm: Thái Lan, Xin-ga-po, Ma-lai-xi-a, In-đô-nê-xi-a, Phi-lip-pin, Việt Nam, Lào, Cam-pu-chia, Mi-an-ma và Bru-nây.

【东欧】Dōng'ōu<名>Đông Âu; Khối Đông Âu

【东拼西凑】dōngpīn-xīcòu chắp chỗ nọ ghép chỗ kia

【东三省】Dōng Sān Shěng<名>Đông Tam Tỉnh (tên gọi 3 tỉnh miền đông bắc Trung Quốc, gồm Liêu Ninh, Cát Lâm và Hắc Long Giang)

【东山再起】dōngshān-zàiqǐ khôi phục địa vị; trở lại cầm quyền

【东施效颦】dōngshī-xiàopín Đông Thi bắt chước nhăn mặt; bắt chước quá tồi

【东西】dōngxī<名>❶phía đông và phía tây ❷từ đông đến tây

【东西】dōngxi<名>❶đồ vật; đồ: 上街买点零碎~ đi phố mua ít đồ lặt vặt ❷cái của nợ (tỏ ý chán ghét hoặc âu yếm): 真是狼心狗肺的~! Thật là đồ lòng lang dạ thú!

【东西对话】dōngxī duìhuà Đối thoại

Đông Tây (sự giao lưu giữa phương Đông và phương Tây)

【东亚】Dōngyà<名>Đông Á; khu vực Đông Bắc Á

【东亚经济论坛】Dōngyà Jīngjì Lùntán Diễn đàn Kinh tế Đông Á

【东瀛】dōngyíng<名>[书]❶biển Đông Hải ❷Nhật Bản

【东张西望】dōngzhāng-xīwàng nhìn đông nhìn tây; nhìn ngược nhìn xuôi

【东正教】Dōngzhèngjiào<名>Chính thống giáo Đông phương

冬¹ dōng<名>mùa đông //(姓) Đông

冬² dōng<拟>(tiếng trống và tiếng đập cửa) tùng; thình

【冬奥会】Dōng'àohuì =【冬季奥运会】

【冬菜】dōngcài<名>❶dưa muối khô (rau cải, bắp cải phơi khô ướp muối) ❷rau vụ đông

【冬虫夏草】dōngchóng-xiàcǎo đông trùng hạ thảo

【冬菇】dōnggū<名>nấm đông cô; nấm hương hái vào mùa đông

【冬瓜】dōngguā<名>(cây, quả) bí đao

【冬季】dōngjì<名>mùa đông

【冬季奥运会】Dōngjì Àoyùnhuì Thế vận hội mùa đông; Olympic mùa đông

【冬眠】dōngmián<动>ngủ đông

【冬暖夏凉】dōngnuǎn-xiàliáng mùa đông ấm áp, mùa hè mát mẻ

【冬青】dōngqīng<名>[植物]cây nhựa ruồi

【冬笋】dōngsǔn<名>❶măng mùa đông ❷[方]củ hoàng tinh; củ dong

【冬天】dōngtiān<名>mùa đông

【冬小麦】dōngxiǎomài<名>lúa mì vụ đông

【冬训】dōngxùn<动>huấn luyện vào mùa đông: 足球队正在~，准备迎接春季赛事。Đội bóng đá đang huấn luyện vào mùa đông để tham gia cuộc thi đấu mùa xuân.

【冬衣】dōngyī<名>áo rét

【冬至】dōngzhì〈名〉tiết Đông chí

【冬装】dōngzhuāng〈名〉trang phục mùa đông; quần áo rét

氡 dōng〈名〉[化学]rađon (kí hiệu: Rn)

dǒng

董 dǒng❶〈动〉[书]giám sát; đốc: ~督 giám sát; ~正 giám sát và sửa chữa ❷〈名〉thành viên ban giám đốc: 校~ thành viên ban giám đốc nhà trường // (姓) Đổng

【董事】dǒngshì〈名〉thành viên hội đồng quản trị

【董事会】dǒngshìhuì〈名〉hội đồng quản trị

【董事长】dǒngshìzhǎng〈名〉chủ tịch hội đồng quản trị

懂 dǒng〈动〉hiểu; biết: 你听~了吗? Em nghe hiểu chưa?

【懂得】dǒngde〈动〉hiểu; biết (ý nghĩa, cách làm...): 你~怎么操作这台机器吗?Anh có biết cách điều khiển chiếc máy này không?

【懂行】dǒngháng〈动〉thạo nghề: ~的师傅 người thợ thạo nghề

【懂事】dǒngshì〈形〉biết điều; khôn: 你长大了，也该~了。Con đã lớn, cũng nên biết điều rồi.

dòng

动 dòng❶〈动〉động; lay; lung lay: 风吹~树枝 gió lung lay cành lá; 坐着不敢~ ngồi yên không dám động ❷〈动〉động tác; hành động: 一举一~ nhất cử nhất động; 行~之前先想清楚。Cân nhắc kĩ trước khi hành động。❸〈动〉(thay đổi vị trí hoặc hình dáng của sự vật) đi; thay: 拉~ kéo đi; 改~ thay đổi ❹〈动〉sử dụng; làm cho tác dụng: ~脑 động não; ~笔 bắt đầu viết ❺〈动〉động; chạm; chọc; đụng (tư tưởng tình cảm): 触

~ đụng đến; ~怒 nổi giận ❻〈动〉xúc động; cảm động: ~人心弦 làm cảm động lòng người; 人人都为这一英雄事迹而感~。Mọi người đều xúc động vì sự tích anh hùng này. ❼〈动〉[方]ăn; uống (dùng với dáng phủ định): 不~荤腥 không ăn của tanh; 不~酒 không uống rượu ❽〈副〉[书]động một tí; thường; thường thường: ~辄得咎 động tí là bị trừng phạt; 小孩~不~就哭。Con bé động tí là khóc。

【动笔】dòngbǐ〈动〉viết; vẽ; động đến bút: 这是个吸引人的故事，你马上~写吧。Đó là một câu chuyện hấp dẫn, chị hãy viết ngay đi.

【动不动】dòngbudòng động một tí: 他脾气不好，~就发火。Thằng ấy xấu tính, động tí là nổi giận.

【动产】dòngchǎn〈名〉động sản; của nổi

【动车】dòngchē〈名〉tàu hỏa hay tàu điện có thiết bị động lực riêng

【动车组】dòngchēzǔ〈名〉tổ hợp tàu hỏa có hai bộ thiết bị động lực trở lên (để nâng tốc); tàu hỏa cao tốc

【动词】dòngcí〈名〉động từ

【动粗】dòngcū〈动〉cư xử thô bạo: 父母不应该对孩子~。Đối với con cái, bố mẹ không nên cư xử thô bạo.

【动荡】dòngdàng❶〈动〉xao động: 水面~ mặt nước xao động ❷〈形〉rối ren; không ổn định: 社会~ tình hình xã hội rối ren

【动荡不安】dòngdàng-bù'ān rối ren không yên

【动肝火】dòng gānhuǒ nổi giận; cáu kỉnh: 请息怒，别~，这样会伤身。Hãy bình tĩnh lại, đừng nổi giận nữa, nếu không thì sẽ gây tổn hại cho sức khỏe.

【动感】dònggǎn〈名〉(hình ảnh) truyền cảm, sống động: 这幅画极富~。Bức tranh này hết sức sinh động truyền cảm.

D

【动工】dònggōng<动>❶khởi công; bắt tay vào làm: ~典礼 lễ khởi công ❷thi công: 工地正在~。Công trường đang thi công.

【动滑轮】dònghuálún<名>pu-li trượt; ròng rọc chạy

【动画片】dònghuàpiàn<名>phim hoạt hình; phim hoạt họa

【动火】dònghuǒ<动>[口]phát cáu; giận dữ

【动机】dòngjī<名>động cơ

【动静】dòngjing<名>❶tiếng động: 听到屋外有~，他立即跑了出去。Nghe có tiếng động bên ngoài, ông ấy chạy ra ngay. ❷tình hình; động tĩnh: 打探敌人的~ dò sát tình hình của địch

【动口】dòngkǒu<动>động khẩu; dùng lời nói: 君子~不动手。Quân tử động khẩu bất động thủ (cậy lời không cậy sức).

【动力】dònglì<名>❶động lực; lực tác dụng: ~来源 nguồn động lực ❷động lực: 出口增长成为促进经济发展的主要~之一。Xuất khẩu tăng là một trong những động lực chủ yếu để thúc đẩy phát triển kinh tế.

【动量】dòngliàng<名>[物理]động lượng

【动乱】dòngluàn<动>hỗn loạn; rối ren: 局势~ tình hình đang rất hỗn loạn

【动脉】dòngmài<名>❶động mạch ❷(ví đường giao thông quan trọng) huyết mạch: 铁路和公路是中国交通的~。Đường sắt và đường bộ là huyết mạch giao thông của Trung Quốc.

【动漫】dòngmàn<名>phim hoạt hình và truyện tranh

【动能】dòngnéng<名>[物理]động năng

【动怒】dòngnù<动>nổi giận; cáu giận

【动气】dòngqì<动>động khí

【动迁户】dòngqiānhù<名>hộ dân phải di dời (phục vụ giải phóng mặt bằng)

【动情】dòngqíng<动>❶xúc động: 他~地介绍了自己的家乡。Anh ấy giới thiệu quê mình một cách xúc động. ❷nảy sinh tình cảm; khao khát; động tình: 姑娘已对小伙子~。Cô gái đã nảy sinh tình cảm với chàng trai.

【动人】dòngrén<形>cảm động lòng người; xúc động lòng người: ~的表演 cuộc biểu diễn cảm động lòng người

【动人心弦】dòngrénxīnxián làm xúc động lòng người

【动容】dòngróng<动>động lòng; lộ vẻ xúc động: 不管他怎么说，她都不为之~。Cho dù anh ấy nói thế nào, chị ta đều không có phản ứng.

【动如脱兔】dòngrútuōtù (cử chỉ, động tác) nhanh nhẹn

【动身】dòngshēn<动>khởi hành; lên đường: 他早晨六点就~了。Anh ấy đã khởi hành vào lúc sáu giờ sáng.

【动手】dòngshǒu<动>❶bắt tay làm; làm: 你收拾完就~做饭吧。Em dọn dẹp xong là bắt tay làm bếp nhé. ❷sờ mó; sờ vào: 她笨手笨脚的，一~就砸坏东西。Cô ta vụng về, sờ vào cái gì là hỏng cái ấy. ❸đánh người; đánh nhau: 什么事都要好好说，不应该~。Chuyện gì cũng phải bình tĩnh nói cho rõ, không nên đánh nhau.

【动手动脚】dòngshǒu-dòngjiǎo❶đánh người ❷trêu ghẹo; sờ mó lợi dụng

【动手术】dòng shǒushù mổ; phẫu thuật

【动态】dòngtài❶<名>động thái; tình hình đang diễn ra; tin tức: 发展~ tình hình phát triển; 科技~ tin tức khoa học công nghệ ❷<名>thần thái; cách biểu hiện: 画中人物~各异。Cách biểu hiện các nhân vật trong bức tranh mỗi người một khác. ❸<名>động; biến động: ~电流 dòng điện động ❹<形>năng động: ~分析 phân tích năng động

【动弹】dòngtan<动>cử động; nhúc nhích: 我们累得~不得。Chúng ta mệt đến nỗi không buồn nhúc nhích.

【动听】dòngtīng<形>dễ nghe; nghe hay; êm tai: 她的歌声真~。Cô ấy hát nghe rất hay.

【动土】dòngtǔ<动>động thổ: 工程~仪式 lễ động thổ công trình

【动武】dòngwǔ<动>dùng vũ lực (để đánh nhau)

【动物】dòngwù<名>động vật

【动物园】dòngwùyuán<名>vườn thú; vườn bách thú

【动向】dòngxiàng<名>chiều hướng phát triển: 思想~ xu hướng của những tư tưởng; 市场~ chiều hướng thị trường

【动心】dòngxīn<动>động lòng; cảm động: 没说几句就~了 mới nói thế mà đã động lòng

【动刑】dòngxíng<动>tra tấn; dùng nhục hình

【动摇】dòngyáo❶<动>nghiêng ngả; không vững vàng; không kiên định: 财政危机~经济基础。Khủng hoảng tài chính làm nghiêng ngả nền móng kinh tế. ❷<形>lay chuyển; làm dao động: 心意已决，没有什么可以~。Chí đã quyết, khó có gì lay chuyển nổi.

【动议】dòngyì<名>kiến nghị; đề nghị (trong hội nghị): 国会提出一项弹劾总统的~。Quốc hội đã nêu ra một đề nghị về buộc tội tổng thống.

【动因】dòngyīn<名>động lực thúc đẩy: 经济发展是最有力的改革~。Sự phát triển của kinh tế là động lực quan trọng nhất để thúc đẩy cuộc cải cách.

【动用】dòngyòng<动>sử dụng: ~武力 dùng vũ lực; ~公款 sử dụng công quỹ

【动员】dòngyuán<动>❶động viên; huy động (nhân tài vật lực phục vụ chiến tranh) ❷động viên; cổ vũ: ~全村植树造林。Huy động cả làng trồng cây gây rừng.

【动真格】dòng zhēngé làm nghiêm túc:

反腐败要~。Chúng ta phải chống tham những một cách nghiêm túc.

【动植物】dòngzhíwù<名>động vật và thực vật

【动嘴】dòngzuǐ<动>nói chuyện; chuyện trò: ~容易动手难。Nói dễ hơn làm.

【动作】dòngzuò❶<名>động tác: 跳舞~ động tác múa; ~轻快 động tác nhanh nhẹn ❷<动>hoạt động; làm việc; áp dụng biện pháp: 对于房价过高的现状，政府将在春节后有所~。Sau Tết chính phủ sẽ áp dụng biện pháp để đối phó với tình hình giá nhà đất quá cao.

冻 dòng❶<动>đông: 水~成冰 nước đông lại thành băng; 防~液 thuốc chống đông ❷<名>món đông: 肉~ thịt đông; 皮~ bì heo nấu đông ❸<动>cóng; rét cóng: 天儿很冷，真~得慌。Trời rét buốt, cóng chết đi được. ❹<动>bị thương do giá rét //(姓)Đồng

【冻疮】dòngchuāng<名>vết nẻ da; cước; mụn lạnh

【冻豆腐】dòngdòufu<名>đậu phụ đông

【冻僵】dòngjiāng<动>đông lại (vì lạnh); lạnh cứng: 没戴手套，手指都~了。Không mang găng tay nên các ngón tay đã bị lạnh cứng.

【冻结】dòngjié<动>❶đóng băng: 水~成冰 nước đóng băng ❷giữ nguyên; đình chỉ; đóng băng: 银行存款~。Để tiền đóng băng trong ngân hàng. 房地产市场~。Thị trường nhà đất bị đóng băng. ❸tạm đình chỉ; tạm hoãn mối quan hệ

【冻结资金】dòngjié zījīn nguồn vốn bị đóng băng

【冻肉】dòngròu<名>thịt đông lạnh

【冻伤】dòngshāng<名>(cơ thể) tổn thương do giá rét

【冻死】dòngsǐ<动>chết cóng: 芭蕉在寒

流中~了。Cây chuối đã bị chết cóng trong đợt rét buốt.

【冻土】dòngtǔ<名>đất đóng băng

【冻雨】dòngyǔ<名>mưa đá

栋dòng❶<名>đòn nóc; xà nhà ❷<量>ngôi (nhà) //(姓) Đồng

【栋梁】dòngliáng<名>xà nhà

【栋梁之材】dòngliángzhīcái riềng cột của đất nước, xã hội

洞dòng❶<名>động; hốc; lỗ: ~穴 hang động; 在墙上钻~ khoan một lỗ trên tường ❷<动>[书]xuyên thủng: ~出 xuyên lỗ mà ra; 弹~其腹 viên đạn xuyên qua bụng ❸<数>không; linh ❹<形>thấu; thấu triệt; sâu xa: ~悉 hiểu thấu; ~视 nhìn thấu

【洞察】dòngchá<动>xét rõ; thấy rõ: ~其本质 thấy rõ bản chất của nó

【洞察力】dòngchálì<名>năng lực nhìn thấu được bên trong sự vật

【洞穿】dòngchuān<动>nhìn rõ: ~人心 nhìn rõ lòng người

【洞房】dòngfáng<名>động phòng

【洞房花烛】dòngfáng huāzhú động phòng hoa chúc

【洞见】dòngjiàn<动>nhìn thấu: ~利害 nhìn thấu các mặt lợi hại

【洞见肺腑】dòngjiàn-fèifǔ nhìn rõ ruột gan (thành khẩn thẳng thắn)

【洞开】dòngkāi<动>mở toang: 门户~ mở toang cánh cửa

【洞窟】dòngkū<名>hang động

【洞若观火】dòngruòguānhuǒ nhìn rõ mồn một

【洞庭湖】Dòngtíng Hú<名>hồ Động Đình (là một hồ lớn, nông ở phía Đông Bắc tỉnh Hồ Nam, Trung Quốc)

【洞悉】dòngxī<动>thông thuộc; biết rõ

【洞穴】dòngxué<名>hầm hố; hang động

【洞眼】dòngyǎn<名>lỗ

恫dòng<动>❶[书]sợ hãi; khiếp sợ ❷đe dọa
另见tōng

【恫吓】dònghè<动>dọa; đe dọa; uy hiếp: 用武力~ đe dọa bằng vũ lực

胴dòng<名>❶mình (cơ thể trừ đầu và chân tay) ❷[书]ruột già

【胴体】dòngtǐ<名>❶mình thân ❷thân thể; cơ thể người

dōu

都dōu<副>❶đều; cũng: 我们~是学生。Chúng tôi đều là sinh viên. 各门功课学得~不错。Môn nào cũng học rất giỏi. ❷(kết hợp với "是") do; vì; tại: ~是他害我们来晚了。Chính vì nó mà chúng tôi đến muộn. ~是我不小心, 把花瓶打碎了。Do tôi không cẩn thận nên nhỡ tay đánh vỡ lọ hoa. ❸đến nỗi; thậm chí: 冷得牙齿~打战了 đã rét đến run cầm cập ❹đã: 错~错了, 后悔也没用。Đã chót sai rồi, hối tiếc cũng là vô ích.

另见dū

兜dōu❶<名>túi: 网~ túi lưới; 衣~ túi áo ❷<动>bọc; túm: ~住衣领 túm lấy cổ áo; ~着床单四个角儿 túm bốn góc khăn lại ❸<动>lượn; vòng: ~圈子 lượn vòng tròn ❹<动>thu hút; chèo kéo: ~揽顾客 câu khách; ~销 bán rao ❺<动>bao; chịu; gánh: 冷静点儿, 出事我~着。Bình tĩnh lại, có tội gì thì tôi chịu. ❻<动>lật tẩy; vạch trần: ~老底 lột mặt nạ (ai) ❼<动>nhằm thẳng vào: ~顶 nhằm vào đầu; ~脸 nhằm vào mặt

【兜抄】dōuchāo<动>vây đánh từ ba phía

【兜底】dōudǐ<动>❶[口]để lộ ra; phơi bày ra ❷chịu hết: 这活儿你们先干着, 剩下的我~。Những công việc này các anh cứ làm đã, phần còn lại để tôi làm tất.

【兜兜】dōudou<名>[口]cái yếm dãi

【兜兜裤儿】dōudoukùr<名>quần yếm của trẻ con

【兜风】dōufēng<动>❶(buồm...) đón gió: 帆儿~，船儿快行。Buồm đón gió thì thuyền lướt nhanh. ❷đi hóng gió; đi hóng mát: 乘车~ phóng xe đi hóng mát

【兜揽】dōulǎn<动>❶câu khách; chào mời khách: ~生意 chào hàng ❷chuốc lấy; ôm đồm: 自己的工作还没做完，他还老是去~别人的事儿。Ngay việc mình còn dở dang, nó lại luôn luôn lo việc của người khác nữa.

【兜圈子】dōu quānzi❶lượn vòng; đi vòng: 我去集市上兜个圈子就回来。Tôi đi lượn một vòng trong chợ rồi về ngay. ❷vòng vo; quanh co: 兜着圈子说 nói vòng vo

【兜生意】dōu shēngyi chào hàng; mời khách

【兜售】dōushòu<动>❶rao hàng; bán rao ❷ví rêu rao truyền bá (một quan điểm hoặc chủ trương)

【兜头盖脸】dōutóu-gàiliǎn nhằm vào đầu, thẳng vào mặt

dǒu

斗 dǒu❶<量>đấu (đơn vị đo dung tích, 1 đấu = 10 thăng) ❷<名>cái đấu (dụng cụ đong lường, thường bằng gỗ, dùng ở một số địa phương để đong hạt rời) ❸<名>vật có hình cái đấu, tẩu, phễu...: 烟~ cái tẩu thuốc; 漏~ cái phễu ❹<名>vân tay tròn ❺<名>cái đấu đựng rượu thời xưa ❻<名>sao Đẩu (một trong 28 tú) ❼<名>sao Bắc Đẩu (gọi tắt) // (姓) Đẩu
另见dòu

【斗车】dǒuchē<名>xe goòng

【斗胆】dǒudǎn<副>bạo gan; đánh bạo: ~进谏 bạo gan khuyên can

【斗拱】dǒugǒng<名>[建筑]đấu củng (một loại kết cấu đặc biệt của kiến trúc Trung Hoa, gồm những thanh ngang từ cột chìa ra gọi là củng và những trụ kê hình vuông chèn giữa các củng gọi là đấu)

【斗笠】dǒulì<名>nón; mũ

【斗篷】dǒupeng<名>❶áo khoác ❷[方] nón; mũ

【斗式挖掘机】dǒushì wājuéjī máy xúc gầu

【斗室】dǒushì<名>[书]túp lều xép; căn phòng nhỏ

【斗转星移】dǒuzhuǎn-xīngyí năm tháng trôi đi; vật đổi sao rời

抖 dǒu<动>❶run rẩy: ~得厉害 run cầm cập; 手脚发~。Chân tay run rẩy. ❷giặt; giũ: ~~衣服上的尘土 gột giũ bụi bám trên quần áo; ~一~马缰绳 giặt dây cương ngựa ❸(dùng với) dốc hết ra; vạch trần; phanh phui: ~漏 vạch trần; ~风 (điều bí mật) lọt ra ngoài ❹cổ vũ; phấn chấn (tinh thần): ~起精神 cổ vũ tinh thần ❺lên mặt; vênh váo (vì có tiền, có địa vị): 他发了点财就~起来了。Ông ta vừa mới giàu lên đã lên mặt vênh váo.

【抖动】dǒudòng<动>❶run lên: 她吓得面如土色，浑身~。Cô ta sợ xanh cả mặt, toàn thân run lẩy bẩy. ❷lay; giật; rung: 一阵风吹过，树枝~。Một cơn gió thoáng qua, cành lá đung đưa.

【抖擞】dǒusǒu<动>làm phấn chấn: ~精神 làm phấn chấn tinh thần

【抖威风】dǒu wēifēng khoe khoang

陡 dǒu<形>❶rất dốc; dốc dựng đứng ❷đột nhiên; đột ngột

【陡壁】dǒubì<名>bờ sông vách núi dựng đứng

【陡立】dǒulì<动>(núi, nhà) đứng sừng sững

【陡坡】dǒupō<名>sườn dốc

【陡峭】dǒuqiào<形>dốc dựng đứng; cheo leo

【陡然】dǒurán<副>đột nhiên; đột ngột

dòu

斗 dòu<动>❶đánh nhau; đấu: ~殴 đánh nhau; 战~ chiến đấu ❷đấu: ~恶霸 đấu (bọn) ác bá cường hào ❸chọi (cho động vật đánh nhau): ~鸡 chọi gà; ~蛐蛐儿 chọi dế ❹đấu; đọ (thi nhau giành thắng lợi): ~棋 đấu cờ; ~力 đấu sức ❺chắp; ghép; gom: 这间小木屋是用小木板~起来的。Căn nhà nhỏ này được ghép dựng bằng những tấm ván.

另见 dǒu

【斗法】dòufǎ<动>đấu phép

【斗鸡眼】dòujīyǎn<名>[口]mắt lé

【斗牛】dòuniú<动>chọi trâu

【斗殴】dòu'ōu<动>đánh nhau; đánh lộn; ẩu đả

【斗气】dòuqì<动>kèn cựa móc máy nhau; tranh hơn thua: ~伤身, 何必呢? Kèn cựa nhau có hại cho sức khoẻ, cần gì phải làm như thế?

【斗士】dòushì<名>chiến sĩ; đấu sĩ

【斗心眼儿】dòu xīnyǎnr đọ mánh khoé

【斗艳】dòuyàn<动>đua sắc: 群芳~ trăm hoa đua sắc

【斗争】dòuzhēng<动>❶đấu tranh: 在善恶之间~ đấu tranh giữa cái thiện và cái ác ❷đấu ❸ra sức phấn đấu: 为建设美好的未来而~。Ra sức phấn đấu cho một tương lai tươi đẹp.

【斗志】dòuzhì<名>ý chí chiến đấu: 增强革命~ nâng cao ý chí cách mạng

【斗志昂扬】dòuzhì-ángyáng tinh thần chiến đấu sục sôi

【斗智】dòuzhì<动>đấu trí

【斗智斗勇】dòuzhì-dòuyǒng đấu trí đấu dũng

【斗嘴】dòuzuǐ<动>❶tranh cãi; cãi cọ: 孩子们正激烈地~。Bọn trẻ đang tranh cãi kịch

liệt với nhau. ❷trêu chọc: ~打趣 trêu đùa nhau

豆 dòu<名>❶cây đậu (đỗ); hạt đậu (đỗ): 黄~ đậu nành ❷hạt (vật có hình dáng giống hạt đậu): 花生~ hạt lạc //(姓) Đậu

【豆瓣儿酱】dòubànrjiàng<名>tương (đậu nành)

【豆包】dòubāo<名>bánh bao nhân đậu

【豆饼】dòubǐng<名>bánh bã đậu

【豆豉】dòuchǐ<名>chao; đậu xị

【豆腐】dòufu<名>đậu phụ

【豆腐干】dòufugān<名>đậu phụ cứng; đậu phụ hấp

【豆腐乳】dòufurǔ<名>đậu phụ nhự

【豆腐渣】dòufuzhā<名>bã đậu

【豆腐渣工程】dòufuzhā gōngchéng những công trình làm ẩu

【豆荚】dòujiá<名>quả đậu

【豆浆】dòujiāng<名>sữa đậu nành: 打~ làm sữa đậu nành

【豆酱】dòujiàng<名>đậu tương

【豆角儿】dòujiǎor<名>[口]quả đậu; đậu đũa; đậu cô ve

【豆科】dòukē<名>thuộc họ đậu

【豆蔻】dòukòu<名>(cây, quả) đậu khấu

【豆蔻年华】dòukòu-niánhuá tuổi dậy thì; tuổi mười ba, mười bốn

【豆类】dòulèi<名>đậu; đỗ

【豆粒】dòulì<名>❶hạt đậu ❷(khoáng chất) pizolit

【豆苗】dòumiáo<名>lá đậu xanh

【豆奶】dòunǎi<名>sữa đậu nành

【豆其燃豆】dòuqírándòu đốt cành đậu để nấu quả đậu (ý như "nồi da nấu thịt", "răng cắn lưỡi")

【豆蓉】dòuróng<名>đậu nghiền nhừ; nhân đậu

【豆乳】dòurǔ<名>❶sữa đậu nành ❷[方]đậu phụ nhự

【豆沙】dòushā<名>bột đậu; đậu giã trộn đường (làm nhân bánh): ~包 bánh bao nhân đậu

【豆芽儿】dòuyár<名>giá đỗ; đậu giá

【豆油】dòuyóu<名>dầu đậu nành

【豆汁】dòuzhī<名>❶nước đậu xanh ❷[方] sữa đậu nành

【豆制品】dòuzhìpǐn<名>các sản phẩm đậu nành

【豆子】dòuzi<名>❶cây đậu ❷hạt đậu ❸vật giống như hạt đậu

逗¹dòu❶<动>trêu chọc; trêu; dỗ: 他正拿着一个球~小狗玩。Anh ta đang cầm một quả bóng trêu đùa với con chó. ❷<动>thu hút; khiến: 这小孩真~人喜欢。Đứa bé này khiến mọi người phải thương. ❸<动>đùa cợt: 他这个人很爱~。Ông ta tính hay đùa cợt. ❹<形>buồn cười: 她说话真~。Cô ấy nói năng buồn cười thật.

逗²dòu<动>dừng lại

【逗号】dòuhào<名>dấu phẩy

【逗乐儿】dòulèr<动>pha trò; gây cười: 事情紧急，你还有心思~。Việc cấp bách mà cậu còn pha trò được.

【逗留】dòuliú<动>nán lại; dừng lại: 他趁着出差的机会顺道儿回乡~了几天。Ông ấy nhân dịp đi công tác xa ghé về quê và nán lại mấy ngày.

【逗弄】dòunong<动>❶chơi đùa; đùa vui: 孩子们在~猫儿。Bọn trẻ đang đùa vui với con mèo. ❷trêu chọc; châm chọc: 她是个害羞的姑娘，老被朋友们~。Cô ta nhút nhát, luôn bị bạn bè trêu chọc.

【逗趣儿】dòuqùr<动>góp vui; pha trò: 喝了酒他就喜欢说几句~的话。Anh ấy thích nói vài câu pha trò sau khi uống rượu.

【逗人】dòurén<动>vui; làm cho buồn cười: 这出剧真~。Vở kịch này làm mọi người cười vỡ bụng.

【逗笑儿】dòuxiàor<动>pha trò; chọc cười

【逗引】dòuyǐn<动>đùa; dỗ dành: ~小孩儿 玩 đùa với trẻ con

读dòu<名>ngắt câu: 句~ cú và đậu (thời xưa đọc văn, ngừng ngắt cực ngắn gọi là đậu, ngừng lâu hơn gọi là cú)

另见dú

痘dòu<名>❶bệnh đậu mùa ❷vắc-xin đậu mùa ❸nốt đậu mùa; rỗ hoa

窦dòu<名>❶[书]lỗ; chỗ: 弊~ chỗ gây tệ nạn; 疑~ chỗ khả nghi ❷hốc; hõm: 鼻~ hốc mũi/xoang mũi //(姓) Đậu

dū

都dū<名>❶thủ đô: 迁~ dời đô ❷thành phố lớn; nơi nổi tiếng: ~市 đô thị; 通~大邑 đô thị lớn ❸đô (cơ quan chính quyền giữa huyện và xã ở một số vùng trước đây) //(姓) Đô

另见dōu

【都城】dūchéng<名>thủ đô; đô thành; kinh đô

【都督】dūdu<名>[旧]đô đốc

【都会】dūhuì<名>thành phố lớn

督dū<动>đôn đốc; giám sát; chỉ huy: 监~ giám sát; ~战 đốc chiến //(姓) Đốc

【督办】dūbàn❶<动>đôn đốc làm: ~粮秣 đôn đốc lương thảo ❷<名>người giám sát

【督察】dūchá❶<动>giám sát; đôn đốc: ~施工进度 giám sát tiến độ thi công ❷<名>đốc sát (chức quan thời xưa chuyên giám sát, trông nom, coi sóc một loại công việc nhất định): ~御史 đốc sát ngự sử ❸<名>người giám sát

【督促】dūcù<动>đôn đốc; đốc thúc: ~小孩做作业 đôn đốc con trẻ làm bài tập

【督导】dūdǎo<动>giám sát và chỉ đạo: ~组 nhóm chỉ đạo

【督军】dūjūn<名>đốc quân

【督学】dūxué<名>đốc học

嘟¹ dū<拟>tu tu; pin pin: 汽车喇叭~~地响。Còi ô tô kêu pin pin.

嘟² dū<动>[方]trề môi; dẩu môi: 他~起嘴表示不满意。Nó bĩu môi ra vẻ không bằng lòng.

【嘟噜】dūlu[口]❶<量>chùm: 一~龙眼 một chùm nhãn ❷<动>gục; cụp: 累得~着头 mệt quá gục đầu xuống ❸<名>âm rung đầu lưỡi: 打~儿 phát âm rung đầu lưỡi

【嘟囔】dūnang<动>lẩm bẩm: 一个人~着说 lẩm bẩm một mình

dú

毒 dú❶<名>chất độc: ~蘑菇 nấm độc; ~药 thuốc độc; ~蛇 rắn độc ❷<名>chất độc; độc hại (có hại đối với ý thức): 肃清流~ thanh toán những nọc độc đang lưu truyền ❸<名>ma túy; chất nghiện: 吸~ hút thuốc phiện; 禁~ chống ma túy ❹<动>đánh bả; giết: ~杀 giết bằng chất độc; ~害 đầu độc ❺<形>ác độc; gay gắt: 发~誓 thề độc; ~计 mưu sâu kế độc

【毒草】dúcǎo<名>cỏ độc; ví tác phẩm và lời nói có hại về tinh thần

【毒虫】dúchóng<名>sâu bọ độc hại

【毒疮】dúchuāng<名>nhọt dữ

【毒刺】dúcì<名>gai độc (thực vật); ngòi độc (động vật)

【毒打】dúdǎ<动>đòn hiểm; đánh đập một cách dã man: 一顿~ một trận đòn dữ dội

【毒饵】dú'ěr<名>bả; mồi độc

【毒犯】dúfàn<名>can phạm buôn lậu ma túy

【毒贩】dúfàn<名>kẻ buôn ma túy

【毒害】dúhài❶<动>đầu độc: 黄色音像制品~年轻人。Phim ảnh khiêu dâm đầu độc giới trẻ. ❷<名>chất độc hại: 清除~ quét sạch các thứ độc hại

【毒化】dúhuà<动>❶đầu độc bằng chất độc ❷đầu độc bằng văn hóa đồi trụy ❸làm cho nền nếp, đạo đức bị độc hại

【毒计】dújì<名>âm mưu độc ác

【毒辣】dúlà<形>độc ác; tàn bạo; nham hiểm: 手段~ thủ đoạn nham hiểm

【毒谋】dúmóu<名>âm mưu hiểm độc; mưu sâu kế độc

【毒品】dúpǐn<名>chất ma túy; chất độc hại (như thuốc phiện, moóc-phin v.v.)

【毒品交易】dúpǐn jiāoyì buôn bán ma túy

【毒品走私】dúpǐn zǒusī buôn lậu ma túy

【毒气】dúqì<名>chất hơi độc; khí độc; gas độc

【毒舌】dúshé<形>(người) hay chỉ trích cay độc, hay nhạo báng

【毒蛇】dúshé<名>rắn độc

【毒手】dúshǒu<名>thủ đoạn hiểm độc: 险遭~ vấp phải thủ đoạn hiểm độc

【毒死】dúsǐ<动>giết bằng chất độc: ~老鼠 đánh bả chuột

【毒素】dúsù<名>❶chất độc ❷điều xấu có hại cho tư tưởng: 封建~ nọc độc phong kiến

【毒物】dúwù<名>chất độc

【毒枭】dúxiāo<名>trùm ma túy; đầu sỏ buôn ma túy

【毒刑】dúxíng<名>nhục hình tàn khốc; cực hình

【毒性】dúxìng<名>độc tính

【毒牙】dúyá<名>răng có nọc độc

【毒药】dúyào<名>thuốc độc; độc dược

【毒瘾】dúyǐn<名>cơn nghiện ma túy

独 dú❶<形>một; độc: ~生 con độc; ~角兽 con kì lân (con ngựa có một cái sừng thẳng mọc ở trán trong huyền thoại) ❷<副>đơn; một mình: ~唱 hát đơn ca; ~自垂泪 khóc một mình ❸<名>người già không có con trai: 鳏寡孤~ quan quả cô độc ❹<副>chỉ có; duy nhất; độc: ~到 độc đáo; ~创

sáng tạo độc nhất ❺<形>[口]tự tư; ích kỉ ❻
<副>độc đáo //(姓) Độc

【独霸】dúbà<动>độc chiếm; chiếm một
mình: ~一方 độc chiếm một phương

【独白】dúbái<名>độc thoại; độc bạch; tự
bạch

【独裁】dúcái<动>độc tài: ~统治 nền thống
trị độc tài

【独裁者】dúcáizhě<名>kẻ độc tài

【独处】dúchǔ<动>sống một mình

【独创】dúchuàng<动>sáng tạo độc đáo: ~
一格 sáng tạo riêng một kiểu

【独当一面】dúdāng-yīmiàn một mình
gánh vác nhiệm vụ ở một ngành; một mình
đảm đương một mặt

【独到】dúdào<形>độc đáo: ~的见解 kiến
giải độc đáo

【独到之处】dúdàozhīchù nét độc đáo: 网
络营销的~在于便捷。Buôn bán trên mạng
có nét độc đáo là tiện lợi.

【独断】dúduàn<动>độc đoán: ~决策 quyết
định độc đoán

【独断专行】dúduàn-zhuānxíng chuyên
quyền độc đoán

【独家】dújiā<名>riêng một nhà: ~经营 kinh
doanh riêng một nhà

【独家代理】dújiā dàilǐ làm đại lí độc quyền

【独家新闻】dújiā xīnwén tin sốt dẻo

【独茧抽丝】dújiǎn-chōusī (bài văn) mạch
lạc, sáng sủa

【独角戏】dújiǎoxì<名>❶kịch một vai ❷ví
một mình gánh vác công việc của mấy
người

【独居】dújū<动>sống một mình: 他老人家~
山上。Cụ sống một mình trên núi

【独具慧眼】dújù-huìyǎn có con mắt hơn
đời, kiến giải cao siêu

【独具匠心】dújù-jiàngxīn cấu tứ độc đáo

【独来独往】dúlái-dúwǎng ăn ở một mình,
không hòa hợp

【独揽】dúlǎn<动>một mình nắm lấy: ~大权
một mình nắm quyền

【独力】dúlì<副>tự lực: ~经营 tự lực kinh
doanh

【独立】dúlì❶<动>đứng một mình: 诗人~山
巅, 遥望故乡。Nhà thơ đứng chơ vơ trên
đỉnh núi, trông về quê hương phương xa.
❷<动>tự lập: ~生活 sống tự lập ❸<动>chủ
quyền không phụ thuộc bên ngoài: ~的国家
nhà nước độc lập ❹<形>biên chế riêng: ~营
tiểu đoàn độc lập ❺<动>tách riêng ra: 子公
司已经~出去了。Công ti con đã tách riêng
ra.

【独立核算】dúlì hésuàn hạch toán độc lập

【独立王国】dúlì wángguó vương quốc
độc lập; ví các địa phương, các ngành hoặc
đơn vị không phục tùng sự chỉ huy và lãnh
đạo của cấp trên

【独立自主】dúlì-zìzhǔ độc lập tự chủ

【独联体】Dúliántǐ<名>Cộng đồng các quốc
gia Độc lập

【独领风骚】dúlǐng-fēngsāo dẫn đầu tất
cả; vượt cao hơn hẳn

【独轮车】dúlúnchē<名>xe cút kít

【独门独户】dúmén-dúhù nhà dựng riêng
một chỗ không chung lối ra vào với những
nhà khác

【独苗】dúmiáo<名>con một

【独木不成林】dú mù bù chéng lín một
cây làm chẳng nên non

【独木难支】dúmù-nánzhī bẻ nạng chống
trời

【独木桥】dúmùqiáo<名>cầu độc mộc

【独幕剧】dúmùjù<名>kịch một màn

【独辟蹊径】dúpì-xījìng một mình khai phá
một con đường; nghĩa là một mình sáng tạo
ra một phong cách mới hoặc phương pháp
mới

【独善其身】dúshàn-qíshēn độc thiện kì thân

【独身】dúshēn❶<副>một mình: ~在外 một mình ở xa nhà ❷<动>độc thân: 他一辈子~。Ông ấy cả đời sống độc thân.

【独身生活】dúshēn shēnghuó cuộc sống độc thân

【独身主义】dúshēn zhǔyì chủ nghĩa độc thân

【独生女】dúshēngnǚ<名>con gái một (chỉ một con); độc nữ

【独生子】dúshēngzǐ<名>con trai một (chỉ một con)

【独生子女】dúshēng zǐnǚ con một

【独树一帜】dúshù-yīzhì thành một trường phái riêng

【独特】dútè<形>độc đáo; đặc biệt: ~的风格 phong cách độc đáo

【独吞】dútūn<动>chiếm một mình: ~家产 độc chiếm gia sản

【独舞】dúwǔ<名>múa đơn

【独行】dúxíng<动>❶đi một mình: 踽踽~ thui thủi đi một mình ❷làm theo ý riêng của mình: 特立~ riêng có một hành vi độc đáo

【独行独断】dúxíng-dúduàn độc đoán làm theo ý riêng

【独行其是】dúxíng-qíshì làm theo ý riêng

【独眼龙】dúyǎnlóng<名>người chột mắt

【独一无二】dúyī-wú'èr có một không hai; độc nhất vô nhị

【独营】dúyíng<动>giữ độc quyền kinh doanh

【独有】dúyǒu<动>có riêng: 这种菜是我们那儿~的。Loài rau này chỉ riêng quê ta mới có.

【独占】dúzhàn<动>độc chiếm: ~市场 độc chiếm thị trường

【独占鳌头】dúzhàn-áotóu đỗ trạng nguyên; đoạt giải vô địch

【独柱寺】Dúzhù Sì<名>Chùa Một cột

【独资】dúzī<形>một bên tự bỏ vốn

【独资公司】dúzī gōngsī công ti nguồn duy nhất

【独自】dúzì<副>một mình: ~生活 sống một mình

【独奏】dúzòu<动>độc tấu

读 dú❶<动>đọc: 朗~ đọc to; 请~出黑板上的字。Đề nghị em đọc những chữ trên bảng đen. ❷<动>xem; đọc: 这出戏~剧本胜过看演出。Vở kịch này đọc kịch bản hay hơn xem diễn. ❸<动>học: ~律 học luật; ~书 đi học ❹<名>cách đọc: 破~ âm đọc khác 另见dòu

【读本】dúběn<名>sách tập đọc; sách học

【读出】dúchū<动>❶đọc được: 这小家伙可以~26个英文字母。Em bé này có thể đọc được những 26 chữ của bảng chữ cái Anh. ❷xem mà hiểu: 从电影中~导演的思维。Xem phim mà thấu hiểu được ý đồ của đạo diễn.

【读后感】dúhòugǎn<名>cảm tưởng sau khi đọc

【读卡器】dúkǎqì<名>bộ đọc thẻ

【读取】dúqǔ<动>[计算机]đọc và ghi

【读入】dúrù<动>[计算机]đọc vào

【读入程序】dúrù chéngxù[计算机]chương trình đọc vào

【读书】dúshū<动>❶đọc sách: ~可以拓展我们的知识。Đọc sách có thể mở mang trí óc và hiểu biết cho ta. ❷học ❸đi học: 他九岁才~。Cho đến chín tuổi nó mới đi học.

【读书笔记】dúshū bǐjì ghi chép đọc sách

【读书人】dúshūrén<名>❶trí thức ❷[方]học trò

【读数】dúshù<名>chữ số (hiện ra trên máy đo, máy tính...)

【读图】dútú<动>đọc biểu đồ: ~能力 khả

năng đọc biểu đồ

【读物】dúwù<名>sách báo (nói chung): 青少年~ sách báo cho giới trẻ

【读写】dúxiě<动>đọc và viết: ~能力 khả năng đọc và viết

【读写存储器】dúxiě cúnchǔqì[计算机]bộ nhớ đọc và ghi

【读音】dúyīn<名>âm đọc

【读者】dúzhě<名>độc giả; bạn đọc; người đọc

渎¹ dú<动>[书]khinh mạn; bất kính: 亵~ khinh nhờn; 烦~ xúc phạm

渎² dú<名>[书]mương máng: 沟~ mương rãnh

【渎职】dúzhí<动>không làm tròn chức trách

【渎职罪】dúzhízuì<名>[法律]tội thất trách

椟 dú<名>[书]cái tráp; cái hộp: 买~还珠 mua hộp trả lại ngọc (tốt xấu đảo lộn)

犊 dú<名>con bê; con nghé: ~子 con bê; 舐~情深 bố mẹ thương con

牍 dú<名>❶thẻ gỗ ❷văn kiện; thư tín: 文~ công văn; 案~ hồ sơ công văn

黩 dú[书]❶làm bẩn; bôi nhọ: ~昏 bừa bộn bẩn thiu ❷khinh suất; làm bừa: ~烦 làm phiền nhiều lần

【黩武】dúwǔ<动>[书]lạm dụng vũ lực

dǔ

肚 dǔ<名>món dạ dày (dê, lợn...)
另见dù

【肚子】dǔzi<名>món dạ dày
另见dùzi

笃 dǔ❶<形>trung thực; thành thật; một lòng một dạ: ~信 tin chắc; ~学 học tập cần cù ❷<形>(bệnh) nặng; trầm trọng; nguy kịch: 病~ ốm nặng; 危~ nguy kịch ❸<副>[书]rất: ~爱 rất yêu; ~好 rất thích //(姓)Đốc

【笃爱】dǔ'ài<动>rất yêu; đam mê: ~自己的事业 đam mê sự nghiệp của mình

【笃诚】dǔchéng<形>trung thực; chân thật:

~之士 người trung thực

【笃定】dǔdìng[方]❶<副>chắc chắn; nhất định; bảo đảm: ~是你看错了! Chắc chắn là ông đã nhìn lầm! ❷<形>ung dung; bình tĩnh: 神情~ vẻ ung dung

【笃实】dǔshí<形>❶thật thà; trung thực: 做人应该正直、~。Làm người thì nên đứng đắn và thật thà. ❷vững vàng: 学问~ học vấn vững vàng

【笃守】dǔshǒu<动>giữ trọn vẹn; trung thực làm theo: ~承诺 giữ trọn lời hứa

【笃信】dǔxìn<动>hết lòng tin theo; thành tâm tín ngưỡng: ~宗教 hết lòng theo đạo

【笃行】dǔxíng<动>thực hành; thực hiện: 他~着他的信条。Ông cứ thực hành theo sự tín ngưỡng của mình.

【笃学】dǔxué<动>cần cù học tập: ~不倦 cần cù học tập không mệt mỏi

【笃志】dǔzhì<动>[书]quyết chí: ~学习 quyết chí mà học

堵 dǔ❶<动>bịt; lấp; chắn: ~洪水 chắn dòng nước lũ; ~窟窿 bịt lỗ hổng lại ❷<形>buồn; buồn bã: 看她伤心，我心里也怪~的。Thấy cô ấy buồn, tôi cũng buồn lắm. ❸<名>[书]bức tường: 观者如~ người xem như một bức tường ❹<量>bức (tường) //(姓)Đỗ

【堵车】dǔchē<动>nghẽn xe; tắc xe: 路上~，所以我来晚了。Do tắc xe nên tôi mới đến muộn.

【堵截】dǔjié<动>chặn; chặn đứng; chặn đường: ~敌军 chặn đứng quân địch

【堵塞】dǔsè<动>bịt, lấp, chặn; tắc nghẽn: 各条道路都~了。Các ngả đường đều bị tắc nghẽn.

【堵心】dǔxīn<形>buồn rầu

【堵嘴】dǔzuǐ<动>bịt mồm: 做错了事还想堵别人的嘴。Đã làm sai, lại còn muốn bịt mồm người ta.

赌 dǔ<动>❶đánh bạc: ~徒 người đánh bạc; ~场 sòng bạc ❷cược; đánh cược: 打~ cá cược

【赌博】dǔbó<动>đánh bạc: 沉迷~ ham đánh bạc

【赌风】dǔfēng<名>tệ đánh bạc: 帮助青少年免受~毒害。Giúp lớp trẻ tránh những ảnh hưởng xấu của tệ đánh bạc.

【赌棍】dǔgùn<名>con bạc

【赌局】dǔjú<名>cuộc đánh bạc

【赌具】dǔjù<名>dụng cụ đánh bạc

【赌马】dǔmǎ<动>cá cược đua ngựa

【赌气】dǔqì<动>giận dỗi: 他一~就走了。Nó đã giận dỗi bỏ đi.

【赌钱】dǔqián<动>đánh bạc

【赌球】dǔqiú<动>cá cược bóng đá

【赌誓】dǔshì<动>thề

【赌徒】dǔtú<名>người đánh bạc; con bạc

【赌窝】dǔwō<名>ổ chứa đánh bạc

【赌债】dǔzhài<名>nợ cờ bạc

【赌咒】dǔzhòu<动>thề thốt

【赌注】dǔzhù<名>tiền đặt cược

【赌资】dǔzī<名>tiền (vốn) đánh bạc

睹 dǔ<动>nhìn thấy: 耳闻目~ tai nghe mắt thấy

【睹物伤情】dǔwù-shāngqíng thấy vật thì buồn

【睹物思人】dǔwù-sīrén thấy của nhớ người

dù

杜[1] dù<名>cây đường lê //(姓)Đỗ

杜[2] dù<动>ngăn; nhét; bịt: ~耳恶闻 bịt tai không nghe; ~塞 ngăn chặn

【杜鹃】dùjuān<名>❶[植物](cây, hoa) đỗ quyên ❷[动物]chim đỗ quyên

【杜绝】dùjué<动>❶ngăn chặn; xóa bỏ; tiêu diệt (việc xấu): ~腐败 ngăn chặn triệt để vụ tham nhũng ❷[旧]khế ước đoạn mại

【杜绝后患】dùjué-hòuhuàn chấm dứt những rắc rối và tai họa

【杜康】dùkāng<名>rượu (tương truyền ông Đỗ Khang phát minh ra cách nấu rượu ở Trung Quốc

【杜门谢客】dùmén-xièkè đóng cửa không tiếp khách

【杜仲】dùzhòng<名>[中药]đỗ trọng

【杜撰】dùzhuàn<动>bịa đặt; hư cấu: 新闻报道要真实，不能~。Tin tức phải đúng theo sự thật, không nên bịa đặt.

肚 dù<名>cái bụng
另见dǔ

【肚量】dùliàng<名>❶độ lượng; khoan dung ❷sức ăn

【肚皮】dùpí<名>[方]cái bụng

【肚皮舞】dùpíwǔ<名>múa bụng

【肚脐】dùqí<名>cái rốn

【肚脐眼儿】dùqíyǎnr =【肚脐】

【肚子】dùzi<名>❶bụng ❷bắp thịt: 腿~ bắp chân
另见dǔzi

妒 dù<动>ghen ghét; đố kị: 嫉~ ghen ghét; ~妇 người đàn bà hay ghen

【妒火】dùhuǒ<名>lòng ghen ghét

【妒火中烧】dùhuǒ-zhōngshāo lòng ghen ghét bốc cháy; lửa ghen ngun ngút

【妒忌】dùjì<动>đố kị

【妒贤嫉能】dùxián-jíné ng ghen ghét người tài đức hơn mình

【妒意】dùyì<名>thái độ ghen ghét

度 dù<名>❶cách đo: ~量衡 cân đo ❷<名>độ (độ cứng, độ nóng, độ ẩm...) ❸<量>đơn vị đo lường: 东经102~ 102 độ kinh đông; 60~角 góc 60 độ ❹<名>mức độ: 透明~ độ trong suốt; 知名~ mức độ nổi tiếng ❺<名>hạn độ: 过~ quá độ ❻<名>chuẩn mực hành vi: 制~ chế độ; 法~ pháp độ ❼<名>độ;

ngưỡng (trong triết học) ❽〈名〉độ lượng: ~量 độ lượng; 大~ rộng lượng ❾〈名〉tư thế; khí chất (của người): 风~ phong độ; 态~ thái độ ❿〈名〉thời gian hoặc không gian: 年~ năm; 国~ quốc gia ⓫〈名〉sự tính toán: 置之~外 đặt ngoài sự suy tính ⓬〈动〉sống; qua: ~岁 ăn Tết; 虚~年华 lãng phí cuộc đời ⓭〈动〉thoát khỏi trần tục; (tăng ni, đạo sĩ) khuyên người ta đi tu ⓮〈量〉lần: 一年一~ mỗi năm một lần; 再~进京 lại đến Bắc Kinh //〈姓〉Độ
另见duó

【度过】dùguò〈动〉trải qua; sống qua (một khoảng thời gian): ~一个愉快的暑假 có một kì nghỉ hè vui vẻ/trải qua một kì nghỉ hè vui vẻ

【度假】dùjià〈动〉nghỉ; nghỉ ngơi: 去海边~ đi nghỉ mát ở bờ biển

【度假村】dùjiàcūn〈名〉khu nghỉ mát

【度假胜地】dùjià shèngdì nơi nghỉ mát tuyệt vời

【度量】dùliàng〈名〉độ lượng; khoan dung: 有~的人 người có độ lượng

【度量衡】dùliànghéng〈名〉cân đo; biện pháp đo

【度蜜月】dù mìyuè hưởng tuần trăng mật

【度日】dùrì〈动〉sống qua ngày đoạn tháng: 艰难~ sống cơ cực

【度日如年】dùrì–rúnián sống khổ sống sở

【度数】dùshu〈名〉số độ: 近视~ độ cận thị

渡 dù❶〈动〉vượt; qua; sang (sông, biển): 远~重洋 vượt trùng dương; ~过难关 vượt qua khó khăn ❷〈动〉chuyên chở qua sông: 我们的货物可以用船~过河。 Hàng hóa của ta có thể chuyên chở qua sông bằng thuyền. ❸〈名〉bến (thường dùng làm địa danh) //〈姓〉Độ

【渡船】dùchuán〈名〉đò ngang; phà

【渡口】dùkǒu〈名〉bến đò ngang; bến phà

ngang

【渡轮】dùlún〈名〉tàu thủy; ca nô; phà máy (chở sang sông)

【渡桥】dùqiáo❶〈名〉cầu tạm (cho người đi bộ) ❷〈动〉qua cầu: ~费 lệ phí qua cầu

【渡头】dùtóu〈名〉bến sang ngang

镀 dù〈动〉mạ; tráng: ~镍 mạ kền; ~锌 mạ kẽm

【镀层】dùcéng〈名〉lớp mạ

【镀铬】dùgè〈动〉mạ crôm

【镀金】dùjīn〈动〉❶mạ vàng ❷làm mới; đánh bóng; đi "mạ vàng" (làm cho tốt hơn): 他出国留学~回来，也不见得好找工作。Anh ấy đã đi 'mạ vàng' ở nước ngoài, nhưng khi về cũng khó mà tìm được việc làm.

【镀金表】dùjīnbiǎo〈名〉đồng hồ mạ vàng

【镀金佛像】dùjīn fóxiàng tượng Phật mạ vàng

【镀铜】dùtóng〈动〉mạ đồng

【镀银】dùyín〈动〉mạ bạc

duān

端¹ duān〈名〉❶đầu (của vật): 顶~ chóp đỉnh; 末~ đoạn cuối ❷bắt đầu (sự việc): 发~ bắt đầu; 开~ mở đầu ❸nguyên nhân; cớ: 事~ điều gây rối loạn; 争~ cuộc tranh chấp ❹hạng mục: 举其一~ đưa ra một mục; 变化多~ biến hóa phức tạp

端² duān❶〈形〉đứng đắn; nghiêm trang: ~正 ngay thẳng; ~坐 ngồi thẳng lưng ❷〈动〉bưng: ~茶 bưng chè ra ❸〈动〉diệt trừ //〈姓〉Đoan

【端点】duāndiǎn〈名〉đầu mút; điểm cuối

【端点网络地址】duāndiǎn wǎngluò dìzhǐ địa chỉ mạng của thiết bị đầu cuối

【端端正正】duānduānzhèngzhèng ngay thẳng

【端架子】duān jiàzi[方]làm bộ: 别老是对下级端着个架子。Đừng cứ vênh mặt làm

bộ với cấp dưới.

【端口】duānkǒu<名>[计算机]cổng (dùng để hướng dẫn và làm cho đồng bộ việc chuyển dữ liệu giữa đơn vị xử lí trung tâm của máy tính với các thiết bị ngoại vi, hoặc giữa các máy tính với nhau trong một mạng máy tính)

【端量】duānliang<动>ngắm nhìn; đánh giá (bằng mắt): 仔细~来人 ngắm nhìn kĩ người mới đến

【端倪】duānní[书]❶<名>đầu mối; manh mối: 查找案件的~ tìm ra đầu mối của vụ án ❷<动>đoán; suy đoán: 不可~ không thể đoán biết được

【端平】duānpíng<动>❶giữ một cách đồng đều ❷làm cho ngang nhau; công bằng: 老太太对待她的两个孙儿从来都是一碗水~。 Bà ấy luôn luôn đối xử công bằng với hai đứa cháu.

【端午】Duānwǔ<名>tết Đoan Ngọ (mồng 5 tháng 5 âm lịch)

【端午节】Duānwǔ Jié =【端午】

【端详】[1]duānxiáng<名>tình hình tỉ mỉ

【端详】[2]duānxiáng<形>đoan trang ung dung

【端详】duānxiang<动>ngắm nghía

【端砚】duānyàn<名>nghiên mực Đoan Khê (loại nghiên hảo hạng làm bằng đá ở vùng Đoan Khê, tỉnh Quảng Đông Trung Quốc)

【端正】duānzhèng❶<形>ngay ngắn: 字写得~ chữ viết ngay ngắn ❷<形>đứng đắn: 品行~的人 một người đứng đắn ❸<动>chấn chỉnh: ~态度 chấn chỉnh thái độ

【端庄】duānzhuāng<形>đoan trang: 气质~大方 tính nết đoan trang, thùy mị

duǎn

短 duǎn❶<形>ngắn: ~期 ngắn hạn; ~暂 ngắn ngủi ❷<动>thiếu: 不~钱花 không thiếu tiền; ~吃少穿 thiếu ăn thiếu mặc ❸

<名>khuyết điểm; sở đoản: 取长补~ lấy chỗ mạnh bù chỗ yếu; 护~ bao che khuyết điểm

【短兵相接】duǎnbīng-xiāngjiē đánh giáp lá cà; ví đấu tranh trực diện

【短波】duǎnbō<名>sóng ngắn

【短不了】duǎnbuliǎo❶không thể thiếu: 人~吃喝。 Con người không thể không ăn không uống. ❷không tránh được: 夫妻俩一起生活，~闹个矛盾。 Vợ chồng ăn ở với nhau, không thể tránh được va chạm.

【短长】duǎncháng<名>❶ưu điểm và khuyết điểm: 谁都有~。 Ai ai cũng có ưu điểm và khuyết điểm. ❷việc rủi ro; điều xui; tai nạn: 他要有个~，老婆孩子怎么办呀！ Nếu anh ấy gặp phải tai nạn thì vợ con anh ấy biết làm sao đây! ❸điều xấu: 背后说人~ nói xấu sau lưng

【短程】duǎnchéng<形>(lộ trình, cự li) ngắn: ~导弹 tên lửa tầm ngắn

【短程客机】duǎnchéng kèjī máy bay chở khách tầm ngắn

【短秤】duǎnchèng<动>thiếu cân; hụt cân: 尽管媒体多次披露，可是~的现象还是不断发生。 Dù báo chí đã phản ánh rất nhiều lần nhưng tình trạng hụt cân vẫn liên tiếp xuất hiện.

【短处】duǎnchù<名>khuyết điểm; nhược điểm; chỗ yếu: 人有~并不可怕，努力学习就能克服。 Người có nhược điểm không đáng sợ, cứ cố gắng học tập thì sẽ khắc phục được.

【短促】duǎncù<形>ngắn ngủi; gấp gáp; vội vã: 生命~ cuộc đời ngắn ngủi

【短大衣】duǎndàyī<名>áo bành tô ngắn

【短刀】duǎndāo<名>dao ngắn; đoản đao

【短道速滑】duǎndào sùhuá (môn) trượt tốc độ vòng ngắn

【短发】duǎnfà<名>tóc ngắn

【短工】duǎngōng<名>người làm mướn;

người làm thuê vụ việc

【短见】duǎnjiàn<名>❶kiến giải nông cạn; tầm nhìn chật hẹp: 庸人~ kẻ ngu thì nông cạn ❷tự sát: 寻~ tự tử

【短剑】duǎnjiàn<名>đoản kiếm

【短焦镜头】duǎnjiāo jìngtóu ống kính tê-lê cự li ngắn

【短距离】duǎnjùlí<名>cự li ngắn

【短裤】duǎnkù<名>quần cộc; quần đùi

【短款】[1] duǎnkuǎn<形>(quần áo) kiểu ngắn

【短款】[2] duǎnkuǎn<动>thâm hụt tiền mặt

【短路】duǎnlù<动>❶[电学](điện) chập mạch, đoản mạch ❷[方]chặn đường cướp giật

【短命】duǎnmìng<形>chết trẻ; sống ngắn

【短命鬼】duǎnmìngguǐ<名>người sống ngắn

【短跑】duǎnpǎo<名>(môn) chạy cự li ngắn

【短篇小说】duǎnpiān xiǎoshuō truyện ngắn

【短片】duǎnpiàn<名>phim ngắn

【短平快】duǎn-píng-kuài❶[体育]đập nhú (bóng chuyền) ❷(xí nghiệp, công trình...) đầu tư ít, hiệu quả nhanh: ~项目 hạng mục đầu tư ít, hiệu quả nhanh

【短期】duǎnqī❶<名>thời gian ngắn ❷<形>ngắn hạn

【短期保险】duǎnqī bǎoxiǎn bảo hiểm ngắn hạn

【短期信贷】duǎnqī xìndài cho vay ngắn hạn

【短浅】duǎnqiǎn<形>nông cạn: 见识~ kiến thức nông cạn

【短枪】duǎnqiāng<名>súng ngắn

【短缺】duǎnquē<动>thiếu thốn; không đủ: 物资~ vật liệu không đủ

【短裙】duǎnqún<名>váy ngắn

【短少】duǎnshǎo<动>thiếu hụt (so với định mức): 库存~ kho dự trữ thiếu hụt

【短时记忆】duǎnshí jìyì trí nhớ ngắn; trí nhớ không lâu

【短视】duǎnshì<形>❶cận thị ❷(tầm nhìn) thiển cận: 改变~的思维方式 thay đổi lối suy nghĩ thiển cận

【短统靴】duǎntǒngxuē<名>giày ống ngắn

【短途】duǎntú<形>đường ngắn: ~飞行 chuyến bay đường ngắn

【短袜】duǎnwà<名>bít-tất ngắn

【短文】duǎnwén<名>bài văn ngắn

【短线】duǎnxiàn<形>❶(sản phẩm) cung không đủ cầu ❷chu kì ngắn mà hiệu quả nhanh: ~投资 đầu tư ngắn hạn mà hiệu quả nhanh

【短小】duǎnxiǎo<形>❶(bài văn, kịch) ngắn ❷(tầm vóc) thấp nhỏ

【短信】duǎnxìn<名>❶thư ngắn ❷tin nhắn

【短袖】duǎnxiù<名>ngắn tay

【短训班】duǎnxùnbān<名>khóa đào tạo ngắn ngày

【短语】duǎnyǔ<名>nhóm từ; cụm từ

【短暂】duǎnzàn<形>(thời gian) ngắn ngủi; chốc lát

【短装】duǎnzhuāng<名>quần áo ngắn

duàn

段 duàn❶<量>đoạn; quãng; khúc: 一~时间 một quãng thời gian; 一~路 một chặng đường; 只记得信里的一一~内容 chỉ nhớ được một đoạn trong thư ❷<名>đẳng cấp; xếp hạng (trong một số môn thi đấu) ❸<名>đơn vị hành chính ở xí nghiệp, nhà máy, ngành giao thông //(姓)Đoạn

【段落】duànluò<名>đoạn; chặng: 工程已告一~。Công trình đã xong được một chặng.

【段落大意】duànluò dàyì ý chính của đoạn văn

【段位】duànwèi<名>đẳng cấp (trong môn cờ vây)

【段子】duànzi<名>tiết mục ngắn

断 duàn ❶<动>đứt: 锯~木头 cưa đứt khúc gỗ; 割了很久才~ cắt mãi mới đứt ❷<动>mất; đứt; cắt đứt; đoạn tuyệt: ~电 cúp điện; 打~思路 cắt đứt dòng suy nghĩ; ~了联系 liên lạc bị đứt ❸<动>cản; ngăn chặn: ~了 敌人后路 chặn các con đường rút chạy của địch; 设法阻~疫病传播渠道 tìm biện pháp ngăn chặn kênh lây truyền của dịch bệnh ❹<动>bỏ; cai: ~奶 cai sữa; ~酒 cai rượu ❺<动>phán đoán: 诊~ chẩn đoán; 独~ độc đoán ❻<副>[书]tuyệt đối; nhất định (với dáng phủ định): ~乎不可 tuyệt đối không thể như vậy; ~不能信 nhất định không thể tin được //（姓）Đoạn

【断案】 duàn'àn<动>xử án

【断臂】 duànbì ❶<动>gãy tay; cụt tay ❷<名>yêu đồng tính nam (xuất xứ từ phim *Brokeback Mountain*, một bộ phim Mĩ phản ánh tình yêu đồng tính nam)

【断层】 duàncéng ❶<名>[地质]đứt gãy địa tầng ❷<动>hụt hẫng: 人才~ nhân tài hụt hẫng

【断肠】 duàncháng<动>đứt ruột (đau đớn, xót xa tột cùng)

【断炊】 duànchuī<动>đứt bữa

【断代】[1] duàndài<动>❶tuyệt tự ❷(sự nghiệp) dở dang (vì không có người nối nghiệp): 由 于后继无人，这些传统技艺面临~的危 机。Một số kĩ nghệ truyền thống sẽ bị mất vì thiếu người nối nghiệp.

【断代】[2] duàndài<动>đồng đại: 对历史进行 ~研究 nghiên cứu đồng đại về lịch sử

【断代史】 duàndàishǐ<名>lịch sử cắt ngang, chia theo triều đại hay giai đoạn

【断档】 duàndàng<动>❶bán hết: 日用小百 货快卖~了。Hàng bách hóa nhỏ sẽ bán hết. ❷thiếu người kế tục: 随着科技的进步， 一些手工行业已经出现~的现象。Với sự phát triển của khoa học kĩ thuật, một số

ngành nghề thủ công đã gặp phải tình trạng thiếu người kế nghiệp.

【断点】 duàndiǎn<名>[电子]điểm gãy; điểm ngắt

【断定】 duàndìng<动>khẳng định; đoán định; kết luận: 缺乏证据，无法~。Chứng cứ chưa đầy đủ nên chưa khẳng định được.

【断断】 duànduàn<副>tuyệt đối; nhất định (với dáng phủ định): ~不行 tuyệt đối không được

【断断续续】 duànduànxùxù cách quãng; không liên tục; lúc rõ lúc không: 一大早就 听到~的歌声。Mới sáng sớm đã nghe thấy tiếng hát lúc rõ lúc không.

【断根】 duàngēn<动>❶tuyệt tự ❷xóa bỏ tận gốc: 治疗要~，以防复发。Chữa bệnh thì phải dứt điểm để tránh sự tái phát.

【断后】[1] duànhòu<动>tuyệt tự

【断后】[2] duànhòu<动>chặn hậu: 带人~ dẫn quân đi chặn hậu

【断魂】 duànhún<动>[书]đau lòng; mất hồn

【断交】 duànjiāo<动>tuyệt giao; cắt đứt quan hệ ngoại giao: 两国因为战争而~。 Hai nước cắt đứt quan hệ ngoại giao vì chiến tranh.

【断句】 duànjù<动>ngắt câu

【断绝】 duànjué<动>đoạn tuyệt; cắt đứt: ~ 关系 cắt đứt quan hệ

【断粮】 duànliáng<动>cạn lương thực: ~绝 草 lương thảo cạn kiệt

【断裂】 duànliè<动>tan nát; tan vỡ: 轮船因 撞上冰山而~。Tàu thủy bị tan nứt vì va phải tảng núi băng.

【断流】 duànliú<动>cạn dòng; cạn nước

【断路】 duànlù<动>❶[电学](điện) đứt mạch ❷[方]chặn đường cướp giật

【断面】 duànmiàn<名>mặt cắt; tiết diện

【断面图】 duànmiàntú<名>bản vẽ mặt cắt ngang

【断气】duànqì<动>tắt thở; chết

【断然】duànrán❶<形>dứt khoát; quả đoán: ~回绝 dứt khoát từ chối ❷<副>tuyệt đối; nhất định: ~不能接受 tuyệt đối không chấp nhận được

【断然不可】duànrán-bùkě tuyệt đối không được

【断水】duànshuǐ<动>ngừng cấp nước; cúp nước

【断送】duànsòng<动>toi; mất đứt; hủy hoại: ~性命 toi mạng

【断头台】duàntóutái<名>đoạn đầu đài; máy chém (thường dùng để ví)

【断弦再续】duànxián-zàixù góa vợ lại tục huyền

【断线】duànxiàn<动>đứt dây

【断线风筝】duànxiàn fēngzheng diều đứt dây; ví như người hay vật không trở lại nữa

【断言】duànyán❶<动>nói quả quyết; nói một cách khẳng định: 一位科学家~: 智力由基因决定。Một nhà khoa học đã quả quyết: trí tuệ được quyết định bởi gen. ❷<名>kết luận: 现在还不能做出这样的~。Bây giờ chưa có thể kết luận như vậy.

【断语】duànyǔ<名>kết luận: 妄下~ kết luận bừa; kết luận vô căn cứ

【断垣残壁】duànyuán-cánbì tường xiêu gạch nát

【断章取义】duànzhāng-qǔyì cắt xén lời văn; trích dẫn cắt xén

【断肢】duànzhī<名>chân tay bị cắt đứt

【断子绝孙】duànzǐ-juésūn không con không cháu; tuyệt tự (thường dùng nguyền rủa)

缎 duàn<名>vóc: 绸~ vóc lụa; 锦~ gấm vóc

【缎带】duàndài<名>dải ruy-băng

【缎面】duànmiàn<名>sa-tanh

【缎子】duànzi<名>sa-tanh

煅 duàn<动>❶nung: ~石膏 nung thạch cao ❷rèn

【煅烧】duànshāo<动>nung

锻 duàn<动>rèn: ~铁 rèn sắt; ~刀 rèn dao

【锻工】duàngōng<名>❶thợ rèn ❷công việc rèn

【锻接】duànjiē<动>rèn nối

【锻炼】duànliàn<动>❶rèn và đúc ❷rèn luyện sức khỏe: ~身体 rèn luyện thân thể ❸rèn luyện năng lực

【锻压】duànyā<动>rèn dập

【锻造】duànzào<动>rèn

duī

堆 duī❶<动>chồng; chất; xếp: ~成堆儿 cái nọ chồng lên cái kia; 把稻草~在打谷场上。Chất rạ trên sân đạp lúa. 把货~在架上。Chất hàng lên giá. ❷<名>đống: 土~ đống đất ❸<名>gò (thường dùng làm tên đất) ❹<量>đống; đám: 一~书 một đống sách; 一~工作 hàng đống việc

【堆叠】duīdié<动>xếp; chồng: 桌上~着一摞文件。Trên bàn xếp đầy những công văn.

【堆放】duīfàng<动>xếp đống; chất đống: 墙角~着一摞砖。Ở góc tường chất một đống gạch.

【堆肥】duīféi<名>[农业]phân ủ; phân xanh

【堆积】duījī<动>chồng chất; xếp đống: 货物~在车上。Hàng hóa chồng chất trên xe.

【堆积如山】duījī-rúshān chất đống cao như núi

【堆集】duījí<动>chất đống

【堆砌】duīqì<动>❶xây đắp: ~台阶 xây bậc thềm ❷chồng chất: ~词藻 chồng chất từ ngữ

【堆子】duīzi<名>gò

duì

队 duì ❶<名>hàng; đội ngũ; hàng ngũ: 排
~ xếp hàng; ~列 hàng ngũ ❷<名>đội: 足球
~ đội bóng đá; ~长 đội trưởng ❸<名>Đội
Thiếu niên tiền phong (nói tắt): 入~ được
kết nạp vào Đội ❹<量>đội; đoàn; toán: 一~
人马 một đội quân

【队部】duìbù<名>trụ sở của đại đội

【队礼】duìlǐ<名>chào kiểu đội viên

【队列】duìliè<名>hàng ngũ; đội ngũ: 整齐
的~ hàng ngũ chỉnh tề

【队旗】duìqí<名>cờ Đội (Thiếu niên tiền
phong)

【队伍】duìwu<名>❶bộ đội; quân đội: 地方
~ bộ đội địa phương ❷hàng ngũ; đội ngũ:
知识分子~ đội ngũ trí thức; 干部~ đội ngũ
cán bộ

【队形】duìxíng<名>đội hình: 整理~ chấn
chỉnh lại đội hình

【队友】duìyǒu<名>bạn đồng đội

【队员】duìyuán<名>đội viên

对 duì ❶<动>trả lời: ~答 đối đáp; 无言
以~ không trả lời được ❷<动>đối; đối
phó; đối đãi: 应~ ứng đối; ~待 đối đãi
❸<动>hướng về; nhằm về (thường đi
với): 不针~任何人 không nhằm vào ai; ~
着大海 hướng ra biển; 枪口~着敌人。
Họng súng nhằm về phía quân địch. ❹
<动>đối (hai bên hướng vào nhau): ~抗
đối kháng; ~调 đối chác; ~立 đối lập ❺
<形>đối; đối địch; đối diện: 马路~面 bên
kia đường; ~手 đối thủ; 作~ đối chọi ❻<动>
hợp; phù hợp: ~口味 hợp khẩu vị; ~脾气
hợp tính nhau; 专业~口 việc làm hợp
với chuyên môn ❼<动>đối; so sánh: ~
照 đối chiếu; 比~ so sánh ❽<动>điều
chỉnh; chỉnh (cho hợp với mức chuẩn): ~

焦距 điều chỉnh tiêu cự; ~琴弦 so dây đàn
❾<动>chế thêm; cho thêm (chất lỏng): 锅里~
点水 cho thêm nước vào nồi; ~着喝 hòa lẫn với
nhau rồi uống ❿<动>chia đôi: ~分 chia đôi
⓫<形>đúng; chính xác; bình thường: 你说
得~。Anh nói rất đúng. 看他不太~ trông
cậu không như ngày thường ⓬<名>câu đối:
喜~ câu đối mừng ⓭<量>đôi; cặp: 一~情侣
đôi người tình; 一~鸳鸯 một đôi uyên ương
⓮<介>đối với: ~他来说，这事儿一点不
难。Đối với ông ta, việc ấy đâu có gì khó.
~他表示感谢 tỏ lòng biết ơn đối với anh ấy
//(姓) Đối

【对岸】duì'àn<名>bờ bên kia

【对白】duìbái<名>đối thoại (trong kịch,
phim)

【对半儿】duìbànr<动>chia đôi

【对比】duìbǐ❶<动>so sánh: ~双方的实力
so sánh lực lượng giữa hai bên ❷<名>tỉ lệ

【对不起】duìbuqǐ xin lỗi; có lỗi với: ~父
母 có lỗi với bố mẹ

【对簿公堂】duìbù–gōngtáng bị thẩm vấn
ở công đường

【对策】duìcè<名>đối sách; biện pháp đối
phó: 拿出~ đưa ra những đối sách

【对唱】duìchàng<动>hát đối

【对称】duìchèn<形>đối xứng

【对冲】duìchōng<动>[金融]tự bảo hiểm

【对冲基金】duìchōng jījīn quỹ tự bảo hiểm

【对答如流】duìdá–rúliú đối đáp trôi chảy

【对打】duìdǎ<动>đánh nhau; đối chọi

【对待】duìdài<动>❶đối xử: ~对方如亲人
一般 đối đãi với nhau như người nhà; 小兰
~朋友很贴心。Cô Lan đối xử với bạn bè
rất chu đáo. ❷ở thế tương đối: 好与坏是互
相~的。Điều hay và điều xấu là tương đối
với nhau.

【对得起】duìdeqǐ xứng đáng; không hổ
thẹn: 只有学好功课，才~父母。Chỉ có

học cho giỏi mới không phụ lòng bố mẹ.

【对得住】duìdezhù =【对得起】

【对等】duìděng<形>ngang nhau: 他们的地位不~。Địa vị của họ không ngang nhau.

【对等待遇】duìděng dàiyù đối xử như nhau

【对调】duìdiào<动>đổi cho nhau: 工作~ đổi công tác cho nhau

【对方】duìfāng<名>đối phương; đối tác: 投标前先探探~的底牌。Thăm dò đối phương trước khi đấu thầu.

【对付】duìfu❶<动>ứng phó: ~财政危机 ứng phó với khủng hoảng tài chính ❷<动>tạm: 先吃点干粮~着。Ăn tạm chút lương khô cho đỡ đói. ❸<形>[方]hợp nhau (với dáng phủ định): 他俩一向不~。Hai người lâu nay vẫn không hợp nhau.

【对歌】duìgē<动>hát đối; hát bè

【对光】duìguāng<动>❶[摄影]điều chỉnh ống kính, cự li độ mở...(của máy ảnh) ❷lấy ánh sáng (cho kính hiển vi, ống nhòm...)

【对过儿】duìguòr<名>đối diện; phía bên kia: 马路~有家不错的小饭馆。Phía bên kia đường có một quán ăn nhỏ mà ngon.

【对号】¹duìhào<动>❶chiếu theo số: ~就座 chiếu theo số vào chỗ ngồi ❷phù hợp: 俩人说的情况对不上号。Tình hình mà hai người kể ra không hợp với nhau.

【对号】²duìhào<名>dấu đúng; kí hiệu đúng

【对号入座】duìhào-rùzuò (chuyện, người) đâu vào đó

【对话】duìhuà<动>❶đối thoại: 三方~ cuộc đối thoại tay ba ❷đối thoại; tiếp xúc: 从对立到~ chuyển từ đối đầu sang đối thoại

【对话框】duìhuàkuàng<名>[计算机]hộp thoại

【对家】duìjiā<名>❶phía bên kia; bên đối diện (cờ bạc) ❷bên ấy: 她有个未婚夫，听说~家底厚。Chị ấy đã có vị hôn phu, nghe nói gia cảnh bên ấy cũng khấm khá.

【对讲】duìjiǎng<动>đàm thoại

【对讲机】duìjiǎngjī<名>máy bộ đàm

【对奖】duìjiǎng<动>xem để biết có trúng thưởng hay không

【对角】duìjiǎo<名>hai góc chéo nhau: ~线 đường chéo

【对接】duìjiē<动>ghép; lắp ghép; kết nối; tiếp nối; liên kết: 企业与市场~ xí nghiệp liên kết với thị trường; 与太空站成功~ kết nối thành công với trạm không gian

【对襟】duìjīn<名>thân đối của áo; cân vạt

【对劲儿】duìjìnr<形>❶thích chí; thỏa mãn (với ý phủ định): 屏幕太小，看得不~。Màn hình quá nhỏ, xem thì không thỏa mãn. ❷ăn ý; hợp: 小两口一向~。Cặp vợ chồng luôn luôn hợp nhau. ❸bình thường: 今天他不太~。Hôm nay trông nó không như ngày thường.

【对局】duìjú<动>đánh cờ; đấu bóng

【对决】duìjué<动>thi đấu chung kết: 今晚，两支球队将~。Tối nay hai đội bóng sẽ thi đấu chung kết.

【对开】¹duìkāi<形>[印刷]nửa trang in ❷<动>chia đôi

【对开】²duìkāi<动>(xe, tàu) đi ngược chiều nhau

【对开账户】duìkāi zhànghù tài khoản mở đối

【对抗】duìkàng<动>❶đối lập ❷đối kháng; chống đối: ~的关系 quan hệ đối kháng

【对抗赛】duìkàngsài<名>thi đấu đối kháng

【对口】duìkǒu<形>❶(hát hoặc nói) đối đáp ❷cùng một nội dung; tính chất: 专业不~ chuyên môn không thích ứng với việc làm ❸hợp khẩu vị: 这几样菜都不对我的口。Mấy món này không hợp khẩu vị của tôi.

【对口型】duì kǒuxíng môi đồng bộ (giả vờ hát hoặc nói)

【对了】duìle<动>đúng rồi

【对垒】duìlěi<动>(hai bên) đối chọi nhau; đương đầu: 两军~ hai bên đối chọi nhau

【对立】duìlì<动>❶đối lập: ~面 mặt đối lập ❷trái ngược: 有很多~的看法 có nhiều ý kiến trái ngược

【对联】duìlián<名>câu đối

【对脸】duìliǎn❶<名>phía bên kia: 马路~儿 phía bên kia đường ❷<副>mặt đối mặt: 两家~儿住。Hai nhà ở đối diện nhau.

【对流层】duìliúcéng<名>[气象]tầng đối lưu

【对路】duìlù<形>❶đúng theo yêu cầu; phù hợp với nhu cầu: 适销~的产品 sản phẩm hợp với nhu cầu của khách hàng ❷thích; thích thú: 他觉得做煅工挺~。Anh ấy cảm thấy rất thích thú với công việc thợ rèn. ❸ăn ý; hợp: 交朋友要~，不然就别交了。Chọn bạn thì phải ăn ý, nếu không thì thôi.

【对骂】duìmà<动>chửi mắng nhau

【对门】duìmén❶<动>ở đối diện: 阿华和阿海家~儿。Nhà Hoa và nhà Hải ở đối diện. ❷<名>nhà đối diện: 我家~儿是一个美国人家庭。Nhà đối diện với chúng tôi là một gia đình đến từ nước Mĩ.

【对面】duìmiàn❶<名>đối diện: 我们公司在邮局~。Công ti ta đối diện với bưu điện. ❷<名>phía trước mặt: ~有个人在向他招手。Phía trước mặt ông có một người đang vẫy tay. ❸<副>mặt đối mặt; trực tiếp: 有事就~说以避免误会。Có gì thì trực tiếp nói với nhau để tránh sự hiểu lầm.

【对内】duìnèi<动>đối nội: ~政策 chính sách đối nội

【对牛弹琴】duìniú-tánqín đàn gảy tai trâu

【对偶】duì'ǒu<动>[修辞]đối ngẫu; phép đối

【对脾气】duì píqi hợp tính: 两人~，所以成了朋友。Hai người hợp tính nên đã trở thành bạn bè.

【对齐】duìqí<动>sắp cho thẳng hàng: 把桌子~。Sắp những chiếc bàn thành hàng thẳng.

【对事不对人】duì shì bù duì rén nhằm vào công việc chứ không nhằm vào người

【对手】duìshǒu<名>❶đối thủ: 淘汰~ hạ đo ván đối thủ ❷kẻ ngang sức ngang tài: 棋逢~ kì phùng địch thủ

【对数表】duìshùbiǎo<名>[数学]bảng logarit (bảng cho sẵn giá trị gần đúng phần định trị của lôgarit thập phân các số tự nhiên và lôgarit thập phân các hàm lượng giác)

【对台戏】duìtáixì<名>kịch đối đài (hai gánh hát cùng một lúc diễn cùng một vở kịch ở hai sân khấu để cạnh tranh nhau, nay ví sự cạnh tranh nhau trong cùng một công việc)

【对头】duìtóu<形>❶đúng; thích hợp: 你这话~。Ông nói rất đúng. ❷bình thường: 看他不太~，可能是病了。Trông nó không như ngày thường, có lẽ bị ốm rồi. ❸hợp nhau (với dáng phủ định): 他俩不大~，多半是吵架了。Hai người không hợp nhau nữa, chắc là đã cãi nhau.

【对头】duìtou<名>❶thù địch: 死~ kẻ tử thù ❷đối thủ

【对外】duìwài<动>đối ngoại: ~政策 chính sách đối ngoại

【对外开放】duìwài kāifàng mở cửa (để giao lưu với nước khác)

【对外扩张】duìwài kuòzhāng mở rộng ra bên ngoài; bành trướng đối ngoại

【对外贸易】duìwài màoyì mậu dịch đối ngoại; ngoại thương

【对味儿】duìwèir<形>❶hợp khẩu vị ❷hợp với mình: 他的话和我不~。Những lời của nó không hợp với ý nghĩ của tôi.

【对胃口】duì wèikǒu hợp khẩu vị

【对虾】duìxiā<名>tôm he

【对象】duìxiàng<名>❶đối tượng: 采访~ đối tượng phỏng vấn ❷người yêu: 找~ tìm người yêu

【对消】duìxiāo<动>triệt tiêu lẫn nhau: 功过~ công tội bù trừ

【对眼】¹ duìyǎn<形>[口]vừa mắt; vừa lòng: 这件衣服越看越~。Chiếc áo càng ngắm thì càng thấy vừa mắt.

【对眼】² duìyǎn<名>[口]mắt lác

【对弈】duìyì<动>[书]chơi cờ

【对应】duìyìng<动>❶đối ứng: 基本的~关系 mối quan hệ đối ứng cơ bản ❷đối phó: ~措施 biện pháp đối phó

【对于】duìyú<介>đối với: 社会~同性恋的态度由其文化历史背景所决定。Thái độ của cộng đồng xã hội đối với đồng tính luyến ái được quyết định bởi bối cảnh lịch sử văn hóa.

【对仗】duìzhàng<动>viết về/câu thơ đối (trong thơ văn biền ngẫu)

【对账】duìzhàng<动>kiểm tra đối chiếu các tài khoản

【对照】duìzhào<动>❶đối chiếu: ~样品对照 chiếu hàng mẫu ❷so sánh: ~性能，你就会知道这个更好一点。So sánh ở mặt tính năng, bạn sẽ biết chiếc này tốt hơn.

【对折】duìzhé<名>chiết đi một nửa: 打~ chiết giá một nửa

【对着干】duìzhegàn❶ganh đua ❷chống lại; trả miếng; trả đũa

【对阵】duìzhèn<动>(hai bên) dàn thế trận đánh nhau: 两支球队将在下午三点~。Hai đội bóng sẽ giao đấu vào ba giờ chiều.

【对证】duìzhèng<动>đối chứng; đối chiếu: 反复~ đối chứng nhiều lần

【对症】duìzhèng<动>nhắm đúng căn bệnh; đối chứng điều trị

【对症下药】duìzhèng-xiàyào đối chứng điều trị bệnh nào thuốc nấy; bốc thuốc theo bệnh

【对质】duìzhì<动>đối chất: 出庭~ ra tòa đối chất

【对峙】duìzhì<动>đứng sóng đôi: 两军~ quân hai bên ở thế giằng co

【对撞】duìzhuàng<动>va chạm: 粒子~试验 cuộc thí nghiệm va chạm trực diện giữa các tia proton

【对准】duìzhǔn<动>nhắm đúng: ~敌人开火 nhắm bắn quân thù

【对子】duìzi<名>❶từ và câu đối ngẫu ❷câu đối ❸cặp; đôi: 结~ kết thành một cặp

兑¹ duì<动>❶(đem đồ vàng bạc cũ) đổi lấy (đồ vàng bạc mới) ❷trả tiền hay lĩnh tiền (theo chứng từ): 汇~ hối đoái ❸pha thêm nước; trút thêm nước: 往酒里~水 pha thêm nước vào rượu

兑² duì<名>quẻ Đoài (một trong bát quái, tiêu biểu cho đầm lầy) /// <姓>Đoái

【兑付】duìfù<动>trả tiền mặt theo chứng từ

【兑换】duìhuàn<动>đổi; hối đoái: ~现金 đổi tiền mặt

【兑换券】duìhuànquàn<名>phiếu đổi tiền; trái phiếu

【兑奖】duìjiǎng<动>đổi phiếu thưởng lấy phần thưởng

【兑现】duìxiàn<动>❶rút tiền (từ ngân hàng): ~支票 rút tiền bằng séc ❷thực hiện (lời hứa): ~诺言 thực hiện lời hứa

dūn

吨 dūn<量>❶tấn (bằng 1000 kg) ❷đơn vị trọng lượng của các nước Anh, Mĩ ❸đơn vị đo dung tích của tàu bè, bằng 2,8317 mét khối ❹đơn vị tính cước phí vận tải hàng trên tàu thuyền, tính theo thể tích quy ra tấn tùy từng loại hàng

【吨位】dūnwèi<名>❶trọng tải (của tàu, xe, thuyền bè) ❷lượng vận tải của tàu thuyền, tính theo dung tích tàu thuyền

敦 dūn ❶ <形>chân thành; thành khẩn ❷ <动>thúc giục //(姓) Đôn

【敦促】dūncù<动>thúc giục; giục giã: 父母 ~他俩尽快办婚礼。Cha mẹ giục hai đứa mau chóng tổ chức lễ cưới.

【敦厚】dūnhòu<形>trung hậu: 他为人~。 Ông ấy tính vốn trung hậu.

【敦请】dūnqǐng<动>thành khẩn mời: ~按 时赴会。Xin chân thành mời ông đến dự đúng giờ.

【敦实】dūnshí<形>thấp lùn chắc nịch

墩 dūn ❶ <名>gò; đống: ~台 đống đất; 垒土 为~ đắp đất thành gò ❷ <名>cái bệ; cái thớt: 树~ gốc cây; 菜~ thớt gỗ ❸ <名>cái đôn (dùng để ngồi): 锦~ cái đôn (bọc)gấm; 蒲 ~ cái đôn (bằng)cỏ ❹ <动>lau: ~地 lau sàn ❺ <量>bụi; khóm: 一~竹子 khóm tre; 一~谷 子 khóm lúa

【墩布】dūnbù<名>giẻ lau sàn

【墩子】dūnzi<名>giẻ lau sàn; cái bệ; tảng đá; cái thớt

蹲 dūn<动>❶cúi; ngồi xổm: ~久腿脚麻 了。Cúi lâu hai chân bị tê cứng. ❷rỗi rãi; ngồi rỗi: ~窝 ngồi rỗi trong nhà

【蹲班房】dūn bānfáng[口]ở trong tù

【蹲点】dūndiǎn<动>cắm chốt; nằm vùng (xuống một đơn vị cơ sở để vừa công tác thực tế vừa điều tra nghiên cứu)

【蹲坑】dūnkēng[口]❶<动>rình phục ❷ <动>đi vệ sinh ❸<名>hố xí xổm

【蹲守】dūnshǒu<动>rình phục; mai phục: 经过一夜~，警察把贩毒团伙一网打尽。 Qua một đêm mai phục, công an đã bắt gọn bọn buôn bán ma túy.

dǔn

盹 dǔn<动>ngủ chợp một lát: 打~儿 ngủ gật

趸 dǔn ❶ <副>trọn gói; cả loạt: ~批 cả loạt; ~ 卖 bán trọn gói ❷ <动>mua buôn

【趸货】dǔnhuò<动>mua trọn gói

dùn

炖 dùn<动>❶hầm: ~鸡 hầm gà; ~排骨 hầm xương sườn ❷đun; hâm: ~一壶水 đun một ấm nước; ~药 hâm thuốc

钝 dùn<形>❶cùn: 刀~了，要磨一磨。Dao cùn rồi, phải mài đi. ❷đần độn: 迟~ đần độn; 愚~ ngu đần //(姓) Độn

【钝角】dùnjiǎo<名>[数学]góc tù

【钝器】dùnqì<名>dụng cụ hoặc công cụ cùn

盾[1] dùn<名>❶lá chắn; cái mộc ❷vật hình lá chắn, nhất là huy hiệu trên đồng tiền: 金~ huy hiệu vàng; 银~ huy hiệu bạc

盾[2] dùn<名>đồng (phiên âm tiền bản vị của Hà Lan, Việt Nam, In-đô-nê-xi-a)

【盾牌】dùnpái<名>❶lá chắn ❷cái cớ để thoái thác, từ chối

顿[1] dùn❶<动>ngừng; tạm dừng: 停~ tạm ngừng; 他~住不说了。Ông ấy ngừng lại không nói nữa. ❷<动>viết nhấn nét: 一横 的两头都要~一~。Viết nét ngang phải nhấn bút ở cả hai đầu. ❸<动>giậm (đầu xuống đất); giậm (chân): ~头 giậm đầu; 捶 胸~足 đấm ngực giậm chân ❹<动>xử lí sắp đặt: 安~ sắp xếp ổn thỏa; 整~ chỉnh đốn ❺ <副>bỗng; bỗng nhiên: ~即 lập tức; ~悟 chợt tỉnh ngộ ❻<量>bữa; trận: 一天三~ 饭 một ngày ba bữa ăn; 他吃了~早饭就出 发了。Sau khi ăn bữa sáng, anh ấy đã lên đường ngay. //(姓) Đốn

顿[2] dùn<形>mệt nhọc: 劳~ vất vả; 困~ khốn đốn

【顿挫】dùncuò<动>(giọng điệu, vần luật) ngừng ngắt biến đổi: 抑扬~ lên bổng xuống trầm

【顿号】dùnhào<名>dấu ngừng

【顿时】dùnshí<副>lập tức; liền: 喜讯传来，大家~欢呼起来。Tin vui truyền đến, mọi người liền cất tiếng hoan hô.

【顿首】dùnshǒu<动>[书]cúi đầu; khấu đầu; kính chào

【顿悟】dùnwù<动>bỗng nhiên hiểu ra; chợt hiểu; đốn ngộ (Phật giáo chỉ việc bỗng nhiên xóa bỏ vọng niệm, giác ngộ chân lí)

【顿足】dùnzú<动>giậm chân

遁 dùn<动>❶trốn: ~去 trốn đi; 逃~ chạy trốn ❷che giấu: ~迹 giấu tung tích; ~隐 ẩn nấp

【遁入空门】dùnrù kōngmén đi tu

【遁世】dùnshì<动>[书]xa lánh sự đời

【遁逃】dùntáo<动>chạy trốn

duō

多 duō❶<形>nhiều: ~年 nhiều năm; ~人 nhiều người; ~~益善 càng nhiều càng tốt ❷<动>thừa: 这个字~了一横。Chữ này thừa một nét ngang. 还~一张票，给你吧。Còn thừa một tấm vé, cho cậu nhé. ❸<形>đa; lắm (quá mức cần thiết): ~嘴 lắm mồm; ~心 quá nhạy cảm ❹<数>(dùng sau số từ) hơn: 三十~岁 hơn ba mươi tuổi; 五个~月 hơn năm tháng ❺<形>(chỉ mức độ so sánh) hơn nhiều: 她比我高~了。Chị ấy cao hơn tôi nhiều. 她已经好~了。Cô ấy đã đỡ nhiều. ❻<代>(dùng trong câu hỏi) bao nhiêu; bao lâu: 他~久来一次? Ông ấy bao lâu đến một lần? 这院子~大? Bãi sân này rộng bao nhiêu? ❼<副>(dùng trong câu cảm thán) biết bao, quả thật là: ~幸福啊! Hạnh phúc biết bao! ~漂亮啊! Quả là đẹp mắt! ❽<副>bao nhiêu; thế nào; bấy nhiêu (chỉ mức độ nhất định): 不管~有才也要不断学习。Dù tài giỏi đến đâu vẫn phải học nữa,

học mãi. 不管有~难也要完成。Dù khó mấy cũng phải làm xong. //(姓) Đa

【多半】duōbàn❶<数>phần lớn; phần nhiều; quá nửa ❷<副>chắc là; có lẽ: 他这会儿还不来，~不来了。Bây giờ mà nó vẫn chưa tới, thì chắc là nó không tới nữa.

【多胞胎】duōbāotāi<名>đa thai

【多边】duōbiān<形>nhiều bên

【多边贸易】duōbiān màoyì mậu dịch nhiều bên

【多变】duōbiàn<动>dễ thay đổi; hay thay đổi: ~的气候 khí hậu dễ thay đổi

【多才多艺】duōcái-duōyì đa tài đa nghệ; lắm tài nghệ

【多层】duōcéng<形>nhiều tầng: ~建筑 kiến trúc nhiều tầng

【多层次】duōcéngcì nhiều tầng thứ; nhiều lớp: ~的安保系统 hệ thống an toàn nhiều tầng thứ

【多产】duōchǎn<动>❶đẻ nhiều: 这种鸟~，所以数量庞大。Loài chim này đẻ nhiều, cho nên có số lượng lớn như vậy. ❷(nhà văn, họa sĩ...) sáng tác nhiều: ~作家 nhà văn sáng tác nhiều tác phẩm

【多吃多占】duōchī-duōzhàn ăn nhiều lấy nhiều, nghĩa là lấn chiếm những tài sản tập thể và nhà nước

【多重】duōchóng<形>nhiều; nhiều lớp: ~伤害 làm tổn hại nhiều lần; ~关税 thuế quan chồng chất

【多愁善感】duōchóu-shàngǎn đa sầu đa cảm

【多此一举】duōcǐyījǔ việc làm thừa; những động tác không cần thiết

【多党合作制】duōdǎng hézuòzhì chế độ hợp tác đa đảng

【多动症】duōdòngzhèng<名>bệnh hiếu động của nhi khoa

【多端】duōduān<形>nhiều kiểu; nhiều vẻ:

诡计~ quỷ quyệt sảo trá

【多多益善】duōduō-yìshàn càng nhiều càng tốt; đa đa ích thiện

【多发病】duōfābìng<名>bệnh thường gặp

【多发性】duōfāxìng có tính hay xảy ra; tính đa phát sinh

【多方】duōfāng❶<形>đa phương; đa bên: ~经济合作 hợp tác kinh tế đa phương ❷<副>về nhiều mặt: 基于~原因，他拒绝了采访。Vì những nguyên nhân về nhiều mặt, ông ấy đã từ chối cuộc phỏng vấn. ❸<副>bằng nhiều cách: ~救助 tìm nhiều cách để cứu trợ

【多方会谈】duōfāng huìtán cuộc đàm phán đa phương

【多功能】duōgōngnéng đa chức năng

【多功能厅】duōgōngnéngtīng hội trường đa chức năng

【多寡】duōguǎ<名>nhiều ít: ~不等 nhiều ít không đều

【多国部队】duōguó bùduì quân đội đa quốc gia

【多级火箭】duōjí huǒjiàn tên lửa đa tầng

【多极化】duōjíhuà nhiều cực; đa cực: ~发展 phát triển đa cực

【多口相声】duōkǒu xiàngsheng tấu hài đa vai

【多快好省】duō-kuài-hǎo-shěng nhiều nhanh tốt rẻ

【多亏】duōkuī<动>may mà: ~有你，我们才能完成任务。May mà có cậu chúng ta mới hoàn thành được nhiệm vụ.

【多劳多得】duōláo-duōdé làm nhiều được nhiều

【多棱镜】duōléngjìng<名>đa lăng kính

【多路传输】duōlù chuánshū truyền dồn kênh

【多虑】duōlǜ<动>lo lắng quá nhiều: 那只是意外，你~了。Đó chỉ là ngẫu nhiên, chị

quá lo lắng thôi.

【多么】duōme❶<代>bao nhiêu; đến đâu; mấy (trong câu hỏi): 他有~大的能耐能挑这样重的担子？Anh ta có bản lĩnh gì mà đảm nhận được trọng trách này？❷<副>biết bao; thật là (trong câu cảm thán): ~美丽的风景啊！Phong cảnh đẹp biết bao! ❸<副>mấy; bao nhiêu (chỉ mức độ cao): 不管我~爱你，你还是舍我而去。Cho dù tôi yêu em đến mấy mà em vẫn bỏ tôi.

【多媒体】duōméitǐ<名>truyền thông đa phương tiện

【多米诺骨牌】duōmǐnuò gǔpái quân bài đôminô

【多面手】duōmiànshǒu người biết nhiều nghề; người lắm tài

【多民族】duōmínzú đa dân tộc; nhiều dân tộc: ~国家 nhà nước đa dân tộc

【多谋善断】duōmóu-shànduàn đa mưu và quyết đoán; đa mưu thiện kế

【多幕剧】duōmùjù<名>kịch nhiều màn

【多难兴邦】duōnàn-xīngbāng trải nhiều tai họa, đất nước có thể hưng thịnh lên

【多情】duōqíng<形>đa tình; si tình: ~的眼神 con mắt đa tình

【多渠道】duōqúdào đa kênh: ~分销 bán hàng đa kênh

【多如牛毛】duōrúniúmáo nhiều như lông bò; nhiều vô kể

【多色】duōsè<形>có nhiều màu; đa sắc

【多少】duōshǎo❶<名>chỉ số lượng: ~不一。Có cái thì nhiều, có cái thì ít. ❷<副>nhiều hay ít: 他的话~有些道理。Lời anh ấy ít nhiều cũng có lí lẽ. ❸<副>hơi; tí chút; có phần

【多少】duōshao<代>❶bao nhiêu; mấy (trong câu hỏi): 你们有~人？Các em có mấy người？这件衣服~钱？Chiếc áo này bao nhiêu tiền？❷bao nhiêu; bấy nhiêu: 有~

拿~ có bao nhiêu lấy bấy nhiêu

【多时】duōshí<名>một thời gian dài; đã lâu: 等候~ chờ lâu

【多事】duōshì<动>❶hay xen vào việc của người khác: 你不必多他的事。Cậu đừng xen vào việc của nó. ❷lắm chuyện: 她真是~，整天背后嚼舌根。Bà ấy quả là lắm chuyện, suốt ngày cứ nói xấu sau lưng người khác.

【多事之秋】duōshìzhīqiū thời buổi nhiễu nhương; thời buổi lắm chuyện

【多数】duōshù<名>đa số: 这儿的村民~都外出打工了。Đa số dân làng ở đây đã đi làm việc ngoài địa bàn.

【多思则智】duōsīzézhì hay suy nghĩ thì minh mẫn hơn

【多头领导】duōtóu lǐngdǎo lãnh đạo nhiều mặt

【多退少补】duōtuì-shǎobǔ nộp quá mức thì trả về, chưa đủ thì bù vào

【多维】duōwéi<形>đa chiều: ~分类体系 hệ thống phân loại đa chiều

【多相】duōxiàng<名>[电学]nhiều pha

【多项】duōxiàng<形>nhiều; nhiều điều: ~改革措施 nhiều biện pháp cải cách

【多项选择题】duōxiàng xuǎnzétí câu hỏi nhiều cách lựa chọn

【多谢】duōxiè<动>cảm ơn: ~你帮助我们。Cảm ơn chị đã giúp chúng tôi.

【多心】duōxīn<动>đa nghi; nghĩ ngợi vẩn vơ: 你别~，他不是冲你说的。Chị đừng nghĩ ngợi vẩn vơ, không phải anh ấy nói chị đâu.

【多行不义必自毙】duō xíng bùyì bì zì bì kẻ làm nhiều điều bất nghĩa sẽ tự giết mình

【多选】duōxuǎn<形>có nhiều sự lựa chọn

【多样】duōyàng<形>đa dạng; nhiều dạng; nhiều kiểu: ~的货品 hàng hóa rất đa dạng

【多一事不如少一事】duō yī shì bùrú shǎo yī shì đừng chuốc vạ vào thân; lắm chuyện không bằng vô sự

【多疑】duōyí<动>đa nghi: 生性~ bản tính đa nghi

【多用途】duōyòngtú đa năng; đa chức năng; nhiều công dụng: ~机器人 người máy đa năng

【多于】duōyú<副>hơn; nhiều hơn: 如果~30块就不值得买了。Nếu phải hơn 30 đồng RMB thì không đáng mua.

【多余】duōyú❶<动>dư thừa: 我们还有~的库存。Chúng ta còn dư thừa các hàng tồn kho. ❷<形>thừa: 把文章中~的字句删掉。Cắt những câu chữ thừa trong bài văn.

【多予少取】duōyǔ-shǎoqǔ cho nhiều lấy ít

【多语种】duōyǔzhǒng đa ngôn ngữ

【多元】duōyuán<形>đa nguyên: ~论 thuyết đa nguyên

【多元化】duōyuánhuà❶đa dạng hóa: 使经济成分~ đa dạng hóa các thành phần kinh tế ❷đa nguyên; đa dạng: ~的文化 nền văn hóa đa nguyên

【多元社会】duōyuán shèhuì xã hội đa nguyên

【多云】duōyún<名>có mây phủ; đầy mây: 今天~。Hôm nay trời đầy mây.

【多灾多难】duōzāi-duōnàn nhiều tai họa bất hạnh; xấu số: 父亲没了，母亲也去了，这孩子真是~啊。Mồ côi cả cha lẫn mẹ, đứa trẻ thật là xấu số.

【多种多样】duōzhǒng-duōyàng đủ các loại; gồm nhiều loại khác nhau

【多种经营】duōzhǒng jīngyíng kinh doanh đa dạng; nhiều mặt hàng

【多种所有制经济】duōzhǒng suǒyǒuzhì jīngjì cơ cấu kinh tế nhiều thành phần

【多种形式】duōzhǒng xíngshì hình thức đa dạng

【多姿多彩】duōzī-duōcǎi phong phú và đa dạng

【多嘴】duōzuǐ〈动〉lắm mồm; lắm lời; nhiều lời: ~多舌 lắm mồm lắm miệng

咄 duō ❶〈动〉[书]quát ❷〈叹〉hừm; hừ (biểu thị sự mắng mỏ hoặc kinh ngạc)

【咄咄逼人】duōduō-bīrén hung hăng sừng sộ: 自己犯了错居然还摆出一副~的样子。 Lỗi rõ ràng thế mà còn ra vẻ hung hăng sừng sộ.

哆 duō

【哆嗦】duōsuo〈动〉run lập cập; run rẩy: 嘴唇~，说不出话。 Đôi môi run rẩy, nói không nên lời.

duó

夺¹ duó〈动〉❶cướp; đoạt: ~取政权 cướp chính quyền; 战争~走了多少人的生命。 Chiến tranh đã cướp đi biết bao sinh mạng. ❷giành lấy đầu tiên: ~第一 giành được giải vô địch; ~红旗 giành lấy cờ đỏ ❸hơn hẳn; đè bẹp; áp đảo: 巧~天工 hơn hẳn bàn tay tạo hóa; 光彩~目 đẹp đẽ hơn hẳn ❹tước bỏ: 剥~ tước đoạt; 褫~ lột bỏ ❺[书]sót (chữ): 第八行~一字。 Hàng thứ tám sót một chữ. ❻[书]mất đi; bỏ lỡ

夺² duó〈动〉quyết định: 定~ định đoạt; 裁~ quyết định

【夺杯】duóbēi〈动〉giật cúp; giật giải: 我队在这次比赛中~。 Đội ta giật cúp trong cuộc thi đấu lần này.

【夺标】duóbiāo〈动〉❶đoạt giải vô địch: 他很可能在100米短跑项目上~。 Rất có khả năng là anh ấy đoạt chức vô địch trong môn chạy 100 mét. ❷trúng thầu: 一家跨国公司在城市新区建设招标中~。 Một công ti xuyên quốc gia đã trúng thầu dự án xây

dựng khu đô thị mới.

【夺得】duódé〈动〉giành được: 到目前为止，她已经~两块金牌了。 Tính đến nay, chị ấy đã giành được 2 huy chương vàng.

【夺冠】duóguàn〈动〉đoạt giải vô địch

【夺回】duóhuí〈动〉giành lại; lấy lại: 国王的军队~一座城池。 Quân đội của nhà vua chiếm lại một ngôi thành.

【夺眶而出】duókuàng'érchū nước mắt tuôn chảy ra

【夺魁】duókuí〈动〉giật giải quán quân; giành vị trí thứ nhất: 这个厂的电视机在全国评比中~。 Ti vi của nhà máy này giật giải quán quân trong cuộc bình chọn cả nước.

【夺门而出】duómén'érchū chạy bổ ra cửa

【夺目】duómù〈形〉chói mắt; chói lòa: 这条珍珠项链发出~的光芒。 Vòng cổ ngọc trai này tỏa sáng rực rỡ.

【夺取】duóqǔ〈动〉❶chiếm lấy; đoạt lấy: ~人口和土地 chiếm đoạt đất đai và con người ❷ra sức giành lấy: ~优势 giành lấy ưu thế; ~胜利 giành lấy thắng lợi

【夺去】duóqù〈动〉cướp đi; đoạt đi: 癌症~很多人的生命。 Bệnh ung thư đã cướp đi biết bao sinh mạng.

【夺权】duóquán〈动〉cướp chính quyền

【夺走】duózǒu〈动〉cướp đi; đoạt đi

度 duó〈动〉suy đoán; ước tính: 揣~ suy đoán; 审时~势 phân tích tình hình và ước tính xu thế phát triển

另见dù

【度德量力】duódé-liànglì tự lượng đức lượng tài

铎 duó〈名〉nhạc; chuông: 木~ cái mõ; 振~ rung chuông

踱 duó〈动〉bước đi chậm rãi: ~步 lững thững; ~来~去 quanh đi quẩn lại

duǒ

朵 duǒ<量>bông; đóa; cụm: 一~花 một đóa hoa; 一~云 một cụm mây //(姓) Đóa

躲 duǒ<动>ẩn náu; tránh; trốn: ~车 tránh xe; ~藏 ẩn nấp; ~难 trốn tránh tai nạn

【躲避】duǒbì<动>❶tránh né; tránh mặt: 他似乎在~我的问题。Hình như anh ta đang tránh né những câu hỏi của tôi. ❷trốn tránh: 总是这样~是消除不了误会的。Cứ trốn tránh nhau sẽ không thể giải tỏa được bất hòa.

【躲藏】duǒcáng<动>trốn tránh; đi trốn; ẩn náu

【躲得过初一，躲不过十五】duǒ dé guò chūyī, duǒ bù guò shíwǔ thế nào cũng không trốn tránh được

【躲躲闪闪】duǒduoshǎnshǎn lập lờ; lấp lửng: ~地说 nói lập lờ nước đôi

【躲风头】duǒ fēngtou ẩn nấp để tránh (sự kiểm tra hoặc sự bắt giữ)

【躲懒】duǒlǎn<动>trốn tránh công việc

【躲让】duǒràng<动>tránh; né: ~不及，撞上了。Tránh không kịp rồi va vào nhau.

【躲闪】duǒshǎn<动>tránh ra

【躲债】duǒzhài<动>trốn nợ

duò

剁 duò<动>chém; băm; chặt: ~肉 băm thịt; ~碎 băm vụn/băm như; 把骨头~成两半。Chặt khúc xương làm đôi.

垛 duò❶<动>chồng; chất: ~积 chồng chất/chất thành đống; 把木头~起来。Chồng gỗ thành đống. ❷<名>đống; kiêu: 砖~ đống gạch; 柴火~ đống củi ❸<量>đống: 一~柴 một đống củi

舵 duò<名>bánh lái: 掌~ cầm lái; ~位 chỗ bánh lái

【舵手】duòshǒu<名>❶tay lái ❷người chỉ huy

堕 duò<动>rơi: ~马 ngã ngựa; ~地 rơi xuống đất

【堕落】duòluò<动>❶sa đọa: ~的生活 lối sống sa đọa ❷rơi vào; rơi xuống; lâm vào: ~凡间 lâm vào trần gian

【堕入】duòrù<动>rơi vào; lâm vào

【堕胎】duòtāi<动>phá thai nạo thai, nạo phá thai

惰 duò<形>lười: 懒~ lười biếng

【惰性】duòxìng<名>❶[化学]tính trơ ❷tính ì

跺 duò<动>giậm

【跺脚】duòjiǎo<动>giậm chân

E e

ē

阿¹ē ❶<动>hùa theo; theo đuôi: ~谀 a dua; ~
其所好 bênh phía mình thích ❷<名>[书]quá
đỗi lớn ❸<名>[书]khuỷu: 山~ khuỷu núi

阿²Ē<名>Đông A (thuộc tỉnh Sơn Đông,
Trung Quốc) //(姓) A
另见ā

【阿胶】ējiāo<名>[中药]a giao (một vị thuốc
bổ làm bằng da con lừa)

【阿弥陀佛】Ēmítuófó A-di-đà phật (Phật
giáo)

【阿谀奉承】ēyú-fèngchéng a dua bợ đỡ;
nịnh hót

婀ē

【婀娜】ēnuó<形>[书]thướt tha

é

讹é ❶<形>sai; lầm: ~字 chữ sai; ~谬 sai lầm
❷<动>lừa gạt: ~钱 lừa gạt tiền bạc

【讹传】échuán ❶<动>đồn nhảm hoặc
chuyển lời sai ý ❷<名>những lời xuyên tạc

【讹误】éwù<名>sai lầm: 这篇历史记述
有很多~。Bài ghi chép lịch sử này có rất
nhiều chỗ sai.

【讹诈】ézhà<动>❶hạch sách: ~他人钱财
hạch sách tiền của người khác ❷dọa dẫm;
đe dọa: 经济~ đe dọa về kinh tế

俄¹é<副>[书]khoảnh khắc: ~然消失 khoảnh

khắc đã biến mất đi //(姓) Nga

俄²É<名>nước Nga

【俄罗斯】Éluósī<名>Nga: ~人 người Nga

【俄语】Éyǔ<名>tiếng Nga

峨é<形>[书]cao: 巍~ nguy nga

娥é<名>cô gái xinh đẹp: ~眉 cô gái xinh
đẹp; 娇~ cô gái kiều diễm //(姓) Nga

锇é<名>[化学]osmi (kí hiệu: Os)

鹅é<名>con ngỗng: 白~ con ngỗng trắng;
~蛋形 hình trứng ngỗng; 千里送~毛，礼
轻情义重。Món quà mọn mang từ nơi xa
cách nghìn dặm, của ít lòng nhiều.

蛾é<名>con ngài

额é<名>❶trán ❷tấm biển: 匾~ hoành phi;
横~ biển ngang ❸mức quy định: 限~ hạn
ngạch; 金~ số tiền; 总~ tổng số //(姓) Ngạch

【额定】édìng<形>có mức quy định: ~功率
công suất định mức

【额度】édù<名>chỉ tiêu; hạn ngạch

【额角】éjiǎo<名>góc trán

【额手称庆】éshǒu-chēngqìng chắp tay
trước trán chúc mừng

【额头】étóu<名>trán

【额外】éwài<形>ngoài ngạch quy định

ě

恶ě
另见è, wù

【恶心】ěxin ❶<形>buồn nôn: 他患了重感
冒，觉得头昏~。Anh ấy bị cảm nặng cảm

thấy chóng mặt buồn nôn. ❷<动>lợm giọng; tởm lợm: 血腥味儿让人~。Mùi máu tanh tởm lợm. ❸<动>[方]lật tẩy: 找机会~他，让他知道厉害。Tìm dịp lật tẩy cho nó biết tay.

è

厄è[书]❶<名>hiểm yếu; hiểm trở: 险~ hiểm trở ❷<名>tai ách: 困~ khốn quẫn; ~难 tai nạn ❸<动>bị khốn: 英雄~于小人。Anh hùng bị khốn do kẻ xấu.

【厄尔尼诺现象】è'ěrnínuò xiànxiàng hiện tượng El Nino (là một trong những hiện tượng thời tiết bất thường gây mưa bão, lũ lụt và những thiên tai khác)

【厄境】èjìng<名>cảnh ngộ khốn đốn

【厄运】èyùn<名>vận đen; vận rủi; số phận bất hạnh

扼è<动>❶bóp; chẹn: ~喉 bóp cổ; 力能~虎 khỏe đến nỗi có thể bóp cọp; ~腕叹息 vặn vẹo cổ tay mà than thở ❷canh giữ; giữ vững; chốt giữ: ~守 chốt giữ; ~制 kìm nén

【扼杀】èshā<动>❶bóp chết; bóp ghẹt ❷đè nén; bóp chết: ~新生事物 bóp chết cái mới

【扼守】èshǒu<动>canh giữ; chốt giữ (nơi hiểm yếu): ~关口 canh giữ cửa ngõ

【扼要】èyào<形>vắn tắt; ngắn ngọn: 简明~ ngắn ngọn rõ ràng

【扼制】èzhì<动>khống chế; chặn; nén; kìm nén: ~敌人的火力 kiềm chế hỏa lực của địch

恶è❶<名>ác (đối nghĩa với thiện): 罪大~极 tội ác tày trời; ~孽 tội ác; 嫉~如仇 thù ghét cái ác ❷<形>hung ác: 凶~ hung ác; ~徒 kẻ hung ác ❸<形>xấu; xấu xa: ~习 tật xấu; ~人 kẻ xấu
另见ě, wù

【恶霸】èbà<名>ác bá

【恶报】èbào<名>ác báo: 恶有~ ác giả ác báo

【恶补】èbǔ<动>bồi bổ hoặc dạy bù một cách gấp rút

【恶臭】èchòu❶<名>mùi hôi; mùi thối: 一股熏人的~ một mùi hôi không thể chịu nổi ❷<形>rất xấu: 名声~ tai tiếng xấu xa

【恶斗】èdòu<动>đánh ác liệt: 一场~ trận đánh ác liệt

【恶毒】èdú<形>ác độc: ~的手段 thủ đoạn độc ác

【恶搞】ègǎo<动>rùng rợn bắt chước; nhại lại hài hước

【恶贯满盈】èguàn-mǎnyíng tội ác chất chồng; đến ngày tận số

【恶棍】ègùn<名>ác ôn

【恶果】èguǒ<名>hậu quả xấu; quả độc: 自食~ tự chuốc hậu quả xấu

【恶狠狠】èhěnhěn dữ dội: 他~地骂了几句。Thằng ấy dữ dội chửi mấy câu.

【恶化】èhuà<动>❶xấu đi: 情况~ tình hình xấu đi; 关系日渐~。Mối quan hệ ngày càng xấu đi. ❷làm xấu đi

【恶劣】èliè<形>ác nghiệt; khắc nghiệt: ~的环境 môi trường khắc nghiệt

【恶梦】èmèng =【噩梦】

【恶名】èmíng<名>tiếng xấu

【恶魔】èmó<名>❶ác quỷ ❷tên ác ôn

【恶气】èqì<名>❶mùi hôi; mùi thối: 垃圾堆散发出~。Đống rác tỏa ra mùi hôi. ❷bị sỉ nhục; bị đè nén: 他受了老板的~就辞职了。Anh ta thôi việc vì bị ông chủ sỉ nhục. ❸sự oán giận; sự bất mãn: 出了口~ trút được nỗi oán giận

【恶人】èrén<名>❶kẻ xấu; kẻ ác ❷người làm mất lòng người khác

【恶人先告状】èrén xiān gàozhuàng kẻ ác khởi kiện (không thừa nhận tội lỗi của mình, lại còn vu cáo người vô tội); vừa ăn cướp vừa la làng

【恶煞】èshà<名>ác dữ; dữ như quỷ

【恶少】èshào<名>trẻ hư hỏng

【恶势力】èshìlì<名>thế ác ôn

【恶习】èxí<名>thói xấu; tật xấu: 消除~ xóa bỏ thói xấu

【恶行】èxíng<名>điều ác; việc ác: 他的~尽人皆知。Ai nấy đều đã biết tội lỗi của nó.

【恶性】èxìng<形>ác tính: ~肿瘤 khối u ác tính

【恶性循环】èxìng xúnhuán vòng tuần hoàn ác tính

【恶意】èyì<名>ác ý

【恶语】èyǔ<名>lời nói ác độc; lời lẽ thô tục

【恶战】èzhàn❶<动>chiến đấu ác liệt: 一位老兵叙述了他曾参加的几次~。Một cựu chiến binh kể lại những trận chiến ác liệt mà ông từng tham gia. ❷<名>trận đánh ác liệt

【恶作剧】èzuòjù<名>trò chơi ác; trò chơi khăm; đùa nhả

饿è❶<形>đói: ~殍 người bị chết vì đói; 我不~，你吃吧。Tôi không đói, em ăn đi. ❷<动>bỏ đói; để đói: 要按时吃饭，别~着。Phải ăn cơm đúng giờ, đừng để đói nhé.

【饿虎扑食】èhǔ-pūshí hổ đói vồ mồi

鄂è<名>tên gọi tắt của tỉnh Hồ Bắc //(姓) Ngạc

遏è<动>cấm; ngăn cấm: ~制 ngăn chặn; ~抑 nén lại; 怒不可~ tức giận không thể nén nổi

【遏恶扬善】è'è-yángshàn ngăn chặn cái xấu và biểu dương cái tốt

【遏止】èzhǐ<动>chặn đứng lại: ~危机 kiềm chế cuộc khủng hoảng

【遏制】èzhì<动>ngăn chặn; khống chế; nén: ~对方的攻势 ngăn chặn thế tiến công của đối phương

愕è<动>kinh ngạc

【愕然】èrán<形>ngạc nhiên: 没什么好~

的。Không lấy gì làm ngạc nhiên.

噩è<形>kinh hoàng

【噩耗】èhào<名>tin dữ (tin người thân bị chết)

【噩梦】èmèng<名>giấc mơ kinh hoàng; cơn ác mộng

【噩运】èyùn<名>vận đen; vận rủi

【噩兆】èzhào<名>điềm xấu; điềm dữ

鳄è<名>cá sấu: 金融大~ ông trùm tài chính

【鳄鱼】èyú<名>cá sấu

【鳄鱼眼泪】èyú yǎnlèi nước mắt cá sấu

ēn

恩ēn<名>ơn: 感~ nhớ ơn; 记~ ghi ơn; ~深似海 ơn sâu như biển //(姓) Ân

【恩爱】ēn'ài<形>ân ái; âu yếm: ~夫妻 vợ chồng ân ái

【恩仇】ēnchóu<名>ân oán; oán thù; thù oán: 一笑泯~。Thù oán bay hết theo tiếng cười./Nụ cười xóa sạch mọi thù oán.

【恩赐】ēncì<动>ban ơn; ân tứ

【恩典】ēndiǎn❶<名>ơn huệ ❷<动>ban ơn huệ: 恳请大人~。Cầu xin đại nhân ban ơn cho.

【恩惠】ēnhuì<名>ơn huệ

【恩将仇报】ēnjiāngchóubào lấy oán trả ơn

【恩情】ēnqíng<名>ân tình

【恩人】ēnrén<名>ân nhân

【恩威并施】ēnwēi-bìngshī bên cạnh sự đe dọa trừng phạt, còn ban cho quyền lợi hay phần thưởng

【恩怨】ēnyuàn<名>ân oán

【恩重如山】ēnzhòng-rúshān ơn cả nghĩa dày; ơn nặng như núi non

èn

摁èn<动>bấm; nhận: ~电铃 bấm chuông

điện

ér

儿¹ ér ❶〈名〉trẻ nhỏ: 婴~ trẻ sơ sinh; ~童 trẻ con; 小~ hài nhi ❷〈名〉người trẻ tuổi (phần lớn chỉ đàn ông): 男~ chàng trai; 健 ~ thanh niên trai tráng; 英雄~女 người con anh hùng ❸〈名〉con trai: 生~育女 sinh con đẻ cái ❹〈形〉đực: ~马 ngựa đực

儿² ér ❶(hậu tố của danh từ): 刀~ con dao; 猫~ con mèo ❷(hậu tố của một số ít động từ): 玩~ chơi/chơi bời

【儿歌】érgē〈名〉bài hát thiếu nhi

【儿科】érkē〈名〉khoa nhi

【儿女】érnǚ〈名〉❶con cái: 养育~ nuôi dạy con cái ❷nam nữ; trai gái; nhi nữ: 英雄气 短，~情长. Nhi nữ tình trường, anh hùng khí đoản.

【儿女情长】érnǚ-qíngcháng nhi nữ tình trường (nghĩa là tình yêu nam nữ quyến luyến với nhau không rời, thường làm cho chí khí phấn đấu của người đàn ông bị tiêu tan)

【儿孙】érsūn〈名〉con cháu

【儿孙满堂】érsūn-mǎntáng con cháu đông đúc; có nhiều con cháu

【儿童】értóng〈名〉nhi đồng: ~节 tết nhi đồng

【儿媳妇儿】érxífur〈名〉con dâu

【儿戏】érxì〈名〉trò trẻ; trò chơi trẻ con

【儿子】érzi〈名〉con trai

而 ér〈连〉❶mà; và (dùng để nối hai thành phần liên quan với nhau, bổ sung cho nhau, trái ngược nhau, hay là quan hệ nhân quả của nhau): 美~贤 đẹp và hiền lành; 小~轻 nhỏ và nhẹ; 质优~价廉 tốt mà rẻ; 错在他~ 不在我. Lỗi ở nó chứ không ở tôi. ❷đến: 由弱~强 từ yếu đến mạnh; 由北~南 từ bắc chí nam ❸nối liền những thành phần chỉ thời gian hoặc phương thức với động từ: 为 正义~战 vì chính nghĩa mà chiến đấu; 匆 匆~来 vội vã đi tới ❹chen giữa động từ và vị ngữ; có nghĩa như "nếu": 建设文明城市 ~没有发挥民众积极性是难以达到目的 的. Việc xây dựng thành phố văn minh nếu không phát huy tính tích cực của dân chúng thì khó đạt được mục đích. //(姓) Nhi

【而后】érhòu〈连〉sau đó: 大家先议一议， ~正式表决. Ta bàn trước, sau đó thì chính thức bỏ phiếu.

【而立】érlì〈名〉[书]ba mươi tuổi: ~之年 năm ba mươi tuổi

【而且】érqiě〈连〉mà còn (quan hệ tăng tiến): 她不仅漂亮，~聪明. Cô ấy chẳng những xinh đẹp mà còn thông minh.

【而已】éryǐ〈助〉mà thôi: 目前，所有这些 都只不过是构想~. Đến tận bây giờ, tất cả các thứ ấy vẫn chỉ là ý tưởng mà thôi.

ěr

尔 ěr[书]❶〈代〉anh; bọn bay (nhân xưng ngôi thứ hai): ~等 chúng mày; ~父 bố anh ❷〈代〉như thế này; như vậy: 果~ quả như vậy; 不过~~ chẳng qua chỉ như vậy ❸〈代〉 đó; này: ~时 lúc đó; ~后 sau đó ❹〈助〉mà thôi ❺hậu tố của tính từ: 莞~ mìm cười; 率 ~ coi thường

【尔虞我诈】ěryú-wǒzhà nghi ngờ lừa bịp lẫn nhau

耳¹ ěr❶〈名〉tai: ~朵 tai; ~聋 tai điếc; ~闻 目睹 mắt thấy tai nghe ❷〈名〉nhĩ: 木~ mộc nhĩ; 银~ mộc nhĩ trắng ❸〈形〉ở hai bên: ~ 室 chái nhà; ~门 cửa nách //(姓) Nhĩ

耳² ěr〈助〉[书]mà thôi; thế thôi: 想当然~ nghĩ rằng là như thế thôi

【耳背】ěrbèi〈形〉tai nghễnh ngãng: 年纪大

了就~。Tuổi cao nên tai nghễnh ngãng.

【耳鼻喉科】ěr-bí-hóukē khoa tai mũi họng

【耳边风】ěrbiānfēng<名>gió thoảng ngoài tai; để ngoài tai; phớt lờ: 别人说什么都当作~。Ai nói gì cũng phớt lờ.

【耳鬓厮磨】ěrbìn-sīmó kề tai sát má; chụm đầu sát má

【耳垂】ěrchuí<名>dái tai

【耳根】ěrgēn<名>❶phần gốc của tai ❷tai: ~软 cả tin

【耳根清净】ěrgēn-qīngjìng bên tai yên tĩnh

【耳光】ěrguāng<名>cái tát: 打他几记~ cho nó mấy cái tát

【耳环】ěrhuán<名>khuyên tai

【耳机】ěrjī<名>❶ống nghe; tai nghe ❷bộ tai nghe

【耳科】ěrkē<名>khoa tai

【耳鸣】ěrmíng<名>bệnh ù tai

【耳目】ěrmù<名>❶tai và mắt: 掩人~ che tai và mắt người khác ❷điều tai nghe mắt thấy; kiến thức: ~所及 những điều tai nghe mắt thấy ❸tai mắt; tay chân: ~亲信 tay chân thân tín

【耳目一新】ěrmù-yīxīn hoàn toàn đổi mới; quang cảnh khác hẳn

【耳濡目染】ěrrú-mùrǎn xem nhiều bị nhiễm, nghe lắm bị lây

【耳塞】ěrsāi<名>❶ống tai nhỏ ❷cái nút tai

【耳熟】ěrshú<形>quen tai: 你提到的这个校友，似乎不认识，但怪~的。Người bạn cùng trường mà anh nhắc đến, tôi hình như không quen biết, nhưng nghe cũng thấy quen quen.

【耳熟能详】ěrshú-néngxiáng nghe mãi mà đã thuộc lòng

【耳提面命】ěrtí-miànmìng dạy bảo cặn kẽ

【耳听八方】ěrtīng-bāfāng tai nghe tám hướng; rất tinh táo

【耳听为虚，眼见为实】ěrtīng-wéixū, yǎnjiàn-wéishí tai nghe là giả, mắt thấy mới là thật

【耳挖子】ěrwāzi<名>cái lấy ráy tai

【耳温枪】ěrwēnqiāng<名>[医学]nhiệt kế đo tai

【耳语】ěryǔ<动>nói thì thầm

【耳坠】ěrzhuì<名>hoa tai

饵 ěr❶<名>bánh ngọt: 香~ bánh ngọt; 果~ bánh trái ❷<名>mồi: 鱼~ mồi cá; 钓~ mồi câu ❸<动>[书]nhử: ~敌 nhử giặc; ~以重金 dùng món tiền lớn để nhử

èr

二 èr❶<数>hai; nhì; nhị: 独一无~ có một không hai ❷<形>hai kiểu; hai loại: 无~话 không có lời khác; 不~价 không có giá khác

【二八】èrbā<数>[书]mười sáu tuổi: 年方~ mới mười sáu tuổi/xuân xanh mới độ trăng tròn lẻ

【二把手】èrbǎshǒu<名>[口]cấp phó (dưới cấp chỉ huy cao nhất)

【二百五】èrbǎiwǔ❶<口>người ngố; người tồ: 这样说话，真是~。Ăn nói như thế, thật là kẻ ngố. ❷ngố ❸[方]trí thức nửa mùa

【二重唱】èrchóngchàng<名>hát bộ đôi

【二传手】èrchuánshǒu<名>cầu thủ chuyền hai (bóng chuyền)

【二道贩子】èr dào fànzi kẻ buôn trao tay

【二等】èrděng<形>hạng hai: ~公民 công dân hạng hai

【二等舱】èrděngcāng<名>buồng tàu hạng hai

【二房东】èrfángdōng<名>người cho thuê lại (nhà)

【二锅头】èrguōtóu<名>rượu nước hai; rượu cất lọc hai lần

【二话】èrhuà<名>ý kiến khác: 他~不说，

干了起来。Anh ấy không có ý kiến khác mà bắt tay làm ngay.

【二级】èrjí<形>thứ cấp: ~市场 thị trường thứ cấp

【二进宫】èrjìngōng❶Nhị tiến cung, tên của vở kịch truyền thống Kinh kịch Trung Quốc ❷vào tù lần thứ hai

【二进制】èrjìnzhì<名>hệ đếm nhị phân

【二郎腿】èrlángtuǐ<名>bắt chân chữ ngũ

【二老】èrlǎo<名>bố mẹ; ông bà: ~今年高寿? Hai cụ năm nay thọ bao nhiêu?

【二愣子】èrlèngzi<名>[口]đồ ngu

【二拇指】èrmǔzhǐ<名>[口]ngón tay trỏ

【二奶】èrnǎi<名>[方]vợ lẽ; tình nhân (nữ)

【二人世界】èr rén shìjiè thế giới của hai người yêu nhau

【二人转】èrrénzhuàn<名>Nhị nhân chuyển (một loại hình nghệ thuật dựa trên các điệu ca dân gian ở vùng Đông Bắc Trung Quốc)

【二审】èrshěn<名>[法律]phúc thẩm

【二手】èrshǒu<形>cũ; đã sử dụng rồi: ~商店 cửa hàng đồ cũ

【二维】èrwéi<形>hai chiều

【二维码】èrwéimǎ<名>mã ma trận; mã vạch hai chiều

【二线】èrxiàn<名>hạng hai; loại hai; thứ cấp: ~城市 đô thị loại hai; 退居~ từ chức vị chính lùi về tuyến hai

【二意】èryì<名>[书]hai lòng; nhị tâm: 心有~ ăn ở hai lòng

【二月】èryuè<名>tháng hai

【二战】Èrzhàn<名>Thế chiến thứ hai

【二者】èrzhě<名>hai cái; hai điều; hai người

【二者不可缺一】èrzhě bùkě quē yī phải có đủ cả hai; hai yếu tố đều quan trọng như nhau

E

F f

fā

发 fā ❶<动>phát; giao: ~行 phát hành; ~货 giao hàng ❷<动>bắn: 百~百中 trăm phát trăm trúng ❸<动>sản sinh; ra; nảy; mọc: ~电 phát điện; ~芽 nảy mầm ❹<动>biểu đạt; phát ra: ~言 phát ngôn ❺<动>mở rộng; triển khai: ~展 phát triển ❻<动>phát (giàu có vì được nhiều của cải): ~家 làm cho gia đình giàu có ❼<动>nở ra (do lên men hoặc ngâm nước): 面~了。Bột mì đã nở. ❽<动>phát tán (bốc hơi, bay đi): ~散 phát tán 蒸~ bay hơi ❾<动>vạch ra; mở ra: ~现 phát hiện; 揭~ vạch ra ❿<动>(thành) ra; (sinh) ra (do biến hóa): ~潮 bị ẩm; ~臭 thối ra ⓫<动>sinh ra; biểu lộ ra (tình cảm): ~怒 phát cáu; ~呆 ngây người ra ⓬<动>phát; cảm thấy: ~麻 thấy tê; ~痒 thấy ngứa ⓭<动>đi; lên đường: 出~ lên đường ⓮<动>bắt đầu hành động: 先~制人 hành động trước để kiềm chế đối phương ⓯<动>làm cho; gợi mở: ~人深省 khiến người ta tỉnh ngộ ⓰<动>sai đi; phát đi: ~兵 ra quân ⓱<量>phát; viên (đạn): 一~子弹 một viên đạn ///(姓)Phát
另见fà

【发案】fā'àn<动>xẩy ra vụ án: 马上赶到~现场。Đến ngay hiện trường xẩy ra vụ án.

【发白】fābái<动>❶rạng sáng; hửng sáng: 天色逐渐~。Trời dần hửng sáng. ❷trắng bệch; tái mét (nước da, sắc mặt): 吓得脸色 ~ sợ đến nỗi mặt mày tái mét

【发榜】fābǎng<动>yết bảng; niêm yết; công bố kết quả thi: 在网上~ yết bảng trên mạng

【发包】fābāo<动>giao khoán; cho thầu

【发报】fābào<动>phát tin

【发报机】fābàojī<名>máy phát sóng; máy phát tin; máy phát báo

【发标】fābiāo<动>phát hồ sơ mời thầu

【发飙】fābiāo<动>nổi cáu; nổi giận

【发表】fābiǎo<动>❶phát biểu; tuyên bố; công bố: ~意见 phát biểu ý kiến; 在机场~书面讲话 đọc bài phát biểu tại sân bay ❷đăng; cho đăng: ~文章 đăng bài viết

【发病】fābìng<动>phát bệnh: 发现心肌炎~机制 phát hiện cơ chế phát bệnh viêm cơ tim

【发布】fābù<动>công bố; tuyên bố; đưa ra: ~新闻 đưa tin; ~命令 ra lệnh; ~内阁成员名单 công bố danh sách thành viên nội các

【发财】fācái<动>❶phát tài; làm giàu: 升官~ thăng quan phát tài ❷làm ăn; công tác: 最近在哪里~? Dạo này làm ăn ở đâu?

【发颤】fāchàn<动>run; run rẩy: 嘴唇~ đôi môi run rẩy; 气得声音~ giọng run lên vì giận dữ

【发车】fāchē<动>cho xe chạy; (xe) khởi hành: 八点在酒店门前~。Chuyến xe bắt đầu khởi hành vào tám giờ sáng tại trước cổng khách sạn.

【发痴】fāchī<动>[方]❶ngớ ra; thẫn thờ ❷phát điên

【发愁】fāchóu<动>lo; buồn; đâm lo: 为你的健康~ lo cho sức khỏe của anh; 她仍为此事~。Cô ấy vẫn lo buồn về chuyện đó.

【发臭】fāchòu<动>thối ra; bốc mùi; hôi: 几天不能洗澡，身上都~了。Mấy hôm nay không được tắm, trên mình đã có mùi hôi.

【发出】fāchū<动>❶phát ra (tiếng, nghi vấn...): ~奇怪声音 phát ra âm thanh lạ ❷phát ra; công bố (mệnh lệnh, chỉ thị...): ~号召 phát ra lời kêu gọi ❸đưa; phát; gửi (hàng hóa, thư từ...)

【发怵】fāchù<动>[方]lo lắng; rụt rè; sợ sệt: 他们有点~了。Họ có vẻ sợ sệt.

【发达】fādá❶<形>phát triển; thịnh vượng; mở mang: 头脑~ đầu óc mở mang; 网络~ mạng lưới phát triển ❷<动>phát đạt: 最近几年他可~了。Mấy năm nay nó làm ăn phát đạt.

【发达国家】fādá guójiā quốc gia (nước) phát triển

【发呆】fādāi<动>ngẩn người ra; ngây người ra: 他坐在那一直~，什么话也不说。Anh ngồi đó cứ ngây người ra, không nói gì cả.

【发嗲】fādiǎ<动>[方]làm nũng; nũng nịu: 喜欢~ tính hay nũng nịu; 声音~ giọng nũng nịu

【发电】fādiàn<动>❶phát điện: ~功率 công suất phát điện ❷đánh điện báo; gửi điện

【发电机】fādiànjī<名>máy phát điện

【发电站】fādiànzhàn<名>trạm phát điện

【发动】fādòng<动>❶gây ra; phát động: ~战役 phát động chiến dịch; ~进攻 bắt đầu tiến công ❷phát động; làm cho hành động: ~青年参加植树造林活动 phát động thanh niên tham gia phong trào trồng cây gây rừng ❸nổ; khởi động: ~机器 nổ máy; ~车子 khởi động động cơ xe

【发动机】fādòngjī<名>động cơ; máy động lực; máy nổ

【发抖】fādǒu<动>run lên: 气得~ tức run lên; 激动得声音~ giọng run lên vì xúc động

【发端】fāduān<动>bắt đầu; khởi đầu; mở đầu

【发凡】fāfán<动>[书]tóm tắt sơ lược; trình bày toát yếu

【发放】fāfàng<动>❶(nhà nước, tổ chức, cơ quan) phát tiền hoặc vật tư (cho người có nhu cầu): ~经营许可证 cấp giấy phép kinh doanh ❷phát ra; phóng ra: ~信号弹 phát đạn tín hiệu ❸xử lí; xử trí; xử

【发奋】fāfèn<动>❶hăng hái; hăm hở: ~学习 hăm hở học tập ❷quyết tâm cố gắng

【发愤】fāfèn<动>quyết tâm: ~赶超 quyết tâm vượt lên

【发愤图强】fāfèn-túqiáng quyết chí vươn lên

【发疯】fāfēng<动>❶phát điên; bị điên; phát khùng: 因为失恋，他~了。Vì thất tình, anh ta đã bị điên. ❷điên lên; điên rồ; bất bình thường: 气得~ tức điên lên

【发福】fāfú<动>béo ra; phát phì: 人到中年容易~。Đến tuổi trung niên dễ phát phì.

【发绀】fāgàn<动>[医学]môi miệng bầm tím

【发糕】fāgāo<名>bánh xốp; bánh bò

【发稿】fāgǎo<动>phát tin; đưa ra bài báo; giao bản thảo: ~付印 giao bản thảo và cho in ấn

【发光】fāguāng<动>phát quang; tỏa sáng: ~材料 vật liệu phát quang; ~强度 cường độ phát quang; 是金子总会~的。Đã là vàng thì ắt sẽ phát sáng.

【发国难财】fā guónàncái vơ vét tiền của nhân lúc đất nước gặp nạn

【发汗】fāhàn<动>(dùng thuốc hoặc cách thức khác) làm cho thân thể toát ra mồ hôi

【发行】fāháng<动>bán buôn
另见fāxíng

【发号施令】fāhào-shīlìng ra lệnh; chỉ huy

【发黑】fāhēi〈动〉❶màu hơi đen ❷tối mắt: 忙得两眼~ bận tối mắt tối mũi

【发狠】fāhěn〈动〉❶hăng lên; quyết tâm; bất chấp mọi thứ: ~工作 hăng say làm việc ❷tức giận; nổi cáu

【发横】fāhèng〈动〉nổi khùng

【发横财】fā hèngcái có nhiều tiền của bất ngờ; phát tài rầm rộ

【发红】fāhóng〈动〉đỏ lên; ửng hồng: 眼睛 ~ đôi mắt đỏ lên; 双颊~ ửng hồng đôi má

【发花】fāhuā〈动〉lòa mắt; mờ đi nhìn không rõ: 看电脑太久了，两眼直~。Ngồi trước máy tính quá lâu, đôi mắt mờ đi.

【发话】fāhuà〈动〉❶chỉ thị miệng: 上边~ 了，本周末要加班。Cấp trên đã nói, cuối tuần này phải làm thêm. ❷lên tiếng

【发还】fāhuán〈动〉trả về (người trên đối với người dưới): ~地方 trả về địa phương

【发慌】fāhuāng〈动〉lo sợ cuống lên; phát hoảng: 已经两天联系不上妻子，他~ 了。Anh ấy lo sợ cuống lên vì đã hai ngày không liên lạc được với vợ.

【发挥】fāhuī〈动〉❶phát huy: 注重~农业的 潜能 chú trọng phát huy tiềm năng về nông nghiệp ❷trình bày hết ý: 借题~ mượn dịp trình bày hết ý của mình

【发昏】fāhūn〈动〉❶ngây ngất: 他觉得头 ~，好像生病了。Anh ấy cảm thấy ngây ngất như bị ốm. ❷mê lú: 头脑~ đầu óc mê lú

【发火】fāhuǒ❶〈动〉phát hỏa; bốc cháy: ~ 点 điểm bốc cháy ❷〈动〉bắt nổ; điểm hỏa: 那枚地雷没有~。Quả mìn đó chưa nổ. ❸〈动〉[方]cháy nhà; xảy ra hỏa hoạn ❹〈形〉[方]dễ nhóm; bốc ❺〈动〉nổi cáu: 主任 正在为那场事故~。Ông chủ nhiệm đang nổi cáu vì sự cố đó.

【发货】fāhuò〈动〉giao hàng; gửi hàng; chuyển hàng; cho hàng xuất kho: ~单 đơn giao hàng; ~地价格 giá cả nơi giao hàng; ~ 港 cảng gửi hàng; ~人 người gửi hàng; ~通 知书 phiếu báo gửi hàng

【发急】fājí〈动〉sốt ruột: 等得~ đợi lâu sốt ruột

【发迹】fājì〈动〉trở thành giàu sang, có thế lực; phát tích: 他靠娶了一位富家千金~。 Gã giàu lên nhờ vào lấy được cô con gái nhà giàu làm vợ.

【发家】fājiā〈动〉làm giàu; phát tài: ~致富 làm cho gia đình giàu có

【发贱】fājiàn〈动〉sinh hèn; đâm ra hèn mạt; làm bậy: 别~，做人要堂堂正正。Đừng làm bậy, làm người phải đứng đắn.

【发奖】fājiǎng〈动〉ban thưởng; tặng thưởng

【发酵】fājiào〈动〉lên men

【发紧】fājǐn〈动〉hơi chặt; không rộng rãi: 眉头~ nhíu mày

【发窘】fājiǒng〈动〉phát quẫn

【发酒疯】fā jiǔfēng phát khùng vì say rượu: 他每次喝醉都~。Anh ấy lần nào uống say cũng điên khùng lên.

【发觉】fājué〈动〉phát giác; phát hiện; biết rõ: 他的阴谋被~了。Âm mưu của hắn bị phát giác.

【发掘】fājué〈动〉khai quật; khai thác; đào lên: ~古佛像 khai quật bức tượng Phật cổ; ~潜能 khai thác tiềm năng

【发刊词】fākāncí〈名〉lời phi lộ (ở số tạp chí ra đầu tiên); lời nói đầu

【发苦】fākǔ〈动〉phát đắng: 嘴~ miệng đắng

【发狂】fākuáng〈动〉phát điên; phát cuồng

【发困】fākùn〈动〉mệt mỏi buồn ngủ: 午休 30分钟左右，可以明显减少~现象。Ngủ trưa khoảng 30 phút sẽ bớt được cảm giác mệt mỏi buồn ngủ một cách rõ rệt.

【发蓝】fālán〈动〉tráng xanh (sơn xì lớp hóa chất lên bề mặt vật liệu sắt thép cho ô-xy hóa, hình thành lớp màng bảo vệ màu xanh hay màu nâu)

【发懒】fālǎn<动>[口]đâm lười; không buồn nhúc nhích

【发牢骚】fā láosāo cằn nhằn; than phiền; càu nhàu: 喜欢~ tính hay càu nhàu

【发冷】fālěng<动>ớn lạnh: 浑身~ cả người ớn lạnh

【发愣】fālèng<动>[口]ngẩn ra; ngớ ra: 别光 站着~。Đừng cứ đứng ngớ ra nhìn.

【发力】fālì<动>bật ra sức

【发利市】fā lìshì[方]❶bán mở hàng ❷được lãi

【发亮】fāliàng<动>rạng; láng bóng

【发令】fālìng<动>phát lệnh: ~追捕罪犯 phát lệnh truy nã tội phạm

【发令枪】fālìngqiāng<名>[体育]súng phát lệnh

【发落】fāluò<动>xử lí; xử trí; xử: 从轻~ được xử phạt nhẹ; 听候~。Chờ xử lí.

【发麻】fāmá<动>cảm thấy tê

【发毛】fāmáo<动>❶sợ hãi; lo lắng: 很多 人第一次开车时心里都会~。Nhiều người rất sợ hãi khi lái xe lần đầu tiên. ❷[方]nổi cáu

【发霉】fāméi<动>lên mốc; mốc: 这些大米 已经~了。Số gạo này đã mốc.

【发蒙】fāmēng<动>[口]mụ mẫm; lú lẫn đi

【发面】fāmiàn❶<动>ủ cho bột lên men ❷<名>bột đã lên men

【发明】fāmíng❶<动>phát minh; sáng tạo: 爱迪生~了电话机。Ông Ai-đi-sen đã phát minh ra máy điện thoại. ❷<名>sự phát minh sáng tạo: 这位中学生获得了这项技术的~ 专利。Em học sinh trung học này đã nhận được bản quyền phát minh sáng chế của công nghệ này. ❸<动>[书]trình bày một cách sáng tạo

【发难】fānàn<动>❶gây phiến loạn; gây chống đối ❷[书]hỏi vặn; xoay

【发蔫】fāniān<动>❶(hoa, quả) bắt đầu héo: 庄稼有点~。Hoa màu hơi bị héo. ❷(tinh thần) ủ rũ: 因为与丈夫闹矛盾了，她有点 ~。Chị hơi ủ rũ vì xích mích với chồng.

【发怒】fānù<动>cáu; nổi giận; nổi khùng

【发排】fāpái<动>[印刷]đem in; đưa bản thảo cho nhà in sắp chữ

【发胖】fāpàng<动>béo ra; phát phì

【发配】fāpèi<动>❶[旧]sung quân; đi đày ❷ví cử đi làm việc đi nơi điều kiện khó khăn

【发脾气】fā píqi cáu; nổi cáu; nổi khùng

【发飘】fāpiāo<动>cảm thấy nhẹ tênh

【发票】fāpiào<名>hóa đơn

【发起】fāqǐ<动>❶khởi xướng: 这次捐款活 动由她~。Hoạt động quyên góp lần này do chị ấy khởi xướng. ❷phát động: ~总反攻 phát động tổng phản công

【发情】fāqíng<动>[动物]động hớn; động dực: ~周期 chu kì động hớn

【发球】fāqiú<动>[体育]phát bóng; giao bóng

【发热】fārè<动>❶phát nhiệt; sản sinh nhiệt lượng; nhiệt độ tăng: 因电器过度~导致失 火，6人死亡。Bởi thiết bị điện quá nóng gây hỏa hoạn khiến 6 người tử vong. ❷sốt; lên cơn sốt ❸nóng lên; không tỉnh táo: 头脑 ~ đầu óc nóng lên/hăng máu

【发人深思】fārénshēnsī khiến mọi người suy sâu nghĩ kĩ

【发人深省】fārénshēnxǐng khiến mọi người tỉnh ngộ hoặc đi sâu tự xét lại mình

【发轫】fārèn<动>[书]khởi sự; khởi đầu: ~ 之作 tác phẩm khởi đầu

【发散】fāsàn<动>❶(ánh sáng) phát tán; phân kì: ~透镜 thấu kính phân kì ❷[中医] (cho uống thuốc) làm giảm sốt (bằng cách cho toát mồ hôi)

【发丧】fāsāng<动>phát tang

F

【发涩】fāsè<动>rít ráp; không được trơn nhẵn

【发傻】fāshǎ<动>❶ngẩn người; ngẩn tò te ❷ngớ ngẩn; ngốc nghếch

【发烧】fāshāo<动>sốt; lên cơn sốt

【发烧友】fāshāoyǒu<名>[方]người hâm mộ cuồng nhiệt; người đam mê

【发射】fāshè<动>bắn; phóng; phát: ~炮弹 bắn đạn pháo

【发射点】fāshèdiǎn<名>điểm bắn; điểm phóng

【发射光谱】fāshè guāngpǔ phát tia quang phổ

【发射机】fāshèjī<名>máy vô tuyến điện

【发射井】fāshèjǐng<名>hầm phóng

【发射台】fāshètái<名>bệ phóng

【发身】fāshēn<动>dậy thì

【发神经】fā shénjīng điên; lên cơn thần kinh

【发生】fāshēng<动>phát sinh; nảy sinh; xảy ra: ~事故 xảy ra sự cố

【发市】fāshì<动>[方]bán mở hàng

【发誓】fāshì<动>thề: 我~我所说的一切都是事实。Tôi thề tất cả những gì tôi đã nói đều đúng sự thật.

【发售】fāshòu<动>bán ra: ~股票 bán ra cổ phiếu

【发抒】fāshū<动>giãi bày; bày tỏ

【发水】fāshuǐ<动>lũ lụt

【发送】fāsòng<动>❶phát (tín hiệu) ❷gửi đi: ~文件 gửi văn kiện đi; ~旅客 đưa tiễn hành khách

【发送】fāsong<动>đưa tang; chôn cất

【发酸】fāsuān<动>❶(thức ăn) chua ra ❷(mắt mũi) cay sè: 阿玲感觉鼻子~，眼泪就流了下来。Chị Linh thấy sống mũi cay sè, nước mắt cứ tuôn ra. ❸(chân tay) nhức mỏi rời rã: 我感觉非常累，膝盖和肩膀~。Tôi cảm thấy rất mệt mỏi, đầu gối và vai nhức mỏi rã rời.

【发条】fātiáo<名>[机械]dây cót

【发帖】fātiě<动>❶gửi thiếp mời ❷đăng bài phát biểu ý kiến trên mạng

【发威】fāwēi<动>ra oai; cáu: 对部下~ ra oai với bộ hạ

【发文】fāwén❶<动>phát công văn đi: 联合~ phát công văn liên hợp ❷<名>công văn đã phát

【发问】fāwèn<动>phát vấn; hỏi

【发物】fāwù<名>[中医]thức ăn giàu dinh dưỡng hoặc có tính kích thích khiến cho vết sẹo hoặc một số bệnh trạng phát sinh biến hóa

【发现】fāxiàn<动>❶phát hiện: 及早~，迅速处理。Phát hiện sớm, xử lí nhanh. ❷phát giác; nhận thấy: 他~这家公司有违规现象。Anh ấy nhận thấy công ti đó có hiện tượng vi phạm quy định.

【发祥】fāxiáng<动>❶[书]phát sinh điềm lành ❷phát sinh; nổi lên

【发祥地】fāxiángdì<名>đất hưng nghiệp; cái nôi; nguồn gốc phát triển: 黄河流域是中国古代文明的~。Lưu vực sông Hoàng Hà là cái nôi của nền văn minh cổ kính Trung Quốc.

【发笑】fāxiào<动>bật cười; cười lên: 她用手遮住嘴，以防自己~出声。Cô ấy lấy tay che miệng để tránh bật cười ra tiếng.

【发泄】fāxiè<动>phát tiết; trút ra: 服务员把怒火~到客人身上。Người bồi bàn trút cơn giận dữ vào các vị khách.

【发行】fāxíng<动>phát hành
另见fāháng

【发虚】fāxū<动>❶không vững tâm: 第一次上台演讲，心里有点~。Lần đầu tiên lên sân diễn thuyết, cảm thấy thiếu tự tin. ❷(thân thể) yếu mệt: 他劳累过度，身体~。Thân thể của anh ấy ốm yếu vì mệt mỏi quá độ.

【发芽】fāyá<动>nảy mầm; đâm chồi: 种子~
了。Hạt giống nảy mầm rồi.

【发言】fāyán❶<动>phát biểu ý kiến (trong
cuộc họp): 许多员工都~了，高度评价了
公司的工作成果。Nhiều viên chức đã phát
biểu ý kiến, đánh giá cao kết quả công tác
của công ti. ❷<名>lời phát biểu; tham luận:
经理的~很精彩。Lời phát biểu của giám
đốc thật tuyệt vời.

【发言人】fāyánrén<名>người phát ngôn:
外交部~ người phát ngôn Bộ Ngoại giao

【发炎】fāyán<动>viêm; bị nhiễm trùng: 那
个皮肤~的小孩正在儿童医院接受治疗。
Đứa trẻ bị viêm da ấy đang điều trị ở bệnh
viện nhi đồng.

【发扬】fāyáng<动>❶phát huy; nêu cao: ~
民主 phát huy dân chủ ❷phát huy: ~优势
phát huy thế mạnh

【发扬光大】fāyáng-guāngdà phát huy
mạnh mẽ: ~艰苦奋斗的精神 phát huy tinh
thần phấn đấu gian khổ

【发洋财】fā yángcái phát tài qua làm ăn
với người nước ngoài; được món của cải bất
ngờ

【发痒】fāyǎng<动>bị ngứa; ngứa ngáy: 身
上~难受。Người ngứa ngáy khó chịu. 没有
事情做所以手脚~。Không có việc làm nên
chân tay ngứa ngáy.

【发音】fāyīn❶<动>phát âm: 练习英语~
luyện phát âm tiếng Anh ❷<名>âm phát ra

【发育】fāyù<动>phát dục; dậy thì: ~不良
phát dục bất bình thường

【发源】fāyuán<动>❶bắt nguồn; phát
nguyên: 长江~于各拉丹东雪山。Sông
Trường Giang bắt nguồn từ núi tuyết Các
La Đơn Đông. ❷bắt đầu nảy sinh: 佛教~于
印度。Đạo Phật bắt nguồn từ Ấn Độ.

【发晕】fāyūn<动>chóng mặt; choáng váng;

hoa mắt

【发展】fāzhǎn<动>❶phát triển: ~战略
chiến lược phát triển ❷mở rộng; phát triển:
~各类社会服务业 phát triển các dịch vụ xã
hội

【发展中国家】fāzhǎn zhōng guójiā nước
đang phát triển: 中国是最大的~。Trung
Quốc là nước đang phát triển lớn nhất.

【发胀】fāzhàng<动>phồng lên; đầy trướng

【发怔】fāzhèng<动>ngớ ra; ngẩn người ra;
ngây ra

【发作】fāzuò<动>❶phát ra (đột ngột); lên
cơn; phát huy tác dụng: 精神病~ lên cơn
thần kinh ❷nổi cáu; phát cáu

fá

乏 fá❶<动>thiếu: 贫~ nghèo nàn thiếu
thốn; 不~其人 không thiếu người như thế
❷<形>mệt mỏi; mệt: 人困马~ người kiệt
sức, ngựa hết hơi ❸<形>[口]không có sức
mạnh; không có tác dụng: ~煤 than đốt
dở

【乏力】fálì❶<形>mệt mỏi; không còn hơi
sức: 浑身~ toàn thân rã rời ❷<动>không
có năng lực; không đủ sức: 对子公司管理~
không đủ sức quản lí công ti con

【乏善可陈】fáshàn-kěchén không có gì
đáng kể

【乏术】fáshù<动>không có cách nào; không
có phép thuật: 阻挡~ không có cách nào để
ngăn cản

【乏味】fáwèi<形>kém thú vị; vô vị; nhạt
nhẽo: 这是最~的节目。Đây là chương
trình nhạt nhẽo nhất.

伐¹ fá<动>❶chặt; đốn; đẵn (cây): ~木 đẵn
gỗ ❷đánh: 征~ chinh phạt //(姓)Phạt

伐² fá<动>[书]tự khoe khoang: 不矜不~
không kiêu ngạo không khoe khoang

罚 fá 〈动〉phạt: 惩~ trừng phạt; 责~ trách phạt

【罚不当罪】fábùdāngzuì phạt không đúng tội; xử phạt không tương xứng với tội lỗi

【罚单】fádān 〈名〉giấy phạt; đơn phạt

【罚金】fájīn ❶〈动〉phạt tiền ❷〈名〉tiền nộp phạt

【罚酒】fájiǔ 〈动〉phạt uống rượu

【罚款】fákuǎn ❶〈动〉phạt tiền ❷〈动〉phạt một khoản tiền nhất định do vi phạm hợp đồng ❸〈名〉tiền nộp phạt

【罚没】fámò 〈动〉cưỡng chế nộp phạt và tịch thu của cải phi pháp

【罚球】fáqiú 〈动〉phạt bóng

【罚一儆百】fáyī-jǐngbǎi phạt một răn trăm; trừng phạt làm gương

阀[1] fá 〈名〉nhân vật, gia tộc hoặc tập đoàn có thế lực chi phối về một phương diện nào đó: 军~ quân phiệt

阀[2] fá 〈名〉cái van

【阀门】fámén 〈名〉van

筏 fá 〈名〉bè; mảng: 竹~ bè tre; 皮~ bè làm bằng da súc vật //(姓) Phạt

【筏子】fázi 〈名〉cái bè; cái mảng

fǎ

法[1] fǎ ❶〈名〉pháp; pháp luật; luật: 合~ hợp pháp; 犯~ phạm pháp ❷〈名〉phương pháp; cách thức; phương thức: 办~ biện pháp; 用~ cách dùng ❸〈名〉tiêu chuẩn; mẫu mực; mẫu: ~帖 thiếp chữ mẫu ❹〈动〉bắt chước: 师~ học theo ❺〈名〉Phật pháp (đạo lí nhà Phật): 佛~ Phật pháp ❻〈名〉phép; pháp thuật: 斗~ đấu pháp thuật //(姓) Pháp

法[2] fǎ 〈量〉Fa-ra (đơn vị đo điện dung, nói tắt)

法[3] Fǎ 〈名〉nước Pháp: ~语 tiếng Pháp

【法案】fǎ'àn 〈名〉dự án pháp luật; dự luật

【法办】fǎbàn 〈动〉xử theo pháp luật: 移交公安机关~ chuyển cho cơ quan công an xử lí theo luật

【法宝】fǎbǎo 〈名〉❶pháp bảo (từ nhà Phật, chỉ phép của Phật, cũng chỉ y bát, tích trượng... của sư) ❷pháp bảo (vật báu có phép trừ yêu ma, nói trong thần thoại) ❸pháp bảo; phép báu; ví công cụ, biện pháp, kinh nghiệm đặc biệt có hiệu quả

【法不责众】fǎbùzézhòng hình phạt khó áp dụng được cho số đông

【法场】[1] fǎchǎng 〈名〉đạo trường (nơi tăng đạo làm phép)

【法场】[2] fǎchǎng 〈名〉pháp trường (nơi hành hình)

【法典】fǎdiǎn 〈名〉bộ luật: 劳动~ bộ luật lao động

【法定】fǎdìng 〈形〉pháp định; luật pháp quy định: 公民的~权利 quyền lợi luật định của công dân

【法定节假日】fǎdìng jiéjiàrì ngày lễ hành chính

【法定年龄】fǎdìng niánlíng tuổi luật định: 不到~就结婚的情况越来越少了。Trường hợp kết hôn trước tuổi luật định ngày càng ít.

【法定人数】fǎdìng rénshù số người luật định

【法度】fǎdù 〈名〉❶pháp luật; chế độ pháp lệnh ❷chuẩn mực hành vi; phép tắc quy củ

【法古】fǎgǔ 〈动〉phỏng cổ; bắt chước người xưa

【法官】fǎguān 〈名〉quan tòa

【法规】fǎguī 〈名〉pháp quy; luật lệ

【法国】Fǎguó 〈名〉nước Pháp: ~人 người Pháp

【法号】fǎhào 〈名〉pháp hiệu; pháp danh; giới danh

【法纪】fǎjì 〈名〉pháp luật ki cương: 缺少遵

守~的意识 thiếu ý thức tuân thủ pháp luật kỉ cương

【法警】fǎjǐng<名>cảnh sát tư pháp

【法老】fǎlǎo<名>Pha-ra-ôn (quốc vương Ai Cập thời cổ)

【法理】fǎlǐ<名>❶pháp lí ❷[书]phép tắc ❸nghĩa lí của Phật pháp ❹pháp luật và tình lí

【法力】fǎlì<名>[宗教]pháp lực; sức mạnh của Phật pháp; ví sức mạnh thần kì

【法令】fǎlìng<名>pháp lệnh

【法律】fǎlǜ<名>pháp luật; luật pháp

【法盲】fǎmáng<名>người mù pháp luật; mù luật: ~使企业在贸易中陷入被动。Mù luật khiến doanh nghiệp rơi vào cảnh bị động trong thương mại.

【法门】fǎmén<名>❶[宗教]pháp môn; cửa Phật; cửa pháp (con đường tu hành Phật giáo) ❷biện pháp; con đường thực hiện

【法名】fǎmíng<名>pháp danh (tên do sư phụ đặt cho khi xuất gia làm tăng ni hoặc đạo sĩ)

【法权】fǎquán<名>pháp quyền

【法人】fǎrén<名>pháp nhân

【法师】fǎshī<名>pháp sư

【法式】fǎshì<名>cách thức chuẩn

【法事】fǎshì<名>pháp sự; việc làm phép hành lễ

【法术】fǎshù<名>phép thuật; phù phép

【法庭】fǎtíng<名>❶tòa án (cơ quan tư pháp) ❷tòa; tòa án (nơi xét xử các vụ tố tụng)

【法王】fǎwáng<名>[宗教]❶Pháp vương (Phật giáo tôn xưng Thích Ca Mâu Ni) ❷pháp vương (thủ lĩnh Lạt ma giáo)

【法网】fǎwǎng<名>lưới pháp luật: 落入~ sa lưới pháp luật; 逃脱~ lọt lưới pháp luật

【法西斯】fǎxīsī<名>❶quyền tiêu (La tinh: fasces, nguyên nghĩa là hình hiệu quyền

lực của đảng phát xít Ý) ❷(khuynh hướng, phong trào, thể chế…) phát-xít

【法学】fǎxué<名>luật học

【法眼】fǎyǎn<名>pháp nhãn; mắt thánh; ví con mắt sắc sảo minh mẫn: 难逃~ khó mà qua khỏi được mắt thánh

【法医】fǎyī<名>pháp y

【法院】fǎyuàn<名>tòa án

【法则】fǎzé<名>❶quy luật; phép tắc; quy tắc: 哲学~ phép tắc triết học ❷chuẩn mực ❸[书]mẫu mực; gương mẫu

【法制】fǎzhì<名>pháp chế

【法治】fǎzhì❶<名>pháp trị (tư tưởng Pháp gia thời Tiên Tần ở Trung Quốc, chủ trương lấy hình pháp làm chuẩn mực trị nước) ❷<动>pháp trị (cai trị đất nước theo pháp luật)

【法子】fǎzi<名>cách; phương pháp: 减肥的 ~ phương pháp giảm béo

砝fǎ

【砝码】fǎmǎ<名>quả cân

fà

发fà<名>tóc: 毛~ lông và tóc; 理~ cắt tóc/hớt tóc

另见fā

【发辫】fàbiàn<名>bím tóc

【发菜】fàcài<名> một loài tảo (hình sợi tơ, giống sợi tóc, bởi hài âm với "发财" được xưng là rau phát tài, phát đạt)

【发髻】fàjì<名>búi tóc

【发夹】fàjiā<名>kẹp tóc; cài tóc

【发胶】fàjiāo<名>gôm (chải tóc)

【发蜡】fàlà<名>sáp chải tóc

【发廊】fàláng<名>hiệu cắt tóc làm đầu

【发妻】fàqī<名>vợ (đầu)

【发卡】fàqiǎ<名>cặp tóc

【发乳】fàrǔ<名>dầu thoa tóc; keo vuốt tóc

【发式】fàshì<名>kiểu (bới) tóc

【发屋】fàwū<名>tiệm cắt tóc nhỏ

【发型】fàxíng<名>kiểu tóc

【发指】fàzhǐ<动>tức giận; tức; phẫn nộ (dựng cả tóc lên): 该女子虐待老母亲的情景令人~。Cô ta ngược đãi mẹ già gây phẫn nộ lòng người.

珐fà

【珐琅】fàláng<名>men; men pháp lang

fān

帆fān<名>❶buồm: 一~风顺 thuận buồm xuôi gió ❷[书]thuyền buồm

【帆板】fānbǎn<名>❶(thiết bị) ván buồm ❷môn đua ván buồm: ~比赛 đua ván buồm

【帆布】fānbù<名>vải buồm; vải bạt

【帆船】fānchuán<名>❶thuyền buồm ❷môn thuyền buồm: ~比赛 đua thuyền buồm

番¹fān<名> nước ngoài; ngoại bang; ngoại tộc: ~薯 khoai lang

番²fān<量>❶loại; cõi: 别有一~天地 riêng một cõi trời đất ❷lần; hồi; phen ❸hồi; phen; tấm (dùng để chỉ tâm tư, ngôn ngữ và quá trình)

【番邦】fānbāng<名>[旧]nước ngoài; ngoại tộc

【番号】fānhào<名>phiên hiệu

【番茄】fānqié<名>cà chua

【番茄酱】fānqiéjiàng<名>xốt cà chua; tương cà chua

【番石榴】fānshíliu<名>ổi; quả ổi; cây ổi

【番薯】fānshǔ =【甘薯】

幡fān<名>cờ; phướn; cờ phướn

【幡然】fānrán<副>(thay đổi) nhanh chóng triệt để

【幡然悔悟】fānrán-huǐwù tỉnh ngộ và hối lỗi rất nhanh, rất triệt để

藩fān<名>❶hàng rào: ~篱 hàng rào ❷[书]tấm chắn ❸thuộc quốc; thuộc địa (của vương triều phong kiến) ~国 phiên quốc // (姓) Phiên

翻fān<动>❶lật; đảo; nghiêng đổ: 推~ lật đổ ❷lục lọi; đảo lộn (để tìm): ~衣柜 lục lọi tủ quần áo ❸lật (đổ cái cũ): ~案 lật án ❹trèo qua; vượt qua: ~越隔离带 trèo qua dải phân cách ❺tăng gấp bội: ~一番 tăng gấp đôi ❻dịch; phiên dịch: ~译课程 môn học về phiên dịch ❼[口]trở mặt; lật mặt: 她跟丈夫闹~了。Chị ấy đã trở mặt với chồng.

【翻案】fān'àn<动>❶lật lại bản án; phiên án ❷lật ngược phán xử cũ

【翻白眼】fān báiyǎn❶lườm ❷(mắt) trợn trắng dã; trợn ngược

【翻版】fānbǎn<名>❶bản in lại; bản sao; phiên bản: 《红楼梦》的~ phiên bản của *Hồng lâu mộng* ❷in lại; phiên bản

【翻本】fānběn<动>gỡ vốn

【翻唱】fānchàng<动>hát phỏng theo bài ca gốc

【翻车】[1]fānchē<动>❶xe bị đổ ❷ví sự việc nửa chừng trục trặc hoặc thất bại ❸[方]trở mặt

【翻车】[2]fānchē<名>[方]cái guồng nước; xe nước; cọn

【翻船】fānchuán<动>❶lật thuyền: ~事故造成6人死亡。Vụ lật thuyền trên sông làm chết 6 người. ❷ví sự việc nửa chừng trục trặc hoặc thất bại: 阴沟里~ do sơ suất mà thất bại

【翻地】fāndì<动>xới đất; cày lật đất

【翻动】fāndòng<动>thay đổi vị trí, hình dạng vốn có

【翻斗】fāndǒu<名>thùng xe tự đổ hàng

【翻番】fānfān<动>tăng gấp bội: 产量~ sản lượng tăng gấp bội

【翻覆】fānfù<动>❶đổ; bị lật ❷thay đổi lớn

lao và triệt để ❸trằn trở; trằn trọc ❹[书]tráo
trở; lật lọng

【翻改】fāngǎi<动>lộn trái; chữa: ~裤子 lộn
trái cái quần

【翻盖】fāngài❶<动>dỡ ra xây lại; sửa chữa
nhà cửa ❷<形>mở nắp vỏ; lật rung: ~手机
máy di động mở nắp

【翻跟头】fān gēntou❶lộn nhào ❷trắc trở
vấp váp

【翻工】fāngōng<动>[方]làm lại; gia công
lại

【翻供】fāngòng<动>phản cung

【翻滚】fāngǔn<动>❶cuồn cuộn: 烟雾~ bốc
khói cuồn cuộn ❷lăn lộn; lăn mình; quằn
quại: 疼得满地~ đau quá lăn lộn trên đất

【翻悔】fānhuǐ<动>hối hận và không thừa
nhận; nuốt lời hứa: 如果实现不了，就不
要承诺，既然承诺，就不要~。Đừng bao
giờ hứa nếu không thực hiện được, đã hứa
thì đừng nuốt lời hứa.

【翻检】fānjiǎn<动>lục tìm; lật tìm; lật tra: ~
旧照片 lục tìm ảnh cũ

【翻建】fānjiàn<动>dỡ ra xây lại: ~危房 xây
lại nhà sắp đổ

【翻江倒海】fānjiāng-dǎohǎi dời sông lấp
biển

【翻筋斗】fān jīndǒu nhào lộn: 杂技演
员在空中~。Diễn viên xiếc nhào lộn trên
không.

【翻旧账】fān jiùzhàng lôi chuyện cũ; nhắc
lại chuyện cũ

【翻卷】fānjuǎn<动>cuộn lên: 整条河似乎
都~了起来。Cả dòng sông như cuộn trào
lên.

【翻刻】fānkè<动>khắc lại

【翻来覆去】fānlái-fùqù❶trở mình; trăn trở;
trằn trọc: 她躺在床上~一个小时，就是
睡不着。Chị ấy trằn trọc trên giường hàng
tiếng đồng hồ, không ngủ được. ❷nhiều

lần; lặp đi lặp lại: 消化紊乱~地出现是很危
险的。Quá trình rối loạn tiêu hóa lặp đi lặp
lại rất nguy hiểm.

【翻老账】fān lǎozhàng =【翻旧账】

【翻脸】fānliǎn<动>trở mặt; lật mặt: 夫妻~
vợ chồng trở mặt với nhau

【翻领】fānlǐng<名>cổ bẻ (của áo): ~大衣
áo khoác cổ bẻ

【翻录】fānlù<动>ghi lại (băng từ); sang
băng

【翻毛】fānmáo<形>❶mặt lông lộn ra ngoài
❷da lộn: ~帽子 chiếc mũ da lộn

【翻弄】fānnòng<动>lật đi lật lại: 我们~着
菜单好一会，才有个服务员过来问我们
点些什么。Chúng tôi lật đi lật lại tờ thực
đơn hồi lâu mới có một cô nhân viên bước
lại hỏi dùng món gì.

【翻拍】fānpāi<动>chụp lại: 用照相机~文
件 dùng máy ảnh chụp lại văn bản

【翻然】fānrán =【幡然】

【翻砂】fānshā❶<名>nghề đúc; công việc
đúc ❷<动>làm khuôn cát

【翻晒】fānshài<动>trở vật phơi; đảo: ~被
褥 trở chăn đệm đang phơi

【翻山越岭】fānshān-yuèlǐng trèo đèo lội
suối; vượt đèo qua suối; khắc phục đủ loại
khó khăn

【翻身】fānshēn<动>❶trở mình ❷vươn
mình; vùng lên: ~农奴 nông nô vươn mình
❸đổi đời: 他想利用一切机会~。Anh ấy
muốn tận dụng mọi cơ hội đổi đời. ❹[方]
quay mình; quay người lại

【翻身仗】fānshēnzhàng<名>sự thay đổi
hoàn toàn: 打一场~ thực hiện sự thay đổi
hoàn toàn

【翻腾】fānténg<动>❶cuồn cuộn; quay
cuồng: 河水~ nước sông cuồn cuộn ❷nhảy
lộn nhào

【翻腾】fānteng<动>❶suy nghĩ nhiều lần:

思绪~ tâm tư tình cảm dạt dào ❷lục tung; bới tung: 他们~整个房间去寻找那份文件。Họ bới tung cả gian phòng để tìm văn bản đó.

【翻天】fāntiān<动>❶(cãi cọ, đùa nghịch) quá trời; ghê gớm: 吵翻了天 cãi ầm trời ❷đảo lộn trời đất; ví việc tạo phản, làm loạn

【翻天覆地】fāntiān-fùdì ❶lay trời chuyển đất ❷làm đảo lộn trời đất; ghê gớm

【翻新】fānxīn<动>❶tân trang; lộn lại; may lại (quần áo) ❷đổi mới: 方法~ phương pháp đổi mới

【翻修】fānxiū<动>xây dựng lại; làm lại (nhà cửa, đường sá) trên quy mô cũ

【翻译】fānyì❶<动>phiên dịch; thông dịch: ~错误 dịch sai ❷<名>(người) phiên dịch; thông dịch: 他是一名~。Anh ấy là một phiên dịch.

【翻印】fānyìn<动>in lại (theo bản cũ): ~他的一些作品 in lại các tác phẩm của anh

【翻涌】fānyǒng<动>(mây nước) cuồn cuộn: 波涛~ sóng nước cuồn cuộn

【翻阅】fānyuè<动>lật xem; giở xem: 快速~杂志 lật xem rất nhanh các trang tạp chí

【翻越】fānyuè<动>vượt qua: ~雪山 vượt qua núi tuyết

【翻云覆雨】fānyún-fùyǔ mây mưa thất thường; tráo trở; lèo lá

【翻转】fānzhuǎn<动>lật chuyển; nhào lộn; xoay chuyển và quay vòng

fán

凡¹ fán❶<形>bình thường: 自命不~ tự cho là phi thường ❷<名>thế gian; phàm trần; trần tục: 仙女下~ nàng tiên xuống trần gian//(姓)Phàm

凡² fán❶<副>phàm; phàm là; tất cả: ~发现抄袭, 论文一律作废。Phàm phát hiện ra việc "đạo văn", luận án đều phải hủy bỏ. ❷<副>[书]tổng cộng; gồm: 全书~二十卷。Tập sách gồm 20 cuốn. ❸<名>[书]đại thể; tóm lược

【凡尘】fánchén<名>phàm trần; cõi trần; trần thế

【凡夫俗子】fánfū-súzǐ phàm phu tục tử; kẻ tầm thường: 从一个~变成一个知识渊博的人。Từ một phàm phu tục tử trở thành một người bác học.

【凡间】fánjiān<名>trần gian; thế gian

【凡例】fánlì<名>phàm lệ

【凡人】fánrén<名>❶người bình thường ❷người phàm; người trần

【凡士林】fánshìlín<名>va-dơ-lin

【凡事】fánshì<名>mọi việc; bất cứ việc gì: ~我都习惯一个人做。Tôi quen làm một mình mọi việc.

【凡是】fánshì<副>phàm; hễ là; mọi: ~未修满学分者不予毕业。Phàm ai không lấy đủ điểm học bạ sẽ không được tốt nghiệp.

【凡响】fánxiǎng<名>âm nhạc tầm thường: 不同~ ưu việt khác thường

钒 fán<名>[化学]vanađi (kí hiệu: V)

烦 fán❶<形>phiền muộn; buồn: ~恼 buồn rầu ❷<形>chán; nhàm: 听~了 nhàm tai ❸<形>rườm rà; lôi thôi: ~杂 phiền phức ❹<动>phiền; nhờ: 我不打算麻~你。Tôi không định làm phiền anh đâu. ❺<动>làm cho chán

【烦闷】fánmèn<形>buồn rầu; phiền muộn: 他一副~的样子。Anh ta có vẻ buồn rầu.

【烦恼】fánnǎo<形>phiền não; buồn phiền

【烦人】fánrén<形>khó chịu; dễ ghét; khiến người ta bực mình: ~的毛毛雨下起来没完没了。Kiểu mưa phùn khó chịu này mãi không dứt.

【烦琐】fánsuǒ<形>phiền toái; phiền hà;

rườm rà: 家庭生活中有很多~的事。Trong cuộc sống gia đình có nhiều điều phiền toái.

【烦心】fánxīn❶<动>[方]phiền lòng; đáng buồn: 不要让父母~。Đừng để cha mẹ phiền lòng. ❷<形>buồn phiền; lo lắng; hao tâm tổn trí: 失败并没有什么让人惭愧和~的。Việc thất bại không có gì đáng hổ thẹn, buồn phiền.

【烦躁】fánzào<形>buồn bực; bực bội: 他说得很快，但并没有~之情。Anh ấy nói thật nhanh nhưng không có vẻ bực bội.

【烦躁不安】fánzào-bù'ān bực bội lo lắng

繁 fán❶<形>nhiều; phức tạp ❷<动>sinh sôi; nảy nở

【繁多】fánduō<形>nhiều; phong phú: 名目~ danh mục phong phú

【繁复】fánfù<形>phiền phức: ~的礼仪 lễ nghi phiền phức

【繁花似锦】fánhuā-sìjǐn hoa đua nở rực rỡ như gấm

【繁华】fánhuá<形>phồn hoa; sầm uất: ~之都的穷人 người nghèo trong thành phố phồn hoa

【繁乱】fánluàn<形>(công việc) rối rắm; rắc rối: 头脑中满是~的思绪。Đủ những ý nghĩ rối rắm trong lòng.

【繁忙】fánmáng<形>bận rộn: 他工作~。Anh ấy công việc bận rộn.

【繁茂】fánmào<形>(cây cối) sum sê rậm rạp; um tùm: 枝叶~稠密，像是一把巨大的伞。Cành lá sum sê nhiều tầng, như một cây dù khổng lồ.

【繁密】fánmì<形>dày đặc; đông đúc: 人口~ dân số đông đúc

【繁闹】fánnào<形>phồn vinh náo nhiệt; đông vui: 小车穿过一条条~熙攘的街道。Chiếc xe con chạy qua những đường phố đông vui tấp nập.

【繁荣】fánróng❶<形>(kinh tế hoặc sự nghiệp) phồn vinh; phồn thịnh; phát triển: 祖国日益~。Đất nước ngày một phồn vinh. ❷<动>làm cho phồn vinh

【繁荣昌盛】fánróng-chāngshèng phồn vinh thịnh vượng; hưng thịnh phát đạt

【繁体】fántǐ<名>phồn thể; chữ phồn thể: ~字 chữ phồn thể

【繁文缛节】fánwén-rùjié lễ nghi rắc rối; lễ tiết phiền phức

【繁星】fánxīng<名>sao chi chít: ~点点 sao chi chít

【繁衍】fányǎn<动>[书]đông dần lên; rộng dần ra: ~生息 sinh sôi đông đúc thêm

【繁育】fányù<动>nhân (giống); phát triển: ~方法 phương pháp nhân giống

【繁杂】fánzá<形>(công việc) bộn bề phức tạp: 事务~ công việc bộn bề

【繁征博引】fánzhēng-bóyǐn trích dẫn rất nhiều tài liệu

【繁殖】fánzhí<动>phồn thực; sinh sôi nảy nở; sinh đẻ

【繁重】fánzhòng<形>nặng nề; nặng nhọc: 工作日益~。Công việc ngày càng nặng nhọc.

fǎn

反 fǎn❶<形>ngược; trái ngược: ~面 mặt trái ❷<动>lật trái; lật lại: ~守为攻 chuyển thủ thành công ❸<动>về; trở lại: ~问 phản vấn ❹<动>chống lại; phản kháng; phản đối: ~贪污 chống tham nhũng ❺<动>làm phản; phản loạn: 造~ tạo phản ❻<名>phản cách mạng; phản động: 镇~ trấn áp phản cách mạng ❼<动>loại suy ❽<副>ngược lại; trái lại: 他不接受批评，~而指责别人。Hắn không chịu phê bình, trái lại còn chỉ trích người ta. ❾<名>[语言]phiên thiết

【反败为胜】fǎnbàiwéishèng chuyển bại

thành thắng

【反绑】fǎnbǎng<动>trói giật cánh khuỷu; trói quặt cánh tay ra sau lưng

【反比】fǎnbǐ<名>❶tỉ lệ ngược ❷phát triển ngược chiều

【反比例】fǎnbǐlì<名>tỉ lệ ngược

【反驳】fǎnbó<动>phản bác; bác bỏ: 他话未 说完，~声四起。Anh ấy chưa kịp dứt lời, những tiếng phản bác đã rộ lên.

【反哺】fǎnbǔ<动>mớm mồi lại; con cái phụng dưỡng bố mẹ già

【反差】fǎnchā<名>❶độ tương phản đen trắng ❷độ chênh lệch so sánh tương phản: 他们不能互相理解可能是因为他与老人 家的心思~过大的缘故吧？ Họ không thể hiểu nhau, có thể vì nó quá tương phản với tâm tư ý nghĩ của ông chăng?

【反常】fǎncháng<形>không bình thường; khác thường: 肯定有什么~之事发生了。 Nhất định có điều gì không bình thường xảy ra rồi.

【反衬】fǎnchèn<动>làm nổi bật (từ phía phản diện): 外面隐约的狗叫声，越发~出 这一片荒芜之地的静谧。 Bên ngoài nghe có tiếng chó sủa xa xa, lại càng làm nổi bật cái yên lặng của một miền hoang dã.

【反冲】fǎnchōng<动>phản xung

【反刍】fǎnchú<动>❶nhai lại ❷hồi tưởng; nhớ lại

【反串】fǎnchuàn<动>(diễn viên) tạm thời đóng vai (mà mình không chuyên)

【反导弹】fǎndǎodàn chống tên lửa

【反倒】fǎndào<副>trái lại: 他不但不生她 的气，~更爱她了。 Anh ấy chẳng những không giận gì mà trái lại còn yêu cô ta tha thiết hơn.

【反调】fǎndiào<名>giọng ngược (chỉ quan điểm, ngôn luận trái ngược): 唱~ hát giọng ngược/có ý kiến trái ngược nhau

【反动】fǎndòng❶<形>phản động: ~思想 思 想 phản động ❷<名>phản tác dụng

【反对】fǎnduì<动>phản đối; chống: 那确实 是个合理的~意见。 Đó thật sự là một lời phản đối hợp lí.

【反对票】fǎnduìpiào<名>phiếu phản đối

【反而】fǎn'ér<副>trái lại

【反方】fǎnfāng<名>phía phản đối

【反封建】fǎnfēngjiàn chống phong kiến

【反腐败】fǎnfǔbài chống tham nhũng

【反腐倡廉】fǎnfǔ-chànglián chống tệ nạn tham nhũng, đề xướng tinh thần liêm khiết

【反复】fǎnfù❶<副>nhiều lần; lặp đi lặp lại ❷<动>lật lọng; thay đổi: ~无常 lật lọng thất thường ❸<动>(tình hình) lặp lại: 病情时 有~，令他家人很担心。 Căn bệnh thỉnh thoảng lại tái phát, làm cho người nhà ông ấy rất lo lắng. ❹<名>tình hình trùng lặp

【反感】fǎngǎn❶<名>phản cảm; cảm giác khó chịu: 最重要的是别做过了头而引起~。 Quan trọng nhất là đừng làm quá đáng mà gây phản cảm. ❷<形>chán ghét; không vừa ý

【反戈一击】fǎngē-yījī quay giáo đánh lại

【反革命】fǎngémìng❶phản cách mạng: 打着革命的幌子进行~活动 núp sau danh nghĩa cách mạng để làm những việc phản cách mạng ❷phần tử phản cách mạng

【反攻】fǎngōng<动>phản công: 我军继续 展开全面~。 Quân ta tiếp tục cuộc phản công toàn diện.

【反躬自问】fǎngōng-zìwèn quay lại tự hỏi mình; tự vấn bản thân

【反光】fǎnguāng❶<动>phản quang: 这 种金属~度高。 Kim loại này có độ phản quang cao. ❷<名>ánh sáng phản chiếu

【反过来】fǎnguòlái trái lại

【反话】fǎnhuà<名>lời nói ngược

【反悔】fǎnhuǐ<动>nuốt lời hứa; phản lại lời hứa: 他本来答应去看电影，现在却~了。

Anh ấy vốn đồng ý đi xem phim, bây giờ lại nuốt lời hứa.

【反击】fǎnjī<动>phản kích: 敌人没有办法再~了。Bọn địch không còn cách nào phản kích lại nữa.

【反季节】fǎnjìjié trái mùa; không đúng mùa

【反剪】fǎnjiǎn<动>hai tay bắt chéo sau lưng; trói quặt tay sau lưng

【反间】fǎnjiàn<动>phản gián: 安全部门已做好~工作。Cơ quan an ninh đã làm tốt công tác phản gián.

【反诘】fǎnjié<动>phản vấn; hỏi vặn lại

【反抗】fǎnkàng<动>phản kháng; chống: 敌人头一次遇到如此激烈的~。Bọn địch lần đầu tiên gặp sự phản kháng quyết liệt như thế.

【反科学】fǎnkēxué phản khoa học: ~宣传广告 quảng cáo phản khoa học

【反客为主】fǎnkèwéizhǔ từ khách thành chủ

【反恐】fǎnkǒng<动>chống khủng bố: ~战争 cuộc chiến chống khủng bố

【反馈】fǎnkuì<动>❶đưa trở lại để tăng mạnh hoặc giảm yếu hiệu ứng tín hiệu đưa vào ❷hiệu ứng ngược ❸(tin, phản ánh...) phản hồi: 关于产品质量的~信息 những thông tin phản hồi về chất lượng sản phẩm

【反面】fǎnmiàn❶<名>mặt trái: 他检查了这幅画的正面和~。Anh ấy xem xét mặt trái, mặt phải của bức tranh này. ❷<形>phản diện; mặt tiêu cực: ~形象 hình tượng phản diện ❸<名>mặt trái; mặt bên kia: 问题的~ mặt trái của vấn đề

【反目】fǎnmù<动>không hòa thuận: ~成仇 đổi lật thành kẻ thù

【反派】fǎnpài<名>nhân vật phản diện

【反叛】fǎnpàn<动>làm phản; chống lại: 意图~ mưu đồ làm phản

【反叛】fǎnpan<名>[口]kẻ làm phản; người chống lại

【反扑】fǎnpū<动>vồ trở lại; phản công

【反倾销】fǎnqīngxiāo chống bán phá giá: ~协定 hiệp định về chống bán phá giá

【反全球化】fǎnquánqiúhuà chống toàn cầu hóa: ~游行 biểu tình chống toàn cầu hóa

【反射】fǎnshè<动>❶phản xạ (của sóng quang, âm thanh, điện từ): 覆盖大地的雪层~出明亮的白光。Lớp tuyết phủ đầy mặt đất phản xạ thành màu trắng sáng lóa. ❷phản xạ (của hệ thần kinh sinh vật, khi được kích thích): 他条件~似的转过身，以为有人叫他。Nó quay lại theo phản xạ vì tưởng có người gọi.

【反身】fǎnshēn<动>quay người; quay mình: 他问了声好，~就走了。Chào xong, anh ấy quay người đi luôn.

【反手】fǎnshǒu<动>❶lật bàn tay; đặt bàn tay ra sau lưng: 他~拿起一件衣服，就走了。Nó quài tay ra sau túm ngay được một chiếc áo rồi đi luôn. ❷trở bàn tay (rất dễ): ~可得 dễ như trở bàn tay

【反水】fǎnshuǐ<动>[方]phản bội; làm phản

【反思】fǎnsī<动>nghĩ lại; suy ngẫm: ~人生 suy ngẫm về cuộc đời

【反诉】fǎnsù<名>kiện trở lại; tố ngược (bị cáo tố cáo lại nguyên cáo)

【反锁】fǎnsuǒ<动>khóa trái: 把门~好。Khóa trái cửa lại.

【反贪】fǎntān<动>chống tham nhũng: 如果~做不好，就会失民心。Nếu công việc chống tham nhũng không làm tốt thì sẽ mất lòng dân.

【反弹】fǎntán<动>❶bật trở lại; nảy trở lại ❷lên trở lại (tình hình thị trường): 股市~ thị trường cổ phiếu lên lại ❸ví sự vật đã thay đổi tình thế phát triển rồi lại hồi phục

【反胃】fǎnwèi<动>buồn nôn; muốn ói mửa: 他感觉~想吐，但尽力忍住了。Nó cảm thấy muốn buồn nôn nhưng cố nén lại.

【反问】fǎnwèn<动>❶hỏi lại (người hỏi): "你这么说是什么意思？"她诧异地~他。"Anh nói thế nghĩa là sao?" Chị kinh ngạc hỏi lại nó. ❷phản vấn (biểu đạt ý ngược lại bằng ngữ khí nghi vấn)

【反诬】fǎnwū<动>vu cáo lại; vu vạ trở lại

【反响】fǎnxiǎng<名>âm thanh dội lại; tiếng dội lại; phản ứng: 社会~强烈 phản ứng xã hội mạnh mẽ

【反向】fǎnxiàng<动>ngược chiều

【反省】fǎnxǐng<动>phản tỉnh; tự kiểm điểm: 自我~，自我批评。Tự kiểm điểm và tự phê bình.

【反咬一口】fǎnyǎo-yīkǒu cắn trả một miếng

【反义词】fǎnyìcí<名>từ trái nghĩa

【反应】fǎnyìng❶<动>phản ứng (của thể hữu cơ đối với sự kích thích); phản ứng thuốc (tiêm, uống) ❷<动>phản ứng hóa học ❸<动>phản ứng (của hạt nhân nguyên tử dưới tác dụng của ngoại lực): 热核~ phản ứng nhiệt hạch ❹<名>(thái độ) phản ứng; hiệu quả

【反映】fǎnyìng<动>❶phản ánh: 他的作品~了德国从1949到1980年这一历史阶段的情况。Tác phẩm của ông phản ánh giai đoạn lịch sử Đức từ năm 1949 đến 1980. 眼神能~内心思想。Ánh mắt có thể phản ánh được tư tưởng nội tâm. ❷phản ánh: 我们已经向上级机关~了食品安全问题。Chúng tôi đã phản ảnh với cơ quan cấp trên về vấn đề an toàn thực phẩm. ❸phản chiếu

【反正】[1] fǎnzhèng<动>❶trở lại con đường đúng: 拨乱~ chấn chỉnh sự rối loạn trở lại con đường đúng ❷trở về với chính nghĩa

【反正】[2] fǎnzhèng<副>❶(biểu thị tình

hình khác nhau nhưng kết quả như nhau) dù...cũng...: 不管妻子怎么说，~丈夫就是不干家务。Dù rằng vợ nói thế nào, ông chồng cũng không chịu làm việc nhà. ❷(biểu thị ngữ khí khẳng định kiên quyết) dù sao thì cũng...: 不管怎样，~他是家里最小的成员。Dù sao, cậu ta cũng là thành viên nhỏ nhất trong gia đình.

【反证】fǎnzhèng❶<名>phản chứng (những chứng cớ phủ định lập luận cũ) ❷<动>suy luận ngược (vận dụng phương pháp phản chứng để phủ định, bác bỏ lập luận cũ)

【反之】fǎnzhī<连>[书]trái lại; ngược lại với điều đó: ~亦然 trái lại cũng vậy

【反转】fǎnzhuǎn<动>ngược; đảo ngược

【反作用】fǎnzuòyòng<名>❶(lực) phản tác dụng ❷tác dụng ngược lại: 这种减肥方法会产生~。Phương pháp giảm cân này sẽ gây phản tác dụng.

返 fǎn<动>về; trở về

【返潮】fǎncháo<动>bị ẩm; iu: 奶粉容易~。Sữa bột dễ bị ẩm.

【返程】fǎnchéng❶<名>đường về: 两人在~的路上都没说话。Hai người lặng thinh suốt chặng đường về. ❷<动>trở về

【返工】fǎngōng<动>làm lại (do chất lượng không đạt yêu cầu): 哪里修得不满意就拆掉~。Chỗ nào xây cất không vừa ý thì đập bỏ làm lại.

【返航】fǎnháng<动>(tàu, thuyền, máy bay) quay trở lại (nơi xuất phát)

【返还】fǎnhuán<动>trả lại: ~押金 hoàn trả tiền đặt cọc

【返回】fǎnhuí<动>về; trở về (chỗ cũ): ~宾馆的时候，夜已经深了。Khi trở về khách sạn thì đêm đã khuya.

【返老还童】fǎnlǎo-huántóng cải lão hoàn đồng; người già trẻ lại

【返利】fǎnlì❶<动>trả lãi ❷<名>lãi trả lại

【返聘】fǎnpìn<动>mời (người về hưu) ở lại hay trở lại tiếp tục công tác

【返璞归真】fǎnpú-guīzhēn trở lại trạng thái chất phác

【返青】fǎnqīng<动>xanh lại; xanh tươi trở lại: 麦苗~了。Lúa mạch non xanh trở lại.

【返校】fǎnxiào<动>về trường; trở lại trường; nhập học trở lại

【返修】fǎnxiū<动>trả về cho người sửa chữa để sửa chữa lại (hoặc trả lại cho nơi sản xuất sửa chữa lại)

【返祖现象】fǎnzǔ xiànxiàng hiện tượng quy tổ; hiện tượng lại giống (như: người mọc lông như vượn)

fàn

犯 fàn ❶<动>phạm; trái: ~法 phạm pháp ❷<动>xâm phạm; đụng đến: 秋毫无~ không mảy may đụng đến ❸<名>tội phạm: 战~ tội phạm chiến tranh ❹<动>phát sinh; xảy ra (sai lầm hoặc việc không tốt): ~错误 mắc sai lầm //(姓) Phạm

【犯案】fàn'àn<动>gây án

【犯病】fànbìng<动>(bệnh) tái phát: 肝病患者在春季容易~。Về mùa xuân bệnh gan dễ bị tái phát.

【犯不着】fànbuzháo không đáng: ~花那么多钱买一辆旧车。Không đáng bỏ nhiều tiền để mua một chiếc xe cũ.

【犯愁】fànchóu<动>lo; lo lắng: 我为孩子的将来~。Tôi lo lắng cho tương lai của con tôi.

【犯得着】fàndezháo đáng: 为这点小事~训斥孩子吗? Có đáng vì chuyện vặt thế mà mắng trẻ không?

【犯嘀咕】fàn dígu đắn đo do dự

【犯法】fànfǎ<动>phạm pháp; trái phép: 这是~的事情。Đây là việc làm phạm pháp.

【犯规】fànguī<动>phạm lỗi; trái luật

【犯浑】fànhún<动>(nói lời hoặc làm việc) hàm hồ; không biết phải trái nặng nhẹ: 不要讲什么~的话。Đừng có ăn nói hàm hồ.

【犯忌】fànjì<动>phạm vào điều cấm kị: 犯了乡里的忌 phạm vào điều cấm kị của làng

【犯贱】fànjiàn<动>mất tự trọng; tỏ ra thấp hèn

【犯戒】fànjiè<动>phạm luật cấm; phạm điều răn; phạm giới

【犯困】fànkùn<动>mệt mỏi buồn ngủ: 突然间不再~了 đột nhiên cơn buồn ngủ biến đi

【犯难】fànnán<动>cảm thấy khó xử: 他心里感觉很~。Nó cảm thấy khó xử.

【犯人】fànrén<名>phạm nhân; kẻ phạm tội

【犯傻】fànshǎ<动>[方]❶làm điều dại dột: 我知道你已经输得分文不剩了，担心你~。Tôi biết anh đã thua cháy túi rồi và đang lo anh làm điều dại dột. ❷ngớ ra; ngây ra: 听到这个消息，他一下子蔫了，坐在凳子上~。Nghe tin, ông thơ thần cả người, ngồi ngây ra trên ghế.

【犯事】fànshì<动>phạm tội

【犯疑】fànyí<动>sinh nghi

【犯罪】fànzuì<动>phạm tội: 他犯了故意杀人罪。Nó can tội cố ý giết người.

【犯罪嫌疑人】fànzuì xiányírén nghi can

饭 fàn ❶<名>cơm; gạo nấu chín: 稀~ cháo ❷<名>cơm gạo tẻ: 吃~吃面都行。Ăn cơm hay ăn mì đều được. ❸<名>bữa cơm; bữa ăn: 晚~ cơm tối ❹<动>ăn cơm: ~前 trước khi ăn cơm

【饭菜】fàncài<名>❶cơm canh; cơm và thức ăn ❷thức ăn đưa cơm

【饭店】fàndiàn<名>❶khách sạn: 车停在~门口。Xe đỗ trước cổng khách sạn. ❷hiệu ăn; quán cơm

【饭豆】fàndòu<名>đậu trắng

【饭馆】fànguǎn<名>hiệu ăn; quán cơm

【饭锅】fànguō<名>nồi cơm; nồi nấu cơm

【饭盒】fànhé<名>cặp lồng; hộp đựng cơm: 一位漂亮的妇人手提着~进来了。Một người đàn bà xinh đẹp tay xách chiếc cặp lồng bước vào.

【饭局】fànjú<名>bữa tiệc; bữa ăn liên hoan: 他参加了一场特别的~。Anh ấy từng tham dự một bữa tiệc đặc biệt.

【饭卡】fànkǎ<名>thẻ mua cơm; phiếu ăn; cạc nhà ăn

【饭量】fànliàng<名>sức ăn; lượng cơm ăn: 老人家胃口很好，~与小伙子差不多。Ông già vẫn ăn rất khỏe, chẳng kém gì thanh niên.

【饭堂】fàntáng<名>nhà ăn

【饭厅】fàntīng<名>nhà ăn; phòng ăn

【饭桶】fàntǒng<名>thùng cơm; ví kẻ ăn hại; kẻ vô dụng

【饭碗】fànwǎn<名>❶bát ăn cơm ❷cần câu cơm: 因为找到了~，他很高兴。Anh ta rất vui vì đã kiếm được cái cần câu cơm.

【饭庄】fànzhuāng<名>hiệu ăn; tiệm ăn

【饭桌】fànzhuō<名>bàn ăn: 收拾完~，他告辞回家了。Dọn bàn ăn xong, anh ấy cáo từ xin phép về nhà.

泛 fàn ❶<动>[书]trôi nổi: ~舟 bơi thuyền ❷<动>tỏa ra; bốc lên: ~出香味 bốc mùi thơm ❸<形>phiếm; rộng rãi; chung chung: ~读 đọc lướt ❹<形>hời hợt; nông cạn: 空~ hời hợt ❺<动>tràn: 黄~区 khu vực tràn lũ của sông Hoàng Hà

【泛称】fànchēng❶<动>gọi chung; phiếm xưng: 这些技术改进~为新工艺。Những cái tiến kĩ thuật này được gọi chung là công nghệ mới. ❷<名>xưng hô chung

【泛泛】fànfàn<形>❶hời hợt; sơ sơ; qua loa: ~之交 quen sơ sơ ❷thông thường; bình thường

【泛泛而谈】fànfàn'értán nói qua loa: 每次他都是~，然后就转移话题。Lần nào anh ấy cũng chỉ nói qua loa rồi lảng sang chuyện khác.

【泛滥】fànlàn<动>❶lụt; tràn; tràn ngập: 洪水已~成灾。Nước lũ đã tràn lan thành nạn lụt. ❷(việc xấu) lan tràn; tùm lum

【泛滥成灾】fànlàn-chéngzāi (nước) tràn gây ngập

【泛神论】fànshénlùn<名>thuyết phiếm thần

【泛音】fànyīn<名>[音乐]âm bội

【泛指】fànzhǐ<动>❶phiếm chỉ; chỉ chung chung ❷mở rộng phạm vi nghĩa phát sinh của một từ

【泛舟】fànzhōu<动>[书]bơi thuyền du ngoạn; chơi thuyền: ~西湖 bơi thuyền Hồ Tây

范 fàn❶<名>[书]cái khuôn: 钱~ khuôn đúc tiền ❷<名>quy phạm; kiểu mẫu; gương mẫu: 典~ tấm gương ❸<名>phạm vi: ~畴 phạm trù ❹<动>[书]hạn chế: 防~ đề phòng //(姓) Phạm

【范本】fànběn<名>bản mẫu: 保证书~ bản mẫu cam kết

【范畴】fànchóu<名>❶phạm trù: 哲学~ phạm trù triết học ❷loại hình; phạm vi: 共同的语言~ cùng chung loại hình ngôn ngữ

【范例】fànlì<名>ví dụ điển hình; tấm gương tiêu biểu: 这是文学与音乐相结合的一个~。Đây là một mẫu mực về sự kết hợp giữa văn học với âm nhạc.

【范围】fànwéi❶<名>phạm vi: 活动~ phạm vi hoạt động ❷<动>[书]hạn chế; khái quát

【范文】fànwén<名>bài mẫu; bài văn mẫu: 提供~ đưa ra bài mẫu

贩 fàn❶<动>(thương nhân) mua hàng; bán hàng: ~药材 mua bán dược liệu ❷<名>lái buôn; người buôn thúng bán mẹt; người buôn vặt: 小~ tiểu thương

【贩毒】fàndú<动>buôn ma túy

【贩卖】fànmài<动>buôn; buôn bán; mua vào bán ra: ~文物 buôn bán cổ vật

【贩运】fànyùn<动>buôn chuyển: ~货物 buôn hàng chuyển

【贩子】fànzi<名>con buôn; lái buôn: 战争~ lái buôn chiến tranh

梵fàn<名>❶Phạn (thuộc về Ấn Độ thời cổ) ❷(thuộc về) Phật giáo

fāng

方fāng❶<形>vuông: ~块字 chữ vuông ❷<名>lũy thừa: 平~ bình phương ❸<量>cái; chiếc; tấm (có hình vuông): 一~手帕 một chiếc mùi soa ❹<形>đứng đắn; ngay thẳng; chính trực: 品行~正 phẩm hạnh đứng đắn ❺<名>phương hướng; phương; hướng; phía: 四面八~ bốn phương tám hướng ❻<名>bên; phía: 双~ song phương ❼<名>nơi; chỗ; địa phương: ~言 tiếng địa phương ❽<名>cách; phương pháp: 千~百计 trăm phương ngàn kế ❾<名>bài thuốc; phương thuốc: 偏~ bài thuốc dân gian ❿<副>[书]đang: ~兴未艾 còn đang phát triển ⓫<副>[书]mới; vừa: 如梦~醒 như mơ mới tỉnh ⓬<副>[书]còn //(姓) Phương

【方案】fāng'àn<名>❶kế hoạch: 这个~已经完美实施了。Kế hoạch này đã thành công tốt đẹp. ❷phương án: 作战~ phương án tác chiến

【方便】fāngbiàn❶<形>tiện lợi: ~之门 cánh cửa tiện lợi ❷<动>giúp tiện lợi; tạo thuận lợi: ~群众 tạo thuận lợi cho quần chúng ❸<形>tiện; thích hợp: 这儿说话不~。Nói ở đây không tiện. ❹<形>(lời nói uyển chuyển) dư dật; sẵn (tiền): 你手头~吗？Tôi muốn vay anh ít tiền. ❺<动>(lời nói uyển chuyển) đại tiểu tiện; tùy ý: 会议休息10分钟，大家可

以~。Cuộc họp nghỉ 10 phút, mọi người có thể tranh thủ giải lao và đi vệ sinh.

【方便面】fāngbiànmiàn<名>mì ăn liền

【方才】fāngcái❶<名>lúc nãy; vừa rồi: 我同意~的意见。Tôi đồng ý với ý kiến vừa rồi. ❷<副>(biểu thị thời gian hoặc quan hệ điều kiện) mới: 一直到天黑他~回来。Đến tối nó mới về.

【方程】fāngchéng<名>phương trình: 化学~式 phương trình hóa học

【方寸】fāngcùn❶<名>vuông vức mỗi bề một tấc: ~之木 gỗ vuông vức mỗi bề một tấc ❷<量>tấc vuông ❸<名>[书]lòng người; tấc lòng: ~大乱 xốn xang tấc lòng

【方队】fāngduì<名>đội hình hình vuông

【方法】fāngfǎ<名>phương pháp; cách: 用正确的~实现目标。Đạt được mục tiêu bằng phương pháp đúng.

【方方面面】fāngfāngmiànmiàn mọi phương diện; mọi mặt; các mặt: 在~互相帮助 hỗ trợ nhau trên mọi phương diện

【方格】fānggé<名>ô vuông: 这条围巾有很多红色的~。Cái khăn quàng này có những ô vuông màu đỏ.

【方剂】fāngjì<名>[中医]bài thuốc; đơn thuốc

【方家】[1]fāngjiā<名>chuyên gia tầm cỡ; người chuyên sâu

【方家】[2]fāngjiā<名>thầy thuốc

【方今】fāngjīn<名>[书]ngày nay; hiện thời

【方块字】fāngkuàizì<名>chữ vuông; chữ khối vuông

【方框】fāngkuàng<名>ô vuông

【方略】fānglüè<名>phương lược: 救国~ phương lược cứu quốc

【方面】fāngmiàn<名>phương diện; mặt; phía: 他们在许多~相似。Họ giống nhau về nhiều phương diện.

【方式】fāngshì<名>phương thức: 一种新

的谋生~ một phương thức làm ăn mới

【方位】fāngwèi〈名〉❶phương vị; phương hướng ❷phương hướng và vị trí

【方向】fāngxiàng〈名〉❶phương hướng; hướng: 在森林里迷路时辨认~的方法 cách tìm phương hướng khi bị lạc ở rừng; 朝着河流的~跑了过去 chạy ra hướng sông ❷phương hướng; mục tiêu tiến tới: 研究~hướng nghiên cứu

【方向】fāngxiang〈名〉[方]tình thế; chiều hướng: 看~做事 xem tình thế mà làm

【方向舵】fāngxiàngduò〈名〉tấm lái

【方向盘】fāngxiàngpán〈名〉tay lái; vô lăng

【方兴未艾】fāngxīng-wèi'ài đang lên; trên đà đi lên; đang thịnh

【方言】fāngyán〈名〉tiếng địa phương; phương ngữ: 我用~向他问了声好。Tôi chào anh ấy bằng tiếng địa phương.

【方圆】fāngyuán〈名〉❶xung quanh; chu vi: 雾气和~村落里散发出来的烟气交织在一起。Sương mù lan ra lẫn với làn khói tỏa ra ở xung quanh các làng. ❷suốt: ~几十里的村民都到此赶集。Dân quê suốt mấy chục dặm đều họp phiên chợ tại đây. ❸hình vuông và hình tròn; ví quy tắc hoặc tiêu chuẩn: 没有规矩，不成~。Không dựa vào tiêu chuẩn thì không thể vẽ nên hình vuông hình tròn./Không có quy củ thì chẳng nên công việc.

【方丈】fāngzhàng〈量〉trượng bình phương

【方丈】fāngzhang〈名〉❶phương trượng (buồng ở của người trụ trì trong chùa Phật hoặc Đạo quán): ~后面的那间房子 căn phòng phía sau phương trượng ❷người trụ trì chùa: ~被皇帝封为国师。Phương trượng đã được nhà vua phong làm quốc sư.

【方针】fāngzhēn〈名〉phương châm: 指导~

phương châm chỉ đạo

【方阵】fāngzhèn〈名〉❶ma trận vuông ❷đội hình vuông (gồm hình chữ nhật)

【方正】fāngzhèng〈形〉❶vuông vắn; ngay ngắn: 你的字~匀称，真漂亮。Chữ của anh vuông vắn đều đặn, trông đẹp lắm. ❷ngay thẳng; chính trực

【方志】fāngzhì〈名〉sách sử địa phương: 我县正在组织人力续编~。Huyện ta đang tổ chức soạn tiếp cuốn sử địa phương.

【方舟】fāngzhōu〈名〉[书]thuyền lớn: 挪亚~ thuyền lớn Noah

【方桌】fāngzhuō〈名〉bàn vuông

【方子】fāngzi〈名〉[口]bài thuốc

坊 fāng〈名〉ngõ; phường (dùng làm tên các ngõ ở thành phố)
另见 fáng

【坊本】fāngběn〈名〉[旧]bản phường (bản do phường sách ngày xưa khắc in)

【坊间】fāngjiān〈名〉khu chợ (xưa thường chỉ phường in sách)

芳 fāng❶〈形〉thơm: ~香 thơm tho ❷〈名〉hoa: 群~ các loại hoa ❸〈形〉(đạo đức, tiếng tăm) thơm; tốt đẹp: ~名 danh thơm ❹〈形〉[书]chỉ đối phương hoặc sự vật liên quan tới đối phương; ý trân trọng: ~邻 láng giềng của ngài //(姓) Phương

【芳草】fāngcǎo〈名〉❶cỏ thơm ❷người hiền đức, trung trinh

【芳龄】fānglíng〈名〉tuổi hoa (chỉ tuổi của các cô gái trẻ)

【芳名】fāngmíng〈名〉❶tên đẹp (chỉ tên của các cô gái trẻ) ❷tiếng thơm: ~永垂 tiếng thơm truyền mãi

【芳香】fāngxiāng❶〈名〉mùi thơm (của cỏ hoa): ~浓郁 mùi thơm đậm đà ❷〈形〉thơm ngát

【芳心】fāngxīn〈名〉[书]tấm lòng thơm thảo

fáng

防 fáng ❶<动>phòng; phòng ngừa: 预~ dự phòng ❷<名>phòng vệ; phòng thủ: 边~ biên phòng ❸<名>đê; kè: 堤~ đê kè //(姓) Phòng

【防暴】fángbào<动>phòng chống bạo lực hoặc bạo động: ~武器 vũ khí phòng chống bạo lực

【防暴警察】fángbào jǐngchá cảnh sát phòng chống bạo lực

【防爆】fángbào<动>chống cháy nổ

【防备】fángbèi<动>phòng bị; đề phòng: 我们得提前~他们的进攻。Chúng ta phải đề phòng trước cuộc tấn công của bọn chúng.

【防病】fángbìng<动>phòng bệnh: 治病~的办法 cách chữa bệnh, phòng bệnh

【防波堤】fángbōdī<名>đập chắn sóng; đê chắn sóng: 我朝着~的方向跑去。Tôi chạy về hướng con đê chắn sóng.

【防不胜防】fángbùshèngfáng phòng bị không xuể

【防潮】fángcháo<动>❶chống ẩm: 那几卷电影胶片已经收进~盒里了。Mấy cuộn phim đã cất vào hộp chống ẩm. ❷chắn thủy triều

【防尘】fángchén<动>chống bụi: ~标准 tiêu chuẩn chống bụi

【防弹】fángdàn<动>phòng đạn: ~服 áo chống đạn

【防盗】fángdào<动>phòng chống trộm cướp: ~门 cửa phòng chống trộm cướp

【防冻】fángdòng<动>❶phòng giá rét: 做好家畜~工作 làm tốt công việc phòng giá rét cho gia súc ❷phòng ngừa đóng băng: ~剂 thuốc phòng ngừa đóng băng

【防毒】fángdú<动>phòng độc: ~面具 mặt nạ phòng độc

【防范】fángfàn<动>phòng bị; đề phòng: ~森林大火 đề phòng cháy rừng

【防风林】fángfēnglín<名>rừng chắn gió

【防腐】fángfǔ<动>chống thối rữa: ~剂 thuốc chống thối rữa

【防寒】fánghán<动>chống rét: ~措施 biện pháp chống rét

【防洪】fánghóng<动>phòng lũ: 疏浚河道，~防涝。Khơi vét lòng sông, phòng lũ phòng úng.

【防护】fánghù<动>phòng hộ

【防护林】fánghùlín<名>rừng phòng hộ

【防滑】fánghuá<动>chống trượt: 用橡胶~ chống trượt bằng cao su

【防患未然】fánghuàn-wèirán phòng tai họa từ khi chưa xảy ra

【防火】fánghuǒ<动>phòng hỏa; phòng cháy

【防火墙】fánghuǒqiáng<名>❶tường phòng hỏa; tường ngăn lửa ❷[计算机]bức tường lửa

【防空】fángkōng<动>phòng không: 我们的~火力已击落两架敌机。Hỏa lực phòng không của ta đã bắn rơi hai chiếc máy bay địch.

【防空洞】fángkōngdòng<名>❶hầm trú ẩn: 警报声响起，所有人都跑进了~。Loa báo động, mọi người chạy xuống hầm trú ẩn. ❷chỗ ẩn nấp

【防老】fánglǎo<动>phòng tuổi già: ~钱 tiền dành dụm phòng tuổi già

【防漏电】fánglòudiàn phòng ngừa rò điện

【防沙林】fángshālín<名>rừng chắn cát

【防晒霜】fángshàishuāng<名>kem chống nắng

【防身】fángshēn<动>phòng thân: 他弯腰捡了几块石头用来~。Anh cúi xuống nhặt mấy hòn đá để phòng thân.

【防渗层】fángshèncéng<名>tầng phòng rỉ; tầng phòng thấm

F

【防守】fángshǒu<动>❶phòng giữ; canh phòng bảo vệ: ~军事重镇 canh phòng bảo vệ các trọng trấn quân sự ❷phòng thủ: 最好的~方法是进攻。Cách phòng thủ tốt nhất là tấn công.

【防暑】fángshǔ<动>chống nóng; phòng say nắng: ~材料 vật liệu chống nóng

【防水】fángshuǐ<动>chống nước: ~手表 đồng hồ không thấm nước

【防微杜渐】fángwēi-dùjiàn ngăn chặn (sai lầm, việc xấu) ngay từ lúc mới phát sinh

【防伪】fángwěi<动>chống làm giả

【防卫】fángwèi<动>phòng vệ: ~力量 lực lượng phòng vệ

【防务】fángwù<名>công việc bảo vệ an ninh quốc gia

【防线】fángxiàn<名>phòng tuyến: 建设坚强的~ xây dựng phòng tuyến vững mạnh

【防锈】fángxiù<动>chống gỉ: ~漆 sơn chống gỉ

【防汛】fángxùn<动>phòng lụt

【防疫】fángyì<动>ngăn phòng dịch tễ; phòng dịch: ~站 trạm phòng dịch

【防御】fángyù<动>phòng ngự: 新的~工事 công sự phòng ngự mới

【防震】fángzhèn<动>❶chống rung: 汽车内使用的~技术 kĩ thuật chống rung dùng trong ô tô ❷chống động đất: ~演习 diễn tập chống động đất

【防止】fángzhǐ<动>phòng ngừa; đề phòng: 注意落实好防洪措施，~灾难发生。Chú ý thực hiện tốt các biện pháp phòng chống bão lụt, đề phòng xảy ra tai nạn.

【防治】fángzhì<动>phòng trị (dịch bệnh, sâu hại...)

【防皱霜】fángzhòushuāng<名>kem chống nhăn

【防蛀】fángzhù<动>chống mọt ruỗng

坊 fáng<名>phường (khu tập trung của một ngành, nghề): 染~ phường nhuộm
另见fāng

妨 fáng<动>gây trở ngại: 不~事 không hề gì

【妨碍】fáng'ài<动>trở ngại; gây trở ngại, ảnh hưởng (xấu): 大声说话会~别人学习。Nói to tiếng sẽ ảnh hưởng đến việc học tập của người khác.

【妨害】fánghài<动>phương hại; có hại: 吸烟~健康。Hút thuốc có hại sức khỏe.

房 fáng❶<名>nhà: 楼~ nhà lầu ❷<名>gian; phòng; buồng: 客~ phòng khách ❸<名>vật có kết cấu và tác dụng như cái nhà: 蜂~ tổ ong ❹<名>chi (của gia tộc): 长~ chi trưởng ❺<量>người: 两~儿媳妇 hai người con dâu ❻<名>sao Phòng (một trong 28 tú) //(姓) Phòng

【房产】fángchǎn<名>bất động sản; tài sản nhà cửa: 她有钱但是不买~，留着给孩子读书用。Chị ấy có tiền nhưng không mua bất động sản, dành cho con ăn học.

【房车】fángchē<名>❶xe RV; ngôi nhà di động ❷[方]chiếc ô tô con sang trọng

【房贷】fángdài<名>tiền vay để mua nhà

【房地产】fángdìchǎn<名>bất động sản; địa ốc: 他决定投资经营~。Anh ấy quyết định đầu tư kinh doanh bất động sản.

【房地产泡沫】fángdìchǎn pàomò bong bóng nhà đất; bong bóng địa ốc

【房顶】fángdǐng<名>mái nhà; nóc nhà: 水淹到~了。Nước ngập tràn đến mái nhà.

【房东】fángdōng<名>chủ nhà: ~告诉我，她已经搬走很久了。Người chủ nhà cho tôi biết cô ta đã dọn đi từ lâu lắm rồi.

【房改】fánggǎi<动>cải cách chế độ nhà ở

【房管】fángguǎn<名>quản lí nhà đất: ~局 cục quản lí nhà đất

【房价】fángjià<名>giá nhà: 专家称，~已经降到底了。Các chuyên gia nói rằng, giá nhà đã giảm đến tận sàn.

【房间】fángjiān<名>gian phòng: 小~里，桌椅摆得乱七八糟。Một gian phòng nhỏ lỏng chỏng bàn ghế.

【房客】fángkè<名>người thuê nhà: 他是我最好的~。Anh ấy là người thuê nhà tốt nhất của tôi.

【房奴】fángnú<名>nô lệ nhà cửa (những người mua nhà thế chấp và trả góp trong thời gian dài chừng 20-30 năm, ảnh hưởng nghiêm trọng tới đời sống kinh tế của gia đình)

【房契】fángqì<名>văn bản khế nhà; khế ước mua bán nhà

【房钱】fángqián<名>tiền thuê nhà: ~一个月900美元。Tiền thuê nhà 900 USD một tháng.

【房市】fángshì<名>thị trường bất động sản

【房事】fángshì<名>chuyện buồng the; chuyện sinh hoạt vợ chồng

【房托儿】fángtuōr<名>người môi giới mua bán bất động sản

【房屋】fángwū<名>nhà cửa

【房型】fángxíng<名>kiểu dáng nhà ở

【房檐】fángyán<名>mái hiên: 在~下避雨 trú mưa dưới mái hiên

【房展】fángzhǎn<名>triển lãm bất động sản

【房主】fángzhǔ<名>chủ nhà; chủ hộ; chủ sở hữu nhà ở

【房子】fángzi<名>nhà; nhà cửa

【房租】fángzū<名>tiền nhà; tiền thuê nhà

fǎng

仿 fǎng❶<动>bắt chước; phỏng theo: ~造 chế tạo phỏng theo ❷<动>giống ❸<名>chữ viết theo mẫu; chữ viết tập: 写了一张~ viết được một tờ chữ theo mẫu

【仿办】fǎngbàn<动>làm theo

【仿单】fǎngdān<名>bản thuyết minh; tờ giới thiệu

【仿佛】fǎngfú❶<副>dường như; như: 道路~没有尽头。Con đường dường như dài vô tận. ❷<动>giống; như: 他们兄弟俩模样相~。Bộ dạng của hai anh em giống nhau.

【仿古】fǎnggǔ<动>phỏng cổ; bắt chước đồ cổ

【仿建】fǎngjiàn<动>xây dựng phỏng theo: ~故宫 xây dựng phỏng theo Cố Cung

【仿冒】fǎngmào<动>nhại theo; bắt chước làm giả: ~名牌商品 nhại theo các hàng xịn

【仿生学】fǎngshēngxué<名>phỏng sinh học: ~建筑 kiến trúc phỏng sinh học

【仿宋体】fǎngsòngtǐ<名>phỏng Tống thể; kiểu chữ Hán phỏng Tống (một kiểu chữ Hán trong in ấn)

【仿效】fǎngxiào<动>phỏng theo; mô phỏng; học theo; bắt chước: 他的学习方法值得我们~。Phương pháp học tập của anh ấy đáng để chúng tôi noi theo.

【仿造】fǎngzào<动>chế tạo theo (mẫu); phỏng chế: 这件古董肯定是~的。Đồ cổ này chắc chắn là đồ phỏng chế.

【仿照】fǎngzhào<动>phỏng theo: ~办理 phỏng theo mà làm

【仿真】fǎngzhēn❶<动>phỏng theo cái thật ❷<形>mô phỏng: ~枪 súng mô phỏng

【仿制】fǎngzhì<动>chế tạo theo mẫu; phỏng chế: ~品 đồ phỏng chế

访 fǎng<动>❶thăm: ~友 thăm bạn ❷điều tra; tìm hiểu: 采~ phỏng vấn

【访客】fǎngkè<名>❶khách đến thăm ❷người đến xin dữ liệu

【访谈】fǎngtán<动>trò chuyện phỏng vấn

【访问】fǎngwèn<动>❶phỏng vấn; thăm ❷truy cập mạng vi tính tìm kiếm dữ liệu

【访问学者】fǎngwèn xuézhě học giả

thỉnh giảng

纺 fǎng ❶<动>xe sợi; kéo sợi: ~纱 quay sợi ❷<名>là (hàng dệt tơ thưa, mỏng nhẹ hơn lụa): 杭~ là Hàng Châu

【纺车】fǎngchē<名>cái xa quay sợi; cái guồng sợi

【纺绸】fǎngchóu<名>lụa tơ sống, tuýt xo

【纺锤】fǎngchuí<名>cọc sợi

【纺锭】fǎngdìng =【纱锭】

【纺织】fǎngzhī<动>dệt: ~厂 nhà máy dệt

【纺织品】fǎngzhīpǐn<名>hàng dệt; sản phẩm dệt: ~出口 xuất khẩu hàng dệt

fàng

放 fàng<动>❶tha; thả: 释~ phóng thích ❷ngừng; nghỉ (học tập, công tác); tan (ca, học): ~学 nghỉ học ❸buông; phóng: ~声高歌 cất cao tiếng hát ❹chăn; thả: ~牛 chăn trâu ❺đày; lưu đày: 流~ lưu đày ❻bắn; phóng; phát ra: ~箭 bắn tên ❼châm; đốt: ~火 châm lửa ❽cho vay: ~款 cho vay nợ ❾mở rộng: ~大 phóng to ❿(hoa) nở: 百花齐~ trăm hoa đua nở ⓫gác lại: 这件事不要紧，先~一~。Việc này không gấp, cứ tạm gác lại đã. ⓬làm đổ; hạ: 上山~树 lên núi hạ cây ⓭đặt; để: 把书~在桌子上 đặt sách lên bàn ⓮bỏ vào; cho thêm: 菜里多~点酱油。Cho thêm ít xì dầu vào thức ăn. ⓯làm cho; giữ cho: 稳重些 hãy thận trọng một chút ⓰phát cho ⓱phát (thanh); chiếu (phim) // (姓) Phóng

【放榜】fàngbǎng =【发榜】

【放包袱】fàng bāofu =【放下包袱】

【放步】fàngbù<动>sải bước; bước dài

【放长线，钓大鱼】fàng chángxiàn, diào dàyú buông dây dài; câu cá lớn; thả săn sắt, bắt cá sộp

【放大】fàngdà<动>phóng to; phóng đại: 演员的~画像 bức chân dung phóng to của diễn viên

【放大镜】fàngdàjìng<名>kính phóng đại; kính lúp; thấu kính lồi: 女孩用~仔细看了看他的镀金戒指。Cô gái dùng kính phóng đại xem xét kĩ chiếc nhẫn mạ vàng của anh ấy.

【放大炮】fàng dàpào ❶bốc phét; khoác lác; huênh hoang ❷mắng tơi bời; mắng té tát; chỉ trích gay gắt

【放大器】fàngdàqì<名>❶máy khuếch đại: ~可以增加功率。Máy khuếch đại có thể tăng công suất. ❷thước phóng đại (họa đồ)

【放贷】fàngdài<动>cho vay: 放高利贷 cho vay nặng lãi

【放胆】fàngdǎn<动>mạnh dạn; bạo gan; đánh bạo: 你尽管~把全部事实说出来。Anh cứ mạnh dạn trình bày toàn bộ sự thật đi.

【放荡】fàngdàng<形>phóng đãng: 生活~ sinh hoạt phóng đãng

【放荡不羁】fàngdàng-bùjī phóng đãng bạt mạng

【放倒】fàngdǎo<动>quật ngã; đánh gục

【放电】fàngdiàn<动>❶phóng điện: ~现象 hiện tượng phóng điện ❷(pin, ắc quy…) phát điện ❸trai gái liếc mắt đưa tình

【放毒】fàngdú<动>❶bỏ thuốc độc; rải chất độc: 他因为~杀人而被关押起来。Nó bị bắt giữ vì bỏ thuốc độc sát hại người khác. ❷phun nọc độc; tuyên truyền phản động: 不要听他~。Đừng nghe nó phun nọc độc.

【放飞】fàngfēi<动>❶cho phép (máy bay) cất cánh ❷thả cho (chim) bay đi ❸thả (diều)

【放风】fàngfēng<动>[口]❶thông khí ❷(nhà ngục) cho người bị giam ra thông hơi ❸đưa tin; tung tin; để lộ tin: 有人~说领导要提拔老李了。Có người tung tin là lãnh đạo muốn đề bạt ông Lí. ❹[方]canh chừng

【放歌】fànggē<动>cất cao tiếng hát; ca vang: ~一曲 ca vang một bài

【放工】fànggōng<动>tan ca; tan tầm

【放过】fàngguò<动>bỏ qua; bỏ lỡ; bỏ đi; vứt bỏ: 他们不会~你的。Họ chẳng tha cho anh đâu.

【放话】fànghuà<动>tung tin; loan tin; truyền ra ngoài

【放还】fànghuán<动>❶trả về; thả: ~人质 thả con tin ❷để lại chỗ cũ; đặt lại chỗ cũ: 架上的书，读完后~原处。Sách trên giá, đọc xong để lại chỗ cũ.

【放火】fànghuǒ<动>❶phóng hỏa ❷kích động bạo loạn; xúi giục làm loạn

【放假】fàngjià<动>nghỉ: 国庆节~一周。Dịp Quốc khánh nghỉ một tuần.

【放开】fàngkāi<动>thả ra; mở ra: ~手让孩子大胆地去闯。Bớt quản lí trực tiếp để con em được mạnh dạn rèn luyện trong thực tế.

【放空】fàngkōng<动>chạy (xe, thuyền, tàu) không: 在这条交通线路上，一般只有两三个乘客，有时就得~。Trên tuyến đường này, nhiều khi chỉ có một vài hành khách, có khi phải chạy xe không.

【放宽】fàngkuān<动>nới lỏng: ~期限 nới lỏng giới hạn; ~规定 nới lỏng quy định

【放款】fàngkuǎn<动>❶(ngân hàng hoặc hợp tác xã tín dụng) cho vay: 项目越大，银行~越多。Dự án càng lớn, ngân hàng cho vay càng nhiều. ❷cho vay

【放浪形骸】fànglàng-xínghái hành vi phóng đãng

【放冷箭】fàng lěngjiàn ám hại; ngầm hại; thọc sau lưng: 提防他人~ để phòng bị kẻ khác ám hại

【放量】fàngliàng<动>(ăn, uống) thả cửa: 水果满园都是，他们可以~吃。Hoa quả đầy vườn nên họ được ăn thả cửa.

【放疗】fàngliáo❶<动>chạy tia; điều trị bằng tia phóng xạ; (chữa u ác tính) bằng tia xạ: ~时需要注意的几点 những lưu ý khi điều trị bằng tia ❷<名>xạ trị; cách chữa bệnh bằng tia phóng xạ

【放马后炮】fàng mǎhòupào đặt pháo sau ngựa; ví nói vuốt đuôi

【放牧】fàngmù<动>chăn thả: 这是一片肥沃的~之地。Đây là một vùng chăn thả phì nhiêu.

【放牛】fàngniú<动>chăn trâu: 他去~时总会带几本书在身上。Anh đi chăn trâu lúc nào cũng mang theo vài cuốn sách.

【放牛娃】fàngniúwá<名>trẻ chăn trâu: ~陆陆续续回来了。Trẻ chăn trâu lục tục kéo về.

【放盘】fàngpán<动>đầu cơ phá giá

【放炮】fàngpào<动>❶bắn pháo: 连长下令~。Đại đội trưởng ra lệnh bắn pháo. ❷đốt pháo ❸nổ mìn: 工地~开采石料。Công trường nổ mìn phá đá. ❹nổ: 车胎~了。Nổ lốp rồi. ❺mắng té tát; đập tơi bời

【放屁】fàngpì<动>❶đánh rắm ❷vô tích sự; nói láo

【放弃】fàngqì<动>vứt bỏ; gột bỏ: ~贪婪之心 gột bỏ lòng tham

【放情】fàngqíng<动>thỏa chí; thỏa tình: ~遨游大海 thỏa chí vẫy vùng nơi biển cả

【放晴】fàngqíng<动>tạnh; hửng: 天已~，人们忙着晒衣服。Trời đã tạnh, mọi người lo phơi phóng quần áo.

【放权】fàngquán<动>trao quyền xuống dưới; trao quyền cho cấp dưới: ~基层 trao quyền xuống cho cơ sở

【放热】fàngrè<动>tỏa nhiệt: 插上电后，灯泡会变亮并~。Khi cắm điện, bóng điện sẽ phát sáng và tỏa nhiệt.

【放任】fàngrèn<动>mặc kệ; buông thả: ~自流 để tự do

【放哨】fàngshào<动>canh gác: 轮流站岗~ thay phiên canh gác

【放射】fàngshè<动>phóng xạ: 太阳~出耀眼的光芒。Mặt trời tỏa ánh sáng chói lọi.

【放生】fàngshēng<动>phóng sinh; thả cho sống: ~池 ao phóng sinh

【放声】fàngshēng<副>vang tiếng; cất tiếng: ~大笑 cười vang ha hả

【放手】fàngshǒu<动>❶buông tay ❷ra tay: ~发动群众 ra tay phát động quần chúng

【放水】fàngshuǐ<动>thả điểm (trong thi đấu cố tình thua cho đối thủ): 要尊重观众，别给对手~。Phải tôn trọng khán giả, chớ thả điểm cho đối phương.

【放肆】fàngsì<形>bừa bãi; trắng trợn: 说话不能太~。Không được ăn nói bừa bãi.

【放松】fàngsōng<动>buông lơi; lơi lỏng; lơ là: 每分每秒都不能~。Không được lơ là một phút một giây.

【放送】fàngsòng<动>mở; phát; đưa; truyền: ~音乐 mở nhạc

【放卫星】fàng wèixīng phóng vệ tinh

【放下】fàngxià<动>bỏ xuống; lặn xuống: 他拿起电话筒又~了。Anh ấy nhấc ống nghe điện thoại lên rồi lại bỏ xuống.

【放下包袱】fàngxià bāofu quẳng cục nợ; quẳng gánh lo âu; trút được gánh nặng

【放血】fàngxiě<动>❶[医学]chích máu (dùng kim châm tĩnh mạch cho máu chảy ra, hoặc cho đỉa hút máu quánh lại) ❷[方]đánh cho bị thương chảy máu ❸ví bán tháo hay đơn vị hoặc cá nhân tiêu hoang mất nhiều tiền của

【放心】fàngxīn<动>yên tâm; không lo: 你~，什么也少不了。Cô cứ yên tâm, sẽ không thiếu một cái gì cả đâu.

【放行】fàngxíng<动>(trạm gác, hải quan) cho đi: 免税~ cho đi miễn thuế

【放学】fàngxué<动>❶hết giờ học; tan học: ~了，我是第一个跑出教室的人。Tan học rồi, tôi là người đầu tiên chạy ra khỏi lớp. ❷[方](nhà trường) nghỉ học: 七月份~了，因此收不到你的信。Tháng bảy nghỉ học rồi nên không nhận được thư của em.

【放眼】fàngyǎn<动>phóng tầm mắt nhìn: ~未来 phóng tầm mắt nhìn về tương lai

【放羊】fàngyáng<动>❶thả dê; chăn dê: 因为家里穷，他弃学去~了。Anh ấy phải bỏ học đi chăn dê, vì nhà quá nghèo. ❷tự do không ai quản lí

【放养】fàngyǎng<动>❶nuôi thả (chăn nuôi ngoài chuồng hoặc thả vào nơi thích hợp để nuôi): ~鸡鸭 nuôi thả gà vịt ❷thả động vật hoang dã đang nuôi nhốt về rừng

【放映】fàngyìng<动>chiếu; chiếu bóng: 电影~ chiếu phim

【放债】fàngzhài<动>cho vay (nợ) lãi

【放之四海皆准】fàng zhī sìhǎi jiē zhǔn đi bốn bể đều là chuẩn mực; đúng với mọi nơi mọi lúc

【放置】fàngzhì<动>để; đặt: ~不用 để đấy không dùng

【放纵】fàngzòng❶<动>buông thả: ~生活 buông thả cuộc sống ❷<形>vô lễ; sàm sỡ; hỗn láo: ~不羁 buông tuồng hỗn láo

fēi

飞fēi❶<动>bay: 鸟~了。Chim bay rồi. ❷<动>bay (bằng động lực cơ giới): ~行 phi hành ❸<动>bay; trôi (trên bầu trời): ~雪花了。Tuyết bay. ❹<动>rất nhanh: ~跑 chạy như bay ❺<动>bay hơi: 香味~完了。Mùi thơm bay mất hết. ❻<形>bất ngờ; vô cớ; bỗng dưng: ~灾 tai họa bất ngờ //(姓) Phi

【飞白】fēibái<名>phi bạch (một kiểu thư pháp đặc biệt, trong một nét không để mực (Nho) ăn đậm nền mà tạo nên những vệt khe trống, tạo thêm vẻ đẹp rắn rỏi của nét chữ)

【飞奔】fēibēn<动>băng đi như bay; chạy băng băng

【飞镖】fēibiāo<名>❶phi tiêu (vũ khí cổ): 从远处投~ ném phi tiêu từ xa ❷[体育]phi tiêu

【飞播】fēibō<动>gieo hạt bằng máy bay: 在山区~树种 gieo giống cây bằng máy bay trên vùng núi

【飞步】fēibù<动>bước nhanh; đi nhanh như bay

【飞车】fēichē❶<动>bay xe (phóng xe thật nhanh) ❷<名>xe phóng như bay; xe chạy rất nhanh: 开~ lái xe phóng như bay

【飞车走壁】fēichē-zǒubì xiếc xe đạp hoặc mô tô chạy vòng trên vách

【飞驰】fēichí<动>(ngựa, xe) chạy như bay; băng nhanh; lao vùn vụt: 我急忙开车一路~到急救中心。Tôi vội lái xe phóng đến Trung tâm cấp cứu.

【飞虫】fēichóng<名>❶chim chóc; loài chim biết bay ❷côn trùng bay

【飞船】fēichuán<名>❶con tàu vũ trụ; phi thuyền: ~与火箭分离，进入浩瀚苍穹。Con tàu vũ trụ đã tách rời tên lửa bay vào khoảng không bao la. ❷khí cầu máy

【飞弹】fēidàn<名>❶bom bay; tên lửa ❷đạn lạc

【飞碟】fēidié<名>❶UFO ❷đĩa bay: 射~ bắn đĩa bay

【飞短流长】fēiduǎn-liúcháng thêm thắt (thêu dệt) đặt điều nói xấu

【飞蛾投火】fēi'é-tóuhuǒ con thiêu thân lao vào lửa; lao vào chỗ chết; tự mình chuốc lấy cái chết

【飞黄腾达】fēihuáng-téngdá thăng quan tiến chức nhanh; lên như diều

【飞机】fēijī<名>máy bay; phi cơ: 航空公司购买了3架单价5000万美元的~。Hãng hàng không mua 3 chiếc máy bay mỗi chiếc trị giá 50 triệu USD.

【飞溅】fēijiàn<动>bắn tung tóe: 汽车发疯似的碾过水坑，水花~到路边树上。Chiếc xe lao như điên qua vũng nước, làm nước bắn tung tóe lên cây hai bên đường.

【飞快】fēikuài<形>❶nhanh như bay; rất nhanh: 他开车~，很危险。Anh lái xe nhanh như bay là rất nguy hiểm. ❷rất sắc

【飞来横祸】fēilái-hènghuò tai bay vạ gió; tai họa bất ngờ ập đến

【飞轮】fēilún<名>❶bánh thăng bằng; bánh đà (lợi dụng quán tính của nó có thể giữ cho máy quay đều đặn) ❷líp xe đạp

【飞毛腿】fēimáotuǐ<名>❶cặp giò chạy nhanh như bay ❷người chạy nhanh đặc biệt

【飞毛腿导弹】fēimáotuǐ dǎodàn tên lửa Scud; phi đạn Scud

【飞沫】fēimò<名>bọt bắn ra tung tóe

【飞盘】fēipán<名>đĩa ném (một loại đồ chơi, hình dáng như cái đĩa, làm bằng nhựa)

【飞禽】fēiqín<名>loài chim bay; loài chim

【飞禽走兽】fēiqín-zǒushòu các loại muông thú: 这片森林真是~的家乡。Khu rừng này đúng là quê hương của các loại muông thú.

【飞人】fēirén❶<动>người bay (xiếc): 空中~ bay người trên không ❷<名>người nhảy rất cao hoặc chạy rất nhanh: 世界~ vận động viên nhảy cao vào hạng nhất thế giới

【飞散】fēisàn<动>❶(khói, mù, sương…) tan bay; tan đi: 随风~ tan bay theo gió ❷(chim chóc) bay tản đi

【飞沙走石】fēishā-zǒushí cát đá tung tóe (hình dung gió lớn dữ dội)

【飞身】fēishēn<动>phi thân; bay người: ~上马 phi thân lên ngựa

【飞逝】fēishì<动>(thời gian) bay đi mất: 时光~ thời gian bay đi

【飞速】fēisù<副>rất nhanh: ~发展 phát triển rất nhanh

【飞天】fēitiān<名>Phi thiên (thần bay lượn trong bích họa hoặc tranh khắc đá Phật giáo)

【飞艇】fēitǐng<名>phi đĩnh; khí cầu máy

【飞吻】fēiwěn<动>hôn gió

【飞舞】fēiwǔ<动>bay lượn; bay múa: 雪花 ~ hoa tuyết tung bay

【飞翔】fēixiáng<动>bay lượn; bay liệng; bay: 自由~ tự do bay lượn

【飞行】fēixíng<动>(máy bay, tên lửa) bay

【飞行员】fēixíngyuán<名>phi công; phi hành gia; người lái máy bay

【飞旋】fēixuán<动>bay liệng: 鸟儿在天空中~。Chim chóc bay liệng trên bầu trời.

【飞檐走壁】fēiyán-zǒubì vượt mái băng tường (võ nghệ cao cường, trong truyện cũ)

【飞扬】fēiyáng<动>❶tung bay; bay tung: 彩旗~ cờ màu tung bay ❷(tinh thần) hưng phấn: 神采~ thần thái hưng phấn

【飞扬跋扈】fēiyáng-báhù ngông nghênh càn rỡ

【飞跃】fēiyuè<动>❶nhảy vọt; vượt bậc: 科学技术的~进展 bước tiến vượt bậc của khoa học kĩ thuật ❷nhanh chóng; nhảy vọt ❸bay nhảy

【飞越】fēiyuè<动>❶bay qua; bay vượt: ~太平洋 bay vượt Thái Bình Dương ❷hưng phấn

【飞涨】fēizhǎng<动>(vật giá) tăng vọt; (mực nước) dâng cao: 物价~ vật giá tăng vọt

【飞针走线】fēizhēn-zǒuxiàn may vá thành thạo; may vá khéo léo; đường kim mũi chỉ như rồng bay phượng múa

非¹ fēi ❶<形>sai; trái: 是~ phải trái ❷<动>không hợp; trái: ~法 phi pháp ❸<动>phản đối; chống; trách móc: ~难 trách

móc ❹<动>không phải: 答~所问 hỏi một đằng trả lời một nẻo; ~敌~友 không phải kẻ địch cũng không phải bạn bè ❺<副>(kết hợp với "不") nhất thiết phải: ~如此不可 nhất thiết phải như thế ❻<形>[书]tồi tệ: 昔是今~ trước kia tốt đẹp mà giờ đây thì tồi tệ ❼ngoài phạm trù: ~金属 phi kim loại ❽<副>không: ~同寻常 không tầm thường

非² Fēi<名>châu Phi

【非比寻常】fēibǐxúncháng không phải tầm thường

【非常】fēicháng❶<形>đặc biệt; bất thường: ~时期 thời kì đặc biệt ❷<副>hết sức, rất: ~光荣 hết sức vẻ vang

【非常规战争】fēichángguī zhànzhēng chiến tranh ngoại lệ

【非处方药】fēichǔfāngyào thuốc không cần kê đơn (thuốc OTC)

【非传统安全】fēichuántǒng ānquán an ninh phi truyền thống: ~是一个全球性的问题。An ninh phi truyền thống là một vấn đề mang tính toàn cầu.

【非此即彼】fēicǐ-jíbǐ hoặc này hoặc kia; không cái này thì cũng cái kia

【非但】fēidàn<连>không những; không chỉ: 这小家伙摔倒了, ~不哭, 还笑了。Đứa bé bị ngã, không những không khóc, mà còn bật cười.

【非得】fēiděi<副>(thường kết hợp với "不") cần phải; nhất thiết phải: 钱~还我不可。Thế nào cũng phải trả tiền cho tôi.

【非典】fēidiǎn<名>bệnh SARS (hội chứng hô hấp cấp tính nặng): ~是一种新发现的由细菌及病毒引起的病症。SARS là một căn bệnh mới phát hiện do vi khuẩn và virút gây ra.

【非法】fēifǎ<形>phi pháp; bất hợp pháp; trái luật pháp

【非凡】fēifán<形>lạ thường; phi phàm;

khác thường

【非分】fēifèn〈形〉❶không giữ phận; không an phận: ~之想 ý nghĩ không an phận ❷không thuộc phần mình: ~之财 của cải không thuộc phần mình

【非官方】fēiguānfāng không chính thức; không thuộc chính phủ; không được nhà nước phê chuẩn hoặc thừa nhận

【非婚生子女】fēihūnshēng zǐnǚ con hoang; con vô thừa nhận

【非礼】fēilǐ❶〈形〉không hợp lệ; vô lễ: ~举 动 cử chỉ vô lễ ❷〈动〉[方]trêu ghẹo (phụ nữ)

【非卖品】fēimàipǐn〈名〉hàng không bán; đồ không bán

【非难】fēinàn〈动〉trách móc; chê trách; trách cứ: 没有要~谁的想法 không có tư tưởng chê trách một ai cả

【非亲非故】fēiqīn-fēigù không phải người thân cũng không phải bạn cũ

【非人】fēirén〈形〉không phải của con người: ~待遇 đãi ngộ như con vật

【非同小可】fēitóngxiǎokě sự việc quan trọng; tình hình nghiêm trọng; không phải vừa; không phải chuyện bình thường

【非同寻常】fēitóngxúncháng không thể xem nhẹ; không thể xem thường

【非我莫属】fēiwǒmòshǔ trừ phi là tôi; thuộc của tôi; ngoài tôi ra không ai làm nổi

【非物质文化遗产】fēiwùzhì wénhuà yíchǎn di sản văn hóa phi vật thể

【非议】fēiyì〈动〉trách cứ; quở trách: 他 为现在而活，不往前看，也不~过去。 Anh ấy chỉ sống cho hiện tại, không nhìn về phía trước, cũng chẳng trách cứ gì quá khứ.

【非盈利】fēiyínglì không kinh doanh lấy lãi

【非再生资源】fēizàishēng zīyuán tài nguyên không tái sinh

【非正式】fēizhèngshì phi chính thức: ~会 议 cuộc họp phi chính thức

【非正义】fēizhèngyì phi nghĩa

【非致命武器】fēizhìmìng wǔqì vũ khí phi sát thương

【非洲】Fēizhōu〈名〉châu Phi

【非洲鲫鱼】Fēizhōu jìyú cá rô phi: 这湖里 养了许多~。Trong hồ này nuôi rất nhiều cá rô phi.

【非专业】fēizhuānyè phi chuyên nghiệp; không chuyên

菲¹ fēi〈形〉(cỏ hoa) đẹp và thơm ngào ngạt: 芳~ đẹp thơm ngào ngạt

菲² fēi〈名〉[化学]phê-nan-tơ-ren (công thức: $C_{14}H_{10}$)

【菲律宾】Fēilǜbīn〈名〉Phi-lip-pin: ~人 người Phi-lip-pin

绯 fēi〈形〉đỏ

【绯红】fēihóng〈形〉đỏ tươi: ~的嘴唇 đôi môi đỏ tươi

【绯闻】fēiwén〈名〉tin tức đào hoa; chuyện đào hoa

扉 fēi〈名〉[书]cánh cửa: 柴~ cửa sài

【扉页】fēiyè〈名〉trang bìa giả

féi

肥 féi❶〈形〉béo; mập: ~猪 lợn béo ❷〈形〉phì nhiêu; màu mỡ: ~沃之地 vùng đất màu mỡ ❸〈动〉làm cho phì nhiêu; bón: ~田粉 bột bón ruộng ❹〈名〉phân: 化~ phân hóa học ❺〈形〉thu thập nhiều; lắm lộc; thơm; béo bở: ~活 công việc thơm ❻〈动〉phất lên; giàu lên (nhờ thu thập không chính đáng) ❼〈名〉lợi ích: 分~ chia lợi ích ❽〈形〉(quần áo) rộng //(姓)Phì

【肥差】féichāi〈名〉chuyến công tác béo bở

【肥肠】féicháng〈名〉lòng già (ruột già của lợn dùng làm thức ăn): 烩~ lòng xào sền sệt

【肥大】féidà<形>❶(quần áo) vừa dài vừa rộng; rộng thùng thình: ~的衣服 quần áo rộng thùng thình ❷(sinh vật) to béo; đẫy đà; to mập: ~的河马 con hà mã to béo ❸sưng; to (vì bệnh): 扁桃体~ sưng a-mi-đan

【肥厚】féihòu<形>❶chắc mập; béo chắc: ~ 的手掌 bàn tay chắc mập ❷(một bộ phận cơ thể bị bệnh) giãn to: 心室~ tâm thất giãn to ❸(lớp đất) phì nhiêu dày dặn ❹nhiều; hậu hĩnh: 薪俸~ lương bổng hậu hĩnh

【肥力】féilì<名>độ phì; độ màu mỡ: 土地~ độ phì của đất

【肥料】féiliào<名>phân bón: 今年~价格增幅较大。Giá phân bón tăng mạnh năm nay.

【肥马轻裘】féimǎ-qīngqiú cưỡi ngựa béo tốt, mặc áo da ấm áp; ví cuộc sống giàu sang, xa hoa

【肥美】féiměi<形>❶phì nhiêu; màu mỡ: ~ 的土地 vùng đất màu mỡ ❷béo tốt; tươi tốt: 四季~的牧草 cỏ chăn nuôi tươi tốt bốn mùa ❸béo ngậy ngon miệng

【肥胖】féipàng<形>béo: ~症 bệnh béo mập

【肥缺】féiquē<名>chức quan béo bở; chỗ kiếm được nhiều tiền (trong quan ngạch)

【肥肉】féiròu<名>thịt mỡ: 我不喜欢吃~。Tôi không thích ăn thịt mỡ.

【肥瘦儿】féishòur<名>❶độ rộng hẹp ❷[方] thịt nửa nạc nửa mỡ

【肥水】féishuǐ<名>nước phân màu mỡ: ~不流外人田。Nước phân màu mỡ không để chảy sang ruộng nhà người (ví không để lợi lộc lọt vào tay người khác).

【肥硕】féishuò<形>❶(quả) to mẩy ❷(chân tay) to mập

【肥头大耳】féitóu-dà'ěr đầu to tai lớn; cuộc sống giàu sang

【肥沃】féiwò<形>phì nhiêu; màu mỡ: ~的稻田 ruộng lúa phì nhiêu

【肥皂】féizào<名>xà phòng: 不用~洗不干净。Không có xà phòng thì giặt không sạch được.

【肥皂剧】féizàojù<名>chương trình truyền hình nhiều tập (chiếu trong thời gian dài lê thê, giá trị nghệ thuật kém)

fěi

匪¹ fěi<名>phi; kẻ cướp: 盗~ bọn cướp

匪² fěi<副>[书] không phải là: 获益~浅 ích lợi không ít/được lợi không phải là ít

【匪帮】fěibāng<名>bọn cướp; băng cướp

【匪首】fěishǒu<名>trùm phi

【匪徒】fěitú<名>❶kẻ cướp ❷bọn phản động; tên phản động

【匪夷所思】fěiyísuǒsī việc quá khác thường; gây sửng sốt

诽 fěi<动>nói xấu; phỉ báng; vu cáo

【诽谤】fěibàng<动>phi báng; đặt điều nói xấu; vu cáo: 我不会因为你的~而感到难受。Tôi sẽ không cảm thấy khó chịu vì những lời vu cáo của anh.

翡 fěi

【翡翠】fěicuì<名>❶chim trả ❷ngọc bích

fèi

吠 fèi<动>sủa: 狗~ chó sủa

【吠形吠声】fèixíng-fèishēng chó sủa bóng trăng

肺 fèi<名>phổi

【肺癌】fèi'ái<名>ung thư phổi: 早期~有治愈的可能。Ung thư phổi ở giai đoạn đầu có khả năng chữa khỏi.

【肺病】fèibìng<名>bệnh lao phổi; bệnh phổi: 他患~已有一年了。Bệnh phổi của anh đã kéo dài hơn một năm rồi.

【肺动脉】fèidòngmài<名>động mạch phổi

【肺腑】fèifǔ<名>❶tạng phủ trong cơ thể

❷ví với nội tâm

【肺腑之言】fèifǔzhīyán lời tâm huyết; lời chân thành gan ruột

【肺活量】fèihuóliàng<名>sinh lượng phổi: 人们使用~指标来评估心肺功能。Người ta căn cứ vào chỉ tiêu sinh lượng phổi để đánh giá chức năng tim và phổi.

【肺结核】fèijiéhé<名>lao phổi: 他因~而咳出血来。Anh ấy ho ra máu vì lao phổi.

【肺静脉】fèijìngmài<名>tĩnh mạch phổi

【肺痨】fèiláo<名>lao phổi

【肺泡】fèipào<名>phế nang

【肺气肿】fèiqìzhǒng khí thũng phổi; giãn phổi

【肺循环】fèixúnhuán tuần hoàn phổi

【肺炎】fèiyán<名>viêm phổi; sưng phổi: 他入院5天后，又得了急性~，不省人事。Năm ngày sau khi nhập viện, ông ấy lại bị viêm phổi cấp, hôn mê bất tỉnh.

【肺叶】fèiyè<名>lá phổi

【肺脏】fèizàng<名>phổi

狒fèi

【狒狒】fèifèi<名>khỉ đầu chó

废fèi❶<动>phế; bỏ: ~除 hủy bỏ ❷<形>hoang vu; suy tàn: ~墟 đống hoang tàn ❸<形>vô dụng; mất hết tác dụng: ~纸 giấy bỏ đi ❹<动>tàn phế: ~疾 phế tật ❺<动>phế truất

【废除】fèichú<动>hủy bỏ; bãi bỏ; thủ tiêu: ~合同 hủy bỏ hợp đồng

【废黜】fèichù<动>❶[书]bãi miễn; cách chức ❷phế truất

【废话】fèihuà❶<名>lời vô ích; lời thừa: ~连篇 cả bài toàn lời thừa ❷<动>nói lời thừa; nói vớ vẩn: 你别~了。Anh đừng nói vớ vẩn.

【废旧】fèijiù<形>cũ kĩ bỏ đi; thải loại: ~物资 vật tư thải loại

【废品】fèipǐn<名>❶phế phẩm; sản phẩm không đạt quy cách ❷phế phẩm; đồ cũ bỏ

đi: 像一件~一样被扔掉 bị vứt đi như một thứ phế phẩm

【废气】fèiqì<名>khí thải

【废弃】fèiqì<动>vứt bỏ; bỏ đi: 这块地~已久。Mảnh đất này đã bỏ đi từ lâu.

【废寝忘食】fèiqǐn-wàngshí quên ăn quên ngủ

【废人】fèirén<名>❶người tàn phế ❷kẻ vô dụng ❸đàn ông mất khả năng tình dục

【废水】fèishuǐ<名>nước thải

【废物】fèiwù<名>đồ bỏ; đồ phế thải: ~坑 kho chứa đồ phế thải

【废物】fèiwu<名>người vô dụng: 我不想做被遗弃的~。Tôi không muốn làm đồ vô dụng bị bỏ xó.

【废墟】fèixū<名>bãi hoang tàn; đống gạch vụn: 大楼转眼间成了~。Tòa nhà sập thành đống gạch vụn trong chớp mắt.

【废渣】fèizhā<名>bã thải

【废止】fèizhǐ<动>bãi bỏ; hủy bỏ (pháp lệnh, chế độ): ~不公平的政策 bãi bỏ những chính sách bất công

【废址】fèizhǐ<名>[书]nền cũ

【废纸篓】fèizhǐlǒu<名>thùng rác để giấy lộn

【废置】fèizhì<动>gác bỏ một bên; bỏ xó

沸fèi<动>sôi: ~水 nước sôi

【沸点】fèidiǎn<名>điểm sôi

【沸反盈天】fèifǎn-yíngtiān nhao nhao ầm ĩ; loạn xị bát nháo

【沸沸扬扬】fèifèiyángyáng xôn xao ầm ĩ; sôi sùng sục (thường để hình dung bàn tán xôn xao)

【沸水】fèishuǐ<名>nước sôi: 这件衣服得过过~才敢穿。Quần áo này phải ngâm rửa bằng nước sôi mới dám mặc lại.

【沸腾】fèiténg<动>❶sôi sùng sục ❷sục sôi; sôi nổi: 热血~ bầu máu nóng ❸(ví) ầm ĩ ồn ào

费fèi❶<名>tiền phí tổn; phí: 医药~ tiền

thuốc ❷<动>phí; hao phí; tốn: 消~ tiêu dùng ❸<动>hao; tốn nhiều: ~油 hao xăng //(姓) Phí

【费工】fèigōng<动>tốn công; mất công: 不要~去问其他人了。Đừng tốn công đi hỏi người khác nữa。

【费话】fèihuà<动>tốn lời; nói nhiều: 不要再~了。Không cần phải nói nhiều nữa。

【费解】fèijiě<形>khó hiểu; khó lí giải: 没有什么~的 chẳng có gì khó hiểu cả

【费尽心机】fèijìn-xīnjī ❶vắt óc tìm kế ❷hao tổn tâm sức

【费劲】fèijìn<动>tốn sức; vất vả: 我~地摸索着穿过溪流。Tôi dò dẫm đi qua khúc suối một cách vất vả。

【费力】fèilì<动>tốn sức; vất vả: 现在搬运工作对他来说不再那么~了。Bây giờ công việc khuân vác đối với anh ấy không còn là vất vả lắm nữa。

【费神】fèishén<动>(lời khách sáo, khi nhờ vả) hao phí tinh thần; chịu khó: 事情比较复杂，劳您~了。Chuyện hơi phức tạp, anh chịu khó nhé。

【费时】fèishí<动>tốn thời gian; mất thì giờ: 从这里到那里骑车~15分钟。Từ đây đến đó phải mất 15 phút đi xe đạp。

【费事】fèishì<动>tốn công sức; khó làm; khó khăn: 这没有什么~的。Việc này chẳng khó khăn gì。

【费手脚】fèi shǒujiǎo khó làm; tốn công sức: 那件事需要费点手脚。Việc đó hơi tốn công sức。

【费心】fèixīn<动>(lời khách sáo, khi nhờ vả) chịu khó: 你~帮我买一点吧。Em chịu khó mua giúp cho anh một tí。

【费眼神】fèi yǎnshén mỏi con mắt

【费用】fèiyong<名>phí tổn; chi phí: 我将承担所有~，直到孩子完成学业。Tôi sẽ chịu mọi chi phí cho đến khi cháu học măn

khóa。

【费嘴皮子】fèi zuǐpízi phí lời; tốn nước miếng

痱 fèi

【痱子】fèizi<名>rôm; sảy

fēn

分 fēn ❶<动>phân; chia; tách ra: ~散 phân tán ❷<动>phân; phân phối: ~配工作 phân phối công việc ❸<动>phân biệt: ~清是非 phân rõ phải trái ❹<形>bộ phận; chi nhánh: ~局 phân cục; 公司最近开了~公司。Công ti mới mở thêm chi nhánh。❺<名>điểm: 考得100~ bài thi được 100 điểm ❻<名>phân số: 约~ phân số giản ước ❼<名>phần: 二~之一 một phần hai ❽<名>một phần mười: 七~成绩，三~缺点。Bảy phần thành tích, ba phần khuyết điểm。❾<量>phân (đơn vị chiều dài) ❿<量>xu (đơn vị tiền tệ) ⓫<量>phút (đơn vị thời gian) //(姓) Phân
另见fèn

【分班】fēnbān<动>❶chia thành lớp ❷chia thành tiểu đội ❸chia thành ca làm việc

【分包】fēnbāo<动>❶khoán từng đoạn; phụ trách từng phần ❷kí hợp đồng phụ: ~人 người thực hiện một hợp đồng phụ; ~市场 thị trường thầu lại

【分包合同】fēnbāo hétóng hợp đồng phụ: 签订~ kí hợp đồng phụ

【分贝】fēnbèi<量>đề-xi-ben

【分崩离析】fēnbēng-líxī tan rã; sụp đổ

【分币】fēnbì<名>tiền xu

【分辨】fēnbiàn<动>phân biệt: 两个人影时隐时现，远远地~不出是谁。Hai bóng người thấp thoáng khi ẩn khi hiện, trông xa xa không phân biệt được là ai。

【分辩】fēnbiàn<动>biện bạch; nói rõ; phân bua: 我无法同他~。Tôi không có cách nào để phân bua với nó.

【分别】¹ fēnbié<动>chia tay; chia li; li biệt: ~时，全家依依不舍。Khi chia tay, cả nhà đều bịn rịn.

【分别】² fēnbié❶<动>phân biệt: ~是非 phân biệt phải trái ❷<副>khác nhau; phân biệt: ~对待 phân biệt đối xử ❸<副>chia nhau; ai nấy; nhóm nào nhóm ấy: 我们~坐在一张大桌子周围。Chúng tôi chia nhau ngồi quanh một chiếc bàn lớn. ❹<名>sự khác nhau

【分兵】fēnbīng<动>chia quân; phân tán binh lực

【分拨】fēnbō<动>❶phân phối; chia: ~救灾物资 phân phối vật tư cứu giúp ❷phân; phân phái; ấn định: 他已经给我们每一个人~了任务。Ông ta đã ấn định nhiệm vụ cho mỗi người chúng tôi. ❸phân nhóm; chia nhóm: 所有人员分成三拨。Tất cả mọi người chia thành ba nhóm.

【分布】fēnbù<动>phân bố; rải rác: 亚洲居民~略图 sơ đồ phân bố dân cư châu Á; ~于各地 rải rác khắp nơi

【分部】fēnbù<名>chi nhánh: 开设新的~ mở chi nhánh mới

【分餐】fēncān<动>❶ăn riêng ❷chia phần thức ăn: 儿童用~碟 đĩa chia phần thức ăn cho trẻ em

【分册】fēncè<名>tập (một phần của trọn bộ sách)

【分层】fēncéng<动>phân tầng; sắp thành lớp: ~削短的头发 tóc cắt thành nhiều lớp

【分岔】fēnchà<动>rẽ: 这里是路的~口。Đây là chỗ rẽ của con đường.

【分厂】fēnchǎng<名>phân xưởng: ~厂长 quản đốc phân xưởng

【分成】fēnchéng<动>ăn chia: 四六~ chia theo tỉ lệ 4/6

【分寸】fēncun<名>chừng mực: 说话要有~。Ăn nói phải có chừng mực.

【分担】fēndān<动>chia sẻ: ~烦恼 chia sẻ buồn bực

【分道扬镳】fēndào-yángbiāo chia rẽ đôi đường; anh đi đường anh, tôi đi đường tôi; ai đi đường nấy

【分店】fēndiàn<名>cửa hàng nhánh

【分段】fēnduàn<动>phân đoạn; chia từng đoạn: ~包干 khoán từng đoạn; ~责任制 chế độ trách nhiệm phân đoạn

【分队】fēnduì<名>phân đội: 侦察小~ phân đội trinh sát

【分发】fēnfā<动>❶phân phát: ~糖果 phân phát kẹo bánh ❷phân đi (nhận nhiệm vụ mới)

【分赴】fēnfù<动>di chuyển đến những nơi khác nhau

【分割】fēngē<动>chia cắt; tách rời: 经济与政治~不开。Kinh tế không thể tách rời chính trị.

【分隔】fēngé<动>ngăn cách; phân cách: 越过~带 băng qua dải phân cách

【分工】fēngōng<动>phân công: ~合作 hợp tác phân công; 我~负责工厂的技术室。Tôi được phân công phụ trách phòng kĩ thuật của nhà máy.

【分公司】fēngōngsī<名>chi nhánh công ti

【分管】fēnguǎn<动>phân công quản lí (một mặt công tác nào đó): 他~行政。Ông ấy được phân công quản lí hành chính.

【分行】fēnháng<名>chi nhánh ngân hàng: 他现在是一个~的行长。Anh ấy hiện là giám đốc một chi nhánh ngân hàng.

【分毫】fēnháo<名>tí tẹo; một tí; may may: ~不差 không sai tí nào

【分号】¹ fēnhào<名>dấu chấm phẩy

【分号】² fēnhào<名>chi nhánh cửa hàng: 这家百年老店在杭州还有~。Cửa hàng nổi tiếng trăm năm này còn đặt chi nhánh ở thành phố Hàng Châu.

F

【分红】fēnhóng<动>❶chia công điểm ❷chia lãi; chia lời: 年终~ chia lời cuối năm; 按股~ chia lãi theo cổ phần

【分洪】fēnhóng<动>phân lũ: ~系统 hệ thống phân lũ

【分化】fēnhuà<动>❶phân hóa; phân chia: 阶级~ sự phân chia giai cấp; 贫富~日益明显。Sự phân hóa giàu nghèo ngày càng rõ rệt. ❷phân hóa; làm phân hóa: 内部~ phân hóa nội bộ ❸phân hóa: 玄武岩~成赤土。Đá basalt bị phân hóa thành đất đỏ.

【分会】fēnhuì<名>phân hội: 音乐~ phân hội âm nhạc

【分机】fēnjī<名>máy nhánh: 每一个办公室都有~。Trong tất cả các văn phòng đều có máy điện thoại nhánh.

【分级】fēnjí<动>❶xếp loại: 鸡蛋按小到大进行~。Trứng gà được xếp theo loại từ nhỏ đến to. ❷phân cấp: 行政~ phân cấp hành chính; ~管理 quản lí phân cấp

【分家】fēnjiā<动>❶ra ở riêng: 他的孩子们都已长大成家, ~过很久了。Các con của họ đã lớn và lập gia đình ra ở riêng lâu rồi. ❷(từ một chỉnh thể) tách riêng ra

【分拣】fēnjiǎn<动>phân loại sàng lọc: ~信件 phân loại sàng lọc thư tín; 我们要把好苹果~出来。Chúng ta phải chọn riêng loại táo tốt ra.

【分解】fēnjiě<动>❶phân thành (nhiều bộ phận) ❷phân hủy: 有机物质~过程 quá trình phân hủy của chất hữu cơ ❸dàn xếp; điều giải; phân giải: 难以~ khó lòng điều giải được; ~双方的矛盾 phân giải sự xích mích giữa hai bên ❹phân hóa; làm tan rã ❺giải thích; trình bày: 他的~之语虽然简短但是很有说服力。Lời giải thích của anh tuy ngắn gọn nhưng giàu sức thuyết phục. ❻phân giải

【分界】fēnjiè❶<动>phân chia ranh giới ❷<名>giới tuyến; đường phân giới

【分界线】fēnjièxiàn<名>đường phân giới; giới tuyến; ranh giới (giữa các vùng hoặc các sự vật)

【分镜头】fēnjìngtóu<名>(đạo diễn) chia cảnh; phân ống kính

【分居】fēnjū<动>❶ở riêng; ra ở riêng: 两地~ ở riêng hai nơi ❷(vợ chồng) sống riêng rẽ

【分局】fēnjú<名>chi cục: ~局长 chi cục trưởng

【分句】fēnjù<名>vế câu; tiểu cú

【分开】fēnkāi<动>❶cách biệt; xa cách: 他们两人从此永远地~了。Hai người ấy từ đó đã sống cách biệt nhau. ❷chia; tách ra; chia tách ra; rẽ ra: 把优点和缺点~评说。Tách riêng ưu điểm với khuyết điểm ra đánh giá nhận xét. 让各班同学~排列。Tách các học sinh xếp hàng theo từng lớp.

【分栏】fēnlán<动>phân thành từng cột; chia thành từng mục: 广告~ quảng cáo đăng trên cột

【分类】fēnlèi<动>xếp hạng; phân loại: 货物~ phân loại các mặt hàng; 按照顾客的选书倾向进行~。Phân loại dựa theo khuynh hướng chọn sách của khách hàng.

【分类广告】fēnlèi guǎnggào quảng cáo phân loại; quảng cáo rao vặt

【分离】fēnlí<动>❶tách rời; tách ra: 这两个问题~不开。Hai vấn đề này không thể tách rời được. ❷xa cách; biệt li: 时光荏苒，我们已经~20多年了。Thấm thoắt chúng ta đã xa nhau hơn 20 năm rồi.

【分理处】fēnlǐchù<名>chi nhánh nhỏ của ngân hàng

【分列式】fēnlièshì<名>đội hình diễu binh (qua khán đài)

【分裂】fēnliè<动>❶phân chia; phân tách; phân liệt: 细胞~ phân tách tế bào ❷phân liệt; chia rẽ: ~社会 chia rẽ cộng đồng; 避免

内部~ tránh sự chia rẽ trong nội bộ

【分流】fēnliú<动>❶tách dòng (từ dòng chính tách ra một hoặc nhiều dòng nhánh) ❷phân luồng (người, xe cộ...): 交通~ phân luồng giao thông; 在高峰期对过桥车辆进行~. Phân luồng xe qua cầu trong giờ cao điểm. ❸phân bổ (cơ quan, xí nghiệp giảm biên chế, sắp xếp nhân viên dư thừa sang đơn vị khác làm việc)

【分门别类】fēnmén-biélèi phân loại; phân loại và hệ thống hóa; chia ngành chia loại

【分泌】fēnmì<动>tiết ra: ~唾液 tiết nước bọt; ~出一种特别的物质 tiết ra một thứ chất đặc biệt

【分娩】fēnmiǎn<动>sinh đẻ (người, súc vật)

【分秒】fēnmiǎo<名>giây phút; từng phút từng giây: ~必争 tranh thủ từng phút từng giây

【分明】fēnmíng❶<形>rõ ràng; phân minh: 黑白~ đen trắng phân minh ❷<副>rõ ràng là; hiển nhiên: ~是敌人故意破坏 rõ ràng là bọn địch đã cố ý phá hoại

【分母】fēnmǔ<名>[数学]mẫu số

【分派】fēnpài<动>❶phái cử; phân chia: ~专人负责 phái người chuyên trách; 给每一个干部~具体的工作。Phân chia công việc cụ thể cho từng cán bộ. ❷gán; phân bổ đóng góp: 各方利润平均~。Lãi được phân bổ đều cho các bên.

【分配】fēnpèi<动>❶phân chia; chia cắt; phân phối: ~产品 phân phối sản phẩm; 财产~ phân chia tài sản ❷sắp xếp; phân phối; phân công: ~政策 chính sách phân phối ❸phân phối: ~资金 phân phối quỹ; ~系数 hệ số phân phối

【分配额】fēnpèi'é<名>phần đóng góp; phần được chia; định ngạch

【分批】fēnpī<动>chia từng nhóm; chia từng đợt: ~去学习 chia từng đợt đi học tập; ~交货 giao hàng từng đợt; ~生产 sản xuất từng lô; ~运输 vận chuyển nhiều lần

【分片】fēnpiàn<动>chia thành từng vùng; chia thành từng mảng: ~打扫 quét dọn từng vùng

【分期】fēnqī<动>❶phân kì: 文学史~ sự phân kì trong lịch sử văn học ❷chia theo từng kì; phân trả từng kì; trả góp: ~分批 chia kì chia đợt; 每月~偿还房款. Trả dần tiền nhà từng tháng. 这部小说将分多期登出。Tiểu thuyết này sẽ được đăng thành nhiều kì.

【分期付款】fēnqī fùkuǎn trả góp; thanh toán làm nhiều kì; trả dần từng kì

【分歧】fēnqí❶<形>khác nhau: 意见~ ý kiến khác nhau ❷<名>sự bất đồng; sự khác nhau: 消除~ giải quyết những bất đồng

【分清】fēnqīng<动>phân biệt rõ: ~是非 phân biệt rõ phải trái

【分散】fēnsàn❶<形>phân tán; rải rác: 目标很多很~。Mục tiêu rất nhiều và phân tán. 居民住得很~。Dân cư sống rải rác. ❷<动>làm phân tán: ~他的注意力 làm phân tán sự chú ý của nó; 力量被~。Lực lượng bị phân tán. ❸<动>rải; phân phát: ~传单 rải truyền đơn

【分社】fēnshè<名>phân xã: 新华社驻越南~ Phân xã Tân Hoa Xã tại Việt Nam

【分身】fēnshēn<动>phân thân: ~术 phép phân thân; 我不能~同时去接在两个地方上学的孩子。Tôi không thể cùng một lúc phân thân đi đón hai con học ở hai nơi.

【分神】fēnshén<动>❶phân tâm: 不要与驾驶员说话，怕他们~。Không được nói chuyện với tài xế vì sợ họ phân tâm. ❷để ý; lưu ý: 我的毕业论文请你~帮改一改。

Luận án tốt nghiệp của em xin thầy bận lòng sửa hộ cho.

【分手】fēnshǒu〈动〉chia tay

【分数】[1] fēnshù〈名〉điểm: 他以较高的~毕业了。Anh ấy tốt nghiệp với điểm khá cao.

【分数】[2] fēnshù〈名〉[数学]phân số

【分水岭】fēnshuǐlǐng〈名〉❶đường phân thủy (đường phân ranh giữa hai lưu vực) ❷phân giới; ranh giới: 这里是两个省的~。Đây là ranh giới của hai tỉnh.

【分说】fēnshuō〈动〉phân trần; trình bày; phân bua: 不由~ không cho phép phân bua

【分送】fēnsòng〈动〉gửi; đưa; phân phát: ~公文 phân phát công văn

【分摊】fēntān〈动〉chia nhau gánh vác; chịu một phần; phân bổ: ~水电费 phân bổ tiền điện nước; ~成本 phân bổ giá thành; ~税 chịu một phần thuế

【分庭抗礼】fēntíng-kànglǐ ngang vai ngang vế; đối chọi với nhau

【分头】[1] fēntóu〈副〉chia nhau; phân công nhau: 我们~去寻找他。Chúng tôi chia nhau đi tìm nó. 大家~行动。Mọi người hành động theo sự phân công.

【分头】[2] fēntóu〈名〉rẽ đường ngôi: 他喜欢留着~。Anh ta thích để tóc rẽ ngôi.

【分文不取】fēnwén-bùqǔ không lấy đồng xu nào: 如果你们嫌贵，现在就可以下车，我~。Nếu các anh chê đắt thì bây giờ có thể xuống xe, tôi không lấy một xu.

【分析】fēnxī〈动〉phân tích; nhận định: ~人物心理 phân tích tâm lí nhân vật; ~水样 phân tích một mẫu nước

【分享】fēnxiǎng〈动〉chia sẻ hưởng thụ: 共同~幸福和快乐 cùng nhau chia sẻ niềm vui và hạnh phúc

【分销】fēnxiāo〈动〉chuyển bán; bán lẻ: ~商 thương nhân bán lẻ

【分晓】fēnxiǎo❶〈名〉kết quả cuối cùng: 他能否考上大学，过几天就见~。Anh ấy có thể thi đỗ đại học hay không, vài ba ngày nữa sẽ có kết quả. ❷〈动〉rõ ràng; rõ: 一探听去了解 cho rõ ❸〈名〉đạo lí; lí lẽ: 净说些没有~的话 toàn nói những lời không có lí lẽ gì cả

【分校】fēnxiào〈名〉phân hiệu

【分心】fēnxīn〈动〉❶phân tâm; phân tán tư tưởng: 你一边看电视一边学习会~的。Anh vừa xem TV vừa học bài dễ phân tán tư tưởng đấy. ❷quan tâm; để tâm: 不会再有几个人~注意这件事了。Không còn mấy ai để tâm đến chuyện này nữa.

【分野】fēnyě〈名〉ranh giới; phạm vi: 政治~ phạm vi chính trị

【分页】fēnyè〈动〉đánh số trang

【分忧】fēnyōu〈动〉chia sẻ nỗi lo buồn; giúp giải quyết khó khăn: ~解愁 chia sẻ nỗi lo âu

【分院】fēnyuàn〈名〉phân viện: 物理研究院~ Phân viện Vật lí

【分赃】fēnzāng〈动〉❶chia chác (thu được không chính đáng): ~不均 chia chác không đều ❷chia chác quyền lợi hoặc lợi ích không chính đáng

【分针】fēnzhēn〈名〉kim phút

【分支】fēnzhī〈名〉chi nhánh: ~机构 tổ chức chi nhánh

【分钟】fēnzhōng〈名〉phút

【分子】[1] fēnzǐ〈名〉[数学]tử số

【分子】[2] fēnzǐ〈名〉[化学]phân tử 另见fènzǐ

【分组】fēnzǔ〈动〉phân tổ; chia thành nhóm; chia thành tổ: ~统计 phân tổ thống kê; 把全班分成若干小组。Chia lớp thành những nhóm nhỏ.

芬 fēn〈名〉mùi thơm: ~芳 thơm tho //(姓) Phân, Phần

吩 fēn

【吩咐】fēnfù〈动〉[口]dặn; dặn dò; sai bảo;

他是这样决定的，还~你必须按他的意思做。Ông ấy đã quyết định như vậy và dặn anh phải làm theo đúng ý ông.

纷 fēn ❶<形>nhiều; lộn xộn: ~乱 hỗn loạn ❷<名>cãi cọ xích mích: 排忧解~ hòa giải các vụ xích mích

【纷呈】fēnchéng<动>đua nhau xuất hiện; tới tấp: 异彩~ nhiều phong cách mới lạ

【纷繁】fēnfán<形>phức tạp; rối rắm: 想法~ ý nghĩ rối rắm; 手续~ thủ tục phức tạp

【纷飞】fēnfēi<动>(tuyết, hoa...) bay lả tả: 大雪~ tuyết bay lả tả

【纷纷】fēnfēn ❶<形>xôn xao; dồn dập; tới tấp: 他一声不吭地站着，听朋友们议论~。Anh ấy đứng lặng lẽ nghe lũ bạn xôn xao bàn tán. ❷<副>liên tiếp; tới tấp: 各项工程因为要补办规定的各种文件而~被叫停。Các công trình liên tiếp bị đình chỉ, vì phải bổ sung các loại giấy tờ theo quy định.

【纷乱】fēnluàn<形>lộn xộn; hỗn loạn: 时局~ thời cuộc hỗn loạn; ~的脚步声 bước đi lộn xộn

【纷扰】fēnrǎo<形>rối bời: 心绪~ đầu tóc rối bời

【纷纭】fēnyún<形>rối rắm; rối ren: 众说~ mọi người bàn tán xôn xao

【纷争】fēnzhēng<名>tranh chấp; phân tranh; xích mích: 兄弟姐妹之间虽然有时会有~，但是到了谋大事的时候就会团结起来。Anh em họ hàng tuy có lúc xích mích với nhau nhưng khi cần lo việc lớn thì họ biết đoàn kết lại.

【纷至沓来】fēnzhì-tàlái nườm nượp kéo đến; ùn ùn đến; dồn dập đến: 顾客~，让我们应接不暇。Khách hàng nườm nượp kéo đến, chúng tôi đón tiếp không xuể.

氛 fēn<名>không khí: 气~ bầu không khí
【氛围】fēnwéi<名>bầu không khí: 生活在集体温暖的~之中 được sống trong bầu không khí đầm ấm của tập thể

fén

坟 fén<名>mồ mả; mộ: 祖~ mộ tổ
【坟地】féndì<名>nghĩa địa; bãi tha ma: 这块空地之前是一大片~。Vùng đất trống này trước đây là một nghĩa địa lớn.

【坟墓】fénmù<名>phần mộ; mồ mả: 直至现在，她才有机会返回家乡寻找亲人的~。Cho đến bây giờ bà ấy mới có dịp về thăm quê mình, tìm mồ mả người thân.

焚 fén<动>thiêu; đốt: ~香 thắp hương
【焚烧】fénshāo<动>đốt; thiêu; thiêu đốt: 大火~了佛家的经文。Kinh kệ nhà Phật đã bị lửa thiêu đốt.

【焚香】fénxiāng<动>❶thắp hương: 在供桌前~ thắp hương trước bàn thờ ❷châm hương; đốt hương

fěn

粉 fěn ❶<名>bột; phấn: 面~ bột mì ❷<名>phấn trang điểm: 香~ phấn thơm ❸<名>thức ăn bằng tinh bột: 凉~ cháo bột đậu ❹<名>bún; miến; phở: 米~ bún ❺<动>nát như bột; nghiền thành bột: ~碎 đập tan ❻<动>[方]quét vôi: ~墙 quét vôi tường ❼<形>trắng; mang phấn trắng: ~蝶 bướm trắng ❽<形>màu hồng: ~牡丹 hoa mẫu đơn hồng

【粉笔】fěnbǐ<名>phấn viết
【粉饼】fěnbǐng<名>bánh phấn (mĩ phẩm)
【粉尘】fěnchén<名>bụi thải (công nghiệp): ~处理和回收系统 hệ thống xử lí và thu hồi bụi thải
【粉刺】fěncì<名>mụn trứng cá
【粉底】fěndǐ<名>phấn lót; phấn nền
【粉红】fěnhóng<形>màu hồng
【粉末】fěnmò<名>bột; vụn

【粉墨登场】fěnmò-dēngchǎng hóa trang lên sân khấu; bóng nhoáng ra mắt

【粉嫩】fěnnèn<形>trắng mịn; trắng nõn

【粉皮】fěnpí<名>bánh phở (làm bằng bột đậu hoặc bột khoai)

【粉扑儿】fěnpūr<名>cái nùi bông thoa phấn

【粉身碎骨】fěnshēn-suìgǔ thịt nát xương tan

【粉饰】fěnshì<动>tô son trát phấn; che đậy khuyết điểm hoặc những điều xấu: ~门面 tô vẽ bề ngoài

【粉刷】fěnshuā<动>quét vôi: 重新~祠堂 quét vôi lại cho đền thờ

【粉丝】[1]fěnsī<名>miến

【粉丝】[2]fěnsī<名>người hâm mộ; người sùng bái; Fans

【粉碎】fěnsuì❶<形>tan vỡ; tan tành: 碟子掉到地上，摔得~。Cái đĩa rơi xuống đất, tan vỡ. ❷<动>làm cho tan vỡ; nghiền nát: ~矿石 nghiền quặng ❸<动>đập tan; làm thất bại hoàn toàn: ~敌人的阴谋 đập tan âm mưu của địch

【粉条】fěntiáo<名>miến; bún; bánh đa sợi

fèn

分[1] fèn<名>❶thành phần; phần: 水~ thành phần nước ❷phần; mức (phạm vi chức trách, quyền hạn): 过~ quá mức ❸tình: 看在朋友~上 nể tình bạn

分[2] fèn<动>[书]đoán; dự đoán: 自~不能胜任 tự nghĩ không thể làm nổi
另见fēn

【分量】fènliàng<名>trọng lượng: 这张桌子的~不轻。Chiếc bàn này hơi nặng. 增加自己话语的~ tăng trọng lượng cho lời nói của mình

【分内】fènnèi<形>trong bổn phận: 遵守交通规则是驾驶员~的事。Tuân thủ luật lệ giao thông là trách nhiệm trong bổn phận của người lái.

【分外】fènwài❶<副>khác thường; đặc biệt: 在同龄人中，她的才能~突显。Trong số người cùng tuổi, tài năng của cô bé cực kì trội nổi. ❷<形>ngoài bổn phận: ~的事他也很乐意去做。Những việc ngoài bổn phận anh ấy cũng sẵn lòng đi làm.

【分子】fènzǐ<名>tầng lớp; phần tử; kẻ; người: 知识~ tầng lớp tri thức; 落后~ những kẻ lạc hậu
另见fēnzǐ

份 fèn❶<名>phần: 股~ cổ phần ❷<量>suất: 一~饭 một suất cơm ❸<量>tờ; bản (báo, văn kiện): 一~报纸 một tờ báo ❹<名>(dùng sau "省" "县" "年" "月" chỉ đơn vị đã được hoạch định): 省~ tỉnh

【份额】fèn'é<名>mức được chia trong chỉnh thể: 占有百分之三十的市场~ chiếm 30% thị phần

【份子】fènzi<名>❶suất (số tiền đóng góp của từng người): 他们凑~给老师买了一份礼物。Họ góp tiền mua tặng cô giáo một món quà. ❷tiền biểu (làm quà mừng hoặc thăm hỏi): 出~ gửi tiền biểu

奋 fèn<动>❶hăng lên: 振~ phấn chấn ❷vung lên: ~臂高呼 vung cánh tay hô to // (姓) Phấn

【奋笔疾书】fènbǐ-jíshū vung bút viết nhanh

【奋不顾身】fènbùgùshēn phấn đấu quên mình; hăng hái quên mình

【奋斗】fèndòu<动>phấn đấu: 艰苦~ phấn đấu gian khổ

【奋发】fènfā<动>hăng hái; hăm hở: ~工作 hăng hái công tác

【奋发图强】fènfā-túqiáng hăng hái vươn lên; quyết chí tự cường

【奋进】fènjìn<动>hăm hở tiến bước: 催人~ thúc giục người hăm hở tiến bước

【奋力】fènlì<副>ra sức: 医院的医生~救治，但仍是没有效果。Bác sĩ ở bệnh viện ra sức chữa trị nhưng vẫn chưa có hiệu quả.

【奋起】fènqǐ<动>❶hăm hở vùng dậy: ~应战 hăm hở vùng dậy ứng chiến ❷nhấc mạnh lên; vung mạnh lên

【奋起直追】fènqǐ-zhízhuī hăm hở vùng dậy đuổi theo

【奋勇】fènyǒng<动>hăng hái dũng cảm: ~前进 hăng hái dũng cảm tiến lên

【奋战】fènzhàn<动>hăng hái chiến đấu; chiến đấu anh dũng: ~在抗洪救灾第一线 hăng hái chiến đấu trên tuyến đầu chống lũ lụt cứu giúp người dân

粪 fèn❶<名>phân; cứt: 猪~ phân lợn ❷<动>[书]bón phân: ~田 bón ruộng ❸<动>[书]quét: ~除 quét sạch

【粪便】fènbiàn<名>phân và nước tiểu; cứt đái

【粪肥】fènféi<名>phân bắc (phân người và gia súc)

【粪箕子】fènjīzi<名>cái hót phân; cái ki hót phân

【粪坑】fènkēng<名>❶hố phân ❷hố xí

【粪筐】fènkuāng<名>sọt phân

【粪桶】fèntǒng<名>thùng phân

【粪土】fèntǔ<名>phân và đất; cặn bã; rác rưởi; ví cái không đáng tiền

愤 fèn<动>giận; cáu; tức giận: 气~ tức giận

【愤愤不平】fènfèn-bùpíng tức giận bất bình

【愤恨】fènhèn<动>căm hờn: ~占据了他的心灵。Sự căm hờn sục sôi trong lòng anh ấy.

【愤慨】fènkǎi<形>[书]giận dữ bất bình: 读了报纸上不符合事实的文章，我感觉很~。Sau khi đọc bài viết trái với sự thực đăng trên báo, tôi cảm thấy rất phẫn nộ.

【愤懑】fènmèn<形>[书] phẫn uất

【愤怒】fènnù<形>phẫn nộ: ~的人群 đám đông phẫn nộ

【愤青】fènqīng<名>người thanh niên bất mãn với hiện thực xã hội

【愤然】fènrán<形>giận dữ; vẻ giận dữ

【愤世嫉俗】fènshì-jísú giận đời ghét tục; căm ghét xã hội với những thói tục xấu xa

fēng

丰¹ fēng❶<形>phong phú; dồi dào ❷<动>làm cho đầy thêm: ~乳 bơm vú ❸<形>to; lớn

丰² fēng<名>dáng vẻ đẹp //(姓) Phong

【丰碑】fēngbēi<名>tấm bia lớn; ví kiệt tác, công tích vĩ đại: 英雄的~ tấm bia lớn ghi công các anh hùng/bảng vẻ vang tổ quốc ghi công các anh hùng

【丰产】fēngchǎn<动>cao sản; sản lượng cao

【丰登】fēngdēng<动>được mùa: 五谷~ ngũ cốc được mùa

【丰富】fēngfù❶<形>phong phú; dồi dào; giàu: 想象力~ giàu trí tưởng tượng; ~的资源 nguồn tài nguyên phong phú ❷<动>làm phong phú; làm giàu: ~人的内心世界 làm phong phú thế giới nội tâm của con người

【丰功伟绩】fēnggōng-wěijì công lao to lớn; công tích lớn lao

【丰厚】fēnghòu<形>❶dày dặn: ~的羽毛 bộ lông dày dặn ❷hậu hĩ; phong phú: 报酬~ thù lao hậu hĩ

【丰满】fēngmǎn<形>❶đầy ắp; sung túc; đầy đủ: ~的粮仓 kho lương thực đầy ắp ❷nở nang; đẫy đà: 体态~ dáng người đẫy đà ❸(lông vũ loài chim) mượt mà

【丰茂】fēngmào<形>tốt tươi đẹp đẽ; um

tùm

【丰美】fēngměi<形>dồi dào đẹp đẽ: ~的食品 thực phẩm dồi dào ngon lành

【丰年】fēngnián<名>năm được mùa: 瑞雪兆~。Tuyết lành báo trước năm được mùa.

【丰沛】fēngpèi<形>dồi dào: 雨水~ nước mưa dồi dào

【丰饶】fēngráo<形>màu mỡ: ~的土地 vùng đất màu mỡ

【丰润】fēngrùn<形>(da thịt) đẩy đà; béo tốt mượt mà: 脸庞~ má đẩy đà

【丰赡】fēngshàn<形>[书]giàu có; no đủ; dồi dào

【丰盛】fēngshèng<形>phong phú (chỉ phương diện vật chất): 婚宴酒席很~。Tiệc cưới rất thịnh soạn.

【丰收】fēngshōu<动>được mùa: 今年是小麦的~年。Năm nay là năm lúa mì được mùa.

【丰硕】fēngshuò<形>(quả) nhiều và to (thường dùng cho sự vật trừu tượng): ~的成果 thành quả to lớn

【丰衣足食】fēngyī-zúshí cơm no áo ấm

【丰盈】fēngyíng<形>❶(thân thể) đẩy đà; nở nang: 体态~ thân hình đẩy đà ❷dồi dào: 钱粮~ tiền của dồi dào

【丰腴】fēngyú<形>❶đầy đặn; nở nang ❷dồi dào tốt đẹp ❸phong phú

【丰裕】fēngyù<形>giàu có; dư dật; khá giả: 生活~ đời sống khá giả

【丰韵】fēngyùn<名>phong vận; đầy đặn

【丰姿】fēngzī<名>phong tư (tư thái, tác phong trang nhã, đẹp đẽ)

【丰足】fēngzú<形>giàu có; no đủ; sung túc: 衣食~ cơm no áo ấm

风 fēng❶<名>gió: 季~ gió mùa ❷<动>hong khô; quạt (sạch): ~干 hong cho khô ❸<形>hong: ~肉 thịt hong ❹<形>nhanh như gió: ~行 thịnh hành ❺<名>phong khí; phong tục:

移~易俗 thay đổi phong tục; 不正之~ phong khí bất chính ❻<名>cảnh tượng: ~景 phong cảnh ❼<名>thái độ: 作~ tác phong ❽<名>phong thanh; tin đồn; tin tức: 闻~而动 nghe tin liền nổi dậy ❾<形>đồn đại; không có căn cứ chắc chắn: ~闻 nghe đồn ❿<名>dân ca: 采~ thu thập dân ca ⓫<名>(đông y chỉ một số bệnh) bệnh phong //(姓) Phong

【风暴】fēngbào<名>❶gió bão; bão táp ❷ví sự kiện, hiện tượng lớn lao, mãnh liệt: 历史的~ những phong ba bão táp trong lịch sử

【风泵】fēngbèng<名>cái bơm gió

【风波】fēngbō<名>sóng gió; phong ba: 一场~ một cơn sóng gió; 家庭~ phong ba trong gia đình

【风采】fēngcǎi<名>❶phong thái: 艺术家的~ phong thái của nghệ sĩ; 儒雅的~ vẻ phong lưu nho nhã ❷tài hoa văn nghệ

【风餐露宿】fēngcān-lùsù ăn gió nằm sương

【风铲】fēngchǎn<名>xẻng máy nén khí

【风潮】fēngcháo<名>phong trào: 革命~ phong trào cách mạng

【风车】fēngchē<名>❶máy dùng sức gió ❷quạt gió; xe gió ❸cái chong chóng

【风尘】fēngchén<名>❶gió bụi (phong trần); chỉ sự đi đường mệt nhọc: 他突然返回，满面~。Anh đột ngột trở về, gió bụi đầy người. ❷bụi đời (phong trần): 久经风尘 dày dạn phong trần ❸giang hồ; phong trần: 沦落~ chìm nổi phong trần; ~女子 gái giang hồ ❹[书]loạn lạc chiến tranh

【风尘仆仆】fēngchén-púpú lăn lộn trong gió bụi; hấp tấp mệt mỏi

【风驰电掣】fēngchí-diànchè nhanh như chớp; như gió tung chớp giật

【风传】fēngchuán❶<动>đồn (tin); đồn đại: 他们还~你家挖到了金坛子。Họ còn

đồn ầm lên là nhà cô đào được hũ vàng. ❷<名>điều đồn đại: 永远不要听那些~。 Đừng bao giờ nghe những tin đồn ấy.

【风吹草动】fēngchuī-cǎodòng gió thổi cỏ lay; ví những biến cố nhỏ

【风锤】fēngchuí<名>búa hơi

【风挡】fēngdǎng<名>cái chắn gió

【风刀霜剑】fēngdāo-shuāngjiàn dao gió gươm sương; rét buốt cắt da cắt thịt

【风灯】fēngdēng<名>❶đèn bão ❷[方]đồ trang sức treo trong nhà

【风笛】fēngdí<名>kèn tây

【风斗】fēngdǒu<名>ống thông hơi chắn gió

【风度】fēngdù<名>phong độ; khí phách: 有君子~ có phong độ quân tử

【风发】fēngfā<形>phấn chấn; hăm hở: 意气~ tinh thần phấn chấn

【风帆】fēngfān<名>cánh buồm: 扬起~ dương buồm/căng buồm

【风范】fēngfàn<名>[书]phong độ; khí phách: 名师~ phong độ bậc danh sư

【风风火火】fēngfēnghuǒhuǒ❶hùng dũng; hùng hục: 她~地走了进来。Cô ấy hùng dũng bước vào. ❷sôi động; hừng hực: 她埋下头~地干了起来。Cô ấy chúi đầu làm hùng hục.

【风风雨雨】fēngfēngyǔyǔ mưa gió; cuộc sống gian truân; cuộc đời phong ba nhiều trắc trở: 夫妻俩共同经历了几十年的~。Hai vợ chồng cùng trải qua mấy chục năm cuộc sống gian truân.

【风干】fēnggān<动>hong khô

【风镐】fēnggǎo<名>cuốc hơi

【风格】fēnggé<名>❶phong cách; tác phong: ~高尚 phong cách cao thượng ❷phong cách (đặc điểm ngôn ngữ và nghệ thuật): 现代~ phong cách hiện đại; ~独特 phong cách độc đáo

【风骨】fēnggǔ<名>❶phong cốt; phẩm cách; tiết tháo ❷cốt cách nghệ thuật rắn rỏi

【风光】¹fēngguāng<名>phong cảnh; cảnh tượng: 我的家乡~如画。Quê hương tôi phong cảnh đẹp như tranh.

【风光】²fēngguāng<形>[口]rôm rả thể diện; mát mặt: 让父母~ làm cho bố mẹ mát mặt

【风寒】fēnghán<名>❶gió rét: 抵御~ chống lại gió rét ❷(bệnh) cảm phong hàn

【风和日丽】fēnghé-rìlì gió mát đẹp trời

【风花雪月】fēnghuā-xuěyuè❶phong hoa tuyết nguyệt ❷chuyện tình yêu nam nữ

【风华】fēnghuá<名>phong thái và tài hoa; phong nhã hào hoa: 绝代~ tài hoa hơn đời

【风化】¹fēnghuà<名>phong hóa; phong tục giáo hóa: 有伤~ có hại cho phong hóa

【风化】²fēnghuà<动>❶phong hóa (bị gió ăn mòn): ~石 đá bị phong hóa ❷kết tinh

【风火墙】fēnghuǒqiáng<名>tường phòng hỏa

【风级】fēngjí<名>cấp gió

【风纪】fēngjì<名>tác phong và kỉ luật: 军容~ khí thế và tác phong kỉ luật của quân đội

【风纪扣】fēngjìkòu<名>khuy cổ áo; khuy tác phong kỉ luật

【风景】fēngjǐng<名>phong cảnh: 看~ ngắm phong cảnh; ~区 khu du ngoạn

【风景画】fēngjǐnghuà<名>tranh phong cảnh

【风镜】fēngjìng<名>kính gió; kính bảo hộ

【风卷残云】fēngjuǎncányún gió cuốn mây tàn

【风口】fēngkǒu<名>đầu gió

【风口浪尖】fēngkǒu-làngjiān đầu sóng ngọn gió

【风浪】fēnglàng<名>❶sóng và gió (trên mặt nước): ~这么大，他们还出船。Sóng gió thế này mà họ vẫn cho thuyền ra khơi. ❷sóng gió; ví việc gặp nguy hiểm: 承受人生的种种~ chịu đựng bao sóng gió cuộc đời

【风雷】fēngléi〈名〉bão tố sấm sét

【风力】fēnglì〈名〉❶sức gió: ~发电 phát điện bằng sức gió ❷sức gió (cường độ): 天越晚，~越强。Càng về chiều, sức gió càng mạnh.

【风里来，雨里去】fēng li lái, yǔ li qù dãi nắng dầm mưa; gian khổ vất vả

【风凉话】fēngliánghuà〈名〉lời nói mát; lời châm chọc bóng gió

【风铃】fēnglíng〈名〉chuông gió (treo ở phật điện, mái tháp, trong nhà hay trên xe, khi gió thổi lắc lư phát ra tiếng lanh canh)

【风流】fēngliú〈形〉❶đàng hoàng; lỗi lạc ❷phong lưu; phóng khoáng: ~才子 tài tử phong lưu ❸trăng hoa; hoa nguyệt: ~韵事 chuyện trăng hoa ❹phóng đãng; bừa bãi: ~女子 người phụ nữ phóng đãng

【风流人物】fēngliú rénwù❶con người lỗi lạc ❷con người phóng khoáng

【风流倜傥】fēngliú-tìtǎng phong lưu phóng khoáng

【风马牛不相及】fēng mǎ niú bù xiāng jí không liên quan gì với nhau: 每个人都只关心自己的想法，嘴里说着一些杂七杂八、~的话。Mỗi người đều theo đuổi những ý nghĩ riêng, nói những câu vô nghĩa rời rạc không liên quan gì đến nhau.

【风帽】fēngmào〈名〉❶mũ gió; mũ chống gió rét ❷mũ liền áo ❸vật hình chóp để chắn gió

【风貌】fēngmào〈名〉❶phong cách và diện mạo; dáng vẻ; đặc trưng: 时代~ đặc trưng của thời đại; 保留古城的~ giữ lại dáng vẻ cổ xưa của thành phố ❷phong thái tướng mạo: ~轩昂 tướng mạo hiên ngang ❸cảnh tượng; phong cảnh: 山川~ phong cảnh núi non; 远近~, 历历在目。Cảnh tượng gần xa hiện lên rõ mồn một.

【风靡】fēngmǐ〈动〉thịnh hành; phổ biến: ~全国 phổ biến khắp cả nước; 这种运动方式开始在市民中~。Lối vận động này bắt đầu thịnh hành trong đám thị dân.

【风能】fēngnéng〈名〉năng lượng bằng sức gió

【风平浪静】fēngpíng-làngjìng gió yên sóng lặng; trời yên biển lặng

【风起云涌】fēngqǐ-yúnyǒng❶gió giục mây vờn: 看这~的光景，肯定要下雨了。Trông cảnh gió giục mây vờn thế này, chắc sắp mưa rồi. ❷ào ào vũ bão; nổi lên mạnh mẽ: 革命运动~ phong trào cách mạng nổi lên mạnh mẽ

【风气】fēngqì〈名〉phương thức; cách thức: 社会~ lối sống xã hội; 好~ lối sống lành mạnh

【风琴】fēngqín〈名〉phong cầm

【风情】fēngqíng〈名〉❶tình hình gió (hướng gió và sức gió) ❷[书]cách đi đứng; cách cư xử ❸[书]tình cảm; sự thích thú: 别有一番~ có một nỗi niềm riêng ❹tình ý; lẳng lơ: 卖弄~ làm bộ lẳng lơ ❺phong thổ nhân tình: 每个地方的~各不相同。Phong thổ nhân tình mỗi nơi một khác. ❻cảnh tượng

【风趣】fēngqù❶〈名〉sự dí dỏm hài hước lí thú ❷〈形〉dí dỏm lí thú; hài hước: 他那些~的笑话常使母子俩笑得前仰后合。Những câu đùa dí dỏm của nó thường làm hai mẹ con cùng cười ngặt nghẽo.

【风骚】[1] fēngsāo〈名〉[书]văn học; văn chương; làng văn học

【风骚】[2] fēngsāo〈形〉lả lơi; làm đỏm; làm dáng

【风色】fēngsè〈名〉❶tình hình gió; chiều gió ❷tình hình: ~不对 tình hình có khác

【风沙】fēngshā〈名〉gió cát

【风扇】fēngshàn〈名〉quạt điện

【风尚】fēngshàng〈名〉phong tục thời

thượng; tinh thần nếp sống: 社会~ nếp sống xã hội

【风生水起】fēngshēng-shuǐqǐ sóng nổi lên khi gió thổi qua mặt nước; hưng thịnh; sôi nổi: 生意做得~。Buôn bán hưng thịnh.

【风声】fēngshēng<名>❶tiếng gió thổi ❷phong thanh; tin đồn; tin tức: 三个月过去了，一点~也没有。Ba tháng trôi qua, không hề có tin tức gì cả.

【风声鹤唳】fēngshēng-hèlì gió thổi hạc kêu; kinh hoảng ngờ vực; thần hồn nát thần tính

【风湿】fēngshī<名>bệnh phong thấp

【风蚀】fēngshí<动>[地质]xói mòn vì sức gió

【风霜】fēngshuāng<名>phong sương; sương gió: 饱经~ dày dạn gió sương

【风水】fēngshuǐ<名>phong thủy: ~宝地 nơi có phong thủy tốt

【风水先生】fēngshuǐ xiānsheng thầy địa lí; thầy phong thủy

【风俗】fēngsú<名>phong tục: ~习惯 phong tục tập quán; 传统~ phong tục truyền thống

【风调雨顺】fēngtiáo-yǔshùn mưa thuận gió hòa

【风头】fēngtou<名>❶đầu ngọn gió; chiều hướng: 避~ tránh đầu ngọn gió ❷trội; nổi: 出~ chơi trội

【风土】fēngtǔ<名>phong thổ; tục lệ; lệ thói; khí hậu

【风味】fēngwèi<名>phong vị; màu sắc; đặc sắc: 家乡~ phong vị quê hương

【风味小吃】fēngwèi xiǎochī món ăn đặc sản

【风闻】fēngwén<动>nghe phong thanh: ~如此，不知虚实如何。Nghe phong thanh như thế không rõ thực hư như thế nào.

【风险】fēngxiǎn<名>mối hiểm nghèo; rủi ro: 你这样做会有~的。Anh làm như thế có

rủi ro đấy.

【风箱】fēngxiāng<名>cái bễ (thổi gió)

【风向】fēngxiàng<名>❶hướng gió: 他们按照~选了一个地点，以免野兽闻到他们的气味。Họ chọn một nơi theo hướng gió để cho thú hoang không thể đánh hơi được họ. ❷chiều hướng: 逆~行动，必将彻底失败。Ngược dòng trào lưu sẽ bị thất bại hoàn toàn.

【风向标】fēngxiàngbiāo<名>cột hướng gió; chong chóng đo gió

【风信子】fēngxìnzǐ<名>[植物]cây huệ dạ hương

【风行】fēngxíng<动>❶thịnh hành; phổ biến: ~全国 thịnh hành trong cả nước ❷nhanh chóng: 雷厉~ mạnh mẽ nhanh chóng

【风雅】fēngyǎ[书]❶<名>Quốc phong, Đại nhã và Tiểu nhã trong Kinh thi; thơ văn ❷<形>phong nhã; văn nhã; lịch sự: 从之人到凡夫俗子，谁都爱花。Từ người phong nhã cho đến kẻ phàm phu, ai cũng yêu hoa.

【风言风语】fēngyán-fēngyǔ❶lời đồn nhảm; điều bịa đặt ❷nói xấu sau lưng: 不要在他人背后~。Đừng nói xấu sau lưng người khác.

【风衣】fēngyī<名>áo gió

【风雨】fēngyǔ<名>❶gió mưa: 那晚~大作，惊醒了我。Đêm hôm ấy, gió mưa tầm tã làm tôi thức dậy. ❷gian nan khốn khổ: 经~，见世面。Trải mưa gió, biết sự đời. 不管多少~，母爱依旧深厚。Dù trải qua bao gió mưa, tình mẹ vẫn thiết tha.

【风雨大作】fēngyǔ-dàzuò mưa to gió lớn; gió mưa tầm tã

【风雨交加】fēngyǔ-jiāojiā gió táp mưa sa; mưa to gió lớn

【风雨飘摇】fēngyǔ-piāoyáo bấp bênh

F

không ổn định

【风雨同舟】fēngyǔ–tóngzhōu mưa bão cùng thuyền; cùng hội cùng thuyền

【风月】fēngyuè<名>❶gió và trăng; cảnh sắc: 只谈~ chỉ nói về chuyện gió và trăng ❷chuyện yêu đương nam nữ

【风云】fēngyún<名>❶gió và mây ❷phong vân; gió mây

【风云榜】fēngyúnbǎng<名>❶bảng nêu tên các nhân vật nổi tiếng ❷cột thông tin thời sự nóng hổi sôi động

【风云际会】fēngyún–jìhuì hội gió mây

【风云人物】fēngyún rénwù nhân vật làm mưa làm gió; nhân vật quan trọng

【风韵】fēngyùn<名>❶phong vận; cái duyên của phụ nữ: ~犹存 vẫn còn phong vận/vẫn rất hấp dẫn ❷phong cách; ý vị (của thơ văn)

【风灾】fēngzāi<名>nạn gió bão

【风疹】fēngzhěn<名>phong chẩn

【风筝】fēngzheng<名>cái diều; diều giấy

【风致】fēngzhì<名>[书]❶duyên dáng ❷phong vị; thú vị

【风烛残年】fēngzhú–cánnián tuổi già leo lét; tuổi già như ngọn đèn trước gió

【风姿】fēngzī<名>phong tư; phong độ tư thái: ~俊秀 phong tư tuấn tú

【风钻】fēngzuàn<名>khoan hơi

枫 fēng<名>cây phong //(姓) Phong

【枫树】fēngshù<名>cây phong

【枫叶】fēngyè<名>lá phong

封¹ fēng❶<动>đóng; phong bế: 查~ niêm phong; ~路 chặn đường ❷<名>phong bì; giấy gói; túi giấy: 信~ phong bì thư ❸<量>phong; lá; bức: 一~信 một phong thư

封² fēng❶<名>[书]biên giới ❷<动>phong; ban (nhà vua cấp đất đai, tước vị cho bề tôi, thời xưa): ~王 phong vương //(姓) Phong

【封闭】fēngbì<动>❶đậy kín; gói kín; đóng kín: ~井口 đậy kín miệng giếng ❷niêm phong: ~房屋 niêm phong nhà cửa

【封闭疗法】fēngbì liáofǎ liệu pháp phong bế

【封存】fēngcún<动>đóng kín để bảo tồn: ~官印 niêm phong ấn tín cất vào kho

【封底】fēngdǐ<名>trang bìa lớn

【封地】fēngdì<名>đất phong; thái ấp

【封顶】fēngdǐng<动>❶mầm ngọn cây ngừng sinh trưởng ❷đóng mái; xây xong phần trên cùng: 大楼~了。Nhà lầu đã đóng mái. ❸hạn mức tối đa: 上不~，下不保底。Trên không hạn mức tối đa, dưới không đảm bảo tối thiểu.

【封冻】fēngdòng<动>❶mặt nước đóng băng ❷(đất) đông cứng

【封港】fēnggǎng<动>đóng cảng

【封官许愿】fēngguān–xǔyuàn phong cho quan chức và hứa cho toại nguyện; mua chuộc lòng người bằng danh lợi

【封航】fēngháng<动>❶đóng băng tàu thuyền không đi lại được ❷chặn không cho tàu thuyền qua lại

【封河】fēnghé<动>băng đóng kín mặt sông

【封火】fēnghuǒ<动>ủ lò

【封建】fēngjiàn❶<名>(chế độ) phong kiến ❷<名>(hình thái xã hội) phong kiến: ~社会 xã hội phong kiến ❸<形>(mang màu sắc xã hội) phong kiến: ~头脑 đầu óc phong kiến

【封疆】fēngjiāng<名>❶[书]cương giới ❷tướng soái thống trị một vùng

【封禁】fēngjìn<动>❶niêm phong ❷cấm

【封镜】fēngjìng<动>đóng ống kính (kết thúc công việc quay phim)

【封口】fēngkǒu❶<动>làm kín; đóng kín: 用透明胶把快递~。Dùng băng dính dán chiếc phong bì chuyển phát nhanh. 永远不能~的伤痕 vết thương không bao giờ kín miệng ❷<动>ngậm miệng không nói; nói

chặn lại; bịt miệng: 先封住他的口。Nói
chặn trước để bịt miệng ông ấy. 大家都～，
外人又有谁知道呢？Mọi người đều kín
miệng thì làm sao người ngoài biết được
chứ. ❸<名>miệng bì; miệng túi

【封口费】fēngkǒufèi<名>tiền đút lót (để bịt
miệng ai đó)

【封里】fēnglǐ<名>bìa 2

【封门】fēngmén<动>❶niêm phong cửa
❷nói chặn lại

【封面】fēngmiàn<名>❶trang bìa đầu ❷bìa
ngoài ❸trang bìa 1

【封妻荫子】fēngqī-yìnzǐ phong thê ấm tử

【封杀】fēngshā<动>ngăn chặn; ngăn cản

【封山育林】fēngshān yùlín cấm rừng để
nuôi cây; đóng cửa núi để bảo vệ cây rừng

【封禅】fēngshàn<动>lên Thái Sơn tế trời
đất

【封赏】fēngshǎng❶<动>phong thưởng;
ban cho ❷<名>các thứ phong thưởng

【封锁】fēngsuǒ<动>❶phong tỏa; bao vây:
实施经济～政策 áp dụng chính sách bao vây
kinh tế ❷phong tỏa (bằng biện pháp quân
sự) không cho đi: ～主要干道 phong tỏa các
trục đường chính

【封套】fēngtào<名>túi đựng (công văn,
sách báo...)

【封条】fēngtiáo<名>tờ giấy niêm phong;
băng giấy niêm phong: 贴～ dán giấy niêm
phong

疯 fēng❶<动>điên: 发～ bệnh điên ❷
<形>lông bông; không giữ kẽ: 姑娘你别
太～。Cô đừng quá lông bông. ❸<动>chơi
đùa phóng túng: 不要整日～。Đừng suốt
ngày chơi đùa. ❹<动>(cây trồng) lốp; cây
cỏ mọc nhiều và tốt nhưng không ra hoa kết
quả: ～长 mọc lốp

【疯疯癫癫】fēngfengdiāndiān điên điên
khùng khùng

【疯狗】fēnggǒu<名>chó dại

【疯话】fēnghuà<名>lời điên rồ

【疯狂】fēngkuáng<形>điên cuồng: 像一只
～的老虎 như một con hổ điên cuồng

【疯魔】fēngmó<动>❶điên khùng ❷mê: 他
们玩扑克玩～了。Họ mê chơi tú-lơ-khơ.
❸làm mê hồn; hấp dẫn; cuốn hút

【疯人院】fēngrényuàn<名>bệnh viện tâm
thần; nhà thương điên

【疯子】fēngzi<名>người điên: 只有～才这
么干，正常人哪会做出这么不正常的事
情。Chỉ có người điên mới làm như vậy,
chứ người bình thường đâu có làm kì cục
vậy.

峰 fēng❶<名>đỉnh; ngọn: 高～ đỉnh cao
❷<名>vật giống như đỉnh núi: 驼～ bướu
lạc đà ❸<量>con (dùng cho "骆驼"): 一～
骆驼 một con lạc đà //(姓) Phong

【峰巅】fēngdiān<名>đỉnh

【峰回路转】fēnghuí-lùzhuǎn quanh co
uốn lượn

【峰会】fēnghuì<名>hội nghị thượng đỉnh:
中国—东盟商务与投资～ Hội nghị thượng
đỉnh thương mại và đầu tư Trung Quốc-
ASEAN

【峰峦】fēngluán<名>núi non (ngọn đỉnh
núi và dãy núi): ～险阻 núi non hiểm trở

【峰年】fēngnián<名>năm đỉnh cao

【峰位】fēngwèi<名>điểm cao nhất; chỗ cao
nhất

【峰值】fēngzhí<名>giá trị đỉnh

烽 fēng<名>ngọn lửa

【烽火】fēnghuǒ<名>❶khói lửa biên phòng
báo động thời xưa ❷khói lửa; chiến tranh:
在革命的～中成熟 trưởng thành trong khói
lửa cách mạng

【烽火连天】fēnghuǒ-liántiān khói lửa
ngút trời; chiến tranh liên miên

【烽燧】fēngsuì<名>khói lửa báo động

F

【烽烟】fēngyān<名>khói lửa

锋 fēng<名>❶mũi nhọn: 刀~ mũi dao ❷hàng đầu: 前~ tiền phong ❸mặt giao phong giữa khối khí lạnh với khối khí ấm trong không khí: 冷~ mặt lạnh

【锋利】fēnglì<形>❶sắc nhọn: ~的刀片 nhát dao sắc nhọn ❷(lời, văn) sắc bén gay gắt: 谈吐~ nói năng gay gắt

【锋芒】fēngmáng<名>❶mũi nhọn: 斗争的 ~ mũi nhọn đấu tranh ❷sự sắc sảo: ~毕露 bộc lộ rõ tài năng

蜂 fēng<名>❶con ong ❷ong mật: ~蜜 mật ong ❸thành đàn (như ong): ~拥 đổ xô

【蜂巢】fēngcháo<名>tổ ong

【蜂巢胃】fēngcháowèi<名>dạ dày tổ ong (của loài nhai lại)

【蜂房】fēngfáng<名>buồng ong; lỗ của tổ ong

【蜂糕】fēnggāo<名>bánh ngọt tổ ong

【蜂聚】fēngjù<动>[书]tụ tập (như đàn ong)

【蜂蜡】fēnglà<名>sáp ong

【蜂鸟】fēngniǎo<名>chim ruồi

【蜂起】fēngqǐ<动>nổi dậy như ong

【蜂王】fēngwáng<名>ong chúa: ~浆 sữa ong chúa

【蜂窝】fēngwō<名>❶tổ ong ❷nhiều lỗ như tổ ong: ~煤 than tổ ong

【蜂拥】fēngyōng<动>chen chúc; xúm xít: 人流如潮，~而至。Dòng người ùa đến như chiều dâng.

féng

逢 féng<动>gặp gỡ; gặp phải: 相~ gặp nhau; ~山开路，遇水搭桥。Gặp núi mở đường, gặp sông bắc cầu. //(姓) Phùng

【逢场作戏】féngchǎng-zuòxì thỉnh thoảng gặp dịp thì góp vui

【逢集】féngjí<动>gặp phiên chợ

【逢迎】féngyíng<动>đón ý; nịnh bợ: 百般~ xu nịnh bằng mọi cách

缝 féng<动>may; khâu: ~新衣服 khâu áo mới //(姓) Phùng
另见fèng

【缝补】féngbǔ<动>may vá; khâu vá: 她 正在家~衣服。Chị ấy đang ở nhà may vá quần áo.

【缝缝连连】féngféngliánlián nói chung về việc may vá

【缝合】fénghé<动>khâu (vết thương): 他自 己~了伤口。Anh ấy tự khâu vết thương lại.

【缝纫】féngrèn<动>may, may mặc

【缝纫机】féngrènjī<名>máy may; máy khâu: 她们姐妹俩存钱买了一台~。Hai chị em dành dụm mua một cái máy khâu.

【缝制】féngzhì<动>may; khâu

fěng

讽[1] fěng<动>châm biếm; trào phúng; chế nhạo; nhạo báng: 嘲~ trào phúng

讽[2] fěng<动>[书]đọc thuộc lòng

【讽刺】fěngcì<动>châm biếm: 这本书，文 风辛辣，~当时的社会。Cuốn sách này lời văn chua cay, châm biếm xã hội đương thời.

【讽谏】fěngjiàn<动>[书]phúng gián; khéo léo can gián vua

【讽诵】fěngsòng<动>[书]❶ngâm; ngâm nga ❷đọc thuộc lòng

【讽喻】fěngyù<动>phúng dụ (một phép tu từ, dùng các phương thức như kể chuyện để nói rõ đạo lí): ~诗 thơ phúng dụ

fèng

凤 fèng<名>phượng hoàng: 龙~ rồng phượng //(姓) Phượng

【凤冠】fèngguān<名>mũ phượng (mũ của

hậu phi thời xưa)

【凤凰】fènghuáng<名>phượng hoàng

【凤梨】fènglí<名>cây dứa; quả dứa

【凤毛麟角】fèngmáo-línjiǎo lông phượng sừng lân; (đồ) rất hiếm

【凤尾竹】fèngwěizhú<名>trúc phượng vĩ

【凤仙花】fèngxiānhuā<名>❶cây bóng nước; cây lá móng ❷hoa bóng nước

【凤眼】fèngyǎn<名>mắt phượng

【凤爪】fèngzhǎo<名>phượng trảo; chân gà

奉 fèng❶<动>cho; dâng cho; hiến dâng: ~上书信一封 trình lên một bức thư ❷<动>vâng; được: ~旨 vâng chỉ; ~命 được lệnh ❸<动>tôn trọng; tôn: ~为上宾 tôn làm khách quý ❹<动>tín ngưỡng; tin: 信~道教 đi theo đạo giáo ❺<动>hầu hạ: ~养 phụng dưỡng ❻<副>kính; xin: ~告 kính báo //(姓) Phụng

【奉承】fèngcheng<动>xu nịnh; ton hót; nịnh bợ: 相互~是一种庸俗的作风。Sự nịnh bợ nhau là một tác phong tiêu cực.

【奉告】fènggào<动>kính báo; xin báo: 提前~您一个好消息。Xin báo trước cho ông một tin vui.

【奉公】fènggōng<动>phụng sự việc công: ~不阿 theo phép tắc việc công mà làm không hùa theo người khác

【奉公守法】fènggōng-shǒufǎ tuân theo pháp luật, phụng sự việc công

【奉还】fènghuán<动>xin trả lại; xin hoàn lại: 如数~ xin hoàn đủ số

【奉命】fèngmìng<动>phụng mệnh; vâng mệnh: ~南下 phụng mệnh xuống miền Nam

【奉陪】fèngpéi<动>tiếp; hầu; cùng dự: 你去哪里我都~。Anh đi đâu tôi cũng đi cùng.

【奉劝】fèngquàn<动>xin có lời khuyên: ~你不要在背后搞鬼。Khuyên anh đừng có giở trò sau lưng người ta.

【奉送】fèngsòng<动>xin đưa tặng; kính tặng: ~给您以做留念 kính tặng ông để làm kỉ niệm

【奉托】fèngtuō<动>kính nhờ; xin phiền

【奉为圭臬】fèngwéiguīniè tôn làm khuê niết; tôn làm mẫu mực

【奉献】fèngxiàn❶<动>kính dâng; hiến dâng: ~青春 hiến dâng tuổi thanh xuân ❷<名>vật kính dâng; cống hiến: 为教育事业做点~。Đóng góp chút xíu cho sự nghiệp giáo dục.

【奉行】fèngxíng<动>thi hành; chấp hành: ~不结盟政策 thi hành chính sách không liên kết

【奉养】fèngyǎng<动>phụng dưỡng (cha mẹ hoặc bậc trên): ~父母 phụng dưỡng cha mẹ

【奉迎】fèngyíng<动>❶nịnh; nịnh bợ: 为了升职而~经理 nịnh bợ giám đốc để thăng chức ❷nghênh tiếp: 他亲自出门~。Ông thân hành ra cổng nghênh tiếp.

俸 fèng<名>bổng; bổng lộc: 薪~ lương bổng

【俸禄】fènglù<名>bổng lộc //(姓) Bổng

缝 fèng<名>❶mối ghép ❷khe hở; kẽ: 裂~ kẽ nứt

另见féng

【缝隙】fèngxì<名>khe hở; kẽ: 把信从门的~里塞过来。Đút bức thư qua khe cửa.

fó

佛 fó<名>❶(Fó) Phật ❷Phật (tín đồ Phật giáo gọi người tu hành viên mãn): 立地成~ lập tức thành Phật ❸Phật giáo: ~家 nhà Phật ❹tượng Phật: 铜~ tượng Phật bằng đồng ❺hiệu Phật hoặc kinh Phật: 念~ niệm Phật

【佛法】fófǎ<名>❶Phật pháp; giáo lí nhà Phật: 谙熟~ am hiểu Phật pháp ❷phép của đức Phật

【佛教】Fójiào<名>Phật giáo; đạo Phật: ~典

故 điển tích Phật giáo

【佛经】fójīng〈名〉kinh Phật; kinh điển Phật giáo: 通晓~ thông tỏ kinh Phật

【佛龛】fókān〈名〉khám thờ Phật

【佛门】fómén〈名〉cửa phật; cõi phật

【佛事】fóshì〈名〉Phật sự (việc tăng ni thờ Phật, sám Phật)

【佛手瓜】fóshǒuguā〈名〉quả su su

【佛塔】fótǎ〈名〉tháp Phật

【佛像】fóxiàng〈名〉❶tượng Phật: 他在~前跪了很久。Ông ấy quỳ rất lâu trước tượng Phật. ❷tượng thờ trong chùa; thần tượng Phật giáo

【佛学】fóxué〈名〉Phật học: ~院 Phật học viện

【佛祖】fózǔ〈名〉Phật tổ; Thích Ca Mâu Ni: 请~大发慈悲。Xin Phật tổ mở lòng từ bi.

fǒu

否 fǒu❶〈副〉phủ định: ~认 phủ nhận ❷〈副〉không ❸〈助〉[书]không; chăng (đặt ở cuối câu hỏi): 先生同意~? Thầy có đồng ý không? ❹〈副〉phải chăng; có...không: 这场比赛能~取胜，关键还在于队员的努力程度。Trận đấu này có thắng được hay không chủ yếu dựa vào sự cố gắng của các đội viên.
另见pǐ

【否定】fǒudìng❶〈动〉phủ định: 不要轻易~别人的工作。Không nên tùy ý phủ định thành tích của người khác. ❷〈形〉phủ định; tỏ ý phủ nhận: ~意义 ý nghĩa phủ định

【否决】fǒujué〈动〉phủ quyết

【否认】fǒurèn〈动〉phủ nhận; không thừa nhận: 这一真理谁也不能~。Chân lí đó không ai có thể phủ nhận được.

【否则】fǒuzé〈连〉bằng không; nếu không; không thể thì: 他肯定已经走了，~就应该

还在这里。Chắc nó đã đi rồi, bằng không thì phải còn ở đây chứ.

fū

夫 fū〈名〉❶chồng: ~妻 vợ chồng ❷người đàn ông: 匹~ kẻ thất phu ❸người lao động (chân tay): 农~ người làm ruộng ❹phu; phu phen: ~役 phu dịch //(姓) Phu
另见fú

【夫唱妇随】fūchàng-fùsuí phu xướng phụ tùy; vợ chồng hòa thuận

【夫妇】fūfù〈名〉vợ chồng: 真是一对幸福的~。Thật là một cặp vợ chồng hạnh phúc.

【夫妻】fūqī〈名〉vợ chồng: ~就应该相亲相爱。Vợ chồng thì phải thương yêu nhau.

【夫妻店】fūqīdiàn〈名〉quán vợ chồng; cửa hàng vợ chồng

【夫权】fūquán〈名〉phu quyền

【夫人】fūrén〈名〉phu nhân; vợ

【夫婿】fūxù〈名〉[书]chồng

【夫子】fūzǐ〈名〉❶[旧]phu tử (tôn xưng học giả): 孔~ Khổng phu tử ❷[旧]phu tử (học trò tôn xưng thầy giáo, thường dùng trong thư từ); thầy ❸[旧]phu quân; chàng (vợ gọi chồng, thời xưa) ❹phu tử (người học sách cổ mà tư tưởng cổ hủ); ông đồ: 老~ ông đồ già

【夫子庙】Fūzǐ Miào〈名〉văn miếu; Khổng miếu

【夫子自道】fūzǐ-zìdào nói người hóa ra nói mình

肤 fū❶〈名〉da; da dẻ: 切~之痛 đau như cắt ❷〈形〉nông cạn

【肤泛】fūfàn〈形〉nông cạn: ~之论 lời bàn hời hợt

【肤廓】fūkuò〈形〉[书]phù phiếm viển vông

【肤浅】fūqiǎn〈形〉nông cạn; hời hợt: 他认识问题很~。Hắn nhận thức vấn đề rất hời hợt.

【肤色】fūsè<名>màu da

麸 fū<名>trấu vỏ

【麸子】fūzi<名>trấu vỏ; cám (lúa mì)

趺 fū<名>[书]❶mu bàn chân ❷bệ đá dưới chân bia; bệ bia

【趺坐】fūzuò<动>ngồi xếp bằng

跗 fū<名>mu bàn chân

【跗骨】fūgǔ<名>khối xương cổ chân

【跗面】fūmiàn<名>mu bàn chân

孵 fū<动>ấp (trứng)

【孵蛋】fūdàn<动>ấp trứng

【孵化】fūhuà<动>(trứng) nở

【孵育】fūyù<动>ấp; ấp nở

敷 fū<动>❶bôi; xoa; đắp: ~药 bôi thuốc ❷bày ra; trải ra; dàn ra: ~设轨道 đặt đường ray ❸đủ: 入不~出 thu không đủ chi //(姓) Phu

【敷陈】fūchén<动>[书]trình bày; kể tỉ mỉ

【敷料】fūliào<名>các thứ bông, gạc...dùng cho băng bó khoa ngoại

【敷设】fūshè<动>❶đặt; lắp đặt (đường sắt, đường ống...) ❷cài; cài đặt; rải (mìn, thủy lôi...)

【敷衍】fūyǎn<动>❶bôi bác; qua loa; làm lấy lệ: 对我提出的问题，她只是~了几句。Cô ta chỉ trả lời qua loa các câu hỏi của tôi. ❷tạm duy trì; sống lay lắt

【敷衍了事】fūyǎn-liǎoshì bôi bác xong chuyện

【敷衍塞责】fūyǎn-sèzé qua loa tắc trách

fú

夫 fú[书]❶<代>ấy; kia ❷<代>anh ấy; người ấy; anh ta ❸<助>(dùng ở đầu câu) kìa như ❹<助>(dùng ở cuối câu, hoặc ở chỗ ngắt giữa câu, biểu thị cảm thán)
另见fū

弗 fú<副>[书]chẳng; không //(姓) Phật

伏¹ fú❶<动>cúi xuống: ~案 cúi xuống bàn ❷<动>xuống; thấp xuống: 起~ lên cao xuống thấp ❸<动>ẩn nấp; ẩn náu; phục: ~击 phục kích ❹<名>ngày phục (ba mươi ngày nóng nhất trong mùa hạ, gồm sơ phục, trung phục và mạt phục) ❺<动>khuất phục; cúi đầu thừa nhận; buộc phải chịu: ~输 chịu thua ❻<动>bắt khuất phục; hàng phục: 降龙~虎 hàng long phục hổ //(姓) Phục

伏² fú<量>vôn

【伏安】fú'ān<量>vôn ampe

【伏案】fú'àn<动>cúi xuống bàn (chăm chú đọc hoặc viết): ~备课 chăm chú chuẩn bị bài

【伏笔】fúbǐ<名>phục bút (đoạn văn trước gài ý chuẩn bị cho đoạn văn sau)

【伏兵】fúbīng<名>phục binh; quân mai phục

【伏法】fúfǎ<动>(tội phạm) bị xử tử chịu tội tử hình

【伏击】fújī<动>phục kích: 想~敌人就得提前观察地形。Muốn phục kích địch phải đến sớm quan sát địa thế.

【伏输】fúshū =【服输】

【伏暑】fúshǔ<名>mùa hè nóng nực

【伏特】fútè<量>volt; vôn: ~表 volt kế/vôn kế

【伏特加】fútèjiā<名>rượu Wodga

【伏天】fútiān<名>ba mươi ngày hè nóng nhất trong một năm

【伏罪】fúzuì =【服罪】

凫 fú❶<名>vịt trời ❷<动>bơi; bơi lội

【凫茈】fúcí<名>[植物]củ năn; củ mã thầy

扶 fú<动>❶dìu; cầm; vịn: ~着椅子 vịn ghế ❷đỡ dậy; nâng dậy: 他得有人~才能站起来。Phải có người đỡ anh ấy mới đứng dậy được. ❸cứu giúp; giúp đỡ: ~贫 giúp đỡ người nghèo //(姓) Phù

【扶病】fúbìng<动>mang bệnh; mắc bệnh:

~主持会议 mang bệnh mà vẫn kiên trì chủ tọa hội nghị

【扶持】fúchí〈动〉❶nâng dìu ❷giúp đỡ; nâng đỡ: 村里的孤寡老人全靠乡亲们~。Các cụ già neo đơn toàn trông mong ở sự nâng đỡ của bà con hàng xóm.

【扶乩】fújī〈动〉một hoạt động bói toán mê tín

【扶老携幼】fúlǎo-xiéyòu dìu già dắt trẻ; nâng đỡ người già, dìu dắt trẻ nhỏ

【扶贫】fúpín〈动〉giúp đỡ người nghèo; xóa đói giảm nghèo: ~物资 vật tư xóa đói giảm nghèo

【扶桑】[1] fúsāng〈名〉❶cây phù tang (đại thụ giữa biển cả trong thần thoại cổ đại, tương truyền mặt trời mọc lên ở đó) ❷(Fúsāng) Phù Tang (tên một nước cổ giữa biển Đông trong truyền thuyết, ngày trước cũng dùng để chỉ nước Nhật Bản)

【扶桑】[2] fúsāng〈名〉cây râm bụt

【扶手】fúshǒu〈名〉tay vịn; chỗ vịn (tay)

【扶疏】fúshū〈形〉[书]sum sê

【扶梯】fútī〈名〉❶cầu thang có tay vịn ❷cái thang

【扶危济困】fúwēi-jìkùn cứu khốn phò nguy; cứu người nguy khốn, giúp kẻ khó khăn

【扶养】fúyǎng〈动〉nuôi nấng: 她~我们兄妹三人长大成人。Bà đã nuôi nấng ba anh em chúng tôi trưởng thành nên người.

【扶摇直上】fúyáo-zhíshàng lên nhanh vùn vụt; thăng chức nhanh chóng; như diều gặp gió

【扶掖】fúyè〈动〉[书]dìu dắt; nâng đỡ

【扶正】fúzhèng〈动〉❶phò lên làm chính; nâng cao toàn thể trạng ❷[旧]nâng lên thành vợ

【扶植】fúzhí〈动〉gây dựng; bồi dưỡng: ~政治力量 bồi dưỡng lực lượng chính trị

【扶助】fúzhù〈动〉giúp đỡ: ~贫困大学生 giúp đỡ các sinh viên nghèo khó

芙 fú

【芙蕖】fúqú〈名〉[书]hoa sen

【芙蓉】fúróng〈名〉❶phù dung (mộc phù dung) ❷hoa sen

孚 fú〈动〉[书]tin được; đáng tin cậy: 深~众望 chẳng phụ lòng mong của mọi người

拂 fú〈动〉❶lướt nhẹ qua; phe phẩy; phẩy: 春风~面 gió xuân thoảng nhẹ qua mặt ❷rũ; phất: ~袖 phất tay áo ❸[书]làm trái; phật lòng: ~逆 ngược lại

【拂尘】fúchén〈名〉cái phất trần

【拂拂】fúfú〈形〉hây hẩy; hiu hiu: 凉风~ gió mát hiu hiu

【拂拭】fúshì〈动〉phủi; lau chùi: ~干净 lau chùi sạch sẽ

【拂晓】fúxiǎo〈名〉tờ mờ sáng; tảng sáng; sáng tinh mơ: 他~就到地里干活。Anh ấy tờ mờ sáng đã đi làm ruộng.

【拂袖】fúxiù〈动〉[书]phất tay áo: ~而去 phất tay áo bỏ đi/giận dữ bỏ đi

【拂煦】fúxù〈动〉[书]đưa hơi ấm đến

【拂意】fúyì〈动〉trái ý; trái lòng

服 fú❶〈名〉quần áo: 制~ đồng phục; 西~ áo tây ❷〈名〉tang phục: 有~在身 có tang ❸〈动〉mặc: ~丧 để tang ❹〈动〉uống (thuốc): ~药 uống thuốc ❺〈动〉đảm nhiệm; thực thi: ~兵役 làm nghĩa vụ quân sự ❻〈动〉phục; tin phục: 心~口~ tâm phục khẩu phục ❼〈动〉thuyết phục; khiến người ta phục: 以理~人 thuyết phục bằng lí lẽ ❽〈动〉thích ứng; quen; hợp: 水土不~ lạ nước lạ cái //(姓) Phục

另见 fù

【服从】fúcóng〈动〉phục tùng; tuân theo; nghe theo: ~管理 phục tùng quản lí

【服毒】fúdú〈动〉uống thuốc độc

【服法】[1] fúfǎ〈动〉nhận tội

【服法】² fúfǎ<名>liều dùng; cách dùng (thuốc)

【服老】fúlǎo<动>nhận mình tuổi đã già

【服满】fúmǎn<动>hết tang; đoạn tang

【服气】fúqì<动>chịu phục: 两个人都很自负，互不~。Hai người đều rất tự phụ, chẳng chịu phục nhau.

【服软】fúruǎn<动>❶chịu thua; chịu lép vế: 他不会这么容易~的。Anh ấy không chịu thua một cách dễ dàng như thế. ❷nhận sai; nhận lỗi: 你应该去向老人~。Anh nên đi nhận lỗi với cụ.

【服丧】fúsāng<动>để tang; để trở; để chế

【服式】fúshì<名>(cách) ăn mặc; lối trang phục: 古典~ trang phục cổ điển

【服侍】fúshi<动>hầu hạ; chăm sóc: 在家~父亲 ở nhà hầu hạ bố

【服饰】fúshì<名>phục sức; ăn mặc trang sức: 他们的~引起了人群的好奇心。Ăn mặc của họ đã khơi dậy sự tò mò của đám đông.

【服输】fúshū<动>chịu thua; thừa nhận thất bại: 奋力战斗，永不~。Dốc sức chiến đấu không bao giờ chịu thua.

【服帖】fútiē<形>❶ngoan ngoãn; thuần phục: 他仔细听完妻子的话，就~地跟着妻子回家了。Anh lắng nghe vợ nói rồi ngoan ngoãn theo vợ về nhà. ❷thỏa đáng; ổn thỏa; đâu vào đấy: 按照这个时间表办，所有事情都会服服帖帖的。Làm việc theo lịch này thì mọi việc sẽ đâu vào đấy.

【服务】fúwù<动>phục vụ: ~病人 phục vụ bệnh nhân; ~东盟 phục vụ khu vực ASEAN

【服务器】fúwùqì<名>máy phục vụ; máy chủ; xơ-vơ

【服务生】fúwùshēng<名>bồi; phục vụ viên; tiếp viên (thường chỉ riêng nam giới) trong khách sạn, tiệm ăn uống

【服务台】fúwùtái<名>quầy phục vụ; quầy tiếp tân: 宾馆~ quầy tiếp tân khách sạn

【服务业】fúwùyè<名>ngành nghề phục vụ; ngành dịch vụ; dịch vụ

【服务员】fúwùyuán<名>người phục vụ; nhân viên phục vụ: 他叫来~询问各道菜的价格。Anh gọi người phục vụ ra hỏi giá các món ăn.

【服刑】fúxíng<动>bị tù; chịu hình phạt

【服役】fúyì<动>❶làm nghĩa vụ (quân sự) ❷phục dịch (làm lao dịch thời xưa) ❸đang sử dụng các trang thiết bị hay phương tiện ❹vận động viên phục vụ ở cương vị chuyên ngành

【服膺】fúyīng<动>[书](đạo lí, cách ngôn) khắc ghi trong lòng; thành tâm tin phục

【服用】fúyòng<动>uống

【服装】fúzhuāng<名>trang phục; quần áo: 传统~ trang phục truyền thống

【服罪】fúzuì<动>nhận tội: 低头~ cúi đầu nhận tội

佛 fú<形>[书]vẻ sầu muộn hoặc phẫn nộ

【怫然】fúrán<形>[书]giận dữ: ~作色 lộ vẻ giận dữ

茯 fú

【茯苓】fúlíng<名>phục linh

氟 fú<名>[化学]flo (kí hiệu: F)

俘 fú❶<动>bắt sống ❷<名>tù binh; kẻ bị bắt sống

【俘获】fúhuò<动>bắt được

【俘虏】fúlǔ❶<名>tù binh ❷<动>bắt sống

浮 fú❶<动>nổi: ~在水面上 nổi trên mặt nước ❷<动>[方] bơi; bơi lội ❸<形>ở trên mặt; ở mặt ngoài: ~土 đất mặt ❹<形>có thể di động; nổi: ~财 của nổi ❺<形>tạm thời: ~支 tạm chi ❻<形>nông nổi; bộp chộp: 做人不要太~。Làm ăn không nên quá nông nổi. ❼<形>suông; hão; không thiết thực: 打击~夸风 chống đối thói ba hoa ❽<动>vượt quá; dôi dư: 人~于事 người nhiều hơn việc

//(姓) Phù

【浮报】fúbào<动>báo cáo láo; báo cáo nhiều hơn sự thật

【浮标】fúbiāo<名>phao tiêu

【浮冰】fúbīng<名>băng nổi

【浮尘】fúchén<名>❶bụi bặm ❷cảnh tượng bụi cát mù mịt

【浮沉】fúchén<动>chìm nổi: 他经历了世间~后变得成熟稳重了。Sau khi trải qua cuộc chìm nổi anh ấy đã trở nên già dặn.

【浮出水面】fúchū-shuǐmiàn nổi lên mặt nước; phơi trần

【浮词】fúcí<名>lời phù phiếm; lời tầm phao

【浮厝】fúcuò<动>chôn nổi

【浮荡】fúdàng❶<动>bay bổng; bồng bềnh ❷<形>lông bông phóng đãng

【浮雕】fúdiāo<名>phù điêu; chạm nổi

【浮吊】fúdiào<名>[机械]cần cẩu nổi; thuyền cần cẩu

【浮动】fúdòng<动>❶trôi lững lờ; trôi nổi: 小冰块在水面上~。Những mảnh băng nhỏ trôi lững lờ trên mặt nước. ❷lên xuống; không cố định: 汇率~ tỉ giá hối đoái không cố định ❸không ổn định; hoang mang: 民心~ lòng người hoang mang

【浮动额】fúdòng'é<名>mức dôi dư

【浮泛】fúfàn❶<动>[书]bồng bềnh; lững lờ ❷<动>lộ ra; toát lên ❸<形>phù phiếm; hời hợt bề ngoài

【浮光掠影】fúguāng-lüèyǐng hình ảnh thoáng qua; ấn tượng mờ nhạt; lướt qua

【浮华】fúhuá<形>hào nhoáng; chỉ tốt mã: 不能只追求那些外表~的东西。Không thể chỉ chạy theo những gì hào nhoáng bên ngoài.

【浮滑】fúhuá<形>giả dối thớ lợ

【浮记】fújì<动>ghi tạm; ghi qua loa

【浮家泛宅】fújiā-fànzhái cuộc sống sông nước lênh đênh; nay đây mai đó trên sông nước

【浮夸】fúkuā<形>ba hoa, không thiết thực: 语言~ nói năng ba hoa

【浮力】fúlì<名>sức nổi (lực đẩy từ dưới lên mà một vật chịu khi ở trong một chất lỏng)

【浮面】fúmiàn<名>bề ngoài; ngoài mặt; mặt ngoài

【浮名】fúmíng<名>hư danh; danh hão: 只图~ chỉ chạy theo dư danh

【浮皮】fúpí<名>❶da; lớp da ngoài ❷vỏ ngoài

【浮皮潦草】fúpí-liáocǎo qua loa cẩu thả; hời hợt cẩu thả

【浮漂】fúpiāo❶<形>lơ là; phất phơ: 改变~作风 sửa đổi khắc phục tác phong phất phơ ❷<名>phao câu

【浮萍】fúpíng<名>bèo

【浮签】fúqiān<名>giấy ghi kèm; tờ phiếu dán kèm

【浮浅】fúqiǎn<形>hời hợt; nông cạn: 他处事像一个~的年轻人。Ông ấy xử sự như một thanh niên nông cạn.

【浮桥】fúqiáo<名>cầu phao; cầu nổi

【浮生】fúshēng❶<名>kiếp phù sinh ❷<动>sống lênh đênh

【浮尸】fúshī<名>thây nổi trên mặt nước

【浮水】fúshuǐ<动>bơi; bơi lội

【浮筒】fútǒng<名>phao thùng

【浮屠】fútú<名>❶Phật ❷[书]hòa thượng; nhà sư ❸tháp: 七级~ ngôi tháp bảy tầng

【浮现】fúxiàn<动>❶hiện lên; hiện ra (trong óc): 那种想法清晰地~出来。Cái ý nghĩ ấy hiện lên rất rõ. ❷lộ rõ; hiện lên: 他脸上~出愉悦之情。Trên khuôn mặt anh ấy ánh hiện niềm vui.

【浮想】fúxiǎng❶<名>cảm nghĩ hiện ra trong óc: ~不断 ý nghĩ lan man ❷<动>hồi tưởng; nhớ lại: 翻看照片，他脑海里~起童年的往事。Lật giở những tấm ảnh, đầu óc anh ấy hiện lên những câu chuyện của thời thơ ấu.

【浮艳】fúyàn<形>❶diêm dúa ❷sáo rỗng

【浮游】fúyóu<动>❶phù du; vật vờ trên mặt nước: 在这条河的流域内有很多特别的 ~物种。Ở lưu vực sông này có nhiều loại phù du đặc biệt. ❷[书]ngao du: ~梦境 ngao du cõi mộng

【浮游生物】fúyóu shēngwù sinh vật phù du

【浮员】fúyuán<名>nhân viên dôi thừa

【浮云】fúyún<名>mây trời; phù vân

【浮躁】fúzào<形>nông nổi; xốp nổi; bộp chộp: 性情~ tính tình nông nổi

【浮肿】fúzhǒng<动>phù thũng; phù; bủng

【浮子】fúzi<名>cái phao

符 fú❶<名>phù tiết: 兵~ binh phù ❷<名>kí hiệu; dấu: ~号 kí hiệu; 音~ nốt nhạc ❸<动>phù hợp; khớp: 他的能力与这工作相 ~吗? Khả năng của ông ta có tương xứng với công việc này không? ❹<名>lá bùa; đạo bùa: 护身~ bùa hộ mệnh //(姓) Phù

【符号】fúhào<名>❶kí hiệu; dấu: 人名也是 一种~。Tên người cũng là một thứ kí hiệu. ❷phù hiệu

【符号学】fúhàoxué<名>kí hiệu học

【符合】fúhé<动>phù hợp; hợp; khớp: ~经济 发展方向 phù hợp với phương hướng phát triển kinh tế

【符节】fújié<名>[旧]phù tiết

【符箓】fúlù<名>phù lục; bùa

【符咒】fúzhòu<名>[宗教]phù chú; bùa chú

幅 fú❶<名>khổ; khổ rộng (của vải, lụa, nhung, ni...): 单~ khổ đơn ❷<名>bề rộng: ~度 bức độ ❸<量>bức; mảnh: 一~画 một bức tranh

【幅度】fúdù<名>biên độ

【幅员】fúyuán<名>diện tích lãnh thổ: ~辽 阔 diện tích lãnh thổ bao la

辐 fú<名>nan hoa (xe)

【辐辏】fúcòu<动>[书]tụ tập; hội tụ

【辐射】fúshè<动>❶tia (phát ra xung quanh từ một trung tâm): ~形 hình tia ❷bức xạ: ~ 能 năng lượng bức xạ

【辐条】fútiáo<名>nan hoa

蜉 fú

【蜉蝣】fúyóu<名>[动物]con phù du

福 fú❶<名>phúc; may; sự may mắn: 让人 民享~。Để cho nhân dân được hưởng hạnh phúc. ❷<动>(phụ nữ thời xưa) cúi đầu vái chào ❸(Fú)<名>tỉnh Phúc Kiến //(姓) Phúc

【福地】fúdì<名>❶phúc địa; nơi ở của thần tiên ❷cõi phúc; nơi sung sướng

【福地洞天】fúdì-dòngtiān nơi ở của thần tiên; danh lam thắng cảnh

【福尔马林】fú'ěrmǎlín formalin

【福分】fúfen<名>[口]phúc phận; phúc: 我 不知道自己有没有那种~。Tôi không biết mình phải chăng có cái phúc phận ấy.

【福将】fújiàng<名>phúc tướng; người tốt số

【福晋】fújìn<名>phúc tấn; bà hoàng

【福利】fúlì❶<名>phúc lợi; hạnh phúc ❷<动>đem lại lợi ích: 发展科技，~人民。 Phát triển khoa học công nghệ, đem lại lợi ích cho nhân dân.

【福利彩票】fúlì cǎipiào xổ số phúc lợi

【福利院】fúlìyuàn<名>viện phúc lợi

【福气】fúqi<名>số may mắn; tốt phúc: 他 如果能满意，那就是我家的~了。Nếu nó bằng lòng thì tốt phúc cho nhà tôi quá.

【福如东海】fúrúdōnghǎi phúc tựa Đông Hải; phúc lớn vô biên

【福娃】fúwá<名>em bé hạnh phúc

【福无双至】fúwúshuāngzhì phúc bất trùng lai

【福相】fúxiàng<名>cái tướng may mắn; tướng phúc hậu

【福星】fúxīng<名>phúc tinh

F

【福星高照】fúxīng-gāozhào　phúc tinh cao chiếu; người có số may mắn

【福音】fúyīn<名>❶[宗教]Phúc âm; Phước âm ❷tin vui; tin lành: 这项利民政策的出台无疑给大家带来了~。Chính sách lợi dân đó được thi hành thực sự mang lại cho mọi người một tin lành.

【福祉】fúzhǐ<名>[书]phúc lợi; hạnh phúc và lợi ích

【福至心灵】fúzhì-xīnlíng　phúc đến thì lòng cũng sáng ra; phúc chí tâm linh

fǔ

抚 fǔ<动>❶an ủi; hỏi thăm: 安~ an ủi ❷che chở: ~养 nuôi dưỡng ❸xoa nhẹ: ~摩 vuốt ve

【抚爱】fǔ'ài<动>yêu mến chăm sóc

【抚躬自问】fǔgōng-zìwèn ＝【反躬自问】

【抚今追昔】fǔjīn-zhuīxī　nhìn nay nhớ xưa

【抚摸】fǔmō ＝【抚摩】

【抚摩】fǔmó<动>xoa nhẹ; xoa xoa; vuốt ve

【抚弄】fǔnòng<动>❶đàn; khảy; gảy; đánh đàn ❷vuốt ve; sờ mó; xoa; vuốt: 他用手~着她乌黑的长辫梢。Anh ấy lấy tay vuốt nhẹ ngọn tóc đen nhánh của cô bé.

【抚琴】fǔqín<动>[书]gảy đàn; đánh đàn

【抚慰】fǔwèi<动>an ủi: 你是说实话还是在~我？Anh nói thật hay chỉ là an ủi em?

【抚恤】fǔxù<动>(nhà nước hoặc tổ chức) an ủi và trợ cấp vật chất

【抚恤金】fǔxùjīn<名>tiền tuất

【抚养】fǔyǎng<动>nuôi dạy: ~子女 nuôi dạy con cái

【抚育】fǔyù<动>❶chăm sóc nuôi dạy; nuôi nấng: ~子女 nuôi nấng con cái ❷chăm sóc bảo dưỡng (động vật, thực vật): ~草木 chăm sóc cây cỏ

【抚掌】fǔzhǎng ＝【拊掌】

甫 fǔ<副>[书]vừa mới: 惊魂~定 vừa hết kinh hãi //(姓)Phủ

拊 fǔ<动>[书]vỗ

【拊膺】fǔyīng<动>[书]đấm ngực (đau buồn)

【拊掌】fǔzhǎng<动>[书]vỗ tay

斧 fǔ<名>❶cái rìu: 板~ rìu to bản ❷cái búa; cái phủ (binh khí cổ)

【斧头】fǔtóu<名>cái rìu

【斧削】fǔxuē<动>[书]phủ chính; gọt sửa; mạnh tay sửa bài văn

【斧钺】fǔyuè<名>[书]cái phủ và cái việt; phủ việt; đao búa; gươm dao (vũ khí nói chung)

【斧凿】fǔzáo❶<名>rìu và đục ❷<动>đẽo gọt; tỉa gọt câu chữ

【斧正】fǔzhèng<动>[书]xin được phủ chính; nhờ người khác chữa hộ bài văn

【斧子】fǔzi<名>cái rìu

府 fǔ<名>❶công đường; cơ quan chính quyền nhà nước: 政~ chính phủ ❷kho chứa sách vở, của cải của phủ quan ngày xưa: ~库 phủ khố ❸phủ; dinh (của quan to, quý tộc): 王~ vương phủ ❹(từ kính trọng, gọi nhà ở của người đối thoại): 贵~ quý phủ ❺phủ (khu vực hành chính, trên cấp huyện, từ thời Đường đến thời Thanh): 开封~ phủ Khai Phong //(姓)Phủ

【府绸】fǔchóu<名>lụa bóng; lụa Hà Đông

【府邸】fǔdǐ ＝【府第】

【府第】fǔdì<名>phủ đệ; nhà ở của quan lại hoặc địa chủ

【府上】fǔshàng<名>quý phủ

俯 fǔ<动>❶cúi đầu: ~视 nhìn xuống ❷(từ kính trọng, dùng trong thư từ công văn ngày xưa, để nói về việc đối phương làm cho mình): ~允 ngài cho phép

【俯察】fǔchá<动>[书]❶nhìn xuống; trông xuống ❷phù sát; hiểu cho

【俯冲】fǔchōng<动>bổ nhào; lao xuống: ~

轰炸 máy bay bổ xuống ném bom

【俯伏】fǔfú<动>phủ phục; sụp xuống

【俯角】fǔjiǎo<名>phủ giác; góc nhìn xuống

【俯就】fǔjiù<动>❶hạ cố đảm nhận cho ❷nhân nhượng

【俯瞰】fǔkàn<动>nhìn xuống; cúi nhìn; trông xuống: 从小峰~下去一切美景尽收眼底。Từ đỉnh núi ngắm xuống tất cả cảnh đẹp thu gọn trong tầm mắt.

【俯拾即是】fǔshí-jíshì đầy dẫy; ở đâu cũng có; quờ tay là nhặt được; sờ đâu cũng thấy

【俯首帖耳】fǔshǒu-tiē'ěr cúi đầu nghe theo; ngoan ngoãn phục tùng

【俯首听命】fǔshǒu-tīngmìng cúi đầu phục tùng; ngoan ngoãn nghe theo

【俯卧】fǔwò<动>nằm sấp: ~在桌面上 nằm sấp trên mặt bàn

【俯卧撑】fǔwòchēng<名>nằm sấp chống tay

【俯仰】fǔyǎng<动>[书]cúi đầu và ngẩng đầu; nhất cử nhất động: ~之间 trong thoáng chốc; ~无愧 không xấu hổ với trời đất

【俯仰由人】fǔyǎng-yóurén mọi điều đều bị người khác chi phối; mặc người sai khiến

釜 fǔ<名>[旧]nồi nấu cơm: ~中之鱼 cá trong nồi

【釜底抽薪】fǔdǐ-chōuxīn rút củi dưới nồi; giải quyết căn bản

辅 fǔ❶<动>phụ; phụ trợ; phụ giúp: 相~而行 nương tựa lẫn nhau ❷<名>[书]vùng ven kinh đô: 畿~ ngoại ô kinh kì //(姓)Phụ

【辅币】fǔbì=【辅助货币】

【辅弼】fǔbì<动>[书]phụ bật; phụ tá

【辅车相依】fǔchē-xiāngyī quan hệ khăng khít; như môi với răng; như má với hàm

【辅导】fǔdǎo<动>giúp đỡ; phụ đạo; kèm cặp: 请你~我学习英语。Xin anh hướng dẫn em học tiếng Anh.

【辅导员】fǔdǎoyuán<名>hướng dẫn viên; phụ đạo viên

【辅料】fǔliào<名>❶phụ liệu; vật liệu ❷nguyên vật liệu phụ trong nấu nướng chế biến thức ăn

【辅路】fǔlù<名>con đường phụ

【辅食】fǔshí<名>thức ăn phụ (dùng cho trẻ em)

【辅修】fǔxiū<动>học thêm một môn khác

【辅音】fǔyīn<名>phụ âm

【辅助】fǔzhù❶<动>giúp đỡ; phụ trợ: 我自己一个人做，不需要谁来~。Tôi tự mình làm, không cần ai giúp đỡ. ❷<形>phụ; phụ trợ; phụ giúp: ~疗法 trị liệu phụ trợ; ~人员 nhân viên phụ trợ; ~单位 đơn vị phụ

【辅助货币】fǔzhù huòbì tiền lẻ; tiền nhỏ (hào, xu)

【辅佐】fǔzuǒ<动>phụ tá; phò tá: 忠诚~ phụ tá trung thành

脯 fǔ<名>❶thịt khô: 鹿~ thịt hươu khô ❷mứt: 果~ mứt trái cây
另见pú

腐 fǔ❶<动>thiu thối; rữa nát: ~朽 mục nát ❷<名>đậu phụ: ~乳 đậu phụ nhự

【腐败】fǔbài❶<动>thiu thối; ôi thiu; mục nát: 天气热，海鲜和肉类比较容易~。Trời nóng nực, hải sản tươi sống và thịt thường dễ bị ươn thối. ❷<形>(tư tưởng) cổ hủ; (hành vi) sa đọa: 对像他那种~之辈，需要警觉。Đối với những kẻ sa đọa như nó, cần phải cảnh giác. ❸<形>(chế độ, tổ chức, cơ cấu…) hỗn loạn; đen tối: 社会~ xã hội mục nát

【腐臭】fǔchòu<动>hôi thối

【腐恶】fǔ'è❶<形>hủ bại hung ác ❷<名>thế lực hủ bại hung ác

【腐化】fǔhuà<动>❶sa đọa biến chất: 贪污~ tham ô hủ hóa ❷làm sa đọa hủ bại: 道德~ đạo đức thối rữa ❸thối rữa

【腐旧】fǔjiù<形>cũ kĩ; cổ hủ: 思想~ tư

tưởng cổ hủ

【腐烂】fǔlàn❶<动>thối rữa: 扔掉那些已经~的肉 vứt bỏ những thịt đã thối rữa ❷<形>sa đọa: 生活~ cuộc sống sa đọa ❸<形>mục nát

【腐儒】fǔrú<名>hủ nho; đồ gàn

【腐生】fǔshēng<动>hủ sinh; hoại sinh: ~微生物 vi sinh vật hoại sinh

【腐蚀】fǔshí<动>❶ăn mòn: 酸可以~铁。A-xít có thể ăn mòn sắt. ❷đục khoét; đục ruỗng; xói mòn; làm sa đọa: 影视作品中的暴力倾向会严重~青少年。Khuynh hướng bạo lực trong tác phẩm phim ảnh sẽ ảnh hưởng nghiêm trọng tới lớp trẻ.

【腐蚀剂】fǔshíjì<名>chất ăn mòn; thuốc ăn mòn

【腐熟】fǔshú<动>mục ải; ủ rơm rạ, rác rưởi để làm phân

【腐朽】fǔxiǔ❶<动>mục; mục nát: 这棵古树内部已经~了。Cây cổ thụ này bên trong đã mục nát. ❷<形>(tư tưởng) hủ bại; (sinh hoạt) sa đọa; (chế độ) thối nát: 生活~ cuộc sống sa đọa

【腐殖质】fǔzhízhì<名>mùn; chất mùn

【腐竹】fǔzhú<名>sợi đậu phụ khô; phụ trúc

fù

父 fù<名>❶cha: ~子 cha con ❷bậc cha chú: 祖~ ông nội

【父爱】fù'ài<名>tình yêu con cái của người cha

【父辈】fùbèi<名>bậc cha chú: 这件事让~很不满。Việc này đã làm mếch lòng bậc cha chú.

【父老】fùlǎo<名>phụ lão; bô lão: 家乡~ các cụ phụ lão quê hương

【父老乡亲】fùlǎo-xiāngqīn bà con cô bác; bà con làng xóm

【父母】fùmǔ<名>bố mẹ; cha mẹ

【父母官】fùmǔguān<名>quan phụ mẫu

【父女】fùnǚ<名>cha và con gái; bố con

【父亲】fùqīn<名>bố; cha; phụ thân

【父亲节】Fùqīn Jié<名>Ngày lễ những người cha (phần lớn vào ngày chủ nhật thứ ba tháng 6)

【父权制】fùquánzhì<名>chế độ phụ quyền

【父系】fùxì<形>❶họ nội; bên bố ❷phụ hệ

【父兄】fùxiōng<名>❶cha và anh; phụ huynh ❷gia trưởng

【父执】fùzhí<名>[书]bên của bố; bạn của cha

【父子】fùzǐ<名>cha và con trai; bố con

讣 fù<动>❶báo tang ❷<名>thư báo tang

【讣电】fùdiàn<名>điện báo tang

【讣告】fùgào❶<动>cáo phó ❷<名>tin buồn

【讣闻】fùwén<名>thông báo tin buồn; bản cáo phó

付 fù<动>❶trao cho; gửi gắm: 交~ giao phó ❷trả (tiền): ~款 trả tiền //(姓) Phó

【付出】fùchū<动>trả (tiền, giá...): 他为自己的冒险行动~代价。Anh ấy đã phải trả giá cho hành động liều lĩnh của mình.

【付方】fùfāng<名>bên có; bên giao hàng

【付费】fùfèi<动>trả tiền; trả cước phí

【付款】fùkuǎn<动>trả tiền; giải ngân

【付讫】fùqì<动>trả (tiền) xong

【付清】fùqīng<动>trả sạch; thanh toán hết

【付托】fùtuō<动>phó thác

【付息】fùxī<动>trả lãi

【付现】fùxiàn<动>trả tiền mặt

【付印】fùyìn<动>❶đưa (bản thảo) cho nhà xuất bản; chuẩn bị xuất bản ❷đưa (bản thảo) in (đã xong quá trình sắp chữ và chữa bông)

【付邮】fùyóu<动>chuyển qua bưu điện

【付与】fùyǔ<动>trao cho: ~你一个任务, 同时也是一个难题。Giao cho anh một

nhiệm vụ và cũng là một vấn đề nan giải.

【付账】fùzhàng<动>trả tiền

【付之一炬】fùzhī-yījù　cho một mồi lửa thiêu sạch; đốt hết

【付之一笑】fùzhī-yīxiào　cười trừ xong chuyện; không hề để ý

【付诸东流】fùzhū-dōngliú　cuốn phăng đi theo dòng nước; đi đời nhà ma

【付诸行动】fùzhū-xíngdòng　bắt tay vào làm; bắt tay thực hiện

负 fù❶<动>cõng; vác; đeo (trên lưng): ~重 mang vác nặng ❷<动>gánh; gánh vác: ~责任 gánh trách nhiệm ❸<名>trách nhiệm (phải gánh vác) ❹<动>dựa; dựa vào: ~隅 dựa vào địa thế hiểm yếu ❺<动>bị; chịu: ~伤 bị thương ❻<动>được; có: 久~盛名 nổi tiếng từ lâu ❼<动>mắc; thiếu: ~债 mắc nợ ❽<动>phụ; làm trái: ~约 phụ ước ❾<动>bại; thua: 胜~ thắng bại ❿<形>âm; dưới không: ~数 số âm ⓫<形>[电学]âm: ~极 cực âm // (姓)Phụ

【负案】fù'àn<动>có án; có phạm tội

【负担】fùdān❶<动>đảm nhận; gánh chịu ❷<名>gánh nặng; sức ép: 心理~ gánh nặng tâm lí

【负电】fùdiàn<名>điện âm

【负号】fùhào<名>dấu âm

【负荷】fùhè❶<动>[书]đảm nhận; gánh chịu ❷<名>phụ tải; sức chịu đựng

【负荆请罪】fùjīng-qǐngzuì　mang roi nhận tội; cúi đầu nhận tội

【负疚】fùjiù<动>[书]thấy (mình) có lỗi (với người khác); áy náy: 我不想让你感到~。Tôi không muốn làm cho anh phải áy náy.

【负离子】fùlízǐ<名>Ion âm

【负利率】fùlìlǜ<名>lãi suất âm

【负面】fùmiàn<形>mặt trái; mặt tiêu cực; phản diện: ~影响 ảnh hưởng tiêu cực

【负气】fùqì<动>giận dỗi: 小孩~整日不吃

不喝。Con bé giận dỗi bỏ ăn bỏ uống cả ngày.

【负屈】fùqū<动>chịu oan khuất

【负伤】fùshāng<动>bị thương: 他在这次救人行动中~了。Anh ấy đã bị thương trong đợt cứu thương này.

【负心】fùxīn<动>phụ lòng; bạc tình; phụ bạc: ~人 kẻ bạc tình

【负隅顽抗】fùyú-wánkàng　dựa thế hiểm ngoan cố chống cự

【负载】fùzài<名>trọng tải

【负责】fùzé❶<动>phụ trách; chịu trách nhiệm: ~酒店的安保工作 phụ trách công tác an ninh của khách sạn ❷<形>có trách nhiệm: 他认为自己是一个很~的人。Anh tự cho mình là một người có trách nhiệm.

【负责人】fùzérén<名>người phụ trách: 图书馆~ người phụ trách thư viện

【负增长】fùzēngzhǎng　tăng trưởng âm

【负债】fùzhài❶<动>mắc nợ: ~累累 nợ như chúa chổm ❷<名>cột ghi nguồn vốn doanh nghiệp

【负重】fùzhòng<动>❶vác nặng ❷gánh trọng trách: ~涉远 vác nặng đi xa

【负资产】fùzīchǎn<名>tài sản thiếu hụt

【负罪】fùzuì<动>chịu tội; mang tội; có tội

妇 fù<名>❶đàn bà; phụ nữ: ~幼 đàn bà trẻ con ❷đàn bà; người đã có chồng: 少~ thiếu phụ ❸vợ: 夫~ vợ chồng

【妇产科】fùchǎnkē<名>khoa phụ sản

【妇科】fùkē<名>phụ khoa; khoa chữa bệnh phụ nữ: ~病 bệnh phụ khoa

【妇联】fùlián<名>hiệp hội phụ nữ

【妇女】fùnǚ<名>phụ nữ

【妇孺】fùrú<名>đàn bà con trẻ

【妇幼】fùyòu<名>phụ nữ và nhi đồng

【妇幼保健院】fùyòu bǎojiànyuàn　bệnh viện bảo vệ sức khỏe bà mẹ và trẻ em

附 fù<动>❶kèm theo; phụ thêm: ~设 đặt

thêm/đặt kèm ❷kể; gần: ~近 phụ cận ❸dựa
theo; phụ họa: ~庸 phụ thuộc

【附白】fùbái<动>kèm thêm thuyết minh

【附笔】fùbǐ<名>tái bút; ghi chú thêm

【附带】fùdài❶<动>kèm theo; bổ sung ❷
<副>nhân tiện: ~告诉你 nhân tiện nói cho
anh biết ❸<形>phụ; thứ yếu; lệ thuộc: ~的
劳动 lao động phụ thêm

【附耳】fù'ěr<动>ghé tai (thì thầm)

【附睾】fùgāo<名>mào tinh hoàn

【附和】fùhè<动>phụ họa; (nói, làm) theo
người khác: ~别人的意见 hùa theo ý kiến
người khác

【附会】fùhuì<动>gán ghép; khiên cưỡng:
牵强~ gán ghép khiên cưỡng

【附加】fùjiā<动>phụ thêm; kèm theo; phụ
gia; ngoài mức; phụ: ~刑 hình phạt kèm
theo; ~条件 điều kiện kèm theo; ~条款 điều
khoản kèm theo

【附加税】fùjiāshuì<名>thuế phụ gia; thuế
thu thêm: 酒类~ thuế phụ gia rượu bia

【附加值】fùjiāzhí<名>giá trị kèm theo

【附件】fùjiàn<名>❶văn kiện phụ; văn kiện
kèm theo (bổ sung văn kiện chính) ❷văn
kiện hoặc vật phẩm hữu quan phát cùng với
văn kiện chính ❸linh kiện phụ; phụ kiện: 电
脑~ phụ kiện máy tính ❹bộ phận sinh dục
nội của phụ nữ

【附近】fùjìn❶<形>phụ cận; sát gần; lân cận:
~区域 khu vực phụ cận ❷<名>nơi lân cận:
邮局就在~。Bưu cục ở ngay cạnh đây.

【附丽】fùlì<动>[书]nương tựa; dựa vào

【附录】fùlù<名>phụ lục: 合同~ phụ lục hợp
đồng

【附设】fùshè<动>đặt thêm; lập thêm

【附属】fùshǔ❶<形>phụ thuộc: ~医院 bệnh
viện phụ thuộc ❷<动>tùy thuộc vào; phụ
thuộc vào

【附属国】fùshǔguó<名>nước phụ thuộc

【附送】fùsòng<动>tặng kèm: 买书~DVD

光盘 mua sách tặng kèm đĩa DVD

【附图】fùtú<名>hình minh họa; hình chèn

【附小】fùxiǎo<名>trường tiểu học phụ
thuộc (gọi tắt)

【附议】fùyì<动>tán thành ý kiến của người
khác

【附庸】fùyōng<名>❶phụ thuộc; chư hầu
❷vật phụ thuộc

【附庸风雅】fùyōng-fēngyǎ học đòi phong
nhã; học làm sang (kết giao với danh sĩ,
tham gia sinh hoạt văn hóa để lấy mẽ)

【附载】fùzǎi<动>ghi kèm

【附则】fùzé<名>điều khoản kèm theo; quy
định phụ

【附中】fùzhōng<名>trường trung học phụ
thuộc (nói tắt)

【附注】fùzhù<名>phụ chú; chú thích

【附着】fùzhuó<动>bám vào

【附着力】fùzhuólì<名>sức bám

【附子】fùzǐ<名>[中药]phụ tử

阜 fù[书]❶<名>núi đất; đồi đất; gò đất ❷
<形>(của cải) nhiều //(姓) Phụ

服 fù<量>chén; thang: 一~药 một thang
thuốc

另见fú

驸 fù<名>[旧]con ngựa đi ngoài càng xe

【驸马】fùmǎ<名>[旧]phò mã; rể vua

赴 fù<动>❶đi đến: ~宴 đi dự tiệc ❷bơi: ~水
bơi dưới nước

【赴敌】fùdí<动>[书]ra trận đánh địch

【赴难】fùnàn<动>❶đi cứu nguy đất nước
❷hi sinh

【赴任】fùrèn<动>đi nhậm chức: ~校长一职
đi nhậm chức hiệu trưởng

【赴汤蹈火】fùtāng-dǎohuǒ xông vào nơi
nước sôi lửa bỏng; không nề gian nguy

【赴宴】fùyàn<动>đi dự tiệc: 他今晚要加
班，不能~了。Tối nay anh ấy phải làm
thêm giờ, không thể đi dự tiệc nữa.

【赴约】fùyuē<动>đến nơi hẹn hò; đi đến

cuộc hẹn

复¹ fù <形> ❶ lặp lại: ~制 nhân bản ❷ phiền phức; đúp; kép: ~分数 phân số phức // (姓) Phúc, Phục

复² fù ❶ <动> quay đi hoặc quay trở lại: 往 ~ lặp đi lặp lại ❷ <动> trả lời; phúc đáp: ~信 thư trả lời ❸ <动> khôi phục: 收~ thu phục ❹ <动> trả thù; báo phục: ~仇 trả thù ❺ <副> lại: ~发 tái phát

【复本】fùběn <名> bản trùng lặp

【复辟】fùbì <动> lấy lại ngai vàng; phục hồi; ngóc dậy

【复查】fùchá <动> kiểm tra lại: 通过多种方法~ kiểm tra lại bằng nhiều cách

【复仇】fùchóu <动> trả thù; báo thù

【复出】fùchū <动> ra lại; phục chức (người đã thôi chức hoặc ngừng hoạt động xã hội lại ra nhận chức hoặc hoạt động trở lại – phần nhiều chỉ danh nhân)

【复聪】fùcōng <动> khôi phục sức nghe

【复电】fùdiàn ❶ <动> trả điện ❷ <名> điện trả lời

【复读】fùdú <动> học lại; ở lại lớp; học đúp: 他没有毕业，留下~重考但是仍然没有通过。Anh ấy trượt kì thi tốt nghiệp, sau đó có học lại thi lại nhưng vẫn trượt.

【复发】fùfā <动> (bệnh cũ) tái phát: 旧病~ bệnh cũ tái phát

【复返】fùfǎn <动> quay trở lại

【复方】fùfāng <名> ❶ đơn thuốc kép: ~丹参片 phức phương Đan sâm phiến ❷ thuốc tổng hợp (kí hiệu: Co.)

【复分解】fùfēnjiě [化学] phân giải kép

【复辅音】fùfǔyīn <名> [语言] phụ âm kép; phụ âm phức

【复工】fùgōng <动> trở lại làm việc (sau đình công, bãi công)

【复古】fùgǔ <动> phục cổ: ~思想 tư tưởng phục cổ

【复归】fùguī <动> trở lại: ~安静 trở lại yên tĩnh

【复函】fùhán ❶ <动> viết thư phúc đáp ❷ <名> thư phúc đáp

【复合】fùhé <动> ghép; phức hợp: ~材料 vật liệu phức hợp

【复合词】fùhécí <名> từ phức; từ phức hợp; từ ghép

【复合元音】fùhé yuányīn [语言] nguyên âm phức; nguyên âm kép

【复核】fùhé <动> ❶ rà lại; thẩm tra đối chiếu lại: ~成立大学的流程 rà lại quy trình lập trường đại học ❷ phúc thẩm án tử hình

【复婚】fùhūn <动> phục hôn; khôi phục quan hệ hôn nhân sau khi đã li hôn

【复活】fùhuó <动> ❶ sống lại: 在那个时候，就算是有圣人~，也于事无补了。Lúc ấy, dù có thánh nhân sống lại, cũng vô ích mà thôi. ❷ làm sống lại: 他~了这一失传的民间工艺。Ông ấy đã làm sống lại công nghệ dân gian đã thất truyền này.

【复活节】Fùhuó Jié <名> Lễ Phục sinh (vào ngày chủ nhật đầu tiên sau rằm Xuân phân)

【复建】fùjiàn <动> ❶ xây dựng lại theo nguyên dạng ❷ dựng lại; tái thiết

【复交】fùjiāo <动> ❶ khôi phục tình bạn ❷ khôi phục quan hệ ngoại giao

【复旧】fùjiù <动> ❶ khôi phục cái cũ ❷ khôi phục nguyên dạng

【复句】fùjù <名> câu phức; câu ghép

【复刊】fùkān <动> phục khan (báo chí ra lại sau khi đình bản)

【复课】fùkè <动> phục khóa; trở lại lên lớp (sau khi đình khóa hoặc bãi khóa)

【复利】fùlì <名> lời đúp (khoản lời cộng với vốn kì trước rồi ra tính lời đúp)

【复明】fùmíng <动> sáng lại; khôi phục thị lực

【复命】fùmìng <动> phục mệnh; người thừa lệnh báo cáo lại tình hình thực thi với người ban lệnh

【复赛】fùsài<动>thi đấu vòng hai và bán kết

【复审】fùshěn<动>❶phúc duyệt ❷(tòa án xử) phúc thẩm: 法院~，无罪结案。Tòa phúc thẩm, kết án vô tội.

【复始】fùshǐ<动>trở lại ban đầu; bắt đầu lại; bắt đầu mới

【复试】fùshì<动>thi vòng hai

【复述】fùshù<动>❶nói lại một lượt ❷kể lại; thuật lại

【复数】fùshù<名>❶[语言]số nhiều ❷[数学]số phức

【复苏】fùsū<动>❶sống lại; tỉnh lại: 死而~ chết đi sống lại ❷hồi phục; khôi phục: 经济~ khôi phục nền kinh tế

【复位】fùwèi<动>❶phục vị; vào khớp trở lại; lại khớp ❷(vua mất ngôi) phục vị; trở lại ngai báu

【复习】fùxí<动>ôn tập: 马上要考试了，我得集中精神~。Sắp đến kì thi và tôi cần tập trung vào ôn tập.

【复写】fùxiě<动>viết đúp

【复写纸】fùxiězhǐ<名>giấy than; giấy nến

【复信】fùxìn❶<名>thư trả lời: 她立即写了~。Cô ấy viết thư trả lời ngay lập tức. ❷<动>trả lời thư; phúc thư: 我收到你的信后会立即~。Tôi sẽ trả lời thư ngay sau khi nhận được thư của anh.

【复兴】fùxīng<动>❶phục hưng: ~计划 kế hoạch phục hưng ❷làm phục hưng: ~国家 phục hưng đất nước

【复姓】fùxìng<名>họ kép

【复学】fùxué<动>trở lại học; đi học trở lại

【复眼】fùyǎn<名>[动物]mắt kép

【复叶】fùyè<名>lá kép

【复议】fùyì<动>❶bàn lại (việc đã từng có quyết định): 这件事关系到许多人的利益，已经过大家多次~。Việc này đã được mọi người bàn lại nhiều lần vì liên quan đến lợi ích của nhiều người. ❷cơ quan trọng tài hay

cấp trên thẩm tra lại nguyên phán

【复印】fùyìn<动>photocopy; in chụp; sao chụp

【复印机】fùyìnjī<名>máy photocopy

【复员】fùyuán<动>❶từ trạng thái thời chiến chuyển sang trạng thái thời bình ❷phục viên: ~回乡 phục viên về quê

【复原】fùyuán<动>❶khôi phục sức khỏe (sau cơn ốm) ❷phục nguyên; khôi phục nguyên trạng: ~画作 phục nguyên bức tranh

【复杂】fùzá<形>phức tạp: ~的情感 tình cảm phức tạp

【复诊】fùzhěn<动>khám lại; phúc chẩn (sau khi đã qua sơ chẩn)

【复制】fùzhì<动>phục chế: ~旧照片 phục chế ảnh cũ

【复制品】fùzhìpǐn<名>sản phẩm phục chế

副¹ fù❶<形>phó; ở vị trí thứ hai (phân biệt với chánh hoặc chủ): ~主席 phó chủ tịch ❷<名>chức phó; người cấp phó: 团~ trung đoàn phó ❸<形>phụ; kèm thêm: ~业 nghề phụ ❹<动>phù hợp: 名~其实 danh xứng với thực //(姓) Phó

副² fù<量>❶(dùng cho những vật thành bộ, thành đôi) bộ; đôi: 一~对联 một đôi câu đối ❷(dùng cho tình cảm biểu lộ trên mặt) bộ mặt; nét mặt; gương mặt: 一~笑脸 một bộ mặt tươi cười

【副本】fùběn<名>❶bản sao ❷bản phụ; phụ bản: 照会的~ bản sao của công hàm

【副标题】fùbiāotí<名>phụ đề; tiêu đề phụ; tít nhỏ

【副产品】fùchǎnpǐn<名>sản phẩm phụ

【副词】fùcí<名>phó từ

【副高】fùgāo<名>học hàm; chức danh sau bậc cao nhất (như phó giáo sư, phó nghiên cứu viên...)

【副歌】fùgē<名>nhạc phụ; phụ ca

【副官】fùguān<名>[旧]phó quan

【副交感神经】fùjiāogǎn shénjīng thần

kinh phó giao cảm

【副教授】fùjiàoshòu<名>phó giáo sư

【副刊】fùkān<名>phụ san; phụ bản

【副科】fùkē<名>bộ môn phụ; bộ môn thứ yếu: 历史课因为只是~而不受重视。Môn Lịch sử bị coi nhẹ, vì chỉ là môn phụ.

【副领事】fùlǐngshì<名>phó lãnh sự: 他现正担任~一职。Anh ấy hiện giữ cương vị Phó lãnh sự.

【副流感】fùliúgǎn<名>bệnh cúm parainfluenza

【副品】fùpǐn<名>thứ phẩm; sản phẩm kém chất lượng

【副神经】fùshénjīng<名>[解剖]dây thần kinh gai sống

【副食】fùshí<名>thức ăn (cá thịt rau v.v.): ~店 cửa hàng thực phẩm

【副手】fùshǒu<名>trợ thủ; người phụ giúp

【副修】fùxiū<动>học thêm

【副研究员】fùyánjiūyuán phó nghiên cứu viên

【副业】fùyè<名>nghề phụ; nghề tay trái

【副油箱】fùyóuxiāng<名>thùng dầu phụ; hòm dầu phụ

【副职】fùzhí<名>chức phó; cấp phó

【副作用】fùzuòyòng<名>tác dụng phụ; chống chỉ định

赋¹ fù❶<动>(trên) trao cho (dưới): ~予 trao cho ❷<名>bản tính con người: 天~ tính trời

赋² fù❶<名>thuế nông nghiệp thời xưa: 田~ thuế ruộng ❷<动>[书]trưng thu; thu (thuế)

赋³ fù❶<名>thể phú ❷<动>làm thơ; làm từ: ~诗 làm thơ

【赋税】fùshuì<名>thuế má; thuế khóa

【赋闲】fùxián<动>ngồi không; ngồi rồi; nhàn nhã

【赋性】fùxìng<名>bẩm tính; tính trời phú

【赋役】fùyì<名>thuế má phu phen; sưu thuế

【赋有】fùyǒu<动>vốn có

【赋予】fùyǔ<动>trao cho; phó thác: ~使命 trao cho sứ mệnh

傅¹ fù<动>[书]giúp đỡ; dạy bảo ❷<名>thầy dạy ///(姓)Phó

傅² fù<动>[书]❶bám vào ❷bôi vào; xoa lên

【傅粉】fùfěn<动>[书]xoa phấn; đánh phấn

富 fù❶<形>giàu: 贫~ giàu nghèo; ~裕 sung túc ❷<动>làm giàu; làm cho giàu lên: ~民政策 chính sách làm cho dân giàu có ❸<名>tài nguyên; của cải: 财~ vật tư của cải ❹<形>phong phú; giàu: ~饶 màu mỡ //(姓)Phú

【富二代】fù'èrdài<名>con cái nhà giàu

【富贵】fùguì<形>phú quý; giàu sang

【富贵病】fùguìbìng<名>bệnh phú quý

【富贵不能淫】fùguì bùnéng yín phú quý bất năng dâm; không bị tiền bạc cám dỗ

【富国】fùguó❶<动>làm cho nước giàu: ~裕民 làm cho nước giàu dân mạnh ❷<名>nước giàu: 呼吁各~免去不发达国家的债务。Hô hào các nước giàu xóa nợ cho các nước kém phát triển.

【富豪】fùháo<名>phú hào (người giàu có quyền thế)

【富矿】fùkuàng<名>quặng giàu; via giàu

【富丽】fùlì<形>hùng vĩ đẹp đẽ: 一座~巍峨的亭台 một tòa lâu đài nguy nga tráng lệ

【富丽堂皇】fùlì-tánghuáng to đẹp đàng hoàng

【富民】fùmín<动>làm cho dân giàu

【富农】fùnóng<名>phú nông

【富婆】fùpó<名>phụ nữ giàu có; phú bà; bà giàu

【富强】fùqiáng<形>giàu mạnh; phú cường: 国家~民主。Đất nước dân chủ, giàu mạnh.

【富饶】fùráo<形>giàu có; màu mỡ: ~之地 một mảnh đất màu mỡ

【富人】fùrén<名>người giàu

【富商】fùshāng<名>nhà buôn giàu; phú thương

【富实】fùshí<形>[口]giàu có; dồi dào

F

【富庶】fùshù<形>trù phú; đông đúc giàu có

【富态】fùtai<形>[口](lời nói uyển chuyển về sự béo đẫy) phúc hậu: 老奶奶称赞她看起来很~。Cụ bà khen cô ấy trông phúc hậu.

【富翁】fùwēng<名>phú ông; người giàu; nhà giàu

【富有】fùyǒu❶<形>giàu có: 他的家庭~。Gia đình anh ấy giàu có. ❷<动>có nhiều; giàu (phần nhiều chỉ mặt tích cực): ~代表性 giàu tính tiêu biểu

【富于】fùyú<动>dôi dư; giàu

【富余】fùyu<动>dôi dư; dư thừa: 一个自由、物质~的社会 một xã hội tự do, vật chất dư thừa

【富裕】fùyù❶<形>(của cải) dồi dào; dư dật: 生活~ đời sống dư dật ❷<动>làm cho dồi dào giàu có

【富源】fùyuán<名>tài nguyên thiên nhiên

【富足】fùzú<形>giàu có sung túc

腹fù<名>❶bụng ❷trong lòng: ~议 suy tính trong lòng ❸phần phình ra của cái đỉnh hoặc cái bình: 瓶~ bụng bình/thân lọ

【腹案】fù'àn<名>❶phương án trong ý tưởng ❷phương án đã đặt nhưng chưa công bố

【腹背受敌】fùbèi-shòudí trước mặt sau lưng đều bị địch đe dọa; bị chặn đầu khóa đuôi

【腹部】fùbù<名>bụng

【腹地】fùdì<名>khu đất gần trung tâm; nội địa: 深入~ thâm nhập nội địa

【腹诽】fùfěi<动>[书]trong bụng thấy sai; oán thầm

【腹稿】fùgǎo<名>bài viết đã nghĩ sẵn (chưa viết ra); bài viết nhẩm

【腹腔】fùqiāng<名>ổ bụng; khoang bụng; xoang bụng

【腹水】fùshuǐ<名>nước màng bụng; nước báng

【腹痛】fùtòng<动>đau bụng

【腹泻】fùxiè<动>đi rửa; ia chảy; tháo dạ

【腹心】fùxīn<名>[书]❶tim gan ❷người tâm phúc ❸lòng chân thành

【腹议】fùyì<动>[书]suy tính trong bụng

缚fù<动>trói buộc: 束~ bó buộc; 手无~鸡之力。Tay trói gà không chặt. //(姓) Phọc, Phược

赙fù<动>[书]phúng viếng

【赙仪】fùyí<名>[书]lễ phúng

【赙赠】fùzèng<动>[书]phúng viếng

蝮fù

【蝮蛇】fùshé<名>rắn phúc sà ancistrodon

覆fù<动>❶che; đậy: ~盖 che lấp/bao phủ ❷lật; lộn nhào; đổ: 颠~ lật đổ

【覆被】fùbèi<名>che phủ

【覆巢无完卵】fù cháo wú wán luǎn tổ chim bị lật, làm gì còn trứng lành

【覆车之鉴】fùchēzhījiàn xe trước đổ, xe sau lấy đó làm răn

【覆盖】fùgài❶<动>che; phủ: 大地~着一层厚厚的雪。Tuyết đóng dày phủ kín mặt đất. ❷<名>thực vật; cây cỏ

【覆盖面】fùgàimiàn<名>❶diện che phủ ❷phạm vi bao quát; diện ảnh hưởng: 扩大宣传的~ mở rộng diện ảnh hưởng của cuộc tuyên truyền

【覆灭】fùmiè<动>bị tiêu diệt toàn bộ

【覆没】fùmò<动>❶[书](thuyền)bị lật chìm ❷(quân đội) bị tiêu diệt ❸[书]bị chiếm đóng

【覆盆子】fùpénzǐ<名>[中药]phúc bàn tử

【覆水难收】fùshuǐ–nánshōu nước đổ khó hốt; nước đổ khó thu về

【覆亡】fùwáng<动>diệt vong

【覆辙】fùzhé<名>vết xe đổ

【覆舟】fùzhōu<动>thuyền bị lật

馥fù<形>[书]thơm; mùi thơm

【馥馥】fùfù<形>[书]thơm phưng phức

【馥郁】fùyù<形>[书]thơm sực nức: 芬芳~ hương thơm sực nức

G g

Chiếc xe chết tiệt, hơi một tí là hỏng.

gā

旮 gā

【旮旯儿】gālár〈名〉[方]❶góc; xó: 墙~ góc tường ❷nơi hẻo lánh nhỏ bé: 山~ góc núi vắng vẻ

咖 gā

另见 kā

【咖喱】gālí〈名〉bột ca-ri

嘎 gā〈拟〉cọt kẹt; kẽo kẹt: ~吱 kẽo kẹt

gāi

该¹ gāi〈动〉❶nên; đáng; cần phải: 应~慎重考虑 nên thận trọng suy nghĩ ❷đến lượt; nên (đến lượt làm): 两个小孩为~谁在游戏中扮演敌军而争吵。Hai đứa trẻ cãi nhau chỉ vì hôm nay đến lượt ai đóng vai quân địch trong trò chơi. ❸như thế là đúng; đáng: 活~ đáng đời ❹sẽ; phải: 再不走~迟到了。Giờ này mà còn không đi thì sẽ muộn mất.

该² gāi〈代〉này; đó; ấy

该³ gāi〈动〉nợ: ~账 nợ tiền

【该当何罪】gāidānghézuì　phải gánh chịu những tội trạng gì

【该死】gāisǐ〈动〉[口]chết tiệt; khổ quá; đáng chết: 真~, 又下雨了。Khổ quá, trời lại mưa rồi. 这辆~的车, 动不动就坏了。

gǎi

改 gǎi〈动〉❶thay đổi: ~名 đổi tên ❷chữa; sửa; sửa chữa ❸cải chính; sửa chữa: 知错能~, 善莫大焉。Biết sai sửa sai là điều rất tốt. //(姓) Cải

【改版】gǎibǎn〈动〉❶điều chỉnh, thay đổi nội dung, phong cách và chu kì của sản phẩm xuất bản ❷đài phát thanh, đài truyền hình điều chỉnh, thay đổi chuyên mục hoặc chương trình ❸điều chỉnh, đổi mới kiểu cách và chức năng của hàng hóa

【改扮】gǎibàn〈动〉cải trang; đổi cách ăn mặc: 他们~成两个商人。Họ cải trang thành hai nhà buôn.

【改编】¹ gǎibiān〈动〉cải biên; sửa chữa; biên tập lại: 经过~, 主题更突出了。Qua sự sửa chữa, chủ đề càng nổi bật lên.

【改编】² gǎibiān〈动〉biên chế lại: ~军队 biên chế lại quân đội

【改变】gǎibiàn〈动〉❶thay đổi; biến đổi: 故地重游, 他感觉没有什么大~。Thăm lại chốn xưa, ông cảm thấy chẳng có gì thay đổi lớn. ❷đổi; sửa đổi: ~样式 đổi kiểu

【改朝换代】gǎicháo–huàndài thay vua đổi chúa; thay đổi triều đại

【改道】gǎidào〈动〉❶thay đổi tuyến đi: 他得到上级指示, ~离开了城市。Sau khi nhận được chỉ thị của cấp trên, anh ấy đã thay đổi tuyến đi rời khỏi thành phố. ❷đổi dòng: 黄河~ sông Hoàng Hà đổi dòng

【改掉】gǎidiào<动>bỏ; từ bỏ; bỏ đi: 下决心~坏习惯 quyết tâm từ bỏ thói hư tật xấu

【改订】gǎidìng<动>sửa đổi; đặt lại (câu chữ sách vở, hoặc chế độ quy định): ~规章制度 đặt lại quy chế

【改动】gǎidòng<动>sửa; thay đổi: 文章发表前有所~。Bài viết đã sửa lại phần nào trước khi phát biểu.

【改革】gǎigé<动>cải cách; cải tiến; đổi mới: 技术~ cải tiến kĩ thuật

【改革开放】gǎigé kāifàng cải cách mở cửa

【改观】gǎiguān<动>thay đổi bộ mặt: 农村的面貌已大大~。Bộ mặt nông thôn đã thay đổi rất nhiều.

【改过】gǎiguò<动>sửa sai; cải chính

【改过自新】gǎiguò-zìxīn sửa sai; tự đổi mới

【改行】gǎiháng<动>đổi nghề; đổi ngành; chuyển nghề

【改换】gǎihuàn<动>thay đổi: ~生活方式 thay đổi cách thức sinh hoạt

【改嫁】gǎijià<动>cải giá; tái giá; đi bước nữa

【改建】gǎijiàn<动>cải tạo và xây dựng lại (nhà máy, hầm mỏ, công trình kiến trúc)

【改进】gǎijìn<动>cải tiến: ~工作作风 cải tiến lề lối làm việc

【改口】gǎikǒu<动>❶nói lại (thay đổi nội dung hoặc khẩu khí); đổi giọng; thay đổi lời nói; nói chữa lại: 他~很快。Anh đổi giọng một cách nhanh chóng. ❷đổi cách xưng hô: 听到我突然~，她红了脸颊。Nghe tôi bỗng đổi cách xưng hô, nàng đỏ ửng đôi má.

【改良】gǎiliáng<动>❶cải tạo (cho tốt hơn); cải lương; cải tiến: 用科学~技术 lấy khoa học mà cải tiến kĩ thuật ❷cải thiện

【改名】gǎimíng<动>cải danh; đổi tên: ~易

姓 thay tên đổi họ

【改判】gǎipàn<动>❶tòa án cấp trên sửa án cấp dưới theo pháp luật ❷trong thi đấu hoặc thi cử sửa đổi sự phán xét vốn có

【改期】gǎiqī<动>thay đổi thời hạn; đổi ngày: 球赛因下雨~进行。Vì trời mưa nên thay đổi ngày thi đấu bóng.

【改任】gǎirèn<动>chuyển công tác: 他从上月起~车间主任。Bắt đầu từ tháng trước, anh ấy chuyển sang làm quản đốc phân xưởng.

【改日】gǎirì<副>hôm khác; ngày khác

【改色】gǎisè<动>❶thay đổi màu sắc: 变色龙可随时间、地点和季节的不同而~。Con tắc kè hoa có thể thay đổi màu sắc tùy theo thời điểm, nơi chốn và thời tiết. ❷biến sắc; thay đổi thần sắc: 面不~ mặt không biến sắc

【改善】gǎishàn<动>cải thiện: ~产品质量 cải thiện chất lượng sản phẩm

【改天】gǎitiān<副>đổi ngày (hẹn)

【改头换面】gǎitóu-huànmiàn thay hình đổi dạng (chỉ đổi hình thức, không đổi nội dung)

【改邪归正】gǎixié-guīzhèng cải tà quy chính

【改写】gǎixiě<动>❶sửa chữa: 文章多次~，最后才定稿。Bài văn sau nhiều lần chỉnh sửa, cuối cùng mới có bản thảo chính thức. ❷viết lại; cải biên: ~历史 viết lại lịch sử

【改选】gǎixuǎn<动>bầu lại

【改造】gǎizào<动>❶sửa đổi một phần nào ❷cải tạo tận gốc

【改正】gǎizhèng<动>cải chính; sửa chữa (cho đúng): 我们应该及时~错误。Chúng ta cần kịp thời sửa chữa sai lầm.

【改制】gǎizhì<动>thay đổi thể chế (chính trị, kinh tế…)

【改装】gǎizhuāng〈动〉❶cải trang; thay đổi cách ăn mặc: 他改了装，但是我能认出来。Anh ấy đã cải trang nhưng tôi vẫn nhận ra được。❷thay đổi bao gói: 商品~ thay đổi bao bì hàng hóa ❸lắp đặt lại: ~计算机 lắp đặt lại máy vi tính

【改组】gǎizǔ〈动〉cải tổ: ~领导班子 cải tổ ban lãnh đạo

gài

钙 gài〈名〉[化学]canxi (kí hiệu: Ca)

盖¹ gài❶〈名〉nắp; vung: 锅~ vung nồi ❷〈名〉mu; mai: 乌龟~ mu rùa ❸〈名〉cái lọng; cái ô (thời xưa): 华~ mui xe hình lọng ❹〈动〉che; phủ; đậy: 遮~ che lại ❺〈动〉đóng (dấu): ~钢印 đóng dấu in nổi ❻〈动〉lấn át; áp đảo: 隆隆的机器声~过了他们谈话的声音。Tiếng máy ầm ầm đã át hết tiếng nói chuyện của họ。❼〈动〉xây cất (nhà cửa): 翻~楼房 xây lại nhà cửa ❽〈形〉[方] nổi trội; xuất sắc: 昨天的戏演得真~。Buổi diễn kịch hôm qua rất hay。//(姓) Cái

盖² gài[书]❶〈副〉đại khái; khoảng ❷〈连〉mượn đoạn văn trên để nói rõ lí do hoặc nguyên nhân

【盖板】gàibǎn〈名〉tấm che; miếng che; tấm đậy

【盖棺论定】gàiguān-lùndìng cái quan luận định; đậy cửu mới bàn (đậy nắp quan tài mới kết luận người tốt hay xấu, có công hay có tội)

【盖浇饭】gàijiāofàn〈名〉cơm đĩa; cơm suất có kèm sẵn thức ăn

【盖世】gàishì〈动〉hơn đời; cái thế: ~英雄 anh hùng không ai bằng/anh hùng cái thế

【盖头】gàitou〈名〉khăn san; khăn cô dâu

【盖印】gàiyìn〈动〉đóng dấu

【盖章】gàizhāng〈动〉đóng dấu: 请您签名并~。Xin ông kí tên và đóng dấu。

【盖子】gàizi〈名〉❶cái vung; cái nắp ❷mai; mu (của một số động vật)

溉 gài〈动〉tưới (nước): 灌~ tưới nước

概¹ gài❶〈名〉đại thể: 大~ đại khái ❷〈副〉nhất loạt: 货物出门，~不退换。Hàng ra khỏi cửa, nhất loạt không đổi không trả lại。❸〈动〉tóm tắt; tổng quát

概² gài〈名〉❶khí phách: 气~ khí khái ❷[书]cảnh tượng: 胜~ cảnh đẹp

【概不追究】gàibùzhuījiū nhất loạt không truy cứu

【概而不论】gài'érbùlùn hoàn toàn bất quản; thây kệ

【概而论之】gài'érlùnzhī nói khái quát; tóm lại

【概况】gàikuàng〈名〉tình hình chung; tình hình tổng quát; tình hình đại khái: 中国地理~ tình hình tổng quát về địa lí Trung Quốc

【概括】gàikuò❶〈动〉khái quát; tổng quát: 从那些资料中~不出什么东西来。Từ những tài liệu đó không khái quát lên được cái gì đâu。❷〈形〉tóm tắt nét chính: 作品的~意义 ý nghĩa khái quát của tác phẩm

【概率】gàilǜ〈名〉xác xuất

【概论】gàilùn〈名〉khái luận; khái quát về (thường dùng làm tên sách): 《行政管理学~》Khái luận về quản lí học hành chính

【概貌】gàimào〈名〉diện mạo chung; tình hình khái quát: 地形~ tình hình khái quát về địa hình

【概念】gàiniàn〈名〉khái niệm: 基本~ khái niệm cơ bản

【概述】gàishù〈动〉trình bày qua; trình bày sơ bộ; kể qua: 他向领导~了发生的事情。Anh ấy đã trình bày sơ bộ với lãnh đạo những gì đã xảy ra。

【概要】gàiyào<名>khái yếu; đại cương; nội dung chính (thường làm tên sách): 《临床医学~》 Đại cương Y học lâm sàng

gān

干¹ gān<名>cái thuẫn; cái mộc (thời xưa); lá chắn //(姓) Can

干² gān<名>thiên can: ~支 can chi

干³ gān<动>❶[书]đụng vào; phạm vào: 犯 can phạm ❷liên quan; dính đến: ~涉 can thiệp ❸[书]cầu mong; tìm kiếm; theo đuổi (chức vị, bổng lộc...): ~禄 theo đuổi bổng lộc

干⁴ gān❶<动>[方]đốp chát; bốp chát: 你别去~他。Anh đừng đốp chát anh ấy. ❷<动>[方]phớt lờ; không ngó nhìn tới: 谁也不愿搭理他, 把他~在一边。Mọi người phớt lờ chẳng ai thèm nói chuyện với anh ấy. ❸<名>[书]bờ nước: 江~ bờ sông ❹<形>khô: ~燥 khô ráo ❺<形>khô (không dùng nước): ~洗 giặt khô ❻<形>rỗng; không có gì: 外强中~ miệng hùm gan sứa ❼<副>không thực chất: ~笑 cười gượng ❽<形>kết nghĩa; nuôi: ~妈 mẹ nuôi ❾<形>[方](nói năng) quá thẳng và thô; cứng nhắc; vụng về: 你说话别那么~。Anh đừng có nói năng cứng nhắc như vậy. ❿<副>khan; vô ích: ~着急 lo lắng hoài ⓫<名>thực phẩm khô: 豆腐~ đậu phụ khô

另见gàn

【干巴】gānba<形>[口]❶khô cứng; khô rúm: 久不下雨, 田地都~了。Lâu ngày không mưa, ruộng đất đã khô khốc. ❷(da dẻ) khô ❸(ngôn ngữ, văn chương) khô khan: 说话~ ăn nói khô khan

【干巴巴】gānbābā❶khô không khốc: 饭煮得~的 cơm thổi khô không khốc ❷(ngôn ngữ, văn chương) khô khan; nghèo nàn: 他的演讲~的, 一点也不吸引人。Diễn thuyết của anh ấy khô khan, không hấp dẫn.

【干爸】gānbà<名>cha nuôi; bố nhận

【干白】gānbái<名>rượu nho trắng (chỉ hàm lượng đường thấp vì đã lên men hoàn toàn)

【干杯】gānbēi<动>cạn chén: 请大家~。Xin mời mọi người cạn chén.

【干贝】gānbèi<名>sò hến khô; gân sò khô

【干瘪】gānbiě<形>❶khô tóp lại; khô quắt; khô đét; héo hon; teo lại; sắt lại: 那位老先生怎么着也有七十岁了, 满头银发, 面容有点~, 但看上去身体很硬朗。Cụ già kia chắc cũng đến bảy mươi, tóc bạc phơ, nét mặt hơi sắt lại nhưng trông rắn rỏi. ❷(văn chương) khô khan, nhạt nhẽo: 八股一类的文章, ~得很。Loại văn sáo mòn, vô cùng khô khan.

【干冰】gānbīng<名>băng khô (chế tạo từ khí cacbônic đông lạnh, dùng để ướp lạnh)

【干草】gāncǎo<名>cỏ khô; rơm khô

【干柴烈火】gānchái-lièhuǒ củi khô gần lửa; như lửa gần rơm; ví tình hình sẵn sàng bốc cháy, bùng lên, cũng ví nam nữ đang cơn tình dục

【干脆】gāncuì❶<形>dứt khoát; thẳng thắn: 他动作~、敏捷。Các động tác của anh ấy nhanh và dứt khoát. ❷<副>dứt khoát một mực: 如果你不喜欢~拒绝算了。Nếu anh không thích thì cứ dứt khoát từ chối cho xong.

【干打雷, 不下雨】gān dǎléi, bù xiàyǔ chỉ có sấm khan mà không mưa; giỏi nói mà không chịu làm; ví chỉ có thanh thế, chứ không có hành động thực tế

【干瞪眼】gāndèngyǎn chỉ giương mắt nhìn (lo hoài chứ không giúp được gì): 瞅着诱人的蜜桃~ giương mắt nhìn trái đào ngon ngọt mà chết thèm

【干电池】gāndiànchí<名>pin

【干饭】gānfàn<名>cơm: 他饿坏了，一连吃了三碗~。Anh ấy đói quá ăn liền một lúc ba bát cơm.

【干粉】gānfěn<名>miến khô; bánh đa khô

【干戈】gāngē<名>can qua (ví chiến tranh); binh khí: 大动~ chiến sự lớn/khua chiêng gõ mõ

【干果】gānguǒ<名>❶quả vỏ cứng, ít nước ❷hoa quả khô

【干旱】gānhàn<形>hạn hán: 战胜~，赢得丰产。Chiến thắng hạn hán, giành mùa bội thu.

【干涸】gānhé<形>(sông, ao hồ) cạn khô: ~的河道 sông ngòi khô cạn

【干红】gānhóng<名>rượu nho đỏ (chỉ hàm lượng đường thấp vì đã lên men hoàn toàn)

【干花】gānhuā<名>hoa khô; hoa được ráo nước nhanh bằng thuốc (giữ tươi được lâu hơn)

【干货】gānhuò<名>hàng khô

【干净】gānjìng<形>❶sạch sẽ: ~的被单 chiếc vỏ chăn sạch sẽ ❷gãy gọn: 这些语句很~。Những câu văn này rất gãy gọn. ❸hết sạch: 这事给忘~了。Chuyện ấy đã quên sạch rồi.

【干枯】gānkū<形>❶khô: ~的草烧得很快。Cỏ khô cháy rất mau. ❷(da dẻ) khô ❸cạn khô: 河已经~了。Sông ngòi đã khô cạn rồi.

【干冷】gānlěng<形>khô hanh; rét khan: 天气~ thời tiết hanh khô

【干粮】gānliang<名>lương khô

【干裂】gānliè<动>nứt; khô nẻ: 木板~ ván gỗ nứt nẻ

【干扰】gānrǎo<动>❶quấy rối; quấy rầy: 排除~，坚持正确路线。Gạt bỏ sự quấy nhiễu, kiên trì làm theo đường lối đúng đắn. ❷nhiễu

【干涩】gānsè<形>❶khô chát; khô sít: 嘴里~得很，说不了话。Miệng khô chát quá, không nói được nữa. ❷(tiếng) khản đặc: 他太累了，声音~。Giọng anh ấy khản đặc vì mệt mỏi quá. ❸cứng nhắc; gượng gạo: ~的笑容 nụ cười gượng gạo ❹văn chương không trôi chảy

【干涉】gānshè<动>❶can thiệp: 武装~ can thiệp bằng vũ trang ❷[书]dính dáng; có quan hệ: 那只是一个偶然事件，谁也不~。Đó chỉ là một vụ việc ngẫu nhiên, chẳng dính dáng đến ai cả.

【干瘦】gānshòu<形>gầy gòm

【干爽】gānshuǎng<形>❶(khí hậu) khô ráo trong mát: 秋天刚到，空气就~多了。Vừa sang thu, tiết trời trở nên hanh mát hơn. ❷(đất, đường sá) khô; khô ráo: 那一片地势较低，但仍然很~。Vùng đất ấy tuy thấp mà vẫn khô ráo.

【干系】gānxì<名>can hệ

【干预】gānyù<动>can dự; can thiệp: ~他人 can dự người khác

【干燥】gānzào<形>khô: 气候~ khí hậu khô

【干着急】gānzháojí lo lắng hoài; sốt ruột hoài (không làm được gì): 他在家里担心她的安危，但只能~。Anh ngồi nhà lo cho sự an nguy của cô ấy mà chẳng giúp được gì.

【干支】gānzhī<名>can chi (thiên can và địa chi)

甘 gān❶<形>ngọt (đối nghĩa với "苦" đắng): ~泉 suối ngọt ❷<动>tự nguyện; cam chịu: ~愿 cam chịu ❸(Gān)<名>tên gọi tắt của tỉnh Cam Túc //(姓) Cam

【甘拜下风】gānbài-xiàfēng bái phục chịu thua; chịu nhận nước lép: 您的棋实在高明，我只有~。Nước cờ của ông quả là cao, tôi chỉ có cách bái phục chịu thua.

【甘当】gāndāng<动>❶cam tâm giữ vai trò gì đó: ~敌人的走狗。Cam tâm làm tay sai

cho giặc. ❷tình nguyện làm; đành lòng: ~处
罚 đành chịu phạt

【甘居】gānjū<动>cam chịu ở (địa vị tương
đối thấp): ~中游 cam chịu ở mức trung bình

【甘苦】gānkǔ<名>❶ngọt bùi và cay đắng;
cam khổ: 同~，共患难。Đồng cam cộng
khổ/chia bùi sẻ ngọt. ❷nỗi đắng cay: 她
什么都做过，受尽~。Cô ấy làm đủ mọi
nghề, chịu mọi nỗi đắng cay.

【甘露】gānlù<名>cam lộ; mưa móc

【甘美】gānměi<形>thơm ngọt; ngọt ngào:
新疆的哈密瓜味道~。Dưa Ha-mi Tân
Cương thơm tho ngọt lịm.

【甘薯】gānshǔ<名>khoai lang

【甘甜】gāntián<形>ngọt: ~如蜜 ngọt như
mật ong

【甘心】gānxīn<动>❶cam lòng; bằng lòng:
他~受罚。Anh ấy cam tâm nhận tội. ❷thỏa
mãn: 不达目的绝不~。Không đạt được
mục đích quyết không cam lòng.

【甘休】gānxiū<动>chịu thôi; chịu đựng: 善
罢~ biết dừng và chịu thôi; 不获全胜，绝
不~。Không giành được thắng lợi trọn vẹn,
quyết không chịu thôi.

【甘于】gānyú<动>cam lòng; cam chịu: ~
牺牲个人利益 cam chịu hi sinh lợi ích cá
nhân; ~寂寞 cam chịu cuộc sống cô quạnh

【甘愿】gānyuàn<动>cam lòng; cam chịu:
~做无名英雄 cam lòng làm anh hùng vô
danh

【甘蔗】gānzhe<名>mía

【甘蔗没有两头甜】gānzhe méiyǒu liǎng tóu
tián mía chỉ ngọt một đầu; hiếm có sự suôn
sẻ trăm bề

【甘之如饴】gānzhīrúyí coi ngọt như
đường: 虽然工作很辛苦，他却~。Tuy
rằng công tác cực khổ, nhưng anh ấy vẫn
thấy ngọt ngào như đường.

肝 gān<名>gan

【肝癌】gān'ái<名>ung thư gan

【肝病】gānbìng<名>bệnh gan

【肝肠】gāncháng<名>gan ruột (thường
dùng tỉ dụ): 痛断~ đau đứt ruột đứt gan

【肝肠寸断】gāncháng-cùnduàn đứt từng
khúc ruột; vô cùng đau khổ: 听到女儿遇
难的消息，她~。Nghe tin con gái đã bị tử
nạn, chị ấy đau đứt từng khúc ruột.

【肝胆】gāndǎn<名>❶gan và mật; ví tấm
lòng thành ❷dũng cảm; can đảm: ~过人
cam đảm hơn người

【肝胆相照】gāndǎn-xiāngzhào lòng dạ
cùng soi; gan mật cùng soi

【肝功能】gāngōngnéng<名>chức năng gan

【肝火】gānhuǒ<名>nóng nảy; can hỏa: ~旺
can hỏa vượng/tính nóng nảy

【肝脑涂地】gānnǎo-túdì gan óc lầy đất;
máu chảy đầu rơi (nguyện hi sinh tính mạng
để tận trung)

【肝炎】gānyán<名>viêm gan: 慢性~ viêm
gan mãn tính

【肝硬化】gānyìnghuà<名>bệnh xơ gan

【肝脏】gānzàng<名>gan

柑 gān<名>(cây, quả) cam

【柑橘】gānjú<名>cam quýt

竿 gān<名>cái cần: 钓~ cần câu

尴 gān

【尴尬】gāngà<形>❶lúng túng; khó xử:
我从没遇到过如此~的情况。Tôi chưa
bao giờ lâm vào tình huống khó xử như
thế. ❷(thần sắc, thái độ) không tự nhiên;
ngượng ngập; gượng gạo: 气氛~ không khí
ngượng ngập

gǎn

杆 gǎn❶<名>cán; quản: 枪~ báng súng ❷
<量>dùng với vật có cán: 一~枪 một khẩu
súng

赶 gǎn❶<动>đuổi theo: 你先走，我在后面~。 Anh đi trước, tôi đuổi theo sau. ❷<动>vội; gấp; tranh thủ (không bỏ lỡ thời gian): ~任务 gấp rút hoàn thành nhiệm vụ ❸<动>đi: ~集 đi chợ ❹<动>đánh (xe, súc vật): ~驴 đánh con lừa đi ❺<动>xua đuổi: ~苍蝇 xua ruồi ❻<动>gặp (trường hợp nào đó); nhân (dịp): ~巧 vừa đúng lúc ❼<介>[口]đến lúc: ~明儿咱们也去。 Đến mai chúng mình cũng đi. //(姓) Hãn

【赶不及】 gǎnbují không kịp: 现在走还不晚，否则就~了。 Bây giờ đi vẫn chưa muộn, nếu không sẽ không kịp.

【赶不上】 gǎnbushàng❶đuổi không kịp; theo không kịp: 我的功课~他。 Sức học của tôi không theo kịp anh ấy. ❷không kịp: 我喊了一声，想要阻止他但已经~。 Tôi rú lên, định ngăn chàng nhưng không kịp. ❸không gặp; không có được: 每年春游，我总~好天气。 Hằng năm mỗi lần đi du xuân, tôi luôn gặp phải thời tiết xấu.

【赶场】 gǎncháng =【赶集】

【赶场】 gǎnchǎng<动>chạy sô (diễn viên vừa diễn xong lại đi ngay diễn ở nơi khác)

【赶超】 gǎnchāo<动>đuổi kịp và vượt qua: ~世界先进水平 đuổi kịp và vượt qua trình độ tiên tiến của thế giới

【赶潮流】 gǎn cháoliú chạy theo trào lưu; chạy theo thời thượng; chạy theo mốt

【赶车】 gǎnchē<动>❶đánh xe (do súc vật kéo) ❷bắt kịp chuyến xe: 明天一大早我们还要~。 Sớm mai chúng tôi còn phải đi cho kịp chuyến xe.

【赶到】 gǎndào❶<介>khi; đến khi: ~明儿，可就误事了。 Chờ đến ngày mai thì hỏng việc. ❷<动>đến kịp: 幸好你~，不然就糟了。 May ra anh đến kịp, không thì hỏng việc.

【赶得及】 gǎndejí kịp: 快一点，还~在吃午饭前回到学校。 Nhanh lên thì còn kịp về đến trường trước giờ ăn bữa trưa.

【赶得上】 gǎndeshàng❶theo kịp; đuổi kịp ❷kịp: 现在天色已晚，就算你走也没法~车，今晚就留在这儿吧。 Bây giờ muộn rồi, anh có về cũng không còn kịp xe, tối nay ở lại đây thôi. ❸gặp được (điều mong đợi): 我来了两三次才~这一绝妙美景。 Tôi đã đến hai ba lần mới gặp được cảnh tuyệt đẹp này.

【赶点】 gǎndiǎn<动>❶(xe, tàu…) tăng tốc cho kịp giờ ❷bắt kịp thời cơ; nắm đúng thời cơ: 晚会才开场，你算是赶上点了。 Dạ hội vừa bắt đầu, anh đến đúng giờ đấy.

【赶赴】 gǎnfù<动>vội đến ngay (một nơi nào đó): 他没吃什么东西就~现场了。 Anh không ăn uống gì mà chạy ngay đến hiện trường.

【赶工】 gǎngōng<动>đẩy nhanh tiến độ; làm gấp rút; chạy nước rút (để hoàn thành công việc đúng hoặc vượt trước thời hạn): ~建设各重点项目 đẩy nhanh tiến độ xây dựng các công trình trọng điểm

【赶活】 gǎnhuó<动>(đang) gấp rút làm xong (công việc)

【赶集】 gǎnjí<动>đi chợ: 咱们明天一块儿去~吧! Ngày mai chúng ta cùng nhau đi chợ nhé!

【赶紧】 gǎnjǐn<副>tranh thủ thời gian; mau; nhanh: ~拿水来给我洗脸! Mau lấy nước cho tôi rửa mặt!

【赶快】 gǎnkuài<副>gấp; mau mau; khẩn trương: ~离开这儿。 Mau mau đi khỏi nơi này.

【赶路】 gǎnlù<动>đi gấp (cho chóng đến nơi): 我们还得~，没时间跟你闲聊了。 Chúng tôi cần phải đi gấp, không có thì giờ chuyện phiếm với bạn.

【赶忙】 gǎnmáng<副>vội vàng; ngay: 听到

消息，我~回家。Nghe tin, tôi vội vàng trở về nhà.

【赶巧】gǎnqiǎo<副>vừa vặn; đúng lúc: 他们回到家，~父母也刚回来。Họ về tới nhà vừa đúng lúc bố mẹ cũng vừa về đến.

【赶上】gǎnshàng<动>❶bắt kịp; đuổi kịp: 警车终于~歹徒。Xe cảnh sát rốt cuộc đã đuổi kịp tên côn đồ. ❷gặp phải; vấp phải: ~困难时期 gặp phải thời buổi khó khăn ❸kịp; còn kịp: 他还没~，火车就已经启动了。Anh ấy chưa kịp lên tàu, tàu đã khởi hành rồi. ❹sánh bằng; sánh; sánh với: 你的水平都快~老师了。Trình độ của anh đã sắp sánh được với thầy rồi.

【赶时髦】gǎn shímáo chạy theo mốt; đua đòi theo trào lưu

【赶趟儿】gǎntàngr<动>[口]kịp: 你没赶上趟儿，车已经走了。Anh không tới kịp, xe đã đi rồi.

【赶早】gǎnzǎo<副>gấp rút; sớm; vội: ~离开此地 gấp rút rời khỏi nơi này

【赶走】gǎnzǒu<动>❶đánh đuổi: 把狗~。Đuổi chó. ❷đuổi ra khỏi; trục xuất: 把麻雀从稻田里~! Hãy đuổi đàn chim sẻ ra khỏi ruộng lúa này!

敢 gǎn ❶<形>can đảm; có dũng khí: 勇~ dũng cảm ❷<动>dám: ~做 dám làm ❸<动>(trợ động từ) dám; chắc (không chắc chắn): 飞机能否准时起飞，谁也不~说。Máy bay liệu có thể cất cánh đúng giờ hay không, chẳng ai dám chắc. ❹<动>[书](lời khiêm tốn) dám: ~问 xin hỏi ❺<副>[方]không ngoài; chắc rằng; e rằng là; có lẽ là // (姓)Cảm

【敢情】gǎnqing<副>[方]❶hóa ra ❷chắc là

【敢于】gǎnyú<动>dám: ~斗争 dám đấu tranh

【敢作敢为】gǎnzuò-gǎnwéi dám nghĩ dám làm

感 gǎn ❶<动>cảm thấy: 他~到自己错了。Anh ấy cảm thấy mình đã sai. ❷<动>cảm động: ~人肺腑 xúc động lòng người ❸<动>cảm ơn: ~谢 cảm ơn ❹<动>(đông y) cảm; cảm lạnh: 外~内伤 ngoại cảm nội thương ❺<名>cảm giác; tình cảm; cảm tưởng: 成就~ cảm giác thành công ❻<动>(phim, giấy ảnh) tiếp xúc ánh sáng mà có sự biến đổi: ~光 cảm quang

【感触】gǎnchù<名>cảm xúc: 他用诗歌来表现自己的~。Anh tìm cách thể hiện những cảm xúc của mình bằng những bài thơ.

【感到】gǎndào<动>cảm thấy; thấy: 这令人~突然。Điều đó làm cho người ta cảm thấy đột ngột.

【感动】gǎndòng❶<形>cảm động: 正是这一点让我非常~。Chính điều này làm tôi hết sức cảm động. ❷<动>làm xúc động; làm cảm động: 这位残疾人自立创业的事迹~了大家。Sự tích tự lập sáng nghiệp của người khuyết tật này đã làm cảm động mọi người.

【感恩】gǎn'ēn<动>cảm ơn; cảm kích: ~图报 cảm ơn và tìm cách báo đáp

【感恩节】Gǎn'ēn Jié<名>Ngày lễ Tạ ơn (ở Mĩ là thứ năm của tuần thứ tư tháng 11)

【感官】gǎnguān<名>giác quan: 他看电影是要追求~刺激。Anh ấy xem phim để kích thích giác quan.

【感光】gǎnguāng<动>(phim, ảnh...) cảm quang: ~纸 giấy cảm quang

【感化】gǎnhuà<动>cảm hóa: 老师的关怀~了我，影响了我的一生。Sự quan tâm của thầy đã cảm hóa tôi, ảnh hưởng suốt cuộc đời tôi.

【感怀】gǎnhuái<动>cảm hoài; hoài niệm cảm thương: ~故国 cảm hoài cố quốc

【感激】gǎnjī<动>cảm kích; cảm ơn: 我非

常~大家对我的帮助。Tôi rất cảm kích sự giúp đỡ của mọi người đã dành cho tôi.

【感觉】gǎnjué❶<名>cảm giác: 一种绝妙无比的~ một cảm giác vô cùng tuyệt diệu ❷<动>cảm thấy: 迎面的晚风让她~到几许凉意。Cơn gió đêm thổi thốc vào mặt làm cho cô ấy cảm thấy hơi lành lạnh. ❸<动>nhận thấy; thấy: 我~心里七上八下的。Tôi nhận thấy lòng mình bắt đầu hồi hộp xao xuyến.

【感慨】gǎnkǎi<动>cảm khái (cảm động và than thở): 途中与一故人不期而遇，心里~万千。Không hẹn mà gặp một cố nhân giữa đường, trong lòng cứ xúc động xôn xao.

【感冒】gǎnmào❶<名>bệnh cảm sốt; bệnh cúm: 他得的是流行性~。Anh ấy mắc bệnh cảm cúm. ❷<动>bị cảm: 我~了，有点发烧。Tôi bị cảm rồi, người sốt nhẹ. ❸<动>[口]quan tâm; yêu thích; ưa thích: 她喜欢喜剧片，对功夫片不~。Cô ấy thích phim hài, không thích phim chưởng.

【感情】gǎnqíng<名>❶cảm tình; lòng yêu mến: 个人~ cảm tình cá nhân ❷tình cảm yêu mến: 对家乡的深厚~让我们觉得家乡的一切都很美。Tình cảm yêu quê hương đằm thắm khiến ta cảm thấy mọi thứ ở quê mình đều rất đẹp.

【感情色彩】gǎnqíng sècǎi sắc màu cảm xúc; sắc thái tình cảm

【感情用事】gǎnqíng yòngshì làm việc theo cảm tình riêng: 你这样~, 于事无补。Bạn làm việc theo cảm tình như thế không có lợi cho công việc.

【感染】gǎnrǎn<动>❶bị nhiễm: 病人因~而发烧。Bệnh nhân sốt cao vì bị viêm nhiễm. ❷truyền cảm: 他唱得不是很好，声音粗哑，但却很有~力。Anh ấy hát không hay lắm, giọng khàn khàn nhưng rất truyền cảm.

【感人】gǎnrén<形>khiến người ta cảm

động: 言辞恳切，~肺腑。Ngôn từ tha thiết làm cảm động lòng người.

【感人至深】gǎnrénzhìshēn khiến người ta cảm động sâu sắc

【感伤】gǎnshāng<形>cảm xúc đau thương; thương cảm: 他的作品~情调太重。Tác phẩm của anh ấy thấm đậm thương cảm.

【感受】gǎnshòu❶<动>tiếp nhận; cảm nhận: ~到亲人的关怀 cảm nhận được sự quan tâm của người thân ❷<名>cảm nhận; cảm thụ

【感叹】gǎntàn<动>cảm thán; than

【感同身受】gǎntóngshēnshòu có cảm giác như mình từng trải: 对于你的遭遇，我~。Đối với cảnh ngộ của bạn, tôi cũng có cảm giác như mình từng trải.

【感悟】gǎnwù<动>hiểu ra được; cảm ngộ: 他终于~到了生命的价值。Rốt cuộc anh ấy đã cảm nhận được giá trị của tính mạng.

【感想】gǎnxiǎng<名>cảm tưởng; cảm nghĩ: 发表个人~ phát biểu cảm tưởng cá nhân

【感谢】gǎnxiè<动>cảm tạ; cảm ơn: ~所有人的关心 cảm ơn sự quan tâm của tất cả mọi người

【感性】gǎnxìng<形>cảm tính: ~认识 nhận thức cảm tính; ~的决定 những quyết định mang tính chủ quan

【感言】gǎnyán<名>lời cảm nghĩ: 建厂十五周年~ phát biểu cảm tưởng nhân 15 năm thành lập nhà máy

【感应】gǎnyìng<动>❶(电) cảm ứng: 电磁~现象 hiện tượng cảm ứng điện từ ❷cảm ứng: ~开关 công tắc cảm ứng

【感召】gǎnzhào<动>cảm hóa và kêu gọi: 在政策的~下，敌军纷纷投降。Dưới sự cảm hóa của chính sách, quân địch lũ lượt kéo nhau đầu hàng.

【感知】gǎnzhī❶<名>cảm thức; sự cảm nhận ❷<动>cảm biết; cảm nhận: ~大自然

G

的律动 cảm nhận giai điệu thiên nhiên

橄 gǎn

【橄榄】 gǎnlǎn<名>❶cây trám ❷quả trám ❸cây ô liu

擀 gǎn<动>❶cán: ~面 cán bột mì ❷[方]lau kī: 灰墙抹好再~一遍。Bức tường trát vừa xong láng một lượt cho nhẵn.

【擀面杖】 gǎnmiànzhàng<名>chày cán bột

gàn

干¹ gàn<名>❶cán; thân: 树~ thân cây ❷cán bộ: ~群关系 quan hệ giữa cán bộ với quần chúng

干² gàn❶<动>làm: 埋头苦~ cặm cụi làm việc ❷<形>có năng lực; giỏi giang: 精~ (con người) rất có khả năng ❸<动>đảm nhiệm; làm: 他~过厂长。Ông ấy từng làm giám đốc nhà máy. ❹<动>[方]hỏng; xấu đi: 要~ sắp hỏng rồi

另见 gān

【干部】 gànbù<名>cán bộ: 市场管理~ cán bộ quản lí thị trường

【干道】 gàndào<名>tuyến đường chính

【干掉】 gàndiào<动>[口]tiêu diệt; trừ khử

【干活】 gànhuó<动>làm việc; lao động; công tác

【干架】 gànjià<动>[方]cãi nhau; đánh nhau

【干将】 gànjiàng<名>người có năng lực hoặc dám làm: 一员~ một người năng nổ

【干劲】 gànjìn<名>lòng hăng hái: 我喜欢年轻人的那股~。Tôi thích tinh thần hăng hái của tuổi trẻ.

【干劲十足】 gànjìn-shízú đầy lòng hăng hái

【干警】 gànjǐng<名>(gọi chung) cán bộ và cảnh sát (trong các ngành công an, kiểm sát và tòa án, cũng phiếm chỉ cảnh sát)

【干练】 gànliàn<形>năng nổ; dày dạn; có

năng lực và kinh nghiệm: 新来的主任精明~。Vị chủ nhiệm mới nhậm chức rất năng nổ và dày dạn kinh nghiệm.

【干群关系】 gànqún guānxì mối quan hệ giữa cán bộ và quần chúng

【干什么】 gàn shénme làm gì

【干事】 gànshi<名>cán sự (người chuyên trách một sự vụ cụ thể): 世贸组织副总~ phó tổng cán sự Tổ chức Thương mại thế giới

【干细胞】 gànxìbāo<名>❶tế bào gốc ❷đặc chỉ tế bào gốc tạo máu

【干线】 gànxiàn<名>tuyến chính; đường trục; đường ống (dẫn nước, dẫn dầu) chính

赣 Gàn<名>tên gọi tắt của tỉnh Giang Tây

gāng

冈 gāng<名>đồi: 山~ đồi núi

【冈峦】 gāngluán<名>núi đồi trùng điệp: ~起伏 đồi núi nhấp nhô

扛 gāng<动>❶[书](hai tay) nâng; nhấc: 力能~鼎 sức nâng được đỉnh ❷[方]khiêng (đồ vật)

另见 káng

刚¹ gāng<形>cứng rắn; kiên cường: 他性情太~。Tính nó quá cương. //(姓)Cương

刚² gāng<副>❶vừa vặn: 不大不小, ~合适。Không to không nhỏ, vừa khớp. ❷chỉ có; vừa đủ để: 清早出发的时候天还很黑, ~能看出前面的人的背包。Sáng sớm lên đường trời còn rất tối, chỉ có thể thấy ba lô của người đi trước. ❸vừa; mới: 他~从省里回来。Anh ta vừa ở tỉnh về. ❹(kết hợp với "就") vừa...đã...: ~过中秋, 天气就渐渐凉下来了。Vừa qua tết Trung thu là khí trời đã dần dần trở nên mát lạnh.

【刚愎自用】 gāngbì-zìyòng bảo thủ cố chấp; độc đoán

【刚才】gāngcái<名>vừa rồi: 他刚才不回答我的问题，而只是笑。Anh ấy không trả lời câu hỏi vừa rồi của tôi mà chỉ cười.

【刚刚】gānggāng<副>vừa; vừa vặn; vừa mới: 不多不少，~十公斤。Không nhiều không ít, vừa đủ 10 kg.

【刚好】gānghǎo❶<形>vừa vặn; vừa khít; vừa đẹp: 这套衣服很漂亮，尺寸也~。Bộ quần áo này đẹp quá mà vận lên cũng vừa với khổ người. ❷<副>vừa khéo: ~两人都学美术，就把他们编到了一个组。Vừa khéo, cả hai cùng học mĩ thuật, nên đã biên chế vào cùng một tổ.

【刚劲】gāngjìng<形>mạnh mẽ: 笔力~ nét bút rắn rỏi

【刚劲有力】gāngjìng-yǒulì mạnh mẽ khỏe khoắn

【刚烈】gāngliè<形>rắn rỏi khí khái: 禀性~ bản tính rắn rỏi khí khái

【刚强】gāngqiáng<形>(tính cách, ý chí...) kiên cường (không sợ khó, không khuất phục): 意志~ ý chí kiên cường

【刚巧】gāngqiǎo<副>vừa vặn; ngẫu nhiên; vô tình; may mắn

【刚柔并济】gāngróu-bìngjì cương nhu phối hợp; rắn mềm bổ sung cho nhau

【刚性】gāngxìng❶<名>tính cương trực ❷<形>cương tính; những điều quy định dứt khoát

【刚毅】gāngyì<形>cương nghị: ~的性格 tính cách cương nghị

【刚正不阿】gāngzhèng-bù'ē cương trực công chính; không a dua nịnh bợ: 为人~ tính tình cương trực công chính

【刚直】gāngzhí<形>cương trực: 品性~ tính cách cương trực

肛 gāng<名>hậu môn

【肛门】gāngmén<名>hậu môn

纲 gāng<名>❶cương; giềng (của lưới) ❷bộ phận chủ yếu: 提~挈领 nêu bật nét chính; 大~ đại cương ❸lớp (sinh vật học phân loại, dưới ngành) ❹đoàn; đội (vận chuyển hàng hóa thời xưa): 花石~ đoàn chở đá hoa

【纲领】gānglǐng<名>❶cương lĩnh: 政治~ cương lĩnh chính trị; 全体成员都牢记着自己的行动~。Toàn thể thành viên đều ghi nhớ cương lĩnh hành động của mình. ❷nguyên tắc có tác dụng chỉ đạo

【纲目】gāngmù<名>cương mục (nét lớn và mục nhỏ): 《医学~》Cương mục y học

【纲要】gāngyào<名>❶đề cương: 就创作~交流意见 trao đổi ý kiến về đề cương sáng tác ❷cương yếu; khái yếu: 战略构建~ cương yếu xây dựng chiến lược

钢 gāng<名>thép

【钢板】gāngbǎn<名>❶tấm thép ❷nhíp giảm xóc trên ô tô ❸bảng thép (dùng để kê viết giấy nến)

【钢笔】gāngbǐ<名>bút máy

【钢材】gāngcái<名>vật liệu thép

【钢厂】gāngchǎng<名>nhà máy gang thép

【钢尺】gāngchǐ<名>thước cuộn bằng thép

【钢窗】gāngchuāng<名>cửa sổ thép

【钢管】gāngguǎn<名>ống thép

【钢管舞】gāngguǎnwǔ<名>điệu múa cột

【钢轨】gāngguǐ<名>đường ray; ray thép (có mặt cắt hình chữ I)

【钢化】gānghuà<动>thép hóa (gia công thủy tinh tăng độ cứng bằng cách đem thủy tinh vào gia nhiệt cho đến khi gần mềm thì nhanh chóng làm lạnh đều): ~玻璃 thủy tinh công nghiệp/kính không vỡ

【钢筋】gāngjīn<名>cốt thép

【钢筋混凝土】gāngjīn hùnníngtǔ bê tông cốt thép

【钢精】gāngjīng<名>nhôm: ~锅 nồi nhôm

【钢盔】gāngkuī<名>mũ sắt

【钢瓶】gāngpíng<名>bình sắt; bình thép

(chứa ô xi cao áp, ga, khí hóa lỏng...)

【钢琴】gāngqín<名>pi-a-nô

【钢丝】gāngsī<名>dây thép

【钢铁】gāngtiě❶<名>gang thép (sắt thép nói chung, cũng có thể chỉ riêng thép): 粮食和~对一个国家来说是非常重要的。Lương thực và sắt thép là hai thứ vô cùng quan trọng đối với một quốc gia. ❷<形>kiên cường: ~战士 chiến sĩ kiên cường

【钢印】gāngyìn<名>❶con dấu in nổi (bằng kim loại) ❷hình dấu nổi

【钢渣】gāngzhā<名>cặn thép; xỉ thép

【钢珠】gāngzhū<名>bi thép; bi

【钢柱】gāngzhù<名>cột thép

缸 gāng<名>❶cóng; liễn; ang; vò (sứ, thủy tinh, sành): 水~ cóng nước ❷sành; gốm: ~盆 chậu sành ❸vật có hình vại: 汽~ xi lanh

【缸子】gāngzi<名>ca; lọ: 搪瓷~ cốc sứ

gǎng

岗 gǎng<名>❶đồi: 土~子 đồi đất ❷lằn; hằn (vết hằn nổi): 进村口的路上有道~子。Con đường đầu thôn có vết lằn. ❸cương vị; trạm gác: 三步一~, 五步一哨。Cứ vài ba bước lại có một chòi canh vọng gác. ❹cương vị: 在~ đang tại chức //(姓) Cương

【岗哨】gǎngshào<名>❶trạm gác; vọng gác ❷người đứng gác

【岗亭】gǎngtíng<名>trạm gác; bốt gác

【岗位】gǎngwèi<名>❶vị trí gác ❷cương vị: 每个~都有不同的任务。Mỗi cương vị có một nhiệm vụ riêng.

港 gǎng❶<名>vịnh cảng; cảng: ~口 bến cảng ❷<名>cảng hàng không; sân bay: 空~ cảng hàng không ❸<名>nhánh sông (thường dùng làm tên sông): 江山~ Cảng Giang Sơn ❹(Gǎng)<名>tên gọi tắt của Hồng Kông: ~姐 hoa khôi Hồng Kông ❺<形>

[口]mang đặc sắc Hồng Kông: ~味十足 đậm nét Hồng Kông //(姓) Cảng

【港澳台】Gǎng-Ào-Tái<名>khu vực Hồng Kông, Ma-cao và Đài Loan

【港币】gǎngbì<名>tiền Hồng Kông; đô-la Hồng Kông

【港口】gǎngkǒu<名>cửa cảng; bến cảng: 他到~时，已经有很多游船停在那里了。Khi anh đến bến cảng, đã có nhiều du thuyền đậu ở đó.

【港人治港】Gǎngrén zhì Gǎng người Hồng Kông tự quản lí Hồng Kông

【港商】gǎngshāng<名>thương nhân Hồng Kông; thương gia Hồng Kông

【港湾】gǎngwān<名>vịnh cảng

【港务】gǎngwù<名>cảng vụ

gàng

杠 gàng❶<名>gậy; đòn: 顶门~ gậy chống cửa ❷<名>xà: 高低~ xà lệch ❸<名>cọc (linh kiện có hình cái gậy): 丝~ cọc tơ ❹<名>đòn ma (khênh quan tài) ❺<名>gạch thẳng (đánh dấu): 少先队大队长的标志上有三道~。Tiêu chí cầu vai của đại đội trưởng Đội thiếu niên tiền phong là 3 gạch thẳng. ❻<动>gạch: 这段文字下~了一道红线。Đoạn này đã được gạch đỏ. ❼<名>ví một tiêu chuẩn nhất định

【杠杆】gànggǎn<名>❶đòn bẩy ❷ví sự vật hoặc sức mạnh có tác dụng cân bằng hoặc điều tiết: 经济~ đòn bẩy kinh tế

【杠杆原理】gànggǎn yuánlǐ nguyên lí đòn bẩy

【杠铃】gànglíng<名>tạ đĩa (thể thao)

gāo

高 gāo❶<形>cao: ~峰 ngọn cao ❷<形>cao

(trên mức bình thường): ~速公路 đường cao tốc ❸<形>(cấp độ) cao: ~校 trường đại học và cao đẳng ❹<名>(độ) cao: 塔~二十米 tháp cao 20 mét ❺<名>đường cao(hình học) ❻<形>lời kính trọng (nói về kiến thức, ngôn luận của người khác): ~见 lẽ chí phải ❼<形>trong gốc axít hoặc hợp chất so với gốc axít tiêu chuẩn nhiều hơn một nguyên tử ô-xy: ~锰酸钾 kali permanganat //(姓) Cao

【高矮】gāo'ǎi<名>độ cao: 这两个孩子一般~。Hai đứa bé chiều cao bằng nhau.

【高昂】gāo'áng❶<动>vươn cao; ngẩng cao: 他~着头，瞪大眼睛看着我。Nó ngẩng đầu, mở to mắt nhìn tôi. ❷<形>(âm thanh, tình cảm) vang dậy; cao: 斗志~ tinh thần cao ❸<形>(giá cả) cao; đắt: 价格~ giá cả rất đắt

【高傲】gāo'ào<形>cao ngạo; kiêu căng: 他很~。Anh ta rất kiêu ngạo.

【高保真】gāobǎozhēn độ nét cao

【高倍】gāobèi<形>bội số cao: ~放大镜 kính phóng đại bội số cao

【高标准】gāobiāozhǔn tiêu chuẩn cao

【高不成，低不就】gāo bù chéng, dī bù jiù cao không tới, thấp không ưng

【高不可攀】gāobùkěpān cao không với tới

【高才生】gāocáishēng<名>học sinh giỏi: 他是北京大学的~。Anh ấy là sinh viên xuất sắc của Trường đại học Bắc Kinh.

【高层】gāocéng❶<名>cao tầng: 我家住~。Tôi ở nhà cao tầng. ❷<形>nhiều tầng (thông thường chỉ hơn 10 tầng): ~住宅 nhà ở nhiều tầng ❸<形>cấp cao; tầng lớp trên: ~岗位 cương vị cấp cao ❹<名>nhân vật hoặc bộ môn cấp bậc cao: 两国~已有交往。Lãnh đạo cấp cao hai nước đã có sự đi lại với nhau.

【高产】gāochǎn❶<形>cao sản; sản lượng cao: 这次成功试验，将促进~稻种的面世。Thí nghiệm thành công lần này sẽ thúc đẩy sự ra đời của một giống lúa sản lượng cao. ❷<名>sản lượng cao: 这些新产品可取得~，同时质量上乘。Các sản phẩm mới này có thể đạt sản lượng cao mà chất lượng tốt.

【高唱】gāochàng<动>❶hát vang; cất giọng hát: 他们~着国际歌。Họ hát vang bài Quốc tế ca. ❷la hét; hét inh ỏi: 他们一面~"和平"，一面疯狂备战。Họ vừa hò hét "hòa bình" vừa cuồng nhiệt chuẩn bị chiến tranh.

【高超】gāochāo<形>cao siêu: ~的技艺 kĩ nghệ cao siêu

【高潮】gāocháo<名>❶mực nước triều cao nhất ❷cao trào; giai đoạn phát triển cao ❸cao trào; đỉnh cao (đỉnh cao của sự phát triển mâu thuẫn trong tiểu thuyết, kịch, phim)

【高处】gāochù<名>điểm cao

【高处不胜寒】gāochù bù shèng hán đứng ở nơi cao không chịu nổi giá lạnh; ví những người có tài năng có tu dưỡng cao mà thường bị người khác lánh xa mà cảm thấy lẻ loi

【高纯度】gāochúndù độ tinh khiết cao

【高大】gāodà<形>❶cao lớn; cao to: ~的身影 bóng dáng cao to ❷(tuổi) cao

【高蛋白】gāodànbái<名>hàm lượng protein cao

【高档】gāodàng<形>cao cấp; hạng sang: ~化妆品 mĩ phẩm cao cấp

【高等】gāoděng<形>❶cao đẳng; cao cấp: ~物理 vật lí cao cấp ❷(trường) đại học: ~教育 giáo dục đại học

【高低】gāodī❶<名>(mức) cao thấp; độ cao: 这两座山~不同。Độ cao của hai ngọn núi này khác nhau. ❷<名>hơn kém; cao thấp:

G

今天我要和你在赛场上见个~。Hôm nay chúng ta sẽ so độ hơn kém trên sân đua. ❸ <名>nông sâu; nặng nhẹ: 不知~ không biết nông sâu ❹<副>bất luận thế nào: 明天一早，~一定走。Bất luận thế nào sáng mai nhất định đi. ❺<副>[方]cuối cùng; rốt cuộc: 不管怎样，您的梦~是个好梦！Rốt cuộc thì giấc mộng của anh vẫn là giấc mộng lành!

【高低杠】gāodīgàng<名>[体育]❶xà lệch (dụng cụ thể dục) ❷môn xà lệch (hạng mục thi đấu)

【高地】gāodì<名>điểm cao (chỗ đất cao, trong quân sự chỉ vị trí cao có lợi thế khống chế xung quanh): 占领无名~ chiếm lĩnh cao điểm vô danh

【高调】gāodiào❶<名>cao giọng; ví nói phách nói tướng, thoát li thực tế: 少唱~, 多办实事。Ít nói phách nói suông, cố gắng làm những việc thiết thực. ❷<形>cấp tiến mà nói toạc ra

【高度】gāodù❶<名>độ cao: 飞行~ độ cao bay ❷<形>cao: ~的劳动热情 nhiệt tình lao động cao

【高端】gāoduān❶<形>cao cấp; tầng cao: ~对话深化区域合作。Đối thoại tầng cao đi sâu hợp tác khu vực. ❷<名>quan chức hoặc người phụ trách tầng cao

【高额】gāo'é<形>kếch xù; lớn; khổng lồ: ~利润 món lãi kếch xù

【高尔夫球】gāo'ěrfūqiú❶môn gôn; golf: ~场 sân gôn ❷quả bóng gôn

【高发】gāofā<形>ti lệ phát bệnh cao: 食道癌~地区 khu vực mắc bệnh ung thư thực quản ti lệ cao

【高分】gāofēn<名>điểm cao: ~低能 điểm thi cao mà năng lực kém

【高分辨率】gāofēnbiànlù độ phân biệt cao

【高分子】gāofēnzǐ<名>cao phân tử

【高风亮节】gāofēng-liàngjié cao thượng kiên trinh; phẩm cách cao thượng; khí tiết kiên trinh

【高风险】gāofēngxiǎn rủi ro cao

【高峰】gāofēng<名>❶đỉnh núi cao ❷đỉnh cao; cao điểm: ~期 giờ cao điểm ❸người đứng đầu: ~会议 hội nghị thượng đỉnh

【高干】gāogàn<名>cán bộ cấp cao; cán bộ nòng cốt: ~住宅区 khu nhà ở của cán bộ cấp cao

【高高在上】gāogāo-zàishàng vòi vọi trên cao; ở tít trên cao

【高歌】gāogē<动>cao giọng hát; ca vang: ~猛进 cất cao tiếng hát, hăng hái tiến lên

【高跟儿鞋】gāogēnrxié<名>giày cao gót

【高工】gāogōng<名>công trình sư cao cấp

【高估】gāogū<动>đánh giá quá cao

【高官】gāoguān<名>quan lớn; quan to

【高官厚禄】gāoguān-hòulù quan to lộc hậu; quyền cao lộc hậu

【高贵】gāoguì<形>❶cao cả: 那是对歌手最~的称号。Đó là danh hiệu cao quý nhất của người ca sĩ. ❷quý giá; sang trọng: 她穿着~的服饰 Cô ấy mặc một bộ quần áo sang trọng. ❸cao sang: 我对面站着一位~的妇人。Một người đàn bà cao sang đứng đối diện với tôi.

【高喊】gāohǎn<动>gào to; thét to

【高呼】gāohū<动>hô to: 游行的人~口号。Đoàn người biểu tình hô to khẩu hiệu.

【高级】gāojí<形>❶cao cấp: ~官员 quan chức cao cấp; ~跑车 xe đua cao cấp ❷chất lượng cao

【高技术】gāojìshù kĩ thuật cao; công nghệ cao

【高价】gāojià<名>giá cao: ~收买 mua với giá cao

【高架桥】gāojiàqiáo<名>cầu vượt; cầu cạn

【高检】gāojiǎn<名>viện kiểm sát nhân dân

cấp cao

【高见】gāojiàn<名>lẽ chí phải; cao kiến: 真是~ thật là lẽ chí phải

【高脚杯】gāojiǎobēi<名>cốc đế cao; li đế cao

【高教】gāojiào<名>giáo dục đại học và cao đẳng

【高洁】gāojié<形>cao khiết; trong sáng cao thượng: 神圣而~的爱情 tình yêu thiêng liêng và cao khiết

【高精尖】gāo-jīng-jiān tinh vi: ~产品 sản phẩm tinh vi

【高就】gāojiù<动>(lời kính trọng) làm việc; nhậm chức: 您在何处~? Ông làm việc ở đâu?

【高举】gāojǔ<动>giơ cao; giương cao: ~双手 giơ cao hai tay

【高亢】gāokàng<形>❶(âm thanh) cao vang; vang vang: 他的歌声~悠远。Tiếng hát của anh ấy cao vang và vọng xa. ❷(địa thế) cao: 计划平整五十亩~地 dự định san bằng 50 mẫu đất có địa thế cao ❸[书]cao ngạo; kiêu ngạo: 神态~ vẻ cao ngạo

【高考】gāokǎo<名>cuộc thi tuyển sinh đại học và cao đẳng: ~放榜 cho ra kết quả kì thi tuyển sinh đại học và cao đẳng

【高科技】gāokējì<名>khoa học kĩ thuật cao; khoa học công nghệ cao

【高空】gāokōng<名>tầng không gian cao: 仰望~ ngước nhìn bầu trời cao

【高空作业】gāokōng zuòyè tác nghiệp trên cao; làm việc trên cao

【高丽参】gāolíshēn<名>sâm cao li

【高利】gāolì<名>lãi nặng; lãi suất cao: ~吸储 thu hút khoản gửi tiết kiệm với lãi suất cao

【高利贷】gāolìdài<名>cho vay nặng lãi

【高利率】gāolìlǜ<名>lãi suất cao

【高粱】gāoliang<名>❶cây cao lương ❷hạt cao lương

【高龄】gāolíng❶<名>(lời kính trọng nói tuổi người già, thường trên bảy tám mươi) tuổi hạc; tuổi thọ: 爷爷已是80多岁的~。Cụ đã thọ trên 80. ❷<形>có tuổi; cao tuổi (so với tiêu chuẩn thông thường): 病人是一位~产妇。Bệnh nhân là một sản phụ có tuổi.

【高楼】gāolóu<名>nhà cao tầng; cao ốc

【高炉】gāolú<名>lò cao

【高论】gāolùn<名>lời bàn cao kiến

【高帽】gāomào<名>mũ cao; ví lời nịnh hót

【高妙】gāomiào<形>khéo léo; giỏi giang: 斗牛士的技术真是~! Kĩ thuật của người đấu bò thật là tuyệt vời!

【高明】gāomíng❶<形>(kiến giải, kĩ năng) cao siêu: 他手艺~, 做出来的东西从不重样。Tay nghề của ông ta thật cao siêu, mấy thứ làm ra không cái nào giống cái nào. ❷<名>người tài giỏi: 你另请~吧, 我不干了! Anh đi mà tìm người tài giỏi hơn, tôi không làm nữa!

【高难】gāonán<形>cực khó; rất khó: 这首~歌曲我唱不来。Bài hát này cực khó, tôi không hát được.

【高能耗】gāonénghào tiêu thụ năng lượng cao

【高攀】gāopān<动>❶chơi trèo; với cao (kết thân với người sang, có địa vị xã hội cao hơn mình, thường dùng trong lời nói khách sáo): ~不起 không dám chơi trèo ❷ví giá cả, số lượng tăng lên mạnh

【高朋满座】gāopéng-mǎnzuò đông đủ các vị khách quý; đông khách

【高频】gāopín❶<形>cao tần; tần số cao: ~电流 dòng điện cao tần ❷<名>thông thường chỉ tần số sóng điện vô tuyến ❸<名>tần số trong phạm vi 3~30 triệu Hz trong vô tuyến điện

G

【高强】gāoqiáng〈形〉(võ nghệ) cao cường: 在武馆比武时，谁的武艺~谁就能赢。Khi thi đấu ở võ đường, ai võ nghệ cao cường là người đó thắng.

【高强度】gāoqiángdù cường độ cao

【高清晰】gāoqīngxī độ nét cao

【高人】gāorén〈名〉❶[书]cao sĩ ❷người có học thuật, kĩ năng hoặc địa vị cao; cao nhân

【高人一等】gāorényīděng hơn người ta một bậc

【高僧】gāosēng〈名〉cao tăng: 得道~ cao tăng đắc đạo

【高山】gāoshān〈名〉cao sơn; núi cao: ~流水 dòng chảy trên núi cao

【高尚】gāoshàng〈形〉❶(đạo đức) cao thượng: 道德~ đạo đức cao thượng ❷những việc làm chính đáng, có ích

【高烧】gāoshāo〈名〉sốt cao: 他在发~。Anh ấy đang bị sốt cao.

【高深】gāoshēn〈形〉uyên thâm; cao thâm; cao xa; sâu xa; thâm thúy: ~的学问 học vấn uyên thâm

【高升】gāoshēng〈动〉(chức vụ) lên cao: 步步~ thăng quan tiến chức

【高视阔步】gāoshì-kuòbù hãnh diện; tự cao; ngạo mạn

【高收入】gāoshōurù〈名〉thu nhập cao

【高手】gāoshǒu〈名〉cao thủ; người tài giỏi: 想要复原这幅画，恐怕得有绝世~才行。Muốn phục nguyên bức tranh này, e phải có người tài giỏi mới làm được.

【高寿】gāoshòu❶〈形〉sống lâu; thọ ❷〈名〉(lời kính trọng, dùng để hỏi tuổi người già) tuổi thọ: 您~啦? Ông thọ bao nhiêu ạ?

【高水位】gāoshuǐwèi〈名〉mực nước cao

【高耸】gāosǒng〈动〉cao vút: 路两旁~的大树 hai hàng cây cao vút bên đường

【高耸入云】gāosǒngrùyún cao vút lên tầng mây

【高速】gāosù〈形〉tốc độ cao; cao tốc

【高抬贵手】gāotái-guìshǒu (lời khách sáo) xin ngài nương tay; kính mong lượng thứ; mong được thông cảm

【高谈阔论】gāotán-kuòlùn cao đàm khoát luận; nói trên trời dưới bể; bàn luận cao xa viển vông

【高汤】gāotāng〈名〉nước dùng; nước xuýt: 用~做酸菜鱼 dùng nước xuýt nấu món cá dưa chua

【高堂】gāotáng〈名〉❶nhà cao; đại sảnh ❷[书]cao đường (bố mẹ)

【高挑儿】gāotiǎor〈形〉[口](vóc người) dong dỏng: ~身材 vóc người dong dỏng

【高铁】gāotiě〈名〉đường sắt cao tốc

【高筒靴】gāotǒngxuē〈名〉ủng; ủng không thấm nước

【高徒】gāotú〈名〉trò giỏi; học trò xuất sắc: 严师出~ thầy nghiêm thì trò giỏi

【高危】gāowēi〈形〉nguy cơ cao; độ rủi cao: ~行业 các ngành nghề có độ rủi ro cao

【高温】gāowēn〈名〉nhiệt độ cao

【高下】gāoxià〈名〉trên dưới; tốt xấu; cao thấp (dùng để so sánh trình độ đôi bên): 有胆量就出来与我大战几个回合分个~。Nếu giỏi thì bước ra ngoài đánh với tôi vài hiệp cho rõ cao thấp.

【高消费】gāoxiāofèi tiêu dùng cao: ~人群 nhóm người tiêu dùng cao

【高效】gāoxiào〈形〉hiệu suất cao; tính năng mạnh: ~洗衣粉 bột giặt hiệu quả cao

【高新技术】gāoxīn jìshù công nghệ cao và mới

【高新区】gāoxīnqū〈名〉khu công nghệ cao và mới

【高薪】gāoxīn〈名〉lương cao: 他找到了~工作，只是有点辛苦罢了。Nó tìm được công việc lương cao, chỉ hơi vất vả thôi.

【高兴】gāoxìng❶〈形〉vui vẻ; vui mừng: 见

到您很~。Rất vui mừng được gặp ông. ❷
<动>thích; thích thú

【高性能】gāoxìngnéng tính năng cao

【高血糖】gāoxuètáng<名>đường huyết cao

【高血压】gāoxuèyā<名>cao huyết áp

【高压】gāoyā❶<名>cao áp; áp suất cao: ~
锅 nồi áp suất ❷<名>điện áp cao ❸<名>áp
lực của máu đối với huyết quản khi tim co
bóp ❹<形>áp bức tàn khốc; đè nén cực độ:
~手段 thủ đoạn áp bức tàn khốc

【高压电】gāoyādiàn<名>điện cao áp; điện
cao thế

【高压线】gāoyāxiàn<名>đường dây cao áp;
dây điện cao thế

【高雅】gāoyǎ<形>cao nhã; cao thượng: 举
止~ cách cư xử cao nhã/cách cư xử thanh
lịch

【高盐】gāoyán<名>lượng muối cao; mặn:
避免~食品 tránh ăn đồ mặn

【高腰裤】gāoyāokù<名>quần cạp eo cao

【高音】gāoyīn<名>giọng cao: 男~ giọng
nam cao

【高原】gāoyuán<名>cao nguyên: ~的寒冷
使得人们早早睡下了。Cái lạnh của cao
nguyên đã khiến mọi người sớm chìm trong
giấc ngủ.

【高远】gāoyuǎn<形>cao xa: 志存~，心怀
天下。Theo đuổi những lí tưởng và khát
vọng cao cả.

【高院】gāoyuàn<名>tòa án cấp cao

【高瞻远瞩】gāozhān-yuǎnzhǔ nhìn xa
trông rộng

【高涨】gāozhǎng❶<动>(vật giá, mức
nước) tăng nhanh; tăng vọt; dâng cao: 物价
~ vật giá tăng vọt ❷<形>(phong trào, tinh
thần khí thế) hăng say

【高招】gāozhāo<名>biện pháp hay; mưu kế
hay: 这次你又有什么~? Lần này anh lại
có giải pháp gì cao siêu?

【高枕无忧】gāozhěn-wúyōu ngủ yên vô
lo; không lo lắng

【高脂肪】gāozhīfáng<名>chất béo nhiều;
độ mỡ cao

【高职】gāozhí<名>❶chức vụ cao; chức
danh cao ❷trường cao đẳng dạy nghề
❸ngành dạy nghề cao đẳng

【高中】gāozhōng<名>trường trung học phổ
thông

【高姿态】gāozītài<名>tư thế cao, đàng
hoàng (với mình nghiêm khắc, với người thì
khoan dung, rộng lượng): 你要表现出~,
不要和他计较。Cậu phải tỏ ra cao thượng,
đừng chấp nhặt với nó.

羔 gāo<名>dê (cừu) con: 羊~ con cừu non

【羔羊】gāoyáng<名>con cừu non; ví những
người ngây thơ, trong trắng hoặc nhỏ yếu:
迷途的~ con cừu non bị lạc

【羔子】gāozi<名>dê (cừu) con; súc vật con:
兔~ thỏ con

睾 gāo

【睾丸】gāowán<名>tinh hoàn; hòn dái;
dịch hoàn

膏 gāo❶<名>dầu; mỡ: 民脂民~ mồ hôi
nước mắt nhân dân/tài sản và sức lực của
dân ❷<名>chất đặc: 龟苓~ thạch quy linh
❸<形>[书]phì nhiêu; màu mỡ: ~壤 đất màu
mỡ
另见gào

【膏粱】gāoliáng<名>thịt béo cơm ngon;
cao lương mĩ vị; thức ăn ngon: ~厚味 thực
phẩm thơm ngon nhiều dầu mỡ

【膏药】gāoyao<名>thuốc cao (dán ngoài)

【膏腴】gāoyú<形>[书]màu mỡ: 物产~ vật
sản màu mỡ

篙 gāo<名>sào chống thuyền // (姓) Cao

糕 gāo<名>bánh // (姓) Cao

【糕点】gāodiǎn<名>bánh ngọt; bánh điểm
tâm

gǎo

搞 gǎo〈动〉❶làm: ~生产 sản xuất ❷kiếm; tìm cách có được: ~材料 kiếm tài liệu ❸trị; hành tội: 我已经有准备，他们没有机会~我了。Tôi đã có chuẩn bị, chúng nó không có dịp hành tội tôi nữa.

【搞错】gǎocuò〈动〉nhầm lẫn

【搞定】gǎodìng〈动〉hoàn thành; làm tròn

【搞对象】gǎo duìxiàng　hẹn hò; yêu đương; tìm đối tượng

【搞鬼】gǎoguǐ〈动〉giở trò ngầm: 敌人暗中~，要注意。Phe địch đang ngấm ngầm giở trò, phải chú ý.

【搞好】gǎohǎo〈动〉làm tốt; thực hiện tốt: ~思想工作 làm tốt công tác tư tưởng

【搞混】gǎohùn〈动〉nhầm lẫn; làm lẫn lộn; làm hỗn loạn

【搞活】gǎohuó〈动〉làm sống động: 解放思想，~经济。Giải phóng tư tưởng, làm sống động nền kinh tế.

【搞特殊化】gǎo tèshūhuà　đặc thù hóa; dung túng đặc quyền

【搞小动作】gǎo xiǎodòngzuò　giở trò

【搞笑】gǎoxiào❶〈动〉gây cười; chọc cười; hài hước: 他喜欢~。Anh ấy hay hài hước. ❷〈形〉khôi hài; tiếu lâm: ~节目 chương trình khôi hài

槁 gǎo〈形〉khô: 枯~ khô héo

镐 gǎo〈名〉cái cuốc

【镐头】gǎotou〈名〉cái cuốc

稿¹ gǎo〈名〉[书]thân cây ngũ cốc

稿² gǎo〈名〉❶bản thảo: 手~ bản thảo viết tay; ~件质量 chất lượng bản thảo ❷bản thảo công văn: 拟~ thảo công văn

【稿本】gǎoběn〈名〉bản thảo

【稿酬】gǎochóu〈名〉nhuận bút

【稿费】gǎofèi〈名〉tiền nhuận bút: 书已再版了，我给你带来了~。Sách đã được tái bản và mình có mang tiền nhuận bút đến cho bạn

【稿件】gǎojiàn〈名〉bản thảo (tác giả gửi đến tòa báo hay nhà xuất bản): 将~交给出版社 nộp bản thảo cho nhà xuất bản

【稿纸】gǎozhǐ〈名〉giấy viết bài

【稿子】gǎozi〈名〉❶bản thảo (thơ văn, tranh vẽ): 写~ viết bài ❷bài (thơ, văn): 这篇~是谁写的? Bài này ai viết? ❸kế hoạch dự định trong đầu: 心里没有个准~ trong lòng chưa có một dự định rõ ràng

gào

告 gào〈动〉❶nói cho biết; báo: ~知 báo cho biết ❷tố cáo; kiện: ~状 cáo trạng ❸tỏ ý; bày tỏ: ~辞 nói lời từ biệt/cáo từ ❹tuyên bố: ~成 tuyên bố hoàn thành ❺xin: ~假 xin nghỉ phép //(姓) Cáo

【告白】gàobái❶〈名〉thông báo: 她给我们带来了上级的新指示和~。Chị ấy đem đưa cho chúng tôi những chỉ thị và thông báo mới của cấp trên. ❷〈动〉thuyết minh; bày tỏ: 让我懊悔的是没有机会向您~我的感恩之情。Một việc khiến tôi áy náy là không có dịp bày tỏ lòng biết ơn của mình với ông.

【告便】gàobiàn〈动〉xin cáo lỗi đi ra ngoài (nhã ngữ, thường chỉ đi nhà vệ sinh)

【告别】gàobié〈动〉❶chào tạm biệt; chia tay (thường ra hiệu chào hoặc nói một câu): 女孩依依不舍地和父母~。Cô bé chia tay chào bố mẹ một cách lưu luyến. ❷chào từ biệt; cáo từ; từ giã ❸vĩnh biệt (chào người đã khuất lần cuối, tỏ lòng thương tiếc): 向烈士遗体~ chào vĩnh biệt trước di hài các liệt sĩ

【告别仪式】gàobié yíshì　lễ cáo biệt; lễ từ

biệt

【告病】gàobìng〈动〉[书]❶tự bảo có bệnh ❷cáo bệnh; xin về hưu non vì ốm đau

【告成】gàochéng〈动〉tuyên bố hoàn thành; hoàn thành: 大功～ việc lớn đã thành

【告吹】gàochuī〈动〉[口](việc, tình bạn) tan vỡ; thất bại; đi đứt: 买卖～了。Mua bán bị thất bại.

【告辞】gàocí〈动〉cáo từ; chào từ biệt: 他礼貌地向女士们～。Ông ấy chào tạm biệt quý bà một cách lịch sự.

【告贷】gàodài〈动〉hỏi vay tiền: 四处～ hỏi vay tiền khắp nơi

【告发】gàofā〈动〉tố giác; tố cáo (với cơ quan pháp luật): 他被人～,已被警察拘留。Bị tố cáo, anh ấy đã bị cảnh sát bắt giam.

【告急】gàojí〈动〉cấp báo: 灾区～ vùng bị nạn cấp báo xin cứu viện

【告假】gàojià〈动〉xin nghỉ phép: ～一周 xin nghỉ phép một tuần

【告捷】gàojié〈动〉❶giành phần thắng ❷báo cáo tin thắng trận

【告诫】gàojiè〈动〉cảnh cáo; nhắc nhở; răn đe; khuyên răn: 再三～,毫无效果 nhiều lần khuyên răn vô hiệu quả

【告老还乡】gàolǎo-huánxiāng cáo lão hồi hương; cáo lão về quê

【告密】gàomì〈动〉cáo giác; tố giác: 因同伙～而被捕 do bị đồng bọn tố giác nên bị bắt

【告破】gàopò〈动〉tuyên bố vụ án đã được khám phá; tuyên bố phá án

【告罄】gàoqìng〈动〉dùng hết; bán hết; hết sạch: 存粮～ lương thực dự trữ đã hết

【告饶】gàoráo〈动〉xin tha: 求情～ cầu xin tha thứ

【告示】gàoshi〈名〉❶cáo thị; yết thị; bố cáo: 这张～错误百出。Tờ yết thị này sai lầm nghiêm trọng。❷[旧]biểu ngữ: 红绿～ biểu ngữ xanh đỏ

【告诉】gàosù〈动〉tố cáo (người bị hại tố cáo với tòa án): ～法院 tố cáo với tòa án

【告诉】gàosu〈动〉bảo; nói cho biết: 我会～你如何处理这些复杂的事情。Tôi sẽ bảo anh những điều rắc rối này nên xử lí như thế nào。

【告退】gàotuì〈动〉❶xin rút lui; xin cáo lui: 您现在那么忙,我还是先～吧。Bây giờ anh quá bận, xem ra tôi phải về trước đã。❷ra khỏi (tập thể): 这支足球队的领头人物正式宣布～。Người đứng đầu đội bóng đá này chính thức tuyên bố rút khỏi đội。❸[旧]xin từ chức: 如果信任度低下,就可以～了。Nếu bị tín nhiệm thấp, có thể xin từ chức。

【告慰】gàowèi〈动〉tỏ lời an ủi; được an ủi: 我们要严惩凶手,以～亡者。Chúng ta phải nghiêm trị hung thủ để vong linh người đã khuất được an ủi。

【告知】gàozhī〈动〉bảo cho biết: 你何时放假回家,尽早～。Khi nào anh được nghỉ về nhà, hãy sớm bảo cho tôi biết。

【告终】gàozhōng〈动〉kết thúc; cáo chung: 封建时代早已～。Thời đại phong kiến đã kết thúc từ lâu。

【告状】gàozhuàng〈动〉❶cáo trạng ❷kiện

锆 gào〈名〉[化学]zircôni (kí hiệu: Zr)

【锆灯】gàodēng〈名〉đèn zircôni

【锆石】gàoshí〈名〉đá zircôni

【锆碳合金】gàotàn héjīn hợp kim cacbon zircôni

膏 gào〈动〉❶tra dầu nhờn: ～车 tra dầu nhờn vào xe ❷chấm; lăn: ～墨 chấm mực (bút lông)

另见gāo

gē

戈 gē〈名〉qua; giáo; mác lao (vũ khí cổ): 干

~ vũ khí //〈姓〉Qua

【戈壁】gēbì〈名〉sa mạc; gô-bi (phiên âm tiếng Mông Cổ)

【戈壁滩】gēbìtān〈名〉bãi sa mạc; bãi gô-bi

疙gē

【疙瘩】gēda❶〈名〉mụn cơm: 肉~ mụn thịt ❷〈名〉cục; nút; hạt: 面~ cục bột mì vón ❸〈名〉vướng mắc; mắc mớ: 有什么~解不开的话，就来我这谈一谈。Nếu có vướng mắc gì không giải quyết được cứ sang đây bàn với tôi. ❹〈量〉[方]hòn; cái: 一~石头 một hòn đá ❺〈形〉[方]phiền phức; khó chịu: 这件事真~，不好办。Chuyện này thật phiền phức, khó xử lắm.

【疙瘩汤】gēdatāng〈名〉bánh canh

【疙疙瘩瘩】gēgedādā gồ ghề; gập ghềnh; mắc míu; trở ngại: 那些~的路，车走起来上下颠簸。Những con đường gồ ghề đầy sỏi đá làm chiếc xe cứ xóc lên xóc xuống.

咯gē

另见kǎ, lo

【咯噔】gēdēng〈拟〉lộp cộp: 突然身后传来~~的声音。Bỗng có tiếng gì lộp cộp sau lưng.

【咯咯】gēgē〈拟〉❶(tiếng cười) khanh khách: 他们一边走一边开玩笑，~的笑声此起彼伏。Họ vừa đi vừa cười đùa vui vẻ, tiếng cười khanh khách cứ rộ lên. ❷(tiếng nghiến răng) ken két: 他气得牙齿咬得~响。Anh ta tức giận nghiến răng ken két. ❸(tiếng súng liên thanh) tạch tạch ❹(tiếng chim) chích chích; chiêm chiếp

【咯吱】gēzhī〈拟〉kẽo kẹt: 风吹过竹丛~~响。Tiếng gió thổi kẽo kẹt trong những rặng tre.

哥gē〈名〉❶anh ruột: 大~ anh cả ❷anh họ: 表~ anh họ ❸những người đàn ông cùng lứa hơn tuổi //〈姓〉Ca

【哥德巴赫猜想】Gēdébāhè cāixiǎng giả

thuyết Goldbach

【哥哥】gēge〈名〉❶anh ruột ❷anh họ: 远房~ anh họ xa

【哥们儿】gēmenr〈名〉[口]❶anh em: 父母养育我们~5人长大成人。Cha mẹ đã nuôi nấng 5 anh em chúng tôi học hành nên người. ❷anh em ta (bạn bè thân mật): 虽然离得远，但我们仍是朋友，是~。Tuy cách xa nhưng chúng tôi vẫn là bạn, là anh em.

【哥儿】gēr〈名〉[口]anh em: ~俩喜欢同一个女孩。Hai anh em cùng yêu một cô gái.

【哥特式】gētèshì kiểu Gothic (chỉ người hoặc dân tộc Gothic)

【哥特体】gētètǐ〈名〉kiểu chữ viết Gothic

胳gē

另见gé

【胳膊】gēbo〈名〉cánh tay

【胳膊拧不过大腿】gēbo nǐng bù guo dàtuǐ cánh tay không vặn nổi bắp đùi (ví kẻ nhỏ yếu không địch nổi người lớn mạnh); yếu khó thắng mạnh

【胳膊肘儿往外拐】gēbozhǒur wǎng wài guǎi khuỷu tay quặt ra ngoài; ví không bênh người nhà mà đi bênh người ngoài

【胳膊肘子】gēbozhǒuzi cùi tay; khuỷu tay

鸽gē〈名〉chim bồ câu: 信~ bồ câu đưa thư

【鸽派】gēpài〈名〉phe bồ câu; phái bồ câu (những người có thái độ ôn hòa và thỏa hiệp trong tranh luận, tán thành việc đàm phán): ~暂时取得胜利。Phe bồ câu tạm thời giành được thắng lợi.

【鸽子】gēzi〈名〉chim bồ câu

搁gē〈动〉❶đặt: 把画~在桌面上。Đặt bức tranh xuống mặt bàn. ❷bỏ thêm vào: ~点糖到豆浆里。Bỏ thêm tí đường vào sữa đậu. ❸gác lại (làm sau): 上级已经决定暂时将这一计划~一~。Cấp trên đã quyết định tạm gác lại kế hoạch này.

另见gé

【搁笔】gēbǐ<动>gác bút (viết, vẽ); thôi viết (vẽ): 他处于艺术巅峰时突然~。Anh ấy bất ngờ gác bút khi đang ở đỉnh cao nghệ thuật.

【搁放】gēfàng<动>đặt; gác lại

【搁浅】gēqiǎn<动>❶(thuyền) mắc cạn: 近100艘驳船在此~。Gần 100 xà lan mắc cạn tại đây. ❷kẹt; gặp cản trở: 谈判~ cuộc đàm phán bị cản trở

【搁置】gēzhì<动>bỏ; gác lại: ~争议 gác lại tranh chấp

割 gē<动>❶cắt; gặt; hái: ~肉 thái thịt ❷chia cắt; cắt bỏ: ~地 cắt đất

【割爱】gē'ài<动>cắt bỏ (thứ mình yêu thích): 忍痛~ chịu đau đớn mà cắt bỏ

【割除】gēchú<动>cắt bỏ; cắt đi: 医生刚刚为病人做手术~了重达7千克的肿瘤。Các bác sĩ vừa làm phẫu thuật cắt bỏ khối u nặng tới 7kg cho bệnh nhân.

【割断】gēduàn<动>cắt đứt: ~电话线路 cắt đứt đường dây điện thoại

【割胶】gējiāo<动>cạo mủ cao su

【割据】géjù<动>cát cứ: 群雄~时期 thời kì quần hùng cát cứ

【割裂】gēliè<动>chia rẽ; chia cắt; tách rời (thường dùng cho sự vật trừu tượng): 国家~之痛 nỗi đau chia cắt đất nước

【割破】gēpò<动>cắt

【割让】gēràng<动>cắt nhượng (lãnh thổ) (vì thua trận hoặc bị xâm lược): ~土地 cắt nhượng đất đai/cắt đất

【割肉】gēròu<动>cắt thịt; ví bán ra lỗ vốn: 看现在的行情，我的股票得~了。Xét tình hình hiện nay, tôi phải bán lỗ vốn cổ phiếu.

【割舍】gēshě<动>cắt bỏ; dứt bỏ: ~掉痛苦的回忆，才能更好地生活。Phải dứt bỏ những kí ức đau khổ mới có thể sống tốt hơn.

【割腕自杀】gēwàn zìshā tự tử bằng cách cắt động mạch cổ tay

歌 gē❶<名>ca khúc: 民~ dân ca ❷<动>hát; ca: 高~一曲 ca vang một bài

【歌吧】gēbā<名>bar hát; quán karaok

【歌唱】gēchàng<动>❶hát; ca: ~家 ca sĩ ❷ngợi ca; hát mừng: ~家乡 ngợi ca quê hương

【歌唱家】gēchàngjiā<名>ca sĩ; nghệ sĩ ca hát

【歌词】gēcí<名>lời bài hát

【歌功颂德】gēgōng-sòngdé ca tụng công đức

【歌喉】gēhóu<名>giọng hát; tiếng hát: ~清亮纯洁。Giọng hát cao vút và thanh khiết.

【歌会】gēhuì<名>hội hát

【歌剧】gējù<名>ca kịch

【歌诀】gējué<名>văn vần; bài vè

【歌迷】gēmí<名>❶người mê hát ❷người hâm mộ ca sĩ; fan

【歌谱】gēpǔ<名>nhạc (của bài hát)

【歌曲】gēqǔ<名>ca khúc; bài hát

【歌声】gēshēng<名>tiếng hát: ~四起 tiếng hát nổi lên bốn phía

【歌手】gēshǒu<名>ca sĩ: 这位~喜欢用现代风格唱老歌。Ca sĩ này thích hát bản nhạc xưa theo phong cách hiện đại.

【歌颂】gēsòng<动>ca tụng; ca ngợi: ~他为教育事业鞠躬尽瘁的精神 ca ngợi tinh thần tận tụy với sự nghiệp giáo dục của ông ấy

【歌坛】gētán<名>giới ca nhạc; giới thanh nhạc; làng hát: 纵横~数十年 vẫy vùng trong làng hát mấy chục năm

【歌厅】gētīng<名>phòng ca hát

【歌舞】gēwǔ<名>ca múa; múa hát

【歌舞剧】gēwǔjù<名>ca vũ kịch (loại kịch có hát, nhạc và múa): 民族~ ca vũ kịch dân

G

tộc

【歌舞升平】gēwǔ-shēngpíng ca hát nhảy múa tưng bừng

【歌星】gēxīng〈名〉ngôi sao ca hát; ca sĩ trội nổi; danh ca

【歌谣】gēyáo〈名〉ca dao: 越南~ ca dao Việt Nam

【歌咏】gēyǒng〈动〉ca hát

【歌友会】gēyǒuhuì〈名〉câu lạc bộ người hâm mộ ca nhạc; phường hát

【歌仔戏】gēzǐxì〈名〉ca tử hí (một loại kịch ca dao ở Đài Loan, lưu hành ở tỉnh Đài Loan và Phúc Kiến)

gé

革 gé❶〈名〉da thuộc: 皮~ da ❷〈动〉thay đổi: ~新 đổi mới ❸〈动〉cách chức; khai trừ: ~职 cách chức //(姓) Cách

【革出】géchū〈动〉khai trừ; đuổi khỏi

【革除】géchú〈动〉❶từ bỏ; bỏ: 帮你~陋习的好方法 những cách tốt giúp bạn từ bỏ những thói quen xấu ❷khai trừ; cách chức: 把他从公司~出去。Khai trừ anh ấy ra khỏi công ti.

【革履】gélǚ〈名〉giày da: 西装~ mặc âu phục, đi giày da

【革命】gémìng❶〈动〉cách mạng: 社会主义~ cách mạng xã hội chủ nghĩa ❷〈形〉cách mạng (có ý thức cách mạng): ~歌曲 nhạc cách mạng ❸〈动〉cách mạng (cải cách căn bản): 技术~ cách mạng kĩ thuật

【革命家】gémìngjiā〈名〉nhà cách mạng

【革新】géxīn〈动〉cách tân; đổi mới: 教育的全面~需要有系统性思维。Đổi mới toàn diện giáo dục phải có tư duy hệ thống.

【革职】gézhí〈动〉cách chức: 那位参加赌博的校长已被~。Ông hiệu trưởng tham gia cuộc đánh bạc ấy đã bị cách chức.

阁 gé〈名〉❶lầu các; mái đình nhỏ có gác (kiến trúc ở khu phong cảnh hoặc ở sân vườn, hình vuông, lục lăng hoặc bát giác, thường có hai tầng, mở cửa sổ xung quanh, thường xây ở nơi cao, có thể ngắm nhìn ra xa): 亭台楼~ đình đài lầu các ❷[旧]khuê phòng: 闺~ khuê các ❸nội các: 组~ thành lập nội các ❹[书]cái giá để đồ vật: 束之高~ bỏ lại gác lên giá cao //(姓) Các

【阁楼】gélóu〈名〉gác xép; gác lửng

【阁下】géxià〈名〉các hạ; ngài (trước kia thường dùng trong thư từ, nay thường dùng trong ngoại giao): 大使~ ngài đại sứ

【阁员】géyuán〈名〉thành viên nội các

【阁子】gézi〈名〉❶nhà nhỏ bằng gỗ: 板~ nhà ghép bằng ván gỗ ❷[方]gác xép; gác lửng

格¹ gé❶〈名〉ô: 方~纸 giấy kẻ ô vuông ❷〈名〉quy cách; cách thức: 合~ hợp quy cách ❸〈名〉phong độ; phẩm chất: 人~ nhân cách ❹〈动〉[书]hạn chế; ngăn cản: ~于成例 bị hạn chế bởi lệ cũ ❺〈名〉[语言]cách //(姓) Cách

格² gé〈动〉[书]tìm tòi suy nghĩ: ~物 tìm hiểu vạn vật

格³ gé〈动〉đánh: ~斗 đánh nhau kịch liệt

【格调】gédiào〈名〉❶cách điệu; phong cách (biểu hiện tổng hợp các đặc điểm nghệ thuật của tác giả, tác phẩm): ~高雅 phong cách cao nhã ❷[书]phẩm cách; phong cách (con người)

【格格不入】gégé-bùrù không ăn ý; hoàn toàn xa lạ; không hợp nhau

【格局】géjú〈名〉bố cục; kết cấu và cách thức: 房间内的~十分巧妙。Bố cục trong căn phòng rất khéo.

【格林尼治时间】Gélínnízhì shíjiān giờ quốc tế; giờ GMT

【格律】gélǜ〈名〉cách luật; niêm luật: 这种

诗体非常注重~。Thể thơ này rất coi trọng niêm luật.

【格杀勿论】géshā-wùlùn xử tử không cần bàn bạc

【格式】géshì<名>cách thức; quy cách; mẫu: 合同~ quy cách hợp đồng

【格式化】géshìhuà cách thức hóa

【格外】géwài<副>❶đặc biệt; vô cùng: 老同学相聚，都感到~亲切。Bạn học cũ gặp mặt cảm thấy hết sức thân thiết. ❷ngoài mức; ngoại ngạch; thêm: 这是为你~准备的点心。Đây là bánh kẹo được chuẩn bị riêng cho anh.

【格物致知】géwù-zhìzhī cách vật trí tri; xét cho ra lẽ; nghiên cứu quy luật nguyên lí của sự vật để tổng kết thành tri thức lí tính

【格言】géyán<名>cách ngôn: 一句~抵得上千言万语。Một câu cách ngôn đáng giá ngàn lời.

【格子】gézi<名>ô: ~布 vải kẻ ô

胳gé
另见gē

【胳肢】gézhi<动>[方]cù (cho cười)

搁gé<动>ưa chịu
另见gē

【搁不住】gébuzhù không ưa; không chịu được: 丝织品~揉搓。Hàng dệt tơ không chịu được vò xoắn.

葛gé<名>❶cây sắn dây ❷đồ dệt hoa; sợi dọc bằng tơ; sợi ngang bằng bông hoặc gai //(姓)Cát

【葛布】gébù<名>vải cát bá; vải sợi gai hoặc sợi sắn dây

【葛藤】géténg<名>cát đằng; dây cát đằng; ví quan hệ lằng nhằng

蛤gé<名>ngao sò
另见há

【蛤蚧】géjiè<名>con tắc kè

【蛤蜊】gélí<名>❶con sò ❷ngao sò

隔gé<动>❶ngăn; ngăn cách; cách trở: ~河相望 cách sông nhìn nhau ❷xa; cách xa: 相~很远 cách nhau rất xa

【隔岸观火】gé'àn-guānhuǒ cách bờ nhìn đám cháy; ví thái độ thờ ơ chỉ đứng nhìn mà không giúp đỡ khi thấy người ta gặp tai nạn

【隔板】gébǎn<名>vách ngăn; ván ngăn

【隔壁】gébì<名>hàng xóm sát vách; nhà bên cạnh sát vách: 他就住在我家~。Anh ấy ở cạnh nhà tôi.

【隔代遗传】gédài yíchuán di truyền cách thế hệ

【隔断】[1] géduàn<动>ngăn cách; đoạn tuyệt: 我们分作两队，各站一边，由一条画出的横线~。Chúng tôi chia làm hai tốp, mỗi tốp trụ một bên, ngăn cách nhau bởi một lần vạch ngang.

【隔断】[2] géduàn<名>tấm ngăn; ván ngăn; liếp ngăn (chia phòng ra nhiều ngăn nhỏ)

【隔行】géháng<动>khác nghề: ~不隔理 khác nghề nhưng cùng một lẽ

【隔行如隔山】géháng rú géshān khác nghề như cách núi

【隔阂】géhé<名>ngăn cách (về tư tưởng tình cảm): 思想~ tư tưởng ngăn cách

【隔火墙】géhuǒqiáng<名>bức tường ngăn lửa

【隔间】géjiān<名>phòng ngăn

【隔绝】géjué<动>cách tuyệt; ngăn cách: 与世~ cách tuyệt với đời

【隔离】gélí<动>❶ngăn cách; chia tách (không cho tụ họp, đi lại với nhau) ❷cách li (người, súc vật mắc bệnh truyền nhiễm): ~病房 buồng bệnh cách li

【隔膜】gémó❶<名>sự cách trở (về tư tưởng, tình cảm): 如果夫妻之间有~，就容易引发冲突。Nếu vợ chồng có sự cách trở về tình cảm thì sẽ rất dễ gây xích mích. ❷<形>mặc cảm: 同事多年但他们之间还是

G

很~。Quan hệ đồng sự nhiều năm mà họ vẫn rất mặc cảm với nhau。 ❸〈形〉không hiểu biết; ngoại đạo: 我对西方音乐完全~。Tôi hoàn toàn không hiểu biết về âm nhạc phương tây.

【隔墙有耳】géqiáng-yǒu'ěr vách có tai; tai vách mạch dừng (rừng)

【隔热】gérè〈动〉cách nhiệt

【隔日】gérì〈动〉cách nhật; cách một ngày: ~我再来。Cách một ngày tôi lại đến.

【隔三岔五】gésān-chàwǔ cách chẳng bao lâu; thường hay; cách dăm ba hôm: 到了夏天，他~就要去海滩上晒日光浴。Đến mùa hè, anh ấy thường cách dăm ba hôm lại đi tắm nắng ở bãi biển.

【隔山】géshān〈形〉(anh chị em) cùng cha khác mẹ: ~兄弟 anh em cùng cha khác mẹ

【隔扇】géshàn〈名〉tấm bình phong; tấm ván ngăn

【隔世】géshì〈动〉cách một đời: 恍如~ dường như đã cách một đời

【隔靴搔痒】géxuē-sāoyǎng gãi ngứa ngoài giày; ví nói hoặc viết xa chủ đề, không có hiệu quả

【隔夜】géyè〈动〉cách đêm

【隔音】géyīn〈动〉cách âm: 尽快处理会议室的~问题 nhanh chóng giải quyết vấn đề cách âm phòng họp

【隔音材料】géyīn cáiliào vật liệu cách âm: 这一工程需要用到各类~。Công trình này cần đến các loại vật liệu cách âm.

嗝 gé〈名〉❶tiếng ợ (thường là sau khi ăn no) ❷tiếng nấc

膈 gé〈名〉[解剖]màng ngăn

【膈肌】géjī〈名〉cơ hoành

镉 gé〈名〉[化学]cađmi (kí hiệu: Cd)

gè

个 gè ❶〈量〉(dùng cho một số danh từ không có lượng từ chuyên dùng; có một số danh từ ngoài lượng từ chuyên dùng ra, cũng có thể dùng "个") cái; con; quả…: 一~玻璃杯 một chiếc cốc thủy tinh ❷〈量〉(dùng trước số ước lượng): 他扛~五六十斤没问题。Anh ấy khuân độ hai ba chục ki-lô không vấn đề gì. ❸〈量〉(dùng sau động từ mang tân ngữ, có tác dụng biểu thị động lượng; ở chỗ vốn không thể dùng "个" cũng dùng "个"): 捎~口信儿。Gửi lời nhắn. ❹〈量〉(dùng giữa động từ và bổ ngữ, khiến bổ ngữ phần nào mang tính chất của tân ngữ; có lúc dùng liền với "得"): 喝~痛快 uống cho đã ❺〈形〉lẻ; đơn độc; riêng lẻ: ~体 cá thể ❻〈量〉(hậu tố của lượng từ "些", trong tiếng Việt có thể không dịch): 那些~小朋友 mấy em nhỏ

【个案】gè'àn〈名〉vụ việc cá biệt; trường hợp cá biệt: ~探析 phân tích tìm hiểu vụ việc cá biệt

【个把】gèbǎ〈量〉[方]cá biệt; riêng biệt; trường hợp cá biệt; hiếm có; hơn một: 她去欧洲已有~月了。Cô ấy đi châu Âu đã hơn một tháng rồi.

【个别】gèbié ❶〈副〉riêng lẻ; riêng biệt: ~谈话 nói chuyện riêng ❷〈形〉rất ít; hiếm hoi; cá biệt: 老师对小芳作了~辅导。Cô giáo đã kèm cặp riêng em Phương.

【个唱】gèchàng〈名〉buổi biểu diễn ca hát riêng do một ca sĩ trình diễn

【个个】gègè〈代〉mỗi người; mọi người: ~在埋头书写。Mọi người đang vùi đầu vào viết.

【个股】gègǔ〈名〉chỉ cổ phiếu của một công ti nào đó

【个例】gèlì〈名〉thí dụ hay trường hợp cá biệt, đặc thù

【个儿】gèr〈名〉❶vóc dáng; vóc người; tầm vóc; thân hình: 我今年20岁了，但是~有点

小。Tôi năm nay 20 tuổi nhưng vóc người hơi nhỏ bé. ❷từng người một hoặc từng cái một: 父亲嘱咐我到家时要挨~问好. Bố dặn tôi khi đến nhà phải chào từng người một. ❸[方]người đủ điều kiện; đối thủ có thể đọ sức được: 跟我打，你还不是~. Cậu chưa phải đối thủ để đọ sức với tôi.

【个人】gèrén〈名〉❶cá nhân: ~主义 chủ nghĩa cá nhân ❷tôi; cá nhân tôi: 这是给我~以及我家庭的莫大荣誉. Đây là vinh dự lớn lao cho cá nhân tôi và gia đình tôi.

【个人经营】gèrén jīngyíng kinh doanh đơn lẻ

【个人所得税】gèrén suǒdéshuì thuế thu nhập cá nhân: 应当按照对老百姓最有利这一导向计算~. Nên tính thuế thu nhập cá nhân theo hướng có lợi nhất cho người dân.

【个人问题】gèrén wèntí vấn đề cá nhân; vấn đề cưới xin; vấn đề hôn nhân

【个体】gètǐ〈名〉❶(người hoặc vật) đơn lẻ; cá thể; cá nhân: ~经济 kinh tế cá thể ❷hộ riêng lẻ

【个体户】gètǐhù〈名〉hộ riêng lẻ; hộ cá thể (nông dân hoặc người công thương kinh doanh riêng lẻ)

【个头儿】gètóur〈名〉vóc dáng: 该如何选择适合自己~的衣服呢? Phải chọn trang phục như thế nào để phù hợp với vóc dáng mình?

【个位】gèwèi〈名〉hàng đơn vị (hàng cơ sở trong phép tính thập phân)

【个性】gèxìng〈名〉❶cá tính (con người): 每人~不同 cá tính mỗi người mỗi khác ❷đặc tính (của sự vật, tức là tính đặc thù của mâu thuẫn)

【个中】gèzhōng〈名〉[书]trong đó: ~滋味 mùi vị trong đó

【个子】gèzi〈名〉❶thân hình; vóc dáng: 高~ dáng cao ❷bó: 麦~ bó lúa mì

各 gè ❶〈代〉các; tất cả: 世界~国 các nước trên thế giới; ~类材料 các loại vật liệu ❷〈副〉mỗi bên: ~执一词 mỗi bên một quan điểm //(姓)Các

【各奔前程】gèbèn-qiánchéng đường ai nấy đi; mỗi người một ngả

【各别】gèbié〈形〉❶phân biệt; khác nhau: ~对待 đối xử khác nhau ❷[方]đặc biệt; tân kì; mới mẻ: 她的歌声很~. Giọng hát của cô ấy rất đặc biệt. ❸kì lạ; đặc biệt; kì cục: 这老头真~. Ông già này thật kì lạ.

【各持己见】gèchí-jǐjiàn ai giữ ý nấy; không ai chịu nghe ai; mỗi người một ý

【各打五十大板】gè dǎ wǔshí dàbǎn mỗi người đều bị đánh 50 gậy; bị trừng phạt như nhau; xử phạt công bằng

【各得其所】gèdé-qísuǒ mỗi người hoặc mỗi vật đều được sắp đặt đâu vào đấy (đúng chỗ)

【各地】gèdì〈名〉khắp nơi; các địa phương

【各个】gègè ❶〈代〉mỗi cái; tất cả: ~汉字都有不同的意义. Mỗi một chữ Hán đều có nghĩa riêng. ❷〈副〉từng cái một: 我从里面拿出所有东西然后按次序一~摆好. Tôi lấy hết các thứ trong đó ra rồi xếp lại từng cái một theo thứ tự.

【各行各业】gèháng-gèyè các ngành các nghề; mọi ngành mọi nghề

【各级】gèjí〈名〉các cấp: ~领导 lãnh đạo các cấp

【各界】gèjiè〈名〉các giới: 这一计划面向社会~人士. Chương trình này hướng tới nhân sĩ các giới trong xã hội.

【各就各位】gèjiùgèwèi mọi người vào chỗ; ai vào chỗ nấy

【各取所需】gèqǔ-suǒxū ai nấy đều lấy được những thứ mình cần

【各人】gèrén〈代〉mỗi người; mọi người: ~都有不同的理想. Mỗi người đều có lí

G

tưởng riêng.

【各人自扫门前雪，莫管他人瓦上霜】 gèrén zì sǎo mén qián xuě, mò guǎn tārén wǎ shàng shuāng việc ai nấy lo; bè ai nấy chống; cơm ai nấy ăn; việc ai nấy làm; không nên can thiệp việc của người khác

【各色】gèsè<形>❶các loại; đủ thứ: ~商品琳琅满目。Đủ thứ hàng hóa bày la liệt. ❷[方]đặc biệt (nghĩa xấu): 我从没听说过像她这样~的女孩。Tôi chưa từng nghe có ai kì quặc như cô ấy.

【各式各样】gèshì-gèyàng đủ kiểu đủ loại

【各抒己见】gèshū-jǐjiàn mỗi người phát biểu ý kiến của mình; phát biểu ý kiến cá nhân

【各位】gèwèi<代>❶các vị: ~同志 các đồng chí ❷mọi người: ~请注意。Mọi người hãy chú ý.

【各行其是】gèxíng-qíshì làm theo điều mình cho là đúng; người nào làm theo ý người ấy

【各自】gèzì<代>mỗi cá nhân riêng lẻ; mỗi mặt riêng lẻ: ~解决食宿问题。Mỗi người tự giải quyết vấn đề ăn ở.

硌 gè<动>[口]cộm (chạm vào vật lồi ra, cảm thấy khó chịu hoặc bị tổn thương): ~脚 cộm bàn chân

【硌脚】gèjiǎo<动>cộm chân

【硌牙】gèyá<动>cộm răng

铬 gè<名>crôm (kí hiệu: Cr)

gěi

给 gěi❶<动>cho: 妈妈~了他十块钱。Mẹ đã cho cậu ta 10 đồng. ❷<介>(dùng sau động từ) giao cho; cho: 送~ tặng cho ❸<介>giúp...; cho...: 我~你们做导游。Tôi xin làm hướng dẫn viên du lịch cho các bạn. ❹<介>(giới thiệu đối tượng của động tác, như "向") với; hướng tới (thường không dịch): 新人~长辈鞠躬。Cô dâu chú rể cúi chào người bề trên. ❺<动>để; để cho (cho ai làm việc gì đó): 农场拨出一块地来~他们做实验。Nông trường dành ra một mảnh đất cho họ làm thí nghiệm. ❻<动>cho phép: 那封信他收着不~看。Phong thư ấy nó giữ lại không cho xem. ❼<介>bị: 羊~狼吃了。Cừu đã bị sói ăn thịt. ❽<助>(biểu thị bị động hoặc trong câu xử sự, nhấn mạnh ngữ khí): 她把饭~烧煳了。Cô ấy nấu cơm khê rồi. ❾<介>(dẫn vào người bị thiệt hại): 他把事~我办糟了。Nó làm hỏng việc cho tôi rồi. ❿<介>(nhấn mạnh ngữ khí cầu khiến): 快~我把门关上！Đóng cửa ngay cho tôi!

另见jǐ

【给分】gěifēn<动>chấm điểm

【给力】gěilì<形>đắc lực

【给面子】gěi miànzi[口]giữ thể diện cho; nể tình: 依法办事，绝不~。Dựa theo luật mà làm, quyết không nể tình.

【给颜色看】gěi yánsè kàn cho mà biết; cho biết tay

【给以】gěiyǐ<动>cho; trao: 对年轻人的要求，应当~考虑。Đối với nhu cầu của các bạn trẻ nên có sự suy xét.

gēn

根 gēn❶<名>rễ cây ❷<名>con cháu; hậu thế: 孩子生下来，他就觉得自己有了~。Sự ra đời của đứa con khiến anh thấy mình đã có hậu thế. ❸<名>cuống; cuối (phần cuối hoặc phần nối liền với vật khác): 墙~ chân tường ❹<名>nguồn gốc; gốc rễ: 祸~ nguồn gốc tai họa ❺<副>tận gốc; triệt để: ~治 chữa triệt để ❻<名>cái cơ bản để dựa vào: ~据 căn cứ ❼<量>(dùng cho vật nhỏ mà dài) cây; chiếc: 一一竹竿 một cây sào tre ❽<名>căn số (nói tắt của "方根") ❾<名>nghiệm của phương trình có một ẩn số ❿<名>gốc (phần gốc mang điện trong một số chất hóa học): 硫酸~ gốc sun-phu-ric //(姓) Căn

【根本】gēnběn❶<名>căn bản; gốc rễ: 这样并不能从~上解决问题。Như vậy vẫn không thể giải quyết vấn đề một cách căn bản. ❷<形>chủ yếu; trọng yếu: 这才是最~的问题。Đây mới là vấn đề chủ yếu nhất. ❸<副>vốn; xưa nay; từ trước đến giờ: 她~没爱过你。Từ trước đến giờ chị ấy đâu có yêu anh. ❹<副>từ đầu chí cuối; trước sau; tuyệt nhiên: 我~就不好名利。Tôi tuyệt nhiên không ham danh lợi. ❺<副>triệt để: 要~解决这座水电站的渗漏问题。Phải giải quyết triệt để vấn đề thấm dò nước ở trạm thủy điện này.

【根部】gēnbù<名>❶hệ rễ ❷rễ; gốc

【根除】gēnchú<动>trừ tận gốc: ~假货的好方法 giải pháp tốt để trừ tận gốc hàng giả

【根底】gēndǐ<名>❶cơ sở; nền tảng; vốn: 他的化学~很好。Cơ sở kiến thức hóa học của anh ấy rất tốt. ❷nguồn gốc; cội nguồn: 追问~ truy tìm nguồn gốc

【根雕】gēndiāo<名>(nghệ thuật) điêu khắc gốc cây (cũng chỉ tác phẩm điêu khắc bằng gốc cây)

【根基】gēnjī<名>❶nền móng; cơ sở: 树立稳固~ đặt nền móng vững chắc ❷vốn liếng; vốn gốc; tài sản: 我们家~差，要节约点。Tiền của nhà mình chẳng có là bao, nên chú ý tiết kiệm.

【根脚】gēnjiao<名>❶móng; nền móng: 这所房子虽然很久了，但~还很牢固。Căn nhà này xây dựng đã lâu năm rồi, nhưng nền móng còn rất chắc chắn. ❷xuất thân; lai lịch (thường thấy ở văn Bạch thoại thời kì đầu)

【根究】gēnjiū<动>hỏi tận gốc; truy cứu triệt để: 应~其刑事责任。Phải truy cứu triệt để trách nhiệm hình sự của nó.

【根据】gēnjù❶<动>căn cứ vào; dựa trên; theo: 选拔干部应~德才兼备的原则。Tuyển chọn cán bộ phải căn cứ vào nguyên tắc có đức có tài. ❷<名>chứng cứ; căn cứ: 银行无~拍卖您的财产，是无效交易。Ngân hàng vô căn cứ bán đấu giá tài sản của ông, đây là sự giao dịch vô hiệu. ❸<介>theo (tiền đề của kết luận hoặc cơ sở hành động): ~天气预报，明天要下雨。Theo dự báo thời tiết, ngày mai sẽ có mưa.

【根据地】gēnjùdì<名>khu căn cứ địa

【根绝】gēnjué<动>tiêu diệt tận gốc: ~垃圾短信 tiêu diệt tận gốc tin nhắn rác

【根苗】gēnmiáo<名>❶rễ và mầm (lúc mới mọc) ❷ngọn nguồn (của sự vật) ❸con cháu; dòng giống: 作为家族唯一的~，他自然备受宠爱。Là con cháu duy nhất trong gia tộc nên cậu ấy dĩ nhiên được cưng chiều hết nẻo.

【根深蒂固】gēnshēn-dìgù thâm căn cố đế; rễ sâu gốc vững; ví với cơ sở vững chắc không dễ lung lay

【根深叶茂】gēnshēn-yèmào rễ sâu lá tốt; sâu rễ tốt cây

【根源】gēnyuán❶<名>nguồn gốc; nguyên nhân: 事故的~还有待调查。Nguyên nhân dẫn tới sự cố còn đang chờ điều tra. ❷<动>bắt nguồn (ở): 那些~于生活的创造 những sáng tạo bắt nguồn từ cuộc sống

【根治】gēnzhì<动>chữa triệt để; trị tận gốc (thiên tai, tật bệnh...): ~脚臭 trị tận gốc chứng hôi chân

【根子】gēnzi<名>[口]❶rễ cây ❷gốc rễ; nguồn gốc

跟 gēn❶<名>gót (chân): 脚后~ gót chân ❷<动>theo; đi theo: ~上时代潮流 theo kịp trào lưu thời đại ❸<动>theo; lấy; ở bên (làm chồng): 不管今后遇到什么艰难险阻，我永远~你在一起。Sau này bất kể gặp phải khó khăn hiểm nghèo gì em vẫn mãi mãi bên anh. ❹<介>cùng; với: 有什么难事就~我说。Có việc gì khó thì nói với tôi. ❺<介>hướng về; cho; với: 你这方法好，快~我们说说。Giải pháp của anh hay đấy, mau nói cho chúng tôi nghe đi. ❻<介>giống; cũng như: 她待我~待亲儿子一样。Bà ấy đối xử với tôi như với con đẻ vậy. ❼<连>và; cùng: 货架上堆满了蔬菜~水果。Trên giá hàng bày đầy những rau tươi và hoa quả.

【跟班】[1] gēnbān<动>theo lớp; cùng đi (học tập hoặc lao động với một tập thể): ~听课 cùng đi nghe giảng theo lớp

【跟班】[2] gēnbān<名>người hầu; tùy tùng

【跟包】gēnbāo❶<动>quản lí trang phục và phục vụ các việc vặt (cho một diễn viên hí khúc thời xưa) ❷<名>người làm công việc quản lí trang phục và phục vụ các việc vặt cho diễn viên hí khúc

【跟不上】gēnbushàng❶tụt hậu; lạc hậu; không theo kịp: 太累了，~了。Mệt quá rồi, không theo kịp nữa. ❷không bằng; thua kém hơn

【跟从】gēncóng<动>đi theo: ~自己的心声 đi theo tiếng gọi của trái tim mình

【跟得上】gēndeshàng kịp; theo kịp: 只有革新开放，才能~世界先进水平。Chỉ có cải cách mở cửa mới có thể theo kịp trình độ tiên tiến thế giới.

【跟风】gēnfēng<动>theo mốt; học đòi

【跟脚】gēnjiǎo[方]❶<形>(giày dép) vừa vặn dễ đi; ôm chân ❷<副>tức thì; liền; ngay (chỉ dùng với những động từ chỉ sự đi đứng): 你刚走，她~儿也出去了。Chị vừa đi là nó cũng lập tức đi ra ngay. ❸<动>(trẻ con) bám theo (mẹ)

【跟进】gēnjìn<动>❶đi theo ❷phối hợp làm theo

【跟屁虫】gēnpìchóng<名>đồ bám đuôi (mang ý mỉa cợt chê trách)

【跟前】gēnqián<名>❶gần; cạnh mình: 在你~，我感觉很紧张。Khi đến bên cạnh anh, em cảm thấy rất hồi hộp. ❷thời gian gần: 春节~ thời gian giáp Tết

【跟前】gēnqian<名>bên mình (riêng nói về việc có hay không có con cái): 他~只有一个女孩。Bên ông ấy chỉ có một mụn con gái.

【跟上】gēnshàng<动>đuổi kịp; bắt kịp; theo kịp; sánh kịp

【跟随】gēnsuí<动>theo: 他~母亲生活。Nó theo mẹ sinh sống.

【跟帖】gēntiě❶<名>những bài hùa theo bài của người khác phát biểu trên mạng Internet ❷<动>viết bài hùa theo các bài trên mạng

【跟头】gēntou<名>❶cú ngã: 小弟弟摔了两个~。Em bé bị hai cú ngã. ❷bổ nhào; lộn nhào: 翻~ nhào lộn

【跟着】gēnzhe❶<动>theo ❷<副>tiếp theo: 听完报告~就讨论。Nghe xong báo cáo, tiếp theo là thảo luận.

【跟踪】gēnzōng<动>(đuổi, giám sát) sát theo sau: ~追击 bám theo truy kích

gèn

亘 gèn<动>kéo dài mãi (về không gian và thời gian): 横~ bắc ngang

【亘古】gèngǔ<名>[书]suốt thời cổ đại; từ xưa: ~未有 xưa nay chưa từng có

艮 gèn<名>quẻ Cấn (một trong bát quái, tiêu biểu cho núi) //(姓) Cấn

gēng

更 gēng❶<动>thay đổi: 变~ biến đổi ❷<动>

[书]từng trải; trải qua: 少不~事 trẻ người non dạ chưa từng trải ❸<名>canh (xưa chia đêm thành 5 canh, mỗi canh khoảng 2 giờ): 打~ điểm canh

另见gèng

【更迭】gēngdié<动>thay đổi luân phiên: 朝代~ triều đại đổi thay

【更定】gēngdìng<动>sửa đổi: ~法律 sửa đổi luật pháp

【更动】gēngdòng<动>sửa đổi; thay đổi: 不能擅自~教学计划。 Không được tùy ý thay đổi chương trình giảng dạy.

【更番】gēngfān<副>luân phiên: 这家公司让职员~带薪休息。 Công ti này cho nhân viên luân phiên nghỉ hưởng lương.

【更改】gēnggǎi<动>thay đổi; sửa đổi: ~剧本内容 sửa đổi nội dung kịch bản

【更换】gēnghuàn<动>thay đổi; thay: ~计划 thay đổi chương trình; ~绷带 thay băng/ thay gạc

【更名】gēngmíng<动>đổi tên: ~改姓 thay tên đổi họ

【更年期】gēngniánqī<名>thời kì chuyển sang tuổi già (thông thường phụ nữ từ 45 đến 55, đàn ông từ 55 đến 65 tuổi); thời kì mãn kinh ở phụ nữ

【更生】gēngshēng<动>❶sống lại; cánh sinh: 自力~ tự lực cánh sinh ❷tái sinh; tái chế: ~纸 giấy tái sinh

【更替】gēngtì<动>thay đổi: 人事~ thay đổi nhân sự

【更新】gēngxīn<动>❶canh tân; đổi mới: 万象~ muôn vật đổi mới ❷(rừng) tái sinh

【更新换代】gēngxīn-huàndài đổi mới; thay đổi thế hệ mới; bỏ cũ lấy mới

【更衣】gēngyī<动>❶thay quần áo ❷[书]đi nhà vệ sinh

【更衣室】gēngyīshì<名>phòng thay quần áo; phòng thay đồ; phòng thay và để đồ (dùng cho vận động viên)

【更正】gēngzhèng<动>sửa lại; đính chính; cải chính: 我还要对论文进行~补充。 Tôi còn phải sửa đổi bổ sung đôi chút cho luận án.

庚 gēng<名>❶Canh (vị trí thứ 7 trong thiên can) ❷tuổi tác: 同~ cùng tuổi/đồng niên // (姓)Canh

耕 gēng<动>❶cày: ~田 cày ruộng ❷ví công việc lao động khác: 笔~ cày bằng bút

【耕地】gēngdì ❶<动>cày ruộng ❷<名>đất trồng trọt; đất canh tác: 不能随意占用~建房。 Cấm tùy tiện lấy đất canh tác xây nhà.

【耕具】gēngjù<名>nông cụ: 传统~ nông cụ truyền thống

【耕牛】gēngniú<名>trâu cày: ~养殖技术 kĩ thuật nuôi trâu cày

【耕耘】gēngyún<动>❶làm việc đồng áng (thường dùng trong ti dụ): 着意~，自有收获。 Chuyên tâm làm việc đồng áng, sẽ được thu hoạch (ví siêng vun xới chăm bón sẽ có ngày bội thu). ❷ví chăm chú làm việc nghiên cứu, sáng tác

【耕种】gēngzhòng<动>cày ruộng và trồng trọt

【耕作】gēngzuò<动>canh tác; làm đất (cày, bừa, cuốc xới): 这片区域很适合~。 Khu vực này rất thích hợp canh tác.

羹 gēng<名>canh; xúp: 鸡蛋~ xúp trứng gà

【羹匙】gēngchí<名>muôi; thìa múc canh

gěng

埂 gěng<名>❶bờ: 田~ bờ ruộng ❷bờ đất cao: 过了那道山~，就看到我们村子了。 Qua bờ đất cao kia là có thể thấy thôn của chúng tôi. ❸đê; bờ đê: 堤~ bờ đê

【埂子】gěngzi<名>bờ ruộng: 地~ bờ đất

耿 gěng<形>❶[书]sáng sủa ❷thẳng thắn; cương trực //(姓) Cảnh

【耿耿】gěnggěng<形>❶sáng: ~星河 dải sao sáng ❷hết sức trung thành: 忠心~ lòng trung thành son sắt ❸canh cánh (trong lòng)

【耿耿于怀】gěnggěngyúhuái canh cánh trong lòng

【耿直】gěngzhí<形>(tính tình) ngay thẳng; bộc trực: 任何时代，任何社会都有~之 士，也有圆滑之人。Thời nào, xã hội nào cũng có người ngay thẳng và kẻ ma lanh sống với nhau.

哽 gěng<动>❶nghẹn (thức ăn tắc cuống họng, không nuốt được): 吃得快容易~着 ăn nhanh dễ bị nghẹn ❷(yết hầu) tắc nghẹn; nghẹn ngào (vì xúc động, nói không nên lời): ~咽 nghẹn ngào

【哽塞】gěngsè<动>tắc nghẹn; nghẹn ngào: 愤怒让他~难言。Cơn giận làm anh ấy nghẹn lời.

【哽噎】gěngyē<动>❶tắc nghẹn (thực quản): 容易~可能是一些危险疾病的征 兆。Dễ bị tắc nghẹn có thể là dấu hiệu của các bệnh hiểm nghèo. ❷nghẹn ngào: 他读 这封信时~起来。Anh ấy đã nghẹn ngào khi đọc lá thư này.

【哽咽】gěngyè<动>nức nở nghẹn ngào: ~ 不成声 nghẹn ngào không nói thành lời

梗 gěng❶<名>cành; cuống; cọng: 花~ cuống hoa ❷<动>vươn thẳng: ~着脖子 vươn cổ ra ❸<形>thẳng tính: ~直 ngay thẳng ❹<形>[书]bướng; ngoan cố: 顽~ bướng bỉnh ❺<动>tắc; ngăn trở: 从中作~ ngấm ngầm gây bế tắc

【梗概】gěnggài<名>nội dung chính: 了 解这部作品的~和结构。Tìm hiểu về cốt truyện và kết cấu của tác phẩm này.

【梗塞】gěngsè<动>❶tắc nghẽn ❷tắc cục

bộ động mạch

【梗死】gěngsǐ<动>[医学]hoại tử bộ phận (vì tắc động mạch, thường xảy ra ở tim, thận, phổi, não…)

【梗直】gěngzhí =【耿直】

【梗阻】gěngzǔ<动>❶tắc nghẽn; cách trở: 交通~ tắc nghẽn giao thông ❷cản trở: 革除 ~ loại trừ cản trở

gèng

更 gèng<副>❶càng; càng thêm: 高中生的 课业负担~重。Gánh vác về bài vở của các em trung học phổ thông càng nặng hơn. ❷ [书]lại: ~上一层楼 lại lên một tầng lầu nữa 另见gēng

【更加】gèngjiā<副>càng thêm; hơn: 世博 会使上海~漂亮、干净。Hội chợ Thế giới làm cho Thượng Hải càng thêm sạch đẹp.

【更上一层楼】gèng shàng yī céng lóu lại lên thêm một tầng lầu nữa; nâng cao một bước nữa

【更胜一筹】gèngshèng-yīchóu hay hơn; xuất sắc hơn; giỏi hơn; nhỉnh hơn

【更为】gèngwéi<副>càng; thêm; hơn nữa: 自从那次大病以后她~注意保养自己的 身体了。Sau cơn bệnh nặng lần đó, cô ấy càng chú ý đến việc bảo vệ sức khỏe của mình hơn.

gōng

工 gōng❶<名>công nhân; thợ; giai cấp công nhân: 矿~ thợ mỏ ❷<名>công tác; lao động sản xuất: 上~ đi làm ❸<名>công trình: 竣 ~ hoàn thành công trình ❹<名>công nghiệp: 化~ công nghiệp hóa chất ❺<名>kĩ sư; công trình sư: 高~ công trình sư cao cấp ❻ <名>(ngày) công ❼<名>kĩ thuật và trau giồi kĩ thuật: 唱~ nghệ thuật hát ❽<动>giỏi về; khéo về: ~诗善画 hay thơ giỏi vẽ ❾<形> tinh xảo; tinh tế: ~巧 khéo léo //(姓) Công

【工本】gōngběn<名>giá thành sản xuất; giá vốn: iPhone 5 的~费达到207美元。 Giá thành sản xuất iPhone 5 lên đến 207 USD.

【工笔】gōngbǐ<名>nét vẽ tỉ mỉ (một phép vẽ của hội họa Trung Quốc, vẽ tỉ mỉ chi tiết)

【工兵】gōngbīng<名>công binh

【工厂】gōngchǎng<名>công xưởng; nhà máy

【工场】gōngchǎng<名>công trường

【工程】gōngchéng<名>❶công trình (xây dựng thổ mộc hoặc các ngành sản xuất, chế tạo khác): 检查建筑~的质量 kiểm soát chất lượng công trình xây dựng ❷chỉ chung các công tác đòi hỏi đầu tư nhiều nhân lực vật lực: 菜篮子~ công trình làn rau

【工程技术】gōngchéng jìshù kĩ thuật công trình

【工程师】gōngchéngshī<名>công trình sư; kĩ sư

【工程造价】gōngchéng zàojià giá xây dựng công trình

【工地】gōngdì<名>hiện trường thi công; công trường

【工读】gōngdú❶<动>vừa làm vừa học (theo học bằng thu nhập từ lao động của chính mình): ~生 học sinh vừa làm vừa học ❷<名>giáo dục vừa làm vừa học

【工段】gōngduàn<名>❶công đoạn thi công (theo tình hình cụ thể) các ngành công trình kiến trúc, giao thông, thủy lợi ❷công đoạn sản xuất (chia theo quá trình sản xuất trong nhà máy hoặc phân xưởng)

【工分】gōngfēn<名>công điểm

【工蜂】gōngfēng<名>ong thợ

【工夫】gōngfu<名>❶thời gian (chỉ thời gian phải dùng): 重新装修只用了一天~。 Tân trang lại nhà chỉ mất một ngày ~. ❷thì giờ rồi: 我没有~出去。 Tôi chẳng có thì giờ rảnh rỗi để ra ngoài. ❸[方]khi; lúc: 我怀孕 那~, 他包揽了所有家务。 Trong thời gian tôi mang thai, anh ấy lo hầu hết việc nhà.

【工夫茶】gōngfuchá<名>trà công phu (một kiểu uống trà ở vùng Phúc Kiến-Quảng Đông, đồ trà xinh xắn tinh xảo, hãm và uống đều có trình tự và nghi thức riêng); trà nhâm nhi

【工会】gōnghuì<名>công đoàn

【工价】gōngjià<名>giá tiền công

【工间操】gōngjiāncāo<名>thể dục giữa giờ làm việc

【工件】gōngjiàn<名>linh kiện được gia công ra

【工匠】gōngjiàng<名>thợ; thợ thủ công

【工具】gōngjù<名>❶công cụ (để sản xuất, như cưa, bào, cày, cuốc) ❷công cụ (ví phương tiện để đạt tới mục đích): 检索~ công cụ tìm kiếm

【工具书】gōngjùshū<名>sách công cụ; sách tra cứu

【工科】gōngkē<名>khoa học công trình (tên gọi chung các môn học có liên quan đến công trình)

【工矿企业】gōngkuàng qǐyè xí nghiệp công nghiệp và khoáng sản

【工力】gōnglì<名>❶bản lĩnh và công sức: 这项工程要费很大的~。 Công trình này phải tốn rất nhiều bản lĩnh và công sức. ❷nhân lực cần thiết (để hoàn thành công việc nào đó)

【工料】gōngliào<名>❶nhân công và nguyên liệu (thường dùng khi đặt kế hoạch hoặc tính giá thành) ❷vật liệu (cần cho công trình): 购买~ mua nguyên vật liệu

【工龄】gōnglíng<名>tuổi nghề; thâm niên:

G

~津贴 phụ cấp; ~工资 lương

【工农业】gōngnóngyè<名>công nghiệp và nông nghiệp

【工棚】gōngpéng<名>lều; lán (công trường): 加强~防火管理。Tăng cường quản lí việc phòng chữa cháy cho các lán lều.

【工期】gōngqī<名>kì hạn của công trình: ~将延缓几天。Kì hạn công trình sẽ bị hoãn thêm vài ba ngày.

【工钱】gōngqián<名>❶tiền công: 做套衣服需多少~? May bộ quần áo hết bao nhiêu tiền công? ❷[口]tiền lương

【工区】gōngqū<名>đơn vị sản xuất cơ bản của một số nhà máy; khu công tác

【工人】gōngrén<名>công nhân: ~阶级 giai cấp công nhân

【工日】gōngrì<名>ngày công

【工伤】gōngshāng<名>tai nạn lao động: 必须按规定操作，避免~事故的发生。Cần thao tác theo đúng quy định, để tránh xảy ra tai nạn lao động.

【工商管理】gōngshāng guǎnlǐ quản lí công thương

【工商局】Gōngshāng Jú<名>Sở Công thương; Cục Công thương

【工商业】gōngshāngyè<名>công thương nghiệp

【工时】gōngshí<名>giờ công

【工事】gōngshì<名>công sự

【工头】gōngtóu<名>viên đốc công

【工细】gōngxì<形>tinh xảo: 绘画笔法~。Lối vẽ chi tiết, tinh xảo.

【工效】gōngxiào<名>hiệu suất công tác: 提高~ nâng cao hiệu suất công tác

【工薪】gōngxīn<名>tiền lương

【工薪阶层】gōngxīn jiēcéng tầng lớp ăn lương

【工休】gōngxiū<动>❶nghỉ việc; nghỉ ngơi sau một giai đoạn làm việc: 关于带薪~的规定 những quy định về nghỉ việc hưởng nguyên lương ❷nghỉ giữa giờ làm: 育儿时期的~制度 chế độ nghỉ giữa giờ khi nuôi con nhỏ

【工序】gōngxù<名>trình tự các công đoạn

【工业】gōngyè<名>công nghiệp

【工业博览会】gōngyè bólǎnhuì hội chợ hàng công nghiệp

【工业革命】gōngyè gémìng cách mạng công nghiệp

【工业化】gōngyèhuà công nghiệp hóa

【工艺】gōngyì<名>❶công nghệ: 最新~ công nghệ mới nhất ❷mĩ nghệ; nghệ thuật thủ công: ~品 hàng mĩ nghệ

【工艺美术】gōngyì měishù mĩ thuật công nghệ

【工役】gōngyì<名>người làm tạp dịch

【工友】gōngyǒu<名>❶lao công; nhân viên tạp vụ (trong cơ quan, trường học…) ❷công nhân; bạn thợ (cách gọi thời cũ, hoặc là cách gọi giữa công nhân với nhau)

【工于心计】gōngyúxīnjì giỏi về bày mưu

【工余】gōngyú<名>ngoài giờ làm việc: 他的~时间没有被充分利用。Anh ấy chưa tận dụng hết thời gian rảnh rỗi của mình.

【工欲善其事，必先利其器】gōng yù shàn qí shì, bì xiān lì qí qì muốn được việc thì phải chuẩn bị tốt dụng cụ

【工整】gōngzhěng<形>ngay ngắn; nắn nót; không cẩu thả: 字体~漂亮。Chữ viết nắn nót đẹp mắt.

【工致】gōngzhì<形>khéo léo tỉ mi; tinh tế: 雕刻作品极其~。Tác phẩm điêu khắc cực kì tinh tế.

【工种】gōngzhǒng<形>chủng loại công việc

【工装】gōngzhuāng<名>đồ lao động; quần áo lao động

【工资】gōngzī<名>tiền lương

【工作】gōngzuò ❶<动>công tác; làm việc: 开始~ bắt đầu làm việc ❷<名>việc làm; nghề: 找~ tìm việc làm ❸<名>nghiệp vụ; nhiệm vụ; công tác: ~量 khối lượng công việc

【工作服】gōngzuòfú<名>quần áo làm việc; quần áo lao động

【工作纪律】gōngzuò jìlǜ kỉ luật công tác

【工作人员】gōngzuò rényuán nhân viên công tác: 社会~ nhân viên công tác xã hội

【工作日】gōngzuòrì<名>❶thời gian làm việc ❷ngày công tác; ngày làm việc: 这件事需要两个~。Việc này cần phải làm trong hai ngày.

【工作证】gōngzuòzhèng<名>thẻ công tác; giấy chứng nhận công tác

【工作组】gōngzuòzǔ<名>❶tổ công tác (có nhiệm vụ riêng): 特别~ tổ công tác đặc biệt ❷tổ công tác trên mạng lưới

弓 gōng ❶<名>cái cung: ~箭 cung tên ❷<名>cái cung; cái cần: 弹棉花的绷~ cần bật bông ❸<名>cung (dụng cụ để đo ruộng đất, làm bằng gỗ, hình hơi giống cái cung, khoảng cách hai đầu là 5 thước) ❹<量>cung (đơn vị tính toán để đo ruộng đất, một cung bằng 5 thước) ❺<动>cong; uốn cong: ~背 khom lưng //(姓)Cung

【弓身】gōngshēn<动>khom lưng: ~哈腰 nghiêng mình chào

【弓形】gōngxíng<名>cong; hình vòm; hình cong

公¹ gōng ❶<形>công (của nhà nước hoặc tập thể): ~款 tiền của công ❷<形>chung; công: ~约 công ước ❸<形>(thuộc về) quốc tế: ~海 vùng biển quốc tế ❹<形>công bằng: 秉~办理 giải quyết công bằng ❺<动>đưa ra công khai; công bố: ~布 công bố ❻<名>việc công: 办~ làm việc công //(姓)Công

公² gōng ❶<名>ông (tôn xưng người đàn ông lớn tuổi): 诸~ các ông ❷<名>chồng: 两~婆 hai vợ chồng ❸<名>bố chồng ❹<形>(cầm thú) giống đực: ~羊 dê đực; ~鸡 gà trống ❺<名>tước công (tước đầu trong năm tước phong kiến): ~爵 công tước

【公安】gōng'ān<名>❶trị an của chỉnh thể xã hội ❷nhân viên công an: 人民~ công an nhân dân

【公安部】Gōng'ān Bù<名>Bộ Công an

【公安厅】Gōng'ān Tīng<名>Sở Công an

【公办】gōngbàn<形>quốc lập; công lập: ~企业 doanh nghiệp nhà nước

【公报】gōngbào<名>❶thông báo; thông cáo: 联合~ thông cáo chung ❷công báo

【公报私仇】gōngbào-sīchóu mượn việc công trả thù riêng

【公布】gōngbù<动>công bố: ~产品标准 công bố tiêu chuẩn của sản phẩm

【公差】gōngchā<名>❶sai số cho phép (đối với kích thước của máy móc hoặc linh kiện trong chế tạo máy) ❷công sai

【公差】gōngchāi<名>❶công vụ: 出~ đi công vụ ❷[旧]người chạy giấy trong nha môn thời xưa

【公产】gōngchǎn<名>tài sản công cộng: 盗窃~ trộm cắp tài sản công cộng

【公车】gōngchē<名>❶xe hơi công cộng; xe buýt: 免费~ xe buýt miễn phí ❷xe nhà nước; xe cơ quan; xe công: 不能~私用。Xe công không được phép dùng cho việc tư.

【公称】gōngchēng<名>kích thước chuẩn (của máy móc, bản đồ)

【公尺】gōngchǐ<量>mét (tên gọi cũ)

【公道】gōngdào<名>lẽ phải; đạo lí công bằng: 主持~ chủ trì đạo lí công bằng

【公道】gōngdao<形>công bằng; hợp lí: 说句~话 nói cho công bằng

【公德】gōngdé<名>công đức; đạo đức công

cộng: 社会~ công đức xã hội

【公敌】gōngdí<名>kẻ thù chung

【公参】gōngdiē<名>[方]bố chồng

【公断】gōngduàn<动>❶(người giữa) phán xét: 这件事还有待村委会~。Việc này phải đợi sự phán xét của ban lãnh đạo thôn. ❷phán xét công bằng

【公法】gōngfǎ<名>❶công pháp (luật học phương Tây chỉ luật pháp có liên quan đến lợi ích quốc gia, như hiến pháp, luật hành chính...phân biệt với: "私法" tư pháp) ❷công pháp (chuẩn tắc điều chỉnh quan hệ quốc tế): 国际~ công pháp quốc tế

【公房】gōngfáng<名>nhà của nhà nước

【公费】gōngfèi<名>chi phí do nhà nước (đoàn thể) cung cấp: ~留学 chi phí du học do nhà nước tài trợ

【公费医疗】gōngfèi yīliáo (chế độ) chữa bệnh bằng kinh phí nhà nước; chữa bệnh theo chế độ

【公愤】gōngfèn<名>công phẫn: 残杀事件在全世界引起~。Vụ thảm sát gây công phẫn trên khắp thế giới.

【公干】gōnggàn❶<名>việc chung: 有何~? Có việc chung gì không? ❷<动>công cán

【公告】gōnggào❶<动>thông cáo; thông báo: 特在此~。Đặc biệt thông báo ở đây. ❷<名>bản thông cáo (của chính phủ hoặc cơ quan đoàn thể...phát ra trước công chúng): 书写~的方式 cách viết thông cáo

【公告栏】gōnggàolán<名>bảng thông báo

【公公】gōnggong<名>❶bố chồng ❷[方]ông nội ❸[方]ông ngoại ❹tôn xưng các cụ già ❺thái giám; hoạn quan

【公共】gōnggòng<形>công cộng; chung: ~场所 nơi công cộng

【公共厕所】gōnggòng cèsuǒ nhà vệ sinh công cộng; nhà xí công cộng

【公共积累】gōnggòng jīlěi vốn tích lũy chung (để tái sản xuất mở rộng)

【公共课】gōnggòngkè<名>môn học chung

【公共汽车】gōnggòng qìchē ô tô công cộng; xe buýt

【公关】gōngguān<名>quan hệ công cộng: ~部门 ngành quan hệ công cộng

【公害】gōnghài<名>❶ô nhiễm môi trường chung; phá hoại môi trường chung ❷mối hại chung; ví với tệ nạn xã hội: 预防毒品~ phòng chống tệ nạn ma túy

【公函】gōnghán<名>công hàm

【公会】gōnghuì<名>công hội đồng nghiệp

【公积金】gōngjījīn<名>❶quỹ công; vốn tích lũy chung (để tái sản xuất mở rộng) ❷quỹ phúc lợi tích lũy dài hạn

【公祭】gōngjì<动>tưởng niệm: 政府组织~地震遇难者。Chính phủ tổ chức tưởng niệm những người tử nạn trong trận động đất.

【公家】gōngjia<名>[口]công (thuộc về nhà nước, cơ quan, đoàn thể...phân biệt với tư nhân): 这是~的财物, 要妥善保管。Đây là của công, cần bảo quản cho ổn thỏa.

【公假】gōngjià<名>ngày nghỉ phép được nhà nước hay cấp trên duyệt chuẩn

【公检法】gōng-jiǎn-fǎ<名>công-kiểm-pháp (công an, kiểm sát, tư pháp)

【公交】gōngjiāo<名>giao thông công cộng

【公交车】gōngjiāochē<名>xe buýt

【公斤】gōngjīn<量>ki-lô-gam

【公决】gōngjué<动>cùng nhau quyết định: 全民~ toàn dân cùng quyết định

【公开】gōngkāi❶<形>công khai: ~审判 xét xử công khai ❷<动>đưa ra công khai: 违反交通安全法规且有贿赂执行公务人员行为的, 将在网上~其姓名。Người vi phạm luật an toàn giao thông mà có hành vi hối lộ người thi hành công vụ sẽ bị nêu tên trên mạng.

【公开信】gōngkāixìn<名>thư ngỏ

【公筷】gōngkuài<名>đôi đũa chung

【公款】gōngkuǎn<名>tiền của công; tiền chùa

【公里】gōnglǐ<量>ki-lô-mét

【公理】gōnglǐ<名>❶tiền đề ❷công lí

【公历】gōnglì<名>công lịch; dương lịch; lịch quốc tế hiện dùng

【公立】gōnglì<形>công lập; quốc lập: ~学校 trường quốc lập

【公例】gōnglì<名>quy luật chung

【公了】gōngliǎo<动>(tranh chấp của đôi bên) được sử lí theo qui định, luật lệ, qui chế chung

【公路】gōnglù<名>đường cái; đường quốc lộ

【公论】gōnglùn<名>công luận: 行为的对错自有~。Công luận sẽ phán xét hành vi đúng sai.

【公民】gōngmín<名>công dân

【公民权】gōngmínquán<名>quyền công dân

【公墓】gōngmù<名>nghĩa địa; nghĩa trang

【公牛】gōngniú<名>trâu (bò) đực

【公派】gōngpài<动>nhà nước cử: 国家~她到国外学习火箭技术。Cô ấy được nhà nước cử ra nước ngoài học tập kĩ thuật tên lửa.

【公判】gōngpàn<动>❶tuyên án công khai (của tòa án) ❷bình phẩm của công chúng; phán xét của công chúng

【公平】gōngpíng<形>công bằng: ~秤 cân công bằng/cân chuẩn

【公婆】gōngpó<名>❶bố mẹ chồng ❷[方] vợ chồng: 两~ hai vợ chồng

【公仆】gōngpú<名>công bộc; người đầy tớ của dân: 干部应是人民的~。Cán bộ phải là người đầy tớ của dân.

【公顷】gōngqǐng<量>héc-ta

【公权】gōngquán<名>công quyền: ~机关 cơ quan công quyền

【公然】gōngrán<副>công nhiên; không kiêng nể gì: ~侵犯劳动者的权益 công nhiên xâm phạm quyền lợi người lao động

【公认】gōngrèn<动>công nhận: 下龙湾被~为世界自然奇观。Vịnh Hạ Long được công nhận là kì quan thiên nhiên thế giới.

【公审】gōngshěn<动>công thẩm; xét xử công khai

【公升】gōngshēng<量>lít

【公使】gōngshǐ =【特命全权公使】

【公示】gōngshì<动>tuyên bố công khai; niêm yết

【公式】gōngshì<名>❶công thức (toán học) ❷công thức (phương thức, phương pháp có thể ứng dụng cho sự việc cùng loại)

【公事】gōngshì<名>❶việc công: ~公办 việc công thì xử lí theo nguyên tắc chung ❷[方]công văn: 他负责~收发。Anh ấy phụ trách việc thu nhận và gửi phát công văn.

【公说公有理，婆说婆有理】gōng shuō gōng yǒulǐ, pó shuō pó yǒulǐ ông nói ông tài, bà nói bà giỏi; ai cũng tự cho mình là đúng

【公司】gōngsī<名>công ti

【公私分明】gōngsī-fēnmíng công tư rõ ràng; công ra công, tư ra tư

【公诉】gōngsù<动>công tố

【公诉人】gōngsùrén<名>người công tố

【公摊】gōngtān<动>phần gánh vác chung

【公堂】gōngtáng<名>❶[旧]công đường: 对簿~ chịu thẩm vấn nơi công đường ❷[方]hội quán (nơi làm việc của tổ chức đồng nghiệp hoặc đồng hương)

【公投】gōngtóu<动>bỏ phiếu toàn dân

【公推】gōngtuī<动>cùng đề cử: 董事会仍

采用~形式。Hội đồng quản trị vẫn áp dụng hình thức cùng đề cử.

【公文】gōngwén〈名〉công văn: ~袋 túi đựng công văn

【公务】gōngwù〈名〉công vụ: 加强~检查, 提高行政改革效果。Đẩy mạnh kiểm tra công vụ để nâng cao hiệu quả cải cách hành chính.

【公务员】gōngwùyuán〈名〉❶cán bộ công chức ❷[旧]công vụ viên (nhân viên tạp vụ của cơ quan, đoàn thể)

【公物】gōngwù〈名〉của công: 不要损坏~! Không được làm hư hại của công!

【公心】gōngxīn〈名〉❶công tâm ❷cái tâm vì mọi người; ý thức vì lợi chung: 若非出于~，他何苦这么做。Nếu không phải vì công tâm thì anh ấy đâu phải vất vả đến nỗi này.

【公信力】gōngxìnlì〈名〉sức tín nhiệm của công chúng

【公休】gōngxiū〈动〉nghỉ ngơi chung: ~日 ngày nghỉ chung

【公选】gōngxuǎn〈动〉tuyển cử công khai

【公演】gōngyǎn〈动〉công diễn: ~特色节目 công diễn các tiết mục đặc sắc

【公议】gōngyì〈动〉bàn bạc chung; bàn luận tập thể

【公益】gōngyì〈名〉công ích; lợi ích chung: 热心~ sốt sắng với lợi ích công cộng

【公益金】gōngyìjīn〈名〉quỹ công ích; quỹ phúc lợi

【公营】gōngyíng〈形〉kinh doanh nhà nước hoặc của địa phương: ~企业 xí nghiệp kinh doanh nhà nước

【公映】gōngyìng〈动〉(phim) chiếu công khai: 这部电影将于年底~。Bộ phim này sẽ công chiếu vào cuối năm.

【公用】gōngyòng〈动〉dùng chung: ~电话 điện thoại công cộng

【公用事业】gōngyòng shìyè sự nghiệp công cộng; công trình công cộng (gọi chung các xí nghiệp dành cho dân cư sử dụng như điện báo, điện thoại, đèn điện, nước máy, giao thông công cộng)

【公有】gōngyǒu〈动〉công hữu; sở hữu tập thể hoặc nhà nước: ~财产 của công/tài sản chung/tài sản công hữu

【公有制】gōngyǒuzhì〈名〉chế độ công hữu

【公余】gōngyú〈名〉ngoài giờ làm việc công: 利用~积极参加体育锻炼 lợi dụng lúc ngoài giờ làm việc tích cực tham gia rèn luyện thân thể

【公寓】gōngyù〈名〉❶quán trọ; nhà trọ (cho thuê tháng) ❷nhà chung cư (gồm nhiều căn hộ, có thể cho nhiều gia đình thuê hoặc ở)

【公元】gōngyuán〈名〉công nguyên

【公园】gōngyuán〈名〉công viên; vườn hoa công cộng

【公约】gōngyuē〈名〉❶công ước ❷quy ước chung: 卫生~ quy ước vệ sinh

【公允】gōngyǔn〈形〉công bằng xác đáng

【公债】gōngzhài〈名〉công trái; nợ công

【公债券】gōngzhàiquàn〈名〉phiếu công trái

【公章】gōngzhāng〈名〉con dấu của tổ chức, cơ quan, đoàn thể

【公正】gōngzhèng〈形〉công bằng chính trực: 为人~ xử sự công bằng chính trực

【公证】gōngzhèng〈动〉công chứng

【公证处】gōngzhèngchù〈名〉phòng công chứng

【公证委托书】gōngzhèng wěituōshū văn bản ủy thác công chứng

【公之于众】gōngzhīyúzhòng công khai cho mọi người đều biết

【公职】gōngzhí〈名〉chức vụ hành chính (trong cơ quan hoặc xí nghiệp công cộng, đơn vị sự nghiệp công cộng): 担任~ đảm nhiệm chức vụ hành chính

【公职人员】gōngzhí rényuán nhân viên có chức vụ hành chính; công chức

【公众】gōngzhòng<名>công chúng; đại chúng: ~前的讲话艺术 nghệ thuật nói chuyện trước công chúng

【公主】gōngzhǔ<名>công chúa

【公主病】gōngzhǔbìng<名>bệnh công chúa (chỉ tự cảm giác quá tốt)

【公转】gōngzhuàn<动>xoay quanh (một thiên thể xoay quanh một thiên thể khác): 地球围绕太阳~。Trái đất xoay quanh mặt trời.

【公子】gōngzǐ<名>công tử (thời xưa chỉ con trai vua chư hầu, sau chỉ con trai quan và cũng dùng để tôn xưng con trai người khác)

【公子哥儿】gōngzǐgēr<名>cậu ấm; công tử bột; con ông cháu cha

功 gōng<名>❶công; công lao: 立~ lập công ❷sự nghiệp, việc lớn: 大~告成 việc lớn đã thành ❸kĩ thuật và trau dồi kĩ thuật: 唱~ kĩ năng hát ❹[物理]công

【功败垂成】gōngbàichuíchéng thất bại vào lúc sắp thành công (tỏ ý tiếc rẻ); trồng cây sắp đến ngày ăn quả lại thất thu

【功臣】gōngchén<名>công thần: 开国~ khai quốc công thần/công thần dựng nước

【功成名就】gōngchéng-míngjiù công thành danh toại

【功成身退】gōngchéng-shēntuì xong việc lui về; sau khi thành đạt thì lui về ở ẩn; đạt được thành tựu rồi thì lui về ở ẩn

【功到自然成】gōng dào zìrán chéng dốc sức vào sẽ có ngày thành công; có công mài sắt có ngày nên kim

【功德】gōngdé<名>❶công đức; công ơn: 父母~无边，难以报答。Công ơn cha mẹ vô biên, khó mà đền đáp hết được. ❷[宗教]

công đức (tín đồ đạo Phật làm việc thiện, tụng kinh niệm Phật, cầu siêu độ người chết, hoặc đạo sĩ lập đàn cầu siêu): ~无量 công đức vô lượng

【功底】gōngdǐ<名>cơ sở của kĩ năng cơ bản: ~扎实 cơ sở vững vàng

【功夫】gōngfu<名>❶bản lĩnh; sự tu dưỡng rèn luyện: 没有一点~，哪敢上台表演？Không có chút bản lĩnh thì làm sao dám lên sân khấu biểu diễn? ❷võ thuật ❸thời gian và sức lực khi làm việc phải hao phí

【功夫片】gōngfupiàn<名>phim võ thuật; phim kiếm hiệp: 李小龙是这部~的主角。Lí Tiểu Long đóng vai chính trong bộ phim này.

【功过】gōngguò<名>công lao với lỗi lầm: 一生~，自有公论。Công lao với lỗi lầm của cả một đời, ắt có sự đánh giá công bằng.

【功耗】gōnghào<名>công hao; hao tổn công suất

【功绩】gōngjì<名>công tích; công lao sự nghiệp: ~卓著 công lao sự nghiệp rạng rỡ

【功课】gōngkè<名>❶bài học; môn học: 预计三年后将减少中学的~。Dự kiến sau ba năm nữa sẽ giảm môn học ở trung học. ❷bài vở; bài tập: 学生每天都应该完成一定量的~。Mỗi học sinh hàng ngày đều phải làm số bài tập thích hợp. ❸[宗教](tín đồ Phật giáo) tụng kinh niệm Phật (theo giờ giấc quy định) ❹phiếm chỉ công tác chuẩn bị trước khi làm việc gì đó

【功亏一篑】gōngkuī-yīkuì đắp núi cao chỉ còn thiếu một sọt đất mà không hoàn thành được; ví việc sắp thành lại bị nhỡ

【功劳】gōngláo<名>công lao: 她的~可不小啊。Công lao cô ấy không nhỏ chút nào.

【功劳簿】gōngláobù<名>sổ công đức

【功力】gōnglì<名>❶công hiệu: 我介绍一下蜂蜜的三种~。Tôi xin giới thiệu 3 công hiệu của mật ong. ❷công phu sức lực

【功利】gōnglì<名>❶công hiệu và lợi ích: ~ 显著 công hiệu và lợi ích rõ rệt ❷công danh lợi lộc: 漠视~的态度 thái độ coi thường công danh lợi lộc

【功率】gōnglǜ<名>công suất

【功名】gōngmíng<名>công danh (danh hiệu khoa cử hoặc quan chức thời phong kiến): 革除~ xóa hết công danh

【功名利禄】gōngmíng-lìlù công danh lợi lộc

【功能】gōngnéng<名>công năng; chức năng: 多~直升机 máy bay trực thăng nhiều chức năng

【功效】gōngxiào<名>công hiệu; công năng; hiệu suất: 立见~ thấy ngay công hiệu

【功勋】gōngxūn<名>công huân; công lao to lớn: ~卓著 công huân nổi trội

【功业】gōngyè<名>công lao sự nghiệp

【功用】gōngyòng<名>công dụng

【功在当代，利在千秋】gōngzàidāngdài, lìzàiqiānqiū công ở đời nay, lợi cho muôn thuở

攻 gōng<动>❶đánh; tiến công: 围~ vây đánh ❷công kích: 群起而~之 vùng lên công kích ❸nghiên cứu; học tập: 他是专~哲学的。Anh ấy chuyên nghiên cứu triết học. // (姓) Công

【攻打】gōngdǎ<动>tiến đánh; đánh; tấn công

【攻读】gōngdú<动>nỗ lực học tập hoặc nghiên cứu (một học vấn nào đó): ~博士学位 nỗ lực theo học học vị tiến sĩ

【攻防】gōngfáng<动>tiến công và phòng thủ

【攻关】gōngguān<动>tiến công cửa ải; ví việc nỗ lực đột phá điểm khó về phương diện khoa học kĩ thuật

【攻击】gōngjī<动>❶tiến công; công kích:

加紧准备，随时~敌人。Chuẩn bị khẩn trương, sẵn sàng tiến công quân địch. ❷công kích; chỉ trích một cách ác ý: 就事论事，不要搞人身~。Có gì thì thảo luận nấy chứ không nên công kích chỉ trích một cách ác ý.

【攻坚】gōngjiān<动>❶công kiên (đánh vào công sự phòng ngự kiên cố của địch): ~战 đánh công kiên ❷ví nỗ lực giải quyết vấn đề khó khăn nhất trong một nhiệm vụ nào đó

【攻克】gōngkè<动>đánh hạ (cứ điểm địch)

【攻略】gōnglüè❶<动>[书]đánh chiếm ❷<名>sách lược; mẹo: 旅游~ sách lược du lịch

【攻破】gōngpò<动>đánh vỡ; công phá; chọc thủng: ~城垒 công phá thành lũy

【攻其不备】gōngqíbùbèi đánh vào lúc địch không phòng bị

【攻取】gōngqǔ<动>đánh lấy; đánh chiếm: 制订一周内~该地区的计划 lập kế hoạch đánh chiếm khu vực này trong một tuần

【攻势】gōngshì<名>thế tiến công; cuộc tiến công: 敌人的~很猛烈。Thế tiến công của địch rất mạnh.

【攻守】gōngshǒu<动>công thủ

【攻守同盟】gōngshǒu-tóngméng❶đồng minh công thủ (đồng minh cùng tiến công cùng phòng thủ) ❷(những kẻ cùng gây án) bằng cách giữ miệng cho nhau (nhằm đối phó với sự truy hỏi hoặc tra tấn)

【攻无不克，战无不胜】gōngwúbùkè, zhànwúbùshèng đã đánh là thắng; đánh đâu thắng đó

【攻陷】gōngxiàn<动>công hãm; đánh chiếm

【攻心】gōngxīn<动>❶tâm lí chiến; đánh vào lòng kẻ địch; tiến công trên tư tưởng, tinh thần: ~计 kế công tâm ❷công tâm (vì đau khổ phẫn nộ mà hôn mê, gọi là nộ khí công tâm; vì lở loét hoặc bỏng toàn thân mà có thể nguy đến tính mạng gọi là hỏa khí công tâm hoặc độc khí công tâm; cách gọi của Đông y)

【攻占】gōngzhàn<动>đánh chiếm: ~敌人据点 đánh chiếm cứ điểm của địch

供gōng❶<动>cung cấp; cung ứng; cung: ~不应求 cung bất ứng cầu/cung ứng không đủ cho nhu cầu ❷<动>để cho; dùng để; dành để: ~消费者选购 để người tiêu dùng chọn mua ❸<动>trả góp: ~房 trả góp tiền nhà ❹<名>tiền trả góp: 月~ tiền trả góp hàng tháng //(姓) Cung
另见gòng

【供不应求】gōngbùyìngqiú cung bất ứng cầu; cung ứng không theo kịp nhu cầu

【供电】gōngdiàn<动>cung cấp điện: 集中保障夏季~ tập trung bảo đảm cung cấp điện mùa hè

【供稿】gōnggǎo<动>gửi bài (viết); cung cấp bài viết: 本专栏文字、图片由校学生会~。Bài và ảnh của chuyên đề này do Hội liên hiệp sinh viên của trường cung cấp.

【供货】gōnghuò<动>cung ứng hàng hóa

【供给】gōngjǐ<动>cung cấp: ~生活用品 cung cấp đồ dùng sinh hoạt

【供给制】gōngjǐzhì<名>chế độ cung cấp; chế độ bao cấp

【供暖】gōngnuǎn<动>cấp sưởi ấm

【供求】gōngqiú<名>cung (và) cầu (thường chỉ hàng hóa): ~失衡，菜价反常上升。Cung cầu mất cân đối, giá rau tăng bất thường.

【供销】gōngxiāo<名>cung tiêu; cung cấp và tiêu thụ; mua bán: ~合同 hợp đồng mua bán

【供销社】gōngxiāoshè<名>hợp tác xã mua bán; hợp tác xã cung tiêu

【供需】gōngxū<名>cung cấp và nhu cầu

【供血】gōngxuè<动>cung ứng máu

【供养】gōngyǎng<动>phụng dưỡng: ~父母 phụng dưỡng cha mẹ
另见gòngyǎng

【供应】gōngyìng<动>cung ứng: ~货币 cung ứng tiền tệ; 物资~ cung ứng vật tư

【供应链】gōngyìngliàn<名>chuỗi cung ứng: 最优~：开支最少，效果最好。Chuỗi cung ứng tối ưu: chi tiêu thấp nhất, hiệu quả cao nhất.

【供应商】gōngyìngshāng<名>thương gia cung ứng; nhà cung cấp

肱gōng<名>[书]cánh tay; bắp tay (cả cánh tay hoặc chỉ từ vai đến khuỷu tay): 股~ cánh tay

宫gōng<名>❶cung (nhà ở của vua, hoàng hậu và thái tử...): ~殿 cung điện ❷cung (nhà vui chơi hoặc hoạt động văn hóa của nhân dân): 少年~ cung thiếu nhi ❸cung (nhà ở của thần tiên trong thần thoại): 天~ thiên cung ❹cung (đền miếu): 雍和~ Ung Hòa Cung ❺tử cung: ~颈 cổ tử cung //(姓) Cung

【宫灯】gōngdēng<名>cung đăng; đèn cung đình (đèn bát giác hoặc lục lăng, mỗi mặt có dán giấy hoa hoặc lồng kính, xưa dùng trong cung đình)

【宫观】gōngguàn<名>❶li cung; hành cung ❷miếu; miếu đạo giáo; miếu đạo quán

【宫颈】gōngjǐng<名>cổ tử cung: ~糜烂 loét cổ tử cung

【宫女】gōngnǚ<名>cung nữ

【宫室】gōngshì<名>cung thất (thời cổ chỉ nhà cửa nói chung, về sau chỉ riêng cung điện đế vương)

【宫廷】gōngtíng<名>❶cung đình (nơi ở của nhà vua): ~音乐 âm nhạc cung đình ❷tập đoàn thống trị triều đình

【宫外孕】gōngwàiyùn chửa ngoài dạ con

恭gōng<形>cung kính: ~贺 cung kính chúc

mừng ///(姓) Cung

【恭贺】gōnghè<动>cung kính chúc mừng: ~新年 chúc mừng năm mới

【恭候】gōnghòu<动>cung kính chờ đợi: ~ 光临 cung kính chờ đợi đến thăm

【恭谨】gōngjǐn<形>kính cẩn

【恭敬】gōngjìng<形>cung kính; lễ phép: 态度~ thái độ cung kính lễ phép

【恭敬不如从命】gōngjìng bùrú cóngmìng cung kính không bằng tuân lệnh

【恭请】gōngqǐng<动>cung thỉnh; kính mời; trân trọng mời: 公司~他任顾问。Công ti trân trọng mời ông ấy nhậm chức cố vấn.

【恭顺】gōngshùn<形>cung kính phục tùng: 态度~ thái độ cung kính phục tùng

【恭维】gōngwéi<动>nịnh hót; vâng dạ lấy lòng; tâng bốc: ~话 lời nịnh hót

【恭喜】gōngxǐ<动>(lời khách sáo) chúc mừng: ~发财 chúc mừng phát tài

【恭迎】gōngyíng<动>cung kính nghênh tiếp: ~佛舍利大典 đại lễ cung nghênh xá lợi Phật

【恭祝】gōngzhù<动>cung chúc: ~新春 cung chúc tân xuân/chúc mừng xuân mới

躬gōng❶<副>tự mình; đích thân: 反~自问 tự hỏi mình ❷<动>khom lưng; cúi mình: ~身下拜 cúi mình vái chào

【躬逢其盛】gōngféng-qíshèng bản thân đã được dự cuộc đại lễ long trọng ấy; bản thân đã được trải qua thời đại hưng thịnh ấy

【躬亲】gōngqīn<动>[书]đích thân làm: 事必~ mọi việc đều đích thân làm lấy

【躬行】gōngxíng<动>[书]đích thân thực hiện: ~节俭 đích thân thực hành tiết kiệm

觥gōng<名>be rượu thời cổ làm bằng sừng thú

【觥筹交错】gōngchóu-jiāocuò be chén say sưa; tiệc tùng nhộn nhịp

gǒng

巩gǒng<动>củng cố ///(姓) Củng

【巩固】gǒnggù❶<动>củng cố: ~发展全面合作关系 củng cố và phát triển quan hệ hợp tác toàn diện ❷<形>vững chắc: 基础~ cơ sở vững chắc

【巩膜】gǒngmó<名>[解剖]củng mạc (mắt)

汞gǒng<名>thủy ngân (kí hiệu: Hg) ///(姓) Hồng

【汞灯】gǒngdēng<名>đèn thủy ngân

【汞溴红】gǒngxiùhóng<名>[医药]thuốc đỏ

【汞中毒】gǒngzhòngdú ngộ độc thủy ngân

拱¹gǒng❶<动>chắp tay vái: ~手 chắp tay vái ❷<动>vây quanh: ~卫 bảo vệ chung quanh ❸<动>khom (lưng); cong (chân): ~肩缩背 cong lưng rụt vai ❹<形>vòm (kiến trúc hình cung): ~门 cửa vòm

拱²gǒng<动>❶đẩy; đũi; đùn (dùng thân thể huých vào vật khác hoặc gạt đất ra): 用身子~开大门。Lấy thân đẩy cửa ra. ❷nhú: 苗儿~出土了。Mầm đã nhú lên khỏi mặt đất. ///(姓) Củng

【拱抱】gǒngbào<动>(núi) bao quanh: 群峰~ dãy núi bao quanh

【拱门】gǒngmén<名>cửa vòm; cổng vòm

【拱桥】gǒngqiáo<名>cầu vòm; cầu cuốn: ~施工方法 phương pháp thi công cầu vòm

【拱手】gǒngshǒu<动>chắp tay trước ngực (tỏ ý cung kính): ~相迎 chắp tay nghênh tiếp

【拱手相让】gǒngshǒu-xiāngràng dâng cho người khác; hai tay đem nhường cho người khác

【拱卫】gǒngwèi<动>vây quanh bảo vệ; bảo vệ xung quanh

【拱形】gǒngxíng<名>hình vòm

gòng

共 gòng ❶<形>chung; giống nhau: ~性 tính chung ❷<动>cùng; chung: ~患难 cùng chung hoạn nạn ❸<副>cùng nhau: ~鸣 cộng hưởng ❹<副>tổng cộng; có cả thảy: 全班 ~50名学生。 Cả lớp có tất cả 50 em học sinh. ❺<名>Đảng Cộng sản (gọi tắt) //(姓) Cộng

【共产党】gòngchǎndǎng<名>Đảng Cộng sản

【共产主义】gòngchǎn zhǔyì chủ nghĩa cộng sản

【共处】gòngchǔ<动>chung sống: 和平~ chung sống hòa bình

【共存】gòngcún<动>cùng tồn tại: 宗教与 科学~ tôn giáo và khoa học cùng tồn tại

【共度】gòngdù<动>cùng nhau đi qua: ~节 日 cùng trải vui trong ngày tết lễ

【共犯】gòngfàn❶<动>cùng phạm tội ❷<名> kẻ đồng phạm

【共管】gòngguǎn<动>❶cùng nhau quản lí: 三家单位~一个公园。 Ba đơn vị cùng quản lí một công viên. ❷đồng quản quốc tế (nhiều nước cùng quản lí, gọi tắt)

【共和】gònghé<名>chế độ cộng hòa

【共和国】gònghéguó<名>nước cộng hòa

【共计】gòngjì<动>❶tính chung lại: 全年 ~卖出30,000辆车。 Lượng xe bán ra là 30.000 chiếc tính chung cả năm. ❷cùng bàn tính: ~大事 cùng bàn đại sự

【共建】gòngjiàn<动>cùng xây dựng, chung tay gây dựng

【共居】gòngjū<动>❶sống chung ❷cùng tồn tại (thường chỉ sự vật trừu tượng): 如果 两种学说可以~，为什么要争论呢？ Nếu cả hai học thuyết có thể cùng tồn tại, thì tại sao lại phải tranh luận?

【共聚】gòngjù<动>❶tụ tập cùng ❷(hóa chất) tổng hợp (hai hoặc trên hai đơn thể tổng hợp thành hợp chất cao phân tử)

【共聚一堂】gòngjù-yītáng sum họp một nhà

【共勉】gòngmiǎn<动>cùng nhau gắng sức; khích lệ lẫn nhau: 上下一心，~求进。 Trên dưới đồng lòng, cùng nhau gắng sức cầu tiến.

【共鸣】gòngmíng<动>❶cộng hưởng (hiện tượng vật thể vì cộng chấn mà phát ra âm thanh) ❷sự đồng cảm: 两颗心灵之间的~ sự đồng cảm của hai tâm hồn

【共谋】gòngmóu<动>đồng mưu; đồng lõa

【共青团】gòngqīngtuán<名>Đoàn Thanh niên Cộng sản

【共生】gòngshēng<动>cộng sinh (sinh vật)

【共识】gòngshí<名>nhận thức chung: 加强 贯彻双方~ tăng cường quán triệt nhận thức chung hai bên

【共事】gòngshì<动>cộng sự; cùng làm việc: 我与您已~多年了。 Tôi đã cộng sự với ông nhiều năm rồi.

【共通】gòngtōng<形>❶chung; thích hợp cho nhiều phương diện: ~的道理 đạo lí chung ❷chung (như nhau): 音乐是人类~的 语言。 Âm nhạc là ngôn ngữ chung của loài người.

【共同】gòngtóng❶<形>chung: ~市场 thị trường chung ❷<副>cùng nhau: ~行动 cùng hành động

【共同体】gòngtóngtǐ<名>❶cộng đồng ❷khối; cộng đồng các nước: 经济~ khối cộng đồng kinh tế

【共享】gòngxiǎng<动>cùng hưởng: 有福 ~，有难同当。 Phúc cùng hưởng, họa cùng chịu.

【共性】gòngxìng<名>cộng tính; đặc điểm chung; nét chung: 热爱和平是人类的~。

Yêu chuộng hòa bình là đặc tính chung của toàn nhân loại.

【共赢】gòngyíng<动>cùng thắng lợi

【共用】gòngyòng<动>sử dụng chung

【共振】gòngzhèn<动>[物理]cộng chấn; chung tần số rung động; cộng hưởng

贡 gòng❶<动>dâng lên (thần dân dâng lên vua, hoặc thuộc quốc dâng lên hoàng đế): ~奉 dâng lên ❷<名>vật tiến cống: 进~ tiến cống ❸<动>tiến cử (nhân tài) cho triều đình: ~院 cống viện //(姓)Cống

【贡奉】gòngfèng<动>dâng lên (thần dân dâng cho vua, thuộc quốc dâng cho hoàng đế); tiến cống

【贡品】gòngpǐn<名>cống phẩm; vật tiến cống

【贡献】gòngxiàn❶<动>cống hiến; đóng góp: 把自己完全~给国家。Cống hiến hết mình cho đất nước. ❷<名>cống hiến; sự đóng góp: 政府很重视教师们对社会的~。Chính phủ rất coi trọng sự cống hiến của các nhà giáo đối với xã hội.

供¹ gòng❶<动>dâng cúng; dâng lễ; cúng; bày đồ cúng: ~粽子 dâng cúng bánh chưng ❷<名>đồ cúng: 上~ dâng cúng

供² gòng❶<动>cung khai; khai: ~认 thú nhận ❷<名>khẩu cung; lời khai: 录~ ghi khẩu cung

另见gōng

【供称】gòngchēng<动>cung xưng; khai nhận; 疑犯~杀害了5人。Nghi can khai nhận đã giết hại 5 người.

【供词】gòngcí<名>lời khai; khẩu cung: 凶手的~让人毛骨悚然。Lời khai của hung thủ khiến mọi người rùng rợn.

【供奉】gòngfèng❶<动>thờ cúng; cúng dâng ❷<名>cung phụng (người có tay nghề hầu hạ vua chúa)

【供品】gòngpǐn<名>đồ cúng (hoa quả, rượu thịt)

【供香】gòngxiāng<动>thắp hương

【供养】gòngyǎng<动>cúng dâng (thần Phật và tổ tiên)

另见gōngyǎng

【供桌】gòngzhuō<名>bàn thờ (bày đồ cúng)

gōu

勾¹ gōu<动>❶gạch móc(mang ý gạch bỏ hoặc nhấn mạnh): ~销 gạch bỏ ❷phác thảo: 先用笔~出大致的轮廓。Dùng bút phác họa hình dạng sơ thảo. ❸miết vữa: ~墙缝 miết khe tường ❹điều hòa (trộn) cho đặc lại: ~芡 thêm bột vào xúp cho sánh ❺lôi kéo; dụ dỗ: ~引 lôi kéo dụ dỗ ❻kết hợp: ~结 câu kết ❼khòm; uốn cong (lưng, tay): ~着腰 khòm lưng //(姓)Câu

勾² gōu<名>cạnh ngắn nhất của tam giác vuông (cách gọi thời xưa)

另见gòu

【勾搭】gōuda<动>câu kết; lôi kéo móc nối nhau (làm việc không chính đáng)

【勾兑】gōuduì<动>hòa trộn phối chế rượu: 学习~技术 học kĩ thuật pha chế rượu

【勾画】gōuhuà<动>phác họa; miêu tả ngắn gọn: 他几笔就~出了花木兰的形象。Anh ấy dùng vài nét bút đã phác họa ra hình ảnh nhân vật Hoa Mộc Lan.

【勾魂摄魄】gōuhún-shèpò hút hết hồn vía (hấp dẫn mạnh mẽ)

【勾结】gōujié<动>câu kết; thông đồng; móc ngoặc; ăn cánh: 他们相互~,欺骗顾客。Chúng câu kết với nhau lừa bịp khách hàng.

【勾勒】gōulè<动>❶vẽ đường biên; (lối viết chữ Hán) chỉ vẽ đường viền nét, ở giữa để trắng ❷phác họa: ~发展蓝图 phác họa sơ đồ phát triển

【勾留】gōuliú =【逗留】

【勾销】gōuxiāo<动>xóa hết; sổ toẹt; tiêu hủy: 这三十年的交情至此一笔~。Tình nghĩa ba mươi năm tiêu tan trong chốc lát.

【勾引】gōuyǐn<动>❶lôi kéo: ~他人非法使用麻醉品 lôi kéo người khác sử dụng trái phép chất ma túy ❷khêu gợi; khiến cho: 这一点~起了我的同情心。Điều này đã khơi gợi sự đồng tình của tôi.

佝gōu

【佝偻】gōulóu<动>[口]cúi người; khom lưng

【佝偻病】gōulóubìng<名>bệnh còi xương

沟gōu<名>❶kênh rạch; công sự: 暗~ cống ngầm ❷rãnh: 路面上的那道~要尽快填平。Cần nhanh chóng san bằng đường rãnh trên mặt đường. ❸mương ngòi (nói chung): 山~ mương núi

【沟沟坎坎】gōugōukǎnkǎn khe mương hang hốc; ví những khó khăn chướng ngại gặp phải

【沟壑】gōuhè<名>khe rãnh; khe hốc: ~纵横 khe rãnh ngang dọc

【沟渠】gōuqú<名>mương máng; ngòi lạch (gọi chung mương tưới tiêu)

【沟通】gōutōng<动>❶nối liền ❷bàn bạc trao đổi; giao lưu: 加强两国之间的~ tăng cường sự giao lưu giữa hai nước

枸gōu 另见gǒu

【枸橘】gōujú<名>cây câu quất

钩gōu❶<名>cái móc: 秤~ móc cân ❷<名>nét móc câu trong chữ Hán ❸<名>dấu hình móc câu (thường dùng để đánh dấu những câu văn có nội dung chính xác, các phép tính đúng; ngày xưa cũng dùng làm kí hiệu xóa bỏ hoặc trích sao làm tài liệu)

❹<动>móc; khều; kều: 用脚~住绳索 móc chân vào dây ❺<动>tìm kiếm: ~玄 tìm kiếm điều huyền diệu ❻<动>móc (đan sợi bằng kim móc): ~花的简单方法 cách móc hoa đơn giản ❼<动>may vắt sổ: ~贴边 vắt sổ mép ❽<数>câu (biểu thị số 9 khi nói con số) //(姓)Câu

【钩沉】gōuchén<动>tìm kiếm ý nghĩa sâu xa hoặc những nội dung đã mất

【钩虫病】gōuchóngbìng<名>bệnh giun móc

【钩心斗角】gōuxīn-dòujiǎo mưu tính hại nhau; tìm cách hất cẳng nhau

【钩针】gōuzhēn<名>cái kim móc

【钩子】gōuzi<名>❶cái móc: 火~ cái móc lò ❷vật giống cái móc

篝gōu<名>[书]cái lồng

【篝火】gōuhuǒ<名>đống lửa trên cánh đồng; lửa trại: 组织~晚会 tổ chức dạ hội lửa trại

gǒu

苟¹gǒu<副>tùy tiện; cẩu thả: 不~言笑 không nói cười tùy tiện //(姓)Cẩu

苟²gǒu<连>[书]nếu; ví như; giả sử: ~无民，何以有君？Ví như không có dân, thì lấy vua để làm gì?

【苟安】gǒu'ān<动>cầu an; tạm bợ

【苟合】gǒuhé<动>[书]❶đồng lõa; hùa theo; chiều theo ❷cẩu hợp; (trai gái) tằng tịu; ăn nằm lang chạ

【苟活】gǒuhuó<动>sống tạm bợ: ~度日 sống tạm bợ cho qua ngày

【苟且】gǒuqiě<形>❶sống tạm bợ được chăng hay chớ: ~偷生 sống cầu an tạm bợ ❷qua loa xong chuyện; cẩu thả; qua loa; qua quít: 因循~ qua quít như cũ ❸bừa bãi; không chính đáng (chỉ quan hệ nam nữ); bất chính

【苟全】gǒuquán<动>tạm giữ toàn: ~性命 tạm giữ toàn tính mạng

【苟同】gǒutóng<动>[书]gật bừa; đồng ý bừa: 不敢~ không dám gật bừa

【苟延残喘】gǒuyán-cánchuǎn kéo dài hơi tàn; thoi thóp hơi tàn; ví việc gắng gượng duy trì sự sống

狗 gǒu<名>chó

【狗不嫌家贫，儿不嫌母丑】gǒu bù xián jiā pín, ér bù xián mǔ chǒu chó không chê chủ nghèo, con không chê mẹ xấu

【狗吃屎】gǒuchīshǐ ngã sấp mặt xuống (có ý chế giễu): 她的一只鞋子被卡住了，摔了个~。Một chiếc dép bị kẹt khiến bà ấy ngã sấp mặt.

【狗改不了吃屎】gǒu gǎibuliǎo chī shǐ chó không sửa được tật ăn cứt; tật xấu khó bỏ; tính xấu không chừa

【狗急跳墙】gǒují-tiàoqiáng chó cùng rứt giậu; ví cùng đường làm bừa

【狗拿耗子——多管闲事】gǒu ná hàozi ——duō guǎn xiánshì chó đi bắt chuột, lo việc không phải trách nhiệm mình

【狗皮膏药】gǒupí gāoyao thuốc cao da chó, ví món hàng giả bịp bợm

【狗屁不通】gǒupì-bùtōng rắm chó không kêu; chẳng biết cóc khô gì hết

【狗头军师】gǒutóu jūnshī quân sư quạt mo

【狗腿子】gǒutuǐzi<名>tay sai; chó săn (lời mắng): 帝国主义的~ tay sai của đế quốc chủ nghĩa

【狗尾草】gǒuwěicǎo<名>cỏ sâu róm

【狗尾续貂】gǒuwěi-xùdiāo lấy đuôi chó nối đuôi chồn; ví lấy cái xấu nối vào cái tốt mà rốt cuộc cái trước với cái sau không tương xứng, thường dùng nói về tác phẩm văn học

【狗熊】gǒuxióng<名>❶gấu chó; gấu đen ❷ví kẻ hèn nhát vô dụng

【狗血喷头】gǒuxuè-pēntóu máu chó phun đầy đầu; chửi té tát; chửi cho mất mặt; chửi như chửi chó

【狗眼看人低】gǒuyǎn kàn rén dī chó cắn áo rách; coi thường người khác

【狗咬吕洞宾，不识好人心】gǒu yǎo Lǚ Dòngbīn, bù shí hǎorénxīn chó cắn Lã Động Tân, không phân biệt ai tốt ai xấu; không phân biệt được người có lòng tốt

【狗仗人势】gǒuzhàngrénshì chó cậy chủ nhà; chó cậy gần nhà, gà cậy gần chuồng

【狗嘴吐不出象牙】gǒuzuǐ tǔ bu chū xiàngyá mồm chó làm gì có ngà voi; ví miệng kẻ xấu không nói được lời tốt đẹp

枸 gǒu

另见gōu

【枸杞】gǒuqǐ<名>cây cẩu kỉ (lá hình kim, hoa tím nhạt, quả gọi là "枸杞子", là quả mọng nước hình tròn hoặc bầu dục, màu đỏ, làm vị thuốc Đông y)

gòu

勾 gòu❶<副>đủ ❷<动>đạt đến (một trình độ nhất định) ❸<动>với tay (lấy vật ở xa) // (姓) Câu

另见gōu

【勾当】gòudàng<名>sự việc (nay thường chỉ việc xấu); trò; thủ đoạn: 走私~ thủ đoạn buôn lậu

构 gòu❶<动>cấu tạo; kết hợp thành; làm nên: ~词 cấu tạo từ ❷<动>cấu thành; tạo thành (dùng với sự vật trừu tượng): 虚~ hư cấu ❸<名>[书]tác phẩm văn nghệ: 佳~ tác phẩm xuất sắc //(姓) Cấu

【构成】gòuchéng❶<动>cấu thành; tạo nên; hình thành: 水分子由氢原子和氧原子~。H_2O do nguyên tử hi-đrô và nguyên tử ô-xy cấu tạo thành. ❷<名>kết cấu; cơ cấu: 研究

多文化家庭的~ nghiên cứu sự cấu thành
của gia đình đa văn hóa

【构件】gòujiàn〈名〉❶cấu kiện (linh kiện,
bộ phận) ❷cấu kiện (xà, cột)

【构建】gòujiàn〈动〉xây dựng; lập nên
(thường dùng cho sự vật trừu tượng): ~智
能交通系统 xây dựng hệ thống giao thông
thông minh

【构思】gòusī〈动〉cấu tứ: 唐诗的~艺术
nghệ thuật cấu tứ của thơ Đường

【构图】gòutú〈动〉cấu tạo tranh; dựng tranh

【构想】gòuxiǎng❶〈动〉cấu tứ; ý tứ; ý nghĩ:
这部小说~巧妙。Bộ tiểu thuyết này cấu tứ
khéo léo. ❷〈名〉ý tưởng: 事业成功的秘密
是独到的~。Cái bí quyết thành công của
sự nghiệp là ý tưởng độc đáo.

【构造】gòuzào❶〈名〉cấu tạo; kết cấu: 地
球的内部~ cấu tạo bên trong của trái đất ❷
〈动〉chế tạo; tạo ra; xây dựng: ~房屋 cấu
trúc nhà cửa

【构筑】gòuzhù〈动〉❶cấu trúc; xây dựng
❷cấu thành; hình thành

购 gòu〈动〉mua: 采~ mua sắm

【购买】gòumǎi〈动〉mua

【购买力】gòumǎilì〈名〉sức mua: 要提高
人民的~。Phải nâng cao sức mua của nhân
dân.

【购物】gòuwù〈动〉mua hàng

【购物车】gòuwùchē〈名〉xe mua hàng
(phương tiện thường sử dụng trong siêu thị)

【购物袋】gòuwùdài〈名〉túi mua hàng

【购物中心】gòuwù zhōngxīn trung tâm
thương mại; trung tâm mua bán

【购销】gòuxiāo〈名〉mua vào bán ra: ~两旺
mua vào bán ra đều tốt

【购置】gòuzhì〈动〉mua sắm (những đồ
dùng lâu dài): ~汽车 mua sắm xe ô tô

诟 gòu[书]❶〈名〉sỉ nhục; nỗi nhục nhã ❷
〈动〉mắng chửi; nhục mạ

【诟病】gòubìng〈动〉[书]chửi rủa; chỉ trích:
因穿着邋遢而被~ bị chỉ trích vì ăn mặc lôi
thôi

【诟骂】gòumà〈动〉[书]nhục mạ; chửi rủa:
不能因为意见不同而相互~。Không nên
vì những ý kiến bất đồng mà chửi rủa lẫn
nhau.

垢 gòu❶〈形〉[书]bẩn thỉu; dơ dáy; nhem
nhuốc: 蓬头~面 đầu tóc bù xù mặt mũi bẩn
thỉu ❷〈名〉cáu bẩn: 牙~ bựa răng ❸〈名〉
[书]nhục nhã: 含~忍辱 nhẫn nhục chịu khó

【垢污】gòuwū〈名〉vết bẩn: 洗除生活用品
中~的好方法 cách tốt tẩy vết bẩn ở đồ dùng
sinh hoạt

够 gòu❶〈动〉đủ: 钱不~用 tiền không đủ
dùng ❷〈动〉đạt đến (một trình độ nhất
định): ~标准 đạt đến tiêu chuẩn; ~格 đạt tư
cách ❸〈动〉với tay (lấy vật ở xa): 伸手~
đưa tay với ❹〈副〉(nhấn mạnh mức độ): 天
气~冷的。Trời rét thật.

【够本】gòuběn〈动〉❶đủ vốn; hòa vốn
❷được mất ngang nhau

【够不着】gòubuzháo với không tới

【够交情】gòu jiāoqing❶tình bạn sâu sắc
❷có tình nghĩa với bạn bè

【够劲儿】gòujìnr〈形〉[口]❶quá sức ❷đủ
mạnh: 这酒真~。Rượu này mạnh thật.

【够面子】gòu miànzi[口]đủ thể diện

【够朋友】gòu péngyou có tình nghĩa với
bạn

【够呛】gòuqiàng〈形〉[口]quá sức; quá
chừng; quá quắt: 疼得~ đau quá chừng

【够受的】gòushòude[口]quá sức; quá
chừng; không chịu nổi

【够数】gòushù〈动〉đủ số

【够损的】gòusǔnde[口]quá hiểm độc

【够味儿】gòuwèir〈形〉[口]❶ngon thật
❷tuyệt diệu; hay tuyệt: 他的北京话说得真
~。Anh ta nói giọng Bắc Kinh hay tuyệt.

【够意思】gòu yìsi[口]❶thú vị lắm; khá lắm: 这场球赛真~。Trận đấu bóng này thú vị lắm. ❷có tình nghĩa với bạn bè: 这点小事也不肯帮忙，太不~了。Việc nhỏ mọn vậy mà chẳng chịu giúp cho thật là mất cả tình nghĩa.

媾 gòu<动>[书]❶kết thông gia ❷giao hảo ❸giao phối; giao cấu

【媾和】gòuhé<动>giảng hòa; ngừng bắn

gū

估 gū<动>tính phỏng; đánh giá: 低~ đánh giá thấp; 预~ dự tính
另见gù

【估测】gūcè<动>tính đoán

【估计】gūjì<动>đoán; đoán là; đoán định; xem chừng: 看这天气，~今晚会有暴雨。Tiết trời thế này thì xem chừng tối nay có mưa lớn.

【估价】gūjià<动>❶ước giá: 给古董~ ước giá cho đồ cổ ❷đánh giá: 客观地~他人 đánh giá người khác một cách khách quan

【估量】gūliang<动>đánh giá: 不可~的损失 thiệt hại không thể đánh giá

【估摸】gūmo<动>[口]đoán: 我~着她月底能回来。Tôi đoán rằng chị ấy sẽ về vào cuối tháng.

【估算】gūsuàn<动>ước tính

咕 gū<拟>cục...cục (gà mái kêu); gù...gù (chim ngói gù)

【咕咚】gūdōng<拟>tùm; ùm; ừng ực

【咕嘟】gūdū<拟>sùng sục; ùng ục; ừng ực

【咕嘟】gūdu<动>[方]❶hầm; luộc nhừ ❷dẩu môi; mồm dẩu ra

【咕叽】gūjī<拟>lép nhép; lõm bõm

【咕叽】gūjì<动>thì thầm; thì thào; lầm bầm

【咕噜】gūlū<拟>ực; ừng ực; ào ào

【咕噜】gūlu<动>lầm bầm; làu bàu

呱 gū
另见guā

【呱呱】gūgū<拟>[书]oe oe; oa oa
另见guāguā

【呱呱坠地】gūgū-zhuìdì oe oe ra đời

沽¹ gū<动>[书]❶mua: ~酒 mua rượu ❷bán: 待价而~ chờ giá mà bán

沽² Gū<名>Cô (biệt danh của thành phố Thiên Tân, Trung Quốc)

【沽名钓誉】gūmíng-diàoyù mua danh chuốc tiếng

孤 gū❶<形>mồ côi: ~儿 trẻ mồ côi ❷<名>người mồ côi ❸<形>côi cút; trơ trọi; lẻ loi; cô đơn; chơ vơ: ~雁 cánh nhạn cô đơn; ~岛 hòn đảo chơ vơ ❹<名>cô (vương hầu phong kiến tự xưng)

【孤傲】gū'ào<形>cô độc và kiêu ngạo

【孤单】gūdān<形>❶bơ vơ; lẻ loi; trơ trọi; cô đơn: ~一人 lẻ loi một mình ❷(lực lượng) mỏng manh: 力量~ sức lực mỏng manh

【孤岛】gūdǎo<名>đảo đơn độc; đảo biệt lập

【孤独】gūdú<形>trơ trọi; lẻ loi; cô độc: ~的老人 người cao tuổi cô độc

【孤独症】gūdúzhèng<名>chứng cô đơn; bệnh tự kỉ

【孤儿】gū'ér<名>❶con côi (cha chết) ❷trẻ mồ côi (cha mẹ đều chết)

【孤芳自赏】gūfāng-zìshǎng tự tâng bốc mình; tự tôn sùng mình

【孤寡】gūguǎ❶<名>mẹ góa con côi ❷<形>cô độc; cô đơn: ~老人 ông già cô đơn

【孤寂】gūjì<形>lẻ loi trống vắng; cô tịch: ~难耐 lẻ loi vắng lặng khó mà chịu đựng nổi

【孤军】gūjūn<名>đội quân đơn độc: ~奋战 đơn độc tác chiến

【孤苦】gūkǔ<形>bơ vơ khốn khổ: ~伶仃 lẻ loi bơ vơ khốn khổ

【孤立】gūlì❶<形>trơ trọi; chơ vơ; cô lập: 事件 sự kiện cô lập ❷<形>bị cô lập: ~无援

bị cô lập không được ai cứu giúp ❸<动>cô lập: ~对方 cô lập đối phương

【孤零零】gūlínglíng trơ trọi; lẻ loi

【孤陋寡闻】gūlòu-guǎwén hiểu biết nông cạn; kiến thức nghèo nàn

【孤僻】gūpì<形>cô độc quái gở: 性情~ tính tình cô độc quái gở

【孤身】gūshēn<形>trơ trọi một mình: ~前 往 đi một mình; ~一人 một mình trơ trọi

【孤孀】gūshuāng<名>người đàn bà góa; quả phụ

【孤掌难鸣】gūzhǎng-nánmíng một bàn tay chẳng vỗ thành tiếng; một cây làm chẳng nên non

【孤注一掷】gūzhù-yīzhì dốc túi đánh ván bạc cuối cùng; đánh dốc túi

姑[1] gū<名>❶cô; bác (chị, em gái của cha): 表~ bác gái họ (chị họ của cha) ❷chị; cô (chị, em gái của chồng): 小~子 em gái chồng ❸[书]mẹ chồng: 翁~ bố mẹ chồng ❹cô sư; ni cô: 尼~ ni cô //(姓) Cô

姑[2] gū<副>[书]tạm; tạm thời; hãy

【姑表】gūbiǎo<名>con cô con cậu

【姑夫】gūfu =【姑父】

【姑父】gūfu<名>dượng (chồng của chị, em gái bố)

【姑姑】gūgu =【姑母】

【姑舅】gūjiù<名>con cô con cậu

【姑宽】gūkuān<动>dung tha vô lối

【姑老爷】gūlǎoye<名>"cô lão da" (bố vợ tôn xưng con rể là "ông rể")

【姑妈】gūmā<名>[口]cô; bác gái (đã lấy chồng)

【姑母】gūmǔ<名>cô; bác gái (chị, em gái của cha)

【姑奶奶】gūnǎinai<名>❶bà cô; bà bác (cô, bác của cha) ❷[口]cô ấy (nhà mẹ đẻ gọi người con gái đã đi lấy chồng) ❸[口]đàn bà đáo để

【姑娘】gūniáng<名>[方]❶bác; cô (chị, em gái của cha) ❷chị; cô (chị, em gái của chồng)

【姑娘】gūniang<名>❶cô gái (chưa chồng) ❷[口]đứa con gái

【姑且】gūqiě<副>tạm; tạm thời: 你~住这。 Anh tạm ở đây.

【姑嫂】gūsǎo<名>chị em gái và các chị em dâu (chị dâu em chồng và chị chồng em dâu)

【姑息】gūxī<动>khoan dung vô lối; tha thứ bừa bãi: 决不~自己的缺点 quyết không khoan dung vô lối khuyết điểm của mình

【姑息养奸】gūxī-yǎngjiān quá rộng lượng với kẻ hư, tật xấu; nuông chiều sinh hư; nể quá hóa hỏng; dung thứ dưỡng vạ; dung thứ dưỡng họa

【姑爷】gūye<名>[口]ông rể; ông con rể; chú rể

【姑丈】gūzhàng<名>dượng

轱gū

【轱辘】gūlu❶<名>[口]bánh xe ❷<动>lăn lông lốc

骨gū
另见gǔ

【骨朵儿】gūduor<名>[口]nụ

【骨碌】gūlu<动>lăn lông lốc

辜gū❶<名>tội: 无~ vô tội; 死有余~ chết chưa đủ đền tội ❷<动>[书]vứt bỏ; phụ: ~恩 背义 vong ân bội nghĩa //(姓) Cô

【辜负】gūfù<动>phụ

箍gū❶<动>đánh đai; đóng đai; quấn: 用铁 丝把桶~上 dùng dây thép đóng đai thùng ❷<名>đai; vòng; băng: 金~ đai vàng; 铁~ băng thép

gǔ

古 gǔ❶<名>xưa; cổ: 从~到今 từ xưa đến

nay ❷<形>cổ: ~城 thành cổ ❸<形>cổ xưa:
~朴 đơn sơ cổ xưa ❹<形>thật thà chất phác:
人心不~ lòng người không thật thà chất
phác ❺<名>thơ cổ thể //(姓) Cổ

【古板】gǔbǎn<形>cổ lỗ cứng nhắc: 为人~
là con người cổ lỗ cứng nhắc

【古币】gǔbì<名>tiền cổ

【古代】gǔdài<名>❶cổ đại ❷thời xa xưa

【古道热肠】gǔdào-rècháng chân thành
nhiệt tình

【古典】gǔdiǎn❶<名>điển cố ❷<形>cổ
điển: ~文学 văn học cổ điển

【古董】gǔdǒng<名>❶đồ cổ; vật cổ ❷đồ cổ
hủ; đồ cổ lỗ sĩ

【古都】gǔdū<名>đô thành cổ (xưa); kinh đô
cổ;cố đô

【古风】gǔfēng<名>❶phong tục tập quán cổ
xưa ❷thơ cổ thể; thơ cổ phong

【古怪】gǔguài<形>kì cục; kì quái; cổ quái:
行为~ hành vi cổ quái

【古国】gǔguó<名>quốc gia lâu đời; nước cổ

【古汉语】gǔhànyǔ<名>tiếng Hán cổ đại; cổ
Hán ngữ

【古画】gǔhuà<名>bức tranh cổ

【古籍】gǔjí<名>sách cổ

【古迹】gǔjì<名>di tích cổ; dấu vết xưa; cổ
tích

【古今】gǔjīn<名>xưa và nay; cổ kim

【古今中外】gǔjīn-zhōngwài cổ kim trung
ngoại; từ cổ chí kim, trong nước và ngoài
nước

【古旧】gǔjiù<形>cổ xưa cũ kĩ

【古来】gǔlái<副>từ xưa đến nay; xưa nay

【古兰经】Gǔlán Jīng<名>kinh Coran (của
đạo Islam)

【古老】gǔlǎo<形>cổ xưa; lâu đời: 中国有
很多~的城市。Trung Quốc có nhiều thành
phố cổ.

【古里古怪】gǔligǔguài kì quái; kì lạ; lập dị

【古墓】gǔmù<名>mộ cổ; cổ mộ

【古人】gǔrén<名>người xưa; cổ nhân

【古色古香】gǔsè-gǔxiāng hương sắc cổ
xưa; phong vị cổ kính

【古生物】gǔshēngwù<名>sinh vật cổ

【古诗】gǔshī<名>❶thơ cổ thể ❷thơ ca thời
cổ đại; thơ cổ

【古时】gǔshí<名>thời cổ; thời xưa

【古书】gǔshū<名>sách cổ

【古铜色】gǔtóngsè<名>màu đồng gụ

【古玩】gǔwán<名>đồ cổ; vật cổ

【古往今来】gǔwǎng-jīnlái từ xưa tới nay;
xưa nay

【古为今用】gǔwéijīnyòng lấy cái xưa
phục vụ hiện nay

【古文】gǔwén<名>❶văn cổ (từ gọi chung
cho văn ngôn thời trước Ngũ Tứ nói chung,
không bao gồm biền văn) ❷cổ văn tự (thời
Hán thông dụng kiểu chữ lệ, do đó gọi kiểu
chữ trước đời Tần là cổ văn, chuyên chỉ cổ
văn trong *Thuyết văn giải tự* của Hứa Thận)

【古物】gǔwù<名>cổ vật; vật cổ

【古稀】gǔxī<名>cổ hi; cổ lai hi; 70 tuổi

【古训】gǔxùn<名>lời giáo huấn của người
xưa

【古谚】gǔyàn<名>ngạn ngữ cổ

【古筝】gǔzhēng<名>đàn tranh (gồm các
loại: 13 dây, 16 dây, 25 dây)

【古装】gǔzhuāng<名>quần áo kiểu cổ;
trang phục cổ xưa

【古装戏】gǔzhuāngxì<名>hí kịch cổ trang

【古拙】gǔzhuō<形>mộc mạc cổ xưa

谷¹ gǔ<名>khe; kẽm; hẻm; hẻm: 深~ hẻm
sâu //(姓) Cốc

谷² gǔ<名>❶cây lương thực có hạt; ngũ
cốc: 五~ ngũ cốc ❷kê: ~穗 bông kê ❸cây
lúa; thóc lúa

【谷仓】gǔcāng<名>kho thóc; vựa thóc

【谷底】gǔdǐ<名>đáy tận cùng

【谷粒】gǔlì<名>hạt thóc

【谷物】gǔwù<名>❶các loại hạt ngũ cốc ❷các loại cây ngũ cốc

【谷雨】gǔyǔ<名>tiết Cốc vũ

【谷子】gǔzi<名>❶kê ❷hạt kê ❸[方]thóc

汨 gǔ<形>[书]dáng vẻ nước chảy

【汨汨】gǔgǔ<拟>ào ào; cuồn cuộn

股¹ gǔ❶<名>đùi ❷<名>bộ phận; tổ; ban: ~ 长 trưởng ban; 财务~ ban tài vụ ❸<名>sợi: 电缆里有三~线. Trong cáp điện có 3 dây. ❹<名>suất; phần: 合~生意 buôn bán hợp cổ phần ❺<名>cổ phiếu ❻<量>chiếc; dòng; cái; con: 一~泉水 một dòng nước suối ngầm ❼<量>luồng; làn; nguồn: 一~新鲜空气 một làn không khí tươi mát ❽<量>nhóm; toán; tốp; bọn: 一~土匪 một toán thổ phỉ

股² gǔ<名>[旧]cạnh dài của góc vuông trong hình tam giác vuông không cân

【股本】gǔběn<名>vốn cổ phần; vốn

【股东】gǔdōng<名>cổ đông

【股东大会】gǔdōng dàhuì đại hội cổ đông

【股匪】gǔfěi<名>toán phỉ; băng cướp

【股份】gǔfèn<名>❶cổ phần: ~公司 công ti cổ phần ❷suất vốn (đơn vị vốn góp vào hợp tác xã tiêu thụ)

【股份制】gǔfènzhì<名>tổ chức theo hình thức cổ phần

【股价】gǔjià<名>giá cổ phiếu

【股金】gǔjīn<名>vốn cổ phần

【股利】gǔlì<名>lãi cổ phần; cổ tức

【股民】gǔmín<名>người hoạt động giao dịch cổ phiếu

【股票】gǔpiào<名>cổ phiếu

【股评】gǔpíng<动>phân tích bình luận tình hình giá cổ phiếu

【股权】gǔquán<名>quyền giữ cổ phiếu; cổ quyền

【股市】gǔshì<名>thị trường cổ phiếu

【股息】gǔxī<名>lãi cổ phần; cổ tức

【股长】gǔzhǎng<名>trưởng ban; cổ trưởng

【股指】gǔzhǐ<名>chỉ số bảng giá (cổ phiếu)

【股子】gǔzi<量>luồng; làn; con; dòng; tốp; toán; bọn...

骨 gǔ<名>❶xương; cốt (của người và động vật) ❷cốt; khung: 船的龙~ khung thuyền ❸phẩm chất; khí phách; tính cách: 傲~ tính cách ngang tàng; 侠~ tính cách nghĩa hiệp

另见gū

【骨干】gǔgàn<名>❶thân xương ❷cốt cán; nòng cốt: ~分子 bộ phận cốt cán

【骨骼】gǔgé<名>bộ xương

【骨鲠在喉】gǔgěng-zàihóu hóc xương cá; như họng mắc xương

【骨灰】gǔhuī<名>❶tro hài cốt ❷tro xương động vật (dùng làm phân bón)

【骨架】gǔjià<名>khung xương; bộ khung

【骨节】gǔjié<名>khớp xương; đốt xương

【骨科】gǔkē<名>khoa xương khớp

【骨牌】gǔpái<名>bộ bài xương (32 quân bằng xương, có khi bằng ngà voi, gỗ mun, tre…)

【骨盆】gǔpén<名>xương chậu; khung chậu

【骨气】gǔqì<名>❶khí cốt; tính cách kiên cường: 有~的人 người có khí cốt ❷rắn rỏi; khỏe khoắn; mạnh mẽ: 这幅书法作品写得很有~. Tác phẩm thư pháp này toát lên phong cách khí khái.

【骨肉】gǔròu<名>❶cốt nhục; ruột thịt; máu mủ: ~之情 tình máu mủ ❷(dùng để ví mối quan hệ gắn bó, chặt chẽ, thân thiết, không thể chia cắt) như ruột thịt: ~相连 khăng khít như xương với thịt

【骨瘦如柴】gǔshòurúchái gầy như que củi

【骨髓】gǔsuǐ<名>tủy xương

【骨头】gǔtou<名>❶xương (của người và động vật) ❷chỉ phẩm chất của người: 硬~ người cứng cỏi bất khuất ❸[方]vị cay chua: 话里有~ trong lời nói có vị cay chua (hàm ý

G

bất mãn, châm biếm...)

【骨头架子】gǔtou jiàzi❶bộ khung xương (của người và động vật) ❷(gầy) như bộ xương

【骨折】gǔzhé<动>gãy xương

【骨质疏松】gǔzhì shūsōng[医学]loãng xương

【骨质增生】gǔzhì zēngshēng[医学]bệnh gai xương

【骨子】gǔzi<名>xương; cốt; nan; gọng

【骨子里】gǔzilǐ<名>trong thâm tâm; trong lòng; thực chất

牯 gǔ<名>bò đực

【牯牛】gǔniú<名>bò đực

贾 gǔ❶<名>nhà buôn (thời xưa "贾" chỉ là nhà buôn bán cố định một nơi, còn "商" chỉ nhà buôn chạy các nơi): 商~ nhà buôn ❷<动>buôn bán: 多财善~ giàu có giỏi buôn bán ❸<动>[书]mua: ~马 mua ngựa ❹<动>[书]chuốc; rước: ~祸 chuốc họa ❺<动>[书]bán: 余勇可~ dũng khí có thừa có thể bán được

【贾人】gǔrén<名>[书]nhà buôn; thương nhân

钴 gǔ<名>[化学]coban (kí hiệu: Co)

蛊 gǔ<动>đầu độc; bỏ bùa

【蛊惑】gǔhuò<动>đầu độc; mê hoặc

【蛊惑人心】gǔhuò-rénxīn mê hoặc lòng người

鼓 gǔ❶<名>cái trống: 铜~ trống đồng; 手~ trống tay ❷<名>(vật có hình dạng, âm thanh, tác dụng như trống) trống: 耳~ màng tai; 蛙~ trống ếch ❸<动>gõ; đánh; vỗ: ~琴 đánh đàn; ~掌 vỗ tay ❹<动>quạt; thổi: ~风 quạt gió ❺<动>phát động; khuyến khích; động viên: ~励 khuyến khích; ~舞 cổ vũ ❻<动>phồng lên; u lên; dầu: ~着嘴 dầu mồm ❼<形>rất phồng //(姓)Cổ

【鼓包】gǔbāo❶<动>nổi cục; nổi mụn ❷<名>u; cục

【鼓吹】gǔchuī<动>❶tuyên truyền: ~革命 tuyên truyền cách mạng ❷thổi phồng

【鼓捣】gǔdao<动>[方]❶vận; điều chỉnh ❷xui; xúi bẩy: 一定是他~你去的。Chắc là nó xui chị đi làm.

【鼓点】gǔdiǎn<名>❶nhịp trống ❷nhịp trống phách trong tuồng

【鼓动】gǔdòng<动>❶cổ động; động viên: ~群众 cổ động quần chúng ❷vỗ; vẫy; đập: ~翅膀 đập cánh

【鼓风机】gǔfēngjī<名>máy quạt gió; bễ

【鼓鼓囊囊】gǔgunāngnāng phồng phồng; phình phình; gồ gồ; cồm cộm

【鼓惑】gǔhuò<动>mê hoặc bằng lời lẽ khích động

【鼓劲】gǔjìn<动>động viên; gắng sức

【鼓励】gǔlì<动>khích lệ; động viên: ~孩子好好学习 động viên trẻ em học giỏi

【鼓楼】gǔlóu<名>lầu trống; gác trống (của thời xưa dùng để đánh trống cầm canh)

【鼓膜】gǔmó<名>màng nhĩ; màng tai

【鼓弄】gǔnong<动>[口]chơi; nghịch

【鼓气】gǔqì<动>❶khích lệ; động viên ❷[方]nổi giận; tức giận: 她还在为那件事而~。Cô ấy vẫn còn bực tức vì chuyện đó.

【鼓舌】gǔshé<动>mồm mép; dẻo mồm; lẻo mép

【鼓手】gǔshǒu<名>tay trống

【鼓舞】gǔwǔ❶<动>cổ vũ; khuyến khích; khích lệ: ~士气 cổ vũ lòng người ❷<形>phấn chấn; phấn khởi: 欢欣~ vui mừng phấn khởi

【鼓乐喧天】gǔyuè-xuāntiān tưng bừng náo nhiệt; kèn trống tưng bừng

【鼓噪】gǔzào<动>đánh trống hò reo (khi xuất trận thời xưa); ồn ào; ồn ã; ầm ĩ: 一时 ồn ào một thời

【鼓胀】gǔzhàng❶<名>(bệnh) cổ trướng; bụng báng ❷<动>phồng lên; nổi lên

gù

估 gù
另见 gū

【估衣】gùyī<名>quần áo cũ đem bán; quần áo kém phẩm chất

固¹ gù ❶<形>chắc; vững: 坚~ vững chắc ❷<形>rắn: 凝~ ngưng kết rắn lại ❸<副>kiên quyết; cố: ~请 cố mời ❹<动>làm cho vững (chắc): ~堤 củng cố đê đập cho vững chắc ❺<形>[书]kiến thức lỗi thời; hiểu biết nông cạn: ~陋 kiến thức ít ỏi ❻<形>bệnh nan y: ~疾 bệnh nan y //(姓)Cố

固² gù [书]❶<副>vốn: ~有 vốn có ❷<连>cố nhiên; dĩ nhiên

【固定】gùdìng❶<形>cố định: ~节目 tiết mục cố định ❷<动>(làm cho không thay đổi) cố định: 请把节目单~下来。Xin cố định chương trình tiết mục.

【固定汇率】gùdìng huìlǜ hối suất cố định

【固定资产】gùdìng zīchǎn tài sản cố định

【固定资金】gùdìng zījīn vốn cố định

【固然】gùrán<连>❶cố nhiên: 这么做~稳当些，但是要慢一些。Làm như vậy cố nhiên vững chắc hơn, nhưng chậm hơn. ❷dĩ nhiên; đương nhiên: 他能来~很好，不来也没有关系。Anh đến được đương nhiên là tốt, không đến cũng không sao.

【固若金汤】gùruòjīntāng vững như thành đồng

【固沙】gùshā<动>giữ cát (giữ cho cát bồi cố định không di động nữa)

【固守】gùshǒu<动>❶cố thủ; giữ đến cùng; cố giữ: ~阵地 cố giữ trận địa ❷bo bo; khư khư: ~成法 khư khư giữ phép cũ

【固态】gùtài<名>trạng thái rắn

【固体】gùtǐ<名>thể rắn

【固有】gùyǒu<形>vốn có; sẵn có

【固执】gùzhi<形>cố chấp; khư khư giữ; khăng khăng giữ

【固执己见】gùzhí-jǐjiàn khăng khăng giữ ý mình

【固着】gùzhuó<动>cố định; bám chắc: 牡蛎~在岩石上。Con hà bám chắc trên thành nham thạch.

故¹ gù ❶<名>sự cố; tai nạn; việc không may (bất ngờ xảy ra): 变~ biến cố ❷<名>nguyên nhân; duyên cớ; lí do: 借~离开 mượn cớ để đi khỏi ❸<副>cố ý; cố tình: ~作神秘 cố tình làm ra vẻ thần bí ❹<连>cho nên; do đó: 因航班延误，~总经理未按时到达会场。Do chuyến bay bị trễ nên tổng giám đốc không thể đến hội trường đúng giờ. //(姓)Cố

故² gù ❶<形>xưa; cũ; trước kia: ~址 địa chỉ cũ; ~乡 quê cũ ❷<名>bạn; tình bạn: 非亲非~ không thân thích, không bạn bè; 一见如~ vừa gặp đã như là thân quen ❸<动>(người) mất; khuất; chết: 病~ ốm chết

【故步自封】gùbù-zìfēng khư khư nếp cũ; khư khư thủ cựu

【故此】gùcǐ<连>vì vậy; do đó

【故地】gùdì<名>nơi cũ: ~重游 về thăm nơi cũ

【故都】gùdū<名>cố đô; kinh đô xưa

【故宫】gùgōng<名>Cố Cung (ở Bắc Kinh Trung Quốc)

【故技】gùjì<名>ngón cũ; mánh khóe cũ; trò cũ: ~重演 ngón cũ diễn lại

【故交】gùjiāo<名>[书]bạn cũ: 他和我是多年的~了。Anh ấy và tôi là bạn lâu năm.

【故居】gùjū<名>nhà ở cũ

【故里】gùlǐ<名>quê cũ; quê hương; quê nhà: 荣归~ vinh quy quê hương

【故弄玄虚】gùnòng-xuánxū cố ý giỡ trò; cố ý giỡ mánh khóe; cố làm ra vẻ huyền bí

【故人】gùrén<名>❶bạn cũ: ~情深 tình bạn

cũ sâu sắc ❷người thiên cổ; người đã khuất

【故杀】gùshā<动>cố ý giết hại; cố sát

【故世】gùshì<动>mất; từ trần: 他回到老家
才知道外婆已经~。Về tới quê nhà anh ấy
mới biết bà ngoại đã mất.

【故事】gùshì<名>lề thói cũ; lệ cũ

【故事】gùshi<名>❶truyện: 民间~ truyện
dân gian ❷tình tiết; cốt truyện (của tác
phẩm văn nghệ)

【故事片】gùshìpiàn<名>phim truyện

【故书】gùshū<名>❶sách cổ ❷sách cũ

【故态】gùtài<名>tình hình trước đây; thái
độ trước kia; tình trạng cũ

【故态复萌】gùtài-fùméng thói xấu cũ lại
quay lại; tật cũ tái phát

【故土】gùtǔ<名>quê cũ; quê hương

【故乡】gùxiāng<名>quê hương; quê cũ; quê
nhà: 我时常想念我的~。Tôi luôn nhớ về
quê mình.

【故意】gùyì❶<副>cố ý; cố tình: ~夸大 cố ý
khuếch đại ❷<名>ý ban đầu; ý gốc

【故友】gùyǒu<名>❶bạn đã khuất ❷bạn cũ;
bạn ngày xưa

【故障】gùzhàng<名>trục trặc; sự cố; hỏng
hóc

【故作】gùzuò<动>giả vờ; giả bộ; làm ra vẻ:
~天真 giả vờ ngây thơ

【故作姿态】gùzuò-zītài giả bộ; làm ra vẻ

顾 gù❶<动>quay đầu lại nhìn; nhìn: 回
~ nhìn lại; ~盼 ngoảnh đầu nhìn quanh
❷<动>chú ý; trông nom; chăm sóc: 照~
chăm sóc ❸<动>thăm viếng: 三~茅庐 tam
cố thảo lư ❹<动>mua hàng; yêu cầu phục
vụ: ~客 khách mua hàng/khách hàng ❺
<连>[书]nhưng ❻<副>[书]ngược lại ❼
<动>giữ gìn; thương tiếc: 不~个人安危 bất
chấp nguy hiểm của bản thân //(姓)Cố

【顾此失彼】gùcǐ-shībǐ chú ý được cái
này thì mất cái kia; chú ý được cái nọ thì bỏ
cái kia

【顾及】gùjí<动>chú ý đến; chăm lo: 无暇~
không có thời gian chú ý đến

【顾忌】gùjì<动>e ngại; kiêng dè: 无所~
không có gì phải kiêng dè

【顾家】gùjiā<动>chăm lo gia đình: 他是个~
的模范丈夫。Ông ấy là người chồng mẫu
mực luôn chăm lo gia đình.

【顾虑】gùlǜ❶<动>dè dặt; đắn đo ❷<名>điều
e ngại: 打消一切~ trút bỏ hết mọi điều e ngại

【顾面子】gù miànzi[口]giữ thể diện

【顾名思义】gùmíng-sīyì hiểu nghĩa qua
mặt chữ; duy danh định nghĩa

【顾念】gùniàn<动>nghĩ tới; quan tâm đến

【顾盼】gùpàn<动>nhìn ngó; ngó nghiêng;
nhìn quanh

【顾全】gùquán<动>lo cho vẹn tròn; lo cho
tốt: 我们应该~大局，不要过于计较个人
得失。Chúng ta nên lo cho đại cục, không
nên quá suy bì sự được mất của cá nhân.

【顾问】gùwèn<名>cố vấn

【顾惜】gùxī<动>❶quan tâm giữ gìn: ~身体
quan tâm giữ gìn thân thể ❷thương yêu

【顾影自怜】gùyǐng-zìlián ngắm bóng
thương mình; một mình một bóng ngậm
ngùi; nghĩ mình mà tủi phận mình

【顾主】gùzhǔ<名>khách hàng; khách mua

【顾左右而言他】gù zuǒyòu ér yán tā đánh
trống lảng; nói lảng sang chuyện khác

雇 gù<动>❶thuê người làm; mướn người
làm: ~保姆 thuê ô xin ❷(thuê người mang
công cụ vận chuyển đến phục vụ cho mình)
thuê: ~车 thuê xe //(姓)Cố

【雇工】gùgōng❶<动>thuê người làm;
mướn người làm ❷<名>người làm thuê
(làm mướn)

【雇请】gùqǐng<动>thuê người làm thay
mình

【雇佣】gùyōng<动>làm thuê: ~工人 công

nhân làm thuê

【雇佣劳动】gùyōng láodòng lao động làm thuê

【雇用】gùyòng<动>thuê làm

【雇员】gùyuán<名>nhân viên hợp đồng; nhân viên phụ động

【雇主】gùzhǔ<名>chủ thuê

锢 gù<动>❶bịt lỗ rò (bằng kim loại nóng chảy) ❷[书]cấm; ràng buộc; trói buộc

【锢露】gùlou<动>hàn lỗ rò (lỗ thủng)

痼 gù<形>khó chữa; khó khỏi; khó sửa

【痼疾】gùjí<名>bệnh nan y; bệnh khó chữa

【痼癖】gùpǐ<名>nghiện ngập

【痼习】gùxí<名>thói quen khó sửa; cố tật

guā

瓜 guā<名>❶tên chung các loại bầu, bí, mướp, dưa: 黄~ dưa chuột; 丝~ mướp ❷quả của các loại cây trên //(姓) Qua

【瓜分】guāfēn<动>chia cắt; phân chia; xâu xé

【瓜葛】guāgé<名>dây dưa; dính líu; liên quan: 他跟这些犯罪嫌疑人有~。Hắn ta có dính líu với những nghi can phạm tội này.

【瓜果】guāguǒ<名>dưa và trái cây; trái cây: 吃~要洗干净 ăn trái cây phải rửa sạch

【瓜农】guānóng<名>người nông dân trồng dưa

【瓜皮帽】guāpímào<名>mũ quả dưa (như hình nửa quả dưa hấu, thường ghép bằng 6 mảnh đoạn hoặc nhung đen)

【瓜熟蒂落】guāshú-dìluò dưa chín cuống rụng; điều kiện chín muồi, việc tất thành công

【瓜田李下】guātián-lǐxià nơi dễ bị nghi ngờ; gốc lê anh muốn ngồi nhờ, dẫu ngay có

tiếng vẫn ngờ là gian; ruộng dưa gốc mận

【瓜子】guāzǐ<名>❶hạt dưa ❷hạt hướng dương

【瓜子脸】guāzǐliǎn<名>mặt trái xoan

呱 guā
另见gū

【呱嗒】guādā<拟>thình thịch; cồm cộp

【呱嗒】guāda<动>[方]❶sưng xia; sị (mặt) ❷ba hoa; nói nhăng nói cuội (nói năng, với ý mỉa)

【呱呱】guāguā<拟>cạc cạc (tiếng kêu của ếch, vịt)
另见gūgū

【呱呱叫】guāguājiào[口]tuyệt vời; cực kì hay

【呱唧】guāji❶<拟>bồm bộp; rào rào ❷<动>vỗ tay

刮[1] guā<动>❶gọt; cạo; cọ: ~胡子 cạo râu ❷phết; quết: ~糨子 phết hồ ❸vơ vét (của cải): 搜~ vơ vét ❹[方]quở trách; trách mắng: 把他~了一顿 răn dạy nó một trận

刮[2] guā<动>(gió) thổi; nổi (gió): ~风 thổi gió

【刮鼻子】guā bízi❶quệt mũi (quệt mũi bên thua để phạt khi chơi bài) ❷(tự quệt mũi mình tỏ dấu hiệu làm cho đối phương thẹn) bêu bêu ❸trách; mắng

【刮地皮】guā dìpí vơ vét sạch trơn

【刮宫】guāgōng<动>nạo thai

【刮痕】guāhén<名>vết trầy; vết xước

【刮胡子】guā húzi cạo râu; quở trách

【刮脸】guāliǎn<动>cạo mặt

【刮目相看】guāmù-xiāngkàn nhìn nhận đối xử với con mắt hoàn toàn khác

【刮痧】guāshā<动>đánh gió; cạo gió

【刮削】guāxiāo<动>❶gọt; nạo ❷bớt xén; bóc lột: ~钱财 bớt xén tiền của

G

guǎ

剐 guǎ<动>❶xẻo thịt; róc thịt (hình phạt thời phong kiến): 千刀万~ đáng tội róc xương ❷cào toạc; đâm toạc: 脚~破了。 Chân bị cào toạc.

寡 guǎ❶<形>ít; ỏi: 不论多~ không kể ít hay nhiều ❷<形>nhạt nhẽo vô vị: ~然无味 nhạt nhẽo vô vị ❸<名>góa chồng: 守~ góa chồng

【寡不敌众】guǎbùdízhòng ít không địch nổi nhiều; quả bất địch chúng

【寡淡】guǎdàn<形>❶(món ăn) nhạt nhẽo ❷tẻ nhạt

【寡断】guǎduàn<形>do dự; lưỡng lự; thiếu quyết đoán: 优柔~ do dự không dám quyết định

【寡妇】guǎfu<名>góa phụ; bà góa

【寡欢】guǎhuān<形>ít vui; kém vui

【寡居】guǎjū<动>ở góa thờ chồng

【寡廉鲜耻】guǎlián-xiǎnchǐ mặt dày mày dạn; vô liêm sỉ; không biết xấu hổ

【寡母】guǎmǔ<名>góa mẫu; người mẹ góa chồng

【寡头】guǎtóu<名>(vài vị) trùm; đầu sỏ: 财政~ trùm tài chính

【寡味】guǎwèi<形>kém ngon

【寡言】guǎyán<形>ít nói; không hay nói; ít lời: 沉默~ trầm mặc ít nói

【寡欲】guǎyù<形>ít ham muốn; tiết dục

guà

卦 guà<名>quẻ: 卜~ bói quẻ

挂 guà❶<动>treo: ~到墙上 treo lên tường ❷<动>gác máy; bỏ máy: ~电话 gác máy điện thoại ❸<动>treo; chưa xử: 这事先~着吧。Hãy treo việc này đã。❹<动>gọi điện thoại: 请~教务处 xin gọi điện thoại cho phòng giáo vụ ❺<动>mắc; vướng: 裙子被钉子~住了。Chiếc váy bị mắc vào đinh。❻<动>lo nhớ: 记~ lo nhớ ❼<动>phủ; tráng; bám: 药丸~了一层糖衣。Viên thuốc được phủ lớp vỏ bọc đường。❽<动>đăng kí; ghi tên xếp hàng: ~号 đăng kí ❾<量>cỗ; bánh: 一~鞭炮 một bánh pháo tép

【挂碍】guà'ài<动>lo lắng; lo nghĩ; vương vấn: 心中没有~ trong lòng không có gì lo lắng

【挂不住】guàbuzhù[方]không chịu được sỉ nhục; không nhịn được

【挂彩】guàcǎi<动>❶(treo, giăng những giải lụa màu để chúc mừng ngày lễ, ngày hội) treo đèn kết hoa; trang hoàng rực rỡ ❷bị thương (trong chiến đấu): 他手臂~了。Cánh tay anh ấy bị thương。

【挂车】guàchē<名>xe rơ-moóc

【挂齿】guàchǐ<动>nói đến; nhắc đến (lời nói khách sáo): 无足~ không cần nhắc đến

【挂挡】guàdǎng<动>gài số

【挂钩】guàgōu❶<动>móc hai toa xe với nhau; nối toa ❷<动>liên kết; hợp tác: 收入与经济效益~。Tính thu nhập theo hiệu quả kinh tế。❸<名>cái móc treo hàng trên cần cẩu; cái móc toa (trên xe lửa)

【挂果】guàguǒ<动>kết trái; ra quả; sai quả

【挂号】guàhào<动>❶đăng kí lấy số khám bệnh; ghi tên: 我先去门诊挂个号。Tôi đi xếp số đăng kí khám bệnh đã。❷bảo đảm

【挂号处】guàhàochù<名>nơi đăng kí khám bệnh

【挂号费】guàhàofèi<名>lệ phí lấy số đăng kí

【挂号信】guàhàoxìn<名>thư bảo đảm

【挂花】guàhuā<动>❶(cây cối) ra hoa ❷bị thương

【挂怀】guàhuái<动>lo nghĩ; nghĩ ngợi; để tâm; băn khoăn

【挂机】guàjī<动>tắt máy điện thoại

【挂记】guàjì<动>nhớ nhung

【挂件】guàjiàn<名>❶(đồ trang sức treo trên tường hoặc đeo trên cổ người) đồ đeo; đồ treo ❷đồ đeo phụ thuộc

【挂靠】guàkào<动>phụ thuộc; dựa vào: ~单位 đơn vị phụ thuộc

【挂累】guàlěi<动>liên can; dính líu; liên lụy

【挂历】guàlì<名>lịch treo tường

【挂零】guàlíng<动>có lẻ; hơn; ngoài (ngoại): 五十~ ngoài năm mươi tuổi

【挂漏】guàlòu<动>sót; thiếu sót

【挂虑】guàlǜ<动>lo lắng; lo nghĩ; băn khoăn: 孩子由他外婆照看，用不着~。Con đã được bà ngoại trông coi, không phải lo lắng.

【挂面】guàmiàn<名>mì sợi

【挂名】guàmíng<动>đứng tên làm vì: ~合伙人 người hợp tác làm vì

【挂念】guàniàn<动>lo lắng; lo nghĩ; không yên tâm; nhớ nhung: ~亲人 lo nghĩ cho người thân

【挂拍】guàpāi<动>❶treo vợt ❷kết thúc thi đấu (các loại bóng: bóng bàn, quần vợt, cầu lông)

【挂牌】guàpái<动>❶treo biển hành nghề: 他刚开始~当律师。Anh ấy mới treo biển hành nghề luật sư. ❷một số đơn vị thành lập chính thức hay bắt đầu làm việc ❸cổ phiếu yết giá vào thị trường ❹câu lạc bộ bán cầu thủ ❺đeo biển (ghi họ tên số hiệu: bác sĩ, nhân viên bán hàng, nhân viên phục vụ…đeo trên ngực khi làm việc)

【挂牵】guàqiān<动>lo lắng; nhớ nhung

【挂任】guàrèn<动>kiêm nhiệm

【挂失】guàshī<动>đăng kí đánh mất (vật gì): ~存折 đăng kí đánh mất sổ gửi tiền

【挂帅】guàshuài<动>thống soái; đứng đầu: 部长亲自~进行检查。Bộ trưởng thân chinh đi kiểm tra.

【挂图】guàtú<名>bản đồ, biểu đồ hay tranh treo trên cao

【挂孝】guàxiào<动>để tang; đeo tang

【挂心】guàxīn<动>lo lắng, lo nghĩ, bận tâm; băn khoăn

【挂靴】guàxuē<动>treo giày (các cầu thủ bóng đá, vận động viên trượt băng, vận động viên điền kinh…thôi không tham gia thi đấu)

【挂羊头，卖狗肉】guà yángtóu, mài gǒuròu treo đầu dê bán thịt chó

【挂一漏万】guàyī-lòuwàn còn sót nhiều

【挂衣钩】guàyīgōu<名>cái móc mắc áo

【挂账】guàzhàng<动>cho mua chịu; bán chịu

【挂职】guàzhí<动>❶tạm quyền ❷giữ nguyên chức

【挂钟】guàzhōng<名>đồng hồ treo tường

裓guà<名>áo mặc ngoài

【裓子】guàzi<名>áo cánh kiểu Trung Quốc

guāi

乖¹guāi<形>❶(trẻ em) ngoan; vâng lời: ~孩子 con ngoan ❷linh lợi; nhanh nhẹn: 嘴~ mồm mép linh lợi

乖²guāi[书]❶<形>(tính tình, hành vi) gàn dở; dở hơi; quái gở: ~戾 ương dở ❷<动>vi phạm; làm trái với: 有~常理 trái với lẽ thường

【乖乖】guāiguāi❶<形>ngoan ngoãn; vâng lời: ~听老师的话 ngoan ngoãn vâng lời thầy giáo ❷<名>cưng; bé ngoan (gọi yêu trẻ)

【乖乖】guāiguai<叹>chà; chà chà

【乖戾】guāilì<形>[书]gàn dở, quái gở; ẩm ương

【乖谬】guāimiù<形>quái đản; quái gở; quái dị

【乖僻】guāipì〈形〉quái gở; quái dị: 性格~ tính tình quái gở

【乖巧】guāiqiǎo〈形〉❶khôn khéo; khéo léo: 为人~ xử sự khôn khéo ❷linh lợi; tinh khôn: ~伶俐 tinh khôn linh lợi

【乖张】guāizhāng〈形〉❶gàn dở; ương gàn: 行为~ hành vi gàn dở ❷[书]ngang trái: 命运~ số phận ngang trái

掴 guāi 又读 guó〈动〉tát: ~了一耳光 tát cho một cái

guǎi

拐¹ guǎi❶〈动〉rẽ; quặt; ngoặt: 右~弯 rẽ phải ❷〈名〉[方]chỗ ngoặt; góc; xó: 墙~ xó tường ❸〈动〉tập tễnh: 一瘸一~地走 đi tập tễnh ❹〈数〉bảy (7) (dùng khi nói con số) ❺〈名〉cái nạng: 拄着~走路 chống nạng đi bộ

拐² guǎi〈动〉lừa dối; lừa phỉnh; lừa gạt: ~款潜逃 cuỗm tiền trốn biệt

【拐带】guǎidài〈动〉lừa đi; dỗ đi: ~儿童 lừa dỗ/bắt cóc trẻ em

【拐点】guǎidiǎn〈名〉điểm ngoặt (toán học cao đẳng, kinh tế học)

【拐棍】guǎigùn〈名〉ba toong; gậy chống

【拐角】guǎijiǎo〈名〉góc ngoặt: 胡同~处有个邮筒。Ở góc ngoặt ngõ có một hòm thư.

【拐卖】guǎimài〈动〉lừa bán: ~妇女儿童 lừa bán phụ nữ trẻ em

【拐骗】guǎipiàn〈动〉lừa đảo; lừa cuỗm đi; lừa đưa đi; dỗ bắt đi: ~钱财 lừa đảo tiền của

【拐弯】guǎiwān❶〈动〉rẽ; quẹo; quặt; ngoặt: 一~就上了高速。Rẽ sang bên là đã lên đường cao tốc. ❷〈动〉(luồng suy nghĩ, lời nói) chuyển hướng; đổi hướng: 你这脑筋怎么都不会~啊! Đầu óc của cậu tại sao lại không biết linh hoạt xoay chuyển nhỉ? ❸〈名〉chỗ ngoặt

【拐弯抹角】guǎiwān-mòjiǎo❶đi đường quanh co; đi đường vòng ❷đường quanh co ❸(nói, viết) loanh quanh; vòng vèo; rào trước đón sau: 请直说，不必~! Xin cứ nói thẳng, không cần loanh quanh!

【拐杖】guǎizhàng =【拐棍】

【拐子】¹ guǎizi〈名〉❶[口]người thọt chân; người què ❷cái nạng ❸lõi (bằng gỗ, tre để cuộn chỉ)

【拐子】² guǎizi〈名〉kẻ lừa đảo

guài

怪 guài❶〈形〉kì quái; quái lạ; kì lạ: ~现象 hiện tượng kì lạ; ~念头 ý nghĩ kì quái ❷〈动〉lấy làm lạ: 大惊小~ hoảng hồn vì chuyện vặt ❸〈副〉[口]rất: ~可怜的 rất đáng thương ❹〈名〉quái; quái vật; yêu quái: 鬼~ quỷ quái ❺〈动〉trách; oán: 都~我不好。Chỉ trách tôi không tốt. //(姓) Quái

【怪不得】guàibude❶thảo nào; chẳng trách: 他每天要吃五顿，~这么胖。Anh ấy mỗi ngày ăn những năm bữa, thảo nào béo thế. ❷không trách được; đừng trách: 这事~他。Việc này không trách được anh ấy.

【怪诞】guàidàn〈形〉quái đản: ~不经 quái đản không bình thường

【怪话】guàihuà〈名〉lời nói xằng; lời nói bậy; lời nói kì quặc; lời oán trách

【怪里怪气】guàiliguàiqì kì lạ khác đời; kì cục

【怪模怪样】guàimú-guàiyàng bộ dạng quái gở; lố lăng: 她穿得挺~的。Cô ta ăn mặc lố lăng vậy.

【怪癖】guàipǐ〈名〉sở thích kì quặc; sở thích quái gở

【怪僻】guàipì〈形〉gàn dở; lẩm cẩm; hâm: 性情~ tính tình gàn dở

【怪圈】guàiquān〈名〉cái vòng quỷ quái

(chỉ những hiện tượng quái lạ không thể lí giải được): 陷入~ sa vào cái vòng quỷ quái

【怪事】guàishì<名>sự việc kì lạ

【怪胎】guàitāi<名>quái thai: 三足~ quái thai ba chân

【怪味】guàiwèi<名>❶mùi lạ; mùi kì lạ ❷mùi khác với bình thường

【怪物】guàiwu<名>❶quái vật ❷kẻ quái dị

【怪相】guàixiàng<名>❶tướng mạo quái dị ❷làm xấu pha trò

【怪笑】guàixiào<名>cười lạ; cười pha trò

【怪异】guàiyì❶<形>quái dị; kì lạ: 行为~ hành vi kì lạ ❷<名>chuyện lạ thường; hiện tượng khác thường

【怪罪】guàizuì<动>trách tội; trách lỗi; trách cứ: 这件事不会~我吧? Về việc này không trách cứ tôi chứ?

guān

关 guān❶<动>đóng; khép: ~门 đóng cửa ❷<动>đóng; tắt: ~灯 tắt đèn ❸<动>nhốt; giam: ~犯人 giam tội phạm ❹<动>đóng cửa; dẹp tiệm: 把分公司~了 đóng cửa công ti nhánh ❺<动>đóng lại (nói tắt) ❻<动>liên can; có liên quan: 这事与我有~。Việc này có liên quan với tôi. ❼<动>phát; lĩnh: ~饷 phát lương ❽<名>vùng ngoại thành: 城~ vùng ngoại thành ❾<名>then cửa; chốt cửa ❿<名>trạm kiểm tra hàng hóa; trạm thu thuế: 海~ hải quan; ~税 thuế quan ⓫<名>cửa ải; cửa khẩu: 入~ vào cửa khẩu; 山海~ cửa ải Sơn Hải Quan ⓬<名>điểm nút; điểm xung yếu: 难~ điểm nút khó khăn ⓭<名>chỗ nối tiếp; khớp: ~节 khớp xương // (姓) Quan

【关爱】guān'ài<动>quan tâm yêu thương: ~青少年 quan tâm yêu thương thanh thiếu niên

【关隘】guān'ài<名>[书]cửa ải hiểm yếu; quan ải

【关闭】guānbì<动>❶đóng: ~门窗 đóng cửa sổ lại ❷đóng cửa: ~了几家报馆 đóng cửa mấy tòa báo

【关东】Guāndōng<名>Quan Đông (vùng phía đông Sơn Hải Quan); các tỉnh Đông Bắc của Trung Quốc: 闯~ đi kiếm sống ở Quan Đông

【关防】guānfáng<名>❶bảo mật: ~严密 bảo mật chặt chẽ ❷ấn quan phòng (của cơ quan chính phủ hoặc quân đội ngày xưa) ❸[书]đồn biên phòng

【关乎】guānhū<动>có liên quan đến: ~个人安危 có liên quan đến an nguy cá nhân

【关怀】guānhuái<动>quan tâm; chăm sóc: ~备至 hết sức quan tâm

【关机】guānjī<动>❶tắt máy ❷kết thúc công việc quay phim

【关键】guānjiàn❶<名>then; chốt ❷<名>then chốt; mấu chốt; cơ sở: 理清头绪是解决问题的~。Làm rõ manh mối là cơ sở để giải quyết vấn đề. ❸<形>(cái) quan trọng nhất; (điều) có ý nghĩa quyết định; then chốt: ~时刻 thời khắc then chốt

【关键词】guānjiàncí<名>từ khóa

【关节】guānjié<名>❶khớp xương ❷khâu then chốt; mắt xích then chốt: 要找出问题的~。Cần phải tìm ra mắt xích then chốt của vấn đề. ❸móc ngoặc; đút lót: 打~ đút lót

【关禁闭】guān jìnbì giam lại; kỉ luật giam giữ

【关口】guānkǒu<名>❶cửa khẩu; cửa ải; cửa ngõ: 把守~ canh gác cửa khẩu ❷nơi quan trọng; thời cơ quyết định

【关联】guānlián<动>liên quan; dính dáng

【关贸总协定】guānmào zǒngxiédìng hiệp định chung về thuế quan và mậu dịch

【关门】[1] guānmén❶<动>đóng cửa; nghỉ

G

kinh doanh: 动物园下午六点~。Vườn bách thú đóng cửa vào sáu giờ chiều. ❷〈动〉bịt hết đường (không còn chỗ để thương lượng): 双方在谈判中还没有~。Hai bên còn chưa bịt hết đường trong cuộc đàm phán. ❸〈动〉đóng cửa; bế quan tỏa cảng: ~主义 chủ nghĩa bế quan tỏa cảng ❹〈形〉cuối cùng: ~之作 tác phẩm cuối cùng

【关门】² guānmén〈名〉cửa của vùng ải

【关门弟子】guānmén dìzǐ đệ tử cuối cùng

【关内】Guānnèi〈名〉vùng phía tây Sơn Hải Quan và vùng phía đông Gia Dụ Quan

【关卡】guānqiǎ〈名〉❶trạm thuế; trạm kiểm soát ❷ví để khó dễ và cản trở

【关切】guānqiè ❶〈形〉gần gũi; thân thiết ❷〈动〉quan ngại: 中国政府对事态发展深表~。Chính phủ Trung Quốc bày tỏ sự quan ngại sâu sắc về tình hình.

【关涉】guānshè〈动〉liên can; liên quan

【关税壁垒】guānshuì bìlěi hàng rào thuế quan

【关头】guāntóu〈名〉thời cơ quyết định; bước quyết định; điểm ngoặt: 紧要~ thời cơ quan trọng cấp bách

【关外】Guānwài〈名〉vùng phía đông ngoài Sơn Hải Quan; Quan Ngoại; vùng phía tây ngoài Gia Dụ Quan

【关系】guānxì ❶〈名〉quan hệ: 外交~ quan hệ ngoại giao ❷〈名〉mối quan hệ; mối liên lạc: 军民~ quan hệ quân dân; 师生~ quan hệ thầy trò ❸〈名〉can hệ: ~重大 có can hệ trọng đại ❹〈名〉điều kiện; lí do: 因篇幅~，在此不作赘述。Do hạn chế về khuôn khổ mà sẽ không trình bày chi tiết ở đây. ❺〈名〉giấy chứng nhận (về một tổ chức nào đó) ❻〈动〉có liên quan đến: 农业~到国计民生。Nền nông nghiệp có liên quan đến quốc kế dân sinh.

【关系户】guānxìhù〈名〉đơn vị liên quan; cá nhân liên quan

【关系网】guānxìwǎng〈名〉mạng lưới quan hệ

【关心】guānxīn〈动〉quan tâm: ~民众疾苦 quan tâm nỗi khổ của dân chúng

【关押】guānyā〈动〉giam: ~犯人 giam phạm nhân

【关于】guānyú〈介〉về; đối với: ~这件事 về chuyện này

【关照】guānzhào〈动〉❶chăm lo: 请多多~。Xin anh chăm lo hộ. ❷phối hợp lo liệu các mặt ❸báo miệng: 你走的时候~一声。Khi về anh nhắn tôi một tiếng nhé.

【关中】Guānzhōng〈名〉Quan Trung (chi vùng lưu vực sông Vị Hà tỉnh Thiểm Tây Trung Quốc)

【关注】guānzhù〈动〉quan tâm chú ý; theo dõi: 引起社会广泛~ thu hút sự quan tâm chú ý rộng rãi của toàn xã hội

【关子】guānzi〈名〉nút (của vở kịch, của câu chuyện)

观 guān ❶〈动〉nhìn; ngắm; xem: 参~ tham quan; 旁~ đứng nhìn ❷〈名〉diện mạo; bộ mặt; cảnh tượng: 景~ cảnh tượng ❸〈名〉cách nhìn: ~点 quan điểm; 乐~ lạc quan; 悲~ bi quan

另见guàn

【观测】guāncè〈动〉❶quan trắc; quan sát và đo đạc ❷theo dõi: ~对方情况 theo dõi tình hình đối phương

【观察】guānchá〈动〉quan sát; xem xét kĩ: ~形势 quan sát tình hình; ~风向 quan sát chiều gió

【观点】guāndiǎn〈名〉quan điểm; cách nhìn; cách xem xét: 政治学~ cách nhìn chính trị học; 没有科学的发展~就难以确保我们事业的成功。Không có quan điểm phát triển theo khoa học thì khó mà bảo đảm sự nghiệp chúng ta đi tới thành công.

【观感】guāngǎn<名>cảm tưởng (sau khi xem, tham quan): 畅谈对新中国的~ phát biểu cảm tưởng về nước Trung Hoa mới

【观光】guānguāng<动>thăm; tham quan: 旅游~ tham quan du lịch

【观景台】guānjǐngtái<名>đài ngoạn cảnh

【观看】guānkàn<动>xem; theo dõi; quan sát; ngắm nhìn: ~表演 xem biểu diễn

【观礼】guānlǐ<动>dự lễ: 国庆~ dự lễ Quốc khánh

【观摩】guānmó<动>theo dõi; quan sát: ~比赛 theo dõi cuộc thi

【观念】guānniàn<名>quan niệm; ý thức: 组织~ ý thức tổ chức; 传统~ quan niệm truyền thống

【观赏】guānshǎng<动>thưởng thức; xem; ngắm nhìn: ~月亮 ngắm trăng

【观赏鱼】guānshǎngyú<名>cá cảnh

【观望】guānwàng<动>❶trông chờ; thờ ơ; chờ xem sao: ~政策 trông chờ chính sách; 采取~态度 với thái độ chờ xem ❷nhìn xung quanh: 四下~ nhìn khắp xung quanh

【观音】Guānyīn<名>Phật Quan Thế Âm; Quan Âm

【观瞻】guānzhān❶<名>ấn tượng (về dáng vẻ bên ngoài): 有碍~ khó gây ấn tượng ❷<动>[书]nhìn; thưởng thức; chiêm ngưỡng; tham quan; xem: 新球场建成之后, ~者络绎不绝. Sân bóng mới sau khi xây xong, người đến tham quan nườm nượp.

【观众】guānzhòng<名>khán giả; người xem

官¹ guān❶<名>quan: 军~ sĩ quan; 外交~ quan chức ngoại giao ❷<形>công; nhà nước: ~俸 tiền công ❸<形>công cộng: ~款 tiền công cộng //(姓) Quan

官² guān<名>khí quan; cơ quan: 五~ ngũ quan; 感~ cảm quan/giác quan

【官办】guānbàn<形>nhà nước làm; nhà nước xây dựng; thuộc nhà nước

【官本位】guānběnwèi<名>quan bản vị

【官兵】guānbīng<名>❶quan và lính (sĩ quan và binh lính) ❷[旧]quân đội

【官场】guānchǎng<名>quan trường

【官邸】guāndǐ<名>dinh thự; dinh

【官方】guānfāng<名>chính thức; của nhà nước (của chính phủ): ~关系 quan hệ chính thức; ~身份 tư cách chính thức

【官官相护】guānguān-xiānghù quan bênh quan

【官话】guānhuà<名>❶quan thoại (tiếng gọi cũ của tiếng phổ thông); tiếng phương bắc Trung Quốc ❷giọng nhà quan

【官宦】guānhuàn<名>[书]kẻ làm quan

【官价】guānjià<名>giá nhà nước; giá chính thức; giá quy định

【官吏】guānlì<名>quan lại

【官僚】guānliáo<名>❶quan lại; quan liêu ❷quan liêu: ~主义 chủ nghĩa quan liêu

【官迷】guānmí<名>kẻ nuôi mộng làm quan

【官名】guānmíng<名>❶[旧]tên chính thức; tên khai sinh; tên thật ❷quan hàm

【官能】guānnéng<名>chức năng (của cơ quan cảm giác): 听觉是耳朵的~. Thính giác là chức năng của tai.

【官气】guānqì<名>giọng quan cách: ~十足 sặc mùi quan cách

【官腔】guānqiāng<名>giọng quan cách: 打~ giọng quan cách

【官司】guānsi<名>[口]kiện cáo; tố tụng; kiện tụng: 打~ đi kiện

【官厅】guāntīng<名>công đường; cơ quan nhà nước

【官衔】guānxián<名>quan hàm; hàm

【官样文章】guānyàng-wénzhāng văn chương kiểu cách; văn chương khuôn sáo

【官瘾】guānyǐn<名>mê quyền chức

【官员】guānyuán<名>cán bộ; nhân viên;

G

quan chức; viên chức (phần lớn được dùng trong trường hợp ngoại giao): 政府~ viên chức chính phủ

【官运亨通】guānyùn-hēngtōng quan vận hanh thông; con đường thăng quan rộng mở

【官职】guānzhí〈名〉chức quan

冠 guān〈名〉❶cái mũ: 免~照片 ảnh chụp không mũ ❷(hình dáng giống như cái mũ hoặc phần ở trên đỉnh) mào; tán: 花~ tán hoa; 树~ tán cây //(姓) Quan

另见guàn

【冠盖如云】guāngài-rúyún quan lại tụ hợp; mũ mãng cân đai đông nghịt

【冠冕堂皇】guānmiǎn-tánghuáng mũ áo đàng hoàng; dáng vẻ nghiêm trang

【冠心病】guānxīnbìng〈名〉bệnh động mạch vành; bệnh nghẹt tim

【冠子】guānzi〈名〉mào: 鸡~ mào gà

倌 guān〈名〉❶người làm nghề chăn nuôi gia súc: 羊~儿 người chăn dê/cừu ❷người làm thuê

棺 guān〈名〉áo quan; quan tài; săng

【棺材】guāncai〈名〉áo quan; quan tài; săng; ván

【棺木】guānmù〈名〉quan tài

鳏 guān〈形〉(đàn ông) góa vợ; ông mãnh

【鳏夫】guānfū〈名〉đàn ông góa vợ; đàn ông ế vợ

【鳏寡孤独】guān-guǎ-gū-dú góa bụa đơn côi

guǎn

馆 guǎn〈名〉❶nhà tiếp khách: 宾~ khách sạn; 公~ công quán ❷trụ sở đoàn ngoại giao: 使~ sứ quán; 领事~ lãnh sự quán ❸quán; hiệu; tiệm: 饭~ quán ăn; 咖啡~ quán cà phê ❹viện; nhà: 博物~ viện bảo tàng; 美术~ viện mĩ thuật ❺[旧]trường tư thục

【馆藏】guǎncáng❶〈动〉lưu giữ (ở thư viện): ~图书30万册。Lưu giữ 300 nghìn cuốn sách. ❷〈名〉sách vở, đồ vật lưu giữ (ở thư viện, ở bảo tàng): ~丰富 sách vở lưu giữ phong phú

【馆员】guǎnyuán〈名〉nhân viên (thư viện, bảo tàng v.v.)

【馆长】guǎnzhǎng〈名〉giám đốc (thư viện, bảo tàng v.v.)

【馆子】guǎnzi〈名〉quán (bán cơm, bán rượu): 下~ ăn quán

管 guǎn❶〈名〉ống; quản 气~ phế quản; 吸~ ống hút ❷〈名〉bộ hơi (nhạc cụ để thổi): 双簧~ kèn saluymô ❸〈名〉bóng; đèn: 晶体~ bóng đèn tinh thể; 电子~ bóng điện tử ❹〈动〉quản; quản lí; trông coi; coi; trông nom; điều khiển: ~生产 điều khiển sản xuất; ~家务 trông nom việc nhà ❺〈动〉cai quản; quản lí: 这所大学由省政府直接~。Trường đại học này do chính quyền tỉnh trực tiếp quản lí. ❻〈动〉trông nom: ~孩子 trông nom con cái ❼〈动〉đảm nhiệm; phụ trách: 我~接待。Tôi phụ trách tiếp đón. ❽〈动〉để ý tới; để mắt tới; quan tâm: 少~闲事。Chớ quan tâm việc không đâu vào đâu. ❾〈动〉bảo đảm; chịu trách nhiệm: ~吃~住 bảo đảm ăn ở ❿〈动〉[方]liên quan đến: 他不愿意做, ~我什么事? Nó không muốn làm thì có liên quan gì đến tôi? ⓫〈量〉chiếc; ống: 一~牙膏 một ống thuốc đánh răng; 两~钢笔 hai chiếc bút máy ⓬〈介〉(công dụng gần như "把", chuyên đi với "叫") gọi...là: ~他叫大哥 gọi anh ấy là anh cả ⓭〈介〉[方](công dụng gần như "向"): ~父母要钱 xin bố mẹ tiền ⓮〈连〉[方]bất kể: ~你怎么说, 她都不会相信你。Bất kể anh nói gì, chị ấy cũng không tin anh. //(姓) Quan

【管保】guǎnbǎo<动>đảm bảo chắc chắn

【管不着】guǎnbuzháo ngoài khuôn khổ quản lí, cai quản: 我干我的，你~。Tôi làm mặc tôi, chẳng can hệ gì với anh.

【管道】guǎndào<名>❶đường ống; ống dẫn ❷kênh

【管饭】guǎnfàn<动>[口]cung cấp bữa cơm miễn phí

【管风琴】guǎnfēngqín<名>đàn oóc

【管护】guǎnhù<动>quản lí bảo hộ: 一日种树，常年~。Trồng cây một ngày, quanh năm trông nom.

【管家】guǎnjiā<名>❶quản gia ❷nhân viên quản lí; người tay hòm chìa khóa

【管家婆】guǎnjiāpó<名>❶[旧]bà quản gia ❷bà chủ nhà

【管教】[1] guǎnjiào❶<动>dạy bảo; giáo dục: 严加~ dạy bảo nghiêm khắc ❷<动>trông nom dạy dỗ; quản giáo: ~所 ban quản giáo ❸<名>nhân viên phụ trách quản chế và giáo dục qua lao động

【管教】[2] guǎnjiào<动>[方]nắm chắc

【管井】guǎnjǐng<名>giếng khoan đặt ống

【管控】guǎnkòng<动>quản lí và khống chế; kiểm soát: 舆论~ kiểm soát dư luận

【管窥蠡测】guǎnkuī-lícè nhìn trời qua ống tre; đong biển bằng cái gáo; kiến thức hạn hẹp

【管理】guǎnlǐ<动>❶quản lí: ~企业 quản lí xí nghiệp ❷trông coi giữ gìn; quản lí: ~车辆 quản lí xe ❸trông coi; coi: ~服刑人员 trông coi tù nhân

【管路】guǎnlù<名>đường ống dẫn

【管片】guǎnpiàn<名>mảng (phần, bộ phận) phải quản lí

【管钳子】guǎnqiánzi<名>cờ-lê tuýp

【管事】guǎnshì❶<动>trông nom công việc ❷<形>được việc; hiệu nghiệm; có tác dụng: 这种药很~。Loại thuốc này rất hiệu nghiệm. ❸<名>[旧]người quản trị

【管束】guǎnshù<动>quản thúc; ràng buộc

【管委会】guǎnwěihuì<名>ủy ban quản lí

【管辖】guǎnxiá<动>quản lí; cai quản

【管闲事】guǎn xiánshì chõ mõm vào; dính vào chuyện vặt vãnh; lo chuyện vặt của người khác

【管弦乐】guǎnxiányuè<名>nhạc kèn

【管线】guǎnxiàn<名>các đường dây điện và đường ống

【管押】guǎnyā<动>tạm giam

【管用】guǎnyòng<形>có tác dụng; có kết quả; hiệu nghiệm: 你说的话兴许~。Anh nói có lẽ có tác dụng.

【管账】guǎnzhàng<动>quản lí tài khoản

【管制】guǎnzhì<动>❶kiểm tra quản lí nghiêm ngặt: ~灯火 kiểm tra nghiêm ngặt đèn đóm củi lửa; 交通~ quản lí nghiêm giao thông; 军事~ quản lí nghiêm quân sự ❷quản chế (đối với bọn tội phạm và phần tử xấu): ~处分 xử phạt bằng cách quản chế

【管中窥豹】guǎnzhōng-kuībào nhìn beo trong ống; thầy bói xem voi

【管子】guǎnzi<名>ống

guàn

观 guàn<名>quán (chùa chiền đạo giáo) // (姓) Quán

另见guān

贯 guàn❶<动>xuyên; thông: 学~中西 học thông Trung Tây ❷<动>nối nhau; nối liền: 鱼~ nối đuôi nhau ❸<量>quan: 万~家财 gia tài hàng vạn quan ❹<名>quê quán: 籍~ quê quán ❺<名>[书]thành lệ: 一~如故 thành lệ như trước // (姓) Quán

【贯彻】guànchè<动>quán triệt: ~既定的方针 quán triệt phương châm đã xác định

【贯穿】guànchuān<动>❶xuyên qua; thông

suốt ❷thấu triệt

【贯串】guànchuàn<动>quán xuyến

【贯通】guàntōng<动>❶thấu suốt; thông hiểu: 融会~ hiểu thấu suốt ❷thông suốt: 铁路全线~ toàn tuyến đường ray thông suốt

【贯注】guànzhù<动>❶tập trung: 全神~ hết sức chăm chú ❷nối liền; gắn liền

冠 guàn❶<动>[书]đội mũ ❷<动>thêm vào trước: ~名 thêm tên vào trước ❸<动>đứng thứ nhất; chiếm giải nhất: 勇~三军 dũng cảm nhất trong ba quân ❹<名>quán quân; vô địch: 夺~ giành ngôi vô địch; 世界之~ đứng thứ nhất thế giới; 四连~ vô địch bốn lần liền //(姓) Quán

另见guān

【冠军】guànjūn<名>quán quân; giải nhất

【冠军赛】guànjūnsài<名>giải vô địch

惯 guàn<动>❶quen: 菜太辣了吃不~。Món ăn quá cay ăn không quen. 她任性~了。Nó tự do phóng khoáng quen rồi. ❷nuông; chiều; nuông chiều (đối với con cái): 娇生~养 nâng niu chiều chuộng; 孩子被~坏了。Con cái được nuông chiều hư rồi.

【惯常】guàncháng❶<形>quen; thành thói quen ❷<副>thường xuyên; luôn luôn ❸<名>thường ngày

【惯犯】guànfàn<名>kẻ phạm có tiền án

【惯匪】guànfěi<名>tên phỉ chuyên nghiệp; kẻ cướp chuyên nghiệp

【惯技】guànjì<名>mánh khóe quen thuộc

【惯家】guànjiā<名>chuyên gia; lão làng; tay sành

【惯例】guànlì<名>❶thông lệ; lệ thường; thường lệ: 国际~ thông lệ quốc tế; 打破~ phá bỏ thường lệ ❷nếp cũ; lệ cũ

【惯骗】guànpiàn<名>người dối trá; người lừa gạt

【惯偷】guàntōu<名>kẻ cắp chuyên nghiệp

【惯性】guànxìng<名>quán tính

【惯用】guànyòng<动>quen dùng; dùng thường xuyên: ~语 từ ngữ quen dùng; ~伎俩 mánh khóe quen dùng

【惯于】guànyú<动>quen; hay: 他是~搬弄是非之人。Anh ấy là người hay chọc ngoáy.

【惯贼】guànzéi<名>tên trộm chuyên nghiệp

盥 guàn[书]❶<动>rửa (tay, mặt) ❷<名>đồ dùng (chậu) rửa mặt

【盥漱】guànshù<动>rửa mặt súc miệng

【盥洗】guànxǐ<动>rửa tay rửa mặt

【盥洗室】guànxǐshì<名>phòng toa-lét

灌 guàn<动>❶tưới: 浇~农田 tưới đồng ruộng ❷đổ vào; rót vào; ào vào; đóng vào: ~热水 đổ nước nóng ❸ghi âm; thu âm: ~唱片 ghi âm vào đĩa hát ❹ép uống //(姓) Quán

【灌肠】[1] guàncháng<动>rửa ruột; thụt rửa ruột

【灌肠】[2] guàncháng<名>món dồi

【灌唱片】guàn chàngpiàn sản xuất đĩa hát; ghi âm vào đĩa hát; thu âm vào đĩa hát

【灌顶】guàndǐng<动>[宗教]quán đỉnh (thuật ngữ của Phật giáo, khi phật tử nhập đạo, hoặc nhà sư kế thừa chức vị cao tăng, sư phụ tưới nước lên đầu người đó để làm lễ)

【灌溉】guàngài<动>tưới; tưới tắm

【灌溉渠】guàngàiqú<名>kênh tưới nước

【灌浆】guànjiāng<动>❶[建筑]đổ bê tông ❷(cây lương thực) ngậm sữa ❸mưng mủ (ở nốt đậu mùa hoặc ở nốt tiêm chủng đậu mùa)

【灌米汤】guàn mǐtāng tâng bốc người khác bằng lời nói ngọt ngào; phinh; phinh nịnh

【灌木】guànmù<名>cây bụi; cây lúp xúp

【灌输】guànshū<动>❶dẫn nước tưới ❷truyền bá; nhồi: ~爱国思想 truyền bá tư tưởng yêu nước

【灌水】guànshuǐ<动>rót nước vào đồ đựng

hay thả nước vào ruộng, ví viết những bài rỗng tuếch vô vị trên mạng

【灌音】guànyīn<动>ghi âm; thu âm

【灌制】guànzhì<动>thu âm vào

【灌注】guànzhù<动>rót vào; đổ vào

【灌装】guànzhuāng<动>đóng rót (đóng những thứ bằng dạng hơi, dạng nước, dạng bột hay dạng cốm vào đồ đựng)

【灌醉】guànzuì<动>quá chén; say khướt: 每天晚上她都用啤酒把自己~。Mỗi buổi tối cô ấy uống bia say khướt.

罐 guàn<名>❶hộp; lon; chai; vại: 水~ vại nước; 瓦~ vại sành ❷xe kín

【罐车】guànchē<名>xe bồn; xe xi-téc; toa két

【罐头】guàntou<名>❶hộp; lon; cóng ❷đồ hộp

【罐装】guànzhuāng<名>đóng gói; đóng hộp bằng hộp, lon: ~食品 thực phẩm đóng hộp

【罐子】guànzi<名>lon; vại

guāng

光 guāng❶<名>ánh sáng: 阳~ ánh sáng mặt trời ❷<名>quang cảnh; phong cảnh; cảnh tượng: 春~ phong cảnh mùa xuân ❸<名>vinh dự; vẻ vang: 荣~ vinh quang ❹<名>được nhờ: 沾~ được nhờ ❺<副>(lời mời kính trọng, tỏ ý hoan nghênh) hạ cố; chiếu cố: ~临 hạ cố tới thăm ❻<动>làm vẻ vang; làm rạng rỡ: ~前裕后 rạng rỡ tổ tông, giàu sang con cháu ❼<形>sáng; bóng: ~泽 bóng láng ❽<形>nhẵn; trơn; mịn: 抛~ đánh nhẵn ❾<形>hết nhẵn; sạch sành sanh; hết sạch; sạch trơn: 吃~ ăn hết; 用~ dùng hết ❿<动>trần: ~脚 chân trần ⓫<副>chỉ: ~说不做 chỉ nói không làm // (姓) Quang

【光斑】guāngbān<名>đốm sáng, vệt sáng trên mặt trời

【光板儿】guāngbǎnr<名>❶(quần áo da, đệm da) trụi hết lông ❷đồng tiền mặt trơn (không có hoa văn, không có chữ)

【光膀子】guāngbǎngzi cởi trần

【光标】guāngbiāo<名>quang tiêu

【光波】guāngbō<名>ánh sáng; sóng ánh sáng

【光彩】guāngcǎi❶<名>màu sắc; ánh sáng rực rỡ; hào quang: 旭日东升，~夺目。Buổi bình minh rực rỡ ánh dương. ❷<形>vẻ vang; vinh dự: 他做了件不~的事。Anh ta đã làm một việc không vinh dự.

【光彩夺目】guāngcǎi-duómù sặc sỡ lóa mắt; sáng chói; sáng lòa

【光彩照人】guāngcǎi-zhàorén trội nổi sáng rực

【光灿灿】guāngcàncàn ánh sáng chói chang

【光赤】guāngchì<动>(thân thể) ở trần; để trần

【光大】guāngdà[书]❶<动>làm rạng rỡ; làm vẻ vang ❷<形>rộng lớn

【光导纤维】guāngdǎo xiānwéi sợi cáp quang

【光电池】guāngdiànchí<名>pin quang điện

【光电子】guāngdiànzǐ<名>điện tử ánh sáng

【光碟】guāngdié =【光盘】

【光度】guāngdù<名>độ sáng

【光风霁月】guāngfēng-jìyuè gió mát trăng thanh; trời quang mây tạnh; lòng dạ thanh thản

【光复】guāngfù<动>khôi phục; lấy lại; thu hồi; giành lại: ~失地 khôi phục đất đai bị chiếm đóng; ~河山 giành lại non sông

【光杆儿】guānggǎnr<名>❶trơ trụi (cây cỏ không có hoa, lá) ❷trơ trọi (một thân một mình); trơ khắc (một mình): ~司令 tư lệnh "không quân"

【光顾】guānggù<动>chiếu cố: 欢迎~。 Hoan nghênh đến chiếu cố.

【光怪陆离】guāngguài-lùlí kì dị sặc sỡ

【光棍儿】guānggùnr<名>(đàn ông) độc thân; ông mãnh; không vợ

【光合作用】guānghé zuòyòng tác dụng quang hợp

【光华】guānghuá<名>ánh sáng

【光滑】guānghuá<形>trơn; nhẵn; nhẵn nhụi; nhẵn bóng; mịn màng

【光环】guānghuán<名>❶quầng sáng; vầng sáng (của một số thiên thể) ❷vòng phát sáng ❸vầng hào quang (tỏa ra xung quanh tượng thần) ❹ví vinh dự

【光辉】guānghuī❶<名>ánh sáng; tia sáng: 太阳的~ ánh sáng mặt trời ❷<形>sáng sủa; rạng rỡ; chói lọi: ~形象 hình ảnh chói lọi

【光火】guānghuǒ<动>[方]nổi giận; tức giận

【光洁】guāngjié<形>sạch bóng; sáng bóng

【光景】guāngjǐng❶<名>quang cảnh ❷ <名>cảnh; tình cảnh; điều kiện: 她家的~不如从前了。Điều kiện gia đình của chị ấy không còn được như trước nữa. ❸<副>[方] (biểu thị sự phỏng đoán) xem ra; có thể: 今天太闷热，~是要下雨。Hôm nay quá oi bức, xem ra sắp mưa.

【光控】guāngkòng<形>điều khiển bằng ánh sáng

【光缆】guānglǎn<名>cáp quang

【光亮】guāngliàng❶<形>sáng; bóng ❷ <名>ánh sáng

【光临】guānglín<动>hạ cố đến: 欢迎~。 Chào mừng đến thăm chỉ đạo.

【光溜溜】guāngliūliū❶trơn tuột; trơn nhẫy; trơn như đổ mỡ ❷trần trụi; trần truồng; trụi lủi

【光芒】guāngmáng<名>ánh sáng; tia sáng

【光芒万丈】guāngmáng-wànzhàng ánh sáng rực rỡ; hào quang rực rỡ

【光明】guāngmíng❶<名>sáng; ánh sáng: 太阳给我们带来~。Mặt trời đưa ánh sáng cho ta. ❷<形>sáng; sáng sủa: ~的水晶球 quả cầu pha lê trong suốt ❸<形>sáng sủa; tươi sáng: 就业前景~ tương lai tựu nghiệp sáng sủa ❹<形>trong sáng; ngay thẳng; quang minh: ~磊落 trong sáng ngay thẳng

【光明磊落】guāngmíng-lěiluò trong sáng ngay thẳng

【光明正大】guāngmíng-zhèngdà quang minh chính đại

【光能】guāngnéng<名>năng lượng ánh sáng; quang năng

【光年】guāngnián<量>năm ánh sáng (một năm ánh sáng khoảng 946,05ti km)

【光盘】guāngpán<名>đĩa CD, DVD v.v.

【光盘刻录机】guāngpán kèlùjī máy khắc đĩa quang

【光谱】guāngpǔ<名>quang phổ

【光驱】guāngqū<名>ổ CD-ROM

【光圈】guāngquān<名>cửa trập; vòng điều chinh ống kính

【光荣】guāngróng❶<形>vẻ vang: ~传统 truyền thống vẻ vang; ~称号 tên xưng vẻ vang ❷<名>vinh quang; vinh dự; quang vinh

【光荣榜】guāngróngbǎng<名>bảng danh dự; bảng vàng

【光闪闪】guāngshǎnshǎn sáng lấp lánh; sáng óng ánh

【光身】guāngshēn<名>một mình; độc thân; đơn độc: 老伴已故，子女外出，他一人过日子。Người vợ đã qua đời, con cái đi làm ăn xa, chỉ một mình ông ấy sống qua ngày.

【光速】guāngsù<名>[物理]tốc độ ánh sáng

【光天化日】guāngtiān-huàrì thanh thiên bạch nhật; ban ngày ban mặt: ~之下 giữa ban ngày ban mặt

【光头】guāngtóu❶<动>để đầu trần ❷<名>đầu trọc; đầu trọc tếu

【光秃秃】guāngtūtū trọc lốc; trụi thùi lụi; trơ trụi; trọc lông lốc

【光纤】guāngxiān<名>sợi quang học

【光鲜】guāngxiān<形>[方]❶tươi sáng; gọn gàng sạch đẹp: 衣着~ ăn mặc gọn gàng sạch đẹp ❷vẻ vang; vinh dự: 事情办得~体面 việc làm ngon đẹp

【光线】guāngxiàn<名>tia sáng

【光学】guāngxué<名>quang học

【光焰】guāngyàn<名>tia sáng; hào quang

【光耀】guāngyào❶<名>ánh sáng rực rỡ: ~夺目 ánh sáng rực rỡ lóa mắt ❷<形>vẻ vang; vinh dự: 得奖是~的事。Giành được giải thưởng là việc vinh dự.❸<动>làm rạng rỡ; làm vẻ vang: ~门楣 làm vẻ vang gia đình ❹<动>sáng chói; sáng rực; sáng ngời; huy hoàng: ~千秋 vinh quang muôn đời

【光阴】guāngyīn<名>❶thời gian; quang âm: 虚度~ lãng phí thời gian ❷[方]cuộc sống; sinh kế

【光源】guāngyuán<名>nguồn sáng

【光晕】guāngyùn<名>quầng sáng

【光泽】guāngzé<名>bóng; bóng láng; bóng nhoáng; bóng lộn

【光照】guāngzhào<动>❶(sự) chiếu rọi ánh sáng; (sự) chiếu sáng ❷chiếu sáng rực rỡ: ~人间 soi sáng trần gian

【光宗耀祖】guāngzōng-yàozǔ làm rạng rỡ tổ tông

桄 guāng
另见guàng

【桄榔】guāngláng<名>[植物]cây báng

【桄榔粉】guānglángfěn<名>bột báng

guǎng

广¹ guǎng❶<形>(diện tích, phạm vi) rộng: 地~人稀 đất rộng người thưa ❷<形>nhiều; đông: ~众 đông người ❸<动>mở rộng; phổ biến rộng rãi: 推~ phổ biến rộng rãi

广² Guǎng<名>Quảng Châu, Quảng Đông // (姓) Quảng

【广播】guǎngbō❶<动>phát thanh; truyền thanh: 实况~ phát thanh trực tuyến ❷<名>tiết mục phát thanh; tiết mục truyền thanh: 外语~ tiết mục phát thanh ngoại ngữ ❸<动>[书]quảng bá; truyền bá rộng rãi: ~儒风 quảng bá nho phong

【广播电台】guǎngbō diàntái đài phát thanh

【广播剧】guǎngbōjù<名>kịch truyền thanh

【广播体操】guǎngbō tǐcāo bài thể dục theo đài

【广博】guǎngbó<形>rộng; sâu rộng: 这位教授知识~, 著作等身。Vị giáo sư kiến thức uyên bác và có nhiều tác phẩm.

【广场】guǎngchǎng<名>❶quảng trường; bãi rộng: 巴亭~ Quảng trường Ba Đình ❷siêu thị lớn

【广大】guǎngdà<形>❶(diện tích, không gian) rộng lớn: 幅员~ đất đai rộng lớn ❷(phạm vi, quy mô) rộng lớn; lớn lao ❸đông đảo; nhiều: ~读者 đông đảo bạn đọc

【广度】guǎngdù<名>độ rộng; chiều rộng

【广而告之】guǎng'érgàozhī tuyên truyền quảng cáo theo nghĩa bóng

【广泛】guǎngfàn<形>rộng; rộng rãi; rộng khắp; nhiều: 爱好~ nhiều sở thích

【广告】guǎnggào<名>quảng cáo

【广交会】Guǎngjiāohuì<名>Hội chợ Quảng Châu

【广角镜】guǎngjiǎojìng<名>❶tê-lê rộng;

ống kính góc rộng ❷cặp kính thần

【广开言路】guǎngkāi-yánlù rộng đường ngôn luận

【广阔】guǎngkuò<形>rộng rãi; rộng lớn; (rộng) mênh mông; (rộng) bao la; bát ngát

【广袤】guǎngmào[书]❶<名>chiều dài và chiều rộng của đất đai (chiều dài đông tây gọi là "广", chiều dài nam bắc gọi là "袤") ❷<形>rộng rãi; rộng lớn; mênh mông; bao la

【广漠】guǎngmò<形>đồng không mông quạnh bao la: ~的荒野也有旅行者留下的足迹。Vùng đồng không mông quạnh cũng để lại nhiều dấu chân của những người du lịch.

【广谱】guǎngpǔ<形>[医药]phổ rộng; tác dụng diệt khuẩn rộng

【广土众民】guǎngtǔ-zhòngmín đất rộng dân đông

【广义】guǎngyì<名>nghĩa rộng

guàng

桄 guàng❶<动>cuộn; cuốn ❷<名>cuộn dây; cuộn chỉ ❸<量>cuộn: 一~线 một cuộn chỉ

另见guāng

【桄子】guàngzi<名>lõi (bằng gỗ, tre để cuộn chỉ)

逛 guàng<动>đi dạo: 闲~ dạo chơi; ~商店 đi dạo nhà hàng

【逛荡】guàngdang<动>rong chơi; lang thang

【逛街】guàngjiē<动>bát phố; dạo phố

guī

归 guī❶<动>trở về; về: 荣~故里 vinh quang trở về quê hương; ~国 về nước ❷<动>trả về; trả cho: 物~原主 vật trả về chủ

cũ ❸<动>tập trung vào; đổ vào; quy vào; hướng về: 殊途同~ khác đường nhưng cùng một đích; 同~于尽 cùng chết/cùng hủy diệt ❹<动>thuộc về; là của: ~我所有 thuộc về tôi ❺<动>(đặt giữa cặp động từ láy để biểu thị rằng không có kết quả tương ứng) thì cứ: 吵架~吵架，他们俩还是很相爱的。Cãi nhau thì vẫn cãi nhau, vậy mà hai người vẫn yêu nhau thắm thiết. ❻<名>phép chia (trên bàn tính gảy tay) ❼<介>do (ai phụ trách): 这项工作~他管。Việc này do anh ấy phụ trách. ❽<动>quy thuận //(姓)Quy

【归案】guī'àn<动>quy án; nghi can đã bị tóm cổ và trao cho cơ quan hữu quan xét xử

【归并】guībìng<动>❶nhập vào; dồn vào; hợp vào; đưa về: 把两组~为一组。Đưa hai tổ này hợp vào một tổ. ❷hợp lại; hộn

【归程】guīchéng<名>đường về: 踏上~ đặt chân lên đường về

【归档】guīdàng<动>sắp xếp hồ sơ; đưa vào hồ sơ lưu trữ

【归队】guīduì<动>❶trở về đội ngũ ❷trở về ngành nghề cũ

【归附】guīfù<动>theo về; chạy sang

【归根结底】guīgēn-jiédǐ quy cho đến cùng; xét cho cùng; chung quy; chung quy lại

【归公】guīgōng<动>nộp cho chính quyền; sung công: 一切缴获要~。Tất cả mọi thứ tịch thu được đều phải sung công.

【归功】guīgōng<动>quy công; công lao... là do...; công lao thuộc về...: 他将自己的成绩~于老师的教诲。Anh ta cho rằng thành công của mình là do công lao dạy dỗ của thầy.

【归国】guīguó<动>về nước; trở về Tổ quốc

【归还】guīhuán<动>trả; trả lại; trả về: 借用别人的东西要及时~。Mượn đồ của người khác cần phải kịp thời trả lại.

【归结】guījié❶〈动〉quy lại; tóm lại: 今天报告的内容~起来有以下几个方面。Bản báo cáo hôm nay quy lại gồm nội dung một số mặt sau đây. ❷〈名〉kết cục

【归咎】guījiù〈动〉quy tội; gán tội; đổ lỗi

【归口】guīkǒu〈动〉❶đưa về đúng nơi ❷trở về ngành nghề

【归口管理】guīkǒu guǎnlǐ đưa về đúng nơi quản lí

【归来】guīlái〈动〉về

【归类】guīlèi〈动〉phân loại

【归拢】guīlǒng〈动〉gom lại; thu dọn lại

【归纳】guīnà〈动〉❶tóm lại; đúc kết lại; quy lại: ~大家的意见 tóm lại ý kiến của các bạn ❷quy nạp: ~法 phương pháp quy nạp

【归期】guīqī〈名〉thời hạn trở về

【归侨】guīqiáo〈名〉kiều dân về nước

【归属】guīshǔ〈动〉thuộc về; quy về

【归顺】guīshùn〈动〉quy thuận; quy phục: ~政府 quy phục chính phủ

【归宿】guīsù〈名〉nơi về; nơi quy tụ; nơi hội tụ: 人生的~ nơi quy tụ của cuộc đời

【归天】guītiān〈动〉về chầu trời; quy thiên

【归田】guītián〈动〉[书]về với ruộng đồng; từ chức về quê: 解甲~ cởi áo lính về cày ruộng

【归途】guītú〈名〉đường về

【归西】guīxī〈动〉đi tây thiên (chết); đi chầu Phật

【归心】guīxīn❶〈名〉lòng muốn về nhà; nỗi nhớ nhà: ~似箭 nóng lòng về nhà ❷〈动〉[书]thuận lòng quy phục

【归依】guīyī〈动〉❶quy y; thành kính thờ Phật; theo đạo ❷[书]nương tựa; dựa

【归隐】guīyǐn〈动〉[书]về ở ẩn

【归于】guīyú〈动〉❶thuộc về ❷đi đến; đạt tới

【归整】guīzhěng〈动〉sắp xếp; thu dọn

【归置】guīzhi〈动〉sắp xếp; thu xếp; thu dọn

【归总】guīzǒng❶〈动〉gộp cả lại ❷〈副〉tổng cộng; cộng tất cả

【归罪】guīzuì〈动〉đổ tội; đổ lỗi; quy tội: ~于人 đổ tội cho người ta

龟 guī〈名〉con rùa

【龟板】guībǎn〈名〉[中药]quy bản (mai rùa)

【龟鉴】guījiàn〈名〉soi mà biết; tham khảo noi theo (mai rùa để bói, gương để soi)

【龟缩】guīsuō〈动〉co lại; thụt lại; rụt vào: 敌人~在巷子里。Bọn địch co rút vào trong ngõ.

【龟头】guītóu〈名〉quy đầu; buồi

规 guī❶〈名〉compa: 圆~ compa ❷〈名〉quy tắc; quy chế: 犯~ vi phạm quy chế; 常~ thường quy ❸〈动〉khuyên ❹〈动〉trù liệu; trù tính /// (姓) Quy

【规避】guībì〈动〉lẩn tránh; trốn tránh; tránh né: ~问题的实质 lẩn tránh thực chất của vấn đề

【规程】guīchéng〈名〉quy trình: 操作~ quy trình thao tác

【规定】guīdìng❶〈动〉quy định: 在~的时间内 trong thời gian quy định ❷〈名〉quy định; quy chế: 符合法律~ hợp với quy định của pháp luật

【规范】guīfàn❶〈名〉quy phạm; chuẩn mực: 行为~ quy phạm hành vi ❷〈形〉chuẩn; đúng phép: 用语~ dùng từ đúng phép ❸〈动〉chuẩn hóa: 用道德~自身的行为 chuẩn hóa hành vi của mình bằng đạo đức

【规范化】guīfànhuà quy phạm hóa

【规格】guīgé〈名〉❶quy cách: 产品符合~。Sản phẩm phù hợp quy cách. ❷tiêu chuẩn: 接待来宾的~很高。Tiêu chuẩn tiếp đãi khách rất cao.

【规划】guīhuà❶〈名〉quy hoạch: 长远~ quy hoạch lâu dài ❷〈动〉làm (lật, vạch) quy hoạch: ~今后的工作 lập quy hoạch cho công tác sau này

【规矩】guīju❶<名>khuôn phép; phép tắc; nếp:按~办事 làm việc theo đúng phép tắc ❷<形>(hành vi) đúng mực; đứng đắn; nghiêm chỉnh:字写得很~。Chữ viết rất nghiêm chỉnh.

【规律】guīlǜ❶<名>quy luật ❷<形>có quy luật

【规模】guīmó<名>quy mô

【规劝】guīquàn<动>khuyên răn; khuyên bảo; bảo ban

【规约】guīyuē❶<名>quy ước; giao kèo; giao ước ❷<动>ràng buộc; kiềm chế

【规则】guīzé❶<名>quy tắc; luật lệ; thể lệ:交通~ luật lệ giao thông; 游戏~ quy tắc của trò chơi ❷<名>quy luật; phép tắc:自然~ quy luật tự nhiên ❸<形>lề lối; nề nếp; mẫu mực:不~五边形 hình ngũ giác không quy tắc

【规章】guīzhāng<名>❶nội quy; điều lệ:~制度 nội quy ❷văn kiện quy phạm về quản lí hành chính nhà nước ban bố

【规整】guīzhěng❶<形>mẫu mực; nghiêm chỉnh; ngay ngắn ❷<动>làm cho ngay ngắn chỉnh tề

【规制】guīzhì<名>❶quy chế ❷quy mô hình dáng

皈 guī

【皈依】guīyī<动>quy y; thành kính thờ Phật; theo đạo

闺 guī<名>❶[书]cửa nhỏ trên tròn dưới vuông ❷phòng khuê; phòng con gái:深~ phòng khuê kín đáo

【闺房】guīfáng<名>phòng khuê; phòng con gái

【闺女】guīnü<名>❶con gái chưa chồng; khuê nữ ❷[口]con gái

【闺秀】guīxiù<名>khuê tú; con gái nhà giàu sang:大家~ tiểu thư khuê các

硅 guī<名>[化学]silic (kí hiệu: Si)

【硅谷】guīgǔ<名>thung lũng điện tử; Silicon Valley (thuộc bang California Mĩ)

【硅胶】guījiāo<名>nhựa silic

【硅砖】guīzhuān<名>gạch chịu lửa, gồm silic

瑰 guī[书]❶<名>một loại đá như ngọc ❷<形>quái dị, nổi trội:~异 quý hiếm lạ

【瑰宝】guībǎo<名>của quý (báu)

【瑰丽】guīlì<形>đẹp lạ thường

【瑰奇】guīqí<形>đẹp kì lạ

鲑 guī<名>cá hồi

【鲑鱼】guīyú<名>cá hồi

guǐ

轨 guǐ❶<名>thanh ray:铁~ thanh ray thép ❷<名>đường ray:有~电车 tàu điện chạy đường ray ❸<名>nếp thường; lệ thường:越~ quá mức cho phép; 步入正~ đi vào quỹ đạo ❹<动>[书]tuân theo:~于法令 tuân theo pháp lệnh

【轨道】guǐdào<名>❶đường ray ❷quỹ tích (thiên thể vận hành trong vũ trụ) ❸quỹ đạo; đường vận hành; quỹ tích ❹nề nếp; quỹ đạo

【轨迹】guǐjì<名>❶quỹ tích ❷quỹ đạo; đường vận hành; quỹ tích ❸con đường đã qua

【轨枕】guǐzhěn<名>tà-vẹt

诡 guǐ<形>❶gian trá; xảo quyệt; xảo trá quỷ quyệt ❷[书]kì lạ

【诡辩】guǐbiàn<动>❶ngụy biện ❷cãi chày cãi cối; cãi bừa

【诡称】guǐchēng<动>ngụy tạo; giả cách cho là; giả bộ nói; giả danh:小偷~自己是公安人员。Tên trộm giả danh là công an.

【诡怪】guǐguài<形>kì lạ quái đản

【诡计】guǐjì<名>mưu mô xảo quyệt; quỷ kế

【诡计多端】guǐjì-duōduān quỷ kế đa đoan; mưu ma chước quỷ

【诡谲】guǐjué<形>[书]❶kì lạ nhiều thay đổi ❷li kì cổ quái; kì quặc: 言语~ lời lẽ kì quặc ❸xảo quyệt; xảo trá

【诡秘】guǐmì<形>(hành vi, thái độ...) bí hiểm: 行踪~ hành tung bí hiểm

【诡异】guǐyì<形>kì dị; kì lạ; độc đáo

【诡诈】guǐzhà<形>xảo trá: 阴险~ xảo trá hiểm độc

鬼 guǐ ❶<名>ma; quỷ: 不信~ không tin có ma ❷<名>dân nghiện (nghiền); kẻ: 酒~ con sâu rượu; 小气~ đồ keo kiệt ❸<形>lén lút; vụng trộm; giấu giếm: ~~祟祟 lén la lén lút ❹<名>mờ ám; âm mưu; mưu mô: 捣~ âm mưu làm xằng bậy ❺<形>xấu; ma mãnh; ma giáo; chết tiệt: ~天气 thời tiết xấu; ~地方 nơi quỷ xứ ❻<形>[口](phần nhiều dùng cho trẻ em, động vật) ranh; tinh ranh; ranh ma; ranh mãnh: 这孩子真~。Thằng bé này thật ranh ma. ❼<名>cách gọi thân mật ❽<名>sao Quỷ (một trong 28 tú)

【鬼把戏】guǐbǎxì<名>trò nham hiểm; mưu mô nham hiểm; quỷ kế

【鬼才】guǐcái<名>biệt tài; người có biệt tài

【鬼点子】guǐdiǎnzi<名>ý đồ xấu; biện pháp ranh ma

【鬼斧神工】guǐfǔ-shéngōng vô cùng tinh xảo; tay nghề tuyệt vời

【鬼怪】guǐguài<名>quỷ quái: 妖魔~ yêu ma quỷ quái

【鬼画符】guǐhuàfú❶(chữ) như gà bới; loằng ngoằng như quỷ vẽ bùa ❷lời nói giả dối ❸viết, nói lung tung

【鬼话】guǐhuà<名>lời nói dối trá

【鬼话连篇】guǐhuà-liánpiān toàn là những lời dối trá; nói dối từ đầu đến cuối

【鬼魂】guǐhún<名>hồn ma

【鬼混】guǐhùn<动>❶sống vất vưởng cho qua ngày: 毕业后他不愿工作，在社会上~。Sau ngày tốt nghiệp anh ta chẳng chịu công tác mà sống vất va vất vưởng ngoài xã hội. ❷sống bừa bãi; sống phóng đãng; trác táng: 你别和那些人~。Anh đừng có sống bừa bãi với những hạng người ấy.

【鬼火】guǐhuǒ<名>ma trơi

【鬼精灵】guǐjīnglíng❶quỷ quái; tinh quái ❷ma lanh ❸người ma lanh

【鬼哭狼嚎】guǐkū-lánháo ma khóc sói tru; kêu khóc ầm ĩ

【鬼脸】guǐliǎn<名>❶mặt nạ (của trẻ con chơi) ❷làm xấu: 扮~ nhăn mặt làm xấu

【鬼门关】guǐménguān<名>cửa âm phủ; đất hiểm; hiểm địa

【鬼迷心窍】guǐmíxīnqiào ma đưa lối quỷ dẫn đường

【鬼神】guǐshén<名>quỷ thần

【鬼使神差】guǐshǐ-shénchāi ma xui quỷ khiến

【鬼祟】guǐsuì❶<形>lén lút; vụng trộm ❷<名>ma quỷ

【鬼胎】guǐtāi<名>ý nghĩ quỷ quái: 心怀~ những ý nghĩ quỷ quái chứa chất trong lòng

【鬼头鬼脑】guǐtóu-guǐnǎo lấm la lấm lét; hành vi lén lút mờ ám

【鬼蜮】guǐyù<名>ma quỷ; ví kẻ xấu hiểm độc gian tà

【鬼主意】guǐzhǔyi<名>mưu ma chước quỷ; chước mưu gian ác

【鬼子】guǐzi<名>con quỷ; tên quỷ sứ; giặc: 洋~ thằng giặc Tây

癸 guǐ<名>Quý (ngôi thứ 10 trong thiên can)

guì

柜 guì<名>❶tủ; chạn: 碗~ chạn bát; 书~ tủ sách ❷quầy thu tiền; cửa hàng: 掌~的 chủ hiệu/chủ hàng

【柜橱】guìchú〈名〉chạn bếp; tủ bếp

【柜台】guìtái〈名〉❶quầy hàng ❷quầy ngân hàng

【柜员机】guìyuánjī〈名〉máy ATM

【柜子】guìzi〈名〉tủ

刽 guì〈动〉[书]cắt đứt

【刽子手】guìzishǒu〈名〉❶đao phủ ❷kẻ giết người; tên đao phủ

贵 guì❶〈形〉đắt: 昂~ đắt đỏ ❷〈形〉quý: 珍~ quý báu ❸〈动〉(cái) đáng quý; quý trọng: 体育锻炼~在持之以恒。Cái đáng quý trong rèn luyện thân thể là cần phải kiên trì bền bỉ. ❹〈形〉sang trọng: 达官~人 kẻ quyền quý ❺〈形〉(từ xưng hô chỉ sự kính trọng) quý; vàng ngọc: ~姓 quý danh ❻(Guì)〈名〉tên gọi tắt của tỉnh Quý Châu /// (姓) Quý

【贵宾】guìbīn〈名〉khách quý

【贵宾卡】guìbīnkǎ〈名〉thẻ VIP

【贵妇人】guìfùrén〈名〉người phụ nữ quý phái

【贵干】guìgàn〈名〉(lời kính trọng) làm gì; có việc gì: 请问有何~? Xin hỏi có việc gì ạ?

【贵贱】guìjiàn❶〈名〉đắt rẻ ❷〈名〉sang hèn ❸〈副〉[口]bất kể thế nào; dù sao cũng; cứ

【贵金属】guìjīnshǔ〈名〉kim loại quý

【贵客】guìkè〈名〉khách quý; quý khách

【贵气】guìqì❶〈名〉phong thái cao quý ❷〈形〉quý phái: 她戴上这些首饰，显得很~。Bà ấy đeo bộ trang sức trông rất quý phái.

【贵人】guìrén〈名〉❶quý nhân; người cao sang; bậc tôn quý; người mang lại lợi ích cho mình ❷quý nhân (chức nữ quan trong hoàng cung ngày xưa)

【贵人多忘事】guìrén duō wàng shì người quý hay quên; quý nhân hay quên (dùng để chế giễu người hay quên); đãng trí bác học

【贵姓】guìxìng〈名〉quý tính; quý danh (từ hỏi họ người khác một cách lịch sự, tôn trọng. Người Trung Quốc hỏi họ, còn người Việt Nam thì hỏi tên)

【贵恙】guìyàng〈名〉(từ hỏi về bệnh tật của người đối thoại một cách lịch sự, lễ phép): ~如何? Xin cho biết bệnh tình của quý ngài ra sao?

【贵重】guìzhòng〈形〉quý; đắt tiền; có giá trị cao

【贵族】guìzú〈名〉quý tộc

桂[1] guì〈名〉❶cây nhục quế; quế ❷cây mộc tê; quế: 金~ kim quế ❸cây nguyệt quế ❹cây quế bì

桂[2] Guì〈名〉❶sông Quế; Quế Giang (dòng sông chảy qua khu tự trị dân tộc Choang Quảng Tây Trung Quốc) ❷tên gọi tắt của Khu tự trị Dân tộc Choang Quảng Tây /// (姓) Quế

【桂冠】guìguān〈名〉vòng nguyệt quế; vành nguyệt quế; quán quân; danh hiệu cao quý

【桂花】guìhuā〈名〉❶cây hoa quế ❷hoa quế (tên thường gọi của hoa mộc tê)

【桂剧】guìjù〈名〉Quế kịch (một loại hí khúc ở Quảng Tây Trung Quốc)

【桂皮】guìpí〈名〉❶cây quế bì ❷vỏ cây quế bì ❸(cây, vỏ) nhục quế

【桂圆】guìyuán〈名〉quế viên; long nhãn: ~鸡蛋莲子糖水有补血安神的作用。Chè long nhãn, trứng gà, hạt sen có tác dụng bổ máu, an thần.

【桂竹】guìzhú〈名〉cây quế trúc (cây cao to, đặc ruột, chắc, dùng làm vật liệu xây dựng, làm được đồ dùng, sinh sản ở Đài Loan)

跪 guì〈动〉quỳ: 下~ quỳ xuống

【跪拜】guìbài〈动〉quỳ lạy

【跪倒】guìdǎo〈动〉quỳ; quỳ gối: 她因筋疲力尽而~。Cô ấy do bị kiệt sức mà cả người khuyu xuống.

gǔn

绲 gǔn ❶<名>[书]cái dải vải ❷<名>[书]dây thừng ❸<动>may viền; nẹp

【绲边】gǔnbiān<名>đường viền

辊 gǔn<名>trục; cốt (những linh kiện hình trụ tròn có thể lăn tròn được)

【辊子】gǔnzi<名>[口]trục

滚 gǔn ❶<动>lăn: 打~儿 lăn lộn ❷<动>cút; bước; xéo: ~开 cút đi ❸<动>sôi: 炉子上的汤正~着。Nồi canh trên bếp vẫn đang sôi. ❹<动>viên; vê; nặn: ~元宵 vê bánh trôi ❺<动>viền: ~边 đường viền ❻<副>rất; đặc biệt //(姓) Cổn

【滚蛋】gǔndàn<动>cút xéo; cút đi

【滚刀肉】gǔndāoròu<名>[方]kẻ quấy rầy lăng nhăng

【滚动】gǔndòng<动>❶lăn ❷từng bước mở rộng ❸liên tục không ngừng

【滚翻】gǔnfān<动>lộn; nhào lộn

【滚瓜烂熟】gǔnguā-lànshú thuộc làu làu; thuộc nhừ như cháo

【滚滚】gǔngǔn<形>❶cuồn cuộn; bon bon: 波涛~ sóng cả cuồn cuộn ❷rền; không bao giờ cạn: 财源~ tài nguyên không bao giờ cạn

【滚开】[1] gǔnkāi<形>sôi; đang sôi: ~的水冲茶可不太好，还是稍等片刻吧。Nước đang sôi pha trà không ngon lắm, hãy đợi nguội tí.

【滚开】[2] gǔnkāi<动>cút xéo; cút

【滚木】gǔnmù<名>gỗ lăn (ngày xưa khi đánh nhau, lăn những cây gỗ to từ trên cao xuống để tiêu diệt quân địch)

【滚热】gǔnrè<形>nóng hổi; nóng bỏng

【滚水】gǔnshuǐ<名>nước sôi; nước đang sôi

【滚烫】gǔntàng<形>nóng bỏng; nóng rát

【滚筒】gǔntǒng<名>ống lăn; ru-lô: ~洗衣机 máy giặt ống lăn

【滚雪球】gǔn xuěqiú lăn bóng tuyết (một trò chơi trên tuyết)

【滚圆】gǔnyuán<形>tròn vành vạnh; tròn trùng trục

【滚珠】gǔnzhū<名>bi thép

磙 gǔn ❶<名>trục lăn; quả lăn; quả lu: 石~ trục lăn đá ❷<动>trục; lăn; lu: ~地 lu đất

gùn

棍 gùn<名>❶cái gậy: 木~ gậy gỗ ❷kẻ xấu; tên vô lại: 恶~ tên ác ôn

【棍棒】gùnbàng<名>❶gậy gộc ❷côn; gậy (dụng cụ thể thao)

【棍术】gùnshù<名>côn thuật; võ thuật gậy

【棍子】gùnzi<名>cái gậy

guō

聒 guō<形>ồn ào; ầm ĩ

【聒耳】guō'ěr<形>[方]om sòm; chói tai

【聒噪】guōzào<形>[方]ồn ào; ầm ĩ

锅 guō<名>❶cái nồi: 饭~ nồi cơm; 砂~ nồi đất ❷một số dụng cụ dùng để đun chất lỏng: 火~ cái lẩu; 蒸~ nồi hấp ❸bộ phận giống cái nồi của một số dụng cụ: 烟袋~儿 nõ điếu; nõ tẩu thuốc

【锅巴】guōbā<名>❶cơm cháy ❷cơm chiên

【锅铲】guōchǎn<名>cái muôi xào

【锅底】guōdǐ<名>đáy nồi

【锅盖】guōgài<名>vung nồi; vung chảo

【锅盔】guōkuī<名>bánh nướng (loại nhỏ)

【锅炉】guōlú<名>nồi nấu hơi; nồi súp-pe

【锅台】guōtái<名>bệ bếp

【锅贴儿】guōtiēr<名>bánh chẻo rán

【锅子】guōzi<名>❶[方]cái nồi ❷(bộ phận

giống cái nồi ở một số đồ dùng) nồ ❸cái lẩu

蝈guō

【蝈蝈儿】guōguor<名>con dế; con dế mèn

guó

国guó❶<名>nước; quốc gia: 岛~ đảo quốc; 东道~ nước chủ nhà ❷<名>quốc; nước: ~旗 quốc kì; ~歌 quốc ca ❸<形>đại diện cho trình độ đứng đầu cả nước: ~脚 cầu thủ bóng đá quốc gia ❹<名>đặc chỉ Trung Quốc: ~画 quốc họa/tranh Trung Quốc; ~粹 quốc túy //(姓) Quốc

【国宝】guóbǎo<名>❶đồ quốc bảo ❷của báu của đất nước

【国标】guóbiāo<名>❶tiêu chuẩn quốc gia ❷tiêu chuẩn quốc tế

【国别】guóbié<名>quốc gia

【国宾】guóbīn<名>khách của nhà nước; quốc tân

【国策】guócè<名>quốc sách

【国产】guóchǎn<形>sản xuất trong nước; sản xuất trong nội địa: ~电影 phim nội

【国耻】guóchǐ<名>quốc sỉ; nỗi sỉ nhục của đất nước: 洗雪~ rửa sạch nỗi nhục của đất nước

【国粹】guócuì<名>quốc túy; tinh hoa của đất nước

【国道】guódào<名>quốc lộ

【国都】guódū<名>thủ đô

【国度】guódù<名>quốc gia; đất nước

【国法】guófǎ<名>quốc pháp; kỉ cương luật pháp nhà nước

【国防】guófáng<名>quốc phòng: 全民~ quốc phòng toàn dân

【国防部】Guófáng Bù<名>Bộ Quốc phòng

【国父】guófù<名>quốc phụ; người cha của đất nước (tôn xưng người lãnh đạo có công lớn, đặc biệt trong việc xây dựng đất nước)

【国富民强】guófù-mínqiáng nước giàu dân mạnh

【国格】guógé<名>thể diện quốc gia

【国号】guóhào<名>quốc hiệu

【国花】guóhuā<名>quốc hoa (hoa biểu tượng của một nước)

【国画】guóhuà<名>quốc họa (hội họa truyền thống của Trung Quốc); tranh thủy mặc

【国徽】guóhuī<名>quốc huy

【国会】guóhuì<名>quốc hội

【国货】guóhuò<名>hàng nội; hàng trong nước sản xuất

【国籍】guójí<名>❶quốc tịch ❷thuộc nước nào đó

【国计民生】guójì-mínshēng quốc kế dân sinh

【国际】guójì❶<形>quốc tế ❷<名>của quốc tế

【国际裁判】guójì cáipàn trọng tài quốc tế

【国际单位制】guójì dānwèizhì hệ thống đơn vị quốc tế; quốc tế tự

【国际儿童节】Guójì Értóng Jié =【六一国际儿童节】

【国际法】guójìfǎ<名>luật quốc tế; công pháp quốc tế

【国际妇女节】Guójì Fùnǚ Jié =【三八国际妇女节】

【国际歌】Guójì Gē<名>Quốc tế ca

【国际公法】guójì gōngfǎ công pháp quốc tế (gọi tắt)

【国际公制】guójì gōngzhì hệ thống đo lường quốc tế

【国际惯例】guójì guànlì thông lệ quốc tế

【国际劳动节】Guójì Láodòng Jié =【五一国际劳动节】

【国际象棋】guójì xiàngqí cờ vua

【国际音标】guójì yīnbiāo kí hiệu phiên âm quốc tế

【国家】guójiā<名>❶nhà nước ❷quốc gia; đất nước

【国家裁判】guójiā cáipàn trọng tài cấp quốc gia

【国家机关】guójiā jīguān❶cơ quan nhà nước ❷cơ quan trung ương

【国家新闻出版广电总局】Guójiā Xīnwén Chūbǎn Guǎngdiàn Zǒngjú Tổng cục Báo chí Xuất bản Phát thanh Điện ảnh và Truyền hình quốc gia

【国家兴亡，匹夫有责】guójiā-xīngwáng, pǐfū-yǒuzé quốc gia hưng vong, thất phu hữu trách; mọi người đều phải có trách nhiệm với vận mệnh đất nước

【国家主席】guójiā zhǔxí chủ tịch nước

【国将不国】guójiāngbùguó đất nước sắp bị diệt vong; nhà nước sẽ chẳng còn

【国交】guójiāo<名>quan hệ ngoại giao giữa các nước

【国界】guójiè<名>đường biên giới quốc gia; ranh giới giữa hai nước

【国境】guójìng<名>❶lãnh thổ quốc gia ❷biên giới quốc gia

【国君】guójūn<名>vua

【国库】guókù<名>kho bạc nhà nước

【国库券】guókùquàn<名>trái phiếu (trái khoán) nhà nước

【国力】guólì<名>sức mạnh của đất nước; sức mạnh của một quốc gia

【国立】guólì<形>quốc lập; công lập

【国门】guómén<名>❶[书]cửa ngõ của thủ đô ❷biên giới

【国民】guómín<名>quốc dân: ~经济 nền kinh tế quốc dân

【国难】guónàn<名>quốc nạn

【国内】guónèi<形>quốc nội; trong nước: ~市场 thị trường trong nước

【国内生产总值】guónèi shēngchǎn zǒngzhí tổng giá trị sản xuất trong nước (GDP): 近

二十多年来，中越两国~增长率均位于世界前列。Hơn 20 năm gần đây, mức tăng trưởng GDP của hai nước Trung-Việt đều xếp đầu bảng thế giới.

【国企】guóqǐ<名>xí nghiệp nhà nước; doanh nghiệp quốc hữu; xí nghiệp quốc doanh

【国情】guóqíng<名>tình hình đất nước

【国庆】guóqìng<名>quốc khánh

【国人】guórén<名>[书]người nước mình; người trong nước

【国色天香】guósè-tiānxiāng quốc sắc thiên hương; sắc nước hương trời

【国史】guóshǐ<名>❶quốc sử; lịch sử của đất nước ❷sử quan (viên quan chuyên việc chép sử thời xưa)

【国事】guóshì<名>❶quốc sự; việc nước ❷công việc giữa hai nước

【国事访问】guóshì fǎngwèn chuyến thăm chính thức (của nguyên thủ quốc gia)

【国是】guóshì<名>[书]kế sách lớn lao của quốc gia: 共商~ cùng bàn bạc kế sách quốc gia

【国手】guóshǒu<名>người giỏi nhất nước (về y, cờ…); tuyển thủ quốc gia

【国书】guóshū<名>quốc thư: 递交~trình quốc thư

【国税】guóshuì<名>thuế nhà nước

【国台办】Guótáibàn<名>Văn phòng Công việc Đài Loan Quốc vụ viện Trung Quốc

【国泰民安】guótài-mín'ān đất nước thái bình dân yên ổn; quốc thái dân an

【国体】guótǐ<名>❶thể chế của nhà nước ❷quốc thể; thể diện quốc gia

【国土】guótǔ<名>lãnh thổ quốc gia

【国外】guówài<形>nước ngoài

【国王】guówáng<名>vua; quốc vương

【国威】guówēi<名>uy danh của quốc gia

【国务卿】guówùqīng<名>❶quốc vụ khanh

❷bộ trưởng ngoại giao (Mĩ)

【国务委员】guówù wěiyuán ủy viên quốc vụ

【国务院】guówùyuàn<名>❶Quốc vụ viện ❷nội các ❸bộ ngoại giao kiêm một phần công việc nội chính (Mĩ)

【国学】guóxué<名>❶quốc học; nền học vấn của quốc gia ❷[旧]trường quốc học

【国宴】guóyàn<名>quốc yến (do người đứng đầu nhà nước thết)

【国有】guóyǒu<动>thuộc nhà nước; quốc hữu

【国有国法，家有家规】guóyǒu-guófǎ, jiāyǒu-jiāguī nước có pháp luật, gia đình có đạo nhà; phép nước đạo nhà

【国有企业】guóyǒu qǐyè doanh nghiệp quốc hữu

【国有资产】guóyǒu zīchǎn tư sản quốc hữu; vốn nhà nước

【国语】guóyǔ<名>❶quốc ngữ ❷bài ngữ văn của trung tiểu học (của Trung Quốc thời xưa)

【国葬】guózàng<名>quốc táng

【国债】guózhài<名>quốc trái; công trái

【国资行】guózīháng<名>ngân hàng vốn nhà nước

【国子监】guózǐjiàn<名>Quốc tử giám

【国字脸】guózìliǎn<名>khuôn mặt chữ quốc; khuôn mặt chữ điền

guǒ

果guǒ❶<名>quả; trái: 结~ kết quả; 干~ quả khô ❷<名>(kết quả, kết cục) quả: 因~ nhân quả ❸<副>quả nhiên; quả là; quả như vậy: ~不出所料 quả nhiên đúng như dự đoán ❹<连>nếu quả đúng là ❺<形>quả đoán: ~敢 quả cảm //(姓) Quả

【果不其然】guǒbùqírán y như rằng; quả như vậy

【果茶】guǒchá<名>trà bánh; trà và điểm tâm

【果冻】guǒdòng<名>thạch

【果断】guǒduàn<形>quyết đoán: 采取~措施 áp dụng biện pháp quyết đoán

【果脯】guǒfǔ<名>mứt hoa quả; mứt

【果腹】guǒfù<动>[书]ăn no bụng: 食不~ ăn không no bụng

【果干儿】guǒgānr<名>quả sấy khô

【果核】guǒhé<名>hạt trái cây; hột trái cây

【果酱】guǒjiàng<名>tương trái cây

【果胶】guǒjiāo<名>chất thực vật lấy từ trái cây; pec-tin

【果酒】guǒjiǔ<名>rượu hoa quả

【果决】guǒjué<形>quả quyết

【果壳】guǒké<名>vỏ trái cây

【果篮】guǒlán<名>chiếc rổ đựng trái cây

【果林】guǒlín<名>rừng cây ăn quả

【果绿】guǒlǜ<形>xanh nhạt

【果木】guǒmù<名>cây có quả

【果农】guǒnóng<名>nhà nông trồng cây ăn quả; người trồng trái cây

【果盘】guǒpán<名>mâm (để đựng hoa quả, trầu cau…)

【果皮】guǒpí<名>vỏ quả; vỏ trái cây

【果品】guǒpǐn<名>sản phẩm hoa quả

【果然】guǒrán❶<副>quả nhiên; quả là ❷<连>quả đúng là

【果仁儿】guǒrénr<名>❶hột trái cây ❷lạc nhân

【果肉】guǒròu<名>múi hoa quả

【果实】guǒshí<名>❶quả cây ❷thành quả

【果树】guǒshù<名>cây ăn quả

【果穗】guǒsuì<名>bông; bắp

【果糖】guǒtáng<名>đường quả ($C_6H_{12}O_6$); fructose

【果园】guǒyuán<名>vườn quả

【果真】guǒzhēn❶<副>quả nhiên; quả thật; quả là: ~如此，我就放心了。Quả thật là như vậy thì tôi yên tâm rồi. ❷〈连〉quả đúng là

【果汁】guǒzhī〈名〉nước hoa quả

【果枝】guǒzhī〈名〉❶cành ra quả ❷cành có nụ (của cây bông)

【果子】guǒzi〈名〉❶quả ăn; hoa quả ❷bánh rán hay bánh trái gọi chung

【果子狸】guǒzilí〈名〉cầy hương

裹 guǒ〈动〉❶băng bó; buộc gói lại; bọc: ~头巾 chít khăn đầu ❷độn nhét: 他把一批香烟~在货物里，企图蒙混过关。Gã độn nhét thuốc lá vào lô hàng hòng che mắt nhân viên kiểm tra. ❸[方]mút: ~奶 mút sữa //〈姓〉Lỏa

【裹腿】guǒtui ❶〈动〉bó chân ❷〈名〉vải bó chân

【裹胁】guǒxié〈动〉(bị bắt ép phải theo làm việc xấu) ép buộc; bắt ép

【裹挟】guǒxié〈动〉❶(gió, dòng nước...) cuốn theo; cuốn đi ❷(hình thể, trào lưu...) cuốn hút; lôi cuốn ❸bức ép

【裹足不前】guǒzú-bùqián chùn bước; dừng lại không tiến bước

guò

过¹ guò ❶〈动〉qua; sang; sống: ~马路 qua đường ❷〈动〉chuyển; sang: ~户 sang tên ❸〈动〉giần; sàng; rây; lọc: ~滤 lọc ❹〈动〉xem; nhớ lại: ~目 xem qua ❺〈动〉quá; vượt quá: ~期 quá hạn ❻〈动〉[书]đến thăm; đến thăm ❼〈动〉[方]tạ thế; mất; ra đi; qua đời: ~世 qua đời ❽〈动〉(dùng sau động từ có mang "得" chỉ ý thực hiện được điều đó) được; nổi; bằng: 信得~ tin được ❾〈动〉[方]lây; truyền nhiễm: 这个病~人。Bệnh này lây sang người khác. ❿〈名〉lỗi lầm; thiếu sót; sai sót: 记~ ghi lỗi ⓫〈形〉[口]quá đáng ⓬〈副〉quá mức

过² guò〈动〉❶(đứng sau động từ) đi qua: 走~球场 đi qua sân bóng ❷(đứng sau động từ) đổi hướng: 翻~另一页 lật sang trang khác; 回~头 ngoảnh đầu lại ❸(đứng sau động từ hay tính từ) so sánh: 今年好~去年。Năm nay khá hơn năm ngoái.

过 guo〈助〉❶(dùng sau động từ) xong; hết: 洗~手再吃饭。Rửa tay xong hãy ăn cơm. ❷(dùng sau động từ) đã; từng: 他昨天来~了。Hôm qua anh ta đã đến.

【过半】guòbàn〈动〉quá nửa; quá bán

【过磅】guòbàng〈动〉đưa lên bàn cân; cân (cân bằng cân bàn)

【过不去】guòbuqù ❶không đi lọt (qua) được: 正修路，车子~。Đang sửa đường, xe không đi qua được. ❷gây khó dễ: 别跟自己~。Đừng làm khổ mình. ❸áy náy; băn khoăn: 让大家等了这么久，我心里很~。Để cho các bạn đợi lâu, tôi rất áy náy.

【过场】guòchǎng ❶〈动〉lướt qua sân khấu (trên sân khấu tuồng truyền thống, vai diễn ra sân khấu rồi vào hậu trường qua cánh gà bên kia ngay) ❷〈名〉cảnh (màn) chuyển tiếp; cảnh (màn) nối kết (trong sân khấu hí khúc)

【过程】guòchéng〈名〉quá trình

【过秤】guòchèng〈动〉cân

【过错】guòcuò〈名〉lỗi lầm; lầm lỡ

【过当】guòdàng〈动〉quá mức; quá đáng

【过道】guòdào〈名〉❶hành lang (đi vào các phòng) ❷ngõ hẻm

【过得去】guòdeqù ❶đi qua được ❷(cuộc sống) tạm được; tàm tạm ❸tạm cho là được; tạm gọi là được ❹yên lòng (thường dùng trong câu phản vấn): 每次吃饭都是你买单，我们心里怎么~? Lần nào ăn cơm cũng đều là anh mời, chúng tôi rất lấy làm áy náy.

【过冬】guòdōng〈动〉qua mùa đông

【过度】guòdù<形>quá mức; quá độ; quá
đáng: 饮酒~ uống rượu quá mức

【过渡】guòdù<动>quá độ; chuyển tiếp: ~时
期 thời kì quá độ; 这里条件一般，就委屈
你在这里~一下吧。Điều kiện ở đây xoàng
thôi, xin anh ở tạm nhé.

【过分】guòfèn<形>quá mức; quá đáng

【过关】guòguān<动>qua cửa khẩu; qua cửa ải

【过关斩将】guòguān-zhǎnjiàng qua ải giết
tướng, ví đã thắng được nhiều đối thủ hay
vượt qua nhiều khó khăn: 他一路~，终于
闯进决赛。Anh ấy đánh gục nhiều đấu thủ,
và đã lọt vào vòng chung kết.

【过河拆桥】guòhé-chāiqiáo qua cầu rút
ván; ăn cháo đái bát

【过后】guòhòu<名>❶sau này; về sau ❷sau
đó; rồi sau

【过户】guòhù<动>sang tên; đổi chủ (chuyển
quyền sở hữu cho người khác)

【过活】guòhuó<动>sống; sinh sống: 勉强~
miễn cưỡng sống qua ngày

【过火】guòhuǒ<形>quá; quá đáng: 行为有
些~ hành vi có phần quá đáng

【过激】guòjī<形>quá khích: ~的言论 ngôn
luận quá khích

【过继】guòjì<动>cho làm con thừa kế; nhận
làm con nuôi

【过家家】guò jiājiā chơi nhà chòi (trò chơi
trẻ con, bắt chước cuộc sống gia đình)

【过奖】guòjiǎng<动>quá khen

【过街老鼠】guòjiē lǎoshǔ chuột chạy qua
đường; căm giận cái xấu (chỉ kẻ xấu, tội
phạm bị mọi người căm ghét)

【过节】guòjié<动>❶ăn tết; làm lễ kỉ niệm
❷qua ngày lễ

【过节儿】guòjiér<名>[方]❶hiềm khích; ác
cảm: 她俩之间有~。Hai người có hiềm
khích với nhau. ❷lễ tiết; phép lịch sự

【过境】guòjìng<动>quá cảnh; qua biên giới;
qua địa giới

【过客】guòkè<名>khách qua đường; khách
lữ hành

【过来】guòlái<动>❶lại đây; sang đây: 车
来了，赶快~! Xe đến rồi, lại đây mau
lên! ❷(dùng sau động từ biểu thị thời gian,
năng lực, số lượng đầy đủ, thường đi liền
với "得" hoặc "不") quá: 这几天我忙
~。Mấy ngày nay tôi bận quá. ❸(dùng sau
động từ biểu thị động tác hướng tới người
nói) tới; đến: 海浪不断向船头涌~。Những
ngọn sóng không ngừng xô dập vào mũi
tàu. ❹(dùng sau động từ biểu thị đối diện
với mình) lại: 她转过身来，微笑地看着讲
台下的孩子。Chị quay mình lại mỉm cười
trìu mến nhìn các cháu dưới hội trường.
❺(dùng sau động từ biểu thị sự trở lại trạng
thái vốn có, bình thường) lại; ra; được

【过来人】guòláirén<名>người từng trải

【过劳死】guòláosǐ chết vì quá mệt mỏi

【过量】guòliàng<形>quá mức; quá liều
lượng

【过淋】guòlìn<动>lọc

【过路】guòlù<动>qua đường: ~费 lệ phí qua
đường

【过虑】guòlù<动>quá lo nghĩ; cả nghĩ: 小事
情，不必~。Việc nhỏ, không cần cả nghĩ.

【过门】guòmén<动>về nhà chồng

【过敏】guòmǐn❶<动>dị ứng ❷<形>quá
mẫn cảm; quá nhạy cảm

【过目】guòmù<动>xem (qua) (phần nhiều
dùng với ý xét duyệt): ~不忘 xem qua là
nhớ luôn

【过年】¹guònián<动>❶ăn Tết ❷qua Tết; sau
Tết; ra năm

【过年】²guònián<名>[口]sang năm; năm tới

【过期】guòqī<动>quá hạn; hết hạn

【过谦】guòqiān<形>quá khiêm tốn; khiêm
nhường quá mức

【过桥费】guòqiáofèi<名>lệ phí qua cầu

【过去】¹ guòqù<名>ngày trước; trước đây; quá khứ

【过去】² guòqù<动>❶đi; đi qua: 从这里~ đi sang từ chỗ này ❷qua đời; ra đi; đi; đi xa (phải thêm "了" ở sau)

【过去】³ guòqù<动>❶đi khỏi: 踢~ đá đi ❷sang (mặt trái): 翻~ lật sang mặt trái ❸đi (trạng thái thất thường): 晕~ bị ngất đi ❹trót lọt: 蒙不~ sự đánh tráo không lọt được

【过热】guòrè<形>quá mức; quá nóng: 经济 ~ kinh tế quá nóng

【过人】guòrén<动>❶hơn người: 勇气~ dũng khí hơn người ❷đưa bóng qua đối thủ (bóng đá, bóng rổ)

【过日子】guò rìzi sống; cuộc sống

【过山车】guòshānchē<名>tàu vượt núi (một trò chơi trẻ em trong công viên)

【过生日】guò shēngrì mừng sinh nhật; tổ chức sinh nhật

【过剩】guòshèng<动>❶quá thừa; thừa mứa: 精力~ tinh lực quá thừa ❷dư thừa: 生 产~ sản xuất dư thừa

【过失】guòshī<名>❶lầm lỡ; thiếu sót ❷sai trái (theo pháp luật)

【过时】guòshí❶<动>quá thời gian: ~作 废 quá thời gian thì bãi bỏ ❷<形>lỗi thời; không hợp thời: ~的观念 quan niệm lỗi thời

【过世】guòshì<动>tạ thế; qua đời

【过手】guòshǒu<动>qua tay

【过数】guòshù<动>đếm; kiểm

【过塑】guòsù<动>ép nhựa (để bảo quản ảnh chụp); ép plastic

【过堂】guòtáng<动>[旧]bị gọi đến công đường; ra hầu tòa; ra tòa

【过堂风】guòtángfēng<名>gió lùa

【过头】guòtóu<形>quá mức; quá đáng: 聪 明~ thông minh quá đáng

【过往】guòwǎng❶<动>qua lại; đi lại: ~行 人 người qua lại ❷<动>qua lại; tới lui: 他们 ~很密切。Họ qua lại với nhau rất mật thiết. ❸<名>trước đây

【过望】guòwàng<动>vượt mức yêu cầu; vượt quá điều mong muốn:大喜~ mừng quá

【过问】guòwèn<动>quan tâm; hỏi đến: 亲 自~ đích thân quan tâm

【过午】guòwǔ<名>quá trưa; quá ngọ

【过细】guòxì<形>rất cẩn thận; cặn kẽ; tỉ mỉ

【过心】guòxīn[方]❶<动>nghĩ ngợi ❷<形> hiểu lòng nhau; tri âm; tri kỉ

【过眼云烟】guòyǎn-yúnyān như áng phù vân; như làn khói thoảng qua

【过夜】guòyè<动>❶qua đêm; ngủ đêm ❷để qua đêm: 今晚在这儿~怎样？ Đêm nay chúng ta nghỉ ở đây được chứ?

【过意不去】guòyìbùqù áy náy; băn khoăn

【过瘾】guòyǐn<形>đã thỏa chí; đã cơn nghiện

【过硬】guòyìng<形>giỏi (chịu được thử thách); vững chắc

【过犹不及】guòyóubùjí thái quá cũng như bất cập (đều có hại như nhau)

【过于】guòyú<副>quá; quá ư: ~紧张 quá căng thẳng

【过账】guòzhàng<动>chuyển sang sổ cái; chuyển sang sổ phân loại

H h

hā

哈¹ hā❶〈动〉hà (hơi); thở ra: ~气擦眼镜片 hà hơi lau mắt kính ❷〈叹〉ha ha; khà khà: ~，看你往哪里逃？Ha ha, xem mày chạy đâu cho thoát?

哈² hā〈动〉[口]cúi (xuống); khom lưng: 她累得~着腰。Chị ấy mệt đến nỗi khom cả lưng xuống. 他见到长辈就~腰施礼。Gặp người bề trên cậu ấy đã nghiêng mình cúi chào.
另见hǎ

【哈哈大笑】hāhā dàxiào ha ha cười vang

【哈哈镜】hāhājìng〈名〉gương dị dạng (gương gây cười)

【哈喇子】hālázi〈名〉[方]rớt dãi

【哈雷彗星】Hāléi huìxīng sao chổi Halley

【哈密瓜】hāmìguā〈名〉dưa Ha-mi; dưa bở Tân Cương

【哈欠】hāqian〈名〉(cái) ngáp: 打个长~ ngáp dài một cái

【哈腰】hāyāo〈动〉[口]❶khom lưng; cúi xuống: ~系鞋带 cúi xuống buộc dây giày ❷gập người (hơi khom lưng tỏ ý lễ phép khi chào): 点头~ khom lưng gật đầu (chào)

铪 hā〈名〉[化学]hafni (kí hiệu: Hf)

há

蛤 há
另见gé

【蛤蟆】háma〈名〉ếch nhái và con cóc (gọi chung)

【蛤蟆蹦三蹦，还得歇一歇】háma bèng sān bèng, háiděi xiē yi xiē cóc nhảy ba bước còn phải nghỉ một lần; chăm chỉ thế nào cũng phải nghỉ ngơi lấy sức

hǎ

哈 hǎ〈动〉[方]mắng; trách móc: 被老板~了几句，他心里不舒服。Bị sếp trách móc cậu ta rất buồn. //(姓) Cáp
另见hā

【哈巴狗】hǎbagǒu〈名〉❶chó cảnh Nhật ❷chó săn (đầy tớ trung thành)

【哈达】hǎdá〈名〉ha-đa (khăn quàng trắng mà vùng Tây Tạng và Nội Mông thường dùng làm lễ vật tặng khách quý)

hāi

咳 hāi〈叹〉ôi; ô (biểu thị sự thương cảm, hối hận, kinh ngạc)
另见ké

嗨 hāi

【嗨哟】hāiyō〈叹〉dô ta: 用力抬啊，~! Gắng sức nào, dô ta!/Hò dô ta, nào!

hái

还 hái〈副〉❶vẫn: 你~是老样子。Anh vẫn

如 cũ. ❷còn: 这件事~没有做完。Việc này còn chưa làm xong. ❸kể cũng (tạm coi là được): 这辆车修得~好。Chiếc xe được sửa chữa lại kể cũng được đấy. ❹cũng; vẫn còn: 我~是个学生。Em còn là một học sinh. ❺không ngờ; thế mà: 对手~真有实力。Đối thủ thế mà có thực lực đấy. ❻ngay từ: ~在小学阶段，她就能流利地使用英语与外国人对话了。Ngay từ khi còn ở tiểu học, cô ấy đã có thể dùng tiếng Anh giao lưu với người nước ngoài một cách lưu loát.

另见 huán

【还好】háihǎo<副>may là; vẫn bình thường: ~我带了伞。May là tôi đã mang theo chiếc ô. 我在这边一切~。Tôi ở bên này mọi điều vẫn bình thường.

【还是】háishi ❶<副>vẫn: 尽管如此，我~应该感谢你。Tuy nhiên, tôi vẫn phải cám ơn anh. ❷<副>vẫn là: 对比一下，~去上海读书好些。So sánh vẫn là đi học ở Thượng Hải thì hơn. ❸<副>nên (thì tốt hơn): 看他急得那样儿，你~劝劝他吧。Trông anh ấy nóng nảy như vậy, anh nên khuyên anh ấy đi. ❹<连>hay; hay là: 去看朋友~去看电影，他一时拿不定主意。Đi thăm bạn hay là đi xem phim, anh ấy chưa quyết định được ngay. ❺<连>hay (phối hợp với "不管 cứ")

孩 hái<名>con; bé; trẻ: 男~cậu bé

【孩提】háití<名>[书]❶trẻ nhỏ; nhi đồng; bé ❷thời thơ ấu

【孩童】háitóng<名>[书]nhi đồng; bé; trẻ con

【孩子】háizi<名>❶nhi đồng; em bé: 男~em trai; 小~trẻ con/em bé/trẻ em ❷con: 她的~很聪明。Đứa con của chị ấy rất thông minh.

【孩子气】háiziqì ❶tính trẻ con: 撒娇是~的表现。Làm nũng là tính trẻ con. ❷như trẻ con: 你别太~。Anh đừng có mà như trẻ con ấy.

骸 hái<名>❶xương ❷thân thể; thể xác: 遗~di hài

【骸骨】háigǔ<名>hài cốt

hǎi

海 hǎi ❶<名>biển; bể: 航~đi biển/hàng hải ❷<形>to: ~碗 bát to ❸<形>ví rộng, nhiều như biển: 旗~biển cờ ❹<副>[方]bâng quơ; lung tung: ~找 tìm lung tung ❺<副>[方]thả cửa: ~吃~喝 ăn uống thả cửa ❻<名>hải ngoại: ~归 từ hải ngoại trở về //(姓)Hải

【海岸】hǎi'àn<名>bờ biển

【海岸线】hǎi'ànxiàn<名>tuyến bờ biển

【海拔】hǎibá<名>độ cao so với mặt biển; độ cao tuyệt đối: 这座山~两千米。Ngọn núi này cao hơn mặt biển 2.000 mét.

【海白菜】hǎibáicài<名>rau diếp biển

【海百合】hǎibǎihé<名>[动物]loa kèn biển; huệ biển; hải bách hợp

【海报】hǎibào<名>quảng cáo; áp phích

【海豹】hǎibào<名>hải báo; beo biển

【海滨】hǎibīn<名>ven biển

【海产】hǎichǎn ❶<形>hải sản; đồ biển: 新鲜~品 đồ biển tươi sống ❷<名>sản vật biển

【海潮】hǎicháo<名>thủy triều; hải triều

【海船】hǎichuán<名>tàu biển; tàu vượt biển

【海床】hǎichuáng<名>đáy biển

【海带】hǎidài<名>rong biển nâu; tảo biển nâu (có thể chế biến thành thức ăn, làm vị thuốc Đông y)

【海岛】hǎidǎo<名>hải đảo

【海盗】hǎidào<名>quân cướp biển; hải tặc

【海底捞月】hǎidǐ-lāoyuè vớt trăng đáy biển

【海防】hǎifáng<名>phòng thủ bảo vệ biển

(ven biển và lãnh hải)

【海风】hǎifēng<名>❶gió biển ❷gió từ biển thổi vào đất liền

【海港】hǎigǎng<名>cảng biển; hải cảng

【海关】hǎiguān<名>hải quan

【海关手续】hǎiguān shǒuxù thủ tục hải quan

【海归】hǎiguī<名>chỉ những người về nước sau khi du học ở nước ngoài; du học sinh trở về

【海龟】hǎiguī<名>con trạnh; cá trạnh; rùa biển

【海涵】hǎihán<动>rộng lòng tha thứ; cho chữ đại xá: 多有不敬，还望大师~。Có điều bất kính, xin đại sư rộng lượng tha thứ.

【海魂衫】hǎihúnshān<名>áo phông lính thủy

【海疆】hǎijiāng<名>hải phận; vùng biển

【海角天涯】hǎijiǎo-tiānyá chân trời góc biển

【海景】hǎijǐng<名>cảnh biển

【海警】hǎijǐng<名>cảnh sát biển

【海军】hǎijūn<名>hải quân

【海口】hǎikǒu<名>❶cửa biển; cửa sông ra biển ❷hải cảng trong vịnh

【海枯石烂】hǎikū-shílàn biển cạn đá mòn

【海阔凭鱼跃，天高任鸟飞】hǎi kuò píng yú yuè, tiān gāo rèn niǎo fēi trời cao chim tung cánh, biển rộng cá vẫy vùng

【海阔天空】hǎikuò-tiānkōng mênh mông trời biển; trên trời dưới biển

【海蓝】hǎilán<形>màu xanh nước biển

【海浪】hǎilàng<名>sóng biển

【海里】hǎilǐ<量>hải lí

【海量】hǎiliàng❶<名>rộng lượng; lượng hải hà: 我错了，望您~包涵。Em lầm rồi, xin anh rộng lượng cho. ❷<名>tửu lượng cao: 他是~，喝两瓶也醉不了。Ông ấy tửu lượng cao, uống hai chai cũng chẳng say. ❸

<形>số lượng cực lớn: 任何组织和个人都能从~信息中轻松获取知识和情报。Bất cứ tổ chức hay cá nhân nào đều có thể thoải mái thu lượm kiến thức và tình báo qua một khối lượng lớn thông tin các mặt.

【海路】hǎilù<名>đường biển

【海轮】hǎilún<名>tàu (đi) biển

【海螺】hǎiluó<名>ốc biển

【海洛因】hǎiluòyīn<名>heroin; bạch phiến

【海马】háimǎ<名>cá ngựa; hải mã

【海绵】hǎimián<名>❶[动物]bọt biển; hải miên (một loài động vật cấp thấp ở biển) ❷bọt biển (bộ xương của con bọt biển; dùng làm vật kì cọ) ❸mút; chất xốp (chế tạo bằng cao su hay nhựa): ~床垫 tấm mút đệm giường

【海难】hǎinàn<名>tai nạn trên biển (cháy thuyền, chìm tàu)

【海内】hǎinèi<名>trong nước

【海内存知己，天涯若比邻】hǎinèi cún zhījǐ, tiānyá ruò bǐlín bốn bể có tri âm, chân trời như hàng xóm

【海平面】hǎipíngmiàn<名>mực nước biển

【海上】hǎishàng<名>(trên) mặt biển: ~升明月。Trăng mọc trên mặt biển.

【海参】hǎishēn<名>hải sâm

【海市蜃楼】hǎishì-shènlóu❶ảo ảnh ❷ảo tưởng; hão huyền

【海事】hǎishì<名>❶công việc về biển; hải sự: ~法庭 tòa án hải sự ❷tai nạn trên biển: ~救助 cứu trợ trên biển

【海誓山盟】hǎishì-shānméng thề non hẹn biển

【海水】hǎishuǐ<名>nước biển; nước mặn

【海水不可斗量】hǎishuǐ bùkě dǒu liáng ai mà có thể đong được nước biển; ví một khối lượng khổng lồ hoặc lực lượng tiềm tàng không thể đo đếm lường hết được.

【海滩】hǎitān<名>bãi biển

【海棠】hǎitáng〈名〉❶cây hải đường (một loại cây cảnh) ❷quả hải đường

【海图】hǎitú〈名〉bản đồ hàng hải; hải đồ

【海外】hǎiwài〈名〉hải ngoại; ngoài nước: ~ kiều bào sinh sống ở nước ngoài

【海外奇谈】hǎiwài qítán câu chuyện lạ kì huyền hoặc; bàn chuyện lăng nhăng không đâu

【海湾】hǎiwān〈名〉vịnh biển

【海碗】hǎiwǎn〈名〉bát to; bát ô tô

【海王星】hǎiwángxīng〈名〉sao Hải Vương

【海味】hǎiwèi〈名〉hải vị

【海峡】hǎixiá〈名〉eo biển

【海峡两岸】hǎixiá liǎng'àn hai bờ eo biển

【海鲜】hǎixiān〈名〉đồ biển tươi sống; món ăn hải sản tươi

【海象】hǎixiàng〈名〉voi biển; hải tượng

【海啸】hǎixiào〈名〉sóng thần

【海选】hǎixuǎn〈动〉tuyển chọn vòng ngoài: 现在正在~春节晚会节目。 Hiện đang tiến hành tuyển chọn vòng ngoài chuẩn bị cho chương trình văn nghệ dạ hội đón xuân.

【海盐】hǎiyán〈名〉muối biển

【海燕】hǎiyàn〈名〉hải yến; chim mòng biển; én biển

【海洋】hǎiyáng〈名〉❶biển ❷hải dương; biển cả; biển khơi

【海洋权】hǎiyángquán〈名〉quyền lãnh hải

【海洋生物】hǎiyáng shēngwù sinh vật biển

【海洋性气候】hǎiyángxìng qìhòu khí hậu biển

【海洋学】hǎiyángxué〈名〉hải dương học

【海鱼】hǎiyú〈名〉cá biển

【海域】hǎiyù〈名〉hải vực; vùng biển: 这片~海鱼种类繁多。 Vùng biển này các chủng loại cá hết sức dồi dào.

【海员】hǎiyuán〈名〉nhân viên hàng hải

【海运】hǎiyùn〈动〉vận tải đường biển: ~货物 vận tải hàng hóa trên biển

【海藻】hǎizǎo〈名〉rong biển; tảo biển

【海战】hǎizhàn〈名〉cuộc chiến trên biển; trận đánh trên biển

【海蜇】hǎizhé〈名〉con sứa

【海子】hǎizi〈名〉[方]hồ nước

hài

亥 hài〈名〉Hợi (ngôi thứ 12 trong địa chi)

【亥时】hàishí〈名〉[旧]giờ hợi (từ 21 giờ đến 23 giờ)

骇 hài〈动〉sợ hãi; kinh sợ: 惊~ kinh hãi

【骇怪】hàiguài〈形〉[书]kinh ngạc: 其人其论令人~。 Con người và lời phát biểu đều khiến người ta kinh ngạc.

【骇然】hàirán〈形〉ngạc nhiên; ngơ ngác: ~失色 làm cho người ta hết sức ngạc nhiên

【骇人听闻】hàiréntīngwén nghe rợn cả người

氦 hài〈名〉khí hê-li (kí hiệu: He)

【氦灯】hàidēng〈名〉đèn hê-li

【氦气】hàiqì〈名〉khí hê-li

害 hài❶〈名〉tai hại: 水~ các tai hại bởi nước ❷〈形〉có hại ❸〈动〉làm thiệt hại; hại: 假信息~我股票赔了本。 Thông tin nhảm khiến cho cổ phiếu của tôi bị tổn thất. ❹〈动〉giết; hại: 失踪女孩已经遇~了。Cô gái mất tích đã bị giết hại. ❺〈动〉bị đau; ốm; phải chứng: ~了红眼病 bị bệnh đau mắt đỏ ❻〈动〉tinh thần không bình thường: ~羞 e thẹn; ~怕 sợ hãi ❼〈动〉[方]trở ngại; vướng

【害虫】hàichóng〈名〉sâu bọ hại

【害处】hàichù〈名〉chỗ hại; chỗ có hại

【害肚子】hài dùzi bị đau bụng

【害命】hàimìng〈动〉giết hại; tước đoạt tính mạng người khác: 谋财~ cướp của giết người

【害怕】hàipà〈动〉sợ hãi: 她一个人到国外

旅行, 一点也不~。Chị ấy không chút lo sợ khi một mình đi du lịch nước ngoài.

【害群之马】hàiqúnzhīmǎ con ngựa hại đàn; con sâu làm rầu nồi canh

【害人不浅】hàirén-bùqiǎn khiến cho người khác bị tổn hại to lớn

【害人害己】hàirén-hàijǐ hại người hại mình

【害人之心不可有, 防人之心不可无】hài rén zhī xīn bùkě yǒu, fáng rén zhī xīn bùkě wú không nên rắp tâm làm hại người khác và cũng không thể lơ là bị kẻ xấu làm hại

【害臊】hàisào<形>[口]thẹn thùng; xấu hổ: 你说粗口话都不感到~? Anh văng tục mà không thấy xấu hổ sao?

【害喜】hàixǐ<动>nôn nghén: 那家媳妇~了。Cô con dâu nhà ấy đã bị nôn nghén.

【害羞】hàixiū<形>e thẹn; xấu hổ; hổ thẹn

hān

酣 hān<形>❶(uống say) thỏa thích; thỏa thú: ~饮 uống (rượu) hả hê ❷say; say sưa: ~睡 ngủ say

【酣畅】hānchàng<形>say sưa; sảng khoái; hả hê: 玩得~尽兴 vui chơi một phen sảng khoái

【酣畅淋漓】hānchàng-línlí vô cùng sảng khoái; đạt dào cảm xúc (đối với tác phẩm nghệ thuật)

【酣梦】hānmèng<名>mộng đẹp

【酣然】hānrán<形>say li bì; say túy lúy: ~入梦 ngủ say li bì

【酣甜】hāntián<形>say ngọt ngào: ~的梦境 giấc mơ say nồng

【酣战】hānzhàn<动>chọi nhau dữ dội

【酣醉】hānzuì<动>say đắm; say: 大家~在幸福中。Mọi người say đắm trong niềm hạnh phúc.

憨 hān<形>❶si dại; ngốc: ~笑 cười ngây ngô ❷chất phác; ngây thơ: ~厚 mộc mạc // (姓)Ham

【憨厚】hānhòu<形>thật thà trung hậu

【憨态】hāntài<名>(vẻ) ngây thơ khờ khạo

【憨态可掬】hāntài-kějū lộ rõ vẻ ngây thơ khờ khạo

【憨头憨脑】hāntóu-hānnǎo đầu óc đần độn; ngốc nga ngốc nghếch

【憨笑】hānxiào<动>cười ngây ngô; cười ngây thơ: 那老兄看着我们~。Anh ấy cứ nhìn bọn này mà cười một cách ngây ngô.

【憨直】hānzhí<形>trung thực; thẳng thắn

鼾 hān<动>ngáy

【鼾声】hānshēng<名>tiếng ngáy: 他的~大得让人无法入睡。Tiếng ngáy của ông ấy to đến nỗi không ai ngủ được.

【鼾睡】hānshuì<动>ngủ say ngáy khò khò

hán

邯 hán

【邯郸学步】hándān-xuébù học đi ở Hàn Đan; học theo người chẳng thành, lại còn quên cả cái vốn có; bắt chước một cách máy móc

含 hán<动>❶ngậm: ~着药片 ngậm viên thuốc ❷có; chứa: ~糖量 hàm lượng đường ❸có vẻ; có ý: ~羞 có vẻ thẹn

【含苞待放】hánbāo-dàifàng (hoa) còn phong nhụy chờ ngày nở

【含垢忍辱】hángòu-rěnrǔ chịu khổ chịu nhục; nhẫn nhục

【含恨】hánhèn<动>mang hận

【含糊】hánhu<形>❶lơ mơ; ngơ ngác; không rõ ràng: 他~的话让人摸不着头脑。Mọi người ngơ ngác về lời nói của ông ấy. ❷lơ mơ; hàm hồ: 做事做人不能

~。Làm việc và làm người đều không được phép hàm hồ. ❸chịu lép; chịu thua (thường dùng ở thể phủ định): 别看她个子小，干起活来一点也不~。Đừng coi cô ấy nhỏ người, làm lụng chẳng thua ai cả.

【含混】hánhùn〈形〉mơ hồ; không rõ ràng

【含金量】hánjīnliàng〈名〉❶hàm lượng vàng ❷chất lượng thực tế của sự vật

【含量】hánliàng〈名〉hàm lượng

【含片】hánpiàn〈名〉viên ngậm

【含铅】hánqiān〈名〉hàm chì; hàm lượng chì

【含情】hánqíng〈动〉có tình ý; đưa tình (phần nhiều chỉ tình yêu): 她眉目~，瞟了他一眼，又低下头。Chị dùng đôi mắt đượm tình liếc ngang sang bên anh rồi nhanh chóng cúi gầm mặt xuống.

【含沙射影】hánshā-shèyǐng nói xấu sau lưng; ngấm ngầm làm hại; phỉ báng ngầm

【含水量】hánshuǐliàng〈名〉lượng chứa nước

【含笑】hánxiào〈动〉tủm tỉm; mủm mỉm; chúm chím: 她~点头同意。Chị tủm tỉm cười gật đầu đồng ý.

【含辛茹苦】hánxīn-rúkǔ ngậm đắng nuốt cay

【含羞】hánxiū〈动〉(tỏ vẻ, có vẻ) e thẹn; thẹn thùng

【含羞草】hánxiūcǎo〈名〉cây xấu hổ; cây trinh nữ

【含蓄】hánxù❶〈动〉chứa đựng; bao hàm: 书中~着做人的道理。Trong cuốn sách bao hàm những đạo lí làm người. ❷〈形〉hàm súc; (ngôn ngữ, thơ văn tình cảm cô đọng, sâu sắc) kín đáo: 性格~ tính cách kín đáo

【含血喷人】hánxuè-pēnrén ngậm máu phun người

【含饴弄孙】hányí-nòngsūn vui chơi cùng cháu chắt

【含义】hányì〈名〉hàm nghĩa; ý nghĩa: 这篇文章~深刻。Bài văn này có ý nghĩa sâu sắc.

【含意】hányì〈名〉hàm ý: ~深刻 hàm ý sâu sắc

【含英咀华】hányīng-jǔhuá nghiền ngẫm cái tinh hoa (của tác phẩm thơ văn)

【含冤】hányuān〈动〉hàm oan; ngậm oan

函 hán〈名〉❶[书]cái hộp; cái tráp: 木~ cái tráp gỗ ❷thư từ; hàm: 邀请~ giấy mời; 公~ công hàm

【函电】hándiàn〈名〉thư và điện

【函调】hándiào〈动〉điều tra bằng thư từ

【函复】hánfù〈名〉trả lời bằng công văn; trả lời bằng thư từ

【函告】hángào〈动〉gửi thư báo

【函件】hánjiàn〈名〉thư từ

【函授】hánshòu〈动〉hàm thụ: 通过网络进行~ hàm thụ qua mạng internet

【函数】hánshù〈名〉[数学]hàm số

涵 hán❶〈形〉rộng lượng: 包~ lượng thứ ❷〈名〉cống: 桥~ cầu cống

【涵洞】hándòng〈名〉cống

【涵盖】hángài〈动〉bao quát

【涵管】hánguǎn〈名〉❶ống cống: ~包括电缆、天然气和自来水管道。Hệ thống ống cống gồm cả cáp điện, ống dẫn khí đốt và ống nước máy. ❷cống hình ống

【涵养】hányǎng❶〈名〉điềm đạm; đằm tính; biết điều; phẩm chất; tu dưỡng: 修身明志，提高个人~。Tu thân nuôi chí nâng cao tố chất của mình. ❷〈动〉giữ: 修筑水库来~水资源。Xây dựng hồ chứa nước để giữ nguồn tài nguyên nước.

【涵闸】hánzhá〈名〉cống và cửa cống

韩 Hán //(姓) Hàn

【韩国】Hánguó〈名〉Hàn Quốc: ~人 người Hàn Quốc

寒 hán❶<形>lạnh; rét: 天~ trời rét; 防~ chống rét ❷<动>sợ; sợ hãi: 胆~ kinh sợ ❸<形>nghèo khó: 贫~ nghèo nàn/nghèo túng/ bần hàn //(姓) Hàn

【寒潮】háncháo<名>[气象]luồng không khí lạnh

【寒碜】hánchen[口]❶<形>xấu; xấu xí; luộm thuộm: 他虽不富裕，但是穿得不 ~。Tuy không giàu sang nhưng ông ăn mặc vẫn chỉnh tề không luộm thuộm. ❷<形>xấu hổ; hổ thẹn: 就你搞特殊，也不 ~? Anh thì cứ phải được đãi ngộ hơn người, không thấy hổ thẹn hay sao? ❸<动>chế nhạo; chế giễu: 他被同事~了一顿，很不 高兴。Bị đồng sự chế nhạo, anh ấy rất bực mình.

【寒窗】hánchuāng<名>đèn sách gian khổ

【寒带】hándài<名>[地理]hàn đới; xứ lạnh

【寒冬】hándōng<名>mùa đông giá rét; rét đông

【寒风】hánfēng<名>gió lạnh; gió rét

【寒光】hánguāng<名>ánh sáng sắc lạnh

【寒假】hánjià<名>nghỉ đông (ở trường học)

【寒苦】hánkǔ<形>nghèo khổ; đói rét

【寒来暑往】hánlái-shǔwǎng hạ qua đông tới; ngày qua tháng lại

【寒冷】hánlěng<形>lạnh lẽo; rét mướt: 北 方冬天很~。Mùa đông miền Bắc rất lạnh lẽo.

【寒流】hánliú<名>❶luồng nước biển lạnh ❷[气象]luồng không khí lạnh

【寒露】hánlù<名>tiết Hàn lộ

【寒毛】hánmáo＝【汗毛】

【寒门】hánmén<名>[书]❶gia đình bần hàn; hàn môn (thường dùng để nói về gia đình mình một cách khiêm tốn) ❷[旧]hèn kém; thấp kém

【寒气】hánqì<名>❶luồng không khí lạnh ❷hơi lạnh; khí lạnh

【寒秋】hánqiū<名>cuối thu

【寒热】hánrè<名>❶[中医]chứng hàn nhiệt ❷[方]sốt

【寒色】hánsè<名>màu lạnh; gam màu lạnh

【寒舍】hánshè<名>tệ xá (chỉ nhà mình với ý khiêm tốn)

【寒食节】Hánshí Jié<名>tết Hàn thực (có nơi gọi tết Thanh minh là Tết Hàn thực, ba ngày bếp không đỏ lửa, toàn ăn đồ nguội, nên gọi là hàn thực)

【寒暑表】hánshǔbiǎo<名>hàn thử biểu; nhiệt kế

【寒酸】hánsuān<形>❶xo xúi; lúi xùi: ~气 十足 cực kì xo xúi ❷nhếch nhác; lúi xùi

【寒心】hánxīn<动>đau lòng (vì thất vọng)

【寒暄】hánxuān<动>hàn huyên

【寒夜】hányè<名>đêm lạnh

【寒衣】hányī<名>quần áo rét

【寒意】hányì<名>hơi rét; ren rét

【寒战】hánzhàn<名>rùng mình

hǎn

罕 hǎn<形>hiếm; ít: 稀~ hiếm hoi //(姓) Hàn

【罕见】hǎnjiàn<形>ít thấy; hiếm thấy

【罕有】hǎnyǒu<动>hiếm có; ít có

喊 hǎn<动>❶kêu; hô: 大~大叫 lớn tiếng hò hét ❷gọi; kêu: ~人来帮忙 gọi người khác đến giúp đỡ ❸[方](xưng hô) gọi; kêu: 他~ 她表姐。Anh ấy gọi chị ấy bằng chị họ.

【喊话】hǎnhuà<动>kêu gọi: 警察~，劫匪 害怕了。Nghe tiếng kêu gọi của cảnh sát, bọn phỉ bắt đầu thấy sợ hãi.

【喊价】hǎnjià<动>gọi giá

【喊叫】hǎnjiào<动>la hét; la ó

【喊嗓子】hǎn sǎngzi ra chỗ trống để luyện giọng; hát to để luyện giọng

【喊冤】hǎnyuān<动>kêu oan: 她~，不承

认自己偷了东西。Bà ta kêu oan, không chịu nhận là mình đã ăn cắp.

【喊冤叫屈】hǎnyuān-jiàoqū giãi bày oan uất

hàn

汉 Hàn<名>❶đời nhà Hán (một triều đại lịch sử của Trung Quốc), gồm Tây Hán và Đông Hán ❷tiếng Hán ❸dân tộc Hán ❹người đàn ông: 好~ hảo hán; 孬~ thằng tồi ❺ngân hà //(姓) Hán

【汉白玉】hànbáiyù<名>đá cầm thạch trắng: 人民英雄纪念碑的壁画是用~雕成的。Phù điêu trên Đài tưởng niệm Anh hùng Nhân dân được tạc bằng đá cầm thạch trắng.

【汉奸】hànjiān<名>Hán gian

【汉文】Hànwén<名>❶tiếng Hán ❷chữ Hán

【汉学】hànxué<名>❶Hán học ❷Trung Quốc học

【汉语】Hànyǔ<名>tiếng Hán; Hán ngữ

【汉子】hànzi<名>❶người đàn ông ❷[方] người chồng

【汉字】Hànzì<名>chữ Hán; chữ Trung Quốc; chữ Nho

汗 hàn<名>mồ hôi

【汗斑】hànbān<名>❶vết muối trắng mồ hôi ❷[医学]lang-ben

【汗脚】hànjiǎo<名>chân hay ra mồ hôi: 他是~，要穿布鞋才行。Bàn chân hay ra mồ hôi nên anh ấy cứ phải đi giày vải.

【汗流浃背】hànliú-jiābèi mồ hôi ướt đẫm lưng; mồ hôi đầm đìa

【汗马功劳】hànmǎ-gōngláo công lao chinh chiến; công lao chiến đấu khó nhọc

【汗毛】hànmáo<名>lông tơ (trên da người)

【汗牛充栋】hànniú-chōngdòng sách chất đầy nhà

【汗青】hànqīng❶<动>đặt bút chấm hết; đặt bút xoa tay; hoàn thành tác phẩm ❷<名>sử sách; sử xanh

【汗衫】hànshān<名>❶áo lót; may ô ❷[方](áo) sơ mi

【汗水】hànshuǐ<名>mồ hôi

【汗颜】hànyán<动>ngượng toát mồ hôi; rất xấu hổ

【汗液】hànyè<名>mồ hôi

【汗珠子】hànzhūzi<名>giọt mồ hôi: 他脸上挂满~。Trên khuôn mặt anh ấy đọng những giọt mồ hôi.

【汗渍】hànzì<名>vết mồ hôi

旱 hàn❶<形>hạn; hạn hán: 防~ chống hạn; 天~ trời hạn; 今年遇~。Năm nay gặp hạn hán. ❷<形>khô: ~烟 thuốc lá sợi; ~冰 băng khô ❸<形>khô; cạn: ~地 ruộng khô; ~稻 lúa cạn ❹<名>bộ: 走~路 đi đường bộ

【旱冰】hànbīng<名>[体育]băng khô; pa-tanh: 在南方，常见小孩溜~。Ở vùng miền Nam thường bắt gặp các em nhỏ trượt pa-tanh.

【旱地】hàndì =【旱田】

【旱季】hànjì<名>mùa khô: 越南南方只有两季：雨季和~。Miền nam Việt Nam chỉ có hai mùa: mùa mưa và mùa khô.

【旱井】hànjǐng<名>giếng chống hạn; hầm chứa nước

【旱涝保收】hànlào-bǎoshōu bảo đảm được mùa bất kể hạn lụt; bất kể tình hình ra sao vẫn có lợi

【旱情】hànqíng<名>tình hình hạn hán

【旱伞】hànsǎn<名>[方]ô che nắng

【旱田】hàntián<名>❶ruộng khô; ruộng cạn ❷ruộng hạn

【旱鸭子】hànyāzi<名>loài vịt cạn; người không biết bơi (ví dí đỏm): 他是个~。Anh ấy không biết bơi.

【旱灾】hànzāi<名>nạn hạn hán

捍 hàn<动>bảo vệ; giữ gìn

【捍卫】hànwèi<动>bảo vệ: ~祖国 bảo vệ Tổ quốc

悍 hàn<形>❶dũng mãnh; gan dạ: 彪~ dũng mãnh ❷hung hãn; dữ dằn: 凶~ hung dữ

【悍匪】hànfěi<名>bọn phỉ hung hãn; tên phỉ hung hãn

【悍妇】hànfù<名>phụ nữ hung dữ: 家有~，令他倍感烦恼。Trong nhà có bà vợ dữ khiến cho ông ấy cảm thấy hết sức buồn phiền.

【悍然】hànrán<形>ngang ngược; ngang nhiên: ~不顾一切 ngang nhiên bất chấp tất cả; ~威胁 ngang nhiên đe dọa

焊 hàn<动>hàn: 电~ hàn điện

【焊工】hàngōng<名>❶công việc hàn ❷thợ hàn

【焊接】hànjiē<动>❶hàn liền (hàn hơi, hàn điện...): ~车间 phân xưởng hàn ❷hàn nối (hàn bằng que hàn): ~支架 hàn nối giá đỡ

【焊枪】hànqiāng<名>mỏ hàn hơi

颔 hàn[书]❶<名>cằm: 下~ cằm ❷<动>gật đầu: ~首微笑 gật đầu cười tùm

【颔联】hànlián<名>hàm liên (về thứ hai của thơ luật, tức câu thứ ba, thứ tư, nói chung phải đối nhau)

【颔首】hànshǒu<动>[书]gật đầu

撼 hàn<动>lay; rung: ~天动地 rung trời chuyển đất

【撼动】hàndòng<动>lay động; rung chuyển: 西安兵马俑的发现，~了整个世界。Sự phát hiện của tượng gốm chiến binh Tây An làm chấn động cả thế giới.

【撼山岳，泣鬼神】hàn shānyuè, qì guǐshén làm chấn động núi sông kinh hãi quỷ thần

翰 hàn<名>[书]lông vũ; bút lông; văn tự; thư tín: 华~ văn tự tuyệt đẹp // (姓) Hàn

【翰林】hànlín<名>quan hàn lâm (quan thị tùng văn học của hoàng đế từ sau nhà Đường trở đi, hai triều đại Minh, Thanh chọn hàn lâm trong hàng tiến sĩ)

【翰墨】hànmò<名>[书]bút mực; văn chương thư họa

憾 hàn<动>đáng tiếc: 深表遗~ rất lấy làm đáng tiếc

【憾事】hànshì<名>việc đáng tiếc

瀚 hàn<形>[书]rộng lớn; to lớn: 浩~ rộng lớn/bao la

【瀚海】hànhǎi<名>[书]biển cả; sa mạc

hāng

夯 hāng❶<名>cái đầm: 用~砸地 nện đất bằng cái đầm ❷<动>đầm ❸<动>[方]đánh; đấm: 举起拳头向下~ giơ nắm tay đấm xuống ❹<动>[方]khiêng

【夯歌】hānggē<名>bài hò khi đầm đất

【夯实】hāngshí<动>đầm chặt; đầm cho chắc: ~基础 củng cố nền tảng

【夯土机】hāngtǔjī<名>máy đầm đất

háng

行 háng❶<名>hàng; dòng: 第二~ hàng thứ hai ❷<动>thứ (thứ bậc trong anh chị em): 你~几？Anh là thứ mấy? ❸<名>ngành; nghề: 干哪~学哪~。Làm nghề gì thì học nghề ấy. ❹<名>hàng; cửa hàng: 电器~ cửa hàng đồ điện; 银~ ngân hàng ❺<量>(từ chỉ đơn vị) hàng; dòng; dàn thành hàng: 一~白鹭上青天。Đàn cò trắng thành hàng vút lên tầng mây xanh.
另见xíng

【行当】hángdang<名>❶[口]ngành; nghề: 他干啥~谁也不知道。Chẳng ai biết ông ấy làm nghề ngỗng gì. ❷[戏剧]loại vai (trong tuồng): 京剧里一般都有哪些~? Trong Kinh kịch thông thường có những vai gì?

【行风】hángfēng<名>phong cách, nền nếp ngành nghề

【行规】hángguī<名>quy ước phường hội; lệ phường hội

【行行出状元】hángháng chū zhuàngyuan bất kể ngành nghề nào cũng có thể làm nên sự nghiệp của mình

【行话】hánghuà<名>tiếng nghề nghiệp; tiếng lóng trong nghề: 他们讲的是~，我听不懂。Họ nói toàn tiếng nghề nghiệp tôi nghe chẳng hiểu gì hết.

【行会】hánghuì<名>hội ngành nghề

【行货】hánghuò<名>hàng hiệu

【行家】hángjia❶<名>người thạo nghề; người trong nghề: 他是个~,不用担心。Ông ấy là người thạo nghề rồi chẳng cần phải lo đâu. ❷<形>[方]thạo nghề (dùng ở thể khẳng định); sành điệu: 小李做菜挺~。Cậu Lí làm đầu bếp rất sành điệu.

【行距】hángjù<名>khoảng cách giữa hai hàng (thông thường chỉ hai hàng cây trồng)

【行宽】hángkuān<名>chiều rộng của dòng

【行列】hángliè<名>hàng ngũ; hàng

【行情】hángqíng<名>tình hình thị trường; tình hình giá cả: 熟悉~ nắm vững tình hình giá cả; ~不好 tình hình thị trường xấu

【行市】hángshi<名>giá cả thị trường

【行伍】hángwǔ<名>hàng ngũ; đội ngũ; quân ngũ

【行业】hángyè<名>ngành; nghề

【行业语】hángyèyǔ =【行话】

【行长】hángzhǎng<名>giám đốc, thống đốc (ngân hàng)

杭 Háng<名>Hàng Châu // (姓) Hàng

【杭纺】hángfǎng<名>lụa Hàng Châu

航 háng❶<名>[书]tàu; thuyền ❷<动>(máy bay) bay; (tàu) đi; chạy: 返~ lượt về // (姓) Hàng

【航班】hángbān<名>chuyến bay; chuyến tàu (tàu thủy): 您乘哪个~? Anh bay chuyến nào nhỉ?

【航标】hángbiāo<名>phao tiêu

【航程】hángchéng<名>hành trình chuyến bay; hàng trình chuyến tàu (tàu thủy)

【航船】hángchuán<名>tàu bè

【航次】hángcì<名>❶thứ tự chuyến bay (chuyến tàu) ❷số chuyến bay; số chuyến tàu chạy

【航道】hángdào<名>đường bay; đường hàng hải; đường sông; luồng tàu: 疏浚~ nạo vét đường tàu thuyền; ~忙碌 luồng tàu bận rộn

【航海】hánghǎi<动>hàng hải; chạy tàu trên biển

【航空】hángkōng<动>hàng không

【航空港】hángkōnggǎng<名>cảng hàng không

【航空母舰】hángkōng mǔjiàn hàng không mẫu hạm; tàu sân bay

【航空信】hángkōngxìn<名>thư hàng không; thư máy bay

【航路】hánglù<名>đường bay; đường hàng không; đường hàng hải: 保证~不受影响 đảm bảo đường hàng hải không bị ảnh hưởng

【航模】hángmó<名>mô hình máy bay, tàu thủy

【航母】hángmǔ =【航空母舰】

【航拍】hángpāi<动>quay chụp từ trên máy bay

【航速】hángsù<名>tốc độ bay; tốc độ tàu (thủy)

【航天】hángtiān<动>bay trong vũ trụ

【航天飞机】hángtiān fēijī máy bay vũ trụ; tàu con thoi

【航天人】hángtiānrén<名>❶người bay trong vũ trụ ❷người du hành vũ trụ

【航天员】hángtiānyuán<名>phi công vũ trụ; phi hành gia vũ trụ

【航务】hángwù<名>nghiệp vụ vận tải hàng không (hàng hải)

【航线】hángxiàn<名>tuyến hàng không; tuyến hàng hải: 海上~ đường biển/tuyến hàng hải; 空中~ đường bay/đường hàng không

【航向】hángxiàng<名>hướng bay; hướng tàu thủy đi; phương hướng

【航行】hángxíng<动>hàng hải; phi hành

【航运】hángyùn<名>vận tải đường thủy

hàng

沆 hàng<形>[书]nước to

【沆瀣一气】hàngxiè-yīqì cá mè một lứa; cùng một giuộc; cùng cánh hẩu

巷 hàng<名>đường hầm
另见xiàng

【巷道】hàngdào<名>đường hầm; đường rãnh

háo

号 háo<动>❶gào; thét: 呼~ hò hét/kêu gào ❷gào khóc; khóc thét: 哀~ gào khóc thê thảm
另见hào

【号叫】háojiào<动>hét gọi

【号哭】háokū<动>kêu khóc; la hét: 她只是~，什么也不解释。Cô bé cứ kêu khóc chứ chẳng giải thích gì hơn.

【号啕大哭】háotáo-dàkū gào khóc thảm thiết

蚝 háo<名>con hàu; con hà

【蚝油】háoyóu<名>mắm hàu (làm gia vị); dầu hào; tương hàu; tương hà

【蚝子】háozi<名>con hàu; con hà

毫 háo❶<名>lông: 兔~笔 bút lông thỏ ❷<名>bút lông: 挥~ viết (bằng bút lông) ❸<名>dây của cân tiểu li: 头~ dây đầu (của cân tiểu li); 二~ dây thứ hai (của cân tiểu li) ❹

<副>một chút; một ít (dùng ở thể phủ định): ~不费力 chẳng hao tốn chút công sức gì ❺<量>một phần nghìn của một đơn vị đo lường; mili: ~米 milimét; ~升 mililít; ~克 miligam ❻<量>(tên của đơn vị đo lường truyền thống của Trung Quốc) hào ❼<量>[方]hào (đơn vị tiền tệ)

【毫安】háo'ān<名>[电学]mili ampe

【毫不】háobù<副>không...chút nào; không lấy làm...; không chút...; quyết không: ~犹豫 không do dự chút nào; ~留情 không nể nang chút nào; ~夸大 không khuếch đại chút nào

【毫不利己，专门利人】háobù-lìjǐ, zhuānmén-lìrén hoàn toàn không vị kỉ mà hết lòng vì mọi người

【毫毛】háomáo<名>lông; lông tơ: 谁也不敢动他一根~。Chẳng ai dám động tới cái lông sợi tóc của ông ta.

【毫无二致】háowú-èrzhì hoàn toàn giống nhau; không hề khác nhau

【毫针】háozhēn<名>kim châm cứu

嗥 háo<动>(sói...) gào; tru

【嗥叫】háojiào<动>gào; tru (thường chỉ tiếng tru của loài sói...)

貉 háo 义同 "貉" (hé), chỉ dùng ở "貉绒、貉子".
另见hé

【貉绒】háoróng<名>da của con lửng

【貉子】háozi<名>con lửng

豪 háo❶<名>người tài giỏi: 鲁迅是中国的大文~。Lỗ Tấn là đại văn hào của Trung Quốc. ❷<形>thẳng thắn; cởi mở; phóng khoáng: ~饮 uống ừng ực ❸<名>có tiền có quyền thế: 富~ phú hào ❹<形>ngang ngược; ngang nhiên: ~夺 ngang nhiên cướp đoạt

【豪赌】háodǔ<动>đánh cược lớn

【豪放】háofàng<形>hào phóng; phóng

khoáng: 他性格~。Tính cách của anh ấy hết sức phóng khoáng.

【豪放不羁】háofàng-bùjī thoáng không gò bó

【豪华】háohuá<形>❶xa hoa; xa xỉ: 过着~的生活 sống xa hoa ❷lộng lẫy: ~的建筑物 những kiến trúc lộng lẫy

【豪杰】háojié<名>hào kiệt

【豪客】háokè<名>kẻ cướp; giặc

【豪迈】háomài<形>hào hùng; đầy khí phách: ~的步伐 bước đi hào hùng

【豪门】háomén<名>gia đình có quyền thế; nhà quyền quý

【豪气】háoqì<名>hào khí

【豪情】háoqíng<名>tinh thần hăng hái

【豪情万丈】háoqíng-wànzhàng khí phách hào hùng

【豪情壮志】háoqíng-zhuàngzhì chí hướng lớn lao; tinh thần hăng hái

【豪爽】háoshuǎng<形>thẳng thắn; hào phóng

【豪侠】háoxiá❶<形>hào hiệp: 他为人~仗义。Ông ấy rất hào hiệp trọng nghĩa. ❷<名>con người nghĩa hiệp: 江湖~ kẻ giang hồ nghĩa hiệp

【豪兴】háoxìng<名>hào hứng; hứng thú

【豪言壮语】háoyán-zhuàngyǔ lời nói hào hùng

【豪饮】háoyǐn<动>uống (rượu) thả cửa: 好朋友聚首纵情~。Bạn thân tụ họp rượu uống thả cửa.

【豪宅】háozhái<名>nhà cao cửa rộng; căn hộ cao sang: 那位男星有好几套~。Nam minh tinh ấy đã tậu được mấy căn hộ cao sang.

【豪壮】háozhuàng<形>hùng tráng; lớn lao

壕 háo<名>❶hầm; hào: 防空~ hầm phòng không; 战~ chiến hào; 交通~ giao thông hào ❷hào lũy: 城高~深 thành cao hào sâu

【壕沟】háogōu<名>❶hào giao thông (giao thông hào) ❷hào rãnh

嚎 háo<动>❶gào; tru: ~叫 gào thét; 狼~ sói gào ❷gào khóc; khóc tru tréo: 哀~ gào khóc thảm thương

hǎo

好 hǎo❶<形>tốt; tốt đẹp; tươi tốt: ~事 việc tốt ❷<形>đẹp; hay; ngon: ~看 đẹp mắt ❸<形>thân; tốt: 她待人很~。Chị ấy rất thân thiện. ❹<形>khỏe mạnh; khỏi (bệnh): 他的病完全~了。Bệnh của anh ấy đã khỏi hẳn rồi. ❺<形>lời chào: ~睡 ngủ ngon ❻<形>xong; hoàn hảo: 车子修~了。Xe đã sửa chữa xong rồi. ❼<形>được; thôi: ~，我就来。Được, tôi sẽ đến ngay. ❽<形>được thôi; hừ được: ~，汽车抛锚了。Hừ, xe chết máy rồi. ❾<形>dễ: 这道题~做。Bài này dễ làm. ❿<动>để; tiện; thuận tiện: 拉上网~打鱼。Giăng lưới để tiện cho việc đánh cá. ⓫<副>mức độ nhiều hoặc lâu: ~多 rất nhiều; ~久 khá lâu ⓬<副>khá; ghê; quá: ~冷 lạnh ghê; ~辣 cay quá ⓭<形>thích đáng; lẽ phải: 该怎么说才~? Nên nói thế nào mới phải? 另见hào

【好比】hǎobǐ<动>cũng như; giống như: 话语伤人~刀割人心。Câu nói tựa như cứa vào lòng người.

【好不】hǎobù<副>biết bao; biết chừng nào: 老同学突然出现，让我们~高兴。Bạn học lâu năm tình cờ gặp lại, chúng tôi vui mừng xiết bao.

【好不容易】hǎobù róngyì vất vả lắm

【好吃】hǎochī<形>ăn ngon

【好处】hǎochù<名>❶(cái) hay; (cái) tốt: 这样做有什么~? Làm như vậy có gì hay? ❷lợi ích; quyền lợi: 他从中得到不少~。Qua đó nó kiếm được không ít lợi lộc.

【好处费】hǎochùfèi<名>phí nhờ vả (chi cho người mình nhờ làm việc gì đó hộ mình)

【好歹】hǎodǎi❶<名>tốt xấu: 这事的~如何还不得而知。Việc này xấu tốt ra sao còn chưa biết rõ. ❷<名>mệnh hệ gì: 万一老人在手术中有个~, 还不知道怎么通知家属。Chẳng may mà trong ca mổ cụ có mệnh hệ gì thì không biết sẽ phải thông báo với người nhà ra sao đây. ❸<副>qua loa; tạm: 别弄太多菜, ~吃点就得了。Đừng bày vẽ nữa, ăn qua loa một ít là được rồi. ❹<副>bất kể thế nào; dẫu sao: ~也要办。Dù thế nào cũng phải làm.

【好端端】hǎoduānduān đang yên đang lành; đang tự nhiên

【好多】hǎoduō❶<数>rất nhiều: ~牛羊 dê cừu nhiều quá; ~东西 khá nhiều đồ ❷<代>[方]bao nhiêu (hỏi số lượng): 打死的老鼠有~? Đã diệt được bao nhiêu con chuột rồi?

【好感】hǎogǎn<名>có cảm tinh (tốt); thiện cảm

【好过】hǎoguò<形>❶(cuộc sống) dễ chịu; khá: 政府出台惠农政策后, 农民的日子~多了。Sau khi có chính sách ưu tiên nông nghiệp của nhà nước, đời sống của bà con nông dân đã trở nên rất khá giả. ❷dễ chịu: 听了几句安慰话, 她心里~多了。Sau khi nghe những lời an ủi động viên, chị ấy đã trở nên dễ chịu hơn.

【好汉】hǎohàn<名>hảo hán; anh hùng

【好汉不吃眼前亏】hǎohàn bù chī yǎn-qiánkuī kẻ khôn ngoan luôn thức thời, tránh những điều bất lợi cho mình

【好汉不提当年勇】hǎohàn bù tí dāng-nián yǒng người tài không nhắc lại sự tài giỏi của mình trong quá khứ

【好好】hǎohǎo❶<形>tốt đẹp; tốt: ~的一支钢笔你怎么弄坏了? Cây bút máy tốt

thế, sao anh lại làm hỏng? ❷<副>tích cực; cố sức: 让孩子们~地玩几天。Để các cháu chơi vài hôm cho đã. 我真得~干呀! Tôi phải dốc sức mà làm!

【好好先生】hǎohǎo-xiānsheng ông ba phải

【好话】hǎohuà<名>❶lời nói có ích: 他说的都是~, 你别误解。Anh ấy nói toàn lời có ích, chị đừng hiểu lầm nhé. ❷lời khen; lời nói êm tai: 人人都爱听~。Ai cũng thích nghe những lời xuôi tai. ❸lời cầu xin; lời xin lỗi: 我说了不少~, 可是不管用。Tôi đã nói nhiều rồi nhưng cũng chẳng giúp ích gì được.

【好几】hǎojǐ<数>❶mấy: 她三十~了, 还没结婚。Chị ấy đã trên tuổi 30 rồi mà vẫn chưa lập gia đình. ❷hàng mấy: 我大她~岁。Tôi hơn chị ấy những mấy tuổi.

【好家伙】hǎojiāhuo giỏi thật; tài thật: ~, 你们全都来了! Rõ hay, các bạn đến cả rồi đấy nhỉ!

【好景不长】hǎojǐng-bùcháng cảnh tốt đẹp không được lâu dài

【好久】hǎojiǔ<形>rất lâu; khá lâu: 我~没见他了。Tôi đã khá lâu không gặp anh ấy.

【好聚好散】hǎojù-hǎosàn nói về những cặp đôi chia tay một cách hòa bình

【好看】hǎokàn<形>❶đẹp mắt; đẹp: 夏天, 姑娘们穿上裙子真~。Những tà váy mùa hè của các cô gái trông thật đẹp mắt. 这双鞋样子不~。Kiểu giày này không đẹp. ❷mát mặt; mát lòng: 儿子高考得了全省第一名, 家长脸上也~。Thằng con trai thi đại học đứng đầu bảng trong toàn tỉnh, cha mẹ thật là mát mặt. ❸hành hạ; hành tội; làm khổ; bẽ mặt: 你当众说我坏话, 这不是让我~吗? Anh rèm pha tôi trước mặt mọi người, chẳng phải là định làm bẽ mặt tôi hay sao?

【好莱坞】Hǎoláiwù<名>Hô-li-út (Hollywood)

【好马不吃回头草】hǎomǎ bù chī huítóucǎo ngựa khôn không gặm cỏ phía sau; việc đã làm rồi thì chẳng phải hối hận

【好男不跟女斗】hǎonán bù gēn nǚ dòu trai hiền nể gái

【好评】hǎopíng<名>đánh giá tốt

【好气儿】hǎoqìr<名>[口]bằng lòng; hài lòng

【好人】hǎorén<名>❶người tốt: ~有好报。Ở hiền gặp lành. ❷người khỏe mạnh ❸người dĩ hòa vi quý: 他是一个老~。Ông ấy ba phải.

【好人好事】hǎorén-hǎoshì người tốt việc tốt

【好人家】hǎorénjiā<名>con người trong sạch

【好日子】hǎorìzi<名>❶ngày tốt: 今天是个 ~。Hôm nay là một ngày tốt lành. ❷ngày vui; ngày cưới: 他俩订了~。Hai anh chị đã xác định ngày kết hôn. ❸cuộc sống tốt đẹp: 新中国成立后，我们过上了~。Sau ngày thành lập nước Trung Hoa mới, đời sống chúng ta trở nên tốt đẹp.

【好容易】hǎoróngyì❶rất khó khăn; rất vất vả: 我们~才爬到山顶。Chúng tôi vất vả lắm mới leo tới đỉnh núi. ❷rất dễ: 这道题 ~。Bài tập này rất dễ.

【好商量】hǎo shāngliang trao đổi; thảo luận; bàn bạc; dễ dàng: 都是自己人，这事 ~。Toàn là người mình cả, chuyện này dễ thôi.

【好生】hǎoshēng<副>[方]❶biết bao; rất: 这个人~面熟。Người này trông rất quen. ❷thoải mái: 有话~说。Có gì cứ nói cho thoải mái.

【好声好气】hǎoshēng-hǎoqì ôn tồn; dịu dàng; nhẹ nhàng

【好事】hǎoshì<名>❶việc tốt: 他为人民做了许多~。Anh ấy đã làm nhiều việc tốt cho dân. ❷việc lễ bái cầu cúng ❸việc thiện: 他们到福利院做~。Họ đã đến Viện phúc lợi làm việc thiện. ❹việc hỉ; việc vui mừng: 今天他们家有~。Hôm nay nhà ấy có chuyện vui.
另见hàoshì

【好事不出门，恶事行千里】hǎoshì bù chūmén, èshì xíng qiānlǐ việc tốt không ai hay, việc xấu đồn ngàn dặm

【好事多磨】hǎoshì-duōmó việc hay thường gặp trắc trở; việc tốt phải dày công

【好手】hǎoshǒu<名>tay lành nghề; tay thạo nghề: 他做木工活是一把~。Anh ấy là tay thợ mộc lành nghề.

【好受】hǎoshòu<形>dễ chịu; khoan khoái

【好说】hǎoshuō<动>❶(lời khách sáo) không dám; đâu dám: ~，您过奖了。Không dám, thầy quá khen. ❷đồng ý; được thôi: 他们想来这儿实习？~。Các em ấy muốn đến đây thực tập à? Được thôi.

【好说歹说】hǎoshuō-dǎishuō nói hết cách; nói hết nước hết cái

【好说话】hǎo shuōhuà dễ nói chuyện; dễ tính; dễ tiếp chuyện

【好似】hǎosì<动>dường như; giống như

【好天儿】hǎotiānr<名>đẹp trời

【好听】hǎotīng<形>❶(âm thanh) nghe êm tai; nghe vui tai: 这支歌很~。Bài hát này nghe rất êm tai. ❷nghe hay: 不光要会说~ 的话，还要会做。Không những phải biết nói lời hay mà còn nên biết làm việc tốt. ❸nghe bùi tai; dễ lọt tai; mát tai

【好玩儿】hǎowánr<形>thú vị: 那儿有许多 ~的。Ở đấy có nhiều trò chơi thú vị.

【好戏】hǎoxì<名>❶kịch hay ❷sự việc khó lường

【好像】hǎoxiàng❶<动>giống ❷<副>dường như; hình như

【好笑】hǎoxiào<形>buồn cười; nực cười

【好些】hǎoxiē<数>rất nhiều

【好心】hǎoxīn<名>hảo tâm; lòng vàng; tốt bụng

【好心当作驴肝肺】hǎoxīn dàngzuò lǘgānfèi làm phúc phải tội; làm ơn nên oán

【好心好意】hǎoxīn-hǎoyì hảo tâm hảo ý; tốt bụng tốt dạ

【好心没好报】hǎoxīn méi hǎobào làm phúc phải tội; làm ơn nên oán

【好性儿】hǎoxìngr<名>tính nết tốt

【好样儿的】hǎoyàngrde❶[口]con người tài ba khí phách ❷cừ lắm

【好一个】hǎo yīgè thật là: ~正人君子! Thật là một người quân tử ngay thẳng!

【好意】hǎoyì<名>lòng tốt; nhã ý

【好意思】hǎoyìsi không biết ngượng; không xấu hổ: 你占了便宜还~说! Anh đã được lợi rồi mà còn nói này nói nọ, thật không biết ngượng!

【好运】hǎoyùn<名>vận may; số đỏ

【好在】hǎozài<副>được cái; may mà: 下雨也不要紧，~我带雨伞来。Mưa cũng chẳng sao, may là tôi có mang ô. ~他伤势不重。May mà vết thương anh ấy không nặng lắm.

【好转】hǎozhuǎn<动>chuyển biến tốt; sáng sủa lên: 形势~ tình thế đã có chiều hướng tốt

【好自为之】hǎozìwéizhī tự lo liệu lấy; tự sắp xếp cho phải

hào

号¹ hào❶<名>tên; hiệu: 国~ quốc hiệu/tên nước ❷<名>biệt hiệu; tên hiệu riêng ❸<名>cửa hàng; cửa hiệu: 商~ hiệu buôn/cửa hàng; 分~ cửa hàng chi nhánh/phân điểm ❹<名>dấu; dấu hiệu: 句~ dấu chấm

câu; 做暗~ làm ám hiệu ❺<名>số thứ tự; số hiệu: 挂~ lấy số thứ tự ❻<名>cỡ: 大~ cỡ lớn; 中~ cỡ vừa; 小~ cỡ nhỏ; 四~字 cỡ chữ số 4 ❼<量>(chỉ thứ tự, đặt sau chữ số) số: 1~ số một ❽<量>(từ chỉ đơn vị) lượt người: 我们机关就百来~人。Cơ quan chúng tôi chỉ hơn trăm người. ❾<动>đánh số; đánh dấu: ~房子 đánh số nhà; 把出场队员的衣服都~上。Hãy đánh dấu số lên áo của các đội viên ra sân. ❿<动>bắt (mạch); xem mạch: ~脉 bắt mạch ⓫<量>loại: 这一~人 loại người này ⓬<名>người: 病~ người bệnh //(姓) Hiệu

号² hào<名>❶hiệu lệnh: 一声~令 ra hiệu lệnh ❷loa ❸kèn: 吹~ thổi kèn ❹tiếng kèn hiệu: 冲锋~ kèn xung trận

另见háo

【号称】hàochēng<动>❶mệnh danh; được gọi là: 上海~现代国际大都市。Thượng Hải được mệnh danh là đô thị quốc tế hiện đại. ❷trên danh nghĩa; mang danh nghĩa: 他们~名校，实际上没有名校的样子。Họ mang danh nghĩa là trường tiêu biểu, trên thực tế lại không có dáng dấp của một trường tiêu biểu.

【号角】hàojiǎo<名>tù và; kèn lệnh: 进军的~已经吹响了。Kèn lệnh tiến quân đã vang lên.

【号令】hàolìng❶<动>ra hiệu lệnh: ~大军向目的地进发。Ra hiệu lệnh cho đại quân tiến về điểm đích. ❷<名>hiệu lệnh: 军队的~ hiệu lệnh của quân đội; 下达~ truyền lệnh xuống dưới

【号码】hàomǎ<名>số; mã số

【号脉】hàomài<动>bắt mạch; xem mạch

【号牌】hàopái<名>biển số: 记下车~ ghi lại biển số xe

【号声】hàoshēng<名>tiếng kèn

【号手】hàoshǒu<名>người thổi kèn

【号外】hàowài<名>phụ trương; số đặc biệt: 这期画报加一份~. Báo ảnh kì này có in thêm một phụ trương.

【号召】hàozhào<动>hiệu triệu; kêu gọi: 响应~ hưởng ứng lời kêu gọi

【号志灯】hàozhìdēng<名>đèn tín hiệu

【号子】¹ hàozi<名>[方]❶dấu hiệu; kí hiệu ❷số của phòng giam

【号子】² hàozi<名>hò lờ; hò dô ta; tiếng hò

好 hào<动>❶thích; ưa thích: 爱~ sở thích ❷thường hay: 刚学游泳~呛水. Mới tập bơi nên thường hay bị sặc.

另见hǎo

【好吃】hàochī<形>ham ăn

【好吃懒做】hàochī-lǎnzuò ham ăn biếng làm

【好大喜功】hàodà-xǐgōng hám việc lớn công to; ham hố việc lớn công to

【好高骛远】hàogāo-wùyuǎn mơ ước viển vông

【好管闲事】hàoguǎn-xiánshì thích quản những chuyện vặt; thường làm những việc không đâu

【好客】hàokè<形>hiếu khách: 少数民族很~. Bà con dân tộc thiểu số rất hiếu khách.

【好奇】hàoqí<形>hiếu kì; tò mò: 有~心, 才有求知欲. Có tính tò mò mới thích tìm hiểu kiến thức.

【好强】hàoqiáng<形>hiếu thắng; thích hơn người; không chịu kém: 他是个~的人. Anh ấy là người không chịu kém.

【好色】hàosè<形>(đàn ông) háo sắc: ~之徒 thằng háo sắc

【好胜】hàoshèng<形>hiếu thắng: ~心 tính hiếu thắng; 他事事都争强~. Việc gì nó cũng ganh đua hiếu thắng.

【好事】hàoshì<形>hiếu sự; thích vẽ chuyện: 他很~, 经常闹得鸡犬不宁. Hắn là tay thích vẽ chuyện, thường quấy rầy làm cho không ai được yên.

另见hǎoshì

【好为人师】hàowéirénshī thích làm thầy người khác

【好学】hàoxué<形>hiếu học; ham học; thích học: 她勤奋~. Chị ấy rất cần mẫn ham học.

【好逸恶劳】hàoyì-wùláo thích an nhàn, sợ khó nhọc; siêng ăn nhác làm

【好战】hàozhàn<形>hiếu chiến

【好整以暇】hàozhěngyǐxiá bận rộn vẫn ung dung

耗¹ hào<动>❶hao; hao hụt: 消~ tiêu hao; ~油量 lượng hao dầu ❷[方]chùng chình: 慢慢~着, 耽误了正事. Cứ chùng chà chùng chình làm nhỡ cả việc chính.

耗² hào<名>tin xấu; tin không vui: 噩~ tin buồn

【耗电量】hàodiànliàng<名>lượng hao điện

【耗费】hàofèi<动>tiêu hao; tốn kém; đầu tư vào

【耗竭】hàojié<动>kiệt quệ; cạn kiệt

【耗尽】hàojìn<动>❶kiệt quệ; cạn kiệt ❷dốc hết; hết

【耗能】hàonéng<动>tiêu hao năng lượng: 这台机器~不小. Cỗ máy này rất hao năng lượng.

【耗神】hàoshén<动>hao tổn tinh thần

【耗蚀】hàoshí<动>sự lãng phí; sự hao hụt

【耗损】hàosǔn<动>hao tổn

【耗资】hàozī<动>tiêu hao tiền của; đầu tư

【耗子】hàozi<名>[方]con chuột

浩 hào<形>❶lớn: 声势~大 thanh thế lớn ❷nhiều: ~博 rất nhiều

【浩大】hàodà<形>(khí thế, quy mô...) to lớn; lớn lao

【浩荡】hàodàng<形>❶mênh mang; mênh mông: 烟波~ sương khói mênh mông ❷rầm rộ; rầm rập

【浩瀚】hàohàn<形>[书]❶mênh mang; mênh mông ❷bao la; nhiều vô kể; rất nhiều

【浩劫】hàojié<名>tai nạn lớn; tai họa lớn

【浩气】hàoqì<名>chính khí; hạo khí

【浩然】hàorán<形>[书]❶mênh mông ❷chính trực: ~正气 đường đường chính khí

【浩如烟海】hàorúyānhǎi (văn hiến; tư liệu) nhiều như lá rừng; chất đống như núi

皓 hào<形>❶trắng; bạc: ~齿 răng trắng ❷sáng: ~月当空 trăng sáng vằng vặc giữa trời //(姓) Hạo

【皓首穷经】hàoshǒu-qióngjīng nghiên cứu kinh điển đến già; bạc đầu với kinh sách

【皓月】hàoyuè<名>trăng sáng

hē

呵¹ hē<动>thở ra; hà hơi ra: 天太冷，她不停地往双手~气。Trời quá lạnh, cô ấy không ngừng hà hơi lên hai bàn tay.

呵² hē<动>mắng: ~责 quở mắng

呵³ hē<叹>(biểu thị kinh ngạc) chà

【呵斥】hēchì<动>quở mắng

【呵呵】hēhē<拟>ha ha; khà khà

【呵护】hēhù<动>che chở; đùm bọc; quan tâm ưu ái

【呵欠】hēqian<名>[方]ngáp

【呵责】hēzé<动>quở trách; trách mắng: 他喜欢~人。Ông ta thường hay quở trách người khác.

喝 hē<动>❶uống; húp: ~水 uống nước ❷uống rượu: 老张每餐总要~两口。Mỗi bữa ông Trương cứ phải uống vài ngụm rượu.
另见hè

【喝闷酒】hē mènjiǔ uống rượu giải sầu

【喝墨水】hē mòshuǐ (đi học) nếm mùi đèn sách

【喝水不忘掘井人】hēshuǐ bù wàng juéjǐngrén uống nước không quên người đào giếng; ăn quả nhớ kẻ trồng cây

【喝西北风】hē xīběifēng (bị đói) ăn không khí; chẳng có ăn; chẳng có mà ăn

hé

禾 hé<名>❶cây lúa: 锄~ xới đất cho lúa ❷thóc; lúa; kê (cách nói trong sách cổ): 割~ gặt hái kê (hay lúa) //(姓) Hòa

【禾苗】hémiáo<名>mạ; cây giống (của các loại cây lương thực)

合 hé❶<动>ngậm; nhắm: ~眼 nhắm mắt ❷<动>hợp; hiệp: 适~ thích hợp ❸<形>cả; toàn: ~村 cả làng; ~家团聚 cả nhà sum họp ❹<动>hợp; phù hợp: 情投意~ tâm đầu ý hợp ❺<动>bằng; cộng cả lại: 一百万越盾~人民币多少钱? Một triệu đồng Việt Nam thì bằng bao nhiêu Nhân dân tệ? ❻<动>[书]cần; phải: 理~声明 lẽ ra phải nói ❼<量>[旧]hợp; hiệp: 恶战三十余~ ác chiến hơn 30 hiệp //(姓) Hợp, Hiệp

【合办】hébàn<动>đồng tổ chức; cùng làm: 两家~了一个公司。Hai bên cùng tổ chức chung một công ti.

【合抱】hébào<动>một vòng tay ôm

【合璧】hébì<动>kết hợp hài hòa; so sánh: 中西~ sự kết hợp hài hòa giữa phương đông và phương tây

【合编】hébiān<动>❶cùng soạn: 词典需要多少人~? Từ điển cần phải có bao nhiêu người cùng soạn? ❷soạn cùng: 把两本小册子~成一本。Soạn hai cuốn mỏng thành một quyển.

【合并】hébìng<动>❶sáp nhập; gộp lại; lại thêm: ~机构 sáp nhập cơ cấu ❷hợp chứng (bệnh chưa khỏi, lại bị thêm bệnh khác nhập vào): 感冒~支气管炎 bị cảm lại thêm chứng viêm phế quản

【合不来】hébulái không hợp nhau: 他俩
~。Hai người không hợp nhau.

【合唱】héchàng<动>hợp xướng; đồng ca

【合唱团】héchàngtuán<名>đoàn hợp
xướng

【合成】héchéng<动>❶hợp thành; cấu
thành: 两个部分~一个整体。Hai bộ phận
hợp thành một chỉnh thể. ❷hợp chất; tổng
hợp

【合成词】héchéngcí<名>từ hợp thành; từ
ghép

【合成纤维】héchéng xiānwéi sợi tổng hợp

【合成橡胶】héchéng xiàngjiāo cao su tổng
hợp

【合得来】hédelái hợp nhau; ăn ý nhau: 两
人~。Hai người hợp nhau.

【合订本】hédìngběn<名>cuốn dập ghim

【合法】héfǎ<形>hợp pháp: 我们经营要~。
Chúng ta cần kinh doanh hợp pháp.

【合格】hégé<形>đạt yêu cầu; đạt tiêu
chuẩn: 质量~ chất lượng đạt yêu cầu; 产品
完全~ sản phẩm hoàn toàn đạt tiêu chuẩn

【合格证】hégézhèng<名>chứng chỉ hợp
quy cách chất lượng

【合股】hégǔ<动>góp cổ phần; góp vốn: ~经
营 hùn vốn kinh doanh

【合乎】héhū<动>hợp với; phù hợp với: ~规
律 hợp với quy luật

【合伙】héhuǒ<动>hợp thành bè; chung
nhau lại; chung vốn: ~经营 chung vốn kinh
doanh

【合伙人】héhuǒrén<名>đối tác; người
cộng tác; người chung vốn

【合计】héjì<动>tổng cộng; tính gộp lại;
cộng lại; gồm

【合计】héjì<动>❶tính toán; lo toan ❷bàn bạc

【合剂】héjì<名>[医药]thuốc nước hỗn hợp
mấy loại thuốc

【合家欢】héjiāhuān<名>tấm ảnh cả gia
đình

【合脚】héjiǎo<形>(giày, dép, bít tất) vừa
chân: 鞋子是否~只有自己知道。Giày có
vừa chân hay không chỉ có chính người đi
mới rõ.

【合金】héjīn<名>hợp kim

【合口】hékǒu<动>(vết thương, mụn nhọt)
liền miệng; đã kín miệng: 开刀处已经~。
Vết mổ đã lành.

【合口】hékǒu<形>hợp khẩu vị; vừa miệng;
ngon: 这个菜很~。Món ăn này rất hợp
khẩu vị.

【合理】hélǐ<形>hợp lí; có lí: ~使用 sử dụng
hợp lí; ~解决问题 giải quyết vấn đề một
cách hợp lí

【合理化】hélǐhuà hợp lí hóa

【合力】hélì❶<动>chung sức; hợp sức: 同
心~ đồng tâm hợp lực ❷<名>[物理]lực tổng
hợp; hợp lực: 这两个力组成一个~。Hai
nguồn lực này hợp lại thành một hợp lực.

【合流】héliú<动>❶hợp lưu; hợp dòng: 两
条河在这里~。Hai con sông hợp dòng tại
đây. ❷(tư tưởng, hành động) xích lại gần
nhau ❸hòa hợp làm một: 这两大学术流派
最近有~趋势。Hai học phái lớn này gần
đây có xu thế hòa hợp thành một.

【合龙】hélóng<动>hợp long (cầu); nối liền
lại: 新建大桥即将~。Cây cầu mới sắp sửa
nối xong.

【合拢】hélǒng<动>gấp lại; đóng kín

【合谋】hémóu<动>đồng mưu; cùng lập
mưu; cùng nhau mưu tính

【合拍】hépāi<形>ăn nhịp; ăn khớp

【合拍】hépāi<动>❶hợp tác quay phim: ~片
phim hợp tác giàn dựng ❷chụp ảnh chung

【合情合理】héqíng-hélǐ hợp tình hợp lí

【合群】héqún<形>hòa hợp với mọi người;
hòa mình vào quần chúng: 她性格孤僻，向
来不~。Tính cô ấy thích sống cô độc chưa

bao giờ hòa mình vào tập thể.

【合身】héshēn<形>vừa người; mặc rất vừa

【合十】héshí<动>(một cách chào hỏi của đạo Phật) hai bàn tay chắp trước ngực

【合时】héshí<形>hợp thời; hợp thời thượng; hợp thời trang: 这款连衣裙很~。Chiếc váy đầm này rất hợp thời thượng.

【合适】héshì<形>vừa văn; thích hợp: 这工作对他~。Công tác này thích hợp với anh ấy. 我穿38码鞋才~。Tôi phải đi giày cỡ 38 mới vừa.

【合算】hésuàn❶<形>kinh tế ❷<动>tính toán; cân nhắc

【合体】¹hétǐ<形>vừa người

【合体】²hétǐ<名>[语言]hợp thể; thể ghép (kết cấu chữ Hán chia làm chữ độc thể và chữ hợp thể)

【合同】hétóng<名>hợp đồng

【合同工】hétónggōng<名>công nhân hợp đồng

【合围】héwéi<动>❶vây kín; vây bốn phía ❷vòng tay ôm

【合心】héxīn<形>❶vừa lòng; vừa ý; hợp ý ❷chung lòng; chung ý

【合眼】héyǎn<动>❶nhắm mắt ❷ngủ ❸nhắm mắt (chết)

【合页】héyè<名>bản lề

【合意】héyì<形>hợp ý; đúng ý: 你相中的那款手机还~吧？Kiểu máy di động anh chọn có hợp ý mình không?

【合营】héyíng<动>hợp doanh; kinh doanh chung: 他们~了一家公司。Họ cùng kinh doanh chung một công ti.

【合影】héyǐng❶<名>ảnh (chụp) chung: 同学们的~, 我保存至今。Tấm ảnh chụp chung của bạn học tôi đã giữ được cho đến bây giờ. ❷<动>chụp ảnh chung; chụp chung (ảnh): 我们~留念。Chúng ta chụp ảnh chung làm ki niệm.

【合用】héyòng❶<动>dùng chung: 两队一个球场进行训练。Hai đội sử dụng chung một sân bóng để huấn luyện. ❷<形>dùng được: 这把活动扳手规格太小, 不~。Chiếc cờ-lê này quá nhỏ, không sử dụng được.

【合约】héyuē<名>giao kèo; giao ước

【合葬】hézàng<动>cùng chôn chung một huyệt; hợp táng

【合照】hézhào❶<动>chụp chung ❷<名>ảnh chụp chung

【合著】hézhù<动>cùng viết; cùng sáng tác; đồng biên soạn

【合资】hézī<动>chung vốn; góp vốn; hợp tác đầu tư: ~经营 chung vốn kinh doanh

【合奏】hézòu<动>hợp tấu; hòa tấu

【合作】hézuò<动>hợp tác; cùng làm: ~共赢 hợp tác cùng thắng lợi

【合作社】hézuòshè<名>hợp tác xã

何 hé<代>❶gì; thế nào: 如~ thế nào; ~事？Việc gì? ~物？Vật gì? 有~不可？Tại sao không được？❷sao: 为~？Tại sao?/Sao thế？//(姓) Hà

【何必】hébì<副>hà tất; cần gì: ~如此。Hà tất như vậy./Cần gì phải thế.

【何不】hébù<副>sao không; tại sao không

【何尝】hécháng<副>không phải là không…, sao lại: 我~不想去旅游, 只是家里有病人需要照顾而已。Tôi không phải là không muốn đi du lịch mà là phải chăm nom người ốm trong nhà.

【何等】héděng❶<代>thế nào; ra sao: 你知道他家有~背景吗？Anh có biết bối cảnh gia đình ông ta không？❷<副>biết bao; biết chừng nào: 为人类和平做贡献是~光荣。Đóng góp cho hòa bình nhân loại vinh quang biết chừng nào.

【何地】hédì<副>ở đâu; nơi đâu

【何方】héfāng<代>chốn nào; bên nào; nơi nào

【何妨】héfáng<副>ngại gì; sao không: ~试试 cứ thử xem có sao đâu; ~见见他? Ngại gì mà không gặp anh ấy một cái?

【何干】hégān<动>vì sao; tại sao; có liên can gì: 此事由你负全责，与我~? Chuyện này do ông chịu trách nhiệm hoàn toàn, có liên can gì với tôi đâu!

【何故】hégù<副>vì sao; cớ sao; cớ gì; tại sao: ~你不来参加晚会? Vì sao anh không tham gia dạ hội?

【何苦】hékǔ<副>tội gì phải...; việc gì phải...: 任何事情都会过去的，你~想不开呢? Bất kể là việc gì rồi cũng sẽ qua đi, tội gì mà anh cứ phải nghĩ quẩn thế?

【何况】hékuàng<连>huống hồ

【何乐而不为】hé lè ér bù wéi sao lại không làm (dùng ngữ khí phản vấn, hỏi vặn để chỉ là rất có thể hoặc rất muốn làm)

【何年何月】hénián-héyuè vào tháng nào năm nào

【何其】héqí<副>biết bao; quá chừng; quá thể

【何去何从】héqù-hécóng quyết định ra sao đây; làm thế nào đây

【何日】hérì<名>ngày nào

【何如】hérú[书]❶<代>thế nào; được không: 你先尝一口，~? Chị nếm thử đã, xem có được không? ❷<代>ra sao; như thế nào: 大家都知道他是~取得成功的。Mọi người đều biết tỏng hắn thành công như thế nào rồi. ❸<连>sao bằng; chi bằng: 与其闲在家里，~去人才市场应聘。Ngồi rỗi ở nhà chi bằng đi thị trường tuyển dùng lao động để tìm công ăn việc làm.

【何时】héshí<代>giờ nào

【何以】héyǐ<副>[书]❶bằng (cái) gì ❷tại sao; vì sao; vì lẽ gì

【何在】hézài<动>[书]đâu; ở đâu

【何止】hézhǐ<动>đâu chỉ (dùng ngữ khí phản vấn, hỏi vặn để chỉ ý vượt ra ngoài phạm vi hoặc con số nào đó)

【何足】hézú<动>không đáng; không bõ

【何足挂齿】hézú-guàchǐ không đáng nói

和¹hé❶<形>ôn hòa; hòa dịu: 温~ ôn hòa; 风~日暖 nắng ấm gió dịu ❷<形>hài hòa; hòa thuận: ~衷共济 cùng hội cùng thuyền; 夫妻~睦 vợ chồng ăn ở chan hòa ❸<动>hòa: 议~ đàm phán hòa bình; 讲~ giảng hòa ❹<动>hòa cuộc; hòa: ~局 đấu hòa/ván hòa/hòa //(姓) Hòa

和²hé❶<动>...cả: ~盘托出 đưa hết tất cả ❷<介>với: 他~这件事情没有关系。Anh ấy chả có quan hệ gì với việc này. ❸<连>và: 工人~农民 công nhân và nông dân ❹<名>tổng; tổng số: 一加一的~是二。Tổng của 1 và 1 là 2.

和³Hé<名>chỉ Nhật Bản
另见hè, hú, huó, huò

【和蔼】hé'ǎi<形>hòa nhã; dịu dàng

【和蔼可亲】hé'ǎi-kěqīn hòa nhã dễ gần

【和畅】héchàng<形>êm dịu

【和风】héfēng<名>gió nhẹ; gió hây hây

【和风细雨】héfēng-xìyǔ mưa phùn gió nhẹ; nhẹ nhàng

【和服】héfú<名>trang phục Nhật Bản

【和好】héhǎo❶<形>hòa thuận: 兄弟~ anh em hòa thuận ❷<动>hòa hảo: ~如初 hòa hảo như trước

【和缓】héhuǎn❶<形>êm dịu; dịu dàng: 态度~ thái độ dịu dàng ❷<动>làm dịu; làm cho bớt căng: 气氛làm dịu bầu không khí

【和会】héhuì<名>hội nghị về lập lại hòa bình; hội nghị hòa bình

【和解】héjiě<动>hòa giải: 他们已经~。Họ đã hòa giải với nhau.

【和美】héměi<形>hòa thuận mĩ mãn

【和睦】hémù<形>hòa thuận; yên ấm: 家庭~ gia đình hòa thuận

【和暖】hénuǎn<形>ấm áp

H

【和盘托出】hépán-tuōchū 　nói hết cả ra; nói tất tật: 请双方把意见和要求~。Xin hai bên đều nêu hết ý kiến và yêu cầu của mình.

【和平】hépíng❶<名>hòa bình; thái bình: ~环境 môi trường hòa bình ❷<形>dịu; êm: 药性~ chất thuốc dịu

【和平鸽】hépínggē<名>chim hòa bình; chim bồ câu

【和平共处】hépíng gòngchǔ 　chung sống hòa bình

【和平谈判】hépíng tánpàn 　đàm phán hòa bình

【和平统一，一国两制】hépíng tǒngyī, yī guó liǎng zhì 　hòa bình thống nhất, một quốc gia hai chế độ

【和棋】héqí<名>cờ hòa; hòa cờ: 两人下了一盘~。Hai người đã chơi một ván cờ hòa.

【和气】héqi❶<形>hòa nhã; dịu dàng: 说话~ nói năng hòa nhã ❷<形>êm ấm; hòa thuận: 他们彼此很~。Họ rất hòa thuận với nhau. ❸<名>hòa khí: 为一点小利争执，伤了~不值得。Vì lợi ích nhỏ mọn mà tranh chấp làm mất hòa khí thật chẳng đáng.

【和气生财】héqi-shēngcái 　hòa khí phát tài

【和洽】héqià<形>hòa hợp; hợp nhau

【和软】héruǎn<形>vừa phải mềm dẻo: 说话要说得~些儿。Nói chuyện nên vừa phải và mềm dẻo hơn.

【和善】héshàn<形>hiền hòa; hiền lành: 他人很~。Anh ấy rất hiền hòa.

【和尚】héshang<名>sư nam; hòa thượng

【和尚打伞——无法无天】héshang dǎ sǎn——wúfǎ-wútiān 　Những người coi thường pháp luật, coi trời bằng vung.

【和声细气】héshēng-xìqì 　tiếng nói nhỏ nhẹ êm dịu

【和事佬】héshìlǎo<名>người hòa giải; ông ba phải: ~怕得罪人。Ông ba phải sợ mất lòng người.

【和顺】héshùn<形>hòa thuận

【和谈】hétán<动>hòa đàm; đàm phán hòa bình

【和田玉】hétiányù<名>ngọc bích Hòa Điền (Hòa Điền là tên địa phương tại Tân Cương Trung Quốc)

【和婉】héwǎn<形>ôn tồn mềm dẻo; dịu dàng uyển chuyển

【和谐】héxié<形>❶(phối hợp) thích đáng ❷hài hòa: ~社会 xã hội hài hòa; "~号" 游艇 tàu du lịch mang tên "Hài Hòa"

【和煦】héxù<形>ấm áp: ~的阳光照进窗口。Tia nắng ấm rọi qua khung cửa sổ.

【和颜悦色】héyán-yuèsè 　mặt mày tươi tỉnh; vẻ mặt hớn hở

【和衣而眠】héyī'érmián 　mặc nguyên quần áo mà ngủ; ví luôn tỉnh táo sẵn sàng ứng phó với mọi tình huống

【和议】héyì<名>hòa nghị; đàm phán hòa bình

【和约】héyuē<名>hòa ước

【和悦】héyuè<形>dịu dàng vui vẻ

【和衷共济】hézhōng-gòngjì 　chung sức chung lòng; vượt mọi khó khăn; đồng tâm hiệp lực; cùng nhau vượt khó

劾 hé<名>hạch tội: 弹~ hạch tội/đàn hặc

河 hé<名>❶sông: 江~ sông ngòi; 内陆~ sông ngòi vùng nội địa không chảy ra biển ❷ngân hà: ~外星系 hệ sao ngoài Ngân Hà ❸(Hé) đặc chỉ sông Hoàng Hà //(姓) Hà

【河岸】hé'àn<名>bờ sông

【河边】hébiān<名>bờ sông

【河槽】hécáo<名>lòng sông

【河川】héchuān<名>sông ngòi

【河床】héchuáng<名>lòng sông: 泥石流的堆积使~变窄。Đất đá vùi lấp khiến lòng sông trở nên hẹp lại.

【河道】hédào<名>đường sông; dòng sông

【河堤】hédī〈名〉bờ đê; con đê sông

【河东狮吼】hédōng-shīhǒu sư tử Hà Đông gầm lên

【河工】hégōng〈名〉❶công trình phòng lụt ❷công nhân nạo vét luồng sông và phòng chống lũ lụt

【河沟】hégōu〈名〉con ngòi; con lạch

【河谷】hégǔ〈名〉lũng sông

【河口】hékǒu〈名〉cửa sông

【河流】héliú〈名〉sông ngòi

【河马】hémǎ〈名〉hà mã

【河渠】héqú〈名〉sông ngòi

【河山】héshān〈名〉sông núi; non sông

【河水】héshuǐ〈名〉nước sông

【河滩】hétān〈名〉bãi sông

【河湾】héwān〈名〉đoạn uốn khúc của dòng sông

【河网】héwǎng〈名〉mạng lưới sông ngòi

【河鲜】héxiān〈名〉đồ tươi sống của sông (như cá, tôm…)

【河沿】héyán〈名〉ven sông

【河鱼】héyú〈名〉cá sông

【河运】héyùn〈动〉vận tải đường sông: 这些货物通过~发到广州。 Lô hàng này gửi đến Quảng Châu qua đường sông.

颌 hé〈名〉xương hàm

貉 hé〈名〉con lửng: 一丘之~ cá mè một lứa/ cùng một phường/cùng một giuộc
另见háo

阂 hé〈名〉cách trở; ngăn cách: 隔~ ngăn cách

荷¹ hé〈名〉cây sen //(姓) Hà

荷² Hé〈名〉Hà Lan
另见hè

【荷包】hébāo〈名〉ví; hầu bao

【荷包蛋】hébāodàn〈名〉trứng ốp lết; trứng lập là

【荷花】héhuā〈名〉❶hoa sen: ~出污泥而不染。 Hoa sen gần bùn mà chẳng hôi tanh mùi bùn. ❷cây hoa sen

【荷兰豆】hélándòu〈名〉đậu Hà Lan

【荷塘】hétáng〈名〉đầm sen

【荷叶】héyè〈名〉lá sen: ~边 viền lá sen

核¹ hé〈名〉❶hột (hạt): 果子里有~。 Trái cây có hạt. ❷nhân: 细胞~ nhân tế bào ❸hạt nhân: 原子~ hạt nhân nguyên tử

核² hé❶〈动〉xem xét kĩ: ~算 hạch toán; 复~ duyệt lại ❷〈形〉[书]chân thực
另见hú

【核安全】hé'ānquán〈名〉an toàn hạt nhân

【核爆炸】hébàozhà vụ nổ hạt nhân

【核材料】hécáiliào〈名〉nguyên liệu hạt nhân

【核查】héchá〈动〉kiểm tra kĩ lưỡng: 对过路车辆都一一~。 Kiểm tra kĩ lưỡng từng chiếc xe qua lại.

【核磁共振】hécí gòngzhèn cộng hưởng hạch tử

【核弹】hédàn〈名〉đạn hạt nhân; bom nguyên tử

【核动力】hédònglì〈名〉động lực hạt nhân

【核电站】hédiànzhàn〈名〉nhà máy điện nguyên tử; nhà máy điện hạt nhân

【核定】hédìng〈动〉thẩm định: ~资金 thẩm định tiền vốn; ~产量 thẩm định sản lượng

【核对】héduì〈动〉xem xét đối chiếu; soát xét; rà soát kĩ: ~账目 soát lại sổ sách; ~事实 đối chiếu sự thực

【核发】héfā〈动〉duyệt và cấp phát

【核反应堆】héfǎnyìngduī lò phản ứng hạt nhân

【核辐射】héfúshè❶bức xạ hạt nhân ❷các tia xạ an-pha, bê-ta, ga-ma và nơ-tron

【核计】héjì〈动〉hạch toán; tính toán kĩ

【核减】héjiǎn〈动〉xét giảm: 项目投资过大，董事会决定~经费。 Đầu tư cho dự án quá lớn nên Ban quản trị quyết định xét giảm kinh phí.

【核扩散】hékuòsàn khuếch tán hạt nhân

【核能】hénéng<名>năng lượng hạt nhân; năng lượng nguyên tử

【核潜艇】héqiántǐng<名>tàu ngầm nguyên tử; tàu ngầm hạt nhân

【核实】héshí<动>❶kiểm tra xác định: 班长~人数是否到齐。Lớp trưởng điểm lại xác định xem số người đã đủ chưa. ❷đã xác nhận

【核糖核酸】hétáng hésuān[生化]a-xit ribo-nucleic (RNA)

【核桃】hétao<名>❶cây hồ đào ❷quả hồ đào

【核武器】héwǔqì<名>vũ khí hạt nhân; vũ khí nguyên tử

【核心】héxīn<名>hạt nhân; trung tâm; chủ chốt: ~刊物 tập san định kì chủ chốt (có trình độ bài viết cao, chất lượng tốt)

【核验】héyàn<动>kiểm tra; rà sát; thẩm tra kiểm nghiệm: 请~防伪标志。Xin thẩm tra kiểm nghiệm nhãn chống giả.

【核战争】hézhànzhēng<名>chiến tranh hạt nhân

【核准】hézhǔn<动>xét duyệt thẩm định; phê chuẩn: 他的移民申请已被~。Đơn xin di dân của anh ấy đã được xét duyệt.

盒hé<名>❶hộp: 文具~ hộp bút ❷bánh pháo hoa

【盒饭】héfàn<名>cơm hộp

【盒子】hézi<名>❶cái hộp ❷pháo hoa dạng hộp

涸hé<名>khô; cạn: 枯~ khô cạn

【涸辙之鲋】hézhézhīfù cá mắc cạn; người khốn khổ; kẻ cùng cực; người khốn khổ đến tột bực

阖hé❶<形>cả; toàn: ~家 cả nhà; ~城 toàn thành ❷<动>đóng: ~户 đóng cửa; 闭~ đóng kín

hè

吓hè❶<动>dọa; hù dọa: 不应~小孩。Không nên hù dọa trẻ em. ❷<叹>hừ: ~，不能乱拿东西! Hừ, không được tùy tiện lấy đồ!

另见xià

和hè<动>❶họa theo: 一唱百~ một người hát, trăm người họa theo ❷họa thơ: ~一首诗 họa một bài thơ

另见hé, hú, huó, huò

贺hè<动>mừng; chúc mừng: 恭~ chúc mừng; 道~ mừng //(姓) Hạ

【贺词】hècí<名>lời chúc mừng

【贺电】hèdiàn<名>điện chúc mừng

【贺函】hèhán =【贺信】

【贺卡】hèkǎ<名>thiếp mừng

【贺礼】hèlǐ<名>quà mừng; lễ mừng

【贺年】hènián<动>chúc Tết; chúc mừng năm mới; mừng xuân

【贺年片】hèniánpiàn<名>thiếp chúc tết

【贺岁】hèsuì =【贺年】

【贺岁片】hèsuìpiàn<名>phim mừng tuổi; phim mừng xuân

【贺喜】hèxǐ<动>chúc mừng: 来~的人不少。Người đến chúc mừng khá đông.

【贺信】hèxìn<名>thư chúc mừng

荷hè<动>❶vác: ~锄 vác cuốc ❷[书]gánh vác: 负~过重 gánh vác quá nặng ❸chịu ơn; đội ơn: 感~ cảm ơn; 请早日示复为~。Làm ơn trả lời sớm.

另见hé

【荷枪实弹】hèqiāng-shídàn súng lăm lăm, đạn lên nòng

【荷载】hèzài❶<名>tải trọng ❷<动>trọng tải; tải trọng

【荷重】hèzhòng<名>[建筑]tải trọng

喝hè<动>hét; thét: 吆~ thét/gào hét; 大一

声 hét to

另见hē

【喝彩】hècǎi<动>hò reo khen hay: 大家为精彩表演~. Mọi người hò reo cổ vũ cho những chương trình biểu diễn xuất sắc.

【喝倒彩】hè dàocǎi la hét chế nhạo, chê bai

【喝令】hèlìng<动>thét lên ra lệnh

【喝问】hèwèn<动>quát hỏi: 门卫~一声, 吓得小偷跑掉了. Tiếng quát hỏi của nhân viên bảo vệ khiến cho tên trộm co chân bỏ chạy.

赫¹ hè<形>nổi bật; to lớn: 声势~~ thanh thế to lớn //(姓) Hách

赫² hè<量>héc (đơn vị tần suất)

【赫赫有名】hèhè-yǒumíng danh tiếng hiển hách lẫy lừng

【赫然】hèrán<形>❶nổi bật; nổi cộm: 公司的招牌~在目. Tấm biển của công ti rất nổi bật. ❷hầm hầm; đùng đùng

褐 hè❶<名>[书]vải thô; áo vải thô ❷<形>màu hạt dẻ

【褐色】hèsè<形>(màu) hạt dẻ

鹤 hè<名>con hạc

【鹤发童颜】hèfà-tóngyán đầu tóc bạc phơ, mặt mũi hồng hào

【鹤立鸡群】hèlìjīqún hạc giữa bầy gà (tài năng hoặc dung mạo nổi trội hơn tất cả mọi người xung quanh)

壑 hè<名>khe suối; vũng nước: 沟~ khe rãnh

hēi

黑 hēi❶<形>đen: ~布 vải đen; ~头发 tóc đen ❷<形>tối: 天~了. Trời đã tối rồi. ❸<名>ban đêm: 起早摸~ đầu tắt mặt tối ❹<形>đen; chui: ~市 chợ đen; ~话 tiếng lóng; ~户 hộ ở chui (không có hộ khẩu) ❺<形>xấu; độc: ~心 xấu bụng/bụng dạ xấu xa

❻<形>phi pháp; phản động: ~帮 băng nhóm phản động; ~社会 xã hội đen/ma-phi-a ❼<动>lừa gạt, công kích ngầm ❽<动>qua Internet đột nhập vào hệ thống máy tính của người khác để tìm kiếm, thay đổi, trộm lấy dữ liệu kín hoặc quấy nhiễu chương trình máy tính ❾(Hēi)<名>tên gọi tắt của tỉnh Hắc Long Giang //(姓) Hắc

【黑暗】hēi'àn<形>❶tối tăm; tối đen: 屋里~, 请开灯。Trong nhà tối ngòm, xin hãy bật đèn lên. ❷tối tăm (tăm tối); đen tối: ~的制度 chế độ đen tối; ~的行为 hành vi đen tối

【黑白】hēibái<名>❶(màu sắc) đen trắng: ~分明 đen trắng rõ ràng ❷(phải trái) trắng đen: 颠倒~ đảo lộn (phải trái) trắng đen

【黑白片】hēibáipiàn<名>phim đen trắng

【黑板】hēibǎn<名>bảng đen

【黑帮】hēibāng<名>băng nhóm làm ăn phi pháp; đảng phái phản động

【黑榜】hēibǎng<名>sổ đen: 这家食品厂上了~。Nhà máy thực phẩm này đã bị đưa vào sổ đen.

【黑不溜秋】hēibuliūqiū đen sì sì; đen thui; đen nhẻm

【黑车】hēichē<名>xe đen; xe chui

【黑沉沉】hēichénchén (phần nhiều chỉ sắc trời) tối đen; tối mịt: ~的天空 bầu trời tối mịt

【黑道】hēidào<名>❶đường tối: 她很胆小, 晚上怕走~。Cô ấy nhát lắm, ban đêm rất sợ đi đường tối. ❷con đường bất chính; con đường phi pháp: ~生意 làm ăn bất hợp pháp ❸tổ chức xã hội đen; băng nhóm xã hội đen: ~人物 người của băng nhóm xã hội đen

【黑灯瞎火】hēidēng-xiāhuǒ tối mò mò; tối mù tối mịt; tối như hũ nút: 外边~的, 带个手电筒吧。Bên ngoài tối mò mò, nhớ

H

đem theo cây đèn pin nhé.

【黑店】hēidiàn<名>❶hắc điếm; quán trọ kẻ cướp lập ra để giết người cướp của ❷cửa hàng, quán trọ không có giấy phép kinh doanh

【黑洞】hēidòng<名>hố đen (thiên thể); sao chết

【黑洞洞】hēidòngdòng tối mịt; tối mù; tối mò mò; tối om om

【黑豆】hēidòu<名>đỗ đen: ~营养价值高。Giá trị dinh dưỡng của đậu đen rất cao.

【黑咕隆咚】hēigulōngdōng tối đen; tối mò mò

【黑管】hēiguǎn<名>[音乐]kèn Clarinét

【黑光】hēiguāng<名>tia tử ngoại; tia cực tím

【黑乎乎】hēihūhū❶đen thui; đen sì sì: 他正在给自行车换链条，双手~的。Ông ấy đang thay xích xe đạp, đôi bàn tay lấm đen. ❷tối sầm; tối mò: 窗外~的，什么也看不见。Ngoài cửa sổ tối mò chẳng còn thấy gì. ❸đen kịt; đen sẫm

【黑户】hēihù<名>hộ ở chui (không hộ khẩu); hộ kinh doanh chui (không có giấy phép kinh doanh)

【黑话】hēihuà<名>❶tiếng lóng: 卧底警察的几句~，消除了毒贩们的戒心。Viên cảnh sát nằm vùng nói vài câu tiếng lóng, giải trừ mối nghi ngờ của bọn buôn lậu ma túy. ❷lời lẽ phản động; lời lẽ mập mờ

【黑货】hēihuò<名>hàng lậu; hàng cấm

【黑客】hēikè<名>tin tặc; hacker

【黑亮】hēiliàng<形>đen bóng

【黑名单】hēimíngdān<名>sổ đen; danh sách đen

【黑幕】hēimù<名>bức màn ám muội; nội tình bê bối

【黑木耳】hēimù'ěr<名>mộc nhĩ đen

【黑漆漆】hēiqīqī❶rất đen ❷tối đen như mực

【黑钱】hēiqián<名>đồng tiền bẩn thỉu

【黑枪】hēiqiāng<名>❶súng lậu; súng phi pháp ❷phát đạn bắn lén

【黑人】[1] hēirén<名>❶người ở chui (không có tên trong hộ khẩu): 由于是非婚生子女，他至今还是没户口的~。Bởi là con đẻ ngoài hôn nhân mà đến nay cậu bé ấy vẫn không có hộ khẩu. ❷kẻ sống chui lủi

【黑人】[2] Hēirén<名>người da đen: ~领袖 lãnh tụ người da đen

【黑色】hēisè❶<名>màu đen ❷<形>trái phép

【黑色金属】hēisè jīnshǔ kim loại đen

【黑色食品】hēisè shípǐn thực phẩm màu đen (chủ yếu bao gồm mộc nhĩ và các loại đậu, hạt màu đen có giá trị dinh dưỡng cao)

【黑色幽默】hēisè yōumò hài hước đen

【黑纱】hēishā<名>băng đen; băng tang

【黑哨】hēishào<名>còi gian lận: 吹~ (trọng tài) thổi còi gian lận

【黑手】hēishǒu<名>bàn tay đen; bàn tay tội lỗi; thế lực hắc ám: 幕后~ thế lực hắc ám đằng sau

【黑手党】hēishǒudǎng<名>mafia

【黑糖】hēitáng<名>[方]đường đỏ; đường cát; đường đen; đường vàng

【黑体字】hēitǐzì<名>thể chữ đen

【黑窝】hēiwō<名>ổ đạo tặc; xóm liều

【黑匣子】hēixiázi<名>[航空]hộp đen (của máy bay)

【黑心】hēixīn❶<名>lòng độc ác: 起~ sinh lòng độc ác ❷<形>nham hiểm; thâm hiểm: ~的老板 ông chủ thâm hiểm

【黑信】hēixìn<名>[口]thư nặc danh

【黑猩猩】hēixīngxing<名>hắc tinh tinh; đười ươi

【黑熊】hēixióng<名>gấu đen; gấu chó

【黑压压】hēiyāyā❶đông nghịt; đông nghìn nghịt; đông đặc (người); người choán đặc

❷đen ngòm; đen nghìn nghịt; đen nghịt

【黑眼珠】hēiyǎnzhū<名>tròng đen; lòng đen; con ngươi

【黑夜】hēiyè<名>đêm tối

【黑影】hēiyǐng<名>bóng đen

【黑油油】hēiyóuyóu đen nhánh; đen bóng

【黑芝麻】hēizhīma<名>vừng đen

【黑种】Hēizhǒng<名>da đen; nhân chủng Negro (Ni gơ ro) châu Phi

嘿hēi<叹>❶(biểu thị sự nhắc nhở, gọi) này: ~! 屋里有人吗? Này! Trong nhà có ai không? ❷(biểu thị sự đắc ý) chà: ~, 这饺子包得多漂亮! Chà, những sủi cảo gói đẹp thật! ❸(biểu thị sự ngạc nhiên) ơ; ô hay: ~, 为何这样干? Ô hay! Sao lại làm như thế?

【嘿嘿】hēihēi<拟>khà khà; hì hì

hén

痕hén<名>vết; ngấn: 留~ để lại dấu vết

【痕迹】hénjì<名>❶vết; dấu: 旧社会的~ dấu vết của xã hội cũ ❷vết tích; dấu tích: 车轮的~ vết bánh xe

hěn

很hěn<副>rất; lắm: ~快 rất nhanh

狠hěn❶<形>ác; tàn nhẫn: 凶~ hung ác ❷<动>nén; dằn ❸<形>kiên quyết; vững: 他下手又快又~. Anh ấy ra tay vừa nhanh lại kiên quyết. ❹<形>ghê gớm; dữ dội: ~角色 cái vai ghê gớm

【狠毒】hěndú<形>độc ác

【狠命】hěnmìng<形>dốc sức; thực mạng: 敌人~地逃跑. Địch bỏ chạy thực mạng.

【狠心】hěnxīn❶<形>nhẫn tâm; gian ác: ~的海盗 bọn hải tặc gian ác ❷<动>quyết tâm lớn: 他~辞去了公职. Anh ấy đã quyết tâm

lớn từ bỏ chức vụ chính thức.

hèn

恨hèn❶<名>căm giận; oán giận: 此~难消 mối hận thù khôn phai ❷<动>hối hận; đáng tiếc: 两人相见~晚. Hai người nuối tiếc bởi gặp nhau quá muộn.

【恨不得】hènbude ước gì; rất mong muốn: 她~长出双翅, 飞回父母身边. Cô ấy mong được chắp đôi cánh bay về với cha mẹ.

【恨铁不成钢】hèn tiě bù chéng gāng tiếc rằng gang chưa thành thép; ví đòi hỏi cao, mong muốn tốt hơn nữa

【恨之入骨】hènzhīrùgǔ căm giận thấu xương

hēng

亨[1]hēng<形>thuận lợi; trôi chảy /// (姓)Hanh

亨[2]hēng<量>henri (đơn vị cảm ứng điện)

【亨通】hēngtōng<形>hanh thông; dễ dàng thuận lợi: 万事~ mọi sự hanh thông

哼hēng<动>❶rên: 虽然伤得很重, 但他一声也没~. Tuy bị thương nặng nhưng anh ấy vẫn không hề rên nửa tiếng. ❷khẽ hát; ngâm nga: 他得意地~着小曲. Anh ấy thích chí ngâm nga vài câu.

另见hng

【哼唱】hēngchàng<动>ngâm nga

【哼哧】hēngchī<拟>hổn hển

【哼唧】hēngji<动>lầm nhẩm; lầm bầm

【哼声】hēngshēng<动>kêu vo vo

héng

恒héng❶<形>vĩnh cửu; lâu dài: ~久 mãi mãi ❷<名>bền lòng; bền chí: 持之以~ kiên

H

trì lâu dài ❸<形>thường; thông thường: 人之~情 lẽ thường tình của con người //(姓) Hằng

【恒等式】héngděngshì<名>[数学]hằng đẳng thức

【恒定】héngdìng<动>cố định vĩnh viễn; vĩnh viễn không thay đổi

【恒久】héngjiǔ<形>vĩnh viễn; mãi mãi

【恒量】héngliàng<名>[物理]lượng không đổi; hằng lượng

【恒流】héngliú<名>[电学]dòng điện không đổi

【恒山】Héng Shān<名>núi Hằng Sơn, nằm ở tỉnh Sơn Tây Trung Quốc, còn gọi là Bắc Nhạc (trong Ngũ Nhạc)

【恒生指数】Héngshēng zhǐshù chỉ số (cổ phiếu) Hằng Sinh (Hồng Kông Trung Quốc)

【恒速】héngsù<名>tốc độ không đổi

【恒温】héngwēn<名>nhiệt độ không đổi; nhiệt độ tương đối ổn định

【恒心】héngxīn<名>bền lòng; bền chí: 做事要有~。Làm việc cần phải bền lòng.

【恒星】héngxīng<名>hằng tinh; định tinh

【恒牙】héngyá<名>răng vĩnh cửu; răng trưởng thành

横 héng❶<形>ngang: ~贯 chạy ngang qua; ~过马路 đi ngang qua đường ❷<形>chiều ngang: 北回归线~贯我省。Chí tuyến Bắc xuyên ngang qua tỉnh ta. ❸<形>theo chiều ngang: ~向排列 xếp thành hàng ngang; 随意~穿马路危险。Tùy tiện sang ngang qua đường rất nguy hiểm. ❹<形>bề ngang: ~躺在床上 nằm ngang trên giường ❺<动>quay ngang: 用尺子~着量 dùng thước đo quay ngang ❻<形>ngang dọc lung tung; ngang dọc loạn xị: 杂草~生 bụi cỏ rậm ngang dọc; 老泪纵~ nước mắt đầm đìa ❼<形>ngang ngược: ~加阻拦 ngang ngược ngăn cản ❽

<名>nét ngang (của chữ Hán): "目"字里面有两~。Bên trong chữ "mục (目)" có hai ngạch ngang. ❾<副>[方]dù sao; dù thế nào: 别犹豫了, 你~竖要过面试这一关。Đừng do dự nữa, đằng nào anh cũng phải qua kì thi này. ❿<副>[方]có lẽ: 看天气, 飞机~不能按时起飞了。Xem thời tiết thì máy bay có lẽ không thể cất cánh đúng giờ. //(姓) Hoành

另见hèng

【横插一杠子】héng chā yī gàngzi cắt ngang; thọc ngang

【横冲直撞】héngchōng-zhízhuàng xông xáo dọc ngang; hoành hành ngang ngược; ngang nhiên xông vào

【横穿】héngchuān<动>xuyên qua; ngang qua

【横倒竖歪】héngdǎo-shùwāi ngổn ngang bừa bộn

【横渡】héngdù<动>qua sông; sang ngang: ~黄河 qua sông Hoàng Hà

【横队】héngduì<名>đội hình hàng ngang

【横额】héng'é<名>băng rôn; băng hoành phi

【横幅】héngfú<名>bức (tấm, chiếc...) ngang; băng rôn

【横亘】hénggèn<动>(cầu, núi) vắt ngang; nằm ngang: 这座桥~在河面上。Chiếc cầu vắt ngang qua sông.

【横贯】héngguàn<动>xuyên ngang

【横加】héngjiā<动>ngang nhiên; ngang ngược: 请你调查清楚, 不要~指责。Xin anh điều tra cho rõ, không nên chỉ trích một cách ngang ngược.

【横跨】héngkuà<动>bắc ngang; vắt ngang; băng qua

【横梁】héngliáng<名>xà ngang

【横流】héngliú<动>❶chan hòa ❷tràn ngập

【横眉】héngméi<动>lông mày dựng ngược

【横眉冷对千夫指，俯首甘为孺子牛】héngméi lěng duì qiānfū zhǐ, fǔshǒu gān wéi rúzǐniú quắc mắt coi khinh nghìn lực sĩ, cúi đầu làm ngựa đứa hài nhi

【横眉怒目】héngméi-nùmù trợn mắt cau mày

【横批】héngpī<名>bức hoành (kết hợp với câu đối)

【横披】héngpī<名>bức hoành; hoành phi

【横七竖八】héngqī-shùbā lung tung lộn xộn; ngổn ngang bừa bộn: 东西~地放着。Đồ đạc để ngổn ngang lổng chổng.

【横肉】héngròu<名>thớ thịt nổi cục

【横扫】héngsǎo<动>❶quét sạch; càn quét: 赵子龙单枪匹马~千军。Triệu Tử Long một mình một ngựa quét sạch nghìn quân. ❷đưa mắt quét ngang; đưa mắt nhìn quanh: 老师走上讲台，目光向台下~了一遍。Thầy bước lên bục giảng, đưa mắt nhìn quanh một lượt.

【横生】héngshēng<动>❶(mọc) lung tung; mọc tràn lan: 枝蔓~ cành cây và dây leo mọc chằng chịt ❷bất ngờ nảy sinh: ~事端 việc xảy ra bất ngờ ❸thể hiện bất tận: 夏令营的活动趣味~。Hoạt động trại hè đem lại niềm vui lớn.

【横竖】héngshù<副>[口]dù sao; dù thế nào

【横挑鼻子竖挑眼】héng tiāo bízi shù tiāo yǎn vạch lá tìm sâu; bới bèo ra bọ

【横向】héngxiàng<形>❶song song; ngang bằng; bình đẳng ❷chiều đông tây

【横心】héngxīn<动>bất chấp; quả quyết: 他一~, 把兜里的钱都拿来买了彩票。Ông ấy đã quả quyết dốc hết tiền trong túi ra mua xổ số.

【横行】héngxíng<动>hoành hành; ngang ngược

【横行霸道】héngxíng-bàdào hoành hành

ngang ngược; ỷ thế làm càn

【横溢】héngyì<动>❶tràn ngập ❷bộc lộ rõ rệt; lỗi lạc: 才华~ tài hoa lỗi lạc

【横征暴敛】héngzhēng-bàoliǎn sưu cao thuế nặng; bóp nặn tàn tệ

衡héng❶<名>cái cân ❷<动>cân: ~器 khí cụ cân ❸<形>[书]bằng: 失~ mất cân bằng ❹<动>cân nhắc: 权~ đắn đo cân nhắc // (姓) Hằng

【衡量】héngliáng<动>❶so sánh; đánh giá; cân nhắc: ~事情的轻重 cân nhắc suy đoán sự hơn kém trong công việc ❷suy tính; cân nhắc: 你~一下再做决定。Anh nên suy tính rồi hãy đưa ra quyết định.

【衡器】héngqì<名>khí cụ cân; các loại cân

【衡山】Héng Shān<名>núi Hoành Sơn, nằm ở tỉnh Hồ Nam Trung Quốc, còn gọi là Nam Nhạc (trong Ngũ Nhạc)

hèng

横hèng<形>❶thô bạo; hung hăng: 专~ hung dữ/láo xược ❷rủi; bất ngờ
另见héng

【横暴】hèngbào<形>hung hăng thô bạo: ~行径 hành vi hung bạo

【横财】hèngcái<名>của trên trời rơi xuống; của bất chính

【横祸】hènghuò<名>tai họa bất ngờ

【横事】hèngshì<名>việc rủi; việc chẳng lành

【横死】hèngsǐ<动>bất đắc kì tử; chết bất ngờ; chết vô ý nghĩa

hng

哼hng<叹>hừ
另见hēng

hōng

轰 hōng❶<拟>oành; ầm: 突然~的一声，树倒了下来。Bỗng cây đổ đánh ầm một cái. ❷<动>nổ vang: 炮~ bắn pháo nổ vang ❸<动>đuổi; xua: 牧童~着羊群下山了。Cậu bé chăn dê xua cả đàn dê xuống dưới chân núi.

【轰动】hōngdòng<动>chấn động; (làm) náo động; xôn xao: 这件事~舆论界。Việc này làm cho dư luận xôn xao.

【轰动一时】hōngdòng-yīshí đã một thời làm xôn xao dư luận

【轰赶】hōnggǎn<动>xua đuổi

【轰轰烈烈】hōnghōnglièliè lẫy lừng vang dội; rầm rộ: 发动~的增产运动 phát động phong trào tăng gia sản xuất rầm rộ

【轰击】hōngjī<动>❶bắn pháo; pháo kích; nã pháo: 敌人的工事在炮火~下土崩瓦解。Công sự địch đã bị phá hủy sau đợt pháo kích. ❷bắn vào hạt nhân: 中子~ sự bắn phá nơ-tron

【轰隆】hōnglōng<拟>ầm ầm; đùng đùng

【轰鸣】hōngmíng<动>ầm vang; nổ ran: 雷声~ tiếng sấm đùng đùng

【轰然】hōngrán<形>oang oang; vang vang

【轰响】hōngxiǎng<动>kêu vang; ầm ầm

【轰炸】hōngzhà<动>oanh tạc; ném bom

【轰炸机】hōngzhàjī<名>máy bay ném bom; máy bay oanh tạc

哄 hōng❶<拟>ầm ĩ; ồn ào: 闹~~ ầm ĩ hỗn loạn ❷<动>ầm lên: ~动全城 làm xôn xao cả thành phố

另见hǒng, hòng

【哄传】hōngchuán<动>đồn ầm; đồn đại

【哄动】hōngdòng =【轰动】

【哄闹】hōngnào<动>ồn ào hỗn độn

【哄抢】hōngqiǎng<动>xô nhau mua; xô vào cướp: 趁乱~国家物资 是违法行为。Nhân lúc hỗn loạn cướp đoạt tài sản nhà nước là hành vi phạm pháp.

【哄然】hōngrán<形>ầm ĩ

【哄抬】hōngtái<动>ào ào nâng (giá) cao vọt lên: ~物价 ào ào nâng vật giá cao vọt lên

【哄堂大笑】hōngtáng-dàxiào ầm cả nhà; cười ầm lên; cười phá lên; cười rộ

【哄笑】hōngxiào<动>cười rộ lên

烘 hōng<动>❶sưởi; hơ; sấy: 衣服湿了~一~。Áo quần ướt rồi hơ một lát cho khô. ❷tôn lên; làm nổi bật: ~托 tôn lên/làm nổi bật

【烘焙】hōngbèi<动>sấy khô; sao (chè, thuốc lá...)

【烘衬】hōngchèn<动>làm nổi bật; tôn lên: 绿叶把红花~得更美。Có lá xanh làm nền, sắc hoa đỏ càng thêm nổi bật.

【烘干】hōnggān<动>hong khô; sấy khô

【烘干机】hōnggānjī<名>máy sấy; thiết bị sấy

【烘烘】hōnghōng<拟>hừng hực; rừng rực

【烘烤】hōngkǎo<动>nướng; quay

【烘烤房】hōngkǎofáng<名>lò bánh; nơi nướng bánh

【烘托】hōngtuō<动>❶làm nổi bật: ~出人物的特点 làm nổi bật đặc điểm của nhân vật ❷tô điểm ❸làm nền: 蓝天~着白云。Trời xanh làm nền cho mây trắng.

【烘箱】hōngxiāng<名>tủ sấy

【烘云托月】hōngyún-tuōyuè vẽ rồng vẽ phượng; tô điểm thêm (để làm nổi bật)

hóng

弘 hóng❶<形>to; lớn: ~伟的事业 sự nghiệp hoành tráng/sự nghiệp lớn lao ❷<动>mở rộng; rộng lớn: 恢~ rộng lớn //(姓) Hoằng

【弘扬】hóngyáng<动>làm rạng rỡ; phát huy; hoằng dương: ~爱国主义精神 phát huy tinh thần yêu nước

红 hóng ❶<形>đỏ; hồng: ~旗飘扬。Cờ đỏ phấp phới tung bay. ❷<名>vải đỏ; lụa hồng: 挂~ treo hoa đỏ ❸<形>thuận lợi; thành công: ~运 số đỏ ❹<形>hồng; đỏ: 又~又专 vừa hồng vừa chuyên ❺<名>lợi nhuận; lãi; hoa hồng: 分~ chia hoa hồng //(姓) Hồng

【红案】hóng'àn<名>việc chế biến thức ăn mặn (phân biệt với "白案" là việc thổi cơm và làm bánh)

【红白喜事】hóng bái xǐshì việc hiếu hỉ; việc cưới xin ma chay

【红榜】hóngbǎng<名>bảng vàng danh dự; bảng vàng vẻ vang

【红包】hóngbāo<名>phong bao: 拒收~ từ chối nhận phong bao

【红宝石】hóngbǎoshí<名>đá rubi; hồng ngọc

【红茶】hóngchá<名>chè đen

【红尘】hóngchén<名>hồng trần; bụi trần; trần gian: ~滚滚 mù mịt bụi trần

【红蛋】hóngdàn<名>trứng gà nhuộm đỏ (theo tục lệ cũ, khi sinh con lấy trứng gà nhuộm đỏ đi rồi chia cho họ hàng bạn bè để chia sẻ niềm vui của mình)

【红得发紫】hóngde-fāzǐ nổi tiếng; cực kì thịnh hành; lừng danh vượt bậc

【红灯区】hóngdēngqū<名>khu đèn đỏ

【红豆】hóngdòu<名>❶[植物]cây đậu đỏ ❷hạt đậu đỏ

【红粉佳人】hóngfěn-jiārén người đàn bà đẹp quý phái

【红光满面】hóngguāng-mǎnmiàn mặt mũi hồng hào

【红花】hónghuā<名>[中药]hồng hoa

【红花虽好，也要绿叶扶持】hónghuā suī hǎo, yě yào lǜyè fúchí hoa hồng đẹp một phần nhờ những cánh lá xanh; một người dù có tài giỏi đến đâu thì cũng phải nhờ đến

những người xung quanh hỗ trợ; núi cao nhờ có đất bồi

【红花梨】hónghuālí<名>gỗ hương

【红花油】hónghuāyóu<名>dầu hồng hoa

【红火】hónghuo<形>rực rỡ; sôi nổi; náo nhiệt; tấn tới; khấm khá; thịnh vượng: 日子越过越~。Cuộc sống ngày càng khấm khá.

【红货】hónghuò<名>đồ châu báu

【红极一时】hóngjí-yīshí lừng danh một thời

【红军】Hóngjūn<名>❶Hồng quân Trung Quốc ❷Hồng quân Liên Xô

【红利】hónglì<名>❶lợi nhuận hoặc tiền phúc lợi do doanh nghiệp chi trả ❷lợi nhuận (phần vượt quá mức cổ tức, công ti cổ phần cho cổ đông) ❸thu nhập ngoài tiền lương

【红脸】hóngliǎn❶<动>đỏ mặt: 她一害羞就会~。Cô ấy cứ xấu hổ là mặt đỏ ửng lên. ❷<动>nổi giận: 这对夫妻从来没红过脸。Hai anh chị trước nay chưa hề đỏ mặt tía tai với nhau. ❸<名>vai mặt đỏ trong hí kịch truyền thống

【红领巾】hónglǐngjīn<名>❶khăn quàng đỏ: 戴上~ đeo khăn quàng đỏ ❷đội viên khăn quàng đỏ (thiếu niên tiền phong): 助人为乐的 "~" "đội viên khăn quàng đỏ" lấy giúp đỡ người khác làm niềm vui cho mình

【红绿灯】hónglǜdēng<名>đèn xanh đèn đỏ; đèn tín hiệu (giao thông)

【红马甲】hóngmǎjiǎ<名>giao dịch viên trong thị trường chứng khoán mặc áo gi-lê đỏ

【红毛丹】hóngmáodān<名>[植物]quả chôm chôm

【红棉】hóngmián<名>❶cây gạo; mộc miên ❷hoa gạo

【红木】hóngmù<名>gỗ quý màu sẫm, gồm hàng chục chủng loại khác nhau

【红男绿女】hóngnán-lǜnǚ gái trai ăn mặc đẹp đẽ; trai hào hoa gái mỹ miều

【红娘】Hóngniáng<名>bà mối; bà mai

【红牌】hóngpái<名>❶[体育]thẻ đỏ (trọng tài dùng để phạt đối tượng phạm lỗi nặng): 他被裁判出示了~。Anh ấy đã bị trọng tài phạt thẻ đỏ. ❷ví sự cảnh cáo nghiêm túc hoặc xử phạt nặng với cá nhân hoặc đơn vị có sai phạm

【红皮书】hóngpíshū<名>cuốn sách đỏ; sách bìa đỏ

【红扑扑】hóngpūpū đỏ bừng; đỏ gay

【红旗】hóngqí<名>❶cờ đỏ; cờ cách mạng: ~招展 cờ đỏ tung bay ❷cờ thi đua (thưởng cho người ưu tú): 流动~ cờ đỏ luân lưu ❸tiên tiến: ~单位 đơn vị tiên tiến

【红人】hóngrén<名>❶người được tin cậy mến chuộng: 他是领导面前的大~。Anh ta rất được lãnh đạo tin cậy. ❷người gặp vận may

【红润】hóngrùn<形>đỏ hồng; đỏ hây hây: 气色~ mặt đỏ hây hây

【红色】hóngsè❶<名>màu đỏ: ~头巾 chiếc khăn chùm màu đỏ ❷<形>đỏ màu cách mạng: ~江山 non nước rực hồng màu cách mạng

【红烧】hóngshāo<动>rim; kho: ~排骨 món sườn kho/rim sườn

【红十字会】Hóngshízìhuì hội chữ thập đỏ

【红薯】hóngshǔ<名>khoai lang

【红丝带】hóngsīdài<名>chiếc nơ đỏ; dải lụa hồng

【红糖】hóngtáng<名>đường đỏ; đường vàng; đường đen; đường hoa mai

【红桃】hóngtáo<名>❶đào hồng ❷quân bích đỏ (trong bộ tú-lơ-khơ)

【红彤彤】hóngtóngtóng đỏ rực; đỏ sẫm: ~的太阳 mặt trời đỏ rực

【红头文件】hóngtóu wénjiàn văn kiện đầu đề đỏ; văn kiện Trung ương

【红外线】hóngwàixiàn<名>tia hồng ngoại

【红细胞】hóngxìbāo<名>hồng huyết cầu

【红线】hóngxiàn<名>❶sợi chỉ đỏ ❷sợi dây tình cảm (giữa đôi trai gái): 牵~ làm mối (cho những cặp trai gái) ❸vạch đỏ trên bản vẽ quy hoạch; ví đường ranh giới không được phép vượt qua

【红心】hóngxīn<名>trái tim đỏ; lòng trung thành

【红星】hóngxīng<名>❶sao đỏ ❷siêu sao

【红杏出墙】hóngxìng-chūqiáng bông hoa hạnh ngấp nghé đầu tường; ví người đàn bà đã có chồng mà còn ngoại tình

【红血球】hóngxuèqiú<名>hồng huyết cầu

【红颜】hóngyán<名>hồng nhan; má hồng (má đào): ~薄命 hồng nhan bạc mệnh

【红眼病】hóngyǎnbìng<名>❶[医学]đau mắt đỏ ❷chứng ghen tị

【红艳艳】hóngyànyàn đỏ chói; đỏ rực

【红药水】hóngyàoshuǐ<名>thuốc đỏ

【红衣主教】hóngyī-zhǔjiào hồng y giáo chủ

【红油】hóngyóu<名>hồng dầu (loại dầu đỏ, vị cay, dùng để chế biến các món ăn Tứ Xuyên)

【红运】hóngyùn<名>vận đỏ; số đỏ; vận may: ~滚滚来。Vận may ùn ùn kéo đến.

【红肿】hóngzhǒng<动>sưng tấy lên

【红装】hóngzhuāng<名>[书]❶trang phục lộng lẫy (của phụ nữ trẻ) ❷khách hồng quần; phụ nữ trẻ

宏 hóng<形>to lớn; lớn lao: 规模~大 quy mô to lớn //(姓) Hồng, Hoành

【宏大】hóngdà<形>lớn lao; to lớn

【宏观】hóngguān<形>❶vĩ mô: ~世界 thế giới vĩ mô ❷cấp vĩ mô; toàn bộ: ~调控 điều hành vĩ mô

【宏观经济】hóngguān jīngjì kinh tế vĩ mô

【宏观世界】hóngguān shìjiè thế giới vĩ mô

【宏图】hóngtú〈名〉ý tưởng lớn lao; kế hoạch to lớn: ~霸业 sự nghiệp và kế hoạch to lớn; 大展~ triển khai mạnh mẽ kế hoạch to lớn

【宏伟】hóngwěi〈形〉lớn lao; to lớn: ~的计划 kế hoạch to lớn; ~的事业 sự nghiệp lớn lao; ~的建筑 ngôi nhà hoành tráng

【宏愿】hóngyuàn〈名〉nguyện vọng to lớn

【宏旨】hóngzhǐ〈名〉ý chính; ý nghĩa lớn lao

虹 hóng〈名〉cầu vồng: 彩~桥 cầu vồng

【虹膜】hóngmó〈名〉[生理]mống mắt; màng tròng đen

【虹吸现象】hóngxī xiànxiàng hiện tượng xi-phông; hút nước bằng ống xi-phông

洪 hóng❶〈形〉to; lớn: ~亮 trầm vang ❷〈名〉(nước) lũ; lụt: 山~暴发 cơn lũ rừng tràn xuống; 防~ chống lũ //(姓) Hồng

【洪大】hóngdà〈形〉vang dội; âm vang

【洪峰】hóngfēng〈名〉đỉnh lũ; mức nước rộng cao nhất: 今早迎来了今年最大的~。Sáng nay, cơn lũ lớn nhất trong năm nay đã ập đến.

【洪福】hóngfú〈名〉hồng phúc; phúc lớn: 齐天~ phúc lớn vô biên; 托您的~, 事情才办得这么顺利。Nhờ vào phúc đức của anh mà công việc mới được triển khai thuận lợi như vậy.

【洪荒】hónghuāng〈名〉hồng hoang; hỗn mang

【洪亮】hóngliàng〈形〉vang dội; sang sảng; rền vang; âm vang: 声音~ tiếng nói sang sảng; ~的钟声 tiếng chuông rền vang

【洪流】hóngliú〈名〉dòng nước lũ

【洪魔】hóngmó〈名〉yêu ma nước lũ: 战胜~ chiến thắng cơn lũ

【洪水】hóngshuǐ〈名〉nước lũ

【洪水猛兽】hóngshuǐ-měngshòu nước lũ và thú dữ; tai họa to lớn

【洪灾】hóngzāi〈名〉nạn lụt

鸿 hóng❶〈名〉chim hồng ❷〈名〉[书]thư từ: 来~ thư đến ❸〈形〉to; lớn: ~运当头 vận may lớn đang đến //(姓) Hồng

【鸿沟】Hónggōu〈名〉sự ngăn cách; giới hạn: 难以逾越的~ ranh giới khó mà vượt qua

【鸿鹄之志】hónghúzhīzhì chí lớn

【鸿毛】hóngmáo〈名〉lông hồng

【鸿门宴】hóngményàn〈名〉Hồng Môn yến; bữa tiệc Hồng Môn; bữa tiệc có sắp đặt âm mưu: 哪怕是~我也毫不畏惧。Cho dù là một bữa tiệc Hồng Môn có âm mưu gì tôi cũng không sợ.

【鸿篇巨制】hóngpiān-jùzhì tác phẩm đồ sộ

【鸿儒】hóngrú〈名〉[书]bậc đại nho; bậc túc nho; học giả uyên bác

【鸿雁】hóngyàn〈名〉❶chim hồng ❷[书]thư từ: ~往来 thư từ qua lại

【鸿运】hóngyùn =【红运】

hǒng

哄 hǒng〈动〉❶lừa dối; bịp: 我~了他, 心里很不安。Tôi đã lừa dối anh ấy, nên trong lòng áy náy khó chịu. ❷dỗ: 他很会~小孩儿。Anh ấy rất khéo dỗ dành trẻ em.
另见hōng, hòng

【哄逗】hǒngdòu〈动〉dỗ; nựng

【哄骗】hǒngpiàn〈动〉đánh lừa; lừa bịp: ~游客 đánh lừa du khách

【哄劝】hǒngquàn〈动〉an ủi dỗ dành

hòng

哄 hòng〈动〉ồn ào; ầm ĩ: 起~ ồn lên; 一~而散 nhao nhao giải tán
另见hōng, hǒng

H

【哄场】hòngchǎng<动>(khán giả) la ó; huýt sáo

hōu

齁¹ hōu<名>tiếng ngáy
齁² hōu❶<动>khé ❷<副>[方]quá; ghê
【齁声】hōushēng<名>tiếng ngáy

hóu

侯 hóu<名>❶hầu: 诸~ chư hầu; 封~ phong tước hầu ❷người quyền quý; người cao sang: 王~将相 vương hầu quan tướng //(姓) Hầu
【侯门】hóumén<名>nhà cửa quyền quý: ~似海 cửa nhà quyền quý sâu như biển (thâm nghiêm khó ra vào)
喉 hóu<名>cổ họng; hầu: 咽~ cổ họng
【喉癌】hóu'ái<名>ung thư vòm họng
【喉结】hóujié<名>trái cổ
【喉咙】hóulóng<名>họng: ~痛 đau rát cổ họng
【喉舌】hóushé<名>miệng lưỡi; tiếng nói
【喉糖】hóutáng<名>viên ngậm chống đau họng
【喉头】hóutóu<名>cổ họng
猴 hóu❶<名>khi; bú dù ❷<形>[方]ma lanh; tinh ranh; láu lỉnh: 这小子可~啦。Thằng bé này láu lỉnh lắm. ❸<动>[方]chồm chỗm: 他们几兄弟~在路边等妈妈。Mấy anh em nhà ấy ngồi chồm chỗm bên đường đợi mẹ.
【猴急】hóují<形>rất nôn nóng; rất sốt ruột
【猴年马月】hóunián-mǎyuè đến mùa quít
【猴儿精】hóurjīng[方]❶<形>láu lỉnh; tinh nhanh ❷<名>kẻ ma ranh; kẻ tinh quái
【猴头菇】hóutóugū<名>nấm đầu khi
【猴戏】hóuxì<名>❶trò khi ❷[戏曲]tuồng Tôn Ngộ Không

【猴子】hóuzi<名>con khi

hǒu

吼 hǒu<动>❶gầm; rống: 狮~ sư tử gầm ❷gào thét: 怒~ gào thét ❸(gió, còi hơi…) rú; hú: 狂风怒~ cơn lốc gầm gào //(姓) Hống
【吼叫】hǒujiào<动>gầm; thét: 大声~ lớn tiếng gào thét
【吼声】hǒushēng<名>tiếng thét; tiếng la hét; tiếng gầm

hòu

后¹ hòu❶<名>(chỉ không gian) sau; đằng sau: 屋~ sau nhà ❷<名>(chỉ thời gian) sau; sau này: ~天 ngày kia; 先来~到 tới trước đến sau ❸<名>(thứ tự ở phía dưới) sau; cuối; dưới: ~排 hàng dưới/hàng sau ❹<名>đời sau; con cháu: 绝~ đoạn hậu ❺<形>(bố) dượng; (mẹ) kế ❻<名>sau (khi sự vật nào đó nảy sinh)
后² hòu<名>❶(vợ vua chúa) hậu: 皇~ hoàng hậu ❷[旧]vua chúa //(姓) Hậu
【后半生】hòubànshēng<名>nửa cuối đời
【后半夜】hòubànyè<名>nửa đêm về sáng
【后备】hòubèi❶<形>hậu bị; dự bị: ~干部 cán bộ hậu bị ❷<名>dự phòng: 为国防增添~ tăng thêm lực lượng dự phòng cho nền quốc phòng
【后背】hòubèi<名>sau lưng; đằng sau
【后辈】hòubèi<名>❶đời sau; con cháu ❷lớp trẻ; bậc đàn em; thế hệ trẻ; thế hệ sau; hậu bối
【后边】hòubian<名>phía sau; đằng sau
【后部】hòubù<名>phần đuôi
【后场】hòuchǎng<名>hậu trường: 请到~准备上台演出。Mời vào hậu trường để chuẩ

bị lên sân khấu biểu diễn.

【后尘】hòuchén<名>[书]bụi đất phía sau; đi sau người khác: 步人~ đi theo vết chân người trước

【后代】hòudài<名>❶thời đại sau; đời sau; thế hệ sau: 我们的~会做出评价的。Thế hệ sau của chúng ta sẽ đưa ra nhận xét đánh giá. ❷người đời sau; con cháu: 他们家的~都极具艺术天赋。Con cháu đời sau của gia tộc ấy đều có khiếu bẩm sinh về nghệ thuật.

【后端】hòuduān<名>đằng sau: ~收费 thu phí đằng sau

【后盾】hòudùn<名>hậu thuẫn

【后发制人】hòufā-zhìrén nhường trước lấn sau; lùi trước tiến sau

【后方】hòufāng<名>❶hậu phương: ~工作 công tác hậu phương; ~医院 bệnh viện hậu phương; ~支援前线 hậu phương ủng hộ tiền tuyến ❷phía sau; đằng sau: ~人员 nhân viên ở hậu phương

【后防】hòufáng<名>phòng tuyến phía sau; việc bảo vệ hậu phương; hàng hậu vệ

【后房】hòufáng<名>❶nhà đằng sau ❷tên gọi thay cho phi tần

【后夫】hòufū<名>chồng sau

【后福】hòufú<名>hạnh phúc tương lai; hạnh phúc cuối đời: 大难不死，必有~。Qua cơn đại nạn rồi ắt sẽ có hạnh phúc về sau.

【后父】hòufù<名>bố dượng

【后顾之忧】hòugùzhīyōu mối lo về hậu phương; mối lo về sau; mối lo về gia đình

【后果】hòuguǒ<名>hậu quả: ~自负 tự chịu lấy hậu quả

【后花园】hòuhuāyuán<名>vườn hoa đằng sau

【后话】hòuhuà<名>chuyện sau này; việc về sau

【后患】hòuhuàn<名>hậu họa; tai họa về sau

【后患无穷】hòuhuàn-wúqióng tai họa lâu dài về sau

【后悔】hòuhuǐ<动>hối hận; ăn năn

【后悔莫及】hòuhuǐ-mòjí hối hận chẳng kịp

【后悔药】hòuhuǐyào<名>liều thuốc hối hận: 世上没有~。Trên đời này làm gì có liều thuốc hối hận.

【后会有期】hòuhuì-yǒuqī sau này có ngày gặp lại; hẹn gặp lại; hẹn ngày gặp lại

【后记】hòujì<名>lời bạt; vài lời cuối sách

【后继】hòujì<动>kế tiếp; kế tục

【后脚】hòujiǎo❶<名>chân sau ❷<副>(theo chân ngay, bám sát) chân sau: 他前脚刚上火车，你~就到了。Anh ấy vừa lên tàu thì anh đến.

【后进】hòujìn❶<名>đối tượng còn non về tư cách hay học thức ❷<形>chậm tiến; trình độ tương đối thấp ❸<名>cá nhân hay tập thể chậm tiến; trình độ tương đối thấp

【后劲】hòujìn<名>❶sức ngấm lâu; tác dụng về sau: 卯足~ dồn hết sức còn lại ❷sức mạnh về cuối; sức mạnh dự trữ: 这种电子产品市场~十足。Thị trường sản phẩm điện tử này có tiềm năng mạnh mẽ.

【后空翻】hòukōngfān<名>cú lộn ngược

【后来】hòulái<名>❶sau đó ❷đến sau

【后来居上】hòulái-jūshàng đi sau vượt trước; thế hệ sau vượt thế hệ trước

【后浪推前浪】hòu làng tuī qián làng sóng sau xô sóng trước; tre già măng mọc

【后路】hòulù<名>❶đường phía sau; đường rút: 掐断~ chặn đứt con đường rút lui ❷chỗ lùi: 留有~ phải có chỗ lùi

【后轮】hòulún<名>bánh sau

【后妈】hòumā =【继母】

【后门】hòumén<名>❶cửa sau; cổng sau (của nhà): 从~走进来 đi từ cổng sau vào

❷cửa sau; (luồn) cổng sau: 走~是不正之
风。Luồn cửa sau là hành vi không chính
đáng.

【后面】hòumiàn<名>❶mặt sau; phía sau:
村子~有条小河。Ngay sau làng có con
sông nhỏ chảy qua. ❷phía dưới; ở dưới: 别
着急，好戏在~。Đừng vội, nội dung đặc
sắc được sắp xếp ở đoạn sau.

【后母】hòumǔ=【继母】

【后脑】hòunǎo<名>não sau

【后脑勺儿】hòunǎosháor<名>[口]chẩm

【后年】hòunián<名>năm sau nữa

【后娘】hòuniáng=【继母】

【后怕】hòupà<动>(nỗi sợ sau khi sự việc
xảy ra rồi) sợ: 想到刚才那起车祸，我还
有点~。Nhớ lại cảnh tai nạn giao thông ban
nãy, tôi vẫn còn thấy sợ.

【后妻】hòuqī<名>vợ kế

【后期】hòuqī<名>hậu kì; thời kì cuối

【后起之秀】hòuqǐzhīxiù nhân tài mới nổi

【后勤】hòuqín<名>hậu cần

【后人】hòurén<名>❶người đời sau: 前人
栽树，~乘凉。Kẻ trước trồng cây, người
sau hóng mát. ❷con cháu: 无~ không có
con cháu/đoạn hậu

【后任】hòurèn<名>người kế nhiệm

【后身】hòushēn<名>❶phía lưng; đằng
lưng ❷vạt (áo) sau; thân (áo) sau ❸phía
sau: 办公楼~有几座假山。Đằng sau văn
phòng có tới mấy hòn non bộ. ❹kiếp sau
❺hậu thân: 北京大学是京师大学堂的~。
Trường Đại học Bắc Kinh là hậu thân của
Kinh sư Đại học đường.

【后生】hòushēng[方]❶<名>chàng trai: 这
些~很有活力。Những chàng trai này tràn
đầy sức sống. ❷<形>trẻ: 良好的心态使大
伯看起来很~。Trạng thái tâm lí lành mạnh
khiến cho bác trông trẻ người ra.

【后生可畏】hòushēng-kěwèi hậu sinh

khả úy; lớp trẻ có khác

【后世】hòushì<名>❶thời đại tiếp sau: 造福
~ tạo phúc cho thế hệ sau ❷hậu duệ: 他是
爱新觉罗的~。Ông là hậu duệ của Ái Tân
Giác La. ❸[宗教]đời sau; kiếp sau (theo đạo
Phật)

【后事】hòushì<名>❶việc sau ❷hậu sự;
việc tang

【后视镜】hòushìjìng<名>gương nhìn phía
sau xe

【后手】hòushǒu<名>❶[旧]người thay thế;
người kế tục ❷[旧]người nhận tín phiếu (hóa
đơn…) ❸dưới tay; (thế cờ) bị động ❹chỗ
lùi (chỗ thoái)

【后嗣】hòusì<名>con cháu

【后台】hòutái<名>❶hậu trường; hậu đài: 到
~看演员化装 vào hậu trường xem diễn viên
hóa trang ❷kẻ điều khiển ở hậu trường; kẻ
điều khiển giấu mặt: 这些坏人有~。Sau
lưng đám người xấu này có kẻ giật dây.

【后天】[1] hòutiān<名>ngày kia: ~出发 ngày
kia sẽ lên đường

【后天】[2] hòutiān<名>sau khi đẻ (sinh): 知识
是~获得的，不是先天就有的。Kiến thức
có được là do tích lũy chứ không phải do
bẩm sinh.

【后头】hòutou<名>❶phía sau; đằng sau;
ở phần cuối; ở đằng sau: 被远远地甩在~
bị bỏ rơi đằng sau một đoạn rất xa; 他在
屋子~的林子里休息。Anh ấy nghỉ chân
ở cánh rừng đằng sau nhà. ❷[方]sau đó:
他以前是一个教师，~下海做生意了。
Trước đây ông ấy là một nhà giáo, về sau thì
chuyển sang làm kinh doanh.

【后腿】hòutuǐ<名>❶hai chi sau của con vật
❷bàn chân chống làm điểm tựa trong trạng
thái bước đi của con người

【后退】hòutuì<名>lùi lại; thụt lùi; rút lui:
敌军~ quân giặc rút lui

【后卫】hòuwèi<名>❶[军事]bộ đội bảo vệ phía sau ❷[体育]hậu vệ

【后效】hòuxiào<名>kết quả sau đó

【后行】hòuxíng<动>làm sau; tiến hành sau: 先做好计划，~分头实施。Đặt sẵn kế hoạch trước rồi mới triển khai từng phần sau.

【后续】hòuxù❶<形>đến sau: ~部队 đạo quân đến sau ❷<动>[方]lấy vợ kế

【后遗症】hòuyízhèng<名>❶di chứng về sau ❷di hại về sau

【后尾儿】hòuyǐr<名>[口]phần chót; phần sau cùng; đằng đuôi; đuôi; đằng sau

【后裔】hòuyì<名>hậu duệ (con cháu của người đã chết)

【后影】hòuyǐng<名>hình bóng phía sau

【后援】hòuyuán<名>quân tiếp viện; lực lượng chi viện

【后院】hòuyuàn<名>❶sân sau ❷hậu phương; nội bộ: ~起火 nội bộ rối ren

【后账】hòuzhàng<名>❶sổ sách không công khai ❷món nợ được tính sau

【后者】hòuzhě<名>sau; phần sau; phần dưới

【后肢】hòuzhī<名>[动物]chi sau

【后置】hòuzhì<名>để lại phía sau

【后缀】hòuzhuì<名>hậu tố

【后坐力】hòuzuòlì<名>[军事]sức giật (về phía sau)

厚 hòu❶<形>dày: ~毛毯 chăn len dày ❷<名>bề dày; độ dày: 这本书~2厘米。Cuốn sách này dày 2cm. ❸<形>sâu sắc; thắm thiết mặn mà: 深~的友谊 tình bạn mặn mà ❹<形>hậu: 憨~ đôn hậu ❺<形>lớn; to: 优~ ưu tiên hậu hĩ ❻<形>(mùi vị) nồng; đậm: 酒香醇~ hương rượu nồng đượm ❼<形>(gia sản) giàu có: 家底儿~实 nhà giàu có ❽<动>hậu đãi; tôn sùng: ~此薄彼 hậu đãi kẻ này, bạc đãi người kia //(姓) Hậu

【厚爱】hòu'ài<动>yêu mến hết mức

【厚薄】hòubó<名>❶độ dày; dày mỏng: ~不一 dày mỏng không đồng đều ❷này nọ; thế này thế khác: 领导对员工都要一视同仁，不分~。Lãnh đạo đối xử với công nhân viên chức phải công bằng, không nên thiên vị này nọ.

【厚此薄彼】hòucǐ-bóbǐ hậu bên này, bạc bên kia

【厚待】hòudài<动>hậu đãi; ưu đãi; trọng đãi

【厚道】hòudao<形>phúc hậu; tốt bụng: 做人要~。Nên làm người phúc hậu.

【厚德载物】hòudé-zàiwù kẻ đức độ mới gánh vác được trách nhiệm trọng đại

【厚度】hòudù<名>độ dày

【厚墩墩】hòudūndūn dày cộp; dày cộm

【厚古薄今】hòugǔ-bójīn hậu cổ bạc kim; trọng xưa nhẹ nay; trọng cổ nhẹ kim

【厚黑学】hòuhēixué<名>thuyết Hậu hắc (chủ trương khi cư xử với con người thì mặt nên dày, lòng dạ cần phải đen tối)

【厚积薄发】hòujī-bófā tích lũy phong phú rồi chỉ đưa ra phần nhỏ

【厚礼】hòulǐ<名>món quà lớn; lễ vật hậu hĩ

【厚脸皮】hòuliǎnpí mặt dày; trơ trên; trơ (mặt mo); trơ mặt ra

【厚禄】hòulù<名>lộc hậu: 高官~ quan cao lộc hậu

【厚实】hòushi<形>[口]❶dày dặn: ~的户外运动服 bộ trang phục thể thao ngoài dày dặn ❷rộng dày; chắc nịch: ~的肩膀 vai rộng chắc nịch ❸thâm hậu; vững chắc: ~的专业基本功 có cơ sở vững chắc về chuyên môn ❹trung hậu; tốt bụng: 为人~ là con người phúc hậu ❺giàu có: 公司积累了~的资产。Công ti đã tích lũy được khoản vốn đầy đủ.

【厚望】hòuwàng<名>kì vọng lớn: 不负~

H

không phụ lòng mong mỏi thiết tha

【厚颜】hòuyán<形>mặt dày

【厚颜无耻】hòuyán–wúchǐ mặt dày không biết xấu hổ

【厚谊】hòuyì<名>tình nghĩa sâu sắc

【厚意】hòuyì<名>lòng tốt; tình cảm sâu đậm: 深情~ tình sâu nghĩa nặng

【厚葬】hòuzàng<动>hậu táng; chôn cất trọng thể; làm ma rất to

【厚重】hòuzhòng<形>❶vừa dày vừa nặng: ~的地毯 tấm thảm len trải sàn vừa dày vừa nặng ❷hậu hĩ: ~的礼物 món lễ vật hậu hĩ ❸[书]dôn hậu thận trọng: 他为人~诚实。Anh ấy cư xử với mọi người rất thật thà nhân hậu.

候¹ hòu<动>❶chờ; đợi: 等~ đợi chờ; 你稍~。Anh hãy đợi một lúc. ❷hỏi thăm: 问~ hỏi thăm //(姓) Hậu

候² hòu<名>❶thời gian; thời tiết: 时~ thời gian; 气~ khí hậu ❷xưa cứ 5 ngày là một hậu: ~温 nhiệt độ bình quân trong 5 ngày ❸tình hình: 要了解症~ phải theo dõi tình hình diễn biến của bệnh tật

【候补】hòubǔ<动>dự khuyết

【候车】hòuchē<动>chờ xe: 在车站里~ chờ xe trong bến

【候车室】hòuchēshì<名>phòng chờ xe; phòng đợi tàu

【候机楼】hòujīlóu<名>sảnh đợi máy bay

【候教】hòujiào<动>đợi sự chỉ giáo: 我们~已久。Chúng tôi đợi sự chỉ giáo đã lâu.

【候鸟】hòuniǎo<名>chim mùa

【候审】hòushěn<动>[法律]chờ xét xử

【候选人】hòuxuǎnrén<名>người ứng cử; người được đề cử

【候诊】hòuzhěn<动>chờ khám bệnh

【候诊室】hòuzhěnshì<名>phòng chờ khám bệnh

hū

乎¹ hū<助>[书]❶(biểu thị nghi vấn hay phản vấn) ư; chăng: 汝知之~? Ông có biết chăng? ❷(biểu thị nghi vấn có lựa chọn): 然~? 否~? Đúng ư? Sai ư? ❸(biểu thị sự suy đoán) phải chăng: 成败在斯~。Thành công hay thất bại chắc là bởi thế. ❹(biểu thị cầu khiến): 忠魂归来~! Hỡi hồn thiêng, hãy trở lại với ta! ❺(biểu thị cảm thán): 天~! Trời ơi!

乎² hū❶(hậu tố của động từ) với; đối với: 合~情理 hợp tình hợp lí ❷(hậu tố của tính từ hoặc phó từ): 确~如此 quả thực như thế

呼¹ hū<动>❶thở ra: ~了一口气 thở một hơi ❷hô; kêu: ~喊 hô to/thét lên ❸gọi: 一~百应 một lời kêu gọi, trăm người hưởng ứng //(姓) Hô

呼² hū<拟>ù ù; vù vù: 北风~~地吹。Gió bắc thổi ù ù.

【呼哧】hūchī<拟>phì phò; hồng hộc

【呼风唤雨】hūfēng–huànyǔ hô gió gọi mưa; kêu mưa hú gió; hô phong hoán vũ

【呼喊】hūhǎn<动>hò la; hô hoán: 大声~ kêu to

【呼号】hūháo<动>kêu gào; gào khóc: 愤怒~ gào khóc một cách phẫn nộ

【呼唤】hūhuàn<动>❶kêu gọi: ~自由 kêu gọi tự do ❷hô hoán: 大声~ hô hoán ầm lên

【呼叫】hūjiào<动>❶[通信]gọi: 如需帮助请~总台。Nếu cần được giúp đỡ xin gọi về tổng đài. ❷hò la; hò hét: 落井儿童大声~救命。Cậu bé rơi xuống giếng đã hò hét kêu cứu.

【呼救】hūjiù<动>kêu cứu; cầu cứu

【呼啦】hūlā<拟>phần phật: 红旗被风吹得~~地响。Cờ đỏ bay phần phật theo gió.

【呼啦圈】hūlāquān<名>vòng lắc (một loại

khí cụ thể thao quần chúng)

【呼噜】hūlū〈拟〉(ngáy) khò khè

【呼朋引类】hūpéng-yǐnlèi gọi bầy kéo lũ (làm việc xấu)

【呼扇】hūshan〈动〉[口]❶rung bần bật; rung rinh: 大风吹得窗户直~。Gió thổi mạnh khiến cho cánh cửa sổ rung lên bần bật. ❷quạt: 他满头大汗，摘下草帽不停地~。Anh ấy mồ hôi đầm đìa trên đầu, bèn bỏ mũ cói ra để quạt gió.

【呼哨】hūshào〈名〉huýt; rít

【呼声】hūshēng〈名〉❶tiếng hô; tiếng kêu la: ~从远处传来。Tiếng hô từ xa truyền đến. ❷tiếng nói

【呼天抢地】hūtiān-qiāngdì kêu trời kêu đất; vật vã kêu trời

【呼吸】hūxī〈动〉❶thở hít; hô hấp: ~新鲜空气 thở hít không khí mới; ~不正常 hô hấp không bình thường ❷[书]tích tắc: 成败在~之间。Thành bại chỉ trong tích tắc.

【呼啸】hūxiào〈动〉gào thét; gào rú: 风~着 gió gào/gió rít

【呼应】hūyìng〈动〉(bên) gọi (bên) đáp; (kẻ) hô (người) ứng: 结果与预设目标相~。Kết quả đúng với mục tiêu dự định.

【呼吁】hūyù〈动〉kêu gọi; hô hào: 发出~ phát ra lời kêu gọi; ~团结 hô hào đoàn kết

忽[1] hū〈动〉không chú ý; coi nhẹ: 不可~视这股力量。Không thể coi nhẹ lực lượng này. //(姓) Hốt

忽[2] hū〈副〉bỗng; thoắt; đột nhiên: 声音大~小。Tiếng lúc to lúc nhỏ.

忽[3] hū〈量〉hốt (một phần mười vạn của một số đơn vị)

【忽地】hūdì〈副〉bỗng nhiên; đột ngột

【忽而】hū'ér〈副〉bỗng; đột nhiên; thình lình

【忽忽】hūhū〈形〉❶thấm thoắt; ngoảnh đi ngoảnh lại: 岁月~ tháng năm thấm thoắt ❷đờ đẫn; thẫn thờ

【忽冷忽热】hūlěng-hūrè thoắt nóng thoắt lạnh

【忽略】hūlüè〈动〉không chú ý; coi nhẹ: ~了她的感受 đã coi nhẹ cảm thụ của cô ta

【忽然】hūrán〈副〉bỗng nhiên; đột nhiên

【忽闪】hūshǎn❶〈动〉lóe sáng: 雷电~，暴雨将至。Tia sét lóe sáng, trận mưa lớn sắp đổ xuống. ❷〈名〉[方]chớp

【忽闪】hūshan〈动〉nhấp nháy

【忽视】hūshì〈动〉coi nhẹ; coi thường: 不应~困难。Không nên coi thường khó khăn.

【忽悠】hūyou〈动〉[方]lòe bịp: 你别想~我！Mày đừng hòng lòe bịp tao!

猢 hū

【猢猁】hūlù〈名〉[动物]cá sấu

糊 hū〈动〉quét; trát
另见hú, hù

hú

囫 hú

【囫囵】húlún〈形〉nguyên cả; trọn cả: ~觉 ngủ trọn giấc cả đêm

【囫囵吞枣】húlún-tūnzǎo nuốt chửng cả quả táo; ăn sống nuốt tươi: 在学习上~很难真正掌握知识。Ăn sống nuốt tươi kiến thức trong quá trình học hành thì sẽ rất khó có thể thực sự nắm được kiến thức.

和 hú〈动〉ù bài; thắng ván bài (tổ tôm, chắn…); kết thúc thắng lợi: 谁放炮让他~的? Ai ra con bài này cho ông ta ù bài đấy?
另见hé, hè, huó, huò

狐 hú〈名〉con cáo //(姓) Hồ

【狐臭】húchòu〈名〉(mùi) hôi (nách); (mùi) khắm

【狐假虎威】hújiǎhǔwēi cáo mượn oai hùm

【狐狸】húli〈名〉con cáo; hồ li

【狐狸精】húlijīng〈名〉hồ li tinh

【狐狸尾巴】húli wěiba (lòi) đuôi cáo; (lộ)

mưu gian: ~终于露出来了。Mưu gian rốt cuộc đã bị bại lộ.

【狐媚】húmèi<形>cám dỗ; quyến rũ

【狐朋狗友】húpéng-gǒuyǒu bạn bè xấu; bạn đầu trộm đuôi cướp

【狐疑】húyí<动>hoài nghi; nghi ngờ: 满腹~ đầy bụng hoài nghi

弧 hú<名>❶cung: ~形 hình cung ❷[旧]cái cung: 弦木为~ lấy cành cây buộc dây vào làm cung

【弧度】húdù<量>radian; độ (của) cung

【弧光】húguāng<名>hồ quang

【弧线】húxiàn<名>đường vòng cung

【弧形】húxíng<名>hình cung; hình cong; hình vòng cung

胡¹ hú❶(Hú)<名>Hồ (thời xưa người Hán gọi các dân tộc thiểu số ở miền Bắc và miền Tây Trung Quốc là Hồ) ❷<名>hồ (chỉ những thứ từ miền bắc, miền tây Trung Quốc tới hoặc từ nước ngoài tới); ngoại ❸<副>láo; ẩu: 瞎~闹 làm bừa làm càn //(姓) Hồ

胡² hú<名>râu: 大~子 lão râu rậm

胡³ hú<代>[书]sao

【胡编乱造】húbiān-luànzào bịa đặt lung tung

【胡扯】húchě<动>tán gẫu; tán hươu tán vượn: 别~，谈正经事。Đừng có tán hươu tán vượn, đi thẳng vào công việc đi.

【胡吃海喝】húchī-hǎihē ăn uống vô độ

【胡吹】húchuī<动>nói lung tung những chuyện không đâu vào đâu

【胡搞】húgǎo<动>làm bậy

【胡话】húhuà<名>nói mê; nói sảng: 他喝醉了，一直在说~。Ông ta uống say rồi, toàn nói chuyện mê sảng.

【胡混】húhùn<动>❶sống một cách hồ đồ ❷quan hệ nam nữ không chính đáng

【胡椒】hújiāo<名>❶hồ tiêu; tiêu ❷hạt tiêu (quả của cây tiêu)

【胡搅】hújiǎo<动>❶quấy đảo; quấy phá: 儿子一直在~，我没法工作。Thằng con cứ quấy phá mãi làm tôi không thể làm việc được。❷cãi bướng; cãi chày cãi cối: 出了问题他就~，推卸责任。Cứ xảy ra vấn đề là ông ấy lại cãi bướng, chối đẩy trách nhiệm.

【胡搅蛮缠】hújiǎo-mánchán quấy rầy quấy phá

【胡来】húlái<动>❶làm bừa; làm liều: 请按规定办事，不能~。Làm việc phải theo đúng quy định, không được phép làm liều。❷làm bậy; làm láo: 这是办公场所，不许~。Đây là nơi làm việc, không được phép làm bậy.

【胡乱】húluàn<副>❶bừa; phứa ❷bừa bãi; lung tung

【胡萝卜】húluóbo<名>❶cà rốt ❷củ cà rốt

【胡闹】húnào<动>quấy rối; phá rối

【胡琴】húqin<名>hồ; nhị

【胡哨】húshào<名>tu huýt

【胡说】húshuō<动>nói bậy; nói ẩu; nói bừa; nói nhảm; nói xằng; nói láo

【胡说八道】húshuō-bādào nói xằng nói bậy

【胡思乱想】húsī-luànxiǎng nghĩ lung tung; nghĩ bậy nghĩ bạ; nghĩ ngợi quàng xiên; nghĩ vớ vẩn

【胡桃】hútáo =【核桃】

【胡同】hútòng<名>ngõ; hẻm

【胡须】húxū<名>râu ria

【胡言】húyán❶<动>nói xằng: ~乱语 nói xằng nói bậy ❷<名>lời nói bậy bạ: 满口~ toàn những lời bậy bạ

【胡诌】húzhōu<动>bịa; phịa

【胡子】húzi<名>❶râu: 刮~ cạo râu ❷[方]thổ phi

【胡子拉碴】húzilāchā râu ria xồm xoàm

【胡作非为】húzuò-fēiwéi làm xằng làm bậy

核 hú
另见 hé

【核儿】húr〈名〉[口]hột; hạt; hòn; viên

壶 hú〈名〉ấm; bình: 水~ ấm nước //(姓) Hồ

葫 Hú //(姓) Hồ

【葫芦】húlu〈名〉❶cây bầu ❷quả bầu

湖 hú〈名〉❶hồ: 鄱阳~ hồ Bá Dương ❷(Hú) Hồ Châu (thuộc tỉnh Chiết Giang): ~笔 bút lông Hồ Châu; ~绉 lụa vân Hồ Châu ❸(Hú) Hồ Nam, Hồ Bắc: ~广 các tỉnh Hồ Nam, Hồ Bắc, Quảng Đông, Quảng Tây //(姓) Hồ

【湖边】húbiān〈名〉bên hồ; bờ hồ: 去~散步 tản bộ bên bờ hồ

【湖滨】húbīn〈名〉bờ hồ

【湖光山色】húguāng-shānsè núi xanh hồ biếc (cảnh quan đẹp đẽ núi biếc soi mặt hồ)

【湖泊】húpō〈名〉hồ; đầm: ~已经干涸。Hồ nước đã khô cạn.

【湖色】húsè〈名〉màu xanh nhạt

【湖水】húshuǐ〈名〉nước hồ: 清澈见底的~ nước hồ trong veo thấu đáy

【湖心亭】húxīntíng〈名〉ngôi đình giữa mặt hồ

【湖泽】húzé〈名〉hồ và đầm ao

槲 hú〈名〉cây sồi Mông Cổ; sồi có lông tơ; sồi hình răng

【槲寄生】hújìshēng〈名〉[植物]cây tầm gửi

蝴 hú

【蝴蝶】húdié〈名〉con bướm; bươm bướm

【蝴蝶花】húdiéhuā〈名〉hoa bươm bướm

【蝴蝶结】húdiéjié〈名〉cái nơ (hình) bướm

【蝴蝶兰】húdiélán〈名〉điệp lan

糊 hú❶〈动〉dán: ~灯笼 dán đèn lồng ❷〈名〉hồ: 糊~ hồ dán ❸〈名〉cháo
另见 hū, hù

【糊糊】húhu〈名〉[方]cháo đặc dạng hồ (thường nấu bằng cám ngô, bột ngô, bột mì)

【糊口】húkǒu〈动〉sống cho qua ngày; sống lay lắt: 靠做小买卖~ nhờ vào buôn bán cò

con sống cho qua ngày

【糊里糊涂】húlihútu vớ va vớ vẩn; dấm da dấm dớ

【糊墙纸】húqiángzhǐ〈名〉giấy dán tường

【糊涂】hútu〈形〉❶hồ đồ; lơ mơ: 装~ giả lơ ❷lung tung; lộn xộn; rối bét; nát bét: 屋里被弄得一塌~。Cả căn nhà đã bị rối bời. ❸[方]mơ hồ; lờ mờ: 时间久了，这些字都~了。Vì thời gian lâu dài, những chữ này đã trở nên lờ mờ không rõ.

【糊涂账】hútuzhàng〈名〉sổ sách rối bét; sổ sách lộn xộn

hǔ

虎 hǔ❶〈名〉hổ; hùm; cọp: 华南~ hổ Hoa Nam ❷〈形〉dũng mãnh: ~~生威 oai phong dũng mãnh ❸〈动〉[方]lộ vẻ dữ dằn; lộ vẻ dữ tợn: ~脸 vẻ mặt dằn dữ //(姓) Hồ

【虎背熊腰】hǔbèi-xióngyāo thân hùm mình gấu; cao lớn vạm vỡ

【虎胆英雄】hǔdǎn-yīngxióng anh hùng gan dạ

【虎毒不食子】hǔ dú bù shí zǐ hổ dữ chẳng ăn con mình; con người dù độc ác đến mấy cũng chẳng sát hại thân nhân

【虎父无犬子】hǔfù wú quǎnzǐ cha hổ con beo; cha anh dũng tài giỏi, không có con hèn nhát kém cỏi

【虎将】hǔjiàng〈名〉dũng tướng; hổ tướng: 真是一员~! Thật là một viên mãnh tướng!

【虎劲】hǔjìn〈名〉khỏe như hùm; khỏe như vâm

【虎踞龙盘】hǔjù-lóngpán (thế hiểm trở, nơi hiểm yếu) cọp chầu rồng cuộn; rồng cuốn hổ ngồi

【虎口】¹hǔkǒu〈名〉miệng hùm; chỗ nguy hiểm: 逃离~ thoát khỏi miệng hùm

【虎口】²hǔkǒu〈名〉hổ khẩu (kẽ giữa ngón

H

tay cái và ngón tay trỏ)

【虎口拔牙】hǔkǒu-báyá vuốt râu hùm; nhổ nanh cọp

【虎口余生】hǔkǒu-yúshēng thoát khỏi miệng hùm; thoát chết

【虎狼】hǔláng〈名〉hổ lang: ~之心 lòng lang dạ sói

【虎落平阳被犬欺】hǔ luò píngyáng bèi quǎn qī hùm thiêng sa hố; hùm thiêng khi đã sa cơ cũng hèn

【虎视眈眈】hǔshì-dāndān nhìn chòng chọc; lăm le chầu chực

【虎头虎脑】hǔtóu-hǔnǎo khỏe mạnh rắn rỏi (người lớn); khỏe mạnh kháu khỉnh (trẻ con)

【虎头蛇尾】hǔtóu-shéwěi đầu voi đuôi chuột

【虎穴】hǔxué〈名〉hang cọp: 龙潭~ đầm rồng hang cọp

【虎牙】hǔyá〈名〉[口]răng nanh chìa ra

唬 hǔ〈动〉[口]đe dọa; dọa dẫm: 你别~人了。Anh đừng dọa dẫm người ta nữa.

琥 hǔ

【琥珀】hǔpò〈名〉hổ phách

hù

互 hù〈副〉nhau; với nhau; lẫn nhau: ~不干涉内政 không can thiệp vào công việc nội bộ của nhau // (姓) Hổ

【互补】hùbǔ〈动〉❶(góc) bù nhau ❷bổ sung với nhau

【互不侵犯】hùbùqīnfàn không xâm phạm lẫn nhau

【互动】hùdòng〈动〉tương tác: 主持人正在和观众们进行现场~。Người dẫn chương trình đang tương tác với khán giả hiện trường.

【互动电视】hùdòng diànshì truyền hình tương tác; IPTV

【互访】hùfǎng〈动〉đi thăm lẫn nhau

【互换】hùhuàn〈动〉trao đổi với nhau

【互惠】hùhuì〈动〉ưu đãi lẫn nhau: 两国间有~政策。Hai nước có chính sách ưu đãi lẫn nhau.

【互惠互利】hùhuì-hùlì giành sự ưu tiên cho nhau và cùng có lợi

【互利】hùlì〈动〉đôi bên cùng có lợi: 在~的基础上 trên cơ sở đôi bên đều có lợi

【互利共赢】hùlì-gòngyíng cùng có lợi, cùng thắng

【互联网】hùliánwǎng〈名〉mạng Internet

【互让】hùràng〈动〉nhường nhịn nhau; nhân nhượng nhau: 他俩团结~，像亲兄弟一样。Hai người đoàn kết nhân nhượng lẫn nhau tựa như anh em ruột thịt.

【互通】hùtōng〈动〉thông thương với nhau; trao đổi với nhau: ~消息 trao đổi tin tức với nhau

【互通有无】hùtōng-yǒuwú bù đắp cho nhau; trao đổi, bổ trợ cho nhau (về hàng hóa)

【互为表里】hùwéibiǎolǐ phụ thuộc lẫn nhau; chấp nhận nhau; gắn bó với nhau

【互为因果】hùwéiyīnguǒ nguyên nhân và hậu quả của các mối quan hệ có liên quan lẫn nhau

【互相】hùxiāng〈副〉lẫn nhau; nhau: ~团结 đoàn kết với nhau; ~学习 học hỏi lẫn nhau; ~帮助 giúp đỡ lẫn nhau

【互信】hùxìn〈动〉tin cậy lẫn nhau: 建立~ thiết lập quan hệ tin cậy lẫn nhau

【互助】hùzhù〈动〉giúp nhau; hỗ trợ nhau

户 hù❶〈名〉cửa: 足不出~ không bước ra khỏi cửa ❷〈名〉hộ gia đình: 个体~ hộ cá thể ❸〈名〉gia thế; địa vị gia đình: 大~人家 đại gia ❹〈量〉hộ (người đứng tên trong sổ sách): 千家万~ muôn nhà nghìn hộ ❺

〈名〉tài khoản: 开~ mở tài khoản //〈姓〉Hộ

【户籍】hùjí〈名〉hộ tịch; cư dân của địa phương

【户口】hùkǒu〈名〉❶hộ khẩu ❷hộ tịch

【户口簿】hùkǒubù〈名〉sổ hộ khẩu

【户头】hùtóu〈名〉chủ tài khoản

【户外】hùwài〈名〉ngoài cửa; ngoài trời: ~运动 hoạt động ngoài trời

【户型】hùxíng〈名〉kiểu dạng căn hộ: 这套房子~紧凑实用。Kiểu dạng căn hộ này rất chặt chẽ và thiết thực.

【户主】hùzhǔ〈名〉chủ hộ

护 hù〈动〉❶bảo hộ; bảo vệ: 爱~花草 bảo vệ cỏ cây ❷bênh vực; che chở: 庇~ che chở cho

【护兵】hùbīng〈名〉lính bảo vệ; vệ binh

【护城河】hùchénghé〈名〉hào bảo vệ thành trì

【护持】hùchí〈动〉❶bảo dưỡng; bảo trì ❷trông nom chăm sóc

【护犊子】hù dúzi[方]bênh con

【护短】hùduǎn〈动〉bào chữa; biện bạch; bênh: 请你公正处理这起纠纷，不要~。Anh nên xử lí một cách công bằng vụ tranh chấp này, không nên bênh vực thiên vị một bên nào đó.

【护发】hùfà〈动〉dưỡng tóc

【护封】hùfēng〈名〉bìa bọc ngoài sách

【护肤】hùfū〈动〉dưỡng da

【护肤霜】hùfūshuāng〈名〉kem dưỡng da

【护工】hùgōng〈名〉hộ lí

【护航】hùháng〈动〉hộ tống máy bay; hộ tống tàu thủy: ~编队 biên đội hộ tống; 保驾~ hộ giá/bảo vệ cho

【护栏】hùlán〈名〉❶lan can bảo vệ ❷hàng rào

【护理】hùlǐ〈动〉❶chăm sóc: ~产妇 chăm sóc cho sản phụ ❷bảo vệ chăm sóc: 芦荟很容易种植。Lô hội là thứ cây rất dễ trồng

và dễ chăm sóc.

【护林】hùlín〈动〉bảo vệ rừng

【护目镜】hùmùjìng〈名〉kính bảo vệ mắt

【护身符】hùshēnfú〈名〉❶bùa hộ mệnh; bùa hộ thân ❷thần hộ mệnh; người che chở

【护士】hùshi〈名〉y tá

【护送】hùsòng〈动〉hộ tống: ~有关人员安全离开。Hộ tống cho những người có liên quan rút lui an toàn.

【护卫】hùwèi❶〈动〉hộ vệ; bảo vệ: 在保安人员的~下他安全抵达机场。Dưới sự bảo vệ của nhân viên an ninh, ông ấy đã an toàn tới sân bay. ❷〈名〉nhân viên bảo vệ; nhân viên an ninh: 雇佣私人~ thuê nhân viên bảo vệ tư nhân

【护膝】hùxī〈名〉cái bọc đầu gối (của vận động viên)

【护养】hùyǎng〈动〉❶chăm sóc: ~兰花 chăm bón hoa lan ❷bảo dưỡng: ~汽车 bảo dưỡng xe ô tô

【护佑】hùyòu〈动〉bảo vệ; che chở; bênh vực

【护照】hùzhào〈名〉❶hộ chiếu: 外交~ hộ chiếu ngoại giao ❷[旧]giấy thông hành

沪 Hù〈名〉tên gọi tắt của Thành phố Thượng Hải

【沪剧】hùjù〈名〉Hộ kịch (hí khúc Thượng Hải)

怙 hù〈名〉[书]chỗ dựa; nương tựa; nhờ cậy

【怙恶不悛】hù'è-bùquān đánh chết cái nết không chừa; ngoan cố đến cùng

戽 hù❶〈名〉cái gầu ❷〈动〉hút; bơm

扈 hù〈名〉[书]tùy tùng //〈姓〉Hộ

糊 hù〈名〉hồ; bột
另见hū, hú

【糊弄】hùnong〈动〉[方]❶lừa dối; lừa bịp: 你别~我，我已经知道真相了。Đừng có lừa tôi nữa, tôi đã biết rõ chân tướng rồi. ❷tạm: 你先吃块饼干~着，免得饿肚子。

Anh hãy ăn tạm miếng bánh quy lót dạ.

huā

花¹ huā ❶<名>hoa: 美丽的~ hoa đẹp; 种~ trồng hoa; ~草 cỏ hoa ❷<名>(vật có hình dạng như hoa) hoa: 火~ tia lửa; 浪~ bọt sóng ❸<名>(một loại pháo hoa) hoa: 烟~ pháo hoa ❹<名>vân hoa: 这床单~儿太密。Chiếc vỏ chăn này vân hoa quá dày. ❺<名>(tinh hoa, tinh túy) bông hoa: 生命之~ bông hoa sự sống ❻<名>(chỉ gái điếm hoặc có liên quan đến gái điếm) hoa: 寻~问柳 tìm hoa hỏi liễu ❼<名>bệnh đậu mùa: 他出了~儿。Anh ta bị bệnh đậu mùa. ❽<形>(màu sắc hoặc chủng loại hỗn tạp) hoa; đốm: ~衣裳 chiếc áo hoa ❾<形>(mắt nhìn lờ mờ) hoa; mờ: 老~ hoa mắt ❿<名>hoa khôi; gái đẹp: 名~有主 hoa khôi đã có chủ ⓫<名>bị thương: 挂了~ đã bị thương ⓬<形>[方]sờn ⓭<形>giả dối ⓮<名>bông ⓯<名>giọt; vụn ⓰<名>[方]nhờ; con // (姓) Hoa

花² huā<动>tiêu; dùng: ~了多少钱? Tiêu mất bao nhiêu tiền?

【花白】huābái<形>(râu tóc) hoa râm; muối tiêu: 头发~ tóc hoa râm

【花斑癣】huābānxuǎn<名>bệnh lang ben

【花瓣】huābàn<名>cánh hoa

【花苞】huābāo<名>nụ hoa

【花边】huābiān<名>❶[印刷]đường điểm bố cục; đường viền hoa: 这本相册边框的~很精致。Khung lề của tập album ảnh này rất đẹp mắt. ❷[纺织]điểm hoa; đăng ten: 在袖口上缝一条~ khâu đăng ten trên rìa tay áo ❸(thuật ngữ về ấn loát) vi nhét; ngoài lề; không chính thức: ~消息 tin ngoài lề

【花边新闻】huābiān xīnwén tin có đóng khung; tin trong vi nhét

【花布】huābù<名>vải hoa

【花菜】huācài<名>[方]rau cải hoa; rau súp-lơ; hoa lơ

【花插】huāchā<名>❶đế cắm hoa ❷bình cắm hoa; lọ cắm hoa

【花茶】huāchá<名>trà ướp hoa; chè hương: 玫瑰~ chè hoa hồng

【花车】huāchē<名>xe hoa

【花痴】huāchī<名>tình si; kẻ si mê với dị tính hoặc đồng tính (phần lớn chỉ nữ giới)

【花池子】huāchízi<名>bồn hoa

【花丛】huācóng<名>lùm hoa; cụm hoa

【花旦】huādàn<名>[戏曲]hoa đán; kép đào (diễn viên đóng vai con gái có tính cách hoạt bát hoặc phóng đãng đanh đá, trong hí khúc Trung Quốc): 名~ vai hoa đán nổi tiếng

【花灯】huādēng<名>đèn hoa; hoa đăng: 赏~ ngắm đèn hoa đăng; ~戏 kịch hoa đăng

【花点子】huādiǎnzi<名>❶ngón bịp ❷hoa mĩ viển vông

【花店】huādiàn<名>quầy bán hoa; cửa hiệu bán hoa

【花雕】huādiāo<名>rượu vang Hoa Điêu (một loại rượu vang ngon của Thiệu Hưng, tỉnh Chiết Giang. Trên vò rượu có chạm hoa nên có tên như vậy)

【花掉】huādiào<动>tiêu mất: 你真奢侈, 买个手袋就~几千元钱。Bà thật là xa hoa, mua một cái xắc mà tiêu mất mấy nghìn tệ.

【花朵】huāduǒ<名>bông hoa; đóa hoa

【花萼】huā'è<名>đài hoa

【花儿】huā'ér<名>hát Hoa; Hoa nhi (một làn điệu dân ca miền Tây Bắc Trung Quốc)

【花房】huāfáng<名>nhà kính ấm trồng hoa

【花肥】huāféi<名>❶phân bón thúc cho (bông, rau cải dầu) ra nhiều hoa ❷phân bón cho chậu hoa

【花费】huāfèi<动>tiêu phí; tốn kém: 新居装修~很大。Trang trí nội thất cho nhà mới rất tốn kém.

【花粉】huāfěn<名>❶phấn hoa ❷[中药] thiên hoa phấn

【花岗岩】huāgāngyán❶đá hoa cương: ~浮雕 phù điêu đá hoa cương ❷cứng nhắc: ~脑袋 đầu óc cứng nhắc

【花梗】huāgěng<名>cuống hoa

【花骨朵儿】huāgūduor<名>nụ hoa

【花鼓】huāgǔ<名>múa trống hoa

【花鼓戏】huāgǔxì<名>kịch Trống hoa

【花冠】¹huāguān<名>tán hoa

【花冠】²huāguān<名>[旧]mũ hoa (của cô dâu)

【花好月圆】huāhǎo-yuèyuán trăng tròn hoa thắm; hoa đẹp trăng tròn; vuông tròn đôi lứa (lời chúc buổi tân hôn)

【花红】¹huāhóng<名>[植物](cây, quả) một loại táo Trung Quốc

【花红】²huāhóng<名>❶đồ dẫn cưới; lễ dẫn cưới: 他家女儿出嫁，得到了不少~。Nhà ấy gả con gái nhận được nhiều đồ dẫn cưới. ❷tiền hoa hồng; tiền lời

【花红柳绿】huāhóng-liǔlǜ❶hoa thắm liễu xanh ❷sặc sỡ

【花花肠子】huāhuachángzi mánh khóe; mánh lới

【花花公子】huāhuā-gōngzǐ công tử nhà giàu; cậu ấm; công tử bột

【花花绿绿】huāhuālǜlǜ màu sắc rực rỡ; màu sắc lòe loẹt

【花花世界】huāhuā-shìjiè nơi phồn hoa; thế giới ăn chơi; chốn phồn hoa; chốn bụi trần

【花环】huāhuán<名>❶tràng hoa ❷vòng hoa

【花卉】huāhuì<名>❶hoa cỏ ❷tranh Trung Quốc vẽ về cỏ hoa

【花季】huājì<名>❶mùa hoa nở ❷tuổi hoa; tuổi dậy thì

【花甲】huājiǎ<名>hoa giáp; sáu mươi tuổi: 年逾~ đã trên 60 tuổi

【花架子】huājiàzi<名>❶(động tác võ thuật đẹp mắt nhưng không thực dụng) hoa lá ❷mẽ bên ngoài

【花匠】huājiàng<名>❶thợ làm vườn ❷thợ cây cảnh

【花椒】huājiāo<名>❶cây tần bì gai ❷hạt hoa tiêu

【花轿】huājiào<名>[旧]kiệu hoa: 大姑娘上~，头一回。Cô gái lên kiệu hoa, lần đầu tiên.

【花镜】huājìng<名>kính viễn; kính lão

【花卷】huājuǎn<名>bánh mì hấp (hình xoáy trôn ốc)

【花篮】huālán<名>❶lẵng hoa; giỏ hoa: 新开张的饭店大门两边摆着不少~。Hai bên cổng lớn nhà hàng mới khai trương bày nhiều lẵng hoa. ❷chiếc làn hoa có hoa văn: 她是编~的能手。Cô ấy rất sành việc đan làn hoa.

【花蕾】huālěi<名>nụ hoa; búp hoa

【花里胡哨】huālihúshào❶lòe loẹt phù phiếm: 打扮得~ ăn mặc lòe loẹt phù phiếm ❷hào nhoáng; hoa hòe hoa sói

【花梨木】huālímù<名>gỗ sưa

【花脸】huāliǎn<名>[戏曲]vai tuồng cương trực, nóng nảy (mặt vẽ đen trắng trông dữ tợn)

【花柳病】huāliǔbìng<名>bệnh hoa liễu; bệnh da liễu; giang mai; tim la

【花露水】huālùshuǐ<名>nước hoa

【花蜜】huāmì<名>❶mật hoa ❷mật ong

【花苗】huāmiáo<名>❶cây hoa giống (cây ươm để trồng) ❷cây bông giống (cây ươm để trồng)

【花名册】huāmíngcè<名>danh sách: 班上的~ danh sách học sinh trong lớp

【花木】huāmù<名>hoa; cây cảnh: ~葱茏 hoa tươi cỏ thắm

【花农】huānóng<名>nhà nông trồng hoa

【花炮】huāpào<名>pháo hoa và pháo tét

【花盆】huāpén<名>chậu hoa; bồn hoa

【花瓶】huāpíng<名>bình cắm hoa

【花圃】huāpǔ<名>vườn ươm hoa: 参观~ tham quan vườn ươm hoa

【花期】huāqī<名>❶thời kì ra hoa ❷giai đoạn hoa nở đến rụng

【花旗】huāqí<名>Hoa Kì (nước Mĩ)

【花旗参】huāqíshēn<名>sâm Hoa Kì; dương sâm

【花前月下】huāqián-yuèxià dưới bóng trăng, trước bồn hoa; ví những nơi lãng mạn

【花钱】huāqián<动>tiêu tiền: ~如流水 tiêu tiền như nước

【花枪】huāqiāng<名>❶cây giáo ngắn ❷trò bịp: 你和我要~? Anh định giở trò bịp tôi hả?

【花腔】huāqiāng<名>❶[音乐]giọng luyến láy ❷lời đường mật

【花圈】huāquān<名>vòng hoa

【花拳绣腿】huāquán-xiùtuǐ võ biểu diễn (đẹp nhưng ít tác dụng trong giao chiến)

【花容月貌】huāróng-yuèmào mặt hoa da phấn; hoa sắc nguyệt dung

【花蕊】huāruǐ<名>nhụy hoa (nhị hoa)

【花色】huāsè<名>❶màu sắc và vân hoa: 纺织品的~过于单调。 Màu sắc và vân hoa của loại vải này quá đơn điệu. ❷kiểu dáng: ~繁杂 kiểu dáng phong phú

【花纱布】huā-shā-bù<名>bông vải sợi

【花哨】huāshao<形>❶sặc sỡ: 穿着~ ăn mặc sặc sỡ ❷nhiều kiểu dáng: 报刊上的广告越来越~。 Quảng cáo in ấn trên sách báo ngày càng hoa hoét.

【花生】huāshēng<名>(cây, hạt) lạc; đậu phộng

【花生米】huāshēngmǐ<名>lạc nhân

【花生油】huāshēngyóu<名>dầu lạc

【花市】huāshì<名>chợ hoa: 春节的~越来越热闹。 Chợ hoa Tết ngày càng đông vui.

【花饰】huāshì<名>hoa văn trang trí

【花束】huāshù<名>bó hoa

【花坛】huātán<名>bồn hoa; luống hoa

【花天酒地】huātiān-jiǔdì ăn chơi đàng điếm; rượu chè be bét

【花纹】huāwén<名>hoa văn

【花销】huāxiao[口]❶<动>tiêu; tiêu pha: 他~起来总是大手大脚。 Ông ấy mà tiêu pha thì mạnh tay lắm. ❷<名>chi phí; chi tiêu: 这个月的~有点紧。 Tình hình chi tiêu của tháng này có phần căng thẳng. ❸<名>[旧] hoa hồng

【花心】huāxīn❶<名>hoa tâm; tình cảm không chung thủy ❷<形>không trung thành

【花絮】huāxù<名>tin ngoài lề

【花言巧语】huāyán-qiǎoyǔ❶nói ngon nói ngọt: 他整天~, 变着法儿骗人。 Nó suốt ngày nói ngon nói ngọt, tìm mọi cách bịp người. ❷lời đường mật; lời ngon ngọt: 他的那套~, 我早有领教。 Những lời đường mật của anh ta, tôi đã được nếm thử từ lâu.

【花眼】huāyǎn❶<名>[医学]mắt viễn; mắt lão; mắt mờ ❷<动>chói mắt; hoa mắt; lóa mắt

【花样】huāyàng<名>❶kiểu hoa văn; chủng loại; kiểu dáng: ~百出 chủng loại đủ kiểu ❷mẫu thêu: ~很美 mẫu thêu rất đẹp ❸mánh khóe; trò bịp: 玩~ giở mánh khóe

【花椰菜】huāyēcài<名>rau xúp lơ

【花园】huāyuán<名>vườn hoa

【花展】huāzhǎn<名>triển lãm hoa: 春节~ triển lãm hoa dịp Tết xuân

【花招儿】huāzhāor<名>❶miếng võ đẹp; miếng võ hoa lá ❷trò bịp; mánh khóe: 你这次又想玩什么~? Lần này anh lại định giở trò bịp gì?

【花枝招展】huāzhī-zhāozhǎn ăn mặc đẹp như hoa; trang điểm lộng lẫy

【花烛】huāzhú<名>đuốc hoa

【花子】huāzi<名>người ăn mày

【花籽儿】huāzǐr<名>❶hạt giống hoa ❷[方] hạt bông

哗 huā<拟>róc rách
另见huá

【哗啦】huālā<拟>rầm ào: 大雨~啦地下个不停。Mưa ào ào không ngớt.

huá

划[1] huá<动>chèo; bơi

划[2] huá<动>đáng: ~算 bõ/đáng

划[3] huá<动>bổ; rạch; cắt; quệt; xước: ~玻璃 cắt kính; ~根火柴 quệt một que diêm
另见huà

【划不来】huábulái không đáng giá; không xứng: 吃个早餐也要排那么长的队，真~。Ăn sáng mà phải xếp hàng dài thế thì thật không bõ.

【划船】huáchuán<动>chèo thuyền; bơi thuyền

【划得来】huádelái đáng giá

【划拉】huála<动>[方]❶phùi sạch; phùi bụi ❷bôi phết tùy tiện; viết ẩu ❸tìm kiếm ❹vơ

【划拳】huáquán<动>(trò chơi) đoán ngón tay (sái mả)

【划算】huásuàn❶<动>tính; tính toán ❷<形>có lợi; đáng giá

【划艇】huátǐng<名>❶[体育]môn bơi thuyền ❷thuyền bơi

【划行】huáxíng<动>bơi; chèo (thuyền)

【划子】huázi<名>chiếc thuyền bơi (thuyền nhỏ bơi bằng mái chèo): 皮~ xuồng cao su

华[1] huá❶<形>rực rỡ: ~美 đẹp rực rỡ; ~丽 hoa lệ ❷<形>(dồi dào, sung túc) hoa: 繁~ phồn hoa; 荣~ vinh hoa ❸<形>xa xi: 浮~

phù hoa; 朴实无~ chất phác không hoa hoét ❹<形>(tóc) hoa râm; muối tiêu: ~发 tóc hoa râm ❺<名>tinh hoa; tinh túy: 英~ anh hoa/tinh hoa; 才~ tài hoa ❻<名>thời gian: 似水年~ thời gian trôi đi như nước chảy ❼<形>[书](từ tôn kính) của quý ngài: ~诞 sinh nhật của quý ngài/sinh nhật của quý bà; ~宗 người cùng họ với ngài ❽<名>quầng (của mặt trời, mặt trăng)

华[2] Huá<名>❶Hoa; Trung Quốc: ~夏 Hoa Hạ ❷tiếng Hoa; tiếng Hán: ~越词典 từ điển Hoa-Việt //(姓) Hoa

华[3] huá<名>cặn lắng
另见Huà

【华北】Huáběi<名>Hoa Bắc (miền bắc Trung Quốc, bao gồm: tỉnh Hà Bắc, tỉnh Sơn Tây, thành phố Bắc Kinh, thành phố Thiên Tân và khu tự trị Nội Mông): ~平原 đồng bằng Hoa Bắc

【华表】huábiǎo<名>[书]hoa biểu (cột đá lớn được chạm khắc công phu dựng trước cổng cung điện, lăng mộ thời xưa của Trung Quốc)

【华诞】huádàn<名>[书](từ tôn kính) sinh nhật của quý ngài (hoặc quý bà)

【华灯】huádēng<名>đèn hoa; đèn sáng rực rỡ: ~初上 đèn hoa vừa sáng lên

【华东】Huádōng<名>Hoa Đông (miền đông Trung Quốc gồm: tỉnh Sơn Đông, tỉnh Giang Tô, tỉnh Chiết Giang, tỉnh An Huy, tỉnh Giang Tây, tỉnh Phúc Kiến, tỉnh Đài Loan và thành phố Thượng Hải): 上海地处~地区。Thượng Hải nằm ở vùng Hoa Đông.

【华而不实】huá'érbùshí bề ngoài hào nhoáng, bên trong rỗng tuếch; chỉ được cái mẽ

【华尔街】Huá'ěr Jiē<名>phố U-ôn (một đường phố ở Niu-oóc nước Mĩ)

【华尔兹】huá'ěrzī<名>điệu nhảy van

H

【华贵】huáguì〈形〉❶đẹp và quý; quý giá: ~ 的服饰 bộ trang phục hào hoa ❷giàu sang: 雍容~ hào hoa quý phái

【华丽】huálì〈形〉lộng lẫy; hoa lệ: 装饰~ trang trí lộng lẫy

【华美】huáměi =【华丽】

【华南】Huánán〈名〉Hoa Nam (miền nam Trung Quốc gồm: tỉnh Quảng Đông, Khu tự trị dân tộc Choang Quảng Tây, tỉnh Hải Nam, đặc khu Hồng Kông và Áo Môn)

【华侨】huáqiáo〈名〉Hoa kiều: 爱国~ Hoa kiều yêu nước

【华人】huárén〈名〉❶người Hoa; người Trung Quốc ❷người gốc Hoa

【华氏温度】Huáshì wēndù nhiệt độ F

【华文】Huáwén〈名〉Hoa văn

【华西】Huáxī〈名〉Hoa Tây (miền thượng du sông Trường Giang, vùng Tứ Xuyên và Trùng Khánh Trung Quốc)

【华夏】Huáxià〈名〉Hoa Hạ (tên cổ của Trung Quốc): ~子孙 con cháu Hoa Hạ

【华裔】huáyì〈名〉Hoa kiều đã nhập quốc tịch nước sở tại; người gốc Hoa

【华语】Huáyǔ〈名〉tiếng Hán; tiếng Hoa

【华中】Huázhōng〈名〉Hoa Trung (miền trung du sông Trường Giang, vùng Hồ Bắc, Hồ Nam và Hà Nam Trung Quốc)

哗 huá〈动〉ồn ào; ầm ĩ: 寂静无~ im lặng không ồn; 全体大~。 Mọi người ồn ào cả lên.

另见 huā

【哗变】huábiàn〈动〉(quân đội) đột nhiên nổi loạn; bất ngờ chống lệnh

【哗然】huárán〈形〉ồn ào; xôn xao: 一片~ gây xôn xao cả lên

【哗众取宠】huázhòng-qǔchǒng phỉnh phờ lấy lòng quần chúng

滑 huá❶〈形〉trơn; nhẵn: 下雨以后地很~。 Sau cơn mưa đường rất trơn. 桌面很光~。 Mặt bàn rất bóng nhẵn. ❷〈动〉trượt: ~了一跤 trượt chân bị ngã ❸〈形〉xảo trá; xảo quyệt: 耍~ giở trò xảo trá ❹〈动〉đánh lộn sòng: 罪犯休想~脱了。 Tội phạm cho dù có đánh lộn sòng cũng đừng hòng thoát thân. //(姓) Hoạt

【滑板】huábǎn〈名〉[体育]❶ván trượt ❷môn trượt ván

【滑冰】huábīng❶〈名〉[体育]môn thể thao trượt băng ❷〈动〉trượt băng; lướt trên băng

【滑草】huácǎo〈动〉trượt cỏ

【滑车】huáchē〈名〉[机械]ròng dọc

【滑道】huádào〈名〉đường trượt; cầu trượt; dốc lao; đường lao

【滑动】huádòng〈动〉trượt; lướt: ~箱子比用手提省力。 Kéo va li có bánh trượt nhẹ nhàng hơn phải xách bằng tay.

【滑竿】huágān〈名〉cáng ghế bành (cáng có hai đòn khiêng do hai người khiêng)

【滑旱冰】huá hànbīng trượt pa-tanh: ~受到不少青少年的喜爱。 Môn trượt pa-tanh được không ít thanh thiếu niên ưa thích.

【滑稽】huájī〈形〉hài hước; khôi hài: ~画 tranh hài hước; ~故事 chuyện hài hước

【滑稽戏】huájīxì〈名〉[戏曲]kịch hài hước; kịch khôi hài (một loại hát nói địa phương của Thượng Hải, Tô Châu, Hàng Châu)

【滑跤】huájiāo〈动〉trượt ngã trên mặt băng

【滑溜】huáliu〈形〉[口]bóng láng; nhẵn thín

【滑熘】huáliū〈动〉rán rồi tẩm bột loãng dim hoặc xào xền xệt

【滑轮】huálún〈名〉ròng rọc; puli

【滑腻】huánì〈名〉nhẵn nhụi; trơn tru; mịn màng (nói về da dẻ): 肌肤~ da dẻ mịn màng

【滑坡】huápō〈动〉❶[地质]lở đất; lở núi; xa sút ❷thụt lùi; xuống dốc: 质量~ chất lượng thụt lùi

【滑沙】huáshā〈名〉trò chơi trượt cát

【滑石】huáshí〈名〉[矿业]hoạt thạch; tan-cơ

【滑水】huáshuǐ<名>[体育]môn trượt nước

【滑梯】huátī<名>cầu trượt (của trẻ em): 小孩喜欢玩~。Các cháu rất thích chơi cầu trượt.

【滑天下之大稽】huá tiānxià zhī dà jī chuyện làm cho thiên hạ nực cười

【滑头】huátóu❶<名>kẻ xảo trá; kẻ ranh ma: 老~ tên trùm xảo trá ❷<形>xảo trá; ranh ma: ~滑脑 ranh ma xảo trá

【滑翔】huáxiáng<动>lượn; liệng

【滑翔机】huáxiángjī<名>tàu lượn

【滑行】huáxíng<动>❶trượt: 飞机在跑道上~。Máy bay đang trượt trên đường băng. ❷trượt theo đà

【滑雪】huáxuě<动>trượt tuyết

【滑雪板】huáxuěbǎn<名>ván trượt tuyết

huà

化¹ huà❶<动>hóa; làm biến đổi; đổi: 千变万~ biến đổi khôn lường ❷<动>cảm hóa; biến: ~敌为友 biến thù thành bạn ❸<动>chảy; tan: 雪~了。Tuyết tan rồi. ❹<动>tiêu; tiêu hóa: 止咳~痰 tiêu đờm cầm ho ❺<动>đốt; thiêu: 火~ dùng lửa đốt/hỏa táng ❻<动>(sư, đạo sĩ) hóa; chết: 羽~ hóa tiên/về chầu Phật ❼<名>hóa học: 物理和~学 lí hóa ❽(hậu tố) hóa: 现代~工业 công nghiệp hiện đại hóa; 干部队伍年轻~ trẻ hóa đội ngũ cán bộ // (姓) Hóa

化² huà<动>khuyến giáo

【化肥】huàféi<名>phân hóa học

【化粪池】huàfènchí<名>bể phân; hố phân

【化腐朽为神奇】huà fǔxiǔ wéi shénqí biến mục nát (hỏng) thành thần kì; biến dở thành hay

【化干戈为玉帛】huà gāngē wéi yùbó biến gươm giáo thành ngọc lụa; biến chiến tranh thành hòa bình

【化工】huàgōng<名>công nghiệp hóa chất: ~产品 sản phẩm hóa chất

【化合】huàhé<动>[化学]hóa hợp

【化合物】huàhéwù<名>hợp chất

【化解】huàjiě<动>hóa giải; loại bỏ; gạt bỏ; loại trừ: ~心中疑虑 loại bỏ sự nghi ngại trong lòng

【化疗】huàliáo<动>chữa bệnh (ung thư ác tính) bằng hóa dược; hóa liệu pháp; hóa thị

【化名】huàmíng❶<动>dùng bí danh; dùng tên giả: 他~实施了多起诈骗。Hắn dùng tên giả để thực thi nhiều vụ lừa đảo. ❷<名>bí danh; tên giả: 警方目前只知道疑犯的~。Hiện giờ cảnh sát chỉ biết bí danh của nghi can.

【化脓】huànóng<动>mưng; mưng mủ

【化身】huàshēn<名>❶hóa thân ❷hiện thân

【化石】huàshí<名>hóa thạch

【化痰】huàtán<动>khứ đờm; tan đờm

【化为泡影】huàwéi-pàoyǐng biến thành bọt nước; hoàn toàn thất vọng

【化为乌有】huàwéi-wūyǒu tan ra mây khói; đi đời nhà ma: 最终一切~。Rốt cuộc mọi thứ đều tan ra mây khói.

【化纤】huàxiān<名>sợi hóa học

【化险为夷】huàxiǎnwéiyí biến nguy hiểm thành an toàn

【化学】huàxué<名>hóa học: ~成分 thành phần hóa học; ~符号 kí hiệu hóa học

【化学反应】huàxué fǎnyìng phản ứng hóa học

【化学元素】huàxué yuánsù nguyên tố hóa học

【化学原料】huàxué yuánliào nguyên liệu hóa chất

【化验】huàyàn<动>hóa nghiệm; phân chất: ~水质 hóa nghiệm chất nước

【化缘】huàyuán<动>[宗教]hóa duyên (sư, đạo sĩ đi xin bố thí)

【化整为零】huàzhěngwéilíng sẻ chẵn ra

H

lẻ; chia thành tốp nhỏ

【化妆】huàzhuāng〈动〉trang điểm: ~品 đồ trang điểm/phấn son

【化装】huàzhuāng〈动〉❶hóa trang: 演员 ~ diễn viên hóa trang; ~室 phòng hóa trang ❷hóa trang; cải trang: 为了了解真相，记者~成民工深入调查。Để tìm hiểu sự thật, phóng viên cải trang thành dân công đi sâu điều tra.

划¹ huà〈动〉❶vạch; chia: ~等级 phân chia cấp hạng ❷chuyển: ~款 chuyển khoản ❸hoạch định bày; đặt: 谋~ bày mưu ❹đánh dấu; vạch

划² huà〈名〉nét (chữ Hán): 笔~ nét bút
另见huá

【划拨】huàbō〈动〉❶chuyển cho: 把机械厂节余的钢材~给农具厂。Số vật liệu thép thừa của nhà máy cơ giới chuyển cho nhà máy nông cụ. ❷chia cho; phân phát: ~尾款 chia khoản tiền còn lại

【划定】huàdìng〈动〉hoạch định; phân định: ~范围 phân định phạm vi

【划分】huàfēn〈动〉❶phân chia; phân định: 这一内容可以~为两个部分。Nội dung này có thể phân chia thành hai bộ phận. ❷phân biệt: ~阶级 phân biệt giai cấp

【划归】huàguī〈动〉quy cho; quy vào: ~他管辖 quy vào phạm vi quản lí của anh ấy

【划痕险】huàhénxiǎn〈名〉bảo hiểm bị xước (xe ô tô)

【划价】huàjià〈动〉(quầy thuốc của bệnh viện) ghi tiền thuốc và các khoản phí tổn điều trị khác vào đơn thuốc

【划款】huàkuǎn〈动〉chuyển khoản; cấp vốn; cấp ngân sách: 由财政厅~ do Sở Tài chính cấp ngân sách

【划清】huàqīng〈动〉phân rõ: ~界限 phân rõ giới hạn/phân rõ ranh giới

【划时代】huàshídài vạch thời đại: ~的意义 mang ý nghĩa vạch thời đại

【划一】huàyī❶〈形〉đồng loạt; thống nhất: 大小~ thống nhất về kích cỡ ❷〈动〉thống nhất: ~体例 thống nhất thể lệ

【划一不二】huàyī-bù'èr❶chỉ một giá; giá cố định ❷bất di bất dịch; cứng nhắc

华 Huà〈名〉núi Hoa Sơn // (姓) Hoa
另见huá

【华山】Huà Shān〈名〉núi Hoa Sơn, nằm ở tỉnh Thiểm Tây Trung Quốc, còn gọi là Tây Nhạc (trong Ngũ Nhạc)

画¹ huà❶〈动〉vẽ; họa: ~画 vẽ tranh ❷〈动〉trang trí bằng tranh: ~堂 phòng tranh ❸〈名〉tranh: 国~ tranh Trung Quốc/Tranh mực Nho // (姓) Họa, Hoạch

画² huà❶〈动〉kẻ; vạch: ~线 kẻ một đường ❷〈名〉nét ngang (của chữ Hán): 一笔一 ~ từng nét một/đường ngang nét dọc ❸〈量〉nét: "大" 字有三~。Chữ "大" có ba nét. ❹〈名〉[方]nét bút

【画板】huàbǎn〈名〉bàn vẽ; bảng vẽ

【画报】huàbào〈名〉báo ảnh; họa báo: 人民 ~ Họa báo Nhân dân

【画笔】huàbǐ〈名〉bút vẽ

【画饼充饥】huàbǐng-chōngjī đói ăn bánh vẽ

【画册】huàcè〈名〉tập tranh

【画等号】huà děnghào tương đương; bằng

【画地为牢】huàdì-wéiláo quy định phạm vi hoạt động; bó chân trong khung cảnh nhỏ hẹp; không được ra khỏi phạm vi quy định

【画法】huàfǎ〈名〉lối vẽ; cách vẽ: 西洋~ cách vẽ phương Tây

【画幅】huàfú〈名〉❶bức tranh; bức họa ❷kích thước bức tranh

【画稿】huàgǎo❶〈动〉kí phê chuẩn ❷〈名〉bản thảo tranh vẽ; sơ cảo tranh: 临摹~ bản phác họa về vẽ mô phòng

【画工】huàgōng<名>❶thợ vẽ ❷công việc vẽ

【画功】huàgōng<名>kĩ nghệ vẽ: ~精湛 kĩ nghệ vẽ điêu luyện

【画供】huàgòng<动>[法律](phạm nhân) kí tên điểm chỉ vào bản cung

【画虎画皮难画骨，知人知面不知心】huà hǔ huà pí nán huà gǔ, zhī rén zhī miàn bù zhī xīn họa hổ họa bì nan họa cốt, tri nhân tri diện bất tri tâm; hiểu thấu lòng người khó như vẽ xương hổ

【画虎类犬】huàhǔ-lèiquǎn vẽ hổ thành chó; bắt chước không đến nơi đến chốn

【画夹】huàjiā<名>cái cặp (kẹp) giấy vẽ

【画家】huàjiā<名>họa sĩ

【画架】huàjià<名>giá vẽ

【画句号】huà jùhào đặt dấu chấm (việc làm xong): 这件事终于画上了圆满的句号。Chuyện này rốt cuộc đã đặt dấu chấm tốt đẹp.

【画卷】huàjuàn<名>❶cuộn tranh ❷ví cảnh tượng tráng lệ như bức tranh

【画框】huàkuàng<名>khung ảnh

【画廊】huàláng<名>❶hành lang có vẽ tranh trên trần trên xà cột ❷phòng trưng bày (triển lãm) tranh

【画龙点睛】huàlóng-diǎnjīng vẽ rồng điểm mắt

【画眉】huàméi<名>[动物](chim) họa mi

【画面】huàmiàn<名>[电影]hình ảnh trên tranh; hình ảnh trên màn hình

【画片】huàpiàn<名>tranh (nhỏ)

【画圈儿】huàquānr<动>chấm: ~同意 chấm đồng ý

【画蛇添足】huàshé-tiānzú vẽ rắn thêm chân; làm điều thừa

【画师】huàshī<名>❶họa sĩ ❷thợ vẽ: 宫廷~ thợ vẽ cung đình

【画十字】huà shízì❶vẽ chữ thập; vẽ dấu cộng (thay cho chữ kí của người không biết chữ) ❷[宗教](tín đồ đạo Ki tô) làm dấu thánh: ~祈祷 làm dấu thánh cầu nguyện

【画室】huàshì<名>phòng vẽ tranh

【画坛】huàtán<名>giới hội họa: ~巨匠 nghệ sĩ danh tiếng giới hội họa

【画图】huàtú❶<名>bức tranh; bức họa đồ (thường dùng để ví von): 眼前的风景如~。Thắng cảnh trước mặt tựa tranh họa đồ. ❷<动>vẽ: 他在设计院里负责~。Anh ấy phụ trách khâu vẽ kĩ thuật tại Viện thiết kế.

【画外音】huàwàiyīn<名>[电影]âm thanh ngoài hình ảnh (trên màn ảnh)

【画像】huàxiàng❶<动>vẽ chân dung; truyền thần: 他在街头给人~。Anh ấy vẽ truyền thần trên phố. ❷<名>chân dung:革命战士的~ chân dung người chiến sĩ cách mạng

【画押】huàyā<动>[旧]kí duyệt (vào công văn, giấy tờ): 签字~ kí vào công văn

【画院】huàyuàn<名>viện họa (cơ quan vẽ tranh cho cung đình thời xưa); viện hội họa

【画展】huàzhǎn<名>triển lãm tranh: 举办~ tổ chức triển lãm tranh

【画中人】huàzhōngrén<名>người trong tranh; nhân vật trong tranh

【画作】huàzuò<名>tác phẩm tranh họa: 欣赏~ thưởng thức tác phẩm tranh họa

话huà❶<名>lời; tiếng thoại: 说~ nói chuyện ❷<名>tiếng địa phương: 广东~ tiếng Quảng Đông ❸<动>nói; kể

【话别】huàbié<动>chuyện trò lúc chia tay: 他俩在机场依依~。Hai người trò chuyện bịn rịn trong buổi tiễn chân tại sân bay.

【话柄】huàbǐng<名>chuỗi lời nói; điểm dễ bị người ta bắt bẻ trong lời nói: 小心被他人抓住了~。Cẩn thận bị người ta bắt bẻ.

【话不投机】huàbùtóujī lời không ăn ý: ~半句多 Lời không ăn ý nửa câu cũng thừa.

【话茬儿】huàchár<名>[方]❶lời ❷giọng nói; khẩu khí

【话费】huàfèi<名>cước phí điện thoại

【话锋】huàfēng<名>đầu câu chuyện: 几句 开场白后，她~一转进入了主题。Sau vài câu mở đầu, chị ấy đã xoay ngay vào chủ đề câu chuyện.

【话机】huàjī<名>máy điện thoại

【话家常】huà jiācháng kể chuyện phiếm; tán gẫu

【话旧】huàjiù<动>hàn huyên chuyện cũ; kể lại chuyện xưa

【话剧】huàjù<名>kịch nói

【话里有话】huàlǐ-yǒuhuà lời nói có ẩn ý; nói xa xôi bóng gió

【话梅】huàméi<名>ô mai

【话说】huàshuō<动>❶chuyện kể rằng (lời mở đầu thường dùng trong tiểu thuyết cũ của Trung Quốc) ❷nói; kể; nói về: 《~漓 江》Câu chuyện Li giang

【话题】huàtí<名>đầu đề câu chuyện

【话筒】huàtǒng<名>❶ống nói ❷micrô ❸cái loa

【话头】huàtóu<名>đầu mối câu chuyện: 他 转了个~又说起来。Anh ấy chuyển qua đầu câu chuyện khác rồi tiếp tục nói.

【话务员】huàwùyuán<名>nhân viên tổng đài điện thoại

【话匣子】huàxiázi<名>[方]❶máy hát; máy thu thanh ❷con khướu; mạch câu chuyện, cái máy nói (chỉ người nói nhiều): 奶奶的 ~一打开就说个没完。Cứ vào mạch câu chuyện là bà nội tôi nói mãi không hết.

【话音】huàyīn<名>❶tiếng nói: ~未落，只 听外面一声巨响。Tiếng nói chưa dứt, đã nghe một tiếng nổ lớn ở bên ngoài。❷[口] giọng nói; điệu nói: 听他的~儿，准是另有 打算。Nghe giọng nói của anh ấy, chắc là

có ý định khác.

【话语】huàyǔ<名>lời nói; nói năng

【话语权】huàyǔquán<名>quyền phát biểu; quyền được nói; quyền quyết định: 公司的 ~掌握在他一人手里。Quyền quyết định trong công ti nằm trong tay ông ấy.

huái

怀huái❶<名>ngực; trước ngực; lòng: 把 孩子抱在~里。Ôm con vào lòng。❷<名> bụng; bụng dạ: 耿耿于~ canh cánh trong lòng ❸<动>nhớ; nhớ nhung: ~念 tưởng nhớ ❹<动>mang: ~胎 mang thai; ~孕 chửa ❺<动>có trong lòng: 心~不满 mang sự bất mãn trong lòng //(姓)Hoài

【怀抱】huáibào❶<动>ôm trong lòng; ôm ấp: 雄心壮志 ôm ấp chí lớn trong lòng ❷<名>trước ngực; trong lòng: 回到母亲的 ~ trở về với mẹ ❸<动>ấp ủ trong lòng: ~着 远大的理想 ôm ấp một lí tưởng lớn lao cao xa ❹<名>[书]tấm lòng; tính toán: 别有~ có tính toán riêng ❺<名>[方]khi còn ẵm ngửa

【怀表】huáibiǎo<名>đồng hồ quả quýt

【怀才不遇】huáicái-bùyù có tài nhưng không gặp thời

【怀春】huáichūn<动>[书](thiếu nữ) ấp ủ tình xuân: 哪个少女不~? Cô gái nào mà chẳng ấp ủ tình xuân?

【怀古】huáigǔ<动>hoài cổ; luyến tiếc thuở xưa: 金陵~ Kim Lăng hoài cổ

【怀鬼胎】huái guǐtāi thầm mang ý xấu; có ý định xấu: 心~ mang ý định xấu

【怀恨】huáihèn<动>ôm hận; mang hận: ~ 在心 oán hận trong lòng

【怀旧】huáijiù<动>nhớ chuyện cũ người xưa

【怀恋】huáiliàn<动>nhớ nhung

【怀念】huáiniàn<动>tưởng nhớ; nhớ tiếc: ~

朋友 tưởng nhớ người bạn

【怀柔】huáiróu<动>dụ dỗ; lôi kéo: ~政策 chính sách dụ dỗ

【怀胎】huáitāi<动>mang thai; có thai: 十月 ~ mang thai 10 tháng

【怀乡】huáixiāng<动>hoài hương; nhớ quê

【怀想】huáixiǎng<动>nhớ; nhớ nhung

【怀疑】huáiyí<动>❶hoài nghi; nghi ngờ: 引起~ gây hoài nghi; 这个人很值得~。Người này thật đáng nghi ngờ. ❷đoán; nghĩ rằng: 我~这事难办成。Tôi nghĩ rằng việc này khó mà thành công đấy.

【怀有】huáiyǒu<动>mang: ~敌意 mang theo ý thức đối chọi

【怀孕】huáiyùn<动>có chửa; mang bầu; có thai; mang thai

淮 Huái<名>sông Hoài (bắt nguồn từ tỉnh Hà Nam, chảy qua tỉnh An Huy, vào tỉnh Giang Tô Trung Quốc): 江~ vùng giữa sông Trường Giang và Hoài Hà //(姓) Hoài

【淮北】Huáiběi<名>Hoài Bắc (vùng phía bắc sông Hoài, miền bắc tỉnh An Huy Trung Quốc)

【淮海】Huái-Hǎi<名>Hoài Hải (vùng phía bắc sông Hoài, trung tâm là Từ Châu và vùng Hải Châu-Tây nam cảng Liên Vân ngày nay)

【淮南】Huáinán<名>Hoài Nam (vùng phía nam sông Hoài, phía bắc sông Trường giang miền trung tỉnh An Huy Trung Quốc)

槐 huái<名>cây hòe //(姓) Hòe

【槐花】huáihuā<名>hoa hòe

踝 huái<名>mắt cá (chân)

【踝关节】huáiguānjié<名>khớp mắt cá chân

huài

坏 huài❶<形>tồi; kém: 好~不分 hồ đồ không phân định điều hay cái dở ❷<形> xấu: 坚决与~人做斗争 kiên quyết đấu tranh với kẻ xấu ❸<形>hỏng; hư: 自行车~了。Xe đạp hỏng rồi. ❹<动>làm cho hỏng; làm cho hư: ~事了! Hỏng việc rồi! ❺<形>quá; rất: 急~了! Sốt ruột quá! ❻<名>ý đồ xấu: 小心他背后使~。Cẩn thận nó ngầm giở trò xấu.

【坏处】huàichù<名>chỗ xấu; chỗ dở

【坏蛋】huàidàn<名>[口]đồ khốn; đồ đều

【坏东西】huàidōngxi =【坏人】

【坏话】huàihuà<名>❶lời (nói) sai; lời (nói) dở; lời không lọt tai: 无论好话~他都认真倾听。Bất kể là lời ngon tiếng ngọt hay lời không lọt tai ông ấy đều chăm chú lắng nghe. ❷nói xấu: 在背后说人~影响团结。Ngầm nói xấu người khác làm ảnh hưởng đoàn kết.

【坏人】huàirén<名>người xấu: ~终会有恶报。Kẻ xấu sẽ tự chuốc lấy ác báo.

【坏人坏事】huàirén-huàishì người xấu việc xấu

【坏事】huàishì❶<动>hỏng việc: 千万要小心，别坏了事。Cần hết sức thận trọng kẻo hỏng việc. ❷<名>việc xấu; việc có hại: ~变成好事。Việc xấu trở thành việc tốt.

【坏水】huàishuǐ<名>ý đồ xấu; tâm địa xấu

【坏死】huàisǐ<动>hoại tử: 骨头~ xương bị hoại tử

【坏习惯】huàixíguàn<名>thói quen xấu: 不要养成~。Chớ hình thành thói quen xấu.

【坏心眼儿】huàixīnyǎnr<名>xấu bụng; ý định xấu

【坏血病】huàixuèbìng<名>bệnh scô-bút; bệnh hoại huyết

【坏账】huàizhàng<名>khoản khó đòi; khoản khó thu: 处理呆账~ xử lí khoản nợ khó đòi

H

huān

欢 huān<形>❶vui; hoan hỉ: ~唱 hát vui ❷yêu thích; vui thích: 孩子们真~。Trẻ em thật vui thích. ❸[方]sôi nổi: 篝火烧得正~。Những ngọn đuốc bập bùng reo vui.

【欢畅】huānchàng<形>vui vẻ; phấn khởi: 群情~ đoàn người hân hoan phấn khởi

【欢度】huāndù<动>vui; chào mừng; vui ngày lễ: ~国庆 chào mừng Quốc khánh

【欢歌】huāngē❶<动>vui vẻ ca hát: 旅途中大家一路~，热闹极了。Mọi người cất tiếng hát vui trong suốt hành trình, bầu không khí hết sức vui nhộn. ❷<名>tiếng hát vui tươi; tiếng hát rộn ràng: ~迎新春 tiếng hát vui rộn ràng đón xuân

【欢呼】huānhū<动>hoan hô

【欢聚】huānjù<动>vui sum họp: ~一堂 sum họp vui vầy/vui đoàn tụ

【欢快】huānkuài<形>vui vẻ thoải mái; vui tươi: ~的步伐 nhịp bước vui tươi

【欢乐】huānlè<形>vui; vui mừng

【欢庆】huānqìng<动>chào mừng; chúc mừng; mừng; đón mừng

【欢声】huānshēng<名>tiếng hoan hô: ~雷动 tiếng hoan hô vang lên như sấm dậy

【欢实】huānshi<形>[方]vui nhộn; nhộn; hăng khỏe: 你看，孩子们多~啊！Anh nhìn kìa, bọn trẻ nhộn quá!

【欢送】huānsòng<动>vui vẻ tiễn đưa

【欢腾】huānténg<动>reo vui; vui mừng hoa chân múa tay: 广场上一片~。Tiếng reo vui vang khắp quảng trường.

【欢天喜地】huāntiān-xǐdì vui nổ trời; vui mừng hớn hở

【欢喜】huānxǐ❶<形>vui sướng; niềm vui: 皆大~ mọi người đều hân hoan trong niềm vui ❷<动>thích; yêu thích: 这孩子讨人~。Cậu bé này thật dễ thương.

【欢笑】huānxiào<动>cười vui; vui cười

【欢心】huānxīn<名>yêu mến; vui lòng: 令人~ làm cho người ta vui lòng

【欢欣】huānxīn<形>hân hoan; vui mừng: ~鼓舞 hân hoan phấn khởi, đầy khích lệ

【欢颜】huānyán<名>[书]nét mặt vui tươi; vẻ vui sướng: 强作~ cố gắng giữ vẻ mặt vui tươi

【欢迎】huānyíng<动>❶chào đón; chào mừng: ~光临 chào mừng quý khách ❷hoan nghênh; hâm mộ; quý mến: 新上任的书记很受当地老百姓的~。Đồng chí bí thư mới nhậm chức rất được bà con địa phương quý mến.

【欢迎宴会】huānyíng yànhuì bữa tiệc chào mừng

【欢愉】huānyú<形>vui vẻ; vui sướng

【欢跃】huānyuè<动>vui sướng hoa chân múa tay

huán

还 huán<动>❶trở về; trở lại: ~家 trở về nhà ❷trả: ~钱 trả tiền ❸đáp lại; chống trả: ~嘴 cãi lại; ~手 đánh trả lại //(姓)Hoàn
另见hái

【还本】huánběn<动>trả lại vốn; giá lại gốc: ~付息 trả cả vốn lẫn lãi

【还魂】huánhún<动>sống lại; hoàn hồn

【还击】huánjī<动>đánh trả; giáng trả

【还价】huánjià<动>mặc cả (mà cả); trả giá: 讨价~ mặc cả giá

【还口】huánkǒu<动>cãi lại; vặc lại; đấu khẩu: 骂不~ bị mắng chửi mà không cãi lại

【还款】huánkuǎn<动>hoàn trả khoản tiền

【还礼】huánlǐ<动>❶đáp lại; đáp lễ; chào lại: 少先队员给航天英雄敬了个礼,他们也举手。Đội viên Thiếu niên tiền phong giơ tay chào anh hùng hàng không vũ trụ, các anh hùng cũng giơ tay chào đáp lễ các em. ❷biếu quà lại; tặng quà đáp lễ: 他们送的礼物那么贵重，我们要怎么~呢? Phía bạn đã tặng món quà quý cho chúng ta, chúng ta nên tặng quà đáp lễ thế nào cho phải?

【还清】huánqīng<动>trả hết; trả dứt: ~债务 trả hết tiền nợ

【还手】huánshǒu<动>đánh lại; giáng trả: 打不~ bị đánh mà không đánh lại

【还俗】huánsú<动>(sư, ni cô) hoàn tục; trở lại đời trần tục: 和尚~后依然过着清静的生活。Hòa thượng sau ngày hoàn tục vẫn sống cuộc sống thanh tịch yên ổn.

【还席】huánxí<名>tiệc đáp lễ; tiệc thết lại

【还乡】huánxiāng<动>hồi hương; về quê: 衣锦~ áo gấm về làng

【还原】huányuán<动>❶trở lại như cũ; hoàn nguyên ❷khử (ô-xy)

【还愿】huányuàn<动>❶lễ tạ (thần Phật): 到寺庙~ vào chùa làm lễ tạ ❷thực hiện lời hứa

【还债】huánzhài<动>trả nợ; trả tiền vay: 借债要~。Đã vay thì phải trả nợ.

【还账】huánzhàng<动>trả nợ; trả tiền hàng còn nợ

【还嘴】huánzuǐ<动>cãi lại; vặc lại: 看你还敢不敢~! Xem mày có còn dám cãi lại hay không!

环 huán❶<名>khuyên; vòng: 铁~ vòng sắt ❷<名>khâu: 这是工程的重要一~。Đây là một khâu quan trọng của công trình. ❸<动>bao quanh; xoay quanh: ~城铁路 đường sắt quanh thành ❹<量>điểm (trong bia bắn) // (姓) Hoàn

【环保】huánbǎo❶<名>bảo vệ môi trường: 我们应该提高全民的~意识。Chúng ta cần nâng cao ý thức toàn dân bảo vệ môi trường. ❷<形>có tính chất bảo vệ môi trường

【环保袋】huánbǎodài<名>túi tự phân hủy

【环抱】huánbào<动>bao quanh; bao bọc

【环城】huánchéng<动>vòng quanh thành phố; vành đai thành phố: ~公路 con đường quốc lộ vòng quanh thành phố

【环岛】huándǎo<名>vòng xuyến (ở ngã ba, ngã tư, ngã năm…)

【环顾】huángù<动>[书]nhìn quanh; nhìn chung quanh: ~四周 nhìn quanh

【环节】huánjié<名>❶phân đốt; đốt: ~动物 động vật phân đốt ❷khâu: 不能疏漏这一~。Không thể sơ suất bỏ qua khâu này.

【环境】huánjìng<名>❶môi trường; xung quanh: ~卫生 vệ sinh môi trường ❷hoàn cảnh; môi trường: 生态~ môi trường sinh thái; 他很容易适应新~。Anh ấy rất dễ thích nghi với hoàn cảnh mới.

【环境保护】huánjìng bǎohù bảo vệ môi trường

【环幕电影】huánmù diànyǐng phim chiếu màn hình tròn

【环球】huánqiú❶<动>vòng quanh trái đất: ~旅行 đi du lịch vòng quanh trái đất ❷<名>toàn thế giới; khắp toàn cầu; hoàn cầu

【环绕】huánrào<动>vây quanh; bao bọc: 月亮~地球转动。Mặt trăng xoay quanh trái đất.

【环山】huánshān<动>quanh núi: ~公路 đường quốc lộ vòng quanh quả núi

【环生】huánshēng<动>xảy ra liên tiếp: 险象~ những hiện tượng nguy hiểm xảy ra liên tiếp

【环视】huánshì<动>nhìn xung quanh: ~周围 nhìn chung quanh

【环卫工人】huánwèi gōngrén công nhân bảo vệ vệ sinh môi trường; thợ làm vệ sinh

【环线】huánxiàn<名>đường chạy vòng quanh: 地铁~ tuyến tàu điện ngầm vòng quanh

H

【环行】huánxíng〈动〉đi vòng xung quanh: 沿市~一周 đi một vòng quanh thành phố

【环形】huánxíng〈名〉dạng vòng; hình khuyên

【环游】huányóu〈动〉đi du lịch xung quanh: ~世界 du ngoạn vòng quanh thế giới

【环状】huánzhuàng〈名〉dạng vòng quanh; vòng tròn

寰 huán〈名〉vùng đất rộng lớn

【寰球】huánqiú〈名〉cả trái đất; cả thế giới; hoàn cầu

【寰宇】huányǔ〈名〉[书]cả thế giới; hoàn cầu; hoàn vũ: 享誉~ lừng danh toàn cầu

鹮 huán〈名〉Hoàn (một họ của loài chim, sống bên bờ nước, thân to, mỏ nhỏ dài và cong, chân dài)

huǎn

缓 huǎn❶〈形〉chậm; trễ: ~步而行 đi chậm; ~一点 chậm một tí ❷〈动〉hoãn; hoãn lại: 急不容~ gấp lắm không cho phép hoãn lại; ~两天再办 hoãn hai ngày nữa mới làm ❸〈动〉dịu; thong thả ❹〈动〉hồi lại; tỉnh lại: 爬了一天的山，她现在还没~过来呢。Leo núi suốt cả một ngày, đến giờ mà chị ấy còn chưa phục hồi lại thể lực.

【缓兵之计】huǎnbīngzhījì kế hoãn binh

【缓步】huǎnbù〈动〉đi thong thả; chậm bước: ~前行 thong thả đi về phía trước

【缓冲】huǎnchōng〈动〉làm dịu sự xung đột; hoãn xung; đệm: ~地带 khu hoãn xung; 戴上头盔可以~一下。Đội mũ bảo hiểm để có được lớp đệm.

【缓和】huǎnhé❶〈形〉hòa hoãn; hòa dịu: 风势渐趋~。Sức gió đang dịu dần。❷〈动〉làm dịu: ~紧张局势 làm dịu cục diện căng thẳng

【缓缓】huǎnhuǎn〈形〉chầm chậm; dần

dần; hiền hòa: 小河~地流过村庄。Dòng sông nhỏ hiền hòa chảy qua làng mạc thôn xóm.

【缓急】huǎnjí〈名〉❶việc gấp và việc không gấp ❷[书]việc khó khăn; việc khẩn cấp: ~相助 giúp nhau trong việc gấp

【缓解】huǎnjiě〈动〉❶giảm bớt; thuyên giảm ❷làm giảm: ~疲劳 làm giảm nỗi mệt nhọc

【缓慢】huǎnmàn〈形〉chậm rãi; thong thả; chậm chạp: 工程进行~。Công trình tiến triển chậm chạp.

【缓坡】huǎnpō〈名〉dốc thoai thoải

【缓期】huǎnqī〈动〉hoãn lại; lùi kì hạn lại: ~执行 hoãn chấp hành (thực thi)

【缓刑】huǎnxíng〈动〉hoãn thi hành án; án treo: 她被处以~。Chị ta bị xử án treo.

【缓行】huǎnxíng〈动〉❶đi chầm chậm; đi thong thả ❷hoãn thi hành; hoãn thực hiện

huàn

幻 huàn❶〈形〉ảo; không có thật: ~影 ảo ảnh ❷〈动〉biến hóa kì lạ: 变~多端 biến hóa nhiều

【幻灯】huàndēng〈名〉❶đèn chiếu; ảo đăng: 看~ xem phim đèn chiếu ❷máy chiếu phim đèn chiếu

【幻灯机】huàndēngjī〈名〉máy chiếu phim đèn chiếu

【幻灯片】huàndēngpiàn〈名〉phim đèn chiếu

【幻化】huànhuà〈动〉biến hóa kì ảo

【幻境】huànjìng〈名〉thế giới huyền ảo

【幻觉】huànjué〈名〉ảo giác

【幻灭】huànmiè〈动〉ảo mộng tiêu tan; ảo tưởng tan vỡ: 他的钢琴梦彻底~了。Ước mơ về đàn pi-a-nô của cậu ấy hoàn toàn bị tiêu tan.

【幻听】huàntīng<名>thính giác ảo

【幻想】huànxiǎng ❶<名>viễn tưởng: 科 学~ khoa học viễn tưởng ❷<动>tưởng tượng: 她常常~有一天能当上名模。Cô ấy thường mơ tưởng một ngày nào đó sẽ trở thành người mẫu nổi tiếng.

【幻象】huànxiàng<名>ảo tượng; hình ảnh hư ảo

【幻影】huànyǐng<名>ảo ảnh

宦 huàn❶<名>quan lại: ~海 chốn quan trường ❷<动>làm quan: 仕~ ra làm quan ❸<名>hoạn quan (quan hoạn) //(姓) Hoạn

【宦官】huànguān<名>[旧]hoạn quan; quan hoạn

【宦海沉浮】huànhǎi-chénfú chìm nổi trong chốn quan trường

换 huàn<动>❶đổi; đổi chác; trao đổi: 交~ 条件 điều kiện trao đổi ❷đổi; thay: ~衣服 thay quần áo ❸đổi tiền: ~外币 đổi ngoại tệ

【换班】huànbān<动>đổi ca; thay ca: 守卫~ thay ca bảo vệ

【换车】huànchē<动>đổi tàu; đổi xe

【换代】huàndài<动>❶thay đổi triều đại: 改 朝~ thay đổi triều đại ❷cải tiến; đổi đời: 电 子产品更新~得很快。Sản phẩm điện tử đổi đời rất nhanh.

【换挡】huàndǎng<动>đổi ga: 汽车~ xe hơi đổi ga

【换发球】huànfāqiú<名>đổi giao bóng

【换防】huànfáng<动>[军事]đổi quân; thay quân (đồn trú ở một nơi nào đó)

【换房】huànfáng<动>đổi nhà; đổi phòng

【换岗】huàngǎng<动>đổi ca trực: 哨兵~ lính gác đổi ca trực

【换个儿】huàngèr<动>[口]đổi cho nhau: 我 们换个个儿坐可以吗? Chúng ta đổi chỗ cho nhau có được không?

【换工】huàngōng<动>đổi công (cho nhau); vần công

【换购】huàngòu<动>mua đổi

【换货】huànhuò<动>đổi hàng; trao đổi hàng hóa: ~协议 thỏa thuận về đổi hàng

【换季】huànjì<动>(ǎn mặc) thay đổi theo mùa: ~了，冬天的衣服可以收起来了。Đã vào thời điểm đổi mùa, quần áo rét có thể đem cất giữ lại.

【换届】huànjiè<动>thay lãnh đạo nhiệm kì mới: ~选举 bầu cử thay khóa lãnh đạo mới

【换毛】huànmáo<动>thay lông

【换气】huànqì<动>thay khí, cho dòng không khí đối lưu

【换钱】huànqián<动>❶đổi tiền: 出国的人 要去银行~。Những người đi nước ngoài cần đến ngân hàng để đổi tiền. ❷bán lấy tiền: 老奶奶每天靠捡破烂~。Bà lão ngày nào cũng nhặt đồ ve chai rồi đem bán lấy ít tiền.

【换取】huànqǔ<动>đổi lấy

【换人】huànrén<动>thay người; đổi người: 球场上~ đổi người trên sân bóng

【换算】huànsuàn<动>tính quy đổi thành (đổi số lượng của một đơn vị này ra thành số lượng của một đơn vị khác): 单位~ đơn vị quy đổi

【换汤不换药】huàn tāng bù huàn yào thay nước không thay cái; chỉ thay đổi hình thức không thay đổi nội dung

【换位】huànwèi<动>đổi chỗ; thay đổi vị trí: ~思考 suy nghĩ bằng cách thức thay đổi vị trí

【换文】huànwén<动>trao đổi văn thư (giữa hai quốc gia với nhau)

【换洗】huànxǐ<动>thay giặt: ~衣物 thay giặt quần áo

【换血】huànxiě<动>thay máu (thay đổi, điều chỉnh các thành viên của tổ chức, cơ cấu...); thay người: 今年公司高层大~。 Năm nay cấp lãnh đạo của công ti đã có sự điều chỉnh lớn.

【换牙】huànyá<动>thay răng: 小孩一般六岁开始~。Thông thường thì các em bắt đầu thay răng vào lúc sáu tuổi.

【换言之】huànyánzhī[书]nói (một) cách khác

【换样】huànyàng<动>❶thay đổi ❷thay mẫu mã

【换药】huànyào<动>thay thuốc; thay băng: 伤口感染了，你必须去医院~。Vết thương bị nhiễm trùng, anh cần đến bệnh viện để thay băng đi.

唤 huàn<动>gọi; kêu gọi

【唤起】huànqǐ<动>❶kêu gọi...đứng lên; kêu gọi...vùng lên: ~民众 kêu gọi dân chúng đứng lên ❷làm thức dậy; thức tỉnh: 鲁迅的文章~了中国青年的斗志。Bài viết của Lỗ Tấn đã làm bừng tỉnh ý chí đấu tranh của lớp thanh niên Trung Quốc.

【唤醒】huànxǐng<动>❶gọi dậy; đánh thức ❷thức tỉnh: ~民众 thức tỉnh dân chúng

涣 huàn<动>tan rã; tiêu tan

【涣散】huànsàn❶<形>tan rã; rã rời: 思想~ tư tưởng rã rời; 敌人的士气~。Tinh thần binh lính địch bị tan rã. ❷<动>làm rệu rã; làm tan rã: ~军心 làm rệu rã tinh thần quân lính; ~组织 làm tan rã tổ chức

患 huàn❶<名>họa; nạn: 灾~ tai nạn ❷<动>lo nghĩ; suy tính: ~得~失 suy tính thiệt hơn ❸<动>mắc (bệnh); bị (ốm): ~肝炎 mắc bệnh viêm gan

【患病】huànbìng<动>mắc bệnh; bị bệnh

【患处】huànchù<名>chỗ đau: 要注意，不要让~感染了。Cần chú ý không nên làm nhiễm trùng chỗ đau.

【患得患失】huàndé-huànshī suy hơn tính thiệt; suy tính hơn thiệt

【患难】huànnàn<名>hoạn nạn: 同甘苦，共~。Đồng cam cộng khổ, cùng chung hoạn nạn.

【患难夫妻】huànnàn fūqī đôi vợ chồng cùng chung hoạn nạn

【患难见真情】huànnàn jiàn zhēnqíng trong môi trường gian nan càng thể hiện tình cảm chân thành; lửa thử vàng, gian nan thử sức

【患难与共】huànnàn-yǔgòng cùng chung hoạn nạn

【患者】huànzhě<名>người mắc bệnh: 近期由于天气变化大，感冒~增多。Trong thời gian gần đây do sự thay đổi của thời tiết mà số người bị cảm tăng lên.

焕 huàn<名>sáng // (姓) Hoán

【焕发】huànfā<动>❶rạng rỡ; sáng láng: 精神~ tinh thần phơi phới ❷phát huy: ~激情 phát huy tinh thần hăng say

【焕然】huànrán<形>sáng sủa

【焕然一新】huànrán-yīxīn (bộ mặt) sáng sủa mới mẻ

豢 huàn<动>chăn nuôi

【豢养】huànyǎng<动>chăn nuôi; nuôi dưỡng; ví mua chuộc lợi dụng

huāng

荒 huāng❶<动>hoang; bỏ hoang: 不少地~了。Nhiều đất bị bỏ hoang. ❷<形>hoang vắng; vắng vẻ: ~村 làng vắng vẻ ❸<名>mất mùa; (mùa màng) thất bát: 备~ phòng khi mất mùa ❹<名>đất hoang: 生~ đất hoang; 熟~ đất bỏ hoang ❺<动>sao nhãng; lơ là: 别把学了多年的英语~了。Không nên sao nhãng tiếng Anh vốn đã học nhiều năm. ❻<名>khan hiếm; quá thiếu thốn: 粮~ khan hiếm lương thực ❼<形>vô lí; nhảm nhí: ~谬 xằng bậy ❽<形>[方]không xác định: ~信 tin tức không chính xác ❾<形>bừa bãi; phóng đãng: 行为~唐 hành vi phóng đãng

【荒草】huāngcǎo<名>cỏ dại

【荒村】huāngcūn<名>làng xóm hoang vắng

【荒诞】huāngdàn<形>hoang đường

【荒地】huāngdì<名>đất hoang

【荒废】huāngfèi<动>❶bỏ hoang: 这片地已经~很多年了。Vùng đất này bỏ hoang đã nhiều năm rồi. ❷xao nhãng; lơ là: ~学业 xao nhãng học hành ❸hoang phí; bỏ phí: 她从不把时间~在玩乐上。Cô ấy không bao giờ bỏ phí thời giờ vào việc chơi bời.

【荒凉】huāngliáng<形>vắng vẻ; hiu quạnh: ~的沙漠 vùng sa mạc hiu quạnh

【荒乱】huāngluàn<形>rối loạn; loạn lạc

【荒谬】huāngmiù<形>nhảm nhí; xằng bậy: 真~! Thật nhảm nhí!

【荒漠】huāngmò❶<形>mênh mông hoang vắng: ~的草原 đồng cỏ mênh mông hoang vắng ❷<名>hoang mạc; khu vực rộng rãi ít cây cỏ không thích hợp canh tác: ~变良田。Vùng hoang mạc đã trở thành cánh đồng màu mỡ.

【荒年】huāngnián<名>năm mất mùa; năm mùa màng thất bát

【荒僻】huāngpì<形>hoang vắng heo hút: ~的山村 thôn xóm vùng núi hoang vắng hẻo lánh

【荒山】huāngshān<名>vùng núi hoang vu: ~野岭 vùng đồi núi hoang dã

【荒疏】huāngshū<动>bỡ ngỡ; lúng túng

【荒唐】huāngtáng<形>❶hoang đường; nhảm nhí: ~可笑 hoang đường nực cười ❷phóng túng; bừa bãi: 行为~ hành vi phóng túng

【荒无人烟】huāngwú-rényān hoang vắng không một nếp nhà

【荒芜】huāngwú<形>hoang vu: 良田变得~。Cánh đồng màu mỡ đã trở nên hoang vu.

【荒野】huāngyě<名>hoang dã; đồng không mông quạnh

【荒淫】huāngyín<形>hoang dâm: ~无度 hoang dâm vô độ

【荒原】huāngyuán<名>đồng hoang

慌 huāng<形>hoảng; cuống: 惊~ kinh hoảng; ~乱 kinh hoàng hỗn loạn

慌 huang<形>quá; ghê gớm: 疼得~ đau ghê gớm; 胸口闷得~. Tức ngực.

【慌里慌张】huānglihuāngzhāng sợ sệt; hốt hoảng

【慌乱】huāngluàn<形>hoảng loạn

【慌忙】huāngmáng<形>luống cuống; bối rối: 眼看要迟到了，小男孩~把早餐吃了。Thấy sắp bị muộn, cậu bé luống cuống ăn sáng.

【慌神儿】huāngshénr<动>[口]cuống: 一见到她喜欢的那个男生，她就~了。Gặp phải chàng trai mình thích là cô ta cứ cuống lên.

【慌手慌脚】huāngshǒu-huāngjiǎo chân tay luống cuống

【慌张】huāngzhāng<形>hoảng hốt; hoang sợ; hoang mang: 沉住气，别~。Hãy bình tĩnh, đừng hoang mang.

huáng

皇 huáng❶<形>[书]to lớn: ~~巨著 tác phẩm lớn ❷<名>vua; hoàng: 三~五帝 tam hoàng ngũ đế; 英~ vua nước Anh //(姓) Hoàng

【皇朝】huángcháo<名>hoàng triều; vương triều

【皇帝】huángdì<名>hoàng đế: 康熙是中国历史上在位最久的~。Khang Hi là vị hoàng đế trị vì lâu nhất trong lịch sử Trung Quốc.

【皇宫】huánggōng<名>hoàng cung; cung vua

【皇冠】huángguān<名>mũ vua

H

【皇后】huánghòu<名>hoàng hậu

【皇家】huángjiā<名>hoàng gia: ~侍卫 vệ sĩ hoàng gia

【皇历】huángli<名>[口]quyển lịch cổ: 老~不灵了。Tấm lịch cổ lỗ không hợp thời rồi.

【皇粮】huángliáng<名>❶[旧]lương thực nhà nước ❷tiền nhà nước; vật tư nhà nước: 他是吃~的。Anh ấy ăn lương nhà nước.

【皇陵】huánglíng<名>lăng vua: 东郊~ khu lăng vua ngoại ô phía Đông thành phố

【皇亲国戚】huángqīn-guóqì gia đình và người thân của hoàng đế; con ông cháu cha; hoàng tộc; dòng họ hoàng tộc

【皇权】huángquán<名>quyền lực nhà vua; vương quyền

【皇上】huángshang<名>hoàng thượng

【皇室】huángshì<名>❶hoàng thất ❷triều đình; hoàng thất: 推翻~ lật đổ triều đình

【皇太后】huángtàihòu<名>hoàng thái hậu; mẹ vua

【皇太子】huángtàizǐ<名>hoàng thái tử

【皇天不负有心人】huángtiān bù fù yǒuxīnrén ông trời không phụ kẻ hết sức hết lòng

【皇位】huángwèi<名>ngôi vua: 篡夺~ choán ngôi vua

【皇族】huángzú<名>hoàng tộc; họ hàng nhà vua

黄huáng❶<形>(màu) vàng ❷<名>vàng: ~货 đồ bằng vàng ❸<名>lòng đỏ trứng: 蟹包 bánh bao nhân lòng đỏ trứng và thịt cua ❹<形>(suy đồi, trụy lạc) vàng: ~书 sách vàng ❺(Huáng)<名>sông Hoàng Hà: ~泛区 vùng lũ tràn sông Hoàng Hà ❻(Huáng)<名>Hoàng Đế (một vị vua trong truyền thuyết Trung Quốc): 炎~子孙 con cháu Viêm Hoàng ❼<动>[口]thất bại; đổ vỡ: 明天如果下雨，我们的计划就~了。Mai mà mưa thì kế hoạch của chúng ta sẽ nhỡ hết. //(姓) Hoàng, Huỳnh

【黄灿灿】huángcàncàn vàng óng

【黄疸】huángdǎn<名>[医学]bệnh hoàng đản; bệnh vàng da vàng mắt

【黄道吉日】huángdào-jírì ngày hoàng đạo

【黄澄澄】huángdēngdēng vàng chói; vàng rực; vàng óng: 稻谷熟了，放眼望去全是~的一片。Lúa đã chín, cả cánh đồng một màu vàng óng.

【黄帝】Huángdì<名>Hoàng Đế

【黄帝内经】Huángdì Nèijīng Hoàng đế nội kinh (một tác phẩm y học cổ Trung Quốc)

【黄豆】huángdòu<名>đậu nành; đậu tương

【黄赌毒】huáng-dǔ-dú<名>các hoạt động phi pháp trong xã hội như mại dâm đồi trụy, cá độ, ma túy: 严厉打击~ nghiêm khắc trừng trị các hoạt động trái phép trong xã hội như mại dâm đồi trụy, cá độ và ma túy

【黄段子】huángduànzi<名>chuyện cười về quan hệ giới tính: 他最喜欢在酒桌上说~。Trên bàn tiệc ông ta rất thích kể chuyện cười về quan hệ giới tính.

【黄蜂】huángfēng<名>ong vàng; ong nghệ

【黄瓜】huángguā<名>dưa chuột

【黄河】Huáng Hé<名>sông Hoàng Hà

【黄花】huánghuā❶<名>hoa cúc vàng ❷<名>rau hoa hiên ❸<形>[口](con trai, con gái) còn trinh: ~闺女 gái trinh

【黄花菜】huánghuācài<名>rau hoa hiên

【黄花梨】huánghuālí<名>gỗ sưa

【黄花女儿】huánghuānǚr<名>gái còn trinh

【黄昏】huánghūn<名>hoàng hôn; chạng vạng tối: 夕阳无限好，只是近~。Đẹp thay gam sắc chiều tà, chỉ hiềm buồn nỗi hoàng hôn đã về.

【黄昏恋】huánghūnliàn<名>mối tình già; mối tình lúc xế chiều

【黄金】huángjīn❶<名>vàng ❷<形>hoàng

kim; quý báu

【黄金时代】huángjīn shídài❶thời đại hoàng kim ❷thời kì hoàng kim; thời kì quý báu nhất (của một đời người): 身体好，事业顺，真是人生的~。Sức khỏe tốt, công việc suôn sẻ thực sự là thời kì hoàng kim của cuộc đời.

【黄金周】huángjīnzhōu<名>tuần lễ hoàng kim (thời gian được sắp xếp nghỉ cả tuần theo pháp định)

【黄酒】huángjiǔ<名>hoàng tửu (rượu gạo màu vàng, nồng độ tương đối thấp)

【黄鹂】huánglí<名>(chim) vàng anh; hoàng anh

【黄连】huánglián<名>[中药]cây hoàng liên (thân, rễ dùng làm vị thuốc bắc): ~可以入药。Hoàng liên là một vị thuốc.

【黄脸婆】huángliǎnpó<名>người đàn bà tuổi cao sắc tàn

【黄粱美梦】huángliáng-měimèng giấc mộng hoàng lương; giấc mộng kê vàng; một giấc kê vàng

【黄麻】huángmá<名>[植物](cây vỏ) đay

【黄毛丫头】huángmáo yātou cô bé mới lớn: 她就是个~，啥事也不懂。Cô ấy mới lớn còn chưa hiểu biết nhiều.

【黄梅戏】huángméixì<名>hí khúc Hoàng mai (một loại hí khúc địa phương lưu hành ở miền trung tỉnh An Huy)

【黄牛】huángniú<名>❶con bò ❷[方]con phe: ~党 bọn phe

【黄牛票】huángniúpiào<名>vé mua lậu

【黄牌】huángpái<名>[体育]thẻ vàng: ~警告 thẻ vàng cảnh cáo

【黄埔军校】Huángpǔ Jūnxiào Trường Quân hiệu Hoàng Phố

【黄芪】huángqí<名>[中药]cây hoàng kì (rễ của nó là một vị thuốc bắc)

【黄泉】huángquán<名>hoàng tuyền; suối vàng; âm phủ: 命丧~ về nơi suối vàng

【黄色】huángsè❶<名>màu vàng ❷<形>hủ bại; đồi trụy: ~网站 trang web đồi trụy

【黄色人种】huángsè rénzhǒng người da vàng

【黄山】Huáng Shān<名>núi Hoàng Sơn, nằm ở tỉnh An Huy Trung Quốc, khu du lịch nổi tiếng Trung Quốc

【黄鳝】huángshàn<名>con lươn

【黄鼠狼】huángshǔláng<名>con chồn cáo

【黄鼠狼给鸡拜年——没安好心】huángshǔláng gěi jī bàinián——méi ān hǎoxīn chồn cáo chúc Tết gà, rắp tâm ăn gỏi bầy gà hay chăng; giả bộ thân thiện nhằm thực hiện mưu đồ xấu; miệng Na Mô bụng bồ dao găm

【黄铜】huángtóng<名>đồng thau

【黄土】huángtǔ<名>đất lớt; hoàng thổ: ~高坡 vùng cao nguyên đất vàng

【黄页】huángyè<名>trang vàng: 企业~ trang vàng doanh nghiệp

【黄油】huángyóu<名>❶[化学]mỡ vàng; nhớt đặc: 把~放进轴承。Tra mỡ vào ổ bi. ❷bơ: ~面包 bánh mì bơ

【黄种】Huángzhǒng<名>người da vàng

惶huáng<动>sợ

【惶惶】huánghuáng<形>lo âu sợ hãi: 禽流感使得人心~。Dịch cúm gia cầm làm cho nhiều người lo sợ.

【惶惶不可终日】huánghuáng bùkě zhōngrì suốt ngày lo sợ nơm nớp

【惶惑】huánghuò<形>hoang mang lo ngại: ~不安 hoang mang lo sợ nơm nớp

【惶恐】huángkǒng<形>kinh sợ; kinh hoàng: ~万分 kinh hoàng cực độ

【惶然】huángrán<名>hoảng sợ; hoảng hốt

煌huáng<形>sáng rực

蝗huáng<名>châu chấu

【蝗虫】huángchóng<名>châu chấu

【蝗灾】huángzāi<名>nạn châu chấu: ~过后，农作物颗粒无收。Sau nạn châu chấu, thu hoạch cây nông nghiệp đã bị mất trắng.

磺huáng<名>lưu huỳnh; diêm sinh

簧huáng<名>❶lưỡi gà (thanh đồng mỏng phát âm thanh trong nhạc cụ) ❷lò xo; giây cót: 他一不小心把我手表的~弄断了。Ông ấy sơ ý làm đứt giây cót chiếc đồng hồ đeo tay của tôi.

huǎng

恍huǎng❶<形>bừng; chợt: ~悟 bừng tỉnh ngộ ❷<副>dường như; phảng phất: ~然如梦 phảng phất tựa như trong giấc mơ

【恍惚】huǎnghū<形>❶lơ mơ; ngẩn ngơ: 精神~ ngẩn ngơ trong lòng ❷mang máng: 我~看到一个身影窜出门口。Tôi mang máng thấy một bóng người vụt ra ngoài cửa.

【恍然】huǎngrán<形>bừng; chợt

【恍然大悟】huǎngrán-dàwù bừng tỉnh ngộ; chợt hiểu ra

【恍如】huǎngrú<动>tựa như: ~隔世 tựa như đã cách một đời

【恍悟】huǎngwù<动>bừng tỉnh ngộ; chợt hiểu ra; chợt nhận ra: 她~过来，自己今天并没有带手机。Cô ấy chợt nhận ra hôm nay không mang điện thoại di động.

晃huǎng<动>❶chói; sáng chói: 明~~的刺刀 lưỡi lê sáng loáng; 玻璃墙反射阳光~得睁不开眼睛。Bức tường kính phản xạ tia nắng chói không sao mở được mắt. ❷lướt qua; thoáng qua: 青葱年华一~而过。Tuổi thanh xuân loáng cái đã qua.

另见huàng

【晃眼】huǎngyǎn<形>lấp lánh: 阳光照在水晶石上好~。Ánh nắng rọi trên viên đá pha lê lấp lánh.

谎huǎng❶<名>lời dối: 说~ nói dối ❷<形>dối; bịa đặt

【谎报】huǎngbào<动>báo cáo láo; báo cáo man trá: ~财产 khai man tài sản

【谎称】huǎngchēng<动>nhận bừa; tự xưng không đúng: 他~是警察。Nó nhận man là cảnh sát.

【谎话】huǎnghuà<名>lời nói dối: 她满口~。Cô ta toàn lời man trá.

【谎言】huǎngyán<名>lời dối trá

幌huǎng<名>[书]màn che

【幌子】huǎngzi<名>❶chiêu bài; biển quảng cáo (của cửa hiệu) ❷chiêu bài: 他打着名医的~到处行骗。Hắn ta dùng chiêu bài danh y lừa lọc khắp nơi.

huàng

晃huàng<动>lắc; lay
另见huǎng

【晃荡】huàngdang<动>❶lắc lư; tròng trành: 塑料鸭子玩具在水上~。Chú vịt đồ chơi nhựa nổi bồng bềnh trên mặt nước. ❷rong chơi; nhởn nhơ; nhơn nhơn: 你别在我面前~了行吗？Cậu đừng có mà nhơn nhơ trước mặt tôi nhé?

【晃动】huàngdòng<动>lắc lư; lay động: 行驶的列车不停地~。Đoàn tàu đang chạy cứ lắc la lắc lư.

【晃悠】huàngyou =【晃荡】

huī

灰huī❶<名>tro (gio); tàn: 炉~ tro lò ❷<名>bụi bặm; bột: 满脸都是~。Bụi bặm đầy mặt. ❸<名>vôi: 抹~ quét vôi ❹<形>(màu) xám; (màu) tro: ~色 màu xám/màu tro ❺<形>nhụt (chí); nản (lòng): 心~意冷 nản lòng nhụt chí

【灰暗】huī'àn<形>tăm tối: 心情~ tâm trạng

u ám

【灰白】huībái<形>hoa râm; màu xám nhạt

【灰尘】huīchén<名>chén bụi; bụi bặm

【灰沉沉】huīchénchén xám xì xám xịt

【灰飞烟灭】huīfēi-yānmiè trúc chẻ tro bay

【灰姑娘】huīgūniang<名>cô bé Lọ lem

【灰烬】huījìn<名>tro tàn: 大火过后，整座木屋化为~。Sau vụ cháy lớn căn nhà gỗ chỉ còn trơ lại đám tro tàn.

【灰溜溜】huīliūliū❶xám xịt: 这只狗刚出生时~的，一点也不可爱。Con chó này lúc mới sinh xám xịt chẳng đáng yêu chút nào. ❷(nét mặt) iu xìu; ủ ê: ~的样子 vẻ mặt iu xìu

【灰蒙蒙】huīméngméng mờ mịt; mù mịt; mịt mùng

【灰色】huīsè❶<名>màu tro ❷<形>bi quan; tiêu cực: ~的作品 tác phẩm tiêu cực; ~的心情 tâm tình bi quan ❸<形>lừng chừng; lửng lơ; mập mờ: ~的态度 thái độ lừng chừng; ~幽默 chuyện cười lấy những đề tài tiêu cực làm đối tượng châm biếm

【灰色收入】huīsè shōurù khoản thu nhập ngoài đồng lương và trợ cấp

【灰头土脸】huītóu-tǔliǎn❶mặt đầy bụi bặm; mặt mày lem luốc ❷mặt mày ủ ê; mặt mày ủ dột

【灰心】huīxīn<形>nản lòng; nhụt chí

【灰心丧气】huīxīn-sàngqì nản chí nản lòng; hết sức chán nản; mất hết lòng tin: 别~！失败一次没什么大不了的。Đừng nản chí nản lòng, bị thất bại một lần vẫn chưa là gì cả.

【灰熊】huīxióng<名>gấu xám

【灰指甲】huīzhǐjia<名>bệnh nấm móng

诙huī<动>[书]❶gây cười; pha trò ❷chế giễu; chế nhạo

【诙谐】huīxié<形>khôi hài; hài hước

挥huī<动>❶huy; khua ❷gạt; vuốt: ~泪 gạt lệ ❸chỉ huy (quân đội) ❹tỏa ra; bốc hơi; phung phí; vung: ~发 tỏa ra; ~金如土 vung tiền như rác

【挥动】huīdòng<动>vung; vẫy

【挥发】huīfā<动>tỏa ra; xông lên; bốc: 酒精容易~。Cồn rất dễ bốc hơi.

【挥汗如雨】huīhàn-rúyǔ mồ hôi đổ xuống như mưa

【挥毫】huīháo<动>[书]vung bút; múa bút (viết, vẽ): ~泼墨 vung bút sáng tác (tác phẩm thư pháp hay tranh Trung Quốc)

【挥霍】huīhuò<动>tiêu hoang; hoang phí: 大肆~ tiêu sài hoang phí

【挥泪】huīlèi<动>lau nước mắt; gạt lệ: ~告别 gạt nước mắt cáo biệt

【挥洒】huīsǎ<动>❶rơi; tuôn: ~热血 máu nóng tuôn rơi ❷phóng bút: 随意~ viết (vẽ) theo ý muốn

【挥手】huīshǒu<动>vẫy tay; xua tay: 主席向士兵们~致意。Chủ tịch vẫy chào các chiến sĩ.

【挥舞】huīwǔ<动>vẫy; khua: 孩子们~着鲜花欢呼。Các cháu vẫy đóa hoa tươi hoan hô.

恢huī<形>[书]rộng lớn

【恢复】huīfù<动>❶khôi phục; lập lại: ~原状 khôi phục như cũ ❷thu hồi; lấy lại: 他刚做完手术，身体还没有~。Vừa qua ca mổ, sức khỏe của anh ấy còn chưa hồi phục.

【恢宏】huīhóng[书]❶<形>rộng rãi; khoáng đạt: 气度~ tấm lòng rộng rãi ❷<动>phát huy; nêu cao: ~士气 phát huy sĩ khí

晖huī<名>ánh sáng mặt trời; ánh nắng

辉huī❶<名>ánh sáng rực rỡ: 光~ sáng rực ❷<动>chiếu rọi; soi sáng: ~映 sáng chói

【辉煌】huīhuáng<形>❶rực rỡ: 金碧~ lộng lẫy rực rỡ ❷huy hoàng: ~的历史 lịch sử xán lạn

H

【辉映】huīyìng<动>chiếu rọi; rọi sáng: 各
色灯光交相~。Ánh đèn rọi sáng lung linh.

麾 huī ❶<名>(cù) cờ chỉ huy ❷<动>[书]chỉ
huy (quân đội)

【麾下】huīxià<名>[书]❶bộ hạ (của tướng
soái) ❷tướng quân

徽 huī ❶<名>dấu hiệu tượng trưng; huy
hiệu: 国~ quốc huy; 纪念~ huy hiệu kỉ niệm
❷<形>tốt đẹp: ~号 danh hiệu tốt đẹp

【徽标】huībiāo<名>logo

【徽章】huīzhāng<名>huy chương; huy hiệu

huí

回 ¹ huí ❶<动>quay lại; vòng lại: 迂~ vòng
lại sau lưng ❷<动>quay: ~头看了看 quay
lại nhìn ❸<动>về; trở về: ~家 về nhà; ~到
原单位工作 về công tác tại đơn vị cũ ❹
<动>trả lời; đáp lại: ~信 gửi thư trả lời ❺
<动>bẩm báo ❻<动>từ chối; thoái thác: ~绝
từ chối/cự tuyệt (bằng câu trả lời) ❼<量>lần;
lượt: 去了几~了? Đã đi mấy lần rồi? ❽
<量>hồi: 《红楼梦》一共一百二十~。Hồng
Lâu Mộng gồm có 120 hồi. //(姓) Hồi

回 ² huí<动>lại, về: 收~ thu lại/thu về

【回报】huíbào<动>❶báo cáo: 及时~灾情
kịp thời báo cáo tình hình thiên tai ❷báo
đáp; đền ơn: ~您的养育之恩 đền đáp lại
công ơn nuôi dạy của thầy ❸trả thù; quật lại

【回避】huíbì<动>tránh; né tránh; tránh mặt;
lánh mặt: 请~一下。Xin anh lánh mặt một
chút nhé.

【回肠荡气】huícháng-dàngqì (bài văn,
bản nhạc...) rung động lòng người

【回潮】huícháo<动>❶ẩm lại (trời trở lại ẩm
hoặc đồ khô bị ẩm): 饼干~后味道就不好了。
Bánh quy bị ẩm, hương vị sẽ kém đi nhiều.
❷ngóc đầu dậy: 最近看风水的风气又~了。
Gần đây tục xem phong thủy lại ngóc đầu.

【回车】huíchē<动>[计算机]nhập; enter: ~键
phím enter (nhập)

【回程】huíchéng<名>đường về; đường
quay về

【回春】huíchūn<动>❶xuân về ❷khỏi bệnh
(nhờ thầy thuốc giỏi); hồi phục: 妙手~
người thầy thuốc giỏi chữa khỏi bệnh

【回答】huídá<动>trả lời; lời đáp: ~问题 trả
lời câu hỏi

【回单】huídān<名>giấy biên nhận

【回荡】huídàng<动>(âm thanh) vang động;
vang dội; văng vẳng: 悠扬的歌声在我耳边
~。Tiếng hát du dương cứ văng vẳng bên
tai tôi.

【回电】huídiàn❶<动>điện trả lời; điện
phúc đáp ❷<名>bức điện trả lời

【回跌】huídiē<动>tụt giá lại: 股票~ cổ
phiếu đã tụt giá trở lại

【回访】huífǎng<动>❶đi thăm đáp lễ: ~老
师 đi thăm đáp lễ nhà thầy ❷xí nghiệp đi
thăm khách hàng, hỏi ý kiến về chất lượng
sản phẩm và phục vụ

【回放】huífàng<动>đảo lại (băng cát-xét);
chiếu lại (phim): 精彩的电影片段仍在我
脑海里~。Những đoạn hấp dẫn trong phim
vẫn cứ hiện rõ trong trí óc của tôi.

【回复】huífù<动>❶trả lời; phúc đáp: 我
已写信~他。Tôi đã viết thư trả lời anh ấy.
❷khôi phục: ~古画的原貌 phục hồi nguyên
dạng tranh cổ

【回购】huígòu<动>mua lại

【回顾】huígù<动>ôn lại; ngoảnh đầu lại
nhìn: 下面我们~一下今天所讲的内容。
Sau đây chúng ta cùng ôn lại nội dung đã
giảng hôm nay.

【回光返照】huíguāng-fǎnzhào đèn tàn
lóe sáng; ánh hồi quang lúc chiều tà; cơn
hồi tỉnh lúc hấp hối; giẫy giụa trước lúc diệt
vong

【回归】huíguī<动>trở về; về lại (chỗ cũ): ~ 祖国的怀抱 trở về với Tổ quốc

【回锅】huíguō<动>hâm lại; đun lại; áp chảo

【回锅肉】huíguōròu<名>thịt áp chảo

【回国】huíguó<动>về nước

【回函】huíhán<名>thư (công văn) trả lời

【回航】huíháng<动>[航空][航海]lượt về (của máy bay hay tàu thuyền)

【回合】huíhé<名>hợp; hiệp: 比赛才打到 第二个~，他就倒下了。Trận thi đấu mới bước vào hiệp hai mà anh ấy đã gục xuống.

【回护】huíhù<动>che chở; bao che

【回话】huíhuà❶<动>thưa lại (dưới đối với trên) ❷<名>lời đáp; lời phúc đáp; câu trả lời: 麻烦你给他带个~。Phiền anh chuyển lời phúc đáp tới ông ấy.

【回击】huíjī<动>đánh trả: 奋力~ dốc sức đánh trả

【回见】huíjiàn<动>hẹn gặp lại

【回教】Huíjiào<名>đạo Hồi; đạo Islam

【回敬】huíjìng<动>đáp lễ; đáp lại

【回绝】huíjué<动>từ chối; cự tuyệt: ~别人 的好意 từ chối ý đẹp của người khác

【回扣】huíkòu<名>tiền hoa hồng; tiền môi giới

【回来】[1] huílái<动>về; trở về

【回来】[2] huílái<动>quay lại; trở lại

【回老家】huí lǎojiā❶về quê: ~看双亲 về quê thăm cha mẹ ❷chết

【回流】huíliú<动>chảy trở lại; chảy ngược: 农民工~ những người nông dân lao động trong đô thị đã quay trở về quê hương

【回笼】huílóng<动>❶hấp lại (hấp lại bánh bao): 包子冷了，拿去~一下。Bánh bao để nguội rồi, mang đi hấp lại. ❷(tiền tệ) quay về ngân hàng: ~资金 nguồn vốn đã quay vòng trở lại

【回炉】huílú<动>❶nung lại; nướng lại (bánh) ❷cho học sinh đã tốt nghiệp về

trường học lại

【回路】huílù<名>❶đường quay về: 没了~ hết đường quay về ❷[电学]mạch kín; mạch phản hồi; mạch đóng: 电流~ mạch điện phản hồi

【回落】huíluò<动>xuống trở lại; hạ trở lại: 近来油价有所~。Gần đây giá dầu có xuống trở lại đôi chút.

【回马枪】huímǎqiāng<名>❶đòn phản kích bất ngờ; ngọn thương hồi mã; miếng hồi mã thương ❷ví thay đổi lập trường, quay súng đánh lại

【回门】huímén<动>lại mặt sau đám cưới; hồi môn

【回民】Huímín<名>người dân tộc Hồi

【回眸】huímóu<动>[书]ngoảnh đầu lại nhìn (phần lớn chỉ đàn bà con gái): ~一笑百媚生 ngoảnh lại mỉm cười duyên dáng trăm phần

【回眸一笑】huímóu-yīxiào ngoảnh lại nhìn và cười

【回娘家】huí niángjiā (phụ nữ đã lấy chồng về thăm bố mẹ mình) về ngoại

【回暖】huínuǎn<动>ấm lên; ấm lại: 元宵 节过后，天气渐渐~了。Sau rằm tháng giêng, tiết trời ấm dần trở lại.

【回迁】huíqiān<动>trở về nơi ở cũ

【回请】huíqǐng<动>mời lại; mời đáp lễ: 今 晚我~你们吃饭。Tối nay tôi sẽ mời cơm đáp lại các bạn.

【回去】huíqù<动>trở về; trở lại: 跑~ chạy về

【回身】huíshēn<动>quay người

【回神】huíshén<动>định thần: 失去亲 人，她至今还没回过神来。Từ khi mất đi người thân đến nay mà chị ấy còn chưa định thần trở lại.

【回升】huíshēng<动>lại lên; lại lên cao: 气 温~ thời tiết lại ấm dần lên

【回生】huíshēng<动>sống lại; hồi sinh: 起 死~ hồi sinh

【回声】huíshēng<名>tiếng vọng lại; tiếng

vang trở lại

【回师】huíshī〈动〉[书]kéo quân về; đưa quân trở về

【回收】huíshōu〈动〉❶thu gom: 余热~ thu gom nhiệt lượng thừa ❷thu hồi: ~太空垃圾 thu hồi rác rưởi ngoài tầng không gian

【回手】huíshǒu〈动〉❶quài tay lại phía sau: 店内空调开放，进来后请~把门关上。 Trong cửa hàng có điều hòa, ra vào tiện tay đóng cửa. ❷đánh trả: 打不~ bị đánh mà không đánh trả lại

【回首】huíshǒu〈动〉[书]❶quay đầu lại ❷nhớ lại: ~往事 hồi tưởng những việc đã qua

【回赎】huíshú〈动〉chuộc lại: ~手镯 chuộc lại chiếc vòng tay

【回溯】huísù〈动〉nhớ lại: ~三国时代，谁 是真正的英雄? Nhớ lại thời Tam quốc, ai thực sự là đấng anh hùng?

【回天乏术】huítiān-fáshù không có cách xoay chuyển được tình thế

【回填】huítián〈动〉lấp lại

【回条】huítiáo〈名〉biên lai (nhận thư hoặc hàng)

【回帖】huítiě❶〈动〉đáp lại lời mời hay đáp lễ ❷〈动〉đáp lại thư nhắn của người khác trên mạng internet ❸〈名〉thư nhắn phúc đáp

【回头】huítóu❶〈动〉quay đầu lại sau; ngoảnh đầu lại: ~看看，我们已经走了很 远的路。Ngoảnh nhìn lại, chúng ta đã đi một quãng đường rất xa. ❷〈动〉trở về; quay về: 到了路口马上~。Đến đầu đường thì lập tức quay lại. ❸〈动〉ăn năn; hối lỗi: 浪 子~金不换。Người lầm đường lạc lối biết quay trở lại còn quý hơn vàng. ❹〈副〉đợi một chút; lát nữa ❺〈连〉nếu không

【回头客】huítóukè〈名〉khách quen (của cửa hàng, khách sạn)

【回头率】huítóulǜ〈名〉❶ti lệ quay lại của khách quen ❷mức độ gây chú ý

【回头是岸】huítóu-shì'àn quay đầu lại là bờ; ăn năn còn kịp; cải tà quy chính

【回味】huíwèi❶〈名〉dư vị ❷〈动〉suy ngẫm từ việc đã qua: 童年的趣事真值得 ~。Những chuyện thú vị thời tuổi thơ thật đáng nhặt lại và nhớ mãi.

【回味无穷】huíwèi-wúqióng❶ăn hoặc uống rồi dư vị vẫn còn mãi ❷càng nghĩ càng thấm thía

【回席】huíxí〈名〉thết tiệc đáp lễ

【回乡】huíxiāng〈名〉về quê; về làng; hồi hương

【回响】huíxiǎng❶〈名〉tiếng vọng lại; tiếng dội lại: 古井里传来阵阵~。Từ đáy giếng cổ vọng lại từng chập hồi âm. ❷ 〈动〉vang vọng ❸〈动〉hưởng ứng: 募捐 赈灾的倡议引起了全国四面八方的~。 Những đề xướng về quyên góp cứu trợ dân bị nạn thiên tai đã nhận được sự hưởng ứng của khắp các miền cả nước.

【回想】huíxiǎng〈动〉nhớ lại; hồi tưởng: 这 张照片让我~起儿时的美好时光。Tấm ảnh này khiến tôi nhớ lại khung cảnh tuyệt vời thuở thơ ấu.

【回销】huíxiāo〈动〉bán trở lại

【回心转意】huíxīn-zhuǎnyì hồi tâm chuyển ý; thay đổi ý nghĩ (không còn thành kiến); nghĩ lại

【回信】huíxìn❶〈动〉viết thư trả lời: 希望你 ~。Mong anh viết thư trả lời. ❷〈名〉thư trả lời; thư phúc đáp: 他写了一封~。Anh ấy đã viết một lá thư trả lời. ❸〈名〉tin trả lời: 事情办妥了，我给你个~儿。Công việc xong xuôi, tôi sẽ báo tin cho anh.

【回形针】huíxíngzhēn〈名〉ghim vòng (cặp giấy)

【回修】huíxiū〈动〉tu sửa lại: 把这台电视机 送去~。Đem chiếc máy truyền hình này đi sửa chữa.

【回旋】huíxuán<动>❶đi vòng quanh; lượn vòng quanh: 老鹰在上空~。Con diều hâu đang chao lượn trên không. ❷xoay chuyển; xoay trở: ~的余地 chỗ để xoay xở

【回旋曲】huíxuánqǔ<名>[音乐]bản nhạc rông-đô

【回血】huíxuè<名>máu chảy ngược vào ống tiêm (hiện tượng khi tiêm ven có máu chảy vào ống tiêm)

【回忆】huíyì<动>nhớ lại; hồi tưởng: ~往事 hồi tưởng những chuyện đã qua

【回忆录】huíyìlù<名>hồi kí: 写~ viết hồi kí

【回音】huíyīn<名>❶tiếng dội lại; tiếng vọng lại: 在山谷里大喊，~便从四面八方传过来。Hét to lên trong thung lũng thì tiếng vọng sẽ dội lại từ bốn phía. ❷hồi âm; thư trả lời: 静候~ chờ hồi âm

【回应】huíyìng<动>đáp lời; thưa

【回赠】huízèng<动>tặng lại: ~礼物 tặng lại lễ vật

【回执】huízhí<名>❶biên lai nhận: 给一份~ xin tờ biên nhận ❷biên lai ghi nhận đã nhận được bưu kiện ❸biên lai gửi về ban tổ chức, xác nhận có dự hội hay không

【回转】huízhuǎn<动>❶trở về; quay về: ~故里 trở về quê cũ ❷quay lại; trở lại: ~身去 quay người lại

【回嘴】huízuǐ<动>cãi lại; vặc lại: 老师批评他，他没敢~。Bị thầy phê bình, anh ấy chẳng dám cãi lại.

茴huí

【茴香】huíxiāng<名>thì là

蛔huí<名>giun đũa

【蛔虫】huíchóng<名>giun đũa

huǐ

悔huǐ<动>hối hận; ăn năn

【悔不当初】huǐbùdāngchū hối hận lúc đầu đã không làm khác

【悔改】huǐgǎi<动>hối cải

【悔过】huǐguò<动>hối lỗi; thừa nhận lầm lỗi

【悔过自新】huǐguò-zìxīn hối lỗi sửa mình

【悔恨】huǐhèn<动>hối hận; ăn năn: 与其~过去，不如珍惜现在。Hối hận những cái đã qua chẳng bằng nâng niu những gì trước mắt.

【悔婚】huǐhūn<动>hối hôn; thoái hôn: 他们之间没有真爱，所以双方~了。Cả hai đều không có tình yêu thực sự vì vậy mà đã phải thoái hôn.

【悔棋】huǐqí<动>hoãn nước cờ; gượm nước cờ; đi lại nước cờ

【悔悟】huǐwù<动>ăn năn tỉnh ngộ

【悔罪】huǐzuì<动>ăn năn hối lỗi: 毫无~之意 hoàn toàn không có ý định ăn năn hối lỗi

毁huǐ<动>❶phá hỏng; làm nát: 这把椅子谁~的? Cái ghế này ai làm hỏng đấy? ❷đốt cháy: 烧~ thiêu hủy ❸phỉ báng; nói xấu: ~谤 gièm pha/phỉ báng ❹[方]phá ra làm (thường nói về quần áo): 用一件大褂儿给孩子~一条裙子。Phá chiếc áo dài may cái váy cho con. //(姓) Hủy

【毁谤】huǐbàng<动>bôi nhọ; nói xấu: 根本没有这事，她这是恶意~。Hoàn toàn không có chuyện ấy, đây là sự bôi nhọ ác ý của chị ta.

【毁坏】huǐhuài<动>hủy hoại; làm tổn thương: ~公物 hủy hoại của chung

【毁灭】huǐmiè<动>hủy diệt; diệt sạch: ~性的打击 sự đánh phá mang tính hủy diệt

【毁弃】huǐqì<动>phá hủy vứt bỏ; phá bỏ

【毁容】huǐróng<动>hủy hoại khuôn mặt: 她被人泼硫酸~了。Chị ấy bị người ta hắt a-xít sunphuric làm hủy hoại khuôn mặt.

【毁伤】huǐshāng<动>làm tổn thương; làm tổn hại

【毁尸灭迹】huǐshī-mièjì hủy xác phi tang

【毁损】huǐsǔn<动>làm thiệt hại; làm tổn hại: 蝗灾来袭，庄稼严重~。Nạn châu chấu làm cho cây trồng bị thiệt hại nghiêm trọng.

【毁于一旦】huǐyúyīdàn phá hủy trong phút chốc

【毁誉】huǐyù<名>chê và khen (khen chê): 不计~ bất chấp lời khen hay chê

【毁誉参半】huǐyù-cānbàn vừa chê vừa khen; nửa chê nửa khen

【毁约】huǐyuē<动>hủy bỏ hiệp ước (điều ước, hợp đồng…)

huì

卉 huì<名>cỏ (làm cảnh): 异~ cỏ lạ

汇¹ huì❶<动>hợp lại; họp lại: 百川所~ nơi trăm sông đổ vào ❷<动>tập hợp; gộp lại: ~成小册子 gộp lại thành cuốn sổ tay ❸<名>sự tập hợp; một tập hợp: 词~ từ vựng

汇² huì❶<动>chuyển tiền (qua bưu điện, ngân hàng): ~款 gửi tiền ❷<名>ngoại hối; ngoại tệ: 换~ đổi ngoại tệ

【汇报】huìbào<动>tổng hợp báo cáo; hội báo: 他每月定期向领导~工作。Anh ấy hàng tháng đều phải định kì hội báo công tác với lãnh đạo.

【汇报演出】huìbào yǎnchū biểu diễn báo cáo

【汇编】huìbiān❶<动>tập hợp biên soạn thành: ~史料 tập hợp biên soạn tập tài liệu lịch sử ❷<名>tổng tập: 会议材料~ biên tập tài liệu phục vụ hội nghị

【汇兑】huìduì<动>chuyển tiền; gửi tiền

【汇费】huìfèi<名>phí chuyển tiền

【汇合】huìhé<动>hợp lại; tụ lại; tập trung: 我们明天早上九点在公园门口~。9 giờ sáng mai chúng ta tập trung ngay trước cổng công viên.

【汇合处】huìhéchù<名>nơi hội tụ; điểm giao thoa

【汇集】huìjí<动>tập hợp; tập trung; thu thập: ~所有力量 tập trung mọi lực lượng

【汇款】huìkuǎn❶<动>gửi tiền: 她今天下午给女儿~。Chị ấy đã gửi tiền cho đứa con gái vào chiều nay. ❷<名>khoản tiền gửi (qua bưu điện): 收到一笔~ nhận được một món tiền gửi đến

【汇款单】huìkuǎndān<名>phiếu gửi tiền

【汇款人】huìkuǎnrén<名>người gửi tiền

【汇拢】huìlǒng<动>tập hợp; tập hợp; tụ tập; gom tụ: ~资金 gom tụ nguồn vốn

【汇率】huìlǜ<名>tỉ suất hối đoái; tỉ suất trao đổi

【汇票】huìpiào<名>hối phiếu; ngân phiếu

【汇演】huìyǎn =【会演】

【汇映】huìyìng<动>tập trung trình chiếu: 好莱坞电影~ tập trung trình chiếu những bộ phim Hô-li-út

【汇展】huìzhǎn<动>hội chợ: 汽车~ hội chợ xe hơi

【汇总】huìzǒng<动>tổng hợp lại báo cáo lên: ~表 tổng hợp lại bảng biểu

会¹ huì❶<动>hội; họp lại: ~师 hội quân ❷<动>gặp gỡ; gặp mặt: ~晤 gặp gỡ; 相~ gặp nhau ❸<名>hội; cuộc họp: 今天有一个记者招待~。Hôm nay có cuộc họp báo. ❹<名>hội; đoàn: 委员~ ủy ban ❺<名>hội; lễ hội: 庙~ hội hè ❻<名>hội tương trợ (góp nhặt số vốn ít ỏi rồi luân phiên sử dụng) ❼<名>thành phố quan trọng: 省~ tỉnh lị ❽<名>dịp; thời cơ: 机~ cơ hội ❾<副>[书]vừa hay; đúng lúc: ~有客来 vừa hay có khách đến

会² huì❶<动>hiểu: 误~ hiểu lầm ❷<动>hiểu biết; thông hiểu: 他~游泳。Anh ấy biết bơi. ❸<动>biết: 他不~操作这台机器。Anh ấy không biết thao tác chiếc máy này. ❹<动>thạo; giỏi: 他~计算机。Anh ấy giỏi về máy tính. ❺<动>sẽ; có thể; có lẽ: 今年的计划一定~实现。Kế hoạch năm nay nhất định sẽ thực hiện được. 他不~来了。Anh ấy có lẽ không đến nữa. ❻<副>[书]sẽ phải

会³ huì<动>trả tiền: 饭钱我~过了。Tiền cơm tôi đã trả rồi.

另见kuài

【会标】huìbiāo<名>❶biểu trưng của hội nghị: 这是妇女联合会的~。Đây là biểu trưng của Hội Liên hiệp phụ nữ. ❷bức hoành phi viết tên hội nghị, treo ở phía trên đài chủ tịch

【会餐】huìcān<动>ăn liên hoan: 毕业~ tiệc liên hoan mừng tốt nghiệp

【会操】huìcāo<动>hội thao; thao diễn

【会场】huìchǎng<名>hội trường

【会车】huìchē<动>hai xe ngược chiều gặp nhau: ~的时候要格外小心。Khi hai xe ngược chiều gặp nhau thì cần hết sức cẩn thận.

【会道门】huìdàomén<名>đoàn thể; môn phái mê tín và phản động

【会费】huìfèi<名>hội phí: 交~ nộp hội phí

【会风】huìfēng<名>tác phong hội nghị

【会馆】huìguǎn<名>hội quán

【会合】huìhé<动>hợp lại; tập hợp: 他们打算在北京~。Họ tính sẽ tập hợp ở Bắc Kinh.

【会话】huìhuà<动>hội thoại: 学了半年英语，她便能跟外国人~了。Sau nửa năm học tiếng Anh, chị ấy đã có thể hội thoại với người nước ngoài.

【会徽】huìhuī<名>huy hiệu đại hội

【会集】huìjí<动>tập hợp; gom góp; tụ họp; hội tụ: 门口~了不少人。Trước cổng đã tụ họp không ít người.

【会籍】huìjí<名>thành viên; hội tịch

【会见】huìjiàn<动>gặp gỡ: 总理~外宾。Thủ tướng gặp gỡ khách nước ngoài.

【会聚】huìjù<动>tụ tập; tụ họp: 广场上~了许多市民。Trên quảng trường đã tụ họp một số đông dân phố.

【会刊】huìkān<名>tập san của hội nghị hoặc hiệp hội

【会考】huìkǎo<动>thi thống nhất; thi chung: 毕业~ thi chung tốt nghiệp

【会客】huìkè<动>tiếp khách; gặp gỡ khách

【会面】huìmiàn<动>gặp mặt; gặp gỡ

【会期】huìqī<名>❶ngày họp: 此次大会的~定下来了吗? Ngày họp của hội nghị lần này đã xác định chưa? ❷thời gian họp; số ngày họp: ~五天 hội nghị họp trong 5 ngày

【会齐】huìqí<动>tập hợp đông đủ

【会旗】huìqí<名>cờ đại hội; cờ hội

【会签】huìqiān<动>(hai bên hoặc nhiều bên) kí kết chung: ~合同 cùng kí hợp đồng

【会儿】huìr<量>(một) lát; (một) lúc; (một) chốc

【会商】huìshāng<动>(hai bên hoặc nhiều bên) cùng nhau bàn bạc

【会社】huìshè<名>công ti cổ phần (Ltd.): 电子株式~ công ti cổ phần điện tử

【会审】huìshěn<动>❶hội thẩm (vụ án) ❷cùng xem xét: ~账目 cùng xem xét lại sổ sách

【会师】huìshī<动>hội quân; hội sư

【会水】huìshuǐ<动>biết bơi: 虽然在河边长大，但她不太~。Tuy là lớn lên ngay bên sông nhưng chị ấy vẫn không thạo bơi lắm.

【会所】huìsuǒ<名>câu lạc bộ

【会谈】huìtán<动>hội đàm: 六方~ hội đàm sáu bên

【会堂】huìtáng<名>hội trường; lễ đường

【会同】huìtóng<动>phối hợp với: 这个问题由交通厅~有关部门解决。Vấn đề này sẽ giao cho Sở Giao thông kết hợp với các ngành hữu quan cùng giải quyết.

H

【会头】huìtóu<名>người đứng đầu; người dẫn đầu của hội

【会务】huìwù<名>công việc phục vụ hội nghị

【会晤】huìwù<动>gặp gỡ; hội kiến: 博鳌论坛部长~ cuộc gặp gỡ Diễn đàn Bộ trưởng Bác Ngao

【会心】huìxīn<动>hiểu ngầm ý: ~一笑 mỉm cười hiểu ý

【会演】huìyǎn<名>hội diễn: 文艺~ hội diễn văn nghệ

【会厌】huìyàn<名>[生理]nắp thanh quản

【会要】huìyào<名>hội yếu (sách ghi chép các chế độ kinh tế, chính trị của một triều đại nào đó, thường dùng trong tên sách)

【会议】huìyì<名>❶hội nghị; cuộc họp: 举行~ tổ chức hội nghị; 这个~开得很成功。Cuộc họp này rất thành công. ❷hội nghị; hội đồng: 东盟~ Hội nghị ASEAN

【会意】¹huìyì<名>[语言]hội ý (một phép cấu tạo chữ Hán, ghép hai chữ có nghĩa lại để tạo ra một chữ mang nghĩa mới)

【会意】²huìyì<动>hiểu ý; biết ý: 他~地点点头。Ông ta gật đầu hiểu ý.

【会阴】huìyīn<名>[生理]hội âm

【会友】huìyǒu❶<名>người cùng hội; người cùng đoàn thể ❷<动>[书]kết giao bạn bè (kết bạn): 以文~ giao kết bè bạn qua ngả viết bài

【会员】huìyuán<名>hội viên; đoàn viên

【会展】huìzhǎn<名>hội chợ; triển lãm: ~经济 kinh tế hội chợ

【会战】huìzhàn<动>❶[军事]trận quyết chiến: 淞沪~ trận quyết chiến Tùng Hộ (thời kì cuộc kháng chiến chống Nhật) ❷(tập trung lực lượng để hoàn thành nhiệm vụ nào đó) trận tổng công kích

【会章】huìzhāng<名>❶huy hiệu của Hội ❷chương trình của hội

【会长】huìzhǎng<名>hội trưởng; chủ tịch

【会账】huìzhàng<动>thanh toán tiền; chi tiền

【会诊】huìzhěn<动>hội chẩn: 明天许多专家将给这个小女孩~。Ngày mai sẽ có nhiều chuyên gia về cùng hội chẩn cho cô bé này.

【会址】huìzhǐ<名>❶địa chỉ của hội ❷nơi họp; địa điểm họp; địa điểm hội nghị

讳huì❶<动>kiêng; kị; kiêng kị: 直言不~ nói một cách không kiêng rè ❷<名>điều kiêng kị: 犯~ phạm điều kiêng kị ❸<名>tên húy: 名~ tên húy //(姓) Húy

【讳疾忌医】huìjí-jìyī giấu bệnh sợ thầy; giấu lỗi không chịu sửa

【讳忌】huìjì<动>kiêng kị: 毫不~ không chút kiêng kị

【讳莫如深】huìmòrúshēn giấu kín như bưng; che giấu đủ vành

【讳言】huìyán<动>không dám nói; không muốn nói: 无可~，他是个数学天才。Nói một cách chính xác, ông ta là một thiên tài toán học.

荟huì<形>[书]sum sê; rậm rạp

【荟萃】huìcuì<动>(anh tài, tinh hoa) tụ họp; tụ tập; tụ hội: 精品~ hội tụ nhiều sản phẩm tinh túy

诲huì<动>bảo; khuyên răn

【诲人不倦】huìrén-bùjuàn dạy người không biết mỏi

绘huì<动>vẽ

【绘画】huìhuà<动>hội họa

【绘声绘色】huìshēng-huìsè miêu tả rất sinh động; tả được cả hình cả tiếng

【绘图】huìtú<动>vẽ bản đồ; vẽ hình mẫu

【绘制】huìzhì<动>vẽ; ấn định; lập (biểu đồ, bản vẽ, chương trình...): ~蓝图 lập kế hoạch xây dựng

贿huì❶<名>[书]của cải ❷<动>đút lót; hối lộ: 行~ đút lót; 受~ nhận hối lộ của đút lót

【贿款】huìkuǎn<名>tiền đút lót; tiền hối lộ

【贿赂】huìlù<动>❶hối lộ; đút lót: 有~行为 có hành vi đút lót ❷<名>của đút; của hối lộ: 收受~ ăn nhận hối lộ

【贿选】huìxuǎn<动>đút tiền mua chuộc cử tri

烩huì<动>❶xào: ~豆腐 đậu phụ xào sền sệt ❷nấu lẫn; thổi lẫn: 杂~菜汤 canh hổ lốn/ canh thập cẩm

彗huì<名>cái chổi

【彗星】huìxīng<名>sao chổi

晦huì❶<名>ngày hối: ~朔 ba mươi mồng một ❷<形>u ám; mờ mịt: ~浊 mờ đục; ~色 sắc màu u ám ❸<名>[书]đêm tối: 风雨如~ gió mưa u ám ❹<动>[书]ẩn giấu; giấu giếm: ~密 giữ kín không hé lộ; ~心 giữ kín ý nghĩ của mình

【晦暗】huì'àn<形>u ám; ảm đạm; u tối

【晦气】huìqì❶<形>xúi quẩy; rủi; đen đủi: 真~，掉了钱包。Thật xúi quẩy, đánh mất chiếc ví rồi. ❷<名>ủ ê; ủ dột: 一脸~ nét mặt ủ ê

【晦涩】huìsè<形>tối nghĩa

秽huì<形>❶bẩn; nhơ: 污~ nhơ nhớp/nhơ bẩn/bẩn thỉu ❷xấu xa; nhơ bẩn

【秽土】huìtǔ<名>rác rưởi

【秽物】huìwù<名>đồ dơ bẩn; vật bẩn thỉu

【秽行】huìxíng<名>[书]làm bậy; hành động bậy bạ; hành động thối tha

【秽语】huìyǔ<名>lời nói tục tĩu; lời nói dâm dật

惠huì❶<名>ơn; lợi ích: 施~于人 ban ơn cho người ❷<动>mang lại lợi ích cho người khác: 根据互~的原则建立两国贸易关系 đặt quan hệ buôn bán giữa hai nước trên nguyên tắc đôi bên cùng có lợi ❸<副>(lời kính trọng) hạ cố; chiếu cố: ~音 thư của bạn thân (cách ví trân trọng) ❹<形>hiền lành // (姓) Huệ

【惠存】huìcún<动>(kính tặng) xin hãy giữ gìn

【惠顾】huìgù<动>hạ cố

【惠及】huìjí<动>[书]đem điều tốt lành đến cho

【惠临】huìlín<动>hạ cố tới thăm; quá bộ tới thăm

【惠赠】huìzèng<动>vinh hạnh được tặng quà

慧huì<形>thông minh // (姓) Tuệ

【慧根】huìgēn<名>thông minh

【慧目】huìmù<名>cặp mắt tinh tường

【慧黠】huìxiá<形>[书]thông minh giảo hoạt; ma lanh

【慧眼】huìyǎn<名>tuệ nhãn (từ của Phật giáo, chỉ khả năng nhận thức được quá khứ và tương lai) tầm mắt sắc sảo

蕙huì<名>cây hoa huệ lan // (姓) Huệ

hūn

昏hūn❶<名>nhá nhem; chạng vạng: 晨~ chạng vạng tối ❷<形>tối; lờ mờ; mờ mờ: 天~地暗 trời đất tối mù ❸<形>lơ mơ; mơ mơ màng màng ❹<动>mất tri giác: 病人~过去了。Bệnh nhân đã ngất đi.

【昏暗】hūn'àn<形>lờ mờ; tối

【昏沉】hūnchén<形>❶âm u; u tối: 暮色~ trời chiều âm u ❷choáng váng: 头脑~ đầu óc mê mẩn

【昏黑】hūnhēi<形>u ám; tối tăm

【昏花】hūnhuā<形>mờ; lòa

【昏黄】hūnhuáng<形>vàng nhạt; vàng vọt

【昏昏欲睡】hūnhūn-yùshuì gật gà gật gù; ngái ngủ

【昏厥】hūnjué<动>ngất; xỉu; choáng

【昏君】hūnjūn<名>hôn quân; tên vua u mê

【昏乱】hūnluàn<形>❶(đầu óc) u mê rối loạn: 思路~ đầu óc u mê rối loạn ❷[书]

H

(chính trị) tối tăm; (xã hội) rối loạn

【昏迷】hūnmí<动>hôn mê

【昏睡】hūnshuì<动>ngủ mê man

【昏死】hūnsǐ<动>ngất đi; chết ngất

【昏天黑地】hūntiān-hēidì❶tối trời tối tối đất: 外面~的，你一个女孩子不要单独出去。Bên ngoài tối như bưng, con gái như em đừng ra ngoài một mình. ❷trời đất tối sầm lại; tối tăm mặt mũi: 不吃不喝睡了一天，脑子~的。Ngủ lì bì suốt cả ngày không ăn uống gì cả, chỉ cảm thấy tối mắt tối mũi. ❸bê tha nhăng nhít; điên khùng thác loạn: 无所事事，~地混日子。Ăn không ngồi rồi, bê tha nhăng nhít mà qua ngày đoạn tháng. ❹om tỏi; ầm ĩ: 几个酒鬼在楼下闹得个~。Mấy thằng say rượu dưới nhà cãi nhau om tỏi. ❺tối tăm; đen tối: ~的旧世界 xã hội cũ đen tối

【昏头昏脑】hūntóu-hūnnǎo u mê đầu óc

【昏眩】hūnxuàn<动>xây xẩm; choáng váng

【昏庸】hūnyōng<形>ngu đần; u mê

荤 hūn❶<名>(thức ăn) mặn; chất tanh (trái với chay): 吃~不吃素 ăn mặn không ăn chay ❷<名>(tín đồ Phật giáo dùng để gọi các thứ rau có mùi vị kích thích như hành, tỏi...): 五~ năm loại rau có mùi (rau mặn) ❸<形>tục tĩu; dâm ô: ~话 những lời tục tĩu

【荤菜】hūncài<名>món ăn mặn; thức ăn tanh: ~素菜合理搭配 kết hợp hợp lí những món ăn mặn và món ăn chay

【荤段子】hūnduànzi<名>chuyện tiếu lâm tục: 这个人很喜欢说~。Gã rất thích kể những câu chuyện tiếu lâm tục.

【荤腥】hūnxīng<名>thức ăn tanh (cá, thịt...)

【荤油】hūnyóu<名>mỡ lợn

婚 hūn❶<动>kết hôn; lấy vợ; lấy chồng; lấy nhau: 已~ đã kết hôn ❷<名>hôn nhân: 离~ li hôn/li dị; 结~ kết hôn

【婚变】hūnbiàn<名>sự thay đổi trong hôn nhân (vợ chồng li dị hoặc ngoại tình): 这一对别人眼中的模范夫妻也传出了~的消息。Trong con mắt người ngoài, đôi vợ chồng ấy hạnh phúc là thế mà lại có tin li dị.

【婚服】hūnfú<名>áo cưới

【婚假】hūnjià<名>nghỉ phép dịp cưới

【婚嫁】hūnjià<名>cưới vợ gả chồng; việc hôn nhân: 他俩的关系已经到了谈论~的阶段。Hai người đã bước vào giai đoạn bàn về chuyện hôn lễ.

【婚检】hūnjiǎn<动>khám sức khỏe trước khi kết hôn

【婚介】hūnjiè<名>môi giới hôn nhân

【婚介所】hūnjièsuǒ<名>phòng môi giới hôn nhân

【婚礼】hūnlǐ<名>hôn lễ; lễ cưới: 举行~ tổ chức lễ cưới

【婚恋】hūnliàn<名>yêu đương và hôn nhân: 有些媒体喜欢报道名人~的消息。Một số báo chí thích đưa tin về yêu đương và hôn nhân của các danh nhân.

【婚龄】hūnlíng<名>❶số năm kết hôn ❷tuổi kết hôn

【婚内强奸】hūnnèi qiángjiān sự cưỡng hiếp trong hôn nhân

【婚配】hūnpèi<动>kết hôn

【婚期】hūnqī<名>ngày tháng kết hôn: ~将近，她对未来充满遐想。Vào thời điểm sắp thành hôn, chị ấy gửi gắm nhiều mơ ước đối với tương lai của mình.

【婚庆】hūnqìng<名>việc hôn lễ

【婚庆公司】hūnqìng gōngsī công ti kinh doanh dịch vụ hôn lễ

【婚纱】hūnshā<名>quần áo cưới của cô dâu

【婚纱照】hūnshāzhào<名>ảnh cưới; ảnh chụp trong bộ đồ cưới

【婚生子女】hūnshēng zǐnǚ con cái trong hôn nhân hợp pháp

【婚事】hūnshì<名>việc cưới xin; việc hôn

nhân: 父母很操心大龄未婚子女的~。Cha mẹ thường rất lo lắng việc hôn nhân của con cái độ lỡ thời.

【婚书】hūnshū<名>giấy giá thú; hôn thư; giấy chứng nhận kết hôn: 一纸~把我俩的命运连在一起。Giấy chứng nhận kết hôn đã liên kết vận mệnh của hai chúng tôi lại với nhau.

【婚俗】hūnsú<名>tục lệ hôn nhân

【婚外恋】hūnwàiliàn<名>tình yêu ngoài hôn nhân: ~是家庭和睦的杀手。Tình yêu ngoài hôn nhân là thủ phạm dẫn tới sự tan vỡ của gia đình.

【婚外情】hūnwàiqíng<名>tình cảm ngoài hôn nhân

【婚宴】hūnyàn<名>tiệc cưới

【婚姻】hūnyīn<名>hôn nhân: ~自由 tự do hôn nhân

【婚姻登记处】hūnyīn dēngjìchù phòng đăng kí hôn nhân

【婚姻法】hūnyīnfǎ<名>luật hôn nhân

【婚姻状况】hūnyīn zhuàngkuàng tình hình hôn nhân

【婚约】hūnyuē<名>hôn ước; ước hẹn lấy nhau

hún

浑 hún<形>❶vẩn đục; chuyện rối rắm: 趟~水 dính vào chuyện rối rắm ❷ngớ ngẩn; đần độn: ~人 con người ngớ ngẩn; ~头~脑 đầu óc đần độn ❸tự nhiên; mộc mạc: ~厚 đôn hậu ❹cả; đầy: ~身 khắp cả người //(姓) Hồn

【浑蛋】húndàn<名>đồ khốn nạn; thằng đốn mạt; thằng đểu

【浑噩】hún'è<形>đần độn

【浑厚】húnhòu<形>❶hồn hậu: 性情~ tính tình hồn hậu ❷(phong cách nghệ thuật...)

mộc mạc khỏe khoắn: 笔力~ nét bút mộc mạc ❸(âm thanh) trầm đục; trầm hùng: 歌声~ giọng hát trầm hùng

【浑话】húnhuà<名>lời hỗn xược: 你尽说~。Mày toàn nói những chuyện hỗn xược.

【浑浑噩噩】húnhún'è'è ngớ ngẩn đần độn

【浑球儿】húnqiúr<名>[方]đồ khốn nạn

【浑然】húnrán❶<形>nguyên vẹn; trọn vẹn: ~一体 một khối trọn vẹn ❷<副>hoàn toàn: ~不知 hoàn toàn không hay biết; ~不理 hoàn toàn không đếm xỉa đến

【浑身】húnshēn<名>cả người; toàn thân: ~是汗 mồ hôi đầm đìa toàn thân

【浑水摸鱼】húnshuǐ-mōyú đục nước mò cá; đục nước thả câu; đục nước béo cò

【浑圆】húnyuán<形>rất tròn; tròn vành vạnh

【浑浊】húnzhuó<形>đục; vẩn đục

魂 hún<名>❶hồn; linh hồn: 鬼~ hồn ma; 招~ gọi hồn ❷tinh thần; tâm thần: 梦~萦绕 hồn mộng vấn vương; 神~颠倒 tâm thần xao xuyến ❸(tinh thần cao cả) hồn: 民族~ hồn dân tộc ❹phiếm chỉ tinh thần nhân cách hóa của sự vật: 音乐之~ hồn âm nhạc

【魂不附体】húnbùfùtǐ mất hồn mất vía; sợ hết hồn

【魂不守舍】húnbùshǒushè hồn lìa khỏi xác; bạt hồn bạt vía

【魂飞魄散】húnfēi-pòsàn hồn bay phách lạc

【魂灵】húnlíng<名>linh hồn

【魂魄】húnpò<名>hồn phách; hồn vía

【魂牵梦萦】húnqiān-mèngyíng vấn vương; thương nhớ

hùn

诨 hùn<名>nói đùa; pha trò: 插科打~ pha trò cù khán giả

【诨名】hùnmíng<名>tên nhạo; tên giễu; tên hiệu; tên riêng

混 hùn ❶<动>trộn; nhập; gộp: 把糖~入面粉。Bột mì trộn với đường. ❷<动>trà trộn: 不让坏人~进来。Không cho kẻ xấu trà trộn vào đây. ❸<动>sống tạm bợ; sống cho qua ngày: 不要~一天算一天。Không nên sống bừa bãi được ngày nào hay ngày ấy. ❹<副>cẩu thả; bừa bãi: ~说 nói càn

【混编】hùnbiān<动>sự sắp xếp hay tổ hợp hỗn hợp

【混充】hùnchōng<动>trà trộn mạo nhận

【混搭】hùndā<动>sự kết hợp hỗn hợp

【混沌】hùndùn ❶<名>(thời kì) hỗn mang; hỗn độn; mung lung: ~未凿 sự hỗn độn không xác định được ❷<形>vô tri vô thức; u u minh minh: ~世界 thế giới mờ mịt

【混饭】hùnfàn<动>miếng ăn hoặc lợi ích không chính đáng: 别上这里来~吃。Đừng hòng đến đây kiếm chác.

【混纺】hùnfǎng[纺织]❶<动>dệt pha ❷<名>vải pha

【混合】hùnhé<动>❶hỗn hợp; phối hợp: ~燃料 chất đốt hỗn hợp; ~双打 đánh đôi nam nữ phối hợp ❷hỗn hợp; trộn lẫn: ~剂 chất hỗn hợp

【混进】hùnjìn<动>lẫn vào; trà trộn vào

【混乱】hùnluàn<形>hỗn loạn; lộn xộn: 这个公司的管理相当~。Việc quản lí của công ti này rất lộn xộn.

【混凝土】hùnníngtǔ<名>bê tông

【混日子】hùn rìzi qua ngày đoạn tháng; sống cho qua ngày

【混入】hùnrù<动>chui vào; trà trộn vào; lẫn vào: 这批货物~一些次品。Lô hàng này bị lẫn vào hàng thứ phẩm.

【混色】hùnsè<名>trộn vào; pha màu

【混世魔王】hùnshì-mówáng ma vương quỷ sứ; hỗn thế ma vương

【混事】hùnshì<动>kiếm cơm; kiếm miếng cơm manh áo: 他没有什么特长，只是在这里~。Ông ta chẳng có sở trường gì mà chỉ là kiếm miếng cơm ở đây thôi.

【混同】hùntóng<动>đánh đồng; vơ đũa cả nắm

【混为一谈】hùnwéiyītán nhập cục làm một

【混响】hùnxiǎng<动>lồng tiếng

【混淆】hùnxiáo<动>❶lẫn lộn; trộn lẫn: ~真伪 xáo lộn cái thực và cái giả ❷làm lẫn lộn: ~是非 làm lẫn lộn phải trái

【混血儿】hùnxuè'ér<名>con lai: ~有遗传的优势。Con lai có ưu thế về mặt di truyền.

【混杂】hùnzá<动>hỗn tạp; pha tạp: 不要把这两种面粉~在一起。Không nên pha tạp hai loại bột mì này với nhau.

【混战】hùnzhàn<动>hỗn chiến; đánh nhau lộn bậy

【混账】hùnzhàng<形>đều cáng; vô liêm si

【混浊】hùnzhuó<形>vẩn đục; bẩn

huō

豁[1] huō<动>sứt; nứt; mẻ

豁[2] huō<动>liều; đánh liều; cố hết sức
另见huò

【豁出去】huōchuqu đánh liều; chẳng sá gì nữa: 大家都~了，决定努力干到底。Mọi người đều chẳng sá gì nữa, quyết tâm gắng sức làm đến cùng.

【豁口】huōkǒu<名>chỗ sứt; chỗ mẻ

【豁命】huōmìng<动>liều mạng; bạt mạng: ~奉陪到底 liều mạng đọ sức đến cùng

【豁嘴】huōzuǐ<名>[口]❶sứt môi ❷người sứt môi: ~发音往往不准。Người sứt môi thường phát âm không chuẩn.

huó

和 huó<动>trộn; nhào
另见hé, hè, hú, huò

活 huó❶<动>sống: ~在自己的世界里 sống
trong thế giới của mình ❷<副>sống: ~捉
bắt sống ❸<动>nuôi sống; cứu sống: 养
家~口 nuôi sống gia đình và bản thân ❹
<形>linh hoạt: 方法要~ phương pháp
cần phải linh hoạt ❺<形>sinh động; sống
động: 他把猴王演~了。 Ông ấy diễn vai
Hầu vương thật sinh động. ❻<副>hệt như:
这孩子真淘气, ~像只猴子。 Thằng bé
rất tinh nghịch hệt như chú khỉ nhỏ. ❼
<名>công việc: 体力~ việc lao động chân
tay ❽<名>sản phẩm: 这批~儿做得真好。
Lô sản phẩm này làm khá lắm.

【活靶子】 huóbǎzi<名>cái bia sống; mục
tiêu sống

【活宝】 huóbǎo<名>thằng hề; người có biểu
hiện như vai chú hề: 他是个~, 给大家
带来快乐。 Cậu ta cứ như chú hề đem lại
niềm vui cho mọi người.

【活蹦乱跳】 huóbèng-luàntiào　tung tăng
nhảy nhót

【活便】 huóbian<形>[口]❶linh hoạt; nhanh
nhẹn: 手脚~ tay chân nhanh nhẹn ❷tiện lợi;
thuận tiện; tiện: 老人不习惯城里的生活,
总觉得乡下更~。 Người cao tuổi không
quen với cuộc sống đô thị cứ cảm thấy ở
nông thôn thì tiện lợi hơn.

【活剥】 huóbō<动>lột sống; cướp đi tính
mạng

【活地图】 huódìtú<名>tấm bản đồ sống (chỉ
người thông thạo địa lí vùng nào đó): 他是
个~, 熟悉这个城市的大街小巷。 Cậu ta
như tấm bản đồ sống thuộc làu hết các phố
lớn ngõ nhỏ trong thành phố.

【活动】 huódòng❶<动>cử động; vận động;
khởi động: 下水前先伸腰压腿, ~一下
身体。 Trước khi bơi nên làm động tác
vươn vai vặn lưng khởi động toàn thân. ❷
<动>lung lay: 牙齿有点~。 Răng hơi lung
lay. ❸<形>linh hoạt; linh động: 条文规定
得比较~。 Các điều khoản quy định tương
đối linh động. ❹<名>hoạt động: 进行革命
~ tiến hành hoạt động cách mạng; 政治~ hoạt
động chính trị ❺<动>chạy chọt; xoay xở:
他为了升职而四处~。 Ông ta chạy chọt
khắp nơi cho việc thăng chức của mình. ❻
<动>hoạt động

【活法】 huófǎ<名>[口]cách thức sinh hoạt;
lối sống: 各人有各人的~。 Mỗi người đều
có lối sống riêng của mình.

【活泛】 huófan<形>[口]❶nhanh nhạy; linh
hoạt; nhạy bén: 他的思维很~。 Tư duy của
anh ấy rất nhạy bén. ❷rộng rãi; khẩm khá;
khá giả

【活佛】 huófó<名>❶Phật sống (trong giáo
phái Lạt Ma) ❷trong tiểu thuyết cũ gọi nhà
sư cứu nhân độ thế là Phật sống

【活该】 huógāi<动>❶[口]đáng đời ❷[方]
đáng

【活化】 huóhuà<动>[化学]hoạt hóa; làm
tăng hoạt tính

【活化石】 huóhuàshí<名>hóa thạch sống:
熊猫被称为动物~。 Gấu trúc được ví là
"hóa thạch sống" trong loài động vật.

【活活】 huóhuó<副>❶đang sống (mà bị hủy
diệt): ~烧死 bị thiêu chết ❷rõ mười mươi;
trăm phần trăm: ~一个败家子 rõ mười
mươi là thằng ăn hại

【活火山】 huóhuǒshān<名>núi lửa đang
hoạt động; núi lửa sống

【活计】 huójì<名>❶nghề thủ công; nghề
may: 针线~ việc khâu vá; 把下午的~安排

一下。Sắp xếp công việc may vá vào buổi chiều nay. ❷sản phẩm (thủ công): 她做得一手好~。Tay nghề thủ công của chị ấy rất cao.

【活检】huójiǎn<动>[医学]kiểm nghiệm vật thể sống

【活见鬼】huójiànguǐ thật kì lạ; quái thật

【活教材】huójiàocái<名>sự tích sống động; giáo trình sinh động; bài học sống động

【活结】huójié<名>nút sống (cởi ra dễ dàng)

【活口】huókǒu<名>❶nhân chứng sống (người bị hại còn sống sót) ❷nhân chứng sống (tù binh, tội phạm...): 捉了一个~来了解敌情。Bắt một tù binh về để tìm hiểu tình hình của địch.

【活力】huólì<名>sức sống

【活灵活现】huólíng-huóxiàn rất sinh động; sống động

【活路】huólù<名>❶lối thông suốt: 往这边走有条~。Đi về phía này có con đường thông được. ❷lối làm có hiệu quả ❸đường sống: 在旧社会哪有穷人的~。Trong xã hội cũ dân nghèo đâu có con đường sống.

【活路】huólu<名>việc làm, tay nghề trong lao động chân tay: 他什么~都干。Anh ấy công việc gì cũng thạo.

【活埋】huómái<动>chôn sống

【活门】huómén<名>[口]van

【活命】huómìng❶<动>sống: 在旧社会，荒年的许多农民往往靠吃野菜~。Những năm đói kém trong xã hội cũ nhiều người nông dân thường phải sống nhờ vào việc hái rau rừng. ❷<动>cứu sống; cứu mạng: ~之恩 ơn cứu sống/ơn tái tạo ❸<名>mạng sống: 留他一条~。Để lại mạng sống cho hắn.

【活泼】huópō<形>❶hoạt bát; nhanh nhẹn: 天真~的孩子 đứa bé ngây thơ và hoạt bát

❷[化学]hoạt tính cao: 金属钠的化学性质很~。Hoạt tính hóa học của kim loại Natri rất cao.

【活菩萨】huópúsà<名>Bồ tát sống (người có tấm lòng từ thiện, cứu khổ cứu nạn)

【活期】huóqī<形>(gửi tiền tiết kiệm) loại không kì hạn: ~存款 gửi tiền tiết kiệm không kì hạn

【活棋】huóqí<名>nước cờ (thế cờ) chủ động

【活气】huóqì<名>sức sống; sinh khí

【活塞】huósāi<名>pít-tông

【活神仙】huóshénxiān<名>Bụt trên trần; như tiên; ví những người sống hết sức thoải mái vô tư

【活生生】huóshēngshēng❶sống động; sinh động: 这幅肖像画得~的。Bức vẽ truyền thần này rất sống động. ❷(đang) sống: 那场灾难~地夺去了她的生命。Tai họa đó đã tàn nhẫn cướp mất tính mạng chị ấy.

【活受罪】huóshòuzuì[口]chịu tội sống

【活水】huóshuǐ<名>nước lưu thông; nước trong dòng chảy (ngược với nước tù, nước đọng)

【活死人】huósǐrén<名>kẻ đần độn vô dụng (lời mắng)

【活体】huótǐ<名>vật thể sống: 这种药需要在动物~进行试验。Loại thuốc này cần được thí nghiệm trên vật thể sống.

【活脱儿】huótuōr<副>[口]giống như đúc

【活现】huóxiàn<动>hiện ra như thật

【活像】huóxiàng<动>giống hệt; cực giống: 这小女孩~她妈妈。Cô bé này giống hệt mẹ nó.

【活性】huóxìng<形><名>[化学]hoạt tính

【活血】huóxuè<动>[中医]lưu thông máu; hoạt huyết: 这种药的功效是舒筋~。Công hiệu của loại thuốc này là lưu thông hoạt huyết.

【活页】huóyè<名>tờ rời

【活用】huóyòng<动>áp dụng một cách linh hoạt

【活跃】huóyuè❶<形>tích cực; sôi nổi: 这个单位的文艺活动真~。Hoạt động văn nghệ của đơn vị này thật là sôi nổi. ❷ <动>khuấy động; sôi động: ~边境贸易 khuấy động mậu dịch biên giới

【活捉】huózhuō<动>bắt sống

【活字典】huózìdiǎn<名>từ điển sống

【活字印刷】huózì yìnshuā in chữ rời (phương pháp in do Tất Thăng phát minh vào những năm 1041–1048 thời Bắc Tống Trung Quốc)

huǒ

火 huǒ❶<名>lửa: 明~ lửa đóm ❷<名>súng ống đạn dược: 军~ vũ khí đạn dược ❸ <名>nhiệt: 降~ giải nhiệt/giảm nhiệt ❹<名> đỏ (màu sắc): ~热的太阳 mặt trời đỏ rực ❺<副>khẩn; gấp: ~速 hỏa tốc ❻<名>nóng (tính) nổi nóng: 请你不要发~。Xin anh đừng nổi nóng. ❼<形>[口]khấm khá; phát tài: 买卖很~ làm ăn rất khấm khá //(姓) Hỏa

【火把】huǒbǎ<名>đuốc

【火暴】huǒbào<形>❶nóng nảy; nóng vội: 他的性格太~了。Tính anh ấy quá nóng nảy. ❷sôi động; náo nhiệt; rực rỡ

【火并】huǒbìng<动>sát phạt; chém giết nhau

【火柴】huǒchái<名>diêm

【火场】huǒchǎng<名>đám cháy; bãi cháy: 消防队员赶赴~。Đội viên chữa cháy nhanh chóng tiến về phía đám cháy.

【火车】huǒchē<名>tàu hỏa; xe lửa

【火车头】huǒchētóu<名>❶đầu máy xe lửa; đầu tàu: 修理~ tu sửa đầu máy ❷đầu tàu; đi đầu (chỉ người hay sự việc có vai trò gương mẫu): 发挥~的作用 phát huy vai trò đầu tàu

【火电】huǒdiàn<名>máy phát điện (chạy bằng nhiên liệu): ~厂 nhà máy nhiệt điện

【火夫】huǒfū<名>[旧]❶thợ đốt lò ❷đầu bếp

【火攻】huǒgōng<动>hỏa công (dùng lửa đánh quân địch)

【火罐儿】huǒguànr<名>[中医]bầu giác (dùng để đánh giác chữa bệnh): 拔~是一种中医治疗法。Giác là một biện pháp chữa bệnh của Đông y.

【火光】huǒguāng<名>ánh lửa

【火光冲天】huǒguāng-chōngtiān lửa sáng rực trời

【火锅】huǒguō<名>nồi lẩu; lẩu: 在中国, ~是一种有特色的饮食文化。Tại Trung Quốc, ăn lẩu là một nội dung mang nét đặc sắc về văn hóa ẩm thực.

【火海】huǒhǎi<名>biển lửa

【火红】huǒhóng<形>❶đỏ như lửa: ~的玫瑰 bông hồng đỏ thắm ❷rực lửa; sôi động: ~的生活 cuộc sống sôi động

【火候】huǒhou<名>❶độ lửa: 炼钢要注意~。Luyện thép phải chú ý sức lửa. ❷độ; trình độ (chỉ mức độ rèn giũa cao thấp): 他的武术到~了。Võ thuật của anh ấy thật điêu luyện. ❸đúng lúc (chỉ thời điểm gay cấn): 援军赶到得正是~。Viện binh có mặt thật đúng lúc.

【火狐】huǒhú<名>cáo nâu

【火花】huǒhuā<名>tia lửa; đốm lửa

【火化】huǒhuà<动>hỏa táng

【火鸡】huǒjī<名>gà tây: 美国人爱吃~。Người Mĩ thích ăn thịt gà Tây.

【火急】huǒjí<形>khẩn cấp

【火剪】huǒjiǎn<名>❶kìm gắp than ❷cặp uốn tóc

【火碱】huǒjiǎn<名>xút cô-tíc; xút ăn da

【火箭】huǒjiàn<名>tên lửa; hỏa tiễn

H

【火警】huǒjǐng<名>cháy; vụ cháy; hỏa hoạn: 报~ báo cháy; ~电话 điện thoại cứu hỏa

【火炬】huǒjù<名>đuốc; bó đuốc

【火坑】huǒkēng<名>hầm lửa; nơi nguy hiểm; cảnh sống bi thảm

【火辣辣】huǒlàlà❶nóng hầm hập: ~的热浪 luồng không khí nóng hầm hập ❷bỏng rát; đau rát ❸nôn nóng; nóng lòng; nóng bừng: 羞愧使她脸上~的。Xấu hổ đến mức khuôn mặt chị ấy nóng bừng lên. ❹cay nghiệt; gay gắt: ~的心肠 tâm địa cay nghiệt; ~的斥责 mắng trách gay gắt

【火力】huǒlì<名>❶lực hơi đốt ❷[军事]hỏa lực: 我军的~压倒敌军。Hỏa lực của quân ta áp đảo quân địch. ❸sức chịu rét (của người): 年轻人~旺。Người trẻ tuổi sức chịu rét khỏe.

【火龙】huǒlóng<名>❶rồng lửa; vệt lửa ❷[方]rãnh thông khói

【火笼】huǒlóng<名>[方]lồng ấp

【火炉】huǒlú<名>bếp lò; lò lửa

【火冒三丈】huǒmàosānzhàng nộ khí đằng đằng; lửa giận bừng bừng

【火煤】huǒméi<名>đồ nhóm lửa; mồi lửa

【火苗】huǒmiáo<名>ngọn lửa

【火炮】huǒpào<名>pháo; đại bác

【火盆】huǒpén<名>chậu than sưởi

【火气】huǒqì<名>❶nộ khí; bực tức: ~难平 khó mà ghìm được cơn nộ khí ❷nhiệt lượng (cơ thể người):他~足，不怕冷。Ông ấy nhiệt lượng đầy đủ ít sợ lạnh. ❸[中医]chứng nhiệt

【火器】huǒqì<名>[军事]súng đạn; vũ khí; hỏa khí

【火钳】huǒqián<名>kẹp gắp than

【火枪】huǒqiāng<名>súng kíp

【火情】huǒqíng<名>❶tình hình hỏa hoạn ❷sức lửa; thế lửa (trong đám cháy)

【火球】huǒqiú<名>trái cầu lửa

【火热】huǒrè<形>❶nóng như lửa: ~的炉子 bếp lửa nóng hồng ❷bốc lửa: ~的誓言 lời thề bốc lửa ❸thân thiết; sôi nổi: 谈得~ trò chuyện thân thiết; 两个人关系处得~。Quan hệ giữa hai người rất khăng khít. ❹căng thẳng; quyết liệt: ~的竞争 cạnh tranh quyết liệt

【火山】huǒshān<名>núi lửa

【火山地震】huǒshān dìzhèn động đất (do núi lửa gây ra)

【火山泥】huǒshānní<名>đất ba-zan

【火上浇油】huǒshàng-jiāoyóu đổ dầu vào lửa; lửa cháy đổ thêm dầu

【火烧】huǒshao<名>bánh nướng (không rắc vừng)

【火烧火燎】huǒshāo-huǒliǎo như thiêu như đốt; như lửa đốt

【火烧眉毛】huǒshāo-méimao lửa cháy đến nơi; cấp bách nguy hiểm

【火舌】huǒshé<名>lưỡi lửa; ngọn lửa mạnh

【火石】huǒshí<名>đá lửa

【火势】huǒshì<名>thế lửa

【火树银花】huǒshù-yínhuā đèn đuốc rực rỡ; pháo hoa tưng bừng

【火速】huǒsù<副>hỏa tốc; gấp rút

【火炭】huǒtàn<名>than lửa; than củi

【火烫】huǒtàng❶<形>nóng bỏng; nóng giãy: 太阳把路面烤得~。Ánh nắng làm cho mặt đường nóng bỏng. ❷<动>uốn tóc (bằng kẹp sấy tóc): 你的头发是冷烫还是~? Tóc của chị sấy nóng hay uốn lạnh?

【火头】huǒtóu<名>❶ngọn lửa: 蜡烛的~灭了。Ngọn nến sắp tắt rồi. ❷độ lửa: ~够，炒出来的牛肉才嫩。Độ lửa vừa đủ thì thịt bò xào ra mới mềm. ❸người gây nên hỏa hoạn ❹nộ khí; cơn giận: 他正在~上。Ông ta đang phát cáu.

【火腿】huǒtuǐ<名>chân giò hun khói; giăm bông (đặc sản nổi tiếng của vùng Kim Hoa tinh Chiết Giang và Tuyên Uy tinh Vân Nam)

【火网】huǒwǎng<名>[军事]lưới lửa; màn lửa

【火险】huǒxiǎn<名>❶bảo hiểm cháy ❷hiểm họa cháy

【火线】huǒxiàn<名>❶tuyến lửa; mặt trận: 受伤不下~ bị thương mà không rời hỏa tuyến ❷[电学]dây điện dương; dây nóng: 哪根线是~? Dây nào là dây nóng?

【火星】¹huǒxīng<名>[天文]sao Hỏa; hỏa tinh

【火星】²huǒxīng<名>đốm lửa li ti: 烟囱冒出~。Ống khói phun ra những đốm lửa li ti.

【火性】huǒxìng<名>tính nóng; nóng như lửa

【火眼金睛】huǒyǎn-jīnjīng mắt nhìn thấu mọi sự (theo tích *Tây du kí*, Tôn Ngộ Không bị nhốt trong lò Bát quái, đôi mắt bị hun đỏ lên, có thể phân biệt yêu ma quỷ quái)

【火焰】huǒyàn<名>ngọn lửa

【火药】huǒyào<名>thuốc súng; thuốc nổ

【火药味】huǒyàowèi<名>đối địch; đối đầu; ví mùi thuốc súng; xung đột (gay gắt): 在辩论会上双方~很浓。Tại cuộc hùng biện, hai bên đối đầu rất gay gắt.

【火源】huǒyuán<名>nguồn lửa; mồi lửa: 切断~ cắt đứt nguồn lửa/dập mồi lửa

【火灾】huǒzāi<名>hỏa hoạn; nạn cháy

【火葬】huǒzàng<动>hỏa táng: 举行~仪式 làm lễ hỏa táng

【火中取栗】huǒzhōng-qǔlì cốc mò cò xơi; thằng còng làm cho thằng ngay ăn; liều mạng làm thuê

【火种】huǒzhǒng<名>ngòi lửa; mồi lửa

【火烛】huǒzhú<名>vật dễ cháy; vật dễ bắt

lửa

伙 huǒ❶<名>việc ăn uống; sự ăn uống ❷<名>bè bạn; người cộng sự: ~伴 bạn bè; ~友 bạn hữu ❸<名>nhóm; băng: 合~ lập nhóm/lập băng; 入~ nhập bọn/nhập băng/nhập hội ❹<量>bọn; lũ: 他们一~人 lũ chúng nó/bọn chúng nó ❺<副>cùng chung; liên kết: ~买 chung tiền mua/mua chung; ~着用 dùng chung //(姓) Hỏa, Lỏa, Khỏa

【伙伴】huǒbàn<名>người (bạn) cùng hội; người cộng tác

【伙房】huǒfáng<名>nhà bếp tập thể

【伙计】huǒji<名>❶người cộng sự; bạn cùng hội: ~，快帮我一把。Này ông bạn, mau giúp tôi một cái. ❷[旧]người làm thuê; người hầu bàn: 他的祖父曾是那个酒家的~。Ông nội của anh ấy từng làm thuê cho nhà hàng ấy.

【伙食】huǒshí<名>việc ăn uống; cơm nước; bữa ăn

【伙食费】huǒshífèi<名>tiền ăn

【伙同】huǒtóng<动>chung nhau

huò

或 huò❶<连>chắc là; có lẽ: ~多~少 hoặc ít hoặc nhiều ❷<副>hoặc; hoặc là: ~会同意 hoặc là có thể chấp nhận ❸<代>[书]người nào đó; ai đó: ~告之曰 có người cho biết rằng ❹<副>[书]hơi; một chút nào: 不可~缺 không thể thiếu chút nào

【或然】huòrán<形>tình cờ; ngẫu nhiên: 这是一种~现象。Đây là một hiện tượng ngẫu nhiên.

【或然率】huòránlǜ<名>xác suất

【或许】huòxǔ<副>có lẽ; chắc là: ~他今天不来了。Có lẽ hôm nay anh ấy không đến nữa.

【或者】huòzhě ❶〈副〉có lẽ; chắc là ❷〈连〉hoặc; hoặc là: 他~到教室，~到图书馆。Anh ấy hoặc là đi lớp học hoặc là đi thư viện。❸〈连〉hay (biểu thị quan hệ như nhau)

和 huò〈动〉nhào; trộn; hòa (nước)
另见hé, hè, hú, huó

【和稀泥】huò xīní hòa giải vô nguyên tắc; dàn hòa vô lí; ba phải

货 huò ❶〈名〉tiền tệ; tiền: 通~ tiền tệ ❷〈名〉hàng hóa; thương phẩm: 进~ nhập hàng; 订~ đặt hàng ❸〈名〉đồ (chỉ người, lời mắng): 笨~ đồ ngu ❹〈动〉[书]bán //(姓) Hóa

【货比三家】huòbǐsānjiā so sánh giữa nhiều cửa hàng để mà lựa chọn hàng; ví không nên vội vàng quyết định

【货币】huòbì〈名〉tiền tệ: 国际~ tiền tệ quốc tế

【货仓】huòcāng〈名〉kho hàng

【货舱】huòcāng〈名〉khoang (chứa) hàng hóa

【货场】huòchǎng〈名〉bãi để hàng; bãi kho: 码头边又新盖了大~。Bên bến tàu lại mới xây thêm bãi kho lớn。

【货车】huòchē〈名〉tàu hàng; xe (chở) hàng

【货船】huòchuán〈名〉thuyền chở hàng

【货单】huòdān〈名〉đơn hàng

【货到付款】huòdào fùkuǎn chỉ trả sau khi nhận hàng

【货柜】huòguì〈名〉❶tủ bày hàng ❷[方]hòm đựng quần áo; tủ đựng quần áo

【货架子】huòjiàzi〈名〉❶giá bày hàng: 仓库里排列着三十个~。Trong kho xếp bày 30 chiếc giá để hàng。❷cái đèo hàng (sau xe)

【货款】huòkuǎn〈名〉tiền (mua bán) hàng: 收到货五天内将~汇出。Nội trong năm ngày sau khi nhận được hàng sẽ gửi tiền hàng。

【货轮】huòlún〈名〉tàu (thủy) hàng

【货票】huòpiào〈名〉biên lai; phiếu nhận hàng

【货品】huòpǐn〈名〉hàng hóa; chủng loại hàng

【货色】huòsè〈名〉❶mặt hàng: ~齐全 mặt hàng đầy đủ/đầy đủ các mặt hàng; 高级~ mặt hàng cao cấp ❷món hàng: 这种言论实际上是贩卖封建主义的~。Thứ ngôn luận này thực chất là bán rao cho chủ nghĩa phong kiến。

【货损】huòsǔn〈名〉hư hao hàng hóa

【货摊】huòtān〈名〉quầy hàng; sạp hàng

【货梯】huòtī〈名〉thang máy chuyển hàng: 这是~，不载客。Đây là thang máy chở hàng chứ không chở khách。

【货位】huòwèi〈名〉❶[铁路]toa hàng ❷chỗ để hàng: 一号仓库有十个~。Kho số I có 10 toa hàng。

【货物】huòwù〈名〉hàng hóa; hàng bán

【货箱】huòxiāng〈名〉hòm đựng hàng, công-te-nơ: 这条船可装120个国际标准~。Con tàu này có thể chuyên chở 120 hòm công-te-nơ tiêu chuẩn quốc tế。

【货样】huòyàng〈名〉mẫu hàng

【货源】huòyuán〈名〉nguồn hàng: 采购员分头到各水果产区组织~。Nhân viên thu mua lần lượt đến các khu sản xuất hoa quả để tổ chức nguồn hàng。

【货运】huòyùn〈名〉dịch vụ vận chuyển hàng hóa; ngành vận chuyển hàng hóa

【货真价实】huòzhēn-jiàshí hàng thật giá phải chăng

【货主】huòzhǔ〈名〉chủ hàng

获 huò〈动〉❶bắt; bắt được: 抓~ bắt được; 俘~ bắt tù binh và thu chiến lợi phẩm ❷thu được; giành được: ~奖 giành được giải thưởng ❸thu hoạch; gặt hái: 今年的农田收~很好。Ruộng đồng năm nay thu hoạch rất khá. 这次学习有很大的收~。Trong đợt học tập này thu hoạch rất lớn.

【获得】huòdé<动>thu được; được; giành được: ~第一手材料 giành được tài liệu đầu tay; ~高度评价 giành được sự đánh giá cao

【获救】huòjiù<动>được cứu: 落水儿童~了。Cậu bé rơi xuống sông đã được cứu sống.

【获利】huòlì<动>được lợi

【获取】huòqǔ<动>giành được; thu được: ~知识 thu được kiến thức

【获胜】huòshèng<动>giành được thắng lợi

【获释】huòshì<动>được phóng thích; được trả tự do

【获悉】huòxī<动>được tin tức; biết tin; được biết: 记者从有关部门~，今年夏粮丰收已成定局。Phóng viên được tin từ ngành hữu quan, lương thực vụ hè năm nay được mùa đã là điều chắc chắn.

【获知】huòzhī =【获悉】

【获准】huòzhǔn<动>được phép; được phê chuẩn: ~回家 được phép về quê

祸 huò❶<名>tai họa; tai nạn: 惹~ gây ra tai nạn; 大~临头 tai họa lớn ập đến ❷<动>gây tổn thất; làm tổn hại: ~人~己 làm hại người khác cũng gây tai họa cho mình

【祸不单行】huòbùdānxíng họa vô đơn chí

【祸从天降】huòcóngtiānjiàng tai họa ập xuống

【祸根】huògēn<名>nguồn gốc tai họa; mầm tai họa

【祸国殃民】huòguó-yāngmín hại nước hại dân

【祸害】huòhai❶<名>tai họa: 小老虎养大了留在家里是~。Hổ con nuôi lớn mà vẫn để ở nhà thì sẽ thành tai họa. ❷<名>người hay vật gây tai họa: 这孩子真是家里的~。Cậu bé thường hay gây tai họa cho gia đình. ❸<动>tổn hại; phá hoại: ~一方 tay chuyên phá phách trong vùng

【祸患】huòhuàn<名>tai họa; tai nạn

【祸乱】huòluàn<名>tai họa; biến loạn

【祸起萧墙】huòqǐ-xiāoqiáng tai họa từ trong nhà nảy ra (chỉ nội bộ phát sinh biến loạn)

【祸事】huòshì<名>tai họa; việc rủi ro

【祸首】huòshǒu<名>kẻ đầu sỏ gây tai họa

【祸水】huòshuǐ<名>kẻ gây tai họa; việc gây nên họa

【祸兮福所倚，福兮祸所伏】huò xī fú suǒ yǐ, fú xī huò suǒ fú trong cái phúc có cái họa, trong cái họa tiềm ẩn cái phúc; Tái ông mất ngựa

【祸心】huòxīn<名>ác tâm: 因贪念而起了~。Bởi không ghìm được lòng tham mà sinh ác tâm.

【祸殃】huòyāng<名>tai họa; tai ương

惑 huò❶<形>nghi hoặc; mê hoặc: 大~不解 hết sức khó hiểu ❷<动>làm mê hoặc: 迷~视听 làm mê hoặc người khác

【惑乱】huòluàn<动>làm rối loạn mê mẩn

【惑众】huòzhòng<动>mê hoặc lòng người: 谣言~ bịa đặt để mê hoặc lòng người

霍 huò<副>[书]bỗng nhiên; bỗng dưng: 手电筒~然一亮。Đèn pin bỗng nhiên lóe sáng. //(姓) Hoắc

【霍地】huòdì<副>bỗng; bỗng nhiên

【霍霍】huòhuò❶<拟>xoèn xoẹt: 磨刀~ mài dao kèn kẹt ❷<形>lóe sáng: 雷电~ tia sét lóe sáng

【霍乱】huòluàn<名>❶[医学]bệnh dịch tả ❷[中医]chứng thổ tả (đông y chỉ chung các chứng bệnh đường ruột gây nôn mửa, ia chảy)

【霍然】huòrán❶<副>bỗng; chợt: ~转身 chợt quay mình ❷<形>[书]bệnh tình thuyên giảm hẳn: 数日之后，病体定当~。Ít hôm sau bệnh tình sẽ thuyên giảm hẳn.

H

豁 huò ❶<形>rộng rãi; rộng mở; rộng thoáng: 显~ thông thoáng rõ ràng ❷<动> miễn trừ: ~免捐税 được miễn mọi thứ thuế má

另见huō

【豁达】huòdá<形>(tính cách) cởi mở; phóng khoáng, sáng sủa: 思想~ tư tưởng cởi mở; ~开明 tính cách phóng khoáng

【豁免】huòmiǎn<动>miễn trừ (thuế má, lao dịch)

【豁然】huòrán<形>rộng rãi; thông thoáng

【豁然开朗】huòrán-kāilǎng rộng rãi thoáng đạt

藿 huò<名>[书]lá của các cây họ đậu

【藿香】huòxiāng<名>[中药]hoắc hương

J j

jī

几¹ jī<名>bàn con: 茶~ bàn trà

几² jī<副>[书]gần; chừng; hầu như: ~乎 hầu như

另见jǐ

【几乎】jīhū<动>❶suýt soát; gần: 今年人均收入~达到5000美元。Năm nay thu nhập bình quân đầu người đạt gần 5000 USD. ❷suýt nữa: 你不说我~都忘了。Anh không nói thì suýt nữa tôi quên mất.

【几近】jījìn<动>gần như; hầu như: 病毒让我的电脑系统~崩溃。Vi-rút đã làm cho hệ điều hành của máy tính tôi hầu như bị hỏng.

讥 jī<动>giễu cợt; chế giễu: ~刺 châm biếm

【讥讽】jīfěng<动>trào phúng; châm biếm

【讥笑】jīxiào<动>chê cười; chế giễu

击 jī<动>❶đánh; gõ; vỗ: ~门 gõ cửa ❷tấn công: 袭~ tập kích ❸va chạm; chạm trán: 飞机撞~事件 vụ va chạm máy bay

【击败】jībài<动>đánh bại: ~对手 đánh bại đối thủ

【击毙】jībì<动>bắn chết

【击沉】jīchén<动>đánh chìm: ~敌舰 đánh chìm chiến hạm địch

【击打】jīdǎ<动>đánh đập; xô: 汹涌的海浪~着大型货轮。Sóng dữ xô vào chiếc tàu chở hàng cỡ lớn.

【击倒】jīdǎo<动>đánh bại; đánh gục: 再大的困难也不能~我们。Khó khăn lớn đến mấy cũng không thể đánh gục được chúng tôi.

【击鼓】jīgǔ<动>đánh trống

【击毁】jīhuǐ<动>bắn hỏng; phá hủy

【击昏】jīhūn<动>đánh ngất

【击剑】jījiàn<名>[体育]đấu kiếm

【击溃】jīkuì<动>đánh tan: 敌人被~了。Bọn địch đã bị đánh tan rồi.

【击落】jīluò<动>bắn rơi: ~敌机 bắn rơi máy bay địch

【击破】jīpò<动>đánh tan; đánh bại

【击伤】jīshāng<动>chấn thương; làm bị thương

【击水】jīshuǐ<动>❶[书]vỗ mặt nước ❷bơi lội; bơi

【击退】jītuì<动>đánh lui: ~敌人 đánh lui quân địch

【击掌】jīzhǎng<动>❶vỗ tay: ~庆贺 vỗ tay chúc mừng ❷bắt tay; vỗ tay nhau: ~为盟 bắt tay kết đồng minh

【击中】jīzhòng<动>bắn trúng; nhấn vào: ~目标 bắn trúng mục tiêu; ~要害 nhấn vào điểm quan trọng

叽 jī<拟>chiêm chiếp

【叽咕】jīgu<动>thì thầm; thì thào

【叽叽喳喳】jījizhāzhā chiêm chiếp; líu la líu lo: 鸟儿在树上~地叫。Chim hót líu la líu lo trên cành cây.

【叽里咕噜】jīligūlū lầm rầm; lộc cà lộc cộc (tiếng nói người khác nghe không rõ hoặc nghe không hiểu, tiếng vật thể lăn rơi)

【叽里呱啦】jīliguālā oang oang; bô bô

(tiếng nói to)

饥¹ jī<形>đói: 充~ ăn cho đỡ đói

饥² jī<形>nạn đói: 遇到~荒年 gặp năm nạn đói

【饥不择食】jībùzéshí đói bụng ăn tất; đói lòng sung chát cũng ăn

【饥肠辘辘】jīcháng-lùlù bụng đói cồn cào

【饥饿】jī'è<形>đói

【饥寒】jīhán<名>đói rét: ~交迫 đói rét khổ cực

【饥荒】jīhuang<名>❶nạn đói bởi mất mùa; thất bát: 过去这个地区曾闹~。Trước đây vùng này từng bị mất mùa và xảy ra nạn đói. ❷[口]thiếu ăn chật vật; thiếu thốn chạy vạy: 他家近来开销很大，正闹~。Gia đình ông ấy dạo này tiêu pha rất nhiều, đang lâm vào cảnh thiếu thốn phải chạy vạy. ❸[口]nợ; nợ nần: 拉~ mắc nợ

【饥渴】jīkě<形>đói khát

【饥民】jīmín<名>dân đói

机 jī❶<名>máy: 拖拉~ máy kéo ❷<名>máy bay: 直升~ máy bay trực thăng ❸<名>cái nút (của sự việc biến đổi); khâu; dịp; cơ hội: 事情会有转~的。Sự việc sẽ có khả năng chuyển biến tốt. ❹<名>cơ hội; thời cơ: 错失良~ mất thời cơ tốt ❺<名>cơ năng sống: 有~体 thể hữu cơ ❻<名>vụ việc quan trọng: 日理万~ hàng ngày giải quyết trăm công ngàn việc ❼<名>tâm tư; ý nghĩ: 动了杀~ có ý đồ giết người ❽<形>nhanh nhạy; linh hoạt: ~智 tháo vát/mưu trí/tinh nhanh // (姓) Cơ

【机不可失，时不再来】jībùkěshī, shíbùzàilái phải nắm bắt lấy thời cơ

【机舱】jīcāng<名>❶khoang máy (tàu thủy): 不好，~进水了。Nguy rồi, nước vào khoang rồi. ❷khoang máy bay (chở khách và đồ đạc): ~人很多。Trong khoang

máy bay người rất đông.

【机场】jīchǎng<名>sân bay; phi trường

【机车】jīchē<名>đầu máy; đầu tàu hỏa

【机船】jīchuán<名>thuyền máy

【机床】jīchuáng<名>máy cái; máy cắt gọt kim loại

【机电】jīdiàn<名>cơ điện

【机动】¹ jīdòng<形>khởi động bằng máy: ~车 xe cơ động

【机动】² jīdòng<形>❶linh động; linh hoạt (xử lí, vận dụng): 会务组安排了几辆车供客商~使用。Ban tổ chức Hội nghị sắp xếp mấy chiếc xe để phục vụ đại diện khách hàng. ❷cơ động: ~费 kinh phí cơ động

【机帆船】jīfānchuán<名>thuyền buồm máy

【机房】jīfáng<名>❶buồng dệt cửi (thời xưa) ❷buồng máy: 他负责管理公司的~。Ông ấy phụ trách quản lí các buồng máy của công ti.

【机锋】jīfēng<名>sự sắc sảo trong lời nói: 他很聪明，能听出客户话里藏着的~。Anh ấy rất thông minh nên có thể hiểu được hàm ý sâu ẩn trong lời nói của khách hàng.

【机耕】jīgēng<动>cày bằng máy

【机构】jīgòu<名>❶cơ cấu; bộ phận ❷bộ phận; đơn vị: 国家~ đơn vị nhà nước ❸bộ máy; cơ cấu: 调整~ điều chỉnh cơ cấu

【机关】jīguān❶<名>bộ phận chính (của máy móc): 开动水车~ khởi động bộ phận chính của máy nước ❷<形>bằng máy: ~枪 súng máy ❸<名>cơ quan; bộ phận: 政府~ cơ quan chính phủ ❹<名>cơ mưu: 你真是~算尽啊。Anh đúng là đã sử dụng hết mọi mưu kế.

【机关枪】jīguānqiāng<名>súng máy

【机关算尽】jīguān-suànjìn dùng mọi mưu kế

【机会】jīhuì<名>thời cơ; cơ hội; dịp

【机件】jījiàn<名>phụ kiện máy; linh bộ kiện

【机井】jījǐng<名>giếng khoan

【机警】jījǐng<形>mẫn cảm tháo vát; tinh nhanh: 这小女孩很~。Cô bé này rất tinh nhanh.

【机具】jījù<名>công cụ máy móc (gọi chung)

【机理】jīlǐ<名>❶cơ chế (nguyên lí cấu tạo và hoạt động, chẳng hạn cơ chế máy tính) ❷cơ chế hữu cơ (quan hệ qua lại cấu tạo, chức năng của thể hữu cơ, chẳng hạn như cơ chế xơ cứng động mạch): 抑制人体内癌细胞生长的~ ức chế cơ chế sinh trưởng của tế bào ung thư trong cơ thể ❸quy luật (của lí, hóa trong tự nhiên, chẳng hạn cơ chế trội hóa đối tượng trong chọn lọc tự nhiên): 有机化学反应~ cơ chế phản ứng trong hóa học hữu cơ

【机灵】jīling<形>thông minh; lanh lợi

【机轮】jīlún<名>thuyền máy; tàu thuyền động cơ

【机密】jīmì❶<形>cơ mật; bí mật: ~文件 công văn bí mật ❷<名>việc bí mật; việc cơ mật: 军人要保守国家~。Quân nhân phải giữ gìn bí mật quốc gia.

【机敏】jīmǐn<形>nhạy bén; nhanh nhạy: 这女孩子~过人。Cô bé này nhanh nhạy hơn người.

【机谋】jīmóu<名>[书]cơ mưu; mưu chước

【机能】jīnéng<名>[生理]cơ năng: 这种药物能提高人体~。Loại thuốc này có công dụng nâng cao chức năng của cơ thể.

【机票】jīpiào<名>vé máy bay

【机器】jīqì<名>cơ khí; máy móc

【机器翻译】jīqì fānyì[计算机]dịch máy; dịch bằng máy

【机器人】jīqìrén<名>người máy; rô-bốt

【机枪】jīqiāng<名>súng máy

【机巧】jīqiǎo<形>khéo léo linh hoạt

【机群】jīqún<名>tốp máy bay

【机身】jīshēn<名>thân máy bay

【机师】jīshī<名>❶thợ cả; kĩ sư; thợ máy ❷phi công; cơ trưởng

【机体】jītǐ<名>[生理]thể hữu cơ; cơ thể người; thân thể

【机务】jīwù<名>công việc bảo dưỡng sửa chữa máy móc

【机械】jīxiè❶<名>cơ giới; máy móc: 实现农业~化 thực hiện nông nghiệp cơ giới hóa ❷<形>cứng nhắc; máy móc: 他的工作方法太过~。Phương pháp làm việc của hắn quá máy móc.

【机械化】jīxièhuà cơ giới hóa

【机械手】jīxièshǒu<名>cánh tay máy; tay rô-bốt

【机械运动】jīxiè yùndòng chuyển động cơ học

【机型】jīxíng<名>dạng máy; modle máy

【机修厂】jīxiūchǎng<名>nhà máy sửa chữa máy móc

【机要】jīyào<形>cơ yếu: ~秘书 thư kí cơ yếu

【机宜】jīyí<名>đối sách tình huống

【机油】jīyóu<名>dầu máy; dầu nhờn

【机遇】jīyù<名>thời cơ; cơ hội

【机缘】jīyuán<名>cơ duyên; cơ may: ~巧合 cơ duyên tốt đẹp

【机长】jīzhǎng<名>cơ trưởng; đội trưởng đội bay

【机制】¹jīzhì<形>làm bằng máy; chế tạo bằng máy: ~纸 giấy sản xuất bằng máy

【机制】²jīzhì<名>❶cơ chế: 计算机的~ cơ chế máy vi tính ❷cơ chế hữu cơ ❸quy luật (của lí, hóa trong tự nhiên) ❹cơ chế xã hội: 市场~ cơ chế thị trường

【机智】jīzhì<形>tháo vát; thông minh lanh lợi

【机子】jīzi<名>[口]❶máy (chỉ một số loại máy như máy dệt, máy điện thoại) ❷cò súng

【机组】jīzǔ<名>❶[机械]tổ hợp máy: 制冷~

tổ hợp máy lạnh ❷[航空]tổ bay; đội bay: ~ 乘务员 nhân viên phục vụ trong tổ bay

肌 jī<名>bắp thịt; cơ

【肌肤】jīfū<名>da thịt

【肌腱】jījiàn<名>[解剖]gân; dây chằng

【肌理】jīlǐ<名>[书]cơ lí

【肌肉】jīròu<名>bắp thịt; cơ bắp: ~发达 bắp thịt nở nang

【肌体】jītǐ<名>cơ thể; thân thể

【肌萎缩】jīwěisuō bệnh teo cơ

鸡 jī<名>gà //(姓) Kê

【鸡蛋】jīdàn<名>trứng gà

【鸡蛋里挑骨头】jīdàn li tiāo gǔtou ví tìm xương trong trứng gà; bới lông tìm vết

【鸡飞蛋打】jīfēi-dàndǎ gà bay trứng vỡ; xôi hỏng bỏng không

【鸡飞狗跳】jīfēi-gǒutiào gà bay chó chạy; ví cảnh tượng hỗn loạn bởi hốt hoảng lo sợ gây nên

【鸡冠】jīguān<名>mào gà

【鸡奸】jījiān<动>giao hợp đồng tính nam giới

【鸡口牛后】jīkǒu-niúhòu làm đầu gà hơn làm đuôi trâu; làm đầu chuột còn hơn đuôi voi

【鸡肋】jīlèi<名>[书]chuyện vô bổ; việc tầm phào: 这个项目利润很少，如同一块~。 Đây là một dự án tầm phào lợi nhuận rất mong manh.

【鸡零狗碎】jīlíng-gǒusuì linh tinh vụn vặt; đầu thừa đuôi thẹo

【鸡笼】jīlóng<名>lồng gà

【鸡毛】jīmáo<名>lông gà

【鸡毛掸子】jīmáo dǎnzi chổi phất trần

【鸡毛蒜皮】jīmáo-suànpí chổi cùn rế rách; chuyện vụn vặt

【鸡毛信】jīmáoxìn<名>[旧]thư hỏa tốc

【鸡鸣狗盗】jīmíng-gǒudào gà gáy chó ăn trộm; mẹo vặt; ngón vặt vãnh

【鸡内金】jīnèijīn<名>[中药]kê nội kim; mề

gà

【鸡皮疙瘩】jīpí gēda nổi da gà; sởn gai ốc

【鸡犬不宁】jīquǎn-bùníng gà chó nháo nhác; không ai được yên

【鸡犬升天】jīquǎn-shēngtiān một người làm quan cả họ được nhờ

【鸡肉】jīròu<名>thịt gà

【鸡尾酒】jīwěijiǔ<名>rượu cốc tai (rượu trước khi uống được pha bởi nhiều loại rượu khác nhau, thêm nước quả và hương liệu)

【鸡瘟】jīwēn<名>bệnh toi gà; dịch toi gà

【鸡窝里飞出金凤凰】jīwō li fēi chū jīn-fènghuáng chim phượng bay ra từ ổ gà; ví những kẻ thân phận thấp hèn trong môi trường o ép mà vẫn giành được thành tựu

【鸡心】jīxīn❶<形>hình quả tim ❷<名>đồ trang sức hình trái tim

【鸡胸】jīxiōng<名>[医学]ngực gồ; ngực dô

【鸡鸭鱼肉】jī-yā-yú-ròu gà vịt cá thịt; ví sự dồi dào đầy đủ về mặt ăn uống

【鸡眼】jīyǎn<名>[医学]mụn cơm nguội; bệnh chai chân

【鸡杂】jīzá<名>lòng gà

奇 jī❶<形>đơn; lẻ: ~数 số lẻ ❷<名>[书]số lẻ; số dư: 二十有~ hai mươi có lẻ

另见qí

唧 jī<动>phun: 别~我一身水。 Đừng phun nước vào đầy người tôi.

【唧唧】jījī<拟>rả rích; rỉ rả: 蟋蟀在草丛中 ~地叫。 Dế kêu rả rích trong bụi cỏ.

【唧哝】jīnong<动>thì thào; thì thầm: 你们站在那里~什么啊? Các anh đứng ở đó thì thào cái gì đấy?

积 jī❶<动>tích; tích lũy; chồng chất: 日~月累 tích lũy tháng ngày ❷<形>lưu cữu; lâu đời: 除~习 gạt bỏ tập tục lưu cữu ❸<名>[中医]bệnh cam tích: 食~ biếng ăn ❹<名>tích của phép nhân

【积案】jī'àn<名>án tồn đọng

【积弊】jībì〈名〉tật xấu từ lâu

【积存】jīcún〈动〉tích góp; tích cóp: ~粮食 tích góp lương thực

【积德】jīdé〈动〉tích đức (chỉ làm điều lành): ~行善 tích đức hành thiện

【积淀】jīdiàn〈动〉tích đọng; tích tụ; ngưng tụ: 百年~, 铸就品牌实力。Sự tích tụ của hàng thế kỉ nay đã hình thành sức mạnh của thương hiệu.

【积恶】jǐ'è〈动〉chồng chất tội lỗi; chồng chất tội ác

【积肥】jīféi〈动〉trữ phân; nhặt phân

【积分】jīfēn❶〈动〉tích điểm ❷〈名〉thành tích trong tích điểm; bảng sắp điểm

【积分卡】jīfēnkǎ〈名〉thẻ tích điểm

【积灰】jīhuī〈名〉bụi đóng; bị bám tro bụi

【积极】jījí〈形〉❶đúng; tích cực: 发挥~作用 đóng góp tích cực ❷tiến thủ; nhiệt tâm: ~分子 thành viên tích cực

【积极性】jījíxìng〈名〉tính tích cực

【积聚】jījù〈动〉dành dụm; tích trữ

【积劳成疾】jīláo-chéngjí mệt quá hóa tật; lâm bệnh do mệt mỏi quá sức

【积累】jīlěi❶〈动〉tích lũy: ~知识 tích lũy kiến thức ❷〈名〉vốn tích lũy: 没有资金~ không có vốn tích lũy

【积木】jīmù〈名〉gỗ xếp hình (đồ chơi cho trẻ em)

【积年累月】jīnián-lěiyuè năm qua tháng lại; năm này sang tháng khác

【积贫积弱】jīpín-jīruò tích bần tích nhược; tình trạng xã hội nghèo nàn trong quãng thời gian dài

【积欠】jīqiàn❶〈动〉nợ đọng; nợ tồn: 公司去年已经全部还清~的债务。Công ti năm ngoái đã trả hết nợ tồn đọng rồi. ❷〈名〉thiếu (thâm) hụt dồn góp lại: 清理~ thanh lí hết thâm hụt dồn góp lâu ngày

【积少成多】jīshǎo-chéngduō tích tiểu thành

đại; góp gió thành bão; góp ít thành nhiều

【积水】jīshuǐ❶〈动〉tụ nước ❷〈名〉nước tụ ❸〈名〉nước báng ❹〈动〉bị báng nước

【积习】jīxí〈名〉thói quen lâu ngày; tật xấu

【积蓄】jīxù❶〈动〉tích góp; tích trữ: ~力量 tích trữ lực lượng ❷〈名〉tiền để dành; tiền dành dụm: 我还有一点~。Tôi còn có một ít tiền dành dụm.

【积雪】jīxuě〈名〉tuyết đọng

【积压】jīyā〈动〉ứ đọng; chứa chất

【积怨】jīyuàn❶〈动〉sự tích lũy của nỗi oán giận: 两人~已久。Hai người oán giận nhau đã lâu. ❷〈名〉mối oán hận tích lại trong thời gian dài

【积攒】jīzǎn〈动〉[口]gom góp ít một; trau chắt

【积重难返】jīzhòng-nánfǎn (tập tục, thói quen xấu) lâu đời khó sửa; cắm sào sâu khó nhổ

屦 jī〈名〉❶guốc: 木~ guốc gỗ ❷guốc dép: ~屦 guốc dép

姬 jī〈名〉❶cô gái; nàng; người đẹp: 虞~ Ngu Cơ/nàng Ngu Cơ ❷thiếp; tì thiếp: ~妾 vợ bé ❸ả đào: 舞~ ca nữ/vũ nữ //(姓)Cơ

基 jī❶〈名〉nền; móng: 地~ nền đất ❷〈形〉nền tảng; cơ sở: ~层单位 đơn vị cơ sở ❸〈名〉nhóm hóa chất: 氨~ nhóm amino //(姓)Cơ

【基本】jīběn❶〈名〉gốc rễ; nền tảng: 水是人类生活的~。Nước là cái gốc của đời sống con người. ❷〈形〉căn bản: ~矛盾 mâu thuẫn căn bản ❸〈形〉trên cơ bản: ~原因 nguyên nhân chủ yếu ❹〈副〉về cơ bản; cơ bản: ~达标 trên cơ bản đạt yêu cầu chủ yếu; 今年的工作~完成。Công tác năm nay đã hoàn thành về cơ bản.

【基本法】jīběnfǎ〈名〉hiến pháp nhà nước; luật cơ bản

【基本功】jīběngōng〈名〉tri thức và kĩ năng

cơ bản

【基本建设】jīběn jiànshè ❶xây dựng cơ bản (gồm nhà xưởng hầm mỏ, đường sắt, cầu cống, công trình thủy lợi…) ❷bước xây dựng cơ bản

【基本矛盾】jīběn máodùn mâu thuẫn cơ bản

【基本上】jīběnshàng về cơ bản; về căn bản: ~达到要求 về cơ bản đạt yêu cầu

【基层】jīcéng<名>cơ sở

【基层组织】jīcéng zǔzhī tổ chức cơ sở

【基础】jīchǔ<名>❶nền móng (công trình xây dựng): 这座房子的~很牢固。Nền móng của ngôi nhà này vững chãi lắm. ❷cơ sở; nền tảng: 政治~ cơ sở chính trị

【基础教育】jīchǔ jiàoyù giáo dục cơ sở

【基础设施】jīchǔ shèshī cơ sở hạ tầng

【基地】jīdì<名>căn cứ; cơ sở

【基点】jīdiǎn<名>❶vùng trọng điểm; trọng điểm: 以此为~向外扩展。Lấy đó làm trọng điểm rồi mở rộng ra. ❷cơ sở; mấu chốt: 分析问题是解决问题的~。Phân tích vấn đề là cơ sở đi tới giải quyết vấn đề.

【基调】jīdiào<名>❶làn điệu cơ bản; giai điệu cơ bản ❷phong cách cơ bản: 这一系列的服饰以灰色为~。Sê-ri phục trang này lấy màu xám làm gam sắc cơ bản. ❸tinh thần cơ bản; quan điểm chủ yếu: 这部作品的~是积极的。Quan điểm chính của tác phẩm là tích cực.

【基督】Jīdū<名>chúa Cơ Đốc; chúa cứu thế

【基督教】Jīdūjiào<名>đạo Cơ Đốc

【基肥】jīféi<名>phân lót

【基建】jījiàn =【基本建设】

【基金】jījīn<名>quỹ; ngân sách

【基金会】jījīnhuì<名>quỹ tiền tệ

【基石】jīshí<名>❶đá nền (vật liệu xây dựng cơ bản) ❷nền tảng; ví lực lượng cơ sở hoặc trung kiên

【基数】jīshù<名>❶số đếm (các số nguyên dương: 1, 2, 3...) ❷cơ số: 计税~ cơ số tính thuế

【基业】jīyè<名>cơ nghiệp

【基因】jīyīn<名>gien

【基于】jīyú<介>căn cứ vào; theo; trên cơ sở: ~以上原因，我完全同意他的观点。Theo nguyên nhân nói trên, tôi hoàn toàn đồng ý quan điểm của anh ấy.

【基准】jīzhǔn<名>chuẩn đo đếm; chuẩn độ

【基座】jīzuò<名>cơ sở; bệ: 混凝土~ bệ bê tông

犄 jī

【犄角】jījiǎo<名>[口]❶góc; góc cạnh: 桌子的~ góc bàn ❷góc; xó: 屋子的~ góc nhà

【犄角】jījiao<名>[口]sừng: 牛的~ sừng trâu

缉 jī<动>truy nã; lùng bắt: 追~奸细 truy nã kẻ gian

另见qī

【缉捕】jībǔ<动>truy nã: ~凶手 truy nã hung thủ

【缉查】jīchá<动>khám xét

【缉毒】jīdú<动>lùng bắt tội phạm buôn bán ma túy

【缉获】jīhuò<动>bắt; tóm cổ; bắt giữ: ~主犯 bắt được thủ phạm

【缉拿】jīná<动>truy nã; truy bắt

【缉私】jīsī<动>khám xét buôn lậu; bắt giữ kẻ buôn lậu: ~船 tàu bắt buôn lậu

【缉凶】jīxiōng<动>truy nã hung thủ; lùng bắt tội phạm

畸 jī❶<形>thiên về; lệch: ~轻~重 bên nặng bên nhẹ ❷<形>bất thường; dị thường: ~形 dị dạng ❸<名>[书]số lẻ: ~零 số lẻ

【畸变】jībiàn<动>tai biến; méo mó; dị biến

【畸形】jīxíng<形>❶dị hình; dị dạng: ~发育 phát triển dị dạng ❷phiến diện; không bình thường: ~发展 phát triển không bình thường

跻 jī<动>[书]bước lên; lên cao

【跻身】jīshēn〈动〉vươn lên (hàng ngũ hoặc vị trí nào đó); đứng vào; bước lên: 经过努力，他已经~年级前三名。Qua cố gắng anh ấy đã chen chân vào ba ngôi đầu của khối về mặt thành tích.

箕 jī〈名〉sao Ki (một trong 28 tú)

稽¹ jī〈动〉❶tra cứu; xem xét: 有案可~ có hồ sơ để tra cứu ❷tính toán; so bì: 反唇相~ cãi lại và so bì ganh tị lại //(姓) Kê

稽² jī〈动〉[书]dừng lại; kéo dài: ~留 dừng lại
另见qǐ

【稽查】jīchá❶〈动〉kiểm soát; khám xét: ~毒品走私 kiểm soát buôn lậu ma túy ❷〈名〉kiểm soát viên

【稽核】jīhé〈动〉đối chiếu; rà soát (sổ sách)

【稽考】jīkǎo〈动〉[书]tra cứu; khảo cứu

【稽留】jīliú〈动〉[书]dừng lại; ách lại: ~多日 ách lại nhiều ngày

【稽延】jīyán〈动〉[书]kéo dài

【稽征】jīzhēng〈动〉trưng thu

激 jī❶〈动〉(nước) bắn lên; tóe lên: 海水冲到礁石上，~起十米高。Nước biển xô vào hòn đá, bắn tóe lên cao mười mét. ❷〈动〉ngấm lạnh; cảm lạnh: 洗澡时无意中拧到冷水阀，真是被~着了。Lúc tắm vô ý mở vòi nước lạnh, thế là bị cảm lạnh liền. ❸〈动〉[方]ướp lạnh; ngâm lạnh (đồ ăn): 在冰水里~过的海蜇皮吃起来很脆。Món sứa biển ngâm qua nước đá ăn rất giòn. ❹〈动〉làm tái phát; kích động (tình cảm): 刺~ kích thích ❺〈动〉(tình cảm) xúc động: 感~ cảm kích ❻〈形〉mãnh liệt; kịch liệt: 双方~战了一整天。Hai bên kịch chiến cả ngày đêm. //(姓) Kích

【激昂】jī'áng〈形〉(tình cảm; giọng nói) sôi sục hào hùng

【激荡】jīdàng〈动〉❶dào dạt; dập dềnh: 感情~ tình cảm dạt dào ❷kích động; dao động: ~人心 xao động lòng người

【激动】jīdòng❶〈形〉xúc động; sôi động: 情绪~ tình cảm xúc động ❷〈动〉xao động; rung động; làm xúc động; khuấy động: ~人心的时刻到了。Giờ phút rung động lòng người đã đến.

【激动人心】jīdòng-rénxīn rung động lòng người

【激发】jīfā〈动〉❶kích thích; gợi mở; thôi thúc: ~员工的积极性 thôi thúc tính hăng hái của công nhân viên chức ❷kích phát; làm biến đổi trạng thái

【激愤】jīfèn〈形〉căm phẫn: 群情~ lòng dân căm phẫn

【激光】jīguāng〈名〉tia lade

【激光器】jīguāngqì〈名〉máy phát lade

【激化】jīhuà〈动〉❶(mâu thuẫn) trở nên gay gắt: 避免医患矛盾~ tránh cho mâu thuẫn giữa bác sĩ và bệnh nhân trở nên gay gắt ❷làm cho gay gắt: ~矛盾 làm gay gắt thêm mâu thuẫn

【激活】jīhuó〈动〉kích hoạt: ~密码 kích hoạt mật khẩu

【激将】jījiàng〈动〉nói khích

【激将法】jījiàngfǎ〈名〉kiểu nói khích

【激进】jījìn〈形〉cấp tiến

【激剧】jījù〈形〉❶căng thẳng ❷nhanh chóng; gấp gáp

【激励】jīlì〈动〉khích lệ; khuyến khích: ~全体官兵 khích lệ toàn thể tướng sĩ

【激烈】jīliè〈形〉❶(hành động, lời nói) sôi nổi; hăng hái; quyết liệt: 会上争论得很~。Tranh luận rất gay gắt trong cuộc họp. ❷(tính tình, tâm tình) hăng hái; phấn khích: 壮怀~ lòng dạ phấn khích

【激灵】jīling〈动〉[方]giật mình (vì sợ hãi)

【激流】jīliú〈名〉dòng chảy xiết; dòng nước xiết

【激怒】jīnù〈动〉làm (ai) nổi giận; chọc tức:

J

别~对方。Đừng chọc tức bên đó.

【激起】jīqǐ<动>❶khuấy động ❷gây nên

【激切】jīqiè<形>[书](lời lẽ) thẳng thắn dứt khoát

【激情】jīqíng<名>tình cảm mãnh liệt; cảm xúc mạnh mẽ: ~四溢 dạt dào xúc động

【激素】jīsù<名>hoóc-môn; kích thích tố

【激扬】jīyáng❶<动>gột bỏ cái xấu, nêu bật cái hay ❷<形>sôi sục hào hùng ❸<动>khích lệ: ~士气 cổ vũ sĩ khí

【激越】jīyuè<形>(âm thanh, tình cảm) mãnh liệt; mạnh mẽ; sang sảng

【激增】jīzēng<动>tăng vọt (chỉ số lượng): 收入指数~ chỉ số thu nhập tăng vọt

【激战】jīzhàn<动>kịch chiến: 双方在城外~一天。Hai bên kịch chiến ở ngoài thành phố suốt cả ngày.

羁 jī[书]❶<名>cái dàm (ngựa, chó): 无~之马 con ngựa không dàm ❷<动>gò bó; ràng buộc: 放荡不~ phóng đãng không bó buộc gì ❸<动>dừng lại: ~旅 ở lâu (nơi quê người)

【羁绊】jībàn<动>[书]ràng buộc; trói buộc: 冲破顽固势力的~ phá bung sự trói buộc của thế lực ngoan cố

【羁留】jīliú<动>❶ở lại (chốn quê người) ❷giam giữ; bắt giữ: 苏武~匈奴十九年。Tô Vũ bị giam chân ở xứ Hung Nô suốt 19 năm.

【羁縻】jīmí<动>[书]❶trói buộc; ràng buộc ❷ở lại (chốn quê người)

【羁押】jīyā<动>giam giữ; bắt giữ: ~期限 thời hạn giam giữ

jí

及 jí❶<动>đạt tới; đến: 法律普~ phổ biến pháp luật ❷<动>bằng; sánh kịp: 妹妹不~姐姐漂亮。Em gái không đẹp bằng chị. ❸

<动>[书]suy xét tới; chiếu cố tới: 老吾老，以~人之老。Đem lòng kính trọng ông bà cha mẹ mình cũng suy xét tới ông bà cha mẹ của người khác. ❹<动>kịp: 生病了要~早治疗。Bị bệnh thì phải điều trị kịp thời. ❺<连>và; cho đến: 政治、经济、文化、社会~其他领域 chính trị, kinh tế, văn hóa, xã hội và những lĩnh vực khác //(姓) Cập

【及第】jídì<动>thi đỗ (thời khoa cử); cập đệ

【及格】jígé<动>đạt yêu cầu; cập cách (trong thi cử, sát hạch): 考试不~ điểm thi không đạt yêu cầu

【及时】jíshí❶<形>đúng lúc; kịp thời: 消防员来得很~。Các đội viên cứu hỏa đến rất kịp thời. ❷<副>ngay; lập tức: 有问题要~解决。Có vấn đề thì phải giải quyết ngay lập tức.

【及时行乐】jíshí-xínglè kịp thời hành lạc; vui chơi thỏa thích

【及时雨】jíshíyǔ<名>❶mưa đúng lúc ❷cứu tinh

【及早】jízǎo<副>sớm; ngay khi còn sớm: 这份报告要~送到主任办公室去。Bản báo cáo này phải sớm trình lên văn phòng chủ nhiệm.

【及至】jízhì<介>cho đến; mãi đến: ~下午，火车才进车站。Cho đến buổi chiều, tàu hỏa mới vào ga.

吉¹ jí<形>tốt đẹp; may mắn; tốt lành: 凶多少~ lành ít dữ nhiều //(姓) Cát

吉² Jí<名>tên gọi tắt của tỉnh Cát Lâm

【吉卜赛人】Jíbǔsàirén người Digan

【吉利】jílì<形>tốt lành; thuận lợi: "8"在中国被认为是一个~的数字。"8" được coi là con số lành tại Trung Quốc.

【吉普车】jípǔchē<名>xe díp

【吉庆】jíqìng<形>tốt lành: 平安~ bình an tốt lành

【吉人天相】jírén-tiānxiàng người ở hiền

có trời phù hộ; ở hiền gặp lành

【吉日】jírì〈名〉ngày lành; cát nhật

【吉他】jítā〈名〉đàn ghi ta

【吉祥】jíxiáng〈形〉cát tường: ~图案 đồ án cát tường; 过年了，大家都喜欢说~话。 Trong dịp Tết mọi người đều nói những câu tốt lành.

【吉祥物】jíxiángwù〈名〉vật biểu trưng tốt lành

【吉星】jíxīng〈名〉ngôi sao may mắn; người (hoặc vật) đem tới sự tốt lành

【吉星高照】jíxīng-gāozhào sao lành tỏa sáng

【吉凶】jíxiōng〈名〉lành dữ; hung cát

【吉言】jíyán〈名〉lời nói tốt lành

【吉兆】jízhào〈名〉điềm lành; dấu hiệu tốt lành

汲jí〈动〉hút nước; bơm nước lên: ~水 bơm nước lên //(姓) Cấp

【汲取】jíqǔ〈动〉hấp thụ; đúc rút: ~经验 đúc rút kinh nghiệm

级jí❶〈名〉cấp; bậc: 上~ cấp trên ❷〈名〉khối; niên khóa: 留~ lưu ban ❸〈名〉bậc; thềm: 石~ bậc đá ❹〈量〉bậc: 一~茶叶 chè loại I ❺〈量〉bậc; bước: 七~台阶 bảy bậc cầu thang

【级别】jíbié〈名〉khác biệt cấp bậc; thứ tự đẳng cấp

【级差】jíchā〈名〉mức chênh lệch (của cấp); bậc

【级数】jíshù〈名〉cấp số

极jí❶〈名〉đỉnh cao; đầu cùng: 登峰造~ lên đến đỉnh cao ❷〈名〉cực (trái đất, từ trường, nguồn điện, dòng điện): 南北~ cực nam cực bắc/bắc cực nam cực ❸〈动〉tận cùng; đạt tới cực điểm: ~力 cực lực/dốc hết sức ❹〈形〉cuối cùng; cao nhất: ~度 cực độ ❺〈副〉rất; cực kì; hết sức (biểu thị đạt tới mức độ cao nhất): ~好 cực kì tốt; 好~了! Tốt quá!/Hay quá! //(姓) Cực

【极大】jídà〈形〉cực to; kếch sù

【极地】jídì〈名〉vùng đất cực; cực địa (từ vĩ độ 66°34' trở lên)

【极点】jídiǎn〈名〉cực điểm; cực độ

【极顶】jídǐng❶〈名〉đỉnh cao nhất; đỉnh núi: 泰山~ chóp đỉnh Thái Sơn ❷〈名〉cực điểm; cực độ: 我对他的敬业精神佩服到~。 Tôi cực kì khâm phục tinh thần hết lòng vì công việc của anh ấy. ❸〈副〉hết sức; cực kì: ~聪明 cực kì thông minh

【极度】jídù❶〈副〉cực kì; hết sức: ~疲劳 hết sức mệt mỏi ❷〈名〉cực độ: 我们的忍耐已到了~。 Sự nhẫn nhịn của chúng tôi đã tới cực độ.

【极端】jíduān❶〈名〉cực đoan; đỉnh điểm: 他看问题容易走~。 Anh ấy nhìn nhận vấn đề dễ bị cực đoan. ❷〈形〉cực đoan; tuyệt đối; quá khích ❸〈副〉cực kì; hết sức: ~困难 cực kì khó khăn

【极光】jíguāng〈名〉cực quang (hiện tượng quang học sinh ra trên vùng trời cao, vĩ độ cao, không khí loãng)

【极乐世界】jílè shìjiè[宗教]thế giới cực lạc; cõi cực lạc

【极力】jílì〈副〉hết sức; bằng mọi cách: ~劝说 khuyên bảo bằng mọi cách

【极量】jíliàng〈名〉❶[医学]liều lượng tối đa ❷chỉ chung cho số lượng tối đa

【极目】jímù〈动〉[书]căng mắt (nhìn ra xa)

【极品】jípǐn〈名〉❶thượng hạng; hảo hạng: 这种产品是保健品中的~。 Đây là loại thượng hạng trong sản phẩm bảo vệ sức khỏe. ❷[书]cực phẩm (bậc quan cao nhất): 官居~ làm tới chức quan cực phẩm

【极其】jíqí〈副〉cực kì; vô cùng: ~重视 cực kì chú trọng

【极权】jíquán〈名〉cực quyền (quyền lực thống trị bằng bạo lực, đàn áp tự do của nhân dân)

【极盛时期】jíshèng shíqī thời kì cực thịnh

【极为】jíwéi〈副〉cực kì; vô cùng; hết sức (chỉ mức độ cao)

【极限】jíxiàn〈名〉❶giới hạn cao nhất: 汽车的载重已经达到了~。Tải trọng của ô tô đã lên đến giới hạn cao nhất. ❷cực hạn; lim (toán học)

【极限运动】jíxiàn yùndòng những môn thể thao cực hạn

【极刑】jíxíng〈名〉cực hình; tử hình

【极致】jízhì〈名〉tột đỉnh; đỉnh cao nhất: 美到~ tuyệt đẹp

【极昼】jízhòu〈名〉ngày đêm trắng (ở trong vùng của vòng cực, mỗi năm thường có khoảng thời gian mà mặt trời không lặn, 24 tiếng trong ngày đều là ban ngày)

即 jí ❶〈动〉sát; gần; tiếp cận: 若~若离 như gần như xa ❷〈动〉lên (chức); bắt đầu làm: ~位 lên ngôi ❸〈名〉ngay; trước mắt: ~日启程 khởi hành ngay hôm nay ❹〈介〉nhân (hoàn cảnh trước mắt): ~景 tức cảnh ❺〈动〉[书]là; chính là: 非此~彼 không thể này thì ắt là thế kia ❻〈副〉[书]sẽ; thì: 一触~发 động vào là bùng ra ❼〈连〉[书]cho dù: ~无援助, 我们也要击败叛军。Cho dù không có tiếp viện ta vẫn phải đánh bại quân phiến loạn. //(姓) Tức

【即便】jíbiàn〈连〉cho dù: ~天气寒冷, 桃树也会开花。Dù trong thời tiết giá lạnh, cây đào vẫn nở hoa.

【即或】jíhuò〈连〉cho dù: ~见到明星, 也未必能认出来。Cho dù có gặp minh tinh cũng chưa chắc nhận được ra.

【即将】jíjiāng〈副〉sắp; sắp sửa: 孩子~出生, 他很兴奋。Đứa con sắp sửa ra đời, anh ấy mừng lắm.

【即景生情】jíjǐng-shēngqíng tức cảnh sinh tình

【即刻】jíkè〈副〉tức khắc; ngay; lập tức: ~出发 xuất phát ngay

【即令】jílìng〈连〉cho dù

【即期】jíqī〈名〉[经济]ngay; lập tức; trước mắt: ~付款 chi trả ngay; ~交易 giao dịch ngay tức thời

【即日】jírì〈名〉❶cùng ngày; ngày hôm nay: 本条例自~起开始生效。Điều lệ này có hiệu lực ngay trong ngày hôm nay. ❷trong ngày: ~到达 tới ngay trong ngày

【即时】jíshí〈副〉lập tức; ngay: ~到账 (tiền) vào sổ ngay

【即食】jíshí〈动〉ăn liền: 开袋~ mở túi ăn liền

【即使】jíshǐ〈连〉cho dù; dẫu rằng: ~他有过错, 也不至于被解聘吧。Cho dù anh ấy có lỗi thì cũng không đến nỗi phải bị buộc thôi việc.

【即位】jíwèi〈动〉[书]❶nhậm chức ❷lên ngôi

【即席】jíxí〈动〉[书]❶tại chỗ: ~讲话 phát biểu ngay tại chỗ ❷vào chỗ ngồi; vào bàn: 来宾陆续~。Tân khách đã lần lượt vào chỗ ngồi.

【即兴】jíxìng〈动〉cảm hứng nhất thời; ngẫu hứng: ~表演 biểu diễn ngẫu hứng

诘 jí
另见jié

【诘屈聱牙】jíqū-áoyá bài viết mô tả khó hiểu

急 jí ❶〈形〉sốt ruột; nóng ruột: 他眼都~红了。Anh ấy nóng ruột đến đỏ cả mắt. ❷〈动〉làm sốt ruột: 会议就要开始了, 我还没赶到会场, 真是~人。Cuộc họp sắp bắt đầu rồi nhưng tôi vẫn chưa tới được hội trường, thật là sốt ruột quá. ❸〈形〉nóng nảy: ~性子 tính tình nóng nảy ❹〈形〉xối xả; xiết; gấp: ~雨 mưa xối xả ❺〈形〉cấp bách; khẩn cấp: ~事 việc gấp

❻〈名〉việc nghiêm trọng khẩn cấp: 当务之~ việc nguy cấp đến nơi ❼〈动〉sốt sắng trợ giúp: ~人之难 sốt sắng cứu giúp người gặp nạn

【急巴巴】jíbābā hấp tấp; cập rập; nóng lòng: 她~地看着校门，希望妈妈早点来接自己。Cô bé nóng lòng nhìn ra cổng trường mong mẹ đến đón sớm.

【急变】jíbiàn〈名〉sự biến khẩn cấp

【急病】jíbìng〈名〉bệnh nguy cấp

【急不可待】jíbùkědài sốt ruột; nóng lòng

【急驰】jíchí〈动〉chạy vội; chạy như bay

【急赤白脸】jíchibáiliǎn đỏ mặt tía tai

【急匆匆】jícōngcōng tất tưởi; hộc tốc

【急促】jícù〈形〉❶gấp gáp; hổn hển: ~的喇叭声 tiếng còi gấp gáp ❷(thời gian) gấp rút: 时间~，要马上开展工作。Thời gian gấp rút, cần triển khai ngay công việc.

【急电】jídiàn❶〈动〉khẩn cấp điện cho: ~总部请求支援 điện gấp cho tổng bộ xin chi viện ❷〈名〉bức điện khẩn

【急风暴雨】jífēng-bàoyǔ như vũ bão, thường dùng để chỉ phong trào cách mạng mạnh mẽ như vũ bão

【急公好义】jígōng-hàoyì sốt sắng việc công; tận tâm việc nghĩa

【急功近利】jígōng-jìnlì nóng vội theo đuổi công lợi trước mắt; một bước đến đích

【急火】jíhuǒ〈名〉❶lửa to; lửa mạnh: 先用~把汤煮沸 trước hết dùng lửa to đun cho canh sôi lên ❷hỏa khí; sự nóng nảy: ~攻心 hỏa khí hừng hực trong lòng

【急急如律令】jíjí rú lǜlìng lập tức tuân thủ mệnh lệnh (vốn là ngôn từ dùng trong công văn đời nhà Hán, về sau các đạo sĩ dùng câu này để niệm chú đuổi ma quỷ)

【急急巴巴】jíjíbābā hấp ta hấp tấp; vội vội vàng vàng

【急件】jíjiàn〈名〉văn kiện khẩn cấp

【急进】jíjìn〈形〉cấp tiến: ~派 phái cấp tiến

【急救】jíjiù〈动〉cấp cứu

【急救包】jíjiùbāo〈名〉túi thuốc cấp cứu

【急就章】jíjiùzhāng〈名〉tác phẩm hoặc vụ việc hoàn thành gấp để ứng phó nhu cầu, lấp chỗ trống

【急剧】jíjù〈形〉gấp gáp; đột ngột: 气温~下降。Nhiệt độ hạ xuống đột ngột.

【急遽】jíjù〈形〉cấp tốc

【急流】jíliú〈名〉dòng nước xiết

【急流勇退】jíliú-yǒngtuì biết rút lui đúng lúc

【急忙】jímáng〈副〉vội vàng; cập rập: 听到外面有事，他~跑出去。Nghe nói bên ngoài xảy ra rắc rối, anh ấy vội vàng chạy ra.

【急迫】jípò〈形〉cấp bách: ~的任务 nhiệm vụ cấp bách

【急切】jíqiè〈形〉❶bức thiết; khẩn thiết: ~的要求 yêu cầu bức thiết ❷vội vàng: ~间想不出更好的办法 lúc vội chẳng nghĩ được giải pháp gì

【急刹车】jíshāchē phanh xe khẩn cấp

【急事】jíshì〈名〉việc gấp; việc khẩn cấp

【急速】jísù〈形〉cấp tốc; cực nhanh

【急弯】jíwān〈名〉❶chỗ ngoặt gấp; cua gấp: 车子路过~，要减速慢行。Xe gặp chỗ ngoặt gấp cần giảm tốc độ. ❷(tàu, thuyền, máy bay) đổi hướng gấp; quay ngoắt: 轮船拐了个~，向码头方向驶去。Chiếc thuyền chuyển hướng gấp, đi về hướng bến đậu.

【急务】jíwù〈名〉vụ việc khẩn cấp

【急先锋】jíxiānfēng〈名〉người đi tiên phong; người đi đầu

【急行军】jíxíngjūn hành quân cấp tốc

【急性】jíxìng❶〈形〉(bệnh) cấp tính: ~阑尾炎 viêm ruột thừa cấp tính ❷〈形〉nóng nảy; hấp tấp ❸〈名〉tính nóng tính: 他真是个~儿。Anh ấy đúng là một người nóng tính.

【急性病】jíxìngbìng〈名〉❶bệnh cấp tính:

他得的是~，病情发展迅速。Ông ấy bị mắc căn bệnh cấp tính, bệnh tình tiến triển rất nhanh. ❷tật nôn nóng; đốt cháy giai đoạn

【急性子】jíxìngzi❶nóng nảy; nóng vội: 他是个~的人，常常不等人说完就插嘴。Ông ấy vốn nóng tính, thường chẳng đợi người ta nói hết là đã chen lời. ❷người nóng vội

【急需】jíxū<动>nhu cầu cấp thiết

【急眼】jíyǎn<动>[方]❶nổi nóng; nổi đóa; nóng mắt ❷sốt ruột; nóng ruột

【急用】jíyòng<动>cần (tiêu, dùng) gấp: 这批货物暂时存放在仓库，以备~。Lô hàng này tạm lưu trong kho để sử dụng trong tình huống cần kíp.

【急于】jíyú<动>vội ngay; muốn thành ngay: ~求成 muốn thành ngay

【急躁】jízào<形>bồn chồn; thấp thỏm: 性情~ lòng dạ bồn chồn

【急诊】jízhěn<名>ca cấp cứu

【急诊室】jízhěnshì<名>phòng cấp cứu

【急症】jízhèng<名>chứng kịch phát; bệnh cấp tính

【急症监护中心】jízhèng jiānhù zhōngxīn trung tâm giám sát cứu hộ bệnh cấp tính

【急中生智】jízhōng-shēngzhì trong tình huống gấp rút vụt nảy ra mưu kế; trong nguy khốn này sinh diệu kế; cái khó ló cái khôn

【急骤】jízhòu<形>gấp gáp; dồn dập

【急转弯】jízhuǎnwān ngoặt gấp

【急转直下】jízhuǎn-zhíxià (tình thế, kịch tình, mạch viết) thay đổi đột ngột và xấu đi nhanh chóng phát triển theo xu hướng mới

疾[1] jí❶<名>bệnh tật: 腿~ bị tật ở chân ❷<形>đau khổ: ~苦 nỗi đau khổ ❸<动>căm hận; căm ghét: ~恶如仇 căm ghét điều ác như kẻ thù

疾[2] jí<形>nhanh; gấp; mạnh mẽ: ~走 đi nhanh

【疾病】jíbìng<名>bệnh tật

【疾步】jíbù<名>rảo bước; sải bước

【疾驰】jíchí<动>lao nhanh; phóng nhanh: 他开着新车在高速路上~。Ông ấy lái chiếc xe mới phóng nhanh trên đường cao tốc.

【疾恶如仇】jí'è-rúchóu căm giận kẻ xấu, việc xấu như kẻ thù

【疾风】jífēng<名>❶gió giật (trước đây chỉ gió cấp 7) ❷gió mạnh; gió lớn

【疾风劲草】jífēng-jìngcǎo qua cơn gió cả mới biết cây cứng mềm; lửa thử vàng, gian nan thử sức

【疾患】jíhuàn<名>[书]ốm đau; bệnh tật

【疾苦】jíkǔ<名>nỗi khổ (trong đời sống): 关心群众的~ quan tâm nỗi khổ của dân

【疾驶】jíshǐ<动>(xe cộ) phóng nhanh; chạy nhanh: 一路向西~ phóng nhanh về hướng tây

【疾言厉色】jíyán-lìsè đanh giọng nghiêm mặt (trạng thái giận dữ)

棘 jí❶<名>cây táo chua ❷<名>(chi chung) loại cây có gai ❸<动>đâm; găm

【棘手】jíshǒu<形>(gai) đâm vào tay; vấn đề hóc búa; tình huống gay go: 有些案件处理起来很~。Một số vụ án rất gay go trong quá trình xử lí.

集 jí❶<动>tập hợp; tụ tập: 汇~ tập hợp ❷<名>chợ phiên; chợ: 赶~ đi chợ ❸<名>tập: 诗~ tập thơ ❹<量>tập: 三~连播 phát liền ba tập ❺<名>[数学]tập hợp (toán học) //(姓) Tập

【集成】jíchéng<动>sưu tập; tập thành

【集成电路】jíchéng diànlù mạch tổ hợp; mạch tích hợp

【集大成】jí dàchéng tập đại thành; bộ sưu tập hoàn chỉnh

【集合】jíhé❶<动>tập hợp; tập trung (người

hoặc vật): ~部队 tập hợp bộ đội ❷〈动〉tập hợp (tài liệu, sách vở): ~各方意见 tập hợp ý kiến các bên ❸〈名〉[数学]tập hợp

【集会】jíhuì❶〈名〉mít tinh ❷〈动〉hội họp

【集结】jíjié〈动〉tập kết: ~兵力 tập kết binh lực

【集锦】jíjǐn〈名〉tuyển tập; sưu tập chọn lọc (tranh, thơ văn đặc sắc)

【集聚】jíjù〈动〉tập hợp; tụ tập: 人们~在广场上休闲娱乐。Mọi người tụ tập trên quảng trường tham gia các hoạt động vui chơi giải trí.

【集录】jílù〈动〉tập lục (thu thập, ghi chép tư liệu và biên tập lại thành sách)

【集贸市场】jímào shìchǎng chợ; chợ tập trung

【集权】jíquán〈动〉(chế độ) tập quyền

【集群】jíqún❶〈动〉tụ tập thành nhóm ❷〈名〉quần thể: 战斗~ tập đoàn quân chiến đấu

【集日】jírì〈名〉ngày họp chợ

【集散地】jísàndì〈名〉nơi tập kết và phân phối hàng

【集市】jíshì〈名〉chợ phiên

【集束炸弹】jíshù zhàdàn[军事]bom chùm; bom bi

【集思广益】jísī-guǎngyì tập trung trí tuệ quần chúng; tiếp thu rộng rãi các ý kiến bổ ích

【集体】jítǐ〈名〉tập thể

【集体财产】jítǐ cáichǎn tài sản tập thể

【集体观念】jítǐ guānniàn quan niệm tập thể

【集体婚礼】jítǐ hūnlǐ hôn lễ tập thể

【集体经济】jítǐ jīngjì kinh tế tập thể

【集体照】jítǐzhào〈名〉ảnh tập thể

【集团】jítuán〈名〉tập đoàn; bè lũ

【集团军】jítuánjūn〈名〉tập đoàn quân (một cấp biên chế của quân đội, bao gồm một vài quân đoàn hoặc sư đoàn)

【集训】jíxùn〈动〉tập huấn: 运动员比赛前必须参加~。Các vận động viên cần được tập huấn trước khi thi đấu.

【集腋成裘】jíyè-chéngqiú góp ít thành nhiều; năng nhặt chặt bị

【集邮】jíyóu〈动〉sưu tập tem thư; chơi tem

【集约】jíyuē〈形〉❶thâm canh tăng năng suất ❷kinh doanh đầu tư chiều sâu

【集约化】jíyuēhuà[农业]tập ước hóa; tập trung hóa

【集中】jízhōng〈动〉tập trung: ~精力 tập trung tinh thần và lực lượng

【集中营】jízhōngyíng〈名〉trại tập trung

【集装箱】jízhuāngxiāng〈名〉công-te-nơ

【集资】jízī〈动〉tập trung vốn: ~修路 tập trung vốn tu sửa đường xá

【集子】jízi〈名〉tập; quyển; cuốn

辑jí❶〈动〉biên tập; tập lục: 编~ biên tập ❷〈量〉phần (của trọn bộ sách hay tư liệu): 《人民日报》第一~ phần 1 *Nhân dân Nhật báo*

【辑录】jílù〈动〉sưu tập ghi chép thành sách; tập lục

嫉jí〈动〉❶đố kị; ghen ghét ❷căm ghét

【嫉妒】jídù〈动〉đố kị; ghen ghét: 她常常~他人的才华。Cô ta thường hay đố kị tài hoa của người khác.

【嫉恶如仇】jí'è-rúchóu =【疾恶如仇】

【嫉恨】jíhèn〈动〉căm ghét (vì đố kị): 不要随意~人。Chớ nên tùy tiện ghen ghét người ta.

【嫉贤妒能】jíxián-dùnéng đố kị người hiền tài

瘠jí〈形〉[书]❶(thân thể) gầy yếu ❷cằn cỗi

藉jí〈动〉[书]chà đạp; lăng nhục //(姓) Tịch

籍jí〈名〉❶thư tịch; sổ sách: 古~ sách cổ ❷quê quán; nguyên quán: 原~ nguyên quán ❸tịch (quan hệ lệ thuộc của mỗi cá nhân với nhà nước hoặc tổ chức): 国~ quốc tịch //

（姓）Tịch

【籍贯】jíguàn<名>quê quán

jǐ

几jǐ❶<代>mấy: 你每周上~节课? Mỗi tuần anh giảng mấy tiết? ❷<数>mấy; vài (biểu thị con số ước định trên 1 và dưới 10): ~年 vài năm

另见jī

【几次三番】jǐcì-sānfān năm lần bảy lượt

【几多】jǐduō[方]❶<代>(hỏi số lượng) mấy; bao nhiêu: 你买了~水果? Đằng ấy đã mua bao nhiêu trái cây? ❷<副>biết mấy; biết bao: 爷爷~疼爱孙子。 Ông nội rất thương đứa cháu.

【几何】¹ jǐhé<代>[书]bao nhiêu: 价格~? Giá cả bao nhiêu?

【几何】² jǐhé<名>[数学](môn) hình học

【几何学】jǐhéxué<名>hình học

【几经】jǐjīng<动>trải qua nhiều lần: ~磨难 trải qua nhiều lần gian khó

【几时】jǐshí<代>giờ nào; lúc nào; bao giờ; mấy giờ

己¹ jǐ<代>mình; tự mình: 知~知彼 biết mình biết người //(姓)Kỉ

己² jǐ<名>Kỉ (vị trí thứ 6 trong thiên can): 今年是~酉年。 Năm nay là năm kỉ dậu.

【己方】jǐfāng<名>phía mình; bên mình

【己见】jǐjiàn<名>ý kiến của bản thân: 坚持~ kiên trì ý kiến của mình

【己任】jǐrèn<名>nhiệm vụ của mình

【己所不欲，勿施于人】jǐsuǒbùyù, wùshīyúrén điều mà mình không muốn, chớ đem gán cho người khác; kỉ sở bất dục, vật thi vu nhân; những gì mà mình không thích thì không nên gán ép cho người khác

挤jǐ❶<动>chen chúc; (công việc) chồng chất ❷<形>chật chội: 过道太~了。 Hành lang quá chật chội. ❸<动>chen: 人多~ 不进来。 Người đông, không chen vào được。 ❹<动>nặn; vắt: ~牛奶 vắt sữa bò ❺<动>loại ra; gạt ra; bị loại khỏi: 他被~出局 了。 Anh ta bị gạt ra cuộc.

【挤对】jǐduì<动>[方]ép buộc; cưỡng ép; chèn ép: 单位同事老~他。 Các đồng sự trong đơn vị cứ hay chèn ép anh ấy.

【挤兑】jǐduì<动>rút đổi: 蜂拥到银行~现金 ùn ùn đến ngân hàng rút đổi tiền mặt

【挤满】jǐmǎn<动>chen chúc; chật ních: 公 车上~了人。 Trên xe buýt đã chật ních người.

【挤眉弄眼】jǐméi-nòngyǎn nháy mắt ra hiệu

【挤牙膏】jǐ yágāo bóp thuốc đánh răng; nói kiểu cầm chừng; nói tí một

【挤占】jǐzhàn<动>lấn chiếm

济 Jǐ //(姓)Tế

另见jì

【济济】jǐjǐ<形>[书](anh tài tụ hội) đông đúc; rất nhiều: 人才~ nhân tài đông đúc

给jǐ❶<动>cung cấp; cung ứng: 补~ tiếp tế ❷<形>giàu có; sung túc: 家~户足 nhà nhà no đủ

另见gěi

【给付】jǐfù<动>trả: 本月~工程款 chi trả tiền dự án ngay trong tháng này

【给水】jǐshuǐ<动>cấp nước

【给养】jǐyǎng<名>vật tư hậu cần

【给予】jǐyǔ<动>[书]cho: ~问候 gửi lời hỏi thăm

脊jǐ<名>❶xương sống; cột sống: ~椎动物 có xương sống ❷sống; gáy: 山~ sống núi //(姓)Tích

【脊背】jǐbèi<名>lưng; sống lưng

【脊梁】jǐliáng<名>❶sống lưng ❷trụ cột; những người phát huy vai trò trung kiên đối với đất nước, dân tộc hay cộng đồng: 民族

trụ cột của dân tộc

【脊梁骨】jǐliánggǔ<名>cột sống; xương sống; danh dự: 别干让人戳~的事！ Đừng có làm những việc bị mọi người đánh giá xấu về danh dự.

【脊神经】jǐshénjīng<名>dây thần kinh tủy sống

【脊髓】jǐsuǐ<名>tủy sống

【脊柱】jǐzhù<名>cột sống

【脊椎】jǐzhuī<名>❶cột sống: ~病 bệnh cột sống ❷xương sống

【脊椎骨】jǐzhuīgǔ<名>xương cột sống

麂 jǐ<名>con hoẵng

【麂皮】jǐpí<名>da hoẵng

jì

计 jì❶<动>tính: 统~ thống kê ❷<动>đếm: 失踪人数~25人。Đã đếm được 25 người mất tích. ❸<名>ý định; sách lược: 缓兵之~ kế hoãn binh ❹<动>đặt kế hoạch; dự định: 设~ thiết kế ❺<动>tính toán; suy nghĩ: 不~得失 bất chấp sự được mất ❻<名>kế: 温度~ nhiệt kế //(姓) Kế

【计策】jìcè<名>kế sách

【计程车】jìchéngchē<名>[方]tắc-xi

【计酬】jìchóu<动>tính thù lao; tính công: 按质~ tính thù lao theo chất lượng

【计费】jìfèi<动>tính phí

【计划】jìhuà❶<名>kế hoạch: 工作~ kế hoạch làm việc ❷<动>đặt kế hoạch; định: 先缜密~后再实施 đặt kế hoạch một cách chu đáo rồi mới triển khai thực thi

【计划生育】jìhuà shēngyù sinh đẻ có kế hoạch; kế hoạch hóa gia đình

【计价】jìjià<动>tính giá tiền

【计件工资】jìjiàn gōngzī lương sản phẩm

【计较】jìjiào<动>❶tính toán; so bì: 凡事不要~那么多。Không nên tính toán chi li.

❷tranh luận: 两个男人为车位~起来。Hai người đàn ông đã tranh luận với nhau về chỗ đậu xe. ❸định liệu; suy tính

【计量】jìliàng<动>❶đo; đo lường ❷lường; tính

【计谋】jìmóu<名>mưu kế; sách lược

【计票】jìpiào<动>tính phiếu

【计日程功】jìrì-chénggōng thành công ngay trước mắt (trong tầm tay)

【计上心来】jìshàngxīnlái nghĩ ra mưu mẹo

【计生】jìshēng =【计划生育】

【计时】jìshí<动>tính theo giờ: 停车~收费 thu phí đỗ xe theo giờ

【计时工资】jìshí gōngzī lương trả theo giờ

【计时器】jìshíqì<名>máy tính giờ

【计数】jìshù<动>đếm; thống kê (con số)

【计数器】jìshùqì<名>máy đếm

【计算】jìsuàn<动>❶tính; tính toán: ~工资 tính lương ❷suy tính; trù tính: 做事要长远~。Làm việc phải tính về lâu về dài. ❸âm mưu; mưu tính; mưu mô: 不要~侵占公家财产。Đừng có mà mưu tính chiếm đoạt của công.

【计算尺】jìsuànchǐ<名>thước tính

【计算机】jìsuànjī<名>máy tính

【计算机病毒】jìsuànjī bìngdú virut máy tính

【计算机网络】jìsuànjī wǎngluò mạng máy tính; mạng Internet

【计算器】jìsuànqì<名>máy tính

【计议】jìyì<动>bàn tính: 从长~ bàn tính về lâu về dài

记 jì❶<动>nhớ; ghi nhớ: 我~得孩子出生的情景。Tôi vẫn nhớ lúc cậu bé mới lọt lòng. ❷<动>ghi; đăng kí: ~账 ghi nợ ❸<名>(văn) kí; bài ghi chép: 日~ nhật kí ❹<名>dấu hiệu: 标~ dấu hiệu ❺<名>vết bớt; vết ruồi (trên da): 右边耳朵上有个黑~。Tai phải có một vết đen. ❻<量>chiếc; cái: 一~耳光 một cái tát //(姓) Kí

【记仇】jìchóu〈动〉thù; để hận: 大家都是为了把工作做好，希望你不要~。Tất cả đều vì công việc, mong anh đừng có để hận trong lòng.

【记得】jìde〈动〉nhớ; còn nhớ: 还~你做过的事情吗? Anh còn nhớ những gì mình đã làm hay không?

【记分】jìfēn〈动〉ghi điểm; ghi thành tích

【记分牌】jìfēnpái〈名〉thẻ ghi điểm

【记分员】jìfēnyuán〈名〉người ghi điểm

【记功】jìgōng〈动〉ghi công

【记挂】jìguà〈动〉[方]nhớ; mong nhớ

【记过】jìguò〈动〉ghi lại khuyết điểm; phê bình; kỉ luật: ~处分 bị phê bình kỉ luật

【记号】jìhao〈名〉dấu; dấu hiệu

【记恨】jìhèn〈动〉ghi hận: ~在心。Ghi hận trong lòng.

【记录】jìlù❶〈动〉ghi chép; ghi lại: ~孩子的成长 ghi lại quá trình trưởng thành của trẻ em ❷〈名〉biên bản: 活动~ biên bản ghi chép những hoạt động ❸〈名〉thư kí: 每次开会都是他当~。Mỗi lần họp là anh ấy đều làm thư kí. ❹〈名〉kỉ lục: 打破世界~ phá kỉ lục thế giới

【记名】jìmíng〈动〉ghi tên; kí tên: 无~投票 bỏ phiếu kín

【记起】jìqǐ〈动〉nhớ: 我~来了。Tôi nhớ ra rồi.

【记取】jìqǔ〈动〉nhớ lấy; ghi nhớ: ~教训 ghi nhớ bài học

【记时员】jìshíyuán〈名〉người tính giờ

【记事】jìshì〈动〉❶ghi chép công việc: ~册 sổ ghi chép ❷chép sử: ~官 quan chức chép sử

【记事儿】jìshìr〈动〉(có) trí nhớ; biết nhớ sự việc (ở trẻ em): 小孩一般三岁才开始~。Thông thường trẻ em đến ba tuổi mới bắt đầu biết nhớ sự việc.

【记述】jìshù〈动〉ghi lại; ghi chép thuật lại

【记诵】jìsòng〈动〉thuộc lòng: ~诗词 đọc thuộc lòng thơ từ

【记性】jìxing〈名〉trí nhớ

【记叙】jìxù〈动〉trần thuật; kể: ~体 thể loại kí tự

【记叙文】jìxùwén〈名〉văn tự sự

【记忆】jìyì❶〈动〉nhớ; nhớ lại ❷〈名〉kí ức; ấn tượng: 童年的~很美好。Kí ức thời niên thiếu thật tốt đẹp.

【记忆卡】jìyìkǎ〈名〉[计算机]thẻ ghi nhớ; thẻ ghi chép

【记忆力】jìyìlì〈名〉trí nhớ; sức nhớ: 他从小就有超强的~。Anh ấy đã có trí nhớ cực tốt từ hồi còn nhỏ.

【记忆犹新】jìyì-yóuxīn ấn tượng còn mới; kí ức còn mới

【记载】jìzǎi〈动〉ghi chép: ~历史 ghi chép lịch sử

【记账】jìzhàng〈动〉ghi sổ; ghi nợ

【记者】jìzhě〈名〉nhà báo; kí giả; phóng viên

【记者招待会】jìzhě zhāodàihuì họp báo

【记者证】jìzhězhèng〈名〉thẻ nhà báo; thẻ phóng viên

【记住】jìzhù〈动〉nhớ được; nhớ lấy

伎 jì〈名〉❶[书]kĩ năng; tài nghệ ❷ca nhi; vũ nữ

【伎俩】jìliǎng〈名〉ngón; trò; mánh khóe (thủ đoạn không chính đáng)

纪¹ jì〈名〉kỉ: 执行~律 chấp hành kỉ luật

纪² jì❶〈动〉tưởng niệm; kỉ niệm: 十周年~念 kỉ niệm 10 năm ❷〈名〉(thời xưa) khoảng thời gian 12 năm; (nay) khoảng thời gian dài: 中世~ thời trung cổ (trong lịch sử châu Âu) ❸〈名〉kỉ (sự phân kì địa chất): 侏罗~ kỉ Jura

【纪检】jìjiǎn〈名〉(ban) kiểm tra kỉ luật

【纪检部门】jìjiǎn bùmén cơ quan kiểm tra

ki luật; ban thanh tra

【纪录】jìlù❶<动>ghi chép: ~事件 ghi chép (quá trình) vụ việc ❷<名>tài liệu ghi tại chỗ: 会议~ biên bản hội nghị ❸<名>thư kí ghi chép: 大家推举他当。Mọi người cử anh ấy làm thư kí. ❹<名>kỉ lục: 打破~ phá kỉ lục

【纪录片】jìlùpiàn<名>phim tài liệu; phim phóng sự

【纪律】jìlù<名>kỉ luật: 遵守~ giữ kỉ luật

【纪年】jìnián❶<动>ghi niên đại ❷<名>kỉ nguyên: 开创电子阅读新~ mở ra kỉ nguyên mới đọc sách điện tử

【纪念】jìniàn❶<动>kỉ niệm; tưởng nhớ: ~革命先烈 tưởng nhớ các bậc tiên liệt cách mạng ❷<名>vật kỉ niệm: 送张照片做~ tặng tấm ảnh để làm kỉ niệm

【纪念碑】jìniànbēi<名>bia kỉ niệm; đài tưởng niệm: 烈士~ đài tưởng niệm liệt sĩ

【纪念币】jìniànbì<名>đồng tiền kỉ niệm (sự kiện lớn hay danh nhân nổi tiếng)

【纪念册】jìniàncè<名>sổ lưu niệm

【纪念馆】jìniànguǎn<名>nhà tưởng niệm

【纪念品】jìniànpǐn<名>vật kỉ niệm; kỉ vật

【纪念日】jìniànrì<名>ngày kỉ niệm: 新中国成立60周年~ ngày kỉ niệm 60 năm thành lập nước Trung Hoa mới

【纪念章】jìniànzhāng<名>huy chương kỉ niệm; kỉ niệm chương

【纪实】jìshí❶<动>ghi chép hiện thực: ~文学 văn học tả thực ❷<名>(thể) kí; phóng sự; bút kí (ghi lại người thực việc thực): 《中越青年大联欢~》Phóng sự về Đại liên hoan thanh niên Trung-Việt

【纪事】jìshì❶<名>kí sự: 《西行~》Kí sự chuyến thăm miền Tây ❷<动>ghi chép một số sự tích hoặc sự kiện lịch sử nào đó

【纪委】jìwěi<名>ủy ban kiểm tra kỉ luật

【纪要】jìyào<名>kỉ yếu; tóm tắt

【纪元】jìyuán<名>kỉ nguyên: 耶稣基督~ kỉ nguyên Giê-su trong Cơ Đốc giáo

【纪传体】jìzhuàntǐ<名>thể kí truyện: ~通史 thông sử thể kí truyện

技 jì<名>kĩ năng; tài nghệ: 口~ khẩu kĩ; 绝~ tài nghệ tuyệt vời //(姓) Kĩ

【技法】jìfǎ<名>kĩ xảo và phương pháp (hội họa, điêu khắc): 绘画~ kĩ xảo hội họa

【技改】jìgǎi<动>cải cách kĩ thuật

【技工】jìgōng<名>công nhân kĩ thuật: ~学校 trường trung học dạy nghề

【技能】jìnéng<名>kĩ năng: ~竞赛 thi kĩ năng

【技巧】jìqiǎo<名>❶kĩ xảo ❷thể dục tự do

【技师】jìshī<名>kĩ thuật viên; kĩ sư

【技术】jìshù<名>❶công nghệ; kĩ thuật: 科学~ khoa học kĩ thuật ❷trang bị kĩ thuật: ~改造 đổi mới kĩ thuật

【技术革命】jìshù gémìng cách mạng kĩ thuật; cách mạng công nghệ

【技术革新】jìshù géxīn cải tiến kĩ thuật; đổi mới công nghệ

【技术顾问】jìshù gùwèn cố vấn kĩ thuật

【技术密集型企业】jìshù mìjíxíng qǐyè ngành công nghiệp tập trung kĩ thuật

【技术性】jìshùxìng<名>tính chất kĩ thuật

【技术职称】jìshù zhíchēng chức danh kĩ thuật; chức danh khoa học

【技校】jìxiào<名>trường trung cấp dạy nghề

【技艺】jìyì<名>tay nghề: ~超群 tay nghề trội nổi

系 jì<动>thắt nút; cài 另见xì

忌 jì<动>❶ghen ghét: 猜~ nghi ngờ ❷sợ; e ngại ❸kiêng; kị: ~生冷食物 kiêng đồ ăn sống, lạnh ❹cai; chừa: ~烟酒 cai thuốc lá và rượu

【忌辰】jìchén<名>ngày kị; ngày giỗ

【忌惮】jìdàn<动>[书]lo sợ; lo ngại: 肆无~

liều lĩnh không kiêng sợ gì

【忌妒】jìdu<动>ghen ghét; ganh ghét; đố kị

【忌讳】jìhuì❶<动>kiêng; kiêng kị: 她~和别人谈论感情问题。Chị rất kiêng bàn luận chuyện tình cảm với người khác. ❷<动>tránh; kị: 练武之人最~不能持之以恒。Điều kiêng kị nhất đối với những người tập võ là kém tính bền bi. ❸<名>điều cấm; điều kiêng kị: 注意别犯~。Chú ý những điều kiêng kị.

【忌口】jìkǒu<动>ăn kiêng

【忌日】jìrì<名>❶ngày giỗ ❷ngày xấu: 嫁娶~ ngày xấu đối với việc cưới xin

【忌食】jìshí<动>kiêng ăn

【忌语】jìyǔ<名>lời nói kiêng kị

【忌嘴】jìzuǐ<动>ăn kiêng

际jì❶<名>giáp ranh; ranh giới: 边~ đường biên ❷<名>bên trong ngực: 胸~ bên trong ngực ❸<名>giữa (quan hệ giữa các bên): 国~ quốc tế ❹<名>[书]khi; lúc: 危急之~ vào lúc nguy cấp ❺<动>[书]nhân dịp; giữa lúc: ~此盛会 nhân cuộc hội lớn này ❻<动>gặp phải; gặp: 遭~ gặp phải

【际会】jìhuì<动>[书]gặp gỡ; gặp được: 风云~ gặp thời vận

【际遇】jìyù[书]❶<动>gặp; gặp gỡ; hội ngộ: ~恋人 gặp người yêu ❷<名>cảnh ngộ: 父亲没想到，当年的决定改变了儿子的人生~。Người cha không ngờ rằng quyết định năm xưa đã làm thay đổi cảnh ngộ cuộc đời của đứa con.

妓jì<名>gái điếm

【妓女】jìnǚ<名>gái điếm

【妓院】jìyuàn<名>nhà chứa; ổ mại dâm

季jì<名>❶mùa; quý: 春~ mùa xuân ❷mùa; vụ: 雨~ mùa mưa ❸(thời kì) cuối: 明~ (明朝末年) cuối đời nhà Minh ❹tháng cuối (của một mùa): ~春 tháng cuối xuân ❺người con trai thứ ba /// (姓) Quý

【季报】jìbào<名>tập san ra hàng quý

【季度】jìdù<名>quý (3 tháng): ~奖金 tiền thưởng theo từng quý

【季风】jìfēng<名>gió mùa

【季风气候】jìfēng qìhòu khí hậu gió mùa

【季节】jìjié<名>mùa; vụ; thời vụ

【季军】jìjūn<名>giải ba

【季刊】jìkān<名>tạp chí ra hàng quý

剂jì❶<动>điều hòa; pha chế ❷<名>thuốc; tễ: 清凉~ thuốc thanh mát ❸<名>chất (có tác dụng lí, hóa) ❹<名>nắm; viên ❺<量>liều; chén: 一~中药 một liều thuốc Bắc

【剂量】jìliàng<名>liều dùng; liều lượng (điều trị)

【剂型】jìxíng<名>dạng thuốc (viên, hoàn, cao...)

【剂子】jìzi<名>nắm; cục; viên (bột nhào)

迹jì<名>❶dấu vết; vết tích ❷di tích (kiến trúc hoặc đồ vật) ❸cử chỉ thái độ

【迹地】jìdì<名>[林业]đất rừng đã khai thác (chưa trồng mới)

【迹象】jìxiàng<名>triệu chứng; hiện tượng: 案发现场有明显的搏斗~。Hiện trường vụ án có vết tích giằng co rõ rệt.

济jì<动>❶qua đò; qua sông: 同舟共~ cùng hội cùng thuyền ❷cứu; cứu giúp: 接~ tiếp tế ❸giúp; bổ ích: 无~于事 chẳng ích gì cho công việc; 这样是否有~于解决当前的困难? Liệu như vậy có bổ ích cho việc giải quyết khó khăn trước mắt chăng?

另见Jǐ

【济贫】jìpín<动>cứu tế người nghèo

【济世】jìshì<动>[书]tế thế; giúp đời: 悬壶~ treo hồ lô làm nghề y giúp đời chữa trị bệnh tật

【济事】jìshì<形>được việc

既jì❶<副>đã: ~得利益 lợi ích đã có được ❷<连>đã: ~不想来，就不要来了。Đã không muốn thì đừng đến nữa. ❸<动>[书]

hết; cạn: 食~ thực kí ❹<副>đã; vừa: ~聪明
又努力 đã thông minh lại chăm chỉ; ~美观
又结实 vừa đẹp vừa bền

【既成事实】jìchéng shìshí chuyện đã rồi

【既而】jì'ér<连>[书]lát sau; không bao lâu:
他先喝一瓶啤酒，~又喝了一杯白酒。Anh
ấy uống một chai bia trước, lát sau lại uống
một cốc rượu trắng.

【既来之，则安之】jì lái zhī, zé ān zhī đã
đến đây thì hãy yên tâm ở lại

【既然】jìrán<连>đã: ~你知道了，那就告
诉我们吧! Anh đã biết thì bảo cho chúng
tôi biết đi.

【既是】jìshì<连>đã; một khi: ~这样，我们
就走吧。Đã thế thì chúng ta đi thôi.

【既往】jìwǎng<名>❶trước kia: 一如~ trước
sau như một ❷việc xưa

【既往不咎】jìwǎng-bùjiù sai lầm đã qua
không trách cứ nữa

觊 jì<动>[书]hi vọng; mong hòng

【觊觎】jìyú<动>[书]nhòm ngó; dình dập

继 jì❶<动>tiếp tục; kế tiếp: 前赴后~ lớp
trước ngã lớp sau kế tiếp ❷<连>kế đó; rồi
sau: 初是送礼物，~又请吃饭，真是热
情。Trước hết tặng quà, kế đó mời cơm,
đúng là nhiệt tình hết sức. //(姓) Kế

【继承】jìchéng<动>❶thừa kế: ~遗产 thừa
kế di sản ❷kế thừa (văn hóa, tri thức): ~传
统美德 kế thừa đạo đức truyền thống tốt
đẹp ❸kế tục: ~祖业 kế tục sự nghiệp gia
truyền

【继承权】jìchéngquán<名>quyền thừa kế

【继承人】jìchéngrén<名>người thừa kế

【继电器】jìdiànqì<名>rơ-le

【继而】jì'ér<连>kế đó; tiếp đó: 人们先是一
惊，~哄堂大笑。Mọi người sững sờ rồi kế
đó cười phá lên.

【继发性】jìfāxìng<名>tính thứ phát: ~感染
nhiễm trùng thứ phát

【继父】jìfù<名>bố dượng

【继母】jìmǔ<名>mẹ kế; dì ghẻ

【继任】jìrèn<动>kế nhiệm: ~总理 thủ tướng
kế nhiệm

【继室】jìshì<名>vợ kế

【继往开来】jìwǎng-kāilái nối nghiệp tiền
nhân, mở đường tương lai

【继位】jìwèi<动>kế vị; nối ngôi: 新帝~ vua
mới kế vị

【继续】jìxù<动>tiếp tục; tiếp: 老师备完
课后还~批改作业。Sau khi chuẩn bị bài
giảng thầy lại tiếp tục sửa bài tập.

【继续教育】jìxù jiàoyù giáo dục thường
xuyên; đào tạo tiếp

【继子】jìzǐ<名>❶con trai thừa tự ❷con
riêng của chồng hoặc vợ kế

祭 jì<动>❶thờ cúng; tế tự: ~祖 thờ cúng tổ
tiên ❷tế: 地震遇难同胞公~ lễ tế chung
đồng bào bị nạn trong thiên tai động đất
❸dùng; bày ra: ~起一件法宝 bày ra một
bảo bối

【祭奠】jìdiàn<动>(lễ) truy điệu; lễ cúng;
tưởng niệm; tế: 亡灵 tế giỗ vong linh

【祭礼】jìlǐ<名>❶lễ truy điệu; lễ cúng ❷đồ
tế lễ: 先去准备好~吧。Trước hết cần
chuẩn bị đồ tế lễ.

【祭品】jìpǐn<名>tế phẩm; đồ tế lễ

【祭扫】jìsǎo<动>tảo mộ: ~公墓 đi tảo mộ
tại khu nghĩa trang

【祭司】jìsī<名>tế ti

【祭祀】jìsì<动>tế tự; cúng tế; thờ cúng

【祭坛】jìtán<名>đài thờ; đàn tế

【祭文】jìwén<名>bài khấn; văn tế

悸 jì<动>[书]tim đập thình thịch vì sợ hãi: 心
有余~ trống ngực vẫn đánh thình thịch

【悸动】jìdòng<动>hoảng sợ tim đập loạn xạ

寄 jì<动>❶gửi: ~信 gửi thư ❷nhờ; gửi gắm:
他把振兴家业的希望~于儿子身上。Ông
đã gửi gắm niềm hi vọng về chấn hưng gia

nghiệp vào đứa con của mình. ❸nhờ và; nương nhờ: ~居 ở nhờ /// (姓) Kí

【寄存】jìcún〈动〉gửi; để nhờ: ~行李 gửi hành lí

【寄读】jìdú〈动〉học tạm; học nhờ (đi học ở nơi mình chưa đăng kí hộ tịch)

【寄放】jìfàng〈动〉gửi; để nhờ

【寄籍】jìjí ❶〈名〉trú quán ❷〈动〉cư trú ngoài địa bàn: ~外省 cư trú ngoài tỉnh

【寄件人】jìjiànrén〈名〉người gửi bưu kiện

【寄居】jìjū〈动〉ở nhờ; sống nhờ: ~海外 sống nơi hải ngoại

【寄卖】jìmài〈动〉gửi bán; kí gửi

【寄情】jìqíng〈动〉gửi gắm tình cảm

【寄人篱下】jìrénlíxià ăn nhờ ở đậu; ăn gửi ở nhờ

【寄生】jìshēng〈动〉❶kí sinh; sống nhờ: ~体 vật kí sinh ❷ăn bám: ~阶级 giai cấp bóc lột

【寄生虫】jìshēngchóng〈名〉❶kí sinh trùng: ~病 bệnh kí sinh trùng ❷kẻ ăn bám

【寄宿】jìsù〈动〉❶ở nhờ; tá túc: 昨晚他~在同学家里。Đêm hôm qua anh ấy ở nhờ nhà bạn học. ❷nội trú: ~学校 trường nội trú

【寄宿生】jìsùshēng〈名〉học sinh nội trú

【寄托】jìtuō〈动〉❶gửi; gửi nhờ ❷gửi gắm: 精神~ sự gửi gắm về tinh thần

【寄养】jìyǎng〈动〉gửi (nhờ); nuôi (con cái hoặc vật nuôi): ~家庭 gia đình nuôi gửi

【寄予】jìyǔ〈动〉❶gửi gắm: 老师对我们~了很大的希望。Thầy giáo gửi gắm niềm hi vọng to lớn đối với chúng em. ❷dành cho (sự thông cảm, quan tâm): ~深切的关怀 dành sự quan tâm sâu sắc

【寄语】jìyǔ❶〈动〉[书]nuôi dưỡng hi vọng: ~学生 ấp ủ niềm hi vọng đối với học sinh ❷〈名〉lời nhắn gửi: 编者~ lời nhắn của biên tập/lời nhắn của tác giả

【寄住】jìzhù〈动〉ở nhờ: 成家前他一直~在

我家。Trước khi thành lập gia đình anh ấy ở nhờ suốt tại nhà tôi.

【寄转】jìzhuǎn〈动〉học tạm; học nhờ (đi học ở nơi mình chưa đăng kí hộ tịch)

寂 jì〈形〉❶yên tĩnh; im ắng: 万籁俱~ yên lặng như tờ ❷buồn tẻ; cô quạnh: 孤~ cô tịch

【寂静】jìjìng〈形〉im ắng; yên ắng

【寂寥】jìliáo〈形〉[书]tịch liêu; hoang vắng

【寂寞】jìmò〈形〉❶cô đơn lạnh lẽo: 一个人生活，他感到很~。Sống một mình anh ấy cảm thấy rất cô quạnh. ❷vắng vẻ; hiu quạnh

绩 jì❶〈动〉xe sợi; xe chỉ: ~麻 xe sợi đay ❷〈名〉công lao; thành quả: 成~ thành tích

【绩效】jìxiào〈名〉[书]thành tích hiệu quả

【绩优股】jìyōugǔ〈名〉cổ phần có thành tích xuất sắc

暨 jì[书]❶〈连〉và; với; cùng ❷〈动〉đến; tới /// (姓) Hí

鲫 jì〈名〉cá giếc

【鲫鱼】jìyú〈名〉cá giếc

髻 jì〈名〉búi tóc

冀[1] jì〈动〉[书]hi vọng; trông mong

冀[2] Jì〈名〉tên gọi tắt của tỉnh Hà Bắc /// (姓) Kí

【冀求】jìqiú〈动〉kì vọng; mong muốn: ~理想的生活 mong muốn một cuộc sống tốt đẹp

【冀望】jìwàng〈动〉[书]hi vọng

jiā

加[1] jiā〈动〉❶phép cộng: 一~二等于三。Một cộng hai bằng ba. ❷thêm; tăng lên: ~快 tăng nhanh ❸thêm vào: ~批注 thêm vào lời phê ❹tiến hành: 不~思考 chẳng suy nghĩ gì /// (姓) Gia

加² Jiā〈名〉Ca-na-đa

【加班】jiābān〈动〉làm thêm giờ; thêm ca: ~加点 làm thêm ca thêm giờ

【加倍】jiābèi❶〈动〉tăng gấp đôi: ~偿还 bồi thường gấp đôi ❷〈副〉tăng gấp bội: ~努力 cố gắng gấp bội

【加餐】jiācān〈动〉(ăn) thêm bữa; ăn thêm

【加长】jiācháng〈动〉nói dài thêm: 裤子要 ~。Chiếc quần phải xuống gấu.

【加大】jiādà〈动〉làm to (lớn) thêm hoặc rộng hơn

【加点】jiādiǎn〈动〉làm thêm giờ

【加法】jiāfǎ〈名〉phép tính cộng

【加封】¹jiāfēng〈动〉niêm phong: 涉密文件 要~。Cần niêm phong văn kiện mật.

【加封】²jiāfēng〈动〉phong chức; phong tặng: ~爵位 phong tước vị

【加工】jiāgōng〈动〉❶gia công: 面粉~厂 xưởng gia công bột mì ❷hoàn thiện; sửa sang: 技术~ hoàn thiện kĩ thuật

【加固】jiāgù〈动〉gia cố

【加官进爵】jiāguān-jìnjué thăng quan tiến chức

【加害】jiāhài〈动〉làm hại; gây phương hại; rắp tâm làm hại

【加号】jiāhào〈名〉dấu cộng (+)

【加急】jiājí〈动〉gấp rút; khẩn cấp: ~电报 điện khẩn

【加价】jiājià〈动〉nâng giá; tăng giá

【加减】jiājiǎn〈动〉cộng trừ

【加紧】jiājǐn〈动〉gấp rút: ~完成任务 gấp rút hoàn thành nhiệm vụ

【加进】jiājìn〈动〉thêm vào

【加劲】jiājìn〈动〉ra sức; dốc sức: ~工作 ra sức làm việc

【加剧】jiājù〈动〉trầm trọng hơn; nghiêm trọng hơn: 矛盾~ mâu thuẫn trầm trọng hơn

【加快】jiākuài〈动〉❶tăng nhanh; đẩy nhanh: ~速度 tăng nhanh nhịp độ ❷đổi thành vé tàu nhanh

【加料】jiāliào❶〈动〉nạp liệu ❷〈动〉thêm thức ăn cho gia súc ❸〈形〉thêm nguyên liệu

【加仑】jiālún〈量〉ga-lông (đơn vị đo dung tích của Anh = 4,546L, của Mĩ = 3,785L)

【加码】jiāmǎ〈动〉❶nâng giá hàng ❷tăng giá trị đặt cược ❸tăng chỉ tiêu số lượng (quota)

【加盟】jiāméng〈动〉gia nhập (đoàn thể, tổ chức…): ~连锁快餐店 gia nhập hệ thống nhà hàng cơm suất liên lập

【加密】jiāmì〈动〉❶mã hóa: ~软件 phần mềm mã hóa; 父子俩使用~信息进行交流。Cha con trao đổi thông qua tin nhắn mã hóa. ❷cài mật mã: 公司决定给电子邮件~。Công ti quyết định mã hóa dịch vụ Email.

【加冕】jiāmiǎn〈动〉lên ngôi; đoạt chức vô địch

【加拿大】Jiānádà〈名〉Ca-na-đa: ~人 người Ca-na-đa

【加派】jiāpài〈动〉tăng thêm; cử thêm

【加强】jiāqiáng〈动〉tăng cường: ~国与国 之间的经济往来 tăng cường sự đi lại kinh tế giữa các nước

【加热】jiārè〈动〉tăng nhiệt độ; tăng nhiệt

【加入】jiārù〈动〉❶cho thêm; thêm vào: ~少 许盐 thêm vào một ít muối ❷tham gia; gia nhập: ~高尔夫俱乐部 tham gia câu lạc bộ Golf

【加塞儿】jiāsāir〈动〉[口]chen ngang (khi người ta xếp hàng)

【加上】jiāshàng〈连〉cộng (thêm)

【加深】jiāshēn〈动〉làm sâu sắc thêm: ~印 象 làm sâu sắc thêm ấn tượng

【加湿器】jiāshīqì〈名〉bộ tăng độ ẩm

【加时赛】jiāshísài〈名〉thi đấu bù giờ

【加数】jiāshù〈名〉số cộng

【加速】jiāsù〈动〉❶tăng tốc; gia tốc; tăng thêm tốc độ: 飞机~起飞。Máy bay tăng tốc cất cánh. ❷làm nhanh thêm; đẩy nhanh hơn: ~增长 tăng nhanh tốc độ tăng trưởng

【加温】jiāwēn<动>gia nhiệt; tăng nhiệt

【加薪】jiāxīn<动>tăng lương: 给员工~ tăng lương cho công nhân viên

【加刑】jiāxíng<动>tăng thêm hình phạt

【加压】jiāyā<动>tăng thêm áp lực; tăng áp suất

【加以】jiāyǐ ❶<动>xúc tiến; tiến hành: 非物质文化遗产要~保护。Cần xúc tiến bảo vệ di sản văn hóa phi vật thể. ❷<连>hơn nữa; thêm vào đó: 他本来就不聪明，~不用功，成绩很糟糕。Anh vốn chẳng thông minh, thêm vào đó lại kém siêng năng nên thành tích thật tồi tệ.

【加油】jiāyóu<动>❶nạp xăng: ~站 cây xăng ❷cố gắng; cố lên: ~! 你一定行的。Cố lên, bạn ắt sẽ làm được!

【加之】jiāzhī<连>hơn nữa; thêm vào đó

【加重】jiāzhòng<动>tăng nặng; nặng thêm: 被升为主管后，他的责任也~了。Được thăng chức chủ quản, trách nhiệm của anh ấy càng thêm nặng nề.

夹 jiā❶<动>kẹp; gắp: ~菜 gắp thức ăn ❷<动>cắp; cặp (vào nách): ~着书包 cắp cặp sách ❸<动>kẹp giữa; kẹt giữa: 把报纸~在报夹里。Kẹp tờ báo vào trong cặp. ❹<动>chen lẫn; lẫn vào: ~在人群里 lẫn vào giữa đám đông ❺<名>cái cặp: 活页~ cái cặp tờ rơi
另见jiá

【夹板】jiābǎn<名>ván ép; tấm kẹp

【夹层】jiācéng<名>kép; hai lớp

【夹带】jiādài<动>❶giắt; giấu (theo người): 海关人员发现了~在一个行李箱里的逃税货物。Nhân viên hải quan phát hiện hàng hóa trốn thuế giấu trong va li. ❷cuốn theo: 水~着泥沙流过去。Nước cuốn theo đất đá chảy đi.

【夹道】jiādào❶<名>đường hẻm: 两屋之间有一条仅可通人的~。Giữa hai căn nhà chừa con đường hẻm để người đi lại. ❷<动>sắp hàng hai bên đường: ~欢迎 đứng hai bên đường chào đón

【夹缝】jiāfèng<名>khe; kẽ

【夹攻】jiāgōng<动>giáp công; tiến công đồng thời từ hai phía: 全方位~ tiến công đồng khắp từ các mặt

【夹击】jiājī<动>giáp công: 受到我军两面~ bị quân ta giáp công từ cả hai phía

【夹角】jiājiǎo<名>góc kép

【夹紧】jiājǐn<动>cặp chặt: 把文件~。Cặp chặt văn kiện.

【夹具】jiājù<名>bộ gá; cái kẹp

【夹克】jiākè<名>áo jacket; áo bu-dông

【夹七夹八】jiāqī-jiābā lẫn lộn lung tung; linh tinh (chỉ nói năng): 你说得~的，我都糊涂了。Anh nói chuyện lẫn lộn lung tung làm cho tôi nghe choáng không hiểu gì hết.

【夹钳】jiāqián<名>kìm kẹp

【夹枪带棒】jiāqiāng-dàibàng trong lời nói ẩn chứa ngôn từ mỉa mai, châm biếm, đả kích

【夹生】jiāshēng<形>(thức ăn) chưa chín; sượng: 功课~ bài tập rất sống sượng

【夹生饭】jiāshēngfàn<名>❶cơm sống: 这是一锅~。Đây là một nồi cơm sống. ❷làm lỡ dở (công việc): 现在这件事成了~，接手处理的人很够呛。Đây là công việc lỡ dở, ai nhận làm tiếp cũng hết sức gay go.

【夹尾巴】jiā wěiba cặp đuôi; ví cách thức xử sự kín đáo, rè rặt cẩn thận

【夹线板】jiāxiànbǎn<名>tấm kẹp

【夹馅】jiāxiàn<名>nhân bánh (kẹp)

【夹心】jiāxīn<形>có nhân: ~饼干 bánh bích quy có nhân

【夹叙夹议】jiāxù-jiāyì vừa thuật kể vừa đánh giá bình luận; tường thuật xen kẽ với nghị luận

【夹杂】jiāzá<动>xen (chen) lẫn: 好坏~ cái tốt xen lẫn với cái xấu

【夹竹桃】jiāzhútáo<名>(cây) trúc đào

【夹注】jiāzhù<名>chú thích (ở sau câu hoặc đoạn viết)

【夹子】jiāzi<名>cái kẹp; cặp

佳jiā<形>tốt; đẹp; hay //(姓) Giai

【佳话】jiāhuà<名>giai thoại; câu chuyện hay

【佳绩】jiājì<名>thành tích tốt: 再创~ một lần nữa giành được thành tích xuất sắc

【佳节】jiājié<名>ngày lễ; ngày tết

【佳境】jiājìng<名>❶nơi cảnh đẹp: 泰山~ vùng cảnh đẹp Thái Sơn ❷cõi tươi đẹp; tình ý hay: 渐入~ đi dần vào cõi đẹp

【佳句】jiājù<名>câu hay (trong thơ văn)

【佳丽】jiālì[书]❶<形>xinh đẹp; tươi đẹp ❷<名>cô gái xinh đẹp: ~云集 hội tụ nhiều cô gái xinh đẹp

【佳美】jiāměi<形>tốt đẹp; ngon lành

【佳酿】jiāniàng<名>rượu ngon

【佳偶】jiā'ǒu<名>[书]vợ chồng đẹp đôi; bạn đời xứng đôi

【佳期】jiāqī<名>❶ngày cưới: 他俩~已近。 Ngày cưới của hai người đã đến gần. ❷cuộc hò hẹn (của trai gái đang yêu): 七月七，牛郎织女会~。 Ngưu Lang Chức Nữ hò hẹn gặp nhau vào mùng 7 tháng 7 (âm lịch).

【佳人】jiārén<名>[书]người đẹp; giai nhân

【佳肴】jiāyáo<名>món ăn ngon; sơn hào hải vị: 美味~ món ngon đồ quý

【佳音】jiāyīn<名>[书]tin vui; tin lành: 静候~ bình tản mà đợi tin vui

【佳作】jiāzuò<名>tác phẩm xuất sắc; tuyệt tác: 艺术~ tác phẩm nghệ thuật xuất sắc

枷jiā<名>gông đeo cổ (bằng gỗ)

【枷锁】jiāsuǒ<名>gông xiềng; chịu đè nén, áp bức: 精神~ gông xiềng về tinh thần

浃jiā<动>[书]thấm; đẫm: 汗流~背 mồ hôi nhễ nhại

家jiā❶<名>nhà; gia đình: ~里上有老，下有小。 Trong gia đình trên có mẹ già dưới có con thơ. ❷<名>nhà ở; chỗ ở: 回~ về nhà ❸<名>nơi làm việc: 董事长不在~，再找了。 Chủ tịch hội đồng quản trị đi vắng, khỏi tìm nữa. ❹<名>nhà (chỉ người làm một nghề gì đó): 船~ nhà thuyền ❺<名>nhà chuyên môn; chuyên gia: 艺术~ nghệ sĩ ❻<名>trường phái (học thuật): 道~ Đạo gia ❼<名>bên; tay (chỉ mỗi người trong các đám đánh bài, cược rượu) ❽<名>khiêm từ dùng để chỉ người thân bậc trên của mình khi nói với người khác: ~父 gia phụ/cụ thân sinh ❾<形>nhà nuôi: ~禽 gia cầm ❿<形>[方]thuần dưỡng; thuần phục; quen chuồng: 这只野猪已经养~了，放了它也不会走丢的。 Con lợn rừng này đã được thuần dưỡng, có thả nó cũng chẳng đi mất. ⓫<量>gian //(姓) Gia

家jia❶<口>đám; cánh; bọn: 姑娘~ đám con gái; con gái con đứa ❷<方>dùng sau tên của người đàn ông, chỉ vợ của người ấy: 老四~ vợ ông Tư

【家产】jiāchǎn<名>gia sản; gia tài

【家长里短】jiācháng-lǐduǎn chuyện nhà chuyện cửa; chuyện gia đình

【家常】jiācháng<名>thường nhật: ~事 công việc thường nhật

【家常便饭】jiācháng-biànfàn❶cơm thường; cơm rau dưa ❷việc cơm bữa; chuyện cơm bữa

【家仇】jiāchóu<名>thù nhà: 国恨~ hận nước thù nhà

【家丑】jiāchǒu<名>việc xấu trong nhà

【家丑不可外扬】jiāchǒu bùkě wàiyáng chuyện xấu trong nhà không thể đem phô ra ngoài; không thể vạch áo cho người xem

J

lưng

【家畜】jiāchù<名>gia súc

【家传】jiāchuán<动>gia truyền: ~手艺 tay nghề gia truyền

【家传户诵】jiāchuán-hùsòng nhà nhà đều truyền tụng

【家当】jiādàng<名>[口]của nả; gia tài

【家道】jiādào<名>cảnh nhà

【家底】jiādǐ<名>của cải (vốn liếng) trong nhà: ~厚实 của cải trong nhà rất hậu hĩ

【家电】jiādiàn<名>đồ điện gia dụng

【家电下乡】jiādiàn xiàxiāng đồ điện gia dụng đến vùng thôn quê (biện pháp kích cầu bằng cách đưa các loại đồ điện gia đình xuống vùng nông thôn bán với giá có khoản trợ cấp)

【家法】jiāfǎ<名>❶gia pháp ❷phép tắc trong gia đình nội tộc: ~处罚 xử phạt theo phép tắc nội bộ trong gia tộc ❸dụng cụ dùng để trừng phạt người nhà: ~伺候 xử phạt bằng gia pháp

【家访】jiāfǎng<动>thăm hỏi gia đình: 得知老师要来~，他有点紧张。Được tin thầy giáo sắp đến thăm gia đình, cậu ấy có vẻ hơi hồi hộp.

【家风】jiāfēng<名>gia phong; nề nếp gia đình

【家父】jiāfù<名>cha tôi; ông cụ nhà tôi (khiêm từ, dùng khi nói với người khác về cha mình)

【家规】jiāguī<名>nếp nhà; phép nhà: ~森严 phép nhà nghiêm ngặt

【家和万事兴】jiā hé wànshì xīng gia đình thuận hòa muôn sự suôn sẻ

【家伙】jiāhuo<名>[口]❶cái thứ (công cụ, vũ khí) ❷lão; thằng cha; chị chàng ❸cái con (chỉ súc vật)

【家家户户】jiājiāhùhù nhà nào nhà nấy

【家家有本难念的经】jiājiā yǒu běn nán niàn

de jīng mỗi nhà đều có bài kinh khó tụng; mỗi cây mỗi quả, mỗi nhà mỗi cảnh

【家教】jiājiào<名>❶gia giáo: ~良好 gia giáo tốt lành ❷gia sư: 英语~ gia sư tiếng Anh

【家境】jiājìng<名>gia cảnh; cảnh nhà

【家居】¹jiājū<动>ngồi nhà; nằm nhà (không có việc làm)

【家居】²jiājū<名>gia cư: ~用品 đồ dùng gia cư

【家具】jiājù<名>đồ dùng gia đình; thiết bị nội thất

【家眷】jiājuàn<名>gia quyến; vợ con (có lúc chuyên chỉ vợ)

【家里人】jiālǐrén<名>người trong gia đình

【家门】jiāmén<名>❶cửa chính (của nhà ở); nhà: 大禹治水，三过~而不入。Đại Vũ trị thủy, ba lần qua cửa nhà mà không vào. ❷[书]gia tộc mình: ~不幸 gia tộc mình gặp nạn ❸[方]trong nhà; trong họ: ~堂姐妹 chị em trong họ ❹tình hình gia đình: 自报~ tự khai báo về gia đình

【家破人亡】jiāpò-rénwáng nhà tan cửa nát

【家谱】jiāpǔ<名>gia phả

【家人】jiārén<名>❶cả nhà: ~团聚 cả nhà đoàn tụ ❷[旧]người ở

【家什】jiāshí<名>[口]đồ dùng; vật dụng gia đình

【家世】jiāshì<名>[书]gia thế

【家事】jiāshì<名>❶chuyện nhà; chuyện gia đình: 这是我们的~，不用你管。Đây là chuyện nhà của chúng tôi, không cần anh can thiệp. ❷[方]gia cảnh: ~优越 gia cảnh tốt đẹp

【家室】jiāshì<名>❶gia thất; gia đình; gia quyến (có khi chuyên chỉ vợ): 无~之累 không có vương vấn về vợ con ❷[书]phòng ở; nhà ở; vườn nhà: 杀贼护~ giết giặc bảo vệ gia thất, vườn tược

【家书】jiāshū<名>thư nhà: ~抵万金。Lá

thư nhà quý hơn ngàn vàng.

【家属】jiāshǔ<名>người thân trong gia đình (trừ chủ hộ chính); người trong gia đình của công chức

【家私】jiāsī<名>❶gia tư; gia sản: ~万贯 gia sản giàu có ❷đồ dùng nội thất: ~城 trung tâm đồ dùng nội thất

【家庭】jiātíng<名>gia đình: ~成员 thành viên trong gia đình

【家庭暴力】jiātíng bàolì bạo lực gia đình

【家庭妇女】jiātíng fùnǚ phụ nữ nội trợ; bà nội trợ

【家庭影院】jiātíng yǐngyuàn rạp chiếu phim gia đình

【家徒四壁】jiātúsìbì nhà chỉ có bốn bức vách; nghèo rớt mùng tơi

【家务】jiāwù<名>việc (trong) nhà; gia chính; việc nội trợ: ~繁重 việc nội trợ nặng nhọc

【家乡】jiāxiāng<名>quê hương; quê nhà

【家小】jiāxiǎo<名>vợ con; người vợ

【家信】jiāxìn<名>thư nhà

【家宴】jiāyàn<名>tiệc gia đình

【家养】jiāyǎng<形>(con vật) tự nuôi: ~土鸡 gà ta nhà nuôi

【家业】jiāyè<名>❶gia tài; gia sản: 继承~ kế thừa gia sản ❷[书]sự nghiệp gia truyền

【家用】jiāyòng ❶<名>chi tiêu gia đình: 贴补~ trợ cấp chi tiêu gia đình ❷<形>đồ dùng (trong gia đình): ~金属制品 đồ gia dụng kim loại

【家用电器】jiāyòng diànqì đồ điện gia dụng

【家喻户晓】jiāyù-hùxiǎo mọi nhà đều biết: 曹冲称象的故事~。Mọi người đều biết tích chuyện *Tào Xung cân voi*.

【家园】jiāyuán<名>quê nhà; gia đình

【家贼】jiāzéi<名>trộm cắp nội bộ: ~难防 rất khó phòng ngừa kẻ cắp trong nội bộ

【家宅】jiāzhái<名>nhà ở; gia đình

【家长】jiāzhǎng<名>❶người đứng đầu gia đình; gia trưởng ❷phụ huynh (hoặc người đỡ đầu): 开~会 họp phụ huynh

【家长制】jiāzhǎngzhì<名>chế độ gia trưởng

【家珍】jiāzhēn<名>của quý trong nhà: 如数~ tựa như đếm kể những đồ vật quý trong nhà

【家政】jiāzhèng<名>việc nội trợ; việc gia chính: ~服务 dịch vụ gia chính

【家种】jiāzhòng<形>❶tự trồng (nên): ~药材 cây thuốc tự trồng ❷của nhà trồng được; cây nhà lá vườn: ~的苹果 quả táo nhà trồng

【家装】jiāzhuāng<名>trang trí nội thất gia đình

【家族】jiāzú<名>gia tộc; họ tộc

袈 jiā

【袈裟】jiāshā<名>áo cà sa

嘉 jiā ❶<形>đẹp tốt: ~礼 hôn lễ ❷<动>khen ngợi và tiếp nhận: ~纳 khen ngợi và tiếp nhận /// (姓) Gia

【嘉宾】jiābīn<名>khách quý

【嘉奖】jiājiǎng ❶<动>khen thưởng ❷<名>lời khen; phần thưởng: 受到单位的~ nhận được phần thưởng của đơn vị

【嘉勉】jiāmiǎn<动>[书]khen thưởng động viên

【嘉许】jiāxǔ<动>[书]khen thưởng; khen ngợi

镓 jiā<名>[化学]gali (kí hiệu: Ga)

jiá

夹 jiá<形>kép; hai lớp
另见jiā

【夹袄】jiá'ǎo<名>áo; kép

【夹被】jiábèi<名>chăn kép

荚 jiá<名>quả của cây họ đậu: ~果 quả cây họ đậu

戛 jiá<动>[书]gõ nhẹ

【戛然而止】jiárán-érzhǐ (âm thanh) bỗng

dưng ngừng bặt

颊 jiá <名> má

jiǎ

甲¹ jiǎ❶<名>Giáp (vị trí thứ 1 trong thiên can): 今年是~子年。Năm nay là năm giáp tí. ❷<动>hạng nhất; bậc nhất: 桂林山水~天下。Non nước Quế Lâm đẹp nhất thiên hạ. //(姓) Giáp

甲² jiǎ<名>❶mai (rùa): 龟~ mai rùa ❷giáp bọc (bằng kim loại hoặc da): 装~车 xe bọc thép ❸móng: 指~ móng tay

甲³ jiǎ<名>giáp; chòm; khóm (hình thức biên chế hộ khẩu thời xưa): 保~ bảo giáp

【甲板】jiǎbǎn<名>boong tàu

【甲虫】jiǎchóng<名>bọ cánh cứng

【甲沟炎】jiǎgōuyán<名>[医学]viêm kẽ móng

【甲骨文】jiǎgǔwén<名>giáp cốt văn (chữ cổ khắc trên mai rùa, xương thú)

【甲级】jiǎjí<名>hạng A; loại I: 这些木耳是~品。Đây là mộc nhĩ loại I.

【甲亢】jiǎkàng<名>cường tuyến giáp

【甲壳】jiǎqiào<名>mai (cua); vỏ (tôm); giáp xác

【甲鱼】jiǎyú<名>con ba ba

【甲状腺】jiǎzhuàngxiàn<名>tuyến giáp trạng: ~肿大 sưng giáp trạng

钾 jiǎ<名>Kali (kí hiệu: K)

【钾肥】jiǎféi<名>phân Kali

【钾盐】jiǎyán<名>muối Kali

假 jiǎ❶<形>giả; dối trá: ~话 lời giả dối ❷<动>giả định: ~设 giả thiết ❸<连>giả dụ; giả như: ~使 giả sử ❹<动>[书]mượn; vay: ~公济私 mượn tiếng công để kiếm lợi tư ❺<动>[书]dựa vào: 不~思索 không qua sự suy nghĩ //(姓) Giả

另见jià

【假扮】jiǎbàn<动>đóng giả; cải trang; hóa trang: ~成商人去探听消息 hóa trang thành thương nhân để dò la tin tức

【假币】jiǎbì<名>tiền giả

【假唱】jiǎchàng<动>hát nhép: 反对歌手~ chống ca sĩ hát nhép

【假钞】jiǎchāo<名>tiền giả

【假充】jiǎchōng<动>giả bộ; mạo nhận: ~行家 mạo danh thợ lành nghề

【假慈悲】jiǎcíbēi từ bi giả dối: 猫哭耗子~。Mèo khóc chuột giả từ bi.

【假大空】jiǎ-dà-kōng nói dối, nói huênh hoang và nói suông

【假道】jiǎdào<动>đi nhờ; ghé qua; nhờ dựa vào: 国际租车巨头~本土租车企业进入国内市场。Các cự phách nghề thuê xe quốc tế tiến vào thị trường nhờ vào các doanh nghiệp nước sở tại.

【假定】jiǎdìng❶<动>giả định; nếu như: ~你赢了他，你有什么打算? Nếu thắng nó thì anh sẽ tính sao? ❷<名>giả thiết khoa học: 科学~ giả thiết khoa học

【假动作】jiǎdòngzuò<名>động tác giả: 他最擅长在篮球比赛中做~。Anh ta rất sành động tác giả trong thi đấu bóng rổ.

【假发】jiǎfà<名>tóc giả

【假花】jiǎhuā<名>hoa giả; hoa giấy; hoa lụa

【假话】jiǎhuà<名>lời giả dối

【假货】jiǎhuò<名>hàng giả; hàng nhái

【假借】jiǎjiè❶<动>mượn danh nghĩa; giả danh: 他~高官名义行骗。Hắn ta giả danh quan chức cấp cao để lừa bịp. ❷<动>[书]khoan dung ❸<名>[语言](chữ) giả tá

【假冒】jiǎmào<动>giả mạo; mạo nhận: ~品牌商品 hàng nhái giả mạo hàng hiệu

【假冒伪劣】jiǎmào-wěiliè giả mạo và kém chất lượng

【假寐】jiǎmèi<动>[书]chợp mắt; ngả lưng

【假面具】jiǎmiànjù<名>❶mặt nạ ❷vẻ bên

ngoài giả dối: 他的~被网友揭穿了。Bộ mặt thật của hắn đã bị các cư dân mạng vạch trần.

【假面舞会】jiǎmiàn wǔhuì vũ hội hóa trang

【假名】jiǎmíng<名>❶tên giả ❷chữ cái trong tiếng Nhật

【假模假式】jiǎmo-jiǎshì giả vờ giả vịt

【假球】jiǎqiú<名>đấu bóng gian trá

【假仁假义】jiǎrén-jiǎyì giả nhân giả nghĩa

【假如】jiǎrú<连>giả dụ; nếu như: ~你不来，他也不会来。Nếu như anh không đến thì hắn cũng sẽ không đến.

【假若】jiǎruò<连>nếu như

【假山】jiǎshān<名>hòn non bộ; núi giả

【假设】jiǎshè❶<动>giả dụ; giả sử: ~每个中国人都捐一元给灾区，那就是十三亿元了。Giả sử mỗi người Trung Quốc góp một đồng RMB cho vùng bị thiên tai thì sẽ có tới 1,3 tỉ đồng RMB. ❷<动>hư cấu ❸<名>giả thiết: 如果这个~成立，结果将变得非常可怕。Giả thiết này mà thành lập thì hậu quả sẽ hết sức đáng sợ.

【假使】jiǎshǐ<连>giả sử; nếu như: ~明天不下雨，我们就去郊游。Nếu như ngày mai trời không mưa thì chúng ta sẽ đi du ngoạn vùng ngoại ô.

【假释】jiǎshì<动>tạm tha

【假手】jiǎshǒu<动>mượn tay người khác

【假说】jiǎshuō<名>giả thuyết; giả thiết

【假死】jiǎsǐ<动>❶[医学]ngất; ngạt (ở trẻ sơ sinh) ❷[动物]giả chết; vờ chết

【假托】jiǎtuō<动>❶thoái thác; lấy cớ: 他~生病请假了。Anh ta lấy cớ bị ốm đã xin phép rồi. ❷giả mạo: 他~你的名义去借钱。Hắn ta đã mạo danh anh đi vay tiền. ❸mượn: 他~诗歌来抒发情感。Anh ấy mượn thơ ca để bày tỏ tình cảm.

【假戏真做】jiǎxì-zhēnzuò đùa giả làm thật; tuy là giả nhưng phải làm như thật

【假想】jiǎxiǎng<动>tưởng tượng; hư cấu

【假想敌】jiǎxiǎngdí<名>quân địch tưởng tượng

【假象】jiǎxiàng<名>hiện tượng giả tạo; vẻ bề ngoài

【假小子】jiǎxiǎozi<名>(con gái) bạo dạn táo tợn như con trai: 她剪了短发就像个~。Cô ấy cắt tóc ngắn trông hệt như cậu con trai.

【假惺惺】jiǎxīngxīng giả vờ; vờ vĩnh

【假性】jiǎxìng<形>giả: ~近视 cận thị giả

【假牙】jiǎyá<名>răng giả

【假眼】jiǎyǎn<名>mắt nhân tạo

【假洋鬼子】jiǎyángguǐzi thằng Tây rởm

【假药】jiǎyào<名>thuốc rởm; thuốc giả

【假以辞色】jiǎyǐcísè nói bằng lời tốt và vui lòng

【假意】jiǎyì❶<名>lòng dạ giả dối: 虚情~ tình ý giả vờ ❷<副>vờ: 他~道贺："恭喜恭喜!" Hắn đến chúc một cách giả dối: "Chúc mừng nhé!"

【假造】jiǎzào<动>❶giả: ~证件 giấy tờ giả ❷bịa; giả tạo: 他涉嫌~证据。Hắn ta bị nghi đã tạo nặn bằng chứng giả tại phiên tòa.

【假账】jiǎzhàng<名>sổ sách giả

【假正经】jiǎzhèngjing làm ra vẻ tử tế

【假肢】jiǎzhī<名>chi (cánh tay hoặc chân) giả

【假装】jiǎzhuāng<动>giả vờ; làm ra vẻ: ~若无其事 làm ra vẻ không có chuyện gì xảy ra

jià

价 jià<名>❶giá; giá cả: 物~ vật giá ❷giá trị; giá: 等~交换 trao đổi ngang giá ❸hóa trị: 多~元素 nguyên tố đa hóa trị //(姓) Giá

【价差】jiàchā<名>chênh lệch giá; giá chênh

lệch

【价格】jiàgé<名>giá cả

【价款】jiàkuǎn<名>tiền hàng

【价码】jiàmǎ<名>[口]giá tiền: ~太高 giá tiền quá cao

【价目】jiàmù<名>giá hàng niêm yết; bảng giá

【价钱】jiàqián<名>giá tiền; giá cả: ~合适 giá tiền vừa phải

【价位】jiàwèi<名>mức giá

【价值】jiàzhí<名>❶giá trị (hàng hóa): 财产~ giá trị tài sản ❷giá trị (tác dụng tích cực)

【价值规律】jiàzhí guīlǜ quy luật giá trị

【价值连城】jiàzhí-liánchéng của vô giá

驾 jià❶<动>(bắt, buộc) súc vật kéo: ~着马车进城 đánh xe ngựa vào nội thành ❷<动>lái; điều khiển: ~驶游艇 lái tàu du lịch ❸<名>xin làm ơn; cảm phiền: 劳~ làm ơn ❹<名>xa giá (xe ngựa của vua, mượn chỉ vua): 接~ nghênh đón nhà vua ❺<量>chiếc; cỗ ❻<叹>tiếng hét thúc gia súc //(姓) Giá

【驾龄】jiàlíng<名>thâm niên lái xe: 车队里属王师傅的~最长了。Ông Vương là người có thâm niên lái xe lâu nhất trong đội xe.

【驾轻就熟】jiàqīng-jiùshú xe quen; công việc quen thuộc; làm dễ dàng

【驾驶】jiàshǐ<动>điều khiển; lái: ~汽车 lái xe hơi

【驾驶证】jiàshǐzhèng<名>bằng lái xe

【驾校】jiàxiào<名>trường tập huấn đào tạo lái xe

【驾驭】jiàyù<动>❶điều khiển (xe, súc vật kéo xe): 这是一匹难以~的野马。Đây là con ngựa bất kham. ❷chế ngự: 谁能~瞬息万变的股市？Ai mà chế ngự được thị trường cổ phiếu luôn thay đổi?

【驾照】jiàzhào<名>bằng lái xe

架 jià❶<名>cái giá; khung: 衣~ mắc áo; 房~ khung nhà ❷<动>bắc; mắc; gác lên: ~桥 bắc cầu ❸<动>đỡ: 用树干~住危房 đỡ nhà nguy hiểm bằng cột cây ❹<动>bắt cóc ❺<动>dìu; cáng: 护士~着病人往病房走去。Y tá dìu người bệnh đi về hướng phòng bệnh nhân. ❻<名>sự đánh nhau; sự cãi nhau: 打~ đánh nhau ❼<量>chiếc; cỗ

【架不住】jiàbuzhù[方]không ngăn nổi; không chịu nổi: 小孩往往~糖果的诱惑。Trẻ con thường thường không chịu nổi sự cám dỗ của bánh kẹo.

【架次】jiàcì<量>lượt chiếc (máy bay)

【架得住】jiàdezhù[方]ngăn nổi; chịu nổi

【架构】jiàgòu❶<动>kiến tạo; tạo dựng ❷<名>khung; giá đỡ (của công trình kiến trúc) ❸<名>cấu trúc; kết cấu: 公司~ kết cấu công ti

【架空】jiàkōng<动>❶gác cho cao lên ❷viển vông; vô căn cứ: 不能使这个计划成为~的东西。Không thể để chương trình trở thành thứ viển vông. ❸cho đi tàu bay giấy: 她在公司管理层里被~了，并无实权。Trong ban quản lí của công ti chị ấy bị cho đi tàu bay giấy chẳng có thực quyền.

【架设】jiàshè<动>dựng; bắc; mắc: ~过江浮桥 bắc cầu phao qua sông

【架势】jiàshi<名>❶[口]tư thế; tư thái: 一副盛气凌人的~ làm ra tư thế hết sức trịch thượng hách dịch ❷[方]thế; tình thế: 看这~，还要下雨呢！Xem tình thế này chắc còn mưa nữa!

【架子】jiàzi<名>❶cái giá: 舞台~ cái đế sân khấu ❷khung; sườn; dàn ý: 写毕业论文搭好~是第一步。Dựng dàn ý là khâu đầu tiên trong việc viết luận án tốt nghiệp. ❸cao ngạo; ra vẻ ta đây: 他虽说是局长，可一点~都没有。Tuy là giám đốc sở, nhưng ông ấy không bao giờ làm ra vẻ ta đây. ❹tư thế; dáng: 干活就得有干活的~，不要心不在焉。Làm việc thì phải ra dáng làm việc, đừng có vừa làm mà tâm trí thì không biết hay đâu.

假 jià <名>nghỉ (theo sự cho phép hoặc theo quy định): 请~ xin nghỉ
另见 jiǎ

【假期】jiàqī <名>kì; (đợt) nghỉ; thời gian nghỉ

【假日】jiàrì <名>ngày nghỉ: ~经济 kinh tế ngày nghỉ

【假条】jiàtiáo <名>giấy xin phép nghỉ: 病~ giấy xin phép nghỉ ốm

嫁 jià <动>❶lấy chồng: 出~ đi lấy chồng; ~人 gả chồng ❷đổ cho người khác (tai họa, thiệt hại, tội vạ): 转~ đổ vạ cho người khác //(姓) Giá

【嫁祸】jiàhuò <动>đổ vạ; giá họa: ~于人 vu oan giá họa cho người khác

【嫁鸡随鸡，嫁狗随狗】jiàjī-suíjī, jiàgǒu--suígǒu gả cho gà thì phải sống theo gà, gả cho chó thì phải sống theo chó; cuộc sống của người đàn bà gắn chặt với người chồng

【嫁接】jiàjiē <动>chiết ghép cành; ghép chồi

【嫁娶】jiàqǔ <动>cưới xin

【嫁妆】jiàzhuang <名>của hồi môn

稼 jià ❶<动>trồng trọt (ngũ cốc): 耕~ cày cấy trồng trọt ❷<名>ngũ cốc: 庄~ mùa màng

jiān

尖 jiān ❶<形>nhọn: 这木棍被削得~~的。Cây gậy gỗ đã được vót nhọn. ❷<形>giọng the thé; lanh lảnh: ~声~气 tiếng the thé ❸<形>thính; tinh (tai, mũi, mắt): 眼~ mắt tinh ❹<动>cao giọng: 她~叫了几声。Chị ấy đã cao giọng gọi vài tiếng. ❺<名>đầu (mũi) nhọn: 笔~ ngòi bút ❻<名>trội nhất; đầu bảng: 他是班里的~儿。Anh ấy trội nhất trong lớp. ❼<形>[方]keo kiệt; bủn xỉn: 她

这人太~，一毛不拔。Bà ta là con người hết sức keo kiệt. ❽<形>bốp chát; đáo để: 大家都知道他嘴~，说话不饶人。Mọi người đều biết hắn ta rất bốp chát đáo để, khi nói chuyện chẳng chịu tha cho ai. //(姓) Tiêm

【尖兵】jiānbīng <名>❶quân trinh sát, cảnh giới (trong cuộc hành quân): ~连 đại đội mũi nhọn ❷lính tiên phong; chiến sĩ xung kích: 勘察队是地质战线上的~。Đội thăm dò là những người lính tiên phong trên mặt trận địa chất.

【尖刀】jiāndāo <名>mũi nhọn; mũi đột phá

【尖顶】jiāndǐng <名>đỉnh; đỉnh điểm

【尖端】jiānduān ❶<名>mũi nhọn; đỉnh cao ❷<形>tối tân; hàng đầu: ~武器 vũ khí tối tân; ~科学 khoa học mũi nhọn

【尖角】jiānjiǎo <名>góc nhọn

【尖叫】jiānjiào <动>kêu ré lên; kêu thất thanh

【尖刻】jiānkè <形>sắc sảo; chua ngoa

【尖括号】jiānkuòhào <名>dấu ngoặc

【尖厉】jiānlì <形>chói tai; chát chúa

【尖利】jiānlì <形>❶nhọn sắc ❷sắc bén; nhạy bén: 眼光~ con mắt sắc sảo ❸chói tai

【尖溜溜】jiānliūliū[方]nhọn hoắt; lanh lảnh

【尖锐】jiānruì <形>❶sắc nhọn: ~的鱼叉 cây lao gọn sắc ❷sắc bén; nhạy bén: 巡警~的眼神震慑住了不法分子。Ánh mắt sắc bén của chiến sĩ cảnh sát tuần tra đã làm cho kẻ phạm pháp phải khiếp sợ. ❸chói tai; chát chúa: ~的汽笛声 tiếng còi chói tai ❹gay gắt: 领导者要经得下~的批评。Lãnh đạo cần bao dung đối với lời phê bình gay gắt.

【尖酸】jiānsuān <形>chua ngoa; chanh chua: ~刻薄 chanh chua điêu ngoa

【尖塔】jiāntǎ <名>ngọn tháp nhọn

【尖头】jiāntóu <名>đầu nhọn; mũi nhọn

【尖细】jiānxì <形>(âm thanh) lanh lảnh

【尖音】jiānyīn <名>[语言]âm nhọn

J

【尖子】jiānzi<名>❶đầu nhọn; mũi nhọn ❷trội nhất; nổi nhất ❸giọng cao vút lên (giọng bổng cao vút lên trong hí khúc)

【尖子生】jiānzishēng<名>học sinh xuất sắc

【尖嘴薄舌】jiānzuǐ-bóshé ăn nói chua ngoa bốp chát

【尖嘴猴腮】jiānzuǐ-hóusāi mặt dơi tai chuột

【尖嘴钳】jiānzuǐqián<名>kìm nhọn

奸¹ jiān❶<形>gian dối; dối trá: ~笑 cười nham hiểm ❷<形>không trung thành; phản bội: ~臣 gian thần ❸<名>kẻ gian; kẻ bán nước: 汉~ Hán gian ❹<形>gian lận: 藏~耍滑 mưu mô xảo trá

奸² jiān<动>gian dâm: 通~ thông dâm

【奸夫】jiānfū<名>gian phu

【奸妇】jiānfù<名>gian phụ

【奸猾】jiānhuá<形>gian giảo xảo quyệt: ~的敌人 kẻ địch xảo quyệt

【奸计】jiānjì<名>gian kế: 我们要小心，避免中了敌人的~。Chúng ta cần thận trọng, tránh trúng phải gian kế của kẻ địch.

【奸佞】jiānnìng[书]❶<形>gian tà nịnh hót; gian nịnh ❷<名>kẻ nịnh thần; kẻ gian nịnh

【奸情】jiānqíng<名>việc gian dâm

【奸商】jiānshāng<名>gian thương

【奸污】jiānwū<动>cưỡng dâm; dụ dỗ cưỡng hiếp: ~妇女 cưỡng hiếp phụ nữ

【奸细】jiānxì<名>kẻ nội gián; gian tế

【奸险】jiānxiǎn<形>gian hiểm; nham hiểm: ~狠毒 gian hiểm độc địa

【奸雄】jiānxióng<名>kẻ gian hùng

【奸淫】jiānyín<动>❶gian dâm ❷hãm hiếp; hiếp dâm

【奸淫掳掠】jiānyín-lǔlüè hãm hiếp cướp bóc

【奸贼】jiānzéi<名>kẻ gian hiểm; gian thần; gian tặc

【奸诈】jiānzhà<形>gian trá; gian dối

歼 jiān<动>tiêu diệt

【歼击】jiānjī<动>tiến công tiêu diệt

【歼击机】jiānjījī<名>máy bay tiêm kích

【歼灭】jiānmiè<动>tiêu diệt

【歼灭战】jiānmièzhàn<名>trận xóa sổ; trận đánh diệt gọn

坚 jiān❶<形>cứng; vững: 身残志~ thân thể khuyết tật mà ý chí kiên cường ❷<名>kiên cố: 攻~ công kiên ❸<形>kiên định; kiên quyết: ~守阵地 kiên quyết giữ vững trận địa //(姓) Kiên

【坚壁清野】jiānbì-qīngyě vườn không nhà trống

【坚不可摧】jiānbùkěcuī kiên cố không gì phá nổi: 两国人民的友谊~。Mối tình hữu nghị giữa nhân dân hai nước vững chắc không gì phá nổi.

【坚持】jiānchí<动>kiên trì; giữ vững: ~就是胜利。Kiên trì ắt sẽ thắng lợi.

【坚持不懈】jiānchí-bùxiè kiên trì không mệt mỏi

【坚定】jiāndìng❶<形>kiên định; vững vàng: ~的信念 vững vàng niềm tin ❷<动>giữ vững: ~立场 giữ vững lập trường

【坚定不移】jiāndìng-bùyí vững vàng không lay chuyển

【坚固】jiāngù<形>kiên cố; bền vững: 这房子很~。Căn nhà này rất kiên cố.

【坚果】jiānguǒ<名>quả khô; quả vỏ cứng

【坚决】jiānjué<形>kiên quyết

【坚苦卓绝】jiānkǔ-zhuójué kiên nhẫn tuyệt vời

【坚强】jiānqiáng❶<形>kiên cường: 意志~ ý chí kiên cường ❷<动>tăng cường; làm vững thêm; vững bền: ~一点，没什么大不了的。Chẳng sao đâu, cứ vững bền lòng tin nhé.

【坚韧】jiānrèn<形>kiên nhẫn; bền bỉ; vững vàng

【坚韧不拔】jiānrèn-bùbá kiên nhẫn bất di

bất dịch

【坚实】jiānshí<形>❶kiên cố; vững chắc: ~的房子 ngôi nhà kiên cố ❷chắc nịch; tráng kiện: 这小伙子身体很~。 Cơ thể anh chàng này chắc nịch ghê.

【坚守】jiānshǒu<动>cố thủ; bám giữ; bám trụ: ~阵地 bám giữ trận địa

【坚挺】jiāntǐng<形>❶kiên cường mạnh mẽ; cứng cáp ❷(giá cả) bình ổn

【坚信】jiānxìn<动>vững tin; tin chắc: 我~自己一定能完成任务。 Tôi tin chắc là mình ắt sẽ hoàn thành nhiệm vụ.

【坚毅】jiānyì<形>kiên nghị: 他脸上~的神态表明了他的决心。 Nét mặt kiên nghị đã tỏ rõ lòng quyết tâm của anh ấy.

【坚硬】jiānyìng<形>cứng chắc; rắn câng

【坚贞】jiānzhēn<形>kiên trinh

【坚贞不渝】jiānzhēn-bùyú kiên trinh bất khuất; bất di bất dịch

间 jiān❶<名>giữa: 夫妻之~ (giữa) hai vợ chồng ❷<名>ở; tại; vào: 人世~ ở trên thế gian ❸<名>gian nhà; buồng: 套~ căn hộ ❹<量>gian; phòng; buồng: 一~客房 một gian phòng khách //(姓) Gian
另见jiàn

【间不容发】jiānbùróngfà cách không hở sợi tóc; chỉ còn trong gang tấc; nguy cấp đến nơi

【间距】jiānjù<名>khoảng cách (giữa hai vật nào đó)

【间奏曲】jiānzòuqǔ<名>nhạc xen; khúc nhạc ngắn

肩 jiān❶<名>vai: 并~作战 sát cánh kề vai tác chiến ❷<动>gánh vác: 身~重任 gánh vác trách nhiệm to lớn

【肩膀】jiānbǎng<名>vai

【肩带】jiāndài<名>dây đeo

【肩负】jiānfù<动>gánh vác: ~责任 gánh vác trách nhiệm

【肩关节】jiānguānjié<名>khớp xương vai

【肩胛骨】jiānjiǎgǔ<名>xương bả vai

【肩头】jiāntóu<名>❶trên vai: ~任务重 nhiệm vụ nặng nề trên vai ❷[方]vai

【肩章】jiānzhāng<名>phù hiệu trên vai; quân hàm đeo vai

【肩周炎】jiānzhōuyán<名>viêm khớp vai; viêm quanh khớp

艰 jiān<形>khó khăn

【艰巨】jiānjù<形>khó khăn nặng nề: 这项~的工程历时三年，终于完成了。 Dự án công trình khó khăn nặng nề này kéo dài ba năm rốt cuộc đã hoàn thành.

【艰苦】jiānkǔ<形>gian khổ; vất vả: ~的日子磨炼人的意志。 Những tháng ngày gian khổ càng rèn giũa ý chí của con người.

【艰苦卓绝】jiānkǔ-zhuójué gian khổ tột cùng

【艰难】jiānnán<形>gian nan; khó nhọc; khó khăn: 由于腿上有伤，他每走一步都很~。 Do bị thương ở chân mà mỗi lần cất bước anh ấy đều cảm thấy rất khó nhọc.

【艰难困苦】jiānnán-kùnkǔ khó khăn gian khổ

【艰涩】jiānsè<形>(chữ nghĩa) tối nghĩa; không trôi chảy; khó hiểu: 这篇文章~难懂。 Bài viết này thật tối nghĩa khó hiểu.

【艰深】jiānshēn<形>(lí lẽ, chữ nghĩa) thâm thúy khó hiểu

【艰险】jiānxiǎn<形>khó khăn nguy hiểm: 历经~ từng trải gian nguy

【艰辛】jiānxīn<形>gian khổ: 不畏~ không ngại gian khó

监 jiān❶<动>coi; theo dõi: ~考 giám thị ❷<名>nhà giam: 探~ thăm phạm nhân
另见jiàn

【监测】jiāncè<动>theo dõi kiểm nghiệm: ~空气质量 theo dõi kiểm nghiệm chất lượng không khí

J

【监察】jiānchá<动>thanh tra; giám sát: ~御
史 ngự sử giám sát

【监察部】Jiānchá Bù<名>Bộ (ban) Thanh
tra

【监督】jiāndū❶<动>theo dõi đốc thúc; giám
sát: ~生产 theo dõi quá trình sản xuất ❷
<名>giám sát viên: 安全~ giám sát viên an
toàn

【监工】jiāngōng❶<动>đốc công; theo dõi
sản xuất ❷<名>ông cai; đốc công

【监管】jiānguǎn<动>quản giáo

【监护】jiānhù<动>❶giám hộ: ~人 người
giám hộ ❷theo dõi chăm sóc: ~病人 theo
dõi chăm sóc bệnh nhân

【监护病房】jiānhù bìngfáng phòng ICU;
phòng săn sóc bệnh nhân nặng; phòng săn
sóc đặc biệt

【监护人】jiānhùrén<名>người giám hộ

【监禁】jiānjìn<动>cầm tù; giam giữ: 他犯
了谋杀罪，被判终身~。Hắn can tội giết
người bị xử tù chung thân.

【监考】jiānkǎo❶<动>trông thi; coi thi ❷
<名>người coi thi; giám thị

【监控】jiānkòng<动>❶giám sát điều khiển:
~录像 camera giám sát ❷theo dõi khống
chế

【监控视频】jiānkòng shìpín camera theo
dõi giám sát

【监控网】jiānkòngwǎng<名>mạng lưới
theo dõi giám sát

【监控系统】jiānkòng xìtǒng hệ thống theo
dõi giám sát

【监牢】jiānláo<名>[口]trại giam; nhà tù

【监理】jiānlǐ❶<动>giám sát quản lí ❷<名>
người làm chuyên ngành giám sát quản lí

【监票】jiānpiào<动>giám sát kiểm phiếu
(bầu cử)

【监事】jiānshì<名>giám sát viên; giám sự

【监事会】jiānshìhuì<名>ủy ban giám sát

【监视】jiānshì<动>theo dõi: ~敌人的一举
一动 theo dõi mọi hoạt động của địch

【监守】jiānshǒu<动>trông giữ; coi giữ: 银
行有保安~。Ngân hàng có sự trông giữ của
lực lượng bảo an.

【监守自盗】jiānshǒu-zìdào ăn cắp tài sản
do chính mình trông giữ

【监听】jiāntīng<动>theo dõi, giám sát (sự
đàm thoại và các tín hiệu) đường dây: 广播
~ theo dõi phát thanh

【监外就医】jiān wài jiùyī (phạm nhân)
điều trị ngoài trại giam

【监狱】jiānyù<名>nhà giam; nhà tù

【监制】jiānzhì❶<动>giám sát sản xuất: 他
负责产品~工作。Anh ấy phụ trách việc
giám sát sản xuất sản phẩm. ❷<动>giám sát
quá trình làm phim ❸<名>người đảm trách
việc giám sát quá trình làm phim

兼 jiān❶<形>gấp đôi; hai lần: ~程 đi gấp
rút ❷<动>kiêm; có đủ; gồm đủ: 一人身~数
职。Một mình kiêm nhiệm nhiều chức vụ.
//(姓) Kiêm

【兼备】jiānbèi<动>có đủ; kiêm toàn: 人力
和物力~。Nhân lực và vật lực đều có đủ.

【兼并】jiānbìng<动>thôn tính; kiêm tính

【兼程】jiānchéng<动>đi (tốc độ) một ngày
bằng hai; đi gấp rút: 日夜~ đêm ngày đi gấp
rút

【兼而有之】jiān'éryǒuzhī có đủ cả

【兼顾】jiāngù<动>đồng thời chú ý nhiều
mặt: ~事业和家庭 lo cả sự nghiệp và gia
đình

【兼课】jiānkè<动>kiêm giảng; dạy kiêm

【兼任】jiānrèn<动>kiêm nhiệm: ~工会主席
kiêm nhiệm chủ tịch công đoàn

【兼容】jiānróng<动>dung hòa đồng thời;
tương thích: ~性强 giàu tính tương thích

【兼容并包】jiānróng-bìngbāo bao dung
hòa hợp

【兼修】jiānxiū<动>học thêm môn khác: 她专修越南语并~日本语。Cô ấy học chuyên ngành tiếng Việt, đồng thời học thêm tiếng Nhật.

【兼营】jiānyíng<动>kiêm kinh doanh; kinh doanh thêm: 这家店以卖糕点为主，~少量奶制品。Nhà hàng này chủ yếu là bán các loại bánh trái, kiêm kinh doanh thêm một số ít các sản phẩm sữa.

【兼之】jiānzhī<连>[书]hơn nữa; thêm vào đó: 连续几天大雨，~大风不断，不少树木被刮倒了。Liên tiếp nhiều ngày mưa to, lại gặp gió lớn liên tục tràn về làm đổ không ít cây cối.

【兼职】jiānzhí❶<动>kiêm chức; kiêm việc: 她在校外~。Chị ấy kiêm làm thêm ở ngoài trường. ❷<名>chức vụ kiêm nhiệm; việc kiêm thêm: 辞去~ từ bỏ chức vụ kiêm nhiệm

笺 jiān<名>❶chú giải: ~注 chú thích (sách cổ) ❷giấy viết (thư): 信~ giấy viết thư ❸thư từ: ~札 thư tín

【笺注】jiānzhù<名>[书]chú thích; chú giải (sách cổ)

犍 jiān<名>trâu thiến; bò thiến

【犍牛】jiānniú<名>trâu (bò) thiến

缄 jiān<动>❶bịt chặt ❷niêm phong

【缄口】jiānkǒu<动>[书]ngậm miệng; lặng im (không nói): ~不言 ngậm miệng làm thinh

【缄默】jiānmò<动>lặng im không nói; nín thinh: 保持~ giữ im lặng không lên tiếng

煎 jiān❶<动>rán: ~肉饼 bánh thịt rán ❷<动>pha; hãm; sắc: ~药 sắc thuốc ❸<量>nước (lần sắc của thuốc bắc)

【煎熬】jiān'áo<动>dày vò; dằn vặt: 备受~ chịu đựng sự dày vò

【煎饼】jiānbing<名>bánh tráng; bánh rán

【煎蛋】jiāndàn<名>trứng ốp là; trứng rán

【煎锅】jiānguō<名>chảo rán; chảo chiên

jiǎn

拣 jiǎn<动>lựa chọn: 挑肥~瘦 kén cá chọn canh

【拣选】jiǎnxuǎn<动>chọn; lựa chọn: ~优质药材 chọn lọc những dược liệu hảo hạng

【拣择】jiǎnzé<动>kén; chọn

茧[1] jiǎn<名>cái kén

茧[2] jiǎn<名>chai

【茧子】[1] jiǎnzi<名>[方]kén tằm

【茧子】[2] jiǎnzi<名>chai

柬 jiǎn<名>tấm thiếp

【柬埔寨】Jiǎnpǔzhài<名>Cam-pu-chia: ~人 người Cam-pu-chia

【柬帖】jiǎntiě<名>thiếp mời; giấy mời: 结婚~ thiếp cưới

俭 jiǎn<形>tiết kiệm: 勤~ cần kiệm // (姓) Kiệm

【俭朴】jiǎnpǔ<形>giản dị tiết kiệm: 过着~的生活 sống cuộc sống giản dị tiết kiệm

【俭省】jiǎnshěng<形>dè sẻn; tiết kiệm

【俭约】jiǎnyuē<形>[书]tiết kiệm; tùng tiệm

捡 jiǎn<动>nhặt

【捡了芝麻，丢了西瓜】jiǎnle zhīma, diūle xīguā được hạt vừng mà mất quả dưa; tham cá bỏ đăng; ví được cái nhỏ mà mất đi cái lớn; ham một đĩa, bỏ cả mâm

【捡漏】jiǎnlòu<动>[建筑]chữa nhà dột; giọi mái nhà

【捡漏儿】jiǎnlòur<动>[方]mót của báu: 到古玩市场去~ vào thị trường đồ cổ mót của báu

【捡便宜】jiǎn piányi mua được hàng giá rẻ; được lợi

【捡破烂儿】jiǎn pòlànr nhặt nhạnh chổi cùn rế rách (người ta vứt đi): 她靠~供养了两名大学生。Với món tiền kiếm được từ việc nhặt nhạnh chổi cùn rế rách mà cô ta đã nuôi được hai cháu thi vào đại học.

【捡拾】jiǎnshí<动>nhặt nhạnh; thu nhặt

检 jiǎn<动>❶kiểm tra: 体~ kiểm tra sức khỏe ❷kiểm chế; gò bó: 行为不~ hành vi không kiểm chế ❸nhặt //(姓) Kiểm

【检测】jiǎncè<动>kiểm định: ~酒精含量 kiểm định hàm lượng cồn

【检查】jiǎnchá❶<动>kiểm tra; khám: ~身体 khám sức khỏe ❷<动>tra cứu; kiểm duyệt ❸<动>kiểm thảo; kiểm điểm ❹<名>bản kiểm điểm: 写~ viết bản kiểm điểm

【检察】jiǎnchá<动>kiểm sát

【检察官】jiǎncháguān<名>kiểm sát viên

【检察院】jiǎncháyuàn<名>viện kiểm sát

【检点】jiǎndiǎn<动>❶kiểm lại; điểm lại: ~书目 kiểm kê danh mục sách ❷giữ gìn; kiểm chế: 行为不~ hành vi khinh suất

【检获】jiǎnhuò<动>kiểm tra bắt được

【检举】jiǎnjǔ<动>tố giác; tố cáo: ~人 người tố giác

【检录】jiǎnlù<动>kiểm soát

【检票】jiǎnpiào<动>soát vé; kiểm phiếu (bầu cử): 上车前必须~。Cần soát vé trước khi lên xe.

【检视】jiǎnshì<动>kiểm soát; xem xét

【检索】jiǎnsuǒ<动>tra cứu: ~目录 tra cứu mục lục

【检讨】jiǎntǎo❶<动>kiểm điểm; kiểm thảo: 做自我~ tự kiểm điểm ❷<名>bản kiểm điểm ❸<动>kiểm nghiệm; nghiên cứu: ~前人的科研成果 nghiên cứu những thành quả khoa học kĩ thuật của người đi trước

【检修】jiǎnxiū<动>kiểm tra sửa chữa: ~电路 kiểm tra sửa chữa đường dây điện

【检验】jiǎnyàn<动>kiểm nghiệm: 实践是~真理的唯一标准。Thực tiễn là tiêu chuẩn duy nhất để kiểm nghiệm chân lí.

【检验单】jiǎnyàndān<名>tờ xét nghiệm

【检验员】jiǎnyànyuán<名>nhân viên xét nghiệm

【检疫】jiǎnyì<动>kiểm dịch: ~证明书 giấy chứng nhận kiểm dịch

【检阅】jiǎnyuè<动>❶duyệt: 国家主席~海陆空三军仪仗队。Chủ tịch nước duyệt đội danh dự hải lục không quân. ❷[书]đọc duyệt: ~书稿 đọc duyệt bản thảo sách

【检字表】jiǎnzìbiǎo<名>bảng kiểm chữ

【检字法】jiǎnzìfǎ<名>cách tra chữ (từ điển)

减 jiǎn<动>❶giảm; trừ: 裁~ cắt giảm ❷giảm bớt; kém; sút đi: ~轻 giảm nhẹ

【减仓】jiǎncāng<动>giảm kho (chỉ người đầu tư giảm bớt cổ phiếu)

【减产】jiǎnchǎn<动>sản lượng sút kém; sản xuất thu hẹp: 农作物~ cây nông nghiệp giảm sản lượng

【减持】jiǎnchí<动>giảm (chỉ giảm bớt số cổ phiếu giữ trong tay người đầu tư)

【减低】jiǎndī<动>hạ thấp; giảm: ~开支 giảm chi tiêu

【减法】jiǎnfǎ<名>phép trừ

【减肥】jiǎnféi<动>giảm béo; giữ eo; giảm cân: 你太胖了，该~了。Bà hơi mập rồi đấy, cần giảm cân đi.

【减肥操】jiǎnféicāo<名>bài tập thể dục giảm thể trọng; thể dục giữ eo

【减肥茶】jiǎnféichá<名>trà giảm béo

【减肥药】jiǎnféiyào<名>thuốc giảm thể trọng

【减幅】jiǎnfú<名>mức giảm: ~超预期 mức giảm vượt dự kiến

【减负】jiǎnfù<动>giảm bớt gánh vác; giảm bớt gánh nặng: 要给学生们真正~。Cần thực sự giảm bớt gánh nặng cho các em học sinh.

【减号】jiǎnhào<名>dấu trừ

【减缓】jiǎnhuǎn<动>giảm nhẹ; chậm đi: ~生长速度 làm chậm nhịp độ sinh trưởng

【减价】jiǎnjià<动>giảm giá

【减慢】jiǎnmàn<动>hãm cho chậm lại

【减免】jiǎnmiǎn<动>miễn giảm; miễn: ~赋税 giảm miễn thuế vụ

【减排】jiǎnpái<动>giảm tháo thải

【减轻】jiǎnqīng<动>giảm nhẹ: ~工作压力 giảm nhẹ sức ép công việc

【减弱】jiǎnruò<动>suy yếu; yếu đi; suy giảm: 视力~ thị lực suy yếu

【减色】jiǎnsè<动>kém hay: 音响效果不佳使她的演唱~不少。Hiệu quả bộ dàn loa kém khiến cho diễn xướng của cô ấy kém hay.

【减少】jiǎnshǎo<动>giảm bớt; giảm thiểu: ~损失 giảm thiểu tổn thất

【减数】jiǎnshù<名>số trừ

【减税】jiǎnshuì<动>giảm thuế

【减速】jiǎnsù<动>giảm tốc: ~行驶 giảm tốc mà đi

【减损】jiǎnsǔn<动>giảm đi; sụt giảm

【减缩】jiǎnsuō<动>co giảm; thu hẹp: ~资金投入 co giảm mức vốn đầu tư

【减退】jiǎntuì<动>hạ thấp; suy giảm

【减小】jiǎnxiǎo<动>giảm thiểu; giảm nhẹ: 风力~ sức gió giảm nhẹ

【减薪】jiǎnxīn<动> giảm lương

【减刑】jiǎnxíng<动>giảm hình phạt: 由于在狱中表现良好，他获得~。Do có biểu hiện tốt trong thời gian bị giam giữ mà ông ấy đã được giảm nhẹ hình phạt.

【减压】jiǎnyā<动>giảm sức ép; giảm áp suất

【减员】jiǎnyuán<动>❶giảm quân số: 部队~ bộ đội bị giảm quân số ❷cắt giảm số người: 公司效益不好，需要~。Do hiệu quả kinh doanh kém, công ti cần phải cắt giảm nhân viên.

【减灾】jiǎnzāi<动>giảm nhẹ sự thiệt hại do thiên tai gây nên

【减震】jiǎnzhèn<动>giảm xóc; giảm rung

剪 jiǎn ❶<名>cái kéo: ~刀 cái kéo ❷<名>cái kẹp; kẹp gắp: 火~ cặp gắp than ❸<动>cắt: ~头发 cắt tóc ❹<动>cắt bỏ; diệt trừ: ~草除根 diệt trừ tận gốc //(姓) Tiễn

【剪报】jiǎnbào❶<动>cắt báo (lưu trữ tư liệu): 闲暇时间里他喜欢~。Lúc nhàn hạ anh ấy thích cắt báo sưu tầm lưu trữ tài liệu. ❷<名>(bài, tư liệu) cắt từ báo ra: 这是一本精美的~集。Đây là tập bài và tài liệu quý cắt từ báo ra.

【剪裁】jiǎncái<动>❶cắt quần áo: 服装~ cắt may quần áo ❷gọt giũa; cắt xén: 图片~ cắt xén tấm hình

【剪彩】jiǎncǎi<动>cắt băng khánh thành

【剪除】jiǎnchú<动>gạt bỏ; loại trừ; tiêu diệt

【剪刀差】jiǎndāochā<名>biểu đồ tỉ giá (hàng công nghiệp và hàng nông nghiệp, trên biểu đồ thường xoạc hình cánh kéo)

【剪辑】jiǎnjí❶<动>dựng phim: 这部获奖短片是由他~的。Bộ phim ngắn giành giải thưởng này do anh ấy dựng nên. ❷<动>biên soạn: ~照片 biên soạn ảnh ❸<名>tranh ảnh tuyển chọn

【剪票】jiǎnpiào<动>soát vé; xé vé

【剪贴】jiǎntiē<动>❶cắt dán (tài liệu): 她把自己在报刊上发表过的文章~起来。Chị ấy cắt dán sưu tầm những bài viết đăng trên báo của mình. ❷làm thủ công: 她擅长~工艺。Cô bé rất giỏi về thủ công.

【剪影】jiǎnyǐng❶<动>cắt hình người hoặc vật thể: 他正给小姑娘~。Anh ấy đang cắt hình người cho cô bé. ❷<名>album hình ảnh: 纪念碑~ album hình ảnh tượng đài tưởng niệm ❸<名>sự phác họa

【剪枝】jiǎnzhī<动>tia cành: 给园林的树木~ tia cành cho cây trong vườn

【剪纸】jiǎnzhǐ❶<动>cắt giấy (thành tranh): ~艺术 nghệ thuật cắt giấy ❷<名>tranh cắt giấy: ~图片 một tờ tranh cắt giấy

【剪纸片】jiǎnzhǐpiàn<名>phim cắt giấy

【剪子】jiǎnzi<名>cái kéo

睑 jiǎn<名>[书]mí mắt; mi mắt: 眼~ mí mắt

简¹ jiǎn❶<形>giản đơn: ~体 giản thể ❷<动>đơn giản hóa: 精兵~政 tinh giản cơ cấu và biên chế //(姓) Giản

简² jiǎn<名>❶thẻ tre (để viết chữ thời xưa): ~册 cuốn thẻ tre ❷thư từ: 书~集 tập thư

【简报】jiǎnbào<名>tin, thông tin vắn tắt

【简编】jiǎnbiān<名>giản biên (thường dùng cho tên sách); rút gọn và đơn giản hóa

【简便】jiǎnbiàn<形>giản tiện: 使用方法~ phương pháp sử dụng giản tiện

【简称】jiǎnchēng❶<名>tên gọi tắt; hình thức gọi tắt: 京是北京市的~。Kinh là cách gọi tắt cho thành phố Bắc Kinh. ❷<动>gọi tắt: 政治协商会议~政协。Hội nghị Hiệp thương Chính trị gọi tắt là Chính Hiệp.

【简单】jiǎndān<形>❶giản đơn; đơn giản: 先学~的知识 học tập kiến thức đơn giản trước ❷bình thường; tầm thường: 李教授知识渊博，博古通今，可真不~。Giáo sư Lí kiến thức uyên bác, thông hiểu chuyện cổ kim, thật không tầm thường. ❸qua loa; qua quít: ~应付 ứng phó qua loa

【简短】jiǎnduǎn<形>ngắn gọn

【简化】jiǎnhuà<动>giản hóa; đơn giản hóa

【简化字】jiǎnhuàzì<名>chữ Hán giản hóa; chữ giản thể

【简洁】jiǎnjié<形>ngắn gọn

【简捷】jiǎnjié<形>❶ngắn gọn; dứt khoát: 他一向说话~。Anh ấy nói chuyện luôn ngắn gọn dứt khoát. ❷giản tiện nhanh chóng: 工作流程~ tiến trình công việc giản tiện nhanh chóng

【简介】jiǎnjiè❶<动>giới thiệu tóm tắt: 文章开头~了作者生平。Phần mở đầu của bài viết đã giới thiệu tiểu sử của tác giả. ❷<名>bản giới thiệu khái quát: 内容~ tóm tắt nội dung

【简况】jiǎnkuàng<名>tình hình khái quát; tình hình chung

【简括】jiǎnkuò<形>ngắn gọn khái quát

【简历】jiǎnlì<名>sơ yếu lí lịch; tiểu sử: 个人~ tiểu sử cá nhân

【简练】jiǎnliàn<形>ngắn gọn súc tích

【简陋】jiǎnlòu<形>sơ sài: 奶奶家的房子很~。Căn nhà bà ở rất đơn sơ.

【简略】jiǎnlüè<形>(nội dung ngôn từ, văn chương) sơ lược; giản lược

【简码】jiǎnmǎ<名>mã ngắn

【简明】jiǎnmíng<形>ngắn gọn cô đọng

【简明扼要】jiǎnmíng-èyào khái quát ngắn gọn

【简朴】jiǎnpǔ<形>giản dị; mộc mạc: 衣着~ ăn mặc giản dị

【简谱】jiǎnpǔ<名>nhạc số; nhạc giản phổ

【简省】jiǎnshěng<动>giảm bớt; tiết kiệm: ~日常开支 tiết kiệm chi tiêu thường ngày

【简史】jiǎnshǐ<名>sơ lược lịch sử

【简缩】jiǎnsuō<动>tinh giản; rút bớt

【简体】jiǎntǐ<名>❶giản thể (chữ Hán) ❷chữ (Hán) giản thể

【简体字】jiǎntǐzì<名>chữ giản thể

【简图】jiǎntú<名>sơ đồ; giản đồ

【简写】jiǎnxiě❶<动>viết giản hóa (chữ Hán) ❷<名>lối viết giản thể

【简讯】jiǎnxùn<名>tin ngắn; tin vắn

【简要】jiǎnyào<形>tóm lược; sơ lược; khái quát: 厂长向来宾~地介绍了厂里的基本情况。Giám đốc đã giới thiệu tóm tắt với khách về tình hình cơ bản của xí nghiệp.

【简易】jiǎnyì<形>❶giản đơn; đơn giản: ~办法 biện pháp đơn giản ❷thô sơ; sơ sài: ~楼房 nhà lầu thô sơ

【简约】jiǎnyuē<形>❶giản lược: 文字~ chữ nghĩa giản lược ❷tiết kiệm; tùng tiệm: 生活

~ sống tùng tiệm

【简则】jiǎnzé<名>quy định tóm tắt

【简章】jiǎnzhāng<名>thông tin vắn tắt

【简直】jiǎnzhí<副>quả thực; thật là; quả là: 妻子生气地说: "这日子~没法过了!" Người vợ giận dỗi nói: "Cuộc sống thế này thì thật chẳng còn ra sao nữa!"

【简装】jiǎnzhuāng<形>đóng gói đơn giản; bao bì thường

碱 jiǎn ❶<名>bazơ: 纯~ soda ❷<名>kiềm: ~性食品 thực phẩm mang tính kiềm ❸<动>rữa; hỏng; bị ăn mòn (do các chất kiềm, chất muối): 这间小屋的门窗都~了。Cửa sổ của căn nhà nhỏ đã bị ăn mòn bởi chất kiềm.

【碱土】jiǎntǔ<名>đất kiềm

【碱性】jiǎnxìng<名>tính kiềm; kiềm tính, tính chất base: ~体质 thể chất kiềm tính

jiàn

见¹ jiàn<动>❶nhìn thấy; thấy: 耳听为虚, 眼~为实。Tai nghe không bằng mắt thấy. ❷gặp; tiếp xúc: 这种粉末~水即化。Loại bột này tiếp xúc với nước là hòa tan ngay. ❸thấy được; thể hiện ra: 初~成效 đã thấy được thành quả bước đầu ❹xem: ~下页 xem trang tiếp ❺gặp gỡ; thăm: 拜~ gặp gỡ/ yết kiến ❻<名>ý kiến; cách nhìn nhận: 主~ chủ kiến //(姓) Kiến

见² jiàn<助>[书]❶(trợ từ đặt trước động từ) bị coi là; được coi như: ~笑于人 bị người ta chê cười ❷chỉ đối tượng chịu chi phối là bản thân: ~谅 xin thông cảm

【见报】jiànbào<动>đăng báo; lên báo

【见不得】jiànbùdé❶không thể tiếp xúc; kị: 这是未冲洗的胶卷, ~光。Đây là cuộn phim chưa tráng, không thể để lộ sáng. ❷lén lút; khuất tất: 这件古玩是他们偷来的,

~人。Đây là đồ cổ bị bọn chúng đánh cắp nên không dám đưa ra công khai. ❸[方]nhìn không quen mắt; không ưa: 我~人发牢骚。Tôi không ưa những người hay càu nhàu.

【见长】jiàncháng<动>giỏi; thạo về: 以知识渊博~ giỏi về kiến thức uyên bác 另见jiànzhǎng

【见称】jiànchēng<动>[书]được sự khen ngợi của mọi người: 以技艺精湛~ kĩ nghệ tuyệt vời đã nhận được sự đánh giá cao của mọi người

【见得】jiàndé<动>thấy rõ; khẳng định được: 何以~? Làm sao mà có thể khẳng định được?

【见地】jiàndì<名>ý kiến; kiến giải; nhận xét: 很有~ nhận xét rất độc đáo

【见多识广】jiànduō-shíguǎng tiếp xúc rộng rãi, kiến thức uyên bác

【见方】jiànfāng<名>[口]vuông vắn; vuông vức: 爸爸的书房有一丈~。Căn phòng sách của bố vuông vức rộng chừng một trượng.

【见分晓】jiàn fēnxiǎo phân giải; ra kết quả

【见风使舵】jiànfēng-shǐduò trông gió bẻ lái; gió chiều nào xoay theo chiều ấy

【见风是雨】jiànfēng-shìyǔ mới thấy gió đã tin là mưa; nhẹ dạ cả tin

【见缝插针】jiànfèng-chāzhēn tận dụng triệt để (không gian và thời gian cho phép)

【见怪】jiànguài<动>trách; chê trách (thường chỉ về mình): 我的英文不好, 请不要~。Tiếng Anh của tôi kém, xin đừng chê trách.

【见怪不怪】jiànguài-bùguài gặp phải trường hợp kì dị mà không kinh ngạc; thấy điều kinh dị không sợ

【见鬼】jiànguǐ❶<形>quái lạ: 真~, 我的钥匙哪去了? Quái lạ, chìa khóa của tôi để đâu nhỉ? ❷<动>chết; diệt vong: 让这些坏人~去吧! Hãy để cho bọn người xấu ấy đời nhà ma đi!

【见好】jiànhǎo<动>(bệnh tình) đỡ nhiều; khá hơn; chuyển biến tốt

【见好就收】jiànhǎo-jiùshōu thấy vừa vừa là thôi; ví xử sự có cân nhắc có chừng mực

【见机】jiànjī<动>xem tình thế; xem thời cơ

【见机行事】jiànjī-xíngshì xem tình thế mà làm việc; tùy cơ mà hành động

【见解】jiànjiě<名>kiến giải; cách nhìn nhận: ~独到 cách nhìn nhận độc đáo

【见利忘义】jiànlì-wàngyì nhìn thấy lợi quên mất nghĩa; tham vàng bỏ ngãi

【见谅】jiànliàng<动>[书]xin thể tình; xin thông cảm; xin lượng thứ: 敬希~。 Kính mong lượng thứ.

【见面】jiànmiàn<动>gặp mặt; gặp gỡ

【见面礼】jiànmiànlǐ<名>quà gặp mặt; lễ ra mắt

【见钱眼开】jiànqián-yǎnkāi cứ thấy tiền của là mở to đôi mắt; mở mắt vì tiền

【见人说人话，见鬼说鬼话】jiàn rén shuō rénhuà, jiàn guǐ shuō guǐhuà đi với Bụt mặc áo cà sa, đi với ma mặc áo giấy

【见仁见智】jiànrén-jiànzhì người thì bảo là nhân, kẻ thì cho là trí; mỗi người có một cách nhìn nhận riêng

【见世面】jiàn shìmiàn trải đời; biết sự đời

【见势不妙】jiànshì-bùmiào gặp phải tình huống bất trắc

【见识】jiànshi❶<动>hiểu biết; mở rộng kiến thức; biết: 在国外，我~了很多新鲜事情。 Ở nước ngoài tôi đã hiểu biết thêm nhiều chuyện mới lạ. ❷<名>kiến thức; tri thức; hiểu biết: ~广 hiểu biết rộng; 听你的讲座真长~。 Nghe bài giảng của anh khiến tôi tăng thêm nhiều kiến thức.

【见死不救】jiànsǐ-bùjiù thấy người khác gặp tai nạn mà không ra tay cứu giúp

【见天】jiàntiān<副>[口]hàng ngày; ngày ngày: 他~都在湖边打太极拳。 Hàng ngày ông ấy đều tập Thái cực quyền ở bên bờ hồ.

【见外】jiànwài<形>coi như người ngoài; xem như người xa lạ: 老同学上门还带礼物，太~了。 Bạn học lâu năm mà đến nhà còn đem quà cáp thật là quá khách sáo.

【见微知著】jiànwēi-zhīzhù từ cái nhỏ suy ra cái lớn

【见闻】jiànwén<名>những điều tai nghe mắt thấy

【见习】jiànxí<动>thực tập; tập sự

【见贤思齐】jiànxián-sīqí gặp người đức độ tài năng là mình muốn phấn đấu vươn lên để có thể sánh vai với họ; gặp người hiền muốn được noi gương

【见笑】jiànxiào<动>❶bị chê; bị cười: 我的字写得不好，让您~了。 Chữ tôi viết kém, thật đáng chê cười. ❷cười; chê (tôi): 我不会做菜，你别~。 Tôi không biết nấu nướng, xin ông đừng chê cười nhé.

【见效】jiànxiào<动>hiệu nghiệm; có hiệu quả

【见阎王】jiàn Yánwang[口]về chầu Diêm vương

【见义勇为】jiànyì-yǒngwéi thấy việc nghĩa thì hăng hái làm

【见异思迁】jiànyì-sīqiān đứng núi này trông núi nọ

【见于】jiànyú<动>thấy ở; xem ở; xem

【见长】jiànzhǎng<动>lớn hẳn lên; cao hẳn lên
另见jiàncháng

【见证】jiànzhèng❶<动>chứng kiến; làm chứng: ~人 người làm chứng; 这座古建筑了时代的变迁。 Tòa kiến trúc cổ đã chứng kiến sự thiên biến của thời đại. ❷<名>nhân chứng; chứng cứ: 寻找~ tìm nhân chứng

件 jiàn❶<量>chiếc; cái: 一~事 một sự việc ❷<名>đơn vị tính toán sự vật, sự việc: 案~

vụ án ❸<名>văn kiện; công văn: 急~ công văn khẩn cấp

间 jiàn❶<名>kẽ; chỗ hở: 乘~ lợi dụng kẽ hở ❷<名>hiềm khích; xa cách: 紧密无~ thân thiết keo sơn ❸<动>ngăn cách; tách biệt: 晴雨相~ lúc nắng lúc mưa ❹<动>chia rẽ; li gián: 挑拨离~ chia rẽ li gián ❺<动>tỉa bớt (cây non): ~玉米苗 tỉa bớt những cây ngô non mọc quá rậm
另见jiān

【间壁】jiànbì<名>❶nhà bên cạnh: ~住着一对母女。Nhà bên có bà mẹ ở với đứa con gái. ❷[方]vách ngăn nhà: ~墙 tường vách ngăn

【间谍】jiàndié<名>gián điệp

【间断】jiànduàn<动>gián đoạn: 他每日都去晨跑，从不~。Sáng nào anh ấy cũng chạy rèn luyện, không bao giờ gián đoạn.

【间隔】jiàngé❶<名>khoảng cách; cách nhau: 禾苗的~很整齐。Khoảng cách giữa những hàng lúa rất đều đặn. ❷<动>cách rời; cách biệt: 每~八个小时吃一次药 cứ cách tám tiếng đồng hồ là uống thuốc một lần

【间或】jiànhuò<副>thỉnh thoảng; đôi khi

【间接】jiànjiē<形>gián tiếp: ~经验 kinh nghiệm gián tiếp

【间隙】jiànxì<名>khoảng trống; thời gian trống

【间歇】jiànxiē<动>ngắt quãng; khoảng dừng

【间杂】jiànzá<动>pha tạp; lẫn lộn

【间作】jiànzuò<动>[农业]trồng xen; xen canh

饯¹ jiàn<动>mở tiệc đưa tiễn
饯² jiàn<动>dầm (hoa quả)

【饯别】jiànbié<动>tiễn biệt

【饯行】jiànxíng<动>mở tiệc tiễn đưa: 为朋友~ mở tiệc tiễn bạn lên đường

建 jiàn<动>❶xây dựng: ~房子 xây dựng nhà cửa ❷thành lập; thiết lập: ~军 thành lập

quân đội ❸nêu ra; đề xướng: 老师~议每人都要参加活动。Cô giáo kiến nghị mọi người đều nên tham gia hoạt động. //(姓) Kiến

【建材】jiàncái<名>vật liệu xây dựng

【建仓】jiàncāng<动>lập kho (chỉ nhà đầu tư mua cổ phiếu)

【建党】jiàndǎng<动>❶thành lập Đảng ❷xây dựng Đảng

【建档】jiàndàng<动>lập hồ sơ

【建功立业】jiàngōng-lìyè lập nên công trạng và sự nghiệp

【建构】jiàngòu<动>cấu trúc; xây dựng; lập nên; tạo dựng: ~蓝图 cấu trúc sơ đồ hùng vĩ

【建馆】jiànguǎn<动>xây dựng tòa kiến trúc

【建国】jiànguó<动>❶dựng nước: ~大业 sự nghiệp lớn dựng nước ❷xây dựng đất nước: 勤俭~ cần kiệm xây dựng đất nước

【建交】jiànjiāo<动>thiết lập quan hệ ngoại giao: 两国已~50多年。Hai nước thiết lập quan hệ ngoại giao đã hơn 50 năm.

【建军节】Jiànjūn Jié =【八一建军节】

【建立】jiànlì<动>❶thành lập: 在我市~一所综合性大学 thành lập một trường đại học tổng hợp tại thành phố ta ❷thiết lập; xây dựng: ~友谊 xây dựng tình hữu nghị

【建模】jiànmó<动>thiết lập mô hình hệ thống

【建设】jiànshè<动>kiến thiết; xây dựng: 经济~ xây dựng kinh tế

【建设部】Jiànshè Bù<名>Bộ Xây dựng

【建树】jiànshù❶<动>lập nên (công trạng): ~理论体系 xây dựng hệ thống lí luận ❷<名>thành tựu: 在科研领域颇有~ có thành tựu về mặt nghiên cứu khoa học

【建言献策】jiànyán-xiàncè nêu ý kiến và hiến kế sách

【建议】jiànyì❶<动>đề nghị: 我~休会一小

时。Tôi đề nghị nghỉ họp một tiếng đồng hồ. ❷<名>kiến nghị: đề xuất hợp lí提出合理的~ đặt ra kiến nghị hợp lí

【建造】jiànzào<动>kiến tạo; xây dựng

【建制】jiànzhì<名>cơ chế (biên chế tổ chức hành chính, quân sự...)

【建筑】jiànzhù❶<动>xây dựng: ~铁路 xây dựng đường sắt ❷<名>công trình xây dựng; kiến trúc: 现代~ công trình xây dựng hiện đại

荐jiàn<动>❶tiến cử; giới thiệu: 推~ giới thiệu ❷[书]hiến; tế: ~书 văn bản giới thiệu/ văn bản đề cử

【荐举】jiànjǔ<动>giới thiệu; tiến cử: ~贤才 tiến cử hiền tài

【荐贤举能】jiànxián-jǔnéng tuyển chọn đề cử những người có đức có tài

【荐引】jiànyǐn<动>[书]đề cử; tiến cử

贱jiàn<形>❶rẻ: ~卖 bán rẻ ❷hèn kém: 卑~ ti tiện ❸bỉ ổi; đê tiện: ~货 đồ tồi tệ ❹kẻ hèn mọn này (lối nói khiêm xưng thời xưa): ~妾 thiếp

【贱骨头】jiàngǔtou<名>❶đồ ti tiện (lời mắng nhiếc): 不知好歹的东西，真是~. Không biết điều hay lẽ phải, thật là đồ ti tiện. ❷kẻ gàn dở; kẻ hâm gàn (ý trêu đùa)

【贱货】jiànhuò<名>❶hàng rẻ tiền ❷đồ hèn hạ

剑jiàn<名>(thanh) kiếm; gươm //(姓) Kiếm

【剑拔弩张】jiànbá-nǔzhāng tuốt kiếm giương cung (tình thế căng thẳng, bùng nổ đến nơi)

【剑客】jiànkè<名>[旧]tay kiếm thiện nghệ; kiếm hiệp: 江湖~ hiệp sĩ giang hồ

【剑麻】jiànmá<名>cây dứa gai

【剑眉】jiànméi<名>lông mày lưỡi mác

【剑鞘】jiànqiào<名>bao kiếm; vỏ gươm

【剑术】jiànshù<名>kiếm thuật

监jiàn<名>tòa giám (tên gọi nơi phụ quan thời xưa): 国子~ Quốc tử giám
另见jiān

【监生】jiànshēng<名>giám sinh (học trò quốc tử giám thời xưa)

健jiàn❶<形>khỏe mạnh; sức khỏe: ~全 kiện toàn ❷<动>làm cho khỏe mạnh; bồi bổ: ~身 rèn luyện bồi bổ sức khỏe ❸<动>giỏi; hay; dễ: ~忘 hay quên //(姓) Kiện

【健步】jiànbù<名>giỏi đi bộ; đi bộ giỏi; bước đi khỏe khoắn

【健儿】jiàn'ér<名>lực sĩ; tráng sĩ

【健将】jiànjiàng<名>❶kiện tướng (giỏi trên một lĩnh vực nào đó) ❷kiện tướng (danh hiệu cao nhất về đẳng cấp dành cho vận động viên): 体育~ kiện tướng thể dục thể thao

【健康】jiànkāng<形>❶khỏe mạnh; sức khỏe: 身体~ thân thể khỏe mạnh; ~状况 tình hình sức khỏe ❷lành mạnh: 我们应当为祖国花朵的~成长提供一个良好的环境。Chúng ta nên tạo dựng môi trường lành mạnh cho mầm non của đất nước.

【健康保险】jiànkāng bǎoxiǎn bảo hiểm sức khỏe

【健康教育】jiànkāng jiàoyù❶giáo dục về sức khỏe ❷giáo dục lành mạnh

【健康证】jiànkāngzhèng<名>thẻ sức khỏe

【健美】jiànměi<形>khỏe đẹp: 体型~ dáng người khỏe đẹp

【健美操】jiànměicāo<名>bài tập thể dục thẩm mĩ

【健全】jiànquán❶<形>khỏe mạnh lành lặn: 身心~ cơ thể và tinh thần đều khỏe mạnh ❷<形>hoàn thiện; hoàn chỉnh: 安保措施~ các biện pháp bảo vệ an toàn rất hoàn thiện ❸<动>kiện toàn: ~产业链 kiện toàn chuỗi ngành nghề

【健身】jiànshēn<动>rèn luyện sức khỏe: ~

房 fáng rèn luyện sức khỏe

【健身教练】jiànshēn jiàoliàn huấn luyện viên thể dục thể hình

【健谈】jiàntán〈形〉giỏi nói; hay chuyện; dẻo chuyện: 他这人很~。Anh ta là con người rất hay chuyện.

【健忘】jiànwàng〈形〉đãng trí; hay quên; dễ quên: ~症 bệnh đãng trí

【健在】jiànzài〈动〉còn khỏe: 父母都~。Cha mẹ đều khỏe cả.

【健壮】jiànzhuàng〈形〉tráng kiện; khỏe mạnh: 那名举重运动员可~了。Vận động viên cử tạ kia thật khỏe.

舰 jiàn〈名〉tàu quân sự (lượng rẽ nước 500 tấn trở lên)

【舰船】jiànchuán〈名〉tàu thuyền

【舰队】jiànduì〈名〉❶hạm đội: 北海~ Hạm đội Bắc Hải ❷đội tàu chiến đấu; đội tàu diễn tập: 战舰成~航行。Chiến hạm hành quân theo đội hình.

【舰模】jiànmó〈名〉mô hình tàu chiến

【舰艇】jiàntǐng〈名〉hạm tàu; tàu thuyền

【舰载机】jiànzàijī〈名〉máy bay sử dụng trên tàu sân bay

【舰长】jiànzhǎng〈名〉thuyền trưởng; hạm trưởng

【舰只】jiànzhī〈名〉tàu bè

涧 jiàn〈名〉khe nước (trong núi)

渐 jiàn〈副〉dần dần: 天气~冷。Thời tiết rét dần. //(姓) Tiệm

【渐变】jiànbiàn〈动〉tiệm biến; thay đổi dần: 色彩~ gam màu thay đổi dần

【渐次】jiàncì〈副〉[书]dần dần

【渐渐】jiànjiàn〈副〉dần dần

【渐进】jiànjìn〈动〉tiệm tiến: 循序~ tiến dần từng bước

【渐露端倪】jiànlù-duānní dần dần lộ ra đầu mối

【渐悟】jiànwù〈动〉tiệm ngộ (từ nhà Phật);

giác ngộ dần

谏 jiàn〈动〉[书]khuyên can; can gián (vua, bề trên hoặc bạn bè): 进~ can gián đối với nhà vua

践 jiàn〈动〉❶giẫm: ~踏 giẫm đạp ❷thi hành; thực hiện: 实~ thực tiễn

【践诺】jiànnuò〈动〉[书]thực hiện lời hứa

【践踏】jiàntà〈动〉❶giẫm đạp; xéo lên: 不要~庄稼。Không nên giẫm đạp lên lúa má. ❷chà đạp; giày xéo: 尊严岂容~。Danh dự không được phép chà đạp.

【践行】jiànxíng〈动〉làm theo; noi theo: ~雷锋精神 noi theo tinh thần Lôi Phong

【践约】jiànyuē〈动〉thực hiện lời hứa hẹn

毽 jiàn〈名〉cầu (đá bằng chân)

【毽子】jiànzi〈名〉quả cầu

腱 jiàn〈名〉gân

【腱子】jiànzi〈名〉cơ bắp; bắp chân

溅 jiàn〈动〉bắn; tóe: ~了一身水 nước bắn đầy người

【溅落】jiànluò〈动〉rơi xuống nước

鉴 jiàn❶〈名〉cái gương (thời xưa làm bằng đồng) ❷〈动〉soi (gương): 油光可~ bóng loáng có thể soi gương ❸〈动〉xem xét; xem kĩ: ~别 xem xét giám định ❹〈名〉tấm gương soi; bài học: 引以为~ lấy làm gương soi ❺〈动〉giám; xem; đài giám (kính mong...xem thư) (dùng trong thư viết kiểu cũ, sau tên người nhận)

【鉴别】jiànbié〈动〉phân biệt (thật giả, tốt xấu): ~真伪 phân biệt thật giả

【鉴定】jiàndìng❶〈动〉nhận định; nhận xét (ưu, khuyết điểm): 自我~ tự nhận xét ❷〈名〉lời nhận xét: 实习~ lời nhận xét đối với thực tập sinh ❸〈动〉giám định; xác định: 专家~这幅山水画是伪作。Các chuyên gia giám định bức tranh non nước này là một tác phẩm giả.

【鉴定书】jiàndìngshū〈名〉bản nhận xét

【鉴赏】jiànshǎng<动>xem xét và thưởng thức

【鉴于】jiànyú❶<介>xét thấy; xét đến: ~你的职务，你更要多担当些。Xét đến chức vụ của mình, anh phải đảm trách công việc nhiều hơn. ❷<连>xét (bởi): ~他表现优异，我们给予重奖。Xét những thể hiện xuất sắc của anh ấy, chúng tôi trao giải thưởng lớn cho anh ấy.

键 jiàn<名>❶chốt (bánh xe) ❷[书]chốt cửa (bằng sắt) ❸phím ❹gạch ngắn (biểu thị hóa trị của nguyên tố)

【键盘】jiànpán<名>bàn phím

【键盘手】jiànpánshǒu<名>người thao tác bàn phím âm nhạc

【键盘乐器】jiànpán yuèqì nhạc cụ phím; đàn phím

【键入】jiànrù<动>gõ vào bằng bàn phím

槛 jiàn<名>❶lan can ❷cũi; lồng; chuồng (nhốt chim, thú)

另见kǎn

僭 jiàn<动>[书]vượt quá địa vị; vượt quá chức phận; tiếm lạm

【僭号】jiànhào<名>[书]tiếm dụng danh hiệu đế vương; tiếm hiệu

【僭越】jiànyuè<动>[书]vượt chức phận; vượt ra khỏi (mạo danh nghĩa bề trên): ~礼制 vượt ra khỏi thể chế lễ giáo

箭 jiàn<名>❶mũi tên: 射~ bắn cung ❷tầm bắn: 一~之遥 xa bằng một tầm tên bắn ❸hình mũi tên: 火~ hỏa tiễn/tên lửa

【箭靶子】jiànbǎzi<名>bia bắn tên

【箭头】jiàntóu<名>❶đầu mũi tên: ~上涂有剧毒。Đầu mũi tên tẩm thuốc cực độc. ❷hình mũi tên (chỉ phương hướng): 标~ đặt ra mũi tên chỉ hướng

【箭在弦上，不得不发】jiànzàixiánshàng，bùdébùfā tên đã tra vào dây cung; đạn đã lên nòng

【箭竹】jiànzhú<名>cây trúc

jiāng

江 jiāng<名>❶sông lớn: 漓~ sông Li Giang ❷(Jiāng) Trường Giang (Trung Quốc) // (姓) Giang

【江北】Jiāngběi<名>❶Giang Bắc ❷vùng Bắc Trường Giang

【江东父老】jiāngdōng-fùlǎo phụ lão giang đông; bà con cô bác nơi quê nhà

【江河日下】jiānghé-rìxià tình hình ngày một xấu đi: 他的身体状况~。Tình hình sức khỏe của anh ấy ngày càng xấu đi.

【江湖】jiānghú<名>[旧]❶giang hồ; khắp bốn phương: 流落~ lưu lạc giang hồ; ~义气 nghĩa khí giang hồ ❷kẻ lưu lạc giang hồ; người bán dạo; nghề bán dạo: ~郎中 thầy lang băm

【江郎才尽】jiāngláng-cáijìn tài năng cạn kiệt

【江轮】jiānglún<名>tàu thủy chạy sông; ca nô

【江米】jiāngmǐ<名>gạo nếp

【江米酒】jiāngmǐjiǔ<名>rượu nếp

【江南】Jiāngnán<名>❶Giang Nam: 自古~出美女。Đất Giang Nam từ xưa đã là vùng sinh nhiều mĩ nữ. ❷Nam Trường Giang: 明日~大部分地区有暴雨。Ngày mai, phần lớn khu vực miền nam sông Trường Giang có mưa to.

【江山】jiāngshān<名>❶giang sơn; đất nước ❷chính quyền

【江山易改，本性难移】jiāngshān-yìgǎi，běnxìng-nányí non sông dễ thay, tính nết khó đổi; giang sơn dị cải, bản tính nan di

【江水】jiāngshuǐ<名>nước sông

【江洋大盗】jiāngyáng dàdào hải tặc; kẻ cướp

将 jiāng ❶〈动〉[书]dìu; đỡ; dẫn: 出郭相扶~ dắt díu nhau ra khỏi thành ❷〈动〉nghỉ ngơi; điều dưỡng: ~息 nghỉ ngơi ❸〈动〉[方]súc vật sinh đẻ: ~羔 đẻ dê con ❹〈动〉[书]làm (việc): 慎重~事 làm việc thận trọng ❺〈动〉chiếu tướng: ~军 chiếu tướng ❻〈动〉châm chọc; khích bác: 拿话来~他，他也无所谓。Cho dù có khích bác nó cũng bơ đi. ❼〈介〉đem; lấy: ~功赎罪 lấy công chuộc tội ❽〈副〉sắp; sẽ: 部队~开拔。Bộ đội sắp lên đường. ❾〈副〉vừa...vừa: ~信~疑 nửa tin nửa ngờ ❿〈副〉vừa đạt ⓫〈助〉[方](biểu thị xu hướng): 走~进去 đi vào //(姓) Tương
另见 jiàng

【将错就错】jiāngcuò-jiùcuò đã sai thì sai luôn thể; đã chót thì phải chét

【将功补过】jiānggōng-bǔguò lập công chuộc lỗi

【将计就计】jiāngjì-jiùjì tương kế tựu kế; gậy ông lại đập lưng ông

【将将】jiāngjiāng〈副〉vừa đạt

【将近】jiāngjìn〈副〉gần; xấp xỉ; ngót: ~傍晚时分 thời điểm sắp tối

【将就】jiāngjiu〈动〉tạm; (chịu) vậy: 你就~吃点东西吧。Anh ăn tạm chút gì lót dạ vậy.

【将军】jiāngjūn❶〈动〉chiếu tướng: ~，你输了。Chiếu tướng, anh bị thua rồi. ❷〈动〉làm khó; làm (ai đó) chết dở: 他当众将了我一军，让我很难堪。Anh ta gây khó dễ cho tôi trước mặt đám đông, làm tôi rất khó xử. ❸〈名〉tướng quân; tướng: 他去年当上了~。Ông ấy thăng quân hàm cấp tướng vào năm ngoái.

【将军肚】jiāngjūndù〈名〉bụng phệ

【将来】jiānglái〈名〉tương lai; mai sau

【将心比心】jiāngxīn-bǐxīn suy bụng ta ra bụng người

【将信将疑】jiāngxìn-jiāngyí vừa tin vừa ngờ; nửa tin nửa ngờ; bán tín bán nghi

【将要】jiāngyào〈副〉sắp; sẽ: 事情~发生。Sự việc sắp xảy ra.

姜 jiāng〈名〉❶cây gừng: 这块土地适合种~。Khoảnh ruộng này thích hợp trồng gừng. ❷củ gừng: 生~ gừng tươi //(姓) Khương

【姜还是老的辣】jiāng háishi lǎode là gừng già cay hơn gừng non; ví những người nhiều tuổi kinh nghiệm già dặn, hơn hẳn so với giới trẻ

【姜黄】jiānghuáng❶〈名〉củ nghệ ❷〈形〉màu vàng nghệ: 病人脸色~，气息微弱。Bệnh nhân mặt vàng như nghệ, hơi thở yếu ớt.

【姜太公钓鱼——愿者上钩】Jiāng Tàigōng diàoyú——yuànzhě—shànggōu Khương Tử Nha câu cá, kẻ nào thích thì cắn câu

【姜汤】jiāngtāng〈名〉canh gừng: 喝~驱寒 dùng món canh gừng để khử hàn

【姜糖】jiāngtáng〈名〉kẹo gừng

【姜汁】jiāngzhī〈名〉nước gừng

浆 jiāng❶〈名〉tương; chất lỏng sệt: 豆~ sữa đậu nành ❷〈动〉hồ (vải, lụa): ~洗 giặt hồ

【浆果】jiāngguǒ〈名〉quả chứa nhiều nước (như nho, cà chua...)

僵 jiāng❶〈形〉cứng; cứng đờ: ~冷 lạnh cứng ❷〈形〉bế tắc; căng: 他的鲁莽让事情变得更~了。Sự lỗ mãng của anh ấy khiến cho công việc càng lâm vào thế bế tắc. ❸〈动〉[方]đờ (mặt): 我话一说完，他的脸就~了。Nghe tôi nói anh ấy đờ mặt ra.

【僵持】jiāngchí〈动〉giằng co; găng nhau: ~不下 giằng co nhau không ai chịu ai

【僵化】jiānghuà〈动〉xơ cứng; cứng nhắc: 思想~ tư tưởng cứng nhắc

【僵局】jiāngjú〈名〉cục diện bế tắc; thế giằng co: 打破~ phá vỡ thế bế tắc

【僵尸】jiāngshī〈名〉xác chết cứng đờ; sự

vật mục ruỗng

【僵卧】jiāngwò<动>nằm cứng

【僵硬】jiāngyìng<形>❶cứng đờ: 站久了腿~ đứng lâu hai chân đã cứng đờ ❷cứng nhắc: 态度~ thái độ cứng nhắc

【僵直】jiāngzhí<形>cứng đơ; thẳng đơ

缰 jiāng<名>cương; dây cương

【缰绳】jiāngshéng<名>dây cương

疆 jiāng<名>❶biên giới; biên cương: 边~ biên cương ❷(Jiāng) chỉ Tân Cương: 南~ vùng Nam Tân Cương

【疆场】jiāngchǎng<名>[书]chiến trường; sa trường: 效命~ vật lộn trên chiến trường

【疆界】jiāngjiè<名>biên giới; ranh giới

【疆土】jiāngtǔ<名>lãnh thổ; cương vực

【疆域】jiāngyù<名>lãnh thổ quốc gia; cương vực; bờ cõi

jiǎng

讲 jiǎng❶<动>nói; kể: ~笑话 kể chuyện cười ❷<动>giảng giải; giải thích: ~书 dạy học ❸<动>thương lượng; bàn bạc: ~价 mặc cả ❹<介>nói về; bàn về: ~年龄他比你大，~体力你不如他。Về tuổi tác thì ông ấy hơn anh, về thể lực thì anh không bằng ông ấy. ❺<动>để ý; chú trọng: ~文明 chú trọng về văn minh //(姓) Giảng

【讲道】jiǎngdào<动>giảng đạo

【讲法】jiǎngfǎ<名>❶cách nói: ~委婉 cách nói uyển chuyển ❷ý kiến; kiến giải; giải thích: 这种~完全是错误的。Ý kiến này hoàn toàn sai lầm.

【讲稿】jiǎnggǎo<名>bản gốc bài giảng (báo cáo, bài nói chuyện)

【讲古】jiǎnggǔ<动>kể chuyện thời xưa

【讲和】jiǎnghé<动>giảng hòa

【讲话】jiǎnghuà❶<动>phát biểu; nói chuyện: 她~很幽默。Chị ấy nói chuyện rất dí dỏm. ❷<动>phê phán; chỉ trích: 大家都~了，你还敢这样做。Mọi người đã phê phán mà anh vẫn dám làm như vậy. ❸<名>lời diễn giảng ❹<名>những bài nói chuyện (soạn thành tập sách)

【讲解】jiǎngjiě<动>giảng giải; giải thích

【讲究】jiǎngjiu❶<动>coi trọng; chú trọng: ~卫生 chú trọng vệ sinh ❷<名>điều đáng suy xét; điều đáng chú ý: 说到功夫的招式，那可有~。Nói về chiêu thức trong võ thuật thì có nhiều điều đáng chú ý. ❸<形>đẹp đẽ: 这篇文章遣词造句很~。Bài viết này có nhiều cái đẹp trong câu cú tu từ.

【讲课】jiǎngkè<动>giảng bài

【讲理】jiǎnglǐ❶<动>làm rõ phải trái; làm cho ra nhẽ: 咱们跟他~去。Chúng ta đến làm rõ phải trái với nó. ❷<形>biết lẽ phải; biết điều: 蛮不~ bất chấp lẽ phải

【讲论】jiǎnglùn<动>❶bàn luận: 他们在~昨天发生的事。Họ đang bàn luận về chuyện xảy ra ngày hôm qua. ❷bàn về: 这是一本戏剧的书。Đây là cuốn sách bàn về vấn đề hí kịch.

【讲面子】jiǎng miànzi chú trọng thể diện

【讲明】jiǎngmíng<动>nói rõ: ~道理 nói rõ lí lẽ

【讲排场】jiǎng páichǎng vẽ vời; học đòi

【讲评】jiǎngpíng<动>bình giảng; bình luận

【讲情】jiǎngqíng<动>(nói năng) xin xỏ

【讲求】jiǎngqiú<动>coi trọng; theo đuổi: 办事要~效率。Làm việc cần coi trọng hiệu quả.

【讲师】jiǎngshī<名>giảng viên (đại học)

【讲授】jiǎngshòu<动>giảng; dạy: ~知识 giảng dạy kiến thức

【讲述】jiǎngshù<动>kể lại; giảng lại

【讲台】jiǎngtái<名>bục giảng

【讲坛】jiǎngtán<名>diễn đàn: 百家~ diễn đàn bách gia

【讲堂】jiǎngtáng<名>giảng đường

【讲学】jiǎngxué<动>thinh giảng: 王教授去~了。Giáo sư Vương đã đi thinh giảng.

【讲演】jiǎngyǎn<动>diễn giảng; diễn thuyết

【讲义】jiǎngyì<名>giảng nghĩa; tài liệu giảng dạy; giáo tài

【讲座】jiǎngzuò<名>báo cáo chuyên đề; thuyết trình khoa học

奖 jiǎng❶<动>thưởng; khen thưởng: 嘉~ khen thưởng ❷<名>giải thưởng; phần thưởng: 中~ trúng thưởng

【奖杯】jiǎngbēi<名>cúp (giải thưởng)

【奖惩】jiǎngchéng<动>thưởng và phạt

【奖罚分明】jiǎngfá-fēnmíng thưởng phạt phân minh

【奖金】jiǎngjīn<名>tiền thưởng

【奖励】jiǎnglì<动>khen thưởng khuyến khích: ~好人好事 khen thưởng người tốt việc tốt

【奖牌】jiǎngpái<名>huy chương

【奖品】jiǎngpǐn<名>tặng phẩm; phần thưởng

【奖旗】jiǎngqí<名>lá cờ thưởng

【奖券】jiǎngquàn<名>vé xổ số

【奖赏】jiǎngshǎng<动>tặng thưởng; khen thưởng: ~有功人员 khen thưởng những người lập công

【奖项】jiǎngxiàng<名>dạng khen thưởng; hạng mục khen thưởng

【奖学金】jiǎngxuéjīn<名>học bổng: 他每年都获得一等~。Anh ấy năm nào cũng giành được học bổng hạng nhất.

【奖章】jiǎngzhāng<名>huy chương

【奖状】jiǎngzhuàng<名>bằng khen; giấy khen

桨 jiǎng<名>mái chèo

jiàng

匠 jiàng<名>❶thợ: 鞋~ thợ đóng giày ❷[书]bậc thầy: 文学巨~ bậc thầy lớn trong văn học

【匠人】jiàngrén<名>[旧]thợ thủ công

【匠心】jiàngxīn<名>[书]tư duy kì diệu; tài nghệ khéo léo: 独具~ tài nghệ độc đáo kì diệu

【匠心独运】jiàngxīn-dúyùn nghệ thuật tài tình

降 jiàng<动>❶hạ xuống; hạ thấp: 下~ hạ thấp ❷giáng; hạ: ~价 hạ giá //(姓)Giáng

另见xiáng

【降半旗】jiàng bànqí =【下半旗】

【降低】jiàngdī<动>hạ thấp; hạ: ~身份 hạ thấp tư cách

【降调】jiàngdiào<动>xuống thanh điệu

【降幅】jiàngfú<名>biên độ giảm (giá cả, lợi nhuận, thu nhập)

【降格】jiànggé<动>hạ thấp tiêu chuẩn (tư cách)

【降级】jiàngjí<动>giáng cấp

【降价】jiàngjià<动>hạ giá: 商品~ hàng hạ giá

【降解】jiàngjiě<动>giáng phân; phân hủy: 要停止生产不能~的塑料袋。Cần đình chỉ sản xuất các loại túi ni-lon không phân hủy.

【降临】jiànglín<动>[书]đến; tới; xuống: 夜幕~ màn đêm buông xuống

【降落】jiàngluò<动>rơi xuống; hạ xuống

【降落伞】jiàngluòsǎn<名>dù; cái dù

【降旗】jiàngqí<动>hạ cờ

【降生】jiàngshēng<动>giáng sinh; ra đời: 活佛~ hoạt Phật giáng sinh

【降水】jiàngshuǐ ❶<名>nước mưa ❷<动>mưa; mưa tuyết: ~量 lượng mưa

【降温】jiàngwēn<动>❶(làm) giảm nhiệt độ; hạ nhiệt: 防暑~ hạ nhiệt chống nóng ❷nhiệt độ không khí giảm (xuống thấp): 受寒潮影响, 明天要~。Chịu ảnh hưởng của luồng không khí lạnh, nhiệt độ ngày mai sẽ giảm xuống. ❸nhiệt tình giảm; chiều hướng phát triển yếu đi: 出国留学没有~的趋势。Du học nước ngoài không xuất hiện chiều hướng thuyên giảm.

【降息】jiàngxī<动>giảm lãi suất

【降雪】jiàngxuě<动>mưa tuyết

【降压】jiàngyā<动>❶giảm áp suất; hạ huyết áp: ~仪 máy hạ huyết áp ❷giảm sức ép

【降雨】jiàngyǔ<动>mưa

【降职】jiàngzhí<动>giáng chức: 他犯了错，被~了。Ông ta phạm sai lầm bị giáng chức.

将 jiàng❶<名>tướng; tướng lĩnh: 上~ thượng tướng ❷<动>[书]cầm quân; chỉ huy: 韩信~兵，多多益善。Hàn Tín cầm quân, càng đông càng tốt.
另见jiāng

【将才】jiàngcái<名>❶tài lãnh đạo ❷tài năng chỉ huy quân đội

【将官】jiàngguān<名>sĩ quan cấp tướng

【将领】jiànglǐng<名>tướng lĩnh: 高级~ tướng lĩnh cao cấp

【将士】jiàngshì<名>tướng sĩ; cán bộ và chiến sĩ

【将帅】jiàngshuài<名>tướng soái

【将相】jiàngxiàng<名>[旧]tướng lĩnh và thủ tướng: 王侯~ giới quý tộc thời phong kiến

【将校】jiàngxiào<名>sĩ quan cao cấp; tướng tá

绛 jiàng<名>màu đỏ thẫm

【绛紫】jiàngzǐ<形>màu tím đỏ

强 jiàng<形>ương ngạnh; không chịu khuất phục: 倔~ tính ương ngạnh
另见qiáng, qiǎng

酱 jiàng❶<名>tương: ~油 xì dầu ❷<动>rim, ướp, kho, dầm (tương, xì dầu): ~肉 thịt muối ướp; ~白菜 dầm rau cải trắng ❸<名>các thực phẩm ở dạng tương: 番茄~ tương cà chua

【酱菜】jiàngcài<名>rau dầm tương hoặc xì dầu

【酱豆腐】jiàngdòufu =【豆腐乳】

【酱缸】jiànggāng<名>chum tương; chum xì dầu

【酱肉】jiàngròu<名>thịt dầm tương

【酱色】jiàngsè<名>màu nâu thẫm

【酱紫】jiàngzǐ<形>tím đỏ

犟 jiàng<形>bướng; ương ngạnh

【犟劲】jiàngjìn<名>cơn gan lì; kiên cường gan góc; ương ngạnh: 他~一上来，九头牛也拉不住。Anh ấy mà đã ương ngạnh thì có chín con trâu cũng không kéo lại được.

【犟嘴】jiàngzuǐ<动>cứng mồm cứng miệng; cãi bướng

糨 jiàng<形>đặc

【糨糊】jiànghu<名>hồ dán

jiāo

交 jiāo❶<动>giao; trao; nộp: ~税 nộp thuế ❷<动>đến; tới (giờ hoặc mùa nào đó): 明天就~夏至。Ngày mai là đến tiết Hạ Chí. ❸<动>tiếp giáp; giáp ranh (về thời gian hoặc khu vực): ~界 giáp giới ❹<动>kết giao; qua lại: ~朋友 kết bạn ❺<动>giao hợp (ở người); giao phối (ở động, thực vật): 杂交 tạp giao/lai giao ❻<名>giao nhau; đan xen: 两河之~ điểm giao hội của hai dòng sông ❼<名>bè bạn; tình nghĩa qua lại: 建~ thiết lập quan hệ ngoại giao ❽<副>tương hỗ; với nhau: ~流 giao lưu ❾<副>cùng; đồng thời (xảy ra): 在一个风雨~加的夜晚 trong cái đêm gió giật mưa nghiêng //(姓)Giao

【交白卷】jiāo báijuàn❶nộp giấy trắng (không làm được bài thi): 他上次考试~了。Lần thi trước anh ấy nộp giấy trắng.

❷không làm tròn nhiệm vụ; bỏ cuộc: 既然来了就要调查清楚事情的来龙去脉，不能回去~。Đã đến thì phải điều tra cho rõ ngọn ngành của vụ việc, chứ không thể nửa chừng bỏ cuộc.

【交班】jiāobān<动>giao ban; giao ca

【交办】jiāobàn<动>giao (việc) (thường chỉ cấp trên đối với cấp dưới)

【交杯酒】jiāobēijiǔ<名>rượu đổi chén; rượu giao bôi (tục lệ cũ, trong lễ cưới cô dâu chú rể cầm hai chén rượu đổi nhau uống)

【交叉】jiāochā<动>❶giao nhau; đan chéo: 两条街的~口 điểm giao chéo của hai dãy phố ❷đan xen; trùng hợp: 学科~理论 lí thuyết về sự đan xen giữa hai ngành ❸giao thoa: ~作业 bài tập giao thoa

【交叉学科】jiāochā xuékē khoa học liên ngành

【交差】jiāochāi<动>báo cáo kết quả công việc: 事情办砸了，可不好~啊。Công việc đã làm hỏng thì biết báo cáo kết quả như thế nào.

【交出】jiāochū<动> giao nộp

【交存】jiāocún<动>gửi; kí gửi

【交错】jiāocuò<动>[书]đan xen; cài răng lược: 光影~ bóng tối và ánh sáng đan xen nhau

【交代】jiāodài<动>❶bàn giao: ~工作 bàn giao công tác; 离职前她把所有事务都~清楚了。Trước khi rời khỏi cương vị chị ấy đã dặn dò rõ ràng tất cả công việc. ❷dặn dò: 妈妈一再~我出门要注意安全。Mẹ dặn đi dặn lại bảo tôi ra ngoài phải chú ý an toàn. ❸trình bày: ~问题 trình bày vấn đề

【交待】jiāodài<动>❶trình bày: ~政策 trình bày về nội dung chính sách ❷hết chuyện; xong chuyện: 他醉酒驾车撞上一棵大树，小命差点就~了。Ông ta say rượu lái xe đâm sầm vào gốc cây, suýt bị toi mạng.

【交道】jiāodào<名>đi lại với nhau; giao du: 跟媒体打~ giao du với cơ quan truyền thông

【交底】jiāodǐ<动>nói cặn kẽ; nói hết ngọn ngành: 你向大家交个底。Cậu hãy kể cặn kẽ với mọi người.

【交点】jiāodiǎn<名>giao điểm; điểm gặp nhau

【交锋】jiāofēng<动>giao chiến

【交付】jiāofù<动>giao cho; giao phó

【交割】jiāogē<动>❶quyết toán: 这笔货款业已~。Khoản tiền hàng này đã quyết toán xong. ❷chuyển giao; bàn giao: 工作都~清楚了。Công việc đã chuyển giao xong đâu vào đấy.

【交给】jiāogěi<动>giao cho

【交工】jiāogōng<动>bàn giao công trình

【交媾】jiāogòu<动>giao cấu; giao hợp

【交关】jiāoguān❶<动>gắn với nhau; có liên quan: 性命~ có liên quan đến tính mạng ❷<副>[方]rất; vô cùng: 北京今年夏天~热。Bắc Kinh mùa hè năm nay rất nóng nực. ❸<形>[方]rất nhiều: 博览会上人~。Hội chợ rất đông người.

【交好】jiāohǎo<动>(mối) giao hảo: 两国~ hai nước giao hảo với nhau

【交合】jiāohé<动>❶lẫn vào nhau ❷giao hợp

【交互】jiāohù❶<副>lẫn nhau ❷<副>thay nhau ❸<动>liên hệ, trao đổi lẫn nhau

【交欢】jiāohuān<动>[书]❶sự giao kết vui vẻ ❷giao hợp

【交还】jiāohuán<动>trả lại; trao trả: 你打算什么时候把书~给我？Anh định bao giờ thì trả lại sách cho tôi?

【交换】jiāohuàn<动>❶trao đổi: ~留学生 trao đổi lưu học sinh ❷hàng đổi hàng; mua bán trao đổi: 等价~ trao đổi ngang giá

【交换机】jiāohuànjī<名>tổng đài (điện

thoại); máy giao hoán

【交换价值】jiāohuàn jiàzhí 价值 trao đổi

【交汇】jiāohuì〈动〉hội tụ; hợp dòng (dòng chảy; dòng không khí): 珠江与大海在此处~。Dòng sông Châu Giang hội tụ đổ ra biển tại đây.

【交会】jiāohuì〈动〉giao thoa; hội tụ

【交火】jiāohuǒ〈动〉giao chiến; bắn nhau; đọ lửa; đọ súng

【交货】jiāohuò〈动〉giao hàng: 请及时~。Xin giao hàng kịp thời.

【交集】jiāojí〈动〉❶xen lẫn; hòa lẫn ❷giao thoa; hội tụ

【交际】jiāojì〈动〉giao tiếp; giao thiệp; giao tế: 语言是一种~工具。Ngôn ngữ là một công cụ giao tiếp.

【交际花】jiāojìhuā〈名〉bông hoa giao tế; người đàn bà lọc lõi có tiếng (ý miệt thị)

【交际舞】jiāojìwǔ=【交谊舞】

【交加】jiāojiā〈动〉xen lẫn: 风雨~ gió mưa xen lẫn với nhau

【交接】jiāojiē〈动〉❶nối tiếp: 夏秋~的季节 chuyển mùa hè thu ❷chuyển giao; giao nhận: 办理~手续 làm thủ tục chuyển giao ❸giao du; giao kết: 这是他新~的球友。Đây là người bạn mới cùng chơi bóng với anh ấy.

【交结】jiāojié〈动〉❶giao kết; giao du: ~朋友 giao kết bè bạn ❷[书]nối tiếp lẫn nhau: ~盘错 lằng nhằng rắc rối

【交界】jiāojiè〈动〉giáp giới; tiếp giáp: 广西与湖南、广东、云南、贵州四省~。Quảng Tây giáp giới với bốn tỉnh Hồ Nam, Quảng Đông, Vân Nam và Quý Châu.

【交警】jiāojǐng〈名〉cảnh sát giao thông

【交卷】jiāojuàn〈动〉❶nộp bài thi: 开考三十分钟后方可~。Sau khi bắt đầu thi 30 phút mới được phép nộp bài. ❷hoàn thành (nhiệm vụ được giao): 一周前交给你的任务，你什么时候才能~? Nhiệm vụ giao từ tuần trước, bao giờ thì anh mới hoàn thành được?

【交口】jiāokǒu❶〈副〉đồng thanh (nói): ~称赞 đồng thanh khen ngợi ❷〈动〉[方]nói chuyện; trò chuyện: 自从那次吵架以来，夫妻俩已有一个星期没有~。Sau lần cãi cọ ấy, hai vợ chồng đã cả một tuần không nói chuyện với nhau.

【交困】jiāokùn〈动〉khó khăn dồn dập: 内外~ sự khốn đốn cả bên trong lẫn bên ngoài

【交流】jiāoliú〈动〉❶cuồn cuộn; dầm dề: 涕泪~ nước mắt nước mũi dầm dề ❷trao đổi; giao lưu: ~工作经验 trao đổi kinh nghiệm công tác

【交流电】jiāoliúdiàn〈名〉dòng điện xoay chiều; điện giao thế

【交纳】jiāonà〈动〉nộp; giao nộp: ~水电费 nộp tiền điện nước

【交派】jiāopài〈动〉sắp xếp nhiệm vụ

【交配】jiāopèi〈动〉giao phối

【交朋友】jiāo péngyou làm bạn bè

【交迫】jiāopò〈动〉cùng hành hạ; giày vò: 饥寒~ bị giày vò bởi đói rét

【交情】jiāoqing〈名〉tình bạn; tình cảm (với nhau): ~深厚 tình cảm sâu nặng

【交融】jiāoróng〈动〉hòa hợp; hòa tan: 情景~ tình cảm hòa trong khung cảnh

【交涉】jiāoshè〈动〉giao thiệp; điều đình: 就提前交货的问题，总经理亲自去~。Tổng giám đốc đã đích thân giao thiệp về việc giao hàng trước thời hạn.

【交手】jiāoshǒu〈动〉đọ sức; vật lộn

【交谈】jiāotán〈动〉nói chuyện với nhau: 畅快地~ nói chuyện với nhau một cách thoải mái

【交替】jiāotì〈动〉❶thay thế: 新旧~ cái cũ cái mới thay thế nhau ❷thay nhau; đổi nhau: 日夜~ ngày đêm thay phiên nhau

【交通】jiāotōng❶〈动〉[书]liền nhau: 阡陌~ đường ngang dọc liền nhau ❷〈名〉vận tải và bưu chính (nói chung): ~部门 ngành giao thông ❸〈名〉giao liên: ~站 trạm giao liên ❹〈名〉người giao liên: ~员 người liên lạc ❺〈动〉[书]giao lưu; câu kết: ~官府 câu kết với nhà quan

【交通岛】jiāotōngdǎo〈名〉bục điều khiển giao thông; bục cảnh sát

【交通工具】jiāotōng gōngjù phương tiện giao thông: 你平时上班乘什么~? Hàng ngày đi làm thì anh đi bằng phương tiện giao thông gì?

【交通规则】jiāotōng guīzé luật lệ giao thông

【交通事故】jiāotōng shìgù sự cố giao thông; tai nạn giao thông

【交通线】jiāotōngxiàn〈名〉tuyến giao thông

【交头接耳】jiāotóu-jiē'ěr ghé tai thì thầm; rì tai

【交往】jiāowǎng〈动〉đi lại; quan hệ: 与人~要慎重。Quan hệ với người khác cần phải cẩn trọng.

【交尾】jiāowěi〈动〉(động vật) giao phối

【交恶】jiāowù〈动〉thù địch nhau: 两国~。Hai nước bất hòa.

【交响乐】jiāoxiǎngyuè〈名〉nhạc giao hưởng

【交心】jiāoxīn〈动〉tâm sự: 相互~ tâm sự với nhau

【交学费】jiāo xuéfèi nộp học phí

【交验】jiāoyàn〈动〉giao nộp để kiểm tra: 如今乘坐火车必须~身份证。Hiện nay đi tàu cần phải kiểm tra chứng minh thư.

【交椅】jiāoyǐ〈名〉❶ghế gấp; ghế xếp: 第一把~ ghế thủ trưởng ❷[方]ghế bành

【交易】jiāoyì〈动〉giao dịch buôn bán: 公平~ giao dịch công bằng

【交易所】jiāoyìsuǒ〈名〉sở giao dịch (thị trường chứng khoán hoặc thị trường hàng hóa)

【交谊舞】jiāoyìwǔ〈名〉khiêu vũ giao tế

【交游】jiāoyóu〈动〉[书]kết bạn; giao du: ~广阔 giao du rộng rãi

【交友】jiāoyǒu〈动〉giao kết bè bạn: 广泛~ giao kết bạn bè rộng rãi

【交运】jiāoyùn〈动〉gặp vận may: 我今儿真是~了! Hôm nay tôi thực sự gặp vận may!

【交战】jiāozhàn〈动〉giao chiến; đánh nhau: ~双方 hai bên giao chiến

【交账】jiāozhàng〈动〉❶bàn giao sổ sách: 没法~ không thể bàn giao sổ sách ❷giao lại (việc mình đã làm): 都上课了还没完成作业，看你怎么向老师~。Đã đến giờ lên lớp mà vẫn chưa làm xong bài tập, để xem rồi sẽ phải trình bày với thầy giáo ra sao đây.

【交织】jiāozhī〈动〉❶xen lẫn; đan xen: 节日公园里的玫瑰、月季等~成一片花的海洋。Công viên trong ngày Hội, các loại hoa hồng, nguyệt quế...đan xen nhau hình thành biển hoa rực rỡ. ❷dệt lẫn (sợi); pha lẫn (màu): 黑白~ trắng đen dệt pha với nhau

郊 jiāo〈名〉ngoại ô //(姓) Giao

【郊区】jiāoqū〈名〉khu vực ngoại thành; vùng ngoại ô

【郊外】jiāowài〈名〉ngoại ô; ngoại thành

【郊县】jiāoxiàn〈名〉huyện ngoại ô

【郊野】jiāoyě〈名〉đồng ruộng ngoại ô

【郊游】jiāoyóu〈动〉đi chơi ngoại ô: 昨天我们一家去野外~。Hôm qua cả gia đình tôi đã đi chơi vùng ngoại ô.

浇¹ jiāo〈动〉❶đổ; dội; dầm; tưới: ~花 tưới hoa ❷đổ; đúc: ~铅字 đúc chữ chì

浇² jiāo〈形〉[书]khắt khe: ~薄 hà khắc

【浇灌】jiāoguàn〈动〉❶đổ; đúc: ~混凝土 đổ bê tông ❷tưới nước: ~田地 tưới nước cho đồng ruộng đất

【浇注】jiāozhù〈动〉đổ khuôn; đúc: ~水泥柱 đổ khuôn cho cột bê tông

【浇铸】jiāozhù<动>đúc (kim loại)

【浇筑】jiāozhù<动>đổ bê tông (hoặc dung dịch kim loại) vào khuôn

娇 jiāo❶<形>mềm mại, xinh xắn dễ thương: ~美 yêu kiều/duyên dáng/cái đẹp mềm mại dễ thương ❷<形>nũng nịu; nhõng nhẽo: 小孩子喜欢在父母跟前撒~。Thằng bé thích nhõng nhẽo với bố mẹ. ❸<动>chiều; nuông chiều: 他那小孙子让他给~坏了。Ông ấy quá nuông chiều làm hư hỏng đứa cháu.

【娇宠】jiāochǒng<动>cưng chiều: 她自小被父母~惯了。Ngay từ nhỏ cô ấy đã được cha mẹ cưng chiều.

【娇滴滴】jiāodīdī❶nũng nịu; yếu điệu; uốn éo: ~的声音 giọng uốn éo ❷yếu ớt; ẻo lả: 这是个~的女孩子。Đây là một cô gái rất yếu ớt ẻo lả.

【娇儿】jiāo'ér<名>con trai cưng; đứa con cưng bé bỏng

【娇惯】jiāoguàn<动>nuông chiều; cưng chiều (thường chỉ đối với trẻ nhỏ)

【娇贵】jiāoguì<形>❶quý hóa; chiều chuộng: 她可真~, 这点苦都吃不了。Cô ấy được chiều chuộng quá mức, đến một chút khó khăn cũng không chịu nổi nữa. ❷đồ dùng quý dễ hư hỏng: 这箱子里装的是玻璃艺术品, ~着呢。Trong đựng toàn đồ nghệ thuật bằng thủy tinh, rất dễ hư vỡ.

【娇憨】jiāohān<形>ngây thơ mà ngộ nghĩnh đáng yêu

【娇美】jiāoměi<形>đẹp thướt tha

【娇媚】jiāomèi<形>❶nũng nịu; làm nũng ❷thướt tha; điệu đàng: ~的容颜 khuôn mặt điệu đàng

【娇嫩】jiāonèn<形>mềm mại; ẻo lả: 小孩子皮肤~。Làn da trẻ em thật non nớt mềm mại.

【娇妻】jiāoqī<名>người vợ trẻ đẹp

【娇气】jiāoqì❶<形>ẻo lả: 这点东西都搬不动, 也太~了。Có thể mà cũng không bê nổi, thật là quá ẻo lả. ❷<名>tính nhu nhược ham thích hưởng thụ xa hoa ❸<形>(đồ) dễ hỏng vỡ

【娇娆】jiāoráo<形>[书]mềm mại; yêu kiều: 体态~ dáng người yêu kiều

【娇柔】jiāoróu<形>tha thướt dịu dàng

【娇声娇气】jiāoshēng-jiāoqì nói chuyện ngọt ngào duyên dáng

【娇生惯养】jiāoshēng-guànyǎng nuông chiều từ thuở nhỏ; cưng chiều từ bé

【娇态】jiāotài<名>dáng vẻ nũng nịu

【娇娃】jiāowá<名>❶cô gái xinh đẹp ❷[方]cô chiêu cậu ấm; cậu ấm cô chiêu

【娇小】jiāoxiǎo<形>xinh xắn nhỏ nhắn

【娇羞】jiāoxiū<形>e lệ; e thẹn

【娇艳】jiāoyàn<形>mềm mại tươi tắn: ~的玫瑰 bông hồng tươi đẹp

【娇养】jiāoyǎng<动>nuông chiều

【娇纵】jiāozòng<动>nuông chiều thả lỏng: ~孩子 nuông chiều thả lỏng trẻ con

姣 jiāo<形>[书](hình thức) đẹp

【姣好】jiāohǎo<形>xinh đẹp; đẹp

【姣美】jiāoměi<形>đẹp: 体态~ phom người tuyệt đẹp

骄 jiāo<形>❶kiêu ngạo: 戒~戒躁 chống kiêu căng, chống nôn nóng ❷[书]gay gắt mạnh mẽ: ~阳 nắng chói chang

【骄傲】jiāo'ào❶<形>kiêu ngạo: ~自满 kiêu ngạo tự mãn ❷<形>tự hào; kiêu hãnh: 我们都为你感到~。Chúng ta đều cảm thấy tự hào vì anh. ❸<名>niềm tự hào; niềm kiêu hãnh: 奥运会的成功举办是中国的~。Tổ chức thành công Đại hội thể thao Olimpic là niềm kiêu hãnh của người Trung Quốc.

【骄傲自大】jiāo'ào-zìdà kiêu căng tự đại

【骄兵必败】jiāobīng-bìbài kiêu binh ắt sẽ

thất bại

【骄横】jiāohèng<形>kiêu ngạo ngang
ngược

【骄矜】jiāojīn<形>[书]kiêu căng tự phụ;
ngạo mạn: ~跋扈 ngang ngược độc đoán; ~
自负 kiêu căng tự phụ

【骄气】jiāoqì<名>thói kiêu căng tự mãn: ~
十足 hoàn toàn là thói kiêu căng tự mãn

【骄人】jiāorén<形>đáng kiêu hãnh: 取得~
的成绩 đạt được thành tích đáng tự hào

【骄奢淫逸】jiāoshē-yínyì ngang ngược xa
xỉ; hoang dâm vô độ

【骄阳】jiāoyáng<名>[书]nắng chói chang: ~
似火 nắng như đổ lửa

【骄躁】jiāozào<形>kiêu căng nôn nóng: 他
这阵子情绪~。Dạo này anh ta trở nên kiêu
căng và hay nôn nóng.

【骄子】jiāozǐ<名>con trai cưng; con cưng
(thường dùng tỉ dụ): 天之~ đứa con cưng
của thiên hạ

【骄纵】jiāozòng<形>kiêu căng phóng đãng:
~的姿态 cung cách kiêu căng phóng đãng

胶 jiāo ❶<名>keo: 橡~ cao su ❷<动>dán
bằng keo: 鞋底脱了，你能把它~一下吗？
Đế giày bị bong, anh có thể dùng keo dán
lại được không? ❸<名>dính (như keo): ~泥
đất sét dính ❹<名>cao su: ~鞋 giầy cao su
//(姓) Giao

【胶版印刷】jiāobǎn yìnshuā in bằng bản
in nhựa

【胶布】jiāobù<名>❶băng dính: 用~缠住
dùng băng dính cột chặt lại ❷[口]cao dán

【胶带】jiāodài<名>băng từ; băng cát xét

【胶合】jiāohé<动>dán; gắn (bằng keo)

【胶合板】jiāohébǎn<名>gỗ dán

【胶结】jiāojié<动>kết dính: 两块隔板之间~
了。Hai tấm ván cách đã kết dính vào nhau.

【胶卷】jiāojuǎn<名>phim (chụp ảnh): 冲洗
~ tráng phim

【胶轮】jiāolún<名>bánh nhựa; bánh lăn cao
su

【胶木】jiāomù<名>chất cách điện (làm bằng
cao su và nhựa tổng hợp)

【胶囊】jiāonáng<名>(thuốc uống) viên
nang; viên con nhộng

【胶皮】jiāopí<名>[口]cao su (lưu hóa): ~手
套 găng tay cao su

【胶片】jiāopiàn<名>phim nhựa

【胶水】jiāoshuǐ<名>nhựa dán; keo (cồn)
dán: 用~把这张纸贴上 dùng keo để dán tờ
giấy này

【胶原蛋白】jiāoyuándànbái chất tạo keo;
collagen proteine

【胶着状态】jiāozhuó zhuàngtài trạng thái
giằng co; cầm cự

教 jiāo<动>dạy
另见jiào

【教书】jiāoshū<动>dạy học: 他过去是名
~先生。Trước kia ông ấy là giáo viên dạy
học.

【教学】jiāoxué<动>dạy học: 她在大学~。
Cô ấy giảng dạy tại trường đại học.
另见jiàoxué

椒 jiāo<名>cây có quả hoặc hạt có vị cay

【椒盐】jiāoyán<名>muối tiêu

蛟 jiāo<名>con giao long; con thuồng luồng

【蛟龙】jiāolóng<名>con giao long; con
thuồng luồng (con vật có sức mạnh làm nổi
sóng gió, dâng nước lụt theo truyền thuyết
sách cổ): ~得水 giao long gặp nước

焦[1] jiāo ❶<形>cháy khô; khô giòn: 我闻到
什么东西~了。Tôi đã ngửi thấy mùi gì khê
rồi. ❷<名>than cốc ❸<形>nóng lòng; sốt
ruột: ~急 sốt ruột lo lắng ❹<名>[中医]tiêu:
下~ hạ tiêu //(姓) Tiêu

焦[2] jiāo<量>Jun, đơn vị đo công, năng lượng
và nhiệt, viết tắt J

【焦点】jiāodiǎn<名>❶tiêu điểm ❷điểm hội

tụ: 今天会议的~是讨论劳动纪律。Tiêu điểm của hội nghị hôm nay là thảo luận về kỉ luật lao động. ❸điểm mấu chốt; điểm chốt: 争论的~ tiêu điểm tranh luận

【焦干】jiāogān<形>khô cháy: ~的柴草沾火即燃。Củi rơm khô, chớm lửa là bốc cháy.

【焦黑】jiāohēi<形>cháy đen; cháy đen thui: 这块面包烤得~~的。Mẩu bánh mì này bị nướng tới mức cháy đen.

【焦黄】jiāohuáng<形>khô vàng: 脸色~ sắc mặt khô héo vàng vọt

【焦急】jiāojí<形>sốt ruột; lo lắng: 她心里万分~。Trong lòng cô ấy hết sức lo lắng.

【焦距】jiāojù<名>[物理]tiêu cự

【焦渴】jiāokě<形>khát khô cổ; khát cháy cổ: ~难耐 khát cháy cổ họng hết sức khó chịu

【焦枯】jiāokū<形>(cây cối) khô cháy

【焦烂】jiāolàn<形>cháy làm mưng mủ

【焦雷】jiāoléi<名>sấm vang; sấm rền: ~阵阵，眼看就要下暴雨了。Sấm rền từng hồi, xem ra cơn mưa lớn sắp đổ xuống.

【焦裂】jiāoliè<形>khô nứt: 天气干旱，土地~。Trời hạn hán, đất khô nứt nẻ.

【焦炉】jiāolú<名>lò than cốc

【焦虑】jiāolǜ<形>lo lắng buồn rầu; lo phiền: 他还在为白天发生的事感到~不安。Anh ấy vẫn lo phiền bởi chuyện xảy ra ban ngày.

【焦煤】jiāoméi<名>than béo

【焦切】jiāoqiè<形>khẩn cấp

【焦圈儿】jiāoquānr<名>bánh rán vòng tròn (món ăn đặc trưng Bắc Kinh, màu vàng, có hình dạng như một chiếc vòng tay, hương vị độc đáo)

【焦炭】jiāotàn<名>than cốc: 出口~，为企业创收。Xuất khẩu than cốc, tăng thu nhập cho doanh nghiệp.

【焦糖】jiāotáng<名>[化学]kẹo đắng

【焦头烂额】jiāotóu-làn'é nhếch nhác

khốn khổ

【焦土】jiāotǔ<名>mảnh đất cháy sém (bởi bom đạn); cảnh đổ nát hoang tàn (vì bom đạn)

【焦心】jiāoxīn<形>[方]nóng ruột; lo lắng: 这事真叫人~啊！Việc này khiến cho người ta thật sự lo lắng!

【焦油】jiāoyóu<名>hắc ín: 香烟里含有大量~。Thuốc lá chứa rất nhiều hắc ín.

【焦躁】jiāozào<形>nóng lòng sốt ruột: ~不安 nóng lòng sốt ruột không yên tâm

【焦灼】jiāozhuó<形>[书]lo lắng bội phần

跤 jiāo<名>lộn; ngã lộn nhào: 路滑，小心摔~。Đường trơn, cần thận kẻo ngã.

蕉 jiāo<名>cây chuối //(姓)Tiêu

【蕉农】jiāonóng<名>người nông dân trồng chuối

礁 jiāo<名>❶đá ngầm: 触~ va phải đá ngầm ❷đá san hô: 珊瑚~ đá san hô

【礁石】jiāoshí<名>đá ngầm

鷦 jiāo

【鷦鷯】jiāoliáo<名>[动物]chim chích

jiáo

矫 jiáo
另见jiǎo

【矫情】jiáoqing<形>[口]cố tình trái với thường tình (không chân thực); lập dị: 她这个人太~。Bà ta hay làm bộ làm tịch.

嚼 jiáo<动>nhai
另见jué

【嚼舌】jiáoshé<动>❶nói linh tinh; nói bậy bạ: 这个女人特别喜欢在背后~。Cái bà này rất thích nói bới nói móc sau lưng. ❷cãi vã: 没工夫跟你~。Không hơi đâu mà cãi vã với anh.

【嚼舌妇】jiáoshéfù<名>người đàn bà leo lẻo mồm mép

jiǎo

角 jiǎo ❶<名>sừng; gạc: 羊~ sừng dê ❷<名>tù và: 号~ thổi tù và ❸<名>vật có hình giống cái sừng: 皂~ quả bồ kết ❹<名>địa danh: 成山~ Thành Sơn Giác ❺<名>góc: 英语~ góc tiếng Anh ❻<名>góc (hình học): 直~ góc vuông ❼<量>góc;mẩu: 一~饼 một góc bánh ❽<量>hào (đơn vị tiền tệ Trung Quốc) ❾<名>sao Giác (một trong 28 tú)

另见jué

【角尺】jiǎochǐ<名>ê ke; thước thợ

【角度】jiǎodù<名>❶độ lớn của góc: 这个角的~是多少？ Góc này bao nhiêu độ? ❷góc độ; góc nhìn (đánh giá xem xét sự vật): 看问题的~不同 nhìn nhận vấn đề từ những góc độ khác nhau

【角柜】jiǎoguì<名>tủ góc

【角落】jiǎoluò<名>❶góc; xó: 花盆放在办公室~。 Chậu hoa đặt ở nơi góc văn phòng. ❷xó xỉnh; hang cùng ngõ hẻm; mọi nơi: 他几乎走遍了祖国的每一个~。 Ông ấy cơ hồ đi khắp mọi miền đất nước.

【角门】jiǎomén<名>cửa ngách

【角膜】jiǎomó<名>giác mạc: 捐献~ cống hiến giác mạc

【角膜炎】jiǎomóyán<名>viêm giác mạc

【角球】jiǎoqiú<名>phạt góc

【角质】jiǎozhì<名>chất sừng: ~层 lớp sừng

侥 jiǎo

【侥幸】jiǎoxìng<形>may mắn; cơ may: 做事要脚踏实地，不要抱着~的心理。 Làm việc cần chắc chắn đừng có mong nhờ vào cơ hội may mắn.

佼 jiǎo<形>[书]đẹp; tốt đẹp

【佼佼】jiǎojiǎo<形>[书]trội hẳn; nổi trội: ~者 người nổi trội

狡 jiǎo<形>giảo hoạt; xảo quyệt

【狡辩】jiǎobiàn<动>ngụy biện; cãi lấp liếm: 他善于~。 Anh ấy rất hay cãi lấp liếm.

【狡猾】jiǎohuá<形>giảo hoạt; xảo quyệt: 这人很~。 Tên này rất xảo quyệt.

【狡赖】jiǎolài<动>chối bay chối biến; chối bai bải

【狡兔三窟】jiǎotù-sānkū con thỏ khôn ngoan biết đào cho mình ba cái hang để thú dữ không săn được; lo trước tính sau

【狡兔死，良狗烹】jiǎotù sǐ, liánggǒu pēng thỏ tinh nhanh đã chết, chó săn bị vào nồi; ví sau khi sự nghiệp thành công, những người có công bị quên lãng hoặc bị sát hại

【狡黠】jiǎoxiá<形>[书]xảo trá; gian manh; xảo quyệt

【狡诈】jiǎozhà<形>xảo trá quỷ quyệt: 他为人阴险~。 Lão ta rất xảo trá quỷ quyệt.

饺 jiǎo<名>sủi cảo; bánh chẻo (làm bằng bột mì, có nhân, hấp hoặc luộc)

【饺子】jiǎozi<名>bánh chẻo; sủi cảo

绞 jiǎo❶<动>xoắn; bện: 把铜线~成线圈。 Dùng dây đồng xoắn thành vòng tròn. ❷<动>vắt: ~尽脑汁 vắt óc suy nghĩ ❸<动>doa: ~孔 doa lỗ ❹<动>(hình phạt) treo cổ: ~刑 xử phạt treo cổ ❺<动>quay tời; trục kéo: ~车 ròng rọc ❻<量>cuộn; con: 一~纱 một cuộn sợi

【绞架】jiǎojià<名>giá treo cổ: 死刑犯被送上了~。 Can phạm tử hình bị đưa lên giá treo cổ.

【绞盘】jiǎopán<名>tời; tời kéo

【绞肉】jiǎoròu<动>xay thịt: ~机 máy xay thịt

【绞杀】jiǎoshā<动>❶xử treo cổ: 起义者被暴君残忍~。 Những người khởi nghĩa đã bị tên bạo chúa xử treo cổ một cách tàn nhẫn. ❷bóp nghẹt: ~革命 bóp nghẹt cách mạng

【绞索】jiǎosuǒ<名>dây treo cổ; thòng lọng

J

treo cổ

【绞痛】jiǎotòng〈形〉đau thắt

铰 jiǎo❶〈动〉[口]cắt: 用剪子~指甲 cắt móng tay bằng kéo ❷〈动〉khoan; xuyên lỗ: ~孔 xuyên lỗ ❸〈名〉khớp nối; bản lề

【铰接】jiǎojiē〈动〉nối bản lề; nối (bằng) khớp nối: ~式无轨电车 xe điện không ray kiểu khớp nối

【铰链】jiǎoliàn〈名〉bản lề

矫[1] jiǎo〈动〉❶sửa; sửa chữa; uốn nắn: ~枉 过正 sửa sai thái quá ❷giả bộ; giả dạng: ~ 饰 vờ vĩnh để che đậy //(姓) Kiều

矫[2] jiǎo〈形〉mạnh mẽ; khỏe: ~若游龙 mạnh tựa rồng cuốn

另见jiáo

【矫健】jiǎojiàn〈形〉khỏe mạnh; vạm vỡ; hùng dũng: 身手~ thân hình vạm vỡ

【矫捷】jiǎojié〈形〉khỏe khoắn nhanh nhẹn: 动作~ động tác nhanh nhẹn

【矫揉造作】jiǎoróu-zàozuò điệu bộ thái quá; làm bộ làm tịch; điệu bộ ưỡn ẹo

【矫饰】jiǎoshì〈动〉vờ vĩnh để giấu giếm: ~ 以掩盖真相 vờ vĩnh để che giấu chân tướng sự thật

【矫枉过正】jiǎowǎng-guòzhèng sửa sai thái quá; uốn nắn quá đà

【矫形】jiǎoxíng〈动〉chỉnh hình (bằng phẫu thuật): 医生给她的牙齿~。Bác sĩ đã chỉnh hình bộ răng cho chị ấy.

【矫正】jiǎozhèng〈动〉sửa chữa; uốn nắn: ~ 发音 uốn nắn phát âm

【矫治】jiǎozhì〈动〉chữa trị (các khuyết tật như lác, nói lắp...): ~口吃 chữa trị chứng nói lắp

皎 jiǎo〈形〉sáng trắng: ~月 trăng sáng vằng vặc //(姓) Hiệu

【皎皎】jiǎojiǎo〈形〉sáng vằng vặc; sáng trắng

【皎洁】jiǎojié〈形〉sáng trong; sáng ngời

脚 jiǎo〈名〉❶chân cẳng: 右~ chân phải ❷chân đế: 桌~ chân bàn ❸chỉ lao động khuân vác: ~夫 cu li/cửu vạn ❹đầu thừa đuôi thụng

【脚板】jiǎobǎn〈名〉bàn chân

【脚背】jiǎobèi〈名〉mu bàn chân

【脚本】jiǎoběn〈名〉kịch bản gốc: 电影~ kịch bản bộ phim

【脚脖子】jiǎobózi〈名〉[方]cổ chân: 她走路 时不小心扭了~。Chị ấy đi bộ không cẩn thận bị sái cổ chân.

【脚步】jiǎobù〈名〉❶bước chân: ~大 bước chân dài ❷bước: 放轻~ bước nhẹ chân

【脚踩两只船】jiǎo cǎi liǎng zhī chuán hai chân đạp vào hai thuyền; bắt cá hai tay

【脚凳】jiǎodèng〈名〉ghế để kê chân

【脚底】jiǎodǐ〈名〉bàn chân: ~磨出了茧 子。Bàn chân đã nổi chai rồi.

【脚垫】jiǎodiàn〈名〉đệm chân

【脚跟】jiǎogēn〈名〉gót chân

【脚踝】jiǎohuái〈名〉mắt cá chân: 他不小心 扭了脚,~肿得像个馒头。Anh ấy không cẩn thận bị trẹo chân, mắt cá chân sưng vù lên.

【脚尖】jiǎojiān〈名〉mũi bàn chân; đầu bàn chân: 踮起~才看得见。Kiễng chân lên mới trông thấy.

【脚筋】jiǎojīn〈名〉gân chân

【脚劲】jiǎojìn〈名〉[方]sức đi (của chân)

【脚力】jiǎolì〈名〉❶bước chân đi; sức đi: 他 ~很好,一天能走好几十里。Anh ấy đi bộ rất khỏe, một ngày đi được mấy chục dặm. ❷thợ khuân vác ❸tiền công bốc vác ❹tiền thưởng cho người đi đưa lễ thời xưa ❺con ngựa, con lừa cho mình cưỡi

【脚镣】jiǎoliào〈名〉cái xiềng chân; cùm chân

【脚盆】jiǎopén〈名〉chậu rửa chân

【脚气】jiǎoqì〈名〉❶bệnh tê phù ❷bệnh nấm kẽ chân

【脚手架】jiǎoshǒujià<名>giàn giáo: 建筑工地上搭起了~。Công trường xây dựng đã bắc xong giàn giáo.

【脚踏车】jiǎotàchē<名>[方]xe đạp: 他每天都骑~上班。Anh ấy hôm nào cũng đi xe đạp đi làm.

【脚踏实地】jiǎotà-shídì cẩn thận chắc chắn

【脚腕】jiǎowàn<名>cổ chân

【脚下】jiǎoxià<名>❶dưới (bàn) chân: ~留神 lưu ý những vật trên đường đi ❷[方]trước mắt; hiện thời ❸[方]sắp tới

【脚心】jiǎoxīn<名>lòng bàn chân

【脚丫子】jiǎoyāzi<名>[方]chân

【脚印】jiǎoyìn<名>vết chân; dấu chân

【脚掌】jiǎozhǎng<名>bàn chân

【脚趾】jiǎozhǐ<名>ngón chân

【脚注】jiǎozhù<名>cước chú (chú thích ở cuối trang)

搅 jiǎo<动>❶trộn; quấy: 把水~混 quấy đục nước ❷làm rối; quấy rầy: 胡~蛮缠 quấy rầy quậy phá

【搅拌】jiǎobàn<动>trộn; đảo; quấy

【搅拌机】jiǎobànjī<名>máy nhào trộn

【搅动】jiǎodòng<动>❶quấy rầy; quấy rối: 他午休时间也在搞装修，~得邻居不得安宁。Trong giờ nghỉ trưa mà anh ấy vẫn tiếp tục công việc trang trí nội thất làm quấy rầy hàng xóm không yên. ❷khuấy; khuấy động

【搅浑】jiǎohún<动>khuấy vẩn lên; làm vẩn đục

【搅混】jiǎohun<动>[方]chen lẫn; hòa lẫn: 蛙声和蛐蛐声~成一片。Tiếng ếch và tiếng dế kêu hòa lẫn vào nhau nghe râm ran.

【搅和】jiǎohuo<动>[口]❶pha lẫn ❷quấy rối

【搅局】jiǎojú<动>làm đảo lộn (công việc đã sắp xếp của người khác): 你别~，我们还赶道儿呢！Anh đừng làm đảo lộn nữa, chúng

tôi còn phải lên đường đi gấp.

【搅乱】jiǎoluàn<动>quấy rối; làm rối loạn: 他突然插进来，~了我们所有的计划。Ông ta đột nhiên xen vào làm rối loạn cả chương trình của chúng tôi.

【搅碎机】jiǎosuìjī<名>máy làm vụn

剿 jiǎo<动>diệt; tiêu diệt

【剿除】jiǎochú<动>tiễu trừ; diệt

【剿匪】jiǎofěi<动>tiễu phi; diệt phi

【剿灭】jiǎomiè<动>tiêu diệt: ~敌军 tiêu diệt quân địch

缴 jiǎo<动>❶nộp; giao nộp: ~税 nộp thuế/đóng thuế ❷tước (vũ khí): 收~管制刀具 tước các loại dao cụ trong diện quản chế // (姓) Kiều, Chước

【缴费】jiǎofèi<动>nộp phí; giao nộp lệ phí

【缴获】jiǎohuò<动>tước (được); tịch thu: 海关~了大批走私物资。Hải quan đã tịch thu một khối lượng lớn hàng buôn lậu.

【缴款】jiǎokuǎn<动>nộp khoản; nộp tiền

【缴纳】jiǎonà<动>nộp: ~物业管理费 nộp phí quản lí nhà cửa

【缴枪】jiǎoqiāng<动>nộp súng

【缴销】jiǎoxiāo<动>nộp lại (để) hủy bỏ

【缴械】jiǎoxiè<动>❶tước (vũ khí): 缴了土匪的械 tước vũ khí của thổ phi ❷nộp vũ khí: ~投降 nộp vũ khí đầu hàng

jiào

叫 jiào❶<动>kêu; gáy: 鸡~ gà gáy ❷<动>gọi: 有人~你。Có người gọi anh. ❸<动>gọi (xe, món ăn): ~车 gọi xe ❹<动>gọi là; tên là: 你~什么? Anh tên là gì? ❺<形>[方]con đực (chỉ gia súc, gia cầm): ~鸡 gà trống ❻<动>bảo; dặn; làm cho: ~他早点回去。Bảo anh ấy về sớm một chút. ❼<动>cho phép; bảo: 不~他去他偏要去。Không cho anh ấy đi nhưng anh ấy cứ đòi đi. ❽<介>bị: 他~狗咬了。Ông ấy

J

bị chó cắn. ❾<介>theo

【叫板】jiàobǎn<动>❶chuyển làn điệu; chuyển tiết tấu (trong hí khúc) ❷thách thức: 向对方~ thách thức đối phương

【叫菜】jiàocài<动>gọi món

【叫春】jiàochūn<动>(mèo) kêu (động đực)

【叫喊】jiàohǎn<动>gào; hét: 别大声~。Đừng có to tiếng la hét.

【叫好】jiàohǎo<动>khen hay: 她刚唱了一句，观众们便大声~。Chị vừa cất tiếng hát khán giả đã rộ lên khen hay.

【叫号儿】jiàohàor<动>gọi con số (xếp hàng)

【叫花子】jiàohuāzi<名>[口]người ăn xin; kẻ ăn mày

【叫唤】jiàohuan<动>❶kêu to; gào; hét: 疼得直~ đau quá cứ hét toáng lên ❷(động vật) kêu; hót; rống: 牲口直~ gia súc cứ kêu

【叫价】jiàojià<动>báo giá: 漫天~ báo giá cao ngất trời

【叫绝】jiàojué<动>khen ngợi hết lời: 他精彩的魔术表演令人~。Tiết mục ảo thuật của anh ấy khiến mọi người khen ngợi hết lời.

【叫苦连天】jiàokǔ-liántiān kể khổ triền miên; khổ hết chỗ nói

【叫骂】jiàomà<动>lớn tiếng chửi bới

【叫卖】jiàomài<动>rao hàng: 他们俩大清早就开始~。Hai người bắt đầu cất tiếng rao hàng từ sớm tinh mơ.

【叫门】jiàomén<动>gọi cửa

【叫名】jiàomíng❶<名>tên gọi; cách gọi: 棒子是玉米在该地的~。Cây bắp là cách gọi cây ngô ở vùng này. ❷<动>[方]tiếng là; trên danh nghĩa là: 他身家~百万，其实还不到十万。Ông ta mang danh là triệu phú, nhưng thực ra gia sản thì chưa đầy mười vạn đồng RMB.

【叫屈】jiàoqū<动>kêu oan: 本来赢了，却被判输了，她不由得叫起屈来。Vốn đã

thắng mà bị phán thua, chị ấy đành phải kêu oan.

【叫嚷】jiàorǎng<动>kêu gào: 大声~ lớn tiếng kêu gào

【叫停】jiàotíng<动>bị ngăn chặn; ngừng: 工程被~。Công trình bị chặn lại. 教练~比赛。Huấn luyện viên yêu cầu ngừng thi đấu.

【叫响】jiàoxiǎng<动>làm cho nổi tiếng: 叫得响的品牌 loại hàng có tiếng tăm và uy tín

【叫嚣】jiàoxiāo<动>gào thét; la hét: 他违章后抗拒处罚，还~自己有后台。Sau khi vi phạm ông ta không những từ chối nhận phạt, thậm chí còn la hét rằng mình có người đỡ đầu.

【叫醒】jiàoxǐng<动>đánh thức

【叫阵】jiàozhèn<动>kêu gào khiêu chiến; thách đố: 这样说话，无异于双方~! Nói như thế, quá bằng hai bên thách đố nhau!

【叫作】jiàozuò<动>tên là; gọi là: 曲尺还~角尺。Thước thợ còn gọi là thước góc.

【叫座】jiàozuò<形>(vở diễn hoặc diễn viên) ăn khách: 他导演的第一部电影很~。Bộ phim đầu tiên do anh ấy làm đạo diễn rất đắt khách.

觉 jiào<名>giấc ngủ: 午~ ngủ trưa
另见jué

校 jiào<动>❶đính chính; sửa: ~稿子 sửa bài viết ❷đọ sức; thi đấu: ~场 trường đấu
另见xiào

【校本】jiàoběn<名>bản hiệu đính

【校次】jiàocì<名>số lần đính chính

【校订】jiàodìng<动>hiệu đính: ~手稿 hiệu đính bản nháp

【校对】jiàoduì❶<动>so theo chuẩn; kiểm tra theo chuẩn ❷<动>hiệu đính: ~翻译稿 hiệu đính bản dịch ❸<名>người hiệu đính

【校改】jiàogǎi<动>đối chiếu và sửa lỗi (bản

in, bài viết…)

【校勘】jiàokān〈动〉khảo đính

【校验】jiàoyàn〈动〉kiểm tra

【校样】jiàoyàng〈名〉bản in thử; morát: 校对~ hiệu đính bài

【校阅】jiàoyuè〈动〉❶hiệu duyệt; duyệt và hiệu đính: ~杂志文章 hiệu duyệt những bài viết sẽ được đăng trên tạp chí ❷[书]duyệt: ~三军 duyệt ba quân

【校正】jiàozhèng〈动〉hiệu chỉnh; chỉnh lại: ~拼写错误 hiệu chỉnh lại những lỗi đánh vần

【校注】jiàozhù〈动〉soát; rà soát: 根据正本~副本 soát lại bản sao theo bản chính

【校准】jiàozhǔn〈动〉hiệu chỉnh cho chính xác (máy móc, thiết bị): ~时钟 hiệu chỉnh lại đồng hồ

轿 jiào〈名〉cái kiệu

【轿车】jiàochē〈名〉❶[旧]xe ngựa (chở người, có thùng che) ❷xe ô tô: 小~ ô tô con

【轿子】jiàozi〈名〉cái kiệu

较[1] jiào❶〈副〉so đọ; so sánh: 比~ so sánh ❷〈副〉tương đối: ~多 khá nhiều ❸〈动〉[书]tính toán; cân nhắc: 锱铢必~ tính toán chi li ❹〈介〉so với; hơn: 产量~去年提高 sản lượng tăng hơn năm ngoái

较[2] jiào〈形〉[书]rõ ràng: ~然不同 khác nhau rành rành

【较劲】jiàojìn〈动〉❶đọ sức; đọ tài cao thấp: 暗中~ ngầm đọ tài cao thấp ❷trái ngược; trái khoáy; oái oăm: 没工夫和你~。Không hơi đâu mà làm những việc trái ngược như anh. ❸dốc sức; trổ hết tác dụng: 交货期眼看就到了，正是~的时候。Thời hạn giao hàng sắp tới, đây cũng chính là lúc cần phải dốc sức cố gắng.

【较量】jiàoliàng〈动〉❶đọ sức; đua tài; đấu: ~枪法 đấu súng ❷[方]tính toán; cân nhắc: 别~太多。Đừng có cân nhắc quá nhiều.

【较为】jiàowéi〈副〉hơn; tương đối (một chút so với sự vật hoặc sự việc cùng loại): ~复杂 tương đối phức tạp

【较真】jiàozhēn〈形〉[方]chăm chỉ; nghiêm túc: 她凡事太~了。Chị ta làm việc gì cũng tỏ ra quá nghiêm túc.

教[1] jiào❶〈动〉dạy; dạy bảo; giáo dục: 言传身~ giáo dục bằng lời và gương mẫu của bản thân ❷〈名〉tôn giáo: 佛~ Phật giáo // (姓) Giáo

教[2] jiào〈动〉khiến cho; để: ~他乖乖称臣 khiến anh ta phải ngoan ngoãn nhận thua 另见jiāo

【教案】jiào'àn〈名〉giáo án

【教本】jiàoběn〈名〉sách giáo khoa; sách dạy

【教鞭】jiàobiān〈名〉thước chỉ (giáo viên dùng để dạy học)

【教材】jiàocái〈名〉tài liệu giảng dạy

【教参】jiàocān〈名〉tài liệu tham khảo cho giảng dạy

【教程】jiàochéng〈名〉giáo trình (thường dùng làm tên sách):《教育心理学~》*Giáo trình tâm lí học giáo dục*

【教导】jiàodǎo〈动〉dạy bảo; giáo dục; dạy dỗ: 多谢老师的~! Cảm ơn lời dạy bảo của thầy!

【教导员】jiàodǎoyuán〈名〉chính trị viên

【教辅】jiàofǔ〈形〉(sách) đọc thêm; (sách) hỗ trợ: 这个学期我买了很多~书。Học kì này tôi mua nhiều sách hỗ trợ học thêm.

【教父】jiàofù〈名〉❶cha đạo: 基督教早期有权威的神学家被称为~。Thời kì đầu đạo Cơ đốc gọi các nhà thần học thẩm quyền là cha đạo. ❷cha giám hộ rửa tội

【教改】jiàogǎi〈动〉cải cách giáo dục: 实行~政策 triển khai chính sách cải cách giáo dục

【教工】jiàogōng〈名〉giáo viên; cán bộ công nhân viên nhà trường

【教官】jiàoguān<名>sĩ quan huấn luyện

【教化】jiàohuà<动>[书]cảm hóa giáo dục; giáo hóa: ~子弟 giáo dục cảm hóa đệ tử

【教皇】jiàohuáng<名>giáo hoàng

【教会】jiàohuì<名>giáo hội: 天主教~ giáo hội đạo Thiên Chúa

【教诲】jiàohuì<动>[书]dạy dỗ; giáo huấn: 谆谆~ dạy dỗ ân cần

【教具】jiàojù<名>giáo cụ; đồ dùng dạy học; giảng cụ

【教科书】jiàokēshū<名>sách giáo khoa: 他最近一直在忙着编写一本物理~。Gần đây anh ấy bận suốt với việc biên soạn sách giáo khoa vật lí.

【教练】jiàoliàn❶<动>huấn luyện: ~车 xe huấn luyện ❷<名>huấn luyện viên: 篮球~ huấn luyện viên bóng rổ

【教派】jiàopài<名>giáo phái

【教区】jiàoqū<名>xứ đạo; khu vực quản hạt tôn giáo

【教师】jiàoshī<名>giáo viên; thầy giáo: 她从小立志要做一名优秀的人民~。Từ nhỏ chị ấy đã nuôi chí quyết tâm trở thành một giáo viên nhân dân xuất sắc.

【教师资格证书】jiàoshī zīgé zhèngshū giấy chứng nhận tư cách giáo viên

【教士】jiàoshì<名>giáo sĩ

【教室】jiàoshì<名>lớp học; phòng học

【教授】jiàoshòu<名>giáo sư: 他刚被评为~。Ông ấy vừa được phong giáo sư.

【教唆】jiàosuō<动>xúi giục; xúi bẩy

【教坛】jiàotán<名>giáo đàn

【教堂】jiàotáng<名>giáo đường; nhà thờ

【教条】jiàotiáo❶<名>tín điều ❷<形>giáo điều: 他做事太过于~了。Ông ấy làm việc hay giáo điều lắm. ❸<名>chủ nghĩa giáo điều

【教条主义】jiàotiáo zhǔyì chủ nghĩa giáo điều

【教徒】jiàotú<名>tín đồ: 他是名虔诚的基督~。Ông ấy là con chiên ngoan đạo của Cơ đốc giáo.

【教务】jiàowù<名>giáo vụ (nhà trường)

【教习】jiàoxí❶<名>giáo viên (tên gọi cũ) ❷<动>[书]giảng dạy; truyền thụ

【教学】jiàoxué<名>dạy học: ~大纲 đề cương môn học
另见jiāoxué

【教训】jiàoxùn❶<动>răn dạy: ~徒弟 răn dạy đồ đệ ❷<名>bài học (thất bại): 深刻的~ bài học sâu sắc

【教研室】jiàoyánshì<名>❶phòng nghiên cứu giáo dục và giảng dạy ❷tổ bộ môn

【教研组】jiàoyánzǔ<名>tổ nghiên cứu giáo dục và giảng dạy; nhóm chuyên môn

【教养】jiàoyǎng❶<动>dạy dỗ; giáo dục: ~子女 dạy dỗ con cái ❷<名>tu dưỡng: 他的绅士风度让人觉得他很有~。Phong độ thân sĩ khiến người ta cảm thấy ông ấy là con người rất có tu dưỡng.

【教义】jiàoyì<名>[宗教]giáo lí

【教益】jiàoyì<名>bài học bổ ích

【教育】jiàoyù❶<名>nền giáo dục: 九年义务~ giáo dục nghĩa vụ chín năm ❷<动>giáo dục; chỉ dẫn; bảo ban: ~孩子改掉不良的习惯 chỉ dẫn bảo ban các cháu uốn nắn lại những thói hư tật xấu

【教育部】Jiàoyù Bù<名>Bộ Giáo dục

【教员】jiàoyuán<名>giáo viên

窖 jiào❶<名>hầm; hố: 地~ hầm ngầm ❷<动>cất giấu các thứ vào hầm: 马上把这些红薯~起来。Mau cất giấu số khoai lang này vào hầm đi.

【窖藏】jiàocáng<动>cất giữ bằng hầm

【窖肥】jiàoféi<名>[方]phân ủ; phân hoai

酵 jiào<动>lên men

【酵母】jiàomǔ<名>con men; cái men: 用来发面 dùng men để làm nở bột

jiē

节 jiē
另见 jié

【节骨眼儿】jiēguyǎnr〈名〉[方]khâu then chốt; thời điểm quyết định; thời cơ quyết định: 在这~上，他回来了。Vào thời điểm then chốt, anh ấy đã trở về.

【节子】jiēzi〈名〉sẹo gỗ; mắt gỗ

阶 jiē〈名〉❶bậc: ~梯 bậc thang ❷cấp bậc: 官~ bậc quan //(姓) Giai

【阶层】jiēcéng〈名〉❶tầng lớp ❷giới (trong xã hội, như giới trí thức): 社会各~人士 nhân sĩ các tầng lớp trong xã hội

【阶段】jiēduàn〈名〉giai đoạn

【阶级】jiējí〈名〉❶[书]bậc thềm ❷đẳng cấp (quan lại): 无~之分 không phân biệt đẳng cấp ❸giai cấp: 无产~ giai cấp vô sản

【阶梯】jiētī〈名〉bậc thềm; bậc thang; bước đường tiến thân

【阶下囚】jiēxiàqiú〈名〉kẻ tội phạm dưới thềm công đường (cũ); kẻ bị bắt; tù binh

皆 jiē〈副〉đều; đều là

【皆大欢喜】jiēdàhuānxǐ ai nấy đều hài lòng; vẹn cả đôi đường

结 jiē〈动〉đơm; kết (hoa, trái)
另见 jié

【结巴】jiēba❶〈动〉nói lắp: 他说话结结巴巴的，听着让人着急。Anh ấy hay nói lắp làm cho người nghe hết sức sốt ruột. ❷〈名〉người nói lắp

【结果】jiēguǒ〈动〉kết trái; ra quả: 这棵芒果树多年也不见开花~。Cây xoài này đã nhiều năm không thấy nở hoa kết trái.
另见 jiéguǒ

【结实】jiēshi〈形〉❶bền chắc: 这张凳子很~。Chiếc ghế này bền chắc lắm. ❷chắc nịch; vạm vỡ; khỏe mạnh: 因为经常做健身运动，他的肌肉很~。Vì thường xuyên thực hiện các bài tập thể dục, cơ bắp của anh ấy rất khỏe mạnh.

接 jiē〈动〉❶kề cận; gần; giáp bên: 交头~耳 chụm đầu ghé tai ❷nối; ghép; chắp: ~电线 nối đường dây điện ❸đỡ; hứng: ~球 đỡ bóng ❹tiếp; nhận: ~电话 nhận điện thoại ❺đón ❻thay; kế tiếp: ~任 kế nhiệm //(姓) Tiếp

【接班】jiēbān〈动〉❶thay ca; đổi ca: 中午12点~ thay ca vào hồi 12 giờ trưa ❷làm thay; kế tục

【接班人】jiēbānrén〈名〉người kế tục

【接茬儿】jiēchár[方]❶〈动〉tiếp lời; đỡ lời: 她说个没完，但都没人~。Chị ấy cứ nói lai rai mãi nhưng chẳng ai tiếp lời. ❷〈副〉làm tiếp: 饭煮好了，我~炒菜。Nấu cơm xong tôi bắt đầu xào rau.

【接产】jiēchǎn〈动〉đỡ đẻ

【接车】jiēchē〈动〉ra bến xe đón khách; đón khách đi tàu xe đến

【接触】jiēchù〈动〉❶đụng vào; chạm vào; tiếp xúc ❷tiếp xúc; giao tiếp

【接待】jiēdài〈动〉đón tiếp: ~客人 đón khách

【接地】jiēdì〈动〉❶[电学]tiếp đất: ~系统 hệ thống tiếp đất ❷[航空]tiếp địa

【接地气】jiē dìqì sát với thực tế

【接二连三】jiē'èr-liánsān liên tiếp; không ngớt

【接防】jiēfáng〈动〉(bộ đội) tiếp nhận nhiệm vụ phòng vệ

【接风】jiēfēng〈动〉mời cơm khách từ xa đến; mời cơm tẩy trần: 今晚咱们给你~。Tối nay chúng tôi sẽ mời cơm tẩy trần cho anh.

【接风洗尘】jiēfēng-xǐchén thết tiệc tẩy trần

【接缝】jiēfèng〈名〉mối hàn; vết tiếp nối

【接骨】jiēgǔ〈动〉bó xương; chắp xương; nối xương

【接管】jiēguǎn〈动〉tiếp quản: 领导出差

了，他暂时~这项工作。Lãnh đạo đi công tác, anh ấy tạm tiếp quản công việc này.

【接轨】jiēguǐ〈动〉nối vào mạch đường; đi vào quỹ đạo chung; hòa hợp

【接合】jiēhé〈动〉[机械]gắn vào

【接火】jiēhuǒ〈动〉[口]❶[军事]nhả đạn; bắn nhau; bắn vào (địch) ❷[电学]đóng mạch điện: 发电机修好了，但是还没~。Máy phát điện đã sửa xong nhưng vẫn chưa đóng mạch điện.

【接济】jiējì〈动〉tiếp tế; viện trợ: 失学儿童 tiếp tế cứu trợ các em thất học

【接见】jiējiàn〈动〉tiếp kiến; gặp gỡ

【接近】jiējìn〈动〉tiếp cận; gần gũi: 春节联 欢晚会已~尾声，新年的钟声即将敲响。 Dạ hội liên hoan mừng xuân bước vào giai đoạn chót, tiếng chuông năm mới sắp sửa gióng lên.

【接警】jiējǐng〈动〉công an nhận được báo cáo tình trạng nguy cấp

【接境】jiējìng〈动〉giáp giới

【接客】jiēkè〈动〉❶tiếp khách; tiếp tân ❷kĩ nữ tiếp đàn ông đến chơi

【接口】jiēkǒu〈名〉chỗ nối; giao diện

【接力】jiēlì〈动〉tiếp sức

【接力棒】jiēlìbàng〈名〉gậy chạy tiếp sức

【接力赛】jiēlìsài〈名〉thi chạy tiếp sức

【接连】jiēlián〈动〉liên tiếp; liên tục; liền nhau: 两根电线~在一起。Hai sợi dây điện nối vào nhau.

【接纳】jiēnà〈动〉❶kết nạp; đón nhận: ~入 公司 thu dụng vào công ti ❷ghi nhận; thu nhận: 最终大家~了她的观点.Rốt cuộc mọi người đã chấp nhận quan điểm của chị ấy.

【接洽】jiēqià〈动〉liên hệ và bàn bạc; giao thiệp: ~工作 giao thiệp công việc

【接球】jiēqiú〈动〉bắt bóng; đón bóng; nhận bóng

【接壤】jiērǎng〈动〉giáp ranh; giáp giới

【接任】jiērèn〈动〉kế nhiệm; thay làm (chức vụ): 销售部经理辞职了，你说会是谁来~ 呢? Giám đốc kinh doanh đã từ chức, theo anh thì ai sẽ kế nhiệm nhì?

【接入】jiērù〈动〉đấu vào

【接生】jiēshēng〈动〉đỡ đẻ; hộ sinh

【接收】jiēshōu〈动〉❶nhận: ~无线电信号 nhận tín hiệu vô tuyến điện ❷thu về theo pháp luật: ~逆产 thu nhận tài sản của kẻ phản dân hại nước ❸tiếp nhận; kết nạp: ~异 地学生 tiếp nhận học sinh ngoài địa bàn

【接手】jiēshǒu〈动〉tiếp tục làm thay

【接受】jiēshòu〈动〉❶nhận: ~礼物 nhận quà biếu ❷chịu; tiếp thu: ~老师的批评 tiếp thu lời phê bình của thầy giáo

【接榫】jiēsǔn〈动〉❶ghép mộng ❷lắp ghép; liên kết: 这篇散文前后呼应，~得很紧 密。Bài văn xuôi này hai phần trước và sau được liên kết chặt chẽ, hình thành sự hô ứng.

【接谈】jiētán〈动〉gặp gỡ chuyện trò: 她负 责与访客~。Chị ấy phụ trách việc gặp gỡ giao tiếp với khách đến thăm.

【接替】jiētì〈动〉thay thế và tiếp tục (làm); thay

【接听】jiētīng〈动〉nhận nghe; nghe

【接通】jiētōng〈动〉bắt; đấu; nối tiếp: ~电 话 bắt dây nói; 把冰箱电源~。Hãy cắm tủ lạnh vào nguồn điện.

【接头】jiētóu〈动〉❶nối ❷[口]liên lạc; chắp mối: 我们在车站~。Chúng ta gặp nhau ở ga. ❸nắm vững: 他初来乍到，对本公司 的事情还不~。Anh ấy vừa mới đến, không nắm được tình hình của công ti.

【接头儿】jiētóur〈名〉chỗ nối; mối ghép

【接吻】jiēwěn〈动〉hôn (nhau)

【接线】jiēxiàn❶〈动〉nối mạch; nối đường dây: ~板 tấm nối mạch ❷〈名〉dây dẫn mạch: 她去超市买~。Cô ấy đi siêu thị mua dây dẫn.

【接线员】jiēxiànyuán〈名〉nhân viên điện thoại

【接续】jiēxù〈动〉tiếp; tiếp tục

【接应】jiēyìng〈动〉❶tiếp ứng: 大部队之所以能突破敌人的包围圈，全靠三团的~。Sở dĩ bộ đội chủ lực có thể đột phá được vòng vây của địch là nhờ vào sự tiếp ứng của trung đoàn 3. ❷tiếp tế; tiếp viện: 粮草~不上。Lương thực không tiếp tế tới được.

【接站】jiēzhàn〈动〉ra bến xe đón; ra ga đón

【接着】jiēzhe❶〈动〉đỡ; cầm: 这个苹果给你，~! Quả táo này cho anh, cầm lấy nhé! ❷〈副〉tiếp; tiếp theo: 她洗完碗，~拖地板。Chị rửa xong bát rồi lại tiếp tục lau nhà.

【接诊】jiēzhěn〈动〉nhận khám (bệnh)

【接踵而至】jiēzhǒng'érzhì đến nườm nượp

【接种】jiēzhòng〈动〉tiêm chủng: ~疫苗 tiêm vắc-xin

秸 jiē〈名〉rơm; xác cành; xác cây (đã tuốt hoặc bứt hạt, quả)

【秸秆】jiēgǎn〈名〉rơm cọng

揭 jiē〈动〉❶bóc: ~别人的疮疤 bóc cái vảy trên vết thương của người ❷mở; vén lên: ~开锅盖 mở vung nồi ❸vạch; phơi bày: ~开真相 phơi bày bộ mặt thật ❹[书]giơ (giương) cao: ~竿 giơ cao cột //(姓) Kiết, Yết

【揭榜】jiēbǎng〈动〉❶yết bảng (kết quả thi): 中考成绩~了。Kết quả thi trung học phổ thông đã yết bảng công bố. ❷Bóc tờ niêm yết (có nội dung chiêu tuyển), tỏ ý hưởng ứng tham gia

【揭不开锅】jiēbukāi guō đứt bữa; thiếu ăn

【揭穿】jiēchuān〈动〉vạch rõ; vạch trần; phơi trần: 她的谎言被当场~了。Lời man trá của chị ta đã bị vạch trần ngay.

【揭底】jiēdǐ〈动〉lật tẩy; lột mặt nạ; vạch rõ tim đen

【揭短】jiēduǎn〈动〉vạch điểm yếu của người khác: 别老揭别人的短。Đừng có xoáy vào chỗ đau của người khác.

【揭发】jiēfā〈动〉lật tẩy; lột (mặt nạ); vạch rõ (tim đen): ~坏人坏事 lật tẩy người xấu việc xấu

【揭竿而起】jiēgān'érqǐ vùng dậy; phất cờ khởi nghĩa

【揭开】jiēkāi〈动〉vạch toạc: ~真相 vạch toạc chân tướng sự thật

【揭老底】jiē lǎodǐ lật tẩy; bới móc việc riêng tư của người khác: 你就喜欢揭人家的老底。Anh thì chỉ thích bới móc chuyện của người khác.

【揭露】jiēlù〈动〉vạch rõ; bóc trần; vạch trần: ~事实的真相 bóc trần chân tướng sự thật

【揭秘】jiēmì〈动〉vén màn bí mật; phơi bày điều bí ẩn

【揭幕】jiēmù〈动〉❶khánh thành: 纪念碑~仪式 lễ khánh thành đài kỉ niệm ❷mở đầu; bắt đầu (hoạt động lớn hoặc quan trọng): 展览会~ mở đầu triển lãm

【揭牌】jiēpái〈动〉bóc biển

【揭破】jiēpò〈动〉bóc trần; phơi trần

【揭示】jiēshì〈动〉❶công bố; thông báo: ~牌 bảng yết thị ❷làm sáng tỏ: ~宇宙的奥秘 làm sáng tỏ sự huyền bí của vũ trụ

【揭晓】jiēxiǎo〈动〉công bố (kết quả sự việc): 比赛结果已经~。Kết quả thi đấu đã công bố.

嗟 jiē

【嗟嗟】jiējiē〈拟〉[书]❶nhịp nhàng; rập rình: 钟鼓~ chiêng trống rập rình ❷(gà gáy) te te: 鸡鸣~ gà gáy te te

嗟 jiē[书]❶〈动〉than văn; than thở ❷〈叹〉này; nè

【嗟来之食】jiēláizhīshí của bố thí nhục nhã

【嗟叹】jiētàn<动>[书]than vãn; thở than; ta thán

街 jiē<名>❶phố; đường phố: 大~小巷 phố lớn ngõ nhỏ ❷[方]chợ: 赶~ đi chợ

【街道】jiēdào<名>❶đường phố: 这条~从早到晚都很热闹。Dãy phố này đông vui nhộn nhịp từ sáng đến tối. ❷phường: ~办事处 văn phòng làm việc phường

【街坊】jiēfang<名>[口]láng giềng

【街面儿上】jiēmiànrshang<名>[口]❶mặt phố; phố xá: ~摆了许多地摊。Trên mặt phố bày nhiều sạp hàng. ❷phố ngõ lân cận: 他在这儿住了几十年，~都知道他。Ông ấy ở đây đã mấy chục năm, phố ngõ lân cận đều biết ông ấy cả.

【街市】jiēshì<名>khu phố buôn bán;chợ

【街谈巷议】jiētán-xiàngyì phố phường bàn tán

【街头】jiētóu<名>phố; đầu phố

【街头巷尾】jiētóu-xiàngwěi đầu đường cuối chợ

【街舞】jiēwǔ<名>điệu nhảy; hip-hop

【街心公园】jiēxīn gōngyuán công viên đầu phố

jié

孑 jié<形>[书]cô đơn; đơn độc //(姓)Kiết

【孑然一身】jiérán-yīshēn vò võ một mình

节¹ jié❶<名>gióng; đốt; khớp: 关~ khớp xương ❷<名>đoạn; mạch; nhịp: 音~ âm tiết ❸<名>ngày lễ; tết: 春~ Tết Nguyên Đán ❹<名>mục; việc: 细~ chi tiết ❺<名>tiết tháo; khí tiết: 气~ khí tiết ❻<动>trích; lược trích: ~选 trích tuyển ❼<动>tiết kiệm; hạn chế: ~水 tiết kiệm nước ❽<量>đoạn; phần: 文章第一~ đoạn đầu bài viết ❾<名>gậy trung

tiết //(姓)Tiết

节² jié<量>tiết (một hải lí/giờ) 另见jiē

【节哀】jié'āi<动>[书]nén đau thương; chia buồn (dùng an ủi thân nhân của người chết)

【节哀顺变】jié'āi-shùnbiàn nén đau thương

【节操】jiécāo<名>[书]tiết tháo; khí tiết

【节点】jiédiǎn<名>❶[电学]điểm hợp nhánh (của đường điện); tiết điểm ❷giờ; lúc; thời điểm

【节电】jiédiàn<动>tiết kiệm điện

【节假日】jiéjiàrì<名>các ngày lễ ngày nghỉ

【节俭】jiéjiǎn<形>tiết kiệm: 厉行~ thực hành tiết kiệm

【节减】jiéjiǎn<动>tiết kiệm; giảm bớt (chi dùng)

【节节】jiéjié<量>liên tiếp: 取得~胜利 liên tiếp giành thắng lợi

【节礼】jiélǐ<名>quà biếu ngày lễ tết; quà tết

【节令】jiélìng<名>thời tiết; dịp

【节流】jiéliú<动>giảm chi: 开源~ tăng thu giảm chi

【节录】jiélù❶<动>trích (ra) phần quan trọng ❷<名>phần trích; trích lục

【节律】jiélǜ<名>tiết tấu và quy luật; nhịp độ và quy luật

【节略】jiélüè❶<名>tóm tắt; lược trích ❷<动>cắt; tỉnh lược ❸<名>bản tóm lược

【节目】jiémù<名>tiết mục; chương trình; mục

【节能】jiénéng<动>tiết kiệm năng lượng: ~措施 giải pháp tiết kiệm năng lượng

【节能减排】jiénéng jiǎnpái tiết kiệm năng lượng giảm tháo thải

【节拍】jiépāi<名>nhịp

【节气】jiéqì<名>tiết khí

【节庆】jiéqìng<名>ngày lễ; ngày chào mừng

【节日】jiérì<名>ngày lễ

【节省】jiéshěng〈动〉tiết kiệm; giảm bớt

【节食】jiéshí〈动〉giảm bớt khẩu phần ăn; hạn chế ăn uống

【节外生枝】jiéwài-shēngzhī phát sinh vấn đề mới; gây thêm rắc rối

【节选】jiéxuǎn〈动〉tuyển trích

【节衣缩食】jiéyī-suōshí nhịn ăn nhịn mặc; tiết kiệm; chắt bóp

【节余】jiéyú❶〈动〉dành dụm được: 老爷爷 把~下来的钱用来资助贫困学生。Cụ đã dùng khoản tiền dành dụm được tài trợ các cháu học sinh nghèo khó. ❷〈名〉tiền của để dành: 他非常节俭，每月都有较多~。 Ông ấy hết sức tiết kiệm, hàng tháng đều có khoản dành dụm được khá lớn.

【节育】jiéyù〈动〉hạn chế sinh đẻ: ~手术 phẫu thuật hạn chế sinh đẻ

【节育器】jiéyùqì〈名〉đồ dùng tránh thai

【节约】jiéyuē〈动〉tiết kiệm: 厉行~ ra sức tiết kiệm

【节制】jiézhì〈动〉❶chỉ huy; điều hành ❷khống chế; hạn chế: ~饮食 khống chế ăn uống

【节奏】jiézòu〈名〉❶tiết tấu (âm nhạc); giai điệu: 小女孩跟着音乐的~跳起舞来。Cô bé nhảy múa theo giai điệu âm nhạc. ❷điều độ; nhịp nhàng (trong công việc): 有~地打拍子 bắt nhịp một cách nhịp nhàng

劫¹ jié〈动〉❶cướp; cướp bóc: 打~ ăn cướp ❷ép buộc; bức hiếp: ~持 ép buộc/bức hiếp

劫² jié〈名〉tai họa: 在~难逃 tai họa khó tránh khỏi

【劫车】jiéchē〈动〉cướp xe

【劫夺】jiéduó〈动〉cướp bóc; cướp đoạt (của hoặc người): ~一批钻石 cướp đoạt một số lượng kim cương

【劫匪】jiéfěi〈名〉bọn cướp; tên cướp

【劫富济贫】jiéfù-jìpín cướp của người giàu giúp đỡ kẻ nghèo

【劫后余生】jiéhòu-yúshēng sống sót sau cơn đại nạn

【劫机】jiéjī〈动〉cưỡng đoạt máy bay: ~事件 sự kiện cưỡng đoạt máy bay

【劫掠】jiélüè〈动〉cướp bóc

【劫难】jiénàn〈名〉tai nạn; tai họa: 历经~ từng trải qua những gian nan tai họa

【劫数】jiéshù〈名〉[宗教]số kiếp: 这也许是 她的~，看她能否过得了这一关。Đây có lẽ là số kiếp của chị ấy, để rồi xem chị ấy có tai qua nạn khỏi được không.

杰 jié❶〈名〉người tài xuất chúng: 豪~ hào kiệt ❷〈形〉kiệt xuất: ~作 kiệt tác //(姓)Kiệt

【杰出】jiéchū〈形〉kiệt xuất; xuất sắc: 钱学 森为中国的科技事业作出了~的贡献。 Tiền Học Sâm đã có những cống hiến kiệt xuất cho sự nghiệp khoa học công nghệ của Trung Quốc.

【杰作】jiézuò〈名〉kiệt tác: 绝世~ kiệt tác tuyệt vời

诘 jié〈动〉[书]cật vấn; hỏi vặn
另见jí

【诘难】jiénàn〈动〉[书]trách cứ; chỉ trích

【诘问】jiéwèn〈动〉[书]căn vặn; hỏi vặn; cật vấn: 受到~ bị vặn hỏi

【诘责】jiézé〈动〉[书]chất vấn; khiển trách

拮 jié

【拮据】jiéjū〈形〉túng thiếu; túng quẫn: 生活 ~ cuộc sống túng thiếu

洁 jié❶〈形〉sạch; trong sạch ❷〈形〉thuần khiết ❸〈动〉làm cho sạch //(姓)Khiết

【洁白】jiébái〈形〉trắng muốt: ~无瑕 tinh tươm trắng muốt

【洁齿】jiéchǐ〈动〉làm sạch răng

【洁己奉公】jiéjǐ-fènggōng liêm khiết và hết lòng vì sự nghiệp chung

【洁净】jiéjìng〈形〉sạch sẽ: ~的餐具 bát đũa sạch sẽ

【洁具】jiéjù<名>dụng cụ làm sạch

【洁面乳】jiémiànrǔ<名>kem rửa mặt

【洁癖】jiépǐ<名>quá ưa sạch sẽ: 他有~，一小时要洗好几次手。Anh ấy quá ưa sạch sẽ, trong vòng một tiếng đồng hồ mà phải rửa tay đến mấy lần.

【洁身自好】jiéshēn-zìhào giữ mình trong sạch; lo gìn giữ bản thân mình

【洁牙】jiéyá<动>làm sạch răng

结jié❶<动>bện; tết; kết; vặn: ~网 đan lưới ❷<动>kết lại; kết hợp: ~仇 gây nên thù oán ❸<动>kết thúc; chấm dứt: 归根~底 suy cho cùng ❹<名>nút; mối; nơ: 打~ thắt nút ❺<名>[旧]giấy tờ cam kết: 保~ giấy bảo lãnh ❻<动>đọng; ngưng đọng //(姓) Kết
另见jiē

【结案】jié'àn<动>kết án: 案情已经很清楚，可以~了。Tình hình vụ án đã rất rõ ràng, có thể kết án được rồi.

【结疤】jiébā<动>đã lành và kết thành vết sẹo: 他腿上的伤口已经~了。Vết thương trên đùi anh ấy đã lành.

【结拜】jiébài<动>kết nghĩa (anh em hoặc chị em): 他们俩是~兄弟。Họ là anh em kết nghĩa.

【结伴】jiébàn<动>kết bạn; cùng (làm, đi): 一起~走吧！Cùng đi nhé!

【结冰】jiébīng<动>đóng băng

【结彩】jiécǎi<动>tết nơ; thắt nơ: 张灯~ giăng đèn kết hoa

【结草衔环】jiécǎo-xiánhuán kết cỏ ngậm vành; đền ơn trả nghĩa cho người đã cứu giúp mình

【结肠】jiécháng<名>kết tràng; ruột kết

【结成】jiéchéng<动>kết thành: ~夫妻 nên vợ nên chồng

【结仇】jiéchóu<动>gây thù chuốc oán; gây thù hận: 她为人处世的原则是不与人~。Nguyên tắc cư xử của chị ấy là không gây thù hận với người khác.

【结党营私】jiédǎng-yíngsī kết bè kéo đảng mưu lợi; lôi bè kéo cánh làm càn

【结缔组织】jiédì zǔzhī[生理]mô liên kết; tổ chức liên kết (trong cơ thể người, như xương, sụn, dây chằng)

【结点】jiédiǎn<名>điểm kết; điểm nút: 交通~ nút giao thông

【结发夫妻】jiéfà fūqī kết tóc xe tơ; vợ chồng kết hôn lần đầu

【结构】jiégòu❶<名>kết cấu; cấu tạo: ~完整 kết cấu hoàn chỉnh ❷<名>[建筑]cấu trúc ❸<动>bố cục; giàn xếp

【结果】[1] jiéguǒ❶<名>kết quả: 取得良好的~ giành được kết quả tốt đẹp ❷<连>kết quả; kết cục; rốt cuộc: 经过一个多小时的赛场角逐，~我们队赢了。Qua hơn một tiếng đồng hồ thi đấu, rốt cuộc đội ta đã thắng.

【结果】[2] jiéguǒ<动>kết liễu
另见jiēguǒ

【结合】jiéhé<动>❶kết hợp: 理论~实际。Lí luận kết hợp thực tế. ❷kết duyên vợ chồng: 他俩~在一起过日子。Hai người kết duyên thành vợ chồng bắt đầu cuộc sống của họ.

【结核】jiéhé<名>❶kết hạch ❷bệnh lao ❸vón hòn; vón cục

【结婚】jiéhūn<动>kết hôn: 他俩已~。Hai người đã kết hôn với nhau.

【结伙】jiéhuǒ<动>kết bè; kết nhóm: 成群结伙 kéo bè kết đảng

【结集】[1] jiéjí<动>tập kết (quân đội): ~主要力量 tập kết lực lượng chủ yếu

【结集】[2] jiéjí<动>tập trung lại đóng thành tập: ~成册 tập trung lại biên soạn thành tập

【结痂】jiéjiā<动>kết sẹo; thành vết sẹo: 伤口已~。Vết thương đã lành thành sẹo.

【结交】jiéjiāo<动>kết giao; kết nghĩa: ~了许多有权势的人。Bà ta kết giao với nhiều người có quyền có thế.

【结晶】jiéjīng❶<动>kết thành tinh thể (từ chất lỏng hoặc chất khí): 水在一定的低温环境下会~。Ở môi trường nhiệt độ thấp nhất định thì nước sẽ kết thành tinh thể. ❷<名>tinh thể ❸<名>kết tinh (thành quả, trí tuệ): 金字塔是古埃及人民智慧的~。Kim Tự Tháp là kết tinh trí tuệ của nhân dân Ai Cập thời cổ đại.

【结局】jiéjú<名>kết cục; chung cục: 圆满的~ kết cục hoàn mĩ

【结块】jiékuài<动>kết lại thành miếng; đóng bánh

【结论】jiélùn<名>❶kết luận: 论文~ phần kết luận của luận án ❷xét đoán cuối cùng; phán xét cuối cùng: 下~ đưa ra phán xét cuối cùng

【结盟】jiéméng<动>liên kết: 不~运动 phong trào Không liên kết

【结膜】jiémó<名>kết mạc (mắt)

【结欠】jiéqiàn<动>kết toán khoản nợ: ~尾数 kết toán khoản nợ số dư

【结亲】jiéqīn<动>❶kết hôn; cưới: 他们两家~了。Hai người đã kết hôn với nhau. ❷đính hôn; kết thông gia

【结清】jiéqīng<动>thanh toán hết: 他欠别人的债已经~了。Số nợ của anh ấy đã được thanh toán hết.

【结舌】jiéshé<动>cứng lưỡi: 张口~ há miệng ra là cứng lưỡi

【结社】jiéshè<动>lập đoàn thể; lập tổ chức

【结石】jiéshí<名>sỏi: 肾~ sỏi thận

【结识】jiéshí<动>quen biết: 这次旅游他~了许多新朋友。Trong tour du lịch này ông ấy đã quen biết với nhiều bạn mới.

【结束】jiéshù<动>❶kết thúc: 四年的大学生活~了。Cuộc sống 4 năm sinh viên đại học đã kết thúc. ❷trang điểm; chải chuốt (trong bạch thoại thời kì đầu)

【结束语】jiéshùyǔ<名>lời kết (của bài viết hoặc nói); kết luận

【结算】jiésuàn<动>kết toán: ~账户 kết toán tài khoản

【结尾】jiéwěi<名>đoạn cuối; giai đoạn kết thúc

【结业】jiéyè<动>kết thúc khóa bồi dưỡng: ~证书 giấy chứng nhận kết thúc khóa đào tạo

【结余】jiéyú<名>mức dư thanh toán

【结缘】jiéyuán<动>duyên nợ; có duyên với: 他与这座城市~要从三年前说起。Cái duyên của anh ấy với thành phố này thì phải kể tới 3 năm về trước.

【结怨】jiéyuàn<动>chuốc oán

【结扎】jiézā<动>thắt ga-rô: ~手术 phẫu thuật thắt ga-rô

【结账】jiézhàng<动>thanh toán (tiền nong, sổ sách)

【结子】jiézi<名>cái nút; cái nơ; mọi thắt: 绳子上打了个~。Thắt cái nút trên sợi dây thừng.

桀 Jié<名>vua Kiệt

【桀骜】jié'ào<形>[书]ngang bướng; bướng bỉnh: ~不驯 ngang ngạnh ương bướng

捷¹ jié<形>nhanh: 敏~ nhanh nhạy //(姓) Tiệp

捷² jié<动>chiến thắng; thắng: 连战连~ đánh trận nào thắng trận ấy

【捷报】jiébào<名>tin chiến thắng: ~频传 tin chiến thắng dồn dập

【捷径】jiéjìng<名>đường tắt; con đường tới đích ngắn nhất: 学习语言没有~可走。Học ngôn ngữ không có con đường tắt.

【捷足先登】jiézú-xiāndēng nhanh chân tới trước

睫 jié<名>lông mi

【睫毛】jiémáo<名>lông mi

截 jié❶<动>cắt; xén (vật có hình dài): ~头去尾 cắt đầu xén đuôi ❷<动>chặn; ngăn lại: 拦~ ngăn chặn ❸<动>đến (mốc thời gian cuối cùng): ~至昨天，已有三百多人报名。Cho đến hôm qua, đã có hơn ba trăm người đăng kí. ❹<量>khúc; đoạn: 一~儿木头 một khúc gỗ //(姓) Tiệt

【截长补短】jiécháng-bǔduǎn bù trừ cho nhau

【截断】jiéduàn<动>❶cắt đứt: 他的小拇指被电锯~了。Ngón tay út của anh ấy đã bị lưỡi cưa điện cắt đứt. ❷cắt ngang; cản trở; ngăn chặn: 电话铃声~了他的话。Chuông điện thoại đã cắt ngang lời anh ta.

【截稿】jiégǎo<动>hạn nhận bản thảo (cuối cùng): ~日期 hạn cuối cùng về nhận bản thảo

【截获】jiéhuò<动>bắt được; thu được: ~情报 thu được tình báo

【截击】jiéjī<动>bắn chặn; chặn đánh

【截留】jiéliú<动>chặn giữ; om lại (vật phẩm hoặc khoản tiền phải qua tay mình)

【截流】jiéliú<动>ngăn dòng

【截面】jiémiàn<名>tiết diện; mặt cắt

【截取】jiéqǔ<动>lấy ra; trích lấy (một đoạn): ~一段文字 trích ra một đoạn (trong bài viết)

【截然】jiérán<副>dứt khoát; rạch ròi: ~不同 khác nhau rõ ràng

【截瘫】jiétān<动>liệt nửa người dưới: 高位~ liệt ở vị trí cao

【截枝】jiézhī<动>chiết cành

【截肢】jiézhī<动>cưa (cắt) chân (hoặc tay): ~手术 phẫu thuật cắt cụt

【截止】jiézhǐ<动>chấm dứt; ngừng

【截趾适履】jiézhǐ-shìlǚ =【削足适履】

【截至】jiézhì<动>đến...hết hạn: 报名日期~本月底。Việc ghi tên đến cuối tháng này hết hạn.

竭 jié❶<动>hết; kiệt: 取之不尽，用之不~。Lấy không hết, dùng không cạn. ❷<形>[书]cạn kiệt: 枯~ khô kiệt //(姓) Kiệt

【竭诚】jiéchéng<副>hết mực trung thành; toàn tâm toàn ý: ~为您服务 hết lòng phục vụ các bạn

【竭尽】jiéjìn<动>dùng hết; dốc hết: ~全力 dốc hết toàn lực

【竭力】jiélì<副>hết sức; ra sức: ~打造品牌 ra sức gây dựng thương hiệu

【竭泽而渔】jiézé'éryú tát cạn ao vét cá; vơ vét sạch; uống nước cả cặn (không để ý đến lợi ích lâu dài)

jiě

姐 jiě<名>chị //(姓) Thư

【姐弟恋】jiědìliàn<名>mối duyên tình cô gái hơn tuổi chàng trai

【姐夫】jiěfu<名>anh rể

【姐姐】jiějie<名>❶chị gái; chị ruột ❷chị họ: 远房~ chị họ xa

【姐妹】jiěmèi<名>❶chị em gái: 她没有~，只有一个弟弟。Cô ấy không có chị em gái, chỉ có một người em trai. ❷anh chị em (ruột)

【姐们儿】jiěmenr<名>[口]chị em; các chị em

解 jiě❶<动>tách ra; phân chia ra: 瓦~ tan rã ❷<动>cởi: ~衣服 cởi quần áo ❸<动>giải trừ; bãi bỏ: ~渴 giải khát ❹<动>giải thích: 注~ chú giải ❺<动>hiểu; hiểu rõ: 善~人意 hiểu người ❻<动>đi đại tiểu tiện: 大~ đại tiện ❼<名>giải nghiệm (của ẩn số phương trình) ❽<动>giải (phương trình)

另见jiè, xiè

【解表】jiěbiǎo<动>[中医]giải biểu: 清暑~ thanh nhiệt giải thử

【解馋】jiěchán<动>đỡ thèm: 樱桃价格不菲，但妈妈还是买了半公斤给孩子~。Giá anh đào không rẻ, vậy mà mẹ vẫn mua tới nửa cân về để các con ăn cho đỡ thèm.

【解嘲】jiěcháo<动>chữa ngượng; chữa thẹn: 自我~ tự chữa thẹn

【解愁】jiěchóu<动>giải sầu

【解除】jiěchú<动>bỏ; bãi bỏ; giải trừ; bãi miễn: ~警报 bãi bỏ báo động; ~职务 bãi miễn chức vụ

【解答】jiědá<动>giải đáp: 大家有什么问题我会尽力~。Mọi người có vấn đề gì thì tôi sẽ cố gắng giải đáp.

【解冻】jiědòng<动>❶(mặt sông) tan băng ❷giải đông cho thực phẩm đông lạnh ❸giải tỏa (vốn ứ đọng)

【解毒】jiědú<动>❶giải độc ❷giải nhiệt

【解读】jiědú<动>giải thích; phân tích: ~中国古代诗词 phân tích thơ và từ Trung Quốc thời cổ

【解饿】jiě'è<动>đỡ đói: 您先吃点饼干~吧! Anh ăn chút bánh quy cho đỡ đói!

【解乏】jiěfá<动>đỡ mệt; lại sức: 他用冷水洗了把脸~。Anh ấy lấy nước lạnh rửa mặt cho đỡ mệt.

【解法】jiěfǎ<名>giải pháp: 请你分析一下这道物理题的~。Xin anh phân tích hộ các bước giải của bài tập vật lí này.

【解放】jiěfàng<动>giải phóng: ~思想 giải phóng tư tưởng

【解放军】jiěfàngjūn<名>quân giải phóng

【解放战争】jiěfàng zhànzhēng chiến tranh giải phóng

【解疙瘩】jiě gēda cởi nút thắt; giải tỏa: 解开心里的疙瘩后，她轻松多了。Chị ấy đã cảm thấy nhẹ nhõm hẳn ra sau khi giải tỏa tâm lí.

【解雇】jiěgù<动>sa thải; đuổi việc: 由于工作太散漫，他被~了。Bởi do công việc quá bệ rạc mà anh ấy đã bị sa thải.

【解恨】jiěhèn<动>giải hận: 真~! Thật là giải được hận!

【解惑】jiěhuò<动>giải thích những vấn đề nan giải và thắc mắc

【解禁】jiějìn<动>bãi bỏ lệnh cấm

【解酒】jiějiǔ<动>giải rượu; giã rượu: 听说喝蜂蜜水能~。Nghe nói uống nước mật ong có tác dụng giã rượu.

【解救】jiějiù<动>cứu nguy: ~受灾群众 cứu giúp quần chúng bị thiên tai

【解决】jiějué<动>❶giải quyết: ~问题 giải quyết vấn đề ❷diệt; xóa sổ: 残余匪徒全给~了。Tàn quân phỉ đã bị diệt gọn.

【解开】jiěkāi<动>cởi; cởi ra; cởi bỏ

【解渴】jiěkě<动>giải khát: 山泉水又甜又凉，真~! Nước suối nguồn vừa ngọt lại mát, giải khát rất tốt!

【解困】jiěkùn<动>giải quyết khó khăn; giải thoát khỏi khó khăn: 这些资金能帮助我们小厂~。Khoản vốn này có thể giúp cho doanh nghiệp nhỏ chúng tôi thoát khỏi cảnh khốn quẫn.

【解铃还须系铃人】jiě líng hái xū xì líng rén gỡ chuông phải do kẻ treo chuông; ai gây ra thì người ấy phải tự giải quyết; ai làm người nấy chịu

【解码】jiěmǎ<动>giải mã

【解闷】jiěmèn<动>giải buồn: 他老人家常常跟人下棋~。Cụ ấy thường xuyên đánh cờ với các bạn để giải buồn.

【解密】jiěmì<动>❶giải mật ❷cho phép công khai

【解难】jiěnán<动>giải quyết khó khăn: 释疑~ giải tỏa sự lo ngại, tháo gỡ khó khăn

【解难】jiěnàn<动>giải nạn; giải tỏa nguy khốn: 排忧~ giải tỏa ưu phiền và nguy khốn

【解囊】jiěnáng<动>mở hầu bao (giúp người): 慷慨~ khảng khái giúp người

【解聘】jiěpìn<动>thôi việc (bãi bỏ hợp đồng lao động)

【解剖】jiěpōu<动>❶giải phẫu: ~尸体 giải phẫu thi thể ❷mổ xẻ phân tích: 严于~自己

J

nghiêm khắc tự phân tích kiểm điểm mình

【解气】jiěqì<动>trút giận; làm cho hả giận

【解散】jiěsàn<动>❶giải tán ❷giải thể; xóa bỏ: ~合唱团 giải thể đoàn hợp xướng

【解释】jiěshì<动>❶giải thích: ~自然现象 giải thích hiện tượng tự nhiên ❷nói rõ; làm rõ (nguyên nhân, lí do, hàm ý): ~误会 làm rõ sự hiểu lầm

【解手】jiěshǒu<动>đi đại tiểu tiện

【解说】jiěshuō<动>giảng giải; thuyết minh: 仔细听讲解员~ lắng nghe giảng giải của người thuyết minh

【解套】jiětào<动>nới lỏng; giải tỏa: 等了两年，他买的股票才~。Phải chờ đến hai năm cổ phiếu của anh ấy mới được giải tỏa.

【解题】jiětí<动>giải quyết vấn đề

【解体】jiětǐ<动>❶giải thể; phân giải ❷tan rã; tan vỡ: 自然经济~ nền kinh tế tự nhiên tan rã

【解脱】jiětuō<动>❶[宗教]giải thoát (từ nhà Phật) ❷thoát khỏi: 他不知道如何从诸多事务中~出来。Anh không biết làm thế nào mới có thể vùng thoát ra khỏi mớ công việc bề bộn. ❸mở lối thoát; gỡ: 他犯下的罪责无法~。Trách nhiệm và tội lỗi của anh ta không có cách nào tháo gỡ được.

【解围】jiěwéi<动>❶giải vây ❷cứu nguy: 他向下属暗使眼色，希望下属来~。Ông ấy đưa mắt ra hiệu cho thuộc hạ mong tìm cách cứu nguy cho mình.

【解悟】jiěwù<动>giác ngộ được; hiểu ra; vỡ nhẽ

【解析】jiěxī<动>giải thích

【解疑】jiěyí<动>❶giải mối lo ngại: 你最好去帮他解了这个疑。Tốt nhất là anh đi giải mối lo ngại cho anh ấy. ❷giải thích thắc mắc: 词典可以为读者释难~。Từ điển có thể giúp người đọc giải thích những băn khoăn thắc mắc.

【解忧】jiěyōu<动>giải tỏa ưu sầu

【解约】jiěyuē<动>hủy bỏ giao ước; xóa lời ước hẹn

【解职】jiězhí<动>miễn chức

jiè

介¹ jiè<动>❶ở giữa hai bên: 他的水平~于小王和小李之间。Trình độ của anh ấy ở mức nằm giữa cậu Vương và cậu Lí. ❷giới thiệu: 个人简~ giới thiệu sơ lược về cá nhân ❸để lại; giữ lại: ~意 để bụng //(姓) Giới

介² jiè<名>❶áo giáp: ~胄 giáp trụ ❷môi giới

【介词】jiècí<名>giới từ

【介壳】jièqiào<名>vỏ cứng (của các động vật nhuyễn thể)

【介入】jièrù<动>chen vào; can dự vào

【介绍】jièshào<动>❶giới thiệu: 下面请自我~一下。Sau đây xin tự giới thiệu. ❷tiến cử

【介绍人】jièshàorén<名>người giới thiệu

【介绍信】jièshàoxìn<名>giấy giới thiệu

【介意】jièyì<动>để tâm; để bụng

【介于】jièyú<动>nằm giữa; ở giữa: 90~85和100之间。90 là con số nằm giữa 85 và 100.

【介质】jièzhì<名>[物理]chất môi giới; vật môi giới

戒 jiè❶<动>chừa; cai: ~烟 cai thuốc lá ❷<名>điều cấm; việc cấm kị: 开~ phá giới ❸<名>giới luật (Phật giáo): 受~ thụ giới ❹<动>phòng tránh; cảnh giác: ~心 lòng cảnh giác ❺<名>nhẫn; cà rá: 钻~ nhẫn bằng kim cương //(姓) Giới

【戒备】jièbèi<动>❶phòng bị; cảnh giới: 森严 phòng bị nghiêm ngặt ❷cảnh giác đề phòng; dè chừng: 他对陌生人都有~。Ông luôn giữ thái độ dè chừng đối với người lạ.

【戒除】jièchú<动>cai; chừa (thói quen không tốt): ~烟酒 cai thuốc lá và rượu

【戒毒】jièdú<动>cai độc; cai nghiện

【戒酒】jièjiǔ<动>cai rượu

【戒律】jièlǜ<名>[宗教]luật cấm

【戒心】jièxīn<名>lòng cảnh giác; ý đề phòng

【戒严】jièyán<动>giới nghiêm; thiết quân luật

【戒指】jièzhi<名>nhẫn (đeo tay); cà rá

芥 jiè<名>❶rau cải: ~末 mù tạc ❷cỏ rác; ví các đồ linh tinh vụn vặt: 命如草~ tính mệnh như cỏ rác

【芥菜】jiècài<名>rau cải đắng

【芥蒂】jièdì<名>[书]điều khúc mắc; điều vướng mắc

【芥末】jièmo<名>bột hạt cải; mù tạc (gia vị)

【芥子】jièzǐ<名>hạt cải giống

届 jiè❶<动>đến (khi, lúc): ~时 đến giờ ❷<量>khóa (chỉ lượt thứ): 历~政府 chính phủ các khóa trước //(姓) Giới

【届满】jièmǎn<动>hết nhiệm kì

【届期】jièqī❶<副>đến thời hạn; đến kì ❷<名>nhiệm kì

【届时】jièshí<副>đến giờ; đến lúc (đã định): ~务必参加。Đến giờ nhất thiết phải tham gia.

界 jiè<名>❶ranh giới; giới hạn: 边~ biên giới ❷phạm vi; tầm: 开阔眼~ mở rộng tầm nhìn ❸giới; tầng lớp: 医学~ giới y học ❹giới (sinh vật) ❺giới (địa tầng)

【界碑】jièbēi<名>bia chỉ giới; cột mốc chỉ giới

【界尺】jièchǐ<名>thước kẻ đường thẳng (không khắc chia độ)

【界定】jièdìng<动>giới định

【界河】jièhé<名>sông giáp ranh; sông giới tuyến

【界面】jièmiàn<名>❶mặt tiếp xúc (giữa hai vật thể) ❷gọi tắt giao diện với người dùng

【界内】jiènèi<名>trong phạm vi

【界外】jièwài<名>ngoài phạm vi

【界限】jièxiàn<名>❶ranh giới: 划清~ vạch rõ ranh giới ❷giới hạn; hạn độ: 他的贪婪是没有~的。Sự tham lam của lão ta thật vô hạn độ.

【界线】jièxiàn<名>❶giới tuyến: 跨越~ vượt qua giới tuyến ❷ranh giới; giới hạn: ~河 sông ranh giới; 超越~ vượt quá giới hạn ❸vạch phân chia; vạch chỉ giới: 工作人员正在给停车位画~。Nhân viên công tác đang vạch giới chỉ đỗ xe.

疥 jiè<名>ghẻ

【疥虫】jièchóng<名>cái ghẻ

【疥疮】jièchuāng<名>bệnh ghẻ

诫 jiè<动>khuyên răn; răn nhủ: 告~ nhắc nhở

借¹ jiè<动>❶mượn; vay: ~钱 vay tiền ❷cho mượn; cho vay: 我~车给他开。Tôi mượn xe cho ông ấy lái.

借² jiè<动>❶vin vào; viện cớ: ~故离开 viện cớ rời khỏi ❷dựa vào; nhờ vào; cậy: ~助 nhờ vào

【借词】jiècí<名>từ vay mượn

【借贷】jièdài❶<动>vay mượn (tiền): 银行~利率 lãi suất khoản vay ngân hàng ❷<名>bên cho vay và bên nợ

【借刀杀人】jièdāo-shārén mượn tay kẻ khác giết người; mượn dao giết người

【借调】jièdiào<动>biệt phái; điều động biệt phái: 他被~到别的部门工作。Ông ấy được biệt phái đi làm việc tại ban ngành khác.

【借读】jièdú<动>học trái tuyến; học dự thính

【借方】jièfāng<名>[会计]❶cột ghi tình hình tăng vốn đầu tư, giảm nợ, giảm thu

J

❷bên vay; bên mượn trong sổ sách kế toán

【借风使船】jièfēng-shǐchuán　mượn gió đưa thuyền; mượn gió bẻ lái

【借古讽今】jiègǔ-fěngjīn　mượn xưa nói nay; mượn chuyện xưa ám chỉ thời nay

【借故】jiègù<副>viện cớ; vin cớ

【借光】jièguāng<动>[口]❶nhờ vào; ăn theo: 借你的光，我今晚住进了五星级酒店。Nhờ ông mà đêm nay tôi được ở khách sạn năm sao. ❷cảm phiền; làm ơn (từ xã giao): ~让我过去。Làm ơn cho tôi đi nhờ.

【借花献佛】jièhuā-xiànfó　mượn hoa cúng Phật; của người phúc ta

【借火】jièhuǒ<动>xin lửa; châm nhờ hút thuốc

【借鉴】jièjiàn<动>noi gương; lấy làm gương: 可资~ có thể lấy làm gương

【借景抒情】jièjǐng-shūqíng　vay mượn cảnh tượng để bày tỏ cảm xúc và ý tưởng

【借酒消愁】jièjiǔ-xiāochóu　say rượu để giảm bớt nỗi khổ đau; uống rượu giải sầu

【借据】jièjù<名>giấy biên nhận vay nợ; chứng từ vay nợ

【借壳上市】jièké shàngshì　chào sàn bằng cách mượn một công ti đã niêm yết

【借口】jièkǒu❶<动>lấy cớ; viện lí do: 不能~赶时间而超速行驶。Không được lấy cớ thời gian gấp mà phóng nhanh vượt ẩu. ❷<名>cái cớ; lí do (viện ra): 别拿工作忙做~而减少与家人的交流。Đừng có viện lí do bận công việc mà bớt giao lưu với người thân trong nhà.

【借款】jièkuǎn❶<动>vay tiền: 向银行~一般需要抵押。Vay tiền của ngân hàng thường cần phải có thế chấp. ❷<名>khoản tiền vay: 这笔~什么时候还? Khoản tiền vay này bao giờ thì hoàn trả?

【借尸还魂】jièshī-huánhún　mượn xác nhập hồn; đổi lốt ngóc đầu dậy (nói về tư tưởng hoặc thế lực đã bị tiêu diệt nay xuất hiện dưới danh nghĩa khác)

【借书】jièshū<动>mượn sách

【借书证】jièshūzhèng<名>thẻ mượn sách

【借宿】jièsù<动>tá túc; ở nhờ: 在邻居家里~一夜 ở nhờ bên hàng xóm một đêm

【借题发挥】jiètí-fāhuī　mượn chủ đề để phát biểu chính kiến

【借条】jiètiáo<名>giấy biên nhận (vay nợ); giấy vay

【借位】jièwèi<动>[数学]mượn số hàng trước; số nhớ (trong khi làm phép trừ)

【借问】jièwèn<动>xin hỏi (lời nói xã giao trân trọng): ~从这里坐几路车可以去火车站? Xin hỏi đi tuyến xe buýt nào thì đến được nhà ga ạ?

【借以】jièyǐ<连>để; dùng để

【借用】jièyòng<动>mượn; dùng nhờ: 我~一下你的电脑。Tôi dùng nhờ máy vi tính của anh nhé.

【借喻】jièyù<名>hoán dụ

【借阅】jièyuè<动>mượn đọc

【借债】jièzhài<动>vay nợ

【借支】jièzhī<动>tạm ứng (lương): ~200美元 tạm ứng cho 200 USD

【借重】jièzhòng<动>(lối nói trân trọng) nhờ vào; dựa vào: 这次~您的力量，我们才顺利拿到客户的订单。Lần này nhờ vào anh mà chúng tôi mới nhận được đơn đặt hàng của khách một cách thuận lợi.

【借住】jièzhù<动>ở nhờ

【借助】jièzhù<动>nhờ vào; dùng đến; nhờ đến: 要看到极远的东西，就得~于望远镜。Muốn nhìn thấy vật ở nơi cực xa, thì phải dùng đến ống nhòm.

解 jiè<动>giải; áp giải
另见jiě, xiè

【解送】jièsòng<动>áp giải; áp tải

jīn

巾 jīn<名>cái khăn

【巾帼】jīnguó<名>cân quắc; khăn trùm; khăn vấn tóc (của phụ nữ thời xưa); dùng chỉ phụ nữ: ~英雄 cân quắc anh hùng

斤[1] jīn<量>cân (đơn vị trọng lượng, xưa là 16 lạng, sau đổi thành 10 lạng = 500 gam): 两~花生仁 hai cân lạc nhân

斤[2] jīn<名>cái rìu đốn gỗ //(姓) Cân

【斤斗】jīndǒu<名>[方]nhào lộn: 翻~ nhào lộn

【斤斤】jīnjīn<动>chi li; so đo; xét nét

【斤斤计较】jīnjīn-jìjiào tính toán quá chi li; đo lọ nước mắm, đếm củ dưa hành

【斤两】jīnliǎng<名>trọng lượng; năng lực: 你的~还不足以与他抗衡。Sức của anh còn chưa thể ganh đua với ông ấy.

今 jīn❶<名>hiện tại; ngày nay; thời nay: 当~ hiện nay ❷<名>nay; ngay thời điểm này: ~早 sớm nay ~晚 tối nay ❸<代>[书]này; đây: ~次 lần này //(姓) Kim

【今不如昔】jīnbùrúxī nay không bằng xưa

【今非昔比】jīnfēixībǐ xưa không thể bì với nay

【今后】jīnhòu<名>từ nay trở đi: ~要好好孝敬父母。Sau này càng phải hiếu thảo với cha mẹ hơn nữa.

【今年】jīnnián<名>năm nay

【今人】jīnrén<名>người thời nay

【今日】jīnrì<名>hôm nay

【今生】jīnshēng<名>kiếp này

【今世】jīnshì<名>❶đời nay ❷thời đại ngày nay

【今天】jīntiān<名>❶hôm nay: ~是个好日子。Hôm nay là ngày tốt. ❷bây giờ; hiện nay: ~的孩子生活得很幸福。Cuộc sống trẻ em hiện nay rất hạnh phúc.

【今昔】jīnxī<名>xưa và nay; kim cổ

【今宵】jīnxiāo<名>[书]đêm nay

【今朝】jīnzhāo<名>❶[方]hôm nay: ~有酒~醉 ngày hôm nay có rượu thì ngày hôm nay uống cho thật say ❷[书]ngày nay; hiện nay: 数风流人物，还看~。Liệt kê các nhân vật lỗi lạc, nay vẫn hơn xưa.

金[1] jīn❶<名>kim loại: 五~ ngũ kim ❷<名>tiền: 现~ tiền mặt ❸<名>nhạc khí; gõ bằng kim loại: 鸣~收兵 nổi chiêng thu quân ❹<名>vàng (kí hiệu: Au): 黄~ vàng ❺<形>vàng (ví sự tôn quý, quý báu): ~口玉言 lời vàng tiếng ngọc ❻<形>(màu) vàng: 发 tóc vàng //(姓) Kim

金[2] jīn<名>đời nhà Kim (một triều đại lịch sử của Trung Quốc)

【金榜题名】jīnbǎng-tímíng có tên trên bảng vàng

【金笔】jīnbǐ<名>bút máy ngòi vàng

【金币】jīnbì<名>đồng tiền (bằng) vàng

【金碧辉煌】jīnbì-huīhuáng vàng son lộng lẫy

【金不换】jīnbuhuàn quý hơn vàng: 浪子回头~。Những người lầm đường lạc lối mà biết hối cải thì còn quý hơn vàng.

【金灿灿】jīncàncàn ánh vàng rực rỡ; ánh vàng chói chang

【金蝉脱壳】jīnchán-tuōqiào con ve lốt xác; dùng mưu bí mật trốn thoát

【金额】jīn'é<名>số tiền; kim ngạch

【金饭碗】jīnfànwǎn<名>cái bát vàng (cương vị béo bở): 体制改革后，一些人的~保不住了。Sau khi cải cách thể chế, một số người không còn giữ được cương vị béo bở của mình.

【金刚石】jīngāngshí<名>kim cương; đá kim cương

【金刚钻】jīngāngzuàn =【金刚石】

【金戈铁马】jīngē-tiěmǎ kim thương ngựa

J

sắt; quân đội hùng mạnh

【金箍棒】jīngūbàng<名>gậy kim cô (binh khí của Tôn Ngộ Không)

【金龟婿】jīnguīxù<名>con rể giàu sang; con rể triệu phú

【金黄】jīnhuáng<形>vàng óng: ~的麦穗 nhánh lúa mạch vàng óng

【金婚】jīnhūn<名>đám cưới vàng (phong tục châu Âu kỉ niệm tròn 50 năm ngày cưới)

【金奖】jīnjiǎng<名>huy chương vàng; cúp vàng

【金科玉律】jīnkē-yùlǜ khuôn vàng thước ngọc

【金口玉言】jīnkǒu-yùyán lời vàng ngọc của hoàng đế; quân tử nhất ngôn; một lời như dao chém đá

【金库】jīnkù<名>kho bạc nhà nước; quốc khố

【金块】jīnkuài<名>cục vàng; vàng thoi

【金矿】jīnkuàng<名>mỏ vàng

【金领】jīnlǐng<名>cổ vàng; tầng lớp thu nhập cao: 我们的高端客户都是~。Khách VIP của chúng tôi đều là đối tượng có thu nhập cao.

【金銮殿】jīnluándiàn<名>điện kim loan; điện rồng

【金牛座】jīnniúzuò<名>chòm sao Kim ngưu

【金牌】jīnpái<名>huy chương vàng: 他获得本次运动会的第一枚~。Anh ấy giành được tấm huy chương vàng đầu tiên của Đại hội thể dục thể thao lần này.

【金钱】jīnqián<名>tiền bạc; tiền tệ; tiền

【金秋】jīnqiū<名>thu vàng; mùa thu

【金融】jīnróng<名>hoạt động tiền tệ: ~风暴 cơn bão tài chính

【金融寡头】jīnróng guǎtóu trùm tài chính

【金融危机】jīnróng wēijī nguy cơ tài chính; khủng hoảng tài chính

【金三角】jīnsānjiǎo<名>tam giác vàng

【金嗓子】jīnsǎngzi<名>giọng hát vàng: 她是村里有名的~。Chị ấy nổi tiếng là giọng hát vàng của thôn.

【金色】jīnsè<名>màu vàng

【金闪闪】jīnshǎnshǎn ánh vàng lấp lánh; vàng óng ánh

【金石为开】jīnshí-wéikāi cứng như kim cương mà cũng phải cảm động; sắt đá cũng phải động lòng

【金属】jīnshǔ<名>kim loại

【金丝猴】jīnsīhóu<名>khi lông vàng

【金条】jīntiáo<名>thoi vàng

【金童玉女】jīntóng-yùnǚ kim đồng ngọc nữ

【金屋藏娇】jīnwū-cángjiāo xây nhà đẹp cho vợ ở (hết sức yêu vợ); chứa gái đẹp trong nhà sang

【金无足赤，人无完人】jīnwúzúchì, rén wúwánrén vàng không có vàng mười, con người ta không ai mười phân vẹn mười; nhân vô thập toàn

【金星】[1] jīnxīng<名>kim tinh; sao Kim

【金星】[2] jīnxīng<名>❶sao vàng (năm cánh): ~勋章 huân chương sao vàng ❷đom đóm mắt: 我一头撞到门框，马上眼冒~。Tôi đâm đầu vào khung cửa tức thì mắt nổi đom đóm.

【金钥匙】jīnyàoshi<名>chìa khóa vàng

【金银财宝】jīnyín-cáibǎo vàng bạc tiền của

【金银花】jīnyínhuā<名>hoa kim ngân

【金鱼】jīnyú<名>cá vàng; cá cảnh

【金玉良言】jīnyù-liángyán lời vàng ngọc

【金玉满堂】jīnyù-mǎntáng nhà cửa hết sức giàu có; vàng ngọc đầy nhà

【金玉其外，败絮其中】jīnyùqíwài, bàixùqízhōng bề ngoài hào nhoáng, bên trong tồi tàn

【金针】jīnzhēn<名>❶[书]kim khâu; kim

thêu ❷[中医]kim châm cứu ❸hoa hiên

【金枝玉叶】jīnzhī-yùyè cành vàng lá ngọc

【金子】jīnzi<名>vàng (kim loại): 是~总会发光的。Là vàng ắt sẽ tỏa sáng.

【金字塔】jīnzìtǎ<名>kim tự tháp

津¹ jīn❶<名>nước dãi; nước bọt: 生~止渴 tiết nước bọt chống khát ❷<名>mồ hôi: 遍体生~ mồ hôi đầm đìa ❸<动>ướt át; nhớp nháp: ~润的双眼 đôi mắt ướt át

津² jīn<名>❶[书]cửa ải; bến sông; bến đò: 要~ cửa ải hay bến đò xung yếu ❷(Jīn) tên gọi tắt của thành phố Thiên Tân

【津津】jīnjīn<形>❶say sưa; hứng thú: ❷(mồ hôi, nước) đầm đìa; lai láng: 汗~ mồ hôi đầm đìa

【津津乐道】jīnjīn-lèdào chuyện trò say sưa

【津津有味】jīnjīn-yǒuwèi hứng thú dạt dào

【津贴】jīntiē❶<名>tiền trợ cấp: 他每个月的~是五百块钱。Tiền trợ cấp hàng tháng của anh ấy là 500 đồng RMB. ❷<动>trợ cấp; cho phụ cấp: 公司每月~员工交通费。Hàng tháng công ti đều trợ cấp tiền giao thông đi lại cho nhân viên.

【津液】jīnyè<名>[中医]tân dịch (các chất lỏng trong cơ thể)

矜 jīn[书]❶<动>thương tình; tiếc rẻ ❷<动>khoe khoang; tự cao: 骄~ kiêu căng tự phụ ❸<形>thận trọng; cẩn trọng

【矜持】jīnchí<形>❶cẩn trọng; nghiêm túc; câu nệ: 女孩子一般都比较~。Các cô gái thường mang tính cẩn trọng. ❷mất tự nhiên, e dè: 他第一次当面向领导汇报工作，有点儿~。Lần đầu tiên báo cáo công tác trước lãnh đạo anh ấy còn hơi e dè.

【矜夸】jīnkuā<动>[书]khoe khoang

筋 jīn<名>❶bắp thịt; cơ bắp: 伤~动骨 bị thương bắp xương ❷[口]dây chằng; gân: 牛

蹄~儿 gân vó bò ❸đồ giống gân: 钢~ cốt thép

【筋道】jīndao<形>[方]❶dai ❷săn chắc (chỉ người có tuổi)

【筋斗】jīndǒu<名>[方]lộn nhào

【筋骨】jīngǔ<名>gân cốt; vóc dáng

【筋疲力尽】jīnpí-lìjìn bải hoải rã rời

禁 jīn<动>❶chịu đựng; kham: 弱不~风 yếu ớt không chịu nổi gió ❷nín nhịn: 情不自~ không nén nổi tình cảm
另见jìn

【禁不起】jīnbuqǐ không chịu đựng được: ~考验 không chịu được thử thách

【禁不住】jīnbuzhù❶chịu không nổi; không kham được: 这座桥~30吨。Chiếc cầu này không chịu nổi trọng lượng 30 tấn. ❷bất giác; không nén được: 孩子们的表演很感人，父母~泪流满面。Biểu diễn của các cháu giành được sự cảm phục, các vị cha mẹ đã ứa nước mắt.

【禁得起】jīndeqǐ chịu đựng được; kham nổi

【禁得住】jīndezhù chịu nổi; kham nổi

【禁受】jīnshòu<动>chịu; chịu đựng: 她接连遭受打击，我们都担心她无法~。Chị ấy nhiều lần gặp cảnh ngộ phũ phàng, chúng tôi lo chị ấy không chịu đựng nổi.

襟 jīn<名>❶vạt áo; tà áo: 对~ áo ngắn ❷(anh em) đồng hao; cọc chèo: ~兄 anh (rể) đồng hao ❸nỗi lòng; tâm sự: ~抱 nỗi lòng

【襟怀】jīnhuái<名>tâm tình; nỗi lòng

jǐn

仅 jǐn<副>chỉ; vẻn vẹn //(姓) Cẩn

【仅仅】jǐnjǐn<副>chỉ; vẻn vẹn: 她~上了一年大学，就退学了。Chị ấy chỉ học hết đại học năm thứ nhất đã phải thôi học.

J

尽 jǐn❶〈动〉hết sức; cố: ~可能 hết sức cố gắng ❷〈介〉chi: 先~着这座山搜寻。Tìm ở ngọn núi này trước đã. ❸〈介〉trước hết; trước: 食物不够了，~着老人和孩子先吃。Đồ ăn không đủ thì trước hết phải dành cho người cao tuổi và các cháu nhỏ. ❹〈副〉tận cùng; nhất: 他在队伍的~前头站着。Anh ấy đứng ở vị trí trên cùng của đội ngũ. ❺〈副〉[方]chi; suốt: 她~埋头吃饭，不搭理父母。Cô ta cắm cúi ăn cơm mà chẳng thèm để ý tới cha mẹ.

另见 jìn

【尽管】jǐnguǎn❶〈副〉cứ; cứ việc: 你~做，不要怕。Anh cứ làm đi, đừng sợ. ❷〈副〉[方]vẫn; vẫn cứ; cứ: 有意见就提出来吧，~耽搁着会误事。Có ý kiến gì thì nêu ra chứ đừng nên nên nhờ việc. ❸〈连〉cho dù: 他诚恳道歉，女朋友还是不原谅。Dù anh ấy đã chân thành xin lỗi nhưng bạn gái vẫn không chịu lượng thứ.

【尽可能】jǐnkěnéng cố gắng; tận khả năng

【尽快】jǐnkuài〈副〉nhanh nhất; sớm nhất: ~完成任务 hoàn thành nhiệm vụ sớm nhất

【尽量】jǐnliàng〈副〉hết sức; cố hết sức: 工作虽然忙，学习的时间仍然要~保证。Công việc tuy bận, thời gian học tập vẫn phải cố hết sức bảo đảm.

另见 jìnliàng

【尽早】jǐnzǎo〈副〉sớm nhất; nhanh nhất

紧 jǐn❶〈形〉căng: 绳子拉得很~。Dây thừng kéo rất căng. ❷〈形〉chắc; chặt: 把螺丝钉往~里拧一拧。Siết chặt đinh ốc. ❸〈形〉kích; chật; khít: 全国人民团结~。Nhân dân cả nước đoàn kết chặt chẽ. ❹〈形〉gấp; dồn dập: 抓~时间 nắm chắc thời gian ❺〈形〉(kinh tế) eo hẹp; túng thiếu: 这个月手头有点~。Tháng này tiền tiêu hơi túng thiếu. ❻〈动〉thắt chặt; siết chặt: 他~了一下腰带。Anh ấy thắt chặt dây lưng.

【紧巴巴】jǐnbābā❶căng; chật ních ❷chật vật

【紧绷绷】jǐnbēngbēng❶căng; chật căng; bó chặt: 皮带系得~的。Dây da thắt chặt. ❷căng thẳng; khác thường: 她脸~的，像很生气的样子。Vẻ mặt cô ấy căng thẳng, dường như rất tức giận.

【紧逼】jǐnbī〈动〉bám sát; ép chặt

【紧凑】jǐncòu〈形〉chặt chẽ; khít khao; ăn khớp: 时间~ thời gian rất khít khao

【紧跟】jǐngēn〈动〉theo sát: ~时代潮流 hòa theo nhịp bước thời đại

【紧箍咒】jǐngūzhòu〈名〉lời niệm thần chú vòng kim cô (*Tây du kí*); xiềng xích

【紧急】jǐnjí〈形〉gấp; khẩn cấp: ~疏散人群 cho mọi người sơ tán khẩn cấp; ~状态 tình trạng khẩn cấp

【紧紧】jǐnjǐn〈副〉chặt; choàng lấy: 他~地搂着妈妈的脖子。Anh ấy ôm choàng lấy mẹ của mình.

【紧锣密鼓】jǐnluó-mìgǔ chiêng trống nhộn nhịp; khẩn trương triển khai công việc

【紧密】jǐnmì〈形〉❶chặt chẽ: ~联系群众 liên hệ chặt chẽ với quần chúng ❷dồn dập; liên tục: 赛程~ lịch thi đấu được sắp xếp một cách liên tục

【紧迫】jǐnpò〈形〉cấp bách; bức bách: 形势~ tình thế cấp bách

【紧俏】jǐnqiào〈形〉(hàng hóa) bán chạy; đắt hàng

【紧缺】jǐnquē〈形〉(hàng hóa) bán chạy; đắt hàng; khan hiếm: 物资~ vật tư kham hiếm

【紧身】jǐnshēn〈形〉chật bó sát người (chi áo)

【紧缩】jǐnsuō〈动〉tút gọn; thu hẹp: 通货~ thu hẹp tiền tệ

【紧要】jǐnyào〈形〉quan trọng; xung yếu: ~关头 bước ngoặt quan trọng

【紧张】jǐnzhāng〈形〉❶hồi hộp; thấp thỏm:

初次到女朋友家里，难免会~。Lần đầu tiên đến nhà bạn gái thật khó tránh khỏi tâm trạng hồi hộp thấp thỏm. ❷căng thẳng; gay go: ~的工作 công việc căng thẳng ❸căng; căng thẳng: 供应~ tình hình cung ứng căng thẳng

【紧着】jǐnzhe<动>[口]gấp; gấp rút; nhanh

堇 jǐn

【堇菜】jǐncài<名>cây rau đay

锦 jǐn

❶<名>gấm: 壮~ thổ cẩm của dân tộc Choang ❷<形>rực rỡ; bóng bẩy //(姓) Cẩm

【锦标】jǐnbiāo<名>giải thưởng; phần thưởng

【锦标赛】jǐnbiāosài<名>giải vô địch: 世界 游泳~ giải vô địch bơi lội thế giới

【锦缎】jǐnduàn<名>gấm vóc; đoạn

【锦纶】jǐnlún<名>sợi tổng hợp; sợi ni-lon

【锦囊】jǐnnáng<名>cẩm nang: ~妙计 kế sách hay

【锦旗】jǐnqí<名>cờ thưởng; cờ thi đua

【锦上添花】jǐnshàng-tiānhuā thêm hoa cho gấm; tô điểm đẹp thêm

【锦绣】jǐnxiù<形>cẩm tú; rực rỡ; đẹp đẽ: ~ 河山 non sông gấm vóc; ~前程 tiền đồ sáng sủa

谨 jǐn

❶<形>cẩn thận: 拘~ quá giữ kẽ ❷<副>trân trọng; trịnh trọng; kính cẩn: 我~向 各位代表表示热烈的欢迎。Tôi xin trân trọng bày tỏ sự hoan nghênh nhiệt liệt với các vị đại biểu.

【谨防】jǐnfáng<动>đề phòng cẩn thận: ~ 短信诈骗 cần phòng ngừa lừa đảo qua tin nhắn

【谨慎】jǐnshèn<形>cẩn thận

【谨小慎微】jǐnxiǎo-shènwēi cẩn thận dè dặt quá mức

【谨严】jǐnyán<形>❶chặt chẽ ❷cẩn thận; chu đáo

【谨言慎行】jǐnyán-shènxíng ăn nói thận

trọng; ứng xử cẩn trọng

jìn

尽 jìn❶<动>hết: 取之不~ lấy không hết ❷<动>[书]tử vong; chết: 同归于~ cùng chết ❸<动>đến tận cùng; đến cực điểm: 山穷水~ sơn cùng thủy tận ❹<动>dốc hết; tận cùng: ~心~力 dốc lòng dốc sức ❺<动>làm hết sức: ~职~责 làm việc hết lòng hết sức ❻<副>tất cả; toàn bộ; đều: ~说废话 toàn là những lời nói vô ích

另见jǐn

【尽力】jìnlì<动>tận lực; dốc hết sức

【尽力而为】jìnlì'érwéi làm hết sức

【尽量】jìnliàng<动>đến mức tối đa; cố hết sức

另见jǐnliàng

【尽情】jìnqíng<副>tận tình; hết mình; tha hồ: ~释放 hết mình xả láng/xả cho hết mới thôi

【尽然】jìnrán<形>hoàn toàn như vậy (dùng phủ định): 未必~ chưa hẳn hoàn toàn là vậy

【尽人皆知】jìnrén-jiēzhī mọi người đều biết cả

【尽如人意】jìnrú-rényì tất cả đều làm cho bằng lòng

【尽善尽美】jìnshàn-jìnměi tận thiện tận mĩ; cực kì hoàn mĩ

【尽是】jìnshì<动>cứ; cơ man nào; toàn là: 一眼看过去，~石头。Đưa mắt nhìn lại cơ man nào là đá.

【尽释前嫌】jìnshì-qiánxián xóa hết oán giận trước đây

【尽收眼底】jìnshōu-yǎndǐ nhìn rõ toàn cảnh; thu vào tầm mắt

【尽数】jìnshù<副>toàn bộ; tất cả

【尽头】jìntóu<名>tận cùng; chót cùng

【尽孝】jìnxiào<动>hết lòng hiếu thảo: 为人 子女要~。Đạo làm con phải hết lòng hiếu

J

thảo cha mẹ.

【尽心】jìnxīn<动>tận tâm; hết lòng

【尽信书不如无书】jìn xìn shū bùrú wú shū quá tin vào sách chẳng bằng không đọc sách; không nên mù quáng tin vào hết thảy những gì viết trong sách

【尽兴】jìnxìng<动>thỏa thích; hả hê

【尽义务】jìn yìwù làm tròn nghĩa vụ

【尽责】jìnzé<动>làm hết trách nhiệm: 尽职~ làm hết trách nhiệm và chức trách

【尽职】jìnzhí<动>làm tốt chức trách; làm tốt công việc

进¹ jìn❶<动>tiến lên (phía trước): 前~ tiến lên ❷<动>vào; đi vào: ~入 đi vào ❸<动>thu nhập: ~货 nhập hàng ❹<动>trình lên; gửi lên: ~言 trình ý kiến ❺<动>tới; vào: ~食 ăn cơm ❻<量>dãy; ngăn (nhà trệt) //(姓) Tiến

进² jìn<动>(động từ chỉ hướng): 走~ đi vào

【进补】jìnbǔ<动>tẩm bổ

【进步】jìnbù❶<动>tiến bộ; tiến tới: 学习~ học hành tiến tới ❷<形>tiến bộ

【进餐】jìncān<动>ăn cơm; ăn uống: ~时 不要说话。Khi ăn uống không nên nói chuyện.

【进场】jìnchǎng<动>vào trường

【进城】jìnchéng<动>vào thành

【进程】jìnchéng<名>tiến trình: 城市化~ tiến trình đô thị hóa

【进出】jìnchū❶<动>ra vào: 汽车都从北门 ~。Xe hơi đều ra vào qua cửa Bắc. ❷thu chi; xuất nhập (hàng): 超市每天~数额巨 大。Lượng xuất nhập hàng mỗi ngày của siêu thị rất lớn.

【进出口】jìnchūkǒu xuất nhập khẩu: ~贸 易 mậu dịch xuất nhập khẩu

【进度】jìndù<名>tiến độ: 授课~ tiến độ giảng bài

【进而】jìn'ér<连>tiến tới; tiếp đến: 先稳定

客人的情绪，~解释原因。Trước hết phải làm yên lòng khách rồi tiếp đến mới giải thích nguyên do.

【进发】jìnfā<动>xuất phát; khởi hành đi (tàu xe, đoàn người)

【进港】jìngǎng<动>vào cảng; cập cảng

【进攻】jìngōng<动>❶tiến đánh: ~敌人的 指挥部 tiến công vào bộ chỉ huy của địch ❷tấn công: 猛烈~ tấn công mạnh mẽ

【进贡】jìngòng<动>❶tiến cống; cống nộp: 向朝廷~ tiến cống cho triều đình ❷biểu xén

【进化】jìnhuà<动>tiến hóa: 生物由低级向 高级~。Sinh vật tiến hóa từ cấp thấp đến cấp cao.

【进京】jìnjīng<动>lên thủ đô; lên kinh đô

【进军】jìnjūn<动>tiến quân

【进口】jìnkǒu❶<动>cập bến ❷<动>nhập khẩu: 从外国~玉米 nhập khẩu ngô từ nước ngoài ❸<名>cửa vào: 学校大门的~在左 边。Cổng vào của trường ở mé trái.

【进口关税】jìnkǒu guānshuì thuế quan nhập khẩu

【进来】¹jìnlái<动>vào; tiến vào; đi vào

【进来】²jìnlái<动>thổi vào; bay vào

【进门】jìnmén<动>❶vào cửa; bước vào: 正 说话间，他~了。Đang lúc mọi người nói chuyện thì anh ấy bước vào. ❷bắt đầu nhập cuộc; nhập môn: 我做生意还没~，请多指 教。Chuyện làm ăn buôn bán tôi còn chưa nhập cuộc, xin được chỉ bảo. ❸[方]về nhà chồng: 她刚~的儿媳妇不爱说话。Con dâu mới của bà ấy rất ít nói.

【进球】jìnqiú<动>làm bàn; sút vào; ghi điểm

【进取】jìnqǔ<动>vươn lên; vươn tới; tiến thủ: 他在工作中积极~，获得了大家的认 可。Anh tích cực tiến thủ trong công việc, được mọi người chấp nhận.

【进去】¹jìnqù<动>đi vào: 这家商店的水果 很新鲜，常常吸引客人~。Trái cây của

cửa hiệu này rất tươi, luôn thu hút khách hàng.

【进去】² jìnqù<动>vào: 把这里的货物都搬~。Dọn hết hàng ở đây vào trong.

【进入】jìnrù<动>vào; bước vào

【进退】jìntuì<动>❶tiến và lùi; tiến thoái: 共同~ cùng tiến thoái ❷(giữ đúng) chừng mực: 不知~ không biết chừng mực

【进退两难】jìntuì-liǎngnán tiến thoái lưỡng nan

【进退维谷】jìntuì-wéigǔ tiến thoái đều khó; tiến thoái lưỡng nan

【进行】jìnxíng<动>❶tiến hành: 大会正在~。Đại hội đang tiến hành. ❷tiến lên

【进行曲】jìnxíngqǔ<名>khúc quân hành; tiến quân ca

【进修】jìnxiū<动>tiến tu; học tập nâng cao; bổ túc:他到北京大学~一年。Anh ấy đã tiến tu một năm tại Trường Đại học Bắc Kinh.

【进言】jìnyán<动>thưa trình ý kiến; trình ý kiến

【进一步】jìnyībù thêm một bước; hơn nữa

【进展】jìnzhǎn<动>tiến triển: 经理密切关注该项目的~情况。Giám đốc theo dõi chặt chẽ tiến triển của dự án.

【进站】jìnzhàn<动>vào ga

【进账】jìnzhàng❶<动>thu nhập ❷<动>ghi sổ thu ❸<名>khoản tiền vào sổ

【进驻】jìnzhù<动>tiến vào đóng quân

近 jìn❶<形>gần: 两人住得很~。Hai người ở rất gần nhau. ❷<动>tiếp cận; gần như: 年~六十 gần tuổi sáu mươi ❸<形>gần gũi; thân mật: 亲~ thân thiết ❹<形>dễ hiểu // (姓) Cận

【近便】jìnbian<形>gần và tiện

【近处】jìnchù<名>nơi gần

【近代】jìndài<名>❶cận đại ❷thời đại chủ nghĩa tư bản

【近道】jìndào<名>đường tắt: 这条新路是到火车站的~。Con đường mới này có thể đi tắt tới nhà ga.

【近海】jìnhǎi<名>vùng biển gần bờ; vùng biển sát đất liền

【近乎】jìnhū<动>gần như: 他临摹的油画~原作。Tranh sơn dầu do ông ấy phỏng vẽ gần giống với nguyên tác.

【近乎】jìnhu<形>[方]thân; thân thiết; làm thân: 她善于和陌生人套~。Chị ấy rất sành sỏi trong việc làm thân với người lạ.

【近郊】jìnjiāo<名>vùng ven đô; vùng ngoại ô gần

【近况】jìnkuàng<名>tình hình gần đây

【近来】jìnlái<名>gần đây: 我~身体不舒服。Gần đây mình không được khỏe lắm.

【近邻】jìnlín<名>cận lân; láng giềng gần

【近路】jìnlù<名>đường gần; đường tắt

【近年】jìnnián<名>những năm gần đây

【近旁】jìnpáng<名>sát cạnh; gần cạnh

【近期】jìnqī<名>thời gian gần nhất; thời kì gần đây nhất: ~房价还在上涨。Giai đoạn gần đây giá nhà vẫn đang lên.

【近亲】jìnqīn<名>họ hàng gần: ~繁殖 sinh sôi họ hàng gần

【近日】jìnrì<名>vừa qua; những ngày gần đây

【近视】jìnshì<形>❶cận thị: 长时间看电视容易造成~。Xem ti vi trong thời gian dài dễ gây cận thị. ❷tầm mắt hạn hẹp; thiển cận trước mắt: 只顾眼前利益是一种~行为。Chỉ nhằm vào lợi ích trước mắt là hành vi thiển cận.

【近视眼】jìnshìyǎn<名>mắt cận thị

【近水楼台先得月】jìn shuǐ lóutái xiān dé yuè thủy tạ bên bờ nước là nơi ngắm trăng tuyệt vời (thường dùng ví vị thế là một lợi thế lớn trong công việc)

【近似】jìnsì<动>gần giống; nhang nhác;

na ná: 这个商标和我们公司的~。Tem mác này gần giống với tem mác của công ti chúng tôi.

【近于】jìnyú<动>dường như

【近照】jìnzhào<名>ảnh chụp gần đây

【近朱者赤，近墨者黑】jìnzhūzhěchì, jìnmòzhěhēi gần mực thì đen, gần đèn thì rạng

妗 jìn

【妗母】jìnmǔ<名>[方]mợ

劲 jìn<名>❶sức lực; sức: 他的手~真大。 Lực tay anh ấy rất mạnh. ❷tinh thần; tâm trạng: 干~ lòng hăng hái ❸vẻ mặt; thái độ: 他的得意~惹恼了对手。Thái độ đắc ý của anh ấy làm cho đối thủ tức giận. ❹hứng; hứng thú: 没~ không hứng ❺công hiệu
另见 jìng

【劲头】jìntóu<名>[口]❶sức lực; sức vóc ❷lòng hăng hái; hào hứng: 他们工作的~很足。 Tinh thần hăng hái làm việc của họ rất cao. ❸vẻ mặt; thái độ

晋[1] jìn<动>❶tiến: ~见 yết kiến ❷thăng; thăng cấp: ~职 thăng chức

晋[2] Jìn<名>❶đời nhà Tấn (một triều đại lịch sử của Trung Quốc, gồm Tây Tấn và Đông Tấn) ❷tên gọi tắt của tỉnh Sơn Tây // (姓) Tấn

【晋级】jìnjí<动>[书]thăng cấp

【晋升】jìnshēng<动>[书]thăng chức; thăng cấp: ~中将 thăng cấp trung tướng

烬 jìn<名>tro: 灰~ tro bụi

浸 jìn❶<动>ngâm nước: 把衣服放在水里~ 一下。Cho quần áo vào ngâm trong nước. ❷<动>thấm; rỉ nước: 汗水~湿了衣服。Mồ hôi thấm ướt áo quần. ❸<副>[书]dần dần: 友情~厚 tình bạn dần dần sâu đậm

【浸膏】jìngāo<名>[医药]cao ngâm

【浸剂】jìnjì<名>[医学]thuốc ngâm; nước hãm

【浸没】jìnmò<动>❶tràn ngập ❷chìm đắm

【浸泡】jìnpào<动>ngâm; dầm

【浸染】jìnrǎn<动>❶tiêm nhiễm dần ❷nhuộm: 上衣被墨水~了。Chiếc áo bị giây vết mực.

【浸润】jìnrùn<动>❶thấm; ngấm; loang: 水 从渠里缓缓流出，~着干旱的土地。Nước từ trong kênh chảy ra thấm vào những thửa ruộng khô cạn. ❷lời xúc xiểm thấm dần ❸nhiễm trùng; tấy

【浸透】jìntòu<动>❶ngấm sũng; sũng: 衣 服要~了再搓洗。Quần áo cần ngâm cho thấm đã rồi mới vò giặt. ❷thấm: 汗水~了 内衣。Mồ hôi làm ướt sũng áo lót. ❸chứa đầy; thấm đượm: 这封信~着对妻子的思念 之情。Bức thư này đã thấm đượm tình cảm nhớ nhung đối với người vợ của mình.

【浸渍】jìnzì<动>ngâm nước; dầm nước

靳 jìn<动>[书]keo kiệt; bủn xỉn // (姓) Cận

禁 jìn❶<动>cấm; cấm chỉ: ~酒 cấm rượu ❷<动>giam cầm; nhốt: ~闭 giam nhốt ❸<名>điều cấm: 违~ vi phạm lệnh cấm ❹<名>cung cấm (nơi ở của vua): 宫~ cung cấm
另见 jīn

【禁地】jìndì<名>cấm địa; đất cấm

【禁毒】jìndú<动>cấm ma túy: ~形势严峻 tình hình cấm ma túy hết sức gay go

【禁赌】jìndǔ<动>cấm đánh bạc

【禁飞】jìnfēi<动>cấm bay: ~区 vùng cấm bay

【禁锢】jìngù<动>❶[旧]cấm người khác ra làm quan hoặc làm chính trị ❷[书]giam cầm ❸trói buộc; ràng buộc: 被封建思想~ bị tư tưởng phong kiến ràng buộc

【禁果】jìnguǒ<名>trái cấm: 偷尝~ nếm trộm trái cấm

【禁忌】jìnjì❶<名>cấm kị; kiêng kị ❷<动> kiêng; kiêng khem: ~酸辣 kiêng đồ chua cay

【禁绝】jìnjué<动>cấm tuyệt đối; cấm tiệt

【禁例】jìnlì<名>lệ cấm; điều lệ cấm

【禁猎】jìnliè<动>cấm săn bắn: ~稀有野生动物。Cấm không được săn bắn động vật hoang dại quý hiếm.

【禁令】jìnlìng<名>lệnh cấm

【禁区】jìnqū<名>❶khu vực cấm: 军事~ khu vực quản lí quân sự ❷phạm vi cấm: 这些问题在公司内部属于~，不允许谈论。Những vấn đề này thuộc nội dung cấm trong nội bộ công ti, không được phép bàn tán. ❸màng cấm (y học) ❹vòng cấm địa

【禁赛】jìnsài<动>bị cấm dự thi; bị đình chỉ thi đấu: 他被红牌罚下，~一场。Anh ấy bị phạt thẻ đỏ và bị cấm dự đấu một trận.

【禁食】jìnshí<动>cấm ăn: ~两天 cấm ăn trong hai ngày

【禁书】jìnshū<名>sách cấm

【禁条】jìntiáo<名>điều cấm

【禁烟】jìnyān<动>cấm thuốc lá; cấm hút thuốc

【禁渔】jìnyú<动>cấm đánh cá

【禁欲】jìnyù<动>cấm dục; ức chế dục vọng

【禁运】jìnyùn<动>cấm vận: ~枪支弹药 cấm vận vũ khí đạn được

【禁止】jìnzhǐ<动>cấm: ~喧哗 cấm gây ồn ào

缙jìn<名>[书]lụa điều; lụa đỏ

【缙绅】jìnshēn<名>thân sĩ (người có chức tước hoặc từng làm quan thời xưa)

觐jìn<动>triều kiến (vua); triều bái (thánh địa)

【觐见】jìnjiàn<动>[书]triều kiến (vua)

噤jìn<动>❶[书]câm miệng; không lên tiếng ❷rét run cầm cập

【噤口不言】jìnkǒu-bùyán giữ mồm giữ miệng; không nói

【噤若寒蝉】jìnruòhánchán im bặt như ve sầu mùa đông; câm như hến

jīng

茎jīng ❶<名>thân cây; cọng cây: 块~ thân củ ❷<名>vật có hình thẳng giống thân cây ❸<量>[书]cọng; sợi: 数~白发 vài sợi tóc bạc

京jīng<名>❶thủ đô ❷(Jīng) tên gọi tắt của thành phố Bắc Kinh //(姓) Kinh

【京城】jīngchéng<名>kinh thành; thủ đô

【京都】jīngdū<名>kinh đô; kinh thành

【京剧】jīngjù<名>Kinh kịch: 这位外国老太太很喜欢看~表演。Cụ bà người nước ngoài này rất thích xem biểu diễn Kinh kịch.

【京腔】jīngqiāng<名>giọng Bắc Kinh

泾jīng<名>❶[方]lạch nước; ngòi nước ❷(Jīng) Kinh Hà

【泾渭分明】jīngwèi-fēnmíng sông Kinh (dòng trong) và sông Vị (dòng đục) trong đục rõ ràng; ranh giới rạch ròi

经jīng❶<名>sợi dọc (trên tấm dệt): ~线 kinh tuyến ❷<名>mạch chủ; kinh: 膀胱~ kinh bàng quang ❸<名>kinh độ: 东~ kinh độ đông ❹<动>kinh doanh; điều hành: ~商 kinh doanh buôn bán ❺<形>luôn luôn; bình thường: ~常 thường xuyên ❻<名>kinh điển; sách kinh: 四书五~ Tứ thư ngũ kinh ❼<名>kinh nguyệt: ~期 kì kinh nguyệt ❽<动>trải qua; qua: 我~手办的事记得比较清楚。Việc qua tay xử lí nên tôi khá rõ ngọn ngành. ❾<动>chịu; chịu đựng: ~得起时间的检验 chịu được sự kiểm nghiệm của thời gian ❿<名>bộ Kinh (phân loại sách cổ) //(姓) Kinh

【经办】jīngbàn<动>qua tay xử lí; đích thân điều hành

【经不起】jīngbuqǐ không chịu nổi: 我这把年纪~这样的折腾了。Tuổi tác của tôi đã không chịu nổi sự vật vã như vậy nữa.

【经不住】jīngbuzhù không chịu nổi: 妈妈

~孩子的哀求，答应给他买玩具。Không chịu nổi sự nài nỉ của con, mẹ đã nhận lời mua đồ chơi cho nó.

【经产妇】jīngchǎnfù<名>phụ nữ đã sinh sản

【经常】jīngcháng❶<形>ngày thường; hàng ngày: ~性工作 công việc hàng ngày ❷<副>thường xuyên; thường thường: 要~注意个人卫生。Phải thường xuyên lưu ý vệ sinh cá nhân.

【经得住】jīngdezhù chịu nổi; chịu được: 他~批评。Ông ấy chịu đựng được sự phê bình.

【经典】jīngdiǎn❶<名>kinh điển: 阅读~ đọc tác phẩm kinh điển ❷<名>sách kinh của các tôn giáo: 佛教~ sách kinh Phật giáo ❸<形>(tác phẩm) tiêu biểu: ~作品 tác phẩm tiêu biểu ❹<形>(sự vật) tiêu biểu

【经度】jīngdù<名>kinh độ

【经费】jīngfèi<名>kinh phí

【经管】jīngguǎn<动>quản lí; phụ trách: 要由专业人员~技术业务。Cần có nhân viên chuyên ngành quản lí dịch vụ kĩ thuật.

【经过】jīngguò❶<动>đi qua; qua: 我每天上班都~一所学校。Hàng ngày đi làm tôi đều đi qua ngôi trường. 我们是~慎重考虑才结婚的。Chúng tôi sau khi cân nhắc thận trọng rồi mới quyết định kết hôn. ❷<名>quá trình: 事情的~就是这样。Cả quá trình vụ việc là như vậy.

【经纪】jīngjì❶<动>hoạch định và quản lí: 目前他~两家公司。Ông hiện đang hoạch định và quản lí hai công ti. ❷<名>người môi giới; người dắt mối (kinh doanh): 她是一位当红影星的~。Bà ấy là người môi giới cho một minh tinh màn bạc nổi tiếng. ❸<动>[书] lo liệu; chăm lo: ~其家 chăm lo gia đình

【经纪人】jīngjìrén<名>❶người môi giới; người dắt mối ❷đại lí; người đại lí

【经济】jīngjì❶<名>kinh tế: ~领域 lĩnh vực kinh tế ❷<形>cây trồng vật nuôi: ~作物 cây công nghiệp ❸<名>mức sống: ~宽裕之后，他买了一辆新车。Sau khi đã khấm khá, anh ấy mua luôn chiếc xe mới. ❹<形>tiết kiệm: 这种产品又实惠。Sản phẩm này vừa tiết kiệm lại thiết thực. ❺<动>[书]kinh bang tế thế: ~之才 tài kinh bang tế thế

【经济犯罪】jīngjì fànzuì tội phạm kinh tế

【经济共同体】jīngjì gòngtóngtǐ cộng đồng kinh tế

【经济技术开发区】jīngjì jìshù kāifāqū khu khai thác kinh tế

【经济命脉】jīngjì mìngmài huyết mạch kinh tế: 交通是国家的~。Giao thông là huyết mạch kinh tế của đất nước.

【经济适用房】jīngjì shìyòngfáng nhà ở bán giá vừa phải; nhà ở chính sách

【经济特区】jīngjì tèqū đặc khu kinh tế

【经济危机】jīngjì wēijī khủng hoảng kinh tế

【经济效益】jīngjì xiàoyì hiệu quả kinh tế: 这个项目将产生良好的~。Dự án này sẽ mang lại hiệu quả kinh tế cao.

【经济学】jīngjìxué<名>kinh tế học

【经济一体化】jīngjì yītǐhuà nhất thể hóa kinh tế

【经济园】jīngjìyuán<名>vườn kinh tế

【经济走廊】jīngjì zǒuláng hành lang kinh tế

【经久】jīngjiǔ❶<动>hồi lâu; lâu: 围观的人群~不散。Đám người vây quanh hồi lâu mà vẫn không bỏ đi. ❷<形>bền lâu; bền: 这双皮鞋~耐用。Đôi giày da này rất bền.

【经久不衰】jīngjiǔ-bùshuāi giữ trạng thái sôi động không suy thoái trong thời gian dài

【经理】jīnglǐ❶<动>quản lí: 这家公司由

你~。Công ti này do ông quản lí. ❷<名> giám đốc: 他刚被提升为公司的~。Ông ấy vừa được đề bạt làm giám đốc công ti.

【经历】jīnglì❶<动>trải qua: ~过地震，他更懂得珍惜生命。Trải qua trận động đất, ông ấy càng thấm thía cái đáng quý của sự sống. ❷<名>kinh lịch; sự việc từng trải qua: 工作~ sự từng trải trong công việc

【经络】jīngluò<名>[中医]kinh lạc (kinh và lạc trong cơ thể): ~疗法 liệu pháp kinh lạc

【经贸】jīngmào<名>kinh tế thương mại

【经期】jīngqī<名>kì hành kinh

【经手】jīngshǒu<动>qua tay (giải quyết); đích tay (xử lí): 他~的事很少出差错。Công việc qua tay ông xử lí hiếm khi xuất hiện sai sót.

【经受】jīngshòu<动>chịu đựng: 她~住多重打击。Chị ấy đã chịu đựng nhiều thử thách.

【经书】jīngshū<名>sách kinh; kinh thư

【经痛】jīngtòng<动>đau kinh

【经纬度】jīngwěidù<名>kinh độ và vĩ độ

【经文】jīngwén<名>kinh văn

【经线】jīngxiàn<名>❶sợi dọc (trong tấm dệt) ❷kinh tuyến

【经销】jīngxiāo<动>tiêu thụ: ~各类家电产品 tiêu thụ các sản phẩm đồ điện gia dụng

【经心】jīngxīn<动>để ý; lưu tâm: 漫不~ thờ ơ chẳng thèm quan tâm

【经验】jīngyàn❶<名>kinh nghiệm: 生活~ kinh nghiệm cuộc sống ❷<动>trải qua; thể nghiệm; trải nghiệm: 他哪里~过如此窘迫的场面? Anh ấy đâu có được trải nghiệm tình cảnh khốn quẫn đến mức này?

【经意】jīngyì<动>để ý; để tâm; lưu tâm

【经营】jīngyíng<动>❶kinh doanh: 个体~ kinh doanh cá thể ❷thiết kế và tổ chức: ~业务 triển khai nghiệp vụ

【经营范围】jīngyíng fànwéi phạm vi kinh doanh

【经营管理】jīngyíng guǎnlǐ quản lí kinh doanh

【经由】jīngyóu<介>đi qua: 他今晚从北京~上海飞往伦敦。Tối nay ông sẽ từ Bắc Kinh qua Thượng Hải rồi bay tới Luân đôn.

荆 jīng<名>cây mận gai // (姓) Kinh

【荆棘】jīngjí<名>bụi gai; bụi cây gai: ~丛生 bụi cây gai rậm rạp

【荆棘载途】jīngjí-zàitú chông gai đầy đường; khó khăn trở ngại chồng chất

菁 jīng

【菁华】jīnghuá<名>tinh hoa: 美白~ tinh hoa trắng đẹp

【菁菁】jīngjīng<形>[书]cỏ cây xanh tốt

旌 jīng❶<名>cờ ❷<动>[书]biểu dương: 以其功 biểu dương công lao

【旌表】jīngbiǎo<动>treo biển (hình thức khen ngợi thời xưa)

【旌旗】jīngqí<名>tinh kì; cờ quạt

惊 jīng<动>❶kinh: 心~胆战 kinh hồn bạt vía ❷kinh động: 打草~蛇 rút dây động rừng ❸(lừa, ngựa) chạy lồng lên: 突然响起的鞭炮声让马受~了。Chợt nghe tiếng pháo nổ con ngựa chạy lồng lên.

【惊爆价】jīngbàojià<名>mức giá gây ngạc nhiên; mức giá gây sửng sốt; đại hạ giá

【惊诧】jīngchà<形>kinh ngạc

【惊呆】jīngdāi<动>sợ đến mức ngây người ra

【惊动】jīngdòng<动>làm kinh động; làm giật mình: 这一事件~了集团的高层领导。Sự kiện này làm kinh động lãnh đạo tầng cao của tập đoàn.

【惊愕】jīng'è<形>[书]kinh ngạc; sững sờ: 这突如其来的消息让人~。Tin tức đột ngột này làm cho mọi người sững sờ.

J

【惊弓之鸟】jīnggōngzhīniǎo　kinh cung chi điểu; chim phải đạn sợ cành cong

【惊骇】jīnghài<形>[书]kinh hãi

【惊呼】jīnghū<动>kinh hãi hét lên; kêu thất thanh

【惊慌】jīnghuāng<形>sợ hãi hoang mang: ~失措 hoảng sợ luống cuống

【惊惶】jīnghuáng<形>kinh hoàng

【惊魂】jīnghún<名>kinh hồn; hoảng hồn: ~未定 kinh hồn bạt vía

【惊悸】jīngjì<动>[书]hoảng hốt trống ngực đánh thình thình; hồi hộp lo sợ

【惊叫】jīngjiào<动>kêu thất thanh; sợ hét lên

【惊恐】jīngkǒng<形>sợ hãi lo lắng; lo sợ: 看到这种血腥的场面，她~万分。Cô ấy hết sức sợ hãi trước cảnh tượng đổ máu này.

【惊雷】jīngléi<名>sét đánh ngang tai

【惊奇】jīngqí<形>kinh ngạc; lấy làm lạ: 他的突然出现，让所有人都很~。Sự xuất hiện đột ngột của ông ấy khiến mọi người đều rất kinh ngạc.

【惊扰】jīngrǎo<动>làm kinh hoảng; làm hốt hoảng

【惊人】jīngrén<形>làm (người ta) kinh ngạc; làm cho ngạc nhiên: ~之举 cử động kinh ngạc

【惊世骇俗】jīngshì-hàisú kì quái đến ngạc nhiên (chỉ hành vi, ngôn từ)

【惊叹】jīngtàn<动>ngạc nhiên tấm tắc: ~不已 ngạc nhiên tấm tắc hoài

【惊叹号】jīngtànhào<名>dấu chấm than

【惊涛骇浪】jīngtāo-hàilàng ❶sóng to gió lớn hãi hùng: 此时海上~。Trên biển lúc này sóng to gió lớn. ❷cảnh ngộ ngặt nghèo: 历经了~，人变得更为淡定从容。Sau khi từng trải những tình huống ngặt nghèo, con người ta trở nên càng thêm bình tĩnh ung dung.

【惊天动地】jīngtiān-dòngdì ❶kinh thiên động địa; rung trời chuyển đất ❷thanh thế lớn; sự nghiệp lớn: 干一番~的事业 làm nên sự nghiệp lớn

【惊喜】jīngxǐ<形>kinh ngạc và vui mừng; vừa mừng rỡ vừa ngạc nhiên: 看到妈妈回家了，小男孩~不已。Thấy mẹ về nhà cậu bé vừa mừng quýnh lên.

【惊吓】jīngxià<动>khiếp sợ; sợ hãi

【惊险】jīngxiǎn<形>rùng rợn

【惊现】jīngxiàn<动>sự xuất hiện gây sửng sốt

【惊羡】jīngxiàn<动>khiến cho người ta vừa ngạc nhiên lại vừa hâm mộ: 她的美让人~。Cái đẹp của chị ấy khiến người ta vừa ngạc nhiên lại vừa hâm mộ.

【惊心动魄】jīngxīn-dòngpò rung động lòng người

【惊醒】jīngxǐng<动>❶bị tỉnh giấc: 从噩梦中~过来 bừng tỉnh trong cơn ác mộng ❷làm tỉnh giấc: 关门声~了熟睡的婴儿。Tiếng đóng cửa đánh thức cháu bé đang ngủ say.

【惊醒】jīngxing<形>thính ngủ; tỉnh ngủ

【惊讶】jīngyà<形>ngạc nhiên; kinh ngạc

【惊艳】jīngyàn<动>đẹp tuyệt vời

【惊疑】jīngyí<形>ngạc nhiên ngờ vực: ~的神色 sắc mặt ngạc nhiên ngờ vực

【惊异】jīngyì<形>ngạc nhiên lạ kì: ~的样子 dáng ngạc nhiên kì lạ

【惊蛰】jīngzhé<名>tiết Kinh trập

晶 jīng❶<形>ánh sáng: 亮~~ sáng long lanh ❷<名>thủy tinh: 茶~ kính (thủy tinh) màu trà ❸<名>tinh thể: 结~ kết tinh //(姓) Tinh

【晶体】jīngtǐ<名>tinh thể

【晶体管】jīngtǐguǎn<名>bóng điện tử bán dẫn

【晶莹】jīngyíng<形>(sáng) óng ánh: 这块玉佩~剔透。Viên ngọc đẹp này óng ánh sắc màu.

【晶状体】jīngzhuàngtǐ〈名〉[生理]thủy tinh thể

睛 jīng〈名〉nhãn cầu; con ngươi

粳 jīng〈名〉lúa tẻ

【粳稻】jīngdào〈名〉lúa tẻ

【粳米】jīngmǐ〈名〉gạo tẻ

兢 jīng

【兢兢业业】jīngjīngyèyè cẩn thận; thận trọng

精 jīng❶〈形〉tinh (đã tinh luyện hoặc chọn lọc): ~盐 muối tinh ❷〈名〉tinh hoa: 香~ hương liệu ❸〈形〉hoàn mĩ; tốt đẹp nhất: 武器~良 vũ khí tối tân ❹〈形〉tinh xảo; tinh vi: ~加工 chế biến tinh vi ❺〈形〉tinh khôn; tinh anh: ~干 giỏi giang ❻〈形〉tinh thông; giỏi: 她~于烹饪。Chị ấy giỏi việc nấu nướng. ❼〈名〉tinh thần; tinh lực: 聚~会神 tập trung hết tinh thần ❽〈名〉tinh dịch: 受~ thụ tinh ❾〈名〉yêu tinh: 白蛇~ Bạch Xà tinh (Tinh rắn trắng) ❿〈副〉[方]rất; vô cùng: ~瘦 rất gầy

【精兵】jīngbīng〈名〉tinh binh; quân tinh nhuệ

【精兵简政】jīngbīng-jiǎnzhèng tinh giản biên chế; tinh binh giản chính

【精彩】jīngcǎi❶〈形〉hay; đặc sắc: 今晚的表演很~。Buổi biểu diễn đêm nay rất đặc sắc. ❷〈名〉[书]thần sắc

【精诚】jīngchéng〈形〉[书]chân thành

【精粹】jīngcuì〈形〉tinh túy

【精打细算】jīngdǎ-xìsuàn tính toán kĩ lưỡng

【精当】jīngdàng〈形〉(lời lẽ, văn chương) tinh tế xác đáng: ~的注解有利于读者理解文言文小说。Lời chú giải tinh tế xác đáng giúp cho bạn đọc đọc hiểu tiểu thuyết văn cổ.

【精到】jīngdào〈形〉tỉ mỉ chu đáo

【精雕细刻】jīngdiāo-xìkè chạm khắc tinh vi; làm việc tỉ mỉ chuyên cần

【精读】jīngdú〈动〉đọc kĩ càng tỉ mỉ; đọc nghiên cứu: 这篇文章老师要求~。Thầy giáo yêu cầu đọc kĩ về bài viết này.

【精度】jīngdù〈名〉độ tinh chuẩn

【精耕细作】jīnggēng-xìzuò cày sâu cuốc bẩm

【精光】jīngguāng〈形〉❶hết trơn; sạch nhẵn: 他很快就把一碗面条吃得~。Anh ta nhanh chóng ăn hết sạch cả tô mì. ❷bóng loáng; bóng lộn: 地板~发亮。Sàn nhà sạch sẽ bóng lộn.

【精悍】jīnghàn〈形〉❶(người) thông minh giỏi giang ❷(ngòi bút) sắc sảo: 鲁迅的杂文很~。Những bài tạp văn của Lỗ Tấn rất sắc sảo.

【精华】jīnghuá〈名〉❶tinh hoa ❷[书]ánh sáng: 日月之~ ánh sáng của mặt trời mặt trăng

【精简】jīngjiǎn〈动〉tinh giản: ~程序 tinh giản trình tự

【精力】jīnglì〈名〉sức lực; tinh lực: 请把所有的~都用在工作上。Hãy đem hết sức ra làm việc.

【精练】jīngliàn〈形〉(bài viết hoặc phát biểu) ngắn gọn; hàm súc cô đọng: ~的评论 lời bình luận ngắn gọn

【精炼】jīngliàn❶〈动〉tinh luyện; chắt lọc: ~棕榈油 dầu cọ tinh luyện ❷〈形〉ngắn gọn

【精良】jīngliáng〈形〉hoàn mĩ tinh tế: 这本画册制作~。Tập sách tranh này được chế tác hết sức hoàn mĩ tinh tế.

【精灵】jīnglíng❶〈名〉ma chơi; tinh hồn ❷〈形〉[方]tinh khôn; sáng dạ; thông minh

【精美】jīngměi〈形〉tinh xảo; đẹp đẽ: 参加展览的工艺品都很~。Đồ công nghệ trưng bày tại Hội chợ đều rất tinh xảo đẹp mắt.

【精密】jīngmì〈形〉tinh vi; tinh tế; tinh xác

J

tỉ mỉ

【精妙】jīngmiào<形>tinh xảo tuyệt vời

【精明】jīngmíng<形>nhanh nhạy; thông minh; tháo vát: 他有个~的妻子持家。Ông ấy có bà vợ tháo vát rất đảm đang việc nhà.

【精明强干】jīngmíng-qiánggàn thông minh giỏi giang

【精疲力竭】jīngpí-lìjié sức tàn lực kiệt

【精辟】jīngpì<形>sâu sắc; thấu triệt: ~的论述 sự thuyết trình sâu sắc

【精品】jīngpǐn<名>hàng cao cấp; tác phẩm thượng thặng

【精气神儿】jīngqìshénr<名>tinh thần vươn lên: 我们公司就需要这股~。Công ti chúng tôi cần có tinh thần vươn lên như vậy.

【精巧】jīngqiǎo<形>tinh xảo

【精确】jīngquè<形>tinh xác; cực kì chuẩn xác: 卫星发射需要~的计算。Việc phóng vệ tinh cần được tính toán cực kì chuẩn xác.

【精肉】jīngròu<名>[方]thịt (lợn) nạc

【精锐】jīngruì<形>tinh nhuệ

【精深】jīngshēn<形>thâm thúy

【精神】jīngshén<名>❶tinh thần: ~生活 đời sống tinh thần; ~境界 cảnh giới tinh thần ❷ý chí; tinh thần: 传达会议~ truyền đạt tinh thần hội nghị

【精神】jīngshen❶<名>thần sắc; sức sống: 青年人很有~。Tuổi trẻ tràn đầy sức sống. ❷<形>hoạt bát; sôi nổi: 小姑娘大大的眼睛，看起来很~。Đôi mắt to của cô bé trông hoạt bát lắm. ❸<形>khôi ngô; tuấn tú: 很~的小伙子 một chàng trai tuấn tú

【精神病】jīngshénbìng<名>bệnh tâm thần

【精神抖擞】jīngshén-dǒusǒu tinh thần phấn chấn

【精神恋爱】jīngshén liàn'ài yêu nhau về mặt tinh thần; yêu tâm hồn

【精神赔偿】jīngshén péicháng bồi thường về tinh thần

【精神文明】jīngshén wénmíng văn minh tinh thần

【精神支柱】jīngshén zhīzhù trụ cột tinh thần

【精算】jīngsuàn❶<动>tính toán chính xác ❷<名>tính toán bảo hiểm: ~师 thợ tính toán bảo hiểm

【精髓】jīngsuǐ<名>tinh hoa; tinh túy

【精通】jīngtōng<动>tinh thông: ~两门外语 tinh thông hai ngoại ngữ

【精微】jīngwēi❶<形>tinh vi: 博大~ uyên bác tinh vi ❷<名>điều tinh vi; thần bí: 探寻宇宙~ tìm tòi điều thần bí tinh vi của vũ trụ

【精细】jīngxì<形>❶tinh xảo; tinh vi: 这个工艺品做得非常~。Đồ công nghệ này được gia công rất tinh vi. ❷nhạy bén tinh tế: 为人~ tính cách nhạy bén tinh tế

【精心】jīngxīn<形>hết lòng; dày công

【精选】jīngxuǎn<动>chọn kĩ

【精液】jīngyè<名>tinh dịch

【精益求精】jīngyìqiújīng phấn đấu cho ngày càng hoàn thiện hơn

【精英】jīngyīng<名>❶người trác tuyệt; nhân tài lỗi lạc ❷tinh hoa

【精于】jīngyú<动>có tài về: ~探索 có năng lực về mặt tìm tòi

【精湛】jīngzhàn<形>điêu luyện

【精制】jīngzhì<动>tinh chế: 她~了一张卡片。Chị ấy mất nhiều công phu tinh chế được một tấm thiếp đẹp.

【精致】jīngzhì<形>tinh xảo: ~的首饰 đồ trang sức tinh xảo

【精装】jīngzhuāng<形>❶bìa (sách) cứng: ~本 quyển bìa cứng ❷bao bì đẹp; đóng gói đẹp: ~香烟 thuốc lá bao gói đẹp

【精准】jīngzhǔn<形>rất chuẩn xác; tinh xác: 定位~ định vị tinh xác

【精子】jīngzǐ<名>tinh trùng

鲸 jīng<名>cá kình; cá voi

【鲸鲨】jīngshā<名>cá nhà táng

【鲸吞】jīngtūn<动>nuốt chửng; thôn tính: ~ 蚕食 thôn tính bằng mọi cách (từ cách tằm ăn lá đến cách nuốt chửng)

【鲸鱼】jīngyú<名>cá voi

jǐng

井 jǐng❶<名>cái giếng: 水~ giếng nước ❷<名>các hình dạng giống cái giếng: 矿~ giếng quặng; hầm mỏ ❸<名>chòm xóm; cụm dân cư: 市~风情 nếp sống dân phố ❹<名>sao Tỉnh (một trong 28 tú) ❺<形>ngay ngắn chỉnh tề: ~然有序 ngăn nắp chỉnh tề có trật tự //(姓) Tỉnh

【井底之蛙】jǐngdǐzhīwā ếch ngồi đáy giếng; người thiển cận

【井架】jǐngjià<名>[石油]giá chống lò; giàn khoan

【井井有条】jǐngjǐng-yǒutiáo chỉnh tề; ngăn nắp

【井喷】jǐngpēn<动>[石油]phun dầu; phun khí: 一号钻井~了。Giếng dầu số I xuất hiện hiện tượng phun dầu khí.

【井然】jǐngrán<形>[书]chỉnh tề; ngay ngắn

【井水不犯河水】jǐngshuǐ bù fàn héshuǐ nước giếng không phạm vào nước sông; không xâm phạm vào nhau

【井台】jǐngtái<名>thành giếng

【井下】jǐngxià<名>dưới giếng; dưới hầm mỏ

【井盐】jǐngyán<名>muối mỏ

阱 jǐng<名>hầm bẫy thú

颈 jǐng<名>❶cổ ❷phần cổ: 瓶~ miệng lọ

【颈部】jǐngbù<名>cổ; phần cổ: 他的~长了很多皱纹。Trên ngắn cổ của ông ấy đã có nhiều nét nhăn.

【颈动脉】jǐngdòngmài<名>động mạch cổ

【颈联】jǐnglián<名>cặp câu thứ ba của thơ luật (câu 5 và câu 6, theo luật phải đối ngẫu)

【颈项】jǐngxiàng<名>cái cổ

【颈椎】jǐngzhuī<名>đốt sống cổ: ~病 bệnh đốt sống cổ

【颈子】jǐngzi<名>cổ

景¹ jǐng❶<名>phong cảnh: 风~ phong cảnh ❷<名>tình hình: 前~ tương lai ❸<名>cảnh trí: 外~地 ngoại cảnh ❹<量>cảnh (sân khấu): 第二幕第一~ cảnh một màn thứ hai //(姓) Cảnh

景² jǐng<动>tôn kính; khâm phục

【景德镇陶瓷】Jǐngdézhèn táocí gốm sứ (của thị trấn) Cảnh Đức

【景点】jǐngdiǎn<名>điểm tham quan du lịch: ~介绍 giới thiệu thắng cảnh du lịch

【景观】jǐngguān<名>❶cảnh vật; cảnh: 草原~ cảnh vật thảo nguyên ❷cảnh quan: 人文~ cảnh quan nhân văn

【景观灯】jǐngguāndēng<名>đèn cảnh quan

【景况】jǐngkuàng<名>tình hình

【景气】jǐngqì❶<名>(kinh tế) phồn thịnh: ~指数 chỉ số phồn thịnh ❷<形>hưng thịnh; lạc quan: 这家企业近几年不太~。Mấy năm gần đây tình hình của doanh nghiệp này không được lạc quan cho lắm.

【景区】jǐngqū<名>khu cảnh quan

【景色】jǐngsè<名>cảnh sắc: ~美丽 cảnh sắc đẹp đẽ

【景泰蓝】jǐngtàilán<名>Cảnh Thái Lam (hàng mĩ nghệ truyền thống của Trung Quốc)

【景物】jǐngwù<名>cảnh vật: 天近拂晓，~依稀可辨。Trời tang tảng sáng, cảnh vật đã lờ mờ hiện lên.

【景象】jǐngxiàng<名>cảnh tượng

J

【景仰】jǐngyǎng<动>khâm phục; kính trọng: 我对他的才华十分~。Tôi rất khâm phục tài hoa của anh ấy.

【景致】jǐngzhì<名>phong cảnh; cảnh

警 jǐng❶<动>đề phòng: ~戒 cảnh giới ❷<形>nhạy cảm: 机~ nhanh nhạy ❸<动>nhắc nhở; cảnh báo: ~示 cảnh báo ❹<名>tình huống (sự việc khẩn cấp) ❺<名>cảnh sát (gọi tắt): 交~ cảnh sát giao thông //(姓)Cảnh

【警报】jǐngbào<名>báo động

【警备】jǐngbèi<动>canh gác; canh phòng: 高度~ canh phòng nghiêm ngặt

【警察】jǐngchá<名>cảnh sát: ~局 cục cảnh sát

【警车】jǐngchē<名>xe cảnh sát

【警笛】jǐngdí<名>❶còi cảnh sát: 警察吹了一下~。Cảnh sát thổi một hồi còi báo động. ❷còi tín hiệu trên xe cảnh sát: 远处传来~声。Từ xa vọng lại tiếng còi xe cảnh sát.

【警方】jǐngfāng<名>phía cảnh sát

【警匪片】jǐngfěipiàn<名>phim cảnh sát dẹp phi cướp; phim hình sự

【警告】jǐnggào<动>❶khuyên răn; răn nhủ; cảnh cáo: 单位内部~ bị cảnh cáo nội bộ trong đơn vị; 交警~他不能乱停车。Cảnh sát giao thông cảnh cáo anh ấy không được tùy tiện đỗ xe. ❷nhắc; nhắc nhở: 商场~顾客注意小偷。Cửa hàng nhắc nhở khách chú ý đề phòng kẻ cắp.

【警官】jǐngguān<名>cảnh sát

【警戒】jǐngjiè<动>❶khuyên răn; răn nhủ ❷cảnh giới; canh phòng

【警句】jǐngjù<名>cách ngôn cảnh tỉnh

【警觉】jǐngjué❶<名>linh cảm nhạy bén; tính cảnh giác ❷<动>cảnh giác

【警铃】jǐnglíng<名>chuông báo động

【警犬】jǐngquǎn<名>chó của cảnh sát; cảnh khuyển

【警示】jǐngshì<动>cảnh cáo; nhắc nhở; gợi ý: 这起事件~父母要注意孩子的安全教育。Qua sự kiện này nhắc nhở cha mẹ nên chú ý giáo dục an toàn cho con em.

【警探】jǐngtàn<名>cảnh sát trinh sát; cảnh sát hình sự

【警惕】jǐngtì<动>cảnh giác: 我们要~敌人的偷袭。Chúng ta cần cảnh giác phòng ngừa bọn địch đánh lén.

【警卫】jǐngwèi❶<动>cảnh vệ: 机场、码头有武装人员~。Sân bay, cầu cảng có các nhân viên vũ trang cảnh vệ. ❷<名>cảnh vệ: 他有两名~。Ông ấy có hai cảnh vệ.

【警务】jǐngwù<名>công việc của cảnh sát; cảnh vụ

【警醒】jǐngxǐng❶<形>thính ngủ: 他睡觉很~。Ông ấy thính ngủ lắm. ❷<动>cảnh tỉnh; tỉnh ngộ: 这起交通事故让我们~。Vụ tai nạn giao thông này khiến cho chúng ta càng thêm tỉnh ngộ.

【警钟】jǐngzhōng<名>tiếng chuông cảnh tỉnh: ~长鸣 lời cảnh tỉnh luôn văng vẳng bên tai

jìng

劲 jìng<形>mạnh mẽ kiên cường
另见jìn

【劲爆】jìngbào<形>sôi động: 广场响起~的音乐。Quảng trường vang lên tiếng nhạc sôi động.

【劲敌】jìngdí<名>đối thủ mạnh; đối thủ lợi hại; kình địch

【劲歌】jìnggē<名>bài hát sôi động: ~热舞 bài hát và điệu múa sôi động

【劲旅】jìnglǚ<名>[书]đội ngũ hùng hậu mạnh mẽ

【劲升】jìngshēng<动>lên mạnh; tăng lên mạnh: 股市~ thị trường cổ phiếu lên mạnh

【劲舞】jìngwǔ ❶<名>điệu vũ mạnh; điệu vũ sôi động: 她擅长~。Cô ấy có năng khiếu về điệu vũ sôi động. ❷<动>múa sôi động: 他们在激情地~。Họ đang đắm mình múa sôi động.

径 jìng ❶<名>đường mòn; đường nhỏ: 小~ con đường nhỏ ❷<名>con đường tới đích: 科学研究没有捷~可走。Nghiên cứu khoa học không có những con đường tắt dẫn tới thành công. ❸<名>đường kính: 私家车扩大了人们的生活半~。Xe hơi riêng đã mở rộng bán kính vòng sinh hoạt của con người. ❹<副>thẳng thắn; trực tiếp: ~飞南京 bay trực tiếp tới Nam Kinh

【径流】jìngliú<名>[水利]nước thấm; nước mạch

【径赛】jìngsài<名>thi đấu môn chạy

【径行】jìngxíng<副>trực tiếp tiến hành; trực tiếp làm

【径直】jìngzhí<副>❶thẳng đến; trực tiếp: 这辆车~驶往北京。Chiếc xe này chạy thẳng đến Bắc Kinh. ❷một mạch; một lèo: 她~向主管汇报了。Cô ấy báo cáo hết một lèo với người chủ quản.

【径自】jìngzì<副>trực tiếp: 他不听大家的劝说~走了。Ông ấy chẳng nghe lời khuyên của mọi người mà trực tiếp bỏ đi.

净 jìng ❶<形>sạch; tinh khiết: ~水 nước sạch ❷<动>lau sạch: ~~窗户 làm sạch cửa sổ ❸<形>cho hết; làm cho không thừa: 婴儿没有喝~瓶里的牛奶。Đứa trẻ chưa uống hết sữa trong chai. ❹<形>ròng; tịnh: ~利润 lãi ròng ❺<副>chỉ; toàn: 参加活动的~是些学生。Những người tham gia hoạt động toàn là các em học sinh.

【净化】jìnghuà<动>tinh khiết hóa; trong sạch hóa: ~空气 làm trong sạch không khí

【净价】jìngjià<名>giá trơn

【净尽】jìngjìn<形>sạch nhẵn

【净亏】jìngkuī<名>mức bị lỗ

【净水厂】jìngshuǐchǎng<名>nhà máy lọc nước

【净土】jìngtǔ<名>❶[宗教]chốn tịnh thổ ❷môi trường trong lành

【净心修身】jìngxīn-xiūshēn tĩnh tâm tu dưỡng bản thân

【净余】jìngyú<动>số dư; số còn lại (tiền, đồ vật): 她这月工资~500元。Lương tháng này của chị ấy còn dư lại 500 đồng RMB.

【净增】jìngzēng<动>thuần tăng

【净值】jìngzhí<名>giá trị còn lại; giá trị thực tế (sau khi đã trừ khấu hao vật chất từ giá trị tổng sản lượng)

【净重】jìngzhòng<名>trọng lượng tịnh

【净赚】jìngzhuàn<名>lãi ròng

胫 jìng<名>cẳng chân

【胫骨】jìnggǔ<名>xương cẳng chân; xương ống chân

痉 jìng

【痉挛】jìngluán<动>co giật: 肌肉~ co giật bắp cơ

竞 jìng ❶<动>cạnh tranh; thi đua: ~选 tranh cử ❷<形>[书]mạnh: 东风不~ gió đông không mạnh nữa

【竞标】jìngbiāo<动>đấu thầu: 有几家公司~这个项目。Có mấy công ti tham gia đấu thầu dự án này.

【竞猜】jìngcāi<动>thi đố; đố vui: 有奖~ thi đố vui có thưởng

【竞答】jìngdá<动>thi đua vấn đáp

【竞渡】jìngdù<动>❶đua thuyền: 龙舟~ đua thuyền rồng ❷thi bơi vượt sông: ~长江 cuộc thi bơi vượt sông Trường Giang

【竞岗】jìnggǎng<动>cạnh tranh lên cương vị

【竞技】jìngjì<动>thi đấu thể thao: ~状态 trạng thái thi đấu

【竞技体操】jìngjì tǐcāo thể dục thi đấu

J

【竞价】jìngjià〈动〉tranh báo giá

【竞拍】jìngpāi〈动〉❶bán đấu giá ❷đấu giá

【竞聘】jìngpìn〈动〉cạnh tranh ứng tuyển: ~中层干部 cạnh tranh cương vị cán bộ quản lí trung cấp

【竞赛】jìngsài〈动〉thi đua; thi đấu

【竞相】jìngxiāng〈副〉tranh nhau; đua nhau

【竞选】jìngxuǎn〈动〉tranh cử

【竞争】jìngzhēng〈动〉cạnh tranh: ~上岗 cạnh tranh cương vị công việc

【竞走】jìngzǒu〈名〉[体育]môn thi đi bộ

竟 jìng❶〈动〉hoàn tất: 他继承父亲未~的事业。Anh ấy đã kế thừa sự nghiệp mà người cha chưa hoàn thành. ❷〈形〉trọn; tất cả: ~日 cả ngày ❸〈副〉[书]cuối cùng; rốt cuộc: 毕~ dù sao thì cũng ❹〈副〉lại (biểu thị sự bất ngờ): 他~敢顶撞领导。Ông ta lại dám cãi lại với lãnh đạo. // (姓) Cánh

【竟敢】jìnggǎn〈动〉cả gan; lại dám

【竟然】jìngrán〈副〉lại; mà lại: 这座大桥~只用一年的时间就通车了。Chiếc cầu lớn như vậy mà lại chỉ trong thời gian một năm đã được thông xe.

【竟自】jìngzì〈副〉mà; lại

靓 jìng〈形〉[书]làm dáng; trang điểm
另见liàng

【靓妆】jìngzhuāng〈名〉[书]trang sức lộng lẫy

敬 jìng〈动〉❶kính trọng: 致~ kính chào ❷cung kính; kính: ~赠 kính biếu ❸dâng; chúc (đồ ăn uống hoặc đồ vật): ~酒 chúc rượu // (姓) Kính

【敬爱】jìng'ài〈动〉kính yêu; kính mến

【敬称】jìngchēng〈动〉gọi một cách kính trọng: 她~他王先生。Chị ta kính trọng gọi ông ấy là "Ngài Vương".

【敬辞】jìngcí〈名〉lời nói kính trọng; cách nói lễ phép

【敬而远之】jìng'éryuǎnzhī kính nhi viễn chi; nể sợ mà lánh xa

【敬告】jìnggào〈动〉kính cáo

【敬贺】jìnghè〈动〉kính chúc; xin kính chúc; chúc mừng

【敬酒】jìngjiǔ〈动〉chúc rượu: 他们轮流向客人~。Họ lần lượt chúc rượu cho khách.

【敬酒不吃吃罚酒】jìng jiǔ bù chī chī fá jiǔ thân lừa ưa nặng; rượu mời không muốn lại muốn rượu phạt

【敬老院】jìnglǎoyuàn〈名〉viện dưỡng lão

【敬礼】jìnglǐ〈动〉❶chào: 向首长~ chào thủ trưởng ❷kính chào; kính thư (dùng ở cuối bức thư): 此致，~! Kính thư, chào thân ái!

【敬慕】jìngmù〈动〉kính trọng ngưỡng mộ

【敬佩】jìngpèi〈动〉kính phục; kính nể: 她的为人让人~。Sự cư xử của chị ấy khiến cho mọi người kính nể.

【敬请】jìngqǐng〈动〉kính mời

【敬若神明】jìngruò-shénmíng kính như kính thần linh

【敬畏】jìngwèi〈动〉kính úy; vừa kính vừa sợ; nể sợ: ~自然 (thái độ) kính sợ đối với tạo hóa

【敬贤礼士】jìngxián-lǐshì kính trọng hiền tài; tôn trọng người xuất sắc có đạo đức, kiến thức

【敬谢不敏】jìngxiè-bùmǐn bày tỏ với thái độ tôn trọng là (mình) thiếu năng lực hoặc không thể chấp nhận

【敬仰】jìngyǎng〈动〉ngưỡng mộ: ~导师 ngưỡng mộ người thầy hướng dẫn

【敬业】jìngyè〈动〉chí thú sự nghiệp; chí thú công việc; yêu nghề

【敬意】jìngyì〈名〉lòng kính trọng

【敬赠】jìngzèng〈动〉kính tặng; kính biếu

【敬重】jìngzhòng〈动〉kính trọng; tôn trọng: 夫妻要相互~。Vợ chồng nên tôn trọng lẫn nhau.

靖 jìng❶〈形〉bình yên; yên ổn: 地方安~。

Địa phương yên ổn. ❷<动>dẹp yên; bình ổn: ~乱 dẹp loạn //(姓) Tịnh, Tĩnh

静 jìng❶<形>bất động; yên: 安~ yên lặng ❷<形>yên tĩnh; im lặng: 清~ thanh vắng ❸<动>lắng lại; giữ trật tự: ~一下，我有好消息要宣布. Đề nghị giữ trật tự, tôi sẽ tuyên bố tin mừng. //(姓) Tịnh, Tĩnh

【静电】jìngdiàn<名>tĩnh điện

【静观】jìngguān<动>tĩnh táo quan sát; bình tĩnh quan sát: ~其变 bình tĩnh quan sát sự biến đổi của sự việc

【静候】jìnghòu<动>bình tĩnh chờ đợi: ~消息 bình tĩnh chờ đợi tin tức

【静寂】jìngjì<形>tĩnh lặng; im ắng

【静脉】jìngmài<名>tĩnh mạch

【静谧】jìngmì<形>[书]yên tĩnh; tĩnh mịch: ~的夜晚 đêm yên tĩnh

【静默】jìngmò❶<形>tĩnh mịch; yên ắng: 教室里一阵~. Trong lớp im lặng như tờ. ❷<动>đứng lặng; đứng im (mặc niệm): 向遇难者~致哀 đứng nghiêm mặc niệm những người bị nạn

【静穆】jìngmù<形>im lặng trang nghiêm: 气氛~ không khí im lặng trang nghiêm

【静悄悄】jìngqiāoqiāo im phăng phắc

【静若处子，动若脱兔】jìngruòchǔzǐ, dòngruòtuōtù tĩnh như con gái, động như thỏ chạy; trước khi hành động phải tuyệt đối giữ yên lặng, khi hành động phải thật mau lẹ

【静态】jìngtài❶<名>trạng thái tĩnh; trạng thái nghỉ ngơi: ~变量 sự thay đổi về lượng trong trạng thái tĩnh ❷<形>xem xét ở trạng thái tĩnh: ~分析 phân tích theo trạng thái tĩnh

【静听】jìngtīng<动>lắng nghe: 侧耳~ lắng tai nghe

【静物】jìngwù<名>tĩnh vật

【静心】jìngxīn<动>tĩnh tâm: ~读书 tĩnh tâm đọc sách

【静养】jìngyǎng<动>tĩnh dưỡng: 她病了，必须在家~几天. Chị ấy ốm rồi, cần nghỉ tĩnh dưỡng ít hôm.

【静止】jìngzhǐ<动>đứng yên

【静坐】jìngzuò<动>❶tĩnh tọa; ngồi thiền (phép khí công): 他正在~练功. Ông ấy đang ngồi thiền. ❷biểu tình ngồi: ~示威 biểu tình ngồi thị uy

境 jìng<名>❶biên cương; biên giới: 国~ biên giới quốc gia ❷nơi; vùng; chốn: 环~ môi trường ❸hoàn cảnh; cảnh ngộ: 逆~ nghịch cảnh

【境地】jìngdì<名>❶cảnh ngộ; hoàn cảnh; thế: 陷入难堪的~ bị dồn vào thế bí ❷mức độ; trình độ: 他的画已达到很高的~. Nghệ thuật tranh vẽ của ông ấy đã đạt trình độ rất cao.

【境界】jìngjiè<名>❶ranh giới: ~线 đường ranh giới ❷mức độ; trình độ: 理想~ trình độ lí tưởng

【境况】jìngkuàng<名>tình trạng (thường chỉ mặt kinh tế): ~不佳 tình trạng sa sút

【境内】jìngnèi<名>trong vùng

【境外】jìngwài<名>ngoài vùng

【境遇】jìngyù<名>cảnh ngộ: 他们的~亟待改善. Cảnh ngộ của họ đang chờ đợi có sự cải thiện.

镜 jìng<名>❶gương: 后视~ gương phản chiếu ❷kính mắt: ~片 tấm kính mắt

【镜花水月】jìnghuā–shuǐyuè hoa trong gương, trăng dưới nước

【镜框】jìngkuàng<名>khung kính

【镜面】jìngmiàn<名>mặt gương

【镜片】jìngpiàn<名>kính; thấu kính: 近视~ thấu kính cận

【镜头】jìngtóu<名>❶ống kính (máy ảnh) ❷pha ảnh ❸cảnh quay (chụp)

【镜像】jìngxiàng<名>❶kính tượng; ảnh

gương ❷những phần có tác dụng như cái gương trong máy tính

【镜子】jìngzi<名>❶gương: 装~ lắp gương ❷[口]kính mắt: 摘下~ gỡ cặp kính xuống

jiǒng

冏 jiǒng[书]❶<名>ánh sáng ❷<形>sáng sủa; sáng ngời

迥 jiǒng<形>[书]❶xa: 山高道~ núi cao đường xa ❷khác xa: ~异 khác biệt lớn

【迥然】jiǒngrán<形>khác xa; khác hẳn: 信仰~ sự khác hẳn về tín ngưỡng

【迥异】jiǒngyì<形>hoàn toàn khác: 他俩性格~，却成了好朋友。Hai người có tính cách khác hoàn toàn mà lại trở thành bạn thân.

炯 jiǒng<形>[书]sáng; sáng sủa

【炯炯】jiǒngjiǒng<形>sáng (chỉ ánh mắt): ~有神 sáng ngời

【炯然】jiǒngrán<形>sáng

窘 jiǒng❶<形>nghèo túng: ~苦 nghèo khổ ❷<形>lúng túng; bỡ ngỡ: 你这样做令我很~。Anh làm như thế khiến cho tôi rất lúng túng. ❸<动>làm khó dễ; gây khó xử: 你这话~我了。Anh nói vậy là làm khó đối với tôi.

【窘促】jiǒngcù<形>[书]quẫn bách

【窘境】jiǒngjìng<名>thế bí

【窘况】jiǒngkuàng<名>cảnh cùng quẫn; tình trạng bế tắc

【窘迫】jiǒngpò<形>❶quẫn bách; khốn đốn: 经济~ kinh tế khốn đốn ❷khó xử: 处境~ lâm vào thế bí

【窘态】jiǒngtài<名>vẻ lúng túng; vẻ khổ sở

jiū

纠¹ jiū<动>❶vướng mắc; vướng vít: ~纷 sự

trục trặc ❷tập hợp; đàn đúm: ~合 tụ tập // (姓) Củ

纠² jiū<动>❶[书]giám sát; tố giác: ~察 giữ trật tự ❷sửa chữa; uốn nắn: ~错 uốn nắn sai lầm

【纠察】jiūchá❶<动>giữ trật tự (xã hội): ~队 đội trật tự ❷<名>trật tự viên: 担任~ làm trật tự viên

【纠缠】jiūchán<动>❶rối rắm; vướng vít: ~不清 rối mù không rõ ràng ❷quấy rầy; làm phiền: 不要再~了。Đừng quấy rầy nữa.

【纠错】jiūcuò<动>sửa sai: ~活动 hoạt động sửa sai

【纠纷】jiūfēn<名>việc tranh chấp

【纠风办】jiūfēngbàn<名>văn phòng chỉnh đốn tác phong

【纠葛】jiūgé<名>việc rắc rối vướng mắc; tranh chấp

【纠集】jiūjí<动>tụ tập; đàn đúm: 他~了一群人进行犯罪活动。Hắn ta tụ tập một dúm người tiến hành các hoạt động phạm tội.

【纠结】jiūjié<动>quấn quýt; vấn vít

【纠正】jiūzhèng<动>sửa chữa (khuyết điểm, sai sót): ~错误 sửa chữa sai lầm

究 jiū❶<动>xem xét kĩ lưỡng: 推~ xem xét và truy cứu ❷<副>[书]đến cùng; rốt cuộc: 她~竟想干什么? Xét cho cùng thì chị ấy muốn làm gì?

【究办】jiūbàn<动>truy tố

【究竟】jiūjìng❶<名>kết quả; ngọn nguồn: 他遇事总爱问个~。Gặp chuyện gì ông ấy cũng đều muốn hỏi cho ra ngọn nguồn. ❷<副>rốt cuộc: 他~怎么啦? Rốt cuộc thì ông ấy thế nào rồi? ❸<副>cuối cùng; xét cho cùng: 他~是个新手。Xét cho cùng thì ông ấy vẫn non tay.

赳 jiū

【赳赳】jiūjiū<形>khỏe khoắn oai phong

揪 jiū<动>nắm chặt; nắm lấy lôi đi

【揪出】jiūchū<动>moi ra

【揪揪】jiūjiū<形>❶nhăn nhúm; nhàu nhĩ: ~ 巴巴的衣服 quần áo nhăn nhúm ❷âm ỉ: 她 的心~作痛。Trong lòng chị ấy đau âm ỉ.

【揪痧】jiūshā<动>đánh gió; cạo gió

【揪心】jiūxīn<形>[口]thấp thỏm; lo lắng: 孩 子的成绩下滑，真叫父母~。Thành tích của con sút kém khiến cha mẹ rất lo lắng.

jiǔ

九 jiǔ❶<数>chín; cửu ❷<名>ngày cửu: 数 ~ vào cửu ❸<数>nhiều: 直上~天 lên thẳng chín tầng mây xanh//(姓) Cửu

【九重霄】jiǔchóngxiāo<名>chín tầng mây; tít tầng mây

【九鼎】jiǔdǐng<名>❶cửu đỉnh ❷nặng ngàn cân: 一言~ nhất ngôn cửu đỉnh/lời nói như đinh đóng cột

【九九归一】jiǔjiǔ-guīyī quanh đi quẩn lại rồi đâu vẫn hoàn đấy

【九牛二虎之力】jiǔ niú èr hǔ zhī lì sức như trâu như hổ; sức trâu bò

【九牛一毛】jiǔniú-yīmáo hạt muối bỏ biển; hạt muối bỏ bể; không đáng kể

【九泉】jiǔquán<名>[书]nơi chín suối; chốn cửu tuyền: ~之下 ở dưới suối vàng

【九死一生】jiǔsǐ-yīshēng thập tử nhất sinh; mười phần chết chín

【九霄云外】jiǔxiāo-yúnwài ngoài chín tầng mây; xa tít xa tắp

【九月】jiǔyuè<名>tháng chín

久 jiǔ<形>lâu; lâu dài: 很~不见，您近来可 好？ Lâu lắm không gặp, bác dạo này vẫn khỏe chứ? //(姓) Cửu

【久别】jiǔbié<动>cách biệt đã lâu: ~重逢 xa cách lâu ngày gặp lại

【久病】jiǔbìng<动>ốm lâu: ~成良医。Ốm

lâu thành lương y.

【久等】jiǔděng<动>đợi lâu: 不好意思，让 你~了。Xin lỗi, làm anh phải đợi lâu.

【久而久之】jiǔ'érjiǔzhī ngày này qua ngày khác

【久负盛名】jiǔfù-shèngmíng nổi tiếng từ lâu

【久旱逢甘雨】jiǔ hàn féng gānyǔ nắng hạn lâu gặp mưa rào

【久经】jiǔjīng<动>từng trải; dày dạn: ~风霜 dày dạn sương gió

【久久】jiǔjiǔ<副>rất lâu; mãi

【久留】jiǔliú<动>ở lại lâu: 我不能~。Tôi không thể ở lại lâu được.

【久违】jiǔwéi<动>lâu ngày không gặp (cách nói xã giao)

【久闻大名】jiǔwén-dàmíng nghe tiếng đã lâu

【久仰】jiǔyǎng<动>ngưỡng mộ từ lâu: ~大 名 ngưỡng mộ tiếng đã lâu

【久远】jiǔyuǎn<形>lâu dài; dài lâu

【久在河边走，哪有不湿鞋】jiǔ zài hébiān zǒu, nǎ yǒu bù shī xié đi mãi bên bờ sông thế nào cũng bị ướt giày; ở lâu trong môi trường nào sớm muộn cũng phải gánh chịu yếu tố bất lợi của môi trường đó

玖¹ jiǔ<数>chữ viết kép "9"

玖² jiǔ<名>[书]đá đen nhạt giống ngọc

韭 jiǔ<名>lá hẹ

【韭菜】jiǔcài<名>rau hẹ

【韭黄】jiǔhuáng<名>hẹ vàng (ươm ở nơi khuất ánh sáng và ẩm, lá và cọng đều vàng non)

酒 jiǔ<名>rượu //(姓) Tửu

【酒吧】jiǔbā<名>bar; quầy rượu: 我今晚请 你到~坐一坐。Tối nay mời anh đến quán bar ngồi chơi.

【酒保】jiǔbǎo<名>bồi bàn

J

【酒杯】jiǔbēi<名>cốc rượu

【酒不醉人人自醉】jiǔ bù zuì rén rén zì zuì rượu không làm say người, người tự say; rượu say là bởi người say nó

【酒菜】jiǔcài<名>❶rượu và thức nhắm ❷đồ nhắm rượu: 老板，来点下~。Ông chủ hàng ơi, cho mấy món nhắm đi.

【酒厂】jiǔchǎng<名>nhà máy rượu

【酒店】jiǔdiàn<名>❶cửa hàng rượu: 去~买点酒回来。Đi cửa hàng rượu mua rượu về. ❷khách sạn: 四星级~ khách sạn bốn sao

【酒逢知己千杯少】jiǔ féng zhījǐ qiān bēi shǎo tửu phùng tri kỉ thiên bôi thiểu; bạn rượu tri kỉ ngồi uống với nhau nghìn chén vẫn chưa thỏa; rượu ngon phải có bạn hiền

【酒馆】jiǔguǎn<名>nhà hàng

【酒鬼】jiǔguǐ<名>con ma men; sâu rượu

【酒柜】jiǔguì<名>quầy rượu: ~里摆满了各种名酒。Trong quầy rượu bày đầy các loại rượu ngon nổi tiếng.

【酒酣饭饱】jiǔhān-fànbǎo ăn uống no say

【酒后】jiǔhòu<名>sau khi uống rượu

【酒后吐真言】jiǔhòu tǔ zhēnyán nói chuyện thật lòng sau khi uống rượu; lời nói thật lòng sau chén rượu men say

【酒会】jiǔhuì<名>tiệc rượu; tiệc cốc tai

【酒家】jiǔjiā<名>quán rượu; nhà hàng

【酒驾】jiǔjià<动>lái xe sau khi uống rượu: 他昨天~被交警拦下了。Hôm qua anh ấy lái xe sau khi uống rượu và đã bị cảnh sát giao thông chặn lại.

【酒精】jiǔjīng<名>cồn: ~中毒 ngộ độc cồn

【酒力】jiǔlì<名>sức ngấm của rượu: ~不行 không chịu nổi sức ngấm của rượu

【酒量】jiǔliàng<名>tửu lượng

【酒令】jiǔlìng<名>trò chơi phạt uống rượu: 行~ chơi trò phạt rượu

【酒楼】jiǔlóu<名>nhà hàng: 在~吃饭 ăn cơm nhà hàng

【酒囊饭袋】jiǔnáng-fàndài giá áo túi cơm

【酒酿】jiǔniàng<名>rượu nếp

【酒钱】jiǔqián<名>❶tiền mua rượu ❷[旧] tiền boa; tiền bo

【酒曲】jiǔqū<名>men rượu

【酒肉宾朋，柴米夫妻】jiǔròu-bīnpéng, cháimǐ-fūqī bạn bè rượu thịt, vợ chồng gạo củi; bạn bè xum họp nhau chỉ việc rượu thịt, vợ chồng sống với nhau lo chuyện cơm bữa

【酒肉朋友】jiǔròu-péngyou bạn nhậu; bạn rượu thịt

【酒色】jiǔsè<名>tửu sắc; rượu và gái: 贪图~ ham mê tửu sắc

【酒食】jiǔshí<名>rượu và đồ nhắm

【酒水】jiǔshuǐ<名>❶rượu, bia và các loại nước giải khát ❷[方]chỉ rượu và đồ ăn

【酒徒】jiǔtú<名>kẻ nát rượu; sâu rượu

【酒窝】jiǔwō<名>lúm đồng tiền: 她笑起来脸上有一对~。Cô ấy hễ cười là lộ đôi má lúm đồng tiền.

【酒席】jiǔxí<名>mâm cỗ (tiếp khách); mâm cơm rượu: 婚宴~ mâm tiệc cưới

【酒香不怕巷子深】jiǔxiāng bùpà xiàngzi shēn rượu thơm chẳng lo ở nơi hang sâu ngõ hẻm

【酒心糖】jiǔxīntáng<名>loại kẹo bọc nhân men

【酒醒】jiǔxǐng<动>tỉnh rượu

【酒兴】jiǔxìng<名>hứng thú uống rượu; tửu hứng: 趁~闹事 nhân cơn hứng của rượu gây gổ sinh sự

【酒宴】jiǔyàn<名>yến tiệc

【酒意】jiǔyì<名>rượu ngà ngà say

【酒足饭饱】jiǔzú-fànbǎo ăn uống thỏa thê

【酒醉】jiǔzuì<动>say rượu: ~打人 say rượu đánh người

jiù

旧 jiù ❶<形>cũ; lỗi thời: ~式 kiểu cũ; ~思想 tư tưởng lỗi thời ❷<形>cũ; cũ kĩ: ~车子 chiếc xe cũ kĩ ❸<形>trước đây; đã từng là: ~居 nhà ở trước kia ❹<名>tình xưa; bạn cũ: 怀~ nhớ người xưa //(姓) Cựu

【旧案】jiù'àn<名>❶vụ việc cũ; án tồn đọng: ~再审 tái xét xử vụ án cũ ❷điều lệ cũ; tiền lệ cũ: 此事按~处理。Việc này xử lí theo tiền lệ.

【旧病】jiùbìng<名>bệnh cũ; bệnh kinh niên; chứng tật cũ: ~难治 căn bệnh kinh niên khó trị

【旧的不去，新的不来】jiùde bùqù, xīnde bùlái cái cũ không đi, cái mới chẳng đến

【旧地】jiùdì<名>vùng đất năm xưa: ~重游 thăm lại vùng đất năm xưa

【旧调重弹】jiùdiào-chóngtán gảy lại điệu nhạc cũ; lặp lại bài ca cũ; nhai lại luận điệu cũ rích

【旧好】jiùhǎo<名>[书]❶mối giao hữu xưa ❷tình xưa; bạn cũ

【旧话重提】jiùhuà-chóngtí nhắc lại chuyện xưa

【旧货】jiùhuò<名>đồ cũ

【旧疾】jiùjí<名>bệnh cũ: ~复发 bệnh cũ tái phát

【旧交】jiùjiāo<名>bạn cũ

【旧居】jiùjū<名>nơi ở cũ; nhà ở trước kia: 回到~ về nơi ở cũ

【旧历】jiùlì<名>âm lịch

【旧梦】jiùmèng<名>chuyện xưa; chuyện cũ đã qua: ~重温 ôn lại câu chuyện năm xưa

【旧情】jiùqíng<名>tình nghĩa cũ

【旧日】jiùrì<名>ngày xưa

【旧社会】jiùshèhuì<名>xã hội cũ

【旧识】jiùshí<名>bạn cũ

【旧式】jiùshì<形>kiểu cũ; hình thức cũ: ~房屋 nhà ở kiểu cũ

【旧事】jiùshì<名>chuyện đã qua; chuyện cũ

【旧书】jiùshū<名>❶sách cũ nát ❷sách cổ

【旧俗】jiùsú<名>tục lệ cũ; tập tục cũ

【旧闻】jiùwén<名>chuyện vặt đã qua; chuyện tầm phào đã qua

【旧物】jiùwù<名>❶văn vật cổ ❷giang sơn cũ

【旧习】jiùxí<名>lề thói cũ; lề xưa thói cũ

【旧业】jiùyè<名>nghề cũ: 重操~ hành lại nghề cũ

【旧友】jiùyǒu<名>bạn cũ

【旧账】jiùzhàng<名>nợ cũ; lỗi lầm cũ: 不提那些~了。Đừng có nhắc lại những chuyện cũ không hay làm gì.

【旧址】jiùzhǐ<名>địa chỉ cũ; di tích

臼 jiù<名>❶cối giã gạo ❷vật cụ giống hình cối (lõm phần giữa)

【臼齿】jiùchǐ<名>răng hàm

咎 jiù ❶<名>sai lầm; tội lỗi: 引~辞职 nhận sai lầm và từ chức ❷<动>trách mắng; truy cứu: 既往不~ không truy cứu những việc trước đây ❸<名>[书]điềm dữ: 休~ điềm lành điềm dữ //(姓) Cữu

【咎由自取】jiùyóuzìqǔ tự chuốc lấy vạ vào thân; tội vạ tự mình chuốc lấy

疚 jiù<动>[书]đau khổ; áy náy: 内~ bứt rứt

柩 jiù<名>áo quan; quan tài (có xác người chết)

救 jiù<动>❶cứu: ~济 cứu tế ❷cứu giúp: ~荒 cứu đói

【救兵】jiùbīng<名>quân cứu trợ; cứu binh

【救场】jiùchǎng<动>vớt màn; cứu vãn buổi diễn; trợ giúp buổi biểu diễn

【救国】jiùguó<动>cứu quốc; cứu nước

【救护】jiùhù<动>cứu hộ: ~伤兵 cứu hộ thương binh

J

【救活】jiùhuó<动>cứu sống: 他~了她一家人。Ông ấy đã cứu sống cả gia đình chị ấy.

【救火】jiùhuǒ<动>cứu hỏa

【救急】jiùjí<动>cấp cứu

【救济】jiùjì<动>cứu tế: ~灾民 cứu tế cho nạn dân

【救驾】jiùjià<动>hộ giá; phò vua: ~有功 có công trong việc hộ giá

【救苦救难】jiùkǔ–jiùnàn cứu khổ cứu nạn

【救命】jiùmìng<动>cứu mạng: 他是我的~恩人。Anh ấy là ân nhân đã cứu sống tôi.

【救人一命，胜造七级浮屠】jiù rén yī mìng, shèng zào qī jí fútú cứu sống một mạng người, hơn cả xây tháp bảy tầng

【救生圈】jiùshēngquān<名>phao cấp cứu

【救生艇】jiùshēngtǐng<名>xuồng cấp cứu: 海军出动~抢救沉船落水渔民。Hải quân cho xuồng cứu sinh cứu vớt những dân chài bị đắm thuyền.

【救生衣】jiùshēngyī<名>áo phao

【救世主】Jiùshìzhǔ<名>[宗教]chúa cứu thế

【救赎】jiùshú<动>chuộc lại tài sản của mình

【救死扶伤】jiùsǐ–fúshāng cứu người sắp chết, giúp người bị thương

【救亡】jiùwáng<动>cứu nước (lúc lâm nguy): ~运动 phong trào cứu nước

【救险】jiùxiǎn<动>cứu nguy: 到现场~ đến hiện trường nơi bị tai nạn để cứu nguy

【救星】jiùxīng<名>cứu tinh

【救药】jiùyào<名>phương thuốc cứu chữa: 不可~ vô phương cứu trị

【救应】jiùyìng<动>ứng cứu; tiếp ứng

【救援】jiùyuán<动>cứu viện: ~部队 bộ đội cứu viện

【救灾】jiùzāi<动>❶cứu tế dân bị nạn: 放粮~ mở kho lương thực cứu tế dân bị nạn ❷cứu nạn: 防洪~ chống lũ cứu nạn

【救治】jiùzhì<动>cứu chữa

【救助】jiùzhù<动>cứu trợ: ~伤员 cứu trợ những người bị thương

厩 jiù<名>chuồng ngựa; chuồng gia súc

【厩肥】jiùféi<名>phân chuồng: 猪~ phân chuồng lợn

就 jiù❶<动>kề gần; tựa vào: 迁~ nhượng bộ ❷<动>đến; bắt tay làm: ~职 tựu chức/nhận chức ❸<动>bị; chịu: ~擒 bị tóm cổ/bị bắt ❹<动>xong; trọn vẹn: 成~ thành tựu ❺<动>nhắm (rượu): 用腰果~酒。Nhắm rượu với hạt điều. ❻<介>nhân tiện: ~近 tiện thể gần ❼<介>về: ~这点来说，她比别人有优势。Về điều này thì cô ấy có thế mạnh hơn so với những người khác. ❽<副>liền; sắp; ngay: 您稍等一会，我~来。Ông đợi một lát nhé, tôi đến ngay. ❾<副>đã: 他今天一大早~出发了。Ông ấy đã xuất phát ngay từ sáng sớm. ❿<副>liền; bèn: 他想起什么~做什么。Ông ấy nghĩ đến đâu liền làm ngay đến đó. ⓫<副>thì; sẽ (thường đi kèm sau các từ "đã, nếu, chỉ cần"): 谁想做~做。Ai muốn làm thì làm. ⓬<副>tới; đến; những; là: 你们那么多人都没把事情做好，她一个人~做好了。Các cậu từng ấy người mà chẳng xong, chỉ mỗi mình chị ấy mà đã hoàn tất công việc. ⓭<副>thì (biểu thị sự chấp nhận): 杯子小~小点了，凑合着用吧。Cái li nhỏ thì nhỏ một chút, cứ dùng tạm đã. ⓮<副>đã; vốn đã: 我~这么做了，你要如何处理呢？Tôi đã làm như vậy, anh muốn xử lí như thế nào? ⓯<副>mỗi; chỉ: 以前这个岗位~她一人，现在有五人了。Trước đây cương vị công việc này chỉ mỗi mình chị ấy, giờ đây thì phải cần đến năm người. ⓰<副>nhất định; quyết: 我~不信这个邪。Tôi quyết chẳng tin vào những điều vớ vẩn ấy. ⓱<副>chính; chính là: 问题的关键~在这里。Điều then chốt của vấn đề chính là ở đó. ⑬〈连〉dù; cho dù

【就便】jiùbiàn〈副〉tiện thể; nhân tiện: 你去他家请~把这个盒子交给他。Anh sang nhà ông ấy nhân tiện đưa chiếc hộp này cho ông ấy.

【就餐】jiùcān〈动〉ăn cơm

【就此】jiùcǐ〈副〉lúc này; nơi này: ~罢休 đến đây là xong

【就地】jiùdì〈副〉tại chỗ: ~解决问题 giải quyết ngay tại chỗ

【就读】jiùdú〈动〉theo học

【就范】jiùfàn〈动〉tuân theo sự chi phối và điều khiển: 武警战士采取强制措施，迫使嫌犯乖乖~。Chiến sĩ cảnh sát vũ trang áp dụng biện pháp cưỡng chế buộc nghi can phải ngoan ngoãn nghe theo điều khiển.

【就近】jiùjìn〈副〉ở nơi gần: 这些东西~都能买到。Những đồ này đều có thể mua ngay ở gần đấy.

【就擒】jiùqín〈动〉bị bắt: 束手~ bó tay chịu bị bắt

【就寝】jiùqǐn〈动〉đi ngủ

【就任】jiùrèn〈动〉đảm nhiệm (chức vụ): ~总理 nhậm chức thủ tướng

【就势】jiùshì〈副〉nhân tiện; nhân đà: 对手扑过来，我~把他摔倒在地。Đối thủ lao sang, tôi thuận đà vật ngã anh ta xuống đất.

【就事论事】jiùshì-lùnshì bàn luận chỉ nhằm vào sự việc

【就是】jiùshì ❶〈助〉là được; là xong: 有什么要求，跟我说~了。Có yêu cầu gì cứ nêu ra với tôi. ❷〈副〉được; đúng; chính: 我~要找这本书。Tôi đúng là muốn tìm cuốn sách này. ❸〈连〉chỉ có; chỉ là: 这套房子一切都好，~离我上班的地方太远了。Căn hộ này mọi điều kiện đều tốt cả, chỉ có cái là cách nơi làm việc của tôi xa quá.

【就算】jiùsuàn〈连〉[口]cho dù; mặc dù: 这事~我说了也不顶用。Việc này thì cho dù tôi có ý kiến cũng không xong đâu.

【就位】jiùwèi〈动〉vào vị trí; vào chỗ

【就席】jiùxí〈动〉ngồi vào

【就刑】jiùxíng〈动〉chấp nhận hình phạt, phần nhiều chỉ bị xử tử

【就绪】jiùxù〈动〉xong xuôi; ổn thỏa: 一切~ mọi điều đều ổn thỏa cả

【就学】jiùxué〈动〉vào học; nhập học

【就要】jiùyào〈副〉sắp; sắp sửa

【就业】jiùyè〈动〉có việc làm; làm việc: 大学生~问题日益严峻。Vấn đề tìm việc làm cho sinh viên đại học ngày càng gay gắt.

【就医】jiùyī〈动〉đến chữa bệnh; chạy chữa

【就义】jiùyì〈动〉tựu nghĩa; hi sinh vì nghĩa lớn: 英勇~ anh dũng tuẫn tiết

【就诊】jiùzhěn〈动〉điều trị; chạy chữa

【就职】jiùzhí〈动〉nhậm chức: ~演说 diễn thuyết nhậm chức

【就中】jiùzhōng ❶〈副〉ở giữa; đứng giữa; làm trung gian (làm việc gì đó): ~调停 đứng giữa hòa giải ❷〈名〉tựu trung; trong đó: 这些礼物，~有一份是给你的。Trong những món quà này có một suất là cho anh.

【就座】jiùzuò〈动〉ngồi vào; an tọa

舅 jiù〈名〉❶cậu: 大~ cậu cả ❷anh em vợ: 妻~ anh vợ/em vợ ❸[书]bố chồng: ~姑 bố mẹ chồng

【舅舅】jiùjiu〈名〉[口]cậu

【舅妈】jiùmā〈名〉[口]mợ

【舅子】jiùzi〈名〉[口]anh nhà vợ; em trai nhà vợ

jū

拘 jū〈动〉❶bắt bớ; giam giữ: ~拿 bắt giữ ❷gò bó; câu thúc: 无~无束 không hề gò bó ❸không linh hoạt; khư khư: ~泥 câu nệ ❹hạn chế: 不~一格 không bó hẹp một kiểu

【拘捕】jūbǔ〈动〉bắt giữ: 警察将歹徒~归

案。Cảnh sát đã bắt giữ được nghi can.

【拘管】jūguǎn<动>quản thúc; quản chế: 严加~ quản chế nghiêm ngặt

【拘谨】jūjǐn<形>(lời nói, hành vi) quá giữ kẽ; gò bó: 小男孩性格内向，在外人面前显得格外~。Tính cách cậu bé bẽn lẽn, trước mặt người lạ thường tỏ ra rất gò bó.

【拘禁】jūjìn<动>giam cầm

【拘礼】jūlǐ<动>giữ lễ tiết

【拘留】jūliú<动>❶tạm giam; tạm giữ: 他因偷盗而被~。Hắn ta vì ăn cắp mà bị tạm giam. ❷giam giữ ngắn hạn; phạt hành chính

【拘泥】jūnì❶<动>cố chấp; câu nệ: 作文章不必~于文体。Viết bài không cần câu nệ về thể loại văn. ❷<形>gò bó; thiếu tự nhiên: ~不安 gò bó không yên

【拘束】jūshù❶<动>bó buộc; gò ép: 受~ bị gò bó ❷<形>gò ép mình; ngượng ngập: 不要~，就当这儿是自个儿家。Chẳng cần gì phải ngượng ngập, cứ coi như ở nhà mình vậy là được.

【拘押】jūyā<动>giam giữ: 嫌疑犯~在看守所。Nghi can bị giam trong trại.

【拘执】jūzhí<动>câu nệ; cố chấp: 办事不要过于~，可以变通来办。Đừng quá câu nệ khi làm việc, có thể làm một cách linh hoạt.

狙 jū<动>[书]nhòm

【狙击】jūjī<动>bắn tỉa

居 jū❶<动>ở: 同~ ở chung (thường chỉ những đôi nam nữ không có quan hệ hôn nhân) ❷<动>đứng ở vị trí: 位~前列 đứng hàng đầu ❸<动>đương; nhận; coi: ~功至伟 công lao to lớn không thể xóa nhòa ❹<动>[书]dừng lại; cố định: 岁月不~ năm tháng không dừng lại ❺<名>nhà ở: 故~ nơi ở cũ ❻<名>nhà hàng //(姓)Cư

【居安思危】jū'ān-sīwēi lúc an bình phải nghĩ đến lúc khó khăn, nguy hiểm

【居多】jūduō<动>chiếm đa số; phần lớn: 排队领取赠品的以老年人~。Xếp hàng nhận tặng phẩm đa phần là các vị cao niên.

【居高不下】jūgāo-bùxià liên tục giữ ở vị trí cao

【居高临下】jūgāo-línxià trên cao nhìn xuống

【居功】jūgōng<动>cậy mình có công: 自傲 cậy mình có công mà cao ngạo

【居家】jūjiā<动>ở nhà

【居留】jūliú<动>ở; cư trú: 申请~证 xin giấy phép cư trú

【居留权】jūliúquán<名>quyền cư trú

【居民】jūmín<名>cư dân

【居然】jūrán<副>lại có thể; lại: ~可见 rõ ràng lại có thể thấy được; 她~一夜成名了。Cô ấy lại có thể trong chốc lát đã nổi tiếng.

【居士】jūshì<名>[书]cư sĩ; người tu đạo tại nhà

【居室】jūshì<名>phòng ở

【居所】jūsuǒ<名>chỗ ở; nơi ở

【居委会】jūwěihuì<名>tổ dân phố

【居心】jūxīn<动>rắp tâm; có ý: 他这个人~险恶。Hắn ta rắp tâm hiểm ác.

【居心叵测】jūxīn-pǒcè lòng ác hiểm khôn lường

【居于】jūyú<动>ở vào; ở (địa vị nào đó): 她的成绩~全班之首。Thành tích chị ấy ở vào vị trí hàng đầu trong lớp.

【居中】jūzhōng❶<动>ở giữa: 位置~ vị trí ở vào giữa ❷<副>ở giữa; đứng giữa: ~斡旋 đứng giữa hòa giải

【居住】jūzhù<动>cư trú; sống

驹 jū<名>❶ngựa: 千里~ thiên lí mã ❷(lừa, la, ngựa) chưa đầy một tuổi: 小马~儿 chú ngựa con

【驹子】jūzi<名>lừa non; la non; ngựa non (chưa đầy một tuổi)

掬 jū<动>[书]vốc

锔 jū<动>dùng đinh dẹt hàn gắn đồ gốm, sứ //(姓) Cục

鞠¹ jū<动>[书]❶nuôi dưỡng: ~养 nuôi dưỡng ❷khom //(姓) Cúc

鞠² jū<名>quả cầu (đồ chơi thời xưa): 蹴~ đá cầu

【鞠躬】jūgōng<动>khom lưng chào: ~致歉 cúi gập người xin lỗi

【鞠躬尽瘁】jūgōng-jìncuì hết lòng tận tụy: ~, 死而后已。Hết lòng tận tụy cho đến lúc nhắm mắt xuôi tay.

jú

局¹ jú❶<名>bàn cờ: 棋~ ván cờ ❷<名>ván cờ: 和~ hòa ❸<名>tình hình; hoàn cảnh: 当~者迷 người trong cuộc lú lẫn mê mụ ❹<名>khí lượng của một người: ~度 khí phách phong độ ❺<量>cuộc; ván; đám: 三~两胜 chơi ba ván, bên thắng hai ván là thắng ❻<名>tròng; cái vòng: 骗~ mẹo lừa ❼<名>cuộc; buổi (hội tụ): 饭~ buổi tiệc //(姓) Cục

局² jú<名>❶bộ phận: ~部 cục bộ ❷cục: 财政~ cục tài chính ❸cửa hàng: 书~ hiệu sách ❹cơ cấu ngành dịch vụ: 邮政~ cục bưu chính

局³ jú<形>hạn chế; chật hẹp: ~限 giới hạn

【局部】júbù<名>cục bộ; bộ phận

【局促】júcù<形>❶chật; hẹp: 房间太~, 转个身都困难。Căn buồng quá chật hẹp, đến xoay mình cũng khó khăn. ❷[方](thời gian) ngắn ngủi; eo hẹp: 时间太~, 很难保证产品质量。Thời gian quá gấp, rất khó mà đảm bảo được chất lượng sản phẩm. ❸lúng túng; thiếu tự nhiên: ~不安 lúng túng không yên

【局面】júmiàn<名>❶cục diện: 打开~ mở ra cục diện ❷[方]quy mô: 他的公司~不大, 但聚集了各类人才。Công ti ông ấy chưa quy mô nhưng lại tập trung được nhiều nhân tài các mặt.

【局内人】júnèirén<名>người trong cuộc

【局势】júshì<名>cục diện; tình thế: 认清~ nhận thức rõ cục diện

【局外人】júwàirén<名>người ngoài cuộc

【局限】júxiàn<动>hạn chế: 这次打折活动~于团购。Lần bán chiết khấu này chỉ hạn chế cho những đối tượng mua tập thể.

【局域网】júyùwǎng<名>[信息]mạng cục bộ; mạng LAN

菊 jú<名>hoa cúc //(姓) Cúc

【菊花】júhuā<名>❶cây hoa cúc: 种~ trồng cây hoa cúc ❷hoa cúc: ~香 hương cúc

橘 jú<名>❶cây quít; cây cam giấy ❷quả quít

【橘红】júhóng❶<名>trần bì ❷<形>(màu) hồng vỏ quít: ~的灯 đèn (màu) hồng vỏ quít

【橘黄】júhuáng<形>(màu) vàng sẫm

【橘皮】júpí<名>vỏ quít

【橘树】júshù<名>cây quít

【橘汁】júzhī<名>nước quít

【橘子】júzi<名>❶cây quít ❷quả quít

jǔ

咀 jǔ<动>nhai; nghiền ngẫm

【咀嚼】jǔjué<动>❶nhai (thức ăn): 多~食物益于消化。Nhai kĩ khi ăn có lợi cho tiêu hóa. ❷nghiền ngẫm; suy ngẫm: 今天老师讲的内容很深奥, 我得回去~~。Nội dung thầy giảng hôm nay rất sâu sắc, về nhà tôi phải nghiền ngẫm thêm.

沮 jǔ❶<动>[书]ngăn chặn: ~其成行 cản trở chuyến đi (của người nào đó) ❷<形>mất tinh thần: ~丧 tinh thần ủ rũ

【沮丧】jǔsàng<形>uể oải; ủ rũ: cảm thấy tinh thần rệu rã; 别~了。Đừng buồn nữa.

矩 jǔ<名>❶thước thợ: ~尺 thước thợ ❷phép tắc: 循规蹈~ tuân thủ phép tắc

【矩形】jǔxíng<名>hình chữ nhật

举 jǔ❶<动>giơ lên; giương lên; cử: ~起手来! Giơ tay lên! ❷<动>khởi; nổi dậy: ~兵 dấy binh ❸<动>[书]sinh đẻ: ~一男 sinh một trai ❹<动>tiến cử; bầu cử: 选~ tuyển cử ❺<动>nêu ra; đề ra: 列~ liệt kê ra ❻<名>hành động; cử (động): 善~ hành động mang thiện chí ❼<形>[书]cả; tất cả; toàn: ~家 cả nhà // (姓) Cử

【举哀】jǔ'āi<动>phát tang: 大地震发生后全国上下~悼念遇难者。Sau khi xảy ra động đất lớn cả nước đã phát tang truy điệu những người bị nạn.

【举案齐眉】jǔ'àn-qíméi dâng mâm cơm cao ngang mày; vợ chồng tôn trọng lẫn nhau

【举办】jǔbàn<动>tổ chức; tiến hành: ~摄影展 tổ chức triển lãm tranh ảnh

【举报】jǔbào<动>trình báo; tố giác (đối với kẻ xấu, việc xấu): ~不法行为 tố giác hành vi trái phép

【举杯】jǔbēi<动>nâng cốc: ~畅饮 nâng cốc nốc rượu

【举不胜举】jǔbùshèngjǔ không thể kể hết

【举步维艰】jǔbù-wéijiān bước đi khó nhọc

【举出】jǔchū<动>nêu ra: ~数据 nêu ra số liệu

【举措】jǔcuò<名>[书]hành động; biện pháp: 保护环境的新~ những biện pháp và hành động mới trong việc bảo vệ môi trường

【举动】jǔdòng<名>cử động; hành động: 他若有什么~, 马上向我汇报。Hắn ta có động tĩnh gì thì lập tức báo cáo ngay với tôi.

【举凡】jǔfán<副>[书]phàm là; gồm

【举国】jǔguó<名>toàn quốc; cả nước: ~欢庆 cả nước hân hoan

【举荐】jǔjiàn<动>tiến cử: ~贤才 tiến cử hiền tài

【举例】jǔlì<动>nêu ví dụ: 请~说明你的观点。Xin anh nêu ví dụ minh chứng cho quan điểm của mình.

【举目】jǔmù<动>[书]ngước mắt (nhìn): ~无亲 không một ai thân thích

【举棋不定】jǔqí-bùdìng ngần ngừ; do dự

【举世】jǔshì<名>cả thế giới; khắp nơi: ~闻名 nổi tiếng khắp nơi

【举手】jǔshǒu<动>giơ tay

【举手投足】jǔshǒu-tóuzú cử chỉ; cử động chân tay

【举手之劳】jǔshǒuzhīláo dễ như trở bàn tay

【举贤荐能】jǔxián-jiànnéng tiến cử hiền tài

【举行】jǔxíng<动>cử hành; tiến hành; tổ chức: 第30届奥林匹克运动会在伦敦~。Đại hội thể dục thể thao Olimpic lần thứ 30 tổ chức tại Luân-Đôn.

【举一反三】jǔyī-fǎnsān suy một ra ba; từ một biến nhiều

【举债】jǔzhài<动>[书]vay nợ: ~度日 vay nợ qua ngày

【举证】jǔzhèng<动>đưa ra bằng chứng; cung cấp chứng cứ: 谁主张谁~。Ai chủ trương thì người nấy nêu bằng chứng.

【举止】jǔzhǐ<名>cử chỉ

【举重】jǔzhòng<名>cử tạ

【举重若轻】jǔzhòng-ruòqīng vác nặng như không; thừa sức hoàn thành công việc nặng nhọc hoặc đối phó với các vấn đề hóc búa

【举足轻重】jǔzú-qīngzhòng rất quan trọng; đóng vai trò quyết định

【举座哗然】jǔzuò-huárán mọi người có mặt đều náo động; hết thảy đều xôn xao

J

龃 jǔ

【龃龉】jǔyǔ<动>[书]vầu; vỗ; ý kiến không khớp; vênh nhau: 同事之间难免会发生~。 Các bạn đồng sự khó tránh khỏi có ý kiến bất đồng.

jù

巨 jù<形>lớn; rất lớn: ~型 cỡ lớn //(姓) Cự

【巨变】jùbiàn<名>thay đổi lớn: 新中国成立以来，人们的生活发生了~。Đời sống người dân đã có những biến đổi to lớn kể từ sau ngày thành lập nước Trung Hoa mới.

【巨大】jùdà<形>to lớn: ~的影响 ảnh hưởng to lớn

【巨额】jù'é<形>số lượng lớn

【巨富】jùfù[书]❶<形>giàu có ❷<名>người giàu có; tỉ phú: 彩票中奖使他一夜之间成为~。Trúng xổ số khiến ông trở thành triệu phú trong chốc lát.

【巨奖】jùjiǎng<名>giải thưởng lớn

【巨匠】jùjiàng<名>cự phách: 文学~ cự phách văn học/cây đa cây đề trong giới văn học

【巨款】jùkuǎn<名>khoản tiền lớn

【巨浪】jùlàng<名>sóng to

【巨轮】jùlún<名>❶tàu thuyền cỡ lớn ❷bánh xe khổng lồ

【巨人】jùrén<名>❶người khổng lồ ❷người có ảnh hưởng lớn

【巨头】jùtóu<名>đầu sỏ: 石油~ trùm dầu mỏ

【巨无霸】jùwúbà<名>cự phách; khổng lồ

【巨细】jùxì<名>(việc) lớn và nhỏ: 事无~ việc bất kể lớn hay nhỏ

【巨蟹座】jùxièzuò<名>chòm sao Cự giải

【巨星】jùxīng<名>❶[天文]thiên thể lớn (có độ sáng và thể tích lớn, mật độ nhỏ) ❷ngôi sao lớn; vì tinh tú: 文坛~ vì tinh tú trong làng văn học

【巨型】jùxíng<形>dạng lớn; cỡ lớn

【巨著】jùzhù<名>tác phẩm lớn

【巨资】jùzī<名>khoản vốn rất lớn

句 jù❶<名>câu: 造~ đặt câu ❷<量>câu (đơn vị lời nói)

【句读】jùdòu<名>chấm câu; ngắt ngừng trong câu nói

【句法】jùfǎ<名>❶句法 cú pháp: ~分析 phân tích cú pháp ❷lối đặt câu và sắp xếp câu

【句号】jùhào<名>dấu chấm câu

【句型】jùxíng<名>mẫu câu; kiểu câu: 多样化的~让文章增彩不少。Sự đa dạng hóa về mẫu câu khiến cho bài viết càng thêm sinh động.

【句子】jùzi<名>câu; cú: ~成分 thành phần câu

拒 jù<动>❶chống đỡ ❷cự tuyệt

【拒捕】jùbǔ<动>(tội phạm) chống lại lệnh bắt: 公然~ công khai chống lệnh truy nã

【拒付】jùfù<动>từ chối trả tiền: ~全部费用 từ chối chi trả toàn bộ phí tổn

【拒绝】jùjué<动>cự tuyệt; từ chối: 虽然生活贫困潦倒，但她~接受别人的帮助。Mặc dù đời sống hết sức túng quẫn, nhưng chị ấy vẫn từ chối tiếp nhận sự giúp đỡ của người khác.

【拒赔】jùpéi<动>từ chối bồi thường

【拒签】jùqiān<动>❶từ chối kí ❷từ chối cấp visa: 他的留学申请再次遭到~。Anh ấy lại một lần nữa bị từ chối cấp visa du học.

【拒人于千里之外】jù rén yú qiānlǐ zhī wài cự tuyệt người từ khoảng cách ngàn dặm; đánh bài lờ

【拒收】jùshōu<动>chống nhận: ~贿赂 chống nhận hối lộ

【拒载】jùzài<动>từ chối chuyên chở

【拒之门外】jùzhī-ménwài từ chối thẳng thừng

具¹ jù ❶<名>dụng cụ: 工~ công cụ ❷<量>[书]chiếc; bộ: 一~尸体 một bộ thi thể

具² jù<动>❶có; vốn có ❷[书]chuẩn bị; có đủ; làm: ~呈 đưa trình

【具备】jùbèi<动>có; đầy đủ: 他~当兵的条件。Anh ấy có đủ điều kiện nhập ngũ.

【具名】jùmíng<动>kí tên: ~倡议书 kí tên vào bản đề xướng

【具体】jùtǐ ❶<形>cụ thể: ~的实施方案 phương án thực thi cụ thể ❷<动>xác định rõ ràng, cụ thể: 布置方案~到每一个细节。Phương án sắp xếp cụ thể đến từng chi tiết nhỏ.

【具有】jùyǒu<动>có

炬 jù<名>bó đuốc

俱 jù<副>[书]toàn; đều

【俱乐部】jùlèbù<名>câu lạc bộ

【俱全】jùquán<形>đồng bộ; hoàn bị: 一应~ tất thảy đều có đủ

剧¹ jù<名>hí kịch: 话~ kịch nói //(姓) Kịch

剧² jù<形>dữ; mạnh: 加~ trầm trọng thêm

【剧本】jùběn<名>kịch bản

【剧变】jùbiàn<动>biến đổi mạnh mẽ: 形势~ tình thế biến đổi mạnh

【剧场】jùchǎng<名>kịch trường; rạp; rạp hát

【剧毒】jùdú<名>kịch độc; chất độc mạnh

【剧烈】jùliè<形>mạnh; kịch liệt; gay gắt: 竞争日益~。Cạnh tranh ngày càng quyết liệt.

【剧名】jùmíng<名>danh mục kịch

【剧目】jùmù<名>tên các vở kịch; danh sách các vở kịch; kịch mục

【剧情】jùqíng<名>tình tiết của vở kịch: ~多变的影片较受观众欢迎。Phim tình tiết lắt léo đa biến rất được khán giả hoan nghênh.

【剧痛】jùtòng<名>đau dữ dội

【剧团】jùtuán<名>đoàn kịch

【剧院】jùyuàn<名>❶kịch viện; rạp: 中国木偶~ Rạp múa rối Trung Quốc ❷nhà hát

【剧增】jùzēng<动>tăng mạnh: 人口~ dân số tăng mạnh

【剧照】jùzhào<名>hình ảnh trong kịch hoặc phim (để giới thiệu, quảng cáo…)

【剧终】jùzhōng<动>vở kịch kết thúc

【剧组】jùzǔ<名>tổ làm phim; ban làm phim; dàn dựng vở kịch

【剧作家】jùzuòjiā<名>nhà sáng tác kịch bản

据 jù ❶<动>chiếm cứ: ~为己有 chiếm làm của riêng ❷<动>dựa vào: ~险固守 dựa vào thế hiểm yếu để cố thủ ❸<介>căn cứ: ~理力争 theo lí lẽ mà giành bằng được ❹<名>chứng cứ; bằng cớ: 证~ chứng cứ //(姓) Cứ

【据称】jùchēng<动>theo tin; nghe nói: 好长时间没见到她了, ~她移民英国了。Lâu lắm rồi không gặp chị ấy, nghe nói chị đã di cư sang Anh.

【据传】jùchuán<动>theo tin; nghe nói

【据点】jùdiǎn<名>❶cứ điểm; điểm đóng chốt ❷ổ (nghĩa xấu)

【据实】jùshí<动>theo đúng sự thật: ~上报本月财目 báo cáo sổ sách trong tháng lên trên theo đúng sự thật

【据守】jùshǒu<动>chiếm cứ phòng thủ; trấn thủ; canh giữ

【据说】jùshuō<动>nghe nói

【据悉】jùxī<动>theo tin cho biết: ~, 近几年该地区生态环境有所好转。Tin cho biết, mấy năm nay môi trường sinh thái vùng này đã có sự chuyển biến tốt.

距¹ jù ❶<名>cự li; khoảng cách ❷<动>cách nhau

距² jù<名>cựa gà trống

【距离】jùlí ❶<动>cách; khoảng cách: 她家~单位不远。Nhà chị ấy cách đơn vị không xa. ❷<名>cự li: 保持~ giữ cự li

惧 jù<动>sợ hãi

【惧怕】jùpà<动>sợ hãi

【惧色】jùsè<名>vẻ sợ hãi: 面无~ trên khuôn mặt không hề lộ vẻ sợ hãi

锯 jù<名>cái cưa: 电~ cưa điện ❷<动>cưa: ~树 cưa cây

【锯齿】jùchǐ<名>răng cưa

【锯床】jùchuáng<名>máy cưa

【锯末】jùmò<名>mạt cưa; mùn cưa

【锯木厂】jùmùchǎng<名>nhà máy cưa gỗ

【锯子】jùzi<名>[方]cái cưa

聚 jù<动>tụ tập; tập hợp //(姓) Tụ

【聚宝盆】jùbǎopén<名>chậu của cải; vùng tài nguyên giàu có

【聚餐】jùcān<动>liên hoan; bữa ăn liên hoan: 周末本公司~。Cuối tuần công ti sẽ tổ chức bữa ăn liên hoan.

【聚光灯】jùguāngdēng<名>đèn tụ quang; đèn hắt sáng

【聚合】jùhé<动>❶tụ hợp; tập hợp ❷hóa hợp; polime hóa: ~材料 vật liệu polime

【聚会】jùhuì❶<动>tụ hợp; gặp nhau ❷<名>cuộc họp mặt: 明天我们组织~。Ngày mai chúng tôi sẽ tổ chức cuộc gặp mặt.

【聚积】jùjī<动>tích tụ

【聚集】jùjí<动>tập trung; tập hợp; tụ họp; tụ tập

【聚焦】jùjiāo<动>❶tụ (ánh sáng) vào tiêu điểm ❷ví tập trung sự chú ý

【聚精会神】jùjīng-huìshén tập trung chú ý; chăm chú

【聚居】jùjū<动>tụ cư; ở quây quần

【聚拢】jùlǒng<动>tụ tập: 人们~到广场上观赏音乐喷泉。Mọi người tụ tập lại trên quảng trường thưởng thức âm nhạc suối phun.

【聚齐】jùqí<动>tụ họp đông đủ

【聚散】jùsàn<动>gặp nhau và chia tay

【聚少成多】jùshǎo-chéngduō tích nhỏ thành lớn; góp ít thành nhiều

【聚首】jùshǒu<动>[书]quần tụ; tụ hội: 参加会议的代表~北京。Đại biểu tham dự hội nghị tụ hội tại Bắc Kinh.

【聚众】jùzhòng<动>kéo bè; vào hùa: ~斗殴 kéo bè ẩu đả với nhau

踞 jù<动>❶ngồi; ngồi xổm: 龙盘虎~ rồng cuộn hổ ngồi ❷chiếm đóng; chiếm cứ phi pháp: 盘~ chiếm giữ

juān

捐 juān<动>❶vứt bỏ; bỏ đi: ~躯 hi sinh tính mạng ❷quyên góp; tặng cúng: ~钱 quyên tiền

【捐建】juānjiàn<动>quyên góp xây dựng: ~图书馆 quyên tiền xây dựng thư viện

【捐款】juānkuǎn❶<动>quyên góp tiền: 为失学儿童~ quyên tiền giúp trẻ thất học ❷<名>khoản tiền quyên góp: 他不愿意接受大家的~。Ông ấy không chịu nhận khoản tiền quyên góp của mọi người.

【捐躯】juānqū<动>hi sinh thân mình: 为国~ hi sinh vì nước

【捐税】juānshuì<名>sưu thuế

【捐献】juānxiàn<动>quyên; biếu; tặng: ~骨髓 quyên tặng tủy

【捐赠】juānzèng<动>quyên tặng

【捐助】juānzhù<动>quyên giúp: ~养老院 quyên giúp cho viện dưỡng lão

【捐资】juānzī❶<动>quyên góp tiền của ❷<名>tiền của quyên góp

娟 juān<形>[书]đẹp đẽ

【娟秀】juānxiù<形>[书]đẹp; xinh đẹp

圈 juān<动>❶nhốt; giữ lại: 把羊~起来。Nhốt cừu lại (trong chuồng). ❷giam; giam chân: 暑假别总~在家里，应该多出去走走。Kì nghỉ hè đừng giam chân mình trong nhà mà nên thường xuyên tiếp xúc với bên ngoài.

J

另见juàn, quān

镌 juān ⟨动⟩[书]điêu khắc
【镌刻】juānkè ⟨动⟩điêu khắc

juǎn

卷 juǎn ❶⟨动⟩cuốn; cuộn: ~烟 thuốc cuộn ❷⟨动⟩quấn; gói; cuộn: ~起一阵风沙 cuộn lên một cơn gió cát ❸⟨名⟩cuộn: 铺盖~儿 cuộn chăn đệm ❹⟨名⟩nem cuốn: 春~儿 chả nem ❺⟨量⟩cuộn: 一~儿纸 một cuộn giấy
另见juàn

【卷笔刀】juǎnbǐdāo ⟨名⟩dao gọt bút chì; đồ chuốt viết chì
【卷尺】juǎnchǐ ⟨名⟩thước cuộn; thước cuốn
【卷发】juǎnfà ❶⟨名⟩tóc xoăn; tóc quăn ❷⟨动⟩xoăn tóc; quăn tóc; uốn tóc: 这附近就有一家店可以~。Ngay gần đây có một hiệu có thể uốn tóc.
【卷发夹子】juǎnfà jiāzi ống cuộn tóc
【卷门】juǎnmén ⟨名⟩cửa cuốn
【卷铺盖】juǎn pūgai cuốn gió; bị thải hồi; từ chức: ~走人 từ chức rời cương vị
【卷曲】juǎnqū ⟨形⟩gấp khúc; quăn
【卷入】juǎnrù ⟨动⟩(bị) cuốn vào; (bị) kéo vào: ~纷争 bị lôi kéo vào cuộc phân tranh
【卷缩】juǎnsuō ⟨动⟩co ro; quăn: 刺猬~成一团。Con nhím co ro mình lại.
【卷逃】juǎntáo ⟨动⟩cuốn gói chạy trốn
【卷筒纸】juǎntǒngzhǐ ⟨名⟩giấy cuộn
【卷土重来】juǎntǔ–chónglái quay trở lại
【卷心菜】juǎnxīncài ⟨名⟩[方]rau cải bắp
【卷烟】juǎnyān ⟨名⟩❶thuốc lá; thuốc cuốn: ~市场 thị trường thuốc cuốn ❷xì gà
【卷扬机】juǎnyángjī ⟨名⟩cần cẩu; tời di động
【卷子】juǎnzi ⟨名⟩[食品]bánh cuốn
另见juànzi

juàn

卷 juàn ❶⟨名⟩quyển (sách, vở): 开~有益 xem sách có ích ❷⟨量⟩quyển; tập: 这套书有上下两~。Bộ sách gồm 2 tập I và II. ❸⟨名⟩bài kiểm tra; bài thi: 答~ làm bài thi ❹⟨名⟩văn kiện hồ sơ: 调~ lấy hồ sơ vụ án
另见juǎn

【卷轴】juànzhóu ⟨名⟩[书]giấy ống quyển; cuộn sách
【卷子】juànzi ⟨名⟩❶bài thi: 交~ nộp bài thi ❷những cuộn bản sao sách vở: 敦煌~ bản sao Đôn Hoàng
另见juǎnzi
【卷宗】juànzōng ⟨名⟩❶hồ sơ ❷cặp hồ sơ

倦 juàn ⟨形⟩❶mệt mỏi: 困~ mệt mỏi buồn ngủ ❷chán chường: 海人不~ dạy dỗ tận tâm (không biết chán)
【倦怠】juàndài ⟨形⟩mệt mỏi: 感到~ cảm thấy mệt mỏi
【倦容】juànróng ⟨名⟩nét mặt mệt mỏi
【倦意】juànyì ⟨名⟩vẻ mệt mỏi: 连续工作12小时, 他竟然毫无~。Làm việc liên tục 12 tiếng đồng hồ mà ông ấy hoàn toàn không lộ vẻ mệt mỏi.

绢 juàn ⟨名⟩lụa

圈 juàn ⟨名⟩chuồng trại: 猪~ chuồng lợn
另见juān, quān
【圈养】juànyǎng ⟨动⟩nuôi nhốt: ~牲畜 nuôi nhốt súc vật

眷 juàn ❶⟨名⟩thân quyến: 家~ gia quyến ❷⟨动⟩[书]quan tâm; quan niệm: ~恋 quyến luyến
【眷顾】juàngù ⟨动⟩[书]để ý chăm sóc
【眷恋】juànliàn ⟨动⟩[书]lưu luyến; quyến luyến: 南宁是天下民歌~的地方。Nam Ninh là mảnh đất được nghệ thuật dân ca thiên hạ lưu luyến.

【眷念】juànniàn<动>[书]nhớ nhung; quyến luyến

【眷属】juànshǔ<名>thân thuộc; gia quyến: 有情人终成~。Những người có nghĩa tình rồi sẽ nên vợ nên chồng.

juē

撅 juē<动>[口]❶cong; dẩu ❷chê bai; phản bác (đối với người trên hoặc cấp trên): ~人 phản bác đối với cấp trên

噘 juē<动>bĩu; dẩu

【噘嘴】juēzuǐ<动>bĩu môi; dẩu môi

jué

决¹ jué❶<动>quyết định: 表~ biểu quyết ❷<副>quyết; nhất định: ~不罢休 quyết không chịu thôi ❸<动>quyết định thắng bại: ~战 quyết chiến ❹<动>xử tử: 枪~ xử bắn

决² jué<动>chỗ đê vỡ: 溃~ nước lũ tràn vỡ đê

【决策】juécè❶<名>quyết sách ❷<动>đưa ra quyết sách

【决策权】juécèquán<名>quyền quyết sách

【决堤】juédī<动>vỡ đê

【决定】juédìng❶<动>quyết định: 为了照顾父母，她~不去留学了。Để chăm sóc cha mẹ, cô ấy đã quyết định không đi du học nữa. ❷<名>việc được quyết định: 宣读~ đọc bản quyết định ❸<动>(có tính chất) quyết định: ~性作用 có tính chất quyết định

【决斗】juédòu❶<动>đấu súng; đấu gươm: 剑术~ đấu gươm ❷<名>cuộc chiến đấu một mất một còn: 作~ trận đấu sống mái

【决断】juéduàn<动>quyết đoán: 事关重大，你得亲自做出~。Công việc này hệ trọng cần anh đích thân tự quyết đoán.

【决计】juéjì❶<动>quyết định: 他~去北京

发展。Anh ấy quyết định đi Bắc Kinh để mở mang nghiệp vụ. ❷<副>chắc chắn: 这件事~办不成。Việc này chắc chắn là không làm được.

【决绝】juéjué❶<动>đoạn tuyệt quan hệ: 他俩已~往来多年了。Hai người đã cắt đứt quan hệ đi lại nhiều năm nay. ❷<形>quả quyết: 行动~ hành động quả quyết

【决口】juékǒu❶<动>đê bị vỡ ❷<名>chỗ đê vỡ

【决裂】juéliè<动>tan vỡ; đoạn tuyệt: 夫妻关系~ quan hệ vợ chồng tan vỡ

【决然】juérán<副>[书]❶kiên quyết: ~辞职 cương quyết từ chức ❷tất nhiên; nhất định: 做事情三天打鱼，两天晒网，~不会有什么成就。Làm việc cứ buổi đực buổi cái tất nhiên sẽ chẳng thu được thành quả gì.

【决赛】juésài<动>trận chung kết; thi chung kết

【决胜】juéshèng<动>quyết thắng: ~沙场 quyết chiến nơi sa trường

【决死】juésǐ<形>quyết tử: ~拼搏 quyết một phen sống mái

【决算】juésuàn<名>quyết toán

【决心】juéxīn<动>quyết tâm: 他~要干一番大事业。Anh ấy quyết tâm phải làm nên sự nghiệp lớn.

【决一雌雄】juéyīcíxióng quyết một phen sống mái

【决一胜负】juéyīshèngfù quyết một phen thắng bại

【决一死战】juéyīsǐzhàn quyết một trận sống còn

【决议】juéyì<名>nghị quyết: ~草案 bản thảo nghị quyết

【决意】juéyì<动>quyết; quyết ý: ~已定 đã quyết định

【决战】juézhàn<动>quyết chiến: ~决胜 quyết chiến quyết thắng

J

诀¹ jué<名>❶vè: 口~ khẩu quyết ❷bí quyết: 秘~ bí quyết

诀² jué<动>tách rời: 永~ vĩnh biệt

【诀别】juébié<动>xa nhau; chia li: 痛苦的~ sự chia li đau khổ

【诀窍】juéqiào<名>mẹo; bí quyết: 做事要讲究~，不能蛮干。Làm việc cần phải chú ý bí quyết, không thể làm càn. 他深知其中的~。Ông hiểu rất rõ những bí quyết trong đó.

抉 jué<动>[书]chọn; lựa

【抉择】juézé<动>[书]lựa chọn: 难以~ rất khó để lựa chọn

角¹ jué<名>❶vai diễn: 主~ vai chính; 丑~ vai hề ❷diễn viên: 名~ diễn viên nổi tiếng

角² jué<动>thi; đấu: 口~ cãi vã //(姓) Giác
另见jiǎo

【角斗】juédòu<动>đấu sức: ~士 đấu sĩ

【角力】juélì<动>đấu sức

【角色】juésè<名>vai; nhân vật: 演员把这个~演得活灵活现。Diễn viên đã diễn rất sinh động đối với vai này.

【角逐】juézhú<动>❶đấu võ ❷tranh tài; đua tài: 激烈~ giao đấu quyết liệt

觉 jué❶<名>giác quan: 嗅~ khứu giác ❷<动>[书]ngủ dậy: 大梦初~。Vừa tỉnh giấc mộng dài. ❸<动>giác ngộ: 自~ tự giác ❹<动>cảm thấy //(姓) Giác
另见jiào

【觉察】juéchá<动>phát giác

【觉得】juéde<动>❶cảm thấy: 休息了一个晚上，现在~浑身都很轻松。Nghỉ một đêm giờ đây trong người cảm thấy thoải mái dễ chịu. ❷cho rằng; cảm thấy: 我~这个答案是正确的。Tôi thấy câu trả lời này là đúng.

【觉悟】juéwù❶<动>tỉnh ngộ; giác ngộ: 若有~ dường như đã tỉnh ngộ ❷<名>sự giác ngộ

【觉醒】juéxǐng<动>giác ngộ; thức tỉnh: ~的人们 những người tỉnh ngộ

绝 jué❶<动>đoạn tuyệt: 隔~ cách tuyệt/ ngăn cách ❷<形>hết đường: ~地 đường cùng ❸<动>hết sạch: 斩尽杀~ chém giết sạch ❹<形>vô song; tuyệt vời: ~技 tài nghệ vô song ❺<动>hết cả: 气~ tắt thở ❻<副>cực; nhất: ~大部分 tuyệt đại bộ phận ❼<副>tuyệt đối: ~无恶意 tuyệt đối không có ác ý ❽<名>thể thơ: 五~ thơ ngũ tuyệt

【绝版】juébǎn<动>bản cuối cùng

【绝笔】juébǐ<名>❶tác phẩm cuối cùng; tuyệt bút: ~之作 tác phẩm cuối cùng ❷[书]tác phẩm tuyệt vời

【绝壁】juébì<名>vách đá dựng đứng

【绝不】juébù<副>tuyệt không; tuyệt đối không; không bao giờ: 他宁死也~投降。Anh ấy thà chết chứ không chịu đầu hàng.

【绝唱】juéchàng<名>❶thơ, văn hay có một không hai: 千古~ tuyệt tác thiên cổ ❷lời ca cuối cùng

【绝处逢生】juéchù-féngshēng chết đuối vớ được cọc

【绝代风华】juédài-fēnghuá phong nhã hào hoa hơn đời

【绝代佳人】juédài-jiārén tuyệt thế giai nhân

【绝地】juédì<名>❶tuyệt địa; mảnh đất tuyệt vời: 此处地势险要，易守难攻，真是个~。Nơi đây địa thế hiểm yếu, dễ phòng thủ, khó tấn công, thật là mảnh đất hiểm hóc tuyệt vời. ❷nơi cuối cùng; chỗ cùng đường: 敌人已经陷入~。Bọn địch đã bị dồn vào bước đường cùng.

【绝顶】juédǐng❶<副>tuyệt đỉnh; tuyệt vời: ~手艺 tay nghề tuyệt vời ❷<名>[书]đỉnh cao nhất: 华山~ đỉnh chóp trên ngọn Hoa Sơn

【绝对】juéduì❶<形>tuyệt đối: ~深度 độ sâu tuyệt đối ❷<副>hoàn toàn; nhất định;

tuyệt vời: 她~是个好妈妈。Bà ấy là một người mẹ tuyệt vời.

【绝后】juéhòu<动>❶tuyệt hậu; không có con cháu: 他家到他这一代就~了。Đến đời ông ấy thì gia tộc ấy tuyệt hậu. ❷từ nay về sau không có: 空前~ không tiền khoáng hậu

【绝活】juéhuó<名>tay nghề cao siêu; tài nghệ độc đáo

【绝技】juéjì<名>tuyệt kĩ; kĩ nghệ điêu luyện và độc đáo: 他有一手~。Ông ta có tuyệt kĩ trong tay.

【绝迹】juéjì<动>mất dấu vết: 许多野生动物濒临~。Nhiều loài sinh vật hoang dã bị lâm vào nguy cơ tuyệt chủng không còn dấu vết.

【绝交】juéjiāo<动>tuyệt giao: 他们竟然为一件小事~了。Họ đã tuyệt giao chỉ vì một việc nho nhỏ.

【绝经】juéjīng<动>mãn kinh

【绝境】juéjìng<名>❶[书]nơi bị cô lập ❷tình cảnh tuyệt vọng không lối thoát: 陷入~ bị dồn vào cảnh tuyệt vọng

【绝口】juékǒu❶<动>(chỉ dùng sau "不") ngớt lời: 赞不~ khen hết lời ❷<副>hoàn toàn: ~否认 hoàn toàn phủ nhận

【绝口不提】juékǒu-bùtí hoàn toàn không nhắc tới

【绝路】juélù❶<动>cùng đường; hết cách ❷<名>đường cùng; con đường chết: 逼上~ bị dồn vào bước đường cùng

【绝伦】juélún<动>[书]độc nhất vô nhị; không gì sánh kịp: 精美~ đẹp đến mức không sao sánh nổi

【绝门】juémén❶<名>gia đình tuyệt tự: ~绝户 không có người nối dõi ❷<名>nghề bị mai một: 当今这一行已成为~。Đây là một ngành nghề đã bị mai một. ❸<名>tuyệt chiêu; tuyệt kĩ: 他不止一项~。Ông ấy không chỉ có một ngón tuyệt chiêu. ❹<形>không ai

làm được; không ai ngờ tới: 她竟然对爸爸说出这样的话,太~了吧。Cô ta lại nói với bố mình những lời như vậy, thật không ngờ.

【绝密】juémì<形>tuyệt mật: ~文件 văn kiện tuyệt mật

【绝妙】juémiào<形>tuyệt diệu; tuyệt vời: ~的计划 chương trình tuyệt vời

【绝灭】juémiè<动>tuyệt diệt

【绝命书】juémìngshū<名>thư tuyệt mệnh

【绝情】juéqíng❶<动>dứt tình; cắt đứt tình nghĩa: ~忘义 chẳng còn tình nghĩa gì nữa ❷<形>vô tình nghĩa: 他就是个~的人。Ông ta là con người vô tình vô nghĩa.

【绝色】juésè<名>[书]tuyệt sắc; sắc đẹp tuyệt trần: ~佳人 người đẹp tuyệt sắc

【绝食】juéshí<动>tuyệt thực

【绝世】juéshì<动>có một không hai

【绝收】juéshōu<动>mất trắng

【绝望】juéwàng<动>tuyệt vọng: 彻底~ hoàn toàn tuyệt vọng

【绝无仅有】juéwú-jǐnyǒu rất hiếm có; chỉ có một

【绝响】juéxiǎng<名>[书]thất truyền: 几近~ gần như thất truyền

【绝学】juéxué<名>[书]❶môn võ có một không hai: 少林~ môn học võ có một không hai của Thiếu Lâm Tự ❷học vấn cao siêu độc đáo: 独门~ chuyên ngành độc đáo cao siêu

【绝艺】juéyì<名>kĩ nghệ tuyệt vời; tay nghề tuyệt vời

【绝育】juéyù<动>triệt sản; tuyệt dục

【绝缘】juéyuán<动>❶cách biệt: 他俩就此~了。Từ đó hai người cách biệt nhau. ❷[电学]cách điện: ~体 vật cách điện

【绝招儿】juézhāor<名>❶kĩ nghệ tuyệt vời: 身怀~ mang trên mình kĩ nghệ tuyệt vời ❷tuyệt chiêu; mẹo; bí quyết: 没想到他还有这手~。Không ngờ anh ta còn có bí quyết tuyệt vời đến thế.

【绝症】juézhèng<名>tuyệt chứng; bệnh không chữa được: 他不幸患上了~。Ông không may mắc phải căn bệnh vô phương cứu chữa.

【绝种】juézhǒng<动>tuyệt chủng

倔jué 义同"倔"(juè), 只用于"倔强"。
另见juè

【倔强】juéjiàng<形>thẳng tính; bướng bỉnh; ương ngạnh: 性格~ tính cách bướng bỉnh

掘jué<动>đào: ~土 đào đất

【掘进】juéjìn<动>[矿业]đào hầm lò

【掘墓人】juémùrén<名>kẻ đào huyệt

【掘土机】juétǔjī<名>máy đào đất

崛jué<动>[书]nhô lên

【崛起】juéqǐ<动>[书]❶nhô lên: 随着经济的发展，一幢幢高楼不断~。Theo đà phát triển của kinh tế nhiều tòa cao ốc không ngừng mọc lên. ❷quật khởi; dấy lên; nổi lên: 民族~ dân tộc nổi lên

爵jué<名>tước vị //(姓) Tước

【爵士乐】juéshìyuè<名>nhạc Jazz

【爵位】juéwèi<名>tước vị

嚼jué 义同"嚼"(jiáo), 用于某些复合词和成语, 如"咀嚼"。
另见jiáo

攫jué<动>quắp; cướp

【攫取】juéqǔ<动>quắp lấy; cướp lấy; tiếm đoạt: ~他人的科研成果 tiếm đoạt thành quả nghiên cứu khoa học của người khác

juè

倔juè<形>(tính tình) thẳng thắn; (thái độ) cứng nhắc
另见jué

【倔头倔脑】juètóu-juènǎo cứng đầu cứng cổ; ngang bướng

jūn

军jūn<名>❶quân đội: 参~ nhập ngũ ❷quân đoàn: 第十~ quân đoàn 10 ❸quân chủng //(姓) Quân

【军备】jūnbèi<名>quân bị; biên chế và trang bị quân sự: ~竞赛 chạy đua vũ trang

【军队】jūnduì<名>quân đội

【军阀】jūnfá<名>❶quân phiệt: ~割据 quân phiệt cát cứ ❷[旧]thủ lĩnh cát cứ một vùng

【军法】jūnfǎ<名>quân pháp: ~严厉 quân pháp nghiêm ngặt

【军方】jūnfāng<名>phía quân đội

【军费】jūnfèi<名>chi phí quân sự

【军分区】jūnfēnqū<名>phân khu quân đội

【军服】jūnfú<名>quân phục

【军港】jūngǎng<名>quân cảng; cảng quân sự

【军工】jūngōng<名>❶công nghiệp quân sự: ~企业 xí nghiệp quân sự ❷công trình quân sự: ~设施 công trình quân sự

【军工厂】jūngōngchǎng<名>nhà máy quân sự

【军功】jūngōng<名>quân công: 他在战争期间立了许多~。Thời kì chiến tranh ông đã lập nhiều thành tích quân công.

【军功章】jūngōngzhāng<名>huân chương quân công

【军官】jūnguān<名>sĩ quan

【军国主义】jūnguó zhǔyì chủ nghĩa quân phiệt (độc tài phát xít)

【军号】jūnhào<名>kèn hiệu quân đội

【军火】jūnhuǒ<名>vũ khí đạn dược: 严禁走私~ nghiêm cấm buôn lậu vũ khí đạn dược

【军机】jūnjī<名>❶thời cơ tác chiến: 贻误~ bỏ lỡ thời cơ tác chiến thích hợp ❷bí mật quân sự: 泄露~ tiết lộ bí mật quân sự

【军籍】jūnjí<名>quân tịch

【军纪】jūnjì<名>kỉ luật quân đội: 严明~ quân kỉ nghiêm minh

【军舰】jūnjiàn<名>quân hạm; chiến hạm

【军阶】jūnjiē<名>cấp bậc (trong quân đội)

【军警】jūnjǐng<名>quân cảnh

【军礼】jūnlǐ<名>chào (trong quân đội)

【军力】jūnlì<名>sức mạnh quân sự; lực lượng quân sự: ~不足 lực lượng quân sự không đầy đủ

【军令】jūnlìng<名>quân lệnh

【军令如山】jūnlìng-rúshān quân lệnh như núi

【军令状】jūnlìngzhuàng<名>❶bản cam kết thi hành quân lệnh ❷ví bản cam kết trọng yếu

【军旅】jūnlǚ<名>[书]quân đội; binh nghiệp: 他退伍了，~生涯到此结束。Anh ấy đã giải ngũ và kết thúc cuộc đời quân ngũ.

【军绿】jūnlǜ<名>màu xanh quân đội; xanh lá cây

【军马】jūnmǎ<名>❶ngựa chiến ❷[书]quân đội

【军帽】jūnmào<名>mũ lính

【军民】jūnmín<名>quân và dân: ~关系融洽 quan hệ quân dân chan hòa

【军旗】jūnqí<名>quân kì

【军情】jūnqíng<名>tình hình quân sự; binh tình: 刺探~ trinh sát tình hình quân sự

【军区】jūnqū<名>quân khu: ~司令 tư lệnh quân khu

【军人】jūnrén<名>quân nhân; người lính

【军嫂】jūnsǎo<名>chị lính; vợ lính (gọi tôn trọng vợ chiến sĩ)

【军师】jūnshī<名>cố vấn; quân sư: 我下棋还轮不到你当~。Tôi chơi cờ thì chẳng cần mời anh làm quân sư.

【军士】jūnshì<名>hạ sĩ quan

【军事】jūnshì<名>quân sự; việc quân sự: 不可贸然采取任何~行动 không được manh

động áp dụng bất cứ hành động quân sự nào

【军事法庭】jūnshì fǎtíng tòa án quân sự; tòa án binh

【军事基地】jūnshì jīdì căn cứ quân sự

【军事区】jūnshìqū<名>khu quân sự

【军事演习】jūnshì yǎnxí (cuộc) tập trận

【军属】jūnshǔ<名>gia đình quân nhân

【军委】jūnwěi<名>quân ủy; hội đồng quân sự

【军务】jūnwù<名>quân vụ; nhiệm vụ quân sự: 他~在身，恐怕走不开。Anh ấy có nhiệm vụ quân sự, xem ra khó mà có thời gian.

【军衔】jūnxián<名>quân hàm

【军饷】jūnxiǎng<名>lương bổng và phụ cấp của quân nhân: 发放~ phát lương quân đội

【军校】jūnxiào<名>trường quân đội; trường quân sự

【军械】jūnxiè<名>quân giới

【军心】jūnxīn<名>ý chí quân đội: 振奋~ làm phấn chấn ý chí của bộ đội

【军需】jūnxū<名>❶quân nhu: 供给~ cung cấp quân nhu ❷[旧]cán bộ quân nhu

【军训】jūnxùn<动>huấn luyện quân sự: 大学生入学前必须参加~。Trước ngày vào trường sinh viên cần qua đợt huấn luyện quân sự.

【军医】jūnyī<名>quân y

【军营】jūnyíng<名>doanh trại quân đội

【军用】jūnyòng<形>quân dụng: ~枪械 súng ống và đồ quân dụng

【军援】jūnyuán<名>viện trợ quân sự

【军乐】jūnyuè<名>quân nhạc

【军乐队】jūnyuèduì<名>đội quân nhạc

【军中无戏言】jūn zhōng wú xìyán trong quân đội đã lệnh là phải đi, đã nói thì phải làm

【军种】jūnzhǒng<名>quân chủng: 现代战争中的多~联合作战 hợp đồng tác chiến đa

J

quân chúng trong chiến tranh hiện đại

【军装】jūnzhuāng<名>quân trang; quân phục

均 jūn ❶<形>bằng; đều: 平~ bình quân ❷<动>chia đều ❸<副>đều; toàn: 人员~已到齐。Tất cả đã đến đông đủ cả. //(姓) Quân

【均等】jūnděng<形>bình quân; ngang nhau: 势力~ thế lực ngang nhau

【均分】jūnfēn<动>chia đều; phân đều

【均衡】jūnhéng<形>cân đối; cân bằng: 保持~的饮食对健康极其重要。Đảm bảo sự cân đối trong ăn uống là điều cực kì quan trọng đối với sức khỏe.

【均价】jūnjià<名>giá đều; giá trung bình

【均码】jūnmǎ<名>mã đều; cỡ đều; size đều

【均势】jūnshì<名>thế cân bằng: 改变~ làm thay đổi thế cân bằng

【均摊】jūntān<动>chia đều: 水电费由三人~。Tiền điện nước chia đều cho ba người.

【均线】jūnxiàn<名>đường bình quân (trên sơ đồ)

【均一】jūnyī<形>đồng đều

【均匀】jūnyún<形>đều đặn: 间隔~ khoảng cách đều đặn

【均值】jūnzhí<名>trị số bình quân

君 jūn<名>❶vua chúa ❷tôn xưng đối với đại từ nhân xưng ngôi thứ hai //(姓) Quân

【君主】jūnzhǔ<名>quân chủ; vua

【君主国】jūnzhǔguó<名>nước quân chủ

【君主立宪】jūnzhǔ lìxiàn quân chủ lập hiến

【君子】jūnzǐ<名>quân tử; con người cao thượng: 正人~ đấng quân tử trung trực thẳng thắn

【君子成人之美】jūnzǐ chéng rén zhī měi quân tử bao giờ cũng giúp người toại nguyện

【君子动口不动手】jūnzǐ dòng kǒu bù dòng shǒu quân tử chỉ nói đạo lí chứ không ra tay đánh người

【君子一言，驷马难追】jūnzǐ-yīyán, sìmǎ-nánzhuī một câu nói của người quân tử nói ra, tứ mã cũng đuổi không kịp; quân tử nhất ngôn, tứ mã nan truy

菌 jūn<名>khuẩn; vi khuẩn: 球~ cầu khuẩn
另见jùn

jùn

俊 jùn<形>❶(tướng mạo) khôi ngô tuấn tú: 这孩子长得真~。Đứa trẻ này trông khôi ngô quá. ❷người tài trí hơn người: 英~ đẹp trai //(姓) Tuấn

【俊杰】jùnjié<名>tuấn kiệt: 识时务者为~。Hiểu thời thế mới là người tuấn kiệt.

【俊美】jùnměi<形>tuấn tú

【俊俏】jùnqiào<形>xinh đẹp khôi ngô tuấn tú: 这小姑娘长得真~。Cô bé này thật là xinh đẹp.

【俊秀】jùnxiù<形>thanh tú: ~的脸蛋 khuôn mặt thanh tú

郡 jùn<名>[旧]quận //(姓) Quận

【郡县】jùnxiàn<名>[旧]quận huyện

峻 jùn<形>❶(núi) cao lớn: 高山~岭 núi non hiểm trở ❷nghiêm khắc: 严刑~法 pháp luật nghiêm khắc

骏 jùn<名>ngựa khỏe

【骏马】jùnmǎ<名>ngựa khỏe; tuấn mã

菌 jùn<名>nấm
另见jūn

【菌子】jùnzi<名>[方]nấm

竣 jùn<动>hoàn thành

【竣工】jùngōng<动>hoàn thành; khánh thành: 工程~ đã hoàn thành công trình

K k

kā

咔 kā<拟>tách

【咔嚓】kāchā<拟>rắc

【咔嗒】kādā<拟>cách; cạch cạch

咖 kā
　另见gā

【咖啡】kāfēi<名>cà-phê: ~杯 cốc li cà-phê

【咖啡色】kāfēisè<名>màu cà-phê: ~的裤子 chiếc quần màu cà-phê

【咖啡厅】kāfēitīng<名>tiệm cà phê; quán cà phê

喀 kā<拟>tiếng ho khàn khàn; sầm; cạch

【喀嚓】kāchā =【咔嚓】

【喀哒】kādā =【咔嗒】

kǎ

卡 kǎ❶<名>các; phiếu; tờ: 年历~ tờ lịch ❷<名>thẻ (từ): 银行~ thẻ ngân hàng ❸<名>cửa băng: 双~录音机 máy cát-xét hai cửa băng ❹<名>xe tải: 载重十吨的~车 xe trọng tải 10 tấn ❺<量>ca lo
　另见qiǎ

【卡车】kǎchē<名>xe chở hàng; xe cam nhung: ~不可载客。Xe chở hàng không được phép chở hành khách.

【卡丁车】kǎdīngchē<名>xe đua kart

【卡介苗】kǎjièmiáo<名>vắc-xin chống lao: ~可以预防肺结核。Vắc-xin chống lao có

thể phòng ngừa bệnh lao.

【卡拉OK】kǎlā OK ka-ra-ô-kê

【卡路里】kǎlùlǐ<量>[物理]calo (calorie)

【卡奴】kǎnú<名>nô lệ của tấm card ngân hàng; chỉ những người luôn phải trả nợ card ngân hàng

【卡片】kǎpiàn<名>tấm card; tấm thẻ; danh thiếp; tíc kê

【卡通】kǎtōng<名>❶phim hoạt hình: 小孩子都喜欢看~片。Trẻ em đều thích xem phim hoạt hình. ❷tranh châm biếm; tranh vui

咯 kǎ<动>khạc
　另见gē, lo

【咯血】kǎxiě<动>khạc ra máu; ho ra máu

kāi

开¹ kāi❶<动>mở: ~抽屉 mở ngăn kéo ❷<动>khai thông; mở mang: ~路 mở đường; ~矿 khai thác mỏ ❸<动>tách ra; nở ra: ~花结果 nở hoa kết trái ❹<动>(sông hồ) tan băng: 七九河~，八九燕来。Thất cửu băng trên mặt sông tan, bát cửu con én bay về. ❺<动>bỏ; hủy: 大~杀戒 hủy sát giới/bắt đầu tàn sát ❻<动>khởi động; điều khiển: ~枪 bắn súng ❼<动>xuất phát; đến; ra đi: ~往前线 ra tiền tuyến ❽<动>lập; thành lập: ~网吧 mở bar Internet ❾<动>bắt đầu: 在电视台~讲 bắt đầu nói chuyện trên truyền hình ❿<动>kê; viết: ~罚单 viết phiếu phạt ⓫<动>sôi; sôi lên: 水~了。Nước đã sôi rồi.

K

⑫<动>tổ chức: ~展销会 tổ chức hội chợ
⑬<动>chi; trả: ~饷 trả lương ⑭<动>[方]
khai trừ: ~掉懒人 khai trừ kẻ lười biếng ⑮
<动>dọn ra: ~饭 dọn cơm ⑯<动>[方]ăn: 他
把整只烧鸡全~了。Nó đã ăn hết cả con gà
quay. ⑰<动>chỉ tỉ lệ phần mười: 四六~ tỉ lệ
phần mười là bốn sáu ⑱<量>khổ giấy in //
(姓) Khai

开² kāi<动>❶tách ra; tránh; rời khỏi: 窗打
不~。Cửa sổ mở chẳng được. ❷mở rộng;
lan rộng: 喜讯传~了。Tin mừng đã truyền
rộng.

开³ kāi<量>❶cara (đơn vị tính hàm lượng
vàng) ❷độ Ken-vin (đơn vị cơ bản đo nhiệt
độ)

【开拔】kāibá<动>(bộ đội) xuất phát

【开班】kāibān<动>mở lớp; khai giảng

【开办】kāibàn<动>xây dựng

【开本】kāiběn<名>[印刷]khổ sách: 64~ khổ
64 K (chừng 130mm × 92 mm)

【开标】kāibiāo<动>mở thầu

【开播】¹ kāibō<动>bắt đầu gieo hạt

【开播】² kāibō<动>❶chính thức phát sóng
❷bắt đầu phát sóng một chương trình nào
đó

【开采】kāicǎi<动>đào; khai thác (khoáng
sản): ~石油 khai thác dầu mỏ

【开场】kāichǎng<动>mở màn; mở đầu; bắt
đầu: 电影~了。Bộ phim đã bắt đầu.

【开场白】kāichǎngbái<名>lời mở đầu; lời
dạo đầu

【开车】kāichē<动>❶chạy xe; lái xe; cho
xe chạy: 在雪天~要加倍小心。Trời mưa
tuyết chạy xe cần hết sức cẩn thận. ❷mở
máy; bật máy (máy móc)

【开诚布公】kāichéng-bùgōng chân thành;
thẳng thắn vô tư

【开诚相见】kāichéng-xiāngjiàn chân
thành cởi mở

【开除】kāichú<动>khai trừ; đuổi: ~学籍
khai trừ học bạ/xóa tư cách học sinh

【开船】kāichuán<动>nổ máy chạy tàu: 马
上~出发。Lập tức nổ máy cho tàu xuất
phát.

【开创】kāichuàng<动>bắt đầu; khởi đầu;
mở ra: ~历史 mở ra trang sử

【开春】kāichūn<动>đầu mùa xuân

【开裆裤】kāidāngkù<名>quần hở đũng (cho
trẻ con): 这小孩穿着~。Cháu bé này mặc
quần hở đũng.

【开刀】kāidāo<动>❶phẫu thuật; mổ: 他上
周住院~了。Tuần trước anh ấy nằm viện
bị mổ. ❷[口]bắt tay vào việc (từ khâu nào
hoặc từ ai đó): 他要再不听话就拿他~。
Nếu nó còn không nghe lời thì sẽ bị xử phạt.
❸[旧]xử trảm; chém đầu (trong bạch thoại
thời kì đầu)

【开导】kāidǎo<动>khuyên bảo

【开倒车】kāi dàochē cho xe chạy lùi; lùi
với rút lui; lùi bước: ~没有出路。Lùi bước
sẽ không có lối thoát.

【开道】kāidào<动>❶mở đường; dẫn đường:
摩托车~ xe máy dẫn đường ❷[方]nhường
lối; né tránh

【开动】kāidòng<动>❶mở; chạy (xe cộ,
máy móc chuyển động): ~机器 mở máy/
chạy máy ❷xuất phát; tiến lên: 接到情报他
们马上~了。Nhận được tin tình báo, họ đã
lập tức xuất phát.

【开端】kāiduān<名>bắt đầu; mở đầu

【开恩】kāi'ēn<动>gia ơn; ban ơn

【开发】kāifā<动>❶khai phá; mở mang: ~
荒山 khai phá núi hoang ❷khai thác; phát
triển; phát hiện nhân tài: ~先进技术 khai
thác kĩ thuật tiên tiến

【开发】kāifa<动>trả; hoàn; chi: ~出租车费
chi trả tiền tắc-xi

【开发区】kāifāqū<名>vùng kinh tế mới;

vùng đang phát triển

【开饭】kāifàn<动>❶dọn cơm ❷nhà ăn bắt đầu phục vụ

【开房间】kāi fángjiān thuê phòng nhà trọ

【开放】kāifàng❶<动>(hoa) nở: 昙花在深夜里~。Hoa quỳnh thường nở vào đêm khuya. ❷<动>mở cửa: 图书馆全天~。Thư viện mở cửa cả ngày. ❸<形>cởi mở; thông thoáng; không câu nệ: 性格~ tính cách cởi mở; ~政策 chính sách mở cửa

【开赴】kāifù<动>đi tới (đâu đó)

【开工】kāigōng<动>❶(nhà máy, xí nghiệp) bắt đầu đi vào hoạt động sản xuất: 新厂~了。Nhà máy mới bước vào sản xuất. ❷(công trình xây dựng) khởi công; bắt đầu xây dựng: 水库工程~了。Công trình hồ chứa nước bắt đầu thi công.

【开关】kāiguān<名>❶công tắc điện: 电器~ công tắc đồ điện ❷van (trên đường ống dầu, khí)

【开罐器】kāiguànqì<名>đồ mở hộp; dụng cụ mở đồ hộp

【开光】kāiguāng<动>lễ dâng hương tượng Phật: 带玉佩去~ mang miếng ngọc bội đi dâng hương tượng Phật

【开锅】kāiguō<动>[口]sôi: 水~了。Nước sôi rồi.

【开国大典】kāiguó dàdiǎn lễ kỉ niệm thành lập nước; lễ quốc khánh

【开航】kāiháng<动>❶mở tuyến (đường thủy): 油轮上午十点准时~。Tàu chở dầu mở tuyến vào đúng 10 giờ sáng. ❷(tàu thuyền) bắt đầu chạy

【开河】[1]kāihé<动>băng, tuyết trên mặt sông tan đi

【开河】[2]kāihé<动>mở tuyến đường thủy: 春天~ mùa xuân mở tuyến đường thủy (thường chỉ sau khi băng tan)

【开后门】kāi hòumén mở cổng sau (chỉ việc lợi dụng chức quyền để ban ơn hoặc che ô dù không chính đáng)

【开户】kāihù<动>mở tài khoản; đăng kí tài khoản: 去银行~ đi mở tài khoản ngân hàng

【开户银行】kāihù yínháng ngân hàng đăng kí tài khoản

【开花】kāihuā<动>❶nở hoa: 桃树~。Cây đào nở hoa. ❷nở hoa; ví với chuyện vui hay sự phát triển của một sự nghiệp: 心里乐开了花。Vui như mở cờ trong bụng. ❸bùng nổ: 小心脑袋~。Cẩn thận đầu óc bung ra. ❹kinh nghiệm thấm nhuần: 遍地~ thấm nhuần rộng khắp

【开化】[1]kāihuà❶<动>khai hóa; trạng thái xã hội văn minh ❷<形>dòng tư tưởng ý thức văn minh; không phong kiến

【开化】[2]kāihuà<动>bắt đầu tan băng

【开怀】kāihuái<动>cởi mở; hởi lòng hởi dạ

【开荒】kāihuāng<动>khai khẩn; vỡ hoang; khai hoang: ~过度会破坏自然环境。Khai hoang quá mức sẽ phá hoại môi trường thiên nhiên.

【开会】kāihuì<动>họp; tổ chức hội nghị: 今晚党支部~。Tối nay họp chi bộ Đảng.

【开火】kāihuǒ<动>❶bắn; nổ súng ❷công kích

【开伙】kāihuǒ<动>❶nấu ăn ❷cung cấp món ăn: 食堂今天不~。Nhà ăn hôm nay nghỉ.

【开豁】kāihuò<形>❶thoáng; quang đãng; rộng rãi ❷(tấm lòng, tư tưởng) rộng mở: 读完这本书,她心里更~了。Đọc xong cuốn sách này, lòng dạ cô càng rộng mở.

【开机】kāijī<动>❶khởi động; mở máy: 定时~ đặt chế độ định giờ khởi động máy ❷bắt đầu ghi hình (phim, vô tuyến)

【开价】kāijià<动>phát giá: ~合理 phát giá hợp lí

【开间】kāijiān❶〈量〉[方]đơn vị chiều rộng một gian nhà ngày xưa (chừng 3,3m) ❷〈名〉lòng nhà

【开讲】kāijiǎng〈动〉bắt đầu giảng bài; bắt đầu kể chuyện

【开奖】kāijiǎng〈动〉mở thưởng: 体育彩票每周~三次。Xổ số thể dục thể thao mỗi tuần mở thưởng ba lần.

【开交】kāijiāo〈动〉kết thúc; giải quyết (thường dùng ở thể phủ định): 闹得不可~làm ầm ĩ cả lên

【开胶】kāijiāo〈动〉bong; bung (lớp dán)

【开解】kāijiě〈动〉giải thích; khuyên bảo

【开进】kāijìn〈动〉tiến vào; tiến tới: 迅速~nhanh chóng tiến vào

【开禁】kāijìn〈动〉bãi bỏ lệnh cấm

【开镜】kāijìng〈动〉bắt đầu quay phim; khởi quay

【开局】kāijú❶〈动〉(ván cờ hoặc trận bóng đá) vào ván; vào hiệp ❷〈名〉đầu ván; đầu hiệp (cờ, bóng đá): 这场友谊赛的~踢得不错。Đầu hiệp trận đấu giao hữu bóng đá này khá hấp dẫn.

【开具】kāijù〈动〉[书]viết; kê: ~证明 viết giấy chứng nhận

【开卷】kāijuàn〈动〉❶[书]mở sách; đọc sách: ~有益 đọc sách có ích ❷(thi) mở sách (cho phép tra cứu tài liệu): ~考试 cuộc thi cho phép tra cứu tài liệu

【开掘】kāijué〈动〉❶đào; khai ❷khai quật; đào sâu (đi sâu tìm tòi và khắc họa, về đề tài, chủ đề...trong việc sáng tác văn nghệ)

【开课】kāikè〈动〉❶bắt đầu khai giảng; khai trường: 今天学校正式~。Hôm nay nhà trường chính thức bắt đầu khai giảng. ❷giảng bài; dạy học: 在电视栏目上~ giảng bài ở mục chuyên đề trên truyền hình

【开垦】kāikěn〈动〉khai khẩn

【开口】¹kāikǒu❶〈动〉mở miệng nói năng: 求

人难~。Thật khó mở miệng khi phải nhờ vả người khác. ❷〈动〉cắt lỗ ở áo; khơi rãnh ở bờ ❸〈名〉vết nứt; vết rách

【开口】²kāikǒu〈动〉mài dao; liếc dao; rũa cưa (cho sắc)

【开口子】kāi kǒuzi❶chỗ đê vỡ ❷phá lệ; linh động: 人事工作不宜随便~。Công tác nhân sự không nên tùy tiện phá lệ.

【开快车】kāi kuàichē tăng tốc độ; chạy xe nhanh

【开矿】kāikuàng〈动〉khai mỏ

【开阔】kāikuò❶〈形〉rộng rãi; bao la: ~地 khu đất rộng rãi ❷〈形〉trong sáng: 视野~ tầm nhìn rộng thấu suốt ❸〈动〉mở mang: ~思路 mở mang tư duy

【开朗】kāilǎng〈形〉❶rộng rãi thoáng đãng; rộng rãi sáng sủa: 豁然~ thoáng đãng sáng sủa ❷(tính tình, tấm lòng) rộng rãi; vui tươi: 性格~ tính cách rộng mở vui tươi

【开列】kāiliè〈动〉lập danh sách; liệt kê

【开裂】kāiliè〈动〉nứt: 山体~ trái núi nứt ra

【开领】kāilǐng〈形〉cổ bẻ

【开溜】kāiliū〈动〉chuồn; linh: 还差几分钟才下班，他就~回家了。Còn mấy phút nữa mới tan tầm mà cậu ta đã linh về nhà.

【开路】kāilù❶〈动〉mở đường: 逢山~，遇水架桥。Gặp núi mở đường, gặp sông bắc cầu. ❷〈动〉dẫn đường: 坦克在前面~。Phía trước là xe tăng dẫn đường. ❸〈名〉mạch hở; mạch ngắt

【开绿灯】kāi lǜdēng bật đèn xanh; cho phép làm; tạo điều kiện thuận lợi: 为中小企业减负~。Bật đèn xanh giảm gánh nặng cho các doanh nghiệp vừa và nhỏ.

【开门】kāimén〈动〉❶mở rộng cửa (thường dùng để ví von) ❷bắt đầu làm việc

【开门红】kāiménhóng mở cửa gặp điềm lành (công việc mới bắt đầu đã đạt kết quả): 赢得~ thắng ngay từ pha đầu

【开门见山】kāimén-jiànshān mở cửa là thấy núi; đi thẳng vào chủ đề

【开明】kāimíng<形>văn minh; sáng suốt: 思想~ tư tưởng sáng suốt

【开幕】kāimù<动>❶mở màn: 现在八点, 戏恐怕已经~了。Bây giờ là tám giờ, e rằng vở diễn đã mở màn rồi. ❷khai mạc; khai trương: ~词 lời khai mạc; ~典礼 lễ khai mạc

【开幕式】kāimùshì<名>lễ khai mạc

【开拍】[1] kāipāi<动>khởi quay: 他主演的 首部电影将于10月~。Bộ phim đầu tiên do anh ấy sắm vai chính sẽ khởi quay vào tháng 10.

【开拍】[2] kāipāi<动>bắt đầu bán đấu giá

【开拍】[3] kāipāi<动>bắt đầu đấu bóng (loại bóng chơi bằng vợt)

【开盘】kāipán<动>❶mở (lập) bảng kê giá: 楼市~ thị trường nhà lầu lập bảng kê giá ❷thị trường chứng khoán, mua bán vàng lần đầu tiên báo cáo tình hình mua bán trong ngày ❸bắt đầu thi đấu cờ

【开炮】kāipào<动>❶bắn pháo; nã pháo ❷phê phán gay gắt

【开辟】kāipì<动>❶mở; lập ra: ~航线 mở tuyến đường bay ❷khai thác phát triển: ~新 市场 khai thác thị trường mới ❸sáng lập

【开篇】kāipiān<名>❶khúc dạo đầu ❷phần mở đầu (tác phẩm)

【开票】kāipiào<动>❶mở hòm phiếu sau khi bỏ phiếu: 当众~ công khai mở hòm phiếu ❷viết hóa đơn

【开瓶器】kāipíngqì<名>cái mở nút chai

【开启】kāiqǐ<动>❶mở ra ❷tạo ra: ~一代新 风 tạo ra luồng gió mới của thời đại

【开枪】kāiqiāng<动>nổ súng: ~示警 bắn cảnh cáo

【开腔】kāiqiāng<动>mở miệng; nói

【开窍】kāiqiào<动>❶đông y chỉ mở tâm trí

cho bệnh nhân bị ngất tỉnh lại ❷làm thông; đã thông (tư tưởng): 你这脑筋怎么这么不 ~, 说了多少次还不醒悟过来。Sao mà cậu đầu óc u mê đến thế, nói bao nhiêu lần rồi mà vẫn không tỉnh ngộ. ❸trẻ em bắt đầu hiểu biết: 现在的孩子~早。Trẻ em hiện nay hiểu biết sớm.

【开球】kāiqiú<动>phát bóng; giao bóng; xê-vít

【开赛】kāisài<动>bắt đầu thi đấu

【开衫】kāishān<名>áo dệt mở vạt

【开设】kāishè<动>❶xây dựng; mở; thiết lập (nhà máy, cửa hàng...): ~汽车修理店 lập hiệu sửa chữa ô tô ❷bố trí; sắp xếp (thời khóa biểu): ~数学课 sắp xếp chương trình môn toán

【开审】kāishěn<动>bắt đầu xét xử

【开始】kāishǐ❶<动>bắt đầu: 会议~了。 Cuộc họp đã bắt đầu. ❷<动>bắt tay tiến hành: ~新生活 bắt đầu cuộc sống mới ❸<名>giai đoạn đầu: 做任何事情, ~都会 有困难。Bất cứ việc gì giai đoạn đầu đều có gặp khó khăn.

【开市】kāishì<动>❶mở cửa bán hàng: 商店 八点就~了。Cửa hàng mở cửa từ tám giờ sáng. ❷bán mở hàng: 今天一天都没~。Cả ngày hôm nay còn chưa bán mở hàng.

【开释】kāishì<动>thả; tha (kẻ thù...)

【开涮】kāishuàn<动>[方]trêu đùa; đùa

【开水】kāishuǐ<名>❶nước đun sôi: 用~泡 茶 pha trà bằng nước sôi ❷nước sôi: ~房 căn buồng đun nước sôi

【开司米】kāisīmǐ<名>[纺织]❶lông cừu mịn, mượt (chỉ lông cừu vùng Casomia) ❷len lông cừu; Casomia

【开台】kāitái<动>mở màn

【开膛】kāitáng<动>mổ phanh (chỉ gia cầm, gia súc): ~破肚 mổ phanh ra

【开天窗】kāi tiānchuāng[旧]chỗ trống do

bị kiểm duyệt cắt bỏ (trên báo chí)

【开天辟地】kāitiān-pìdì khai thiên lập địa

【开庭】kāitíng<动>mở phiên tòa: ~审理 mở phiên tòa xét xử

【开通】kāitōng<动>❶khai thông: 这条公路已经竣工并~使用。Con đường quốc lộ này đã khánh thành khai thông và đưa vào sử dụng. ❷(tư tưởng) tiến bộ; thông suốt: ~风气 bầu không khí thông thoáng

【开头】kāitóu ❶<动>mở đầu: 由于准备工作做得充分，这件事一~就很顺利。Do công tác chuẩn bị được triển khai đầy đủ, nên việc này đã thuận lợi ngay từ đầu. ❷<动>bắt đầu ❸<名>giai đoạn mở đầu

【开脱】kāituō<动>thoát khỏi (tội trạng, trách nhiệm): 极力为自己~ ra sức biện bạch bào chữa cho mình

【开拓】kāituò<动>❶khai phá; mở ra: ~边疆 mở mang bờ cõi ❷khai thác (mỏ): ~巷道 khai thác hầm lò

【开挖】kāiwā<动>đào

【开外】kāiwài<名>ngoài; hơn; vượt quá (thường chỉ tuổi tác, khoảng cách)

【开玩笑】kāi wánxiào ❶nói đùa; trêu đùa: ~，别当真了。Nói đùa thôi, đừng quá nghiêm túc. ❷làm trò đùa

【开往】kāiwǎng<动>đi về: 此趟列车~北京。Chuyến tàu này đi về Bắc Kinh.

【开胃】kāiwèi<动>❶khai vị: 吃山楂很~。Ăn quả sơn tra rất khai vị. ❷[方]trêu chọc: 尽拿这小子~ cứ lấy cậu bé ra để trêu chọc

【开胃菜】kāiwèicài<名>món ăn khai vị

【开胃酒】kāiwèijiǔ<名>rượu khai vị

【开先例】kāi xiānlì mở ra tiền lệ: 这种打擦边球的事不能~。Không được phép mở tiền lệ cho những việc nhập nhằng này.

【开线】kāixiàn<动>sứt chỉ; rách

【开销】kāixiāo❶<动>trả tiền; chi tiền: 这是个人消费项目，不能拿公账~。Đây là

nội dung tiêu thụ cá nhân, không được dùng quỹ công chi trả. ❷<名>khoản tiền tiêu

【开小差】kāi xiǎochāi❶đào ngũ ❷(tư tưởng) phân tán; không tập trung: 才刚上课他就~了。Vừa vào giờ học là cậu ấy đã bị phân tán tư tưởng.

【开小灶】kāi xiǎozào ăn riêng; chiêu đãi riêng; phụ đạo riêng; kèm cặp riêng

【开心】kāixīn❶<形>hài lòng; vui vẻ ❷<动>trêu chọc: 他们喜欢拿他~。Họ cứ thích trêu chọc cậu ấy.

【开心果】kāixīnguǒ<名>hạt dẻ cười; quả hồ trăn

【开行】kāixíng<动>(tàu, xe) bắt đầu chạy; bắt đầu khởi hành

【开学】kāixué<动>khai giảng; khai trường

【开颜】kāiyán<动>vui vẻ; nở mày nở mặt

【开眼】kāiyǎn<动>đã mắt; mở rộng tầm mắt: 老天不~，我买的股票又跌了。Ông trời tối mắt, cổ phiếu tôi mua lại sụt giá rồi.

【开演】kāiyǎn<动>bắt đầu diễn; bắt đầu chiếu

【开洋荤】kāi yánghūn lần đầu tiên ăn cơm tây; ví lần đầu tiên được tiếp xúc với sự việc mới lạ

【开业】kāiyè<动>bắt đầu hành nghề: ~大吉 khai nghiệp đại cát lợi

【开夜车】kāi yèchē làm thêm giờ vào buổi tối; làm rất khuya

【开映】kāiyìng<动>(phim) bắt đầu chiếu

【开源节流】kāiyuán-jiéliú tăng thu giảm chi

【开凿】kāizáo<动>mở (lòng sông, đường ngầm…): ~运河 đào kênh

【开闸】kāizhá<动>mở cửa đập: 大坝~ mở đập lớn

【开展】[1] kāizhǎn❶<动>triển khai ❷<形>cởi mở: 思想~ tâm tư cởi mở

【开展】[2] kāizhǎn<动>bắt đầu trưng bày triển

lǎm

【开战】kāizhàn<动>❶khai chiến; bắt đầu đánh trận ❷giao chiến với...

【开绽】kāizhàn<动>bung; bục; toạc: 皮鞋~了。Chiếc giầy da đã bị toạc.

【开张】kāizhāng<动>❶khai trương ❷bán mở hàng; giao dịch đầu tiên trong ngày: 今天总算~了。Hôm nay cũng đã bán mở hàng rồi. ❸mở đầu của sự việc

【开账】kāizhàng<动>❶mở sổ ❷trả khoản tiền

【开诊】kāizhěn<动>bắt đầu khám bệnh; khám chẩn đoán

【开征】kāizhēng<动>bắt đầu thu (thuế)

【开支】kāizhī❶<动>chi trả (tiền): 这项活动需要~。Hoạt động lần này cần phải chi trả. ❷<名>khoản chi; khoản chi phí ❸<动>[方] trả lương: 这个月还没~呢! Lương tháng này còn chưa được trả.

【开宗明义】kāizōng-míngyì ngay từ đầu đã nêu rõ ý chính

【开足马力】kāizú-mǎlì mở hết tốc độ; mở hết mã lực

【开罪】kāizuì<动>đắc tội; có lỗi: 他不想~于人。Anh ấy không muốn xúc phạm người khác.

揩kāi<动>lau; chùi: ~汗 lau mồ hôi

【揩油】kāiyóu<动>ăn bớt; ăn xén (của công, của người khác): 别想从他身上~。Đừng hòng mà ăn bớt của ông ấy.

kǎi

凯kǎi<名>(bài ca) thắng lợi; khải hoàn: 奏~ hát ca khúc khải hoàn; ~旋 khải hoàn //(姓) Khải

【凯歌】kǎigē<名>khúc khải hoàn; bài ca chiến thắng

【凯旋】kǎixuán<动>khải hoàn; chiến thắng

trở về: ~而归 thắng lợi trở về

铠kǎi<名>áo giáp

【铠甲】kǎijiǎ<名>áo giáp

慨kǎi❶<动>phẫn khích: 愤~ giận dữ bất bình ❷<动>xúc động: 感~ xúc cảm ❸<形>khảng khái: 慷~大方 khảng khái hào hiệp

【慨然】kǎirán<副>❶xúc động: ~答允 xúc động chấp nhận ❷than thở

【慨叹】kǎitàn<动>than thở: ~命运不济 than thở số phận đen đủi

楷kǎi<名>❶mẫu; kiểu mẫu; phép tắc: ~模 gương mẫu ❷chữ khải: 小~ tiểu khải

【楷模】kǎimó<名>mẫu; kiểu mẫu; tấm gương tốt: 人民的~ tấm gương mẫu mực cho nhân dân

【楷书】kǎishū<名>khải thư (một lối viết chân phương chữ Hán): 他的~写得很好。Ông ấy viết khải thư rất đẹp.

【楷体】kǎitǐ<名>❶chữ khải; khải thư ❷kiểu chữ in (chữ Latinh)

kān

刊kān❶<名>tập san; tạp chí hay ấn phẩm được xuất bản định kì: 校~ tập san nhà trường ❷<动>xuất bản: ~发 xuất bản tập san; 停~ đình chỉ xuất bản ❸<动>sửa; chữa: ~落 cắt bỏ

【刊登】kāndēng<动>đăng: ~启事 đăng thông tin nhắc nhở

【刊号】kānhào<名>số tạp chí

【刊头】kāntóu<名>đầu báo

【刊物】kānwù<名>tập san; sách báo xuất bản: 非法~ tập san trái phép

【刊行】kānxíng<动>xuất bản và phát hành

【刊印】kānyìn<动>lên khuôn; in: ~少量图片 lên khuôn ít tranh ảnh

【刊载】kānzǎi<动>đăng báo

K

看 kān 〈动〉❶trông coi; săn sóc: ~店 trông coi cửa hiệu ❷giám sát; theo dõi; canh gác ❸kèm cặp kĩ đối thủ

另见kàn

【看管】kānguǎn〈动〉❶coi giữ: 严加~ coi giữ nghiêm ngặt ❷trông coi: ~财物 trông coi đồ vật

【看护】kānhù❶〈动〉chăm sóc: ~病人 chăm sóc bệnh nhân ❷〈名〉y tá; hộ lí: 她是市医院 的~. Chị ấy là hộ lí của bệnh viện thành phố.

【看家】kānjiā❶〈动〉coi nhà; trông nhà; trông coi nhà cửa cho gia đình hay đơn vị: 我出去一下，你留在家里~. Tôi ra ngoài một lát, anh ở lại trông nhà nhé. ❷〈形〉sở trường đặc sắc; (bài, ngón) tủ: ~本领 kĩ năng tủ

【看门】kānmén〈动〉coi nhà; gác cổng; coi cổng: 这老头一直在这院子~. Ông lão vẫn gác cổng ở khu nhà này.

【看守】kānshǒu❶〈动〉trông coi săn sóc: ~庄稼 chăm sóc cây trồng ❷〈动〉theo dõi quản lí (phạm nhân): ~犯人 canh giữ phạm nhân ❸〈名〉[旧]người canh; cai ngục: 乘~不注意，小偷溜了. Thừa lúc người canh không chú ý, tên trộm đã lẻn mất.

【看守所】kānshǒusuǒ〈名〉trại tạm giam; nơi tạm giam

【看押】kānyā〈动〉canh gác; quản lí: ~俘虏 canh gác tù binh

勘 kān〈动〉❶hiệu đính; đối chiếu: 校~ đối chiếu khảo cứu ❷quan sát thực địa: 踏~ khảo sát thực địa

【勘测】kāncè〈动〉thăm dò đo đạc: ~地形 thăm dò địa hình

【勘察】kānchá〈动〉[地质]điều tra cơ bản

【勘定】kāndìng〈动〉❶thăm dò xác định ❷khảo sát xác định

【勘探】kāntàn〈动〉thăm dò địa chất: ~矿藏 thăm dò tình hình mỏ địa chất

【勘误】kānwù〈动〉đính chính

【勘验】kānyàn〈动〉khám nghiệm; xem xét: 实地~ khám nghiệm thực địa

【勘正】kānzhèng〈动〉sửa chữa (chữ sai); đọc và sửa (bản in thử): ~文字 sửa sai chữ viết

堪 kān〈动〉❶có thể: 不~言状 không thể tả bằng lời ❷chịu được; chịu: 不~一击 không chịu nổi một đòn //〈姓〉Kham

【堪称】kānchēng〈动〉có thể nói; xứng đáng là: ~绝技 xứng đáng là một kĩ thuật tuyệt vời

【堪忧】kānyōu〈动〉đáng buồn; đáng lo ngại: 老人的身体健康~. Sức khỏe của cụ ông rất đáng lo ngại.

戡 kān〈动〉dẹp; đè bẹp

【戡乱】kānluàn〈动〉dẹp loạn

kǎn

坎 kǎn〈名〉❶quẻ Khảm (một trong bát quái, tiêu biểu cho nước) ❷gờ đất; bậc ruộng ❸[书]nơi đất trũng; hố //〈姓〉Khảm

【坎肩】kǎnjiān〈名〉áo ngoài ngắn tay

【坎坷】kǎnkě〈形〉❶(đường, đất) gập ghềnh: 道路~ đường sá gập ghềnh ❷[书] long đong; lận đận: 人生多~. Đời người nhiều lận đận.

【坎子】kǎnzi〈名〉gờ đất

侃[1] kǎn〈形〉[书]❶cương trực ❷hòa nhã

侃[2] kǎn〈动〉[方]chuyện phiếm; chuyện dông dài: 神~ nói chuyện phiếm

【侃大山】kǎn dàshān[方]chuyện gẫu con cà con kê; tán huyên thiên

【侃侃而谈】kǎnkǎn'értán nói năng đĩnh đạc

砍 kǎn〈动〉❶chặt; đẵn; đốn: ~伤手指 chặt đốn làm bị thương ngón tay ❷giảm; cắt bỏ: ~价 mặc cả

【砍柴】kǎnchái<动>chặt củi; đốn củi

【砍刀】kǎndāo<名>dao chặt; dao rựa

【砍倒】kǎndǎo<动>chặt; đốn (cây): ~大树 chặt đổ cây lớn

【砍伐】kǎnfá<动>chặt cây; đốn gỗ

【砍价】kǎnjià<动>[口]mặc cả: 和菜贩子~ mặc cả với người bán rau

【砍伤】kǎnshāng<动>chém bị thương

【砍头】kǎntóu<动>chém đầu

槛 kǎn<名>bậc cửa: 门~ bậc thềm cửa
另见jiàn

kàn

看 kàn❶<动>xem; ngắm: 雾里~花 ngắm hoa trong sương ❷<动>xem; thấy ❸<动>thăm hỏi: 回家~~老人 về nhà thăm hỏi các cụ ❹<动>đối đãi: ~待 đối đãi; 刮目相~ nhìn với cặp mắt khác xưa ❺<动>khám; chữa: 我的病还没~好。 Bệnh của tôi còn chưa chữa khỏi. ❻<动>chăm sóc ❼<动>liệu chừng; dè chừng: 前景~好 xem đoán tương lai sáng sủa ❽<助>xem (thử): 试试~ thử xem ❾<动>nhờ theo: 这件事能不能成功全~你了。Việc này có thành công hay không phải nhờ vào anh đấy.
另见kān

【看扁】kànbiǎn<动>đánh giá thấp (người khác)

【看病】kànbìng<动>❶khám chữa bệnh: 去医院~ đi bệnh viện khám bệnh ❷tìm thầy thuốc chữa bệnh

【看不出】kànbuchū không ngờ; không phát hiện

【看不惯】kànbuguàn không chấp nhận; xem ngứa mắt: 初来乍到，他什么都~。Vừa đến nơi mới, anh ta tỏ ra không chấp nhận mọi thứ.

【看不过去】kàn bu guòqù không chấp nhận được

【看不起】kànbuqǐ[口]coi thường

【看不上】kànbushàng coi khinh; coi nhẹ: 这种次品她肯定~。Chắc chắn là chị ấy sẽ coi khinh đối với loại thứ phẩm này.

【看不顺眼】kànbushùn yǎn điều gai mắt: 心烦的时候样样都~。Trong cơn bực bội thì điều gì xem ra cũng gai mắt.

【看菜吃饭】kàncài-chīfàn liệu cơm gắp mắm: ~，量体裁衣。Liệu cơm gắp mắm, dựng áo theo khổ người.

【看成】kànchéng<动>xem là; coi là

【看出】kànchū<动>nhìn ra; nhận thấy

【看穿】kànchuān<动>nhìn rõ; thấy rõ: ~了他的阴谋 biết tỏng mưu mô của hắn

【看待】kàndài<动>đối đãi; nhìn nhận: ~问题要客观公正。Nhìn nhận vấn đề cần phải khách quan công bằng.

【看到】kàndào<动>nhìn thấy; nhận thấy

【看得起】kàndeqǐ[口]coi trọng

【看低】kàndī<动>coi khinh; coi nhẹ

【看点】kàndiǎn<名>điểm gây chú ý: 这部电影~不少。Có nhiều điểm gây chú ý trong bộ phim này.

【看法】kànfǎ<名>quan điểm; cách nhìn

【看风使舵】kànfēng-shǐduò liệu gió chống thuyền; gió chiều nào xoay theo chiều ấy

【看风水】kàn fēngshuǐ xem phong thủy

【看惯】kànguàn<动>đã quen; đã nhờn: 这些年，他渐渐~了社会生存的尔虞我诈。Những năm nay ông ấy đã dần dà quen nhờn với cái cảnh lừa lọc lẫn nhau trong xã hội.

【看好】kànhǎo<动>❶lạc quan cho rằng: 这场比赛，人们~火箭队。Trong trận đấu này, nhiều người đã đánh giá lạc quan với đội Rocket. ❷có chiều hướng phát triển tốt: 养猪业前景~。Tương lai ngành chăn nuôi lợn có chiều hướng phát triển tốt.

K

【看机会】kàn jīhuì tìm cơ hội: ~再说吧。Đợi dịp khác hãy hay.

【看见】kànjiàn<动>nhìn thấy; trông thấy

【看开】kànkāi<动>bỏ qua; gạt bỏ (chuyện không hài lòng): 放宽心，也就~了。Cứ rộng lòng thì sẽ bỏ qua mọi chuyện.

【看看】kànkan<动>xem qua

【看客】kànkè<名>[方]khán giả

【看来】kànlái<动>xem ra; xem chừng

【看破】kànpò<动>nhìn thấu; thấy rõ

【看齐】kànqí<动>❶nhìn thẳng (chỉnh hàng): 立正！向右~。Nghiêm, nhìn bên phải, thẳng. ❷noi theo: 向雷锋同志~。Noi gương đồng chí Lôi Phong.

【看起来】kàn qǐlai xem ra

【看轻】kànqīng<动>xem nhẹ; coi thường

【看清】kànqīng<动>nhìn rõ; nhận rõ: 他~了问题的本质。Anh ấy đã nhận rõ bản chất của vấn đề.

【看热闹】kàn rènao❶ngắm cảnh đông vui náo nhiệt ❷thấy người khác bị vấp mà tự mình cảm thấy thích thú (từ nghĩa xấu)

【看上】kànshàng<动>thích; ưng thích; thấy vừa mắt: 看不上 không lọt vào mắt; 看得上 ưng mắt

【看上去】kàn shàngqù nhìn vẻ; coi bộ: 她~显得很年轻。Trông chị ấy còn rất trẻ.

【看死】kànsǐ<动>cách nhìn nhận máy móc

【看似】kànsì<动>dường như

【看台】kàntái<名>khán đài

【看透】kàntòu<动>❶nhìn thấy rõ; hiểu thấu đáo: 世界局势难~。Rất khó mà có thể hiểu thấu được tình hình thế giới. ❷nhận rõ: 我早就~你了。Tôi đã nhận rõ anh.

【看头儿】kàntour<名>[方](cái, thứ) đáng xem; đáng đọc: 这部戏有~。Vở kịch này đáng xem lắm.

【看望】kànwàng<动>đi thăm

【看相】kànxiàng<动>xem tướng

【看笑话】kàn xiàohua lấy chuyện (không hay) của người ra làm trò cười: 他老出洋相，常被人~。Ông ấy luôn có chuyện và thường bị người ta lấy đó làm chuyện cười.

【看眼色】kàn yǎnsè xem sắc mặt

【看样子】kàn yàngzi xem chừng: ~马上就要下雨了。Xem chừng sắp mưa rồi đây.

【看医生】kàn yīshēng đi khám bệnh: 有病必须及时~。Mắc bệnh phải kịp thời đi khám chữa.

【看涨】kànzhǎng<动>có chiều hướng tăng giá

【看着办】kànzhebàn liệu mà xử trí: 情况就是这样了，你~吧。Tình hình là vậy, anh cứ liệu mà xử trí đi.

【看中】kànzhòng<动>ưng ý; vừa ý

【看重】kànzhòng<动>coi trọng

【看作】kànzuò<动>coi là; xem là; coi như

kāng

康 kāng<形>❶khỏe mạnh: 祝阖府安~。Chúc gia đình an khang. ❷[书]đầy đủ; dư dật; xung túc: 生活水平小~ mức sống khá giả //(姓)Khang

【康复】kāngfù<动>hồi phục sức khỏe: 迅速~ nhanh chóng phục hồi sức khỏe

【康复师】kāngfùshī<名>bác sĩ chuyên khoa phục hồi sức khỏe

【康健】kāngjiàn<形>khỏe mạnh

【康乐】kānglè<形>vui khỏe: 全家~。Cả nhà an khang.

【康乃馨】kāngnǎixīn<名>cây cẩm chướng; hoa cẩm chướng

【康宁】kāngníng<形>[书]khỏe mạnh yên ổn; an khang

【康庄大道】kāngzhuāng-dàdào con đường thênh thang: 走上了幸福的~ bước lên con đường hạnh phúc thênh thang

慷 kāng

【慷慨】kāngkǎi〈形〉❶(thái độ, giọng nói) hùng hồn khảng khái: ~就义 khảng khái tựu nghĩa ❷rộng tay; không tiếc của: ~相助 hào phóng rộng tay giúp người

【慷慨激昂】kāngkǎi-jī'áng dõng dạc hùng hồn; hiên ngang

糠 kāng❶〈名〉vỏ trấu; cám: 米~ cám gạo ❷〈形〉bấc; xốp: 萝卜~了。Củ cải bị bấc rồi.

káng

扛 káng〈动〉khiêng; vác
另见 gāng

【扛活】kánghuó〈动〉làm công; làm thuê

kàng

亢 kàng〈形〉❶cao: 高~ cao vút ❷rất; vô cùng: ~旱 đại hạn hán ❸kiêu căng; ngạo mạn: 不卑不~ chẳng rụt rè mà cũng chẳng tự kiêu ❹〈名〉sao Cang (một trong 28 tú) // (姓) Cang

【亢奋】kàngfèn〈形〉cực kì phấn khởi

【亢进】kàngjìn〈动〉[医学](cơ năng sinh lí) quá mức hưng phấn: 腺体功能~。Chức năng tuyến nội tiết quá hưng phấn.

伉 kàng[书]❶〈动〉tương xứng; ngang bằng; xứng đôi (vợ chồng) ❷〈形〉cao to // (姓) Khang

【伉俪】kànglì〈名〉[书]đôi lứa; vợ chồng: ~情深 đôi vợ chồng tình cảm đượm đà

抗 kàng〈动〉❶đề kháng; chống đỡ: ~病毒 chống vi-rút ❷cự tuyệt; chống cự: ~命 chống lệnh ❸ngang nhau: ~衡 ngang bằng nhau // (姓) Kháng

【抗癌】kàng'ái〈动〉chống ung thư: 多吃豆制品可以~。Thường ăn chế phẩm đậu có

tác dụng chống ung thư.

【抗辩】kàngbiàn〈动〉bào chữa; biện hộ

【抗病】kàngbìng〈动〉chống bệnh; kháng bệnh

【抗干扰】kàng gānrǎo chống nhiễu: 通信~技术 công nghệ thông tin chống nhiễu

【抗寒】kànghán〈动〉chống rét

【抗旱】kànghàn〈动〉chống hạn: ~保收 chống hạn đảm bảo cho mùa màng

【抗衡】kànghéng〈动〉đối kháng; ngang bằng: 与之~ đối kháng với hắn

【抗洪】kànghóng〈动〉chống lũ lụt: ~抢险 triển khai hành động cứu nguy chống lũ lụt

【抗击】kàngjī〈动〉đánh lại; chống lại: ~侵略者 chống lại kẻ xâm lược

【抗拒】kàngjù〈动〉chống cự; kháng cự: 奋力~ ra sức kháng cự

【抗美援朝战争】Kàng Měi Yuán Cháo Zhànzhēng Cuộc chiến Viện Triều chống Mĩ (1950-1953) của quân tình nguyện Nhân dân Trung Quốc

【抗日战争】Kàng Rì Zhànzhēng Cuộc Kháng chiến chống Nhật (của nhân dân Trung Quốc từ 7-1937 đến 8-1945)

【抗生素】kàngshēngsù〈名〉thuốc kháng sinh: ~不可滥用。Không nên lạm dụng thuốc kháng sinh.

【抗体】kàngtǐ〈名〉kháng thể

【抗药性】kàngyàoxìng〈名〉tính quen thuốc; nhờn thuốc

【抗议】kàngyì〈动〉kháng nghị: ~游行示威 biểu tình thị uy kháng nghị

【抗灾】kàngzāi〈动〉chống đỡ tai họa; chống thiên tai

【抗战】kàngzhàn〈动〉❶kháng chiến ❷đặc chỉ cuộc kháng chiến chống Nhật ở Trung Quốc

【抗震】kàngzhèn〈动〉❶có tính năng chịu được chấn động ❷chống động đất: 框架结

K

构的房子可以~。Kiến trúc khung giá bê-tông cốt thép có khả năng chống động đất.

【抗争】kàngzhēng<动>chống lại; đấu tranh

炕 kàng ❶<名>giường đất; giường lò (của người miền bắc Trung Quốc): ~沿 mép giường lò ❷<动>[方]sấy; hong; nướng: ~红薯 nướng khoai lang

【炕头】kàngtóu<名>đầu giường sưởi (phía có lò sưởi)

钪 kàng<名>[化学]scanđi (kí hiệu: Sc)

kǎo

考 kǎo<动>❶thi cử: 他~上重点大学了。Anh ấy thi đậu trường đại học trọng điểm. ❷kiểm tra: ~察 khảo sát; ~勤 chấm công ❸nghiên cứu; suy nghĩ: ~究 nghiên cứu suy nghĩ ❹lục vấn; hỏi: ~问 khảo vấn //(姓) Khảo

【考博】kǎobó<动>thi tiến sĩ; thi vào học tiến sĩ

【考查】kǎochá<动>kiểm tra

【考察】kǎochá<动>❶khảo sát: ~风土人情 khảo sát tình hình và sắc thái địa phương ❷quan sát tỉ mỉ: 做科学研究工作，必须勤于~和思考。Làm công tác nghiên cứu khoa học, nhất thiết phải chăm quan sát và suy nghĩ kĩ mới được.

【考场】kǎochǎng<名>trường thi; phòng thi

【考点】kǎodiǎn<名>địa điểm thi; điểm (tổ chức) thi

【考分】kǎofēn<名>điểm bài thi; kết quả thi: 按~高低择优录取。Theo kết quả điểm thi xếp từ cao đến thấp để tuyển dụng.

【考古】kǎogǔ❶<动>khảo cổ: ~有新发现。Có phát hiện mới về khảo cổ. ❷<名>khảo cổ học: ~专业 chuyên ngành khảo cổ

【考古学】kǎogǔxué<名>khảo cổ học

【考官】kǎoguān<名>quan giám khảo; khảo quan; quan chủ khảo (cũ)

【考核】kǎohé<动>sát hạch; kiểm tra: 年度~ sát hạch hàng năm

【考级】kǎojí<动>thi cấp bậc

【考究】kǎojiu❶<动>khảo cứu: 这问题值得~一番。Vấn đề này đáng được khảo cứu. ❷<动>cầu kì: 他的穿着不太~。Ông ấy ăn mặc không cầu kì cho lắm. ❸<形>đẹp: 他的新居装修得很~。Nhà ở mới của ông trang trí rất cầu kì.

【考卷】kǎojuàn<名>bài thi

【考量】kǎoliáng<动>suy nghĩ: 多加~ suy nghĩ chín chắn hơn

【考虑】kǎolǜ<动>suy nghĩ

【考评】kǎopíng<动>sát hạch nhận xét; kiểm tra đánh giá

【考取】kǎoqǔ<动>thi đỗ; thi đậu: 他~了艺术院校。Anh ấy đã thi đậu trường nghệ thuật.

【考上】kǎoshàng<动>thi đỗ

【考生】kǎoshēng<名>thí sinh; người dự thi

【考试】kǎoshì<动>thi; khảo thí

【考题】kǎotí<名>đề thi

【考问】kǎowèn<动>khảo sát hỏi han

【考研】kǎoyán<动>thi nghiên cứu sinh; thi cao học

【考验】kǎoyàn<动>khảo nghiệm; thử thách

【考证】kǎozhèng<动>khảo chứng; chứng minh: 这份计划书的可行性还需要进一步~。Tính khả thi của chương trình này cần được suy xét chứng minh thêm.

【考中】kǎozhòng<动>thi đậu; thi vào

拷¹ kǎo<动>tra tấn; đánh đập

拷² kǎo<动>copy

【拷贝】kǎobèi❶<名>bản sao phim; phim gốc ❷<动>phô tô hoặc cóp lại các loại phim, đĩa, dữ liệu máy tính ❸<名>phim, đĩa, dữ liệu máy tính đã được copy

【拷打】kǎodǎ<动>tra tấn

【拷问】kǎowèn〈动〉tra hỏi: 他这番话~着我的良心。Lời nói của anh ấy là sự tra hỏi đối với lương tri của tôi.

烤 kǎo〈动〉❶sưởi ❷nướng; hơ: ~面包 nướng bánh mì

【烤干】kǎogān〈动〉hong khô; nướng khô

【烤火】kǎohuǒ〈动〉sưởi ấm: ~取暖 dùng lửa sưởi ấm

【烤鸡】kǎojī〈名〉gà quay

【烤架】kǎojià〈名〉giá để nướng quay

【烤炉】kǎolú〈名〉lò; lò than

【烤盘】kǎopán〈名〉chiếc khay dùng để nướng quay

【烤肉】kǎoròu〈名〉thịt nướng

【烤箱】kǎoxiāng〈名〉lò quay; lò nướng

【烤鸭】kǎoyā〈名〉vịt nướng; vịt quay: 地道的北京~ món vịt quay Bắc Kinh chính hiệu

kào

铐 kào❶〈名〉cái còng tay: 镣~ cùm chân ❷〈动〉còng tay (phạm nhân): 被告被~出庭。Bị cáo đã bị còng tay ra tòa.

犒 kào〈动〉khao

【犒劳】kàoláo❶〈动〉khao: ~将士 khao tướng sĩ ❷〈名〉rượu và đồ nhắm để khao: 吃~ ăn khao

【犒赏】kàoshǎng〈动〉khao thưởng

靠 kào〈动〉❶dựa; tựa: ~枕 gối tựa ❷dựng: ~在门上 dựng vào cánh cửa ❸dựa sát; tiếp cận: ~港 cập cảng ❹nhờ vào; dựa vào: ~做小买卖为生 nhờ vào nghề buôn bán nhỏ mà sinh sống ❺tin cậy: 质量~得住。Chất lượng đáng tin cậy.

【靠岸】kào'àn〈动〉vào bờ; cập bến

【靠背】kàobèi〈名〉chỗ dựa lưng (của cái ghế); vai ghế

【靠边】kàobiān❶〈动〉sát vào bên cạnh: 水~流。Nước chảy sát bờ. ❷〈形〉gần đúng:

这话还~。Nói thế còn tạm nghe được.

【靠不住】kàobuzhù không tin cậy được

【靠得住】kàodezhù đáng tin

【靠垫】kàodiàn〈名〉đệm lưng

【靠港】kàogǎng〈动〉cập cảng; ghé vào bến tàu

【靠近】kàojìn〈动〉❶ghé sát vào: 两人坐得十分~。Hai người ngồi kề sát nhau. ❷áp sát; gần gũi: 队伍迅速~敌方阵地。Đội hình nhanh chóng áp sát trận địa địch.

【靠拢】kàolǒng〈动〉cập; sát vào

【靠谱儿】kàopǔr〈形〉đáng tin; đáng tin cậy: 他的说法不大~。Lời nói của anh ta không đáng tin cho lắm.

【靠山】kàoshān〈名〉chỗ dựa vững chắc: 父亲是她的~。Người cha là chỗ dựa vững chắc của cô ấy.

【靠山吃山，靠水吃水】kàoshān-chīshān, kàoshuǐ-chīshuǐ ví muốn đạt mục đích gì đó mà tận dụng điều kiện có lợi sẵn có

【靠手】kàoshǒu〈名〉chỗ dựa tay (của chiếc ghế); quai ghế

【靠天吃饭】kàotiān-chīfàn cơm áo nhờ trời

【靠枕】kàozhěn〈名〉gối dựa

kē

苛 kē〈形〉hà khắc; ngặt nghèo; khắc nghiệt

【苛待】kēdài〈动〉đối đãi hà khắc: ~对方 đối đãi hà khắc với đối phương

【苛捐杂税】kējuān-záshuì sưu cao thuế nặng

【苛刻】kēkè〈形〉hà khắc; khắt khe: 为人~ đối xử hà khắc với người khác

【苛求】kēqiú〈动〉yêu cầu quá nghiêm khắc: 不要~于人。Không nên đòi hỏi người khác quá khắt khe.

【苛责】kēzé〈动〉trách mắng nặng nề: ~自己 tự trách nặng nề đối với mình

【苛政】kēzhèng〈名〉nền chính trị hà khắc:

K

~猛于虎。Chính sự hà khắc còn dữ hơn cọp.

柯 kē<名>[书]❶cành cây: 交~错叶 cành lá rậm rạp ❷cầm rìu //(姓) Kha

科 kē<名>❶khoa; ngành: 文~ khoa văn ❷phòng; văn phòng: 保卫~ phòng bảo vệ ❸khoa cử ❹đào tạo bài bản ❺họ: 猫~ họ mèo ❻[书]điều khoản pháp luật: 作奸犯~ làm việc xấu phạm pháp ❼[书]xét định (hình phạt) //(姓) Khoa

【科班】kēbān<名>lớp đào tạo diễn viên nhi đồng (tuồng); đào tạo bài bản chính quy: ~训练 đào tạo chính quy

【科幻】kēhuàn<名>khoa học viễn tưởng

【科技】kējì<名>khoa học công nghệ: ~进步 tiến bộ khoa học công nghệ

【科技发展战略】kējì fāzhǎn zhànlüè chiến lược phát triển khoa học công nghệ

【科教片】kējiàopiàn<名>phim khoa học giáo dục

【科教兴国】kējiào xīngguó chấn hưng đất nước bằng khoa học và giáo dục

【科举】kējǔ<名>khoa cử; thi cử

【科考】[1] kēkǎo<动>khảo sát khoa học: 南极~ khảo sát khoa học đối với Nam Cực

【科考】[2] kēkǎo<动>[书]thi khoa cử

【科盲】kēmáng<名>người thiếu thường thức khoa học

【科目】kēmù<名>❶khoa mục ❷danh mục khoa cử

【科普】kēpǔ<动>phổ cập khoa học

【科室】kēshì<名>khoa; phòng

【科协】kēxié<名>hiệp hội khoa học

【科学】kēxué❶<名>khoa học: 学习~知识 học tập kiến thức khoa học ❷<形>hợp với quan niệm khoa học: ~理念 quan niệm khoa học

【科学发展观】kēxué fāzhǎnguān quan niệm phát triển khoa học

【科学技术】kēxué jìshù khoa học kĩ thuật

【科学家】kēxuéjiā<名>nhà khoa học

【科学院】kēxuéyuàn<名>viện khoa học; viện hàn lâm khoa học

【科研】kēyán<动>nghiên cứu khoa học: 搞~ tiến hành nghiên cứu khoa học

【科研机构】kēyán jīgòu cơ quan khoa học công nghệ

【科研课题】kēyán kètí dự án nghiên cứu khoa học: 重大~ dự án nghiên cứu khoa học quan trọng

【科员】kēyuán<名>nhân viên văn phòng

【科长】kēzhǎng<名>trưởng phòng: 财务科~ trưởng phòng tài vụ

棵 kē<量>cây

颗 kē<量>hạt; hòn; giọt

【颗粒】kēlì<名>❶hạt; hòn: 小分子~ hạt phân tử nhỏ ❷từng hạt: ~不漏 chẳng sót một hạt

磕 kē<动>❶sứt; mẻ; dập: 被桌子~了一下 bị dập vào chiếc bàn một cái ❷gõ; đập: ~掉鞋底的泥 gõ gạt hết bùn bám dưới đế giày ❸[方]đối chọi

【磕巴】kēba[方]❶<动>nói lắp ❷<名>người nói lắp

【磕打】kēda<动>gõ

【磕磕绊绊】kēkebànbàn❶(đi) tập tễnh; (đường) gập ghềnh ❷(công việc) trắc trở

【磕磕撞撞】kēkezhuàngzhuàng dáng đi lảo đảo

【磕碰】kēpèng<动>❶va vào nhau; va chạm: 陶瓷经不起~。Đồ gốm sứ cần tránh va chạm vào nhau. ❷[方]chạm vào: 走廊里堆放的杂物多，人走过容易~。Hành lang chất đống nhiều đồ đạc làm cho người qua lại rất dễ bị va phải. ❸va chạm; cãi vã: 人和人之间难免会有一点~。Khó tránh khỏi sự va chạm nhỏ với người khác.

【磕头】kētóu<动>quỳ lạy (rạp đầu sát mặt đất); dập đầu lạy

【磕头碰脑】kētóu-pèngnǎo❶chen chúc;

xô đẩy ❷qua lại thường xuyên ❸xích mích; mâu thuẫn

瞌 kē
【瞌睡】kēshuì<动>buồn ngủ; ngủ gật: 打~ ngủ gà ngủ gật

蝌 kē
【蝌蚪】kēdǒu<名>nòng nọc

ké

壳 ké 义同 "壳" (qiào), 用于口语, 如 "贝壳、鸡蛋壳、子弹壳"。
另见 qiào

咳 ké<动>ho
另见 hāi
【咳喘】kéchuǎn<动>ho suyễn; ho hen
【咳嗽】késou<动>ho

kě

可¹ kě ❶<动>được; có thể; đồng ý (biểu thị đồng ý): 不置~否 không tỏ ý chấp thuận hay không ❷<动>có thể (biểu thị khả năng hay đồng ý): ~有~无 có thể có cũng có thể không ❸<动>đáng: ~敬~亲 đáng kính đáng yêu ❹<副>[书]khoảng; độ: 年~二十 tuổi chừng hai mươi ❺<动>thích hợp: ~人意 hợp ý mọi người; 楚楚~人 đáng xinh tươi đáng yêu ❻<动>(bệnh) thuyên giảm; khỏi bệnh //(姓) Khả

可² kě❶<连>nhưng: 她人小志气~不小。Cô bé nhỏ người nhưng mà chí khí rất cao. ❷<副>thật là: 雨下得~大了。Cơn mưa thật to. ❸<副>mà: 这目标~怎么实现呢？Mục tiêu này làm sao mà có thể thực hiện được. ❹<副>phải không: 你~曾到过越南？Bạn đã từng đi Việt Nam phải không?
【可爱】kě'ài<形>đáng yêu: ~的中国 Trung Hoa mến yêu

【可悲】kěbēi<形>đáng buồn; đáng đau lòng: ~的历史 lịch sử đau lòng
【可比】kěbǐ<动>có thể so sánh được
【可鄙】kěbǐ<形>đáng khinh: 说谎是~的。Nói dối là hành vi đáng khinh.
【可变】kěbiàn<形>khả biến; có thể thay đổi: ~函数 hàm số khả biến
【可不】kěbù<副>[口]đúng vậy; chẳng thế sao
【可不是】kěbùshi =【可不】
【可乘之机】kěchéngzhījī những cơ hội có thể lợi dụng
【可持续发展】kěchíxù fāzhǎn phát triển bền vững
【可耻】kěchǐ<形>đáng hổ thẹn; nhục nhã: 卑鄙~的小人 kẻ tiểu nhân bỉ ổi nhục nhã
【可充电电池】kěchōngdiàn diànchí loại pin có thể sạc điện; loại pin có thể nạp điện
【可读写光盘】kědúxiě guāngpán đĩa ghi
【可读性】kědúxìng<名>đặc tính nội dung có thể đọc dễ dàng hoặc lí thú
【可否】kěfǒu<动>được chăng: 请问~随时解约？Xin hỏi có thể hủy hợp đồng vào bất cứ lúc nào hay không?
【可歌可泣】kěgē-kěqì xúc động lòng người
【可观】kěguān<形>❶đáng xem; có thể xem: 这出戏大有~之处。Vở kịch này rất đáng xem. ❷khả quan: 规模~ quy mô khả quan; 五万元这个数目也就很~了。Năm mươi nghìn đồng RMB, con số này cũng rất khả quan.
【可贵】kěguì<形>quý; có giá trị; đáng quý
【可好】kěhǎo<副>vừa vặn; may mà: 我正忙不过来呢，~你们赶来了。Tôi đang bận rối lên thì vừa may các bạn đã đến.
【可恨】kěhèn<形>đáng giận; đáng ghét
【可回收】kěhuíshōu có thể thu hồi
【可嘉】kějiā<形>đáng khen: 精神~ tinh

K

thần đáng được khích lệ

【可见】kějiàn〈连〉có thể thấy; có thể nghĩ tới; đủ thấy: 由此~，这次事故是因为思想麻痹造成的。Từ đó có thể thấy rằng, sự cố lần này là do tư tưởng thờ ơ, sao lãng gây nên.

【可敬】kějìng〈形〉đáng kính

【可卡因】kěkǎyīn〈名〉cô-ca-in (cocaine)

【可靠】kěkào〈形〉❶đáng tin cậy ❷đáng tin: 信息来源~。Nguồn cung cấp thông tin đáng tin.

【可可】kěkě〈名〉ca-cao

【可控】kěkòng〈形〉có thể kiểm soát: 在~范围内 trong tầm kiểm soát

【可口】kěkǒu〈形〉ngon miệng; hợp khẩu vị

【可口可乐】Kěkǒu Kělè Cô-ca-cô-la

【可乐】kělè〈名〉cô-ca

【可怜】kělián❶〈形〉đáng thương; tội nghiệp: 她的身世很~。Cảnh ngộ chị ấy rất đáng thương. ❷〈动〉thương; xót thương: 你再不吸取教训，吃了亏也没人~你。Cậu mà không rút kinh nghiệm thì có gặp điều gì không may cũng chẳng ai thương. ❸〈形〉tội nghiệp; đáng thương (chỉ số lượng nhỏ không đáng kể): 少得~ ít ỏi đến mức độ thật tội nghiệp

【可怜虫】kěliánchóng〈名〉kẻ đáng thương

【可怜见】kěliánjiàn[口]đáng thương; tội nghiệp: 他小小年纪就要挣钱养家，怪~的。Cậu ta tuổi nhỏ mà đã phải làm lụng kiếm tiền cho gia đình, thật là tội nghiệp.

【可怜天下父母心】kělián tiānxià fùmǔxīn đáng thương thay sự tận tâm của người cha người mẹ; cha mẹ nào chẳng thương con

【可能】kěnéng❶〈形〉có thể: ~性 tính khả dĩ ❷〈名〉khả năng: 一切从实际和~出发。Tất cả xuất phát từ thực tế và khả năng. ❸〈动〉có lẽ; có thể là: 他~洗澡去了。Có lẽ

ông ấy đi tắm rồi. 天~要下雨。Trời có lẽ sắp mưa.

【可逆】kěnì〈形〉có thể nghịch đảo: ~反应 phản ứng khả nghịch

【可怕】kěpà〈形〉đáng sợ

【可气】kěqì〈形〉đáng giận

【可巧】kěqiǎo〈副〉vừa vặn; vừa tròn

【可亲】kěqīn〈形〉đáng yêu: ~可敬 đáng yêu đáng kính

【可取】kěqǔ〈形〉có thể lựa chọn; đáng được

【可圈可点】kěquān-kědiǎn những điều quan trọng hay thú vị hoặc những câu, chữ hay

【可燃】kěrán〈形〉cháy được: ~材料 vật liệu cháy

【可人】kěrén[书]❶〈名〉con người đáng noi gương; người tài giỏi ❷〈名〉người đáng yêu; ý trung nhân ❸〈形〉vừa lòng người

【可溶】kěróng〈形〉tính hòa tan

【可视电话】kěshì diànhuà điện thoại thấy hình; điện thoại truyền hình

【可是】kěshì❶〈连〉nhưng (biểu thị chuyển ý) ❷〈副〉quả thật là

【可塑】kěsù〈形〉dễ tạo hình hoặc dễ uốn nắn đào tạo

【可塑性】kěsùxìng〈名〉❶tính dẻo; tính chịu uốn ❷tính mềm dẻo dễ thích nghi: 她年轻好学，~强。Cô ấy trẻ mà ham học tính thích nghi rất cao.

【可叹】kětàn〈形〉đáng than tiếc

【可望】kěwàng〈动〉có triển vọng; dự kiến

【可望而不可即】kě wàng ér bù kě jí có thể nhìn mà không thể gần; nhìn thấy mà không với tới được; cao không với tới

【可谓】kěwèi〈动〉[书]có thể nói

【可恶】kěwù〈形〉đáng ghét: ~的侵略者 bọn xâm lược đáng căm ghét

【可惜】kěxī〈形〉đáng tiếc

【可喜】kěxǐ〈形〉đáng mừng: ~可贺 đáng

được chúc mừng

【可想而知】kěxiǎng'érzhī hoàn toàn có thể tưởng tượng

【可笑】kěxiào<形>❶đáng chê cười; nực cười ❷buồn cười; tức cười: 回想起来，这件事情真~。Nghĩ lại mà thấy việc này thật tức cười.

【可信】kěxìn<形>đáng tin; có thể tin: 他反映的情况真实~。Tình hình mà anh ấy phản ánh là chân thực đáng tin cậy.

【可信度】kěxìndù<名>độ tin cậy; độ tín nhiệm

【可行】kěxíng<形>có thể thực hiện; khả thi

【可疑】kěyí<形>khả nghi; đáng ngờ: 对过路人进行盘查 xét hỏi những người qua lại khả nghi

【可以】kěyǐ❶<动>có thể: 这事~这么做。Việc này có thể làm như thế này. ❷<动>đồng ý; cho phép: ~回家了。Được phép về nhà rồi. ❸<形>[口]khá tốt; được; tạm được: 这家餐馆的菜味道还~。Món ăn của nhà hàng này còn tạm được. ❹<形>[口]lợi hại; ghê gớm: 他的手段真~。Thủ đoạn của hắn thật ghê gớm. ❺<动>đáng: 这节目好，~看。Tiết mục này rất hay, đáng xem.

【可意会而不可言传】kě yìhuì ér bù kě yánchuán ý tại ngôn ngoại; những ngụ ý khó diễn đạt bằng ngôn từ

【可用】kěyòng<形>có thể dùng; dùng được: ~之才 nhân tài có thể đảm nhiệm được công việc

【可有可无】kěyǒu-kěwú có hay không cũng thế cả

【可遇而不可求】kě yù ér bù kě qiú may thì gặp, cố tìm lại không gặp

【可再生】kězàishēng có thể tái sinh; có thể đổi mới

【可造之才】kězàozhīcái người có năng khiếu tiềm ẩn

【可憎】kězēng<形>đáng ghét; đáng giận: 乱扔垃圾是~的行为。Vứt rác bừa bãi là hành vi đáng ghét.

【可支配收入】kězhīpèi shōurù khoản thu nhập có thể chi phối

【可知论】kězhīlùn<名>thuyết khả tri

【可执行文件】kězhíxíng wénjiàn tập tin thực thi

渴 kě<形>❶khát: 解~ giải khát ❷khao khát: ~望 khát vọng //(姓) Khát

【渴盼】kěpàn<动>tha thiết mong đợi: ~自由 thiết tha được tự do

【渴求】kěqiú<动>khát khao yêu cầu

【渴望】kěwàng<动>khát vọng: ~成功 khát vọng thành công

kè

克¹ kè<动>❶có thể; vừa: ~勤~俭 vừa chăm chỉ vừa chắt chiu/vừa cần vừa kiệm ❷khắc phục; kiềm chế: 柔能~刚 cái mềm dẻo có thể chế ngự được cái cứng rắn ❸chiến thắng: 战无不~ đánh đâu thắng đấy ❹tiêu hóa: ~化 tiêu hóa //(姓) Khắc

克² kè<动>hạn định chặt chẽ: ~期 đúng hạn; ~日 đúng ngày

克³ kè<量>gam: 一百~黄金 100 gam vàng

【克敌制胜】kèdí-zhìshèng đánh bại kẻ địch để giành thắng lợi

【克服】kèfú<动>❶khắc phục: ~急功近利的思想 khắc phục tư tưởng nôn nóng muốn nhanh chóng đi đến thành công; 群策群力，~重重困难。Người người chung sức chung lòng, khắc phục mọi khó khăn. ❷[口]kiềm chế; chịu đựng khó khăn: 野外作业条件有限，请大家~一下。Bởi sự hạn chế về điều kiện làm việc dã ngoại, mọi người hãy chịu khó khắc phục vậy.

【克己】kèjǐ❶<动>khắc kỉ; tự kiềm chế tính

K

ích ki: ~慎行 tự kiềm chế bản thân, hành động cẩn trọng ❷〈形〉tiết kiệm: 自奉~ tiết kiệm tiêu dùng đối với bản thân ❸〈形〉tự ghìm (thời xưa cửa hàng tự xưng giá hàng rẻ, lãi ít)

【克己奉公】kèjǐ-fènggōng khắc phục chủ nghĩa cá nhân, phụng sự việc công

【克扣】kèkòu〈动〉bớt xén; ăn bớt: ~薪酬 ăn bớt tiền lương

【克拉】kèlā〈量〉carat

【克隆】kèlóng〈动〉❶sinh sản vô tính; nhân bản ❷phục chế (giống hệt); clone

【克星】kèxīng〈名〉khắc tinh: 这名警察被称为罪犯的~。Người cảnh sát này được mệnh danh là khắc tinh của tội phạm.

【克制】kèzhì〈动〉kiềm chế: 采取~的态度 giữ thái độ kiềm chế

刻 kè❶〈动〉khắc; chạm: ~印章 chạm khắc con dấu ❷〈量〉một khắc (=15 phút): 一~钟 15 phút ❸〈名〉thời gian: 此~ lúc này ❹〈形〉sâu sắc: 深~ sâu sắc ❺〈形〉nghiêm ngặt: 苛~ hà khắc ❻〈动〉hạn định chặt chẽ

【刻板】kèbǎn❶〈动〉khắc bản in ❷〈形〉cứng nhắc: ~地照搬别人经验的做法并不可取。Dập khuôn kinh nghiệm của người khác một cách cứng nhắc là điều cần tránh.

【刻薄】kèbó〈形〉hà khắc; khắt khe; khắc nghiệt; cay nghiệt: 为人~ đối với người khác rất cay nghiệt

【刻不容缓】kèbùrónghuǎn không được chậm trễ chút nào

【刻毒】kèdú〈形〉độc ác cay nghiệt: ~的攻击 công kích một cách độc ác

【刻度】kèdù〈名〉độ khắc; vạch khắc; vạch chia độ (trên các dụng cụ đo lường): 带~的量筒 ống đo khắc lượng

【刻骨铭心】kègǔ-míngxīn ghi lòng tạc dạ; khắc cốt ghi xương: ~的经历 sự từng trải ghi xương khắc cốt

【刻画】kèhuà〈动〉❶khắc hoặc vẽ ❷khắc họa (hình ảnh tính cách nhân vật)

【刻苦】kèkǔ〈形〉❶chăm chỉ: ~学习 chăm chỉ học hành ❷khắc khổ: 他生活很~。Đời sống anh ta rất khắc khổ, cần kiệm.

【刻录】kèlù〈动〉ghi (âm thanh, hình ảnh)

【刻录机】kèlùjī〈名〉máy ghi âm và hình

【刻意】kèyì〈副〉dốc tâm trí; dốc lòng: ~打扮 dốc tâm trí vào việc trang điểm

【刻字】kèzì〈动〉khắc chữ

恪 kè〈形〉[书]thận trọng và cung kính

【恪尽职守】kèjìn-zhíshǒu thận trọng nghiêm chỉnh làm tốt công việc của mình

【恪守】kèshǒu〈动〉[书]nghiêm chỉnh tuân thủ: ~本分 nghiêm chỉnh giữ bổn phận

客 kè❶〈名〉người khách: 贵~ khách quý ❷〈名〉lữ khách: ~车 xe khách ❸〈动〉ở nhờ hoặc chuyển đến ở nơi khác: ~居 sống nơi đất khách quê người ❹〈名〉người đi buôn: 珠宝~ người đi buôn châu báu ❺〈名〉hành khách: ~源 nguồn khách ❻〈名〉người đi lại (giữa các nơi để làm gì đó) ❼〈形〉sự tồn tại độc lập ngoài ý thức con người: ~观 khách quan ❽〈量〉[方]suất; phần: 三~肠粉 ba suất bánh cuốn ❾〈形〉phi bản xứ, từ nơi khác đến: ~队 đội khách //(姓) Khách

【客舱】kècāng〈名〉khoang (phòng) khách (tàu, máy bay...)

【客场】kèchǎng〈名〉sân (thi đấu) khách

【客船】kèchuán〈名〉tàu (chở) khách: 他坐~去海南。Anh ấy đáp tàu khách đi Hải Nam.

【客串】kèchuàn〈动〉diễn viên không chuyên; diễn viên hợp đồng; diễn viên đến từ đoàn khác hoặc địa phương khác

【客队】kèduì〈名〉đội khách; đội bạn

【客饭】kèfàn〈名〉❶cơm khách: 厨师在准备晚上的~。Đầu bếp đang chuẩn bị bữa tối cho khách. ❷cơm phần

【客房】kèfáng<名>phòng khách: ~都订满
了。Phòng khách đã đặt hết.

【客服】kèfú<形>dịch vụ tiếp khách: 贵宾馆
~部还招人吗？Phòng dịch vụ tiếp khách
của quý khách sạn còn tuyển thêm nhân
viên không?

【客观】kèguān<形>khách quan: ~事实 sự
thật khách quan; ~地看问题 nhìn nhận vấn
đề một cách khách quan

【客户】kèhù<名>❶tá điền ❷[旧]người ngụ
cư ❸khách hàng; bạn hàng: 与~交谈 trao
đổi với bạn hàng

【客机】kèjī<名>máy bay chở khách

【客家】Kèjiā<名>Khách Gia (người dân tộc
Hán di cư từ lưu vực Hoàng Hà xuống miền
nam Trung Quốc từ đầu thế kỉ IV, cuối
thế kỉ IX và đầu thế kỉ XIII, hiện sống tại
Quảng Đông, Phúc Kiến, Quảng Tây, Giang
Tây, Hồ Nam, Đài Loan…)

【客家人】kèjiārén<名>người Khách Gia

【客居】kèjū<动>ngụ cư nơi đất khách: ~他
乡 ngụ cư nơi đất khách quê người

【客流】kèliú<名>❶lưu lượng hành khách:
~量大 lưu lượng khách lớn ❷lưu lượng
khách hàng

【客轮】kèlún<名>tàu (thủy) chở khách

【客满】kèmǎn<动>❶đầy khách ❷phòng
khách đã đặt hết; kín phòng

【客票】kèpiào<名>vé hành khách: ~均已售
出。Vé hành khách đã bán hết.

【客气】kèqi❶<形>lịch sự; lễ phép: ~话 lời
lẽ lễ phép, khiêm nhượng ❷<动>khách sáo:
都是自己人，别~。Người nhà cả, đừng
khách sáo.

【客人】kèrén<名>❶khách: ~都到齐了。
Khách đã đến đủ cả rồi. ❷hành khách
❸khách buôn

【客散主人宽】kè sàn zhǔrén kuān khách

đi rồi chủ mới yên tâm trở lại

【客商】kèshāng<名>lái buôn; nhà buôn;
khách thương: ~云集 hội tụ số đông thương
khách

【客随主便】kèsuízhǔbiàn khách theo ý
chủ; làm khách phải theo ý của chủ nhân

【客套】kètào❶<名>lời lẽ khách sáo: 交际
场合难免要讲讲~。Chỗ giao tế khó tránh
được phải dùng những lời lẽ khách sáo.
❷<动>nói xã giao: 他进门后与主人~了几
句。Sau khi vào nhà ông ấy đã xã giao vài
câu với chủ nhà.

【客套话】kètàohuà<名>lời nói khách sáo

【客梯】kètī<名>thang máy chuyên chở
người

【客体】kètǐ<名>khách thể

【客厅】kètīng<名>phòng khách: 宽敞的~
căn phòng khách rộng rãi

【客源】kèyuán<名>nguồn khách: 争抢~
tranh giành nguồn khách

【客运】kèyùn<名>vận tải hành khách; vận
chuyển hành khách: ~航班 chuyến bay
chuyển chở hành khách

【客栈】kèzhàn<名>khách sạn bình dân;
quán trọ; nhà trọ

【客座】kèzuò❶<名>chỗ ngồi của khách
mời: 大堂~已满。Ghế ngồi cho khách ở
sảnh lớn đã chật. ❷<形>cương vị được mời:
~教授 giáo sư thỉnh giảng

课¹ kè<名>❶giờ dạy học: 星期天没有~。
Ngày chủ nhật không có giờ dạy. ❷môn
học: 选修~ môn học tự lựa chọn/chuyên
ngành B ❸thời gian; giờ dạy; giờ học: 四节
~ 4 giờ dạy/4 tiết học ❹bài học: 本册课本
有18~。Cuốn sách giáo khoa này gồm 18
bài. ❺[旧]phòng: 财务~ phòng tài vụ

课² kè❶<名>[旧]thuế khóa: 国~ thuế của
nhà nước ❷<动>trưng thu: ~税 thu thuế

【课本】kèběn<名>sách giáo khoa: 中学~

sách giáo khoa trung học

【课标】kèbiāo<名>tiêu chuẩn giáo trình; tiêu chuẩn sách giáo khoa: 新~更注重实践能力和创新意识的培养。Tiêu chuẩn giáo trình mới chú trọng đào tạo năng lực thực hành và ý thức sáng tạo hơn.

【课表】kèbiǎo<名>thời khóa biểu

【课程】kèchéng<名>khóa trình môn học: 大学~ khóa trình đại học

【课间】kèjiān<名>giờ nghỉ giải lao

【课间操】kèjiāncāo<名>thể dục nghỉ giải lao: ~有利于学生的健康。Bài tập thể dục giữa giờ có lợi cho sức khỏe học sinh.

【课件】kèjiàn<名>chương trình học; chương trình giảng dạy

【课卷】kèjuàn<名>bài làm của học sinh

【课时】kèshí<名>giờ học; tiết học

【课税】kèshuì ❶<动>thu thuế ❷<名>thuế thu: 免除部分~ miễn trừ một phần thuế thu

【课堂】kètáng<名>giảng đường; lớp học

【课题】kètí<名>đề bài; vấn đề chính: 新的研究~ vấn đề mới được nghiên cứu

【课外】kèwài<名>ngoại khóa; ngoài giờ học: ~阅读 tài liệu ngoại khóa

【课文】kèwén<名>bài học; bài văn: 默写~ viết ám tả bài văn

【课业】kèyè<名>bài vở; việc học hành: 必须减轻学生的~负担。Cần giảm nhẹ gánh vác bài vở cho các em học sinh.

【课余】kèyú<名>thời giờ rảnh rỗi (ngoài giờ học): ~活动 hoạt động trong thời giờ rảnh rỗi

【课桌】kèzhuō<名>bàn học

氪 kè<名>[化学]krypton (kí hiệu: Kr)

嗑 kè<动>cắn; gặm

溘 kè<副>[书]bỗng; đột nhiên

【溘然】kèrán<副>[书]bỗng nhiên; đột

nhiên: ~长逝 đột ngột từ trần

kěn

肯 kěn<动>❶đồng ý; bằng lòng: 获得首~ được sự đồng ý ❷chịu: ~开动脑筋 chịu suy nghĩ

【肯定】kěndìng ❶<动>khẳng định: 我敢~他是骗子。Tôi dám khẳng định hắn là tay bợm. ❷<形>thừa nhận; khẳng định: 他给出了~的答复。Ông ấy đã có câu trả lời mang tính khẳng định. ❸<形>nhất định; chắc chắn: 情况~有变化。Tình hình chắc chắn có thay đổi. ❹<副>xác định; rõ ràng: 他~不会来。Rõ ràng là ông ấy sẽ không đến.

【肯干】kěngàn ❶<动>đồng ý làm ❷<形>chăm chỉ làm việc

垦 kěn<动>vỡ đất; khai khẩn (đất hoang); cày

【垦荒】kěnhuāng<动>khai khẩn đất hoang

恳 kěn❶<形>chân thành; thành khẩn: ~求 khẩn thiết cầu xin ❷<动>thỉnh cầu; cầu xin: 敬~ kính cẩn cầu xin

【恳切】kěnqiè<形>khẩn thiết; tha thiết

【恳亲会】kěnqīnhuì<名>cuộc trò chuyện thân mật: ~将在下月举行。Cuộc trò chuyện thân mật sẽ được tổ chức vào tháng tới.

【恳请】kěnqǐng<动>tha thiết mời; tha thiết cầu xin

【恳求】kěnqiú<动>cầu khẩn; khẩn thiết cầu xin; nài nỉ: 他~她留下来。Anh đã nài nỉ chị ấy ở lại.

【恳谈】kěntán<动>trò chuyện chân tình

啃 kěn<动>gặm: ~骨头 gặm xương/giải quyết vấn đề khó khăn

【啃老】kěnlǎo<动>sống nhờ vào bố mẹ

【啃老族】kěnlǎozú<名>những người có thể nuôi sống bản thân nhưng lại sống nhờ vào bố mẹ: 男儿当自强，别做~。Đấng nam nhi nên tự cường, chớ chỉ biết sống nhờ vào cha mẹ.

kēng

坑 kēng ❶ <名>vũng; hốc; hố: 粪~ hố phân ❷ <名>hầm; địa đạo ❸ <动>chôn sống người (thời cổ): 焚书~儒 đốt sách và chôn sống Nho sĩ ❹ <动>hãm hại: 你这不是~人吗? Như vậy thì anh chẳng phải là hãm hại người khác hay sao? // (姓) Khanh

【坑道】 kēngdào <名> ❶ hầm mỏ ❷ đường hầm quân sự: 全连战士都去挖~了。Cả đại đội đều đã đi đào đường hầm.

【坑害】 kēnghài <动>hãm hại; làm hại: ~游客 làm hại du khách

【坑坑洼洼】 kēngkēngwāwā mấp ma mấp mô; khấp kha khấp khểnh: 这条街道~的，也该修修了。Mặt đường ở đây mấp ma mấp mô cần được sửa lại rồi.

【坑蒙】 kēngmēng <动>hãm hại; lừa bịp: 庸医~病人。Lang băm lừa bịp bệnh nhân.

【坑蒙拐骗】 kēng-mēng-guǎi-piàn bẫy người khác lừa gạt tiền bạc

【坑骗】 kēngpiàn <动>lừa đảo; lừa gạt

【坑人】 kēngrén <动>[口]lừa người; bẫy người: 虚假广告~。Quảng cáo giả đặt bẫy hại người.

吭 kēng <动>nói năng; lên tiếng

【吭哧】 kēngchi ❶ <拟>tiếng phì phò: 马~~地喘着粗气。Con ngựa phì phò thở dốc. ❷ <动>ấp úng ❸ <动>dằn: 他~了半天才把文章写出来。Anh ấy dằn mãi mới viết xong bài văn.

【吭气】 kēngqì <动>lên tiếng: 待会我来说，你别~。Lát nữa để tôi nói, anh đừng lên tiếng.

【吭声】 kēngshēng <动>lên tiếng; nói năng; đằng hắng (thường dùng ở dạng phủ định): 问了她几次，她没~。Đã hỏi mấy lần rồi mà chị ấy chẳng hé miệng.

铿 kēng <拟>lanh canh; leng keng

【铿锵】 kēngqiāng <形>vang vang; (tiếng) chắc nịch: ~的步伐 tiếng bước chân chắc nịch

kōng

空 kōng ❶ <形>không; rỗng; trống rỗng: 两手~~ hai bàn tay trắng ❷ <名>bầu trời; không trung: 高~ bầu trời cao ❸ <副>vô ích; uổng công: ~忙一场 bận một hồi mà rồi uổng công // (姓) Không

另见 kòng

【空仓】 kōngcāng <动>bán sạch kho (cổ phiếu)

【空巢老人】 kōngcháo lǎorén ông bà già ở cô đơn

【空车】 kōngchē <名>xe không

【空城计】 kōngchéngjì <名>kế bỏ trống thành; kế để trống thành: 孔明妙用~。Khổng Minh giỏi kế nghi binh để trống thành.

【空窗期】 kōngchuāngqī <名>thời gian tạm ngừng hẹn hò (của cặp trai gái)

【空挡】 kōngdǎng <名>gam số không (của ô tô hoặc các loại động cơ khác)

【空荡荡】 kōngdàngdàng ❶ trống trải: 心里~的 cảm thấy sự trống trải hiu quạnh trong lòng ❷ vắng ngắt

【空洞】 kōngdòng ❶ <名>lỗ rỗng; chỗ rỗng: 造成许多~ tạo ra rất nhiều chỗ rỗng ❷ <形>trống rỗng; suông: ~的说教 thuyết giáo suông

【空翻】 kōngfān <名>nhào lộn (thể thao)

【空泛】 kōngfàn <形>nội dung trống rỗng phù phiếm: 这些~的意见无助于giải quyết vấn...

题。Những ý kiến trống rỗng phù phiếm này không giúp ích gì cho giải quyết vấn đề.

【空房】kōngfáng<名>❶phòng bỏ không; phòng không có người ở ❷người đàn bà vắng chồng; phòng không

【空腹】kōngfù<动>đói bụng; bụng không

【空谷】kōnggǔ<名>thung lũng; khe núi

【空谷幽兰】kōnggǔ-yōulán hoa lan xinh đẹp mọc trong thung lũng; ví rất hiếm, thường được sử dụng để mô tả nhân vật mang tính cách cao nhã và thanh lịch

【空喊】kōnghǎn<动>kêu gọi suông; kêu gào suông

【空号】kōnghào<名>số trống

【空耗】kōnghào<动>hao phí; tiêu phí: ~精力 tiêu phí sức lực

【空话】kōnghuà<名>nói suông; lời nói trống rỗng

【空欢喜】kōnghuānxǐ niềm vui trống; mừng hụt: ~一场 một lần mừng hụt

【空架子】kōngjiàzi<名>khung rỗng; khuôn sáo trống rỗng: 那家公司实际上只是个~。Thật ra công ti đó chỉ là cái khung rỗng.

【空间】kōngjiān<名>không gian

【空间站】kōngjiānzhàn<名>❶trạm nghiên cứu vũ trụ: 和平号~ trạm không gian Hòa Bình ❷thiết bị thông tin vũ trụ (đặt trên con tàu vũ trụ hoặc các hành tinh)

【空降】kōngjiàng<动>đổ bộ đường không: ~部队 bộ đội đổ bộ đường không/bộ đội nhảy dù

【空姐】kōngjiě<名>nữ tiếp viên hàng không

【空警】kōngjǐng<名>cảnh sát trên máy bay

【空军】kōngjūn<名>không quân

【空空如也】kōngkōngrúyě trống không chẳng có gì

【空口说白话】kōngkǒu shuō báihuà chỉ nói mà không làm

【空口无凭】kōngkǒu-wúpíng chỉ là lời nói, không có căn cứ xác thực làm bằng chứng; khẩu thiệt vô bằng

【空旷】kōngkuàng<形>trống trải: ~的沙滩 bãi cát trống trải

【空阔】kōngkuò<形>trống trải; rộng rãi: ~的海面 mặt biển rộng rãi

【空论】kōnglùn<名>lời bàn trống rỗng

【空落落】kōngluòluò =【空荡荡】

【空门】¹ kōngmén<名>cửa không (Phật giáo)

【空门】² kōngmén<名>khung thành trống; khung thành bỏ ngỏ

【空名】kōngmíng<名>hư danh

【空难】kōngnàn<名>tai nạn trên không; tai nạn máy bay: ~的消息令人震惊。Tin về tai nạn chuyến bay làm chấn động mọi người.

【空炮】kōngpào<名>súng không; pháo không: 放~ bắn pháo trống/bắn pháo không

【空气】kōngqì<名>❶không khí ❷bầu không khí: ~紧张 bầu không khí căng thẳng

【空前】kōngqián<动>chưa từng có: 盛况~ vẻ long trọng chưa từng có

【空前绝后】kōngqián-juéhòu không tiền khoáng hậu; xưa chưa từng có và về sau cũng không thể có; có một không hai

【空勤】kōngqín<名>không vụ; công việc thường xuyên trên không: ~人员 nhân viên không vụ

【空手】kōngshǒu<动>tay không: ~套白狼 tay không săn bắt sói trắng (ví không bỏ vốn mà lãi nhiều)

【空手道】kōngshǒudào<名>❶võ tay không; ka-ra-tê-đô ❷tay không kiếm lời

【空谈】kōngtán❶<动>nói suông; nói để đấy: ~不如实干。Nói suông không bằng làm việc thiết thực. ❷<名>lí luận suông; lời nói viển vông: 纸上~ lời nói viển vông trên tờ giấy

【空调】kōngtiáo<名>máy điều hòa nhiệt

độ; máy lạnh: 安装~ lắp điều hòa nhiệt độ

【空头支票】kōngtóu zhīpiào ❶ngân phiếu không có giá trị: 开~ mở ngân phiếu trống ❷lời hứa suông; lời hứa hão huyền: 你这是给我们开~。Anh chỉ hứa suông với chúng tôi.

【空投】kōngtóu<动>thả từ máy bay xuống; tiếp tế đường không: ~的物资送到了灾民手里。Đưa vật tư đến tận tay người dân bị thiên tai qua tiếp tế đường không.

【空文】kōngwén<名>❶văn chương trống rỗng: 这篇文章写的全是~，没有一点实际的内容。Bài viết này trống rỗng, hoàn toàn không có nội dung thực tế. ❷giấy tờ quy định hình thức: 一纸~ quy ước văn bản vô giá trị

【空袭】kōngxí<动>không kích: ~警报 báo động máy bay oanh tạc

【空想】kōngxiǎng ❶<动>không tưởng; nghĩ vẩn vơ: 与其一味~，不如动手试一试。Ngồi rồi nghĩ vẩn vơ chi bằng ra tay làm thử. ❷<名>ảo tưởng; hão huyền: ~主义 chủ nghĩa không tưởng

【空心】kōngxīn ❶<动>rỗng ruột ❷<形>ruột rỗng: ~粉 mì sò/mì ống
另见kòngxīn

【空心菜】kōngxīncài<名>rau muống

【空心砖】kōngxīnzhuān<名>gạch lỗ; gạch rỗng ruột

【空虚】kōngxū<形>trống rỗng; hư không: 内心~ sự trống rỗng về nội tâm

【空穴来风】kōngxué-láifēng có lỗ hổng mới có gió lùa; không có lửa làm sao có khói

【空运】kōngyùn<动>vận chuyển đường không; không vận: 这批货物是~过来的。Lô hàng này được vận chuyển sang bằng đường không.

【空战】kōngzhàn ❶<动>chiến đấu trên không ❷<名>trận không chiến

【空置】kōngzhì<动>(nhà ở) bỏ không

【空中】kōngzhōng ❶<名>bầu trời; không trung: ~作业 làm việc trên không ❷<形>mạng tín hiệu vô tuyến: ~艺坛 sân khấu khúc nghệ vô tuyến

【空中楼阁】kōngzhōng-lóugé lâu đài trên không; lâu đài trên cát; ví những ảo tưởng viển vông

【空竹】kōngzhú<名>đồ chơi lúc lắc; con quay tre

【空转】kōngzhuàn<动>❶chạy không tải: 发动机~ động cơ chạy không tải ❷pa-ti-nê; bánh xe chuyển động tại chỗ: 汽车在泥泞中~不前。Bánh xe ô tô chuyển động hoài tại chỗ bùn lầy mà không tiến lên được.

kǒng

孔 kǒng ❶<名>lỗ; vòm: 毛~ lỗ chân lông ❷<量>[方](từ chỉ đơn vị hang động) cái; gian: 一~土窑 một gian nhà hầm //(姓) Khổng

【孔道】kǒngdào<名>cửa ngõ giao thông (buộc phải đi qua); nút giao thông: 南北~ nút giao thông bắc nam

【孔洞】kǒngdòng<名>lỗ; hốc (nhân tạo, trên đồ vật)

【孔径】kǒngjìng<名>❶đường kính lỗ: ~符合标准。Đường kính lỗ đạt tiêu chuẩn. ❷khẩu độ của nhịp cầu và cống

【孔孟之道】Kǒng-Mèng zhī dào đạo Khổng Mạnh; học thuyết Nho giáo (tư tưởng và chủ trương của Khổng Tử và Mạnh Tử)

【孔庙】Kǒng Miào<名>đền thờ Khổng Tử; Văn miếu

【孔明灯】kǒngmíngdēng<名>đèn Khổng Minh

【孔雀】kǒngquè<名>con công; khổng tước:

K

~东南飞 chim công bay về hướng đông nam

【孔雀绿】kǒngquèlǜ (màu) xanh lông công; xanh cánh chả

【孔武有力】kǒngwǔ-yǒulì hào hiệp và có sức mạnh

【孔隙】kǒngxì<名>khe hở lỗ

【孔穴】kǒngxué<名>lỗ; hang hốc

【孔眼】kǒngyǎn<名>lỗ nhỏ

【孔子】Kǒngzǐ<名>Khổng Tử, người sáng lập trường phái tư tưởng Nho gia

恐 kǒng❶<动>sợ; kinh sợ: ~慌 lo sợ ❷<动>dọa; dọa dẫm: ~吓 dọa nạt ❸<副>e rằng; sợ rằng: ~难幸免 e rằng khó mà tránh khỏi

【恐怖】kǒngbù<形>khiếp sợ; khủng bố: 白色~ khủng bố trắng

【恐怖分子】kǒngbù fènzǐ kẻ khủng bố; phần tử khủng bố

【恐怖主义】kǒngbù zhǔyì chủ nghĩa khủng bố

【恐吓】kǒnghè<动>dọa dẫm; hăm dọa: 当事人受到~。Đương sự bị hăm dọa.

【恐慌】kǒnghuāng<形>hoảng sợ; lo sợ: 不实的传言引起了~。Lời đồn vô căn cứ gây nên sự hoang mang.

【恐惧】kǒngjù<形>sợ hãi: ~心理 tâm lí sợ hãi

【恐龙】kǒnglóng<名>khủng long

【恐怕】kǒngpà❶<动>lo sợ: 他~飞机不安全，改乘了火车。Ông ấy sợ đi máy bay không an toàn mà đã thay bằng đi tàu hỏa. ❷<副>e rằng; sợ rằng ❸<副>có lẽ: 他~是溜了。Có lẽ hắn đã chuồn mất rồi.

倥 kǒng

【倥偬】kǒngzǒng<形>[书]❶gấp gáp; cấp bách: 一生~ đời người gấp gáp ❷khốn quẫn; cùng khổ: ~拮据 khốn quẫn cạn kiệt

kòng

空 kòng❶<动>bỏ trống; để trống: ~两行 để trống hai hàng ❷<形>không; trống: ~白 trống không ❸<名>chỗ trống; khoảng trống: 填~ điền chỗ trống
另见 kōng

【空白】kòngbái<名>chỗ trống; chỗ trắng: 填补~ lấp chỗ trống

【空白点】kòngbáidiǎn<名>điểm thiếu sót chưa làm được; điểm trắng

【空当】kòngdāng<名>❶lúc rảnh rỗi: 他利用中途休息的~去买了点吃的。Tranh thủ giờ nghỉ giữa đường, anh ấy đi mua chút ít đồ ăn. ❷khoảng trống: 看柜子还有~放些东西吗？Xem trong tủ còn khoảng trống để thêm những thứ này được không?

【空地】kòngdì<名>❶đất trống: 这块~可以利用起来。Mảnh đất trống này nên được tận dụng. ❷chỗ trống: 这点~可以做点什么，请帮设计一下。Mời anh thiết kế hộ xem chỗ trống này có thể làm được những gì.

【空额】kòng'é<名>danh sách để trống: 吃~就是贪污。Lợi dụng danh sách ghi trống để lấy tiền là hành vi tham nhũng.

【空格】kònggé<名>❶ngăn trống; ô trống ❷phím cách; phím dấu cách

【空缺】kòngquē<名>❶ghế trống; thiếu người: 没有~就不好进人。Không có cương vị trống thì khó tuyển dụng thêm nhân viên. ❷khoảng trống; chỗ thiếu hụt: 填补~ bù đắp chỗ thiếu hụt

【空位】kòngwèi<名>vị trí trống; chỗ ngồi trống: 找不到~ không tìm được vị trí trống

【空隙】kòngxì<名>❶khe hở; rỗi: 她把能用的~都用来学习。Cô ấy đã tận dụng tất cả thời gian rỗi để học hành. ❷cơ hội để lợi dụng: 钻~ lợi dụng cơ hội

【空暇】kòngxiá<名>nhàn rỗi

【空闲】kòngxián❶<形>nhàn rỗi: 等你~下来，再找你一起下棋。Đợi cho anh nhàn rỗi sẽ đến chơi cờ với anh. ❷<名>lúc nhàn rỗi; thời gian nhàn rỗi: 工作的~ lúc nhàn rỗi ngoài công việc ❸<形>để không: 这台电脑是~的。Chiếc máy vi tính này để không.

【空心】kòngxīn<动>bụng đói: 这剂药~吃。Thuốc này uống lúc đói.

另见kōngxīn

【空余】kòngyú<形>trống; rỗi rãi: ~时间 thời gian rảnh rỗi

【空子】kòngzi<名>❶chỗ trống; lúc rỗi; lúc rảnh: 她终于找到了可以出去玩的~。Thế rồi chị ấy đã tìm được thời gian rảnh rỗi để đi chơi. ❷cơ hội để lợi dụng (làm việc xấu): 钻~ lợi dụng chỗ sơ hở

【空座率】kòngzuòlǜ<名>tỉ lệ ghế trống

控¹ kòng<动>tố giác; tố cáo: 指~ chỉ trích tố cáo

控² kòng<动>khống chế; điều khiển

控³ kòng<动>❶dốc ngược; mất thăng bằng: 你这样~着脑袋睡觉舒服吗？Cậu nằm dốc ngược lên ngủ như vậy cảm thấy dễ chịu sao? ❷dốc đầu; dốc cổ chai (bình): 她把碗倒过来把水~干净。Chị ấy lật ngược chiếc bát đổ dốc hết nước ra.

【控方】kòngfāng<名>bên truy tố; phía tố cáo

【控告】kònggào<动>tố cáo; tố giác

【控股】kònggǔ<动>khống chế cổ phần; kiểm soát cổ phần

【控盘】kòngpán<动>thao túng khống chế giá cả thị trường; thao túng thị trường

【控诉】kòngsù<动>lên án; khiếu tố

【控制】kòngzhì<动>❶khống chế; điều khiển; kiểm soát: ~病情发展 khống chế sự phát triển của bệnh tình ❷chiếm lĩnh; chi

phối: ~经济 chi phối kinh tế

kōu

抠 kōu<动>❶moi; móc; khêu: 用手~喉咙 dùng tay khêu cổ họng ❷<动>khắc chạm (hoa văn): 在桥上~图案 khắc trạm hoa văn trên cầu ❸<动>mày mò vô ích; đi sâu vào phương diện hẹp: ~字眼 gọt giũa từng chữ ❹<形>hà tiện; keo kiệt: 为人太~ xử thế quá keo kiệt bủn xỉn

【抠门儿】kōuménr<形>[方]bủn xỉn; hà tiện

【抠搜】kōusou[口]❶<动>moi; móc; khêu: 孩子正在~门缝里的沙子。Cậu bé đang moi cát dưới khe cửa. ❷<形>hà tiện; keo kiệt: 这地方的人就是~。Những người ở đây thật là keo kiệt. ❸<形>rề rà; chậm chạp: 你这么~的，什么时候才能做完啊？Anh cứ rề rà thế này, bao giờ mới làm xong được?

【抠字眼儿】kōu zìyǎnr❶gọt giũa từng chữ ❷bắt bẻ từng chữ

眍 kōu<动>mắt trũng xuống: 因为过度疲劳，她眼睛~进去了。Mắt bà đã lõm xuống bởi mệt mỏi quá mức.

kǒu

口 kǒu❶<名>miệng; mồm: 中医上的五官指的是: 目、舌、、、鼻、耳。Ngũ quan trong Đông y: mắt, lưỡi, miệng, mũi và tai. ❷<名>khẩu vị: ~重 khẩu vị mặn ❸<名>nhân khẩu: 户~ hộ khẩu ❹<名>miệng (các đồ vật đựng): 碗~ miệng bát ❺<名>các cửa ải của Trường Thành (thường dùng làm địa danh, cũng dùng chỉ chung các cửa ải này): ~外 Khẩu ngoại ❻<名>chỗ toạc; chỗ rách: 伤~ miệng vết thương ❼<名>đầu mối (quản lí): 政法~ đầu mối quản lí ngành chính trị và pháp luật ❽<名>lưỡi (dao, kiếm, kéo): 刀

K

~卷了。Lưỡi dao bị quằn rồi. ❾<量>từ chỉ đơn vị: 三~之家 gia đình ba thành viên ❿ <名>ăn nói; nói năng: ~才 tài ăn nói ⓫ <名>cửa: 入~ cửa vào ⓬<名>tuổi răng (lừa, ngựa) //(姓) Khẩu

【口岸】kǒu'àn<名>cửa khẩu; bến cảng

【口碑】kǒubēi<名>bia miệng; tiếng khen; lời truyền tụng: 石碑百年损，~千载传。 Trăm năm bia đá thì mòn, ngàn năm bia miệng vẫn còn trơ trơ.

【口才】kǒucái<名>tài ăn nói; khiếu nói năng

【口吃】kǒuchī<动>nói lắp

【口齿】[1] kǒuchǐ<名>cách nói năng, khả năng ăn nói: ~不清 nói chẳng nên lời

【口齿】[2] kǒuchǐ<名>tuổi (lừa, ngựa): 这头驴 ~六岁。 Con lừa này đã 6 năm tuổi.

【口臭】kǒuchòu❶<名>bệnh hôi miệng: ~ 难忍 chứng hôi miệng khó chịu ❷<形>mùi hôi miệng

【口出狂言】kǒuchūkuángyán lời nói kiêu căng táo bạo

【口传】kǒuchuán<动>truyền miệng

【口袋】kǒudai<名>❶cái túi ❷túi áo

【口袋书】kǒudàishū<名>sách bỏ túi: 这种 ~很受欢迎。 Loại sách bỏ túi này rất được bạn đọc hoan nghênh.

【口风】kǒufēng<名>ý tứ (trong lời nói)

【口服】[1] kǒufú<动>khẩu phục: ~心服 khẩu phục tâm phục

【口服】[2] kǒufú<动>uống: ~药 uống thuốc

【口福】kǒufú<名>cái số được ăn ngon (hàm ý hài hước); số may: ~不浅 số hay được ăn ngon

【口腹之欲】kǒufùzhīyù sự thèm ăn

【口干】kǒugān<形>khô miệng: ~舌燥 miệng lưỡi khô khốc

【口感】kǒugǎn<名>cảm giác khi ăn

【口供】kǒugòng<名>lời khai

【口号】kǒuhào<名>❶khẩu hiệu: 呼~ hô

khẩu hiệu; 加油~ khẩu hiệu cổ động ❷[旧] mật khẩu

【口红】kǒuhóng<名>son môi

【口技】kǒujì<名>khẩu kĩ; tài bắt chước các loại âm thanh (trong biểu diễn xiếc): ~高超 tài khẩu kĩ cao siêu

【口角】kǒujiǎo<名>mép; khóe miệng 另见kǒujué

【口紧】kǒujǐn<形>kín miệng; ăn nói chín chắn

【口径】kǒujìng<名>❶đường kính: ~75毫米 多管高射炮 pháo cao xạ 75mm nhiều nòng ❷kích cỡ: 螺母~ kích cỡ của đai ốc ❸ví nguyên tắc và quan điểm xử lí vấn đề: 他俩 ~一致。 Hai người giữ nhất trí về cách nhìn nhận vấn đề.

【口诀】kǒujué<名>bài vè: 背~ học thuộc lòng bài vè

【口角】kǒujué<动>cãi nhau; cãi cọ: 发生~ xảy ra cãi cọ 另见kǒujiǎo

【口渴】kǒukě<形>khát: 天气闷热，人很 容易~。 Trời nóng nực rất chóng khát.

【口口声声】kǒukoushēngshēng nói khăng khăng; luôn mồm nói: 他~说不知 道。 Anh ta cứ khăng khăng nói là không biết gì hết.

【口苦】kǒukǔ<名>đắng miệng

【口快】kǒukuài<形>nhanh mồm; nhanh nhảu

【口粮】kǒuliáng<名>khẩu phần; nhu cầu ăn mỗi ngày

【口令】kǒulìng<名>❶khẩu lệnh: 喊~ hô khẩu lệnh ❷mật khẩu: 问~ hỏi mật khẩu

【口蜜腹剑】kǒumì-fùjiàn miệng na mô bụng một bồ dao găm; khẩu phật tâm xà

【口沫横飞】kǒumò-héngfēi nói huyên thuyên; bọt mép tứ tung

【口气】kǒuqì<名>❶khẩu khí: ~傲慢 khẩu

khí ngạo mạn ❷giọng điệu: 听~，他来头
不小。Nghe giọng điệu thì ông ta là người
có vai vế. ❸ý; ý tứ: 听~，他似乎在埋怨
我。Nghe ý ông ấy thì dường như đang
trách móc tôi.

【口腔】kǒuqiāng〈名〉khoang miệng

【口琴】kǒuqín〈名〉kèn ac-mô-ni-ca

【口若悬河】kǒuruòxuánhé mồm miệng
liến thoắng; miệng như tép nhảy; nói thao
thao bất tuyệt

【口哨儿】kǒushàor〈名〉sáo miệng: 吹~ huýt
sáo

【口舌】kǒushé〈名〉❶hiểu nhầm; tranh cãi:
~之争 sự tranh cãi ❷lời lẽ; lời (khuyên giải
biện luận, giao thiệp): 枉费~ uổng công
khuyên giải

【口实】kǒushí〈名〉[书]cái cớ bị lợi dụng:
落下~ để lại cái lí do bị lợi dụng

【口试】kǒushì〈动〉thi vấn đáp

【口是心非】kǒushì-xīnfēi miệng nói một
đằng, bụng nghĩ một nẻo

【口授】kǒushòu〈动〉❶truyền miệng: ~武
功秘诀 truyền miệng bí quyết võ công ❷kể
miệng; đọc (cho người khác ghi): ~作战命令
đọc lệnh tác chiến

【口述】kǒushù〈动〉trình bày miệng; kể
miệng: ~文章 trình bày bài viết bằng miệng

【口水】kǒushuǐ〈名〉nước bọt; nước dãi: 流
~ chảy nước bọt

【口水战】kǒushuǐzhàn〈名〉cuộc cãi vã;
trận chiến cửa miệng

【口说无凭】kǒushuō–wúpíng khẩu thiệt
vô bằng; lời nói gió bay

【口算】kǒusuàn〈动〉nhẩm; tính nhẩm: 笔
算不如~。Tính bằng bút không bằng tính
nhẩm.

【口蹄疫】kǒutíyì〈名〉bệnh lở mồm long
móng (ở động vật)

【口头】kǒutóu❶〈名〉cửa miệng; ngoài

miệng: 老师只是~上答应你了。Thầy chỉ
chấp nhận với em ngoài miệng thôi. ❷〈形〉
bằng miệng; nói miệng: ~总结 tổng kết nói
miệng

【口头禅】kǒutóuchán〈名〉câu nói cửa
miệng

【口头文学】kǒutóu wénxué văn học truyền
miệng

【口头语】kǒutóuyǔ〈名〉lời cửa miệng; lời
nói cửa miệng

【口味】kǒuwèi〈名〉❶mùi vị (thức ăn);
hương vị: ~太重 mùi vị thức ăn quá đậm
❷khẩu vị ❸sở thích: 京剧最合他的~。
Kinh kịch hợp sở thích của ông ấy nhất.

【口吻】kǒuwěn〈名〉❶đầu; mõm ❷giọng:
他常常以居高临下的~说话。Ông ta nói
chuyện thường ra giọng kẻ bề trên.

【口误】kǒuwù❶〈动〉nói nhịu; đọc nhịu; lỡ
lời ❷〈名〉câu nói nhịu; chữ đọc nhịu: 那是
~。Đó là câu nói nhịu.

【口香糖】kǒuxiāngtáng〈名〉kẹo cao su;
kẹo sê-gôm; xing-gôm

【口信】kǒuxìn〈名〉lời nhắn miệng; tin báo
miệng: 带个~ nhắn lời hộ

【口型】kǒuxíng〈名〉khuôn miệng (lúc nói
hay phát âm)

【口译】kǒuyì〈动〉dịch nói; dịch miệng

【口音】kǒuyīn〈名〉❶tiếng nói; giọng nói:
南部~ giọng miền Nam ❷âm địa phương: ~
很重 âm địa phương đặc sệt

【口语】kǒuyǔ〈名〉khẩu ngữ; ngôn ngữ nói:
~练习 tập khẩu ngữ

【口罩】kǒuzhào〈名〉khẩu trang: 戴上~ đeo
khẩu trang

【口诛笔伐】kǒuzhū–bǐfá giết bằng miệng,
đánh bằng lông; ví dùng lời nói hoặc văn
chương đả kích người khác

【口子】¹kǒuzi〈名〉❶cửa; khe hở: 进城的~有
一间商店。Cổng vào thành phố có một nhà

hàng. ❷vết toạc; vết rách: 被石头拉了一个
~。Bị mép đá làm toạc một vết.

【口子】² kǒuzi〈量〉[口]❶người: 他家三~全来
了。Cả ba người trong gia đình anh ấy đều đã
có mặt. ❷người vợ; người chồng

kòu

叩 kòu〈动〉❶gõ; đập: ~门 gõ cửa ❷rạp đầu
sát đất; rập đầu: 三跪九~ ba lần quỳ chín
lần rập đầu ❸[书]hỏi han; vấn hỏi: ~问人生
sự vấn hỏi về nhân sinh // 〈姓〉Khấu

【叩拜】kòubài〈动〉[旧]rạp đầu bái lạy

【叩见】kòujiàn〈动〉[书]bái kiến; tiến kiến

【叩首】kòushǒu〈动〉khấu đầu; rạp đầu

【叩头】kòutóu〈动〉rập đầu

【叩谢】kòuxiè〈动〉rập đầu lạy tạ

扣 kòu❶〈动〉cài; gài; móc: ~扣子 cài cúc
áo ❷〈动〉úp; đậy: 把杯子~过来。Úp đậy
chiếc cốc xuống. ❸〈动〉khép; truy chụp: ~帽
子 khép tội ❹〈动〉bắt giữ; giam giữ: 将来人
~住。Bắt giữ kẻ này lại. ❺〈动〉khấu; trừ: ~
分 trừ điểm ❻〈名〉cái nút: 系~ thắt cái nút
❼〈名〉cái cúc: 衣~ cúc áo ❽〈动〉cú đập:
~球 đập bóng/vụt bóng ❾〈名〉khuôn dệt;
go cửi: 丝丝入~ sợi vào go cửi đều đều ❿
〈名〉vòng ren: 拧了两~ vặn hai vòng ren //
〈姓〉Khấu

【扣除】kòuchú〈动〉khấu trừ; trừ đi: ~伙食
trừ đi khoản tiền ăn

【扣发】kòufā〈动〉❶cúp lương; cúp thưởng:
~军饷 cúp lương lính ❷giữ lại; để lại (giấy
tờ bản thảo không phát hoặc không đăng)

【扣减】kòujiǎn〈动〉giảm trừ

【扣缴】kòujiǎo〈动〉❶khấu trừ: ~增值税
khấu trừ thuế giá trị gia tăng ❷giữ; tước;
thu mất: ~营业执照 tước giấy phép kinh
doanh

【扣紧】kòujǐn〈动〉khóa chặt

【扣篮】kòulán〈动〉đập rổ; đút rổ (trong
bóng rổ)

【扣留】kòuliú〈动〉giam giữ; giữ: 他们~了
他的随从。Họ đã giam giữ tùy tùng của
ông ấy.

【扣帽子】kòu màozi　khép tội; truy chụp
tội lỗi

【扣人心弦】kòurénxīnxián　rung động lòng
người: 比赛~。Trận đấu làm rung động
lòng người.

【扣肉】kòuròu〈名〉khâu nhục; thịt ba ch
rán qua rồi hấp với húng lìu

【扣杀】kòushā〈动〉đập; vụt (bóng): 一记đạ
力~ một cú đập bóng mạnh

【扣题】kòutí〈动〉bám sát chủ đề: 文章开头
必须~。Mở đầu bài văn phải bám sát chủ đề.

【扣头】kòutou〈名〉số tiền khấu trừ: 大衣đạ
八折的~是两百元。Tính theo chiết khấu
20% thì số tiền khấu trừ của chiếc áo khoáo
này là 200 đồng RMB.

【扣押】kòuyā〈动〉giam giữ; giữ: ~财产 gi
tài sản

【扣眼】kòuyǎn〈名〉lỗ khuyết (cài cúc)

【扣子】kòuzi〈名〉❶nút dây: 原来的绳ơ
解不开。Nút dây cũ không sao cởi được
❷cái cúc áo; khuy: 衣服上掉了一个~。
Một chiếc khuy trên áo bị rơi. ❸điểm nú
(trong các tiểu thuyết chương hồi): ~能引
起读者对下一段情节的关切。"Điểm nút"
trong tiểu thuyết sẽ khiến cho độc giả càng
thêm chăm chú theo dõi những tình tiết tiếp
theo.

寇 kòu❶〈名〉kẻ cướp; giặc; kẻ địch; kẻ thù
海~ giặc cướp biển; 外~ giặc ngoại xâm
❷〈动〉kẻ thù xâm nhập: ~边 kẻ thù xâm
phạm biên giới // 〈姓〉Khấu

【寇仇】kòuchóu〈名〉kẻ thù; kẻ địch

kū

枯 kū ❶<形>khô; héo: ~草 cỏ khô héo ❷<形>cạn: ~井 giếng cạn ❸<形>gầy guộc ❹<形>ủ rũ; buồn bã: ~坐 ngồi ủ rũ ❺<名>[方] khô (dầu); bã: 菜~ bã rau //(姓) Khô

枯干】kūgān<形>khô cạn: 井水~ giếng khô cạn

枯槁】kūgǎo<形>❶khô cằn; khô héo: 禾苗 ~ mạ khô cằn ❷[书](về mặt) tiều tụy; thiểu não: 形容~ dáng vẻ tiều tụy

枯黄】kūhuáng<形>khô vàng; khô úa: 脸色~ sắc mặt vàng khô

枯竭】kūjié<形>❶(nguồn nước) cạn kiệt: 水源~ nguồn nước khô cạn ❷(sức lực, của cải) kiệt quệ; cạn kiệt: 精力~ sức lực kiệt quệ

枯木逢春】kūmù-féngchūn cây khô gặp mùa xuân; ví được hồi sinh

枯涩】kūsè<形>❶khô khan trúc trắc: 文字~ chữ nghĩa khô khan trúc trắc ❷khô khốc; ráo hoảnh: 两眼~ hai con mắt ráo hoảnh

枯瘦】kūshòu<形>gầy đét; gầy khẳng khiu

枯水期】kūshuǐqī<名>mùa nước cạn

枯水位】kūshuǐwèi<名>mực nước mùa nước khô cạn: ~通常出现于冬天。Mực nước mùa khô cạn thường xuất hiện vào mùa đông.

枯萎】kūwěi<形>khô cằn; khô héo: 草木~ cỏ cây khô héo

枯朽】kūxiǔ<形>khô mục

枯燥】kūzào<形>đơn điệu tẻ nhạt: ~无味 tẻ nhạt vô vị

哭 kū<动>khóc

哭鼻子】kū bízi[口]khóc nhè (có ý khôi hài)

哭喊】kūhǎn<动>khóc

哭哭啼啼】kūkūtítí khóc sướt mướt; khóc ti tỉ

哭闹】kūnào<动>quấy khóc: 孩子~ đứa bé quấy khóc

哭泣】kūqì<动>khóc tấm tức; khóc sụt sịt

哭腔】kūqiāng<名>❶điệu khóc (trong biểu diễn hí khúc) ❷giọng nghèn nghẹn; tiếng nói nghèn nghẹn

哭穷】kūqióng<动>kêu nghèo kể khổ: 她害怕亲戚开口借钱，总是~。Bà ấy sợ họ hàng thân thích hé miệng vay tiền nên cứ kêu nghèo kể khổ suốt.

哭丧】kūsāng<动>khóc hờ đám ma

哭丧着脸】kūsangzhe liǎn mặt như đưa đám; vẻ mặt đưa đám

哭诉】kūsù<动>khóc lóc kể lể; tố khổ: ~冤屈 kêu khóc kể lể nỗi oan

哭笑不得】kūxiào-bùdé dở khóc dở cười

窟 kū<名>❶hang; hốc: 魔~ hang ổ của bọn giết người ❷ổ; sào huyệt: 贫民~ nhà ổ chuột của dân nghèo

窟窿】kūlong<名>❶hang; lỗ; hốc: 冰~ hốc băng ❷thâm hụt; lỗ vốn: 企业每吨米亏损 ~约30美元。Doanh nghiệp chịu lỗ khoảng 30 USD/tấn gạo. ❸thất thoát; sơ hở: 堵住~ ngăn bịt thất thoát

窟窿眼儿】kūlongyǎnr<名>[口]lỗ nhỏ; hốc nhỏ

骷 kū

骷髅】kūlóu<名>đầu lâu; xương cốt; xương hài

kǔ

苦 kǔ❶<形>đắng: ~药 thuốc đắng ❷<形>khổ; đau khổ: 艰~ gian khổ ❸<动>làm khổ; gây khó chịu: 他肩负家庭的重担，可~了他了。Thật là làm khổ cho ông ấy vì đã phải gánh vác hết gánh nặng gia đình. ❹<动>khổ vì: ~旱 khổ vì do hạn hán ❺<副>hết sức; cố gắng; khổ công: ~练本领 khổ luyện bản lĩnh ❻<形>[方]cụt; hư hao quá nhiều: 指甲剪得太~了 móng tay cắt cụt quá //(姓) Khổ

【苦不堪言】kǔbùkānyán khốn khổ hết chỗ nói

【苦差】kǔchāi<名>công cán vất vả

【苦楚】kǔchǔ<形>đau khổ; khổ sở: 心中~ nỗi đau trong lòng

【苦处】kǔchù<名>nỗi khổ: 他把自己的~ 都讲了出来。Anh ta đã kể hết nỗi khổ của mình.

【苦胆】kǔdǎn<名>túi mật; mật đắng: ~可入 药。Mật đắng có thể làm thuốc.

【苦丁茶】kǔdīngchá<名>chè vàng; khổ đinh trà (Ilex cornuta Lindl)

【苦干】kǔgàn<动>làm hết sức: 埋头~ làm việc cật lực

【苦工】kǔgōng<名>❶lao động khổ sai: 做 ~ lao động khổ sai ❷phu khổ sai; cu-li: 他 当年在铁路当过~。Năm xưa anh ấy từng làm phu khổ sai trên đường sắt.

【苦功】kǔgōng<名>khổ công; dày công: 下 ~才可出成绩。Dày công nỗ lực mới giành được thành tích xuất sắc.

【苦瓜】kǔguā<名>mướp đắng; khổ qua: ~茶 chè khổ qua; ~炒蛋 mướp đắng xào trứng

【苦果】kǔguǒ<名>quả đắng; kết quả cay đắng; khổ quả (Phật học)

【苦海】kǔhǎi<名>bể khổ; cảnh khổ ải: ~无 边 cảnh khổ ải vô biên

【苦尽甘来】kǔjìn-gānlái hết cay đắng đến ngọt bùi; khổ tận cam lai; hết khổ đến sướng

【苦境】kǔjìng<名>cảnh khổ

【苦酒】kǔjiǔ<名>rượu đắng; chỉ hậu quả đau khổ: 自饮~ tự chuốc lấy sự khổ đau

【苦口】kǔkǒu❶<副>nói hết lời; nài nỉ; năn nỉ: ~劝说 khuyên nhủ hết lời ❷<动>đắng miệng; vị đắng: 良药~, 忠言逆耳。Thuốc đắng dã

tật, nói thật mất lòng.

【苦口婆心】kǔkǒu-póxīn khuyên bảo mọi nhẽ; khuyên bảo hết nước hết cái

【苦苦】kǔkǔ<副>❶cố hết sức; cố công: ~追 忆 cố nhớ lại; ~追寻 cố công tìm tòi ❷rất đau khổ

【苦乐】kǔlè❶<形>buồn vui: ~人生 cuộc đời buồn vui ❷<名>nỗi đau và niềm vui: ~ 与共 vui buồn có nhau; 人生~ nỗi đau và niềm vui của cuộc đời

【苦力】kǔlì<名>phu phen; cu li

【苦脸】kǔliǎn<名>khuôn mặt buồn rầu; mặt mày đau khổ; mặt mày cau có: 一副~ mặt mày cau có

【苦练】kǔliàn<动>gian khổ rèn luyện

【苦闷】kǔmèn<形>buồn khổ

【苦命】kǔmìng<名>số phận khổ; cái số khổ: ~鸳鸯 đôi vợ chồng số phận khổ sở

【苦难】kǔnàn<名>khổ cực; khổ đau: ~人生 cuộc đời khổ đau

【苦恼】kǔnǎo<形>đau khổ buồn phiền: 令 人~ khiến cho người ta buồn phiền

【苦肉计】kǔròujì<名>khổ nhục kế

【苦涩】kǔsè<形>❶đắng chát; đắng cay ❷cay đắng chua xót (tâm trạng): 她觉得很 ~。Chị ta cảm thấy thật chua xót.

【苦水】kǔshuǐ<名>❶nước chát (chứa nhiều chất quặng không dùng được) ❷dịch đắng (do người bệnh nôn ra): 闻到~的味就想吐 ngửi thấy mùi dịch đắng là buồn nôn ❸nỗi đau khổ: 在朋友面前倒~ trút nỗi đau trong lòng trước bạn bè

【苦思冥想】kǔsī-míngxiǎng nghĩ ngợi sâu xa; vắt óc suy tính

【苦痛】kǔtòng<形>đau khổ: ~经历 từng trải khổ đau

【苦头】[1] kǔtóu<名>vị đắng: 我就喜欢苦瓜那 种~。Tôi thích cái vị chát đắng của mướp đắng.

【苦头】² kǔtóu<名>nỗi đau khổ; không may; cái khó cái khổ

【苦味】kǔwèi<名>mùi đắng; vị đắng

【苦相】kǔxiàng<名>vẻ nhăn mặt: 一脸~ vẻ mặt cau có

【苦笑】kǔxiào<动>cười gượng; cười đau khổ

【苦心】kǔxīn❶<名>công sức vất vả: 一片 ~ nặng lòng vất vả với công việc ❷<副>dốc lòng; dốc tâm trí: ~维护 dốc lòng gìn giữ bảo vệ

【苦心经营】kǔxīn-jīngyíng dốc tâm sức làm ăn

【苦役】kǔyì<名>khổ dịch; khổ sai: 无休止 的~ khổ sai liên miên không dứt

【苦于】kǔyú<动>khổ vì; khổ nỗi: 他~找不 到销路。Khổ nỗi ông ấy không tìm được kênh tiêu thụ.

【苦战】kǔzhàn<动>khổ chiến; dốc sức làm việc

【苦衷】kǔzhōng<名>nỗi khổ tâm: 他的~不 为人知。Không ai hiểu được nỗi khổ tâm của ông.

【苦中作乐】kǔzhōngzuòlè trong hoàn cảnh khó khăn mà vẫn lạc quan yêu đời

【苦主】kǔzhǔ<名>khổ chủ; thân nhân người bị giết hại: ~在等待赔偿。Thân nhân những người bị giết hại đang chờ đợi bồi thường.

kù

库¹ kù<名>❶kho: 国~ kho bạc nhà nước ❷kho dữ liệu //(姓)Khố

库² kù<量>gọi tắt là cu-lông (đơn vị điện lượng)

【库藏】kùcáng❶<动>chứa trong kho ❷ <名>vật chứa trong kho

另见kùzàng

【库存】kùcún<名>tiền của; vật tư tồn kho: ~ 充裕 lượng lưu tồn trong kho đầy đủ

【库房】kùfáng<名>nhà kho

【库容】kùróng<名>sức chứa của kho: 总~ tổng lượng sức chứa của nhà kho

【库藏】kùzàng<名>[书]cất trong kho; trong kho; có trong kho

另见kùcáng

裤 kù<名>quần: 灯笼~ quần ống túm

【裤衩儿】kùchǎr<名>quần lót: 大~ quần lót rộng/quần đùi rộng

【裤带】kùdài<名>dây lưng; thắt lưng

【裤袋】kùdài<名>túi quần

【裤裆】kùdāng<名>đũng quần

【裤兜】kùdōu<名>túi quần

【裤脚】kùjiǎo<名>❶gấu quần ❷[方]ống quần: 牛仔裤~ ống quần bò

【裤头】kùtóu<名>[方]quần đùi

【裤腿】kùtuǐ<名>ống quần: 西裤~ ống quần Âu

【裤腰】kùyāo<名>cạp quần

【裤子】kùzi<名>quần

酷¹ kù❶<形>tàn khốc; tàn ác: ~刑 hình phạt tàn khốc ❷<副>rất; cực kì: ~热 cực nóng/ nóng khủng khiếp

酷² kù<形>hào phóng

【酷爱】kù'ài<动>say mê: ~运动 say mê thể dục thể thao

【酷寒】kùhán<形>rất lạnh; rét buốt

【酷烈】kùliè<形>[书]❶tàn khốc: 这场战 争十分~，双方死伤众多。Trận chiến này hết sức tàn khốc, hai bên đều bị thương vong nặng nề. ❷sực nức; thơm nức: 酒香~ rượu thơm nức ❸rực rỡ; chói chang: 骄阳~ ánh nắng chói chang

【酷虐】kùnüè<形>tàn ác hung bạo

【酷热】kùrè<形>nóng gắt; nóng khủng khiếp

【酷暑】kùshǔ<名>ngày hè nóng gắt: ~严冬

K

mùa hè nóng bức, mùa đông giá lạnh

【酷似】kùsì<动>giống hệt: 她长得~某位
当红明星。Chị ấy giống hệt như một minh
tinh đang nổi.

【酷炫】kùxuàn<形>tiên phong thời thượng

kuā

夸 kuā<动>❶phóng đại; thổi phồng: ~大
其词 thổi phồng lên ❷khen: 人人都~家乡
好。Mọi người đều khen quê hương mình
giàu đẹp. //(姓)Khoa

【夸大】kuādà<动>phóng đại; thổi phồng

【夸大其词】kuādà-qící quá sự thật; nói
ngoa

【夸海口】kuā hǎikǒu nói khoác; bốc phét

【夸奖】kuājiǎng<动>khen ngợi: 老师~他
进步很快。Các thầy cô giáo đều khen ngợi
anh ấy tiến bộ rất nhanh.

【夸口】kuākǒu<动>nói khoác; nói phét

【夸夸其谈】kuākuā-qítán ba hoa khoác
loác; ba hoa chích chòe: ~的人 con người
ba hoa khoác loác

【夸耀】kuāyào<动>khoe khoang; phô
trương: ~自己 tự bốc thơm bản thân

【夸赞】kuāzàn<动>khen: 爱听~的话 thích
nghe lời khen

【夸张】kuāzhāng❶<形>khuếch đại; nói
quá sự thật: 举动太~ cử chỉ rất khoa trương
❷<名>phép khoa trương ❸<名>thủ pháp
khoa trương: 这篇文章采用~手法写作。
Bài văn này viết bằng thủ pháp phô trương.

kuǎ

垮 kuǎ<动>❶đổ; vỡ; sụp: 八层楼房~塌。
Tòa nhà tám tầng bị đổ sập. 堤~了。Vỡ đê.
❷suy sụp: 别把身体累~了。Đừng để cho
sức khỏe suy sụp bởi quá mệt.

【垮塌】kuǎtā<动>sụp đổ: 轰然~ đổ sụp

【垮台】kuǎtái<动>sụp đổ; tan vỡ: 反动派一
定~。Bọn phản động ắt sẽ sụp đổ.

kuà

挎 kuà<动>❶khoác; xách: ~篮子 khoác làn
❷đeo: ~背包 đeo túi

【挎包】kuàbāo<名>túi khoác

胯 kuà<名>háng

跨 kuà❶<动>bước: ~越发展 phát triển
theo bước nhảy vọt ❷<动>cưỡi; ngang qua:
彩虹~天空。Cầu vồng ngang qua lưng trời.
❸<动>vượt quá: ~行业 liên ngành nghề ❹
<形>phụ; xếp: ~间 gian xếp

【跨部门】kuà bùmén liên ngành

【跨地区】kuà dìqū xuyên khu vực

【跨度】kuàdù<名>❶khẩu độ; chiều rộng:
这座大桥的~很长。Khẩu độ của chiếc cầu
này rất dài. ❷khoảng cách (nói chung): 空
间~ khoảng cách không gian

【跨国公司】kuàguó gōngsī công ti liên
quốc gia

【跨行业】kuà hángyè xuyên ngành nghề

【跨进】kuàjìn<动>bước vào: ~先进行列
bước vào hàng ngũ tiên tiến

【跨栏】kuàlán❶<名>môn chạy vượt rào
❷<动>vượt rào; chạy vượt rào

【跨年度】kuà niándù vượt qua năm khác;
bắc cầu giữa hai năm

【跨入】kuàrù<动>bước vào: ~新世纪 bước
vào thế kỉ mới

【跨世纪】kuà shìjì bước qua; vượt thế kỉ

【跨文化】kuà wénhuà giao lưu văn hóa: ~
研究 nghiên cứu về giao lưu văn hóa

【跨学科】kuà xuékē khoa học liên ngành:
~学习 học môn liên ngành

【跨越】kuàyuè<动>vượt qua: ~困难 vượt
qua khó khăn

kuài

会 kuài<动>tính tổng cộng
另见 huì
【会计】kuàijì<名>❶công tác kế toán ❷kế toán viên: 他在这家公司里当~。Anh ấy là kế toán viên của công ti này.
【会计师】kuàijìshī<名>❶kế toán cao cấp: ~培训班 lớp đào tạo kế toán cao cấp ❷kế toán trưởng: 注册~ kế toán trưởng công chứng

块 kuài❶<名>miếng; cục; tảng: 糖~ miếng (kẹo) đường ❷<量>mảnh; bánh; miếng; chiếc: 两~面包 hai miếng bánh mì ❸<量>[口]đồng (đơn vị của tiền): 五~钱 năm đồng bạc
【块头】kuàitóu<名>[方]khổ người (gầy, béo); vóc người: ~大 vóc người cao to

快 kuài❶<形>nhanh: 工作进展很~。Công việc tiến triển rất nhanh. ❷<形>nhanh nhạy; nhạy bén: 眼疾手~ nhanh mắt nhanh tay ❸<形>sắc; bén: ~刀 con dao sắc ❹<形>thoải mái; thẳng thắn: 你真是~人~语。Anh đúng là một người thẳng thắn sởi lởi từ phong cách đến lời nói. ❺<形>vui vẻ; dễ chịu: 拍手称~ vỗ tay vui mừng ❻<名>[旧]nha dịch chuyên bắt bớ người: 捕~ nha dịch bắt bớ ❼<形>mau chóng: ~来呀! Mau lên! ❽<副>mau; ngay: ~来帮忙! Mau tới giúp một tay! ❾<副>sắp; sắp sửa: 稍等一会，我~回去了。Chờ đợi một lát, tôi sắp về rồi. //(姓) Khoái
【快班】kuàibān<名>❶lớp chương trình học nhanh ❷chuyến xe buýt đến thẳng; tàu xe tốc hành; chuyến xe khách tốc hành
【快板儿】kuàibǎnr<名>hát vè
【快报】kuàibào<名>báo tin nhanh

【快步流星】kuàibù-liúxīng đi nhanh như bay
【快餐】kuàicān<名>suất ăn nhanh (cơm hộp): ~食品 thực phẩm ăn liền
【快车】kuàichē<名>tàu nhanh; ô tô tốc hành
【快当】kuàidang<形>nhanh nhẹn: 动作~ động tác nhanh nhẹn
【快刀斩乱麻】kuàidāo zhǎn luànmá dao sắc chém đay rối; giải quyết nhanh chóng dứt khoát
【快递】kuàidì<名>chuyển phát nhanh: ~业务 dịch vụ chuyển phát nhanh
【快动作】kuàidòngzuò chuyển động nhanh
【快感】kuàigǎn<名>khoái cảm
【快活】kuàihuo<形>thoải mái; vui vẻ
【快件】kuàijiàn<名>❶hàng chuyển nhanh: 我的行李已经办理了~托运。Hành lí của tôi đã làm thủ tục gửi hàng chuyển nhanh. ❷bưu kiện chuyển phát nhanh: 您有一份邮局刚送来的~。Anh có một bưu kiện chuyển phát nhanh vừa gửi đến. ❸những công việc cần hoàn thành gấp rút
【快节奏】kuàijiézòu<名>nhịp sống nhanh; nhịp độ nhanh
【快捷】kuàijié<形>nhanh; nhanh nhẹn
【快捷键】kuàijiéjiàn<名>[计算机]phím gõ nhanh gọn
【快乐】kuàilè<形>vui vẻ; hài lòng: ~人生 cuộc sống vui vẻ
【快马加鞭】kuàimǎ-jiābiān ra roi thúc ngựa; đã nhanh lại càng nhanh thêm
【快慢】kuàimàn<名>tốc độ; vận tốc: 知识掌握的~取决于各人的努力程度。Nắm bắt kiến thức nhanh hay chậm phụ thuộc vào mức độ nỗ lực của từng người.
【快门】kuàimén<名>màn trập; cửa trập
【快球】kuàiqiú<名>bóng nhanh; đập nhú:

打~ chơi bóng nhanh

【快人快语】kuàirén-kuàiyǔ con người sởi lởi; nhanh tay mau miệng

【快事】kuàishì<名>chuyện mừng; việc vui: 引为~ lấy đó làm chuyện vui

【快速】kuàisù<形>nhanh; cấp tốc; siêu tốc

【快艇】kuàitǐng<名>ca-nô; xuồng cao tốc: 远处海面驶来一艘~。Từ mặt biển xa một chiếc xuồng cao tốc đang chạy lại.

【快慰】kuàiwèi<形>vui vẻ và yên lòng

【快信】kuàixìn<名>thư chuyển nhanh

【快讯】kuàixùn<名>tin nhanh

【快要】kuàiyào<副>sắp; sắp sửa: 天~下雨了。Trời sắp mưa.

【快意】kuàiyì<形>khoan khoái; vui tươi: ~人生 cuộc sống vui tươi

【快运】kuàiyùn<动>vận chuyển nhanh: 您的货物已经~到公司了。Hàng của anh đã vận chuyển nhanh đến công ti.

【快嘴】kuàizuǐ<名>người mau miệng; người hay đưa chuyện: 她是单位里有名的~，同事们都不太喜欢接近她。Trong đơn vị chị ta đã có tiếng là người hay đưa chuyện, mọi người đều ngại tiếp xúc với chị ta.

脍 kuài[书]❶<名>thịt, cá thái chỉ ❷<动>thịt, cá thái lát mỏng: ~鲤 cá chép thái lát

【脍炙人口】kuàizhì-rénkǒu món ngon ai cũng thèm ăn; ví văn hay luôn được nhắc tới

筷 kuài<名>đũa

【筷子】kuàizi<名>đũa

kuān

宽 kuān❶<形>rộng: 肩膀~ vai rộng ❷<名>chiều rộng: 这房间有三米~。Căn phòng này có chiều rộng ba mét. ❸<动>thành thơi; nới lòng: ~心 thành thơi ❹<形>rộng lượng; khoan dung: ~容 khoan dung ❺<形>sung túc; dư dật: 生活~裕 cuộc sống sung túc //(姓) Khoan

【宽边】kuānbiān<名>mép rộng; gọng rộng: ~眼镜 cặp kính gọng rộng

【宽敞】kuānchang<形>rộng rãi

【宽畅】kuānchàng<形>thành thơi; thư thái

【宽绰】kuānchuo<形>❶rộng rãi: ~的卧室 phòng ngủ rộng rãi ❷thư thái: 看到大海，我的心一下子~起来。Ngắm nhìn mặt biển, trong lòng tôi lại cảm thấy thư thái. ❸dư dật; khá giả: 日子~ đời sống dư dật

【宽大】kuāndà<形>❶rộng; to: ~的厨房 nhà bếp rộng rãi ❷bao dung; khoan dung: ~为怀 rộng lượng ❸khoan hồng: ~政策 chính sách khoan hồng

【宽带】kuāndài<名>băng rộng

【宽待】kuāndài<动>đối xử rộng lượng

【宽度】kuāndù<名>bề rộng; chiều ngang

【宽泛】kuānfàn<形>rộng (chỉ nội dung, ý nghĩa)

【宽幅】kuānfú❶<形>rộng: ~广告牌 pa-nô quảng cáo khổ rộng ❷<副>ở mức rộng lớn; trong phạm vi rộng lớn: 大盘~振荡。Chỉ số giá cổ phiếu biến đổi ở mức rộng lớn.

【宽广】kuānguǎng<形>❶lớn; rộng rãi; bát ngát ❷phạm vi lớn: 涉及的领域很~ phạm vi liên quan rất rộng ❸(tầm nhìn, nhận thức) rộng mở: 心胸~ tấm lòng rộng mở; 他的眼界很~。Tầm mắt của ông ấy rất rộng mở.

【宽轨】kuānguǐ<名>đường ray khổ rộng

【宽宏大量】kuānhóng-dàliàng khoan hồng đại lượng

【宽厚】kuānhòu<形>❶rộng và dày: 肩膀~ bờ vai chắc rộng ❷khoan dung; độ lượng: ~待人 đối xử với người rất độ lượng ❸trầm hùng: 音域~ âm vực trầm hùng

【宽怀】kuānhuái<动>bụng dạ khoan dung; yên tâm: 请~，她会好好看护你小妹的。Xin cứ yên tâm, chị ấy sẽ chăm sóc chu đáo đứa em gái của anh.

【宽解】kuānjiě<动>làm khuây khỏa; làm...nguôi đi: ~人心 làm khuây khỏa trong lòng

【宽旷】kuānkuàng<形>rộng rãi; mênh mông; rộng bát ngát: 映入大家眼帘的是~的原野。Đập vào mắt mọi người là cánh đồng mênh mông.

【宽阔】kuānkuò<形>❶rộng; rộng rãi: ~的原野 cánh đồng bát ngát ❷thoáng đạt; rộng thoáng (chỉ tư tưởng): 思路~ lối nghĩ thoáng đạt

【宽让】kuānràng<动>khoan nhượng; nhường nhịn: 这是原则问题，无法~。 Đây là vấn đề nguyên tắc không thể khoan nhượng được.

【宽容】kuānróng<动>khoan dung độ lượng; khoan thứ: ~知错能改的人 khoan thứ cho kẻ biết hối cải

【宽舒】kuānshū<形>❶thảnh thơi; thư thái: 心境~ lòng dạ thảnh thơi ❷rộng rãi phẳng phiu: 平整~的道路 con đường phẳng phiu rộng rãi

【宽恕】kuānshù<动>khoan dung; tha thứ: ~伤害过自己的人。Khoan dung tha thứ cho kẻ đã từng xúc phạm mình.

【宽松】kuānsōng❶<形>rộng rãi; giãn ra: 移开那些杂物，办公室~多了。Dọn đi những đồ vật lặt vặt, văn phòng rộng rãi hơn nhiều。❷<形>thư thái; thảnh thơi: 心情~ tâm trạng thư thái ❸<动>thư giãn: ~一下紧张的气氛 thư giãn một chút bầu không khí căng thẳng ❹<形>thư thả; nhẹ nhõm: ~的环境 hoàn cảnh thư thả ❺<形>khá giả; dư dật: 经过多年打拼，一家人的生活比过去~多了。Qua nhiều năm vật lộn, cuộc sống của gia đình giờ đây đã trở nên khá giả。❻<形>(áo quần) rộng: 这衣服有点~。Bộ quần áo này hơi rộng.

【宽慰】kuānwèi❶<动>làm khuây; an ủi: ~人心 làm khuây khỏa lòng người ❷<形>khoan khoái: 她觉得很~。Chị ấy cảm thấy khoan khoái trong lòng.

【宽限】kuānxiàn<动>gia hạn; nới hạn

【宽心】kuānxīn<动>khuây khỏa

【宽心丸】kuānxīnwán<名>viên thuốc giải phiền: 她成了奶奶的~。Cô bé đã trở thành liều thuốc giải phiền cho bà nội.

【宽衣解带】kuānyī-jiědài nới quần cởi áo

【宽银幕】kuānyínmù<名>màn ảnh rộng: ~影片让观众如身临其境。Phim màn ảnh rộng đã tạo được cảm giác hết sức sống động chân thực cho khán giả.

【宽宥】kuānyòu<动>[书]tha thứ; khoan dung

【宽余】kuānyú<形>❶rộng rãi; thoải mái ❷dư dật; khá giả: 他近两年手头~多了。Hai năm gần đây ông ấy đã khá giả nhiều rồi.

【宽裕】kuānyù<形>dư dật; khá giả: 我的时间并不~。Thời gian của tôi không được dư dật lắm。他带领乡亲过上~的生活。Anh ấy đã dẫn dắt bà con bước vào cuộc sống khang trang.

【宽窄】kuānzhǎi<名>rộng hẹp; kích cỡ: ~不一 kích cỡ rộng hẹp khác nhau

【宽纵】kuānzòng<动>buông lỏng; buông thả: 对罪犯过于~ quá buông thả đối với can phạm

kuǎn

款¹kuǎn❶<形>chân thành; ân cần: ~留 tha thiết giữ lại ❷<动>tiếp đãi; khoản đãi: ~待贵宾 tiếp đãi khách quý

款²kuǎn❶<名>điều khoản: 第二条~ điều khoản thứ hai ❷<名>khoản, món (tiền): 公~ khoản tiền công ❸<名>tên chữ đề tặng (của tác giả tặng tranh, sách): 落~ tên người gửi và người nhận ❹<名>kiểu dáng; mẫu mã: 新 ~家具 kiểu gia cụ mới ❺<量>kiểu; món (từ chỉ đơn vị): 两~大衣 hai kiểu áo khoác

款³ kuǎn<动>[书]gõ; đập: ~门 gõ cửa

款⁴ kuǎn<形>[书]chậm rãi; từ từ

【款步】 kuǎnbù<动>đi chậm rãi: ~行走 bước đi chậm rãi

【款待】 kuǎndài<动>khoản đãi; tiếp đãi: ~客人 khoản đãi khách

【款额】 kuǎn'é<名>định mức kinh phí; định mức các khoản

【款姐】 kuǎnjiě<名>[方]người đàn bà giàu tiền

【款款】¹ kuǎnkuǎn<形>[书]thành khẩn; trung thành

【款款】² kuǎnkuǎn<副>[书]thong thả: ~而来 thong thả bước tới

【款留】 kuǎnliú<动>tha thiết giữ ở lại

【款式】 kuǎnshì<名>kiểu cách; kiểu dáng

【款项】 kuǎnxiàng<名>❶khoản tiền; món tiền: 预付~ khoản tiền ứng trước ❷điều khoản: 第二~ điều khoản thứ hai

【款爷】 kuǎnyé<名>[口]người đàn ông lắm tiền; đại gia

【款子】 kuǎnzi<名>[口]khoản tiền; món tiền: 三笔~ ba món tiền

kuāng

匡 kuāng<动>❶[书]sửa; sửa chữa: ~谬 sửa chữa sai lầm ❷[书]cứu; giúp đỡ: ~扶大业 nâng đỡ cơ nghiệp lớn ❸[方]tính toán sơ lược; tính sơ sơ: ~算 tính toán sơ bộ ❹dự tính //(姓)Khuông

【匡扶】 kuāngfú<动>[书]khuông phù; phò tá; nâng đỡ

【匡复】 kuāngfù<动>[书]cứu vãn và phục hưng (nhà nước hoặc chính quyền có nguy cơ): ~社稷 cứu vãn và phục hưng xã tắc

【匡算】 kuāngsuàn<动>tính sơ bộ; lược tính

【匡正】 kuāngzhèng<动>sửa chữa; cải chính

诓 kuāng<动>lừa dối; lừa lọc

【诓骗】 kuāngpiàn<动>lừa dối; lừa lọc; lừa bịp: ~财物 lừa bịp để lấy của cải

哐 kuāng<拟>choang; xoảng (từ tượng thanh)

【哐啷】 kuānglāng<拟>sầm; sập

筐 kuāng<名>cái sọt

【筐子】 kuāngzi<名>sọt hay rổ nhỏ: 水果~ sọt hay rổ con đựng trái cây

kuáng

狂 kuáng❶<形>điên; cuồng: 这人又发~了。 Người này lại phát điên rồi. ❷<形>mạnh mẽ; dữ dội: ~风暴雨 mưa rền gió dữ ❸<副>hết sức; thả cửa: 他~欢了整个晚上。 Anh ấy vui thả cửa cả đêm. ❹<形>ngông cuồng: ~言 lời lẽ ngông cuồng

【狂暴】 kuángbào<形>cuồng bạo; hung bạo; dữ dội: ~的台风 cơn bão dữ dội

【狂奔】 kuángbēn<动>chạy lồng lên

【狂飙】 kuángbiāo<名>bão táp; cơn lốc (trào lưu hoặc thế lực)

【狂草】 kuángcǎo<名>thể chữ "cuồng thảo" (một kiểu chữ thảo, nét lượn xoắn xuýt, hình chữ biến dạng nhiều)

【狂潮】 kuángcháo<名>thủy triều mạnh; cục diện có khí thế mạnh mẽ

【狂跌】 kuángdiē<动>sụt giảm; giảm mạnh: 股票~ cổ phiếu sụt mạnh

【狂放】 kuángfàng<形>buông thả; phóng đãng: ~不羁 phóng đãng không kiêng dè

【狂风】 kuángfēng<名>❶gió mạnh; cuồng phong: ~暴雨 mưa to gió lớn ❷gió giật (gió cấp 10)

【狂欢】kuánghuān<动>vui mặc sức; liên hoan: ~之夜 đêm liên hoan hào hứng; ~节 lễ hội Ca-ni-van

【狂轰滥炸】kuánghōng-lànzhà ném bom bắn phá dữ dội

【狂澜】kuánglán<名>sóng dữ; sóng cả; ví với trào lưu, cục diện sục sôi

【狂乱】kuángluàn<形>loạn trí; lung tung; điên đảo rối loạn: ~的人们 bầy người cuồng loạn

【狂怒】kuángnù<形>cuồng nộ; cực kì phẫn nộ: ~的海浪呼啸而来。 Lớp sóng biển cuồng nộ gầm gào ập xuống.

【狂气】kuángqì<形>vẻ ngông cuồng ngạo mạn

【狂犬病】kuángquǎnbìng<名>bệnh dại (chủ yếu lây từ chó dại)

【狂热】kuángrè<形>cuồng nhiệt: ~分子 phần tử cuồng nhiệt

【狂人】kuángrén<名>❶người điên: 我在路上碰到一个~。 Trên đường tôi gặp một người điên khùng. ❷kẻ ngông cuồng ngạo mạn: 你就是~一个。 Mày thật là một thằng ngông cuồng ngạo mạn.

【狂妄】kuángwàng<形>điên cuồng càn rỡ; ngông cuồng: ~无知 càn rỡ vô tri

【狂喜】kuángxǐ<形>mừng hết chỗ nói; mừng quýnh: 一听到好消息，他~不已。 Vừa nghe tin vui anh ấy đã mừng quýnh lên.

【狂想】kuángxiǎng<动>❶ảo tưởng; mơ màng: ~曲 khúc mơ màng/nhạc Phăng te di ❷hoang tưởng; cuồng tưởng

【狂笑】kuángxiào<动>cười phá lên; cười vỡ bụng: 发出一阵~ bật lên tràng cười vỡ bụng

【狂泻】kuángxiè<动>dòng nước đổ mạnh; giảm mãnh liệt

【狂言】kuángyán<名>lời lẽ ngông cuồng: 口出~ thốt ra lời lẽ ngông cuồng

【狂野】kuángyě<形>không thuần hóa

【狂躁】kuángzào<形>nóng nảy mất bình tĩnh: ~不安 nóng nảy không yên

诳 kuáng<动>❶lừa dối; lừa ❷[方]nói dối

【诳诞】kuángdàn<形>điêu ngoa

【诳语】kuángyǔ<名>lời bịp bợm; lời dối trá: 出家人不打~。 Người tu hành không nói ngoa.

kuàng

旷 kuàng❶<形>trống trải mênh mông: ~荡的草原 thảo nguyên hoang vắng mênh mông ❷<形>phóng khoáng: ~达 khoáng đạt ❸<动>bỏ lỡ; phí: 这小孩整天~课。 Con bé này thường hay bỏ học. ❹<形>lỏng; rơ; rộng: 这件衣服~了。 Bộ quần áo này rộng quá rồi. //(姓)Khoáng

【旷达】kuàngdá<形>[书]khoáng đạt; lòng dạ khoáng đạt

【旷废】kuàngfèi<动>bỏ lỡ; phí: ~学业 lỡ dở học hành

【旷费】kuàngfèi<动>lãng phí: ~一段时间 lãng phí mất một quãng thời gian

【旷工】kuànggōng<动>bỏ việc (vô cớ không đi làm): ~现象严重 hiện tượng bỏ việc nghiêm trọng

【旷课】kuàngkè<动>bỏ học

【旷日持久】kuàngrì-chíjiǔ kéo dài vô ích; lãng phí thời gian

【旷世奇才】kuàngshì-qícái nhân tài kiệt xuất hiếm có

【旷野】kuàngyě<名>đồng trống bao la; đồng không mông quạnh: 在~上奔跑 chạy nhảy trên cánh đồng bao la

【旷远】kuàngyuǎn<形>❶mênh mông xa xăm ❷[书]xa xưa

【旷职】kuàngzhí<动>(viên chức) bỏ nhiệm sở; bỏ việc

K

况¹ kuàng ❶<名>tình hình: 情~紧急 tình hình khẩn cấp ❷<动>ví; so sánh: 以古~今 so sánh xưa và nay ///(姓) Huống

况² kuàng<连>[书]huống chi; huống hồ: 这件工作十天都干不完，何~五天？Công việc này cả mười ngày cũng không thể làm xong, huống chỉ là trong năm ngày.

【况且】kuàngqiě<连>huống chi; hơn nữa

矿 kuàng ❶<形>hầm mỏ: ~工 thợ mỏ ❷<名>quặng; mỏ quặng: 铁~ quặng sắt ❸<名>mỏ: 煤~ mỏ than ///(姓) Khoáng

【矿藏】kuàngcáng<名>tài nguyên khoáng sản: ~丰富 tài nguyên khoáng sản dồi dào

【矿层】kuàngcéng<名>lớp quặng: ~的深浅 độ nông sâu của via quặng

【矿产】kuàngchǎn<名>khoáng sản: ~资源 tài nguyên khoáng sản

【矿车】kuàngchē<名>xe mỏ

【矿床】kuàngchuáng<名>via quặng

【矿灯】kuàngdēng<名>đèn mỏ

【矿工】kuànggōng<名>thợ mỏ

【矿井】kuàngjǐng<名>giếng quặng; hầm lò

【矿难】kuàngnàn<名>tai nạn dưới hầm mỏ: 这起~发生在凌晨。Vụ tai nạn dưới hầm mỏ xảy ra vào lúc rạng sáng.

【矿区】kuàngqū<名>khu mỏ; vùng mỏ: ~合并 gộp các khu mỏ lại

【矿泉水】kuàngquánshuǐ<名>suối nước khoáng; nước khoáng

【矿山】kuàngshān<名>khu mỏ; vùng mỏ

【矿石】kuàngshí<名>quặng

【矿物】kuàngwù<名>khoáng vật

【矿渣】kuàngzhā<名>phế thải của quặng; xỉ quặng: ~水泥 xi măng xỉ quặng

框 kuàng ❶<名>khung cửa: 门~ khung cửa ❷<名>khung; gọng: 眼镜~ khung kính ❸<名>khung; vòng tròn bao quanh: 用铅笔在这~里写。Dùng bút chì viết trong khung đây.

❹<动>khoanh tròn lại: 把这几个字~起来。Khoanh tròn lại mấy chữ cái này lại. ❺<动>gò bó; hạn chế: 你不能把小孩~得太死了。Anh không nên gò bó con bé quá cứng nhắc.

【框架】kuàngjià<名>❶giàn khung của công trình: 整个建筑工程的~ cả khung của công trình kiến trúc ❷cấu trúc; bố cục: 论文的~ bố cục của luận văn

【框框】kuàngkuang<名>❶vòng tròn bao quanh: 他在这上面画了个~。Anh ấy vạch một vòng tròn lên trên đây. ❷cách thức cũ; khuôn phép cũ: 咱不受条条~的约束。Ta không chịu sự ràng buộc của khuôn sáo cũ.

眶 kuàng<名>tròng mắt; hốc mắt: 热泪盈~ nước mắt lưng tròng

kuī

亏 kuī<动>❶thiệt thòi; hụt: ~本生意 buôn bán lỗ vốn ❷thiếu: 血~ thiếu máu; 月圆月~ trăng tròn trăng khuyết ❸phụ: ~心事 việc phụ lòng ❹may mà: ~他来得及时 may mà anh ấy đến kịp ❺thế mà: 这么肮脏的事~你做得出来。Cái việc bẩn thiu đến vậy mà anh vẫn nhẫn tâm làm.

【亏本】kuīběn<动>lỗ vốn

【亏待】kuīdài<动>bạc đãi; xử tệ

【亏得】kuīde<动>❶may mà; may sao: ~及时伸出援手。May mà anh ấy ra tay giúp đỡ kịp thời. ❷thế mà (tỏ ý châm biếm): ~你还记得我是你亲戚。Thế mà anh còn coi tôi là chỗ bà con của mình.

【亏负】kuīfù<动>❶phụ lòng: 不要~了父母的期望。Chớ phụ lòng mong mỏi của bố mẹ. ❷làm thiệt thòi: 老板没有~你。Ông chủ không hề để em thiệt thòi.

【亏耗】kuīhào<动>hao; hụt: 果蔬~率 tỉ lệ hao hụt của rau quả

【亏空】kuīkong ❶<动>thâm nợ: 国库~ ngân khố nhà nước thâm nợ ❷<名>công nợ; vay nợ: 公司出现了~。 Công ti xuất hiện khoản nợ.

【亏欠】kuīqiàn<动>nợ nần; công nợ: 一些人老觉得别人~了他。 Một số người cứ luôn cảm thấy người khác mắc nợ của mình.

【亏蚀】kuīshí ❶<名>nhật thực và nguyệt thực: ~是一种天文现象。 Nhật thực và nguyệt thực là những hiện tượng thiên văn. ❷<动>lỗ vốn: 资金~ tiền vốn bị lỗ ❸<动>hao; hao hụt: 煤炭在运输途中总会有~。 Than đá trên đường vận chuyển thường phải có hao hụt.

【亏损】kuīsǔn<动>❶thâm hụt; lỗ vốn: ~严重 thâm hụt nghiêm trọng ❷(sức khỏe) sút kém

【亏心】kuīxīn<形>trái với lương tâm; trái lẽ: ~事 việc trái với lương tâm mình

岿 kuī

【岿然】kuīrán<形>[书]lừng lững; sừng sững: ~不动 sừng sững không lay chuyển

盔 kuī<名>❶cái vại: ~子 vại sành ❷mũ kim loại: 军用钢~ mũ sắt quân dụng ❸mũ không vành: 头~ mũ sắt

【盔甲】kuījiǎ<名>mũ và áo giáp (bằng kim loại hoặc da thú để đi đánh trận thời xưa)

窥 kuī<动>❶nhìn trộm; nhòm ❷dò xét ngầm: ~伺 ngấm ngầm đợi dịp

【窥豹一斑】kuībào-yībān nhòm con báo qua ống nhỏ chỉ thấy có một vằn; thầy bói xem voi; ếch ngồi đáy giếng

【窥测】kuīcè<动>thăm dò; suy đoán: ~动静 thăm dò động tĩnh

【窥见】kuījiàn<动>nhìn ra; cảm nhận được

【窥视】kuīshì<动>nhòm ngó; ngầm xem xét: ~对方 nhòm ngó đối phương

【窥探】kuītàn<动>ngầm xem xét: ~军情 bí

mật xem xét tình hình quân sự

kuí

奎 kuí<名>sao Khuê (một trong 28 tú) //(姓) Khuê

葵 kuí<名>các loại cây có hoa bông to (như cẩm quỳ, phố quỳ) //(姓) Khuê

【葵花】kuíhuā<名>hoa hướng dương: ~向阳。 Hoa hướng dương luôn hướng về mặt trời.

【葵花子】kuíhuāzǐ<名>hạt hướng dương

魁 kuí ❶<名>đứng đầu; số một: 罪~祸首 đầu sỏ tội phạm ❷<形>(thân thể) cao lớn; (vóc người) vạm vỡ ❸<名>sao Khôi; Khôi tinh //(姓) Khôi

【魁首】kuíshǒu<名>❶tài hoa số một: 文章~ văn khôi ❷thủ lĩnh; cầm đầu: 他就是这帮土匪的~。 Hắn chính là người cầm đầu nhóm phỉ này.

【魁伟】kuíwěi<形>vạm vỡ

【魁梧】kuíwu<形>vạm vỡ; cao lớn khỏe mạnh: 身材~ thân hình vạm vỡ

睽 kuí<动>[书]vi phạm; không hợp

【睽睽】kuíkuí<形>[书]chăm chú: 众目~ con mắt mọi người đổ dồn

蝰 kuí

【蝰蛇】kuíshé<名>rắn độc vipe

kuǐ

傀 kuǐ

【傀儡】kuǐlěi<名>❶con rối ❷bù nhìn: ~组织 tổ chức bù nhìn

【傀儡戏】kuǐlěixì<名>kịch múa rối

跬 kuǐ<名>[书]cự li nửa bước chân; nửa bước

【跬步千里】kuǐbù-qiānlǐ đường ngàn dặm bắt đầu từ nửa bước; cố gắng liên tục ắt thành công

K

kuì

匮 kuì<动>[书]thiếu; thiếu thốn

【匮乏】 kuìfá<形>[书](vật tư) thiếu thốn; ít ỏi: 物资~严重。Của cải vật chất thiếu thốn nghiêm trọng.

【匮缺】 kuìquē<动>[书]thiếu thốn: 药品~ thiếu thốn thuốc men

喟 kuì<动>[书]than thở

【喟然长叹】 kuìrán-chángtàn thở vắn than dài

馈 kuì<动>❶biếu; tặng ❷chuyển tải

【馈送】 kuìsòng<动>biếu; tặng: ~客人礼物 biếu quà tặng khách

【馈赠】 kuìzèng<动>biếu: ~他人 biếu cho người khác

溃 kuì<动>❶(nước) xô vỡ (đê): ~堤 vỡ đê ❷[书]phá vây: ~围 phá vỡ vòng vây ❸tan tác thất bại; tan vỡ: 不战而~ chưa đánh mà đã tan vỡ ❹thối rữa; loét: 口腔~烂 khoang miệng bị loét

【溃败】 kuìbài<动>(quân đội) bị đánh tan; tan vỡ

【溃不成军】 kuìbùchéngjūn tơi bời tan tác

【溃决】 kuìjué<动>vỡ bờ; vỡ đê: 大坝~ đập nước lớn bị vỡ

【溃烂】 kuìlàn<动>loét; nhiễm trùng mưng mủ: 伤口~ vết thương bị viêm loét

【溃乱】 kuìluàn<动>tan tác hỗn loạn: ~的军队 đội quân tan tác hỗn loạn

【溃灭】 kuìmiè<动>tan rã diệt vong

【溃散】 kuìsàn<动>(quân đội) thua chạy tan tác: 敌军~ quân địch thua chạy tan tác

【溃逃】 kuìtáo<动>(quân đội) tan tác tháo chạy: 土匪~ bọn thổ phỉ tháo chạy tán loạn

【溃退】 kuìtuì<动>(quân đội) tan tác tháo lui

【溃疡】 kuìyáng<动>vết loét: 胃~ loét dạ dày

愦 kuì<形>[书]lẩn thẩn; mê mụ

愧 kuì<形>hổ thẹn

【愧恨】 kuìhèn<动>hổ thẹn và ân hận: ~交织 hổ thẹn và hối hận chồng chất

【愧悔】 kuìhuǐ<动>xấu hổ và ân hận: 不胜~ hết sức xấu hổ và ân hận

【愧疚】 kuìjiù<形>hổ thẹn áy náy

【愧领】 kuìlǐng<动>xin ghi nhận; xin nhận (lời xã giao khi nhận quà tặng hoặc được quan tâm giúp đỡ)

【愧色】 kuìsè<名>vẻ xấu hổ; vẻ mặt ngượng ngùng: 毫无~ hoàn toàn không lộ vẻ ngượng ngùng

【愧心】 kuìxīn<名>hối tiếc

kūn

坤 kūn<名>❶quẻ Khôn (một trong bát quái, tiêu biểu cho đất) ❷nữ giới: ~车 xe nữ //(姓) Côn

【坤包】 kūnbāo<名>ví, túi xách tay

【坤表】 kūnbiǎo<名>đồng hồ nữ

【坤角儿】 kūnjuér<名>[旧]nữ diễn viên

昆 kūn<名>[书]❶anh trai: ~仲 anh em trai ❷con cháu; người nối dõi: 后~ con cháu nối dõi //(姓) Côn

【昆虫】 kūnchóng<名>côn trùng: ~家族 họ côn trùng

【昆曲】 kūnqǔ<名>❶hí khúc Côn Sơn (thời Nguyên Côn Sơn thuộc tỉnh Giang Tô Trung Quốc) ❷giọng hát Côn Sơn

鲲 kūn<名>[动物]cá côn (loài cá lớn theo truyền thuyết cổ đại)

【鲲鹏展翅】 kūnpéng-zhǎnchì con cá côn nhảy, con chim bằng tung cánh; ví người có tài lớn gặp thời cơ bay nhảy

kǔn

捆 kǔn❶<动>buộc; bó: 上山~柴 lên rừng bó

củi ❷<量>bó (từ chỉ đơn vị): 一~稻草 một bó rơm ❸<名>bó: 行李~ bó hành lí/lô hành lí

【捆绑】kǔnbǎng<动>trói (người): 把凶手~起来。Trói gô tên hung thủ lại.

【捆扎】kǔnzā<动>buộc; thắt; bó: 行李应~好。Hành lí nên chẳng buộc lại cho kĩ càng.

【捆住】kǔnzhù<动>bó: ~手脚 bó chân bó tay

kùn

困 kùn❶<动>khốn đốn; khốn khổ: 他为情所~。Anh ta bị sa vào tấm lưới tình. ❷<动>kìm hãm; vây hãm: 把敌人围~在山谷里。Vây hãm địch trong thung lũng. ❸<形>khó khăn: 条件~难 điều kiện khó khăn ❹<形>mệt mỏi: 爸妈~了，已经睡下了。Bố mẹ mệt quá, đã đi ngủ rồi. ❺<形>ngái ngủ; buồn ngủ: 你~了就先睡，我把剩下的事情做完再睡。Em buồn ngủ thì cứ ngủ trước đi, chị làm xong việc còn lại mới ngủ. ❻<动>[方]ngủ: ~觉 ngủ

【困顿】kùndùn<形>❶mệt bải hoải; mệt rũ rượi: ~不堪 mệt rũ rượi thật khó chịu ❷khốn đốn; khốn quẫn; túng thiếu: 她虽然生活~，但仍自强不息。Tuy cuộc sống túng thiếu nhưng chị ấy vẫn tu chí vươn lên.

【困厄】kùn'è<形>khốn khó quẫn bách: 命运~ vận mệnh quẫn bách

【困乏】kùnfá<形>❶mệt mỏi: 长跑之后，他觉得有点~。Sau khi chạy dai sức, anh ấy cảm thấy hơi mệt mỏi. ❷[书](đời sống) khó khăn: ~的生活 cuộc sống khó khăn

【困惑】kùnhuò❶<形>lúng túng khó xử: 令人~ khiến cho người ta lúng túng khó xử ❷<动>khiến cho khó hiểu

【困境】kùnjìng<名>hoàn cảnh khó khăn; tình cảnh khó khăn: 脱离~ thoát khỏi tình cảnh khó khăn

【困窘】kùnjiǒng<形>❶lúng túng: 这件事使我非常~。Việc này làm cho tôi lúng túng quá. ❷túng quẫn; nghèo khó: 生活~ cuộc sống nghèo khó

【困倦】kùnjuàn<形>mệt mỏi buồn ngủ: 渐渐地老太太觉得~起来。Dần dà bà thấy mệt mỏi buồn ngủ.

【困苦】kùnkǔ<形>(cuộc sống) khốn khổ; chật vật: 艰难~，玉汝于成。Khó khăn gian khổ là điều kiện tôi rèn đi đến thành công.

【困难】kùnnan❶<形>rắc rối; khó khăn: 哪里~哪里有青年人。Đâu khó khăn là ở đó có thanh niên. ❷<形>nghèo khó; khó khăn: 生活~ đời sống khó khăn ❸<名>khó khăn

【困难户】kùnnanhù<名>hộ khốn khổ; gia đình khó khăn

【困扰】kùnrǎo<动>vây hãm và gây nhiễu: ~人心 gây nhiễu trong lòng

【困守】kùnshǒu<动>cố thủ trong tình trạng khó khăn: 只剩下十来个人~阵地。Chỉ còn lại mười mấy người cố thủ trên trận địa.

【困兽犹斗】kùnshòu-yóudòu cà cuống chết đến đít vẫn còn cay; con thú sắp chết vẫn hăng

kuò

扩 kuò<动>mở rộng thêm

【扩版】kuòbǎn<动>tăng thêm số bản (trang)

【扩编】kuòbiān<动>mở rộng biên chế

【扩产】kuòchǎn<动>mở rộng sản lượng; mở rộng sản xuất

【扩充】kuòchōng<动>mở rộng thêm; tăng cường thêm: ~队伍 tăng cường thêm cho đội ngũ

【扩大】kuòdà<动>mở rộng: ~活动范围 mở rộng phạm vi hoạt động

K

【扩大会议】kuòdà huìyì hội nghị mở rộng: 常委~ Hội nghị mở rộng Ban thường vụ

【扩大再生产】kuòdà zàishēngchǎn mở rộng tái sản xuất

【扩股】kuògǔ〈动〉mở rộng cổ phần để tăng thêm tiền vốn

【扩建】kuòjiàn〈动〉xây dựng mở mang: ~宾馆 xây dựng mở rộng khách sạn

【扩军】kuòjūn〈动〉tăng cường lực lượng quân sự: ~备战 tăng cường lực lượng quân sự chuẩn bị chiến tranh

【扩容】kuòróng〈动〉❶mở rộng dung lượng của thiết bị thông tin viễn thông; dung lượng mở rộng ❷mở rộng quy mô, phạm vi và số lượng

【扩散】kuòsàn〈动〉khuếch tán; lan rộng: 签署不~核武器协议 kí hiệp nghị không khuếch tán vũ khí hạt nhân; 谣言~ tin đồn lan rộng

【扩胸运动】kuòxiōng yùndòng động tác tập luyện làm nở lồng ngực

【扩音机】kuòyīnjī〈名〉máy tăng âm; loa: ~多用于集会等场合。Máy tăng âm thường được sử dụng trong mít tinh, hội họp.

【扩印】kuòyìn〈动〉phóng to (ảnh); in phóng: ~照片 in phóng ảnh

【扩展】kuòzhǎn〈动〉mở rộng thêm

【扩张】kuòzhāng〈动〉mở rộng; nới rộng; bành trướng: ~政策 chính sách bành trướng

【扩招】kuòzhāo〈动〉mở rộng tuyển sinh: 学校~争生源。Nhà trường mở rộng diện tuyển sinh để tranh thủ nguồn học sinh vào học.

括 kuò〈动〉❶buộc; thắt ❷bao gồm ❸ngoặc lại //(姓) Quát

【括号】kuòhào〈名〉dấu ngoặc (các loại)

【括弧】kuòhú〈名〉dấu ngoặc (các loại)

【括约肌】kuòyuējī〈名〉[解剖]cơ vòng, cơ thắt (ở bàng quang, hậu môn…)

阔 kuò〈形〉❶rộng; rộng rãi: 路~六米 đường này rộng sáu mét ❷trống rỗng; không thiết thực: 他说的全是高谈~论。Hắn toàn nói những chuyện rỗng tuếch. ❸hào phóng; giàu có; xa xỉ: 这人很喜欢摆~。Người này rất thích bày biện cho ra vẻ giàu sang. //(姓) Khoát, Khuyếch

【阔别】kuòbié〈动〉xa cách đằng đẵng

【阔步】kuòbù〈动〉mạnh bước; dấn bước; rảo bước; nhanh bước: 昂首~ ngẩng đầu mạnh bước

【阔绰】kuòchuò〈形〉xa xỉ hào phóng

【阔佬】kuòlǎo〈名〉người giàu

【阔气】kuòqi〈形〉hào hoa sang trọng

【阔少】kuòshào〈名〉con nhà giàu; cậu ấm

廓 kuò❶〈形〉rộng lớn: 寥~的天空 bầu trời bao la ❷〈动〉[书]mở rộng ra: ~张 mở rộng ❸〈名〉khuôn; vành; đường khung bên ngoài: 轮~ nét phác; 耳~ vành tai ❹〈动〉quét sạch; làm trong sáng; tẩy sạch: ~清邪说 quét sạch tà thuyết

L l

lā

垃 lā

【垃圾】lājī ❶<名>rác rưởi: ~桶 thùng rác; 清除教室里的~。Quét sạch rác rưởi trong lớp học. ❷<形>(đồ) mất giá trị

【垃圾袋】lājīdài<名>túi đựng rác

【垃圾食品】lājī shípǐn thực phẩm rác

【垃圾邮件】lājī yóujiàn thư điện tử rác

拉¹ lā<动>❶kéo; lôi: 你把那头猪~过来。Anh kéo con lợn đó lại đây. ❷chuyên chở; chở: 套车去~肥料 móc xe vào để chở phân bón ❸dẫn đi: 把二年级(3)班~到路那边去。Dẫn các em lớp 2c sang bên kia đường. ❹chơi; kéo (đàn): ~小提琴 kéo vi-ô-lông ❺kéo dài ra: 逐渐~开了距离 khoảng cách đã dần dần kéo dài ra ❻[方]nuôi nấng; nuôi dưỡng: 姐弟俩都是母亲~大的。Hai chị em đều do người mẹ nuôi dạy cho khôn lớn. ❼giúp đỡ: 关键时刻是老师~了他一把。Vào giờ phút then chốt thầy giáo đã giúp em ấy một tay. ❽liên lụy; làm lụy: 这是你们的事情，别~上我。Đây là chuyện giữa các anh, đừng làm liên lụy đến tôi. ❾lôi kéo; bắt mối: ~关系 bắt quan hệ ❿tổ chức: ~帮结伙 kéo bè kéo cánh ⓫chào hàng; chào mời: ~生意 chào hàng/mời khách ⓬[方]chuyện gẫu; chuyện phiếm: ~家常 nói chuyện thường ngày ⓭mang; mắc: ~下不少债 đã mắc nhiều khoản nợ

拉² lā<动>[口]đi ngoài; đi lỏng: ~肚子疼 bụng đi lỏng/tháo dạ
另见lá

【拉帮结派】lābāng-jiépài kéo bè kéo cánh

【拉长脸】lācháng liǎn xị mặt xuống; xị mặt ra: 他满脸不高兴，拉长了脸。Anh ấy không vui, mặt cứ xị ra.

【拉扯】lāche<动>[口]❶kéo; lôi: 你~住他，别让他再出去。Anh kéo nó lại, đừng cho nó đi nữa. ❷nuôi nấng vất vả: 父母把你~大，很不容易。Cha mẹ đã dày công vất vả nuôi cậu khôn lớn. ❸nâng đỡ; cất nhắc: 他机灵乖巧，领导会~他的。Anh ta thông minh lanh lẹ và lại khôn ngoan, chắc là sẽ được lãnh đạo cất nhắc. ❹câu kết; lôi kéo: 别和那些不三不四的人~在一起。Đừng có đàn đúm với những người ba lăng nhăng. ❺làm liên lụy: 自己做事自己承担，不要~别人。Việc anh làm anh tự gánh chịu, không nên để liên lụy đến người khác. ❻tán gẫu; chuyện phiếm: 我没空和你~。Tôi chẳng có thời gian nói chuyện phiếm với anh.

【拉床】lāchuáng<名>[机械]máy chuốt gọt kim loại

【拉大旗，作虎皮】lā dàqí, zuò hǔpí cáo mượn oai hổ; mượn thế nạt người

【拉倒】lādǎo<动>[口]cho qua; thì thôi: 你不来~。Anh không đến thì thôi.

【拉丁舞】lādīngwǔ<名>điệu múa La-tinh

【拉动】lādòng<动>lôi kéo; thúc đẩy

【拉肚子】lā dùzi[口]đau bụng đi lỏng; tháo dạ

【拉杆】lāgān〈名〉❶[机械]cần kéo ❷ống lồng kéo: ~箱 chiếc va li có ống lồng kéo; ~天线 ăng-ten ống tháp

【拉歌】lāgē〈名〉thách nhau hát hò

【拉钩】lāgōu〈动〉ngoắc tay (giao ước, giao kèo)

【拉关系】lā guānxi lôi kéo quan hệ; chèo kéo làm quen: 他在生意场上很善于~。 Anh ta rất giỏi chèo kéo quan hệ trong việc làm ăn buôn bán.

【拉后腿】lā hòutuǐ níu áo; níu chân; làm liên lụy đến

【拉家常】lā jiācháng nói chuyện thường ngày: 她常回家和父母~。Chị ấy thường về nhà tâm sự chuyện gia đình với cha mẹ.

【拉家带口】lājiā–dàikǒu nặng gánh gia đình; dìu già dắt trẻ; bìu díu vợ con

【拉架】lājià〈动〉can ngăn cuộc ẩu đả; dàn hòa

【拉交情】lā jiāoqing chèo kéo quan hệ; làm thân; chắp nối tình bạn

【拉脚】lājiǎo〈动〉chuyên chở thuê

【拉近乎】lā jìnhu lân la bắt quen (làm thân); gây cảm tình; bắt quàng làm họ; đẩy tới kéo lùi

【拉锯】lājù〈动〉kéo cưa; (kiểu) cò cưa; giằng co

【拉锯战】lājùzhàn〈名〉đánh giằng co

【拉开】lākāi〈动〉mở; kéo để mở: ~距离 kéo giãn khoảng cách; ~房门 mở cánh cửa ra

【拉客】lākè〈动〉❶mời chào khách hàng ❷chở khách (bằng tắc xi hoặc xe ba bánh) ❸mời chào khách làng chơi

【拉拉扯扯】lālāchěchě lôi; kéo; lằng nhằng: 别在公共场合~。Đừng có lằng nhằng ở những nơi công cộng.

【拉拉队】lālāduì =【啦啦队】

【拉力】lālì〈名〉sức kéo

【拉力赛】lālìsài〈名〉đua đường trường; đua Rally (ô tô, xe mô tô)

【拉练】lāliàn〈动〉luyện tập dã ngoại

【拉链】lāliàn〈名〉phéc-mơ-tuya; khóa kéo

【拉拢】lālǒng〈动〉lôi kéo; chèo kéo: ~人心 lôi kéo lòng người

【拉买卖】lā mǎimai mời chào buôn bán; kiếm mối hàng; rao khách; câu khách; chào hàng

【拉门】lāmén〈名〉cửa trượt

【拉面】lāmiàn〈名〉[方]mì sợi (gia công theo phương thức nhào bột và gập kéo nhiều lần): 兰州~ món mì sợi Lan Châu

【拉皮条】lā pítiáo mối lái cho trai gái chim chuột; làm ma cô dắt gái

【拉票】lāpiào〈动〉chạy phiếu: 为竞选~ chạy phiếu bầu cử

【拉平】lāpíng〈动〉san bằng; gỡ hòa (tỉ số thi đấu)

【拉纤】lāqiàn〈动〉❶kéo thuyền (bằng tời hoặc người) ❷môi giới; làm trung gian (ăn hoa hồng): 这笔生意是他拉的纤。Chuyến làm ăn này do anh ấy môi giới cho.

【拉伤】lāshāng〈动〉chấn thương: 肌肉~ bắp cơ bị chấn thương

【拉伸】lāshēn〈动〉kéo giãn

【拉生意】lā shēngyi chào hàng; câu khách: 你还挺会~的。Anh thật là khéo chào khách quá.

【拉手】lāshǒu〈动〉bắt tay; nắm tay

【拉手】lāshou〈名〉tay nắm; tay cầm (cửa sổ, ngăn kéo); núm nắm

【拉锁】lāsuǒ =【拉链】

【拉套】lātào〈动〉❶kéo càng; kéo xe: 这匹马是~的。Con ngựa này là ngựa kéo xe. ❷[方]giúp sức; bỏ sức giúp người

【拉网】lāwǎng〈动〉kéo lưới

【拉稀】lāxī〈动〉[口]đau bụng tháo dạ; ỉa

chảy

【拉下脸】lāxià liǎn❶không nể nang; không kiêng nể: 都是熟人,我可拉不下脸。Đều là người quen cả, tôi không thể không nể mặt. ❷xụ mặt; xịu mặt: 她~来，不再搭理任何人。Chị ta xịu mặt xuống chẳng thèm nói chuyện với ai nữa.

【拉下马】lāxià mǎ bị kéo từ lưng ngựa xuống; ví bị lật đổ, bị mất thế

【拉下水】lāxià shuǐ lôi kéo; dụ dỗ (người khác làm việc xấu cùng với mình)

【拉线搭桥】lāxiàn-dāqiáo kéo dây và làm mối để liên lạc

【拉线开关】lāxiàn kāiguān công tắc điều khiển bằng dây kéo

【拉闸】lāzhá<动>đóng van; kéo cầu dao

啦 lā

【啦啦队】lālāduì<名>đội cổ động; đội động viên

邋 lā

【邋遢】lāta<形>[口]lôi thôi; lếch thếch; nhếch nhác: 你这身衣服真够~的。Bộ quần áo của anh trông nhếch nhác lắm. 他办事总那么~。Anh ta làm việc cứ lề mà lề mề.

lá

拉 lá<动>cắt; cứa; xẻo
另见lā

lǎ

喇 lǎ //(姓) Lạt
【喇叭】lǎba<名>❶[音乐]cái kèn ❷cái loa; cái còi: 摩托车~còi xe máy

【喇叭花】lǎbahuā<名>hoa bìm bìm

【喇嘛】lǎma<名>[宗教]Lạt-ma; thầy tu ở Tây Tạng (cách gọi tôn kính đối với các nhà sư theo đạo Lạt-ma ở Tây Tạng, Trung Quốc)

là

落 là<动>❶sót; thiếu: 这句话~了两个字。Câu này sót mất hai chữ. ❷để quên; bỏ quên: 他把钥匙~在家里了。Anh ấy bỏ quên chìa khóa ở nhà rồi. ❸rớt lại: 快跟上，别~在后面。Mau cố lên, đừng có rớt lại sau cùng.
另见lào, luò

腊 là<名>❶tháng chạp âm lịch ❷thịt, cá ướp rồi hong hoặc sấy khô: ~鸭 vịt ướp sấy //(姓) Lạp

【腊八】Làbā<名>mồng 8 tháng chạp

【腊八粥】làbāzhōu<名>cháo mồng 8 tháng chạp; cháo thập cẩm

【腊肠】làcháng<名>lạp xường

【腊梅】làméi =【蜡梅】

【腊肉】làròu<名>thịt sấy

【腊味】làwèi<名>thực phẩm sấy; đồ sấy

【腊月】làyuè<名>tháng chạp: 寒冬~ tháng chạp mùa đông giá lạnh

蜡 là<名>❶sáp (như sáp ong) ❷nến: 点上两支~。Thắp lên hai ngọn nến.

【蜡笔】làbǐ<名>bút vẽ bằng nến màu; bút sáp

【蜡黄】làhuáng<形>vàng ệch: 面色~ mặt vàng ệch

【蜡梅】làméi<名>[植物]❶cây mai vàng ❷hoa mai vàng

【蜡染】làrǎn❶<动>nhuộm vải hoa bằng sáp: ~工艺 công nghệ nhuộm sáp ❷<名>sản phẩm nhuộm sáp

【蜡台】làtái<名>để cắm nến; đài nến

【蜡丸】làwán<名>❶vỏ lạp hoàn ❷thuốc viên bọc sáp; lạp hoàn

【蜡像】làxiàng<名>hình (người, vật) nặn bằng sáp; tượng sáp: 名人~馆 bảo tàng tượng sáp danh nhân

【蜡纸】làzhǐ〈名〉❶giấy dầu ❷giấy nến

【蜡烛】làzhú〈名〉nến; ngọn nến; cây nến

瘌 là

【瘌痢头】làlìtóu〈名〉[方]❶đầu bị chốc ❷người bị chốc đầu

辣 là❶〈形〉cay: 火~ cay bỏng lưỡi ❷〈动〉bị cay: 她吃到一口芥末，~得直流眼泪。Cô ấy ăn mù tạt bị cay ứa nước mắt. ❸〈形〉cay độc; độc địa: 阴险毒~ thâm hiểm độc địa

【辣乎乎】làhūhū　cay xè

【辣酱】làjiàng〈名〉tương ớt

【辣椒】làjiāo〈名〉❶cây ớt ❷quả ớt

【辣妈】làmā〈名〉bà mẹ thời thượng (chỉ các bà mẹ có vóc dáng gợi cảm, quyến rũ lại có cá tính độc đáo)

【辣妹子】làmèizi〈名〉cô gái thích ăn cay; cô gái có tính cách nhiệt tình hào phóng

【辣手】làshǒu❶〈名〉ngón tàn nhẫn: ~摧花 phá hủy những thứ tốt đẹp một cách tàn nhẫn ❷〈形〉[方](thủ đoạn) nham hiểm; cay độc ❸〈形〉hóc búa; gay cấn: 这是个很~的案件。Đây là một vụ án rất gay cấn.

【辣酥酥】làsūsū　hơi cay; cay cay

【辣子】làzi〈名〉[口]❶ớt ❷người đàn bà đanh đá ghê gớm

【辣子鸡丁】làzi jīdīng món thịt gà xào ớt: ~是她的拿手菜。Thịt gà xào ớt là món bài tủ của chị ấy.

lái

来[1] lái❶〈动〉đến; tới: ~去 tới lui ❷〈动〉xảy ra; diễn ra; đến: 暴风雨~了。Cơn bão đã ập đến. ❸〈动〉làm (một việc gì đó, dùng thay cho động từ có ý nghĩa cụ thể hơn): 你歇歇，让我~。Anh nghỉ đi để tôi làm cho. ❹〈动〉nổi; xong: 这活儿我干不~。Việc này tôi làm không nổi. ❺〈动〉(được sử dụng ở trước một động từ khác, biểu thị cần phải làm việc gì đó): 你~做个示范。Anh làm trước để hướng dẫn đi. ❻〈形〉tương lai; sắp tới: ~日不多 những ngày sắp tới chẳng còn là bao ❼〈名〉từ trước đến nay; nay: 有生以~ từ lúc lọt lòng đến nay; 一百多年~ hơn 100 năm nay ❽〈助〉khoảng; chừng ❾〈动〉để; để mà: 你用什么方法~说服他? Anh dùng cách nào để thuyết phục anh ấy? ❿〈动〉để: 拿什么~回报? Lấy gì để đền đáp? ⓫〈助〉(dùng sau các số từ liệt kê lí do): 他这次上南宁，一~是看病，二~是探望亲戚。Ông ấy chuyến này đến Nam Ninh, một là để khám bệnh, hai là để thăm họ hàng. ⓬từ tố: 近~ gần đây //(姓)Lai

来[2] lái〈助〉này; này là; ới a: 正月里~是新春。Tháng giêng này là tháng đầu xuân.

来[3] lái〈动〉❶(dùng sau động từ, biểu thị động tác hướng động về vị trí của người nói): 请你把杯子拿~。Nhờ chị đem chiếc cốc lại đây. ❷(dùng sau động từ, biểu thị kết quả hoặc ước tính): 说~话长 nói ra thì dài dòng

【来宾】láibīn〈名〉khách mời

【来不得】láibude　không thể có; không cho phép; không nên có: 安检工作~半点马虎。Công tác kiểm tra an toàn không thể qua loa đại khái.

【来不及】láibují　không kịp

【来潮】láicháo〈动〉❶triều dâng: 心血~ bỗng nảy nguồn cảm hứng ❷có kinh; đến tháng

【来到】láidào〈动〉đến tới

【来得】[1] láide〈动〉[口]làm nổi; làm được: 唱歌跳舞她都~。Cả múa lẫn hát chị ấy đều rất sành.

【来得】[2] láide〈动〉[口]có vẻ; tỏ ra: 喝啤酒没劲，还是喝白酒~痛快。Bia nhạt phèo, vẫn là uống rượu trắng mới thỏa chí.

【来得及】láidejí còn kịp; kịp

【来得巧】láideqiǎo may mắn; đúng dịp

【来得容易去得快】lái de róngyì qù de kuài đến mà dễ đi sẽ nhanh; tiền kiếm được dễ dàng thì cũng mau hết do tiêu sài phung phí

【来电】láidiàn❶<动>đánh điện tới; gọi điện tới: ~慰问 gọi điện đến hỏi thăm ❷<名>có điện gọi tới: 对方~中断。Điện thoại đầu máy bên kia bị ngắt. ❸<动>sinh ra tình cảm giữa trai và gái

【来电显示】láidiàn xiǎnshì hiện lên số điện thoại gọi đến

【来而不往非礼也】lái ér bù wǎng fēi lǐ yě có đi có lại mới toại lòng nhau

【来访】láifǎng<动>đến thăm

【来稿】láigǎo❶<动>gửi bản thảo đến; gửi bài đến: 欢迎~。Hoan nghênh gửi bài đến. ❷<名>bài gửi đến: 出版社收到很多~。Nhà xuất bản đã nhận được rất nhiều bài viết.

【来归】láiguī<动>❶quy thuận; đi theo ❷về nhà chồng; về làm dâu

【来函】láihán❶<名>thư gửi đến ❷<动>gửi thư đến

【来回】láihuí❶<动>đi về; khứ hồi: 她~只花了半小时。Chị ấy chỉ mất có nửa tiếng cả đi lẫn về. ❷<名>một lượt đi về: 为了办好这件事，他跑了几个~。Để làm tốt việc này, ông ấy đã phải mất đến mấy lượt đi về. ❸<副>chạy đi chạy lại; đi đi lại lại: 水池里的鱼儿在~游动。Đàn cá bơi đi bơi lại trong bể.

【来火】láihuǒ<动>phát cáu; phát nóng; tức giận; nổi khùng: 你先别~，听我解释。Anh đừng cáu, hãy nghe tôi giải thích đã.

【来件】láijiàn<名>văn kiện hoặc bưu kiện gửi đến

【来劲】láijìn<形>[口]❶hăng hái; mạnh mẽ; mãnh liệt; phấn khởi: 观众的掌声让她表演得更~了。Tiếng vỗ tay của khán giả làm cho chị ấy biểu diễn càng thêm hăng hái. ❷làm phấn chấn: 这样伟大的工程，可真~。Công trình to lớn như thế này, thật sự làm phấn chấn lòng người.

【来客】láikè<名>khách đến chơi; khách thăm

【来历】láilì<名>lai lịch

【来历不明】láilì-bùmíng nguồn gốc không rõ ràng

【来料加工】láiliào jiāgōng nhận nguyên liệu để gia công

【来临】láilín<动>đến; tới; bước vào: 晚会高潮即将~。Dạ hội sắp bước vào giai đoạn cao trào.

【来龙去脉】láilóng-qùmài địa thế rồng cuộn (mê tín nói về phong thủy); đầu đuôi ngọn nguồn; ngọn ngành

【来路】láilù<名>❶đường đi đến: 一块巨石拦住了登山者的~。Tảng đá lớn chắn ngang đường những người leo núi. ❷nguồn; nguồn gốc: 这间小店铺就是他一家生活的~。Cái cửa hàng nhỏ này là nguồn sinh nhai của gia đình ông ấy.

【来路】láilu<名>lai lịch: ~不明的包裹 bưu phẩm không rõ lai lịch

【来年】láinián<名>năm tới; sang năm

【来钱】láiqián<动>[口]kiếm tiền

【来去】láiqù<动>❶đi về: 这次出差~大概一星期。Chuyến công tác này cả đi lẫn về chừng độ một tuần. ❷đến hoặc đi: ~随意 đến hay đi tùy ý

【来人】láirén<名>người đến liên hệ: 对方~收货。Đối tác cử người đến thu nhận hàng.

【来日】láirì<名>tương lai; ngày sắp tới

【来日方长】láirì-fāngcháng ngày tháng (tương lai) còn dài; đời còn dài; ngày rộng tháng dài

【来生】láishēng<名>kiếp sau

【来世】láishì =【来生】

【来势】láishì<名>thế; khí thế: ~迅猛 khí thế mạnh mẽ nhanh chóng

【来事】láishì<动>[口]ứng xử; bày trò; vẽ chuyện: 看不出他这人还挺会~的。Không ngờ ông ấy lại khá sành sỏi trong việc ứng xử.

【来头】láitou<名>❶lai lịch; vai vế: 这人多半有点~。Người ấy chắc hẳn là có vai vế. ❷lí do; nguyên do: 我不清楚他这些话的~。Tôi không rõ nguyên do anh ta lại nói như thế. ❸thế; khí thế: 看他这一~，我们得提防着点儿。Cứ nhìn cái vẻ của hắn ta thì chúng ta cũng nên có sự đề phòng trước. ❹[口]hứng; hứng thú: 周末老是打球有什么~？我们去游泳吧！Cuối tuần cứ đi chơi bóng mãi thì chẳng có hứng thú gì, hay là ta đi bơi đi?

【来往】láiwǎng<动>❶đi lại; vãng lai: ~车辆请注意行人过马路。Xe cộ đi lại nên chú ý người đi bộ ngang qua đường. ❷qua lại; có quan hệ; giao du: 他们经常有~。Chúng thường xuyên qua lại với nhau.

【来文】láiwén<名>giấy tờ công văn gửi đến: ~已阅。Công văn gửi đến đã đọc qua.

【来无影，去无踪】lái wú yǐng, qù wú zōng đến không thấy hình, đi chẳng thấy bóng

【来信】láixìn❶<动>gửi thư đến: 到了学校记得~。Đến trường nhớ gửi thư về nhé. ❷<名>thư đã gửi: ~还没收到。Thư còn chưa nhận được.

【来意】láiyì<名>mục đích đến; ý đồ đến: 表明~ bày tỏ mục đích chuyến thăm

【来由】láiyóu<名>nguyên do; nguyên cớ: 你这样做到底什么~？Nguyên cớ gì mà anh làm như vậy?

【来源】láiyuán❶<名>nguồn: 消息~可靠。Nguồn tin đáng tin cậy. ❷<动>khởi nguồn; bắt nguồn: 艺术创作往往~于生活。Khởi nguồn của sáng tác nghệ thuật chính là cuộc sống.

【来者】láizhě<名>❶việc (hoặc người) sẽ xuất hiện trong tương lai: 前无古人，后无~。Con người độc nhất vô nhị. ❷người đến; kẻ đến: ~何人？Kẻ đến là ai?

【来者不善，善者不来】láizhě-bùshàn, shànzhě-bùlái người thiện không đến, kẻ đến không thiện; kẻ đến là kẻ có miếng

【来着】láizhe<助>[口]đã từng; vừa (trợ từ biểu thị đã xảy ra việc gì đó): 老师平时都怎么教育你~？Hàng ngày thầy cô giáo đã dạy em như thế nào?

【来之不易】láizhībùyì không dễ có được: 幸福~，你要珍惜。Hạnh phúc có được chẳng dễ dàng, anh phải trân trọng.

铼 lái<名>[化学]reni (kí hiệu: Re)

lài

赖[1] lài❶<动>dựa vào; nhờ vào: 仰~ nhờ cậy ❷<形>vô lại: ~皮 ăn quịt/ăn vạ ❸<动>ỳ ra (không chịu đi): 他就是~着不走。Anh ấy cứ ỳ ở đấy không chịu đi. ❹<动>quịt: ~债 quịt nợ ❺<动>vu; vu khống: 都是你干的，干吗~我？Những việc này toàn là anh làm, sao lại vu cho tôi? ❻<动>trách; trách móc: 这事不能全~她，我也有责任。Chuyện này không hoàn toàn trách cô ấy, tôi cũng có trách nhiệm. //(姓)Lại

赖[2] lài<形>[口]tồi; xấu; kém: 他家孩子学习真不~。Con nhà ấy học hành không kém đâu.

【赖床】làichuáng<动>ngủ ì; ngủ không muốn dậy

【赖婚】làihūn<动>chối bỏ đính ước; từ hôn; bội hôn

【赖家】làijiā<动>thích lưu lại trong nhà

【赖皮】làipí❶<形>vô lại; đểu cáng; xỏ lá

❷<名>trò vô lại; trò xỏ lá: 别在这儿要~
了，快滚！Đừng có ở đây mà giở trò vô
lại, cút ngay! ❸<名>kẻ vô lại

【赖账】làizhàng<动>quịt nợ; chối nợ: 他老
实本分，不会~的。Ông ấy rất thật thà giữ
nguyên tắc, không quịt nợ đâu.

【赖子】làizi<名>kẻ vô lại; đồ xỏ lá

癞 lài[方]❶<名>bệnh phong; bệnh hủi ❷
<形>chốc đầu

【癞蛤蟆】làiháma<名>con cóc

【癞蛤蟆想吃天鹅肉】làiháma xiǎng chī
tiān'éròu cóc mà đòi ăn thịt thiên nga; ăn
mày đòi ăn xôi gấc; ăn chực đòi bánh chưng

【癞皮狗】làipígǒu<名>chó ghẻ; đồ vô liêm
sỉ

【癞癣】làixuǎn<名>bệnh nấm ngoài da (như
nấm chân, nấm tóc, nấm tay); hắc lào

【癞子】làizi<名>[方]❶chốc đầu: 头上长了
~。Trên đầu bị chốc. ❷người bị chốc đầu

籁 lài<名>❶ống tiêu (thời xưa) ❷tiếng động

lán

兰 lán<名>❶hoa lan ❷cỏ lan ❸mộc lan
(theo sách cổ) //(姓)Lan

【兰草】láncǎo<名>❶bội lan ❷cây lan

【兰花】lánhuā<名>cây lan; hoa lan; cỏ lan

【兰花指】lánhuāzhǐ<名>tay hoa (ngón tay
xếp thành hình hoa lan): 她模仿着京剧
演员的身段，还翘起了~。Chị ấy phỏng
theo động tác của diễn viên Kinh kịch và
xòe ngón tay tạo hình cánh hoa lan.

岚 lán<名>[书]sương mù trong núi

【岚烟】lányān<名>hơi sương rừng núi

拦 lán<动>❶chặn; ngăn lại: 交警~住了车
子。Cảnh sát giao thông ngăn chiếc xe lại.
❷trúng vào; nhằm trúng: ~头一棍 một gậy
đón đầu

【拦挡】lándǎng<动>chặn lại; ách lại; ngăn

cách: 警方用警戒线把案发现场~起来。
Cảnh sát đã dùng tuyến ngăn cách khoanh
lại khu vực xảy ra vụ án.

【拦河坝】lánhébà<名>đập ngăn sông

【拦洪坝】lánhóngbà<名>đập chắn lũ

【拦击】lánjī<动>chặn đánh

【拦劫】lánjié<动>chặn lại cướp bóc: 商船遭
到海盗~。Tàu thương mại bị hải tặc chặn
cướp.

【拦截】lánjié<动>chặn lại; chặn: ~增援的
敌人 chặn đánh quân tiếp viện của địch

【拦路】lánlù<动>chặn đường: ~抢劫的强
盗遭到了惩罚。Bọn tội phạm chặn đường
cướp giật đã bị trừng trị.

【拦路虎】lánlùhǔ<名>lũ cướp đường (cũ);
khó khăn trở ngại trên đường đi

【拦网】lánwǎng<动>[体育]chắn bóng
(bóng chuyền)

【拦腰】lányāo<副>chặn ngang; ngang lưng:
消防队员把被困者~抱住，从高处降了
下来。Nhân viên cứu hỏa ôm ngang lưng
người mắc nạn rồi từ trên cao hạ dần xuống.

【拦阻】lánzǔ<动>ngăn cản; chặn

栏 lán<名>❶lan can: 木~ lan can gỗ
❷chuồng gia súc: 牛~ chuồng trâu ❸cột;
mục; trang (báo): 书评~ cột mục bình sách
❹ô; khung (biểu bảng): 备注~ cột ghi chú
trong bảng biểu ❺bảng: 宣传~ bảng tuyên
truyền ❻rào: 跨~ chạy vượt rào

【栏杆】lángān<名>lan can; tay vịn: 大理石
~ lan can bằng đá hoa

【栏目】lánmù<名>đề mục; chuyên mục: 新
增~ chuyên mục mới

阑 lán[书]❶<形>sắp tàn: 夜~人静 đêm
khuya vắng vẻ ❷<副>tự tiện; tự: ~人 tự tiện
vào

【阑珊】lánshān[书]❶<动>yếu dần; sắp tàn:
意兴~ cụt hứng ❷<形>lẻ tẻ; rối bời

【阑尾】lánwěi<名>[生理]ruột thừa

L

【阑尾炎】lánwěiyán<名>bệnh viêm ruột thừa: 急性~ viêm ruột thừa cấp

蓝 lán❶<形>xanh da trời: 蔚~ xanh tốt ❷<名>xanh chàm; xanh lam //(姓)Lam

【蓝宝石】lánbǎoshí<名>ngọc xapia: ~项链 sợi dây chuyền ngọc xapia

【蓝本】lánběn<名>bản gốc

【蓝筹股】lánchóugǔ<名>[金融]cổ phiếu thẻ xanh (cổ phiếu của công ti lớn có địa vị quan trọng đạt nhiều thành tích)

【蓝靛】lándiàn<名>màu chàm; màu xanh sẫm

【蓝光】lánguāng<名>❶[物理]ánh sáng xanh ❷đĩa kĩ thuật ánh sáng xanh

【蓝黑】lánhēi<名>màu xanh đen

【蓝晶晶】lánjīngjīng xanh biêng biếc; xanh lóng lánh: ~的海洋 biển khơi xanh biếc

【蓝领】lánlǐng<名>công nhân lao động chân tay

【蓝莓】lánméi<名>việt quất

【蓝皮书】lánpíshū<名>sách xanh

【蓝屏】lánpíng<名>màn hình màu lam

【蓝色】lánsè<名>màu xanh

【蓝图】lántú<名>❶bản in giấy xanh ❷kế hoạch xây dựng; bản vẽ quy hoạch: 完整的财政~将于下个月公布。Bản quy hoạch tài chính tổng thể sẽ được công bố vào tháng tới.

【蓝牙】lányá<名>bluetooth (một kĩ thuật ứng dụng chuyển tải vô tuyến cự li ngắn)

【蓝颜知己】lányán zhījǐ　tri kỉ (chỉ đàn ông)

谰 lán<动>[书]❶vu khống; vu cáo ❷chối cãi; lấp liếm

【谰言】lányán<名>lời vu cáo; lời bịa đặt: 无耻~ lời vu cáo vô liêm sỉ

澜 lán<名>sóng cả: 力挽狂~ chống chọi với sóng cả (ví cứu vớt trong tình thế nguy cấp)

褴 lán

【褴褛】lánlǚ<形>rách rưới; lam lũ: 衣衫~ áo sống rách rưới

篮 lán<名>❶cái làn; cái rổ xách; cái giỏ xách: 网~ túi lưới ❷rổ ném bóng: 投~儿 ném rổ ❸bóng rổ: 女~ (môn, đội) bóng rổ nữ //(姓)Lam

【篮板】lánbǎn<名>❶tấm ván đặt khung rổ (khí cụ bóng rổ) ❷cú bóng bật (bóng rổ): 抢~ tranh giành cú bóng bật

【篮球】lánqiú<名>❶(môn thể thao) bóng rổ ❷bóng rổ

【篮球场】lánqiúchǎng<名>sân bóng rổ

【篮坛】lántán<名>giới bóng rổ

【篮子】lánzi<名>làn; giỏ xách; lẵng

镧 lán<名>[化学]lantan (kí hiệu: La)

lǎn

览 lǎn<动>xem; ngắm: 展~ triển lãm

揽 lǎn<动>❶ôm: 爷爷把孙女~在怀里。Ông nội ôm đứa cháu gái vào lòng. ❷buộc lại; bó lại: 把柴火~在一起捆上。Vơ gọn bó củi rồi buộc lại. ❸nhận về mình; kéo về mình ❹nắm giữ: 大权独~ độc chuyên đoán nắm giữ quyền lớn

【揽工】lǎngōng<动>[方]làm thuê; làm mướn

【揽过】lǎnguò<动>đảm trách lỗi lầm

【揽活】lǎnhuó<动>tìm việc; nhận việc

【揽客】lǎnkè<动>chào khách; cò khách: 火车站前不少的士司机在~。Trước cổng ga khá nhiều lái xe tắc xi đang cò khách.

【揽权】lǎnquán<动>nắm quyền lực

【揽事】lǎnshì<动>ôm đồm công việc: 他年事已高，不想再~。Ông ấy tuổi tác đã cao không còn muốn ôm đồm công việc nữa.

缆 lǎn❶<名>cáp; chão (buộc thuyền): 解~ (开船) mở chão buộc thuyền ❷<名>dây cáp: 电~ dây cáp điện ❸<动>neo thuyền;

buộc cáp thuyền: 把船~住 buộc thuyền lại

【缆车】lǎnchē<名>❶xe cáp ❷thùng cáp; toa cáp

【缆绳】lǎnshéng<名>dây chão; cáp; dây thừng

懒 lǎn<形>❶lười: 好吃~做 ham ăn biếng làm ❷mệt mỏi; uể oải: 身子发~，大概是感冒了。Người thấy mệt mỏi, chắc bị cảm rồi。

【懒虫】lǎnchóng<名>[口]đồ lười; kẻ lười nhác: 大~ thằng lười nhác

【懒怠】lǎndai❶<形>lười: 消极~ lười nhác tiêu cực ❷<动>ngại; uể oải; chẳng buồn (làm gì đó)

【懒得】lǎnde<动>ngại; lười; chẳng thèm: 我~理你。Tôi chẳng thèm đoái hoài tới anh.

懒惰 lǎnduò<形>lười; lười biếng; bệ rạc: 克服~思想。Khắc phục tư tưởng bệ rạc.

懒鬼 lǎnguǐ<名>[口]kẻ lười nhác

懒汉 lǎnhàn<名>kẻ lười biếng

懒婆娘的裹脚布——又臭又长】lǎnpóniáng de guǒjiǎobù——yòu chòu yòu cháng vải bó chân của mụ lười vừa dài vừa hôi (châm biếm bài nói hay bài viết quá dở và dài dòng)

懒人】lǎnrén<名>người lười nhác

懒人屎尿多】lǎnrén shǐniào duō kẻ lười hay cứt đái; thằng nhác thì suốt ngày hết đại tiện lại tiểu tiện

懒散】lǎnsǎn<形>thả lỏng; rệu rã: 作风~ tác phong rệu rã, tản mạn

懒洋洋】lǎnyángyáng uể oải; ìu xìu: 她~地打了个呵欠。Cô ta uể oải ngáp dài một cái.

làn

烂 làn❶<形>nhừ; nát; nhũn: 锅里的肉要炖得~一些。Thịt trong nồi cần kho cho kĩ. ❷<形>rữa; thối: 这两个苹果没人吃，都~了。Hai quả táo này không ai ăn đã thối rồi. ❸<形>vỡ; rách: 破衣~衫 ăn mặc rách rưới ❹<形>rối tinh; lộn xộn ❺<副>rất; quá: 滚瓜~熟 thuộc như cháo

【烂糊】lànhu<形>nhừ; nhá: 奶奶爱吃~的食物。Bà nội thích ăn những món nấu nhừ.

【烂漫】lànmàn<形>❶rực rỡ; sặc sỡ: 山花~ hoa rực rỡ trên núi ❷hồn nhiên: 天真~ hồn nhiên ngây thơ

【烂泥】lànní<名>bùn lầy

【烂舌头】lànshétou<名>[口]người khéo nói

【烂熟】lànshú<形>❶chín rục; chín nhừ ❷thuộc làu: ~于心 thuộc lòng; 这首诗他背得滚瓜~。Bài thơ này cậu ấy đã thuộc làu.

【烂摊子】làntānzi<名>cục diện rối mù; cơ cấu hỗn độn: 收拾~ thu dọn cục diện hỗn độn

【烂账】lànzhàng<名>❶sổ sách rối mù ❷nợ dây dưa; nợ khó đòi

【烂醉】lànzuì<动>say mềm; say bí tỉ; say túy lúy; say khướt: 一桌人都喝得~如泥。Những người trên bàn cỗ đều đã say khướt.

滥 làn<形>❶tràn lan ❷quá mức; bừa bãi: ~用职权 lạm dụng chức quyền ❸phù phiếm

【滥调】làndiào<名>lời lẽ (luận điệu) nhàm chán: 他净说些陈词~。Ông ta toàn lặp lại những luận điệu nhàm chán.

【滥伐】lànfá<动>lạm chặt cây; phá rừng bừa bãi

【滥交】lànjiāo<动>❶giao kết bè bạn không lựa chọn ❷quan hệ tình dục với nhiều đối tượng

【滥杀无辜】lànshā-wúgū giết hại người vô tội một cách bừa bãi

L

【滥觞】lànshāng[书]❶<名>ngọn nguồn ❷<动>khởi nguồn (sự vật): 中国的科举制度~于隋朝。 Chế độ thi khoa cử ở Trung Quốc bắt đầu từ đời nhà Tùy.

【滥用】lànyòng<动>lạm dụng: ~职权 lạm dụng chức quyền

【滥竽充数】lànyú-chōngshù lén vào đội ca nhạc giả mạo nghệ sĩ; nhập nhèm trà trộn; xếp bừa cho đủ số

láng

郎 láng<名>❶lang (chức quan thời xưa): 侍~ quan thị lang ❷người (cách gọi một loại người nào đó): 卖油~ ông bán dầu ❸[旧] chàng (phụ nữ gọi chồng hoặc người tình): ~情妾意 tình anh nghĩa em ❹cậu nhà; cậu (thời xưa dùng để chỉ con trai nhà khác): 令~ lệnh lang //(姓)Lang

【郎才女貌】lángcái-nǚmào trai tài gái sắc; xứng đôi vừa lứa; đẹp đôi

【郎当】lángdāng<形>❶(quần áo) lụng thụng; xộc xệch: 衣裤~ quần áo xộc xệch ❷thất thểu: 吊儿~ dáng thất thểu ❸chẳng nên trò trống gì; không ra gì

【郎君】lángjūn<名>[旧]chàng (phụ nữ gọi chồng hoặc người tình): 如意~ người chồng như ý

【郎中】lángzhōng<名>❶lang trung (một chức quan thời xưa) ❷[方]thầy lang

狼 láng<名>chó sói

【狼狈】lángbèi<形>nhếch nhác khốn khổ; luống cuống; thảm hại; thế bí: 处境~ lâm vào thế bí; 他不小心踩到了牛粪，弄得很~。 Vô ý giẫm phải bãi phân trâu, khiến anh ta hết sức luống cuống.

【狼狈为奸】lángbèi-wéijiān vào hùa làm bậy

【狼疮】lángchuāng<名>bệnh ngoài da; bệnh lupus ban đỏ

【狼狗】lánggǒu<名>chó săn

【狼毫】lángháo<名>bút lông sói: 我作画的时候喜欢用~。 Khi vẽ tôi thích dùng bút lông sói.

【狼嚎】lángháo<动>sói gào; gào khóc thảm thiết: 鬼哭~ ma kêu quỷ khóc

【狼藉】lángjí<形>[书]bừa bãi lộn xộn; bừa bộn loạn xạ: 声名~ khét tiếng xấu xa; 屋子里一片~。 Trong nhà hết sức bừa bộn.

【狼吞虎咽】lángtūn-hǔyàn ăn uống hùng hục; ăn ngốn ngấu; ăn như hùm đổ đó; ăn như Hà bá đánh vực

【狼心狗肺】lángxīn-gǒufèi lòng lang dạ thú; vong ơn bội nghĩa

【狼烟】lángyān<名>khói đốt từ phân chó sói (dùng làm hiệu thời xưa), nay chỉ chiến sự

【狼烟四起】lángyān-sìqǐ khói hiệu bốc ngùn ngụt; tứ bề báo hiệu bất ổn; đâu đâu cũng có báo hiệu tình hình khẩn cấp

【狼子野心】lángzǐ-yěxīn lòng lang dạ sói

琅 láng[书]❶<名>một loại ngọc thạch ❷<形>trắng muốt

【琅琅】lángl] áng<拟>leng keng; vang vang sang sảng; thánh thót; oang oang (tiếng đọc sách): 书声~ tiếng đọc sách vang vang

廊 láng<名>hành lang: 文化长~ hành lang văn hóa

【廊庙】lángmiào<名>[书]triều đình

【廊檐】lángyán<名>mái hành lang; mái hiên

【廊子】lángzi<名>hành lang

榔 láng

【榔头】lángtou<名>búa; búa tạ

锒 láng

【锒铛】lángdāng❶<名>[书]xích xiềng: ~狱 xiềng xích ngục tù ❷<拟>loảng xoảng xủng xoảng: 铁索~ xích sắt loảng xoảng

lǎng

朗 lǎng<形>❶sáng sủa; trong sáng: 天气晴~ trời cao mây tạnh ❷vang; rõ ràng: ~读 đọc sang sảng //(姓)Lãng

【朗读】lǎngdú<动>đọc diễn cảm; đọc rành rọt: ~诗歌 đọc diễn cảm bài thơ

【朗朗】lǎnglǎng<形>❶sang sảng; thánh thót: 书声~ tiếng đọc sách vang lên thánh thót ❷sáng trong; sáng sủa: ~星光 ánh sao sáng

【朗诵】lǎngsòng<动>ngâm (thơ); đọc cất giọng và ngâm ngợi diễn cảm (văn): 配乐诗~ bài thơ đọc lồng nhạc/bài thơ đệm nhạc

làng

浪 làng❶<名>sóng: 海~ sóng biển ❷<名>có dáng vẻ nhấp nhô, lên xuống như sóng: 声~ sóng âm thanh ❸<动>bừa bãi; phóng túng: ~荡 phóng túng ❹<动>[方]bát; dạo: 到街上~了一天 đi bát phố suốt cả ngày //(姓)Lãng

【浪潮】làngcháo<名>làn sóng: 全球化~ làn sóng toàn cầu hóa

【浪荡】làngdàng❶<动>lêu lổng; lông bông; lang thang; rong chơi vô công rồi nghề: 他不愿在社会上~。Cậu ấy không cam chịu vô công rồi nghề rong chơi ngoài xã hội. ❷<形>buông tuồng; phóng đãng: 行为~ hành vi buông tuồng

【浪费】làngfèi<动>lãng phí: ~粮食 lãng phí lương thực

【浪花】lànghuā<名>❶bọt sóng; ngọn sóng: ~朵朵 những bọt sóng; 雪~ ngọn sóng trắng toát (như tuyết) ❷một đoạn đời; một sự kiện (đặc biệt nào đó) trong đời: 生命的~ những pha thú vị trong đời

【浪迹】làngjì<动>phiêu bạt; trôi nổi: ~天涯 phiêu dạt chân trời góc biển

【浪漫】làngmàn<形>❶lãng mạn; thi vị: ~的爱情故事 câu chuyện tình lãng mạn ❷phóng đãng; buông thả (về quan hệ tình ái)

【浪漫主义】làngmàn zhǔyì chủ nghĩa lãng mạn

【浪木】làngmù<名>[体育]ván đu đưa; cầu đu đưa (khí cụ thể thao)

【浪人】làngrén<名>❶người lưu lạc; người lang thang không rõ mục đích ❷võ sĩ Nhật Bản lang thang

【浪涛】làngtāo<名>sóng lớn

【浪头】làngtou<名>❶[口]ngọn sóng: ~冲击着堤坝。Ngọn sóng dập mạnh lên bờ đê. ❷trào lưu: 别去赶这种~。Đừng có đua đòi cái trào lưu đó.

【浪涌】làngyǒng<名>sóng xô dập

【浪游】làngyóu<动>ngao du; loăng quăng đây đó; đi chơi phiếm

【浪子】làngzǐ<名>kẻ lêu lổng; lãng tử: ~回头 con hư biết hối cải

【浪子回头金不换】làngzǐ huítóu jīn bù huàn con hư biết nghĩ lại quý hơn vàng; biết nhận lỗi là tốt rồi; cải tà quy chính chẳng gì bằng

lāo

捞 lāo<动>❶vớt; mò: 捕鱼~虾 đánh cá bắt tôm ❷chuộc lời; kiếm chác; xoay xở: 趁机大~一笔 nhân cơ hội chuộc món lời lớn ❸[方]vơ; cầm

【捞本】lāoběn<动>vớt vát lại; gỡ gạc; vớt lại vốn

【捞面】lāomiàn<名>món mì trộn

【捞钱】lāoqián<动>kiếm tiền

【捞取】lāoqǔ<动>❶mò; vớt; đánh bắt: 他从

L

井里~出一只木桶。Ông ấy vớt chiếc thùng gỗ từ dưới giếng lên. ❷kiếm chác; xoay xở: ~政治资本 xoay xở vốn liếng chính trị

【捞外快】lāo wàikuài kiếm tiền ngoài nghề chính

【捞一把】lāo yībǎ vớ bở; chuộc lợi: 趁机~ thừa cơ chuộc lợi

【捞油水】lāo yóushui vơ món béo bở

【捞着】lāozháo<动>chộp được cơ hội; gặp dịp: 他来晚了，没~免费的名额。Ông ấy đến muộn lỡ mất phần cơ hội miễn phí.

láo

劳 láo❶<动>lao động; làm việc: 多~多得 làm nhiều hưởng nhiều ❷<动>phiền; cảm phiền; xin làm ơn: ~驾 làm phiền/xin làm ơn ❸<名>người lao động: ~资双方 người lao động và chủ ❹<形>vất vả; mệt nhọc: 辛~ vất vả ❺<名>công; công lao: 功~ công lao ❻<动>thăm hỏi: ~军 thăm hỏi binh sĩ //(姓)Lao

【劳保】láobǎo<名>❶bảo hiểm lao động ❷bảo hộ lao động

【劳动】láodòng❶<名>lao động: 体力~ lao động chân tay ❷<动>lao động chân tay: 在烈日下~很辛苦。Làm lụng dưới ánh nắng gắt gao thật vất vả.

【劳动保护】láodòng bǎohù bảo hộ lao động

【劳动改造】láodòng gǎizào lao động cải tạo

【劳动合同】láodòng hétóng hợp đồng lao động

【劳动教养】láodòng jiàoyǎng giáo dục lao động

【劳动节】Láodòng Jié = 【五一国际劳动节】

【劳动力】láodònglì<名>❶sức lao động: ~密集 tập trung sức lao động ❷người lao động: 富余~ lực lượng lao động dư thừa

【劳动模范】láodòng mófàn chiến sĩ thi đua; điển hình lao động: 他被评为市里的 ~。Anh ấy được bầu làm chiến sĩ thi đua của thành phố.

【劳动强度】láodòng qiángdù cường độ lao động: 这工作~不小。Cường độ lao động của công việc này khá cao.

【劳动生产率】láodòng shēngchǎnlǜ năng suất lao động

【劳动手段】láodòng shǒuduàn tư liệu sản xuất; phương tiện lao động (cũ)

【劳动条件】láodòng tiáojiàn điều kiện lao động; môi trường lao động: 改善~ cải thiện điều kiện làm việc

【劳动者】láodòngzhě<名>người lao động; người lao động chân tay

【劳动资料】láodòng zīliào tư liệu lao động; phương tiện lao động

【劳顿】láodùn<形>[书]mệt nhọc: 舟车~ nỗi mệt nhọc về tàu xe

【劳而无功】láo'érwúgōng làm mà không được hưởng; làm mà không được ghi nhận

【劳乏】láofá<形>mệt mỏi; mệt nhọc

【劳烦】láofán<动>[方]phiền; làm phiền; làm ơn: ~您来接机。Phiền anh đến đón tại sân bay.

【劳改】láogǎi<动>lao động cải tạo: ~人员 đối tượng lao động cải tạo

【劳工】láogōng<名>❶[旧]công nhân: ~运动 phong trào thợ thuyền ❷phu phen; lao công

【劳绩】láojì<名>công lao thành tích

【劳驾】láojià<动>làm ơn; phiền; nhờ: ~, 帮我看看这台电脑出了什么故障。Nhờ anh xem giúp máy vi tính của tôi đang bị trục trặc gì.

【劳教】láojiào<动>giáo dục lao động

【劳金】láojīn<名>[旧]tiền công; tiền làm thuê

【劳苦】láokǔ<形>lao khổ; vất vả

【劳苦功高】láokǔ-gōnggāo bỏ nhiều công sức và có công lao to lớn

【劳累】láolèi❶<形>vất vả; mệt nhọc: ~了一天，大家回去抓紧时间休息吧。Vất vả suốt cả ngày rồi, mọi người tranh thủ về nhà nghỉ đi. ❷<动>phiền; quấy quả: ~你帮我搬张桌子。Phiền anh vác giúp chiếc ghế cho tôi.

【劳力】láolì❶<名>sức lao động: 苦~ sức lao động vất vả ❷<名>người lao động: 农忙季节要特别注意合理安排~。Mùa màng bận rộn, phải chú ý sắp xếp hợp lí nhân lực. ❸<动>[书]làm lụng

【劳碌】láolù<形>tất bật vất vả: 一生~ tất bật vất vả suốt cả đời người

【劳民伤财】láomín-shāngcái hao người tốn của

【劳模】láomó =【劳动模范】

【劳神】láoshén<动>❶bận tâm; hao tâm tổn lực: 这些棘手的问题让决策者们~费力。Những vấn đề gay cấn này sẽ làm hao tâm tổn lực cho những người làm quyết sách. ❷làm ơn; phiền: ~帮看一下行李。Phiền anh coi hộ hành lí cho tôi.

【劳师动众】láoshī-dòngzhòng ồ ạt huy động quân (cũ); dốc nguồn nhân lực; làm rùm beng

【劳什子】láoshízi<名>[方]đồ bỏ đi; đồ vứt đi (những thứ làm cho người ta chán ghét)

【劳损】láosǔn<动>[医学]tổn thương: 腰肌~ tổn thương phần cơ lưng

【劳务】láowù<名>dịch vụ

【劳务费】láowùfèi<名>công dịch vụ; phí dịch vụ: 发放~ cấp phát phí dịch vụ

【劳务输出】láowù shūchū xuất khẩu lao động

【劳心】láoxīn<动>❶bận tâm; để tâm: 别为了这件小事~。Đừng để tâm vào cái vụ nhỏ nhặt này. ❷[书]lao động trí óc ❸[书]lo buồn; lo nghĩ: ~力 mệt người lại mệt óc

【劳燕分飞】láoyàn-fēnfēi chia li đôi ngả

【劳役】láoyì❶<名>khổ sai; lao dịch ❷<动>(súc vật) dùng làm việc: 这个村共有七十头能~的牛。Thôn này tổng cộng có 70 con bò có thể dùng vào công việc.

【劳逸结合】láoyì jiéhé điều hòa làm việc và nghỉ ngơi

【劳资】láozī<名>thợ và chủ (tư bản)

【劳作】láozuò❶<名>thủ công; lao động (môn học trong chương trình tiểu học cũ) ❷<动>lao động; làm việc: 辛勤~ làm việc cần mẫn

牢láo❶<名>chuồng gia súc: 亡羊补~ mất bò mới lo làm chuồng ❷<名>[旧]con vật tế lễ ❸<名>nhà tù; lao tù: ~狱之灾 bị tù ❹<形>vững chắc; bền vững: 多温习几遍，就能记得更~。Chịu khó ôn thêm vài lần thì sẽ nhớ kĩ hơn. //(姓)Lao

【牢不可破】láobùkěpò bền vững không gì phá vỡ nổi

【牢房】láofáng<名>phòng giam; buồng giam

【牢固】láogù<形>vững chắc; kiên cố

【牢记】láojì<动>ghi nhớ đinh ninh

【牢靠】láokào<形>❶kiên cố; chắc chắn: 这把椅子做得很~。Chiếc ghế tựa này rất chắc. ❷vững vàng; chín chắn: 他这人办事很~。Ông ấy làm việc chín chắn lắm.

【牢牢】láoláo<形>bền vững

【牢笼】láolóng❶<名>lồng; chuồng; vòng trói buộc (con người); lao lung: 青年人要冲破旧思想的~。Thanh niên phải phá vỡ sự trói buộc của tư tưởng cũ. ❷<名>tròng; bẫy: 身陷~ sa bẫy ❸<动>[书]dụ dỗ lôi kéo ❹<动>ràng buộc

【牢骚】láosāo❶<名>ấm ức; hậm hực: 发~ phát bực ❷<动>oán trách; phàn nàn; ca cẩm: 她又在~了。Bà ấy lại than phiền oán trách.

【牢实】láoshí<形>vững chắc; bền vững; rắn chắc; chắc chắn

【牢稳】láowěn<形>❶chắc chắn; đáng tin cậy ❷ổn thỏa; đảm bảo

【牢狱】láoyù<名>nhà tù; nhà giam

唠láo
另见lào

【唠叨】láodao<动>lải nhải; càu nhàu; làm nhảm; lẩm cẩm

lǎo

老lǎo❶<形>già: ~汉 ông già ❷<形>út ❸<动>chết ❹<形>già dặn; lão luyện: 少年~成 trẻ nhưng chững chạc ❺<形>cũ; xưa; quen; lâu: ~主顾 khách hàng lâu năm/khách quen; ~宅 căn nhà xưa ❻<形>cũ kĩ; cổ lỗ: 你的自行车太~了。Chiếc xe đạp này của anh đã quá cổ lỗ. ❼<形>trước kia; cũ: ~规矩 khuôn sáo cũ ❽<形>(rau) già; quá lứa: 南瓜苗太~了。Ngọn bí ngô đã quá già. ❾<形>già lửa; quá lửa: 牛肉煮~了。Thịt bò quá lửa bị dai. ❿<形>đã biến chất ⓫<副>luôn luôn; suốt; cứ; luôn: 你~提它干嘛? Ông cứ nhắc mãi đến nó làm gì? 他出门~忘记带钥匙。Ông ấy thường ra khỏi cửa là quên chìa khóa. ⓬<副>rất; lắm: 大~远 xa lắm ⓭<名>cụ già; phụ lão: 敬~爱幼 kính già yêu trẻ/tôn trọng người già, chăm sóc trẻ nhỏ ⓮từ đệm: ~王 ông Vương //(姓)Lão

【老八辈子】lǎobābèizi cũ rích; cổ hủ; từ đời nào

【老白干儿】lǎobáigānr<名>[方]rượu trắng; rượu tăm

【老百姓】lǎobǎixìng<名>[口]dân; thường dân: 解决~的后顾之忧 giải quyết nỗi lo của dân

【老板】lǎobǎn<名>chủ; ông chủ; sếp

【老板娘】lǎobǎnniáng<名>bà chủ (vợ ông chủ)

【老半天】lǎobàntiān quá lâu; mãi

【老伴儿】lǎobànr<名>[口]bạn về già (chồng hoặc vợ)

【老鸨】lǎobǎo<名>mụ chủ nhà chứa; tú bà; mụ trùm; mẹ đầu

【老辈】lǎobèi<名>❶đời trước; các đời trên: 我家~是打鱼的。Thế hệ trước của gia đình tôi làm nghề đánh cá. ❷bề trên: 他是金融行业的~。Ông ấy là tay kì cựu trong ngành tài chính tiền tệ.

【老本】lǎoběn<名>❶vốn ban đầu ❷ví những cái đã có

【老本行】lǎoběnháng<名>nghề chính; nghề ban đầu; sở trường

【老表】lǎobiǎo<名>❶anh em họ ❷[方]người anh em; anh (xưng hô xã giao với người lạ đồng lứa)

【老兵】lǎobīng<名>❶lính già; cựu chiến binh: 退伍~ quân nhân xuất ngũ ❷người có thâm niên trong nghề

【老病】lǎobìng❶<名>bệnh kinh niên: 他身上的~又犯了。Căn bệnh kinh niên của ông ấy lại bộc phát. ❷<动>già cả ốm yếu: ~无依 tuổi già ốm yếu không nơi nương tựa

【老伯】lǎobó<名>bác (gọi đàn ông có tuổi)

【老不死】lǎobusǐ thằng già sống dai (chửi)

【老巢】lǎocháo<名>tổ chim; hang ổ; sào huyệt

【老成】lǎochéng<形>lão thành; từng trải: 他看上去挺~的。Cậu ta trông có vẻ già dặn lắm.

【老成持重】lǎochéng-chízhòng lão luyện thành thục; làm việc chắc chắn

【老处女】lǎochǔnǚ<名>trinh nữ già tuổi

【老粗】lǎocū<名>quê mùa; thô kệch; ít học (dùng nó nhún mình)

【老搭档】lǎodādàng<名>(bạn) cộng sự hàng ngày; cộng sự lâu năm: 我们俩一起共事十多年，是~了。Hai chúng tôi đã làm việc với nhau trên chục năm rồi và là cộng sự lâu năm.

【老大】lǎodà❶<形>[书]tuổi già: 少壮不努力，~徒伤悲。Lúc trẻ mà không chịu nỗ lực, về già sẽ ân hận. ❷<名>cả (thứ nhất) ❸<名>[方]lái đò chính; lái đò ❹<名>đại ca; đầu chùm sỏ ❺<副>rất; vô cùng: 心里~不乐意。Trong lòng rất không thoải mái.

【老大不小】lǎodà-bùxiǎo chẳng còn bé bỏng

【老大哥】lǎodàgē<名>ông anh

【老大姐】lǎodàjiě<名>bà chị

【老大难】lǎo-dà-nán rắc rối nan giải; hóc búa: 保险理赔仍是个~的问题。Xin bảo hiểm đền bù vẫn là một vấn đề nan giải.

【老大娘】lǎodàniáng<名>[口]cụ; cụ bà

【老大爷】lǎodàye<名>[口]cụ; cụ ông

【老旦】lǎodàn<名>vai bà cụ

【老当益壮】lǎodāngyìzhuàng càng già càng dẻo càng dai; tuổi cao chí càng cao

【老到】lǎodào<形>❶(làm việc) chín chắn; chu đáo: 功力~ suy nghĩ chín chắn ❷cứng cáp rắn rỏi

【老底】lǎodǐ<名>❶nội tình; gốc gác: 揭~ cho người ta biết nội tình ❷của chìm (cha ông để lại); vốn liếng: 他染上了赌博的恶习，家里的~都被他败光了。Ông ấy lây phải thói xấu cá độ, vốn liếng trong nhà đã bị thua sạch.

【老弟】lǎodì<名>chú em

【老调】lǎodiào<名>❶giọng điệu nhàm chán; lời lẽ cũ rích: ~重弹 nhai lại luận điệu cũ rích ❷Sành Lão Điệu: 河北~梆子 hát Sành Lão Điệu Hà Bắc

【老掉牙】lǎodiàoyá già cỗi; cũ kĩ lỗi thời; cổ lỗ sĩ: 别再说这个~的故事了。Đừng nhai lại câu chuyện cổ lỗ sĩ này nữa.

【老爹】lǎodiē<名>[方]cha

【老东西】lǎodōngxi<名>thằng già (câu mắng chửi)

【老豆腐】lǎodòufu<名>tào phớ; tầu hũ

【老而弥坚】lǎo'érmíjiān người già tâm lí vững vàng

【老夫】lǎofū<名>[书]già này; lão đây

【老夫子】lǎofūzǐ<名>❶[旧]thầy đồ; cụ đồ; thầy tư thục ❷trí thức trùm chăn

【老干部】lǎogànbù<名>cán bộ lão thành

【老疙瘩】lǎogēda<名>[方]con út

【老哥】lǎogē<名>[口]ông anh

【老革命】lǎogémìng<名>[口]người cách mạng lão thành: 李爷爷是个~。Cụ Lí là một chiến sĩ cách mạng lão thành.

【老公】lǎogōng<名>[口]chồng

【老公公】lǎogōnggong<名>[方]❶ông (trẻ con gọi các cụ ông) ❷bố chồng ❸[旧]quan thái giám; hoạn quan

【老姑娘】lǎogūniang<名>❶gái lỡ thì ❷con gái út

【老古板】lǎogǔbǎn<名>[口]lão cũ kĩ; bảo thủ; ngoan cố; cố chấp: 跟他这个~说不到一块。Không thể thương lượng được với một người bảo thủ rập khuôn như ông ta.

【老古董】lǎogǔdǒng<名>❶đồ cổ ❷người cổ hủ; người cổ lỗ sĩ: 他真是个~，思想观念都还停留在上世纪70年代。Ông ta là con người cổ hủ, quan niệm và tư tưởng vẫn dừng lại ở thập kỉ 70 thế kỉ trước.

【老骨头】lǎogǔtou<名>[口]❶cái thân già ❷già này (tự xưng)

【老鸹】lǎogua<名>[方]con quạ

【老关系】lǎoguānxi<名>[口]quan hệ lâu năm

【老规矩】lǎoguīju<名>tập quán cũ; lệ cũ: 还是按~办事。Cứ làm việc theo lệ cũ.

【老汉】lǎohàn<名>❶ông cụ; ông lão ❷lão;

L

già (ông cụ già tự xưng): ~今年八十整。 Lão đây năm nay vừa tròn tám mươi tuổi.

【老好人】lǎohǎorén<名>[口]người mát tính; người dễ dãi

【老狐狸】lǎohúli<名>cáo già; lõi đời; ví người rất xảo quyệt

【老糊涂】lǎohútu<名>kẻ già đầu óc u mê; người lẩm cẩm

【老虎】lǎohǔ<名>❶hổ; hùm; cọp ❷máy móc thiết bị ngốn nhiều năng lượng hoặc nguyên liệu: 电~ máy ngốn điện ❸kẻ tàn ác: 母~ hổ cái/sư tử Hà Đông ❹kẻ tham ô

【老虎机】lǎohǔjī<名>máy đánh bạc

【老虎屁股摸不得】lǎohǔ pìgu mōbude mông hổ khó sờ; kẻ ngang ngạnh khó đụng đến

【老虎钳】lǎohǔqián<名>❶bàn ê-tô ❷kìm cắt; kìm nhổ đinh

【老虎嘴里拔牙】lǎohǔ zuǐ li bá yá nhổ răng trong miệng hùm

【老花眼】lǎohuāyǎn<名>mắt viễn thị; lão thị

【老化】lǎohuà<动>❶biến chất; biến dạng: 这个橡胶垫圈用久了，已经~。 Vòng đệm cao su này sử dụng lâu đã bị biến chất. ❷già đi: 细胞已~。 Tế bào đã già đi. ❸lão hóa: 中国也正面临着人口~的问题。 Trung Quốc cũng đang gặp vấn đề dân số lão hóa. ❹cũ kĩ lỗi thời: 知识~ kiến thức lỗi thời

【老话】lǎohuà<名>❶tục ngữ; châm ngôn; lời truyền dạy từ ngàn xưa: ~说得好："路遥知马力，日久见人心。" Lời xưa có câu: "Đường xa biết sức ngựa, ở lâu hiểu lòng người." ❷chuyện xưa; chuyện cũ: 这是~了，不要重提。 Đây đã là chuyện cũ rồi không nên nhắc lại làm gì.

【老皇历】lǎohuánglì<名>khuôn phép cũ lỗi thời

【老黄牛】lǎohuángniú<名>con bò già; ví

người trung thực cần mẫn

【老几】lǎojǐ<名>❶thứ mấy (trong gia đình) ❷không là cái gì; là cái thá gì: 他算~? 这么猖狂! Anh ta là cái thớ gì, sao mà hung hăng thế!

【老骥伏枥】lǎojì-fúlì ngựa già nghỉ chuồng vẫn mong có ngày phóng xa; tuổi cao chí càng cao

【老家】lǎojiā<名>❶quê nhà; quê hương ❷nguyên quán; quê quán: 他的~在广西。 Nguyên quán anh ấy ở Quảng Tây.

【老奸巨猾】lǎojiān-jùhuá gian tà quỷ quyệt

【老茧】lǎojiǎn<名>chai (ở tay hoặc chân)

【老江湖】lǎojiānghú<名>người từng trải; người biết đối nhân xử thế

【老将】lǎojiàng<名>lão tướng; ví người có tài và thâm niên trong đội ngũ

【老将出马，一个顶俩】lǎojiàng chū mǎ, yī gè dǐng liǎ lão tướng ra trận, lực lượng gấp đôi

【老交情】lǎojiāoqing<名>[口]người bạn xưa (cũ)

【老街坊】lǎojiēfang<名>láng giềng lâu năm

【老境】lǎojìng<名>❶tuổi già: 他的人生可用"年轻得志，~凄凉"来形容。 Cuộc đời của ông có thể được miêu tả là "thời trẻ đắc chí, tuổi già hiu quạnh". ❷cảnh già

【老酒】lǎojiǔ<名>[方]rượu lâu năm (dùng chỉ riêng rượu Thiệu Hưng vùng Chiết Giang Trung Quốc)

【老旧】lǎojiù<形>cũ

【老辣】lǎolà<形>❶cáo già thâm hiểm: 看来对手很~。 Xem ra đối thủ hết sức cáo già thâm hiểm. ❷già dặn mạnh mẽ: ~苍劲 già dặn rắn rỏi

【老来俏】lǎoláiqiào<名>[口]tuổi già mà vẫn vui tươi; đẹp lão

【老老少少】lǎolǎoshàoshào già có trẻ có

cả già lẫn trẻ

【老泪纵横】lǎolèi-zònghéng nước mắt đầm đìa

【老脸】lǎoliǎn<名>❶cái mặt già đây; thân già này ❷mặt dày; mặt dạn mày dày

【老练】lǎoliàn<形>già dặn; vững vàng

【老林】lǎolín<名>rừng già: 深山~ rừng sâu núi thẳm

【老龄】lǎolíng<名>tuổi già; lớn tuổi; người già; lão

【老龄化】lǎolínghuà lão hóa về tuổi tác

【老路】lǎolù<名>❶đường cũ; lối xưa ❷cung cách cũ; lối cũ

【老马识途】lǎomǎ-shítú ngựa già biết đường; ví giàu kinh nghiệm với công việc

【老迈】lǎomài<形>già nua: 我~不中用了。Tôi tuổi già không làm được gì nữa.

【老毛病】lǎomáobìng<名>[口]căn bệnh cũ; khuyết điểm hoặc nhược điểm tồn tại từ lâu

【老面孔】lǎomiànkǒng<名>khuôn mặt quen

【老面子】lǎomiànzi<名>mối quan hệ cũ; nghĩa cũ tình xưa

【老谋深算】lǎomóu-shēnsuàn lo trước tính sau; lo xa tính kĩ; mưu thâm tính giỏi

【老衲】lǎonà<名>[书]vị sư già (sư ông); (kẻ) bần tăng này (nhà sư tự xưng)

【老奶奶】lǎonǎinai<名>❶cụ bà (sinh ra cha); bà; tăng tổ mẫu ❷cụ (tôn xưng các cụ bà)

【老脑筋】lǎonǎojīn<名>đầu óc già cỗi

【老年】lǎonián<名>tuổi già; già

【老年斑】lǎoniánbān<名>nốt đồi mồi (trên da người già); da mồi

【老年人】lǎoniánrén<名>người già; cụ già; người cao tuổi

【老娘】lǎoniáng<名>❶mẹ già ❷[方]bà; bà đây

【老农】lǎonóng<名>lão nông: 向~学习种植技术。Học hỏi kinh nghiệm trồng trọt từ những người nông dân giàu kinh nghiệm.

【老牌】lǎopái❶<名>mác nổi tiếng lâu năm; hàng nổi tiếng truyền thống: ~产品 sản phẩm danh tiếng ❷<形>già dặn: ~间谍 điệp viên già dặn

【老派】lǎopài❶<形>cũ kĩ; cổ lỗ; bảo thủ (cử chỉ, tác phong): 她喜欢上世纪30年代上海滩的~打扮。Cô ấy thích ăn mặc theo kiểu cũ kĩ thời thập niên 30 thế kỉ trước bên bến Thượng Hải. ❷<名>người cổ hủ; người bảo thủ (chỉ người có cử chỉ, phong cách lỗi thời, lạc hậu)

【老婆】lǎopo<名>[口]vợ

【老婆婆】lǎopópó<名>[方]❶bà ❷mẹ chồng

【老婆儿】lǎopór<名>bà già (gọi thân mật)

【老婆子】lǎopózi<名>❶mụ già ❷bà nó; bà lão nhà tôi

【老气】lǎoqì<形>❶vẻ già dặn; có vẻ thạo đời: 他做事的风格很~。Cách xử sự của anh ta có vẻ thạo đời lắm. ❷vẻ già cỗi; cổ lỗ: 她打扮得既不~, 也不花哨。Cô ấy ăn mặc không cổ lỗ cũng không hoa hoét.

【老气横秋】lǎoqì-héngqiū❶làm ra vẻ ta đây; cụ non ❷lù rà lù rù

【老前辈】lǎoqiánbèi<名>bậc tiền bối; lão tiền bối; lão thành

【老区】lǎoqū<名>vùng giải phóng cũ; vùng cách mạng ngày xưa

【老人】lǎorén<名>❶người già; người cao tuổi: 遇到~上车, 年轻人应该让座。Gặp người cao tuổi lên xe, người trẻ tuổi nên nhường chỗ ngồi. ❷cha mẹ già; ông bà cụ

【老人家】lǎorénjia<名>[口]❶cụ; cụ ấy ❷ông bà cụ (của tôi hoặc của anh)

【老弱病残孕】lǎo-ruò-bìng-cán-yùn (đối tượng) người già, yếu, bệnh hoạn, khuyết tật và mang thai

【老弱残兵】lǎoruòcánbīng tuổi già sức

yếu; chân chậm mắt mờ

【老少】lǎoshào<名>già trẻ

【老少边穷】lǎo-shǎo-biān-qióng gọi chung cho vùng giải phóng cũ, vùng dân tộc thiểu số, vùng ven biên giới và vùng nghèo khó

【老少咸宜】lǎoshào-xiányí thích hợp với cả già và trẻ

【老生常谈】lǎoshēng-chángtán lời lẽ sáo mòn

【老师】lǎoshī<名>thầy giáo; thầy dạy; cô giáo

【老师傅】lǎoshīfu<名>thợ sành nghề cao niên; thợ cả đứng tuổi

【老实】lǎoshi<形>❶thật thà; thành thực: 忠诚~ thật thà trung thực ❷ngoan ngoãn; nề nếp: 他是个~人，从不撒谎。Ông ấy là con người thật thà không nói dối bao giờ. ❸ngố; tồ (nói uyển chuyển chỉ sự kém thông minh)

【老实巴交】lǎoshibājiāo hiền lành nhút nhát; thật thà

【老式】lǎoshì<形>kiểu cổ; kiểu cũ; mốt cũ: ~家具 đồ đạc kiểu cũ

【老是】lǎoshì<副>[口]cứ: 你~不听话，看我怎么收拾你。Mày cứ không nghe lời thì tao sẽ cho mày biết tay.

【老手】lǎoshǒu<名>tay kì cựu; tay già đời; tay cừ khôi; tay cự phách; (kẻ) sành sỏi giàu kinh nghiệm

【老寿星】lǎoshòuxing<名>❶bậc đại thọ ❷đại lão (gọi cụ già được chúc thọ)

【老鼠】lǎoshǔ<名>chuột

【老鼠过街，人人喊打】lǎoshǔ guò jiē, rén rén hǎn dǎ chuột chạy qua đường, người người hô đánh

【老死不相往来】lǎo sǐ bù xiāng wǎnglái cả đời không qua lại với nhau

【老太公】lǎotàigōng<名>ông cụ; ông già

【老太婆】lǎotàipó<名>bà cụ; bà già

【老太太】lǎotàitai<名>bà; cụ

【老太爷】lǎotàiyé<名>ông; cụ

【老态龙钟】lǎotài-lóngzhōng già cả lẩy bẩy; già nua mắt mờ chân chậm

【老套】lǎotào<名>tập tục cũ; khuôn sáo cũ: 情节~ tình tiết dập theo khuôn sáo cũ

【老天爷】lǎotiānyé<名>ông trời: ~，好久不见，你变苗条了。Trời ơi, lâu ngày không gặp, dáng người chị đã trở nên thon thả ra

【老天有眼】lǎotiān yǒuyǎn ông trời có mắt

【老头儿】lǎotóur<名>ông lão; ông già

【老头子】lǎotóuzi<名>❶lão già ❷ông nó; ông lão nhà tôi ❸đại lão (thủ lĩnh trong một băng)

【老外】lǎowài<名>[口]❶người ngoại đạo; người ngoài cuộc: 他是个~，却假装内行。Là người ngoại đạo mà ông ta cứ làm ra vẻ lành nghề. ❷người nước ngoài

【老顽固】lǎowángù<名>người thủ cựu; người bảo thủ

【老顽童】lǎowántóng<名>ông già tính trẻ con

【老翁】lǎowēng<名>[书]ông lão

【老挝】Lǎowō<名>Lào: ~人 người Lào; ~语 tiếng Lào

【老窝】lǎowō<名>❶tổ chim ❷sào huyệt; hang ổ: 看到~被端，敌人乱成一窝蜂。Thấy sào huyệt đã bị phá hủy, bọn địch nháo loạn cả lên.

【老乡】lǎoxiāng<名>❶đồng hương: 我俩是~。Hai chúng tôi là đồng hương. ❷bác (xưng hô đối với người nông dân chưa biết họ tên)

【老相】lǎoxiang<形>già trước tuổi

【老小】lǎoxiǎo<名>người già và người trẻ

【老兄】lǎoxiōng<名>ông anh; ông bạn

【老羞成怒】lǎoxiūchéngnù ngượng quá

hóa khùng

【老朽】lǎoxiǔ❶〈形〉già yếu; cổ hủ; lụi bại: 看着自己日渐~, 他开始考虑由谁来继承家业。Thấy mình ngày càng già yếu, ông ấy bắt đầu suy tính sẽ trao cho ai kế thừa gia nghiệp. ❷〈名〉già này; kẻ già cổ hủ này (người già tự nói nhún): 这件事就由~代你决定了。Việc này thì để già này quyết định thay cho anh.

【老鸦】lǎoyā〈名〉[方]con quạ; con ác

【老眼光】lǎoyǎnguāng〈名〉quan điểm cũ

【老眼昏花】lǎoyǎn-hūnhuā (người già) mắt mũi kèm nhèm

【老爷】lǎoye❶〈名〉quan lớn; ông lớn: 干部是人民的勤务员, 不是人民的~。Cán bộ là đầy tớ chứ không phải là quan lớn của nhân dân. ❷〈名〉[旧]cụ lớn (đầy tớ gọi ông chủ) ❸〈名〉ông ngoại ❹〈形〉cũ rích; cổ lỗ: ~椅 chiếc ghế tựa cổ

【老爷车】lǎoyéchē〈名〉chiếc xe cũ kĩ; xe kiểu cũ

【老爷爷】lǎoyéye〈名〉❶cụ ông; cụ (sinh ra ông bà) ❷ông (trẻ con gọi các cụ ông)

【老爷子】lǎoyézi〈名〉[口]❶cụ (đàn ông) ❷ông cụ nhà tôi; ông cụ bên nhà

【老一辈】lǎoyībèi〈名〉lớp người già; thế hệ trước; tiền bối

【老一套】lǎoyītào〈名〉kiểu cũ; tập tục cũ; cách làm cũ

【老鹰】lǎoyīng〈名〉diều hâu

【老油条】lǎoyóutiáo〈名〉người lọc lõi (châm biếm người có nhiều kinh nghiệm nhưng láu lỉnh); cáo già: 他这个~整日游手好闲。Cái lão lọc lõi ấy suốt ngày vô công rồi nghề.

【老于世故】lǎoyúshìgù sành sỏi; lõi đời

【老丈人】lǎozhàngren〈名〉cha vợ; bố vợ; nhạc phụ; ông nhạc

【老账】lǎozhàng〈名〉❶nợ cũ: 这已经是

~, 快点结了吧! Đây đã là món nợ cũ nên nhanh chóng thanh toán đi thôi. ❷chuyện dĩ vãng: 这是~, 不要再重提了。Chuyện dĩ vãng nhắc lại làm gì.

【老者】lǎozhě〈名〉[书]lão già; ông già

【老着脸皮】lǎozhe liǎnpí trơ mặt ra; mặt trơ trán bóng; mặt dạn mày dày

【老中青】lǎo-zhōng-qīng〈名〉người già, trung niên và thanh niên (gọi tắt)

【老资格】lǎozīgé〈名〉tuổi nghề cao; tư cách già

【老子】Lǎozǐ〈名〉Lão Tử, người sáng lập trường phái tư tưởng Đạo gia

【老子】lǎozi〈名〉[口]❶bố; cha ❷lão đây; bố mày đây; ta đây: ~天不怕, 地不怕, 难道还怕你不成? Lão đây đến đất trời còn chẳng sợ chẳng lẽ phải sợ mày?

【老字号】lǎozìhao〈名〉tên cửa hiệu lâu đời; hiệu truyền thống

【老总】lǎozǒng〈名〉❶[旧]thầy đội; thầy cai ❷ông tổng (cách gọi tôn kính đối với những vị lãnh đạo cấp cao trong quân đội) ❸sếp (xưng hô chung cho giám đốc hoặc người đứng đầu doanh nghiệp)

【老祖宗】lǎozǔzong〈名〉tổ tông; cha ông

佬 lǎo〈名〉tên; lão; thằng (gọi kiểu khinh miệt): 阔~ con người rộng rãi giàu có

姥 lǎo

【姥姥】lǎolao〈名〉❶bà ngoại ❷[方]bà đỡ; bà mụ

【姥爷】lǎoye〈名〉[口]ông ngoại

铑 lǎo〈名〉[化学]rađi (kí hiệu: Rh)

lào

络 lào 义同 "络" (luò)❶❷❸❹。
另见 luò

【络子】làozi〈名〉❶túi lưới ❷guồng cuốn chỉ

唠lào<动>[方]nói; chuyện trò
另见láo

【唠嗑】làokē<动>[方]tán gẫu; chuyện phiếm; tán dóc: 奶奶平时喜欢与人~。Bà cụ lúc thường vẫn hay nói chuyện phiếm.

烙lào<动>❶là (quần áo) hoặc in (dấu đốt nóng lên vật nào đó): ~印 dấu ấn ❷nướng; rán; chiên (bánh): ~玉米饼 rán bánh bột ngô

【烙饼】làobǐng<名>bánh nướng; bánh rán: 南瓜~ bánh nướng bột bí đao

【烙铁】làotie<名>❶cái bàn là ❷cái mỏ hàn

【烙印】làoyìn❶<名>dấu vết; dấu ấn: 打上~ in dấu ấn ❷<动>in dấu lên (súc vật, đồ vật); ấn tượng sâu sắc lưu lại

涝lào❶<形>úng; lụt: 防~工作 công tác phòng chống úng lụt ❷<名>nước úng: 排~保收 tháo úng đảm bảo cho thu hoạch

【涝害】làohài<名>nạn úng

【涝灾】làozāi<名>nạn úng lớn

落lào 义同 "落" (luò) ❶❷❻❼❽。
另见là, luò

【落不是】lào bùshi bị trách móc; bị trách: 跟着他忙了大半天，因为一点小差错，反而~了。Suốt ngày tất bật theo ông ấy thế mà chỉ vì một sơ suất nhỏ là bị trách móc.

【落价】làojià<动>[方]giảm giá; hạ giá

【落色】làoshǎi<动>(vải, quần áo) phai màu; bạc màu

【落枕】làozhěn<动>bị sái cổ; trẹo cổ

酪lào<名>❶pho mát: 干~ pho mát bánh ❷nước cốt hoa quả: 水果~ nước cốt hoa quả

lè

乐lè❶<形>vui; vui mừng: ~事 chuyện vui mừng ❷<动>thích thú: 他~于替人分忧。Anh ấy thường vui vẻ san sẻ gánh nặng

công việc cho người khác. ❸<动>cười: 这一说，把大家都逗~了。Nghe nói vậy mọi người đều bật cười vui vẻ. //(姓)Lạc
另见yuè

【乐不可支】lèbùkězhī hết sức vui mừng; vui mừng khôn xiết; vui ơi là vui

【乐不思蜀】lèbùsīshǔ vui quên trở về

【乐此不疲】lècǐ-bùpí làm không biết mệt; làm không biết chán (đối với công việc mình yêu thích)

【乐得】lèdé<动>vui vẻ; vui lòng: ~清净 vui thú trong sự yên tĩnh

【乐颠颠】lèdiāndiān vui vẻ; vui sướng

【乐观】lèguān<形>lạc quan: ~的看法 cách nhìn lạc quan

【乐呵呵】lèhēhē vui mừng hớn hở: 他很乐观，整天~的。Ông ấy rất lạc quan, nụ cười luôn nở trên môi.

【乐和】lèhe<形>[方]vui sướng; thoải mái; dễ chịu (thường dùng để chỉ cuộc sống vui vẻ hạnh phúc)

【乐极生悲】lèjí-shēngbēi vui quá hóa buồn

【乐趣】lèqù<名>hứng thú; niềm vui: 充满~ tràn đầy niềm vui

【乐善好施】lèshàn-hàoshī thích làm việc thiện, hay bố thí

【乐事】lèshì<名>chuyện vui

【乐陶陶】lètáotáo vui vẻ; vui sướng

【乐天】lètiān<动>yên vui; sống vô tư

【乐天派】lètiānpài<名>người sống vô tư

【乐天知命】lètiān-zhīmìng bằng lòng với số mệnh; vui với số mệnh trời cho, không còn lo lắng gì nữa

【乐土】lètǔ<名>thiên đường; chốn yên vui; lạc thổ: 爷爷家的书房，是他精神的~。Phòng đọc sách trong nhà là lạc viên về tinh thần của ông nội.

【乐意】lèyì❶<动>vui lòng (tự nguyện); hài

lòng: 去哪都可以，你~就好。Miễn là anh hài lòng thì đi đâu cũng được. ❷<形>vừa ý; bằng lòng: 我很~听您的安排。Tôi vui vẻ chấp nhận sự sắp xếp của anh.

【乐于】lèyú<动>vui lòng

【乐园】lèyuán<名>❶nơi vui chơi: 水上~ công viên nước ❷thiên đường (Kitô giáo)

【乐在其中】lèzàiqízhōng vui mừng vì việc đó; lấy đó làm vui

【乐滋滋】lèzīzī[口]sung sướng; khoái trá; vui lâng lâng

【乐子】lèzi<名>[方]❶thú; việc lí thú: 他把下象棋当成~。Ông ấy đã coi chơi cờ là một thú vui. ❷việc gây cười; sự buồn cười

勒¹ lè ❶<名>[书]cái dàm ngựa ❷<动>gò ❸<动>cưỡng bức; bắt buộc: ~令 mệnh lệnh cưỡng chế ❹<动>[书]thống soái; tổng chỉ huy: 亲~三军 thân chinh chỉ huy ba quân // (姓)Lặc

勒² lè<动>[书]khắc; điêu khắc: ~碑 khắc bia

勒³ lè<量>[物理]luých

另见lēi

【勒逼】lèbī<动>cưỡng bức; bắt buộc

【勒捐】lèjuān<动>bắt ép người ta đóng góp tiền của

【勒令】lèlìng<动>ra lệnh bắt buộc: ~停业整顿 bắt buộc đình chỉ kinh doanh để chỉnh đốn

【勒派】lèpài<动>lệnh buộc phải phân chia; cưỡng ép nộp tiền

【勒索】lèsuǒ<动>bắt chẹt; vơ vét (tài sản): ~钱财 vơ vét tiền tài

【勒诈】lèzhà<动>sách nhiễu; dọa dẫm người khác để vòi tiền

le

了 le<助>❶(trong trường hợp động tác hoặc sự biến hóa đã xảy ra) đã: 去年我去~北京。Tôi đã đi Bắc Kinh vào năm ngoái. ❷(trong trường hợp động tác đã xảy ra hoặc giả thiết xảy ra) xong; rồi: 我拜访~他就去找你。Tôi đi thăm ông ấy rồi sẽ đến tìm anh. ❸(biểu thị đã hoặc sẽ xuất hiện tình hình nào đó) rồi; nữa: 下雪~。Mưa tuyết rồi. ❹(biểu thị sự xuất hiện tình hình nào đó trong điều kiện nào đó) nữa; rồi; thôi: 如果你去你就知道~。Nếu anh đi thì anh sẽ biết thôi. ❺(biểu thị nhận thức, cách suy nghĩ, chủ trương, hành động có sự thay đổi) rồi; đã: 他后来认识到自己错~。Sau đó anh ấy đã nhận thấy là mình sai. ❻(biểu thị sự thôi thúc hoặc khuyên can) thôi; rồi: 不要管他~。Thôi, mặc kệ anh ta.

另见liǎo

lēi

勒 lēi<动>❶(dùng dây) thít chặt lại; buộc chặt: ~紧鞋带 thắt chặt giây giày ❷[方]cưỡng bức; bắt buộc: 他硬~着大伙儿在地里种烟草。Hắn ta cứ bắt ép mọi người trồng cây thuốc lá trên ruộng.

另见lè

【勒紧裤腰带】lēi jǐn kùyāodài thắt lưng buộc bụng

léi

累 léi

另见lěi, lèi

【累累】¹léiléi<形>iu xìu; tiu nghỉu: ~如丧家之犬。Tiu nghỉu như mèo chết con.

【累累】²léiléi<形>[书]nối nhau thành chuỗi; từng chuỗi liền nhau: 硕果~ sai quả chi chít

另见lěilěi

【累赘】léizhui❶<形>(sự vật) phiền toái; (câu văn) rườm rà: 这个词是~的, 请删去。Đây là một từ rườm rà nên bỏ đi. ❷<动>làm phiền (cho người khác): 他老是~别人，大家都烦他。Suốt ngày làm phiền người khác, nên lão ta bị mọi người chán ghét. ❸<名>đồ vật thừa; đồ đạc linh kinh: 这个包里的东西几乎都没有用上，真是个~。Đồ vật trong bao hầu như không sử dụng tới, đúng là đồ thừa.

雷 léi❶<名>sấm: 春~ sấm mùa xuân ❷<名>mìn: 地~ địa lôi ❸<动>[口]làm chấn động //(姓)Lôi

【雷暴】léibào<名>bão tố sấm sét

【雷达】léidá<名>rađa

【雷达兵】léidábīng<名>bộ đội rađa; lính rađa

【雷打不动】léidǎbùdòng bền lòng vững chí; (lập trường) vững vàng không gì lay chuyển nổi

【雷倒】léidǎo<动>khiến cho ngạc nhiên; làm ngã ngửa; khiến phải choáng váng: 我被她的言语~了。Tôi phải ngã ngửa trước câu nói của cô ấy.

【雷电】léidiàn<名>sấm sét; sấm chớp

【雷动】léidòng<动>(tiếng vang như) sấm dậy

【雷公】Léigōng<名>ông Thiên Lôi; thần Sấm

【雷管】léiguǎn<名>ngòi nổ; kíp (nổ)

【雷击】léijī<动>sét đánh: 小心被~。Cẩn thận phòng ngừa bị sét đánh.

【雷厉风行】léilì-fēngxíng sấm rền gió cuốn (hình dung chấp hành mệnh lệnh hay phong cách làm việc mạnh tay, nghiêm chỉnh, nhanh gọn)

【雷鸣】léimíng<动>❶sấm rền; sấm sét rền động: ~电闪 sấm rền sét chớp ❷vang lên như sấm dậy: 掌声~般地响起来。Tiếng vỗ tay vang lên như sấm dậy.

【雷区】léiqū<名>❶khu vực mìn ❷vùng dễ bị sét đánh

【雷人】léirén<形>khiến người ta ngạc nhiên: 这打扮真~。Cách thức ăn mặc kiểu này làm nhiều người sửng sốt.

【雷声大，雨点小】léishēng dà, yǔdiǎn xiǎo sấm to mà chỉ mưa nhỏ; giơ cao đánh khẽ; nói nhiều làm ít; nói rất hay nhưng làm chẳng nên hồn

【雷霆】léitíng<名>❶sấm sét (âm ầm) ❷uy lực; cơn thịnh nộ: 大发~ nổi cơn lôi đình

【雷霆万钧】léitíng-wànjūn sấm vang chớp giật với thế vũ bão

【雷霆之怒】léitíngzhīnù nổi trận lôi đình; cơn giận dữ dội

【雷同】léitóng<形>hùa theo; phụ họa theo; như nhau; tương đồng: 这两篇文章~。Hai bài viết này giống hệt như nhau.

【雷雨】léiyǔ<名>mưa dông

【雷阵雨】léizhènyǔ<名>mưa rào có sấm sét

擂 léi<动>❶[方]tán; nghiền: ~钵 chén (bát) mài mực ❷đấm; thụi; thoi: 他一气之下，~了他几拳。Anh ấy tức giận thụi cho nó mấy quả đấm.

另见lèi

【擂鼓】léigǔ<动>đấm trống; đánh trống

镭 léi<名>[化学]rađi (kí hiệu: Ra)

赢 léi<形>[书]❶gầy còm: ~弱 gầy gò ốm yếu ❷mệt mỏi: ~惫 mệt là người //(姓)Luy

【赢弱】léiruò<形>[书]gầy yếu

lěi

垒 lěi❶<动>đắp; xây ❷<名>[军事](tường) lũy; công sự (của quân đội): 坚固的壁~ công sự kiên cố ❸<名>tuyến phòng thủ; tuyến phòng ngự

【垒球】lěiqiú<名>môn bóng gậy (chày)

累[1] lěi❶<动>tích lũy: 成千~万 hàng nghìn hàng vạn ❷<副>nhiều lần; liên tục: 连篇~牍 bài văn dài dòng lê thê

累² lěi<动>dây dưa; liên lụy; dính líu
另见 léi, lèi

【累次】lěicì<副>nhiều lần: 你~犯错，难以
原谅。Anh đã nhiều lần mắc sai phạm, thật
khó lượng thứ.

【累犯】lěifàn<名>tội phạm có tiền án

【累积】lěijī<动>tích lũy; tích lại; gộp lại

【累及】lěijí<动>liên lụy đến

【累计】lěijì<动>tính tổng cộng: ~起来数额
巨大。Tính tổng cộng lại thì là một con số
rất lớn.

【累加】lěijiā<动>phép cộng; cộng

【累教不改】lěijiào-bùgǎi =【屡教不改】

【累进】lěijìn<动>[经济]lũy tiến

【累累】lěilěi❶<副>nhiều lần; liên tục ❷<形>
tích lũy; tích tụ rất nhiều: 罪行~ tội ác
chồng chất
另见 léiléi

【累年】lěinián<动>liên tục nhiều năm

【累日】lěirì<动>[书]liên tục nhiều ngày

【累世】lěishì<动>mấy thế hệ (đời) nối tiếp
nhau; nhiều đời

【累战累败】lěizhàn-lěibài càng đánh càng
thua; hễ đánh là thua

磊 lěi

【磊磊】lěilěi<形>[书]nhiều đá

【磊落】lěiluò<形>❶ngay thẳng; chính trực;
lỗi lạc: 光明~ quang minh chính đại ❷[书]
lổn nhổn lởm khởm

蕾 lěi<名>nụ hoa

lèi

肋 lèi<名>sườn

【肋骨】lèigǔ<名>xương sườn

泪 lèi<名>nước mắt; lệ

【泪痕】lèihén<名>ngấn lệ; vết nước mắt

【泪花】lèihuā<名>nước mắt lưng tròng;
nước mắt vòng quanh

【泪涟涟】lèiliánlián nước mắt tuôn rơi

【泪流满面】lèiliú-mǎnmiàn nước mắt ràn
rụa; khóc sướt mướt

【泪如雨下】lèirúyǔxià lệ tuôn như mưa

【泪水】lèishuǐ<名>nước mắt

【泪汪汪】lèiwāngwāng rưng rưng nước
mắt: 两眼~。Nước mắt lưng tròng.

【泪眼】lèiyǎn<名>mắt đẫm lệ; đôi mắt tràn lệ

【泪珠】lèizhū<名>giọt nước mắt

类 lèi❶<名>loài; loại; thứ: ~属 loài thuộc
❷<动>tương tự; giống như: ~人猿 vượn tựa
như người ❸<量>loại: 两~人 hai loại người
//(姓)Loại

【类比】lèibǐ<动>loại suy; phép loại suy

【类别】lèibié<名>loại (chủng loại); sự phân
loại: 土壤的~ các loại thổ nhưỡng

【类风湿性关节炎】lèifēngshīxìng
guānjiéyán[医学]viêm khớp dạng thấp

【类似】lèisì<动>na ná; tương tự; giống: ~
问题我们之前已做过回答，这里不再重
复。Vấn đề tương tự chúng tôi đã từng trả
lời, nay không lặp lại nữa.

【类同】lèitóng<动>giống nhau

【类推】lèituī<动>suy ra; loại suy: 如此~ từ
đó suy ra

【类型】lèixíng<名>loại hình; kiểu; loại

累 lèi❶<形>mệt mỏi; mệt nhọc: 我今天很
~。Hôm nay tôi mệt lắm rồi. ❷<动>làm
cho mệt mỏi; làm cho vất vả; làm phiền: 不
好意思，我们老~你。Xin lỗi nhé, cứ phải
làm phiền anh mãi. ❸<动>(làm lụng) vất
vả: 他为儿女~了一辈子。Ông đã làm lụng
vất vả suốt cả đời cho con cái.
另见 léi, lěi

擂 lèi<名>võ đài; rạp đấu (sân đấu ngoài trời)
另见 léi

【擂台】lèitái<名>sạp đấu; võ đài

【擂主】lèizhǔ<名>chủ võ đài

lei

嘞 lei<助>nhé: 她答了一声 "好~" 就走了。Cô ấy trả lời "thế nhé" rồi rời khỏi.

léng

棱 léng<名>❶cạnh: 墙的~角 góc tường ❷gờ; sống; đường gờ gờ: 瓦~ sống ngói/ luồng ngói

【棱角】léngjiǎo<名>❶góc và cạnh: 这块 岩石~分明。Tảng đá này góc cạnh rất nổi. ❷tài năng; sự sắc sảo: 我已被现实磨得没 有~了。Tôi đã bị hiện thực mài gọt hết sự sắc sảo của mình.

【棱镜】léngjìng<名>[物理]lăng kính

【棱柱】léngzhù<名>hình lăng trụ

【棱柱体】léngzhùtǐ<名>(hình khối) lăng trụ

【棱锥体】léngzhuītǐ<名>hình chóp (khối)

【棱子】léngzi<名>[方]cạnh

lěng

冷 lěng❶<形>lạnh; rét: ~水 nước lạnh ❷ <动>[方]để nguội (thức ăn): 等水~了再喝。 Để nước nguội rồi mới uống. ❸<形>lạnh nhạt; nhạt nhẽo: ~言~语 nói năng lạnh nhạt ❹ <形>yên tĩnh; im ắng; vắng lặng: ~清清 vắng tanh ❺<形>ít thấy; hiếm thấy; lạ ❻ <形>ít được quan tâm; ít người chú ý; bất ngờ: 爆~门 gây bất ngờ ❼<形>lén; ngầm; trộm: ~不防 không dè/nào ngờ ❽<形>chán chường; nản lòng; thất vọng: 看到这情景, 我的心一下~了。Thấy tình cảnh này trong lòng tôi hết sức thất vọng. //(姓)Lãnh

【冷傲】lěng'ào<形>lạnh lùng; kiêu ngạo: 她那~的样子, 不好接近。Cái vẻ lạnh lùng của chị ta thật rất khó giao tiếp.

【冷板凳】lěngbǎndèng<名>❶chức vụ không có thực quyền để cho những người bị chèn ép ngoài lề ❷ví những người đang phấn đấu một cách thầm lặng cho những mục tiêu cao hơn

【冷暴力】lěngbàolì<名>đối xử nhạt nhẽo; coi thường; bạo lực lạnh

【冷冰冰】lěngbīngbīng❶lạnh như tiền; hững hờ; lạnh lùng: ~的神情 vẻ mặt giá lạnh ❷lạnh buốt; băng giá: ~的水 nước lạnh buốt

【冷不丁】lěngbudīng[方]bỗng; bỗng nhiên; thình lình; bất thình lình

【冷不防】lěngbufáng không ngờ; thình lình; đột ngột

【冷菜】lěngcài<名>xa-lát trộn; món nguội

【冷餐】lěngcān<名>tiệc đứng; tiệc búp-phê

【冷藏】lěngcáng<动>ướp lạnh

【冷场】lěngchǎng<动>❶(buổi diễn) tẻ ngắt (trường hợp biểu diễn kém): 避免~ tránh tẻ nhạt ❷(buổi họp) tẻ ngắt (không có người phát biểu ý kiến) ❸khán giả rất ít

【冷嘲热讽】lěngcháo-rèfěng chê bai giễu cợt; châm chọc cạnh khóe

【冷处理】lěngchǔlǐ❶xử lí lạnh ❷tạm gác lại (để chờ dịp thích đáng sẽ xử lí): 这件事 情先~再说。Việc này tạm gác lại xử lí sau.

【冷待】lěngdài<动>đối xử lạnh lùng nghiệt ngã

【冷淡】lěngdàn❶<形>lạnh lẽo; im lìm: 生 意~ buôn bán ế ẩm ❷<形>lãnh đạm; lạnh nhạt: 她对他很~。Bà ta rất lạnh nhạt với ông ấy. ❸<动>lạnh nhạt (với); thờ ơ (với): 千万不要~了昔日的朋友。Đừng có thờ ơ lạnh nhạt đối với những người bạn cũ.

【冷冻】lěngdòng<动>làm đông lạnh; ướp lạnh

【冷风】lěngfēng<名>❶gió lạnh ❷lời bóng gió; lời nói mát (sau lưng)

【冷锋】lěngfēng<名>[气象]mũi lạnh

【冷敷】lěngfū<动>chườm lạnh; chườm mát: 拿冰块~ chườm mát bằng nước đá

【冷宫】lěnggōng<名>lãnh cung: 打入~ đuổi vào lãnh cung

【冷光】lěngguāng<名>❶[物理]ánh sáng lạnh (ánh sáng nê-ông và lân tinh) ❷ánh mắt lạnh lùng

【冷柜】lěngguì<名>tủ lạnh

【冷害】lěnghài<名>[农业]nạn rét; thiệt hại vì rét (hoa màu chết vì giá rét)

【冷汗】lěnghàn<名>mồ hôi lạnh: 被吓出一身~ bị dọa toát mồ hôi

【冷荤】lěnghūn<名>thức ăn mặn để nguội

【冷货】lěnghuò<名>hàng ế

【冷加工】lěngjiāgōng gia công nguội

【冷箭】lěngjiàn<名>tên bắn lén; hại ngầm

【冷噤】lěngjìn<名>rùng mình; run; run rẩy

【冷静】lěngjìng<形>❶vắng vẻ; thanh vắng; yên lặng: 在~的夜晚，他想了很多。Trong đêm khuya thanh vắng, anh suy nghĩ miên man. ❷bình tĩnh: 遇事要~。Gặp vấn đề cần xử lí thì phải bình tĩnh.

【冷峻】lěngjùn<形>lạnh lùng khắc nghiệt

【冷库】lěngkù<名>nhà ướp lạnh; kho ướp lạnh

【冷酷】lěngkù<形>cay nghiệt; khắc nghiệt; lạnh lùng đến tàn nhẫn

【冷酷无情】lěngkù-wúqíng phũ phàng; đối xử lạnh lùng hà khắc

【冷冷清清】lěnglěngqīngqīng lạnh lẽo vắng vẻ; vắng teo

【冷冽】lěngliè<形>lạnh lẽo; rét mướt; rét buốt; vắng teo

【冷落】lěngluò❶<形>vắng vẻ; lạnh lẽo: 夜深了，小区变得~了。Trời về khuya, khu cư xá đã trở nên vắng vẻ. ❷<动>(đối xử) lạnh nhạt: 他感觉自己被~了。Anh ấy cảm thấy mình đã bị đối xử lạnh nhạt.

【冷眉冷眼】lěngméi-lěngyǎn đối xử lạnh nhạt

【冷门】lěngmén<名>❶ngành nghề ít người chú ý ❷bất ngờ: 爆~ việc xảy ra quá bất ngờ

【冷门货】lěngménhuò =【冷货】

【冷门专业】lěngmén zhuānyè môn học ít được quan tâm

【冷面】¹lěngmiàn<形>lạnh lùng; không nể mặt

【冷面】²lěngmiàn<名>❶mì trộn (một loại món ăn của dân tộc Triều Tiên) ❷mì ăn nguội

【冷面孔】lěngmiànkǒng<名>khuôn mặt lạnh như tiền

【冷漠】lěngmò<形>thờ ơ; ghẻ lạnh; không quan tâm

【冷凝】lěngníng<动>[物理]sự ngưng kết; đóng băng: 水蒸气~成水珠。Hơi nước gặp lạnh ngưng kết thành giọt.

【冷暖】lěngnuǎn<名>❶sự nóng lạnh ❷đời sống thường ngày: 人间~ nỗi buồn vui trong cuộc sống thường ngày

【冷暖自知】lěngnuǎn-zìzhī tự biết ấm lạnh

【冷盘】lěngpán<名>món ăn nguội

【冷僻】lěngpì<形>❶vắng vẻ héo lánh: 这个地方太~了，不宜久留。Nơi này rất héo lánh vắng vẻ, không nên nán lại ở đây. ❷(chữ, tên gọi, điển cố, sách) ít gặp; hiếm thấy: 避免使用~词 tránh dùng những từ khó ít gặp

【冷启动】lěngqǐdòng[计算机]khởi động lạnh

【冷气】lěngqì<名>❶hơi lạnh; khí lạnh ❷máy lạnh

【冷气团】lěngqìtuán<名>[气象]luồng không khí lạnh

【冷枪】lěngqiāng<名>những viên đạn; bắn lén: 中~ bị bắn lén

L

【冷峭】lěngqiào<形>❶lạnh buốt: ~的寒夜 đêm lạnh ❷tệ bạc; cay nghiệt; tàn tệ

【冷清】lěngqīng<形>quạnh quẽ; vắng vẻ thê lương

【冷清清】lěngqīngqīng vắng teo; vắng tanh; im lìm lạnh lẽo: 深夜街上~的。Về khuya trên đường phố đã vắng teo.

【冷泉】lěngquán<名>suối nước lạnh

【冷却】lěngquè<动>làm lạnh; làm nguội

【冷若冰霜】lěngruòbīngshuāng (thái độ) thờ ơ lạnh nhạt; mặt lạnh như tiền

【冷色】lěngsè<名>màu sắc trang nhã; (gam) màu sắc hài hòa

【冷涩】lěngsè<形>giá lạnh; chua chát

【冷森森】lěngsēnsēn lạnh ngắt; rét căm căm: ~的老宅 căn nhà cổ âm u lạnh ngắt

【冷杉】lěngshān<名>cây linh sam; gỗ linh sam

【冷食】lěngshí<名>đồ ăn lạnh

【冷水】lěngshuǐ<名>❶nước lạnh: 泼~ dội nước lạnh (ví với việc đả kích người khác) ❷nước lã: 不要喝~，容易闹肚子。Đừng uống nước lã, kẻo mà bị đau bụng.

【冷飕飕】lěngsōusōu lạnh buốt; rét căm căm

【冷烫】lěngtàng<动>uốn (tóc) lạnh: 头发~比热烫好。Làm tóc uốn lạnh hơn sấy nóng.

【冷天】lěngtiān<名>thời tiết lạnh

【冷销】lěngxiāo<动>ế hàng

【冷笑】lěngxiào<动>cười nhạt; cười khẩy; cười gằn

【冷心肠】lěngxīncháng<名>lòng lạnh nhạt; mặt sắt

【冷血动物】lěngxuè dòngwù❶(động vật thay đổi thân nhiệt) động vật máu lạnh ❷loài máu lạnh; ví kẻ lạnh nhạt, vô tình

【冷言冷语】lěngyán-lěngyǔ lời nói châm chọc; lời nhạt lời mặn

【冷眼】lěngyǎn<名>❶(thái độ) bình tĩnh; khách quan: ~看世界 đánh giá bình tĩnh tình hình thế giới ❷đối xử lạnh nhạt: ~相看 nhìn nhau bằng ánh mắt lạnh lùng

【冷眼旁观】lěngyǎn-pángguān khoanh tay đứng nhìn; thờ ơ lạnh nhạt

【冷艳】lěngyàn<形>❶hoa đẹp và không sợ rét ❷vẻ đẹp lạnh lùng

【冷饮】lěngyǐn<名>đồ uống lạnh; nước giải khát

【冷遇】lěngyù<名>(bị) đối xử lạnh nhạt

【冷战】lěngzhàn<名>chiến tranh lạnh

【冷战】lěngzhan<名>[口]rùng mình (vì lạnh hoặc sợ hãi): 打了一个~ rùng mình một cái

【冷铸】lěngzhù<动>[冶金]đúc nguội

【冷字】lěngzì<名>chữ ít dùng; chữ hiếm dùng

lèng

愣 lèng❶<动>sững sờ; ngẩn ra; ngớ ra: 发~ sững sờ ❷<形>[口]ngang ngạnh; lỗ mãng; làm bừa: 你真~! Cậu ngang ngạnh quá! ❸<副>[口]khăng khăng; một mực; cứ: 他~不听劝。Anh ta cứ khăng khăng không chịu nghe theo lời khuyên.

【愣干】lènggàn<动>[口]làm man

【愣神儿】lèngshénr<动>[口]ngó người ra; đờ đẫn ra; sững sờ

【愣头愣脑】lèngtóu-lèngnǎo cứng đầu cứng cổ; đầu bò đầu biếu

【愣头儿青】lèngtóurqīng<名>[方]kẻ càn rỡ; kẻ lỗ mãng; thằng liều

【愣着】lèngzhe<动>đang ngớ ra

【愣怔】lèngzheng<动>❶đờ đẫn nhìn ❷ngớ ra; ngây ra

【愣住】lèngzhù<动>chững lại

lī

哩 lī

【哩哩啰啰】līliluōluō lúng ta lúng túng; ấp a ấp úng

lí

厘 lí❶<数>li (1% của đơn vị đo lường): ~米 cen-ti-mét ❷<量>cen-ti-mét ❸<量>li (đơn vị tính lãi suất) ❹<动>[书]chỉnh lí; trị lí; điều khiển

【厘定】lídìng<动>[书]chỉnh lí; quy định lại

【厘清】líqīng<动>thu xếp làm rõ: ~事实 làm rõ sự thật

【厘正】lízhèng<动>[书]đính chính; hiệu chỉnh; sửa chữa

狸 lí
【狸猫】límāo<名>cáo; chồn
【狸子】lízi<名>báo

离¹ lí<动>❶xa; lìa; rời: 母子分~ mẹ con xa cách ❷cách: 我们家~她家很近。Nhà chúng tôi ở rất gần nhà chị ấy. ❸thiếu: ~开水，植物无法生存。Thiếu nước thì thực vật sẽ không thể sống nổi. //(姓)Li

离² lí<名>quẻ Li (một trong bát quái, tiêu biểu cho lửa)

【离岸价】lí'ànjià<名>[经济]giá FOB (trong thương mại quốc tế)

【离别】líbié<动>biệt li; xa cách; chia tay: ~家乡 xa cách quê hương

【离愁】líchóu<名>[书]nỗi buồn li tán (chia li); li sầu

【离岛】lídǎo<名>đảo rời

【离队】líduì<动>rời bỏ đội ngũ; rời khỏi cương vị: 若不服从指挥可以~。Nếu không chịu phục tùng chỉ huy thì có thể rời khỏi đội ngũ.

【离岗】lígǎng<动>rời cương vị

【离格儿】lígér<形>không theo chuẩn mực; không đúng điệu; phá rào: 他平时办事有点~。Thường thì anh ấy hay "phá rào" khi làm việc.

【离轨】líguǐ<动>❶tàu hỏa bị trượt ray ❷trượt ra ngoài quỹ đạo, quy tắc, khuôn khổ

【离合】líhé<动>li hợp; chia sẻ và đoàn tụ

【离合器】líhéqì<名>bộ li hợp; khớp li hợp

【离婚】líhūn<动>li hôn; li dị

【离婚率】líhūnlǜ<名>tỉ lệ li hôn

【离婚协议】líhūn xiéyì giấy thuận tình li hôn

【离婚证书】líhūn zhèngshū giấy chứng nhận li hôn

【离间】líjiàn<动>li gián; chia rẽ: 造谣~ xuyên tạc li gián

【离间计】líjiànjì<名>kế li gián

【离经叛道】líjīng-pàndào đi lệch với tôn chỉ; phiếm chỉ những nếp nghĩ và hành vi đi ngược với tư tưởng chỉ đạo và truyền thống

【离境】líjìng<动>xuất cảnh: 顺利~ xuất cảnh thuận lợi

【离开】líkāi<动>rời khỏi; xa rời; xa lìa; tách khỏi; tách rời: 他早已~原来的单位。Anh ấy đã rời khỏi đơn vị cũ từ lâu.

【离乱】líluàn<动>loạn li

【离谱】lípǔ<形>vượt quy tắc; phá rào: 物价高得~。Vật giá leo thang kinh khủng.

【离奇】líqí<形>li kì; kì lạ; khác thường

【离弃】líqì<动>rời bỏ; từ bỏ

【离情别绪】líqíng-biéxù tình cảm bịn rịn lúc chia li

【离群】líqún<动>lìa khỏi đồng đội; xa rời đội ngũ, tập thể

【离群索居】líqún-suǒjū bỏ đàn; lìa đồng bọn sống một mình

【离任】lírèn<动>rời chức

【离散】lísàn<动>❶li tán; chia lìa (người trong gia đình) ❷phân tán, lẻ tẻ, rời rạc

【离世】líshì<动>mất; tạ thế; qua đời

【离题】lítí<动>lạc đề: 这篇文章~了。Bài viết này lạc đề rồi.

L

【离题万里】lítí-wànlǐ lạc đề quá xa

【离退办】lí-tuìbàn<名>văn phòng giải quyết công việc hưu trí

【离退人员】lí-tuì rényuán những người hưu trí

【离退休】lí-tuìxiū người già hưu trí

【离析】líxī<动>[书]❶chia lìa; tan tác: 分崩 ~ (tập đoàn, nhà nước) tan rã ❷phân tích

【离弦走板】líxián-zǒubǎn chệch hướng; lạc hướng

【离乡背井】líxiāng-bèijǐng xa rời nơi chôn rau cắt rốn; rời xa quê hương; bỏ quê ra đi

【离心】líxīn<动>❶lục đục; không đoàn kết ❷[物理]li tâm: ~作用 tác dụng li tâm

【离心离德】líxīn-lídé nội bộ lục đục; không đoàn kết (trong tập thể); mỗi người một dạ

【离心力】líxīnlì<名>[物理]lực li tâm

【离休】líxiū<动>nghỉ an dưỡng; chế độ nghỉ hưu đặc cách cho cán bộ cách mạng lão thành

【离异】líyì<动>li hôn; li dị: 他们夫妻早已 ~。Họ đã li dị lâu rồi.

【离职】lízhí<动>❶tạm rời khỏi cương vị công tác; tạm xa rời công việc: ~查办 bị rời khỏi cương vị công việc và điều tra ❷thôi việc; nghỉ việc

【离子】lízǐ<名>li tử; i-ôn

梨 lí<名>❶cây lê ❷quả lê //(姓)Lê

【梨膏】lígāo<名>mứt lê; cao lê

【梨花】líhuā<名>hoa lê

【梨树】líshù<名>cây lê

【梨园】Líyuán<名>Lê Viên (nơi Đường Huyền Tông dạy cung nữ ca múa nhạc); rạp hát; giới nghệ sĩ sân khấu

【梨园子弟】líyuán zǐdì diễn viên hí khúc (cách gọi cũ)

【梨子】lízi<名>quả lê

犁 lí❶<名>cái cày: 农民扶着~。Người nông dân đang giữ chiếc cày trong tay. ❷<动>cày (ruộng): ~地 cày ruộng //(姓)Lê

【犁地】lídì<动>cày đất

【犁铧】líhuá<名>[农业]lưỡi cày

【犁牛】líniú<名>[方]trâu cày

【犁田】lítián<动>cày ruộng

【犁头】lítóu<名>[方]đầu cày

黎 lí<形>[书]❶đông: ~民 lê dân ❷đen sì //(姓)Lê

【黎黑】líhēi<形>[书](màu da, nước da) đen; đen sạm: 他经常在外作业，皮肤晒得~。Anh ấy thường làm việc ngoài trời, da bị nắng rám đen sạm.

【黎锦】líjǐn<名>một loại gấm dệt của dân tộc Lê Trung Quốc

【黎民】límín<名>[书]dân chúng; trăm họ; lê dân: ~百姓 lê dân bách tính/dân thường

【黎明】límíng<名>bình minh; rạng đông; ban mai

罹 lí<动>[书]gặp phải; mắc phải (bệnh tật hoặc tai họa)

【罹病】líbìng<动>[书]mắc phải bệnh tật: 他因操劳过度~身亡。Ông ấy do quá vất vả và mệt nhọc với công việc mà lâm bệnh từ trần.

【罹祸】líhuò<动>[书]gặp tai họa

【罹难】línàn<动>[书]mắc nạn; bị hại

篱 lí<名>rào; giậu; bờ giậu: 竹~茅舍 nhà tranh có hàng rào tre/bờ giậu

【篱笆】líba<名>hàng rào; bờ giậu

【篱笆墙】líbaqiáng<名>tường hàng rào

【篱落】líluò<名>[书]hàng rào; rào giậu

【篱栅】lízhà<名>hàng rào; lan can

礼

礼 lǐ❶<名>lễ; lễ nghi: 举办婚~ tổ chức lễ

cưới ❷<名>chào; vái: ~节 lễ tiết ❸<名>quà biếu; quà tặng: 送~ tặng quà ❹<动>[书] đối xử với nhau theo lễ: ~贤天下有识之士 hết sức tôn trọng tất cả những người có học thức //(姓)Lễ

【礼拜】lǐbài❶<动>[宗教]lễ bái; lễ: 做~ làm lễ ❷<名>[口]tuần; tuần lễ: 下~ tuần sau ❸<名>[口]thứ; ngày thứ (trong tuần): ~五 thứ sáu ❹<名>[口]chủ nhật

【礼拜堂】lǐbàitáng<名>[宗教]nhà thờ (nơi hành lễ của các tín đồ Cơ Đốc Giáo)

【礼拜天】lǐbàitiān<名>[口]chủ nhật

【礼宾】lǐbīn<形>lễ tân: ~司 Vụ Lễ tân

【礼兵】lǐbīng<名>[军事]binh lễ; đội danh dự

【礼成】lǐchéng<动>làm lễ xong; lễ thành

【礼单】lǐdān<名>danh mục lễ vật

【礼多人不怪】lǐ duō rén bù guài lễ nhiều chẳng ai trách

【礼法】lǐfǎ<名>lễ phép; ki cương phép tắc

【礼服】lǐfú<名>lễ phục: 男士~ bộ lễ phục nam

【礼盒】lǐhé<名>hộp quà; hộp (đựng) quà

【礼花】lǐhuā<名>pháo hoa; pháo bông

【礼教】lǐjiào<名>lễ giáo

【礼节】lǐjié<名>cử chỉ lễ phép; lễ tiết: ~性 拜访 chào lễ nghi

【礼金】lǐjīn<名>tiền lễ; tiền mừng; tiền biếu

【礼帽】lǐmào<名>mũ dạ; mũ phớt (dùng đồng bộ với lễ phục)

【礼貌】lǐmào❶<名>lễ độ: 他是个懂~的孩 子。Cậu ta là người rất có lễ độ. ❷<形>lễ phép; lịch sự

【礼炮】lǐpào<名>đại bác chào mừng

【礼品】lǐpǐn<名>lễ vật; quà biếu

【礼品卡】lǐpǐnkǎ<名>tấm các quà biếu; thẻ quà tặng

【礼聘】lǐpìn<动>lễ mời: 高薪~ mời (làm việc) với đồng lương cao

【礼轻情意重】lǐ qīng qíngyì zhòng quà nhỏ mà nặng tình nghĩa; của ít lòng nhiều

【礼券】lǐquàn<名>tem phiếu nhận quà: 凭~ 可再优惠100元。Mua bằng giấy nhận quà được ưu đãi 100 đồng RMB.

【礼让】lǐràng<动>lịch thiệp khiêm nhường

【礼尚往来】lǐshàngwǎnglái có đi có lại mới toại lòng nhau; đáp lễ theo lệ

【礼数】lǐshù<名>các loại nghi lễ

【礼俗】lǐsú<名>tục lệ; phong tục lễ nghi

【礼堂】lǐtáng<名>lễ đường; hội trường

【礼物】lǐwù<名>tặng phẩm; quà tặng; lễ vật

【礼贤下士】lǐxián-xiàshì hạ mình để trọng dụng hiền tài; mến trọng nhân tài

【礼仪】lǐyí<名>lễ nghi; nghi thức

【礼义廉耻】lǐ-yì-lián-chǐ lễ nghĩa liêm si

【礼遇】lǐyù<名>tiếp đãi long trọng (trọng thể); trọng đãi

【礼赞】lǐzàn<动>[书]ngợi ca: 生命~ ngợi ca sự sống

李 lǐ<名>❶cây mận ❷quả mận //(姓)Lí

【李代桃僵】lǐdàitáojiāng đào mận cùng chung hoạn nạn; sống chết có nhau; chịu lỗi cho người khác

【李子】lǐzi<名>❶cây mận ❷quả mận

里¹ lǐ<名>❶lót (bên trong áo, chăn); mặt trái của vải vóc: 被~是棉的。Lớp bên dưới của vỏ chăn bằng vải bông. ❷phía trong; bên trong; trong: 他住在~屋。Anh ấy ở buồng trong.

里² lǐ<名>❶phố phường: 邻~ hàng xóm ❷quê hương: 故~ quê cũ ❸lí (thôn, thời xưa quy định năm nhà là một lân, năm lân là một lí) //(姓)Lí

里³ lǐ<量>dặm (400 mét)

里 li<名>❶trong; nội bộ: 盆~ trong chậu ❷nơi; chỗ; bên; đằng; phía (dùng sau các từ chỉ địa điểm): 那~ ở chỗ kia

【里边】lǐbian<名>trong: 柜子~ trong tủ

L

【里程】lǐchéng〈名〉❶chặng đường; cuộc hành trình: 飞行~ chặng bay ❷quá trình phát triển: 成功的~ bước đường phát triển

【里程碑】lǐchéngbēi〈名〉❶mốc (cột) cây số ❷cái mốc đánh dấu (quá trình phát triển của lịch sử hoặc một sự kiện lớn)

【里出外进】lǐchū-wàijìn so le; khấp khểnh; không đều; cái thò cái thụt

【里脊】lǐji〈名〉thịt thăn: 糖醋~是一道很开胃的菜。Món thịt thăn sốt chua ngọt rất ngon.

【里里外外】lǐliwàiwài tất cả mọi việc; việc trong việc ngoài

【里弄】lǐlòng〈名〉[方]ngõ; xóm ngõ: ~工作 công tác phố phường

【里面】lǐmiàn〈名〉bên trong

【里圈】lǐquān〈名〉vòng trong

【里三层，外三层】lǐ sān céng, wài sān céng trong ba lớp ngoài ba lớp; người vây quanh đông như kiến

【里手】¹lǐshǒu〈名〉phía tay trái (chỉ phía trái xe hoặc cỗ máy): 她从~上车走了。Chị ấy đã lên xe từ bên trái.

【里手】²lǐshǒu〈名〉[方]tay sành; nhà nghề; chuyên gia: ~行家 tay sành sỏi trong nghề

【里头】lǐtou〈名〉[口]bên trong

【里外】lǐwài〈名〉cũng thế cả

【里外不是人】lǐwài bùshì rén cả hai mặt đều xử lí không tốt; theo bên nào cũng không ổn

【里屋】lǐwū〈名〉buồng (gian) trong

【里巷】lǐxiàng〈名〉ngõ phố; ngõ hẻm

【里应外合】lǐyìng-wàihé nội công ngoại ứng; nội công ngoại kích; trong ngoài phối hợp

【里子】lǐzi〈名〉lót bên trong áo hay chăn; lớp vải lót; nội dung bên trong

俚 lǐ〈形〉tục; thô tục; đung tục

【俚俗】lǐsú〈形〉thô tục quê mùa

【俚语】lǐyǔ〈名〉lời nói thô tục, quê mùa khó hiểu

理 lǐ ❶〈名〉thớ; đường vân: 肌~ thớ thịt ❷〈名〉lí; lí lẽ: ~当如此 lẽ ra phải như vậy ❸〈名〉khoa học tự nhiên; vật lí học: 数~化 toán lí hóa ❹〈动〉quản lí; xử sự: ~财 quản lí tiền nong và tài sản ❺〈动〉chỉnh lí; sửa sang; sắp xếp (cho gọn gàng): ~发 hớt tóc ❻〈动〉để ý (thái độ và ý kiến đối với người khác, thường dùng với ý phủ định): 他不~我了。Anh ta đã bỏ mặc tôi. //(姓)Lí

【理财】lǐcái〈动〉quản lí tài chính; quản lí tiền của

【理睬】lǐcǎi〈动〉để ý; quan tâm

【理当】lǐdāng〈动〉đáng lẽ; lẽ ra

【理发】lǐfà〈动〉cắt tóc

【理该】lǐgāi =【理当】

【理工】lǐgōng〈名〉khoa học công nghệ và tự nhiên: ~大学 Đại học Bách khoa

【理化】lǐhuà〈名〉vật lí và hóa học; lí hóa (tên gọi chung)

【理会】lǐhuì〈动〉❶hiểu; lĩnh hội: 这段话的意思不难~。Ý nghĩa của đoạn văn này không khó hiểu lắm. ❷chú ý; để ý: 人家说了半天，他也没有~。Người ta nói mãi mà hắn cũng chẳng thèm để ý. ❸hỏi han; đoái hoài ❹tranh luận; trao đổi ❺chăm sóc; xử lí

【理解】lǐjiě〈动〉hiểu biết; lí giải

【理解力】lǐjiělì〈名〉khả năng lí giải

【理科】lǐkē〈名〉khoa học tự nhiên; các môn khoa học tự nhiên

【理亏】lǐkuī〈形〉đuối lí; trái lẽ phải: 自知~ tự biết rằng mình đuối lí

【理疗】lǐliáo❶〈动〉vật lí trị liệu ❷〈名〉lí liệu (cách gọi tắt); lí liệu pháp

【理路】lǐlù〈名〉❶mạch nghĩ; mạch văn: 我觉得这篇文章~不清。Tôi thấy rằng bài viết này không mạch lạc. ❷[方]đạo lí; lí lẽ

【理论】lǐlùn❶〈名〉lí luận; lí thuyết: 科学~

lí luận khoa học ❷<动>tranh luận; trao đổi: 我不想和她~太多。Tôi không muốn tranh luận nhiều với cô ấy.

【理念】lǐniàn<名>❶niềm tin; lòng tin ❷quan niệm; tư tưởng

【理赔】lǐpéi<动>xử lí dịch vụ bồi thường

【理气】lǐqì<动>[中医]trị khí: 橘皮可以~。Vỏ quít có tác dụng trị khí.

【理屈】lǐqū<形>đuối lí

【理屈词穷】lǐqū-cíqióng đuối lí cứng lưỡi

【理事】lǐshì❶<动>quản lí; quản trị: 我已经退休，不~了。Tôi đã nghỉ hưu, không lo những việc đó nữa. ❷<名>người thường trực; người quản lí: 联合国常任~国 nước ủy viên thường trực Hội đồng bảo an Liên hợp quốc

【理事会】lǐshìhuì<名>ban trị sự; hội đồng

【理事长】lǐshìzhǎng<名>giám đốc điều hành

【理顺】lǐshùn<动>làm cho thuận lợi: ~关系 làm quan hệ thuận lợi rõ ràng

【理所当然】lǐsuǒdāngrán lẽ đương nhiên; lẽ tất nhiên

【理想】lǐxiǎng❶<名>lí tưởng: 他的~很远大。Anh ấy có lí tưởng rất cao xa. ❷<形>lí tưởng; tốt (như mong muốn): ~效果 hiệu quả lí tưởng

【理性】lǐxìng❶<形>lí tính: ~认识 nhận thức lí tính ❷<名>lí trí: 很多投资者的理念尚未回归~。Nhận thức của nhiều người đầu tư còn chưa phục hồi.

【理性认识】lǐxìng rènshi nhận thức lí tính

【理学】lǐxué<名>lí học (phái triết học duy tâm thời Tống - Minh Trung Quốc)

【理应】lǐyīng<动>đáng lí; lẽ ra

【理由】lǐyóu<名>lí do

【理喻】lǐyù<动>giải thích cho rõ: 不可~ không thể giải thích rõ

【理直气壮】lǐzhí-qìzhuàng (đầy) lí lẽ hùng hồn

【理智】lǐzhì❶<名>lí trí: 这一刻，~战胜了冲动。Vào lúc này thì lí trí đã chiến thắng sự bộp chộp. ❷<形>lí tính và thông minh

锂lǐ<名>Li-ti (kí hiệu: Li)

【锂电池】lǐdiànchí<名>pin bằng Li

鲤lǐ<名>cá chép

【鲤鱼跳龙门】lǐyú tiào lóngmén cá chép hóa rồng; người nhảy vọt lên địa vị cao sang

醴lǐ<名>[书]❶rượu ngọt ❷nước suối mát ngọt

lì

力lì❶<名>lực ❷<名>lực lượng; năng lực: 财~物~ sức người sức của ❸<名>thể lực; sức lực; sức khỏe: 用~推车 dùng sức đẩy xe đi ❹<动>cố gắng; tận lực; nỗ lực: ~争提前完成任务 cố gắng hoàn thành nhiệm vụ trước thời hạn // (姓)Lực

【力帮】lìbāng<动>cố gắng giúp đỡ

【力避】lìbì<动>cố tránh

【力不从心】lìbùcóngxīn lực bất tòng tâm

【力持】lìchí<动>kiên trì; cố giữ vững

【力促】lìcù<动>cố gắng thúc đẩy; ra sức tác động

【力挫】lìcuò<动>ra sức đánh bại

【力道】lìdào<名>[方]❶sức lực; lực lượng; sức mạnh: 有~ có sức lực ❷hiệu lực; tác dụng: 化肥比粪肥~来得快。Phân hóa học có tác dụng nhanh hơn phân bắc.

【力度】lìdù<名>❶sức (cấp độ lực): 这次台风的~很大。Cường độ cơn bão này rất mạnh. ❷cường độ âm nhạc ❸sức nặng; chiều sâu: 警方正以前所未有的~对这起凶杀案进行全面侦查。Phía cảnh sát đang nỗ lực với mức độ chưa từng có triển khai toàn diện công tác điều tra đối với vụ án mạng này.

【力荐】lìjiàn<动>ra sức giới thiệu; ra sức đề cử: 大家~小王当主任。Mọi người ra sức

L

đề cử cô Vương làm chủ nhiệm.

【力竭声嘶】lìjié-shēngsī sức cùng lực kiệt

【力戒】lìjiè<动>hết sức phòng ngừa; cố tránh

【力矩】lìjǔ<名>[物理]lực mômen

【力克】lìkè<动>ra sức khắc chế; dốc sức đánh thắng

【力量】lìliàng<名>❶sức lực: 人小~大 người nhỏ mà sức lớn ❷tác dụng; hiệu lực: 这种农药的~大. Tác dụng của thuốc trừ sâu này rất mạnh. ❸năng lực; khả năng: 尽一切~完成任务. Cố gắng hết khả năng để hoàn thành nhiệm vụ. ❹lực lượng: 军事~ lực lượng quân sự

【力排众议】lìpái-zhòngyì cố gắng to lớn khắc phục những ý kiến bất đồng

【力拼】lìpīn<动>gắng liều; dốc sức chống đỡ

【力气】lìqi<名>[口]sức lực; sức; lực: 费~ mất công sức

【力气活儿】lìqihuór<名>công việc nặng

【力求】lìqiú<动>gắng đạt tới; cố đạt tới: ~事成 cố gắng nên việc

【力士】lìshì<名>người có sức mạnh: 大~ lực sĩ

【力所能及】lìsuǒnéngjí khả năng cho phép (làm được); đủ sức cáng đáng

【力挺】lìtǐng<动>ra sức ủng hộ: 我们将对你~到底. Chúng tôi ra sức ủng hộ anh đến cùng.

【力透纸背】lìtòuzhǐbèi❶(chữ viết) rắn rỏi, cứng cáp ❷(bài văn) sâu sắc, đầy sức thuyết phục

【力图】lìtú<动>phấn đấu; cố gắng đạt được; cố sức

【力挽狂澜】lìwǎn-kuánglán ra sức xoay chuyển tình thế hiểm nghèo

【力行】lìxíng<动>cố gắng thực hiện; cố làm: 身体~ sự nỗ lực của bản thân

【力学】lìxué<名>lực học

【力邀】lìyāo<动>ra sức mời: ~知名企业加入此次活动 cố gắng mời các doanh nghiệp có uy tín tham gia hoạt động lần này

【力战】lìzhàn<动>ra sức chiến đấu

【力争】lìzhēng<动>❶tranh thủ; cố gắng: ~过关 cố gắng thông qua một cách chót lọt ❷tranh luận; đấu lí: 据理~ dựa vào lí lẽ để tranh luận

【力争上游】lìzhēng-shàngyóu cố gắng vượt lên hàng đầu

【力证】lìzhèng❶<动>cố gắng minh chứng cho ❷<名>bằng chứng hùng hồn

【力主】lìzhǔ<动>cực lực chủ trương

【力作】lìzuò<名>tác phẩm kì công: 人们把这部小说当作体现人性善良的~. Người ta coi bộ tiểu thuyết này là một tác phẩm kì công trong việc thể hiện tính lương thiện của con người.

历¹ lì ❶<动>trải qua; từng trải: ~险半月 từng trải gay go nguy hiểm trong suốt nửa tháng ❷<形>trước; trước kia: ~代 các đời đời trước ❸<副>[书]đủ; khắp; tất cả: ~访各地 đi thăm khắp nơi ❹<副>[书]từng cái một: ~数 đếm từng cái một ❺<名>từng trải: 病~ y bạ //(姓)Lịch

历² lì<名>lịch: 阴~ âm lịch

【历本】lìběn<名>cuốn lịch; quyển lịch

【历朝】lìcháo<名>❶các đời; các triều đại: ~科举制度 chế độ khoa cử của các triều đại ❷thời kì thống trị

【历陈】lìchén<动>trình bày từng chuyện

【历程】lìchéng<名>lịch trình; chặng đường (trải qua): 心路~ quá trình tâm lí

【历次】lìcì<形>các lần trước

【历代】lìdài<名>❶các triều đại: ~名画 những danh họa của các triều đại ❷qua nhiều thế hệ: 这个家族~从医. Nhiều thế hệ của gia tộc này đều hành nghề y. ❸các thời kì: 这里的珍珠养殖业~不衰. Nghề nuôi trai ở vùng này qua nhiều thời kì vẫn không bị suy yếu.

【历法】lìfǎ<名>lịch pháp; phép làm lịch

【历届】lìjiè<形>các khóa trước; các nhiệm kì trước

【历尽】lìjìn<动>nhiều lần trải qua; nhiều lần gặp phải: ~沧桑 trải qua nhiều đau thương

【历经】lìjīng<动>từng trải; trải qua: ~磨砺，生命之花更加鲜艳。Dạn dày sương gió, bông hoa sự sống càng thêm tươi thắm.

【历久】lìjiǔ<动>trải qua thời gian dài: ~弥新 thời gian càng dài ấn tượng càng sâu sắc

【历来】lìlái<副>xưa nay; vốn

【历历】lìlì<形>rõ mồn một; rõ ràng: 二十年前的情景至今~在目。Cảnh vật 20 năm trước đến nay vẫn hiện ra rành rành trước mắt.

【历练】lìliàn❶<动>từng trải; rèn luyện: 他决定到基层~自己。Anh ấy đã quyết định xuống cơ sở để tôi luyện cho bản thân mình. ❷<形>lão luyện; đầy kinh nghiệm; lịch duyệt: 他已有20多年处理会务工作的经验，办事~。Ông ấy đã có hơn 20 năm kinh nghiệm về mặt tổ chức hội nghị, vì vậy mà làm việc rất điêu luyện.

【历年】lìnián<名>bao năm qua

【历任】lìrèn❶<动>đảm nhiệm nhiều lần; lần lượt đảm nhiệm ❷<形>các nhiệm kì trước

【历时】lìshí❶<动>(sự việc) trải qua thời gian dài; kéo dài trong: ~三天才完成这个仪式。Phải mất những 3 ngày mới hoàn tất được nghi thức này. ❷<形>các thời kì khác nhau trong sự phát triển của lịch sử

【历史】lìshǐ<名>❶lịch sử; quá trình phát triển: ~文物 văn vật lịch sử ❷sự việc quá khứ ❸tài liệu ghi chép sự việc quá khứ ❹môn lịch sử; sử học

【历史观】lìshǐguān<名>quan điểm lịch sử

【历史剧】lìshǐjù<名>kịch lịch sử

【历史唯物主义】lìshǐ wéiwù zhǔyì chủ nghĩa duy vật lịch sử

【历史唯心主义】lìshǐ wéixīn zhǔyì chủ nghĩa duy tâm lịch sử

【历世】lìshì<名>các đời trước

【历书】lìshū<名>sách lịch

【历数】lìshǔ<动>liệt kê; liệt kê từng cái (điều, vấn đề): 妻子~他的过错。Bà vợ kể lể những điều không nên không phải của ông ấy.

【历险】lìxiǎn<动>trải qua nguy hiểm; mạo hiểm: 尽管多次~，但他仍然执着于登山运动。Dù đã nhiều lần gặp nguy, mà anh ấy vẫn kiên trì tham gia môn thể thao leo núi.

厉 lì<形>❶nghiêm ngặt ❷nghiêm túc; nghiêm khắc: ~色 nét mặt nghiêm khắc // (姓)Lệ

【厉鬼】lìguǐ<名>ác quỷ; quỷ quái

【厉害】lìhai<形>❶ghê gớm; lợi hại; hung dữ mạnh mẽ: 疼得~ đau ghê gớm; 在这部电影里，他可是个~角色。Trong bộ phim này, anh ấy đóng một vai rất ghê gớm. ❷nghiêm khắc

【厉色】lìsè<名>sắc mặt nghiêm nghị; vẻ mặt phẫn nộ

【厉声】lìshēng<副>nghiêm giọng: ~呵斥 nghiêm giọng trách mắng

【厉行】lìxíng<动>thực hiện nghiêm chỉnh

立 lì❶<动>đứng: ~正 đứng nghiêm ❷<动>dựng (đứng) lên: 把梯子~起来。Dựng cái thang lên. ❸<形>đứng thẳng; đứng: ~柜 tủ đứng ❹<动>xây dựng; lập: ~功 lập công ❺<动>lập ra; định ra; kí kết: ~约 lập ước ❻<动>[旧]lập ngôi vua; lên ngôi: ~皇太子 tấn phong hoàng thái tử ❼<动>tồn tại; đứng vững: 独~ độc lập ❽<动>xác lập; lập ngôi kế vị ❾<副>lập tức; tức khắc; ngay: ~刻 lập tức // (姓)Lập

L

【立案】lì'àn〈动〉❶ghi biên bản; làm hồ sơ đăng kí ❷lập hồ sơ chuyên án: 他被~调查了。Ông ta đã bị lập hồ sơ chuyên án điều tra. ❸đưa hồ sơ chuyên án vào việc xét xử

【立标】lìbiāo〈动〉cọc tiêu hàng hải

【立场】lìchǎng〈名〉❶chỗ đứng và thái độ xử sự ❷lập trường: ~坚定 lập trường vững vàng

【立储】lìchǔ〈动〉lập thái tử

【立春】lìchūn❶〈动〉bắt đầu mùa xuân; sang xuân ❷〈名〉tiết Lập xuân

【立此存照】lìcǐ-cúnzhào nay viết giấy làm bằng

【立党为公】lìdǎng wèigōng lập đảng vị công

【立等】lìděng〈动〉❶đợi một chút: ~可取 đợi một lát là có thể lấy ngay ❷chờ giải quyết: ~回信 đợi hồi âm ngay

【立地】¹lìdì〈动〉❶đứng trên mặt đất: 顶天~ đầu đội trời, chân đạp đất ❷〈名〉đất trồng: 这片地区降水少，常年高温，对于大部分植物来说，~条件较差。Khu vực này mưa ít, nhiệt độ trung bình trong năm cao, đối với đại đa số cây trồng mà nói thì điều kiện đất trồng tương đối kém.

【立地】²lìdì〈副〉lập tức: 放下屠刀，~成佛。Bỏ con dao giết người xuống là lập tức thành Phật ngay.

【立定】lìdìng〈动〉❶đứng lại (khẩu lệnh quân sự, thể thao) ❷đứng vững: ~脚跟 gót chân hình chữ V (đứng nghiêm) ❸xác định rõ ràng: ~目标 xác định rõ mục tiêu

【立定跳远】lìdìng tiàoyuǎn đứng tại chỗ nhảy xa; môn nhảy xa không chạy đà

【立冬】lìdōng❶〈动〉bắt đầu mùa đông (mùa đông đến) ❷〈名〉tiết Lập đông

【立法】lìfǎ〈动〉lập pháp: 进行财产~ tiến hành lập pháp về mặt tài sản

【立方】lìfāng❶〈名〉lập phương; lũy thừa ba ❷〈名〉khối lập phương; hình lập phương (gọi tắt) ❸〈量〉mét khối (m³)

【立方根】lìfānggēn〈名〉căn bậc ba

【立方体】lìfāngtǐ〈名〉hình khối; khối lập phương

【立竿见影】lìgān-jiànyǐng dựng sào thấy bóng; xấu hay tốt bày ra cả đấy; hiệu quả nhanh chóng

【立功】lìgōng〈动〉lập công: 多次~ nhiều lần lập công

【立功赎罪】lìgōng shúzuì lập công chuộc tội: 罪犯明白，他只有~才能减刑。Can phạm hiểu rõ, hắn chỉ có lập công chuộc tội mới được giảm nhẹ hình phạt.

【立国】lìguó〈动〉dựng nước; xây dựng đất nước: ~之本 nền tảng dựng nước/cơ sở dựng nước

【立户】lìhù〈动〉❶xây dựng gia đình; lập hộ ❷lập tài khoản; lập sổ tiết kiệm

【立即】lìjí〈副〉lập tức; ngay; tức khắc: 用完~交回。Dùng xong trả lại ngay.

【立交】lìjiāo〈动〉giao thoa lập thể

【立交桥】lìjiāoqiáo〈名〉cầu vượt

【立脚】lìjiǎo〈动〉đứng chân: 他这种片面的观点难以~。Quan điểm phiến diện này của anh ấy rất khó có chỗ đứng.

【立脚点】lìjiǎodiǎn〈名〉❶chỗ đứng; điểm đứng: 为消费者着想，是产品设计的~。Tính đến yếu tố người tiêu dùng chính là cơ sở của việc thiết kế sản phẩm. ❷chỗ dựa; điểm tựa: 先巩固~，再求发展。Trước tiên củng cố vị trí, rồi tiếp tục phát triển.

【立决】lìjué〈动〉[书]lập tức xử tử

【立刻】lìkè〈副〉tức khắc; lập tức; ngay: 请大家~到会议室去。Mời mọi người đến ngay phòng họp.

【立领】lìlǐng〈名〉(kiểu áo) cổ đứng

【立论】lìlùn〈动〉lập luận: 用证据~ dùng bằng chứng để lập luận

【立马】lìmǎ<副>[方]lập tức; tức tốc: 有消息请~通知我。Có tin thì tức tốc báo lại cho tôi.

【立门户】lì ménhù lập môn hộ; lập môn phái: 他离开组织，另~。Anh ấy đã xa rời tổ chức và lập môn hộ riêng.

【立秋】lìqiū❶<动>lập thu; bắt đầu vào thu ❷<名>tiết Lập thu

【立身处世】lìshēn-chǔshì đối nhân xử thế; ứng xử việc đời

【立时】lìshí<副>lập tức; ngay

【立式】lìshì<名>kiểu đứng

【立誓】lìshì<动>thề; thề thốt

【立体】lìtǐ❶<形>[数学]hình khối; hình ba chiều: ~图形 đồ hình lập thể ❷<名>khối hình học ❸<形>(trên dưới) nhiều tầng; đa phương: ~气候 khí hậu đan xen nhau ❹<形>hình nổi: ~思维 tư duy hình nổi/tư duy ba chiều

【立体电影】lìtǐ diànyǐng phim nổi; phim lập thể (3D)

【立体几何】lìtǐ jǐhé hình học không gian

【立体声】lìtǐshēng<名>âm thanh nổi; stereo

【立体图】lìtǐtú<名>hình vẽ nổi; hình vẽ không gian; hình vẽ lập thể

【立夏】lìxià❶<动>vào (mùa) hè; bắt đầu vào hạ ❷<名>tiết Lập hạ

【立宪】lìxiàn<动>lập hiến

【立项】lìxiàng<动>lập thành hạng mục công trình (được phê chuẩn)

【立业】lìyè<动>❶lập nghiệp: 建功~ kiến công lập nghiệp ❷gây dựng cơ đồ: 成家~ thành gia lập nghiệp

【立意】lìyì<动>❶quyết định: 我~要到北方工作。Tôi quyết định lên miền Bắc triển khai công việc. ❷xác định chủ đề; lập ý: 他的文章~不错。Chủ đề bài viết của anh ấy khá hấp dẫn.

【立于不败之地】lì yú bù bài zhī dì đứng vững không thất bại

【立约】lìyuē<动>lập khế ước; làm hợp đồng

【立账】lìzhàng<动>lập tài khoản; mở tài khoản

【立正】lìzhèng<动>nghiêm (khẩu lệnh quân sự hoặc thể thao)

【立志】lìzhì<动>lập chí; nuôi chí; quyết chí

【立锥之地】lìzhuīzhīdì mảnh đất cắm dùi (chỉ đất hẹp)

【立字为据】lìzìwéijù viết chữ làm bằng chứng; lập biên bản

【立足】lìzú<动>❶đứng vững; trụ vững: 今后缺乏技术优势的公司可能难以~。Sau này những công ti không có thế mạnh về mặt công nghệ sẽ rất khó mà đứng vững được. ❷giữ vững; bám chắc: 文化产业发展要~本地实际。Phát triển ngành nghề văn hóa cần phải xuất phát từ tình hình thực tế của địa phương.

【立足点】lìzúdiǎn<名>❶điểm tựa ❷chỗ đứng

【立足之地】lìzúzhīdì chỗ đứng

吏 lì<名>[旧]❶lại; viên chức nhỏ: 胥~ chức tư lại ❷quan lại: 酷~ quan lại độc ác //(姓)Lại

丽¹ lì<形>đẹp; đẹp đẽ; mĩ lệ: 秀~ xinh xắn //(姓)Lệ

丽² lì<动>[书]nương nhờ; bám: 附~ dựa vào

【丽人】lìrén<名>[书]người đẹp

【丽日】lìrì<名>[书]vầng dương rạng rỡ

【丽质】lìzhì<名>đẹp người đẹp nết (chỉ phụ nữ): 天生~ con người xinh đẹp nết na

励 lì<动>❶khích lệ; khen ❷[书]hăng hái //(姓)Lệ

【励精图治】lìjīng-túzhì hăng hái lo toan việc nước; chăm lo việc nước

【励志】lìzhì<动>[书]dốc chí; quyết chí

利 lì❶<形>sắc; sắc bén: ~器 vũ khí sắc bén ❷<形>thuận lợi; tiện lợi: 不~ bất lợi ❸<名>lợi ích; bổ ích: 权衡~弊 sự cân nhắc

L

giữa cái lợi với cái hại ❹<名>lãi; lời; lợi nhuận; lợi tức: 谋取暴~ mưu tính có được mức lời lớn ❺<动>làm lợi cho; lợi cho: ~人~己 lợi người lợi ta /// (姓)Lợi

【利弊】lìbì<名>lợi hại; hơn thiệt

【利导】lìdǎo<动>dẫn dắt, hướng dẫn theo xu thế phát triển của sự vật

【利钝】lìdùn<名>❶sắc hoặc cùn ❷thuận lợi hoặc khó khăn

【利改税】lìgǎishuì<名>nộp lãi đổi thành đóng thuế

【利滚利】lìgǔnlì lãi mẹ đẻ lãi con

【利害】lìhài<名>lợi hại; hơn thiệt: ~攸关 liên quan đến lợi ích của mình

【利好】lìhǎo<名>[金融]thông tin có ích (giá lên): 低迷已久的股市传来~消息。Thị trường cổ phiếu uể oải lâu nay rốt cuộc đã có tin tức đáng khích lệ.

【利己】lìjǐ<动>ích kỉ: 此事损人不~。Việc này làm tổn hại cho người khác mà lại chẳng đem lại lợi ích cho bản thân.

【利己主义】lìjǐ zhǔyì chủ nghĩa vị kỉ; tư tưởng ích kỉ

【利空】lìkōng<名>[金融]thông tin vô ích (giá xuống)

【利令智昏】lìlìngzhìhūn tối mắt vì lợi; thấy lợi tối mắt

【利禄】lìlù<名>[书]lợi lộc; tiền tài bổng lộc: 功名~ công danh lợi lộc

【利率】lìlǜ<名>lãi suất; tỉ lệ lãi: 定期~ lãi suất định kì

【利落】lìluo<形>❶(lời nói, động tác) nhanh nhẹn; linh hoạt: 办事~ làm việc nhanh gọn ❷chỉnh tề; gọn gàng: 她把屋子收拾得干净~。Chị ấy đã dọn dẹp căn phòng gọn gàng sạch sẽ. ❸hoàn tất; hẳn: 等你的病好~了再去。Để bệnh của anh khỏi hẳn rồi mới đi.

【利尿】lìniào<动>lợi tiểu

【利器】lìqì<名>❶vũ khí sắc bén ❷công cụ sắc bén

【利钱】lìqián = 【利息】

【利刃】lìrèn<名>❶lưỡi dao sắc bén ❷dao (kiếm) sắc: 举起反腐倡廉的~ giương ngọn kiếm sắc để bảo vệ sự liêm khiết chống tham nhũng

【利润】lìrùn<名>lợi nhuận; lãi

【利市】lìshì❶<名>[书]lợi nhuận; lãi; lời: 三倍~ lợi nhuận gấp ba lần ❷<名>[方]dự đoán việc mua bán gặp thuận lợi ❸<名>[方]tiền thưởng ❹<形>[方]may mắn; thuận lợi; tốt lành; tốt đẹp

【利税】lìshuì<名>tiền thuế về lợi nhuận

【利索】lìsuo = 【利落】

【利息】lìxī<名>lợi tức; lãi

【利益】lìyì<名>lợi ích; quyền lợi; ích lợi: 互通 lợi ích tương thông

【利用】lìyòng<动>❶lợi dụng; sử dụng; dùng: ~机器人干家务 sử dụng người máy để làm công việc gia đình ❷lợi dụng (dùng thủ đoạn để trục lợi): ~职权谋私利 lợi dụng chức vụ và quyền lực để trục lợi

【利诱】lìyòu<动>dụ dỗ; cám dỗ; quyến rũ: 革命者面对敌人的威逼~都毫不动摇。Những người cách mạng không hề lung lay dao động trước đe dọa và cám dỗ của kẻ địch.

【利于】lìyú<动>có lợi cho; có lợi đối với

【利欲熏心】lìyù-xūnxīn vàng đỏ nhọ lòng son; hám lợi đen lòng; tiền bạc, lợi ích làm mê muội tâm can

沥 lì❶<动>nhỏ giọt: ~血 nhỏ giọt máu ❷<名>giọt: 余~ giọt còn lại

【沥青】lìqīng<名>hắc ín; nhựa đường: 每条街道都铺上~。Mỗi đường phố đều trải nhựa đường.

【沥水】lìshuǐ<名>nước úng; nước đọng

例 lì❶<名>ví dụ: ~证 ví dụ chứng minh ❷<名>lệ; lề thói; thói quen: 援~ dẫn ví dụ cũ ❸<名>trường hợp; ca: 病~ ca bệnh ❹ <名>quy tắc; thể lệ; thể thức: 制定条~ đặt ra điều lệ ❺<形>thường lệ; lệ thường: 开~ 会 họp thường kì

【例规】lìguī<名>❶lệ cũ; lệ quen; cách làm thường lệ ❷[旧]thông lệ: 按~收钱 thu lệ phí ❸quy tắc; điều lệ; pháp quy

【例会】lìhuì<名>hội nghị thường kì; cuộc họp thường lệ

【例假】lìjià<名>❶thời gian nghỉ; dịp nghỉ (trong những ngày lễ, tết) ❷kinh nguyệt; hành kinh; kì kinh nguyệt

【例句】lìjù<名>câu ví dụ

【例如】lìrú<动>ví dụ; ví như: 他去过很 多地方，~北京、上海等。Anh ấy đã đi nhiều nơi như Bắc Kinh, Thượng Hải, v.v.

【例题】lìtí<名>vấn đề nêu làm ví dụ; câu hỏi ví dụ; ví dụ mẫu

【例外】lìwài❶<动>ngoại lệ; lệ ngoại: 大家 必须参加会议，没有谁~。Mọi người đều phải tham gia cuộc họp, không ai là ngoại lệ cả. ❷<名>trường hợp ngoại lệ: 一般来说， 北方冬天很冷，但也有~。Thông thường thì miền Bắc rất lạnh vào mùa đông, tuy nhiên cũng có trường hợp ngoại lệ.

【例行】lìxíng<动>xử lí theo quy định hay thông lệ: ~检查 kiểm tra theo quy định

【例言】lìyán<名>thể lệ; phàm lệ

【例证】lìzhèng<名>ví dụ chứng minh: 辞书 有~方便读者学习。Từ điển nêu ví dụ tạo thuận lợi cho bạn đọc học hỏi.

【例子】lìzi<名>[口]ví dụ; thí dụ; giả dụ

戾 lì[书]❶<名>tội lỗi: 罪~ tội lỗi ❷<形> ngang ngạnh; ngang ngược: 暴~ tàn bạo

【戾气】lìqì<名>❶lệ khí (khái niệm trong y học truyền thống Trung Hoa) ❷cách xử sự tàn nhẫn, không có tình nghĩa

隶 lì❶<动>phụ thuộc; lệ thuộc: ~属 lệ thuộc ❷<名>[旧]nô lệ; đầy tớ: 仆~ đầy tớ ❸ <名>[旧]nha dịch: 皂~ sai dịch của nha môn ❹<名>(thể) lệ thư (một thể viết chữ Hán)

【隶书】lìshū<名>(kiểu chữ) lệ thư

【隶属】lìshǔ<动>lệ thuộc; phụ thuộc: 学院 ~大学管理。Học viện lệ thuộc sự quản lí của trường đại học.

【隶字】lìzì = 【隶书】

荔 lì<名>quả vải; cây vải //(姓)Lệ

【荔枝】lìzhī<名>❶cây vải ❷quả vải

【荔枝蜜】lìzhīmì<名>mật vải; mật ong hoa vải

栎 lì<名>cây sồi

俪 lì❶<形>thành đôi; thành cặp ❷<名>vợ chồng

【俪影】lìyǐng<名>ảnh đôi (vợ chồng)

莅 lì<动>[书](kính từ) đến; đi đến; tới

【莅场】lìchǎng<动>[书]đến hiện trường

【莅会】lìhuì<动>[书]đến dự họp; đến họp

【莅临】lìlín<动>[书]quá bộ; ghé bước; đến: 欢迎领导~我校指导工作。Chào mừng lãnh đạo đến trường chỉ đạo.

【莅任】lìrèn<动>[书]đến nhậm chức; đến nhận nhiệm vụ

【莅席】lìxí<动>[书]đến dự

栗¹ lì<名>❶dẻ ❷hạt dẻ //(姓)Lật
栗² lì<动>run; run lẩy bẩy: 不寒而~ không rét mà run

【栗暴】lìbào<名>cốc đầu; kí đầu; cú đầu; gõ đầu: 我一气之下，给了他几个~。Tôi bực mình cho cậu ấy mấy cái cốc.

【栗烈】lìliè<形>lạnh

【栗然】lìrán<形>[书]vẻ run rẩy

【栗色】lìsè<名>màu hạt dẻ; màu nâu; màu bánh mật: ~的皮肤 nước da màu bánh mật

【栗子】lìzi<名>hạt dẻ

【栗子树】lìzishù<名>cây dẻ

砺 lì[书]❶<名>đá mài ❷<动>mài (dao): 磨~ mài giũa

【砺剑】lìjiàn<动>mài kiếm

L

【砺石】lìshí<名>[书]❶đá mài ❷đá thô: ~用于磨刀。Đá thô dùng để mài dao.

砾 lì<名>đá dăm

【砾石】lìshí<名>đá cuội; sỏi

【砾岩】lìyán<名>đá cuội

笠 lì<名>nón

粒 lì❶<名>hạt (nhỏ); mảnh (nhỏ vụn): 米~儿 hạt gạo ❷<量>hạt; viên: 几~黄豆 vài hạt đậu tương; 每次三~ mỗi lần (uống) 3 viên

【粒度】lìdù<名>[冶金]độ hạt; cỡ hạt

【粒米束薪】lìmǐ-shùxīn thiếu lương thực và củi đốt

【粒状】lìzhuàng<形>dạng hạt: ~药丸 thuốc viên dạng hạt

【粒子】lìzǐ<名>hạt cơ bản (hạt particle): 带电~ hạt tích điện

【粒子】lìzi<名>hạt

痢 lì<名>bệnh kiết lị

【痢疾】lìji<名>bệnh kiết lị

liǎ

俩 liǎ(数量)[口]❶hai (người); đôi: 夫妻~ đôi vợ chồng ❷chút ít; vài ba: 以前他每个月就挣~钱。Trước đây thì tháng nào ông ấy cũng chỉ kiếm được chút ít tiền.

【俩人】liǎrén hai người

lián

奁 lián<名>tráp (hộp trang sức của phụ nữ thời xưa)

连 lián❶<动>gắn bó; liên kết; gắn liền: 军民~心 quân dân gắn bó đồng lòng ❷<副>liền; suốt; liên tiếp: ~年丰收 được mùa mấy năm liền ❸<介>gồm cả; kể cả: ~这个盘子共有十个。Kể cả chiếc này thì tất cả có 10 chiếc đĩa。❹<介>thậm chí: 此事~我也不知。Việc ấy ngay cả tôi cũng chẳng rõ。❺

<名>[军事]đại đội: 炮兵~ đại đội pháo binh //(姓)Liên

【连本带利】liánběn-dàilì cả vốn lẫn lãi

【连蹦带跳】liánbèng-dàitiào vừa chạy vừa nhảy

【连鬓胡子】liánbìn húzi râu quai nón; râu quay bị; râu xồm

【连播】liánbō<动>phát sóng liên tục; cùng một nội dung hay đề tài được đài phát thanh truyền hình phát liên tục nhiều buổi

【连词】liáncí<名>liên từ; từ nối

【连带】liándài<动>❶liên quan; liên hệ; liên đới: 夫妻之间有~关系。Vợ chồng có quan hệ liên đới với nhau。❷liên lụy; dính dáng: ~责任 trách nhiệm liên lụy ❸phụ thêm; bổ sung thêm; tiện thể; nhân tiện: 你帮我修表时,~把表带换了。Khi chữa đồng hồ, anh tiện thể thay luôn cho tôi cái dây đeo.

【连读】liándú<动>đọc liền; đọc nối

【连队】liánduì<名>đại đội

【连发】liánfā<动>bắn liên thanh

【连番】liánfān<副>nhiều lần liên tục

【连根拔】liángēnbá nhổ cả gốc; nhổ cả rễ: 封建观念要~。Cần nhổ bật cả gốc đối với quan niệm phong kiến.

【连亘】liángèn<动>trùng điệp; liền nhau; san sát

【连拱桥】liángǒngqiáo<名>cầu liền vòm

【连贯】liánguàn<动>ăn khớp; nối liền (nhau); liên quan: 意思~ nghĩa liên quan

【连贯性】liánguànxìng<名>tính nối liền

【连冠】liánguàn<名>liên tục giành chức quán quân: 五~ liên tục 5 lần giành chức quán quân

【连滚带爬】liángǔn-dàipá lăn lê bò toài (thường ví đã áp dụng tất cả mọi biện pháp)

【连锅端】liánguōduān tiêu diệt gọn; bắt gọn: 敌人被~了。Bọn địch đã bị diệt gọn.

【连号】liánhào<名>con số liền nhau

【连环】liánhuán<形>liên hoàn

【连环计】liánhuánjì<名>kế liên hoàn

【连环画】liánhuánhuà<名>tranh truyện; tranh liên hoàn

【连击】liánjī<名>bóng đúp

【连脚裤】liánjiǎokù<名>quần liền tất (của trẻ sơ sinh)

【连接】liánjiē<动>❶(sự vật) liên tiếp; san sát: 雪山~在一起。Những ngọn núi tuyết liền nhau. ❷nối; nối liền; tiếp nối: ~互联网 tiếp nối mạng Internet

【连接号】liánjiēhào<名>dấu gạch nối

【连接线】liánjiēxiàn<名>sợi nối; dây nối

【连襟】liánjīn<名>anh em đồng hao; anh em cọc chèo

【连裤袜】liánkùwà<名>tất liền quần

【连累】liánlei<动>liên lụy; dính líu; liên quan đến: 不好意思, 这事~你了。Xin lỗi, việc này đã làm anh bị liên lụy.

【连理】liánlǐ[书]❶<动>liền cành ❷<名>tình nghĩa vợ chồng: 他俩终于喜结~。Rốt cuộc hai người đã nên vợ nên chồng.

【连理枝】liánlǐzhī<名>tình vợ chồng; tình nghĩa vợ chồng

【连连】liánlián<副>liên tiếp; lia lịa; liên tục

【连忙】liánmáng<副>vội vàng; vội vã

【连绵】liánmián<动>san sát; liên miên; liên tục: 战火~ chiến tranh liên miên

【连绵不绝】liánmián-bùjué liên miên; liên tục; không ngớt

【连年】liánnián<动>liên tục nhiều năm; nhiều năm liền

【连篇】liánpiān<动>❶nhiều bài tiếp nhau: 佳作~ liên tiếp phát biểu nhiều bài hay ❷cả bài viết: 白字~ lỗi chính tả quá nhiều

【连篇累牍】liánpiān-lěidú dài dòng văn tự; lôi thôi dài dòng

【连翘】liánqiáo<名>[中药]liên kiều

【连任】liánrèn<动>liên tục đảm nhiệm một chức vụ: 选举结果出来了, 他~市长。Kết quả bầu cử đã được công bố, ông ấy tiếp tục đảm nhiệm chức vụ thị trưởng.

【连日】liánrì<动>liền mấy ngày; mấy ngày liền

【连声】liánshēng<副>không ngớt lời

【连锁】liánsuǒ<形>khóa xích (dây); dây chuyền

【连锁店】liánsuǒdiàn<名>cửa hàng liên lập; cửa hàng dây chuyền

【连锁反应】liánsuǒ fǎnyìng phản ứng dây chuyền

【连台】liántái<动>những màn liên tiếp

【连体婴儿】liántǐ yīng'ér hai trẻ sơ sinh dính liền

【连天】liántiān<动>❶mấy ngày liền; suốt mấy ngày: ~大雪 mưa tuyết lớn mấy ngày liền ❷liên tục; không ngừng: 叫苦~ không ngớt kêu khổ ❸liền với trời: 大海~ biển trời một màu

【连通】liántōng<动>liên và thông nhau

【连通器】liántōngqì<名>bình thông nhau

【连同】liántóng<连>liền; với; liền với

【连写】liánxiě<动>viết liền

【连续】liánxù<动>liên tục; liên tiếp; luôn

【连续剧】liánxùjù<名>phim truyền hình nhiều tập

【连续性】liánxùxìng<名>tính liên tục

【连选连任】liánxuǎn liánrèn liên tục trúng cử

【连夜】liányè❶<副>trong đêm; suốt đêm: 主任接到通知, ~赶进城。Chủ nhiệm nhận được thông báo, vội vàng vào thành phố ngay trong đêm đó. ❷<动>liền mấy đêm; suốt mấy đêm liền: 连天~ liên tục mấy ngày liền

【连衣裤】liányīkù<名>quần liền áo

【连衣裙】liányīqún<名>váy liền áo; váy đầm; áo váy: 漂亮的~ chiếc áo váy thật đẹp

L

【连用】liányòng<动>❶dùng liền nhau; đi liền nhau: 这两个动词不能~。Hai động từ này không thể đi liền nhau. ❷dùng liên tục

【连载】liánzǎi<动>đăng liền; đăng liên tiếp: 小说~ tiểu thuyết đăng nhiều kì trên báo

【连长】liánzhǎng<名>đại đội trưởng

【连枝带叶】liánzhī-dàiyè cả nhánh với lá; cả cành lẫn lá

【连中三元】liánzhòng-sānyuán❶[旧]đỗ Tam nguyên; đỗ đậu ba kì liền ❷thắng liền ba lần; ba lần làm bàn (bóng đá)

【连轴转】liánzhóuzhuàn (ví) lao động suốt ngày đêm; bận công việc xoay như chong chóng; bận tíu tít

【连珠】liánzhū<名>như chuỗi hạt; liên hồi không ngớt: 妙语~ những câu nói thú vị được sử dụng liên tiếp

【连珠炮】liánzhūpào<名>pháo tràng; súng liên thanh; ví những người nói chuyện rất nhanh; nói như bắn súng liên thanh

【连属】liánzhǔ<动>[书]nối liền; liên kết

【连缀】liánzhuì<动>gắn liền; nối liền với nhau; chắp liền với nhau: 用几块布~成衣服 dùng mấy mảnh vải chắp liền với nhau làm thành chiếc áo

【连字符】liánzìfú<名>dấu nối

【连奏】liánzòu<动>liền tấu: ~三曲 diễn tấu liền ba khúc nhạc

【连作】liánzuò<动>độc canh

【连坐】liánzuò<动>bị vạ lây; bị tội lây

怜 lián<动>❶thương; thương hại: ~惜 thương tiếc ❷thương yêu; yêu thích: 爱~ yêu thương

【怜爱】lián'ài<动>thương yêu; mến yêu; trìu mến: 她用~的目光看着可爱的女儿。Chị ấy nhìn đứa con gái đáng yêu bằng ánh mắt trìu mến.

【怜才】liáncái<动>yêu thích nhân tài

【怜悯】liánmǐn<动>thương xót; thương hại

【怜贫惜老】liánpín-xīlǎo chăm sóc người già, có lòng từ bi đối với người nghèo

【怜惜】liánxī<动>thương tiếc; thương xót: 她让人~。Chị ấy đã khiến cho mọi người hết sức thương tiếc.

【怜香惜玉】liánxiāng-xīyù thương hương tiếc ngọc; chăm sóc sắc đẹp; thương yêu đàn bà con gái

【怜新弃旧】liánxīn-qìjiù yêu cái mới bỏ cái cũ

【怜恤】liánxù<动>yêu thương; thương hại: ~下人 rất thương những người cấp dưới thuộc hạ, dưới quyền

【怜恤孤寡】liánxù-gūguǎ thương yêu người già cô đơn

帘 lián<名>❶phông biển (làm bằng vải, treo ở cửa hiệu): 酒~ bảng hiệu hàng rượu ❷rèm; mành: 窗~ mành che cửa sổ

【帘布】liánbù<名>vải mành (lót trong lốp xe)

【帘幔】liánmàn<名>tấm rèm

【帘幕】liánmù<名>phông màn

【帘子】liánzi<名>[口]mành; rèm: 布~ rèm vải

莲 lián<名>❶cây sen ❷hạt sen: 湘~ sen ở tỉnh Hồ Nam Trung Quốc //(姓)Liên

【莲步】liánbù<名>[书]bước chân của người xinh đẹp; bước sen: ~轻移 bước chân nhẹ nhàng của phụ nữ

【莲菜】liáncài<名>[方]ngó sen

【莲房】liánfáng<名>[书]❶đài sen; gương sen ❷am (nơi ở của tăng ni)

【莲花】liánhuā<名>❶hoa sen ❷(cây) sen: 养了几盆~ trồng mấy bồn sen

【莲花纹】liánhuāwén<名>hoa văn hình hoa sen

【莲藕】lián'ǒu<名>củ sen; ngó sen

【莲蓬】liánpeng<名>đài sen

【莲蓬头】liánpengtóu<名>[方]vòi hoa sen;

gương sen

【莲蓉】liánróng<名>nhân mứt sen: ~月饼 bánh Trung thu nhân mứt sen

【莲肉】liánròu<名>hạt sen

【莲台】liántái<名>tòa sen

【莲心】liánxīn<名>❶tâm sen; liên tâm; mầm lõi hạt sen ❷[方]hạt sen

【莲宇】liányǔ<名>chùa Phật

【莲子】liánzǐ<名>hạt sen

【莲子羹】liánzǐgēng<名>chè hạt sen

【莲座】liánzuò<名>❶đài sen ❷tòa sen

涟 lián[书]❶<名>(làn) sóng gợn; sóng lăn tăn ❷<形>sướt mướt; giàn giụa

【涟洏】lián'ér<形>[书]giàn giụa; sướt mướt (nước mắt)

【涟漪】liányī<名>[书]sóng lăn tăn; sóng gợn

联 lián❶<动>liên kết; liên hợp; liền: ~欢 liên hoan ❷<名>câu đối: 春~ câu đối Tết // (姓)Liên

【联办】liánbàn<动>cùng tổ chức: 这场篮球赛由我们单位和你们单位~。Trận đấu bóng rổ này do đơn vị chúng tôi và các anh cùng tổ chức.

【联邦】liánbāng<名>liên bang

【联邦调查局】Liánbāng Diàochájú Cục Điều tra Liên bang

【联邦政府】liánbāng zhèngfǔ chính phủ liên bang

【联播】liánbō<动>tiếp âm; chương trình phát thanh, truyền hình liên hợp: 新闻~ chương trình thời sự liên hợp

【联产】liánchǎn<动>❶sản xuất liên hợp ❷khoán sản lượng

【联产承包责任制】liánchǎn chéngbāo zérènzhì chế độ trách nhiệm nhận khoán sản xuất

【联唱】liánchàng<动>hát nối; liên khúc: 歌曲大~ hát liền nhiều bài hát

【联单】liándān<名>biên lai với số liền nhau

【联电】liándiàn<动>điện chung; bức điện liên danh

【联动】liándòng<动>sự tương tác với nhau: ~效应 hiệu ứng tương tác

【联队】liánduì<名>liên đội

【联防】liánfáng<动>❶phối hợp phòng ngự; cùng phòng ngự ❷[体育](thi đấu bóng) phối hợp phòng thủ; cùng phòng thủ

【联购联销】liángòu liánxiāo cùng mua cùng bán

【联合】liánhé❶<动>liên hợp; chung; đoàn kết: 大家~起来对付敌人。Mọi người chung sức lại cùng đối phó với kẻ địch. ❷<形>liên hợp; chung; cùng chung: ~声明 tuyên bố chung ❸<动>liên hợp

【联合国】Liánhéguó<名>Liên hợp quốc

【联合国大会】Liánhéguó Dàhuì Đại hội đồng Liên hợp quốc

【联合国教科文组织】Liánhéguó Jiàokēwén Zǔzhī Tổ chức Giáo dục Khoa học và Văn hóa Liên hợp quốc (UNESCO)

【联合声明】liánhé shēngmíng tuyên bố chung

【联合收割机】liánhé shōugējī máy gặt đập liên hợp; máy gặt liên hợp

【联合体】liánhétǐ<名>khối liên hợp: 经济~ khối liên hợp kinh tế

【联合宣言】liánhé xuānyán tuyên ngôn chung

【联合演习】liánhé yǎnxí diễn tập liên hợp; tập trận chung

【联合政府】liánhé zhèngfǔ chính phủ liên hợp

【联合作战】liánhé zuòzhàn tác chiến liên hợp

【联欢】liánhuān<动>liên hoan: ~会 cuộc liên hoan; 大家在一起~。Mọi người hội tụ lại cùng liên hoan.

L

【联机】liánjī<动>[计算机]tiếp ghép nhiều máy: ~游戏 tiếp ghép nhiều máy vi tính lại để cùng tham gia trò chơi điện tử

【联结】liánjié<动>liên kết nối liền; gắn liền

【联句】liánjù<动>liên cú

【联军】liánjūn<名>liên quân

【联考】liánkǎo<动>liên khảo; thi chung: 名校~ cuộc thi chung giữa các trường nổi tiếng

【联络】liánluò<动>liên lạc; giao liên: ~员 liên lạc viên

【联络处】liánluòchù<名>ban liên lạc

【联袂】liánmèi<动>[书]dắt tay nhau; nắm tay nhau; cùng nhau: ~演出 cùng nhau diễn xuất

【联盟】liánméng<名>❶khối liên minh (giữa hai hoặc nhiều nước) ❷liên minh: 反腐~ liên minh chống tham nhũng

【联绵】liánmián =【连绵】

【联绵词】liánmiáncí<名>từ láy

【联名】liánmíng<动>liên danh: ~上奏 liên danh lên tấu trình

【联翩而至】liánpiān'érzhì kéo đến liên tiếp

【联赛】liánsài<名>đấu vòng tròn (giữa các đội cùng hạng)

【联手】liánshǒu<动>liên hiệp; liên hợp; cùng: 他俩~对外。Hai người liên hợp lại cùng nhau đối phó với bên ngoài.

【联署】liánshǔ<动>kí chung chữ; kí chung tên; cùng kí

【联锁】liánsuǒ<动>liên động: 设备~ thiết bị liên động

【联通】liántōng<动>liên thông với nhau; nối liền nhau

【联网】liánwǎng<动>liên lạc mạng lưới; nối kết mạng lưới: 全球~ nối kết mạng lưới toàn cầu

【联席会议】liánxí huìyì hội nghị liên tịch

【联系】liánxì<动>liên hệ; gắn bó; gắn liền: ~同学 liên lạc với bạn học

【联系电话】liánxì diànhuà điện thoại liên lạc

【联系方式】liánxì fāngshì phương thức liên hệ

【联系人】liánxìrén<名>người liên lạc

【联想】liánxiǎng<动>liên tưởng; nghĩ đến

【联谊】liányì<动>giao tiếp hữu nghị

【联谊会】liányìhuì<名>hội hữu ái; buổi giao lưu

【联姻】liányīn<动>❶kết thông gia; sui gia: 陈王两家~。Hai nhà họ Trần và họ Vương kết thông gia. ❷ví xây dựng quan hệ đối tác

【联营】liányíng<动>liên doanh; hợp tác kinh doanh: ~公司 công ti liên doanh; 这两家公司从去年开始~。Hai công ti này đã bắt đầu liên doanh với nhau từ năm ngoái.

【联运】liányùn<动>liên vận: 水陆~ liên vận đường thủy và đường bộ

【联展】liánzhǎn<动>liên kết triển lãm; liên kết kinh doanh

廉 lián<形>❶liêm; trong sạch: ~正 liêm chính ❷(giá) rẻ: 价~物美 hàng tốt giá rẻ // (姓)Liêm

【廉耻】liánchǐ<名>liêm sỉ: ~心 lòng liêm sỉ

【廉价】liánjià<形>giá rẻ; giá hạ

【廉价劳动力】liánjià láodònglì sức lao động giá rẻ

【廉价市场】liánjià shìchǎng thị trường giá rẻ

【廉洁】liánjié<形>liêm khiết; trong sạch: 清正~ thanh chính liêm khiết

【廉洁奉公】liánjié-fènggōng liêm khiết; chí công vô tư

【廉洁自律】liánjié zìlǜ liêm khiết tự hạn chế; liêm khiết tự răn

【廉吏】liánlì<名>quan lại liêm khiết

【廉明】liánmíng<形>liêm khiết sáng suốt

【廉正】liánzhèng<形>liêm chính; trong

sạch ngay thẳng: ~宽厚 liêm chính đôn hậu

【廉政】liánzhèng<动>làm trong sạch bộ máy (chính trị, chính quyền)

【廉直】liánzhí<形>[书]trong sạch ngay thẳng; liêm khiết chính trực

【廉租】liánzū<动>thuê với giá rẻ: 这房子已经~出去了。Căn nhà này đã cho thuê với giá rẻ.

【廉租房】liánzūfáng<名>nhà thuê chính sách giá rẻ

鲢 lián<名>cá mè

【鲢鱼】liányú<名>cá mè

臁 lián<名>[生理](hai bên) bắp chân; ống chân

【臁疮】liánchuāng<名>bệnh loét cẳng chân mãn tính; nhọt loét

镰 lián<名>cái liềm // (姓)Liêm

【镰刀】liándāo<名>cái liềm

liǎn

敛 liǎn<动>❶[书]thu lại; gom lại: ~容 nghiêm nét mặt lại ❷[书]gò lại; gò bó: ~迹 thu mình lại ❸góp; gom lại; thu góp: ~钱 gom tiền

【敛财】liǎncái<动>vơ vét của cải; vơ của; vơ vét tiền của: ~劫色 cướp của và cưỡng hiếp

【敛迹】liǎnjì<动>[书]❶ẩn náu; ẩn nấp: 盗匪~ bọn phỉ đang che giấu tung tích ❷thu mình lại; lánh mình: 屏气~ ráng nín thở ❸từ bỏ về ở ẩn: ~江湖 từ bỏ chốn giang hồ về ở ẩn

【敛眉】liǎnméi<动>[书]cau mày

【敛钱】liǎnqián<动>thu tiền: ~济困 quyên tiền giúp đỡ đối tượng khó khăn

【敛衽】liǎnrèn<动>[书]❶chỉnh đốn trang phục: ~而拜 chỉnh đốn trang phục mà vái lạy ❷hành lễ (của phụ nữ)

【敛色】liǎnsè<动>[书]nghiêm sắc mặt: ~屏气 nín thở nghiêm sắc mặt lại

【敛声屏气】liǎnshēng-bǐngqì ức chế giọng nói và hơi thở; ví sợ hãi và thận trọng

【敛声匿迹】liǎnshēng-nìjì yên tĩnh không lộ diện; ví không công khai xuất hiện

【敛足】liǎnzú<动>[书]rụt chân lại; dừng chân lại

脸 liǎn<名>❶mặt; bộ mặt: 洗~ rửa mặt ❷mặt trước; phía trước: 鞋~儿 mặt giầy ❸thể diện; liêm sỉ: ~面全失 mất hết thể diện

【脸薄】liǎnbáo<形>mặt mỏng

【脸部】liǎnbù<名>mặt

【脸蛋儿】liǎndànr<名>hai má; má; khuôn mặt

【脸憨皮厚】liǎnhān-píhòu vẻ mặt ngờ nghệch; không biết liêm sỉ

【脸红】liǎnhóng<动>xấu hổ; thẹn; đỏ mặt: ~心跳 đỏ mặt trống ngực đập thình thịch

【脸红脖子粗】liǎn hóng bózi cū đỏ mặt tía tai; gân cổ đỏ mặt

【脸红耳赤】liǎnhóng-ěrchì đỏ mặt tía tai

【脸厚】liǎnhòu<形>mặt dày; mặt mo

【脸急】liǎnjí<形>mặt biến sắc (thường là do nổi giận): 她很容易~。Chị ta rất dễ lên cơn giận.

【脸颊】liǎnjiá<名>má; gò má

【脸孔】liǎnkǒng<名>khuôn mặt

【脸面】liǎnmiàn<名>❶mặt; bộ mặt; khuôn mặt: ~浮肿 khuôn mặt sưng vù ❷nể mặt; thể diện: 看在你爸的~上，这回不追究你了。Nể mặt bố anh mà lần này tôi không truy cứu trách nhiệm của anh nữa.

【脸嫩】liǎnnèn<形>non mặt

【脸庞】liǎnpáng<名>[书]khuôn mặt; gương mặt

【脸盘儿】liǎnpánr<名>[口]khuôn mặt; gương mặt

【脸盆】liǎnpén<名>chậu rửa mặt

【脸皮】liǎnpí<名>❶da mặt: 白里透红的~ da mặt trắng hồng ❷thể diện; sĩ diện: 这事 撕破~也要争个明白。 Việc này thì cho dù có mất thể diện cũng phải làm cho rõ ngọn ngành. ❸ngượng; xấu hổ; nhục: 薄~ hay ngượng

【脸谱】liǎnpǔ<名>[戏曲]bộ mặt tuồng (các kiểu mặt vẽ của các vai khi biểu diễn hí khúc)

【脸热】liǎnrè<形>❶mặt nóng ran; mặt nóng bừng ❷hay nể mặt

【脸色】liǎnsè<名>❶sắc mặt: ~发黑 sắc mặt đen sạm ❷thần sắc; khí sắc (biểu hiện tình trạng sức khỏe): 看他的~就知道他病了。 Nhìn thần sắc là đã biết anh ấy mắc bệnh rồi. ❸vẻ mặt; nét mặt: 看~行事。 Nhìn vẻ mặt mà hành động.

【脸上贴金】liǎnshang-tiējīn tự tô đẹp cho mình

【脸上无光】liǎnshang-wúguāng sắc mặt ảm đạm; mất mặt

【脸生】liǎnshēng<形>không quen: 我觉得 她很~。 Tôi thấy chị ấy rất xa lạ.

【脸相】liǎnxiàng<名>tướng mặt

【脸形】liǎnxíng<名>khuôn mặt; gương mặt

liàn

练 liàn❶<名>[书]lụa (màu) trắng: 江平如 ~。 Dòng sông phẳng lặng như dải lụa trắng. ❷<动>[书]ươm tơ ❸<动>tập luyện; luyện tập: ~书法 tập rèn thư pháp ❹<形>thạo; thông thạo; sành: 干~ dày dạn kinh nghiệm //(姓) Luyện

【练笔】liànbǐ<动>❶tập làm (viết) văn; luyện tay bút ❷tập viết chữ; luyện chữ

【练兵】liànbīng<动>❶luyện quân ❷huấn luyện; tập dượt: 同学们正在为这场球赛 ~。 Các em học sinh đang tập huấn chuẩn bị cho trận đấu tới đây.

【练操】liàncāo<动>tập luyện; thao luyện

【练达】liàndá<形>[书]thạo đời; hiểu đời; lõi đời; từng trải; lão thành

【练队】liànduì<动>tập dượt đội hình; tập đội ngũ

【练歌】liàngē<动>tập hát: 她在教室~。 Cô ấy đang tập hát trong lớp.

【练功】liàngōng<动>luyện tập kĩ năng; tập võ: 运气~ vận khí công để tập võ

【练功房】liàngōngfáng<名>phòng luyện tập kĩ năng

【练气】liànqì<动>[书]luyện khí

【练球】liànqiú<动>tập bóng: 小李在篮球 场上~。 Em Lí đang tập bóng trên sân bóng rổ.

【练嗓子】liàn sǎngzi[口]tập tiếng; luyện giọng: 他每天早晨都到公园~。 Rạng sáng mỗi ngày ông đều đến công viên để luyện giọng.

【练声】liànshēng<动>luyện thanh

【练手】liànshǒu<动>luyện tập; tập luyện (một số thao tác, kĩ năng)

【练摊】liàntān<动>[口]bày sạp mua bán cá thể

【练武】liànwǔ<动>❶tập võ; luyện võ: 他俩 正在~。 Hai người đang tập võ. ❷tập quân sự: 战士们~以保卫国家。 Các chiến sĩ đang tập quân sự sẵn sàng bảo vệ Tổ quốc.

【练舞】liànwǔ<动>tập múa: 演出前一个月 舞蹈队就开始~了。 Một tháng trước ngày biểu diễn đội vũ đạo đã bắt đầu tập múa.

【练习】liànxí❶<动>luyện tập; tập: ~写文章 tập viết văn ❷<名>bài tập: ~本 vở bài tập

【练习册】liànxícè<名>vở bài tập

【练习曲】liànxíqǔ<名>khúc bài tập

【练习题】liànxítí<名>đề bài tập

【练字】liànzì<动>luyện viết chữ

炼 liàn<动>❶luyện; cô (cho) đặc: ~油 lọc
dầu ❷đốt; nung: 真金不怕火~。 Vàng thật
không sợ lửa nung. ❸gọt giũa; cân nhắc: ~
句 luyện câu //(姓)Luyện

【炼丹】 liàndān<动>luyện đan

【炼丹术】 liàndānshù<名>thuật luyện đan

【炼钢】 liàngāng<动>luyện thép: 工人们正
在~。 Anh em công nhân đang luyện thép.

【炼焦】 liànjiāo<动>luyện than cốc

【炼金术】 liànjīnshù<名>thuật luyện kim

【炼句】 liànjù<动>gọt giũa câu văn; luyện
câu: 选词~ lựa chọn từ ngữ để luyện câu

【炼乳】 liànrǔ<名>sữa đặc

【炼山】 liànshān<动>[林业]đốt rẫy để chuẩn
bị trồng cây gây rừng

【炼糖】 liàntáng<动>tinh luyện đường

【炼铁】 liàntiě<动>luyện sắt: ~炉 lò luyện
sắt

【炼铜】 liàntóng<动>luyện đồng

【炼油】 liànyóu<动>❶lọc dầu ❷chiết xuất
dầu ❸trộn dầu; rán mỡ

【炼狱】 liànyù<名>❶địa ngục; nơi chuộc tội
❷môi trường tôi luyện

【炼制】 liànzhì<动>luyện chế

【炼字】 liànzì<动>gọt giũa từng chữ; cân
nhắc từng lời

恋 liàn<动>❶yêu đương: 失~ thất tình ❷
nhớ nhung; lưu luyến: ~~不舍 lưu luyến/bịn
rịn //(姓)Luyến

【恋爱】 liàn'ài❶<动>yêu nhau; yêu đương
❷<名>tình tự; tơ tình

【恋爱观】 liàn'àiguān<名>quan niệm luyến
ái

【恋歌】 liàngē<名>tình ca; bài ca tình yêu

【恋家】 liànjiā<动>lưu luyến (bịn rịn) không
muốn xa nhà

【恋酒贪杯】 liànjiǔ-tānbēi say mê rượu

【恋旧】 liànjiù<动>yêu cũ; lưu luyến với cái
cũ: 她这人~，常常怀念过去的生活。 Chị

ấy nặng tình hoài cựu, luôn lưu luyến cuộc
sống xưa kia.

【恋恋不舍】 liànliàn-bùshě bịn rịn; quyến
luyến; lưu luyến; quấn quít không nỡ rời

【恋慕】 liànmù<动>quyến luyến; ái mộ

【恋念】 liànniàn<动>tâm tư lưu luyến; quyến
luyến; lưu luyến: ~老朋友 quyến luyến với
bạn cũ

【恋情】 liànqíng<名>❶tình yêu; tấm lòng
yêu mến ❷tình yêu; tình ái: 他已向她表白
了~。 Anh ta đã thổ lộ tình yêu với chị ấy.

【恋群】 liànqún<动>lưu luyến tập thể

【恋人】 liànrén<名>người yêu; người tình;
tình nhân: 她的~是小王。 Người yêu của
cô ấy là cậu Vương.

【恋童癖】 liàntóngpǐ<名>thói nghiện yêu
trẻ

【恋土】 liàntǔ<动>lưu luyến với vùng đất
quê

【恋窝】 liànwō<动>lưu luyến gia đình (tổ
ấm): 燕子~ chim én rất lưu luyến với tổ ấm
của mình

【恋物癖】 liànwùpǐ<名>thói nghiện thích
vật thể

【恋栈】 liànzhàn<动>ngựa nhớ chuồng; ví
người làm quan không muốn rời bỏ chức vị
của mình

【恋战】 liànzhàn<动>hiếu thắng; ham chiến: 敌
众我寡，不要~了，赶快撤退！ Địch đông
ta ít, đừng có ham chiến nữa, mau rút lui!

殓 liàn<动>khâm liệm: 入~ nhập liệm

【殓衣】 liànyī<名>quần áo liệm

链 liàn❶<名>dây xích: 铁~儿 dây xích sắt
❷<量>tầm Anh, Mĩ (cable = 20,116m) ❸
<量>tầm hải lí (1/10 hải lí)

【链扳手】 liànbānshou<名>cờ lê chuỗi; cờ
lê xích

【链泵】 liànbèng<名>[机械]bơm chuỗi

【链带】 liàndài<名>[机械]băng tải chuỗi: 环

L

形~ băng tải chuỗi hình vòng cung

【链斗式挖掘机】liàndǒushì wājuéjī máy xúc kiểu xích xô

【链钩】liàngōu<名>móc chuỗi; dây chuyền xích

【链轨】liànguǐ<名>bánh xích

【链接】liànjiē<动>kết nối: ~到网上 kết nối với mạng Internet

【链锯】liànjù<名>cưa xích; cưa chuỗi

【链轮】liànlún<名>bánh xe xích

【链霉素】liànméisù<名>streptomycin

【链钳】liànqián<名>kìm xích: 新型~ kẹp chuỗi kiểu mới

【链球】liànqiú<名>[体育]❶môn ném tạ ❷quả tạ xích

【链球菌】liànqiújūn<名>streptococcus; liên cầu khuẩn

【链式】liànshì<形>kiểu dây chuyền: ~反应 phản ứng dây chuyền

【链套】liàntào<动>bộ dây chuyền

【链条】liàntiáo<名>❶dây curoa ❷dây xích

【链罩】liànzhào<名>bìa chuỗi; cái chắn xích

【链子】liànzi<名>❶xích; dây xích: 铁~ xích sắt ❷[口]xích (xe đạp, xe máy)

潋 liàn

【潋滟】liànyàn<形>[书]❶(nước) dềnh đầy ❷nổi sóng; dập dềnh

liáng

良 liáng❶<形>tốt; hay: 优~ tuyệt hảo ❷<名>(con) người lương thiện; người tốt: 除暴安~ trừ bạo an dân ❸<副>[书]rất; lắm: 用心~苦 tâm huyết lắm //(姓)Lương

【良才】liángcái<名>người hiền tài

【良材】liángcái<名>vật liệu tốt

【良策】liángcè<名>diệu kế; mưu mẹo tài tình: 抗敌~ diệu kế chống địch

【良辰】liángchén<名>❶ngày tốt; ngày đẹp ❷thời kì tốt đẹp

【良辰吉日】liángchén-jírì ngày lành tháng tốt

【良辰美景】liángchén-měijǐng ngày tốt cảnh đẹp

【良导体】liángdǎotǐ<名>[物理]vật dẫn tốt

【良方】liángfāng<名>phương thuốc lành: 治病~ phương thuốc lành điều trị bệnh tật

【良港】liánggǎng<名>cảng ưu việt

【良工】liánggōng<名>thợ lành nghề: ~巧匠 thợ lành nghề khéo tay

【良工苦心】liánggōng-kǔxīn thợ lành nghề làm việc công phu

【良好】liánghǎo<形>tốt; tốt đẹp; tốt lành; hay: 成绩~ thành tích tốt đẹp/bậc điểm khá

【良机】liángjī<名>[书]cơ hội tốt; dịp may

【良家妇女】liángjiā-fùnǚ phụ nữ gia đình thanh bạch; con gái nhà lành

【良姜】liángjiāng<名>[植物]riềng; lương khương

【良将】liángjiàng<名>tướng tài: ~难求 không dễ gì tìm kiếm được tướng tài

【良久】liángjiǔ<形>[书]rất lâu: 他沉默~才回答。Anh ấy ngẫm nghĩ hồi lâu rồi mới trả lời.

【良马】liángmǎ<名>ngựa tốt: ~跑得快 ngựa khỏe phi nhanh

【良民】liángmín<名>[旧]❶dân lành; dân lương thiện ❷người dân an phận thủ thường

【良朋】liángpéng<名>bạn hiền: ~好友 người bạn hiền

【良品】liángpǐn<名>hàng chất lượng tốt; đồ vật chất lượng tốt; đồ hảo hạng

【良禽择木】liángqín-zémù đất lành chim đậu

【良人】liángrén<名>[旧]❶chàng (vợ gọi chồng) ❷dân thường

【良善】liángshàn<形>lương thiện: ~之心

tấm lòng lương thiện

【良师】liángshī<名>thầy tốt

【良师益友】liángshī-yìyǒu thầy tốt bạn hiền

【良史】liángshǐ<名>❶người ghi chép sử sách xuất sắc ❷sách sử trung thực, có quan điểm đúng đắn

【良田】liángtián<名>ruộng tốt; đất đai màu mỡ

【良图】liángtú[书]❶<动>trù hoạch thấu đáo ❷<名>mưu lược cao xa

【良宵】liángxiāo<名>[书]đêm tốt lành: ~美 景 cảnh yên vui trong đêm tốt lành

【良宵苦短】liángxiāo-kǔduǎn đêm đẹp nhưng ngắn; đêm tân hôn sao mà ngắn ngủi

【良心】liángxīn<名>lương tâm: 他的~受到 了折磨。Lương tâm ông ta bị cắn rứt.

【良心不安】liángxīn bù'ān lương tâm bứt rứt không yên

【良性】liángxìng<形>❶tích cực; có kết quả tốt: ~循环 tuần hoàn tốt ❷lành

【良性肿瘤】liángxìng zhǒngliú khối u lành tính; bướu lành

【良言】liángyán<名>lời hay; lời nói tốt đẹp: 金玉~ lời vàng ngọc

【良药】liángyào<名>thuốc hay; thuốc tốt: ~ 苦口 thuốc đắng dã tật

【良医】liángyī<名>lương y; người thầy thuốc cao tay: ~妙药 thầy thuốc cao tay, phương thuốc tuyệt vời

【良友】liángyǒu<名>bạn hiền

【良莠不齐】liángyǒu-bùqí tốt xấu lẫn lộn; người ba đẳng, của ba loài

【良缘】liángyuán<名>lương duyên; duyên số tốt lành: 天赐~ trời ban duyên số tốt lành

【良知】liángzhī<名>lương tri

【良知良能】liángzhī liángnéng bản năng phán đoán sự đúng sai, thiện ác (theo thuyết duy tâm)

【良种】liángzhǒng<名>giống tốt

凉 liáng<形>❶mát; nguội: 阴~ râm mát ❷nản; chán; nản lòng: 我听到他的这一番 话，心都~了。Tôi nghe câu nói của anh ấy mà trong lòng hết sức thất vọng. ❸bi thương; sầu đau ❹tẻ nhạt; kém sôi động // (姓)Lương

另见liàng

【凉白开】liángbáikāi<名>[口]nước sôi để nguội

【凉拌】liángbàn❶<动>trộn; làm nộm: 这种 新鲜黄瓜最适合~。Dưa chuột tươi này rất thích hợp làm món nộm. ❷<名>món nộm

【凉拌菜】liángbàncài<名>rau sống trộn; món nộm

【凉冰冰】liángbīngbīng❶lành lạnh; mát lạnh ❷nản lòng

【凉菜】liángcài<名>thức ăn nguội; món nguội

【凉茶】liángchá<名>trà mát; trà giải nhiệt: 喝~ uống lường trà/uống chè giải nhiệt

【凉床】liángchuáng<名>chõng tre; loại giường hóng mát bằng tre

【凉粉】liángfěn<名>miến; thạch; bánh bột lọc; bánh đậu lọc; bánh đúc đậu

【凉风】liángfēng<名>gió mát

【凉快】liángkuai❶<形>mát; mát mẻ: 中秋 过后，天气越来越~了。Sau Trung thu khí trời ngày càng mát mẻ. ❷<动>hóng mát: 天 太热了，到这里来~一下吧。Trời nóng quá, đến đây hóng mát một lúc.

【凉了半截儿】liángle bànjiér ớn sống lưng

【凉帽】liángmào<名>mũ che nắng

【凉面】liángmiàn<名>mì nguội: 吃~ ăn mì nguội

【凉棚】liángpéng<名>lều hóng mát; chòi hóng mát

【凉气】liángqì<名>hơi mát; gió mát: ~袭人 gió mát ùa về

L

【凉伞】liángsǎn<名>ô che nắng

【凉森森】liángsēnsēn lạnh lẽo; lạnh giá

【凉薯】liángshǔ<名>[方]củ đậu

【凉爽】liángshuǎng<形>mát mẻ; mát: 天气
~ khí trời mát mẻ

【凉水】liángshuǐ<名>❶nước mát; nước
nguội ❷nước lã

【凉丝丝】liángsīsī mát rười rượi; man
mát

【凉飕飕】liángsōusōu lạnh lẽo; lành lạnh:
秋风~的。Gió thu mát lạnh.

【凉台】liángtái<名>sân thượng; ban công
(nơi hóng mát)

【凉亭】liángtíng<名>quán (chòi, đình) hóng
mát (tránh mưa)

【凉席】liángxí<名>chiếu mát; chiếu tre

【凉鞋】liángxié<名>dép

【凉药】liángyào<名>thuốc giải nhiệt (Đông
y)

【凉意】liángyì<名>cảm giác mát mẻ (mát
dịu): 我感觉到一丝~。Tôi cảm thấy mát
mẻ, dễ chịu.

梁liáng<名>❶xà ngang ❷xà gồ ❸cầu ❹
sống (lưng) //(姓)Lương

【梁桥】liángqiáo<名>cầu; cầu cống

【梁上君子】liángshàng-jūnzǐ lương
thượng quân tử (chỉ kẻ trộm)

【梁子】liángzi<名>❶[方]sống núi; sườn núi
❷cốt truyện (trong tác phẩm khúc nghệ)

量liáng<动>❶đo; đong: 用尺~布 dùng
thước đo vải ❷suy xét; ước lượng
另见liàng

【量杯】liángbēi<名>cốc đong (bằng thủy
tinh có khắc độ): 用~量水 dùng cốc đong
đong nước

【量程】liángchéng<名>phạm vi (tầm) đong
đo (của cân, máy)

【量度】liángdù<动>đo lường; đo: ~设备
thiết bị đo lường

【量度单位】liángdù dānwèi đơn vị đo
lường

【量规】liángguī<名>máy đo; cái đo cỡ; cái
lường quy

【量角器】liángjiǎoqì<名>thước đo góc
(thường có hình nửa vành tròn)

【量具】liángjù<名>dụng cụ đo lường

【量瓶】liángpíng<名>chai đo lường

【量器】liángqì<名>dụng cụ đo lường: 计容
积的~ dụng cụ đo lường khối lượng

【量热仪】liángrèyí<名>máy đo năng lượng
calo

【量身打造】liángshēn dǎzào đo khổ
người mà dựng; liệu cơm gắp mắm; thực
hành theo tình hình thực tế

【量身定做】liángshēn dìngzuò may quần
áo theo khổ người

【量筒】liángtǒng<名>ống đo; bình đong: 一
升的~ ống đo một lít

【量图仪】liángtúyí<名>máy đo vẽ

【量雪尺】liángxuěchǐ<名>[气象]thước xác
định độ sâu của tuyết

【量雨筒】liángyǔtǒng<名>[气象]thùng đo
lượng mưa

粮liáng<名>❶lương thực: 杂~ hỗn hợp
lương thực/hoa màu ❷thóc thuế: 钱~ tiền
thóc thuế nông //(姓)Lương

【粮仓】liángcāng<名>❶kho thóc ❷vựa lúa

【粮草】liángcǎo<名>quân lương: ~充足
quân lương đầy đủ

【粮道】liángdào<名>đường vận chuyển
lương thực

【粮店】liángdiàn<名>cửa hàng lương thực

【粮囤】liángdùn<名>cót lương thực; cót
thóc

【粮户】liánghù<名>hộ gia đình trồng trọt
phải nộp thuế đất

【粮荒】liánghuāng<名>nạn mất mùa đói
kém: 国家粮库储藏了大量粮食以应对~。

Kho lương thực nhà nước tích trữ một khối lượng lớn lương thực nhằm đối phó với lúc mất mùa đói kém.

【粮库】liángkù〈名〉kho lương thực

【粮秣】liángmò〈名〉quân lương

【粮农】liángnóng〈名〉nông dân (lấy việc trồng cây lương thực làm nghề chủ yếu)

【粮农组织】liángnóng zǔzhī tổ chức lương thực và nông nghiệp

【粮票】liángpiào〈名〉phiếu (tem) lương thực: 通用~ phiếu lương thực thông dụng

【粮商】liángshāng〈名〉người buôn lương thực

【粮食】liángshi〈名〉lương thực: ~产量 sản lượng lương thực

【粮食储备】liángshi chǔbèi dự trữ lương thực: ~充足 lương thực dự trữ đầy đủ

【粮食供应】liángshi gōngyìng cung cấp lương thực

【粮食作物】liángshi zuòwù cây lương thực

【粮税】liángshuì〈名〉thuế lương thực: 缴纳~ nộp thuế lương thực

【粮饷】liángxiǎng〈名〉[旧]lương hưởng; lương bổng; tiền và lương thực cấp phát cho quân đội

【粮油】liángyóu〈名〉lương thực và dầu ăn: ~公司 công ti lương thực và dầu ăn; ~补贴 trợ cấp lương thực và dầu ăn

【粮站】liángzhàn〈名〉trạm lương thực: 我们~共有三个粮仓。Trạm lương thực chúng tôi có tất cả ba kho lương thực.

粱 liáng〈名〉[书]❶giống lúa tốt ❷thức ăn ngon //(姓)Lương

【粱肉】liángròu〈名〉[书]món ăn cao cấp

liǎng

两¹ liǎng〈数〉❶hai: ~本书 hai quyển sách

❷hai bên; đôi bên; lưỡng: ~相情愿 hai bên đều bằng lòng ❸vài; mấy: 过~天 qua vài ngày //(姓)Lưỡng

两² liǎng〈量〉lạng

【两岸】liǎng'àn〈名〉❶hai bờ (sông, biển) ❷hai bờ (eo biển Đài Loan)

【两败俱伤】liǎngbài-jùshāng cả hai bên đều tổn thất; người mẻ đầu kẻ sứt trán

【两半】liǎngbàn〈名〉hai nửa

【两边】liǎngbiān〈名〉❶ hai mép: 这张纸~长短不齐。Tờ giấy này hai mép không đều. ❷hai mặt; hai nơi ❸đôi bên; hai phía: ~都说好了。Hai bên đã thỏa thuận xong.

【两边倒】liǎngbiāndǎo dao động, nghiêng ngả về cả hai bên

【两便】liǎngbiàn〈形〉❶tiện cả đôi bên; lưỡng tiện ❷có lợi cho cả hai (sự việc hoặc hai bên): ~之法 cách có lợi cho cả hai phía

【两鬓】liǎngbìn〈名〉tóc mai hai bên: ~发白。Tóc mai hai bên đã bạc.

【两重】liǎngchóng〈形〉hai mặt: 冰火~天。Khác nhau như nước đá với lửa.

【两次】liǎngcì(数量)hai lần: 她每年回家~。Mỗi năm chị ấy về thăm nhà hai lần.

【两党制】liǎngdǎngzhì〈名〉chế độ hai đảng

【两抵】liǎngdǐ〈动〉hai bên ngang nhau (triệt tiêu lẫn nhau): 盈亏~ lỗ và lãi bù cho nhau

【两地】liǎngdì〈名〉hai nơi: 分隔~ xa cách hai nơi

【两地分居】liǎngdì fēnjū vợ chồng sống riêng hai nơi

【两点】liǎngdiǎn〈名〉hai điểm; hai điều

【两端】liǎngduān〈名〉hai đầu: 这支笔的~都是尖的。Chiếc bút này hai đầu đều nhọn.

【两耳不闻窗外事】liǎng ěr bù wén chuāngwàishì chuyên tâm học hành; không quan tâm những việc nào nọ

L

【两分法】liǎngfēnfǎ<名>cách chia hai (thể hiện cả mặt trái và mặt phải); phép lưỡng phân

【两个文明】liǎng gè wénmíng hai nền văn minh (vật chất và tinh thần)

【两个效益】liǎng gè xiàoyì hai hiệu quả; ví hiệu quả kinh tế và hiệu quả xã hội: ~并重 hai hiệu quả cùng quan trọng

【两公婆】liǎnggōngpó<名>[口]hai vợ chồng

【两瞽相扶】liǎnggǔ-xiāngfú hai người mù đỡ nhau; người mù dắt người đui

【两广】Liǎng Guǎng<名>lưỡng Quảng (tên gọi gộp của Quảng Đông và Quảng Tây)

【两害相权取其轻】liǎng hài xiāng quán qǔ qí qīng trong hai cái hại nên chọn cái ít hại hơn

【两虎相斗，必有一伤】liǎnghǔ-xiāngdòu, bìyǒuyīshāng hai hổ quần nhau nhất định sẽ có một bị thương; hai bên đánh nhau tất sẽ có một bên bị thiệt hại

【两回事】liǎnghuíshì hai việc (chuyện) khác nhau (không dính dáng nhau): 这是~, 不能混为一谈。 Đây là hai việc khác nhau không thể gộp vào nhau.

【两会】liǎnghuì<名>Hai hội nghị (Hội nghị Hiệp thương chính trị nhân dân và Đại hội Đại biểu Nhân dân): ~期间 trong thời gian tổ chức Hai hội nghị

【两极】liǎngjí<名>❶hai cực (cực Nam và cực Bắc của trái đất) ❷hai cực của điện từ ❸hai đầu; hai mặt đối lập

【两极分化】liǎngjí fēnhuà sự phân hóa theo hai mặt đối lập

【两肩担一口】liǎng jiān dān yī kǒu hai vai gánh vác một miệng ăn; ví độc thân và nghèo đói cùng cực, không có gì hết

【两件套】liǎngjiàntào<名>một bộ hai chiếc: 这衣服是~。 Bộ quần áo này gồm hai chiếc.

【两脚规】liǎngjiǎoguī<名>com-pa

【两可】liǎngkě<动>❶thế nào cũng được: 模棱~ lưỡng lự nước đôi ❷hai khả năng đều được; lưỡng khả

【两口子】liǎngkǒuzi<名>hai vợ chồng: 他家~都参加了歌唱比赛。 Hai vợ chồng đều tham gia cuộc thi hát.

【两廊一圈】liǎng láng yī quān hai hành lang một vành đai

【两肋插刀】liǎnglèi-chādāo ví sẵn sàng hết lòng vì bạn

【两立】liǎnglì<动>hai mặt cùng tồn tại

【两利】liǎnglì<形>hai bên cùng có lợi: 和则~, 斗则两伤。 Hòa giải với nhau thì hai bên cùng có lợi, chống đối với nhau thì hai bên đều chịu thiệt hại.

【两路人】liǎnglùrén ví hai người khác về giá trị quan hay tính cách; kẻ khác lối

【两码事】liǎngmǎshì =【两回事】

【两面】liǎngmiàn<名>❶mặt trái và mặt phải; mặt trước và mặt sau: 这张纸的~ hai mặt của tờ giấy này ❷hai bên; hai phía: 左右~ hai bên trái phải ❸hai mặt (đối lập của sự vật): ~性 tính hai mặt

【两面光】liǎngmiànguāng (ví) trọn vẹn cả đôi đường: ~的话 những lời nói được lòng cả hai bên

【两面派】liǎngmiànpài<名>❶lá mặt lá trái ❷đòn xóc hai đầu: 要~ giở trò hai mặt

【两面三刀】liǎngmiàn-sāndāo đòn xóc hai đầu; đâm bị thóc, chọc bị gạo

【两面性】liǎngmiànxìng<名>tính hai mặt

【两难】liǎngnán<形>khó cả đôi đường; lưỡng nan: 他目前处于~之境。 Hiện giờ thì ông ấy đang khó cả đôi đường.

【两旁】liǎngpáng<名>hai bên (phải trái); hai bên rìa

【两栖】liǎngqī<动>❶lưỡng cư; lưỡng the

(vừa ở cạn vừa ở nước): ~作战 tác chiến thủy bộ ❷kiêm nhiệm

【两栖动物】liǎngqī dòngwù động vật lưỡng thê

【两栖明星】liǎngqī míngxīng ngôi sao kiêm nhiệm điện ảnh và ca hát

【两歧】liǎngqí〈动〉[书]không thống nhất; không nhất trí: 意见~ ý kiến không thống nhất

【两讫】liǎngqì〈动〉[商业]tiền trao cháo múc: 货款~ hàng nhận tiền trao

【两清】liǎngqīng〈动〉(mua bán, vay mượn) sòng phẳng: 谁也不欠谁，~了。Đã thanh toán sòng phẳng, chẳng ai nợ ai nữa.

【两权】liǎngquán〈名〉hai quyền lực; lưỡng quyền

【两权分离】liǎngquán fēnlí hai quyền lực tách rời

【两全】liǎngquán〈动〉song toàn; vẹn toàn cả hai: 她很聪明，想了个~之计。Cô ấy thật thông minh, đã nghĩ ra được kế sách vẹn toàn cả hai.

【两全其美】liǎngquán-qíměi vẹn cả đôi đường; thỏa mãn cả đôi bên

【两世为人】liǎngshì-wéirén làm người đời thứ hai; thoát chết như được làm người lần thứ hai

【两手】liǎngshǒu〈名〉❶bản lĩnh; tài nghệ: 有~ có bản lĩnh ❷cả hai tay: 对小学阶段的学生读写教学要~抓。Đối với học sinh giai đoạn tiểu học phải coi trọng cả dạy đọc và viết.

【两手空空】liǎngshǒu-kōngkōng tay không; hai bàn tay trắng

【两条腿走路】liǎng tiáo tuǐ zǒu lù kiêm cố cả về hai mặt; phát triển cân bằng, đồng bộ

【两条心】liǎngtiáoxīn mỗi người một phách: 夫妻俩~, 各打各的算盘。Hai vợ chồng mỗi người một phách và đều có tính toán riêng.

【两头】liǎngtóu〈名〉❶hai đầu: 抓~ nắm chặt hai đầu ❷hai bên; hai phía: ~都满意。Cả hai bên đều hài lòng. ❸hai nơi

【两头落空】liǎngtóu-luòkōng hai bên tan vỡ; hai phía đều mất phần

【两头小，中间大】liǎngtóu xiǎo, zhōngjiān dà hai đầu nhỏ, đoạn giữa phình ra (miêu tả hình quả trám và dùng để ví những hình dạng tương tự); loại trung bình chiếm đa số, loại trội và loại kém chiếm thiểu số

【两下里】liǎngxiàli〈名〉❶hai bên; hai phía; song phương ❷hai nơi; hai chỗ

【两下子】liǎngxiàzi[口]❶vài (mấy) lần (chỉ số lượng động tác): 打~ đánh mấy lần ❷bản lĩnh; kĩ năng: 他这人可不一般了, 有~。Anh ta thật không tầm thường, rất có bản lĩnh.

【两相情愿】liǎngxiāng-qíngyuàn hai bên đều ưng ý

【两厢】liǎngxiāng〈名〉❶hai bên chái nhà ❷hai bên: 坐~ ngồi ở hai bên

【两小无猜】liǎngxiǎo-wúcāi đôi trẻ thơ (trai và gái) vui đùa nhau rất hồn nhiên; hai đứa chơi thân từ hồi còn nhỏ

【两心】liǎngxīn〈名〉hai lòng

【两性】liǎngxìng〈名〉❶lưỡng tính; tính đực và tính cái; giống đực và giống cái: ~繁殖 sinh sản hữu tính ❷[化学]hai tính chất: ~物质 vật chất lưỡng tính

【两袖清风】liǎngxiù-qīngfēng hai ống tay áo sạch không; liêm khiết

【两样】liǎngyàng〈形〉khác nhau: 他对我和对她用~态度。Ông ta có thái độ khác nhau khi đối xử với tôi và cô ấy.

【两翼】liǎngyì〈名〉❶đôi cánh: 鸟的~ hai cánh của chim ❷[军事]hai cánh quân; hai bên cánh gà: 一轴~ một trục hai cánh

L

【两用】liǎngyòng<动>hai tác dụng; lưỡng dụng

【两招】liǎngzhāo<名>hai miếng (động tác võ): 我这~对付你足矣。Hai miếng võ này của tôi dùng để đối phó với anh thì đã quá đủ.

liàng

亮 liàng❶<形>sáng; sáng sủa: 豁~ sáng sủa rộng rãi ❷<动>phát sáng; tỏa sáng: 这灯一直~到早上。Ngọn đèn này bật đến tận sáng sớm. ❸<形>vang lừng; vang dội; vang động; vang: 洪~ âm vang ❹<动>cất cao (giọng); lên giọng; cất giọng: ~起嗓子 lên giọng ❺<形>(đầu óc, tư tưởng) cởi mở; sáng tỏ: 思想明~ tư tưởng sáng láng ❻<动>tỏ rõ; lộ diện: ~相 lộ diện ❼<形>sáng màu //(姓) Lượng

【亮敞】liàngchǎng<形>sáng sủa: 客厅很~。Phòng khách rất sáng sủa.

【亮丑】liàngchǒu<动>lộ cái xấu; khoe mặt xấu

【亮出】liàngchū<动>lộ rõ; trình ra; xuất trình: ~证件 xuất trình giấy tờ

【亮底】liàngdǐ<动>❶lộ ra; hiện ra ❷lộ ra kết quả; thấy được kết quả

【亮底牌】liàngdǐpái sử dụng át chủ bài

【亮点】liàngdiǎn<名>❶điểm sáng; điểm nhấn; trung tâm của sự chú ý; điểm thu hút: 这是本书的~。Đây là điểm sáng của cuốn sách này. ❷ví ưu điểm

【亮度】liàngdù<名>độ sáng; mức độ ánh sáng

【亮分】liàngfēn<动>công bố số điểm: 请评委们~。Xin ban giám khảo công bố số điểm.

【亮光】liàngguāng<名>❶điểm sáng; tia sáng: 房间有~, 她应该在家。Trong phòng có ánh đèn, chắc là chị ấy có nhà. ❷ánh sáng; độ bóng: 一道~ một tia ánh sáng

【亮光光】liàngguāngguāng sáng loáng; sáng bóng

【亮红灯】liàng hóngdēng bật đèn đỏ

【亮红牌】liàng hóngpái phạt thẻ đỏ

【亮话】liànghuà<名>nói toáng lên; nói thật ra; nói thẳng ra: 打开天窗说~。Nói thẳng ra.

【亮晃晃】liànghuǎnghuǎng long lanh; lóng lánh; sáng loáng: ~的钢刀 lưỡi dao sáng loáng

【亮剑】liàngjiàn<动>tuốt gươm; rút kiếm ra; can đảm: 敢于~的精神 tinh thần can đảm dám giáp chiến

【亮节】liàngjié<名>đạo đức tốt; đạo đức cao; có đức độ và khí tiết

【亮晶晶】liàngjīngjīng (sáng) óng ánh; long lanh; lấp lánh

【亮丽】liànglì<形>❶đẹp lộng lẫy: 她这身衣服很~。Bộ trang phục này của chị ấy đẹp lộng lẫy. ❷tốt đẹp; trong sáng

【亮牌子】liàng páizi lật bài ra; lật ngửa ván bài

【亮儿】liàngr<名>[口]❶đèn; đèn đóm; đèn đuốc: 他用一个~照路。Anh ấy dùng ngọn đèn để soi đường. ❷ánh sáng: 我看见远处有一点~。Tôi thấy đằng xa có ánh sáng lói.

【亮色】liàngsè<名>gam màu sáng; sắc màu rực rỡ: 我比较喜欢~的衣服。Tôi tương đối thích mặc quần áo có gam màu sáng. 她的演唱为晚会增添了~。Tiếng hát của chị ấy đã làm cho dạ hội thêm sắc màu rực rỡ.

【亮闪闪】liàngshǎnshǎn sáng ngời; sáng long lanh

【亮堂】liàngtang<形>❶sáng sủa: 商场~ cửa hàng sáng sủa ❷(lòng dạ, tư tưởng) sáng tỏ; hiểu rõ: 心胸~ sáng lòng sáng d...

❸vang lên: 嗓门~ giọng sang sảng

【亮堂堂】liàngtángtáng sáng choang; sáng trưng; sáng rực

【亮王牌】liàng wángpái sử dụng át chủ bài: ~以扭转颓势 sử dụng át chủ bài nhằm xoay chuyển thế suy bại

【亮相】liàngxiàng<动>❶[戏曲](sân khấu) pha tĩnh; pha dừng ❷lộ diện; ra mắt (trên sàn diễn) ❸công khai bày tỏ ý kiến; bộc lộ rõ quan điểm

【亮锃锃】liàngzèngzèng sáng trưng; sáng rực; sáng loáng

【亮铮铮】liàngzhēngzhēng sáng loáng; sáng quắc

【亮直】liàngzhí<形>trung thực

凉 liàng<动>để nguội: ~一~再喝。Để nguội hãy uống.
另见liáng

悢 liàng<动>[书]đau buồn

【悢悢】liàngliàng<形>[书]❶đau buồn; thất vọng; bâng khuâng ❷nhớ thương; nhớ nhung

谅 liàng<动>❶tha thứ; thông cảm: 体~ lượng thứ ❷đồ; đoán: ~你不敢来。Đoán anh không dám đến.

【谅察】liàngchá<动>lượng sát; lượng xét; xem xét tha thứ: 如处理不当，希望你~。Nếu xử lí còn chưa được thỏa đáng, mong anh lượng thứ.

【谅解】liàngjiě<动>thông cảm và bỏ qua: 这事我实在没办法，请你~。Việc này tôi thật sự không còn cách nào khác, mong anh thông cảm cho.

【谅解备忘录】liàngjiě bèiwànglù bản ghi nhớ thông cảm; bị vong lục

辆 liàng<量>chiếc

靓 liàng<形>[方]đẹp; diện; xinh; mặt mũi sáng sủa
另见jìng

【靓丽】liànglì<形>đẹp; xinh; đẹp mắt: 这女孩打扮得很~。Cô bé này ăn mặc thật đẹp.

【靓妹】liàngmèi<名>[方]cô gái đẹp

【靓女】liàngnǚ<名>[方]cô gái xinh đẹp

【靓仔】liàngzǎi<名>[方]đẹp trai; bảnh bao

量 liàng❶<名>thưng; đấu (dụng cụ đong đo ngày xưa) ❷<名>lượng; mức: 饭~ lượng cơm ❸<名>số lượng; con số: 降雨~ lượng mưa ❹<动>cân nhắc; tính toán: ~入为出 tùy mức thu mà chi
另见liáng

【量变】liàngbiàn<名>[哲学]lượng biến; biến đổi về lượng và mức độ: ~到一定程度 会导致质变。Lượng biến đến mức độ nhất định sẽ dẫn tới chất biến.

【量才录用】liàngcái-lùyòng tùy theo tài năng mà tuyển dụng

【量产】liàngchǎn<动>sản xuất hàng loạt (PDT, thuật ngữ trong công nghệ vi tính)

【量词】liàngcí<名>lượng từ: 汉语~很多。Trong tiếng Hán sử dụng rất nhiều lượng từ.

【量贩店】liàngfàndiàn<名>[方]cửa hàng bán buôn

【量贩式】liàngfànshì<名>kiểu bán buôn

【量腹而食】liàngfù'érshí liệu cơm gắp mắm; liệu bụng mà ăn

【量化】liànghuà<动>lượng hóa; định lượng: 工作可以~。Công tác có thể tiến hành lượng hóa.

【量化分析】liànghuà fēnxī phân tích định lượng

【量化管理】liànghuà guǎnlǐ quản lí định lượng

【量力】liànglì<动>lượng sức: 不自~ không tự lượng sức mình

【量力而行】liànglì'érxíng liệu sức mà làm

【量如江海】liàngrújiānghǎi rộng như sông biển

L

【量入为出】liàngrù-wéichū liệu cơm gắp mắm; trông thu mà chi

【量体裁衣】liàngtǐ-cáiyī đo người cắt áo; liệu cơm gắp mắm

【量小非君子】liàng xiǎo fēi jūnzǐ những người nhỏ nhặt hẹp hòi không phải là kẻ quân tử; rộng lượng mới xứng đáng là đấng quân tử

【量小力微】liàngxiǎo-lìwēi lượng nhỏ sức yếu

【量刑】liàngxíng〈动〉[法律]cân nhắc mức hình phạt: 从轻~ xử hình phạt nhẹ

【量子】liàngzǐ〈名〉[物理]lượng tử

晾liàng〈动〉❶hong (gió): ~鱼干 hong cho cá khô ráo ❷phơi (nắng): ~被子 phơi chăn ❸quẳng; quăng; vứt; bỏ mặc: 我讨厌被~在一边的感觉。Tôi rất ngán cái cảm giác bị bỏ mặc một bên. ❹để nguội //〈姓〉Lượng

【晾干】liànggān〈动〉hong khô

【晾晒】liàngshài〈动〉trải ra phơi nắng: ~窗帘 trải rèm cửa sổ ra phơi

【晾台】liàngtái〈名〉❶sân thượng ❷ban công

【晾衣服】liàng yīfu phơi quần áo

【晾衣杆】liàngyīgǎn〈名〉cây sào phơi quần áo

【晾衣架】liàngyījià〈名〉giá phơi áo; mắc áo

【晾衣绳】liàngyīshéng〈名〉dây phơi áo

跟liàng

【跟跟跄跄】liàngliàngqiàngqiàng thất tha thất thểu

【跟跄】liàngqiàng〈动〉(đi) chệnh choạng; loạng choạng; lảo đảo: ~前行 loạng choạng đi về phía trước

liāo

撩liāo〈动〉❶vén: ~裙子 vén váy ❷vảy: ~些水 vảy ít nước
另见liáo

【撩衣奋臂】liāoyī-fènbì xắn tay áo chuẩn bị (ra tay)

liáo

辽[1]liáo〈形〉xa; xa xôi: ~阔 bao la/mênh mông

辽[2]Liáo〈名〉đời nhà Liêu (một triều đại lịch sử của Trung Quốc) //〈姓〉Liêu

【辽阔】liáokuò〈形〉mênh mông; bao la; bát ngát: ~的草原 đồng cỏ mênh mông

【辽落】liáoluò〈形〉❶rộng mênh mông và trống trải ❷lác đác; tẻ lạnh ❸mặc cảm; lạnh nhạt ❹chênh lệch; khác biệt lớn ❺phiêu diêu; lưu lạc

【辽远】liáoyuǎn〈形〉xa xôi; xa xăm: ~的晴空 bầu trời xa xăm

疗liáo〈动〉chữa bệnh; điều trị: 理~ vật lí trị liệu

【疗程】liáochéng〈名〉liệu trình; đợt điều trị

【疗法】liáofǎ〈名〉cách chữa bệnh: 物理~ cách chữa bệnh bằng phương pháp vật lí

【疗饥】liáojī〈动〉[书]chống đói; đỡ đói

【疗伤】liáoshāng〈动〉điều trị vết thương: 他正在医院~。Ông ấy đang điều trị vết thương ở bệnh viện.

【疗效】liáoxiào〈名〉hiệu quả chữa bệnh (điều trị); công hiệu: ~显著 công hiệu rõ rệt

【疗养】liáoyǎng〈动〉điều dưỡng: 她每年都到海边~。Hàng năm chị ấy đều đi điều dưỡng ở vùng ven biển.

【疗养院】liáoyǎngyuàn〈名〉viện nghỉ dưỡng

【疗治】liáozhì〈动〉điều trị: ~枪伤 điều trị vết thương do trúng đạn

聊[1]liáo[书]❶〈副〉tạm; tạm thời; hẵng tạm: ~以自慰 tạm thời để tự an ủi ❷〈副〉hơi một chút; chút ít; chút đỉnh: ~表寸心 tỏ chút lòng thành ❸〈动〉dựa vào; nương dựa; nhờ vào: 民不~生 dân không biết dựa vào đâu mà sống //(姓)Liêu

聊² liáo<动>[口]chuyện phiếm; tán gẫu

【聊备一格】liáobèi-yīgé gọi là có; lấy làm có

【聊表谢意】liáobiǎo-xièyì bày tỏ sự biết ơn; tỏ chút lòng mọn

【聊赖】liáolài<名>nơi nương tựa; chốn nương thân

【聊且】liáoqiě<副>[书]tạm thời; tạm: ~活着 sống tạm bợ

【聊胜一筹】liáoshèng-yīchóu hơi nhỉnh hơn một chút

【聊胜于无】liáoshèngyúwú méo mó có (còn) hơn không; có (chút ít) còn hơn không

【聊天儿】liáotiānr<动>[口]nói chuyện phiếm; chuyện trò; tán gẫu

【聊天室】liáotiānshì<名>phòng tâm sự; phòng chát: 她在~一聊就是几个小时。Cô ta cứ vào phòng chát là buôn chuyện đến mấy tiếng đồng hồ.

【聊以解嘲】liáoyǐjiěcháo tạm coi đó là nguyên do dẫn đến chuyện bị người ta giễu cợt; tạm lấy đó để tự bênh vực

【聊以塞责】liáoyǐsèzé tạm dùng đó để lấp liếm hay ứng phó với trách nhiệm mà mình đáng phải gánh vác

【聊以自慰】liáoyǐzìwèi tạm tự an ủi

【聊以自娱】liáoyǐzìyú tạm để tự làm vui và giải trí cho bản thân

【聊以卒岁】liáoyǐzúsuì đành cố hết năm; cho qua ngày đoạn tháng

僚 liáo<名>❶quan lại ❷người cùng làm quan với nhau: 同~ đồng liêu

【僚机】liáojī<名>[军事]máy bay yểm trợ; máy bay hộ vệ; máy bay kèm sau

【僚舰】liáojiàn<名>[军事]tàu chiến yểm trợ

【僚婿】liáoxù<名>[书]anh em đồng hao; anh em cọc chèo

寥 liáo<形>❶thưa thớt; lưa thưa: ~落 thưa thớt ❷tĩnh mịch; im lìm: 寂~ vắng vẻ/quạnh hiu ❸[书]trống trải; trống rỗng: ~无人烟 vắng tanh không người ở //(姓)Liêu

【寥寂】liáojì<形>vắng vẻ

【寥廓】liáokuò<形>[书]mênh mang: 海天~ biển trời mênh mang

【寥寥】liáoliáo<形>lèo tèo; lác đác: ~可数 chỉ lèo tèo mấy cái

【寥寥无几】liáoliáo-wújǐ chẳng có mấy; vẻn vẹn đếm được trên đầu ngón tay

【寥落】liáoluò<形>❶thưa thớt; lác đác: 星辰~ sao trời thưa thớt ❷vắng vẻ; lạnh lẽo: 旷野~ đồng không mông quạnh

【寥若晨星】liáoruòchénxīng thưa thớt như sao ban mai

撩 liáo<动>[书]ghẹo; trêu; trêu ghẹo 另见liāo

【撩拨】liáobō<动>trêu ghẹo; khêu gợi

【撩动】liáodòng<动>khêu gợi; gợi ra; khuấy động: 熟悉的歌声~了她的心弦。Tiếng hát quen thuộc đã khơi gợi một cái gì đó trong lòng chị.

【撩逗】liáodòu<动>trêu chọc; khêu gợi: 他用甜言蜜语~她。Hắn ta dùng những lời mật ngọt để trêu ghẹo chị ấy.

【撩惹】liáorě<动>trêu chọc; ghẹo; trêu; trêu ghẹo

【撩人】liáorén<动>ghẹo người; trêu người

【撩事生非】liáoshì-shēngfēi trêu chọc gây rắc rối; kiếm chuyện sinh sự

嘹 liáo

【嘹亮】liáoliàng<形>lanh lảnh; âm vang

獠 liáo

【獠牙】liáoyá<名>răng nanh

潦 liáo

【潦草】liáocǎo<形>❶(chữ viết) ngoáy; nguệch ngoạc: 你这几个字也写得太~了吧。Mấy chữ này anh viết ngoáy quá. ❷ (làm việc) cẩu thả; qua quít; đại khái

【潦倒】liáodǎo<形>chán nản; buồn chán; thất ý: 落魄~ buồn chán rệu rã như kẻ mất hồn

缭 liáo<动>❶quấn; cuốn: ~绕 quấn quanh ❷viền; vắt: ~缝儿 khâu vắt

【缭乱】liáoluàn<形>[书]rối bời; lộn xộn; bối rối

【缭绕】liáorào<动>lượn lờ; cuộn tròn: 朵朵白云在天际~。Những cụm mây trắng lượn lờ bên chân trời xa.

燎 liǎo<动>cháy lan; đốt cháy
另见liǎo

【燎荒】liáohuāng<动>đốt phá cỏ dại trước khi khai khẩn

【燎泡】liáopào<名>vết bỏng rộp

【燎原】liáoyuán<动>cháy lan cả cánh đồng: 星星之火，可以~。Mồi lửa nhỏ có thể lan cả đồng cỏ.

【燎原烈火】liáoyuán lièhuǒ ngọn lửa bừng bừng cháy lan đồng cỏ

鹩 liáo

【鹩哥】liáogē<名>[动物]chim sáo

liǎo

了¹ liǎo❶<动>xong; kết thúc: ~事 xong việc ❷<动>có thể (làm); được (làm) nổi: 做得~ làm được ❸<副>[书]hoàn toàn: ~无牵挂 chẳng còn gì phải lưu luyến //(姓) Liễu

了² liǎo<动>hiểu; hiểu rõ; rõ: ~然 hiển nhiên hiểu được
另见le

【了不得】liǎobudé❶[口]hết mức; vô cùng; nổi bật: 兴奋得~ phấn khởi tột cùng ❷hỏng rồi; nguy rồi: ~，出大事了! Nguy rồi, xảy ra việc nghiêm trọng rồi!

【了不起】liǎobuqǐ❶phi thường; nổi bật: 他

真~。Anh ấy thật cừ. ❷trọng đại; to lớn; nghiêm trọng: 这点困难没啥~。Chút ít khó khăn chẳng hề gì.

【了当】liǎodàng❶<形>thẳng thắn; thoải mái; dễ chịu ❷<形>xong xuôi; đâu ra đấy: 布置~ bố trí xong xuôi đâu vào đấy ❸<动>[旧]xử lí; giải quyết; kết thúc: 好不容易才得~。Khó khăn lắm mới giải quyết xong xuôi.

【了得】liǎodé<形>❶chết; hỏng mất: 这还~! Như thế thì hỏng mất! ❷khác thường; nổi bật: 此人身手非常~。Anh ta võ nghệ siêu phàm.

【了断】liǎoduàn<动>kết thúc; chấm dứt: 这件事该作个~了。Việc này nên được kết thúc thôi.

【了结】liǎojié<动>giải quyết; kết thúc; chấm dứt

【了解】liǎojiě<动>❶hiểu rõ; biết rõ; tìm hiểu: 老师逐个~学生的家庭情况。Cô giáo tìm hiểu tình hình gia đình của từng em học sinh. ❷tìm hiểu; điều tra; thăm dò: ~案情 điều tra vụ việc

【了了】liǎoliǎo<形>[书]sáng tỏ

【了期】liǎoqī<名>[书]thời gian kết thúc

【了却】liǎoquè<动>kết thúc; xóa được; chấm dứt; xong: 今天终于~一件心事。Hôm nay rốt cuộc đã chấm dứt cái bầu tâm sự.

【了然】liǎorán<形>rõ ràng; sáng tỏ: ~于怀 rõ ràng trong lòng

【了如指掌】liǎorúzhǐzhǎng rõ như trong lòng bàn tay; rõ như ban ngày; thuộc như lòng bàn tay; thông tỏ ngọn ngành

【了身达命】liǎoshēn-dámìng❶hiểu thấu đời người ❷an thân lập phận

【了事】liǎoshì<动>cho qua chuyện; cho xong chuyện

【了无】liǎowú<动>một chút cũng không có:

~兴趣 chẳng có chút hứng thú gì

【了悟】liǎowù〈动〉[书]hiểu; lĩnh ngộ; hiểu rõ

【了愿】liǎoyuàn〈动〉thực hiện nguyện vọng

【了账】liǎozhàng〈动〉hết nợ; rảnh nợ; xong nợ

钉 liǎo〈名〉[化学]ruteni (kí hiệu: Ru)

蓼 liǎo〈名〉[植物]cỏ liễu; cỏ lục; rau nghể; rau dăm; liễu thảo; thủy lục thảo (vị thuốc Đông y)

【蓼科】liǎokē〈名〉[植物]họ cỏ liễu (kiều mạch, đại hoàng, liễu lam)

【蓼蓝】liǎolán〈名〉[植物]cỏ lam

燎 liǎo〈动〉cháy sém; (lửa) bén: ~了眉毛 sém mất lông mày

另见liáo

【燎发催枯】liǎofà-cuīkū như bẻ cành khô; ví tiêu diệt kẻ thù một cách dễ dàng

liào

尥 liào

【尥蹶子】liào juězi đá hất chân sau (lừa, ngựa)

料[1] liào〈动〉❶dự đoán; mong đợi; lường trước: 意~之中 hoàn toàn trong dự đoán ❷chăm sóc; trông coi: ~理 chăm nom/chăm sóc/trông nom

料[2] liào❶〈名〉vật liệu; nguyên liệu: 涂~ vật liệu dùng để quét (tráng) ❷〈名〉thức ăn gia súc: 草~ cỏ cho gia súc ❸〈量〉liều: 配一~药 pha chế một liều thuốc

【料仓】liàocāng〈名〉kho chứa vật liệu

【料场】liàochǎng〈名〉bãi để vật liệu

【料车】liàochē〈名〉xe nạp liệu

【料到】liàodào〈动〉lường trước được: 我早~是这个结果。Tôi đã lường được từ sớm về kết quả này.

【料定】liàodìng〈动〉nhìn thấy trước; dự liệu được

【料斗】liàodǒu〈名〉sọt đựng thức ăn gia súc

【料豆儿】liàodòur〈名〉đậu nuôi súc vật

【料度】liàoduó〈动〉[书]dự đoán; tính toán

【料货】liàohuò〈名〉hàng vật; nguyên liệu

【料及】liàojí〈动〉[书]lường trước được: 对这起突发事件大家未曾~。Đối với sự kiện đột phát này mọi người chưa lường trước được.

【料酒】liàojiǔ〈名〉rượu gia vị (dùng để nấu thức ăn)

【料理】liàolǐ❶〈动〉sắp xếp; xử lí; lo liệu: 家里大小事都是妈妈一人~。Trong gia đình này thì bất kể việc lớn nhỏ đều do người mẹ lo liệu. ❷〈动〉chế biến thức ăn ❸〈名〉thức ăn; món ăn: 韩国~ món ăn Hàn Quốc

【料器】liàoqì〈名〉hàng mĩ nghệ thủy tinh (được làm từ thủy tinh màu)

【料峭】liàoqiào〈形〉[书]se lạnh; hơi lạnh; lành lạnh: 寒风~ gió bắc từng cơn trời se lạnh

【料石】liàoshí〈名〉vật liệu đá; đá

【料事如神】liàoshì-rúshén dự toán chính xác như (có phép) thần; đoán đâu đúng đấy

【料想】liàoxiǎng〈动〉lường trước; dự đoán: 她落榜了？真~不到。Cô ấy thi trượt à? Thật không ngờ đấy.

【料子】liàozi〈名〉❶[方]vải vóc lụa là ❷vật liệu gỗ ❸[口]người có năng khiếu: 你是个踢球的~。Anh là người có năng khiếu bóng đá.

撂 liào〈动〉[口]❶bỏ xuống; đặt xuống; gác lại: 他~下自己手头的事来帮忙。Anh ấy tạm gác lại công việc của mình mà sang đây giúp đỡ. ❷hạ thủ; quật ngã: 我把他~倒在地。Tôi đã quật ngã hắn xuống đất. ❸ném; quẳng đi: 前任~下一个烂摊子。Người tiền nhiệm đã quẳng lại một mớ bòng bong.

【撂倒】liàodǎo〈动〉vật ngã; gạt ngã: 警察

L

三下两下就把歹徒~了。Chỉ vài ba cú là cảnh sát đã gạt ngã tên côn đồ.

【撂地】liàodì<动>biểu diễn ngoài phố chợ

【撂手】liàoshǒu<动>phủi tay (bỏ việc không làm nữa): 工作还没完成，你怎么就~不干了? Công việc còn chưa hoàn thành tại sao anh lại phủi tay không tiếp tục nữa nhỉ?

【撂台】liàotái<动>bỏ việc mà mình phụ trách

【撂挑子】liào tiāozi[口]bỏ gánh; quẳng gánh; mặc kệ

瞭liào<动>ngắm; quan sát

【瞭哨】liàoshào<动>canh gác; gác

【瞭望】liàowàng<动>❶leo cao nhìn xa ❷lên cao để quan sát

【瞭望哨】liàowàngshào<名>chòi quan sát

【瞭望塔】liàowàngtǎ<名>tháp quan sát

【瞭望台】liàowàngtái<名>đài quan sát

镣liào<名>cái cùm chân

【镣铐】liàokào<名>cái cùm chân và xiềng tay; gông cùm; gông xiềng

liē

咧liē
另见liě

【咧咧】liēlie<动>[方]❶nói bừa; nói láo; ba hoa: 瞎~什么? Ba hoa chích chòe gì đó? ❷khóc ti tỉ; khóc nhè

liě

咧liě<动>❶toét (miệng); toe toét (cười); há miệng: ~着嘴笑 cười toe toét ❷[方]vǎng (nghĩa xấu)
另见liē

【咧嘴】liězuǐ<动>nhếch mép; nheo miệng: ~一笑 nheo miệng cười

liè

列liè❶<动>bày ra: ~阵 xếp thành đội hình ❷<动>xếp vào; liệt vào: ~入名单 xếp vào danh sách ❸<名>hàng ngũ; đội ngũ: 入~ đứng vào hàng ngũ ❹<名>loại; hạng: 不属此~ không thuộc loại này ❺<代>các (số nhiều): ~位 các vị ❻<量>đoàn (tàu…): 一~火车 một đoàn xe lửa //(姓)Liệt

【列表】lièbiǎo<动>kê thành bảng biểu

【列兵】lièbīng<名>[军事]binh nhì

【列车】lièchē<名>đoàn tàu: ~进站了。Đoàn tàu đã vào ga.

【列车时刻表】lièchē shíkèbiǎo thời khắc biểu xe lửa

【列车员】lièchēyuán<名>nhân viên chạy tàu

【列车长】lièchēzhǎng<名>tàu trưởng

【列出】lièchū<动>bày ra: ~日程表 soạn thảo bảng nhật trình

【列岛】lièdǎo<名>quần đảo; các đảo

【列队】lièduì<动>xếp thành hàng: ~迎接 xếp thành hàng chào đón

【列国】lièguó<名>các nước

【列举】lièjǔ<动>liệt kê; nêu ra từng cái: ~事例 liệt kê từng ví dụ

【列宁主义】Lièníng zhǔyì chủ nghĩa Lê nin

【列强】lièqiáng<名>[旧]các cường quốc

【列入】lièrù<动>xếp vào

【列土封疆】liètǔ-fēngjiāng nhà vua phong tặng đất đai cho các đại thần

【列为】lièwéi<动>đưa vào

【列位】lièwèi<代>quý vị; liệt vị; chư vị

【列席】lièxí<动>dự thính: ~代表 đại biểu dự thính

【列阵】lièzhèn<动>xếp thành đội hình: ~战 xếp thành đội hình nghênh chiến

【列传】lièzhuàn〈名〉liệt truyện

【列祖列宗】lièzǔ-lièzōng các vị tổ tiên

劣 liè〈形〉❶kém; liệt; không tốt: 低~ tồi kém ❷nhỏ hơn (tiêu chuẩn): ~弧 cung (nhỏ hơn vòng tròn)

【劣等】lièděng〈形〉loại kém

【劣等品】lièděngpǐn〈名〉đồ kém phẩm chất

【劣根性】lièpēnxìng〈名〉thói hư tật xấu

【劣货】lièhuò〈名〉hàng chất lượng tồi

【劣迹】lièjì〈名〉việc xấu; vết xấu; thành tích bất hảo: 他当年的~大家都知道。Những việc xấu xa năm xưa của hắn thì mọi người đều đã biết tỏng.

【劣迹昭著】lièjì-zhāozhù hành động xấu hết sức rõ ràng; khét tiếng; tội ác rành rành

【劣马】lièmǎ〈名〉ngựa tồi; ngựa nghèo

【劣品】lièpǐn〈名〉đồ kém phẩm chất

【劣绅】lièshēn〈名〉thân sĩ vô đức; thân hào tồi tệ

【劣势】lièshì〈名〉thế kém; hoàn cảnh xấu; tình thế xấu: 扭转~ xoay chuyển tình thế xấu

【劣质】lièzhì〈形〉loại kém; chất lượng kém: ~产品 sản phẩm chất lượng kém/hàng kém phẩm chất

【劣质工程】lièzhì gōngchéng công trình chất lượng kém

【劣种】lièzhǒng〈名〉giống xấu

【劣株】lièzhū〈名〉cây (trồng) kém

烈 liè❶〈形〉mãnh liệt; mạnh mẽ; hừng hực: ~焰 ngọn lửa hừng hực ❷〈形〉thẳng thắn; nghiêm trang: 刚~ cương quyết ❸〈名〉người hi sinh vì nghĩa cả: 英~ anh hùng liệt sĩ ❹〈名〉[书]công trạng

【烈度】lièdù〈名〉độ chấn động

【烈风】lièfēng〈名〉❶[气象]gió mạnh cấp 9 ❷gió cực mạnh; gió mạnh

【烈火】lièhuǒ〈名〉ngọn lửa bừng bừng; ngọn lửa ngùn ngụt

【烈火见真金】lièhuǒ jiàn zhēnjīn lửa thử vàng, gian nan thử sức

【烈酒】lièjiǔ〈名〉rượu mạnh

【烈马】lièmǎ〈名〉ngựa mạnh: ~难驯 ngựa mạnh khó huấn luyện

【烈女】liènǚ〈名〉[旧]❶cô gái cương trực ❷liệt nữ (chỉ người con gái thà chết để bảo vệ trinh tiết)

【烈日】lièrì〈名〉mặt trời chói chang: ~炎炎 mặt trời chói chang/trời nắng chang chang

【烈士】lièshì〈名〉❶liệt sĩ hi sinh vì nghĩa cả ❷[书]người có chí lớn

【烈士纪念碑】lièshì jìniànbēi đài tưởng niệm liệt sĩ; đài tổ quốc ghi công

【烈士陵园】lièshì língyuán nghĩa trang liệt sĩ

【烈士墓】lièshìmù〈名〉mộ liệt sĩ

【烈士暮年，壮心不已】lièshì-mùnián, zhuàngxīn-bùyǐ người có chí lớn đến tuổi già vẫn không ngừng phấn đấu tiến bộ

【烈属】lièshǔ〈名〉gia đình liệt sĩ

【烈性】lièxìng〈形〉❶tính cương cường: ~ 女子 cô gái can trường ❷mạnh; mãnh liệt: ~酒 rượu mạnh

【烈性毒药】lièxìng dúyào thuốc độc mạnh

【烈焰】lièyàn〈名〉lửa cháy mạnh

猎 liè〈动〉❶săn; bắt; săn bắt: 狩~ săn thú dữ; ~人 thợ săn ❷tìm kiếm: ~奇 tìm kiếm cái lạ

【猎豹】lièbào〈名〉beo; báo

【猎捕】lièbǔ〈动〉săn bắt: ~国家保护动物 是违法的行为。Săn bắt động vật được nhà nước bảo hộ là hành động vi phạm luật pháp.

【猎场】lièchǎng〈名〉khu vực săn bắn

【猎刀】lièdāo〈名〉dao săn

【猎狗】liègǒu〈名〉chó săn

【猎号】lièhào〈名〉hiệu lệnh săn bắn

L

【猎户】lièhù<名>❶hộ đi săn ❷thợ săn

【猎获】lièhuò<动>săn bắn được

【猎具】lièjù<名>đồ dùng săn bắn; dụng cụ đi săn

【猎奇】lièqí<动>tìm kiếm cái lạ: 无良记者挖空心思在娱乐圈里~。Phóng viên bất lương không từ thủ đoạn để săn cái lạ trong làng vui chơi giải trí.

【猎枪】lièqiāng<名>súng săn

【猎区】lièqū<名>khu săn bắn

【猎取】lièqǔ<动>❶săn bắt: 他进山~野猪。Ông ấy vào rừng săn lợn rừng. ❷cướp lấy; cướp đoạt (danh lợi): ~名利 cướp đoạt công danh lợi lộc

【猎犬】lièquǎn<名>chó săn

【猎人】lièrén<名>người đi săn; thợ săn

【猎杀】lièshā<动>săn giết: 坚决打击~野象的违法行为。Kiên quyết chống hành vi săn giết voi rừng trái phép.

【猎食】lièshí<动>săn bắt con mồi: 豹子~羚羊。Con báo săn bắt linh dương.

【猎手】lièshǒu<名>thợ săn

【猎头】liètóu<名>kẻ săn lùng nhân tài: ~公司 công ti săn lùng người tài

【猎物】lièwù<名>thú săn; mồi săn

【猎艳】lièyàn<动>[书]❶tìm lời hay ý đẹp ❷hám sắc; săn gái: 这好色之徒常到公共场所~。Cái thằng hám sắc này chuyên đi săn gái ở những nơi công cộng.

【猎鹰】lièyīng<名>diều hâu săn bắt: 他驯养了一只~。Ông ấy nuôi con diều hâu săn bắt.

【猎装】lièzhuāng<名>trang phục săn bắt

裂 liè❶<动>nứt ra; tan vỡ; rạn nứt: 迸~ rạn nứt ❷<名>[植物]khía (lá, cành hoa)

【裂变】lièbiàn<动>❶[物理]phân chia: 原子核~ sự phân chia hạt nhân ❷sự đột biến

【裂唇】lièchún<名>[医学]sứt môi

【裂缝】lièfèng❶<动>nứt ra; rạn nứt: 强震发生，地~了。Trong trận động đất mạnh mặt đất đã nứt ra. ❷<名>vết nứt: 天花板上有一条~。Trên trần nhà có vết nứt.

【裂谷】liègǔ<名>[地质]kẽ hở; kẽ nứt: 东非大~ đường nứt lớn Đông Phi

【裂果】lièguǒ<名>[植物]trái nứt; trái bung (loại quả sau khi chín vỏ bung ra, như cốt đột, quả họ đậu...)

【裂痕】lièhén<名>vết rạn; vết nứt: 她俩的友情出现了~。Tình bạn giữa hai chị đã xuất hiện sự rạn nứt.

【裂化】lièhuà<动>[化工]chiết xuất; tách ra (xăng từ dầu thô): 原油通过~制成汽油和柴油。Dầu thô qua khâu chiết xuất được gia công thành xăng và dầu ma-dút.

【裂化气】lièhuàqì<名>khí chiết xuất (xăng từ dầu thô)

【裂解】lièjiě<动>[化工]chiết xuất

【裂开】lièkāi<动>nứt ra: 裤子~一个口子。Chiếc quần bị rách toạc một miếng.

【裂口】lièkǒu❶<名>chỗ bị nứt ❷<动>nứt ra; nứt nẻ

【裂片】lièpiàn<名>[植物]vết rách tướp (của lá, hoa...)

【裂纹】lièwén<名>❶vết rạn ❷hoa văn rạn (trên đồ sứ)

【裂隙】lièxì<名>kẽ hở; kẽ nứt: 水缸有一道~。Chiếc chum có một kẽ nứt.

趔 liè

【趔趄】lièqie<动>lảo đảo; xiêu vẹo; loạng choạng

躐 liè<动>[书]❶vượt: ~级 nhảy cấp ❷đạp chà đạp

【躐等】lièděng<动>[书]vượt cấp; vượt hạng: ~求进 vượt lên để tiến bộ

【躐迁】lièqiān<动>vượt qua di chuyển

鬛 liè<名>bờm (ngựa, sư tử)

【鬛狗】liègǒu<名>linh cẩu (một giống chó)

【鬛鬃】lièzōng<名>lông bờm

līn

拎 līn<动>[方]xách: ~着一桶水 xách một xô nước

【拎包】līnbāo<名>[方]giỏ xách; túi xách

【拎起】līnqǐ<动>xách lên

【拎水】līnshuǐ<动>xách nước: 他到池塘~去了。Cậu ấy đã đi xách nước ở ao.

【拎着】līnzhe<动>xách: 妈妈~菜篮子出门了。Mẹ đã xách sọt rau bước ra khỏi nhà.

lín

邻 lín❶<名>hàng xóm; láng giềng: 西~ nhà láng giềng phía tây ❷<动>gần bên cạnh: ~座 chỗ ngồi bên cạnh

【邻邦】línbāng<名>lân bang; nước láng giềng: 友好~ nước láng giềng hữu nghị

【邻边】línbiān<名>[数学]mép cạnh

【邻国】línguó<名>nước láng giềng

【邻家】línjiā<名>nhà bên cạnh

【邻家男孩】línjiā nánhái con trai nhà bên cạnh

【邻家女孩】línjiā nǚhái con gái nhà bên cạnh

【邻接】línjiē<动>sát nhau; cạnh nhau

【邻街】línjiē<名>phố gần; phố bên cạnh: 西边~有个邮局。Mé Tây của phố bên cạnh có nhà bưu điện.

【邻近】línjìn❶<动>sát bên cạnh: ~大海 giáp biển ❷<名>phụ cận; bên cạnh: 我家~有个公园。Ngay cạnh nhà tôi là một công viên.

【邻居】línjū<名>người hàng xóm; láng giềng: 我和他是~。Tôi và anh ấy là người hàng xóm.

【邻里】línlǐ<名>❶ở quê; quê nhà ❷đồng hương; người cùng làng: ~关系 quan hệ đồng hương

【邻舍】línshè<名>[方]hàng xóm; láng giềng

【邻位】línwèi<名>vị trí bên cạnh

【邻位效应】línwèi xiàoyìng[化学]hiệu ứng ortho

【邻座】línzuò<名>chỗ ngồi bên cạnh: ~那位是他的妻子。Chị ngồi bên cạnh là vợ anh ấy.

林 lín<名>❶rừng: 防风~ rừng chắn gió ❷nhiều như cây trong rừng: 碑~ rừng bia đá ❸lâm nghiệp //(姓)Lâm

【林产】línchǎn<名>lâm sản

【林场】línchǎng<名>lâm trường: 年轻的~工人 thợ trẻ lâm trường

【林丛】líncóng<名>cây rừng; rừng cây

【林带】líndài<名>dải rừng

【林地】líndì<名>đất rừng

【林分】línfēn<名>[林业]phân loại rừng (dựa theo số tuổi, mật độ...)

【林海】línhǎi<名>biển rừng: ~茫茫 biển rừng bạt ngàn

【林壑】línhè<名>rừng cây và thung lũng

【林垦】línkěn<动>khai hoang gây rừng

【林立】línlì<动>mọc lên như rừng; san sát: 新的城区高楼~。Những tòa cao ốc mọc lên san sát tại khu mới.

【林林总总】línlínzǒngzǒng nhiều như rừng; nhiều vô số

【林龄】línlíng<名>[林业]tuổi rừng

【林木】línmù<名>❶rừng; cây rừng ❷cây trong rừng

【林农】línnóng<名>thợ rừng; người nông dân trồng rừng

【林区】línqū<名>khu rừng: ~里野生动植物种类繁多。Trong khu rừng chủng loại động thực vật hoang dã hết sức phong phú.

【林泉】línquán<名>[书]❶lâm tuyền; rừng và suối ❷nơi ở ẩn

【林薮】línsǒu<名>[书]❶rừng và đất lầy ao

L

đầm, nơi cây cỏ mọc rậm rạp ❷ví nơi sự vật tụ tập

【林涛】líntāo<名>tiếng lá rừng xào xạc như sóng vỗ: ~阵阵，呼啸而来。Tiếng lá rừng xào xạc miên man không dứt.

【林网】línwǎng<名>cây rừng đan xen

【林相】línxiàng<名>❶diện mạo rừng; bề mặt rừng ❷chất lượng gỗ; tình hình phát triển (của rừng)

【林型】línxíng<名>phân loại rừng

【林学】línxué<名>lâm nghiệp học

【林谚】línyàn<名>ngạn ngữ lâm nghiệp

【林业】línyè<名>lâm nghiệp; nghề rừng

【林业部】Línyè Bù<名>Bộ Lâm nghiệp

【林业工人】línyè gōngrén thợ rừng; công nhân lâm nghiệp

【林业资源】línyè zīyuán tài nguyên rừng

【林荫道】línyīndào<名>đường có bóng mát; đường rợp bóng mát

【林园】línyuán<名>vườn rừng

【林苑】línyuàn<名>lâm uyển (rừng chuyên dành cho vua chúa đi săn)

【林政】línzhèng<名>chính sách bảo vệ rừng

【林子】línzi<名>[口]rừng; cánh rừng: 这片~很大。Khu rừng này rất rộng.

临 lín❶<动>gần; đối diện; đứng trước: ~河 gần sông ❷<动>đến; tới: 光~ đến ❸<动>mô phỏng theo: ~摹 tập viết phỏng theo chữ mẫu ❹<介>sắp; sắp sửa: ~别 sắp chia tay //(姓) Lâm

【临本】línběn<名>mẫu chữ tập thư họa phỏng chế

【临产】línchǎn<动>sắp đẻ

【临场】línchǎng<动>❶trường thi; nơi thi: ~经验不足 thiếu kinh nghiệm trường thi ❷đến hiện trường: ~部署 đến hiện trường bố trí

【临池学书】línchí-xuéshū siêng năng,

chịu khó tập viết thư pháp

【临床】línchuáng<动>lâm sàng: ~医学 y học lâm sàng

【临床经验】línchuáng jīngyàn kinh nghiệm lâm sàng

【临床诊断】línchuáng zhěnduàn chẩn đoán lâm sàng

【临到】líndào❶<动>gần đến giờ; sắp đến: ~上台表演，他有点怯场。Cứ đến lượt lên sân khấu là anh ấy lại tỏ ra rụt rè. ❷<介>đến với; rơi vào: 这种事情~他，他会想办法解决的。Việc đó nếu gặp phải ông ấy thì ông ấy sẽ tìm cách giải quyết.

【临机应变】línjī-yìngbiàn tùy cơ ứng biến

【临街】línjiē<动>sát đường; đối diện đường cái

【临界】línjiè<形>[物理]giới hạn: ~点 điểm giới hạn

【临近】línjìn<动>ở gần sát; gần; bên cạnh: ~分别，大家都觉得依依不舍。Gần đến ngày chia tay, mọi người đều cảm thấy bịn rịn lưu luyến.

【临渴掘井】línkě-juéjǐng lúc khát mới đào giếng; nước đến chân mới nhảy

【临了】línliǎo<副>[口]phút cuối cùng; giờ chót; cuối cùng: ~还是决定派小王去机场接客人。Vào giờ chót mới quyết định cử cậu Vương đi sân bay đón khách.

【临门】línmén<动>❶tới nhà; lâm môn; tới cửa: 双喜~ song hỉ lâm môn ❷[体育]trước khung thành: ~一脚 cú sút trước khung thành

【临难】línnàn<动>lâm nạn

【临盆】línpén =【临产】

【临期】línqī<动>sắp đến kì hạn

【临深履薄】línshēn-lǚbó đến bên bờ vực sâu, đạp trên lớp băng mỏng; ví phải hết sức cẩn thận, nguy hiểm như đứng cạnh vực sâu hoặc dò dẫm trên lớp băng mỏng

【临时】línshí ❶<副>đến lúc; đến khi: ~决定 đến lúc đó mới quyết định ❷<形>tạm thời; lâm thời: ~借调 điều động tạm thời

【临时抱佛脚】línshí bào fójiǎo nước đến chân mới nhảy

【临时代办】línshí dàibàn đại biện lâm thời

【临时工】línshígōng<名>công nhân hợp đồng

【临时户口】línshí hùkǒu hộ tịch lâm thời

【临时牌照】línshí páizhào giấy phép tạm thời; biển số tạm thời: 新车出厂要办~。Xe mới xuất xưởng cần làm biển số tạm thời.

【临时协议】línshí xiéyì thỏa thuận tạm thời

【临时政府】línshí zhèngfǔ chính phủ lâm thời

【临事而惧】línshì'érjù xử sự nên giữ thái độ thận trọng

【临死】línsǐ<动>sắp chết

【临眺】líntiào<动>[书]từ trên cao nhìn xuống

【临帖】líntiè<动>tập viết theo mẫu chữ

【临头】líntóu<动>gặp phải; xảy ra: 事到~, 只能随机应变了。Gặp việc đột ngột đành phải tùy cơ ứng biến.

【临危】línwēi<动>❶lâm nguy: ~受命 nhận nhiệm vụ lúc lâm nguy ❷đứng trước gian nguy

【临危不惧】línwēi-bùjù đứng trước gian nguy cũng không hề run sợ

【临刑】línxíng<动>sắp bị tử hình; sắp bị xử tử: 他希望~前能见家人一面。Sắp bị tử hình ông ấy mong được gặp mặt người nhà lần cuối.

【临行】línxíng<动>trước khi đi; trước lúc khởi hành

【临幸】línxìng<动>lâm hạnh; được ăn nằm với vua (được vua sùng chuộng)

【临渊羡鱼】línyuān-xiànyú đến vực thèm cá; có nguyện vọng nhưng không thực hiện được

【临月】línyuè<动>đến tháng khai hoa nở nhụy; đến tháng sinh nở; đến tháng lâm bồn

【临战】línzhàn<动>sắp khai chiến; sắp thi đấu: ~状态 trạng thái chuẩn bị chiến đấu

【临阵】línzhèn<动>❶lâm trận ❷tham gia chiến đấu: ~指挥 đích thân chỉ huy

【临阵磨枪】línzhèn-móqiāng lâm trận mới mài giáo; nước đến chân mới nhảy

【临阵脱逃】línzhèn-tuōtáo lâm trận liền quay đầu chạy; vào việc lùi tránh

【临终】línzhōng<动>lâm chung; lúc sắp chết: ~关怀 quan tâm lâm chung

淋 lín<动>❶(mưa) xối; giội; dầm: 日晒雨~ mưa dầm nắng giội ❷đổ vào; cho vào; thêm vào: ~花 tưới hoa

另见lìn

【淋巴】línbā<名>[生理]tuyến bạch huyết; lâm ba: ~细胞 tế bào bạch huyết

【淋巴癌】línbā'ái<名>căng-xe lim-pha; ung thư lim-pha

【淋巴结】línbājié<名>hạch; tuyến hạch

【淋巴组织】línbā zǔzhī tổ chức lim-pha

【淋漓】línlí<形>❶nhễ nhại; đầm đìa; loang lổ: 他大汗~, 衣服都湿透了。Ông ấy đầm đìa mồ hôi ướt sũng cả quần áo. ❷(vui) tràn trề: 痛快~ vui sướng tràn trề

【淋漓尽致】línlí-jìnzhì (bài văn, bài nói) lâm li sâu sắc; tinh tế sâu sắc

【淋淋】línlín<形>rơi; tuôn; đổ: 湿~ ướt đẫm

【淋湿】línshī<动>dội ướt; bị dội ướt

【淋透】líntòu<动>bị dội làm ướt sũng

【淋雨】línyǔ<动>bị mưa; dầm mưa: 别~, 小心感冒。Dầm mưa cẩn thận mà bị cảm.

【淋浴】línyù<动>tắm xối nước; tắm vòi hoa sen

琳 lín<名>[书]ngọc đẹp

【琳琅】línláng<名>ngọc đẹp; ví những đồ vật quý hiếm

【琳琅满目】línláng-mǎnmù rực rỡ đủ loại; hàng bày la liệt

粼lín

【粼粼】línlín<形>[书]trong vắt; trong veo (nước): 碧波~ sóng biếc lung linh

嶙lín

【嶙峋】línxún<形>[书]❶đá lởm chởm ❷gầy trơ xương: 瘦骨~ gầy trơ xương ❸khí thế; khí phách; cương trực: 傲骨~ ngông nghênh ngang ngược

遴lín<动>[书]chọn lọc kĩ lưỡng

【遴才】líncái<动>chọn lọc nhân tài

【遴派】línpài<动>tuyển chọn kĩ lưỡng để cử đi

【遴聘】línpìn<动>tuyển chọn lọc kĩ lưỡng: 经过~，他被派到国外工作。Qua khâu tuyển chọn kĩ càng anh ấy đã được cử đi công tác ở nước ngoài.

【遴选】línxuǎn<动>❶chọn lọc (nhân tài); cân nhắc ❷chọn lựa: 他这部小说被~为优秀作品。Qua chọn lựa, cuốn tiểu thuyết này của anh đã được bầu là tác phẩm xuất sắc.

潾lín

【潾潾】línlín<形>nước trong

霖lín<名>[书]mưa lâu; mưa dầm

【霖雨】línyǔ<名>mưa dầm

磷lín<名>[化学]lân (Phốt-pho) (kí hiệu: P)

【磷胺】lín'àn<名>[化学]phốt-pha-mi-đon

【磷肥】línféi<名>phân lân: ~能促进作物的籽粒饱满。Phân lân có tác dụng làm mẩy hạt cây trồng.

【磷光粉】línguāngfěn<名>bột phốt-pho

【磷化物】línhuàwù<名>phosphua

【磷灰石】línhuīshí<名>apatite

【磷灰岩】línhuīyán<名>nham thạch phốt-phát

【磷火】línhuǒ<名>lửa lân tinh: 坟场飘忽着~。Trên nghĩa địa lập lòe đốm lửa lân tinh.

【磷矿粉】línkuàngfěn<名>[农业]bột quặng phốt-phát

【磷燃烧弹】línránshāodàn bom cháy phốt-pho

【磷酸】línsuān<名>axít phốtphoric (H_3PO_4)

【磷酸钙】línsuāngài<名>can xi phốt-phát ($Ca_3(PO_4)_2$)

【磷酸盐】línsuānyán<名>phốt phát

【磷虾】línxiā<名>tôm lân: 南极洲~资源丰富。Châu Nam Cực có nguồn tài nguyên tôm lân phong phú.

【磷脂】línzhī<名>[生化]mỡ phốt-pho

鳞lín❶<名>vảy ❷<形>có hình dạng như vảy cá: ~波 sóng gợn lăn tăn //(姓)Lân

【鳞翅目】línchìmù<名>[动物]bộ có vảy có cánh

【鳞次栉比】líncì-zhìbǐ san sát nối tiếp

【鳞集】línjí<动>đông như đàn cá đàn chim kéo đến

【鳞甲】línjiǎ<名>vảy

【鳞介】línjiè<名>[书]động vật trong nước có vảy và vỏ (mai)

【鳞茎】línjīng<名>[植物]thân củ

【鳞片】línpiàn<名>❶vảy: 烹调前先刮掉鱼身上的~。Trước khi nấu phải làm sạch vảy cá. ❷vảy màu ❸vảy bắc; vảy nốt đậu

【鳞伤】línshāng<名>vết thương khắp người: 他被打得遍体~。Anh ấy bị đánh đầy mình vết thương.

【鳞爪】línzhǎo<名>[书]vảy và móng; chuyện vụn vặt; ví với những cái vụn vặt

麟lín<名>[书]kì lân

【麟凤龟龙】lín-fèng-guī-lóng lân long quy phượng, biểu tượng cao quý; ví vật quý hiếm; người có phẩm chất cao quý được ngưỡng vọng; người hiền tài

【麟角】línjiǎo<名>sừng lân: 凤毛~ lông

phượng sừng lân (ví người hoặc vật quý hiếm)

lǐn

凛 lǐn〈形〉❶rét; lạnh: ~冽 lạnh thấu xương ❷oai nghiêm; nghiêm nghị: 大义~然 khí phách hiên ngang ❸[书]sợ hãi: ~于夜行 sợ hãi đi trong đêm tối

【凛冽】lǐnliè〈形〉lạnh thấu xương: ~的北风 gió bắc lạnh buốt

【凛凛】lǐnlǐn〈形〉❶rét căm căm: 寒风~ gió rét căm căm ❷nghiêm nghị; lẫm liệt: ~正气 chính khí nghiêm nghị

【凛气】lǐnqì〈名〉khí nghiêm nghị

【凛然】lǐnrán〈形〉nghiêm nghị; lẫm liệt

【凛若冰霜】lǐnruòbīngshuāng lạnh như băng

檩 lǐn〈名〉[建筑]đòn tay; đòn nóc

【檩条】lǐntiáo〈名〉đòn tay; xà ngang

lìn

吝 lìn〈形〉tiếc rẻ; keo kiệt //(姓)Lận

【吝色】lìnsè〈名〉dáng vẻ keo kiệt; dáng vẻ bủn xỉn

【吝啬】lìnsè〈形〉keo kiệt; bủn xỉn

【吝啬鬼】lìnsèguǐ〈名〉kẻ keo kiệt: 那是个~，一毛不拔。Nó là thằng keo kiệt, bòn mãi chẳng ra một xu.

【吝惜】lìnxī〈动〉tiếc rẻ

赁 lìn〈动〉❶thuê ❷cho thuê: 小汽车租~公司 hãng cho thuê xe con //(姓)Nhậm

【赁金】lìnjīn〈名〉tiền thuê

淋 lìn〈动〉lọc
另见lín

【淋病】lìnbìng〈名〉bệnh lậu

【淋球菌】lìnqiújūn〈名〉khuẩn bệnh lậu

蔺 lìn〈名〉cây mã lan //(姓)Lận

膦 lìn〈名〉[化学]phốt-phin (hợp chất hữu cơ)

【膦酸】lìnsuān〈名〉[化学]a-xít phốt-pho-rít

líng

〇 líng〈数〉số không

伶 líng〈名〉[旧]đào kép

【伶仃】língdīng〈形〉❶cô độc; không nơi nương tựa ❷gầy còm

【伶俐】línglì〈形〉lanh lợi; tháo vát: 这孩子口齿~，讨人喜欢。Cậu bé mồm miệng nhanh nhầu thật đáng yêu.

【伶俜】língpīng〈形〉[书]cô độc; cô đơn; đơn độc

【伶牙俐齿】língyá-lìchǐ nhanh mồm nhanh miệng; miệng mồm lanh lợi; khéo ăn khéo nói

灵 líng❶〈形〉khéo; nhanh nhẹn: ~慧 khôn ngoan nhanh nhẹn ❷〈形〉linh nghiệm: 听说这药方很~。Nghe nói đơn thuốc này rất linh nghiệm. ❸〈名〉tinh thần; linh hồn: 心~ tâm linh ❹〈名〉linh thiêng: ~怪 linh thiêng quái dị ❺〈名〉linh cữu: ~位 linh vị //(姓)Linh

【灵便】língbian〈形〉❶linh lợi; nhanh nhẹn; lẹ làng; thính: 耳朵不大~ tai không được thính lắm ❷dễ dùng; dễ điều khiển

【灵车】língchē〈名〉linh xa; xe linh cữu

【灵床】língchuáng〈名〉giường đặt người chết nằm; giường đặt xác; linh sàng

【灵丹妙药】língdān-miàoyào linh đơn diệu dược; thuốc tiên; thuốc hay hiệu nghiệm

【灵动】língdòng〈形〉linh hoạt nhạy bén

【灵符】língfú〈名〉bùa; bùa chú (của thần linh)

【灵感】línggǎn〈名〉linh cảm: 这件事引发了他的创作~。Việc này đã khơi gợi linh cảm sáng tác của anh ấy.

L

【灵歌】línggē<名>[音乐]linh ca

【灵骨】línggǔ<名>linh xương; linh cốt

【灵怪】língguài❶<名>thần linh; yêu quái (trong truyền thuyết):《哈利·波特》是一部~小说。Harry Potter là cuốn tiểu thuyết thần linh. ❷<形>[书]thần kì; quái dị; kì quái

【灵光】língguāng❶<名>ánh sáng thần kì ❷<名>vầng sáng; quầng sáng ❸<形>[方]tốt; hiệu nghiệm: 她的外语不大~。Trình độ ngoại ngữ của cô ta không tốt lắm.

【灵慧】línghuì<形>nhanh nhạy; thông minh trí tuệ

【灵魂】línghún<名>❶linh hồn ❷linh hồn; tư tưởng; tâm hồn: 圣洁的~ tâm hồn trong sạch ❸nhân cách; lương tâm: 出卖~ bán rẻ lương tâm ❹linh hồn (ví nhân tố có tác dụng quyết định): 文化是一座城市的~。Văn hóa là linh hồn của một thành phố.

【灵魂出窍】línghún-chūqiào linh hồn rời khỏi cơ thể của sinh vật

【灵活】línghuó<形>❶nhanh nhạy; linh hoạt: 他的头脑很~。Bộ óc của ông ấy rất nhanh nhạy. ❷linh hoạt; năng động: ~安排工作 sắp xếp công tác một cách linh hoạt

【灵活性】línghuóxìng<名>tính linh hoạt

【灵机一动】língjī-yīdòng rất nhạy bén

【灵柩】língjiù<名>linh cữu

【灵快】língkuài<形>linh hoạt nhanh nhảu

【灵猫】língmāo<名>linh miêu

【灵敏】língmǐn<形>nhanh nhạy: 他的反应很~。Ông ấy phản ứng rất nhanh nhạy.

【灵敏度】língmǐndù<名>độ nhạy

【灵牌】língpái<名>vị; linh bài

【灵棚】língpéng<名>cái lều giữ quan tài trong một nơi trú ẩn tạm thời để làm lễ tang

【灵气】língqì<名>❶hiểu biết; năng lực phân tích, giải thích vấn đề: 这个学生很有~，一点就通。Cậu học sinh này rất nhạy, cứ nhắc qua là hiểu ngay. ❷năng lực thần kì

【灵巧】língqiǎo<形>linh hoạt và khéo léo: ~的双手 đôi bàn tay linh hoạt và khéo léo

【灵塔】língtǎ<名>linh tháp

【灵台】língtái<名>❶bàn táng; bàn thờ ❷[书]tâm linh

【灵堂】língtáng<名>linh đường; nhà quàn; nhà tang lễ

【灵通】língtōng<形>❶linh thông; nhanh nhạy; thạo tin: 消息~ thông tin nhanh nhạy ❷[方]có hiệu quả ❸[方]linh hoạt; linh động

【灵童】língtóng<名>[宗教]phật con sống

【灵位】língwèi<名>bài vị

【灵物】língwù<名>vật linh thiêng

【灵犀】língxī<名>❶tê giác ❷dùng để ví thông minh sắc xảo, khôn ngoan lanh lợi

【灵效】língxiào<名>hiệu nghiệm; hiệu quả

【灵醒】língxǐng<形>thông minh khéo léo

【灵性】língxìng<名>khôn; trí thông minh: 从这篇作文看得出你很有~。Qua bài viết này có thể thấy được anh là con người rất thông minh.

【灵秀】língxiù<形>thanh tú; xinh đẹp; xinh đẹp khéo léo

【灵验】língyàn<形>❶linh nghiệm; hiệu nghiệm ❷(dự đoán) chính xác: 天气预报果然~。Dự báo thời tiết của nhà khí tượng quả là chính xác.

【灵异】língyì❶<名>thần quái ❷<形>thần kì; kì dị; thần bí: 山水~ núi sông huyền bí

【灵异事件】língyì shìjiàn sự kiện thần bí

【灵长目】língzhǎngmù<名>[动物]bộ linh trưởng

【灵芝】língzhī<名>nấm linh chi

图 líng

【图圄】língyǔ<名>[书]nhà tù; ngục tù

玲 Líng //(姓)Linh

【玲玲】línglíng<拟>[书]lanh canh; lách cách; leng keng: ~盈耳 tiếng lanh canh vang vọng bên tai

【玲珑】línglóng<形>❶tinh vi; xinh xắn ❷(người) nhanh nhẹn; hoạt bát

【玲珑剔透】línglóng-tītòu❶tinh xảo đặc sắc ❷thông minh lanh lợi

铃 líng<名>❶chuông ❷vật hình chuông: 棉~ quả bông non ❸quả nang của cây bông hay lanh //(姓)Linh

【铃铍】língbó<名>chuông chũm chọe

【铃铛】língdang<名>cái chuông nhỏ; chuông lắc

【铃铎】língduó<名>chuông treo (trong cung điện, lầu các)

【铃鼓】línggǔ<名>trống lục lạc; trống lúc lắc

【铃兰】línglán<名>[植物]cây hoa linh lan; hoa huệ tây

【铃声】língshēng<名>tiếng chuông: ~悦耳 tiếng chuông êm tai

【铃响】língxiǎng<动>tiếng chuông vang lên

凌¹ líng<动>❶xâm phạm; xúc phạm; lấn: 欺~ ức hiếp ❷gần; sát: ~晨 trời sắp sáng ❸cao; lên cao: ~空 cao vút trên không //(姓)Lăng

凌² líng<名>[方]tảng băng

【凌晨】língchén<名>hừng đông; tảng sáng: ~时分 lúc tang tảng sáng

【凌迟】língchí<动>lăng trì; tùng xẻo (hình phạt thời xa xưa, xẻo từng miếng thịt cho đến chết)

【凌犯】língfàn<动>xâm phạm; xâm nhập

【凌风】língfēng<动>lái gió

【凌驾】língjià<动>vượt lên; bao trùm; ngự trị: 个人利益不能~于国家利益之上。Lợi ích cá nhân không thể đặt trên lợi ích quốc gia.

【凌空】língkōng<动>chọc trời; vút lên trời cao: 老鹰~翱翔。Con diều hâu bay vút lên cao.

【凌厉】línglì<形>mạnh mẽ: 球赛一开场我队便发动~的攻势。Ngay sau khi bắt đầu trận đấu đội ta đã phát động thế tấn công mạnh mẽ.

【凌乱】língluàn<形>lộn xộn; nhốn nháo; mất trật tự: ~不堪 lộn xộn vô cùng/tùm lum tùm la

【凌虐】língnüè<动>[书]làm nhục; ngược đãi; lăng nhục

【凌人】língrén<动>làm nhục người; ức hiếp, bắt nạt người

【凌辱】língrǔ<动>lăng nhục; làm nhục: 人民不堪~，奋起反抗。Nhân dân không cam chịu nỗi nhục đã vùng lên phản kháng.

【凌侮】língwǔ<动>lăng nhục; làm nhục

【凌霄】língxiāo❶<动>vút tận tầng mây ❷<名>hoa lăng tiêu

【凌霄花】língxiāohuā<名>hoa lăng tiêu (vị thuốc đông y)

【凌汛】língxùn<名>lũ; lũ lớn (do băng tan)

【凌云】língyún<动>(ý chí, tinh thần) vút cao: 壮志~ ý chí cao ngút

【凌杂米盐】língzá-mǐyán việc nhỏ lộn xộn

陵 líng❶<名>đồi: ~谷 đồi núi ❷<名>lăng mộ ❸<动>[书]hiếp nạt; xâm phạm //(姓)Lăng

【陵谷变迁】línggǔ-biànqiān đồi núi cũng đồi thay (ví thế sự thay đổi rất lớn)

【陵墓】língmù<名>lăng tẩm

【陵替】língtì<动>[书]❶bại hoại; buông lỏng kỉ cương; thả lỏng kỉ cương ❷suy bại; suy yếu; suy đồi: 家道~ gia đạo suy đồi

【陵园】língyuán<名>nghĩa trang

聆 líng<动>[书]nghe

【聆教】língjiào<动>[书]được nghe lời chỉ bảo

【聆取】língqǔ<动>[书]nghe theo; nghe nhận

【聆听】língtīng<动>[书]nghe; lắng nghe: ~老师的教导 lắng nghe lời dạy của thầy

菱 líng<名>❶cây củ ấu ❷củ ấu

L

【菱角】língjiao<名>củ ấu: Chị đã hái được cả làn củ ấu ngoài đầm.

【菱形】língxíng<名>hình thoi; hình lăng; hình quả trám

【菱形花】língxínghuā<名>hoa hình kim cương

棂 líng<名>chấn song (cửa)

翎 líng<名>❶lông đuôi chim; lông cánh chim (dùng làm đồ trang sức): 雁~ đuôi nhạn ❷lông công (cài trên mũ của quan lại thời Thanh, thể hiện phẩm cấp)

【翎毛】língmáo<名>❶lông chim; lông vũ ❷bức họa chim muông (một loại tranh truyền thống của Trung Quốc)

【翎扇】língshàn<名>quạt lông

【翎子】língzi<名>❶lông công (cài trên mũ của quan lại đời Thanh) ❷lông đuôi trĩ cài trên mũ (các võ tướng trên sân khấu hát tuồng)

羚 líng<名>❶con linh dương ❷sừng linh dương

【羚牛】língniú<名>linh ngưu (động vật có vú, giống như trâu, con cái, con đực đều có sừng màu đen, sống ở trên núi, ăn cây cỏ, măng non...)

【羚羊】língyáng<名>con linh dương

绫 líng<名>lĩnh vải

【绫罗绸缎】líng-luó-chóu-duàn các loại lụa tinh chế

【绫子】língzi<名>lĩnh (loại tơ mỏng hơn đoạn)

零 líng❶<形>vụn vặt; lẻ tẻ: ~售 bán lẻ ❷<名>số lẻ; số dôi: 五十挂~ hơn 50 tuổi ❸<数>lẻ: 一年~三天 một năm lẻ ba ngày ❹<数>linh; số không: 二~五号 số hai không năm ❺<数>độ không: ~下20℃ 20℃ âm ❻<动>khô héo ❼<数>số lượng không ❽<动>[书]tuôn rơi; tuôn trào (nước mưa,

nước mắt): 感激涕~ biết ơn và xúc động đến rơi nước mắt //(姓)Linh

【零部件】língbùjiàn<名>linh kiện; phụ tùng

【零吃】língchī<名>[口]quà; ăn vặt

【零存整取】língcún zhěngqǔ gửi lẻ lấy chẵn (gửi tiết kiệm)

【零担】língdàn<名>hàng xách tay; hàng kí gửi lẻ (không trọn một xe)

【零蛋】língdàn<名>zê-rô; trứng ngỗng (mang ý khôi hài): 他一点也没复习，结果考了个~。Chẳng ôn bài vở gì, kết quả là anh ta đã thi được "quả trứng ngỗng".

【零点】língdiǎn<名>không giờ (12 giờ đêm)

【零度】língdù<名>độ không; không độ

【零分】língfēn<名>điểm không: 他的作文被批了~。Bài tập làm văn của cậu ta bị phê điểm không.

【零风险】língfēngxiǎn<名>không có rủi ro: 这个方案是最稳妥的，~。Phương án này rất ổn thỏa, không có rủi ro.

【零工】línggōng<名>❶việc vặt ❷người làm việc vặt

【零股】línggǔ<名>[股票]cổ phiếu lẻ

【零花】línghuā❶<动>tiêu vặt: 这点钱哪够~? Chút ít tiền này làm sao đủ tiêu vặt? ❷<名>tiền tiêu vặt: 我只剩几个~了。Tôi chỉ còn chút ít tiền tiêu vặt thôi.

【零花钱】línghuāqián<名>tiền tiêu vặt

【零活儿】línghuór<名>việc vặt; việc linh tinh

【零件】língjiàn<名>linh kiện; phụ tùng

【零距离】língjùlí<名>không cự li

【零口供】língkǒugòng<名>không lời thú tội

【零库存】língkùcún<名>lượng tồn kho đã hết: 血库告急，储备血量已接近~。Kho máu báo động, lượng tồn kho huyết tương gần như cạn kiệt.

【零利率】línglìlǜ<名>không lãi suất

【零料】língliào<名>vật liệu linh tinh

【零落】língluò❶<动>rơi rụng; điêu tàn: 枝叶~ cành lá điêu tàn ❷<形>lác đác; lẻ tẻ ❸<动>(sự vật) suy tàn; đổi bại

【零卖】língmài<动>❶bán lẻ ❷bán lặt vặt

【零排放】língpáifàng<名>lượng tháo thải số không: 要求各企业对污染物做到~。Yêu cầu các xí nghiệp thực hiện hoàn toàn không tháo thải vật ô nhiễm.

【零配件】língpèijiàn<名>linh bộ kiện

【零七八碎】língqībāsuì❶làm ăn vụn vặt; làm ăn nhỏ ❷linh tinh

【零钱】língqián<名>❶tiền lẻ: 找补~ trả lại tiền lẻ ❷tiền tiêu vặt ❸khoản vụn vặt

【零钱包】língqiánbāo<名>túi đựng tiền lẻ

【零敲碎打】língqiāo-suìdǎ làm ăn vụn vặt; làm ăn nhỏ; làm từng phần một

【零散】língsǎn<形>rải rác; phân tán; tản mát

【零时】língshí<名>không giờ

【零食】língshí<名>đồ ăn vặt; quà vặt: 小孩子爱吃~。Các cháu rất thích ăn quà vặt.

【零首付】língshǒufù<名>phương thức mua trả góp mà không cần nộp khoản tiền mặt ban đầu

【零售】língshòu<动>bán lẻ: 这些货只批发，不~。Những hàng này chỉ bán sỉ chứ không bán lẻ.

【零售店】língshòudiàn<名>cửa hàng bán lẻ

【零售额】língshòu'é<名>số bán lẻ

【零售价】língshòujià<名>giá bán lẻ

【零售商】língshòushāng<名>nhà bán lẻ

【零售市场】língshòu shìchǎng thị trường bán lẻ

【零售网】língshòuwǎng<名>mạng lưới bán lẻ

【零数】língshù<名>số lẻ

【零碎】língsuì❶<形>vặt vãnh; lặt vặt: ~物

品 đồ vật lặt vặt ❷<名>đồ đạc vặt vãnh

【零头】língtóu<名>❶số lẻ ❷còn lẻ; còn chỗ lẻ

【零投诉】língtóusù không có khiếu nại

【零团费】língtuánfèi<名>miễn phí tham gia tour du lịch

【零星】língxīng<形>❶vụn vặt; số ít còn lại ❷lác đác; rải rác: ~小雨 mưa nhỏ rải rác

【零压】língyā<名>không áp lực

【零用】língyòng❶<动>tiêu vặt: 这些钱是给孩子~的。Đây là số tiền để cho cháu nó tiêu vặt. ❷<名>tiền tiêu vặt

【零用钱】língyòngqián<名>tiền tiêu vặt

【零杂】língzá<名>đồ linh tinh

【零增长】língzēngzhǎng không tăng trưởng

【零嘴】língzuǐ<名>[方]ăn vặt; ăn quà vặt; ăn hàng: 快开饭了，你还吃~? Sắp ăn cơm rồi mà cậu còn ăn quà vặt à?

龄 líng<名>❶tuổi: 低~化 nhỏ tuổi hóa ❷tuổi nghề; tuổi thọ: 工~ tuổi nghề ❸[生物] giai đoạn trưởng thành

鲮 líng<名>cá lăng

【鲮鲤】línglǐ<名>con tê tê

【鲮鱼】língyú<名>cá lăng

lǐng

岭 lǐng<名>❶núi ❷dãy núi lớn //(姓)Lĩnh

【岭南】Lǐngnán Lĩnh Nam (vùng phía nam Ngũ Lĩnh, tức vùng Quảng Đông, Quảng Tây Trung Quốc)

领 lǐng❶<名>cổ: ~带 cra-vát/cà vạt ❷<名>cổ áo: 翻~ lộn cổ áo ❸<名>vòng cổ áo ❹<名>cương lĩnh; yếu lĩnh: 要~ sơ lược ❺<量>chiếc (áo dài, chiếu) ❻<动>dẫn; dắt: ~队 dẫn đầu (một đội ngũ) ❼<动>chiếm: ~空 không phận ❽<动>lĩnh lấy; nhận lấy ❾<动>tiếp thu; tiếp nhận ❿<动>hiểu; lĩnh hội

L

//(姓)Lĩnh

【领班】lǐngbān❶<动>đứng đầu; quản ca ❷ <名>trưởng kíp; quản ca; đốc công: 她是酒店大堂的~。Chị ấy là trưởng kíp phụ trách sảnh lớn khách sạn.

【领唱】lǐngchàng❶<动>lĩnh xướng ❷<名> người lĩnh xướng

【领出】lǐngchū<动>dẫn ra

【领带别针】lǐngdài biézhēn cái kẹp cra-vát

【领带夹】lǐngdàijiā<名>cái kẹp cra-vát

【领导】lǐngdǎo❶<动>lãnh đạo ❷<名>người lãnh đạo：~下基层指导工作。Lãnh đạo xuống cơ sở chỉ đạo công tác.

【领导班子】lǐngdǎo bānzi ban lãnh đạo

【领导干部】lǐngdǎo gànbù cán bộ lãnh đạo

【领导能力】lǐngdǎo nénglì khả năng lãnh đạo

【领导作风】lǐngdǎo zuòfēng tác phong lãnh đạo

【领导作用】lǐngdǎo zuòyòng vai trò lãnh đạo

【领道】lǐngdào<动>[口]dẫn đường: 你给我们~吧。Anh dẫn đường cho chúng tôi đi.

【领地】lǐngdì<名>❶lãnh địa ❷lãnh thổ

【领读】lǐngdú<动>dẫn đọc

【领队】lǐngduì❶<动>dẫn đầu: 这次活动由你~。Hoạt động lần này do anh dẫn đầu. ❷<名>người dẫn đầu đội ngũ

【领港】lǐnggǎng❶<名>hoa tiêu bến cảng ❷<动>hướng dẫn tàu ra vào khỏi cảng

【领工】lǐnggōng<名>người dẫn dắt trong lao động sản xuất

【领钩】lǐnggōu<名>móc cổ áo

【领海】lǐnghǎi<名>lãnh hải; vùng biển

【领海权】lǐnghǎiquán<名>quyền lãnh hải

【领航】lǐngháng❶<动>hoa tiêu ❷<名>người hoa tiêu

【领航船】lǐnghángchuán<名>tàu hướng dẫn

【领航员】lǐnghángyuán<名>hoa tiêu

【领花】lǐnghuā<名>❶nơ (cài ở cổ áo) ❷quân hàm (lon)

【领会】lǐnghuì<动>thấm nhuần; lĩnh hội; hiểu: 我还没~他这番话的意思。Tôi còn chưa hiểu ý câu nói này của anh ấy.

【领江】lǐngjiāng❶<名>hoa tiêu đường sông (người hướng dẫn tàu bè đi lại trên sông ngòi) ❷<动>hoa tiêu đường sông (hướng dẫn tàu bè đi lại trên sông ngòi)

【领奖】lǐngjiǎng<动>lĩnh thưởng; nhận thưởng

【领奖台】lǐngjiǎngtái<名>bục lĩnh thưởng

【领教】lǐngjiào<动>❶lĩnh giáo; biết mùi: 你这一套我早已~过了。Tôi đã biết mùi cái ngón này của anh rồi. ❷thỉnh giáo; xin được chỉ bảo ❸thể nghiệm

【领结】lǐngjié<名>cái nơ (cài ở cổ áo)

【领巾】lǐngjīn<名>khăn quàng (cổ): 红~ khăn quàng đỏ

【领军】lǐngjūn<动>dẫn quân

【领军人】lǐngjūnrén<名>người dẫn đầu; con chim đầu đàn: 王教授是这个学科研究的~。Giáo sư Vương là con chim đầu đàn trong ngành nghiên cứu này.

【领空】lǐngkōng<名>không phận; vùng trời: ~权 quyền không phận

【领口】lǐngkǒu<名>❶cổ (áo) ❷ve áo

【领扣】lǐngkòu<名>khuy cổ; nút cổ

【领款】lǐngkuǎn<动>lĩnh tiền

【领路】lǐnglù<动>dẫn đường: 我们最好找一个本地人~。Tốt nhất chúng ta hãy tìm một người bản địa để dẫn đường.

【领略】lǐnglüè<动>lĩnh hội; hiểu ý; nhận thức

【领命】lǐngmìng<动>nhận mệnh lệnh

【领情】lǐngqíng<动>cảm kích; biết ơn; tiếp nhận tình cảm tốt đẹp: 我们为他做了那么多事，而他一点也不~。Chúng tôi đã làm nhiều việc vì anh ấy mà anh ấy chẳng hề biết ơn chút nào.

【领区】lǐngqū〈名〉khu lãnh sự

【领取】lǐngqǔ〈动〉lĩnh; nhận: ~邮包 nhận bưu kiện

【领事】lǐngshì〈名〉lãnh sự

【领事裁判权】lǐngshì cáipànquán quyền tài phán lãnh sự

【领事馆】lǐngshìguǎn〈名〉lãnh sự quán

【领事豁免权】lǐngshì huòmiǎnquán quyền miễn trừ của lãnh sự

【领受】lǐngshòu〈动〉tiếp nhận; đón nhận: 他欣然~了这个任务。Anh ấy đã vui vẻ tiếp nhận nhiệm vụ này.

【领属】lǐngshǔ〈动〉lệ thuộc

【领水】lǐngshuǐ〈名〉lãnh thủy; lãnh hải; vùng biển

【领水员】lǐngshuǐyuán〈名〉hoa tiêu

【领条】lǐngtiáo〈名〉❶giấy chứng nhận lĩnh tiền hay của ❷miếng vải hẹp khâu trên cổ áo

【领头】lǐngtóu〈动〉[口]dẫn đầu: ~羊 con chim đầu đàn

【领土】lǐngtǔ〈名〉lãnh thổ: ~完整 toàn vẹn lãnh thổ

【领围】lǐngwéi〈名〉chiều dài cổ áo

【领舞】lǐngwǔ❶〈动〉múa dẫn đầu; múa chính: 该舞蹈节目由小兰~。Tiết mục múa này do chị Lan múa chính. ❷〈名〉người múa dẫn đầu: 她是这场表演的~。Chị ấy là người dẫn múa màn biểu diễn này.

【领悟】lǐngwù〈动〉lĩnh hội; hiểu ý; ngộ ra

【领洗】lǐngxǐ〈动〉[宗教]rửa tội

【领先】lǐngxiān〈动〉❶dẫn đầu; đi trước ❷dẫn đầu; đi đầu (mức độ, thành tích)

【领先技术】lǐngxiān jìshù kĩ thuật đi đầu

【领衔】lǐngxián〈动〉người kí tên ở đầu bảng trong văn bản: ~主演 vai chính số 1

【领袖】lǐngxiù〈名〉lãnh tụ

【领养】lǐngyǎng〈动〉nhận nuôi: 她~了三个孤儿。Bà ấy đã nhận nuôi ba đứa con côi.

【领有】lǐngyǒu〈动〉❶vốn có; chiếm hữu; sở hữu ❷nhận lấy

【领域】lǐngyù〈名〉❶khu vực; vùng ❷lĩnh vực; phạm vi

【领章】lǐngzhāng〈名〉phù hiệu; lon

【领主】lǐngzhǔ〈名〉lãnh chúa

【领子】lǐngzi〈名〉cổ áo

【领奏】lǐngzòu❶〈动〉dẫn tấu trong hợp tấu: ~一曲 dẫn tấu một bản nhạc ❷〈名〉người dẫn tấu

【领罪】lǐngzuì〈动〉nhận tội

【领座】lǐngzuò〈动〉chỉ đường; hướng dẫn nhập tọa: ~员 người hướng dẫn nhập tọa/ người chỉ đường nhập tọa

lìng

另 lìng❶〈代〉khác ❷〈副〉ngoài; khác: ~有安排 có sắp xếp khác //(姓)Linh

【另案】lìng'àn〈名〉án ngoài; vụ khác

【另册】lìngcè〈名〉hộ khẩu của những phần tử bất hảo (xã hội cũ); sổ đen

【另当别论】lìngdāng-biélùn coi là một vấn đề khác

【另函】lìnghán〈名〉có công văn riêng

【另计】lìngjì〈动〉tính riêng

【另寄】lìngjì〈动〉gửi riêng

【另类】lìnglèi❶〈名〉loại người khác; loại khác: 小说中的~ thể loại khác trong tiểu thuyết ❷〈形〉lập dị; khác người: ~教育 phương thức giáo dục khác người; 他写作的文风有点~。Phong cách viết bài của anh ấy hơi lập dị.

【另立门户】lìnglì-ménhù tách ra thiết lập một gia đình riêng; tạo một trường phái mới

【另谋出路】lìngmóu-chūlù tìm một lối thoát khác

L

【另辟蹊径】lìngpì-xījìng mở ra một con đường khác; tạo ra một phong cách hay phương pháp khác

【另起炉灶】lìngqǐ-lúzào❶dựng lại bếp núc; làm lại từ đầu ❷ví làm cái khác; làm theo kiểu khác

【另请高明】lìngqǐng-gāomíng đi mời người giỏi hơn

【另说】lìngshuō<动>bàn luận khác

【另外】lìngwài❶<代>khác: 他想跟你谈~一份合同。Anh ấy muốn bàn với cậu bản hợp đồng khác. ❷<副>thêm: 我队又~补充几名新队员。 Đội ta lại bổ sung thêm mấy đội viên mới. ❸<连>ngoài ra: 他买了两套西装，~还买了一件大衣。 Anh ấy đã mua hai bộ comple, ngoài ra còn mua thêm chiếc áo khoác.

【另行】lìngxíng<动>riêng; khác: ~通知 thông báo riêng

【另眼相看】lìngyǎn-xiāngkàn nhìn với con mắt khác; phân biệt đối xử

【另议】lìngyì<动>bàn lại; bàn sau

【另有打算】lìngyǒu-dǎsuàn có tính toán riêng: 看来你早就~。Xem ra anh đã có tính toán riêng từ trước.

【另有所爱】lìngyǒu-suǒ'ài có người yêu khác

令¹ lìng❶<动>lệnh; ra lệnh ❷<名>lệnh; mệnh lệnh: 号~ hiệu lệnh ❸<动>khiến; làm cho ❹<名>trò chơi góp vui khi uống rượu ❺<名>thể thơ từ: 小~ tiểu lệnh ❻<名>[旧] chức quan: 县~ huyện lệnh

令² lìng<名>tiết (chỉ thời tiết)

令³ lìng<形>❶[书]tốt; tốt đẹp: ~德 đạo đức tốt ❷nhà; nhà ta (lời nói kính trọng): ~堂 mẹ của ngài

【令爱】lìng'ài<名>lệnh ái; con gái nhà ngài

【令出法随】lìngchū-fǎsuí theo luật trừng phạt; trừng trị theo pháp luật

【令出如山】lìngchū-rúshān sắc lệnh

nghiêm minh

【令箭】lìngjiàn<名>lệnh tiễn; thẻ lệnh

【令郎】lìngláng<名>lệnh lang; anh chàng nhà ngài

【令旗】lìngqí<名>cờ lệnh

【令亲】lìngqīn<名>lệnh thân (người họ hàng của ngài)

【令人发指】lìngrén-fàzhǐ làm cho tức đến nỗi tóc dựng ngược lên; uất đến tận cổ; tức nghẹn cổ

【令人鼓舞】lìngrén-gǔwǔ khiến người lấy làm cổ vũ

【令人捧腹】lìngrén-pěngfù khiến người ôm bụng cười

【令人起敬】lìngrén-qǐjìng được người kính trọng

【令人神往】lìngrén-shénwǎng khiến người ngưỡng vọng

【令人注目】lìngrén-zhùmù gây nên sự chú ý của mọi người

【令人作呕】lìngrén-zuò'ǒu khiến người ta buồn nôn; lợm giọng

【令堂】lìngtáng<名>lệnh đường; bà cụ nhà (nói về mẹ của người mình đang tiếp chuyện)

【令行禁止】lìngxíng-jìnzhǐ có lệnh thì hành, hễ cấm thì ngừng

【令尊】lìngzūn<名>lệnh tôn; ông cụ nhà (tôn xưng đối với cha của người mình đang tiếp chuyện)

liū

溜¹ liū❶<动>trượt; trượt xuống ❷<动>nhẵn; tròn ❸<动>chuồn; lỉnh: ~光 chuồn sạch/chuồn hết ❹<动>[方]nhìn; xem ❺<动>xuôi theo; men theo: ~边 dựa vào bên ❻<副>[方]rất; vô cùng

溜² liū<动>xào lăn

另见 liù

【溜边】liūbiān<动>[口]❶tựa vào bên lề; ra rìa ❷tránh; lánh

【溜冰】liūbīng<动>❶trượt băng: 周末咱们~去! Cuối tuần bọn mình đi trượt băng nhé! ❷trượt pa-tanh

【溜冰场】liūbīngchǎng<名>sân băng; sân pa-tanh

【溜冰服】liūbīngfú<名>quần áo trượt băng

【溜冰鞋】liūbīngxié<名>giày trượt băng; giày trượt pa-tanh

【溜达】liūda<动>[口]đi bách bộ; đi dạo; đi bát phố: 你又上哪儿~去了? Anh đã đi dạo những đâu rồi?

【溜工】liūgōng<动>bí mật lẻn đi trong khi làm việc; trốn làm

【溜光】liūguāng<形>[方]❶bóng loáng; bóng lộn; láng mượt ❷hết sạch; không còn gì; hết nhẵn

【溜旱冰】liū hànbīng trượt pa-tanh

【溜号】liūhào<动>[方]chuồn mất; lặn mất; chuồn: 还没下班，他就~了。Chưa đến giờ tan tầm mà anh ta đã chuồn mất.

【溜滑】liūhuá<形>trơn

【溜肩膀】liūjiānbǎng❶vai xệ; vai xuôi ❷[方]hai tay buông xuôi; buông xuôi; buông trôi; không chịu trách nhiệm (người thiếu trách nhiệm)

【溜溜转】liūliūzhuàn quay tít: 篮球在他手指上~。Trái bóng rổ quay tít trên đầu ngón tay anh ấy.

【溜须拍马】liūxū-pāimǎ nịnh nọt; nịnh hót; ton hót; a dua

【溜之大吉】liūzhī-dàjí chuồn; chuồn mất; biến mất (ý khôi hài)

【溜桌】liūzhuō<动>quá chén ngã gục tại bàn rượu

【溜走】liūzǒu<动>chuồn; biến; lỉnh; lủi: 听到远处的人声，小偷赶紧~。Nghe tiếng

người từ xa vọng lại, tên trộm đã nhanh chóng lỉnh mất.

liú

刘 Liú //(姓)Lưu

【刘海儿】liúhǎir<名>❶(Liú Hǎir) Lưu Hải Nhi (tiên đồng trong truyền thuyết Trung Quốc, trước trán để chỏm tóc ngắn) ❷tóc bờm; chỏm tóc Hi Nhi

浏 liú<形>[书]nước trong vắt

【浏览】liúlǎn<动>xem lướt; đọc lướt; xem qua: ~当天的新闻 xem lướt những hàng tin trong ngày

【浏览器】liúlǎnqì<名>bộ trình duyệt

留 liú<动>❶lưu lại; ở lại; giữ vị trí cũ: ~守 ở lại thủ giữ ❷giữ lại; không cho rời khỏi: 拘~ tạm giam ❸để ý; lưu tâm: ~意 lưu ý ❹để lại ❺nhận ❻du học ❼ghi lại //(姓)Lưu

【留班】liúbān<动>lưu ban; ở lại lớp; học đúp

【留步】liúbù<动>không cần phải tiễn (lời nói khách sáo): 你不必送了，请~吧。Xin anh cứ tự nhiên, không cần phải tiễn.

【留成】liúchéng<动>giữ lại một số tiền theo tỉ lệ; trích để lại một khoản tiền theo tỉ lệ

【留传】liúchuán<动>lưu truyền: 代代~ đời đời lưu truyền

【留存】liúcún<动>❶bảo tồn; lưu trữ lại: ~备查 lưu trữ lại để tra cứu ❷còn lại; còn giữ lại được

【留待】liúdài<动>chờ đến; đợi đến

【留得青山在，不愁没柴烧】liú dé qīngshān zài, bù chóu méi chái shāo giữ lấy rừng xanh, sợ gì không củi đốt (giữ được cái gốc, phần căn bản, thì mọi việc sẽ tốt)

【留底】liúdǐ<动>giữ lại cái gốc, cái ban đầu

【留饭】liúfàn<动>dành cơm: 今天公司聚餐，家里不用给我~了。Hôm nay công ti

tổ chức liên hoan, ở nhà không cần để dành cơm cho tôi nữa.

【留后路】liú hòulù sắp xếp sẵn lối rút lui; để lối thoát

【留胡子】liú húzi để râu (ria mép)

【留话】liúhuà<动>nhắn lời

【留级】liújí<动>lưu ban; ở lại học đúp

【留级生】liújíshēng<名>học sinh lưu ban

【留客】liúkè<动>lưu khách; giữ khách

【留空】liúkòng<动>để trống

【留兰香】liúlánxiāng<名>[植物]rau húng thơm

【留恋】liúliàn<动>lưu luyến: 毕业后大家都很~校园的生活。 Sau ngày tốt nghiệp, mọi người đều rất lưu luyến cuộc sống sinh viên trên ghế nhà trường.

【留门】liúmén<动>để cửa; để ngỏ cửa

【留名】liúmíng<动>lưu danh; để lại tiếng tăm

【留难】liúnàn<动>gây khó dễ; làm khó dễ: 不得~ không được làm khó dễ

【留念】liúniàn<动>lưu niệm: 合影~ ảnh chụp chung làm lưu niệm

【留鸟】liúniǎo<名>chim không di trú; loài chim không di trú

【留情】liúqíng<动>nể nang; nể tình

【留任】liúrèn<动>vẫn giữ lại làm; tiếp tục nhiệm chức

【留神】liúshén<动>lưu ý; để ý; chú ý: 他一不~，杯子里的水洒了出来。 Anh ấy không chú ý làm cho nước trong cốc bị sánh ra.

【留声机】liúshēngjī<名>máy quay đĩa; máy hát

【留守】liúshǒu<动>❶lưu thủ (chỗ vua ở khi đi vi hành) ❷đóng giữ; đơn vị trực ở lại

【留守儿童】liúshǒu értóng trẻ em ở lại quê nhà (do cha mẹ đi lao động trong thành thị): ~应引起我们的关注。 Nên có sự quan tâm đối với trẻ em ở lại quê nhà.

【留宿】liúsù<动>❶giữ ngủ lại; cho ở trọ: 非酒店房客不得~。 Ngoài khách thuê phòng không được phép ở trọ. ❷ngủ trọ; ngủ lại; nghỉ lại: 天太晚了，你就在我家~吧。 Muộn rồi, anh nghỉ lại nhà tôi vậy.

【留题】liútí ❶<动>sổ góp ý: ~簿 sổ góp ý kiến ❷<名>[书]thơ ngẫu hứng; thơ tùy hứng

【留尾巴】liú wěiba dây dưa; kéo dài (việc giải quyết chưa dứt điểm)

【留下】liúxià<动>ở lại; giữ lại

【留校】liúxiào<动>ở lại trường: 她毕业后~任教。 Sau ngày tốt nghiệp chị ấy ở lại giảng dạy trong trường.

【留校察看】liúxiào chákàn quản chế trong nhà trường (một hình thức kỉ luật đối với sinh viên, học sinh phạm sai lầm, không khai trừ mà để lại tiếp tục quản chế và quan sát)

【留心】liúxīn<动>để tâm; lưu tâm; để ý: ~观察 để tâm quan sát

【留学】liúxué<动>du học; đi du học nước ngoài

【留学代理机构】liúxué dàilǐ jīgòu tổ chức đại lí du học

【留学生】liúxuéshēng<名>lưu học sinh

【留学咨询】liúxué zīxún tư vấn du học

【留言】liúyán ❶<动>nhắn tin ❷<名>lời góp ý

【留言簿】liúyánbù<名>sổ góp ý kiến

【留医】liúyī<动>nằm viện

【留一手】liú yīshǒu giấu nghề; giữ nghề; giữ miếng

【留意】liúyì<动>lưu ý; chú ý: 过马路要~来往的车辆。 Cần chú ý xe cộ qua lại khi qua đường.

【留影】liúyǐng ❶<名>ảnh lưu niệm ❷<动>chụp ảnh lưu niệm

【留用】liúyòng<动>❶lưu dụng; giữ lại làm

việc (nhân viên): 他表现不错，可以~。 Cậu ấy biểu hiện rất khá, có thể giữ lại làm việc. ❷tiếp tục sử dụng (vật phẩm): 你把这 些旧书清理一下，看看有哪些可以~的。 Anh chỉnh lí lại những sách cũ này xem quyển nào có thể để lại tiếp tục sử dụng.

【留余地】liú yúdì để lối thoát; để chỗ nói (làm) khác đi: 他说话、办事都留有余地。 Anh ta nói chuyện hay làm việc đều dành đường rút lui cho mình.

【留着】liúzhe<动>giữ lại

【留职】liúzhí<动>giữ chức; giữ chức vụ

【留滞】liúzhì<动>ách lại

【留置】liúzhì<动>❶đặt; bố trí ❷[法律] người có quyền đòi nợ sở hữu bất động sản của người nợ theo quy định của hợp đồng; lưu trí

【留种】liúzhǒng<动>[农业]để giống (cây trồng hay vật nuôi)

【留驻】liúzhù<动>ở lại

流¹ liú ❶<动>chảy: ~口水 chảy nước rãi ❷ <动>di động; lưu chuyển: ~水 dòng nước chảy ❸<动>truyền đi; lưu truyền: ~布 lưu truyền ❹<动>chuyển đổi ❺<动>rơi vào: ~ 失 thất thoát ❻<名>dòng; luồng (điện nước, không khí…) ❼<名>loại; hạng; đẳng cấp: 名~ nhân sĩ danh tiếng ❽<动>đày đi: 被~放 bị đày đi //(姓)Lưu

流² liú<量>[物理]tên gọi tắt của lumen

【流鼻涕】liú bítì chảy nước mũi: 他感冒 了，不停地~。Anh ấy bị cảm, cứ chảy nước mũi mãi.

【流弊】liúbì<名>thói xấu; hủ tục; tệ nạn phổ biến: 切中~ nhằm đúng vào những thói xấu

【流变】liúbiàn<动>[书]lưu biến; thay đổi theo thời gian

【流标】liúbiāo<动>trôi đấu giá

【流别】liúbié<名>❶nhánh sông; phụ lưu ❷trào lưu; trường phái (trong văn chương hay học thuật)

【流布】liúbù<动>truyền bá; truyền khắp nơi; rải rác khắp nơi

【流产】liúchǎn<动>❶sẩy thai; đẻ non ❷thất bại (kế hoạch): 原定的计划~了。Kế hoạch đã bị phá sản.

【流畅】liúchàng<形>lưu loát; trôi chảy: 运 行~ vận hành trôi chảy

【流程】liúchéng<名>❶đường chảy của dòng nước; dòng chảy ❷thủ tục; quy trình công nghệ; lưu trình: 审批~ lưu trình phê duyệt; 工艺~图 sơ đồ quy trình công nghệ/ sơ đồ lưu trình công nghệ

【流出】liúchū<动>đổ ra; chảy ra

【流传】liúchuán<动>lưu truyền: 征收房产税 的消息不时在坊间~。Tin tức về trưng thu thuế địa ốc thường lưu truyền trong dân gian.

【流窜】liúcuàn<动>chạy trốn tán loạn; lẩn: ~犯 can phạm chạy trốn

【流弹】liúdàn<名>đạn lạc

【流荡】liúdàng<动>❶lưu động; di động ❷phiêu bạt; lưu lạc; lêu lổng; lông bông: 在 外~ phiêu bạt bên ngoài

【流动】liúdòng<动>❶(nước) chảy ❷lưu động; luân lưu: 人员~ nhân viên lưu động

【流动采血车】liúdòng cǎixiěchē xe lấy máu lưu động

【流动厕所】liúdòng cèsuǒ nhà vệ sinh lưu động

【流动红旗】liúdòng hóngqí cờ luân lưu

【流动人口】liúdòng rénkǒu dân số lưu động

【流动性】liúdòngxìng<名>tính lưu động

【流动资金】liúdòng zījīn vốn lưu động

【流毒】liúdú ❶<动>nọc độc lan tràn; truyền chất độc ❷<名>nọc độc rớt lại; tàn dư cái xấu

【流芳】liúfāng<动>[书]để lại tiếng thơm: ~ 千古 lưu danh muôn thuở

【流芳百世】liúfāng-bǎishì lưu danh muôn thuở

【流放】liúfàng<动>đi đày; đày đi

【流风余韵】liúfēng-yúyùn dư âm của những phong tục thời xa xưa

【流感】liúgǎn<名>bệnh cảm cúm; dịch cúm

【流感病毒】liúgǎn bìngdú vi-rút cảm cúm

【流感疫苗】liúgǎn yìmiáo vắc-xin cảm cúm

【流光】liúguāng<名>[书]❶năm tháng; ngày tháng; thời gian: ~易逝 thời gian thấm thoắt trôi ❷ánh trăng

【流光溢彩】liúguāng-yìcǎi ánh sáng loang loáng, sắc màu rực rỡ

【流滑】liúhuá<形>❶(ngôn ngữ, lời nói) thành thạo; trôi chảy ❷(tính cách) khôn ngoan; mưu gian

【流会】liúhuì<动>hoãn họp; dời họp (vì không đủ số người tham dự)

【流金铄石】liújīn-shuòshí nóng như thiêu như đốt

【流寇】liúkòu<名>giặc cỏ; thổ phỉ (bọn phỉ hoạt động nay đây mai đó)

【流浪】liúlàng<动>lưu lạc; lang thang

【流浪儿】liúlàng'ér<名>trẻ con lang thang

【流浪汉】liúlànghàn<名>kẻ lang thang

【流离】liúlí<动>[书]trôi giạt; lênh đênh; sống lang thang; sống lưu lạc (do gặp nạn hay do chiến tranh)

【流离失所】liúlí-shīsuǒ bơ vơ không nơi nương tựa

【流离转徙】liúlí-zhuǎnxǐ lưu lạc giang hồ; nay đây mai đó

【流里流气】liúliliúqì cử chỉ thiếu lịch sự; hành vi không đàng hoàng

【流丽】liúlì<形>lưu loát bóng bẩy (thơ văn, thư pháp)

【流利】liúlì<形>❶(lời nói, câu văn) lưu loát: 他越南语说得很~。Anh ấy nói tiếng Việt rất lưu loát. ❷trôi chảy: 文章写得~。Bài văn viết trôi chảy.

【流连】liúlián<动>lưu luyến; không muốn rời

【流连忘返】liúlián-wàngfǎn lưu luyến quên về

【流量】liúliàng<名>❶lượng nước chảy: 水~ lượng nước chảy ❷lưu lượng (người, xe cộ): 上网~ lưu lượng truy cập Internet; 这段时间车~不太大。Lưu lượng xe trong thời gian này không lớn lắm.

【流露】liúlù<动>bộc lộ; thổ lộ: 真情~ thổ lộ tình cảm chân thật

【流落】liúluò<动>❶phiêu bạt; lưu lạc; trôi giạt ❷thất lạc: 这些文物~民间已久。Những văn vật này thất lạc nơi dân gian đã lâu.

【流落他乡】liúluò-tāxiāng lưu lạc nơi đất khách quê người

【流氓】liúmáng<名>❶lưu manh; người sống lang thang: ~恶棍 kẻ lưu manh ác ôn ❷thủ đoạn lưu manh; thói lưu manh

【流民】liúmín<名>dân lưu lạc; người tị nạn

【流脑】liúnǎo<名>dịch viêm màng não

【流年】liúnián<名>❶[书]thời gian; năm tháng; thời giờ ❷phận may rủi trong năm

【流年不利】liúnián-bùlì năm hạn bất lợi; năm hạn xui xẻo

【流年似水】liúnián-sìshuǐ năm tháng trôi qua như dòng nước

【流拍】liúpāi<动>đấu giá thất bại

【流派】liúpài<名>dòng tư tưởng; trường phái: 文学~ trường phái văn học

【流盼】liúpàn<动>[书]đảo mắt

【流配】liúpèi<动>lưu đày tù nhân đến vùng sâu vùng xa

【流气】liúqì❶<形>lố lăng; kệch cỡm: 一脸~ vẻ lố lăng ❷<名>thói lưu manh

【流入】liúrù<动>truyền vào

【流散】liúsàn<动>lưu tán; tản mát khắp mọi nơi: 这件~海外多年的文物终于回归故土。Văn vật lưu tán ở hải ngoại bao năm nay rốt cuộc đã về với quê hương.

【流沙】liúshā<名>❶cát trôi ❷cát tơi; cát lắng ❸đất cát

【流失】liúshī<动>❶trôi mất; xói mòn: 水土~ đất cát bị xói mòn ❷mất; thất thoát: 肥效~ mất hiệu lực của phân ❸chuyển đi; rời đi: 人才~ nhân tài chuyển đi nơi khác

【流食】liúshí<名>món ăn lỏng; thức ăn lỏng

【流矢】liúshǐ<名>[书]tên lạc

【流势】liúshì<名>tốc độ dòng chảy

【流逝】liúshì<动>(như nước) trôi đi mất: 青春~ tuổi xuân trôi đi

【流水不腐，户枢不蠹】liúshuǐ-bùfǔ, hùshū-bùdù nước chảy liên tục thì nước không bị thối, trục cửa quay thường xuyên thì không bị mọt; ví hoạt động đều thì gân cốt dẻo dai; không ngừng thải cũ đổi mới sẽ giữ được sức sống mãi mãi

【流水席】liúshuǐxí<名>tiệc cơ động (ai đến trước thì ăn trước); tiệc mời chia đợt

【流水线】liúshuǐxiàn<名>dây chuyền sản xuất

【流水账】liúshuǐzhàng<名>❶sổ chi thu hàng ngày ❷ví sự trình thuật thiếu trọng tâm: 这篇报告没有自己的观点，像记~。Bản báo cáo này tựa như dữ liệu ghi sổ chi thu hàng ngày, chẳng có quan điểm riêng của mình.

【流水作业】liúshuǐ zuòyè sản xuất dây chuyền

【流俗】liúsú<名>thói tục; tục lệ hủ lậu: 不同于~ khác với thói tục

【流速】liúsù<名>lưu tốc; tốc độ dòng chảy

【流淌】liútǎng<动>chảy, nhẹ trôi: 小溪在山间~。Dòng suối nhỏ chảy qua khe núi.

【流体】liútǐ<名>chất lỏng và thể khí gọi chung

【流涕】liútì<动>chảy nước mắt nước mũi: 痛哭~ khóc rưng rức

【流通】liútōng<动>❶lưu thông; thông thoáng ❷(hàng, tiền) lưu thông: 商品~ hàng hóa lưu thông

【流通货币】liútōng huòbì tiền tệ lưu thông

【流通领域】liútōng lǐngyù lĩnh vực lưu thông

【流通渠道】liútōng qúdào con đường lưu thông; kênh lưu thông

【流通市场】liútōng shìchǎng thị trường lưu thông

【流通手段】liútōng shǒuduàn phương pháp lưu thông

【流亡】liúwáng<动>lưu vong

【流亡者】liúwángzhě<名>kẻ lưu vong

【流徙】liúxǐ<动>❶chuyển dời; lưu chuyển (không có cuộc sống ổn định) ❷[书]đi đày; đày đi; trục xuất

【流线型】liúxiànxíng<名>hình giọt nước; dáng thuôn; dáng khí động (có tác dụng giảm sức cản không khí)

【流向】liúxiàng<名>❶hướng chảy ❷xu hướng; khuynh hướng

【流泻】liúxiè<动>(ánh sáng, nhiệt lượng) tỏa ra; bốc ra; (chất lỏng) tuôn trào ra

【流星】liúxīng<名>❶sao băng; sao sa ❷vũ khí hay động tác giống sao sa

【流星雨】liúxīngyǔ<名>mưa sao băng

【流行】liúxíng<动>lưu hành phổ biến; thịnh hành

【流行病】liúxíngbìng<名>❶bệnh truyền nhiễm; bệnh dịch ❷ví tệ nạn xã hội

【流行歌曲】liúxíng gēqǔ ca khúc được yêu thích; bài hát quen thuộc; nhạc thịnh hành

【流行性】liúxíngxìng<名>tính lưu hành, lây lan

【流行性感冒】liúxíngxìng gǎnmào cúm

【流行音乐】liúxíng yīnyuè âm nhạc thịnh hành

【流行语】liúxíngyǔ<名>ngữ lưu hành; tiếng thông dụng (những câu nói mới đang phổ biến sử dụng)

【流血】liúxuè<动>đổ máu; chảy máu

【流言】liúyán<名>lời đồn; lời bịa đặt; lời đồn đại: ~蜚语 những lời đồn đặt

【流萤】liúyíng<名>đom đóm bay

【流于形式】liúyú-xíngshì lưu lại ở mức độ hình thức

【流域】liúyù<名>lưu vực (sông)

【流质】liúzhì❶<形>lỏng ❷<名>thức ăn lỏng

【流转】liúzhuǎn❶<动>chuyển dời chỗ ở: ~异地 chuyển dời đi nơi khác ❷<动>lưu chuyển; quay vòng: 土地~ quay vòng đất đai ❸<形>[书]trôi chảy; lưu loát (thơ văn)

【流转税】liúzhuǎnshuì<名>thuế lưu chuyển

琉liú

【琉璃】liúli<名>ngọc lưu li

【琉璃球】liúliqiú<名>hòn bi lưu li; viên bi thủy tinh (đồ chơi của trẻ em)

【琉璃塔】liúlitǎ<名>tháp lưu li

【琉璃瓦】liúliwǎ<名>ngói lưu li; ngói tráng men

硫liú<名>[化学]lưu huỳnh (kí hiệu: S)

【硫化物】liúhuàwù<名>vật lưu hóa; sulfide

【硫黄】liúhuáng<名>lưu huỳnh

【硫黄泉】liúhuángquán<名>suối khoáng lưu huỳnh

【硫酸】liúsuān<名>a-xít sun-phu-ric

【硫酸盐】liúsuānyán<名>muối sun-phát

【硫酸雾】liúsuānwù<名>sương mù a-xít sun-phu-ric

馏liú<动>chưng cất; cất lọc
另见liù

榴liú<名>thạch lựu

【榴弹炮】liúdànpào<名>lựu pháo

【榴梿】liúlián<名>cây và quả sầu riêng

【榴梿酥】liúliánsū<名>bánh tô hương sầu riêng

镏liú
另见liù

【镏金】liújīn<动>mạ vàng

瘤liú<名>khối u

【瘤子】liúzi<名>[口]nhọt; u nhọt

liǔ

柳liǔ<名>❶cây liễu ❷sao Liễu (một trong 28 tú) //(姓)Liễu

【柳暗花明】liǔàn-huāmíng liễu xanh hoa thắm; ví triển vọng tốt đẹp

【柳编】liǔbiān<名>đồ đan bằng liễu

【柳笛】liǔdí<名>sáo liễu: 小河边传来悠扬的~声。Bên bờ sông vọng lên tiếng sáo liễu du dương.

【柳眉】liǔméi<名>mày liễu; lông mày liễu: ~弯弯 cặp mày lá liễu cong cong

【柳树】liǔshù<名>cây liễu

【柳体】liǔtǐ<名>thể chữ Liễu (viết theo phong cách của Liễu Công Quyền, một nhà thư pháp nổi tiếng thời Đường, Trung Quốc): 他擅长的书法是~。Ông ấy rất sành sỏi trong việc viết thư pháp thể chữ Liễu.

【柳条】liǔtiáo<名>cành liễu

【柳下借阴】liǔxià-jièyīn yêu cầu được sự che chở của người khác

【柳絮】liǔxù<名>tơ liễu; bông liễu: ~飘飞 tơ liễu bay phất phơ

【柳腰】liǔyāo<名>[书]thon thả; mảnh mai (vòng eo): ~纤细 vòng eo thon thả

【柳叶】liǔyè<名>lá liễu

【柳荫】liǔyīn<名>bóng liễu

【柳枝】liǔzhī<名>cành liễu: ~低垂，轻拂湖面。Cành liễu la đà rủ sát mặt hồ.

绺liǔ<量>bó; nắm; túm; búi (lượng từ của

những vật dài, nhỏ như tóc, chỉ, râu…)

liù

六 liù <数> sáu; lục

【六边形】 liùbiānxíng <名> hình lục giác

【六朝】 Liù Cháo <名> ❶ lục triều (Ngô, Đông Tấn, Tống, Tề, Lương, Trần kế tiếp nhau đều đóng đô ở Kiến Khang, tức Nam Kinh, Trung Quốc ngày nay) ❷ thời kì Nam Bắc triều

【六畜兴旺】 liùchù-xīngwàng gia cầm gia súc đầy vườn; lục súc thịnh vượng

【六腑】 liùfǔ <名>[中医] lục phủ (dạ dày, mật, tam tiêu, bàng quang, ruột già, ruột non)

【六根】 liùgēn <名>[宗教] lục căn (Phật giáo chỉ mắt, tai, mũi, lưỡi, thân, ý thức): ~不净 lục căn bất tịnh (chưa sạch)

【六根清净】 liùgēn-qīngjìng lục căn thanh tịnh; không có ham vọng

【六宫粉黛】 liùgōng-fěndài phấn son trong cung đình; người đẹp trong cung đình

【六合彩】 liùhécǎi <名> xổ số lục hợp

【六甲】 liùjiǎ <名> ❶ lục giáp (phối hợp giữa Thiên can và Địa chi); chữ để tập viết ❷ phụ nữ có mang; phụ nữ có thai; bà bầu: 身怀~ phụ nữ mang thai

【六角】 liùjiǎo <名> sáu cạnh

【六角形】 liùjiǎoxíng <名> hình lục giác

【六六大顺】 liùliùdàshùn mọi điều suôn sẻ

【六路】 liùlù <名> lục lộ (thượng, hạ, tiền, hậu, tả, hữu); xung quanh: 眼观~ mắt nhìn xung quanh

【六亲】 liùqīn <名> lục thân (sáu người thân: phụ, mẫu, huynh, đệ, thê, tử): ~不认 mất hết tình nghĩa họ hàng thân nhân

【六亲无靠】 liùqīn-wúkào không nơi nương thân

【六神】 liùshén <名>[宗教] lục thần (tim, phổi, gan, thận, lách, mật); tinh thần

【六神无主】 liùshén-wúzhǔ hoang mang; lo sợ; mất bình tĩnh; hớt hải

【六弦琴】 liùxiánqín <名> lục huyền cầm; đàn sáu dây; đàn ghi-ta

【六一国际儿童节】 Liù-Yī Guójì Értóng Jié Ngày Quốc tế Thiếu nhi (mồng 1 tháng 6)

【六欲】 liùyù <名>[宗教] lục dục (tiếng nhà Phật: mắt muốn nhìn cái đẹp, tai muốn nghe cái hay, mũi muốn ngửi mùi thơm, lưỡi muốn nếm vị ngon, thân muốn được hưởng sướng, ý nghĩa muốn được vui vẻ): 人免不了都有七情~。Người không tránh khỏi có tình cảm và ham muốn.

【六月】 liùyuè <名> tháng sáu

【六月飞霜】 liùyuè-fēishuāng tuyết rơi giữa mùa hè; ví sự việc hiếm có, bất ngờ; ví có vụ oan khuất lớn

遛 liù <动> ❶ đi dạo; đi thong thả: ~弯 tản bộ ❷ dắt đi dong: ~马 dắt ngựa đi dong

【遛狗】 liùgǒu <动> dắt chó đi dạo

馏 liù <动> hấp

另见liú

溜¹ liù ❶ <名> dòng nước xiết: 大~ nước chảy xiết ❷ <形>[方] nhanh nhẹn ❸ <名> máng xối ❹ <名> dãy; luống: 承~ hứng nước mưa trên mái nhà đổ xuống ❺ <名> vùng; nơi ❻ <动>[方] luyện giọng

溜² liù <动>[方] trát; bịt

另见liū

镏 liù

另见liú

【镏子】 liùzi <名>[方] nhẫn

lo

咯 lo <助> (dùng như "了" nhưng ngữ khí mạnh hơn): 吃饭~ ăn cơm rồi

另见gē, kǎ

lóng

龙 lóng <名> ❶con rồng ❷long (tượng trưng cho vua, cũng chỉ các đồ vật thuộc về vua): ~袍 long bào //(姓)Long

【龙船】lóngchuán<名>thuyền rồng

【龙胆】lóngdǎn<名>[植物]cỏ long đảm; long đảm thảo (vị thuốc Đông y)

【龙的传人】lóng de chuánrén con cháu nòi rồng (thường dùng để chỉ dân tộc Trung Hoa)

【龙灯】lóngdēng<名>đèn rồng: 除夕夜广场有舞~表演。Đêm giao thừa trên quảng trường tổ chức múa đèn rồng.

【龙飞凤舞】lóngfēi-fèngwǔ rồng bay phượng múa: 他的书法~。Chữ viết anh ấy như rồng bay phượng múa.

【龙凤呈祥】lóngfèng-chéngxiáng long phượng đem lại cát tường

【龙凤胎】lóngfèngtāi<名>sinh đôi trai gái: 她生下了一对~。Chị ấy sinh đôi một trai và một gái.

【龙宫】lónggōng<名>Long Cung

【龙骨】lónggǔ<名>❶xương ức (của loài chim) ❷long cốt (vị thuốc Đông y, lấy từ xương của động vật hóa thạch như voi, tê giác...để làm thuốc): ~可以安神。Long cốt là vị thuốc có tác dụng an thần. ❸hình rẻ quạt (kết cấu trong thuyền bè, máy bay, kiến trúc...)

【龙井】lóngjǐng<名>trà Long Tỉnh (loại chè xanh ở vùng Long Tỉnh, Hàng Châu, tỉnh Chiết Giang, Trung Quốc): ~茶 chè Long Tỉnh

【龙卷风】lóngjuǎnfēng<名>gió xoáy; gió lốc; gió thần phong

【龙葵】lóngkuí<名>[中药]cây long quỳ

【龙马精神】lóngmǎ-jīngshén xung sức; tinh thần tràn đầy

【龙门起重机】lóngmén qǐzhòngjī cần cẩu đường ray (hình chữ Π)

【龙门铣床】lóngmén xǐchuáng máy phay giường

【龙脑树】lóngnǎoshù<名>cây long não

【龙蛇混杂】lóngshé-hùnzá người tốt và xấu lẫn lộn; long xà hỗn tạp

【龙舌兰】lóngshélán<名>[植物]lan lưỡi rồng; cỏ thùa

【龙生龙，凤生凤】lóng shēng lóng, fèng shēng fèng rồng sinh rồng, phượng sinh phượng; đời trước thế nào đời sau thế ấy; cha nào con ấy

【龙潭虎穴】lóngtán-hǔxué đầm rồng hang hổ; ví nơi nguy hiểm

【龙套】lóngtào<名>❶áo rồng ❷diễn viên mặc áo văn hổ: 他只是个跑~的。Anh ấy chỉ là một diễn viên mặc áo văn hổ.

【龙腾虎跃】lóngténg-hǔyuè rồng cuốn hổ chồm; (khí thế) mạnh mẽ; mãnh liệt

【龙头】lóngtóu<名>❶vòi nước ❷[方]ghi đông xe đạp ❸dẫn đầu; chủ đạo ❹[方]thủ lĩnh giang hồ; đại ca giới giang hồ; trùm xã hội đen

【龙头产品】lóngtóu chǎnpǐn sản phẩm hàng đầu

【龙头凤尾】lóngtóu-fèngwěi (bài viết) phải nổi bật chủ đề và thu hút người đọc ngay ở đoạn đầu trau chuốt, thăng hoa ở đoạn cuối

【龙头老大】lóngtóu lǎodà đầu tàu; lãnh đạo

【龙头企业】lóngtóu qǐyè xí nghiệp hàng đầu; doanh nghiệp đầu tàu

【龙王】Lóngwáng<名>Long Vương

【龙舞】lóngwǔ<名>múa rồng

【龙虾】lóngxiā<名>tôm hùm

【龙涎香】lóngxiánxiāng<名>long diên

hương (một loại hương liệu)

【龙骧虎步】lóngxiāng-hǔbù 　rồng đi cọp bước; tướng người oai võ

【龙骧虎视】lóngxiāng-hǔshì 　bước đi như rồng, mắt nhìn như hổ (ví khí phách hùng mạnh)

【龙行虎步】lóngxíng-hǔbù 　rồng đi hổ bước; tướng người anh hùng

【龙须菜】lóngxūcài〈名〉[方]ngọn đậu Hà Lan (dùng làm rau)

【龙须面】lóngxūmiàn〈名〉loại mì nhỏ sợi

【龙颜】lóngyán〈名〉[书]long nhan; nét ngài nhà vua

【龙眼】lóngyǎn〈名〉[植物](cây, quả) nhãn

【龙吟虎啸】lóngyín-hǔxiào 　rồng rú hổ gầm (mô tả âm thanh sắc nét, truyền nhiễm, gây sốc)

【龙争虎斗】lóngzhēng-hǔdòu 　sự đấu chọi giữa rồng và hổ; tranh hùng

【龙钟】lóngzhōng〈形〉[书]lụ khụ; lọm khọm; già nua; già yếu; lẩm cẩm

【龙舟】lóngzhōu〈名〉thuyền rồng: 赛~是端午节的一项民俗。Đua thuyền rồng là tập tục dân gian thường tổ chức vào tết Đoan Ngọ.

茏lóng

【茏葱】lóngcōng〈形〉xanh rờn; um tùm

珑lóng

【珑璁】lóngcōng[书]❶〈拟〉lanh canh ❷〈形〉(cỏ) xanh rờn; um tùm

【珑玲】lónglíng[书]❶〈拟〉lách cách ❷〈形〉lung linh; rực rỡ

砻lóng[方]❶〈名〉cối xay thóc ❷〈动〉xay (thóc)

【砻谷机】lónggǔjī〈名〉máy xay thóc

【砻糠】lóngkāng〈名〉[方]cám

聋lóng〈形〉điếc; nghểnh ngãng

【聋聩】lóngkuì〈形〉[书]điếc; khiếm thính

【聋哑】lóngyǎ〈形〉câm điếc

【聋哑人】lóngyǎrén〈名〉người câm điếc

【聋哑学校】lóngyǎ xuéxiào 　trường học dành cho người khiếm thính và câm

【聋哑症】lóngyǎzhèng〈名〉chứng câm điếc

【聋子】lóngzi〈名〉người điếc; người khiếm thính

笼lóng❶〈名〉cái lồng; cái chuồng: 木~ chiếc lồng gỗ ❷〈名〉cái vỉ (hấp): 面包蒸~ vỉ hấp bánh bao ❸〈名〉lao lung (cái cũi nhốt phạm nhân) ❹〈动〉[方]khoanh tay (trong ống tay áo): ~手站在一旁 khoanh tay đứng một bên

另见lǒng

【笼火】lónghuǒ〈动〉đốt lò; nhóm lò

【笼屉】lóngtì〈名〉cái vỉ (hấp)

【笼头】lóngtou〈名〉cái dàm (ở đầu lừa, ngựa): 给马戴上~。Gắn dàm lên đầu ngựa.

【笼养】lóngyǎng〈动〉nuôi trong chuồng (lồng)

【笼中鸟】lóngzhōngniǎo〈名〉chim trong lồng; cá chậu chim lồng

【笼子】lóngzi〈名〉cái lồng: ~里养着一对小白兔。Trong lồng nuôi đôi thỏ trắng.

另见lǒngzi

隆lóng❶〈形〉to lớn; bề thế; to tát: ~重 long trọng ❷〈形〉hưng thịnh; thịnh vượng: 生意兴~ làm ăn thịnh vượng ❸〈形〉sâu sắc; sâu đậm; thắm thiết; đậm: ~情 tình cảm sâu đậm ❹〈动〉lồi ra; gồ lên; u lên: 山脊~起。Lưng núi gồ lên. //(姓)Long

【隆背】lóngbèi〈动〉lưng gồ

【隆鼻】lóngbí〈动〉độn cho sống mũi cao lên

【隆冬】lóngdōng〈名〉mùa đông giá lạnh: ~腊月 tháng chạp giá rét

【隆恩】lóng'ēn〈名〉ơn sâu nặng

【隆隆】lónglóng〈拟〉ầm ầm; ình ình; ì ầm; ầm vang

【隆起】lóngqǐ〈动〉nổi lên; gồ lên

【隆情厚谊】lóngqíng-hòuyì 　tình sâu

nghĩa nặng

【隆盛】lóngshèng<形>[书]❶thịnh vượng ❷linh đình; long trọng

【隆头鱼】lóngtóuyú<名>cá có mào; labridae

【隆胸】lóngxiōng<动>độn ngực; bơm vú

【隆重】lóngzhòng<形>long trọng: ~登场 long trọng ra mắt

lǒng

陇 Lǒng<名>tên gọi tắt của tỉnh Cam Túc

拢 lǒng<动>❶khép lại: 合~大门 khép lại cánh cổng lớn ❷áp sát đến; cập sát: 靠~ áp sát vào ❸gộp lại; cộng lại: 归~ quy tụ lại ❹bó lại; ôm lấy: 收~ bó buộc lại ❺chải (tóc) //(姓)Lũng

【拢岸】lǒng'àn<动>(thuyền) cập bến: 渔船 ~ tàu cá cập bến

【拢共】lǒnggòng<副>tổng cộng; cộng lại; cộng tất cả

【拢音】lǒngyīn<动>tập hợp âm thanh lại

【拢住】lǒngzhù<动>bó lại

【拢子】lǒngzi<名>lược bí; lược dày

【拢总】lǒngzǒng<副>tổng cộng; tính tổng cộng: 公司里~一百人。Tính tổng cộng công ti có 100 người.

垄 lǒng<名>❶luống (đất): ~沟 rãnh ❷bờ (ruộng) ❸gò //(姓)Lũng

【垄播】lǒngbō<动>gieo hạt trên luống đất

【垄断】lǒngduàn<动>lũng đoạn; độc quyền: 市场已被这个厂家~。Cả thị trường đã bị xí nghiệp này lũng đoạn.

【垄断地位】lǒngduàn dìwèi địa vị lũng đoạn

【垄断集团】lǒngduàn jítuán tập đoàn lũng đoạn

【垄断价格】lǒngduàn jiàgé giá cả lũng đoạn

【垄断竞争】lǒngduàn jìngzhēng cạnh tranh lũng đoạn

【垄断市场】lǒngduàn shìchǎng thị trường lũng đoạn

【垄断资本】lǒngduàn zīběn tư bản lũng đoạn

【垄断组织】lǒngduàn zǔzhī tổ chức lũng đoạn

【垄沟】lǒnggōu<名>rãnh (giữa các luống); rãnh tưới

【垄田】lǒngtián<名>ruộng cao trên hẻm núi

【垄作】lǒngzuò<动>[农业]trồng theo luống; trồng thành luống; đánh luống; vun trồng vồng

笼 lǒng❶<动>chụp xuống; ập xuống; che phủ ❷<名>cái lồng: 竹~ lồng tre
另见lóng

【笼络】lǒngluò<动>lôi kéo; lung lạc; mua chuộc: ~人心 mua chuộc lòng người

【笼统】lǒngtǒng<形>chung chung; qua loa; khái quát: 你说得太~，我没听明白。Anh nói quá chung chung, tôi nghe không hiểu.

【笼罩】lǒngzhào<动>bao phủ: 乌云~着海面。Mây đen bao trùm mặt biển.

【笼子】lǒngzi<名>[方]cái lồng; lồng
另见lóngzi

lòng

弄 lòng<名>[方]ngõ hẻm; hẻm
另见nòng

【弄堂】lòngtáng<名>[方]ngõ hẻm: 她家就住在这个~里。Nhà chị ấy ở ngay trong hẻm này.

lōu

搂 lōu<动>❶vơ ❷vén lên ❸vơ vét ❹[方]kéo; giật lại ❺[方]đối chiếu; tính toán
另见lǒu

【搂起】lōuqǐ<动>xắn; xắn lên: ~裤脚下田 xắn quần lên rồi bước xuống ruộng

【搂钱】lōuqián<动>vơ vét tiền bạc

【搂头盖脸】lōutóu-gàiliǎn　thẳng vào mặt

lóu

娄 lóu❶<形>[方](sức khỏe) yếu; đuối sức; suy nhược: 他从小身子骨～, 常常上医院。Ngay từ nhỏ cậu ta sức khỏe suy nhược thường phải đi bệnh viện。❷<形>[方](hoa quả) chín nẫu (rữa); thối: 桃子~了。Trái đào đã chín rữa。❸<名>sao Lâu (một trong 28 tú) //(姓)Lâu

【娄子】lóuzi<名>[口]rắc rối; tai vạ; lôi thôi; không may

蒌 lóu

【蒌蒿】lóuhāo<名>[植物]cây ngải trắng

喽 lóu
另见lou

【喽啰】lóuluo<名>(bọn) lâu la (tay chân): 他手下有一群~。Dưới tay hắn ta có cả bọn lâu la。

楼 lóu<名>❶lầu; gác; nhà tầng; nhà lầu: 百货大~ bách hóa đại lầu ❷tầng; gác: 我家在五~。Nhà tôi ở gác năm。❸lầu: 鼓~ lầu gõ trống điểm canh ❹lầu; quán; tiệm; nhà: 茶~ quán trà //(姓)Lâu

【楼板】lóubǎn<名>sàn gác

【楼层】lóucéng<名>tầng gác

【楼道】lóudào<名>hành lang: ~里不要堆放杂物。Hành lang trong lầu không được chất để đồ vặt。

【楼房】lóufáng<名>nhà lầu; nhà cao tầng

【楼阁】lóugé<名>lầu và gác; nhà gác

【楼花】lóuhuā<名>hoa lầu (nhà cao tầng xây dựng chưa hoàn tất): 炒~ mua bán hoa lầu

【楼面】lóumiàn<名>mặt sàn (trong nhà cao tầng)

【楼盘】lóupán<名>nhà lầu đang xây dựng hoặc bán

【楼上】lóushàng<名>trên gác: ~住满了人。Trên gác đã ở chật người。

【楼市】lóushì<名>❶thị trường địa ốc ❷tình hình thị trường địa ốc

【楼台】lóutái<名>❶[方]ban công; gác thượng ❷lâu đài (phần nhiều dùng trong ca kịch, thơ phú)

【楼堂馆所】lóu-táng-guǎn-suǒ　chỉ chung nhà cao tầng, hội trường, nhà khách và phòng tiếp khách; cũng chỉ chung những hạng mục xây dựng quy mô lớn, đắt tiền

【楼梯】lóutī<名>thang gác; cầu thang: 爬~ lên cầu thang

【楼下】lóuxià<名>dưới nhà: ~有超市。Dưới nhà có một siêu thị。

【楼宇】lóuyǔ<名>tòa nhà lầu; tòa nhà cao ốc

【楼主】lóuzhǔ<名>chủ nhà

【楼座】lóuzuò<名>chỗ ngồi trên gác (rạp chiếu phim…)

耧 lóu<名>máy gieo hạt

【耧播】lóubō<动>gieo hạt (bằng máy gieo thô sơ)

蝼 lóu<名>[动物]dế mèn

【蝼蛄】lóugū<名>dế mèn; dế dũi; dế nhũi

【蝼蚁】lóuyǐ<名>dế và kiến; loài sâu bọ; kẻ yếu hèn (ví người có địa vị thấp hèn)

【蝼蚁贪生】lóuyǐ-tānshēng　con kiến còn ham sống

lǒu

搂 lǒu❶<动>ôm; ẵm ❷<量>bó
另见lōu

【搂抱】lǒubào<动>ôm; ôm ấp; ẵm: 她把孩子~在怀里。Chị ấy ôm con vào lòng。

篓 lǒu<名>cái sọt (gùi)

【篓子】lǒuzi<名>cái sọt; sọt

L

lòu

陋 lòu<形>❶xấu: 丑~ xấu xí ❷thô; sơ sài; xoàng xĩnh: 粗~ thô thiển ❸nhỏ hẹp; chật hẹp; sơ sài; rách nát: ~室 nhà rách ❹cổ hủ; không văn minh; không hợp lí; thô bạo: 摒除~习 gạt bỏ những tập tục thiếu văn minh ❺(kiến thức) nông cạn: 知识浅~ kiến thức nông cạn

【陋规】lòuguī<名>thói xấu; thói đời

【陋见】lòujiàn<名>quan điểm thiển cận

【陋室】lòushì<名>nhà cửa xuềnh xoàng: 他身居~而自得其乐。Ông ấy nhà cửa xuềnh xoàng mà lại luôn lạc quan tìm được cái thú vui ở chính mình.

【陋俗】lòusú<名>phong tục cổ hủ; hủ tục

【陋习】lòuxí<名>thói xấu: 这种陈规~应该破除。Nên gột bỏ những quy định cổ hủ và thói xấu này.

【陋巷】lòuxiàng<名>ngõ hẻm chật hẹp

镂 lòu<动>điêu khắc; chạm trổ

【镂花】lòuhuā<名>hoa văn chạm trổ

【镂金雕玉】lòujīn-diāoyù chạm khắc đồ vàng và ngọc bích

【镂空】lòukōng<动>chạm rỗng; chạm lộng; khắc chìm; chạm chìm: ~雕刻 chạm khắc rỗng

瘘 lòu<名>rò

【瘘管】lòuguǎn<名>đường rò; ống rò

漏 lòu❶<动>chảy; rỉ; rò; dột: 汤汁~出来了。Nhân lòng đã dột ra. ❷<动>thủng; hở: ~肩衫 áo hở vai ❸<名>ấm thủng ❹<动>lộ; để lộ; tiết lộ: 走~消息 tin tức bị tiết lộ ra ngoài ❺<动>sót; rơi; để sót; bỏ sót; thiếu sót: 请问还~了谁的名字呢? Xin hỏi có bỏ sót tên ai không nhỉ?

【漏报】lòubào<动>sót lại chưa báo cáo

【漏疮】lòuchuāng<名>bệnh trĩ; lòi dom

【漏窗】lòuchuāng<名>[建筑]cửa sổ để trống (không dán giấy, không lắp kính)

【漏底】lòudǐ<动>thùng đáy: 杯子~ chiếc cốc thủng đáy/li dò

【漏电】lòudiàn<动>rò điện: 小心~ cẩn thận dò điện

【漏洞】lòudòng<名>❶lỗ hở; vết nứt: 这水桶有个~。Chiếc thùng này có vết nứt. ❷(chỗ) sơ hở; thiếu sót: 他的话里有很多~。Lời nói của anh ấy có lắm chỗ thiếu sót.

【漏洞百出】lòudòng-bǎichū có rất nhiều sơ hở

【漏斗】lòudǒu<名>cái phễu

【漏斗车】lòudǒuchē<名>xe phễu

【漏风】lòufēng<动>❶lọt gió; lùa gió ❷phều phào (do bị rụng răng) ❸để lộ tin

【漏缝】lòufèng<名>khe hở

【漏光】lòuguāng<动>hở ánh sáng; lọt ánh sáng

【漏壶】lòuhú<名>đồng hồ nước; đồng hồ cát

【漏检】lòujiǎn<动>bị sót chưa kiểm tra

【漏刻】lòukè =【漏壶】

【漏孔】lòukǒng<名>lỗ rò rỉ

【漏落】lòuluò<动>bị sót

【漏气】lòuqì<动>xịt hơi, thoát hơi: 车胎~了。Lốp xe bị xịt hơi.

【漏勺】lòusháo<名>muôi vớt: 吃火锅要用~。Ăn lẩu thì cần phải dùng muôi vớt.

【漏失】lòushī<动>❶chảy mất ❷sơ suất

【漏税】lòushuì<动>lậu thuế; trốn thuế: 偷税~可耻。Trốn thuế lậu thuế là điều sỉ nhục.

【漏网】lòuwǎng<动>lọt lưới

【漏网之鱼】lòuwǎngzhīyú cá lọt lưới; ví tội phạm hay quân địch trốn thoát

【漏泄】lòuxiè<动>❶chảy qua; xuyên qua; thoát ra (nước, ánh sáng...) ❷để lộ; tiết lộ

【漏夜】lòuyè<名>đêm khuya; khuya

【漏油】lòuyóu<动>rò thoát dầu (xăng): 前面那辆车大概是~了。Có lẽ chiếc xe chạy đằng trước đã rò thoát dầu xăng.

【漏诊】lòuzhěn<动>chẩn đoán bỏ sót

【漏子】lòuzi<名>❶[口]cái phễu ❷kẽ hở; chỗ sơ hở

【漏嘴】lòuzuǐ<动>nói hớ; nhỡ mồm (nhỡ miệng): 他一不小心说~了。Anh ta không cẩn thận mà nói hớ rồi.

露lòu 义同 "露²" (lù), dùng于下列各条。
另见lù

【露白】lòubái<动>để lộ ra (tiền bạc)

【露背】lòubèi<动>hở lưng: ~装 kiểu trang phục hở lưng

【露丑】lòuchǒu<动>(lòi cái xấu ra) mất mặt; bẽ mặt; xấu mặt

【露底】lòudǐ<动>để lộ gốc gác của mình

【露风】lòufēng<动>lộ tin: 这件事不能~。Việc này cấm lộ tin.

【露富】lòufù<动>khoe giàu; phô của: 境外旅游~容易招致抢劫。Du lịch nước ngoài mà phô của thì rất dễ bị cướp giật.

【露脸】lòuliǎn<动>❶mặt mày rạng rỡ; vẻ vang; đẹp mặt ❷[方]lộ diện; ló mặt; xuất hiện

【露两手】lòu liǎngshǒu =【露一手】

【露马脚】lòu mǎjiǎo lòi đuôi; lộ tẩy; lộ rõ chân tướng

【露面】lòumiàn<动>lộ diện; ló mặt; xuất đầu lộ diện; đứng ra: 老板近来很少在公司~。Thời gian này sếp rất ít khi xuất hiện tại công ti.

【露苗】lòumiáo<动>nẩy mầm; nhú mầm

【露脐装】lòuqízhuāng<名>kiểu áo hở rốn

【露怯】lòuqiè<动>[方]rụt rè; sợ hãi; ăn nói vụng về; lộ ra cái dốt, gây trò cười; lòi dốt ra (do thiếu kiến thức): 他初次上台演讲，难免~。Lần đầu tiên diễn thuyết anh ấy

khó tránh được vẻ rụt rè.

【露头】lòutóu<动>❶thò đầu ra ❷mới xuất hiện
另见lùtóu

【露馅儿】lòuxiànr<动>lòi (cái dối trá) ra; lộ tẩy: 他的功底不够扎实，表演魔术~了。Do nền tảng không vững chắc nên khi biểu diễn ảo thuật, anh ấy bị lộ tẩy.

【露相】lòuxiàng<动>lộ bộ mặt thật; lộ chân tướng

【露一手】lòu yīshǒu trổ tài; thể hiện tài năng; bộc lộ năng khiếu (ở một phương diện hay một việc gì đó): 今天我做饭，给你们~。Hôm nay tôi sẽ trổ tài nấu nướng với các bạn.

【露拙】lòuzhuō<动>lộ ra điều bất cập

lou

喽lou<助>❶dùng như "了" (có ý dự định hoặc giả thiết) ❷dùng như "了" (có ý nhắc nhở) rồi; thôi
另见lóu

lú

卢Lú //(姓)Lô, Lư

【卢比】lúbǐ<名>đồng rupi (tiền Ấn Độ, Pa-ki-xtan, Nê-pan...)

【卢布】lúbù<名>đồng rúp (đồng tiền Nga)

【卢沟桥事变】Lúgōuqiáo Shìbiàn sự biến cầu Lô Câu

芦lú<名>[植物]cây lau; cây sậy //(姓)Lô, Lư

【芦柴】lúchái<名>thân cây sậy

【芦荡】lúdàng<名>đầm lau sậy

【芦丁】lúdīng<名>[医药]rutin

【芦根】lúgēn<名>[中药]rễ lau; lô căn

【芦花】lúhuā<名>hoa lau; bông lau

L

【芦荟】lúhuì<名>lô hội

【芦笙】lúshēng<名>khèn: 苗寨里的汉子爱吹~。Các chàng trai trong bản Mèo rất thích thổi khèn.

【芦笋】lúsǔn<名>măng tây

【芦苇】lúwěi<名>lau sậy

【芦席】lúxí<名>chiếu đan bằng sậy; chiếu lau

庐¹ lú<名>lều

庐² Lú<名>Lư Châu (phủ Lư Châu cũ, nay là Hợp Phì tỉnh An Huy Trung Quốc) //(姓) Lô

【庐山】Lú Shān<名>núi Lư Sơn, nằm ở tỉnh Giang Tây Trung Quốc, khu du lịch nổi tiếng Trung Quốc

【庐山真面目】Lú Shān zhēn miànmù chân tướng của núi Lư Sơn; ví sự việc đã rõ ràng; bộ mặt thật; chân tướng

【庐舍】lúshè<名>[书]nhà cửa; lều trại

【庐帐】lúzhàng<名>lều bạt

炉 lú<名>bếp; lò //(姓)Lô, Lư

【炉壁】lúbì<名>thành lò

【炉床】lúchuáng<名>[冶金]lòng lò sưởi

【炉灰】lúhuī<名>tro

【炉火纯青】lúhuǒ-chúnqīng lửa lò đã xanh đều; thành thục; hoàn mĩ; tay nghề điêu luyện

【炉具】lújù<名>dụng cụ đồ bếp

【炉台】lútái<名>bệ lò; nóc lò

【炉膛】lútáng<名>lòng lò; khoang lò; bụng lò

【炉灶】lúzào<名>bếp lò; bếp núc; bếp: 家里的~该换新的了。Bếp lò trong nhà đã đến lúc cần được thay mới.

【炉渣】lúzhā<名>❶xỉ lò; xỉ than ❷than xỉ

【炉子】lúzi<名>bếp; lò

鸬 lú

【鸬鹚】lúcí<名>chim cốc

颅 lú<名>đầu lâu; đầu

【颅盖】lúgài<名>vòm sọ

【颅骨】lúgǔ<名>đầu lâu; sọ; xương sọ

【颅腔】lúqiāng<名>khoang sọ; hộp sọ

鲈 lú<名>cá lô; cá vược

【鲈鱼】lúyú<名>cá vược; cá béc ca

lǔ

卤 lǔ❶<名>nước chạt; nước muối ❷<名>[化学]Halogen ❸<动>rim: ~蛋 món trứng rim ❹<名>nước sốt (nước đun cô lại, canh đặc từ thịt, trứng, dùng để rưới lên mì sợi hoặc thức ăn khác) ❺<名>đồ uống đặc

【卤菜】lǔcài<名>món ăn rim hay kho mặn: 我去买点~。Tôi đi mua ít thức ăn rim.

【卤化物】lǔhuàwù<名>chất Halogenua

【卤面】lǔmiàn<名>mì sốt trứng thịt

【卤肉饭】lǔròufàn<名>cơm thịt kho: 这家快餐店的~小有名气。Cơm thịt kho của nhà hàng này tương đối có tiếng đấy.

【卤水】lǔshuǐ<名>❶nước muối; nước ót; nước chạt (sau khi nấu muối) ❷dung dịch muối mỏ

【卤素】lǔsù<名>[化学]Halogen (gồm năm nguyên tố fluo, clo, brôm, iốt, axtati, có thể trực tiếp tác dụng với kim loại để thành muối kim loại)

【卤味】lǔwèi<名>thức ăn ướp (để rim): ~店 cửa hàng bán món ăn rim

【卤虾】lǔxiā<名>tôm rim; tôm khô

【卤汁】lǔzhī<名>nước cốt rim

【卤制】lǔzhì<动>đun (nấu, làm) bằng cách rim; rim: ~鸭脖 món cổ vịt rim

【卤质】lǔzhì<名>chất phèn (trong đất trồng trọt); chất đất mặn (phèn chua)

虏 lǔ❶<动>bắt tù binh: 俘~敌军 bắt giữ tù binh địch ❷<名>tù binh: 俘~ tù binh ❸<名>nô lệ ❹<名>[书]quân xâm lược; kẻ địch

【虏获】lǔhuò<动>bắt tù binh, tước vũ khí

掳 lǔ<动>[书]bắt cóc

【掳掠】lǔlüè<动>bắt người cướp của; bắt cóc và cướp giật: ~财物 cướp bóc tài sản

鲁[1] lǔ<形>❶đần độn; chậm chạp; lù khù: 愚~ ngu đần ❷thô lỗ: 粗~ thô lỗ

鲁[2] Lǔ<名>tên gọi tắt của tỉnh Sơn Đông // (姓)Lỗ

【鲁班尺】lǔbānchǐ<名>thước Lỗ Ban; thước góc; thước thợ

【鲁菜】lǔcài<名>món ăn Sơn Đông

【鲁钝】lǔdùn<形>[书]ngu ngốc; đần độn

【鲁莽】lǔmǎng<形>lỗ mãng: 你这样做太~了。Anh làm thế thì thật quá lỗ mãng.

【鲁直】lǔzhí<形>ngay thẳng; thẳng thắn: 他性情~, 有啥说啥。Anh ta tính cách thẳng thắn bốp chát, có gì nói nấy.

橹[1] lǔ<名>mái chèo

橹[2] lǔ<名>[书]cái mộc lớn; cái khiên; mái chèo

镥 lǔ<名>[化学]luteti (kí hiệu: Lu)

<h2 style="text-align:center">lù</h2>

陆 lù<名>lục địa; đất liền; trên cạn; trên bộ // (姓)Lục

【陆半球】lùbànqiú<名>[地理]bán cầu lục địa

【陆标】lùbiāo<名>[航空]cái mốc trên lục địa

【陆沉】lùchén<动>(lục địa) chìm; chìm nghim; chìm đắm; ví đất nước lâm nguy

【陆地】lùdì<名>lục địa; đất liền; trên bộ; trên cạn

【陆风】lùfēng<名>gió lục địa; gió đất liền (thổi ra biển)

【陆龟】lùguī<名>rùa trên lục địa

【陆海】lùhǎi<名>lục địa và biển cả

【陆海空】lù-hǎi-kōng<名>lục hải không: ~三军仪仗队 đội danh dự lục hải không quân

【陆界】lùjiè<名>biên giới trên đất liền

【陆军】lùjūn<名>lục quân; bộ binh

【陆离】lùlí<形>lòe loẹt; sặc sỡ: 舞厅里彩灯~, 令人目眩。Ánh đèn màu trên sàn nhảy sặc sỡ khiến mọi người hoa cả mắt.

【陆路】lùlù<名>đường bộ: ~交通 giao thông đường bộ

【陆桥】lùqiáo<名>❶[地理]cầu nối (giữa hai lục địa với nhau): 亚欧~ cầu nối lục địa Á Âu ❷cầu cạn (giữa hai cảng với nhau)

【陆上油田】lùshàng yóutián mỏ dầu trên đất liền

【陆生】lùshēng<动>sống trên cạn: ~植物 thực vật sống trên cạn; ~动物 động vật sống trên cạn

【陆相】lùxiàng<名>[地质]lục địa

【陆续】lùxù<副>lần lượt; lục tục: 观众~进场。Khán giả lục tục tiến vào rạp.

【陆运】lùyùn<动>vận chuyển đường bộ; vận tải đường bộ

【陆战】lùzhàn<名>lục chiến; đánh trên bộ

【陆战队】lùzhànduì<名>quân đánh bộ

录 lù❶<动>ghi chép; chép; sao lục: 摘~好词佳句 ghi chép lại những câu và từ hay ❷<动>thu âm; sang băng; quay video: ~音 ghi âm ❸<动>thu nhận; sử dụng; tuyển dụng: 我公司今年~用了五名大学生。Năm nay công ti chúng tôi đã tuyển dụng năm sinh viên. ❹<名>sổ sách; danh mục; tập (bản) danh sách: 目~ mục lục //(姓)Lục

【录播】lùbō<动>ghi lại và phát sóng: 这场球赛是~的。Trận đấu bóng này được ghi lại và phát sóng.

【录放】lùfàng<动>ghi âm ghi hình và phát thanh chiếu hình

【录放机】lùfàngjī<名>máy video; máy ghi âm

L

【录供】lùgòng<动>[法律]lập biên bản khẩu cung

【录取】lùqǔ<动>❶tuyển chọn; kết nạp vào; chọn được: 她已通过考试，被~为公务员。Chị ấy đã thông qua kì thi xét tuyển và được tuyển chọn làm công chức. ❷[方]ghi lại

【录取分数线】lùqǔ fēnshùxiàn điểm sàn tuyển chọn

【录取通知书】lùqǔ tōngzhīshū giấy báo trúng tuyển: 今天他收到了大学~。Hôm nay cậu ấy đã nhận được giấy báo tuyển sinh vào đại học.

【录入】lùrù<动>nhập liệu vào (máy tính)

【录像】lùxiàng❶<动>ghi hình; thu hình lại; video ❷<名>hình ảnh video

【录像带】lùxiàngdài<名>băng hình; băng video

【录像光盘】lùxiàng guāngpán đĩa video

【录像机】lùxiàngjī<名>máy video

【录像片】lùxiàngpiàn<名>phim video

【录像师】lùxiàngshī<名>nhân viên quay video

【录音】lùyīn❶<动>ghi âm ❷<名>âm thanh được ghi lại: 大家先听一遍~。Trước hết chúng ta sẽ cùng nghe đoạn ghi âm.

【录音笔】lùyīnbǐ<名>bút ghi âm

【录音带】lùyīndài<名>băng ghi âm

【录音电话】lùyīn diànhuà điện thoại ghi âm

【录音机】lùyīnjī<名>máy ghi âm

【录音棚】lùyīnpéng<名>phòng thu: 她第一次进~，觉得很新奇。Lần đầu tiên vào phòng thu, chị ấy cảm thấy mọi cái đều mới lạ.

【录音师】lùyīnshī<名>nhân viên ghi âm

【录音室】lùyīnshì<名>phòng ghi âm

【录影】lùyǐng =【录像】

【录用】lùyòng<动>❶tuyển dụng (nhân viên); nhận; dùng: ~单位 đơn vị tuyển dụng ❷sử dụng

【录制】lùzhì<动>ghi hình; ghi âm

鹿 lù<名>con hươu (nai) //(姓)Lộc

【鹿角】lùjiǎo<名>❶sừng hươu ❷chướng ngại vật

【鹿皮】lùpí<名>da hươu

【鹿茸】lùróng<名>lộc nhung; nhung hươu: 这一帖中药里有~。Trong thang thuốc Đông y này có lộc nhung.

【鹿肉】lùròu<名>thịt hươu

【鹿死谁手】lùsǐshéishǒu chẳng biết hươu chết về tay ai; chẳng biết mèo nào cắn mỉu nào; chưa biết ai được ai thua

绿 lù 义同"绿"(lǜ)，用于"绿林、绿营、鸭绿江"等。
另见lǜ

【绿林】lùlín<名>lục lâm

【绿林大盗】lùlín dàdào băng cướp lục lâm

【绿林好汉】lùlín hǎohàn hảo hán lục lâm; nghĩa sĩ

禄 lù<名>lộc; bổng lộc //(姓)Lộc

【禄米】lùmǐ<名>[书]hạt ngô bổng lộc (thay cho tiền lương)

【禄位】lùwèi<名>[书]bổng lộc và chức vụ

碌 lù<形>❶bình thường; tầm thường; thường (chỉ người): 庸~无为 tầm thường ❷bận bịu; long đong; vất vả; bề bộn: 劳~半生 tất bật suốt nửa đời người

【碌碌】lùlù<形>❶tầm thường; thường; xoàng: ~无为 tầm thường vô tích sự ❷bề bộn; bận rộn; long đong

【碌碌无能】lùlù-wúnéng tầm thường; chẳng có tài cán gì

【碌碌无闻】lùlù-wúwén tầm thường không có tiếng tăm

路 lù❶<名>đường; sá; lối đi ❷<名>lộ trình; chặng đường: 走一里~ đi một dặm đường ❸<名>phương diện: 各~英雄 anh hùng mọi nẻo ❹<量>loại; thứ hạng: 他是哪~人? Hắn là hạng người gì? ❺<名>đường lối; biện pháp: 活~ lối sống ❻<名>dòng mạch: 思~ mạch tư duy ❼<名>tuyến, số xe buýt: 5~车 xe buýt tuyến số 5 //(姓)Lộ

【路霸】lùbà<名>chúa đường (chỉ người hoặc đơn vị chặn đường trái phép xe cộ, người qua lại để cưỡng bức thu phí); bọn cướp đường: 严厉打击车匪~ nghiêm trị kẻ cướp xe và chúa đường

【路边】lùbiān<名>bên đường; lề đường

【路边摊】lùbiāntān<名>quán hàng bên đường; quán cóc

【路标】lùbiāo<名>❶biển (báo) giao thông; biển chỉ đường; cột hiệu ❷tiêu chí liên lạc (của một đội ngũ khi hành động cắm ở dọc đường)

【路不拾遗】lùbùshíyí không nhặt của rơi trên đường; ví nếp sống và trình độ văn minh tốt đẹp

【路程】lùchéng<名>❶lộ trình; hành trình; chặng đường: ~遥远 chặng đường xa xôi ❷độ dài; chiều dài

【路床】lùchuáng<名>nền đường

【路单】lùdān<名>giấy thông hành đi đường

【路灯】lùdēng<名>đèn đường: ~亮了。Đèn đường bật sáng.

【路堤】lùdī<名>đường tôn cao; đường đắp nổi

【路段】lùduàn<名>đoạn đường

【路费】lùfèi<名>lộ phí; tiền đi đường: 家里给他准备了到北京上学的~。Gia đình đã chuẩn bị sẵn lộ phí cho cậu ấy đi học tại Bắc Kinh.

【路轨】lùguǐ<名>❶đường ray ❷quỹ đạo; nền nếp

【路过】lùguò<动>đi qua; ghé qua: ~此地 đi qua nơi này

【路基】lùjī<名>nền đường

【路检】lùjiǎn<动>kiểm tra trên đường

【路见不平，拔刀相助】lùjiàn-bùpíng, bádāo-xiāngzhù trên đường gặp chuyện bất bình, rút dao giúp người gặp nạn; giữa đường gặp chuyện bất bình chẳng tha

【路警】lùjǐng<名>cảnh sát ngành đường sắt

【路径】lùjìng<名>❶con đường; đường lối; đường đi; lối đi ❷bí quyết; hướng; kênh; biện pháp

【路考】lùkǎo<动>kiểm tra tay lái (cho tài xế lái xe trên đoạn đường chỉ định): 明天我要参加~。Ngày mai tôi phải tham gia thi kiểm tra tay lái.

【路口】lùkǒu<名>nút đường; ngã đường: 我们在下一个~下车。Chúng ta sẽ xuống xe ở nút đường sau.

【路况】lùkuàng<名>tình hình đường sá

【路面】lùmiàn<名>mặt đường

【路牌】lùpái<名>biển trên đường phố; biển chỉ đường

【路卡】lùqiǎ<名>trạm kiểm tra; ba-ri-e

【路桥】lùqiáo<名>cầu đường

【路人】lùrén<名>người đi đường; khách qua đường; người dưng

【路人皆知】lùrénjiēzhī ai ai cũng biết

【路上】lùshang<名>❶trên mặt đường ❷dọc đường; trên đường đi: ~要注意安全。Nên chú ý an toàn trên đường.

【路试】lùshì<名>sự chạy thử (việc thử nghiệm một chiếc xe bằng cách lái nó chạy trên đường)

【路数】lùshù<名>❶con đường; bí quyết; cách; phương pháp ❷động tác võ thuật ❸gốc tích; lai lịch: 不清楚他是什么~。Không rõ gốc gác lai lịch của ông ta là gì.

【路途】lùtú<名>❶đường; đường đi; lối (đi) ❷lộ trình; chặng đường; đường sá: ~艰辛 chặng đường gian truân

【路线】lùxiàn<名>❶tuyến đường ❷đường

lối

【路遥知马力，日久见人心】lù yáo zhī mǎlì, rì jiǔ jiàn rénxīn đường xa biết sức ngựa, ở lâu biết lòng người; đường dài thử sức ngựa, ở lâu hiểu lòng người

【路由器】lùyóuqì<名>bộ định tuyến (router)

【路障】lùzhàng<名>chướng ngại vật: 设置~ đặt vật chướng ngại trên đường

【路政】lùzhèng<名>công tác hay đơn vị quản lí đường sắt, đường bộ

【路子】lùzi<名>đường đi; con đường; bí quyết

勠lù<动>[书]gom góp; hợp lại

【勠力】lùlì<动>hợp lực; góp sức

【勠力同心】lùlì-tóngxīn đồng tâm hợp lực; đoàn kết nhất trí

漉lù<动>lọc; nhỏ từng giọt (nước)

【漉网】lùwǎng<名>[造纸]màng lọc (để lọc hết nước trong dung dịch bột giấy); màng seo giấy

辘lù

【辘轳】lùlu<名>ròng rọc kéo nước; pa lăng

【辘辘】lùlù<拟>(từ tượng thanh) lộc cộc; ục ục

戮lù<动>giết: 杀~ giết chóc

籚lù<名>❶[书]hòm tre ❷[方]cái giỏ (đan bằng tre)

鹭lù<名>[动物]con cò; (con) cò diệc

【鹭鸶】lùsī<名>con cò diệc

麓lù<名>[书]chân núi: 庐山北~ chân núi phía bắc Lư Sơn

露¹lù<名>❶sương móc: 甘~ cam lộ ❷nước giải khát (chế bằng hoa quả); nước: 荷叶~ nước lá sen

露²lù<动>❶lộ ra; để lộ; phơi trần: ~天 ngoài trời ❷biểu hiện; bộc lộ: ~出真面目 bộc lộ bộ mặt thật

另见lòu

【露出】lùchū<动>lộ ra: ~真相 hiện rõ chân tướng

【露点】lùdiǎn<名>[气象]giọt sương; điểm sương (nhiệt độ đọng sương)

【露锋芒】lù fēngmáng thể hiện sự sắc sảo: 初~ bắt đầu thể hiện sự sắc sảo

【露骨】lùgǔ<形>lộ liễu; trắng trợn: 他的那番话说得太~了。Lời phát biểu của hắn ta thật quá trắng trợn.

【露酒】lùjiǔ<名>rượu hoa quả; rượu mùi; rượu vang

【露水】lùshui❶<名>sương móc ❷<形>ví quan hệ tạm thời, ngắn ngủi, dễ bị tiêu tan

【露水夫妻】lùshui-fūqī vợ chồng trong chốc lát

【露水姻缘】lùshui-yīnyuán tình duyên ngắn ngủi

【露宿】lùsù<动>(ngủ, ở) ngoài trời: ~街头 ngủ ngoài đầu đường

【露台】lùtái<名>[方]sân gác; sân thượng; ban công; sân trời: 我家有一个宽敞的~。Nhà tôi có sân thượng rộng.

【露天】lùtiān❶<名>ngoài trời; ở ngoài trời ❷<形>lộ thiên

【露天电影】lùtiān diànyǐng chiếu bóng ngoài trời

【露天矿】lùtiānkuàng<名>mỏ lộ thiên

【露头】lùtóu<名>via khoáng lộ thiên; phần nhô lên (của mỏ than)
另见lòutóu

【露头角】lù tóujiǎo trổ tài (lần đầu); lần đầu thi thố tài năng; ra mắt

【露尾巴】lù wěiba lộ đuôi (ví lộ ra bộ mặt thật)

【露营】lùyíng<动>❶đóng quân ngoài trời ❷cắm trại; hoạt động dã ngoại: 周末我们班组织去~。Cuối tuần lớp chúng tôi tổ chức đi cắm trại.

【露珠】lùzhū<名>giọt sương; hạt sương: 荷

叶上点缀着晶莹的~。Trên lá sen đọng những giọt sương long lanh.

lǘ

驴 lǘ<名>con lừa

【驴车】lǘchē<名>xe lừa

【驴唇不对马嘴】lǘchún bù duì mǎzuǐ môi lừa sao khớp mồm ngựa; đầu Ngô mình Sở; râu ông nọ cắm cằm bà kia: 他的回答显得~。Câu trả lời của ông ấy như râu ông nọ cắm cằm bà kia.

【驴打滚儿】lǘdǎgǔnr<名>❶cho vay nặng lãi; lãi mẹ đẻ lãi con ❷bánh kê hấp tẩm bột đậu nành

【驴粪球】lǘfènqiú<名>cục phân lừa; ví bề ngoài bóng bẩy bên trong thối nát

【驴肝肺】lǘgānfèi<名>lòng lang dạ thú: 好心当作~。Lòng tốt lại bị coi là lòng lang dạ thú.

【驴脸】lǘliǎn<名>mặt như mặt ngựa; ví người có khuôn mặt dài như lừa ngựa

【驴年马月】lǘnián-mǎyuè năm tháng tít mù; đến mùa quýt; không hiện thực

【驴前马后】lǘqián-mǎhòu ví tất cả mọi thứ chịu sự chi phối của người khác

【驴友】lǘyǒu<名>người du lịch ba lô; khách du lịch ba lô: 他是一名资深~。Ông ấy đã là một khách ba lô kì cựu.

【驴子】lǘzi<名>[方]con lừa

闾 lǘ<名>❶[书]cổng làng; cổng ngõ; cửa ngõ ❷[书]ngõ; quê hương ❸lư (thời xưa cứ hai mươi lăm nhà là một lư) //(姓)Lư

lǚ

吕 Lǚ //(姓)Lữ, Lã

【吕宋烟】lǚsòngyān<名>xì gà Luy-xông (Philippin)

侣 lǚ<名>bạn; bè bạn //(姓)Lữ

【侣伴】lǚbàn<名>bạn bè; bè bạn

捋 lǚ<动>vuốt: ~辫子 vuốt bím tóc 另见luō

旅¹ lǚ❶<动>ở nơi đất khách; lữ hành; du lịch: ~途 chặng đường du lịch ❷<名>người ở đất khách: 行~ lữ khách

旅² lǚ❶<名>lữ; lữ đoàn (đơn vị biên chế trong quân đội): ~长 lữ đoàn trưởng ❷<名>quân đội: 劲~ quân đội lớn mạnh ❸<副>[书]cùng

【旅伴】lǚbàn<名>bạn đường; bạn đồng hành

【旅差费】lǚchāifèi<名>chi phí chuyến đi công tác: 报销~ thanh toán chi phí chuyến đi công tác

【旅程】lǚchéng<名>chặng đường du lịch

【旅次】lǚcì<名>[书]nơi tạm dừng chân dọc đường; nơi trọ

【旅店】lǚdiàn<名>quán trọ; khách sạn

【旅费】lǚfèi<名>lộ phí; tiền đi đường

【旅馆】lǚguǎn<名>quán trọ; nhà trọ; khách sạn: 五一期间，海南岛的~都爆满了。Trong kì nghỉ ngày 1 tháng 5, các khách sạn của đảo Hải Nam đều chật khách.

【旅居】lǚjū<动>trú; trọ; ngụ cư: ~海外侨胞 kiều bào cư trú tại nước ngoài

【旅客】lǚkè<名>lữ khách; hành khách: 陆续登机。Hành khách lục tục lên máy bay.

【旅鸟】lǚniǎo<名>chim lữ khách

【旅社】lǚshè<名>lữ xá; quán trọ; khách sạn: 青年~ khách sạn Thanh niên

【旅舍】lǚshè<名>[书]lữ xá; quán trọ; nhà nghỉ; khách sạn

【旅途】lǚtú<名>dọc đường đi; trên đường đi (du lịch)

【旅行】lǚxíng<动>du lịch: 这将是一次愉快的~。Đây sẽ là một chuyến du lịch vui vẻ.

L

【旅行包】lǚxíngbāo<名>ba lô; va li; túi du lịch

【旅行结婚】lǚxíng jiéhūn　du lịch kết hôn; sắp xếp tuần trăng mật vào chuyến du lịch

【旅行社】lǚxíngshè<名>hãng du lịch: 他在 ~工作。Anh ấy công tác tại hãng du lịch.

【旅行团】lǚxíngtuán<名>đoàn du lịch

【旅游】lǚyóu<动>du lịch : 她一直向往到 南非~。Chị ấy vẫn ước ao đi du lịch Nam Phi.

【旅游车】lǚyóuchē<名>xe du lịch

【旅游农业】lǚyóu nóngyè　nông nghiệp du lịch

【旅游券】lǚyóuquàn<名>phiếu du lịch

【旅游热】lǚyóurè<名>cơn sốt du lịch; phong trào đi du lịch: 近年来兴起了乡村 ~。Những năm gần đây dấy lên phong trào du lịch đồng quê.

【旅游鞋】lǚyóuxié<名>giày du lịch

【旅游业】lǚyóuyè<名>ngành du lịch

【旅长】lǚzhǎng<名>lữ trưởng; lữ đoàn trưởng

【旅资】lǚzī<名>tiền du lịch

铝 lǚ<名>[化学]nhôm (kí hiệu: Al)

【铝箔】lǚbó<名>[材料]màng nhôm; giấy bạc

【铝厂】lǚchǎng<名>nhà máy nhôm

【铝粉】lǚfěn<名>bột nhôm

【铝锅】lǚguō<名>nồi nhôm

【铝合金】lǚhéjīn<名>hợp kim nhôm

【铝胶】lǚjiāo<名>keo nhôm

【铝矿】lǚkuàng<名>bô-xít

【铝土矿】lǚtǔkuàng<名>quặng bô-xit

【铝线】lǚxiàn<名>cáp nhôm; dây điện lõi nhôm

屡 lǚ<副>nhiều lần; liên tiếp; luôn luôn; dồn dập

【屡次】lǚcì<副>nhiều lần; hết lần này đến lần khác: 他在场上投篮~命中。Trên sân anh ấy đã nhiều lần sút bóng được điểm.

【屡次三番】lǚcì-sānfān　nhiều lần; năm lần bảy lượt

【屡见不鲜】lǚjiàn-bùxiān　nhìn mãi quen mắt; thường xảy ra luôn; chả lạ lùng gì

【屡教不改】lǚjiào-bùgǎi　giáo dục nhiều lần mà không sửa; đánh chết cái nết không chừa

【屡屡】lǚlǚ<副>nhiều lần; luôn

【屡试不爽】lǚshì-bùshuǎng　thử lần nào cũng đúng

【屡战屡败】lǚzhàn-lǚbài　đánh trận nào thua trận ấy; thua liểng xiểng

【屡战屡胜】lǚzhàn-lǚshèng　đánh đâu được đấy; chiến thắng liên tục

缕 lǚ❶<名>tơ; sợi; dây; mố ❷<副>từng điều một; cặn kẽ tỉ mỉ ❸<量>sợi; cuộn; mớ; làn; mối; sợi: 千丝万~ trăm mối ngàn tơ

【缕缕】lǚlǚ<形>từng sợi; liên tiếp; liên tục không ngớt (không dứt): 傍晚时分，~炊烟 在村落升起。Buổi hoàng hôn những đụn khói bếp từ những mái nhà trong thôn bốc lên.

【缕述】lǚshù<动>[书]thuật lại từng điều; trình bày cặn kẽ

【缕析】lǚxī<动>[书]phân tích kĩ càng

履 lǚ❶<名>giày; dép ❷<动>dấn bước; giẫm; vượt; đi ❸<名>bước chân; bước đi ❹<动>thực hiện; thi hành

【履带】lǚdài<名>[机械]dây xích; bánh xích

【履历】lǚlì<名>❶lí lịch (cá nhân) ❷bản lí lịch

【履历表】lǚlìbiǎo<名>tờ khai lí lịch: 这是 我的~，请过目。Đây là tờ khai lí lịch của tôi, nhờ anh xem hộ.

【履任】lǚrèn<动>[书](quan lại) nhận chức

【履险如夷】lǚxiǎn-rúyí　vượt gian nguy như không; không ngại khó khăn; coi thường hiểm nguy

【履新】lǚxīn<动>[书]bổ nhiệm mới; nhậm chức mới

【履行】lǚxíng<动>thực hiện; thực thi; làm tròn: ~职责 thực hiện bổn phận; ~合同 thực hiện hợp đồng

【履约】lǚyuē<动>[书]thực hiện điều đã hẹn (điều thỏa thuận, lời hứa)

lǜ

律 lǜ❶<名>pháp luật; luật; quy tắc; quy định: 规~ quy luật ❷<名>[音乐]tiêu chuẩn định nhạc âm cao thấp của Trung Quốc thời xưa (chia nhạc âm làm 6 luật và 6 lã, gọi chung là 12 luật) ❸<名>thơ Đường luật: 七~诗 thơ luật bảy chữ ❹<动>[书]ràng buộc; gò bó; kiềm chế: 严于~己 nghiêm khắc với chính mình //(姓)Luật

【律动】lǜdòng<动>vận động nhịp nhàng; vận hành có quy luật: 社会的~ sự phát triển có quy luật của xã hội

【律法】lǜfǎ<名>luật pháp

【律己】lǜjǐ<动>kiềm chế bản thân: 严于~, 宽于待人。Nghiêm khắc với chính mình, rộng lượng với người khác.

【律例】lǜlì<名>luật lệ

【律令】lǜlìng<名>điều lệnh; pháp lệnh

【律师】lǜshī<名>luật sư: 他是一名出色的 ~。Anh ta là một luật sư xuất sắc.

【律师事务所】lǜshī shìwùsuǒ văn phòng luật sư

【律诗】lǜshī<名>thơ Đường luật

【律条】lǜtiáo<名>❶điều luật ❷chuẩn tắc; tiêu chuẩn

虑 lǜ<动>❶suy nghĩ; ngẫm nghĩ ❷lo; buồn (lo); lo âu

率 lǜ<名>tỉ lệ; tỉ suất; mức: 圆周~ tỉ lệ chu vi hình tròn so với đường kính/số pi (π)
另见shuài

绿 lǜ<形>xanh lá cây; xanh lục
另见lù

【绿宝石】lǜbǎoshí<名>lục bảo thạch; đá cường xanh

【绿草如茵】lǜcǎo-rúyīn thảm cỏ xanh mướt; cỏ xanh như nệm êm

【绿茶】lǜchá<名>trà xanh; chè xanh: 她为 客人泡了一杯~。Cô ấy pha một li trà xanh cho khách.

【绿葱葱】lǜcōngcōng xanh um tùm; xanh um

【绿带】lǜdài<名>vành đai xanh

【绿岛工程】lǜdǎo gōngchéng công trình đảo xanh

【绿灯】lǜdēng<名>đèn xanh

【绿地】lǜdì<名>dải xanh; bãi cỏ; đất được xanh hóa (trong thành phố): 爱护~, 请 勿践踏。Yêu màu xanh trên đất, vui lòng đừng giẫm chân lên.

【绿豆】lǜdòu<名>đậu xanh

【绿豆糕】lǜdòugāo<名>bánh đậu xanh

【绿肥】lǜféi<名>phân xanh

【绿化】lǜhuà<动>xanh hóa; phủ xanh: 这 个城市的~远近闻名。Thành phố này nổi tiếng khắp nơi về phủ xanh.

【绿化带】lǜhuàdài<名>dải cây xanh

【绿化工程】lǜhuà gōngchéng công trình xanh hóa

【绿卡】lǜkǎ<名>thẻ xanh; giấy cư trú dài hạn (cho người nước ngoài): 他去年取得了 美国的~。Năm ngoái anh ấy được cấp thẻ xanh của Mĩ.

【绿篱】lǜlí<名>hàng rào cây xanh

【绿帽子】lǜmàozi<名>khăn chít (đầu) xanh; bị cắm sừng

【绿内障】lǜnèizhàng<名>bệnh thông manh; bệnh mù mắt xanh

【绿茸茸】lǜróngróng xanh rờn; xanh rì; xanh mượt

L

【绿色】lǜsè❶〈名〉màu xanh ❷〈形〉xanh (chỉ đạt yêu cầu về bảo vệ môi trường, không ô nhiễm): ~能源 nguồn năng lượng xanh

【绿色奥运】lǜsè Àoyùn　Đại hội Olimpic xanh

【绿色科技】lǜsè kējì　khoa học và công nghệ xanh

【绿色盲】lǜsèmáng〈名〉[医学]mù màu xanh lục

【绿色食品】lǜsè shípǐn　thực phẩm xanh

【绿色通道】lǜsè tōngdào　kênh xanh

【绿色植物】lǜsè zhíwù　thực vật xanh; cây xanh

【绿生生】lǜshēngshēng　xanh biếc; xanh nõn (nà)

【绿税】lǜshuì〈名〉thuế xanh; thuế bảo vệ môi trường

【绿松石】lǜsōngshí〈名〉[矿物]đá lam ngọc

【绿叶】lǜyè〈名〉lá xanh: 红花虽好，也要~扶持。Hoa đỏ có thắm cũng cần có lá xanh làm nền.

【绿衣使者】lǜyī shǐzhě　sứ giả áo xanh; nhân viên bưu điện

【绿茵】lǜyīn〈名〉thảm cỏ xanh; bãi cỏ

【绿茵场】lǜyīnchǎng〈名〉bãi cỏ xanh; sân bóng đá

【绿荫】lǜyīn〈名〉bóng cây; rợp bóng cây xanh

【绿莹莹】lǜyíngyíng　xanh mơn mởn; xanh biếc

【绿油油】lǜyóuyóu　xanh mướt; xanh mơn mởn: ~的麦田让人心旷神怡。Cánh đồng lúa mạch xanh mướt khiến tinh thần con người ta thêm vui vẻ thoải mái.

【绿藻】lǜzǎo〈名〉tảo xanh

【绿洲】lǜzhōu〈名〉ốc đảo (trên sa mạc)

氯 lǜ〈名〉[化学]❶Clo (kí hiệu: Cl) ❷khí clo

【氯化钾】lǜhuàjiǎ〈名〉kali clorua

【氯化钠】lǜhuànà〈名〉natri clorua

【氯离子】lǜlízǐ〈名〉ion clorua

【氯霉素】lǜméisù〈名〉cloromixetin

【氯气】lǜqì〈名〉Clo (cách gọi thông thường)

【氯乙烯】lǜyǐxī〈名〉vinyl clorua

【氯中毒】lǜzhòngdú　ngộ độc Clo

滤 lǜ〈动〉lọc

【滤波】lǜbō〈动〉lọc sóng

【滤布】lǜbù〈名〉vải lọc

【滤尘】lǜchén〈动〉lọc bụi

【滤光器】lǜguāngqì〈名〉bộ lọc quang

【滤器】lǜqì〈名〉thiết bị lọc; máy lọc

【滤色镜】lǜsèjìng〈名〉[摄影]kính lọc màu (bằng pha lê hoặc nhựa)

【滤水池】lǜshuǐchí〈名〉bể lọc nước: 村里新建了一座~。Trong xóm mới xây một bể lọc nước.

【滤水器】lǜshuǐqì〈名〉máy lọc nước

【滤网】lǜwǎng〈名〉lưới lọc

【滤芯】lǜxīn〈名〉lõi lọc

【滤液】lǜyè〈名〉chất lỏng (dung dịch) đã lọc

【滤渣】lǜzhā〈名〉hạt cặn; bã (lọc giữ lại)

【滤纸】lǜzhǐ〈名〉giấy lọc

【滤嘴】lǜzuǐ〈名〉đầu lọc; miệng lọc

luán

峦 luán〈名〉[书]núi (thường dùng để chỉ núi liền dải)

【峦嶂】luánzhàng〈名〉núi non che chắn

孪 luán〈形〉[书]sinh đôi

【孪生】luánshēng〈形〉sinh đôi: ~姐妹 chị em sinh đôi

【孪子】luánzǐ〈名〉con sinh đôi

栾 luán〈名〉[植物]cây huyền hoa //(姓)Loan

【栾树】luánshù〈名〉cây huyền hoa

挛 luán〈动〉cuộn lại; co lại: 痉~ kinh giật co thắt

【挛缩】luánsuō〈动〉[医学]co quắp; co rút

鸾 luán<名>chim loan (trong truyền thuyết)

【鸾俦】luánchóu<名>[书]ví vợ chồng

【鸾凤】luánfèng<名>loan phượng; vợ chồng xứng đôi vừa lứa: ~分飞 vợ chồng li tán

【鸾凤和鸣】luánfèng-hémíng loan phượng hòa giọng hát; vợ chồng hòa hợp

【鸾翔凤集】luánxiáng-fèngjí loan phượng quần tụ; anh tài tụ hội

脔 luán<名>[书]thịt thái nhỏ

【脔割】luángē<动>[书]thái nhỏ; cắt vụn

銮 luán<名>❶cái chuông ❷xa giá; xe vua // (姓)Loan

【銮驾】luánjià<名>xe loan; xa giá; xe nhà vua

【銮铃】luánlíng<名>chuông nhạc; lục lạc (buộc trên xe, ngựa)

【銮舆】luányú =【銮驾】

luǎn

卵 luǎn<名>❶trứng: 产~ đẻ trứng ❷trứng thụ tinh ❸ngọc hành; dương vật

【卵白】luǎnbái<名>lòng trắng trứng

【卵巢】luǎncháo<名>buồng trứng; noãn sào

【卵黄】luǎnhuáng<名>lòng đỏ trứng

【卵块】luǎnkuài<名>bọng trứng; cụm trứng (trứng của một số động vật đẻ trứng, sau khi đẻ ra dính kết thành một cụm)

【卵磷脂】luǎnlínzhī<名>Lecithin

【卵囊】luǎnnáng<名>[生物]nang trứng

【卵泡】luǎnpāo<名>nang bào (noãn bào trong buồng trứng)

【卵生】luǎnshēng<形>đẻ (bằng) trứng: ~动物 động vật đẻ trứng

【卵石】luǎnshí<名>đá cuội; đá sỏi: 公园里有一条~铺成的小径。Trong công viên có lối đi rải lát bằng đá cuội.

【卵胎生】luǎntāishēng đẻ trứng thai; noãn thai sinh (một số động vật như cá mập, trứng nở trong bụng mẹ và đẻ ra con)

【卵细胞】luǎnxìbāo<名>tế bào trứng

【卵形】luǎnxíng<名>hình oval; hình bầu dục

【卵翼】luǎnyì<动>(chim) ấp trứng; ấp ủ dưới cánh (ví sự nuôi dưỡng); ôm ấp; bao che; che chở

【卵用鸡】luǎnyòngjī<名>gà nuôi lấy trứng; gà đẻ

【卵子】luǎnzǐ<名>trứng; loãn tử

luàn

乱 luàn❶<形>loạn; rối; hỗn loạn; lộn xộn: 混~ hỗn loạn ❷<名>chiến tranh; loạn lạc; loạn: 叛~ phản loạn ❸<动>làm hỗn loạn; gây rắc rối: 捣~ gây rối ❹<形>(lòng dạ) rối bời; rối trí: 意~情迷 lòng dạ rối bời ❺<副>lung tung; bừa bãi: ~说 nói lung tung ❻<形>(quan hệ nam nữ) bất chính; dâm loạn; lăng nhăng: 淫~ dâm loạn

【乱兵】luànbīng<名>loạn binh (lính thua chạy tán loạn)

【乱臣】luànchén<名>loạn thần

【乱臣贼子】luànchén-zéizǐ loạn thần tặc tử; gian thần

【乱成一团】luànchéngyītuán làm đảo lộn lung tung; rối như mớ bòng bong

【乱吃】luànchī<动>ăn uống lung tung

【乱点鸳鸯】luàndiǎn-yuānyāng ghép nhầm các cặp uyên ương (dựa theo tích Kiều thái thú xét xử một vụ án hôn nhân, đã đem ghép lẫn lộn hỗn độn ba cặp vợ chồng); ví việc chỉ đạo lung tung, sắp xếp bát nháo

【乱罚款】luànfákuǎn phạt tiền bừa bãi

【乱放炮】luànfàngpào phát biểu bừa bãi: 你不了解情况，别~。Ông không hiểu tình hình thì đừng phát biểu bừa bãi.

【乱纷纷】luànfēnfēn hỗn loạn; rối loạn; rối bời: ~的人群 đám người rối loạn

【乱坟岗】luànféngǎng<名>bãi tha ma

【乱搞】luàngǎo<动>làm bậy

【乱喊】luànhǎn<动>la hét om sòm

【乱哄哄】luànhōnghōng ầm ĩ; hỗn loạn; xôn xao: 这个农贸市场~的。Cái chợ nông sản này thật hỗn loạn.

【乱花钱】luànhuāqián tiêu tiền bừa bãi

【乱纪】luànjì<动>vô kỉ luật; vô giáo dục

【乱交】luànjiāo<动>lang chạ; quan hệ lung tung bừa bãi, bậy bạ

【乱叫】luànjiào<动>hò hét; (chó) hay sủa: 公共场所不要~。Ở nơi công cộng đừng hò hét inh ỏi.

【乱军】luànjūn<名>loạn quân; quân phiến loạn

【乱砍乱伐】luànkǎn-luànfá chặt phá bừa bãi; chặt phá vô tội vạ: 严禁~ nghiêm cấm chặt phá bừa bãi

【乱来】luànlái<动>làm đại; liều lĩnh

【乱离】luànlí<动>[书]loạn li; loạn lạc

【乱伦】luànlún<动>loạn luân

【乱麻】luànmá<名>rối như tơ vò; rắc rối: 一团~ một mớ rắc rối

【乱麻麻】luànmámá hỗn loạn rắc rối

【乱码】luànmǎ<名>mã loạn; mã sai

【乱民】luànmín<名>[旧]loạn dân; dân nổi loạn

【乱跑】luànpǎo<动>chạy lung tung: 别让小孩到处~。Đừng để trẻ con chạy lung tung.

【乱蓬蓬】luànpéngpéng rối bời; bù xù; bờm xờm

【乱七八糟】luànqībāzāo lộn xộn lung tung; rối bời; bát nháo: 房间里~的。Trong nhà cứ lộn xộn lung tung.

【乱世】luànshì<名>thời loạn

【乱世英雄】luànshì-yīngxióng anh hùng trong thời loạn

【乱视】luànshì<动>loạn thị

【乱收费】luànshōufèi thu phí tùy tiện: ~的做法应该制止。Phải dẹp bỏ hành vi thu phí tùy tiện.

【乱说】luànshuō<动>nói bậy bạ; nói lung tung: 你别~。Anh đừng nói lung tung.

【乱摊派】luàntānpài vòi tiền; vòi của sai luật lệ

【乱弹琴】luàntánqín làm bậy; ăn nói bậy bạ: 别在这里~。Đừng ở đây ăn nói bậy bạ.

【乱套】luàntào<动>[方]lộn xộn; mất trật tự; làm rối mù lên

【乱腾腾】luànténgténg rối mù; rối bời; rối ren

【乱糟糟】luànzāozāo lộn xộn; rối bời

【乱涨价】luànzhǎngjià tăng giá vô nguyên tắc

【乱真】luànzhēn<动>đánh tráo; làm giả như thật (thường chỉ đồ cổ, tranh vẽ)

【乱子】luànzi<名>tai vạ; tai họa; việc rối loạn: 最近村里出~了。Gần đây trong thôn gặp chuyện rắc rối.

lüè

掠 lüè<动>❶cướp; cướp đoạt: ~人之美 cướp công danh của người khác ❷lướt nhẹ; lướt qua: 柳丝轻~湖面。Tơ liễu lướt nhẹ trên mặt hồ. ❸[书]vụt; quất

【掠地飞行】lüèdì fēixíng bay sát mặt đất

【掠夺】lüèduó<动>cướp đoạt; cướp bóc

【掠夺婚】lüèduóhūn<名>hôn nhân (kiểu) cướp dâu

【掠夺者】lüèduózhě<名>kẻ cướp đoạt; kẻ cướp

【掠过】lüèguò<动>lướt qua

【掠美】lüèměi<动>cướp tiếng hay; cướp

công; chiếm đoạt danh tiếng

【掠取】lüèqǔ<动>cướp đoạt; vơ vét

【掠杀】lüèshā<动>cướp và giết

【掠视】lüèshì<动>nhìn lướt qua; nhìn thoáng qua

【掠水飞行】lüèshuǐ fēixíng bay lướt qua mặt nước

【掠影】lüèyǐng<名>cảnh tượng thoáng qua; thoáng vài nét; tình hình tóm lược: 敦煌~ vài nét về Đôn Hoàng

略¹lüè❶<形>qua loa; sơ lược; giản đơn: 粗 ~浏览一下 duyệt qua loa ❷<名>tóm tắt: 概 ~ khái quát ❸<动>lược bớt; bỏ bớt: 这部分 可以~写。Bộ phận này có thể lược bỏ. ❹ <副>một chút; sơ sơ

略²lüè<名>kế hoạch; sách lược; mưu lược: 发展战~ chiến lược phát triển

略³lüè<动>xâm lược; xâm chiếm: 侵~ xâm lược

【略称】lüèchēng❶<名>tên gọi tắt ❷<动>gọi tắt

【略加】lüèjiā<副>sơ qua: ~修改 chỉnh sửa sơ qua

【略见一斑】lüèjiàn-yībān thấy một phần mà biết cả mươi phần

【略略】lüèlüè<副>hơi; sơ qua; thoảng qua; một chút

【略胜一筹】lüèshèng-yīchóu so cũng hơn chút đỉnh

【略微】lüèwēi<副>một chút; một tí; sơ sơ

【略为】lüèwéi<副>hơi; một chút; thoáng: 他近年来~发福了。Mấy năm gần đây anh ta cũng đã béo ra chút ít rồi.

【略逊一筹】lüèxùn-yīchóu đem so sánh thì kém hơn chút

【略有】lüèyǒu<副>hơi; có chút: ~出入 có chút khác biệt/có đôi chỗ chưa khớp với nhau

【略语】lüèyǔ<名>ngữ rút gọn; cách nói rút gọn

【略知一二】lüèzhī-yī'èr biết sơ sơ; biết qua một đôi điều

lūn

抡lūn<动>❶vung mạnh (tay) quai ❷quăng; ném
另见lún

【抡刀】lūndāo<动>vung dao

【抡拳】lūnquán<动>vung nắm đấm

lún

伦lún<名>❶luân lí; luân thường đạo lí; nhân luân: ~理 luân lí ❷thứ tự; trật tự; nền nếp: ~次 thứ tự/mạch lạc ❸cùng loại; sánh ngang; như nhau: 无以~比 không gì so sánh bằng //(姓)Luân

【伦巴】lúnbā<名>điệu nhảy rumba

【伦比】lúnbǐ<动>[书]sánh ngang; ngang hàng; sánh bằng

【伦常】lúncháng<名>luân thường

【伦次】lúncì<名>thứ tự; mạch lạc: 语无~ lời lẽ không mạch lạc

【伦理】lúnlǐ<名>luân lí

【伦理剧】lúnlǐjù<名>phim luân lí

【伦理学】lúnlǐxué<名>luân lí học

【伦琴】lúnqín<量>[物理]rơnghen (đơn vị do cường độ chiếu xạ mang tên nhà vật lí học Đức Wilhelm Konrad Rontgen)

【伦琴射线】Lúnqín shèxiàn tia rơnghen

论Lún<名>*Luận ngữ* (tên sách, chép những lời nói và hành động của Khổng Tử và một số học trò của Khổng Tử)
另见lùn

【论语】Lúnyǔ<名>*Luận ngữ*

抡lún<动>[书]chọn; lựa chọn
另见lūn

【抢材】lúncái<动>lựa chọn nhân tài

沦 lún<动>❶chìm; chìm đắm ❷sa vào; rơi vào (cảnh ngộ bất lợi); thất thủ

【沦落】lúnluò<动>❶lưu lạc; lang thang: ~街头 lang thang nơi đầu đường xó chợ ❷[书]sa sút; suy tàn ❸trầm luân; chìm đắm; chìm nổi

【沦灭】lúnmiè<动>tàn phá; hùy diệt

【沦丧】lúnsàng<动>tiêu vong; mất: 道德~ mất đạo đức

【沦亡】lúnwáng<动>❶(đất nước) diệt vong; bị xâm chiếm ❷suy đồi; suy tàn; suy sụp

【沦为】lúnwéi<动>sa vào

【沦陷】lúnxiàn<动>❶(đất đai) lọt vào tay giặc; bị xâm chiếm ❷[书]đắm chìm; chìm ngập

【沦陷区】lúnxiànqū<名>khu vực bị chiếm đóng

纶 lún<名>❶[书]thắt lưng tơ xanh ❷[书]dây câu; cước câu cá ❸sợi tơ; sợi tổng hợp

【纶音】lúnyīn<名>[书]thánh chỉ

轮 lún❶<名>bánh xe: 三~车 xe ba bánh ❷<名>vành; vầng (chỉ vật hình tròn): 年~ vòng tăng trưởng ❸<名>tàu thủy ❹<动>lần lượt; luân phiên: 岗位~换 luân chuyển cương vị ❺<量>vầng; vành: 一~明月 một vầng trăng sáng ❻<量>vòng; giáp: 全国象棋冠军赛已赛五~。Giải vô địch cờ tướng toàn quốc đã thi đấu năm vòng.

【轮班】lúnbān<动>cắt lượt; luân phiên; thay ca: 我们小组~值夜。Nhóm chúng tôi luân phiên trực ca đêm.

【轮班制】lúnbānzhì<名>chế độ luân phiên

【轮唱】lúnchàng<动>hát đuổi theo tốp (trong dàn hợp xướng)

【轮齿】lúnchǐ<名>răng bánh

【轮船】lúnchuán<名>tàu thủy: ~驶出港口。Tàu thủy rời khỏi cảng.

【轮次】lúncì❶<副>lần lượt; theo thứ tự ❷<名>số lần (theo thứ tự)

【轮带】lúndài<名>săm lốp nói chung

【轮渡】lúndù❶<名>tàu phà ❷<动>chở bằng tàu phà

【轮番】lúnfān<副>luân phiên; thay nhau: ~轰炸 luân phiên oanh tạc; 大家~劝说, 他仍然无动于衷。Mọi người thay nhau khuyên giải, nhưng anh ta vẫn không thèm để tâm.

【轮辐】lúnfú<名>nan hoa

【轮岗】lúngǎng<动>luân phiên cương vị

【轮耕】lúngēng<动>luân canh

【轮滑】lúnhuá<名>trượt pa-tanh: 他在~比赛中获得了冠军。Anh ta đã đoạt giải quán quân trong cuộc thi trượt pa-tanh.

【轮换】lúnhuàn<动>thay phiên nhau

【轮回】lúnhuí<动>❶[宗教]luân hồi (cách gọi của đạo Phật) ❷tuần hoàn

【轮机】lúnjī<名>❶tua-bin ❷động cơ tàu thủy: ~出了点故障, 正在抢修。Động cơ tàu thủy có chút trục trặc, đang được sửa chữa.

【轮奸】lúnjiān<动>hiếp dâm tập thể

【轮空】lúnkōng<动>[体育]vào thẳng (vòng đấu sau)

【轮廓】lúnkuò<名>❶đường viền; cái khung; hình vẽ phác: 暮色中只见群山的~。Trời chạng vạng chỉ còn thấy những đường viền của núi non. ❷nét khái quát (của sự việc); tình hình chung

【轮流】lúnliú<动>luân phiên; thay phiên; lần lượt: 我们~休息吧! Chúng ta luân phiên nghỉ giải lao nhé!

【轮牧】lúnmù<动>thả chăn luân phiên; chăn thả lần lượt theo khu vực

【轮盘】lúnpán<名>bàn xoay

【轮生】lúnshēng<动>[植物]lá mọc vòng

【轮式】lúnshì<形>kiểu bánh xe

【轮式拖拉机】lúnshì tuōlājī máy kéo kiểu

bánh xe

【轮胎】lúntāi<名>săm lốp; săm xe: 充足气 的~ những chiếc săm lốp đã bơm căng

【轮替】lúntì<动>thay nhau

【轮辋】lúnwǎng<名>vành xe; vành bánh xe

【轮休】lúnxiū<动>❶(người làm việc) luân phiên nghỉ ngơi ❷luân canh

【轮训】lúnxùn<动>luân phiên huấn luyện; thay nhau bồi dưỡng đào tạo

【轮椅】lúnyǐ<名>xe đẩy; xe lăn: 他腿折 了，只能坐在~上。Anh ta bị gãy chân, chỉ có thể ngồi trên xe lăn thôi.

【轮值】lúnzhí<动>luân phiên trực ca

【轮值主席国】lúnzhí zhǔxíguó nước chủ tịch luân phiên trực

【轮轴】lúnzhóu<名>trục bánh xe

【轮转】lúnzhuàn<动>❶quay tròn; luân chuyển ❷[方]luân lưu; luân phiên

【轮子】lúnzi<名>bánh xe

【轮作】lúnzuò<动>luân canh

lùn

论 lùn ❶<动>luận bàn; xét đoán: 争~ tranh luận ❷<名>lời bình luận; ý kiến bàn luận: 谬~ ngụy biện ❸<名>học thuyết; khoa học: 天体~ học thuyết thiên thể ❹<动>nhìn nhận; đối xử: 就事~事 nói nhắm vào sự việc (không bàn về việc khác) ❺<动>cân nhắc; đánh giá: ~资排辈 dựa vào tư cách để xếp thứ tự ❻<介>tính theo; nói theo: ~斤卖 bán theo cân //(姓)Luận

另见Lún

【论辩】lùnbiàn<动>biện luận

【论处】lùnchǔ<动>luận tội

【论敌】lùndí<名>đối thủ tranh luận; đối thủ hùng biện

【论点】lùndiǎn<名>luận điểm

【论调】lùndiào<名>luận điệu: 这种~太荒谬

了，不值一驳。Luận điệu này quá hoang đường, không chút giá trị để phản bác.

【论定】lùndìng<动>luận định

【论断】lùnduàn❶<动>suy luận phán đoán; nhận định ❷<名>suy đoán; nhận định

【论功行赏】lùngōng-xíngshǎng bình công xét thưởng

【论价】lùnjià<动>xác định giá cả: 按质~ xác định giá cả theo chất lượng

【论据】lùnjù<名>luận cứ: ~充分 luận cứ đầy đủ

【论理】lùnlǐ❶<动>nói lí; giảng giải ❷ <副>theo lí mà nói; lẽ ra; đúng ra

【论述】lùnshù<动>trình bày và phân tích; luận bàn: 他在文中的~很有说服力。Cách phân tích trong bài văn của anh ta rất có tính thuyết phục.

【论说】lùnshuō❶<动>luận thuyết; nghị luận (thường chỉ văn viết) ❷<副>[口]theo lí mà nói; lẽ ra; đúng ra

【论说文】lùnshuōwén<名>văn nghị luận

【论坛】lùntán<名>diễn đàn: 举办~ tổ chức diễn đàn; 中国—东盟文化产业~ Diễn đàn ngành nghề văn hóa Trung Quốc-ASEAN

【论题】lùntí<名>❶luận đề ❷câu hỏi thảo luận

【论文】lùnwén<名>luận văn; luận án

【论文答辩】lùnwén dábiàn bảo vệ luận án

【论战】lùnzhàn<动>luận chiến; tranh luận; bàn cãi: 对这一事件的不同看法引发了双 方的~。Những nhìn nhận không nhất trí về vấn đề này đã dẫn đến cuộc tranh luận giữa hai bên.

【论争】lùnzhēng<动>tranh luận; luận chiến

【论证】lùnzhèng❶<动>luận chứng ❷ <动>trình bày và chứng minh ❸<名>luận cứ

【论著】lùnzhù<名>chuyên khảo; tác phẩm nghiên cứu: ~等身 tác phẩm nghiên cứu cao

L

bằng người

【论资排辈】lùnzī-páibèi dựa vào tư chất để xếp thứ tự; phân biệt đối xử (theo địa vị và ngôi thứ): 在用人上，要打破~的旧观念。 Trong việc dùng người, cần phá vỡ quan niệm cũ phân biệt đối xử theo vai vế.

【论罪】lùnzuì〈动〉luận tội

luō

捋 luō〈动〉vuốt; vén; xắn
另见 lǚ

【捋胳膊】luō gēbo xắn tay áo

【捋虎须】luō hǔxū vuốt râu hùm

【捋袖子】luō xiùzi xắn (ống) tay áo

啰 luō

【啰唆】luōsuo❶〈形〉lắm điều; lải nhải ❷〈形〉(việc) rườm rà; lôi thôi ❸〈动〉nói năng phiền phức; nói đi nói lại

luó

罗[1] luó❶〈名〉lưới (bắt chim): 布下天~地网 bố trí thiên la địa võng ❷〈名〉màng lọc; vải lọc: 铜丝~ giần dây đồng ❸〈名〉(hàng dệt bằng tơ) lượt; the; lụa: 绫~绸缎 the lụa lượt là ❹〈动〉chăng lưới (bắt chim) ❺〈动〉đón vời; thu thập; tập hợp: 网~党羽 gom góp tay sai ❻〈动〉bày biện; trưng bày: ~列事实 trình bày sự thật ❼〈动〉lọc; rây; giần: ~面 rây bột //(姓)La

罗[2] luó〈量〉(dùng trong thương nghiệp) gột (mười hai tá, tức 144 chiếc); một lô

【罗布】luóbù〈动〉dàn ra; phân bố

【罗布麻】luóbùmá〈名〉[植物]apocynum

【罗刹】luóchà〈名〉Quỷ La sát; Bạo ác quỷ

【罗非鱼】luófēiyú〈名〉cá rô phi

【罗锅】luóguō❶〈动〉gù; còng (lưng) ❷〈名〉người gù; người còng ❸〈形〉hình vòm; hình vòng cung; hình cong

【罗汉】luóhàn〈名〉[宗教]la hán (bậc tu hành đắc đạo trong đạo Phật): 十八~斗悟空。 Mười tám vị la hán đấu với Ngộ Không.

【罗汉果】luóhànguǒ〈名〉❶quả la hán ❷cây la hán

【罗汉松】luóhànsōng〈名〉tùng la hán; thông nước; thông tre: 门前种着两株~。 Trước cửa nhà trồng hai cây thông tre.

【罗经】luójīng〈名〉la bàn

【罗掘】luójué〈动〉[书](vốn chỉ thành trì bị vây khốn phải chăng lưới bắt chim sẻ và đào hang bắt chuột để ăn) khốn quẫn; chạy vạy trong cảnh

【罗口】luókǒu〈名〉cổ áo; cổ tất

【罗列】luóliè〈动〉❶bày ra; dàn ra ❷kể ra; liệt kê: ~数据 liệt kê dữ liệu

【罗马数字】Luómǎ shùzì chữ số La Mã

【罗曼蒂克】luómàndìkè lãng mạn

【罗曼史】luómànshǐ〈名〉truyện tình lãng mạn

【罗盘】luópán〈名〉la bàn: 出海要记得带上~。 Đi biển phải nhớ mang theo la bàn.

【罗圈】luóquān〈名〉khung căng vải lọc; cái rây

【罗圈腿】luóquāntuǐ〈名〉chân vòng kiềng

【罗裙】luóqún〈名〉váy lụa mỏng

【罗网】luówǎng〈名〉lưới; cái lưới (đánh chim, cá); cạm bẫy

【罗望子】luówàngzi〈名〉[植物]quả me

【罗帷】luówéi〈名〉rèm lụa; mành mỏng

【罗衣】luóyī〈名〉áo lụa; áo mỏng

【罗织】luózhī〈动〉[书]thêu dệt; bịa đặt; dựng chuyện (hãm hại người vô tội)

【罗致】luózhì〈动〉chiêu nạp; chiêu mộ; thu nạp (nhân tài): 把各种人才~旗下。 Thu nạp những hiền tài dưới cờ.

萝 luó〈名〉cây thân bò; cây thân leo

【萝卜】luóbo<名>❶cây củ cải ❷củ cải: 拔出~带出泥 nhổ củ cải kéo bùn đất theo củ

【萝卜裤】luóbokù<名>quần ống côn

逻luó<动>tuần tra: 巡~ tuần tiễu

【逻辑】luójí<名>❶lôgic ❷tính quy luật khách quan ❸lôgic học

【逻辑思维】luójí sīwéi tư duy lôgic

【逻辑性】luójíxìng<名>tính logic

【逻辑学】luójíxué<名>lôgic học

锣luó<名>thanh la; chiêng; cồng

【锣鼓】luógǔ<名>chiêng trống

【锣鼓喧天】luógǔ–xuāntiān chiêng trống vang trời

箩luó<名>bồ; sọt; rá; thúng; rổ; giành

【箩筐】luókuāng<名>lồ; giành; bồ sọt; thúng mủng; rổ rá

【箩筛】luóshāi<名>cái sàng

骡luó<名>[动物]con la

【骡马】luómǎ<名>ngựa và la; chỉ gia súc lớn nói chung

【骡子】luózi<名>con la

螺luó<名>❶[动物]con ốc ❷vân tay hình xoắn ốc

【螺钉】luódīng<名>đinh ốc; ốc vít

【螺杆】luógǎn<名>thanh ren; vít

【螺号】luóhào<名>tù và ốc

【螺距】luójù<名>[机械]bước răng; bước ren

【螺口】luókǒu<名>miệng xoay: ~灯泡 bóng điện miệng xoay

【螺母】luómǔ<名>đai ốc; mũ ốc vít; ê-cu: 拧紧~ vít ê-cu cho chặt

【螺栓】luóshuān<名>[机械]bu-lông và ê-cu; đinh ốc và mũ ốc vít

【螺丝】luósī<名>đinh ốc; ốc vít: ~松了 ốc vít lỏng rồi

【螺丝刀】luósīdāo<名>cái vặn vít; tua-vít

【螺丝钉】luósīdīng =【螺钉】

【螺丝帽】luósīmào =【螺母】

【螺丝起子】luósī qǐzi cái tua-vít

【螺蛳】luósī<名>ốc nước ngọt; ốc đồng

【螺蛳粉】luósīfěn<名>bún ốc

【螺纹】luówén<名>❶vân tay ❷ren; đường ren (của bu-lông và ê-cu); xoắn trôn ốc; đường ruột gà

【螺旋】luóxuán<名>❶hình xoắn ốc; xoáy trôn ❷trục vít

【螺旋桨】luóxuánjiǎng<名>chân vịt (tàu thủy); cánh quạt (máy bay)

【螺旋式】luóxuánshì kiểu xoắn ốc: ~上升 đi lên theo kiểu xoắn ốc

【螺旋体】luóxuántǐ<名>[微生物]thể xoắn ốc

【螺旋藻】luóxuánzǎo<名>tảo xoắn

luǒ

裸luǒ❶<动>lộ ra; trần trụi; khỏa thân ❷<形>không kèm theo gì cả

【裸奔】luǒbēn<动>chạy khỏa thân

【裸官】luǒguān<名>quan chức trần trụi (từ chỉ những quan chức Trung Quốc có phối ngẫu và con cái định cư ở nước ngoài hoặc gia nhập quốc tịch nước khác không phải vì lí do công việc): ~现象值得政府思考。Hiện tượng quan chức trần trụi đáng cho chính phủ phải xem xét.

【裸婚】luǒhūn<动>kết hôn giản đơn (một hình thức kết hôn không tổ chức lễ cưới, không có nhà riêng, không có xe, hai người chỉ đi đăng kí kết hôn)

【裸机】luǒjī<名>máy tính để trần (chưa lắp đặt hệ thống thao tác và phần mềm); điện thoại cục gạch

【裸捐】luǒjuān<动>quyên góp sạch; tặng tất cả

【裸聊】luǒliáo<动>chát khỏa thân

【裸露】luǒlù<动>lộ ra; trần trụi: 退潮后海滩~了出来。Sau khi thủy triều xuống để lộ

L

ra bãi cát.

【裸露癖】luǒlùpǐ〈名〉chứng thích lõa thể trước mặt người khác

【裸麦】luǒmài =【青稞】

【裸视】luǒshì❶〈动〉dùng mắt nhìn (trần) ❷〈名〉thị lực (trần): ~达到5.0的才能报考。Thị lực đạt 5.0 mới được đăng kí dự thi.

【裸体】luǒtǐ❶〈名〉khỏa thân; lõa thể ❷〈动〉cởi trần truồng

【裸线】luǒxiàn〈名〉dây trần; cáp trần (cáp, dây không bọc lớp cách điện)

【裸眼】luǒyǎn〈名〉mắt trần (không đeo kính)

【裸泳】luǒyǒng〈动〉bơi khỏa thân; tắm tiên

【裸照】luǒzhào〈名〉ảnh khỏa thân

【裸装食品】luǒzhuāng shípǐn thực phẩm bọc trần

【裸子植物】luǒzǐ zhíwù thực vật hạt trần; loài cây hạt trần

luò

洛 Luò〈名〉❶Lạc Hà (tên sông thuộc tỉnh Thiểm Tây Trung Quốc) ❷sông Lạc (bắt nguồn từ Thiểm Tây chảy vào Hà Nam: ~河 流域 lưu vực sông Lạc //(姓)Lạc

【洛阳纸贵】luòyáng-zhǐguì văn chương cao quý khó ai bì kịp, người ta đua nhau chép, làm tăng giá giấy ở Lạc Dương (tác phẩm lưu hành rộng rãi nổi tiếng một thời)

骆 luò〈名〉[动物]ngựa trắng bờm đen (nói trong sách cổ) //(姓)Lạc

【骆驼】luòtuo〈名〉lạc đà

【骆驼刺】luòtuocì〈名〉[植物]gai lạc đà; cỏ lạc đà

【骆驼绒】luòtuoróng〈名〉[纺织]vải nhung lạc đà; dạ; nỉ (mặt ngoài nỉ mịn xốp, mặt trong dệt sợi bông)

络 luò❶〈名〉xơ; mạng: 丝瓜~ xơ mướp ❷〈名〉[中医](hệ) kinh lạc (trong cơ thể con người); mạch thông: 经~ kinh lạc ❸〈动〉trùm; gói; chụp (bằng vật có dạng lưới): 她头上~着 发网。Chị ấy đầu đội lưới tóc. ❹〈动〉cuốn; quấn: ~纱 quấn sợi //(姓)Lạc

另见lào

【络合剂】luòhéjì〈名〉complex xant

【络合物】luòhéwù〈名〉[化学]complex

【络脉】luòmài〈名〉[中医]mạch nhánh

【络腮胡子】luòsāi húzi râu quai nón; râu xồm: 货车司机留着一脸~。Anh lái xe chở hàng để bộ râu quai nón.

【络纱】luòshā〈动〉[纺织]quấn chỉ (tơ)

【络绎不绝】luòyì-bùjué nườm nượp không ngớt

落 luò❶〈动〉rơi; rụng: ~叶 lá rụng ❷〈动〉xuống thấp; xuống; hạ; lặn: 日~ mặt trời lặn ❸〈动〉hạ xuống: ~笔 hạ bút ❹〈动〉sa sút; suy đồi; suy sụp; tiêu điều: 寥~ tàn tạ ❺〈动〉rớt lại; lạc hậu; trượt: ~单 trơ trọi/đơn độc ❻〈动〉dừng lại; để lại; ở lại; đậu lại: ~脚 dừng chân ❼〈动〉thuộc về; vào tay: 政权~在人民手里了。Chính quyền đã về tay nhân dân. ❽〈动〉được; bị; mắc ❾〈动〉viết; ghi đề: ~款 lạc khoản chữ đề trên bức vẽ hoặc tác phẩm thư pháp ❿〈名〉chỗ dừng lại; tông tích; tăm hơi: 着~ nơi ngụ lại ⓫〈名〉nơi trú: 部~ bộ lạc //(姓)Lạc

另见là, lào

【落败】luòbài〈动〉bị đánh bại; lụi bại; thất thế; bại trận: 家族~ gia tộc lụi bại

【落榜】luòbǎng〈动〉thi trượt; thi rớt: ~生 học sinh thi trượt

【落笔】luòbǐ〈动〉hạ bút; đặt bút (viết hoặc vẽ): 他思绪万千，以致无法~。Trăm mố suy tư mà anh ta không thể nào hạ bút.

【落标】luòbiāo〈动〉bị loại; không trúng đích

【落泊】luòbó<形>[书]chán nản; thất thế; tiu nghiu; khốn đốn; tinh thần sa sút

【落草为寇】luòcǎowéikòu nhập bọn cướp rừng; vào rừng làm cướp

【落差】luòchā<名>❶mức nước chênh lệch; độ chênh lệch mức nước (do độ cao thấp của lòng sông so với mặt biển) ❷sự chênh lệch; độ khác biệt: 心理~ sự mất cân bằng về mặt tâm lí; 不同行业收入之间存在~。Tồn tại sự chênh lệch về thu nhập giữa các ngành nghề khác nhau.

【落潮】luòcháo =【退潮】

【落成】luòchéng<动>hoàn thành (công trình xây dựng); khánh thành

【落成典礼】luòchéng diǎnlǐ lễ khánh thành

【落锤】luòchuí<名>búa đập; búa đóng cọc (từ dùng trong xây dựng)

【落槌】luòchuí<动>❶hạ chày; xuống chày; gõ chày; thỏa thuận bán (khi bán đấu giá đồ vật, người bán đấu giá cuối cùng gõ chày xuống bàn một cái biểu thị thỏa thuận mua bán): ~价 giá xuống chày/giá thỏa thuận bán ❷kết thúc (cuộc đấu giá)

【落单】luòdān<动>trơ trọi; đơn độc; lạc lại

【落得】luòde<动>rơi vào; sa vào; dẫn đến (tình trạng xấu): 他为非作歹，最后~身败名裂。Ông ta làm bừa làm bậy, cuối cùng đã rơi vào cảnh thân bại danh liệt.

【落地】luòdì<动>❶(vật) rơi xuống đất: 平稳~ rơi xuống đất một cách êm đềm ❷(trẻ) mới sinh; chào đời; ra đời: 呱呱~ cất tiếng khóc chào đời

【落地窗】luòdìchuāng<名>cửa sổ sát đất (sàn); cửa kính

【落地灯】luòdìdēng<名>đèn cây

【落地价】luòdìjià<名>giá giao đến nơi

【落地签证】luòdì qiānzhèng visa cấp ngay tại các cửa khẩu

【落地扇】luòdìshàn<名>quạt sàn

【落地生根】luòdì-shēnggēn❶gặp đất là bén rễ; ví việc an cư lạc nghiệp, nỗ lực cố gắng bằng sức lực để thành công ❷[植物] cây lá bỏng

【落第】luòdì<动>[旧]hỏng thi; thi trượt

【落点】luòdiǎn<名>[体育]điểm rơi

【落发】luòfà<动>rụng tóc; cạo trọc đầu (đi tu)

【落果】luòguǒ<动>cây trái bị rụng quả

【落黑】luòhēi<动>[书]trời tối

【落后】luòhòu❶<动>rớt lại sau; tụt lại sau ❷<动>tiến độ chậm (so với kế hoạch) ❸<形>lạc hậu: 虚心使人进步，骄傲使人~。Khiêm tốn khiến ta tiến bộ, kiêu ngạo làm ta lạc hậu.

【落后分子】luòhòu fènzǐ phần tử lạc hậu

【落户】luòhù<动>❶ngụ lại; định cư: 安家~ định cư yên ổn gia đình ❷đăng kí hộ khẩu; nhập hộ khẩu

【落花流水】luòhuā-liúshuǐ tan tác tả tơi; tơi bời; thất bại thảm hại

【落花生】luòhuāshēng<名>❶lạc; cây lạc ❷củ lạc; đậu phụng

【落花有意，流水无情】luòhuā-yǒuyì, liúshuǐ-wúqíng hoa rơi hữu ý, nước chảy vô tình; một bên thì có ý, một bên thì hững hờ vô tình (thường dùng trong tình yêu đôi lứa)

【落荒而逃】luòhuāng'értáo chạy vắt chân lên cổ; chạy vào rừng rú

【落晖】luòhuī<名>nắng tắt; chiều tà

【落籍】luòjí<动>❶định cư (coi một nơi nào đó là quê của mình) ❷xóa tên ai đó trong hộ khẩu

【落脚】luòjiǎo<动>dừng chân; ở trọ; ở đậu: 屋里挤满了人，简直无处~。Căn phòng chật ních người, không có lấy một chỗ đứng.

【落脚点】luòjiǎodiǎn<名>❶điểm dừng chân; nơi tạm trú ❷mục đích; điểm đến

【落井下石】luòjǐng-xiàshí thấy người ngã

xuống giếng không những không cứu mà còn lấy đá ném vào đầu; giậu đổ bìm leo

【落空】luòkōng〈动〉hỏng; hụt; hẫng; tan vỡ: 他的计划~了。Kế hoạch của anh ta bị tan vỡ rồi.

【落款】luòkuǎn❶〈动〉đề chữ; ghi tên (trên bức vẽ, tặng phẩm) ❷〈名〉lạc khoản; chữ kí hoặc dấu trên bức vẽ hay tác phẩm thư pháp: 他在~处盖了一枚印章。Anh ấy đóng dấu lên chỗ kí tên.

【落泪】luòlèi〈动〉rơi lệ; rơi nước mắt: 听了她的凄苦身世，同学们都忍不住~了。Nghe kể về những khốn khổ của đời cô ấy, các bạn học đều không cầm nổi nước mắt.

【落落大方】luòluò-dàfāng ăn nói đĩnh đạc; chững chạc; cử chỉ đàng hoàng; ung dung; tự nhiên, thoải mái

【落落寡合】luòluò-guǎhé cô đơn lẻ loi

【落马】luòmǎ〈动〉❶ngã ngựa; thất bại: 中弹~ trúng tên (đạn) ngã ngựa ❷cán bộ vi phạm kỉ cương, luật pháp bị tố giác và trừng trị

【落寞】luòmò〈形〉vắng vẻ; vắng tanh; hoang tàn

【落墨】luòmò〈动〉đặt bút; hạ bút (viết)

【落幕】luòmù〈动〉bế mạc; hạ màn: 运动会已经~。Đại hội thể dục thể thao đã kết thúc.

【落难】luònàn〈动〉mắc nạn; sa vào cảnh khốn khổ

【落魄】luòpò〈形〉[书]❶thất thế ❷phóng túng làm càn

【落腮胡子】luòsāi húzi =【络腮胡子】

【落实】luòshí ❶〈动〉làm cho chắc chắn ❷〈动〉thực hiện; thực thi ❸〈形〉[方]cảm thấy yên ổn, vững dạ

【落汤鸡】luòtāngjī〈名〉(ướt như) chuột lột

【落网】luòwǎng〈动〉sa lưới; bị tóm cổ

【落伍】luòwǔ〈动〉❶tụt lại ❷lỗi thời; tụt hậu

【落选】luòxuǎn〈动〉không trúng cử

【落叶归根】luòyè-guīgēn lá rụng về cội; lạc diệp quy căn

M m

mā

妈 mā<名>❶[口]mẹ; má ❷bà; cô; bác (từ gọi người phụ nữ trên một thế hệ hoặc lớn tuổi đã có gia đình) ❸(dùng cùng với họ chỉ người phụ nữ lớn tuổi đi ở giúp việc): 张~ bà Trương/cô Trương

【妈妈】māma<名>❶[口]mẹ ❷[方]mẹ; bà (từ tôn xưng với những phụ nữ lớn tuổi)

【妈祖】Māzǔ<名>nữ thần biển (trong truyền thuyết vùng ven biển)

抹 mā<动>[口]❶lau; lau chùi ❷vuốt xuống; kéo xuống ❸xóa bỏ; xóa sổ
另见mǒ, mò

【抹布】mābù<名>giẻ lau; khăn lau

【抹掉】mādiào<动>lau sạch; lau đi

【抹干】māgān<动>lau khô

【抹脸】māliǎn<动>[口]thay đổi sắc mặt; sa sầm mặt (xuống): 突然见他抹下脸来 đột nhiên thấy anh ấy sầm mặt xuống

摩 mā
另见mó

【摩挲】māsa<动>[口]xoa; vuốt (nhẹ)
另见mósuō

má

吗 má<代>[方]gì; cái gì
另见mǎ, ma

麻¹ má❶<名>đay; gai: ~织品 đồ dệt đay ❷<名>sợi đay (gai): ~绳 dây đay ❸<名>vừng; mè: ~油 dầu vừng ❹<形>nhám; ráp: 墙体表面发~。Mặt tường ráp. ❺<形>rỗ: ~点 điểm rỗ ❻<形>lấm chấm; lỗ chỗ ///(姓) Ma

麻² má<形>tê; tê tê: 头枕得手都~了。Cánh tay gối trên đầu đã bị tê.

【麻包】mábāo<名>bao tải; bao gai

【麻痹】mábì❶<动>tê liệt: 半边肢体~ nửa phần thân người bị tê liệt ❷<形>lơ là; mất cảnh giác ❸<动>làm…lơ là: 我们装作毫无警觉的样子来~敌人。Chúng ta giả vờ như không có chuyện gì xảy ra nhằm làm cho bên địch lơ là.

【麻痹大意】mábì-dàyì lơ là sao lãng; sơ suất; mất cảnh giác: 对小孩发烧千万不能~。Khi trẻ con bị sốt, tuyệt đối không được lơ là.

【麻痹症】mábìzhèng<名>chứng tê liệt

【麻布】mábù<名>vải gai; vải thô; vải bố

【麻袋】mádài<名>bao tải; bao gai (đay)

【麻刀】mádao<名>xơ gai vụn (để trát tường)

【麻点】mádiǎn<名>điểm rỗ; vết rỗ: 工件表面有~。Bề mặt cấu kiện có vết rỗ.

【麻豆腐】mádòufu<名>bã đậu

【麻烦】máfan❶<形>phiền phức; phiền toái; phiền hà; lôi thôi: 这个问题很~。Vấn đề này rất lôi thôi. ❷<动>phiền lòng; phiền hà: ~你帮我捡起那本书。Phiền anh nhặt hộ tôi quyển sách. ❸<名>việc rắc rối; việc phiền phức: 他又摊上大~了。Anh ta lại sa vào chuyện rắc rối lôi thôi.

【麻烦事】máfanshì<名>việc rắc rối: 最近他遇到了~。Gần đây ông ta gặp phải chuyện rắc rối.

【麻纺】máfǎng<形>kéo sợi gai (đay)

【麻风病】máfēngbìng<名>bệnh phong; bệnh hủi

【麻秆】mágǎn<名>cọng đay

【麻花】máhuā<名>[食品]bánh quẩn thừng

【麻黄】máhuáng<名>[中药]ma hoàng

【麻将】májiàng<名>mạt chược

【麻将馆】májiàngguǎn<名>quán mạt chược

【麻将桌】májiàngzhuō<名>bàn mạt chược

【麻酱】májiàng<名>tương vừng

【麻秸】májie<名>ruột cây đay (sau khi tuốt vỏ)

【麻辣】málà<形>tê cay: 我就喜欢四川火锅的~味。Tôi thì rất thích cái hương vị tê cay của món lẩu Tứ Xuyên.

【麻利】máli❶<形>nhanh nhẹn; tháo vát; nhạy bén ❷<副>[口]nhanh; mau chóng: 他~地穿好衣服。Cậu ta đã nhanh chóng mặc xong quần áo.

【麻脸】máliǎn<名>mặt rỗ: ~是患天花病的后遗症。Mặt rỗ là di chứng của căn bệnh đậu mùa.

【麻密】mámì<形>dày đặc; rậm rạp: ~的原始森林 rừng nguyên thủy dày đặc

【麻木】mámù<形>❶tê; tê liệt; tê dại ❷đờ đẫn (phản ứng) chậm chạp: 思维~了。Tư duy chậm chạp.

【麻木不仁】mámù-bùrén tê liệt; không còn cảm giác; không quan tâm đến cái gì: 我们对那些祸国殃民的行为不能~。Chúng ta không thể thờ ơ trước những hành vi hại nước hại dân.

【麻雀】máquè<名>❶chim sẻ ❷(bài) mạt chược

【麻雀虽小，五脏俱全】máquèsuīxiǎo, wǔzàngjùquán con chim sẻ tuy nhỏ, nhưng ngũ tạng thì đầy đủ; sự vật tuy nhỏ bé, song cũng có đủ những thứ cần thiết

【麻仁】márén<名>[中药]hỏa ma nhân; hồ ma nhân

【麻纱】máshā<名>❶sợi đay ❷vải lanh

【麻绳】máshéng<名>dây thừng; dây gai

【麻绳专在细处断】máshéng zhuān zài xìchu duàn dây thừng bị đứt ở đoạn mỏng manh; đê lớn bị lở ở chỗ có tổ kiến

【麻酥酥】másūsū hơi tê tê: 站得太久了，脚~的。Đứng lâu quá thấy chân đã hơi tê tê.

【麻糖】mátáng<名>kẹo vừng

【麻团】mátuán<名>bánh nếp vừng rán

【麻纤维】máxiānwéi<名>sợi gai; sợi đay

【麻线】máxiàn<名>chỉ gai (đay); dây gai

【麻药】máyào<名>thuốc mê; thuốc tê: 拔牙要打~。Nhổ răng cần tiêm thuốc tê.

【麻疹】mázhěn<名>bệnh sởi

【麻织品】mázhīpǐn<名>hàng dệt bằng đay gai

【麻子】mázi<名>❶mặt rỗ: 他脸上的~很明显。Chấm rỗ trên mặt anh ta rất rõ. ❷người mặt rỗ

【麻醉】mázuì<动>❶gây mê; gây tê: 针刺~是中国特有的医术。Châm cứu gây tê là phương pháp điều trị đặc thù trong y học Trung Hoa. ❷mê hoặc; làm mê mẩn

【麻醉品】mázuìpǐn<名>ma túy: 常用~易上瘾。Thường xuyên sử dụng chất ma túy rất dễ gây nghiện.

【麻醉师】mázuìshī<名>bác sĩ gây mê

【麻醉药】mázuìyào<名>thuốc mê: 大手术前要注射~。Trước ca mổ lớn cần phải tiêm thuốc mê.

【麻醉针】mázuìzhēn<名>thuốc tiêm gây mê

mǎ

马 mǎ ❶<名>ngựa ❷<形>to lớn //(姓) Mã

【马鞍】mǎ'ān<名>yên ngựa; hình yên ngựa

【马帮】mǎbāng<名>đoàn ngựa thồ

【马背】mǎbèi<名>lưng ngựa

【马鞭】mǎbiān<名>roi ngựa: ~一抽，马儿便飞快地跑起来。Vừa quất roi, ngựa đã cất vó phi nước đại.

【马表】mǎbiǎo<名>đồng hồ bấm giờ (dùng trong thi đấu thể thao): 随着发令枪响，计时裁判员同时按下~。Sau phát súng lệnh trọng tài đã bấm đồng hồ tính giờ.

【马不停蹄】mǎbùtíngtí ngựa không dừng vó; không nghỉ; luôn luôn tiến lên

【马步】mǎbù<名>mã bộ; đứng chốt (một chiêu thức cơ bản trong tập võ)

【马槽】mǎcáo<名>máng ngựa

【马场】mǎchǎng<名>sân quần ngựa

【马车】mǎchē<名>❶xe ngựa: ~夫 người đánh xe ngựa ❷xe (ngựa, lừa) thồ

【马齿徒增】mǎchǐ-túzēng vô tích sự (nói khiêm tốn ví những năm tháng mà mình sống uổng chẳng nên thành tựu gì)

【马齿苋】mǎchǐxiàn<名>rau sam

【马达】mǎdá<名>mô-tơ; động cơ: 启动~cho chạy mô-tơ/nổ máy

【马大哈】mǎdàhā❶đại khái; qua loa; sơ sài: 这事非常重要，切不可~。Việc này hết sức quan trọng, không được cẩu thả. ❷người cẩu thả

【马刀】mǎdāo<名>mã tấu; dao bầu; dao phạt

【马到成功】mǎdào-chénggōng thành công nhanh chóng; đã đánh là thắng; mã đáo thành công

【马灯】mǎdēng<名>đèn bão

【马镫】mǎdèng<名>bàn đạp (hai bên yên ngựa)

【马兜铃】mǎdōulíng<名>[植物]cây mã đâu linh

【马痘】mǎdòu<名>[兽医]bệnh đậu ngựa

【马队】mǎduì<名>❶đoàn ngựa (thồ) ❷đội kị binh

【马贩子】mǎfànzi<名>người mua bán ngựa

【马粪纸】mǎfènzhǐ<名>bìa các tông; giấy bìa cứng

【马蜂】mǎfēng<名>ong vò vẽ

【马蜂窝】mǎfēngwō<名>tổ ong vò vẽ: 惹到她就等于捅了~。Động vào bà ấy thì bằng chọc phải tổ ong vò vẽ.

【马夫】mǎfū<名>[旧]người chăn ngựa

【马革裹尸】mǎgé-guǒshī da ngựa bọc thây

【马褂】mǎguà<名>áo gi-lê khoác ngoài

【马海毛】mǎhǎimáo<名>lông dê núi Ăng-gô-la; len hảo hạng

【马号】[1] mǎhào<名>(nơi nuôi ngựa) trại ngựa; chuồng ngựa

【马号】[2] mǎhào<名>kèn kị binh; kèn kị mã

【马赫】mǎhè<量>[物理]ma-khơ (tỉ số của vận tốc máy bay, tên lửa...trong không khí so với vận tốc âm thanh, mang tên nhà vật lí người Áo Ernst Mach)

【马后炮】mǎhòupào<名>vuốt đuôi; lời nói vuốt đuôi; mã hậu pháo (thuật ngữ cờ tướng): 我们需要的是有效的预防措施，而不是~。Điều chúng ta cần là những biện pháp phòng ngừa hiệu quả chứ không phải là những lời nói vuốt đuôi.

【马虎】mǎhu<形>qua loa; đại khái; tàm tạm: 财务账本千万不能~。Sổ sách tài vụ không cho phép qua loa đại khái.

【马会】mǎhuì<名>hội đua ngựa; câu lạc bộ đua ngựa

【马甲】mǎjiǎ<名>[方]áo may ô; áo lót; áo gi-lê; áo chấn thủ

M

【马脚】mǎjiǎo<名>sơ sót; thiếu sót; sơ hở: 露~ lộ tẩy/lộ chỗ dở

【马脚毕露】mǎjiǎo-bìlù lộ tẩy; lòi đuôi

【马厩】mǎjiù<名>chuồng ngựa; tàu ngựa

【马驹】mǎjū<名>ngựa con (non)

【马克思列宁主义】Mǎkèsī–Lièníng zhǔyì Chủ nghĩa Mác Lê-nin

【马克思主义】Mǎkèsī zhǔyì chủ nghĩa Mác

【马克思主义中国化】Mǎkèsī zhǔyì Zhōng-guóhuà chủ nghĩa Mác Trung Quốc hóa

【马口铁】mǎkǒutiě<名>sắt tây; sắt tôn (sắt mạ tráng thiếc)

【马裤】mǎkù<名>quần cưỡi ngựa; quần bó ống; quần bò

【马裤呢】mǎkùní<名>vải bò; ni chéo

【马拉松】mǎlāsōng❶thi chạy ma-ra-tông: 国际~赛 cuộc thi chạy ma-ra-tông quốc tế ❷kéo dài; lâu; dài dòng: ~式的谈判让双方都精疲力竭。 Cuộc đàm phán kéo dài khiến cho cả hai bên kiệt sức.

【马来西亚】Mǎláixīyà Ma-lai-xi-a: ~人 người Ma-lai-xi-a

【马力】mǎlì<量>mã lực; sức ngựa

【马脸】mǎliǎn<名>mặt dài; mặt ngựa: 他长着一张~。 Ông ấy mang khuôn mặt ngựa.

【马铃薯】mǎlíngshǔ<名>❶cây khoai tây ❷củ khoai tây

【马笼头】mǎlóngtou<名>phần chụp cương ngựa

【马路】mǎlù<名>❶đường cái; đường sá; đường ô tô ❷đường quốc lộ

【马路乞讨】mǎlù qǐtǎo ăn xin bên lề đường

【马路杀手】mǎlù shāshǒu kẻ giết người trên đường phố (chỉ người lái xe không thạo nghề dễ gây tai nạn giao thông làm chết người)

【马路新闻】mǎlù xīnwén tin vịt; tin via hè: ~不可轻信。 Không nên nhẹ dạ cả tin vào những tin via hè.

【马骡】mǎluó<名>con la (con lai giữa lừa đực với ngựa cái)

【马马虎虎】mǎmǎhūhū❶qua loa; đại khái; cẩu thả ❷tạm được; tàm tạm: 日子过得~。 Cuộc sống cũng gọi là tạm được.

【马毛】mǎmáo<名>lông ngựa

【马奶】mǎnǎi<名>vú ngựa; sữa ngựa

【马尿】mǎniào<名>nước tiểu ngựa

【马棚】mǎpéng<名>chuồng ngựa

【马匹】mǎpǐ<名>ngựa

【马屁精】mǎpìjīng<名>kẻ nịnh bợ; nịnh hót thành tinh: 这个~,一见上司过来就奉承个没完。 Đây là một tay nịnh bợ thành tinh, cứ thấy sếp đến là tâng bốc nịnh hót.

【马枪】mǎqiāng<名>súng kị binh

【马票】mǎpiào<名>sổ số đua ngựa

【马球】mǎqiú<名>môn bóng ngựa (cưỡi ngựa đánh bóng)

【马肉】mǎròu<名>thịt ngựa

【马赛克】mǎsàikè<名>❶gạch men nhỏ ❷hình trang trí bằng gạch men ❸hình che lấp màn ảnh (giống như xây bằng gạch men nhỏ)

【马上】mǎshàng<副>lập tức; ngay: ~出发 xuất phát ngay

【马勺】mǎsháo<名>muôi; vá; gáo

【马失前蹄】mǎshīqiántí thất thố bị ngã quy; ví ngẫu nhiên sai sót mà gây thất bại

【马首是瞻】mǎshǒu-shìzhān (đầu làm gì đuôi theo nấy) làm theo; chỉ đâu đánh đấy

【马术】mǎshù<名>thuật cưỡi ngựa; tài cưỡi ngựa: ~表演 biểu diễn cưỡi ngựa

【马太效应】Mǎtài xiàoyìng hiệu ứng Matthew; hiện tượng phân hóa hai cực

【马蹄】mǎtí<名>❶vó ngựa; móng ngựa ❷[方]củ mã thầy; củ năn

【马蹄糕】mǎtígāo<名>bánh bột củ năn

【马蹄铁】mǎtítiě<名>❶sắt móng ngựa ❷sắt hình chữ U

【马蹄形】mǎtíxíng<名>❶hình móng ngựa ❷hình chữ U

【马童】mǎtóng<名>cậu bé chăn ngựa

【马桶】mǎtǒng<名>cái bô

【马头琴】mǎtóuqín<名>đàn đầu ngựa (nhạc cụ hai dây của dân tộc Mông Cổ)

【马尾辫】mǎwěibiàn<名>tóc đuôi ngựa; tóc đuôi gà

【马尾松】mǎwěisōng<名>thông đuôi ngựa

【马戏】mǎxì<名>xiếc động vật; xiếc thú

【马戏团】mǎxìtuán<名>đoàn xiếc động vật

【马靴】mǎxuē<名>giày ủng; giày ống; giày bốt

【马医】mǎyī<名>thú y (chuyên chữa bệnh cho ngựa)

【马仔】mǎzǎi<名>[方]lâu la: 他是某个黑社会团伙的~。Hắn là một lâu la trong băng ma-phi-a.

【马扎】mǎzhá<名>ghế sập; ghế xếp

【马掌】mǎzhǎng<名>❶chai móng ngựa; vó ngựa; móng ngựa ❷móng ngựa sắt (cách gọi thông thường)

【马蛭】mǎzhì<名>[动物]đỉa; con đỉa

【马桩】mǎzhuāng<名>cọc dùng để cột ngựa

【马子】mǎzi<名>[方]cái bô

【马鬃】mǎzōng<名>bờm ngựa

吗mǎ
另见má, ma

【吗啡】mǎfēi<名>Moóc-phin

玛Mǎ //(姓) Mã

【玛瑙】mǎnǎo<名>mã não

码¹mǎ❶<名>con số; số: 数~ mã số; 号~ số hiệu ❷<名>dụng cụ biểu thị mã số ❸<量>việc; chuyện

码²mǎ<动>xếp; xếp đống; chất lên

码³mǎ<量>mã (đơn vị đo lường của Anh, Mĩ, bằng 0, 9144 mét, kí hiệu "yd")

【码布机】mǎbùjī<名>máy xếp vải

【码尺】mǎchǐ<名>kích thước

【码垛】mǎduò<动>xếp chồng

【码放】mǎfàng<动>xếp đặt

【码头】mǎtóu<名>❶bến đò; bến phà; bến cảng; bến tàu; bến sông ❷[方]cửa ngõ; đầu mối (giao thông)

【码洋】mǎyáng<名>tổng giá trị sách báo

【码子】mǎzi<名>❶kí hiệu; chữ số; số hiệu tượng trưng ❷bộ tính hình tròn thay tiền (dùng trong sòng bạc) ❸[旧]khoản tiền mặt; vốn tiền mặt

蚂mǎ
另见mà

【蚂蟥】mǎhuáng<名>con đỉa

【蚂蚁】mǎyǐ<名>con kiến

【蚂蚁啃骨头】mǎyǐ kěn gǔtou kiến tha lâu đầy tổ; tích tiểu thành đại; có công mài sắt, có ngày nên kim; ví với việc làm tuy nhỏ, nhưng lâu dần cũng có thể hoàn thành việc lớn

【蚂蚁缘槐】mǎyǐyuánhuái kiến leo gốc hòe; ví tự coi mình ghê gớm lắm

mà

蚂mà
另见mǎ

【蚂蚱】màzha<名>[方]con châu chấu

骂mà<动>❶chửi; chửi bới; mắng ❷trách; trách móc; mắng

【骂不绝口】màbùjuékǒu chửi rủa không ngừng

【骂架】màjià<动>[方]chửi nhau; cãi nhau; chửi lộn

【骂街】màjiē<动>chửi đổng; chửi bâng quơ; chửi bóng chửi gió

【骂骂咧咧】màmaliēliē nói kháy; chửi mát

【骂名】màmíng<名>tiếng xấu; cái tên bị nguyền rủa

【骂娘】màniáng<动>chửi mẹ

M

ma

吗 ma<助>❶(dùng ở cuối câu, biểu thị sự nghi vấn) ư; à; chưa; không: 你喜欢这里 ~? Anh có thích nơi đây không? ❷(dùng ở giữa câu, dừng hơi, ngắt nghỉ để nhấn mạnh) ấy à; ấy ư
另见má, mǎ

嘛 ma<助>❶(tỏ ý dĩ nhiên) đi; mà; mả lị: 喜欢这件衬衣就买下来~。 Thích chiếc áo sơ mi này thì mua đi. ❷(ngữ điệu cầu khiến) mà; nhé: 抽烟伤身体, 你就别抽了~。 Hút thuốc có hại cho sức khỏe, anh đừng hút nữa nhé. ❸(dùng ở giữa câu, để gây sự chú ý của người nghe) ấy; a; á; ư; ấy à

mái

埋 mái<动>❶chôn; chôn vùi; lấp ❷giấu
另见mán
【埋藏】máicáng<动>❶chôn giấu trong lòng đất; vùi; tàng trữ; tiềm ẩn: 据说这山洞里~有黄金。Nghe nói trong hang núi này có chôn giấu vàng. ❷giữ kín (trong lòng); ấp ủ; để bụng; chôn ❸cấy; cấy dưới da; cấy thuốc (vào mô, với người để chữa bệnh, với gia súc để tăng trọng)
【埋存】máicún<动>lưu trữ: 地质~方法 phương pháp lưu trữ địa chất
【埋伏】máifú<动>❶mai phục: 战士们~在草丛中。Các chiến sĩ mai phục trong bụi rậm. ❷nằm vùng; chứa chất; gài lại (gián điệp)
【埋骨沙场】máigǔ-shāchǎng chôn xương trên chiến trường; hi sinh chốn sa trường
【埋锅造饭】máiguō-zàofàn đào bếp nấu cơm

【埋名】máimíng<动>giấu tên; ẩn danh: 隐姓~ mai danh ẩn tích/ẩn họ giấu tên
【埋没】máimò<动>❶chôn cất; chôn giấu; chôn vùi ❷mai một; vùi dập; làm thui chột (không phát huy được tác dụng): 他的音乐才华被~了。Tài hoa âm nhạc của anh ta đã bị mai một.
【埋青】máiqīng<动>[农业]chôn xanh (cỏ để ủ phân); ủ phân xanh
【埋入】máirù<动>chôn vào; chôn xuống
【埋设】máishè<动>chôn đặt; chôn cài
【埋汰】máitai[方]❶<形>bẩn thiu ❷<动>nói móc: 别整天~人了。Đừng có suốt ngày nói móc người ta.
【埋头】máitóu<动>vùi đầu; chuyên tâm; miệt mài
【埋头苦干】máitóu-kǔgàn vùi đầu làm việc; làm quên ăn quên ngủ
【埋线】máixiàn<动>[中医]chôn dây; chôn đặt dây: ~疗法 cách điều trị cấy dây ruột/ cấy cát-gút trong huyệt vị
【埋葬】máizàng<动>❶chôn cất; mai táng ❷tiêu diệt; diệt trừ; loại bỏ

霾 mái<名>khói mù
【霾度】máidù<名>[气象]độ khói mù
【霾线】máixiàn<名>[气象]dòng khói mù

mǎi

买 mǎi<动>mua: 购~ mua sắm //(姓)Mãi
【买办】mǎibàn<名>mại bản; môi giới
【买超】mǎichāo<名>mua siêu: 金融股~ mua siêu cổ phiếu tài chính
【买单】mǎidān<动>[方]trả tiền; đài thọ; chịu trách nhiệm: 谁来为决策失误~? Ai gánh chịu sự tổn thất do sai lầm về quyết sách gây nên?
【买点】mǎidiǎn<名>❶mặt thu hút người mua ❷mốc thích hợp mua vào (trái phiếu...)

M

【买东西】mǎi dōngxi mua hàng

【买椟还珠】mǎidú-huánzhū mua tráp trả ngọc; lấy tráp bỏ ngọc; ví không có tầm nhìn, lựa chọn không phù hợp

【买断】mǎiduàn<动>mua đứt: ~工龄 mua đứt thời đoạn công tác

【买方】mǎifāng<名>người mua; bên mua

【买方市场】mǎifāng shìchǎng thị trường bên mua

【买关节】mǎi guānjié hối lộ; đút lót: 不准向法官~。Không được phép đút lót cho quan tòa.

【买好】mǎihǎo<动>(nói, làm) lấy lòng

【买家】mǎijiā<名>người mua

【买价】mǎijià<名>giá mua

【买进】mǎijìn<动>mua vào

【买空】mǎikōng<动>mua nước bọt; buôn bán nước bọt

【买空卖空】mǎikōng-màikōng❶buôn nước bọt; buôn bán đầu cơ tiền vàng hàng hóa ❷phe phẩy bịp bợm

【买路钱】mǎilùqián<名>❶[旧]tiền mãi lộ; tiền đút lót ❷phí cầu đường

【买卖】mǎimai<名>❶buôn bán; mua bán ❷cửa hàng; cửa hiệu; hiệu buôn

【买卖不成仁义在】mǎimai bù chéng rényì zài mua bán chẳng nên nhưng vẫn giữ tình nghĩa

【买卖公平】mǎimai gōngpíng công bằng mua bán

【买卖人】mǎimairén<名>[口]thương nhân; người buôn bán; dân buôn bán

【买卖双方】mǎimai shuāngfāng hai bên mua bán

【买面子】mǎi miànzi nể tình; châm chước: 买我个面子，这事就算了吧。Nể mặt tôi, chuyện này coi đã xong nhé.

【买期货】mǎi qīhuò mua hàng kì hạn

【买入】mǎirù<动>mua vào

【买入汇率】mǎirù huìlǜ giá hối suất mua vào

【买手】mǎishǒu<名>người mua

【买通】mǎitōng<动>mua (chuộc); đút lót

【买凶】mǎixiōng<动>mua người hành hung

【买一送一】mǎiyī-sòngyī mua một tặng một

【买账】mǎizhàng<动>chịu (thua); chịu lép; phục tùng (dùng nhiều ở dạng phủ định)

【买主】mǎizhǔ<名>người mua; khách hàng

【买醉】mǎizuì<动>mua rượu giải sầu

mài

迈¹ mài<动>bước; cất bước; đi: ~向明天 bước sang ngày mai/bước sang tương lai // (姓) Mại

迈² mài<形>già; già cả; già nua: 年~ tuổi tác già nua

迈³ mài<量>dặm: 以100~的速度行驶 chạy bằng tốc độ một trăm dặm Anh

【迈步】màibù<动>bước (đi)

【迈出】màichū<动>rảo bước tiến lên; tiến bước mạnh mẽ: ~关键性的一步 cất một bước mang tính then chốt

【迈方步】mài fāngbù đi bước một; đi đứng khoan thai

【迈进】màijìn<动>tiến bước; tiến lên; thẳng tiến; mạnh bước tiến

【迈开】màikāi<动>bước ra

【迈入】màirù<动>bước vào

【迈向】màixiàng<动>bước đi; hướng tới

麦 mài<名>❶lúa mạch; lúa mì: ~粉 bột mạch ❷tiểu mạch // (姓) Mạch

【麦霸】màibà<名>chỉ người hay tranh hát trong phòng hát

【麦饼】màibǐng<名>bánh làm từ lúa mì

【麦草】màicǎo<名>[方]vỏ mạch; trấu (mạch)

【麦茬】màichá<名>❶rạ; gốc rạ (lúa mạch) ❷(ruộng và hoa màu) sau vụ gặt; gối vụ

【麦当劳】Màidāngláo<名>Macdona

【麦地】màidì<名>ruộng đất dùng cho trồng lúa mì

【麦冬】màidōng<名>[中药]mạch môn

【麦垛】màiduò<名>đụn rơm

【麦蛾】mài'é<名>sâu bướm

【麦麸】màifū<名>cám mạch

【麦季】màijì<名>vụ lúa mạch: ~里，农民们忙着收割麦子。Trong vụ thu hoạch lúa mạch, bà con nông dân tất bật trong việc gặt hái lúa mạch.

【麦秸】màijiē<名>vỏ (lúa mạch); trấu

【麦精】màijīng<名>tinh bột lúa mì; cao lúa mì

【麦酒】màijiǔ<名>❶mạch tửu (đồ uống làm bằng mạch nha với men rượu) ❷bia

【麦糠】màikāng<名>cám hạt mì

【麦克风】màikèfēng<名>mi-crô; máy phóng thanh; microphone

【麦浪】màilàng<名>sóng lúa

【麦粒】màilì<名>hạt lúa mì

【麦粒肿】màilìzhǒng<名>[旧]cái chắp (ở mắt); lẹo mắt

【麦芒】màimáng<名>râu lúa mạch

【麦苗】màimiáo<名>lúa mạch non; mạ (mầm) lúa mì

【麦片】màipiàn<名>cốm yến mạch

【麦淇淋】màiqílín<名>mỡ mác-gơ-rin (dùng thay bơ)

【麦秋】màiqiū<名>mùa gặt lúa mì; vụ gặt lúa mạch

【麦乳精】màirǔjīng<名>sữa bột mạch

【麦收】màishōu<动>thu hoạch (gặt) lúa mạch: ~季节 vụ gặt lúa mạch

【麦穗】màisuì<名>bông lúa mì

【麦田】màitián<名>ruộng lúa mì

【麦芽】màiyá<名>mạch nha

【麦芽糖】màiyátáng<名>kẹo mạch nha; đường mạch nha

【麦蚜虫】màiyáchóng<名>sâu rầy; rầy nâu

【麦种】màizhǒng<名>giống mạch

【麦子】màizi<名>lúa mạch; lúa mì

卖mài❶<动>bán: ~货 bán hàng ❷<动>(vì lợi ích bản thân) bỏ hết; không tiếc; bán rẻ: ~祖宗 bán rẻ cha ông ❸<动>cố sức; bỏ sức ra; dốc sức: ~力气干活 dốc sức lực làm việc ❹<动>khoe (tài): ~弄 khoe khoang ❺<量>[旧]đĩa; món (thức ăn): 一~炒牛肉 một đĩa thịt bò xào /// (姓) Mại

【卖场】màichǎng<名>trường sở bán hàng; sân bán

【卖唱】màichàng<动>hát rong; hát đào

【卖出】màichū<动>bán ra

【卖出价】màichūjià<名>giá bán đi

【卖春】màichūn = 【卖淫】

【卖大号】mài dàhào (cửa hàng bán lẻ) bán nhiều; bán số lượng lớn: 紧俏货不准~，必须零售。Hàng khan hiếm không được phép bán với số lượng lớn, cần phải bán lẻ.

【卖呆】màidāi<动>[方]❶đứng đờ người ra (thường chỉ đàn bà con gái) ❷ngây ra ❸dự vui; tham gia cuộc vui

【卖底】màidǐ<动>[方]cố ý để lộ (tung tích, sự việc)

【卖点】màidiǎn<名>❶mặt thu hút người mua ❷mốc thích hợp bán ra (trái phiếu...)

【卖恩】mài'ēn<动>khoe ân

【卖儿鬻女】mài'ér-yùnǚ bán con đợ cái

【卖方市场】màifāng shìchǎng thị trường bên bán

【卖功】màigōng<动>khoe công

【卖狗皮膏药】mài gǒupí gāoyao bán cao da chó; quảng cáo bịp bợm

【卖乖】màiguāi<动>ra vẻ thông minh; khoe mẽ: 得了便宜别~了。Đã chuộc lợi rồi thì đừng khoe mẽ nữa.

【卖关节】mài guānjié nhận hối lộ (một cách lén lút)

【卖关子】mài guānzi ❶ngừng lại để nhấn mạnh; chỗ nhấn; điểm nhấn (người kể chuyện cố tình dừng lại trước tình tiết quan trọng để hấp dẫn người nghe) ❷chơi trò úm; ép khéo: 别~了，直奔主题吧。Đừng lanh quanh chơi trò úm nữa, cứ đi thẳng vào chủ đề đi.

【卖官鬻爵】màiguān-yùjué bán quan bán tước

【卖国】màiguó<动>bán nước: ~求荣 bán nước cầu vinh

【卖国贼】màiguózéi<名>kẻ bán nước

【卖好】màihǎo<动>nịnh nọt; lấy lòng

【卖价】màijià<名>giá bán

【卖剑买牛】màijiàn-mǎiniú bán kiếm mua trâu cày; ví bỏ chiến tranh theo hòa bình hoặc cải tà quy thiện

【卖交情】mài jiāoqing nể tình người; nể tình bạn

【卖劲】màijìn<形>dốc sức; ra sức; gắng sức

【卖空】màikōng<动>bán không

【卖老】màilǎo<动>ra vẻ già đời

【卖力】màilì<形>dốc sức; gắng sức; đem hết sức (ra làm)

【卖力气】mài lìqi ❶dốc sức; ra sức; gắng sức ❷bán sức lao động

【卖名】màimíng<动>bán danh

【卖命】màimìng ❶<动>dốc sức lực cho người khác; bỏ hết sức lực ❷<形>làm quá sức

【卖弄】màinong<动>khoe khoang; phô trương

【卖弄风骚】màinong-fēngsāo khoe khoang lẳng lơ

【卖妻鬻子】màiqī-yùzǐ bán vợ đợ con

【卖契】màiqì<名>hóa đơn bán hàng; hợp đồng bán hàng

【卖钱】màiqián<动>bán lấy tiền

【卖俏】màiqiào<动>làm duyên làm dáng; làm đòm (làm ra vẻ yểu điệu để quyến rũ)

【卖人情】mài rénqíng lấy lòng; ban ơn lấy lòng

【卖身】màishēn<动>❶bán mình ❷mại dâm; bán dâm: ~投靠 bán rẻ thân mình

【卖身契】màishēnqì<名>giấy bán mình

【卖相】màixiàng<名>(làm cho) mã ngoài đẹp ra: 把刚收摘的菜清理一下，弄个好~。Nhặt tỉa lại rau tươi vừa hái cho đẹp để dễ bán hơn.

【卖笑】màixiào<动>bán rẻ tiếng cười; bán dâm

【卖艺】màiyì<动>diễn trò; gánh hát: 民间艺人在街头~。Nghệ nhân dân gian gánh hát bên đường.

【卖淫】màiyín<动>mại dâm; bán dâm

【卖淫女】màiyínnǚ<名>gái mại dâm

【卖淫嫖娼】màiyín piáochāng mại dâm mua dâm

【卖友】màiyǒu<动>bán rẻ bạn bè; phản bội bạn bè

【卖友求荣】màiyǒu-qiúróng bán bạn cầu vinh

【卖主】màizhǔ<名>người bán; chủ hàng

【卖嘴】màizuǐ<动>bẻm mép; khoe khoang; khua môi múa mép: 别只顾~，要不你做một下试试看。Đừng khua môi múa mép nữa, hay là anh thử bắt tay vào làm xem sao.

【卖座】màizuò<动>❶đắt khách ❷ăn khách

脉 mài<名>❶[生理]mạch (máu): 动~ động mạch ❷mạch đập; nhịp đập (của mạch) ❸gân (trên lá) ❹mạch (dãy, rặng): 山~ rặng núi/dãy núi
另见mò

【脉案】mài'àn<名>[中医]lời bắt mạch; kết luận mạch chứng (của thầy lang, thường ghi vào đơn thuốc): 我看不懂这位郎中写的

~。Tôi thật xem không hiểu lời ghi trong đơn bắt mạch của ông thầy lang này.

【脉搏】màibó<名>mạch; mạch đập; nhịp đập của mạch

【脉冲】màichōng<名>[物理]❶mạch xung; xung điện ❷mạch động (chỉ những hiện tượng có quy luật biến đổi tương tự như xung điện)

【脉冲发射】màichōng fāshè khởi động mạch xung

【脉冲干扰】màichōng gānrǎo nhiễu mạch xung; can thiệp mạch xung

【脉冲火箭】màichōng huǒjiàn tên lửa mạch xung

【脉冲信号】màichōng xìnhào tín hiệu mạch xung

【脉动】màidòng<动>sự vận động hay thay đổi mang tính chu kì nhà nhịp co bóp của mạch máu

【脉管炎】màiguǎnyán<名>[医学]viêm mạch quản; viêm ống mạch; viêm tĩnh mạch hoặc động mạch

【脉理】màilǐ<名>❶lí luận đông y học ❷[书]đường nét; tình hình: 山川~ tình hình núi non sông hồ

【脉络】màiluò<名>❶[中医]gọi chung động mạch và tĩnh mạch ❷(ví) mạch lạc; trình tự (trong văn chương)

【脉络图】màiluòtú<名>sơ đồ mạch lạc

【脉门】màimén<名>[中医]mạch môn

【脉石】màishí<名>[矿业]đá mạch (tạp chất vô dụng lẫn trong quặng)

【脉息】màixī<名>mạch đập; nhịp đập

【脉象】màixiàng<名>[中医]nhịp đập (của mạch); tình trạng mạch (nhanh chậm, khỏe yếu, sâu nông...)

【脉学】màixué<名>[中医]mạch học

【脉压】màiyā<名>áp lực mạch; hiệu suất giữa huyết áp tối đa và tối thiểu (pluse pressure)

【脉诊】màizhěn<名>[中医]chẩn đoán mạch

【脉枕】màizhěn<名>gối kê tay (để bắt mạch)

mán

埋 mán
另见mái

【埋怨】mányuàn<动>oán trách; trách móc oán hận

蛮 mán❶<形>dã man; thô bạo; ngang ngược; ngang ngạnh: ~横不讲理 thô bạo vô lí ❷<形>lỗ mãng; láo xược; hung hãn: ~干 làm liều ❸<名>Man mọi ❹<副>[方]rất khá: 这件衣服~漂亮的。Chiếc áo này đẹp thật đấy.

【蛮不讲理】mánbùjiǎnglǐ ngang ngược vô lí

【蛮缠】mánchán<动>lằng nhằng; lôi thôi làm phiền; quấy rầy: 她不喜欢你，你就别再～了。Cô ấy không thích thì anh đừng có lằng nhằng quấy rầy nữa.

【蛮干】mángàn<动>làm liều; làm ẩu

【蛮好】mánhǎo<形>rất tốt

【蛮横】mánhèng<形>(thái độ) thô bạo ngang ngược: ~无理 ngang ngược vô lí

【蛮荒】mánhuāng❶<形>man rợ ❷<名>[书]nơi hẻo lánh, lạc hậu (về văn hóa)

【蛮劲】mánjìn<名>sức khỏe; sức mạnh: 看他这身板，就知道他有股～。Trông vóc người như vậy là đủ biết ông ta rất có sức mạnh.

【蛮力】mánlì<名>sức mạnh nhưng kém dẻo dai; sức trâu bò

【蛮勇】mányǒng<形>dũng mãnh mà ngang ngược, bất chấp lí lẽ

【蛮子】mánzi<名>man tử (người phương bắc khi xưa gọi người phương nam)

漫 mán<动>[书]lừa dối; che giấu; bưng bít
另见màn

馒 mán
【馒头】mántou<名>màn thầu

瞒 mán<动>giấu; giấu giếm
【瞒报】mánbào<动>giấu giếm không báo cáo: 不许~重大工伤事故。Không được phép giấu giếm không báo cáo đối với những vụ việc tai nạn lao động nghiêm trọng.
【瞒得了一时，瞒不了一世】mándeliǎo yīshí, mánbuliǎo yīshì giấu được một thời không giấu được một đời
【瞒哄】mánhǒng<动>lừa dối; giấu giếm; giấu kín; đánh lừa; lừa đảo: 父母经常~孩子往往会误导他。Cha mẹ giấu kín sự thật thường gây hiểu nhầm cho con cái.
【瞒上欺下】mánshàng-qīxià giấu trên lừa dưới; dối trên lừa dưới
【瞒税】mánshuì<动>lậu thuế
【瞒天过海】mántiān-guòhǎi lừa dối; giấu giếm
【瞒天昧地】mántiān-mèidì dùng lời lẽ giả dối lừa bịp người khác, làm việc trái với lương tâm
【瞒心昧己】mánxīn-mèijǐ đánh lừa làm việc xấu

鳗 mán<名>[动物]cá chình
【鳗鲡】mánlí<名>[动物]cá chình

mǎn

满 mǎn❶<形>đầy; chật ❷<动>làm cho đầy ❸<动>hết kì hạn ❹<形>khắp; đầy; cả ❺<副>hoàn toàn; toàn bộ ❻<动>thỏa mãn; vừa lòng ❼<形>kiêu ngạo; tự kiêu //(姓)Mǎn
【满不在乎】mǎnbùzàihu thờ ơ như không; dửng dưng; chẳng hề để ý

【满仓】mǎncāng<动>mua đầy kho
【满城风雨】mǎnchéng-fēngyǔ dư luận xôn xao (thường chỉ việc xấu)
【满城桃李】mǎnchéng-táolǐ đào lí mãn thiên hạ; ví học trò nhiều khắp đó đây
【满打满算】mǎndǎ-mǎnsuàn tính toán mọi bề; tính ngược tính xuôi
【满当当】mǎndāngdāng đầy ắp; đầy tràn
【满登登】mǎndēngdēng đầy ắp; đầy vung: 上半月的工作日程已经安排得~的。Lịch làm việc nửa tháng đầu đã sắp xếp kín.
【满点】mǎndiǎn<动>đạt đến (giờ quy định)
【满额】mǎn'é<动>đủ số; hết chỗ: 本校招生已经~。Nhà trường sử dụng hết hạn ngạch tuyển sinh.
【满分】mǎnfēn<名>số điểm cao nhất (tuyệt đối)
【满服】mǎnfú<动>đoạn tang; hết tang (hết thời gian đeo khăn tang)
【满负荷】mǎnfùhè đầy tải
【满腹狐疑】mǎnfù-húyí nghi ngờ; không tin
【满腹经纶】mǎnfù-jīnglún người có tài năng; người tài giỏi; người có học vấn cao
【满腹牢骚】mǎnfù-láosāo bất mãn chất chứa trong lòng
【满弓如月】mǎngōng-rúyuè cung căng lên như trăng tròn
【满贯】mǎnguàn<动>thắng; được thứ nhất; được tất cả: 他获得了这一比赛项目的大~。Anh ấy đã thắng tất cả các cuộc thi lớn của môn thi đấu này.
【满怀】[1] mǎnhuái❶<动>dạt dào; tràn đầy: ~激情 dạt dào tình cảm ❷<名>phần ngực trước
【满怀】[2] mǎnhuái<动>(gia súc cái) có chửa đồng loạt; đến lứa
【满坑满谷】mǎnkēng-mǎngǔ tràn trề;

M

đầy rẫy; nhan nhản khắp nơi

【满口】mǎnkǒu❶<名>cả mồm; đầy mồm: ~假牙 đầy mồm răng giả ❷<名>đặc giọng: ~四川话 đặc giọng tiếng Tứ Xuyên ❸ <副>luôn mồm; hoàn toàn: ~答应 luôn mồm nhận lời

【满满当当】mǎnmǎndāngdāng đầy (ăm) ắp; đầy tràn; đầy phè

【满满登登】mǎnmǎndēngdēng đầy (ắp); đầy kín

【满门】mǎnmén<名>cả nhà; toàn gia

【满门抄斩】mǎnmén-chāozhǎn xử chém cả nhà

【满面春风】mǎnmiàn-chūnfēng mặt mày hớn hở tươi vui; mặt mày rạng rỡ

【满面红光】mǎnmiàn-hóngguāng khuôn mặt hồng hào

【满目】mǎnmù<动>đầy trước mắt; tràn đầy; nhiều

【满目疮痍】mǎnmù-chuāngyí đâu đâu cũng thấy cảnh tượng thê lương

【满脑子】mǎnnǎozi canh cánh: ~发财梦 suốt ngày chỉ canh cánh chuyện phát tài

【满瓶不响，半瓶叮当】mǎnpíng-bù-xiǎng, bànpíng-dīngdāng bình đầy lặng lẽ, bình vơi the thé; người hiểu biết sâu xa, cao thâm thì im lặng, kẻ kiến thức nông cạn lại hay huênh hoang

【满七】mǎnqī<动>hết hạn 49 ngày (chỉ 7 tuần sau khi người qua đời)

【满期】mǎnqī<动>mãn kì; kết thúc; hết hiệu lực: 合同已~。Hợp đồng đã hết thời hạn.

【满腔】mǎnqiāng<动>đầy (lòng); tràn đầy; chứa chan

【满腔热忱】mǎnqiāng-rèchén tràn đầy nhiệt tình

【满腔热情】mǎnqiāng-rèqíng đầy nhiệt tình

【满勤】mǎnqín<动>đủ ngày công: 他一直出~。Anh ấy luôn làm đủ ngày công.

【满山遍野】mǎnshān-biànyě đầy khắp núi đồi; phạm vi rộng lớn

【满山红】mǎnshānhóng<名>[植物]hoa đỗ quyên

【满身】mǎnshēn<名>cả thân thể: 他被摔得~是泥。Anh ấy bị ngã, mình mẩy đầy bùn đất.

【满师】mǎnshī<动>mãn hạn; mãn khóa; học thành nghề: 他学厨艺即将~。Anh ấy sắp học thành nghề nấu nướng.

【满世界】mǎnshìjie[方]khắp thế gian; khắp nơi

【满速】mǎnsù<名>tốc độ đầy đủ

【满堂】mǎntáng❶<名>đầy nhà; tất cả ❷ <动>[方]hết chỗ ngồi ❸<动>tràn ngập cả

【满堂彩】mǎntángcǎi<名>cả hội trường khen hay; tiếng hò reo đầy hội trường

【满堂灌】mǎntángguàn (phương thức dạy học) thầy truyền thụ là chính; nhồi kiến thức: ~的教学方式已经跟不上时代的发展。Phương thức giảng dạy nhồi kiến thức đã không phù hợp với xu hướng phát triển của thời đại.

【满堂红】mǎntánghóng❶thắng lợi toàn diện; khắp nơi thịnh vượng ❷hoa tử vi

【满天】mǎntiān<名>khắp nơi

【满天飞】mǎntiānfēi chạy khắp nơi hoặc đâu đâu cũng có

【满头大汗】mǎntóu-dàhàn mồ hôi nhễ nhại

【满心】mǎnxīn<副>chan chứa; dạt dào: ~喜悦 chan chứa niềm vui

【满眼】mǎnyǎn<名>đầy mắt; ngợp mắt đâu đâu cũng thấy

【满意】mǎnyì<动>vừa ý; hài lòng; vừa lòng; thỏa mãn

【满意度】mǎnyìdù<名>độ vừa ý: 群众~

高。Mức độ hài lòng của dân chúng cao.

【满员】mǎnyuán〈动〉đủ số người; đủ vé; hết ghế (theo quy định)

【满月】[1] mǎnyuè〈动〉đầy tháng; đầy cữ (trẻ sinh được tròn một tháng)

【满月】[2] mǎnyuè〈名〉trăng tròn; trăng rằm

【满月酒】mǎnyuèjiǔ〈名〉tiệc rượu đầy tháng

【满载】mǎnzài〈动〉❶(xe cộ) chở đầy; chứa đầy ❷(máy móc, thiết bị) đủ mức phụ tải quy định

【满载而归】mǎnzài'érguī được vụ mùa lớn; có nhiều thu hoạch

【满招损，谦受益】mǎn zhāo sǔn, qiān shòu yì kiêu ngạo tự mãn sẽ dẫn đến thất bại, khiêm tốn sẽ đem lại nhiều điều tốt đẹp

【满桌】mǎnzhuō〈名〉hết bàn; đầy bàn: ～美食 đầy bàn các món ngon

【满足】mǎnzú〈动〉❶thỏa mãn; đầy đủ ❷thỏa mãn nhu cầu: ～工艺要求 thỏa mãn yêu cầu công nghệ

【满嘴】mǎnzuǐ〈名〉đầy mồm

【满座】mǎnzuò〈动〉hết chỗ; hết vé; kín rạp (hết chỗ ngồi)

螨 mǎn〈名〉con bét; tích (loài bọ thân đốt hút máu người hay súc vật)

【螨虫】mǎnchóng〈名〉con mạt

màn

曼 màn〈形〉❶dịu dàng; uyển chuyển; mềm mại ❷dài; kéo dài; lan ra //(姓) Man

【曼妙】mànmiào〈形〉[书](âm nhạc, dáng múa) uyển chuyển; dịu dàng

【曼声】mànshēng〈名〉ngân nga; ngâm nga; âm vang

【曼陀林】màntuólín〈名〉[音乐]đàn măng-đô-lin

【曼陀罗】màntuóluó〈名〉[植物]cà độc dược

【曼舞】mànwǔ〈动〉điệu múa uyển chuyển: 轻歌～ lời ca du dương, điệu múa uyển chuyển

【曼延】mànyán〈动〉liên miên không dứt; chạy dài

谩 màn〈动〉khinh mạn; coi thường; vô lễ
另见mán

【谩骂】mànmà〈动〉chửi bới; nguyền rủa

墁 màn〈动〉lát; trải; trát (tường)

蔓 màn 义同 "蔓" (wàn)，多用于合成词，如 "蔓草、枝蔓" 等。
另见wàn

【蔓草】màncǎo〈名〉cỏ bò lan dưới đất; cỏ dại

【蔓茎】mànjīng〈名〉thân cây leo

【蔓生】mànshēng〈动〉(cây) leo: ～植物 loài cây leo

【蔓延】mànyán〈动〉lan rộng; lan ra; lan tràn

幔 màn〈名〉màn che

【幔帷】mànwéi〈名〉lớp màn

【幔帐】mànzhàng〈名〉màn trướng

【幔子】mànzi〈名〉[方]màn

漫 màn❶〈动〉tràn ra; đầy tràn: 水～出来。Nước chảy tràn rồi. ❷〈动〉ngập: 菜地～水。Ruộng rau bị ngập. ❸〈动〉khắp nơi; đầy; đâu cũng có: ～山 khắp núi ❹〈形〉rộng; rộng rãi; dài: ～～长路 con đường dài dằng dặc ❺〈形〉tự do; không bị gò bó: 散～ tản mạn ❻〈副〉không cần; chớ: ～说 đừng nói

【漫笔】mànbǐ〈名〉tiện tay viết; tùy bút (thường dùng làm tiêu đề); (viết văn) tùy cảm

【漫不经心】mànbùjīngxīn thờ ơ; không để ý

【漫步】mànbù〈动〉đi dạo; dạo chơi

【漫长】màncháng〈形〉dài dằng dặc; dài đằng đẵng: 秋天，大雁又开始了～的南飞旅程。Mùa thu, đàn chim nhạn bắt đầu hành

M

trình dài đằng đẵng bay về phương Nam.

【漫道】màndào<连>đừng nói; chớ nói; khoan hãy nói

【漫灌】mànguàn<动>❶(nước lũ) tràn vào; tưới tràn; tưới ngập: 洪水~，淹没了房屋。Lũ lụt lan tràn, làm cho nhà cửa bị ngập. ❷[农业]tháo nước vào đồng

【漫画】mànhuà<名>tranh châm biếm; tranh đả kích

【漫画家】mànhuàjiā<名>họa sĩ tranh châm biếm

【漫画迷】mànhuàmí<名>cây mê tranh châm biếm; cây mê tranh vui

【漫画人物】mànhuà rénwù nhân vật tranh châm biếm

【漫话】mànhuà<动>mạn đàm: ~天下事 mạn đàm chuyện trên trời dưới biển

【漫漶】mànhuàn<形>(chữ, tranh, ảnh...) phai mờ; nhòa; mờ nhạt

【漫卷】mànjuǎn<动>(cờ) phấp phới; phần phật (theo gió)

【漫骂】mànmà<动>chửi bới lung tung; chửi đổng

【漫漫】mànmàn<形>dài đằng đẵng; mênh mông: 路途~ đường dài đằng dặc

【漫漫长夜】mànmàn-chángyè đêm dài dằng dặc

【漫山】mànshān<名>đầy núi: ~遍野 đầy khắp núi đồi

【漫谈】màntán<动>mạn đàm: 国际形势~ buổi mạn đàm về tình hình quốc tế

【漫天】màntiān❶<动>khắp bầu trời; đầy trời; mù trời ❷<形>vô hạn; hết mức; quá đáng; thấu trời: ~胡侃 mạn đàm hết mức chuyện trên trời dưới biển

【漫天要价】màntiān-yàojià nói thách quá mức

【漫无边际】mànwúbiānjì❶không bờ bến; mênh mông bát ngát ❷(văn) lan man; không đâu vào đâu

【漫无止境】mànwúzhǐjìng không bờ bến; vô biên

【漫延】mànyán<动>❶lan tràn ❷chạy dài; trải rộng; lan rộng: 那片剑麻林一直~到远处的山脚。Cánh rừng dứa gai trải tít tận chân núi.

【漫野】mànyě<动>khắp đồng

【漫溢】mànyì<动>lan tràn; ngập tràn; tràn lan

【漫游】mànyóu<动>❶dạo chơi; ngao du ❷điện thoại di động chuyển vùng

【漫游费】mànyóufèi<名>cước phí chuyển vùng

【漫游生物】mànyóu shēngwù động vật di trú

【漫语】mànyǔ<名>❶lời nói lan man: ~空言 lời nói huyên thuyên ❷nói chuyện thoải mái (thường dùng làm tiêu đề, tên sách...): 人生~ tản mạn về đời người

慢 màn❶<形>chậm; chậm chạp ❷<形>từ từ; khoan; đừng vội; muộn lại ❸<形>chớ; không nên; không cần ❹<动>khinh mạn; ngạo mạn; vô lễ //(姓) Mạn

【慢班】mànbān<名>lớp chậm

【慢板】mànbǎn<名>[音乐]nhịp chậm

【慢步】mànbù<动>đi chậm

【慢藏诲盗】màncáng-huìdào sưu tập đồ dùng không cẩn thận dẫn đến kẻ trộm cắp

【慢车】mànchē<名>tàu chậm

【慢车道】mànchēdào<名>đường tàu chậm

【慢词】màncí<名>mạn từ; từ nhịp chậm (điệu từ, bài dài, tiết tấu chậm, như điệu "mộc lan hoa mạn", "tầm viên xuân")

【慢待】màndài<动>❶(đối xử) lạnh nhạt; ghẻ lạnh: 不能~顾客。Không được phép đối xử lạnh nhạt với khách. ❷sơ suất

【慢工出细活】màngōng chū xìhuó làm chậm cho được đồ tinh xảo

【慢火】mànhuǒ<名>lửa nhỏ: 用~炖一个小时 dùng lửa nhỏ hầm một tiếng đồng hồ

【慢件】mànjiàn<名>bưu phẩm thường (đi chậm)

【慢惊风】mànjīngfēng<名>[中医]co giật; sài kinh; kinh giật; mạn kinh phong

【慢镜头】mànjìngtóu<名>đoạn phim quay chậm

【慢慢】mànmàn<形>chậm rì rì

【慢慢腾腾】mànmantēngtēng chậm rề rề; ì ạch; chậm chạp: 他的动作老是~的。Động tác của ông ấy cứ ì à ì ạch.

【慢慢悠悠】mànmanyōuyōu chậm rì rì; thủng thẳng thủng thỉnh

【慢跑】mànpǎo<动>chạy chậm

【慢坡】mànpō<名>dốc thoai thoải

【慢球】mànqiú<名>bóng chậm

【慢热】mànrè<形>khởi động chậm: 这个球队老是克服不了~的毛病。Đội bóng này không sao khắc phục được chứng tật "khởi động chậm".

【慢手慢脚】mànshǒu-mànjiǎo ì à ì ạch; chậm chạp

【慢速】mànsù<名>tốc độ chậm

【慢腾腾】mànténgténg chậm chạp; chậm rãi; chậm rì rì

【慢条斯理】màntiáo-sīlǐ thong thả; chậm rãi; ung dung; thư thả

【慢吞吞】màntūntūn chậm như rùa

【慢性】mànxìng❶<形>mãn tính; kinh niên: ~鼻炎 viêm mũi kinh niên ❷<形>tính lề mề ❸<名>người lề mề

【慢性病】mànxìngbìng<名>bệnh mãn tính

【慢性中毒】mànxìng zhòngdú ngộ độc mãn tính

【慢性子】mànxìngzi❶tính chậm chạp; tính lề mề ❷người chậm chạp

【慢悠悠】mànyōuyōu chậm rì rì; chậm như rùa

【慢走】mànzǒu<动>❶(lời khách sáo) đi chậm ❷xin tạm dừng lại

māng

牤māng

【牤牛】māngniú<名>[方]bò đực; trâu đực

máng

芒máng<名>[植物]❶cỏ chè vè ❷râu thóc; râu lá mì //(姓)Mang

【芒草】mángcǎo<名>cỏ chè vè

【芒刺在背】mángcì-zàibèi đứng ngồi không yên; ruột như lửa đốt (như gai đâm vào lưng); lo ngay ngáy; lo sốt vó

【芒果】mángguǒ =【杧果】

【芒硝】mángxiāo<名>sun-phát nát-tri ngậm nước ($Na_2SO_4 \cdot 10H_2O$); mang tiêu; phác tiêu

【芒种】mángzhòng<名>tiết Mang chủng

忙máng❶<形>bận; bận bịu ❷<动>vội vàng; gấp

【忙不迭】mángbùdié vội vàng; gấp gáp: ~地道谢 vội vàng cám ơn

【忙乎】mánghu<动>[口]bận (rộn)

【忙活儿】mánghuór❶<动>bận việc; bận làm ăn: 别光顾着~，先歇会吧。Đừng bận việc quá mức mà nên nghỉ một lát đã. ❷<名>việc cần làm; việc gấp: 这不是~，你慢慢做也无妨。Việc không gấp lắm, anh cứ thong thả nhé.

【忙活】mánghuo<动>[口]bận; bận rộn; bận bịu: 父亲在地里~了一天，累了。Người cha bận việc đồng áng suốt cả ngày mà mệt nhoài.

【忙里忙外】mánglǐ-mángwài bận rộn; bận bịu; bận tíu tít

【忙里偷闲】mánglǐ-tōuxián tranh thủ lúc rảnh rỗi; tranh thủ thời gian

M

【忙碌】mánglù<形>bận rộn; bận bịu rối ren

【忙乱】mángluàn<形>bận túi bụi; lộn xộn; rối ren: 工作中~容易出错。Lộn xộn trong khi làm việc dễ dẫn tới sai sót.

【忙忙叨叨】mángmangdāodāo tất bật; bận rộn

【忙忙碌碌】mángmanglùlù bận rộn: 一天到晚~ bận rộn suốt ngày đêm

【忙人】mángrén<名>người bận rộn

【忙音】mángyīn<名>tiếng tín hiệu máy bận (trong điện thoại)

【忙于】mángyú<动>bận (về việc...); bận (làm...): 最近他~写回忆录。Gần đây ông bận trong việc viết hồi kí.

【忙月】mángyuè<名>tháng ngày mùa bận rộn

【忙中出错】mángzhōng-chūcuò vội quá hóa hỏng; vội vàng hấp tấp dễ bị nhầm lẫn

杧 máng

【杧果】mángguǒ<名>quả xoài

盲 máng ❶<形>mù; lòa: ~童 cháu bé khiếm thị ❷<名>người khiếm thị ❸<形>mù (không phân biệt rõ sự vật): 音~ mù về âm thanh ❹<副>mù quáng

【盲肠】mángcháng<名>manh tràng

【盲肠炎】mángchángyán<名>viêm ruột thừa

【盲从】mángcóng<动>làm theo một cách mù quáng; theo đuôi; theo bừa; hùa theo: 要理性分析，不能~。Cần phân tích một cách bình tĩnh chứ không thể hùa theo người khác.

【盲打】mángdǎ<动>đánh máy nhanh (không cần nhìn bàn phím)

【盲道】mángdào<名>đường dành cho người khiếm thị

【盲点】mángdiǎn<名>❶[医学]điểm mù; ám điểm (ở phía sau nhãn cầu) ❷điểm sơ hở; chỗ sơ hở: 管理上存在着~。Tồn tại điểm sơ hở trong quản lí.

【盲动】mángdòng<动>manh động; hành động mù quáng

【盲干】mánggàn<动>làm bừa; làm liều; làm càn

【盲降】mángjiàng<动>[航空]hạ cánh mù (tự động)

【盲孔】mángkǒng<名>lỗ mù

【盲流】mángliú<名>dòng người lưu động di chuyển vào khu vực nào đó một cách mù quáng (thường chỉ những người từ nông thôn di trú vào thành phố)

【盲目】mángmù<形>mù; mù quáng: ~崇拜 sùng bái một cách mù quáng

【盲目乐观】mángmù lèguān lạc quan mù quáng

【盲目性】mángmùxìng<名>tính mù quáng: 工作要有计划，切忌~。Làm việc phải đặt chương trình chớ nên triển khai một cách mù quáng.

【盲棋】mángqí<名>(đánh) cờ mồm: 下~ chơi cờ mồm (không nhìn bàn cờ)

【盲区】mángqū<名>❶vùng nhiễu; vùng mù (nơi mà ra-đa, đèn pha, kính soi dạ dày... không soi chiếu tới được): 雷达~ vùng ra đa nhiễu ❷điểm mù: 对幼儿超前教育存在~。Việc giáo dục trẻ thơ siêu giai đoạn tồn tại điểm mù.

【盲人】mángrén<名>người mù; người khiếm thị

【盲人摸象】mángrén-mōxiàng người mù sờ voi (hiểu biết một cách phiến diện); thầy bói xem voi; nhắm mắt nói mò

【盲人瞎马】mángrén-xiāmǎ người mù cưỡi ngựa mù; anh mù dắt anh lòa; thằng mù dắt thằng đui

【盲蛇】mángshé<名>rắn giun

【盲鼠】mángshǔ<名>chuột đồng

【盲文】mángwén<名>❶chữ nổi ❷sách báo chữ nổi

【盲校】mángxiào<名>trường học người khiếm thị

【盲鱼】mángyú<名>cá mù

【盲杖】mángzhàng<名>gậy dùng cho người khiếm thị

【盲障】mángzhàng<名>khiếm thị

【盲字】mángzì<名>chữ nổi

茫 máng<形>❶mênh mang; xa vời; mịt mù ❷mờ tịt; không biết gì

【茫茫】mángmáng<形>mênh mông; mênh mang; mù mịt: ~人海 mù mịt biển người

【茫然】mángrán<形>❶mù tịt; không biết gì; chả biết gì ❷mù mờ; ngỡ ngàng: ~的表情 vẻ mặt ngỡ ngàng

【茫然不解】mángrán-bùjiě khó hiểu; ngơ ngác

【茫然若失】mángrán-ruòshī mù mờ; ngỡ ngàng

【茫无头绪】mángwútóuxù lờ mờ; không biết đâu mà lần; không rõ manh mối

铓 máng<名>❶[书]mũi nhọn ❷sự sắc sảo (tài năng)

【铓锣】mángluó<名>mang la; chiêng mang la

măng

莽¹ măng❶<名>cỏ rậm ❷<形>[书]lớn // (姓) Măng

莽² măng<形>lỗ mãng: ~夫 người đàn ông lỗ mãng

【莽苍】măngcāng❶<形>(đồng cỏ) mênh mang; mù mịt ❷<名>cánh đồng

【莽夫】măngfū<名>kẻ mãng phu; kẻ lỗ mãng

【莽汉】mănghàn<名>anh chàng lỗ mãng; đàn ông lỗ mãng

【莽莽】măngmăng<形>❶(cỏ mọc) rậm rạp; xanh tốt ❷(đồng cỏ) rộng mênh mông, bao la: ~大草原 đồng cỏ bao la

【莽原】măngyuán<名>đồng cỏ (bãi cỏ) um tùm; rậm rạp: 原先的~变成了一座新城。Một vùng đồng cỏ rậm rạp xưa nay đã trở thành một thành phố mới.

【莽撞】măngzhuàng<形>lỗ mãng; cục cằn; liều lĩnh: 无理~ sự lỗ mãng vô lí

蟒 măng<名>❶[动物]con trăn; mãng sà: ~蛇 con trăn ❷mãng bào; áo chầu thêu con mãng

【蟒袍】măngpáo<名>mãng bào; áo mãng xà (áo chầu thêu con mãng, lễ phục của quan đại thần thời Thanh Trung Quốc)

māo

猫 māo❶<名>con mèo ❷<动>[方]ở nhàn; lảng trốn; ẩn náu: 他整天~在家里不敢出来。Anh ấy trốn trong nhà cả ngày không dám ra ngoài.

【猫豹】māobào<名>báo hoa mai

【猫步】māobù<名>điệu bộ mèo; điệu bộ đi lại giống như mèo đi của người mẫu thời trang trên sân khấu

【猫科】māokē<名>khoa mèo

【猫哭老鼠】māokūlǎoshǔ (mèo khóc chuột) thương xót giả vờ; nước mắt cá sấu

【猫粮】māoliáng<名>thức ăn của con mèo

【猫儿不在，老鼠猖狂】māor bùzài, lǎoshǔ chāngkuáng chú mèo đi vắng, lũ chuột hung hăng; vắng chủ nhà, gà vọc niêu tôm

【猫儿腻】māornì<名>[方]thủ đoạn bịp bợm; sự việc hoặc mánh lới bí ẩn: 其中不无~。Bên trong không phải không có những mánh lới bí ẩn.

【猫鼠同眠】māoshǔ-tóngmián mèo và

M

chuột ngủ chung với nhau

【猫头鹰】māotóuyīng〈名〉cú mèo: ~在夜晚视力很好。Thị lực của cú mèo cực tốt vào ban đêm.

【猫熊】māoxióng〈名〉gấu mèo; gấu trúc

【猫眼】māoyǎn〈名〉❶mắt mèo ❷kính tròn mắt mèo

【猫眼石】māoyǎnshí〈名〉đá quý opal; đá mắt mèo: ~戒指 chiếc nhẫn đá quý opal (đá cườm màu xanh lam)

【猫腰】māoyāo〈动〉[方]khom lưng; cong lưng; cúi lưng: 他~捡起地上的钱包。Anh ấy khom lưng nhặt chiếc ví trên mặt đất.

【猫鱼】māoyú〈名〉cá con (cho mèo ăn); cá chăn mèo

【猫仔】māozǎi〈名〉mèo con

máo

毛¹ máo ❶〈名〉lông: 兔~ lông thỏ ❷〈名〉mốc: 黄豆酱发霉长~了。Tương đậu đã bị mọc sợi mốc dài. ❸〈形〉thô; chưa gia công: ~坯 phôi thô ❹〈形〉không thuần; pha tạp: 营业~收入 mức thu nhập ròng ❺〈形〉sơ lược ❻〈形〉nhỏ; ranh; nhóc con: ~孩子 thằng nhóc ❼〈形〉(đồng bạc) sụt giá; mất giá: 钱~了。Tiền bị mất giá rồi. ❽〈形〉cẩu thả; hấp tấp: ~手~脚 vụng về ❾〈量〉[口]hào: 一~钱一斤。Một hào một cân. //(姓) Mao

毛² máo ❶〈形〉sởn tóc gáy; hoang mang: 心里直发~。Trong lòng cứ thấy rờn rợn. ❷〈动〉[方]phát cáu; tức giận: 别把他惹~了。Đừng làm cho nó lên cơn giận.

【毛背心】máobèixīn〈名〉áo len trần thủ: 他穿了一件~。Ông ấy mặc chiếc áo len trần thủ.

【毛笔】máobǐ〈名〉bút lông: 用~练书法 dùng bút lông để tập viết thư pháp

【毛笔字】máobǐzì〈名〉chữ bút lông; chữ mực nho

【毛边】máobiān〈名〉❶mép vải chưa viền; mép sách sờn ❷giấy bản; giấy moi (giấy viết bút lông, gọi tắt)

【毛病】máobìng〈名〉❶sự cố; trục trặc; sai sót (trong công tác): 工作出了点小~。Trong công tác đã xuất hiện một chút sai sót. ❷khuyết điểm; thói xấu; tật xấu: 他有爱传瞎话的~。Anh ấy có khuyết điểm là hay đưa tin những chuyện không đâu vào đâu. ❸[方]ốm; bệnh: 身体有了~要赶快上医院检查。Có bệnh thì nên sớm đi bệnh viện khám chữa.

【毛玻璃】máobōli〈名〉kính mờ; thủy tinh mờ

【毛糙】máocao〈形〉thô; không kĩ; ẩu: 这事他处理得太~。Việc này ông ấy xử lí quá ẩu.

【毛茶】máochá〈名〉chè thô; chè nguyên liệu

【毛滴虫】máodīchóng〈名〉trichomonas

【毛涤】máodí〈名〉len pha ni-lon: 这条裤子是用~料子做的。Chiếc quần này chất liệu len pha ni-lon.

【毛豆】máodòu〈名〉đậu tương non (vỏ nhiều lông)

【毛发】máofà〈名〉lông; tóc (trên cơ thể người): 在案发现场发现几根凶手遗留的~。Tại hiện trường vụ án đã phát hiện một vài sợi lông tóc do hung thủ để lại.

【毛纺】máofǎng〈形〉sợi len: ~厂 nhà máy dệt len

【毛茛】máogèn〈名〉[植物](cây) mao cấn (vị thuốc Đông y)

【毛估】máogū〈动〉tính toán qua (sơ lược): 这头猪~有两百斤吧。Con lợn này tính sơ đến trăm ki-lô nhỉ.

【毛骨悚然】máogǔ–sǒngrán sởn tóc gáy;

rùng rợn

【毛孩儿】máoháir<名>trẻ lại giống (đứa trẻ mới sinh ra đã đầy mình lông lá)

【毛孩子】máoháizi<名>thằng nhóc; thằng nhãi ranh

【毛烘烘】máohōnghōng lông lá xồm xoàm; lông lá bù xù: 狗熊伸出~的前掌打了它的伙伴一下。Gấu ta giơ cái cẳng lông lá xồm xoàm đánh mạnh một cú vào bạn của mình.

【毛乎乎】máohūhū rậm lông

【毛校】máojiào<动>hiệu đính sơ qua: 这份书稿我已~了。Cuốn sách này tôi đã hiệu đính sơ qua.

【毛巾】máojīn<名>khăn mặt: 棉质~ khăn bông

【毛巾被】máojīnbèi<名>loại chăn được dệt như dạng khăn bông

【毛巾架】máojīnjià<名>giá mắc khăn

【毛举细故】máojǔ-xìgù kể lể dài dòng; kể lể con cà con kê

【毛孔】máokǒng<名>lỗ chân lông: ~很粗 lỗ chân lông rất thô

【毛口】máokǒu<名>vết xước

【毛裤】máokù<名>quần len

【毛蓝】máolán<形>màu lam nhạt: ~丝绸 lụa màu lam nhạt

【毛利】máolì<名>phần lãi gộp; lãi nguyên (mới trừ giá thành chưa trừ phí tổn khác): 每碗米粉的~是一元五角钱。Mức lãi ròng cho mỗi bát phở là 1,5 đồng RMB.

【毛利润】máolìrùn<名>lợi nhuận ròng

【毛料】máoliào<名>hàng len dạ: ~裤子 chiếc quần dạ

【毛驴】máolǘ<名>con lừa (thường chỉ những con lừa thấp bé)

【毛毛】máomao<名>[方]chip bông (tiếng gọi yêu đối với trẻ em mới sinh)

【毛毛虫】máomaochóng<名>sâu róm; sâu lông

【毛毛雨】máomaoyǔ<名>❶mưa bụi; mưa phùn; mưa lất phất ❷báo tin trước ❸chút lòng thành

【毛囊】máonáng<名>mao nang; chân lông

【毛呢】máoní<名>len dạ: ~大衣 áo pa-đơ-xuy len dạ/áo măng-đô len dạ

【毛坯】máopī<名>❶phôi thô; phôi liệu; bán thành phẩm ❷linh kiện đúc; linh kiện rèn

【毛坯房】máopīfáng<名>nhà phôi thô

【毛皮】máopí<名>da lông

【毛片】máopiàn<名>❶[电影]phim mới quay (chưa sửa chữa): 剪辑~ cắt xén phim mới quay ❷phim con heo; phim tình dục lộ liễu

【毛票】máopiào<名>[口]tiền hào (bằng giấy): 现在已经很少使用~了。Bây giờ tiền hào đã rất ít sử dụng.

【毛茸茸】máoróngróng lông xù; lông lồm xồm; lông rậm: 小女孩喜欢抱着~的玩具入睡。Cô bé rất thích ôm thú bông lông xù để ngủ.

【毛入学率】máorùxuélǜ tỉ lệ tổng số học sinh đến trường (so với tổng số trẻ em đến tuổi đi học)

【毛纱】máoshā<名>sợi len

【毛石】máoshí<名>[建筑]sa khoáng mảnh vụn

【毛收入】máoshōurù<名>thu nhập chưa trừ chi phí khác

【毛手毛脚】máoshǒu-máojiǎo (chân tay) vụng về; hấp ta hấp tấp; lúng ta lúng túng; nặng chân nặng tay: ~的人干不了细活。Người nặng chân nặng tay không thể làm được những việc tỉ mỉ.

【毛刷】máoshuā<名>bàn chải; bàn chải bằng lông

【毛遂自荐】máosuì-zìjiàn Mao Toại tự đề cử mình; tự mình tiến cử

M

【毛笋】máosǔn<名>măng bương

【毛毯】máotǎn<名>thảm len; chăn chiên: 服务员，请给一条~。Xin cô tiếp viên cho tôi chiếc chăn chiên.

【毛桃】máotáo<名>❶cây đào (lông); đào dại (mọc hoang) ❷quả đào lông

【毛细管】máoxìguǎn<名>mao mạch; mao quản

【毛虾】máoxiā<名>con tép; tép khô

【毛线】máoxiàn<名>sợi len; len đan: 羊~ len cừu

【毛线衣】máoxiànyī<名>áo len

【毛腺】máoxiàn<名>tuyến lông: ~发达 tuyến lông phát triển

【毛象】máoxiàng<名>[动物]voi ma-mút (loài voi cổ, đã bị tuyệt chủng)

【毛丫头】máoyātou<名>[口]bé gái ngây ngô; con nhóc: 当年的~已经成长为女飞行员。Cô bé ngây ngô năm nào nay đã trở thành một nữ phi công.

【毛衣】máoyī<名>áo len đan; áo len sợi

【毛躁】máozao<形>❶(tính tình) hấp tấp; bộp chộp: 性子~ tính tình nóng nảy ❷mất bình tĩnh; không đắn đo suy nghĩ: ~不安 能怎能搞创作？Trong trạng thái bộp chộp không yên thì làm sao có thể sáng tác được?

【毛泽东思想】Máo Zédōng sīxiǎng tư tưởng Mao Trạch Đông

【毛贼】máozéi<名>tay trộm; kẻ ăn cắp vặt

【毛毡】máozhān<名>chăn len

【毛织品】máozhīpǐn<名>❶hàng dệt len ❷quần áo dệt len

【毛痣】máozhì<名>nốt ruồi có lông

【毛重】máozhòng<名>trọng lượng cả bì: 这箱货~50千克。Thùng hàng này trọng lượng 50 kg cả bì.

【毛猪】máozhū<名>lợn sống; lợn hơi

【毛竹】máozhú<名>(tre) bương; (tre) mai

【毛装】máozhuāng<形>(sách vở) đóng thô;

đóng tạm; đóng ghim: ~书 sách đóng ghim

矛máo<名>cái mác; ngọn giáo (vũ khí cổ)

【矛盾】máodùn<名>mâu thuẫn

【矛头】máotóu<名>mũi nhọn; mũi dùi: 你 怎么能把~指向自己的朋友呢？Tại sao anh lại hướng mũi giáo về phía bạn của mình?

茅máo<名>cỏ tranh //(姓) Mao

【茅草】máocǎo<名>cỏ tranh

【茅草屋】máocǎowū<名>nhà tranh; nhà gianh

【茅坑】máokēng<名>❶[口]hố phân ❷[方] hố xí; nhà xí

【茅庐】máolú<名>nhà tranh (thảo lư): 刘备 三顾~请诸葛亮出山。Lưu Bị ba lần đến thảo lư của Gia Cát Lượng để mời ông ra mưu việc lớn.

【茅棚】máopéng<名>lều (lán, chuồng) tranh

【茅塞顿开】máosè-dùnkāi nghĩ ra; hiểu ra

【茅舍】máoshè<名>[书]nhà tranh

【茅台酒】Máotáijiǔ<名>rượu Mao Đài (đặc sản của thị trấn Mao Đài thuộc tỉnh Quý Châu Trung Quốc)

【茅屋】máowū<名>nhà tranh; nhà cỏ; nhà lá: 一间~ một mái nhà cỏ

牦máo

【牦牛】máoniú<名>bò Y-ắc; bò Tây Tạng (giống bò có lông dài chủ yếu sống ở vùng cao nguyên Thanh Hải, Tây Tạng Trung Quốc)

锚máo<名>neo; mỏ neo

【锚泊】máobó<动>thả neo; cắm neo; neo đậu: 轮船在港外~等待 Chiếc tàu neo đậu chờ đợi ngoài cảng.

【锚地】máodì<名>bãi thả neo; bãi đỗ (cho tàu bè thả neo và sắp xếp)

【锚杆】máogǎn<名>cột neo

【锚缆】máolǎn<名>cáp neo; chão neo

【锚雷】máoléi<名>loại thủy lôi có chão hay neo cố định

【锚链】máoliàn<名>xích neo: 放下~ thả dây xích neo

【锚位】máowèi<名>tọa độ thả neo

蝥 máo<名>sâu lúa; sâu đục gốc

【蝥贼】máozéi<名>bọn hại dân hại nước; sâu dân mọt nước

mǎo

卯[1] mǎo<名>Mão (vị trí thứ 4 trong địa chi) //(姓) Mão

卯[2] mǎo<名>lỗ mộng; lỗ bắt bu-lông; lỗ bắt ri-vê; ngàm

【卯时】mǎoshí<名>[旧]giờ mão (từ 5 giờ đến 7 giờ)

【卯榫】mǎosǔn<名>mộng và chốt; mộng mẹo: ~配合紧固。Mộng và chốt hình thành sự kết hợp chặt chẽ.

【卯眼】mǎoyǎn<名>lỗ mộng; lỗ bắt bu-lông; lỗ bắt ri-vê; ngàm: 在此开个~。Đục một lỗ mộng ở đây.

昴 mǎo<名>sao Mão (một trong 28 tú)

铆 mǎo<动>❶ri-vê ❷tán đinh ri-vê ❸[口] dốc sức: 他今天~上劲了。Hôm nay anh ấy đã cố hết sức.

【铆钉】mǎodīng<名>đinh tán; đinh ri-vê

【铆工】mǎogōng<名>❶việc tán đinh ri-vê ❷thợ tán đinh ri-vê

【铆机】mǎojī<名>máy tán đinh

【铆接】mǎojiē<动>ghép đinh ri-vê

【铆劲儿】mǎojìnr<动>[口]dồn sức; dốc sức; ra sức; gắng sức

mào

茂 mào<形>❶rậm rạp; tươi tốt; um tùm

❷phong phú đẹp đẽ //(姓) Mậu

【茂林修竹】màolín-xiūzhú rừng rậm và trúc xanh

【茂密】màomì<形>rậm rạp; um tùm; tươi tốt: ~的树林 rừng cây rậm rạp

【茂年】màonián<名>[书]tráng niên; thời kì tráng kiện: ~之际 đang độ tuổi tráng niên

【茂盛】màoshèng<形>❶(cây cối) tươi tốt; xanh tươi ❷(kinh tế) thịnh vượng; phát đạt

冒 mào<动>❶bốc lên; nổi lên; sủi lên; tỏa ra; ứa ra; phả ra: ~汗 toát mồ hôi ❷bất chấp (nguy hiểm, hoàn cảnh ác liệt): ~雨 đội mưa ❸mạo muội; liều lĩnh: ~犯 xúc phạm ❹mạo nhận; mạo tên; giả vờ: ~领钱财 nhận vơ tiền của //(姓) Mạo

【冒场】màochǎng<动>(diễn viên) ra sân khấu khi chưa đến lúc

【冒充】màochōng<动>mạo nhận; giả danh; giả mạo: ~公安人员 mạo danh công an

【冒顶】màodǐng<动>[矿业]sập hầm mỏ; sụp tầng (trong hầm mỏ): 煤矿~了。Hầm lò bị sụp tầng.

【冒渎】màodú<动>[书]báng bổ; xúc phạm khinh nhờn

【冒犯】màofàn<动>xúc phạm; mạo phạm; động chạm: ~他人 xúc phạm người khác

【冒富】màofù<动>lộ giàu

【冒功】màogōng<动>tranh công; mạo nhận công lao của người khác

【冒汗】màohàn<动>toát mồ hôi: 急得~ sốt ruột đến nỗi toát cả mồ hôi

【冒号】màohào<名>dấu hai chấm

【冒火】màohuǒ<动>tức giận; nổi nóng; phát cáu: 我才说两句他就~了。Tôi mới nói có đôi câu mà ông ta đã nổi nóng.

【冒尖】màojiān<动>❶đầy có ngọn; đầy tràn; đầy lên ❷nhỉnh hơn; nhích hơn một chút ❸nổi bật; nổi trội: 他在业务上很~。Anh ấy rất trội nổi về mặt nghiệp vụ. ❹nổi

M

lên; xuất hiện: 事故隐患一~，就要及时处理。 Một khi xuất hiện những mầm mống của sự cố thì cần phải xử lí kịp thời.

【冒金星】 mào jīnxīng nổi đom đóm

【冒进】 màojìn〈动〉làm liều; liều lĩnh; làm bừa

【冒口】 màokǒu〈名〉bộ phận bổ sung chứa kim loại nóng chảy trong công nghệ đúc

【冒领】 màolǐng〈动〉mạo danh nhận: ~奖品 mạo danh nhận phần thưởng

【冒昧】 màomèi〈形〉(lời nói, hành động) mạo muội; đánh liều; đánh bạo (thường dùng trong lời nói khiêm tốn): 恕我~。 Xin phép được mạo muội.

【冒名】 màomíng〈动〉mạo danh; mượn tên người khác

【冒名顶替】 màomíng-dǐngtì đội tên người khác; mượn danh nghĩa

【冒牌】 màopái〈形〉(hàng hóa) giả mác; làm giả nhãn hiệu

【冒牌货】 màopáihuò〈名〉hàng nhái; mác giả; nhãn hiệu giả; đồ giả mạo

【冒泡】 màopào〈动〉sủi bọt: 母亲说得满嘴~他也听不进去。 Mẹ đã nói hết nước hết cái mà cậu ta chẳng chịu nghe.

【冒傻气】 mào shǎqì ngớ ngẩn; có vẻ ngây ngô khờ khạo

【冒失】 màoshi〈形〉lỗ mãng; sỗ sàng: ~的举动 cử chỉ lỗ mãng

【冒失鬼】 màoshiguǐ〈名〉kẻ lỗ mãng; kẻ sỗ sàng

【冒死】 màosǐ〈副〉liều chết; bất chấp sinh mạng

【冒天下之大不韪】 mào tiānxià zhī dà bù wěi bất chấp lẽ phải trên đời; bất chấp dư luận

【冒头】 màotóu〈动〉❶có ngọn; nảy sinh; xuất hiện: 安全管理上的松懈麻痹情绪又~了。 Lại xuất hiện những mầm mống bệ rạc

uể oải trong quản lí an toàn sản xuất. ❷có vẻ bề ngoài

【冒险】 màoxiǎn〈动〉mạo hiểm; liều lĩnh; phiêu lưu: 他~登雪山。 Anh ấy mạo hiểm trèo núi tuyết.

【冒险家】 màoxiǎnjiā〈名〉kẻ mạo hiểm

【冒烟】 màoyān〈动〉bốc khói: 水泥厂的烟囱又~了。 Nhà máy xi măng lại nhả khói.

贸[1] mào〈副〉tùy tiện; bừa; ẩu

贸[2] mào〈动〉mậu dịch; buôn bán; trao đổi; thương mại

【贸促会】 màocùhuì〈名〉hội xúc tiến mậu dịch; hội xúc tiến thương mại

【贸然】 màorán〈副〉tùy tiện; bừa; ẩu; đường đột; thiếu suy nghĩ: 他不敢~上前搭讪。 Anh ấy không dám đến bắt chuyện một cách đường đột.

【贸易】 màoyì〈名〉mậu dịch; buôn bán

【贸易保护主义】 màoyì bǎohù zhǔyì chủ nghĩa bảo hộ mậu dịch

【贸易壁垒】 màoyì bìlěi hàng rào mậu dịch

【贸易赤字】 màoyì chìzì sự thiếu/thâm hụt mậu dịch; con số bội chi thương mại

【贸易额】 màoyì'é〈名〉kim ngạch mậu dịch: 今年公司的~超过十亿元人民币。 Kim ngạch mậu dịch năm nay của công ti vượt 1 tỉ đồng RMB.

【贸易公司】 màoyì gōngsī công ti mậu dịch

【贸易关系】 màoyì guānxì quan hệ mậu dịch: 发展两国~ phát triển quan hệ mậu dịch hai nước

【贸易伙伴】 màoyì huǒbàn đối tác mậu dịch; bạn hàng: 我们是多年的~。 Chúng ta đã là đối tác mậu dịch lâu năm.

【贸易纠纷】 màoyì jiūfēn tranh chấp mậu dịch; xích mích mậu dịch

【贸易逆差】 màoyì nìchā nhập siêu mậu dịch: 要增加出口来减少~。 Cần gia tăng xuất khẩu để giảm nhập siêu.

【贸易洽谈】màoyì qiàtán hội đàm mậu dịch; thương thuyết mậu dịch

【贸易区】màoyìqū<名>khu mậu dịch: 自由~ khu mậu dịch tự do/khu thương mại tự do

【贸易顺差】màoyì shùnchā xuất siêu mậu dịch

【贸易中心】màoyì zhōngxīn trung tâm mậu dịch

耄 mào<名>[书]cụ già; người có tuổi (tám chín mươi tuổi)

【耄耋】màodié<名>[书]tuổi già tám chín mươi

帽 mào<名>❶mũ; nón ❷nắp; nắp đậy; đai

【帽店】màodiàn<名>cửa hiệu mũ: 她去~买了一顶太阳帽。Chị ấy ra cửa hiệu mua chiếc mũ che nắng.

【帽徽】màohuī<名>huy hiệu trên mũ: 五角星~ huy hiệu sao vàng năm cánh gắn trên mũ

【帽架】màojià<名>giá treo mũ

【帽口】màokǒu<名>ống đứng

【帽盔】màokuī<名>mũ nồi; mũ cứng không vành: 钢质~ chiếc mũ sắt

【帽舌】màoshé<名>lưỡi trai (của mũ)

【帽檐】màoyán<名>vành mũ: 这顶帽子没有~。Chiếc mũ này không vành.

【帽子】màozi<名>❶cái mũ ❷tội lỗi; tiếng xấu

【帽子戏法】màozi xìfǎ một mình ghi được ba bàn trong cùng một trận thi đấu bóng đá

貌 mào<名>❶tướng mạo; diện mạo; bề ngoài ❷bộ mặt; hình thù; hình dáng //(姓) Mạo

【貌不惊人】màobùjīngrén tướng mạo bình thường

【貌合神离】màohé-shénlí bằng mặt không bằng lòng

【貌可倾城】màokěqīngchéng diện mạo làm nghiêng nước nghiêng thành

【貌似】màosì<动>bề ngoài giống như; có vẻ như: ~和善 vẻ bề ngoài tựa như rất hiền hòa; ~公正 bề ngoài có vẻ như công bằng

【貌相】màoxiàng❶<名>tướng mạo; bộ mặt ❷<动>xem bề ngoài

me

么 me❶(hậu tố) thì; nào; sao: 这~ thế này ❷(từ đệm trong bài hát) a; mà; này

méi

没 méi❶<动>không có (phủ định sở hữu): ~票 không có vé ❷<副>không

另见mò

【没把握】méi bǎwò không chắc chắn

【没边没沿】méibiān-méiyán không có cạnh

【没边儿】méibiānr<动>[方]❶vô căn cứ; vu vơ: 这话~。Đây là chuyện vu vơ. ❷vô cùng; vô bờ bến: 他的脾气坏得~。Tính tình anh ấy đã xấu vô cùng.

【没出息】méi chūxi vô tích sự: 你这软骨头，真~。Mày là thằng hèn nhất, vô tích sự.

【没词儿】méicír<动>[口]hết lời; không có gì để nói

【没错儿】méicuòr<动>đúng thế

【没大没小】méidà-méixiǎo không biết kẻ trên người dưới; không biết lớn nhỏ

【没的说】méideshuō =【没说的】

【没法儿】méifǎr<动>[口]❶hết sách ❷không thể nào ❸hết đường; cực kì; chẳng gì: ~比 chẳng gì sánh nổi

【没法子】méi fǎzi không có biện pháp: 这日子真~过了。Cuộc sống thế này thì chẳng còn gì nữa.

M

【没分晓】méi fēnxiǎo chưa có kết quả

【没骨头】méi gǔtou kẻ hèn nhất

【没关系】méi guānxi không sao; không việc gì; đừng ngại: ~，这事不怪你。Không sao, việc này không trách anh đâu.

【没规矩】méi guīju không có quy củ, vô phép tắc; không tử tế

【没好气儿】méi hǎoqìr không hơi đâu mà

【没见过世面】méi jiànguò shìmiàn thiếu từng trải; kẻ nép só

【没见识】méi jiànshi kém hiểu biết

【没劲】méijìn ❶〈动〉mệt người ❷〈形〉chán; vô vị: 星期天一个人待在家里真~。Ngày chủ nhật mà một mình om trong nhà thật là vô vị.

【没精打采】méijīng-dǎcǎi buồn bã; thẫn thờ; iu xìu; ủ rũ

【没救】méijiù〈动〉không cứu được: 她病得不轻，看来~了。Bà ấy bị bệnh nặng xem ra không cứu được nữa.

【没空】méikòng〈动〉không có rỗi

【没来由】méi láiyóu không có lí do: 他~地冲我发火。Không nguyên do gì cả mà anh ấy trút cơn giận lên đầu tôi.

【没脸】méiliǎn〈动〉không mặt mũi nào; mất mặt; xấu hổ: 出了这种事，我~见你。Xảy ra chuyện này tôi chẳng còn mặt mũi nào gặp lại anh nữa.

【没良心】méi liángxīn vô lương tâm

【没门儿】méiménr〈动〉[方]❶không có lối thoát; bế tắc; hết đường hết cách ❷không được ❸đừng hòng

【没命】méimìng〈动〉❶mất mạng; toi mạng: 再晚来十分钟，病人就~了。Chỉ chậm mười phút nữa là người bệnh sẽ mất mạng. ❷bạt mạng; bất chấp tất cả: 小偷~地逃跑。Tên trộm bỏ chạy thục mạng. ❸vô phúc; không may; không có số

【没皮没脸】méipí-méiliǎn không còn mặt mũi nào nữa; ê mặt

【没谱儿】méipǔr[口]❶〈动〉chưa có chủ định; chưa có kế hoạch nhất định; chưa định kế hoạch chắc chắn ❷〈形〉không đáng tin: 那是~的事，别信。Đó là việc chưa đâu vào đâu, đừng tin.

【没钱】méiqián〈动〉không có tiền: ~买高档商品 không tiền mua hàng cao cấp

【没亲没故】méiqīn-méigù không người thân; không nơi nương tựa

【没轻没重】méiqīng-méizhòng lời nói và động tác thiếu thận trọng

【没趣】méiqù〈形〉mất mặt; khó coi; bẽ mặt; chán: 自讨~ tự chuốc họa vào thân

【没人】méirén〈动〉không có người; chẳng ai

【没商量】méi shāngliang hết cách; hết đất: 这件事~！Việc này đã hết cách!

【没深没浅】méishēn-méiqiǎn lời nói và việc làm không đắn đo; không biết điều; không đúng mực

【没什么】méi shénme không sao đâu; không hề gì; không việc gì

【没事】méishì〈动〉❶nhàn rỗi (không có việc gì làm) ❷thất nghiệp: 你要是~就来我公司上班吧。Anh mà không có việc làm thì đến làm ở công ti tôi vậy. ❸không việc gì; không có sự cố gì ❹không có liên can; không ảnh hưởng; không sao: 不是一句"对不起"就~了。Không thể chỉ câu "xin lỗi" là xong chuyện đâu. ❺không có gì; không sao

【没事人】méishìrén〈名〉người vô can

【没事找事】méishì-zhǎoshì cố tình kiếm chuyện

【没说的】méishuōde❶không trách (chê) vào đâu được ❷không có gì phải nói nữa ❸không thành vấn đề; khỏi biện bạch

【没挑儿】méitiāor〈动〉hoàn hảo; tuyệt vời;

không chê được: 这顶帽子~的。Chiếc mũ này đẹp không chê được.

【没头案子】méitóu-ànzi vụ án không manh mối

【没头苍蝇】méitóu-cāngying hỗn độn; loạn xạ

【没头没脑】méitóu-méinǎo vật vờ, không suy nghĩ

【没完】méiwán<动>(sự việc) kéo dài; liên miên; không xong: 你要是敢动我一个手指头，我跟你~！Mày mà dám đụng đầu ngón tay tao thì tao sẽ không xong với mày đâu!

【没完没了】méiwán-méiliǎo dây cà ra dây muống; lê thê; triền miên

【没文化】méi wénhuà không có tri thức

【没戏】méixì<动>[方]vô vọng; hết hi vọng: 他想升职的事肯定~了。Chuyện thăng chức mà anh ấy mong đợi chắc là hết hi vọng rồi.

【没心没肺】méixīn-méifèi❶không tim không phổi, chỉ có trực tràng; người quá chất phác, thật thà đến mức ngây ngô khờ dại ❷không có lương tâm

【没心眼儿】méi xīnyǎnr làm việc không xem xét hậu quả; không có ý định hại người

【没羞没臊】méixiū-méisào không biết hổ thẹn; mặt dày mày dạn

【没样儿】méiyàngr<动>không quy củ; không ra sao; bừa bãi: 在大众面前耍泼，太~。Nổi khùng lên trước mặt mọi người, thật là quá bừa bãi.

【没意思】méi yìsi❶buồn chán; vô ý nghĩa; vô vị ❷không có hứng thú; không hay; không hấp dẫn

【没影儿】méiyǐngr<动>❶biệt vô âm tín; biệt vô tăm tích ❷vô căn cứ: 这事还~，别瞎传。Đây là việc vô căn cứ, đừng có phao tin đồn nhảm.

【没有】méiyǒu❶<动>không có; chẳng có: ~钱 không có tiền; 家里~人。Trong nhà không có người. ❷<动>đều không: ~谁去。Chả ai đi cả. ❸<动>không bằng; kém ❹<动>không tới; không đến; chưa được ❺<副>chưa; chưa hề; chưa từng

【没有不透风的墙】méiyǒu bù tòufēng de qiáng không tường nào mà gió không lọt được; vách có tai, rừng có mạch; không giấu nổi

【没有的事】méiyǒu de shì làm gì có chuyện (ấy)

【没有功劳，也有苦劳】méiyǒu gōngláo，yěyǒu kǔláo cho dù chẳng có công lao thì cũng đã đóng góp công sức

【没缘】méiyuán<动>không có duyên phận

【没辙】méizhé<动>[口]chịu; bế tắc; hết cách: 这事摊上谁也~。Ai gặp phải chuyện này thì cũng đành chịu bế tắc.

【没正形】méi zhèngxíng (người) làm việc không nghiêm chỉnh

【没治】méizhì[口]❶<动>chịu bó tay; hỏng to; nguy to ❷<动>không biết làm thế nào; hết cách; bó tay ❸<形>(người, sự vật) quá tốt; không chê vào đâu được nữa: 他的三分球简直~了。Cú sút ba điểm của anh thật không chê vào đâu được.

【没注意】méi zhùyì chưa lưu ý; chưa để ý

【没准儿】méizhǔnr<动>không hẳn; chưa hẳn; chưa chắc; không chừng: ~是他得第一。Không chừng anh ấy đứng đầu bảng cũng nên.

【没嘴的葫芦】méi zuǐ de húlu chiếc bình không có miệng; không biết ăn nói hoặc nói không nên lời

玫 méi<名>[书]một loại đá ngọc

【玫瑰】méigui<名>❶cây hoa hồng ❷hoa hồng

【玫瑰花】méiguihuā<名>hoa hồng

M

【玫瑰花茶】méiguihuāchá　chè hoa hồng

【玫瑰紫】méiguizǐ　màu tím đỏ (của hoa hồng); màu hồng tía

【玫红】méihóng<形>đỏ hồng: ~色衣服 quần áo màu hoa hồng

枚 méi<量>(thường dùng cho vật nhỏ) cái, chiếc, tấm: 一~硬币 một đồng xu //(姓) Mai

【枚举】méijǔ<动>nêu ra: 不胜~ nêu không hết/kể không hết

眉 méi<名>❶(lông) mày ❷mép; lề (trang sách) //(姓) Mi

【眉笔】méibǐ<名>bút vẽ mày; bút tô lông

【眉端】méiduān<名>❶giữa hai đầu mày ❷đầu trang sách

【眉飞色舞】méifēi-sèwǔ　mặt mày tươi cười đắc ý; mặt mày hớn hở

【眉峰】méifēng<名>lông mày; đầu mày

【眉高眼低】méigāo-yǎndī　thần sắc: 寄人篱下，免不了要看人家的~。Ăn nhờ ở đợ, sao tránh được chuyện phải chịu thái độ của người ta.

【眉尖】méijiān<名>đỉnh (lông) mày

【眉睫】méijié<名>(lông mày và lông mi) gần sát trước mắt; cấp bách: 迫在~ việc hết sức cấp bách

【眉开眼笑】méikāi-yǎnxiào　mặt mày hớn hở; mặt mày rạng rỡ

【眉来眼去】méilái-yǎnqù　đầu mày cuối mắt; liếc mắt đưa tình; ngấm ngầm câu kết

【眉棱骨】méilénggǔ<名>xương cung mày

【眉毛】méimao<名>lông mày

【眉毛胡子一把抓】méimao húzi yī bǎ zhuā　đồng loạt ra tay; ví làm việc không phân biệt chủ thứ, nặng nhẹ, nhanh chậm mà nhất loạt thực hiện; làm ào ào một loạt

【眉目】méimù<名>❶dung mạo ❷điểm cốt yếu

【眉目】méimu<名>đầu đuôi (sự việc); manh mối: 这事至今仍未找出点~。Chuyện này đến nay còn chưa ra manh mối.

【眉目不清】méimù-bùqīng　không rõ ràng mạch lạc

【眉目传情】méimù-chuánqíng　ánh mắt đưa tình

【眉批】méipī<名>lời phê ghi trên mép sách

【眉清目秀】méiqīng-mùxiù　mặt mày xinh đẹp; mặt mũi thanh tú

【眉梢】méishāo<名>đuôi mắt; đuôi lông mày: 愁锁~ cau mày lo lắng

【眉头】méitóu<名>đầu mày; giữa đôi lông mày: 皱~ chau mày

【眉头一皱，计上心来】méitóuyīzhòu, jìshàngxīnlái　vừa mới cau mày là nghĩ ngay ra kế

【眉心】méixīn<名>ấn đường (huyệt giữa hai hàng lông mày)

【眉眼】méiyǎn<名>mặt mũi; mặt mày

【眉宇】méiyǔ<名>trán (phần trên hai hàng lông mày); mặt mũi; dung mạo: ~不凡 dung mạo phi phàm

梅 méi<名>❶cây mai; cây mơ ❷hoa mai ❸quả mơ //(姓) Mai

【梅毒】méidú<名>[医学]bệnh giang mai

【梅红色】méihóngsè<名>đỏ mai

【梅花】méihuā<名>❶hoa mơ ❷[方]cây mai; hoa mai

【梅花鹿】méihuālù<名>hươu sao: ~是国家保护动物。Hươu sao là loài động vật bảo vệ cấp quốc gia.

【梅花香自苦寒来】méihuā xiāng zì kǔhán lái　bông mai thơm đẹp bởi đã qua buổi sương giá; ví chỉ sau khi qua buổi đắng cay mới có ngọt bùi

【梅花针】méihuāzhēn<名>[中医]chùm kim châm năm mũi (hình hoa mai); mai hoa châm (医学名词)

【梅花桩】méihuāzhuāng<名>cọc hoa mai (cách thức bố trí những cây cọc theo hình hoa mai cho những người tập võ)

【梅兰竹菊】méi-lán-zhú-jú mai, lan, trúc, cúc

【梅雨】méiyǔ〈名〉mưa dầm: ~时节 mùa mưa dầm

【梅子】méizi〈名〉❶cây mơ ❷quả mơ

猸méi

【猸子】méizi〈名〉[动物]con mòng cua

媒méi〈名〉❶người làm mối ❷môi giới; truyền thông đại chúng

【媒介】méijiè〈名〉môi giới; phương tiện truyền thông: 传播~ môi giới truyền thông

【媒婆】méipó〈名〉[旧]bà mối

【媒染】méirǎn〈动〉ăn màu: ~工艺 công nghệ cắn màu

【媒染剂】méirǎnjì〈名〉thuốc ăn màu; chất phụ cố định và làm bền màu nhuộm

【媒人】méiren〈名〉người làm mối (dắt mối, mối manh)

【媒妁之言】méishuòzhīyán lời mối lái

【媒体】méitǐ〈名〉phương tiện truyền thông (báo, phát thanh, quảng cáo...): 电视 ~ phương tiện truyền hình; ~人 người làm công tác truyền thông; ~审判 thẩm phán truyền thông

楣méi〈名〉mi cửa; bậu cửa: 门~ bậu cửa

煤méi〈名〉than (đá)

【煤饼】méibǐng〈名〉than bánh

【煤层】méicéng〈名〉via than; tầng than: ~厚度 độ dày via than

【煤铲】méichǎn〈名〉xẻng xúc than

【煤厂】méichǎng〈名〉nhà máy than

【煤场】méichǎng〈名〉bãi than

【煤车】méichē〈名〉xe than; xe goòng

【煤尘】méichén〈名〉bụi than: ~弥漫 bụi than mịt mù

【煤耗】méihào〈名〉lượng than tiêu hao; lượng hao tổn than

【煤荒】méihuāng〈名〉nạn thiếu than

【煤灰】méihuī〈名〉tro than: 衣服沾满~。 Quần áo bám đầy tro than.

【煤火】méihuǒ〈名〉lửa than

【煤井】méijǐng〈名〉giếng than

【煤矿】méikuàng〈名〉mỏ than: 露天~ mỏ than lộ thiên

【煤老虎】méilǎohǔ〈名〉chỉ những thiết bị tiêu thụ một khối lượng lớn năng lượng và nguyên liệu

【煤炉】méilú〈名〉bếp than; lò than: 用~做 饭 nấu nướng bằng bếp than

【煤刨】méipáo〈名〉cái bào than

【煤气】méiqì〈名〉❶hơi ga; khí đốt; gas ❷hơi độc than ❸khí dầu hóa lỏng

【煤气管道】méiqì guǎndào đường ống khí đốt: 现在很多家庭都接上~，生活真 方便。Giờ đây nhiều nhà đã lắp đặt đường ống hơi ga, đời sống trở nên ngày càng tiện lợi.

【煤气罐】méiqìguàn〈名〉bình hơi ga

【煤气灶】méiqìzào〈名〉lò ga; bếp ga

【煤气中毒】méiqì zhòngdú ngộ độc hơi ga: 谨防~ cần phòng ngừa bị ngộ độc hơi ga

【煤锹】méiqiāo〈名〉cuốc (mỏ chim) đào than

【煤球】méiqiú〈名〉than nắm; than hòn; than quả bàng

【煤炭】méitàn〈名〉than đá

【煤田】méitián〈名〉mỏ than: 开采~ khai thác mỏ than

【煤屑】méixiè〈名〉mạt than; than vụn

【煤烟】méiyān〈名〉khói than

【煤窑】méiyáo〈名〉mỏ than (cỡ nhỏ); hầm than

【煤油】méiyóu〈名〉dầu hỏa; dầu lửa: 小时 候我们家晚上用~点灯。Hồi nhỏ nhà tôi phải thắp đèn bằng dầu hỏa vào buổi tối.

【煤油灯】méiyóudēng〈名〉đèn dầu

【煤渣】méizhā〈名〉xỉ than; than xỉ

【煤渣跑道】méizhā pǎodào đường băng xỉ than

【煤砖】méizhuān<名>than bánh (đã nhào và đóng khuôn); gạch than

酶 méi<名>[生化]men; enzime

【酶蛋白】méidànbái<名>men protein

【酶解】méijiě<名>phân giải bằng men

霉 méi❶<名>nấm mốc ❷<动>mốc; meo

【霉变】méibiàn<动>bị mốc: ~食品 thực phẩm bị mốc

【霉菌】méijūn<名>nấm mốc

【霉烂】méilàn<动>thối rữa; mốc meo: 蔬菜 ~ rau bị thối rữa

【霉气】méiqì❶<名>mùi mốc ❷<形>[方] rủi; không may

【霉头】méitóu<名>rủi ro; xúi quẩy; xui xẻo

měi

每 měi❶<代>từng; mỗi; mỗi một: ~个国家 mỗi nước ❷<副>mỗi khi; cứ mỗi lần: ~逢周末他都探望父母。Cứ vào dịp cuối tuần là anh ấy lại về thăm cha mẹ. ❸<副>[书]cứ đến; thường; luôn: 春秋佳日，~作郊游。Cứ đến ngày hội mùa xuân mùa thu hàng năm, thế nào cũng ra ngoại ô chơi. //(姓) Mỗi

【每当】měidāng<副>mỗi khi

【每逢】měiféng<副>mỗi khi: ~佳节倍思亲。Mỗi dịp ngày tết càng nhớ người thân.

【每隔】měigé<副>cứ cách: ~一个月检查一次。Cứ cách một tháng lại kiểm tra một lần.

【每股】měigǔ<名>mỗi cổ phiếu: ~收益一元。Mỗi cổ phiếu lãi một đồng RMB.

【每况愈下】měikuàng-yùxià (tình hình) ngày càng sa sút (xấu đi, tệ hại)

【每每】měiměi<副>mỗi lần; mỗi khi; thường thường

【每年】měinián<副>❶hàng năm; mỗi năm: 他~都要出国旅游。Mỗi năm ông ấy đều đi du lịch nước ngoài. ❷những năm qua; mọi năm

【每时每刻】měishí-měikè mỗi giờ mỗi phút; từng giờ từng phút

美[1] měi❶<形>đẹp; xinh đẹp; xinh: 这里的风景很~。Phong cảnh nơi đây đẹp lắm. ❷<动>làm (cho) đẹp; làm cho tốt: ~容 làm đẹp ❸<形>khiến cho vừa lòng; làm đẹp lòng; tốt: ~酒佳肴 rượu và đồ nhắm ngon ❹<名>sự vật tốt; việc tốt: 成人之~ giúp người thành đạt ❺<形>[方]hài lòng; đắc chí; sướng; thích: 才说你舞跳得好，你就~成这样了？Vừa khen em múa đẹp mà em đã đắc chí đến vậy sao? //(姓) Mĩ

美[2] Měi<名>❶Châu Mĩ ❷nước Mĩ: ~籍华人 người Mĩ gốc Hoa

【美不胜收】měibùshèngshōu đẹp không sao xem hết được

【美不胜言】měibùshèngyán đẹp không sao tả xiết; đẹp vô cùng; đẹp hết chỗ nói

【美餐】měicān❶<名>thức ăn ngon ❷<动>ăn thỏa thích

【美差】měichāi<名>việc làm béo bở

【美称】měichēng<名>tiếng khen; lời khen; lời ca ngợi

【美传】měichuán<名>truyền thuyết và giai thoại; câu chuyện hay: 这些~及佳话必将永远流传在民间。Truyền thuyết và những giai thoại này sẽ mãi mãi được lưu truyền trong dân gian.

【美德】měidé<名>phẩm chất (đức tính, đạo đức) tốt đẹp; mĩ đức: 乐于助人的~ phẩm chất tốt sẵn lòng giúp đỡ người khác

【美发】měifà<动>sửa sang đầu tóc; làm đầu; đẹp tóc

【美发店】měifàdiàn<名>hiệu làm đầu

【美发师】měifàshī<名>thợ làm đầu

【美感】měigǎn〈名〉mĩ cảm; cảm thụ về cái đẹp: 太极拳富有~。Thái cực quyền có nét đẹp đặc thù.

【美工】měigōng〈名〉❶công tác mĩ thuật; trang trí (sân khấu, điện ảnh) ❷nghệ nhân trang trí (sân khấu, điện ảnh...)

【美观】měiguān〈形〉mĩ quan; đẹp; đẹp mắt: ~大方 đẹp mắt trang nhã

【美国】Měiguó〈名〉Mĩ: ~人 người Mĩ

【美好】měihǎo〈形〉tốt đẹp; đẹp; mĩ hảo

【美化】měihuà〈动〉làm cho đẹp; điểm tô cho đẹp: ~环境 làm đẹp môi trường

【美金】měijīn =【美元】

【美景】měijǐng〈名〉cảnh đẹp; cảnh sắc tươi đẹp: 桂林甲天下的~吸引着国内外游客。Cảnh đẹp bậc nhất thiên hạ ở Quế Lâm đã thu hút nhiều du khách trong và ngoài nước.

【美酒】měijiǔ〈名〉rượu ngon

【美丽】měilì〈形〉đẹp; tươi đẹp; xinh đẹp: ~的城市 thành phố tươi đẹp

【美轮美奂】měilún-měihuàn vẻ đẹp tuyệt vời; đẹp hết ý

【美满】měimǎn〈形〉cuộc sống đầy đủ; mĩ mãn; đầm ấm: ~家庭 gia đình đầm ấm

【美貌】měimào❶〈名〉khuôn mặt xinh đẹp; bộ mặt đẹp đẽ ❷〈形〉xinh đẹp; xinh xắn; đẹp

【美眉】měiméi〈名〉cô gái đẹp

【美美】měiměi〈副〉đầy hứng thú; đầy cảm hứng; khoái chí: ~地玩了一天。Chơi thả cửa cả một ngày.

【美梦】měimèng〈名〉mộng đẹp: ~成真 ước mơ đẹp trở thành hiện thực

【美妙】měimiào〈形〉tuyệt vời; tươi đẹp; kì diệu: 歌声~ tiếng hát tuyệt vời

【美名】měimíng〈名〉tiếng thơm; tiếng tăm; danh tiếng; tên hay

【美男子】měinánzǐ〈名〉chàng trai đẹp; mĩ nam tử; người đàn ông tuấn tú

【美女】měinǚ〈名〉mĩ nữ; gái đẹp; người đẹp; xinh gái

【美女蛇】měinǚshé〈名〉rắn mĩ nữ

【美女簪花】měinǚ-zānhuā ví lối viết thư pháp duyên dáng hoặc là thơ văn tươi mới thanh lịch

【美其名曰】měiqímíngyuē đặt một tên đẹp cho một điều gì đó

【美缺】měiquē〈名〉cương vị tốt: 这是一份~，可别错过了。Đây là một cương vị tốt, không nên bỏ lỡ.

【美人】měirén〈名〉người đẹp; mĩ nhân: 英雄难过~关。Anh hùng thường phải cúi đầu trước sắc đẹp.

【美人迟暮】měirén-chímù gái đẹp tuổi tàn

【美人计】měirénjì〈名〉kế mĩ nữ; mĩ nhân kế

【美人蕉】měirénjiāo〈名〉cây chuối cảnh; hoa chuối tây

【美人鱼】měirényú〈名〉cá mĩ nữ

【美人痣】měirénzhì〈名〉nốt ruồi mĩ nữ

【美容】měiróng〈动〉làm đẹp; trang điểm; thẩm mĩ; sửa sang sắc đẹp; mĩ dung: 她经常去~。Chị ấy thường đi trang điểm làm đẹp.

【美容觉】měiróngjiào〈名〉giấc ngủ thẩm mĩ

【美容师】měiróngshī〈名〉thợ chuyên nghiệp về làm đẹp dung nhan (không bao gồm giải phẫu)

【美容手术】měiróng shǒushù phẫu thuật thẩm mĩ; phẫu thuật sửa sắc đẹp

【美容院】měiróngyuàn〈名〉mĩ viện; viện thẩm mĩ

【美如冠玉】měirúguānyù điển trai

【美若天仙】měiruòtiānxiān đẹp như tiên

【美色】měisè〈名〉mĩ sắc; sắc đẹp: 他抵挡不住~的诱惑。Ông ta không kìm được sự

M

quyến rũ của sắc đẹp.

【美声】měishēng<名>(thanh nhạc) opera (lối hát mượt mà có xuất xứ từ Italia)

【美声唱法】měishēng chàngfǎ lối hát opera; hát giọng Âu

【美食】měishí<名>món ăn ngon; mĩ thực: 中华~，名扬世界。Món ngon Trung Hoa lừng danh thế giới.

【美食城】měishíchéng<名>khu món ăn ngon

【美食家】měishíjiā<名>người sành ăn

【美食街】měishíjiē<名>đường phố món ăn ngon; phố ẩm thực

【美食节】měishíjié<名>liên hoan ẩm thực

【美食文化】měishí wénhuà văn hóa ẩm thực

【美式】měishì<名>kiểu Mĩ: ~足球 bóng đá kiểu Mĩ (bóng bầu dục)

【美术】měishù<名>❶nghệ thuật tạo hình; mĩ thuật ❷hội họa

【美术馆】měishùguǎn<名>quán mĩ thuật

【美术字】měishùzì<名>chữ mĩ thuật

【美谈】měitán<名>giai thoại; câu chuyện mọi người ca tụng: 他拾金不昧的事迹传为~。Chuyện anh ấy nhặt được của rơi trả lại người mất đã trở thành giai thoại.

【美味】měiwèi<名>thức ăn (tươi) ngon

【美学】měixué<名>mĩ học

【美言】měiyán❶<动>khen; nói tốt ❷<名>[书]ngôn từ đẹp đẽ; lời nói tốt đẹp

【美言不信，信言不美】měiyán-bùxìn, xìnyán-bùměi thuốc đắng dã tật, sự thật mất lòng; lời lẽ mộc mạc thường chân thật hơn lời nói chải chuốt

【美艳】měiyàn<形>diêm dúa quyến rũ: 打扮~ ăn mặc diêm dúa quyến rũ

【美意】měiyì<名>ý đẹp; ý tốt; ý hay

【美育】měiyù<名>mĩ dục; giáo dục thẩm mĩ

【美誉】měiyù<名>danh dự; lời ca ngợi;

danh hiệu đẹp: 该产品在全国享有~。Sản phẩm này giành được danh hiệu tốt trong phạm vi toàn quốc.

【美元】měiyuán<名>đồng đô-la Mĩ

【美院】měiyuàn<名>học viện mĩ thuật

【美展】měizhǎn<名>triển lãm mĩ thuật

【美中不足】měizhōng-bùzú đẹp chưa trọn vẹn; điều chưa hoàn mĩ; ngọc còn có vết

【美洲】Měizhōu<名>châu Mĩ

【美洲豹】měizhōubào<名>báo châu Mĩ

【美洲狮】měizhōushī<名>sư tử châu Mĩ

【美滋滋】měizīzī khoái chí; đắc ý; sung sướng: 看着孙女上台表演，他心里~的。Nhìn thấy đứa cháu gái của mình biểu diễn trên sân khấu, trong lòng ông ấy dạt dào niềm vui.

镁 měi<名>[化学]ma-giê (kí hiệu: Mg)

【镁弹】měidàn<名>đạn ma-giê

【镁粉】měifěn<名>[冶金]bột ma-giê

【镁光】měiguāng<名>ánh sáng ma-giê: 灯 đèn (nháy) ma-giê

mèi

妹 mèi<名>❶em gái ❷người con gái (ít tuổi hơn) ❸cô gái (trẻ); con gái //(姓) Muội

【妹夫】mèifu<名>em rể

【妹妹】mèimei<名>❶em gái (ruột) ❷em gái (họ)

【妹子】mèizi<名>[方]❶em gái ❷cô gái; bé gái

昧 mèi❶<形>mờ mịt; mơ hồ; mê muội ❷<动>che giấu; giấu giếm ❸<形>[书]tối tăm; u ám ❹<动>[书]xúc phạm; mạo muội

【昧良心】mèi liángxīn trái với lương tâm; dối lòng (làm chuyện xấu): 他这样说真是~。Ông ta nói như vậy là trái với lương tâm.

【昧心】mèixīn<动>trái với lương tâm

寐 mèi<动>[书]ngủ

媚 mèi❶<动>nịnh bợ; lấy lòng; nịnh hót ❷<形>tốt đẹp; tươi đẹp; đáng yêu; xinh đẹp

【媚敌】mèidí<动>cấu kết địch: 不能~求荣。Không thể câu kết với kẻ địch để cầu vinh.

【媚骨】mèigǔ<名>tính khúm núm; luồn cúi; nịnh nọt (dáng điệu)

【媚上欺下】mèishàng-qīxià nịnh nọt bề trên, chèn ép kẻ dưới

【媚世】mèishì<动>lấy lòng thế tục; xu thời: ~之作 tác phẩm xu thời

【媚俗】mèisú =【媚世】

【媚态】mèitài<名>❶vẻ nịnh bợ: 阿谀的~ dáng vẻ khúm núm nịnh bợ ❷dáng xun xoe, yểu điệu

【媚外】mèiwài<动>tâng bốc; nịnh hót nước ngoài: 崇洋~ tâng bốc sùng bái nước ngoài

【媚眼】mèiyǎn<名>cái lườm yêu: 她向他抛了一个~。Cô lườm yêu anh một cái.

魅 mèi❶<名>ma; quỷ; yêu ma ❷<动>mê hoặc

【魅惑】mèihuò<动>dụ dỗ; mê hoặc: 她用美貌~了不少高官。Cô ta đã dùng sắc đẹp của mình làm mê hoặc không ít những quan chức cấp cao.

【魅力】mèilì<名>sức quyến rũ; sức cuốn hút; sức hấp dẫn: 她的舞姿散发着~。Điệu múa của chị ấy có sức cuốn hút.

【魅人】mèirén<形>làm say lòng người; quyến rũ lòng người

mēn

闷 mēn❶<形>bí; ngột ngạt; oi bức; khó thở: 天气~热 trời oi bức nóng nực ❷<动>đóng kín; hãm; ngấm (chè): 粥煮好后~一会再开盖。Nồi cháo nấu xong ủ một lúc rồi mở vung ra. ❸<动>âm thầm; không lên tiếng: ~声不响 im hơi lặng tiếng ❹<形>[方]ấp a ấp úng; nói không ra hơi: 要主动回答老师的提问，不要~声~气的。Không nên im hơi lặng tiếng mà phải chủ động trả lời câu hỏi của thầy cô. ❺<动>nằm gí (trong nhà): 整天~在家里会~出病来。Suốt ngày cứ nằm gí trong nhà rồi sinh bệnh cũng nên.

另见mèn

【闷沉沉】mēnchénchén❶ngột ngạt ❷(âm thanh) trầm đục

另见mènchénchén

【闷气】mēnqì<形>ngột ngạt

另见mènqì

【闷热】mēnrè<形>oi bức; nóng nực; ngột ngạt: ~的天气 thời tiết nóng nực

【闷骚】mēnsāo<形>trong lòng lẳng lơ mà mặt kín đáo

【闷声不响】mēnshēng-bùxiǎng lầm lì; nói chẳng ra hơi

【闷声闷气】mēnshēng-mēnqì giọng ồm ồm

【闷头儿】mēntóur<副>cặm cụi; cố gắng ngầm; phấn đấu lặng lẽ

mén

门 mén❶<名>cửa; ngõ: 后~ cửa sau ❷<名>cánh cửa: 铁~ cửa sắt ❸<名>cửa (của các đồ vật): 炉~ cửa lò ❹<名>cửa; van: 阀~ van ❺<名>tay nghề; bí quyết; mối manh: ~路 kĩ xảo/tay nghề ❻<名>gia đình; nhà; hộ: 家~不幸，出此逆子。Cả nhà bất hạnh vì nảy nòi ra đứa nghịch tử. ❼<名>cửa; phái (tôn giáo, học thuật): ~派 môn phái ❽<名>môn (cùng một thầy): ~徒 môn đồ ❾<名>môn (học); loài; loại: 五花八~ đủ kiểu đủ loại ❿<名>ngành (động, thực vật) ⓫<名>một sự kiện nào đó ⓬<量>khẩu; môn //(姓) Môn

【门把】ménbà<名>tay nắm cửa; quả đấm

cửa: 拉住~ kéo tay nắm cửa

【门板】ménbǎn<名>❶ván cửa ❷cánh cửa rời

【门匾】ménbiǎn<名>tấm biển (treo trên cửa)

【门齿】ménchǐ<名>răng cửa

【门当户对】méndāng-hùduì môn đăng hộ đối; xứng vai xứng vế; gia cảnh xứng nhau; gia thế xứng nhau

【门道】méndào<名>lối vào cửa

【门道】méndao<名>[口]lề lối; cách thức; con đường; bí quyết: 劳动致富的~很多。Có rất nhiều con đường đi đến giàu sang thông qua lao động.

【门灯】méndēng<名>đèn cửa

【门第】méndì<名>nhà; dòng dõi; gia thế; môn đệ: ~相当 dòng dõi tương xứng

【门洞儿】méndòngr<名>❶cửa ngõ ❷cổng tò vò

【门墩】méndūn<名>trụ cửa (bệ đỡ cánh cửa)

【门额】mén'é<名>bậu cửa; mi cửa

【门房】ménfáng<名>❶gian nhà sát cổng ❷người gác cổng

【门扉】ménfēi<名>cánh cửa

【门风】ménfēng<名>nếp nhà; nền nếp gia đình; gia phong: 败坏~ làm bại hoại gia phong

【门缝】ménfèng<名>khe cửa: ~太宽 khe cửa quá rộng

【门缝里看人】ménfèng li kàn rén quan sát đánh giá con người và sự việc qua khe cửa (ví có sự thiên kiến trong đánh giá); khinh người

【门岗】méngǎng<名>trạm; chòi (gác cổng)

【门户】ménhù<名>❶cửa; cửa ngõ (tên gọi chung) ❷nhà; gia đình ❸môn phái; bè phái; phe cánh ❹gia thế

【门户网站】ménhù wǎngzhàn[计算机] trạm mạng cửa ngõ; mạng trang cửa ngõ

【门户之见】ménhùzhījiàn thành kiến bè phái; thiên kiến môn phái; quan điểm riêng của từng môn phái

【门环】ménhuán<名>vòng cửa; khâu cửa (cái vòng bằng đồng hoặc bằng sắt ở trên cửa)

【门将】ménjiàng<名>thủ môn: 这个~反应很快，接住了很多险球。Thủ môn này phản ứng rất nhanh, bắt được nhiều pha bóng khá hiểm.

【门禁】ménjìn<名>phòng vệ cổng: ~森严 phòng vệ nghiêm ngặt

【门警】ménjǐng<名>cảnh sát (cảnh vệ) gác cổng

【门镜】ménjìng<名>kính tròn mắt mèo (treo trên cửa nhà để nhìn từ bên trong có thể thấy được người bên ngoài cửa)

【门槛】ménkǎn<名>❶ngưỡng cửa; bậc cửa ❷mẹo; bí quyết; bản lãnh ❸tiêu chuẩn: 这家公司的~很高，一般不招新手。Tiêu chuẩn của công ti này rất cao, thường không tuyển dụng những người non tay.

【门可罗雀】ménkěluóquè trước cửa có thể giăng lưới bắt chim sẻ; hết sức yên tĩnh; cửa nhà vắng vẻ

【门客】ménkè<名>môn khách; kẻ giúp việc trong nhà (quyền quý)

【门口】ménkǒu<名>cửa; cổng: ~有客人找你。Ngoài cửa có người đến tìm em.

【门框】ménkuàng<名>khung cửa

【门廊】ménláng<名>hành lang (nối tiếp cửa sân và cửa phòng hoặc hành lang trước cửa phòng): 拱形~ hành lang hình vòng cung

【门类】ménlèi<名>môn; loại; loài

【门里出身】ménli chūshēn có nghề gia truyền; xuất thân nhà nghề (con nhà nòi)

【门帘】ménlián<名>rèm cửa; màn cửa: 掀

开~ kéo rèm cửa ra

【门联】ménlián<名>câu đối dán cửa

【门脸儿】ménliǎnr<名>[方]❶nơi gần cổng thành; vùng phụ cận trước cổng thành ❷bộ mặt cửa hàng; mặt tiền của cửa hàng ❸cửa hàng

【门链】ménliàn<名>xích cửa; chốt cửa

【门铃】ménlíng<名>chuông cửa: 请按~。Vui lòng bấm chuông cửa.

【门楼】ménlóu<名>tháp; chóp; lầu (trên cổng)

【门路】ménlu<名>❶phương pháp; cách thức; bí quyết; biện pháp tài nghệ: 他在销售方面有~。Anh ta có tài trong lĩnh vực tiêu thụ. ❷chỗ quan hệ; chỗ quen biết

【门脉】ménmài<名>tĩnh mạch cửa (giải phẫu)

【门楣】ménméi<名>❶mi cửa (tấm gỗ trên khung cửa ra vào) ❷dòng dõi; gia thế

【门面】ménmian<名>❶mặt tiền cửa hàng: 装点~ trang trí mặt tiền cửa hàng ❷bề ngoài; vẻ ngoài

【门面话】ménmianhuà<名>lời nói ngoài miệng (không thực lòng); lời nói đãi bôi

【门钮】ménniǔ<名>nắm cửa; tay nắm cửa

【门牌】ménpái<名>biển số nhà: ~号码 số nhà

【门派】ménpài<名>phái; môn phái

【门票】ménpiào<名>vé vào cửa: 这场球的~收入达三百万元人民币。Doanh thu vé vào cửa của trận bóng này lên đến 3 triệu đồng RMB.

【门前三包】ménqián sānbāo đảm trách về vệ sinh, phủ xanh và trật tự

【门球】ménqiú<名>crôkê; môn bóng vồ: 他喜欢打~。Anh ta rất thích đánh bóng vồ.

【门人】ménrén<名>❶học trò; học sinh; môn đồ ❷người giúp việc (trong nhà quyền quý)

【门扇】ménshàn<名>cánh cửa; cửa

【门神】ménshén<名>thần giữ cửa (tranh hộ pháp dán trên cánh cửa): 春节期间不少人家贴~。Tết đến không ít gia đình dán tranh hộ pháp.

【门生】ménshēng<名>❶môn sinh; học trò; đệ tử ❷môn sinh; đệ tử (lời tự xưng của thí sinh thi đỗ đối với quan chủ khảo)

【门市】ménshì<名>cửa hàng bán lẻ: 影楼~情况 tình hình kinh doanh của hiệu chụp ảnh

【门市部】ménshìbù<名>quầy bán hàng; nơi bán hàng; cửa hàng

【门式起重机】ménshì qǐzhòngjī cần cẩu; cần trục long môn

【门闩】ménshuān<名>then cửa; chốt cửa: 拉上~ cài chặt then cửa

【门锁】ménsuǒ<名>cái khóa cổng (cửa)

【门庭】méntíng<名>❶cửa và sân: ~冷落 cửa nhà vắng vẻ ❷gia đình và dòng dõi; gia thế

【门庭若市】méntíng-ruòshì trước cửa sân đình đông như chợ; đông như kiến cỏ; đông như trảy hội

【门童】méntóng<名>nhân viên trực cửa ra vào; người gác cổng; trẻ trực ở cổng

【门徒】méntú<名>môn đệ; đệ tử; học trò

【门外汉】ménwàihàn<名>người ngoài ngành; tay ngang (ngoại đạo, không chuyên): 对于哲学, 我完全是~。Với triết học, tôi hoàn toàn như người ngoại đạo vậy.

【门卫】ménwèi<名>người gác cổng; người gác cửa

【门下】ménxià<名>❶người giúp việc (trong nhà quyền quý) ❷môn đệ; đệ tử; học trò ❸gót chân (người thầy); cửa truyền thụ: 名医~出高徒。Cửa danh y thường xuất hiện những đồ đệ cao tay.

【门牙】ményá<名>răng cửa

【门迎】ményíng<名>người tiếp tân

M

【门诊】ménzhěn<动>khám bệnh; chẩn đoán bệnh: 24小时~ khám chữa bệnh trong vòng 24 giờ

【门诊部】ménzhěnbù<名>phòng khám bệnh

【门柱】ménzhù<名>trụ cổng

【门子】ménzi❶<名>người coi nhà; người gác cổng ❷<名>chỗ quan hệ; chỗ quen biết ❸<量>[方]vụ việc; đám (dùng trong trường hợp hôn lễ, họ hàng)

扪 mén<动>[书]sờ; đặt; để tay lên

【扪心】ménxīn<动>[书]để tay lên ngực; sờ ngực (tỏ ý hối hận): ~自问 tự phản tỉnh/sờ vào lương tâm tự hỏi mình

mèn

闷 mèn<形>❶buồn phiền; không vui ❷bí hơi; kín mít
另见mēn

【闷沉沉】mènchénchén buồn rười rượi
另见mēnchénchén

【闷得慌】mèndehuāng chán ngán; buồn ghê gớm: 她觉得心里~。Cô ấy cảm thấy trong lòng buồn ghê gớm.

【闷堵】mèndǔ<形>❶nghẹt thở; bị ngạt: 鼻子~ bị ngạt mũi ❷bị đàn áp; bị áp bức

【闷棍】mèngùn<名>cú đánh lén; cú đòn bất ngờ; cú đòn gió

【闷葫芦】mènhúlu<名>❶hũ nút; ví những lời nói và sự việc rất khó đoán, khó hiểu, làm người ta phát bực ❷người ít nói

【闷酒】mènjiǔ<名>rượu buồn: 一个人在家喝~。Một mình ngồi nhà ngán ngẩm uống rượu buồn.

【闷倦】mènjuàn<形>buồn bã mệt mỏi; buồn bực mệt mỏi

【闷雷】mènléi<名>sấm rền; ví đòn đả kích bất ngờ về tinh thần

【闷闷不乐】mènmèn-bùlè buồn bã không vui: 失业的压力一直使他~。Áp lực thất nghiệp khiến anh ấy cứ buồn dầu không vui.

【闷气】mènqì<名>oi bức; khó chịu; bí hơi; ngột ngạt; buồn bực (cảm giác)
另见mēnqi

【闷香】mènxiāng<名>mê hồn hương

【闷子车】mènzichē<名>toa kín (chở hàng); toa thùng

焖 mèn<动>om; nấu; hầm; kho; dim

【焖饭】mènfàn<动>ủ cơm; nấu cơm

【焖锅】mènguō<名>nồi hầm: 用~焖羊肉 dùng nồi hầm để hầm thịt dê

【焖肉】mènròu<动>hầm thịt; kho thịt

懑 mèn<形>[书]❶buồn bực ❷tức giận: 愤~ tức tối/căm tức

men

们 men (dùng sau đại từ hoặc danh từ chỉ người; biểu thị số nhiều) các; chúng; những: 孩子~，到这边来！Các cháu bé ơi, lại đây nào!

mēng

蒙¹ mēng<动>❶lừa bịp; dối trá ❷đoán mò; nói bừa

蒙² mēng<动>u mê; hôn mê; xây xẩm
另见méng, Měng

【蒙蒙黑】mēngmēnghēi chạng vạng tối; xâm xẩm tối; mờ tối

【蒙蒙亮】mēngmēngliàng tờ mờ sáng

【蒙骗】mēngpiàn<动>lừa dối; lừa gạt; đánh lừa; lừa bịp: ~外行 lừa dối người ngoài ngành

【蒙人】mēngrén<动>lừa người: 用假药lấy thuốc giả lừa người

【蒙头】mēngtóu<动>trùm đầu; bù đầu: ~大

M

睡 bù đầu ngủ thiếp đi

【蒙头转向】 mēngtóu–zhuànxiàng đầu óc quay cuồng; choáng váng

méng

虻 méng<名>ruồi trâu; ve trâu; ruồi vàng

萌 méng<动>❶manh nha; nảy mầm ❷nảy sinh //(姓)Manh

【萌动】 méngdòng<动>❶nảy mầm; đâm chồi: 种子在~。Hạt giống đang nảy mầm. ❷nảy nở; nảy sinh; nổi lên: 野心~ nảy sinh dã tâm

【萌发】 méngfā<动>❶(hạt giống) nảy mầm; đâm chồi: 麦芽~ hạt mạch nảy mầm ❷(sự vật) phát sinh; nảy sinh: ~出爱慕之情 nảy sinh tình cảm ngưỡng mộ

【萌生】 méngshēng<动>(bắt đầu) nảy sinh (thường dùng với sự vật trừu tượng): ~杀机 nảy sinh ý định giết người

【萌芽】 méngyá❶<动>manh nha; nảy mầm: ~阶段 giai đoạn nảy mầm ❷<名>mầm mống; ví cái mới đang hình thành: 资本主义生产关系的~ mầm mống của quan hệ sản xuất tư bản chủ nghĩa

蒙 méng<动>❶che; đậy; bịt; trùm; phủ ❷lừa dối ❸gặp; bị; được ❹mông muội; tối tăm //(姓)Mông
另见mēng, Měng

【蒙蔽】 méngbì<动>che đậy (chân tướng); lừa dối: ~老百姓 lừa dối dân chúng

【蒙尘】 méngchén<动>[书]chịu cảnh phong trần (chỉ vua phải chạy loạn do chiến tranh)

【蒙垢】 ménggòu<动>[书]bị xỉ nhục; bị làm nhục

【蒙汗药】 ménghànyào<名>thuốc mê (trong tác phẩm văn nghệ cũ)

【蒙哄】 ménghǒng<动>đánh lừa; lừa bịp; lừa gạt: ~小孩 lừa trẻ con

【蒙混】 ménghùn<动>lừa dối; bịp; gạt: ~过关 lừa gạt qua mắt

【蒙眬】 ménglóng<形>mơ màng; lơ mơ: ~睡去 lơ mơ ngủ thiếp đi

【蒙昧】 méngmèi<形>❶mông muội (tối tăm): ~主义 chủ nghĩa mông muội ❷ngu si; ngu dốt; không hiểu biết gì: ~无知 tối tăm ngu dốt

【蒙蒙】 méngméng<形>❶(mưa) lất phất; lâm thâm; lấm tấm: ~细雨 mưa lâm thâm/mưa bay lất phất; 烟雨~ mưa bay lất phất ❷mờ mịt; mù mịt: 天~亮。Trời lờ mờ sáng.

【蒙面】 méngmiàn<动>bịt mặt: ~窃贼 tên trộm bịt mặt; ~大盗 kẻ trộm (cướp) đeo mặt nạ

【蒙难】 méngnàn<动>gặp nạn; bị hại: ~日 ngày gặp nạn

【蒙受】 méngshòu<动>bị; chịu

【蒙太奇】 méngtàiqí<名>[电影]dựng phim (montage); thủ pháp ghép màn ảnh phim

【蒙羞】 méngxiū<动>nhục nhã

【蒙药】 méngyào<名>[口]thuốc mê

【蒙冤】 méngyuān<动>bị oan (uổng): ~入狱 vào tù một cách oan uổng

【蒙在鼓里】 méngzàigǔli rúc đầu vào trống, chẳng thấy người gõ; bị bịt mắt bịt tai; bị lừa mà không hay biết

盟 méng❶<名>liên hiệp; liên minh; đồng minh ❷<动>kết nghĩa (anh em) ❸<名>minh (tên gọi một cấp khu vực hành chính của khu tự trị Nội Mông, bao gồm kì, huyện, thị) ❹<动>thề; ăn thề //(姓)Minh

【盟邦】 méngbāng<名>nước đồng minh; bạn đồng minh

【盟国】 méngguó<名>nước đồng minh: 军事~ nước đồng minh quân sự

【盟军】 méngjūn<名>quân đội đồng minh

【盟誓】 méngshì❶<动>thề; ăn thề: 举手~ giơ tay xin thề ❷<名>[书]lời thề

M

【盟兄弟】méngxiōngdì〈名〉anh em kết nghĩa

【盟友】méngyǒu〈名〉❶bạn đồng minh; bạn kết nghĩa ❷nước đồng minh

【盟员】méngyuán〈名〉thành viên đồng minh

【盟约】méngyuē〈名〉hiệp ước đồng minh; lời thề đồng minh: 缔结~ kí kết hiệp ước đồng minh

【盟主】méngzhǔ〈名〉minh chủ

矇 méng

【矇眬】ménglóng〈形〉[书](ánh mặt trời) lờ mờ; mờ mịt

朦 méng

【朦胧】ménglóng〈形〉❶(ánh trăng) mờ ❷lờ mờ; u ám; mông lung

【朦胧美】ménglóngměi vẻ đẹp mờ ảo; vẻ đẹp mơ hồ

【朦胧诗】ménglóngshī〈名〉thơ mông lung

礞 méng

【礞石】méngshí〈名〉mông thạch (một loại khoáng sản, có thể làm thuốc)

měng

猛 měng❶〈形〉mạnh; mạnh mẽ; mãnh liệt ❷〈副〉bỗng; đột nhiên; bất ngờ ❸〈动〉dồn sức làm //(姓)Mạnh, Mãnh

【猛不丁】měngbudīng[方]bỗng nhiên; bất thình lình: 从胡同里~地蹿出一个人。Bỗng nhiên có một người từ trong ngõ chạy ra.

【猛不防】měngbufáng bỗng; không ngờ; bất thình lình

【猛冲】měngchōng〈动〉xung phong mạnh mẽ; bổ nhào; lao vào: 向前~ bổ nhào về phía trước

【猛打猛冲】měngdǎ-měngchōng tấn công xông xáo

【猛地】měngde〈副〉đột ngột; đột nhiên

【猛跌】měngdiē〈动〉giảm mạnh: 股票~ cổ phiếu giảm mạnh/cổ phiếu sụt mạnh

【猛攻】měnggōng〈动〉tấn công mạnh mẽ: 顶住了敌人的~ chống lại sự tấn công mạnh mẽ của kẻ địch

【猛拐】měngguǎi〈动〉cua gấp: 汽车~，一下子翻下了悬崖。Chiếc ô tô cua gấp, trong tích tắc đã đổ lật xuống vực sâu.

【猛虎扑食】měnghǔ-pūshí mãnh hổ vồ mồi; ví tốc độ nhanh, mạnh như mãnh hổ vồ mồi

【猛虎下山】měnghǔ-xiàshān mãnh hổ bổ xuống rừng; ví khí thế mạnh mẽ

【猛击】měngjī〈动〉đánh mạnh mẽ: ~一掌 đánh một đòn mạnh

【猛将】měngjiàng〈名〉dũng tướng; mãnh tướng: 他是我们校足球队的一员~。Anh ta là một dũng tướng trong đội bóng đá của trường chúng tôi.

【猛进】měngjìn〈动〉tiến mạnh; xông xáo: 突飞~ bay nhanh tiến mạnh

【猛劲儿】měngjìnr[口]❶〈动〉dồn sức; dốc sức; tận lực ❷〈名〉sức mạnh dồn lại ❸〈名〉hăng hái

【猛砍】měngkǎn〈动〉chém mạnh; chặt mạnh: 拿起刀一阵~ cầm dao phạt mạnh một hồi

【猛力】měnglì〈名〉sức mạnh

【猛厉】měnglì〈形〉mạnh mẽ

【猛烈】měngliè〈形〉❶mãnh liệt; dữ dội; gắt gao: ~进攻 tiến công dữ dội ❷nguy kịch; dữ dội: 巨浪~地拍打着岩石。Sóng lớn đập dữ dội vào bờ đá.

【猛龙过江】měnglóng-guòjiāng mãnh long quá giang

【猛犸】měngmǎ〈名〉voi ma-mút

【猛男】měngnán〈名〉đấng nam nhi khỏe mạnh và giàu sức quyến rũ

【猛扑】měngpū<动>lao vào: 老虎向猎物~过去。Con hổ dồn sức vồ mồi.

【猛禽】měngqín<名>mãnh cầm; loài chim dữ: 鹰是一种~。Chim ưng là một loài chim dữ.

【猛然】měngrán<副>bỗng nhiên; đột nhiên; bất ngờ: ~醒悟 đột nhiên tỉnh ngộ

【猛士】měngshì<名>lực sĩ; dũng sĩ

【猛兽】měngshòu<名>mãnh thú; thú dữ

【猛醒】měngxǐng<动>sực tỉnh; bỗng hiểu ra

【猛药起沉疴】měngyào qǐ chénkē dùng liều thuốc mạnh điều trị căn bệnh nặng lâu ngày

【猛饮暴食】měngyǐn-bàoshí bội thực; ăn như thần trùng

【猛增】měngzēng<动>tăng mạnh: 节假日期间公园游客~。Du khách đến công viên trong các ngày nghỉ ngày lễ tăng mạnh.

【猛涨】měngzhǎng<动>tăng vọt; dâng cao: 洪水~ nước lũ dâng cao

【猛鸷】měngzhì<名>chim ưng

【猛追】měngzhuī<动>ráo riết truy đuổi: ~小偷 ráo riết truy đuổi tên trộm

【猛子】měngzi<名>kiểu lao; bổ nhào (xuống nước)

蒙 Měng
另见mēng, méng

【蒙古包】měnggǔbāo<名>lều (nhà bạt) Mông Cổ: 牧民住在~里。Dân du mục sống trong lều Mông Cổ.

【蒙古刀】měnggǔdāo<名>dao Mông Cổ

锰 měng<名>[化学]Man-gan (kí hiệu: Mn)

【锰钢】měnggāng<名>thép hợp kim Man-gan

【锰结核】měngjiéhé<名>[地质]hạt Man-gan kết tủa

【锰矿】měngkuàng<名>quặng Man-gan: 广西有丰富的~资源。Quảng Tây có nguồn

tài nguyên quặng Man-gan phong phú.

【锰铁】měngtiě<名>hợp kim sắt man-gan

【锰铜】měngtóng<名>hợp kim đồng man-gan

獴 měng<名>[动物]cầy mangut

懵 měng<形>lờ mờ; hồ đồ; ngờ nghệch: ~~懵懵 đại dột ngờ nghệch

【懵然无知】měngrán-wúzhī lờ mờ không biết gì

【懵懂】měngdǒng<形>hồ đồ; dốt nát; ngờ nghệch: 聪明一世，~一时。Khôn ba năm, dại một giờ.

mèng

孟 mèng<名>❶[书]anh cả ❷mạnh (tháng đầu của một quý, một mùa) //(姓) Mạnh

【孟春】mèngchūn<名>tháng mạnh xuân; tháng giêng (âm lịch); sang xuân

【孟冬】mèngdōng<名>tháng mạnh đông; tháng mười (âm lịch)

【孟浪】mènglàng<形>[书]lỗ mãng; thô lỗ

【孟秋】mèngqiū<名>tháng mạnh thu; tháng bảy (âm lịch); sang thu

【孟夏】mèngxià<名>tháng mạnh hạ; tháng tư (âm lịch); tháng đầu tiên của mùa hạ

【孟子】Mèngzǐ<名>Mạnh Tử, người kế thừa học thuyết Khổng Tử

梦 mèng❶<名>giấc mơ; giấc chiêm bao ❷<动>nằm mơ; chiêm bao ❸<名>mộng tưởng; ước mơ //(姓) Mộng

【梦笔生花】mèngbǐshēnghuā ví văn hay chữ tốt

【梦话】mènghuà<名>❶lời nói mê ❷chuyện hoang đường: 他简直是说~! Anh ta toàn nói chuyện hoang đường!

【梦幻】mènghuàn<名>mộng ảo; cõi mộng: ~美 đẹp như trong mơ

【梦幻泡影】mènghuàn-pàoyǐng giấc

M

mộng hão huyền; mơ ước viển vông

【梦见】mèngjiàn<动>mơ thấy: ~多年不见的朋友 mơ thấy bạn đã bao năm không gặp

【梦境】mèngjìng<名>cõi mộng; cảnh đầy thơ mộng: ~成真 cảnh trong mộng thành sự thật

【梦寐】mèngmèi<名>chiêm bao; nằm mơ: ~以求 ước mơ tha thiết

【梦乡】mèngxiāng<名>cảnh mộng; giấc mơ: 深夜时分，人们早已进入~。Đêm khuya canh thâu, mọi người đã chìm vào giấc mộng.

【梦想】mèngxiǎng❶<动>ảo tưởng; mộng tưởng; mơ mộng hão huyền ❷<动>khát vọng; ước mơ; mơ tưởng: 我~成为一名医生。Tôi mơ ước trở thành bác sĩ. ❸<名>sự ước mơ

【梦魇】mèngyǎn<动>giật mình trong cơn ác mộng: ~之后的恐惧 sợ hãi sau cơn ác mộng

【梦遗】mèngyí<动>mộng tinh; di tinh

【梦呓】mèngyì =【梦话】

【梦游症】mèngyóuzhèng<名>bệnh mộng du

【梦中情人】mèngzhōngqíngrén người tình trong mộng

mī

咪 mī
【咪表】mībiǎo<名>đồng hồ tính giờ thu tiền dừng đỗ xe

【咪咪】mīmī<拟>(từ tượng thanh) meo meo: 小猫在~地叫。Con mèo con đang kêu meo meo.

眯 mī<动>❶mắt híp; lim dim; nheo: ~着眼 nheo mắt ❷[方]chợp mắt (ngủ): ~一小觉 chợp mắt một lát
另见mí

【眯瞪】mīdeng<动>[方]chợp mắt (ngủ)

【眯盹儿】mīdǔnr<动>[方]ngủ gật

【眯缝】mīfeng<动>híp mắt lại

【眯糊】mīhu<动>[方]thiu thiu ngủ

mí

弥 mí❶<形>khắp; đầy; mù mịt ❷<动>bù đắp (chỗ sai lầm; thiếu sót); che lấp ❸<副>[书]càng; càng thêm //(姓)Di

【弥补】míbǔ<动>bù đắp; bổ khuyết: ~不足之处 bù đắp khiếm khuyết

【弥封】mífēng<动>gập phách; dán kín (phách bài thi)

【弥缝】míféng<动>che đậy; che giấu; bù đắp; vá víu (khuyết tật sai lầm)

【弥合】míhé<动>làm lành; làm kín lại: ~裂痕 làm lành vết rạn nứt

【弥勒】Mílè<名>[宗教]Phật Di Lặc (Phạn: Maitreya)

【弥留】míliú<动>[书]hấp hối: ~之际 giờ phút (lúc) hấp hối

【弥漫】mímàn<动>(sương, bụi, nước) tràn đầy; dày đặc; bao phủ; mù mịt: 空气中~着一股芳香。Hương thơm tràn ngập trong không khí.

【弥蒙】míméng<形>mù mịt; mờ mịt

【弥撒】mísa<名>[宗教]lễ mi-sa (missa)

【弥散】mísàn<动>(ánh sáng, thể khí, âm thanh) tỏa khắp; lan tỏa: ~试验 thí nghiệm về lan tỏa

【弥天大谎】mítiān-dàhuǎng dối như cuội; nói dối thấu trời

【弥天大祸】mítiān-dàhuò tai họa tày trời

【弥天大罪】mítiān-dàzuì tội tày đình; tội ác tày trời: 他犯了~。Hắn ta đã phạm tội tày đình.

【弥天盖地】mítiān-gàidì đầy trời kín đất (lực lượng) mạnh; rất đông; rất nhiều

【弥陀】Mítuó〈名〉Phật A-di-đà (gọi tắt)

【弥望】míwàng〈动〉[书]hiện đầy ra trước mắt; ngợp trời: 冬雪~ tuyết đông ngợp trời

【弥望无际】míwàng-wújì đường trời vô định; ngợp trời không giới hạn

【弥月】míyuè〈动〉[书]❶(trẻ sơ sinh) đầy tháng ❷tròn (chẵn) một tháng

迷 mí ❶〈动〉lạc; không phân biệt được: ~ 失自我 đánh mất chính mình ❷〈动〉mê; nghiện; say; ham thích: ~上拉小提琴 say mê đàn vi-ô-lông ❸〈动〉làm cho mê muội: 鬼~心窍 ma đưa lối, quỷ dẫn đường ❹〈名〉 kẻ đam mê: 歌~ kẻ mê ca hát

【迷不知返】míbùzhīfǎn lạc đường không biết trở về

【迷彩服】mícǎifú〈名〉quần áo sặc sỡ; bộ đồ rằn ri

【迷迭香】mídiéxiāng〈名〉[植物]cây cỏ hương; hương thảo

【迷宫】mígōng〈名〉mê cung

【迷航】míháng〈动〉(máy bay, tàu thủy) lạc hướng: 飞机~。Máy bay bị mất phương hướng.

【迷糊】míhu❶〈形〉mê; mơ hồ; mơ mơ màng màng: 她一整夜没睡好，现在脑子~ 了。Cả đêm cô ấy không ngủ được, bây giờ đầu óc cứ mơ mơ màng màng. ❷〈动〉[口] chợp mắt

【迷幻】míhuàn〈形〉❶mơ hồ hư ảo; ảo giác: ~药 thuốc tạo ảo giác ❷tạo ra ảo giác

【迷魂汤】míhúntāng〈名〉thuốc mê hồn; liều thuốc mê; ví lời đường mật

【迷魂阵】míhúnzhèn〈名〉cạm bẫy; mê hồn trận

【迷惑】míhuò❶〈形〉mê hoặc; mê mẩn ❷〈动〉làm cho mê hoặc

【迷惑不解】míhuò-bùjiě mê muội không thể lí giải nổi; thắc mắc

【迷津】míjīn〈名〉[书]bến mê; đường tối;

con đường lầm lạc: 请高人指点~。Nhờ người sáng suốt chỉ đường thoát khỏi cõi u mê.

【迷离】mílí〈形〉mơ mơ màng màng; mơ hồ; mập mờ: ~的眼神 ánh mắt mơ màng

【迷离惝恍】mílí-chǎnghuǎng lơ mơ lờ mờ

【迷恋】míliàn〈动〉say mê; say đắm: ~网络 游戏 say mê trò chơi trên mạng

【迷路】mílù〈动〉❶lạc đường; lạc hướng ❷lầm đường lạc lối

【迷乱】míluàn❶〈形〉mê loạn; rối loạn: 眼 光~ ánh mắt rối loạn ❷〈动〉làm cho mê hoặc hoặc lộn xộn

【迷漫】mímàn〈动〉(mây mù) bao phủ; lan tràn; mờ mịt: 沙尘~ cát bụi mờ mịt

【迷茫】mímáng〈形〉❶bao la mù mịt ❷sợ hãi; mơ màng

【迷蒙】míméng〈形〉❶mờ; mờ mịt; mịt mù ❷(tâm trí) u mê

【迷梦】mímèng〈名〉mơ mộng; mơ tưởng hão huyền

【迷迷糊糊】mímihūhū mơ màng; gật gà gật gù

【迷迷怔怔】mímizhēngzhēng mê mẩn

【迷你】mínǐ〈形〉mi-ni; loại nhỏ; cỡ nhỏ: ~ 型摄像机 máy quay phim mi-ni

【迷你裙】mínǐqún〈名〉váy ngắn; mi-ni-juýp

【迷人】mírén〈形〉làm cho mê mẩn; làm say mê; làm cho mê hoặc

【迷上】míshàng〈动〉mê; mê phải: ~国标 舞 mê say điệu múa quốc tế

【迷失】míshī〈动〉không nhận ra (phương hướng); lạc đường; lạc hướng: 他在森林 里~了方向。Trong rừng sâu, anh ta bị mất phương hướng.

【迷途】mítú❶〈动〉lầm đường lạc lối: ~知 返 lạc đường biết trở về ❷〈名〉con đường sai lầm

【迷惘】míwǎng<形>hoang mang; bối rối: ~的一代 thế hệ bỏ đi/thế hệ thanh niên hoang mang bối rối

【迷雾】míwù<名>❶sương mù dày đặc ❷làm mất phương hướng

【迷信】míxìn<动>❶mê tín; tin: 不要~命运。Đừng nên tin vào số mệnh. ❷tín ngưỡng; sùng bái

【迷住】mízhù<动>say mê; bị mê; bị thôi miên: 他被那个女人~了。Anh ta đã bị người đàn bà đó mê hoặc.

【迷走神经】mízǒushénjīng dây thần kinh phế vị (đôi dây thần kinh thứ mười của não)

【迷醉】mízuì<动>say đắm; bị cuốn hút: 美好风景令人~。Phong cảnh đẹp làm say đắm lòng người.

眯 mí<动>bị dặm mắt (bụi vào mắt không mở được)
另见mī

猕 mí

【猕猴】míhóu<名>khỉ ma các (giống khỉ nhỏ mặt đỏ)

【猕猴桃】míhóutáo<名>quả kiwi

谜 mí<名>❶câu đố; lời đố ❷chi việc khó hiểu; khó giải quyết

【谜底】mídǐ<名>❶lời giải câu đố; đáp án câu đố ❷chân tướng; sự thật: 谁能告诉我这件事的~? Ai có thể nói cho tôi biết chân tướng của sự việc này?

【谜面】mímiàn<名>câu đố (để người ta đoán)

【谜团】mítuán<名>điều bí ẩn; huyền bí: 世界七大~ bảy điều huyền bí lớn trên thế giới

【谜语】míyǔ<名>lời đố; câu đố: 猜~ giải câu đố

縻 mí❶<名>cháo ❷<动>thốt nát; nhừ; rữa ❸<动>lãng phí //(姓) Mi

【縻烂】mílàn❶<动>bị bào mòn; lở loét;

thối nát: 皮肤~ da bị bào mòn ❷<形>sa đọa

麋 mí<名>[动物]con nai

【麋羚】mílíng<名>linh dương có gạc

【麋鹿】mílù<名>con nai

靡 mí<动>lãng phí; phí phạm
另见mǐ

【靡费】mífèi<动>lãng phí: 防止生活~ ngăn ngừa lãng phí trong cuộc sống

mǐ

米¹ mǐ<名>❶gạo: 粳~ gạo tẻ ❷hạt; nhân: 高粱~ hạt cao lương; 花生~ lạc nhân ❸vật nhỏ như gạo: 虾~ tôm nõn //(姓) Mễ

米² mǐ<量>mét

【米尺】mǐchǐ<名>thước mét

【米醋】mǐcù<名>giấm ăn (làm bằng gạo)

【米袋子】mǐdàizi<名>túi đựng gạo; ví chương trình cung cấp lương thực cho dân phố: 我们要关心市民的~和菜篮子。Chúng ta nên quan tâm đến túi đựng gạo và làn rau thịt của dân phố.

【米豆腐】mǐdòufu<名>[方]đậu phụ gạo

【米饭】mǐfàn<名>cơm

【米粉】mǐfěn<名>❶bột gạo: 用~做的各种产品 các sản phẩm làm từ bột gạo ❷bánh phở; bún phở: 越南人爱吃~。Người Việt Nam thích món bún phở.

【米粉肉】mǐfěnròu<名>thịt hấp bao bột tẻ

【米泔水】mǐgānshuǐ<名>nước vo gạo

【米糕】mǐgāo<名>bánh hấp bột gạo; bánh đúc

【米糊】mǐhú<名>bột gạo; hồ

【米花】mǐhuā<名>hạt gạo hoặc ngô đã rang giòn; bỏng gạo: 这~糖真好吃。Bỏng cốm này rất ngon.

【米黄】mǐhuáng<形>(màu) trắng ngà; (màu) kem

【米价】mǐjià<名>giá gạo

【米酒】mǐjiǔ<名>rượu gạo

【米糠】mǐkāng<名>cám gạo

【米老鼠】mǐlǎoshǔ<名>con chuột Mickey

【米粒】mǐlì<名>hạt gạo

【米粮川】mǐliángchuān<名>biển lúa; cánh đồng lúa phì nhiêu: 荒山变成~。Vùng núi hoang vu biến thành cánh đồng lúa phì nhiêu.

【米面】mǐmiàn<名>❶gạo và mì ❷bột gạo ❸[方]bánh phở

【米色】mǐsè<名>màu trắng ngà; màu kem

【米汤】mǐtāng<名>❶nước cơm ❷cháo loãng

【米线】mǐxiàn<名>[方]bún; bánh phở: 过桥~ bún qua cầu (một món bún đặc sắc Vân Nam Trung Quốc)

【米象】mǐxiàng<名>con mọt gạo

【米纸】mǐzhǐ<名>giấy nếp (lớp mỏng làm bằng tinh bột để bao gói bánh kẹo trong ngành công nghiệp thực phẩm)

【米制】mǐzhì<名>chế độ đo lường chiều dài quốc tế

【米珠薪桂】mǐzhū-xīnguì gạo châu củi quế; thóc cao gạo kém; đời sống đắt đỏ khó khăn: 他们决定搬离这~的城市。Họ quyết định rời khỏi ngôi thành gạo châu củi quế này.

【米猪】mǐzhū<名>lợn gạo (lợn có nang trùng kí sinh)

【米蛀虫】mǐzhùchóng<名>con mọt gạo

弭 mǐ<动>[书]diệt; dẹp; ngừng: 消~ tiêu diệt; ~战 ngừng chiến ///(姓) Nhị

【弭谤】mǐbàng<动>[书]dẹp lời phỉ báng

【弭兵】mǐbīng<动>[书]dập tắt chiến tranh: ~复和 dập tắt chiến tranh, lập lại hòa bình

【弭除】mǐchú<动>[书]diệt trừ; loại bỏ: loại trừ: ~误解 loại bỏ sự hiểu lầm

【弭患】mǐhuàn<动>[书]trừ họa; dẹp bỏ họa hoạn

【弭乱】mǐluàn<动>[书]dẹp loạn; dập tắt binh đao

靡¹ mǐ[书]❶<动>ngả; rạp (theo gió); đánh bạt: 风~ ngả theo gió; 披~ nằm rạp xuống ❷<形>tốt đẹp: ~丽 xa hoa

靡² mǐ<动>[书]không; không có: ~日不思 không ngày nào là không nghĩ tới

另见mí

【靡丽】mǐlì<形>[书]xa hoa; hoa lệ: 此刻的巴黎夜色~。Cảnh đêm Pa-ri lúc này thật hoa lệ.

【靡靡之音】mǐmǐzhīyīn điệu nhạc đồi trụy; nhạc vàng

【靡然】mǐrán<形>[书]ngả theo; nghiêng theo: 天下~从之。Cả thiên hạ đều ngả theo.

mì

觅 mì<动>tìm; kiếm; tìm kiếm: 寻~ tìm kiếm; ~知音 tìm bạn tri ki

【觅求】mìqiú<动>tìm kiếm; cầu cạnh: ~良方 tìm kiếm đơn thuốc tốt

【觅取】mìqǔ<动>tìm kiếm được; tìm lấy: 到山区~民间艺术素材 đi lên miền núi tìm nguồn dữ liệu sống trong nghệ thuật dân gian

【觅食】mìshí<动>kiếm ăn: 此种动物只在晚间~。Loài thú này chỉ kiếm ăn vào ban đêm.

泌 mì<动>tiết ra; ứa ra; rỉ ra

【泌尿】mìniào<动>tiết niệu

【泌尿感染】mìniào gǎnrǎn nhiễm trùng đường tiết niệu

【泌尿科】mìniàokē<名>khoa tiết niệu

【泌尿器官】mìniào qìguān cơ quan bài tiết nước tiểu

【泌尿系统】mìniào xìtǒng hệ thống tiết niệu

M

【泌尿学】mìniàoxué〈名〉[医学]tiết niệu học

【泌乳】mìrǔ〈动〉tiết ra sữa; ứa ra sữa; rỉ ra sữa: ~量不足 lượng sữa tiết ra không đủ

秘 mì❶〈形〉bí mật; kín: 神~ thần bí ❷〈动〉giữ bí mật; giữ kín ❸〈形〉hiếm; hiếm có: ~本 cuốn sách hiếm có ❹〈名〉thư kí

【秘宝】mìbǎo〈名〉của báu quý hiếm

【秘藏】mìcáng〈动〉tích trữ; cất giấu; giữ kín: 诉说~在心里多年的话 giãi bày câu chuyện đã giữ kín nhiều năm trong lòng

【秘传】mìchuán〈动〉bí truyền

【秘而不宣】mì'érbùxuān giữ kín không tuyên bố; giữ kín không nói ra: 双方对此事件均~。Hai bên đều giữ kín không nói ra chuyện này.

【秘方】mìfāng〈名〉phương thuốc bí truyền; bài thuốc gia truyền

【秘府】mìfǔ〈名〉kho sách báu (trong cung đình)

【秘籍】mìjí〈名〉sách quý hiếm (được cất giữ)

【秘计】mìjì〈名〉kế hoạch bí mật

【秘诀】mìjué〈名〉bí quyết: 婚姻幸福的~是互谅互让。Thông cảm và nhường nhịn lẫn nhau là bí quyết hạnh phúc hôn nhân.

【秘密】mìmì❶〈形〉bí mật; kín: ~会谈 cuộc hội đàm kín ❷〈名〉chuyện bí mật; việc bí mật; chuyện riêng: 泄露~ để lộ bí mật

【秘密活动】mìmì huódòng hoạt động bí mật

【秘密通道】mìmì tōngdào kênh bí mật

【秘史】mìshǐ〈名〉lịch sử bí mật; bí sử

【秘事】mìshì〈名〉điều bí mật; chuyện bí mật

【秘书】mìshū〈名〉❶thư kí: 董事会~ thư kí Hội đồng quản trị ❷công tác thư kí: ~管理 quản lí công tác thư kí

【秘书处】mìshūchù〈名〉ban thư kí

【秘书长】mìshūzhǎng〈名〉tổng thư kí

【秘术】mìshù〈名〉phép thuật huyền bí

【秘闻】mìwén〈名〉chuyện riêng; chuyện bí mật

密 mì〈形〉❶dày; đặc: ~集 dày đặc ❷chặt chẽ; gần; thân thiết: 亲~关系 quan hệ chặt chẽ ❸tinh tế; tỉ mỉ; kĩ càng: 周~的安排 sắp xếp kĩ càng ❹bí mật; kín: 举行秘~会谈 tổ chức cuộc hội đàm kín // (姓) Mật

【密报】mìbào❶〈动〉mật báo; bí mật báo cáo: 向上级~ bí mật báo cáo lên cấp trên ❷〈名〉tin mật báo: 收到~ nhận được tin mật báo

【密闭】mìbì❶〈动〉bịt kín; đóng kín: ~门窗 đóng kín cửa sổ ❷〈形〉kín: ~舱 khoang kín

【密布】mìbù〈动〉(phân bố) dày đặc; chi chít: 珠江三角洲河网~。Vùng châu thổ sông Châu Giang có mạng lưới sông ngòi chi chít.

【密电】mìdiàn❶〈名〉bức điện mật ❷〈动〉đánh điện mật: ~中央 đánh điện mật lên Trung ương

【密度】mìdù〈名〉❶mật độ; độ dày: 人口~ mật độ dân số ❷[物理]tỉ trọng: 水的~是 1 g/cm^3. Tỉ trọng của nước là 1 g/cm^3.

【密度计】mìdùjì〈名〉mật độ kế

【密耳】mì'ěr〈量〉mil

【密访】mìfǎng〈动〉chuyến thăm bí mật

【密封】mìfēng〈动〉bọc kín; đóng kín; niêm phong: 此信没~好。Bức thư này chưa niêm phong kín. 记得把袋口~好以免受潮。Nhớ đóng kín miệng bao kẻo bị ẩm.

【密封包装】mìfēng bāozhuāng đóng gói kín; bao bì kín

【密封保存】mìfēng bǎocún đóng kín cất giữ

【密封舱】mìfēngcāng〈名〉khoang kín

【密封带】mìfēngdài〈名〉băng niêm phong

【密封袋】mìfēngdài〈名〉túi niêm phong

【密封性】mìfēngxìng〈名〉tính đóng kín;

tính niêm phong

【密告】mìgào❶<动>bí mật báo cáo ❷<名> bản báo cáo bí mật

【密函】mìhán<名>thư bí mật; công văn mật: ~告之 thông báo bằng thư bí mật

【密会】mìhuì❶<动>gặp gỡ bí mật; họp kín: 事发之前两人已多次~。Trước lúc xảy ra vụ việc hai người đã nhiều lần gặp gỡ bí mật. ❷<名>cuộc gặp gỡ bí mật; hội nghị kín

【密级】mìjí<名>mức độ bí mật (thường chia làm ba mức là tuyệt mật, cơ mật và bí mật)

【密集】mìjí❶<动>tập trung: 春天大量的蝴蝶~在山谷花丛里。Mùa xuân một lượng lớn bươm bướm tập trung trên những bụi hoa trong khe núi. ❷<形>đông đúc; dày đặc: 远离人群~的地方 xa rời những nơi đông người

【密集型】mìjíxíng<名>dạng tập trung: 从劳动~企业转向高科技企业 từ doanh nghiệp kiểu tập trung sức lao động chuyển sang doanh nghiệp khoa học công nghệ cao

【密件】mìjiàn<名>văn kiện mật; công văn mật; tài liệu mật

【密林】mìlín<名>rừng rậm: 深山~ núi sâu rừng rậm

【密令】mìlìng❶<动>mật lệnh; bí mật ra lệnh: ~撤军 bí mật ra lệnh rút quân ❷<名> mật lệnh; mệnh lệnh bí mật: 接~ nhận được mật lệnh

【密码】mìmǎ<名>mật mã; mật khẩu: 输入~ nhập mật khẩu

【密码锁】mìmǎsuǒ<名>chiếc khóa mật khẩu

【密码箱】mìmǎxiāng<名>hộp khóa mật khẩu

【密茂】mìmào<形>dày đặc; rậm; dày: 灯光效果让人感觉自己置身于~的森林当中。Hiệu quả ánh sáng làm cho người ta có cảm giác như đang ở ngay trong khu rừng rậm.

【密密层层】mìmicéngcéng chi chít; dày đặc; trùng trùng điệp điệp; vòng trong vòng ngoài; tầng tầng lớp lớp: 一望无际的~的荷叶，迎着阳光舒展开来。Những tàu lá sen trùng điệp trải dài ngút tầm mắt xòe ra đón nhận những tia nắng chan hòa.

【密密丛丛】mìmicóngcóng (cây cỏ) dày đặc; rậm rạp; um tùm: ~的茅草 cỏ gianh rậm rạp; ~的人在围拢着看马戏。Cả đám người đã vây lại thành vòng tròn dày đặc để xem xiếc.

【密密麻麻】mìmimámá chi chít; chằng chịt; đông nghịt: 节假日各旅游景点哪里都是~的人。Trong những ngày hội, ngày nghỉ, các điểm du lịch đông nghịt những người là người.

【密密匝匝】mìmizāzā um tùm; rậm rạp; ken dày: 草地上一夜之间冒出了~的蘑菇。Chỉ một đêm thôi mà thảm cỏ đã ken dày những cụm nấm.

【密谋】mìmóu<动>mưu mô bí mật; âm mưu sắp đặt: ~抢劫银行 mưu mô định cướp nhà băng

【密切】mìqiè❶<形>chặt chẽ; mật thiết; thân mật: 关系~ quan hệ chặt chẽ ❷<动>làm cho gần gũi; thắt chặt: ~干群关系 thắt chặt mối quan hệ giữa lãnh đạo và quần chúng

【密商】mìshāng<动>bàn bạc bí mật; thảo luận kín

【密实】mìshi<形>kĩ; dày đặc; chặt; kín đáo: 这样~的事情都被发觉了。Việc kín vậy mà vẫn bị lộ.

【密使】mìshǐ<名>mật sứ; sứ giả bí mật

【密室】mìshì<名>phòng kín; buồng kín: 会议在~里举行。Hội nghị được tiến hành tại phòng kín.

【密谈】mìtán<动>tọa đàm bí mật; mật đàm

M

【密探】mìtàn<名>mật thám; thám tử: 发现一名~ phát hiện một thám tử

【密陀僧】mìtuósēng<名>[化学]Lithargyrum

【密位】mìwèi<名>[军事]mil

【密信】mìxìn<名>thư mật

【密友】mìyǒu<名>bạn thân: 我有一个多年的~。Tôi có một người bạn thân lâu năm.

【密语】mìyǔ❶<名>tiếng lóng ❷<动>nói chuyện bí mật: 两人已经~半天了。Hai người đã nói chuyện bí mật rất lâu.

【密约】mìyuē❶<动>hẹn hò bí mật: 近来两人常常~。Dạo này hai người thường hẹn hò bí mật. ❷<名>điều ước bí mật: 签订~ kí điều ước bí mật

【密云不雨】mìyún-bùyǔ mây ùn ùn mà không mưa; ví những việc đang nung nấu chưa xảy ra

【密召】mìzhào<动>gọi bí mật; mật triệu

【密诏】mìzhào<名>chiếu thư bí mật

【密植】mìzhí<动>[农业]cấy dày; trồng dày: 合理~ cấy dày hợp lí

【密旨】mìzhǐ<名>dụ chỉ bí mật; mật dụ

【密致】mìzhì<形>(vật chất) kết cấu chặt; mịn; dày: ~花纹小背心 chiếc áo gi-lê lấm tấm hoa mịn màng

【密宗】mìzōng<名>mật tông

幂 mì❶<名>[书]khăn đậy ❷<动>[书]che; đậy; trùm ❸<名>[数学]số mũ; lũy thừa: 2 的3次~是8。2 lũy thừa 3 bằng 8 ($2^3 = 8$).

【幂函数】mìhánshù<名>hàm số lũy thừa

谧 mì<形>[书]yên ổn; yên tĩnh

【谧静】mìjìng<形>[书]tĩnh mịch

嘧 mì

【嘧啶】mìdìng<名>[化学]pi-ri-mi-đin

蜜 mì❶<名>mật ong: 桂花蜂~ mật ong hoa quế ❷<名>những thứ như mật ong; mật: 糖~ ri mật ❸<形>ngọt (ngào); đường mật: 甜~ ngọt ngào

【蜜草】mìcǎo<名>cam thảo

【蜜蜂】mìfēng<名>con ong mật

【蜜柑】mìgān<名>cam đường

【蜜供】mìgòng<名>điểm tâm ngọt thờ cúng thần và giỗ tổ trong dịp tết lễ

【蜜罐】mìguàn<名>hũ mật; môi trường sinh sống dễ chịu và hạnh phúc: 在~里长大 lớn lên trong hũ mật

【蜜钱】mìjiàn❶<名>mứt hoa quả: 什锦~ mứt hoa quả thập cẩm ❷<动>dầm hoa quả bằng đường

【蜜橘】mìjú<名>quít đường

【蜜蜡】mìlà<名>sáp ong

【蜜里调油】mìlǐ-tiáoyóu mật và mỡ hòa trộn với nhau; ví quan hệ hết sức gần gũi thân thiết, gắn bó

【蜜露】mìlù<名>nước sương ngọt

【蜜鸟】mìniǎo<名>chim ong mật

【蜜色】mìsè<名>màu vàng mật; màu vàng nhạt

【蜜糖】mìtáng<名>mật ong

【蜜桃】mìtáo<名>đào ngọt

【蜜甜】mìtián<形>ngọt như mật ong

【蜜丸子】mìwánzi<名>viên thuốc trộn mật ong

【蜜腺】mìxiàn<名>tuyến mật

【蜜蚁】mìyǐ<名>kiến mật

【蜜语】mìyǔ<名>những lời ngọt ngào

【蜜源】mìyuán<名>vùng nuôi ong; nguồn mật hoa

【蜜月】mìyuè<名>tuần trăng mật

【蜜枣】mìzǎo<名>mứt táo

【蜜渍】mìzì<动>ngâm mật; ướp mật

mián

眠 mián<动>❶ngủ: 失~ mất ngủ ❷ngủ dài kì

【眠蚕】miáncán<名>tằm ngủ

绵 mián❶<名>bông tơ; tơ tằm ❷<动>kéo

dài; liên tục; liền: ~延千里 kéo dài nghìn dặm ❸<形>êm; mềm; mỏng manh; nhỏ bé: ~薄的贡献 đóng góp nhỏ bé ❹<形>(tính tình) dịu dàng; hiền hòa: 性格~和 tính tình hiền hòa

【绵白糖】miánbáitáng<名>đường kính mịn (hạt như bột)

【绵薄】miánbó<名>tài hèn sức mọn; năng lực kém cỏi; non yếu (lời nói khiêm tốn): 我愿为公司的发展尽~之力。Tôi nguyện đóng góp tài hèn sức mọn của mình cho sự phát triển của công ti.

【绵长】miáncháng<形>dài lâu; dài dẳng dặc; mãi mãi: ~的思念 nỗi nhớ dằng dặc

【绵绸】miánchóu<名>lụa thô

【绵亘】miángèn<动>kéo dài; chạy dài; nối liền nhau (thường chỉ dãy núi): 山脉~ dãy núi triền miên chạy dài

【绵和】miánhé<形>dịu dàng; ôn hòa; vừa phải: 他的性情很~。Tính tình anh ấy rất hòa nhã.

【绵里藏针】miánlǐ-cángzhēn❶trong bông có kim; bàn tay sắt bọc nhung; trong nhu có cương ❷ngoài mặt dịu dàng, trong lòng ác độc

【绵力】miánlì<名>[书]sức mỏng manh; lực lượng mỏng manh; lực lượng nhỏ yếu

【绵连】miánlián<动>nối liền nhau; kéo dài; liên miên: 群山~ núi non triền miên

【绵密】miánmì<形>❶chu đáo; tỉ mỉ; chín chắn: 他们订出了~的计划。Họ đã đặt ra chương trình rất chu đáo. ❷dày đặc; chi chít

【绵绵】miánmián<形>liên miên không dứt; rả rích; kéo dài: 情思~ nỗi tình liên miên không dứt

【绵绵不绝】miánmián-bùjué liên miên không dứt; vô tận: 她沉浸在~的回忆里。Cô ấy đang chìm đắm trong bao kỉ niệm miên man.

【绵软】miánruǎn<形>❶êm; mềm mại: ~的羽绒服 chiếc áo lông ngỗng mềm mại ❷(thân thể) mềm nhũn; rã rời; mệt rũ; bủn rủn: 他患了重感冒，浑身~乏力。Anh ấy bị cảm nặng, bủn rủn cả người.

【绵甜】miántián<形>ngọt lịm; ngọt dịu (chỉ vị ngọt của rượu)

【绵延】miányán<动>kéo dài; chạy dài: 长城从山海关到嘉峪关~万里。Dãy Trường Thành chạy dài vạn dặm từ Sơn Hải Quan đến Gia Dụ Quan.

【绵羊】miányáng<名>con cừu

【绵纸】miánzhǐ<名>giấy lụa; giấy bản

【绵子】miánzi<名>[方]bông tơ

棉 mián<名>❶cây bông: 彩~ cây bông màu ❷bông; xơ bông: ~织品 hàng dệt bông ❸vật tựa như tơ bông: 石~ a-mi-ăng //(姓) Miên

【棉袄】mián'ǎo<名>áo bông

【棉背心】miánbèixīn<名>áo trấn thủ

【棉被】miánbèi<名>chăn bông

【棉饼】miánbǐng<名>bánh bã bông

【棉布】miánbù<名>vải bông; vải sợi bông: ~裙子 váy bông

【棉大衣】miándàyī<名>áo khoác bông

【棉纺】miánfǎng<形>kéo sợi (bông)

【棉纺厂】miánfǎngchǎng<名>nhà máy dệt bông

【棉纺织品】miánfǎngzhīpǐn hàng dệt bông

【棉根腐病】miángēnfǔbìng bệnh thối rễ bông

【棉红铃虫】miánhónglíngchóng sâu hồng bông

【棉红蜘蛛】miánhóngzhīzhū bọ rầy nâu

【棉猴儿】miánhóur<名>[口]áo bông dài liền mũ

【棉花】miánhuā<名>❶cây bông ❷xơ bông; bông: 摘~ hái bông

【棉花糖】miánhuātáng<名>kẹo bông

【棉裤】miánkù<名>quần bông

【棉铃】miánlíng<名>quả bông

【棉铃虫】miánlíngchóng<名>sâu bông; rầy bông

【棉毛】miánmáo<名>hàng dệt kim

【棉毛裤】miánmáokù<名>quần dệt kim sợi bông dày; quần vệ sinh dệt bông; quần đông xuân

【棉毛衫】miánmáoshān<名>áo vệ sinh dệt bông; áo sợi bông; áo đông xuân

【棉毛毯】miánmáotǎn<名>thảm sợi bông

【棉帽】miánmào<名>mũ bông

【棉农】miánnóng<名>nông dân trồng bông

【棉袍子】miánpáozi<名>áo dài bông

【棉皮鞋】miánpíxié<名>giày da lót bông

【棉签】miánqiān<名>tăm bông

【棉球】miánqiú<名>hòn bông nhỏ

【棉绒】miánróng<名>bụi bông

【棉纱】miánshā<名>sợi bông

【棉手套】miánshǒutào<名>găng tay (bằng) bông

【棉拖】miántuō<名>giày dép bông

【棉线】miánxiàn<名>sợi bông; chỉ bông

【棉鞋】miánxié<名>giày bông

【棉絮】miánxù<名>❶xơ (sợi) bông ❷ruột bông; cốt bông; mền bông

【棉蚜虫】miányáchóng<名>sâu bông; rầy bông

【棉衣】miányī<名>áo bông

【棉籽】miánzǐ<名>hạt bông

【棉籽油】miánzǐyóu<名>dầu hạt bông

miǎn

免 miǎn<动>❶miễn trừ; bỏ đi; không lấy: 他已被~职。Ông ấy đã bị miễn chức. ❷tránh; khỏi: 早做准备~得被动。Sớm chuẩn bị để tránh khỏi bị động. ❸miễn;

không được; đừng: 闲人~进！Không phận sự miễn vào!

【免不得】miǎnbude không tránh được; khó tránh: 初学骑车，~摔跤。Mới tập đạp xe khó mà tránh khỏi bị ngã.

【免不了】miǎnbuliǎo khó tránh; không tránh được: 这么晚才回家~被妈妈唠叨。Về nhà muộn thế không tránh khỏi bị mẹ càu nhàu.

【免除】miǎnchú<动>trừ bỏ; xóa bỏ; miễn trừ: ~隐患 xóa bỏ những hiểm họa tiềm tàng; ~学费 miễn học phí

【免得】miǎnde<连>để tránh; đỡ phải; kẻo: 带上雨衣，~路上挨淋。Đem theo áo mưa, kẻo bị mưa ướt ngang đường.

【免罚】miǎnfá<动>miễn phạt

【免费】miǎnfèi<动>miễn phí; không thu tiền: ~回收 miễn phí thu hồi; ~软件 phần mềm miễn phí; ~续杯 thêm nước không thu tiền (thường chỉ cà-phê)

【免费午餐】miǎnfèi wǔcān bữa trưa miễn phí

【免官】miǎnguān<动>bị cách chức

【免冠】miǎnguān<动>❶bỏ mũ; ngả mũ (chào) ❷không đội mũ

【免检】miǎnjiǎn<动>miễn kiểm tra: 这批货物不属于~物品。Đợt hàng này không thuộc diện miễn kiểm tra.

【免开尊口】miǎnkāi–zūnkǒu xin đừng mở mồm

【免礼】miǎnlǐ<动>miễn lễ

【免赔条款】miǎnpéi tiáokuǎn điều khoản miễn bồi thường: 合同中规定了一些~。Hợp đồng đã quy định một số điều khoản về miễn bồi thường.

【免票】miǎnpiào❶<动>không cần vé; không cần lấy vé: ~入场 miễn vé vào cửa ❷<名>vé miễn phí

【免签】miǎnqiān<动>miễn thị thực; miễn

visa

【免试】miǎnshì<动>❶không cần qua thi cử; miễn thi; miễn thi cử: ～录用 nhập tuyển không qua thi cử; ～入学 vào học không qua thi cử ❷miễn trắc thử (đối với máy móc và cơ khí)

【免税】miǎnshuì<动>miễn thuế: ～进口 nhập khẩu miễn thuế

【免税港】miǎnshuìgǎng<名>cảng miễn thuế; cảng ngoại quan

【免税交易】miǎnshuì jiāoyì giao dịch miễn thuế

【免税区】miǎnshuìqū<名>khu vực miễn thuế quan

【免税商店】miǎnshuì shāngdiàn cửa hàng miễn thuế

【免税商品】miǎnshuì shāngpǐn hàng hóa miễn thuế

【免税收入】miǎnshuì shōurù thu nhập miễn thuế

【免俗】miǎnsú<动>miễn lễ; không theo khuôn phép

【免谈】miǎntán<动>không cần bàn bạc; khỏi phải nói

【免烫】miǎntàng<动>không cần là: ～衬衣 áo sơ-mi không cần là

【免提】miǎntí<形>loa ngoài: ～电话 điện thoại loa ngoài

【免刑】miǎnxíng<动>miễn hình phạt; trắng án: ～释放 trắng án được thả

【免修】miǎnxiū<动>không phải học (môn nào đó)

【免验】miǎnyàn<动>miễn kiểm nghiệm: ～商品 hàng hóa miễn kiểm nghiệm

【免验证】miǎnyànzhèng<名>giấy chứng nhận miễn kiểm nghiệm

【免役】miǎnyì<动>miễn nghĩa vụ (quân sự, lao động)

【免疫】miǎnyì<动>miễn dịch

【免疫接种】miǎnyì jiēzhòng tiêm chủng miễn dịch

【免疫力】miǎnyìlì<名>sức miễn dịch

【免疫系统】miǎnyì xìtǒng hệ thống miễn dịch

【免于】miǎnyú<动>miễn; khỏi: ～处罚 miễn xử phạt

【免予】miǎnyǔ<动>được miễn; không cần: ～追究 không cần truy cứu; ～起诉 được miễn truy tố

【免责】miǎnzé<动>miễn chịu trách nhiệm; không chịu trách nhiệm

【免战牌】miǎnzhànpái<名>biển miễn chiến; biển không ứng chiến

【免征】miǎnzhēng<动>miễn trưng thu: 对于合资联营企业，自经营始三年内～所得税。Đối với các doanh nghiệp chung vốn liên doanh thì trong vòng 3 năm tính từ năm bắt đầu kinh doanh được miễn trưng thu thuế thu nhập.

【免职】miǎnzhí<动>bãi miễn chức vụ; cách chức: 他因玩忽职守被～。Anh ấy bị cách chức bởi lơ là nhiệm vụ.

【免罪】miǎnzuì<动>miễn tội; tha tội

勉 miǎn<动>❶gắng gỏi; nỗ lực; gắng sức: 勤～ cần mẫn nỗ lực ❷khuyến khích; khuyên răn; khích lệ: 共～ cùng khích lệ ❸miễn cưỡng; gắng gượng //(姓) Miễn

【勉力】miǎnlì<动>cố gắng; gắng hết sức: 这件事我已～了。Về việc này tôi đã gắng hết sức mình.

【勉励】miǎnlì<动>khuyến khích; động viên; cổ vũ: 父亲～孩子坚持跑完全程。Người cha đã khích lệ đứa con kiên trì chạy hết cả chặng đường.

【勉强】miǎnqiǎng❶<形>gắng gượng; cố sức: 他～把杠铃举起来。Anh ấy cố hết sức cử chiếc tạ lên. ❷<形>miễn cưỡng; tàm tạm: ～组成一个队 miễn cưỡng tổ chức

M

thành một đội ❸〈动〉gò ép; cố ép: 不要~他
做不愿做的事。 Không nên gò ép anh ấy
làm những việc mà anh ấy không muốn. ❹
〈形〉khiên cưỡng ❺〈形〉tàm tạm

【勉为其难】miǎnwéiqínán　gắng gượng
làm; cố mà làm (việc quá sức); cố làm việc
quá với sức mình: 你能力不够就不要~。
Anh không đủ tài năng thì đừng gắng gượng
mà làm.

娩 miǎn〈动〉đẻ; sinh đẻ
【娩出】miǎnchū〈动〉[书]đẻ; sinh đẻ

冕 miǎn〈名〉❶vương miện ❷danh dự quán
quân: 卫~冠军 bảo vệ chức quán quân

【冕旒】miǎnliú〈名〉chuỗi ngọc trên vương
miện

湎 miǎn〈动〉say mê; chìm vào; ngập đầu
vào: ~于酒色 đắm chìm trong tửu sắc

缅¹ miǎn〈形〉xa xăm: ~怀 tưởng nhớ những
người đã đi xa

缅² miǎn〈动〉[方]vén; xắn: 他二话不说,
~起袖子帮大娘收拾起房子来。 Anh ấy
chẳng nói chẳng rằng, xắn cao tay áo giúp
bà cụ dọn dẹp nhà cửa.

【缅甸】Miǎndiàn〈名〉Mi-an-ma: ~人 người
Mi-an-ma; ~语 tiếng Mi-an-ma

【缅怀】miǎnhuái〈动〉tưởng nhớ; nhớ lại:
我们深切~革命先烈们。 Chúng ta tưởng
nhớ sâu sắc các anh hùng liệt sĩ cách mạng.

【缅邈】miǎnmiǎo〈形〉[书]xa xôi; xa xăm

腼 miǎn

【腼腆】miǎntiǎn〈形〉thẹn thùng; xấu hổ; ê
lệ: 姑娘~地低下头。 Cô bé thẹn thùng cúi
gằm mặt xuống.

miàn

面¹ miàn❶〈名〉mặt: 见~ gặp mặt; 汗流满
~ mồ hôi ròng ròng trên mặt ❷〈动〉hướng
về; quay về: ~湖而居 ngôi nhà hướng

về mặt hồ; ~向未来 hướng tới tương lai
❸〈名〉mặt (bề mặt vật thể); bề mặt: 桌~
mặt bàn; 湖~ mặt hồ ❹〈动〉gặp mặt:
谋~ gặp mặt ❺〈副〉trước mặt; trực
tiếp: 当~说清楚 nói rõ trước mặt; ~谈
bàn bạc trực tiếp ❻〈名〉bề ngoài: 看
人不能只看表~。 Đánh giá con người
không thể chỉ xem xét vẻ ngoài. ❼
〈名〉mặt; diện (hình học): 平~ mặt phẳng/
mặt bằng; 横截~ mặt cắt ❽〈名〉phía;
phương diện; mặt: 反~ phản diện ❾(hậu
tố phương vị từ) phía; bên: 东~ phía Đông;
里~ bên trong ❿〈量〉cái; lá; tấm: 一~铜镜
một tấm gương đồng; 一~旗 một lá cờ; 一
~鼓 một cái trống; 一~屏风 một tấm bình
phong ⓫〈量〉lần: 两人只见过一~。 Hai
người chỉ gặp qua một lần. //(姓) Diện

面² miàn❶〈名〉bột: 玉米~ bột ngô ❷〈名〉
bột xay nhỏ: 胡椒~ bột tiêu ❸〈名〉mì; mì
sợi: 牛肉~ mì thịt bò ❹〈形〉[方]bở: 这红薯
很~。 Loại khoai lang này bở lắm.

【面案】miàn'àn〈名〉phân công nhà bếp (bộ
phận thổi cơm luộc bánh)

【面霸】miànbà〈名〉cách ví dí dỏm đối với
những đối tượng do cần tìm kiếm công ăn
việc làm mà thường xuyên tham gia cuộc thi
vấn đáp; mặt dày trong thi tuyển

【面包】miànbāo〈名〉bánh mì: 法国~ bánh
mì Pháp

【面包车】miànbāochē〈名〉xe hình bánh
mì; xe buýt nhỏ

【面包店】miànbāodiàn〈名〉cửa hàng bánh
mì

【面包圈】miànbāoquān〈名〉bánh mì vành
khăn

【面包树】miànbāoshù〈名〉cây bánh mì

【面包渣】miànbāozhā〈名〉mẩu bánh mì

【面壁】miànbì〈动〉❶(ngoảnh mặt vào
tường) vô tâm; không quan tâm ❷ngồi

thiền; chuyên tâm học tập (chuyên chú học nghiệp) ❸hướng mặt vào tường đứng nghiêm: 他被教练罚~半天。Anh ấy bị huấn luyện viên phạt đứng ngoảnh mặt vào tường nửa ngày.

【面饼】miànbǐng<名>bánh bột mì

【面禀】miànbǐng<动>trực tiếp thông báo, giải thích chi tiết; tường trình: ~详情 trực tiếp tường trình chi tiết

【面不改色】miànbùgǎisè mặt không biến sắc: 面对强劲的对手,他依然~心不跳。Giáp mặt với đối thủ đáng gờm mà anh ấy mặt không biến sắc, không hề sợ.

【面部】miànbù<名>mặt; bộ mặt: ~表情 vẻ mặt

【面茶】miànchá<名>[食品]chè bột mì

【面陈】miànchén<动>trình bày trực tiếp: ~良策 trình bày trực tiếp về diệu kế của mình

【面呈】miànchéng<动>trình lên trực tiếp

【面斥】miànchì<动>trách móc trực tiếp: ~无耻之徒 mắng thẳng vào kẻ vô lại

【面辞】miàncí<动>từ biệt ngay trước mặt

【面袋】miàndài<名>túi đựng bột mì

【面的】miàndī<名>[方]tắc xi mini

【面点】miàndiǎn<名>các loại bánh trái làm bằng bột mì hay bột gạo

【面点师】miàndiǎnshī<名>thợ làm bánh

【面对】miànduì<动>đứng trước; trực diện: ~空旷的田野 đứng trước cánh đồng hiu quạnh; 我们应当勇敢地~困难险阻。Chúng ta cần can đảm trực diện với những khó khăn gian khổ.

【面对面】miànduìmiàn đối diện; trực diện; trực tiếp: ~地提问题 trực tiếp nêu ra vấn đề

【面额】miàn'é<名>mệnh giá (tiền tệ); giá trị đồng tiền ghi trên giấy bạc: 大~钞票 tờ giấy bạc mệnh giá lớn

【面肥】miànféi<名>bột nở

【面粉】miànfěn<名>bột mì: 精白~ bột mì tinh trắng

【面疙瘩】miàngēda<名>bột nặn

【面馆】miànguǎn<名>quán mì sợi, vằn thắn, các thức ăn bằng bột mì

【面柜】miànguì<名>tủ bên; tủ đựng bột mì

【面和心不和】miàn hé xīn bùhé bằng mặt mà không bằng lòng: 两人一直以来都~。Hai người vẫn bằng mặt mà không bằng lòng.

【面红耳赤】miànhóng-ěrchì đỏ mặt tía tai: 两人吵得~。Hai người cãi cọ đến đỏ mặt tía tai.

【面糊】miànhù<名>❶hồ bột; bột nhão ❷[方]hồ dán (quấy thành bột)

【面糊】miànhu<形>[口](thức ăn) mềm nhão

【面黄肌瘦】miànhuáng-jīshòu mặt mũi xanh xao; mặt bủng da chì; mình gầy xác ve: 几年不见怎么这孩子这般~? Mấy năm không gặp làm sao mà cháu bé đã mặt mũi xanh xao thế?

【面积】miànjī<名>diện tích: 这套房子的使用~是82m². Diện tích sử dụng của căn hộ này là 82m².

【面颊】miànjiá<名>gò má

【面交】miànjiāo<动>giao trực tiếp; chuyển trực tiếp: 特使~了总统的亲笔信。Đặc sứ đã chuyển trực tiếp bức thư viết tay của tổng thống.

【面巾】miànjīn<名>[方]khăn mặt

【面巾纸】miànjīnzhǐ<名>khăn giấy chùi mặt

【面筋】miànjin<名>cốt bột mì (bột mì nhào nước rồi dội đi lớp tinh bột)

【面痉挛】miànjìngluán (mặt) bị co giật

【面具】miànjù<名>❶mặt nạ: 防毒~ mặt nạ chống hơi độc ❷mặt nạ; bộ mặt giả dối: 撕下假~ xé toạc bộ mặt giả dối

【面孔】miànkǒng<名>khuôn mặt; bộ mặt;

M

gương mặt

【面料】miànliào<名>❶nguyên liệu mặt ngoài áo và bọc giày; vải: 这衣服的~很好。Vải áo này chất lượng rất tốt. ❷vật liệu dán bề mặt

【面临】miànlín<动>trước; đứng trước; gặp phải (vấn đề, tình thế...): ~困境 gặp phải tình thế khốn quẫn

【面码儿】miànmǎr<名>rau sống ăn kèm với mì sợi; rau độn (trong canh mì)

【面貌】miànmào<名>❶bộ mặt; tướng mạo; gương mặt: 这小姑娘~很清秀。Cô bé có gương mặt xinh xắn. ❷cảnh tượng; bộ mặt; diện mạo: 随着经济高速发展，这个城市的~有很大改观。Cùng với nền kinh tế phát triển nhanh mạnh, bộ mặt của thành phố này đã có sự đổi thay lớn.

【面貌一新】miànmào-yīxīn (bộ mặt) hoàn toàn đổi mới: 现在农村~。Hiện nay bộ mặt nông thôn đã hoàn toàn đổi mới.

【面面观】miànmiànguān nhìn nhận bao quát; nhìn nhận từ mọi khía cạnh

【面面俱到】miànmiàn-jùdào chu đáo mọi mặt; đầy đủ; chu toàn (mọi mặt): 你的发言要突出重点，不要~。Phát biểu của anh nên nêu bật trọng tâm, chứ không nên trải đều.

【面面相觑】miànmiàn-xiāngqù ngơ ngác nhìn nhau (ý kinh hãi, bất lực, đành chấp nhận): 大家~，谁也不知道该如何作答。Mọi người ngơ ngác nhìn nhau không biết nên trả lời như thế nào.

【面膜】miànmó<名>mặt nạ dưỡng da

【面膜纸】miànmózhǐ<名>khăn giấy dưỡng da mặt; mặt nạ giấy dưỡng da

【面目】miànmù<名>❶bộ mặt; mặt mũi: ~丑陋 mặt mũi xấu xa ❷cảnh tượng; bộ mặt; diện mạo: 揭露罪犯的真~ vạch trần bộ mặt của tội phạm ❸mặt mày

【面目可憎】miànmù-kězēng mặt mũi

đáng ghét: 大家都觉得他~。Mọi người đều cảm thấy bộ mặt hắn thật đáng ghét.

【面目全非】miànmù-quánfēi bộ mặt hoàn toàn thay đổi; bộ mặt khác hẳn: 好好一幅画被他涂得~。Một bức tranh đẹp mà bị anh ta tô vẽ loang lổ.

【面目一新】miànmù-yīxīn diện mạo mới hẳn; bộ mặt đổi mới hoàn toàn

【面目狰狞】miànmù-zhēngníng mặt mũi hung dữ; bộ mặt ghê tởm

【面嫩】miànnèn<形>❶trông vẻ trẻ hơn tuổi: 她很~，真看不出四十出头的样子。Trông rất trẻ, thật không thể phán đoán được chị ấy đã ngoài 40. ❷dễ xấu hổ: 在生人面前她总是~。Trước mặt người lạ cô ấy thường hay xấu hổ.

【面庞】miànpáng<名>khuôn mặt

【面盆】[1] miànpén<名>[方]chậu rửa mặt

【面盆】[2] miànpén<名>chậu hòa bột

【面坯儿】miànpīr<名>mì sợi đã luộc chín (chưa có gia vị)

【面皮】[1] miànpí<名>[方]da mặt

【面皮】[2] miànpí<名>[方]❶vỏ bánh ❷bánh tráng

【面片儿】miànpiànr<名>mì thái lát

【面人儿】miànrénr<名>tượng nặn bằng bột

【面洽】miànqià<动>giao thiệp thẳng; trao đổi trực tiếp

【面前】miànqián<名>trước; trước mặt; trước mắt: 困难~不低头。Quyết không cúi đầu trước khó khăn.

【面容】miànróng<名>nét mặt; vẻ mặt; dung nhan: ~姣好 gương mặt xinh xắn

【面容鉴定】miànróng jiàndìng nhận dạng khuôn mặt

【面如死灰】miànrúsǐhuī sắc mặt xám ngoét tro

【面如桃花】miànrútáohuā mặt đỏ như hoa đào: 她才喝一杯酒就~了。Cô ấy vừa uống một cốc rượu vào mặt đã đỏ ửng lên như sắc hoa đào.

【面如土色】miànrútǔsè sắc mặt như màu của đất; lo sợ đến cực điểm; mặt thất sắc: 她吓得~。Cô ấy sợ đến mức mặt sắc không còn hột máu.

【面软】miànruǎn<形>(nét mặt) nhân từ: 他这人是心慈~。Anh ấy nhân từ từ nét mặt tới tấm lòng.

【面色】miànsè<名>sắc mặt: ~惨白 sắc mặt nhợt nhạt

【面纱】miànshā<名>❶mạng che mặt (phụ nữ): 头戴~ đội mạng che mặt ❷vật che giấu hoặc ngụy trang; màn: 撩开神秘的~ vén lên tấm màn huyền bí

【面善】miànshàn<形>❶quen mặt: 这人好~，原来是电视节目主持人。Trông người này quen mặt, thì ra là một người dẫn chương trình truyền hình. ❷vẻ mặt hòa nhã; nét mặt dịu dàng: ~心慈 nét mặt dịu hiền, tấm lòng nhân từ

【面商】miànshāng<动>bàn bạc trực tiếp: 这个问题我们还是~为好。Vấn đề này chúng ta nên bàn trực tiếp là hơn.

【面上】miànshàng<名>bề mặt; trên mặt: ~挂着笑容。Nụ cười nở trên môi.

【面上无光】miànshàngwúguāng mất mặt: 你们这么做让我们~。Các anh làm thế khiến chúng tôi bẽ cả mặt.

【面神经】miànshénjīng<名>thần kinh mặt

【面生】miànshēng<形>lạ; lạ mặt: 门卫觉得这个人很~，就上前仔细盘问。Thấy người lạ mặt người gác cổng bước đến xét hỏi.

【面食】miànshí<名>thức ăn làm bằng bột mì; bánh trái

【面世】miànshì<动>ra đời; ra mắt; ra lò: 这个品牌的新款手机即将~。Mốt mới máy di động mác này sắp sửa xuất hiện trên thị trường.

【面市】miànshì<动>bắt đầu cung ứng thị trường: 本厂产品刚刚~。Sản phẩm của xí nghiệp chúng tôi vừa đưa ra cung ứng cho thị trường.

【面试】miànshì<动>thi trực tiếp; phỏng vấn; thi vấn đáp

【面试者】miànshìzhě<名>người tham gia thi trực tiếp

【面首】miànshǒu<名>[书]trai lơ; người hầu đẹp trai (của các quý bà)

【面授】miànshòu<动>❶truyền thụ (dạy) trực tiếp ❷kiểu dạy trực tiếp: 一对一~ dạy trực tiếp 1/1

【面授机宜】miànshòu-jīyí trực tiếp giảng dạy cách xử lí phù hợp với tình thế khách quan

【面熟】miànshú<形>quen mặt; mặt quen: 两人一见面都觉得~。Hai người vừa gặp mặt đã cảm thấy rất thân quen.

【面谈】miàntán<动>trao đổi, đàm thoại trực tiếp: 双方~合作事宜。Hai bên trực tiếp trao đổi việc hợp tác.

【面汤】[1] miàntāng<名>[方]nước nóng rửa mặt

【面汤】[2] miàntāng<名>❶nước luộc mì ❷mì canh

【面条儿】miàntiáor<名>mì sợi

【面团】miàntuán<名>cục mì bột; nắm bột mì (đã nhào nước)

【面纹】miànwén<名>nhăn mặt

【面无惧色】miànwújùsè không có vẻ sợ hãi; mặt không biến sắc

【面无人色】miànwúrénsè mặt tái mét; mặt tái ngắt: 她听到这消息时吓得~。Khi nghe tin này chị ấy tái mét mặt.

【面晤】miànwù<动>[书]gặp mặt

【面向】miànxiàng<动>hướng về; hướng tới: ~北方 hướng về phương Bắc; ~世界

M

hướng tới thế giới

【面相】miànxiàng<名>[方]mặt; diện mạo; tướng mạo

【面谢】miànxiè<动>cám ơn trước mặt: 我要亲自上门~才行。Tôi phải thân chinh đến nhà cảm ơn mới được.

【面形】miànxíng<名>hình dạng khuôn mặt

【面叙】miànxù<动>kể (nói chuyện) trực tiếp: 此事我们应~。Việc này chúng ta nên bàn trực tiếp.

【面议】miànyì<动>thương lượng; bàn bạc; trao đổi trực tiếp: 工资待遇~。Tiền lương và đãi ngộ sẽ thương lượng trực tiếp.

【面有菜色】miànyǒucàisè mặt xanh như rau; mặt xanh như tàu lá

【面有愧色】miànyǒukuìsè lộ vẻ áy náy, hổ thẹn: 他做了对不起大家的事, ~。Anh ấy làm những điều có lỗi với mọi người, nên cảm thấy hổ thẹn.

【面有难色】miànyǒunánsè trên nét mặt lộ vẻ phân vân khó xử: 对于亲戚要求安排一个好工作岗位, 他~。Bà con họ hàng muốn nhờ sắp xếp công việc tốt làm cho anh ấy cảm thấy rất khó xử.

【面谕】miànyù<动>[书]trực tiếp chỉ thị hoặc ra lệnh

【面誉背毁】miànyù-bèihuǐ khen trước hủy sau; trước mặt nói phải, sau lưng nói trái; nói xấu sau lưng

【面罩】miànzhào<名>mặt nạ; mạng che mặt (có tác dụng bảo vệ): 电焊~ mặt nạ hàn xì

【面值】miànzhí<名>số tiền ghi trên mặt chứng từ; mệnh giá

【面砖】miànzhuān<名>gạch men

【面子】miànzi<名>❶mặt ngoài; bề ngoài; vẻ ngoài (của đồ vật): 被~ vỏ chăn ❷thể diện; sĩ diện: 丢~ mất thể diện ❸nể mặt: 对他可不留~ không cần phải nể mặt ông ta

【面子工程】miànzi gōngchéng công trình bề ngoài: 华而不实的~ công trình hoa hoét bề ngoài

miāo

喵 miāo<拟>(tiếng mèo kêu) meo

miáo

苗 miáo<名>❶mầm; mạ; lộc; lá non; nõn: 拔~助长 nhổ gốc cho mạ lên ❷manh mối ❸nòi giống; con cháu (thế hệ sau): 他是这家的独~。Anh ấy là con một trong gia đình. ❹con giống; giống (chỉ loài vật): 秧~ cây mạ; 鱼~ giống cá ❺vắc-xin: 流感~ vắc-xin dịch cúm ❻ngọn; chồi; búp: 火~ ngọn lửa // (姓) Mèo

【苗床】miáochuáng<名>ruộng ươm; vườn ươm

【苗而不秀】miáo'érbùxiù nẩy mầm mà chẳng nở hoa; tốt mẽ giẻ cùi

【苗木】miáomù<名>cây ươm; cây giống

【苗圃】miáopǔ<名>vườn ươm; vườn cây giống

【苗期】miáoqī<名>[农业]giai đoạn gieo hạt

【苗禽】miáoqín<名>giống gia cầm

【苗情】miáoqíng<名>tình hình giống cây (sinh trưởng): 今年春天~很好。Mùa xuân năm nay tình hình cây con sinh trưởng rất tốt.

【苗条】miáotiáo<形>thon thả; thướt tha; mảnh mai: 身材~ vóc người thon thả

【苗头】miáotou<名>xu thế phát triển; manh mối: 要抓住事故~, 及时消除隐患。Cần nắm bắt kịp thời xu hướng phát triển để loại trừ những manh mối của sự cố.

【苗裔】miáoyì<名>[书]con cái; con cháu; dòng dõi

【苗子】miáozi<名>❶[方]mầm; mạ; lộc: 树~ cây giống ❷mầm non; lớp trẻ; hạt giống: 篮球~ lớp trẻ năng khiếu bóng rổ ❸[方]manh mối; đầu mối

描 miáo<动>❶tô; căn ke; vẽ theo ❷viết phỏng; tô lại

【描红】miáohóng❶<动>tô hồng; tô màu ❷<名>chữ son (mẫu chữ tập viết)

【描画】miáohuà<动>phác họa; mô tả: ~美好前景 phác họa tương lai tươi đẹp

【描绘】miáohuì<动>mô tả; miêu tả; tô vẽ: ~出生动的画面 miêu tả một khung cảnh sinh động

【描金】miáojīn<动>[工美]mạ vàng; bôi nhũ

【描龙绣凤】miáolóng-xiùfèng vẽ rồng thêu phượng

【描眉】miáoméi<动>tô vẽ lông mày

【描摹】miáomó<动>❶viết, vẽ theo mẫu: ~字帖 tô viết theo mẫu chữ ❷mô tả; thể hiện

【描述】miáoshù<动>miêu tả; tả; thuật lại (một cách hình tượng): 故乡的巨变非笔墨所能~。Sự biến đổi của quê hương không một cây bút nào có thể tả xiết.

【描图】miáotú<动>căn ke hình vẽ: 从事~工作 hành nghề căn ke hình vẽ

【描写】miáoxiě<动>miêu tả; mô tả: 生动地~了人物特点 miêu tả một cách sinh động đặc điểm nhân vật

【描叙】miáoxù<动>mô tả: 细致地~ mô tả tỉ mỉ

【描眼笔】miáoyǎnbǐ<名>bút tô mắt

瞄 miáo<动>ngắm

【瞄准】miáozhǔn<动>❶ngắm trúng (đích): ~目标 ngắm trúng mục tiêu ❷nhằm trúng: ~东南亚市场 nhằm trúng vào thị trường Đông Nam Á

【瞄准点】miáozhǔndiǎn<名>điểm ngắm

【瞄准线】miáozhǔnxiàn<名>đường ngắm

miǎo

秒 miǎo<量>❶(đơn vị thời gian) giây: 分~必争 tranh thủ từng phút từng giây ❷(đơn vị góc hoặc vòng) cung: 角度为三十二度五十分四十~ góc 32°50′40″ ❸đơn vị kinh, vĩ độ: 此处为东经108°20′50″, 北纬22°45′30″。Đây là 108°20′50″ kinh đông, 22°45′30″ vĩ bắc.

【秒摆】miǎobǎi<名>con lắc giây

【秒表】miǎobiǎo<名>đồng hồ bấm giây

【秒杀】miǎoshā<动>❶thắng đối thủ trong thời gian cực ngắn (thường dùng trong trò chơi trực tuyến) ❷giải quyết hoặc chấm dứt trong thời gian cực ngắn: ~购物成功 đã mua được trong tích tắc

【秒针】miǎozhēn<名>kim giây

淼 miǎo<形>[书]mênh mông: 浩~的洞庭湖 hồ Động Đình mênh mông /// (姓) Diểu

【森茫】miǎománg<形>mênh mông mù mịt: 水面~无垠 mặt nước mênh mông

渺 miǎo<形>❶mênh mang; mù mịt; mịt mù ❷nhỏ bé; bé nhỏ

【渺茫】miǎománg<形>❶mờ mịt; mịt mù: 她出国后音信~。Từ sau khi ra nước ngoài, chị ấy mờ mịt tăm hơi. ❷(tương lai) khó dự đoán; khó liệu chừng: 前途~ tương lai khó dự đoán

【渺无人烟】miǎowúrényān mênh mang không nhà cửa thôn xóm; hoang vu lạnh lẽo: 戈壁沙漠~。Vùng sa mạc gô bi hoang vu lạnh lẽo.

【渺无音信】miǎowúyīnxìn biệt vô tin tức: 整整七年~ suốt 7 năm ròng biệt vô tin tức

【渺小】miǎoxiǎo<形>nhỏ bé; bé; nhở: 在茫茫的宇宙之中, 人是那么的~。Trong vũ trụ bao la, con người thật vô cùng nhỏ bé.

藐 miǎo❶<形>nhở: 在大自然的面前, 人还是

M

很~小的。Đứng trước thiên nhiên tạo hóa con người chúng ta hết sức bé nhỏ. ❷〈动〉coi thường: 不要~视任何一个对手。Không nên coi thường bất cứ một đối thủ nào.

【藐视】miǎoshì〈动〉coi thường; coi nhẹ: ~困难 coi thường khó khăn

邈 miǎo〈形〉[书]xa vời; xa xôi; vời vợi

【邈远】miǎoyuǎn〈形〉xa xôi; xa xăm; xa xưa; xa vời: 一首充满情思的抒情诗记载着~的历史。Một bài thơ tình cảm da riết ghi lại quãng lịch sử xa xăm.

miào

妙 miào〈形〉❶đẹp; hay; diệu; tài tình; tuyệt vời: 这首歌~极了。Bài hát này thật tuyệt vời. ❷thần kì; tài tình; tuyệt diệu; hay; giỏi: 奇~ thần kì; 神机~算 mưu kế thần tình // (姓) Diệu

【妙笔】miàobǐ〈名〉bút pháp tuyệt vời; văn bút tài tình

【妙笔生花】miàobǐ-shēnghuā ngòi bút tài hoa: 她真是~, 顷刻写就一篇好文章。Chị ấy thật là một cây bút tài hoa, chỉ trong chốc lát đã có được một bài viết tuyệt vời.

【妙不可言】miàobùkěyán đẹp không sao tả xiết; đẹp tuyệt vời: 那里的景色~。Đó là một cảnh đẹp tuyệt trần.

【妙策】miàocè〈名〉sách lược hay; tuyệt sách; diệu kế; phương án hay: 这不失为一条~。Đây thực sự là một phương án hay.

【妙处】miàochù〈名〉điều tốt; điều hay: 音乐的~ sự tuyệt vời của âm nhạc; 我总算知道这神奇的治疗仪的~了。Rốt cuộc tôi đã tìm hiểu được điều kì diệu của chiếc máy điều trị này rồi.

【妙计】miàojì〈名〉diệu kế: 这真是一箭双雕的~。Đây thật là diệu kế một công đôi việc.

【妙句】miàojù〈名〉câu nói tuyệt diệu

【妙诀】miàojué〈名〉bí quyết; kì diệu; biện pháp tài tình: 快乐的~ phép màu tìm kiếm niềm vui

【妙龄】miàolíng〈名〉tuổi xuân; tuổi thanh xuân: ~少女 thiếu nữ tuổi thanh xuân

【妙论】miàolùn〈名〉lập luận phi thường: 人生~ lập luận phi thường về nhân sinh

【妙品】miàopǐn〈名〉tác phẩm tuyệt vời; sản phẩm đẹp

【妙棋】miàoqí〈名〉nước cờ tuyệt vời: 无论如何这都是一招~。Xét thế nào đi nữa đây cũng là một nước cờ tuyệt vời.

【妙趣】miàoqù〈名〉thú vị: 物理的~ sự thú vị của môn vật lí

【妙趣横生】miàoqù-héngshēng ý vị tuyệt vời; dào dạt ý hay; thú vị: 小品演员的表演~。Biểu diễn của các diễn viên tiểu phẩm mang ý vị tuyệt vời.

【妙人妙事】miàorén-miàoshì người và chuyện tuyệt diệu: 大家都来说一说~。Mọi người đều kể lại những câu chuyện và những con người tuyệt vời.

【妙手】miàoshǒu〈名〉bàn tay thần diệu; nghệ nhân cao siêu: 天生~ bàn tay thần diệu bẩm sinh

【妙手回春】miàoshǒu-huíchūn bàn tay vàng; bàn tay thần diệu; lương y chữa bệnh tài tình: 老中医~, 治好了他多年的顽疾。Vị lương y kì cựu y học truyền thống đã điều trị khỏi chứng bệnh khó trị của ông ấy kéo dài nhiều năm nay.

【妙手空空】miàoshǒu-kōngkōng ❶kẻ cắp; kẻ móc túi ❷trắng tay; hoàn toàn không còn gì

【妙药】miàoyào〈名〉thuốc hay; linh dược

【妙用】miàoyòng ❶〈动〉sử dụng khéo léo: 他~成语, 达到言简意赅的效果。Anh ấy

sử dụng thành ngữ một cách khéo léo đạt hiệu quả xúc tích về ngôn ngữ. ❷<名>tác dụng tuyệt vời: 他偶然发现了这味药的~。 Anh ấy ngẫu nhiên phát hiện tác dụng tuyệt vời của vị thuốc này.

【妙语】miàoyǔ<名>lời hay ý đẹp

【妙语解颐】miàoyǔ-jiěyí nói hài hước dí dỏm để cho vui

【妙语惊人】miàoyǔ-jīngrén lời hay ý đẹp phi thường; lời nói tuyệt vời

【妙语如珠】miàoyǔ-rúzhū lời nói sắc sảo: 她的演讲~，赢得了听众一阵阵热烈的掌声。 Diễn văn sắc sảo của chị ấy đã giành được tràng vỗ tay nhiệt liệt của người nghe.

【妙语双关】miàoyǔ-shuāngguān lời nói kì diệu ý vị sâu xa

【妙在不言中】miào zài bù yán zhōng tuyệt vời đến nỗi không thể miêu tả bằng ngôn từ

【妙招儿】miàozhāor<名>chiêu cao thủ: 他连出~，掌握了主动权。 Anh ấy liên tiếp cho ra những chiêu cao thủ và nắm được quyền chủ động.

庙 miào<名>❶miếu; đền thờ: 宗~ tông miếu; 家~ nhà thờ tổ tiên (của gia đình) ❷miếu thờ (thần phật hoặc những nhân vật lịch sử nổi tiếng): 关帝~ miếu thờ Quan Công ❸[书]triều đình: ~堂 miếu đường ❹hội chùa; hội hè: 男女老幼一起赶~会。 Già trẻ gái trai cùng đi trẩy hội.

【庙号】miàohào<名>tên ngôi đền

【庙会】miàohuì<名>hội chùa; hội làng; hội hè

【庙堂】miàotáng<名>❶miếu (mạo) ❷[书]miếu đường; triều đình

【庙宇】miàoyǔ<名>chùa chiền; miếu (mạo)

【庙主】miàozhǔ<名>❶hòa thượng chủ trì mọi việc trong chùa miếu ❷[书]bài vị (thờ trong tông miếu)

【庙祝】miàozhù<名>ông từ

miē

咩 miē<拟>(tiếng dê kêu) be be

miè

灭 miè<动>❶tắt: 灯~了。 Đèn đã tắt. ❷dập (tắt): 用灭火器~火 dùng bình cứu hỏa để dập lửa ❸ngập lút: ~顶之灾 thảm họa hủy diệt ❹diệt; tiêu diệt; diệt trừ; mất: 剿~土匪 tiêu trừ thổ phỉ ❺xóa bỏ; diệt trừ: ~蚁行动 hành động diệt trừ kiến

【灭茬】mièchá<动>[农业]nhổ rễ (cây lúa)

【灭此朝食】miècǐ-zhāoshí (thề) giết xong giặc mới ăn sáng; quyết chí diệt thù; ví với lòng căm thù sôi sục, quyết tâm giết giặc

【灭顶】mièdǐng<动>(nước) lút đầu; ngập đầu; chết đuối: ~之灾 tai họa hủy diệt

【灭活】mièhuó<动>vắc-xin diệt hoạt tính

【灭火】mièhuǒ<动>dập tắt lửa: 幸亏及时~ may mà kịp thời dập tắt lửa

【灭火剂】mièhuǒjì<名>chất chữa cháy

【灭火器】mièhuǒqì<名>bình chữa cháy; dụng cụ chữa cháy

【灭迹】mièjì<动>xóa hết dấu tích: 焚尸~ thiêu xác phi tang

【灭绝】mièjué<动>❶diệt sạch; diệt hết; tuyệt diệt: 这个物种已经~。 Loại giống này đã bị tuyệt chủng. ❷mất hết; mất sạch; hết sạch: ~人性 mất hết tính người/mất hết lương tri

【灭绝动物】mièjué dòngwù động vật đã bị tuyệt chủng

【灭口】mièkǒu<动>bịt miệng; bịt đầu mối; diệt khẩu

【灭门】mièmén<动>cả nhà bị giết hại; chết sạch cả gia đình

【灭门惨案】mièmén-cǎn'àn vụ thảm họa

M

chết cả nhà

【灭鼠剂】mièshǔjì<名>thuốc diệt trừ chuột

【灭亡】mièwáng<动>diệt vong

【灭音器】mièyīnqì<名>bộ phận giảm thanh

【灭种】mièzhǒng<动>❶diệt chủng: 濒临~ 的珍贵动物 loài động vật quý có nguy cơ bị tuyệt chủng ❷tuyệt chủng; mất giống: 不甘 亡国~ không cam chịu bị mất nước tuyệt nòi

【灭族】mièzú<动>diệt tộc; giết cả họ (hình phạt tàn khốc thời xưa)

蔑miè[书]❶<形>miệt thị; coi thường: 谁敢 公然~视消费者安全? Ai dám cả gan coi thường an toàn của người tiêu dùng? ❷<副> không; không có

【蔑称】mièchēng❶<动>gọi một cách khinh miệt; vênh váo gọi ❷<名>xưng hô láo

【蔑视】mièshì<动>coi thường; miệt thị; khinh rẻ: ~死神 coi thường cái chết

篾miè<名>lạt; nan (tre, nứa...)

【篾刀】mièdāo<名>dao chẻ lạt

【篾黄】mièhuáng<名>ruột nan

【篾匠】mièjiàng<名>thợ đan (đồ tre nứa)

【篾片】mièpiàn<名>❶nan tre; lạt tre ❷[旧] bọn tay sai; kẻ bám đít; kẻ theo đóm ăn tàn (người ở giúp việc và mua vui cho nhà quyền quý)

【篾青】mièqīng<名>cật tre

【篾条】miètiáo<名>nan tre

【篾席】mièxí<名>chiếu nan

【篾子】mièzi<名>[方]nan tre

mín

民mín<名>❶dân; nhân dân: 省人~政府 chính quyền nhân dân tỉnh; 执政为~ cầm quyền vì dân ❷người; dân: 渔~ dân đánh cá; 灾~ người dân bị thiên tai ❸dân gian: ~ 间故事 chuyện dân gian ❹dân chúng; dân sự; dân: 得到~众支持 được dân chúng ủng

hộ //(姓) Dân

【民办】mínbàn<形>dân lập: ~组织 tổ chức dân lập; ~教师 giáo viên dân lập; ~学院 học viện dân lập

【民兵】mínbīng<名>dân quân

【民不聊生】mínbùliáoshēng nhân dân lầm than cực khổ; người dân khốn cùng hết đường sống

【民财】míncái<名>của cải thường dân

【民船】mínchuán<名>thuyền của dân

【民调】míndiào<动>điều tra ý dân; thăm dò ý dân: 这次~是由民间组织进行的。Lần điều tra dân ý này do tổ chức dân gian thực hiện.

另见míntiáo

【民法】mínfǎ<名>luật dân sự

【民法通则】mínfǎ tōngzé thể lệ luật dân sự

【民防】mínfáng<名>phòng hộ dân sự: 做好 ~工作 làm tốt công tác phòng hộ dân sự

【民房】mínfáng<名>nhà dân: 停止强拆~ chấm dứt hành vi phá dỡ nhà dân một cách ngang tàng

【民愤】mínfèn<名>sự phẫn nộ (lòng căm phẫn) của dân chúng: 激起~ gây nên sự phẫn nộ của dân chúng

【民风】mínfēng<名>nền nếp xã hội; lối sống người dân: ~淳朴 nếp sống thuần phác của người dân

【民负】mínfù<名>sự gánh vác của dân: 减 轻~ giảm bớt sự gánh vác của dân

【民富国强】mínfù-guóqiáng dân giàu nước mạnh

【民歌】míngē<名>dân ca: ~节 liên hoan dân ca

【民工】míngōng<名>❶dân công ❷nông dân ra thành phố làm thuê

【民工潮】míngōngcháo<名>làn sóng nông dân ra thành phố làm thuê

【民工荒】míngōnghuāng〈名〉nạn thiếu người làm thuê

【民国】Mínguó〈名〉Trung Hoa Dân Quốc (1912—1949)

【民航】mínháng〈名〉hàng không dân dụng

【民航法】mínhángfǎ〈名〉luật hàng không dân dụng

【民航飞机】mínháng fēijī máy bay dân dụng

【民间】mínjiān〈名〉❶dân gian: ~疾苦 nỗi khổ dân gian ❷không chính thức; phi chính phủ: ~交往 sự trao đổi phi chính phủ

【民间团体】mínjiān tuántǐ đoàn thể dân gian

【民间往来】mínjiān wǎnglái sự đi lại dân gian

【民间文学】mínjiān wénxué văn học dân gian

【民间艺术】mínjiān yìshù nghệ thuật dân gian

【民间资本】mínjiān zīběn tiền vốn dân gian

【民间组织】mínjiān zǔzhī tổ chức dân gian

【民警】mínjǐng〈名〉cảnh sát nhân dân

【民居】mínjū〈名〉nhà dân; khu dân cư

【民康物阜】mínkāng-wùfù nhân dân bình yên, vật sản dồi dào

【民力】mínlì〈名〉sức dân

【民女】mínnǚ〈名〉con gái nhà thường dân

【民品】mínpǐn〈名〉hàng dân dụng

【民气】mínqì〈名〉ý chí và tinh thần của nhân dân

【民情】mínqíng〈名〉❶dân tình; tình hình dân chúng: 领导干部要熟悉~。Cán bộ lãnh đạo phải nắm rõ tình hình của người dân. ❷tâm tư; nguyện vọng của dân: 体察~ thông cảm với nguyện vọng của dân

【民穷国敝】mínqióng-guóbì dân nghèo nước suy

【民权】mínquán〈名〉dân quyền; quyền làm chủ của dân

【民生】mínshēng〈名〉dân sinh; đời sống của dân: ~工程 công trình dân sinh; ~无小事。Việc dân sinh là việc lớn.

【民生大事】mínshēng dàshì những công việc lớn liên quan tới vấn đề dân sinh

【民食】mínshí〈名〉đồ ăn thức uống của dân

【民事】mínshì〈名〉dân sự: ~纠纷 tranh chấp dân sự

【民事案件】mínshì ànjiàn vụ án dân sự

【民事代理】mínshì dàilǐ đại lí dân sự

【民事法庭】mínshì fǎtíng tòa án dân sự

【民事权利】mínshì quánlì quyền dân sự; quyền công dân; quyền tự do của dân

【民事诉讼】mínshì sùsòng tố tụng dân sự

【民事责任】mínshì zérèn trách nhiệm dân sự

【民俗】mínsú〈名〉phong tục tập quán dân tộc

【民俗学】mínsúxué〈名〉dân tục học

【民调】míntiáo〈动〉hòa giải dân sự: 做好~工作 làm tốt công tác hòa giải dân sự 另见míndiào

【民校】mínxiào〈名〉❶trường học dạy ngoài giờ cho người lớn ❷trường dân lập

【民心】mínxīn〈名〉lòng dân: 深得~ rất được lòng dân

【民心所向】mínxīn-suǒxiàng nơi lòng dân hướng về; hợp lòng dân

【民选】mínxuǎn〈动〉dân bầu; dân tuyển: 村干部由~产生。Cán bộ thôn xóm được dân bầu ra.

【民谚】mínyàn〈名〉ngạn ngữ dân gian

【民谣】mínyáo〈名〉ca dao dân gian

【民以食为天】mín yǐ shí wéi tiān dân tôn miếng ăn là ông Trời; dân dĩ thực vi thiên

【民意】mínyì〈名〉ý dân; dân ý: 重视~ coi trọng ý dân; 我们做事不要违背~。Chúng ta làm việc không được đi ngược với ý dân.

M

【民意测验】mínyì cèyàn trưng cầu ý dân

【民营】mínyíng〈形〉kinh doanh tư nhân

【民营企业】mínyíng qǐyè doanh nghiệp dân doanh; xí nghiệp tư nhân

【民用】mínyòng〈形〉dân dụng: ~工业 công nghiệp dân dụng

【民用飞机】mínyòng fēijī máy bay dân dụng

【民怨】mínyuàn〈名〉nỗi oán hận của dân: 消除~ giải trừ sự oán hận của dân

【民怨沸腾】mínyuàn-fèiténg lòng dân căm giận sôi sục

【民乐】mínyuè〈名〉nhạc dân tộc: ~合奏 hợp tấu nhạc dân tộc

【民乐队】mínyuèduì〈名〉dàn nhạc dân tộc

【民运】mínyùn〈名〉❶nghề vận tải dân dụng ❷dân vận; phong trào quần chúng nhân dân

【民宅】mínzhái〈名〉nhà dân: 私闯~ tự ý xộc vào nhà dân

【民政】mínzhèng〈名〉dân chính; công việc hành chính dân sự

【民政部】Mínzhèng Bù〈名〉Bộ Dân chính

【民政局】Mínzhèng Jú〈名〉Cục Dân chính

【民脂民膏】mínzhī-míngāo xương tủy (của cải xương máu) của nhân dân; mồ hôi nước mắt của nhân dân

【民智】mínzhì〈名〉dân trí; hiểu biết của dân: 开发~ khai thác dân trí

【民众】mínzhòng〈名〉dân chúng; quần chúng nhân dân: 得到~的支持 được sự ủng hộ của dân chúng

【民主】mínzhǔ❶〈名〉quyền dân chủ: 体现~权利 thể hiện quyền dân chủ ❷〈形〉dân chủ: ~制度 chế độ dân chủ

【民主党派】mínzhǔ dǎngpài đảng phái dân chủ

【民主管理】mínzhǔ guǎnlǐ quản lí dân chủ

【民主集中制】mínzhǔ jízhōngzhì chế độ tập trung dân chủ

【民主人士】mínzhǔ rénshì nhân sĩ dân chủ

【民主协商】mínzhǔ xiéshāng hiệp thương dân chủ

【民主选举】mínzhǔ xuǎnjǔ bầu cử dân chủ

【民族】mínzú〈名〉❶cộng đồng tộc người: 汉~的形成是一个漫长的历史过程。 Sự hình thành của cộng đồng người Hán là một quá trình lịch sử lâu dài. ❷dân tộc: ~自治 tự trị dân tộc; ~自豪感 tự hào dân tộc

【民族独立】mínzú dúlì sự độc lập dân tộc

【民族感情】mínzú gǎnqíng tình cảm dân tộc

【民族工业】mínzú gōngyè ngành công nghiệp dân tộc

【民族区域自治】mínzú qūyù zìzhì tự trị khu vực dân tộc

【民族文化】mínzú wénhuà nền văn hóa dân tộc

【民族学】mínzúxué〈名〉dân tộc học

【民族英雄】mínzú yīngxióng anh hùng dân tộc

mǐn

抿¹ mǐn〈动〉chải (tóc) (bằng nước hoặc dầu): ~头发 chải đầu

抿² mǐn〈动〉❶mím; mìm chúm chím (môi; miệng); cụp (cánh): 她只~着嘴笑不吭声 Cô chỉ mím môi cười chúm chím mà không lên tiếng. ❷nhắp; nhấp: ~一小口酒 nhấp một ngụm rượu

泯 mǐn〈动〉tiêu tan; mất đi; phai mờ; tiêu biến: ~除成见 giải trừ thành kiến

【泯灭】mǐnmiè〈动〉(vết tích, ấn tượng) mất; phai mờ; tiêu tan; mất hẳn: 良心~ mất hết lương tâm

【泯没】mǐnmò〈动〉(hình bóng, công lao) tiêu tan; mất đi; mai một: 才能被~了。Tài năng bị mai một.

闽 Mǐn <名> ❶ Mân Giang (tên sông thuộc tỉnh Phúc Kiến Trung Quốc) ❷ tên gọi tắt của tỉnh Phúc Kiến: ~剧 Mân kịch/tuồng Phúc Kiến // (姓) Mân

【闽菜】 mǐncài <名> món ăn Phúc Kiến

【闽语】 Mǐnyǔ <名> ngôn ngữ Phúc Kiến

悯 mǐn ❶ <动> thương; thương hại; thương xót: 怜~ đáng thương ❷ <形> [书] buồn; buồn rầu: ~然涕下 buồn rơi nước mắt

【悯恻】 mǐncè <动> [书] rủ lòng thương: ~其不幸 rủ lòng thương đối với sự bất hạnh

【悯惜】 mǐnxī <动> [书] thương; thương hại; thương xót; xót thương: 我们要自立，不能靠别人~。Chúng ta cần tự lập tự cường chứ không thể chờ đợi người khác rủ lòng thương.

【悯恤】 mǐnxù <动> [书] thương xót; xót thương: ~孤儿寡母 thương xót cảnh mẹ góa con côi

敏 mǐn <形> ❶ nhanh nhẹn; nhanh nhạy; nhạy cảm; nhạy bén: 他也是个~感之人。Anh ấy cũng là con người khá nhạy cảm. ❷ thông minh; nhanh trí; thính: 聪~ thông minh lanh lợi // (姓) Mẫn

【敏感】 mǐngǎn <形> ❶ thính; nhạy; nhạy cảm; mẫn cảm: 对声音很~rất nhạy cảm đối với âm thanh ❷ dễ xảy ra phản ứng: 对大家来说这是一个~的问题。Đối với mọi người mà nói thì đây là một vấn đề nhạy cảm.

【敏感度】 mǐngǎndù <名> mức độ nhạy cảm

【敏感性】 mǐngǎnxìng <名> tính nhạy cảm: 具有政治~ có tính nhạy cảm về chính trị

【敏慧】 mǐnhuì <形> thông minh; mẫn tuệ: 她给人一种~的感觉。Cô ấy cho người ta cảm giác là một người rất thông minh.

【敏捷】 mǐnjié <形> nhanh nhẹn; mau lẹ; mẫn tiệp: 他身手~。Động tác của anh ấy rất nhanh nhẹn.

【敏快】 mǐnkuài <形> nhanh nhẹn; mau lẹ: 反应非常~ phản ứng hết sức mau lẹ

【敏锐】 mǐnruì <形> (cảm giác) nhạy; nhạy bén; (con mắt) tinh tường; tinh sắc: 目光~ con mắt tinh tường

míng

名 míng ❶ <名> tên; tên gọi: 起~ đặt tên ❷ <名> tên (gọi) là: 请问您尊姓大~? Xin hỏi bác tên gì ạ? ❸ <名> danh nghĩa: 他以同乡之~，向村里的希望小学捐了100台电脑。Nhân danh một người đồng hương, ông ấy đã tặng 100 chiếc máy tính cho trường Tiểu học Hi Vọng trong thôn. ❹ <名> danh tiếng; tiếng; tiếng tăm: 远近闻~ nổi tiếng khắp nơi ❺ <形> nổi tiếng; có tiếng tăm: ~人 danh nhân ❻ <动> [书] nói ra; diễn tả: 他此时糟糕的情绪简直不可~状。Trạng thái tinh thần của anh ta lúc này đã tồi tệ đến mức không thể diễn tả. ❼ <动> [书] chiếm hữu: 一文不~ không tơ hào một đồng ❽ <量> lượng từ chỉ người: 上万人参加考试却只录用一~。Hàng vạn người dự thi nhưng chỉ tuyển dụng có một người. ❾ <量> chỉ ngôi thứ: 他取得了第一~的好成绩。Anh ấy giành thành tích xuất sắc đứng thứ nhất. // (姓) Danh

【名不副实】 míngbùfùshí tên gọi không giống với thực chất; danh không đúng thực; có tiếng tăm không có thực chất; hữu danh vô thực: 他是个~的人。Hắn là một người danh không xứng với thực.

【名不见经传】 míng bù jiàn jīngzhuàn không có tiếng tăm; không nổi tiếng: 他只是一位~的小作家。Ông ấy chỉ là một tác giả không có tiếng tăm.

【名不虚传】 míngbùxūchuán tiếng đồn không ngoa; danh bất hư truyền: 他là một ~的诗人。Ông ấy là một nhà thơ danh bất

M

hư truyền.

【名不正，言不顺】 míng bù zhèng, yán bù shùn danh phận không chính đáng thì khó nói lí lẽ; danh bất chính ngôn bất thuận

【名菜】 míngcài<名>món ăn nổi tiếng

【名册】 míngcè<名>bản danh sách; sổ ghi tên: 花~ danh sách

【名茶】 míngchá<名>loại chè có tiếng tăm (nổi tiếng): 龙井茶是中国杭州出产的~。Chè Long Tỉnh là loại chè nổi tiếng sản xuất tại Hàng Châu Trung Quốc.

【名产】 míngchǎn<名>sản phẩm nổi tiếng: 织锦是中国杭州的~。Gấm dệt là mặt hàng nổi tiếng của xứ Hàng Châu Trung Quốc.

【名称】 míngchēng<名>tên gọi (sự vật) (cũng dùng cho tập thể người)

【名城】 míngchéng<名>thành phố nổi tiếng: 北京、西安、南京、洛阳、开封等都是中国的历史~。Bắc Kinh, Tây An, Nam Kinh, Lạc Dương, Khai Phong...đều là những thành phố nổi tiếng trong lịch sử Trung Quốc.

【名吃】 míngchī<名>món ăn nổi tiếng

【名传后世】 míngchuánhòushì lưu danh đời sau; lưu danh hậu thế: 文天祥以忠烈~。Văn Thiên Tường là một nghĩa sĩ trung liệt lưu danh hậu thế.

【名垂千古】 míngchuíqiāngǔ lưu danh thiên cổ; để lại tiếng thơm muôn thuở: 诸葛亮是~的人物。Gia Cát Lượng là nhân vật lưu danh thiên cổ.

【名垂青史】 míngchuíqīngshǐ lưu danh thiên cổ; để lại tiếng thơm muôn thuở; lưu tên sử xanh: 为祖国和民族做出卓越贡献的人~! Những người có cống hiến lỗi lạc cho Tổ quốc và dân tộc sẽ lưu danh sử xanh.

【名词】 míngcí<名>❶danh từ ❷thuật ngữ: 现在网上出现了许多新~。Giờ đây trên mạng internet xuất hiện nhiều thuật ngữ

mới. ❸từ chỉ khái niệm (trong kết cấu tam đoạn luận)

【名次】 míngcì<名>thứ tự tên gọi; thứ bậc trong danh sách

【名存实亡】 míngcún-shíwáng danh nghĩa thì còn, thực tế thì đã mất; chỉ còn trên danh nghĩa

【名单】 míngdān<名>danh sách: 公布候选人~ công bố danh sách ứng cử viên

【名点】 míngdiǎn<名>điểm tâm; món ăn nhẹ nổi tiếng

【名都】 míngdū<名>thành phố (đô thị) nổi tiếng

【名额】 míng'é<名>chỉ tiêu; hạn mức số người (nhân viên): 分配职代会代表~ phân phối hạn ngạch đại biểu công nhân viên chức

【名分】 míngfèn<名>danh phận; thân phận; chức vị; địa vị: 没有~ không có danh phận gì

【名副其实】 míngfùqíshí danh tiếng đúng với thực tế; danh bất hư truyền: 他是一个~的劳动模范。Anh ấy là một anh hùng lao động danh bất hư truyền.

【名贵】 míngguì<形>nổi tiếng và quý giá: ~中药 thuốc bắc quý giá

【名号】 mínghào<名>tên và biệt hiệu

【名花有主】 mínghuā-yǒuzhǔ cô gái đã có người yêu

【名迹】 míngjì<名>❶danh lam nổi tiếng: 这座古城有不少历史~。Trong ngôi thành cổ này có nhiều danh lam lịch sử nổi tiếng. ❷bút tích các danh nhân: 他专门收藏宋元~。Ông ấy chuyên sưu tập lưu trữ các tác phẩm bút tích của nhân vật nổi tiếng đời Tống và Nguyên. ❸[书]danh tiếng; công trạng vang

【名家】 míngjiā<名>những học giả có tiếng tăm; học giả nổi tiếng; nhân vật nổi tiếng:

得到~指点，他的绘画水平大有长进。
Được sự chỉ dẫn của các bậc thầy có tiếng tăm, trình độ hội họa của anh ấy đã có bước tiến lớn.

【名缰利锁】 míngjiāng-lìsuǒ danh tiếng trói buộc; lợi lộc khóa chặt: 他现在最需摆脱~的束缚。Điều cần nhất hiện nay của anh ấy là phải thoát khỏi sự trói buộc của danh tiếng và lợi lộc.

【名将】 míngjiàng<名>danh tướng

【名教】 míngjiào<名>danh giáo (đạo đức chuẩn mực Nho giáo)

【名节】 míngjié<名>danh tiết; danh dự và khí tiết

【名酒】 míngjiǔ<名>rượu nổi tiếng

【名句】 míngjù<名>danh ngôn: 千古~ danh ngôn thiên cổ

【名剧】 míngjù<名>kịch nổi tiếng

【名角】 míngjué<名>vai diễn nổi tiếng

【名款】 míngkuǎn<名>lạc khoản; tên tác giả (đề trên sách báo tranh ảnh)

【名利】 mínglì<名>danh lợi: 淡泊~ coi nhẹ danh lợi

【名利场】 mínglìchǎng<名>chính trường; trường danh lợi: 他厌恶~上的尔虞我诈。Anh ấy rất chán ghét sự lừa lọc chèn ép lẫn nhau trên trường danh lợi.

【名利双收】 mínglì-shuāngshōu được cả danh lẫn lợi: 比尔•盖茨发明的电脑微软系统使他~。Với sự phát minh của hệ thống microsoft, ông Bill Gates được cả danh lẫn lợi.

【名列前茅】 mínglièqiánmáo đứng đầu bảng: 他在班上的成绩一直~。Thành tích của cậu ấy luôn đứng đầu bảng trong lớp.

【名流】 míngliú<名>nhân sĩ nổi tiếng (về học thuật và chính trị); nhân vật nổi tiếng

【名录】 mínglù<名>sổ tay ghi tên; danh sách; danh mục: 世界文化遗产~ danh mục di sản văn hóa thế giới

【名落孙山】 míngluòsūnshān thi trượt; thi rớt

【名满天下】 míngmǎntiānxià nổi tiếng trên thế giới

【名门】 míngmén<名>gia đình quyền quý; gia đình có danh vọng: 他出身~。Ông xuất thân từ gia đình quyền quý.

【名门闺秀】 míngmén-guīxiù con gái nhà quyền quý

【名门望族】 míngmén-wàngzú danh gia vọng tộc; gia tộc nổi tiếng

【名门之后】 míngménzhīhòu con cháu gia đình quyền quý

【名模】 míngmó<名>người mẫu thời trang nổi tiếng

【名目】 míngmù<名>danh mục: 巧立~ bày đặt đủ trò

【名目繁多】 míngmù-fánduō nhiều món nhiều loại; nhiều tên gọi khác nhau: 他家种的花草~。Trong nhà ông ấy trồng nhiều loại hoa khác nhau.

【名牌】 míngpái<名>❶nhãn hiệu (thương hiệu) có uy tín: ~大学 trường đại học có uy tín ❷bảng tên; biển đề tên người; bảng tên hàng hóa

【名篇】 míngpiān<名>tác phẩm văn chương nổi tiếng

【名片】 míngpiàn<名>danh thiếp

【名片夹】 míngpiànjiā<名>tập các-vi-dip

【名品】 míngpǐn<名>sản phẩm, vật phẩm và tác phẩm nổi tiếng

【名气】 míngqi<名>tiếng tăm: 没有~ không có tiếng tăm gì cả

【名曲】 míngqǔ<名>khúc nhạc nổi tiếng

【名人】 míngrén<名>danh nhân; người có tiếng tăm

【名人名言】 míngrén-míngyán danh nhân danh ngôn; người và câu nói nổi tiếng

M

【名人效应】míngrén xiàoyìng　hiệu ứng danh nhân (chỉ sức ảnh hưởng của người có tiếng tăm trong xã hội)

【名山】míngshān<名>danh sơn; ngọn núi nổi tiếng

【名山大川】míngshān-dàchuān những dòng sông và ngọn núi có tiếng: 游遍祖国的~ du ngoạn khắp những ngọn núi và dòng sông nổi tiếng trên khắp đất nước

【名声】míngshēng<名>tiếng tăm; danh vọng; thanh danh: ~的好坏该由我们自己的行动来定位。Danh vọng và tiếng tăm được quyết định bởi hành động của chúng ta.

【名声远扬】míngshēng-yuǎnyáng tiếng tăm đồn xa: 培育杂交水稻的农业科学家袁隆平~。Nhà khoa học nông nghiệp Viên Long Bình tiếng lành đồn xa bởi ươm tạo ra giống lúa mới lai tạo.

【名胜】míngshèng<名>danh thắng: ~古迹 danh lam thắng cảnh/thắng cảnh lâu đời

【名师】míngshī<名>bậc thầy nổi tiếng; thầy giỏi; danh sư

【名师出高徒】míngshī chū gāotú thầy giỏi học trò cũng giỏi; thầy nổi danh có trò tài giỏi: 这真是~啊！Đúng là thầy giáo giỏi mới đào tạo được học trò xuất sắc!

【名氏】míngshì<名>họ tên

【名世】míngshì<形>lừng danh (trên thế giới)

【名手】míngshǒu<名>danh thủ; người tài giỏi (chỉ văn nghệ sĩ hoặc những tay nhà nghề nổi tiếng): 武术~ danh thủ võ thuật

【名宿】míngsù<名>danh thủ lão thành; lão danh thủ: 体坛~ bậc danh thủ lão thành trong làng thể dục thể thao

【名堂】míngtang<名>❶trò; mục: 这孩子~真多，又哭又闹的。Nó thì nhiều trò lắm, vừa kêu khóc vừa phá quấy. ❷thành tựu; kết quả: 我们必须讨论出一个~来。Chúng ta nhất thiết phải thảo luận cho ra một kết quả gì đó. ❸lẽ gì đó; trò gì đó: 真不简单，这里面还有~呢。Thật không đơn giản, trong đó chắc còn có chuyện nữa kia.

【名特优新】míng-tè-yōu-xīn gọi chung cho sản phẩm mới đặc sắc thương hiệu nổi tiếng, chất lượng cao

【名头】míngtou<名>[方]tên tuổi

【名望】míngwàng<名>uy tín; danh vọng; tiếng tăm: 他在这一带是个~很高的人。Ông ấy là người rất có danh vọng trong vùng.

【名位】míngwèi<名>danh vị; tiếng tăm và địa vị

【名闻中外】míngwén-zhōngwài lừng danh trong và ngoài nước Trung Quốc: 虎门是~的历史重镇。Hổ Môn là thị trấn lịch sử quan trọng lừng danh trong và ngoài nước Trung Quốc.

【名物】míngwù<名>sự vật và tên gọi

【名下】míngxià<名>tên; danh nghĩa: 房产在孩子~。Người sở hữu nhà ghi tên cháu.

【名下无虚】míngxià-wúxū người nổi tiếng có tài giỏi thực sự

【名衔】míngxián<名>hàm cấp; chức vụ

【名言】míngyán<名>danh ngôn; câu nói nổi tiếng

【名扬四海】míngyáng-sìhǎi nổi tiếng gần xa

【名医】míngyī<名>danh y; bác sĩ nổi tiếng

【名义】míngyì<名>❶danh nghĩa; tư cách; trên danh nghĩa: 以个人~ nhân danh cá nhân ❷bề ngoài; hình thức: 他~上是户主，但家里的事都是老婆说了算。Ông ấy là chủ hộ về hình thức, còn việc nhà thì vẫn do vợ ông quyết định.

【名义工资】míngyì gōngzī tiền lương danh nghĩa

【名义资产】míngyì zīchǎn tài sản danh nghĩa

【名优】míngyōu〈形〉nổi tiếng; chất lượng cao

【名优产品】míngyōu chǎnpǐn sản phẩm nổi tiếng chất lượng cao: 本公司这个产品被评为全省~。Sản phẩm này của công ti chúng tôi được bình bầu là sản phẩm chất lượng nổi tiếng của tỉnh.

【名誉】míngyù ❶〈名〉danh dự: 注重~ chú trọng danh dự ❷〈形〉danh dự (trên danh nghĩa): ~主席 chủ tịch danh dự

【名誉权】míngyùquán〈名〉quyền danh dự

【名媛】míngyuàn〈名〉[书]người phụ nữ nổi tiếng

【名噪一时】míngzào-yīshí vang bóng một thời: 她曾在时装界~。Chị ấy đã vang bóng một thời trong giới thời trang.

【名章】míngzhāng〈名〉phù hiệu khắc tên

【名正言顺】míngzhèng-yánshùn danh chính ngôn thuận

【名著】míngzhù〈名〉tác phẩm nổi tiếng: 《西游记》《水浒传》《三国演义》和《红楼梦》是中国古代文学的四大~。 *Tây du kí, Thủy hử, Tam quốc diễn nghĩa, Hồng lâu mộng* là bốn tác phẩm văn học cổ nổi tiếng của Trung Quốc.

【名状】míngzhuàng〈动〉miêu tả trạng thái: 一种不可~的感觉涌入心间。Một cảm giác khó tả trào dâng trong lòng.

【名字】míngzi〈名〉❶tên (người) ❷tên (sự vật)

【名嘴】míngzuǐ〈名〉người dẫn chương trình nổi tiếng; người có tài ăn nói

【名作】míngzuò〈名〉kiệt tác; tác phẩm nổi tiếng

明¹ míng ❶〈形〉sáng (đối lập với tối): ~月 trăng sáng ❷〈形〉rõ; rõ ràng; sáng tỏ: 说~ nói rõ ❸〈动〉công khai; lộ liễu; để lộ; rõ: 有

何看法请~示。Có nhận xét gì xin nêu rõ. ❹〈形〉(mắt) sáng; (mắt) tinh; tinh mắt; sắc bén: 眼~手快 tay chân nhanh nhẹn, đôi mắt tinh tường ❺〈形〉quang minh chính đại; lòng dạ ngay thẳng: ~人不做暗事. Con người lòng ngay dạ thẳng không làm lòa việc mờ ám. ❻〈名〉thị giác: 双目失~ mù lòa cả đôi mắt ❼〈动〉hiểu; hiểu biết: 他嘴上不说其实心里~得很. Tuy không nói ra nhưng trong thâm tâm anh ấy hiểu rất rõ điều này. ❽〈动〉[书]biểu hiện; biểu thị; tỏ ra: 以诗~志 bày tỏ tâm trí bằng những câu thơ ❾〈副〉rõ ràng: 你~知道今晚有暴风雨为何不关上门窗呢? Cậu đã biết rõ là đêm nay có mưa bão mà tại sao không đóng cửa sổ? //(姓) Minh

明² míng〈名〉ngày mai; sang năm: 三个大工程~年开工建设. Có ba công trình lớn sẽ được khởi công xây dựng vào năm tới.

明³ Míng〈名〉đời nhà Minh (một triều đại lịch sử của Trung Quốc)

【明暗】míng'àn〈名〉sáng tối: ~对比 sự so sánh giữa cái sáng và cái tối

【明白】míngbai ❶〈形〉rõ; rõ ràng; dễ hiểu: 我讲得很~了. Tôi đã giảng giải rất rõ ràng rồi. ❷〈形〉công khai; nói thẳng; thẳng (thắn): 他已~表示不赞成. Anh ấy đã thẳng thắn tỏ ý không nhất trí. ❸〈形〉thông minh; sáng dạ; khôn ngoan; biết lẽ phải; biết điều: 他是个~人. Cậu ấy là người sáng dạ. ❹〈动〉hiểu; biết; hiểu biết: 我~大家的意思. Tôi hiểu ý của mọi người.

【明摆着】míngbǎizhe bày rõ ràng ra; bày công khai ra; bày sờ sờ ra: 你这不~要为难我吗? Anh làm thế rõ ràng là muốn gây khó cho tôi chứ gì?

【明辨是非】míngbiàn-shìfēi làm sáng tỏ phải trái; phân biệt rõ đúng sai

【明察暗访】míngchá-ànfǎng điều tra

M

ngầm kĩ lưỡng; điều tra cẩn thận: 上级纪委到基层~违规违纪的情况。Ủy ban kiểm tra kỉ luật cấp trên xuống cơ sở điều tra cặn kẽ tình hình vi phạm kỉ luật.

【明察秋毫】míngchá-qiūháo tinh mắt; hiểu thấu (đáo); thấy rõ đến chân tơ kẽ tóc

【明畅】míngchàng<形>sáng sủa thanh thoát; rõ ràng lưu loát

【明澈】míngchè<形>sáng; trong; trong sáng; trong suốt; trong vắt; sáng long lanh: ~的双眸 đôi mắt sáng long lanh; 潭水~见底。Đầm nước trong veo thấu đáy.

【明处】míngchù<名>❶chỗ sáng; nơi sáng sủa: 把画挂在~。Treo bức tranh lên nơi sáng sủa. ❷chỗ công khai, thẳng thắn: 让我们把话说在~。Chúng ta nói chuyện thẳng thắn không úp mở.

【明达】míngdá❶<动>thấu triệt rõ ràng ❷<形>sáng suốt

【明打明】míngdǎmíng[方]rõ ràng: 这事是~的，谁也没瞒谁。Đây là chuyện hai năm rõ mười, chẳng ai giấu được ai.

【明灯】míngdēng<名>ngọn đèn sáng chói; ngọn đèn pha

【明兜】míngdōu<名>túi ngoài

【明断】míngduàn<动>phán đoán sáng suốt; xét đoán công minh

【明矾】míngfán<名>phèn chua; bạch phàn

【明沟】mínggōu<名>cống lộ thiên; rãnh lộ thiên

【明光瓦亮】míngguāng-wǎliàng sáng sủa; sáng loáng; sáng ngời: 新建的教学楼~。Ngôi lầu giảng dạy mới xây sáng sủa.

【明后天】míng-hòutiān<名>ngày mai ngày kia; mai kia; mai mốt: 这项工作~就能做完。Công việc này sẽ được hoàn thành trong nay mai.

【明黄】mínghuáng<形>màu vàng tươi; màu vàng sáng

【明晃晃】mínghuǎnghuǎng sáng loáng; sáng ngời: ~的剑锋 lưỡi gươm sáng loáng

【明慧】mínghuì<形>[书]thông minh; sáng ý: 这是个~的女孩。Đây là một cô bé thông minh.

【明火】mínghuǒ❶<名>lửa gương ❷<名>ngọn lửa có khói ❸<动>đốt đuốc

【明火执仗】mínghuǒ-zhízhàng đốt đuốc vác gậy (đi cướp bóc); cướp giật trắng trợn; cướp bóc ngang nhiên

【明间儿】míngjiānr<名>gian ngoài; nhà ngoài

【明鉴】míngjiàn❶<名>gương sáng ❷<名>tấm gương sáng ❸<动>minh xét; minh giám (ca ngợi sự sáng suốt)

【明净】míngjìng<形>trong sáng tinh khiết; trong vắt; trong suốt; sáng sủa: ~的阅览室 căn phòng đọc sách sáng sủa

【明镜】míngjìng<名>gương sáng: 湖水清澈，犹如~。Hồ nước trong veo sáng như mặt gương.

【明镜高悬】míngjìng-gāoxuán gương sáng treo cao; ví xét xử công minh

【明君】míngjūn<名>vua chúa sáng suốt; minh quân

【明快】míngkuài<形>❶(văn chương) dễ hiểu lưu loát; sáng rõ trôi chảy; thanh thoát: 笔法~ lời văn sáng sủa ❷(tính tình) cởi mở; thẳng thắn; (làm việc) dứt khoát; quả quyết: 做事~果断 làm việc dứt khoát ❸sáng; sáng sủa

【明来暗往】mínglái-ànwǎng quan hệ khăng khít; qua lại rất ăn ý

【明朗】mínglǎng<形>❶sáng; sáng sủa; sáng rõ; sáng tỏ; trong sáng: ~的月光 ánh trăng sáng tỏ; 天空~ bầu trời trong xanh ❷rõ ràng; sáng tỏ: ~表示 tỏ ý rõ ràng; 态度~ thái độ rõ ràng ❸trong sáng; cởi mở: ~的风格 phong cách cởi mở; 性格~ tính cách cởi mở

【明朗化】mínglǎnghuà làm rõ: 关系~ làm rõ quan hệ

【明里】mínglǐ〈名〉chỗ sáng

【明里一套，暗里一套】mínglǐ-yītào, ànlǐ-yītào lá mặt lá trái

【明理】mínglǐ❶〈动〉hiểu đạo lí; hiểu biết; biết điều: 我们要做~之人。Chúng ta phải làm người hiểu đạo lí. ❷〈名〉lí lẽ rõ ràng

【明丽】mínglì〈形〉(cảnh vật) sáng sủa; tươi đẹp; rực rỡ: 秋色~ cảnh thu tươi sáng; 又是一个阳光~的日子。Lại một buổi đẹp trời.

【明亮】míngliàng〈形〉❶sáng rực; sáng sủa; sáng trưng: 灯火~ đèn điện sáng trưng ❷sáng ngời; ngời sáng: ~的眼睛 đôi mắt sáng ngời ❸sáng tỏ; hiểu rõ; hiểu ra: 对这件事情，他心里~得很。Ông ấy hiểu rất rõ về chuyện này.

【明了】míngliǎo❶〈形〉minh bạch; rõ ràng: 你的这番话简单~。Lời phát biểu của anh đơn giản mà rõ ràng. ❷〈动〉sáng tỏ; hiểu rõ: 大家的意思我~。Ý của mọi người tôi đã hiểu rồi.

【明令】mínglìng〈名〉mệnh lệnh bằng văn bản: ~实施 có lệnh thực thi bằng văn bản

【明令禁止】mínglìng-jìnzhǐ lệnh cấm bằng văn bản; tuyên bố lệnh cấm bằng văn bản

【明码】míngmǎ〈名〉❶minh mã; mã điện báo công khai (trái với mật mã) ❷niêm yết giá; giá hàng niêm yết

【明码标价】míngmǎ-biāojià niêm yết giá bán

【明媒正娶】míngméi-zhèngqǔ cuộc hôn nhân chính đáng; cưới hỏi đàng hoàng

【明媚】míngmèi〈形〉❶(cảnh vật) tươi đẹp đáng yêu: ~的风光 cảnh sắc tươi sáng ❷(mắt) long lanh sáng; trong trẻo đáng yêu

【明灭】míngmiè〈动〉lúc ẩn lúc hiện; khi tỏ

khi mờ

【明明】míngmíng〈副〉rõ ràng; rành rành: ~是他错了。Rõ ràng là anh ấy sai rồi.

【明明白白】míngmíngbáibái❶rõ ràng; rõ rành rành ❷tỉnh táo; minh mẫn ❸quang minh chính đại

【明眸皓齿】míngmóu-hàochǐ mắt sáng răng trắng

【明目】míngmù❶〈动〉làm sáng đôi mắt ❷〈名〉đôi mắt sáng

【明目张胆】míngmù-zhāngdǎn trắng trợn; táo tợn; không kiêng dè

【明年】míngnián〈名〉sang năm; năm sau

【明盘儿】míngpánr〈名〉[商业]giá thỏa thuận; giá mặc cả

【明铺暗盖】míngpū-àngài thông dâm công khai hoặc lén lút

【明器】míngqì〈名〉đồ tùy táng; đồ chôn theo người chết

【明前】míngqián〈名〉chè búp Minh Tiền (loài trà ngon hái trước tiết Thanh Minh)

【明枪暗箭】míngqiāng-ànjiàn giáo đâm thẳng, tên bắn lén; minh thương ám kiếm (chỉ mọi sự công kích công khai và ngầm ngầm)

【明枪易躲，暗箭难防】míngqiāng-yìduǒ, ànjiàn-nánfáng giáo trước mắt dễ đỡ, tên sau lưng khó phòng; sự tấn công trực diện dễ đối phó, tấn công lén lút khó phòng bị

【明抢】míngqiǎng〈动〉cướp ngay; cướp công khai; cướp trắng trợn

【明渠】míngqú〈名〉mương nổi

【明确】míngquè❶〈形〉rõ ràng; đúng đắn: 为我们指出了~的方向 chỉ rõ phương hướng đúng đắn cho chúng tôi ❷〈动〉xác định rõ: ~自己的任务 làm sáng tỏ nhiệm vụ của mình

【明人不做暗事】míngrén bù zuò ànshì người ngay thẳng đàng hoàng không làm

M

việc mờ ám

【明日】 míngrì<名>ngày mai

【明日黄花】 míngrì–huánghuā hoa vàng ngày mai; việc lỗi thời; việc đã qua

【明锐】 míngruì<形>❶trong sáng mà sắc sảo: 一双~的眼睛 cặp mắt trong sáng mà sắc sảo ❷[书]thông minh, lanh lợi: 性格~果断 tính tình minh mẫn quả quyết

【明闪闪】 míngshǎnshǎn sáng lấp lánh: 星光~。Ánh sao sáng lấp lánh.

【明升暗降】 míngshēng–ànjiàng thăng chức trên danh nghĩa mà thực chất là bị giáng chức

【明示】 míngshì<动>chỉ thị rõ ràng: 此事妥否，请~。Việc này có được hay không, xin chỉ thị rõ ràng.

【明说】 míngshuō<动>nói rõ; nói thẳng: 有啥事请~。Có chuyện gì cứ nói thẳng đi.

【明锁】 míngsuǒ<名>loại khóa nổi; khóa treo

【明天】 míngtiān<名>❶ngày mai: ~就开学了。Ngày mai sẽ khai giảng. ❷mai đây; tương lai: 为了我们下一代的~ vì tương lai con em chúng ta

【明文】 míngwén<名>(có) văn bản rõ ràng; thành văn (chỉ pháp lệnh, quy chế): 法律已有~规定。Pháp luật đã có quy định rõ ràng bằng văn bản.

【明晰】 míngxī<形>rõ; rõ rệt; rõ nét; rành rọt; sáng tỏ: 文章思路~。Bài viết có tư duy rành rọt.

【明细】 míngxì<形>rõ ràng; tỉ mỉ: 分工~ phân công rõ ràng tỉ mỉ

【明细账】 míngxìzhàng<名>sổ tài vụ chi tiết

【明虾】 míngxiā<名>tôm he

【明显】 míngxiǎn<形>rõ nét; nổi bật; rõ rệt: 进步~ tiến bộ rõ rệt

【明线】 míngxiàn<名>mạch nổi

【明晓】 míngxiǎo<动>hiểu rõ; nắm được: ~法律 hiểu rõ về pháp luật

【明效】 míngxiào<名>hiệu quả rõ rệt

【明信片】 míngxìnpiàn<名>bưu thiếp

【明星】 míngxīng<名>❶sao Kim (trong sách cổ) ❷ngôi sao; minh tinh: 影视~ minh tinh màn bạc

【明修栈道，暗度陈仓】 míngxiū–zhàndào, àndù–chéncāng kế nghi binh đánh lừa đối phương để đạt được mục đích của mình; mưu mô đánh lừa đối phương

【明眼人】 míngyǎnrén<名>người hiểu biết; người sáng suốt: 这事儿骗不了~。Việc này không đánh lừa nổi những người sáng suốt.

【明艳】 míngyàn<形>tươi đẹp rực rỡ; xinh đẹp lộng lẫy: 春光~ cảnh sắc mùa xuân tươi đẹp rực rỡ; 舞台布景~。Bố cảnh sân khấu xinh đẹp lộng lẫy.

【明喻】 míngyù<名>minh dụ (cách thức tỉ dụ, so sánh rõ ràng)

【明早】 míngzǎo<名>❶sớm mai ❷[方]ngày mai

【明杖】 míngzhàng<名>cây gậy dò đường (cho người khiếm thị)

【明哲保身】 míngzhé–bǎoshēn người khôn giữ mình; bo bo giữ mình

【明争暗斗】 míngzhēng–àndòu đấm đá nhau công khai và ngấm ngầm; đấu đá nhau đủ kiểu

【明正典刑】 míngzhèng–diǎnxíng xử tử hình thể theo quy định của luật pháp

【明证】 míngzhèng<名>chứng cớ rõ ràng

【明知】 míngzhī<动>hiểu rõ; biết rõ: ~不可为而为之。Biết rõ không làm nổi mà vẫn cứ làm.

【明知故犯】 míngzhī–gùfàn biết sai vẫn làm; cố tình phạm lỗi

【明知故问】 míngzhī–gùwèn đã biết còn

vờ hỏi

【明知山有虎，偏向虎山行】míngzhī shān yǒu hǔ, piān xiàng hǔshān xíng biết rõ là nguy hiểm mà vẫn quyết chí liều thân

【明智】míngzhì〈形〉thức thời; sáng suốt; khôn khéo: ～的选择 lựa chọn sáng suốt

【明珠】míngzhū〈名〉viên ngọc sáng; của quý: 东方～ hòn ngọc sáng phương Đông

【明珠暗投】míngzhū-àntóu hạt châu ném vào xó tối; người tài giỏi không được trọng dụng

【明主】míngzhǔ〈名〉minh chủ; minh quân; anh quân

鸣 míng〈动〉❶kêu; hót; gáy: 鸟～ chim hót ❷phát ra tiếng kêu, tiếng động; làm cho kêu: 机器轰～。Máy móc phát ra tiếng động ầm ầm. ❸bày tỏ; biểu đạt (tình cảm, ý kiến, chủ trương): ～冤 kêu oan //(姓) Minh

【鸣鞭】míngbiān❶〈动〉vung roi: ～策马飞奔 vung roi quất ngựa phi nước đại ❷〈名〉gậy; trượng

【鸣不平】míng bùpíng tỏ sự bất bình

【鸣唱】míngchàng〈动〉cất tiếng hát

【鸣笛】míngdí〈动〉kéo còi

【鸣放】míngfàng〈动〉❶nổ súng (pháo) ❷công khai phát biểu ý kiến

【鸣叫】míngjiào〈动〉(chim, côn trùng) kêu

【鸣金收兵】míngjīn-shōubīng khua chiêng thu quân

【鸣锣】míngluó〈动〉khua chiêng; gõ thanh la

【鸣锣开道】míngluó-kāidào khua chiêng dọn đường

【鸣枪】míngqiāng〈动〉nổ súng

【鸣枪示警】míngqiāng-shìjǐng nổ súng cảnh cáo

【鸣禽】míngqín〈名〉loài chim hót

【鸣哨】míngshào〈动〉huýt còi; nổi còi: ～开赛 nổi còi bắt đầu trận đấu

【鸣响】míngxiǎng〈动〉phát ra âm thanh, tiếng động

【鸣谢】míngxiè〈动〉(công khai) tỏ lòng cảm ơn

【鸣冤叫屈】míngyuān-jiàoqū khiếu nại trình bày nỗi oan

【鸣啭】míngzhuàn〈动〉[书](chim) hót líu lo

【鸣奏】míngzòu〈动〉phát ra âm thanh

茗 míng〈名〉trà; chè: 品～ nhấp nháp chè ngon

冥 míng❶〈形〉tối; tối tăm: 幽～ âm u ❷〈形〉sâu; sâu xa; sâu kín; thâm trầm: ～思 suy tư nghiền ngẫm ❸〈形〉ngu dốt; ngu đần; hồ đồ: ～昧 ngu đần dốt nát ❹〈名〉âm phủ; địa ngục

【冥暗】míng'àn〈形〉tối mờ; u ám

【冥钞】míngchāo〈名〉tiền âm phủ; giấy tiền (đốt cho người chết)

【冥府】míngfǔ〈名〉âm phủ; địa ngục

【冥茫】míngmáng〈形〉[书]mịt mùng; mờ mịt: ～的冬夜 đêm đông mịt mùng

【冥冥之中】míngmíngzhīzhōng tình huống không thể dự kiến, không kiểm soát và cũng không thể giải thích

【冥寿】míngshòu〈名〉ngày sinh của người đã chết

【冥思苦想】míngsī-kǔxiǎng trầm tư suy nghĩ; lao tâm khổ tứ: 他～却找不到答案。Anh ấy vắt óc suy nghĩ mà không sao tìm ra đáp án.

【冥顽不灵】míngwán-bùlíng ngu đần chậm chạp

【冥王星】míngwángxīng〈名〉sao Diêm vương

【冥想】míngxiǎng〈动〉nghĩ thầm; suy tưởng; trầm tư mặc tưởng

【冥衣】míngyī〈名〉áo giấy âm phủ; hàng mã

M

铭 míng❶<名>bài minh: 墓志~ chữ khắc trên bia mộ ❷<动>khắc chữ trên đồ vật; ghi nhớ; không quên; khắc sâu: 刻骨~心 ghi xương khắc cốt //(姓) Minh

【铭感】mínggǎn<动>[书]ghi nhận sâu sắc; ghi ơn: 老师对我的关怀使我~终生。Sự quan tâm chăm sóc của thầy cô khiến em ghi nhận suốt đời.

【铭感五内】mínggǎn-wǔnèi khắc sâu trong lòng; ghi nhớ mãi mãi; ghi nhớ trong lòng

【铭肌镂骨】míngjī-lòugǔ cảm nhận sâu sắc; mãi mãi không quên

【铭记】míngjì❶<动>ghi nhớ; ghi sâu; khắc sâu: 您的恩情我们~在心。Công ơn của thầy chúng em mãi ghi sâu trong lòng. ❷<名>bài minh; văn khắc; minh kí

【铭刻】míngkè❶<名>bài minh ghi công đức; chữ khắc vào đồ vật ❷<动>khắc ghi; ghi nhớ; nhớ mãi không quên: 沉痛的教训~在心中。Bài học đau đớn ghi khắc trong lòng không bao giờ quên.

【铭牌】míngpái<名>tấm nhãn gắn trên các cỗ máy

【铭佩】míngpèi<动>giữ trong tâm trí

【铭文】míngwén<名>chữ khắc; văn khắc; minh văn (trên đồ vật)

【铭心】míngxīn<动>khắc ghi trong lòng; khắc sâu trong lòng

【铭诸肺腑】míngzhūfèifǔ ghi lòng tạc dạ; mãi mãi không quên

溟 míng<名>[书]biển; bể cả

【溟蒙】míngméng<形>[书]mờ mịt; mịt mù (sương khói)

榠 míng

【榠楂】míngzhā<名>[中药]mộc qua (quince)

瞑 míng[书]❶<动>mặt trời lặn; trời tối: 天将~。Trời sắp tối. ❷<名>hoàng hôn; chạng vạng; chiều tà; sẩm tối

瞑 míng❶<动>nhắm mắt: 死不~目 chế không nhắm mắt ❷<形>hoa mắt: 耳聋目 mắt mờ tai điếc

【瞑目】míngmù<动>nhắm mắt (chết mộ cách thanh thản): ~九泉 nhắm mắt nơi chín suối

螟 míng<名>sâu keo

【螟虫】míngchóng<名>sâu keo

【螟蛾】míng'é<名>bướm sâu keo; bướ thiêu thân

【螟蛉】mínglíng<名>ấu trùng sâu keo

【螟蛉之子】mínglíngzhīzǐ con nuôi; nghĩ tử (không có quan hệ máu mủ ruột thịt)

mǐng

酩 mǐng

【酩酊】mǐngdǐng<形>say khướt; say mềm

【酩酊大醉】mǐngdǐng-dàzuì say bí ti

mìng

命 ¹ mìng<名>❶mạng; mạng sống; tính mạng: 救~ cứu mạng ❷tuổi thọ: 延长寿~ kéo dài tuổi thọ ❸vận mệnh; số mệnh; số số phận: 算~ xem bói toán; 宿~论 thuyế định mệnh

命 ² mìng❶<动>ra lệnh; chỉ thị; sai; phái cử: 队长~他参赛。Đội trưởng cử anh ấy tham gia thi đấu. ❷<名>mệnh; lệnh; mệnh lệnh; chỉ thị: 我受~上前线。Tôi nhận lệnh ra tiền tuyến. ❸<动>cho; ban (tên): ~名 đặ tên

【命案】mìng'àn<名>án mạng; án giết ngườ

【命笔】mìngbǐ<动>[书]nhấc bút; chấp bút

【命薄】mìngbó<形>bạc mệnh

【命薄如纸】mìngbórúzhǐ số mệnh mon manh như tờ giấy mỏng

【命不该绝】mìngbùgāijué cái số vẫn chưa

phải chết

【命大】mìngdà<形>số đỏ; vận may: 大难不死，他真够~。Ông ấy số đỏ, qua tai nạn lớn mà may mắn sống sót.

【命定】mìngdìng<动>số phận đã định

【命赴黄泉】mìngfùhuángquán về nơi chín suối

【命根】mìnggēn<名>vận mệnh; hòn ngọc; mệnh căn (chỉ trẻ nhỏ hay vật quý giá nhất)

【命好】mìnghǎo<形>tốt số; vận may

【命驾】mìngjià<动>[书]sai người đánh xe; đáp xe đi

【命蹇】mìngjiǎn<形>[旧]xấu số

【命苦】mìngkǔ<形>khổ mệnh; số mệnh lật đật

【命令】mìnglìng❶<动>ra lệnh; chỉ thị; sai phái ❷<名>mệnh lệnh; chỉ thị

【命令句】mìnglìngjù<名>câu mệnh lệnh

【命脉】mìngmài<名>huyết mạch; sinh mệnh và mạch máu

【命门】mìngmén<名>❶[中医]mệnh môn (một huyệt vị quan trọng theo y học truyền thống Trung Hoa) ❷chỗ hiểm nguy nhất

【命名】mìngmíng<动>đặt tên; mệnh danh

【命若游丝】mìngruòyóusī số mệnh hoặc tính mệnh tựa như sợi tơ mong manh

【命数】mìngshù<名>số mệnh

【命数已尽】mìngshù-yǐjìn hết đời

【命题】mìngtí<动>ra đề; ra đầu bài; mệnh đề

【命题演讲】mìngtí yǎnjiǎng diễn thuyết theo mệnh đề

【命题作文】mìngtí zuòwén bài viết theo cách thức ra đầu bài

【命途多舛】mìngtú-duōchuǎn đường đời khúc chiết

【命相】mìngxiàng<名>tướng số

【命意】mìngyì❶<动>xác định chủ đề ❷

<名>hàm ý: 这篇文章~深刻。Bài viết này mang hàm ý sâu sắc.

【命运】mìngyùn<名>❶số; số phận; số kiếp: 悲惨的~ số phận bi thảm ❷xu hướng (phát triển tiến hóa); vận mệnh: 前途和~ tiền đồ và vận mệnh

【命运未卜】mìngyùn-wèibǔ chưa biết số mệnh ra sao

【命在旦夕】mìngzàidànxī tính mệnh trong lúc nguy kịch

【命中注定】mìngzhōng-zhùdìng số do trời định

【命中】mìngzhòng<动>bắn trúng; ném trúng (mục tiêu)

【命中率】mìngzhònglǜ<名>xác suất bắn (ném) trúng

miù

谬 miù<形>sai; bậy; sai lầm: ~误行为 hành vi xằng bậy; 差之毫厘，~之千里。Sai một li đi ngàn dặm. //(姓) Mậu

【谬传】miùchuán<名>tin đồn nhảm

【谬错】miùcuò<名>sai lầm

【谬见】miùjiàn<名>ý kiến (cách nhìn nhận) sai lầm

【谬奖】miùjiǎng<动>[书]quá khen

【谬论】miùlùn<名>lời lẽ sai trái; luận điệu hoang đường

【谬说】miùshuō<名>lời lẽ xằng bậy; luận điệu hoang đường: 不要轻信无知的~。Không nên cả tin những luận điệu hoang đường ngu dốt.

【谬托】miùtuō<动>gửi nhờ nhảm

【谬误】miùwù<名>sai lầm; lầm lẫn

【谬种】miùzhǒng<名>❶quan điểm sai lầm ❷(lời mắng) đồ mất giống; đồ vô lại

【谬种流传】miùzhǒng-liúchuán lan truyền những lời lẽ (quan điểm) sai lầm

M

mō

摸 mō〈动〉❶sờ; mó; xoa; vuốt: 老奶奶轻轻抚~小孙女的头发。Bà vuốt nhẹ mái tóc cháu gái bé bỏng. ❷mò; sục; lần mò; tìm kiếm; bắt: ~鱼 mò cá ❸mò ra; tìm ra; nắm được; thăm dò: 需要~清合作伙伴的想法。Cần nắm được cách nghĩ của đối tác. ❹mò mẫm; lần mò: 电影开映了还有人~黑找位子。Phim đã bắt đầu mà vẫn có người mò mẫm trong bóng tối tìm chỗ ngồi của mình.

【摸不透】mōbutòu không nắm được; không rõ

【摸不着边儿】mōbuzháo biānr hoàn toàn không nắm được (ý nghĩ, sự việc)

【摸不着头脑】mōbuzháo tóunǎo không tìm được manh mối; hoàn toàn không hiểu ý; chẳng hiểu đầu cua tai nheo

【摸彩】mōcǎi〈动〉bốc thăm; rút thăm

【摸到门路】mōdào ménlù đã tìm được phương pháp

【摸底】mōdǐ〈动〉tìm hiểu kĩ càng; thăm dò; dò biết: ~考试 cuộc thi trắc nghiệm

【摸黑儿】mōhēir〈动〉[口]mò mẫm; lần mò (trong bóng tối): 人们~前行。Đoàn người mò mẫm tiến lên trong bóng tối.

【摸奖】mōjiǎng〈动〉bốc thăm; rút thăm

【摸门儿】mōménr〈动〉[口]lần mò tìm ra cách làm: 还没摸着门儿 vẫn chưa tìm ra giải pháp

【摸排】mōpái〈动〉điều tra thăm dò từng người (trong phạm vi số người định sẵn để theo dõi phá án)

【摸清】mōqīng〈动〉làm rõ; tìm ra; nắm được: ~底细 làm rõ ngọn ngành

【摸哨】mōshào〈动〉mò diệt lính gác

【摸索】mōsuǒ〈动〉❶dò dẫm; mò mẫm (đi): 从头~ mò mẫm từ đầu ❷tìm kiếm; tìm tòi; mò mẫm (phương hướng, phương pháp, kinh nghiệm): ~新的解决方法 tìm kiếm những giải pháp mới; 不断~ không ngừng tìm tòi

【摸头】mōtóu〈动〉[口]lần mò đầu mối; lần ra manh mối

【摸透】mōtòu〈动〉làm sáng tỏ; nắm vững

【摸营】mōyíng〈动〉bí mật tập kích đồn địch

【摸着石头过河】mōzhe shítou guò hé dò từng tảng đá để qua sông; thận trọng tìm hiểu rõ tình hình trước khi hành động: 改革是~的过程。Cải cách là quá trình dò từng tảng đá để qua sông.

mó

馍 mó〈名〉[方]❶màn thầu ❷bánh nướng

【馍馍】mómo〈名〉[方]màn thầu

摹 mó〈动〉mô phỏng; phỏng theo; tô; vẽ theo

【摹本】móběn〈名〉bản tô lại; bản khắc lại

【摹绘】móhuì〈动〉[书]vẽ (theo nguyên dạng)

【摹刻】mókè ❶〈动〉khắc tô ❷〈名〉bản khắc tô

【摹效】móxiào〈动〉mô phỏng; noi theo; làm theo

【摹写】móxiě〈动〉❶viết theo mẫu; viết phỏng theo ❷miêu tả; mô tả (nói chung): ~山水美景 miêu tả cái đẹp của non nước

【摹印】móyìn ❶〈名〉thể chữ khắc dấu ❷〈动〉in phỏng lại

【摹状】mózhuàng〈动〉mô tả; miêu tả

模 mó ❶〈名〉mô hình; khuôn; mẫu; chuẩn: 航~ mô hình tàu thuyền hay máy bay ❷〈动〉noi theo; bắt chước; mô phỏng: ~拟实况 mô phỏng tình hình thực tế ❸〈名〉gương mẫu;

mô phạm: 全国劳动~范 anh hùng lao động ❹<名>người mẫu; mô-đen //(姓) Mô
另见mú

【模本】móběn<名>bản gốc; bản mẫu

【模范】mófàn❶<形>điển hình; mẫu mực; gương mẫu; mô phạm: ~事迹 sự tích điển hình ❷<名>tấm gương; gương sáng: 劳动~ anh hùng lao động

【模范生】mófànshēng<名>học sinh gương mẫu; nhân viên gương mẫu

【模仿】mófǎng<动>bắt chước; mô phỏng theo; học theo: ~名人的风格 mô phỏng theo phong cách của bậc danh nhân

【模仿秀】mófǎngxiù<名>cuộc biểu diễn theo cách thức bắt chước cử chỉ hành động hay lời nói của các nghệ sĩ nổi tiếng

【模仿者】mófǎngzhě<名>người bắt chước; người mô phỏng

【模糊】móhu❶<形>mờ; lờ mờ; mập mờ; mờ nhạt; mơ hồ: 字迹~ nét chữ mờ nhạt ❷<动>lẫn lộn; mơ hồ: 不要~了是非界限。Không nên mơ hồ ranh giới đúng sai.

【模糊匹配】móhu pǐpèi[计算机]kết hợp mờ

【模糊搜索】móhu sōusuǒ (hệ thống) tìm kiếm mờ thể theo những từ đồng nghĩa (do người cần tìm kiếm cung cấp mà tự động cho ra nhiều kết quả rà soát khác nhau)

【模块】mókuài<名>mô-đun

【模棱两可】móléng-liǎngkě ba phải; thế nào cũng được; mập mờ; lưỡng lự đường đôi: 关键时候他却给出一个~的意见。Vào thời điểm quyết định mà anh ấy đưa ra ý kiến lấp lửng.

【模拟】móní<动>bắt chước; mô phỏng; phỏng theo

【模拟考试】móní kǎoshì thi mô phỏng

【模拟信号】móní xìnhào tín hiệu mô phỏng

【模拟战】mónǐzhàn<名>trận chiến mô phỏng

【模式】móshì<名>mô thức; mẫu

【模式化】móshìhuà mô thức hóa

【模特儿】mótèr<名>❶kiểu; mẫu; mô-đen ❷người mẫu: 汽车~ người mẫu xe hơi

【模型】móxíng<名>❶mô hình; hình mẫu: 工业园区~ mô hình vườn công nghiệp ❷lõi gỗ đắp khuôn đúc ❸khuôn ❹mô thức học thuật

【模压】móyā<动>ép khuôn (một phương pháp gia công)

膜 mó<名>❶màng: 细胞~ màng tế bào ❷lớp mỏng (như màng): 农用薄~ màng nhựa sử dụng trong nông nghiệp

【膜拜】móbài<动>quỳ lễ; lễ bái

【膜法】mófǎ<名>[环保]cách phù màng

摩¹ mó<动>❶tiếp xúc; xoa; cọ xát: ~肩接踵 chen vai thích cánh ❷xoa; vỗ về: 按~ xoa bóp ❸nghiên cứu; nghiền ngẫm: 揣~ suy ngẫm //(姓) Ma

摩² mó<量>phân tử gam; mol
另见mā

【摩擦】mócā❶<动>cọ xát; mài: 将两条塑料棒相互~ lấy hai cây nhựa cọ xát vào nhau ❷<名>[物理]lực ma sát ❸<名>va chạm; xung đột; xích mích; đụng chạm: 近来两个教派起了~。Gần đây hai giáo phái lại có sự đụng độ với nhau. 尽量避免~。Cố gắng tránh xảy ra xung đột.

【摩擦力】mócālì<名>lực ma sát; độ ma sát

【摩擦音】mócāyīn<名>[语言]tiếng cọ xát; âm xát; âm gió

【摩登】módēng<形>hiện đại; tân thời; kiểu mới; mốt; mô-đen: ~女郎 gái tân thời

【摩的】módī<名>xe máy đi thuê; xe ôm

【摩尔】mó'ěr<量>[物理]phân tử gam (mole)

【摩肩接踵】mójiān-jiēzhǒng sát vai nối

M

gót; chật ninh ních; đông như nêm cối; chen vai thích cánh

【摩羯座】mójiézuò<名>chòm sao Ma kiết; chòm sao Ma hạt

【摩拳擦掌】móquán-cāzhǎng vuốt cánh xoa tay; hăm hở; hăng hái

【摩丝】mósī<名>keo xịt tóc

【摩挲】mósuō<动>vuốt; vuốt ve; xoa 另见māsa

【摩天大楼】mótiān dàlóu cao ốc; tòa lầu cao chọc trời

【摩天轮】mótiānlún<名>vòng đu quay

【摩托】mótuō<名>❶động cơ đốt trong ❷ mô-tô

【摩托车】mótuōchē<名>xe mô-tô; xe máy

【摩托艇】mótuōtǐng<名>ca-nô; thuyền máy; xuồng máy

【摩崖】móyá<名>ma nhai; chữ viết, tượng Phật khắc trên vách đá

【摩崖石刻】móyá shíkè chữ viết và tượng Phật khắc trên vách đá

磨 mó<动>❶ma sát; cọ; xát; chà; cọ xát: 手 ~出茧 bàn tay cọ xát thành lớp chai ❷mài: 铁杵~成针. Có công mài sắt có ngày nên kim. ❸giày vò; làm khổ: 这场官司~得她 精疲力尽. Vụ kiện cáo này đã giày vò làm cho chị ấy tâm sức kiệt quệ. ❹quấy rầy; lằng nhằng; lèo nhèo: 这个客户真够~人 的。Vị khách này thật là lằng nhằng. ❺mất đi; phai mờ; nhạt; tiêu diệt: 永不~灭 đời đời bất diệt ❻hao phí; kéo dài (thời gian); dềnh dàng; dây dưa: ~洋工 làm việc dềnh dàng uể oải, kéo dài thời gian 另见mò

【磨蹭】móceng<动>❶đi nhẹ; lê nhẹ; cọ xát nhẹ: 她的脚在地上~着。Bàn chân cô lê nhẹ trên mặt đất. ❷lê đi; lò dò bước đi; nấn ná; dềnh dàng; dây dưa; lề mề: 别~了, 电

影快开场了。Đừng dềnh dàng nữa, sắp tới giờ chiếu phim rồi. ❸quấy; bám; kéo; mè nheo:为了参加比赛, 他跟老师~了半天。 Để được tham dự cuộc thi, anh ấy đã phải nấn ná nài nỉ với thầy giáo.

【磨缠】móchán<动>kèo nhèo: 女儿天天 晚上~着妈妈给她讲故事。Tối nào cô con gái cũng kèo nhèo với mẹ kể chuyện cho nghe.

【磨杵成针】móchǔ-chéngzhēn có công mài sắt có ngày nên kim

【磨穿铁砚】móchuān-tiěyàn mài thủng nghiên mực; dùi mài kinh sử

【磨床】móchuáng<名>máy mài

【磨刀】módāo<动>mài dao

【磨刀不误砍柴工】mó dāo bù wù kǎn chái gōng mài dao không nhỡ công chặt củi; có chuẩn bị tốt, công việc sẽ dễ dàng hơn

【磨刀霍霍】módāo-huòhuò mài dao xoàn xoạt; ví chuẩn bị áp dụng hành động cứng rắn hoặc phát động chiến tranh

【磨刀石】módāoshí<名>đá mài

【磨革】mógé<动>mài da

【磨革机】mógéjī<名>máy mài da

【磨工】mógōng<名>❶khâu xử lí bằng máy mài ❷thợ thao tác máy mài

【磨工夫】mó gōngfu tốn công sức; tốn thì giờ: 要达成这份协议还真够~。Đi đến thỏa thuận này thật là tốn bao công sức.

【磨光】móguāng<动>mài nhẵn; đánh bóng (đối với bề mặt kim loại hoặc đồ vật cứng)

【磨光玻璃】móguāng bōli pha-lê; kính tấm đã qua đánh bóng

【磨光机】móguāngjī<名>máy đánh bóng

【磨光剂】móguāngjì<名>chất đánh bóng; thuốc đánh bóng

【磨耗】móhào<动>hao mòn; hao tổn: 机器 已经通过~试验这一环节。Máy móc đã

thông qua khâu thử nghiệm hao mòn.

【磨合】móhé<动>❶mài nhẵn thín (vết xước trên bề mặt máy móc) ❷giàn xếp điều chỉnh quan hệ: 毕竟两人相处的时间有限，还需要~。Dù sao đi nữa thì thời gian tiếp xúc giữa hai người vẫn còn ngắn, cần phải giàn xếp và điều chỉnh quan hệ cho hài hòa.

【磨合期】móhéqī<名>giai đoạn thích nghi; giai đoạn điều chỉnh: 新车~ giai đoạn thích nghi của xe mới

【磨砺】mólì<动>mài sắc; rèn giũa; tu rèn; rèn luyện: 经过困难的~, 她更加坚强。Sự tu rèn trong khó khăn khiến cho chị ấy càng kiên cường.

【磨炼】móliàn<动>rèn luyện; tôi luyện; nung đúc (con người trong gian khổ): ~意志 rèn luyện ý chí

【磨料】móliào<名>vật liệu mài; đá mài (như kim cương, thạch anh...)

【磨轮】mólún<名>bánh mài

【磨面革】mómiàngé<名>da đã qua xử lí bề mặt

【磨灭】mómiè<动>(dấu vết, ấn tượng, công lao thành tích, sự thật, lí lẽ) mất dần; phai mờ; xóa bỏ: 永不~的革命理想 lí tưởng cách mạng mãi không phai mờ

【磨墨挥毫】mómò-huīháo mài mực khua bút; sáng tác lưu loát

【磨木机】mómùjī<名>máy mài gỗ

【磨难】mónàn<名>nỗi giày vò (nhọc nhằn); sự vất vả: 经受了许多~ từng trải biết bao khốn khổ nhọc nhằn

【磨漆画】móqīhuà<名>tranh sơn mài

【磨砂杯】móshābēi<名>cốc thủy tinh mờ

【磨砂玻璃】móshā bōli kính mờ

【磨砂灯泡】móshā dēngpào bóng đèn thủy tinh mờ

【磨砂纸】móshāzhǐ<名>giấy ráp

【磨舌头】mó shétou mất công thuyết phục

【磨石】móshí<名>đá mài

【磨蚀】móshí<动>❶[地质]xói mòn; mất đi ❷mài mòn: 岁月~了他年轻时的锐气。Tháng năm đã mài mòn lòng hăng hái của ông.

【磨碎机】mósuìjī<名>máy nghiền

【磨损】mósǔn<动>mài mòn; hao tổn; hao mòn (do mài giũa và sử dụng): 机器要是没有被~可以拿来换。Nếu máy móc chưa bị mài mòn thì vẫn có thể đem về để đổi mua máy mới.

【磨洗】móxǐ<动>rửa và cọ mài

【磨削】móxiāo<动>gia công trên máy mài

【磨牙】[1]móyá<动>[方]lắm lời; thừa hơi tốn sức, cãi vã vô ích

【磨牙】[2]móyá<名>răng mài; răng cối

【磨洋工】mó yánggōng làm dềnh dàng; làm dây dưa; lãn công

【磨嘴皮子】mó zuǐpízi nói lai rai; mất công thuyết phục

嬷 mó

【嬷嬷】mómo<名>[方]❶bà già; cụ già ❷bà vú; vú em

蘑 mó<名>nấm

【蘑菇】[1]mógu<名>nấm ăn

【蘑菇】[2]mógu<动>❶quấy rầy; cố ý làm khó dễ; lôi thôi; lằng nhằng; nói đi nói lại: 别~他了。Đừng nói lằng nhằng lôi thôi với nó nữa. ❷lề mề; chậm chạp

【蘑菇头】mógutóu<名>kiểu tóc hình đầu nấm

【蘑菇云】móguyún<名>mây hình nấm (hình thành bởi khói bom nguyên tử, bom khinh khí)

魔 mó❶<名>ma; quỷ; ma quý: 妖~ yêu ma; 他跟~鬼没什么两样。Hắn ta có khác gì ma quý đâu. ❷<形>thần bí; kì dị; kì lạ; huyền bí: ~境 cõi thần bí

【魔法】mófǎ<名>phép tà ma; ma thuật; yêu

thuật

【魔法师】mófǎshī<名>người làm phép tà ma

【魔方】mófāng<名>ru-bic (một loại đồ chơi trí lực)

【魔怪】móguài<名>ma quái; yêu ma quỷ quái

【魔鬼】móguǐ<名>❶ma; ma quỷ ❷kẻ tàn ác; thế lực hung tàn

【魔鬼身材】móguǐ shēncái dáng người thon đẹp

【魔鬼训练】móguǐ xùnliàn mô thức tôi rèn hết sức gian khổ, nghiêm ngặt (với nhiều nội dung khác nhau như ý chí, sức bền bỉ, tinh thần đồng đội, mô thức tư duy, khả năng giàn xếp, v.v.)

【魔幻】móhuàn<形>huyền bí ; huyền ảo

【魔窟】mókū<名>sào huyệt ma quỷ; hang cọp

【魔力】mólì<名>ma lực; sức hút thần kì; sức hấp dẫn; sức quyến rũ

【魔术】móshù<名>ma thuật; ảo thuật

【魔术表演】móshù biǎoyǎn biểu diễn ảo thuật

【魔术师】móshùshī<名>nhà ảo thuật

【魔头】mótóu<名>ma đầu; kẻ cầm đầu lũ yêu ma

【魔王】mówáng<名>❶ma vương; ác quỷ; quỷ dữ ❷kẻ ác; kẻ hung bạo

【魔影】móyǐng<名>bóng ma

【魔芋】móyù<名>❶khoai nưa ❷củ khoai nưa

【魔芋豆腐】móyù dòufu đậu hũ khoai nưa

【魔掌】mózhǎng<名>bàn tay quỷ dữ; bàn tay ma; thế lực hung ác

【魔杖】mózhàng<名>gậy phù thủy; cây gậy thần

【魔障】mózhàng<名>ma chướng (Phật giáo chỉ chướng ngại do quỷ dữ bày ra, nay mượn để chỉ những chướng ngại gian truân trong cuộc đời)

【魔爪】mózhǎo<名>nanh vuốt; vuốt của quỷ dữ; thế lực hung ác

【魔怔】mózheng<形>[口]cử chỉ điên rồ; cử chỉ khác thường

mǒ

抹 mǒ❶<动>bôi; quét; phết; xoa: ~漆 quét sơn ❷<动>quệt; chùi; lau: 给面包~上黄油。Quệt bơ vào bánh mì. ❸<动>gạt (ra): bỏ (đi); xóa; dập; vùi dập: ~杀别人的功劳 vùi dập công lao của người khác ❹<量>(dùng cho mây) vầng; áng; đám: 一~淡淡的秋云 áng mây nhàn nhạt mùa thu

另见 mā, mò

【抹鼻子】mǒ bízi quệt mũi khóc: 这小姑娘爱~。Cô bé này hay khóc nhè.

【抹脖子】mǒ bózi cắt cổ; cứa cổ (thường chỉ tự sát)

【抹彩】mǒcǎi<动>hóa trang; vẽ mặt (diễn viên)

【抹茶】mǒchá<名>loại bột trà khởi nguồn từ đời Tùy có thể pha uống và làm vật liệu phụ cho gia công các loại thực phẩm khác

【抹掉】mǒdiào<动>xóa nhòa; xóa mất: 不知为何他的名字被~了。Không biết làm sao tên của anh ấy bị xóa mất.

【抹粉】mǒfěn<动>trát phấn; ví che lấp cái xấu và làm đẹp

【抹干】mǒgān<动>lau khô; chùi sạch: ~眼泪 lau nước mắt

【抹黑】mǒhēi<动>bôi đen; bôi nhọ: 这件事~了整个城市的形象。Sự kiện này làm bôi nhọ hình tượng của cả thành phố.

【抹零】mǒlíng<动>bỏ số lẻ (không tính số lẻ)

【抹去】mǒqù<动>xóa đi; dập xóa; xóa nhòa: 墙上涂写的文字已被~。Chữ viết trên bức tường đã bị xóa đi.

【抹杀】mǒshā<动>gạt bỏ; xóa bỏ

【抹香鲸】mǒxiāngjīng<名>cá nhà táng

【抹胸】mǒxiōng<名>yếm; áo lót phụ nữ thời xưa

【抹一鼻子灰】mǒ yī bízi huī bị hố; hụt hẫng; bị một cú cay; bị cụt vòi; bị bẽ mặt: 本以为跟老板请假能批准，没想到却~。Tưởng là xin phép thì sẽ được sếp phê chuẩn, không ngờ bị một vố bẽ mặt.

【抹子】mǒzi<名>bàn xoa

mò

末¹ mò<名>❶ngọn; đầu mút; chóp; đỉnh; chót; cuối: 一只蝴蝶停在一根竹子的~端。Con bướm đậu trên ngọn trúc. ❷sự vật vụn vặt (thứ yếu); đuôi; ngọn ❸cuối (cùng); kết thúc; đuôi: 幸好搭上了~班车 may mà kịp đáp chuyến xe chót ❹vụn; mạt; bột: 只剩下茶~了。Chỉ còn thừa lại mạt chè. //(姓) Mạt

末² mò<名>vai mạt (tức vai nam đứng tuổi trong hí kịch)

【末班车】mòbānchē<名>❶chuyến xe vét; chuyến tàu vét (trong ngày): 我们紧赶慢赶还是没赶上~。Chúng tôi đã cố gắng hết sức mà vẫn không kịp chuyến tàu vét. ❷cơ hội cuối cùng; dịp chót: 他很幸运赶上了房改的~。Anh ấy may mắn kịp cơ hội cuối cùng trong đợt cải cách chế độ nhà ở.

【末代】mòdài<名>đời cuối của một triều đại; đời cuối; cuối đời; cuối cùng

【末端】mòduān<名>đầu chót; điểm chót cùng

【末伏】mòfú<名>mạt phục; những ngày cuối của mùa nóng

【末后】mòhòu<名>cuối cùng

【末技】mòjì<名>kĩ nghệ hèn mọn

【末节】mòjié<名>vụn vặt: 不要过于追究细枝~。Không nên quan tâm quá nhiều đến những điều vụn vặt nhỏ mọn.

【末了】mòliǎo<名>cuối cùng; sau hết; sau cùng: ~儿子还是没能见到父亲最后一面。Cuối cùng thì người con vẫn không kịp được gặp mặt cha lần cuối.

【末流】mòliú<名>❶đoạn chót của trào lưu (văn học, nghệ thuật v.v.) ❷hạng kém; thấp: ~技术 kĩ thuật hạng bét

【末路】mòlù<名>bước đường cùng: 穷途~ cùng đường cụt lối

【末年】mònián<名>những năm cuối của một triều đại: 东汉~ những năm cuối thời Đông Hán

【末期】mòqī<名>thời kì cuối; giai đoạn cuối; mạt kì

【末日】mòrì<名>ngày diệt vong; ngày tận thế: 有人故意制造所谓世界~的恐慌。Có người cố ý làm rùm beng về ngày tận thế để gây hoang mang.

【末梢】mòshāo<名>đầu; đầu mút; đoạn cuối; cuối; chót: 神经~ đầu mút dây thần kinh

【末世】mòshì<名>cuối thời

【末尾】mòwěi<名>phần cuối; bộ phận sau cùng; phần đuôi; phần chót: 小说~出现了令人意想不到的结果。Phần cuối của cuốn tiểu thuyết đã xuất hiện kết quả bất ngờ.

【末位】mòwèi<名>ngôi thứ cuối cùng: ~淘汰 sa thải hạng bét

【末屑】mòxiè<名>mảnh vụn

【末叶】mòyè<名>thời kì cuối; giai đoạn cuối: 19世纪~ cuối thế kỉ XIX

【末子】mòzi<名>bột; vụn; bụi; cám

【末座】mòzuò<名>ghế cuối; chỗ cuối; ghế hạng bét; vị trí thấp nhất

没 mò<动>❶chìm; lặn: ~入水中 chìm

M

xuống nước ❷ngập; lụt: 河水~了马背。
Nước sông ngập đến lưng ngựa. ❸ẩn: 出~
ẩn hiện ❹tịch thu: 财产被抄~ tài sản bị tịch
thu ❺suốt; đến cuối; cho đến hết: ~世 suốt
đời

另见méi

【没齿不忘】mòchǐ-bùwàng　suốt đời
không quên; nhớ suốt đời

【没顶】mòdǐng〈动〉ngập qua đầu: ~之灾
cơn thảm họa lớn

【没落】mòluò〈动〉suy sụp; suy đồi; suy tàn;
suy vong; sa sút: 封建政权日趋~。Chính
quyền phong kiến ngày càng sa sút.

【没奈何】mònàihé　không làm sao được;
không biết làm thế nào; đành chịu; hết cách

【没世】mòshì〈名〉suốt đời; cả đời: ~不忘
suốt đời không quên

【没收】mòshōu〈动〉tịch thu; sung công: 发
现假币，一律~。Phát hiện tiền giả đều bị
tịch thu.

抹 mò〈动〉❶trát (vữa); xoa: ~墙 trát tường
❷vòng quanh: 你别拐弯~角。Anh đừng
có nói vòng quanh.

另见mā, mǒ

【抹面】mòmiàn〈动〉trát mặt tường; trát áo
(tường); láng mặt (tường hay nền)

茉 mò

【茉莉】mòlì〈名〉cây hoa nhài; hoa nhài

【茉莉花】mòlìhuā〈名〉hoa nhài

【茉莉花茶】mòlìhuāchá　chè hoa nhài

殁 mò〈动〉[书]chết

沫 mò〈名〉❶bọt (nước) ❷[书]nước bọt;
nước dãi //(姓) Mạt

【沫子】mòzi〈名〉bong bóng; bọt (nước)

陌 mò〈名〉đường ruộng; bờ ruộng; đường

【陌路】mòlù〈名〉[书]người lạ giữa đường;
người dưng nước lã: 昔日的密友如今已
成~。Bạn thân hôm qua nay đã trở thành
người dưng nước lã.

【陌生】mòshēng〈形〉lạ; xa lạ; không quen
biết: 看起来很~ trông rất xa lạ

【陌生人】mòshēngrén〈名〉người lạ

脉 mò

另见mài

【脉脉】mòmò〈形〉lặng lặng (nhìn, tỏ tình)
đắm đuối; chan chứa tình cảm: 她含情~的
眼神令我陶醉。Tôi say đắm trong ánh mắ
chan chứa tình cảm của cô.

莫 mò〈副〉❶[书]không có ai; không có gì
chẳng cái nào: 听到这个喜讯，众人~不
欢喜。Không một ai không hân hoan phấn
khởi khi nhận được tin vui này. ❷[书]so sánh
~如 chi bằng ❸không cần; không nên; đừng
chớ: ~要担心 đừng có mà lo; ~着急 chớ vộ
❹(biểu thị sự phán đoán hoặc phản vấn
thường đi với các từ phủ định): 这件事
不是你做的？Chuyện này chẳng lẽ là an
làm? //(姓) Mạc

【莫不】mòbù〈副〉không ai không; khôn
có cái nào không: 得知他在奥运会夺得金
牌，家乡的人~欢欣鼓舞。Được biết an
ấy giành được huy chương vàng tại Đại hộ
Olimpic, bà con đồng hương đều hân hoa
phấn khởi.

【莫不是】mòbùshì =【莫非】

【莫测高深】mòcè-gāoshēn　cao siêu khô
lường; sâu xa khó hiểu; không lường trướ
được nông sâu

【莫此为甚】mòcǐwéishèn　không có g
vượt qua; ví mức độ nghiêm trọng của mộ
việc nào đó

【莫大】mòdà〈形〉không có gì lớn hơn; v
hạn; vô cùng; hết sức: 能认识你是我~的vậ
幸。Được làm quen với anh tôi thật hết sứ
hân hạnh.

【莫代尔】mòdài'ěr〈名〉modal (một loạ
dạng mới)

【莫非】mòfēi〈副〉phải chăng; chẳng lẽ: t

~是来做说客的? Chẳng lẽ anh đến đây để làm thuyết khách ư?

【莫过于】mòguòyú còn hơn: 人生的惨剧 ~家破人亡、妻离子散。Trên đời có tấn bi kịch nào đau hơn nhà tan cửa nát, vợ con chia lìa.

【莫可指数】mòkě-zhǐshǔ không đếm xuể; đông như kiến

【莫名其妙】mòmíng-qímiào không hiểu ra sao; sự việc kì lạ không sao nói rõ được: 他怎么会提出令人~的问题来? Tại sao ông ấy lại đưa ra những vấn đề kì lạ như vậy?

【莫逆】mònì<形>thắm thiết; tâm đầu ý hợp; thân mật; thân thiết: ~之交 bạn tri kỉ

【莫如】mòrú<连>chi bằng: 这么热的天, 与其打乒乓球, ~到海边游泳。Trời nóng thế này mà đi đánh bóng bàn thì chi bằng ra bờ biển bơi lội còn hơn.

【莫若】mòruò =【莫如】

【莫失良机】mòshīliángjī đừng bỏ lỡ cơ may

【莫须有】mòxūyǒu có lẽ có (nay dùng với ý là buộc tội cho người)

【莫衷一是】mòzhōng-yīshì không thể nhất trí; chưa thể đưa ra kết luận chung; ngần ngừ không quyết: 对于起用新人担当重任的问题, 大家意见纷纷, ~。Về vấn đề để các bạn trẻ gánh vác trọng trách thì mọi người còn chưa đi đến nhất trí.

秣 mò❶<名>thức ăn súc vật: 粮~ lương thảo ❷<动>cho súc vật ăn; chăn

【秣马厉兵】mòmǎ-lìbīng cho ngựa ăn no, mài sắc binh khí; sẵn sàng chiến đấu; lúc nào cũng sẵn sàng

蓦 mò<副>đột nhiên; bỗng; bất thình lình

【蓦地】mòdì<副>không ngờ; bất thình lình; bỗng: ~只听见他惨叫一声。Bỗng nghe tiếng hét thất thanh của anh ấy.

【蓦然】mòrán<副>bỗng; bỗng nhiên; chợt: ~回首 chợt ngoảnh đầu lại

漠 mò❶<名>sa mạc ❷<形>lãnh đạm; thờ ơ; lạnh nhạt: 冷~ lạnh nhạt

【漠不关心】mòbùguānxīn lãnh đạm; thờ ơ; hờ hững; không quan tâm: 他对时政~。Anh ấy chẳng quan tâm gì đến thời sự cả.

【漠漠】mòmò<形>❶(mây khói) mù mịt; dày đặc; mung lung: 清晨, 山村笼罩在一层~的烟雾中。Sáng tinh sương, xóm núi bị bao trùm bởi màn sương khói mung lung. ❷bát ngát; vắng vẻ; tĩnh mịch bao la: 马儿在~的大草原上奔跑。Chú ngựa tung vó trên vùng thảo nguyên bát ngát.

【漠然】mòrán<形>hờ hững; thờ ơ; thản nhiên

【漠然处之】mòrán-chǔzhī đối xử một cách hờ hững

【漠然置之】mòrán-zhìzhī gạt sang một bên (chẳng để ý gì)

【漠视】mòshì<动>đối xử lạnh nhạt; thờ ơ; hờ hững; không quan tâm; không chú ý: 不能~安全操作规程。Không thể không chú ý quy trình thao tác an toàn.

寞 mò<形>yên lặng; vắng lặng; tịch mịch

墨 mò❶<名>mực: 磨~ mài mực ❷<名>các loại mực viết và mực in nói chung: 油~ mực in ❸<名>tranh, vẽ hãy chữ viết bằng mực: ~宝 tác phẩm (viết, tranh vẽ) quý báu ❹<名>chữ nghĩa; học vấn kiến thức; sự hiểu biết: 胸无点~ kém hiểu biết về chữ nghĩa ❺<名>đường mực (thợ mộc dùng để kẻ đường thẳng); quy củ; chuẩn tắc: ~规 khuôn khổ này mực ❻<形>đen; râm: ~镜 kính râm ❼<动>[书]tham ô: ~吏 quan lại tham nhũng ❽<名>(hình phạt) chích chữ lên mặt; chích mặt: ~刑 hình phạt chích mặt ❾(Mò)<名>Mặc gia //(姓)Mặc

【墨宝】mòbǎo<名>tranh quý; tranh chữ đẹp: 客厅里悬挂着齐白石的~。Trong

phòng khách treo bức tranh quý của Tề Bạch Thạch.

【墨斗】mòdǒu<名>hộp dây mực; ống mực (của thợ mộc)

【墨斗鱼】mòdǒuyú =【乌贼】

【墨粉】mòfěn<名>bột mực

【墨盒】mòhé<名>hộp mực

【墨黑】mòhēi<形>đen kịt; đen nhánh; đen ngòm; đen như mực: 天一片~，肯定会下大雨。Trời đen kịt, chắc sẽ mưa to. 最近老爷子两眼~。Dạo này hai mắt ông đờ đẫn (ví không hay biết gì).

【墨迹】mòjì<名>❶nét mực: 小心，~未干。Cẩn thận, nét mực chưa ráo. ❷bút tích; nét chữ (chữ viết hoặc tranh họa nguyên bản): 你知道这是谁的~吗? Anh có biết đây là bút tích của ai không?

【墨家】Mòjiā<名>Mặc gia

【墨镜】mòjìng<名>kính râm; kính đen

【墨菊】mòjú<名>hoa cúc đen

【墨客】mòkè<名>[书]văn nhân; người có học thức

【墨绿】mòlǜ<形>(màu) xanh sẫm; (màu) xanh đen: ~色的乒乓球台 bàn bóng bàn màu xanh đen

【墨守成规】mòshǒu-chéngguī bảo thủ; khư khư giữ khuôn phép cũ

【墨水】mòshuǐ<名>❶mực: 红~ mực đỏ ❷mực viết ❸học vấn; chữ nghĩa; học thức: 他肚子里还有点儿~。Anh ta là người được học hành đôi chút đấy.

【墨线】mòxiàn<名>❶dây nảy mực ❷đường mực

【墨鸦】mòyā<名>❶[书](thư pháp) tồi; kém cỏi ❷[方][动物]quạ đen

【墨鱼】mòyú =【乌贼】

【墨汁】mòzhī<名>mực nước; mực lỏng; mực chai (lọ)

【墨竹】mòzhú<名>cây tre đen

【墨子】Mòzǐ<名>Mặc Tử, người sáng lập trường phái tư tưởng Mặc gia

【墨渍】mòzì<名>vết bẩn mực

默 mò<动>❶lặng lẽ; không lên tiếng: ~读 nhẩm đọc ❷viết chính tả; ám tả: ~英语单词 viết ám tả từ tiếng Anh //(姓) Mặc

【默哀】mò'āi<动>mặc niệm

【默祷】mòdǎo<动>khấn thầm; cầu nguyện thầm

【默记】mòjì<动>ghi lại thầm: 他快速把车牌~下来。Anh ấy đã nhanh chóng nhẩm nhớ biển số xe.

【默剧】mòjù<名>kịch câm

【默默】mòmò<副>im lặng; lặng lẽ: ~坐在一旁 ngồi lặng lẽ một bên

【默默无闻】mòmò-wúwén âm thầm lặng lẽ; không có tiếng tăm gì

【默默无言】mòmò-wúyán âm thầm lặng lẽ: 大多数人都~。Phần lớn người đều âm thầm lặng lẽ.

【默念】mòniàn<动>❶đọc thầm ❷nghĩ thầm

【默片】mòpiàn<名>phim câm; phim không lồng tiếng

【默契】mòqì❶<形>ăn ý; ăn giơ; hiểu ngầm: 他俩动作~。Động tác của hai người rất ăn ý nhau. ❷<名>hẹn ngầm; kí kết ngầm: 达成~ thỏa thuận ngầm với nhau

【默然】mòrán<形>im lặng; lặng lẽ: 两人~相望。Hai người lặng lẽ ngắm nhìn nhau.

【默认】mòrèn<动>đồng ý ngầm; ngầm thừa nhận; tiếp thu ngầm; nhận ngầm: 她~了恋情。Cô ấy đã chấp thuận mối tình yêu đó.

【默诵】mòsòng<动>❶đọc thuộc lòng thầm ❷đọc thầm

【默算】mòsuàn<动>❶tính toán ngầm ❷tính nhẩm

【默想】mòxiǎng<动>nghĩ thầm; nghĩ bụng

【默写】mòxiě<动>thuộc lòng và viết ra ám tả

M

【默许】mòxǔ〈动〉đồng ý ngầm (cho phép); bằng lòng ngầm; ưng thuận ngầm: 他~了手下人的行为。Anh ấy đã chấp thuận ngầm cho hành vi của những người bên dưới.

【默坐】mòzuò〈动〉ngồi im lặng

磨 mò❶〈名〉cối xay: 石~ cối xay đá ❷〈动〉xay (bằng cối): ~碎 xay nát ❸〈动〉quay lại: 把车慢慢地~过来。Từ từ quay xe lại.
另见mó

【磨不开】mòbukāi❶tự ái; ngượng; mất mặt: 才被批评两句，他脸上就~了。Vừa bị phê bình hai câu là anh ấy đã tự ái. ❷nể mặt; nể nang: 都是朝夕相处的朋友，有什么~的？Bạn bè sớm chiều có nhau thì chẳng có gì phải kiêng dè nhau cả. ❸[方] (việc làm, suy nghĩ...) không thông; bí: 有什么~的事就请老师开导吧。Có điều gì bí thì cứ xin thầy chỉ dẫn cho.

【磨叨】mòdao〈动〉❶[口]lải nhải: 他一说起话来就~个没完。Ông ấy đã nói là cứ lải nhải không dứt. ❷[方]bàn bạc; nói chuyện: 你们在一旁~啥呀？Các bạn ở cạnh đang nói gì thế?

【磨得开】mòdekāi❶còn mặt mũi; còn thể diện; mát mặt: 面子上~也就是了，何苦认真呢！Cứ làm cho có thể diện là được, cần gì phải nghiêm túc đến thế! ❷không nể nang; không nể mặt: 人家三番五次请你都不去，你~吗？Người ta đã dăm lần bảy lượt mời mà anh vẫn không đi, chẳng lẽ không nể mặt người ta một chút hay sao? ❸[方]thông suốt; suôn sẻ: 这个道理我~。Cái lí này thì tôi hiểu.

【磨坊】mòfáng〈名〉xưởng xay; nhà xay (nơi xay bột)

【磨叽】mòji〈动〉[口]❶lải nhải: 他~了半天也没说清楚。Ông ấy lải nhải mãi mà vẫn chưa nói rõ được. ❷làm việc (hành động) chậm chạp: 快点吧！再~就误车了。Mau

lên, còn ì ạch thế thì nhỡ xe mất!

【磨面】mòmiàn〈动〉xay bột

【磨面机】mòmiànjī〈名〉máy xay bột

【磨盘】mòpán〈名〉❶thớt cối ❷[方]cối xay

【磨扇】mòshàn〈名〉hai phiến đá trên dưới của cối xay

【磨子】mòzi〈名〉cối xay

貘 mò〈名〉[动物]heo vòi

mōu

哞 mōu〈拟〉(tiếng trâu bò kêu) ò; ọ; mu // (姓) Mâu

móu

牟 móu〈动〉kiếm lấy: ~利 kiếm lợi //(姓) Mâu

【牟利】móulì〈动〉kiếm lợi; trục lợi: 非法~ kiếm lợi trái phép

【牟取】móuqǔ〈动〉mưu cầu; kiếm lấy; kiếm chác: ~名利 kiếm chác danh lợi

眸 móu〈名〉[书]con ngươi; con mắt: 清澈的双~ cặp mắt trong sáng

【眸子】móuzi〈名〉con ngươi; con mắt

谋 móu❶〈名〉mưu; kế; mưu kế; mưu mô; tính toán: 智~ mưu trí ❷〈动〉tìm cách; mưu cầu; mưu tính; mưu; tính: ~幸福 mưu cầu hạnh phúc ❸〈动〉bàn bạc; trao đổi ý kiến: 不~而合 không bàn bạc mà hợp ý nhau // (姓) Mưu

【谋财害命】móucái-hàimìng mưu toan lấy cướp tài sản và tính mạng của người khác

【谋臣】móuchén〈名〉mưu thần; quan tham mưu

【谋反】móufǎn〈动〉mưu phản; mưu mô làm phản

【谋害】móuhài〈动〉mưu hại: 为了逐利不惜~他人性命。Vì chuộc lợi mà không tiếc mưu hại tính mệnh của người khác.

【谋和】móuhé<动>❶tìm kiếm hòa bình; tìm cách hòa giải ❷tìm cách gỡ hòa ván cờ

【谋划】móuhuà<动>vạch kế hoạch; trù hoạch; mưu tính: 认真~赛事 nghiêm túc trù hoạch việc thi đấu

【谋利】móulì<动>kiếm lợi; trục lợi: 他为了~铤而走险。Hắn vì trục lợi mà làm liều.

【谋虑】móulǜ<动>vạch kế hoạch; trù hoạch; mưu tính: 他做事一向~深远。Ông ấy làm việc gì cũng tính cẩn thận.

【谋略】móulüè<名>mưu lược; bày mưu tính kế: 他是很有~的人。Ông ấy là con người rất giàu mưu lược.

【谋面】móumiàn<动>[书]gặp nhau; quen nhau; gặp gỡ; gặp mặt: 他俩素未~。Hai vị ấy chưa gặp nhau bao giờ.

【谋叛】móupàn<动>mưu mô làm phản

【谋求】móuqiú<动>mưu cầu; mưu tìm; tìm kiếm: ~幸福 mưu cầu hạnh phúc

【谋取】móuqǔ<动>mưu cầu; giành; mưu toan giành lấy; kiếm lấy: ~利益 giành lợi ích

【谋杀】móushā<动>mưu sát; ám sát; tìm cách giết người

【谋杀案】móushā'àn<名>vụ án mưu sát; vụ án ám sát

【谋杀罪】móushāzuì<名>tội mưu sát

【谋生】móushēng<动>kiếm sống; mưu sinh: 以写作~ kiếm sống bằng nghề viết lách

【谋士】móushì<名>mưu sĩ

【谋事】móushì<动>❶lo toan công việc; trù tính công việc; bàn việc: 让干部专心~。Để cán bộ có thể chuyên tâm lo toan công việc. ❷kiếm việc (làm); tìm việc (làm): 托人帮忙~ nhờ người khác tìm kiếm việc làm

【谋事在人，成事在天】móushì-zàirén, chéngshì-zàitiān tính việc ở người, xong việc nhờ trời; mưu sự tại nhân, thành sự tại thiên

【谋私】móusī<动>mưu đồ lợi ích cá nhân: 以权~ dùng quyền lực mưu đồ lợi ích cá nhân

【谋算】móusuàn<动>❶mưu mẹo; kế hoạch: 各有~ mỗi người đều có tính toán riêng ❷mưu hại người khác ❸lập kế hoạch: 队长正在~着春季的生产安排。Đội trưởng đang lập kế hoạch sắp xếp cho sản xuất vụ xuân.

【谋职】móuzhí<动>tìm việc làm; tìm chỗ đứng

【谋主】móuzhǔ<名>thủ phạm chính đưa ra mưu kế

mǒu

某 mǒu<代>❶chỉ một người hay một vật (có tên nhưng không nói ra): 李~ Lí mỗ ❷nào đó: ~处 chỗ nào đó; ~人 người nào đó ❸(dùng để tự xưng mà không nói tên) tôi: 黄~ Hoàng mỗ tôi/lão Hoàng này ❹dùng để thay thế tên người khác (thường có ý không khách khí): 请你转告陈~别太得意。Anh hãy chuyển lời nhắc nhở ông Trần đừng có lên mặt quá chừng.

【某地】mǒudì<名>nơi nào; một địa điểm nào đó

【某日】mǒurì<名>hôm nọ; một ngày nào đó

【某时】mǒushí<名>giờ nọ; một thời gian nào đó

【某些】mǒuxiē<名>một số; có những

mú

毪 mú<名>chăn chiên

【毪子】múzi<名>chăn chiên

模 mú<名>❶khuôn đúc; khuôn mẫu; khuôn

❷hình dáng

另见mó

【模板】múbǎn<名>[建筑]gỗ cốp pha (đổ bê tông); cốt pha; ván khuôn

【模件】mújiàn<名>mô-đun

【模具】mújù<名>các loại khuôn đúc

【模孔】múkǒng<名>lỗ khuôn

【模压】múyā<动>ép khuôn

【模压机】múyājī<名>máy ép khuôn

【模样】múyàng<名>❶hình dáng; vẻ ngoài: 这孩子的~像他爸爸。Cậu bé này rất giống bố. ❷áng chừng; chạc chừng; khoảng; độ: 等了大概有两个小时的~ chờ độ hai tiếng đồng hồ ❸tình thế; xu thế; tình hình: 不像要留客人吃饭的~ không có vẻ muốn giữ khách ở lại ăn cơm

【模子】múzi<名>[口]khuôn; mẫu; mô hình

mǔ

母 mǔ❶<名>mẹ ❷<名>bà; bác; cô ❸<形>giống cái; mái; cái: ~鸡 gà mái; ~牛 bò (trâu) cái ❹<名>lỗ ốc vít: 螺~生锈了。Đai ốc đã bị han gỉ. ❺<形>(máy) cái; mẹ: 工作~机 máy cái // (姓) Mẫu

【母爱】mǔ'ài<名>tình mẹ; lòng mẹ; tình mẫu tử: 伟大的~ tình mẹ con vĩ đại

【母板】mǔbǎn<名>[计算机]bo mạch chủ

【母本】mǔběn<名>[植物]cây mẹ; cây cái

【母畜】mǔchù<名>con súc vật cái

【母慈子孝】mǔcí-zǐxiào mẹ hiền con hiếu

【母带】mǔdài<名>băng gốc (chỉ băng ghi âm, băng ghi hình dùng để copy)

【母公司】mǔgōngsī<名>công ti mẹ

【母老虎】mǔlǎohǔ<名>❶hổ cái ❷người đàn bà đanh đá

【母女】mǔnǚ<名>mẹ và con gái

【母凭子贵】mǔpíngzǐguì mẹ quý nhờ để con trai

【母亲】mǔqīn<名>mẹ; má

【母亲河】mǔqīnhé<名>sông mẹ; dòng sông đất mẹ; dòng sông quê hương

【母亲节】Mǔqīn Jié<名>Ngày lễ mẹ (ngày chủ nhật thứ hai tháng 5)

【母权制】mǔquánzhì<名>chế độ mẫu quyền

【母乳】mǔrǔ<名>sữa mẹ

【母体】mǔtǐ<名>cơ thể mẹ

【母系】mǔxì<形>❶mẫu hệ; dòng máu mẹ: ~亲属 họ hàng đằng mẹ ❷kế thừa về phía mẹ: ~家族制度 chế độ gia tộc mẫu hệ

【母系氏族】mǔxì shìzú thị tộc mẫu hệ

【母线】mǔxiàn<名>❶[电学]dây tải điện chính; dây cáp điện ❷[数学]mẫu tuyến

【母校】mǔxiào<名>trường mẹ; trường cũ; mái trường xưa

【母性】mǔxìng<名>mẫu tính; bản năng (thương yêu con cái) của người mẹ

【母夜叉】mǔyèchā<名>❶mụ Dạ thoa (ác quỷ trong cổ tích) ❷ví người phụ nữ hung ác, xấu xí

【母液】mǔyè<名>[化学]mẫu dịch

【母语】mǔyǔ<名>❶tiếng mẹ đẻ ❷tiếng gốc

【母质】mǔzhì<名>nguồn vật chất (để sinh ra thứ của cải vật chất khác); (nguồn) nguyên liệu

【母子】mǔzǐ<名>mẹ con

【母子候车室】mǔzǐ hòuchēshì phòng đợi tàu xe dành cho bà mẹ và trẻ thơ

牡 mǔ<形>con đực: ~牛 trâu (bò) đực

【牡丹】mǔdan<名>❶cây mẫu đơn ❷hoa mẫu đơn

【牡蛎】mǔlì<名>mẫu lệ; con hàu; sò biển

亩 mǔ<量>mẫu (đơn vị đo diện tích đất ở Trung Quốc, 1 mẫu = 666,7m²)

拇 mǔ<名>ngón cái

M

mù

木 mù ❶<名>cây; cây cối: 苗~ cây con ❷<名>gỗ: 松~砧板 thớt gỗ thông ❸<名> quan tài: 行将就~ sắp sửa bị cất vào áo quan ❹<形>lành (như gỗ); chất phác: ~讷 cù mì chất phác ❺<形>phản ứng chậm: 他这人一直都是这样~头~脑的。Ông ấy lúc nào cũng phản ứng chậm chạp. ❻<形>tê: 麻 ~ đần độn ///(姓) Mộc

【木板】mùbǎn<名>ván gỗ

【木板床】mùbǎnchuáng<名>giường gỗ

【木版】mùbǎn<名>[印刷]ván in

【木版画】mùbǎnhuà =【木刻】

【木棒】mùbàng<名>cây gậy gỗ

【木本】mùběn<形>(thực vật) thân gỗ

【木本水源】mùběn-shuǐyuán cây có gốc nước có nguồn; căn nguyên; nguồn gốc

【木本植物】mùběn zhíwù thực vật thân gỗ

【木波罗】mùbōluó =【波罗蜜】²

【木材】mùcái<名>vật liệu gỗ; gỗ

【木柴】mùchái<名>củi gỗ; củi đuốc; củi

【木船】mùchuán<名>thuyền gỗ

【木床】mùchuáng<名>giường gỗ

【木呆呆】mùdāidāi ngây như khúc gỗ: ~地站着 đứng ngây người như khúc gỗ

【木地板】mùdìbǎn<名>sàn gỗ

【木雕】mùdiāo<名>hình tượng khắc trên gỗ; tượng gỗ

【木雕泥塑】mùdiāo-nísù tượng (tạc bằng gỗ, nặn bằng đất); ngây ra như phỗng (chỉ người đần độn): 院里的人吓得一个个像~一般。Tất cả mọi người trong sân sợ quá đều đứng ngây như phỗng.

【木耳】mù'ěr<名>mộc nhĩ; nấm mèo

【木筏】mùfá<名>bè gỗ: 乘~过河 đi bè sang sông

【木芙蓉】mùfúróng<名>❶cây mộc phù dung ❷hoa phù dung

【木杆】mùgān<名>cột gỗ

【木工】mùgōng<名>❶nghề mộc ❷thợ mộc: 他在工场里做~。Anh ấy làm thợ mộc ở công trường.

【木工机械】mùgōng jīxiè cơ khí nghề mộc

【木瓜】mùguā<名>đu đủ

【木棍】mùgùn<名>gậy gỗ

【木盒】mùhé<名>hộp gỗ

【木化石】mùhuàshí<名>hóa thạch gỗ

【木屐】mùjī<名>guốc mộc; guốc

【木夹】mùjiā<名>cặp gỗ; kẹp gỗ

【木简】mùjiǎn<名>[考古]thẻ gỗ; bảng gỗ

【木浆】mùjiāng<名>bột gỗ

【木浆纸】mùjiāngzhǐ<名>giấy làm bằng bột gỗ

【木匠】mùjiàng<名>thợ mộc

【木匠带枷——自作自受】mùjiàng dài jiā——zìzuò-zìshòu thợ mộc đeo gông, mình làm mình chịu; gậy ông đập lưng ông

【木焦油】mùjiāoyóu<名>[化学]nhựa cất dầu

【木结构】mùjiégòu<名>kết cấu gỗ: ~的房子 căn nhà kết cấu gỗ

【木槿】mùjǐn<名>cây bông cẩn

【木锯】mùjù<名>cưa gỗ

【木刻】mùkè<名>tranh khắc gỗ

【木兰】mùlán<名>[植物](cây, hoa) mộc lan

【木犁】mùlí<名>cày gỗ

【木料】mùliào<名>gỗ; vật liệu gỗ

【木瘤】mùliú<名>nhọt gỗ

【木马】mùmǎ<名>❶con ngựa gỗ ❷[体育] ngựa gỗ (dụng cụ thể thao) ❸ngựa gỗ (đồ chơi của trẻ con)

【木马病毒】mùmǎ bìngdú vi-rút Tơ-roa (máy tính)

【木马计】mùmǎjì<名>kế ngựa gỗ; ngựa gỗ thành Tơ-roa

【木棉】mùmián<名>❶cây gạo; cây mộc miên ❷lông tơ (trên thân cây gạo)

【木模】mùmú<名>khuôn gỗ

【木乃伊】mùnǎiyī<名>❶xác ướp (của người Ai Cập thời xưa) ❷sự vật cứng đờ; cứng nhắc

【木讷】mùnè<形>[书]cù mì ít nói: 他性格~, 不善言辞。Tính anh ấy cù mì ít nói.

【木牛流马】mùniú-liúmǎ❶xe trâu (ngựa) hoặc trâu (ngựa) gỗ gắn máy, do Gia Cát Lượng thiết kế trong truyện *Tam quốc diễn nghĩa* ❷phương tiện vận tải nói chung

【木偶】mù'ǒu<名>con nộm (bằng gỗ); tượng gỗ; ông phỗng; con rối: 他的动作笨 拙得像~。Động tác của anh ta ngờ nghệch như con rối.

【木偶戏】mù'ǒuxì<名>múa rối; kịch con rối

【木排】mùpái<名>bè gỗ

【木盆】mùpén<名>chậu gỗ

【木片】mùpiàn<名>tấm gỗ

【木器】mùqì<名>đồ gỗ

【木桥】mùqiáo<名>cầu gỗ

【木琴】mùqín<名>đàn phiến gỗ; mộc cầm

【木然】mùrán<形>đờ đẫn (như cây gỗ): ~ 地望着远方 đứng đờ đẫn như khúc gỗ nhìn về nơi xa xăm

【木人石心】mùrén-shíxīn người gỗ lòng đá; người vô tâm vô tính

【木梳】mùshū<名>lược gỗ

【木薯】mùshǔ<名>sắn

【木栓】mùshuān<名>chốt gỗ

【木炭】mùtàn<名>than củi

【木炭画】mùtànhuà<名>bản vẽ than

【木糖】mùtáng<名>[化学]xylose

【木糖醇】mùtángchún<名>xylitol

【木通】mùtōng<名>[中药]mộc thông

【木桶】mùtǒng<名>thùng gỗ

【木头】mùtou<名>gỗ

【木头木脑】mùtóu-mùnǎo cứng nhắc, đần

độn: 如今他竟变得~的。Giờ đây ông ta lại trở thành con người đần độn cứng nhắc.

【木头人儿】mùtóurénr<名>người đần độn; người lù khù: 笨得像个~ người lù khù như khúc gỗ

【木纹】mùwén<名>đường vân gỗ

【木屋】mùwū<名>nhà gỗ

【木樨】mùxi<名>❶[植物](cây, hoa) hoa mộc (quế) ❷món ăn có trứng gà: ~汤 canh trứng

【木樨肉】mùxiròu<名>món trứng xào mộc nhĩ và nấm kim châm

【木纤维】mùxiānwéi<名>sợi gỗ

【木锨】mùxiān<名>cào gỗ

【木香】mùxiāng<名>❶[植物](cây, hoa) mộc hương ❷[中药]rễ mộc hương

【木箱】mùxiāng<名>hòm gỗ

【木销钉】mùxiāodīng<名>chốt bằng gỗ

【木箫】mùxiāo<名>[音乐]sáo gỗ

【木楔】mùxiē<名>nêm gỗ

【木鞋】mùxié<名>giày gỗ; guốc

【木屑】mùxiè<名>mạt cưa gỗ

【木星】mùxīng<名>sao Mộc

【木已成舟】mùyǐchéngzhōu ván đã đóng thuyền; gạo đã thành cơm; việc đã rồi

【木俑】mùyǒng<名>[考古]bức tượng gỗ

【木鱼】mùyú<名>cái mõ gỗ

【木贼】mùzéi<名>[中药]mộc tặc

【木枕】mùzhěn<名>[铁路]gối gỗ; tà vẹn gỗ

【木桩】mùzhuāng<名>trụ gỗ; cột gỗ

【木制】mùzhì<动>sản xuất bằng gỗ

【木制品】mùzhìpǐn<名>chế phẩm gỗ

【木钻】mùzuàn<名>khoan gỗ

目 mù❶<名>mắt: 注~ dán mắt ❷<名>mắt lưới; mạng lưới: 一百~的细筛子 chiếc sàng mịn 100 mắt lưới ❸<动>[书]xem; nhìn: ~为 奇迹 coi là điều kì diệu ❹<名>hạng mục ❺<名>bộ (trong bảng phân loại sinh học) ❻<名>mục lục: 剧~ danh mục các vở kịch

M

❼<名>danh mục: 中国企业名~ danh mục doanh nghiệp Trung Quốc ❽<量>[围棋] ván: 这盘棋白方赢了四~。Trong ván cờ (vây) này bên trắng thắng 4 ván. //(姓) Mục

【目标】mùbiāo<名>❶đích; mục tiêu (đối tượng nhằm bắn; tấn công; tìm kiếm): 瞄准~ nhằm trúng mục tiêu ❷đích; tiêu chuẩn; mục tiêu (muốn đạt tới): 实现经济增长的~ đạt mục tiêu tăng trưởng kinh tế

【目标市场】mùbiāo shìchǎng thị trường mục tiêu

【目不见睫】mùbùjiànjié mặt không nhìn thấy lông mi; không thể sáng suốt nhìn thấy hết mọi việc của mình

【目不交睫】mùbùjiāojié không chợp mắt được; trằn trọc khó ngủ: 他整个晚上~。Ông ấy cả đêm không chợp mắt.

【目不忍睹】mùbùrěndǔ không đang tâm nhìn: 地震灾区的惨状使人~。Thảm cảnh vùng tai nạn động đất khiến mọi người không đang tâm nhìn.

【目不识丁】mùbùshídīng không biết một chữ; dốt đặc cán mai; chữ đinh cũng không biết

【目不暇接】mùbùxiájiē không kịp nhìn; mắt nhìn không xuể: 精彩的杂技表演让观众~。Chương trình xiếc hấp dẫn khiến khán giả mắt nhìn không xuể.

【目不斜视】mùbùxiéshì nhìn thẳng về phía trước

【目不转睛】mùbùzhuǎnjīng chăm chú nhìn; nhìn chòng chọc; nhìn không chớp mắt

【目测】mùcè<动>đo bằng mắt; ước lượng bằng mắt: 你能~这座山的高度吗？Anh có thể ước lượng độ cao của ngọn núi này chứ?

【目次】mùcì<名>mục lục; danh mục

【目瞪口呆】mùdèng-kǒudāi ngẩn người; trố mắt nhìn; giương mắt nhìn

【目的】mùdì<名>mục đích: 你说这话的~何在？Anh nói câu này với mục đích gì?

【目的地】mùdìdì<名>điểm đích

【目的性】mùdìxìng<名>tính mục đích

【目睹】mùdǔ<动>mắt thấy; mục kích: 大家都~了城市的巨大变化。Mọi người đều đã được chứng kiến sự biến đổi to lớn của thành phố.

【目光】mùguāng<名>❶đường nhìn; tầm mắt: 大家的~都投向发言者。Tầm mắt của mọi người đều hướng về phía người phát biểu。❷ánh mắt: ~炯炯 ánh mắt long lanh ❸tầm mắt; tầm nhìn: ~远大 nhìn xa trông rộng

【目光短浅】mùguāng-duǎnqiǎn tầm nhìn hẹp hòi thiển cận

【目光如豆】mùguāng-rúdòu tầm nhìn như hạt đậu; thiển cận: 他~，是难以成就一番大事业的。Ông ấy hết sức thiển cận, thật khó nên việc lớn.

【目光如炬】mùguāng-rújù mắt sáng như đuốc; hiểu nhiều biết rộng; nhìn xa trông rộng

【目击】mùjī<动>mục kích; nhìn thấy tận mắt; chứng kiến

【目击者】mùjīzhě<名>người chứng kiến: 当时没有~。Lúc bấy giờ không có người chứng kiến.

【目击证人】mùjī zhèngrén nhân chứng: 寻找交通事故的~ tìm kiếm nhân chứng của vụ tai nạn giao thông

【目见】mùjiàn<动>tận mắt thấy; tận mắt chứng kiến: 耳闻不如~ tai nghe không bằng mắt thấy

【目今】mùjīn<名>hiện nay

【目镜】mùjìng<名>[物理]kính quang học; thị kính

【目空一切】mùkōngyīqiè không có gì đáng để mắt; không coi ai ra gì: 他自恃学

问高, ~。Ông ta cậy mình học vấn cao mà không coi ai ra gì.

【目力】mùlì<名>[书]thị lực; sức nhìn

【目录】mùlù<名>❶bản kê; mục lục ❷mục lục; thư mục

【目迷五色】mùmíwǔsè mắt đắm vào màu sắc; lóa mắt không phân biệt nổi

【目前】mùqián<名>hiện nay; trước mắt; hiện giờ

【目送】mùsòng<动>nhìn theo; đưa mắt nhìn theo

【目无法纪】mùwúfǎjì coi thường luật pháp

【目无全牛】mùwúquánniú mắt không còn nhìn thấy con trâu nguyên vẹn; hết sức thành thạo; điêu luyện

【目无尊长】mùwúzūnzhǎng dưới mắt không có người trên; mục hạ vô nhân

【目眩】mùxuàn<形>hoa mắt; lóa mắt

【目中无人】mùzhōng-wúrén mục hạ vô nhân; không coi ai ra gì; khinh người: 他一向~。Ông ta luôn giữ thái độ khinh người.

沐 mù<动>❶gội (đầu); tắm gội: ~雨栉风 gội mưa trải gió ❷[书]bị; chịu ///(姓) Mộc

【沐恩】mù'ēn<动>[书]chịu ơn; đội ơn mưa móc

【沐猴而冠】mùhóu'érguàn vượn đội mũ người; khỉ đội lốt người (chẳng ra người)

【沐浴】mùyù<动>❶tắm gội: 劳累了一天，~之后身体轻松了许多。Sau một ngày mệt nhoài, tắm gội xong cảm thấy người sảng khoái hẳn lên. ❷tắm mình; đắm mình: 在美丽的海边，人们尽情地~着阳光。Bên bờ biển xinh đẹp người ta thỏa thích tắm mình dưới ánh nắng chan hòa. ❸đắm chìm: 我~在甜蜜的爱情中。Tôi đắm chìm trong tình yêu ngọt ngào.

【沐浴露】mùyùlù<名>kem tắm; sữa tắm

【沐浴球】mùyùqiú<名>quả bóng tắm

苜 mù

【苜蓿】mùxu<名>[植物]cỏ linh lăng

牧 mù<动>chăn nuôi: 游~ du mục ///(姓) Mộc

【牧草】mùcǎo<名>cỏ chăn

【牧场】mùchǎng<名>❶nông trường cỏ; bãi cỏ; đồng cỏ (để chăn thả) ❷nông trường; xí nghiệp chăn nuôi gia súc

【牧笛】mùdí<名>sáo (thường cho trẻ chăn trâu)

【牧歌】mùgē<名>bài ca của người đi chăn

【牧工】mùgōng<名>người chăn thuê; công nhân chăn nuôi

【牧马】mùmǎ<动>chăn nuôi ngựa

【牧马人】mùmǎrén<名>người chăn nuôi ngựa

【牧民】mùmín<名>dân chăn nuôi; người làm nghề chăn nuôi

【牧区】mùqū<名>❶bãi chăn thả ❷khu chăn nuôi

【牧犬】mùquǎn<名>chó chăn nuôi

【牧人】mùrén<名>người chăn thả gia súc

【牧师】mùshī<名>mục sư (đạo Tin Lành)

【牧童】mùtóng<名>mục đồng

【牧羊】mùyáng<动>chăn cừu; chăn dê

【牧羊犬】mùyángquǎn<名>chó chăn cừu

【牧羊人】mùyángrén<名>người chăn dê

【牧业】mùyè<名>nghề chăn nuôi

【牧主】mùzhǔ<名>chủ trại chăn nuôi

钼 mù<名>[化学]mo-lip-đen (kí hiệu: Mo)

【钼钢】mùgāng<名>thép hợp kim mo-lip-đen

【钼酸】mùsuān<名>axit molybđic

募 mù<动>mộ: ~捐 mộ quyên/tập hợp lại; ~集经费 trưng tập kinh phí

【募兵】mùbīng<动>(chiêu) mộ lính; chiêu binh; gọi nhập ngũ

【募股】mùgǔ<动>gom tụ cổ phần

【募化】mùhuà<动>thu thập bố thí

【募集】mùjí<动>thu thập; thu góp; trưng

M

thu: ~善款 thu góp tiền từ thiện

【募捐】mùjuān<动>quyên góp; quyên tiền: 为灾区人民~ quyên góp cho nhân dân vùng bị thiên tai

【募款】mùkuǎn<动>quyên góp tiền

墓 mù<名>mộ; mồ; mả; mồ mả: 烈士~ mộ liệt sĩ //(姓) Mộ

【墓碑】mùbēi<名>bia mộ; mộ chí

【墓地】mùdì<名>nghĩa địa; bãi tha ma

【墓室】mùshì<名>nhà mồ

【墓穴】mùxué<名>huyệt (chôn người chết)

【墓园】mùyuán =【陵园】

【墓葬】mùzàng<名>mộ táng

【墓志铭】mùzhìmíng<名>chữ khắc trên bia mộ

幕 mù❶<名>nhà bạt; lều vải: 帐~ lều vải ❷<名>phông; màn chiếu: 开~ mở màn; 银~ màn ảnh/màn bạc ❸<名>trướng (nơi làm việc của tướng lĩnh quân đội thời xưa) ❹<量>màn (kịch): 第四~第二场 màn bốn cảnh hai ❺<名>ví như màn: 夜~ màn đêm //(姓) Mạc

【幕布】mùbù<名>màn vải (sân khấu); hồi (kịch)

【幕后】mùhòu<名>hậu trường; kẻ giật dây; hậu đài: 谁是这件事的~推手? Ai là kẻ giật dây đằng sau hắn ta?

【幕后操纵】mùhòu cāozòng sự thao túng nơi hậu trường; giật dây ở sau hậu trường

【幕后黑手】mùhòu hēishǒu kẻ đứng đằng sau giật dây

【幕僚】mùliáo<名>quan viên trợ tá trong các công thự; bộ hạ

【幕墙】mùqiáng<名>tường màn

【幕天席地】mùtiān-xídì màn trời chiếu đất

【幕友】mùyǒu<名>mộ hữu; nhân viên phò tá trong mạc phủ

睦 mù<形>hòa mục; hòa thuận; thân thiện: 家庭和~ gia đình hòa mục //(姓) Mục

【睦邻】mùlín<动>hòa mục (thân thiện) với láng giềng (chòm xóm): 推行~政策 thi hành chính sách hòa mục với các nước láng giềng

【睦邻友好】mùlín yǒuhǎo láng giềng hữu nghị

慕 mù<动>❶hâm mộ; ngưỡng mộ: ~名 danh ❷ưa thích; yêu quý; ưa chuộng: 爱~ yêu mến //(姓) Mộ

【慕名】mùmíng<动>mộ danh; ngưỡng mộ danh tiếng; mến tiếng: ~而来 mến mộ danh tiếng mà tìm đến

【慕求】mùqiú<动>ngưỡng mộ theo đuổi tìm kiếm: 他对心爱的姑娘~已久。Từ lâu anh ấy đã ngưỡng mộ theo đuổi cô gái mình yêu thầm.

暮 mù❶<名>trời sắp tối; chiều tối; hoàng hôn ❷<形>(thời gian) cuối; sắp hết; muộn: ~年 cuối đời //(姓) Mộ

【暮霭】mù'ǎi<名>sương chiều; sương mù buổi hoàng hôn: 一片月色从渐浓的~中透出来。Ánh trăng thay dần bóng sương chiều chập tối.

【暮春】mùchūn<名>cuối xuân; tháng ba (âm lịch)

【暮年】mùnián<名>tuổi già; tuổi cuối đời: 安度~ sống vui tuổi già

【暮气】mùqì<名>tác phong già cỗi; dáng vẻ già nua; tinh thần rệu rã; uể oải

【暮气沉沉】mùqì-chénchén vẻ già nua cằn cỗi (không còn khí thế); thiếu sức sống sôi nổi

【暮秋】mùqiū<名>cuối mùa thu; tháng chín âm lịch

【暮色】mùsè<名>cảnh chiều hôm; sắc trời chiều: ~苍茫 trời chiều bảng lảng

穆 mù<形>ôn hòa kính cẩn; cung kính; nghiêm túc: 肃~ cung kính //(姓) Mộc

【穆斯林】mùsīlín<名>tín đồ đạo Hồi (Muslim)

N n

ná

拿 ná ❶<动>cầm; lấy; cầm lấy: ~行李 cầm hành lí ❷<动>đoạt; tóm; bắt; lấy; hạ: 捉~ tóm lấy ❸<动>nắm; giữ; nắm vững: 这工作你能~得住吗? Công việc này anh nắm vững chứ? ❹<动>gây khó khăn; làm khó dễ; bắt bí: 这活不难，你是~不住人的。Việc này chẳng khó, anh không dễ bắt bí người ta đâu. ❺<动>cố tình làm ra: 好不容易求你一次，你倒~架子了。Chẳng dễ xin anh một lần mà anh lại ra vẻ ta đây. ❻<动>lĩnh; được: 这次奥运会我国~了多少块金牌? Đại hội Olimpic lần này nước ta giành được bao nhiêu huy chương vàng? ❼<动>làm hỏng; làm hư hại ❽<介>dùng; bằng; lấy: ~鼻子闻闻，是什么味? Hãy ngửi xem, mùi gì thế? ❾<介>lấy; đem: 不要~别人当猴耍! Đừng coi người ta là bù nhìn cứ bày đặt giật dây!

【拿办】nábàn<动>bắt giữ xử lí

【拿不出去】ná bu chūqù (điều, đồ vật) khó mà làm người ta chấp nhận: 这东西他根本就~。Với thứ này thì ông ấy khó mà thuyết phục được người ta chấp nhận.

【拿不出手】nábuchū shǒu =【拿不出去】

【拿不住】nábuzhù không tóm được; không bắt được: 我们生活中的机遇，很多时候会~而错失良机。Nhiều khi chúng ta không nắm bắt được mà bỏ lỡ những cơ hội trong cuộc sống.

【拿不准】nábuzhǔn không xác định được: 她~是红色还是白色更适合自己的肤色。Cô ấy không xác định được gam màu đỏ hay gam màu trắng thích hợp với nước da của mình hơn.

【拿出】náchū<动>đưa ra: 企业~了降价方案。Doanh nghiệp đưa ra phương án giảm giá.

【拿大顶】ná dàdǐng trồng cây chuối; lộn ngược đầu

【拿大头】ná dàtóu chiếm phần lớn: 买房的钱是他家~。Tiền mua nhà thì gia đình bên anh ấy trả cho phần lớn.

【拿刀动杖】nádāo-dòngzhàng vung gậy múa dao

【拿得起】nádeqǐ nắm được; có tài năng: 庄稼活他没一样~。Trong nghề làm ruộng thì anh ấy chẳng thạo việc gì cả.

【拿得起，放得下】ná de qǐ, fàng de xià ung dung, điềm đạm: 对待个人荣辱得失，要~。Cần phải ung dung điềm đạm đối với sự được mất hơn thua của cá nhân.

【拿定主意】nádìng zhǔyì quyết định; có chủ định: 这件事情她已经~。Về việc này chị ấy đã có chủ định của mình.

【拿获】náhuò<动>bắt được; tóm được; bắt giữ: 警察破门而入，当场~三个毒贩。Cảnh sát phá cửa ập vào tóm gọn 3 tên buôn lậu ma túy.

【拿架子】ná jiàzi kênh kiệu; làm ra vẻ; tỏ

N

vẻ: 她就爱~。Cô ấy thì chỉ thích ra vẻ làm cao.

【拿开】nákāi〈动〉lấy đi; mang đi khỏi: 什么东西味道这么大? 赶紧~。Mùi gì mà hắc thế? Mau mau đem ra ngoài đi.

【拿来主义】nálái zhǔyì chủ nghĩa mang lại; chủ nghĩa vay mượn, noi theo

【拿捏】nániē❶〈动〉nắm: ~时机 nắm bắt thời cơ ❷〈形〉[方]chần chừ; đắn đo: 有什么就快说, ~个什么劲? Có gì thì nói nhanh lên, chần chừ cái gì? ❸〈动〉[方]bắt chẹt; bắt bí; làm khó dễ: 你别~人。Mày đừng có bắt bí người khác.

【拿腔拿调】náqiāng-nádiào lên giọng lên điệu; làm bộ làm tịch: 刚开始的时候, 大家对他的~很不习惯。Lúc mới bắt đầu mọi người rất không quen với thói lên giọng lên điệu của anh ta.

【拿乔】náqiáo〈动〉làm bộ làm tịch; ra vẻ làm cao

【拿权】náquán〈动〉nắm quyền: 他退居二线, 不再~了。Ông ấy đã rời khỏi cương vị lãnh đạo không còn nắm quyền nữa.

【拿人】nárén[方]❶〈动〉gây khó dễ; bắt chẹt; bắt bí: 不要因为自己有点儿技术就随便~。Đừng vì mình có một chút kĩ thuật mà tùy tiện bắt bí người khác. ❷〈形〉hấp dẫn; mê hồn: 她的歌声很~。Tiếng hát của cô ấy rất hấp dẫn.

【拿事】náshì〈动〉cầm trịch: 你们家谁~? Trong nhà anh chị thì ai cầm trịch?

【拿手】náshǒu❶〈形〉sở trường; tủ: 他这方面很~。Về mặt này thì anh ta rất có sở trường. ❷〈名〉chắc ăn: 没~ không chắc chắn

【拿手好戏】náshǒu hǎoxì❶tiết mục tủ ❷ngón sở trường: 木工活是他的~。Làm nghề mộc là sở trường của anh ấy.

【拿糖】nátáng =【拿乔】

【拿稳】náwěn〈动〉nắm vững; giữ chặt: ~手中的相机 giữ chặt chiếc máy ảnh trong tay

【拿下】náxià〈动〉hoàn tất; giành được: 她很快就~第一局比赛。Chị ấy đã nhanh chóng thắng ngay ván đầu.

【拿印把儿】ná yìnbàr nắm quyền: 您是~的, 当然您说了算。Ông là người nắm quyền, dĩ nhiên là ông nói gì ta xin vâng theo.

【拿着鸡毛当令箭】názhe jīmáo dàng lìngjiàn lấy lông gà để làm mũi tên lệnh; lấy bừa lời nói của kẻ khác để thay thế mệnh lệnh

【拿主意】ná zhǔyi quyết định; có chủ định: 这件事得你自己~。Việc này do anh tự quyết định lấy.

【拿住】názhù〈动〉❶cầm lấy; nắm bắt: 请你帮我~钳子。Nhờ anh giữ hộ chiếc kìm. ❷làm bối rối; làm thất bại: 我被这个问题~了。Tôi chịu bó tay với vấn đề này.

nǎ

哪 nǎ〈代〉❶nào; ai (dùng để hỏi về cái cần biết và cần xác định cụ thể): 我们单位有两个张强, 你找~一个? Ở chỗ chúng tôi có hai Trương Cường, anh hỏi ai? ❷cái nào: 什么是美, ~叫丑, 她都分辨不清。Cái gì là đẹp, cái gì là xấu, cô ta cũng không phân biệt nổi. ❸nào (từ dùng để chỉ ra mà không nói cụ thể): ~天有空请你来我家玩。Hôm nào rỗi mời anh sang nhà tôi chơi. ❹nào (từ dùng để chỉ một cái bất kì trong một tập hợp những cái cùng loại): ~个人去都可以。Người nào đi cũng được. ❺đâu; sao (từ biểu thị phản vấn): 没有大家的努力, ~来今天的成绩? Không có sự cố gắng của mọi người thì làm sao có được thành tích của hôm nay?

另见 na、né

【哪个】nǎge〈代〉❶nào; cái nào: 你喜欢~? Bạn thích cái nào? ❷[方]ai: ~敲门？ Ai gõ cửa?

【哪会儿】nǎhuìr〈代〉❶bao giờ ❷lúc nào

【哪里】nǎlǐ〈代〉❶ở đâu; đâu; chỗ nào: 你要到~去? Bạn muốn đi đâu? ❷đâu đâu; bất kì chỗ nào: 她周末都在家，~都没去过。Cuối tuần chị ấy đều ở nhà không đi đâu cả. ❸(dùng trong câu phản vấn, biểu thị ý phủ định) đâu có; đâu phải: 他正忙得焦头烂额的，~顾得上这些小事呢! Ông ấy đang bận đến sứt đầu mẻ trán, đâu rảnh hơi quan tâm những chuyện nhỏ vặt này! ❹(lời nói khiêm tốn) đâu có; đâu dám: "你这篇文章写得真好! " "~, ~! " "Bài này anh viết hay lắm!" "Đâu có, đâu có!"

【哪门子】nǎménzi[方]cái gì; làm sao (dùng trong câu hỏi phản vấn, biểu thị sự vô cớ): 他是你~亲戚，你这么护着他? Nó là họ hàng gì của anh mà anh phải dung túng nó đến thế?

【哪能】nǎnéng〈副〉đâu có mà; làm sao có thể: 已经非常麻烦您了，~还让您破费呢! Đã rất phiền anh rồi, sao lại có thể để anh phải mất thêm tiền nữa!

【哪怕】nǎpà〈连〉cho dù; dù; dẫu: ~困难再大，也要按时完成任务。Cho dù khó đến mấy cũng phải hoàn thành nhiệm vụ đúng thời hạn.

【哪儿】nǎr〈代〉[口]chỗ nào; đâu: ~人多他就往~挤。Chỗ nào đông người là ông ấy chen vào đấy.

【哪儿的话】nǎrdehuà đâu có: ~, 应该是我们感谢您才对。Đâu có, đáng ra chúng tôi phải cám ơn ông mới phải.

【哪位】nǎwèi〈代〉ai: 请问您是~? Xin hỏi anh là ai ạ?

【哪些】nǎxiē〈代〉những...gì; những...nào: 参加旅游团的都有~人? Tham gia tour du lịch có những ai nào?

【哪样】nǎyàng〈代〉❶nào; gì: ~菜合你胃口? Món nào hợp khẩu vị anh? ❷bất kì loại nào; kiểu gì: ~都可以。Kiểu gì cũng được.

【哪知】nǎzhī〈动〉biết đâu; ngờ đâu: ~你酒量这么差。Biết đâu được tửu lượng của anh lại tồi đến thế.

nà

那 nà ❶〈代〉kia; ấy: ~个学生 cậu học sinh ấy; ~座城市 thành phố ấy ❷〈代〉(dùng độc lập) đó; kia: ~是游泳池。Bên kia là bể bơi. ❸〈连〉thế; vậy: 你不舒服，~就好好休息吧。Anh mệt thì cứ nghỉ ngơi cho khỏe.

【那般】nàbān〈代〉thế; đến thế: ~倔强 cứng cổ đến thế; bướng thế

【那边】nàbian〈代〉bên đó; bên ấy; bên kia: ~发生交通事故了。Bên kia xảy ra tai nạn giao thông rồi.

【那达慕】nàdámù〈名〉Ngày hội Na-đa-mu (của dân tộc Mông Cổ)

【那当儿】nàdāngr〈副〉lúc đó; hồi đó; hồi bấy giờ: 在~他出现了。Trong lúc đó anh ấy đã xuất hiện.

【那个】nàge〈代〉❶cái đó; cái ấy: ~菜市里的东西相当便宜。Đồ trong chợ đó rất rẻ. ❷cái ấy; việc ấy: 你还在为刚才~烦恼呢? Anh còn buồn phiền về cái việc ban nãy à? ❸(dùng trước động từ hoặc tính từ, mang ý phô trương) ghê lắm: 桂林山水~美呀，实在难以形容。Non nước Quế Lâm đẹp tuyệt vời, thật khó tả nổi. ❹[口](dùng biểu thị điều khó nói ra, có ý uyển chuyển, khôi hài) ấy: 你的话也太~了，让人难以接受。Lời nói của anh nghe nó làm sao ấy, thật

N

khó để mọi người chấp thuận.

【那会儿】nàhuìr<代>[口]lúc ấy; lúc bấy giờ: ~他正在读高中。Lúc bấy giờ anh ta đang học trung học phổ thông.

【那口子】nàkǒuzi<名>[口]vợ hoặc chồng: 我~还真有些小故事。Kể về nhà tôi quả thực có một vài câu chuyện vặt.

【那里】nàlǐ<代>chỗ ấy: ~有一口井。Chỗ ấy có một cái giếng.

【那么】nàme❶<代>như vậy; như thế; thế; vậy: 别吃得~快。Đừng ăn nhanh vậy. ❷<代>(dùng trước từ số lượng) chừng độ; độ chừng; chừng: 调皮捣蛋的学生也就~三四个人。Số học sinh nghịch ngợm thì cũng chỉ chừng vài ba em. ❸<连>thế thì; vậy thì: 既然没有感情了，~我们分手吧。Đã không còn tình cảm nữa thì chúng ta chia tay vậy.

【那么点儿】nàmediǎnr chút xíu như thế: ~事我明天就可以做完。Chút xíu việc thế này chỉ trong ngày mai là tôi sẽ hoàn thành.

【那么些】nàmexiē ngần ấy; từng ấy

【那么着】nàmezhe như vậy; vậy: ~，你先去买票，我再通知大家。Vậy thì anh đi mua vé trước, rồi tôi sẽ báo với mọi người.

【那儿】nàr<代>[口]❶chỗ ấy; nơi ấy: ~有个超市。Nơi ấy có một siêu thị. ❷lúc ấy; lúc đó; khi đó: 从~起，我就喜欢玩乒乓球了。Bắt đầu từ đó tôi đã thích chơi bóng bàn.

【那时】nàshí<代>lúc đó; lúc bấy giờ

【那是】nàshì<副>đó là: ~一次快乐的尝试。Đó là lần trải nghiệm thật vui vẻ.

【那些】nàxiē<代>những...ấy: ~人是举重运动员。Các anh ấy là vận động viên cử tạ.

【那样】nàyàng<代>như thế; thế ấy; như

【那阵儿】nàzhènr<代>[口]lúc; khi: 刚上班~ lúc vừa đi làm; 刚才~，雨好大呀。

Lúc nãy mưa to lắm.

【那阵子】nàzhènzi[口]lúc; khi: ~正发大水。Khi ấy đang cơn lụt lớn.

呐 nà

【呐喊】nàhǎn<动>gào thét: 大声~ lớn tiếng gào thét

纳[1] nà

<动>❶nạp; nhập; nộp: 闭门不~ đóng cửa không cho vào ❷thu nhận: 采~意见 tiếp thu ý kiến ❸hưởng thụ: ~凉 hóng mát ❹đưa vào: ~入管理范围 đưa vào phạm vi quản lí ❺nộp: ~税 nộp thuế //(姓) Nạp

纳[2] nà

<动>khâu đột: ~鞋底 khâu đế giày

【纳彩】nàcǎi<名>nạp thái (trao tiền của đính hôn theo lệ cũ)

【纳粹】Nàcuì<名>Na-zi; đảng Quốc xã (đảng phát-xít Đức do Hít-le cầm đầu)

【纳呆】nàdāi<名>[中医]chứng biếng ăn; chứng khó tiêu

【纳福】nàfú<动>hưởng phúc nhàn nhã

【纳贡】nàgòng<动>tiến cống; cống nạp

【纳罕】nàhǎn<形>kinh ngạc; kì lạ; ngạc nhiên; sửng sốt: 她突然哭起来，大家感到很~。Cô ấy đột nhiên bật khóc, mọi người rất ngạc nhiên.

【纳贿】nàhuì<动>❶nhận hối lộ; nhận đút lót; ăn hối lộ; ăn của đút lót ❷hối lộ; đút lót

【纳谏】nàjiàn<动>[书]nghe lời khuyên can

【纳交】nàjiāo<动>[书]kết giao; kết bạn; kết thân; giao thiệp; đi lại: ~文人学士 giao kết các văn nhân mặc sĩ

【纳粮】nàliáng<动>[旧]đóng thuế lương thực; nộp lương thực

【纳闷儿】nàmènr<动>[口]thắc mắc; bối rối; khó hiểu: 他接到电话说有个国外寄来的包裹，心里很~。Nhận được điện thoại thông báo rằng có một gói bưu phẩm gửi từ nước ngoài, anh ấy tỏ ra rất khó hiểu.

【纳米】nàmǐ<量>na-nô-mét; nanô

【纳米技术】nàmǐ jìshù công nghệ nano

【纳妾】nàqiè<动>[旧]lấy vợ lẽ

【纳入】nàrù<动>đưa vào; quy vào

【纳纱制品】nàshā zhìpǐn sản phẩm thêu nạp sợi (công nghệ thêu đặc sắc của đồ thêu Tô Châu Trung Quốc)

【纳税】nàshuì<动>nộp thuế

【纳税大户】nàshuì dàhù cá nhân hoặc doanh nghiệp nộp thuế nhiều

【纳税凭证】nàshuì píngzhèng chứng từ đóng thuế

【纳税人】nàshuìrén<名>người nộp thuế

【纳税申报】nàshuì shēnbào sự khai báo lợi tức để đóng thuế; bản khai thu nhập cá nhân (tập thể...) dùng để tính tiền thuế phải đóng

【纳斯达克指数】Nàsīdákè zhǐshù chỉ số NASDAQ

【纳降】nàxiáng<动>tiếp nhận đầu hàng

【纳新】nàxīn<动>❶nhận lấy cái mới; tiếp nạp cái mới: 吐故~ sa thải cái cũ, tiếp nạp cái mới ❷kết nạp thành viên mới: 各学会应该经常~。Các học hội nên thường xuyên kết nạp hội viên mới.

钠 nà<名>[化学]natri (kí hiệu: Na)

【钠泵】nàbèng<名>[生物]bơm natri

【钠玻璃】nàbōli<名>kính natri; thủy tinh natri

【钠长石】nàchángshí<名>[矿业]albite

【钠灯】nàdēng<名>đèn natri

【钠光】nàguāng<名>ánh sáng natri

【钠合金】nàhéjīn<名>hợp kim natri

【钠离子】nàlízǐ<名>[化学]i-on natri

【钠盐】nàyán<名>muối natri

衲 nà❶<动>vá: 百~衣 áo vá trăm mảnh ❷<名>áo cà sa (nhà sư tự xưng): 老~ sư già này/lão tăng

捺 nà❶<动>nén; kiềm chế: 再也按~不住 không kiềm chế được nữa ❷<动>ấn; bấm:

~手印 ấn dấu tay ❸<名>nét mác của chữ Hán

na

哪 na<助>nhé: 谢谢您~! Cảm ơn bà nhé! 同学们加油干~! Các bạn cố lên nhé!
另见nǎ, né

nǎi

乃 nǎi[书]❶<副>là; chính là; quả là: 失败~成功之母。Thất bại chính là mẹ của thành công. ❷<连>thế là; vậy là; bèn: 因时间仓促，~作罢。Do thời gian gấp gáp bèn phải bỏ (chương trình). ❸<副>mới (có thể): 唯虚心~能进步。Chỉ có khiêm tốn mới tiến bộ được. ❹<代>anh; ông; của anh; của ông: ~父 cha của anh

【乃尔】nǎi'ěr<代>[书]như thế; như vậy: 何其相似~! Sao mà chúng giống nhau đến vậy!

【乃是】nǎishì<动>là; đúng là: 喜乐的心~良药。Niềm vui là liều thuốc tiên.

【乃至】nǎizhì<连>cho tới; thậm chí: 他的离去让全市~全国人民都觉得痛心。Sự ra đi của ông ấy đã làm cho nhân dân cả thành phố, thậm chí cả nước đều thương tiếc.

奶 nǎi❶<名>[口]vú ❷<名>sữa: 牛~ sữa bò ❸<动>cho bú: ~孩子 bú con ❹<形>nuôi để lấy sữa: ~牛 bò sữa ❺<形>sơ sinh

【奶茶】nǎichá<名>nước chè pha sữa; trà sữa

【奶畜】nǎichù<名>gia súc nuôi lấy sữa

【奶疮】nǎichuāng<名>viêm tuyến sữa; viêm vú

【奶粉】nǎifěn<名>sữa bột

【奶糕】nǎigāo<名>bánh sữa

【奶锅】nǎiguō<名>nồi hâm sữa

【奶积】nǎijī<名>[中医]chứng đầy sữa (bệnh của trẻ sơ sinh)

【奶酪】nǎilào<名>pho mát; phô mai

【奶妈】nǎimā<名>vú em; bà vú; nhũ mẫu

【奶毛】nǎimáo<名>[口]tóc máu (của trẻ sơ sinh)

【奶名】nǎimíng<名>tên mụ; tên tục; tên cúng cơm

【奶奶】nǎinai<名>❶[口]bà nội ❷[口]bà (gọi những người phụ nữ ngang vai, ngang tuổi với bà nội) ❸[方]bà trẻ (gọi các con gái đã lấy chồng và vợ các con trai nhà quan thời trước)

【奶娘】nǎiniáng<名>[方]vú em; bà vú

【奶牛】nǎiniú<名>bò sữa

【奶牛场】nǎiniúchǎng<名>trại chăn nuôi bò sữa

【奶皮】nǎipí<名>váng sữa

【奶瓶】nǎipíng<名>bình sữa

【奶水】nǎishuǐ<名>[口]sữa

【奶糖】nǎitáng<名>kẹo sữa

【奶头】nǎitóu<名>❶[口]núm vú ❷núm vú cao su (cho trẻ bú)

【奶昔】nǎixī<名>kem sữa (lắc): 木瓜~ kem sữa hương đu đủ

【奶羊】nǎiyáng<名>dê (cho) sữa

【奶油】nǎiyóu<名>bơ: ~蛋糕 bánh ga tô bơ

【奶油小生】nǎiyóu xiǎoshēng công tử bột

【奶罩】nǎizhào<名>[口]xu chiêng; nịt vú; áo con; coóc-sê

【奶汁】nǎizhī<名>sữa

【奶制品】nǎizhìpǐn<名>chế phẩm sữa

【奶子】nǎizi<名>❶[口]sữa ❷[口]vú ❸[方]vú em; bà vú

【奶子酒】nǎizijiǔ<名>rượu sữa

【奶嘴】nǎizuǐ<名>núm bình sữa (cho trẻ bú)

氖 nǎi<名>[化学]nê-ông (kí hiệu: Ne)

【氖灯】nǎidēng<名>đèn nê-ông

【氖管】nǎiguǎn<名>ống nê-ông

【氖气】nǎiqì<名>khí nê-ông

nài

奈 nài<动>❶làm thế nào; làm sao: 无~ đắc dĩ ❷[书]không biết làm thế nào; không hiểu làm ra sao: 您远道而来，理应迎接，~有事缠身，不能前往。Ông là khách xa đáng phải nghênh tiếp, ngặt nỗi công việc quá bận mà không đi đón được. //(姓) Nại

【奈何】nàihé❶<动>không biết làm thế nào; không biết làm sao: 事已至此，我~不得。Việc đã thế rồi, tôi không làm thế nào được. ❷<代>[书]sao; sao lại: 民不畏死，~以死惧之？Dân không sợ chết, làm sao đem cái chết ra dọa họ được? ❸<动>(có đại từ đặt vào giữa) làm gì được: 他不听，你又奈他何? Nó không nghe, anh làm gì được nó? 我偏要做，你奈我何? Tôi cứ làm đấy, anh làm gì được tôi nào?

耐 nài<动>❶chịu nổi; nén được ❷kiên trì; nhẫn nại

【耐饱】nàibǎo<形>no lâu; chắc bụng

【耐病性】nàibìngxìng<名>khả năng chống chịu sâu bệnh

【耐波力】nàibōlì<名>[航海]khả năng chịu sóng gió

【耐不住】nàibuzhù không thể chịu đựng; không chịu nổi

【耐潮】nàicháo<形>chống ẩm; chịu ẩm

【耐尘】nàichén<形>chống bụi; chịu bụi

【耐冲击】nàichōngjī chống va đập; chịu va đập

【耐穿】nàichuān<形>mặc bền: 厚底的鞋子~。Giày có đế dày đi rất bền.

【耐烦】nàifán<形>bình tĩnh; kiên nhẫn; chịu khó; bền chí

【耐腐蚀】nàifǔshí chống ăn mòn

【耐高温】nàigāowēn chịu nhiệt độ cao

【耐寒】nàihán<形>chịu rét: ~作物 cây trồng chịu rét

【耐寒性】nàihánxìng<名>tính chịu rét

【耐旱】nàihàn<形>chịu khô hạn; chịu hạn: ~ 植物 thực vật chịu hạn/thực vật ưa khô

【耐航包装】nàiháng bāozhuāng bao bì phù hợp với việc đi biển

【耐火】nàihuǒ<形>chịu lửa: ~材料 vật liệu chịu lửa

【耐碱】nàijiǎn<形>chịu kiềm

【耐久】nàijiǔ<形>bền: 坚固~ bền chắc kiên cố

【耐久力】nàijiǔlì<名>sức bền; độ bền

【耐久性】nàijiǔxìng<名>tính bền

【耐看】nàikàn<形>đẹp mắt; xem không biết chán: 这套裙子很~。Bộ váy này ngắm mãi không biết chán.

【耐苦】nàikǔ<形>chịu khổ

【耐劳】nàiláo<形>chịu được vất vả; chịu khó: 吃苦~ chịu thương chịu khó

【耐涝】nàilào<形>chịu lụt

【耐力】nàilì<名>sức (khả năng) chịu đựng: 他~好。Anh ấy có sức chịu đựng cao.

【耐磨】nàimó<形>chịu mài mòn

【耐疲劳】nàipíláo chống mệt mỏi

【耐燃】nàirán<形>cháy lâu: ~性 tính cháy lâu

【耐热】nàirè<形>chịu nóng

【耐人寻味】nàirénxúnwèi ý vị sâu xa; giàu dư vị; đáng suy ngẫm

【耐熔】nàiróng<形>khó nóng chảy

【耐蚀】nàishí<形>chịu ăn mòn

【耐蚀钢】nàishígāng<名>thép chịu mòn

【耐受】nàishòu<动>❶chịu đựng ❷[医学] có khả năng uống (thuốc, v.v.) hoặc qua điều trị không bị tổn hại: 身体无法~如此大量的放射性治疗。Cơ thể không thể chịu nổi một lượng phóng xạ lớn như vậy.

【耐受性】nàishòuxìng<名>sức chịu đựng

【耐水】nàishuǐ<形>chịu nước: ~作物 cây trồng chịu nước

【耐酸】nàisuān<形>chịu a-xít: ~剂 chất chịu a-xít

【耐缩】nàisuō<形>không co rút; chống co rút

【耐洗】nàixǐ<形>có thể giặt được mà không hỏng

【耐心】nàixīn❶<形>kiên trì; kiên nhẫn: 售货员~地讲解照相机的使用方法。Nhân viên bán hàng kiên trì hướng dẫn một cách tỉ mỉ về cách sử dụng của chiếc máy ảnh. ❷ <名>tính kiên trì

【耐性】nàixìng<名>tính kiên nhẫn; bền chí: 教育孩子要有~。Dạy trẻ phải có tính kiên trì.

【耐锈】nàixiù<形>không gỉ; không bị ăn mòn

【耐压】nàiyā<形>khả năng chịu điện thế cao; chịu áp lực

【耐用】nàiyòng<形>bền; dùng bền: 不锈钢筷子比木筷子~。Đũa inox bền hơn đũa chất liệu gỗ.

【耐用消费品】nàiyòng xiāofèipǐn hàng tiêu dùng chắc bền

【耐振】nàizhèn<形>khả năng chịu rung

【耐震】nàizhèn<形>chống rung lắc; chống rung; giảm chấn

【耐皱】nàizhòu<形>không nhăn; không nhàu

萘nài<名>[化学]nap-ta-len //(姓) Nại

【萘酚】nàifēn<名>[化学]naphthol

【萘球】nàiqiú<名>[化学]băng phiến; nhựa long não

【萘油】nàiyóu<名>[化学]dầu naphthalene

N

nān

囡 nān〈名〉[方]❶trẻ em: 小~ trẻ nhỏ ❷bé gái: 她有一个小子一个~。Cô ấy có một trai và một gái.

【囡囡】nānnān〈名〉[方]bé (tiếng gọi trẻ em một cách thân mật)

nán

男¹ nán❶〈形〉nam; trai: ~鞋 giày kiểu nam ❷〈名〉con trai: 生~育女 sinh con đẻ cái // (姓) Nam

男² nán〈名〉tước nam (tước thứ năm trong năm tước): ~爵 nam tước

【男扮女装】nánbàn-nǚzhuāng đóng giả gái; trai giả gái

【男傧相】nánbīnxiàng〈名〉phù rể; rể phụ

【男不男，女不女】nán bù nán, nǚ bù nǚ ái nam ái nữ

【男才女貌】náncái-nǚmào trai tài gái sắc

【男厕所】náncèsuǒ〈名〉phòng vệ sinh nam

【男大当婚，女大当嫁】nándàdānghūn, nǚdàdāngjià trai lớn lấy vợ, gái khôn gả chồng

【男单】nándān〈名〉đơn nam

【男盗女娼】nándào-nǚchāng trai trộm cắp, gái đĩ điếm

【男低音】nándīyīn〈名〉giọng nam trầm

【男丁】nándīng〈名〉đàn ông; đinh

【男儿】nán'ér〈名〉đàn ông; con trai; nam nhi

【男儿当自强】nán'ér dāng zìqiáng làm trai phải biết phấn đấu; làm trai cho đáng nên trai

【男儿有泪不轻弹】nán'ér yǒu lèi bù qīng tán nam nhi đại trượng phu đâu dễ dàng rơi lệ

【男二号】nán'èrhào〈名〉vai nam chính số hai

【男方】nánfāng〈名〉bên trai; phía nhà trai

【男高音】nángāoyīn〈名〉giọng nam cao

【男耕女织】nángēng-nǚzhī trai làm ruộng gái thêu dệt

【男孩儿】nánháir〈名〉con trai

【男欢女爱】nánhuān-nǚ'ài nam hoan nữ ái; nam nữ hoan ái

【男婚女嫁】nánhūn-nǚjià trai lấy vợ gái lấy chồng

【男家】nánjiā〈名〉nhà trai

【男爵】nánjué〈名〉nam tước: ~夫人 phu nhân nam tước

【男科】nánkē〈名〉khoa khám bệnh dành cho đàn ông

【男篮】nánlán〈名〉bóng rổ nam

【男男女女】nánnánnǚnǚ cả trai lẫn gái: 大街上，~个个都衣着整齐。Trên đường phố, gái trai đều ăn mặc chỉnh tề.

【男女】nánnǚ〈名〉❶nam nữ ❷[方]con cái

【男女关系】nánnǚ guānxì quan hệ nam nữ

【男女混合双打】nánnǚ hùnhé shuāngdǎ đánh đôi nam nữ phối hợp

【男女老少】nán-nǚ-lǎo-shào già trẻ trai gái

【男女平等】nánnǚ píngděng nam nữ bình đẳng; bình đẳng giới

【男女授受不亲】nánnǚ shòushòu bù qīn nam nữ thụ thụ bất thân (theo lễ giáo phong kiến)

【男女同工同酬】nánnǚ tónggōng tóngchóu trả thù lao bình đẳng giữa lao động nam và nữ cho một công việc có giá trị ngang nhau

【男女有别】nánnǚyǒubié đối xử có phân biệt giữa nam và nữ

【男排】nánpái〈名〉bóng chuyền nam

【男配角】nánpèijué〈名〉vai nam phụ

【男朋友】nánpéngyou〈名〉bạn trai

【男人】nánrén〈名〉người đàn ông

【男人】nánren〈名〉[口]ông chồng; người chồng

【男人婆】nánrénpó〈名〉cô gái có nét đàn ông

【男生】nánshēng〈名〉❶học sinh nam; nam sinh ❷nam giới

【男声】nánshēng〈名〉giọng nam

【男声合唱】nánshēng héchàng dàn hợp xướng nam; dàn đồng ca nam

【男士】nánshì〈名〉phái nam; quý ông

【男式】nánshì〈形〉kiểu dành cho nam: ~西服 bộ com lê kiểu nam

【男双】nánshuāng〈名〉đánh đôi nam

【男童】nántóng〈名〉bé trai

【男同性恋者】nántóngxìngliànzhě đồng tính luyến ái nam

【男相】nánxiàng〈名〉tướng mạo con trai: 她的脸有些~，不像其他女孩那样柔美。 Khuôn mặt cô ấy mang tướng mạo con trai, thiếu nét duyên dáng của một cô gái.

【男性】nánxìng〈名〉nam tính; tính khí đàn ông

【男性荷尔蒙】nánxìng hé'ěrméng hoóc môn nam; nội tiết tố nam

【男演员】nányǎnyuán〈名〉diễn viên nam

【男一号】nányīhào〈名〉vai nam chính số một

【男婴】nányīng〈名〉bé trai sơ sinh

【男友】nányǒu =【男朋友】

【男中音】nánzhōngyīn〈名〉giọng nam trung

【男主角】nánzhǔjué〈名〉vai nam chính

【男主人公】nánzhǔréngōng nhân vật nam chính

【男装】nánzhuāng〈名〉quần áo nam

【男子】nánzǐ〈名〉người đàn ông

【男子汉】nánzǐhàn〈名〉đàn ông; con trai

【男尊女卑】nánzūn-nǚbēi nam tôn nữ ti

南 nán〈名〉❶phía nam: 朝~ hướng nam

❷khu vực phía nam: ~货 hàng miền nam // (姓) Nam

【南半球】nánbànqiú〈名〉nam bán cầu

【南北】nánběi〈名〉❶nam và bắc ❷chiều dài từ nam chí bắc: ~约有100米。Chiều dài từ nam chí bắc khoảng độ 100 mét.

【南北差距】nánběi chājù❶chênh lệch bắc-nam ❷chênh lệch giữa các nước phát triển và các nước đang phát triển

【南北朝】Nán-Běi Cháo〈名〉Nam Bắc triều (Nam triều gồm các nhà Tống, Tề, Lương và Trần, Bắc triều gồm các nhà Bắc Ngụy, Đông Ngụy, Bắc tề, Tây Nguỵ và Bắc Chu trong lịch sử Trung Quốc)

【南北对话】nánběi duìhuà đối thoại Nam-Bắc (đối thoại giữa các nước phát triển và các nước đang phát triển)

【南北合作】nánběi hézuò hợp tác Nam-Bắc (sự hợp tác giữa các nước phát triển và các nước đang phát triển)

【南边】nánbian〈名〉❶phía nam ❷[口]miền nam

【南部】nánbù〈名〉miền nam

【南端】nánduān〈名〉phía nam

【南方】nánfāng〈名〉❶phía nam ❷miền nam

【南方人】nánfāngrén〈名〉người miền nam

【南风】nánfēng〈名〉gió nam

【南风不竞】nánfēngbùjìng đối thủ kém sức cạnh tranh

【南瓜】nánguā〈名〉❶cây bí ngô; bí đỏ ❷quả bí đỏ

【南瓜苗】nánguāmiáo〈名〉rau bí; ngọn bí ngô

【南瓜子】nánguāzǐ〈名〉hạt bí

【南国】nánguó〈名〉[书]miền nam Trung Quốc: ~风光 cảnh sắc vùng miền nam

【南寒带】nánhándài〈名〉nam hàn đới

【南回归线】nánhuíguīxiàn đường hồi quy nam; chí tuyến nam

N

【南货】nánhuò<名>thực phẩm miền nam (như măng khô, chân giò muối...)

【南极】nánjí<名>Nam Cực

【南极光】nánjíguāng<名>Nam Cực quang

【南极圈】nánjíquān<名>vòng Nam Cực

【南极洲】Nánjízhōu<名>Châu Nam Cực

【南柯一梦】nánkē-yīmèng giấc mộng Nam Kha; giấc mơ hão huyền

【南来北往】nánlái-běiwǎng nam lai bắc vãng; vào nam ra bắc

【南粮北调】nánliáng-běidiào vận chuyển lương thực từ miền nam ra miền bắc

【南美洲】Nánměizhōu<名>châu Nam Mĩ

【南面】nánmiàn<名>❶phía nam ❷mặt nam

【南南对话】nánnán duìhuà đối thoại Nam-Nam (đối thoại giữa các nước đang phát triển)

【南南关系】nánnán guānxì quan hệ Nam-Nam (mối quan hệ giữa các nước đang phát triển)

【南南合作】nánnán hézuò hợp tác Nam-Nam (sự hợp tác giữa các nước đang phát triển)

【南腔北调】nánqiāng-běidiào giọng trọ trẹ (pha tạp ngữ âm địa phương); giọng lơ lớ (pha trộn) giọng nam điệu bắc; giọng nói đá bắc đá nam

【南拳】nánquán<名>Nam quyền

【南式】nánshì<形>kiểu miền nam: ~糕点 điểm tâm phong vị miền nam

【南水北调】nánshuǐ-běidiào tiếp nước miền nam lên miền bắc

【南纬】nánwěi<名>vĩ tuyến nam; vĩ độ nam

【南温带】nánwēndài<名>nam ôn đới

【南下】nánxià<动>vào nam; đến vùng miền nam: 从东北~广西 từ vùng đông bắc đi về phía nam tới Quảng Tây

【南辕北辙】nányuán-běizhé hành động ngược với mục đích; muốn đi về nam lại đánh xe theo hướng bắc

【南征北战】nánzhēng-běizhàn nam chinh bắc chiến; đánh nam dẹp bắc; đánh đông dẹp bắc

难 nán❶<形>khó; khó khăn: ~做 khó làm; ~吃 khó ăn; ~学 khó học; ~读 khó đọc ❷<动>làm cho bí: 你~倒我了。Anh làm khó cho tôi quá. ❸<形>không (dễ dàng); ít khả năng: ~免 khó tránh ❹<形>không hay: 你在公共场合这么耍赖就太~看了。Em ăn vạ nơi công cộng thế này thì khó coi lắm.

另见 nàn

【难熬】nán'áo<形>khó chịu đựng nổi: 饥饿~ cơn đói khát giày vò khó chịu

【难办】nánbàn<形>khó làm

【难保】nánbǎo<动>❶khó đảm bảo: 工作如此粗心，~不出问题。Làm việc cẩu thả đến thế thật khó mà bảo đảm không có vấn đề. ❷khó giữ được: 性命~ tính mệnh khó mà bảo toàn

【难辨】nánbiàn<动>khó phân biệt

【难辨是非】nánbiàn-shìfēi khó phân biệt đúng sai

【难辨真伪】nánbiàn-zhēnwěi khó phân biệt thật giả

【难缠】nánchán<形>khó đối phó

【难产】nánchǎn<动>❶đẻ khó ❷(tác phẩm) khó viết

【难处】nánchǔ<形>khó sống chung; khó giao tiếp: 她只是脾气暴躁些，并不算~。Cô ấy chỉ hơi nóng tính thôi, chứ không đến mức khó giao tiếp đâu.

【难处】nánchù<名>chỗ khó; khó khăn: 各有各的~。Mỗi người đều có nỗi khó riêng.

【难辞其咎】náncí-qíjiù khó mà trốn tránh trách nhiệm

【难伺候】nán cìhou khó hầu

【难打交道】nán dǎ jiāodao khó giao thiệp; khó qua lại; khó tiếp xúc

【难当】nándāng<动>❶khó đảm nhận; khó làm: ~重任 khó mà gánh vác trách nhiệm nặng nề ❷khó chịu đựng: 羞愧~ xấu hổ chết đi được/hổ thẹn khôn xiết

【难倒】nándǎo<动>bó tay: ~很多人的问题 vấn đề làm nhiều người bó tay

【难道】nándào<副>❶chẳng lẽ; chẳng nhẽ: ~到这个时候你还不肯说真话? Chẳng lẽ đến lúc này mà anh vẫn không chịu nói thật sao? 这件事~我们就认输了? Việc này không lẽ mình lại chịu thua? ❷há; lẽ nào; có lẽ nào: ~有这么多? Lẽ nào lại có nhiều đến thế sao? 这样不讲道义的人~你愿意结交吗? Có lẽ nào anh lại đi kết bạn với một kẻ bất chấp đạo nghĩa như hắn ta?

【难得】nándé<形>❶khó có được; khó được; hiếm có: 她在一年之内两次打破世界纪录，这是十分~的。Cô ấy đã hai lần phá kỉ lục thế giới trong vòng một năm, thật là hiếm có. ❷ít thấy; ít có: 这样美丽的晚霞是~见到的。Ráng chiều đẹp như thế này thật ít thấy lắm.

【难得糊涂】nándé hútu lúc ngây ngô cũng là lúc khôn; giả đại là khôn

【难点】nándiǎn<名>chỗ khó; chỗ mắc míu; điểm khó: 突破~ đột phá điểm khó

【难度】nándù<名>mức độ khó khăn; độ khó

【难度系数】nándù xìshù hệ số về mức độ khó khăn

【难分高下】nánfēn-gāoxià khó phân cao thấp

【难分难解】nánfēn-nánjiě❶khó phân giải (chỉ sự cạnh tranh, cãi cọ hoặc đánh lộn, tranh chấp gay go): 双方激烈辩论，真是~。Hai bên biện luận gay gắt thật khó phân giải. ❷gắn bó keo sơn

【难割难舍】nángē-nánshě khó chia cắt

【难怪】nánguài❶<副>thảo nào; chả trách: ~小华今天那么高兴，原来是她考了满分。Hóa ra bé Hoa thi được điểm mười, thảo nào hôm nay vui thế. ❷<动>khó trách; chẳng trách; chớ trách: 这也~，一个小姑娘怎么能做得了那么多事情呢! Như vậy cũng khó trách, một cô bé làm sao có thể làm được nhiều việc thế này!

【难关】nánguān<名>cửa ải khó khăn: 攻克一道道~ vượt qua hết cửa ải này đến cửa ải khác

【难过】nánguò<形>❶khó sống: 那个经济困难的时期，日子好~。Thời buổi kinh tế khó khăn kia, khó sống lắm. ❷buồn; khó chịu đựng: 听到妈妈被解雇的消息，他非常~。Nghe tin mẹ bị đuổi việc, thằng bé buồn lắm.

【难解】nánjiě<动>hóc búa; rắc rối; phức tạp; khó giải quyết; khó hiểu

【难堪】nánkān❶<动>khó chịu đựng: ~寂寞无聊的日子 khó chịu đựng cuộc sống cô đơn nhàm chán ❷<形>bí; khó xử; xấu hổ: 他的话让我~。Lời nói của ông ấy làm tôi xấu hổ.

【难看】nánkàn<形>❶xấu; khó coi; chướng mắt: 这座楼真~。Ngôi nhà cao tầng này trông chướng quá. ❷xấu hổ; nhục; xấu mặt: 在这次比赛中如果我不得一等奖就真是太~了。Cuộc thi lần này nếu tôi không giành giải nhất thì xấu mặt quá. ❸không dễ gần; không bình thường: 上司的脸色很~，不知道发生了什么事情 Mặt sếp khó đăm đăm, không biết đã xảy ra chuyện gì.

【难免】nánmiǎn<形>khó tránh: 没有经验~会走弯路。Không có kinh nghiệm khó tránh được phải đi đường vòng. 这个时候电费上涨是~的。Thời điểm này tăng giá điện là điều khó tránh.

【难耐】nánnài<动>không thể chịu đựng

N

được; không chịu nổi

【难能可贵】nánnéng-kěguì đáng quý; quý hóa: 他知错能改，也算~了。Nó biết nhận lỗi và sửa chữa sai lầm cũng là quý lắm rồi.

【难求】nánqiú<动>khó có được; khó tìm được

【难燃】nánrán<形>khó cháy

【难人】nánrén❶<动>làm khó cho người khác; làm khó xử: 经理尽出馊主意~。Giám đốc toàn bày vẽ những chuyện gây khó dễ cho người khác. ❷<名>người gặp khó khăn; người đảm đương việc khó xử: 有麻烦我们帮助你，决不叫你做~。Có gì phiền phức chúng tôi sẽ đến giúp anh, quyết không để anh khó xử.

【难忍】nánrěn<动>khó chịu đựng: 疼痛~ nỗi đau đớn khó chịu đựng

【难熔】nánróng<形>khó nóng chảy

【难色】nánsè<名>vẻ ngượng nghịu; vẻ lúng túng: 面有~ mặt có vẻ lúng túng

【难上加难】nánshàngjiānán khó khăn chồng chất khó khăn

【难舍难分】nánshě-nánfēn khó chia lìa

【难事】nánshì<名>việc khó: 天下无~，只怕有心人。Không có việc gì khó, chỉ sợ lòng không bền.

【难受】nánshòu<形>❶khó chịu; khó ở: 浑身疼得~。Đau nhức khó chịu khắp người. ❷buồn bã; không vui: 知道自己落榜了，他~极了。Biết mình thi trượt, anh ấy buồn lắm.

【难说】nánshuō<动>❶khó nói; không tiện nói ra: 道歉的话语并不~。Những câu xin lỗi thật chẳng khó nói đâu. ❷khó mà kết luận; không chắc: 谁能升职这还很~。Khó nói chắc ai sẽ được lên chức.

【难说话】nán shuōhuà khó nói chuyện

【难逃法网】nántáo-fǎwǎng khó thoát

lưới pháp luật: 知道~，杀人凶手已经到公安机关投案自首。Biết khó thoát lưới pháp luật, hung thủ đâm chết người đã đến cơ quan công an đầu thú.

【难题】nántí<名>vấn đề khó khăn; đề khó: 出~ ra đề khó; 再大的~也难不倒咱们。Vấn đề nan giải đến mấy cũng không khuất phục được chúng ta.

【难听】nántīng<形>❶khó nghe; không êm tai: 这首歌真~。Bài hát này thật khó nghe. ❷chướng tai: 开口就骂人，多~! Mở miệng là chửi bới, thật chướng tai! ❸không hay ho; khó nghe: 这种事情说出去多~! Việc này nói ra chẳng hay ho gì!

【难忘】nánwàng<动>khó quên: 往事~ chuyện cũ khó quên

【难为】nánwei<动>❶gây khó khăn; làm khổ: 她很胆小的，就别再~她了。Cô ấy nhát lắm, thôi đừng làm khó cô ấy nữa. ❷thật là khó: 一个人做一大堆事情，真~她。Một người mà phải làm một đống việc, thật khó cho cô ấy. ❸(lời nói khách sáo) phiền; cảm phiền: 衣服都帮我准备好了，真~你了。Quần áo cũng chuẩn bị sẵn cho tôi rồi, thật phiền chị quá.

【难为情】nánwéiqíng❶thẹn thùng; xấu hổ: 迟到被老师批评，她很~。Đến muộn bị thầy phê bình, cô ấy rất thẹn. ❷ngượng ngùng: 答应吧，办不到; 不答应吧，又有点~。Nhận lời ư, không làm được. Không nhận lời ư, thì hơi ngượng.

【难闻】nánwén<形>khó ngửi

【难兄难弟】nánxiōng-nándì anh không ra anh, em không ra em; cùng một giuộc 另见nànxiōng-nàndì

【难言】nányán<动>❶khôn kể; khôn xiết ❷khó tả; khôn tả nổi

【难言之隐】nányánzhīyǐn việc khó nói ra

【难以】nányǐ<动>khó mà; khó: ~置信 khó

mà tin được

【难以名状】nányǐ-míngzhuàng khó diễn tả; khó tả

【难以启齿】nányǐ-qǐchǐ khó mở miệng; khó mở lời; khó nói

【难以为继】nányǐ-wéijì khó tiếp tục: 条件太差，我们的工作～。Điều kiện làm việc quá tồi tệ, chúng tôi khó mà tiếp tục được.

【难以形容】nányǐ-xíngróng khó hình dung; khó tả

【难以预料】nányǐ-yùliào khó đoán trước; khôn lường

【难于】nányú<动>khó với; khó mà; không dễ gì: ～收效 khó mà thu được hiệu quả

喃 nán
【喃喃】nánnán<拟>rì rầm; lầm rầm: ～自语 lầm bầm một mình

【喃字】nánzì<名>chữ Nôm

楠 nán
【楠木】nánmù<名>❶cây giổi; cây gụ ❷gỗ giổi; gỗ gụ

【楠竹】nánzhú =【毛竹】

năn

赧 năn<形>thẹn đỏ mặt
【赧红】nǎnhóng<形>đỏ mặt do xấu hổ

【赧愧】nǎnkuì<形>xấu hổ; hổ thẹn

【赧然】nǎnrán<形>[书]thẹn thùng; xấu hổ: ～一笑 cười thẹn thùng

【赧颜】nǎnyán<形>[书]đỏ mặt; xấu hổ; ngượng tím mặt: ～汗下 xấu hổ toát mồ hôi

腩 năn<名>thịt nầm; cái nầm (trâu, bò, lợn...)

蝻 năn<名>châu chấu
【蝻子】nǎnzi<名>châu chấu

nàn

难 nàn ❶<名>nạn; tai nạn: 遭～ bị nạn; 空～ tai nạn hàng không; 大～临头 tai nạn lớn ập xuống ❷<动>vặn hỏi; căn vặn; chất vấn: 非～ phê bình vặn hỏi; 责～ trách móc vặn hỏi; 问～ vặn đi hỏi lại
另见nán

【难胞】nànbāo<名>đồng bào bị nạn

【难民】nànmín<名>nạn dân

【难民营】nànmínyíng<名>trại tị nạn

【难侨】nànqiáo<名>kiều dân gặp nạn

【难兄难弟】nànxiōng-nàndì người cùng cảnh ngộ (người cùng hội cùng thuyền)
另见nánxiōng-nándì

【难友】nànyǒu<名>bạn trong hoạn nạn; người bạn cùng gặp nạn; nạn hữu

nāng

囔 nāng
【囔囔】nāngnang<动>rì rầm (nói chuyện); thầm thì

náng

囊 náng ❶<名>túi: 药～ túi thuốc; 皮～ túi da ❷<名>đồ vật có hình cái túi: 胆～ túi mật; 肾～ quả thận ❸<动>[书]đựng (vào túi)

【囊虫】nángchóng<名>nang sán; ấu trùng sán

【囊果】nángguǒ<名>[植物]quả thể túi; quả nang

【囊空如洗】nángkōngrúxǐ nhẵn túi; hết nhẵn tiền; không một xu dính túi

【囊括】nángkuò<动>thâu tóm; bao trùm; bao quát

【囊生】nángshēng<名>nô lệ (trong gia

N

đình chủ nông nô ở Tây Tạng Trung Quốc)

【囊网】nángwǎng<名>mạng nang

【囊性纤维瘤】nángxìng xiānwéiliú bướu sơ dạng nang

【囊性肿瘤】nángxìng zhǒngliú u nang

【囊萤映雪】nángyíng-yìngxuě đọc sách nhờ túi vải mỏng đựng đom đóm hoặc dưới ánh sáng phản chiếu của tuyết, ý nói tuy trong cảnh nghèo mà vẫn hết mực chăm học

【囊中物】nángzhōngwù<名>đồ vật trong túi; vật dễ dàng có được

【囊中羞涩】nángzhōng-xiūsè kinh tế khó khăn; không có đồng xu dính túi

【囊肿】nángzhǒng<名>u nang (lành tính)

【囊状癌】nángzhuàng'ái<名>ung thư dạng nang

nǎng

攮 nǎng<动>đâm; chọc
【攮子】nǎngzi<名>dao găm

馕 nǎng<动>nhồi (nhét); nốc (thức ăn vào miệng)

nàng

齉 nàng<形>ngạt mũi; tịt mũi
【齉鼻儿】nàngbír❶<形>ngàn ngạt: 他感冒了，说话有点~。Anh ta bị cảm, giọng nói hơi ngàn ngạt. ❷<名>người nặng âm mũi

nāo

孬 nāo<形>[方]❶xấu; không tốt ❷khiếp sợ; nhát gan
【孬种】nāozhǒng<名>[方]người nhát gan; đồ hèn

náo

挠 náo<动>❶gãi: ~痒 gãi ngứa ❷ngăn

cản; ngăn trở: 阻~工作 ngăn trở công việc ❸cong (queo); khuất phục: 不屈不~ không chịu khuất phục

【挠度】náodù<名>[建筑]độ uốn cong; độ vênh (của công trình)

【挠钩】náogōu<名>câu liêm

【挠曲】náoqū<动>[物理]uốn cong

【挠人清梦】náorén-qīngmèng cắt ngang mộng đẹp

【挠头】náotóu<形>vò đầu (bứt tai); khó xử: 调解邻里矛盾真让人~。Điều hòa sự mâu thuẫn giữa bà con lối xóm thật là một việc rất khó xử.

【挠秧】náoyāng<动>[农业]làm cỏ (cho lúa)

硇 náo
【硇砂】náoshā<名>[化学]nao sa (vị thuốc Đông y, là cloramin thiên nhiên)

铙 náo<名>❶chũm chọe ❷nhạc cụ quân dụng thời cổ bằng đồng, như cái đạc nhưng không có lưỡi gà //(姓)Nhiêu

【铙钹】náobó<名>chũm chọe; não bạt

蛲 náo
【蛲虫】náochóng<名>giun kim

【蛲虫病】náochóngbìng<名>bệnh giun kim

nǎo

恼 nǎo<动>❶bực; cáu; tức giận ❷buồn; buồn bực

【恼恨】nǎohèn<动>cáu giận: 她十分~孩子撒谎。Bà rất giận những đứa trẻ nói dối.

【恼火】nǎohuǒ<形>nổi cáu

【恼怒】nǎonù<动>❶bực tức; nổi nóng: 男同事的诽谤令她十分~。Sự gièm pha phi báng của các đồng sự nam làm cho chị ấy rất bực mình. ❷làm cho tức giận: 孩子不认错的态度~了父亲。Thái độ không chịu nhận lỗi của con làm cho người cha rất tức giận.

【恼人】nǎorén<形>làm phiền lòng; làm não ruột

【恼羞成怒】nǎoxiū-chéngnù thẹn quá hóa khùng

脑 nǎo<名>❶não; bộ não; bộ óc: ~血管病 tai biến mạch máu não; ~溢血 chảy máu não ❷đầu; sọ: 摇头晃~ lắc la lắc lư cái đầu ❸suy nghĩ; trí nhớ: ~力劳动 lao động trí óc ❹tinh chất; tinh túy; tinh hoa: 薄荷~ tinh thể bạc hà; 樟~ long não ❺mẩu thừa; đầu thừa đuôi thẹo; mép ruộng: 针头线~ đầu kim mối chỉ (những sự việc nhỏ nhặt)

【脑病】nǎobìng<名>bệnh não

【脑波】nǎobō<名>sóng não

【脑残】nǎocán<形>bại não; óc bã đậu; đầu to óc quả nho (chỉ những kẻ quái chiêu, lập dị)

【脑充血】nǎochōngxuè<名>sung huyết não; căng mạch máu não

【脑出血】nǎochūxuè<名>xuất huyết não

【脑创伤】nǎochuāngshāng<名>chấn thương sọ não

【脑垂体】nǎochuítǐ<名>tuyến yên

【脑挫伤】nǎocuòshāng<名>não bị thương

【脑袋】nǎodai<名>[口]❶đầu óc: 圆圆的~ cái đầu tròn trĩnh ❷đầu óc; trí tuệ: ~不开窍 đầu óc u mê

【脑电波】nǎodiànbō<名>sóng điện não

【脑电图】nǎodiàntú<名>điện não đồ (EEG)

【脑动脉】nǎodòngmài<名>động mạch não

【脑发育不全】nǎofāyù bùquán não phát triển kém kiện toàn

【脑干】nǎogàn<名>[解剖]hành não

【脑梗死】nǎogěngsǐ<名>nghẽn tắc mạch máu não

【脑沟】nǎogōu<名>[解剖]rãnh não

【脑海】nǎohǎi<名>đầu óc; trí nhớ; kí ức: 多 年前的旧事，又重现在他的~里。Những chuyện cũ nhiều năm trước lại hiện lên trong trí nhớ của anh ấy.

【脑灰质】nǎohuīzhì<名>chất xám não

【脑积水】nǎojīshuǐ<名>tràn dịch màng não; tích dịch màng não

【脑激素】nǎojīsù<名>hoóc-môn não

【脑脊膜】nǎojǐmó<名>màng não

【脑际】nǎojì<名>trí nhớ; kí ức; đầu óc

【脑浆】nǎojiāng<名>chất óc

【脑筋】nǎojīn<名>❶trí óc; trí nhớ; chất xám: 费~ mất nhiều chất xám ❷ý thức: 死~ ý thức cổ hủ bảo thủ

【脑筋急转弯】nǎojīn jízhuǎnwān những câu hỏi hài hước; đố vui; nhanh trí khôn

【脑壳】nǎoké<名>[方]đầu; sọ; vỏ não; sọ não; xương sọ

【脑力】nǎolì<名>trí óc

【脑瘤】nǎoliú<名>u não

【脑颅】nǎolú<名>sọ

【脑满肠肥】nǎomǎn-chángféi béo múp béo míp; béo rụt đầu rụt cổ

【脑门儿】nǎoménr<名>[口]trán

【脑膜】nǎomó<名>màng não

【脑膜炎】nǎomóyán<名>viêm màng não

【脑贫血】nǎopínxuè<名>thiếu máu não

【脑桥】nǎoqiáo<名>cầu não; pons

【脑缺氧】nǎoquēyǎng<名>thiếu ô-xy não

【脑儿】nǎor<名>óc (làm thức ăn): 猪~ óc lợn; 豆腐~ óc đậu/đậu phớ non

【脑容量】nǎoróngliàng<名>dung lượng não

【脑扫描】nǎosǎomiáo quét não

【脑上腺】nǎoshàngxiàn<名>tuyến quả thông

【脑勺】nǎosháo<名>[口]cái gáy (ót)

【脑神经】nǎoshénjīng<名>thần kinh não

【脑室】nǎoshì<名>não thất; buồng não

【脑栓塞】nǎoshuānsè tắc mạch máu não

N

【脑死亡】nǎosǐwáng<名>tổ chức não tử vong

【脑髓】nǎosuǐ<名>não; óc (não); tủy não

【脑损伤】nǎosǔnshāng<名>tổn thương não

【脑瘫】nǎotān<名>bại não

【脑体倒挂】nǎotǐ-dàoguà lao động chân tay cao giá hơn lao động trí óc

【脑外科】nǎowàikē<名>ngoại khoa não

【脑外伤】nǎowàishāng<名>chấn thương sọ não

【脑萎缩】nǎowěisuō<名>teo não

【脑细胞】nǎoxìbāo<名>tế bào não

【脑下垂体】nǎoxiàchuítǐ tuyến yên

【脑血管】nǎoxuèguǎn<名>mạch máu não

【脑血栓】nǎoxuèshuān<名>huyết khối não

【脑炎】nǎoyán<名>viêm não

【脑叶】nǎoyè<名>[解剖]thùy não

【脑硬化】nǎoyìnghuà<名>xơ cứng não

【脑震荡】nǎozhèndàng<名>chấn động não

【脑汁】nǎozhī<名>sức suy nghĩ; óc suy nghĩ: 绞尽~ vắt óc suy nghĩ

【脑中枢】nǎozhōngshū<名>[生理]trung khu não

【脑中风】nǎozhòngfēng<名>não trúng phong

【脑子】nǎozi<名>❶[口]não; bộ óc ❷trí nhớ; đầu óc: 工作紧张时喝一杯茶是很好的，它可以使~清醒。Khi làm việc căng thẳng dùng một cốc nước trà là rất tốt, nó sẽ giúp đầu óc minh mẫn hơn.

nào

闹 nào❶<形>ồn ào; ầm ĩ: 热~ náo nhiệt; 这里~得很，没法儿看书。Ở đây ồn ào quá, không tài nào đọc sách được. ❷<动>gào; cãi lộn; náo động: 又哭又~ vừa khóc vừa gào; 两个人又~翻了。Hai người lại cãi lộn rồi. ❸<动>quấy rầy; làm loạn: 孙悟空大~天

宫。Tôn Ngộ Không đại náo thiên cung. ❹<动>tỏ ra; thể hiện ra; phát tiết (tình cảm): ~情绪 tỏ ra giận dỗi; ~脾气 nổi nóng ❺<动>mắc (bệnh); gặp; xảy ra: ~水灾 bị lụt lội; ~矛盾 có mâu thuẫn ❻<动>làm; tiến hành: ~革命 làm cách mạng ❼<动>trêu đùa; trêu; đùa

【闹别扭】nào bièniu giận dỗi; xích mích; khúc mắc với nhau: 这两个孩子正在~。Hai đứa trẻ đang giận nhau.

【闹病】nàobìng<动>mắc bệnh

【闹不清】nàobuqīng không hiểu; không biết: 我~他是怎么想的。Tôi thật không biết nó suy nghĩ như thế nào.

【闹场】nàochǎng<名>trò diễn chiêng trống

【闹虫灾】nào chóngzāi bị sâu bệnh hại

【闹洞房】nào dòngfáng động phòng đêm tân hôn

【闹独立】nào dúlì đòi độc lập

【闹肚子】nào dùzi[口]tháo dạ; đi lỏng; tiêu chảy

【闹翻】nàofān<动>cãi vã; xung đột; trở mặt: 两人~了，谁也不理谁。Hai người cãi vã, không thèm nhìn mặt nhau.

【闹翻天】nàofān tiān náo động; ầm ĩ

【闹分裂】nào fēnliè đòi tách ra; đòi tách khỏi

【闹鬼】nàoguǐ<动>❶xảy ra chuyện quỷ quái quấy phá (mê tín) ❷đồn chuyện ma

【闹哄】nàohong<动>[方]❶ầm ĩ; ồn ào ❷rối rít

【闹哄哄】nàohōnghōng nhốn nháo; ồn ào; ầm ĩ

【闹饥荒】nào jīhuang❶gặp năm mất mùa; mất mùa, gặp nạn đói: 过去失收之年常~。Trước kia vào năm mất mùa thường xảy ra nạn đói. ❷[方]nghèo đói; túng bấn

【闹架】nàojià<动>[方]cãi vã đánh lộn nhau; đánh nhau

【闹监】nàojiān<动>chống phá trong tù; gây rối trong tù; nổi loạn trong tù

【闹僵】nàojiāng<动>giận dỗi nhau; giằng co; găng

【闹纠纷】nào jiūfēn tranh chấp; bất hòa; xích mích

【闹剧】nàojù<名>❶trò khôi hài; trò hề; kịch vui nhộn ❷việc hoang tưởng; chuyện khôi hài; chuyện lố bịch gây rối loạn

【闹离婚】nào líhūn đòi li hôn; đòi li dị

【闹铃】nàolíng<名>chuông báo thức

【闹乱子】nào luànzi gây họa; gây rắc rối

【闹矛盾】nào máodùn bất hòa; xích mích với nhau; gây mâu thuẫn

【闹脾气】nào píqi cáu kỉnh; giận; bực

【闹情绪】nào qíngxù giận dỗi; làm mình làm mẩy; không bằng lòng

【闹嚷嚷】nàorāngrāng ồn ào; ầm ĩ; om sòm

【闹市】nàoshì<名>phố chợ đông đúc; phố xá nhộn nhịp

【闹市区】nàoshìqū<名>phố xá sầm uất; phố xá náo nhiệt

【闹事】nàoshì<动>gây sự; gây rối; gây náo loạn; phá rối

【闹腾】nàoteng<动>❶làm ầm ĩ ❷đùa vui ồn ào: 屋里嘻嘻哈哈的~得挺欢。Trong nhà cười nói rôm rả rất vui vẻ. ❸làm

【闹戏】nàoxì<名>[旧]kịch vui; hài kịch

【闹笑话】nào xiàohua làm trò cười

【闹心】nàoxīn<形>[口]❶buồn bực; bực bội; sốt ruột; khó chịu: 今天我把事情弄砸了，真~。Hôm nay làm hỏng việc, thật đáng buồn. ❷dạ dày khó chịu

【闹性子】nào xìngzi nổi nóng; phát cáu

【闹玄虚】nào xuánxū cố tình huyền hoặc

【闹意见】nào yìjiàn giận nhau; xích mích với nhau; bất hòa: 他们两个人~了。Hai đứa đang lùng cùng với nhau.

【闹意气】nào yìqì hờn dỗi; dỗi; giận dỗi: 兄妹俩常常~。Hai anh em thường giận dỗi nhau.

【闹盈盈】nàoyíngyíng náo nhiệt; ầm ĩ; ồn ào

【闹灾】nàozāi<动>gặp họa; xảy ra thiên tai

【闹贼】nàozéi<动>[口]mất trộm

【闹着玩儿】nàozhe wánr❶đùa vui; nô đùa; nói đùa: 姐弟俩在院子里~。Hai chị em nô đùa trong sân nhà. ❷trêu chòng; trêu ghẹo: 我跟你~的，别当真呀。Tôi trêu anh thôi, đừng quá nghiêm túc nhé. ❸trò đùa; chuyện đùa: 开车可不是~的。Lái xe không phải là chuyện đùa đâu.

【闹钟】nàozhōng<名>đồng hồ báo thức

【闹宗派】nào zōngpài gây chia rẽ; chia bè kết phái; phân chia bè phái

né

哪né
另见nǎ, na

【哪吒】Nézhā<名>Na Tra (tên nhân vật thần thoại Trung Quốc)

nè

讷nè<形>[书](nói) chậm rãi: 木~ngây ngô

【讷口少言】nèkǒu-shǎoyán ít nói; ngắc ngứ; ấp úng

【讷讷】nènè<形>[书]lúng ta lúng túng; chẳng nói lên lời

【讷言敏行】nèyán-mǐnxíng ăn nói cẩn thận, làm việc nhanh nhẹn

N

ne

呢ne<助>❶(dùng để hỏi) thế; nhỉ: 这个道理在哪儿~? Lí lẽ ở đâu nhỉ? 你学英语

还是学越南语~? Anh học tiếng Anh hay tiếng Việt vậy? 你们的钱够不够~? Tiền của các anh có đủ không? ❷(dùng ở câu kể) nhé; nhỉ; cơ: 收获不小~. Thu hoạch cũng không nhỏ đâu. 虽然不是很远, 但也有近10公里~. Tuy không phải xa lắm nhưng cũng cách nhau khoảng 10 cây đấy. ❸(dùng ở cuối câu kể, chỉ sự việc còn đang tiếp diễn) đấy: 他在吃饭~. Anh ấy đang ăn cơm đấy. 大家都在上课~. Mọi người đang lên lớp đấy. ❹(dùng ở giữa câu, chỉ ý ngừng ngắt): 她~, 比以前进步多了. Cô ấy ư, đã tiến bộ hơn trước nhiều rồi. 喜欢~, 就留下; 不喜欢~, 就回去吧. Thích thì ở lại, không thích thì về.
另见ní

něi

馁 něi<动>❶[书]đói: 冻~ đói rét ❷nhụt (chí): 气~ nhụt chí; 自~ nản chí ❸[书](cá) rữa; thiu

nèi

内 nèi<名>❶trong; phía trong; bên trong: 车~ trong xe; 五年~完成 hoàn thành nổi trong vòng năm năm ❷vợ; đằng vợ: 我~人觉得难受. Bà xã nhà tôi thấy khó chịu trong người. ❸nội tâm; nội tạng; trong lòng: 我一直从~心感激我的中学语文老师. Trong lòng tôi luôn cám ơn thầy giáo môn văn trường trung học. ❹[书]hoàng cung; cung vua: 大~高手 cao thủ cung vua

【内凹】nèi'āo<名>lõm trong

【内白】nèibái<名>[戏剧]lời bạch

【内半径】nèibànjìng<名>bán kính trong

【内包装】nèibāozhuāng<名>bao bì bên trong

【内壁】nèibì<名>thành bên trong

【内宾】nèibīn<名>❶khách trong nước ❷[旧]khách nữ

【内病外治】nèibìng wàizhì sử dụng những phương pháp điều trị ngoài như châm cứu, xoa bóp bấm huyệt...để điều trị những chứng bệnh nội khoa

【内部】nèibù<名>bên trong; nội bộ

【内部价】nèibùjià<名>giá nội bộ

【内部刊物】nèibù kānwù tập san nội bộ

【内部矛盾】nèibù máodùn mâu thuẫn nội bộ

【内部消息】nèibù xiāoxi thông tin nội bộ

【内参】nèicān<名>tham khảo nội bộ

【内槽】nèicáo<名>rãnh trong; máng trong

【内侧】nèicè<名>bên trong; mặt trong

【内层】nèicéng<名>lớp trong

【内查外调】nèichá wàidiào trong tra ngoài xét, chỉ việc phối hợp điều tra tình hình thực tế từ bên trong và bên ngoài cơ quan: 经过一个星期的~，掌握了大量证据，很快就挖出了这个盗窃团伙。Qua một tuần phối hợp điều tra trong và ngoài phạm vi đơn vị, nắm được một số lượng lớn chứng cứ, cơ quan điều tra đã nhanh chóng tóm bắt băng ăn cắp này.

【内场】nèichǎng<名>❶bên trong sân khấu: ~椅 ghế ngồi bên trong sân khấu ❷[体育]sân trong (bóng chày)

【内场手】nèichǎngshǒu<名>[体育]cầu thủ trong bãi (bóng chày)

【内车道】nèichēdào<名>làn xe trong

【内臣】nèichén<名>❶nội thần (những quan chức, thái giám, nhân viên bảo vệ trong hoàng cung thời phong kiến) ❷hoạn quan

【内衬】nèichèn<名>lót trong

【内城】nèichéng<名>nội thành

【内出血】nèichūxuè<名>xuất huyết bên trong; chảy máu trong; nội xuất huyết

【内存】nèicún<名>❶bộ nhớ ❷dung lượng bộ nhớ

【内存储器】nèicúnchǔqì bộ nhớ của máy tính

【内存卡】nèicúnkǎ<名>thẻ nhớ

【内存条】nèicúntiáo<名>bộ nhớ

【内存芯片】nèicún xīnpiàn chip bộ nhớ

【内当家】nèidāngjiā<名>[口]❶bà chủ hiệu ❷bà chủ nhà

【内盗】nèidào<名>lấy cắp công quỹ; ăn cắp nội bộ

【内地】nèidì<名>nội địa

【内弟】nèidì<名>em trai vợ

【内定】nèidìng<动>quyết định nội bộ: 录取人员名单已经~。Danh sách người được tuyển dụng đã được quyết định trong nội bộ.

【内斗】nèidòu<动>đấu đá nội bộ

【内耳】nèi'ěr<名>tai trong

【内耳炎】nèi'ěryán<名>viêm tai trong

【内犯】nèifàn<动>kẻ địch bên ngoài xâm nhập

【内方外圆】nèifāng-wàiyuán cứng rắn bên trong, mềm dẻo bên ngoài

【内分泌】nèifēnmì<名>nội tiết: ~失调 rối loạn nội tiết

【内封】nèifēng<名>[印刷]trang bìa trong; trang đầu sách; trang bìa giả; trang lót

【内锋】nèifēng<名>[体育]tiền đạo giữa

【内缝】nèifèng<名>đường chỉ từ đũng đến gấu quần

【内服】nèifú<动>uống thuốc: ~药 thuốc uống

【内附】nèifù<动>kèm bên trong; kèm theo

【内刚外柔】nèigāng-wàiróu bên ngoài mềm mỏng bên trong cương trực, cứng rắn; trong cương ngoài nhu

【内港】nèigǎng<名>cảng trong; nội cảng

【内阁】nèigé<名>❶nội các: ~成员 thành viên nội các; ~改组 cải tổ nội các ❷cơ cấu chính quyền trung ương thời Minh Thanh

【内功】nèigōng<名>❶nội công (phương pháp rèn luyện của võ thuật hoặc khí công) ❷tiềm năng

【内骨骼】nèigǔgé<名>khung xương; bộ xương

【内顾之忧】nèigùzhīyōu lo việc nhà việc nước: 无~ việc nhà việc nước không có điều gì phải lo nghĩ

【内鬼】nèiguǐ<名>nội gian; nội phản

【内锅】nèiguō<名>nồi con (bên trong nồi cơm điện)

【内果皮】nèiguǒpí<名>[植物]vỏ quả trong

【内海】nèihǎi<名>❶biển nội địa; biển kín; nội hải ❷hải phận; vùng biển chủ quyền

【内涵】nèihán<名>❶nội hàm: 概念的~ nội hàm khái niệm ❷nội dung ❸hàm dưỡng nội tại

【内寒】nèihán<名>nội hàn

【内行】nèiháng❶<形>trong nghề; thành thạo; tinh thông: 他对养蜂养蚕都很~。Anh ấy nuôi ong, nuôi tằm đều rất thành thạo. ❷<名>người thạo nghề; người trong ngành: 向~请教 học hỏi người thạo nghề

【内行看门道，外行看热闹】nèiháng kàn méndao, wàiháng kàn rènao chỉ có người trong nghề mới hiểu rõ bản chất của sự việc, còn người ngoài chỉ nhìn thấy bề mặt của sự việc

【内耗】nèihào<名>❶hao tổn trong máy; hao mòn bên trong (của máy móc) ❷ví với sự hao phí, hao tổn sức người sức của vô ích trong xã hội hoặc trong nội bộ ngành (do không điều hòa hoặc có mâu thuẫn)

【内河】nèihé<名>nội hà; sông ngòi trong nước

【内核】nèihé<名>❶bên trong; trung tâm (của vật thể) ❷trung tâm; hạt nhân; bộ phận

N

chủ chốt

【内讧】nèihòng〈动〉lục đục; tranh chấp nội bộ

【内呼吸】nèihūxī nội hô hấp

【内画】nèihuà〈名〉nội họa; tranh vẽ bên trong: ~壶 lọ vẽ bên trong

【内踝】nèihuái〈名〉[生理]mắt cá trong

【内环】nèihuán〈名〉bên trong vành đai: ~路 đường bên trong vành đai

【内患】nèihuàn〈名〉mối lo trong nước: 外忧~ thù trong giặc ngoài

【内患外侮】nèihuàn-wàiwǔ ngoại xâm và các vấn đề nội bộ

【内火】nèihuǒ〈名〉[中医]nội hỏa

【内急】nèijí〈动〉mót đại tiểu tiện; mót đái

【内寄生】nèijìshēng〈名〉[生理]kí sinh bên trong

【内奸】nèijiān〈名〉nội gian; nội phản

【内监】nèijiān〈名〉hoạn quan; thái giám

【内角】nèijiǎo〈名〉❶[数学]góc trong ❷[体育](trong bóng đá, hốc cây v.v.) cú đá hoặc đánh từ biên vào giữa

【内景】nèijǐng〈名〉cảnh trong phòng (trên sân khấu, trong nhà quay phim): ~拍摄 quay cảnh trong nhà quay phim

【内径】nèijìng〈名〉đường kính trong

【内镜】nèijìng〈名〉kính nội soi

【内疚】nèijiù〈形〉hổ thẹn day dứt

【内聚力】nèijùlì〈名〉❶sức hội tụ ❷lực liên kết bên trong

【内眷】nèijuàn〈名〉gia quyến (nữ)

【内科】nèikē〈名〉khoa nội; nội khoa: ~医生 bác sĩ nội khoa

【内孔】nèikǒng〈名〉lỗ trong

【内控】nèikòng〈动〉điều khiển nội bộ: 完善企业~机制 hoàn thiện cơ chế điều khiển nội bộ

【内裤】nèikù〈名〉quần trong; quần lót (loại quần mỏng mặc chui)

【内窥镜】nèikuījìng〈名〉kính nội soi

【内涝】nèilào〈名〉úng ngập

【内力】nèilì〈名〉[物理]nội lực; liên kết bên trong

【内敛】nèiliǎn〈形〉tính tình hướng nội, không phô trương

【内流河】nèiliúhé〈名〉sông nội lưu; sông nội lục

【内龙骨】nèilónggǔ〈名〉hình rẻ quạt (kết cấu trong thuyền bè, máy bay, kiến trúc...)

【内陆】nèilù〈名〉nội địa; lục địa

【内陆国】nèilùguó〈名〉nước không giáp biển; quốc gia nội lục

【内陆湖】nèilùhú〈名〉hồ lục địa

【内乱】nèiluàn〈名〉nội loạn: 发生~ xảy ra nội loạn; 平定~ dẹp yên nội loạn

【内码】nèimǎ〈名〉mã nội bộ

【内贸】nèimào〈名〉nội thương

【内膜】nèimó〈名〉[解剖]màng trong

【内膜炎】nèimóyán〈名〉viêm màng trong

【内幕】nèimù〈名〉tình hình bên trong; bê bối bên trong (ngoài không thấy): ~交易 sử dụng thông tin nội bộ để mua bán chứng khoán

【内能】nèinéng〈名〉[物理]tên gọi chung của động năng và thế năng

【内皮】nèipí〈名〉[生物]nội mô

【内聘】nèipìn〈动〉tuyển dụng; tuyển dụng nội bộ (tức tuyển dụng những người có sẵn trong biên chế của cơ quan vào một cương vị mới mà không tuyển dụng rộng rãi từ bên ngoài vào): 被~为公司顾问 được tái tuyển làm cố vấn công ti

【内企】nèiqǐ〈名〉xí nghiệp trong nước

【内迁】nèiqiān〈动〉di chuyển vào vùng nội địa

【内亲】nèiqīn〈名〉họ hàng bên vợ

【内勤】nèiqín〈名〉❶công việc nội bộ; công tác nội bộ (trong quân đội hoặc cơ quan)

N

❷nhân viên phục vụ (trong quân đội); cán bộ cơ quan làm công tác nội bộ

【内情】nèiqíng<名>nội tình; tình hình bên trong; tình hình nội bộ: 不了解~ không hiểu tình hình bên trong

【内圈】nèiquān<名>vòng trong

【内燃】nèirán<动>đốt trong: ~机 động cơ đốt trong/máy nổ

【内瓤儿】nèirángr<名>❶cùi; thịt; ruột (quả) ❷phần ở bên trong

【内热】nèirè<名>[中医]nội nhiệt; nóng trong

【内人】nèirén<名>vợ; bà xã

【内容】nèiróng<名>nội dung

【内容提要】nèiróng tíyào tóm tắt nội dung

【内伤】nèishāng<名>❶chấn thương bên trong ❷bệnh u uất bên trong

【内生】nèishēng<动>nội sinh

【内生殖器】nèishēngzhíqì cơ quan sinh dục trong

【内视图】nèishìtú<名>đồ thị bên trong

【内饰】nèishì<名>đồ trang trí trong xe hoặc trong nhà

【内室】nèishì<名>nội thất; gian trong (thường chỉ phòng ngủ)

【内水】nèishuǐ<名>khu vực sông nước (ao hồ, biển…) thuộc một quốc gia

【内胎】nèitāi<名>săm (xe)

【内廷】nèitíng<名>cung vua; cung điện

【内退】nèituì<动>về hưu non

【内外】nèiwài<名>❶trong và ngoài; trong ngoài; nội ngoại; hai bên: ~有别 có sự khác biệt giữa bên trong với bên ngoài; 长城~ bên trong và bên ngoài Trường Thành ❷ước chừng; khoảng; trên dưới: 六十岁~ trên dưới 60 tuổi

【内外夹攻】nèiwài-jiāgōng giáp công trong ngoài

【内外交困】nèiwài-jiāokùn khó khăn cả trong lẫn ngoài

【内网】nèiwǎng<名>mạng cục bộ

【内务】nèiwù<名>❶nội vụ; việc trong nước ❷công việc trong phòng tập thể

【内线】nèixiàn<名>❶nội tuyến (người, công việc hoạt động trong lòng đối phương): 情报人员开展~工作。Nhân viên tình báo hoạt động trong lòng địch. ❷quan hệ móc ngoặc: 走~ lợi dụng quan hệ móc ngoặc ❸tuyến tác chiến trong vòng vây của địch: 突破敌人~包围 đột phá vòng vây ngay trong lòng địch ❹(đường dây) điện thoại nội bộ

【内详】nèixiáng<动>xem bên trong sẽ rõ

【内向】nèixiàng<形>❶hướng nội; hướng về trong nước: ~型经济 kinh tế hướng nội; ~型外交政策 chính sách ngoại giao hướng nội ❷tính tình kín đáo ít nói: 他性情~。Anh ta tính tình kín đáo. 她是~的人，不轻易与别人谈心 Cô ấy là con người kín đáo, không dễ dàng tâm sự với người khác.

【内销】nèixiāo<动>tiêu thụ trong nước; tiêu thụ tại chỗ

【内心】[1]nèixīn<名>nội tâm; trong lòng; trong bụng: ~斗争 đấu tranh trong nội tâm

【内心】[2]nèixīn<名>[数学]giao điểm của ba đường phân giác trong (của tam giác)

【内心独白】nèixīn dúbái độc thoại nội tâm

【内心世界】nèixīn shìjiè thế giới nội tâm

【内省】nèixǐng<动>tự xét trong lòng

【内兄】nèixiōng<名>anh vợ

【内秀】nèixiù<形>đẹp nội dung; đẹp bên trong

【内需】nèixū<名>nhu cầu trong nước; nội nhu: 我们要扩大~，拉动经济增长。Chúng ta phải mở rộng nhu cầu trong nước, tác động kinh tế tăng trưởng.

【内焰】nèiyàn<名>tâm ngọn lửa

【内衣】nèiyī<名>áo trong; áo lót

N

【内因】nèiyīn<名>nguyên nhân bên trong; yếu tố nội tại

【内应】nèiyìng❶<动>nội ứng: ~外合 trong ngoài phối hợp ❷<名>tay trong

【内应力】nèiyìnglì<名>[机械]nội ứng lực

【内忧】nèiyōu❶<名>rối ren bên trong: ~外患 thù trong giặc ngoài ❷<动>[书]nỗi lo lắng trong lòng ❸<名>[书]có tang mẹ

【内圆】nèiyuán<名>vòng tròn bên trong

【内援】nèiyuán<名>❶viện trợ nội bộ ❷cầu thủ nhà nghề tuyển từ trong nước

【内蕴】nèiyùn❶<名>trình độ uyên bác ❷<动>bao hàm bên trong

【内在】nèizài<形>❶nội tại; tồn tại bên trong: ~规律 quy luật nội tại; ~因素 nhân tố bên trong; ~联系 mối liên hệ bên trong ❷nội tâm (không biểu lộ ra ngoài): ~美 nét đẹp nội tâm

【内脏】nèizàng<名>nội tạng (tim, phổi, dạ dày, gan, lá lách, ruột, thận)

【内贼】nèizéi<名>kẻ trộm ẩn náu trong nội bộ; kẻ gian trong nội bộ

【内宅】nèizhái<名>[书]nhà trong (nơi ở cho phụ nữ)

【内债】nèizhài<名>nợ trong nước (nhà nước vay của nhân dân); nội trái

【内战】nèizhàn<名>nội chiến

【内张刹车】nèizhāng shāchē phanh xe kiểu hãm nội

【内掌柜】nèizhǎngguì<名>[口]vợ ông chủ; bà chủ

【内招】nèizhāo<动>tuyển dụng nội bộ

【内争】nèizhēng<名>đấu tranh nội bộ; tranh chấp bên trong

【内政】nèizhèng<名>nội chính

【内侄】nèizhí<名>cháu trai vợ

【内侄女】nèizhínǚ<名>cháu gái vợ

【内酯】nèizhǐ<名>[化学]lactone

【内痔】nèizhì<名>trĩ nội

【内置】nèizhì<名>bộ nhớ trong

【内中】nèizhōng<名>bên trong; trong đó; trong ấy (chỉ sự vật trừu tượng): ~情形非常复杂。Nội tình rất phức tạp.

【内助】nèizhù<名>[书]vợ; nội trợ: 贤~ người vợ hiền

【内传】nèizhuàn<名>❶tiểu thuyết truyện kí ❷sách giảng kinh nghĩa

【内装修】nèizhuāngxiū trang trí nội thất

【内资】nèizī<名>vốn trong nước

【内子】nèizǐ<名>[书]nhà tôi; vợ tôi

【内阻】nèizǔ<名>[物理]điện trở trong

nèn

嫩 nèn<形>❶non; mềm: ~叶 lá non; ~芽 mầm non; 小姑娘脸皮~。Cô bé e thẹn. ❷(đồ ăn) mềm: 这碟牛肉炒得很~。Đĩa thịt bò này xào rất mềm. ❸(màu sắc) nhạt: ~绿 màu xanh nhạt ❹non nớt; không dày dặn: 他担任总经理还嫌~了点。Anh ta đảm nhiệm chức tổng giám đốc thì e là hơi non.

【嫩豆腐】nèndòufu<名>[方]tàu phớ

【嫩红】nènhóng<形>(màu) hồng nhạt

【嫩黄】nènhuáng<形>(màu) vàng nhạt

【嫩气】nènqì<形>mềm mại; non nớt

【嫩肉】nènròu<名>thịt non mịn

【嫩弱】nènruò<形>yếu ớt; ẻo lả

【嫩色】nènsè<名>màu nhạt

【嫩生】nènsheng<形>[方]❶non ❷non nớt; không dày dặn

【嫩生生】nènshēngshēng[口]❶xanh non ❷non nớt

【嫩芽】nènyá<名>mầm non; chồi

néng

能 néng❶<名>năng lực; khả năng; tài: 技

~技能; 无~之辈 kẻ bất tài ❷<名>năng lượng: 电~ điện năng ❸<形>có năng lực; có tài: ~诗擅画 có tài làm thơ và vẽ giỏi; 他太~了。Anh ấy tài thật. ❹<副>có thể: 他自己~找到回家的路。Tự nó có thể tìm đường về nhà. 这项活动你不~不参加。Hoạt động này anh không thể không tham gia.

【能动】néngdòng<形>năng động: 主观~性 tính năng động về mặt chủ quan

【能干】nénggàn<形>giỏi; năng nổ; đảm đang: ~的妻子 người vợ đảm đang; 她很~，公司越做越大。Chị ấy rất năng nổ, công ti ngày càng thêm quy mô.

【能歌善舞】nénggē-shànwǔ giỏi hát múa

【能工巧匠】nénggōng-qiǎojiàng người thợ khéo tay hay làm

【能攻能守】nénggōng-néngshǒu có thể đánh có thể thủ; công thủ song toàn

【能够】nénggòu<动>❶có thể: 希望你~快点来。Mong anh có thể đến sớm. 她六岁已经~帮妈妈洗碗了。Cô bé sáu tuổi đã giúp được mẹ rửa bát rồi. ❷có điều kiện; có khả năng: 下游~行驶轮船。Ở vùng hạ lưu có thể chạy tàu thủy. 按照这个进度，工程~在明天完工。Theo đà này, công trình có thể hoàn tất vào ngày mai.

【能官能民】néngguān-néngmín làm quan hay dân đều được, đều vui vẻ

【能耗】nénghào<名>tiêu hao năng lượng

【能级】néngjí<名>❶[物理]cấp độ năng lượng ❷cấp độ năng lực

【能见度】néngjiàndù<名>tầm nhìn; độ nhìn thấy được

【能进能出】néngjìn-néngchū đủ khả năng thì giữ, không đủ khả năng thì bỏ

【能力】nénglì<名>năng lực; khả năng

【能力水平】nénglì shuǐpíng trình độ năng lực

【能量】néngliàng<名>❶năng lượng: 绿色~ năng lượng xanh ❷khả năng hoạt động

【能量守恒】néngliàng shǒuhéng bảo tồn năng lượng

【能量转换】néngliàng zhuǎnhuàn chuyển đổi năng lượng

【能耐】néngnai[口]❶<名>tài; tài năng; năng lực; bản lĩnh: 我没有~修理这台电脑。Tôi không tài nào sửa chữa chiếc máy tính này. ❷<形>tài giỏi

【能跑能跳】néngpǎo-néngtiào có thể hành động đi lại tự do

【能骑善射】néngqí-shànshè giỏi cưỡi ngựa, giỏi bắn cung

【能掐会算】néngqiā-huìsuàn biết bói toán

【能屈能伸】néngqū-néngshēn biết co biết duỗi; khi khó khăn biết kiên nhẫn chờ đợi, khi thuận lợi biết tích cực phát huy; khéo chọn thời cơ nhượng bộ và tiến thủ

【能人】néngrén<名>người tài ba; người tài giỏi; người giỏi; người tài: ~辈出 đầy người tài ba

【能人背后有能人】néngrén bèihòu yǒu néngrén vỏ quýt dày có móng tay nhọn

【能诗善画】néngshī-shànhuà thơ hay vẽ giỏi; thi họa toàn tài

【能上能下】néngshàng-néngxià lên hoặc xuống (chức) đều thản nhiên

【能事】néngshì<名>tài năng; bản lĩnh

【能手】néngshǒu<名>tay thiện nghệ; tay cừ

【能说会道】néngshuō-huìdào khéo ăn khéo nói

【能文能武】néngwén-néngwǔ văn võ song toàn

【能言快语】néngyán-kuàiyǔ khéo nói và thẳng thắn

【能言善辩】néngyán-shànbiàn khéo ăn khéo nói; có tài hùng biện

N

【能源】néngyuán<名>nguồn năng lượng

【能源安全】néngyuán ānquán　an toàn về nguồn năng lượng

【能源大省】néngyuán dàshěng　tỉnh có nguồn năng lượng dồi dào

【能源外交】néngyuán wàijiāo　ngoại giao năng lượng

【能源危机】néngyuán wēijī　khủng hoảng năng lượng

【能源战争】néngyuán zhànzhēng　chiến tranh năng lượng

【能者】néngzhě<名>người có tài; người hiểu biết nhiều; người có năng lực

【能者多劳】néngzhě-duōláo　biết nhiều thì đảm trách nhiều; người có tài thì làm nhiều

【能者为师】néngzhě-wéishī　người giỏi làm thầy

nī

妮 nī<名>[方]bé gái

【妮子】nīzi<名>[方]bé gái

ní

尼 ní<名>ni cô //(姓) Nê, Ni

【尼庵】ní'ān<名>am ni cô; chùa ni cô

【尼姑】nígū<名>ni cô

【尼古丁】nígǔdīng<名>nicôtin

【尼龙】nílóng<名>ni-lon: ~袜 tất ni-lon

呢 ní<名>dạ
另见ne

【呢料】níliào<名>chất liệu dạ

【呢喃】nínán<拟>❶líu ríu (tiếng chim én) ❷[书]lí nhí (giọng nói bé): ~细语 nói nha lí nhí

【呢绒】níróng<名>(hàng) len dạ; nhung dạ

【呢子】nízi<名>(vải) ni; dạ

【呢子大衣】nízi dàyī　áo khoác dạ

泥 ní<名>❶bùn: 烂~ bùn nhão ❷chất nhão; sánh như bùn: 印~ mực dấu; 枣~ táo nghiền; 蒜~ tỏi giã nát //(姓) Nê, Nệ
另见nì

【泥巴】níba<名>[方]bùn

【泥饭碗】nífànwǎn<名>bát (cơm) đất; những công việc ngoài biên chế nhà nước, thiếu đảm bảo, không ổn định

【泥肥】níféi<名>phân bùn

【泥封】nífēng<名>chất gắn; ma tít

【泥佛劝土佛】nífó quàn tǔfó❶cùng cảnh ngộ thông cảm nhau, an ủi nhau ❷lo mình còn chẳng xong còn đi lo thiên hạ

【泥工】nígōng<名>[方]thợ đóng gạch ngói

【泥垢】nígòu<名>vết bùn: 他弄得浑身~。Anh ấy đã làm cho mình lấm đầy vết bùn.

【泥龟】níguī<名>rùa sông Trung Mỹ

【泥蚶】níhān<名>[动物]sò huyết

【泥箕】níjī<名>mẹt đất; sọt

【泥浆】níjiāng<名>bùn nhão; bùn lầy

【泥金】níjīn<名>nhũ kim loại

【泥坑】níkēng<名>vũng bùn; hố đất

【泥疗】níliáo<动>điều trị bằng bùn khoáng; chữa bệnh bằng cách tắm bùn khoáng

【泥流】níliú<名>sự lở đất tạo ra dòng chảy đất bùn

【泥淖】nínào<名>bùn nhão; bùn lầy; vũng bùn

【泥泞】níning❶<形>lầy lội: 道路~ đường lầy lội ❷<名>vũng bùn: 陷入~ sa vào vũng bùn

【泥牛入海】níniú-rùhǎi　trâu đất xuống biển; ví việc đã qua không trở lại; biệt tăm; mất tích

【泥菩萨过河——自身难保】nípúsà guò hé——zìshēn-nánbǎo　tượng đất lội sông, giữ mình chưa xong

【泥锹】níqiāo<名>xẻng

【泥丘】níqiū<名>gò đất

【泥鳅】níqiu<名>cá chạch

【泥人儿】nírénr<名>tượng đất; búp bê đất

【泥沙】níshā<名>cát; bùn

【泥沙俱下】níshā-jùxià bùn cát trôi lẫn lộn; lẫn lộn vàng thau; tốt xấu lẫn lộn

【泥石流】níshíliú<名>dòng đất đá; đất đá trôi (từ trên núi); lún đất

【泥水匠】níshuǐjiàng =【泥瓦匠】

【泥塑】nísù<名>con tò he (nặn bằng đất sét)

【泥胎】nítāi<名>tượng mộc (chưa tô vẽ)

【泥胎儿】nítāir<名>đồ gốm mộc (chưa nung); phôi gốm

【泥潭】nítán<名>vũng bùn; đầm lầy

【泥炭】nítàn<名>than bùn

【泥塘】nítáng<名>vũng bùn; chỗ lầy lội; đầm lầy

【泥土】nítǔ<名>❶thổ nhưỡng ❷đất dính; đất sét

【泥腿子】nítuǐzi<名>[旧]chân đất (tỏ ý coi thường) dân chân lấm tay bùn

【泥洼】níwā<名>vũng bùn

【泥瓦匠】níwǎjiàng<名>thợ đóng gạch ngói; thợ nề

【泥丸】níwán<名>bi đất

【泥芯】níxīn<名>bùn cốt lõi

【泥岩】níyán<名>đá đất sét

【泥俑】níyǒng<名>tượng người bằng đất

【泥浴】níyù<名>tắm bùn

【泥沼】nízhǎo<名>đồng lầy; vũng lầy (cũng dùng với ý ví von)

【泥足巨人】nízú-jùrén người khổng lồ chân đất sét; ví bên ngoài trông bề thế mà bên trong rỗng tuếch rất dễ sụp đổ

【泥醉】nízuì<形>say khướt; say bí tỉ; say; say bét nhè; say quắt cần câu: 喝得~ uống rượu say khướt

铌 ní<名>[化学]noibi (kí hiệu: Nb)

【铌铁矿】nítiěkuàng<名>columbite

霓 ní<名>cầu vồng

【霓虹灯】níhóngdēng<名>đèn tuýp; đèn ống; đèn nê-ông

鲵 ní<名>cá nghê; con kì nhông

nǐ

拟 nǐ<动>❶nghĩ ra; đặt ra; khởi thảo; thiết kế: 我们~了一个计划草案。Chúng tôi đã khởi thảo một dự án kế hoạch. ❷dự định; muốn: 他~于明年去越南。Anh ấy dự tính sang năm sẽ đi Việt Nam. ❸bắt chước: 模~ mô phỏng ❹suy đoán; giả thiết ❺so sánh; ví von

【拟订】nǐdìng<动>sắp xếp; định; đặt: ~计划 đặt kế hoạch

【拟定】nǐdìng<动>❶định ra; đặt ra: ~远景规划 định ra quy hoạch tương lai ❷đoán định; dự tính

【拟稿】nǐgǎo<动>khởi thảo bản nháp (công văn)

【拟古】nǐgǔ<动>phỏng cổ; bắt chước lối cổ: ~之作 tác phẩm phỏng cổ

【拟就】nǐjiù<动>dự đoán; mô phỏng; dự định; soạn thảo

【拟人】nǐrén<名>nhân cách hóa

【拟色】nǐsè<名>ngụy trang bằng cách thay đổi màu sắc giống với môi trường xung quanh để khỏi bị xâm hại

【拟声词】nǐshēngcí<名>từ tượng thanh

【拟态】nǐtài<名>tính bắt chước; sự ngụy trang (hiện tượng một số động vật có hình thái, màu sắc, vằn hoa giống hệt một loài động vật khác, một loài thực vật hoặc giới tự nhiên xung quanh, nhờ đó mà có tác dụng tự vệ, khỏi bị xâm hại)

【拟想】nǐxiǎng<动>thiết nghĩ; thiết tưởng

【拟议】nǐyì❶<名>dự tính ❷<动>dự thảo

【拟音】nǐyīn<动>[电影]giả tiếng (trong phim, kịch...); bắt chước tiếng động

【拟于不伦】nǐyúbùlún so sánh với cái không thể so sánh được; so sánh lạ lùng

【拟作】nǐzuò<名>bài phỏng theo; tác phẩm mô phỏng

你nǐ<代>❶ông; bà; anh; chị (đại từ nhân xưng ngôi thứ hai): ~校 trường anh; 麻烦~帮我一把。Phiền anh giúp tôi một cái. 今年~公司招人吗? Năm nay công ti anh có tuyển dụng người không? ❷(phiếm chỉ bất kì người nào, có khi thực tế là chỉ bản thân) bạn; mình; ta; người ta: 她说的话很有道理，让~不得不听。Chị ấy nói rất có lí, khiến người ta không thể không nghe theo.

【你方】nǐfāng<名>bên bạn; bên anh (chị); bên ông (bà)

【你们】nǐmen<代>(đại từ nhân xưng ngôi thứ hai số nhiều) các anh; các chị; các ông; các bà

【你死我活】nǐsǐ-wǒhuó (đấu tranh) sống mái; một mất một còn

【你追我赶】nǐzhuī-wǒgǎn tranh đua nhau

【你走你的阳关道，我过我的独木桥】nǐ zǒu nǐ de yángguāndào, wǒ guò wǒ de dúmùqiáo anh đi con đường xán lạn của anh, tôi đi con đường gian nan của tôi; anh đường anh tôi đường tôi; đường ai nấy đi

nì

泥nì❶<动>bôi; trát: ~墙 bôi tường; ~缝儿 trát khe ❷<形>cố chấp; câu nệ; cứng nhắc: 你不要过于拘~。Anh đừng cứng nhắc quá.
另见ní

【泥古】nìgǔ<动>nệ cổ; giữ lối cổ

【泥古不化】nìgǔ-bùhuà khư khư giữ lối cổ hủ

【泥守陈规】nìshǒu-chéngguī bảo thủ không chịu thay đổi; quen với nếp cũ; khư khư giữ cái cũ

【泥子】nìzi<名>sơn lót; sơn bóng

昵nì<形>thân; thân mật; gần

【昵爱】nì'ài<动>thân mật; thân yêu

【昵称】nìchēng❶<名>cách gọi thân mật ❷<动>xưng hô một cách thân mật

逆nì❶<动>ngược; nghịch; đảo; trái (chiều): ~风 ngược gió ❷<动>chống lại; không thuận theo; không phục tùng; chọi lại: 忠言~耳 lời thật mất lòng ❸<形>không suôn sẻ ❹<名>kẻ phản nghịch: ~臣 nghịch thần ❺<动>[书]đón ❻<副>trước đó: ~料 liệu liệu trước

【逆差】nìchā<名>nhập siêu

【逆产】[1]nìchǎn<名>tài sản kẻ phản nghịch: 抄没~ tịch thu tài sản kẻ phản nghịch

【逆产】[2]nìchǎn<动>đẻ ngược

【逆潮】nìcháo<名>ngược thủy triều

【逆电流】nìdiànliú<名>dòng điện ngược chiều

【逆定理】nìdìnglǐ<名>định lí đảo

【逆耳】nì'ěr<形>trái tai; chối tai; chướng tai; khó nghe; nghe khó chịu; nghịch nhĩ: 做领导的要听得进~之言。Là người lãnh đạo phải chịu được những lời nói khó nghe.

【逆反】nìfǎn<动>ngang ngạnh; gàn dở

【逆反心理】nìfǎn xīnlǐ tâm lí phản nghịch

【逆反应】nìfǎnyìng<名>[化学]phản ứng ngược

【逆风】nìfēng❶<动>ngược gió: ~行船 đi thuyền ngược gió ❷<名>cơn gió ngược

【逆购】nìgòu<名>❶chi hành vi ngân hàng Trung ương mua trái phiếu từ nhà giao dịch và hẹn ngày bán lại trái phiếu cho nhà giao dịch ❷chi hành vi những người đi nước ngoài tìm mua sản phẩm trong nước

【逆光】nìguāng<动>sấp bóng; phản quang; ngược chiều ánh sáng; ngược nắng

【逆汇】nìhuì<名>[金融]hối đoái nghịch

【逆戟鲸】nìjǐjīng<名>cá đen; cá hổ kình; cá voi sát thủ; sói biển

【逆价】nìjià<名>giá nghịch (giá bán thấp hơn giá nhập hàng)

【逆经】nìjīng<名>[医学]đảo kinh

【逆境】nìjìng<名>cảnh ngộ khó khăn (trái ngược); nghịch cảnh

【逆来顺受】nìlái-shùnshòu chịu lép vế; nhẫn nhục chịu đựng

【逆料】nìliào<动>liệu trước; đoán trước: 谁胜谁负,尚难~。Ai thắng ai thua còn khó mà liệu trước được.

【逆流】nìliú❶<动>ngược dòng: ~而上 đi ngược nước ❷<名>dòng nước ngược

【逆旅】nìlǚ<名>[书]quán trọ

【逆商】nìshāng<名>AQ; chỉ số nghịch cảnh (chỉ số đo khả năng ứng xử hoặc quản lí nghịch cảnh, khó khăn, stress)

【逆时针】nìshízhēn ngược chiều kim đồng hồ

【逆事】nìshì<名>❶những chuyện không như ý; chuyện trái ý ❷sự nổi loạn

【逆水行舟】nìshuǐ-xíngzhōu bơi thuyền ngược nước

【逆天行事】nìtiān-xíngshì đi ngược ý trời

【逆向】nìxiàng<动>ngược hướng; nghịch

【逆行】nìxíng<动>đi ngược chiều: 载着三个年轻人的摩托车~,迎面撞上了客车。Chiếc xe máy chở ba thanh niên chạy ngược chiều, đâm thẳng vào xe khách.

【逆序】nìxù<名>trật tự đảo ngược

【逆循环】nìxúnhuán tuần hoàn ngược

【逆运】nìyùn<名>số đen

【逆运算】nìyùnsuàn phép toán đảo ngược

【逆贼】nìzéi<名>nghịch tặc; phản tặc; kẻ phản bội

【逆证】nìzhèng<名>[中医]những chứng bệnh nguy hiểm, bất thường

【逆知】nìzhī<动>báo trước; dự báo

【逆指】nìzhǐ<动>đi ngược lại ý đồ, mục đích

【逆转】nìzhuǎn<动>đảo ngược; xoay ngược lại; chuyển biến xấu; xấu đi

【逆子】nìzǐ<名>thằng con bất hiếu; nghịch tử

匿 nì<动>giấu; che giấu: 隐~ ẩn giấu

【匿报】nìbào<动>che giấu không khai báo hoặc khai thiếu: ~公司利润 khai man lợi nhuận công ti

【匿藏】nìcáng<动>che giấu; ẩn nấp

【匿伏】nìfú<动>giấu kín; nấp; ẩn nấp

【匿迹】nìjì<动>giấu (kín) tung tích; trốn

【匿名】nìmíng<动>nặc danh; giấu tên: ~信 thư nặc danh

【匿情】nìqíng<动>giấu tình cảm thật

【匿笑】nìxiào<动>cười thầm

【匿影藏形】nìyǐng-cángxíng che giấu hình bóng; không lộ chân tướng

【匿怨】nìyuàn<动>nuốt hận; thù ngầm không để lộ ra

睨 nì<动>[书]liếc: 睥~ liếc nhìn/liếc mắt

【睨视】nìshì<动>[书]liếc mắt

腻 nì❶<形>chán; ngấy; ngậy: 油~ béo ngậy; 炖鸡有点~。Món gà tần hơi ngậy. ❷<形>cảm thấy chán, ngấy: 他那些话我都听~了。Những lời nói của anh ấy tôi nghe chán rồi. ❸<形>tinh tế; tế nhị: 细~ tinh tế ❹<形>dính: ~手 dính tay ❺<名>dơ bẩn; bẩn thiu: 尘~ bụi bẩn

【腻烦】nìfan[口]❶<形>nhàm chán; ngấy: 老看那本书你不觉得~吗? Đọc mãi cuốn sách ấy anh không thấy nhàm chán à? ❷<动>chán ghét: 他是一个虚伪的人,我真~他。Anh ta là một người giả dối làm tôi rất chán ghét.

【腻糊儿】nìhúr<形>[方]thân mật; quấn lấy nhau

N

【腻人】nìrén❶<形>ngây; ngấy ❷<形>nói dài dòng khiến người chán ngán ❸<动>quấy; quần

【腻味】nìwei[方]❶<形>chán; chán ngấy ❷<动>nhàm chán; ngấy: 别~我。Đừng làm phiền tôi.

【腻友】nìyǒu<名>[书]bạn keo sơn; bạn chí thiết

【腻子】nìzi =【泥子】

溺nì<动>❶chìm ❷chìm đắm; sa đà; quá

【溺爱】nì'ài<动>quá yêu; nuông chiều; cưng chiều (con cái): 不能~孩子。Không nên quá nuông chiều con cái.

【溺水】nìshuǐ<动>chìm: ~身亡 chết đuối

【溺死】nìsǐ<动>chết chìm; chết đuối

【溺信】nìxìn<动>quá tin; cuồng tín

【溺婴】nìyīng<动>dìm chết trẻ sơ sinh

【溺于酒色】nìyújiǔsè đắm chìm trong tửu sắc, chỉ việc sa đọa trong rượu chè và nhan sắc

【溺职】nìzhí<动>không làm tròn bổn phận; không làm hết chức trách

niān

拈niān<动>nhón; nhặt: ~点盐 nhón ít muối

【拈花惹草】niānhuā-rěcǎo giăng hoa; trăng hoa; trêu trăng ghẹo gió

【拈阄儿】niānjiūr<动>rút thăm; bốc thăm; bắt thăm

【拈轻怕重】niānqīng-pàzhòng chọn việc nhẹ, sợ việc nặng; chọn cá kén canh

【拈香】niānxiāng<动>thắp hương; đốt hương

蔫niān<形>❶héo; khô: 太阳太大，花儿都~了。Trời nắng quá, hoa đã héo rồi. ❷iu xìu; lờ đờ; ủ rũ: 他在疗养院住了几天，就不像刚来的时候那么~了。Ông ấy mới đến nhà an dưỡng được vài hôm mà đã tươi

tỉnh hơn lúc mới tới. ❸[方]chậm; không lanh lẹ: ~性子 tính chậm chạp; 别看他人~，却很有主见。Chớ xem anh ta lờ đờ nhé, rất sáng dạ đấy.

【蔫巴】niānba<形>[口]uể oải chậm chạp

【蔫不唧】niānbujī[方]❶uể oải; iu xìu xìu; thẫn thờ; ủ rũ; đờ đẫn: 他这么~的已经几天了。Cậu ta cứ iu xìu xìu như vậy đã mấy hôm rồi. ❷lẳng lặng; lặng lẽ; làm thinh; nín thinh: 谁都没料到他~地走了。Ai cũng không ngờ rằng anh ấy đã lẳng lặng bỏ đi mất.

【蔫不溜】niānbuliū lặng lẽ; lẳng lặng

【蔫乎乎】niānhūhū lề mề; rù rờ

【蔫蔫】niānniān<形>[方]uể oải; iu xìu

【蔫儿坏】niānrhuài<形>hại ngầm: 他这个人~。Hắn ta tệ lắm.

【蔫头耷脑】niāntóu-dānǎo đờ đẫn; thẫn thờ; ủ rũ: 姐妹们逛了一整天的街，累得~的。Chị em dạo phố suốt cả ngày, mệt đờ ra. 刚种下去的红薯苗被晒得~的。Cây khoai lang non mới trồng bị phơi nắng héo rũ ra.

nián

年nián❶<名>năm: 2014~5月 tháng 5 năm 2014 ❷<量>năm: 连续五~ năm năm liền ❸<名>hằng năm; mỗi năm: 经济~会 hội nghị kinh tế hàng năm; 逐~增长 mỗi năm một tăng ❹<名>tuổi; tuổi tác; lứa tuổi: ~满二十 tròn hai mươi tuổi ❺<名>thời; thuở: 少~ tuổi thiếu niên ❻<名>thời kì; thời đại; năm tháng: 清朝末~ cuối đời nhà Thanh ❼<名>thu hoạch trong năm; mùa màng trong năm: ~景不好 năm mất mùa; 今年又是一个丰收~。Năm nay lại là một năm được mùa. ❽<名>Tết: 过~ ăn Tết ❾<名>vật phẩm tiêu dùng ngày Tết: 买~货 sắm hàng Tết ❿<名>thứ bậc; bậc: ~兄 niên huynh (bậc đàn anh cùng khóa thi khoa cử) //(姓) Niên

【年报】niánbào<名>❶báo cáo hàng năm ❷tập san định kì mỗi năm xuất bản một lần; báo năm; niên báo

【年辈】niánbèi<名>tuổi tác vai vế; thứ bậc (trong họ): ~相当 tuổi tác vai vế tương đương

【年表】niánbiǎo<名>❶niên biểu; bảng kê sự kiện theo năm ❷báo cáo tài vụ hàng năm

【年菜】niáncài<名>thức ăn ngày Tết

【年产】niánchǎn<名>sản lượng năm

【年成】niánchéng<名>mùa màng; thu hoạch (trong năm)

【年初】niánchū<名>đầu năm

【年代】niándài<名>❶thời đại; thời kì; năm tháng; niên đại: ~久远 niên đại xa xưa ❷thập kỉ: 上个世纪90~ thập kỉ 90 của thế kỉ trước

【年代测定】niándài cèdìng xác định niên đại; trắc định niên đại

【年底】niándǐ<名>cuối năm

【年度】niándù<名>năm; niên độ; hàng năm: ~报告 báo cáo niên độ; ~采购 thu mua hàng năm; ~报表 bảng kê báo cáo năm

【年度人物】niándù rénwù nhân vật trong năm

【年度预算】niándù yùsuàn dự toán năm

【年饭】niánfàn<名>bữa cơm tất niên; cỗ giao thừa

【年方及笄】niánfāngjíjī đến tuổi cập kê

【年份】niánfèn<名>❶một năm (nào đó): 这篇文章是哪个~发表的? Bài viết này được phát biểu vào năm nào? ❷thời hạn; niên đại: 这故事发生在久远的~。Câu chuyện này xảy ra vào niên đại xa xưa.

【年富力强】niánfù-lìqiáng trẻ chung khỏe mạnh; đời còn dài, sức còn trẻ; tuổi trẻ sức khỏe

【年复一年】niánfùyīnián năm này qua năm khác

【年高德劭】niángāo-déshào tuổi cao đức trọng

【年糕】niángāo<名>bánh Tết; bánh mật

【年庚】niángēng<名>ngày giờ tháng năm sinh (của một người); ngày sinh tháng đẻ; niên canh

【年谷不登】niángǔbùdēng mất mùa; năm mất mùa; năm đói kém

【年关】niánguān<名>thời điểm giáp Tết (thời gian thanh toán nợ nần cuối năm); cuối năm

【年光】niánguāng<名>❶năm tháng; tháng ngày; thời gian: ~倒流 thời gian đảo ngược ❷mùa màng; thu hoạch: 今年碰上好~。Năm nay là năm bội thu. ❸[方]năm: 那~, 大家都不容易。Năm ấy, mọi người đều không dễ dàng.

【年号】niánhào<名>niên hiệu

【年华】niánhuá<名>năm tháng; tháng ngày; cuộc đời; tuổi tác: 虚度~ để năm tháng trôi qua vô ích

【年画】niánhuà<名>tranh Tết

【年会】niánhuì<名>phiên họp (cuộc họp) hàng năm

【年货】niánhuò<名>hàng Tết

【年级】niánjí<名>lớp; năm thứ (mấy)

【年集】niánjí<名>chợ Tết

【年纪】niánjì<名>tuổi tác; tuổi

【年假】niánjià<名>❶kì nghỉ đông ❷kì nghỉ Tết ❸kì nghỉ hàng năm

【年间】niánjiān<名>❶thời; trong năm; trong thời kì; vào năm; khoảng năm

【年检】niánjiǎn<动>kiểm tra hàng năm: 车辆~ kiểm nghiệm xe hàng năm

【年鉴】niánjiàn<名>niên giám

【年节】niánjié<名>ngày Tết; Tết xuân; Tết âm lịch

【年金】niánjīn<名>lưu lượng tiền mặt hàng

N

năm

【年馑】niánjǐn〈名〉[方]năm mất mùa

【年景】niánjǐng〈名〉❶mùa màng; thu hoạch: ~不好 năm mất mùa ❷cảnh Tết: 处处都呈现欢乐的~。Đâu đâu cũng cảnh ngày Tết vui nhộn.

【年久失修】niánjiǔ-shīxiū lâu năm không sửa sang: 屋子~, 有些倾斜。Nhà lâu năm không sửa sang, nên hơi bị nghiêng.

【年均】niánjūn〈动〉bình quân hàng năm

【年来】niánlái〈名〉năm qua; mấy năm vừa qua; mấy năm gần đây; một năm nay

【年老昏聩】niánlǎo-hūnkuì tuổi già mê muội lẩm cẩm

【年老色衰】niánlǎo-sèshuāi tuổi già nhan sắc tàn tạ

【年老体衰】niánlǎo-tǐshuāi tuổi già sức yếu

【年老无用】niánlǎo-wúyòng tuổi già vô dụng

【年历】niánlì〈名〉lịch; lịch năm

【年利】niánlì〈名〉lãi hàng năm

【年利率】niánlìlǜ〈名〉lãi suất hàng năm

【年利润】niánlìrùn〈名〉lợi nhuận hàng năm

【年龄】niánlíng〈名〉tuổi: 结婚~ tuổi kết hôn

【年龄歧视】niánlíng qíshì kì thị về tuổi tác

【年龄段】niánlíngduàn〈名〉lứa tuổi

【年轮】niánlún〈名〉[植物]vân tuổi (của gỗ); vòng tuổi (của cây)

【年迈】niánmài〈形〉tuổi già: ~的父亲 bố đã già

【年貌】niánmào〈名〉tuổi tác và diện mạo: ~相当 tuổi tác và diện mạo tương đương

【年末】niánmò〈名〉cuối năm

【年年】niánnián〈名〉hằng năm; mỗi năm: ~丰收 hằng năm được mùa

【年年岁岁】niánniánsuìsuì hết năm này qua năm khác

【年年有余】niánniányǒuyú mỗi năm đều dư dật

【年谱】niánpǔ〈名〉niên phổ; niên phả

【年青】niánqīng〈形〉trẻ; trẻ tuổi

【年轻】niánqīng〈形〉❶trẻ; tuổi trẻ; thanh niên: 看他还很~。Xem ra ông ta vẫn còn trẻ. ❷trẻ trung

【年轻化】niánqīnghuà trẻ tuổi hóa: 管理干部~ trẻ tuổi hóa cán bộ quản lí

【年轻人】niánqīngrén〈名〉người thanh niên; thanh niên; bạn trẻ

【年轻力壮】niánqīng-lìzhuàng tuổi trẻ sung sức

【年轻能干】niánqīng-nénggàn tuổi trẻ giỏi giang; tuổi trẻ tài giỏi

【年轻气盛】niánqīng-qìshèng tuổi trẻ nông nổi hiếu thắng, không biết cách thức cư xử: 尽管一般情况下他都老成持重, 但有时也有~的一面。Cho dù thường ngày anh ta chừng mực điềm tĩnh, nhưng cũng có lúc lại thể hiện sự nông nổi hiếu thắng của tuổi trẻ.

【年轻有为】niánqīng-yǒuwéi tuổi trẻ tài cao

【年三十】niánsānshí〈名〉ngày ba mươi Tết

【年少】niánshào❶〈形〉trẻ; tuổi trẻ: ~时期 tuổi thanh xuân ❷〈名〉[书]thanh niên nam giới: 英俊~ chàng trai khôi ngô tuấn tú

【年少无知】niánshào-wúzhī trẻ người non dạ; người trẻ tuổi thiếu hiểu biết

【年深日久】niánshēn-rìjiǔ lâu ngày: 这已经是~的事情了。Đấy là chuyện đã lâu ngày.

【年审】niánshěn〈动〉thẩm tra hàng năm

【年生产总值】niánshēngchǎn zǒngzhí tổng giá trị sản lượng hàng năm

【年事】niánshì〈名〉[书]tuổi tác: ~日高 tuổi tác ngày càng cao

【年收入】niánshōurù<名>thu nhập hàng năm

【年收益】niánshōuyì<名>lợi nhuận hàng năm

【年寿】niánshòu<名>tuổi tác và tuổi thọ

【年岁】niánsuì<名>❶tuổi:上了~的人，走路要小心。Người đã có tuổi, đi đứng phải cẩn thận. ❷năm tháng; thời kì; thời đại ❸[方]mùa màng thu hoạch:我家乡今年的~很好。Mùa màng quê tôi năm nay rất khá.

【年岁不饶人】niánsuì bù ráo rén tuổi tác không tha người; tuổi cao sức yếu

【年头儿】niántóur<名>❶năm:我从事教学已经十个~了。Tôi làm nghề dạy học đã mười năm rồi. ❷nhiều năm; thâm niên:他做司机已经有~了。Ông ấy làm nghề lái xe đã lâu năm. ❸thời; năm tháng:这~真正做到了男女平等。Thời đại này, phụ nữ thật sự được bình đẳng với nam giới. ❹mùa màng; thu hoạch:今年~比去年好。Mùa màng năm nay khá hơn năm ngoái.

【年尾】niánwěi<名>cuối năm; hết năm

【年息】niánxī<名>lợi tức hàng năm

【年下】niánxia<名>[口]ngày Tết; sau Tết âm lịch (nửa đầu tháng giêng)

【年限】niánxiàn<名>niên hạn:学习~ thời hạn học tập

【年薪】niánxīn<名>lương năm; lương tính theo năm:~制 chế độ tiền lương tính theo năm

【年夜】niányè<名>đêm giao thừa; đêm trừ tịch

【年夜饭】niányèfàn<名>bữa cơm tất niên

【年谊】niányì<名>tình bè bạn giữa những người cùng khóa thi

【年幼】niányòu<形>bé; nhỏ

【年幼无知】niányòu-wúzhī thơ dại; nhỏ dại; thơ ấu

【年逾古稀】niányúgǔxī quá tuổi cổ lai hi (đã hơn 70 tuổi)

【年月】niányuè<名>❶năm; thời đại; thời kì:战争~ thời kì chiến tranh ❷năm tháng; ngày tháng:漫长的~ năm tháng dài dẳng đặc

【年增长率】niánzēngzhǎnglǜ tỉ lệ tăng trưởng hàng năm

【年增长系数】niánzēngzhǎng xìshù hệ số tăng trưởng hàng năm

【年长】niánzhǎng<形>lớn tuổi

【年中】niánzhōng<名>giữa năm

【年终】niánzhōng<名>cuối năm; hết năm:~财政报告 báo cáo tài chính cuối năm;~总结 tổng kết cuối năm;~鉴定 giám định cuối năm

【年终报告】niánzhōng bàogào báo cáo cuối năm

【年终分红】niánzhōng fēnhóng chia lợi nhuận cuối năm

【年终奖】niánzhōngjiǎng<名>tiền thưởng cuối năm

【年资】niánzī<名>năm công tác; thâm niên:她是学校~最高的教授。Bà ấy là giáo sư có thâm niên công tác cao nhất ở trường này.

【年总收入】niánzǒngshōurù tổng thu nhập năm

【年租】niánzū<名>tiền thuê một năm

【年尊】niánzūn<形>tuổi cao:~辈长 tuổi cao thứ bậc cao

鲇 nián<名>cá nheo; cá ngát

【鲇鱼】niányú<名>cá nheo; cá ngát

黏 nián<形>dính; sánh:~稠 sánh đặc

【黏巴】niánba<形>dính; nhớp nháp:靠近厨房的地板很~。Sàn nhà gần bếp rất nhớp nháp.

【黏虫】niánchóng<名>sâu đen

【黏度】niándù<名>độ dính; độ nhầy; độ nhớt

【黏附】niánfù<动>dính vào; chắp dính; kết dính

【黏附力】niánfùlì<名>độ bám dính

【黏合】niánhé<动>dính chặt; kết lại

【黏合剂】niánhéjì<名>chất kết dính; chất gắn; keo dán

【黏糊】niánhu<形>❶dính; sánh; bết; quánh; bầy nhầy; nhớp nháp: 粥太~了，很难吃。 Cháo sánh đặc thật khó ăn. ❷uể oải; lờ đờ; lừ đừ; rù rờ; chậm chạp: 他总是一副~样。 Anh ấy tính hay rù rờ.

【黏糊糊】niánhūhū dính bê bết

【黏胶】niánjiāo<名>keo dính; keo dán

【黏结】niánjié<动>dính vào nhau; kết lại với nhau; kết dính; cố kết

【黏菌】niánjūn<名>[生物]niêm khuẩn; nấm nhớt

【黏米】niánmǐ<名>[方]gạo dính; gạo kê nếp

【黏膜】niánmó<名>niêm mạc

【黏土】niántǔ<名>đất sét; đất thó

【黏土矿物】niántǔ kuàngwù khoáng sét

【黏性】niánxìng<名>độ dính

【黏液】niányè<名>niêm dịch; dịch nhầy; chất nhớt; chất nhờn

【黏质土】niánzhìtǔ<名>đất sét

【黏着】niánzhuó<动>dán; chắp dính

【黏着力】niánzhuólì<名>sức dính kết; lực bám

【黏着语】niánzhuóyǔ<名>[语言]ngôn ngữ chắp dính

niǎn

捻niǎn❶<动>vê; xe; bện; vặn; vo: ~红线 xe chỉ đỏ ❷<名>sợi xe; dây xoắn: 纸~儿 giấy vo xoắn ❸<动>[方]vớt; vét: ~河泥 vét bùn sông

【捻度】niǎndù<名>[纺织]độ săn; độ xoắn

(của sợi)

【捻接】niǎnjiē<动>❶nối bện (hai đầu dây thừng) ❷nối; ghép (hai mảnh gỗ, phim, băng từ...)

【捻死】niǎnsǐ<动>nghiền chết

【捻碎】niǎnsuì<动>nghiền vụn

【捻线】niǎnxiàn<动>xe chỉ

【捻线机】niǎnxiànjī<名>máy xe chỉ

【捻针】niǎnzhēn<名>[中医]xoay kim (thủ pháp trong châm cứu)

【捻子】niǎnzi<名>sợi; dây (xe): 药~ sợi thuốc (xe trong giấy); 纸~ sợi giấy

辇niǎn<名>[旧]xe ba gác; xe liễn; xe vua

撵niǎn<动>❶đuổi; xua đuổi: ~她出去 Đuổi nó đi. ❷[方]đuổi theo: 他年轻力壮, 我~不上他。 Cậu ta tuổi trẻ sung sức, tôi đuổi không kịp cậu ta đâu.

【撵人】niǎnrén<动>đuổi người

【撵下台】niǎnxià tái❶buộc từ chức: 把 总统~! Buộc Tổng thống từ chức! ❷đuổi xuống sân khấu

【撵走】niǎnzǒu<动>đuổi đi

碾niǎn❶<名>cái cối; cối xay; cối nghiền; con lăn: 石~ cái cối đá ❷<动>xay; tán; nghiền; nghiền: ~米 xay gạo; 请把药丸~ 碎。 Hãy nghiền vụn thuốc viên. ❸<动>[书] gọt giũa; chạm trổ; khắc (đá ngọc)

【碾场】niǎncháng<动>[方]sân trục lúa; sân cán lúa

【碾槌】niǎnchuí<名>cái chày

【碾坊】niǎnfáng<名>nhà máy xay; nhà xay; phường xay

【碾磙子】niǎngǔnzi<名>trục xay; thớt cối trên trục lăn

【碾米】niǎnmǐ<动>xay gạo

【碾米场】niǎnmǐcháng<名>sân xay

【碾米机】niǎnmǐjī<名>máy xay

【碾磨机】niǎnmójī<名>máy nghiền

【碾盘】niǎnpán<名>mâm xay

【碾碎】niǎnsuì<动>nghiền vụn

【碾压】niǎnyā<动>nghiền ép

【碾压机】niǎnyājī<名>máy cán; xe lu

【碾子】niǎnzi<名>❶cối xay; cối nghiền
(ngô, lúa mì, bột…) ❷dụng cụ nghiền tán:
汽~ xe lu chạy hơi nước; 药~ cối nghiền
thuốc

蹍niǎn<动>[方]giẫm (chân)

niàn

廿niàn<数>hai mươi; hăm: ~一 hăm mốt

念[1]niàn❶<动>nhớ; nhớ nhung; mong: 想~
nhớ nhung; 怀~英雄 tưởng nhớ anh hùng;
没人~你。Không ai nhớ anh. ❷<名>ý
nghĩ; suy nghĩ: 私心杂~ tư tâm tạp niệm
//(姓) Niệm

念[2]niàn<动>❶đọc: ~诗 đọc thơ ❷học: 我
姐姐在~大学。Chị tôi đang học đại học.

念[3]niàn<数>chữ viết kép của chữ "廿"

【念白】niànbái<名>độc thoại (trong nghệ
thuật sân khấu)

【念叨】niàndao<动>❶nhắc tới; nói đến: 他
常~起你。Anh ấy thường nhắc tới anh. 母
亲常~你童年的往事。Mẹ thường nói về
những câu chuyện thời trẻ của anh. ❷[方]
nói; bàn (bạc): 这件事咱们得~~。Việc này
ta nên bàn với nhau một chút.

【念佛】niànfó<动>niệm Phật; khấn Phật:
吃斋~ ăn chay niệm phật; 诵经~ tụng kinh
niệm phật

【念记】niànjì<动>nhớ

【念经】niànjīng<动>tụng (đọc) kinh

【念旧】niànjiù<动>nhớ tình bạn xưa: 如果
他还~, 这事他会帮你的。Nếu còn nhớ
đến tình xưa thì anh ấy sẽ giúp em trong
việc này.

【念念不忘】niànniàn-bùwàng đinh ninh;
canh cánh trong lòng; nhớ mãi không quên:

他~旧情。Anh ấy canh cánh trong lòng
mối tình xưa.

【念念有词】niànniàn-yǒucí ❶khấn lầm
rầm ❷nói lầm bẩm

【念书】niànshū<动>đọc sách; đi học

【念诵】niànsòng<动>đọc

【念头】niàntou<名>nghĩ; ý định: 邪恶的~
ý nghĩ xấu xa; 我曾有过这种~。Tôi từng có
ý nghĩ này.

【念物】niànwù<名>[方]đồ lưu niệm; vật kỉ
niệm: 这本书送给你做个~吧。Cuốn sách
này tặng em làm kỉ niệm.

【念咒】niànzhòu<动>niệm thần chú

【念珠】niànzhū<名>tràng hạt

【念珠菌病】niànzhūjūnbìng　bệnh nấm
Candida

【念兹在兹】niànzī-zàizī luôn luôn nhớ tới

埝niàn<名>bờ nhỏ; cái bạ (ruộng)

niáng

娘niáng<名>❶[口]mẹ; má; mạ; u; bầm;
me; đẻ: 爹~ cha mẹ ❷bà; bác (gái): 大~ bác
gái; 婶~ thím/bác ❸cô gái: 新~ cô dâu

【娘家】niángjiā<名>nhà mẹ đẻ: 回~ về nhà
mẹ đẻ

【娘舅】niángjiù<名>[方]bác; cậu (anh em
trai mẹ)

【娘娘】niángniang<名>❶hoàng hậu; quý
phi: 正宫~ chính cung hoàng hậu ❷nữ thần;
bà (thần): ~庙 miếu bà

【娘娘腔】niángniangqiāng<名>giọng (đàn
ông) the thé (giống người đàn bà)

【娘亲】niángqīn<名>[方]mẹ

【娘儿】niángr<名>[口]mẹ con; bác cháu; cô
cháu: ~俩 hai mẹ con

【娘儿们】niángrmen<名>❶[口]mẹ con;
cô cháu; bác cháu; dì cháu; các bà các chị
❷[方]đàn bà; mấy mụ (có ý coi thường)

❸[方]vợ

【娘胎】niángtāi<名>(trong) bụng mẹ

【娘子】niángzǐ<名>❶[方]vợ; bà xã ❷bác; cô; chị (gọi kính trọng phụ nữ trẻ hoặc trung niên, thường thấy trong bạch thoại thời kì đầu)

【娘子军】niángzǐjūn<名>đội quân phụ nữ; nương tử quân

niàng

酿niàng❶<动>ủ; cất; nấu: 酝~ cất rượu/lên men rượu ❷<动>gây (mật): 蜜蜂~蜜。Con ong gây mật. ❸<动>ấp ủ; nung nấu: ~成水灾 gây úng lụt ❹<动>nhồi: 肉末~苦瓜。Thịt băm nhồi mướp đắng. ❺<名>rượu: 陈~ rượu cất lâu năm

【酿成】niàngchéng<动>gây nên: ~重大事故 gây nên tai nạn lớn

【酿祸】niànghuò<动>gây ra tai họa

【酿酒】niàngjiǔ<动>cất rượu: ~厂 nhà máy chưng cất rượu

【酿酶】niàngméi<名>[化学]zamaza; men rượu

【酿热物】niàngrèwù<名>[农业]vật ủ nóng; chất ủ men sinh nhiệt

【酿造】niàngzào<动>cất; chưng; ủ; nấu

niǎo

鸟niǎo<名>chim //(姓)Điểu

【鸟巢】niǎocháo<名>tổ chim

【鸟飞兽散】niǎofēi-shòusàn chim bay thú chạy; xẻ đàn tan nghé

【鸟粪】niǎofèn<名>phân chim

【鸟害】niǎohài<名>tổn thất do chim gây ra; nạn chim làm hại (hoa màu)

【鸟喙】niǎohuì<名>mỏ chim

【鸟尽弓藏】niǎojìn-gōngcáng điểu tận cung tàng; chim hết thì cất cung tên

【鸟瞰】niǎokàn❶<动>(từ trên cao) nhìn xuống: ~全城 nhìn xuống toàn cảnh thành phố ❷<名>khái quát; tóm lược; tóm tắt: 世界形势~ vài nét về tình hình thế giới

【鸟瞰图】niǎokàntú<名>bức tranh ảnh hoặc sơ đồ thu vào tầm mắt từ trên cao nhìn xuống

【鸟类】niǎolèi<名>loài chim

【鸟类学】niǎolèixué<名>khoa nghiên cứu chim; điểu cầm học

【鸟笼】niǎolóng<名>lồng chim

【鸟鸣】niǎomíng<动>chim hót

【鸟嘌呤】niǎopiàolìng<名>[生化]guanine

【鸟枪】niǎoqiāng<名>❶súng bắn chim ❷súng hơi

【鸟枪换炮】niǎoqiāng-huànpào súng hơi đổi thành pháo; ví trang thiết bị đã được đổi mới và nâng cấp

【鸟儿】niǎor<名>[口]chim (loại nhỏ)

【鸟舍】niǎoshè<名>chuồng chim

【鸟食】niǎoshí<名>thức ăn cho chim

【鸟兽】niǎoshòu<名>chim thú

【鸟兽散】niǎoshòusàn tan tác chim muông; tan đàn xẻ nghé: 作~ bỏ chạy tán loạn

【鸟窝】niǎowō =【鸟巢】

【鸟无头不飞，蛇无头不行】niǎo wú tóu bù fēi, shé wú tóu bù xíng chim mất cánh, rắn mất đầu; ví với việc nếu mất đi sự lãnh đạo dẫn dắt hoặc che chở thì không thể làm nên việc

【鸟语花香】niǎoyǔ-huāxiāng chim kêu hoa nở; chim hót hoa tỏa hương; hoa nở chim hót: 走进一个~的世界 bước vào một thế giới hoa nở chim hót

【鸟之将死，其鸣也哀】niǎozhījiāngsǐ, qímíngyě'āi con chim sắp chết, cất tiếng kêu thương

【鸟篆】niǎozhuàn<名>điểu triện (một kiểu

chữ triện, hình chữ giống như hình chim)

【鸟嘴】niǎozuǐ<名>mỏ chim

茑niǎo

【茑萝】niǎoluó<名>[植物]cây điều la (dây leo)

袅niǎo<形>mềm mại; thướt tha; yểu điệu; èo là; lả lướt

【袅袅】niǎoniǎo<形>❶(khói) nghi ngút; vấn vít: 炊烟~ khói bếp nghi ngút ❷lả lướt; tha thướt; thướt tha; phất phơ: 柳枝 ~ cành liễu thướt tha ❸(âm thanh) ngân nga; du dương; réo rắt; vang vọng: 思念 像一曲~的箫声。Nỗi nhớ như tiếng sáo réo rắt.

【袅袅婷婷】niǎoniǎotíngtíng (dáng người con gái đi) thướt tha

【袅娜】niǎonuó<形>[书]❶lả lướt ❷thướt tha; yểu điệu; dịu dàng

【袅绕】niǎorào<动>[书]vấn vít; vấn vương; vương vấn: 歌声~ tiếng hát vấn vương

niào

尿niào❶<名>nước tiểu; nước đái; nước giải ❷<动>đi tiểu; đi đái; đái; tiểu tiện

【尿崩症】niàobēngzhèng<名>bệnh đái tháo nhạt

【尿闭】niàobì<名>[医学]vô niệu

【尿不湿】niàobùshī<名>tã giấy

【尿布】niàobù<名>tã lót; tã

【尿常规检查】niàochángguī jiǎnchá xét nghiệm nước tiểu theo thường quy

【尿池】niàochí<名>bồn tiểu

【尿床】niàochuáng<动>đái dầm

【尿胆素】niàodǎnsù<名>urobilin

【尿蛋白】niàodànbái<名>Albumin niệu (nước giải có Albumin)

【尿道】niàodào<名>niệu đạo; ống dẫn đái; ống đái

【尿道感染】niàodào gǎnrǎn nhiễm trùng đường tiết niệu

【尿道口】niàodàokǒu<名>miệng niệu đạo

【尿道炎】niàodàoyán<名>viêm đường tiết niệu

【尿毒症】niàodúzhèng<名>chứng tăng urê-huyết

【尿肥】niàoféi<名>phân nước giải

【尿分析】niàofēnxī xét nghiệm nước tiểu

【尿壶】niàohú<名>cái bô; bình đái

【尿急】niàojí<形>buồn đái

【尿检】niàojiǎn<动>xét nghiệm nước tiểu

【尿结石】niàojiéshí<名>sỏi đường tiết niệu

【尿炕】niàokàng<动>đái dầm

【尿尿】niàoniào<动>[口]đái

【尿盆】niàopén<名>cái bô

【尿频】niàopín<形>đái dắt

【尿少症】niàoshǎozhèng<名>thiểu niệu

【尿失禁】niàoshījìn tiểu tiện không cầm được

【尿石】niàoshí<名>sỏi hệ tiết niệu

【尿素】niàosù<名>u-rê

【尿酸】niàosuān<名>a-xít u-ríc; niệu toan

【尿血】niàoxiě<动>đái ra máu

niē

捏niē<动>❶nắn; bóp; cầm; nắm: ~笔写字 cầm bút viết ❷vê; nặn; nắn; đắp: ~饼 nặn bánh ❸ghép vào nhau; gán ghép: 想法子 把他俩~到一块儿去。Nghĩ cách ghép hai người này thành đôi. ❹nặn chuyện; bịa; bịa đặt; bịa chuyện ❺làm cho hòa hợp, đồng nhất

【捏报】niēbào<动>báo cáo láo; khai man; báo cáo sai

【捏告】niēgào<动>vu cáo; vu khống; vu oan (bịa tội tố cáo người khác)

N

【捏合】niēhé〈动〉❶ghép vào; gán ghép; làm trung gian; làm mối: 双方家庭有意~两人。Gia đình hai bên có ý gán ghép hai người. ❷bịa; bịa đặt; nặn chuyện (thường thấy trong bạch thoại thời kì đầu)

【捏合机】niēhéjī〈名〉máy nhào

【捏脊】niējǐ〈名〉[中医]nặn cột sống lưng (một cách thức mát xa)

【捏控】niēkòng〈动〉bịa đặt vu khống

【捏弄】niēnòng〈动〉❶vê; cầm; nặn ~橡皮泥 nặn đất sét; ~衣裳的下摆 vê gấu áo ❷chi phối; thao túng: 这事可不能由他随意~。Việc này không thể để anh ấy tùy ý thao túng. ❸bàn riêng; tự bàn: 兄弟俩~了一会便有了好主意。Hai anh em vừa bàn riêng với nhau đã nghĩ ra biện pháp tốt. ❹bịa; bịa đặt: ~信息 bịa đặt thông tin

【捏手捏脚】niēshǒu-niējiǎo xoa tay bóp chân

【捏一把汗】niē yī bǎ hàn toát (mướt) mồ hôi (vì lo)

【捏造】niēzào〈动〉bịa đặt; nặn ra; đặt điều

【捏闸】niēzhá〈动〉hãm phanh; bóp tay phanh

niè

臬 niè〈名〉[书]❶bia (tập bắn) ❷đồng hồ cột (thời xưa) ❸phép tắc; chuẩn mực; tiêu chuẩn

涅 niè[书]❶〈名〉phèn đen ❷〈动〉nhuộm đen

【涅白】nièbái〈形〉màu trắng đục

【涅而不缁】niè'érbùzī nhuộm bằng phẩm đen vẫn chẳng bị đen; ví phẩm chất cao thượng, "gần bùn mà chẳng hôi tanh mùi bùn"

【涅槃】nièpán〈动〉[宗教]❶niết bàn; nát bàn ❷sự tạ thế của phật và sư tăng

啮 niè〈动〉[书](chuột, thỏ) cắn; gặm; nhấm

【啮齿动物】nièchǐ dòngwù động vật gặm nhấm

【啮齿目】nièchǐmù〈名〉bộ gặm nhấm; loài gặm nhấm

【啮虫】nièchóng〈名〉con bọ psocids

【啮合】nièhé〈动〉nghiến răng; cắn răng; cắn vào nhau; khớp vào nhau

【啮噬】nièshì〈动〉cắn rứt; giày vò: 公司的破产~着他的心。Sự phá sản của công ti đã giày vò nỗi lòng của ông.

嗫 niè

【嗫嚅】nièrú〈形〉[书]lúng búng; ngập ngừng; ấp úng

镊 niè❶〈名〉cái nhíp; cái kẹp ❷〈动〉kẹp; cặp: 把飞进耳朵里的小虫~出来。Kẹp con bọ nhỏ ra khỏi lỗ tai.

【镊子】nièzi〈名〉cái kẹp; cái nhíp; cái panh

镍 niè〈名〉[化学]kền; niken (kí hiệu: Ni)

【镍币】nièbì〈名〉đồng (tiền) kền

【镍箔】nièbó〈名〉tấm niken; lá niken

【镍磁铁矿】niècítiěkuàng quặng niken magnetit

【镍钢】niègāng〈名〉thép niken

【镍镉电池】niègé diànchí pin Ni-Cd; pin nickel-cadmium

【镍铬】niègè〈名〉niken-crôm

【镍合金】nièhéjīn〈名〉hợp kim niken

【镍黄铁矿】nièhuángtiěkuàng quặng pentlandite

【镍氢电池】nièqīng diànchí pin Ni-MH

【镍铁】n: niètiě〈名〉sắt niken

颞 niè

【颞骨】nièugǔ〈名〉[生理]xương thái dương

【颞叶】nièyè〈名〉[生理]thùy thái dương

蹑 niè〈动〉❶khẽ; nhẹ (bước chân): 他~脚走进家门。Anh ấy nhón chân khẽ bước vào nhà. ❷đi theo; rượt theo; đuổi theo

❸[书]giẫm

【蹑悄悄】nièqiāoqiāo rón rén; nhón nhén

【蹑手蹑脚】nièshǒu-nièjiǎo rón ra rón rén

【蹑踪】nièzōng〈动〉[书]theo dõi; bám đuôi

【蹑足】nièzú〈动〉❶rón rén: 他~走出房门。Anh ấy rón rén bước ra phòng ngủ. ❷[书]giẫm chân vào; tham gia vào: ~其间 tham gia vào

【蹑足不前】nièzú-bùqián giẫm chân tại chỗ

【蹑足潜踪】nièzú-qiánzōng đi rón rén cẩn thận

孽 niè❶〈名〉nghiệt ngã; ác nghiệt: 妖~ yêu nghiệt ❷〈名〉tội ác: 造~ gây ra tội ác ❸〈形〉[书]bất trung; bất hiếu: ~臣 bề tôi bất trung

【孽根】nièɡēn〈名〉cội nguồn tội lỗi; nghiệp căn (Phật giáo): 拔除~ trừ nghiệp căn

【孽债】nièzhài〈名〉khoản nợ nghiệt ngã; nợ kiếp trước (theo Đạo Phật, kiếp trước làm điều xấu, kiếp sau phải đền trả, bị báo ứng)

【孽障】nièzhàng=【业障】

【孽种】nièzhǒng〈名〉❶cội nguồn tai họa ❷(lời chửi của bề trên đối với con cháu hư) đồ yêu nghiệt; đồ vô phúc

【孽子】nièzǐ〈名〉đứa con bất hiếu

nín

您 nín〈代〉ngài; ông (đại từ ngôi thứ hai, tỏ ý kính trọng): ~走好! Ông về ạ!

níng

宁 níng❶〈形〉yên ổn: 心神不~ tâm thần bất định ❷〈动〉[书]làm cho yên: 息事~人 dàn xếp ổn thỏa ❸〈动〉[书]thăm hỏi

(cha mẹ): 归~ (cô dâu) về thăm cha mẹ đẻ ❹(Níng)〈名〉Ninh (tên gọi khác của thành phố Nam Kinh): 沪~铁路 tuyến đường sắt Thượng Hải-Nam Kinh ❺(Níng)〈名〉tên gọi tắt của Khu tự trị Dân tộc Hồi Ninh Hạ //(姓) Ninh

另见nìng

【宁边】níngbiān〈动〉giữ cho biên giới bình yên

【宁靖】níngjìng〈形〉[书]yên ổn

【宁静】níngjìng〈形〉yên tĩnh: ~的夏天 mùa hè yên tĩnh; 寻找一个~的角落来学习。Tìm một góc yên tĩnh để ngồi học.

【宁静致远】níngjìng-zhìyuǎn tĩnh tâm để đi đến mục đích cao xa

【宁谧】níngmì〈形〉bình yên; yên tĩnh; tĩnh lặng; tĩnh mịch; yên lặng; yên ả

【宁耐】níngnài〈动〉[书]nhẫn nại; kiềm chế

【宁日】níngrì〈名〉những ngày yên ổn: 永无~ mãi không có những ngày bình yên

【宁帖】níngtiē〈形〉yên tĩnh (trong lòng): 夜间咳嗽，睡不~。Ho cả đêm, ngủ không yên.

【宁馨儿】níngxīn'ér〈名〉[书]đứa trẻ tuyệt vời

拧 níng〈动〉❶vắt; vặn; bện; kết: ~干衣服 vắt khô quần áo; ~水龙头 vặn vòi nước ❷véo; cấu: 妈妈轻轻地~了孩子一把。Bà mẹ véo nhẹ thằng bé.

另见nǐng, nìng

【拧成一股绳】níngchéng yī gǔ shéng đoàn kết một lòng; liên kết thành một khối: 只要大伙儿~，没有克服不了的困难。Miễn là mọi người chung sức chung lòng thì không có khó khăn nào là không thể vượt qua được.

【拧眉瞪眼】níngméi-dèngyǎn nhíu mày trừng mắt

苧 níng〈名〉[化学]li-mô-nen

狞 níng<形>(mặt mày) dữ tợn; hung ác; gớm ghiếc

【狞恶】níng'è<形>hung ác

【狞视】níngshì<动>nhìn dữ tợn

【狞笑】níngxiào<动>cười gằn; cười độc ác; cười dữ tợn

柠 níng

【柠檬】níngméng<名>❶cây chanh ❷quả chanh

【柠檬茶】níngméngchá<名>chè chanh; trà chanh

【柠檬汁】níngméngzhī<名>nước chanh

【柠檬黄】níngménghuáng❶màu vàng chanh ❷phẩm màu vàng chanh

【柠檬汽水】níngméng qìshuǐ gaz hương chanh; nước ga hương chanh

【柠檬酸】níngméngsuān<名>axít xi-tríc

凝 níng<动>❶ngưng; đông lại: 冷~ làm ngưng lạnh ❷chăm chú; mải miết; tập trung chú ý: ~思 trầm tư

【凝碧】níngbì<形>màu xanh thẫm

【凝冰器】níngbīngqì<名>dụng cụ làm băng

【凝点】níngdiǎn<名>[物理]điểm ngưng tụ

【凝冻】níngdòng<动>đông lại: 河水~ sông đóng băng

【凝固】nínggù<动>❶đông đặc; cứng lại; ngưng kết: 水~成冰。Nước đông lại thành băng. 伤口周围的血液很快~了。Máu ở các vết thương nhanh chóng đông lại. ❷(ví) bất biến; bất di bất dịch; trì trệ: 他的一番话，使会场内的气氛~了。Lời nói của ông ấy khiến bầu không khí trong hội trường như đông cứng lại.

【凝固点】nínggùdiǎn<名>điểm ngưng kết; điểm đông

【凝固剂】nínggùjì<名>chất gây ngưng kết

【凝寒】nínghán<形>giá lạnh; lạnh ngắt

【凝合】nínghé<动>ngưng kết; ngưng tụ

【凝华】nínghuá<动>[物理]ngưng tụ kết tinh

【凝灰岩】nínghuīyán<名>đá bazan (đá tạo thành từ tro núi lửa)

【凝积】níngjī<动>ngưng kết; tích tụ

【凝集】níngjí<动>đông lại; ngưng tụ; ngưng kết

【凝寂】níngjì<形>yên tĩnh; yên lặng; trống trải; vắng vẻ

【凝胶】níngjiāo<名>gel

【凝结】níngjié<动>đông lại; kết lại; ngưng kết: 湖面~起一层冰。Trên mặt hồ đóng một lớp băng.

【凝结力】níngjiélì<名>sức ngưng tụ

【凝结物】níngjiéwù<名>vật ngưng kết

【凝聚】níngjù<动>❶ngưng tụ; đọng lại: 雨后荷叶上~着露珠。Sau cơn mưa trên mặt lá sen đọng những giọt sương. ❷tập trung; ngưng tụ; kết tụ; ngưng kết: 中国改革开放的成果，~着党的几代领导人的心血。Thành tựu cải cách mở cửa của Trung Quốc ngưng kết tâm huyết các thế hệ lãnh đạo của Đảng.

【凝聚力】níngjùlì<名>❶lực dính kết ❷sức mạnh liên kết: 多开展交流活动，增强员工的~。Tổ chức nhiều hoạt động giao lưu, tăng cường sức mạnh liên kết giữa các nhân viên.

【凝练】níngliàn<形>(chữ nghĩa) cô đọng súc tích: 文字~ lời văn ngắn gọn súc tích

【凝眸】níngmóu<动>[书]chăm chú nhìn; nhìn chòng chọc: 他站在山顶上，~远望。Anh ta đứng trên đỉnh núi, chăm chú nhìn ra xa.

【凝目】níngmù<动>nhìn chằm chằm

【凝汽器】níngqìqì<名>bình ngưng; thiết bị ngưng tụ; máy ướp lạnh

【凝神】níngshén<动>tập trung tinh thần; tập trung tư tưởng; chăm chú: ~思索

chăm chú suy nghĩ; ~端详 ngắm nghía kĩ càng

【凝视】níngshì<动>nhìn chằm chằm; chăm chú nhìn: 他深情地~着自己的妻子。Anh ấy nhìn vợ đắm đuối.

【凝思】níngsī<动>suy ngẫm: 闭目~ nhắm mắt trầm tư suy ngẫm; 书上的这一段文字，让她~良久。Đoạn văn trong sách khiến cô ta suy ngẫm mãi.

【凝思默想】níngsī-mòxiǎng trầm tư mặc tưởng; suy ngẫm

【凝听】níngtīng<动>nghe chăm chú

【凝望】níngwàng<动>ngóng trông; ngóng nhìn; đăm đăm: ~窗外đăm đăm ngóng nhìn ra cửa sổ

【凝想】níngxiǎng<动>suy ngẫm: 他在~下步棋的走法。Anh ta đang suy ngẫm nước cờ tiếp theo.

【凝血病】níngxuèbìng<名>bệnh đông máu

【凝血剂】níngxuèjì<名>chất đông máu

【凝血时间】níngxuè shíjiān thời gian đông máu

【凝血药】níngxuèyào<名>thuốc làm đông máu

【凝血因子】níngxuè yīnzǐ yếu tố đông máu; thành phần đông máu

【凝血障碍】níngxuè zhàng'ài trở ngại đông máu; rối loạn đông máu

【凝脂】níngzhī<名>[书]kem ngưng tụ: 肤如~ da trắng nõn nà; 这尊玉佛的材质宛如~。Chất liệu cổ tượng Phật ngọc này như kem trắng.

【凝滞】níngzhì<动>❶ngưng trệ; trì trệ; đờ đẫn: 他目光~，怅然若失。Ánh mắt anh ta đờ đẫn như kẻ mất hồn. ❷[书]ngưng tụ

【凝重】níngzhòng<形>❶đoan trang; trang trọng ❷(âm thanh) hồn hậu; sâu lắng: 他用~的语气讲完了那个故事。Ông đã kể hết câu chuyện bằng giọng sâu lắng. ❸đậm

đặc; dày đặc; nặng nề (u ám): 天空布满~的乌云。Bầu trời bị che phủ bởi lớp mây dày đặc.

【凝瞩】níngzhǔ<动>chăm chú ngắm nhìn

【凝铸】níngzhù<名>[冶金]đúc đông đặc; đúc ngưng kết

【凝妆】níngzhuāng<名>trang điểm trang trọng

nǐng

拧 nǐng❶<动>vặn: 把瓶盖~开 vặn mở cái nắp ra ❷<形>lộn; lẫn; lẫn lộn; sai: 他把话说~了，引起哄堂大笑。Anh ấy nói lẫn lộn làm mọi người cười ầm lên. ❸<形>mâu thuẫn; va chạm; căng với nhau: 双方越说越~，最后不欢而散。Hai bên càng nói càng căng, cuối cùng đã phải bỏ mặc nhau. 另见níng, nìng

【拧咕】nǐnggu[口]❶<形>xoắn; xiên ❷<动>lệch

【拧紧】nǐngjǐn<动>❶vít ❷vặn cho chặt: ~螺丝 vặn ốc vít cho chặt

【拧开】nǐngkāi<动>mở ra; mở vặn: ~瓶盖 vặn mở nút chai

nìng

宁 nìng<副>❶thà (rằng): ~死不投降 thà chết chứ không chịu đầu hàng ❷[书]há; lẽ nào: 不为困穷~有此乎? Nếu không phải vì quá nghèo lẽ nào lại đến nông nỗi này? 另见níng

【宁等三分，不抢一秒】nìngděngsānfēn, bùqiǎngyīmiǎo thà đợi ba phút, không tranh giành một giây; chậm mà chắc, còn hơn nhanh mà ẩu (lời răn về an toàn giao thông)

【宁可】nìngkě<副>thà rằng: 与其在这儿等

N

车，~走着去。Thà đi bộ còn hơn đợi xe ở đây.

【宁可失脚，不可失言】nìngkě-shījiǎo, bùkě-shīyán thà rằng lỡ bước chứ không lỡ lời; ví hậu quả của mất lời còn nghiêm trọng hơn sảy chân sa ngã

【宁可信其有，不可信其无】nìngkě xìn qí yǒu, bùkě xìn qí wú thà tin là có còn hơn chắc mẩm là không; ví đối với những tình huống bất lợi thì nên lo xa rào trước

【宁可站着死，绝不跪着生】nìngkě zhàn- zhe sǐ, juébù guìzhe shēng thà vươn người đứng thẳng mà chết chứ quyết không quỳ gối năn xin mà sống; chết vinh còn hơn sống nhục

【宁肯】nìngkěn<副>thà: 我~自己吃点亏，也不损害朋友的情谊。Tôi thà rằng chịu thiệt thòi đôi chút chứ quyết không làm tổn hại tình bằng hữu.

【宁缺毋滥】nìngquē-wúlàn thà thiếu một chút còn hơn bừa bãi để chất lượng tồi

【宁死不屈】nìngsǐ-bùqū thà chết không khuất phục

【宁为鸡口，不为牛后】nìngwéi-jīkǒu, bùwéi-niúhòu thà làm đầu gà còn hơn làm đuôi trâu

【宁为玉碎，不为瓦全】nìngwéi-yùsuì, bùwéi-wǎquán thà làm ngọc nát còn hơn ngói lành

【宁愿】nìngyuàn<副>thà rằng: 这么热的天，我~待在家里，也不愿去逛街。Trời nóng thế này tôi thà cứ ì ở nhà chứ không đi bát phố.

佞 nìng<形>❶gian nịnh ❷[书]tài: 不~ kẻ bất tài (tự xưng một cách khiêm tốn thời xưa)

【佞臣】nìngchén<名>[书]nịnh thần

【佞人】nìngrén<名>kẻ xu nịnh; kẻ nịnh bợ; kẻ bỡ đợ

【佞笑】nìngxiào<动>cười nịnh

【佞幸】nìngxìng[书]❶<动>được sủng ái do nịnh nọt ❷<名>kẻ được sủng ái do siểm nịnh

拧 nìng<形>[方]bướng bỉnh; cứng đầu; cứng cổ: 这人很~，怎么劝也不行。Cậu ấy bướng bỉnh lắm, có khuyên thế nào cũng không được.

另见níng, nǐng

【拧种】nìngzhǒng<名>người bướng bỉnh; người cứng đầu cứng cổ

泞 nìng<名>[书]lầy lội: 道路泥~难走。Đường xá lầy lội khó đi.

【泞滑】nìnghuá<形>bùn trơn: 土路~，一不小心就会摔跤。Đường đất bùn trơn, không khéo là trượt chân ngã nhào.

niū

妞 niū<名>[方]con gái

【妞妞】niūniū<名>[方]bé gái: 她家的小~真乖。Cô bé nhà ấy ngoan lắm.

niú

牛[1] niú❶<名>con bò; con trâu ❷<形>ngoan cố: ~脾气 cứng nhắc/bướng ❸<形>[口]cừ: 他的球技真~。Kĩ thuật chơi bóng của anh ấy cừ lắm. ❹<名>sao Ngưu (một trong 28 tú) //(姓) Ngưu

牛[2] niú<量>Niu-tơn, đơn vị đo lực viết tắt là N

【牛巴】niúbā<名>thịt bò khô: 广西玉林~闻名全国。Món thịt bò khô Ngọc Lâm Quảng Tây nổi tiếng toàn quốc.

【牛百叶】niúbǎiyè<名>dạ dày bò

【牛蒡】niúbàng<名>[植物]cây ngưu bàng

【牛蒡子】niúbàngzi<名>[中药]ngưu bàng tử

【牛鼻子】niúbízi<名>❶mũi bò ❷ví những bộ phận quan trọng, then chốt

【牛脖子】niúbózi<名>❶cổ trâu ❷[方]tính bướng

【牛不喝水强按头】niú bù hē shuǐ qiáng àn tóu ví miễn cưỡng bắt làm theo

【牛车】niúchē<名>xe bò

【牛刀】niúdāo<名>dao mổ trâu: 割鸡焉用~。Làm gà đâu cần dao mổ trâu.

【牛刀小试】niúdāo-xiǎoshì ví người có tài cao mà mới chỉ làm việc vặt: 对他来说，今天的考试只是~。Đối với anh ấy thì bài thi hôm nay chỉ là một dịp thi thố tài năng nhỏ mà thôi.

【牛痘】niúdòu<名>❶bệnh đậu mùa ❷vắc-xin đậu mùa

【牛痘苗】niúdòumiáo<名>vắc-xin đậu mùa

【牛犊】niúdú<名>con bê; con nghé

【牛顿】niúdùn<量>Niu-tơn (đơn vị lực)

【牛肺疫】niúfèiyì<名>dịch viêm phổi của trâu bò

【牛粪】niúfèn<名>phân bò; phân trâu; cứt bò: ~是很好的农家肥。Phân bò là loại phân tốt của nhà nông.

【牛肝菌】niúgānjūn<名>nấm thông; bolete

【牛倌】niúguān<名>người chăn bò; người chăn trâu

【牛鬼蛇神】niúguǐ-shéshén ma trâu thần rắn; yêu ma quỷ quái; đầu trâu mặt ngựa

【牛黄】niúhuáng<名>[中药]ngưu hoàng (sỏi mật của trâu bò)

【牛角】niújiǎo<名>sừng trâu

【牛角尖】niújiǎojiān<名>mũi sừng trâu; ví chỗ bế tắc: 钻~ đi vào chỗ bế tắc

【牛筋草】niújīncǎo<名>cỏ mầu trầu

【牛劲】niújìn<名>❶sức trâu bò; công sức ❷tính tình bướng binh: 犯~ phải cái tính ngang bướng

【牛栏】niúlán<名>chuồng trâu bò

【牛郎】niúláng<名>cao bồi; trai chăn trâu

【牛郎织女】niúláng-zhīnǔ❶sao Ngưu Lang và sao Chức Nữ ❷Ngưu Lang Chức Nữ; ví vợ chồng xa cách lâu ngày: 我俩过了十年~生活，最近才团聚。Vợ chồng chúng tôi đã mười năm với cuộc sống Ngưu Lang Chức Nữ, mới chỉ đoàn tụ vào thời gian gần đây.

【牛羚】niúlíng<名>dê rừng

【牛马】niúmǎ<名>trâu ngựa; kiếp sống trâu ngựa

【牛毛】niúmáo<名>lông trâu bò; ví rất nhiều: 街头上各种小广告多如~，令人讨厌。Thật là đáng ghét, trên phố nhan nhản những tờ quảng cáo nhỏ.

【牛毛细雨】niúmáo-xìyǔ mưa phùn

【牛虻】niúméng<名>ruồi trâu; ruồi vàng

【牛奶】niúnǎi<名>sữa bò

【牛腩】niúnǎn<名>[方]nầm trâu; nầm bò: 这碗~粉味道真好。Bát phở thịt bò nầm ngon tuyệt.

【牛排】niúpái<名>miếng thịt bò lớn và dày; miếng thịt bò dày để nướng; món bít tết

【牛棚】niúpéng<名>chuồng bò

【牛皮】niúpí❶<名>da bò ❷<名>lời nói khoác lác: 喜欢吹~ tính hay khoác lác ❸<形>dai

【牛皮大王】niúpí dàwáng người khoe khoang; kẻ khoác lác: 他是个~，说话经常言过其实。Anh ấy hay nói quá, thích khoác lác.

【牛皮糖】niúpítáng<名>kẹo hồng; kẹo kéo

【牛皮癣】niúpíxuǎn<名>bệnh vảy nến: ~很难治愈。Bệnh vảy nến rất khó chữa trị.

【牛皮纸】niúpízhǐ<名>giấy dai bọc hàng; giấy xi măng

【牛脾气】niúpíqi<名>tính ương bướng

【牛气】niúqì<形>[口]❶ngạo mạn: 他真~，总自以为比别人高明。Ông ấy ngạo mạn

lắm, bao giờ cũng tưởng là mình phải hơn người khác. ❷hùng hồn

【牛肉】niúròu<名>thịt bò

【牛肉干】niúròugān<名>thịt bò khô

【牛肉面】niúròumiàn<名>mì thịt bò

【牛舌鱼】niúshéyú<名>cá bơn

【牛虱】niúshī<名>rận trâu; chấy trâu

【牛市】niúshì<名>thị trường cổ phiếu lạc quan, giao dịch sôi động: 股票市场好不容易才盼来~。Chật vật lắm thị trường cổ phiếu mới bước vào giai đoạn giao dịch sôi động.

【牛溲马勃】niúsōu-mǎbó nước đái trâu, mồ hôi ngựa; ví những thứ tuy xoàng xĩnh nhưng cũng có ích

【牛头刨床】niútóu bàochuáng máy bào đầu trâu

【牛头不对马嘴】niútóu bù duì mǎzuǐ ông nói gà bà nói vịt; trống đánh ngược kèn thổi xuôi; râu ông nọ cắm cằm bà kia; lộn xộn kém lô-gic

【牛头马面】niútóu-mǎmiàn đầu trâu mặt ngựa

【牛蛙】niúwā<名>ếch trâu; ếch Cuba

【牛尾】niúwěi<名>đuôi bò

【牛尾鱼】niúwěiyú<名>cá bẹt (như cá bơn)

【牛瘟】niúwēn<名>dịch trâu bò

【牛膝】niúxī<名>[中药]ngưu tất

【牛心柿】niúxīnshì<名>quả hồng tim bò

【牛鞅】niúyàng<名>dụng cụ để bò kéo xe gắn vào cổ trâu bò; ách

【牛饮】niúyǐn<动>[书]uống ừng ực

【牛蝇】niúyíng =【牛虻】

【牛油】niúyóu<名>bơ

【牛仔】niúzǎi<名>cao bồi

【牛仔布】niúzǎibù<名>vải bông chéo; vải bò

【牛仔裤】niúzǎikù<名>quần bò: 年轻人喜欢穿~。Các bạn trẻ thích mặc chiếc quần

bò.

【牛仔帽】niúzǎimào<名>mũ cao bồi

【牛脂】niúzhī<名>mỡ bò

niǔ

扭 niǔ❶<动>ngoảnh; quay; xoay: ~过头 quay đầu ❷<动>vặn: ~断铁丝 vặn đứt dây thép ❸<动>sái; treo: ~了腰 bị sái lưng ❹<动>vặn vẹo; uốn éo: ~秧歌 nhảy điệu Ương ca ❺<动>túm; bắt: 打~túm đánh ❻<形>cong; vẹo

【扭摆】niǔbǎi<动>lắc lư: 跟着舞曲~ lắc lư theo điệu múa

【扭秤】niǔchèng<名>cân xoắn

【扭打】niǔdǎ<动>vật lộn; vật nhau: 两人~在一起。Hai người đánh lộn lẫn nhau.

【扭搭】niǔda<动>[口]đi lắc lư; uốn éo

【扭动】niǔdòng<动>lắc lư; uốn éo: 她走路故意~着腰身。Cô ấy cố tình đi õng ẹo.

【扭夺】niǔduó<动>[体育]xoắn thắng

【扭干】niǔgān<动>vắt khô: 请把衣服~再晾晒。Hãy vắt khô quần áo rồi mới đem ra phơi.

【扭杆】niǔgǎn<名>[机械]thanh xoắn

【扭角羚】niǔjiǎolíng<名>con linh ngưu

【扭结】niǔjié<动>❶xoắn vào nhau: 他把绳子~在一起。Anh ấy xoắn sợi dây thừng vào nhau. ❷túm chặt nhau

【扭亏为盈】niǔkuī-wéiyíng chuyển lỗ thành lãi: 采取了一系列有效措施后，公司终于~。Sau khi áp dụng một loạt các biện pháp hiệu quả, công ti đã chuyển lỗ thành lãi.

【扭亏增盈】niǔkuī-zēngyíng chuyển lỗ thành lãi

【扭力】niǔlì<名>sức xoắn

【扭捏】niǔnie❶<动>đi õng ẹo ❷<形>ngại ngùng; e dè; ngập ngừng

【扭捏作态】niŭnie-zuòtài làm bộ nũng nịu

【扭扭捏捏】niŭniŭniēniē nũng nịu; ngập ngừng; e dè: 你就大大方方地上台表演，别~的。Em cứ mạnh dạn lên sân khấu biểu diễn, không việc gì phải e dè, ngập ngừng.

【扭曲】niŭqū<动>❶cong queo: ~变形 cong queo biến hình biến dạng ❷bóp méo: ~人性 bóp méo nhân tính

【扭伤】niŭshāng<动>bị trẹo: ~手腕 bị trẹo cổ tay

【扭送】niŭsòng<动>giải; áp tải; tội phạm bị giải đến cơ quan tư pháp để xử lí: 群众把小偷~到了派出所。Quần chúng đã tóm cổ tên trộm giải đến đồn công an.

【扭头】niŭtóu<动>❶ngoảnh đầu; ngoảnh mặt; quay người ❷quay đầu; xoay người: 他见到了死对头，~就走。Gặp phải kẻ thù không thể hòa giải, anh ấy quay đầu bỏ đi.

【扭秧歌】niŭ yāngge múa Ương ca (một loại điệu múa dân gian Trung Quốc): 这里的人们喜欢~。Người dân ở đây rất thích nhảy điệu Ương ca.

【扭转】niŭzhuǎn<动>❶quay; xoay: ~头离开 quay đầu rời đi ❷xoay chuyển; thay đổi; cải biến: ~不利局面 xoay chuyển cục diện bất lợi

【扭转局面】niŭzhuǎn júmiàn xoay chuyển tình thế

【扭转乾坤】niŭzhuǎn qiánkūn xoay chuyển đất trời; xoay chuyển tình hình; xoay chuyển càn khôn

忸niŭ

【忸怩】niŭní<形>ngượng nghịu; bẽn lẽn: 她~了大半天，才说出一句话来。Cô ấy ngượng nghịu mãi rồi mới nói được một câu.

纽niŭ❶<名>núm; tay cầm: 秤~ dây cầm cân

❷<名>cúc; khuy; nút (áo) ❸<动>buộc; nối ❹<名>quả (vừa kết trái) //(姓) Nữu, Nựu

【纽带】niŭdài<名>dây thắt; sợi dây gắn bó: 孩子是增进夫妻感情的~。Con cái là dải lụa gắn bó tình cảm vợ chồng.

【纽结】niŭjié<名>cái nút

【纽扣】niŭkòu<名>cái khuy; cái cúc

【纽扣式电池】niŭkòushì diànchí pin nút

【纽襻】niŭpàn<名>vòng nút; khuyết áo

【纽眼】niŭyǎn<名>[口]mắt nút

【纽子】niŭzi<名>[方]cúc; khuy

钮niŭ<名>❶cái cần; cái khuy ❷nút bấm; công tắc //(姓) Nữu

niù

拗niù<形>cộc cằn; bướng; ngoan cố: 这个孩子脾气很~。Cậu bé này tính rất bướng. 另见ǎo, ào

【拗不过】niùbuguò không bẻ nổi; không xoay chuyển được (sự cố chấp của người khác)

【拗劲】niùjìn<名>cứng đầu; cứng đờ; tính ngang ngược

nóng

农nóng<名>❶nông nghiệp: 务~ làm nghề nông ❷nông dân: 菜~ người nông dân trồng rau //(姓) Nông

【农本】nóngběn<名>❶nền tảng của nông nghiệp ❷vốn để sản xuất nông nghiệp

【农产品】nóngchǎnpǐn<名>nông phẩm; sản phẩm nông nghiệp: 中国的~十分丰富。Sản phẩm nông nghiệp của Trung Quốc hết sức dồi dào.

【农产品加工】nóngchǎnpǐn jiāgōng chế biến nông sản

【农产区】nóngchǎnqū<名>khu vực sản

N

xuất nông nghiệp

【农场】nóngchǎng<名>nông trường

【农场主】nóngchǎngzhǔ<名>chủ nông trường

【农村】nóngcūn<名>nông thôn

【农村合作医疗制度】nóngcūn hézuò yīliáo zhìdù chế độ hợp tác khám chữa bệnh ở nông thôn

【农村户口】nóngcūn hùkǒu hộ khẩu nông thôn

【农村经济】nóngcūn jīngjì kinh tế nông thôn

【农村剩余劳动力】nóngcūn shèngyú láodònglì sức lao động dư thừa ở nông thôn

【农村信用合作社】nóngcūn xìnyòng hézuòshè hợp tác xã tín dụng nông thôn

【农夫】nóngfū<名>[旧]người nông dân; người làm ruộng; dân cày; thợ cày

【农妇】nóngfù<名>nông phụ; người phụ nữ làm nghề nông

【农副产品】nóngfù chǎnpǐn các loại nông sản và phụ phẩm

【农副业】nóngfùyè<名>nông nghiệp và nghề phụ ở nông thôn

【农耕】nónggēng<动>canh tác; cấy cày: 不事~ không làm nghề nông

【农工】nónggōng<名>❶nông dân và công nhân: 辅助~ nâng đỡ cho nông dân và công nhân ❷công nhân nông nghiệp

【农户】nónghù<名>nông hộ

【农会】nónghuì<名>hiệp hội nông dân

【农活儿】nónghuór<名>việc đồng áng; việc cấy cày: 他的~做得很棒。Anh ấy rất sành sỏi việc đồng áng.

【农机】nóngjī<名>máy móc nông nghiệp: ~工业 ngành công nghiệp chế tạo máy nông nghiệp

【农家】¹nóngjiā<名>Nông gia (một trường phái nông học trước đời Tần)

【农家】²nóngjiā<名>nhà nông

【农家饭】nóngjiāfàn<名>cơm nước nhà nông

【农家肥】nóngjiāféi<名>phân bón xanh; phân nhà nông (gồm các loại phân bón hữu cơ như phân xanh, phân chuồng...)

【农家乐】nóngjiālè<名>du lịch sinh thái; du lịch nông thôn: 旅行社推出了~休闲旅游项目。Công ti du lịch đưa ra dịch vụ du lịch sinh thái nông thôn.

【农家子弟】nóngjiā zǐdì con em nông dân: 现在越来越多的~进入到城市读书和谋生。Giờ đây ngày càng nhiều con em nông dân vào thành phố học hành và làm việc.

【农具】nóngjù<名>nông cụ

【农科院】nóngkēyuàn<名>viện khoa học nông nghiệp

【农垦】nóngkěn<动>kinh doanh nông nghiệp; nông khẩn; khuyến nông: ~事业 sự nghiệp khuyến nông

【农历】nónglì<名>❶nông lịch; âm lịch ❷sách lịch sử dụng trong nông nghiệp

【农林牧副渔】nóng-lín-mù-fù-yú nông nghiệp-lâm nghiệp-chăn nuôi-nghề phụ và ngư nghiệp: 我县的目标是~全面发展。Mục tiêu của huyện ta là thực hiện sự phát triển toàn diện về nông lâm ngư nghiệp, chăn nuôi và nghề phụ.

【农林院校】nónglín yuànxiào các trường đại học và cao đẳng nông nghiệp và lâm nghiệp

【农忙】nóngmáng<名>ngày mùa

【农贸市场】nóngmào shìchǎng chợ nông sản

【农民】nóngmín<名>nông dân

【农民工】nóngmíngōng<名>những người nông dân làm thuê trong thành thị

【农民企业家】nóngmín qǐyèjiā chủ xí nghiệp nông dân

【农膜】nóngmó<名>màng nông nghiệp

【农牧经济】nóngmù jīngjì　kinh tế nông nghiệp và chăn nuôi

【农牧区】nóngmùqū<名>vùng nông nghiệp và chăn nuôi; khu nuôi trồng

【农牧业】nóngmùyè<名>ngành nông nghiệp và chăn nuôi

【农奴】nóngnú<名>nông nô

【农舍】nóngshè<名>nhà ở của nông dân

【农时】nóngshí<名>thời vụ: 不误~ không lỡ thời vụ

【农事】nóngshì<名>việc đồng áng; việc nhà nông

【农田】nóngtián<名>đồng ruộng: ~基本建设 xây dựng cơ bản đồng ruộng

【农田水利】nóngtián shuǐlì　công trình thủy lợi nông nghiệp

【农闲】nóngxián<名>nông nhàn; thời kì rỗi sau vụ thu hoạch: ~季节 mùa rỗi; 利用~兴修水利 lợi dụng thời điểm nông nhàn để tu sửa các công trình thủy lợi

【农学】nóngxué<名>nông học

【农学家】nóngxuéjiā<名>nhà nông học

【农谚】nóngyàn<名>ngạn ngữ nông nghiệp

【农药】nóngyào<名>thuốc trừ sâu

【农药残留物】nóngyào cánliúwù　thuốc trừ sâu tồn đọng lại

【农药污染】nóngyào wūrǎn　ô nhiễm thuốc trừ sâu

【农药中毒】nóngyào zhòngdú　ngộ độc thuốc trừ sâu

【农业】nóngyè<名>nông nghiệp

【农业产业化】nóngyè chǎnyèhuà　ngành nghề hóa nông nghiệp

【农业国】nóngyèguó<名>nước nông nghiệp

【农业区】nóngyèqū<名>khu vực nông nghiệp

【农业人口】nóngyè rénkǒu　dân số nông nghiệp

【农业税】nóngyèshuì<名>thuế nông nghiệp

【农艺师】nóngyìshī<名>kĩ sư nông nghiệp

【农艺学】nóngyìxué<名>nông nghệ học

【农用】nóngyòng<形>dùng trong nông nghiệp; hướng nông

【农用车】nóngyòngchē<名>xe nông nghiệp

【农运会】nóngyùnhuì<名>đại hội thể dục thể thao nông dân

【农转非】nóngzhuǎnfēi　từ hộ khẩu nông dân chuyển thành hộ khẩu thành thị

【农庄】nóngzhuāng<名>❶thôn trang ❷trang trại nông nghiệp

【农作物】nóngzuòwù<名>cây nông nghiệp

哝 nóng

【哝哝】nóngnong<动>thì thầm; thỏ thẻ; thủ thỉ

浓 nóng<形>❶đặc; đậm đặc ❷màu thẫm ❸nồng hậu; nồng nàn // (姓) Nồng

【浓春】nóngchūn<名>cuối xuân

【浓淡】nóngdàn<名>đậm đặc và thanh nhạt; thanh đậm

【浓度】nóngdù<名>nồng độ: 硫酸~ nồng độ a-xít sunfuric

【浓厚】nónghòu<形>❶(mây, khói) dày đặc: ~的乌云 mây đen dày đặc ❷(màu sắc, bầu không khí) đậm; nồng nàn: ~的节日气氛 bầu không khí ngày tết nồng nàn ❸(hứng thú) lớn: 他对学写毛笔字有~的兴趣。Anh ấy rất hứng thú tập viết bút lông.

【浓积云】nóngjīyún<名>mây tích dày đặc

【浓集】nóngjí<动>tập trung; ép; nén

【浓烈】nóngliè<形>mạnh, nồng nàn: 酒味~ sặc mùi rượu; ~的柚子香 hương bưởi thơm nồng

【浓眉】nóngméi<名>mày rậm: 这是一个~大眼的帅哥。Anh chàng điển trai mắt to

N

mày rậm.

【浓密】nóngmì<形>rậm; dày đặc: 一头~的秀发 bộ tóc dày mượt mà

【浓墨重彩】nóngmò-zhòngcǎi đầy màu sắc; rực rỡ; sáng giá: 他给自己的人生写下了~的一笔。Anh ấy đã ghi vào trang sử của mình một nội dung sáng giá.

【浓缩】nóngsuō<动>❶sắc; cô lại (cho đặc): 把甘蔗汁~成糖浆。Cô nước mía thành mật. ❷chưng; lọc: ~铀反应堆 lò phản ứng cô đặc Urani

【浓雾】nóngwù<名>sương mù dày đặc: ~中开车必须开雾灯。Cần phải bật đèn sương vào lúc sương mù dày đặc.

【浓香】nóngxiāng<形>hương thơm nồng nàn

【浓烟】nóngyān<名>khói lửa dày đặc: 火灾现场上空~滚滚。Khói lửa dày đặc trên vùng trời khu vực bị hỏa hoạn.

【浓艳】nóngyàn<形>đậm đà rực rỡ

【浓阴】nóngyīn<名>bóng râm; bóng mát: 大树底下一片~。Dưới gốc cây to là cả mảng bóng râm lớn.

【浓郁】nóngyù<形>❶sực nức; ngào ngạt: ~的香气 mùi thơm ngào ngạt ❷đậm đà: 电影《刘三姐》充满了~的民族气息。Bộ phim *Chị Ba Lưu* đậm đà sắc thái dân tộc. ❸um tùm ❹(hứng) nồng

【浓挚】nóngzhì<形>chân tình thắm thiết

【浓重】nóngzhòng<形>dày đặc; ngan ngát: 桂花散发出~的香气。Hương hoa quế ngan ngát cả không gian.

【浓妆】nóngzhuāng❶<动>trang điểm đậm ❷<名>kiểu trang điểm rất đậm

【浓妆艳抹】nóngzhuāng-yànmǒ trang điểm lộng lẫy; trang điểm rực rỡ: 参加晚会的女孩子个个都是~。Các cô gái tham dự dạ hội đều trang điểm lộng lẫy.

脓 nóng<名>mù: 伤口化~ vết thương bị mưng mủ

【脓包】nóngbāo<名>❶mụn mủ ❷kẻ vô dụng: 他是个一事无成的~。Hắn ta là kẻ bất tài vô dụng.

【脓疮】nóngchuāng<名>nhọt

【脓尿】nóngniào<名>mủ niệu; đái mủ

【脓胸】nóngxiōng<名>áp xe phổi

【脓血】nóngxuè<名>mủ máu

【脓肿】nóngzhǒng<名>sự mưng mủ: 他的肝脏形成~。Gan của ông ấy đã bị mưng mủ./Ông ấy đã bị áp xe gan.

nòng

弄 nòng<动>❶chơi; nghịch: 这小家伙在~什么呢？Con bé đang chơi gì vậy? ❷làm; xử lí: 我~饭去了。Tôi đi làm cơm. 这件事必须~好。Việc này cần phải xử lí cho tốt. ❸lấy; kiếm: 给我~张足球票。Hãy kiếm cho tôi một vé bóng đá. ❹giở: ~手段 giở thủ đoạn

另见lòng

【弄潮儿】nòngcháo'ér<名>❶người thanh niên vật lộn với nước thủy triều; người lái thuyền ❷người tiên phong; người dám đương đầu với nguy hiểm: 时代的~ người tiên phong của thời đại

【弄臣】nòngchén<名>quyền thần

【弄错】nòngcuò<动>hiểu nhầm; làm sai: 别~时间了。Anh đừng có làm sai giờ nhé.

【弄饭】nòngfàn<动>nấu cơm: 妈妈正在厨房~。Mẹ đang làm cơm dưới bếp.

【弄鬼】nòngguǐ<动>[方]nghịch ngầm; giở trò ma lanh: 他就喜欢装神~。Anh ấy chỉ thích nghịch quỷ nghịch ma.

【弄好】nònghǎo<动>làm tốt; làm xong

【弄坏】nònghuài<动>làm hỏng; làm xấu đi: 谁把我的电脑~了？Ai đã làm hỏng máy vi tính của tôi?

【弄假】nòngjiǎ<动>làm giả

【弄假成真】nòngjiǎ-chéngzhēn đùa hóa thật; làm giả hóa thật: 别人还以为是闹着玩的，没想到他俩~了。Mọi người cứ tưởng là chuyện đùa, ai ngờ cặp ấy đã làm giả hóa thật.

【弄僵】nòngjiāng<动>làm căng thẳng; làm đình trệ; đưa đến bế tắc: 在工作中不要和同事把关系~。Trong công tác không nên làm căng thẳng quan hệ với các bạn đồng nghiệp.

【弄巧成拙】nòngqiǎo-chéngzhuō biến khéo thành vụng; chữa lợn lành thành lợn què

【弄清】nòngqīng<动>làm rõ; làm sáng tỏ: 我们要~事实真相。Chúng ta cần làm rõ chân tướng sự thật.

【弄权】nòngquán<动>[书]lộng quyền

【弄手脚】nòng shǒujiǎo giở trò: 在这件事情上他肯定~了。Chắc là ông ấy đã giở trò trong vụ việc này.

【弄死】nòngsǐ<动>làm chết; giết chết: 小孩子把金鱼~了。Cậu bé đã làm chết con cá vàng rồi.

【弄通】nòngtōng<动>làm cho rõ

【弄虚作假】nòngxū-zuòjiǎ dối trá gạt người: 统计工作绝不能~。Công tác thống kê tuyệt đối không cho phép dối trá.

【弄脏】nòngzāng<动>làm bẩn

nú

奴 nú❶<名>nô lệ; tôi tớ: 农~ nông nô ❷<名>[旧](tự xưng của phụ nữ) thiếp: ~家 tì thiếp ❸<动>nô dịch; sai khiến như nô lệ: ~役 nô dịch ❹<名>ẩn dụ bởi phải trả nợ mà mất đi tự do và tự chủ như nô tì: 房~ nô tì nhà ở (vì phải trả góp mà trở thành con nợ)

奴婢】núbì<名>nô tì

【奴才】núcai<名>❶gia nô; đầy tớ ❷nô tì; kẻ cam tâm làm đầy tớ cho người khác

【奴才相】núcaixiàng<名>tướng đầy tớ; dáng khúm núm: 他天生一副~。Hắn có dáng bộ khúm núm bẩm sinh.

【奴化】núhuà<动>nô hóa; nô dịch hóa: ~教育 giáo dục nô dịch hóa

【奴隶】núlì<名>nô lệ

【奴隶主】núlìzhǔ<名>chủ nô lệ

【奴隶社会】núlì shèhuì xã hội nô lệ

【奴仆】núpú<名>[旧]nô bộc; đầy tớ; người hầu

【奴性】núxìng<名>tính nô lệ; tính hèn hạ: ~十足的小人 bọn tiểu nhân hèn hạ

【奴颜婢膝】núyán-bìxī vào luồn ra cúi; uốn gối khom lưng

【奴颜媚骨】núyán-mèigǔ xu nịnh; khúm núm

【奴子】núzi<名>[书]con cháu nô lệ

驽 nú[书]❶<名>con ngựa tồi ❷<形>bất tài

【驽钝】núdùn<形>[书]đần độn; ngu đần

【驽马】númǎ<名>[书]ngựa tồi

nǔ

努 nǔ<动>❶gắng (sức): ~力 gắng sức ❷lồi ra; dẩu lên: ~眼睛 mắt lồi ra ❸[方]lả đi (vì mệt)

【努力】nǔlì❶<动>nỗ lực: 大家再~一把。Mọi người gắng lên chút nữa. ❷<形>cố gắng: 他学习很~。Anh ấy học hành rất cố gắng.

【努嘴】nǔzuǐ<动>giàu mồm: 奶奶直~，让他不要往下说。Bà cứ giàu mồm ngăn không cho cậu ấy nói tiếp.

弩 nǔ<名>cái nỏ: 剑拔~张 vung kiếm căng nỏ

【弩弓】nǔgōng<名>cái nỏ

【弩机】nǔjī<名>nỏ

【弩箭】nǔjiàn<名>mũi tên dùng để bắn nỏ

N

【弩炮】nǔpào〈名〉pháo nỏ

【弩手】nǔshǒu〈名〉lính nỏ

胬 nǔ

【胬肉】nǔròu〈名〉[中医]màng thịt; mộng thịt (ở mắt); đục nhân mắt

nù

怒 nù❶〈动〉phẫn nộ: 无比愤~ vô cùng phẫn nộ ❷〈形〉(khí thế) bừng bừng; dữ dội: ~潮 làn sóng phẫn nộ

【怒不可遏】nùbùkě'è giận không nén được: 得知男朋友移情别恋，她~。Cô ấy không nén nổi cơn giận khi biết bạn trai đã đi với người khác.

【怒潮】nùcháo〈名〉❶nước triều lên dữ dội; ví phong trào như triều dâng thác đổ ❷ngọn triều đột dâng

【怒叱】nùchì〈动〉trách mắng thậm tệ

【怒斥】nùchì〈动〉quở mắng: ~叛徒 quở mắng tên phản bội

【怒冲冲】nùchōngchōng hầm hầm; giận giữ; đùng đùng nổi giận: 他~地离开了家。Anh ấy nổi giận hầm hầm rời khỏi nhà.

【怒发冲冠】nùfà-chōngguān giận dữ đến dựng tóc; nỗi căm phẫn bừng bừng

【怒放】nùfàng〈动〉nở rộ: 春天，各种花儿争相~。Mùa xuân muôn loài hoa nở rộ.

【怒号】nùháo〈动〉gào thét: 狂风~。Cơn cuồng phong gào thét dữ dội.

【怒吼】nùhǒu〈动〉gầm thét; hét lên: 我们的战士~着向前冲。Chiến sĩ ta hét lên lao mình về phía trước.

【怒火】nùhuǒ〈名〉giận; tức giận: 压不住心头~ không nén nổi cơn giận trong lòng

【怒火中烧】nùhuǒ-zhōngshāo tức giận; thịnh nộ: 小人的卑劣行径，使他~。Hành vi đê tiện của kẻ tiểu nhân khiến anh ta nổi

cơn thịnh nộ.

【怒骂】nùmà〈动〉mắng chua chát

【怒目】nùmù❶〈动〉trợn mắt: ~而视 trợn trừng đôi mắt ❷〈名〉quắc mắt: ~圆睁 quắc mắt nhìn thẳng

【怒目切齿】nùmù-qièchǐ tức giận nghiến răng

【怒气】nùqì〈名〉nộ khí; phẫn nộ; vẻ giận dữ

【怒气冲冲】nùqì-chōngchōng giận dữ vô cùng

【怒气冲天】nùqì-chōngtiān phẫn nộ bừng bừng; nổi cơn thịnh nộ; căm phẫn ngút trời

【怒气填胸】nùqì-tiánxiōng giận ngút trời; tức nghẹt cổ họng

【怒容】nùróng〈名〉mặt hầm hầm; vẻ mặt giận dữ: ~满面 khuôn mặt hầm hầm giận dữ

【怒色】nùsè〈名〉sắc mặt giận dữ: 面带~ sắc mặt giận dữ

【怒视】nùshì〈动〉nhìn giận dữ; nhìn hầm hầm: 横眉~ lông mày dựng ngược, trừng mắt giận dữ

【怒涛】nùtāo〈名〉sóng cồn; sóng dữ: ~拍岸 lớp lớp sóng dữ xô dập vào bờ

【怒形于色】nùxíngyúsè lộ vẻ tức giận

nǔ

女 nǚ❶〈形〉gái; nữ; đàn bà; nữ giới: ~学生 học sinh nữ/nữ sinh ❷〈名〉con gái: 独女 cô con một ❸〈名〉sao Nữ (một trong 28 tú)

【女伴】nǚbàn〈名〉bạn gái

【女扮男装】nǚbàn-nánzhuāng nữ cải trang nam; nữ đóng vai nam: 她~，瞒过了敌人的眼睛。Cô ấy cải trang thành nam giới và đã che được mắt địch.

【女傧相】nǚbīnxiàng〈名〉phù dâu

【女兵】nǚbīng〈名〉nữ quân nhân: 各国的~越来越多。Nữ quân nhân các nước

ngày càng đông.

【女厕所】nǚcèsuǒ<名>nhà xí nữ; phòng vệ sinh nữ

【女车】nǚchē<名>xe nữ

【女大当嫁】nǚdàdāngjià gái đến tuổi nên lấy chồng

【女大十八变】nǚ dà shíbā biàn con gái càng đến tuổi trưởng thành thì càng thay đổi từ hình dáng, khuôn mặt đến tính cách

【女单】nǚdān<名>đơn nữ: ~比赛很激烈。Trận thi môn đơn nữ diễn ra rất quyết liệt.

【女低音】nǚdīyīn<名>giọng nữ trầm: 她是~。Chị ấy thuộc giọng nữ trầm.

【女丁】nǚdīng<名>con gái: 他们家~多过男丁。Nhà ấy con gái nhiều hơn con trai.

【女儿】nǚ'ér<名>con gái: 她生了一对双胞胎~。Chị ấy đã sinh đôi hai con gái.

【女儿国】nǚ'érguó<名>nước Nữ nhi

【女儿酒】nǚ'érjiǔ<名>rượu con gái

【女二号】nǚ'èrhào<名>vai nữ chính số hai

【女犯人】nǚfànrén<名>nữ tù nhân

【女方】nǚfāng<名>phía nhà gái: ~不同意庭外和解。Bên nhà gái không chấp nhận hòa giải ngoài tòa án.

【女飞行员】nǚfēixíngyuán nữ phi công: ~越来越多。Số nữ phi công ngày càng đông thêm.

女服务员】nǚfúwùyuán nhân viên phục vụ nữ; cô phục vụ; nữ tiếp viên: 这里的~都很漂亮。Các nữ tiếp viên ở đây đều rất xinh.

女高音】nǚgāoyīn<名>giọng nữ cao

女工】nǚgōng<名>❶nữ công nhân ❷[旧]người làm mướn nữ

女红】nǚgōng<名>[书]việc may vá; thêu thùa: 妈妈从小教她学习~。Mẹ đã dạy cho em ấy việc may vá thêu thùa ngay từ tấm bé.

【女孩儿】nǚháir<名>con gái

【女孩子】nǚháizi<名>con gái: ~谁不爱漂亮。Con gái thì ai mà chẳng thích đẹp.

【女皇】nǚhuáng<名>nữ hoàng; bà hoàng

【女家】nǚjiā<名>bên nhà gái: ~不在本市。Bên nhà gái không phải là người thành phố này.

【女监】nǚjiān<名>trại giam nữ

【女将】nǚjiàng<名>nữ tướng

【女杰】nǚjié<名>nữ kiệt

【女界】nǚjiè<名>nữ giới

【女眷】nǚjuàn<名>gia quyến nữ

【女角】nǚjué<名>vai nữ

【女裤】nǚkù<名>quần nữ

【女篮】nǚlán<名>bóng rổ nữ

【女郎】nǚláng<名>cô gái; cô nàng: 摩登~ cô gái modern

【女里女气】nǚlinǚqì ví nói năng và hành vi của người đàn ông giống hệt như đàn bà

【女流】nǚliú<名>nữ lưu; đàn bà (có ý khinh miệt): ~之辈 đám đàn bà

【女能人】nǚnéngrén<名>phụ nữ có tài: 她是远近闻名的养猪~。Chị ấy là người phụ nữ năng nổ trong nghề nuôi lợn đã nổi tiếng gần xa.

【女排】nǚpái<名>bóng chuyền nữ: 中国~曾经获得过五连冠。Đội bóng chuyền nữ Trung Quốc đã từng năm lần liên tục giật giải quán quân thế giới.

【女朋友】nǚpéngyou<名>bạn gái

【女仆】nǚpú<名>nữ giúp việc

【女气】nǚqì<形>(ví một người đàn ông hay cách xử sự của anh ta) giống như một người đàn bà; không mang tính đàn ông: 这个男演员走路很~。Dáng đi của vai nam ấy giống hệt như đàn bà.

【女强人】nǚqiángrén<名>đàn bà có nhiều năng lực, quyền lực hoặc ảnh hưởng: 英国前首相撒切尔夫人是个~。Cựu Thủ tướng

N

Anh bà Thát-chơ được tôn là một người đàn bà có đầy quyền lực và ảnh hưởng.

【女墙】nǚqiáng〈名〉[建筑]nữ tường; tường thấp

【女权】nǚquán〈名〉nữ quyền; quyền lợi phụ nữ: 尊重~ tôn trọng quyền lợi phụ nữ

【女权运动】nǚquán yùndòng phong trào nữ quyền: ~规模越来越大。Quy mô phong trào nữ quyền ngày càng rầm rộ.

【女权主义】nǚquán zhǔyì chủ nghĩa nữ quyền

【女人】nǚrén〈名〉phụ nữ; đàn bà

【女人】nǚren〈名〉[口]vợ: 他在家爱听~的话。Ở nhà thì ông ấy luôn nghe theo lời vợ.

【女人味】nǚrénwèi〈名〉tính nết đàn bà: 她很有~。Chị ấy rất đàn bà.

【女色】nǚsè〈名〉nữ sắc; sắc đẹp của phụ nữ: 他经不起~的引诱。Ông ấy không chống nổi sự cám dỗ của sắc đẹp.

【女神】nǚshén〈名〉nữ thần

【女生】nǚshēng〈名〉❶học sinh nữ; nữ sinh: ~宿舍 kí túc xá nữ sinh ❷thiếu nữ

【女声】nǚshēng〈名〉giọng nữ

【女声独唱】nǚshēng dúchàng đơn ca nữ

【女声合唱】nǚshēng héchàng đồng ca nữ

【女士】nǚshì〈名〉nữ sĩ: ~优先是绅士风度的体现。Ưu tiên phụ nữ là sự thể hiện phong cách của thân sĩ.

【女式】nǚshì〈形〉kiểu phụ nữ: ~摩托车 xe máy (kiểu) nữ

【女双】nǚshuāng〈名〉đôi nữ: 她们参加乒乓球~比赛。Họ tham gia trận đấu bóng bàn môn đôi nữ.

【女同性恋者】nǚtóngxìngliànzhě đồng tính luyến ái nữ

【女童】nǚtóng〈名〉bé gái

【女娲】Nǚwā〈名〉Nữ Oa: ~补天 Nữ Oa vá trời

【女王】nǚwáng〈名〉nữ vương

【女为悦己者容】nǚ wèi yuèjǐzhě róng người phụ nữ trang điểm để người hâm mộ mình thưởng thức

【女巫】nǚwū〈名〉bà đồng; bà cốt; bà mo

【女校】nǚxiào〈名〉trường nữ

【女性】nǚxìng〈名〉❶nữ tính: ~特有的温柔 sự thùy mị độc đáo của giới nữ tính ❷phụ nữ: 已婚~ phụ nữ đã kết hôn

【女婿】nǚxu〈名〉❶con rể ❷[方]chồng

【女演员】nǚyǎnyuán〈名〉diễn viên nữ

【女一号】nǚyīhào〈名〉nữ vai chính

【女英雄】nǚyīngxióng〈名〉nữ anh hùng: 她是真正的~。Chị ấy thực sự là một nữ anh hùng.

【女婴】nǚyīng〈名〉bé gái sơ sinh

【女佣】nǚyōng〈名〉người giúp việc nữ: 他们家请~打理家务。Nhà ấy đã mướn cô gái về giúp việc.

【女优】nǚyōu〈名〉[旧]nữ diễn viên

【女友】nǚyǒu =【女朋友】

【女运动员】nǚyùndòngyuán vận động viên nữ

【女招待】nǚzhāodài〈名〉[旧]nữ tiếp viên: 她年轻的时候做过~。Thời trẻ chị ấy đã từng làm nữ tiếp viên.

【女贞】nǚzhēn〈名〉[植物]cây râm; cây thủy lạp; nữ trinh

【女贞子】nǚzhēnzi〈名〉[中药]nữ trinh tử

【女职工】nǚzhígōng〈名〉công nhân viên nữ; nữ công nhân viên: ~今天下午集中看电影。Chiều nay công nhân viên chức nữ tập trung đi xem phim.

【女中豪杰】nǚzhōng-háojié nữ anh hùng; nữ hào kiệt: 她是大家公认的~。Chị ấy là nữ hào kiệt được mọi người công nhận.

【女中音】nǚzhōngyīn〈名〉giọng nữ trung

【女主角】nǚzhǔjué〈名〉vai chính nữ: 她出演该片的~。Cô ấy là vai chính nữ của bộ phim.

【女主人】nǚzhǔrén<名>bà chủ nhà: 大家都感觉~很热情好客。Mọi người đều cảm thấy bà chủ nhà rất nhiệt tình mến khách.

【女主人公】nǚzhǔréngōng vai chính nữ

【女装】nǚzhuāng<名>nữ trang; quần áo phụ nữ: 这家商店只卖~。Cửa hàng này chỉ bán phục trang phụ nữ.

【女子】nǚzǐ<名>nữ tử; phụ nữ: 谁说~不如男? Ai dám nói phụ nữ không bằng đàn ông?

【女足】nǚzú<名>bóng đá nữ

钕nǚ<名>[化学]Neođym (kí hiệu: Nd)

nù

恧nù<形>[书]thẹn thùng; xấu hổ

nuǎn

暖nuǎn❶<形>ấm; ấm áp: 冬~夏凉 mùa hè mát mẻ, mùa đông ấm áp ❷<动>hâm nóng; sưởi ấm: 她~了~孩子的奶瓶。Chị ấy đã hâm nóng chai sữa cho cháu bé.

【暖低压】nuǎndīyā<名>áp thấp ấm

【暖调】nuǎndiào<名>[美术]màu sắc ấm

【暖冬】nuǎndōng<名>mùa đông ấm áp

【暖房】nuǎnfáng<名>nhà kính; buồng ấm: 采用了~种植技术，中国北方冬天也能吃上新鲜蔬菜了。Sau khi áp dụng công nghệ gieo trồng trong nhà kính, miền bắc Trung Quốc đã có rau tươi ăn trong mùa đông.

【暖风】nuǎnfēng<名>gió nóng

【暖风机】nuǎnfēngjī<名>quạt máy gió nóng

【暖高压】nuǎngāoyā<名>áp cao ấm

【暖烘烘】nuǎnhōnghōng ấm; ấm áp: 冬天，开了空调的房间~的。Vào mùa đông, căn phòng bật máy điều hòa rất ấm.

【暖乎乎】nuǎnhūhū ấm áp; ấm cúng: 听了老师的鼓励，孩子们的心里~的。Được sự khích lệ của thầy cô, các em cảm thấy hết sức ấm cúng.

【暖和】nuǎnhuo❶<形>ấm áp; ấm lên: 立春过后，天气逐渐~起来了。Sau tiết lập xuân, khí trời đã ấm dần lên. ❷<动>sưởi ấm

【暖脚器】nuǎnjiǎoqì<名>máy ủ chân: 冬天里，很多老人用上了~。Vào mùa đông, nhiều người cao tuổi bắt đầu sử dụng máy ủ chân.

【暖帘】nuǎnlián<名>rèm cửa độn bông (dùng trong mùa đông): 在冬天，北方人喜欢用~保暖。Vào mùa đông, miền bắc Trung Quốc thường hay sử dụng rèm cửa độn bông để chống rét.

【暖流】nuǎnliú<名>❶dòng nước ấm ❷cảm giác ấm áp: 一股~涌上心头。Cảm giác ấm áp trào dâng trong lòng.

【暖气】nuǎnqì<名>❶hơi ấm ❷lò sưởi ❸luồng không khí ấm áp

【暖气管】nuǎnqìguǎn<名>ống sưởi ấm

【暖气片】nuǎnqìpiàn<名>bộ tỏa nhiệt

【暖气团】nuǎnqìtuán<名>luồng không khí ấm

【暖融融】nuǎnróngróng ấm áp dễ chịu: 大家的关怀爱护使孤儿的心感到~的。Sự quan tâm và tình thương của mọi người khiến cho các cháu bé mồ côi cảm thấy rất ấm cúng.

【暖色】nuǎnsè<名>gam màu ấm; màu ấm

【暖水瓶】nuǎnshuǐpíng<名>phích nước nóng

【暖袖】nuǎnxiù<名>tay áo giữ nhiệt

【暖洋洋】nuǎnyángyáng ấm áp: 冬天，~的太阳照在身上很舒服。Ánh nắng mùa

N

đông hắt lên trên người thật dễ chịu.

nüè

疟 nüè〈名〉sốt rét; bệnh sốt rét
【疟疾】nüèji〈名〉bệnh sốt rét
【疟蚊】nüèwén〈名〉muỗi truyền bệnh sốt rét; muỗi A-nô-phen
【疟原虫】nüèyuánchóng〈名〉nguyên sinh trùng sốt rét

虐 nüè❶〈形〉tàn bạo; độc ác: 暴~ tàn bạo; 酷~ ác độc ❷〈名〉[书]nạn loạn; tai họa
【虐待】nüèdài〈动〉ngược đãi: 不许~老人! Không được ngược đãi người cao tuổi!
【虐待狂】nüèdàikuáng〈名〉kẻ tàn ác
【虐待罪】nüèdàizuì〈名〉tội hành hạ
【虐囚】nüèqiú〈动〉ngược đãi tù nhân
【虐杀】nüèshā〈动〉hành hạ đến chết: 我们反对~动物。Chúng tôi phản đối việc hành hạ giết chết động vật.
【虐身】nüèshēn〈动〉lạm dụng cơ thể
【虐政】nüèzhèng〈名〉chính sách tàn bạo

nuó

挪 nuó〈动〉chuyển; di dịch: 请你往右~一步。Mời anh dịch một bước về phía bên phải.
【挪动】nuódong〈动〉di chuyển; thay đổi vị trí; chuyển dịch: 把桌子~一下 chuyển dịch chiếc bàn
【挪借】nuójiè〈动〉vay tiền (ngắn hạn); vay tạm; vay nóng (tiền): 他向朋友~了5000元。Anh ấy vay tạm của bạn 5.000 đồng RMB.

【挪窝儿】nuówōr〈动〉[口]di chuyển nơi ở dọn nhà: 他住在这里快十年了，一直没有~。Anh ấy ở đây đã gần 10 năm rồi mà chưa hề chuyển nơi ở.
【挪亚方舟】Nuóyà fāngzhōu Noah Ark
【挪移】nuóyí〈动〉[方]❶vay tạm; vay tiền ❷di chuyển: 一步一步向前~ từng bước từng bước nhích dần lên
【挪用】nuóyòng〈动〉❶tiêu chẳng: 不得~专款。Không được tiêu chẳng khoản tiền chuyên dụng. ❷tiêu lạm: ~公款 lạm dụng công quỹ

nuò

诺 nuò❶〈动〉đồng ý; cho phép; cam kết: 言 lời cam kết; 许~ lời hứa ❷〈名〉ừ vậy: 唯唯~~ ừ ừ gật gật //〈姓〉Nặc
【诺贝尔奖】Nuòbèi'ěrjiǎng giải Nobel: ~获得者 người được giải Nobel
【诺言】nuòyán〈名〉lời hứa

搦 nuò〈动〉[书]❶cầm; nắm ❷gây sự; khiêu khích
【搦管】nuòguǎn〈动〉[书]cầm bút

锘 nuò〈名〉[化学]Nobeli (kí hiệu: No)

懦 nuò〈形〉yếu hèn
【懦夫】nuòfū〈名〉người nhu nhược bất tài
【懦弱】nuòruò〈形〉hèn yếu; nhu nhược

糯 nuò〈形〉(gạo) dẻo; nếp
【糯稻】nuòdào〈名〉lúa nếp
【糯米】nuòmǐ〈名〉gạo nếp
【糯米饭】nuòmǐfàn〈名〉cơm nếp; xôi
【糯米粉】nuòmǐfěn〈名〉bột gạo nếp
【糯米酒】nuòmǐjiǔ〈名〉rượu nếp
【糯米纸】nuòmǐzhǐ〈名〉giấy nếp

O o

ō

噢 ō<叹>(biểu thị sự hiểu ra) ồ; à

ó

哦 ó<叹>(biểu thị sự nửa tin nửa ngờ) hứ; há; ò
另见ò

ò

哦 ò<叹>(biểu thị sự hiểu ra) ồ; à
另见ó

ōu

讴 ōu❶<动>hát ca; ngợi ca ❷<名>dân ca: 吴~ dân ca nước Ngô (vùng Giang Tô Trung Quốc)

讴歌】ōugē<动>[书]ca ngợi; ca tụng; khen ngợi: ~伟大的祖国 ngợi ca Tổ quốc vĩ đại

讴吟】ōuyín<动>[书]ngâm nga

瓯 ōu<名>❶[方]âu: 茶~ âu chè ❷[书]chậu con

欧¹ Ōu<名>châu Âu //(姓) Âu

欧² ōu<量>Om

欧共体】Ōugòngtǐ<名>khối cộng đồng châu Âu (EC)

欧化】ōuhuà<动>Âu hóa; học theo kiểu châu Âu

欧美】Ōu-Měi<名>châu Âu và châu Mĩ: 中国价廉物美的电子产品大量出口~地区。Hàng loạt sản phẩm điện tử giá rẻ chất lượng cao của Trung Quốc xuất khẩu sang khu vực Âu Mĩ.

欧美风】ōuměifēng<名>phong cách Âu Mĩ

欧盟】Ōuméng<名>liên minh châu Âu (EU)

欧姆】ōumǔ<量>Om

欧佩克】Ōupèikè<名>OPEC (tổ chức của nước xuất khẩu dầu mỏ)

欧芹】ōuqín<名>cần tây

欧鸲】ōuqú<名>[动物]chim âu

欧元】ōuyuán<名>đồng Euro

欧洲】Ōuzhōu<名>châu Âu

殴 ōu<动>đánh (nhau)

殴打】ōudǎ<动>ẩu đả; đánh lộn

殴斗】ōudòu<动>ẩu đả; đánh lộn; đánh nhau: 互相~ đánh nhau/đấm đá nhau

殴辱】ōurǔ<动>ẩu đả và làm nhục

殴杀】ōushā<动>đánh giết; đánh chết

鸥 ōu<名>chim âu: 海~ hải âu

ǒu

呕 ǒu<动>thổ; nôn; mửa: 刚喝下的药，全出来了。Thuốc vừa uống vào đã nôn ra hết.

呕吐】ǒutù<动>nôn mửa

呕吐物】ǒutùwù<名>thứ nôn mửa

呕心沥血】ǒuxīn-lìxuè　dốc hết tâm huyết: 为教育事业~ dốc hết tâm huyết vào sự nghiệp giáo dục

【呕心之作】ǒuxīnzhīzuò tác phẩm tâm huyết

【呕血】ǒuxuè〈动〉nôn ra máu; hộc máu; thổ huyết

偶¹ ǒu〈名〉tượng; thần tượng: 木~ con rối

偶² ǒu❶〈形〉chẵn; thành đôi: ~数 số chẵn ❷〈名〉vợ chồng; đôi lứa: 配~ đôi vợ chồng/ vợ/chồng //(姓) Ngẫu

偶³ ǒu〈副〉ngẫu nhiên: ~然 tình cờ

【偶尔】ǒu'ěr❶〈副〉thỉnh thoảng; có khi: 我们~也去看场电影。Thỉnh thoảng chúng tôi cũng đi xem phim. ❷〈形〉ngẫu nhiên

【偶发】ǒufā〈形〉tình cờ; ngẫu nhiên; bất ngờ: ~故障 sự cố bất ngờ

【偶犯】ǒufàn〈动〉vi phạm tình cờ

【偶逢】ǒuféng〈动〉gặp nhau tình cờ

【偶感】ǒugǎn❶〈动〉bỗng cảm thấy: ~不适 bỗng thấy khó chịu ❷〈名〉ngẫu hứng ❸〈动〉ngẫu nhiên bị cảm: ~风寒 ngẫu nhiên bị cảm lạnh

【偶合】ǒuhé〈动〉trùng hợp ngẫu nhiên: 我妹妹半途上了我坐的那趟火车，完全是~。Một sự trùng hợp ngẫu nhiên là em gái tôi lại lên đúng chuyến tàu tôi đang đi.

【偶或】ǒuhuò〈副〉thỉnh thoảng; có khi; đôi khi: ~得诗一首，就感到内心舒畅。Thỉnh thoảng có được một bài thơ thì cảm thấy hề hà trong lòng.

【偶然】ǒurán❶〈形〉ngẫu nhiên: ~所得 thu hoạch bất ngờ ❷〈副〉tình cờ: 今天，我~遇见三十多年未见的老同学。Hôm nay tôi tình cờ gặp lại người bạn học đã bằng tin hơn 30 năm nay.

【偶然性】ǒuránxìng〈名〉tính ngẫu nhiên

【偶蹄动物】ǒutí dòngwù động vật móng guốc chẵn

【偶像】ǒuxiàng〈名〉thần tượng: 他崇拜的~是毛泽东。Thần tượng của cậu ta là Mao Trạch Đông.

【偶像崇拜】ǒuxiàng chóngbài sùng bái thần tượng

【偶像剧】ǒuxiàngjù〈名〉phim thần tượng

【偶一为之】ǒuyīwéizhī một lần trong một thời gian: ~，下不为例。Chỉ một lần thôi sau này không được tái phạm.

【偶遇】ǒuyù〈动〉tình cờ gặp nhau: 街头~ tình cờ gặp nhau đầu phố

耦 ǒu[书]❶〈动〉hai người cùng cày ❷〈形〉ngẫu số; lứa đôi

【耦合】ǒuhé〈动〉ngẫu hợp

藕 ǒu〈名〉ngó sen //(姓) Ngẫu

【藕断丝连】ǒuduàn-sīlián vương vấn không dứt ra được; dẫu lìa ngó ý còn vương tơ lòng

【藕粉】ǒufěn〈名〉bột ngó sen

【藕荷】ǒuhé〈形〉màu tím nhạt

【藕节儿】ǒujiér〈名〉mấu ngó sen

【藕煤】ǒuméi〈名〉bánh than tổ ong

【藕片】ǒupiàn〈名〉miếng ngó

【藕色】ǒusè〈名〉màu hồng ngó sen

òu

沤 òu〈动〉ngâm; ủ

【沤肥】òuféi❶〈动〉ủ phân ❷〈名〉phân ủ

【沤麻】òumá〈动〉[纺织]ngâm đay

【沤田】òutián❶〈名〉khu ruộng trũng quanh năm ngập nước ❷〈动〉ủ cây lá vào ruộng nước để làm phân

怄 òu〈动〉[方]❶giận dỗi; tức giận; bực tức: 孩子还在跟妈妈~气。Con vẫn chưa thô giận dỗi mẹ. ❷khiến cho bực mình, tứ giận: 你别~我！Mày đừng có chọc tức tao.

【怄气】òuqì〈动〉giận dỗi; bực bội; buồ giận: 别~了，不就说了你几句吗？Đừn giận nữa, chẳng qua chỉ nói vài câu với an thế thôi!

【怄人】òurén〈动〉chọc tức; làm cho giậ dỗi; bực tức

P p

pā

趴 pā<动>❶ngã sấp; nằm sấp: ~在地上装死 nằm sấp trên mặt đất giả vờ chết ❷tì sấp mặt; nhoài về phía trước: ~在窗口往外看 nhoài người bên cửa sổ nhìn ra ngoài

【趴倒】pādǎo<动>nằm xuống: ~在地上射击 nổ súng bắn trong tư thế nằm

【趴伏】pāfú<动>nằm phủ phục: 他~在草丛中一动不动。Anh lặng lẽ phủ phục trong bụi cỏ.

【趴架】pājià<动>nằm kệ

【趴窝】pāwō<动>[方]❶ấp tổ; nằm tổ: 母鸡~ gà mái ấp tổ ❷nằm lì; nằm bẹp: 这旧车又~了。Chiếc xe cũ kĩ lại nằm bẹp ở nhà rồi.

【趴下】pāxià<动>nằm rạp xuống: 大家都累得~了。Mọi người đều mệt nhoài đến nỗi phải nằm rạp cả xuống.

啪 pā<拟>(tiếng súng, tiếng đổ vỡ) đùng

【啪嚓】pāchā<拟>bộp; choang: 饭碗~一声摔碎了。Choang một cái chiếc bát ăn cơm đã rơi xuống vỡ vụn.

【啪嗒】pādā<拟>lách cách; lã chã: 小姑娘的眼泪~~往下掉。Nước mắt của cô bé lã chã rơi xuống.

【啪唧】pājī<拟>cạch cạch

【啪啦】pālā<拟>bôm bốp: 大家~~地鼓起掌来。Mọi người vỗ tay bôm bốp.

葩 pā<名>[书]hoa: 奇~ hoa thơm/kì hoa; 乒坛新~ kì tài mới trong làng bóng bàn

pá

扒 pá<动>❶gạt; cào: ~柴火 cào rơm và cỏ làm chất đốt ❷[方]gãi: ~痒 gãi ngứa ❸hầm nhừ: ~羊肉 thịt cừu hầm ❹móc túi; ăn cắp vặt

另见bā

【扒分】páfēn<动>[方]kiếm tiền; làm thêm: 他业余时间经常出去~。Ngoài giờ làm việc anh ấy thường làm thêm bên ngoài.

【扒糕】págāo<名>món ăn nguội làm bằng bột kiều mạch: 我从来没有吃过~。Tôi chưa ăn món bánh bột kiều mạch bao giờ.

【扒灰】páhuī<动>thông dâm giữa bố chồng với con dâu

【扒开】pákāi<动>gạt ra; lột ra

【扒拉】pála<动>[方]và vội (khi ăn cơm)

另见bāla

【扒窃】páqiè<动>ăn cắp; móc túi: 火车站经常发生小偷~现象。Hiện tượng móc túi thường xảy ra ở các nhà ga.

【扒手】páshǒu<名>kẻ móc túi; tên ăn cắp: 政治~ kẻ cắp chính trị

爬 pá<动>❶bò: 蛇~进洞里。Rắn bò vào hang. ❷leo trèo: ~楼梯 leo cầu thang ❸thức dậy: 他早上五点就~起来学习。Anh ấy thức dậy và bắt đầu học từ lúc 5 giờ sáng.

【爬虫】páchóng<名>tên gọi cũ của loài bò sát

【爬得高，跌得重】pádegāo, diēdezhòng

leo cao thì ngã đau

【爬竿】págān ❶<名>môn leo sào: ~是一项少数民族的民间体育运动。Leo sào là một hạng mục thể thao dân gian dân tộc thiểu số. ❷<动>leo sào

【爬高】págāo<动>leo cao: 他有恐高症,不敢~。Ông ta mắc chứng sợ cao, không dám leo cao.

【爬格子】pá gézi viết bài; viết văn: 他是个自由职业者,靠~谋生。Anh ấy hành nghề tự do, kiếm sống bằng cách viết bài.

【爬犁】páli<名>[方]xe trượt tuyết

【爬楼梯】pá lóutī leo cầu thang: 他每天进行~运动。Ông ấy ngày nào cũng rèn luyện bằng cách leo cầu thang.

【爬坡】pápō<动>leo dốc: 手扶拖拉机~很慢。Chiếc máy kéo đẩy tay chậm chạp leo dốc.

【爬墙】páqiáng<动>leo tường: 小偷欲~逃跑。Kẻ cắp định leo qua bờ tường chạy trốn.

【爬搔】pásāo<动>gãi ngứa

【爬山】páshān<动>leo núi; trèo núi: 他每天早上都去~锻炼身体。Sáng nào anh ấy cũng leo núi rèn luyện thân thể.

【爬山虎】páshānhǔ<名>❶[植物]dây thường xuân (một loại dây leo, có thể mọc bám trên đá hoặc trên tường) ❷[方]kiệu đi núi

【爬升】páshēng<动>❶(máy bay, tên lửa) bay lên cao; tăng độ cao: 飞机开始~。Máy bay bắt đầu tăng độ cao. ❷ví tăng lên hoặc nâng cao

【爬绳】páshéng<名>dây leo: 机组人员把~从直升机上吊下来抢救受困群众。Nhân viên tổ lái thả dây leo từ trực thăng xuống để cứu giúp những người gặp nạn.

【爬梳】páshū<动>[书]lùng sục; tìm kiếm: 他经常~资料。Anh ấy thường xuyên đi tìm kiếm dữ liệu.

【爬梳剔抉】páshū-tījué phân loại và lựa chọn: 他对大量的史料~几十年,力图去伪存真。Suốt mấy chục năm ròng ông ấy đã tiến hành phân loại và lựa chọn đối với các dữ liệu lịch sử nhằm loại bỏ những điều sai trái và tiếp cận với sự thật.

【爬树】páshù<动>leo cây: 小孩子~很危险。Trẻ em leo cây rất nguy hiểm.

【爬梯】pátī<名>❶thang gác; cầu thang ❷thang rẻo; thang dây

【爬行】páxíng<动>❶bò: 变色龙在草地里~。Con thằn lằn đang bò trên thảm cỏ. ❷ví thủ cựu; lề mề: ~思想 tư tưởng thủ cựu

【爬行动物】páxíng dòngwù động vật bò sát; loài bò sát

【爬泳】páyǒng<名>bơi sải; bơi trườn sấp: 相对其他泳姿, ~速度最快。So với các cách bơi khác thì bơi sải tốc độ nhanh hơn cả.

【爬越】páyuè<动>leo vượt

耙 pá ❶<名>cái cào; cái bừa: 竹~ cái cào tre ❷<动>bừa; cào: ~匀稻谷 cào thóc cho đều đặn

另见bà

【耙齿】páchǐ<名>răng bừa; răng cào

【耙地】pádì<动>bừa ruộng

【耙地机】pádìjī<名>máy bừa

【耙料机】páliàojī<名>máy cào

【耙子】pázi<名>cái cào; cái bừa

筢 pá

【筢子】pázi<名>cái cào (bằng tre dùng để cào rơm, cỏ)

pà

帕[1] pà<名>❶một loại khăn để lau tay, mặt 手~ khăn tay/khăn mùi xoa ❷khăn đầu: 丝~ khăn đầu tơ tằm

帕² pà〈量〉Pa-xcan

【帕金森病】pàjīnsēnbìng bệnh Parkinson

【帕金森综合征】Pàjīnsēn zōnghézhēng hội chứng Parkinson

【帕斯卡】pàsīkǎ〈量〉[物理]đơn vị đo áp suất, kí hiệu là "Pa"

【帕子】pàzi〈名〉khăn tay; khăn mùi soa

怕 pà ❶〈动〉sợ; sợ hãi: ~冷 sợ rét ❷〈动〉sợ rằng; e rằng: 他~我忘了，所以再次提醒我。Sợ tôi quên, anh ấy đã nhắc lại lần nữa. ❸〈动〉không thể chịu được: 感冒的人~风。Người bị cảm không chịu được gió lạnh. ❹〈副〉có thể; đại khái: 如果不采取果断措施，~要出大问题。Nếu không áp dụng biện pháp quả quyết và hiệu quả thì có thể sẽ xuất hiện vấn đề lớn.

【怕黑】pàhēi〈形〉sợ bóng tối

【怕老婆】pà lǎopo　sợ vợ

【怕前怕后】pàqián-pàhòu　sợ trước lo sau; không quyết đoán, lo lắng quá nhiều, do dự: 你这个人~的，怎么能成事？Cái ông này lo cái này sợ cái kia, làm sao mà có thể làm nên việc được?

【怕热】pàrè〈形〉sợ nóng

【怕人】pàrén〈形〉❶gặp người thì sợ: 动物园里的动物不~。Những con thú trong vườn bách thú đều không sợ người. ❷khiếp; ghê; hãi; kinh người: 她打扮的样子好~。Kiểu hóa trang của bà ấy thật kinh người.

【怕三怕四】pàsān-pàsì　sợ cái này, lo cái kia; ám chỉ lo lắng quá nhiều, không thể đưa ra quyết định

【怕生】pàshēng〈形〉xấu hổ với người lạ; sợ người lạ: 孩子小，~。Trẻ nhỏ sợ người lạ.

【怕事】pàshì〈形〉sợ phiền phức; e ngại phiền phức: 胆小~ nhút nhát sợ xảy ra phiền phức

xem chừng: 他~来不了了。Khả năng là anh ấy không đến được nữa.

【怕死】pàsǐ〈形〉sợ chết: 哪有不~的呀！Làm gì có kẻ không sợ chết.

【怕死鬼】pàsǐguǐ〈名〉người sợ chết; người nhút nhát

【怕头】pàtou〈名〉[方]đáng sợ

【怕羞】pàxiū〈形〉xấu hổ; ngượng: 他和女性交往时很~。Khi giao tiếp với nữ giới anh ấy rất ngượng ngùng xấu hổ.

【怕这怕那】pàzhè-pànà　lo này nọ, sợ này kia

pāi

拍 pāi ❶〈动〉đánh; vỗ; đập: ~球 đập bóng ❷〈名〉la-két; vợt; cái vỉ: 羽毛球~ vợt cầu lông ❸〈名〉nhịp: 节~ nhịp phách ❹〈动〉chụp (ảnh); quay (phim): ~电影 quay phim ❺〈动〉đánh; phát (điện báo, điện tín): ~电报 đánh điện báo ❻〈动〉tâng bốc; bợ đỡ: ~马屁 tâng bốc nịnh nọt ❼〈动〉bán đấu giá //(姓) Phách

【拍案】pāi'àn〈动〉đập bàn

【拍案叫绝】pāi'àn-jiàojué　đập bàn khen hay; vỗ đùi khen tuyệt

【拍巴掌】pāi bāzhang　vỗ tay

【拍板】pāibǎn ❶〈动〉đánh nhịp ❷〈动〉(thương mại) gõ búa tay thuận bán ❸〈动〉quyết định: 这事得由领导~。Việc này nên do lãnh đạo quyết định. ❹〈名〉cái phách

【拍板成交】pāibǎn-chéngjiāo　quyết định cuối cùng; giao dịch thành công

【拍打】pāidǎ〈动〉❶phủi; phẩy: ~车窗 phủi lên cửa sổ xe ❷vỗ

【拍档】pāidàng[方]❶〈动〉hiệp đồng hợp tác ❷〈名〉đối tác; người phối hợp: 我俩是最佳~。Hai chúng tôi là đối tác ăn giơ nhất.

【拍电影】pāi diànyǐng quay phim: 现在~的成本越来越高。Giờ đây giá thành làm phim ngày càng cao.

【拍发】pāifā〈动〉phát đi; đánh đi (điện báo)

【拍抚】pāifǔ〈动〉vỗ nhẹ nhàng: 母亲轻轻~自己的孩子。Người mẹ vỗ nhẹ lên đứa con của mình.

【拍鼓】pāigǔ〈动〉đánh trống

【拍号】pāihào〈名〉[音乐]chữ kí; khuôn nhịp

【拍花】pāihuā〈动〉dùng thuốc mê hoặc các phương tiện khác để bắt cóc trẻ em: 严厉打击~犯罪行为。Kiên quyết chống phá hành vi phạm tội dùng thuốc mê để bắt cóc trẻ em.

【拍击】pāijī〈动〉đập; gõ

【拍价】pāijià〈名〉giá đấu thầu

【拍节器】pāijiéqì〈名〉[音乐]bộ nhịp

【拍客】pāikè〈名〉người chụp hình tải lên mạng

【拍马】pāimǎ〈动〉nịnh hót; bợ đỡ: ~溜须 nịnh bợ tâng bốc

【拍马屁】pāi mǎpì[口]tâng bốc; nịnh bợ

【拍卖】pāimài〈动〉❶bán đấu giá; gõ thước (hay búa tay) quyết định (trong bán đấu giá): ~名人字画 bán đấu giá tranh và chữ của danh nhân ❷bán hạ giá; bán đổ bán tháo

【拍卖场】pāimàichǎng〈名〉(nhà) hiệu bán đấu giá

【拍卖会】pāimàihuì〈名〉cuộc đấu giá

【拍卖价】pāimàijià〈名〉giá đấu thầu

【拍卖师】pāimàishī〈名〉người chủ trì cuộc đấu giá

【拍品】pāipǐn〈名〉hàng hóa bán đấu giá: 这些~价值不高。Những hàng bán đấu giá này giá trị không cao.

【拍球】pāiqiú〈动〉đập bóng

【拍摄】pāishè〈动〉quay; chụp

【拍手】pāishǒu〈动〉vỗ tay

【拍手称快】pāishǒu-chēngkuài vỗ tay thích thú: 看到犯罪团伙被揭毁了，老百姓都~。Thấy băng tội phạm bị phá vỡ, bà con đều vỗ tay hoan hô.

【拍拖】pāituō〈动〉[方]yêu đương; hẹn hò: 他们俩~已经两年了。Hai người yêu nhau đã hai năm rồi.

【拍戏】pāixì〈动〉quay phim; làm phim: 他的职业就是~。Nghề của anh ấy là làm phim.

【拍下】pāixià〈动〉❶chụp ảnh ❷mua lại (trong đấu giá) ❸đánh xuống

【拍胸脯】pāi xiōngpú hứa; bảo lãnh; bảo chứng: 他~保证完成任务。Anh ấy hứa sẽ hoàn thành nhiệm vụ.

【拍照】pāizhào〈动〉chụp ảnh

【拍纸簿】pāizhǐbù〈名〉tập giấy viết; tập giấy đóng lẻ

【拍砖】pāizhuān〈动〉lời nguyền của các mạng hiện đại, có những đặc điểm riêng của mình

【拍桌子】pāi zhuōzi đập bàn cãi nhau: 他竟然敢跟领导~。Anh ấy lại dám đập bàn cãi với lãnh đạo.

【拍子】pāizi〈名〉❶vợt; vờ ❷(âm nhạc) nhịp

pái

俳 pái❶〈名〉vở kịch hài hước; vở kịch khôi hài ❷〈形〉[书]khôi hài; hài hước; châm biếm

【俳句】páijù〈名〉thơ bài cú (một loại thơ ngắn của Nhật, gồm 17 chữ)

【俳谐】páixié〈形〉[书]hài hước; châm biếm

排[1] pái❶〈动〉xếp; sắp xếp: 论资~辈 xếp đặt theo tư cách ❷〈名〉hàng; dãy: 他坐在第三~。Anh ấy ngồi ở dãy ghế thứ ba. ❸〈名〉trung đội: ~长 trung đội trưởng ❹

<动>dàn dựng: 彩~ diễn tập sân khấu (có hóa trang) ❺<量>loạt; băng; dãy: 一~房子 một dãy nhà ❻<名>cái bè; cái mảng: 竹~ bè tre ❼<名>bóng chuyền ❽<名>bít-tết

排² pái<动>❶đẩy đi; loại bỏ ❷tháo; rả: ~水 tháo thải nước; ~泄 bài tiết ❸đẩy

【排班】páibān<动>sắp xếp lớp hoặc ca làm: 开学后，老师给学生们重新~。Sau khi khai giảng thầy giáo đã sắp xếp lại lớp cho các em.

【排版】páibǎn<动>sắp bản lên khuôn: 这套丛书已经开始~。Bộ sách này đã bắt đầu sắp bản.

【排版工人】páibǎn gōngrén công nhân sắp chữ

【排比】páibǐ<名>[修辞]phép dùng điệp ngữ; dãy câu song song

【排比句】páibǐjù<名>dãy câu song song; điệp ngữ (tu từ)

【排笔】páibǐ<名>❶bút vẽ; bút sơn ❷chổi quét sơn; chổi tô màu ❸panh-xô (kết bằng nhiều chiếc bút lông)

【排便】páibiàn<动>đại tiện; thải ra; bài thải: ~不畅 đại tiệu bị táo bón

【排布】páibù<动>sắp xếp; thu xếp

【排查】páichá<动>điều tra; kiểm tra kĩ: 对嫌疑对象进行~ tiến hành điều tra kĩ đối với nghi can

【排叉儿】páichàr<名>[食品]bánh rán xếp

【排杈儿】páichàr<名>❶bức vách; tấm ván ngăn ❷bánh rán xếp

【排场】páichǎng❶<形>linh đình; hoành tráng: 今晚的晚会很~。Dạ hội đêm nay thật hoành tráng. ❷<形>phô trương: 他们的婚礼搞得过于~。Hôn lễ của họ thật quá phô trương. ❸<名>thể diện

【排尘】páichén<动>thả bụi

【排斥】páichì<动>bài xích; bài bác; gạt bỏ; loại trừ: 同事之间不要互相~。Giữa đồng nghiệp không nên bài xích lẫn nhau.

【排斥性】páichìxìng<名>tính bài xích; bài bác

【排斥异己】páichì yìjǐ gạt bỏ, loại trừ những người không cùng quan điểm hoặc không cùng nhóm của mình

【排出】páichū<动>xả ra; thả ra

【排除】páichú<动>❶bài trừ; gạt bỏ ❷vứt đi; loại bỏ; vượt lên: ~万难 vượt lên mọi khó khăn

【排除法】páichúfǎ<名>phương pháp loại bỏ

【排除故障】páichú gùzhàng xử lí; loại bỏ sự cố: 他是车间里~的高手。Anh ấy là một người cao tay ở phân xưởng trong việc loại bỏ sự cố sản xuất.

【排除万难】páichú-wànnán loại bỏ mọi tình huống nguy hiểm

【排挡】páidǎng<名>cần số; sang số

【排档】páidàng<名>[方]quầy; ki-ốt

【排钉】páidīng<名>đinh hàng

【排毒】páidú<动>thải ra chất độc trong cơ thể: ~养颜 loại bỏ chất độc để giữ nhan sắc

【排队】páiduì<动>sắp xếp theo thứ tự; xếp hàng: ~买票 xếp hàng mua vé

【排筏】páifá<名>bè; mảng

【排放】páifàng<动>❶đẩy ra; tuôn ra; tỏa ra; xả: ~污水 xả nước thải ❷(động vật) phóng tinh trùng hoặc rụng trứng

【排放标准】páifàng biāozhǔn tiêu chuẩn tháo thải

【排放量】páifàngliàng<名>khối lượng khí hoặc nước thải

【排粪】páifèn<动>ia; đại tiện

【排风机】páifēngjī<名>máy thông gió; quạt thông gió

【排风扇】páifēngshàn<名>quạt hút gió (để thay đổi không khí)

【排骨】páigǔ<名>xương sườn; xương cột

sống (heo, bò) để làm thức ăn

【排骨汤】páigǔtāng<名>canh sườn

【排灌】páiguàn<动>tưới tiêu nước: ~设备
thiết bị tưới tiêu

【排汗】páihàn<动>ra mồ hôi

【排行】páiháng<动>hàng (anh, chị, em): 他
在家里~老二。 Trong nhà thì cậu ấy là anh
hai.

【排行榜】páihángbǎng<名>bảng xếp hạng:
这部影片登上了这个月的~。 Bộ phim này
đã lọt vào bảng top trong tháng.

【排号】páihào<动>xếp hàng; xếp bậc; sắp
xếp thứ tự

【排号机】páihàojī<名>máy xếp số

【排洪】páihóng<动>xả lũ; tháo lũ: 城市的
部分街道被洪水淹没，需要尽快~。 Một
số đường phố đã bị lũ ngập, cần phải kịp
thời xả lũ.

【排挤】páijǐ<动>chèn ép; bài xích; gạt bỏ
(địa vị hoặc quyền lợi): 他在公司里受到了
一些人的~。 Trong công ti anh ấy bị những
người khác bài xích.

【排检】páijiǎn<动>xếp đặt và tra tìm (sách
báo, dữ liệu): 越文~知识 kiến thức xếp đặt
và tra tìm tiếng Việt

【排解】páijiě<动>❶giải quyết ❷dàn xếp:
经过~，冲突得到了平息。 Sau khi dàn
xếp, cuộc xung đột đã được lắng xuống.

【排锯】páijù<名>[机械]cưa hàng

【排空】páikōng<动>đổ sạch; bỏ hết

【排涝】páilào<动>tháo úng

【排雷】páiléi<动>gỡ mìn

【排立】páilì<动>đứng xếp hàng

【排练】páiliàn<动>dàn dựng và tập luyện
(một vở kịch, một tiết mục văn nghệ): ~节
目 luyện tập chương trình, tiết mục

【排列】páiliè❶<动>xếp theo thứ tự: 大家
~在学校门口，欢迎李教授的到来。 Mọi
người đứng xếp hàng trước cổng trường để

chào đón giáo sư Lí. ❷<名>phép hoán vị

【排列组合】páiliè zǔhé hoán vị và kết hợp

【排卵】páiluǎn<动>trứng rụng; rụng trứng

【排卵期】páiluǎnqī<名>chu kì rụng trứng

【排门】páimén<名>một loại ki-ốt, sạp hàng
có thể tháo dỡ và lắp ráp

【排名】páimíng<动>xếp hạng: 中国女排在
这次比赛中~第一。 Đội bóng chuyền nữ
Trung Quốc xếp thứ nhất trong cuộc thi đấu
này.

【排难解纷】páinàn-jiěfēn loại trừ hiểm
nguy, giải quyết bất đồng; hòa giải tranh
chấp; dàn xếp chuyện xích mích

【排尿】páiniào<动>đái; tiểu tiện

【排脓】páinóng<动>chích mủ

【排炮】páipào❶<名>pháo bầy; pháo đồng
loạt (nhiều khẩu pháo bắn cùng một lúc) ❷
<动>nhiều quả mìn đồng thời phá nổ

【排气】páiqì<动>xả hơi; thoát khí

【排气管】páiqìguǎn<名>ống xả hơi; ống
thải khí

【排气孔】páiqìkǒng<名>lỗ thông hơi; lỗ
thông gió

【排气扇】páiqìshàn<名>quạt thông gió

【排遣】páiqiǎn<动>giải (sầu); tiêu khiển: 失
恋后，他心中的郁闷难以~。 Bị thất tình
nỗi buồn trong lòng anh ta thật khó tiêu tan

【排枪】páiqiāng<名>hỏa lực đồng loạt

【排球】páiqiú<名>bóng chuyền

【排球场】páiqiúchǎng<名>sân bóng chuyền

【排球赛】páiqiúsài<名>thi đấu bóng chuyền

【排热】páirè<动>giải nhiệt; thoát nhiệt

【排山倒海】páishān-dǎohǎi dời núi lấp
biển; bạt núi lấp biển

【排笙】páishēng<名>[音乐]khèn xếp, còn
được gọi là khèn lau, là một loại nhạc cụ
của dân tộc Mèo, Miêu, Động, Thủy, Dao
tại Trung Quốc

【排式压床】páishì yāchuáng máy ép hàng

【排水】páishuǐ<动>thoát nước; thải nước

【排水量】páishuǐliàng<名>❶lượng dãn nước; trọng lượng nước rẽ (tàu thuyền); lượng choán nước: 这艘轮船的~是二十万吨。Lượng dãn nước của chiếc tàu này là 200.000 tấn. ❷lưu lượng của sông ngòi; lượng tháo nước (đập tràn...)

【排水沟】páishuǐgōu<名>mương thoát nước

【排水管】páishuǐguǎn<名>ống thoát nước

【排他】páitā<动>dành riêng; riêng biệt; duy nhất: 爱情是~的。Tình yêu là điều rất riêng tư.

【排他性】páitāxìng<名>tính chất không thể cùng tồn tại; tính loại trừ

【排坛】páitán<名>giới bóng chuyền

【排头】páitóu<名>người đứng đầu hàng: 在部队里，一般来说，~都是班长。Trong quân đội, thông thường thì người đứng đầu hàng là tiểu đội trưởng.

【排外】páiwài<动>bài ngoại

【排外心理】páiwài xīnlǐ　tâm lí bài ngoại

【排外主义】páiwài zhǔyì　chủ nghĩa bài ngoại: ~是一种狭隘的民族主义思想。Bài ngoại là một tư tưởng chủ nghĩa dân tộc hẹp hòi.

【排尾】páiwěi<名>người đứng cuối hàng

【排污】páiwū<动>thải chất ô nhiễm: 做好~处理工作 làm tốt công tác xử lí nước thải

【排污量】páiwūliàng<名>lượng thải chất ô nhiễm

【排戏】páixì<动>dàn dựng biểu diễn kịch

【排险】páixiǎn<动>loại trừ tình huống nguy hiểm: 上级通知要做好紧急~准备，随时应对洪水的到来。Cấp trên đã thông báo phải làm tốt công tác chuẩn bị để ứng phó với cơn nước lũ có thể ập tới vào bất cứ lúc nào.

【排险抢修】páixiǎn-qiǎngxiū　sửa chữa tu tạo lại gấp rút để phòng chống tai họa

【排箫】páixiāo<名>[音乐]Panpipes; sáo păng; xi ranh

【排泄】páixiè<动>bài tiết

【排泄物】páixièwù<名>thứ bài tiết

【排序】páixù<动>xếp thứ tự: 被选举人名单按照姓氏笔画~。Danh sách ứng cử viên sẽ được sắp xếp theo thứ tự nét chữ họ tên.

【排烟】páiyān<动>xả khói

【排演】páiyǎn<动>tập diễn; tập kịch: 今天~第三幕。Hôm nay sẽ tập diễn màn thứ ba.

【排椅】páiyǐ<名>ghế xếp theo dãy

【排印】páiyìn<动>xếp in; sắp chữ và in: 文稿已交付~。Bài đã giao nộp để sắp chữ và in.

【排忧解难】páiyōu-jiěnàn　gạt đi buồn lo, giải trừ nguy nan

【排长】páizhǎng<名>trung đội trưởng: 战斗结束后，他被提升为~。Kết thúc trận chiến đấu, anh ấy được đề bạt làm trung đội trưởng.

【排阵】páizhèn<动>xếp trận; bài bố đội hình

【排字】páizì<动>sắp chữ

徘pái

【徘徊】páihuái<动>❶quanh quẩn một chỗ; đi đi lại lại: 在门口~ lẩn quẩn ngay trước cửa ❷lưỡng lự; chần chừ: ~不前 chần chừ dậm chân tại chỗ ❸lên xuống: 这只股票的价格在十元左右~。Giá cổ phiếu này chỉ lên xuống ở mức khoảng 10 đồng RMB.

牌pái<名>❶tấm biển ❷biển (cửa hiệu): 门~ biển số cửa ❸nhãn hiệu: 名~货 hàng xịn/ hàng hiệu nổi tiếng ❹bài (tây): 扑克~ tú-lơ-khơ ❺nhịp điệu; làn điệu ❻lá chắn //(姓) Bài

【牌匾】páibiǎn<名>tấm biển; hoành phi: 这块~出自名家之手。Tấm biển này là bút tích của danh nhân.

【牌额】pái'é<名>mảng bám

【牌坊】páifāng<名>cổng lầu (dùng để biểu dương những người trung hiếu trinh nữ...): 中国的~文化源远流长 Văn hóa cổng lầu Trung Hoa có cội nguồn sâu xa.

【牌号】páihào<名>❶tên cửa hiệu ❷nhãn hiệu (hàng hóa); tên của sản phẩm; mác: 这种~的奶粉深受欢迎 Sữa bột mác này được nhiều người chuộng.

【牌技】páijì<名>❶kĩ xảo chơi bài giải trí ❷thủ pháp chơi bài trong ảo thuật: 该魔术师~高超 Thủ pháp chơi bài của diễn viên ảo thuật đó rất cao siêu.

【牌价】páijià<名>giá đề; giá niêm yết; hóa giá: 零售~ giá đề bán lẻ

【牌九】páijiǔ<名>cốt bài

【牌局】páijú<名>cuộc chơi hoặc tình thế ván bài: 他们今晚有~ Tối nay họ có cuộc chơi bài.

【牌楼】páilou<名>cổng lầu; cổng chào

【牌示】páishì<名>cáo thị

【牌手】páishǒu<名>người chơi bài

【牌位】páiwèi<名>bài vị

【牌艺】páiyì<名>năng khiếu chơi bài; trình độ chơi bài

【牌照】páizhào<名>giấy phép; bằng lái xe: 公司昨天已经拿到了营业~ Hôm qua công ti đã nhận được giấy phép kinh doanh.

【牌照持有人】páizhào chíyǒurén người có giấy phép

【牌证】páizhèng<名>biển số; giấy tờ

【牌桌】páizhuō<名>bàn chơi bài

【牌子】páizi<名>❶biển quảng cáo áp phích: 街头立着各种广告~ Trên phố có nhiều biển áp phích quảng cáo. ❷biển tiêu chí: 车~ biển xe ❸nhãn hiệu (sản phẩm): 我喜欢这种~的化妆品 Tôi thích mĩ phẩm nhãn hiệu này. ❹tên của từ điệu hoặc khúc điệu

pǎi

迫pǎi
另见pò

【迫击炮】pǎijīpào<名>pháo cối; súng cối

pài

派pài❶<名>phái: 他属于乐观~ Anh ấy thuộc phái lạc quan. ❷<名>tác phong; phong độ; bề thế: 建筑物看起来很有气~ Cụm kiến trúc xem ra rất có bề thế. ❸<名>phái bè; cánh: 拉帮结~ kéo bè kéo cánh ❹<量>vẻ; dáng: 一~胡言 toàn những lời nói bậy bạ ❺<名>[书]nhánh sông ❻<动>cắt cử; giao nhiệm vụ: 领导已经~人去了 Lãnh đạo đã cử người đi. ❼<动>chỉ trích ❽<动>phân bố trách nhiệm ❾<形>[方]có phong độ

【派别】pàibié<名>phái; cánh (trong học thuật, tôn giáo): 他们属于不同的政治~ Họ thuộc những phe phái chính trị khác nhau.

【派兵遣将】pàibīng-qiǎnjiàng điều động quân đội; điều binh khiển tướng

【派不是】pài bùshi chỉ trích; trách cứ

【派差】pàichāi<动>sai; bố trí; cử phái: 他被公司~到北京办事处工作 Công ti cử anh ấy đi làm việc tại Văn phòng thường trú tại Bắc Kinh.

【派车员】pàichēyuán<名>người điều hành xe

【派出所】pàichūsuǒ<名>trạm cảnh sát khu vực; đồn cảnh sát nội bộ; đồn công an

【派对】pàiduì<名>[方]tiệc; họp mặt: 今天我们组织了小家伙五周岁的生日~ Hôm nay chúng tôi đã tổ chức bữa tiệc mừng sinh nhật 5 tuổi cho cháu.

【派发】pàifā<动>❶phân phát; phân chia

经常有人在街头~小广告。Trên đầu phố thường có người phân phát những tờ quảng cáo. ❷bán ra (chứng khoán)

【派购】pàigòu<动>gửi mua; đặt kế hoạch mua: 今年的~计划已经做好了。Kế hoạch đặt mua trong năm nay đã được xác định.

【派活儿】pàihuór<动>bố trí; phân bổ công việc: 班长给大家~。Lớp trưởng bố trí công việc cho mọi người.

【派款】pàikuǎn<动>bắt đóng tiền

【派令】pàilìng<动>ra lệnh

【派遣】pàiqiǎn<动>(chính phủ, cơ quan, đoàn thể) cử; phái: ~代表团出访联合国总部 cử đoàn đại biểu đi thăm Trụ sở Liên hợp quốc

【派遣国】pàiqiǎnguó<名>nước được cử đi

【派上用场】pàishàng yòngchǎng có tác dụng; có sở trường: 这个人关键时候能~。Nhân vật này sẽ phát huy vai trò vào giờ phút then chốt.

【派生】pàishēng<动>phát sinh; sản sinh: 由于事情处理不好，所以~出很多问题。Công việc xử lí không cẩn thận nên đã phát sinh nhiều vấn đề.

【派生词】pàishēngcí<名>từ phát sinh; từ phái sinh (bởi một từ tố gốc và một từ tố đệm tạo thành)

【派生收入】pàishēng shōurù nguồn thu phái sinh; nguồn thu nảy sinh

【派送】pàisòng<动>phân phát

【派头】pàitóu<名>dáng; vẻ: 他总是给人一副~十足的样子。Ông ấy luôn gây cho người ta ấn tượng là rất ta đây.

【派系】pàixì<名>phái; bè phái; phe cánh: 这个单位的~斗争很严重。Tình hình đấu tranh phe phái trong đơn vị này rất nghiêm trọng.

【派销】pàixiāo<动>phân bổ nhiệm vụ tiêu thụ

【派性】pàixìng<名>khuynh hướng (chủ trương) của bè phái

【派选】pàixuǎn<动>tuyển chọn: 他被~到驻外使馆工作。Anh ấy được tuyển chọn đi công tác tại Đại sứ quán ở nước ngoài.

【派驻】pàizhù<动>cử đi thường trú: 他被~广州。Ông ấy được phái đi thường trú tại Quảng Châu.

pān

攀 pān<动>❶leo; trèo: 他~上了泰山顶峰。Anh ấy đã leo lên đỉnh núi Thái Sơn. ❷với cao (chỉ việc tìm kiếm quan hệ với người có vị trí cao): 他们~上了亲戚。Họ đã nhận họ hàng với nhau. ❸tìm cách tiếp xúc: 他经常主动找人~谈。Anh ấy thường chủ động tìm cách tiếp xúc tâm sự với các đối tượng. ❹dây dưa; dính líu //(姓) Phan

【攀比】pānbǐ<动>so bừa; so sánh gượng ép; so sánh tùy tiện

【攀比风】pānbǐfēng<名>tệ so bừa

【攀缠】pānchán<动>leo quấn: 这根藤~着大树往上长。Cây leo này quấn lấy một cây thân gỗ leo lên.

【攀扯】pānchě<动>liên lụy; dính líu; kéo quàng: 这事跟他没关系，不要瞎~。Việc này không liên quan gì đến anh ấy, đừng có kéo quàng lung tung.

【攀登】pāndēng<动>leo; leo trèo; vươn lên: 年轻人要有~科学高峰的远大理想。Các bạn trẻ cần có lí tưởng cao xa vươn lên đỉnh cao khoa học.

【攀登架】pāndēngjià<名>thang leo trèo

【攀附】pānfù<动>❶nịnh bợ: 他这个人喜欢~权贵。Gã là người ưa nịnh bợ kẻ có quyền thế. ❷bám leo

【攀高】pāngāo<动>❶leo cao; lên cao: 这几天股市不断~。Mấy hôm nay giá cổ

P

phiếu không ngừng leo cao. ❷so tị (với kẻ hơn mình) ❸nịnh nhờ kẻ trên

【攀高枝儿】pān gāozhīr vin cành cao (làm thân, dựa vào người có thế lực)

【攀供】pāngòng<动>khai vấy; khai man đổ vạ: 罪犯想以~来逃脱罪责。Tội phạm hòng đổ tội cho người khác bằng cách khai man đổ vạ.

【攀话】pānhuà<动>trò chuyện

【攀交】pānjiāo<动>làm thân với những người có địa vị cao

【攀龙附凤】pānlóng-fùfèng dựa dẫm vào người có quyền thế

【攀爬】pānpá<动>leo trèo: 这些年轻人喜欢徒手~陡峭的岩壁。Các bạn trẻ này thích chơi trò trèo vách đá dựng đứng bằng tay không.

【攀配】pānpèi<动>kết thân với người có chức có quyền

【攀亲】pānqīn<动>❶làm quen; làm thân; bắt quàng làm họ ❷[方]nghị hôn; đính hôn: 他们托人给儿子~。Họ đã nhờ người khác hỏi vợ cho con.

【攀亲道故】pānqīn-dàogù làm thân làm bạn; ví muốn làm thân với những người có địa vị cao

【攀禽】pānqín<名>[动物]loại chim trèo cây

【攀雀】pānquè<名>[动物]chim trèo

【攀绕】pānrào<动>xoắn ốc

【攀升】pānshēng<动>leo lên cao: 这几个月的营业额一路~。Mức doanh thu mấy tháng nay liên tục trên đà vươn lên.

【攀谈】pāntán<动>bắt chuyện; nói chuyện: 邻居们经常聚在一起~。Những người lối xóm thường ngồi tụm lại bắt chuyện.

【攀诬】pānwū<动>làm liên lụy; hãm hại (người khác): ~好人 vu oan hãm hại người tốt

【攀岩】pānyán[体育]❶<名>môn leo vách ❷<动>leo vách

【攀缘】pānyuán<动>❶bám leo ❷tìm chỗ dựa; tìm quan thầy; tìm ô dù; bám đít

【攀缘植物】pānyuán zhíwù cây leo

【攀越】pānyuè<动>leo vượt: 此处禁止~。Cấm leo trèo.

【攀摘】pānzhāi<动>leo lên mà hái

【攀折】pānzhé<动>vít cành bẻ lá: 爱护花草，请勿~。Giữ gìn hoa cỏ, chớ bẻ cành và ngắt hoa.

【攀枝花】pānzhīhuā<名>cây mộc miên; cây gạo

pán

片 pán[方]❶<名>thanh tre; thanh gỗ: 柴~ thanh củi; 竹~ thanh tre ❷<量>cánh (đồng). thừa (ruộng)

胖 pán<形>[书]khoan khoái; thảnh thơi; thoải mái: 心宽体~ lòng dạ thảnh thơi thư thái

另见pàng

盘 pán❶<名>[旧]chậu rửa mặt ❷<名>cái đĩa to; cái khay; cái mâm: 托~ cái mâm; 瓷~ khay sứ ❸<名>bàn; khay: 棋~ bàn cờ; 沙~ sa bàn ❹<动>vòng vèo; quấn: 树枝上~着一条蛇。Có con rắn quấn trên cành cây ❺<动>gạn hỏi: ~问 xét hỏi ❻<动>chuyển nhượng: 他昨天把商店~给我了。Hôm qua anh ấy đã chuyển nhượng cửa hàng cho tôi ❼<动>chuyển; vận chuyển: 把东西~出仓库。Vận chuyển đồ đạc ra kho. ❽<量>cỗ; mâm; đĩa ❾<动>kiểm tra kĩ: ~点 kiểm kê ❿<名>tình hình giao dịch: 开~ lên sàn/bắt đầu kinh doanh/khai trương //(姓) Bàn

【盘剥】pánbō<动>bóc lột: 工人被资本家~。Công nhân bị bọn tư sản bóc lột.

【盘查】pánchá<动>truy hỏi; tra xét: 严格

tra xét nghiêm ngặt

【盘缠】páncham<名>[口]lộ phí; công tác phí

【盘秤】pánchèng<名>cân bàn

【盘存】páncún<动>kiểm kê hàng tồn kho: 昨天已对仓库进行~。Hôm qua đã kiểm kê lượng hàng tồn kho.

【盘错】páncuò[书]❶<动>(cây cối, cành lá) um tùm rậm rạp ❷<形>rắc rối phức tạp: 问题~, 一时间很难解决。Vấn đề rắc rối, rất khó có thể giải quyết trong một lúc.

【盘道】pándào<名>đường vòng; đường xoắn ốc; con đường quanh co (trên núi)

【盘点】pándiǎn<动>đếm; kiểm lại; kiểm kê: 岁末股市大~ điểm lại thị trường cổ phiếu vào thời điểm cuối năm

【盘店】pándiàn<动>chuyển nhượng cửa hiệu; sang nhượng cửa hàng

【盘跌】pándiē<动>[金融]cổ phiếu tụt giá: 股市昨天~。Cổ phiếu hôm qua tụt giá.

【盘费】pánfèi<名>[口]lộ phí; công tác phí

【盘根】pángēn<名>cành lá đan chen

【盘根错节】pángēn-cuòjié rắc rối phức tạp; trăm mối tơ vò; gốc rễ chằng chịt

【盘根问底】pángēn-wèndǐ truy hỏi đến cùng; xét hỏi tận cùng: 他很好学, 对什么都喜欢~。Cậu ấy rất ham học, gặp điều gì cũng phải hỏi cho đến nơi đến chốn.

【盘亘】pángèn<动>[书](núi đồi) liền nhau; trùng nhau: 山岭~交错, 地形十分复杂。Núi đồi đan chen nhau, địa hình hết sức phức tạp.

【盘古开天地】Pángǔ kāi tiāndì Bàn Cổ khai thiên địa

【盘管】pánguǎn<名>[机械]ống xoắn ruột gà

【盘桓】pánhuán<动>❶[书]ở lại; dừng lại; dừng chân: 他们在北京~了几天。Họ dừng chân ở lại Bắc Kinh vài hôm. ❷quanh quẩn;

loanh quanh: 这个想法一直~在他脑子里。Ý nghĩ này cứ luẩn quẩn trong đầu óc anh ấy.

【盘簧】pánhuáng<名>[机械]lò xo hình đĩa

【盘活】pánhuó<动>áp dụng biện pháp làm cho tài sản, tiền vốn xoay chuyển có hiệu quả

【盘货】pánhuò<动>kiểm kê hàng hóa tồn kho: 近日~, 暂停营业。Thời gian gần đây phải kiểm kê hàng hóa tồn kho nên tạm ngừng kinh doanh.

【盘诘】pánjié<动>truy hỏi; truy vấn; hỏi gạn; hỏi nặng: 对形迹可疑的人要严加~。Cần phải truy hỏi cặn kẽ đối với những đối tượng khả nghi.

【盘究】pánjiū<动>truy hỏi đến cùng; truy cứu: ~根底 truy hỏi đến cùng

【盘踞】pánjù<动>chiếm giữ; chiếm cứ: ~山区 chiếm giữ vùng núi

【盘口】pánkǒu<名>tình hình thay đổi về giá cả, giao dịch của thị trường chứng khoán và mua bán hàng kì hạn trên sàn

【盘库】pánkù<动>kiểm kho

【盘亏】pánkuī<动>kiểm tra thiếu hụt: 存货~ tồn kho kiểm tra thiếu hụt

【盘面】pánmiàn<名>[金融]tình hình giao dịch của cổ phiếu (thuật ngữ chứng khoán)

【盘尼西林】pánníxīlín pê-ni-xi-lin

【盘弄】pánnòng<动>sờ mó; mân mê

【盘曲】pánqū<形>[书]quanh co; uốn khúc: 山路~而上。Đường rừng quanh co uốn khúc.

【盘绕】pánrào<动>❶xoay quanh; uốn quanh ❷luẩn quẩn; quanh quẩn: 青藤顺着树干~到顶。Cây leo bám thân cây lên dần tới ngọn cây.

【盘儿菜】pánrcài<名>thức ăn trên khay

【盘山】pánshān<动>uốn lượn; quanh co trên núi: 公路~而建。Con đường quốc lộ được mở quanh co bên sườn núi.

【盘山公路】pánshān gōnglù đường quốc lộ vòng quanh núi

【盘升】pánshēng<动>[金融]tăng trưởng từ từ: 最近股市持续~. Gần đây thị trường cổ phiếu đã xuất hiện gia tăng từ từ.

【盘式】pánshì<形>kiểu đĩa; kiểu cuốn

【盘式录像机】pánshì lùxiàngjī VCR kiểu đĩa

【盘式录音磁带】pánshì lùyīn cídài băng cối (ghi âm)

【盘算】pánsuan<动>tính toán; trù tính (trong lòng): 在心里~ tính toán trong bụng

【盘梯】pántī<名>thang lượn; thang xoắn ốc

【盘条】pántiáo<名>thép cuộn có đường kính nhỏ

【盘头】pántóu❶<动>thẩm vấn; tra vấn ❷<动>cuốn tóc thành búi ❸<名>trục dệt cuộn dọc thành một cuộn, thường được gọi là "đầu chảo"

【盘腿】pántuǐ<动>ngồi xếp bằng tròn; bắt chéo chân: 他~而坐，苦思着如何走出困境。Ông ấy ngồi xếp bằng tròn, vắt óc suy tính làm sao mà thoát khỏi được cảnh khốn cùng.

【盘问】pánwèn<动>truy hỏi: 父母再三~，孩子才愿意说出实情。Cha mẹ truy hỏi mãi, đứa bé mới chịu nói thật.

【盘膝】pánxī<动>❶bó gối ❷xếp bằng tròn: ~而坐 ngồi xếp bằng tròn

【盘香】pánxiāng<名>hương vòng; nhang vòng

【盘旋】pánxuán<动>❶lượn vòng; đi vòng vèo; luẩn quẩn: 老鹰在天空中~了老半天，等候着猎物出现。Con diều hâu cứ lượn vòng mãi chờ đợi con mồi hiện thân. ❷quần quanh

【盘运】pányùn<动>chuyển vận; khuân vác

【盘账】pánzhàng<动>❶kết toán sổ sách

❷kiểm tra sổ sách; soát sổ

【盘整】pánzhěng<动>❶điều chỉnh giá chứng khoán: 股市目前处于~之中。Hiện nay thị trường đang trong giai đoạn điều chỉnh mức giá chứng khoán. ❷chỉnh đốn

【盘子】pánzi<名>❶cái đĩa; cái khay; cái mâm: 这个~好像是宋代的古董。Cái khay này hình như là đồ cổ thời Tống. ❷tình hình buôn bán hàng hóa ❸phạm vi và quy mô của sự việc

【盘坐】pánzuò<动>ngồi bó gối; ngồi xếp bằng: 这个老头喜欢~聊天。Cụ rất thích ngồi xếp bằng tào lao chuyện phiếm.

磐 pán<名>[书]tảng đá (to, dày); bàn thạch

【磐石】pánshí<名>tảng đá (to dày); bàn thạch: 安如~ vững như bàn thạch

【磐石之固】pánshízhīgù vững chắc; vững vàng như bàn thạch

蹒 pán

【蹒跚】pánshān<形>loạng choạng; khập khiễng; tập tễnh: 步履~ bước đi tập tễnh

蟠 pán<动>uốn khúc; uốn quanh

【蟠桃】pántáo<名>đào dẹt; quả đào; cây bàn đào

【蟠桃会】pántáohuì<名>Hội Phiên đào trên Thiên đình theo truyền thuyết

pàn

判 pàn❶<动>chia ra; tách biệt: ~明 xác định rõ; ~断 phán đoán ❷<形>(khác) hẳn; (khác nhau) rõ rệt: ~若两人 tựa như hai người hoàn toàn khác biệt ❸<动>phê phán: 评~ phán xét ❹<动>phán quyết; quyết định: 公~ phán quyết công khai

【判案】pàn'àn<动>phán quyết vụ án: 依法~是司法公正的基础。Phán quyết theo luật là cơ sở của công minh luật pháp.

【判辨】pànbiàn<动>đánh giá; tách biệt: 一

时无法~药品的真假。Trong khoảnh khắc thật khó mà xác định được sự thật hay giả của thuốc men.

【判别】pànbié<动>phân biệt: 我们都需要提高~能力。Chúng ta cần phải nâng cao khả năng phân biệt của mình.

【判处】pànchǔ<动>phán xử; xét xử: 罪犯已被~十年徒刑。Can phạm đã bị phán xử tù 10 năm.

【判词】pàncí<名>❶bản án; lời phán quyết ❷kết luận

【判定】pàndìng<动>phán định; xét đoán: 我们只能从他的言行来~他的为人。Chúng ta chỉ có thể xác định sự tốt xấu qua những lời nói và hành động của ông ta.

【判读】pàndú<动>phán đoán giải mã (tin tức): 科学家们通过月球车传回的照片~月球表面。Các nhà khoa học giải mã tình hình bề mặt của mặt trăng qua những tấm ảnh truyền từ xe thăm dò nguyệt cầu.

【判断】pànduàn❶<动>phán đoán: 据我~，这事很有可能发生。Theo sự phán đoán của tôi việc này rất có thể sẽ xảy ra. ❷<名>nhận định; đoán định: 正确的~ sự nhận định chính xác ❸<动>[书]phán quyết

【判罚】pànfá<动>xử phạt: 在赛场上一定要尊重裁判的~。Trên sân thi đấu cần tôn trọng sự xử phạt của trọng tài.

【判分】pànfēn<动>cho điểm; chấm điểm: 高考~的标准是很严格的。Tiêu chuẩn chấm điểm thi đại học rất nghiêm ngặt.

【判官】pànguān<名>phán quan

【判决】pànjué<动>❶phán quyết của tòa: ~无效 sự phán quyết vô hiệu lực ❷phán quyết của trọng tài

【判决书】pànjuéshū<名>án văn; lời phán quyết

【判明】pànmíng<动>phân biệt rõ; xét rõ; nhận rõ: 在工作中~是非很重要。Phân

định rõ phải trái là điều hết sức quan trọng trong công tác.

【判若黑白】pànruòhēibái khác nhau như đen trắng

【判若鸿沟】pànruòhónggōu ranh giới rõ rệt; ranh giới rõ ràng

【判若两人】pànruòliǎngrén như là hai người (hoàn toàn khác nhau)

【判若水火】pànruòshuǐhuǒ dường như ngược lại; loại trừ lẫn nhau

【判若云泥】pànruòyúnní khác nhau một trời một vực

【判刑】pànxíng<动>tuyên phạt; định hình phạt

【判阅】pànyuè<动>đọc và duyệt

【判罪】pànzuì<动>kết tội

盼pàn<动>❶chờ mong; mong đợi: 她终于~到儿子归来。Rốt cuộc rồi bà ấy cũng đã chờ đến ngày đứa con trai trở về. ❷nhìn: 左顾右~ nhìn trái nhìn phải // (姓) Phán

【盼复】pànfù<动>mong đợi hồi âm

【盼顾】pàngù<动>ngóng nhìn; nhìn xung quanh mà trông mong

【盼念】pànniàn<动>chờ mong và nhớ nhung

【盼头】pàntou<名>hi vọng: 她越来越觉得生活有~。Chị ấy càng ngày càng cảm thấy cuộc sống có hi vọng.

【盼望】pànwàng<动>trông mong; trông chờ: 我~您早日康复。Tôi cứ mong ông sớm ngày bình phục.

【盼星星，盼月亮】pàn xīngxing, pàn yuèliang trông trăng trông sao; trông chờ mỏi mòn; rày ước mai ao

叛pàn<动>phản bội: ~贼 tên phản bội; ~匪 tên phỉ phản bội

【叛变】pànbiàn<动>làm phản; phản bội: 在敌人的严刑拷打之下，他~了。Sau khi bị địch tra tấn dã man, hắn đã phản bội.

【叛兵】pànbīng<名>người phiến loạn; kẻ nổi loạn; quân phiến loạn: 围剿~ tiễu trừ quân phiến loạn

【叛臣贼子】pànchén-zéizǐ kẻ phản bội: 对~绝不能饶恕。Quyết không dung tha cho những kẻ phản bội.

【叛匪】pànfěi<名>bọn giặc phỉ (phản bội)

【叛国】pànguó<动>phản quốc: ~罪 tội phản quốc

【叛军】pànjūn<名>quân đội phản bội; đạo quân nổi loạn

【叛离】pànlí<动>phản bội và li khai

【叛乱】pànluàn<动>phiến loạn: ~分子 phần tử phiến loạn

【叛卖】pànmài<动>bán rẻ (tổ quốc...); phản bội: ~国家和民族的利益 bán rẻ lợi ích của đất nước và dân tộc

【叛逆】pànnì❶<动>phản nghịch; phản bội: 这些~行为很清楚了。Những hành vi phản bội này đã trở nên rất rõ ràng. ❷<名>người phản nghịch: 他自称是旧制度的~。Ông ấy tự xưng là người chống lại chế độ cũ.

【叛逆期】pànnìqī<名>giai đoạn phản nghịch: 这个孩子处于~，情绪不稳定。Cậu bé đang trong thời kì phản nghịch, trạng thái tinh thần không ổn định.

【叛逃】pàntáo<动>phản bội bỏ chạy

【叛逃者】pàntáozhě<名>kẻ đào tẩu; tên phản bội và bỏ trốn

【叛徒】pàntú<名>kẻ phản bội

畔 pàn<名>❶bờ; lề (sông, hồ...): 湖~ bờ hồ ❷bờ ruộng

pāng

乓 pāng<拟>pằng; xình; choang (tiếng súng, tiếng đóng cửa...): 大家都听到了~的一声枪响。Mọi người đều nghe thấy tiếng súng nổ "đoàng".

滂 pāng<形>[书]❶(nước chảy) ào ạt ❷(nước) tuôn chảy

【滂湃】pāngpài<形>(nước) cuộn trào: 丰水期长江河道江水~。Dòng sông Trường Giang cuộn trào vào mùa nước lớn.

【滂沱】pāngtuó<形>(mưa to) như trút: 他冒着~大雨赶回家。Anh ấy chạy về nhà dưới làn mưa xối xả.

páng

彷 páng

【彷徨】pánghuáng<动>do dự; đi đi lại lại: 他在长夜里~。Cậu ấy bàng hoàng trong đêm dài.

【彷徨不定】pánghuáng-búdìng băn khoăn lưỡng lự; bồn chồn: 他在房子里走来走去，~。Anh ấy thấp thỏm bồn chồn đi đi lại lại trong căn buồng.

【彷徨失措】pánghuáng-shīcuò băn khoăn lúng túng: 她~，不知如何是好。Cô ấy băn khoăn lúng túng, không biết xử trí như thế nào.

庞 páng<形>❶to lớn; cồng kềnh: 机构~大 cơ cấu cồng kềnh ❷nhiều và rối: 事情很杂。Sự việc phức tạp rối ren. //(姓) Bàng

【庞大】pángdà<形>đồ sộ: 财政开支~ khoản chi tiêu tài chính to lớn

【庞眉皓首】pángméi-hàoshǒu mày rậm tóc bạc: 这是一个~的老者。Đây là một cụ già cao tuổi mày rậm tóc bạc.

【庞然】pángrán<形>khổng lồ; to lớn; đồ sộ

【庞然大物】pángrán-dàwù đồ vật to lớn

【庞杂】pángzá<形>nhiều và rối

旁 páng❶<名>bên cạnh: ~边 bên cạnh ❷<代>cái khác; ngoài ra: ~人 người ngoài ❸<名>(bộ) thiên bàng; bộ thủ ❹<形>rộng rãi //(姓) Bàng

【旁白】pángbái<名>(bộ phim) lời nói riêng; lời nói một mình

【旁边】pángbiān<名>hai bên; ven; chỗ tiếp cận; bên cạnh: 我们家就在地铁站~。Nhà tôi nằm ngay bên cạnh ga tàu điện ngầm.

【旁侧】pángcè<名>bên cạnh: 学校~有个小商店。Bên cạnh nhà trường là một cửa hiệu nhỏ.

【旁出】pángchū<动>chia nhánh; phân nhánh: 山里歧路~，分不清方向。Những phân nhánh đường mòn trong rừng không xác định được phương hướng.

【旁带】pángdài<副>nhân tiện; tiện thể

【旁道】pángdào<名>❶via hè; lách đường ❷tâm tư không lành mạnh

【旁顾】pánggù<动>để ý đến chuyện khác: 因为~其他事情，他根本听不清领导讲了什么。Do bận tâm vào những việc khác anh ấy chẳng nghe thấy lãnh đạo đã nói những gì.

【旁观】pángguān<动>bàng quan; đứng ngoài quan sát

【旁观者】pángguānzhě<名>người bàng quan

【旁观者清】pángguānzhěqīng người ngoài nhìn sự việc rõ hơn; người ngoài cuộc sáng suốt hơn

【旁及】pángjí<动>đề cập đến; liên quan tới: 事情~他人，他一时不好下结论。Bởi do việc liên quan tới người khác, anh ấy không tiện kết luận ngay.

【旁路】pánglù<名>đường rẽ; mạch sao lưu; mạch ghi; mạch trữ

【旁落】pángluò<动>(quyền lực) rơi vào tay người khác: 大权~，他不知所措。Ông ta hết sức lúng túng vì quyền lực đã rơi vào tay người khác.

【旁门】pángmén<名>cửa ngách; cửa bên; cửa mạch: 这所大学很大，有好几个~。Ngôi trường đại học này rất lớn, ngoài cổng chính còn có tới mấy cổng bên.

【旁门左道】pángmén-zuǒdào ngõ ngách cửa bên; bàng môn tả đạo: 做人要堂堂正正，不要搞~。Làm người cần phải đường đường chính chính, không nên theo cách thức bàng môn tả đạo.

【旁敲侧击】pángqiāo-cèjī nói cạnh khóe; (viết) quanh co đả kích: 你可以~地跟他说。Anh có thể nhắc nhở khéo với anh ấy.

【旁人】pángrén<代>người ngoài; người khác

【旁若无人】pángruòwúrén thản nhiên; tự nhiên như không có ai

【旁听】pángtīng<动>bàng thính; dự thính: 他曾经在北京大学~了几门课。Anh ấy từng dự thính mấy môn học tại trường Đại học Bắc Kinh.

【旁听生】pángtīngshēng<名>học sinh dự thính

【旁听席】pángtīngxí<名>chỗ dự thính: 会议厅设有专门的~。Phòng họp đặt riêng chỗ ngồi dự thính.

【旁通】pángtōng<动>hiểu biết sâu rộng; nắm bắt qui luật của sự việc

【旁通阀】pángtōngfá<名>van đường ống phụ

【旁通管】pángtōngguǎn<名>đường ống phụ

【旁骛】pángwù<动>[书]làm thêm; mải mê việc phụ; tham lam: 心无~ làm việc rất chuyên tâm

【旁系】pángxì<名>dòng bên; dòng nhánh

【旁系亲属】pángxì qīnshǔ họ hàng thân thích cùng dòng máu và phối ngẫu của họ

【旁系亲缘】pángxì qīnyuán bà con thân thích dòng bên

【旁征博引】pángzhēng-bóyǐn dẫn chứng rộng rãi: 他在辩论会上~，征服了所有的

评委。Trong cuộc tranh luận chung anh ấy đã dẫn chứng rộng rãi, thuyết phục được tất cả các thành viên trong Hội đồng đánh giá.

【旁证】pángzhèng<名>luận cứ phụ; bằng chứng phụ: 因为没有~, 给侦破工作带来了不少困难。Bởi do không có những bằng chứng phụ mà công tác điều tra phá án gặp phải nhiều khó khăn.

【旁支】pángzhī<名>chi (họ) khác

【旁枝末节】pángzhī-mòjié cành lá râu ria; cành ngọn nhánh bên: 她说的都是些~的问题。Chị ấy nói toàn những vấn đề cành lá râu ria.

【旁置成本】pángzhì chéngběn[经济]chi phí chìm

【旁注】pángzhù<名>ghi chú; chú thích: 在书眉上作~ ghi chú thích trên đầu trang

【旁族】pángzú<名>họ hàng chi khác

【旁坐】pángzuò<动>mắc tội liên lụy đến người khác

膀 páng
另见bǎng

【膀胱】pángguāng<名>bàng quang

【膀胱炎】pángguāngyán<名>viêm bàng quang: ~是一种泌尿系统疾病。Viêm bàng quang là một chứng bệnh về hệ tiết niệu.

磅 páng
另见bàng

【磅礴】pángbó❶<形>hào hùng: 气势~ khí thế bàng bạc hùng hồn ❷<动>tràn đầy; dồi dào: ~宇内 tràn đầy cả bầu vũ trụ

螃 páng

【螃蟹】pángxiè<名>con cua

pǎng

耪 pǎng<动>(dùng cuốc) xới: ~麦子 xới đất cho ruộng lúa mạch

pàng

胖 pàng<形>béo; mập; bụ
另见pán

【胖大海】pàngdàhǎi<名>❶cây và quả lười ươi ❷[中药]đại hải tử

【胖嘟嘟】pàngdūdū béo mập mạp: ~的女孩 cô bé béo múp míp

【胖墩墩】pàngdūndūn béo lùn chắc nịch: ~的男孩 cậu bé béo chắc

【胖墩儿】pàngdūnr<名>[口]bụ bẫm (thường chỉ trẻ con): 现在~越来越多了。Hiện nay số trẻ em bụ bẫm ngày càng đông.

【胖鼓鼓】pànggǔgǔ béo phồng

【胖乎乎】pànghūhū mập; bụ bẫm

【胖头鱼】pàngtóuyú<名>cá mè

【胖子】pàngzi<名>người béo: 大~ người to béo

pāo

抛 pāo<动>❶quăng; ném; vứt: ~球 ném bóng; ~物线 đường parabon ❷bỏ rơi; mất đi: ~弃 bỏ đi ❸bán tháo: ~售股票 bán tháo cổ phiếu ❹lộ: ~头露面 xuất đầu lộ diện

【抛补】pāobǔ<动>[金融]mua bán ăn lãi suất (một hình thức mua bán trên sàn)

【抛到九霄云外】pāo dào jiǔxiāo yún wài quên bẵng đi

【抛光】pāoguāng<动>đánh bóng: 他在车间从事~工作。Anh ấy phụ trách khâu đánh bóng trong phân xưởng.

【抛光机】pāoguāngjī<名>máy đánh bóng

【抛荒】pāohuāng<动>❶bỏ hoang (ruộng đất): 工业化浪潮使得一些农村地区出现了很多~土地现象。Làn sóng công nghiệp hóa khiến cho một số vùng nông thôn xuất hiện nhiều đất bỏ hoang. ❷bỏ dở (học hành, nghề nghiệp)

【抛开】pāokāi<动>thoát khỏi; vứt đi; bỏ đi; bỏ qua; gác lại: ~后果怎么样不说，你这样做是不符合规定的。Chưa nói chuyện hậu quả ra sao, anh làm như vậy là không phù hợp quy định.

【抛空】pāokōng<动>[证券]bán không; bán hết: 他决定~清仓。Anh ấy quyết định bán hết cổ phiếu của mình.

【抛离】pāolí<动>rời bỏ; vứt bỏ; lìa bỏ

【抛脸】pāoliǎn<动>mất mặt; mất thể diện: 这件事让他觉得自己很~。Việc này khiến cho anh ấy cảm thấy rất mất mặt.

【抛锚】pāomáo<动>❶thả neo; hãm tàu; chết máy: 汽车在半路上~了。Ô tô bị chết máy giữa đường. ❷ví sự việc đến nửa chừng bị kẹt lại: 工程因资金短缺中途~了。Công trình bị chựng lại giữa chừng bởi thiếu nguồn vốn.

【抛盘】pāopán[金融]❶<动>bán cổ phiếu hoặc hàng kì hạn ❷<名>số hàng kì hạn hoặc chứng khoán bán ra trong một thời điểm

【抛却】pāoquè<动>vứt phăng; vứt bỏ hết; gột bỏ: 大家劝他~不切实际的幻想。Mọi người khuyên anh ấy nên gột bỏ những mơ tưởng hão huyền.

【抛洒】pāosǎ<动>❶vãi: 他把青春和汗水~在广阔的农村大地上。Anh ấy đã gửi lại mồ hôi và tuổi thanh xuân của mình trên vùng đồng quê bao la. ❷rắc xuống

【抛撒】pāosǎ<动>quăng; loại bỏ; rải: ~传单 rải truyền đơn

【抛舍】pāoshě<动>vứt sang một bên; vứt bỏ: 为了崇高的理想，没有什么物质上的东西是不可以~的。Vì lí tưởng cao cả chẳng có thứ vật chất gì là không thể vứt bỏ.

【抛售】pāoshòu<动>bán tháo; bán đổ; bán tháo: 因为资金紧张，公司决定~存货。Nhằm giải quyết căng thẳng về tiền vốn, công ti đã quyết định bán tháo số hàng tồn kho.

【抛头颅，洒热血】pāo tóulú, sǎ rèxuè không tiếc đổ máu hi sinh

【抛头露面】pāotóu-lùmiàn xuất đầu lộ diện: 母亲告诫女儿不要到处~。Người mẹ răn đứa con gái đừng quá xuất đầu lộ diện.

【抛物线】pāowùxiàn<名>đường pa-ra-bôn; đường ném

【抛掷】pāozhì<动>❶ném: ~石头 ném đá ❷vứt lung tung; bỏ rơi: 到处都是~的香蕉皮。Khắp nơi toàn là vỏ chuối vứt lung tung.

【抛砖引玉】pāozhuān-yǐnyù thả con săn sắt bắt con cá rô; vứt hòn ngói, bói hòn ngọc; tung ra hòn gạch, đổi lấy viên ngọc (lời tự khiêm): 我提出以上见解，希望能~。Tôi đưa ra những ý kiến trên để tung ngói đổi ngọc.

泡¹pāo❶<名>bong bóng: 水~ bóng nước ❷<形>[方](mềm xốp) mục; thối; ủng

泡²pāo<名>[方](dùng làm tên) hồ: 白莲~ hồ Bạch Liên

泡³pāo<量>(chỉ phân và nước tiểu) bãi
另见pào

【泡桐】pāotóng<名>cây trầu: 校园里种有很多~树。Trong nhà trường trồng nhiều cây trầu.

páo

刨pāo<动>❶đào bới: ~土 đào đất; ~坑 đào hố ❷[口]bỏ đi; bớt đi; trừ đi: ~去成本，基本上没什么利润了。Trừ đi giá thành, hầu như không còn lợi nhuận gì nữa.
另见bào

【刨除】páochú<动>bớt đi; giảm đi

【刨分】páofēn<动>trừ điểm; phạt điểm: 他这次考试被~了。Lần thi này cậu ấy bị trừ điểm rồi.

【刨根儿】páogēnr〈动〉tìm hiểu đến cùng

【刨根问底】páogēn-wèndǐ hỏi tận gốc; hỏi đến ngành đến ngọn; hỏi đến đầu đến đuôi

咆 páo〈动〉[书]gầm

【咆哮】páoxiào〈动〉❶gầm: 狮子~ sư tử gầm lên ❷gào thét: ~如雷 tiếng gầm gào như sấm động

狍 páo〈名〉con hoẵng

【狍子】páozi〈名〉[动物]con hoẵng

庖 páo〈名〉[书]❶nhà bếp ❷đầu bếp

【庖厨】páochú〈名〉[书]❶nhà bếp ❷đầu bếp

【庖代】páodài〈动〉[书]làm hộ; làm thay

【庖丁】páodīng〈名〉[书]đầu bếp của ngày xưa

【庖丁解牛】páodīng-jiěniú Bào Đinh giải ngưu; thạo nghề (ẩn dụ thông qua thực tiễn lặp đi lặp lại mà nắm chắc các quy luật khách quan, sử dụng nó một cách tự do, thành thạo)

炮 páo〈动〉❶[中药]bào chế ❷[书]quay; nướng
另见pào

【炮炼】páoliàn〈动〉[中医]sao khô (thuốc)

【炮烙】páoluò〈动〉bào cách (một loại hình phạt dã man thời cổ, bắt đi trên ống đồng nóng, không chịu được, ngã xuống đống than hồng mà chết)

【炮制】páozhì〈动〉❶bào chế (thuốc đông y): 这味中药经过~后服用更有效。Thang thuốc Đông y này sau khi bào chế sẽ có hiệu quả hơn。❷bịa đặt; đặt điều; nặn ra: 坚决反对~假新闻的行为。Kiên quyết phản đối hành vi đưa tin bịa đặt.

袍 páo〈名〉áo dài; áo bào; kì bào: 旗~ kì bào

【袍笏登场】páohù-dēngchǎng mặc áo thụng cầm hốt ra sân khấu; ra sân khấu diễn tuồng; lên ngôi; lên làm quan

【袍罩儿】páozhàor〈名〉vải choàng; tấm choàng; áo khoác

【袍子】páozi〈名〉áo dài; áo choàng; áo khoác ngoài

匏 páo

【匏瓜】páoguā〈名〉[植物]quả bầu; bầu nậm

跑 páo〈动〉bới (thú dùng móng vuốt) cào bới đất
另见pǎo

pǎo

跑 pǎo〈动〉❶chạy: 赛~ thi chạy; ~上楼 chạy lên gác ❷chạy trốn: 兔子~了。Con thỏ chạy trốn mất rồi。❸[方]đi: 他~一整天了。Anh ấy đã đi suốt cả ngày。❹lao đi; chạy đi: 他的发言~题了。Lời phát biểu của anh ấy đã lạc đề。❺rò rỉ; chảy ❻bay hơi: 香水瓶盖没盖好，香味都~了。Nút chai nước hoa chưa đậy kín, mùi nước hoa bay hơi ra ngoài.
另见páo

【跑表】pǎobiǎo〈名〉đồng hồ bấm giây: 教练手握~给大家测试跑步成绩。Huấn luyện viên tay cầm chiếc đồng hồ bấm giây tính thành tích chạy cho mọi người.

【跑步】pǎobù〈动〉chạy bộ: 孩子今天去操场~。Hôm nay các em ra sân tập chạy.

【跑步机】pǎobùjī〈名〉máy tập chạy

【跑车】[1] pǎochē〈名〉❶xe quệt ❷xe thể thao xe đua: 他新买了一辆名牌~。Anh ấy vừa mua chiếc xe đua mác hiệu nổi tiếng.

【跑车】[2] pǎochē〈动〉[口]theo tàu; theo xe (công tác): 他在铁路部门~。Anh ấy làm việc trong ngành đường sắt, thường theo tàu.

【跑单】pǎodān❶〈动〉không thanh toán

mà bỏ trốn ❷<名>nhân viên nhận và hoàn thành công việc theo đơn

【跑单帮】pǎo dānbāng người buôn chuyến: 在古代~很危险。Thời xưa buôn chuyến là nghề rất nguy hiểm.

【跑刀】pǎodāo<名>[体育]dao băng (lắp dưới giầy trượt): ~很锋利。Lưỡi dao băng rất sắc.

【跑道】pǎodào<名>❶đường băng (máy bay): 飞机~要很长才能满足起飞要求。Đường băng phải dài mới có thể thỏa mãn nhu cầu để máy bay cất cánh. ❷đường chạy

【跑道线】pǎodàoxiàn<名>đường băng; đường chạy

【跑电】pǎodiàn<动>rò điện; hở điện: 注意安全，厨房~了。Xin lưu ý, nhà bếp đã bị hở điện.

【跑调儿】pǎodiàor<动>lạc giọng; sai điệu: 他唱歌总是~。Anh ấy toàn hát sai điệu.

【跑肚】pǎodù<动>[口]ỉa chảy; tháo dạ; tháo lỏng: 我今天吃坏了肚子，一个上午不停~。Hôm nay tôi ăn phải cái gì đó không hợp vệ sinh, cả buổi sáng cứ bị đi lỏng.

【跑官】pǎoguān<动>chạy chức; chạy quyền (bằng cách đút lót hoặc nhờ vả)

【跑关系】pǎo guānxì chạy tìm quan hệ (liên lạc để giải quyết vụ việc)

【跑光】pǎoguāng<动>[摄影]lọt sáng; lộ ánh sáng

【跑旱船】pǎo hànchuán múa chèo thuyền (điệu múa dân gian diễn cảnh chèo thuyền): 我没看过~。Tôi chưa được xem điệu múa chèo thuyền.

【跑江湖】pǎo jiānghú khách giang hồ; sống giang hồ: 他是一个~的骗子。Ông ta là một tay bợm giang hồ.

【跑交通】pǎo jiāotōng người làm liên lạc; chạy giao thông; giao liên: 我父亲以前在

部队是~的。Trước đây bố tôi làm giao liên trong quân đội.

【跑街】pǎojiē<动>[方]chạy ngoài; người làm việc chuyên chạy việc ngoài: 老板给他的工作就是负责~。Sếp giao cho anh ta phụ trách việc chạy ngoài.

【跑进跑出】pǎojìn-pǎochū chạy ra chạy vào: 孩子~，调皮得很。Cháu bé nghịch lắm cứ chạy ra chạy vào.

【跑警报】pǎo jǐngbào chạy máy bay; chạy báo động

【跑酷】pǎokù<名>parkour, viết tắt là PK, là một môn thể thao đối chọi cực hạn, lấy môi trường sống hàng ngày (chủ yếu là đô thị) làm sân chơi của mình: 他业余时间喜欢跟朋友一起去~。Lúc rảnh rỗi anh ấy thường rủ các bạn đi chơi trò PK.

【跑来跑去】pǎolái-pǎoqù chạy đi chạy lại: 你老是~干什么呀？Anh cứ chạy đi chạy lại làm gì thế?

【跑了和尚跑不了庙】pǎole héshang pǎobuliǎo miào sư có thoát thì chùa vẫn còn; ví dù người chuồn mất, nhà cửa, gia đình vẫn còn đấy

【跑垒】pǎolěi<动>[体育]chạy đường vòng (trong bóng chày hay bóng runđơ)

【跑垒员】pǎolěiyuán<名>người chạy bóng

【跑龙套】pǎo lóngtào đóng vai phụ; làm việc sai vặt: 她~十几年才成为主角。Cô ấy sắm vai phụ tới mười mấy năm rồi mới trở thành vai chính.

【跑马】pǎomǎ<动>❶phi ngựa ❷đua ngựa; phóng ngựa: 草原上的牧民都喜欢~。Trên thảo nguyên những người dân chăn nuôi rất thích hoạt động phóng ngựa. ❸[方]di tinh

【跑马场】pǎomǎchǎng<名>sân vận động đua ngựa

【跑码头】pǎo mǎtou chạy chợ; chuyên nghề buôn bán ở các thành phố lớn dọc sông hay ven biển: 他从小就跟父亲去~。Ngay từ thời nhỏ cậu ấy đã theo cha làm nghề chạy chợ ở các thành phố sầm uất.

【跑买卖】pǎo mǎimai buôn chuyến: ~的小商小贩 những người làm ăn buôn chuyến nhỏ

【跑冒滴漏】pǎo-mào-dī-lòu hao hụt rò rỉ (hiện tượng mất mát lãng phí tài sản vốn liếng phát sinh do nhiều vấn đề trong khâu quản lí): 控制好~各个环节 kiểm soát tốt các khâu hao hụt rò rỉ

【跑面】pǎomiàn<动>chạy bề mặt

【跑跑颠颠】pǎopǎodiāndiān chạy ngược chạy xuôi; chạy trước chạy sau; chạy sấp chạy ngửa: 女孩子~像什么样子呀！Con gái con đứa mà cứ vừa đi vừa nhảy nhót, thật chẳng ra làm sao.

【跑跑跳跳】pǎopǎotiàotiào thoăn thoắt; chạy ngược chạy xuôi

【跑偏】pǎopiān<动>❶đi lệch hướng ❷lệch đề

【跑片子】pǎo piānzi chạy phim (mấy rạp cùng chiếu một bộ phim, phải cho người chuyên chạy để chuyển phim cho kịp)

【跑情况】pǎo qíngkuàng❶trong lúc chiến tranh, nghe tin kẻ thù hành động mà phải ẩn náu ❷(phóng viên) thu thập thông tin

【跑墒】pǎoshāng<动>[农业]ruộng bị khô cạn (do mất nước); chất đất bị khô: 今年气候干旱，~现象很严重。Năm nay khô hạn, hiện tượng ruộng đất bị khô cạn rất nghiêm trọng.

【跑神】pǎoshén<动>[方]phân tâm; tinh thần không tập trung: 听着听着他就~了。Nghe mãi rồi tinh thần anh ấy bị phân tán.

【跑生意】pǎo shēngyi chạy hàng; buôn bán: 为了让家人过上更加幸福的生活，孩子他爹出去~了。Để cả nhà có được cuộc sống ngày một tốt đẹp, bố cháu đã ra

ngoài làm buôn bán.

【跑堂】pǎotáng<名>người chạy bàn; người phục vụ bàn; bồi bàn; chiêu đãi viên: 新中国成立前他在上海做~。Trước ngày thành lập nước Trung Hoa mới cụ chạy bàn ở Thượng Hải.

【跑题】pǎotí<动>lạc đề: 别说了，你~啦！Đừng nói nữa, anh lạc đề rồi!

【跑跳】pǎotiào<动>[体育]chạy nhảy: 他属于~项目的运动员。Anh ấy là vận động viên môn chạy nhảy.

【跑腿儿】pǎotuǐr<动>[口]chân chạy (chỉ người làm việc tạp dịch): 我不是领导，~的。Tôi không phải là lãnh đạo mà chỉ là người tạp dịch.

【跑外】pǎowài<动>chạy ngoài (liên hệ giao dịch với bên ngoài)

【跑鞋】pǎoxié<名>giày chạy; giày thể thao: 妈妈给儿子买了双~做生日礼物。Mẹ mua đôi giày chạy làm quà sinh nhật cho con.

【跑圆场】pǎo yuánchǎng[戏剧](diễn viên kịch) chạy quanh sân khấu

【跑账】pǎozhàng<动>thu nợ; chạy tài khoản: 谁也不愿意去~。Chẳng mấy ai chịu đi thu nợ.

pào

泡¹ pào❶<动>ngâm: 他的双腿被海水~得发白。Đôi chân anh ấy đã bị nước biển ngâm trắng bệch. ❷<名>vật có dạng giống bóng: 水~ bong bóng nước; 气~ bong bóng

泡² pào<动>❶ngâm; muối: 南方人喜欢~酸菜。Người miền Nam thích muối dưa. ❷câu giờ; kéo dài thời gian; lề mề: 他一天到晚喜欢跟朋友~在茶馆喝茶。Anh ấy thích ngồi câu giờ từ sáng đến tối để uống trà với bè bạn ở quán trà.

另见pāo

【泡吧】pàobā<动>chơi quán ba (thường ví những người đến quán ba giết thời gian): 很多年轻人喜欢~。Nhiều bạn trẻ thích ngâm mình ở quán ba.

【泡病号】pào bìnghào cáo ốm (không đi làm...): 他长期~。Ông ấy cáo ốm lâu ngày không đi làm.

【泡菜】pàocài<名>rau dầm; rau muối; rau dưa; kim chi: 韩国的~很出名。Món dưa kim chi Hàn Quốc rất nổi tiếng.

【泡茶】pàochá<动>pha trà: 他在家~待客。Anh ấy pha trà tiếp khách ngay trong nhà.

【泡饭】pàofàn<名>cơm chan canh: 爷爷喜欢吃~。Ông nội thích ăn cơm chan canh.

【泡芙】pàofú<名>bánh ngọt; bánh xốp nhân bơ có nguồn gốc từ I-ta-li-a

【泡服】pàofú<动>[中医]pha để uống, một phương pháp sắc thuốc: 这个药用温开水~。Loại thuốc này pha nước ấm uống.

【泡椒】pàojiāo<名>ớt chua; ớt muối, thường được gọi là "ớt cá cay", là một loại gia vị độc đáo của món ăn Tứ Xuyên: ~是川菜的必备配料。Ớt muối là vật liệu cần thiết trong món ăn Tứ Xuyên.

【泡蘑菇】pào mógu dây dưa; rề rà; dềnh dàng; cù nhầy: 别~, 快点干活, 要不完不成任务了。Đừng dềnh dàng nữa, không nhanh tay lên thì sẽ không hoàn thành nổi nhiệm vụ đâu.

【泡沫】pàomò<名>❶bọt; bong bóng ❷ví hiện tượng hư ảo bất thực

【泡沫经济】pàomò jīngjì kinh tế bong bóng: 房地产业要避免陷入~的困境。Ngành địa ốc phải tránh rơi vào tình trạng khó khăn kinh tế bong bóng.

【泡沫灭火器】pàomò mièhuǒqì bình chữa cháy

【泡妞】pàoniū<动>tán gái

【泡泡糖】pàopaotáng<名>kẹo cao su: 他给儿子买了~。Ông ấy mua kẹo cao su cho con.

【泡泡袖】pàopaoxiù<名>ống tay áo phồng; tay áo bồng: 有段时间, ~很时髦。Đã một thời loại áo tay bồng rất mốt.

【泡汤】pàotāng<动>[口]bị nhỡ; bị hẫng; đi phèo; không ăn thua: 这事看来要~了。Xem ra việc này đã bị hẫng rồi.

【泡影】pàoyǐng<名>tan vỡ; hỏng (như bong bóng): 满腔热情, 顷刻化为~。Bầu nhiệt huyết cuối cùng đã vỡ tan như bong bóng.

【泡澡】pàozǎo<动>tắm ngâm trong bồn: 他喜欢~。Ông ấy thích tắm ngâm trong bồn.

炮 pào<名>❶súng; pháo; đại bác ❷pháo đốt: 放烟花~ đốt pháo hoa ❸mìn (phá đất đá)

另见páo

【炮兵】pàobīng<名>pháo binh

【炮兵部队】pàobīng bùduì bộ đội pháo binh

【炮兵连】pàobīnglián<名>đại đội pháo binh: 新兵训练结束后, 他被分到了~。Sau đợt huấn luyện cho tân binh, anh ấy đã được sắp xếp vào đại đội pháo binh.

【炮兵学校】pàobīng xuéxiào trường pháo binh: 他在~任教。Anh ấy giảng dạy trong trường pháo binh.

【炮车】pàochē<名>❶xe kéo pháo ❷xe chở dầm bê tông (một loại xe được thiết kế đặc biệt dựng lên cấu kiện đúc sẵn và vận chuyển dầm bê tông): ~在路桥工程建设中作用很大。Xe chở dầm bê-tông phát huy vai trò to lớn trong công trình xây dựng cầu đường.

【炮铳】pàochong<名>[方]pháo

【炮弹】pàodàn<名>đạn pháo: ~落在了河边。Đạn pháo rơi xuống bên bờ sông.

【炮管】pàoguǎn<名>ống pháo; nòng pháo

P

【炮轰】pàohōng<动>nã pháo; bắn phá; sử dùng ngôn ngữ tấn công đối với những sự kiện, cá nhân: ~官僚主义 tấn công vào chủ nghĩa quan liêu; 阵地遭到了敌人炮火的猛烈~。Trận địa bị địch bắn phá dữ dội.

【炮灰】pàohuī<名>kẻ làm bia đỡ đạn: 绝不给法西斯当~。Quyết không làm bia đỡ đạn cho bọn phát-xít.

【炮火】pàohuǒ<名>bom đạn; lửa đạn; hỏa lực: 敌人的~很猛烈。Hỏa lực của địch rất mạnh.

【炮击】pàojī<动>pháo kích: 团长命令停止~。Trung đoàn trưởng hạ lệnh ngừng pháo kích.

【炮机】pàojī<名>súng máy

【炮架】pàojià<名>giá pháo; giá súng; càng pháo

【炮舰】pàojiàn<名>pháo hạm; pháo thuyền

【炮舰外交】pàojiàn wàijiāo ngoại giao pháo hạm

【炮舰政策】pàojiàn zhèngcè chính sách pháo hạm

【炮口】pàokǒu<名>mũi pháo; mũi súng

【炮楼】pàolóu<名>pháo đài: 敌人的~被民兵拔掉了。Pháo đài của địch đã bị dân quân nhổ bật.

【炮身】pàoshēn<名>nòng súng; nòng pháo

【炮声】pàoshēng<名>tiếng pháo; tiếng mìn (phá núi)

【炮手】pàoshǒu<名>pháo thủ

【炮塔】pàotǎ<名>tháp pháo

【炮台】pàotái<名>pháo đài

【炮艇】pàotǐng<名>pháo hạm: 这艘~外形很简约。Dáng ngoài của pháo hạm này rất gọn ghẽ.

【炮筒】pàotǒng<名>nòng pháo

【炮筒子】pàotǒngzi<名>nòng pháo; người thẳng ruột ngựa; ví người nóng nảy, hay tranh luận: 他是个~，动不动就发火。Anh

ấy tính bộc trực, hơi một tí là nổi cơn tam bành.

【炮位】pàowèi<名>nơi đặt pháo; vị trí của pháo thủ: ~不正，就会影响射击的精确度。Vị trí đặt pháo không đúng sẽ ảnh hưởng tới độ chuẩn xác của pháo.

【炮眼】pàoyǎn<名>❶lỗ nạp thuốc nổ; lỗ đánh mìn: 打~是很危险的工作。Khoét đánh mìn là công việc rất nguy hiểm. ❷lỗ bắn

【炮衣】pàoyī<名>áo pháo; áo bọc pháo

【炮战】pàozhàn<名>pháo chiến

【炮竹】pàozhú<名>pháo đốt; pháo tràng: ~声声辞旧岁。Tiếng pháo râm ran giã từ năm cũ.

【炮子儿】pàozǐr<名>[方]viên đạn; vỏ nhỏ

疱 pào<名>mụn nước

【疱疹】pàozhěn<名>bệnh mụn nước; mụn rột: 他得了~。Ông ấy bị bệnh mụn nước.

【疱疹病毒】pàozhěn bìngdú virus mụn nước

pēi

呸 pēi<叹>hừ: ~，这样的事情亏你干得出来! Hừ, việc tồi thế ông cũng đang tâm làm à!

胚 pēi<名>phôi

【胚层】pēicéng<名>[生物]tầng phôi; lớp phôi; phôi bì

【胚根】pēigēn<名>[植物]rễ mầm

【胚囊】pēináng<名>[生物]phôi nang; túi phôi

【胚乳】pēirǔ<名>[生物]nội nhũ

【胚胎】pēitāi<名>❶phôi thai ❷ví mầm mống của sự vật

【胚胎学】pēitāixué<名>phôi thai học; phôi học: 他从事~研究工作。Anh ấy làm công tác nghiên cứu về phôi thai.

【胚细胞】pēixìbāo<名>tế bào phôi

【胚芽】pēiyá<名>❶mầm phôi ❷ví mầm mống của sự vật

【胚叶】pēiyè<名>lá mầm

【胚珠】pēizhū<名>thai trong dạ con

【胚子】pēizi<名>phôi thai của tằm; lá mầm xấu (thường chỉ những người không tốt)

péi

陪 péi<动>❶bồi tiếp; đi cùng; tháp tùng: ~同人员 nhân viên tháp tùng; ~老婆去买衣服 cùng vợ đi mua sắm quần áo ❷hỗ trợ: ~读 trợ học

【陪伴】péibàn<动>đi cùng; đi với; đi theo

【陪餐】péicān<动>đi ăn cùng: 今晚他要出去~。Tối nay anh ấy phải đi ăn cơm cùng với khách.

【陪衬】péichèn❶<动>trang điểm; tô điểm; làm nền; kèm theo: 这个雕塑，对整个建筑物起了很好的~作用。Pho tượng này đã làm nổi thêm cho tòa kiến trúc. ❷<名>vật làm nền: 我是来做~的。Tôi đến chỉ là làm nền thôi.

【陪床】péichuáng<动>túc trực cạnh giường để chăm sóc bệnh nhân: 病人晚上需要有人~。Bệnh nhân buổi tối cần có người túc trực chăm nom.

【陪打】péidǎ<动>[体育]đóng vai đối thủ để tập luyện: ~人员 người đóng vai đối thủ để tập luyện

【陪读】péidú<动>có mặt để trợ giúp cho việc học hành: 丈夫到美国读博士，她也前往~。Chồng đến Mĩ theo học tiến sĩ, cô ấy đi cùng để trợ giúp.

【陪护】péihù<动>đi cùng để chăm sóc: 因为工作太忙，只能请人~老人家。Do mọi người đều bận công việc, đành phải mời ôsin giúp việc chăm sóc người già.

【陪嫁】péijià<名>của hồi môn: 她准备了不少~。Cô ấy đã chuẩn bị nhiều của hồi môn.

【陪酒】péijiǔ<动>hầu tiệc

【陪考】péikǎo<动>chăm sóc người thi: 古代科举考试，很多人都是带着~书童一起上路的。Thư sinh ứng thi thời xưa thường dắt theo tiểu đồng để chăm sóc giúp việc.

【陪客】péikè❶<动>tiếp khách; tháp tùng: 今晚要去~。Tối nay cần phải đi tiếp khách. ❷<名>người được mời cùng tiếp khách

【陪练】péiliàn❶<动>tháp tùng cùng huấn luyện: 今天我来跟大家~。Hôm nay tôi sẽ tháp tùng cùng huấn luyện với các đội viên. ❷<名>người cùng phe để tập luyện

【陪聊】péiliáo<动>làm bạn tiếp chuyện (với khách): ~已经成为一种职业。Trò chuyện với khách đã trở thành một nghề nghiệp.

【陪审】péishěn<动>bồi thẩm

【陪审团】péishěntuán<名>ban bồi thẩm

【陪审员】péishěnyuán<名>người bồi thẩm; hội thẩm

【陪侍】péishì<动>hầu hạ

【陪送】péisong[口]❶<动>phía nhà gái tặng đồ cưới cho hôn lễ (tục xưa) ❷<名>đồ cưới của cô dâu

【陪同】péitóng<动>đi cùng; tháp tùng

【陪同人员】péitóng rényuán người đi cùng; nhân viên tháp tùng: 他是这次总统出访的~。Ông ấy là nhân viên tháp tùng của Tổng thống trong chuyến thăm này.

【陪舞】péiwǔ<动>cùng nhảy

【陪夜】péiyè<动>chăm sóc bệnh nhân trong đêm

【陪游】péiyóu<动>cùng đi du lịch

【陪葬】péizàng<动>tùy táng; chôn theo

【陪葬品】péizàngpǐn<名>đồ vật tùy táng

【陪住】péizhù<动>ở cùng để làm bạn

培 péi<动>❶bồi; đắp thêm ❷bồi dưỡng; đào tạo: ~养后备干部 đào tạo cán bộ hậu bị

///(姓) Bồi

【培根肉】péigēnròu<名>thịt muối

【培护】péihù<动>chăm sóc: ~草坪 chăm sóc thảm cỏ

【培土】péitǔ<动>bồi đất; vun đất: 我今天负责~。Hôm nay tôi phụ trách việc vun đất.

【培土机】péitǔjī<名>máy vun đất

【培修】péixiū<动>gia cố và bảo trì (đê điều, bờ đất lớn v.v.): 洪水到来之前需要做好河堤的~工作。Cần phải làm tốt công tác gia cố và bảo vệ đê điều trước khi cơn lũ ập đến.

【培训】péixùn<动>bồi dưỡng và huấn luyện: 他负责~新学员。Anh ấy phụ trách việc đào tạo và huấn luyện cho các học viên mới.

【培训班】péixùnbān<名>lớp huấn luyện: 我参加了很多~。Tôi đã tham gia nhiều lớp huấn luyện.

【培训体系】péixùn tǐxì hệ thống huấn luyện: 这个~不错。Hệ thống huấn luyện này rất tốt.

【培训项目】péixùn xiàngmù chương trình huấn luyện: 这次的~很多, 希望大家加强学习! Chương trình huấn luyện lần này có nội dung phong phú, mong mọi người tăng cường học tập!

【培训证书】péixùn zhèngshū chứng chỉ huấn luyện

【培训中心】péixùn zhōngxīn trung tâm huấn luyện

【培养】péiyǎng<动>❶nuôi cấy: ~试管牛胚胎 nuôi cấy phôi thai bò trong ống nghiệm ❷đào tạo; bồi dưỡng và huấn luyện: ~学科带头人 đào tạo chuyên gia đầu ngành khoa học

【培养基液】péiyǎngjīyè môi trường nuôi cấy

【培育】péiyù<动>❶đào tạo; bảo dưỡng

❷gây trồng: 他从事~水稻优良品种的工作。Anh ấy làm công tác nuôi trồng giống lúa nước chất lượng cao.

【培植】péizhí<动>❶gây trồng và nuôi dưỡng: 现在许多野生植物能够人工~了。Hiện nay nhiều loại thực vật hoang dã đã có thể gây trồng nhân tạo. ❷bồi dưỡng; đào tạo: 为国家的未来~新生力量。Bồi dưỡng lực lượng mới cho ngày mai của đất nước.

【培殖】péizhí<动>nuôi trồng

【培种】péizhòng<动>nuôi giống

赔péi<动>❶bồi thường; đền bù: 弄坏了人家的东西, 当然要~。Làm hỏng đồ vật của người ta dĩ nhiên là phải bồi thường. ❷thua lỗ: 这单生意, 他~定了。Lô hàng này ông ấy ắt sẽ bị lỗ.

【赔本】péiběn<动>hụt vốn; thua thiệt: 不要干~买卖。Đừng có kinh doanh những thứ hàng lỗ vốn.

【赔补】péibǔ<动>bổ sung bồi thường (số lượng bị thiếu)

【赔不起】péibuqǐ đền không nổi; không có khả năng đền bù: 这么贵重的东西, 对于这个学生来说真的~。Đồ vật quý giá thế này, đối với em học sinh này thì thực sự là đền không nổi.

【赔不是】péi bùshi tạ lỗi; xin lỗi; chịu lỗi: 快向老人家~。Mau xin lỗi cụ đi!

【赔偿】péicháng<动>đền; bồi thường: ~金 tiền bồi thường/tiền đền

【赔错】péicuò<动>❶tạ lỗi ❷thừa nhận sai lầm

【赔垫】péidiàn<动>tạm ứng bồi thường: 费用由保险公司~。Phí tổn do công ti bảo hiểm tạm ứng bồi thường.

【赔付】péifù<动>thanh toán bồi thường

【赔付率】péifùlǜ<名>tỉ lệ thanh toán bồi thường

【赔话】péihuà<动>xin lỗi

【赔还】péihuán<动>đền bù

【赔款】péikuǎn❶<动>đền tiền; bồi thường tiền: 显然在这件事情上他们不需要~。 Hiển nhiên trong sự kiện này họ không cần phải bồi thường tiền. ❷<名>tiền bồi thường

【赔了夫人又折兵】péile fūrén yòu zhébīng đã mất phu nhân lại hao binh tổn tướng; mất cả chì lẫn chài

【赔礼】péilǐ<动>xin lỗi; nhận sai: 孩子不懂事，我给你们~了。Cháu nó sai sót, cho tôi xin lỗi cho nhé.

【赔礼道歉】péilǐ-dàoqiàn xin lỗi và mong tha thứ

【赔钱】péiqián<动>❶đền tiền ❷lỗ vốn

【赔情】péiqíng<动>[方]xin lỗi

【赔贴】péitiē<动>đền bù trợ giá

【赔小心】péi xiǎoxīn chiều ý; chiều lòng; làm mát lòng

【赔笑脸】péi xiàoliǎn cười làm lành; cười xòa: 他一直在旁边~。Anh ấy cứ bám theo cười làm lành.

【赔账】péizhàng<动>❶đền tiền; đền nợ (do mình tính sai số sách) ❷[方]lỗ vốn

【赔罪】péizuì<动>xin lỗi; nhận lỗi

锫 péi<名>[化学]berkeli (kí hiệu: Bk)

pèi

沛 pèi<形>[书]dồi dào; sung túc; đầy: 体力充~ sức khỏe dồi dào ///(姓) Bái

佩 pèi❶<动>đeo: 不许~枪! Không được phép đeo súng! ❷<动>khâm phục: 这种精神可敬可~。Tinh thần này thật đáng kính nể khâm phục. ❸<名>[旧]đồ trang sức trên dải áo

【佩带】pèidài<动>đeo: 不许~武器进入会场。Không được mang theo vũ khí vào hội trường.

【佩戴】pèidài<动>đeo: 进学校必须~校徽。Vào trường học cần đeo huy hiệu trường.

【佩刀】pèidāo❶<动>đeo dao: 很多少数民族男子都喜欢~。Nhiều nam giới dân tộc thiểu số đều thích đeo dao bên người. ❷<名>dao đeo

【佩服】pèifú<动>khâm phục: 他很能干，大家都很~他。Anh ấy rất năng nổ, mọi người đều rất khâm phục.

【佩剑】pèijiàn<名>đeo kiếm: ~将军 tướng quân đeo kiếm

【佩兰】pèilán<名>cây hương gà (nước thơm); bội lan

配 pèi❶<动>sự kết hợp giữa hai giới nam nữ: 婚~ hôn phối; 才子~佳人 trai tài kết hợp với giai nhân ❷<名>bạn đời; vợ; chồng: 原~ vợ đầu; 择~ chọn bạn đời ❸<动>phối; phối giống: ~马 phối giống cho ngựa ❹<动>pha; hòa: ~色 pha màu; 他在酒吧~酒。Anh ấy pha rượu ở quán ba. ❺<动>phân phối; phân chia theo kế hoạch: 公司给每一个人都~发了手机。Công ti đã trang bị máy di động cho mọi người. ❻<动>lắp thêm; thay: 给汽车~零件 thay đồ phụ tùng ô tô; ~钥匙 lắp chìa khóa ❼<动>đệm; làm nền: 红花~绿叶。Lá xanh điểm thêm hoa thắm. ❽<动>đủ tư cách; xứng: 他~得上这个荣誉称号。Anh ấy xứng với danh hiệu vinh dự này. ❾<形>ăn khớp; phù hợp: 她找到了跟自己相~的丈夫。Cô ấy đã chọn được người chồng xứng đôi với mình. ❿<动>sung quân; đi đày: 被发~到边远地区 bị đày đi nơi xa hẻo lánh

【配备】pèibèi❶<动>trang bị; phân phối: 根据工作需要~电脑 thể theo nhu cầu của công việc mà trang bị máy tính ❷<动>bố trí (lực lượng): ~火力 bố trí hỏa lực; ~干部 xếp đặt cán bộ ❸<名>trang thiết bị đồng bộ: 现代化~ trang thiết bị hiện đại

P

【配比】pèibǐ〈名〉tỉ lệ pha hòa; pha trộn: 这样~不对。Tỉ lệ pha trộn như vậy là không đúng.

【配菜】pèicài〈动〉pha trộn món ăn: 他负责在厨房~。Ông ấy phụ trách việc điều phối món ăn trong nhà bếp.

【配餐】pèicān❶〈动〉trộn các loại thức ăn vào nhau: 营养师给幼儿园的孩子~。Chuyên gia dinh dưỡng tổng hợp các loại thực phẩm cho nhà trẻ. ❷〈名〉thức ăn tổng hợp

【配餐室】pèicānshì〈名〉phòng phân phối thức ăn

【配称】pèichèn〈形〉phù hợp; xứng đáng

【配搭】pèidā〈动〉❶ghép; khớp; bổ sung; phụ thêm: 这项任务很艰巨，上级准备再~几个人手。Nhiệm vụ này rất khó, cấp trên sẽ bổ sung thêm mấy người vào. ❷phối hợp: 她的一身衣服~不错。Bộ trang phục này cô ấy phối hợp rất tốt.

【配电】pèidiàn〈动〉phân phối điện: ~装置 thiết bị phân phối điện

【配电板】pèidiànbǎn〈名〉bảng phân phối điện: ~安装在一楼的楼梯旁。Bảng phân phối điện lắp ngay cạnh cửa cầu thang dưới nhà.

【配电室】pèidiànshì〈名〉phòng quản lí thiết bị phân phối điện

【配电箱】pèidiànxiāng〈名〉hộp phân phối điện

【配电站】pèidiànzhàn〈名〉trạm biến điện

【配电中心】pèidiàn zhōngxīn trung tâm phân phối điện

【配殿】pèidiàn〈名〉điện phụ; điện thờ phụ: 北京故宫有很多~。Cố Cung Bắc Kinh có rất nhiều ngôi điện phụ.

【配对】pèiduì〈动〉❶ghép đôi: 他们俩~双打。Hai người phối hợp trong môn đánh đôi. ❷[口]giao phối

【配额】pèi'é〈名〉ngạch phân phối; hạn ngạch: 这个月的~不够。Hạn ngạch của tháng này không đủ.

【配发】pèifā〈动〉❶phân phát: ~武器 phân phát vũ khí ❷gửi kèm; đăng kèm

【配方】pèifāng❶〈动〉điều chế; pha chế ❷〈名〉công thức pha chế: ~属于保密的知识产权。Công thức pha chế là bí mật trong phạm vi quyền sở hữu trí tuệ. ❸〈动〉công thức bù bình phương

【配购】pèigòu〈动〉theo hạn ngạch mua hàng: 各单位只能按照~计划采购物资。Các đơn vị chỉ được phép thu mua vật tư theo hạn ngạch đã đặt trong kế hoạch.

【配股】pèigǔ〈动〉phân phối cổ phiếu: 公司决定年底给每个股东~。Công ti quyết định cuối năm sẽ phân phối cổ phiếu cho mỗi cổ đông.

【配合】pèihé〈动〉❶phối hợp: 密切~ phối hợp chặt chẽ ❷kết hợp

【配合】pèihe〈形〉cân xứng; hòa hài

【配婚】pèihūn〈动〉phối hôn; sắp đặt hôn nhân: 某些少数民族地区现在还存在~现象。Tại một số khu vực dân tộc thiểu số nay vẫn tồn tại hiện tượng sắp đặt hôn nhân.

【配货提单】pèihuò tídān hóa đơn ghép hàng: 他去拿~了。Anh ấy đã đi lấy hóa đơn ghép hàng.

【配给】pèijǐ〈动〉bao cấp; bán phân phối; cung cấp theo kế hoạch: ~量 số lượng được phân phối; 单位~他一张桌子。Đơn vị cấp cho anh ấy một chiếc bàn.

【配给品】pèijǐpǐn〈名〉sản phẩm phân phối

【配件】pèijiàn〈名〉❶linh kiện; bộ phận ❷linh kiện thay thế; phụ tùng: 摩托车~ phụ tùng xe máy

【配镜师】pèijìngshī〈名〉kĩ sư kiểm tra quang học để làm kính đeo mắt

【配角】pèijué❶〈名〉vai phối hợp; vai phụ

这出戏~的表演很出色。Nghệ thuật biểu diễn vai phụ của bộ phim này rất xuất sắc. ❷<名>trợ lí; người phụ việc ❸<动>phân phối vai diễn

【配料】pèiliào❶<名>gia vị: 中餐的~很丰富。Gia vị của món ăn Trung Quốc rất dồi dào. ❷<动>phối liệu: 按比例~ phối liệu theo tỉ lệ

【配流】pèiliú<动>người phạm tội bị trục xuất; đày đi xa: ~孤岛 bị đày đến hòn đảo xa

【配偶】pèi'ǒu<名>vợ; chồng: ~在婚姻中享受同等权利和义务。Trong quan hệ hôn nhân thì vợ chồng đều có quyền lợi và nghĩa vụ ngang nhau.

【配偶权】pèi'ǒuquán<名>quyền lợi của vợ chồng

【配曲】pèiqǔ<动>hòa nhạc: 这首歌由演唱者自己~。Bài hát này do người hát tự hòa nhạc.

【配色】pèisè<动>phối màu; phối hợp màu sắc

【配饰】pèishì<名>đồ trang sức: 女士们出席晚会都会戴着一些自己喜欢的~。Phụ nữ dự dạ hội thường đeo những đồ trang sức mà mình ưa thích.

【配售】pèishòu<动>bán phân phối; bán kèm: 商家这样搞~, 对消费者来说是很不公平的。Người kinh doanh bán phân phối như vậy là rất không công bằng đối với người tiêu dùng.

【配送】pèisòng<动>giao hàng tận nơi; phân phối hàng hóa: 他成立了一家肉类~中心。Ông đã thành lập một trung tâm thực phẩm thịt phụ trách giao hàng tận nơi.

【配水】pèishuǐ<动>phân phối nước: 干旱季节要做好~计划。Mùa khô hạn cần ấn định tốt chương trình cấp nước.

【配套】pèitào<动>đồng bộ; làm thành bộ;

hoàn chỉnh: 珠三角已经成为世界工厂的产品~中心地区。Vùng châu thổ sông Châu Giang đã trở thành khu vực trung tâm sản phẩm đồng bộ của công xưởng thế giới.

【配戏】pèixì<动>đóng vai phụ: 在这部电视剧中他给主角~。Anh ấy đóng vai phụ phối hợp với vai chính trong vở kịch truyền hình này.

【配线板】pèixiànbǎn<名>bảng phân phối dây điện

【配演】pèiyǎn<动>phối hợp với vai chính biểu diễn

【配药】pèiyào<动>điều chế thuốc; pha chế thuốc

【配药处】pèiyàochù<名>phòng pha chế thuốc

【配药员】pèiyàoyuán<名>nhân viên pha chế thuốc

【配音】pèiyīn<动>phối âm; lồng tiếng: 他是一名~演员。Ông ta là một diễn viên lồng tiếng.

【配音棚】pèiyīnpéng<名>phòng lồng tiếng

【配音师】pèiyīnshī<名>kĩ sư lồng tiếng

【配音员】pèiyīnyuán<名>người lồng tiếng

【配乐】pèiyuè<动>phối nhạc; đệm nhạc: 他上台表演了~诗朗诵。Anh đã biểu diễn trên sân khấu tiết mục đọc thơ đệm nhạc.

【配乐广播】pèiyuè guǎngbō phát sóng hòa nhạc

【配乐诗】pèiyuèshī<名>thơ đệm nhạc

【配载】pèizǎi<动>sắp xếp hàng hóa vận tải: 远洋运输~很讲究。Trong vận tải viễn dương thì sắp xếp hàng hóa là việc đòi hỏi rất cầu kì.

【配制】pèizhì<动>❶phối chế; phối hợp chế tạo; bào chế ❷phụ chế

【配置】pèizhì<动>phối chế; phân phối; bố chí; sắp xếp: ~兵力 sắp xếp binh lực

【配种】pèizhǒng<动>phối giống; lai giống

P

辔 pèi<名>hàm thiếc; dàm và dây cương (ngựa): 按~徐行 ghìm cương cho ngựa đi chậm lại

【辔头】pèitóu<名>hàm thiếc; dàm và dây cương

霈 pèi[书]❶<名>mưa to; mưa như trút; mưa tầm tã: 甘~ mưa ngọt mưa lành ❷<形>mưa dầm dề

pēn

喷 pēn<动>❶phụt ra ❷phun ra ❸bắn ra: 火山~发 núi lửa phun bắn ra
另见pèn

【喷鼻息】pēnbíxī thở phì phì

【喷播】pēnbō<动>gieo hột

【喷薄】pēnbó<形>mọc lên; tỏa ra; dâng lên; nhô lên: 一轮红日~而出。Vầng thái dương đã nhô lên.

【喷薄欲出】pēnbó-yùchū tỏa ra lộng lẫy

【喷出】pēnchū<动>phun ra; phát tỏa: 火山~很多岩浆。Núi lửa phun ra một khối lượng lớn dung nham.

【喷灯】pēndēng<名>❶máy xì ❷đèn phun

【喷镀】pēndù<动>mạ xì: ~是汽车工业中很重要的一道工序。Mạ phun là một khâu quan trọng trong ngành công nghiệp xe hơi.

【喷发】pēnfā<动>phụt ra; phun ra; phun nổ: 又一座火山突然~。Lại một ngọn núi lửa bỗng nhiên phun trào.

【喷发岩】pēnfāyán<名>[地质]đá phun trào

【喷饭】pēnfàn<动>cười sặc sụa; bật người; phì cười: 他讲的笑话令人~。Chuyện tiếu lâm anh kể làm mọi người cười sặc sụa.

【喷放】pēnfàng<动>phun ra

【喷粉】pēnfěn<动>phun thuốc bột

【喷粪】pēnfèn<动>nói rác; văng tục: 他满嘴~, 你别把他的话当真。Hắn toàn văng tục, anh đừng để bụng nhé.

【喷杆】pēngān<名>cây phun; súng phun

【喷割嘴】pēngēzuǐ<名>vòi phun cắt

【喷瓜】pēnguā<名>[植物]dưa phun (chất nhầy có độc, hại mắt)

【喷管】pēnguǎn<名>ống phun

【喷灌】pēnguàn<动>tưới phun: ~技术很节水。Tưới phun là kĩ thuật tiết kiệm nước rất hiệu quả.

【喷壶】pēnhú<名>❶bình phun ❷thùng tưới

【喷绘】pēnhuì<动>phun vẽ: 他是首先采取~技术作画的画家。Ông là họa sĩ đầu tiên áp dụng kĩ thuật phun vẽ.

【喷火】pēnhuǒ<动>phun lửa

【喷火器】pēnhuǒqì<名>bình phun lửa: 这次行动配备了~。Hành động lần này được trang bị bình phun lửa.

【喷剂】pēnjì<名>thuốc phun; thuốc xịt

【喷溅】pēnjiàn<动>phun ra; bắn ra: 他被打得鲜血~。Anh ấy bị đánh đến phọt máu.

【喷浆】pēnjiāng<动>[建筑]phun vữa (rải trên bề mặt bê-tông để bảo vệ bề mặt): 目前~技术已经广泛应用于建筑行业。Công nghệ phun vữa nay đã được áp dụng rộng rãi trong ngành xây dựng.

【喷浆机】pēnjiāngjī<名>máy phun vữa

【喷井】pēnjǐng<名>giếng phun

【喷孔】pēnkǒng<名>lỗ phun

【喷口】pēnkǒu<名>miệng phun; miệng thoát hơi; nhấn giọng (trong biểu diễn, giúp cho âm thanh có thể vang đi xa, có sức truyền cảm)

【喷淋】pēnlín<动>tưới phun

【喷淋池】pēnlínchí<名>bể phun nước

【喷墨法】pēnmòfǎ<名>phương pháp phun mực

【喷墨式打印机】pēnmòshì dǎyìnjī máy in phun mực

【喷漆】pēnqī❶<动>xì sơn; phun sơn: 汽车~后漂亮多了。Sau khi phun sơn, chiếc ô tô đã đẹp hẳn lên. ❷<名>nước sơn sơn xì

【喷气】pēnqì<动>dòng khí phát ra; phun trào bùng nổ của dòng không khí

【喷气式】pēnqìshì phản lực; phản động lực: ~飞机 máy bay phản lực

【喷气嘴】pēnqìzuǐ<名>miệng (van) phun khí

【喷枪】pēnqiāng<名>súng phun

【喷泉】pēnquán<名>suối phun: 她带孩子去观看城市音乐~。Cô ấy đưa cháu đi xem suối phun âm nhạc đô thị.

【喷染】pēnrǎn<动>phun nhuộm

【喷洒】pēnsǎ<动>phun vẩy

【喷洒装置】pēnsǎ zhuāngzhì hệ thống phun tưới: 工程师给飞机安装了~，用于森林灭火工作。Kĩ sư đã lắp đặt hệ thống phun tưới cho máy bay, dùng vào việc phòng chữa cháy cho rừng.

【喷杀】pēnshā<动>phun diệt: ~蚊子 phun thuốc diệt muỗi

【喷射】pēnshè<动>phun; bắn: 眼镜王蛇向攻击它的敌人~毒液。Rắn hổ mang chúa phun nọc độc vào kẻ địch.

【喷施】pēnshī<动>phun tưới (phân bón...)

【喷水池】pēnshuǐchí<名>bể phun nước

【喷丝】pēnsī<动>[纺织]phun sợi

【喷嚏】pēntì<名>hắt hơi: 他感冒了，老打~。Anh ấy bị cảm, cứ hắt hơi liên tục.

【喷头】pēntóu<名>❶vòi hoa sen; gương sen (ở phòng tắm...) ❷đầu phun bình tưới nước

【喷涂】pēntú<动>phun sơn

【喷吐】pēntǔ<动>phụt lên; phọt ra; phụt ra: 火山口一直在~着炽热的岩浆。Miệng núi lửa cứ phun ra dòng dung nham nóng chảy.

【喷雾】pēnwù<动>phun; gây tạo sương mù

【喷雾剂】pēnwùjì<名>thuốc xịt

【喷雾器】pēnwùqì<名>bình phun thuốc;

máy phun thuốc; bơm phun

【喷泻】pēnxiè<动>phun ra: 瀑布从山洞~而下，坠入万丈深渊。Thác nước từ miệng hang phun ra rồi dốc đổ xuống vực sâu ngàn trượng.

【喷液】pēnyè<动>phun chất lỏng

【喷溢】pēnyì<动>chảy ra; phụt ra; phun tràn: 从火山口~出的岩浆汇成熔岩流。Những dung nham phun tràn từ cửa miệng núi lửa đã tụ họp thành dòng dung nham.

【喷涌】pēnyǒng<动>phun trào: 消火栓被撞断，自来水~而出。Vòi rồng chữa cháy bị va gãy, nước máy phun trào ra.

【喷油井】pēnyóujǐng<名>giếng phun dầu mỏ

【喷云吐雾】pēnyún-tǔwù phun khói nhả mây (chỉ hút thuốc): 不要在办公室里面~。Đừng có mà phun khói nhả mây trong văn phòng.

【喷子】pēnzi<名>máy phun; máy bơm

【喷嘴】pēnzuǐ<名>vòi phun

pén

盆 pén<名>❶chậu ❷hình chậu //(姓)Bồn

【盆地】péndì<名>thung lũng; đất lòng chảo; bồn địa: 四川~ bồn địa Tứ Xuyên

【盆花】pénhuā<名>hoa trong bồn chậu

【盆景】pénjǐng<名>cây cảnh; bồn cảnh; chậu cảnh; bôn-sai: 会展中心周边的~造型很美。Xung quanh Trung tâm triển lãm có nhiều chậu cảnh tạo hình rất đẹp.

【盆满钵满】pénmǎn-bōmǎn kinh doanh bùng phát; làm ăn phát tài: 这位广东老板去年投资节水产品，赚了个~。Ông chủ người Quảng Đông này năm ngoái đầu tư sản phẩm tiết kiệm nước và có doanh thu rất khá.

【盆盆罐罐】pénpénguànguàn bồn và

P

chậu: 房间里到处是~，卫生条件很差。
Trong căn buồng bày đầy những bồn và chậu, điều kiện vệ sinh rất kém.

【盆腔】pénqiāng<名>khoang chậu

【盆腔炎】pénqiāngyán<名>viêm khoang chậu; viêm phần phụ (phụ nữ)

【盆浴】pényù<动>tắm bồn; tắm chậu: 这个小男孩喜欢~。Cậu bé này rất thích tắm bồn.

【盆栽】pénzāi❶<动>trồng bằng chậu ❷<名>cây hoa chậu: 我们家阳台有很多~花卉。Ban công gia đình chúng tôi có rất nhiều chậu hoa cảnh.

【盆子】pénzi<名>[口]bồn; chậu

溢 pén<动>[书]chảy nước; trào lên; dâng lên

【溢溢】pényì<动>[书](nước) tràn ra

【溢涌】pényǒng<动>[书](nước) dâng lên cao

pèn

喷 pèn[方]❶<名>(rau quả, tôm cá) mùa đang rộ; đang đúng mùa: 杧果正在~儿上。Xoài đang đúng vụ. ❷<量>lứa; mẻ; loạt; lớp: 头~稻谷 lứa lúa đầu mùa
另见pēn

【喷鼻】pènbí<动>mùi nồng nàn sặc mũi

【喷红】pènhóng<形>đỏ ửng: 他的一番话让她顿时满脸~。Nghe câu nói của anh ta tức thì cô ấy đỏ ửng mặt lên.

【喷香】pènxiāng<形>thơm phức; thơm ngát; thơm lừng: 服务员给大家端上了~的小米粥。Nhân viên phục vụ bưng những bát cháo kê thơm phức lên cho mọi người.

pēng

抨 pēng<动>[书]công kích; đả kích; phê phán; vạch tội

【抨击】pēngjī<动>công kích; đả kích: 现在很多人喜欢用微博~时弊。Hiện nay nhiều người thích dùng micro blog để đả phá những tệ nạn xã hội.

【抨弹】pēngtán<动>[书]vạch tội; đàn hặc

怦 pēng<拟>thình thịch; thình thình

【怦然心动】pēngrán-xīndòng trống ngực đánh thình thịch

砰 pēng<拟>ầm; đầm; đoàng: ~的一声，整块天花板就倒下来了。Ầm một tiếng cả mảng trần nhà đổ ụp xuống.

烹 pēng<动>❶nấu; hầm: ~鱼煮肉 nấu cá hầm thịt ❷rán nhanh trong dầu nóng rồi trộn trong nước xốt

【烹茶】pēngchá<动>pha chè; hãm trà; đun nước chè

【烹龙炮凤】pēnglóng-páofèng nấu ăn kì diệu; kĩ năng nấu nướng tuyệt vời: 他具有一手~的厨艺。Anh ấy có kĩ năng nấu nướng tuyệt vời.

【烹饪】pēngrèn<动>nấu nướng: ~大师 đại sư nấu nướng

【烹饪法】pēngrènfǎ<名>phương pháp nấu nướng; cách nấu ăn

【烹饪手册】pēngrèn shǒucè sổ tay nấu nướng: 他哥哥正在跟别人合作编写一本~。Anh của cậu ấy đang hợp tác với người khác cùng soạn một cuốn sổ tay nấu nướng.

【烹饪学】pēngrènxué<名>môn nấu bếp; môn nấu nướng; ẩm thực học

【烹调】pēngtiáo<动>nấu nướng

嘭 pēng<拟>thình lình; cạch cạch

péng

朋 péng❶<名>bạn; bạn bè: 高~满座 bè bạn hội tụ đông vui ❷<动>[书]kết đảng: 为了谋求利益，这些人结为~党。Chúng kết bè kết đảng với nhau để kiếm chác. ❸<动>[书]

so sánh; cùng loại //(姓) Bằng

【朋辈】péngbèi<名>[书]bạn bè cùng thế hệ; bạn bè cùng chí hướng

【朋比为奸】péngbǐ-wéijiān kết bè làm bậy; bè đảng với nhau; kéo bè kéo phái; kéo cánh làm càn: 这帮人~, 结党营私, 鱼肉百姓。Bọn chúng kết bè kết phái thủ lợi riêng tư, làm hại nhân dân.

【朋党】péngdǎng<名>[书]bè đảng

【朋克】péngkè<名>punk (một kiểu tóc hoặc một hình thức nhạc lốc lập dị)

【朋友】péngyou<名>❶bạn; bạn bè: 我们是多年的好~。Chúng ta là những người bạn tri kỉ lâu năm. ❷người yêu: 她三十多岁了，还没有谈男~。Chị ấy đã ngoài 30 tuổi mà vẫn chưa có bạn trai.

堋 péng<名>con đê chuyển nước

棚 péng<名>❶lều; lán ❷chuồng: 凉~ lều hóng mát ❸trần nhà trang trí bằng ván, các tông...

【棚板】péngbǎn<名>nhà kho làm bằng gỗ

【棚顶】péngdǐng<名>trần

【棚户区】pénghùqū<名>khu ổ chuột; khu lều bạt: 这座城市很现代, 但是也有不少~。Đây là thành phố rất hiện đại nhưng vẫn có không ít những khu ổ chuột.

【棚圈】péngjuàn<名>chuồng gia súc: 他在自家后面的空地上搭建了一个~。Ông ấy dựng chuồng gia súc ở ngay khoảnh đất trống sau nhà.

【棚饲】péngsì<名>nuôi trong chuồng

【棚屋】péngwū<名>nhà lều; nhà tranh

【棚子】péngzi<名>lều; lán; chuồng: 他在天台上搭建了一个~乘凉。Ông ấy dựng một lều hóng mát ngay trên sân thượng.

蓬 péng❶<名>cỏ bồng ❷<动>bù xù: 他认为~着头就是一种时尚。Anh ta cho rằng tóc bù xù cũng là một phong cách thời thượng. ❸<量>bụi; khóm (cây, tre nứa): 一

~凤尾竹 một khóm trúc phượng vĩ //(姓) Bồng

【蓬荜增辉】péngbì-zēnghuī nhà tranh thêm sáng sủa: 贵客远道而来, 寒舍~啊! Khách quý phương xa đến nhà khiến cho tệ xá thêm phần sáng sủa!

【蓬勃】péngbó<形>mạnh mẽ; phồn vinh; hừng hực: 教育事业~发展。Sự nghiệp giáo dục phát triển mạnh mẽ.

【蓬蒿】pénghāo<名>❶[方]rau cải cúc ❷cỏ bồng và cỏ thanh hao; cỏ hoang

【蓬户】pénghù<名>ngôi nhà tồi tàn: 他还住着~, 属于扶贫对象。Ông ấy vẫn ở trong căn nhà lụp xụp thuộc diện đối tượng nghèo khó cần nâng đỡ.

【蓬莱】Pénglái<名>Bồng Lai (nơi tiên ở ngoài Bột Hải trong huyền thoại): ~仙境 Bồng Lai tiên cảnh

【蓬乱】péngluàn<形>rối tung; bù xù; rối bời

【蓬门荜户】péngmén-bìhù nhà tranh lều cỏ; nhà tranh vách đất

【蓬蓬勃勃】péngpéngbóbó hừng hực; sôi nổi; tràn trề nhựa sống

【蓬松】péngsōng<形>xõa tung; xốp

【蓬头垢面】péngtóu-gòumiàn mặt mũi bẩn thiu; tóc tai bù xù: 这个流浪汉~, 看上去挺可怜。Kẻ lưu lạc này đầu tóc bù xù mặt mũi nhọ nhem, trông thật tội nghiệp.

【蓬头散发】péngtóu-sànfà đầu tóc rối bù; đầu bù tóc rối

硼 péng<名>[化学]Bo; borum (kí hiệu: B)

【硼肥】péngféi<名>phân bón Bo

【硼砂】péngshā<名>borac; bằng sa; hàn the

【硼酸】péngsuān<名>a-xít boraxic

【硼酸盐】péngsuānyán<名>borat

鹏 péng<名>chim bằng

【鹏程万里】péngchéng-wànlǐ vạn dặm bằng trình; bay xa ngàn dặm; tiền đồ rộng lớn

澎 péng

【澎湃】péngpài〈形〉❶cuồn cuộn; ào ào; sôi sục; mạnh mẽ: 大海波涛汹涌~。Biển cả sục sôi những đợt sóng dữ. ❷nhiệt liệt; sôi nổi

篷 péng〈名〉❶rèm; mui ❷buồm

【篷布】péngbù〈名〉rèm bồng; mui; buồm; cánh buồm

【篷车】péngchē〈名〉xe có mui che: 她坐着 ~下乡给农民看病。Chị ấy đi trên xe mui xuống tận vùng nông thôn khám chữa bệnh cho bà con.

【篷船】péngchuán〈名〉thuyền có mui

【篷帐】péngzhàng〈名〉lều vải; lều bạt: 大 家坐在~里商量明天的活动内容。Mọi người ngồi trong lều bạt bàn tính chương trình hoạt động ngày mai.

【篷子】péngzi〈名〉rèm; mui

膨 péng〈动〉phình to; phình ra

【膨大】péngdà〈动〉to ra; phình ra; phồng lên: 木耳泡水后比原来~了很多。Mộc nhĩ khô sau khi ngâm nước nở phồng ra rất nhiều.

【膨化】pénghuà〈动〉phồng rộp; nở phình

【膨化剂】pénghuàjì〈名〉chất phồng

【膨化食品】pénghuà shípǐn thực phẩm nở phồng: 儿童不宜吃太多的~。Trẻ em không nên ăn quá nhiều thực phẩm nở phồng.

【膨润土】péngrùntǔ〈名〉[矿业]bentonit

【膨松剂】péngsōngjì〈名〉men; bột nở

【膨体纱】péngtǐshā〈名〉[纺织]vải mút

【膨压】péngyā〈动〉áp lực turgor

【膨胀】péngzhàng〈动〉❶dãn nở ❷bành trướng; tăng thêm; phồng lên

【膨胀剂】péngzhàngjì〈名〉chất nở; chất phình to; chất làm phình ra

【膨胀力】péngzhànglì〈名〉lực bành trướng; lực làm phình ra

【膨胀率】péngzhànglǜ〈名〉[物理]tỉ lệ nở phình; tỉ lệ làm phình ra

鬅 péng〈形〉[书]đầu tóc xõa tung

【鬅鬙】péngsēng〈形〉[书]tóc rối bời; đầu bù tóc xõa

【鬅松】péngsōng〈形〉[书](tóc) rối bời

蟛 péng

【蟛蜞】péngqí〈名〉[动物]con cáy

pěng

捧 pěng❶〈动〉nâng; bê; ôm: 她双手~着 孩子的脸亲了一口。Hai tay chị ấy ôm mặt đứa bé lên và áp vào đó một nụ hôn. ❷〈动〉tán tụng; tâng bốc: 不要这样~孩 子。Đừng tâng bốc các cháu nhỏ như vậy. ❸〈量〉vốc; bốc: 她捧了两~米给对方。Chị ấy vốc 2 bốc gạo cho họ.

【捧杯】pěngbēi〈动〉nâng cúp; đoạt cúp: 这 支球队多次在比赛中~。Đội bóng này đã nhiều lần đoạt cúp trong giải.

【捧场】pěngchǎng〈动〉cổ động; cổ vũ: 今 晚他将上台演出，大家都去给他~。Tối nay anh ấy sẽ lên sân trình diễn, mọi người cùng đi cổ động cho anh ấy.

【捧腹】pěngfù〈动〉ôm bụng (cười)

【捧腹大笑】pěngfù-dàxiào ôm bụng cười sặc sụa; cười vỡ bụng: 他讲的故事很精 彩，很幽默，逗得大家都~。Câu chuyện anh kể rất hay và cũng rất dí dỏm, làm cho mọi người cười ôm bụng.

【捧哏】pěnggén❶〈动〉(vai phụ) giúp vai chính gây cười; vai hài trong biểu diễn tướng thanh ❷〈名〉vai phụ (trong biểu diễn song tấu)

【捧红】pěnghóng〈动〉tạo dựng ngôi sao: 这位导演~了好几个新人。Vị đạo diễn này đã tạo dựng mấy diễn viên trẻ thành những ngôi sao.

【捧角】pěngjué〈动〉động viên vai diễn nào đó

【捧杀】pěngshā〈动〉ca ngợi quá mức hoặc nịnh hót một người nào đó, để nó tự mãn, trì trệ, thậm chí dẫn đến thất bại: 不要~这些年轻人。Không nên ngợi ca quá mức rồi rốt cuộc làm hại những người trẻ tuổi.

【捧手】pěngshǒu〈动〉khum tay

【捧托】pěngtuō〈动〉tán tụng

【捧献】pěngxiàn〈动〉cống hiến; phụng dâng

pèng

椪 pèng

【椪柑】pènggān〈名〉❶cây quýt đường ❷quả quýt đường

碰 pèng〈动〉❶va; chạm; vấp; đụng: 她不小心~掉了杯子。Chị ấy vô ý đụng phải làm rơi chiếc cốc. ❷gặp: 我昨天在书城~上了老王。Hôm qua tôi gặp ông Vương trong hiệu sách. ❸thăm dò; thử tìm: 你这是在~运气吧。Cậu đang thử vận may của mình chứ gì.

【碰杯】pèngbēi〈动〉chạm cốc; cụm li: 双方~祝合作成功。Hai bên cụm li chúc sự hợp tác thành công.

【碰壁】pèngbì〈动〉đụng phải tường; gặp trở ngại

【碰瓷】pèngcí〈动〉[方]phương ngôn của Bắc Kinh, chỉ một số hành vi tống tiền

【碰钉子】pèng dīngzi vấp đinh; vấp phải trắc trở; ví việc gặp trở ngại không thuận lợi: 他昨天在老板面前~了。Hôm qua ông ta gặp xui với sếp.

【碰痕】pènghén〈名〉vết sẹo va chạm: 他的脸上留着一道~。Trên khuôn mặt anh ta để lại vết sẹo do va chạm.

【碰见】pèngjiàn〈动〉gặp: 我很久没有~他

了。Đã lâu lắm rồi tôi không gặp anh ấy.

【碰铃】pènglíng〈名〉chuông chạm (một loại nhạc cụ của Trung Quốc)

【碰面】pèngmiàn〈动〉gặp mặt

【碰碰车】pèngpengchē〈名〉xe đâm; xe đâm sầm: 孩子们喜欢到公园的游乐场玩~。Các em rất thích đi công viên chơi xe đâm.

【碰巧】pèngqiǎo〈副〉may; vừa vặn; vừa hay: 我去找她时，~她来了。Khi tôi đi tìm thì vừa hay cô ấy đã đến.

【碰软钉子】pèng ruǎndīngzi vấp phải trắc trở

【碰伤】pèngshāng〈动〉va (vấp, chạm) phải bị thương: 孩子被~了小腿。Cậu bé va vấp bị thương ở bắp chân.

【碰上】pèngshàng〈动〉gặp nhau

【碰锁】pèngsuǒ〈名〉khóa chốt

【碰头】pèngtóu〈动〉gặp mặt: ~会buổi gặp mặt; 别忘了，明天上午在公园~。Đừng quên nhé, sáng mai sẽ gặp mặt ở công viên.

【碰一鼻子灰】pèng yī bízi huī mũi dính đầy tro; chán ngán vì bị khiển trách; bị bẽ mặt: 他在领导面前~。Anh ta bị một phen bẽ mặt trước lãnh đạo.

【碰硬】pèngyìng〈动〉thái độ cứng rắn; áp dụng hành động cứng rắn ứng đối với những vấn đề nan giải: 反腐就是要敢于~。Muốn chống tham nhũng thì cần phải can đảm áp dụng hành động.

【碰运气】pèng yùnqi thử hên xui; thử may rủi: 我今天出去买足彩~。Hôm nay tôi mua xổ số bóng đá để thử xem may rủi ra sao.

【碰撞】pèngzhuàng〈动〉❶va đập; đụng nhau; đâm nhau: 搬运易碎品要特别小心，防止~。Khi bốc dỡ đồ dễ vỡ cần hết sức cẩn thận, phòng ngừa vật phẩm va đập vào nhau. ❷va chạm; mạo muội xúc phạm

pī

丕 pī〈形〉[书]to lớn; lớn lao: ~变 biến đổi to lớn

【丕业】pīyè〈名〉sự nghiệp lớn lao

批¹ pī〈动〉[书]❶tát và ❷đẽo; gọt; róc

批² pī〈动〉❶phê: 审~ phê duyệt; ~公文 phê duyệt công văn ❷phê phán; phê bình: ~判 phê phán

批³ pī❶〈形〉số lượng lớn; lô: 一大~货 một lô hàng lớn ❷〈动〉bán buôn; bán sỉ ❸〈量〉 tập; thếp; xấp; tốp ❹〈名〉[口]xơ nhỏ

【批办】pībàn〈动〉phê chuẩn cho phép: 越 权~ phê chuẩn vượt quyền hành

【批驳】pībó〈动〉bác bỏ: ~某些人的错误 言论 bác bỏ luận điệu sai lầm của những người nào đó

【批捕】pībǔ〈动〉phê chuẩn bắt; cho phép bắt; kí lệnh bắt: 检察院已经发文~某贪 官。Viện kiểm sát đã phê chuẩn bắt giữ một quan chức tham nhũng.

【批处理】pīchǔlǐ[计算机]xử lí theo lô

【批次】pīcì〈量〉lô lần: 他们一天检查了 十五~货物。Họ đã khám kiểm 15 lô đợt hàng trong một ngày.

【批点】pīdiǎn〈动〉bình phẩm (sách báo, bài viết): 他喜欢在书眉上~文章。Anh thích viết lời bình trên đầu trang sách.

【批斗】pīdòu〈动〉đấu tố

【批发】pīfā〈动〉bán sỉ; bán buôn: 按照~价 卖给老客户 bán cho khách quen theo giá bán sỉ

【批发商】pīfāshāng〈名〉nhà buôn bán

【批发市场】pīfā shìchǎng thị trường bán buôn

【批分】pīfēn〈动〉chấm điểm: 这次考试 结束了，但老师还没~。Đợt thi đã kết thúc, song thầy chưa chấm điểm.

【批复】pīfù〈动〉trả lời; phúc đáp (ý kiến ghi trên báo cáo của cấp dưới): 你们的报告已 经得到上级领导的~。Báo cáo của các anh đã nhận được lời phúc đáp phê duyệt của cơ quan cấp trên.

【批改】pīgǎi〈动〉phê chữa; phê sửa: 老师 每天都要~作业。Hàng ngày thầy giáo đều phải phê sửa bài tập.

【批购】pīgòu〈动〉mua buôn; cất buôn: 公 司~了一批文具做奖品。Công ti đã mua sỉ một số văn phòng phẩm về làm phần thưởng.

【批号】pīhào〈名〉kí hiệu sản xuất: 买食品 一定要看清楚~。Mua thực phẩm cần xem rõ kí hiệu sản xuất.

【批红判白】pīhóng-pànbái ghép hoa

【批汇】pīhuì〈动〉cho quyền sử dụng ngoại tệ: 单位每年的~额度都有限。Hạn ngạch sử dụng ngoại tệ hàng năm của công ti đều rất có hạn.

【批假】pījià〈动〉đồng ý cho nghỉ phép: 领 导没有给他~。Lãnh đạo chưa duyệt phép cho anh ấy.

【批件】pījiàn〈名〉văn kiện đã được phê duyệt: 请把首长的~送给主办单位执 行。Mời anh chuyển văn kiện đã được thủ trưởng phê duyệt cho đơn vị tổ chức thực thi.

【批量】pīliàng❶〈副〉hàng loạt: 这种药已 经进行~生产。Loại thuốc này đã được sản xuất hàng loạt. ❷〈名〉quy mô lô hàng

【批零】pīlíng〈动〉bán buôn và bán lẻ: 他 们公司从事~业务。Công ti của họ kinh doanh dịch vụ bán lẻ và bán buôn.

【批判】pīpàn〈动〉❶phê phán: ~无政府主 义 phê phán chủ nghĩa vô chính phủ ❷phê bình: 文艺~ phê bình văn nghệ

【批判现实主义】pīpàn xiànshí zhǔyì chủ nghĩa hiện thực phê phán

【批评】pīpíng<动>❶phê bình; bình luận; đánh giá: 文学~ phê bình văn học ❷phê bình: 自我~ tự phê bình

【批评家】pīpíngjiā<名>nhà phê bình

【批示】pīshì❶<动>duyệt (ghi ý kiến phúc đáp vào công văn của cấp dưới): 领导出差了，报告还没有~。Lãnh đạo đi công tác, báo cáo chưa được phê duyệt. ❷<名>lời phê duyệt

【批售】pīshòu<动>bán buôn

【批条】pītiáo❶<名>giấy ghi chỉ thị của lãnh đạo: 我们已经拿到领导的~。Chúng tôi đã nhận được tờ ghi chỉ thị của lãnh đạo. ❷<动>phê duyệt

【批文】pīwén<名>văn bản trả lời (phúc đáp); giấy phép: ~已经过期了。Giấy phép đã hết hạn.

【批销】pīxiāo<动>bán buôn

【批语】pīyǔ<名>❶lời phê: 专家的~很精彩。Lời phê của chuyên gia rất thú vị. ❷lời duyệt

【批阅】pīyuè<动>phê duyệt: 董事长已经~了这份报告。Chủ tịch Hội đồng quản trị đã phê duyệt bản báo cáo này.

【批注】pīzhù❶<动>phê bình và chú giải: 《红楼梦》~ phê bình và chú giải cho tác phẩm *Hồng Lâu Mộng* ❷<名>lời phê bình chú giải: 他对史书的~很详细。Ông đã có lời phê bình và chú giải rất chi tiết cho sách sử.

【批转】pīzhuǎn<动>phê chuyển: 领导把材料~给下属分公司处理。Lãnh đạo đã phê chuyển tài liệu cho phân công ti chuyên trách xử lí.

【批准】pīzhǔn<动>phê chuẩn: 他被~加入共青团组织。Anh đã được phê chuẩn gia nhập Đoàn thanh niên Cộng sản.

【批租】pīzū<动>cho phép thuê dùng; phê chuẩn cho thuê (chủ yếu nói về cho thuê đất đai): 领导~了那块土地。Lãnh đạo đã phê chuẩn cho thuê mảnh đất đó.

纰 pī<动>xơ ra: 纱线~了。Sợi đã bị xơ ra.

【纰漏】pīlòu<名>sai sót: 他做事不够专心，经常出~。Do làm việc lơ đễnh mà anh ấy thường xảy ra sai sót.

【纰缪】pīmiù<名>[书]sai lầm

坯 pī<名>❶phôi (gạch ngói, đồ sứ chưa nung): 土~ phôi đất ❷cái khuôn phôi ❸[方]bán thành phẩm: ~布 vải mộc

【坯革】pīgé<名>vỏ da

【坯件】pījiàn<名>vật trống

【坯料】pīliào<名>bán thành phẩm

【坯模】pīmú<名>phôi khuôn

【坯胎】pītāi<名>phôi; cốt

【坯子】pīzi<名>❶phôi ❷bán thành phẩm ❸mầm non (chỉ thanh thiếu niên): 天生美人~ một mẫu người đẹp tự nhiên

披 pī<动>❶khoác: ~甲 khoác áo giáp; ~斗篷 khoác áo tơi ❷mở ra: ~卷 lật mở cuốn sách ❸nứt; nẻ: 这个竹筒~了。Ống bương đã nứt.

【披风】pīfēng<名>vải khoác ngoài (áo); áo choàng không tay: 他有一件~。Ông ấy có một chiếc áo phông.

【披拂】pīfú<动>[书]lay động; đung đưa; phơ phất: 微风袭来，彩旗~。Cờ màu phấp phới trong làn gió nhẹ.

【披肝沥胆】pīgān-lìdǎn phơi bày gan ruột; giãi bày tâm can

【披挂】pīguà❶<动>khoác áo đội mũ; mặc giáp đội khôi: 他们决定再次~上阵，体会当年足球场上的乐趣。Họ quyết định một lần nữa khoác áo để ôn lại cái thú vui trên sân bóng tròn năm xưa. ❷<名>bộ áo giáp

【披红】pīhóng<动>khoác lụa hồng; phủ lụa hồng (chúc mừng hoặc vinh dự): 劳模们~戴花，走上主席台领奖。Các anh hùng lao động khoác dải lụa hồng, đeo bông hoa

P

đỏ bước lên đài chủ tịch nhận phần thưởng.

【披红戴绿】pīhóng-dàilǜ khoác lụa đeo hoa

【披枷带锁】pījiā-dàisuǒ đeo gông xiềng

【披甲】pījiǎ〈动〉mặc áo giáp: 他~出演关云长。Ông ấy khoác bộ áo giáp diễn vai Quan Vân Trường.

【披坚执锐】pījiān-zhíruì mình thắng áo giáp, tay cầm kiếm sắc

【披肩发】pījiānfà〈名〉tóc chấm vai: 姑娘留着~。Cô gái để mái tóc chấm ngang vai.

【披巾】pījīn〈名〉khăn choàng; khăn quàng: 他给妻子带来了一条羊绒~。Anh ấy mang về cho vợ chiếc khăn choàng nhung cừu.

【披荆斩棘】pījīng-zhǎnjí quét sạch chông gai; phát sạch chông gai; ví khắc phục khó khăn: ~, 奋勇前进。Quét sạch chông gai mạnh bước tiến tới.

【披露】pīlù〈动〉❶phát biểu; công bố; tiết lộ: 记者的调查报告~了很多内幕。Báo cáo điều tra của phóng viên đã tiết lộ nhiều chi tiết kín bên trong. ❷bày tỏ; biểu lộ: 他向心爱的姑娘~了自己的爱慕之情。Anh ấy đã bày tỏ tình cảm trước cô gái mình yêu.

【披麻戴孝】pīmá-dàixiào mình mặc áo xô, tay chống gậy; khăn áo đại tang

【披靡】pīmǐ〈动〉❶đổ; gãy ❷(quân đội) tan tác; tan rã: 我军的勇猛让敌人望风~。Tinh thần hùng dũng của quân ta khiến bọn địch nghe oai danh mà tan tác đội ngũ.

【披散】pīsan〈动〉rối tung; bù xù

【披沙拣金】pīshā-jiǎnjīn đãi cát lấy vàng: 经过~, 他们找到了正确的答案。Qua quá trình đãi cát kiếm vàng, cuối cùng họ đã tìm ra được đáp án chính xác.

【披剃】pītì〈动〉xuất gia làm sư: 她决定~出家为尼。Cô ấy đã quyết định xuất gia vào chùa.

【披头散发】pītóu-sànfà xõa tóc trùm đầu: 女巫故意~, 装神弄鬼骗钱。Bà mo cố ý xõa tóc trùm đầu làm ma làm quỷ để lòe người kiếm tiền.

【披星戴月】pīxīng-dàiyuè đi sớm về khuya

【披阅】pīyuè〈动〉[书]lật xem; mở xem

狉 pī

【狉狉】pīpī〈形〉[书]nhốn nháo; lúc nhúc

【狉獉】pīzhēn〈形〉[书]hoang sơ (cây cối rậm rạp, dã thú khi ẩn khi hiện)

砒 pī〈名〉[化学]❶asen (kí hiệu: As) ❷thạch tín; nhân ngôn

【砒毒】pīdú〈名〉nhân ngôn; thạch tín

【砒霜】pīshuāng〈名〉nhân ngôn; tín thạch: 他误服~, 中毒身亡。Ông ấy bị ngộ độc tử vong do uống nhầm phải tín thạch.

劈 pī❶〈动〉bổ; chẻ: ~柴 bổ củi/chẻ củi ❷〈动〉nứt; rạn ❸〈动〉nhằm vào; đâm thẳng vào: ~头~脸 nhằm thẳng vào mặt ❹〈动〉sét đánh: 老树让雷~了。Cây cổ thụ bị sét đánh. ❺〈名〉lưỡi rìu

另见 pǐ

【劈波斩浪】pībō-zhǎnlàng rẽ sóng vượt lên; xông pha sóng gió

【劈刺】pīcì〈动〉đâm chém; đâm lê

【劈刀】pīdāo〈名〉❶dao bổ củi ❷kĩ thuật đâm chém

【劈风斩浪】pīfēng-zhǎnlàng vượt qua sóng gió: 她驾驶一条小船, ~驶向遥远的小岛。Chị chèo lái con thuyền nhỏ vượt sóng gió tiến về hòn đảo nhỏ xa xôi.

【劈斧】pīfǔ〈名〉búa rìu; búa bổ củi: 他们使用~做武器。Họ đã dùng búa rìu làm khí giới.

【劈接】pījiē〈动〉[园艺]ghép cây

【劈开】pīkāi〈动〉bổ; bửa; xẻ

【劈脸】pīliǎn〈副〉đập vào mặt; đâm thẳng vào mặt

【劈杀】pīshā〈动〉chém bổ xuống

【劈山】pīshān〈动〉xẻ núi

【劈手】pīshǒu〈副〉nhanh tay

【劈头】pītóu〈副〉❶thẳng vào mặt; nhằm vào đầu; gặp ngay: ~就是一巴掌 tát thẳng vào mặt ❷mở đầu; khởi đầu: 一到家, 他~就问儿子期中考试成绩如何。Vừa vào nhà ông đã cất tiếng hỏi ngay thành tích kì thi giữa học kì của thằng con.

【劈头盖脸】pītóu-gàiliǎn đổ ập xuống đầu và mặt; phủ đầu: 他刚被老板~训了一顿。Ông ta vừa bị sếp phê cho một mẻ phủ đầu.

【劈胸】pīxiōng〈副〉nhằm vào ngực: 大汉~一把抓住小偷。Anh chàng lực lưỡng túm chặt lấy ngực áo của tên trộm.

噼pī

【噼啪】pīpā〈拟〉đôm đốp; bôm bốp; lách tách; lạch bạch; đì đẹt: 掌声~响起来。Tiếng vỗ tay đôm đốp vang lên.

霹pī

【霹雷】pīléi =【霹雳】

【霹雳】pīlì〈名〉tiếng sét đánh: 一声巨大的~, 把人们从梦中惊醒过来。Một tiếng sấm rền, mọi người từ trong cõi chiêm bao giật mình thức dậy.

【霹雳舞】pīlìwǔ〈名〉kiểu nhảy Breakdance; vũ nhào lộn: 二十年前, 青年人喜欢跳~。Trước đây 20 năm, các bạn trẻ rất thích nhảy điệu Breakdance.

pí

皮pí❶〈名〉da (người, động vật); vỏ (trái cây): 牛~ da bò; 猪~ da lợn; 树~ vỏ cây ❷〈名〉da (thuộc): ~革 da thuộc/giả da ❸〈名〉lớp bao ngoài: 馄饨~ vỏ vằn thắn ❹〈名〉vỏ; lớp ngoài: 地~ vỏ ngoài trái đất/lớp đất ngoài ❺〈名〉lớp mỏng; màng mỏng: 豆腐~ đậu phụ mỏng ❻〈形〉dai; bền: ~糖 kẹo gôm ❼〈形〉bướng: 调~

nghịch ngợm ❽〈形〉lì ra; chai lì: 被大家说多了, 他早就~了。Bị người ta nói nhiều anh ấy đâm lì ra. ❾〈名〉cao su: 橡~ cục tẩy//(姓) Bì

【皮袄】pí'ǎo〈名〉áo da

【皮瓣】píbàn〈名〉nắp; van

【皮包】píbāo〈名〉túi da xách tay; cặp da; ví da: 女士真皮~ túi xách nữ thật da

【皮包公司】píbāo gōngsī công ti hộp thư; công ti ma: 几个骗子成立了~, 专门从事经济诈骗活动。Mấy tay bợm thành lập cái công ti ma chuyên tổ chức hoạt động lừa đảo về mặt kinh tế.

【皮包骨】píbāogǔ da bọc xương: 孩子被发现的时候, 已经瘦得只剩~了。Khi được phát hiện thì cháu bé đã gầy còm đến mức chỉ còn da bọc xương.

【皮痹】píbì〈名〉[医学]tê liệt da; tê liệt phổi

【皮鞭】píbiān〈名〉roi da

【皮草】pícǎo〈名〉[方]đồ da: 反对使用野生动物制作~时装。Chống dùng da thú hoang dã làm vật liệu gia công phục trang.

【皮层】pícéng〈名〉❶lớp vỏ bọc ❷vỏ não

【皮尺】píchǐ〈名〉thước cuộn; thước dây

【皮刺】pícì〈名〉gai

【皮带】pídài〈名〉❶dây cu-roa ❷thắt lưng da

【皮带扣】pídàikòu〈名〉khóa thắt lưng

【皮带轮】pídàilún〈名〉bánh đai; bánh xe lòng máng

【皮蛋】pídàn〈名〉[方]trứng muối bách thảo; trứng vôi: ~芥菜粥 cháo rau cải trứng muối bách thảo

【皮垫】pídiàn〈名〉đệm da: ~圈 đệm da tròn

【皮筏】pífá〈名〉bè da

【皮肤】pífū〈名〉da: ~瘙痒 ngứa ngoài da

【皮肤病】pífūbìng〈名〉bệnh ngoài da

【皮肤过敏】pífū guòmǐn dị ứng ngoài da: 花粉容易使~。Phấn hoa rất dễ gây dị ứng

P

ngoài da.

【皮肤坏死】pífū huàisǐ hoại tử da

【皮肤瘙痒】pífū sāoyǎng ngứa ngoài da

【皮肤移植】pífū yízhí ghép da: 由于被严重烧伤，医生不得不给他做~手术。Do bị bỏng nghiêm trọng mà bác sĩ phải làm phẫu thuật cấy ghép da cho anh ấy.

【皮革加工】pígé jiāgōng gia công da thuộc

【皮革制品】pígé zhìpǐn đồ da; hàng da

【皮辊】pígǔn<名>[纺织]con lăn; trục cuộn

【皮猴儿】píhóur<名>[口]áo pa-đơ-suy có mũ chùm đầu may liền: 冬天里，父母给孩子穿上了~保暖。Vào mùa đông cha mẹ thường cho các cháu mặc áo pa-đơ-suy để giữ ấm.

【皮护掌】píhùzhǎng<名>đồ da chăm sóc lòng bàn tay

【皮划艇】píhuátǐng<名>❶xuồng bơi ❷môn bơi xuồng

【皮货】píhuò<名>da lông: 他是从事~生意的。Ông ấy kinh doanh mặt hàng da lông.

【皮货店】píhuòdiàn<名>cửa hàng da lông

【皮夹克】píjiākè<名>Jacket da; áo bu-dông da

【皮夹子】píjiāzi<名>cặp da; ví da

【皮甲】píjiǎ<名>áo giáp bằng da

【皮匠】píjiàng<名>❶thợ sửa giày ❷thợ da

【皮胶】píjiāo<名>chất dính của da động vật

【皮筋儿】píjīnr<名>dây chun: 小女孩都喜欢跳~。Các cô bé rất thích chơi nhảy dây chun.

【皮具】píjù<名>đồ da: ~专卖店 cửa hàng chuyên bán chính phẩm đồ da

【皮卡】píkǎ<名>xe bán tải

【皮开肉绽】píkāi-ròuzhàn rách da rời thịt; thịt nát xương tan: 他被敌人严刑逼供，打得~。Bọn địch tra tấn dã man làm anh bị rách da rời thịt.

【皮孔】píkǒng<名>lỗ da

【皮里春秋】pílǐ-chūnqiū bàn thầm trong bụng; khen chê ngầm

【皮脸】píliǎn<形>[方]❶nghịch ngợm ❷mặt trơ trán bóng

【皮毛】pímáo<名>❶da thú ❷lớp bề ngoài ❸ví hiện tượng hời hợt, bề mặt, lướt qua: 略懂~ chỉ hiểu sơ sơ

【皮毛商】pímáoshāng<名>người buôn da lông

【皮棉】pímián<名>bông xơ

【皮面】pímiàn<名>[方]lớp biểu bì; bề mặt; bột dao cắt

【皮囊】pínáng<名>❶túi da ❷bị thịt; cái xác: 臭~ đồ bị thịt

【皮内针】pínèizhēn<名>[中医]châm dưới da

【皮袍】pípáo<名>áo bào da

【皮破血流】pípò-xuèliú sầy da đổ máu; rách da chảy máu

【皮球】píqiú<名>bóng da; bóng cao su

【皮肉】píròu<名>da thịt; xác thịt: 受尽~之苦 chịu hết mọi đau đớn về da thịt

【皮褥子】pírùzi<名>cái đệm da

【皮色】písè<名>màu da

【皮试】píshì<名>tiêm dưới da để kiểm nghiệm dị ứng

【皮实】píshi<形>❶chắc khỏe; chắc nịch: 孩子长得很~。Cậu bé có dáng chắc nịch. ❷bền chắc

【皮糖】pítáng<名>kẹo dẻo; kẹo dai; kẹo gôm

【皮条】pítiáo<名>vành đai da; dây da

【皮条客】pítiáokè<名>chủ chứa gái mại dâm; các kênh không chính thức, các mối quan hệ không bình thường (có được lợi ích bất chính từ hành vi môi giới)

【皮艇】pítǐng<名>❶xuồng da, xuồng bơi ❷môn bơi xuồng

【皮筒子】pítǒngzi<名>tấm da lông (để làm áo)

【皮下出血】píxià chūxuè xuất huyết dưới
da

【皮下创伤】píxià chuāngshāng vết thương
dưới da

【皮下脂肪层】píxià zhīfángcéng lớp mỡ
dưới da

【皮下组织】píxià zǔzhī mô dưới da; mô
liên kết

【皮箱】píxiāng<名>va li da: ~装满了衣
服。Chiếc hòm da đã đựng đầy quần áo.

【皮相】píxiàng<形>hời hợt: ~之谈 câu
chuyện hời hợt

【皮相之见】píxiàngzhījiàn nhận thức hời hợt

【皮硝】píxiāo<名>phác tiêu; mang tiêu

【皮笑肉不笑】pí xiào ròu bù xiào cười
sống sượng; cười ruồi; cười nham hiểm:
他为人虚伪，总是~的。Hắn tính vốn
giả dối, bao giờ cũng cười một cách sống
sượng.

【皮鞋】píxié<名>giày da: 这是最新款的
~。Đây là kiểu giày da mới nhất.

【皮鞋油】píxiéyóu<名>xi đánh giầy

【皮屑】píxiè<名>cấn da; gàu

【皮靴】píxuē<名>giầy (hia) da cao ống; bót

【皮炎】píyán<名>viêm da

【皮衣】píyī<名>áo da

【皮影戏】píyǐngxì<名>múa rối đèn chiếu;
kịch bóng: 小时候我们经常去看~。Hồi
nhỏ chúng tôi rất thích đi xem kịch bóng.

【皮张】pízhāng<名>tấm da sống

【皮疹】pízhěn<名>mẩn mụn; ban chẩn
ngoài da: 他~发作，奇痒难忍。Ông ấy bị
mẩn mụn hết sức ngứa ngáy khó chịu.

【皮之不存，毛将焉附】pízhībùcún,
máojiāngyānfù da chẳng còn thì lông bám
vào đâu

【皮脂】pízhī<名>mỡ dưới da; mỡ bì

【皮脂腺】pízhīxiàn<名>tuyến mỡ dưới da;
tuyến bã

【皮脂溢】pízhīyì<名>chứng tiết nhiều bã
nhờn ngoài da

【皮纸】pízhǐ<名>giấy bìa; giấy cứng; giấy
dai; giấy krap: 他们公司刚进了一批~。
Công ti họ mới nhập lô giấy krap.

【皮质】pízhì<名>[解剖]❶vỏ mô ❷vỏ mô
não

【皮重】pízhòng<名>trọng lượng bì; bì nặng

【皮装】pízhuāng<名>quần áo da

【皮子】pízi<名>da thuộc; da lông

枇pí

【枇杷】pípa<名>cây tì bà; quả tì bà

【枇杷膏】pípagāo<名>kem tì bà (trị ho)

毗pí<动>[书]❶liền nhau; giáp nhau: 两国
~邻 hai nước giáp liền ❷giúp thêm; bổ trợ;
trợ cấp thêm

【毗连】pílián<动>tiếp giáp

【毗邻】pílín<动>bên cạnh; sát bên cạnh: 广
西凭祥市~越南谅山省。Thành phố Bằng
Tường Quảng Tây giáp với tỉnh Lạng Sơn
Việt Nam.

蚍pí

【蚍蜉】pífú<名>[书]con kiến kềnh

【蚍蜉撼大树】pífú hàn dàshù kiến kềnh
lay cây lớn; châu chấu đá voi

铍pí<名>[化学]beryli (kí hiệu: Be)

疲pí<形>❶mệt mỏi; mệt nhọc: ~劳 mệt mỏi
❷sa sút: 竞争力~软 sức cạnh tranh sa sút

【疲惫】píbèi<形>mệt nhọc; mệt mỏi

【疲惫不堪】píbèi-bùkān mệt bở hơi tai;
mệt phờ râu trê

【疲敝】píbì<形>bị tiêu hao; mòn mỏi

【疲怠】pídài<形>mệt mỏi; cẩu thả; lười:
我们不能容忍~的工作态度。Chúng ta
không thể chấp nhận thái độ làm việc cẩu
thả.

【疲顿】pídùn<形>[书]mệt mỏi rã rời

【疲乏】pífá<形>❶mệt; mệt nhọc; uể oải: 人
连续工作五个小时就会~。Làm việc liên

tục suốt 5 tiếng đồng hồ là sẽ cảm thấy uể oải. ❷mệt mỏi; giảm sút

【疲倦】píjuàn<形>mệt mỏi: 身体感到~了就要适当休息。Khi cảm thấy mệt mỏi là nên sắp xếp nghỉ ngơi cho thỏa đáng.

【疲困】píkùn<形>❶buồn ngủ; mệt mỏi ❷kinh tế suy sụt

【疲劳】píláo<形>❶mệt mỏi lao lực; mệt nhọc: 工作~过度容易导致过劳死。Làm việc mệt nhọc quá sức dễ gây tử vong do mệt mỏi quá mức độ. ❷mệt mỏi; giảm sút ❸sút kém vì quá sức

【疲劳驾驶】píláo jiàshǐ lái xe dưới trạng thái mệt mỏi: 为了行车安全，严禁司机~。Nhằm đảm bảo an toàn giao thông, nghiêm cấm lái xe trong trạng thái mệt mỏi.

【疲劳综合征】píláo zōnghézhēng hội chứng mệt mỏi

【疲累】pílèi<形>mệt mỏi

【疲软】píruǎn<形>❶mệt lả; mệt mỏi rã rời; tay chân bủn rủn: 两腿~ hai chân bủn rủn ❷uể oải; sa sút; sụt giá: 价格~ giá sụt; 市场~ thị trường sa sút

【疲弱】píruò<形>❶yếu mệt ❷kinh tế suy sụt

【疲沓】píta<形>lỏng lẻo lề mề: 这个人工作很~。Anh ta làm việc rất lề mề.

【疲态】pítài<名>❶dáng vẻ mệt mỏi: 他脸上显出一丝~。Dáng vẻ mệt mỏi hiện rõ trên gương mặt anh ta. ❷sa sút, xuống dốc: 金价下滑，黄金市场已显露~。Giá vàng lao dốc, thị trường vàng đã lộ rõ thế sa sút.

【疲于奔命】píyúbēnmìng mệt mỏi tất bật; ngược xuôi cực nhọc: 为生计~ ngược xuôi tất bật vì kế sinh nhai

啤pí<名>bia

【啤酒】píjiǔ<名>bia

【啤酒厂】píjiǔchǎng<名>nhà máy bia

【啤酒肚】píjiǔdù<名>[口]bụng bia; bụng phệ: 由于缺少锻炼和不控制饮食，他年纪轻轻的就有了~。Do ít vận động và ăn uống không điều độ, nên anh ta còn đang tuổi thanh niên mà bụng đã phệ ra rồi.

【啤酒花】píjiǔhuā<名>❶cây hốt bố; bông bia; cây hublông (humulus); cây hoa bia ❷hoa quả của cây hốt bố

【啤酒沫】píjiǔmò<名>bọt bia

【啤酒鸭】píjiǔyā<名>vịt hầm bia

琵pí

【琵鹭】pílù<名>[动物]cò thìa; cò mỏ thìa

【琵琶】pípa<名>đàn tì bà

【琵琶骨】pípagǔ<名>[方]xương bả vai

脾pí<名>tì; lá lách: 增强~胃功能 tăng cường chức năng tì vị (tức chức năng tiêu hóa và hấp thụ)

【脾出血】píchūxuè<名>[医学](bệnh) xuất huyết lá lách; xuất huyết lách

【脾气】píqi<名>❶tính cách; tính tình: 共事多年，我已摸透了他的~。Cùng công tác lâu năm, tôi quá hiểu tính cách của anh ta. ❷cáu kỉnh; nóng tính: 不要随便对人发~。Đừng tùy tiện phát cáu với người khác.

【脾弱肺虚】píruò fèixū[中医]tì nhược phế suy; suy nhược chức năng phổi và tì

【脾胃】píwèi<名>khẩu vị; gu; sở thích: 这种情歌不合他的~。Thể loại tình ca này không hợp với gu của anh ấy.

【脾胃不和】píwèi bùhé[中医]tì vị bất hòa

【脾胃相投】píwèi-xiāngtóu tính khí hợp nhau; hợp gu

【脾性】píxìng<名>[方]tính nết; tính khí; tập tính: 饲养员们熟悉熊猫的~。Nhân viên chăn nuôi đã nắm được tập tính của gấu trúc.

【脾脏】pízàng<名>lá lách; tì tạng

蜱pí<名>rệp; con rệp; sâu rệp

【蜱虫】píchóng<名>sâu rệp

罴 pí<名>[动物]gấu nâu

貔 pí<名>[书]tì hưu (một loại mãnh thú được nhắc đến trong sách cổ)

【貔虎】píhǔ<名>[书]quân tì hổ (đội quân dũng mãnh)

【貔貅】píxiū<名>[书]❶tì hưu (mãnh thú trong truyền thuyết luôn mang đến điều tốt lành) ❷đội quân dũng mãnh

【貔子】pízi<名>[方][动物]con chồn

pǐ

匹¹ pǐ❶<动>sánh được; tương đương: ~配 sánh đôi ❷<形>lẻ loi; đơn độc: ~夫 thất phu //(姓) Thất

匹² pǐ<量>❶con (lừa, ngựa): 一~好马 một con ngựa tốt ❷cuộn; xấp; tấm; súc (vải, lụa): 三~布 ba súc vải

【匹敌】pǐdí<动>tương đương; bằng: 他的口才无人~. Tài hùng biện của anh ta thì không ai bằng.

【匹夫】pǐfū<名>❶thất phu; dân thường: 国家兴亡，~有责. Quốc gia hưng vong, thất phu hữu trách. ❷kẻ vô học; kẻ không mưu trí

【匹夫有责】pǐfūyǒuzé thất phu hữu trách; thường dân có trách nhiệm

【匹夫之勇】pǐfūzhīyǒng cái dũng của kẻ thất phu; dũng khí của kẻ không có mưu trí

【匹练】pǐliàn<名>dải lụa trắng; dòng thác trắng

【匹鸟】pǐniǎo<名>chim đôi; chim cặp (chuyên chỉ đôi uyên ương)

【匹配】pǐpèi<动>❶[书]sánh đôi; nên duyên: 他俩上个月已经~良缘. Hai người đã nên duyên vợ chồng hồi tháng trước. ❷phối hợp: 功率~ công suất phối hợp; 血型~ dạng máu phối hợp khớp nhau

【匹染】pǐrǎn<名>[纺织]nhuộm cả súc; nhuộm cả mảnh

【匹印】pǐyìn<名>[纺织]in (vải) súc

圮 pǐ<动>[书]hủy diệt; tàn phá; sụp đổ: 倾~ đổ sụp

【圮毁】pǐhuǐ<动>[书]tàn phá; sụp đổ

【圮裂】pǐliè<动>❶phá tan; đập nát ❷phân tách

否 pǐ[书]❶<形>hỏng; xấu ❷<动>chê bai 另见fǒu

【否极泰来】pǐjí-tàilái vận đen qua, cơn may tới; khổ lắm tất tới ngày sung sướng; hết khổ là vui

痞 pǐ<名>❶khối cứng; cục cứng; cái u (trong bụng) ❷lưu manh; côn đồ: 地~ du côn bản địa

【痞棍】pǐgùn<名>du côn; côn đồ: 江湖~ côn giang hồ

【痞话】pǐhuà<名>từ tục tĩu; giọng du côn; lời tục tĩu côn đồ

【痞块】pǐkuài<名>[中医]khối cứng; khối u

【痞里痞气】pǐlipǐqì luộm thuộm; cẩu thả; phong cách bụi đời: 他这人玩世不恭，说起话来~的. Hắn ta là con người ranh ma, mở miệng là giở giọng đường chợ.

【痞子】pǐzi<名>lưu manh; côn đồ

劈 pǐ<动>❶chẻ ra; chia ra; tách ra ❷tách rời ❸xoãi chân; doãi chân 另见pī

【劈叉】pǐchà<动>ngồi dạng hai chân

【劈柴】pǐchái<名>củi chẻ; đóm: 这堆~能烧半个月左右. Đống củi chẻ này có thể dùng đốt được khoảng nửa tháng.

【劈腿】pǐtuǐ<动>❶dạng chân; xoạc chân (trong thể dục) ❷bắt cá hai tay (cùng lúc hẹn hò yêu đương với nhiều người)

【劈账】pǐzhàng<动>ăn chia (chia phần theo đầu người): 收入按四六~. Thu nhập sẽ ăn chia theo bốn sáu.

P

擗 pǐ⟨动⟩❶tẽ; tách ❷[书]dùng tay đấm ngực
【擗踊】pǐyǒng⟨动⟩[书]đấm ngực dậm chân (khi buồn đau)

癖 pǐ⟨名⟩ưa thích; nghiền; nghiện; đam mê
【癖好】pǐhào⟨名⟩ham mê; sở thích; thói quen: 小伙子无抽烟、酗酒等不良~。Chàng trai không có những tật xấu như hút thuốc, uống rượu đam mê.
【癖习】pǐxí⟨名⟩thói quen; niềm đam mê
【癖性】pǐxìng⟨名⟩tính ham mê; ham thích ~难改 tính ham mê khó sửa

pì

屁 pì❶⟨名⟩rắm; trung tiện ❷⟨名⟩vô bổ; vớ vẩn; còn con: 你说的什么~话? Mày nói những điều vớ vẩn gì thế? ❸⟨代⟩khỉ gì: 你懂个~! Mày hiểu cái khỉ gì chứ!
【屁股】pìgu⟨名⟩❶[口]mông: 他的~上长了一个疮。Anh ấy mọc một cái nhọt ở mông. ❷phần đít; phần đáy: 蜜蜂攻击敌人的武器就是~上的刺。Vũ khí tấn công kẻ địch của ong mật chính là chiếc vòi ở đuôi của nó. ❸đuôi; đầu mút (vật thể): 汽车一冒烟就开走了。Đuôi xe ô tô xì ra luồng khói rồi chạy mất.
【屁股蛋儿】pìgudànr⟨名⟩[方]mông đít
【屁滚尿流】pìgǔn-niàoliú (sợ hãi) phọt cứt vãi đái; vãi cứt vãi đái
【屁话】pìhuà⟨名⟩lời nói bậy bạ; lời nói nhảm nhí

睥 pì
【睥睨】pìnì⟨动⟩[书]liếc xéo; cái nhìn khinh khinh

辟 pì❶⟨动⟩mở đầu; khai mở; vỡ: 沿江一带将~为公园。Dải đất ven sông sẽ được khai thác làm công viên. ❷⟨形⟩thấu suốt; thấu đáo: 你说的话太精~了! Lời anh nói thấu đáo quá! ❸⟨动⟩bác bỏ; loại trừ: ~谣 bác bỏ tin đồn

另见bì

【辟谣】pìyáo⟨动⟩bác bỏ tin đồn; nói rõ sự thật: 公安机关已对此传闻正式~。Cơ quan công an đã chính thức bác bỏ tin đồn này.

媲 pì⟨动⟩sánh kịp; đọ được; địch nổi: ~美 sánh ngang
【媲美】pìměi⟨动⟩đẹp sánh với; xếp ngang hàng; sánh ngang: 这种酒可以跟茅台酒相~。Loại rượu này có thể sánh với rượu Mao Đài.

僻 pì⟨形⟩❶hoang vắng: 穷乡~壤 quê nghèo đất vắng ❷lập dị; kì dị: 怪~ quái dị ❸lạ; ít gặp: 生~ ít thấy
【僻径】pìjìng⟨名⟩đường hoang vắng; cung đường vắng
【僻静】pìjìng⟨形⟩vắng vẻ; vắng lặng: ~的山村 xóm núi vắng lặng
【僻陋】pìlòu⟨形⟩vắng vẻ và hoang sơ; heo hút
【僻壤】pìrǎng⟨名⟩vùng đất hoang vắng; hẻo lánh: 昔日的荒山~已经成为旅游的热点。Vùng núi hẻo lánh, hoang sơ xưa kia nay đã trở thành điểm nóng du lịch.
【僻性】pìxìng⟨名⟩tính lập dị; tính cách kì dị
【僻野】pìyě⟨名⟩vùng hoang vu; vùng hoang dã; vùng bỏ hoang
【僻远】pìyuǎn⟨形⟩hoang vu xa xôi; hẻo lánh: 堪称壮族活化石的黑衣壮聚居在~的中越边寨。Cộng đồng Choang áo đen được coi là hóa thạch sống của dân tộc Choang cư trú ở các bản làng vùng biên giới Trung-Việt.

譬 pì⟨动⟩ví như; ví dụ; tỉ dụ; chẳng hạn
【譬方】pìfāng❶⟨动⟩lấy ví dụ ❷⟨连⟩chẳng hạn như
【譬如】pìrú⟨动⟩ví như; ví dụ như

【譬若】pìruò<动>[书]giả dụ như

piān

片 piān 义同 "片" (piàn)❶❷，用于口语，如 "相片儿、电视片儿" 等。
另见piàn

【片子】piānzi<名>❶(bộ) phim ❷phim chụp X quang ❸đĩa hát
另见piànzi

扁 piān
另见biǎn

【扁舟】piānzhōu<名>[书]thuyền con

偏 piān❶<形>chếch; nghiêng; xiên; lệch: 太阳~西. Mặt trời chếch đằng tây. ❷<形>thiên vị; thiên lệch: 不~不倚 không thiên lệch, không ưu ái ❸<形>phụ trợ; phó (không chiếm vị trí chủ đạo) ❹<动>so sánh: ~高 hơi cao/cao hơn quy định ❺<动>đã ăn rồi; đã dùng bữa rồi (lời nói khách sáo): 我~过了，您请用吧. Tôi đã ăn rồi, mời ông dùng ạ. ❻<副>lại; cứ; cố ý: 让他往东他~往西. Bảo nó đi đằng đông, nó cố ý đi đằng tây. //(姓) Thiên

【偏爱】piān'ài<动>chỉ yêu (vật hay người gì đó); thích hơn; yêu hơn; ưu ái: 在各学科中他~地理. Trong các môn học, cậu ta thích môn địa lí hơn.

【偏才】piāncái<名>tài lẻ; tài vặt; tài mọn; tài năng thiên về một lĩnh vực nào đó

【偏差】piānchā<名>❶độ lệch; độ chệch ❷lệch lạc; sai lầm (trong công tác)

【偏常】piāncháng<形>(sự) lệch lạc; nghiêng

【偏宠】piānchǒng<动>thiên vị; không công bằng

【偏殿】piāndiàn<名>điện bên; cung kế bên

【偏方】piānfāng<名>bài thuốc dân gian; phương thuốc cổ truyền: 不起眼的小~往往也能治大病. Những bài thuốc dân gian đơn giản thường lại cũng có thể chữa được căn bệnh nặng.

【偏房】piānfáng<名>❶nhà dưới; nhà kề; nhà ngang ❷thiếp; vợ lẽ; vợ bé

【偏废】piānfèi<动>thiên lệch; thiên vị; bỏ qua một bên

【偏锋】piānfēng<名>❶nét bút nghiêng ❷bóng gió; ám chỉ

【偏光】piānguāng<动>phân cực

【偏光镜】piānguāngjìng<名>kính phân cực

【偏航】piānháng<动>bay chệch hướng; đảo lái; chệch đường bay

【偏好】piānhào<动>ham mê; say mê: 她虽文静，却~摇滚乐. Cô ấy tuy điềm đạm nho nhã, nhưng lại say mê nhạc rốc.

【偏护】piānhù<动>thiên vị; bênh: 在进行民间纠纷调解时，不能~某一方. Khi tiến hành hòa giải tranh chấp dân sự, không được phép thiên vị cho bên nào.

【偏激】piānjī<形>quá đáng; quá khích; cực đoan: 他的做法太~. Cách làm của anh ta quá cực đoan.

【偏见】piānjiàn<名>thành kiến; thiên kiến

【偏襟】piānjīn<形>vạt lệch (kiểu cách thiết kế áo của dân tộc Mãn ở Trung Quốc)

【偏科】piānkē<动>học lệch: 中学生不应该~. Học sinh trung học không nên học lệch.

【偏枯】piānkū❶<名>liệt bán thân; liệt nửa người; bán thân bất toại ❷<形>thiên lệch

【偏劳】piānláo<动>[口]thêm phiền; làm phiền (lời cảm ơn người khác đã giúp đỡ)

【偏离】piānlí<动>lệch khỏi quỹ đạo; đi lạc; lệch hướng: 他的发言~主题. Phát biểu của anh ta đi lạc chủ đề.

【偏门】piānmén<名>cửa phụ; cửa bên; cửa nách

【偏旁】piānpáng<名>bộ gốc (chữ Hán)

【偏旁部首】piānpáng bùshǒu bộ thủ chữ

Hán

【偏僻】piānpì<形>hoang vu; hẻo lánh: 晚上独自一人最好不要走~的小道。Buổi tối chỉ có một mình thì tốt nhất không đi đường nhỏ hẻo lánh.

【偏偏】piānpiān<副>❶lại cứ: 明明都对，他~说不对。Rõ ràng là đúng, anh ấy lại cứ cho là sai. ❷mà lại (sự thực và hi vọng trái ngược): 给他买了今晚的电影票，~他出差了。Đã mua cho anh ấy vé xem phim tối nay mà anh ấy lại đi công tác. ❸riêng (trong phạm vi): 为啥大家都有，~我没有? Tại sao mọi người đều có, riêng tôi không có?

【偏颇】piānpō<形>[书]nghiêng; lệch; không công bằng: 你的看法有失~。Cách nhìn nhận của anh có phần sai lệch.

【偏巧】piānqiǎo<副>❶vừa vặn; vừa may: 我们公司正准备组织篮球队，~新分配来一位退役运动员。Công ti chúng tôi đang chuẩn bị lập đội bóng rổ, vừa may có một vận động viên giải nghề được nhận vào. ❷mà: 今天决赛，~主力队员病了。Hôm nay đấu trận chung kết mà cầu thủ chủ lực lại bị ốm.

【偏厦】piānshà<名>buồng cạnh

【偏衫】piānshān<名>áo chéo vai của tăng ni

【偏生】piānshēng<形>[方]khăng khăng; cố chấp; cứ một mực

【偏食】piānshí¹<名>sự ăn dần (hiện tượng mặt trời, mặt trăng bị che khuất từng phần): 日~ nhật thiên thực/nhật thực một phần

【偏食】piānshí²<动>thích riêng (một món ăn nào đó); kén ăn: 小孩~会影响身体发育。Trẻ con kén ăn sẽ ảnh hưởng đến sự phát triển của cơ thể.

【偏嗜】piānshì<名>sở thích; niềm đam mê

【偏私】piānsī<动>lo tư tình; thiên vị; ưu ái riêng

【偏瘫】piāntān<动>bại liệt nửa người

【偏袒】piāntǎn<动>thiên vị một phía; ủng hộ một phía: 你明明就是~他嘛。Ông rõ ràng là thiên vị anh ấy.

【偏疼】piānténg<动>[口]cưng chiều chếch lệch; chếch lòng yêu thương

【偏题】piāntí<名>đề thi hiếm thấy; đề thi khó: 学生最怕老师出~。Học sinh sợ nhất là thầy giáo đưa ra đề thi hiếm thấy.

【偏听偏信】piāntīng-piānxìn nghe một bên tin một phía

【偏头痛】piāntóutòng<名>đau nhức nửa đầu; bệnh thiên đầu thống

【偏误】piānwù<名>lỗi thiên lệch; lỗi thiên vị

【偏析】piānxī<动>[物理]thiên tích

【偏狭】piānxiá<形>phiến diện và hẹp hòi

【偏向】piānxiàng❶<名>thiên hướng; khuynh hướng: 要纠正单纯追求经济益而不顾社会效益的~。Phải điều chỉnh khuynh hướng chỉ theo đuổi đơn thuần hiệu quả kinh tế mà bất chấp hiệu quả xã hội. ❷<动>thiên lệch; thiên vị: 做裁判不能~某一方。Làm trọng tài thì không được thiên vị cho bên nào. ❸<动>tán thành; nghiêng về

【偏心】piānxīn<形>thiên lệch; không công bằng: 父母对子女不能~。Bố mẹ không thể không công bằng với con cái.

【偏心眼儿】piānxīnyǎnr❶lòng thiên vị ❷bất công; không công bằng: 那个老人~，重男轻女。Ông lão kia trọng nam khinh nữ thật bất công.

【偏移】piānyí<动>đi chệch quỹ đạo; đi lệch hướng

【偏远】piānyuǎn<形>xa xôi hẻo lánh: 他们给~山区小学送去学习和体育用品。Họ chuyển đồ dùng học tập và thể dục thể thao đến trường tiểu học ở vùng núi xa xôi hẻo lánh.

【偏执】piānzhí<形>quá cực đoan cố chấp: ~的性格使他失去友情。Tính cách quá cực đoan cố chấp khiến anh ta mất hết tình bạn.

【偏执狂】piānzhíkuáng<名>bệnh hoang tưởng; tính đa nghi cố chấp

【偏重】piānzhòng<动>nặng về; chú trọng đến:目前我们要~于解决民生问题。Trước mắt chúng ta cần chú trọng giải quyết vấn đề dân sinh.

【偏转】piānzhuǎn<动>lệch sang; di chuyển lệch

篇 piān❶<名>thiên; bài: ~章 bài văn ❷<名>tờ; trang (giấy, sách): 单~讲义 bài giảng in rời từng tờ ❸<量>tờ; bài; quyển: 这~文章语言、内容俱佳。Bài văn này lời hay ý đẹp.

【篇幅】piānfú<名>❶độ dài của bài viết: 这篇文章~不长。Bài văn này không dài. ❷số trang; phạm vi (của sách, báo): 这份报纸用很长~刊登两国领导人会谈的内容。Tờ báo này dành nhiều trang để đăng tải nội dung hội đàm giữa lãnh đạo hai nước.

【篇目】piānmù<名>❶tiêu đề chương ❷mục lục; danh sách các bài

【篇页】piānyè<名>bài và trang

【篇章】piānzhāng<名>văn chương; bài viết; đoạn ca: 谱写历史新~ viết thêm những trang sử mới

【篇章段落】piānzhāng duànluò chương đoạn

翩 piān<形>[书]bay nhanh; bay vụt qua

【翩翩】piānpiān<形>❶khiêu vũ uyển chuyển; bay nhảy tung tăng: 孩子们在草地上~起舞。Những đứa trẻ bay nhảy tung tăng trên bãi cỏ. ❷[书]nhanh nhẹn; hoạt bát: 这位新星风度~，成为女孩子们的偶像。Phong độ hoạt bát đã khiến cho ngôi sao

mới này trở thành thần tượng của các cô gái.

【翩然】piānrán<形>[书]nhanh; nhanh nhẹn

【翩若惊鸿】piānruòjīnghóng chuyển động nhẹ nhàng; di chuyển duyên dáng

【翩跹】piānxiān<形>[书]uyển chuyển; nhanh nhạy: 两国青年在广场上一起舞。Thanh niên hai nước khiêu vũ uyển chuyển trên quảng trường.

pián

便 pián
另见biàn

【便便】piánpián<形>béo phệ; phệ nệ: 大腹~ bụng phệ

【便宜】piányi❶<形>rẻ: 这里的水果很~。Hoa quả ở đây rất rẻ. ❷<名>lợi; có lợi: 贪小~ tham lợi nhỏ ❸<动>cho được lợi; tha thứ: 这事绝不能~他。Việc này quyết không tha thứ cho hắn.
另见biànyí

【便宜货】piányihuò<名>hàng rẻ; đồ rẻ tiền: 明天我们去民族商场淘~。Ngày mai chúng ta đi khu thương mại Dân tộc để kiếm hàng rẻ.

骈 pián<形>ngang hàng; đối xứng: ~句 câu đối ngẫu/câu đối xứng; ~肩 sánh vai //(姓) Biền

【骈句】piánjù<名>câu biền ngẫu

【骈俪】piánlì<名>cú pháp biền ngẫu

【骈拇枝指】piánmǔ-zhīzhǐ❶cục thịt thừa ❷vô dụng

【骈体】piántǐ<名>thể văn biền ngẫu

【骈文】piánwén<名>văn biền ngẫu

【骈枝】piánzhī<名>[书]thừa; vô dụng

胼 pián

【胼胝】piánzhī<名>chai tay (hoặc chân)

【胼胝体】piánzhītǐ<名>[生理]thể chai (ở não)

蹁 pián ＜形＞[书]xiêu vẹo; khập khiễng; chân đi không thắng

【蹁跹】 piánxiān ＜形＞[书]xoay tròn; quay cuồng: ~起舞 nhảy múa quay cuồng

piàn

片 piàn ❶＜名＞tấm; mảnh (dẹt, mỏng): 纸~ mảnh giấy ❷＜名＞phim ❸＜名＞phần; vùng: ~区 tiểu vùng ❹＜动＞cắt; thái: ~肉片儿 thái miếng thịt ❺＜形＞phiến diện: ~面理解 hiểu biết phiến diện ❻＜量＞viên; miếng; đám; mảnh; tấm; bãi; vùng; bầu: 一~白云 một đám mây trắng; 一~汪洋 một vùng nước mênh mông; 一~春色 một bầu sắc xuân // (姓) Phiến

另见 piān

【片长】 piàncháng ＜名＞độ dài của bộ phim

【片酬】 piànchóu ＜名＞thù lao đóng phim: 那位明星的~达到七位数。 Thù lao đóng phim của ngôi sao màn ảnh đó đã lên đến bảy con số.

【片段】 piànduàn ＜名＞một đoạn trong một chỉnh thể (thường dùng trong bài viết, kịch, tiểu thuyết hay từng trải trong đời sống): 精彩的~ đoạn phim đặc sắc

【片断】 piànduàn ❶＜名＞đoạn ❷＜形＞rời rạc; linh tinh

【片花】 piànhuā ＜名＞đoạn xen; đoạn cắt (của chương trình)

【片簧】 piànhuáng ＜名＞[机械]lò xo tấm; bản lò xo

【片剂】 piànjì ＜名＞thuốc viên: 这种药是~，每片0.1克。 Loại thuốc này dạng viên, mỗi viên 0,1g.

【片甲不存】 piànjiǎ-bùcún không còn mảnh giáp: 敌人胆敢来侵犯，定叫他~。 Kẻ địch cả gan dám đến xâm phạm, phải đánh cho nó không còn mảnh giáp.

【片假名】 piànjiǎmíng ＜名＞chữ cái Nhật (katakana)

【片碱】 piànjiǎn ＜名＞miếng sođa ăn mòn

【片锯】 piànjù ＜名＞đĩa răng cưa

【片刻】 piànkè ＜名＞khoảnh khắc; phút chốc: 请您稍等~。 Xin bác hãy vui lòng đợi một lát ạ.

【片面】 piànmiàn ❶＜形＞phiến diện: ~地看问题 nhìn nhận vấn đề phiến diện ❷＜名＞một chiều

【片面性】 piànmiànxìng ＜名＞tính phiến diện

【片面之词】 piànmiànzhīcí lời lẽ phiến diện; ngôn từ phiến diện

【片名】 piànmíng ＜名＞tên phim; tựa đề; đầu đề

【片儿警】 piànrjǐng ＜名＞[口]cảnh sát khu vực (nhân viên cảnh sát được phân công phụ trách công việc ở một khu vực nào đó)

【片儿汤】 piànrtāng ＜名＞canh mì miếng (nhào bột mì, sắt miếng mỏng nấu thành canh)

【片商】 piànshāng ＜名＞nhà sản xuất phim

【片时】 piànshí ＜名＞khoảnh khắc; thời khắc: 迟疑~ khoảng khắc lưỡng lự

【片头】 piàntóu ＜名＞phần đầu nội dung chính của bộ phim; cảnh đầu

【片瓦无存】 piànwǎ-wúcún không còn một mảnh ngói; hết sạch

【片尾】 piànwěi ＜名＞phần cuối nội dung chính của bộ phim; cảnh cuối

【片言】 piànyán ＜名＞đôi lời; vài lời

【片言只语】 piànyán-zhīyǔ chỉ một vài lời; chỉ nói đôi lời (không nói rõ)

【片岩】 piànyán ＜名＞[地质]đá phiến; diệp thạch

【片源】 piànyuán ＜名＞nguồn gốc phim

【片约】 piànyuē ＜名＞hợp đồng phim; hợp đồng đóng phim: 她自从走红以来，~就

持续不断。Từ khi trở nên nổi tiếng, cô ấy liên tục nhận được các hợp đồng đóng phim.

【片纸只字】piànzhǐ-zhīzì tài liệu vụn vặt; vài chữ đôi dòng

【片状】piànzhuàng<形>hình phiến; dạng miếng; dạng bẹt: 这种产品是~的小颗粒。Loại sản phẩm này là loại hạt nhỏ dạng bẹt.

【片子】piànzi<名>❶miếng; mảnh; mẩu ❷danh thiếp

另见piānzi

骗¹ piàn<动>❶lừa gạt; lừa dối; dối trá; bịp bợm: ~人 lừa người ❷lừa lấy: ~钱 lừa lấy tiền

骗² piàn<动>ghếch chân lên

【骗保】piànbǎo<动>gian lận bảo hiểm; trục lợi bảo hiểm

【骗供】piàngòng<动>dụ dỗ phỉnh lừa để lấy lời khai

【骗汇】piànhuì<动>lừa đảo ngoại hối (dùng các chứng từ, phiếu thu giả mạo hoặc các thủ đoạn khác để lừa mua ngoại hối)

【骗婚】piànhūn<动>lừa đảo trong hôn nhân: 别企图以~的方式移民。Đừng hòng được di dân bằng cách lừa đảo hôn nhân.

【骗局】piànjú<名>trò bịp bợm: 这是一个彻头彻尾的~。Đây đúng là trò bịp bợm rành rành.

【骗赔】piànpéi<动>gian bồi thường (trong bảo hiểm)

【骗钱】piànqián<动>lừa lấy tiền: 他装出一副可怜相来~。Nó giả làm một kẻ đáng thương đến lừa tiền.

【骗取】piànqǔ<动>đánh lừa; lừa phỉnh; lừa gạt: 他用积极工作的假象来~领导的信任。Nó giả vờ tích cực làm việc để lừa gạt sự tín nhiệm của lãnh đạo.

【骗人】piànrén<动>lừa đảo; lừa người

【骗售】piànshòu<动>gán; đánh tráo: 古董商用~的手段把赝品卖给顾客。Con buôn đồ cổ đem hàng giả bán cho khách hàng bằng thủ đoạn đánh tráo.

【骗术】piànshù<名>trò dối trá; trò chơi xỏ: 骗子的~并不高明。Trò bịp của kẻ lừa đảo cũng chẳng cao tay.

【骗税】piànshuì<动>gian lận thuế

【骗子】piànzi<名>kẻ lường gạt; kẻ lừa đảo

piāo

剽 piāo❶<动>cướp đoạt; cướp giật: ~掠 cướp bóc ❷<形>lanh lẹ; nhanh nhẹn: ~悍 nhanh nhẹn dũng mãnh

【剽悍】piāohàn<形>lanh lẹ dũng mãnh: 这些小伙子从小学习马术，个个~。Mấy cậu này từ nhỏ đã học cưỡi ngựa, cậu nào cũng lanh lẹ dũng mãnh.

【剽掠】piāolüè<动>cướp bóc; cướp phá

【剽窃】piāoqiè<动>đánh cắp; lấy cắp; sao cóp (tác phẩm của người khác): 他这篇论文是~别人的。Bài luận án này của anh ta là sao cóp của người khác.

【剽取】piāoqǔ =【剽窃】

【剽袭】piāoxí<动>đánh cắp; cóp; sao chép: 此文~自那本书的第132-136页。Phần này cóp từ trang 132-136 của quyển sách kia.

漂 piāo<动>❶nổi; trôi: ~流 phiêu lưu ❷(nổi) bồng bềnh; phập phồng

另见piǎo, piào

【漂泊】piāobó<动>❶phiêu bạt; trôi nổi: 他在外流浪~多年。Anh ta phiêu bạt nơi đất khách đã nhiều năm. ❷lênh đênh; lang thang; nay đây mai đó

【漂荡】piāodàng<动>❶trôi nổi; lênh đênh: 小船儿轻轻~在水面上。Chiếc thuyền nhỏ lênh đênh trên mặt nước. ❷phiêu bạt

【漂浮】piāofú❶<动>trôi nổi; bập bềnh: 江

面~着一些垃圾。Trên sông rác rưởi trôi lềnh bềnh. ❷<形>hời hợt; qua loa; sơ sài; nông nổi: 他工作很~，经常出现失误。Anh ta làm việc rất hời hợt, thường xuyên sai sót.

【漂浮生物】piāofú shēngwù sinh vật phù du

【漂海】piāohǎi<动>lang thang trên biển; phiêu du trên biển

【漂砾】piāolì<名>[地质]đá cuội phiêu du

【漂流】piāoliú<动>❶dập dềnh; trôi nổi; du ngoạn: 资江~已经成为热门旅游项目。Du ngoạn trên dòng sông Tư Giang đã trở thành hạng mục du lịch nổi bật. ❷trôi dạt; phiêu bạt: 他~四海，没有一个固定的家。Anh ta phiêu bạt bốn phương, làm gì có nhà cố định nào.

【漂流瓶】piāoliúpíng<名>bình trôi (dùng để gửi thư)

【漂流物】piāoliúwù<名>vật nổi trôi

【漂没】piāomò<动>nổi chìm; cuốn trôi: 洪水所过之处，木板房都~了。Tại vùng bị lũ, nhà gỗ ván đều đã bị cuốn trôi.

【漂木】piāomù<名>gỗ nổi

【漂萍】piāopíng<名>bèo tấm

【漂网】piāowǎng<名>lưới trôi; lưới kéo; lưới vét

【漂洋过海】piāoyáng-guòhǎi phiêu du trùng dương; phiêu bạt viễn dương: 他的祖辈~到异国谋生。Đời cha ông của anh ta phiêu bạt trùng dương đến nơi đất khách mưu sinh.

【漂移】piāoyí<动>trôi nổi; chuyển dời: 冰块随着海流~。Tảng băng trôi nổi theo dòng hải lưu.

【漂游】piāoyóu<动>❶lững lờ trôi ❷lềnh đềnh; lang thang

缥piāo

【缥缈】piāomiǎo<形>lúc ẩn lúc hiện: 云雾~ mây mù lúc ẩn lúc hiện

飘piāo❶<动>phấp phới; phất phơ; tung bay: 随风~落 phất phơ theo gió ❷<形>run lẩy bẩy; rung rung: 汽车驶过结冰的道路时，方向盘有些发~。Lúc ô tô chạy qua đoạn đường đóng băng, vô lăng có hiện tượng rung rung. ❸<形>lông bông; lơ là: 他的工作作风有点~，领导不给他指派重要任务。Tác phong làm việc của anh ta có chút lơ là, cấp trên sẽ không giao cho anh ta những nhiệm vụ quan trọng. //(姓)Phiêu

【飘尘】piāochén<名>bụi bay; gió bụi

【飘带】piāodài<名>dải cờ; dải mũ

【飘荡】piāodàng<动>❶phấp phới; bồng bềnh; ngân vang; bay bổng: 剧场里~着歌声。Tiếng hát vang lên trong rạp chiếu. ❷phiêu bạt

【飘动】piāodòng<动>lay động; tung bay; bồng bềnh trôi: 白云在天空中~。Mây trắng bồng bềnh trôi trên vòm trời.

【飘拂】piāofú<动>phất phơ: 杨柳随风~。Dương liễu phất phơ theo gió.

【飘浮】piāofú❶<动>bồng bềnh; lững lờ: 天空中~着朵朵白云。Trên vòm trời là những cụm mây trắng lững lờ trôi. ❷<形>hời hợt; nông nổi

【飘红】piāohóng<动>(cổ phiếu) tăng giá; nhảy vọt (màu đỏ trên bảng niêm yết giá cổ phiếu biểu thị cho cổ phiếu tăng): 昨天股市全线~，股民都很振奋。Hôm qua cổ phiếu trên sàn đồng loạt tăng giá, nhà đầu tư đều rất phấn khích.

【飘忽】piāohū<动>❶(gió, mây) lững lờ bay; chuyển động nhẹ nhàng: 烟雾在微风中~。Cụm khói mù lững lờ bay theo chiều gió thoảng. ❷lay động; lướt: 他以~不定的脚法晃过三名后卫。Anh ta khéo léo rê bóng nhẹ nhàng lướt qua ba hậu vệ.

【飘零】piāolíng<动>❶(hoa, lá) rơi (rụng) là tả: 黄叶~ lá vàng rụng là tả ❷lềnh đềnh;

phiêu bạt; phiêu linh; ví với cuộc sống không ổn định: ~半世，爷爷终于安定下来了。 Nửa đời phiêu bạt, cuối cùng ông cũng đã có cuộc sống ổn định rồi.

【飘绿】 piāolǜ<动>(cổ phiếu) giảm giá; sụt giảm (màu xanh lá cây trên bảng niêm yết giá cổ phiếu biểu thị cho cổ phiếu giảm giá): 股市~，股民们进退两难。 Cổ phiếu sụt giảm, nhà đầu tư tiến thoái lưỡng nan.

【飘落】 piāoluò<动>rơi; nhẹ rơi: 点点雪花~窗前。 Từng bông tuyết li ti rơi trước cửa sổ.

【飘飘然】 piāopiāorán<形>❶bồng bềnh; phơi phới ❷hả hê; hớn hở: 才取得一些成绩，他就~了。 Mới đạt được một số thành tích, anh ta đã hả hê rồi.

【飘飘欲仙】 piāopiāo-yùxiān bồng bềnh chốn thần tiên; phiêu bồng tiên cảnh

【飘然】 piāorán<形>❶trôi dạt; bay bổng ❷mau lẹ lướt qua: 浮云~而过。 Mây bồng bềnh trôi qua. ❸thảnh thơi nhẹ nhõm

【飘洒】 piāosǎ❶<动>bay lả tả: 朵朵雪花纷纷扬扬地~在大地上。 Những bông tuyết không ngừng rơi là tả trên mặt đất. ❷<形>tự nhiên hào phóng

【飘散】 piāosàn<动>lan tỏa; bay lên và tan ra: 茶里~着一股茉莉花的清香。 Từ trong nước trà lan tỏa ra mùi thơm thanh thanh của hoa nhài.

【飘闪】 piāoshǎn<动>dập dềnh và nhấp nháy: 带灯的风筝在夜空中~。 Chiếc diều thắp đèn nhấp nháy lượn trên bầu trời đêm.

【飘逝】 piāoshì<动>❶bay tan ❷trôi xa và mất hút

【飘舞】 piāowǔ<动>lay động theo gió; vờn bay theo gió

【飘扬】 piāoyáng<动>phấp phới; lay động; tung bay: 五星红旗迎风~。 Cờ đỏ năm sao tung bay trước gió.

【飘摇】 piāoyáo<动>❶bay lượn lờ; bay dập dờn; lơ lửng: 风雨~ gió dồn mưa dập ❷thời thế bấp bênh

【飘曳】 piāoyè<动>chập chờn; đong đưa

【飘移】 piāoyí<动>lướt nhẹ; lướt đi

【飘逸】 piāoyì❶<形>tự nhiên; thanh thoát, bay bổng: 王羲之的行书非常~。 Lối hành thư của Vương Hi Chi vô cùng thanh thoát bay bổng. ❷<动>bồng bềnh; lan tỏa

【飘溢】 piāoyì<动>man ngát; lan khắp: 林荫道上~着玉兰花的清香。 Hương thơm thanh thoát của hoa ngọc lan man mác khắp con đường rợp mát cây xanh.

【飘悠】 piāoyou<动>bồng bềnh trôi; lững lờ trôi; nhẹ bay

【飘游】 piāoyóu<动>phiêu du; phiêu lãng; lang thang

【飘展】 piāozhǎn<动>phấp phới; tung bay: 彩旗~ cờ màu tung bay

螵 piāo

【螵蛸】 piāoxiāo<名>[动物]bọc trứng con bọ ngựa

piáo

嫖 piáo<动>chơi gái; mua dâm: ~妓 hủ hóa với gái điếm

【嫖娼】 piáochāng<动>chơi đĩ; hủ hóa với đĩ

【嫖客】 piáokè<名>khách làng chơi; khách mua dâm

【嫖宿】 piáosù<动>chơi gái; mua dâm qua đêm

瓢 piáo<名>cái muôi; cái gáo; cái muỗng

【瓢虫】 piáochóng<名>bọ rùa

【瓢泼】 piáopō<动>mưa như trút; mưa to; mưa lớn: ~大雨 mưa to như trút nước

【瓢子】 piáozi<名>cái gáo; cái muỗng; cái thìa

P

piǎo

漂 piǎo <动>❶tẩy; tẩy trắng: 把这块布再~一下。Tẩy mảnh vải này lại lần nữa đi. ❷đãi; lọc; gột: 用这种肥皂洗衣服，很容易~清。Dùng loại xà phòng này giặt quần áo, dễ dàng gột sạch các vết bẩn.

另见piāo, piào

【漂白】piǎobái<动>❶tẩy trắng ❷ví ngụy trang phi tang tội lỗi

【漂白粉】piǎobáifěn<名>bột (thuốc) tẩy trắng; chloramine B

【漂白剂】piǎobáijì<名>chất trắng tẩy trắng

【漂白液】piǎobáiyè<名>dung dịch tẩy trắng

【漂染】piǎorǎn<动>tẩy và nhuộm: 这些布要~成各种颜色。Mảnh vải này phải tẩy và nhuộm thành các loại màu sắc.

【漂洗】piǎoxǐ<动>giặt tẩy; tẩy trắng; tẩy sạch: 这些衣服在洗衣机里要~两遍。Những bộ quần áo này phải giặt hai lần trong máy giặt.

瞟 piǎo<动>liếc; đánh mắt: 他~了桌面上的钟一眼。Anh ta liếc mắt nhìn chiếc đồng hồ trên bàn.

piào

票 piào❶<名>vé; phiếu; thẻ: 车~ vé xe ❷<名>tiền: 钞~ tiền giấy ❸<名>con tin: 绑~ bắt làm con tin ❹<量>[方]món; chuyến: 一~大买卖 một chuyến buôn bán lớn ❺<名>kịch tuồng nghiệp dư ///(姓) Phiếu

【票额】piào'é<名>tổng số (mức) ghi trên phiếu hay giấy bạc; mệnh giá

【票贩子】piàofànzi<名>(bọn) phe vé: 每到春运，~就很猖狂。Mỗi khi đến dịp vận chuyển trong dịp Tết, bọn phe vé lại hoạt động ráo riết.

【票房】¹piàofáng<名>❶phòng bán vé: 她在码头的~工作。Chị ấy làm việc ở phòng bán vé bến tàu. ❷doanh thu phòng vé: 这部影片的~已经突破2亿元。Doanh thu phòng vé của bộ phim này đã vượt qua mức 200 triệu đồng RMB.

【票房】²piàofáng<名>nơi tập trung tập luyện của đoàn kịch tuồng nghiệp dư

【票根】piàogēn<名>cuống vé; cuống phiếu

【票汇】piàohuì<动>giao dịch chuyển tiền (ở ngân hàng)

【票价】piàojià<名>giá vé: 广大游客一致呼吁降低旅游景点的~。Đại đa số khách du lịch luôn kêu gọi giảm giá vé ở các điểm du lịch.

【票据】piàojù<名>❶ngân phiếu định mức hối phiếu: 银行~ hối phiếu của ngân hàng ❷biên lai; hóa đơn: 必须凭有效~才能报销。Bắt buộc phải có chứng từ hợp pháp mới có thể thanh toán.

【票款】piàokuǎn<名>❶tiền vé ❷phiếu thu và tiền thu

【票面】piàomiàn<名>mức (tổng số) tiền ghi trên giấy bạc hay ngân phiếu; mệnh giá giá trị danh nghĩa

【票面价值】piàomiàn jiàzhí giá trị ngân phiếu; mệnh giá

【票数】piàoshù<名>số phiếu

【票箱】piàoxiāng<名>hòm phiếu; hòm vé

【票选】piàoxuǎn<动>bầu cử (bằng cách bỏ phiếu)

【票友】piàoyǒu<名>diễn viên nghiệp dư nghệ sĩ nghiệp dư: 他是京剧~，会唱很nhiều名段。Anh ấy là diễn viên Kinh kịch nghiệp dư, biết hát rất nhiều đoạn kịch kinh diễn.

【票友会】piàoyǒuhuì<名>hội diễn viên nghiệp dư; hội nghệ sĩ nghiệp dư

【票源】piàoyuán<名>nguồn vé

P

nó cũng không lấy gì làm lí tưởng cho lắm.

【撇弃】piēqì<动>vứt bỏ; bỏ đi

【撇清】piēqīng<动>thanh minh; cách li quan hệ với việc gì đó: 她急于~自己与该事件的关系。Cô ta vội thanh minh về mối liên quan của mình trong vụ việc này.

瞥piē<动>lườm; liếc; đánh mắt: 她温柔的一~让他牢记在心上。Cái liếc mắt tình tứ dịu dàng của cô ấy làm anh ấy nhớ mãi.

【瞥见】piējiàn<动>thoáng nhìn; thoáng thấy: 在公共汽车上，他无意间~小偷正在用刀片割乘客的袋子。Trên xe buýt, anh ta vô tình thoáng thấy có tên trộm đang dùng dao rạch túi của hành khách.

【瞥视】piēshì<动>liếc qua; nhìn thoáng qua

【瞥眼】piēyǎn<名>[书]liếc mắt; nhìn qua

【票证】piàozhèng<名>tem phiếu, thẻ mua hàng: 我国早已取消了粮票、布票等~。Nước ta đã hủy bỏ từ lâu các loại tem phiếu như: tem lương thực, phiếu vải…

【票子】piàozi<名>tiền giấy

嘌piào<形>[书]rất nhanh; nhanh chóng

【嘌呤】piàolìng<名>[生化]purin ($C_5H_4N_4$ một hợp chất chứa nitơ có cấu trúc phân tử hai vòng): 高~食物容易使人患痛风病。Thực phẩm purin cao rất dễ khiến người ta mắc bệnh gút.

漂piào<动>[方]vỡ; thất bại; hỏng; mất không: 那事儿~了，你不用惦记了。Việc đó hỏng rồi, em không cần phải lo nghĩ nữa.

另见piāo, piǎo

【漂亮】piàoliang<形>❶đẹp; xinh: 这姑娘真~! Cô bé này đẹp thế! ❷xuất sắc: 这活干得~! Làm việc này quá xuất sắc!

【漂亮话】piàolianghuà<名>❶lời hoa mĩ; lời nói suông; lời nói sáo rỗng: 这只是一句~，你不用当真。Đây chỉ là lời nói suông thôi, em đừng có tưởng thật.

骠piào<形>[书]❶hình dung con người chạy nhanh ❷dũng mãnh

【骠骑】piàoqí<名>phiêu kị (chức danh của tướng thời xưa)

【骠勇】piàoyǒng<形>dũng mãnh

piē

撇¹piē<动>bỏ đi; vứt bỏ: 把旧的规章制度都~了。Đã hủy bỏ hết các quy tắc điều lệ cũ.

撇²piē<动>vớt; hớt: ~油 vớt dầu/hớt dầu

另见piě

撇开piēkāi<动>bỏ sang một bên; gác sang một bên: 先~外观不说，它的使用功能也不够理想。Tạm gác phần ngoại quan sang một bên không nói, tính năng sử dụng của

piě

苤piě

【苤蓝】piělan<名>su hào; củ su hào

撇piě❶<动>ném; vứt; liệng; lẳng; quẳng: ~砖头 quẳng hòn gạch ❷<动>nghiêng; xiêu vẹo; vẩy: 他是八字脚，走路向外~。Anh ta đi chân vòng kiềng, khi đi chân vẩy ra ngoài。❸<动>bĩu; trề (môi); mếu máo: 小孩嘴一~，就哭起来了。Đứa bé mếu máo rồi khóc òa lên。❹<名>nét phẩy ❺<量>hình nét phẩy: 他留着两~小胡子。Anh ta để râu vểnh hai bên mép.

另见piē

【撇口碗】piěkǒuwǎn<名>chiếc bát miệng loe rộng

【撇嘴】piězuǐ<动>bĩu môi; trề môi

pīn

拼¹pīn<动>❶ghép lại; chắp lại: 把这两张桌子~起来。Ghép hai cái bàn này lại.

P

❷tạo nhóm; lập nhóm; cùng chung: ~团购买 ghép nhóm mua chung

拼² pīn<动>❶liều: 你竟然打我，我和你~了! Mày đã đánh tao, thì tao cũng liều mạng với mày! ❷đọ sức

【拼版】pīnbǎn<动>lắp khuôn; lên khuôn

【拼搏】pīnbó<动>quyết đấu: 敢于~ dám quyết đấu

【拼车】pīnchē<动>chung xe; cùng xe: 我们住在同一个小区，经常~去上班。Chúng tôi sống trong cùng một khu chung cư, thường xuyên cùng xe đi làm.

【拼刺】pīncì<动>đâm lê

【拼凑】pīncòu<动>chắp vá; gom góp: 她把硬币~起来，打算给妈妈买一份生日礼物。Cô bé gom góp những đồng tiền xu, định mua cho mẹ một món quà sinh nhật.

【拼攒】pīncuán<动>tụ tập; ghép nhóm; ráp nối

【拼读】pīndú<动>đánh vần

【拼法】pīnfǎ<名>cách đánh vần

【拼合】pīnhé<动>ghép; chắp: 他试着把这些碎片~起来。Anh ấy thử ghép những mảnh vỡ này lại.

【拼接】pīnjiē<动>chắp ghép; ghép nối; ghép mộng

【拼接板】pīnjiēbǎn<名>tấm ghép

【拼劲儿】pīnjìnr<动>làm cật lực; làm hết sức

【拼老本】pīn lǎoběn dùng hết vốn liếng: 爸妈~送弟弟出国留学。Bố mẹ dồn hết vốn liếng đưa em trai ra nước ngoài du học.

【拼老命】pīn lǎomìng gắng hết sức; chạy thục mạng: 这对老夫妇~攒钱给儿子买房。Hai cụ gắng hết sức giành tiền sắm nhà cho con.

【拼力】pīnlì<副>dốc sức; gắng hết sức

【拼拢】pīnlǒng<动>ghép bộ; phối hợp; ghép nối

【拼命】pīnmìng❶<动>liều mạng: 和歹徒~ liều mạng với quân vô lại ❷<副>dùng hết sức; giành giật; giành: 母亲~争夺孩子的抚养权。Người mẹ tìm đủ mọi cách giành về quyền nuôi con.

【拼命三郎】pīnmìng-sānláng kẻ liều mạng

【拼盘】pīnpán<名>đĩa (thức ăn) hỗn hợp; tổng hợp: 水果~ đĩa hoa quả tổng hợp

【拼盘演唱会】pīnpán yǎnchànghuì hội diễn văn nghệ tổng hợp

【拼配】pīnpèi<动>ghép đôi; dung hợp

【拼抢】pīnqiǎng<动>tranh cướp; tranh giành; tranh đấu hết sức

【拼杀】pīnshā<动>liều mạng quyết chiến

【拼死】pīnsǐ<副>liều chết

【拼死拼活】pīnsǐ-pīnhuó❶liều mạng quyết một phen sống mái ❷dốc sức: 他~地干，一天也挣不了几个钱。Anh ta làm bạt mạng, mỗi ngày cũng chẳng kiếm được là bao.

【拼贴画】pīntiēhuà<名>tranh cắt dán

【拼图】pīntú❶<动>ghép tranh; ghép hình ❷<名>tranh ghép; tranh chắp vá

【拼图游戏】pīntú yóuxì trò chơi ghép hình

【拼团】pīntuán<动>ghép đoàn; lập nhóm

【拼写】pīnxiě<动>viết theo quy tắc ghép âm (đánh vần)

【拼音】pīnyīn<动>ghép vần; đánh vần

【拼音文字】pīnyīn wénzì chữ ghép âm; văn tự phiên âm

【拼音字母】pīnyīn zìmǔ❶chữ cái (trong loại chữ ghép âm) ❷mẫu tự phiên âm; 26 chữ cái La tinh để ghi âm chữ Hán

【拼装】pīnzhuāng<动>lắp ráp; ghép nối; lắp ghép: ~玩具 đồ chơi ghép hình

【拼缀】pīnzhuì<动>ghép nối; chắp nối; ghép lại

【拼字游戏】pīnzì yóuxì trò chơi xếp chữ

姘 pīn<动>thông dâm; gian dâm

【姘夫】pīnfū<名>gian phu; chồng chung

【姘妇】pīnfù<名>dâm phụ; vợ chạ

【姘居】pīnjū<动>lang chạ; ở chung ở chạ

【姘头】pīntou<名>trai gái gian dâm; đứa gian dâm; tình nhân; bồ

pín

贫¹ pín❶<形>nghèo: 清~ thanh bần ❷<动>thiếu; không đủ: ~血 thiếu máu ❸<形>sư tăng tự xưng: ~僧 bần tăng //(姓) Bần

贫² pín<形>[方]làu bàu; nhảm nhí; đáng ghét: 这人嘴真~。Cái người này lúc nào cũng làu bà làu bàu.

【贫乏】pínfá<形>❶bần cùng: 家境~ gia cảnh bần cùng ❷thiếu hụt; nghèo nàn; không phong phú: 这本书内容很~，读起来毫无乐趣。Quyển sách này nội dung nghèo nàn, đọc lên chẳng có hứng thú gì.

【贫富差距】pínfù chājù khoảng cách giàu nghèo: 缩小~ thu hẹp khoảng cách giàu nghèo

【贫寒】pínhán<形>đói rét; bần hàn

【贫瘠】pínjí<形>cằn cỗi; bạc màu: 土地~ đất đai cằn cỗi

【贫贱】pínjiàn<形>nghèo hèn

【贫贱夫妻】pínjiàn fūqī vợ chồng nghèo khó

【贫贱之交】pínjiànzhījiāo bần tiện chi giao (quan hệ tình nghĩa bạn bè từ thuở nghèo hèn mãi mãi bền chặt, không thể quên được)

【贫苦】pínkǔ<形>nghèo khổ

【贫矿】pínkuàng<名>quặng nghèo

【贫困】pínkùn<形>nghèo khó: 他终于依靠自己的努力，改变了~的处境。Anh ta cuối cùng cũng dựa vào sức mình mà thay đổi được tình cảnh nghèo túng.

【贫困地区】pínkùn dìqū vùng nghèo nàn

【贫困户】pínkùnhù<名>hộ nghèo khó

【贫困生】pínkùnshēng<名>học trò nghèo

【贫困线】pínkùnxiàn<名>❶ngưỡng nghèo khó ❷mức tối thiểu: 生活水平在~以下 mức sống đang ở dưới mức tối thiểu

【贫民】pínmín<名>dân nghèo

【贫民窟】pínmínkū<名>khu dân nghèo; khu ổ chuột

【贫民区】pínmínqū<名>khu dân cư nghèo; khu ổ chuột

【贫农】pínnóng<名>bần nông; dân nghèo

【贫气】pínqi¹<形>ti tiện; hẹp hòi: 他生活简朴，但不~。Cuộc sống của anh ta rất giản dị, nhưng không ti tiện.

【贫气】pínqi²<形>lắm cắm; lắm điều; nói nhiều

【贫穷】pínqióng<形>nghèo túng; bần cùng

【贫弱】pínruò<形>yếu hèn

【贫僧】pínsēng<名>bần tăng; bần đạo

【贫油】pínyóu<动>khát dầu, thiếu hụt tài nguyên dầu mỏ

【贫油国】pínyóuguó<名>quốc gia đói dầu; quốc gia khát dầu mỏ

【贫铀】pínyóu<名>urani nghèo (dùng chế tạo vũ khí)

【贫铀弹】pínyóudàn<名>bom hoặc đạn urani nghèo

【贫嘴】pínzuǐ<形>huyên thuyên; hay pha trò: 少跟我要~，说正经的。Huyên thuyên vừa thôi, nói vào chủ đề chính đi.

【贫嘴薄舌】pínzuǐ-bóshé miệng lưỡi chua ngoa

频 pín❶<副>liên tiếp; nhiều lần ❷<名>tần suất

【频传】pínchuán<动>truyền liên tiếp; liên tiếp truyền: 佳讯~ tin vui liên tiếp truyền về

【频次】píncì<名>tần suất: 我们要提高服务

P

质量，提高顾客消费的~。Chúng ta cần phải nâng cao chất lượng phục vụ, nâng cao tần suất tiêu dùng của khách hàng.

【频道】píndào<名>kênh

【频段】pínduàn<名>bước sóng

【频发】pínfā<动>liên tục phát sinh; thường xuyên xảy ra: 近年来地质灾害~。Những năm gần đây tai họa địa chất thường xuyên xảy ra.

【频繁】pínfán<形>liên tiếp nhiều lần

【频率】pínlǜ<名>tần số; tần suất

【频密】pínmì<形>tần suất dày đặc; tới tấp

【频频】pínpín<副>nhiều lần; liên tục: ~挥手致意 liên tục vẫy tay chào

【频谱仪】pínpǔyí<名>máy quang phổ

【频数】pínshuò<形>[书]liên tục; nhiều lần

嫔 pín<名>[书]vợ lẽ của vua; cung tần; phi tần

【嫔妃】pínfēi<名>tần phi

颦 pín<动>[书]nhăn (mày)

【颦蹙】píncù<动>[书]nhăn mày; níu mày; chau mày

【颦眉】pínméi<动>nhăn mày; níu mày

pǐn

品 pǐn❶<名>phẩm; sản phẩm: 商~ thương phẩm ❷<名>thứ; hạng: 优等~ loại hảo hạng ❸<名>giống; lai ❹<名>phẩm chất: 人~ phẩm chất con người ❺<动>bình phẩm; đánh giá; nếm: 细~红酒 tỉ mỉ nếm và đánh giá rượu đỏ ❻<动>[书]thổi (sáo, tiêu): ~箫 thổi tiêu //(姓) Phẩm

【品茶】pǐnchá<动>nếm và bình phẩm trà

【品尝】pǐncháng<动>nếm; nhấm nháp; thưởng thức

【品德】pǐndé<名>phẩm chất; đạo đức

【品第】pǐndì[书]❶<动>đánh giá; xếp loại; xếp hạng ❷<名>đẳng cấp; địa vị

【品读】pǐndú<动>đọc tỉ mỉ; đọc và suy ngẫm kĩ: ~经典名著 đọc tỉ mỉ tác phẩm kinh điển nổi tiếng

【品格】pǐngé<名>❶phẩm cách; nhân cách; phẩm giá: 淳朴善良的~ phẩm cách thuần phác, lương thiện ❷chất lượng; phong cách: 这部电影粗制滥造，~低下。Bộ phim này chế tác cẩu thả, phẩm vị cũng tồi.

【品红】pǐnhóng<形>hồng nhạt; hơi hồng

【品级】pǐnjí<名>❶phẩm cấp (quan lại ngày xưa) ❷loại; hạng; cấp

【品鉴】pǐnjiàn<动>đánh giá; thẩm định: ~美酒 thẩm định rượu ngon

【品酒】pǐnjiǔ<动>nếm và bình phẩm rượu

【品类】pǐnlèi<名>loại; phẩm loại; chủng loại

【品貌】pǐnmào<名>❶tướng mạo; vẻ bề ngoài: ~俊俏 vẻ bề ngoài tuấn tú ❷nhân phẩm và tướng mạo: ~兼优 nhân phẩm và tướng mạo đều tốt

【品名】pǐnmíng<名>tên hàng; tên vật phẩm

【品茗】pǐnmíng<动>bình phẩm trà; nhấm trà

【品目】pǐnmù<名>danh mục hàng; tên hàng

【品牌】pǐnpái<名>nhãn mác; nhãn hiệu nổi tiếng; chính hiệu

【品牌机】pǐnpáijī<名>máy có mác uy tín

【品牌形象】pǐnpái xíngxiàng hình tượng nhãn hiệu; hình tượng mẫu mực

【品评】pǐnpíng<动>bình phẩm; đánh giá; bình luận: 人物~ đánh giá nhân vật

【品色】pǐnsè<名>❶các loại màu sắc ❷chỉ các màu nhạt: hồng nhạt, xanh nhạt, lam nhạt

【品脱】pǐntuō<量>Panh (Pint): đơn vị dung tích, bằng 0,5683 lít (ở Anh), bằng 0,4732 lít (ở Mĩ)

【品位】pǐnwèi<名>❶[书]phẩm vị; phẩm cấp (của quan lại ngày xưa) ❷cấp; tỉ lệ phần trăm (quặng): 这批矿石~较高。Tỉ lệ phần trăm của lô quặng này tương đối cao. ❸chất lượng: 高~的享受 hưởng thụ chất lượng cao

【品味】pǐnwèi❶<动>thưởng thức; nếm: ~地方特色小吃 thưởng thức món ăn đặc sắc của địa phương ❷<动>nghiền ngẫm; suy ngẫm: ~人生 suy ngẫm về cuộc đời ❸<名>phẩm chất và phong vị; hạng loại cao: 由于保存不当，这批咖啡豆的~下降了。Do bảo quản không tốt, phẩm chất và phong vị của lô hạt cà phê này xuống cấp. ❹<名>cách điệu; phong cách: ~高雅 phong cách cao nhã

【品系】pǐnxì<名>[生物]cùng dòng

【品相】pǐnxiàng<名>chất lượng và dáng mã của vật phẩm: 收藏的字画~不同，价格会有差异。Các tác phẩm tranh họa và thư pháp lưu trữ có sự khác biệt về chất lượng và dáng mã thì giá cả cũng sẽ khác nhau.

【品行】pǐnxíng<名>phẩm hạnh; nết người; hạnh kiểm

【品性】pǐnxìng<名>phẩm hạnh tính nết; tính nết

【品学兼优】pǐnxué-jiānyōu tính nết và học vấn đều tốt

【品议】pǐnyì<动>thẩm nghị; thẩm định

【品月】pǐnyuè<形>màu lam nhạt; màu xanh lam nhạt

【品质】pǐnzhì<名>❶phẩm chất: ~高尚 phẩm chất cao thượng ❷chất lượng: ~优良 chất lượng tốt

【品种】pǐnzhǒng<名>❶giống: 优良~ giống tốt ❷loại; phẩm loại: 减少采购的~ giảm bớt chủng loại hàng thu mua

pìn

牝pìn<形>cái; mái
【牝鸡】pìnjī<名>gà mái

【牝牛】pìnniú<名>bò cái

聘pìn<动>❶mời: ~任 mời làm ❷[书]thăm viếng ❸kết thân; kết thông gia ❹[口]con gái đi lấy chồng; xuất giá: 出~ đi lấy chồng

【聘金】pìnjīn<名>❶thù lao; tiền biếu khách tới làm việc ❷lễ cheo; lễ đen; tiền thách cưới

【聘礼】pìnlǐ<名>❶quà tặng; quà biếu ❷lễ vật ăn hỏi; sính lễ

【聘期】pìnqī<名>thời gian đảm nhiệm công việc

【聘请】pìnqǐng<动>mời người đảm nhiệm (công việc hoặc chức vụ)

【聘任】pìnrèn<动>mời người đảm nhiệm (chức vụ)

【聘任制】pìnrènzhì<名>chế độ tuyển người

【聘书】pìnshū<名>thư mời ứng tuyển; thư tuyển dụng; thư mời nhậm chức

【聘问】pìnwèn<动>[书]thăm viếng ngoại giao

【聘贤任能】pìnxián-rènnéng chiêu mộ hiền tài; tuyển nhân viên giỏi

【聘用】pìnyòng<动>tuyển dụng

【聘约】pìnyuē<名>hợp đồng tuyển dụng

pīng

乒pīng❶<拟>pằng; đoành ❷<名>bóng bàn
【乒联】pīnglián<名>liên đoàn bóng bàn
【乒乓】pīngpāng❶<拟>lộp bộp; tạch tạch ❷<名>bóng bàn; bóng pinh-pông
【乒乒乓乓】pīngpīngpāngpāng bình bịch bình bịch; lốc ca lốc cốc; lộp bà lộp bộp; lục cà lục cục: 楼上的住户在装修房子，整天~的。Gia đình tầng trên đang sửa sang nhà, cả ngày lục cà lục cục.
【乒坛】pīngtán<名>giới bóng bàn

娉pīng
【娉娉袅袅】pīngpīngniǎoniǎo thướt tha

yêu kiều

【娉婷】pīngtíng〈形〉[书]thướt tha; uyển chuyển; duyên dáng

píng

平 píng❶〈形〉bằng phẳng: 道路又~又直。Con đường vừa phẳng vừa thẳng. ❷〈形〉ngang hàng: ~世界纪录 ngang ki lục thế giới ❸〈形〉ổn định; yên ổn: ~稳过渡 chuyển tiếp ổn định ❹〈形〉chia đều; cân bằng ❺〈形〉thanh bằng ❻〈动〉san bằng; san phẳng: ~整土地 san phẳng ruộng đất hay đất đai ❼〈动〉đàn áp; dẹp yên: ~叛 dẹp phiến loạn ❽〈动〉nén; kìm (bực tức) ❾〈副〉thường xuyên; bình thường ///(姓) Bình

【平安】píng'ān〈形〉bình an

【平安无事】píng'ān-wúshì bình an vô sự

【平安险】píng'ānxiǎn〈名〉bảo hiểm FPA

【平安夜】píng'ānyè〈名〉đêm vọng Lễ Giáng Sinh

【平白】píngbái❶〈副〉vô duyên cớ; bỗng nhiên ❷〈形〉mộc mạc; đơn sơ

【平白无故】píngbái-wúgù vô duyên vô cớ; không có lí do

【平板】píngbǎn〈形〉bình bình; cứng nhắc; đơn điệu

【平板车】píngbǎnchē〈名〉❶xe tải không có thùng xe ❷xe ba gác kéo tay không có thùng xe

【平板电脑】píngbǎn diànnǎo máy tính bảng

【平版】píngbǎn〈名〉[印刷]bản in bằng; mặt phẳng in

【平辈】píngbèi〈名〉ngang vai vế; ngang hàng

【平步青云】píngbù-qīngyún một bước lên tiên (nghĩa xấu): 他娶了董事长的千金后，~，很快坐上了总经理的位子。Hắn

vừa lấy nàng tiểu thư nhà chủ tịch hội đồng quản trị thì đã một bước lên tiên, ngồi ngay vào vị trí tổng giám đốc.

【平仓】píngcāng〈动〉tình trạng giao dịch đóng

【平产】píngchǎn〈动〉sản lượng bình quân

【平常】píngcháng❶〈形〉bình thường; giản dị ❷〈名〉ngày thường

【平常心】píngchángxīn〈名〉trạng thái tâm lí cân bằng; ung dung điềm tĩnh: 面对激烈的比赛，运动员更需要有颗~。Trước trận đấu căng thẳng, vận động viên càng cần giữ trạng thái ung dung điềm tĩnh.

【平川广野】píngchuān-guǎngyě đồng bằng bát ngát

【平喘】píngchuǎn〈动〉giảm hen suyễn; dập tắt hen suyễn: ~药 thuốc trị hen

【平淡】píngdàn〈形〉nhạt nhẽo; tầm thường; vô vị

【平淡无奇】píngdàn-wúqí tầm thường không có gì đặc sắc

【平等】píngděng〈形〉❶bình đẳng; công bằng ❷địa vị ngang bằng

【平等互利】píngděng-hùlì bình đẳng cùng có lợi: 两国合作应该本着~的原则。Sự hợp tác giữa hai nước phải dựa trên nguyên tắc bình đẳng cùng có lợi.

【平底】píngdǐ〈名〉đế bằng; đáy bằng

【平底锅】píngdǐguō〈名〉nồi đế bằng; chảo đáy bằng

【平底鞋】píngdǐxié〈名〉giày đế bằng; dép bệt

【平地】píngdì❶〈名〉đất bằng; chỗ đất bằng phẳng ❷〈动〉san bằng đất; san lấp đất đai

【平地而起】píngdì-érqǐ đạp đất mà dậy; chợt nổi dậy

【平地一声雷】píngdì yī shēng léi tiếng sấm trên mặt đất

【平顶】píngdǐng〈名〉❶nhà mái bằng ❷

(kiểu tóc) đầu bằng

【平定】píngdìng❶<形>ổn định; bình tĩnh; yên ổn: 经过警察的耐心劝说，双方的情绪逐渐~下来。Sau khi cảnh sát nhẫn nại khuyên nhủ, hai bên đã dần bình tĩnh lại. ❷<动>làm dịu ❸<动>bình định; dẹp yên: ~内乱 dẹp yên nội loạn

【平凡】píngfán<形>bình thường; tầm thường

【平反】píngfǎn<动>sửa sai: 这桩冤案得到了~。Vụ án oan đã được sửa sai.

【平反昭雪】píngfǎn-zhāoxuě rửa sạch oan khuất

【平方】píngfāng❶<名>bình phương: 9是3的~。9 là bình phương của 3. ❷<量>mét vuông (m²): 这间会议室有200~。Phòng họp này rộng 200m².

【平方根】píngfānggēn<名>căn bậc hai; căn bình phương

【平方公里】píngfāng gōnglǐ ki-lô-mét vuông (km²)

【平方米】píngfāngmǐ<量>mét vuông (m²)

【平房】píngfáng<名>❶nhà một tầng; phòng trệt ❷[方]nhà mái bằng

【平分】píngfēn<动>chia đều; phân đều

【平分秋色】píngfēn-qiūsè chia đều (giữa hai bên); mỗi bên một nửa

【平复】píngfù<动>❶khôi phục trạng thái bình thường; trở lại yên tĩnh: ~心情 tâm trạng đã bình thường ❷bình phục: 心灵的创伤需要时间来~。Vết thương tâm hồn cần có thời gian để bình phục trở lại.

【平跟鞋】pínggēnxié<名>dép bệt; giày đế bằng

【平光镜】píngguāngjìng<名>kính thường; kính dùng cho mắt thường

【平和】pínghé❶<形>hòa nhã: 心态~ trạng thái tâm lí ôn hòa ❷<形>(thuốc) có tác dụng ôn hòa; dịu: 药性~ tính chất thuốc khá dịu

❸<形>êm đềm ❹<动>[方]ổn thỏa

【平衡】pínghéng❶<形>cân đối; cân bằng: 各地区发展水平不~。Trình độ phát triển ở các khu vực không cân bằng. ❷<形>thăng bằng; vững vàng: 心理不~ tâm lí không vững vàng ❸<动>làm cho thăng bằng

【平衡力】pínghénglì<名>lực cân bằng

【平衡木】pínghéngmù<名>[体育]❶cầu thăng bằng ❷môn cầu thăng bằng

【平衡桥】pínghéngqiáo<名>cầu bập bênh

【平滑】pínghuá<形>bằng phẳng; nhẵn nhụi

【平滑肌】pínghuájī<名>[生理]cơ trơn

【平缓】pínghuǎn<形>❶(địa thế) bằng phẳng thoai thoải: 平原地区地势~。Vùng đồng bằng địa thế bằng phẳng. ❷êm dịu; nhẹ nhàng: 语调~ giọng nói êm dịu ❸từ từ; chầm chậm

【平假名】píngjiǎmíng<名>chữ cái Nhật (hiragana)

【平价】píngjià❶<动>bình ổn giá ❷<名>giá ổn định: ~商品 thương phẩm giá cả ổn định ❸<名>giá phải chăng; giá chung ❹<名>tỉ suất chuẩn kim bản vị của một quốc gia: 官方~ tỉ suất chuẩn của chính phủ

【平价商店】píngjià shāngdiàn cửa hàng một giá; cửa hàng đồng giá; cửa hàng giá rẻ

【平交】píngjiāo<动>mặt phẳng giao nhau

【平角】píngjiǎo<名>góc phẳng; góc bẹt

【平脚短裤】píngjiǎo duǎnkù quần đùi; quần lót ống rộng của nam giới

【平静】píngjìng<形>yên ổn; yên lặng; bình lặng; không xáo động

【平局】píngjú<名>trận đấu hòa

【平均】píngjūn❶<形>bình quân; trung bình; đều đặn: ~发展 phát triển đều đặn ❷<动>đồng đều; chia đều: 10个人共有50本书，~每人5本。Mười người tổng cộng có 50 quyển sách, bình quân mỗi người 5 quyển.

P

【平均利润】píngjūn lìrùn lợi nhuận bình quân

【平均数】píngjūnshù<名>số bình quân; số trung bình

【平口钳】píngkǒuqián<名>kìm nẹp miệng vuông

【平阔】píngkuò<形>rộng phẳng

【平乱】píngluàn =【平叛】

【平面】píngmiàn<名>mặt phẳng; mặt bằng

【平面几何】píngmiàn jǐhé hình học phẳng

【平面模特】píngmiàn mótè mẫu trang chủ; mẫu đại diện

【平面设计】píngmiàn shèjì thiết kế đồ thị; thiết kế đồ họa; thiết kế quảng cáo mặt phẳng

【平民】píngmín<名>bình dân; dân thường; dân đen

【平叛】píngpàn<动>dẹp yên phiến loạn; bình định phiến loạn

【平平】píngpíng<形>thường thường; bình thường; không có gì nổi bật: 成绩~ thành tích bình thường/thành tích không có gì nổi bật

【平平当当】píngpíngdāngdāng bình yên; thuận lợi; suôn sẻ: 她淡泊名利，只求~过一生。Cô ấy không màng danh lợi, chỉ cầu mong một cuộc sống yên bình.

【平铺直叙】píngpū-zhíxù chỉ kể thẳng thừng vô vị (không biết chau chuốt câu từ)

【平起平坐】píngqǐ-píngzuò địa vị ngang bằng; quyền lực ngang bằng: 职业教育应与普通教育~。Giáo dục hướng nghiệp phải có địa vị ngang bằng với giáo dục phổ thông.

【平日】píngrì<名>thường ngày

【平射炮】píngshèpào<名>pháo bắn thẳng

【平生】píngshēng<名>❶suốt đời; cả đời ❷bình sinh; thường ngày; xưa nay; từ trước đến nay: 他~待人宽厚，从不与人结怨。Bình sinh ông ấy đối đãi với mọi người rất khoan dung, nhân hậu, chưa kết oán với ai bao giờ.

【平生不做亏心事，夜半敲门心不惊】píngshēng bù zuò kuīxīn shì, yè bàn qiāomén xīn bù jīng thường ngày không làm việc mờ ám, nửa đêm có tiếng gõ cửa cũng chẳng sợ

【平声】píngshēng<名>thanh bằng

【平时】píngshí<名>❶thường ngày; hàng ngày: ~的工作 công việc hàng ngày ❷thời bình

【平实】píngshí<形>chất phác; thật thà

【平视】píngshì<动>nhìn thẳng

【平手】píngshǒu<名>hòa nhau: 打了个~ chơi một trận hòa nhau

【平顺】píngshùn<形>bình ổn thuận lợi; suôn sẻ

【平素】píngsù<名>xưa nay; thường ngày: 她~对孩子要求很严格。Lâu nay cô ấy luôn yêu cầu con cái một cách nghiêm nghị khắt khe.

【平台】píngtái<名>❶sân phơi: 晾晒~ sân phơi nắng ❷nhà mái bằng ❸bàn làm việc ❹sân chơi; môi trường: 为自己的职业发展选择一个合适的~。Lựa chọn một môi trường thích hợp cho sự phát triển sự nghiệp của chính mình.

【平摊】píngtān =【均摊】

【平坦】píngtǎn<形>bằng phẳng

【平添】píngtiān<动>❶tăng tự nhiên ❷tăng lên vô cớ

【平头】píngtóu<名>(kiểu tóc) đầu húi cua

【平头百姓】píngtóu-bǎixìng bách tính thường dân; dân thường; dân đen

【平土机】píngtǔjī<名>máy san nền; máy ủi bằng

【平稳】píngwěn<形>❶bình an yên ổn; ổn định; không có sóng gió gì: 局势~ tình hình ổn định ❷vững chãi; không lung lay; không bị lắc: ~飞行 hành trình bay không bị lắc

【平稳过渡】píngwěn guòdù chuyển giao bình ổn; chuyển đổi bình ổn: 领导班子要做好交接工作，实现~。Ban lãnh đạo cần phải làm tốt công tác bàn giao, thực hiện việc chuyển giao bình ổn.

【平西】píngxī<动>mặt trời ngả về tây; xế chiều; xế bóng

【平昔】píngxī<名>ngày trước; trước kia

【平息】píngxī<动>❶lắng xuống; ngừng lại: 这场风波总算~了。Cơn sóng gió này cuối cùng cũng đã lắng xuống. ❷dẹp yên; dẹp loạn: ~动乱 dẹp yên loạn lạc

【平心而论】píngxīn'érlùn bình tâm mà bàn; bình tâm lại mà xét: ~，她的性格比她姐姐暴躁。Bình tâm mà xét, tính cách của cô ấy nóng nảy hơn chị cô ấy.

【平心静气】píngxīn-jìngqì bình tĩnh; bình tâm tĩnh trí

【平信】píngxìn<名>thư thường

【平行】píngxíng❶<形>ngang hàng; cùng cấp ngang bằng: ~志愿 nguyện vọng đăng kí song hành ❷<形>song song: ~作业 tác nghiệp song song ❸<动>đồng hành; song hành

【平行机关】píngxíng jīguān cơ quan ngang hàng

【平行四边形】píngxíng sìbiānxíng hình bình hành

【平行线】píngxíngxiàn<名>đường thẳng song song

【平胸】píngxiōng<名>ngực lép

【平野】píngyě<名>đồng ruộng bát ngát; ruộng đồng mênh mông

【平移】píngyí<动>song song di chuyển; chuyển động tịnh tiến

【平抑】píngyì<动>khống chế cho ổn định lại; bình ổn: 政府已出台政策~房价。Chính phủ đã đưa ra chính sách bình ổn giá nhà đất.

【平易近人】píngyì-jìnrén❶giản dị dễ gần: 他是一位~的老师，同学们都很喜欢他。Ông ấy là một thầy giáo giản dị dễ gần, học trò rất thích ông ấy. ❷đơn giản dễ hiểu: 这篇文章文字很朴实，~。Lời văn của bài viết này rất mộc mạc, giản dị dễ hiểu.

【平庸】píngyōng<形>bình thường không nổi bật; tầm thường; không có gì đặc sắc

【平原】píngyuán<名>bình nguyên; đồng bằng

【平仄】píngzè<名>(luật thơ) bằng trắc

【平展】píngzhǎn<形>❶(địa hình) bằng phẳng rộng rãi: 地势~ địa thế bằng phẳng rộng rãi ❷phẳng phiu: 他穿着一身~的礼服参加晚宴。Anh ta mặc bộ lễ phục phẳng phiu tham gia dạ hội.

【平账】píngzhàng<动>cân đối tài chính; cân đối thu chi

【平整】píngzhěng❶<动>san phẳng: ~路面 san bằng mặt đường ❷<形>bằng phẳng vuông vức: 这套房子的地砖铺得很~。Nền gạch của căn phòng này lát rất bằng phẳng vuông vức.

【平直】píngzhí<形>❶vừa bằng vừa thẳng ❷lời nói thẳng; nói thật lòng

【平装】píngzhuāng<形>(sách) đóng bìa mềm; đóng bìa thường: ~书 sách bìa thường

【平足】píngzú<名>chân dẹt (bàn chân không mập)

评píng<动>❶bình luận; phê bình; đánh giá: 好~ đánh giá tốt ❷bình xét; lựa chọn: 单位将~出三个唱得最好的人参加市级比赛。Đơn vị sẽ tuyển chọn ba người hát hay nhất đi dự cuộc thi cấp thành phố. //(姓) Bình

【评比】píngbǐ<动>bình luận; phân tích; bình xét

【评标】píngbiāo<动>đánh giá đấu thầu: 他是建筑学专家，经常受邀参加~。Ông ấy

là chuyên gia ngành kiến trúc, thường xuyên được mời tham gia đánh giá đấu thầu.

【评点】píngdiǎn〈动〉❶bình luận (vào bài văn); phê bình: ~文学作品 bình luận tác phẩm văn học ❷bình luận và hướng dẫn: ~各款理财产品 bình luận và hướng dẫn các loại sản phẩm quản lí tài chính

【评定】píngdìng〈动〉đánh giá; định giá

【评断】píngduàn〈动〉bình luận; phân tích; xét đoán; phân biệt

【评分】píngfēn❶〈动〉cho điểm; chấm điểm ❷〈名〉điểm số đánh giá

【评改】pínggǎi〈动〉bình xét chỉnh sửa; đọc và sửa; sửa và chấm điểm

【评功】pínggōng〈动〉đánh giá công lao; đánh giá thành tích

【评估】pínggū〈动〉đánh giá; thẩm định; định giá

【评估师】pínggūshī〈名〉chuyên viên thẩm định; chuyên viên định giá

【评估员】pínggūyuán〈名〉nhân viên định giá; nhân viên thẩm định

【评级】píngjí〈动〉bình xét cấp bậc; bình xét bậc lương

【评价】píngjià❶〈名〉bình giá; đánh giá: 高度的~ đánh giá cao độ ❷〈动〉bình xét giá trị: ~诗歌创作 bình xét về sáng tác thơ ca

【评奖】píngjiǎng〈动〉bình chọn khen thưởng; bình xét khen thưởng

【评介】píngjiè〈动〉bình luận và giới thiệu: 电影~ bình luận và giới thiệu bộ phim

【评剧】píngjù〈名〉Bình kịch (một loại ca kịch ở vùng Hoa Bắc và Đông Bắc Trung Quốc)

【评卷】píngjuàn〈动〉đánh giá bài thi; chấm thi

【评理】pínglǐ〈动〉xem xét đúng sai

【评论】pínglùn❶〈动〉bình luận; nhận xét ❷〈名〉bài bình luận

【评论文章】pínglùn wénzhāng bài phê bình; lời bình

【评论员】pínglùnyuán〈名〉nhà phê bình; người bình luận

【评判】píngpàn〈动〉bình phán; phán xét; phân xử

【评判员】píngpànyuán〈名〉trọng tài; thẩm phán

【评聘】píngpìn〈动〉đánh giá và tuyển chọn: ~分离 tách rời đánh giá với tuyển chọn

【评审】píngshěn❶〈动〉đánh giá và thẩm tra; xem xét và đánh giá; thẩm định; thẩm tra ❷〈名〉nhân viên thẩm tra

【评书】píngshū〈名〉Bình thư (một loại hình văn nghệ dân gian vừa ca vừa kể)

【评述】píngshù〈动〉bình luận và tường thuật

【评说】píngshuō〈动〉đánh giá; bình luận

【评弹】píngtán〈名〉bình đàn; đàn hát và kể chuyện

【评头论足】píngtóu-lùnzú đánh giá và khen chê; soi mói: 他经常喜欢对人~, 与同事的关系很紧张。Anh ta thường thích soi mói, quan hệ với đồng nghiệp không thoải mái lắm.

【评委】píngwěi〈名〉ủy viên thẩm định; ủy viên bình chọn ; giám khảo

【评委会】píngwěihuì〈名〉hội đồng thẩm định; ban giám khảo

【评析】píngxī〈动〉bình luận và phân tích: ~近期黄金走势 bình luận và phân tích xu thế giá vàng trong thời gian gần đây

【评选】píngxuǎn〈动〉bình chọn; bình bầu

【评议】píngyì〈动〉bình nghị; bình xét; bàn bạc; xem xét

【评议小组】píngyì xiǎozǔ tổ bình xét

【评优】píngyōu〈动〉lựa chọn cái xuất sắc: 毕业论文~ lựa chọn luận văn tốt nghiệp xuất sắc

【评语】píngyǔ<名>lời bình

【评阅】píngyuè<动>chấm; bình duyệt

【评注】píngzhù<动>bình luận và chú giải

【评传】píngzhuàn<名>truyện kí phê bình: 人物~ truyện kí phê bình nhân vật

坪 píng❶<名>bãi: 草~ bãi cỏ; 停机~ bãi đỗ máy bay ❷<量>đơn vị đo diện tích đất đai nhà cửa (thường dùng ở Đài Loan), 1 bình = 3,3m²: 这套别墅占地600~。Căn biệt thự này chiếm diện tích 600 bình (1980m²).

【坪坝】píngbà<名>[方]bãi bằng; bãi rộng

苹 píng

【苹果】píngguǒ<名>(cây, quả) táo tây

【苹果绿】píngguǒlǜ xanh lá mạ; màu xanh lục nhạt

【苹果派】píngguǒpài<名>❶bánh ga-tô mứt táo ❷dòng Apple

【苹果汁】píngguǒzhī<名>nước ép táo tây

凭 píng❶<动>tựa vào; dựa vào: ~窗远眺 tựa cửa sổ nhìn ra xa ❷<动>dựa vào; phụ thuộc vào: 只~他一个人的力量，完成这件事比较困难。Nếu chỉ dựa vào sức lực của ông ấy, e rằng khó hoàn thành được việc này. ❸<名>chứng cứ; bằng; chứng từ: 文~ văn bằng ❹<介>theo; căn cứ: ~介绍信办理相关手续 căn cứ theo giấy giới thiệu để làm thủ tục có liên quan ❺<连>dù; dù cho: ~你说得再多，他也不为所动。Dù cho bạn có nói thêm nữa, anh ấy cũng không thay đổi. //(姓) Bằng

【凭单】píngdān<名>chứng từ

【凭吊】píngdiào<动>tưởng niệm

【凭借】píngjiè<动>dựa vào: ~集体的力量 dựa vào lực lượng của tập thể

【凭据】píngjù<名>bằng chứng; chứng cứ

【凭空】píngkōng<副>vô căn cứ; không có cơ sở: ~想象 tưởng tượng vô căn cứ

【凭空捏造】píngkōng-niēzào dựng chuyện; bịa đặt vô căn cứ

【凭栏】pínglán<动>dựa lan can; tựa lan can

【凭眺】píngtiào<动>đứng trên cao nhìn ra xa; đứng trên cao phóng tầm mắt: ~大海 đứng trên cao phóng tầm mắt nhìn về biển

【凭险】píngxiǎn<动>dựa vào địa hình, địa thế hiểm yếu; dựa vào thế hiểm: ~抵抗 dựa vào địa hình hiểm yếu để kháng cự

【凭信】píngxìn❶<动>tin tưởng; tin; tin cậy ❷<名>chứng cứ; bằng chứng: 你有借条作为~，不怕他不认账。Anh có biên lai vay nợ làm bằng chứng, không sợ ông ấy chối cãi.

【凭依】píngyī<动>căn cứ; dựa theo

【凭倚】píngyǐ<动>❶ỷ vào; dựa vào ❷nương tựa

【凭仗】píngzhàng<动>dựa vào; cậy vào: 各位选手~实力，展现自我风采。Các đấu thủ dựa vào thực lực để thể hiện phong thái của chính mình.

【凭照】píngzhào<名>giấy chứng nhận; giấy xác nhận

【凭证】píngzhèng<名>bằng chứng; chứng cớ; bằng cớ; bằng cứ; chứng từ

枰 píng<名>bàn: 棋~ bàn cờ

屏 píng❶<名>bình phong; màn che ❷<名>tranh bức ❸<动>ngăn; che đậy; che chở ❹<名>hình bình phong: 孔雀开~ chim công xòe đuôi
另见bǐng

【屏保】píngbǎo❶<动>bảo vệ màn hình ❷<名>màn hình bảo vệ; bộ sàng lọc

【屏蔽】píngbì❶<动>ngăn che; che chở ❷<名>bức bình phong; lá chắn; bức thành che chở ❸<名>kĩ thuật chống nhiễu sóng

【屏风】píngfēng<名>bình phong

【屏幕】píngmù<名>màn hình

【屏障】píngzhàng❶<动>[书]che chở; che chắn ❷<名>bức thành che chở; bình phong che chở; cái chắn: 后山是我们村的天然~。Ngọn núi sau là bức thành vách tự nhiên

P

che chở cho thôn chúng tôi.

瓶 píng<名>bình; lọ

【瓶胆】píngdǎn<名>ruột phích

【瓶盖】pínggài<名>nắp bình; nắp phích

【瓶颈】píngjǐng<名>❶cổ lọ; cổ chai ❷khâu then chốt; mấu chốt; chỗ bị vướng mắc

【瓶塞】píngsāi<名>nút chai

【瓶装】píngzhuāng<形>đóng chai (đồ uống): ~水 nước đóng chai

【瓶子】píngzi<名>lọ; chai; bình

萍 píng<名>bèo; lục bình //(姓) Bình

【萍水相逢】píngshuǐ-xiāngféng bèo nước gặp gỡ; bình thủy tương phùng; tình cờ gặp nhau: 你我~，却一见如故。Anh em mình bèo nước gặp nhau, lần đầu gặp mà đã thân quen như người bạn cũ.

【萍水之交】píngshuǐzhījiāo duyên bèo nước; gặp gỡ tình cờ

【萍踪】píngzōng<名>[书]cánh bèo nổi trôi; phiêu bạt: ~不定 cánh bèo nổi trôi vô định

【萍踪浪迹】píngzōng-làngjì bèo trôi vệt sóng; bèo dạt mây trôi (không để lại dấu tích)

鲆 píng<名>cá bơn biển

pō

钋 pō<名>[化学]Poloni (kí hiệu: Po)

坡 pō❶<名>sườn dốc: 山~ sườn núi ❷<形>nghiêng; dốc: ~度 độ nghiêng/độ dốc

【坡岸】pō'àn<名>bờ dốc

【坡道】pōdào<名>đường dốc; đường nghiêng

【坡地】pōdì<名>ruộng nghiêng; sườn đồi

【坡跟鞋】pōgēnxié<名>dép (giày) cao gót

【坡面】pōmiàn<名>bề mặt dốc; mặt nghiêng

泼¹ pō<动>hắt; giội; vẩy; sánh: 奶奶一不小心把汤水~出来了。Bà nội không cẩn thận đã làm sánh nước canh ra ngoài.

泼² pō<形>❶ngang ngược; đáo để; hung hăng: 作风~辣 tác phong hung hăng ❷[方]hăng hái; có khí thế: 厂长做事很~。Giám đốc làm việc rất hăng hái.

【泼妇】pōfù<名>người đàn bà chanh chua đanh đá

【泼妇骂街】pōfù-màijiē bà chằn chửi đổng (người đàn bà đanh đá đứng giữa phố chửi đổng)

【泼悍】pōhàn<形>đanh đá hung hãn

【泼刺】pōlà<拟>bì bõm

【泼辣】pōlà<形>❶(đàn bà) đanh đá; chua ngoa; sắc sảo; đáo để; tai ngược: 他的妻子很~。Vợ anh ta rất đanh đá. ❷cả quyết tháo vát; năng nổ; dứt khoát: 他的做事风格很~，从不拖泥带水。Tác phong làm việc của anh ta rất dứt khoát, trước tới nay chưa bao giờ cẩu thả, lộn xộn.

【泼冷水】pō lěngshuǐ giội nước lạnh làm nhụt chí; đả kích: 人家正兴致勃勃，你就别~了。Người ta đang vui vẻ phấn chấn, anh đừng có giội nước lạnh vào.

【泼墨】pōmò❶<名>vẩy mực (lối vẽ tranh thủy mặc của Trung Quốc, dùng bút thấm đẫm mực rồi phết lên giấy thành những mảng lớn thành hình vẽ) ❷<动>viết vẽ

【泼皮】pōpí<名>lưu manh; vô lại; côn đồ

【泼洒】pōsǎ<动>vãi tung tóe; bắn tung tóe

【泼水】pōshuǐ<动>té nước; hắt nước; vẩy nước

【泼水节】Pōshuǐ Jié<名>Lễ té nước

【泼脏水】pō zāngshuǐ té nước bẩn; gán tin đồn; vu khống: 被别人恶意~ bị người gán tin đồn ác ý

颇 pō[书]❶<形>nghiêng; không thẳng ❷<副>rất; tương đối: ~有名气 rất có tên tuổi

【颇为】pōwéi<副>tương đối: 这件事~重要，请你务必及时处理。Việc này tương đối

quan trọng, đề nghị anh xử lí ngay lập tức.

醱 pō<动>[书]nấu; chưng; cất (rượu)

【酸醅】pōpēi<动>[书]nấu rượu; chưng rượu; ủ rượu

pó

婆 pó<名>❶bà; bà già: 老太~ bà lão ❷bà; mụ: 地主~ mụ địa chủ ❸mẹ chồng: 公~ bố mẹ chồng

【婆家】pójiā<名>nhà chồng

【婆罗门教】Póluóménjiào   đạo Bà-la-môn

【婆母】pómǔ<名>mẹ chồng

【婆娘】póniáng<名>[方]❶phụ nữ đã có chồng ❷vợ; bà xã

【婆婆】pópo<名>❶mẹ chồng ❷[方]bà nội; bà ngoại ❸[方]bà già

【婆婆妈妈】pópomāmā   nói năng ấp úng; ăn nói lằng nhằng; (tình cảm) yếu đuối: 你 说话怎么这么~的，真让人心烦。Mày nói chuyện kiểu gì mà ấp a ấp úng, làm người nghe mà thấy mệt mỏi. 你这男人， 怎么变得这么~的！Thằng đàn ông như mày, sao lại thành ra yếu đuối như vậy chứ!

【婆婆嘴】pópozuǐ<名>❶miệng mẹ chồng; nhiều lời; lắm điều: 她那张~，见到什么不 顺眼的都要说上两句。Cái miệng lưỡi lắm điều của cô ta, gặp cái gì không vừa mắt là cứ phải nói vài ba câu. ❷người lắm mồm

【婆娑】pósuō<形>[书]❶(múa) lượn vòng; đu đưa; thướt tha: 柳枝~ cành liễu thướt tha ❷nước mắt đầm đìa

【婆娑起舞】pósuō-qǐwǔ   rập rờn nhảy múa; tư thế múa uyển chuyển

【婆媳】póxí<名>mẹ chồng nàng dâu

【婆媳关系】póxí guānxì quan hệ mẹ chồng nàng dâu

【婆姨】póyí<名>[方]❶người phụ nữ trẻ (đã lấy chồng); cô dâu trẻ; bà mẹ trẻ; cô vợ trẻ

❷vợ

皤 pó<形>[书]❶trắng; bạc ❷(bụng) to; phệ

pǒ

叵 pǒ<副>[书]❶không thể; không được ❷thì

【叵测】pǒcè<动>[书]khó lường: 居心~ lòng dạ khó lường

钷 pǒ<名>[化学]promethi (kí hiệu: Pm)

笸 pǒ

【笸篮】pǒlán<名>làn đan

【笸箩】pǒluo<名>khay đan; cái mủng; cái mẹt; cái sàng

pò

迫 pò❶<动>cưỡng bức; bức bách: ~于形势 bị ép buộc bởi tình thế ❷<形>tức tốc; cấp tốc; vội vã: 从容不~ thong dong không vội vã ❸<动>tiếp cận; áp sát

另见pǎi

【迫不得已】pòbùdéyǐ   cực chẳng đã; bất đắc dĩ: 若不是~，没有人愿意冒这么大的 风险做这件事。Nếu không phải là bất đắc dĩ, thì cũng chẳng ai chịu mạo hiểm làm cái việc này.

【迫不及待】pòbùjídài   khẩn cấp; gấp rút; vội vã; nhanh chóng; không thể chờ đợi được: 主任~地宣布了这个好消息。Chủ nhiệm lập tức tuyên bố ngay tin mừng này.

【迫害】pòhài<动>bức hại: 遭到~ bị bức hại

【迫降】pòjiàng<动>❶bắt buộc hạ xuống ❷buộc hạ cánh (máy bay): 紧急~ khẩn cấp hạ cánh

另见pòxiáng

【迫近】pòjìn<动>tiếp cận; áp sát

【迫临】pòlín<动>tiếp cận; áp sát

【迫切】pòqiè<形>bức thiết; cấp bách

P

【迫使】pòshǐ〈动〉buộc; ép buộc; buộc phải: ~对方做出让步 buộc đối phương phải nhượng bộ

【迫降】pòxiáng〈动〉bức hàng; buộc đầu hàng
另见pòjiàng

【迫于压力】pòyú yālì chịu áp lực: ~, 他不得不退出比赛。Chịu áp lực, anh ta không thể không rút khỏi cuộc thi.

【迫在眉睫】pòzàiméijié lửa cháy lông mày; hết sức cấp bách: 应对全球气候变暖已~。Việc đối phó với khí hậu toàn cầu chuyển ấm đã hết sức cấp bách.

破 pò ❶〈动〉vỡ; rách: 戳~ xé toạc/chọc rách ❷〈动〉phá vỡ; phá hỏng ❸〈动〉chẻ; bổ: 势如~竹 thế mạnh như chẻ tre ❹〈动〉đổi chẵn thành lẻ; phá lẻ: 把这一百元~成两张五十元。Đổi tờ tiền 100 đồng RMB thành hai tờ 50 đồng RMB. ❺〈动〉đạp đổ; phá đổ: ~格提拔 đặc cách đề bạt ❻〈动〉đánh bại; san bằng: 大~敌军 đánh bại quân địch ❼〈动〉tiêu phí; phí tiền: ~财 mất tài sản ❽〈动〉lộ chân tướng: ~案 phá án; 一语道~ nói rõ chân tướng ❾〈形〉không hay; chẳng ra gì: 这种~书写给谁看! Liệu loại sách tồi này viết cho ai xem đây! ❿〈形〉rách; tồi: ~衣服 quần áo rách nát

【破败】pòbài ❶〈形〉tàn phá; tan hoang: ~的城堡 thành lũy tan hoang ❷〈动〉đổ nát; lụi bại: 家业~ gia nghiệp lụi bại

【破敝】pòbì〈形〉làm hỏng; phá hoại; tàn phá

【破冰船】pòbīngchuán〈名〉tàu phá băng

【破财】pòcái〈动〉hao tài; mất của: 他惹上了官司，导致~。Anh ta vướng vào vụ kiện tụng dẫn đến hao tài mất của.

【破财消灾】pòcái-xiāozāi mất của khỏi gặp tai nạn; của đi thay người

【破产】pòchǎn〈动〉❶mất hết tài sản ❷phá

sản: 受金融风暴影响，很多小型企业面临~。Chịu ảnh hưởng của khủng hoảng tài chính, rất nhiều doanh nghiệp nhỏ đứng trước hiểm họa phá sản. ❸bị thất bại

【破产法】pòchǎnfǎ〈名〉luật phá sản

【破钞】pòchāo〈动〉phí tiền; tốn kém; tốn tiêu (lời nói khách sáo, tỏ ý cảm ơn những người đã tốn tiền vì mình)

【破除】pòchú〈动〉phá bỏ; gạt bỏ; bài trừ: ~偏见 gạt bỏ định kiến

【破除迷信】pòchú míxìn bài trừ mê tín

【破的】pòdì〈动〉bắn trúng mục tiêu; trúng vòng tâm; nói trúng phóc; trúng tim đen

【破读】pòdú〈名〉cách đọc khác (trong chữ Hán)

【破费】pòfèi〈动〉phung phí; lãng phí; tiêu pha; tiêu tốn; tốn kém: 这顿饭很丰盛，让你~了。Bữa cơm này rất thịnh soạn, làm anh tốn kém quá.

【破釜沉舟】pòfǔ-chénzhōu đập nồi dìm thuyền (ví quyết tâm làm đến cùng)

【破格】pògé〈动〉đặc biệt; khác lệ thường; ngoại lệ; đặc cách: ~选才 đặc cách tuyển dụng nhân tài

【破格录取】pògé lùqǔ đặc cách tuyển thẳng

【破工夫】pò gōngfu dùng toàn bộ sức lực, thời gian, tiền bạc để làm việc gì đó; hết lòng hết sức; dốc sức

【破罐破摔】pòguàn-pòshuāi chiếc vại vỡ lại còn bị đạp lên; ví cam lòng chịu kém cõi hẩm hiu

【破坏】pòhuài〈动〉❶phá hoại; làm hỏng: 整个计划 làm hỏng toàn bộ kế hoạch ❷làm tổn hại; gây thiệt hại: ~别人的家庭 làm tổn hại đến gia đình người khác ❸sửa đổi: ~规矩 sửa đổi quy tắc ❹phản bội; phá hỏng: ~祖国名誉 phản bội danh dự của tổ quốc ❺phá hỏng; bị tổn hại: 红细胞被~了。Hồng cầu bị tổn hại.

【破坏活动】pòhuài huódòng　hoạt động phá hoại

【破坏力】pòhuàilì<名>sức phá hoại; sức tàn phá: 台风具有强大的~。 Bão có sức tàn phá cực lớn.

【破坏性】pòhuàixìng<名>tính phá hoại

【破获】pòhuò<动>❶phá án và bắt giam: ~案件12起 phá án 12 vụ ❷khám phá ra mật mã

【破家】pòjiā<动>làm tiêu tốn tài sản của gia đình: ~之子 phá gia chi tử

【破解】pòjiě<动>❶vạch trần; bóc giải; giải mã: ~谜团 giải mã điều thần bí ❷phá giải: ~巫术 phá giải trò ma thuật

【破戒】pòjiè<动>❶phá giới (tôn giáo) ❷bỏ cai; nghiện lại

【破镜重圆】pòjìng-chóngyuán　gương vỡ lại lành

【破旧】pòjiù<形>vừa rách vừa cũ; rách nát; tồi tàn: ~的房子 căn phòng tồi tàn

【破旧立新】pòjiù-lìxīn　phá cũ làm mới; phá cái cũ xây cái mới: 我们要~，改变现有的经营模式。 Chúng ta phải phá cái cũ xây cái mới, thay đổi mô hình kinh doanh hiện có.

【破句】pòjù<动>ngắt câu sai

【破口大骂】pòkǒu-dàmà　ngoác mồm ra chửi; chửi ầm lên; chửi như tát nước

【破烂】pòlàn❶<形>rách nát: 你就扔了这件~的衣服吧。Anh hãy vứt bỏ chiếc áo rách nát này đi. ❷<名>đồ vật rách nát; phế phẩm; đồng nát: 收~ thu phế phẩm

【破烂不堪】pòlàn-bùkān rách tả tơi

【破浪】pòlàng<动>đạp sóng; rẽ sóng: 乘风~ cưỡi sóng đạp gió

【破例】pòlì<动>không theo lệ cũ; phá lệ: 这是公司的规定，不能~。 Đây là quy định của công ti, không được phá lệ.

【破裂】pòliè<动>❶vỡ ra; vỡ; tách: 血管~ vỡ mạch máu ❷rạn nứt; tan vỡ: 关系~ rạn nứt mối quan hệ

【破陋】pòlòu<形>tồi tàn cũ nát

【破落】pòluò❶<动>lụi bại: 家境~ gia cảnh lụi bại ❷<形>rách nát siêu đổ

【破落户】pòluòhù<名>gia đình suy sụp; gia đình sa cơ thất thế

【破门】pòmén<动>❶phá cửa ❷phá lưới; phá khung thành ❸khai trừ ra khỏi giáo hội; rút phép thông công

【破门而入】pòmén'érrù　phá cửa mà vào

【破灭】pòmiè<动>(hi vọng...) tan vỡ; sụp đổ: 梦想~ mộng ước tan vỡ

【破墨】pòmò<名>phá mực (cách vẽ tranh của Trung Quốc, dùng nét chấm nét phá để tạo nên bức tranh)

【破伤风】pòshāngfēng<名>bệnh uốn ván

【破碎】pòsuì<动>❶vỡ tan; nát tan: 山河~ non sông tan nát ❷nghiền vụn: 用机器~建筑垃圾。 Dùng máy móc nghiền vụn rác thải kiến trúc.

【破碎机】pòsuìjī<名>máy nghiền

【破损】pòsǔn<动>tàn phá; hủy hoại; phá hủy: ~严重 tàn phá nghiêm trọng

【破题】pòtí❶<名>phá đề (vế đầu tiên của văn bát cổ) ❷<动>vào đề

【破题儿第一遭】pò tí'er dì-yī zāo　lần đầu tiên; lần thứ nhất: 上台朗诵诗歌，我还是~。 Đây là lần đầu tiên tôi lên sân khấu đọc thơ.

【破涕为笑】pòtì-wéixiào　nín khóc để cười; quên sầu để vui

【破天荒】pò tiānhuāng　xưa nay chưa thấy; lần đầu tiên: 他~地送了妻子一束玫瑰花。 Lần đầu tiên anh ta tặng vợ một bó hoa hồng.

【破土动工】pòtǔ-dònggōng　động thổ khai công

P

【破网】pòwǎng〈动〉[体育]phá lưới; chọc thủng lưới

【破相】pòxiàng〈动〉mặt mày đổi xấu đi; gương mặt biến dạng (vì bị thương hay nguyên nhân khác): 火灾使他~了。Hỏa hoạn đã khiến gương mặt anh ta bị biến dạng.

【破晓】pòxiǎo〈动〉tờ mờ sáng; rạng sáng; tảng sáng: 天色~ trời rạng sáng

【破鞋】pòxié〈名〉chiếc giày rách (chỉ phụ nữ có quan hệ nam nữ bừa bãi); người đàn bà dâm đãng

【破颜】pòyán〈动〉tươi tỉnh trở lại (nét mặt): ～一笑 (nét mặt) tươi cười trở lại

【破衣烂衫】pòyī-lànshān áo quần rách rưới

【破译】pòyì〈动〉biết tỏng và dịch thành công (văn tự cổ, mật mã)

【破绽】pòzhàn〈名〉kẽ hở; chỗ sơ hở: 露出~ lộ ra kẽ hở

【破绽百出】pòzhàn-bǎichū quá nhiều sơ hở: 他的供词~，可信度不高。Lời khai của anh ta quá nhiều sơ hở, độ tin cậy không cao.

【破折号】pòzhéhào〈名〉(dấu) gạch nối; dấu gạch ngang

【破竹之势】pòzhúzhīshì thế chẻ tre; thế rất mạnh

粕 pò〈名〉[书]bã: 豆~ bã đậu

魄 pò〈名〉❶(hồn) phách: 魂~ hồn phách ❷khí phách: 气~ khí phách

【魄力】pòlì〈名〉táo bạo dám làm; quyết đoán: 他是一位有~的领导。Ông ấy là một lãnh đạo có tính quyết đoán.

pōu

剖 pōu〈动〉❶giải phẫu; mổ xẻ: 解~ giải phẫu; ～腹 mổ bụng ❷phân biệt; phân tích: ～明利弊 phân tích rõ ưu và nhược điểm

【剖白】pōubái〈动〉giải thích; phân bua; nói rõ; bộc bạch; giãi bày: ～心迹 giãi bày tâm sự

【剖腹产】pōufùchǎn phẫu thuật mổ đẻ

【剖解】pōujiě〈动〉phân tích: ～股票走势 phân tích xu hướng của cổ phiếu

【剖开】pōukāi〈动〉mổ ra; mổ xẻ: ～腹部 mổ xẻ phần bụng

【剖面】pōumiàn〈名〉mặt cắt; tiết diện

【剖面图】pōumiàntú〈名〉bản vẽ mặt cắt; sơ đồ mặt cắt; sơ đồ tiết diện

【剖尸】pōushī〈动〉mổ tử thi

【剖视】pōushì〈动〉phân tích; xem xét: ～人物的内心世界 phân tích thế giới nội tâm nhân vật

【剖视图】pōushìtú〈名〉hình cắt

【剖析】pōuxī〈动〉phân tích; mổ xẻ: 深度~ đi sâu phân tích

【剖析人微】pōuxīrùwēi phân tích đi vào chi tiết

pū

仆 pū〈动〉ngã gục
另见 pú

扑 pū〈动〉❶bổ nhào về phía trước; lao vào: ～到母亲怀里 lao vào lòng mẹ ❷dốc lòng; dốc sức: 他一门心思都~到工作上了。Anh ấy hết lòng với công việc. ❸đánh; thoa vào: ～粉底 đánh phấn nền ❹vỗ; đập: ～苍蝇 đập ruồi ❺[方]phục; phủ phục: ～在桌上睡觉 phủ phục trên bàn ngủ //(姓) Phốc

【扑奔】pūbēn〈动〉lao tới; bổ nhào về: 一下火车，她就~到购物中心了。Vừa xuống tàu, cô ấy đã lao tới trung tâm mua sắm.

【扑鼻】pūbí〈动〉xộc vào mũi: 一股花香~而来。Hương hoa xộc thẳng vào mũi.

【扑哧】pūchī〈拟〉xì; phì; khì khì; bộ

(tiếng cười, âm thanh phát ra của hơi bị xì ra hoặc nước bị phọt ra)

【扑打】pūdǎ<动>đập; vỗ: ~苍蝇 đập ruồi

【扑打】pūda<动>phủi: ~灰尘 phủi bụi

【扑跌】pūdiē<动>ngã gục; ngã quỵ; ngã nhào

【扑粉】pūfěn<名>❶phấn trang điểm ❷phấn rôm

【扑救】pūjiù<动>❶dập lửa cứu người và tài sản: 组织力量进行~ tổ chức lực lượng tiến hành dập lửa cứu người và tài sản ❷vồ (thủ môn vồ bóng)

【扑克】pūkè<名>bài tây; bài tú-lơ-khơ

【扑空】pūkōng<动>vồ trượt; bắt hụt; tóm trượt: 由于走漏消息，警察到达赌博窝点时~了。Do tin tức bị lộ ra ngoài, khi cảnh sát đến sòng bạc đã bắt hụt.

【扑棱】pūlēng<拟>phành phạch (tiếng vỗ cánh)

【扑棱】pūleng<动>vỗ cánh; xòe: 老鹰~着翅膀，飞远了。Chim ưng vỗ cánh bay xa.

【扑落】pūluò<动>❶lung lay; rung chuyển ❷bắn; phủi: ~身上的沙土 phủi sạch đất cát bám trên người

【扑满】pūmǎn<名>ống đựng tiền; lợn tiết kiệm

【扑面】pūmiàn<动>tạt vào mặt; hắt vào mặt: 冷气~ gió lạnh thốc vào mặt

【扑灭】pūmiè<动>❶dập chết ❷dập tắt: ~火苗 dập tắt ngọn lửa; 大火被~了。Ngọn lửa to đã được dập tắt.

【扑闪】pūshan<动>chớp; nháy: 她~着一双大眼睛。Cô ấy chớp chớp đôi mắt to.

【扑朔迷离】pūshuò-mílí lờ mờ chẳng biết gì; khó biết rõ đầu đuôi câu chuyện

【扑簌】pūsù<形>(nước mắt) tuôn rơi; lã chã; ròng ròng

【扑腾】pūteng<动>❶chân đạp nước khi bơi ❷(tim) đập; đập thình thịch: 被吓得心里直

~ bị dọa đến mức tim đập thình thịch ❸[方]năng nổ; hoạt bát ❹phung phí; tiêu phí: 钱都让他~光了。Tiền đã bị anh ta phung phí hết rồi.

【扑通】pūtōng<拟>ùm; tõm; tùm

铺

pū❶<动>trải ra; trải bằng: ~桌布 khăn trải bàn ❷<量>[方]cái (giường, giường lò): 一~暖炕 một chiếc giường sưởi ấm

另见pù

【铺陈】pūchén❶<动>[方]bố trí; bày biện: 屋里~得很温馨。Trong phòng bày biện rất ấm cúng。❷<名>[方]chăn ga gối đệm ❸<动>trình bày; kể ra: ~事情的经过 kể lại quá trình của sự việc

【铺衬】pūchen<名>mụn vá; vải vá

【铺床】pūchuáng<动>trải giường

【铺地砖】pū dìzhuān lát gạch nền

【铺垫】pūdiàn❶<动>phủ; đệm ❷<动>làm nền: 前两段内容已经为故事的发展做了~。Nội dung hai đoạn trước đã làm nền cho sự phát triển của câu chuyện。❸<名>chăn đệm

【铺盖】pūgài<动>rắc; phủ; rải

【铺盖】pūgai<名>chăn đệm: 卷~走人 cuộn chăn màn đi rồi (ví bị thôi việc)

【铺盖卷儿】pūgaijuǎnr<名>cuộn chăn đệm (chăn đệm được cuộn lại khi không dùng); gói hành lí

【铺轨】pūguǐ<动>đặt ray (đường sắt)

【铺路】pūlù<动>❶trải đường; làm đường: 用混凝土~ dùng bê tông trải đường ❷dọn đường: 现在所做的工作都是为今后的改革~。Tất cả những việc đang làm hiện tại đều là dọn đường cho cải cách sau này.

【铺路搭桥】pūlù-dāqiáo bắc cầu làm đường

【铺路机】pūlùjī<名>máy trải đường

【铺路石】pūlùshí<名>đá trải đường

【铺排】pūpái❶<动>bố trí; sắp đặt; xếp

đặt: 所有事情都已经~妥当。Tất cả mọi việc đều đã được bố trí ổn thỏa. ❷<形>phô trương: ~浪费 phô trương lãng phí

【铺平】pūpíng<动>❶trải cho bằng; san bằng ❷mở (đường)

【铺平道路】pūpíng dàolù　trải đường cho bằng; san bằng mặt đường; mở đường

【铺砌】pūqì<动>lát gạch (đường, nền…)

【铺设】pūshè<动>trải; rải; đặt (đường ray, đường ống...): ~管道 đặt đường ống

【铺天盖地】pūtiān-gàidì　rợp trời kín đất; ùn ùn kéo đến

【铺叙】pūxù<动>trình bày chi tiết; tường thuật tỉ mỉ: ~事实 trình bày rõ sự thật

【铺展】pūzhǎn<动>dàn trải; phủ trải: 把地图~在桌上。Trải tấm bản đồ lên mặt bàn.

【铺张】pūzhāng<形>❶phô trương bày biện quá đáng: ~浪费 phô trương lãng phí ❷khoa trương: 汇报工作应该实事求是，不可~。Công việc tổng hợp báo cáo phải thực sự cầu thị, không được khoa trương.

【铺张扬厉】pūzhāng-yánglì　phô trương quá mức; phô trương lòe loẹt; bày biện quá đáng

【铺筑】pūzhù<动>trải và xây đắp (đường xá): ~公路 trải và xây đắp đường quốc lộ

噗 pū<拟>phù; bụp

【噗噜噜】pūlūlū　tí tách; lã chã: 泪水~地往下掉。Nước mắt lã chã rơi xuống.

pú

仆 pú<名>❶đầy tớ: 女~ nô tì/con ở ❷(thời xưa tôi tớ tự xưng) con, bầy tôi //(姓) Bộc
另见pū

【仆从】púcóng<名>tôi tớ; nô bộc; đầy tớ: 忠心的~ tôi tớ trung thành

【仆从国】púcóngguó<名>nước chư hầu

【仆人】púrén<名>tôi tớ; nô bộc; người ở

【仆役】púyì<名>tôi tớ

匍 pú

【匍匐】púfú<动>❶nằm rạp xuống; bò: ~前进 nằm rạp xuống tiến về phía trước ❷trườn; bò lăn: 小狗~在门坎前。Chó con nằm rạp trước thềm cửa.

【匍匐茎】púfújīng<名>thân dây leo

【匍匐植物】púfú zhíwù　thực vật dây leo

菩 pú

【菩萨】púsà<名>❶bồ tát: 他长着一张~脸，看上去慈眉善目的。Anh ta có gương mặt bồ tát, trông ra thật phúc hậu. ❷thần Phật ❸tấm lòng Bồ tát

【菩萨心肠】púsà-xīncháng　tấm lòng bồ tát; tấm lòng nhân ái: 他看起来样子很凶，实际上却是~。Nhìn bề ngoài anh ta có vẻ dữ, nhưng thực tế lại có tấm lòng Bồ tát.

【菩提】pútí<名>bồ đề

【菩提树】pútíshù<名>cây bồ đề

脯 pú<名>ngực; ức: 胸~ vùng ngực
另见fǔ

【脯子】púzi<名>ức (chim)

葡 pú

【葡萄】pútao<名>cây và quả nho

【葡萄干】pútaogān<名>nho khô

【葡萄酒】pútaojiǔ<名>rượu nho; rượu vang

【葡萄胎】pútaotāi<名>[医学]chửa trứng; thai trứng

【葡萄糖】pútaotáng<名>đường gluco

【葡萄园】pútaoyuán<名>vườn nho

【葡萄紫】pútaozǐ　màu tím sẫm (giống màu nho chín): 这件~的连衣裙真好看。Chiếc váy màu tím sẫm này đẹp thật.

蒲 pú<名>❶cói; lác ❷hương bồ //(姓) Bồ

【蒲棒】púbàng<名>bông lác (hoa của cây lác); hoa hương bồ

【蒲包】púbāo<名>❶túi; bao (đan bằng lá hương bồ) ❷lễ vật (gói bằng lá hương bồ)

【蒲草】púcǎo<名>cành lá hương bồ

蒲墩】púdūn<名>đệm hương bồ

蒲公英】púgōngyīng<名>(cây, hoa) bồ công anh

蒲瓜】púguā<名>[方]quả bầu

蒲葵】púkuí<名>cây bồ quỳ

蒲柳】púliǔ<名>thùy dương; bồ liễu

蒲柳之姿】púliǔzhīzī dáng người mảnh mai; tấm thân bồ liễu

蒲扇】púshàn<名>quạt hương bồ

蒲式耳】púshì'ěr<量>bushel (đơn vị dung tích của Anh-Mĩ, 1 bushel khoảng 36 lít)

蒲团】pútuán<名>đệm cói; đệm hương bồ

蒲苇】púwěi<名>cỏ bông lau; cỏ bông

蒲席】púxí<名>chiếu cói

璞pú<名>ngọc thô; đá có chứa ngọc //(姓) Phác

璞玉浑金】púyù-húnjīn ngọc chưa mài, vàng chưa luyện

镤pú<名>Proactini (kí hiệu: Pa)

pǔ

朴pǔ<形>mộc mạc; chất phác; giản dị: 简~ giản dị

朴厚】pǔhòu<形>chân chất; chất phác; mộc mạc; đôn hậu: 他是一个~的农民。Ông ấy là một nông dân chân chất.

朴陋】pǔlòu<形>giản dị; đơn giản; đơn sơ: ~的宅子 căn nhà đơn sơ

朴实】pǔshí<形>❶giản dị: ~的穿着 ăn mặc giản dị ❷thành thật; chất phác ❸mộc mạc; tự nhiên: ~的文笔 lời văn mộc mạc

朴实无华】pǔshí-wúhuá giản dị không hào nhoáng

朴素】pǔsù<形>❶mộc mạc; giản dị: ~真挚的情感 tình cảm mộc mạc chân thành ❷(sinh hoạt) tiết kiệm: 发扬艰苦~的优良作风 phát huy tác phong chịu đựng gian khổ, tiết kiệm ❸(màu mè) nhã nhạt, không

lòe loẹt

朴直】pǔzhí<形>bộc trực; mộc mạc; ngay thẳng: 性格~ tính cách ngay thẳng

朴质】pǔzhì<形>thuần khiết; mộc mạc: 心地善良~ tấm lòng lương thiện, chân thật

朴拙】pǔzhuō<形>[书]giản dị và chân thật

圃pǔ<名>vườn: 花~ vườn hoa

普pǔ<形>phổ biến; rộng khắp: ~世价值 giá trị chung của nhân loại //(姓) Phổ

普遍】pǔbiàn<形>phổ biến; rộng rãi: ~现象 hiện tượng phổ biến

普遍性】pǔbiànxìng<名>tính phổ biến

普遍优惠制】pǔbiàn yōuhuìzhì quy chế ưu đãi thuế quan phổ cập (GSP)

普测】pǔcè<动>khảo sát rộng rãi; điều tra chung: 心理~ điều tra tâm lí chung

普查】pǔchá<动>tổng điều tra; khảo sát chung: 人口~ tổng điều tra dân số

普查员】pǔcháyuán<名>nhân viên tổng điều tra

普度】pǔdù<动>[宗教]phổ độ (phật giáo); cứu vớt

普度众生】pǔdù-zhòngshēng[宗教]phổ độ chúng sinh; cứu vớt chúng sinh

普洱茶】pǔ'ěrchá<名>chè Phổ Nhĩ (chè được trồng ở Phổ Nhĩ, Vân Nam)

普法】pǔfǎ<动>phổ cập kiến thức pháp luật: 进行~宣传 tiến hành tuyên truyền phổ cập kiến thức pháp luật; ~教育 nền giáo dục phổ cập kiến thức pháp luật

普及】pǔjí<动>❶phổ cập: 此次竞赛~全省。Cuộc thi này phổ cập khắp toàn tỉnh. ❷phổ biến rộng rãi: ~心理健康常识 phổ biến rộng rãi kiến thức tâm lí sức khỏe chung

普及本】pǔjíběn<名>sách phổ cập; sách phổ thông: 经济学~ sách phổ cập kinh tế học

普及教育】pǔjí jiàoyù nền giáo dục phổ

P

cập; phổ cập giáo dục

【普降】pǔjiàng〈动〉❶giảm xuống trên diện rộng: 肉类价格~。Giá thịt giảm trên diện rộng. ❷mưa, mưa tuyết một cách phổ biến; mưa, mưa tuyết trên diện tích lớn: 南方地区近日~大暴雨。Khu vực miền Nam gần đây mưa lớn trên diện rộng.

【普教】pǔjiào〈名〉phổ cập giáo dục (cách viết tắt)

【普快】pǔkuài〈名〉tàu nhanh phổ thông; tàu nhanh

【普世】pǔshì❶〈名〉khắp thiên hạ; khắp thế giới ❷〈形〉được công nhận rộng rãi trên thế giới: ~准则 nguyên tắc tiêu chuẩn được công nhận rộng rãi trên thế giới

【普特】pǔtè〈量〉Put (đơn vị trọng lượng của Nga, bằng 16,38kg)

【普天同庆】pǔtiān-tóngqìng　mọi người cùng vui mừng chào đón; khắp nơi vui mừng

【普天之下】pǔtiānzhīxià　khắp thiên hạ; ai ai cũng; mọi người: 美食是~都很感兴趣的一个话题。Ẩm thực là chủ đề hấp dẫn đối với mọi người.

【普通】pǔtōng〈形〉phổ thông; bình thường

【普通股】pǔtōnggǔ〈名〉cổ phiếu phổ thông

【普通话】pǔtōnghuà〈名〉tiếng phổ thông

【普通人】pǔtōngrén〈名〉người bình thường; người dân thường

【普选】pǔxuǎn〈动〉tổng tuyển cử; bầu cử phổ thông

【普选权】pǔxuǎnquán〈名〉quyền bầu cử phổ thông

【普照】pǔzhào〈动〉chiếu rọi khắp nơi: 阳光~大地。Mặt trời chiếu rọi khắp mặt đất.

谱 pǔ❶〈名〉phổ; phả: 族~ tộc phả/gia phả ❷〈名〉sách dạy ❸〈动〉soạn; phổ (lời nhạc): 给这段歌词~上曲 phổ nhạc cho đoạn bài hát này ❹〈名〉bản nhạc: 旧琴~ bản nhạc

đàn cổ ❺〈名〉tiêu chuẩn ❻〈名〉(làm) phách

【谱表】pǔbiǎo〈名〉[音乐]nốt nhạc; bản nhạc; khuông nhạc

【谱牒】pǔdié〈名〉[书]gia phả

【谱号】pǔhào〈名〉[音乐]dấu nhạc; kí hiệu trên bản nhạc

【谱曲】pǔqǔ〈动〉sáng tác nhạc; phổ nhạc: 请您为这首儿童诗~。Nhờ ông phổ nhạc cho bài thơ thiếu nhi này.

【谱系】pǔxì〈名〉❶phả hệ; hệ thống gia phả ❷hệ thống thay đổi

【谱写】pǔxiě〈动〉soạn (nhạc); viết: 我们将共同~和平、发展、合作的新篇章。Chúng ta sẽ cùng viết nên một chương mới về hòa bình, phát triển, hợp tác.

【谱子】pǔzi〈名〉bản nhạc; điệu nhạc

错 pǔ〈名〉prazeođim (kí hiệu: Pr)

蹼 pǔ〈名〉màng chân (của ếch, rùa, vịt...): 鸭~ màng chân vịt

【蹼泳】pǔyǒng〈名〉môn thi đấu bơi lặn có màng chân

【蹼趾】pǔzhǐ〈名〉chân có màng (ngỗng vịt); hai ngón chân dính với nhau bằng cái màng (người)

pù

铺¹ pù〈名〉cửa hàng; cửa hiệu; cửa tiệm: 杂货~ cửa hàng tạp hóa

铺² pù〈名〉giường phản: 卧~ giường nằm (trên tàu, xe)

铺³ pù〈名〉trạm; dịch trạm (nay đa phần dùng làm địa danh)

另见pū

【铺板】pùbǎn〈名〉ván ghép; ván lát

【铺保】pùbǎo〈名〉biên lai; vật bảo đảm của cửa hàng (thời xưa dùng danh nghĩa của cửa hàng, cửa hiệu để bảo đảm, trong thư bảo đảm phải có dấu đóng của cửa hàng)

【铺底】pùdǐ<名>[旧]❶dụng cụ, công cụ trong cửa hàng ❷quyền cho thuê cửa hàng; tiền chuyển nhượng cửa hàng

【铺户】pùhù<名>cửa hàng; cửa hiệu; cửa tiệm

【铺面】pùmiàn<名>mặt ngoài cửa hiệu; cửa hàng mặt tiền: 他买下了五个~打算开一家小超市。Ông ấy đã mua lại 5 cửa hàng mặt tiền để mở một siêu thị nhỏ.

【铺面房】pùmiànfáng<名>nhà mặt tiền; nhà mặt phố; gian ngoài làm cửa hàng

【铺位】pùwèi<名>giường nằm (trên toa tàu)

【铺子】pùzi<名>cửa hàng: 点心~ cửa hàng điểm tâm

【铺租】pùzū<名>tiền thuê cửa hàng; cửa hiệu: 收~ thu tiền thuê cửa hàng

瀑 pù<名>thác nước

【瀑布】pùbù<名>thác nước

曝 pù<动>[书]phơi; hong: 一~十寒 một ngày phơi nắng, mười ngày ướp lạnh thì không lớn lên được (ví một ngày vãi chài, ba ngày phơi lưới, không kiên trì, thiếu nghị lực)

另见bào

【曝露】pùlù<动>[书]lộ ra; bộc lộ ra: ~真相 lộ rõ chân tướng

【曝晒】pùshài<动>phơi nắng; phơi phóng: 把被子拿到阳光下~。Đem chăn ra phơi nắng đi.

P

Q q

qī

七 qī ❶〈数〉bảy; thất: ~张椅子 bảy chiếc ghế; ~尺 bảy thước; 他排第~。Anh ấy xếp thứ bảy. ❷〈名〉tuần bảy ngày; tuần bốn mươi chín ngày (lễ cúng người mới chết, sau bảy ngày hoặc một số lần bảy ngày) // (姓) Thất

【七病八痛】qībìng-bātòng đau ốm: 一旦有个~, 也好有个人照顾。Phòng khi đau ốm mà có người chăm nom.

【七步之才】qībùzhīcái văn tài nhanh nhạy; bậc tài bảy bước; người tài xuất khẩu thành thơ

【七彩】qīcǎi〈名〉bảy màu; nhiều màu sắc: ~虹 bảy sắc cầu vồng

【七尺之躯】qīchǐzhīqū tấm thân nam nhi; đấng nam nhi

【七大姑八大姨】qī dà gū bā dà yí các cô các dì; họ hàng thân thích nhiều

【七颠八倒】qīdiān-bādǎo thất điên bát đảo; lộn xộn; lung tung: 说话~, 毫无条理。Ăn nói lộn xộn, không đầu không đuôi.

【七分裤】qīfēnkù〈名〉quần lửng

【七高八低】qīgāo-bādī bảy cao tám thấp; cao thấp đủ loại

【七级浮屠】qījí-fútú tháp Phật bảy tầng: 救人一命胜造~。Cứu sống một mạng người, hơn hẳn xây tháp bảy tầng.

【七件事】qījiànshì〈名〉bảy chuyện (tức những chuyện củi, gạo, muối, mỡ, tương, dấm, chè); chuyện hàng ngày phải lo: 开门~ chuyện tương cà mắm muối

【七绝】qījué〈名〉thất tuyệt; bài thơ tuyệt cú bảy chữ

【七扣八扣】qīkòu-bākòu khấu đầu khấu đuôi; xén đầu bớt đuôi: 工资~后所剩无几。Tiền lương bị xén đầu bớt đuôi chẳng còn là bao.

【七老八十】qīlǎobāshí người già đến bảy tám mươi tuổi; già cả: 我虽然~了, 但还关心着国家的发展。Tuy đã già cả, nhưng tôi vẫn quan tâm theo dõi sự phát triển của đất nước.

【七零八落】qīlíng-bāluò lộn xộn; lung tung; tan tác; tả tơi: 花被雨打得~的。Hoa bị mưa làm tan tác.

【七律】qīlǜ〈名〉thơ Đường luật; thơ thất ngôn bát cú

【七扭八歪】qīniǔ-bāwāi ngoắt nga ngoắt ngoéo

【七拼八凑】qīpīn-bācòu chắp vá lung tung; rời rạc: 那是用已经发表的文章~成的一本书。Đó là một quyển sách chắp vá gồm những bài đã đăng đâu đó rồi.

【七品芝麻官】qī pǐn zhīmaguān quan mọn thất phẩm; bậc quan thứ bảy thời phong kiến

【七七】qīqī〈名〉tuần thứ 7 tức bốn chín ngày trong tục lệ điếu phúng người mới tử vong

【七七八八】qīqībābā sắp xong; sắp hoàn thành

【七巧板】qīqiǎobǎn<名>bảy miếng gỗ khéo tay; đồ chơi trí uẩn (một loại đồ chơi gồm 7 miếng gỗ khác nhau có thể ghép lại thành nhiều hình khác nhau)

【七窍】qīqiào<名>thất khiếu; bảy lỗ (hai mắt, hai tai, hai lỗ mũi, miệng)

【七窍生烟】qīqiào-shēngyān thất khiếu bốc khói; mặt hầm hầm giận dữ; tức lộn ruột

【七擒七纵】qīqín-qīzòng bảy lần bắt bảy lần tha; ví dùng nhân nghĩa để cảm hóa kẻ xấu)

【七情】qīqíng<名>bảy thứ tình cảm của con người, gồm hỉ (mừng), nộ (giận), ai (buồn), cụ (sợ), ái (yêu), ố (ghét), dục (thèm)

【七情六欲】qīqíng-liùyù tình cảm và dục vọng của con người

【七上八下】qīshàng-bāxià thấp tha thấp thỏm; hồi hộp: 心里~的。Đang trong tâm trạng thấp tha thấp thỏm.

【七十二行】qīshí'èr háng trăm ngành trăm nghề: ~，行行出状元。Trăm ngành trăm nghề, nghề nào cũng có người tài giỏi.

【七手八脚】qīshǒu-bājiǎo tay năm tay mười; vội vã hấp tấp: 大家~把伤员送上了救护车。Mọi người vội vã đưa người bị thương lên xe cứu thương.

【七夕】qīxī<名>thất tịch; đêm mồng 7 tháng 7 âm lịch

【七弦琴】qīxiánqín<名>đàn thất huyền; đàn bảy dây

【七言诗】qīyánshī<名>thơ thất ngôn (gồm cổ phong, thất luật và thất tuyệt)

【七月】qīyuè<名>tháng bảy

【七折八扣】qīzhé-bākòu hạ giá nhiều: 这样~，这件衣服还能值多少钱？Hạ giá nhiều thế thì chiếc áo này còn đáng bao tiền?

【七嘴八舌】qīzuǐ-bāshé mồm năm miệng mười; ba mồm bảy mép

沏 qī<动>pha; ngâm bằng nước sôi: 一杯浓茶 pha cốc chè đặc

妻 qī<名>vợ: 夫~ vợ chồng; 未婚~ vợ chưa cưới

【妻弟】qīdì<名>em trai vợ

【妻儿老小】qī'ér-lǎoxiǎo vợ chồng con cái cha mẹ; bố mẹ vợ con; cả gia đình

【妻管严】qīguǎnyán<名>cụ chuột; người đàn ông sợ vợ

【妻离子散】qīlí-zǐsàn lạc vợ xa con; cha lìa con, vợ lìa chồng

【妻妾】qīqiè<名>thê thiếp: ~成群 thê thiếp rất đông

【妻室】qīshì<名>[书]vợ: 尚无~ vẫn chưa lấy vợ

【妻小】qīxiǎo<名>vợ con

【妻子】qīzǐ<名>[书]vợ con

【妻子】qīzi<名>vợ

柒 qī<数>chữ "七" viết kép //(姓) Thất

栖 qī<动>đỗ lại; dừng lại; nghỉ lại: 两~动物 loài động vật lưỡng thê

【栖集】qījí<动>quần cư

【栖居】qījū<动>ở; ngụ cư

【栖身】qīshēn<动>nương thân; cư trú (tạm thời): 无处~ không chốn nương thân

【栖息】qīxī<动>đậu lại; đỗ lại; nghỉ ngơi; dừng lại: 鸟儿~在高高的树上。Chim đậu trên cây cao.

【栖息处】qīxīchù<名>nơi nương náu; nơi nương tựa; nơi nương thân

【栖息地】qīxīdì<名>nơi cư trú; nơi nương thân; nơi sinh sống

【栖止】qīzhǐ<动>[书]ở lại; đỗ lại

凄 qī<形>❶rét buốt; lạnh lẽo; lạnh lùng: 冷雨~风 mưa gió lạnh lùng ❷tiêu điều; lạnh lẽo ❸buồn bã đau thương

【凄哀】qī'āi<形>thê thảm; buồn sầu: ~的雨

声 tiếng mưa buồn sầu

【凄暗】qī'àn〈形〉lạnh lẽo tối tăm: ~的房间 căn phòng lạnh lẽo tối tăm

【凄惨】qīcǎn〈形〉thê thảm; thảm thương: ~的景象 cảnh tượng thảm thương

【凄恻】qīcè〈形〉[书]đau thương buồn khổ

【凄楚】qīchǔ〈形〉[书]sầu đau; đau buồn; sầu bi: ~的歌声 tiếng hát sầu bi

【凄怆】qīchuàng〈形〉[书]sầu thương; sầu thảm

【凄风苦雨】qīfēng-kǔyǔ ❶gió thảm mưa sầu ❷khổ cực lầm than

【凄寒】qīhán〈形〉tan hoang; tiêu điều: 荒凉~之地 một vùng đất hoang vu tiêu điều

【凄苦】qīkǔ〈形〉sầu thảm; thảm thương: 他~的身世令人同情。Mọi người thương tình với thân thế thảm thương của ông ta.

【凄冷】qīlěng〈形〉❶lạnh lẽo: ~的早晨 một buổi sáng lạnh lẽo ❷thê lương

【凄厉】qīlì〈形〉thảm thiết; thảm sầu: 野兽~的叫声 tiếng kêu thảm thiết của con thú

【凄凉】qīliáng〈形〉❶vắng lặng; lạnh lẽo: 地震之后，留下一片~的景象。Để lại một vùng vắng lặng sau trận động đất. ❷thê lương; thê thảm; buồn tênh: 身世~ cảnh đời thê thảm/cuộc đời buồn đau; 歌声听起来很~。Tiếng hát nghe rất buồn thảm.

【凄迷】qīmí〈形〉[书]❶(cảnh vật) lạnh lẽo; mờ ảo: 月色~ ánh trăng mờ lạnh lẽo ❷rầu rĩ; rầu rầu; sầu đau: 神情~ vẻ mặt rầu rĩ

【凄切】qīqiè〈形〉thảm thiết; thảm thương; sầu thảm: 哭声~ tiếng khóc thảm thiết

【凄清】qīqīng〈形〉❶lạnh lẽo: 景色~ quang cảnh lạnh lẽo ❷thê thảm

【凄然】qīrán〈形〉[书]rầu rầu; rầu rĩ: ~泪下 rầu rầu lệ rơi

【凄婉】qīwǎn〈形〉❶buồn rầu; buồn thương: 她脸上流露出忧伤~的表情。Nét mặt cô ta lộ ra vẻ lo âu, buồn rầu. ❷buồn

thương; ảo não: ~的哭诉 khóc than ảo não

【凄惘】qīwǎng〈形〉buồn đau ngẩn ngơ; buồn rầu quẩn trí: 母亲的离世让她~不已。Mẹ qua đời khiến cho cô buồn đau ngẩn ngơ.

萋 qī

【萋萋】qīqī〈形〉[书]um tùm: 芳草~ cỏ xanh mọc um tùm

戚¹ qī

〈名〉thân thích; họ hàng; bà con: 外~ họ ngoại //(姓) Thích

戚² qī

〈形〉lo buồn

【戚戚】qīqī〈形〉[书]băn khoăn; khắc khoải; áy náy: ~自伤 khắc khoải lo âu; 君子坦荡荡，小人长~。Người quân tử thì ngay thẳng rộng lượng, kẻ tiểu nhân luôn khắc khoải, lo âu.

【戚然】qīrán〈形〉lo buồn: 表情~ vẻ mặt lo buồn

【戚谊】qīyì〈名〉quan hệ họ hàng; quan hệ thân thích

【戚友】qīyǒu〈名〉họ hàng bè bạn

期 qī

❶〈名〉kì hạn; thời hạn: 定~ định kì; 过~ quá hạn; 保修~ thời hạn bảo hành ❷〈名〉kì; thời kì: 学~ kì học; 生育~ thời kì sinh đẻ ❸〈动〉hẹn: 不~而遇 không hẹn mà gặp ❹〈动〉chờ đợi; mong mỏi: ~盼 mong đợi ❺〈量〉kì; khóa; số: 训练班迄今办了三~。Lớp huấn luyện đến nay đã tổ chức được ba khóa. 这本杂志每两个月出一~。Tạp chí này hai tháng ra một số.

【期待】qīdài〈动〉chờ đợi; mong đợi; trông đợi: ~着胜利的那一天 mong đợi ngày chiến thắng

【期汇】qīhuì〈名〉kì hối; ngoại hối kì hạn

【期货】qīhuò〈名〉hàng hẹn ngày giao; hàng kì hạn

【期货价格】qīhuò jiàgé giá hàng kì hạn

【期货交易】qīhuò jiāoyì giao dịch hàng kì hạn

【期货市场】qīhuò shìchǎng thị trường hàng kì hạn

【期冀】qījì〈动〉[书]mong đợi; trông mong

【期间】qījiān〈名〉thời kì; trong thời gian: 放假~ trong thời gian nghỉ phép

【期间成本】qījiān chéngběn chi phí trong kì; chi phí theo kì

【期刊】qīkān〈名〉tập san ra hàng kì: ~号 số tập san; ~阅览室 phòng đọc tập san; 社会科学~ tập san khoa học xã hội

【期考】qīkǎo〈名〉thi hết học kì; thi cuối học kì: 学生们正在为~做准备。Các em học sinh đang chuẩn bị cho cuộc thi cuối học kì.

【期满】qīmǎn〈动〉hết hạn; mãn hạn: ~兑现 thanh toán khi hết hạn; 合同~ hợp đồng mãn hạn

【期末】qīmò〈名〉cuối học kì: ~考试 thi cuối kì

【期盼】qīpàn〈动〉mong đợi; trông đợi: ~着相聚的那一天 trông đợi ngày hội ngộ

【期票】qīpiào〈名〉giấy hẹn trả tiền; kì phiếu: ~股利 cổ tức kì phiếu

【期期艾艾】qīqī'ài'ài lắp ba lắp bắp; cà lăm cà lắp

【期求】qīqiú〈动〉khao khát; ước ao; trông mong: 对将来无所~ không còn mong ước gì về tương lai

【期权】qīquán〈名〉[金融]kì quyền; quyền (lựa) chọn: ~交易 giao dịch kì quyền; ~买卖市场 thị trường mua bán kì quyền

【期望】qīwàng〈动〉hi vọng; mong mỏi: 决不辜负父母的~。Quyết không phụ lòng mong mỏi của cha mẹ.

【期望值】qīwàngzhí〈名〉❶giá trị dự kiến ❷lòng mong muốn; sự trông chờ: 他对获奖的~不高。Anh ta không nuôi hi vọng gì về việc giành giải thưởng.

【期限】qīxiàn〈名〉thời hạn; kì hạn: ~半年 thời hạn nửa năm; ~延长 gia hạn/kéo dài thời hạn

【期许】qīxǔ〈动〉[书]mong đợi: 他在影片中的表现并不如人们所~的那样。Diễn xuất của anh ấy trong phim không được như mong đợi.

【期颐】qīyí〈名〉[书]trăm tuổi: 寿登~ thọ tròn trăm tuổi

【期于】qīyú〈动〉[书]trông chờ; mục đích đi đến: ~至仁 mong đạt đến mức chí nhân

【期中】qīzhōng〈名〉giữa kì: ~考试 thi giữa học kì

【期终】qīzhōng〈名〉cuối học kì

欺 qī〈动〉❶dối; lừa dối: 不~人，不自~。Không ép người, không dối mình. 本店童叟无~。Cửa hiệu này không dối bất cứ ai, từ trẻ đến già. ❷nạt; ức hiếp: 别净拣软的~。Đừng cứ ức hiếp những người hiền lành.

【欺负】qīfu〈动〉ức hiếp; ăn hiếp; bắt nạt; hà hiếp: ~小孩子 ăn hiếp trẻ con

【欺行霸市】qīháng-bàshì chèn ép bạn hàng, xưng hùng xưng bá nơi chợ búa

【欺哄】qīhǒng〈动〉dối; lừa; nhử: 他不是这么容易被~的。Không dễ gì lừa được ông ta đâu.

【欺凌】qīlíng〈动〉hiếp đáp; lăng nhục; làm nhục: ~弱小 hiếp đáp người thấp hèn; 不要这样~她! Đừng có lăng nhục cô ấy như vậy!

【欺瞒】qīmán〈动〉đánh lừa; lừa gạt; lòe bịp: ~公众 lòe bịp công chúng

【欺蒙】qīméng〈动〉lừa dối; lừa bịp: 他以~的手段谋取不义之财。Hắn giở trò lừa bịp để kiếm tiền bất nghĩa.

【欺骗】qīpiàn〈动〉lừa dối; lừa gạt; đánh lừa: ~朋友 lừa dối bạn bè; 不要自己~自己。Đừng có tự lừa dối mình.

【欺人太甚】qīréntàishèn ức hiếp người quá đáng

【欺辱】qīrǔ<动>ức hiếp; lăng nhục: 受尽~
bị ức hiếp lăng nhục đủ điều

【欺软怕硬】qīruǎn-pàyìng mềm nắn rắn
buông; nạt người yếu kiềng kẻ mạnh

【欺上瞒下】qīshàng-mánxià dối trên lừa
dưới

【欺生】qīshēng<动>❶bắt nạt người lạ: 这
个地方有些人有点~。Một số người vùng
này hay có tính bắt nạt người lạ. ❷(ngựa)
bất kham với chủ mới; không thuần phục
người lạ: 那匹~的马已经被驯服。Con
ngựa bất kham đã chịu thuần phục.

【欺世盗名】qīshì-dàomíng lừa đời để lấy
tiếng; gian dối không trung thực: 那是一个
~之徒。Đó là một kẻ dối trá lừa lọc.

【欺侮】qīwǔ<动>bắt nạt; làm nhục; ăn hiếp

【欺压】qīyā<动>bắt nạt và áp bức; hà hiếp
áp bức: ~百姓 hà hiếp áp bức dân chúng

【欺诈】qīzhà<动>bịp bợm; lừa gạt: ~顾客
lừa gạt khách hàng

歆qī<动>[书]nghiêng; lệch; chếch

【歆侧】qīcè<形>[书]nghiêng về một bên

【歆斜】qīxié<形>[书]nghiêng

缉qī<动>khâu; may; viền: ~边儿 viền mép; ~
边线 đường viền

另见jī

喊qī

【喊里咔嚓】qīlikāchā nhanh nhẹn dứt
khoát: 他~就把事情给解决了。Ông ấy
giải quyết vấn đề một cách nhanh nhẹn dứt
khoát.

【喊喊喳喳】qīqīchāchā rì rầm; rì rà rì
rầm: ~说个不停 nói chuyện rì rà rì rầm

漆qī❶<名>sơn: 生~ sơn sống; 红~ sơn
đỏ; 给车被刮花的地方喷点~。Sơn lại chỗ
xe bị xước. ❷<动>sơn: ~门 sơn cửa //(姓)
Tất

【漆包线】qībāoxiàn<名>dây bọc sơn

【漆布】qībù<名>vải sơn; vải nhựa

【漆雕】qīdiāo<名>đồ sơn mài

【漆革】qīgé<名>da sơn

【漆工】qīgōng<名>❶nghề sơn; nghề sơn
mài ❷thợ sơn; thợ sơn mài ❸chất lượng, k'
thuật sơn

【漆黑】qīhēi<形>❶đen kịt; đen nhánl
❷tối đen; tối mịt; tối như mực: 闪电划破
~的天空。Tia chớp lóe sáng cả bầu trờ
tối mịt.

【漆黑一团】qīhēi-yītuán❶đen kịt; tối đen
như mực: 停电后房间~。Sau khi mất điệr
căn phòng tối đen như mực. ❷đen tối: 前
途~。Tương lai không sáng sủa. ❸mù tịt
không biết tí gì: 对生意场上的游戏规则他
是~。Anh ta mù tịt về quy tắc ngầm trong
trường buôn bán. ❹chẳng chỗ nào đúng
sai hết: 不要把别人说得~。Không thể nó
người ta là không đáng gì.

【漆画】qīhuà<名>tranh sơn mài

【漆匠】qījiang<名>thợ sơn; thợ sơn mài

【漆片】qīpiàn<名>loại sơn khô

【漆器】qīqì<名>đồ sơn mài; đồ dùng ngoà
có sơn

【漆树】qīshù<名>[植物]cây sơn

【漆刷】qīshuā<名>bàn chải sơn

【漆稀释剂】qīxīshìjì chất làm loãng sơn

蹊qī

另见xī

【蹊跷】qīqiao<形>kì quặc; kì lạ: ~的事情
chuyện kì quặc

qí

齐qí❶<形>chỉnh tề; ngay ngắn; đều đặn
牙齿长得很~。Hàm răng đều đặn. ❷
<动>ngang; bằng: ~腰高 cao ngang lưng ❸
<形>như nhau; giống nhau; ngang nhau: 只
要我们心~，肯定能按时完成任务。Mọi
người chúng ta đồng lòng thì nhất định hoàr

thành nhiệm vụ đúng thời hạn. ❹<副>đều; cùng; đồng thời: 父子~上阵。Cha con cùng ra trận. ❺<形>đủ; đầy đủ; xong xuôi: 客人都到~了。Khách đã đến đủ. ❻<介>sát: ~着河堤种下一排柳树。Trồng một hàng cây liễu dọc sát bờ đê sông. ❼<名>hợp kim //(姓)Tề

【齐备】qíbèi<形>đủ; đầy đủ; xong xuôi: 生活设施~ đầy đủ tiện nghi sinh hoạt; 万事~ mọi việc đã chuẩn bị xong xuôi

【齐步走】qíbù zǒu đi đều bước; bước đều bước

【齐唱】qíchàng<动>đồng ca; cùng hát

【齐楚】qíchǔ<形>chỉnh tề; gọn gàng: 衣冠~ áo mũ chỉnh tề

【齐集】qíjí<动>tụ tập; tụ họp; tề tựu: 各国专家~上海参加这次研讨会。Chuyên gia các nước tề tựu ở Thượng Hải để tham gia cuộc hội thảo này.

【齐家治国】qíjiā-zhìguó tề gia trị quốc

【齐眉穗儿】qíméisuìr<名>tóc mái gianh; tóc Hi Nhi (phụ nữ hoặc trẻ con để mái tóc rủ xuống ngang mày)

【齐名】qímíng<动>nổi tiếng ngang nhau: 在当代诗坛中，这两位诗人~。Trong làng thơ đương đại, hai nhà thơ này nổi tiếng ngang nhau.

【齐全】qíquán<形>đầy đủ; đủ cả: 设备配套~ các thiết bị đồng bộ đầy đủ; 尺寸~ kích cỡ đủ cả

【齐射】qíshè<动>cùng bắn; bắn đồng loạt

【齐声】qíshēng<副>đồng thanh: ~欢呼 đồng thanh hoan hô

【齐刷刷】qíshuāshuā đều; ngay ngắn; chỉnh tề: 树木长得~的。Hàng cây mọc đều đặn. 接受检阅的方队~地通过主席台。Đội hình dự kiểm duyệt ngay ngắn thẳng tắp diễu hành qua đài chủ tịch.

【齐天洪福】qítiān-hóngfú phúc lớn; phúc

đẳng hằng sa

【齐头并进】qítóu-bìngjìn cùng tiến bước; sát cánh cùng tiến: 两个人~。Hai người sát cánh cùng tiến.

【齐心】qíxīn<形>đồng lòng; một lòng một dạ: ~建家园 đồng lòng xây dựng cuộc sống

【齐心协力】qíxīn-xiélì đồng tâm hiệp lực; chung sức chung lòng; đồng sức đồng lòng: 我们~共渡难关。Chúng ta chung sức chung lòng vượt qua khó khăn và thử thách.

【齐整】qízhěng<形>ngay ngắn; gọn gàng; đều đặn; ngăn nắp: 穿戴~ ăn mặc chỉnh tề; 桌子上书籍摆放~。Sách vở xếp ngay ngắn trên bàn.

【齐奏】qízòu<动>hợp tấu; hòa tấu

祁 Qí //(姓)Kì

【祁寒盛暑】qíhán-shèngshǔ rét cắt ruột, nóng như thiêu; giá rét oi bức

【祁红】qíhóng<名>chè Kì Hồng; một loại chè đen sản xuất tại Kì Môn tỉnh An Huy, Trung Quốc

圻 qí<名>[书]địa giới //(姓)Kì

岐 qí<形>[书]❶(đường) rẽ; đường nhánh ❷khác biệt; không nhất trí //(姓)Kì

【岐黄】qíhuáng<名>học thuật Trung y: ~之术 học thuật Trung y

其¹ qí<代>❶của nó; của chúng; của họ: 各司~职。Người nào việc nấy. ~妻甚为贤惠。Vợ nó rất hiền thảo. ❷nó; người ấy; chúng nó: 任~发展 để mặc cho nó phát triển ❸cái đó; việc đó: 真有~人~事 có người đó việc đó thật ❹không chỉ cụ thể ai: 言过~实 nói quá sự thật //(姓)Kì

其² qí<副>[书]❶lẽ nào ❷biểu thị cầu khiến hoặc mệnh lệnh

其³ qí dùng làm hậu tố của từ: 极~ cực kì; 尤~ đặc biệt là

【其次】qícì<代>❶thứ hai; kế tiếp; sau đó: 负主要责任的是你，~是他。Người chịu trách nhiệm chính là anh, sau đó là anh ấy. ❷thứ yếu; đứng sau về tầm quan trọng: 首先要保证人员安全，财产还在~。Trước hết phải đảm bảo an toàn cho con người, tài sản là thứ yếu.

【其后】qíhòu<名>sau đó: 紧随~ theo sau nó

【其间】qíjiān<名>❶ở giữa; trong đó; giữa cái đó: ~还有未为人知的故事。Trong đó còn có những mẩu chuyện chưa có ai biết. ❷thời gian đó: 他一直在体院任教，~还兼职做过健身器材销售。Ông ấy luôn dạy học ở một trường Cao đẳng thể dục thể thao, trong thời gian đó còn đi buôn bán dụng cụ thể dục thể hình.

【其乐无穷】qílè-wúqióng vui thú vô cùng

【其貌不扬】qímào-bùyáng diện mạo bình thường; diện mạo không xuất chúng

【其实】qíshí<副>kì thực; thực ra: 这事貌似简单，~不然。Nhìn bề ngoài việc này dường như rất dễ, thực ra không phải như vậy.

【其他】qítā<代>cái khác; khác: 除了这个办法，还有没有~的?Ngoài cách này ra, còn có cách khác không?

【其外】qíwài<代>bên cạnh đó; ở ngoài đó: 无出~ không nằm ngoài đó

【其味无穷】qíwèi-wúqióng rất ý vị; thú vị vô cùng

【其余】qíyú<代>còn lại: 除了他，~的人都通过考试了。Ngoài anh ấy ra, những người còn lại đều đã qua được lần thi này.

【其中】qízhōng<名>trong đó: 一共有60人遇难，~有30名学生。Tất cả có 60 người bị tai nạn, trong đó có 30 em học sinh.

奇 qí❶<形>hiếm thấy; lạ; đặc biệt: ~迹 kì tích; 人才~缺 nhân tài rất thiếu ❷<形>bất ngờ; đột ngột: ~袭 tập kích bất ngờ ❸<动>ngạc nhiên; kinh ngạc; lấy làm lạ: 不足为~

không lấy gì làm lạ //(姓) Kì
另见jī

【奇案】qí'àn<名>vụ án lạ kì; vụ án đặc biệt

【奇拔】qíbá<形>cao vút lạ kì: 山峰~ đỉnh núi cao lạ kì

【奇兵】qíbīng<名>kì binh

【奇才】qícái<名>người tài ba lỗi lạc; kì tài: 独一无二的~ một bậc kì tài có một không hai; 他在发明方面是~。Về phát minh, ông ta thuộc bậc kì tài.

【奇耻大辱】qíchǐ-dàrǔ vô cùng nhục nhã; mối nhục lớn: 这次失败对他而言简直就是~。Lần thất bại này vô cùng nhục nhã đối với anh ấy.

【奇丑无比】qíchǒu-wúbǐ vô cùng xấu xí

【奇风异俗】qífēng-yìsú phong tục tập quán đặc biệt

【奇峰】qífēng<名>hòn núi kì lạ: ~怪石 núi kì non lạ

【奇功】qígōng<名>công lao lớn; kì công: 再立~ một lần nữa tạo lập kì công vang dội

【奇怪】qíguài<形>❶kì quái; kì lạ; khác thường: ~现象 hiện tượng kì lạ; 孩子有一些~的表现。Đứa trẻ có những biểu hiện khác thường. ❷lạ; khó hiểu: 真~，他一个普通人怎么会有如此大的能量呢? Lạ thật, một người bình thường như ông ấy tại sao lại có sức mạnh ghê gớm như vậy?

【奇观】qíguān<名>kì quan: 长城是世界一大~。Trường Thành là một kì quan lớn trên thế giới.

【奇光异彩】qíguāng-yìcǎi ánh sáng sắc màu lộng lẫy

【奇瑰】qíguī<形>nổi bật và đẹp đẽ: 风景~ phong cảnh nổi bật và đẹp đẽ

【奇诡】qíguǐ<形>kì quặc; kì lạ; bí hiểm: 言语~ nói năng kì quặc; 整座房子安静得很~。Ngôi nhà yên ắng một cách kì lạ.

【奇花异草】qíhuā-yìcǎo hoa thơm cỏ lạ

【奇幻】qíhuàn<形>❶kì ảo; hão huyền: ~的遐想 mơ mộng hão huyền; 生活在一个~的世界之中 sống trong một thế giới ảo tưởng ❷kì lạ; luôn biến đổi: ~莫测的大自然景象 cảnh thiên nhiên kì lạ luôn biến đổi

【奇货可居】qíhuò-kějū hàng hiếm giá cao; giữ hàng hiếm đợi giá cao

【奇计】qíjì<名>mưu kế kì diệu

【奇迹】qíjì<名>kì tích: 见证~ chứng kiến kì tích; 医学~ kì tích của y học

【奇景】qíjǐng<名>cảnh lạ; cảnh quan kì lạ hiếm thấy: 发现一处森林~ phát hiện một cảnh quan rừng kì lạ hiếm thấy

【奇境】qíjìng<名>chốn thần tiên; nơi đẹp hoặc gây hứng thú vui thích: 犹入~ như đi vào chốn thần tiên

【奇绝】qíjué<形>[书]cực tuyệt; tuyệt vời: 文章~ áng văn chương tuyệt vời

【奇崛】qíjué<形>[书]sắc sảo lạ kì: 山势~ thế núi lạ kì; 文风~ văn chương sắc sảo lạ kì

【奇丽】qílì<形>mới lạ tuyệt đẹp

【奇美】qíměi<形>đẹp đẽ kì lạ: 景色~ cảnh đẹp kì lạ

【奇门遁甲】qímén-dùnjiǎ kì môn độn giáp (thuật bói toán của Trung Quốc thời xưa)

【奇妙】qímiào<形>kì diệu; kì lạ; mới lạ; thần tình: 想法~ ý tưởng mới lạ; ~的动物王国 vương quốc động vật thần tình

【奇葩】qípā<名>bông hoa đẹp kì lạ: 文坛~ biệt tài trên văn đàn

【奇巧】qíqiǎo<形>tinh xảo; khéo léo: 构思~ cấu tứ tài tình

【奇趣】qíqù<名>thú vui mới lạ: 饶有~ rất có thú vị

【奇缺】qíquē<动>vô cùng thiếu; rất thiếu: 灾区蔬菜、药品~。Trong vùng bị nạn rất thiếu rau và thuốc.

【奇人】qírén<名>❶người kì lạ ❷người tài ba

【奇人异事】qírén-yìshì người lạ chuyện lạ

【奇事】qíshì<名>việc lạ; chuyện lạ

【奇书】qíshū<名>sách lạ đời; sách độc nhất vô nhị

【奇思妙想】qísī-miàoxiǎng cách nghĩ mới lạ kì diệu

【奇谈】qítán<名>chuyện lạ; lời lẽ quái lạ: 异域~ chuyện lạ nước ngoài

【奇谈怪论】qítán-guàilùn lời lẽ quái gở

【奇特】qítè<形>lạ; lạ lùng; kì quặc; đặc biệt: 造型~ tạo hình đặc biệt; 名字~ cái tên lạ hoắc; ~的事情 chuyện lạ đời

【奇伟】qíwěi<形>kì vĩ: ~的宫殿 một cung điện kì vĩ

【奇文共赏】qíwén-gòngshǎng văn hay cùng thưởng thức

【奇闻】qíwén<名>sự việc lạ tai; tin lạ: 惊天~ chuyện lạ kinh người

【奇想】qíxiǎng<名>ý tưởng kì lạ: 忽发~ bỗng nảy ra ý tưởng kì lạ

【奇效】qíxiào<名>hiệu quả bất ngờ; hiệu quả kì diệu: 屡奏~ luôn có hiệu quả bất ngờ

【奇形怪状】qíxíng-guàizhuàng hình thù kì lạ; hình thù quái dị

【奇秀】qíxiù<形>đẹp lạ lùng: 桂林山水~无比。Non nước Quế Lâm đẹp lạ lùng.

【奇勋】qíxūn<名>[书]công tích đặc biệt; công trạng đặc biệt; công huân đặc biệt; công lớn đặc biệt: 屡建~ nhiều lần lập được công trạng đặc biệt

【奇验】qíyàn<形>rất có hiệu quả; hiệu nghiệm

【奇异】qíyì<形>❶kì lạ; mới lạ: ~的服装款式 những kiểu áo mới lạ ❷lạ lẫm; kinh ngạc: 看到什么都感到~ trông cái gì cũng lạ lẫm

Q

【奇遇】qíyù〈名〉kì ngộ; sự gặp gỡ bất ngờ: 巴士~ cuộc kì ngộ trên xe buýt

【奇缘】qíyuán〈名〉mối duyên bất ngờ; duyên kì ngộ

【奇珍异宝】qízhēn–yìbǎo của báu vật lạ

【奇装异服】qízhuāng–yìfú kiểu quần áo lố lăng; áo quần kì lạ; áo quần lạ lùng: 现在很多年轻人喜欢穿~。Hiện nay nhiều bạn trẻ thích ăn mặc áo quần kì lạ.

歧 qí〈形〉❶(đường) rẽ; (đường) nhánh ❷ khác nhau

【歧出】qíchū〈动〉không ăn khớp; không thống nhất: 文章中若干术语~。Trong bài có một số thuật ngữ chưa được thống nhất.

【歧见】qíjiàn〈名〉ý kiến khác nhau; quan niệm khác nhau

【歧路】qílù〈名〉❶đường rẽ; đường nhánh: 在~前徘徊 chần chừ trước đường rẽ ❷con đường sai lầm: 不要走上~。Không thể đi vào con đường sai lầm.

【歧路亡羊】qílù–wángyáng đường rẽ mất cừu; lạc đường; lạc hướng

【歧视】qíshì〈动〉kì thị; phân biệt đối xử; đối xử không bình đẳng: 种族~ phân biệt chủng tộc

【歧途】qítú〈名〉con đường sai lầm; con đường lầm lạc: 误入~ lỡ bước vào con đường lầm lạc

【歧义】qíyì〈名〉nghĩa khác; ý nghĩa khác nhau; đa nghĩa; chênh lệch nghĩa: 这样写容易产生~。Viết như thế dễ bị hiểu thành một ý khác.

【歧异】qíyì〈形〉khác biệt; không giống nhau: 观点~ quan điểm có khác nhau

祈 qí〈动〉❶cầu khẩn; cầu xin; nài xin ❷thỉnh cầu; hi vọng; cầu mong: ~望 cầu mong; 敬~莅临! Kính mong đến dự! //(姓) Kì

【祈祷】qídǎo〈动〉cầu khẩn; cầu đảo; cầu nguyện: 诵经~ tụng kinh cầu nguyện

【祈福】qífú〈动〉cầu chúc hạnh phúc; cầu phúc: 为百姓~ cầu chúc cho dân

【祈盼】qípàn〈动〉mong; hi vọng: ~回复 mong được phúc đáp

【祈求】qíqiú〈动〉cầu khẩn; cầu xin: ~佛祖保佑 cầu xin trời Phật che chở; ~苦尽甘来 cầu mong tai qua nạn khỏi; ~风调雨顺 cầu mong cho mưa thuận gió hòa

【祈使句】qíshǐjù〈名〉câu cầu khiến

【祈望】qíwàng〈动〉mong; hi vọng

祇 qí〈名〉[书]thần đất //(姓) Kì

耆 qí〈形〉[书]trên 60 tuổi

【耆老】qílǎo〈名〉[书]kì lão; bô lão; các cụ già được kính trọng bởi có đức hành mẫu mực

【耆年】qínián〈名〉[书]cụ già; bậc kì lão; bô lão

【耆宿】qísù〈名〉[书]cụ già có danh vọng

颀 qí〈形〉[书]cao lớn

【颀长】qícháng〈形〉[书](vóc người) cao lớn

【颀伟】qíwěi〈形〉[书](vóc người) cao to vạm vỡ

脐 qí〈名〉❶rốn; cuống rốn ❷yếm cua: 尖~ yếm nhọn; 团~ yếm tròn

【脐橙】qíchéng〈名〉cam naven

【脐带】qídài〈名〉cuống rốn

萁 qí〈名〉[方]cọng cây đậu; thân cây đậu: 豆~ thân cây đậu; 煮豆燃~ củi đậu nấu đậu; nồi da nấu thịt

畦 qí ❶〈名〉ruộng có bờ ❷〈量〉luống; vồng: 种一一菜 trồng một luống rau

【畦灌】qíguàn〈动〉[农业]tưới từng luống; tưới từng ô

【畦田】qítián〈名〉ruộng đánh luống; ruộng ngăn từng ô

跂 qí[书]❶〈名〉ngón chân mọc thừa ❷〈动〉(con sâu) bò lết

崎 qí<形>[书]nghiêng; xiêu vẹo; gồ ghề; mấp mô: ~径 đường mấp mô/đường gồ ghề

【崎岖】qíqū<形>gồ ghề; gập ghềnh; khúc khuỷu; khấp khểnh: ~的道路 đường gồ ghề; ~不平 gồ ghề lồi lõm

骐 qí<名>[书]ngựa ô

【骐骥】qíjì<名>[书]ngựa tốt

骑 qí❶<动>cưỡi; đi: ~马 cưỡi ngựa; ~自 行车 đi xe đạp ❷<动>giáp lai ❸<名>ngựa dùng để cưỡi; động vật dùng để cưỡi: 坐 ~ ngựa/động vật dùng để cưỡi ❹<名>kị; kị binh; người cưỡi ngựa

【骑兵】qíbīng<名>kị binh; lính cưỡi ngựa: ~分队 một phân đội kị binh

【骑缝】qífèng<名>chỗ giáp lai: 加盖~章 đóng dấu giáp lai

【骑虎难下】qíhǔ-nánxià cưỡi hổ khó xuống; đâm lao phải theo lao; đã trót phải trét; cưỡi trên lưng hổ

【骑虎之势】qíhǔzhīshì ở vào thế cưỡi hổ; thế trên lưng cọp; đã trót phải trét

【骑警】qíjǐng<名>cảnh sát cưỡi ngựa

【骑楼】qílóu<名>[方]mái hiên: ~底 dưới mái vòm

【骑驴找驴】qílǘ-zhǎolǘ =【骑马找马】

【骑马找马】qímǎ-zhǎomǎ cưỡi ngựa lại tìm ngựa; ví đang trong tay mình mà lại còn luẩn quẩn đi tìm hoặc một mặt giữ lấy cương vị vốn có, đồng thời lại đi tìm cương vị ngon hơn

【骑墙】qíqiáng<动>lừng chừng; chân trong chân ngoài; đi nước đôi: ~派 phái lừng chừng; 对政治问题~观望 có thái độ chần chừ do dự đối với vấn đề chính trị

【骑射】qíshè<名>kĩ năng cưỡi ngựa và bắn (tên, đạn…): 善~ giỏi về cưỡi ngựa và bắn

【骑师】qíshī<名>người cưỡi ngựa; dô-kê

【骑士】qíshì<名>kị sĩ

【骑手】qíshǒu<名>kị sĩ; người cưỡi ngựa

【骑术】qíshù<名>nghệ thuật cưỡi ngựa; kĩ năng cưỡi ngựa

琪 qí<名>[书]loại ngọc quý ///(姓)Kì

琦 qí[书]❶<名>loại ngọc đẹp ❷<形>phi phàm; đẹp đẽ; cao quý: ~行 phẩm hạnh tốt đẹp

棋 qí<名>❶cờ: 下~ đánh cờ; 国际象~ cờ vua ❷quân cờ; nước cờ: 妙~ nước cờ hay tuyệt; 该你走~了。Đến lượt anh đi quân cờ.

【棋布】qíbù<动>đông nghịt: 星罗~ chi chít như sao trên trời

【棋逢对手】qíféngduìshǒu kì phùng địch thủ; ngang sức ngang tài

【棋高一着】qígāoyīzhāo cờ cao một nước; nước cờ cao hơn; mưu tính giỏi hơn

【棋局】qíjú<名>❶thế cờ; cục diện ván cờ ❷[书]bàn cờ

【棋具】qíjù<名>dụng cụ đánh cờ

【棋力】qílì<名>năng lực đánh cờ; kĩ năng đánh cờ

【棋路】qílù<名>nước cờ: 他~奇特，对手 很难判断清楚。Nước cờ anh ấy đi lạ lắm, đối thủ rất khó phán đoán.

【棋迷】qímí<名>người mê cờ

【棋牌室】qípáishì<名>phòng đánh cờ và chơi bài

【棋盘】qípán<名>bàn cờ

【棋谱】qípǔ<名>sách hướng dẫn chơi cờ; sách dạy đánh cờ

【棋赛】qísài<名>cuộc đấu cờ: 今晚~开幕。 Cuộc đấu cờ bắt đầu vào tối nay.

【棋圣】qíshèng<名>bậc thánh đánh cờ; kì thủ vô địch

【棋手】qíshǒu<名>người đánh cờ; kì thủ

【棋坛】qítán<名>giới đánh cờ: 两国的围棋 对抗赛可以称得上是~盛事。Cuộc đấu cờ vây của hai nước xứng đáng là một việc lớn của giới chơi cờ.

Q

【棋艺】qíyì<名>nghệ thuật đánh cờ: ~精湛 nghệ thuật đánh cờ cao siêu

【棋友】qíyǒu<名>bạn cùng chơi cờ

【棋子】qízǐ<名>quân cờ

蛴 qí

【蛴螬】qícáo<名>[动物]ấu trùng bọ rầy, chuyên ăn rễ cây và đục thân cây thảo

祺 qí<形>[书]may mắn; tốt lành: 顺颂商~! Chúc làm ăn phát đạt!

锜 qí<名>❶cái vạc ❷cái đục (loại binh khí thời xưa)

綦 qí<副>[书]cực kì; rất: 言之~详 nói rất ti mỉ //(姓) Kì

旗 qí<名>❶lá cờ: 红~ cờ đỏ; 升~仪式 lễ chào cờ ❷đơn vị hành chính của Khu tự trị Nội Mông Cổ Trung Quốc, tương đương với cấp huyện ❸đặc chỉ thuộc dân tộc Mãn: ~人 người dân tộc Mãn //(姓) Kì

【旗杆】qígān<名>cán cờ; cột cờ

【旗鼓相当】qígǔ-xiāngdāng cờ trống tương đương; lực lượng ngang nhau; ngang sức ngang tài

【旗号】qíhào<名>cờ hiệu; kì hiệu; chiêu bài: 他们打着科学的~, 到处招摇撞骗。 Bọn chúng núp dưới chiêu bài "khoa học", đi lừa dối khắp nơi.

【旗舰】qíjiàn<名>❶kì hạm; tàu chỉ huy ❷ví sự vật đứng đầu

【旗舰店】qíjiàndiàn<名>cửa hàng hàng đầu

【旗开得胜】qíkāi-déshèng thắng ngay từ trận đầu; vừa ra quân đã lập công

【旗袍】qípáo<名>kì bào; áo dài của phụ nữ Trung Quốc

【旗人】Qírén<名>[旧]người thuộc dân tộc Mãn

【旗手】qíshǒu<名>người đi tiên phong; người cầm cờ: 鲁迅先生被誉为新文化运动的~。 Ông Lỗ Tấn được coi là người cầm cờ của phong trào Văn hóa mới.

【旗塔】qítǎ<名>[航海]tháp cờ; cột cờ

【旗下】qíxià<名>thuộc hạ; bộ hạ; thuộc cấp; cấp dưới: 向~发出号令 ra lệnh cho thuộc cấp; 他~的各家公司都经营得很好。 Các công ti của ông ấy đều làm ăn khá.

【旗鱼】qíyú<名>cá cờ

【旗语】qíyǔ<名>tín hiệu đánh bằng cờ

【旗帜】qízhì<名>❶cờ; lá cờ; cờ xí: 挥舞~ phất cờ; ~飘扬 cờ xí phấp phới tung bay ❷tấm gương tốt: 这个先进集体是行业的一面~。 Tập thể tiên tiến này là một tấm gương tốt của ngành. ❸ngọn cờ: 和平的~ ngọn cờ hòa bình; 高举社会主义伟大~ giương cao ngọn cờ vĩ đại xã hội chủ nghĩa

【旗帜鲜明】qízhì-xiānmíng quan điểm lập trường rõ ràng: ~地表明了态度 bày tỏ thái độ một cách rõ ràng

【旗子】qízi<名>lá cờ

鲯 qí

【鲯鳅】qíqiū<名>[动物]cá á

鳍 qí<名>vây cá: 胸~ vây ngực; 背~ vây lưng

【鳍脚动物】qíjiǎo dòngwù động vật chân màng

麒 Qí //(姓) Kì

【麒麟】qílín<名>kì lân; con kì lân (một loài vật trong truyền thuyết)

qǐ

乞 qǐ<动>xin; cầu xin: ~讨 ăn xin //(姓) Khất

【乞哀告怜】qǐ'āi-gàolián xin rủ lòng thương

【乞贷】qǐdài<动>[书]xin cho vay tiền

【乞丐】qǐgài<名>người ăn xin; kẻ ăn mảy; người hành khất

【乞和】qǐhé<动>thỉnh cầu hòa giải

【乞怜】qǐlián<动>van xin; xin rủ lòng thương: 摇尾~ cúi đầu van xin

【乞灵】qǐlíng<动>[书]cầu thần khấn phật; cầu xin thần linh

【乞盟】qǐméng<动>thỉnh cầu kí kết hòa ước

【乞免】qǐmiǎn<动>thỉnh cầu miễn cho: ~一死 xin được tha chết

【乞巧】qǐqiǎo<动>khất xảo; cầu xin được khéo léo; lễ cúng bà Ngâu (tối mồng bảy tháng bảy âm lịch, phụ nữ Trung Quốc ngày xưa bày hoa quả ra sân cúng sao Chức Nữ, cầu mong ban phước để cho mình thêu thùa may vá ngày càng khéo tay)

【乞求】qǐqiú<动>xin; van xin; cầu mong: ~宽恕 cầu xin tha thứ

【乞饶】qǐráo<动>cầu xin tha thứ

【乞食】qǐshí<动>[书]xin ăn; khất thực

【乞讨】qǐtǎo<动>ăn mày; ăn xin; xin xỏ: 以~为生 sống bằng nghề ăn xin

【乞降】qǐxiáng<动>xin hàng

【乞援】qǐyuán<动>xin viện trợ; xin trợ giúp

岂 qǐ<副>[书]há; sao; đâu: 这么难的事情~是你一个人能做得了的? Chuyện khó như thế một mình anh đâu có thể làm nổi? 你捅了这么大的娄子~能饶你? Mày làm ra chuyện tày đình như vậy đâu có thể tha thứ cho mày? //(姓) Khỉ

【岂不】qǐbù<副>chẳng phải...sao: 大家一起去~更好? Mọi người cùng đi chẳng phải tốt hơn hay sao?

【岂但】qǐdàn<连>đâu chỉ; không những; chẳng những: ~你要加班，连我自己也要呢。 Chẳng những anh phải làm thêm, ngay cả tôi cũng thế.

【岂非】qǐfēi<副>chẳng lẽ không phải; chẳng phải...sao: ~笑话? Há chẳng phải chuyện cười hay sao? 你这样说，~不相信他? Anh nói như vậy há chẳng không tin vào nó sao?

【岂敢】qǐgǎn<动>đâu dám: 我~一个人承担如此重大的任务? Tôi đâu dám một mình nhận nhiệm vụ trọng đại như vậy! ~，您过奖了。 Đâu dám, bác quá khen rồi ạ.

【岂可】qǐkě<动>há nỡ; đâu có thể; được sao: ~不守规矩? Không tuân theo khuôn phép được sao?

【岂肯】qǐkěn<动>đâu chịu: 他已经付出了很多，~轻易放弃? Ông ta đã bỏ nhiều công sức vào, đâu chịu buông tay dễ dàng?

【岂能】qǐnéng<动>há nỡ; đâu có thể; được sao: 对待朋友~如此苛刻? Sao nỡ đối xử với bạn bè nghiệt ngã đến như vậy? ~言而无信? Há có thể nói rồi lại lật lọng!

【岂有此理】qǐyǒucǐlǐ đâu có lẽ đó; đâu có lí đó; sao có thể như thế được; thật là vô lí: 你自己的过错却要别人背黑锅，真是~! Lỗi tại anh mà người ta phải gánh chịu thay, thật là vô lí!

【岂止】qǐzhǐ<副>đâu chỉ: 做了好事不愿意让别人知道的人还多着呢，~他一个! Những người làm việc tốt mà không muốn cho mọi người biết còn rất nhiều, đâu chỉ có anh ấy!

企 qǐ<动>❶kiễng chân ❷mong đợi; trông chờ; mong chờ

【企待】qǐdài<动>mong đợi; mong chờ: ~胜利的一天 mong đợi ngày chiến thắng

【企鹅】qǐ'é<名>chim cánh cụt

【企管】qǐguǎn<名>sự quản lí doanh nghiệp: ~部门 cơ quan quản lí doanh nghiệp

【企划】qǐhuà<动>lập kế hoạch; trù tính; trù liệu; quy hoạch: ~部 phòng quy hoạch; ~生产方案 đặt ra chương trình sản xuất

【企及】qǐjí<动>hi vọng đạt được; hi vọng đuổi kịp; mong được: 无法~ không mong

Q

có thể đạt được

【企口板】qǐkǒubǎn<名>ván cừ; ván đã xoi mộng

【企慕】qǐmù<动>ngưỡng mộ

【企盼】qǐpàn<动>mong muốn; mong đợi; trông mong: 翘首~ nghe ngóng trông mong

【企求】qǐqiú<动>mong muốn; khao khát; mong được; cầu mong: 我不~你的理解。 Tôi không mong được sự thông cảm của anh.

【企事业】qǐshìyè<名>xí nghiệp và sự nghiệp: ~单位 đơn vị xí nghiệp và sự nghiệp

【企图】qǐtú❶<名>ý đồ; ý định: 另有~ có ý định khác; 了解对方的~ hiểu được ý đồ của đối phương ❷<动>định; hòng; mưu toan; toan tính: ~插手 hòng nhúng tay vào; ~掩盖事实 hòng che giấu sự thật

【企望】qǐwàng<动>hi vọng; trông chờ; trông mong; ngóng trông: 我们~共同富裕。 Chúng ta mong rằng sẽ cùng nhau giàu lên.

【企稳】qǐwěn<动>đứng vững: 股票指数~。 Chỉ số cổ phiếu đứng vững.

【企业】qǐyè<名>xí nghiệp; doanh nghiệp: ~重组 tái cơ cấu doanh nghiệp

【企业法】qǐyèfǎ<名>luật doanh nghiệp

【企业法人】qǐyè fǎrén pháp nhân xí nghiệp

【企业改革】qǐyè gǎigé cải cách xí nghiệp

【企业化】qǐyèhuà doanh nghiệp hóa

【企业家】qǐyèjiā<名>doanh gia; doanh nhân

【企业界】qǐyèjiè<名>giới doanh nghiệp

【企业上市】qǐyè shàngshì doanh nghiệp niêm yết

【企业所得税】qǐyè suǒdéshuì thuế thu nhập doanh nghiệp

【企业资质】qǐyè zīzhì tư cách doanh nghiệp

【企足而待】qǐzú'érdài mong đợi; nóng lòng trông đợi; sẽ thực hiện trong tương lai không xa

杞 Qǐ //(姓) Khởi

【杞人忧天】qǐrén-yōutiān người nước Kỉ lo chuyện trời sập mà ăn ngủ không yên; lo bò trắng răng

【杞人之忧】qǐrénzhīyōu buồn vô duyên cớ; lo bò trắng răng

启 qǐ❶<动>mở; bóc: ~封 bóc niêm phong ❷<动>mở đường; dẫn dắt: ~蒙 vỡ lòng; ~发 gợi mở ❸<动>bắt đầu: ~用 bắt đầu sử dụng ❹<动>[旧]kính thưa (viết ở đầu bức thư): 敬~者 kính thưa ❺<名>[旧]thư ngắn: 谢~ thư cảm ơn //(姓) Khải

【启禀】qǐbǐng<动>[书]bẩm; kính thưa

【启程】qǐchéng<动>khởi hành; lên đường: 明天他~前往北京。 Mai anh ấy lên đường đi Bắc Kinh. 我们要早点~。 Chúng ta phải ra đi sớm.

【启齿】qǐchǐ<动>mở miệng; nói ra; hé răng; mở mồm: 羞于~ thẹn không nói ra; 不便~ không tiện nói ra

【启迪】qǐdí<动>khêu gợi; chỉ bảo; mở lối chỉ đường: 他的发言很有~意义。 Những lời phát biểu của anh ấy rất có ý nghĩa mở lối chỉ đường.

【启碇】qǐdìng<动>nhổ neo

【启动】qǐdòng<动>❶khởi động; mở máy; chạy máy: ~机器 mở máy ❷khởi động; bắt đầu: ~新一轮谈判 khởi động một vòng đàm phán mới ❸mở mang: ~乡镇机构改革 mở mang công việc cải cách thị trấn và nông thôn

【启动成本】qǐdòng chéngběn chi phí khởi động; chi phí khai trương

【启动程序】qǐdòng chéngxù trình tự khởi động

【启动键】qǐdòngjiàn<名>cái nút khởi động

【启动开关】qǐdòng kāiguān công tắc khởi

动

【启动器】qǐdòngqì<名>bộ khởi động

【启动系统】qǐdòng xìtǒng hệ thống khởi động

【启动资金】qǐdòng zījīn vốn khởi động

【启发】qǐfā<动>khêu gợi; gợi ý; gợi mở: 巧妙地~ gợi ý một cách khéo léo

【启发式】qǐfāshì<名>phương pháp gợi mở: ~教学 lối giảng dạy gợi mở dắt dẫn

【启封】qǐfēng<动>❶bóc niêm phong; mở niêm: 当众~ bóc niêm phong trước mọi người ❷bóc thư; mở thư ❸mở ra: 罐装食品~后要尽快食用。Thực phẩm đóng hộp sau khi mở ra phải ăn ngay.

【启蒙】qǐméng<动>❶vỡ lòng: ~读物 sách vỡ lòng ❷khai sáng; mở mang trí óc; khải mộng

【启蒙教育】qǐméng jiàoyù giáo dục ban đầu; giáo dục cơ bản: 接受~ tiếp nhận giáo dục cơ bản

【启蒙老师】qǐméng lǎoshī thầy cô giáo vỡ lòng

【启蒙运动】qǐméng yùndòng❶phong trào khai sáng (vào thế kỉ 17-18 ở châu Âu) ❷cuộc vận động đời sống mới

【启明星】qǐmíngxīng<名>sao mai; sao kim

【启幕】qǐmù<动>mở màn

【启瓶器】qǐpíngqì<名>cái mở chai

【启示】qǐshì❶<名>sự cảm hứng: 诗人从大自然景物中得到~。Nhà thơ lấy cảm hứng từ cảnh vật thiên nhiên. ❷<动>gây cảm hứng; truyền cảm; gợi ý; chỉ cho thấy: 老师~他换一种思维方式。Thầy giáo gợi ý anh ấy thay đổi cách thức tư duy.

【启事】qǐshì<名>thông báo; yết thị: 张贴~ treo một tờ yết thị; 报刊上的征婚~ cột thông tin tìm đối tượng kết hôn đăng trên báo chí

【启衅】qǐxìn<动>[书]khởi hấn; gây hấn: 那是一种~行为。Đó là một hành vi gây hấn.

【启行】qǐxíng<动>khởi hành: 火车开始~。Tàu hỏa bắt đầu khởi hành.

【启用】qǐyòng<动>bắt đầu sử dụng; đưa vào sử dụng: ~新秀 sử dụng nhân tài mới trội nổi; ~新的生产线 đưa vào sử dụng dây chuyền sản xuất mới

【启奏】qǐzòu<动>[书]kính bẩm; xin tấu: ~皇上 bẩm tấu hoàng thượng

起¹ qǐ❶<动>dậy: ~立 đứng dậy; 晚睡早~ thức khuya dậy sớm ❷<动>rời; rời khỏi ❸<动>thăng; lên; nảy lên: ~落 lên xuống; 皮球不~了。Quả bóng không nảy. ❹<动>nổi lên; mọc; sưng lên: ~痱子 nổi rôm ❺<动>nhổ; cậy; bóc; kéo; moi; xúc: ~钉子 nhổ đinh; 用铁锹~土 dùng xẻng xúc đất; 把墙上的地图~下来。Bóc tấm bản đồ trên tường xuống. ❻<动>nổi: ~风 nổi gió ❼<动>dựng; xây; làm; cất; xây dựng: ~房子 xây nhà; 白手~家 tay trắng dựng cơ đồ ❽<动>thảo; nháp; vạch ra; đặt: ~草 khởi thảo; ~名字 đặt tên ❾<动>lĩnh; nhận; lấy: ~护照 nhận hộ chiếu ❿<动>bắt đầu và kết thúc; 从现在~ bắt đầu từ nay; 从第三段~由小华来读。Bắt đầu từ đoạn thứ ba để cho bạn Hoa đọc. ⓫<动>bắt đầu từ: 从二月算~ bắt đầu tính từ tháng hai; 从头学~ học từ đầu ⓬<量>cái; vụ; lần: 发生一~交通事故 xảy ra một vụ tai nạn giao thông ⓭<量>tốp; bầy; loạt; nhóm; đoàn: 外面进来一~人。Một tốp người từ ngoài đi vào. ⓮<动>khởi; dấy: ~义 khởi nghĩa //(姓)Khởi

起² qǐ<动>❶lên (dùng sau động từ, biểu thị hướng đi lên): 抬~头 ngẩng đầu lên; 拿枪 cầm súng ❷nổi; được (dùng sau động từ, biểu thị đủ sức hay không đủ sức): 伤不~ không chịu nổi nỗi đau xót ❸lên (dùng sau động từ): 湖面荡~了涟漪。Mặt hồ gợn sóng lăn tăn. 脸上被蜂蜇~了包。Mặt bị ong đốt sưng lên. ❹đến; tới (dùng sau động từ): 想~童年往事 nghĩ về những câu chuyện thời thơ ấu

【起岸】qǐ'àn<动>dỡ hàng lên bờ

【起岸驳船】qǐ'àn bóchuán xà lan dỡ hàng lên bờ

【起岸费】qǐ'ànfèi<名>phí dỡ hàng lên bờ

【起爆】qǐbào<动>làm nổ; gây nổ; cho nổ; phát nổ: 远距离~ làm nổ từ xa; 缩短~时间 rút ngắn thời gian bấm nổ

【起爆药】qǐbàoyào<名>thuốc gây nổ

【起爆装置】qǐbào zhuāngzhì bộ gây nổ

【起笔】qǐbǐ❶<动>đặt bút; bắt đầu viết; mở đầu một nét bút (về thư pháp): 写汉字时~ 要顿，行笔要畅。Khi viết chữ Hán, đặt bút phải nhấn bút, quá trình viết phải lưu loát trôi chảy. ❷<名>nét (chữ) đầu tiên ❸ <名>những câu đầu của văn chương

【起兵】qǐbīng<动>khởi binh; dấy binh: ~造反 dấy binh làm phản

【起搏器】qǐbóqì<名>máy điều hòa nhịp tim

【起步】qǐbù<动>❶bắt đầu đi: 车子~了。 Xe bắt đầu chuyển bánh. ❷cất bước; bắt đầu; khởi đầu: ~工资 lương khởi điểm; 虽然~晚，但由于勤奋努力，现在他已具有相当高的水平。Tuy khởi bước hơi muộn, nhưng vì cố gắng siêng năng, hiện nay anh ấy đã đạt trình độ khá cao.

【起步价】qǐbùjià<名>tiền trả cho đoạn khởi bước (tắc xi...); tiền khởi điểm; giá khởi điểm

【起草】qǐcǎo<动>khởi thảo; thảo ra: ~计划 khởi thảo kế hoạch; ~一份合同 dự thảo một hợp đồng

【起草委员会】qǐcǎo wěiyuánhuì ban dự thảo

【起场】qǐcháng<动>[农业]thu lượm lại thóc trên sân phơi

【起承转合】qǐ-chéng-zhuǎn-hé khởi thừa chuyển hợp (tức cách viết mở đầu, tiếp nối với phần trên, chuyển sang ý khác và kết thúc toàn văn, dùng chỉ trình tự cách viết văn ngày xưa)

【起程】qǐchéng=【启程】

【起初】qǐchū<名>lúc đầu; thoạt đầu; ban đầu: ~公司也遇到不少困难。Ban đầu công ti cũng gặp nhiều khó khăn. ~我就不同意他这样做。Lúc đầu tôi đã không đồng ý anh ta làm như vậy.

【起床】qǐchuáng<动>dậy; ngủ dậy; thức dậy: 该~了。Thức dậy đi. 小家伙睡得太沉了，怎么叫也不~。Thằng bé ngủ say quá, gọi mãi không dậy.

【起道机】qǐdàojī<名>máy kích ray

【起底】qǐdǐ<动>vạch ra; vạch trần; để lộ; lộ tẩy; phơi bày; phơi trần: ~事件的内幕 vén bức màn của sự việc

【起点】qǐdiǎn<名>❶khởi điểm; chỗ bắt đầu đi: 新的~ khởi điểm mới ❷[体育]điểm xuất phát; vị trí xuất phát

【起点站】qǐdiǎnzhàn<名>ga đầu; ga xuất phát

【起电机】qǐdiànjī<名>máy nạp điện

【起电盘】qǐdiànpán<名>bộ nhiễm điện

【起碇】qǐdìng<动>nhổ neo

【起动】qǐdòng<动>khởi động; bật máy

【起端】qǐduān<名>bắt đầu; sự khởi đầu: 良好的~ sự khởi đầu tốt đẹp

【起飞】qǐfēi<动>❶cất cánh: 飞机~ máy bay cất cánh ❷thăng tiến; cất cánh: 经济 nền kinh tế cất cánh

【起伏】qǐfú<动>❶nhấp nhô; trập trùng: 波浪~ sóng nhấp nhô; 山峦~ đồi núi trập trùng ❷khi lên khi xuống; lên xuống bấp bênh: 心潮~ tình cảm trong lòng trào dâng; 商品价格~不定。Giá hàng lên xuống thất thường.

【起稿】qǐgǎo〈动〉dự thảo; thảo ra

【起航】qǐháng〈动〉nhổ neo; khởi hành; bắt đầu chuyến bay

【起航港】qǐhánggǎng〈名〉cảng chất hàng; cảng bốc hàng; cảng nhổ neo; cảng khởi hành

【起哄】qǐhòng〈动〉❶(đám đông) gây ồn ào; quấy rối: 瞎~ gây rối tầm bậy ❷trêu chọc; trêu đùa; đùa giỡn: 年轻人互相~。 Bọn trẻ trêu chọc nhau.

【起火】qǐhuǒ〈动〉❶đỏ lửa; nấu cơm:客人多，到饭店吃饭比自己~方便。 Khách đông, đi nhà hàng ăn tiện hơn tự nấu lấy. ❷cháy; bốc cháy: 房子~了。 Cháy nhà. ❸nổi nóng; nổi giận: 他说着说着就~了。 Ông ta chỉ nói được một lúc đã nổi nóng.

【起货】qǐhuò〈动〉dỡ hàng

【起货单】qǐhuòdān〈名〉phiếu dỡ hàng

【起获】qǐhuò〈动〉khám phá; moi ra được: ~走私野生动物 tịch thu động vật hoang dã trong vụ buôn lậu

【起家】qǐjiā〈动〉gây dựng cơ đồ; dựng nên sự nghiệp: 白手~ tay trắng dựng nên cơ đồ

【起价】qǐjià❶〈动〉trội giá ❷〈名〉giá phát

【起驾】qǐjià〈动〉bắt đầu đi; khởi hành: ~回宫 khởi hành về cung

【起茧】qǐjiǎn〈动〉nổi chai (tay)

【起见】qǐjiàn〈助〉để đạt được; vì mục đích; nhằm mục đích: 为安全~，大家骑摩托车时要戴好安全帽。 Để đảm bảo an toàn, mọi người đi xe máy phải đội mũ bảo hiểm.

【起降】qǐjiàng〈动〉lên xuống

【起解】qǐjiè〈动〉[旧](phạm nhân) bị áp giải

【起劲】qǐjìn〈形〉hăng; hăng hái; hăng say: 大家干得很~。 Mọi người làm việc rất hăng say. 孩子们玩得很~。 Bọn trẻ vui chơi rất say sưa.

【起敬】qǐjìng〈动〉tôn trọng; kính trọng: 我对他忠诚的品格肃然~。 Tôi kính trọng

ông ấy về đức tính trung thực.

【起居】qǐjū〈名〉sinh hoạt hàng ngày; ăn ở; nghỉ ngơi: 要照顾好病人的饮食~。 Phải trông nom chu đáo việc ăn uống nghỉ ngơi cho bệnh nhân.

【起居室】qǐjūshì〈名〉phòng khách

【起圈】qǐjuàn〈动〉dọn phân chuồng

【起开】qǐkāi〈动〉[方]đi khỏi; tránh ra; né ra; dịch ra; xê ra: 有车来，快~。 Xe đến, tránh ra.

【起课】qǐkè〈动〉gieo quẻ; bấm quẻ; bấm số; bấm độn

【起来】[1] qǐlái〈动〉❶dậy; ngồi dậy; đứng dậy: 姑娘~把座位让给了一位老太太。 Cô đứng dậy nhường chỗ cho một bà cụ ngồi. ❷dậy; ngủ dậy: 他刚~就去书房看书了。 Ông ấy vừa mới ngủ dậy đã đến phòng đọc để đọc sách. ❸đứng lên; vùng lên: ~推翻封建统治制度 vùng lên lật đổ ách thống trị phong kiến

【起来】[2] qǐlái〈动〉❶lên (đứng sau động từ): 太阳升~了。 Mặt trời đã mọc lên. 中国人民站~了。 Nhân dân Trung Quốc đã vùng lên. ❷lên; bắt đầu (đứng sau động từ, tính từ): 慢慢好~ dần dần khá lên; 下起雨来了。 Trời mưa rồi. ❸lại; ra (đứng sau động từ, tính từ): 团结~ đoàn kết lại; 把钱存~。 Gửi tiền vào ngân hàng. 他的名字我想不~。 Tên của anh ta tôi không nhớ ra. ❹ chừng

【起立】qǐlì〈动〉đứng dậy; nghiêm (khẩu lệnh): ~致敬 đứng dậy chào; 全体~! Tất cả đứng dậy!/ Nghiêm!

【起灵】qǐlíng〈动〉chuyển linh cữu

【起垄】qǐlǒng〈动〉[农业]vun thành luống; đắp luống

【起落】qǐluò〈动〉lên xuống: 飞机~ máy bay lên xuống; 价格~ giá cả lên xuống

【起码】qǐmǎ〈形〉mức thấp nhất; ít nhất;

Q

tối thiểu: ~有些经验 cũng có ít nhiều kinh nghiệm; 这件工作~要一个星期才能完成。Việc này ít nhất phải một tuần mới xong. 他~要跟董事会打一声招呼。Ít ra nó cũng phải vài lời thưa gửi với hội đồng quản trị.

【起毛】qǐmáo<动>❶nùi bông; nạm bông ❷lo lắng; hoảng sợ ❸sợi ngắn trên mặt vải; nỉ; tuyết nhung v.v.

【起锚】qǐmáo<动>nhổ neo

【起苗】qǐmiáo<动>di dời cây non để trồng ở nơi khác

【起名儿】qǐmíngr<动>đặt tên: 让爷爷给孙女起个名儿吧。Để ông nội đặt tên cho cháu gái nhé.

【起沫】qǐmò<动>sủi bọt; sùi bọt: ~的啤酒 bia sùi bọt; 说得嘴角~ nói sùi bọt mép

【起拍】qǐpāi<动>đưa ra giá tối thiểu trong cuộc bán đấu giá; ra giá tối thiểu

【起拍价】qǐpāijià<名>giá tối thiểu trong cuộc bán đấu giá; giá khởi điểm

【起跑】qǐpǎo<动>bắt đầu chạy; xuất phát

【起跑器】qǐpǎoqì<名>bàn đạp xuất phát

【起跑线】qǐpǎoxiàn<名>vạch xuất phát: 不能输在~上。Không thể thua ngay từ vạch xuất phát.

【起泡】qǐpào<动>❶rộp lên: 手掌~ bàn tay rộp lên ❷tạo bọt; nổi bọt

【起泡剂】qǐpàojì<名>chất tạo bọt

【起讫】qǐqì<动>bắt đầu và kết thúc: 写明~日期 viết rõ ngày tháng bắt đầu và kết thúc

【起色】qǐsè<名>khởi sắc; chuyển biến tốt lên; khá hơn: 工作有了~。Công việc đã khá hơn. 吃了不少药，他的病仍未见~。Dù đã uống nhiều thuốc, nhưng bệnh của ông ấy vẫn chưa thấy đỡ.

【起身】qǐshēn<动>❶lên đường; bắt đầu ra đi: 他明天~回一趟老家。Ngày mai anh ấy lên đường về quê. ❷dậy; ngủ dậy; thức dậy:

他每天~后，就到公园打太极拳。Hàng ngày sau khi ngủ dậy, ông ấy đi công viên tập thái cực quyền. ❸đứng dậy: ~打招呼 đứng dậy chào hỏi

【起始】qǐshǐ❶<动>bắt đầu; xuất phát: ~页 trang đầu ❷<名>ban đầu

【起事】qǐshì<动>khởi sự: 定下~时间 định giờ khởi sự

【起誓】qǐshì<动>thề; tuyên thệ: 对天~ thề với trời

【起首】qǐshǒu<名>lúc đầu; ban đầu; trước đây: ~我不会弹独弦琴，是一位越南老师教我的。Ban đầu tôi không hề biết chơi đàn bầu, về sau được một cô giáo Việt Nam dạy tôi.

【起死回生】qǐsǐ-huíshēng cải tử hoàn sinh; cải tử hồi sinh

【起死人，肉白骨】qǐ sǐrén, ròu báigǔ làm cho người chết sống lại, làm cho xương khô có máu thịt; mang lại ơn sâu nghĩa nặng cho người khác

【起诉】qǐsù<动>khởi tố; kiện; kiện tố; truy tố: ~犯罪嫌疑人 khởi tố người nghi can

【起诉期限】qǐsù qīxiàn thời hạn truy tố

【起诉权】qǐsùquán<名>quyền truy tố

【起诉人】qǐsùrén<名>người phát đơn kiện

【起诉书】qǐsùshū<名>bản cáo trạng

【起算】qǐsuàn<动>bắt đầu tính

【起跳】qǐtiào<动>lấy đà nhảy; bật nhảy

【起头】qǐtóu❶<动>bắt đầu; mở đầu; khởi đầu: 这首歌你给大家起个头儿吧。Bài hát này, cô bắt giọng câu đầu cho các bạn đi. 万事~难。Vạn sự khởi đầu nan. ❷<名>lúc đầu; chỗ bắt đầu: 这件事很重要，你从~说清楚。Việc này quan trọng lắm, anh nói rõ từ đầu đi.

【起网】qǐwǎng<动>kéo lưới lên

【起舞】qǐwǔ<动>nhảy múa; múa

【起息】qǐxī<动>bắt đầu tính lãi

【起先】qǐxiān〈名〉trước tiên; thoạt đầu; thoạt kì thủy; đầu tiên; ban đầu: ~我也不理解。Ban đầu tôi cũng không hiểu. 现在好了，~也很困难。Giờ thì đã ổn rồi, thoạt đầu thì cũng rất khó khăn.

【起心】qǐxīn〈动〉nảy lòng; nảy ý: ~不良 nảy ra ý xấu; 起了贪心 nảy lòng tham

【起薪】qǐxīn〈名〉tiền lương tối thiểu

【起行】qǐxíng〈动〉lên đường; ra đi; khởi hành: 明天上午八点钟~。Tám giờ sáng mai lên đường.

【起兴】qǐxìng〈动〉miệt mài; say sưa

【起眼儿】qǐyǎnr〈形〉[方]bắt mắt; hấp dẫn; trông rất nổi: 他只是个不~的小角色。Nó chỉ đóng vai phụ không gây sự chú ý.

【起夜】qǐyè〈动〉đi đái đêm; đêm dậy đi tiểu; dậy đêm

【起疑】qǐyí〈动〉sinh nghi; đâm nghi: 那个陌生人的行为令人~。Hành vi của người lạ mặt đó khiến người ta sinh nghi.

【起义】qǐyì〈动〉khởi nghĩa; dấy nghĩa: 农民~ cuộc khởi nghĩa nông dân

【起义军】qǐyìjūn〈名〉quân khởi nghĩa; quân nổi dậy

【起意】qǐyì〈动〉nảy ý: 见财~ thấy của nảy ý tham

【起因】qǐyīn〈名〉nguyên nhân gây ra; căn nguyên: 事件的~已基本查明。Đã làm rõ cơ bản về nguyên nhân gây ra vụ việc này.

【起营拔寨】qǐyíng-bázhài nhổ trại: 部队在曙光初照的时候就~了。Các chiến sĩ đã nhổ trại lúc rạng đông.

【起用】qǐyòng〈动〉❶dùng lại; phục chức; tái bổ dụng: ~退休科研人员 sử dụng lại cán bộ khoa học hưu trí ❷đề bạt; sử dụng; cất nhắc: 得到上级~ được cấp trên cất nhắc

【起源】qǐyuán❶〈动〉bắt nguồn; khởi nguyên: 红河~于中国云南省。Sông Hồng bắt nguồn từ tỉnh Vân Nam Trung Quốc. 佛教~于印度。Phật giáo khởi nguồn từ Ấn Độ. ❷〈名〉nguồn gốc; căn nguyên: 生命的~ nguồn gốc của sự sống

【起运】qǐyùn〈动〉khởi vận; bắt đầu chở hàng đi: ~救灾物资 bắt đầu chở hàng cứu giúp tai nạn

【起运点】qǐyùndiǎn〈名〉nơi chuyển đi

【起运机场交货价】qǐyùn jīchǎng jiāohuòjià giá giao hàng tại sân bay xuất phát; giá FOB sân bay

【起赃】qǐzāng〈动〉lục tìm tang vật

【起早贪黑】qǐzǎo-tānhēi thức khuya dậy sớm; đi sớm về tối; một nắng hai sương

【起征】qǐzhēng〈动〉❶bắt đầu thu (thuế, phí v.v.) ❷bắt đầu thu thập; bắt đầu trưng cầu

【起征点】qǐzhēngdiǎn〈名〉mức thuế bắt đầu thu; tiền thuế tối thiểu bắt đầu thu

【起止】qǐzhǐ〈动〉khởi đầu và kết thúc: ~日期 ngày tháng khởi đầu và kết thúc

【起重车】qǐzhòngchē〈名〉xe trục; xe cẩu

【起重船】qǐzhòngchuán〈名〉tàu trục; cần trục nổi

【起重机】qǐzhòngjī〈名〉cần cẩu; cần trục; máy trục

【起子】¹qǐzi〈名〉❶cái mở nút chai ❷[方]tuốc-nơ-vít ❸[方]bột nở

【起子】²qǐzi〈量〉tốp; nhóm; đám; đoàn; bọn: 一~客人 một tốp khách

【起租日】qǐzūrì〈名〉ngày bắt đầu thuê

绮 qǐ ❶〈名〉lụa hoa; lụa vân: ~罗 lụa là ❷〈形〉đẹp; đẹp đẽ: ~思 ý đẹp/cấu tứ hay

【绮丽】qǐlì〈形〉đẹp; tươi đẹp: 风光~ phong cảnh đẹp đẽ; 大自然的~景色令人陶醉。Mọi người say sưa với cảnh sắc thiên nhiên tươi đẹp.

稽 qǐ
另见 jī

【稽首】qǐshǒu〈动〉cúi đầu chào

qì

气 qì ❶<名>hơi; khí: 天然~ khí đốt thiên nhiên; 煤~ gas ❷<名>không khí: 新鲜空~ không khí tươi mát ❸<名>hơi thở: ~息微弱 hơi thở yếu ớt ❹<名>khí trời; thời tiết; hiện tượng nóng lạnh: 天~ thời tiết; 秋高~爽 trời thu cao trong, khí trời mát mẻ ❺<名>mùi: 香~ mùi thơm; 臭~ mùi thối ❻<名>khí thế ❼<名>tinh thần; khí phách: 勇~ dũng khí; 朝~蓬勃 dạt dào sức sống ❽<名>tác phong; thói; tính: 官~ quan cách/thói quan lại; 孩子~ tính trẻ con ❾<动>tức giận; phát cáu; chọc tức: ~死人 tức chết đi được; 你不要故意~我。 Anh đừng cố ý chọc tức tôi. ❿<名>bắt nạt; ức hiếp: 受~ bị ức hiếp ⓫<名>khí (Đông y): 元~ nguyên khí; ~血 khí huyết ⓬<名>từ Đông y chỉ một số hiện tượng bệnh: 痰~ bệnh tâm thần/trúng phong ⓭<名>số mệnh //(姓) Khí

【气昂昂】 qì'áng'áng khí thế hiên ngang

【气泵】 qìbèng<名>máy bơm hơi

【气不打一处来】 qì bù dǎ yī chù lái tức như bò đá

【气不忿儿】 qì bù fènr bất bình

【气不过】 qìbùguò bất bình

【气冲冲】 qìchōngchōng<形>tức giận đùng đùng; hầm hầm tức giận

【气冲霄汉】 qìchōngxiāohàn dũng khí ngất trời; khí phách dọc ngang đất trời

【气喘】 qìchuǎn<动>thở dốc; hen; suyễn; siễn: ~吁吁 thở hổn hển; 犯~病 lên cơn hen suyễn

【气窗】 qìchuāng<名>cửa sổ thông hơi; cửa sổ thông gió

【气锤】 qìchuí<名>búa hơi; búa nén

【气粗】 qìcū<形>❶nóng nảy: 他这个人~，你别介意。 Ông ta là một người tính

khí nóng nảy, anh đừng chấp nó. ❷khí thế rất mạnh: 财大~ cậy giàu lên mặt/cậy của khinh người

【气垫】 qìdiàn<名>❶cái đệm hơi ❷đệm không khí: ~船 tàu đệm khí

【气度】 qìdù<名>phong thái; khí phách và độ lượng: ~不凡 phong thái khác thường

【气短】 qìduǎn<形>❶hụt hơi; hết hơi; thở hổn hển; thở dốc: 他扛着行李爬上七楼，一点也不觉得~。 Ông ấy xách hành lí đến gác bảy cũng chẳng bị thở dốc. ❷nhụt chí; sờn lòng; nản chí: 儿女情长，英雄~。 Nhi nữ dài tình, anh hùng nản chí.

【气氛】 qìfēn<名>bầu không khí: 友好的~ bầu không khí hữu nghị; 紧张的~ bầu không khí căng thẳng

【气愤】 qìfèn<形>căm giận; bực tức; căm tức: 听他这么说，谁都~。 Nghe nó nói vậy, ai cũng tức giận. 他让大家感到~。 Nó làm cho mọi người bực tức.

【气概】 qìgài<名>khí khái; khí phách; phong thái: 英雄~ khí phách anh hùng; 军人的~ khí phách của người lính

【气缸】 qìgāng<名>xi lanh

【气割】 qìgē<动>[机械]cắt bằng hơi

【气根】 qìgēn<名>[植物]rễ phụ; rễ trên không

【气功】 qìgōng<名>khí công

【气鼓鼓】 qìgǔgǔ đầy giận dữ

【气管】 qìguǎn<名>khí quản

【气管炎】 qìguǎnyán<名>viêm khí quản

【气贯长虹】 qìguànchánghóng chính khí ngút trời

【气锅】 qìguō<名>nồi hấp

【气焊】 qìhàn<动>hàn hơi

【气候】 qìhòu<名>❶khí hậu; thời tiết: ~温暖 thời tiết ấm áp; 海洋~ khí hậu đại dương; ~变化是全球性的问题。 Biến đổi khí hậu là một vấn đề mang tính toàn cầu.

❷tình thế; không khí; hoàn cảnh: 当前政治 ~ không khí chính trị hiện tại; 经济~ hoàn cảnh kinh tế ❸kết quả; thành tựu: 要想将 来成~，现在就得下苦功。Muốn tương lai có thành tựu thì phải cố gắng gấp bội từ bây giờ.

【气候带】qìhòudài<名>đới khí hậu; dải khí hậu

【气候学】qìhòuxué<名>khí hậu học

【气呼呼】qìhūhū thở phì phì; tức giận thở hổn hển; thở hồng hộc: ~地走了 ra đi giận dỗi

【气话】qìhuà<名>những câu nói trút ra trong khi tức giận: 她说了一大堆~。Cô ta đã trút ra nhiều câu thịnh nộ.

【气急败坏】qìjí-bàihuài quá giận mất khôn; lồng lộn

【气节】qìjié<名>khí tiết: 民族~ khí tiết của dân tộc; 革命~ khí tiết cách mạng

【气绝】qìjué<动>hết hơi; tắt thở

【气孔】qìkǒng<名>❶lỗ khí; khí khổng ❷lỗ thở ❸lỗ hổng; lỗ thông hơi ❹rỗ

【气浪】qìlàng<名>luồng khí mạnh; cơn gió mạnh đột ngột

【气力】qìlì<名>sức lực; hơi sức; công sức: 用尽~拉走 dùng hết sức kéo đi; 用不完的 ~ dồi dào khí lực; 学好外语需要花很大的 ~。Phải tốn nhiều công sức mới có thể học giỏi tiếng nước ngoài.

【气量】qìliàng<名>❶độ lượng; rộng lượng: 她是一个很有~的人。Chị ấy là một người rất độ lượng. ❷lượng: ~小的人很难相处。Rất khó ứng xử với những người hẹp hòi.

【气流】qìliú<名>❶luồng không khí ❷[语言]luồng hơi thở

【气楼】qìlóu<名>[建筑]chòi thông hơi

【气脉】qìmài<名>❶khí huyết và mạch đập: ~调和 khí huyết và mạch đập điều hòa ❷mạch văn

【气门】qìmén<名>❶[动物]lỗ thở (trên mình của côn trùng) ❷van hơi ❸cửa hơi

【气门芯】qìménxīn<名>❶tâm van; ruột van ❷ống cao su (dùng làm ruột van)

【气囊】qìnáng<名>❶túi khí; khí nang (ở trong cơ thể của loài chim) ❷khí cầu

【气恼】qìnǎo<形>tức giận; nổi giận; bực tức

【气馁】qìněi<形>nhụt chí; nản lòng; nản chí; thoái chí: 失败了也不要~。Dù thất bại cũng không nản chí.

【气派】qìpài❶<名>phong thái: 艺术家的~ phong thái của nghệ sĩ ❷<形>khí thế; cung cách: 这座楼看上去非常~。Tòa nhà này trông khí thế lắm.

【气泡】qìpào<名>bong bóng; bọt; tăm

【气魄】qìpò<名>❶khí phách; cương quyết; oai nghiêm: 英雄~ khí phách anh hùng; 他 这个人有~。Ông ấy oai nghiêm lắm. ❷thế; cung cách: 泰山的~十分雄伟。Thế núi Thái Sơn rất hùng vĩ.

【气枪】qìqiāng<名>súng hơi

【气球】qìqiú<名>bóng hơi; khí cầu; khinh khí cầu

【气色】qìsè<名>khí sắc; thần sắc: 最近她 的~很好，看起来很红润。Gần đây khí sắc của chị ấy rất tốt, mặt mũi hồng hào. 病 久了~很差。Ốm lâu ngày, mặt thiếu khí sắc.

【气生根】qìshēnggēn<名>rễ phụ; rễ trên không

【气盛】qìshèng<形>❶kiêu căng; hách dịch; ngạo mạn: 年轻~ người trẻ ngạo mạn ❷bừng bừng khí thế

【气势】qìshì<名>khí thế: ~磅礴 khí thế bàng bạc; ~恢宏 khí thế hùng vĩ

【气势汹汹】qìshì-xiōngxiōng vẻ hùng hùng hổ hổ; hung dữ

【气数】qìshu<名>vận mệnh; số phận; số;

Q

khí số; số mệnh: ~已尽。Số mệnh đã hết.

【气态】qìtài<名>trạng thái hơi

【气体】qìtǐ<名>thể hơi; thể khí

【气田】qìtián<名>mỏ khí; mỏ hơi đốt

【气筒】qìtǒng<名>cái bơm

【气头上】qìtóushàng<名>lúc tức giận: 老板正在~，你还是下次再来吧。Sếp đang cơn giận, khi khác anh đến nhé.

【气团】qìtuán<名>khối không khí

【气吞山河】qìtūnshānhé khí phách lớn lao; khí thế nuốt cả non sông

【气味】qìwèi<名>❶mùi vị; hơi: 全是香水的~ toàn sặc mùi nước hoa ❷tính cách; sở thích; tính khí: ~相投 tính khí hợp nhau

【气温】qìwēn<名>nhiệt độ không khí: ~下降，可能要下雨了。Nhiệt độ hạ xuống, có lẽ sắp mưa.

【气雾剂】qìwùjì<名>❶chất phun ❷bình phun; khí dung

【气息】qìxī<名>❶hơi thở: ~奄奄 hơi thở thoi thóp ❷mùi vị; khí vị; hương vị: 春天的~ khí vị của mùa xuân

【气象】qìxiàng<名>❶khí tượng ❷khí tượng học; khoa học khí tượng ❸tình hình; cảnh tượng; quang cảnh: ~万千 quang cảnh muôn hình vạn trạng ❹khí thế: ~宏伟 khí thế hùng vĩ

【气象台】qìxiàngtái<名>đài khí tượng

【气象万千】qìxiàng-wànqiān muôn hình vạn trạng; vô cùng tráng lệ; cảnh tượng mới mẻ

【气性】qìxing<名>❶tính tình; tính khí; tính nết: ~温顺 tính nết hiền hòa ❷khuynh hướng dễ cáu kỉnh: 她的~真大, đến giờ này còn 还跟我冷战呢! Chị ta tính tình rất ương bướng, đến lúc này rồi mà vẫn giữ trạng thái "chiến tranh lạnh" với tôi.

【气汹汹】qìxiōngxiōng giận dữ; cuồng giận: 他~地冲进屋子 Nó giận dữ xộc vào nhà.

【气胸】qìxiōng<名>[医学]tràn khí phế mạc

【气咻咻】qìxiūxiū =【气吁吁】

【气吁吁】qìxūxū thở hồng hộc

【气虚】qìxū<形>khí hư; khí huyết suy nhược

【气旋】qìxuán<名>[气象]xoáy khí

【气压】qìyā<名>khí áp; sức ép của không khí

【气压表】qìyābiǎo<名>khí áp kế

【气眼】qìyǎn<名>❶lỗ thoát không khí ❷rỗ; lõm co

【气焰】qìyàn<名>sự kiêu căng; tính ngạo mạn: ~嚣张 kiêu căng hết sức

【气宇】qìyǔ<名>khí thế; phong thái: ~不凡 phong thái thanh cao

【气郁】qìyù<名>[中医]khí uất (khí của cơ thể không được trôi chảy)

【气韵】qìyùn<名>phong vị; ý vị: 诗句~生动。Câu thơ sinh động đậm đà ý vị.

【气质】qìzhì<名>❶khí chất ❷phong cách; phong thái: 知识分子的~ phong thái của người trí thức

【气壮如牛】qìzhuàngrúniú vẻ khỏe như trâu; khỏe như vâm

【气壮山河】qìzhuàngshānhé khí thế ngất trời; khí thế vang dội non sông

讫qì<动>❶xong; hết; đủ; hoàn tất; kết thúc ❷chấm dứt

迄qì❶<动>đến; tới ❷<副>vẫn: ~未见效 vẫn chưa thấy hiệu quả

【迄今】qìjīn<动>cho đến nay; đến nay; mãi đến giờ: ~为止 cho đến bây giờ

弃qì<动>bỏ đi; vứt đi; bỏ mặc: 抛~ vứt bỏ; 舍~ vứt bỏ đi //(姓)Khí

【弃暗投明】qì'àn-tóumíng bỏ gian tà, theo chính nghĩa; lìa xa bóng tối, theo ánh sáng; cải tà quy chính

【弃儿】qì'ér<名>đứa con bị ruồng bỏ

【弃妇】qìfù<名>[书]người đàn bà bị chồng ruồng bỏ

【弃荒】qìhuāng<动>bỏ hoang: ~很多耕地 bỏ hoang nhiều ruộng đất

【弃奖】qìjiǎng<动>bỏ không nhận phần thưởng

【弃旧图新】qìjiù-túxīn vứt bỏ cái cũ, đi theo cái mới; bỏ cũ tìm mới

【弃绝】qìjué<动>bỏ đi

【弃权】qìquán<动>không bỏ phiếu; bỏ phiếu trắng; bỏ cuộc

【弃若敝屣】qìruòbìxǐ bỏ như bỏ đôi giày rách; bỏ đi không tiếc

【弃世】qìshì<动>[书]chết; mất; từ trần

【弃学】qìxué<动>bỏ học: ~从军 bỏ học đi bộ đội

【弃养】qìyǎng<动>[书]❶bỏ không nuôi nữa ❷bỏ không nuôi trồng nữa ❸bố mẹ mất cả

【弃婴】qìyīng❶<动>ruồng bỏ trẻ sơ sinh ❷<名>đứa bé bị ruồng bỏ

【弃之可惜】qìzhī-kěxī bỏ đi thật đáng tiếc

【弃置】qìzhì<动>để một bên; xếp xó; bỏ xó; vứt bỏ; bỏ đi; bỏ mặc: 车坏了只好~ 不用。Xe hỏng đành xếp xó không dùng nữa.

汽 qì<名>❶hơi ❷hơi nước: ~机 máy hơi nước

【汽车】qìchē<名>ô tô; xe hơi: ~制造商 nhà sản xuất xe hơi

【汽车旅馆】qìchē lǚguǎn nhà trọ/ khách sạn cho người lái xe

【汽车炸弹】qìchē zhàdàn đánh bom xe liều chết: ~案 vụ đánh bom xe liều chết

【汽车站】qìchēzhàn<名>bến xe

【汽船】qìchuán<名>❶tàu hơi nước ❷thuyền máy; ca nô

【汽锤】qìchuí<名>búa máy; búa hơi

【汽灯】qìdēng<名>đèn măng sông

【汽笛】qìdí<名>còi: ~拉响。Tiếng còi vang lên.

【汽缸】qìgāng<名>xi lanh

【汽化】qìhuà<动>khí hóa; sự bay hơi; bốc hơi: 水到一定温度就会~。Nước đến nhiệt độ nhất định sẽ bốc hơi.

【汽化器】qìhuàqì<名>thiết bị sinh hơi; bộ chế hòa khí

【汽酒】qìjiǔ<名>rượu có ga

【汽轮机】qìlúnjī<名>động cơ chạy bằng hơi nước; tua-bin khí

【汽碾】qìniǎn<名>[机械]tàu lăn đường; xe lu; tàu lu

【汽水】qìshuǐ<名>nước giải khát có ga: 冰 镇~ nước giải khát ướp lạnh

【汽艇】qìtǐng<名>thuyền máy; ca nô

【汽油】qìyóu<名>xăng; dầu xăng: ~库 kho xăng

【汽油机】qìyóujī<名>động cơ xăng

泣 qì❶<动>khóc thút thít; khóc không thành tiếng: 哭~ khóc lóc ❷<名>nước mắt: 饮~ nuốt nước mắt

【泣不成声】qìbùchéngshēng khóc nghẹn ngào; khóc không thành tiếng

【泣诉】qìsù<动>vừa khóc vừa kể; nói trong nước mắt; nức nở nói

【泣下如雨】qìxiàrúyǔ nước mắt như mưa

契 qì❶<动>[书]chạm; khắc ❷<名>[书]chữ khắc: 书~ khắc chữ ❸<名>văn khế; văn tự: 地~ văn tự đất/khế ước mua bán đất; 房~ khế ước mua bán nhà ❹<动>hợp nhau; thỏa thuận với nhau; ăn ý nhau: 达成默~ đi tới nhất trí; 他们配合默~。Họ phối hợp ăn ý lắm.

【契合】qìhé❶<动>phù hợp; khớp; thích hợp: 他找到了~自己专业的工作。Anh ấy đã xin được việc làm hợp với chuyên môn. ❷<形>hợp nhau; ăn rơ: 他们两人看起来感 情很~。Hai người ấy có vẻ hợp nhau.

【契机】qìjī<名>thời cơ: 这项政策的实施

将给经济发展带来新的~。Thi hành chính sách này sẽ đưa lại cơ hội mới cho việc phát triển kinh tế.

【契交】qìjiāo<名>bạn tri ki; tri âm

【契据】qìjù<名>chứng từ (hợp đồng, văn bản, chứng thư...)

【契税】qìshuì<名>thuế chuyển nhượng bất động sản

【契友】qìyǒu<名>bạn thân; bạn ý hợp tâm đầu

【契约】qìyuē<名>khế ước; giao kèo

砌 qì❶<动>xây: ~墙 xây tường ❷<名>[书] bậc thềm: 雕栏玉~ lan can chạm trổ/bậc thềm đá hoa

葺 qì<动>[书]sửa nhà; lợp lại nhà: 修~ sửa sang nhà cửa

器 qì❶<名>dụng cụ; công cụ; khí cụ; đồ: 瓷~ đồ sứ; 武~ vũ khí; 电~ đồ điện ❷<名>khí quan; cơ quan: 生殖~ cơ quan sinh dục ❸<名>máy; hộp: 变压~ máy biến thế; 变速~ hộp số/hộp đổi tốc ❹<名>đức độ; tài năng; nhân tài: 大~晚成 tài cao thành đạt muộn ❺<动>[书]quý trọng; coi trọng

【器材】qìcái<名>khí tài; thiết bị

【器官】qìguān<名>khí quan; cơ quan; bộ máy: 发音~ cơ quan phát âm; 内分泌~ bộ máy nội tiết

【器官捐赠】qìguān juānzèng quyên tặng khí quan

【器官移植】qìguān yízhí cấy ghép khí quan; ghép phủ tạng

【器件】qìjiàn<名>chi tiết; phụ tùng; linh kiện

【器具】qìjù<名>dụng cụ; khí cụ; đồ dùng

【器量】qìliàng<名>độ lượng; khí lượng; lòng khoan dung

【器皿】qìmǐn<名>đồ đựng: 家用~ đồ đựng trong nhà

【器物】qìwù<名>đồ dùng; đồ đạc; đồ vật

【器械】qìxiè<名>❶dụng cụ chuyên môn: 医疗~ dụng cụ chữa bệnh ❷vũ khí; khí giới

【器械体操】qìxiè tǐcāo thể dục dụng cụ

【器宇】qìyǔ<名>[书]phong độ; phong thái: ~轩昂 phong thái hiên ngang

【器乐】qìyuè<名>khí nhạc ; âm nhạc diễn tấu bằng nhạc cụ

【器乐曲】qìyuèqǔ<名>bản nhạc sáng tác cho nhạc khí

【器质】qìzhì<名>❶cấu tạo của cơ thể con người: ~性疾病 chứng bệnh thuộc về cơ quan thân thể ❷[书]phong thái: ~非凡 phong thái vượt trội

【器重】qìzhòng<动>coi trọng; quý; quý trọng: 他精明能干,老总很~他。Anh ấy tháo vát năng nổi, cấp trên rất quý trọng anh.

qiā

掐 qiā❶<动>ngắt; cấu; bấu; véo; bấm: ~人中手法得当能使昏迷者苏醒。Bấm huyệt nhân trung thích đáng có thể làm thức tinh người hôn mê. 谁把我种的花~了?Ai đã ngắt hoa tôi trồng? ❷<动>bóp: ~脖子 bóp cổ ❸<量>[方]dúm; túm: 一~小葱 một dúm hành ❹<动>[方]đánh nhau

【掐断】qiāduàn<动>cắt đứt: ~电源 cắt nguồn điện

【掐尖儿】qiājiānr<动>❶bấm non ❷ví chuyện đả kích vùi dập những người trội nổi

【掐算】qiāsuàn<动>bấm ngón tay tính toán

【掐头去尾】qiātóu-qùwěi ngắt đầu bỏ đuôi

【掐腰】qiāyāo<动>ấn mạnh vào thắt lưng

qiǎ

卡 qiǎ❶<动>mắc; kẹt; hóc; kẹp chặt: 喉咙

里~了鱼刺。Cổ họng bị hóc phải xương cá. 抽屉被~住，打不开。Ngăn kéo bị kẹt không kéo ra được。❷〈动〉ngăn chặn; giữ lại; ách lại: ~紧开支 quản lí các khoản chi tiêu; 路口已被交警~住。Cảnh sát giao thông đã chặn lại các ngả đường。❸〈动〉bóp chặt: ~脖子 bóp chặt cổ ❹〈名〉cái cặp ❺〈名〉trạm kiểm soát: 税~ trạm thu thuế // (姓) Tạp

另见 kǎ

【卡具】qiǎjù〈名〉bộ gá; ê-tô

【卡壳】qiǎké〈动〉❶(súng) hóc; kẹt ❷tạm ngừng; bị kẹt; trục trặc; bị tắc: 他说着说着就~了。Anh ấy đang nói thì bị nghẹn lại.

【卡子】qiǎzi〈名〉❶cái cặp; cái kẹp ❷trạm kiểm soát

qià

洽 qià❶〈形〉hòa thuận; hợp nhau: 融~ hợp nhau; 意见不~ ý kiến khác nhau ❷〈动〉bàn bạc; giao thiệp; tiếp xúc; thương lượng: 面~ bàn bạc trực tiếp ❸〈形〉[书]sâu rộng; đầy đủ; nhiều: 博识~闻 nghe nhiều biết rộng

【洽购】qiàgòu〈动〉bàn về việc mua: ~粮油 bàn về việc mua lương thực và dầu ăn

【洽商】qiàshāng〈动〉bàn bạc; thương lượng: ~合作事宜 bàn bạc việc hợp tác với nhau

【洽谈】qiàtán〈动〉bàn bạc; thảo luận; thương lượng: ~业务 thương lượng về nghiệp vụ

【洽谈会】qiàtánhuì〈名〉cuộc thương lượng; cuộc thảo luận

【洽妥】qiàtuǒ〈动〉đạt tới nhất trí

恰 qià❶〈形〉thích đáng; thỏa đáng; thích hợp: 措辞不~ câu chữ dùng không thích hợp ❷〈副〉vừa vặn; vừa đúng; vừa hay: ~到好处 vừa đến mức; ~合时宜 vừa vặn hợp thời

【恰当】qiàdàng〈形〉thích đáng; thỏa đáng; thích hợp; xác đáng: ~的条件 các điều kiện thích hợp; 你的做法不太~。Cô làm thế không được thích hợp lắm.

【恰到好处】qiàdào-hǎochù vừa đúng chỗ; đúng mức

【恰好】qiàhǎo〈副〉vừa văn; vừa đúng lúc; vừa hay; vừa may: ~把钱花完 vừa văn tiêu hết tiền; ~明天休息，我们去郊游吧。Vừa may mai nghỉ, ta đi dã ngoại nhé.

【恰恰】qiàqià〈副〉vừa đúng; hoàn toàn; vừa hay: 结果~证明她是对的。Kết quả lại vừa văn chứng minh chị ấy là đúng. ~在最需要的时候他没有来。Đúng vào lúc cần nhất thì anh ấy lại vắng mặt.

【恰恰舞】qiàqiàwǔ〈名〉múa cha-cha

【恰巧】qiàqiǎo〈副〉vừa khéo; vừa may; vừa văn: ~大家都在。Vừa may mọi người đã đến đủ cả.

【恰如其分】qiàrú-qífèn đúng mức; đích đáng; vừa phải; vừa chăng: 处理得~ xử lí đúng mức

【恰似】qiàsì〈动〉hệt như; đúng như; giống như: 雨后的江南水乡~一幅水墨画。Sau trận mưa, vùng sông nước Giang Nam tựa như một bức tranh thủy mặc.

qiān

千 qiān〈数〉❶nghìn; ngàn: ~里 ngàn dặm ❷rất nhiều: ~家万户 rất nhiều gia đình // (姓) Thiên

【千变万化】qiānbiàn-wànhuà biến hóa vô cùng; thiên biến vạn hóa

【千不该，万不该】qiān bù gāi, wàn bù gāi quả thật không nên: ~，我不该让你一个人去。Tôi quả thật không nên để anh đi một mình.

Q

【千层饼】qiāncéngbǐng〈名〉bánh nướng nhiều lớp

【千差万别】qiānchā-wànbié khác nhau rất nhiều

【千疮百孔】qiānchuāng-bǎikǒng trăm lỗ ngàn mụn; lở loét; đầy vết thương: ~的经济 một nền kinh tế đầy thương tích

【千锤百炼】qiānchuí-bǎiliàn❶trải qua trăm nghìn thử thách; dạn dày thử thách ❷gọt giũa công phu

【千刀万剐】qiāndāo-wànguǎ cắt ra thành từng mảnh; giết chết; băm cho nát

【千叮万嘱】qiāndīng-wànzhǔ căn dặn cặn kẽ

【千方百计】qiānfāng-bǎijì trăm phương nghìn kế

【千分表】qiānfēnbiǎo〈名〉máy đo; cái đo cỡ

【千分尺】qiānfēnchǐ〈名〉cái đo vi; trắc vi kế

【千夫所指】qiānfūsuǒzhǐ bị nhiều người chỉ trích

【千伏】qiānfú〈量〉[电学]ki-lô-vôn

【千古】qiāngǔ❶〈名〉nghìn xưa; nghìn đời; muôn đời; thiên cổ: 名留~ lưu danh thiên cổ ❷〈动〉thiên cổ (lời viếng): 老夫人~ bà cụ thiên cổ

【千古绝唱】qiāngǔ-juéchàng bài hát tuyệt trần; một bài hay tuyệt trần

【千古罪人】qiāngǔ-zuìrén tội nhân muôn đời

【千赫】qiānhè〈量〉ki-lô-héc

【千呼万唤】qiānhū-wànhuàn gọi mãi; gọi như gọi đò; mời nhiều lần: ~始出来 mời nhiều lần mới ra mắt đám đông

【千回百转】qiānhuí-bǎizhuǎn khúc khuỷu quanh co; muôn ngàn trắc trở

【千家万户】qiānjiā-wànhù mỗi một gia đình; từng gia đình: 民生问题关系到~的 幸福。Vấn đề dân sinh liên quan tới hạnh phúc của muôn ngàn gia đình.

【千娇百媚】qiānjiāo-bǎimèi dịu dàng nhu mì

【千斤】qiānjīn（数量）nghìn cân; ví trách nhiệm nặng nề: ~重担一肩挑。Gánh nặng nghìn cân một mình gánh vác.

【千斤】qiānjin〈名〉❶cái kích ❷cá (dùng để chặn không cho bánh răng quay ngược chiều)

【千斤顶】qiānjīndǐng〈名〉cái kích để kích vật nặng

【千金】qiānjīn❶〈名〉nghìn vàng; rất nhiều tiền: ~难买 bao nhiêu tiền cũng khó mua được ❷〈形〉rất quý giá: ~之躯 tấm thân ngàn vàng ❸〈名〉quý nữ; thiên kim

【千金小姐】qiānjīn xiǎojiě thiên kim tiểu thư

【千军万马】qiānjūn-wànmǎ thiên binh vạn mã

【千钧一发】qiānjūn-yīfà nghìn cân treo sợi tóc

【千克】qiānkè〈量〉ki-lô-gam

【千里】qiānlǐ〈量〉nghìn dặm: ~之遥 đường xa nghìn dặm

【千里马】qiānlǐmǎ〈名〉thiên lí mã; ngựa ngày đi ngàn dặm; con người tài giỏi

【千里送鹅毛】qiānlǐ sòng émáo vật khinh tình trọng; lễ bạc lòng thành; của ít lòng nhiều

【千里迢迢】qiānlǐ-tiáotiáo nghìn dặm xa xôi; xa xôi ngàn trùng

【千里眼】qiānlǐyǎn〈名〉❶thiên lí nhãn; nhìn xa ngàn dặm; cặp mắt tinh tường ❷[旧]kính viễn vọng

【千里姻缘一线牵】qiānlǐ yīnyuán yī xiàn qiān duyên thắm chỉ hồng; duyên trời tiền định

【千里之堤，溃于蚁穴】qiānlǐzhīdī, kuìyúyǐxué cái sảy nảy cái ung, con đê nghìn dặm sạt vì tổ mối

【千里之行，始于足下】 qiānlǐzhīxíng, shǐyúzúxià đường đi ngàn dặm, bắt đầu từ bước đầu tiên; có đi mới đến

【千虑一得】 qiānlǜ-yīdé thiên lự nhất đắc; vắt óc suy nghĩ rồi cũng sẽ có sáng kiến

【千米】 qiānmǐ<量>ki-lô-mét

【千难万险】 qiānnán-wànxiǎn nhiều khó khăn và nguy hiểm

【千篇一律】 qiānpiān-yīlǜ nghìn bài một điệu; rập cùng một khuôn; rập khuôn máy móc

【千奇百怪】 qiānqí-bǎiguài vô cùng kì quái; trăm hình ngàn vẻ; hết sức mới lạ

【千千万万】 qiānqiānwànwàn ❶ hàng nghìn hàng vạn: ~的同胞 hàng nghìn hàng vạn đồng bào ❷ nhất định; nhất thiết: 路上~ 要小心。 Trên đường đi nhất thiết phải hết sức cẩn thận.

【千秋】 qiānqiū<名> ❶ thiên thu; nghìn thu; ngàn năm; muôn thuở: 流芳~ tiếng thơm để mãi đến nghìn thu ❷ muôn tuổi; sống lâu; trường thọ

【千秋大业】 qiānqiū-dàyè sự nghiệp muôn thuở

【千秋万代】 qiānqiū-wàndài muôn đời muôn thuở

【千山万水】 qiānshān-wànshuǐ muôn núi ngàn sông; vạn thủy thiên sơn; núi sông nghìn trùng

【千手观音】 Qiānshǒu Guānyīn Quan Âm nghìn tay; Phật bà nghìn tay

【千丝万缕】 qiānsī-wànlǚ chằng chịt trăm mối; trăm mối tơ vò

【千头万绪】 qiāntóu-wànxù ngàn đầu vạn mối; trăm công nghìn việc; rối như bòng bong

【千瓦】 qiānwǎ<量>một nghìn oát; kilôoát;

【千瓦小时】 qiānwǎxiǎoshí ki-lô-oát giờ

【千万】 qiānwàn<副>nhất thiết; nhất định

【千辛万苦】 qiānxīn-wànkǔ trăm đắng ngàn cay; muôn vàn gian khổ

【千言万语】 qiānyán-wànyǔ muôn ngàn lời nói

【千依百顺】 qiānyī-bǎishùn hết sức chiều chuộng; chiều như chiều vong: 爷爷奶奶对 自己的孙子~。 Cháu đích tôn được ông bà chiều như chiều vong.

【千载难逢】 qiānzǎi-nánféng nghìn năm có một; ngàn năm khó gặp

【千兆】 qiānzhào<量>kilômêga

【千真万确】 qiānzhēn-wànquè cực kì chính xác; hoàn toàn chính xác; chân thực trăm phần trăm

【千姿百态】 qiānzī-bǎitài muôn hình muôn vẻ; muôn hình ngàn vẻ

仟 qiān<数>chữ "千" viết kép

阡 qiān<名>[书] ❶ đường bờ ruộng ❷ lối đi ra phần mộ

【阡陌】 qiānmò<名>[书]đường bờ ruộng: ~纵横 bờ ruộng dọc ngang; ~交通 đường giao thông dọc ngang chằng chịt

扦 qiān ❶ <名>que; nan; thanh (bằng tre, sắt, gỗ...) ❷ <名>cái xăm (dùng để xăm vào bao bột, gạo...để lấy ra ít bột, gạo...ra kiểm tra) ❸ <动>[方]cài; cắm: ~门 cài cửa ❹ <动>[方]sửa; gọt: ~脚 sửa chân; ~梨 gọt lê

【扦插】 qiānchā<动>[农业]giâm (giâm một đoạn cành, thân hay rễ để gây một cây mới)

【扦子】 qiānzi<名> ❶ que; nan; thanh (bằng tre, sắt, gỗ...) ❷ cái xăm (dùng để xăm vào bao bột, gạo...để lấy ra ít bột, gạo...để kiểm tra)

迁 qiān<动> ❶ di chuyển; di; dời; dọn: 都 迁都 dời đô ❷ chuyển biến; biến đổi; đổi thay: 时过境~ năm tháng trôi qua, hoàn cảnh đổi thay ❸ [书]thăng giáng quan chức: 左~

giáng chức

【迁并】qiānbìng<动>dời và nhập vào: 这家工厂将~到一家大企业。Nhà máy này sẽ dời đi và sáp nhập vào một xí nghiệp lớn.

【迁飞】qiānfēi<动>bay dời; di trú: 那群鸟已经~到别的地方。Đàn chim ấy đã bay dời đi nơi khác.

【迁户口】qiān hùkǒu chuyển hộ khẩu

【迁建】qiānjiàn<动>di chuyển và xây dựng lại: 移民~工程 chương trình dân di cư di chuyển và xây dựng lại

【迁就】qiānjiù<动>nhân nhượng; chiều lòng; cả nể: 为了~他我才做了那件事。Chiều lòng bác ấy tôi mới làm việc đó. 做领导不能过于~下属。Làm lãnh đạo không nên quá chiều lòng thuộc hạ.

【迁居】qiānjū<动>di cư; dời nhà; chuyển nhà; chuyển chỗ ở: ~外省 di cư sang tỉnh khác

【迁离】qiānlí<动>di dời; dời khỏi: ~故土 dời khỏi quê nhà

【迁怒】qiānnù<动>trút giận; giận lây sang: ~于人 giận chó đánh mèo/giận cá chém thớt

【迁徙】qiānxǐ<动>di chuyển; di cư; di trú: 候鸟有~的习惯。Chim di trú có tập tính di trú theo mùa.

【迁移】qiānyí<动>di chuyển; dời; chuyển chỗ: 公司已~到开发区去了。Công ti đã được chuyển dời đến khu công nghiệp.

【迁移性】qiānyíxìng<名>[动物]tính di chuyển

【迁葬】qiānzàng<动>cải táng

钎 qiān<名>cái choòng; cái xà beng: 钢~ cái choòng thép; 炮~ súng bắn đá

【钎子】qiānzi<名>cái choòng; cái xà beng

牵 qiān<动>❶dắt; kéo: ~牛 dắt bò; 小朋友们手~手出去玩。Các cháu dắt nhau đi chơi. ❷dắt dây; kéo theo; dính dáng; dính

dấp: 案件~连到一个又一个的人。Vụ án dắt dây, hết người này đến người khác. ❸mong nhớ; nhớ nhung //(姓)Khiên

【牵绊】qiānbàn<动>gây trở ngại; quấn chân: 不要相互~。Không nên gây trở ngại lẫn nhau.

【牵缠】qiānchán<动>dính dáng; quấn chân: 她没想到自己会被这件事~住。Cô ấy thật không ngờ lại bị việc đó quấn chân vào.

【牵肠挂肚】qiāncháng-guàdù bồn chồn mong nhớ; nhớ da diết; bận tâm: 为孩子的事情~ bận tâm đến chuyện con cái

【牵扯】qiānchě<动>kéo; gắn; liên lụy; có liên quan: 怎么把我也~进去了? Sao lại có thể liên quan đến tôi?

【牵掣】qiānchè<动>❶do có dính líu mà bị kìm hãm ❷hãm chân; cản trở; ngăn chặn

【牵动】qiāndòng<动>❶tác động đến: ~社会关注 gây được sự chú ý của xã hội ❷khơi dậy; gợi đến; động đến: 地震灾区的情况正~着全国同胞的心。Tình hình của vùng động đất đang khuấy động tấm lòng của đồng bào cả nước.

【牵挂】qiānguà<动>bận tâm; nhớ; vướng víu: 爸妈总是叫我不要~家里的事。Bố mẹ luôn dặn tôi đừng bận tâm về công việc của gia đình.

【牵累】qiānlèi<动>❶làm cho mệt mỏi; ràng buộc: 受家务~，他无暇顾及自己的业余爱好。Bị ràng buộc bởi việc nhà, anh ấy không có thời gian để quan tâm những sở thích của mình. ❷liên lụy: 那次事故站长也被~而受处分。Sự cố đó cũng đã làm liên lụy khiến trạm trưởng bị kỉ luật.

【牵连】qiānlián<动>❶liên lụy; dính dáng đến: 受~ bị dính vào 叭❷liên quan; gắn: 地价和房价，二者有着互相~的关系。Giá ruộng đất và giá nhà cửa có quan hệ gắn bó với nhau.

【牵念】qiānniàn<动>bận tâm; mong nhớ; lo lắng; lo nghĩ

【牵牛花】qiānniúhuā<名>hoa bìm bìm

【牵强】qiānqiǎng<形>gò; gò ép; khiên cưỡng; gượng ép: 理由~ lí do gượng ép; ~的回答 trả lời một cách khiên cưỡng

【牵强附会】qiānqiǎng-fùhuì gán ghép một cách gượng ép; khiên cưỡng

【牵涉】qiānshè<动>dính dáng đến; liên quan; liên đới; quan hệ với: 这项工作~到不少部门。Công việc này liên quan tới nhiều bộ môn. 那件事~到你。Việc đó có dính dáng đến anh đấy.

【牵手】qiānshǒu<动>❶tay nắm tay ❷bắt tay nhau; chung sức

【牵头】qiāntóu<动>cầm đầu; đứng đầu; dẫn đầu: 这件事你~去做吧。Việc này anh hãy đứng đầu làm đi.

【牵系】qiānxì<动>❶liên kết; gắn bó: 食品安全，~万家。Vấn đề an toàn thực phẩm có liên quan tới từng gia đình. ❷bận tâm; mong nhớ

【牵线】qiānxiàn<动>❶điều khiển dây; giật dây: ~人 kẻ giật dây ❷chắp nối; tác hợp; giới thiệu: 你给他们俩~吧。Cô hãy tác hợp cho họ nhé.

【牵线搭桥】qiānxiàn-dāqiáo kéo dây bắc cầu; xe duyên đôi lứa

【牵一发而动全身】qiān yī fà ér dòng quánshēn nhổ một sợi tóc làm rung động toàn thân; rút dây động rừng; rung chà cá nhảy

【牵引】qiānyǐn<动>❶kéo; lôi: 把故障船~入港。Kéo chiếc tàu hỏng vào cảng. 那辆机车可以~多少节车厢? Đầu máy ấy có thể kéo được bao nhiêu toa tàu? ❷kéo dãn khớp cổ, khớp sống để điều trị thương tật: 她腰疼，现在正接受~治疗。Cô ấy đã bị đau lưng và hiện đang điều trị bằng cách kéo giãn.

【牵引车】qiānyǐnchē<名>máy kéo

【牵引力】qiānyǐnlì<名>lực kéo; sức kéo

【牵着鼻子走】qiānzhe bízi zǒu dắt mũi để cho đi theo; mất quyền chủ động; bị dắt mũi: 我不愿被~。Tôi không muốn bị dắt mũi đi theo.

【牵制】qiānzhì<动>kiềm chế; khiên chế; giam chân; kìm giữ: ~敌军 kiềm chế quân địch

铅 qiān<名>❶[化学]chì (kí hiệu: Pb) ❷ruột bút chì; than chì

【铅版】qiānbǎn<名>bản in đúc

【铅笔】qiānbǐ<名>bút chì

【铅笔刀】qiānbǐdāo<名>cái gọt bút chì

【铅笔盒】qiānbǐhé<名>hộp bút chì

【铅笔画】qiānbǐhuà<名>tranh vẽ bằng bút chì; tranh chì

【铅垂线】qiānchuíxiàn<名>[建筑]đường dây dọi

【铅华】qiānhuá<名>phấn son; mĩ phẩm: 洗尽~ rửa hết phấn son; 不施~ không tô son phấn

【铅灰】qiānhuī<形>màu xám chì; xám xịt: ~的云层笼罩着海面。Tầng mây xám xịt bao trùm cả mặt biển.

【铅球】qiānqiú<名>[体育]❶môn đẩy tạ; môn ném tạ ❷quả tạ (đẩy)

【铅丝】qiānsī<名>dây chì

【铅印】qiānyìn<动>in máy; in ti-pô

【铅中毒】qiānzhòngdú nhiễm độc chì

【铅字】qiānzì<名>chữ chì; chữ in

悭 qiān[书]❶<形>bủn xỉn; hà tiện; keo kiệt ❷<动>khiếm khuyết; thiếu: 缘—面 chẳng có cơ hội được gặp mặt nhau

【悭吝】qiānlìn<形>[书]bủn xỉn; hà tiện; keo kiệt: ~鬼 kẻ hà tiện/kẻ bủn xỉn

谦 qiān<形>khiêm tốn; nhún mình; nhún nhường; nhũn nhặn

【谦卑】qiānbēi<形>khiêm tốn; nhã nhặn

【谦称】qiānchēng❶<动>nói khiêm tốn ❷<名>xưng hô khiêm tốn

【谦辞】[1] qiāncí<名>lời nói khiêm tốn

【谦辞】[2] qiāncí<动>khiêm tốn từ chối; khước từ một cách lễ phép: 我们诚意推举你，你就别~了。Chúng tôi thực lòng bầu anh, anh đừng từ chối nữa.

【谦恭】qiāngōng<形>khiêm tốn lễ độ: 态度~ thái độ khiêm tốn lễ độ

【谦和】qiānhé<形>khiêm tốn nhã nhặn: 为人~ khiêm tốn hòa nhã với mọi người

【谦谦君子】qiānqiān-jūnzǐ người quân tử

【谦让】qiānràng<动>khiêm nhường; khiêm nhượng: 大家~了一番便依次落了座。Mọi người nhún nhường nhau một lát rồi ngồi vào chỗ.

【谦虚】qiānxū❶<形>khiêm tốn: ~请教于专业人士 khiêm tốn hỏi ý kiến của người chuyên nghiệp ❷<动>nói khiêm tốn; nói nhún nhường: 对于大家的赞美，她~了一番。Chị ấy tỏ ra khiêm tốn trước những lời khen của mọi người.

【谦逊】qiānxùn<形>khiêm tốn; nhũn nhặn

签[1] qiān<动>❶kí: 请您在文件上~字。Xin ông kí tên vào văn bản. ❷ghi; viết ý kiến: ~注意见 ghi chú ý kiến

签[2] qiān❶<名>cái thẻ; cái thăm: 抽~ rút thăm; 求~ xin thẻ ❷<名>mẩu giấy đánh dấu; cái nhãn; nhãn dính: 标~ tem; 书~ thẻ làm dấu sách/mẩu giấy đánh dấu trang sách ❸<名>cái tăm: 牙~ cái tăm ❹<动>khâu sơ qua; khâu vắt vết mổ; may lược

【签到】qiāndào<动>đăng kí có mặt

【签到簿】qiāndàobù<名>sổ theo dõi chuyên cần; sổ ghi tên người có mặt

【签到处】qiāndàochù<名>bàn đăng kí có mặt

【签订】qiāndìng<动>kí kết: ~劳动合同 kí kết hợp đồng lao động; ~贸易议定书 kí kết nghị định thư mậu dịch

【签发】qiānfā<动>kí và phát đi; kí để gửi đi: ~护照 kí và phát hộ chiếu; ~文件 kí và gửi công văn; ~命令 công bố mệnh lệnh

【签名】qiānmíng❶<动>kí tên; kí ❷<名>chữ kí: 她的~几乎认不出来。Chữ kí của cô ấy hầu như không nhận ra được.

【签名照】qiānmíngzhào<名>tấm ảnh có chữ kí

【签批】qiānpī<动>kí tên chuẩn y: 所需经费由主管经理~。Khoản chi tiêu đó do giám đốc chủ quản kí tên chuẩn y.

【签收】qiānshōu<动>kí nhận: 包裹须由收件人~。Bưu kiện phải do người nhận kí nhận.

【签售】qiānshòu<动>đến hiện trường kí tên bán tác phẩm hay sản phẩm của mình; kí bán: ~会 cuộc họp kí bán

【签署】qiānshǔ<动>kí chính thức: ~合同 kí chính thức hợp đồng

【签约】qiānyuē<动>kí hiệp ước; kí hợp đồng; kí giao kèo: ~仪式 lễ kí; ~人 người kí hiệp ước; 本赛季俱乐部跟一名新球员签了约。Câu lạc bộ đã kí giao kèo với một cầu thủ mới cho mùa bóng này.

【签证】qiānzhèng❶<动>thị thực: 入境~ thực nhập cảnh ❷<名>thẻ thị thực; visa

【签注】qiānzhù<动>❶dán; kẹp giấy có ghi ý kiến vào tài liệu; ghi ý kiến lên tài liệu ❷ghi nhận xét và chú giải ❸ghi chú và thị thực

【签字】qiānzì❶<动>kí tên: ~仪式 lễ kí ❷<名>chữ kí

qián

荨 qián

另见xún

【荨麻】qiánmá<名>❶cây tầm ma ❷sợi tầm ma

钤 qián[书]❶<名>con dấu ❷<动>đóng dấu ❸<动>khóa; quản thúc: ~束 quản thúc

【钤印】qiányìn<名>[旧]dấu ấn

前 qián❶<名>phía trước; đằng trước; tiền: ~门 cửa trước; 面~ trước mặt ❷<名>đầu; trước: ~三名 ba ngôi đầu ❸<动>tiến lên; đi về phía trước: 勇往直~ dũng mãnh tiến lên ❹<名>...kia; trước kia: ~天 hôm kia; 五天~ năm hôm trước ❺<名>ngày xưa; trước kia: ~政务院 Viện tài vụ trước kia; ~总统 cựu tổng thống ❻<名>tiền; trước...: ~科学 tiền khoa học; ~资本主义 tiền tư bản ❼<名>trước; phía trước; tương lai: ~程 con đường phía trước/con đường tương lai ❽<名>tiền phương; tiền tuyến; mặt trận: 支~ chi viện tiền tuyến //(姓) Tiền

【前半生】qiánbànshēng<名>nửa đời đầu

【前半夜】qiánbànyè<名>nửa đêm trước

【前辈】qiánbèi<名>❶ông cha; tiền bối; lớp trước ❷đàn anh

【前边】qiánbian<名>đằng trước; phía trước

【前不着村，后不着店】qián bù zháo cūn, hòu bù zháo diàn phía trước không thấy làng, phía sau không có nhà trọ; ở lưng chừng nơi hoang vắng

【前朝】qiáncháo<名>❶triều đại trước ❷nơi chầu vua

【前车之鉴】qiánchēzhījiàn xe trước đổ làm gương; rút kinh nghiệm qua người trước hay việc làm trước

【前尘】qiánchén<名>[书]quá khứ; việc cũ; trước kia: 回首~ nhìn lại quá khứ

【前程】qiánchéng<名>❶tiền đồ; tương lai; tiền trình; con đường phía trước: 锦绣~ tương lai tươi đẹp ❷[旧]đường công danh, chức tước

【前代】qiándài<名>❶thời đại trước: 了解~的史实 tìm hiểu về dữ liệu lịch sử của thời đại trước ❷người của thời đại trước; tổ tiên của dòng họ

【前导】qiándǎo❶<动>dẫn đường; tiền đạo ❷<名>người dẫn đường

【前灯】qiándēng<名>đèn pha trước

【前额】qián'é<名>trán

【前方】qiánfāng<名>❶phía trước: 观察theo dõi tình hình phía trước ❷tiền phương; tiền tuyến: 支援~ chi viện cho tiền phương

【前锋】qiánfēng<名>❶quân tiên phong: ~部队 đội quân tiên phong; 阻击敌人的~ chặn đánh mũi tiên phong của địch ❷[体育] tiền đạo

【前夫】qiánfū<名>người chồng trước

【前俯后仰】qiánfǔ-hòuyǎng =【前仰后合】

【前赴后继】qiánfù-hòujì người trước tiến người sau cũng tiến theo; người sau tiếp bước người trước

【前功尽弃】qiángōng-jìnqì công sức trước kia bỏ đi sạch trơn

【前后】qiánhòu<名>❶trước sau: 春节~ trước sau Tết Nguyên đán ❷từ đầu đến cuối: 他~只来过三次。 Từ đầu chí cuối nó chỉ đến có ba lần. ❸đầu và cuối; trước sau: 我~坐的都是男同学。 Ngồi ở phía trước và sau tôi đều là các bạn học sinh nam.

【前后脚儿】qiánhòujiǎor[口]kẻ trước người sau; lần lượt: 夫妻俩~回到家。 Hai vợ chồng kẻ trước người sau về tới nhà.

【前呼后拥】qiánhū-hòuyōng tiền hô hậu ủng; xúm quanh hoan hô ủng hộ

【前脚】qiánjiǎo❶<名>chân trước ❷<副>ngay lúc; ngay sau khi; vừa mới: 老师~走出教室，学生就开始打闹起来。 Thầy giáo vừa mới bước khỏi lớp học, các em học sinh đã bắt đầu đùa nghịch với nhau.

【前襟】qiánjīn<名>vạt áo trước; thân áo

trước

【前进】qiánjìn<动>tiến lên; tiến tới; tiến bước

【前景】qiánjǐng<名>❶tiền cảnh ❷triển vọng; cảnh tương lai: ~无限美好。Có triển vọng tốt đẹp.

【前科】qiánkē<名>tiền án; tiền sự

【前来】qiánlái<动>đến đây; có mặt tại đây: ~报到 đến nhận công tác

【前例】qiánlì<名>tiền lệ; gương trước: 史无~ chưa từng thấy trong lịch sử/chưa từng có trong lịch sử

【前列】qiánliè<名>hàng đầu: 走在世界~ đi trên hàng đầu thế giới

【前列腺】qiánlièxiàn<名>tuyến tiền liệt: ~炎 viêm tuyến tiền liệt

【前轮】qiánlún<名>bánh trước

【前门拒虎，后门进狼】qiánmén-jùhǔ, hòumén-jìnláng chống cọp cửa trước, rước sói cửa sau

【前面】qiánmiàn<名>❶đằng trước; mặt trước; phía trước: 站在~ đứng ở đằng trước; ~有一个人。Phía trước có một người. ❷trên; trên đây: 文章的~交代了写作缘由。Phần đầu bài văn đã nêu rõ nguyên do viết bài.

【前年】qiánnián<名>năm kia

【前怕狼，后怕虎】qián pà láng, hòu pà hǔ trước sợ sói, sau sợ cọp; hết sợ này đến sợ khác

【前排】qiánpái<名>hàng trước: ~就坐 ngồi ở hàng trước

【前仆后继】qiánpū-hòujì người trước ngã xuống, người sau tiến tới; tiếp bước

【前妻】qiánqī<名>người vợ trước

【前期】qiánqī<名>giai đoạn đầu; tiền kì: ~工程 công trình của thời kì đầu

【前愆】qiánqiān<名>[书]những lầm lỗi trước kia

【前前后后】qiánqiánhòuhòu❶trước sau; từ đầu chí cuối: 编写这本词典~花了五年时间。Biên soạn cuốn từ điển này từ đầu chí cuối mất 5 năm. ❷đầu đuôi: 事情的~ đầu đuôi của sự việc

【前驱】qiánqū<名>đi đầu; đi trước; đi tiên phong; tiền khu: 革命~ bậc tiền bối cách mạng

【前去】qiánqù<动>đi; đi tới: ~观赏 đi thưởng ngoạn

【前人】qiánrén<名>người trước; người xưa; người tiền nhân

【前人栽树，后人乘凉】qiánrén-zāishù, hòurén-chéngliáng người đời trước trồng cây, người đời sau hóng mát; đời trước làm, đời sau hưởng

【前任】qiánrèn<名>(người) tiền nhiệm; người phụ trách trước; người đảm nhiệm trước: ~部长 bộ trưởng tiền nhiệm

【前日】qiánrì<名>hôm kia

【前哨】qiánshào<名>tiền đồn; đội tiền tiêu

【前身】qiánshēn<名>❶tiền thân: 这家服装企业的~是纺纱厂。Tiền thân của xí nghiệp may mặc này là nhà máy dệt. ❷vạt trước áo dài

【前生今世】qiánshēng-jīnshì kiếp trước và kiếp này

【前世】qiánshì<名>kiếp trước; đời trước

【前事不忘，后事之师】qiánshì-bùwàng, hòushì-zhīshī nhớ lấy việc trước để làm gương cho việc sau

【前思后想】qiánsī-hòuxiǎng suy đi tính lại

【前所未闻】qiánsuǒwèiwén xưa nay chưa hề nghe thấy

【前所未有】qiánsuǒwèiyǒu xưa nay chưa từng có: ~的规模 quy mô xưa nay chưa từng có

【前台】qiántái<名>❶phần trước sân khấu

❷sân khấu ❸phía trước; nơi công khai: 他只是在~露面当傀儡. Nó chỉ đứng ở phía trước làm bù nhìn. ❹quầy lễ tân

【前提】qiántí<名>❶tiền đề ❷điều kiện tiên quyết

【前途】qiántú<名>tiền đồ; tương lai; triển vọng: ~远大 tương lai rộng lớn

【前往】qiánwǎng<动>đi; ra: ~机场迎接客人 ra sân bay đón tiếp tân khách

【前卫】qiánwèi❶<名>tiền vệ; cảnh giới phía trước: ~部队 cánh quân cảnh giới phía trước ❷<名>[体育]tiền vệ: 出色的~ một tiền vệ xuất sắc ❸<形>tiên phong: ~作家 nhà văn tiên phong

【前无古人】qiánwúgǔrén người xưa không làm nổi; xưa chưa từng có

【前夕】qiánxī<名>❶đêm trước: 新年~ đêm trước năm mới; 圣诞节~ đêm trước lễ Giáng sinh ❷trước lúc; trước giờ phút: 比赛~ đêm sát nút trước cuộc thi đấu; 决战~ trước giờ phút quyết chiến

【前贤】qiánxián<名>[书]bậc tiền bối hiền tài; bậc hiền triết

【前嫌】qiánxián<名>hiềm khích trước kia: 不计~ xóa bỏ hiềm khích trước kia

【前线】qiánxiàn<名>mặt trận; tiền tuyến; tuyến đầu: 他在~战斗. Anh ấy đang chiến đấu trên tuyến đầu.

【前项】qiánxiàng<名>khoản trước; mục trước

【前言】qiányán<名>❶lời nói đầu ❷lời nói ở trên

【前言不搭后语】qiányán bù dā hòuyǔ lời trước không khớp với lời sau

【前沿】qiányán<名>❶tiền duyên; tiền tuyến ❷tuyến đầu; tuyến trước: ~科学 khoa học tuyến đầu

【前仰后合】qiányǎng-hòuhé ngặt ngưỡng; ngặt nghẽo; nghiêng nghiêng ngả ngả; úp trước ngả sau: 笑得~ cười ngặt nghẽo

【前夜】qiányè =【前夕】

【前因后果】qiányīn-hòuguǒ nguyên nhân và hậu quả; nhân trước quả sau

【前缘】qiányuán<名>tiền duyên

【前瞻】qiánzhān<动>❶trông về phía trước ❷lo xa; nhìn xa trông rộng

【前瞻性】qiánzhānxìng<名>sự lo xa; khả năng nhìn xa trông rộng

【前站】qiánzhàn<名>tiền trạm; trạm dừng phía trước: 打~ làm nhiệm vụ tiền trạm

【前兆】qiánzhào<名>điềm; điềm báo trước; triệu chứng: 感冒的~ triệu chứng bị cảm

【前者】qiánzhě<代>người trước; điều trên

【前肢】qiánzhī<名>chân trước; chi trước (của động vật)

【前置词】qiánzhìcí<名>từ đặt trước

【前缀】qiánzhuì<名>tiền tố

【前奏】qiánzòu<名>❶khúc dạo đầu; đoạn mở đầu ❷việc mở đầu: 许多小公司破产是经济崩溃的~. Sự phá sản của nhiều công ti nhỏ là sự kiện mở đầu cho sự sụp đổ chung về kinh tế.

【前奏曲】qiánzòuqǔ<名>khúc nhạc dạo đầu

虔 qián<形>cung kính; kính cẩn

【虔诚】qiánchéng<形>thành kính; ngoan đạo: ~的信徒 tín đồ ngoan đạo

【虔敬】qiánjìng<形>cung kính; kính cẩn: ~的态度 thái độ kính cẩn

【虔心】qiánxīn❶<名>lòng thành ❷<形>thành tâm; thành kính; ngoan đạo

钱¹ qián<名>❶đồng tiền: 一串铜~ một chuỗi đồng tiền ❷tiền; tiền bạc: 有~出~, 有力出力. Có tiền góp tiền, có sức góp sức. ❸khoản tiền; món tiền: 饭~ tiền cơm ❹tiền của: 有~人 người giàu có ❺vật có hình dạng giống đồng tiền: 纸~ vàng giấy/ tiền âm phủ //(姓)Tiền

钱² qián<量>tiền; hoa; chi; đồng cân (1/10 lạng)

【钱包】qiánbāo<名>ví tiền; hầu bao

【钱币】qiánbì<名>tiền; tiền tệ

【钱财】qiáncái<名>tiền tài; tiền bạc; tiền của: 看重~ coi trọng tiền tài

【钱柜】qiánguì<名>két đựng tiền; tủ đựng tiền

【钱夹】qiánjiā<名>ví tiền; ví đựng tiền

【钱款】qiánkuǎn<名>khoản tiền; món tiền

【钱粮】qiánliáng<名>❶[旧]thuế ruộng: 收完~ thu xong thuế ruộng ❷dịch vụ tài chính đời Thanh

【钱塘潮】Qiántángcháo<名>thủy triều sông Tiền Đường, tỉnh Chiết Giang Trung Quốc

【钱眼】qiányǎn<名>lỗ đồng tiền: 钻~儿 chui lỗ đồng tiền (ý nói hám tiền)

【钱庄】qiánzhuāng<名>[旧]hiệu buôn tiền; ngân hàng tư nhân

钳 qián❶<名>cái kìm: 尖嘴~ kìm nhọn đầu; 老虎~ cái ê tô ❷<动>cặp; kẹp: 用钳子~住 cặp chặt bằng kìm ❸<动>kìm; hãm; chặn: ~制 kiềm chế

【钳床】qiánchuáng<名>bàn ê tô

【钳工】qiángōng<名>❶công việc nguội ❷thợ nguội

【钳口结舌】qiánkǒu-jiéshé ngậm tăm; miệng câm như hến; bị cứng họng

【钳制】qiánzhì<动>kiềm chế; kìm hãm: ~敌人的兵力 kìm hãm quân lực của địch

【钳子】qiánzi<名>❶cái kìm; cái cặp; cái kẹp ❷[方]vòng tai; khuyên tai; hoa tai

捐 qián<动>[方]vác: ~着行李 vác hành lí

【捐客】qiánkè<名>người mách mối; người buôn nước bọt; nhân viên chỉ trỏ; kẻ môi giới

乾 qián<名>❶quẻ Càn (một trong bát quái, tiêu biểu cho trời) ❷[旧]thuộc về nam giới //(姓) Càn

【乾坤】qiánkūn<名>càn khôn; trời đất: 扭转~ xoay chuyển càn khôn/xoay trời chuyển đất

潜 qián❶<动>lặn: ~泳 bơi lặn ❷<动>ẩn giấu; tiềm ẩn; ngầm: 长期~伏 mai phục lâu dài ❸<副>kín đáo; bí mật ❹<名>tiềm lực //(姓) Tiềm

【潜藏】qiáncáng<动>tiềm ẩn; tiềm tàng; ẩn giấu; chứa chất; ẩn náu; ẩn tàng: 嫌疑人~在居民楼里。Nghi can đang ẩn náu trong khu dân cư.

【潜伏】qiánfú<动>tiềm phục; ẩn nấp; ẩn náu; ẩn mình

【潜伏期】qiánfúqī<名>thời kì ủ bệnh

【潜规则】qiánguīzé<名>quy tắc ngầm

【潜航】qiánháng<动>đi hoặc chạy ngầm dưới nước: ~速度 tốc độ chạy ngầm dưới nước

【潜绩】qiánjì<名>thành tích tiềm ẩn lâu bền: 领导注意到他的~。Cấp trên đã chú ý đến thành tích tiềm ẩn lâu bền của anh ấy.

【潜居】qiánjū<动>ở ẩn; ẩn cư

【潜力】qiánlì<名>tiềm lực; tiềm năng; khả năng tiềm tàng; sức tiềm tàng: 具有经济发展~ có tiềm lực phát triển kinh tế; 挖掘旅游~ khai thác tiềm năng về du lịch; 这种产品在出口市场上还有很多发展~。Trên thị trường xuất khẩu, sản phẩm này còn có nhiều tiềm năng phát triển.

【潜流】qiánliú<名>dòng nước ngầm; mạch nước ngầm: 情感~ tình cảm thầm kín; 据说此地有~。Nghe nói vùng này có mạch nước ngầm.

【潜能】qiánnéng<名>tiềm năng; tiềm lực: 挖掘~ khai thác tiềm năng; 发挥~ phát huy tiềm năng

【潜入】qiánrù<动>❶tiềm nhập; lẻn vào; chui vào: ~室内 lẻn vào trong nhà ❷lặn xuống: 潜水员再次~水底。Thợ lặn một lần nữa lặn xuống đáy nước.

【潜水】qiánshuǐ<动>lặn; ngụp; hụp: ~员 thợ lặn

【潜水艇】qiánshuǐtǐng<名>tàu lặn; tàu ngầm

【潜水衣】qiánshuǐyī<名>quần áo lặn

【潜水员】qiánshuǐyuán<名>thợ lặn

【潜台词】qiántáicí<名>❶ý ở ngoài lời ❷ẩn ý

【潜逃】qiántáo<动>lẩn trốn; chạy trốn: 携公款~ ôm quỹ công chạy trốn

【潜望镜】qiánwàngjìng<名>kính tiềm vọng

【潜心】qiánxīn<动>dốc lòng; chuyên tâm: ~研究 chuyên tâm nghiên cứu

【潜行】qiánxíng<动>❶lặn; đi dưới nước; chạy ngầm dưới nước: 潜水艇可以长时间在海底~。Tàu ngầm có thể chạy ngầm dưới đáy biển trong thời gian dài. ❷đi bí mật; lẻn đi; đi ngầm: 狮子在草丛中~。Con sư tử lẻn bước giữa những bụi cỏ.

【潜移默化】qiányí-mòhuà mưa lâu thấm nhuần biến đổi ngấm ngầm; thấm dần biến dần; ảnh hưởng ngầm

【潜意识】qiányìshí<名>tiềm thức: 用~进行感知 cảm nhận bằng tiềm thức

【潜泳】qiányǒng<动>lặn; bơi lặn

【潜在】qiánzài<形>tiềm tàng; tiềm ẩn; ẩn chứa bên trong: ~价值 giá trị tiềm tàng; ~市场 thị trường tiềm tàng; ~危机 nguy cơ tiềm ẩn

【潜质】qiánzhì<名>tiềm năng; khả năng: 她有艺术家的~。Cô ta có tư chất của nghệ sĩ.

【潜踪】qiánzōng<动>giấu kín tung tích

黔¹ qián<形>[书]màu đen

黔² Qián<名>tên gọi tắt của tỉnh Quý Châu

【黔剧】qiánjù<名>kịch Quý Châu Trung Quốc

【黔驴技穷】qiánlǘ-jìqióng mưu cùng kế cạn; vô kế khả thi

【黔驴之技】qiánlǘzhījì tài trí hèn kém; tài hèn sức mọn

qiǎn

浅 qiǎn<形>❶nông; cạn: 河水~ nước sông cạn ❷đơn giản; dễ hiểu: 这首诗很~, 小孩子都能理解。Bài thơ này rất dễ hiểu, ngay cả trẻ em cũng có thể hiểu được. ❸mỏng; nông cạn: 见识~ kiến thức nông cạn ❹nhạt nhẽo; không sâu đậm: 感情~ tình cảm nhạt nhẽo ❺nhạt; mờ: 颜色~ màu nhạt ❻ngắn ngày; chưa được bao lâu: 资历~ non kinh nghiệm/ít từng trải ❼(mức độ) nhẹ; không nghiêm trọng ❽hơi hơi

【浅白】qiǎnbái<形>rõ ràng dễ hiểu: 白居易的诗用词~。Ngôn từ trong các bài thơ của nhà thơ Bạch Cư Dịch rõ ràng dễ hiểu.

【浅薄】qiǎnbó<形>❶nông cạn: 见识~ kiến thức nông cạn ❷không mặn mà; nhạt nhẽo; mỏng manh: 缘分~ duyên phận mỏng manh ❸nhố nhăng; không thuần phác: 时俗~ thói đời nhố nhăng

【浅尝辄止】qiǎncháng-zhézhǐ lớt phớt rồi thôi; không đi sâu vào; hời hợt

【浅海】qiǎnhǎi<名>biển nông; biển cạn

【浅见】qiǎnjiàn<名>thiển kiến; thiển ý; kiến giải nông cạn: ~寡闻 hiểu biết nông cạn; 依我~ theo thiển kiến của tôi

【浅近】qiǎnjìn<形>thiển cận; dễ hiểu

【浅陋】qiǎnlòu<形>nông cạn sơ sài; kém hiểu biết

【浅色】qiǎnsè<名>màu nhạt

【浅水区】qiǎnshuǐqū<名>vùng nước nông

【浅说】qiǎnshuō<动>giới thiệu sơ qua; giới thiệu vài nét: 《汉越词特点~》 Vài nét về *đặc điểm của từ Hán-Việt*

【浅滩】qiǎntān<名>bãi nông; bãi cạn; chỗ nước cạn

【浅谈】qiǎntán<动>bàn luận sơ lược

【浅析】qiǎnxī<动>phân tích sơ lược

【浅显】qiǎnxiǎn<形>dễ hiểu; rõ ràng: 话说得~而有说服力。Lời nói dễ hiểu và có sức thuyết phục.

【浅笑】qiǎnxiào<动>cười tủm; tủm tỉm cười

【浅学】qiǎnxué<形>học thức nông cạn; học thức kém cỏi

【浅易】qiǎnyì<形>dễ; đơn giản dễ hiểu

遣qiǎn<动>❶cử đi; phái đi; sai khiến; khiển: 调兵~将 điều binh khiển tướng; 特~ đặc nhiệm ❷giải trí; tiêu khiển: 消~ giải trí

【遣词】qiǎncí<动>dùng từ; diễn đạt: 回答的时候~要慎重。Hãy thận trọng khi trả lời.

【遣词造句】qiǎncí-zàojù vận dụng từ ngữ để đặt câu; diễn đạt: 另外一种~的方法更能清楚地表达意思。Một cách đặt câu diễn đạt khác có thể làm rõ nghĩa hơn.

【遣返】qiǎnfǎn<动>đưa về nơi cũ; trao trả: ~俘虏 trao trả tù binh

【遣散】qiǎnsàn<动>❶giải tán; cho về; cho thôi việc ❷giải tán; cho hồi hương

【遣散费】qiǎnsànfèi<名>❶tiền hồi hương ❷tiền phụ cấp thôi việc

【遣送】qiǎnsòng<动>đưa (đi, về): ~回国 đưa về nước

谴qiǎn<动>❶trách; trách cứ; trách mắng: 自~ 己过 tự trách lỗi mình ❷[书]quan có tội bị giáng chức

【谴责】qiǎnzé<动>khiển trách; lên án: 因缺乏责任心而受到~ bị khiển trách vì thiếu tinh thần trách nhiệm; 所有人都~这种行为。Mọi người đều lên án hành động này.

qiàn

欠¹qiàn<动>❶ngáp; há miệng ❷kiễng; nhổm; rướn người: ~脚儿 kiễng chân; ~身 nhổm mình

欠²qiàn<动>❶nợ; mắc:~租 nợ tiền thuê; 我还~她一笔钱。Tôi còn nợ chị ấy một khoản tiền. ❷không đủ; thiếu sót: ~考虑 thiếu suy nghĩ; ~发达 thiếu phát triển/chậm phát triển

【欠安】qiàn'ān<动>khó ở; không được khỏe

【欠产】qiànchǎn<动>hụt sản lượng; vụ mùa kém

【欠单】qiàndān<名>giấy nợ

【欠费】qiànfèi<动>chậm trả tiền nợ: ~停机 đình chỉ dịch vụ thuê bao điện thoại vì chậm trả tiền

【欠佳】qiànjiā<动>không được tốt: 近来身体~。Dạo này sức khỏe không được tốt. 这道菜味道不错，但品相~。Món này cũng ngon, nhưng vẻ ngoài chưa được đẹp mắt.

【欠款】qiànkuǎn❶<动>nợ tiền ❷<名>nợ còn khất lại; tiền nợ chưa trả; nợ đọng: 货物~ nợ đọng tiền hàng

【欠情】qiànqíng<动>mắc món nợ về tình cảm; nợ tình người

【欠缺】qiànquē❶<动>thiếu: 能力~ thiếu năng lực ❷<名>chỗ thiếu; khiếm khuyết

【欠伸】qiànshēn<动>vươn vai và ngáp

【欠身】qiànshēn<动>cúi người; ngả người: 她欠了~，和客人打招呼。Chị ấy cúi mình chào khách.

【欠税】qiànshuì<动>nợ tiền thuế

【欠条】qiàntiáo<名>giấy nợ

【欠妥】qiàntuǒ<形>không thỏa đáng

【欠薪】qiànxīn❶<动>nợ tiền lương ❷<名>tiền lương còn nợ: 补发~ chi trả lại tiền lương còn nợ

【欠债】qiànzhài❶〈动〉mắc nợ; nợ nần: ~太多 nợ nần quá nhiều; 不欠别人的债 không nợ nần gì ai ❷〈名〉món nợ: 偿还~ trả hết món nợ

【欠账】qiànzhàng❶〈动〉mắc nợ; nợ nần ❷〈名〉món nợ

【欠资】qiànzī〈动〉thiếu bưu phí: ~信 thư thiếu bưu phí

【欠揍】qiànzòu〈动〉[口]đáng chịu đòn: 你这样说真是~。Mày nói thế thì đáng chịu đòn.

纤 qiàn〈名〉dây kéo thuyền
另见xiān

【纤夫】qiànfū〈名〉[旧]thợ kéo thuyền

【纤路】qiànlù〈名〉đường kéo thuyền

【纤绳】qiànshéng〈名〉dây kéo thuyền

芡 qiàn〈名〉❶cây hoa súng ❷nước hòa bột súng: 勾~ cho bột vào nấu thành hồ

【芡粉】qiànfěn〈名〉bột hạt súng

【芡实】qiànshí〈名〉[植物]hạt súng

茜 qiàn❶〈名〉cỏ xuyến ❷〈形〉màu đỏ: ~纱 the màu đỏ

【茜草】qiàncǎo〈名〉cỏ xuyến

倩 qiàn〈形〉[书]đẹp; xinh
另见qìng

【倩丽】qiànlì〈形〉xinh đẹp

【倩女】qiànnǚ〈名〉cô gái xinh đẹp

【倩影】qiànyǐng〈名〉bóng hình xinh đẹp

堑 qiàn〈名〉khe; hào; rãnh (gây cản trở giao thông): 长江天~ rãnh hào thiên nhiên sông Trường Giang; 吃一~，长一智。Ngã một keo, leo một nấc./Một lần mắc dại, một lần khôn lên./Có dại mới nên khôn.

【堑壕】qiànháo〈名〉chiến hào; hào rãnh

嵌 qiàn〈动〉khảm; cẩn: ~贝 khảm xà cừ; ~入 khảm vào

歉 qiàn❶〈形〉mất mùa; thu hoạch kém ❷〈动〉áy náy; ân hận

【歉疚】qiànjiù〈形〉áy náy; day dứt: 他为帮不上朋友的忙而感到~。Anh ấy áy náy vì không giúp được bạn.

【歉年】qiànnián〈名〉năm mất mùa

【歉收】qiànshōu〈动〉mất mùa; thu hoạch kém

【歉意】qiànyì〈名〉áy náy; day dứt; xin lỗi: 深表~ tỏ ý xin lỗi

qiāng

抢 qiāng〈动〉❶[书]dậm; đâm: 呼天~地 dậm chân kêu trời ❷nghịch
另见qiǎng

呛 qiāng〈动〉sặc; bị sặc: 吃饭被~着 ăn cơm bị sặc
另见qiàng

羌 Qiāng〈名〉dân tộc Khương, Trung Quốc //(姓) Khương

【羌笛】qiāngdí〈名〉sáo của dân tộc Khương

枪¹ qiāng〈名〉❶súng: 手~ súng lục/súng ngắn ❷dụng cụ giống như cây súng: 焊~ súng hàn ❸cây giáo //(姓) Thương

枪² qiāng〈动〉làm thay ai hoặc cái gì khác

【枪靶】qiāngbǎ〈名〉bia bắn; đích bắn

【枪毙】qiāngbì〈动〉❶xử bắn ❷bác bỏ; từ chối: 提议被~了。Kiến nghị bị từ chối.

【枪打出头鸟】qiāng dǎ chūtóuniǎo bắn con chim đầu đàn; trị tên cầm đầu trước

【枪弹】qiāngdàn〈名〉đạn (của súng)

【枪法】qiāngfǎ〈名〉❶kĩ thuật bắn súng ❷kĩ thuật múa giáo: ~纯熟 thương pháp thuần thục

【枪杆子】qiānggǎnzi〈名〉thân súng; vũ khí

【枪击】qiāngjī〈动〉bắn súng: 半路上遭到~ bị bắn giữa đường

【枪口】qiāngkǒu〈名〉họng súng

【枪林弹雨】qiānglín-dànyǔ mưa bom bão đạn; đạn vãi như mưa

【枪炮】qiāngpào<名>súng ống

【枪杀】qiāngshā<动>bắn giết; bắn chết: ~ 平民 bắn chết dân thường

【枪伤】qiāngshāng<名>vết thương (đạn)

【枪声】qiāngshēng<名>tiếng súng

【枪手】[1] qiāngshǒu<名>❶người bắn súng; tay súng ❷[旧]thương thủ; lính sử dụng giáo

【枪手】[2] qiāngshǒu<名>người làm thay; người thi hộ

【枪栓】qiāngshuān<名>chốt súng

【枪膛】qiāngtáng<名>nòng súng

【枪替】qiāngtì<动>người thi hộ; người thi đấu hộ

【枪械】qiāngxiè<名>súng; súng ống

【枪眼】qiāngyǎn<名>❶lỗ châu mai ❷lỗ đạn; vết đạn

【枪战】qiāngzhàn❶<动>bắn nhau ❷<名>cuộc đọ súng: ~片 phim về cuộc đọ súng

【枪支】qiāngzhī<名>súng; súng ống: ~弹 药 súng ống đạn dược

【枪子儿】qiāngzǐr<名>[口]đạn

戗 qiāng<动>❶trái ngược; nghịch: ~辙儿走 đi ngược chiều ❷(lời nói) trái ngược; xung đột: 他们两人为了一点小事~起来了。Hai đứa chúng nó cãi cọ nhau vì những chuyện không đâu.

另见qiàng

【戗风】qiāngfēng<动>ngược gió: 一路~, 船走得很慢。Bị ngược gió, thuyền đi rất chậm trên suốt chặng.

戕 qiāng<动>[书]giết; sát hại: 自~ tự sát

【戕害】qiānghài<动>gây hại; làm tổn thương: ~心灵 làm thương tổn đến tâm linh; ~身体 làm thương tổn đến thân thể

腔 qiāng❶<名>xoang; lồng; khoang: 口 ~ khoang miệng; 满~热血 đầy bầu nhiệt huyết ❷<名>lời; lời nói: 不搭~儿 không tiếp lời ❸<名>giọng nói: 学生~ giọng học

sinh ❹<名>điệu hát; giọng hát: 高~ giọng cao ❺<量>con: 一~山羊 một con dê (đã mổ)

【腔肠动物】qiāngcháng dòngwù động vật xoang tràng

【腔调】qiāngdiào<名>❶giai điệu; làn điệu: 京剧的~ làn điệu Kinh kịch ❷giọng điệu; luận điệu: 不要用这种~跟我说话。Không được nói với tôi bằng những giọng điệu như vậy. ❸giọng nói: 听他的~像是四川人。Nghe giọng nói chắc anh ấy là người Tứ Xuyên.

蜣 qiāng

【蜣螂】qiānglâng<名>con bọ hung

锖 qiāng

【锖色】qiāngsè<名>màu bị xỉn

锵 qiāng<拟>chập cheng; xủng xoảng; phèng phèng

【锵锵】qiāngqiāng<拟>chập cheng; xủng xoảng; phèng phèng: 锣声~~ tiếng chiêng kêu phèng phèng

镪 qiāng

【镪水】qiāngshuǐ<名>axít mạnh

qiáng

强 qiáng❶<形>mạnh; khỏe; cứng; giỏi: 身 力壮 thân thể khỏe mạnh ❷<形>kiên cường; mạnh mẽ; cao: 这位班主任的责任心很~。Chủ nhiệm lớp này có tinh thần trách nhiệm rất cao. ❸<动>cưỡng bức; bắt ép; ép buộc ❹ <形>tốt; khá: 生活一年更比一年~。Đời sống ngày một khá hơn. 她数学很~。Cô ấy giỏi về toán. ❺<形>trên; già; hơn: 三分之二~ trên hai phần ba ❻<动>làm cho lớn mạnh; làm cho khỏe mạnh: 富国~兵 làm cho nước giàu quân mạnh //(姓) Cường

另见jiàng, qiǎng

【强暴】qiángbào❶<形>cường bạo: ~行为

hành vi cường bạo ❷<名>thế lực cường bạo: 不畏~ không sợ kẻ bạo tàn ❸<动>cưỡng dâm; hiếp dâm

【强大】qiángdà<形>lớn mạnh; hùng mạnh: ~的国家 nhà nước lớn mạnh; ~的军队 quân đội hùng mạnh

【强档】qiángdàng❶<名>thời gian phát sóng tốt nhất: 这部电视剧在黄金~播出。 Bộ phim truyện đó được phát sóng vào thời điểm hoàng kim. ❷<形>thực lực mạnh, cấp bậc cao

【强盗】qiángdào<名>cường đạo; bọn giặc; bọn cướp: ~逻辑 lô gích của kẻ cướp; 法西 斯~ giặc phát xít; 山上的~又到村里抢粮食 了。Bọn cướp ở trên núi lại xông vào làng cướp đoạt lương thực.

【强敌】qiángdí<名>kẻ thù mạnh

【强调】qiángdiào<动>cường điệu; nhấn mạnh: 必须~产品的质量。Cần phải nhấn mạnh chất lượng của sản phẩm.

【强度】qiángdù<名>❶cường độ; độ mạnh: 声音~ cường độ của âm thanh ❷tăng cường trình độ, mức độ: 比赛前要增加训练~。 Trước khi thi đấu phải tăng cường trình độ huấn luyện. ❸sức chống đỡ của vật thể; độ bền; độ cứng: 抗震~ độ bền chống động đất

【强渡】qiángdù<动>cường tập vượt qua: 解 放军~长江。Quân Giải phóng cường tập vượt qua sông Trường Giang.

【强风】qiángfēng<名>❶gió to; gió mạnh ❷gió cấp 6

【强干】qiánggàn<形>giỏi giang; có tài cán: 挑选精明~的干部 lựa chọn cán bộ giỏi giang, tài cán

【强攻】qiánggōng<动>đánh mạnh; đột chiếm; cường công; tấn công bằng sức mạnh

【强固】qiánggù<形>kiên cố; vững chắc: ~ 的基础 nền tảng vững chắc

【强国】qiángguó❶<名>cường quốc; đất nước hùng mạnh ❷<动>làm cho đất nước hùng mạnh: ~之路 con đường xây dựng đất nước hùng mạnh

【强悍】qiánghàn<形>dũng mãnh

【强横】qiánghèng<形>ngang ngược; ngang ngạnh; ngỗ ngược: ~无理 ngang ngược vô lí; 商家~地拒绝退货。Chủ hàng ngang ngược từ chối trả lại hàng.

【强化】qiánghuà<动>làm cho mạnh mẽ; tăng cường: ~训练 tăng cường huấn luyện; ~纪律观念 đề cao tinh thần kỉ luật

【强化班】qiánghuàbān<名>lớp nâng cao chất lượng

【强化食品】qiánghuà shípǐn thực phẩm được bổ sung thêm các vitamin

【强击机】qiángjījī<名>máy bay cường kích

【强加】qiángjiā<动>áp đặt; gán ép: ~于人 áp đặt cho người khác

【强奸】qiángjiān<动>cưỡng hiếp; hiếp; hiếp dâm; cưỡng dâm: 犯~罪 mắc tội cưỡng dâm; ~民意 chà đạp dân ý

【强碱】qiángjiǎn<名>bazơ mạnh

【强健】qiángjiàn❶<形>cường tráng; khỏe mạnh; lực lưỡng: 筋骨~ gân cốt khỏe mạnh; 胸肌~ bộ ngực lực lưỡng; ~的体格 cơ thể cường tráng ❷<动>làm cho khỏe mạnh

【强将手下无弱兵】qiángjiàng shǒuxià wú ruòbīng tướng giỏi thì không có lính tồi; dưới trướng dũng tướng không có lính hèn

【强劲】qiángjìng<形>mạnh: 发展势头~ thế phát triển mạnh; 生命力~ sức sống mạnh mẽ

【强力】qiánglì❶<名>sức bền; độ bền ❷<名>sức mạnh: 使用~ sử dụng sức mạnh ❸<副>cố sức: ~发展经济 phát triển kinh tế mạnh mẽ

【强力霉素】qiánglìméisù doxicicline; thuốc kháng sinh mạnh

Q

【强梁】 qiángliáng〈形〉[书]❶cường bạo; hung bạo; tàn bạo: 不畏~ không sợ cường bạo ❷dũng mãnh; hùng dũng

【强烈】 qiángliè〈形〉❶mạnh; mãnh liệt; gay gắt: 反应~ phản ứng mạnh mẽ; ~的光线 ánh sáng chói ❷rõ ràng; nồng cháy: ~的个 tính một cá tính mạnh mẽ ❸kịch liệt; gay gắt; kiên quyết: ~反对 kiên quyết phản đối; ~谴 责 kịch liệt lên án

【强令】 qiánglìng〈动〉ép buộc bằng mệnh lệnh: ~执行 ép buộc bằng mệnh lệnh phải chấp hành

【强龙不压地头蛇】 qiánglóng bù yā dìtóu- shé con rồng mạnh không ép được con rắn bản xứ; kẻ mạnh đến từ nơi khác không bằng tên côn đồ ở địa phương

【强弩之末】 qiángnǔzhīmò nỏ mạnh hết đà; thế suy sức yếu

【强强联手】 qiángqiáng-liánshǒu tay mạnh bắt tay với tay mạnh; những phe mạnh liên hợp với nhau

【强权】 qiángquán〈名〉cường quyền: ~政治 chính trị cường quyền

【强人】 qiángrén〈名〉❶con người năng nổ: 经理是一个女~。Giám đốc là một người phụ nữ năng nổ. ❷kẻ cướp

【强身健体】 qiángshēn-jiàntǐ làm cho người khỏe mạnh: 习武可以~。Tập võ có thể tăng cường sức khỏe.

【强盛】 qiángshèng〈形〉cường thịnh; hùng mạnh và thịnh vượng

【强势】 qiángshì〈名〉❶thế mạnh; uy thế: 形 成~ gây dựng uy thế ❷thế lực mạnh mẽ; ưu việt: ~地位 địa vị ưu việt

【强手】 qiángshǒu〈名〉tay cừ; cao thủ

【强似】 qiángsì〈动〉khá hơn; tốt hơn: 公 司本季度的效益~前两季度。Thành tích trong quý này của công ti tốt hơn hai quý trước.

【强酸】 qiángsuān〈名〉axít mạnh; cường toan

【强项】¹ qiángxiàng〈名〉môn thể dục thể thao có thế mạnh

【强项】² qiángxiàng〈形〉[书]cứng đầu cứng cổ; cứng cỏi; không chịu cúi đầu khuất phục

【强心剂】 qiángxīnjì〈名〉thuốc trợ tim

【强行】 qiángxíng〈副〉cưỡng chế thi hành; bắt làm; ép làm; buộc phải: ~决定 quyết định một cách cưỡng ép; 被~解散 bị bắt buộc phải giải tán

【强行军】 qiángxíngjūn cuộc hành quân cấp tốc

【强压】 qiángyā〈动〉áp đặt; dặn; nén: ~怒火 nén cơn giận

【强音】 qiángyīn〈名〉âm vang: 时代~ âm vang của thời đại

【强硬】 qiángyìng〈形〉cứng rắn; cứng cỏi: ~措施 biện pháp cứng rắn

【强有力】 qiángyǒulì mạnh mẽ; mãnh liệt

【强于】 qiángyú〈动〉mạnh hơn; tốt hơn; khá hơn

【强占】 qiángzhàn〈动〉❶cưỡng chiếm; chiếm đoạt; cướp lấy: ~地盘 chiếm lấy địa bàn ❷đánh chiếm: ~有利地形 đánh chiếm địa hình có lợi

【强者】 qiángzhě〈名〉tay mạnh; kẻ mạnh

【强震】 qiángzhèn〈名〉động đất mạnh

【强制】 qiángzhì〈动〉cưỡng chế; bắt buộc: ~执行 chấp hành bắt buộc; ~解决 sự giải quyết cưỡng chế

【强制保险】 qiángzhì bǎoxiǎn bảo hiểm bắt buộc

【强制性】 qiángzhìxìng〈名〉tính cưỡng ép; tính bắt buộc

【强中自有强中手】 qiáng zhōng zì yǒu qiáng zhōng shǒu vỏ quít dày có móng tay nhọn

【强壮】 qiángzhuàng❶〈形〉cường tráng.

khỏe mạnh: 那小伙子身体很~。Chàng trai ấy rất cường tráng。 ❷<动>tăng cường thể lực: 增加营养能让你~起来。Bồi bổ thêm chất dinh dưỡng sẽ tăng cường thể lực cho anh.

墙 qiáng<名>❶tường: 石头~ tường đá; 城~ tường thành ❷vách ngăn; lá chắn

【墙报】 qiángbào<名>báo tường

【墙壁】 qiángbì<名>tường; bức tường

【墙倒众人推】 qiáng dǎo zhòngrén tuī giậu đổ bìm leo

【墙旮旯儿】 qiánggālár<名>[方]góc tường

【墙根】 qiánggēn<名>chân tường

【墙角】 qiángjiǎo<名>góc tường; xó

【墙脚】 qiángjiǎo<名>❶chân tường ❷cơ sở; nền tảng; móng; nền móng: 挖~ đào chân tường/đục khoét nền tảng

【墙裙】 qiángqún<名>phần chân tường; thân bệ

【墙头】 qiángtóu<名>❶đầu tường; đầu bờ tường ❷tường vây (thấp, ngắn) ❸[方]bức tường

【墙头草，随风倒】 qiángtóucǎo, suífēngdǎo quan tám cũng ừ, quan tư cũng gật; gió hướng nào, ngả chiều đấy

【墙垣】 qiángyuán<名>[书]tường: ~坍塌 bức tường đổ nát

【墙纸】 qiángzhǐ<名>giấy dán tường

蔷 qiáng

【蔷薇】 qiángwēi<名>❶cây hoa tường vi ❷hoa tường vi

樯 qiáng<名>[书]cột buồm: 帆~如林 cột buồm san sát/thuyền bè tấp nập

qiǎng

抢[1] qiǎng<动>❶cướp; đoạt; giật; tranh: ~劫 ăn cướp; 包被~走了。Chiếc túi đã bị cướp. ❷tranh đua; vượt lên; tranh trước; giành lấy

trước: ~着付钱 tranh nhau trả tiền ❸gấp gáp; vội vã; nhanh: ~修 sửa chữa gấp; 我们要~在入冬前把房子修葺好。Chúng tôi phải gấp rút sửa sang xong nhà cửa vào trước mùa đông.

抢[2] qiǎng<动>tróc mất; lột mất; mài; miết: 磨剪子~菜刀 mài kéo mài dao

另见qiāng

【抢白】 qiǎngbái<动>trách móc; chế giễu ngay trước mặt: 他被老婆当众~了几句。Ông ấy bị vợ trách móc mấy câu ngay trước đám đông.

【抢答】 qiǎngdá<动>tranh nhau trả lời: 老师提的问题被同桌~了。Vấn đề thầy giáo nêu ra đã bị bạn cùng bàn tranh trả lời trước.

【抢点】[1] qiǎngdiǎn<动>(tàu hỏa v.v.) tăng tốc để đến đích theo đúng giờ

【抢点】[2] qiǎngdiǎn<动>tranh giành vị trí có lợi

【抢渡】 qiǎngdù<动>vượt gấp; vượt nhanh

【抢夺】 qiǎngduó<动>cướp giật; cướp đoạt: ~资源 cướp đoạt tài nguyên

【抢饭碗】 qiǎng fànwǎn tranh giành công ăn việc làm

【抢匪】 qiǎngfěi<名>kẻ cướp

【抢风头】 qiǎng fēngtou giành sự chú ý; giành được sự hoan nghênh nhiệt liệt

【抢工】 qiǎnggōng<动>gấp rút thi công

【抢攻】 qiǎnggōng<动>tấn công trước tiên: 发球~ phát bóng để tấn công trước tiên

【抢购】 qiǎnggòu<动>tranh mua; mua vét: ~商品 mua vét hàng hóa; 大量~ tranh mua lu bù

【抢婚】 qiǎnghūn<动>cưỡng hôn; cướp cô dâu

【抢劫】 qiǎngjié<动>cướp; cướp đoạt; cướp bóc: ~银行 cướp ngân hàng

【抢劫犯】 qiǎngjiéfàn<名>kẻ cướp

【抢镜头】 qiǎng jìngtóu❶chụp nhanh; chộp ❷gây sự chú ý

【抢救】qiǎngjiù<动>cấp cứu: 送医院~ đưa đi bệnh viện cấp cứu

【抢掠】qiǎnglüè<动>cướp bóc

【抢拍】[1] qiǎngpāi<动>chụp nhanh; chộp: 她给我们看她在赛场~的照片。Cô ta cho chúng tôi xem những bức ảnh của mình chụp chớp nhoáng trong sân thi đấu.

【抢拍】[2] qiǎngpāi<动>tranh nhau tăng báo giá (trong lúc bán đấu giá)

【抢跑】qiǎngpǎo<动>chạy trước khi phát lệnh

【抢钱】qiǎngqián<动>❶cướp tiền ❷làm ăn kiểu chụp giật

【抢亲】qiǎngqīn<动>cướp cô dâu (một tập tục cũ); cưỡng hôn

【抢墒】qiǎngshāng<动>gieo gấp (cho kịp lúc đất có đủ độ ẩm)

【抢生意】qiǎng shēngyì làm ăn kiểu chụp giật; tranh giành khách hàng

【抢时间】qiǎng shíjiān tranh thủ thời gian

【抢收】qiǎngshōu<动>gặt gấp; hái gấp

【抢手】qiǎngshǒu<形>đắt khách: ~货 hàng đắt khách; 足球门票十分~。Vé bóng đá rất đắt khách.

【抢滩】qiǎngtān<动>❶ủi bãi ❷tranh giành thị phần: 国外奶粉正~国内市场。Sữa bột nước ngoài đang tranh giành thị phần nội địa.

【抢先】qiǎngxiān<动>giành trước; tranh trước; vượt lên trước: ~付账 tranh trả tiền trước

【抢险】qiǎngxiǎn<动>cứu nguy gấp; cứu nguy cấp tốc: 抗洪~ cứu nguy chống lụt gấp

【抢修】qiǎngxiū<动>sửa chữa gấp: ~机器 sửa gấp máy móc

【抢眼】qiǎngyǎn<形>bắt mắt; nổi; gây sự chú ý: 穿这件衣服太~了。Mặc chiếc áo này nổi quá.

【抢运】qiǎngyùn<动>vận chuyển gấp; vận chuyển nhanh

【抢占】qiǎngzhàn<动>❶chiếm giữ; tranh chiếm trước: ~市场 chiếm giữ thị trường ❷chiếm hữu phi pháp; chiếm đoạt: ~集体财产 chiếm đoạt tài sản của tập thể

【抢种】qiǎngzhòng<动>trồng gấp; cấy nhanh

【抢注】qiǎngzhù<动>tranh thủ đăng kí; đăng kí gấp: ~商标 đăng kí gấp nhãn hiệu

【抢嘴】qiǎngzuǐ<动>❶[方]cướp lời ❷cướp lấy ăn

羟 qiǎng

【羟基】qiǎngjī<名>[化学]gốc OH (-OH)

强 qiǎng<动>miễn cưỡng; gượng gạo
另见jiàng, qiáng

【强逼】qiǎngbī<动>cưỡng bức; ép buộc: 这次募捐活动自愿参加，不~。Đợt quyên góp từ thiện này tự nguyện tham gia, không ai ép buộc.

【强辩】qiǎngbiàn<动>cãi bừa; cãi chày cãi cối

【强词夺理】qiǎngcí-duólǐ già mồm lấn áp lẽ phải; cãi chày cãi cối

【强买强卖】qiǎngmǎi-qiǎngmài cưỡng mua cưỡng bán; ép buộc phải mua: 他~, 要我买他的一些劣质商品。Nó ép buộc tôi phải mua của nó một số mặt hàng tồi kém.

【强迫】qiǎngpò<动>ép buộc; cưỡng bức; bắt buộc: 不喜欢就算了，没有人~你去做。Không thích thì thôi, không ai ép buộc anh nhất định phải làm.

【强迫症】qiǎngpòzhèng<名>chứng ám ảnh

【强求】qiǎngqiú<动>gò ép; yêu cầu quá đáng: 每个人都可以有自己的观点, 不必~一律。Mỗi người đều có thể có cách nhìn nhận riêng của mình, không nên gò ép nhất loạt như nhau.

【强人所难】qiǎngrénsuǒnán làm khó dễ cho người khác: 你就不要~了。Anh đừng làm khó dễ cho người ta nữa.

【强笑】qiǎngxiào<动>cười gượng

【强颜欢笑】qiǎngyán-huānxiào vui cười gượng gạo; cười gượng gạo

襁 qiǎng<名>[书]cái địu trẻ con

【襁褓】qiǎngbǎo<名>tã lót; tã bọc; cái địu trẻ

qiàng

呛 qiàng<动>cay mũi; sặc: 油烟~人。Khói dầu làm cho người ta bị sặc.
另见qiāng

【呛鼻】qiàngbí<动>cay mũi; sặc

戗 qiàng❶<名>giàn giáo ❷<名>cột chống; cây chống ❸<动>chống: 用木棍~门 dùng cây gậy chống gài cánh cửa
另见qiāng

【戗面】qiàngmiàn❶<动>nhào bột ❷<名>bột đã lên men: ~馒头 màn thầu làm bằng bột đã lên men

炝 qiàng<动>❶tái; nhúng; nộm: ~一下芹菜再炒。Rau cần nhúng qua rồi mới sào. ❷đảo qua mỡ; xào qua mỡ: ~木耳 mộc nhĩ xào qua mỡ

跄 qiàng

【跄踉】qiàngliàng<动>[书]đi lảo đảo; loạng choạng; khập khiễng; tập tễnh

qiāo

悄 qiāo
另见qiǎo

【悄悄】qiāoqiāo<副>lặng lẽ; nhẹ nhàng: ~溜进会场 lẻn vào hội trường; 我们~跑到海边度周末。Chúng tôi chuồn ra bãi biển nghỉ cuối tuần. 轮船在半夜~驶进了港口。Con tàu lặng lẽ vào cảng lúc nửa đêm. 岁月

~过去了。Năm tháng trôi qua êm đềm.

【悄悄话】qiāoqiāohuà<名>lời nói rì rầm; lời nói thì thầm; thủ thỉ bên tai

跷 qiāo❶<动>giơ; nhắc ❷<动>kiễng nhón ❸<名>cà kheo: 踩高~ đi cà kheo ❹<动>[方]què

【跷跷板】qiāoqiāobǎn<名>cầu bập bênh

锹 qiāo<名>cái xẻng; cái mai: 铁~ cái xẻng sắt

敲 qiāo<动>❶gõ; đánh; khua: ~门 gõ cửa ❷[口]bán quá đắt; chém đẹp: 做生意要讲诚信，不要~客人。Làm buôn bán phải giữ chữ tín, không nên tìm cách bóp khách.

【敲边鼓】qiāo biāngǔ nói đỡ; nói giúp; trợ sức: 有什么要求你尽管跟他提，我给你~。Có yêu cầu gì anh cứ nêu với ông ta, tôi sẽ nói giúp thêm.

【敲打】qiāodǎ<动>❶gõ; đánh; đập: ~锣鼓 gõ chiêng gõ trống; 严禁~陈列室里的金属器皿。Cấm không được gõ vào các đồ kim loại trong phòng trưng bày. 豆大的雨点~着窗户。Những hạt mưa lớn đập vào cửa sổ. ❷[口]nói kháy; nói cạnh; chỉ trích: 聪明人无须~。Người khôn đâu cần thôi thúc.

【敲定】qiāodìng<动>xác định: ~结婚日期 xác định ngày cưới

【敲骨吸髓】qiāogǔ-xīsuǐ róc xương nạo tủy; đẽo xương gọt tủy

【敲击】qiāojī<动>gõ; đánh; đập: ~键盘 gõ bàn phím

【敲警钟】qiāo jǐngzhōng khua chuông báo động

【敲锣打鼓】qiāoluó-dǎgǔ khua chiêng đánh trống

【敲门砖】qiāoménzhuān<名>viên gạch dùng để gõ cửa; bàn đạp; bước đi: 走向成功的~ bàn đạp đầu tiên trên con đường đi đến thành công

【敲诈】qiāozhà<动>bóp nặn; đục khoét; bắt

chẹt: ~百姓 bóp nặn của dân

【敲竹杠】 qiāo zhúgàng chém đẹp; bắt chẹt; bắt bí: 你这样卖东西简直就是~。Bà bán kiểu này là chém đẹp đấy. 你就不要敲 他的竹杠了。Cô đừng bắt chẹt anh ta nữa.

橇 qiāo<名>❶xe trượt (đi trên băng, trên tuyết): 雪~ cái xe trượt đi trên tuyết ❷xe quệt (ngày xưa dùng để đi trên đường bùn lầy)

qiáo

乔¹ qiáo<形>cao: ~木林 rừng cây cao // (姓) Kiều

乔² qiáo<动>cải trang

【乔扮】 qiáobàn<动>cải trang: 办案人员~ 成客户前去摸底。Người trinh sát vụ án cải trang thành khách hàng đi điều tra.

【乔木】 qiáomù<名>cây; cây cao (như thông, bạch đàn, sấu v.v.)

【乔其纱】 qiáoqíshā<名>loại vải may quần áo mỏng và mượt; kếp hoa; sa vân hoa

【乔迁】 qiáoqiān<动>dọn đến nơi tốt hơn; thăng quan tiến chức

【乔迁之喜】 qiáoqiānzhīxǐ mừng thăng quan tiến chức; mừng dọn đến nhà mới

【乔装】 qiáozhuāng<动>cải trang; giả trang

【乔装打扮】 qiáozhuāng-dǎbàn ăn mặc giả trang; cải trang; giả dạng

侨 qiáo❶<动>ngụ cư; sống ở nước ngoài: ~ 胞 kiều bào ❷<名>kiều dân: 华~ Hoa kiều; 外~ ngoại kiều // (姓) Kiều

【侨办】 qiáobàn<名>ủy ban kiều vụ

【侨胞】 qiáobāo<名>kiều bào; đồng bào sống ở nước ngoài

【侨居】 qiáojū<动>cư trú ở nước ngoài; kiều cư: ~海外 cư trú ở nước ngoài

【侨眷】 qiáojuàn<名>gia quyến của kiều dân ở trong nước

【侨领】 qiáolǐng<名>lãnh tụ của kiều dân

【侨民】 qiáomín<名>kiều dân

【侨商】 qiáoshāng<名>nhà buôn kiều dân

【侨属】 qiáoshǔ<名>người nhà của kiều dân ở trong nước

【侨务】 qiáowù<名>kiều vụ; công việc về kiều dân: ~工作 công tác kiều vụ

【侨乡】 qiáoxiāng<名>khu vực có nhiều kiều dân

【侨资】 qiáozī<名>vốn của kiều dân; đầu tư của kiều dân

荞 qiáo

【荞麦】 qiáomài<名>❶cây kiều mạch ❷hạt kiều mạch

桥 qiáo<名>cầu: 木~ cầu gỗ ///(姓) Kiều

【桥洞】 qiáodòng<名>[口]khoang gầm cầu; nhịp cuốn cầu

【桥墩】 qiáodūn<名>trụ cầu; mố cầu

【桥拱】 qiáogǒng<名>vòm cầu

【桥涵】 qiáohán<名>cầu hầm; cầu cống

【桥孔】 qiáokǒng<名>gầm cầu; khoang gầm cầu; nhịp cuốn cầu

【桥梁】 qiáoliáng<名>❶cầu; cầu cống ❷cái cầu nối; nhịp cầu: 友谊~ nhịp cầu hữu nghị

【桥牌】 qiáopái<名>bài brit

【桥头】 qiáotóu<名>đầu cầu

【桥头堡】 qiáotóubǎo<名>❶lô cốt đầu cầu ❷tháp đầu cầu; chòi đầu cầu ❸đầu cầu tiến công; tiền đồn

【桥桩】 qiáozhuāng<名>trụ cầu; cột cầu

翘 qiáo❶<动>ngẩng đầu ❷<形>vểnh lên; vênh: 木板~起来了。Tấm ván vênh lên rồi. 另见qiào

【翘楚】 qiáochǔ<名>[书]tuấn kiệt; anh tài

【翘盼】 qiáopàn<动>mong đợi; trông đợi: ~ 和平 mong đợi hòa bình

【翘企】 qiáoqǐ<动>[书]trông đợi; trông chờ: 不胜~ nóng lòng trông đợi

【翘首】 qiáoshǒu<动>[书]ngẩng lên nhìn: ~故国 ngẩng đầu nhìn về cố quốc; ~蓝天

ngước nhìn bầu trời xanh

【翘望】qiáowàng<动>❶ngẩng đầu nhìn ❷thiết tha mong chờ

憔qiáo

【憔悴】qiáocuì<形>hốc hác; tiều tụy: 面容~ mặt mũi tiều tụy; 连续熬了两个通宵，整个人都~了。Thức trắng liền hai đêm, người hốc hác hẳn đi.

樵qiáo❶<名>củi: 砍~ đốn củi❷<动>[书] kiếm củi; hái củi: 渔~ ngư tiều/người đánh cá và người đốn củi //(姓) Tiều

【樵夫】qiáofū<名>tiều phu; người đốn củi

瞧qiáo<动>[口]nhìn; trông; coi; xem; ngó; thăm: ~见 nhìn thấy; ~大夫 khám bệnh; ~病人 thăm bệnh nhân

【瞧不起】qiáobuqǐ[口]coi khinh; coi thường; khinh thường: ~对手 coi khinh đối thủ

【瞧不上眼】qiáobushàng yǎn coi khinh; bơ đi; không thích: 这样的衣服我~。Những kiểu áo này tôi không thích.

【瞧得起】qiáodeqǐ[口]coi trọng; xem trọng; nể trọng

【瞧好】qiáohǎo<动>[口]ủng hộ; đánh giá cao: 我~你。Tôi ủng hộ anh.

【瞧见】qiáojiàn<动>nhìn thấy: 我一进门就~你了。Tôi vừa bước vào nhà đã nhìn thấy ông.

【瞧热闹】qiáo rènao[口]xem cảnh náo nhiệt

【瞧上】qiáoshang<动>[口]thích: 你~谁了？Cô đã thích ai vậy?

qiǎo

巧qiǎo❶<形>khéo léo; kĩ thuật cao: 她的手艺很~。Tay nghề của bà ấy rất cao. ❷<形>khéo (tay, mồm): 心灵手~ sáng trí khéo tay/nhanh nhạy khéo léo ❸<形>vừa vặn; đúng lúc; vừa hay: 恰~ vừa khéo ❹<形>lời nói hoa mĩ; hoa lá: 花言~语 nói ngon nói ngọt ❺<名>kĩ thuật; hoa tay: 技~ kĩ xảo //(姓) Xảo

【巧辩】qiǎobiàn<动>khéo mồm; giỏi tranh cãi

【巧夺天工】qiǎoduó-tiāngōng khéo léo tuyệt vời; khéo léo hơn cả bàn tay tạo hóa

【巧妇难为无米之炊】qiǎofù nán wéi wú mǐ zhī chuī không có gạo, cô dâu khéo mấy cũng chẳng nấu thành cơm; không có bột, đố gột nên hồ

【巧干】qiǎogàn<动>làm giỏi; làm khéo; khéo làm

【巧合】qiǎohé<形>vừa khớp; trùng hợp: 他们都是从上海来的，真是~。Họ đều đến từ Thượng Hải, thật khéo trùng hợp.

【巧计】qiǎojì<名>diệu kế; kế hay; kế sách khéo léo

【巧匠】qiǎojiàng<名>thợ giỏi; thợ khéo

【巧克力】qiǎokèlì<名>sô-cô-la

【巧立名目】qiǎolì-míngmù bày đặt đủ trò; giở giói lắm trò

【巧妙】qiǎomiào<形>khéo léo; tài tình; diệu kì: 构思~ cấu tứ rất khéo; ~的回答 câu trả lời khéo léo

【巧取豪夺】qiǎoqǔ-háoduó vơ vét đủ cách; bóp nặn trăm cách

【巧舌如簧】qiǎoshé-rúhuáng khéo mồm khéo miệng

【巧事】qiǎoshì<名>chuyện trùng hợp ngẫu nhiên

【巧手】qiǎoshǒu<名>khéo tay

【巧思】qiǎosī<名>ý nghĩ hay

【巧言令色】qiǎoyán-lìngsè dỗ dành ngon ngọt

【巧遇】qiǎoyù<动>gặp gỡ tình cờ: 他在火车上~一位多年不见的老同学。Trên chuyến tàu anh ấy tình cờ gặp lại một bạn học cũ nhiều năm chưa gặp.

Q

悄 qiǎo<形>❶im bặt; im phắc; khẽ; sẽ: ~ 无声息 im phăng phắc; 低声~语 nói se sẽ ❷[书]lo buồn; buồn rầu

另见 qiāo

【悄寂】qiǎojì<形>[书]im phăng phắc; tĩnh mịch: 四周一片~. Bốn bề im phăng phắc.

【悄然】qiǎorán<形>[书]❶rầu rầu; rầu rĩ: ~落泪 rầu rầu rơi lệ ❷im phăng phắc

【悄声】qiǎoshēng<形>im tiếng; hoàn toàn không có tiếng động; khẽ; se sẽ: ~细语 nói khe khẽ

【悄无声息】qiǎowúshēngxī im phăng phắc; tĩnh mịch

qiào

壳 qiào<名>vỏ cứng: 地~ vỏ trái đất

另见 ké

俏 qiào<形>❶xinh đẹp; thanh tú; duyên dáng: ~佳人 cô gái xinh đẹp ❷tiêu thụ mạnh; bán chạy: 这种商品卖得很~。Hàng này bán chạy lắm.

【俏货】qiàohuò<名>hàng bán chạy; hàng đắt khách

【俏丽】qiàolì<形>xinh đẹp: 容貌~ dung nhan xinh đẹp

【俏皮】qiàopí<形>❶(mặt mũi, ăn mặc) đẹp; lịch sự; dễ coi ❷(cử chỉ) hoạt bát; ý nhị: 她说话很~。Cô ấy nói chuyện rất dí dỏm.

【俏皮话】qiàopíhuà<名>❶câu nói giễu; câu nói đùa ❷yết hậu ngữ

【俏销】qiàoxiāo<动>bán chạy

峭 qiào<形>❶(núi) cao và dốc ❷nghiêm khắc: ~直 cương trực nghiêm khắc

【峭拔】qiàobá<形>❶vách dốc đứng: 山势~ thế núi dựng đứng ❷cứng cáp; rắn rỏi: 笔锋~刚劲 ngòi bút mạnh mẽ sắc sảo

【峭壁】qiàobì<名>vách đá; vách dốc đứng: 悬崖~ vách đá cheo leo

【峭寒】qiàohán<形>lạnh giá; giá ngắt: 严冬~ mùa đông lạnh giá

【峭峻】qiàojùn<形>cao và dốc đứng: 峡谷的两壁是~的山峰。Hai bên thung lũng là những ngọn núi dốc đứng.

【峭立】qiàolì<动>dốc đứng: 岩石~ tảng đá dựng đứng

【峭直】qiàozhí<形>[书]❶dốc đứng ❷nghiêm khắc cương trực

窍 qiào<名>❶khiếu; cái lỗ: 七~ bảy lỗ (hai lỗ mắt, hai lỗ tai, lỗ miệng và hai lỗ mũi) ❷bí quyết; thủ thuật: 微机影像处理诀~ thủ thuật xử lí ảnh trên máy tính; 一窍不通 dốt đặc cán mai

【窍门】qiàomén<名>bí quyết; điểm then chốt; thủ pháp: 解决问题的~ điểm then chốt giải quyết vấn đề; 掌握构图规律的~ nắm vững thủ pháp cách thức bố cục; 射击的~是瞄准的时候要屏住呼吸。Bí quyết bắn súng là khi ngắm bắn phải nín thở.

翘 qiào<动>vểnh lên; cong lên; vênh lên: 木地板~起来了。Sàn gỗ bị vênh lên.

另见 qiáo

【翘辫子】qiào biànzi chầu trời; chết; toi đời

【翘尾巴】qiào wěiba cong đuôi; vểnh đuôi; ví kiêu căng tự phụ

撬 qiào<动>cạy; nậy; bẩy: ~门 nậy cửa

【撬杠】qiàogàng<名>cái xà beng; đòn bẩy

鞘 qiào<名>❶vỏ; bao: 剑~ bao kiếm ❷vật hình như vỏ: 槟榔~ mo cau

qiē

切 qiē<动>❶thái; bổ; cắt: ~开 bổ ra; ~片 cắt ra từng miếng; ~丝 thái thành sợi nhỏ ❷tiếp; tiếp xúc

另见 qiè

【切边机】qiēbiānjī<名>cái xén mép

【切菜板】qiēcàibǎn<名>thớt

【切槽】qiēcáo<名>[机械]xoi rãnh

【切草机】qiēcǎojī<名>máy tỉa cỏ

【切齿机】qiēchǐjī<名>máy cắt răng

【切除】qiēchú<动>cắt bỏ: ~肿瘤 cắt bỏ khối u

【切磋】qiēcuō<动>bàn bạc; thảo luận; trao đổi: ~棋艺 trao đổi kĩ thuật đánh cờ

【切磋琢磨】qiēcuō-zhuómó cắt gọt mài giũa; dùi mài rèn giũa; trao đổi học vấn

【切点】qiēdiǎn<名>tiếp điểm

【切断】qiēduàn<动>cắt; cắt đứt: ~通讯联系 cắt đứt thông tin liên lạc; ~电源 cắt nguồn điện; ~燃气供应 ngưng cung cấp hơi đốt

【切分】qiēfēn<动>chia cắt; cắt bổ; chia xẻ: 土地被~成了很多块。Mảnh đất bị chia xẻ thành nhiều miếng.

【切割】qiēgē<动>cắt đứt (bằng dao máy hoặc lửa, điện)

【切花】qiēhuā<名>cành hoa vừa cắt từ trên cây

【切换】qiēhuàn<动>đổi; chuyển nhanh từ cảnh này sang cảnh khác (trong phim, video, truyền hình): 镜头从商店~到街道。Cảnh chuyển nhanh từ cửa hàng sang ngoài phố.

【切汇】qiēhuì<动>khoản tiền chênh lệch khi mua ngoại tệ

【切开】qiēkāi<动>bổ ra; cắt ra

【切口】qiēkǒu<名>❶mép sách; xén trang sách ❷vết thương; vết cắt; đường rạch: 在腿部划一道深深的~ rạch một vết sâu ở bắp đùi ❸tiện mặt đầu; tiện đầu mút

【切面】[1]qiēmiàn<名>mì thái; mì sợi

【切面】[2]qiēmiàn<名>❶mặt cắt; tiết diện ❷[数学](mặt phẳng ngoại tiếp) thiết diện

【切片】qiēpiàn❶<动>thái mỏng; thái thành miếng mỏng ❷<名>mảnh cắt; lát cắt

【切入】qiērù<动>đi vào; tiếp cận: ~正题 vào chủ đề

【切入点】qiērùdiǎn<名>điểm tiếp cận

【切碎】qiēsuì<动>cắt vụn; thái vụn

【切线】qiēxiàn<名>tiếp tuyến

【切削】qiēxiāo<动>cắt gọt; tiện; mài

【切纸机】qiēzhǐjī<名>máy xén giấy

qié

茄 qié<名>cà

【茄子】qiézi<名>❶cây cà ❷quả cà

qiě

且[1] qiě<副>❶tạm; tạm thời: 你~不要跟他说。Anh tạm thời đừng nói với ông ta. ~听她说什么。Hãy nghe cô ta nói gì đã. ❷[方]lâu //(姓) Thả

且[2] qiě<连>[书]❶mà; còn: 死~不怕，困难又算什么。Chết còn không sợ, khó khăn đáng kể gì. ❷và; mà; lại: 既漂亮~聪明 đã xinh đẹp lại thông minh

【且不说】qiěbùshuō tạm không nói; tạm gác không nhắc tới

【且歌且舞】qiěgē-qiěwǔ vừa hát vừa múa

【且慢】qiěmàn<动>khoan đã; dừng một chút

【且说】qiěshuō<动>nói tới; nhắc tới

【且住】qiězhù<动>khoan đã; dừng lại

qiè

切 qiè❶<动>hợp; phù hợp; sát: 不~实际 không sát thực tế; 文章~题。Văn viết sát đề. ❷<形>thân thiết; gần gũi: 亲~ thân thiết ❸<形>cấp thiết; bức thiết; tha thiết: 迫~需要 nhu cầu bức thiết ❹<副>quyết; nhất thiết phải: ~不可骄傲。Nhất thiết không được

Q

kiêu căng. ❺<动>[语言]phiên thiết //(姓)
Thiết

另见qiē

【切齿】qièchǐ<动>nghiến răng: ~痛恨 nghiến răng căm giận

【切肤之痛】qièfūzhītòng nỗi đau cắt ruột; đau như dao cắt

【切骨之仇】qiègǔzhīchóu mối thù khắc cốt ghi xương

【切合】qièhé<动>phù hợp; sát: ~实际 sát thực tế

【切记】qièjì<动>ghi nhớ kĩ; phải luôn nhớ: 做人~要守信。Phải nhớ cho kĩ, làm người phải giữ chữ tín.

【切忌】qièjì<动>chớ có; phải tránh; phải ngăn chặn: 学习~骄傲自满。Việc học hành tối kị kiêu căng tự mãn.

【切脉】qièmài<动>[中医]bắt mạch để chẩn đoán bệnh; chẩn mạch

【切莫】qièmò<副>không được; chớ nên

【切切】¹qièqiè❶<副>nhất thiết; phải: ~不可大意。Nhất thiết không được sơ ý. ❷<形>nhớ; chú ý ❸<形>khẩn thiết; tha thiết: 言辞~ lời lẽ tha thiết

【切切】²qièqiè<形>khe khẽ; thì thầm

【切身】qièshēn<形>❶thiết thân: ~利益 lợi ích thiết thân ❷bản thân: ~体会 sự thể nghiệm của bản thân

【切实】qièshí<形>thiết thực; thực sự: ~措施 biện pháp thiết thực; ~做好工作 làm tốt công tác

【切题】qiètí<动>sát với đầu đề

【切勿】qièwù<副>không được; không thể; đừng: ~靠近 tránh xa; ~放弃希望。Không thể để mất lòng tin. ~酒后驾车。Không được lái xe sau khi rượu bia.

【切要】qièyào<形>thiết yếu; rất cần thiết: 民众要求政府立即解决当前~的问题。Dân chúng yêu cầu chính phủ giải quyết ngay những vấn đề thiết yếu trước mắt.

【切中】qièzhòng<动>trúng; sát: ~要害 đánh trúng chỗ hiểm; ~时弊 giáng trúng vào tệ nạn xã hội hiện thời

妾 qiè<名>[旧]❶thiếp; vợ lẽ: 纳~ lấy vợ lẽ ❷em; thiếp (phụ nữ khiêm tự xưng)

怯¹ qiè<动>e sợ; sợ hãi: 羞~ e thẹn; ~于发表意见 e sợ không dám nói

怯² qiè<形>[方]❶kệch cỡm; quê kệch ❷tầm thường; thô tục: 这件衣服有点儿~。Chiếc áo này hơi tầm thường. ❸thiếu; nghèo: 露~ thiếu hiểu biết

【怯步】qièbù<动>chùn bước: 困难面前不~ không chùn bước trước khó khăn

【怯场】qièchǎng<动>luống cuống trước đám đông: 第一次登上舞台，不免有点~。Lần đầu tiên lên sân khấu, không tránh khỏi hồi hộp luống cuống.

【怯懦】qiènuò<形>nhút nhát; hèn nhát; khiếp nhược: 他绝不是一个~的人。Anh ấy quyết không phải là một người nhút nhát.

【怯弱】qièruò<形>khiếp nhược; nhút nhát yếu đuối: ~女子 người đàn bà yếu đuối

【怯生】qièshēng<形>[方]e thẹn; ngượng mặt; sợ lạ: 孩子有点~。Con bé có tính sợ lạ.

【怯生生】qièshēngshēng nhút nhát; rụt rè

【怯声怯气】qièshēng-qièqì nói năng lúng túng không tự nhiên: 她说话~的。Cô ấy ấp úng sợ sệt.

【怯阵】qièzhèn<动>khiếp trận; nhát trận mạc; run sợ: 面对众多考官，心里不免~。Đứng trước ban giám khảo, trong lòng hơi run sợ.

窃 qiè❶<动>ăn cắp; ăn trộm; trộm: 行~ đi ăn trộm ❷<动>cướp; cướp đoạt; thoán đoạt: ~国大盗 kẻ cướp nước ❸<副>thầm; vụng trộm: ~笑 cười thầm/cười vụng ❹<副>[书]riêng mình; về phần tôi: ~以为不可不防。Thiết nghĩ rằng không thể không đề phòng.

【窃案】qiè'àn<名>vụ trộm: 最近小区没有发生~。Dạo này khu chung cư này không xảy ra vụ trộm nào.

【窃夺】qièduó<动>cướp đoạt

【窃国】qièguó<动>cướp nước

【窃据】qièjù<动>chiếm đoạt; chiếm cứ: ~高位 chiếm cứ chức vị cao sang

【窃密】qièmì<动>đánh cắp bí mật: 严惩~者 trừng trị nghiêm kẻ đánh cắp bí mật

【窃窃私语】qièqiè-sīyǔ rì rầm nói chuyện riêng

【窃取】qièqǔ<动>đánh cắp: ~胜利果实 đánh cắp thành quả thắng lợi

【窃听】qiètīng<动>nghe trộm; nghe lén: ~电话 nghe trộm điện thoại

【窃听器】qiètīngqì<名>máy nghe trộm: 安装~ đặt máy nghe trộm

【窃喜】qièxǐ<动>mừng thầm trong bụng: 听到快要升职的消息，他心中一阵~。Được tin sắp được thăng chức, nó mừng thầm trong bụng.

【窃贼】qièzéi<名>kẻ trộm; tên ăn cắp

挈 qiè<动>[书]❶nêu; giơ lên ❷dẫn dắt: 扶老~幼 dìu già dắt trẻ

【挈带】qièdài<动>[书]dẫn dắt; dìu dắt

【挈领】qièlǐng<动>nêu lên những điều mấu chốt: 提纲~ nêu lên những điều chính

惬 qiè<形>[书]vừa ý; thỏa mãn; vừa lòng

【惬当】qièdàng<形>[书]thích hợp; thích đáng

【惬怀】qièhuái<形>[书]hài lòng; vừa lòng; thỏa lòng

【惬意】qièyì<形>mãn nguyện; vừa ý; thoải mái: ~的生活 cuộc sống thoải mái

锲 qiè<动>[书]điêu khắc; trạm trổ

【锲而不舍】qiè'érbùshě kiên nhẫn; miệt mài; cắm cúi; bền chí: 做事情要有~的精神。Làm việc phải có tinh thần miệt mài

chăm chỉ.

qīn

钦 qīn❶<动>kính trọng; kính phục ❷<副>chỉ việc vua tự làm ///(姓) Khâm

【钦差】qīnchāi<名>khâm sai

【钦差大臣】qīnchāi dàchén khâm sai; khâm sai đại thần

【钦定】qīndìng<动>khâm định; vua quyết định cho soạn

【钦敬】qīnjìng<动>kính nể: 值得~的长辈 bậc tiền bối đáng khâm phục

【钦慕】qīnmù<动>kính trọng và ngưỡng mộ: 对英雄的道德品质无限~。Hết sức kính trọng và ngưỡng mộ phẩm chất đạo đức tốt đẹp của vị anh hùng đó.

【钦佩】qīnpèi<动>khâm phục; kính phục: ~艺术家们的才华 khâm phục tài năng của các nghệ sĩ

侵 qīn<动>❶xâm nhập ❷[书]gần đến: ~晓 gần sáng ///(姓) Xâm

【侵夺】qīnduó<动>xâm phạm; cướp đoạt; chiếm đoạt

【侵犯】qīnfàn<动>❶xâm phạm; can thiệp; vi phạm: ~人权 xâm phạm nhân quyền ❷xâm nhập: ~领空 xâm nhập vùng trời

【侵害】qīnhài<动>❶phá hoại; làm hại: 减少沙尘暴的~ hạn chế sự phá hoại của bão cát ❷xâm phạm; xâm hại: ~公共利益 làm tổn hại đến lợi ích của cộng đồng; 身体遭到~ bị xâm hại đến thân thể

【侵凌】qīnlíng<动>xâm lăng: 屡被~ nhiều lần bị xâm lăng

【侵略】qīnlüè<动>xâm lược: 反抗~ chống xâm lược

【侵权】qīnquán<动>vi phạm quyền

【侵扰】qīnrǎo<动>xâm phạm và quấy nhiễu; xâm phạm: ~他人的私生活 sự xâm phạm vào đời tư của người ta

【侵入】qīnrù〈动〉❶xâm nhập: ~边境 xâm nhập vào biên giới ❷đi vào; chui vào; xâm nhập: 外国资本的~ sự nhập vào của vốn nước ngoài; 癌细胞可以~到身体其他器官。Các tế bào ung thư có thể lan sang các bộ phận khác của cơ thể.

【侵蚀】qīnshí〈动〉❶xâm thực; ăn mòn; lấn chiếm: ~青年人的思想 làm hư hỏng tư tưởng của người thanh niên; 金属受到酸性物质的~。Kim loại bị axít ăn mòn. 年复一年，海水~了石壁。Năm này qua năm khác, nước biển đã xâm thực bề mặt của vách đá. ❷bòn rút; chiếm dần: ~公款 bòn rút công quỹ

【侵吞】qīntūn〈动〉❶chiếm đoạt; nuốt; biển thủ; tham ô: ~公款 tham ô công quỹ ❷thôn tính; lấn chiếm

【侵袭】qīnxí〈动〉xâm nhập và tập kích: 沿海地带遭遇台风~。Cơn bão tập kích vào vùng ven biển.

【侵占】qīnzhàn〈动〉❶chiếm đoạt; lấn chiếm: 非法~土地 xâm chiếm đất đai trái phép; ~道路 lấn chiếm mặt đường; 我不喜欢私人时间被~。Tôi không thích thời gian riêng của mình bị xâm phạm. ❷xâm chiếm

亲 qīn ❶〈名〉bố mẹ: 父~ bố; 母~ mẹ ❷〈形〉do mình thân sinh: ~女儿 đứa con gái ruột ❸〈形〉ruột thịt: ~兄弟 anh em ruột ❹〈形〉họ hàng; họ mạc: ~戚 thân thích ❺〈名〉hôn nhân: ~事 việc hôn nhân ❻〈名〉vợ mới cưới; cô dâu: 迎~ đón dâu ❼〈形〉gần gũi; thân: ~近 gần gũi ❽〈副〉tự mình; đích thân: ~口 tự miệng mình ❾〈动〉hôn; thơm: ~嘴 hôn môi ❿〈动〉thân với
另见 qìng

【亲爱】qīn'ài〈形〉thân ái; thân mến; thân yêu: ~的朋友 bạn thân

【亲本】qīnběn〈名〉[生物]cây bố mẹ

【亲笔】qīnbǐ ❶〈动〉tự tay viết; chính tay viết: ~信 thư tự tay viết ❷〈名〉bút tích: 这是作家的~。Đây là bút tích của nhà văn.

【亲兵】qīnbīng〈名〉[旧]thân binh

【亲传】qīnchuán〈动〉tự mình truyền dạy: ~的弟子 đệ tử do chính mình dạy dỗ

【亲耳】qīn'ěr〈副〉đích tai nghe thấy

【亲骨肉】qīngǔròu〈名〉máu mủ ruột thịt

【亲和力】qīnhélì〈名〉ái lực

【亲近】qīnjìn ❶〈动〉gần gũi; thân nhau: 在外地工作，难得跟孩子~。Đi làm ở xứ khác, ít được gần gũi con cái. ❷〈形〉thân cận: ~的朋友 những bạn bè thân cận

【亲眷】qīnjuàn〈名〉❶thân thích; họ hàng ❷gia quyến; thân quyến

【亲口】qīnkǒu〈副〉tự mình nói; bản thân: 我希望~跟你说"谢谢"。Tôi mong có thể nói "cám ơn" trực tiếp với anh.

【亲历】qīnlì〈动〉[书]đích thân trải qua: ~海啸 đích thân trải qua cơn sóng thần

【亲临】qīnlín〈动〉đích thân tới: ~现场指挥 đích thân tới hiện trường chỉ huy

【亲密】qīnmì〈形〉thân mật; thân tình: 他俩~无间。Hai người rất thân thiết nhau.

【亲昵】qīnnì〈形〉âu yếm; trìu mến: ~的目光 ánh mắt âu yếm; 小狗~地舔着男孩的脸。Con chó thân thiết liếm vào má cậu bé.

【亲朋】qīnpéng〈名〉họ hàng bạn bè: ~好友 bạn bè thân thích; ~满座 bạn bè thân thích đến rất đông

【亲启】qīnqǐ〈动〉tự mình mở; đích thân mở

【亲戚】qīnqi〈名〉thân thích; họ hàng; bà con: 他在这个地方没什么~。Anh ấy không có họ hàng thân thích ở đây.

【亲切】qīnqiè〈形〉❶gần gũi; thân thiết; thân mật ❷nhiệt tình ân cần: ~地握手 bắt tay thân tình; 老师的~教导 sự tận tình dạy dỗ của thầy cô giáo

【亲切感】qīnqiègǎn〈名〉mối tình thắm

thiết

【亲情】qīnqíng<名>tình thân; tình ruột thịt; tình thương yêu: 父子~ tình thân cha con

【亲热】qīnrè❶<形>thân mật; thân thiết; nồng nhiệt: 奶奶和孙女~地拉起了家常。 Hai bà cháu nói chuyện với nhau một cách thân mật. ❷<动>vuốt ve một cách trìu mến: 这对小情侣就在大街上~起来。Đôi bạn tình trẻ đã ôm hôn nhau say đắm ngay trên phố.

【亲人】qīnrén<名>❶người thân; người ruột thịt; người nhà ❷ví thân như người nhà:子弟兵就是我们的~。Bộ đội là người thân của chúng ta.

【亲如手足】qīnrúshǒuzú thân như anh em ruột

【亲善】qīnshàn<形>thân thiện: ~大使 đại sứ thân thiện; 两国的~关系 quan hệ thân thiện giữa hai nước

【亲上加亲】qīnshàngjiāqīn đã thân nhau lại càng thân thêm

【亲身】qīnshēn<形>tự mình; bản thân: ~经历 bản thân mình trải qua/sự từng trải của bản thân mình

【亲生】qīnshēng<形>thân sinh: 阿明是她~的孩子。Anh Minh là con ruột của bà.

【亲事】qīnshì<名>việc hôn nhân; việc cưới xin: 操办~ lo chuyện cưới xin

【亲手】qīnshǒu<副>tự tay; đích thân

【亲疏】qīnshū<名>thân sơ; gần xa: 不分~贵贱 không phân biệt thân sơ xa gần, quý phái hay thấp hèn

【亲属】qīnshǔ<名>họ hàng; thân thuộc: 直系~ họ hàng trực hệ

【亲体】qīntǐ<名>[生物]cá thể đực (bố) hoặc cá thể cái (mẹ)

【亲痛仇快】qīntòng-chóukuài kẻ thù khoái chí, người thân đau lòng

【亲王】qīnwáng<名>thân vương; hoàng

thân

【亲吻】qīnwěn<动>hôn; thơm: 母亲~了孩子的脸颊。Mẹ thơm lên má bé.

【亲信】qīnxìn❶<名>thân tín: 让~收集资料。Sai kẻ thân cận thu thập tài liệu. ❷<动>thân tín; tin cậy và gần gũi: ~小人 thân tín kẻ tiểu nhân

【亲兄弟，明算账】qīn xiōngdì, míng suàn zhàng anh em ruột thịt cũng phải tiền nong sòng phẳng

【亲眼】qīnyǎn<副>tận mắt; chính mắt: ~见证 tận mắt chứng kiến

【亲眼所见】qīnyǎn-suǒjiàn trông thấy tận mắt

【亲友】qīnyǒu<名>bạn thân; họ hàng bè bạn: ~团 chỗ họ hàng bạn bè

【亲者痛，仇者快】qīnzhě tòng, chóuzhě kuài kẻ thù khoái chí, người thân đau lòng

【亲政】qīnzhèng<动>thân chính

【亲子】qīnzǐ❶<名>quan hệ máu mủ giữa bố mẹ con cái: ~鉴定 giám định quan hệ bố mẹ và con cái ❷<名>con ruột ❸<动>dạy con bằng tình cảm âu yếm

【亲自】qīnzì<副>tự mình; đích thân; thân hành: 有什么疑问你可以~去问他本人。Có gì thắc mắc anh có thể tự đi hỏi bản thân ông ấy.

【亲嘴】qīnzuǐ<动>hôn; thơm

qín

芹 qín<名>[植物]rau cần //(姓) Cần

【芹菜】qíncài<名>rau cần

秦 Qín<名>❶đời nhà Tần (một triều đại lịch sử của Trung Quốc) ❷chỉ Thiểm Tây và Cam Túc, còn chỉ riêng Thiểm Tây, Trung Quốc //(姓) Tần

【秦晋之好】qínjìnzhīhǎo kết duyên Tần Tấn; kết nối quan hệ hôn nhân với nhau

Q

【秦腔】qínqiāng<名>❶giọng hát Tần (kịch tuồng Thiểm Tây) ❷kịch tuồng miền Bắc Trung Quốc

【秦俑】qínyǒng<名>Tần dõng (tượng gốm binh mã đời Tần)

琴 qín<名>❶đàn; cầm ❷đàn (tên gọi chung cho một số loại đàn) //(姓) Cầm

【琴键】qínjiàn<名>phím đàn

【琴棋书画】qín-qí-shū-huà cầm kì thư họa

【琴瑟】qínsè<名>cầm sắt

【琴瑟和谐】qínsè-héxié cầm sắt hài hòa

【琴声】qínshēng<名>tiếng đàn: ~悠扬 tiếng đàn du dương

【琴师】qínshī<名>nghệ sĩ chơi đàn; nhạc công

【琴弦】qínxián<名>dây đàn

禽 qín<名>❶loài chim; chim muông: 飞~ loại chim bay; 家~ gia cầm ❷[书]cầm thú

【禽类】qínlèi<名>loài chim

【禽流感】qínliúgǎn<名>dịch cúm gia cầm

【禽兽】qínshòu<名>❶cầm thú ❷loài cầm thú; đồ súc sinh: ~不如 không bằng cầm thú; 衣冠~ loài cầm thú lốt người

勤 qín❶<形>chăm chỉ; cần mẫn; siêng năng: 手~脚快 chăm chỉ tháo vát; ~学苦练 chăm chỉ học tập, chịu khó rèn luyện ❷<形>thường xuyên; năng; siêng: ~来往 năng đến thăm nhau ❸<名>công tác; làm việc: 内~ công tác trong cơ quan ❹<名>chuyên cần: 考~ kiểm tra về chuyên cần/chấm công //(姓) Cần

【勤奋】qínfèn<形>siêng năng; cần cù: 她学习很~. Chị ấy chăm chỉ học tập.

【勤工俭学】qíngōng-jiǎnxué vừa học vừa làm; cần cù làm việc, học tập

【勤俭】qínjiǎn<形>cần kiệm: 持家 ăn cần ở kiệm; ~节约 cần kiệm

【勤恳】qínkěn<形>cần cù chăm chỉ; cần

cù trung thực: ~工作 làm việc cần cù trung thực

【勤苦】qínkǔ<形>cần cù chịu khó

【勤快】qínkuai<形>[口]siêng năng; cần mẫn: 做事很~. Làm việc rất siêng năng.

【勤劳】qínláo<形>cần lao; cần cù lao động: ~致富 cần cù làm giàu

【勤勉】qínmiǎn<形>cần mẫn; chăm chỉ: ~学习 chăm chỉ học hành

【勤能补拙】qínnéngbǔzhuō cần mẫn có thể bù lại chỗ vụng về; cần cù bù thông minh

【勤王】qínwáng<动>[书]❶cần vương ❷tận tâm tận lực với vương triều

【勤务】qínwù<名>❶công vụ ❷cần vụ; nhân viên tạp vụ trong quân đội

【勤务兵】qínwùbīng<名>lính cần vụ

【勤务员】qínwùyuán<名>người cần vụ; nhân viên tạp vụ

【勤杂】qínzá<名>hậu cần và tạp vụ: ~工 cần vụ

【勤政】qínzhèng<动>cần mẫn về công việc nhà nước: ~廉政 cần mẫn liêm chính

擒 qín<动>tóm; bắt

【擒获】qínhuò<动>tóm được; bắt được: ~歹徒 bắt được kẻ xấu

【擒拿】qínná❶<动>truy nã: ~罪犯 truy nã tội phạm ❷<名>miếng võ bắt sống

【擒拿术】qínnáshù<名>miếng võ bắt sống

【擒贼先擒王】qín zéi xiān qín wáng muốn bắt giặc phải bắt tướng trước; diệt giặc phải diệt trùm; đánh rắn phải đánh rập đầu

嘁 qín<动>❶ngậm: ~着奶嘴 ngậm núm bình sữa ❷rưng rưng: ~着眼泪 rưng rưng nước mắt

qǐn

寝 qǐn❶<动>ngủ: 废~忘食 quên ăn quên

ngủ ❷<名>phòng ngủ; buồng ngủ: 入~ vào buồng ngủ; 寿终正~ qua đời ở nhà ❸<名>mộ vua; tẩm: 陵~ lăng tẩm ❹<动>[书] ngừng; dừng; chấm dứt: 其议遂~。Dư luận đó liền chấm dứt.

【寝车】qǐnchē<名>toa nằm (trên tàu)

【寝宫】qǐngōng<名>❶cung điện của vua và hoàng hậu ở ❷mộ thất trong lăng mộ của vua

【寝具】qǐnjù<名>chăn màn gối đệm; đồ dùng trên giường

【寝食】qǐnshí<名>ăn ngủ; cuộc sống hàng ngày

【寝食不安】qǐnshí-bù'ān ăn ngủ không yên

【寝室】qǐnshì<名>phòng ngủ; buồng ngủ

qìn

吣 qìn<动>❶(mèo, chó) mửa ❷[口]chửi rủa; lăng mạ: 满嘴胡~ to miệng chửi càn

沁 qìn<动>❶thấm vào; ngấm vào; rịn ra: 额上~出了汗珠。Trên trán đã rịn mồ hôi. ❷[方]cúi đầu: ~着头 cúi đầu ❸[方]bỏ vào nước

【沁人心脾】qìnrénxīnpí thấm vào gan ruột; mát lòng mát dạ

【沁润】qìnrùn<动>thấm nhuần

撳 qìn<动>[方]ấn; bấm

qīng

青 qīng❶<形>xanh: ~天 trời xanh; ~山绿水 non xanh nước biếc ❷<形>màu đen: ~布 vải đen ❸<名>cỏ xanh; cỏ cây xanh rì: 踏~ đạp thanh ❹<名>thanh niên ❺<形>trẻ trung; trẻ; trẻ tuổi: ~工 công nhân trẻ ❻(Qīng)<名>tên gọi tắt của tỉnh Thanh Hải //(姓) Thanh

【青菜】qīngcài<名>❶rau xanh ❷cải thìa;

cải ngọt

【青草】qīngcǎo<名>cỏ xanh; cỏ tươi

【青出于蓝而胜于蓝】qīng chūyú lán ér shèngyú lán trò giỏi hơn thầy; thế hệ sau giỏi hơn thế hệ trước

【青春】qīngchūn<名>❶thanh xuân; tuổi trẻ: 充满~活力 tràn trề tuổi xuân và sức sống ❷xuân xanh; tuổi tác (của bạn trẻ)

【青春痘】qīngchūndòu<名>mụn; trứng cá

【青春饭】qīngchūnfàn<名>nghề tuổi trẻ

【青春偶像】qīngchūn ǒuxiàng thần tượng thanh niên; diễn viên tuổi trẻ được hâm mộ: ~剧 kịch do các diễn viên tuổi trẻ được sùng bái đóng

【青春期】qīngchūnqī<名>tuổi dậy thì

【青葱】qīngcōng<形>xanh rì; xanh biếc; xanh thắm

【青翠】qīngcuì<形>xanh biếc; xanh thắm; xanh tươi

【青豆】qīngdòu<名>đậu xanh

【青光眼】qīngguāngyǎn<名>bệnh tăng nhãn áp; bệnh glô-côm

【青果】qīngguǒ<名>quả trám; quả ôliu; thanh quả

【青红皂白】qīnghóng-zàobái đen trắng; đúng sai; phải trái; đầu cua tai nheo: 不分~ không phân biệt trắng đen phải trái

【青花瓷】qīnghuācí<名>đồ sứ hoa xanh

【青黄不接】qīnghuáng-bùjiē giáp hạt; giáp vụ; ngày ba tháng tám

【青灰色】qīnghuīsè<名>màu than chì; màu ghi sẫm

【青椒】qīngjiāo<名>ớt tây; ớt ngọt; ớt cà chua

【青筋】qīngjīn<名>gân xanh; tĩnh mạch

【青稞】qīngkē<名>❶mạch khỏa (một loại đại mạch ở cao nguyên Thanh Tạng) ❷hạt mạch khỏa

【青睐】qīnglài<动>[书]quý mến; coi trọng:

Q

得到读者的~ được người đọc ưa thích

【青龙】qīnglóng<名>❶Thanh Long (tên gọi chung cho 7 chòm sao phương đông trong 28 tú) ❷thần Thanh Long (thần phương đông theo Đạo giáo)

【青楼】qīnglóu<名>[书]thanh lâu; lầu xanh; kĩ viện; nhà chứa

【青绿】qīnglǜ<形>xanh biếc; xanh thẫm: ~ 的竹林 rừng tre xanh biếc

【青梅】qīngméi<名>quả mơ màu xanh; thanh mai

【青梅竹马】qīngméi-zhúmǎ thanh mai trúc mã

【青霉素】qīngméisù<名>pê-ni-xi-lin

【青面獠牙】qīngmiàn-liáoyá mặt xanh răng dài; mặt mày quỷ sứ

【青苗】qīngmiáo<名>cây non

【青年】qīngnián<名>❶trẻ tuổi; trẻ: ~时代 thời tuổi trẻ; ~俱乐部 câu lạc bộ thanh niên ❷thanh niên: 好~ người thanh niên tốt

【青年节】Qīngnián Jié =【五四青年节】

【青年旅馆】qīngnián lǚguǎn quán trọ thanh niên

【青色】qīngsè<名>màu xanh lục

【青涩】qīngsè<形>xanh; chưa chín

【青纱帐】qīngshāzhàng<名>cánh đồng (ngô, mía…) xanh rậm

【青山】qīngshān<名>non xanh; ~绿水 non xanh nước biếc

【青少年】qīngshàonián<名>thanh thiếu niên

【青少年犯罪】qīngshàonián fànzuì tội phạm vị thành niên

【青史】qīngshǐ<名>[书]sử xanh; sử sách: ~留名 lưu danh sử sách; 永垂~ sử sách lưu truyền mãi mãi

【青丝】qīngsī<名>tóc đen; tóc xanh

【青饲料】qīngsìliào<名>thức ăn tươi; thức ăn xanh (dùng để chăn nuôi)

【青松】qīngsōng<名>cây tùng xanh

【青苔】qīngtái<名>rêu

【青天】qīngtiān<名>❶bầu trời xanh ❷thanh thiên: ~作证 thề có trời xanh chứng giám

【青天白日】qīngtiān-báirì ban ngày ban mặt; thanh thiên bạch nhật

【青铜器】qīngtóngqì<名>đồ đồng đen: ~时代 thời đại đồng đen

【青蛙】qīngwā<名>nhái; ếch

【青衣】qīngyī<名>❶quần áo đen ❷[旧]con hầu ❸vai thanh y (vai trong Kinh kịch)

【青鱼】qīngyú<名>cá trắm đen

【青云】qīngyún<名>mây xanh: 平步~ một bước lên tận mây xanh

【青云直上】qīngyún-zhíshàng lên như diều

【青肿】qīngzhǒng<形>sưng vù và bầm tím

【青壮年】qīngzhuàngnián<名>trai tráng

轻 qīng❶<形>nhẹ: 身~如燕 mình nhẹ như chim yến; 体重~ người nhẹ cân; 这件大衣很~但很暖和。Chiếc áo khoác này nhẹ mà rất ấm. ❷<形>nhỏ; ít; non; nhẹ nhàng: 年纪~ tuổi nhỏ; ~风 gió nhẹ; ~寒 chớm lạnh; 受~伤 bị thương nhẹ; 这一袋土豆~了五公斤。Bao tải khoai tây này thiếu 5 ki-lô. ❸<形>gọn nhẹ: ~装 hành trang gọn nhẹ ❹<形>nhẹ nhàng; nhẹ nhõm; thoải mái: ~音乐 nhạc nhẹ; 无病一身~。Không bệnh tật người nhẹ nhõm khoan khoái. ❺<形>nhẹ; không quan trọng: 责任~ trách nhiệm nhẹ ❻<形>nhẹ nhàng; khẽ: ~声 nói khẽ; 她走路很~。Cô ấy đi rất êm. ❼<形>chớt nhả; cợt nhả ❽<形>khinh suất; thiếu suy nghĩ ❾<动>coi nhẹ; xem thường; coi thường: 老人把钱财看得很~。Người già coi nhẹ tiền của.

【轻便】qīngbiàn<形>❶nhẹ nhàng; tiện

dụng; thuận tiện; tiện lợi: ~工具 dụng cụ tiện dụng; 这辆自行车很~。Chiếc xe đạp này rất tiện dụng. ❷thoải mái; dễ dàng: 贪图~ chỉ cốt thoải mái dễ dàng

轻薄】qīngbó<形>khinh bạc; cợt nhả; chớt nhả: 态度~ thái độ chớt nhả

轻财重义】qīngcái-zhòngyì khinh tài trọng nghĩa

轻车熟路】qīngchē-shúlù xe nhẹ đường quen; quen đường thuộc lối; quen việc dễ làm

轻淡】qīngdàn<形>nhẹ; nhẹ nhàng; mờ nhạt: ~的记忆 những kí ức nhẹ nhàng

轻敌】qīngdí<动>khinh địch: 麻痹~ khinh địch lơ là cảnh giác

轻度】qīngdù<形>ở mức độ nhẹ: ~感染 bị nhiễm khuẩn nhẹ

轻而易举】qīng'éryìjǔ dễ như bỡn; làm dễ như chơi; dễ như trở bàn tay

轻放】qīngfàng<动>đặt xuống nhẹ nhàng

轻浮】qīngfú<形>phù phiếm; lông bông; bộp chộp: ~的少年 tính phù phiếm của tuổi trẻ; 举止~ cử chỉ bộp chộp

轻歌剧】qīnggējù<名>ca kịch nhẹ

轻歌曼舞】qīnggē-mànwǔ lời ca du dương êm dịu, điệu múa nhẹ nhàng uyển chuyển; ca hay múa đẹp

轻工业】qīnggōngyè<名>công nghiệp nhẹ

轻轨】qīngguǐ<名>đường ray nhẹ

轻缓】qīnghuǎn<形>nhẹ nhàng và thong thả: ~的步子 bước đi nhẹ nhàng thong thả

轻活儿】qīnghuór<名>công việc nhẹ

轻贱】qīngjiàn❶<形>đê tiện; hèn hạ ❷<动>coi khinh; khinh rẻ; coi thường: 受人~ bị người khinh rẻ

轻金属】qīngjīnshǔ<名>kim loại nhẹ

轻举妄动】qīngjǔ-wàngdòng làm bừa làm ẩu; manh động; hành động thiếu suy nghĩ

轻快】qīngkuài<形>❶nhẹ nhàng; không phí sức: 步履~ bước chân nhanh nhẹ ❷nhẹ nhàng vui vẻ; khoan khoái; vui tươi: 周末出去爬山感觉身上~多了。Cuối tuần đi leo núi cảm thấy rất khoan khoái.

轻狂】qīngkuáng<形>tùy tiện; bừa bãi; ngông cuồng

轻量级】qīngliàngjí hạng nhẹ: ~拳击冠军 vô địch quyền Anh hạng nhẹ

轻慢】qīngmàn<动>khinh mạn; coi khinh; khinh thường ngạo mạn: 不可~客人。Không được khinh mạn đối với khách.

轻描淡写】qīngmiáo-dànxiě phác qua; qua loa; lớt phớt hời hợt

轻蔑】qīngmiè<动>khinh miệt

轻飘】qīngpiāo<形>❶nhẹ như không; nhẹ bỗng: ~的柳絮 tơ liễu nhẹ như không ❷phù phiếm: ~的作风 tác phong phù phiếm

轻飘飘】qīngpiāopiāo❶nhẹ như bông; nhẹ bỗng: ~的雪花 những bông tuyết nhẹ như bông; 一个气球在空中~地浮荡着。Một quả khí cầu bay lơ lửng ngang trời. ❷nhanh nhẹn; nhẹ nhàng; hoạt bát: 脚底下~ bước chân nhẹ lâng lâng ❸nông cạn; không sâu sắc

轻骑】qīngqí<名>❶khinh kị binh ❷xe máy

轻骑兵】qīngqíbīng<名>khinh kị binh

轻巧】qīngqiǎo<形>❶nhẹ nhàng và tiện lợi: 身材~ người nhẹ nhàng khéo léo ❷khéo léo; nhẹ nhàng: 动作~ động tác nhẹ nhàng khéo léo ❸đơn giản dễ dàng: 你说得~，不如来试试吧? Anh nói đơn giản quá nhỉ, thế anh làm thử xem sao?

轻轻】qīngqīng<形>nhè nhẹ; khe khẽ: ~的敲门声 tiếng gõ cửa khe khẽ; ~地放下 đặt xuống cẩn thận; 雨点~地敲打着窗户。Tiếng mưa tí tách trên cửa sổ.

【轻取】qīngqǔ<动>thắng một cách dễ dàng

【轻柔】qīngróu<形>mềm mại; nhẹ mềm: 声音~ âm thanh dịu dàng mềm mại

【轻伤】qīngshāng<名>vết thương nhẹ

【轻生】qīngshēng<动>coi nhẹ mạng sống; chán đời; tự tử: 无论遇到怎样的不幸都不 要~。Dù xấu số đến chừng nào cũng không thể tự tử.

【轻声】qīngshēng<名>thanh nhẹ: 这个音 节念~。Âm tiết này đọc thanh nhẹ.

【轻世傲物】qīngshì-àowù kiêu căng ngạo mạn; khinh thế ngạo vật

【轻视】qīngshì<动>khinh thị; coi thường: ~劳动者 coi khinh người lao động

【轻手轻脚】qīngshǒu-qīngjiǎo nhẹ chân nhẹ tay; tay chân nhẹ nhàng; rón rén

【轻率】qīngshuài<形>khinh suất; bộp chộp không thận trọng; thiếu suy nghĩ: 行为~ hành động thiếu thận trọng; 不要~地下结 论。Không thể kết luận bộp chộp.

【轻松】qīngsōng<形>nhẹ nhàng thoải mái; nhẹ nhõm: ~愉快 vui vẻ thoải mái; 故作~ cố làm ra vẻ nhẹ nhõm

【轻佻】qīngtiāo<形>không nghiêm túc; lẳng lơ; cợt nhả: ~的眼神 ánh mắt lẳng lơ; 作风~ tính hay cợt nhả

【轻微】qīngwēi<形>nhẹ; không đáng kể; tí chút: ~的头痛 nhức đầu nhẹ; 得到~的教训 bị dạy một bài học nhỏ; 一些~错误 một ít lỗi vặt

【轻喜剧】qīngxǐjù<名>kịch vui nhẹ nhàng

【轻闲】qīngxián<形>nhẹ nhàng nhàn hạ

【轻信】qīngxìn<动>dễ tin; cả tin; nhẹ dạ: ~ 谣言 cả tin vào tin đồn; ~他人的吹嘘 dễ tin vào lời khoe khoang của người khác

【轻型】qīngxíng<形>kiểu nhẹ; loại nhẹ: ~ 飞机 máy bay hạng nhẹ; ~纸 giấy kiểu nhẹ

【轻言细语】qīngyán-xìyǔ lời nói dịu dàng

【轻扬】qīngyáng<动>nhẹ bay; phấp phơ

【轻易】qīngyì❶<形>dễ dàng: 你以为能 ~学会驾驶汽车吗?Anh cứ tưởng có thể dễ dàng nắm được kĩ thuật lái xe chắc? ❷<副>tùy tiện: 他不~批评别人。Anh ấy không tùy tiện phê bình người khác.

【轻音乐】qīngyīnyuè<名>nhạc nhẹ: ~可以 让我们放松紧张的神经。Nhạc nhẹ có thể làm dịu sự căng thẳng trong lòng ta.

【轻盈】qīngyíng<形>❶thon thả; uyển chuyển: ~的脚步 bước đi uyển chuyển nhanh nhẹn ❷thoải mái; sảng khoái: ~的笑 语 nói cười sảng khoái

【轻于鸿毛】qīngyúhóngmáo nhẹ hơn lông hồng; khinh vu hồng mao: 死有重于泰 山，有~。Có cái chết nặng tựa Thái Sơn, có cái chết nhẹ như lông hồng.

【轻重】qīngzhòng<名>❶nặng nhẹ (trọng lượng): 看一看~多少。Xem nặng nhẹ bao nhiêu. ❷nặng nhẹ (mức độ): ~程度 mức độ nặng nhẹ ❸đúng mức; có chừng mực: 说话要分~。Nói năng phải có chừng mực.

【轻重倒置】qīngzhòng-dàozhì lẫn lộn chính phụ

【轻重缓急】qīngzhòng-huǎnjí chính, phụ, gấp, thong thả: 做事情要注意~。Làm việc phải chú ý có việc chính, việc phụ, việc gấp, việc thong thả.

【轻舟】qīngzhōu<名>[书]con thuyền nhỏ

【轻装】qīngzhuāng<名>❶hành trang gọn nhẹ: ~上阵 nhẹ nhàng xuất trận ❷trang bị gọn nhẹ: ~部队 khinh binh

【轻嘴薄舌】qīngzuǐ-bóshé hóm hỉnh chua cay

氢 qīng<名>[化学]hidro; khinh khí (kí hiệu H)

【氢弹】qīngdàn<名>bom khinh khí; bom H

【氢化物】qīnghuàwù<名>hydride

【氢气】qīngqì<名>khinh khí; khí hidro

【氢气球】qīngqìqiú<名>khinh khí cầu

【氢武器】qīngwǔqì<名>vũ khí khinh khí

倾qīng<动>❶nghiêng; lệch; ngả: 身子向前 ~ngả người về phía trước ❷khuynh hướng; nghiêng về; thiên về: 左~ tả khuynh; 意见~ 向于多数。Ý kiến đã nghiêng về số đông. ❸đổ; sập: 大厦将~ tòa nhà sắp đổ ❹trút hết; đổ hết; dốc hết: ~盆大雨 mưa như trút nước; ~尽全力 dốc hết sức ❺cố gắng; dốc sức: ~诉 nói hết mọi điều ❻[书]khuynh đảo; áp đảo: 权~朝野 quyền hành khuynh đảo cả triều đình và xã hội

【倾侧】qīngcè<动>nghiêng; lệch: 塔身~ thân tháp bị nghiêng; ~着头去看 nghiêng đầu nhìn

【倾巢】qīngcháo<动>dốc toàn lực; đổ hết quân: ~出动 toàn bộ xuất quân/đổ hết quân lực

【倾城】qīngchéng❶<名>cả thành phố ❷ <动>nghiêng thành: 姿色~ sắc đẹp nghiêng thành/sắc đẹp khuynh thành

【倾城倾国】qīngchéng-qīngguó nghiêng nước nghiêng thành; khuynh quốc khuynh thành

【倾倒】qīngdǎo<动>❶bị nghiêng nên đổ: 那座危房要~了。Căn nhà bị nghiêng sắp đổ. ❷khâm phục; hâm mộ: 邓丽君甜美的 歌声~了千万听众。Tiếng hát ngọt ngào của Đặng Lệ Quân làm say lòng muôn vàn thính giả.

【倾倒】qīngdào<动>đổ hết; dốc hết; trút hết: 她把一肚子的委屈都~出来了。Cô ấy trút hết được nỗi uất ức trong lòng.

【倾动】qīngdòng<动>làm người ta cảm phục: 杂技团小演员的表演~了所有观 众。Tất cả mọi khán giả đều cảm phục về nghệ thuật biểu diễn của các diễn viên trẻ trong đoàn xiếc.

【倾耳】qīng'ěr<动>lắng tai; lắng nghe: ~静 听 lắng tai nghe

【倾覆】qīngfù<动>❶lật; đổ; sập; sụp: 船在 风暴中~了。Con thuyền bị lật do cơn bão. ❷lật đổ; làm cho sụp đổ: 叛乱者在竭力~ 政府。Bọn phiến loạn đang ráo riết định lật đổ chính phủ.

【倾家荡产】qīngjiā-dàngchǎn khuynh gia bại sản; khánh kiệt gia tài

【倾力】qīnglì<动>dốc sức

【倾慕】qīngmù<动>hết lòng ái mộ; rất yêu quý: 他对邻居的女儿~已久。Anh ta ái mộ cô gái hàng xóm đó đã lâu.

【倾囊相助】qīngnáng-xiāngzhù dốc túi giúp nhau; đem hết tiền ra giúp nhau

【倾情】qīngqíng<动>dốc hết tình cảm: ~于 教育事业 dốc hết tình cảm cho sự nghiệp giáo dục

【倾洒】qīngsǎ<动>đổ; đổ ra: ~汗水 đổ mồ hôi

【倾诉】qīngsù<动>thổ lộ; giãi bày: ~衷曲 giãi bày nỗi lòng

【倾塌】qīngtā<动>đổ sụp; đổ sập

【倾谈】qīngtán<动>mặc sức chuyện trò; tâm sự: 促膝~ gác chân nhau chuyện trò thỏa sức; 两人整晚~, 毫不疲倦。Hai người mặc sức chuyện trò thâu đêm không mệt mỏi.

【倾听】qīngtīng<动>nghe; lắng nghe: ~大 海的声音 nghe tiếng của đại dương; 认真 ~员工的意见 chú ý lắng nghe ý kiến của công nhân viên chức

【倾吐】qīngtǔ<动>thổ lộ; giãi bày: ~衷肠 giãi bày tình cảm; ~烦恼 thổ lộ hết những điều lo buồn

【倾向】qīngxiàng❶<动>nghiêng về; thiên về ❷<名>phương hướng phát triển; xu thế; thiên hướng: 艺术~ thiên hướng nghệ thuật

【倾向性】qīngxiàngxìng<名>tính thiên hướng; thiên vị

Q

【倾销】qīngxiāo<动>bán phá giá; bán đổ bán tháo: 反~政策 chính sách chống bán phá giá

【倾斜】qīngxié<动>❶nghiêng; lệch; xiêu vẹo: ~的房屋 căn nhà xiêu vẹo ❷thiên vị; nghiêng về: 力量的天平向我方~。Cán cân lực lượng nghiêng về phía ta.

【倾泻】qīngxiè<动>trút đổ; đổ dồn xuống: 瀑布~而下。Dòng thác đổ ào ào xuống.

【倾心】qīngxīn<动>❶ngưỡng mộ; xiêu lòng: 一见~ vừa gặp đã đem lòng mến mộ; 他良好的修养让她~。Những cử chỉ tốt đẹp của anh ấy đã làm cho cô ta xiêu lòng. ❷chân thành: ~交谈 chuyện trò chân thành cởi mở

【倾轧】qīngyà<动>loại trừ nhau; bài trừ nhau: 互相~ chèn ép lẫn nhau

【倾注】qīngzhù<动>❶trút đổ; đổ dồn xuống: 把酒~到瓶子里。Trút rượu vào chai. ❷(tình cảm, lực lượng...) dốc vào; trút vào: 把所有感情都~到孩子身上。Dành tất cả tình cảm cho con cái.

卿 qīng<名>❶khanh (chức quan ngày xưa): ~相 khanh tướng ❷khanh (tiếng nhà vua gọi bầy tôi thân cận): 各位爱~是否已知晓朕意? Các ái khanh đã rõ ý trẫm chưa? ❸mình(thời xưa vợ chồng hay bạn bè dùng để xưng hô với nhau một cách thân mật) // (姓) Khanh

【卿卿我我】qīngqīngwǒwǒ mình mình ta ta; anh anh em em

清¹ qīng❶<形>trong; trong vắt: 水~见底 nước trong vắt thấu đáy ❷<形>sạch sẽ; trong sạch ❸<形>yên tĩnh: ~静 vắng lặng ❹<形>thanh liêm: ~官 vị quan thanh liêm ❺<形>rõ; rõ ràng: 问~底细 hỏi rõ nguồn cơn ❻<形>thuần khiết; tinh khiết ❼<形>xong; hết: 把账还~ trả hết nợ ❽<动>thanh lọc; làm trong sạch ❾<动>(nợ nần) trả hết; thanh toán xong ❿<动>điểm; đếm: ~点货物 đếm hàng hóa

清² Qīng<名>đời nhà Thanh (một triều đạ[...] lịch sử của Trung Quốc) // (姓) Thanh

【清白】qīngbái<形>❶thuần khiết; trong sạch: 历史~ lí lịch trong sạch ❷[方]rõ ràng; rành mạch

【清仓】qīngcāng<动>❶kiểm kê kho hàng kiểm kho ❷bán thanh lí hàng tồn kho: ~价 giá bán thanh lí hàng tồn kho

【清仓查库】qīngcāng chákù kiểm k[...] hàng tồn kho

【清仓核资】qīngcāng hézī tổng kiểm k[...] tồn kho

【清仓拍卖】qīngcāng pāimài bán vét kho bán thanh lí hàng tồn kho

【清仓甩卖】qīngcāng shuǎimài bán tổ[...] bán tháng

【清册】qīngcè<名>sổ thống kê; bảng kê: 固定资产~ bảng kê tài sản cố định

【清茶】qīngchá<名>❶chè xanh ❷nước ch[...] suông

【清茶淡饭】qīngchá-dànfàn nước ch[...] suông, cơm canh nhạt; đời sống giản dị

【清查】qīngchá<动>thanh tra; kiểm tra: ~ 户口 kiểm tra hộ khẩu; ~仓库 kiểm tra kh[...] tàng

【清产核资】qīngchǎn hézī tổng kiểm k[...] thanh tra

【清偿】qīngcháng<动>trả xong; trang tr[...] xong xuôi: ~债务 trả nợ xong xuôi

【清场】qīngchǎng<动>thu dọn hiện trường

【清唱】qīngchàng<动>hát vo

【清炒】qīngchǎo<动>xào độc món: ~空心 菜 xào rau muống

【清澈】qīngchè<形>trong suốt; trong vắt ~的眼睛 đôi mắt trong vắt; 湖水~见底。 Nước hồ trong suốt thấy đáy.

【清晨】qīngchén<名>sáng sớm

【清除】qīngchú<动>dọn sạch; quét sạch; tẩy trừ; thanh trừ: ~积雪 dọn sạch tuyết; ~内奸 quét sạch bọn nội gián; ~腐朽文化 tẩy trừ văn hóa đồi trụy

【清楚】qīngchu❶<形>rõ ràng; rõ: 你让她把话说~。Anh cứ để chị ấy nói cho rõ đi. ❷<形>minh mẫn; tinh tường ❸<动>hiểu rõ; nắm được: 这件事的经过他很~。Anh ấy biết rõ quá trình xảy ra việc này.

【清纯】qīngchún<形>❶trong trắng: ~秀丽 trong trắng xinh đẹp; ~少女 thiếu nữ trinh bạch ❷trong sạch; trong vắt: 雨后的空气十分~。Sau trận mưa không khí trở nên rất trong lành.

【清醇】qīngchún<形>thuần khiết; thanh khiết

【清脆】qīngcuì<形>❶trong trẻo; véo von: ~的鸟啼声 tiếng chim hót véo von; ~的歌声 tiếng hát trong trẻo ❷thơm ngon và giòn: 鲜黄瓜~可口。Dưa chuột tươi giòn, ăn ngon miệng.

【清单】qīngdān<名>bảng kiểm kê; danh mục chi tiết; hóa đơn: 节目~ bảng tiết mục; 列张~ làm một bản danh mục

【清淡】qīngdàn<形>❶nhẹ; thanh dịu: ~的花香 mùi thanh dịu của hoa ❷thanh đạm; nhẹ; dễ tiêu: 饮食~ ăn uống thanh đạm ❸thanh nhã; tao nhã ❹doanh thu thấp; ế ẩm: 生意比较~。Công việc buôn bán có phần ế ẩm.

【清道】qīngdào<动>❶dọn đường ❷giải phóng đường đi

【清道夫】qīngdàofū<名>người dọn đường

【清点】qīngdiǎn<动>kiểm điểm; kiểm kê: ~物资 kiểm kê vật tư

【清炖】qīngdùn<动>hầm; tần; ninh: ~鸡 hầm gà

【清风】qīngfēng<名>gió mát: ~徐来 gió mát hây hây thổi

【清福】qīngfú<名>an nhàn sung sướng; thanh nhàn sung sướng: 享~ được hưởng an nhàn sung sướng

【清辅音】qīngfǔyīn<名>phụ âm vô thanh

【清高】qīnggāo<形>❶trong sạch cao thượng; thanh cao ❷không hòa hợp với tập thể

【清稿】qīnggǎo<名>bản thảo tinh

【清供】qīnggòng<名>❶đồ cúng chay ❷đồ vật bày ra để thưởng thức

【清官】qīngguān<名>quan lại thanh liêm

【清规】qīngguī<名>điều cấm giới

【清规戒律】qīngguī-jièlǜ❶những giới luật đối với tăng ni ❷luật này lệ nọ; những điều cấm giới này nọ

【清寒】qīnghán<形>❶thanh bần; nghèo khó ❷lạnh lẽo: 月色~。Ánh trăng lạnh lẽo.

【清还】qīnghuán<动>kiểm tra và trả lại: ~图书 trả hết sách vở

【清火】qīnghuǒ<动>[中医]thanh nhiệt; thanh hỏa; hạ hỏa

【清寂】qīngjì<形>thanh vắng; vắng lặng; tĩnh mịch

【清减】qīngjiǎn<形>[书]hao gầy; gầy gò

【清剿】qīngjiǎo<动>tiểu trừ; diệt trừ

【清教徒】qīngjiàotú<名>❶người theo Thanh giáo ❷người theo chủ nghĩa đạo đức

【清洁】qīngjié<形>sạch sẽ; vệ sinh: ~能源 nguồn năng lượng sạch sẽ; 收拾~ thu dọn sạch sẽ

【清洁工】qīngjiégōng<名>lao công: 办公室~ lao công văn phòng

【清洁剂】qīngjiéjì<名>chất tẩy

【清净】qīngjìng<形>❶trong vắt: 湖水~ nước hồ trong vắt; 山区里的空气很~。Không khí trên những rặng núi này rất trong lành. ❷thanh tịnh; không bị quấy rầy: 耳根~ khỏi bị quấy rầy

【清静】qīngjìng<形>thanh tĩnh; yên tĩnh;

Q

thanh vắng; vắng vẻ: 到~的地方去度假 đến chỗ yên tĩnh để nghỉ phép

【清君侧】qīng jūncè　thanh trừ những cận thần xấu

【清客】qīngkè〈名〉[旧]môn khách

【清空】qīngkōng〈动〉dọn cho sạch

【清口】qīngkǒu〈形〉ngon miệng; khoái khẩu

【清苦】qīngkǔ〈形〉nghèo mà sạch sẽ; thanh bạch; nghèo khổ: 生活~ cuộc sống thanh bạch

【清朗】qīnglǎng〈形〉❶quang đãng; mát mẻ: ~的天空 trời thoáng đãng ❷trong trẻo; trong sáng; sáng sủa: 眉目~ mặt mày sáng sủa ❸vang và rõ: ~的声音 âm thanh vang và rõ ❹mới mẻ phóng khoáng: 笔调~ giọng văn mới mẻ phóng khoáng

【清冷】qīnglěng〈形〉❶lành lạnh; se lạnh: ~的秋夜 đêm thu lành lạnh ❷vắng lạnh; vắng ngắt; vắng tanh: 深宵街道~。Đường phố canh khuya vắng tanh.

【清理】qīnglǐ〈动〉thanh lí; kiểm kê: ~房间 dọn dẹp trong phòng; ~财产 kiểm kê tài sản; ~一些旧机器 thanh lí một số máy móc cũ; ~债务 gỡ nợ

【清理门户】qīnglǐ ménhù　thanh lọc thành viên để cho tổ chức được trong sạch

【清丽】qīnglì〈形〉xinh tươi; xinh xắn; thanh nhã

【清廉】qīnglián〈形〉thanh liêm; trong sạch: 为官~ làm quan thanh liêm

【清凉】qīngliáng〈形〉mát mẻ; mát lành; mát dịu: 清晨~的空气 không khí mát lành của buổi ban mai

【清凉油】qīngliángyóu〈名〉dầu gió; dầu cù là; dầu cao

【清亮】qīngliàng〈形〉trong trẻo; trong suốt; trong và vang: 嗓音~ một giọng nói rành rọt

【清亮】qīngliang〈形〉❶trong vắt; trong veo: ~的泉水 nước suối trong veo ❷hiểu:

他心里一下子~了。Trong lòng anh ấy đã thoáng hiểu. ❸[方]rõ: 几百年过去了，这个古镇牌坊上的字仍很~。Mấy trăm năm qua đi, chữ khắc trên cổng vọng của thị trấn cổ xưa đó vẫn rõ nét.

【清冽】qīngliè〈形〉[书]mát mẻ; mát lạnh

【清零】qīnglíng〈动〉trở về số không; về đến chỗ khởi đầu

【清明】[1] qīngmíng〈形〉❶trong sáng: 月色 ~ ánh trăng trong sáng ❷thư thái; bình tĩnh; tỉnh táo: 神志~ tinh thần tỉnh táo

【清明】[2] qīngmíng〈名〉tiết Thanh minh

【清盘】qīngpán〈动〉[经济]thanh lí hết tài sản

【清贫】qīngpín〈形〉thanh bần; bần cùng; nghèo khốn: 甘守~ nguyện giữ phần thanh bần

【清平】qīngpíng〈形〉thanh bình; hòa bình: ~世界 thế giới thanh bình

【清泉】qīngquán〈名〉con suối trong vắt

【清热】qīngrè〈动〉[中医]giải nhiệt; thanh nhiệt; hạ nhiệt: ~解毒 thanh nhiệt giải độc

【清扫】qīngsǎo〈动〉quét dọn; dọn sạch: ~房间 quét dọn nhà cửa

【清瘦】qīngshòu〈形〉xanh gầy; thanh mảnh; mảnh khảnh: ~的身材 dáng người thanh mảnh

【清爽】qīngshuǎng〈形〉❶mát mẻ; trong lành: 空气~ không khí trong lành; ~的肌肤 da mịn ❷khoan khoái nhẹ nhàng; thoải mái: 把烦恼说出来之后，心里很~。Nói ra những điều buồn phiền, trong lòng nhẹ nhàng hẳn lên. ❸[方]sạch sẽ: 她换上~衣服去逛街。Cô ấy thay quần áo sạch sẽ rồi đi dạo phố. ❹[方]rõ ràng; rành mạch: 把话讲~ nói rõ đầu đuôi ❺[方]mát dịu ngon miệng: 滋味~ vị mát dịu ngon miệng

【清水】qīngshuǐ ❶〈名〉thanh thủy; nước trong ❷〈形〉liêm khiết; không có lời lộc

【清水衙门】qīngshuǐ yámen 　cơ quan kinh phí ít, quỹ phúc lợi nhỏ

【清算】qīngsuàn〈动〉❶thanh toán; tính sổ: ~债务 thanh toán món nợ; 年终~ tính sổ cuối năm ❷thanh toán; tính sổ: ~敌人的罪恶 tính sổ mọi tội ác của địch

【清谈】qīngtán〈动〉nói suông: ~解决不了问题。Nói suông không thể giải quyết được vấn đề.

【清汤】qīngtāng〈名〉canh suông: ~挂面 mì sợi canh suông

【清汤寡水】qīngtāng-guǎshuǐ 　cơm bữa ít mỡ

【清甜】qīngtián〈形〉ngọt; ngọt ngào

【清通】qīngtōng〈形〉rành mạch thông suốt; mạch lạc trôi chảy: 文章写得~。Văn viết mạch lạc thông suốt.

【清退】qīngtuì〈动〉thanh lí và trả lại: ~公家财产 thanh lí và trả lại của công

【清玩】qīngwán❶〈名〉đồ chơi thanh nhã (như chậu cảnh, thư họa) ❷〈动〉thưởng ngoạn

【清婉】qīngwǎn〈形〉trong trẻo du dương: 歌声~ tiếng hát trong trẻo du dương

【清晰】qīngxī〈形〉rõ ràng; rõ rệt; rõ nét: 发音~ phát âm rõ ràng

【清晰度】qīngxīdù〈名〉độ rõ nét

【清洗】qīngxǐ〈动〉❶rửa; rửa sạch; dội rửa: 厕所需要经常~。Toa lét cần thường xuyên dội rửa cho sạch. ❷thanh trừ; thanh trừng; trừ khử; diệt trừ

【清闲】qīngxián〈形〉nhàn rỗi; thanh nhàn; an nhàn: ~自在 an nhàn thư thái; 得享一刻~ được hưởng một phút nhàn rỗi

【清香】qīngxiāng〈名〉mùi hương dễ chịu; thơm mát: 散发出~ thoảng mùi thơm dịu

【清心】qīngxīn❶〈形〉lòng dạ thanh thản; yên tĩnh: ~修行 yên tĩnh tu hành ❷〈动〉khiến lòng dạ thanh thản: ~寡欲 ít điều ham muốn ❸〈动〉[中医]giải nhiệt; hạ hỏa

【清新】qīngxīn〈形〉❶tươi mới; trong lành: 山区污染少，空气很~。Vùng núi ít bị ô nhiễm, không khí rất trong lành. ❷mới mẻ; tinh khiết: ~的女孩 một cô gái trẻ trinh bạch

【清新剂】qīngxīnjì〈名〉chất làm sạch không khí

【清馨】qīngxīn〈形〉[书]thơm ngát

【清醒】qīngxǐng❶〈形〉tỉnh táo; minh mẫn: 要保持~的头脑。Phải giữ cho đầu óc tỉnh táo. ❷〈动〉tỉnh lại; hồi tỉnh: 被害人经过抢救~过来了。Qua cấp cứu, nạn nhân đã hồi tỉnh lại.

【清秀】qīngxiù〈形〉thanh tú; xinh đẹp: 容貌~ khuôn mặt thanh tú

【清雅】qīngyǎ〈形〉❶thanh nhã; trang nhã: 风格~ phong cách thanh nhã ❷xinh đẹp nền nã; thanh lịch

【清样】qīngyàng〈名〉[印刷]bản in thử: 明天要拿~给主编看。Mai đưa bản in thử cho chủ biên duyệt.

【清夜】qīngyè〈名〉đêm thanh

【清一色】qīngyīsè❶bạch định; thùng; toàn hồng (trong chơi tổ tôm, chân bài của một người toàn quân bài màu đen hoặc toàn màu đỏ) ❷nhất loạt như nhau: 穿着~的衣服 mặc quần áo nhất loạt như nhau; 参加这次活动的~都是妇女。Những người tham gia hoạt động lần này toàn là phụ nữ.

【清议】qīngyì〈动〉[旧]bình phẩm; bàn luận: ~时政 bàn luận tình hình chính trị

【清逸】qīngyì〈形〉thanh tao: 神情~ dáng người thanh tao

【清音】¹qīngyīn〈名〉❶[曲艺]khúc nghệ Tứ Xuyên, Trùng Khánh ❷[旧]nhạc hiếu hỉ

【清音】²qīngyīn〈名〉âm trong

【清莹】qīngyíng〈形〉long lanh: ~的泪珠 những giọt nước mắt long lanh

【清幽】qīngyōu<形>đẹp đẽ tĩnh mịch; thanh vắng: 夜色~ đêm thanh vắng

【清淤】qīngyū<动>tháo gỡ ứ động

【清誉】qīngyù<名>danh tiếng; tiếng tăm

【清越】qīngyuè<形>véo von: ~的琴声 tiếng đàn véo von

【清运】qīngyùn<动>dọn sạch và vận chuyển đi: ~垃圾 dọn sạch rác thải và vận chuyển đi

【清早】qīngzǎo<名>[口]sáng sớm; tinh mơ; tờ mờ sáng

【清账】qīngzhàng❶<动>thanh toán; quyết toán sổ sách; kết sổ: 年终公司要~。Đến cuối năm công ti phải kết sổ. ❷<名>sổ kết toán

【清障】qīngzhàng<动>tháo gỡ trở ngại

【清真】qīngzhēn<形>❶đạo Islam; đạo Hồi: ~点心 bánh chay của đạo Hồi ❷[书]thuần khiết giản dị và mộc mạc

【清真教】Qīngzhēnjiào<名>đạo Islam; đạo Hồi

【清真寺】qīngzhēnsì<名>nhà thờ đạo Islam; nhà thờ Hồi giáo

【清蒸】qīngzhēng<动>hấp (gà, thịt, cá): ~鱼 cá hấp

蜻qīng

【蜻蜓】qīngtíng<名>con chuồn chuồn

【蜻蜓点水】qīngtíng-diǎnshuǐ chuồn chuồn đạp nước

qíng

情qíng<名>❶tình; tình cảm: 热~ nhiệt tình 深~ tình cảm sâu sắc ❷tình lí; đạo lí: 不~之请 sự thỉnh cầu có phần quá đáng chăng (lời nói khách sáo) ❸ái tình; tình yêu: 谈~说爱 nói chuyện yêu thương ❹tình dục; tính dục: 发~期 thời kì phát dục ❺tình hình; tình trạng: 病~ bệnh tình; 军~ tình hình quân sự

❻tình người; thể diện: 托~ nhờ người nói giúp

【情爱】qíng'ài<名>❶tình ái; tình yêu ❷tình thương yêu giữa con người

【情报】qíngbào<名>tình báo; tin tức; thông tin: 军事~ tình báo quân sự

【情报局】qíngbàojú<名>cục tình báo

【情变】qíngbiàn<名>sự thay đổi về tình cảm

【情不自禁】qíngbùzìjīn không nén nổi tình cảm; cầm lòng chẳng được; mất tự chủ do xúc động

【情操】qíngcāo<名>tính nết; tính cách; tư tưởng và tình cảm

【情场】qíngchǎng<名>tình trường; cuộc tình; chuyện tình yêu: ~失意 thất vọng trong cuộc tình

【情痴】qíngchī<名>kẻ si tình

【情敌】qíngdí<名>tình địch

【情调】qíngdiào<名>sắc thái tình cảm; phong thái: 浪漫~ phong thái lãng mạn

【情窦初开】qíngdòu-chūkāi tình yêu mới chớm nở; mới chớm yêu đương (phần lớn chỉ thiếu nữ)

【情分】qíngfèn<名>tình cảm; tình nghĩa giữa con người với nhau: 朋友~ tình bạn

【情夫】qíngfū<名>bồ; tình nhân nam (của người đàn bà ngoại tình)

【情妇】qíngfù<名>bồ; tình nhân nữ (của người đàn ông ngoại tình)

【情感】qínggǎn<名>❶tình cảm ❷cảm tình: 这对夫妻的~很深。Đôi vợ chồng có tình cảm sâu sắc với nhau.

【情歌】qínggē<名>tình ca; bài ca tình yêu

【情话】qínghuà<名>❶lời nói yêu thương ❷[书]lời nói hiểu lòng nhau

【情怀】qínghuái<名>mối tâm tình: 抒发~ bày tỏ tâm tình

【情急】qíngjí<动>nóng lòng; cấp bách: ~之

下 với tình hình cấp bách

情节】qíngjié<名>❶tình tiết; trường hợp: 故事~ tình tiết câu chuyện; 相当严重的 ~ một trường hợp khá nghiêm trọng ❷tình hình chi tiết của tội lỗi

情结】qíngjié<名>mắc mứu về tình cảm; nỗi lòng; mặc cảm: 家乡~ nỗi lòng về quê; 自卑~ mặc cảm tự ti

情景】qíngjǐng<名>tình cảnh; tình huống; trường hợp: 让人伤心的~ tình cảnh rất đáng thương; 他在动物园看到了一些有趣的~。Cậu ấy đã nhìn thấy một số cảnh hấp dẫn ở vườn bách thú.

情景交融】qíngjǐng jiāoróng tình quyện với cảnh; sự chan hòa giữa tình cảm với cảnh vật

情景剧】qíngjǐngjù<名>kịch mê-lô

情境】qíngjìng<名>tình cảnh; cảnh ngộ

情况】qíngkuàng<名>tình hình; tình huống: ~复杂 tình hình phức tạp; 有什么~ 要及时通报。Có tình huống gì phải thông báo ngay.

情郎】qíngláng<名>tình lang; bạn trai; bồ nam

情理】qínglǐ<名>tình và lí: 合乎~ hợp tình hợp lí

情侣】qínglǚ<名>bạn tình; người yêu: ~装 trang phục đôi lứa

情面】qíngmiàn<名>quan hệ tình cảm và thể diện; nể mặt: 看~ nể tình; 不留~ không nể mặt

情趣】qíngqù<名>❶tính tình sở thích; chí hướng và hứng thú: 两人~相投。Tính tình, chí hướng hai người hợp nhau. ❷ý vị: 两人 说起话来很有~。Hai người nói chuyện rất ý vị.

情人】qíngrén<名>❶người yêu ❷tình nhân; người tình; bạn tình; bồ bịch

情人节】Qíngrén Jié<名>Ngày Valentine (ngày 14 tháng 2)

情人眼里出西施】qíngrén yǎnlǐ chū Xī-shī coi bạn tình đẹp như nàng Tây Thi; ví trong mắt người yêu cái gì cũng đẹp

情杀】qíngshā<动>giết vì tình: ~案 vụ án giết vì tình

情商】qíngshāng<名>EQ; trí thông minh cảm xúc

情深似海】qíngshēn-sìhǎi tình sâu như biển

情深义重】qíngshēn-yìzhòng tình sâu nghĩa nặng

情圣】qíngshèng<名>bậc đại thánh tình yêu

情诗】qíngshī<名>thơ tình

情势】qíngshì<名>tình thế; tình hình: ~紧 急 tình thế cấp bách

情事】qíngshì<名>tình hình; hiện tượng

情书】qíngshū<名>thư tình

情丝】qíngsī<名>tơ tình

情思】qíngsī<名>❶tình ý; tình cảm ❷tâm tư

情愫】qíngsù<名>[书]❶cảm tình; tình cảm: ~暗生 thầm sinh cảm tình với nhau ❷chân tình thực ý; thực lòng: 互倾~ thực lòng với nhau

情随事迁】qíngsuíshìqiān tình cảm tư tưởng thay đổi theo sự phát triển của tình hình

情态】qíngtài<名>sắc thái; thần thái: 蜡像 ~逼真。Thần thái của tượng nặn bằng sáp tựa như thật.

情同手足】qíngtóngshǒuzú thân như anh em ruột thịt

情投意合】qíngtóu-yìhé tình đầu ý hợp; tâm đầu ý hợp

情网】qíngwǎng<名>lưới tình: 坠入~ sa vào lưới tình

情味】qíngwèi<名>tình tứ; ý vị

情形】qíngxing<名>tình hình: 生活~ tình

hình cuộc sống

【情绪】qíngxù<名>❶tinh thần: ~高涨 tinh thần hăm hở; 影响~ ảnh hưởng đến tinh thần ❷bực dọc; giận dỗi: 今天她又闹~了。Hôm nay cô ta lại lên cơn giận.

【情义】qíngyì<名>tình nghĩa: 他待人很有~。Anh ấy cư xử rất có tình nghĩa.

【情谊】qíngyì<名>tình thâm giao; tình thân mật; tình hữu nghị: 深厚的~ tình hữu nghị sâu đậm

【情意】qíngyì<名>tình cảm; tình ý

【情由】qíngyóu<名>căn do; nguyên nhân: 还没弄清~就下结论未免过于草率。Chưa tìm hiểu rõ căn nguyên mà đã kết luận thì là điều rất không nghiêm túc.

【情有独钟】qíngyǒudúzhōng có tình cảm riêng

【情有可原】qíngyǒukěyuán có thể tha lỗi được

【情欲】qíngyù<名>tình dục

【情缘】qíngyuán<名>tình duyên: ~未了 tình duyên chưa dứt

【情愿】qíngyuàn❶<动>tình nguyện; cam chịu: ~牺牲一切 cam chịu hi sinh tất cả; 两相~ hai bên bằng lòng nhau ❷<副>thà; thà rằng: 早知如此，~待在家里。Biết thế này, thà ở nhà cho xong.

【情债】qíngzhài<名>nợ duyên tình

【情真意切】qíngzhēn-yìqiè chân tình thực ý

【情知】qíngzhī<动>vốn biết; vốn biết là

【情致】qíngzhì<名>tình tứ; hứng

【情种】qíngzhǒng<名>con người chung tình; con người tình cảm

【情状】qíngzhuàng<名>tình trạng; tình hình: 其中~，难以言述。Tình trạng trong đó ra sao khó tả bằng lời.

晴 qíng<形>nắng; quang; hửng: 天已放~。Trời đã quang.

【晴好】qínghǎo<形>trời quang: 天气~ trời

quang mây tạnh

【晴和】qínghé<形>nắng ấm

【晴间多云】qíngjiānduōyún trời tạnh vẫn nhiều mây

【晴空】qíngkōng<名>trời quang

【晴空万里】qíngkōng-wànlǐ trời xanh ngắt một màu

【晴朗】qínglǎng<形>đẹp trời; nắng đẹp

【晴天】qíngtiān<名>trời quang; tốt trời

【晴天霹雳】qíngtiān-pīlì tiếng sét giữa trời quang; sét đánh ngang tai; ví với việc xảy ra đột ngột

【晴雨表】qíngyǔbiǎo<名>phong vũ biểu

氰 qíng<名>[化学]xyanogen

擎 qíng<动>nâng; đỡ; giơ lên: ~起一片天 đỡ lên một mảnh trời

【擎天柱】qíngtiānzhù<名>cột trụ trời

qǐng

苘 qǐng<名>cây đay; sợi đay

【苘麻】qǐngmá<名>[植物]❶cây đay ❷sợi đay

顷[1] qǐng<量>khoảnh (đơn vị đo diện tích bằng một trăm mẫu Trung Quốc, tương đương với 6,667 hét-ta): 两~地 hai khoảnh đất

顷[2] qǐng[书]❶<名>khoảnh khắc; chốc lát: 少~ một chốc ❷<副>vừa; vừa mới: ~接来信 vừa nhận được thư ❸<副>khoảng (thời gian)

【顷刻】qǐngkè<名>khoảnh khắc; chốc lát: 那件事只发生在~之间。Việc ấy chỉ diễn ra trong khoảnh khắc.

请 qǐng<动>❶xin; đề nghị: ~大家发表意见。Đề nghị mọi người phát biểu ý kiến. 出示您的票。Xin quý khách vui lòng cho xem vé. ❷mời: ~医生 mời thầy thuốc; ~月

友喝啤酒 thết bạn một chầu bia ❸mời; xin mời: 您~坐。Mời ngài ngồi. 您~喝水。Mời chị uống nước. ❹[旧]thỉnh; xin: ~阴阳 xin âm dương //(姓) Thỉnh

【请安】qǐng'ān<动>❶thỉnh an; thăm hỏi sức khỏe; vấn an ❷[方]quỳ lạy

【请便】qǐngbiàn<动>xin tùy ý; xin tự nhiên: 您~。Xin ông cứ tự nhiên.

【请辞】qǐngcí<动>xin từ chức

【请调】qǐngdiào<动>xin điều động; đề nghị điều động công tác

【请功】qǐnggōng<动>đề nghị ghi công

【请假】qǐngjià<动>xin nghỉ phép: ~条 đơn xin nghỉ phép

【请柬】qǐngjiǎn<名>thiếp mời; giấy mời

【请将不如激将】qǐngjiàng bùrú jījiàng mời tướng không bằng khích tướng

【请教】qǐngjiào<动>thỉnh giáo; xin ý kiến; xin chỉ bảo: 向各位大师~ đến thỉnh giáo các bậc đại sư; 向有经验的人~ xin ý kiến của những người có kinh nghiệm

【请酒】qǐngjiǔ<动>thết khách; thết đãi

【请君入瓮】qǐngjūn-rùwèng gậy ông đập lưng ông; mời ông vào tròng

【请客】qǐngkè<动>mời khách; đãi khách: ~吃饭 đãi khách ăn cơm

【请命】qǐngmìng<动>❶xin giúp người khác: 为民~ xin giúp cho dân ❷xin lệnh

【请求】qǐngqiú<动>❶thỉnh cầu; xin; đề nghị: ~援助 xin viện trợ; ~宽恕 xin tha lỗi; ~上级批准 đề nghị cấp trên phê chuẩn ❷<名>yêu cầu; đề nghị: 恳切的~ yêu cầu tha thiết

【请人】qǐngrén<动>mời (ai đó)

【请示】qǐngshì<动>thỉnh thị; xin ý kiến; xin chỉ thị: 向上级~ xin chỉ thị của cấp trên

【请帖】qǐngtiě<名>thiếp mời

【请问】qǐngwèn<动>xin hỏi; xin phép hỏi: ~去火车站怎么走? Xin hỏi nhà ga nên đi lối nào?

【请勿】qǐngwù<动>xin đừng; chớ nên; xin chớ: ~自作主张。Xin đừng tự ý quyết định.

【请香】qǐngxiāng<动>thắp hương

【请降】qǐngxiáng<动>xin đầu hàng

【请缨】qǐngyīng<动>[书]xin đi giết giặc; xin nhận nhiệm vụ nặng nề

【请愿】qǐngyuàn<动>xin đáp ứng nguyện vọng; yêu sách; kiến nghị; thỉnh nguyện

【请战】qǐngzhàn<动>xin nhiệm vụ chiến đấu; xin ra trận

【请罪】qǐngzuì<动>nhận tội; nhận lỗi; chủ động xin lỗi: 负荆~ cúi đầu chịu tội/cúi đầu nhận tội

【请坐】qǐngzuò<动>mời ngồi

qìng

庆 qìng❶<动>chúc mừng; mừng: ~寿 chúc thọ/mừng thọ; ~丰收 chúc mừng được mùa ❷<名>ngày kỉ niệm hàng năm để chúc mừng: 国~ Quốc khánh //(姓) Khánh

【庆典】qìngdiǎn<名>lễ mừng; lễ kỉ niệm: 参加开张~ tham gia lễ khai trương; 周年~ kỉ niệm năm tròn

【庆功】qìnggōng<动>chúc mừng thắng lợi; mừng công

【庆功会】qìnggōnghuì<名>đại hội chào mừng thắng lợi; lễ mừng công

【庆贺】qìnghè<动>chúc mừng: ~新年 chúc mừng năm mới

【庆幸】qìngxìng<动>vui mừng (vì gặp may)

【庆祝】qìngzhù<动>chúc mừng; chào mừng: ~元旦 chúc mừng năm mới

亲 qìng
另见qīn

【亲家】qìngjia<名>thông gia; thân gia; sui

Q

gia

【亲家公】qìngjiagōng<名>ông thông gia

【亲家母】qìngjiamǔ<名>bà thông gia

倩 qiàn<动>[书]nhờ vả; nhờ: ~人执笔 nhờ người chấp bút

另见qiàn

磬 qìng<名>❶cái khánh (nhạc cụ cổ) ❷cái khánh nhà chùa; cái chuông đồng nhỏ (nhà sư gõ khi tụng kinh)

罄 qìng<动>[书]hết; sạch: 售~ bán hết

【罄竭】qìngjié<动>dốc hết; dốc sạch

【罄尽】qìngjìn<动>dốc hết; dốc sạch

【罄竹难书】qìngzhú-nánshū tội ác chồng chất không sao tả xiết

qióng

穷 qióng❶<形>nghèo; bần cùng: ~人 người nghèo; ~得叮当响 nghèo xơ nghèo xác ❷<动>cùng tận; giới hạn; hết: 力大无~ lực lưỡng vô cùng; 日暮途~ đến bước đường cùng ❸<动>tận dụng; dùng hết sức lực: ~ 其精力 dùng hết toàn bộ sức mạnh và nghị lực ❹<副>triệt để; hết sức: ~究 truy đến cùng ❺<副>cực kì; vô cùng: ~凶极恶 cực kì hung ác ❻<副>quá mức

【穷兵黩武】qióngbīng-dúwǔ hiếu chiến; dốc hết binh lực đi gây chiến

【穷乏】qióngfá<形>nghèo túng

【穷光蛋】qióngguāngdàn<名>[口]kẻ nghèo hèn; kẻ cùng đinh; khổ rách áo ôm

【穷鬼】qióngguǐ<名>kẻ nghèo

【穷极无聊】qióngjíwúliáo❶khốn quẫn đến cùng cực ❷vô cùng chán ngán

【穷家富路】qióngjiā-fùlù ở nhà tiết kiệm, đi đường sung túc đầy đủ

【穷讲究】qióngjiǎngjiu chú trọng quá mức; quá cầu kì

【穷竭】qióngjié<动>[书]dùng hết: ~心智 dốc hết trí tuệ, nghị lực của mình; ~资源 dùng hết tài nguyên

【穷尽】qióngjìn❶<动>đến cùng ❷<名>cùng tận; cạn kiệt: 知识是没有~的。Tri thức là vô cùng tận.

【穷开心】qióngkāixīn nhất mực vui chơi

【穷寇】qióngkòu<名>giặc cùng đường: ~勿 追 chớ đuổi chó vào ngõ cùng

【穷苦】qióngkǔ<形>cùng khổ; nghèo khổ

【穷困】qióngkùn<形>khốn cùng; nghèo túng: 生活~ cuộc sống nghèo túng

【穷困潦倒】qióngkùn-liáodǎo chán ngán vì cảnh khốn cùng

【穷忙】qióngmáng<动>❶[旧]chạy vạy cho kế sinh nhai ❷chạy vạy lo liệu

【穷年累月】qióngnián-lěiyuè quanh năm suốt tháng; năm này qua năm khác

【穷山恶水】qióngshān-èshuǐ vùng khỉ ho cò gáy; vùng hoang vu cằn cội

【穷奢极侈】qióngshē-jíchǐ ăn chơi phung phí; cực kì xa xỉ

【穷酸】qióngsuān<形>nghèo xơ nghèo xác; nghèo mà vẫn cổ hủ: ~相 số nghèo khổ

【穷途末路】qióngtú-mòlù bước đường cùng

【穷乡僻壤】qióngxiāng-pìrǎng nơi hoang vắng nghèo nàn; hang cùng ngõ hẻm; chốn quê nghèo héo lánh

【穷小子】qióngxiǎozi<名>kẻ nghèo hèn

【穷形尽相】qióngxíng-jìnxiàng lộ rõ bộ mặt xấu xa

【穷凶极恶】qióngxiōng-jí'è hết sức tàn bạo độc ác; cực kì hung ác; cực kì độc ác

【穷原竟委】qióngyuán-jìngwěi tìm hiểu kĩ đầu đuôi ngọn nguồn

【穷源溯流】qióngyuán-sùliú tìm hiểu rõ căn nguyên ngọn ngành

【穷则变，变则通】qióng zé biàn, biàn zé tōng cùng tắc biến, biến tắc thông

【穷则思变】qióngzésībiàn cùng quẫn thì ắt phải nghĩ cách biến đổi hiện trạng

【穷追】qióngzhuī〈动〉đuổi đến cùng: ~不舍 quyết đuổi đến cùng; ~猛打 đuổi đánh đến cùng

茕 qióng〈形〉[书]❶cô đơn; cô độc; đơn chiếc ❷ưu sầu; lo buồn

【茕茕】qióngqióng〈形〉[书]lẻ loi; cô đơn

【茕茕孑立】qióngqióng-jiélì lẻ loi đơn chiếc

穹 qióng[书]❶〈形〉vòm; mái vòm ❷〈名〉bầu trời: 苍~ bầu trời xanh

【穹隆】qiónglóng〈名〉[地质]vòm trời

【穹庐】qiónglú〈名〉[书]lều mái vòm tròn

琼 qióng〈名〉❶[书]ngọc đẹp; ngọc quý; vật đẹp ❷(Qióng) tên gọi tắt của tỉnh Hải Nam

【琼浆】qióngjiāng〈名〉[书]rượu ngon: ~玉液 rượu ngon

【琼楼玉宇】qiónglóu-yùyǔ nhà cửa lầu đài tráng lệ

【琼脂】qióngzhī〈名〉thạch trắng

qiū

丘 qiū❶〈名〉gò đất; đống đất; đồi: 沙~ gò cát ❷[书]mồ; mả ❸〈动〉chôn tạm ❹〈量〉thửa; mảnh (ruộng) //(姓)Khâu

【丘八】qiūbā〈名〉[旧]thằng lính

【丘比特】Qiūbǐtè〈名〉Cupid (thần Ái tình của người La Mã)

【丘壑】qiūhè〈名〉❶gò đồi và lũng đồi; chỉ nơi hẻo lánh vắng vẻ ❷ví tình cảnh ý vị sâu xa

【丘陵】qiūlíng〈名〉đồi núi; đồi; gò đồi: ~起伏 gò đồi nhấp nhô; ~地带 vùng gò đồi

【丘脑】qiūnǎo〈名〉[生理]não trung gian

【丘疹】qiūzhěn〈名〉mẩn mụn đỏ; sần; nốt sần

邱 qiū〈名〉[书]gò //(姓)Khâu

秋 qiū〈名〉❶mùa thu: 深~ cuối thu ❷vào mùa; đến ngày thu hoạch ❸[书]một năm: 千~ ngàn năm ❹thời kì; lúc: 生死存亡之~ lúc nguy ngập sống còn ❺cây trồng chín vào mùa thu //(姓)Thu

【秋波】qiūbō〈名〉khóe thu ba (chỉ mắt người phụ nữ đẹp): 暗送~ liếc mắt đưa tình

【秋播】qiūbō〈动〉gieo mùa

【秋分】qiūfēn〈名〉tiết Thu phân

【秋风】qiūfēng〈名〉❶gió thu ❷mượn danh nghĩa để tống tiền

【秋风扫落叶】qiūfēng sǎo luòyè gió thu quét lá rụng; ý nói lực lượng hùng mạnh đè bẹp thế lực lụi tàn

【秋高气爽】qiūgāo-qìshuǎng trời thu trong sáng dịu mát

【秋海棠】qiūhǎitáng〈名〉(cây, hoa) thu hải đường

【秋毫无犯】qiūháo-wúfàn không đụng đến cái kim sợi chỉ của dân; kỉ luật nghiêm minh

【秋后的蚂蚱】qiūhòu de màzha con châu chấu trong cuối thu: ~蹦跶不了几天。Con châu chấu trong cuối thu, không nhảy nhót được mấy ngày nữa.

【秋后算账】qiūhòu-suànzhàng cuối cùng mới biết dở hay; hãy đợi đấy (sẽ báo thù)

【秋季】qiūjì〈名〉mùa thu

【秋景】qiūjǐng〈名〉❶cảnh thu ❷thu hoạch vụ thu: ~好 thu hoạch vụ thu khá

【秋老虎】qiūlǎohǔ〈名〉nắng gắt cuối thu

【秋凉】qiūliáng〈名〉mùa thu mát lạnh: ~要注意添衣。Mùa thu mát lạnh nên biết mặc giữ ấm.

【秋粮】qiūliáng〈名〉lương thực vụ thu

【秋令】qiūlìng〈名〉❶mùa thu ❷khí hậu mùa thu: 冬行~ khí hậu mùa đông mà như mùa thu

【秋千】qiūqiān〈名〉cái đu: 打~ đánh đu

Q

【秋日】qiūrì<名>mùa thu

【秋色】qiūsè<名>sắc thu; cảnh sắc mùa thu

【秋收】qiūshōu❶<动>thu hoạch vụ thu
❷<名>vụ thu

【秋收冬藏】qiūshōu-dōngcáng mùa thu gặt hái, mùa đông tàng trữ

【秋收起义】Qiūshōu Qǐyì cuộc Khởi nghĩa Vụ thu (khởi nghĩa 9-1927 do Mao Trạch Đông chỉ huy)

【秋霜】qiūshuāng<名>sương thu; sương giá

【秋水】qiūshuǐ<名>làn thu thủy (chỉ đôi mắt người, phần lớn dùng để chỉ mắt người phụ nữ): ~伊人 cô gái đẹp có cặp mắt long lanh; 望穿~ trông mòn con mắt

【秋天】qiūtiān<名>mùa thu

【秋汛】qiūxùn<名>nước lũ mùa thu

【秋意】qiūyì<名>cảnh thu: ~正浓 cảnh thu đậm đà

【秋游】qiūyóu<动>đi du ngoạn vào mùa thu

【秋雨】qiūyǔ<名>mưa mùa thu

【秋装】qiūzhuāng<名>quần áo mặc trong mùa thu

蚯 qiū

【蚯蚓】qiūyǐn<名>con giun đất

qiú

囚 qiú❶<动>cầm tù; bỏ tù; giam ❷<名>tù; tù phạm: 死~ tử tù

【囚车】qiúchē<名>xe tù

【囚犯】qiúfàn<名>tội phạm; tù phạm; tù nhân

【囚禁】qiújìn<动>cầm tù; giam cầm

【囚牢】qiúláo<名>ngục tù; nhà lao

【囚笼】qiúlóng<名>[旧]lồng giam; chuồng giam

【囚室】qiúshì<名>ngục thất; nhà đá; phòng giam

【囚徒】qiútú<名>tù nhân; tù phạm

【囚衣】qiúyī<名>quần áo tù

求 qiú<动>❶cầu; xin; cầu xin: ~人帮忙 cầu xin người ta giúp hộ ❷yêu cầu; đòi hỏi: 精益~精 đã tốt càng phải tốt hơn ❸theo đuổi; mưu cầu: 不~名利 không ham danh cầu lợi ❹nhu cầu; sự cần thiết: 供~关系 quan hệ cung cầu //(姓) Cầu

【求爱】qiú'ài<动>tỏ tình

【求告】qiúgào<动>cầu khẩn; van xin

【求购】qiúgòu<动>hỏi mua

【求和】qiúhé<动>❶xin hòa giải ❷cầu hòa; tìm cách gỡ hòa: 这盘棋只~。Ván cờ này chỉ cầu hòa.

【求欢】qiúhuān<动>yêu cầu được làm tình với nhau

【求婚】qiúhūn<动>cầu hôn

【求见】qiújiàn<动>xin gặp; xin được tiếp kiến

【求教】qiújiào<动>thỉnh giáo; xin được chỉ bảo: 谦虚~ khiêm tốn thỉnh giáo

【求解】qiújiě<动>giải; tìm lời giải (bài toán)

【求借】qiújiè<动>cầu khẩn xin mượn; xin vay

【求救】qiújiù<动>cầu cứu: ~信号 tín hiệu cầu cứu

【求偶】qiú'ǒu<动>tìm vợ; tìm chồng

【求聘】qiúpìn<动>❶tuyển dụng ❷xin được tuyển dụng

【求乞】qiúqǐ<动>xin cứu tế; xin ăn: 沿街~ đi ăn xin khắp phố

【求签】qiúqiān<动>rút thẻ; xin quẻ

【求亲】qiúqīn<动>xin kết thông gia

【求情】qiúqíng<动>xin thương tình; xin được sự đồng ý: ~告饶 xin lượng tình tha thứ

【求全】qiúquán<动>❶cầu toàn ❷cố gắng làm cái gì trọn vẹn

【求全责备】qiúquán-zébèi cầu toàn; cầu

toàn trách bị

【求饶】qiúráo〈动〉xin tha thứ: 跪地~ quỳ lạy xin tha

【求人】qiúrén〈动〉xin giúp đỡ; nhờ vả (ai đó): ~不是一件容易的事情。Xin người ta giúp đỡ không phải là một chuyện dễ.

【求人不如求己】qiú rén bùrú qiú jǐ nhờ vả người khác không bằng dựa vào bản thân mình

【求荣】qiúróng〈动〉cầu vinh; muốn được hiển vinh

【求神拜佛】qiúshén-bàifó cầu trời lạy Phật

【求生】qiúshēng〈动〉tìm đường sống; tìm cách sống: ~的信念 niềm tin về sự sống

【求生不得，求死不能】qiúshēng-bùdé, qiúsǐ-bùnéng muốn sống không được, muốn chết không xong

【求胜】qiúshèng〈动〉muốn giành thắng lợi; cầu thắng; mưu cầu thắng lợi

【求实】qiúshí〈动〉chú trọng thực tế; cầu thực: ~精神 tinh thần cầu thực

【求是】qiúshì〈动〉cầu thị

【求售】qiúshòu〈动〉hỏi người mua

【求索】qiúsuǒ〈动〉tìm tòi; mò mẫm

【求同存异】qiútóng-cúnyì tìm điểm nhất trí, gác điểm bất đồng

【求贤若渴】qiúxián-ruòkě rất mong có được người hiền tài

【求降】qiúxiáng〈动〉xin hàng

【求新立异】qiúxīn-lìyì ưa mới chuộng lạ

【求学】qiúxué〈动〉❶đi học; học ở trường ❷tìm tòi học vấn

【求爷爷告奶奶】qiú yéye gào nǎinai van xin khắp nơi

【求医】qiúyī〈动〉mời thầy thuốc

【求雨】qiúyǔ〈动〉cầu mưa

【求援】qiúyuán〈动〉cầu viện; xin viện trợ

【求战】qiúzhàn〈动〉❶khiêu chiến; tìm đánh địch ❷yêu cầu tham chiến: 战士~心切。

Các chiến sĩ thiết tha xin đi chiến đấu.

【求真务实】qiúzhēn-wùshí coi trọng thực tế

【求诊】qiúzhěn〈动〉xin được cứu chữa

【求证】qiúzhèng〈动〉tìm chứng cứ; tìm cách chứng thực

【求之不得】qiúzhī-bùdé không gì tốt hơn: 这样的结果真是~。Được kết quả như vậy quả là không gì tốt bằng.

【求知】qiúzhī〈动〉tìm tòi kiến thức; ham học hỏi: ~欲 ham học hỏi

【求职】qiúzhí〈动〉tìm việc làm; xin việc

【求助】qiúzhù〈动〉cầu xin giúp đỡ

【求助热线】qiúzhù rèxiàn đường dây nóng xin giúp đỡ

虬 qiú〈名〉❶con rồng nhỏ có sừng (truyền thuyết) ❷xoăn

【虬龙】qiúlóng〈名〉con rồng nhỏ có sừng (truyền thuyết)

【虬须】qiúxū〈名〉[书]râu xoăn

泅 qiú〈动〉bơi; lội

【泅渡】qiúdù〈动〉bơi; lội: 武装~ bơi vũ trang

酋 qiú〈名〉❶tù trưởng ❷thủ lĩnh //(姓) Tù

【酋长】qiúzhǎng〈名〉tù trưởng

【酋长国】qiúzhǎngguó〈名〉quốc gia theo chế độ tù trưởng

逑 qiú〈名〉[书]sánh đôi; kết đôi

球 qiú〈名〉❶cầu: ~体 khối cầu ❷các vật hình cầu: 卫生~ hòn băng phiến; 煤~ viên than nắm ❸quả bóng: 足~ bóng đá ❹[体育] môn bóng; trò chơi bóng ❺trái đất; địa cầu

【球棒】qiúbàng〈名〉cây gậy; cái vợt

【球场】qiúchǎng〈名〉sân bóng; bãi bóng

【球胆】qiúdǎn〈名〉ruột bóng

【球洞】qiúdòng〈名〉lỗ đáo; lỗ đặt bóng

【球队】qiúduì〈名〉đội bóng

【球技】qiújì〈名〉kĩ thuật chơi bóng

Q

【球茎】qiújīng<名>thân củ; thân hành

【球菌】qiújūn<名>cầu khuẩn; vi khuẩn hình cầu

【球篮】qiúlán<名>rổ bóng

【球类运动】qiúlèi yùndòng　các môn bóng (cầu)

【球龄】qiúlíng<名>tuổi chơi bóng; thâm niên đánh bóng

【球路】qiúlù<名>đường đi của bóng

【球门】qiúmén<名>cầu môn; khung thành; gôn

【球迷】qiúmí<名>người mê bóng; người hâm mộ cầu thủ

【球面】qiúmiàn<名>mặt cầu: ~体 hình mặt cầu

【球面度】qiúmiàndù<量>độ cầu diện

【球磨机】qiúmójī<名>máy nghiền

【球拍】qiúpāi<名>vợt (bóng bàn, tennis, cầu lông...)

【球赛】qiúsài<名>đấu bóng

【球市】qiúshì<名>tình hình bán vé trận đấu bóng

【球手】qiúshǒu<名>cầu thủ

【球台】[1] qiútái<名>hình vành cầu

【球台】[2] qiútái<名>bàn bóng; bàn bi-a

【球坛】qiútán<名>giới đánh bóng: ~老将 lão tướng trong giới đánh bóng

【球童】qiútóng<名>trẻ con nhặt, lượm bóng cho người chơi quần vợt trong các trận đấu

【球王】qiúwáng<名>vua chơi bóng

【球网】qiúwǎng<名>lưới bóng

【球鞋】qiúxié<名>giày đá bóng; giày thể thao

【球心】qiúxīn<名>tâm của khối cầu; trung tâm của quả đất

【球星】qiúxīng<名>ngôi sao trong giới chơi bóng

【球形】qiúxíng<名>hình cầu

【球衣】qiúyī<名>quần áo đánh bóng

【球艺】qiúyì<名>nghệ thuật chơi bóng

【球员】qiúyuán<名>thành viên trong độ đánh bóng

【球状】qiúzhuàng<名>dạng cầu

逎 qiú<形>[书]mạnh mẽ; chắc khỏe; rắn rỏi

【逎劲】qiújìng<形>mạnh mẽ; rắn rỏi: 笔力~ bút lực rắn rỏi; 笔锋~ nét bút mạnh mẽ

裘 qiú<名>[书]áo lông; áo da: 集腋成~ góp ít thành nhiều ///(姓) Cầu

【裘皮】qiúpí<名>da có lông: ~大衣 áo khoác da lông; ~制品 đồ da có lông

qiǔ

糗[1] qiǔ❶<名>lương khô ❷<动>[方]cơm; m đóng cục hay đặc quánh lại

糗[2] qiǔ[方]❶<形>mất mặt: ~事 chuyện mấ mặt ❷<名>sự mất mặt: 当众出~ bị mất mặ trước đám đông

qū

区 qū❶<动>phân biệt; phân chia: ~分 kh biệt ❷<名>vùng; khu: 山~ vùng núi; 工业 ~ khu công nghiệp ❸<名>khu; quận (đơn v hành chính): 自治~ khu tự trị; ~政府 chín quyền quận

【区别】qūbié❶<动>phân biệt: ~对待 phâ biệt đối xử ❷<名>sự khác biệt: 找出它í之间的~ tìm ra những chỗ khác biệt giữ chúng

【区段】qūduàn<名>cung; đoạn

【区分】qūfēn<动>phân biệt: ~好坏 phâ biệt phải trái

【区号】qūhào<名>mã vùng

【区划】qūhuà<名>phân chia ranh giới hoạch định khu vực; phân vùng: 行政~ phâ vùng hành chính

【区间】qūjiān<名>cung; đoạn (tuyến gia

thông, thông tin liên lạc chia thành cung, đoạn): ~车 xe chạy ở cung đường

【区区】qūqū❶<形>nhỏ; nhỏ nhặt; còn con; ít: ~小事，无足挂齿。Chuyện còn con cần gì phải nhắc. ❷<名>kẻ hèn mọn này; mình: 此人非他，就是~。Kẻ đó không phải là ai khác, chính là kẻ hèn mọn này.

【区位】qūwèi<名>vị trí địa lí: ~优势 ưu thế về vị trí địa lí

【区域】qūyù<名>khu vực; vùng: ~合作 hợp tác khu vực

【区域共同体】qūyù gòngtóngtǐ cộng đồng khu vực

【区域性】qūyùxìng<名>tính khu vực

【区长】qūzhǎng<名>khu trưởng; chủ tịch khu; chủ tịch quận

曲¹ qū❶<形>cong; khom: ~线 đường cong; 弯腰~背 khom lưng ❷<动>làm cong ❸<名>chỗ cong; chỗ uốn khúc: 河~ chỗ sông ngoặt ❹<形>vô lí; không công bằng: 是非~直 phải trái trắng đen //(姓)Khúc

曲² qū<名>men (rượu...)
另见qǔ

【曲笔】qūbǐ<名>❶[旧]lối viết né tránh sự thật ❷lối viết quanh co: 故作~ cố tình uốn cong ngòi bút

【曲别针】qūbiézhēn<名>kim kẹp giấy

【曲尺】qūchǐ<名>thước ê-ke; thước góc; thước đặt góc

【曲棍球】qūgùnqiú<名>❶bóng khúc côn cầu ❷môn khúc côn cầu

【曲解】qūjiě<动>giải thích sai; xuyên tạc; bóp méo

【曲径通幽】qūjìng-tōngyōu đường quanh co dẫn tới chỗ tĩnh mịch

【曲里拐弯】qūliguǎiwān quanh co khúc khuỷu; ngoằn ngoèo uốn lượn: ~的小路 con đường ngoằn ngoèo quanh co

【曲奇饼】qūqíbǐng<名>bánh quy

【曲线】qūxiàn<名>❶đường co; đường cong: 图上的~ đường cong trên đồ thị ❷đường gấp khúc; đường uốn lượn ❸đường nét: ~玲珑 thân hình đường nét hấp dẫn

【曲线图】qūxiàntú<名>đồ thị đường cong

【曲意逢迎】qūyì-féngyíng nịnh hót lấy lòng

【曲折】qūzhé<形>❶quanh co; khúc khuỷu; ngoằn ngoèo: ~的小路 đường mòn ngoằn ngoèo ❷phức tạp; rối rắm; rắc rối: ~变化 biến đổi phức tạp

【曲直】qūzhí<名>đúng sai; trái lí và có lí: 分清是非~ phân rõ phải trái, đúng sai

【曲轴】qūzhóu<名>trục cong; trục khuỷu

驱 qū<动>❶đuổi; lùa (súc vật): ~牛 lùa trâu ❷lái xe; ngồi xe ❸chạy nhanh; đi; tiến lên: 先~ người đi trước; 并驾齐~ cùng nhau tiến lên ❹đuổi đi; xua đuổi ❺thúc đẩy

【驱策】qūcè<动>[书]dùng roi quất đuổi; sai khiến: 不能任人~。Không thể cứ để người ta sai khiến.

【驱车】qūchē<动>lái xe; ngồi xe: ~前往 lái xe đến

【驱虫】qūchóng<动>loại trừ sâu: ~药 thuốc tẩy giun; ~剂 thuốc trừ sâu

【驱除】qūchú<动>xua đuổi; trừ bỏ; xua tan: ~强盗 trừ giặc giã; ~心魔 xua đuổi nỗi ám ảnh

【驱动】qūdòng<动>❶vận hành; điều khiển: 蒸汽~的机器 máy chạy bằng hơi nước ❷sai khiến: 受利益的~ chịu sự sai khiến của lợi ích

【驱动轮】qūdònglún<名>bánh xe phát động

【驱动器】qūdòngqì<名>❶thiết bị truyền lực ❷ổ đĩa: 光盘~ ổ đĩa CD; 硬盘~ ổ cứng; 软盘~ ổ đĩa mềm

【驱风油】qūfēngyóu<名>dầu gió

【驱赶】qūgǎn<动>❶đuổi; xua; dồn; lùa

❷đánh đuổi: ~苍蝇 xua ruồi; 他被~出俱乐部。Ông ta đã bị đuổi khỏi câu lạc bộ.

【驱鬼】qūguǐ〈动〉đuổi tà ma

【驱寒】qūhán〈动〉đánh gió; khử hàn; làm ấm người lên

【驱迫】qūpò〈动〉bức; ép buộc

【驱遣】qūqiǎn〈动〉❶ép buộc; sai khiến ❷loại trừ; gạt bỏ; xua đi: ~烦闷 xua đi nỗi phiền muộn ❸[书]đuổi đi; tống cổ

【驱热解毒】qūrè-jiědú khử nhiệt giải độc

【驱散】qūsàn〈动〉❶giải tán; xua đuổi: ~游行队伍 giải tán cuộc biểu tình ❷làm tiêu tan; xua tan

【驱使】qūshǐ〈动〉❶xúi giục ❷thúc đẩy: 被好奇心所~ thúc giục bởi lòng hiếu kì

【驱蚊剂】qūwénjì〈名〉thuốc xua muỗi

【驱邪】qūxié〈动〉trừ tà

【驱逐】qūzhú〈动〉xua đuổi; trục xuất: ~出境 trục xuất ra khỏi biên giới; ~侵略者 đánh đuổi quân xâm lược

【驱逐舰】qūzhújiàn〈名〉khu trục hạm; tàu khu trục

屈 qū〈动〉❶co; cong; uốn cong ❷khuất phục: 宁死不~ thà chết không chịu khuất phục ❸đuối lí ❹oan; oan khuất //(姓)Khuất

【屈才】qūcái〈动〉có tài mà không phát huy được

【屈从】qūcóng〈动〉nghe theo; chịu khuất theo: 绝不~于命运的摆布。Quyết không chịu khuất phục theo sự chi phối của số mệnh.

【屈打成招】qūdǎ-chéngzhāo bị bức cung; vô tội đánh mãi cũng phải nhận bừa

【屈服】qūfú〈动〉khuất phục; chịu khuất phục

【屈光度】qūguāngdù〈量〉điôp; độ khúc xạ

【屈驾】qūjià〈动〉hạ mình; hạ cố

【屈节】qūjié〈动〉[书]❶mất khí tiết; chịu khuất ❷hạ mình

【屈就】qūjiù〈动〉chịu thiệt mà nhận việc; chịu nhận cho; chịu làm cho: 您到我公司来，真是有点~了。Ngài đến công ti chúng tôi là chịu thiệt mà giúp hộ đấy.

【屈居】qūjū〈动〉đành chịu lép: ~亚军 đành chịu lép về với ngôi á quân

【屈辱】qūrǔ〈名〉bị áp bức và lăng nhục

【屈死】qūsǐ〈动〉chết oan

【屈体】qūtǐ〈动〉uốn mình; co mình: 做一个~动作 làm một động tác co mình

【屈膝】qūxī〈动〉quỳ gối; uốn gối: 卑躬~ khom lưng quỳ gối; ~讨饶 quỳ gối van xin

【屈折语】qūzhéyǔ〈名〉[语言]ngôn ngữ biến hình; ngôn ngữ biến tố

【屈指可数】qūzhǐ-kěshǔ đếm trên đầu ngón tay

【屈尊】qūzūn〈动〉hạ mình; nhún mình: ~求教 hạ mình xin được chỉ giáo

祛 qū〈动〉tiêu trừ; loại bỏ; xua tan

【祛病延年】qūbìng-yánnián trừ bệnh sống lâu

【祛除】qūchú〈动〉xua tan; loại trừ; giũ sạch: ~风寒 trừ phong hàn

【祛风】qūfēng〈动〉[中医]khu phong

【祛风湿药】qūfēngshīyào thuốc trừ phong thấp

【祛暑】qūshǔ〈动〉[中医]trừ thử nhiệt

【祛痰】qūtán〈动〉[中医]tan đờm; long đờm: ~剂 thuốc tan đờm

【祛淤活血】qūyū-huóxuè trục ứ hoạt huyết

蛆 qū〈名〉giòi

【蛆虫】qūchóng〈名〉con giòi; ví quân giòi bọ

躯 qū〈名〉thân thể; vóc người; mình: 捐躯 hiến thân

【躯干】qūgàn〈名〉thân người; mình

【躯壳】qūqiào〈名〉thể xác; xác thịt

【躯体】qūtǐ〈名〉thân thể; thân hình; vóc người: ~魁梧 thân hình cao to vạm vỡ

趋 qū〈动〉❶đi nhanh; rảo bước: ~前 đi nhanh lên phía trước ❷hướng tới; xu hướng: 大势所~ xu thế chung

【趋避】qūbì〈动〉vội vàng tránh

【趋奉】qūfèng〈动〉nịnh hót; xu nịnh

【趋附】qūfù〈动〉xu phụ: ~权贵 xu phụ quyền quý

【趋光】qūguāng〈动〉hướng về chỗ sáng

【趋光性】qūguāngxìng〈名〉tính hướng về chỗ sáng

【趋吉避凶】qūjí-bìxiōng theo lành tránh dữ

【趋时】qūshí〈动〉[书]xu thời; theo thời thượng: 穿戴~ ăn mặc thời thượng

【趋势】qūshì〈名〉xu thế; chiều hướng: 公司发展~良好。Công ti có chiều hướng phát triển tốt.

【趋同】qūtóng〈动〉hòa nhau; giống với nhau; có xu hướng đi tới đồng nhất

【趋向】qūxiàng❶〈动〉có chiều hướng; hướng về; phát triển theo hướng ❷〈名〉xu hướng; hướng phát triển; xu thế

【趋炎附势】qūyán-fùshì bợ đỡ nịnh hót kẻ quyền thế; xu phụ kẻ quyền quý

【趋之若鹜】qūzhī-ruòwù bon chen giành giật; đổ xô vào (như đàn vịt tranh mồi)

蛆 qū

【蛆蛆儿】qūqur〈名〉[方]con dế

觑 qū〈动〉nheo mắt

黢 qū〈形〉❶đen ❷tối

【黢黑】qūhēi〈形〉rất đen; rất tối

qú

劬 qú〈形〉[书]cần cù; lao khổ

【劬劳】qúláo〈形〉[书]làm lụng vất vả

渠 qú❶〈名〉con; kênh; mương: 沟~ kênh rạch; 水到~成 nước đến đâu thành ngòi đến đấy ❷〈形〉[书]lớn; to; đại: ~帅 đại soái //(姓)Cừ

【渠道】qúdào〈名〉❶kênh dẫn nước; kênh tưới tiêu ❷cách, lối (để cầu cạnh)

蘧 Qú //(姓)Cừ

【蘧然】qúrán〈形〉[书]sững sờ

衢 qú〈名〉[书]đường lớn; đường cái lớn: 通~ đường cái lớn

qǔ

曲 qǔ〈名〉❶khúc; từ khúc ❷bài hát: 高歌一~ hát một bài ❸nhạc: 作~ soạn nhạc
另见qū

【曲调】qǔdiào〈名〉làn điệu; điệu hát; điệu ca: ~优美 điệu hát hay

【曲高和寡】qǔgāo-hèguǎ bài hát khó, ít người hát được; lời nói nghệ thuật cao siêu quá, ít người hiểu

【曲目】qǔmù〈名〉tiết mục ca, nhạc

【曲谱】qǔpǔ〈名〉❶sách nhạc (sưu tầm ca nhạc dân gian) ❷bản nhạc

【曲艺】qǔyì〈名〉khúc nghệ (các hình thức văn nghệ dân gian xen nói với hát tại Trung Quốc)

【曲终人散】qǔzhōng-rénsàn hết cuộc biểu diễn khán giả ra về; hết hợp rồi tan

【曲子】qǔzi〈名〉từ khúc; ca khúc

取 qǔ〈动〉❶lấy; rút: ~款 lấy tiền ra ❷đạt được; dẫn đến ❸áp dụng; chọn lấy //(姓)Thủ

【取保候审】qǔbǎo hòushěn tìm người bảo lãnh sau chờ thẩm

【取材】qǔcái〈动〉lấy tài liệu; dùng vật liệu: 就地~ lấy vật liệu tại chỗ

【取长补短】qǔcháng-bǔduǎn lấy dài nuôi ngắn; lấy thừa bù thiếu; lấy hơn bù kém; lấy cái hay bù cái dở: 互相~ bù đắp cho nhau

【取代】qǔdài〈动〉chiếm chỗ; thay chân; thế chỗ; giành lấy: 没有人可以~他的地位。Không ai có thể thay chân ông ấy.

Q

【取道】qǔdào<动>chọn đường; qua: ~南宁前往越南 qua Nam Ninh đi Việt Nam

【取得】qǔdé<动>giành được; đạt được; thu được; lấy được: ~胜利 giành được thắng lợi

【取缔】qǔdì<动>cấm; thủ tiêu: ~非法交易 cấm giao dịch trái phép

【取而代之】qǔ'érdàizhī hất cẳng; thay thế; thế chân

【取法】qǔfǎ<动>noi theo; bắt chước

【取法乎上，仅得其中】qǔfǎhūshàng, jǐndéqízhōng bắt chước cái trên, chỉ được cái trung bình; theo đuổi cái cao, chỉ được cái trung bình; hãy cố gắng tới mức cao nhất

【取号机】qǔhàojī<名>máy lấy số

【取经】qǔjīng<动>❶thình kinh; đi lấy kinh ❷ví học tập kinh nghiệm: 今天我们到贵公司~来了。Hôm nay chúng tôi đến quý công ti để học hỏi kinh nghiệm.

【取景】qǔjǐng<动>lấy cảnh; chọn cảnh

【取景器】qǔjǐngqì<名>kính ngắm

【取决】qǔjué<动>được quyết định bởi; do... quyết định: 成绩的大小~于努力的程度。Thành tích lớn hay nhỏ quyết định ở mức độ cố gắng.

【取款】qǔkuǎn<动>lấy tiền ra; rút tiền

【取款机】qǔkuǎnjī<名>máy rút tiền; máy ATM

【取乐】qǔlè<动>tìm điều vui thích; giải trí; mua vui: 喝酒~ uống rượu mua vui; 不要拿我~。Đừng có trêu chọc tôi.

【取名】qǔmíng<动>chọn một cái tên; đặt tên

【取闹】qǔnào<动>❶cãi lộn; quấy đảo: 无理~ cãi lộn vô lối ❷vui đùa; trêu chọc: 孩子们互相~。Bọn trẻ trêu chọc nhau.

【取暖】qǔnuǎn<动>sưởi ấm: ~设备 thiết bị sưởi

【取齐】qǔqí<动>❶lấy bằng; lấy theo: 长短~ ngắn dài lấy cho đều nhau ❷tụ tập; tập

hợp: 大家游完景点就在下车地点~返回。Mọi người tham quan xong về chỗ xuống xe tập hợp rồi quay về.

【取巧】qǔqiǎo<动>dùng mánh khóe; dùng mẹo vặt; xảo trá: 投机~ dùng mánh khóe đầu cơ trục lợi

【取舍】qǔshě<动>lấy hay bỏ; lựa chọn: 难于~ rất khó lựa chọn

【取胜】qǔshèng<动>giành thắng lợi

【取向】qǔxiàng<名>định hướng; khuynh hướng: 道德~ khuynh hướng đạo đức

【取消】qǔxiāo<动>tước bỏ; xóa bỏ; thủ tiêu; hủy bỏ: ~禁令 bỏ lệnh cấm; ~资格 tước bỏ tư cách

【取笑】qǔxiào<动>giễu cợt; chê cười; chế nhạo: 被同学~ bị các bạn chê cười

【取信】qǔxìn<动>lấy tín nhiệm; lấy lòng tin; được người tin cậy: ~于人 giữ chữ tín với người khác

【取样】qǔyàng<动>lấy mẫu: ~检验 lấy mẫu để kiểm nghiệm

【取悦】qǔyuè<动>lấy lòng; lấy cảm tình: 他经常~上司。Hắn hay lấy lòng cấp trên.

【取证】qǔzhèng<动>lấy chứng cứ: 调查~ điều tra lấy chứng cứ

【取之不尽，用之不竭】qǔzhī-bùjìn, yòngzhī-bùjié lấy không hết, dùng không cạn; nhiều vô cùng tận; dùng không bao giờ hết

【取之于民，用之于民】qǔzhī-yúmín, yòngzhī-yúmín lấy từ dân, phục vụ dân

娶 qǔ<动>cưới vợ; lấy vợ: 嫁~ cưới vợ gả chồng

【娶妻】qǔqī<动>lấy vợ; cưới vợ

【娶亲】qǔqīn<动>đón dâu; lấy vợ

【娶媳妇】qǔ xífu[方]lấy vợ

龋 qǔ<动>răng bị hỏng bởi bệnh sâu răng

【龋齿】qǔchǐ<名>❶bệnh sâu răng ❷răng sâu

qù

去¹ qù ❶〈动〉đi: 他~图书馆了。Anh ấy đã đi thư viện. ❷〈动〉rời; lìa; xa rời: ~国怀乡 xa rời tổ quốc, nhớ về quê hương ❸〈动〉mất đi; qua đi: 大势已~ tình thế đã qua đi ❹〈动〉trừ đi; gạt bỏ: 头发太长了，~短一点儿。Tóc dài quá, cắt ngắn một chút. ❺〈动〉[书]cách; cách nhau: 相~不远 cách nhau không xa ❻〈形〉chỉ thời gian đã qua: ~年 năm ngoái ❼〈动〉mất; đi xa; qua đời ❽〈动〉để; mà: 提一桶水~浇花。Xách thùng nước để tưới hoa. ❾〈动〉[口]vượt xa; quá mức: 他读过的书多了~了。Số sách ông ấy đã đọc nhiều vô kể. ❿〈动〉đã đi: 他吃饭~了。Anh ấy đã đi ăn cơm. ⓫〈动〉(tỏ ý cầu khiến): 你~想一想。Em hãy nghĩ mà xem.

去² qù〈动〉[方]đóng vai; thủ vai; diễn vai

去³ qù〈动〉❶đi (dùng sau động từ, biểu thị động tác xa dần khỏi người nói): 拿~ cầm đi ❷đi; tiếp (dùng sau động từ, biểu thị sự tiếp diễn của động tác): 让他说~。Để anh ấy nói tiếp.

【去病】qùbìng〈动〉trừ bệnh

【去病毒】qù bìngdú diệt trừ virút

【去臭】qùchòu〈动〉khử mùi hôi thối

【去除】qùchú〈动〉trừ đi; trừ bỏ

【去处】qùchù〈名〉❶nơi đi; chỗ đi: 谁也不知道他的~。Ai cũng không biết nó đã đi đâu. ❷nơi; chỗ; địa điểm: 那是一个学习的好~。Đó là một địa điểm tốt để học tập.

【去磁】qùcí〈动〉khử từ

【去粗取精】qùcū-qǔjīng bỏ cái thô, lấy cái tinh; bỏ thô lấy tinh

【去掉】qùdiào〈动〉trừ bỏ; vứt bỏ

【去恶从善】qù'è-cóngshàn bỏ cái ác, theo cái thiện; bỏ ác hướng thiện

【去垢】qùgòu〈动〉cạo bỏ cặn: ~剂 thuốc tẩy

【去骨】qùgǔ〈动〉lóc bỏ xương

【去火】qùhuǒ〈动〉[中医]hạ hỏa; hạ nhiệt; giải nhiệt: 夏天喝绿豆汤可以~。Vào mùa hè, uống nước đậu xanh có thể hạ hỏa.

【去壳】qùké〈动〉bỏ vỏ

【去留】qùliú〈动〉đi hay ở lại

【去路】qùlù〈名〉đường đi tới; lối đi: 不要挡住~。Đừng chặn cản đường đi.

【去年】qùnián〈名〉năm ngoái; năm qua; năm vừa rồi

【去皮】qùpí〈动〉bỏ vỏ

【去日】qùrì〈名〉[书]năm tháng qua đi

【去声】qùshēng〈名〉[语言]❶khứ thanh (thanh thứ ba trong bốn thanh của tiếng Hán cổ) ❷thanh thứ tư trong tiếng phổ thông Trung Quốc

【去世】qùshì〈动〉tạ thế; qua đời

【去势】¹ qùshì〈动〉thiến; hoạn

【去势】² qùshì〈名〉thế đi; thế về

【去暑】qùshǔ〈动〉giải thử nhiệt; hạ nhiệt

【去岁】qùsuì〈名〉[书]năm ngoái

【去痛药】qùtòngyào〈名〉thuốc giảm đau

【去伪存真】qùwěi-cúnzhēn bỏ cái giả, giữ cái thật; bỏ giả giữ thật

【去味】qùwèi〈动〉khử mùi

【去污】qùwū〈动〉tẩy sạch; tẩy rửa: ~能力 khả năng tẩy sạch

【去污粉】qùwūfěn〈名〉bột tẩy rửa

【去雾】qùwù〈动〉xua tan sương mù

【去向】qùxiàng〈名〉hướng đi: 不知~ không biết rõ hướng đi

【去邪归正】qùxié-guīzhèng cải tà quy chính

【去意】qùyì〈名〉ý muốn rời đi

【去油】qùyóu〈动〉tẩy sạch vết dầu

【去职】qùzhí〈动〉thôi chức; rời chức

趣 qù ❶〈名〉hứng thú; thú vị: 这件事很有~。Chuyện này rất thú vị. ❷〈形〉lí thú ❸〈名〉sở thích; ý chí //(姓) Thú

【趣话】qùhuà<名>chuyện vui

【趣事】qùshì<名>chuyện vui; sự việc lí thú: 逸闻~ chuyện vui trong dân gian

【趣谈】qùtán❶<名>chuyện vui ❷<动>mạn đàm một cách thú vị

【趣味】qùwèi<名>thú vị; lí thú: ~无穷 vô cùng thú vị

【趣味盎然】qùwèi-àngrán đầy thú vị

【趣味相投】qùwèi-xiāngtóu có cùng sở thích

【趣闻】qùwén<名>chuyện vui; tin vui

quān

圈 quān❶<名>cái vòng; vòng tròn: 花~儿 vòng hoa; 银项~儿 chiếc vòng bạc đeo cổ; 站成一~ đứng thành một vòng ❷<名>vòng; phạm vi: 包围~ vòng vây; 演艺~ giới sân khấu; 她的交际~很大。Phạm vi giao tế của cô ấy rộng rãi. ❸<动>khoanh; rào; vây; quây: ~出一块地 rào ra một miếng đất; 用围墙把园子~起来。Quây vườn bằng tường. ❹<动>khuyên; khoanh tròn: 用红笔把拼写错误~出来。Khoanh tròn bằng mực đỏ những lỗi chính tả.

另见juān, juàn

【圈地】quāndì<动>khoanh đất

【圈点】quāndiǎn<动>vạch khuyên và chấm câu (làm kí hiệu đọc sách đọc văn)

【圈定】quāndìng<动>vẽ vòng tròn để xác định

【圈内】quānnèi<名>trong vòng

【圈钱】quānqián<动>thu gom tiền

【圈圈】quānquān<名>cái vòng; vòng tròn

【圈套】quāntào<名>cái tròng; tròng bẫy; thòng lọng: 落入~ mắc bẫy

【圈外】quānwài<名>ngoài vòng

【圈椅】quānyǐ<名>ghế bành

【圈阅】quānyuè<动>phê duyệt; đánh dấu "đã xem"

【圈占】quānzhàn<动>rào đất đai lại để chiếm: 反对~公地 chống lại việc rào đất công cộng

【圈子】quānzi<名>❶vòng tròn; vật có hình tròn: 画一个~ vẽ một vòng tròn; 他说话总喜欢绕~。Nó hay nói vòng vo không thẳng thắn. ❷phạm vi; vòng: 生活~ trong phạm vi cuộc sống; 我跟他们那个~里的人不太熟悉。Tôi không quen biết những người trong nhóm đó.

quán

权 quán❶<名>[书]quả cân; cái cân ❷<动>[书]cân; cân nhắc: ~其轻重 cân nhắc nặng nhẹ ❸<名>quyền lực; quyền: 掌握决定~ nắm quyền định đoạt ❹<名>quyền; quyền lợi: 选举~ quyền bầu cử ❺<动>quyền biến; thích ứng: 通~达变 quyền biến linh hoạt/xử trí linh hoạt ❻<副>tạm thời: ~且 tạm thế đã //(姓) Quyền

【权变】quánbiàn<动>quyền biến; tùy cơ ứng biến

【权柄】quánbǐng<名>quyền bính; quyền hành

【权臣】quánchén<名>quyền thần; kẻ bày tôi tiếm quyền

【权当】quándàng<动>cứ cho là: 你要是不同意，~我没跟你提过这件事。Nếu anh không đồng ý thì cứ coi như là tôi chưa từng bàn với anh về chuyện này.

【权贵】quánguì<名>quyền quý

【权衡】quánhéng<动>cân nhắc: ~得失 cân nhắc cái được cái mất

【权衡利弊】quánhéng-lìbì cân nhắc lợi hại

【权力】quánlì<名>❶quyền lực ❷quyền lực; trách nhiệm: 这件事不在我的~范围

之内。Việc này không nằm trong phạm vi trách nhiệm của tôi.

【权力机关】quánlì jīguān cơ quan quyền lực

【权力下放】quánlì xiàfàng buông quyền lực; giao phó cho cấp dưới

【权利】quánlì<名>quyền lợi: 合法~ quyền lợi hợp pháp

【权略】quánlüè<名>[书]mưu lược ứng biến

【权门】quánmén<名>nhà quyền thế; quyền môn

【权迷心窍】quánmíxīnqiào bị mê hoặc bởi quyền lực

【权谋】quánmóu<名>mưu kế ứng biến; quyền mưu

【权能】quánnéng<名>quyền lực và chức năng

【权钱交易】quánqián jiāoyì giao dịch giữa quyền lực và tiền của

【权且】quánqiě<副>tạm; tạm thời: 你~到别的地方避一避。Anh tạm lánh đi nơi khác.

【权势】quánshì<名>quyền thế: 依仗~ ỷ vào quyền thế

【权属】quánshǔ<名>quyền thuộc: ~纠纷 tranh chấp về quyền thuộc

【权术】quánshù<名>mưu kế tùy cơ ứng biến; thủ đoạn; mánh khóe: 玩弄~ giở thủ đoạn

【权威】quánwēi❶<名>quyền uy; uy quyền; thẩm quyền: 建立~ gây dựng uy quyền ❷<名>uy tín; quyền uy: 医学~ chuyên gia quyền uy trong y học; 职业~ uy tín nghề nghiệp; 他是这个学术领域的~。Ông ấy là nhân vật quyền uy trong lĩnh vực học thuật này. ❸<形>có uy tín; có uy quyền: ~人士 người có thẩm quyền; ~著作 tác phẩm có quyền uy

【权位】quánwèi<名>quyền lực và địa vị: 不谋~ không mưu cầu quyền lực và địa vị

【权限】quánxiàn<名>quyền hạn: 管理~ quyền hạn quản lí; 超越~ vượt quá quyền hạn

【权要】quányào<名>[书]❶vai vế nắm quyền bính; chức vị cao ❷quyền lực

【权宜】quányí<形>quyền biến; tạm thời thích nghi: ~之计 kế sách tạm thời

【权益】quányì<名>quyền lợi; quyền: 合法~ quyền và lợi ích hợp pháp

【权欲】quányù<名>sự tham vọng về quyền lực

【权责】quánzé<名>quyền lực và trách nhiệm

【权诈】quánzhà<形>[书]xảo trá; giả trá

【权杖】quánzhàng<名>cái gậy về quyền lực; quyền lực

【权重】quánzhòng<名>hệ số tầm quan trọng trong một tiêu chuẩn

【权重股】quánzhònggǔ<名>trái phiếu hệ trọng

全quán❶<形>đủ; hoàn toàn: 这个书店的书很~。Hiệu sách này đủ các loại sách. ❷<动>bảo toàn; giữ nguyên vẹn: 两~其美 vẹn cả đôi đường ❸<形>toàn bộ; cả; tất cả: ~家 cả nhà; ~神贯注 tập trung toàn bộ tinh thần ❹<副>hoàn toàn; đều: 你交代的事我办好了。Những gì anh giao phó tôi đã làm xong. //(姓) Toàn

【全保险】quánbǎoxiǎn<名>bảo hiểm mọi rủi ro

【全部】quánbù<名>toàn bộ; tất cả: ~考生 tất cả mọi thí sinh; 发动~力量 huy động tất cả mọi lực lượng; ~赞成。Tất cả đều tán thành.

【全才】quáncái<名>toàn tài: 文武~ văn võ toàn tài

【全场】quánchǎng<名>❶tất cả mọi người; tất cả khán giả trong rạp (sân...): ~起立。Tất cả mọi người đứng dậy. ❷cả hãng kinh

Q

doanh; tất cả các gian hàng: ~商铺都打折。 Tất cả các gian hàng trong cửa hàng tổng hợp này đều bán hóa giá.

【全称】quánchēng<名>tên gọi đầy đủ; toàn danh: 政协的~是政治协商会议。 Tên gọi đầy đủ của Chính hiệp là Hội nghị Hiệp thương chính trị.

【全承包】quánchéngbāo bao thầu trọn gói

【全程】quánchéng<名>cả quá trình; toàn bộ lộ trình; hành trình: ~需要两个小时。 Toàn bộ hành trình cần tới hai tiếng đồng hồ.

【全都】quándōu<副>tất cả; đều: 人~到齐了。 Mọi người đều đến đủ cả.

【全额】quán'é<形>toàn bộ số tiền: ~付款 trả tiền toàn bộ

【全额奖学金】quán'é jiǎngxuéjīn học bổng toàn phần

【全方位】quánfāngwèi<名>tất cả các hướng; tất cả các vị trí; toàn diện: ~经济协作 hợp tác kinh tế toàn diện; ~外交 ngoại giao đa phương hóa

【全份】quánfèn<名>cả phần; toàn phần: ~套餐 cả suất cơm

【全封闭】quánfēngbì phong bế hoàn toàn; hoàn toàn khép kín

【全副】quánfù<形>toàn bộ; đầy đủ: ~武装 vũ trang đầy đủ

【全国】quánguó<名>toàn quốc; cả nước

【全国人民代表大会】Quánguó Rénmín Dàibiǎo Dàhuì Đại hội Đại biểu Nhân dân toàn quốc; Quốc hội

【全国性】quánguóxìng tính toàn quốc

【全国一盘棋】quánguó yī pán qí cả nước như một ván cờ; cả nước phát triển đồng bộ

【全国政协】Quánguó Zhèngxié Chính hiệp toàn quốc; Hội nghị Hiệp thương Chính trị toàn quốc

【全会】quánhuì<名>hội nghị toàn thể: 中

央~ Hội nghị toàn thể Ban chấp hành Trung ương

【全活儿】quánhuór<名>công việc trọn gói; mọi kĩ năng trong một nghề

【全集】quánjí<名>toàn tập

【全家福】quánjiāfú<名>❶tấm ảnh cả gia đình ❷món ăn hổ lốn

【全价】quánjià❶<名>giá toàn phần ❷<形>tổng hợp đủ các chất: ~奶粉 sữa bột tổng hợp đủ các chất dinh dưỡng

【全景】quánjǐng<名>toàn cảnh

【全局】quánjú<名>toàn cục: ~观念 quan niệm toàn cục

【全军】quánjūn<名>toàn quân: ~覆没 đội quân bị tiêu diệt hoàn toàn

【全力】quánlì<名>toàn lực; tất cả sức lực: 用尽~ dốc hết sức mình

【全力以赴】quánlìyǐfù dốc toàn lực; dốc hết tâm sức

【全麻】quánmá<名>[医学]gây mê

【全麦】quánmài<名>bột mì có cả cám lẫn mộng; bột mì thô: ~面包 bánh mì đen

【全貌】quánmào<名>toàn bộ các mặt; toàn diện; bộ mặt đầy đủ: 观看城市的~ ngắm toàn cảnh thành phố

【全面】quánmiàn❶<名>toàn diện; mọi mặt; đủ các mặt: ~情况 tình hình mọi mặt; 技术~ kĩ thuật toàn diện; ~通货膨胀 lạm phát tiền tệ toàn diện ❷<形>tỉ mỉ chu đáo: ~考虑 suy tính chu đáo

【全面发展】quánmiàn fāzhǎn phát triển toàn diện

【全民】quánmín<名>toàn dân: ~动员 động viên toàn dân

【全民所有制】quánmín suǒyǒuzhì chế độ sở hữu toàn dân

【全名】quánmíng<名>tên gọi đầy đủ

【全明星】quánmíngxīng toàn các siêu sao

【全能】quánnéng<形>toàn năng: ~运动员

vận động viên toàn năng

【全能代理人】quánnéng dàilǐrén người đại lí toàn quyền

【全能运动】quánnéng yùndòng thể thao toàn năng

【全年】quánnián<名>cả năm

【全盘】quánpán<形>tất cả; toàn bộ; toàn diện: ~否定 phủ định tất cả; ~计划 kế hoạch toàn bộ

【全陪】quánpéi❶<动>chịu trách nhiệm tháp tùng trọn cả một chuyến du lịch ❷<名>hướng dẫn viên đi cùng cả chuyến

【全票】quánpiào<名>❶cả vé ❷toàn bộ phiếu bầu: 他以~通过，当选本区的人大代表。Với toàn bộ phiếu thuận, ông ấy được bầu là đại biểu nhân dân của khu này.

【全勤】quánqín<动>(trong một thời kì nhất định) đi làm đều không nghỉ ngày nào: 他这个月~。Tháng này anh ấy đi làm đều không nghỉ ngày nào.

【全球】quánqiú<名>toàn cầu; cả thế giới: 誉满~ nổi tiếng thế giới

【全球变暖】quánqiú biànnuǎn khí hậu toàn cầu ấm dần

【全球定位系统】quánqiú dìngwèi xìtǒng hệ thống định vị toàn cầu (GPS)

【全球化】quánqiúhuà toàn cầu hóa

【全球通】quánqiútōng<名>GSM

【全权】quánquán<名>toàn quyền: ~代表 đại biểu toàn quyền

【全然】quánrán<副>hoàn toàn: ~不懂 hoàn toàn không hiểu

【全日制】quánrìzhì<名>chế độ cả ngày: ~教育 chế độ học cả ngày

【全身】quánshēn<名>toàn thân; cả người: 用尽~力气 dùng hết sức lực của toàn thân

【全身心】quánshēnxīn toàn bộ tâm sức

【全神贯注】quánshén-guànzhù chăm chú; tập trung chú ý

【全胜】quánshèng<动>thắng lợi hoàn toàn

【全盛】quánshèng<形>toàn thịnh; phồn vinh nhất: ~时期 thời kì toàn thịnh

【全食】quánshí<名>nhật thực toàn phần; nguyệt thực toàn phần

【全数】quánshù<名>toàn bộ; tất cả: ~归还 trả lại toàn bộ

【全速】quánsù<名>tốc độ cao nhất; hết tốc lực: ~前进 tiến với tốc độ cao nhất

【全套】quántào<名>trọn bộ; toàn bộ; trọn gói: ~设备 thiết bị trọn bộ

【全体】quántǐ<名>toàn thể; tất cả: ~人员 tất cả mọi người; ~会议 hội nghị toàn thể

【全天候】quántiānhòu mọi thời điểm; mọi thời tiết: ~服务 phục vụ cả ngày; ~飞机 máy bay bay được trong mọi thời điểm mọi thời tiết

【全托】quántuō<动>gửi trẻ suốt tuần

【全文】quánwén<名>toàn văn: ~如下 toàn văn như sau

【全武行】quánwǔháng<名>❶tuồng kịch có những cảnh đấu võ rất quy mô ❷loạn đả; giở hành vi bạo lực

【全险】quánxiǎn<名>bảo hiểm toàn bộ

【全线】quánxiàn<名>❶toàn chiến tuyến; toàn mặt trận: ~反攻 toàn mặt trận phản công ❷toàn tuyến: 这条铁路已~通车。Đoạn đường sắt này đã thông xe toàn tuyến.

【全心全意】quánxīn-quányì toàn tâm toàn ý; một lòng một dạ: ~为人民服务 hết lòng hết dạ phục vụ nhân dân

【全新】quánxīn<形>hoàn toàn mới; mới nguyên

【全休】quánxiū<动>nghỉ cả ngày; nghỉ hẳn; nghỉ suốt

【全优】quányōu<形>tất cả đều đạt mức xuất sắc: ~产品 sản phẩm xuất sắc; ~学生 học sinh xuất sắc

【全员】quányuán<名>nhân viên đầy đủ

【全运会】Quányùnhuì<名>Đại hội thể dục thể thao toàn quốc

【全责】quánzé<名>trách nhiệm hoàn toàn

【全脂奶粉】quánzhī nǎifěn sữa bột nguyên chất

【全职】quánzhí<形>chuyên trách: ~教师 giáo viên chuyên trách

【全职太太】quánzhí tàitai người phụ nữ không đi làm, chuyên trách lo liệu việc nhà, chăm sóc chồng con; người nội trợ; bà nội trợ

【全自动】quánzìdòng hoàn toàn tự động; automatic

诠 quán[书]❶<动>giải thích ❷<名>lẽ phải

【诠次】quáncì[书]❶<动>sắp đặt thứ tự ❷<名>ngôi thứ; thứ tự

【诠释】quánshì<动>giải thích; thuyết minh

【诠注】quánzhù<动>chú giải; chú thích

泉 quán<名>❶suối: 温~ suối nước nóng ❷mạch suối ❸suối vàng; âm phủ: 九~ chín suối /// (姓) Tuyền

【泉水】quánshuǐ<名>nước suối

【泉下】quánxià<名>dưới hoàng tuyền; dưới suối vàng

【泉眼】quányǎn<名>mạch suối

【泉涌】quányǒng<动>tuôn trào (như suối): 泪如~ nước mắt tuôn trào như suối; 文思~ ý văn tuôn trào như suối

【泉源】quányuán<名>❶nguồn nước ❷nguồn; ngọn nguồn: 智慧的~ nguồn trí tuệ

拳 quán❶<名>nắm tay; nắm đấm; quả đấm: 双手握~。Hai bàn tay nắm lại thành quả đấm. ❷<名>quyền: 太极~ thái cực quyền; 练~ tập đánh quyền ❸<动>co; cong; xoắn; khoanh: ~着身子 co người lại

【拳棒】quánbàng<名>côn quyền; võ thuật; võ

【拳不离手，曲不离口】quánbùlíshǒu, qǔbùlíkǒu võ thuật ngày nào cũng tập, bài ca ngày nào cũng hát; muốn thạo nghề phải luôn luôn tập luyện

【拳打脚踢】quándǎ-jiǎotī tay đấm chân đá; thượng cẳng tay, hạ cẳng chân

【拳击】quánjī<名>quyền Anh; box: ~比赛 đấu box

【拳脚】quánjiǎo<名>❶tay và chân ❷quyền cước; võ thuật

【拳脚相加】quánjiǎo-xiāngjiā thượng cẳng tay, hạ cẳng chân; vừa đấm vừa đá

【拳曲】quánqū<动>xoắn; quăn; cong queo: ~的头发 tóc uốn quăn; ~着双臂 quặp hai cánh tay lại

【拳拳】quánquán<形>[书]thành khẩn; thực lòng: 情意~ tình cảm thiết tha

【拳师】quánshī<名>võ sư; thầy dạy võ

【拳手】quánshǒu<名>võ sĩ: 业余~ võ sĩ nghiệp dư

【拳术】quánshù<名>quyền thuật; võ tay không

【拳坛】quántán<名>giới đánh võ

【拳头】quántóu<名>quả đấm; nắm tay; nắm đấm

【拳头产品】quántóu chǎnpǐn hàng "á chủ bài"; sản phẩm mũi nhọn

【拳王】quánwáng<名>nhà vô địch quyền Anh; nhà vô địch đánh quyền

铨 quán<动>[书]❶tuyển chọn ❷cân nhắc

【铨叙】quánxù<动>[旧]tuyển chọn cất nhắc

痊 quán<动>khỏi bệnh

【痊愈】quányù<动>khỏi bệnh; hồi phục

筌 quán<名>[书]cái nơm

蜷 quán<动>co; cuộn tròn; co rúm; khoanh tròn: 两腿~起来。Hai chân khoanh lại.

【蜷伏】quánfú<动>nằm co quắp: 草丛里~着一条蛇。Trong bụi cỏ có con rắn đang cuộn tròn.

【蜷曲】quánqū<动>co quắp; cong queo khoanh tròn: 他喜欢~着睡觉。Nó thích nằm co quắp ngủ.

【蜷缩】quánsuō<动>cuộn tròn; co quắp; gập lại; cuộn lại: 一个瘦小的男孩~在墙角。Một cậu bé gầy gò đang co rúm vào góc tường.

醛 quán<名>[化学]anđehit

【醛酸】quánsuān<名>[化学]axít anđehit

鬈 quán<形>❶xoăn; quăn: ~发 tóc xoăn ❷tóc bồng bồng

颧 quán

【颧骨】quángǔ<名>xương gò má

quǎn

犬 quǎn<名>con chó: 警~ chó của cảnh sát

【犬齿】quǎnchǐ<名>răng nanh

【犬马】quǎnmǎ<名>chó ngựa; khuyển mã: 效~之劳 dốc lòng khuyển mã

【犬牙】quǎnyá<名>❶răng nanh ❷răng chó

【犬牙交错】quǎnyá-jiāocuò cài răng lược; xen kẽ nhau

【犬子】quǎnzǐ<名>thằng con bất tài của tôi

quàn

劝 quàn<动>❶khuyên; khuyên giải; khuyên nhủ; thuyết phục: ~人谦逊 khuyên người nên khiêm tốn; 你要~他放弃那项计划。Anh nên thuyết phục ông ta từ bỏ kế hoạch ấy đi. ❷[书]cổ vũ; khuyến khích; động viên //(姓) Khuyến

【劝导】quàndǎo<动>khuyên bảo; khuyên răn chỉ bảo: 耐心~ tận tâm khuyên bảo

【劝服】quànfú<动>thuyết phục

【劝告】quàngào❶<动>khuyến cáo; khuyên nhủ: 再三~ khuyên bảo nhiều lần ❷<名>những lời khuyên răn: 大家的~都是为了你好。Những lời khuyên của mọi người đều vì anh cả.

【劝和】quànhé<动>giải hòa; khuyên người ta giải hòa với nhau

【劝驾】quànjià<动>khuyên người ta nhậm chức hay đi làm khách

【劝架】quànjià<动>khuyên giải; khuyên can

【劝教】quànjiào<动>khuyến dụ: ~别人 khuyến dụ người ta

【劝解】quànjiě<动>❶khuyên; khuyên giải: 大家都去~他。Mọi người đều đi khuyên giải anh ấy. ❷khuyên can; can: 她把吵架的人~开。Cô ấy đã can đám cãi nhau.

【劝诫】quànjiè<动>khuyên răn; khuyên bảo: ~孩子 khuyên răn con cái

【劝酒】quànjiǔ<动>chúc rượu; mời rượu; ép uống rượu: 大家互相~。Mọi người mời rượu nhau.

【劝勉】quànmiǎn<动>khuyến khích: 互相~ khuyến khích lẫn nhau/động viên nhau

【劝说】quànshuō<动>khuyên bảo; khuyên: 不听~ không nghe lời khuyên bảo

【劝退】quàntuì<动>động viên nghỉ không làm nữa

【劝慰】quànwèi<动>khuyên giải và an ủi

【劝降】quànxiáng<动>khuyên đầu hàng

【劝学】quànxué<动>khuyên học

【劝诱】quànyòu<动>dụ dỗ; khuyến dụ

【劝止】quànzhǐ =【劝阻】

【劝阻】quànzǔ<动>khuyên can; can ngăn

券 quàn<名>phiếu; vé: 入场~ vé vào cửa

quē

炔 quē<名>[化学]alkyn: 乙~ a-xê-ti-len (axetylen)

缺 quē❶<动>thiếu; thiếu hụt: ~水 thiếu nước ❷<动>vắng mặt; không có mặt: ~课 không đi học ❸<动>bị sứt: 这个杯子~了个口。Chiếc cốc này bị sứt miệng. ❹<名>trống;

Q

khuyết; thiếu; sứt: 肥~ chỗ béo bở; 补一个~ bù vào một chỗ khuyết

【缺吃少穿】quēchī-shǎochuān thiếu ăn thiếu mặc

【缺德】quēdé<形>thiếu đạo đức; thất đức

【缺点】quēdiǎn<名>khuyết điểm; thiếu sót: 克服~ sửa chữa khuyết điểm

【缺额】quē'é<名>số còn thiếu; số cần bổ khuyết: ~不多了，赶紧来报名吧! Số cần bổ khuyết không còn mấy nữa, mau đến đăng kí đi!

【缺乏】quēfá<动>thiếu; thiếu thốn; thiếu hụt; không đủ: ~经验 thiếu kinh nghiệm; ~感情 thiếu thốn tình cảm

【缺钙】quēgài<动>thiếu can-xi

【缺憾】quēhàn<名>chỗ thiếu sót; điều đáng tiếc

【缺货】quēhuò<动>thiếu hàng; khan hàng; không có hàng

【缺斤少两】quējīn-shǎoliǎng cân hụt; cân thiếu

【缺考】quēkǎo<动>bỏ thi; hụt lần thi

【缺课】quēkè<动>không đi học; không lên lớp

【缺口】quēkǒu<名>❶chỗ khuyết; chỗ hổng; chỗ vỡ: 海堤上的一个~ một lỗ hổng ở đê biển; 我们的坦克在敌人的防线上撕开了一个~。 Xe tăng của ta chọc thủng phòng tuyến địch. ❷lỗ hổng: 原材料~很大。 Lỗ hổng nguyên vật liệu rất lớn.

【缺漏】quēlòu<名>chỗ thiếu sót; điều bỏ sót

【缺钱】quēqián<动>thiếu tiền; không đủ tiền; thiếu thốn tiền bạc

【缺欠】quēqiàn❶<名>khuyết điểm; thiếu sót ❷<动>thiếu: ~资金 thiếu vốn

【缺勤】quēqín<动>nghỉ việc; vắng mặt buổi làm (học)

【缺勤率】quēqínlǜ<名>tỉ lệ nghỉ việc không đi làm

【缺人】quērén<动>thiếu người

【缺少】quēshǎo<动>thiếu: 不可~的条件 điều kiện không thể thiếu được; ~经费 thiếu kinh phí

【缺失】quēshī❶<动>thiếu: ~零件 thiếu linh kiện; ~管理 thiếu sự quản lí ❷<名>khiếm khuyết; khuyết điểm

【缺损】quēsǔn<动>❶hư hao; thiếu hụt: 教材如有~，可以更换。 Sách giáo khoa nếu có hư hao, có thể đổi lại. ❷khuyết tật

【缺位】quēwèi❶<动>bỏ ghế trống ❷<名>chỗ khuyết; chức vụ bỏ trống ❸<动>không đạt tiêu chuẩn hoặc yêu cầu: 管理~ thiếu sự quản lí

【缺席】quēxí<动>vắng mặt: ~判决 xử án vắng mặt

【缺陷】quēxiàn<名>sự thiếu sót; chỗ không hoàn hảo: 生理上有~。 Sinh lí không được hoàn hảo.

【缺心眼】quē xīnyǎn không minh mẫn; thiếu sáng suốt

【缺氧】quēyǎng<动>thiếu ô-xy

【缺页】quēyè<动>thiếu trang (sách)

【缺一不可】quēyī-bùkě không thể thiếu (người hoặc thứ gì)

【缺衣少食】quēyī-shǎoshí thiếu ăn thiếu mặc

【缺阵】quēzhèn<动>vắng mặt trong trận đấu

【缺嘴】quēzuǐ❶<名>sứt môi ❷<动>[方] thiếu ăn

阙 quē<名>[书]❶lỗi lầm; thiếu sót ❷chỗ khuyết

另见què

【阙如】quērú<动>[书]khiếm khuyết; thiếu sót

【阙疑】quēyí<动>để tồn nghi; để ngỏ vấn đề; gác lại chưa bàn

qué

瘸 qué<动>tập tễnh; thọt; què: ~腿 chân thọt; 摔~了腿 ngã què chân

【瘸子】quézi<名>[口]người què

què

却 què❶<动>lùi; rút lui: ~步 lùi bước ❷<动>làm cho lùi; đẩy lùi: ~敌 đẩy lùi quân địch ❸<动>chối từ; cự tuyệt: 推~ từ chối ❹<动>mất; mất đi: 冷~ lạnh đi ❺<副>lại; mà lại; nhưng lại: 他话虽不多，~很有分量。Anh ấy nói không nhiều, nhưng lại rất sâu sắc. //(姓) Khước

【却病】quèbìng<动>[书]phòng bệnh; trừ bệnh

【却步】quèbù<动>lùi bước; chùn bước: 望 而~ thấy vậy mà chùn bước

【却说】quèshuō<动>lại nói về…

【却之不恭】quèzhī-bùgōng từ chối thì thiếu cung kính: ~，受之有愧。Từ chối thì bất nhã, nhận thì lại thẹn lòng.

雀 què<名>con chim sẻ //(姓) Thước, Tước

【雀斑】quèbān<名>tàn nhang; nốt tàn nhang

【雀跃】quèyuè<动>nhảy nhót vui mừng; nhảy nhót tung tăng: 欢呼~ tung tăng reo hò

确¹ què❶<形>xác thực; chân thực: 的~ đích xác; 千真万~ vô cùng xác thực ❷<副>đúng; chắc; chắc chắn: ~有其事 đúng có việc đó ❸<形>vững; vững chắc; chắc chắn: ~信 tin chắc

确² què<形>[书](đất) cằn cỗi bạc màu

【确保】quèbǎo<动>bảo đảm chắc chắn: ~交通顺畅 bảo đảm giao thông thông suốt; ~安全 đảm bảo an toàn

【确当】quèdàng<形>xác đáng: 措辞~ chọn từ xác đáng

【确定】quèdìng❶<动>xác định; khẳng định: ~人数 xác định số người ❷<形>rõ ràng chắc chắn; rõ ràng dứt khoát: ~的回复 câu trả lời rõ ràng, dứt khoát; ~无疑 dứt khoát không hoài nghi

【确乎】quèhū<副>chắc chắn; đích xác; quả thật: ~不坏 quả thật không tồi

【确立】quèlì<动>xác lập; xây dựng: ~信心 xây dựng niềm tin

【确切】quèqiè<形>❶xác đáng; chuẩn xác; xác thực: 用字~ dùng chữ chuẩn xác ❷chắc chắn; dứt khoát: 我明天没有~的计划。Tôi không có chương trình chắc chắn cho ngày mai.

【确认】quèrèn<动>xác nhận; ghi nhận; thừa nhận: ~笔迹 xác nhận bút tích

【确实】quèshí❶<形>xác thực; chính xác ❷<副>quả thật; thật sự: ~如此 đúng là như vậy; 他~比过去听话多了。Cậu ta quả thật dễ bảo hơn trước nhiều.

【确守】quèshǒu<动>thực sự tuân thủ; giữ đúng; hoàn toàn tôn trọng: ~合同 hoàn toàn tôn trọng hợp đồng; ~和平共处五项原则 hoàn toàn tôn trọng năm nguyên tắc chung sống hòa bình

【确信】quèxìn❶<动>tin chắc; vững tin: ~发射成功 tin chắc là phóng thành công ❷<名>tin tức xác thực; tin đúng: 此事无论办得成或办不成都要给我个~。Việc này có làm xong được hay không phải nói rõ cho tôi biết.

【确凿】quèzáo<形>vô cùng xác thực; rất chính xác: 证据~ chứng cớ rành rành

【确诊】quèzhěn<动>chẩn đoán xác định: 几经排查，最后~为良性肿瘤。Qua mấy lần xét nghiệm, rút cuộc đã chẩn đoán xác định là khối u lành.

【确证】quèzhèng❶<动>chứng thực chắc

Q

chǎn ❷<名>chứng cớ xác thực; chứng cớ rõ ràng rành rành

阕 què❶<动>[书]xong; chấm dứt; kết thúc: 乐~ bản nhạc đã kết thúc ❷<量>bản; bài; khúc: 弹琴一~ dạo khúc nhạc đàn; 一一词 một bài từ //(姓) Khuyết

鹊 què<名>chim khách

【鹊巢鸠占】quècháo-jiūzhàn　tu hú chiếm tổ; ví chiếm đoạt của người khác

【鹊起】quèqǐ<动>nổi như cồn: 声名~ tiếng tăm nổi như cồn

【鹊桥】quèqiáo<名>cầu Ô Thước: ~相会 gặp nhau trên cầu Ô Thước

阙 què<名>❶vọng lâu hai bên cửa hoàng cung; nơi vua ở: 宫~ cung điện/cung khuyết ❷bức khuyết (công trình điêu khắc đá dựng trước miếu thần, lăng mộ) //(姓) Khuyết, Quyết

另见quē

榷¹ què<动>[书]chuyên bán; độc quyền bán: ~茶 chuyên bán trà

榷² què<动>bàn bạc; thương lượng: 商~ thương lượng

qūn

逡 qūn<动>[书]thoái nhường; lùi bước

【逡巡】qūnxún<动>[书]do dự; lưỡng lự; dùng dằng: ~不前 do dự không dám tiến bước

qún

裙 qún<名>❶cái váy: 布~ cái váy vải; 连衣~ váy liền áo ❷cái giống như váy: 围~ tạp dề

【裙撑】qúnchēng<名>khung hoặc lót để làm phồng lưng áo của nữ giới

【裙带】qúndài❶<名>thắt lưng váy; gấu váy ❷<形>nhờ và đến vợ, con gái, chị, em gái: ~关系 quan hệ hôn nhân nhằm nhờ và lẫn nhau

【裙裤】qúnkù<名>quần váy; quần ống rộng

【裙子】qúnzi<名>cái váy

群 qún❶<名>đám; bầy; đàn: 人~ đám người; 建筑~ cụm kiến trúc/quần thể kiến trúc ❷<名>số đông; quần chúng ❸<量>đàn; bầy: 一~孩子 một bầy trẻ con

【群策群力】qúncè-qúnlì　phát huy trí tuệ và sức mạnh của tập thể; hợp mưu hợp sức

【群岛】qúndǎo<名>quần đảo

【群发】qúnfā❶<动>nhắn tin đồng loạt ❷<形>(sự kiện) xảy ra có đông người tham gia

【群芳】qúnfāng<名>trăm hoa: ~争艳 trăm hoa đua nở; 技压~ tài năng hơn hẳn mọi người

【群婚】qúnhūn<名>quần hôn

【群架】qúnjià<名>vụ ẩu đả

【群居】qúnjū<动>❶quần cư; ở tập trung; ở chung với nhau ❷[书]đông người tụ tập

【群龙无首】qúnlóng-wúshǒu　quân vô tướng, hổ vô đầu; bầy ong mất chúa

【群落】qúnluò<名>quần thể; cụm: 古建筑~ quần thể kiến trúc cổ

【群魔乱舞】qúnmó-luànwǔ　yêu ma quỷ quái múa may; quay cuồng như quỷ sứ

【群殴】qún'ōu<动>ẩu đả; đánh lộn

【群起】qúnqǐ<动>nhất tề đứng dậy; đồng khởi: ~响应 tới tấp nổi lên hưởng ứng; ~而攻之 mọi người đứng lên phản đối

【群情】qúnqíng<名>tinh thần dân chúng: ~激奋 quần chúng sôi sục hăng hái

【群山】qúnshān<名>dãy núi: ~环绕 dãy núi vây quanh

【群书】qúnshū<名>các loại sách: 博览~ đọc các loại sách

【群体】qúntǐ<名>❶quần thể ❷tập thể; cụm: 英雄~ tập thể anh hùng

【群体性事件】qúntǐxìng shìjiàn vụ việc tập thể

【群舞】qúnwǔ<名>múa tập thể

【群星】qúnxīng<名>các ngôi sao: ~云集 các ngôi sao tập họp đông đúc

【群雄】qúnxióng<名>❶[旧]quần hùng: ~割据 quần hùng cát cứ ❷đông đảo anh hùng: ~聚集 đông đảo anh hùng tụ tập

【群英】qúnyīng<名>các vị anh tài: ~荟萃 các vị anh tài tụ họp lại

【群英会】qúnyīnghuì<名>cuộc gặp gỡ của các bậc anh tài; cuộc họp của những người tiên tiến

【群众】qúnzhòng<名>❶quần chúng; dân chúng: 领导干部要深入到~中去。Cán bộ lãnh đạo cần đi sâu vào quần chúng. ❷đối tượng quần chúng chưa vào Đảng, Đoàn ❸người không đảm nhiệm chức vụ lãnh đạo

【群众关系】qúnzhòng guānxì quan hệ quần chúng

【群众路线】qúnzhòng lùxiàn đường lối quần chúng

【群众性】qúnzhòngxìng tính chất quần chúng; đại chúng: ~教育 giáo dục đại chúng; ~集会 mít tinh đại chúng

【群众组织】qúnzhòng zǔzhī tổ chức quần chúng; các đoàn thể

【群租】qúnzū<动>nhiều người cùng thuê: ~房 căn hộ nhiều người thuê chung

麇 qún<形>[书]đông; hàng đàn; từng đàn

【麇集】qúnjí<动>[书]tụ tập; quần tụ

【麇至】qúnzhì<动>[书]lũ lượt kéo đến

R r

rán

蚺rán

【蚺蛇】ránshé<名>con trăn

然rán ❶<代>như thế; như vậy: 不尽~ không hoàn toàn như vậy; 他只知其一，不知其所以~。 Anh ta chỉ biết là như thế, nhưng không biết tại sao lại như thế. ❷<形>đúng; không sai: 不以为~ không cho là đúng ❸<连>[书]tuy nhiên; nhưng: 此事虽小，~亦不可小觑。 Việc này tuy nhỏ, nhưng vẫn không thể coi thường. ❹nhiên: 突~ bỗng nhiên; 猛~ đột nhiên //(姓) Nhiên

【然而】rán'ér<连>tuy nhiên; nhưng mà; vậy mà: 他的进步虽小，~很可贵。 Sự tiến bộ của cậu ấy tuy ít nhưng rất đáng quý. 他获奖了，~他并不知情。 Ông ấy được thưởng mà vẫn chưa biết mình được thưởng.

【然后】ránhòu<连>sau đó: 你先朝前直走，~向右拐就看到公车站了。 Anh đi thẳng sau đó rẽ phải thì thấy trạm xe buýt. 会议进行一个半小时，~休息十分钟。 Hội nghị diễn ra một tiếng rưỡi sau đó nghỉ giải lao mười phút.

【然诺】ránnuò<动>[书]đồng ý; chấp thuận; hứa; hứa hẹn: 不负~ không phụ lời hứa; 重~ coi trọng lời hứa

【然则】ránzé<连>[书]vậy thì; thế thì: ~何时而乐耶? Vậy thì bao giờ mới có thể vui sướng được nhỉ?

髯rán<名>râu; râu quai nón: 长~ bộ râu dài; 美~ bộ râu đẹp

【髯口】ránkou<名>[戏曲]bộ râu giả của diễn viên trong kịch

燃rán<动>❶cháy; bốc cháy: 自~ tự cháy; ~起熊熊大火 lửa cháy rừng rực một góc trời ❷châm lửa; đốt; thắp: ~灯 thắp đèn; ~香 thắp hương

【燃点】[1] rándiǎn<名>[化学]điểm cháy

【燃点】[2] rándiǎn<动>châm; đốt: ~蜡烛 châm nến

【燃放】ránfàng<动>đốt; châm ngòi (cho nổ): ~烟花 đốt pháo hoa

【燃具】ránjù<名>dụng cụ gas; thiết bị gas

【燃料】ránliào<名>chất đốt; nhiên liệu: 节省~ tiết kiệm nhiên liệu; ~耗尽。 Nhiên liệu đã tiêu hao hết.

【燃料舱】ránliàocāng<名>ca-bin nhiên liệu

【燃料箱】ránliàoxiāng<名>thùng nhiên liệu; két nhiên liệu

【燃眉之急】ránméizhījí nguy cấp như lửa đốt lông mày; nước đến chân; việc khẩn cấp: 公司请他来帮助解决~。 Công ti mời anh ấy đến giải quyết việc khẩn cấp.

【燃气】ránqì<名>khí đốt; gas: ~灯 đèn khí

【燃气轮机】ránqìlúnjī tua-bin khí

【燃气热水器】ránqì rèshuǐqì bình nóng lạnh bằng khí đốt

【燃情】ránqíng<形>hăng hái; hăng say: ~岁月 năm tháng hăng say

【燃烧】ránshāo<动>❶cháy; bùng cháy:

慢慢~起来 cháy âm ỉ; 火一下子就~起来。Trong khoảnh khắc, lửa đã bùng cháy. ❷(tình cảm, ham muốn) bừng lên

【燃烧弹】ránshāodàn<名>bom cháy; bom na-pan

【燃烧瓶】ránshāopíng<名>chai đựng chất đốt; chai xăng

【燃油】ránóu<名>xăng dầu nhiên liệu: 所有飞机在长途飞行之前都要加满~。Trước một chuyến bay dài, tất cả các máy bay đều phải tiếp đủ nhiên liệu.

【燃油附加费】rányóu fùjiāfèi khoản tiền thu thêm ngoài giá vé áp dụng khi giá xăng dầu lên cao

rǎn

冉 Rǎn //(姓) Nhiễm

【冉冉】rǎnrǎn[书]❶<形>rủ xuống: 柳枝~垂向湖面。Cành liễu rủ xuống mặt hồ. ❷<副>chầm chậm; từ từ: 太阳~升起。Mặt trời từ từ mọc lên.

【冉弱】rǎnruò<形>yếu ớt

染 rǎn❶<动>nhuộm: ~布 nhuộm vải; ~指甲 sơn móng tay; ~成红色 nhuộm đỏ ❷<动>lây; nhiễm: ~上病毒 nhiễm virus; ~上恶习 nhiễm phải thói hư tật xấu; 一尘不~ không vương một hạt bụi ❸<名>quan hệ bẩn thỉu (thường dùng trong quan hệ nam nữ): 两人有~。Hai người có quan hệ không chính đáng. //(姓) Nhiễm

【染病】rǎnbìng<动>nhiễm bệnh; mắc bệnh: ~在床 mắc bệnh nằm bẹp một chỗ

【染毒】rǎndú<动>nhiễm độc: ~地区 vùng nhiễm độc

【染发】rǎnfà<动>nhuộm tóc: 去美发厅~ đi hiệu nhuộm tóc

【染发剂】rǎnfàjì<名>thuốc nhuộm tóc

【染坊】rǎnfáng<名>xưởng nhuộm; hiệu nhuộm

【染缸】rǎngāng<名>❶chảo nhuộm; bể nhuộm; thùng nhuộm ❷môi trường xấu: 社会大~ môi trường xã hội xấu

【染剂】rǎnjì<名>thuốc nhuộm: 活性~ thuốc nhuộm hoạt tính

【染料】rǎnliào<名>thuốc nhuộm: 植物~ thuốc nhuộm chiết xuất tự nhiên

【染色】rǎnsè<动>❶nhuộm màu: 容易~ dễ nhuộm màu ❷lên màu cho các tổ chức cơ thể, tế bào để dễ quan sát

【染色体】rǎnsètǐ<名>nhiễm sắc thể

【染指】rǎnzhǐ<动>chấm mút; xà xẻo; xâm phạm: ~公共财产 xà xẻo của công; ~他国资源 xâm phạm tài nguyên nước khác

rāng

嚷 rāng 义同 "嚷" (rǎng)，只用于 "嚷嚷"。另见 rǎng

【嚷嚷】rāngrang<动>[口]❶ầm ỉ; to tiếng: 什么都不知道就~起来了。Chưa hiểu mô tê gì đã làm ầm ỉ lên. 有意见你就提，别朝我~。Có ý kiến gì anh cứ nêu ra, đừng to tiếng với tôi như vậy. ❷làm rùm beng; làm ầm ỉ; toáng lên: 八字还没一撇就~开了。Chưa chi đã làm toáng lên.

ráng

穰 ráng<名>❶[方]thân cây (lúa mạch) ❷[书]cùi; ruột (hoa quả)

【穰穰】rángráng<形>[书]được mùa; cảnh ngũ cốc phong đăng

【穰穰满家】rángráng-mǎnjiā thóc lúa đầy nhà

瓤 ráng❶<名>cùi; thịt; ruột (hoa quả): 红~西瓜 dưa hấu ruột đỏ ❷<名>phần ruột; phần bên trong: 信~ ruột lá thư ❸<形>[方]không tốt; yếu; xoàng

【瓤子】rángzi〈名〉❶cùi; ruột (hoa quả) ❷phần ruột; phần bên trong

rǎng

壤 rǎng〈名〉❶đất; thổ nhưỡng; đất đai: 沃~ đất đai phì nhiêu; 红~ đất đỏ ❷trái đất; đất: 天~之别 một trời một vực ❸vùng; vùng đất; nơi: 穷乡僻~ vùng đất xa xôi hẻo lánh

【壤土】rǎngtǔ〈名〉❶đất màu ❷[书]đất nước

攘 rǎng[书]❶〈动〉chống lại; bài trừ; xua đuổi: ~敌 đuổi giặc; ~外安内 xua đuổi ngoại xâm và ổn định nội bộ ❷〈动〉cướp; giật: ~夺 cướp lấy ❸〈动〉vén; xắn: ~臂 xắn tay; ~襟 vén áo ❹〈形〉rối loạn; rối ren: 处~之世 ở vào thời buổi rối loạn; 心劳意~ bận tâm rối lòng

【攘除】rǎngchú〈动〉[书]loại trừ; loại bỏ; trừ dẹp: ~奸邪 loại trừ kẻ gian tà

【攘夺】rǎngduó〈动〉[书]cướp đoạt: ~王位 cướp đoạt ngôi chúa

【攘攘】rǎngrǎng〈形〉[书]rối loạn; rối ren: 天下~，皆为利往。Thiên hạ rối ren, đều hùa theo lợi lộc.

【攘往熙来】rǎngwǎng-xīlái đi lại tấp nập

嚷 rǎng〈动〉❶kêu; gào; thét: 大家不要大叫大~。Mọi người đừng gào thét ầm lên. ❷[口]cãi cọ: 我气得跟他~了一顿。Tức quá tôi cãi với nó một trận. ❸[方]trách móc; mắng; quở: 不要向孩子乱~。Không được quở mắng các em.
另见 rāng

【嚷叫】rǎngjiào〈动〉gào thét

ràng

让 ràng❶〈动〉nhân nhượng; nhường: 互谅互~ thông cảm và nhân nhượng lẫn nhau

他一向见困难就上，见荣誉就~。Anh ấy bao giờ cũng thấy khó khăn thì tới, thấy vinh dự thì nhường. 我把票~给朋友去看。Tôi nhường vé cho bạn đi xem. ❷〈动〉mời: ~茶 mời uống chè; 她把客人~进屋 Chị ấy mời khách vào nhà. 请~一步说话。Mời sang bên kia nói chuyện. ❸〈动〉nhượng; bán lại: 出~ nhượng lại; 转~土地使用权 nhượng quyền sử dụng đất ❹〈动〉để; bảo; bắt; khiến: ~我劝劝他。Để tôi khuyên nó. ~他来见我。Bảo nó đến gặp tôi. 弟弟~姐姐失望了。Em đã khiến cho chị thất vọng. 我要~他赔偿。Tôi phải bắt nó bồi thường. ❺〈动〉tránh: 请~一~。Tránh ra. ❻〈介〉bị: 他~车给撞了。Anh ấy bị xe đâm vào. 衣服~雨给淋湿了。Quần áo bị mưa ướt hết. ❼〈介〉theo: ~我看，那件事准成。Theo tôi, việc đó chắc là được. ❽〈动〉hãy (để cho): ~我们每个人都献出一份爱心。Mỗi người chúng ta hãy thể hiện tình yêu thương của mình. ❾〈动〉kém hơn //(姓) Nhượng

【让步】ràngbù〈动〉nhượng bộ; nhường nhịn: 谁都不肯~。Ai cũng không chịu nhượng bộ.

【让车道】ràngchēdào〈名〉[交通]làn đường nhường xe

【让出】ràngchū〈动〉❶nhường; nhường lại; để dành cho: ~一部分利润 nhường lại một phần lợi nhuận ❷né; tránh: ~一条通道 né cho người ta đi qua

【让给】rànggěi〈动〉nhường lại; nhượng lại: 哥哥把房子~弟弟。Ông anh nhường lại ngôi nhà cho cậu em ruột.

【让价】ràngjià〈动〉nhượng giá

【让开】ràngkāi〈动〉né; tránh; tránh ra: 你给我~! Tránh ra cho tao đi!

【让利】ránglì〈动〉nhường lợi: ~企业 nhường lợi cho doanh nghiệp; ~给熟客 giảm giá cho khách quen

【让路】rànglù<动>nhường đường; nhường bước: 我闪到一旁~。Tôi tránh sang bên nhường đường.

【让球】ràngqiú<动>nhường điểm: 甲队~给乙队。Đội A nhường điểm cho đội B.

【让权】ràngquán<动>chuyển quyền; nhường quyền: 给企业~ chuyển quyền cho doanh nghiệp

【让位】ràngwèi<动>❶nhường ngôi; nhường chức: ~给接班人 nhường chức cho người nối tiếp; 尧帝~给舜帝。Vua Nghiêu nhường ngôi cho vua Thuấn. 耕地越来越~于房地产开发。Đất canh tác ngày càng nhường chỗ cho sự phát triển địa ốc. ❷[方]nhường chỗ: 给孕妇~ nhường chỗ cho phụ nữ có thai

【让贤】ràngxián<动>nhường ngôi cho người hiền

【让座】ràngzuò<动>❶nhường chỗ: 给老人~ nhường chỗ cho người già ❷mời khách ngồi: 她站起来给客人~。Cô ấy đứng dậy mời khách ngồi.

ráo

荛 ráo<名>[书]củi //(姓) Nhiêu

饶 ráo❶<形>nhiều; phong phú: 丰~ phong phú; ~有情趣 có nhiều hứng thú ❷<动>thêm: 我们只有三人，~他进来也不多。Chúng ta chỉ có ba người, kéo thêm nó vào cũng không nhiều. ❸<动>tha thứ: ~了他吧。Tha cho nó đi. ❹<连>[口]mặc dù; cho dù: ~你怎么说，他都不会生气。Dù anh nói thế nào, anh ấy cũng không phát cáu. //(姓) Nhiêu

【饶命】ráomìng<动>tha mạng; tha cho khỏi chết: 求求你，饶我一命吧！Dạ, xin ông, xin ông tha chết cho con!

【饶人】ráorén<动>tha thứ; tha cho người khác: 得~处且~。Nếu có thể tha thứ được thì hãy tha thứ cho.

【饶舌】ráoshé<动>lắm điều; lắm mồm: 你们不要再~了。Các chú đừng lắm mồm nữa.

【饶舌妇】ráoshéfù<名>mụ lắm mồm; người đàn bà lắm lời

【饶恕】ráoshù<动>tha thứ: 不可~ không thể tha thứ

【饶头】ráotou<名>[口]cái bù thêm; biếu thêm

桡 ráo<名>mái chèo

【桡骨】ráogǔ<名>xương quay

rǎo

扰 rǎo❶<动>quấy nhiễu; quấy rối; quấy rầy; làm phiền ❷<形>[书]rối ren; hỗn loạn nhiễu nhương ❸<动>(lời nói khách sáo) phiền: 打~一下。Phiền anh cho tôi hỏi.

【扰动】rǎodòng<动>❶làm rối loạn; xáo động; quấy rối: 狗的狂吠声~了整个村庄宁静的夜晚。Chó sủa dữ làm xáo động cả ngõ xóm trong đêm êm tĩnh. ❷khuấy động: 石头落入水中，~了湖面。Tảng đá rơi xuống hồ làm khuấy động mặt nước.

【扰邻】rǎolín<动>gây rối hàng xóm láng giềng

【扰乱】rǎoluàn<动>quấy nhiễu; gây rối; làm rối loạn: ~治安 làm rối loạn trật tự an ninh; ~市场 gây hoang mang thị trường

【扰民】rǎomín<动>nhiễu dân; làm phiền dân chúng: 工业区附近噪声~。Tiếng ồn ở lân cận khu công nghiệp luôn nhiễu dân.

【扰攘】rǎorǎng<形>[书]rối loạn; rối ren: 十年~ mười năm rối ren

【扰扰】rǎorǎo<形>[书]rối loạn; hỗn loạn; rối ren: 人世间纷纷~。Xã hội rối ren.

娆 rǎo<形>hỗn loạn; phiền nhiễu; rối loạn

rào

绕 rào ⟨动⟩❶quấn; cuộn: ~铁丝 cuộn dây thép lại ❷vòng quanh: 围~ vây quanh; ~湖散步 đi dạo vòng quanh hồ ❸lách; đi vòng qua: ~过街角 đi vòng qua góc phố; ~了一个大圈子 đã đi được một vòng lớn ❹quẩn quanh; luẩn quẩn; quẩn trí: 那个问题一直~在脑子里。Vấn đề đó cứ luẩn quẩn trong đầu. 他把我~进去了。Anh ấy làm tôi quẩn trí. //(姓) Nhiễu

【绕脖子】rào bózi[方]❶ăn nói vòng vo; vòng vo tam quốc: 你有话直说，不要这样~。Ấy có gì cứ nói thẳng, không phải vòng vo như vậy. ❷rắc rối; khó xử; lắt léo: 这道题真~。Bài toán này rắc rối quá.

【绕道】ràodào⟨动⟩đi đường vòng

【绕过】ràoguò⟨动⟩đi vòng qua

【绕口令】ràokǒulìng⟨名⟩vè đọc nhịu; đọc những câu có nhiều tiếng tương tự khi đọc nhanh dễ bị nhịu lưỡi

【绕梁三日】ràoliáng-sānrì vọng mãi không ngớt

【绕圈子】rào quānzi❶đi vòng vèo ❷nói loanh quanh; nói vòng vo

【绕弯儿】ràowānr⟨动⟩❶[方]lượn vòng; dạo chơi ❷nói vòng vo: 你们有话直说，别~。Các bạn có gì nói thẳng, đừng có vòng vo tam quốc.

【绕弯子】rào wānzi nói quanh co; nói vòng vo

【绕行】ràoxíng⟨动⟩đi đường vòng; đi vòng qua

【绕远儿】ràoyuǎnr❶⟨动⟩đi đường vòng; đi vòng ❷⟨形⟩(đường) vòng mà xa hơn đường tắt

【绕组】ràozǔ⟨名⟩[电工]cuộn dây

【绕嘴】ràozuǐ⟨形⟩(câu nói) không xuôi; không suôn sẻ

rě

惹 rě⟨动⟩❶dẫn đến; gây ra: ~麻烦 gây rắc rối ❷trêu; trêu chọc: 他正在生气，别~他。Ông ấy đang giận, đừng trêu chọc vào. ❸làm cho; khiến cho: ~人疼 khiến cho người ta thương yêu; ~人注意 khiến người khác chú ý

【惹不起】rěbuqǐ❶không châm chọc được; không dám động đến: 我~他，但躲得起。Tôi không dám động đến hắn ta nhưng có thể tránh không gặp. ❷không xúc phạm được: 她这个人~。Cô ta là người không thể xúc phạm được.

【惹火】rěhuǒ❶⟨动⟩chọc tức: 别~我。Đừng chọc tức tôi. ❷⟨形⟩có sức cuốn hút; hấp dẫn: 她的身材~。Dáng người cô bạn hấp dẫn ghê.

【惹火烧身】rěhuǒ-shāoshēn gây vạ cho mình; chuốc vạ vào thân

【惹祸】rěhuò⟨动⟩gây tai họa; chuốc họa

【惹乱子】rě luànzi gây rắc rối: 喜欢~ tính hay gây sự

【惹恼】rěnǎo⟨动⟩làm cho bực tức; châm chọc: 你~人家干吗? Cậu chọc tức người ta làm gì?

【惹气】rěqì⟨动⟩chọc tức; gây tức giận

【惹事】rěshì⟨动⟩gây rắc rối; gây chuyện; gây sự: 他这个人就喜欢~。Cậu này hay gây sự lắm.

【惹是生非】rěshì-shēngfēi gây ra những chuyện thị phi; gây rắc rối; sinh sự: 她这个人就爱~。Bà ta chỉ giỏi gây chuyện.

【惹眼】rěyǎn⟨形⟩bắt mắt: 打扮~ ăn mặc bắt mắt

rè

热 rè ❶〈名〉nhiệt: 传~ truyền nhiệt; 吸~ hút nhiệt ❷〈形〉nóng; nhiệt độ cao: 忍受炎~天气 chịu đựng thời tiết nóng nực; ~菜~饭 cơm nóng canh sốt ❸〈动〉đun; hâm; làm nóng lên: 把汤~一~。Hâm lại nồi canh. 牛奶正在炉子上~着呢。Sữa đang đun trên lò. ❹〈名〉sốt: 退~药 thuốc hạ sốt; 孩子在发~。Con bé đang sốt. ❺〈形〉thân mật; sốt sắng; nhiệt tâm: 亲~ thân mật; ~心肠的人 người sốt sắng ❻〈形〉mong muốn; say mê: 眼~ thèm muốn ❼〈形〉thu hút; được hoan nghênh: ~销 bán chạy ❽〈名〉cơn sốt; mốt: 消费~ cơn sốt tiêu dùng ❾〈名〉bầu không khí sôi nổi ❿〈形〉nhiệt (có tính phóng xạ cao) //(姓) Nhiệt

【热爱】rè'ài〈动〉yêu; yêu chuộng; tha thiết; nhiệt tâm: ~工作 yêu nghề; ~祖国 yêu Tổ quốc; ~集体 tha thiết với tập thể; ~中国文化 yêu thích văn hóa Trung Hoa; ~和平 yêu chuộng hòa bình

【热爆】rèbào〈形〉tưng bừng; sôi nổi: ~场面 không khí tưng bừng

【热播】rèbō〈动〉được phát trên nhiều kênh hoặc nhiều lần trên hệ thống phát thanh truyền hình; chiếu hót; đang nóng

【热币】rèbì〈名〉tiền nóng; vốn lưu động

【热病】rèbìng〈名〉bệnh sốt

【热补】rèbǔ〈动〉vá hấp; vá chín

【热肠】rècháng〈名〉lòng tốt; sốt sắng; nhiệt thành: 古道~ đầy nhiệt thành

【热潮】rècháo〈名〉phong trào mạnh mẽ: 掀起学雷锋~ dấy lên phong trào sôi nổi học tập Lôi Phong

【热炒】¹ rèchǎo〈名〉món xào nóng

【热炒】² rèchǎo〈动〉rao; nhắc đi nhắc lại: 明星的私生活常被媒体~。Đời sống riêng tư của mình tình thường bị giới truyền thông sao đi nhắc lại.

【热忱】rèchén〈名〉nhiệt tình; nhiệt tâm; hăng hái; sôi nổi: 革命~ nhiệt tâm cách mạng; 具有爱国~ có bầu nhiệt huyết yêu nước

【热诚】rèchéng〈形〉nhiệt thành; chí tình; tận tình: ~欢迎 nhiệt thành chào đón/nhiệt liệt chào mừng; ~帮助 tận tình giúp đỡ

【热处理】rèchǔlǐ[机械]nhiệt luyện; xử lí nhiệt: ~车间 phân xưởng xử lí nhiệt

【热传导】rèchuándǎo[物理]dẫn nhiệt

【热词】rècí〈名〉từ ngữ xuất hiện với tỉ lệ cao

【热带】rèdài〈名〉nhiệt đới: ~地区 vùng nhiệt đới

【热带低压】rèdài dīyā áp thấp nhiệt đới

【热带风暴】rèdài fēngbào cơn bão nhiệt đới

【热带气旋】rèdài qìxuán gió xoáy nhiệt đới

【热带鱼】rèdàiyú〈名〉cá cảnh vùng nhiệt đới

【热带雨林】rèdài yǔlín rừng mưa nhiệt đới

【热得快】rèdekuài〈名〉điện trở đun nước

【热点】rèdiǎn〈名〉❶điểm nóng: 地区~ điểm nóng trong vùng ❷sốt dẻo; giật gân: 新闻~话题 câu chuyện sốt dẻo trên báo ❸vấn đề nan giải: 种族歧视是一个~政治问题。Phân biệt chủng tộc là một vấn đề chính trị nan giải. ❹có sức hấp dẫn; quyến rũ: ~城市 một thành phố quyến rũ; 投资~ điểm đầu tư đầy sức hấp dẫn

【热电厂】rèdiànchǎng〈名〉nhà máy nhiệt điện

【热度】rèdù〈名〉❶nhiệt độ; độ nóng; sức nóng: 感觉到阳光的~ cảm nhận được sức nóng của ánh mặt trời; 煤必须有一定的~才能燃烧起来。Phải có nhiệt độ nhất định

R

thì than mới có thể cháy lên được. ❷sốt: giảm
thấp ~ hạ sốt ❸tính bốc đồng; hăng máu: 三分
钟~ hăng máu dăm ba phút

【热风】rèfēng<名>gió nóng: ~炉 lò gió
nóng

【热敷】rèfū<动>chườm nóng

【热辐射】rèfúshè bức xạ nhiệt

【热狗】règǒu<名>[食品]xúc xích; hot dog

【热购】règòu<动>mua sôi nổi

【热管】règuǎn<名>ống truyền nhiệt

【热锅上的蚂蚁】règuō shàng de mǎyǐ
kiến bò chảo nóng

【热核反应】rèhé fǎnyìng phản ứng nhiệt
hạch

【热核武器】rèhé wǔqì vũ khí nhiệt hạch;
bom khinh khí; bom H

【热烘烘】rèhōnghōng nóng hừng hực: 锅
炉房内~的。Trong phòng nồi hơi nóng
hừng hực.

【热乎】rèhu =【热和】

【热乎乎】rèhūhū❶nóng hổi: ~的饭菜 cơm
nước nóng hổi ❷ấm áp: 我心里感到~的。
Trong lòng tôi cảm thấy ấm áp.

【热化】rèhuà<形>nhiệt hóa

【热火】rèhuo<形>❶náo nhiệt; tưng bừng;
nhộn nhịp: 今年的庙会很~。Lễ hội năm
nay rất náo nhiệt. ❷ấm áp; thân mật: 两个
人谈得很~。Hai người đang trò chuyện rất
thân mật.

【热火朝天】rèhuǒ-cháotiān rầm rộ; nhộn
nhịp tưng bừng; hăng hái: 正讨论得~的时
候 vào lúc đang thảo luận sôi nổi; 大家正干
得~。Mọi người đang làm rất hăng say.

【热和】rèhuo<形>❶nóng hổi: 喝一碗~的
牛肉汤 uống một bát canh thịt bò nóng hổi
❷thân mật; ấm áp

【热机】rèjī<名>[机械]động cơ nhiệt

【热加工】rèjiāgōng gia công nhiệt

【热键】rèjiàn<名>[计算机]phím khởi động;
hot key

【热辣】rèlà<形>tưng bừng sôi nổi: ~的舞蹈
điệu múa tưng bừng sôi nổi

【热辣辣】rèlàlà nóng rá; nóng rực; nóng
ran: 皮肤在太阳底下暴晒，~的。Dưới
ánh nắng chói chang, làn da nóng rực lên.
他听了大家的批评，脸上~的。Nghe mọi
người phê bình mặt anh ấy nóng ran.

【热浪】rèlàng<名>❶khí nóng: 室外~逼
人。Ngoài trời nóng bức, ngột ngạt. ❷bầu
không khí cuồng nhiệt: 运动场上掀起了一
阵又一阵的~。Sân vận động dấy lên từng
cơn sóng cuồng nhiệt. ❸[气象]luồng khí
nóng; đợt nóng

【热泪】rèlèi<名>nước mắt vì cảm động, xúc
động: ~盈眶 nước mắt rưng rưng

【热力】rèlì<名>nhiệt lực; sức nóng

【热力学温标】rèlìxué wēnbiāo tiêu chí
nhiệt độ của nhiệt lực học

【热恋】rèliàn<动>❶yêu nồng nhiệt; yêu tha
thiết: 两人正在~之中。Hai người đang yêu
nhau tha thiết. ❷lưu luyến thiết tha: ~故土
lưu luyến thiết tha với quê hương

【热量】rèliàng<名>nhiệt lượng

【热烈】rèliè<形>nhiệt liệt; sôi nổi: ~欢迎
nhiệt liệt chào mừng; 讨论~ thảo luận sôi
nổi; ~祝贺 lời chúc mừng nồng nhiệt

【热流】rèliú<名>❶cảm giác phấn chấn; sự
ấm cúng: 想到妻儿，他的心中涌上一股
~。Nghĩ đến vợ con, anh ấy cảm thấy ấm
lòng. ❷phong trào mạnh mẽ

【热卖】rèmài<动>bán chạy: 这款手机正
~。Kiểu máy di động này đang bán rất chạy.

【热门】rèmén<形>hấp dẫn; ăn khách: ~话
题 đề tài hấp dẫn; ~专业 chuyên ngành hấp
dẫn; ~股票 cổ phiếu hấp dẫn; ~影片 một bộ
phim ăn khách

【热门货】rèménhuò<名>hàng bán chạy;
mặt hàng ăn khách

【热敏纸】rèmǐnzhǐ<名>giấy in cảm nhiệt

【热闹】rènao❶<形>náo nhiệt; tưng bừng: 公园里很~。Trong công viên rất náo nhiệt. ❷<动>làm cho sôi nổi: 周末大家~~吧。Cuối tuần ta vui vẻ đi. ❸<名>cảnh náo nhiệt: 看~ xem cảnh náo nhiệt

【热能】rènéng<名>nhiệt năng

【热膨胀】rèpéngzhàng[物理]sự giãn nở do nhiệt

【热捧】rèpěng<动>theo đuổi; đeo đuổi; hâm mộ: 正在~一位电影演员 đang theo đuổi một diễn viên điện ảnh

【热启动】rèqǐdòng khởi động lại

【热气】rèqì<名>❶hơi nóng; không khí nóng: 冒~ bốc hơi nóng ❷tinh thần hăng hái; khí thế bừng bừng: 人多~高。Người đông khí thế bừng bừng.

【热气球】rèqìqiú<名>khí cầu nóng

【热气腾腾】rèqì-téngténg❶nóng hôi hổi: ~的饭菜 cơm canh nóng hôi hổi ❷tưng bừng; sôi nổi: ~的场面 cảnh tưng bừng sôi nổi

【热钱】rèqián<名>tiền nóng

【热切】rèqiè<形>khẩn thiết; thiết tha: 我们一家~期待您早日到来。Cả nhà chúng tôi tha thiết chờ mong ngài sớm đến thăm.

【热情】rèqíng❶<名>lòng nhiệt tình; lòng tha thiết: 老科学家把才华和~全部奉献给祖国。Các nhà khoa học lão thành đã đem hết tài năng và nhiệt tình phục vụ đất nước. ❷<形>niềm nở; nhiệt tình: ~接待 tiếp đãi nhiệt tình; ~奔放 nhiệt tình cởi mở

【热身】rèshēn<动>sự khởi động: ~训练 huấn luyện khởi động

【热身赛】rèshēnsài<名>cuộc đấu khởi động

【热水袋】rèshuǐdài<名>túi chườm nước nóng

【热水瓶】rèshuǐpíng<名>phích nước nóng

【热水器】rèshuǐqì<名>bình nóng lạnh

【热腾腾】rèténgténg nóng bừng bừng; nóng hầm hập

【热天】rètiān<名>thời tiết nóng

【热土】rètǔ<名>đất quen; mảnh đất thân thương: 他常常希望能回到家乡那片~。Anh ấy luôn mơ ước về với mảnh đất thân thương của quê hương.

【热望】rèwàng❶<动>mong chờ thiết tha: ~的目光 ánh mắt mong chờ thiết tha ❷<名>sự mong mỏi thiết tha: 满怀~ lòng mong mỏi thiết tha

【热吻】rèwěn<动>hôn say đắm

【热舞】rèwǔ<名>điệu múa cuồng nhiệt

【热线】rèxiàn<名>❶đường dây nóng: 两位领导人之间的~ đường dây nóng giữa hai nhà lãnh đạo; 拨打~电话 gọi theo số điện thoại nóng; 销售~ tuyến nóng tiêu thụ ❷tuyến ăn khách: 旅游~ tuyến du lịch hấp dẫn

【热销】rèxiāo<动>bán chạy

【热孝】rèxiào<名>đại tang: ~在身 đại tang trên đầu

【热效率】rèxiàolǜ<名>hiệu suất nhiệt

【热效应】rèxiàoyìng<名>hiệu ứng nhiệt

【热心】rèxīn<形>nhiệt tâm; nhiệt tình; sốt sắng: ~人 con người sốt sắng; ~公益 sốt sắng với việc công ích

【热心肠】rèxīncháng❶lòng nhiệt tình; tốt bụng; lòng hảo tâm: 她有一副~。Cô ấy sẵn lòng nhiệt tình. ❷có lòng tốt; hảo tâm: 他很~，常常帮助别人。Ông là người hảo tâm thường giúp đỡ người khác.

【热学】rèxué<名>nhiệt học

【热血】rèxuè<名>nhiệt huyết; máu nóng; lòng hăng hái: ~动物 động vật máu nóng; ~青年 thanh niên hăng hái; ~沸腾 máu nóng dâng trào

【热议】rèyì<动>bàn tán xôn xao; bàn luận

R

sôi nổi: 舆论正~该话题。Dư luận đang bàn tán xôn xao về vấn đề đó. 这个问题引起了~。Vấn đề này dẫn đến bàn luận sôi nổi.

【热饮】rèyǐn<名>đồ uống nóng

【热映】rèyìng<动>đang được chiếu trong các rạp hoặc trên TV

【热源】rèyuán<名>nguồn nhiệt

【热轧】rèzhá<动>cán nhiệt

【热战】rèzhàn<名>chiến tranh nóng

【热胀冷缩】rèzhàng lěngsuō nóng nở ra, lạnh co vào; gặp nóng dãn, gặp lạnh thì co

【热衷】rèzhōng<动>❶khao khát; thèm muốn: ~名利 thèm khát danh lợi ❷đam mê; say mê: ~于收集邮票 say mê sưu tập tem

rén

人 rén<名>❶người; con người: 男~ người đàn ông/nam giới; ~有三六九等。Người ba đẳng, của ba loài. ❷mỗi người; mọi người: ~所共知 mọi người đều biết ❸người lớn; người đã trưởng thành: 长大成~ lớn lên thành người ❹(người tham gia vào một công việc cụ thể nào đó) nhân; người: 工~ công nhân; 主~ chủ nhân/người chủ; 介绍~ người giới thiệu ❺người khác: 帮助~ giúp đỡ người khác ❻(chỉ phẩm chất, tính cách, danh dự của con người) người: 这位同事~很诚实。Người bạn đồng nghiệp này rất thật thà. ❼(chỉ trạng thái sức khỏe, cảm giác trong cơ thể con người) người; trong người: ~不大舒服。Trong người hơi mệt. ❽người làm; sức người; nhân tài: 我们现在缺的不是~，而是资金。Giờ đây chúng tôi chẳng thiếu người mà là thiếu vốn. //(姓)Nhân

【人本主义】rénběn zhǔyì chủ nghĩa nhân bản

【人不犯我，我不犯人】rénbùfànwǒ, wǒbùfànrén người không đụng đến ta thì ta không đụng đến người

【人不可貌相】rén bù kě mào xiàng nhân bất khả mạo tướng; không thể xét đoán người qua hình thức bên ngoài

【人不学，不知礼】rén bù xué, bù zhī lǐ nhân bất học, bất tri lễ; người không học chẳng hiểu lễ nghĩa, phép tắc

【人不知，鬼不觉】rén bù zhī, guǐ bù jué nhân bất tri quỷ bất giác; người không hay, quỷ không biết

【人才】réncái<名>❶nhân tài; người có đức có tài: 难得 nhân tài khó gặp; ~断层 không có nhân tài nối tiếp; ~短缺 thiếu nhân tài ❷[口]chỉ tướng mạo xinh đẹp, dễ coi: 一表~ tướng mạo xuất chúng

【人才辈出】réncái-bèichū nhân tài đông đảo; lớp lớp nhân tài đua nhau xuất hiện

【人才回流】réncái huíliú nhân tài quay trở về

【人才济济】réncái-jǐjǐ dồi dào nhân tài

【人才交流】réncái jiāoliú giao lưu nhân tài

【人才市场】réncái shìchǎng thị trường nhân tài; thị trường lao động

【人财两空】réncái-liǎngkōng mất cả người lẫn của; mất cả chì lẫn chài

【人潮】réncháo<名>dòng người: ~涌动 dòng người sôi động

【人臣】rénchén<名>người bầy tôi; tôi con

【人称】rénchēng<名>[语言]nhân xưng; ngôi: ~代词 đại từ nhân xưng; 第一~ ngôi thứ nhất

【人次】réncì<量>lượt người: 有两百~来参观这次展览。Có hai trăm lượt người đến tham quan triển lãm lần này.

【人大】réndà =【人民代表大会】

【人大代表】réndà dàibiǎo đại biểu Đại

hội đại biểu nhân dân; đại biểu quốc hội: 省
～ đại biểu Đại hội đại biểu nhân dân tỉnh

【人代会】réndàihuì =【人民代表大会】

【人丹】réndān〈名〉[医药]nhân đơn

【人弹】réndàn〈名〉kẻ đánh bom tự sát

【人道】réndào❶〈名〉nhân đạo; nhân đức:
合乎～ hợp với nhân đạo ❷〈形〉đạo làm
người; nhân đạo: 这种做法很不～。Cách
làm này thật vô nhân đạo. ❸〈名〉[书]lẽ làm
người ❹〈名〉thời xưa chỉ luân thường đạo
lí theo lễ giáo phong kiến

【人道主义】réndào zhǔyì chủ nghĩa nhân
đạo

【人地生疏】réndì-shēngshū đất khách
quê người

【人丁】réndīng〈名〉❶[旧]đinh; người lớn
❷số dân; nhân khẩu

【人丁兴旺】réndīng-xīngwàng nhân
khẩu nhiều; đông người

【人定胜天】réndìngshèngtiān nhân định
thắng thiên; sức người ắt sẽ thắng trời

【人多好办事】rén duō hǎo bàn shì
người đông làm việc dễ dàng

【人多势众】rénduō-shìzhòng người đông
thế mạnh

【人多嘴杂】rénduō-zuǐzá lắm người lắm
miệng

【人而无信，不知其可】rén'érwúxìn,
bùzhīqíkě người mà không giữ chữ tín thì
không thể nên việc

【人犯】rénfàn〈名〉bị cáo; kẻ liên can

【人贩子】rénfànzi〈名〉kẻ buôn người

【人防】rénfáng〈名〉phòng không nhân dân

【人非草木，孰能无情】rénfēicǎomù,
shúnéngwúqíng người không phải cây
cỏ, ai mà không có tình cảm

【人非圣贤，孰能无过】rénfēishèngxián,
shúnéngwúguò người chẳng phải thánh
hiền, ai mà không có khuyết điểm

【人份】rénfèn〈量〉người; liều; suất; phần:
疫苗300～ vắc-xin phòng dịch 300 liều; 盒
饭100～ cơm hộp 100 suất

【人逢喜事精神爽】rén féng xǐshì jīng-
shen shuǎng người gặp chuyện vui tinh
thần sảng khoái

【人浮于事】rénfúyúshì người nhiều hơn
việc; người nhiều việc ít; lãng phí nhân lực

【人高马大】réngāo-mǎdà vóc người to
khỏe; cao to hộ pháp

【人格】réngé〈名〉❶tính cách; cá tính: ～缺
陷 thiếu nhân cách; 这些事情会影响到孩
子～的发展。Những việc này sẽ ảnh hưởng
đến sự phát triển tính cách của lứa trẻ.
❷nhân cách; nhân phẩm: ～高尚 nhân cách
cao cả; 降低～ hạ thấp nhân phẩm; 以～担
保 lấy nhân cách ra bảo đảm ❸tư cách làm
chủ; thực thể hợp pháp

【人格分裂】réngé fēnliè sự phân liệt nhân
cách

【人格化】réngéhuà nhân cách hóa: 太阳
和月亮在诗歌中常被～。Mặt trời và mặt
trăng thường được nhân cách hóa trong thơ
ca.

【人各有志】réngèyǒuzhì mỗi người một
chí hướng

【人工】réngōng❶〈形〉nhân tạo: ～森林
rừng nhân tạo; ～脑 bộ óc nhân tạo; ～珍珠
ngọc trai giả ❷〈名〉nhân lực; sức người: ～
操作 điều khiển bằng sức người ❸〈名〉nhân
công; ngày công: 修建这个水利工程需要
一百个～。Xây dựng công trình thủy lợi này
đòi hỏi phải có 100 nhân công. 搬运这些货
物需要多少～? Chuyển hết số hàng này cần
bao nhiêu ngày công?

【人工呼吸】réngōng hūxī hô hấp nhân tạo

【人工湖】réngōnghú〈名〉hồ nhân tạo; hồ
đào

【人工降雨】réngōng jiàngyǔ làm mưa

nhân tạo

【人工流产】réngōng liúchǎn nạo thai; phá thai

【人工授精】réngōng shòujīng thụ tinh nhân tạo

【人工智能】réngōng zhìnéng trí tuệ nhân tạo

【人公里】réngōnglǐ<量>[交通]người/kilômét

【人贵有自知之明】rén guì yǒu zì zhī zhī míng con người quý nhất là tự hiểu bản thân

【人海】rénhǎi<名>❶biển người: ~战术 chiến thuật biển người ❷[书]xã hội: ~沧桑 một cuộc bể dâu

【人和】rénhé<名>nhân hòa; mọi người đoàn kết; trên dưới một lòng: 天时不如地利，地利不如~。Thiên thời không bằng địa lợi, địa lợi không bằng nhân hòa.

【人话】rénhuà<名>câu nói biết điều: 你终于说了句~。Rốt cuộc anh đã nói ra được một câu biết điều.

【人欢马叫】rénhuān-mǎjiào người reo ngựa hí (tả cảnh vui mừng hớn hở)

【人寰】rénhuán<名>[书]nhân gian; thế gian; trần gian: 惨绝~ đau thương bi thảm nhất trần gian

【人祸】rénhuò<名>nhân họa: 天灾~ thiên tai và nhân họa

【人机对话】rén-jī duìhuà đối thoại giữa người và máy

【人际】rénjì<形>giữa người với người: ~交往 giao tiếp giữa người với người

【人际关系】rénjì guānxì mối quan hệ giữa người với người

【人迹】rénjì<名>dấu chân người; dấu vết con người: ~罕至 ít có người đi đến

【人家】rénjiā<名>❶nhà; hộ; gia đình: 乡里有近千户~。Cả xã có gần một nghìn hộ.

❷gia đình: 富裕~ gia đình sung túc ❸nhà người; gia đình chồng chưa cưới: 她已经有~了。Cô ta đã có chồng chưa cưới.

【人家】rénjia<代>❶người ta: ~是人，你也是人。Người ta là người, anh cũng là người. ❷người ta; người khác: 夫妻吵架，~会笑话的。Vợ chồng cãi nhau, người ta chê cười đấy. ❸(đại từ ngôi thứ nhất) người ta; mình: 你别坏了~的事。Ông đừng làm hỏng việc của người ta.

【人尖子】rénjiānzi<名>người có tài; người tài xuất chúng

【人间】rénjiān<名>nhân gian; trần gian: ~处处皆春色。Sắc xuân tràn ngập nhân gian.

【人间蒸发】rénjiān zhēngfā biến mất; không thấy trên đời nữa

【人见人爱】rénjiànrén'ài ai thấy cũng thích

【人杰】rénjié<名>nhân kiệt; người kiệt xuất

【人杰地灵】rénjié-dìlíng nhân kiệt địa linh; địa linh nhân kiệt; đất thiêng nhân tài trội nổi

【人尽其才】rénjìnqícái mỗi người đều có thể phát huy đầy đủ tài năng của mình

【人精】rénjīng<名>❶người thạo đời; người từng trải ❷người rất thông minh; lanh lợi

【人居】rénjū<名>nơi cư trú của loài người: 改善~条件 cải thiện điều kiện cư trú

【人均】rénjūn<动>bình quân mỗi người: ~收入 thu nhập bình quân đầu người

【人靠衣裳马靠鞍】rén kào yīshang mǎ kào ān người đẹp vì lụa, lúa tốt vì phân

【人口】rénkǒu<名>❶dân số: ~普查 tổng điều tra dân số ❷nhân khẩu: ~不多 nhân khẩu không đông ❸người; khẩu: 添~ thêm người ❹miệng người: 脍炙~ được truyền miệng

【人口爆炸】rénkǒu bàozhà sự bùng nổ

dân số

【人困马乏】rénkùn-mǎfá người mệt ngựa mỏi; người mệt nhoài

【人来疯】rénláifēng[口]trẻ em làm nũng, quấy khi có khách

【人来人往】rénlái-rénwǎng người đi kẻ lại

【人老珠黄】rénlǎo-zhūhuáng người già sắc phai

【人类】rénlèi<名>nhân loại; loài người: 全~ 都希望和平。Toàn thể nhân loại đều mong muốn hòa bình.

【人类学】rénlèixué<名>nhân loại học

【人力】rénlì<名>nhân lực; sức người: 动用一切~物力 huy động toàn bộ sức người sức của

【人力车】rénlìchē<名>xe kéo tay; xe đẩy tay

【人力三轮车】rénlì sānlúnchē xích lô; xe đạp ba bánh

【人力资源】rénlì zīyuán nguồn nhân lực

【人流】¹rénliú<名>dòng người

【人流】²rénliú =【人工流产】

【人伦】rénlún<名>nhân luân; luân thường đạo lí

【人马】rénmǎ<名>❶người và ngựa; đội quân: 全部~撤出敌人的包围圈。Toàn bộ đội quân rút khỏi vòng vây của địch. ❷bộ sậu: 原班~ toàn bộ bộ sậu ban đầu

【人脉】rénmài<名>quan hệ xã hội (của người): ~资源 nguồn lực quan hệ xã hội

【人满为患】rénmǎn-wéihuàn người đông thành tệ; thừa người đến mức kinh khủng

【人们】rénmen<名>mọi người; dân chúng: ~都向往幸福生活。Mọi người đều mong có cuộc sống hạnh phúc.

【人面兽心】rénmiàn-shòuxīn nhân diện thú tâm; mặt người dạ thú

【人面桃花】rénmiàn-táohuā nhân diện đào hoa

【人民】rénmín<名>nhân dân; dân: 为~服务 phục vụ nhân dân; 倾听~的声音 lắng nghe ý kiến của dân

【人民币】rénmínbì<名>Nhân dân tệ; đồng RMB (tiền Trung Quốc, kí hiệu: ¥)

【人民代表大会】rénmín dàibiǎo dàhuì Đại hội đại biểu nhân dân; Hội đồng nhân dân; Quốc hội: 全国~常务委员会 Ủy ban thường vụ Đại hội đại biểu nhân dân toàn quốc

【人民法院】rénmín fǎyuàn tòa án nhân dân

【人民检察院】rénmín jiǎncháyuàn viện kiểm sát nhân dân

【人民解放军】rénmín jiěfàngjūn quân giải phóng nhân dân

【人民警察】rénmín jǐngchá cảnh sát nhân dân

【人民民主专政】rénmín mínzhǔ zhuānzhèng chuyên chính dân chủ nhân dân

【人民内部矛盾】rénmín nèibù máodùn mâu thuẫn trong nội bộ nhân dân

【人民陪审员】rénmín péishěnyuán hội thẩm nhân dân

【人民团体】rénmín tuántǐ đoàn thể nhân dân

【人民武装】rénmín wǔzhuāng lực lượng vũ trang nhân dân

【人民性】rénmínxìng<名>tính nhân dân

【人民战争】rénmín zhànzhēng chiến tranh nhân dân

【人民政府】rénmín zhèngfǔ chính phủ nhân dân; chính quyền nhân dân

【人名】rénmíng<名>tên người

【人命】rénmìng<名>nhân mạng; mạng người; tính mạng con người

【人命关天】rénmìng-guāntiān tính mạng con người cực kì quan trọng

R

【人莫予毒】rénmòyúdú chẳng ai làm gì được mình; coi người bằng nửa con mắt

【人模狗样】rénmú-gǒuyàng ra dáng là người

【人品】rénpǐn〈名〉❶nhân phẩm; phẩm chất con người: ~好 phẩm chất tốt ❷[口]dáng vẻ bên ngoài của con người: ~出众 dáng vẻ xuất chúng

【人气】rénqì〈名〉❶hơi người: 屋子里冷冷清清的，没有一点儿~。Trong nhà vắng lạnh, không thấy một bóng người. ❷tính quần chúng; sự mến mộ của nhiều người: ~旺 được nhiều người ái mộ ❸[方]phẩm chất con người

【人墙】rénqiáng〈名〉hàng rào bằng thân thể con người

【人情】rénqíng〈名〉❶nhân tình; tình người: 不近~ không hợp tình người; ~淡薄 ăn ở bạc bẽo ❷tình cảm riêng: 托~ nhờ nói hộ; 不讲~ chẳng nể tình ❸ân huệ; tình nghĩa: 做个~ làm ơn/biểu xén ❹chuyện thăm viếng hiếu hỉ: 行~ thực hiện việc thăm viếng hiếu hỉ ❺quà; lễ vật: 送~ biểu quà

【人情世故】rénqíng-shìgù đạo lí đối nhân xử thế; nhân tình thế thái: 谙晓~ am hiểu đạo lí đối nhân xử thế

【人情味】rénqíngwèi〈名〉tình cảm chân thành giữa con người: 富于~ mang đậm tình cảm chân thành con người

【人情债】rénqíngzhài〈名〉món nợ tình nghĩa

【人穷志短】rénqióng-zhìduǎn nhân cùng chí đoản; người khốn cùng thì thiếu chí hướng

【人去楼空】rénqù-lóukōng người đi lầu trống; người đi nhà vắng

【人权】rénquán〈名〉nhân quyền; quyền con người: ~保障 đảm bảo nhân quyền

【人群】rénqún〈名〉đoàn người; đám người; đám đông

【人儿】rénr〈名〉❶hình người bằng giấy (loại nhỏ tí): 纸~ hình người bằng giấy; 捏一个泥~ nặn một hình người đất ❷[方]làm người; người (chỉ hành vi): 她~很不错。Cô ấy xem ra rất nết na.

【人人】rénrén〈名〉người người; mọi người; mỗi người: ~皆知。Mọi người đều biết. ~自危。Ai nấy đều cảm thấy nguy hiểm. ~过关。Mọi người đều trót lọt. 我为，~为我。Mình vì mọi người, mọi người vì mình.

【人肉搜索】rénròu sōusuǒ nhờ cư dân mạng truy tìm và đưa tin trên mạng Internet

【人肉炸弹】rénròu zhàdàn kẻ đánh bom tự sát

【人山人海】rénshān-rénhǎi biển người; người đông nghìn nghịt; người đông như kiến

【人身】rénshēn〈名〉thân người; thân thể con người: ~安全 an toàn về thân thể con người

【人身攻击】rénshēn gōngjī❶xâm phạm thân thể ❷công kích cá nhân: 我们要避免~。Chúng ta cần tránh sự công kích cá nhân.

【人身自由】rénshēn zìyóu tự do thân thể

【人参】rénshēn〈名〉nhân sâm; sâm

【人神共愤】rénshén-gòngfèn cả người và thần tiên đều căm phẫn; vô cùng công phẫn

【人生】rénshēng〈名〉nhân sinh; cuộc sống; đời người: ~大事 việc lớn trong cuộc đời

【人生地不熟】rén shēng dì bù shú đất khách quê người; lạ nước lạ cái

【人生观】rénshēngguān〈名〉nhân sinh quan; quan niệm về cuộc đời

【人生七十古来稀】rénshēng qīshí gǔ lái xī nhân sinh thất thập cổ lai hi; người thọ bảy mươi xưa nay hiếm

【人声】rénshēng〈名〉tiếng người: ~嘈杂。

Tiếng người ồn ào.

【人士】rénshì<名>nhân sĩ: 爱国~ nhân sĩ yêu nước; 各界~ nhân sĩ các giới

【人氏】rénshì<名>người: 当地~ người bản xứ

【人世】rénshì<名>thế gian; nhân gian

【人事】rénshì<名>❶việc người (các sự kiện xảy ra trong cuộc sống của con người) ❷nhân sự; tổ chức: ~处 phòng tổ chức; ~制度 chế độ nhân sự ❸chuyện người với người: ~纠纷 tranh chấp giữa người nọ với người kia ❹phải trái; sự đời: 不谙~ không hiểu sự đời ❺việc sức người có thể làm được: 尽~ gắng sức làm những gì mình làm được ❻cảm giác; tri giác: 翻车了，司机不省~。Xe bị lật, lái xe bất tỉnh nhân sự. ❼[方]quà cáp

【人手】rénshǒu<名>nhân viên; người làm việc: ~不足 thiếu người làm việc

【人寿保险】rénshòu bǎoxiǎn bảo hiểm nhân thọ

【人寿年丰】rénshòu-niánfēng người thọ của giàu; con người khỏe mạnh, mùa màng bội thu

【人数】rénshù<名>số người; đầu người

【人死不能复生】rén sǐ bùnéng fù shēng người chết không thể sống lại

【人死留名】rénsǐliúmíng người chết để tiếng

【人算不如天算】rén suàn bùrú tiān suàn người tính không bằng trời tính

【人梯】réntī<名>❶chiếc thang người ❷làm bậc thang cho người: 甘当~ cam chịu làm bậc thang cho người khác

【人体】réntǐ<名>thân thể; nhân thể: ~结构 kết cấu thân thể con người

【人体艺术】réntǐ yìshù nghệ thuật thân thể con người

【人同此心，心同此理】réntóngcǐxīn, xīntóngcǐlǐ mọi người đều một lòng, đều theo một lí; đồng lòng, đồng tâm

【人头】réntóu<名>❶phần đầu của cơ thể người ❷đầu người; nhân số; con người: 按~分 chia theo đầu người ❸quan hệ với người khác: ~熟 chỗ quen thuộc ❹[方]nhân phẩm; tính cách: ~儿次 phẩm chất xấu

【人头攒动】réntóu-cuándòng những người là người; người đông nghìn nghịt

【人往高处走，水往低处流】rén wǎng gāochù zǒu, shuǐ wǎng dīchù liú người đi lên chỗ cao, nước chảy về chỗ thấp; nước chảy chỗ trũng

【人微言轻】rénwēi-yánqīng người mọn lời nhẹ; người ở địa vị thấp lời nói không được coi trọng

【人为】rénwéi❶<动>hành động: 事在~。Muốn thành công thì phải hành động. ❷<形>nhân tạo; do người làm ra: ~的困难 khó khăn do người tạo nên

【人为刀俎，我为鱼肉】rénwéidāozǔ, wǒwéiyúròu người là dao thớt, ta là cá thịt; người nắm quyền sinh quyền sát, ta chỉ là cá nằm trên thớt

【人为财死，鸟为食亡】rénwèicáisǐ, niǎowèishíwáng người chết vì ham của, chim chết vì tham ăn; người sống vì gạo, cá bạo về nước

【人文】rénwén<名>nhân văn: ~科学 khoa học nhân văn; ~景观 cảnh quan nhân văn

【人文主义】rénwén zhǔyì chủ nghĩa nhân văn

【人无千日好，花无百日红】rén wú qiān rì hǎo, huā wú bǎi rì hóng người không thể tốt nghìn ngày, hoa không thể tươi hồng trăm buổi; xuân sắc có thì; tuổi xuân có thì

【人无完人】rénwúwánrén người không ai hoàn mĩ, ai cũng có khuyết điểm riêng

【人无我有，人有我优】rénwú-wǒyǒu,

R

rényǒu-wǒyōu 人家没有的我要有；人家有的我要比他好

【人无远虑，必有近忧】rénwú-yuǎnlǜ, bìyǒu-jìnyōu người không lo xa chắc có bất trắc xảy ra

【人五人六】rénwǔ-rénliù ra dáng; ra bộ; làm ra vẻ

【人物】rénwù<名>❶nhân vật; bậc: 英雄 ~ bậc anh hùng; ~画 tranh nhân vật; 著名~ nhân vật lừng danh ❷vai; nhân vật: 塑造小说中的典型~ xây dựng nhân vật điển hình trong tiểu thuyết

【人像】rénxiàng<名>tượng người; tranh vẽ người; chân dung

【人小鬼大】rénxiǎo-guǐdà ít tuổi mà nhiều mánh khóe

【人心】rénxīn<名>❶nhân tâm; lòng người: 收买~ thu phục nhân tâm; 稳定~ ổn định lòng người; 得~ được lòng mọi người; 大快~ nở gan nở ruột ❷thấu tình đạt lí; lương tâm

【人心不古】rénxīn-bùgǔ lòng người nay không còn thuần phác đôn hậu như xưa

【人心不足蛇吞象】rénxīn bù zú shé tūn xiàng lòng người quá tham như con rắn muốn nuốt cả con voi; lòng tham vô đáy

【人心隔肚皮】rénxīn gé dùpí lòng người ai bẻ được thước mà đo

【人心惶惶】rénxīn-huánghuáng ai nấy đều lo lắng

【人心难测】rénxīn-náncè nhân tâm nan trắc; lòng người khó đo

【人心所向】rénxīn-suǒxiàng lòng người tin theo; lòng người hướng theo; lòng người ủng hộ

【人行道】rénxíngdào<名>đường dành cho người đi bộ; via hè; lề đường

【人行横道】rénxíng héngdào đường người đi bộ sang ngang đường

【人行天桥】rénxíng tiānqiáo cầu vượt cho người đi bộ

【人性】rénxìng<名>nhân tính; tính người: 违反~ trái với nhân tính; 不通~ không hiểu biết về đạo lí con người/bất nhân

【人选】rénxuǎn<名>ứng cử viên; người lựa chọn; người được chọn: 决定合适的~ quyết định chọn ra người thích hợp nhất

【人烟】rényān<名>dân cư; hộ dân: ~稀少 dân cư thưa thớt

【人言可畏】rényán-kěwèi lưỡi mềm độc quá nọc ong

【人仰马翻】rényǎng-mǎfān❶người ngựa ngã nhào ❷tối mắt tối mũi

【人样】rényàng<名>❶dáng người; hình người: 小家伙脏得不成~。 Thằng bé bẩn đến mức chẳng ra hình người. ❷con người có tiền đồ: 混出个~ trở thành một người có tiền đồ

【人妖】rényāo<名>người có bộ phận sinh dục biến đổi bằng phẫu thuật để trở thành giới tính khác; người ái nam ái nữ; người chuyển giới; bê đê

【人要脸，树要皮】rén yào liǎn, shù yào pí người cần giữ mặt mũi như cây cần có vỏ ngoài

【人以群分，物以类聚】rényǐqúnfēn, wùyǐlèijù người chia theo hạng, của chia theo loài

【人意】rényì<名>ý nguyện của con người: 一切尽如~。 Tất cả như ý nguyện của con người.

【人影】rényǐng<名>❶bóng người: 远处隐约有一个~。 Mơ hồ thấy một bóng người ở đằng xa. ❷bóng dáng: 我一天都看不到他的~。 Suốt cả ngày, tôi không thấy bóng dáng của hắn.

【人员】rényuán<名>nhân viên; cán bộ; thành viên trong một tập thể: 酒店~ nhân

viên khách sạn; 科研~ cán bộ khoa học; 调
动~ bố trí nhân viên; 这家店的~很能干。
Nhân viên trong cửa hiệu này rất năng nổ.

【人缘儿】rényuánr<名>nhân duyên; được
ưa chuộng: ~好 được mọi người ưa chuộng;
没~ không có nhân duyên; ~不错 quan hệ
tốt

【人猿】rényuán<名>vượn người

【人云亦云】rényún-yìyún bảo sao hay
vậy; ai nói sao bảo hao làm vậy

【人赃俱获】rénzāng-jùhuò bắt quả tang

【人造】rénzào<形>nhân tạo: ~雨 mưa nhân
tạo; ~血管 mạch máu nhân tạo; ~塑料 nhựa
nhân tạo

【人造毛】rénzàomáo<名>lông thú nhân tạo

【人造美女】rénzào měinǚ người đẹp nhờ
phẫu thuật thẩm mĩ; người đẹp dao kéo

【人造棉】rénzàomián<名>bông nhân tạo

【人造卫星】rénzào wèixīng vệ tinh nhân
tạo

【人造纤维】rénzào xiānwéi sợi nhân tạo

【人渣】rénzhā<名>cặn bã của xã hội

【人证】rénzhèng<名>nhân chứng: ~物证俱
全。Nhân chứng vật chứng đầy đủ.

【人之常情】rénzhīchángqíng nhân chi
thường tình

【人之将死，其言也善】rénzhījiāngsǐ,
qíyányěshàn người sắp chết thì lời nói
cũng lành

【人质】rénzhì<名>con tin: ~解救计划 kế
hoạch giải thoát con tin

【人治】rénzhì❶<名>nhân trị; thuyết cai trị
bằng tài năng đức độ ❷<动>cai trị bằng ý
chí cá nhân của người lãnh đạo

【人中】rénzhōng<名>[中医]nhân trung
(huyệt châm cứu ở giữa vách mũi với môi
trên)

【人种】rénzhǒng<名>nhân chủng; loại
người; giống người

【人字拖】rénzìtuō<名>dép xỏ ngón

【人字形】rénzìxíng<名>hình chữ V

【人走茶凉】rénzǒu-cháliáng người đi trà
lạnh; ví thói đời lạnh nhạt

壬 rén<名>Nhâm (vị trí thứ 9 trong thiên
can) //(姓) Nhâm

仁¹ rén❶<形>nhân ái; lòng thương yêu: ~
心 lòng nhân ái ❷<名>tỏ lòng tôn kính: ~兄
nhân huynh //(姓) Nhân

仁² rén<名>❶hạt; nhân; hột: 核桃~ hột hồ
đào; 花生~ lạc nhân ❷những thứ giống như
nhân: 虾~ tôm nõn

【仁爱】rén'ài<形>nhân ái

【仁慈】réncí<形>nhân từ

【仁德】réndé<名>nhân đức

【仁弟】réndì<名>nhân đệ

【仁厚】rénhòu<形>nhân hậu: 他为人~。
Ông ấy rất nhân hậu với anh em.

【仁人君子】rénrén-jūnzǐ người tốt bụng
có đạo đức; chính nhân quân tử

【仁人志士】rénrén-zhìshì con người nhân
ái, có tiết tháo

【仁义】rényì<名>nhân nghĩa: ~道德 nhân
nghĩa đạo đức

【仁义】rényi<形>[口]hiền hòa tốt bụng: ~之
人 người ăn ở hiền hòa tốt bụng

【仁者见仁，智者见智】rénzhě-jiànrén,
zhìzhě-jiànzhì mỗi người có ý kiến riêng

【仁政】rénzhèng<名>nhân chính

【仁至义尽】rénzhì-yìjìn chí nhân chí
nghĩa; hết sức nhân nghĩa

rěn

忍 rěn<动>❶nhịn; nén; chịu đựng: ~痛 chịu
đau; ~饥挨饿 nhịn đói; 你~一~，以免造
成麻烦。Ông hãy nhịn một tí để khỏi sinh
chuyện. ❷nỡ lòng: 不~心 không nỡ lòng

【忍冬】rěndōng<名>[中药]nhẫn đông (cây

kim ngân hoa)

【忍俊不禁】rěnjùn-bùjīn không nhịn được cười; bật cười: 小丑的滑稽表演让观众~。Những ngón biểu diễn hài hước của vai hề làm cho khán giả bật cười.

【忍耐】rěnnài〈动〉nhẫn nại; chịu đựng bền bỉ: 无法~ không thể nhẫn nại; ~不住 không nhịn được

【忍气吞声】rěnqì-tūnshēng nén giận; nín hơi nuốt tiếng; nén lòng chịu đựng

【忍让】rěnràng〈动〉nhường nhịn; nhẫn nhịn: 要不是对方一再~，早就出大事了。Đối phương nhẫn nhịn nhiều chứ nếu không thì đã sinh chuyện to rồi.

【忍辱负重】rěnrǔ-fùzhòng chịu khổ nhục để gánh trọng trách; nhẫn nhục phụ trọng

【忍辱含垢】rěnrǔ-hángòu nhẫn nhục chịu đựng

【忍辱偷生】rěnrǔ-tōushēng nhẫn nhục để sống; sống nhịn nhục

【忍受】rěnshòu〈动〉chịu đựng: 无法~ không sao chịu đựng nổi; ~孤独的煎熬 chịu đựng sự giày vò của nỗi cô đơn

【忍痛】rěntòng〈动〉nhịn đau; chịu đau; nén đau khổ

【忍痛割爱】rěntòng-gē'ài chịu đựng đau khổ mà từ bỏ; chịu khổ mà nhường lại

【忍无可忍】rěnwúkěrěn muốn nhịn mà không nhịn được

【忍心】rěnxīn〈动〉nỡ; nỡ lòng; đang tâm: 你怎么~放弃这么好的机会呢？Sao anh nỡ nào lại bỏ lỡ một dịp tốt như vậy? 你怎么~伤害一个这么善良的人？Sao anh đang tâm làm tổn thương đến một người hiền lành như vậy?

【忍一时风平浪静】rěn yīshí fēng píng làng jìng một điều nhịn chín điều lành

【忍住】rěnzhù〈动〉gắng sức chịu đựng: ~痛苦 chịu đựng nỗi buồn đau

荏¹ rěn〈名〉[植物]cây bạch tô

荏² rěn〈形〉[书]mềm yếu; yếu ớt: 色厉内~ ngoài mạnh trong yếu/miệng hùm gan sứa

【荏苒】rěnrǎn〈动〉[书]thấm thoắt trôi qua: 光阴~。Thì giờ thấm thoắt trôi qua.

【荏弱】rěnruò〈形〉[书]mềm yếu; nhu nhược

稔 rěn[书]❶〈形〉hoa màu chín: 丰~ chín đầy đồng ❷〈名〉năm; một năm: 不及三~而衰 chưa được ba năm đã suy tàn ❸〈动〉quen thuộc

rèn

刃 rèn❶〈名〉lưỡi: 刀~ lưỡi dao; 剑~ lưỡi kiếm ❷〈名〉con dao ❸〈动〉[书]giết bằng dao: 手~奸贼 dùng dao đâm chết tên gian tặc

认 rèn〈动〉❶biết; nhận: ~路 biết đường; ~出熟人 nhận ra người quen; ~清责任 nhận rõ trách nhiệm ❷nhận; đặt quan hệ: ~为亲家 nhận làm thông gia ❸đồng ý; chịu: ~错 nhận lỗi ❹chịu; chịu thiệt: 这次被骗我了。Bị lừa cú này tôi xin chịu. ❺[口]chấp nhận; tiếp nhận: 我只~这个牌子。Tôi chỉ chấp nhận nhãn hiệu này.

【认不是】rèn bùshì nhận lỗi

【认出】rènchū〈动〉nhận ra

【认错】rèncuò〈动〉nhận sai; nhận lỗi: 向大家~ nhận lỗi trước mọi người

【认得】rènde〈动〉biết được; nhận ra: 我不~这个字。Tôi không biết chữ này. 我~这个人。Tôi quen người này.

【认敌为友】rèndíwéiyǒu nhận địch làm bạn

【认定】rèndìng〈动〉❶nhận định; cho rằng: ~某人无罪 xác nhận người nào vô tội ❷xác định: ~目标 xác định mục tiêu

【认罚】rènfá〈动〉nhận phạt; chịu phạt: 情愿~ tự nguyện nhận phạt

【认购】rèngòu<动>nhận mua: ~债券 nhận mua trái phiếu

【认股】rèngǔ<动>nhận mua cổ phiếu

【认捐】rènjuān<动>nhận quyên góp

【认可】rènkě<动>❶cho phép; đồng ý: 点头 ~ gật đầu đồng ý ❷cảm giác hay; cảm thấy tốt

【认领】rènlǐng<动>❶nhận; lĩnh: ~丢失的 财物 nhận lại đồ bị mất; 来~失窃的车子 đến nhận chiếc xe bị mất cắp ❷nhận làm con nuôi: 因为没有孩子，他们决定~一个 孤儿。Vì không có con, họ quyết định nhận một đứa bé mồ côi làm con nuôi. 他是他们 ~的孩子。Cậu ấy là con nuôi của họ.

【认命】rènmìng<动>cam chịu số phận

【认赔】rènpéi<动>chịu bồi thường

【认亲】rènqīn<动>❶nhận làm thông gia ❷xác nhận quan hệ họ hàng thân thích: 他 打算通过亲子鉴定~。Anh ấy định thông qua giám định quan hệ bố mẹ và con cái để xác định quan hệ.

【认清】rènqīng<动>nhận rõ: ~形势 nhận rõ tình hình; ~是非 nhận rõ phải trái

【认人】rènrén<动>nhận người; nhận mặt

【认生】rènshēng<形>sợ người lạ (thường chỉ trẻ con)

【认识】rènshi❶<动>biết; quen biết: 我~王 教授。Tôi có quen biết giáo sư Vương. ❷ <名>nhận thức: 感性~ nhận thức cảm tính; ~能力 khả năng nhận thức ❸<动>nắm bắt quy luật

【认输】rènshū<动>nhận thua; chịu thua

【认死理】rèn sǐlǐ khăng khăng giữ ý kiến; ương ngạnh; cố chấp: ~的人 người bảo thủ, cố chấp

【认同】rèntóng<动>❶đồng cảm; nhất trí: 文化~感 sự đồng cảm văn hóa ❷công nhận; thừa nhận: ~他的资格 thừa nhận tư cách của anh ấy; ~某观点 đi tới nhất trí về quan điểm nào đó

【认为】rènwéi<动>cho rằng: 我~这样处 理是对的。Tôi cho rằng xử lí như thế là đúng.

【认养】rènyǎng<动>❶nhận nuôi: ~一个孤 儿 nhận nuôi đứa trẻ mồ côi ❷nhận chăm bón: ~两棵树 nhận chăm bón hai cây

【认贼作父】rènzéizuòfù nhận địch làm cha

【认账】rènzhàng<动>chịu nhận; chịu lỗi: 他借了我的钱还不~。Hắn vay tiền của tôi lại không chịu nhận. 说过的话是要~的。 Đã nói thì phải nhận.

【认真】rènzhēn❶<动>tin tưởng thật; tin thật: 对她的话你不要太~。Những gì cô ta nói cậu đừng quá tin. ❷<形>chuyên cần; nghiêm túc; cẩn thận: ~学习 học hành chuyên cần; 工作~ làm việc cẩn thận

【认证】rènzhèng<动>chứng nhận; xác nhận; chứng thực: 知识产权~ chứng nhận quyền sở hữu trí tuệ; ~新的证据 xác nhận bằng chứng mới; 材料上有职能部门的 ~。Hồ sơ có chứng thực của cơ quan thẩm quyền.

【认知】rènzhī<动>nhận thức: ~能力 khả năng nhận thức; ~世界 nhận thức về thế giới; 儿童~的发展 sự phát triển nhận thức của đứa trẻ

【认知语言学】rènzhī yǔyánxué ngôn ngữ học tri nhận

【认准】rènzhǔn<动>xác định; nhận định

【认字】rènzì<动>học chữ

【认罪】rènzuì<动>nhận tội; thú tội

任¹rèn❶<动>bổ nhiệm; sử dụng: 被~为 科长 được bổ nhiệm làm trưởng phòng ❷<动>đảm nhiệm; nhậm; nhận; cử: ~职 nhậm chức; 连~ tái đắc cử ❸<动>gánh chịu; chịu đựng; đảm đương: ~劳~怨 chịu vất vả và chịu oán hờn ❹<名>chức vụ; vị trí: 留~ ở lại vị trí cũ ❺<量>lần; khóa; nhiệm kì: 前~总统 cựu tổng thống

任² rèn ❶<动>tùy ý; mặc; để mặc: 放~ để mặc; ~君挑选 tùy quý khách lựa chọn ❷<连>bất kể; bất luận; bất cứ: ~谁都要遵守交通法规。Bất luận ai cũng phải tuân thủ luật lệ giao thông.

【任便】rènbiàn<动>tùy; tùy ý: 你去还是留~。Đằng ấy muốn đi hay ở thì tùy.

【任从】rèncóng<动>tùy; tùy ý; mặc ý; để mặc: 这件事~你处理。Việc này, tùy ý anh giải quyết.

【任何】rènhé<代>bất cứ; bất kể: ~人 bất kể ai; 这种事情~时候都可能发生。Chuyện đó thì bất cứ lúc nào cũng có thể xảy ra.

【任教】rènjiào<动>làm giáo viên: 在大学~ làm giáo viên tại trường đại học

【任课】rènkè<动>giảng dạy; phụ trách môn học: ~教师 giáo viên giảng dạy

【任劳任怨】rènláo-rènyuàn không từ khó nhọc; nhẫn nhục chịu khó; tận tụy; không ngại oán hờn

【任满】rènmǎn<动>mãn nhiệm kì: 五年~ mãn nhiệm kì 5 năm

【任免】rènmiǎn<动>bổ nhiệm và miễn nhiệm

【任命】rènmìng<动>bổ nhiệm; cử: 公司董事会~他为经理。Anh ấy được hội đồng quản trị của công ti cử làm giám đốc.

【任凭】rènpíng❶<动>mặc ý; tùy ý: 嫁不嫁人，~我自己。Có gả chồng hay không là tùy ý tự tôi. ❷<连>bất luận; bất kì; bất chấp: ~别人怎么说，他就是不听。Cho dù mọi người nói thế nào, anh ta nhất định không nghe. ❸<连>dù cho

【任凭风浪起，稳坐钓鱼船】rènpíng fēnglàng qǐ, wěn zuò diàoyúchuán mặc cho sóng gió nổi, ngồi vững chiếc thuyền câu

【任期】rènqī<名>nhiệm kì

【任其自然】rènqízìrán =【听其自然】

【任情】rènqíng[书]❶<形>mặc sức; tùy thích: ~率性 mặc sức phóng khoáng ❷<副>tận tình

【任人】rènrén<动>dùng người

【任人唯亲】rènrén-wéiqīn dùng người theo tình thân

【任人唯贤】rènrén-wéixián dùng người theo tài năng đức độ

【任人宰割】rènrén-zǎigē chịu lép vế; chịu bị chèn ép; mặc cho người xà xẻo

【任务】rènwù<名>nhiệm vụ: 提前完成~ hoàn thành nhiệm vụ trước thời hạn

【任性】rènxìng<形>tùy thích; bướng; tự do phóng khoáng; tự do tùy tiện: 我女儿有点~。Con gái tôi có phần hơi bướng.

【任选】rènxuǎn<动>tùy ý lựa chọn

【任意】rènyì❶<副>tùy tiện; tùy hứng; tha hồ: ~歪曲历史 tùy tiện bóp méo lịch sử ❷<形>không có điều kiện gì; bất kì: ~三角形 hình tam giác bất kì

【任意球】rènyìqiú<名>cú bóng phạt

【任用】rènyòng<动>bổ nhiệm; ủy nhiệm; dùng: ~贤能 dùng bậc hiền tài

【任职】rènzhí<动>nhậm chức; làm việc: 在基层~ làm việc tại cơ sở

【任重道远】rènzhòng-dàoyuǎn gánh nặng đường xa; nhiệm vụ hết sức nặng nề

纫 rèn<动>❶xâu chỉ; xâu kim ❷khâu; vá: 缝~ may vá ❸[书]cảm kích sâu sắc

【纫佩】rènpèi<动>[书]cảm ơn và cảm phục

韧 rèn<形>dẻo; dai; dẻo dai; mềm dẻo

【韧带】rèndài<名>dây chằng (trong cơ thể)

【韧度】rèndù<名>độ dai; độ dẻo

【韧劲】rènjìn<名>tinh thần hăng hái bền bỉ

【韧性】rènxìng<名>❶tính dai ❷tinh thần bền bỉ

饪 rèn<动>nấu nướng; nấu ăn: 烹~ nấu nướng

妊 rèn<动>chửa; có thai; mang thai; có bầu

【妊妇】rènfù〈名〉phụ nữ có thai

【妊娠】rènshēn〈动〉có thai; có bầu; mang bầu

【妊娠反应】rènshēn fǎnyìng phản ứng trong thời gian mang thai

【妊娠纹】rènshēnwén〈名〉vằn có thai trên da bụng

衽 rèn〈名〉[书]❶vạt áo trước ❷chiếu ngủ

【衽席】rènxí〈名〉chiếu ngủ

rēng

扔 rēng〈动〉❶ném: ~手榴弹 ném lựu đạn ❷vứt; quăng: ~废纸 vứt giấy bỏ đi; 别把衣服乱~。Quần áo chớ vứt mỗi nơi một chiếc.

【扔掉】rēngdiào〈动〉vứt đi; bỏ đi: ~那些没用的东西吧! Hãy vứt bỏ những thứ không cần thiết đi!

【扔下】rēngxià〈动〉bỏ lại; vứt bỏ: ~手头的工作 bỏ lại công việc đang làm

réng

仍 réng❶〈动〉dựa vào; chiếu theo; theo như: 一~其旧 theo như cũ ❷〈动〉[书]nhiều lần; lặp đi lặp lại: 频~ nhiều lần ❸〈副〉vẫn: 我做得不够好, ~须努力。Tôi làm chưa được tốt lắm, vẫn phải cố gắng thêm.

【仍旧】réngjiù❶〈动〉như trước; như cũ: 规矩~ phép tắc như trước ❷〈副〉vẫn cứ; vẫn: 妈妈不知说了多少遍, 你~不改赖床的习惯。Mẹ nói hoài mà con vẫn cứ giữ cái thói hay nằm ì.

【仍然】réngrán〈副〉vẫn; vẫn còn; vẫn cứ; lại: 他~是老样子。Anh ấy vẫn như cũ. 问题~没有解决。Vấn đề vẫn chưa được giải quyết.

rì

日 rì〈名〉❶mặt trời: ~出 mặt trời mọc ❷(Rì) nước Nhật Bản: ~元 đồng Yên (tiền Nhật Bản) ❸ban ngày: ~夜工作 làm suốt ngày đêm ❹ngày; hôm: 改~再谈 hôm khác bàn lại ❺ngày; mỗi ngày; hàng ngày: ~趋繁荣 ngày một phồn vinh ❻thời gian; một khoảng thời gian: 近~ những ngày gần đây ❼chỉ riêng ngày lễ; ngày tết; ngày kỉ niệm: 国庆~ ngày Quốc khánh; 三月八~ ngày mồng 8 tháng 3 //(姓) Nhật

【日班】rìbān〈名〉ca ngày

【日斑】rìbān =【太阳黑子】

【日报】rìbào〈名〉nhật báo; báo ra hàng ngày

【日本】Rìběn〈名〉Nhật Bản: ~人 người Nhật; ~语 tiếng Nhật

【日本料理】Rìběn liàolǐ món ăn Nhật Bản

【日薄西山】rìbóxīshān mặt trời sắp gác núi; bóng đã xế chiều; sắp xuống mồ; sắp đến lúc bị diệt vong

【日不暇给】rìbùxiájǐ suốt ngày không rỗi

【日常】rìcháng〈形〉hàng ngày; thường ngày: ~生活 cuộc sống hàng ngày; 处理~事务 xử lí công việc thường ngày

【日常用品】rìcháng yòngpǐn đồ dùng hàng ngày

【日常用语】rìcháng yòngyǔ câu nói thường dùng

【日场】rìchǎng〈名〉buổi ban ngày: ~电影 phim chiếu buổi ban ngày

【日程】rìchéng〈名〉nhật trình; chương trình làm việc: 安排工作~ sắp đặt chương trình làm việc

【日程表】rìchéngbiǎo〈名〉lịch làm việc; nhật trình

【日出而作, 日落而息】rìchū'érzuò,

R

rìluò'érxī ban ngày làm việc, ban đêm nghỉ ngơi

【日戳】rìchuō<名>nhật ấn: 盖上~ đóng dấu nhật ấn

【日复一日】rìfùyīrì hết ngày này qua ngày khác

【日工】rìgōng<名>❶công việc ban ngày ❷công nhật ❸người làm công nhật

【日光】rìguāng<名>❶ánh nắng ❷thời gian: ~尚早。Thời gian còn sớm.

【日光灯】rìguāngdēng<名>đèn huỳnh quang

【日光室】rìguāngshì<名>loại nhà có thể tận dụng nguồn năng lượng mặt trời

【日光浴】rìguāngyù tắm nắng

【日晷】rìguǐ<名>nhật quỹ (dụng cụ đo thời gian)

【日后】rìhòu<名>sau này; tương lai: ~的生活 cuộc sống trong tương lai; ~我们要更加努力。Sau này ta phải cố gắng hơn.

【日华】rìhuá<名>tán mặt trời

【日化用品】rìhuà yòngpǐn đồ dùng hóa chất hàng ngày

【日环食】rìhuánshí<名>nhật thực vòng; nhật thực ở giữa

【日积月累】rìjī-yuèlěi góp nhặt lâu ngày; qua nhiều ngày tháng

【日记】rìjì<名>nhật kí; ghi chép hàng ngày

【日记账】rìjìzhàng<名>sổ ghi các khoản hàng ngày

【日间】rìjiān<名>trong ngày; ban ngày

【日见】rìjiàn<副>ngày một lộ rõ; dần dần: ~好转 dần dần tốt hơn

【日渐】rìjiàn<副>dần dần; ngày càng: ~萧条 ngày càng tiêu điều

【日界线】rìjièxiàn<名>tuyến nhật giới

【日久见人心】rìjiǔ jiàn rénxīn ở lâu mới biết lòng người

【日久生情】rìjiǔ-shēngqíng trải qua lâu ngày nảy sinh ra tình cảm; lửa gần rơm lâu ngày cũng bén

【日久天长】rìjiǔ-tiāncháng lâu ngày; ngày qua tháng lại

【日均】rìjūn<动>bình quân mỗi ngày

【日来】rìlái<名>mấy ngày nay

【日理万机】rìlǐ-wànjī ngày lo trăm việc; mỗi ngày đều phải giải quyết nhiều công việc nhà nước

【日历】rìlì<名>lịch ngày; cuốn lịch

【日落】rìluò<动>mặt trời lặn

【日冕】rìmiǎn<名>[天文]quầng mặt trời; tán mặt trời; quầng sáng mặt trời; vành nhật hoa; nhật miện

【日暮途穷】rìmù-túqióng bước đường cùng; hết đường xoay xở

【日内】rìnèi<名>nay mai; ít hôm nữa: ~完成 hoàn thành trong nay mai

【日偏食】rìpiānshí<名>nhật thực từng phần

【日期】rìqī<名>ngày; thời gian: 启程的~ ngày lên đường; 生产~ thời gian sản xuất

【日前】rìqián<名>mấy hôm trước

【日趋】rìqū<副>ngày càng; ngày một: ~完善 ngày càng hoàn mĩ

【日全食】rìquánshí<名>nhật thực toàn phần

【日上三竿】rìshàngsāngān mặt trời lên đã ba con sào; mặt trời đã lên cao

【日食】rìshí<名>nhật thực

【日思夜想】rìsī-yèxiǎng ngày đêm nhớ nhung

【日托】rìtuō<动>ban ngày gửi con cái ở nhà trẻ

【日新月异】rìxīn-yuèyì ngày một đổi mới; ngày tháng đổi mới

【日薪】rìxīn<名>lương ngày

【日夜】rìyè<名>ngày đêm: ~苦读 ngày đêm miệt mài học hành; ~兼程 đi cả ngày và đêm

【日以继夜】rìyǐjìyè suốt ngày đêm; không kể ngày đêm: 他们为了按时完成任务，~地赶工。Họ không kể ngày đêm dốc sức làm việc để hoàn thành nhiệm vụ đúng thời hạn.

【日益】rìyì<副>ngày càng: ~强大 ngày một hùng mạnh; ~紧张 ngày càng căng thẳng

【日用】rìyòng❶<名>chi phí hàng ngày: 爸爸每个月留给家里一千块钱做~。Ông bố mỗi tháng dành ra 1000 đồng RMB cho gia đình làm khoản chi phí hàng ngày. ❷<形>sử dụng hàng ngày: ~小商品 hàng bách hóa nhật dụng

【日用品】rìyòngpǐn<名>đồ dùng hàng ngày; nhu yếu phẩm

【日月】rìyuè<名>❶cuộc sống: 过去的~ cuộc sống đã qua ❷năm tháng; thời gian

【日月蹉跎】rìyuè-cuōtuó năm tháng trôi qua hững hờ; năm tháng trôi qua vô tích sự

【日月如梭】rìyuè-rúsuō ngày tháng như thoi đưa

【日晕】rìyùn<名>quầng mặt trời; nhật vựng

【日杂】rìzá<名>hàng bách hóa tiêu dùng thường ngày

【日照】rìzhào<名>thời gian nắng chiếu trong ngày: 夏天~时间长。Ở mùa hè, thời gian mặt trời chiếu sáng trong ngày dài hơn.

【日臻】rìzhēn<副>ngày một; ngày càng: ~完美 ngày càng hoàn hảo

【日志】rìzhì<名>sổ ghi chép hàng ngày; nhật kí

【日中】rìzhōng<名>giữa trưa; chính ngọ

【日妆】rìzhuāng<名>trang điểm ban ngày

【日子】rìzi<名>❶ngày; ngày tháng: 好~ ngày lành tháng tốt ❷thời gian: 他学了有一段~了。Anh ấy đã học được một thời gian rồi. ❸cuộc sống; sinh kế: 一家三口的~美滋滋的。Gia đình ba người cuộc sống êm ấm.

róng

戎¹ róng<名>[书]❶binh khí; vũ khí ❷quân sự; quân đội: 投笔从~ gác bút nghiên theo việc đao cung/bỏ văn tòng võ

戎² Róng<名>Nhung (từ thời xưa dùng để gọi các dân tộc thiểu số miền Tây Trung Quốc) //(姓) Nhung

【戎马】róngmǎ<名>[书]binh mã; chinh chiến

【戎马倥偬】róngmǎ-kǒngzǒng việc quân bận rộn

【戎马生涯】róngmǎ-shēngyá đời binh nghiệp; cuộc đời chinh chiến

【戎装】róngzhuāng<名>[书]quân trang; trang phục quân đội

茸 róng❶<形>mượt mà; mơn mởn ❷<名>nhung: 鹿~ nhung hươu; 参~酒 rượu sâm nhung

【茸毛】róngmáo<名>lông tơ

【茸茸】róngróng<形>mượt mà; mơn mởn: ~的绿草 cỏ xanh mượt

荣 róng<形>❶tươi tốt; um tùm: 欣欣向~ sum sê tươi tốt; 离离原上草，一岁一枯~。Cỏ trên đồng nội xanh mơn mởn, mỗi năm hết héo rồi lại tươi. ❷hưng thịnh; phát đạt: 繁~ phồn vinh ❸vinh; vinh quang; vinh dự: ~登榜首 vinh dự được đứng đầu bảng //(姓) Vinh

【荣光】róngguāng<形>vinh quang; vẻ vang: 无上~ vô cùng vinh quang

【荣归】róngguī<动>vinh quy; vinh quang trở về: ~故里 vinh quang trở về quê hương

【荣华】rónghuá<形>[书]vinh hoa: ~富贵 vinh hoa phú quí

【荣获】rónghuò<动>vinh dự giành được: ~冠军 vinh dự giành được quán quân

【荣枯】róngkū<形>[书]hoa nở và héo; ví sự

R

hưng suy của sự vật

【荣立】rónglì〈动〉vinh dự lập công: ~三等功 vinh dự lập công hạng ba

【荣任】róngrèn〈动〉được ủy nhiệm; vinh dự đảm nhiệm

【荣辱】róngrǔ〈名〉vinh nhục; vinh quang và nhục nhã: ~观 quan niệm giá trị về vinh nhục

【荣辱与共】róngrǔ–yǔgòng vinh nhục có nhau

【荣升】róngshēng〈动〉vinh dự thăng chức

【荣幸】róngxìng〈形〉vinh hạnh; hân hạnh; may mắn: 这次获奖，我感到很~。Lần này nhận phần thưởng tôi cảm thấy hết sức vinh hạnh.

【荣耀】róngyào〈形〉vinh quang; rạng rỡ: ~的军人生涯 đời quân ngũ vinh quang

【荣膺】róngyīng〈动〉[书]vinh dự được nhận: ~战斗英雄的称号 vinh dự được nhận danh hiệu anh hùng chiến đấu

【荣誉】róngyù❶〈名〉vinh dự; danh dự: ~归于集体。Vinh dự thuộc về tập thể. ❷〈形〉vẻ vang: ~称号 danh hiệu vẻ vang; ~市民 người dân phố vẻ vang

【荣誉军人】róngyù jūnrén chiến sĩ vẻ vang

【荣誉学位】róngyù xuéwèi học vị danh dự

绒 róng〈名〉❶lông tơ; nhung: 鸭~ nhung lông vịt ❷hàng dệt nhung: 棉~ nhung bông ❸chỉ thêu: 红绿~儿 chỉ thêu xanh đỏ

【绒布】róngbù〈名〉vải nhung; vải lông

【绒花】rónghuā〈名〉hoa nhung

【绒毛】róngmáo〈名〉❶lông tơ ❷tuyết nhung

【绒毯】róngtǎn〈名〉thảm nhung

【绒线】róngxiàn〈名〉❶chỉ thêu ❷[方]sợi len

容¹ róng❶〈动〉chứa; chứa đựng; dung nạp: 无地自~ không đất dung thân ❷〈动〉dung thứ; khoan dung; tha thứ: 大度~人 độ lượng khoan dung ❸〈动〉để; cho phép; chấp nhận: 请~我说几句话。Xin để tôi nói vài lời. 决不能~他这么做。Quyết không cho phép anh ta làm như vậy. ❹〈副〉[书]có thể; có lẽ //(姓) Dung

容² róng〈名〉❶dáng mặt; vẻ mặt: 笑~ mặt tươi cười ❷tướng mạo; dung nhan: 整chỉnh sửa dung nhan ❸bộ mặt: 市~ bộ mặt thành phố

【容错】róngcuò〈动〉[计算机]dung sai: ~技术 kĩ thuật dung sai

【容光】róngguāng〈名〉vẻ mặt; nét mặt

【容光焕发】róngguāng–huànfā nét mặt rạng rỡ

【容或】rónghuò〈副〉[书]có thể; có lẽ: ~有之 có lẽ có như vậy

【容积】róngjī〈名〉dung tích

【容量】róngliàng〈名〉❶dung lượng; lượng chứa ❷số lượng dung nạp

【容留】róngliú〈动〉dung nạp; thu nhận; giữ lại

【容貌】róngmào〈名〉dung mạo; mặt mày; khuôn mặt: ~清秀 khuôn mặt thanh tú

【容纳】róngnà〈动〉❶dung nạp; chứa: 这家宾馆可以~三百个客人。Khách sạn này có thể chứa được 300 người. ❷bao dung; tiếp nhận: ~不同意见 tiếp nhận ý kiến khác nhau

【容器】róngqì〈名〉đồ đựng

【容情】róngqíng〈动〉tha thứ; nể nang; khoan dung; dung thứ: 法不~。Luật pháp không dung thứ tình cảm.

【容人】róngrén〈动〉rộng lượng với người; thể tất cho người: ~雅量 rộng lượng tha thứ người

【容忍】róngrěn〈动〉khoan nhượng; tha thứ; dung thứ; nhẫn nhịn: 不能~这种态度。Không thể khoan nhượng trước thái độ này.

【容身】róngshēn〈动〉dung thân; nương thân: 寻找~之地 tìm chỗ nương thân

【容许】róngxǔ〈动〉cho phép; được: 请~我解释当时的情况。Xin cho phép tôi được giải thích về tình huống lúc bấy giờ.

【容颜】róngyán〈名〉dung nhan; nhan sắc: ~秀丽 dung nhan xinh đẹp

【容易】róngyì〈形〉❶dễ; dễ dàng: 这句话~懂。Câu này dễ hiểu. 这个问题不~解决。Vấn đề này không dễ giải quyết. ❷dễ; có thể: ~晕船 dễ say sóng

【容止】róngzhǐ〈名〉[书]dung nhan cử chỉ: ~俊雅 dung nhan cử chỉ xinh đẹp nhã nhặn

蓉 róng〈名〉❶bột (quả cây): 豆~ bột đậu ❷(Róng) tên gọi khác của thành phố Thành Đô tỉnh Tứ Xuyên Trung Quốc //(姓) Dung

溶 róng〈动〉hòa tan: ~于水中 hòa tan trong nước

【溶洞】róngdòng〈名〉hang động đá vôi

【溶化】rónghuà〈动〉❶hòa tan; tan ra ❷từ thể rắn chuyển sang thể lỏng

【溶剂】róngjì〈名〉dung môi

【溶胶】róngjiāo〈名〉sol; xon

【溶解】róngjiě〈动〉tan; hòa tan

【溶解热】róngjiěrè〈名〉nhiệt lượng sinh ra trong quá trình vật chất hòa tan

【溶溶】róngróng〈形〉[书]mênh mông; mênh mang: 月光~ ánh trăng mênh mang

【溶蚀】róngshí〈动〉[地质]hòa tan và xâm thực

【溶血】róngxuè〈动〉[医学]máu hòa tan; huyết tán

【溶液】róngyè〈名〉dung dịch

【溶胀】róngzhàng〈动〉phình ra; căng ra

【溶质】róngzhì〈名〉[化学]chất hòa tan

榕 róng〈名〉❶cây đa; cây si ❷(Róng) tên gọi khác của thành phố Phúc Châu tỉnh Phúc Kiến Trung Quốc

【榕树】róngshù〈名〉cây đa; cây si

熔 róng〈动〉nóng chảy; luyện: ~焊 hàn bằng cách làm nóng chảy

【熔点】róngdiǎn〈名〉[物理]điểm nóng chảy; nhiệt độ nóng chảy

【熔合】rónghé〈动〉nóng chảy hòa lẫn vào nhau

【熔化】rónghuà〈动〉nóng chảy

【熔剂】róngjì〈名〉chất nóng chảy

【熔解】róngjiě〈动〉nóng chảy

【熔炼】róngliàn〈动〉❶luyện (nấu chảy quặng để lấy kim loại) ❷ví rèn luyện (tư tưởng, năng lực)

【熔炉】rónglú〈名〉❶lò luyện ❷lò tôi luyện: 革命的~ lò tôi luyện cách mạng

【熔岩】róngyán〈名〉[地质]dung nham

【熔铸】róngzhù〈动〉đúc: 这一成果~了大家的心血。Thành quả này đã hun đúc bao tâm huyết của mọi người.

蝾 róng

【蝾螈】róngyuán〈名〉[动物]con kì nhông

融 róng〈动〉❶tan: 春雪易~。Tuyết xuân dễ tan. ❷hòa hợp; điều hòa: 油水不相~。Dầu và nước không hòa hợp được. ❸lưu thông: 金~ lưu thông tiền tệ //(姓) Dung

【融合】rónghé〈动〉hòa hợp; dung hợp

【融和】rónghé〈形〉❶ấm áp; điều hòa: 天气~。Thời tiết ấm áp. ❷hòa hợp

【融化】rónghuà〈动〉tan; tan ra nước

【融会】rónghuì〈动〉hòa hợp; dung hợp

【融会贯通】rónghuì-guàntōng thấm nhuần sâu sắc; thấu suốt; hiểu sâu biết rộng

【融解】róngjiě〈动〉tan; tan chảy ra nước

【融洽】róngqià〈形〉hòa hợp; hòa nhau; hài hòa: 关系~ mối quan hệ hài hòa

【融融】róngróng〈形〉[书]❶chan hòa; tràn đầy: 其乐~ tràn đầy niềm vui ❷dịu: 春日~ nắng xuân dìu dịu

【融通】róngtōng〈动〉❶lưu thông: ~资金 lưu thông vốn ❷hiểu biết sâu rộng: ~文理

R

hiểu biết sâu rộng cả khoa văn lẫn khoa lí ❸cảm thông nhau: ~感情 tình cảm thông nhau

【融雪剂】róngxuějì〈名〉chất tan tuyết

【融资】róngzī❶〈动〉dung hợp và lưu thông vốn ❷〈名〉tiền vốn đã được dung hợp và lưu thông

【融资渠道】róngzī qúdào kênh dung hợp và lưu thông vốn

rǒng

冗 rǒng❶〈形〉thừa; dư: ~词赘句 câu chữ rườm rà ❷〈形〉bề bộn; lộn xộn ❸〈名〉công việc bận rộn: 希望拨~出席。Mong bớt chút thì giờ đến dự.

【冗长】rǒngcháng〈形〉dài dòng

【冗词】rǒngcí〈名〉câu chữ rườm rà

【冗繁】rǒngfán〈形〉bề bộn

【冗员】rǒngyuán〈名〉nhân viên thừa

【冗杂】rǒngzá〈形〉(việc) rườm rà rối rắm

【冗赘】rǒngzhuì〈形〉rườm rà

氄 rǒng〈形〉mềm mại; mượt mà

【氄毛】rǒngmáo〈名〉lông tơ

róu

柔 róu❶〈形〉mềm; mềm dẻo: ~枝嫩叶 cành mềm lá non ❷〈动〉làm cho mềm: ~麻 làm mềm sợi gai ❸〈形〉nhu; nhu mì; dịu dàng: 性格温~ tính nết mềm mại dịu dàng; ~风 gió hiu hiu; 管理的艺术要刚~相济。Nghệ thuật trong quản lí phải có mềm có cứng. ❹〈动〉[书]xoa dịu; làm cho nguôi đi: 怀~政策 chính sách xoa dịu lòng người //(姓) Nhu

【柔肠】róucháng〈名〉tấm lòng hiền dịu; tình cảm vấn vương: ~寸断 đứt từng khúc ruột

【柔道】róudào〈名〉nhu đạo; judo

【柔和】róuhé〈形〉❶êm dịu; êm ái: ~的绿色 màu xanh êm dịu; 琴声~悠扬。Tiếng đàn êm ái, du dương. ❷mềm mại; êm ái: 线条~ đường nét mềm mại

【柔滑】róuhuá〈形〉mượt; mịn màng: 头发黑亮~。Mái tóc đen mượt. 皮肤白皙~。Làn da trắng trẻo mịn màng.

【柔曼】róumàn〈形〉mềm mại; mượt mà: ~的轻纱 tấm sa mượt mà; 歌声~隽永。Giọng hát mượt mà sâu lắng.

【柔美】róuměi〈形〉mềm mại đẹp mắt; êm và đẹp: ~的舞姿 dáng múa mềm mại đẹp mắt; 嗓音~动听。Giọng hát dịu dàng, mềm mại.

【柔媚】róumèi〈形〉❶dịu dàng; êm dịu: 月光~ ánh trăng êm dịu ❷nhu mì; hiền dịu đáng yêu: 性格~ tính nết nhu mì; 目光~ ánh mắt hiền dịu đáng yêu

【柔嫩】róunèn〈形〉non nớt; mềm mại; mịn màng: ~的皮肤 làn da mịn màng

【柔能克刚】róunéngkègāng nhu có thể thắng cương; mềm dẻo có thể thắng cứng rắn

【柔情】róuqíng〈名〉tình cảm êm dịu; tình cảm dịu dàng: ~似水 tình cảm dịu dàng như dòng nước ngọt

【柔韧】róurèn〈形〉mềm dẻo; dẻo dai

【柔韧性】róurènxìng〈名〉tính mềm dẻo; sức dẻo dai: 小孩子的身体~好。Thân thể của trẻ rất dẻo dai.

【柔软】róuruǎn〈形〉mềm mại; mềm dẻo: ~体操 thể dục mềm dẻo; 动作很~。Động tác rất mềm mại.

【柔润】róurùn〈形〉mềm mại; êm ái: 声音~ giọng nói êm ái

【柔弱】róuruò〈形〉dịu; mềm yếu; yếu đuối: ~的身躯 thân thể yếu đuối

【柔术】róushù〈名〉võ nhu thuật

【柔顺】róushùn〈形〉hiền hòa; hiền lành;

nhu mì: 性情~ tính tình hiền hòa

【柔顺剂】róushùnjì<名>chất làm cho mềm

【柔婉】róuwǎn<形>❶mềm mại; uyển chuyển: 歌声~动听。Tiếng hát uyển chuyển mượt mà. ❷nhu mì: 性情~ tính nết nhu mì

【柔细】róuxì<形>mềm mại mảnh dẻ: 枝条~ cành cây mềm mại mảnh dẻ

【柔性】róuxìng❶<名>tính chất mềm mại ❷<名>tính nết nhu mì ❸<形>mềm ❹<形>linh động, có thể thay đổi hoặc châm chước

【柔中有刚】róuzhōngyǒugāng trong nhu có cương; trong sự dịu mềm có sự mạnh mẽ

揉 róu<动>❶dụi; vò: ~眼睛 dụi mắt ❷xoa; nhào ❸[书]uốn cong

【揉搓】róucuo<动>❶dụi; vò: ~衣服 vò quần áo ❷[方]dằn vặt; dày vò; đay nghiến

【揉面】róumiàn<动>nhào bột mì: ~做饼 nhào bột làm bánh

糅 róu<动>hỗn tạp; pha trộn

【糅合】róuhé<动>hỗn hợp; pha trộn

蹂 róu<动>[书]đạp; giẫm

【蹂躏】róulìn<动>giày vò; chà đạp; làm nhục

鞣 róu<动>thuộc da

【鞣料】róuliào<名>thuốc thuộc da

【鞣制】róuzhì<动>thuộc da; chế biến da sống thành da thuộc

ròu

肉 ròu❶<名>thịt: 牛~ thịt bò; 鲜~ thịt tươi; 冻~ thịt đông lạnh ❷<形>giống động vật chăn nuôi để làm thực phẩm: ~牛 bò để thịt ❸<名>ruột; cùi; thịt (trái cây): 桂圆~厚。Cùi nhãn dày. ❹<形>[方]không giòn; dai: ~瓢 ruột dai ❺<形>[方]lề mề; chậm chạp: ~脾气 tính lề mề

【肉包子】ròubāozi<名>bánh bao nhân thịt

【肉包子打狗——有去无回】ròubāozi dǎ gǒu——yǒuqù-wúhuí dùng bánh bao nhân thịt ném chó, ví của đi mà không còn trở lại

【肉饼】ròubǐng<名>bánh nướng kẹp thịt; bánh rán nhân thịt

【肉搏】ròubó<动>vật lộn; đánh tay không; giáp lá cà

【肉搏战】ròubózhàn<名>đánh giáp lá cà

【肉菜】ròucài<名>món ăn mặn; món ăn có thịt

【肉畜】ròuchù<名>súc vật (để) thịt

【肉苁蓉】ròucōngróng<名>[中药]nhục thung dung

【肉店】ròudiàn<名>cửa hàng bán thịt

【肉丁】ròudīng<名>thịt hạt lựu

【肉冻】ròudòng<名>thịt đông

【肉毒杆菌】ròudúgǎnjūn<名>trực khuẩn botulinus

【肉感】ròugǎn<形>nhục cảm: 充满~的美 một vẻ đẹp đầy nhục cảm

【肉冠】ròuguān<名>cái mào (của chim, gà)

【肉桂】ròuguì<名>quế; cây quế; nhục quế

【肉乎乎】ròuhūhū❶béo múp; béo nung núc: 这个小孩~的。Cô bé này béo nung núc. ❷[方]lề mề; chậm chạp: 你就是一个~的主, 啥事都慢吞吞的。Anh là chúa lề mề, làm gì cũng chậm như sên.

【肉鸡】ròujī<名>gà thịt; gà công nghiệp

【肉夹馍】ròujiāmó<名>bánh kẹp thịt; bánh nướng nhồi thịt

【肉酱】ròujiàng<名>tương thịt: 剁成~ băm thành tương thịt

【肉类】ròulèi<名>loài thịt

【肉瘤】ròuliú<名>bướu; u (lành hoặc ác tính)

【肉麻】ròumá<形>ghê; rợn; ớn; khiếp: 那些拍马屁的话真让人~。Những lời tâng bốc đó nghe rợn cả gai ốc.

R

【肉糜】ròumí〈名〉[方]thịt bột

【肉末】ròumò〈名〉thịt băm; thịt vụn

【肉泥】ròuní〈名〉thịt bột

【肉排】ròupái〈名〉miếng thịt cắt từ xương sườn; sườn lợn hoặc sườn bò; bít-tết

【肉皮】ròupí〈名〉bì lợn; da lợn

【肉片】ròupiàn〈名〉miếng thịt thái mỏng

【肉票】ròupiào〈名〉con tin: 撕~ giết con tin

【肉禽】ròuqín〈名〉gia cầm để thịt

【肉色】ròusè〈名〉màu da

【肉身】ròushēn〈名〉[宗教]thân xác; xác thịt; thể xác

【肉食】ròushí❶〈形〉(loài) ăn thịt ❷〈名〉thực phẩm làm bằng thịt

【肉食动物】ròushí dòngwù loài động vật ăn thịt

【肉丝】ròusī〈名〉thịt sợi

【肉松】ròusōng〈名〉ruốc; chà bông thịt

【肉汤】ròutāng〈名〉canh thịt

【肉体】ròutǐ〈名〉thể xác; xác thịt: 裸露~ để thân thể lõa lộ

【肉丸子】ròuwánzi〈名〉thịt viên; chả viên

【肉馅儿】ròuxiànr〈名〉nhân thịt

【肉刑】ròuxíng〈名〉nhục hình

【肉眼】ròuyǎn〈名〉❶mắt người: ~看不见绝大部分的微生物。Mắt người thường không trông thấy được phần lớn vi sinh vật. ❷mắt thịt

【肉眼凡胎】ròuyǎn-fántāi người trần mắt thịt

【肉欲】ròuyù〈名〉nhục dục; sự ham muốn xác thịt

【肉汁】ròuzhī〈名〉nước thịt; nước xốt thịt

【肉质】ròuzhì〈名〉chất thịt

【肉制品】ròuzhìpǐn〈名〉thực phẩm chế biến bằng thịt

【肉中刺】ròuzhōngcì〈名〉cái gai trước mắt; gai mắt

rú

如¹ rú ❶〈动〉theo đúng; đúng như: ~期完成 hoàn thành đúng kì hạn ❷〈动〉như; giống như: 坚强~钢 bền vững như thép; 兄弟~手足。Anh em như tay với chân. ❸〈动〉kịp; bằng; sánh với: 徒弟不~师傅经验丰富。Kinh nghiệm của đồ đệ không dày dạn bằng sư phụ. ❹〈动〉ví dụ; như; chẳng hạn ❺〈连〉nếu; nếu như: ~不同意可以提意见。Nếu không đồng ý thì cứ nêu ý kiến. ❻〈介〉hơn: 光景一年强~一年。Tình hình năm sau khá hơn năm trước. ❼〈动〉[书]đi; đến //(姓)Như

如² rú (đặt sau tính từ): 突~其来 đến một cách đột ngột

【如厕】rúcè〈动〉[书]đi vệ sinh

【如常】rúcháng〈动〉như thường; như bình thường: 行走~ đi lại như thường

【如痴如醉】rúchī-rúzuì say sưa: ~地阅读 đọc say sưa

【如出一辙】rúchūyīzhé giống hệt như nhau; như cùng một khuôn mà ra; giống như đúc

【如初】rúchū〈动〉như thuở ban đầu; như xưa

【如椽笔】rúchuánbǐ〈名〉quản bút lớn; bài văn sắc bén

【如此】rúcǐ〈代〉như vậy; như thế: 天天~ ngày nào cũng thế

【如此而已】rúcǐ-éryǐ như vậy mà thôi; bất quá là như vậy

【如此这般】rúcǐ-zhèbān cứ như vậy

【如次】rúcì〈动〉như sau

【如堕五里雾中】rú duò wǔ lǐ wù zhōng như sa vào trong đám mây mù, ý nói không biết đầu đuôi của sự việc

【如堕烟海】rúduòyānhǎi như sa vào trong

dám khói

【如法炮制】rúfǎ-páozhì bào chế theo đơn; làm theo lối cũ

【如鲠在喉】rúgěngzàihóu như mắc xương cá trong họng

【如故】rúgù〈动〉❶như cũ; như trước đây: 依然~ vẫn như cũ ❷giống như bạn cũ: 一见~ mới gặp nhau lần đầu mà như bạn cũ

【如果】rúguǒ〈连〉nếu; nếu như: ~有时间我一定去。Nếu có thời gian tôi nhất định đến.

【如何】rúhé〈代〉như thế nào; ra sao: 这道菜味道~? Món ăn này mùi vị ra sao?

【如虎添翼】rúhǔtiānyì như hổ thêm cánh; như hổ thêm nanh

【如花美眷】rúhuā-měijuàn gia quyến đẹp như hoa

【如花似锦】rúhuā-sìjǐn như hoa như gấm; đẹp tựa gấm hoa

【如花似玉】rúhuā-sìyù như hoa như ngọc; đẹp như ngọc ngà

【如火如荼】rúhuǒ-rútú bừng bừng như lửa: 运动正~地开展。Phong trào đang bừng bừng khí thế.

【如获至宝】rúhuòzhìbǎo như được của báu

【如饥似渴】rújī-sìkě khao khát; thèm khát; như đói như khát; say sưa: 他~地学习高科技知识。Ông ấy say sưa học tập kiến thức khoa học công nghệ cao.

【如见其人】rújiànqírén như gặp người đó

【如胶似漆】rújiāo-sìqī gắn bó keo sơn; như keo với sơn

【如今】rújīn〈名〉ngày này; hiện nay

【如旧】rújiù〈动〉như cũ; như thường lệ

【如来】Rúlái〈名〉[宗教]Phật Như Lai

【如狼似虎】rúláng-sìhǔ như lang như hổ; hung ác như lang sói

【如雷贯耳】rúléiguàn'ěr như sét đánh

ngang tai; tiếng tăm lừng lẫy

【如临大敌】rúlíndàdí như gặp kẻ địch mạnh

【如履薄冰】rúlǚbóbīng như bước trên lớp băng mỏng

【如芒在背】rúmángzàibèi như có gai sau lưng

【如梦初醒】rúmèngchūxǐng như vừa tỉnh giấc

【如沐春风】rúmùchūnfēng như miên man trong làn gió xuân; như tắm mình trong gió xuân

【如鸟兽散】rúniǎoshòusàn tan tác chim muông

【如期】rúqī〈副〉đúng hạn; đúng thời hạn: 我们团队已~完成任务。Đoàn ta đã hoàn thành nhiệm vụ đúng thời hạn.

【如泣如诉】rúqì-rúsù như khóc như than

【如日中天】rúrìzhōngtiān như đang sức xuân; như nắng vàng rực rỡ

【如入无人之境】rú rù wú rén zhī jìng như vào cõi không người; tung hoành ngang dọc

【如若】rúruò〈连〉nếu như: ~努力拼搏，就有希望成功。Nếu dốc sức phấn đấu, sẽ có ngày thành công.

【如丧考妣】rúsàngkǎobǐ đau như mất cha mất mẹ

【如上】rúshàng〈动〉như trên

【如实】rúshí〈副〉đúng sự thật

【如是】rúshì〈代〉đúng như thế

【如释重负】rúshìzhòngfù như trút gánh nặng

【如数家珍】rúshǔjiāzhēn thuộc như lòng bàn tay

【如数】rúshù〈副〉đủ số

【如汤沃雪】rútāngwòxuě như nước sôi dội trên tuyết; dễ như trở bàn tay

【如同】rútóng〈动〉dường như; giống như

【如闻其声】rúwénqíshēng như nghe thấy

R

tiếng (của người đó)

【如下】rúxià<动>như sau

【如许】rúxǔ<代>[书]❶như thế; như vậy ❷những cái như thế

【如一】rúyī<动>như một; không thay đổi: 始终~ trước sau như một

【如蚁附膻】rúyǐfùshān như kiến bu cá thối

【如意】rúyì❶<动>như ý: 万事~。Muôn sự như ý. ❷<名>ngọc như ý

【如意算盘】rúyì-suànpán tính toán một chiều; tính toán đâu vào đấy

【如影随形】rúyǐngsuíxíng như hình với bóng; như ảnh tùy hình

【如鱼得水】rúyúdéshuǐ như cá gặp nước

【如愿】rúyuàn<动>như nguyện; như mong muốn

【如愿以偿】rúyuànyǐcháng thỏa mãn nguyện vọng; toại nguyện

【如约】rúyuē<副>theo lời hẹn: ~而至 đã đến theo lời hẹn

【如织】rúzhī<形>như mắc cửi: 游人~ dòng người đi lại như mắc cửi

【如坐针毡】rúzuòzhēnzhān như ngồi trên đống lửa; như ngồi phải gai; như ngồi phải tổ kiến

茹rú<动>[书]ăn: ~素 ăn chay //(姓)Như

【茹毛饮血】rúmáo-yǐnxuè ăn sống nuốt tươi

铷rú<名>[化学]rubiđi (kí hiệu: Rb)

儒rú<名>❶(Rú) đạo Nho; nhà Nho ❷[旧] người có học //(姓)Nho

【儒艮】rúgèn<名>[动物]cá nược; cá đugông; hải ngưu (trâu biển)

【儒家】Rújiā<名>nhà Nho; Nho gia

【儒将】rújiàng<名>nho tướng; viên tướng có phong thái nho nhã và có học

【儒教】Rújiào<名>Nho giáo; đạo Nho

【儒商】rúshāng<名>nho thương; nhà kinh doanh có học

【儒生】rúshēng<名>nho sinh; người có học

【儒术】rúshù<名>Nho thuật; học thuật của Nho gia

【儒学】rúxué<名>❶Nho học ❷trường học (dạy các tú tài thời nhà Minh và Thanh)

【儒雅】rúyǎ<形>❶nho nhã ❷thâm nho; học vấn sâu sắc

【儒医】rúyī<名>thầy lang uyên bác; Nho y

嚅rú

【嚅动】rúdòng<动>mấp máy: ~着嘴唇 mấp máy môi

濡rú<动>[书]❶thấm ướt; làm ẩm; chấm: ~笔 chấm bút ❷dừng lại; ngừng trệ: ~迹 vết tích còn lại

【濡染】rúrǎn<动>[书]❶tiêm nhiễm; thấm dần ❷thấm nhuần

【濡湿】rúshī<动>thấm ướt; làm ẩm; nhúng cho ướt

孺rú<名>trẻ con: 妇~ đàn bà con trẻ

【孺子】rúzǐ<名>[书]trẻ con

【孺子可教】rúzǐ-kějiào con trẻ dễ dạy

【孺子牛】rúzǐniú<名>(làm) trâu ngựa cho trẻ cưỡi; làm đầy tớ cho dân

蠕rú<动>nhúc nhích; bò ngoằn ngoèo; bò vằn vèo

【蠕虫】rúchóng<名>giun sán

【蠕动】rúdòng<动>bò ngoằn ngoèo

【蠕蠕】rúrú<形>(bò) ngoằn ngoèo

【蠕形动物】rúxíng dòngwù loài động vật giun sán

rǔ

汝rǔ<代>[书]anh; mày: ~辈 bọn mày //(姓) Nhữ

乳rǔ❶<名>sữa: 母~ sữa mẹ ❷<形>chăn nuôi để lấy sữa: ~牛 bò sữa ❸<名>vú: 哺动物 động vật có vú ❹<名>chất lỏng giống

sữa: 豆~ sữa đậu nành ❺<形>mới nở; sơ
sinh: ~燕 chim én mới nở ❻<动>sinh sản:
孳~ sinh sôi

【乳癌】 rǔ'ái<名>ung thư vú

【乳白】 rǔbái<形>màu sữa

【乳畜】 rǔchù<名>động vật nuôi để lấy sữa

【乳儿】 rǔ'ér<名>đứa bé còn bú sữa; con bé
còn ẵm ngửa

【乳房】 rǔfáng<名>vú

【乳峰】 rǔfēng<名>núm vú

【乳鸽】 rǔgē<名>chim bồ câu sơ sinh

【乳沟】 rǔgōu<名>phần khe ngực giữa hai
vú

【乳化】 rǔhuà<动>nhũ hóa; sữa hóa

【乳黄】 rǔhuáng<形>màu bơ

【乳剂】 rǔjì<名>dạng sữa

【乳胶】 rǔjiāo<名>thể sữa; keo dán gỗ

【乳酪】 rǔlào<名>pho mát

【乳名】 rǔmíng<名>tên mụ; tên tục

【乳母】 rǔmǔ<名>nhũ mẫu; vú em

【乳娘】 rǔniáng<名>nhũ mẫu; vú em

【乳酸】 rǔsuān<名>a-xít lac-tíc

【乳酸菌】 rǔsuānjūn<名>khuẩn lactobacillus

【乳糖】 rǔtáng<名>lac-toz; đường sữa

【乳头】 rǔtóu<名>❶núm vú; đầu vú ❷vật
có hình giống như núm vú: 橡胶~ (cái) núm
cao su

【乳腺】 rǔxiàn<名>tuyến sữa: ~炎 viêm
tuyến sữa

【乳臭】 rǔxiù<名>hôi sữa: ~未干 miệng còn
hôi sữa

【乳牙】 rǔyá<名>răng sữa

【乳罩】 rǔzhào<名>cái nịt vú; xu chiêng;
coóc-sê; áo con

【乳汁】 rǔzhī<名>sữa (tươi)

【乳脂】 rǔzhī<名>bơ: ~糖 kẹo bơ

【乳制品】 rǔzhìpǐn<名>sản phẩm chế biến
bằng sữa

【乳猪】 rǔzhū<名>lợn con; lợn sữa

辱 rǔ❶<名>nhục; nhục nhã: 奇耻大~ mối
nhục lớn ❷<动>làm nhục; sỉ nhục: 丧权~国
mất quyền nhục nước ❸<动>làm nhục; bôi
nhọ ❹<副>[书]may; may mà: ~承指教。
May được nhận sự chỉ bảo.

【辱骂】 rǔmà<动>nhục mạ; chửi rủa

【辱命】 rǔmìng<动>[书]nhục mệnh (không
hoàn thành sứ mệnh): 幸不~。May mà
hoàn thành được sứ mệnh.

【辱没】 rǔmò<动>bôi nhọ; làm bẽ mặt: ~先
人 bôi nhọ tổ tông

rù

入 rù❶<动>đi vào; vào: 进~ đi vào ❷<动>
tham gia; gia nhập: ~中国籍 nhập quốc tịch
Trung Quốc ❸<动>thu thập; nhập vào; đưa
vào: 纳~考核范围 đưa vào phạm vi khảo
sát ❹<动>phù hợp; hợp; thích ứng với: ~时
hợp thời ❺<名>thu; thu nhập: 量~为出 liệu
thu để chi ❻<名>[语言]nhập thanh: 平上去
~ bình, thường, khứ, nhập

【入保】 rùbǎo<动>tham gia bảo hiểm

【入不敷出】 rùbùfūchū thu không đủ chi

【入仓】 rùcāng<动>vào kho; nhập kho: 货
物~ đưa hàng vào kho

【入场】 rùchǎng<动>vào; đi vào; vào cửa;
vào hội trường

【入场券】 rùchǎngquàn<名>vé vào cửa

【入超】 rùchāo<动>nhập siêu

【入春】 rùchūn<动>sang xuân

【入党】 rùdǎng<动>vào đảng

【入档】 rùdàng<动>đưa vào hồ sơ

【入定】 rùdìng<动>[宗教]nhập định

【入肚】 rùdù<动>vào bụng

【入队】 rùduì<动>vào đội

【入耳】 rù'ěr<形>lọt tai; xuôi tai; dễ nghe:
不堪~的话 lời nói chói tai

【入伏】 rùfú<动>vào những ngày tam phục;

R

vào mùa nóng

【入港】[1] rùgǎng〈动〉vào cảng: 船正~。Thuyền đang vào cảng.

【入港】[2] rùgǎng〈形〉ăn ý; tâm đầu ý hợp: 二人说得~。Hai người chuyện trò ăn ý nhau.

【入阁】rùgé〈动〉vào nội các

【入彀】rùgòu[书]❶〈动〉vào khuôn phép; vào tròng ❷〈动〉phù hợp với yêu cầu ❸〈形〉hợp ý; ăn ý; say sưa: 听得~ nghe say sưa

【入股】rùgǔ〈动〉mua cổ phần; trở thành cổ đông

【入骨】rùgǔ〈动〉tận xương: 恨之~ hết sức căm thù

【入关】rùguān〈动〉❶qua hải quan; qua cửa ải ❷gia nhập Hiệp nghị chung thuế quan và mậu dịch thế giới

【入国问禁】rùguó-wènjìn khi nhập cảnh phải hỏi điều cấm

【入海口】rùhǎikǒu〈名〉cửa sông vào biển

【入户】rùhù〈动〉❶ngụ lại; định cư: ~北京 định cư ở Bắc Kinh ❷đăng kí; nhập hộ khẩu

【入画】rùhuà〈动〉đẹp; đẹp như tranh; đáng vẽ nên tranh: 家乡的山山水水都可以~。Nước non non nước quê hương đẹp như tranh.

【入伙】rùhuǒ〈动〉❶nhập bọn; vào bè phái ❷gia nhập; vào nhà ăn tập thể

【入会】rùhuì〈动〉nhập hội

【入籍】rùjí〈动〉nhập tịch; nhập quốc tịch

【入境】rùjìng〈动〉nhập cảnh: ~签证 thị thực nhập cảnh

【入境问俗】rùjìng-wènsú vào nước nào phải hỏi tục lệ nước ấy; nhập gia tùy tục

【入口】rùkǒu❶〈动〉nhập khẩu; nhập cảng ❷〈动〉vào miệng: ~微辣 vào miệng hơi cay ❸〈名〉lối vào; cửa vào; cổng vào: 高速公路~ lối vào đường cao tốc

【入寇】rùkòu〈动〉[书]xâm lược; xâm lấn; xâm nhập: ~边关 xâm nhập cửa khẩu biên

giới

【入库】rùkù〈动〉cho vào kho; nhập kho

【入理】rùlǐ〈形〉hợp lí; vừa phải: 分析~ phân tích hợp lí

【入殓】rùliàn〈动〉nhập liệm; khâm liệm

【入列】rùliè〈动〉đứng vào hàng ngũ

【入流】rùliú〈动〉❶được gia nhập hàng ngũ của người có phẩm hàm ❷đủ tư cách; được xếp hạng

【入寐】rùmèi〈动〉ngủ yên

【入门】rùmén❶〈动〉nhập môn; mở đầu vào một môn học; mới vào nghề: ~仪式 lễ nhập môn; 出版这行我刚~。Với ngành xuất bản, tôi chỉ mới vào nghề. ❷〈名〉loại sách sơ đẳng; ABC: 摄影~ sách hướng dẫn nhiếp ảnh

【入梦】rùmèng〈动〉đi vào giấc mơ; ngủ say

【入迷】rùmí〈动〉mê mẩn; say mê: 我听音乐听得~。Mình nghe nhạc đến mê mẩn.

【入眠】rùmián〈动〉ngủ; yên giấc; vào giấc

【入魔】rùmó〈动〉mê muội; mê mẩn

【入木三分】rùmù-sānfēn❶bút lực mạnh mẽ ❷bàn luận sâu sắc; đánh giá sâu sắc

【入脑】rùnǎo〈动〉ghi vào đầu óc; ghi nhớ

【入侵】rùqīn〈动〉xâm nhập; xâm lược: ~邻国 xâm nhập vào nước láng giềng; 消灭~之敌 tiêu diệt quân xâm lược

【入情入理】rùqíng-rùlǐ hợp tình hợp lí

【入神】rùshén❶〈动〉thích; mê mẩn: ~地观赏 mê mẩn ngắm nhìn ❷〈形〉tinh vi; tinh xảo; tuyệt diệu

【入声】rùshēng〈名〉[语言]thanh nhập

【入时】rùshí〈形〉hợp mốt: 打扮~ ăn mặc hợp mốt

【入世】rùshì〈动〉❶bước vào xã hội; vào đời: ~不深 vào đời chưa lâu ❷gia nhập WTO

【入市】rùshì〈动〉đi vào thị trường; tung ra thị trường: 投资有风险，~需谨慎。Đầu tư có rủi ro, mua bán phải cẩn trọng.

【入室】rùshì〈动〉❶vào nhà: ~偷窃 lén vào nhà để ăn cắp ❷chính thức theo thầy học nghề: ~弟子 đệ tử chính thức theo thầy học nghề

【入手】rùshǒu〈动〉bắt tay; bắt đầu: 从制定公司章程~ bắt đầu từ việc ấn định điều lệ của công ti

【入睡】rùshuì〈动〉ngủ; đi vào giấc ngủ

【入土】rùtǔ〈动〉chết; mai táng: 快~的人 người sắp chết; ~为安 xuống đất là yên

【入团】rùtuán〈动〉vào đoàn

【入托】rùtuō〈动〉gửi vào nhà trẻ

【入网】rùwǎng〈动〉hòa mạng; truy cập mạng

【入微】rùwēi〈形〉chu đáo; tỉ mỉ: 体贴~ chăm sóc chu đáo

【入围】rùwéi〈动〉lọt vào vòng trong

【入味儿】rùwèir〈形〉❶nhập vị ❷hấp dẫn

【入伍】rùwǔ〈动〉nhập ngũ; đi bộ đội

【入席】rùxí〈动〉vào chỗ ngồi; vào tiệc

【入乡随俗】rùxiāng-suísú nhập gia tùy tục

【入选】rùxuǎn〈动〉trúng cử; đắc cử; được tuyển vào

【入学】rùxué〈动〉❶nhập học; vào học: 就近~ vào học nơi gần nhất ❷bắt đầu đi học: 他六岁~。Cậu ta nhập học từ năm lên 6.

【入眼】rùyǎn〈形〉vừa mắt: 这件衣服入不了我的眼。Chiếc áo này không vừa mắt tôi.

【入药】rùyào〈动〉dùng làm thuốc: 这种草可以~。Loại cỏ này có thể làm thuốc.

【入夜】rùyè〈动〉đến đêm; vào đêm

【入狱】rùyù〈动〉bắt vào tù; ngồi tù

【入院】rùyuàn〈动〉nhập viện

【入账】rùzhàng〈动〉vào sổ; nhập vào sổ

【入主】rùzhǔ〈动〉làm chủ: ~白宫 làm chủ Nhà Trắng

【入住】rùzhù〈动〉ở: ~新房 ở nhà mới

【入赘】rùzhuì〈动〉ở rể; gửi rể

【入座】rùzuò〈动〉vào chỗ ngồi; an tọa: 宾主~。Khách và chủ vào chỗ ngồi. 请各位~。Xin mời mọi người an tọa.

溽 rù〈形〉[书]ẩm ướt; ẩm

【溽暑】rùshǔ〈名〉mùa hè ẩm thấp nóng bức

褥 rù〈名〉cái đệm; cái nệm

【褥疮】rùchuāng〈名〉loét hoại tử; bệnh loét mông

【褥单】rùdān〈名〉khăn trải giường

【褥套】rùtào〈名〉❶bao đựng chăn đệm ❷lõi bông (làm đệm)

【褥子】rùzi〈名〉đệm: 虎皮~ đệm da hổ

ruǎn

软 ruǎn❶〈形〉mềm: 柔~ mềm dẻo; ~底鞋 giày đế mềm; 把粉丝泡~ ngâm nước cho sợi miến mềm ra ❷〈形〉nhẹ; dịu dàng; nhũn: ~语 lời nói dịu dàng ❸〈形〉mỏi nhừ; bủn rủn: 小姑娘害怕得手脚发~。Cô bé sợ đến nỗi tay chân bủn rủn. ❹〈形〉hèn yếu; mềm yếu; yếu đuối: 欺~怕硬 mềm nắn rắn buông ❺〈形〉kém; xấu; tồi: 本领~ bản lĩnh kém ❻〈形〉mủi lòng; nhẹ dạ; 心~ mủi lòng; 耳朵~ nhẹ dạ cả tin ❼〈动〉trở nên yếu đuối; mềm lòng; nhu nhược: 看到孩子的眼泪，他心就~了。Nhìn những giọt nước mắt của các cháu ông ấy đã mềm lòng. ❽〈形〉mềm; mềm dẻo; nắng nặc: ~政策 chính sách mềm dẻo ///(姓) Nhuyễn

【软包装】ruǎnbāozhuāng〈名〉bao bì mềm: ~烤鸭方便游客携带。Vịt quay đóng gói bao bì mềm tiện cho du khách đem về.

【软笔】ruǎnbǐ〈名〉bút có ngòi mềm

【软尺】ruǎnchǐ〈名〉thước dây; thước cuộn

【软刀子】ruǎndāozi〈名〉đòn ngầm: 电磁辐射是把杀人于无形的~。Bức xạ điện từ là

ngón đòn ngầm giết người.

【软垫】ruǎndiàn<名>đệm mềm

【软钉子】ruǎndīngzi<名>đinh mềm; ví sự từ chối khéo léo: 碰了个~ gặp phải sự từ chối khéo léo

【软毒品】ruǎndúpǐn<名>loại ma túy có thể không gây nghiện (thí dụ chất cần sa) và ít nguy hiểm hơn loại ma túy nặng như hê-rô-in

【软缎】ruǎnduàn<名>nhung mượt; xa tanh

【软腭】ruǎn'è<名>vòm mềm; ngạc mềm

【软耳朵】ruǎn'ěrduo<名>người nhẹ dạ; người cả tin

【软风】ruǎnfēng<名>❶gió nhẹ; làn gió nhẹ: 夏日的~ những ngọn gió hè hiu hiu ❷gió cấp 1

【软膏】ruǎngāo<名>thuốc cao; kem bôi; thuốc mỡ

【软骨】ruǎngǔ<名>xương sụn; xương mềm: ~病 bệnh xương sụn

【软骨头】ruǎngǔtou đồ hèn; đồ hèn nhát; kẻ không có khí tiết

【软管】ruǎnguǎn<名>ống mềm; ống cao su

【软广告】ruǎnguǎnggào<名>quảng cáo gián tiếp

【软乎乎】ruǎnhūhū mềm nhũn

【软化】ruǎnhuà<动>❶mềm hóa: 在酸的作用下，蛋壳逐渐~。Dưới tác dụng của a-xít vỏ trứng bắt đầu mềm ra. ❷nhũn dần; dịu dần; làm cho nguôi đi: 对方的态度逐渐~。Thái độ của phía bên kia dịu dần đi. ❸làm mềm: ~血管 làm mềm huyết quản ❹tạo nhuyễn (dùng phương pháp hóa học giảm bớt hoặc loại trừ i-on can-xi và magiê trong nước)

【软化剂】ruǎnhuàjì<名>thuốc làm mềm; chất làm mềm

【软话】ruǎnhuà<名>lời nói dịu dàng; lời nói mềm mỏng: 我们做得不对，就得向顾客多说~。Chúng ta đã không đúng thì nên

có lời mềm mỏng với khách.

【软环境】ruǎnhuánjìng<名>môi trường nhân văn

【软和】ruǎnhuo<形>mềm mại; mềm mỏng

【软件】ruǎnjiàn<名>❶[计算机]phần mềm; thiết bị mềm ❷những yêu cầu và điều kiện tương ứng với phần cứng: 政府大力加强工业园区的~建设。Chính phủ ra sức tăng cường xây dựng phần mềm cho khu công nghiệp.

【软脚蟹】ruǎnjiǎoxiè<名>[方]cua lột; cua bấy; cua dẻ; ví kẻ nhút nhát, đồ hèn yếu

【软禁】ruǎnjìn<动>giam lỏng

【软科学】ruǎnkēxué<名>ngành tổng hợp giữa khoa học tự nhiên và khoa học xã hội chuyên nghiên cứu về giải pháp, quyết sách và quản lí

【软壳】ruǎnké<名>vỏ mềm: ~蛋 trứng vỏ mềm

【软肋】ruǎnlèi<名>ví nhược điểm hoặc chỗ yếu: 攻人~ đánh vào chỗ yếu

【软绵绵】ruǎnmiánmián❶mềm; mềm mại: ~的枕头 chiếc gối mềm mại ❷mệt rũ; mềm nhũn; yếu đuối: 饿久了，我浑身~的。Đói lâu quá, cả người tôi mềm nhũn.

【软磨】ruǎnmó<动>nhũng nhẽo quấy rầy: ~硬抗 chống lại bằng cả những thủ đoạn mềm dẻo và cứng rắn

【软磨硬泡】ruǎnmó-yìngpào nhũng nhẽo quấy rầy để được sự đồng ý và chấp nhận

【软木】ruǎnmù<名>bần

【软木塞】ruǎnmùsāi<名>cái nút bần

【软盘】ruǎnpán<名>đĩa mềm

【软片】ruǎnpiàn<名>phim nhựa

【软屏】ruǎnpíng<名>màn hình mềm

【软驱】ruǎnqū<名>ổ đĩa mềm

【软任务】ruǎnrènwù<名>nhiệm vụ không xác định: 硬指标比~更利于管理。Chỉ tiêu cứng dễ quản lí hơn so với nhiệm vụ mềm không xác định.

软弱】ruǎnruò<形>❶mềm yếu; yếu đuối: 他性格~，常常被同学欺负。Cậu ta tính nhút nhát mềm yếu thường bị bạn học bắt nạt. ❷sức yếu: 老人身体~，无法下地干活。Cụ ấy sức yếu không thể làm việc đồng áng được nữa.

软弱无能】ruǎnruò-wúnéng yếu đuối bất lực

软食】ruǎnshí<名>thức ăn nhẹ; thức ăn mềm dễ tiêu

软水】ruǎnshuǐ<名>nước mềm

软糖】ruǎntáng<名>kẹo mềm

软梯】ruǎntī<名>thang dây

软体】ruǎntǐ❶<形>nhuyễn thể; thân mềm ❷<名>phần mềm (từ dùng trong vùng Đài Loan)

软体动物】ruǎntǐ dòngwù loài nhuyễn thể; động vật thân mềm

软通货】ruǎntōnghuò<名>tiền tệ yếu

软卧】ruǎnwò<名>giường mềm (trên xe lửa)

软武器】ruǎnwǔqì<名>vũ khí làm nhiễu; vũ khí phá sóng

软席】ruǎnxí<名>ghế mềm (trên xe lửa)

软心肠】ruǎnxīncháng<名>lòng đôn hậu

软饮料】ruǎnyǐnliào<名>đồ uống không có cồn

软硬不吃】ruǎnyìng-bùchī mềm rắn đều không ăn thua

软硬兼施】ruǎnyìng-jiānshī vừa đấm vừa xoa; mềm rắn đủ cả

软玉】ruǎnyù<名>[矿物]nê-phrít

软玉温香】ruǎnyù-wēnxiāng ngọc ngà đáng yêu

软枣】ruǎnzǎo<名>táo đen

软炸】ruǎnzhá<动>tẩm bột rán

软着陆】ruǎnzhuólù❶đổ bộ nhẹ nhàng ❷kinh tế hạ cánh mềm

软资源】ruǎnzīyuán<名>tài nguyên mềm; tài nguyên khoa học kĩ thuật và thông tin

软组织】ruǎnzǔzhī<名>[生理]mô mềm

软座】ruǎnzuò<名>ghế mềm

ruǐ

蕊ruǐ<名>nhị; nhụy hoa: 雌~ nhị cái; 雄~ nhị đực; 花~ nhụy hoa

ruì

锐ruì❶<形>sắc bén; nhọn: 受到了尖~的批评 bị phê bình gay gắt ❷<名>nhuệ khí ❸<形>nhanh; gấp; mạnh: ~减 giảm mạnh

锐不可当】ruìbùkědāng mạnh mẽ; sức mạnh không gì cản nổi: ~的气势 khí thế mạnh mẽ không gì cản nổi

锐角】ruìjiǎo<名>[数学]góc nhọn

锐利】ruìlì<形>❶sắc nhọn; sắc bén: 剑锋很~。Lưỡi kiếm rất sắc. ❷sắc sảo; sắc bén: ~的笔锋 ngòi bút sắc sảo; ~的目光 cái nhìn sắc sảo

锐气】ruìqì<名>nhuệ khí; lòng hăng hái: 保持青年人的~ giữ gìn nhuệ khí của thanh niên

锐眼】ruìyǎn<名>sự tinh mắt; sự tinh nhanh: 经理有一双~。Cặp mắt của giám đốc tinh nhanh lắm.

锐意】ruìyì<副>mãnh liệt; hăng hái; kiên quyết tiến lên: ~改革 kiên quyết cải cách

锐增】ruìzēng<动>tăng mạnh

瑞ruì<形>may mắn; thuận lợi; tốt lành // (姓) Thụy

瑞鸟】ruìniǎo<名>chim lành; chim phượng hoàng

瑞签】ruìqiān<名>thiếp cầu may; xăm cầu may; quẻ bói lành

瑞雪】ruìxuě<名>tuyết xuống hợp thời;

tuyết lành: ~兆丰年。Tuyết lành báo hiệu năm được mùa.

睿 ruì<形>[书]nhìn sâu xa; nhìn xa trông rộng: ~哲 trí tuệ sâu xa

【睿智】ruìzhì<形>[书]trí tuệ sâu xa; nhìn xa trông rộng: ~过人 trí tuệ sâu xa hơn người

rùn

闰 rùn<名>[天文]nhuận //(姓) Nhuận

【闰年】rùnnián<名>năm nhuận

【闰日】rùnrì<名>ngày nhuận

【闰月】rùnyuè<名>tháng nhuận

润 rùn❶<动>thấm; xấp; nhấp: ~嗓子 thấm giọng ❷<形>ẩm ướt: 湿~ ẩm ướt; 土~苔青 đất ẩm rêu xanh ❸<形>trơn; mịn; bóng mượt: 皮肤光~ nước da mịn ❹<动>chải chuốt; gọt giũa; sửa văn ❺<名>lợi ích; lợi nhuận; lãi: 利~ lợi nhuận

【润笔】rùnbǐ<名>nhuận bút

【润肠】rùncháng<动>[中医]nhuận tràng

【润唇膏】rùnchúngāo<名>son dưỡng môi giữ ẩm

【润肺】rùnfèi<动>[中医]nhuận phổi

【润肤露】rùnfūlù<名>kem dưỡng da

【润格】rùngé<名>tiêu chuẩn nhuận bút

【润喉片】rùnhóupiàn<名>viên nhuận họng

【润滑】rùnhuá❶<动>bôi trơn ❷<形>mịn và nhẵn bóng

【润滑油】rùnhuáyóu<名>dầu bôi trơn

【润色】rùnsè<动>nhuận sắc; sửa chữa: 你的文章需要~一下。Bài văn của anh cần gọt giũa lại.

【润湿】rùnshī<动>ẩm ướt

【润饰】rùnshì =【润色】

【润泽】rùnzé❶<形>trơn tru; mượt mà; óng mượt: 长发~ mái tóc dài óng mượt ❷<动>bôi trơn; làm ướt

【润资】rùnzī<名>nhuận bút

ruò

若[1] ruò❶<副>như; dường như: ~有~无 nhì có như không ❷<连>nếu; giá như; giá mà 我们~不及时赶到，后果将很严重。Nế chúng ta không đến kịp được thì hậu quả s rất nghiêm trọng. //(姓) Nhược

若[2] ruò<代>[书]đại từ nhân xưng ngôi thứ hai: ~等 bọn mày

【若非】ruòfēi<连>nếu không phải: ~我亲眼所见，真不敢相信sự情会是这样。Nế không phải trông tận mắt thì mình khôn dám tin có thể như thế được.

【若干】ruògān<代>một số; bao nhiêu: ~问题 một số vấn đề

【若即若离】ruòjí-ruòlí lúc gần lúc xa; nh gần mà lại như xa

【若明若暗】ruòmíng-ruò'àn khi tỏ kh mờ; mập mờ: 光线~ ánh sáng mập mờ

【若是】ruòshì<连>nếu như

【若无其事】ruòwúqíshì coi như không thản nhiên như không có việc gì xảy ra

【若要人不知，除非己莫为】ruò yào rén b zhī, chúfēi jǐ mò wéi giá mà muốn thiê hạ không biết, trừ phi mình không làm

【若隐若现】ruòyǐn-ruòxiàn lúc ẩn lúc hiện

【若有所失】ruòyǒusuǒshī thẫn thờ như b mất của

【若有所思】ruòyǒusuǒsī trầm ngâm suy nghĩ

偌 ruò<代>như vậy; như thế

【偌大】ruòdà<形>to như vậy; lớn như thế ~年纪 tuổi lớn như vậy; ~的宫殿 cung điệ to như thế

弱 ruò❶<形>yếu; yếu sức: 年老体~ tuổi gi sức yếu; ~势 yếu thế ❷<形>trẻ; tuổi nhỏ: 老~ già trẻ ❸<形>kém; không bằng; thua: 不

~ tỏ ra không bằng ❹<形>yếu; yếu ớt; nhu nhược: 懦~ yếu hèn ❺<形>non; ngót: 二十公斤~ non 20 cân ❻<动>[书]mất; chết: 画坛大家又~一位。Trong giới hội họa lại mất đi một họa sĩ nổi tiếng.

【弱不禁风】ruòbùjīnfēng liễu yếu đào tơ; yếu đến mức gió thổi cũng ngã

【弱不胜衣】ruòbùshèngyī yếu đến nỗi không mặc nổi được chiếc áo

【弱点】ruòdiǎn<名>điểm yếu; nhược điểm

【弱冠】ruòguàn<名>[书]nhược quán (chàng trai độ 20 tuổi thời xưa)

【弱化】ruòhuà<动>giảm; thoái hóa

【弱碱】ruòjiǎn<名>tính kiềm yếu

【弱柳扶风】ruòliǔfúfēng cây liễu trước gió; ví nét đẹp yếu điệu của cô gái thon thả mảnh mai

【弱旅】ruòlǚ<名>đội quân yếu

【弱能】ruònéng<形>khuyết tật: ~儿童应该得到社会的关注。Trẻ em khuyết tật cần được sự quan tâm của xã hội.

【弱肉强食】ruòròu-qiángshí kẻ mạnh nuốt kẻ yếu; cá lớn nuốt cá bé

【弱势】ruòshì<名>thế yếu (gồm xu thế yếu và thế lực yếu)

【弱势群体】ruòshì qúntǐ nhóm yếu thế; đoàn người kém sức mạnh

【弱视】ruòshì<形>thị giác kém; khiếm thị

【弱酸】ruòsuān<名>[化学]a-xít yếu

【弱听】ruòtīng<形>thính giác kém; khiếm thính: 老人家~ tai cụ già không được thính lắm

【弱项】ruòxiàng<名>môn yếu; chỗ yếu

【弱小】ruòxiǎo<形>nhược tiểu; nhỏ yếu

【弱者】ruòzhě<名>kẻ yếu; người yếu

【弱智】ruòzhì<形>trí lực kém: ~儿童可以到特殊学校接受教育。Trẻ khiếm trí có thể đến trường giáo dục đặc thù để học.

箬ruò<名>❶cây trúc ❷lá trúc
【箬帽】ruòmào<名>nón lá tre
【箬竹】ruòzhú<名>cây trúc

S s

sā

仨 sā〈数量〉[口]ba: 我们哥儿~ ba anh em ta

【仨瓜俩枣】sāguā-liǎzǎo chuyện nhỏ; chuyện lặt vặt: 你无须为~的事烦心。Anh không cần bận tâm về những chuyện lặt vặt như vậy.

撒 sā〈动〉❶buông; tung; bỏ: ~网 tung lưới; ~手 buông tay ❷rỉ ra; rò rỉ: ~气孔 lỗ rò; 自行车轮胎~气。Lốp xe đạp xì hơi. ❸vung vãi bừa bãi: ~泼打滚 lăn đất ăn vạ
另见sǎ

【撒旦】sādàn〈名〉[宗教]con quỷ Sa-tăng; ma vương; kẻ ác vô cùng: ~诱惑亚当和夏娃。Quỷ Sa-tăng cám dỗ Adam và Eve.

【撒刁】sādiāo〈动〉ranh ma quỷ quyệt: 不许~。Đừng có giở trò ranh ma quỷ quyệt.

【撒欢儿】sāhuānr〈动〉[方]nhảy nhót; nô giỡn; nô đùa: 两个孩子正在草地上~。Hai đứa bé đang nhảy nhót trên bãi cỏ.

【撒谎】sāhuǎng〈动〉[口]nói dối; bịa đặt; bịa

【撒娇】sājiāo〈动〉làm nũng; nũng nịu: 孩子喜欢向父母~。Con bé hay làm nũng bố mẹ.

【撒娇卖俏】sājiāo-màiqiào nũng nịu làm dáng

【撒酒疯】sā jiǔfēng mượn say làm càn: 那家伙正~。Thằng kia đang mượn say thả cửa làm càn.

【撒赖】sālài〈动〉ăn vạ; càn quấy; ngang ngược: 滚在地上~。Lăn ra đất nằm ăn vạ.

【撒尿】sāniào〈动〉[口]đái; đi giải; đi tiểu; đái

【撒泼】sāpō〈动〉kêu khóc ầm ĩ; ngang bướng

【撒气】sāqì〈动〉❶(lốp xe) xì hơi ❷giận cá chém thớt; trút giận

【撒手】sāshǒu〈动〉buông tay; thả ra; buông trôi: ~不管 buông trôi bỏ mặc

【撒手归西】sāshǒu-guīxī hai tay buông xuôi; nhắm mắt xuôi tay

【撒手锏】sāshǒujiǎn〈名〉bài tủ; ngón đòn sở trường: 到关键时候才使出~。Đến phút chót mới tung bài tủ.

【撒腿】sātuǐ〈动〉chạy ù; ù té chạy: ~就跑 ù té chạy

【撒网】sāwǎng〈动〉thả lưới

【撒野】sāyě〈动〉ngang ngược; thô bỉ làm liều: 不许在这里~。Không được giở trò ngang ngược tại đây.

sǎ

洒 sǎ〈动〉❶rắc; vảy; rơi vãi tỏa: ~水 vảy nước ❷vãi: ~了一地粮食 thóc gạo rơi vãi cả ra //(姓)Sái

【洒泪】sǎlèi〈动〉rơi nước mắt; tuôn lệ

【洒落】[1] sǎluò〈动〉rơi; phun tưới; rắc; tỏa: 汗水~在地上。Mồ hôi rơi lã chã xuống đất。月光~在湖面上。Ánh trăng rắc bạc trên mặt hồ.

【洒落】[2] sǎluò〈形〉[书]đàng hoàng; chững

chạc: 举止~。Ăn nói chừng chạc.

【洒扫】sǎsǎo<动>[书]vẩy nước mà quét: ~庭院 vẩy nước quét sân đình

【洒水】sǎshuǐ<动>vẩy nước: 扫地前先洒些水。Trước khi quét nhà cần vẩy ít nước.

【洒水车】sǎshuǐchē<名>xe tưới nước; xe phun nước

【洒脱】sǎtuō<形>cởi mở; tự nhiên; chừng chạc: 他性情~。Anh ấy tính cởi mở.

撒sǎ<动>❶vãi; rắc; tung; vẩy; gieo: ~肥料 tung phân bón; ~传单 rải truyền đơn ❷vãi; đổ; sánh: 汤~了。Nước canh sánh ra ngoài.
//(姓)Tán, Táp
另见sā

【撒播】sǎbō<动>gieo hạt

【撒种】sǎzhǒng<动>gieo giống

sà

卅sà<数>ba mươi: 五~运动 Phong trào ngày 30 tháng 5 (năm 1925)

飒sà

【飒然】sàrán<形>[书](tiếng gió) rì rào; xào xạc; vi vu: 有风~而至。Gió xào xạc tràn về.

【飒飒】sàsà<拟>ào ào; rào rào; rì rào; phần phật: 红旗迎风~作响。Lá cờ đỏ phần phật theo làn gió.

【飒爽】sàshuǎng<形>[书]hiên ngang mạnh mẽ: 英姿~ dáng vẻ hiên ngang

萨Sà //(姓)Tát

【萨克斯管】sàkèsīguǎn kèn xắc-xô

【萨其马】sàqímǎ<名>sacima (một loại bánh ngọt của dân tộc Mãn Trung Quốc)

sāi

腮sāi<名>má; mặt; mang tai: 双手托~ hai tay chống cằm; 两~泛起红晕。Hai má đỏ

ửng.

【腮帮子】sāibāngzi<名>[口]má; mặt; mang tai

【腮红】sāihóng<名>❶má hồng ❷đỏ phơn phớt; đỏ hây

【腮颊】sāijiá<名>má; mặt; mang tai

【腮腺】sāixiàn<名>[生理]tuyến nước bọt ở má; tuyến mang tai

【腮腺炎】sāixiànyán<名>sưng quai bị

塞sāi❶<动>nhét; đút; bịt; nút; cho vào: 用棉花~住耳朵 dùng bông bịt tai; 把鸡~进笼子 Bỏ con gà vào lồng. ❷<名>cái nút: 软木~ nút bần
另见sài, sè

【塞车】sāichē<动>[方]tắc xe; kẹt xe

【塞牙缝】sāi yáfèng bịt kẽ răng: 这么少东西，还不够~呢。Ít ỏi thế này không đủ để bịt kẽ răng.

【塞子】sāizi<名>cái nút (chai, lọ)

鳃sāi<名>mang: 鱼~ mang cá

sài

塞sài<名>cửa ải: 要~ cửa ải quan trọng
另见sāi, sè

【塞北】Sàiběi<名>ngoài cửa ải; biên cương (xưa chỉ vùng ngoài phía bắc Trường thành Trung Quốc)

【塞外】Sàiwài<名>ngoài cửa ải; biên cương

【塞翁失马，焉知非福】sàiwēng-shīmǎ, yānzhīfēifú Tái ông mất ngựa, phúc đấy, họa đấy?

赛[1]sài<动>❶thi; thi đua; thi đấu: ~跑 thi chạy; 如果你愿意，我们两个一—~。Nếu anh đồng ý thì hai chúng mình thi đua với nhau. 我们要~出水平，~出风格。Ta phải đua tài năng, đua phong cách. ❷thắng; hơn: 一个~一个。Người nào cũng tài giỏi trội nổi. //(姓)Trại

S

赛² sài<动>[旧]cúng tế: 祭~ tế lễ; ~神 cúng thần

【赛场】sàichǎng<名>trường đua; sân thi đấu

【赛车】sàichē❶<动>đua xe ❷<名>xe đua

【赛程】sàichéng<名>❶lộ trình cuộc đua ❷lịch trình cuộc đua: 受天气影响，~将做调整。Bởi ảnh hưởng của thời tiết, lịch thi đấu sẽ điều chỉnh lại.

【赛船】sàichuán[体育]❶<动>đua thuyền ❷<名>thuyền đua: 把~交还给组委会。Trả thuyền đua cho ban tổ chức.

【赛点】sàidiǎn<名>[体育]điểm cuối trận đấu

【赛过】sàiguò<动>thắng; vượt; hơn: 此地风光~江南。Phong cảnh ở đây hơn cả vùng Giang Nam.

【赛季】sàijì<名>mùa thi

【赛绩】sàijì<名>thành tích thi đua

【赛况】sàikuàng<名>tình hình thi đua; tình hình thi đấu

【赛龙舟】sài lóngzhōu đua thuyền rồng

【赛马】sàimǎ❶<动>đua ngựa: ~场 bãi đua ngựa/trường đua ngựa ❷<名>ngựa đua

【赛跑】sàipǎo<动>thi chạy; chạy thi; chạy đua

【赛区】sàiqū<名>khu vực thi đấu; cụm thi đấu

【赛事】sàishì<名>hoạt động thi đấu: 体育~ hoạt động thi đấu thể dục thể thao

【赛艇】sàitǐng❶<动>đua thuyền ❷<名>thuyền đua

【赛项】sàixiàng<名>các môn thi đua

【赛制】sàizhì<名>chế độ thi đua

sān

三 sān<数>❶ba; tam ❷(biểu thị số nhiều hay nhiều lần): ~番五次 năm lần bảy lượt //

(姓)Tam

【三八国际妇女节】Sān-Bā Guójì Fùnǚ Jié Ngày Quốc tế Phụ nữ (mồng 8 tháng 3)

【三八线】sānbāxiàn<名>vĩ tuyến 38 (tuyến phân giới giữa Triều Tiên và Hàn Quốc)

【三百六十行】sānbǎi liùshí háng ba trăm sáu mươi nghề; trăm nghề: ~, 行行出状元。Ba trăm sáu mươi nghề, nghề nào cũng có người tài giỏi xuất chúng.

【三班倒】sānbāndǎo<动>làm luân phiên ba ca (ca sáng, ca chiều và ca tối)

【三包】sānbāo<名>❶chế độ ba đảm bảo (đảm bảo sửa chữa, đảm bảo đổi lại, đảm bảo trả lại là ba nội dung mà nhà sản xuất và nhà buôn cam kết với khách hàng về dịch vụ hậu mãi): 质量~ chế độ ba đảm bảo về chất lượng ❷chế độ khoán trách nhiệm:门前~ thực hiện xanh hóa, đảm bảo sạch, đảm bảo nền nếp trật tự trước cổng đơn vị

【三不管】sānbùguǎn công việc không ai quản lí: ~地区 vùng vô chính phủ

【三不知】sānbùzhī (mở đầu, đoạn giữa, kết thúc của sự việc đều không biết) cái gì cũng không hay biết; mù tịt: 一问~。Hỏi đến là mù tịt.

【三步并作两步】sānbù bìngzuò liǎngbù ba chân bốn cẳng

【三步一岗，五步一哨】sānbù-yīgǎng wǔbù-yīshào canh giữ nghiêm mật

【三部曲】sānbùqǔ<名>tác phẩm bộ ba

【三叉神经】sānchā shénjīng[解剖]thần kinh ba chạc; thần kinh tam thoa

【三岔路口】sān chà lùkǒu ngã ba đường

【三长两短】sāncháng-liǎngduǎn tối lửa tắt đèn; việc bất trắc; việc không may

【三朝元老】sāncháo-yuánlǎo nguyên lão tam triều

【三春】sānchūn<名>[书]ba xuân; ba tháng của mùa xuân

【三从四德】sāncóng-sìdé tam tòng tứ đức

【三寸不烂之舌】sān cùn bù làn zhī shé uốn ba tấc lưỡi

【三大战役】sān dà zhànyì ba chiến dịch lớn (trong thời kì chiến tranh giải phóng Trung Quốc, gồm chiến dịch Liêu Thẩm, chiến dịch Bình Tân, chiến dịch Hoài Hải)

【三代】sāndài<名>tam đại; ba đời: ~同堂 tam đại đồng đường

【三点式】sāndiǎnshì<名>đồ tắm nữ; bikini

【三冬】sāndōng<名>[书]ba đông; ba năm

【三段论】sānduànlùn<名>[逻辑]tam đoạn luận

【三番两次】sānfān-liǎngcì ba lần bảy lượt; năm lần bảy lượt

【三方】sānfāng<名>ba bên; ba phía: ~会谈 hội đàm ba bên

【三废】sānfèi<名>ba loại phế thải (khí thải, nước thải và chất thải rắn): 处理~ xử lí ba loại phế thải

【三分】sānfēn<动>chia làm ba: ~天下 chia thiên hạ thành ba phần

【三分球】sānfēnqiú<名>cú sút bóng được ba điểm (bóng rổ)

【三伏】sānfú<名>❶tam phục (tiết nóng nhất trong một năm) ❷mùa nóng

【三纲五常】sāngāng-wǔcháng tam cương ngũ thường

【三个臭皮匠，赛过诸葛亮】sān gè chòu píjiàng, sàiguò Zhūgě Liàng ba người thợ da vượt xa Gia Cát Lượng; ba cây chụm lại nên hòn núi cao

【三更半夜】sāngēng-bànyè đêm hôm khuya khoắt

【三姑六婆】sāngū-liùpó cô nọ bà kia; những người đàn bà làm những nghề bị coi là không chính đáng

【三顾茅庐】sāngù-máolú tam cố thảo lư; nhiều lần đến chào mời

【三国】Sān Guó<名>Tam Quốc (ba chính quyền cắt cứ ở Trung Quốc thời Tam Quốc: Ngụy, Thục, Ngô)

【三好学生】sānhǎo xuéshēng học sinh ba tốt (tư tưởng tốt, học hành tốt, sức khỏe tốt)

【三合板】sānhébǎn gỗ dán; ván ép; ghép ba lớp

【三合一】sānhéyī bộ ba

【三皇五帝】Sān Huáng Wǔ Dì Tam Hoàng Ngũ Đế (chỉ các bậc đế vương trong truyền thuyết cổ của Trung Quốc, có những khảo dị khác nhau, thông thường Phục Nghi, Toại Nhân và Thần Nông được gọi chung là Tam Hoàng, cũng có khảo dị cho rằng Tam Hoàng là Thiên Hoàng, Địa Hoàng và Nhân Hoàng; Ngũ Đế thường chỉ Hoàng Đế, Chuyên Húc, Đế Cốc, Đường Nghiêu và Ngu Thuấn)

【三级跳远】sān jí tiàoyuǎn nhảy xa ba bước

【三缄其口】sānjiān-qíkǒu đảo lưỡi ba vòng; giữ mồm giữ miệng; rất cẩn thận khi phát biểu ý kiến

【三件套】sānjiàntào<名>bộ ba: ~衣服 quần áo bộ ba; ~沙发 bộ ba sa-lông

【三角】sānjiǎo❶<名>tam giác; ba góc ❷<名>[数学]hình tam giác: 等边~形 tam giác cân ❸<形>liên quan đến ba bên: ~恋爱 yêu đương tay ba

【三角板】sānjiǎobǎn<名>ê-ke

【三角尺】sānjiǎochǐ<名>thước dẹp ba cạnh

【三角函数】sānjiǎo hánshù hàm số lượng giác

【三角恋爱】sānjiǎo liàn'ài yêu đương tay ba

【三角形】sānjiǎoxíng<名>hình tam giác

【三角债】sānjiǎozhài<名>nợ tay ba

【三角洲】sānjiǎozhōu<名>vùng châu thổ: 珠江~ vùng châu thổ Châu Giang

S

【三脚架】sānjiǎojià〈名〉giá ba chân; kiềng ba chân

【三脚猫】sānjiǎomāo〈名〉[方]khả năng kém: 这种~的功夫成不了气候的。Với khả năng kém như vậy, không được việc đâu.

【三教九流】sānjiào-jiǔliú❶người ba đẳng, của ba loài; ba đẳng ba loài, đủ các hạng người ❷các trường phái ngành nghề

【三节棍】sānjiégùn〈名〉[体育]gậy ba đoạn

【三九天】sānjiǔtiān〈名〉những ngày giá rét sau tiết đông chí

【三局两胜】sānjú-liǎngshèng ba ván được hai thì thắng (một quy tắc thi đấu)

【三句话不离本行】sān jù huà bù lí běn-háng chuyện gần chuyện xa không qua chuyện nhà

【三军】sānjūn〈名〉❶ba quân (lục quân, hải quân, không quân) ❷quân đội nói chung

【三棱镜】sānléngjìng〈名〉lăng kính

【三联单】sānliándān〈名〉hóa đơn ba liên

【三令五申】sānlìng-wǔshēn rǎn đe nhiều lần; ra lệnh, rǎn bảo nhiều lần

【三流】sānliú〈形〉hạng bét

【三六九等】sānliùjiǔděng rất nhiều cấp bậc; đủ hạng khác nhau

【三轮车】sānlúnchē〈名〉xe ba bánh; xích lô

【三昧】sānmèi〈名〉❶[宗教]samadhi ❷huyền bí; bí ẩn: 了解个中~ hiểu rõ bí ẩn của sự việc

【三民主义】sānmín zhǔyì chủ nghĩa tam dân (dân chủ, dân quyền, dân sinh)

【三明治】sānmíngzhì〈名〉bánh xăng-uých, bánh mì kẹp: 鸡肉~ bánh mì kẹp thịt gà

【三年五载】sānnián-wǔzǎi vài ba năm

【三农】sānnóng〈名〉tam nông (nông dân, nông thôn, nông nghiệp): 政府下决心解决好~问题。Chính phủ quyết tâm giải quyết

ổn thỏa vấn đề tam nông.

【三陪】sānpéi〈动〉ba hầu (hầu rượu, hầu múa, hầu hát) trong các quán, bar v.v.: ~女 gái ba hầu/gái quán ba

【三七】sānqī〈名〉[中药]tam thất

【三亲六故】sānqīn-liùgù họ hàng bè bạn

【三秋】sānqiū〈名〉❶[农业]công việc của vụ mùa (cày bừa, gieo hạt và thu hoạch) ❷[书]ba thu; ba tháng của mùa thu ❸[书]ba năm: 一日不见，如隔~。Một ngày không gặp, dài bằng ba thu./Ba thu dồn lại một ngày dài ghê.

【三拳两脚】sānquán-liǎngjiǎo mấy cú: 他只要~就打倒了对手。Ông ấy chỉ cần mấy cú đã quật ngã đối thủ.

【三人成虎】sānrén-chénghǔ ba người đồn thành hổ; chuyện vẩn vơ qua nhiều người đồn cũng thành sự thật

【三人行，必有我师】sān rén xíng, bì yǒu wǒ shī tam nhân đồng hành tất hữu ngã sư (trong số ba người cùng đi nhất định có người đáng là bậc thầy)

【三三两两】sānsān-liǎngliǎng tốp năm tốp ba

【三色菫】sānsèjǐn〈名〉[植物]cây hoa bướm; cây băng-xê

【三生有幸】sānshēng-yǒuxìng ba đời may mắn; vô cùng may mắn; duyên nợ ba kiếp

【三牲】sānshēng〈名〉tam sinh (ba con vật giết thịt để tế thần linh, gồm trâu, dê, lợn)

【三十而立】sānshí-érlì tam thập nhi lập (ở tuổi ba mươi là đã trưởng thành, đã lập thân rồi, theo quan niệm xưa)

【三十六计，走为上计】sānshíliùjì, zǒu-wéishàngjì tam thập lục kế, tẩu vi thượng kế; ba mươi sáu chước, chuồn là thượng sách

【三十年河东，三十年河西】sānshí nián hé dōng, sānshí nián hé xī ba mươi năm Hà Đông, ba mươi năm Hà Tây (nói vận số đổi thay từng thời); sông có khúc, người có lúc

三世】sānshì<名>[宗教]tam thế (đạo Phật chỉ kiếp trước, kiếp này và kiếp sau)

三思】sānsī<动>nghĩ kĩ; nghĩ cho chín: 行动前要~。Trước khi hành động nên suy nghĩ kĩ.

三天打鱼, 两天晒网】sāntiān-dǎyú, liǎngtiān-shàiwǎng ba ngày đánh cá, hai ngày phơi lưới; buổi đực buổi cái: 他~的, 怎么能把学习搞好? Nó học buổi đực buổi cái làm sao có thể học giỏi được?

三天两头儿】sāntiān-liǎngtóur luôn luôn; thường xuyên: 他~来找她。Nó thường xuyên đến tìm cô ta.

三通】sāntōng<动>ba thông (thông suốt buôn bán, thông suốt bưu chính, thông suốt giao thông qua lại giữa Đại Lục và vùng Đài Loan Trung Quốc)

三通管】sāntōngguǎn<名>ống ba đầu nối; ống tam thông; ống ba nắc

三头六臂】sāntóu-liùbì ba đầu sáu tay; tam đầu lục chi

三围】sānwéi<名>số đo ba vòng của người (vòng ngực, vòng bụng, vòng mông)

三维动画】sānwéi dònghuà hoạt hình ba chiều (3D)

三维空间】sānwéi kōngjiān không gian ba chiều

三位一体】sānwèi-yītǐ ❶nhóm ba đồ vật hay ba người; bộ ba ❷ba ngôi một thể; chúa ba ngôi (đạo Cơ đốc)

三文鱼】sānwényú<名>cá hồi: 熏~片 thịt cá hồi hun khói

三无产品】sānwú chǎnpǐn sản phẩm ba không (không có nhãn hiệu, không có ngày sản xuất, không có nhà sản xuất in trên bao bì)

三五成群】sānwǔ-chéngqún cụm ba

cụm bảy; túm năm tụm ba: 人们~地拍照留念。Mọi người đang túm năm tụm ba chụp ảnh lưu niệm.

【三下五除二】sān xià wǔ chú èr❶"3 bằng 5-2", một trong những câu vè (khẩu quyết) tính cộng gảy bàn tính ❷khéo và nhanh: 警察~就制服了歹徒。Viên cảnh sát hạ được kẻ xấu đó một cách khéo léo và nhanh gọn.

【三夏】sānxià<名>❶công việc của vụ chiêm (ba việc chính là cày bừa, gieo hạt và thu hái) ❷[书]ba tháng mùa hè

【三鲜】sānxiān<名>ba mĩ vị (những thực phẩm ngon dùng để nấu hoặc làm nhân, như hải sâm, cá mực, tôm, thịt gà chẳng hạn): ~水饺 sủi cảo ba mĩ vị

【三弦】sānxián<名>đàn ba dây; đàn tam huyền

【三险】sānxiǎn<名>ba loại bảo hiểm (bảo hiểm dưỡng lão, bảo hiểm y tế cơ bản, bảo hiểm thất nghiệp)

【三线】sānxiàn<名>tuyến ba: ~城市 thành phố tuyến ba

【三相电流】sānxiàng diànliú dòng điện ba pha

【三心二意】sānxīn-èryì chần chừ; không toàn tâm toàn ý

【三言两语】sānyán-liǎngyǔ những lời vắn tắt; vài ba câu: 他~就把大家给说服了。Ông ấy nói vài ba câu là đã thuyết phục được mọi người.

【三阳开泰】sānyáng-kāitài đông qua xuân lại; âm dương trao đổi; tốt lành hanh thông

【三元】sānyuán<名>tam nguyên (người đỗ đầu cả ba kì thi là thi hương, thi hội, thi đình vào thời phong kiến)

【三月】sānyuè<名>tháng ba

【三藏】Sān Zàng<名>[宗教]tam tạng (ba pho sách lớn của nhà Phật là kinh tạng, luật

S

tạng và luận tạng)

【三只手】sānzhīshǒu<名>kẻ móc túi; kẻ cắp

【三资企业】sān zī qǐyè ba loại doanh nghiệp nguồn vốn khác nhau (doanh nghiệp chung vốn liên doanh trong và ngoài nước, doanh nghiệp hợp tác kinh doanh trong và ngoài nước, doanh nghiệp có vốn đầu tư nước ngoài trăm phần trăm)

【三足鼎立】sānzú-dǐnglì thế chân vạc; tam quyền phân lập

【三座大山】sān zuò dà shān ba hòn núi lớn (chỉ thế lực đế quốc, phong kiến và tư bản quan liêu)

叁 sān<数>chữ 3 viết kép

săn

伞 săn<名>❶ô; dù: 撑~ giương ô; 雨~ chiếc ô che mưa; 遮阳~ chiếc ô che nắng ❷dù: 跳~ nhảy dù //(姓)Tản, Tán

【伞兵】sǎnbīng<名>lính dù

【伞柄】sǎnbǐng<名>cán cầm chiếc ô

【伞面】sǎnmiàn<名>khung lợp của chiếc ô

散 sǎn❶<动>rời rạc; rải rác; phân tán: 累得 ~架 mỏi rời cả chân tay ❷<形>lẻ tẻ; lẻ: ~装 gói lẻ ❸<名>bột (thuốc): 丸~ thuốc viên và thuốc bột //(姓)Tán

另见sàn

【散兵】sǎnbīng<名>[军事]tản binh: ~队形 đội hình tản binh

【散兵游勇】sǎnbīng-yóuyǒng quân lính lẻ loi; quân lính mất chỉ huy; người hoạt động riêng lẻ

【散打】sǎndǎ<名>[体育]sanda; tản đả; võ tay không

【散工】sǎngōng<名>người làm thuê ngắn ngày; người làm thuê vặt: 他在城里打~。Anh ấy làm thuê vặt ở thành phố.

【散光】sǎnguāng<形>tản quang; loạn thị

【散户】sǎnhù<名>❶hộ cá nhân; hộ riêng lẻ ❷hộ đầu tư cổ phần phân tán và nhỏ

【散记】sǎnjì<名>tạp kí; tản mạn: 旅游~ tạp kí du lịch

【散剂】sǎnjì<名>thuốc tán; thuốc bột

【散架】sǎnjià<动>❶gãy; rời; tan rã; sụp đổ: 房子~了。Căn nhà bị sụp đổ. ❷tan rã: 合唱团没几年就~了。Đoàn đồng ca chỉ được mấy năm đã giải thể.

【散件】sǎnjiàn<名>phụ tùng lẻ; phụ tùng rời

【散客】sǎnkè<名>du khách cá nhân

【散乱】sǎnluàn<形>tản loạn; hỗn loạn; rải rác

【散漫】sǎnmàn<形>❶tản mạn; tùy tiện: 工作作风~。Nếp làm việc tản mạn. ❷phân tán; không tập trung

【散曲】sǎnqǔ<名>tản khúc

【散射】sǎnshè<动>[物理]tán xạ; tung tóe

【散文】sǎnwén<名>văn xuôi; tản văn

【散文诗】sǎnwénshī<名>thơ tản văn

【散养】sǎnyǎng<动>nuôi buông thả: 果园里~了一群鸡。Trong vườn cây ăn quả thả nuôi một đàn gà.

【散装】sǎnzhuāng<形>hàng rời

【散座】sǎnzuò<名>❶[旧]chỗ ngồi thường ❷[旧]khách đi xe gặp trên đường ❸chỗ ngồi khách sạn dành cho khách lẻ

馓 sǎn

【馓子】sǎnzi<名>bánh quấn thừng

sàn

散 sàn<动>❶giải tán; tan: 驱~ xua tan ❷tỏa ra; rải: ~发出香味 tỏa ra mùi thơm ❸trút bỏ; giải: ~闷 giải sầu

另见sǎn

【散播】sànbō<动>gieo; gieo rắc; tung ra: ~小道消息 gieo rắc tin đồn nhảm

【散布】sànbù<动>❶rải; tản ra; tung; phân

bố rải rác: ~在草坪上 phân bố rải rác trên bãi cỏ ❷tung ra; truyền đi: ~谣言 tung tin bịa đặt

【散步】sànbù<动>đi bách bộ; đi dạo

【散场】sànchǎng<动>tan buổi diễn (thi đấu, chiếu phim): 电影~了。Buổi chiếu phim tan rồi.

【散发】sànfā<动>❶tỏa ra; phát ra: ~出迷人 的芳香 tỏa ra hương thơm hấp dẫn ❷phát hành; phân phối; rải: ~传单 rải truyền đơn; ~文件 phát văn kiện

【散会】sànhuì<动>tan họp

【散伙】sànhuǒ<动>giải thể; tan rã; tan vỡ; giải tán: 舞蹈队~了。Đội vũ đạo đã giải thể.

【散开】sànkāi<动>tỏa ra; tan ra; tan tành

【散落】sànluò<动>❶tản mát ❷rơi rải rác ❸thất tán; thất lạc

【散热】sànrè<动>tản nhiệt: ~器 máy tỏa nhiệt/bộ tản nhiệt

【散失】sànshī<动>❶thất lạc; mất mát: 一 些古籍~已久。Một số sách cổ bị mất mát từ lâu. ❷bị tiêu hao: 水分不容易~。Nước ít bị hao.

【散席】sànxí<动>tan tiệc

【散心】sànxīn<动>giải khuây; giải sầu; giải buồn: 到公园~ đến công viên để giải khuây

sāng

丧 sāng<名>tang: 国~ quốc tang
另见sàng

【丧服】sāngfú<名>áo tang; hiếu phục

【丧家】sāngjiā<名>nhà có tang; tang gia

【丧假】sāngjià<名>nghỉ tang; nghỉ phép khi nhà có đám tang

【丧礼】sānglǐ<名>tang lễ; đám ma; lễ tang

【丧乱】sāngluàn<名>[书]tang tóc loạn lạc

【丧门星】sāngménxīng<名>hung thần; ác

thần; ví người có thể mang lại tai họa hoặc rủi ro

【丧事】sāngshì<名>tang sự; việc tang: 办~ lo liệu việc tang

【丧乐】sāngyuè<名>nhạc tang

【丧葬】sāngzàng<名>mai táng; tang ma chôn cất: ~费 chi phí cho việc tang ma chôn cất

【丧钟】sāngzhōng<名>chuông báo tử; chuông báo tang

桑 sāng<名>cây dâu tằm //(姓)Tang

【桑巴舞】sāngbāwǔ<名>điệu nhảy samba

【桑蚕】sāngcán<名>tằm nuôi; tằm nhà

【桑拿】sāngná<名>tắm hơi

【桑拿天】sāngnátiān<名>khí trời nóng bức; ngày nóng ngột ngạt: 遇上~，我只想 待在屋里。Gặp phải ngày nóng bức, tôi chỉ muốn lì ở nhà.

【桑葚】sāngshèn<名>quả dâu

【桑树】sāngshù<名>cây dâu

【桑叶】sāngyè<名>lá dâu

【桑榆暮景】sāngyú-mùjǐng lúc xế chiều; lúc xế bóng; kề miệng lỗ

【桑园】sāngyuán<名>vườn dâu

【桑梓】sāngzǐ<名>[书]nơi quê nhà; nơi tang tử

sǎng

搡 sǎng<动>[方]đẩy mạnh; xô: 推推~~ xô xô đẩy đẩy

嗓 sǎng<名>❶cổ họng ❷giọng

【嗓门儿】sǎngménr<名>giọng: 大~ giọng to

【嗓音】sǎngyīn<名>giọng: ~洪亮 giọng sang sảng

【嗓子】sǎngzi<名>❶cổ họng ❷giọng

【嗓子眼儿】sǎngziyǎnr<名>cổ họng

sàng

丧 sàng<动>❶mất; mất đi: ~尽天良 mất hết lương tâm ❷ù rũ; iu xìu; phờ phạc; tiu nghìu: 垂头~气 tiu nghìu như mèo chết con
另见sāng

【丧胆】sàngdǎn<动>(sợ) mất vía; (sợ) mất mật: 闻风~ nghe tiếng đã sợ mất mật

【丧魂落魄】sànghún-luòpò kinh hồn bạt vía; mất hồn mất vía

【丧家之犬】sàngjiāzhīquǎn tiu nghìu như chó cụp đuôi; chó mất chủ

【丧尽天良】sàngjìn-tiānliáng táng tận lương tâm

【丧命】sàngmìng<动>mất mạng; thiệt mạng: 在车祸中~ bị thiệt mạng trong tai nạn giao thông

【丧偶】sàng'ǒu<动>góa vợ; góa chồng; mất vợ hay chồng: 他~几年了，最近才渐渐开朗起来。Anh ấy mất vợ đã mấy năm, gần đây mới tươi tỉnh dần.

【丧气】sàngqì<动>tiu nghìu; iu xìu; mất tinh thần: 客队输掉比赛只好一脸~地回去了。Đội khách thua trận đành tiu nghìu rút lui.

【丧气】sàngqi<形>[口]xúi quẩy; rủi ro; không may mắn: ~话 lời nói xúi quẩy

【丧权辱国】sàngquán-rǔguó mất quyền nhục nước: 鸦片战争以后，清政府多次签订了~的条约。Sau chiến tranh nha phiến, triều đình nhà Thanh đã nhiều lần kí kết điều ước mất quyền nhục nước.

【丧生】sàngshēng<动>mất mạng; thiệt mạng

【丧失】sàngshī<动>mất: ~信心 mất lòng tin

【丧心病狂】sàngxīn-bìngkuáng mất hết lí trí, điên cuồng rồ dại: 那次失败后，敌人更加~地对根据地群众进行报复。Sau lần thất bại ấy bọn địch càng điên cuồng trả thù đối với quần chúng khu căn cứ.

sāo

搔 sāo<动>gãi

【搔到痒处】sāodào-yǎngchù gãi đúng chỗ ngứa

【搔首弄姿】sāoshǒu-nòngzī gãi đầu làm bộ

【搔头抓耳】sāotóu-zhuā'ěr gãi đầu gãi tai

【搔痒】sāoyǎng<动>gãi ngứa

骚[1] sāo<动>bối rối; rối loạn; nhộn nhạo

骚[2] sāo<名>❶tập thơ Li Tao của Khuất Nguyên, nhà thơ nổi tiếng thời Chiến quốc Trung Quốc ❷[书]thơ văn nói chung

骚[3] sāo<形>❶cợt nhả; lẳng lơ; lăng nhăng 风~ lẳng lơ/kiêu hãnh ❷[方]đực (một số gia súc): ~驴 lừa đực

【骚动】sāodòng<动>rối loạn; hỗn hoạn: 引起一阵~ gây rối loạn

【骚货】sāohuò<名>đồ lăng nhăng

【骚客】sāokè<名>[书]nhà thơ

【骚乱】sāoluàn<动>rối loạn; hỗn loạn; mất trật tự: 制造~ gây hỗn loạn

【骚扰】sāorǎo<动>quấy nhiễu; quấy rối: ~敌人 quấy rối quân địch

【骚扰电话】sāorǎo diànhuà điện thoại quấy rối

【骚人墨客】sāorén-mòkè tao nhân mặc khách; văn sĩ; nhà thơ và nhà văn

缫 sāo<动>ươm

【缫丝】sāosī<动>ươm tơ: ~厂 nhà máy ươm tơ

臊 sāo<形>hôi; khai: ~臭 mùi hôi thối
另见sào

【臊气】sāoqì<名>mùi khai

sǎo

扫 sǎo❶<动>quét: ~雪 quét tuyết; 把地~一~。Quét sân đi. ❷<动>loại bỏ; hủy bỏ; tiêu diệt; thanh toán: ~文盲 thanh toán nạn mù chữ ❸<动>lia; ria; quét: ~了一眼房子周围 đưa mắt nhìn xung quanh căn nhà; ~了一梭子子弹 quét một băng đạn ❹<形>tập trung lại: ~数 gộp lại tất cả các số
另见 sào

扫除】sǎochú<动>❶làm vệ sinh; quét dọn: 大~ tổng vệ sinh ❷gạt bỏ; thanh toán; quét sạch, tiêu diệt: ~障碍 quét sạch mọi trở ngại; ~愚昧和贫困 thanh toán dốt nát và bần cùng

扫荡】sǎodàng<动>❶càn quét ❷xóa bỏ

扫地】sǎodì<动>❶quét sân; quét nhà ❷mất đi; mất sạch: 信誉~ mất hết uy tín

扫地出门】sǎodì-chūmén đuổi hẳn ra khỏi nhà

扫毒】sǎodú<动>quét sạch ma túy

扫黄】sǎohuáng<动>đả kích tệ nạn mại dâm và sản xuất, mua bán văn hóa phẩm đồi trụy

扫货】sǎohuò<动>sắm đồ

扫雷】sǎoléi<动>quét mìn; gỡ mìn

扫盲】sǎománg<动>xóa nạn mù chữ; thanh toán nạn mù chữ

扫描】sǎomiáo<动>sự phân hình; quét (máy rada); scan

扫描仪】sǎomiáoyí<名>máy rada; bộ scan

扫墓】sǎomù<动>tảo mộ

扫平】sǎopíng<动>dập tắt; đàn áp; bình định

扫清】sǎoqīng<动>quét sạch: ~土匪 quét sạch bọn thổ phỉ

扫射】sǎoshè<动>❶bắn phá; bắn quét ❷lia ánh mắt; lia ánh đèn

【扫视】sǎoshì<动>lướt nhìn; nhìn lướt qua

【扫数】sǎoshù<副>trọn số; toàn bộ; tất tật: ~还清 trả hết tất cả

【扫堂腿】sǎotángtuǐ<名>[武术]đá quét (một miếng đánh trong võ thuật)

【扫尾】sǎowěi<动>kết thúc: ~工作 công việc kết thúc/công việc còn lại

【扫兴】sǎoxìng<动>mất hứng; cụt hứng: 你说这话，扫了大家的兴。Anh nói vậy làm cho mọi người mất vui.

嫂 sǎo<名>❶chị dâu ❷người phụ nữ đã có chồng, tuổi chưa nhiều

【嫂夫人】sǎofūrén<名>chị dâu; bà chị

【嫂嫂】sǎosao<名>[方]chị dâu

【嫂子】sǎozi<名>[口]chị dâu

sào

扫 sào 义同"扫"(sǎo), 用于"扫帚、扫把"等。
另见 sǎo

【扫把】sàobǎ =【扫帚】

【扫帚】sàozhou<名>cái chổi

【扫帚星】sàozhouxīng<名>[口]sao chổi

瘙 sào<名>bệnh ghẻ

【瘙痒】sàoyǎng<形>ngứa ngáy: ~难忍 ngứa ngáy khó chịu; 后背~ ngứa ngáy lưng

臊 sào<动>thẹn; ngượng; xấu hổ: 害~ e thẹn
另见 sāo

【臊子】sàozi<名>[方]thịt băm: ~面 mì thịt băm

sè

色 sè<名>❶màu; màu sắc: 粉红~ màu hồng ❷vẻ mặt; sắc mặt: 喜形于~ sự vui mừng hiện ra sắc mặt ❸thứ; loại; chủng loại: 货~齐全 đầy đủ các loại hàng ❹tình cảnh; cảnh tượng: 夜~ cảnh đêm ❺chất lượng: 这种样

品成~很好。Hàng này chất lượng rất tốt.
❻sắc đẹp; nhan sắc: 姿~ vẻ đẹp của phụ nữ
❼tình dục; nhục dục //(姓)Sắc

另见shǎi

【色彩】sècǎi<名>❶màu sắc: ~斑斓 màu
sắc sặc sỡ; ~柔和 màu sắc dịu dàng ❷màu
sắc; sắc thái: 地方~ sắc thái địa phương; 文
学~ màu sắc văn học

【色差】sèchā<名>sự lệch màu

【色带】sèdài<名>ruy-băng: 换打印机~
thay ruy-băng máy in

【色胆】sèdǎn<名>gan hám sắc: ~包天 gan
hám sắc tày trời

【色调】sèdiào<名>❶màu; hòa sắc: 暖~
màu ấm ❷màu sắc; sắc thái; sự diễn cảm:
这部作品~轻快。Bộ tác phẩm này mang
màu sắc thanh thoát nhẹ nhàng.

【色鬼】sèguǐ<名>kẻ háo sắc; kẻ dâm đãng

【色拉】sèlā =【沙拉】

【色拉油】sèlāyóu<名>dầu sa-lát

【色狼】sèláng<名>con quỷ dâm dục; kẻ
dâm đãng

【色厉内荏】sèlì-nèirěn miệng hùm gan
sứa; già trái non hột; bồ còn thóc hết

【色盲】sèmáng<名>(bệnh) mù màu; sắc
manh

【色眯眯】sèmīmī dâm đãng; dâm mê

【色魔】sèmó<名>kẻ cuồng dâm

【色情】sèqíng<名>tình dục; vẻ phong tình;
khiêu dâm

【色球】sèqiú<名>[天文]quyển sắc

【色弱】sèruò<名>mù màu ở mức độ nhẹ

【色散】sèsàn<名>[物理]tán sắc

【色素】sèsù<名>sắc tố

【色相】sèxiàng<名>❶tướng sắc (trong gam
màu) ❷sắc tướng (Đạo Phật dùng để chỉ
hình dáng diện mạo của mọi sự vật) ❸sắc
đẹp quyến rũ tình dục: 出卖~ bán thân bán
mình

【色艺俱佳】sèyì-jùjiā tài sắc song toàn

【色诱】sèyòu<动>quyến rũ bằng tình dục

【色欲】sèyù<名>sắc dục

【色泽】sèzé<名>màu sắc: ~鲜艳 màu sắc
tươi sáng

【色纸】sèzhǐ<名>giấy màu

涩sè<形>❶(vị) chát ❷rít; ráp; sần sùi: 钢
头发~，要上点油了。Chiếc khóa bị rít
nên cho chút dầu vào. ❸(câu văn) tối nghĩa;
trúc trắc: 文章艰~难懂 Câu văn tối nghĩa
khó hiểu. ❹(nét mặt) không được tự nhiên
(xử sự) chưa được chín chắn: 羞~ e thẹn; 青
~的小青年 một thanh niên chưa được chín
chắn

【涩脉】sèmài<名>[中医]mạch trệ

【涩滞】sèzhì<形>ứ đọng; trúc trắc; tắc: ~
的文笔 câu văn trúc trắc; 声音~ giọng nói
khàn khàn

啬sè<形>hà tiện; keo kiệt: 吝~ keo kiệt

铯sè<名>[化学]xêzi (kí hiệu: Cs)

瑟sè<名>[音乐]đàn sắt (loại nhạc cụ thời
cổ)

【瑟瑟】sèsè❶<拟>rì rào; xào xạc: 秋风
~ gió thu xào xạc ❷<形>run; run rẩy: 害怕得
~发抖 sợ hãi đến nỗi run rẩy

【瑟缩】sèsuō<动>co rúm lại (vì lạnh, sợ)

塞sè 义同 "塞" (sāi), 用于某些合成词
中。

另见sāi, sài

【塞音】sèyīn<名>[语言]âm tắc

【塞责】sèzé<动>tắc trách: 办事员只敷衍~
地说了几句话。Nhân viên làm việc chỉ nói
qua loa tắc trách cho xong chuyện.

sēn

森sēn<形>❶cây rậm; rừng ❷dày đặc; rậm
rạp; um tùm ❸tối tăm; âm u: 房子阴~ căn
nhà âm u //(姓)Sâm

森冷】sēnlěng〈形〉tối tăm lạnh ngắt

森林】sēnlín〈名〉rừng; rừng rậm: ~覆盖率 ti lệ rừng che phủ

森罗殿】sēnluódiàn〈名〉điện Sâm La (theo quan niệm mê tín là cung điện của Diêm Vương)

森罗万象】sēnluó-wànxiàng dồi dào; rườm rà

森然】sēnrán〈形〉[书]❶tối tăm; âm u ❷um tùm và cao thẳng

森森】sēnsēn〈形〉❶rậm rạp; um tùm: 松柏~ tùng bách um tùm ❷âm u tĩnh mịch ❸tối tăm lạnh lẽo

森严】sēnyán〈形〉nghiêm mật; nghiêm ngặt; cẩn mật: 壁垒~ thành lũy nghiêm mật; 戒备~ canh phòng cẩn mật

sēng

僧 sēng〈名〉người tu hành (đạo Phật); sư tăng //(姓)Tăng

僧多粥少】sēngduō-zhōushǎo sư nhiều cháo ít; mật ít ruồi nhiều; xôi ít con nít thì nhiều

僧侣】sēnglǚ〈名〉tăng lữ

僧尼】sēngní〈名〉tăng ni; hòa thượng và ni cô

僧人】sēngrén〈名〉nhà sư

僧俗】sēngsú〈名〉thầy tu và dân thường

僧徒】sēngtú〈名〉thầy tu; tăng đồ

僧院】sēngyuàn〈名〉nhà chùa; đền; miếu

shā

杀 shā〈动〉❶giết; diệt; thịt: ~死 giết chết; ~猪 mổ lợn ❷đánh; chiến đấu: ~出一条血路 mở con đường máu ❸giảm; bớt; trừ; áp đảo; làm yếu: ~价 ép giá; ~~他的傲气 dẹp sự kiêu căng của nó ❹kết thúc; dừng: ~尾 kết thúc/cuối cùng ❺dùng sau động từ để chỉ mức độ cao: 气~我也。Tôi tức chết đi được. ❻[方]xót; rát; cay: ~得慌! Xót quá!

杀虫剂】shāchóngjì〈名〉thuốc trừ sâu

杀出重围】shāchū-chóngwéi phá vòng vây

杀毒】shādú〈动〉❶[计算机]diệt vi-rút ❷khử trùng

杀毒软件】shādú ruǎnjiàn phần mềm diệt vi-rút

杀风景】shā fēngjǐng =【煞风景】

杀害】shāhài〈动〉sát hại; giết hại

杀回马枪】shā huímǎqiāng quay lại phản kích một cách đột nhiên; cú hồi mã thương

杀机】shājī〈名〉ý đồ giết người

杀鸡儆猴】shājī-jǐnghóu giết gà dọa khi

杀鸡取卵】shājī-qǔluǎn mổ gà lấy trứng

杀鸡焉用牛刀】shā jī yān yòng niúdāo giết gà đâu cần dùng dao mổ trâu

杀价】shājià〈动〉ép giá; dìm giá

杀菌】shājūn〈动〉diệt vi trùng; sát trùng

杀戮】shālù〈动〉giết hại; giết chóc; tàn sát

杀气】shāqì〈名〉sát khí; vẻ đầy sát khí: ~腾腾 đằng đằng sát khí

杀青】shāqīng❶〈动〉sấy khô thẻ tre ❷〈动〉kết thúc; làm xong: 作品已经~。Tác phẩm đã viết xong. ❸〈名〉quá trình sao chè

杀人不见血】shā rén bù jiàn xiě giết người không thấy máu; giết người không gươm

杀人不眨眼】shā rén bù zhǎyǎn giết người không ghê tay; giết người như ngóe; uống máu người không tanh

杀人偿命，欠债还钱】shārén-chángmìng, qiànzhài-huánqián giết người đền mạng, mắc nợ trả tiền

杀人犯】shārénfàn〈名〉kẻ giết người

杀人放火】shārén-fànghuǒ giết người đốt nhà

杀人灭口】shārén-mièkǒu giết người diệt khẩu

【杀人越货】shārén-yuèhuò giết người cướp của

【杀伤】shāshāng<动>giết và làm bị thương; làm sát thương: ~大批敌人 diệt và làm thương nhiều địch

【杀伤力】shāshānglì<名>khả năng sát thương

【杀伤性武器】shāshāngxìng wǔqì loại vũ khí sát thương

【杀身成仁】shāshēn-chéngrén chết để thành nhân; bỏ mình cho vẹn điều nghĩa

【杀身之祸】shāshēnzhīhuò cái họa khiến mình phải thiệt mạng

【杀生】shāshēng<动>sát sinh

【杀手】shāshǒu<名>❶sát thủ; kẻ giết người; dân dao búa ❷ví những bệnh tật, vật chất nguy hại con người

【杀手锏】shāshǒujiǎn =【撒手锏】

【杀头】shātóu<动>chém đầu; chặt đầu

【杀退】shātuì<动>đánh lùi

【杀一儆百】shāyī-jǐngbǎi giết một người răn trăm người

沙¹ shā<名>❶cát: ~土 đất cát; 满天风~ gió cát mịt trời ❷bột; vật nhỏ như cát: 豆~ bột đậu/đậu giã trộn đường //(姓)Sa

沙² shā<形>(giọng) khàn

沙³ shā<名>Sa Hoàng (nước Nga)

【沙包】shābāo<名>❶dụn cát ❷bao cát; túi cát ❸túi cát (đồ chơi của trẻ con)

【沙暴】shābào<名>bão cát

【沙场】shāchǎng<名>chiến trường; sa trường

【沙尘暴】shāchénbào<名>bão cát

【沙船】shāchuán<名>ghe mành; thuyền mành

【沙袋】shādài<名>bao cát; túi cát

【沙地】shādì<名>đất cát

【沙雕】shādiāo<名>khắc đắp tượng bằng cát

【沙丁鱼】shādīngyú<名>cá xác-đin; cá dích

【沙堆】shāduī<名>đụn cát

【沙俄】Shā'é<名>nước Nga Sa Hoàng

【沙发】shāfā<名>ghế xô-pha; ghế bành: 红木~ sa lông gỗ gụ

【沙发床】shāfāchuáng<名>giường xô-pha

【沙害】shāhài<名>tai họa do cát gây ra

【沙狐】shāhú<名>con cáo sa mạc

【沙化】shāhuà<动>cát hóa; sa hóa: 土地~严重。Đất đai bị bạc màu sa hóa nghiêm trọng.

【沙画】shāhuà<名>tranh cát

【沙皇】shāhuáng<名>Sa Hoàng

【沙金】shājīn<名>vàng cốm; vàng sa khoáng

【沙坑】shākēng<名>hố cát

【沙拉】shālā<名>sa-lát: 蔬菜~ sa-lát rau xanh

【沙梨】shālí<名>[植物]lê đường; quả mắc coọc

【沙里淘金】shālǐ-táojīn đãi cát tìm vàng

【沙砾】shālì<名>cát sỏi đá dăm

【沙粒】shālì<名>cát

【沙龙】shālóng<名>❶sa-lông; phòng khách ❷sa-lông: 艺术~ sa-lông nghệ thuật

【沙漏】shālòu<名>đồng hồ cát

【沙门】shāmén<名>[宗教]sa môn; sư sãi

【沙弥】shāmí<名>chú tiểu

【沙漠】shāmò<名>sa mạc

【沙漠化】shāmòhuà sa mạc hóa

【沙鸥】shā'ōu<名>chim âu trên bãi cát hoặc bãi bồi

【沙盘】shāpán<名>❶khay cát ❷[军事]sa bàn (mô hình địa hình)

【沙盘作业】shāpán zuòyè thao tác trên sa bàn; sa bàn tác nghiệp

【沙丘】shāqiū<名>cồn cát

【沙瓤】shāráng<名>ruột dưa hấu đã bị xốp khi chín kĩ

【沙壤土】shārǎngtǔ<名>đất xốp

【沙沙】shāshā<拟>(tiếng, âm thanh) lạo xạo; lao xao; xòa xạc: 风吹树叶~响。Gió thổi lá cây xào xạc.

【沙参】shāshēn<名>[中药]sa sâm

【沙滩】shātān<名>bãi cát

【沙滩排球】shātān páiqiú bóng chuyền bãi cát

【沙土】shātǔ<名>đất cát

【沙文主义】Shāwén zhǔyì chủ nghĩa sô-vanh

【沙哑】shāyǎ<形>(giọng) khàn khàn: 声音~ tiếng khàn

【沙眼】shāyǎn<名>bệnh mắt hột

【沙浴】shāyù<动>tắm cát

【沙洲】shāzhōu<名>bãi đất bồi

【沙子】shāzi<名>❶cát ❷những cái giống như cát

【沙嘴】shāzuǐ<名>[地质]dọi cát trên sông

纱 shā<名>❶sợi; chỉ: 棉~ sợi bông; 纺~ kéo chỉ; 浣~ giũ sợi ❷the; sa: ~帘 rèm the; ~衣 áo sa; 窗~ lưới the che cửa sổ ❸vải mỏng; gạc ❹lưới đan bằng sợi kim loại rất mảnh

【纱包线】shābāoxiàn<名>dây bọc sợi

【纱布】shābù<名>vải xô; vải thưa; gạc: 护士用一块~包扎他的伤口。Cô y tá dùng miếng gạc băng vết thương của anh ấy.

【纱厂】shāchǎng<名>nhà máy sợi

【纱橱】shāchú<名>tủ bếp có lưới

【纱窗】shāchuāng<名>màn cửa sổ; cửa sổ có lưới

【纱锭】shādìng<名>con suốt (cuốn sợi)

【纱巾】shājīn<名>khăn sa; khăn the

【纱笼】shālóng<名>xà-rông; váy quần

【纱门】shāmén<名>rèm the che cửa

【纱线】shāxiàn<名>sợi; chỉ

【纱罩】shāzhào<名>❶lồng bàn ❷chao đèn

刹 shā<动>❶phanh; hãm (xe, máy) ❷chặn đứng; kìm hãm: ~住不正之风 chặn đứng khuynh hướng không lành mạnh

另见chà

【刹把】shābǎ<名>cái tay phanh; phanh

【刹车】shāchē❶<动>phanh xe lại ❷<动>hãm máy ❸<动>đình chỉ; ngăn chặn ❹<名>cái phanh; bộ hãm

砂 shā<名>cát

【砂布】shābù<名>vải ráp

【砂锅】shāguō<名>nồi đất; niêu đất

【砂浆】shājiāng<名>vữa; vữa ba-ta

【砂矿】shākuàng<名>quặng dạng cát

【砂轮】shālún<名>đá mài; bánh mài

【砂仁】shārén<名>[中药]❶sa nhân ❷hạt sa nhân

【砂糖】shātáng<名>đường cát; đường kính

【砂土】shātǔ<名>đất cát

【砂眼】shāyǎn<名>[冶金]rỗ: 玻璃上有~。Mặt pha lê bị rỗ.

【砂纸】shāzhǐ<名>giấy ráp; giấy nhám

铩 shā❶<名>ngọn giáo dài thời xưa ❷<动>[书]tổn thương

【铩羽】shāyǔ<动>[书]gãy cánh; ví thất bại: ~而归 thất bại trở về

痧 shā<名>[中医]một số bệnh cấp tính như tả, viêm ruột, cảm nắng v.v.: 刮~ đánh gió

【痧子】shāzi<名>[方]bệnh sởi

煞 shā<动>❶thu lại; cuộn lại ❷thắt chặt; thít chặt ❸phanh; hãm

另见shà

【煞笔】shābǐ❶<动>dừng bút ❷<名>lời kết thúc; lời kết: 这篇评论的~很有启发意义。Lời kết của bài bình luận này có tác dụng gợi ý sâu sắc.

【煞车】[1]shāchē<动>chằng buộc (hàng hóa vào xe)

【煞车】[2]shāchē =【刹车】

【煞风景】shā fēngjǐng làm mất hứng; làm mất đẹp

【煞尾】shāwěi❶〈动〉kết thúc; chấm dứt: 工程下个月就~。Công trình sẽ hoàn thành vào tháng sau. ❷〈名〉phần cuối; phần kết thúc

鲨shā
【鲨鱼】shāyú〈名〉cá mập; cá nhám

shá

啥shá〈代〉[方]cái gì; nào: 你想干~? Anh muốn làm gì?

shǎ

傻shǎ〈形〉❶ngu; dốt; dại; ngu ngốc: 怎么那么~? Sao dại thế? 别说~话。Đừng có dại mồm dại miệng. 她想得太多都变~了。Chị ấy nghĩ ngợi nhiều mà đâm ra ngớ ngẩn. ❷máy móc; quần quật: ~干 làm một cách máy móc

【傻不愣登】shǎbulēngdēng dại khờ; ngu độn

【傻蛋】shǎdàn〈名〉thằng ngốc; thằng dốt

【傻瓜】shǎguā〈名〉thằng ngốc: 他真是一个大~。Nó đúng là một thằng ngu ngốc.

【傻瓜相机】shǎguā xiàngjī máy chụp ảnh tự động

【傻呵呵】shǎhēhē ngộ nghĩnh: 什么人啊，~的。Người đâu mà khờ thật.

【傻乎乎】shǎhūhū =【傻呵呵】

【傻话】shǎhuà〈名〉những lời khờ dại: 说~ ăn nói khờ dại

【傻劲儿】shǎjìnr〈名〉❶ngây ngô; đần độn: 他有一股子~。Hắn ta có vẻ ngây ngô. ❷làm hùng hục: 他只会靠~蛮干，工作效率不高。Anh ấy chỉ biết làm hùng hục chứ năng suất không cao.

【傻帽儿】shǎmàor[方]❶〈名〉thằng ngốc ❷〈形〉ngốc nghếch

【傻气】shǎqì❶〈形〉ngu đần; ngốc nghếch; khờ khạo: 别冒~! Đừng dở hơi! ❷〈名〉vẻ thẫn thờ, khù khờ

【傻人有傻福】shǎ rén yǒu shǎ fú người khờ dại có phúc của người khờ dại

【傻事】shǎshì〈名〉những việc dại khờ

【傻头傻脑】shǎtóu-shǎnǎo ngộ nghĩnh; thơ dại

【傻小子】shǎxiǎozi〈名〉thằng khi

【傻笑】shǎxiào〈动〉cười ngớ ngẩn; cười ngây ngô: 她一个劲儿~。Cô ta cứ cười ngây ngô.

【傻眼】shǎyǎn〈动〉[口]sững sờ; ngơ ngác; ngẩn tò te: 得知考试没有通过，他~了。Biết tin thi trượt, nó sững sờ ra.

【傻样】shǎyàng〈名〉khuôn mặt dại khờ: 看他那~，谁敢跟他谈恋爱? Trông khuôn mặt dại khờ của nó ai mà yêu được?

【傻子】shǎzi〈名〉thằng ngốc; thằng khờ

shà

厦shà〈名〉❶ngôi nhà to lớn: 高楼大~ nhà lầu cao ốc ❷[方]hiên nhà: 前廊后~ hành lang phía trước hiên nhà phía sau

煞[1]shà〈名〉hung thần: 凶神恶~ hung thần ác quỷ

煞[2]shà〈副〉vô cùng; rất; cực kì: ~是好看 cực kì đẹp
另见shā

【煞白】shàbái〈形〉tái mét; trắng bệch: 脸色~ mặt tái mét

【煞费苦心】shàfèi-kǔxīn vô cùng nhọc lòng; mất nhiều tâm sức: 为了考试哥哥~。Anh trai đã bỏ nhiều tâm sức vào việc chuẩn bị kì thi.

【煞气】[1]shàqì〈名〉❶sát khí: ~腾腾 đằng đằng sát khí ❷tà khí

【煞气】[2]shàqì〈动〉xì hơi; xịt: 车胎~了。

Lốp xe bị xịt rồi.

【煞有介事】shàyǒu-jièshì làm như có thật; ra vẻ trịnh trọng: ~地进行介绍 trịnh trọng giới thiệu

雯shà<名>nhoáng; chốc lát

【雯时】shàshí =【雯时间】

【雯时间】shàshíjiān<名>trong nháy mắt; trong chốc lát: ~雨过天晴。Chỉ trong chốc lát mà trời tạnh hẳn.

【雯眼】shàyǎn<名>thoáng; loáng; trong chốc lát: ~春天就到了。Thoáng cái, mùa xuân đã đến.

shāi

筛¹shāi❶<名>cái rây; cái sàng; cái giần ❷<动>sàng; giần: ~煤 sàng than; 把米~干净。Giần sạch cám gạo./Sàng gạo cho sạch. ❸<动>sàng lọc; loại bỏ

筛²shāi<动>❶hâm nóng (rượu): 把酒~一~再喝。Hâm rượu lên rồi hãy uống. ❷rót; đổ (rượu)

【筛查】shāichá<动>❶kiểm tra; điều tra ❷[医学]xét nghiệm; sàng lọc: ~艾滋病 xét nghiệm sàng lọc bệnh HIV

【筛糠】shāikāng<动>[口]sàng cám; ví run cầm cập; run như cầy sấy

【筛检】shāijiǎn<动>kiểm tra kĩ lưỡng

【筛选】shāixuǎn<动>❶sàng tuyển ❷sàng lọc: ~出新稻种 sàng lọc ra giống lúa mới; 从应聘者中~出三名参加面试。Từ những thí sinh sàng lọc lấy ba người dự thi phỏng vấn.

【筛子】shāizi<名>cái sàng; cái rây

shǎi

色shǎi<名>[口]màu sắc: 掉~ phai màu; 不变~ không đổi màu

另见sè

【色子】shǎizi<名>con súc sắc: 掷~ gieo súc sắc

shài

晒¹shài<动>❶nắng: 烈日~得人头晕。Người bị nắng gắt phơi choáng cả đầu. ❷phơi; phơi phóng: ~衣服 phơi áo; 皮肤~成了古铜色。Tắm nắng nhiều nước da đen giòn. ❸[方]ngâm; ách lại; bỏ mặc

晒²shài<动>phơi trần; bày ra; công khai: ~工资 công khai tiền lương

【晒场】shàicháng<名>sân phơi

【晒干】shàigān<动>phơi khô

【晒台】shàitái<名>❶sân phơi ❷sân thượng; ban công

【晒太阳】shài tàiyáng phơi nắng; tắm nắng; sưởi nắng: 让孩子多~。Để trẻ em được tắm nắng nhiều hơn.

【晒图】shàitú❶<名>bản vẽ; bản sơ đồ; bản thiết kế ❷<动>in ô-da-lít

【晒烟】shàiyān<名>thuốc lá khô

shān

山shān<名>❶núi; non: 爬~ trèo núi; 高~ núi cao ❷đống (hình dáng như núi): 冰~ núi băng; 文~会海 hàng đống công việc giấy tờ, hội họp ❸[方]né: 蚕上~了。Tằm đã lên né rồi. ❹đầu hồi: 房~ đầu hồi nhà ❺rừng núi; thôn quê //(姓)San, Sơn

【山坳】shān'ào<名>đèo; đường đi trên rặng núi: 那个电厂建在一个~上。Nhà máy điện đó xây trên đèo.

【山崩】shānbēng<动>núi lở

【山崩地裂】shānbēng-dìliè núi lở đất sụp

【山不在高，有仙则灵】shānbùzàigāo, yǒuxiānzélíng núi không cần cao, có tiên thì thiêng

【山不转水转】 shān bù zhuàn shuǐ zhuàn núi thì không chuyển, sông thì cứ chảy; ví thể nào rồi cũng gặp dịp gặp thời

【山茶】 shānchá<名>[植物]cây sơn trà; hoa trà: ~油 dầu sơn trà

【山川】 shānchuān<名>sông núi; non nước: ~壮丽 núi sông tươi đẹp

【山村】 shāncūn<名>bản làng; xóm núi: 生活在小~ sống trong bản làng miền núi

【山地】 shāndì<名>❶vùng núi; miền núi; vùng rẻo cao ❷nương rẫy; đất đồi núi; ruộng nương; ruộng trên đồi: 开垦~ khai khẩn núi đồi; 租~种树 thuê đất nương rẫy để trồng cây

【山地车】 shāndìchē<名>xe đạp việt dã

【山顶】 shāndǐng<名>đỉnh núi; chóp núi

【山洞】 shāndòng<名>hang núi; hang động: 原始人生活在~中。Người nguyên thủy sống ở hang động.

【山峰】 shānfēng<名>đỉnh núi; ngọn núi

【山旮旯儿】 shāngālár<名>[方]vùng sâu; vùng xa; vùng núi xa xôi hẻo lánh

【山冈】 shāngāng<名>quả đồi; núi đồi

【山高皇帝远】 shān gāo huángdì yuǎn núi cao xa vua; ví xa xôi hẻo lánh, chẳng ai cai quản, quan địa phương tùy ý làm theo ý mình; lệnh vua không bằng lệ làng

【山高水长】 shāngāo-shuǐcháng núi cao sông dài; ví ơn sâu nghĩa nặng hoặc sự nghiệp truyền tiếp mãi

【山高水低】 shāngāo-shuǐdī núi cao nước thấp; ví việc rủi ro, việc không may, thường chỉ cái chết

【山高水远】 shāngāo-shuǐyuǎn núi cách sông ngăn

【山歌】 shāngē<名>khúc sơn ca; dân ca miền núi

【山沟】 shāngōu<名>❶con khe; dòng suối; lạch nước ❷hẻm núi; thung lũng; khe núi ❸vùng núi hẻo lánh: 过去的穷~，如今富裕起来了。Vùng núi hẻo lánh nghèo khổ trước kia, giờ đây đã giàu lên.

【山谷】 shāngǔ<名>thung lũng; khe núi; hẻm núi

【山河】 shānhé<名>núi sông; non sông: 锦绣~ non sông gấm vóc

【山洪】 shānhóng<名>nước lũ rừng: ~暴发 cơn lũ rừng đổ xuống

【山火】 shānhuǒ<名>lửa rừng; lửa núi; cháy rừng

【山货】 shānhuò<名>❶đặc sản rừng núi; hàng lâm thổ sản: ~铺 cửa hàng lâm thổ sản ❷hàng làm bằng tre, gỗ, đay, đất xét

【山鸡】 shānjī<名>[方]gà rừng; gà gô

【山脊】 shānjǐ<名>sống núi; lưng núi

【山涧】 shānjiàn<名>suối; khe núi

【山脚】 shānjiǎo<名>chân núi

【山口】 shānkǒu<名>đèo; chân đèo

【山里人】 shānlǐrén<名>dân miền núi

【山林】 shānlín<名>rừng núi; sơn lâm

【山岭】 shānlǐng<名>núi non trùng điệp: ~蜿蜒 núi non trùng điệp chạy dài

【山路】 shānlù<名>đường núi; đường rừng: ~崎岖 đường núi gập ghềnh

【山麓】 shānlù<名>[书]chân núi

【山峦】 shānluán<名>đồi núi: ~起伏 đồi núi nhấp nhô

【山脉】 shānmài<名>rặng núi; dãy núi; dải núi

【山猫】 shānmāo<名>mèo rừng

【山门】 shānmén<名>❶sơn môn; cửa chùa ❷cửa Phật; đạo Phật

【山盟海誓】 shānméng-hǎishì thề non hẹn biển

【山南海北】 shānnán-hǎiběi núi nam biển bắc; ví góc biển chân trời: ~, 到处都有勘探人员的足迹。Khắp nơi góc biển chân trời đâu đâu cũng có dấu chân của người thăm dò địa chất.

【山炮】shānpào<名>sơn pháo; đại bác

【山坡】shānpō<名>sườn núi; sườn đồi; triền núi; dốc núi

【山清水秀】shānqīng-shuǐxiù non xanh nước biếc

【山穷水尽】shānqióng-shuǐjìn sơn cùng thủy tận; cùng đường bí lối

【山丘】shānqiū<名>đồi

【山区】shānqū<名>vùng núi; miền núi: ~道 路崎岖。Đường miền núi gập ghềnh khúc khuỷu.

【山泉】shānquán<名>suối (trên núi)

【山雀】shānquè<名>chim sẻ ngô

【山色】shānsè<名>cảnh núi: ~迷人。Cảnh đẹp rừng núi làm cho người ta say sưa.

【山神】shānshén<名>sơn thần; thần núi

【山势】shānshì<名>thế núi: ~险要 thế núi hiểm yếu

【山水】shānshuǐ<名>❶nước từ trên núi chảy xuống ❷cảnh sông núi; phong cảnh; cảnh thiên nhiên: 桂林~甲天下。Phong cảnh Quế Lâm nhất thiên hạ. ❸tranh sơn thủy: 泼墨~ vẽ tranh sơn thủy

【山水画】shānshuǐhuà<名>tranh sơn thủy

【山水相连】shānshuǐ-xiānglián núi sông liền một dải

【山头】shāntóu<名>❶đỉnh núi; đỉnh đồi; ngọn núi ❷bè phái: 拉~ kéo bè phái

【山外有山】shānwàiyǒushān núi cao còn có núi cao hơn; ví mình giỏi còn có người giỏi hơn mình, có ý khuyên răn người đời cần sống khiêm tốn

【山溪】shānxī<名>khe rừng; con khe

【山系】shānxì<名>hệ thống núi; sơn hệ

【山险】shānxiǎn<名>núi non hiểm yếu: 扼 守~ trấn giữ núi non hiểm yếu

【山乡】shānxiāng<名>bản làng (vùng núi): ~巨变 bản làng đổi mới

【山响】shānxiǎng<形>inh tai; chói tai: 鼓 擂得~。Trống đánh inh tai.

【山崖】shānyá<名>vách đá; vách núi

【山羊】shānyáng<名>❶sơn dương; dê núi ❷[体育]hòm nhảy (dụng cụ thể thao)

【山腰】shānyāo<名>sườn núi; lưng chừng núi

【山摇地动】shānyáo-dìdòng rung trời chuyển đất

【山药】shānyao<名>❶củ mài; sơn dược ❷[方]khoai lang ❸gọi chung các loại khoai củ

【山野】shānyě<名>❶đồng rừng; núi rừng; sơn dã: 鲜花开遍~。Hoa tươi nở rộ khắp núi rừng. ❷thôn quê; đồng quê; thảo dã: ~ 之民 dân thôn quê

【山雨欲来风满楼】shānyǔ yù lái fēng mǎn lóu cơn giông trước lúc mưa nguồn; ví tình hình căng thẳng

【山楂】shānzhā<名>sơn tra

【山寨】shānzhài❶<名>sơn trại ❷<名>bản làng rẻo cao: 一座苗家~ một bản làng người Mèo ❸<形>phỏng chế; phi chính thức ❹<形>không phải xu hướng chính; dân gian

【山寨版】shānzhàibǎn<名>loại mô phỏng

【山寨机】shānzhàijī<名>máy di động mô phỏng

【山珍海味】shānzhēn-hǎiwèi sơn hào hải vị

【山中无老虎,猴子称大王】shān zhōng wú lǎohǔ, hóuzi chēng dàiwang trong rừng vắng con hổ, khỉ tự xưng vương; xứ mù thằng chột làm vua

【山庄】shānzhuāng<名>❶sơn trang; làng núi; xóm núi ❷biệt thự: 避暑~ biệt thự nghỉ mát

芟 shān〈动〉[书]❶cắt cỏ ❷diệt trừ; trừ bỏ
【芟除】shānchú〈动〉❶cắt bỏ; diệt trừ; nhổ:
~杂草 diệt cỏ dại ❷lược bỏ: ~繁文冗词
lược bỏ lời văn rườm rà

杉 shān〈名〉[植物]gỗ samu; gỗ sam //(姓)
Sam

【杉树】shānshù〈名〉cây samu; cây sam

删 shān〈动〉cắt bỏ; xóa bỏ; lược; lược bỏ:
这一段可以~掉。Đoạn này có thể bỏ đi.

【删补】shānbǔ〈动〉tinh lược và bổ sung
vào; thêm bớt

【删除】shānchú〈动〉xóa bỏ; cắt bỏ; lược
đi; gạt đi: ~微机中的资料 xóa bỏ dữ liệu
trong máy tính

【删定】shāndìng〈动〉sửa sang hoàn tất

【删繁就简】shānfán-jiùjiǎn cắt bớt những
câu rườm rà, sửa cho gọn

【删改】shāngǎi〈动〉sửa; thêm bớt sửa sang:
~文章 thêm bớt sửa sang bài văn

【删减】shānjiǎn〈动〉gọt bớt đi; cắt xén

【删节】shānjié〈动〉lược bớt; cắt bớt; tóm
tắt; rút ngắn: ~本 bản rút gọn; 文章太长，
发表时做了一些~。Bài viết quá dài, khi
đăng đã được cắt bớt.

【删节号】shānjiéhào〈名〉dấu lược

【删略】shānlüè〈动〉lược bỏ; cắt bớt; 本文
结集出版时做了~。Khi biên tập xuất bản,
bài văn này đã được lược bớt một phần.

【删削】shānxuē〈动〉sửa sang gọt giũa

苫 shān〈名〉đệm; cái nắp đậy (bằng cỏ): 草
~子 cái nệm cỏ //(姓)Chiêm
另见shàn

钐 shān〈名〉[化学]samari (kí hiệu: Sm)

衫 shān〈名〉❶áo; áo cánh: 衬~ áo sơ mi; 汗
~ áo lót; 棉毛~ áo sợi bông dệt kim ❷quần
áo gọi chung

姗 shān

【姗姗来迟】shānshān-láichí đủng đỉnh;
đủng đa đủng đỉnh đến muộn

珊 shān

【珊瑚】shānhú〈名〉san hô

【珊瑚虫】shānhúchóng〈名〉con san hô

【珊瑚岛】shānhúdǎo〈名〉đảo san hô

【珊瑚礁】shānhújiāo〈名〉cồn san hô; cù lao

栅 shān
另见zhà

【栅极】shānjí〈名〉[电子]điện cực lưới
(trong bóng điện tử đa cực)

舢 shān

【舢板】shānbǎn〈名〉suồng; thuyền tam bản

扇 shān〈动〉❶ quạt: ~扇子 quạt bằng cái quạt
❷tát; vả: ~了一巴掌 tát cho một cái ❸xúi
giục; xúc xiểm
另见shàn

【扇动】shāndòng〈动〉❶vỗ; đập: ~翅膀 vỗ
cánh ❷xúi giục; kích động

【扇风机】shānfēngjī〈名〉máy quạt; máy
thông gió

【扇火止沸】shānhuǒ-zhǐfèi quạt lửa cho
nước nguội; đổ dầu vào lửa để cứu hỏa (việc
làm trái với ý định)

煽 shān〈动〉❶quạt ❷xúi giục; kích động

【煽动】shāndòng〈动〉xúi giục; kích động:
~暴乱 xúi giục nổi loạn

【煽风点火】shānfēng-diǎnhuǒ gieo gió
châm lửa: 趁机~ thừa cơ gieo gió châm lửa

【煽惑】shānhuò〈动〉xúi giục; kích động
mê hoặc: ~人心 kích động mê hoặc lòng
người

【煽情】shānqíng〈动〉khơi gợi hứng thú và
tình cảm: 一部~的影片 một bộ phim khơi
gợi tình cảm

潸 shān〈形〉[书](nước mắt) rưng rưng

【潸然泪下】shānrán-lèixià nước mắt ứa ra

【潸潸】shānshān〈形〉[书](nước mắt) đầm
đìa: 热泪~ nước mắt đầm đìa

膻 shān〈形〉gây

【膻气】shānqì〈名〉mùi gây

【膻味】shānwèi<名>mùi gây; mùi hoi: 羊肉有点~。Thịt cừu hơi có mùi hoi.

shǎn

闪shǎn❶<动>lánh; tránh; né: ~到一边 lánh sang một bên ❷<动>chợt hiện; lóe lên: 黑暗中突然~出一个人。Trong bóng tối chợt hiện ra một người. 脑海里突然~出一个念头。Trong đầu óc chợt lóe lên một ý nghĩ. ❸<动>lấp lánh; lóe sáng: 金光~~ lấp lánh ánh vàng ❹<动>lạng; chao; lảo đảo: 他身子~了一下，差点摔倒。Anh ấy hơi lảo đảo, suýt nữa bị ngã. ❺<动>[方]bỏ rơi: 你再不收拾行李，我就~下你了。Cậu mà không sửa soạn hành lí, tôi sẽ bỏ rớt cậu ở lại. ❻<名>chớp: 打~ đánh chớp ❼<动>sụn; sái: ~了腰 sụn cả lưng //(姓)Thiểm

【闪避】shǎnbì<动>né tránh; tránh: ~车辆 tránh xe cộ

【闪存】shǎncún<名>[计算机]bộ nhớ flash

【闪电】shǎndiàn<名>chớp: 快如~ nhanh như chớp

【闪电战】shǎndiànzhàn<名>đánh chớp nhoáng

【闪动】shǎndòng<动>phát ra; lóe lên: 他的眼睛~着兴奋的光芒。Mắt của anh ta lóe lên những tia phấn khởi.

【闪躲】shǎnduǒ<动>tránh; né tránh: ~开致命的打击 né tránh cú đánh hiểm

【闪光】shǎnguāng❶<名>tia chớp; luồng chớp: 一道~ một tia chớp sáng ❷<动>tỏa ra ánh sáng

【闪光灯】shǎnguāngdēng<名>đèn nháy; đèn chớp; đèn flat

【闪光点】shǎnguāngdiǎn<名>điểm sáng; ưu điểm: 他的身上有不少~。Anh ấy có nhiều ưu điểm.

【闪婚】shǎnhūn<动>kết hôn đột ngột

【闪开】shǎnkāi<动>lánh; né; tránh: 看到车过来要赶紧~。Thấy xe đến phải tránh ngay sang một bên.

【闪亮】shǎnliàng❶<形>sáng; sáng ngời: ~的眼睛 đôi mắt sáng ngời ❷<动>lóe sáng

【闪念】shǎnniàn<名>ý nghĩ chợt thoáng hiện

【闪人】shǎnrén<动>tránh mặt; né không gặp nhau: 赶紧~ mau tránh mặt đi

【闪闪】shǎnshǎn<形>sáng loáng; sáng ngời: 刀光~ lưỡi dao sáng loáng; 钻石~发光。Viên đá kim cương sáng chói.

【闪射】shǎnshè<动>lóe sáng; tỏa sáng; ánh lên: 小姑娘眼里~着渴望。Trong ánh mắt của cô bé long lanh những khát vọng.

【闪身】shǎnshēn<动>❶né; tránh; né tránh: ~躲过巴掌 nghiêng mình tránh cái tát ❷lách; lách mình: ~挤过人群 lách qua đám đông

【闪失】shǎnshī<名>việc rủi ro; tổn thất bất ngờ: 不要有什么~。Không để xảy ra những gì rủi ro.

【闪烁】shǎnshuò<动>❶nhấp nháy; lóng lánh: 星光~ ngôi sao nhấp nháy ❷(nói) mập mờ, úp mở: 女儿对那件事言语~。Về chuyện đó thì đứa con gái cứ úp úp mở mở.

【闪烁其词】shǎnshuò-qící úp úp mở mở

【闪现】shǎnxiàn<动>lóe lên; chợt hiện lên: 往事又~在眼前。Kí ức lại hiện ra trước mắt.

【闪耀】shǎnyào<动>❶nhấp nháy ❷chói ngời; chói sáng: 群星~ những vì sao lấp lánh

陕Shǎn<名>tên gọi tắt của tỉnh Thiểm Tây: ~西泡馍 bánh chan canh Thiểm Tây //(姓)Thiểm

shàn

讪shàn❶<动>[书]mỉa mai; giễu cợt ❷<形>

ngượng ngập: 脸上发~ thấy ngượng mặt

【讪讪】shànshàn〈形〉ngường ngượng; ngượng ngùng: 他~地离开了。Nó ngượng ngùng bỏ đi.

【讪笑】shànxiào〈动〉[书]cười mia; chê cười: 别担心，没有人会~你。Đừng ngại, không ai chê cười cô đâu.

苦 shàn〈动〉che; đậy; lợp (bằng chiếu, vải…): 屋顶~上了一块油毡。Trên mái được lợp bằng một tấm giấy dầu.

另见shān

【苦背】shànbèi〈动〉trát bùn làm lớp lót mái nhà

【苦布】shànbù〈名〉bạt che mưa

【苦席】shànxí〈名〉chiếu chải

疝 shàn〈名〉[医学]bệnh thoát vị

【疝气】shànqì〈名〉bệnh thoát vị; sa bẹn; sa đì

单 Shàn //〈姓〉Thiền, Thiện

另见chán, dān

赸 shàn〈动〉[书]tránh; lánh; rời khỏi

扇 shàn❶〈名〉cái quạt ❷〈名〉cánh; tấm: 门~ cánh cửa; 隔~ tấm bình phong ❸〈量〉cánh; cái: 一~门 một cái cửa

另见shān

【扇贝】shànbèi〈名〉con sò

【扇柄】shànbǐng〈名〉cán quạt

【扇面儿】shànmiànr〈名〉mặt quạt; giấy dán quạt

【扇形】shànxíng〈名〉hình quạt: 呈~展开 triển khai theo hình quạt

【扇状】shànzhuàng〈名〉hình quạt: ~分布 phân bố theo hình quạt

【扇坠】shànzhuì〈名〉đồ trang trí lủng lẳng ở cán quạt

【扇子】shànzi〈名〉cái quạt

善 shàn❶〈形〉lành; từ thiện; lương thiện: ~心 thiện tâm/lòng từ thiện ❷〈名〉việc thiện; điều thiện: 劝人行~ khuyên người làm

điều lương thiện ❸〈形〉tốt; đẹp; hay: ~策 ý tưởng hay ❹〈形〉hữu hảo; hữu nghị; thân nhau: 与邻为~ hữu hảo với hàng xóm láng giềng ❺〈形〉quen thuộc; quen mặt: 有点面~ hơi quen mặt ❻〈动〉khéo léo; tài giỏi: ~于团结群众 giỏi đoàn kết quần chúng ❼〈副〉hết sức; cố gắng: ~自保重 cố gắng giữ gìn cho mình ❽〈动〉làm tốt: 工欲~其事，必先利其器。Người thợ muốn thể hiện tay nghề cao thì cần phải có công cụ sắc bén. ❾〈副〉dễ dàng: ~忘 chóng quên //〈姓〉Thiện

【善罢甘休】shànbà–gānxiū chịu yên; chịu lép một bề; dễ dàng bỏ qua: 我想他不会~的。Tôi nghĩ hắn chắc không dễ dàng chịu yên đâu.

【善本】shànběn〈名〉quyển sách hiếm; cuốn sách có uy tín

【善变】shànbiàn〈动〉dễ thay đổi; biết thay đổi: 性格~的人 một con người tâm tính hay thay đổi; 灵活~ linh hoạt biết thay đổi

【善处】shànchǔ〈动〉[书]xử lí khéo; giải quyết thỏa đáng

【善待】shàndài〈动〉đối xử tốt: ~员工 đối xử tốt với công nhân viên chức

【善恶】shàn'è〈名〉cái thiện và cái ác: ~不分 không phân biệt cái thiện và cái ác

【善果】shànguǒ〈名〉kết quả tốt lành: 行善事，结~。Làm điều từ thiện, có kết quả tốt lành.

【善后】shànhòu〈动〉xếp đặt cho ổn thỏa sau khi xảy ra việc không may; giải quyết tốt hậu quả: 要做好地震~工作。Cần khắc phục hậu quả do trận động đất gây ra.

【善举】shànjǔ〈名〉[书]việc làm từ thiện

【善款】shànkuǎn〈名〉khoản tiền hảo tâm

【善类】shànlèi〈名〉[书]hạng người lương thiện

【善良】shànliáng〈形〉lương thiện

【善男信女】shànnán-xìnnǚ thiện nam tín nữ

【善人】shànrén<名>người lương thiện; người hảo tâm

【善始善终】shànshǐ-shànzhōng đầu xuôi đuôi lọt

【善事】shànshì<名>việc thiện

【善心】shànxīn<名>thiện tâm; có lòng tốt: 发~ có lòng tốt

【善行】shànxíng<名>hành vi từ thiện

【善意】shànyì<名>thiện ý; thiện chí: 表达~ bày tỏ thiện chí

【善有善报, 恶有恶报】shàn yǒu shànbào, è yǒu èbào ở hiền gặp lành, ở ác gặp dữ; ác có ác báo, thiện giả thiện lai

【善于】shànyú<动>giỏi về; có sở trường về; có tài: ~经营 giỏi về làm ăn; ~发现问题 có tài tình phát hiện vấn đề

【善战】shànzhàn<形>thiện chiến: 英勇~ anh dũng thiện chiến

【善终】shànzhōng<动>❶thiện chung; chết một cách tự nhiên, không phải do ốm đau hay bị tai nạn ❷có kết quả tốt lành

禅 shàn<动>nhường (ngôi)
另见chán

【禅位】shànwèi<动>nhường ngôi

骟 shàn<动>thiến; hoạn: ~马 ngựa thiến; ~猪 hoạn lợn

缮 shàn<动>❶sửa; chữa: 修~ sửa chữa ❷sao; chép

【缮发】shànfā<动>sao phát: ~公文 sao phát công văn

【缮写】shànxiě<动>sao; chép:~书稿 sao bản thảo sách

擅 shàn❶<副>tự ý; tự tiện ❷<动>giỏi về; có sở trường về ❸<动>lộng quyền

【擅长】shàncháng<动>giỏi về; có sở trường về: ~花样滑冰 giỏi về môn trượt băng nghệ thuật

【擅离职守】shànlí-zhíshǒu tự ý bỏ việc: 当班时不能~。Khi trực ban không được tự ý rời khỏi cương vị của mình.

【擅自】shànzì<副>tự tiện; tùy tiện: ~使用别人的东西 tự tiện dùng đồ của người khác; ~提高商品价格 tự ý nâng giá hàng hóa

膳 shàn<名>bữa cơm; bữa ăn: 用~ dùng cơm/ăn cơm

【膳费】shànfèi<名>tiền ăn: 交~ trả tiền ăn

【膳食】shànshí<名>bữa ăn; cơm cháo: 学校提供~。Nhà trường cung cấp các bữa ăn.

【膳宿】shànsù<名>việc ăn ở: 安排~ thu xếp chỗ ăn ở

赡 shàn❶<动>nuôi dưỡng; cấp dưỡng ❷<形>[书]đầy đủ; phong phú: 力所不~ không đủ sức

【赡养】shànyǎng<动>nuôi dưỡng; nuôi nấng

【赡养费】shànyǎngfèi<名>khoản tiền nuôi dưỡng

鳝 shàn<名>[动物]con lươn: ~粥 cháo lươn

shāng

伤 shāng❶<名>tổn thương; bị thương; thương tích: 内~ nội thương; 烫~ các tổn thương do bỏng gây ra ❷<动>làm tổn thương; gây thương tích; làm tổn hại: 脊椎受~ bị tổn thương cột sống; ~自尊 tổn thương đến lòng tự trọng ❸<形>đau thương; thương tiếc: 悲~ bi thương ❹<动>ngán; chán: 吃~了。Ăn nhiều thấy ngán quá. ❺<动>có hại; cản trở: 有~风化 có hại tới thuần phong mĩ tục

【伤疤】shāngbā<名>❶vết sẹo: 伤口已经留下~。Vết thương đã thành sẹo. ❷cái xấu; sai lầm đã phạm phải: 揭别人的~ bới cái xấu của người khác

【伤兵】shāngbīng〈名〉thương binh

【伤病】shāngbìng〈动〉bị thương và ốm đau: ~缠身 bị thương và ốm đau li bì

【伤病员】shāngbìngyuán〈名〉người bị thương hoặc ốm đau; thương bệnh binh

【伤残】shāngcán〈动〉❶thương tật: 被打成 ~ bị đánh đến thành thương tật ❷hư hỏng; hư hại

【伤风】shāngfēng❶〈名〉bị cảm; cảm mạo ❷〈动〉bị cảm; cảm lạnh: 天冷，衣着单薄容易~。Trời lạnh, ăn mặc phong phanh dễ bị cảm.

【伤风败俗】shāngfēng-bàisú❶đồi phong bại tục ❷làm bại hoại thuần phong mĩ tục

【伤感】shānggǎn〈形〉thương cảm; mủi lòng: 不胜~ ngậm ngùi thương cảm; 看到这样的情景谁能不~? Thấy cảnh đó ai mà chẳng mủi lòng.

【伤害】shānghài〈动〉có hại; phương hại; làm tổn thương: ~感情 có phương hại đến tình cảm; ~他人身体 làm tổn thương thân thể của người khác

【伤寒】shānghán〈名〉[中医]❶bệnh thương hàn ❷bệnh sốt; cảm lạnh

【伤耗】shānghao[口]❶〈动〉làm hư hại; phá hủy: 台风~了庄稼。Trận bão làm hư hại mùa màng. ❷〈动〉mất mát; bị thiệt hại: ~了不少财产 làm mất mát khá nhiều của cải ❸〈名〉tổn thất; hao tổn: 减少运输中的 ~ giảm bớt những hao tổn trong quá trình vận chuyển

【伤和气】shāng héqi[口]tổn thương đến tình cảm

【伤痕】shānghén〈名〉vết thương; thương tích: ~累累。Vết thương đầy mình.

【伤筋动骨】shāngjīn-dònggǔ bị tổn thương gân cốt

【伤口】shāngkǒu〈名〉vết thương

【伤脑筋】shāng nǎojīn[口]đau đầu; nhức

óc: 这个问题真让人~。Vấn đề này thật làm cho người ta đau đầu nhức óc.

【伤情】shāngqíng❶〈名〉tình trạng bị thương ❷〈形〉buồn về tình; khổ đau

【伤人】shāngrén〈动〉❶làm cho người ta bị mất mặt; làm tổn thương đến thanh danh: 不要出口~。Không thể nói những lời làm cho người ta bị mất mặt. ❷làm hại sức khỏe; làm tổn thương thân thể: 不许~! Không được làm tổn thương thân thể của người khác!

【伤神】shāngshén❶〈动〉hao tổn tinh thần; đau đầu: 为孩子~ đau đầu vì con; 不要太为那笔款子~。Đừng có quá lo nghĩ về khoản tiền đó. ❷〈形〉đau lòng; xót thương: 黯然~ ủ ê đau xót

【伤生】shāngshēng〈动〉hại đến tính mạng

【伤势】shāngshì〈名〉tình trạng vết thương

【伤天害理】shāngtiān-hàilǐ điều phi nghĩa, trái đạo lí, vô nhân đạo, thương luân bại lí: ~的事 việc làm trái đạo lí

【伤停补时】shāngtíng bǔshí[体育]thời gian trọng tài cộng thêm vào cuối trận đấu (bóng đá, bóng bầu dục v.v.) nếu trận đấu đã bị gián đoạn vì có cầu thủ bị thương; bù giờ

【伤痛】shāngtòng❶〈形〉đau xót; đau buồn: ~过度。Bị kiệt sức vì quá đau buồn. ❷〈名〉nỗi đau đớn tinh thần; sự bất hạnh; vết thương hoặc sự đau đớn về thể xác: 治疗~ chữa chỗ đau; 战争造成的~ những bất hạnh bởi chiến tranh gây nên

【伤亡】shāngwáng❶〈动〉chết và bị thương: 没有~ không có ai bị chết và bị thương ❷〈名〉thương vong: 战争造成了很大的~。Cuộc chiến gây ra nhiều thương vong.

【伤心】shāngxīn〈形〉thương tâm; đau lòng: ~事 những chuyện đau lòng

【伤员】shāngyuán<名>thương binh; người bị thương

汤 shāng
另见tāng

【汤汤】shāngshāng<形>[书]chảy cuồn cuộn: 浩浩~ nước chảy cuồn cuộn

殇 shāng[书]❶<动>chết non; chết yểu ❷<名>người tử trận; người hi sinh: 国~ người hi sinh vì nước

商[1] shāng❶<动>thương lượng; bàn bạc: 有事相~ có việc cần bàn với nhau ❷<名>buôn bán; thương nghiệp: 经~ làm ăn buôn bán ❸<名>thương nhân; người đi buôn bán: 米~ người buôn gạo ❹<名>[数学]thương số ❺<动>[数学]được; là; bằng; lấy...làm thương: 四除以二~二。Bốn chia cho hai được hai.

商[2] shāng<名>sao Thương

商[3] Shāng<名>đời nhà Thương (một triều đại lịch sử của Trung Quốc) //(姓)Thương

【商标】shāngbiāo<名>nhãn hàng hóa; nhãn hiệu; mác

【商埠】shāngbù<名>❶thành phố buôn bán với nước ngoài ở thời xưa ❷thành phố có buôn bán phát triển

【商场】shāngchǎng<名>❶khu chợ; khu cửa hàng ❷cửa hàng tổng hợp lớn: 百货~ cửa hàng bách hóa ❸thương trường; thị trường: ~如战场。Thương trường như chiến trường.

【商城】shāngchéng<名>❶khu chợ; khu cửa hàng ❷trung tâm mua bán

【商船】shāngchuán<名>thương thuyền; tàu buôn

【商店】shāngdiàn<名>cửa hàng; hiệu buôn; thương điểm: 日用品~ cửa hiệu buôn đồ dùng hàng ngày; ~招牌 bảng hiệu

【商调】shāngdiào<动>thương lượng điều động (người hay của...): ~函 công văn thương lượng điều động; 学校~两名教授来帮助搞科研。Nhà trường thương lượng điều động hai vị giáo sư đến giúp đỡ nghiên cứu khoa học.

【商定】shāngdìng<动>bàn định; thỏa thuận: 按~的价格销售 bán theo giá thỏa thuận

【商贩】shāngfàn<名>tiểu thương; lái buôn

【商港】shānggǎng<名>cảng buôn; thương cảng

【商贾】shānggǔ<名>[书]thương nhân; nhà buôn: ~云集 các nhà buôn tập hợp đông đảo

【商海】shānghǎi<名>lĩnh vực buôn bán; thương trường: 投身~ dấn thân vào thương trường

【商函】shānghán<名>thư từ thương mại

【商行】shāngháng<名>❶công ti doanh nghiệp; hãng: 开办~ mở một công ti doanh nghiệp ❷cửa hàng lớn

【商号】shānghào<名>❶cửa hàng; cửa hiệu ❷thương hiệu

【商户】shānghù<名>nhà buôn; cửa hiệu

【商会】shānghuì<名>hội thương mại; hiệp hội các nhà buôn

【商机】shāngjī<名>cơ hội buôn bán; thời cơ thương mại: 抓住~ nắm bắt thời cơ thương mại

【商计】shāngjì<动>thương lượng; bàn bạc

【商家】shāngjiā<名>thương gia; nhà buôn; nhà kinh doanh

【商检】shāngjiǎn<动>kiểm hóa; kiểm tra chất lượng hàng hóa: ~部门 ngành kiểm hóa

【商界】shāngjiè<名>giới thương mại; giới kinh doanh

【商量】shāngliang<动>thương lượng; bàn bạc; trao đổi: 这个问题需要进一步~。Vấn đề này cần phải trao đổi thêm.

【商旅】shānglǚ<名>[书]khách buôn; lái buôn

【商贸】shāngmào〈名〉thương mại và mậu dịch: ~活动 hoạt động thương mại và mậu dịch

【商品】shāngpǐn〈名〉hàng hóa; thương phẩm: ~成本 giá thành hàng hóa

【商品房】shāngpǐnfáng〈名〉nhà xây để bán; chung cư: ~户型 căn hộ chung cư

【商品交易所】shāngpǐn jiāoyìsuǒ sở giao dịch hàng hóa; nơi giao dịch hàng hóa

【商品经济】shāngpǐn jīngjì kinh tế hàng hóa

【商品粮】shāngpǐnliáng〈名〉lương thực hàng hóa

【商品流通】shāngpǐn liútōng lưu thông hàng hóa

【商洽】shāngqià〈动〉đàm phán; thảo luận; thương thuyết: ~合作事宜 thương thuyết về việc hợp tác

【商情】shāngqíng〈名〉tình hình thị trường (về giá cả hàng hóa và tình hình cung cầu): ~调查 tiếp cận thị trường; ~通报 thông báo tình hình thị trường

【商圈】shāngquān〈名〉vùng chịu ảnh hưởng từ hoạt động kinh doanh của cửa hàng tổng hợp lớn, siêu thị lớn v.v.

【商榷】shāngquè〈动〉thảo luận; tranh luận: 文章的观点还值得~。Quan điểm của bài văn vẫn còn đáng được tranh luận.

【商人】shāngrén〈名〉thương nhân; nhà buôn; con buôn; người đi buôn

【商厦】shāngshà〈名〉trung tâm mua bán

【商社】shāngshè〈名〉công ti thương mại

【商数】shāngshù〈名〉thương số; số thương

【商谈】shāngtán〈动〉bàn bạc; thảo luận; trao đổi: ~国家大事 trao đổi về công việc nhà nước

【商讨】shāngtǎo〈动〉đàm phán; trao đổi; thương thảo: ~双方共同关心的问题 trao đổi về những vấn đề hai bên cùng quan tâm

【商亭】shāngtíng〈名〉quán nhỏ mở ngỏ để bán báo, đồ giải khát v.v.; ki-ốt

【商务】shāngwù〈名〉việc thương mại; việc buôn bán: ~备忘录 biên bản thương mại

【商务部】Shāngwù Bù〈名〉Bộ Thương mại

【商务参赞】shāngwù cānzàn tham tán thương mại

【商务代表】shāngwù dàibiǎo đại diện thương mại; đại lí thương mại

【商务秘书】shāngwù mìshū thư kí thương vụ

【商务中心】shāngwù zhōngxīn trung tâm thương mại

【商学院】shāngxuéyuàn〈名〉học viện thương mại

【商业】shāngyè〈名〉thương nghiệp; thương mại: ~网点 mạng lưới dịch vụ thương mại

【商业炒作】shāngyè chǎozuò đầu cơ thương mại

【商业广告】shāngyè guǎnggào quảng cáo thương mại

【商业合同】shāngyè hétóng hợp đồng thương mại

【商业化】shāngyèhuà thương mại hóa

【商业机密】shāngyè jīmì bí mật kinh doanh; bí mật thương mại

【商业街】shāngyèjiē〈名〉khu phố buôn bán

【商业片】shāngyèpiàn〈名〉bộ phim thương mại

【商业区】shāngyèqū〈名〉khu phố buôn bán

【商业网】shāngyèwǎng〈名〉mạng lưới thương mại

【商业银行】shāngyè yínháng ngân hàng thương mại

【商议】shāngyì〈动〉thương lượng; bàn định: ~决定 bàn bạc xác định

【商誉】shāngyù〈名〉danh dự thương mại

【商约】shāngyuē〈名〉hiệp ước thương mại

【商战】shāngzhàn<名>chiến tranh thương mại

【商住楼】shāngzhùlóu<名>khu hỗn hợp nhà ở và văn phòng

觞 shāng<名>chén rượu: 举~相庆 nâng chén chúc nhau

墒 shāng<名>[农业]độ ẩm (của ruộng đất thích hợp cho việc trồng trọt): 保~ giữ độ ẩm cho đất

【墒情】shāngqíng<名>độ ẩm của ruộng đất: 这场雨后，~很好。Sau trận mưa, độ ẩm của ruộng đất rất tốt.

熵 shāng<名>❶[物理]tỉ lệ nhiệt năng vô hiệu ❷mức độ thực tế (trong khoa học kĩ thuật)

shǎng

晌 shǎng❶<量>một lúc; một hồi; buổi: 后半~儿 buổi chiều; 过了半~儿，他才醒过来。Một hồi lâu, nó mới tỉnh dậy. ❷<名>[方]buổi trưa

【晌饭】shǎngfàn<名>[方]bữa cơm trưa

【晌觉】shǎngjiào<名>[方]giấc ngủ trưa

【晌午】shǎngwǔ<名>[方]buổi trưa

赏[1] shǎng❶<动>thưởng; ban cho: 论功行~ thưởng theo thành tích ❷<名>giải thưởng: 悬~ treo thưởng //(姓)Thưởng

赏[2] shǎng<动>❶thưởng thức; ngắm nhìn: 尽~美景 thưởng ngoạn cảnh đẹp ❷đánh giá cao: 赞~ tán thưởng

【赏赐】shǎngcì❶<动>thưởng; ban cho ❷<名>phần thưởng

【赏罚】shǎngfá<动>thưởng phạt: ~分明 thưởng phạt công minh

【赏封】shǎngfēng<名>phong và thưởng cho

【赏格】shǎnggé<名>số tiền treo thưởng; mức thưởng: 悬赏捉拿那名杀人抢劫犯

的~已经达到20万元人民币。Số tiền treo thưởng truy nã tên giết người cướp của đó đã lên tới 200 nghìn đồng RMB.

【赏功罚罪】shǎnggōng-fázuì thưởng công phạt tội

【赏光】shǎngguāng<动>[口]xin vui lòng đến dự

【赏鉴】shǎngjiàn<动>thưởng thức giám định: ~古董 thưởng thức và giám định đồ cổ

【赏金】shǎngjīn<名>tiền thưởng

【赏脸】shǎngliǎn<动>[口]xin vui lòng nhận cho

【赏钱】shǎngqián<名>tiền thưởng

【赏识】shǎngshí<动>đánh giá cao; thưởng thức; tán thưởng: 其才能得到~。Tài năng của họ được đánh giá cao.

【赏玩】shǎngwán<动>thưởng ngoạn; ngắm nghía thưởng thức: 游人~奇趣山景。Du khách thưởng ngoạn phong cảnh núi non kì thú.

【赏析】shǎngxī<动>thưởng thức phân tích: 诗文~ thưởng thức và bình phẩm thơ văn

【赏心乐事】shǎngxīn-lèshì việc vui sướng

【赏心悦目】shǎngxīn-yuèmù vui mắt đẹp lòng: 雪景看上去太~了。Cảnh tuyết trông thật vui mắt đẹp lòng.

【赏雪】shǎngxuě<动>ngắm tuyết

【赏月】shǎngyuè<动>ngắm trăng; thưởng trăng: 踏雪~ đạp tuyết ngắm trăng

【赏阅】shǎngyuè<动>đọc và thưởng thức: ~精彩文章 đọc và thưởng thức văn hay

shàng

上[1] shàng❶<名>trên; cao; thượng: 往~走 đi lên trên; ~游 thượng du ❷<名>(đẳng cấp, chất lượng) cao: ~级 cấp trên; ~等品 hạng nhất ❸<名>(thứ tự, thời gian) thượng; trước:

~卷 quyển thượng; ~一周 tuần trước ❹ <名>nhà vua: ~谕 dụ của nhà vua ❺<动>lên: ~山 lên núi ❻<动>đi lên: ~进 vươn lên ❼ <动>đưa lên trên: ~书 trình thư ❽<动>tiến lên; ra: ~阵 ra trận ❾<动>đưa ra; mang ra: ~菜 dọn thức ăn ra ❿<动>bù thêm; thêm: ~水 thêm nước ⓫<动>lắp: ~螺丝 lắp ốc ⓬<动>bôi; quét; phết; sơn: ~药 bôi thuốc ⓭<动>đăng lên; ghi vào: ~报 đăng báo; ~光荣榜 đăng lên bảng danh dự ⓮<动>bắt đầu thực hiện công việc theo thời gian quy định: ~班 đi làm; ~课 lên lớp ⓯<动>đạt tới; đến mức: ~千人 hàng nghìn người; ~年纪 lên lão/tuổi cao ⓰<名>[语言]thướng thanh: 平~去入 bình thướng khứ nhập ⓱<动>ra sân: ~场 ra sân ⓲<动>đến; đi; ra: ~街 đi phố ⓳ <动>vặn: ~发条 lên dây cót //(姓)Thượng

上² shàng<动>❶từ thấp lên cao: 爬~山顶 trèo lên đỉnh núi; 跟~时代步伐 theo kịp bước tiến của thời đại ❷đạt tới kết quả hoặc mục đích: 考~大学 thi đỗ đại học ❸chỉ bắt đầu và tiếp tục: 爱~种花 bắt đầu yêu nghề trồng hoa; 院子里开始种~了树。Trong vườn đã bắt đầu trồng cây.

上 shang<名>❶trên (đặt sau danh từ, chỉ ở trên bề mặt của vật thể): 面~ trên mặt; 船~ trên thuyền ❷trong (đặt sau danh từ, chỉ ở trong một phạm vi nào đó): 在课堂~ trong giờ học ❸trong; trên (chỉ một phương diện nào đó): 事实~ trên thực tế

【上岸】shàng'àn<动>lên bờ: 在大连港装卸~ bốc xếp lên bờ tại cảng Đại Liên

【上岸费】shàng'ànfèi<名>phí bốc hàng lên bờ; phí chuyển hàng lên bờ

【上岸码头】shàng'àn mǎtóu bến dỡ hàng lên bờ

【上班】shàngbān<动>làm; đi làm; làm việc: 在一家大公司~ làm việc ở một công ti lớn; 在银行~ làm việc trong ngành ngân hàng; 他~去了。Anh ấy đã đi làm. 今晚他上夜班。Tối nay anh ấy làm ca đêm. 今天他没来~。Hôm nay anh ấy không đến làm.

【上班族】shàngbānzú<名>người làm công ăn lương

【上半场】shàngbànchǎng<名>tăng đầu; hiệp một: 主队~就落后了。Đội nhà hiệp đầu đã bị dẫn điểm.

【上半年】shàngbànnián<名>nửa năm đầu

【上半晌】shàngbànshǎng<名>[方]buổi sáng

【上半身】shàngbànshēn<名>nửa thân trên; phần trên thân thể

【上半时】shàngbànshí =【上半场】

【上半天】shàngbàntiān<名>buổi sáng: ~经理有时间。Buổi sáng giám đốc có thời gian rảnh.

【上半夜】shàngbànyè<名>nửa đêm trước

【上绑】shàngbǎng<动>buộc; trói; trói buộc

【上榜】shàngbǎng<动>ghi tên (trong danh sách); có tên (trong danh sách); ghi danh: 你~了。Anh đã được ghi tên trong danh sách. 你的孩子上了学校的成绩光荣榜。Con của bà đã được ghi danh trong bảng vàng thành tích của nhà trường.

【上报】¹ shàngbào<动>lên báo; đăng báo; đưa lên báo: 你的文章~了。Bài viết của anh đã được đăng báo. 此事不能~。Việc đó không thể đăng lên báo được. 他见义勇为的事迹上了报。Việc làm nghĩa cử của ông ấy đã đăng lên báo.

【上报】² shàngbào<动>báo cáo lên trên: ~审批 báo cáo lên trên để xét duyệt; 有什么情况应及时~。Gặp tình huống gì phải báo cáo lên trên ngay.

【上辈】shàngbèi<名>❶tổ tiên; cha ông: 我们的~是从湖南迁到陕西的。Cha ông chúng tôi từ tỉnh Hồ Nam di chuyển sang Thiểm Tây. ❷bề trên; bậc trên

【上辈子】shàngbèizi〈名〉❶kiếp trước; đời trước ❷thế hệ trước

【上臂】shàngbì〈名〉cánh tay trên

【上边】shàngbian〈名〉❶cấp trên: ~派人来调查了。Cấp trên đã cử người đến điều tra. ❷ở trên; trên: 桌子~有一张地图。Ở phía trên bàn có một bức bản đồ.

【上膘】shàngbiāo〈动〉béo ra; béo tốt

【上表皮】shàngbiǎopí〈名〉lớp biểu bì trên

【上宾】shàngbīn〈名〉thượng khách; khách quý: 我们被待为~。Chúng tôi được tiếp đón như thượng khách.

【上不封顶，下不保底】shàng bù fēngdǐng, xià bù bǎodǐ không đặt hạn ngạch thấp nhất và cao nhất: 我们公司的政策是~。Chính sách của công ti chúng tôi là không đặt hạn ngạch thấp nhất và cao nhất.

【上不着天，下不着地】shàng bù zháo tiān, xià bù zháo dì chân không tới đất, cật chẳng đến trời; trên không chẳng, dưới không rễ

【上菜】shàngcài〈动〉bày món ăn

【上苍】shàngcāng〈名〉trời xanh

【上策】shàngcè〈名〉thượng sách

【上层】shàngcéng〈名〉❶trên; tầng trên: 大气层~ thượng tầng khí quyển; 我们的办公室在~。Văn phòng của chúng tôi ở tầng trên. ❷bậc trên; cấp trên; tầng lớp trên: ~决策 quyết sách của cấp trên; ~领导 lãnh đạo cấp trên; ~人物 nhân vật bề trên

【上层建筑】shàngcéng jiànzhù thượng tầng kiến trúc

【上谄下骄】shàngchǎn-xiàjiāo xun xoe nịnh bợ bề trên, hống hách trịch thượng với cấp dưới; nịnh trên nạt dưới

【上场】shàngchǎng〈动〉❶lên sân khấu: 到你~了。Đến lượt anh lên sân khấu rồi. ❷[体育]ra sân; tham dự cuộc đấu: ~阵容 đội hình ra sân

【上朝】shàngcháo〈动〉[旧]❶vào triều; vào chầu vua ❷thiết triều; lâm triều

【上车】shàngchē〈动〉lên xe

【上乘】shàngchéng❶〈名〉[宗教]thượng thừa; đại thừa. ❷〈形〉tuyệt hảo; thượng hảo hạng: 属~货 thuộc loại hàng tuyệt hảo

【上传】shàngchuán〈动〉tải lên trên: ~文件 tải tệp lên trên

【上船】shàngchuán〈动〉lên tàu: ~时间到了。Đã đến giờ lên tàu.

【上床】shàngchuáng〈动〉❶lên giường; đi ngủ ❷có quan hệ tình dục với nhau

【上唇】shàngchún〈名〉môi trên

【上蹿下跳】shàngcuān-xiàtiào❶(động vật) chạy nhảy khắp nơi: 猴子在假山上~。Bầy khỉ chạy nhảy khắp nơi trên hòn bộ non. ❷chui luồn khắp nơi; chạy chọt khắp nơi; hoạt động khắp nơi

【上达】shàngdá〈动〉đưa lên trên: 下情~ tình hình bên dưới đưa lên trên

【上代】shàngdài〈名〉đời trước; thế hệ trước: 这都是~的事情了。Đây đã là chuyện của thế hệ trước.

【上当】shàngdàng〈动〉bị lừa; mắc lừa; mắc mưu: 谨慎些好，别再~了! Hãy cẩn thận, đừng mắc lừa nữa!

【上等】shàngděng〈形〉thượng đẳng; hảo hạng; cao cấp; bậc cao: ~材料 vật liệu cao cấp

【上等兵】shàngděngbīng〈名〉binh nhất

【上帝】Shàngdì〈名〉❶Thượng đế ❷Chúa trời

【上吊】shàngdiào〈动〉thắt cổ; treo cổ: ~自杀 treo cổ tự tử

【上调】shàngdiào〈动〉❶điều lên trên; điều động thăng chức: 他~担任工业部部长。Ông ấy được điều lên làm bộ trưởng Bộ Công nghiệp. ❷cấp trên điều chuyển (tiền của): 物资将被~。Vật tư sẽ được cấp trên điều động sử dụng.

另见shàngtiáo

【上冻】shàngdòng<动>đóng băng; đông lại (vì lạnh)

【上颚】shàng'è<名>hàm trên

【上方宝剑】shàngfāng bǎojiàn kiếm báu của nhà vua; thượng phương bảo kiếm

【上房】shàngfáng<名>nhà trên; nhà chính

【上访】shàngfǎng<动>khiếu oan; lên cơ quan cấp trên (phản ánh vấn đề và yêu cầu giải quyết)

【上坟】shàngfén<动>viếng mộ; thăm mồ mả; cúng mộ

【上风】shàngfēng<名>❶đầu gió: 香味从~吹来。Hương thơm bay từ đầu gió lại. ❷lợi thế; ưu thế: 她渐渐占了~。Chị ấy đã dần dần chiếm được lợi thế.

【上峰】shàngfēng<名>[旧]quan lớn; cụ lớn; cấp trên

【上浮】shàngfú<动>tăng lên: 物价~但月薪却没涨。Vật giá tăng lên nhưng lương tháng không tăng.

【上岗】shànggǎng<动>❶lên cương vị: ~培训 đào tạo trước đảm nhận chức vụ, nhiệm vụ ❷đi canh gác

【上告】shànggào<动>❶kiện; kiện cáo; kiện lên cấp trên ❷báo cáo với cấp trên

【上工】shànggōng<动>đi làm: 各位还请先去~，别耽误时间。Các anh hãy đi làm trước đã, đừng để lỡ thời gian.

【上供】shànggòng<动>❶bày đồ cúng; đem cúng; cúng giỗ: ~品 đồ cúng giỗ ❷cống tiến; cung phụng: 古时候此物是~给朝廷的。Thời xưa thứ đồ này được cống cho triều đình.

【上钩】shànggōu<动>❶mắc câu; cắn câu: 鱼儿已~。Cá đã cắn câu. ❷mắc mưu; bị lừa: 敌人果然~。Quả nhiên bọn địch đã mắc mưu.

【上古】shànggǔ<名>thượng cổ

【上轨道】shàng guǐdào vào quỹ đạo; vào nề nếp: 管理工作已经~。Công tác quản lí đã đi vào nề nếp.

【上海】Shànghǎi<名>thành phố Thượng Hải

【上好】shànghǎo<形>thượng hạng; tốt nhất: 我有~的止痛药。Tôi có thuốc cầm đau thượng hạng.

【上颌】shànghé<名>hàm trên

【上呼吸道】shànghūxīdào đường hô hấp trên

【上呼吸道感染】shànghūxīdào gǎnrǎn viêm nhiễm đường hô hấp trên

【上回】shànghuí<名>hồi trước; lần trước: ~我就提过这件事。Lần trước tôi đã nhắc đến chuyện này.

【上火】shànghuǒ<动>❶[中医]bốc hỏa: 这个季节容易~。Mùa này hay bị bốc hỏa. ❷[方]giận; phát cáu; nổi cáu: 听说了这件事他即刻~并开骂起来。Nghe chuyện này ông nổi cáu và mắng chửi ngay lập tức.

【上机】shàngjī<动>❶lên máy bay ❷thao tác máy: ~实习 thực tập thao tác máy

【上级】shàngjí<名>cấp trên; thượng cấp: ~已经把任务交给我们。Cấp trên đã giao nhiệm vụ cho chúng tôi.

【上佳】shàngjiā<形>tốt nhất; tối ưu: 有~的表现 có những biểu hiện tốt nhất; 推出~的营销计划 đưa ra kế hoạch bán hàng tối ưu

【上家】shàngjiā<名>❶nhà trên; tay trên; cánh trên (khi chơi bài) ❷cửa hiệu trên (trong quan hệ làm ăn buôn bán)

【上浆】shàngjiāng<动>❶làm hồ ❷hồ vải

【上将】shàngjiàng<名>thượng tướng

【上交】shàngjiāo<动>nộp; nộp lên: 你最晚要在2号~设计图。Anh muộn nhất phải nộp sơ đồ thiết kế vào ngày mồng 2 tới.

【上焦】shàngjiāo<名>[中医]thượng tiêu

【上缴】shàngjiǎo<动>nộp; nộp lên trên: 这

笔款应~给国家。Món tiền này phải nộp cho chính phủ.

【上街】shàngjiē<动>ra phố; lên phố; đi phố: 相邀~ rủ nhau đi phố

【上届】shàngjiè<名>khóa trước; lần trước; kì trước: ~冠军 nhà vô địch khóa trước

【上界】shàngjiè<名>thượng giới

【上紧】shàngjǐn<副>[方]mau lên; tranh thủ

【上进】shàngjìn<动>tiến bộ; tiến thủ

【上进心】shàngjìnxīn<名>ý chí tiến thủ

【上劲】shàngjìn<形>phấn chấn; hăng hái: 越干越~儿 càng làm càng hăng

【上镜】shàngjìng❶<动>xuất hiện trước ống kính (xuất hiện trong phim ảnh, truyền hình): 还在上学的时候他就多次~了。Anh ấy đã nhiều lần xuất hiện trước ống kính trong thời gian còn ở trường. ❷<形>ăn ảnh: 最~小姐 hoa hậu ăn ảnh nhất

【上空】shàngkōng<名>trên không; vùng trời; bầu trời

【上口】shàngkǒu<形>❶(đọc thơ văn) lưu loát; trôi chảy: 这首诗读起来很~。Bài thơ này đọc rất lưu loát. ❷(thơ văn viết) trôi chảy: 这段台词很~。Đoạn lời này viết rất trôi chảy dễ đọc.

【上来】¹shànglái❶<动>bắt đầu; khởi đầu; lúc đầu: 他一~就背了一首诗。Vừa bắt đầu anh ấy đã đọc ngay một bài thơ. ❷<名>[书]tổng kết; tóm tắt: ~所言 nói tóm lại

【上来】²shànglái<动>từ thấp lên cao; từ xa tới gần: 洪水慢慢~了。Nước lũ dâng lên dần. 那个干部刚从基层~。Người cán bộ ấy vừa từ cơ sở cất nhắc lên.

【上来】³shànglái<动>❶lên; tới (dùng sau động từ, biểu thị từ thấp lên cao, từ xa tới gần): 把饭菜端~。Đưa cơm canh lên đây. ❷được; tốt (dùng sau động từ, biểu thị sự thành công): 就具体方案我还说不~。Về phương án cụ thể có lẽ tôi chưa thể trình

bày được rõ. ❸[方] (đặt sau tính từ chỉ mức độ tăng lên) càng ngày càng; lên: 到了深秋，天气逐渐凉~。Cuối thu, thời tiết dần dần trở lạnh.

【上联】shànglián<名>vế trên; câu trên (của câu đối)

【上脸】shàngliǎn<动>❶đỏ mặt; ửng đỏ: 他一喝酒就~。Ông ấy cứ uống rượu vào là đỏ mặt. ❷[方]lên mặt; vênh mặt; lên nước: 别~来跟我们说教。Chớ có lên mặt dạy đời với chúng tôi.

【上梁不正下梁歪】shàngliáng bù zhèng xiàliáng wāi thượng bất chính hạ tắc loạn; giột từ nóc xuống: 这件事果真像人家说的那样~。Chuyện này quả thực là như người ta đã nói, thượng bất chính hạ tắc loạn.

【上列】shàngliè<形>ở trên; kể trên; nói trên: ~条件 những điều kiện kể trên

【上流】shàngliú<名>❶thượng du: 水从~流下来。Nước từ thượng du đổ xuống. ❷thượng lưu: ~社会 hạng thượng lưu xã hội

【上楼】shànglóu<动>lên gác

【上路】shànglù<动>❶lên đường: 他们已经~回家乡了。Họ đã lên đường về quê. ❷đi vào quỹ đạo; vào nề nếp: 工作开始~了。Công việc đã bắt đầu đi vào quỹ đạo.

【上马】shàngmǎ<动>❶lên ngựa ❷khởi công: 这项工程已经~。Công trình này đã khởi công.

【上门】¹shàngmén<动>❶đi thăm (ai); đến tận nhà: ~广告 tờ quảng cáo phát đến tận nhà; 送货~ đưa hàng đến tận nhà ❷[方]đi ở rể

【上门】²shàngmén<动>❶đóng cửa ❷cài then cửa

【上门女婿】shàngmén nǔxu đi ở rể

【上面】shàngmiàn<名>❶phía trên; trên: 办公桌~是一排整齐的文件夹。Trên mặt

bàn làm việc là cả hàng cặp văn kiện được bày đặt ngay ngắn. ❷trên; trước: 综合~所述 tóm lại phần đã trình bày kể trên ❸trên mặt: 他仔细查看发现了墙~的记号。Anh xem kĩ đã phát hiện kí hiệu trên vách tường. ❹cấp trên: ~已经决定投资成立公司。Cấp trên đã quyết định đầu tư thành lập công ti. ❺phương diện; mặt: 我们要在这~进行更多的研究。Chúng tôi phải nghiên cứu nhiều hơn về mặt này. ❻bậc trên trong dòng họ

【上年】shàngnián<名>năm ngoái

【上年纪】shàng niánji có tuổi; cao tuổi: 你已经是~的人了。Ông đã là người có tuổi.

【上品】shàngpǐn<名>thượng phẩm; hàng cao cấp; thượng hảo hạng

【上坡路】shàngpōlù<名>❶đường lên dốc: 碰到~ gặp phải đoạn đường lên dốc ❷theo hướng tốt; đang vươn lên; đang cao lên; đang nâng cao: 班里大部分学生的成绩正在走~。Thành tích của phần lớn học sinh trong lớp đang cao lên.

【上铺】shàngpù<名>chỗ nằm tầng trên; giường trên

【上气不接下气】shàngqì bù jiē xiàqì thở hổn hển

【上去】shàngqù<动>(dùng sau động từ) lên; ra; tiến về: 老太太撑着拐杖爬~了。Cụ bà đã chống gậy leo lên đó. 看到考生走出考场，家长们都迎了~。Thấy các em thí sinh ra khỏi phòng thi, các vị phụ huynh đều tiến về phía các em.

【上圈套】shàng quāntào mắc mưu; bị mắc lừa

【上任】¹shàngrèn<动>nhậm chức

【上任】²shàngrèn<名>chức quan khóa trước

【上色】shàngsè<形>thượng hạng; đồ cao cấp; hạng nhất: 这批全是~货。Lô hàng này toàn là đồ cao cấp.

【上色】shàngshǎi<动>tô màu: 给画~ tô màu cho tranh vẽ

【上山】shàngshān<动>❶lên núi: ~砍柴 lên núi chặt củi ❷[方]qua đời ❸[方]lên né: 蚕~ tằm lên né

【上上】shàngshàng❶<名>trước nữa: ~月 tháng trước nữa ❷<形>tốt nhất; hay nhất: ~策 kế sách hay nhất

【上上下下】shàngshàngxiàxià❶trên dưới ❷ai nấy

【上身】¹shàngshēn<动>lần đầu tiên mặc vào

【上身】²shàngshēn<名>❶nửa thân trên ❷áo cánh

【上升】shàngshēng<动>❶vật thể từ nơi thấp chuyển dịch tới nơi cao hơn: 电梯慢慢~。Chiếc thang máy từ từ nâng lên. ❷lên; tăng; lên cao: 温度渐渐~。Nhiệt độ lên cao dần.

【上声】shàngshēng<名>❶thượng thanh; thướng thanh (thanh thứ 2 trong 4 thanh của tiếng Hán cổ) ❷thanh thứ 3 của tiếng phổ thông Trung Quốc hiện đại

【上士】shàngshì<名>thượng sĩ

【上市】shàngshì<动>❶đưa ra chợ; ra mắt thị trường: 这款手机刚~。Kiểu điện thoại di động này mới ra mắt thị trường. ❷niêm yết: ~计划 kế hoạch niêm yết

【上市公司】shàngshì gōngsī công ti niêm yết

【上市股票】shàngshì gǔpiào cổ phiếu niêm yết

【上手】¹shàngshǒu<名>❶tay trên (trong bàn đánh bài): 跟着~的玩法来变 thay đổi tùy theo phép chơi của tay trên ❷vị trí tôn quý hơn

【上手】²shàngshǒu<动>❶bắt đầu: 工作刚~，他就被派去参加一个重要的会议。Vừa bắt đầu đi làm là anh ấy đã được cử đi dự một hội nghị quan trọng. ❷[方]làm

【上首】shàngshǒu<名>vị trí cao hơn; vị trí tôn quý hơn

【上书】shàngshū<动>viết thư trình lên trên

【上述】shàngshù<形>kể trên; nói trên: ~问题 những vấn đề nói trên

【上水】shàngshuǐ❶<名>thượng lưu: 船队按照预定计划朝~方向航行。Đội tàu chạy theo hướng thượng du theo kế hoạch dự định. ❷<动>ngược về thượng lưu

【上水】shàngshui<名>[方]món ăn thượng thủy (tim, gan và phổi)

【上水道】shàngshuǐdào<名>đường ống cấp nước sạch

【上税】shàngshuì<动>nộp thuế

【上司】shàngsi<名>cấp trên; ông chủ; sếp: 顶头~ cấp trên trực tiếp

【上诉】shàngsù<动>chống án: 他决定不~。Anh quyết định không chống án.

【上溯】shàngsù<动>❶đi ngược dòng ❷tính ngược thời gian

【上算】shàngsuàn<形>rẻ; đáng giá: 买这台电视比买那台~。Mua chiếc TV này đáng giá hơn chiếc TV kia.

【上岁数】shàng suìshu[口]có tuổi; già

【上锁】shàngsuǒ<动>khóa: 门已~。Cửa đã khóa lại.

【上台】shàngtái<动>❶thượng đài; lên sân khấu: 这是最后一次~的机会。Đây là cơ hội lên sân khấu lần cuối cùng. ❷nhậm chức; lên cầm quyền: 这是刚~的新班子。Đây là ban lãnh đạo mới vừa được lên nhậm chức.

【上台阶】shàng táijiē đạt đến một tầng cao mới; nâng lên một trình độ mới: 生活水平上了一个台阶。Mức sống được nâng lên một trình độ mới.

【上膛】shàngtáng<动>lên đạn; nạp đạn

【上体】shàngtǐ<名>[书]nửa thân trên

【上天】¹shàngtiān<动>❶bay lên trời: 风筝借着风力~了。Nhờ gió cánh diều bay lên cao. ❷lên cõi trời (chết)

【上天】²shàngtiān<名>ông trời; thiên đường

【上天无路，入地无门】shàngtiān-wúlù, rùdì-wúmén cùng đường bí lối; cùng đường nghẹt lối; hết chỗ trốn

【上调】shàngtiáo<动>tăng lên; nâng cao: 油价~ giá xăng nâng cao
另见shàngdiào

【上吐下泻】shàngtù-xiàxiè nôn mửa và tiêu chảy; thượng thổ hạ tả

【上网】shàngwǎng<动>lên mạng; vào mạng

【上网本】shàngwǎngběn<名>netbook; máy tính bảng

【上网卡】shàngwǎngkǎ<名>thẻ lên mạng

【上位】shàngwèi❶<名>vị trí cao hơn; vị trí tôn quý hơn ❷<形>thuộc lớp cao hơn

【上尉】shàngwèi<名>thượng úy

【上文】shàngwén<名>câu văn trên; đoạn văn trên

【上无片瓦，下无立锥之地】shàng wú piàn wǎ, xià wú lì zhuī zhī dì trên không mảnh ngói, dưới không chỗ cắm dùi

【上午】shàngwǔ<名>buổi sáng

【上西天】shàng xītiān về chầu trời

【上下】shàngxià❶<名>trên dưới: 全家~都为阿文考上大学感到高兴。Cả nhà trên dưới đều mừng cho em Văn thi đỗ đại học. ❷<名>từ trên xuống dưới: 公司~都同意此做法。Trong công ti từ trên xuống dưới đều đồng ý cách làm này. ❸<名>cao thấp; tốt xấu (trình độ) ❹<名>khoảng chừng: 三十岁~ khoảng chừng 30 tuổi ❺<动>lên xuống

【上下其手】shàngxià-qíshǒu giở trò; giở ngón thông đồng với nhau

【上下文】shàngxiàwén<名>ngữ cảnh (trong văn)

【上下一心】shàngxià–yīxīn trên dưới một lòng: 我们~一定可以克服困难。Chúng ta trên dưới một lòng chắc chắn khắc phục được khó khăn.

【上弦】shàngxián〈名〉thượng huyền: ~月 trăng thượng huyền

【上限】shàngxiàn〈名〉mức giới hạn ở phía trên; ngưỡng trên

【上线】¹shàngxiàn〈动〉❶đưa vấn đề lên tầm cao chính trị ❷đạt mức điểm vào học: 他的 高考成绩~了。Trong kì thi cậu ấy đã đủ điểm vào đại học. ❸trang Web bắt đầu vận hành; online

【上线】²shàngxiàn〈名〉người liên lạc cấp trên

【上香】shàngxiāng〈动〉thắp hương: 给你 爷爷~去! Thắp nén hương cho ông nội cậu đi!

【上相】shàngxiàng〈形〉ăn ảnh

【上校】shàngxiào〈名〉thượng tá

【上鞋】shàngxié =【绱鞋】

【上心】shàngxīn〈形〉để tâm; chú tâm

【上刑】shàngxíng〈动〉tra tấn

【上行】shàngxíng〈动〉❶(tuyến xe lửa Trung Quốc) chạy về thủ đô Bắc Kinh hoặc từ đường nhánh đi về phía đường chính (tuyến số chẵn) ❷(tàu thuyền) lên ngược ❸(công văn) chuyển lên cấp trên ❹tăng lên; nâng cao: 国际油价震荡~。Giá dầu quốc tế dao động ở mức cao.

【上行下效】shàngxíng–xiàxiào trên làm dưới theo; trên làm sao dưới làm vậy (thường chỉ việc xấu): 领导带头违纪，~，公司里 乱糟糟的。Lãnh đạo dẫn đầu vi phạm kỉ luật, nhân viên noi theo, công ti hoàn toàn rối loạn.

【上学】shàngxué〈动〉❶đến trường: 今 天没见小光~。Hôm nay không thấy em Quang đến trường. ❷đi học: 没够岁数~ chưa đến tuổi đi học

【上旬】shàngxún〈名〉thượng tuần

【上眼药】shàng yǎnyào mách chuyện với cấp trên nhằm gây tiếng xấu cho bạn đồng sự

【上演】shàngyǎn〈动〉trình diễn; trình chiếu; công diễn

【上扬】shàngyáng〈动〉tăng lên; lên cao: 房价~ giá cả bất động sản tăng cao

【上衣】shàngyī〈名〉áo trên

【上议院】shàngyìyuàn〈名〉thượng nghị viện

【上瘾】shàngyǐn〈动〉nghiện; mắc nghiện: 这种药吃多了会~。Thứ thuốc này uống nhiều hay mắc nghiện.

【上映】shàngyìng〈动〉trình chiếu (phim); công diễn

【上游】shàngyóu〈名〉❶thượng du ❷hàng đầu; tiên tiến: 我们要力争~。Chúng ta phải cố gắng vươn lên hàng đầu.

【上游产品】shàngyóu chǎnpǐn sản phẩm thượng nguồn

【上有老，下有小】shàng yǒu lǎo, xià yǒu xiǎo cha già con cọc; trên có già, dưới có trẻ: 他~，一个人干活养家很困难。Anh ấy trên có già dưới có trẻ, một mình làm việc nuôi cả nhà, khá chật vật.

【上有政策，下有对策】shàng yǒu zhèngcè, xià yǒu duìcè trên có chính sách, dưới có đối sách; lệnh vua không bằng lệ làng

【上元节】Shàngyuán Jié =【元宵节】

【上载】shàngzài〈动〉[计算机]tải lên

【上贼船】shàng zéichuán đã lên thuyền giặc; đã đi vào con đường bất chính: 他这是 ~，想脱身都难。Hắn đã đi vào con đường bất chính thì khó mà thoát ra được.

【上涨】shàngzhǎng〈动〉dâng lên; lên cao: 河水慢慢~。Nước sông đã dâng dần lên。 售价日渐~。Giá bán mỗi ngày một lên cao.

【上账】shàngzhàng〈动〉vào sổ; nhập vào tài khoản; ghi vào sổ sách: 资金已经~。Khoản tiền đã vào sổ.

【上阵】shàngzhèn〈动〉ra trận; xuất trận: 父子齐~。Cha con cùng ra trận.

【上肢】shàngzhī〈名〉chi trên; tay; hai cánh tay

【上装】¹ shàngzhuāng〈名〉áo; áo ngắn; áo trên

【上装】² shàngzhuāng〈动〉hóa trang

【上座】shàngzuò〈名〉chỗ ngồi danh dự

【上座儿】shàngzuòr〈动〉vào chỗ ngồi

【上座率】shàngzuòlǜ〈名〉tỉ lệ ăn khách

尚¹ shàng❶〈动〉tôn sùng; chú trọng: 崇~ sùng thượng ❷〈名〉mốt; thời thượng: 时~ 人士 nhân sĩ thời thượng //(姓)Thượng

尚² shàng[书]❶〈副〉còn; hãy còn; vẫn còn: 时间~早呢，别着急。Thời gian còn sớm, đừng vội. ❷〈连〉còn

【尚且】shàngqiě〈连〉còn: 死~不惧，更何况是流血。Chết còn không sợ, huống chi là đổ máu.

【尚书】shàngshū〈名〉[旧]thượng thư

【尚未】shàngwèi〈副〉còn chưa: 叔叔四十岁了，~娶妻。Ông chú 40 rồi còn chưa lấy vợ.

绱 shàng〈动〉lên khuôn giày

【绱鞋】shàngxié〈动〉lên khuôn giày

shāo

捎 shāo〈动〉tiện thể mang; mang kèm; tiện thể nhắn
另见shào

【捎带】shāodài❶〈动〉tiện thể mang; mang kèm; tiện thể nhắn ❷〈副〉thuận tiện

【捎带脚儿】shāodàijiǎor[方]tiện thể: 我~把过中秋的东西买回来了。Tôi tiện thể mua về những thứ vui tết Trung Thu.

【捎话】shāohuà〈动〉nhắn tin

【捎口信】shāo kǒuxìn nhắn tin; nhắn miệng; gửi lời

【捎信】shāoxìn〈动〉tiện thể mang thư: 别忘了托人~给母亲。Đừng quên nhờ người gửi thư về cho mẹ nhé.

烧 shāo❶〈动〉đốt; thiêu: 燃~ bốc cháy ❷〈动〉đun; đốt nóng: ~水 đun nước ❸〈动〉nấu; kho: ~饭 nấu cơm; 红~鱼 rán cá ❹〈动〉quay; nướng: ~鸭 vịt quay ❺〈动〉sốt: 发高~ bị sốt cao ❻〈名〉cơn sốt: ~退了。Cơn sốt đã hạ. ❼〈动〉(cây lúa) bị cháy; bị úa ❽〈动〉vì giàu có mà quên hết mọi sự

【烧包】shāobāo〈动〉[方]hãnh diện; vênh vênh; ra vẻ ta đây

【烧杯】shāobēi〈名〉cốc chịu nóng (dùng trong phòng thí nghiệm)

【烧饼】shāobing〈名〉bánh nướng

【烧断】shāoduàn〈动〉cháy và làm đứt: 保险丝被~了。Dây cầu chì bị cháy đứt.

【烧高香】shāo gāoxiāng thắp cây nhang to: 老板不剋我，我就~了。Không bị sếp mắng là tôi đã thắp nhang ơn trời rồi.

【烧化】shāohuà〈动〉hỏa táng; thiêu

【烧坏】shāohuài〈动〉bị cháy và hư hoại; bị đốt hỏng

【烧荒】shāohuāng〈动〉đốt cây cỏ khai hoang; đốt để khai hoang

【烧毁】shāohuǐ〈动〉thiêu hủy: ~材料 thiêu hủy tài liệu

【烧火】shāohuǒ〈动〉đốt lửa; nhóm lửa

【烧鸡】shāojī〈名〉gà quay

【烧碱】shāojiǎn〈名〉[化学]xút ăn da; na-tri hi-đrô-xít

【烧焦】shāojiāo〈动〉thiêu cháy

【烧酒】shāojiǔ〈名〉rượu trắng; rượu cất

【烧烤】shāokǎo❶〈动〉nướng; quay: 到郊外~ ra ngoại ô nướng ăn ngoài trời ❷〈名〉thức ăn quay; thức ăn nướng: 吃过多~食品有害

健康。Ăn đồ nướng nhiều có hại đối với sức khỏe.

【烧麦】shāomài =【烧卖】

【烧卖】shāomài<名>bánh hấp; bánh xíu-mại

【烧瓶】shāopíng<名>bình đun; bình (thủy tinh) chịu nóng

【烧钱】shāoqián<动>tiêu phí tiền; nướng tiền; phung phí tiền: 这场演出~不少。Nướng nhiều tiền vào buổi biểu diễn này.

【烧伤】shāoshāng<动>bỏng; bị bỏng

【烧死】shāosǐ<动>chết cháy

【烧香】shāoxiāng<动>❶thắp hương; đốt nhang ❷biểu xén để xin chiếu cố

【烧心】shāoxīn<动>❶[口]ruột xót; dạ dày cồn cào (do dịch vị có nhiều vị toan gây nên): 本人近来常常觉得~。Dạo này mình thường cảm thấy cồn cào trong ruột. ❷[方] (các loại rau cuốn) bị thối nõn; thối ruột

【烧纸】shāozhǐ<动>hóa vàng; đốt giấy tiền (vàng mã)

【烧纸】shāozhǐ<名>tiền âm phủ

【烧灼】shāozhuó<动>bỏng; bị bỏng; cháy bỏng: 不小心被~ không cẩn thận bị bỏng

梢 shāo<名>❶ngọn: 树~ ngọn cây ❷đuôi: 眉~ đuôi lông mày

【梢公】shāogōng =【艄公】

【梢头】shāotóu<名>đầu cành cây

稍 shāo<副>hơi; một chút: ~有不同 hơi khác nhau; 裤子~长了一点。Chiếc quần hơi dài một chút. 你~等。Anh hãy chờ một lát. //(姓)Sào

另见shào

【稍后】shāohòu<副>lát nữa: ~继续 lát nữa tiếp tục

【稍稍】shāoshāo<副>một chút: ~休息一下 tạm nghỉ một lát/nghỉ cái đã

【稍胜一筹】shāoshèng-yīchóu =【略胜一筹】

【稍事】shāoshì<副>hơi; một chút: ~调整 hơi điều chỉnh một chút

【稍微】shāowēi<副>hơi; một chút: 这道菜 ~淡了点。Món ăn này hơi nhạt một chút.

【稍许】shāoxǔ =【稍微】

【稍纵即逝】shāozòng-jíshì buông nhẹ là đi mất; thoắt cái đã biến mất: 时间~，我们要争取尽早完成任务。Thời gian trôi đi rất nhanh, ta phải tranh thủ sớm làm tròn nhiệm vụ.

筲 shāo<名>thùng: 水~ thùng nước

【筲箕】shāojī<名>cái rá

艄 shāo<名>❶đuôi thuyền ❷bánh lái; tay lái

【艄公】shāogōng<名>người cầm lái; người chèo lái; người lái đò

sháo

勺 sháo<名>cái thìa; cái muôi: 铁~ cái muôi sắt

【勺子】sháozi<名>cái muôi; cái thìa

芍 sháo

【芍药】sháoyao<名>❶cây thược dược ❷hoa thược dược

韶 sháo<形>[书]đẹp //(姓)Thiều

【韶光】sháoguāng<名>[书]❶ánh sáng mùa xuân; thiều quang ❷tuổi xuân: ~易逝 tuổi xuân dễ mất

【韶华】sháohuá<名>[书]❶ánh sáng mùa xuân; cảnh xuân đẹp ❷tuổi xuân: ~难再 tuổi xuân khó quay trở lại

shǎo

少 shǎo❶<形>ít; hiếm: 这地方很~有人来。Chỗ này ít có người đến. ❷<动>thiếu; hụt: ~一块钱 thiếu một đồng ❸<动>mất; bị mất: 不~一样东西 không mất một thứ gì ❹<动>nợ: ~别人的钱 nợ tiền của người ta ❺<副>tạm một chút: 我们~作休息。Chúng ta tạm nghỉ một chút. ❻<副>đừng: ~说话 đừng nói nữa

另见shào

【少安毋躁】shǎo'ān-wúzào cố đợi một chút; chớ nóng vội

【少不得】shǎobudé ❶không thể thiếu được: 刚种下的树苗~水。Cây non vừa trồng không thể thiếu nước được. ❷tất phải: 现在缺人手，你~多干一点。Bây giờ thiếu người, anh đành phải làm nhiều hơn.

【少不了】shǎobuliǎo ❶không thiếu được; không thể thiếu: 这份功劳~你的。Công trạng đó không thiếu được phần của anh. 什么事情都~你。Việc gì cũng không thể thiếu anh được. ❷khó tránh được

【少而精】shǎo'érjīng ít mà tốt

【少见】shǎojiàn ❶<动>ít khi gặp mặt ❷<形>rất ít gặp; hiếm thấy: 这种情况~。Trường hợp này hiếm thấy.

【少见多怪】shǎojiàn-duōguài ít thấy thì lạ nhiều; kém hiểu biết: 你这么说只证明你~。Nói thế chỉ chứng tỏ cậu kém hiểu biết.

【少量】shǎoliàng <形>chút ít; một ít: 再放~盐 bỏ thêm một ít muối

【少慢差费】shǎo-màn-chà-fèi ít, chậm; kém, đắt (trái với nhiều, nhanh, tốt, rẻ)

【少陪】shǎopéi<动>xin phép không đi cùng được; xin phép phải đi: 抱歉，有别的事情，~了！Xin lỗi, do có việc khác, tôi không đi cùng được.

【少时】shǎoshí<名>không bao lâu; chẳng mấy chốc; phút chốc; chốc lát

【少数】shǎoshù<名>số ít; thiểu số: ~服从多数。Thiểu số phục tùng đa số. 反对的只是~。Số người phản đối chỉ là thiểu số.

【少数民族】shǎoshù mínzú dân tộc thiểu số; dân tộc ít người: 保护~文化 giữ gìn văn hóa dân tộc thiểu số

【少说】shǎoshuō<副>ít nhất: 这包米~也有100公斤。Bao gạo này ít nhất cũng có 100 kg.

【少说为妙】shǎoshuōwéimiào ít nói là hơn

【少许】shǎoxǔ<形>[书]ít; một chút; một ít: 放~味精 cho vào một ít bột ngọt

【少言寡语】shǎoyán-guǎyǔ ít nói: ~的性格 tính ít nói

【少有】shǎoyǒu<形>ít có; hiếm có: ~的好机会 dịp may hiếm có; 得到教授的当众表扬真是~。Được giáo sư biểu dương trước mặt mọi người là chuyện rất hiếm hoi.

shào

少 shào ❶<形>trẻ: ~年 trẻ em; 男女老~ già trẻ trai gái ❷<名>cậu ấm: 我家~爷很贪玩。Cậu ấm nhà tôi ham chơi lắm. //(姓) Thiếu

另见shǎo

【少白头】shàobáitóu<名>(người) tuổi trẻ mà tóc đã bạc

【少不更事】shàobùgēngshì trẻ người non dạ; trẻ người ít từng trải

【少东家】shàodōngjia<名>[旧]cậu chủ

【少儿】shào'ér<名>thiếu nhi

【少妇】shàofù<名>thiếu phụ

【少管所】shàoguǎnsuǒ<名>nơi cai quản người phạm tội vị thành niên

【少将】shàojiàng<名>thiếu tướng

【少林拳】shàolínquán<名>quyền Thiếu Lâm

【少林寺】Shàolín Sì<名>Thiếu Lâm Tự; chùa Thiếu Lâm

【少奶奶】shàonǎinai<名>[旧]❶mợ (người ở gọi con dâu ông chủ) ❷mợ (gọi con dâu của người khác để tỏ lòng tôn trọng)

【少男】shàonán<名>chàng trai: ~少女

chàng trai cô gái

【少年】shàonián<名>❶thời niên thiếu ❷thiếu niên: ~先锋队 đội thiếu niên tiền phong ❸[书]chàng trai trẻ

【少年读物】shàonián dúwù sách báo dành cho thiếu niên

【少年犯】shàoniánfàn<名>người phạm tội chưa thành niên

【少年夫妻老来伴】shàonián fūqī lǎo lái bàn thời còn trẻ là vợ chồng, lúc tuổi già thành bạn đời

【少年宫】shàoniángōng<名>cung thiếu nhi

【少年老成】shàonián-lǎochéng ông cụ non; thiếu niên lão thành

【少女】shàonǚ<名>thiếu nữ; cô gái

【少尉】shàowèi<名>thiếu úy

【少校】shàoxiào<名>thiếu tá

【少爷】shàoye<名>[旧]❶cậu ấm: ~脾气 tính cách cậu ấm ❷cậu nhà (xưng hô một cách kính trọng)

【少壮】shàozhuàng<形>trẻ trung; trai trẻ; trai tráng: 正值~时期 đang lúc trẻ trung

【少壮不努力，老大徒伤悲】shàozhuàng bù nǔlì, lǎodà tú shāngbēi trẻ trung không cố gắng, già nua luống buồn thương

【少壮派】shàozhuàngpài<名>lớp người trẻ; lớp trẻ; thế hệ trẻ

劭 shào[书]❶<动>khuyến khích; khuyên nhủ: 先帝~农。Tiên đế khuyến khích nghề nông. ❷<形>tốt đẹp: 年高德~ tuổi cao đức trọng

绍¹ shào<动>[书]tiếp tục; tiếp nối; kế thừa

绍² Shào<名>Thiệu Hưng (tên thành phố ở tỉnh Chiết Giang Trung Quốc): ~酒 rượu Thiệu Hưng //(姓)Thiệu

【绍介】shàojiè<动>giới thiệu

捎 shào<动>hơi lùi lại (thường chỉ lừa ngựa)

另见shāo

【捎色】shàoshǎi<动>phai màu

哨¹ shào❶<动>canh gác; tuần tra: 放~ canh gác ❷<名>nơi canh gác; bốt gác ❸<量>đội; tốp: 一~人马 một đội quân //(姓)Tiêu, Tiệu

哨² shào❶<动>(chim) hót; kêu ❷<名>cái còi

【哨兵】shàobīng<名>lính gác

【哨岗】shàogǎng<名>trạm gác; bốt gác

【哨卡】shàoqiǎ<名>đồn biên phòng; trạm gác; trạm kiểm soát

【哨声】shàoshēng<名>tiếng còi

【哨所】shàosuǒ<名>trạm gác; đồn gác

【哨位】shàowèi<名>nơi canh gác; bốt gác

【哨子】shàozi<名>cái còi

稍 shào
另见shāo

【稍息】shàoxī<动>(khẩu lệnh quân sự) nghỉ

潲¹ shào<动>❶(mưa) hắt vào: 别让雨水~进来。Đừng để cho nước mưa hắt vào. ❷[方]vẩy nước: 扫地前先~点水。Vẩy nước trước khi quét nhà.

潲² shào<名>[方]nước cám: 猪~ nước cám lợn

【潲缸】shàogāng<名>thùng to đựng nước gạo

【潲水】shàoshuǐ<名>[方]nước gạo

【潲桶】shàotǒng<名>[方]thùng đựng nước gạo; thùng đựng cám lợn

shē

奢 shē<形>❶xa xỉ: 穷~极欲 xa xỉ cực độ ❷quá đáng; quá mức: ~求 yêu cầu quá cao

【奢侈】shēchǐ<形>xa xỉ: 花销~ ăn chơi xa xỉ

【奢侈品】shēchǐpǐn<名>hàng xa xỉ; đồ xa xỉ

【奢华】shēhuá<形>xa hoa: 衣着~ ăn mặc xa hoa; 生活~ lối sống xa hoa

【奢靡】shēmí<形>xa xỉ quá mức; phung phí quá độ

【奢念】shēniàn<名>ý nghĩ quá cao; mong ước xa vời

【奢求】shēqiú❶<动>đòi hỏi quá cao ❷<名>sự đòi hỏi quá cao: 我并无~。Tôi chẳng có sự đòi hỏi gì quá cao đâu.

【奢谈】shētán<动>nói viển vông không thực tế: ~人权 nói viển vông về nhân quyền

【奢望】shēwàng❶<动>ước mơ quá cao; mong ước xa vời: 你别~了。Em đừng ước mơ quá cao xa nữa. ❷<名>ước mơ quá cao: 对升职他没有什么~。Anh ấy không nuôi ước mơ quá cao về chuyện thăng chức.

赊 shē<动>(mua hay bán) chịu; nợ; trả chậm

【赊购】shēgòu<动>mua chịu

【赊欠】shēqiàn<动>(mua hay bán) chịu; trả chậm

【赊售】shēshòu<动>bán chịu: 不接受~ không chấp nhận bán chịu

【赊销】shēxiāo<动>bán chịu

【赊账】shēzhàng<动>mua bán chịu ghi sổ: ~期限 thời hạn bán chịu; 概不~ không bán chịu

猞 shē

【猞猁】shēlì<名>[动物]mèo rừng

畲 shē<动>[书][农业]đốt cỏ cây lấy tro làm phân bón ruộng

另见yú

shé

舌 shé<名>❶cái lưỡi ❷hình lưỡi: 帽~ lưỡi trai của mũ ❸quả lắc trong cái chuông

【舌癌】shé'ái<名>ung thư lưỡi

【舌敝唇焦】shébì-chúnjiāo nói sa sả; rã bọt mép; rát cổ bỏng họng: 任凭众人说得

~，她却静坐一言不发。Mặc mọi người nói đến rát cổ bỏng họng, chị ấy vẫn cứ ngồi im không lên tiếng.

【舌敝耳聋】shébì-ěrlóng nói đến rát cả cổ, nghe đến ù cả tai; ví cách thức trình bày quá rườm rà phức tạp

【舌根音】shégēnyīn<名>âm cuống lưỡi

【舌耕】shégēng<动>[书]nghề bán cháo phổi (chỉ nghề dạy học)

【舌尖】shéjiān<名>đầu lưỡi

【舌面】shémiàn<名>mặt lưỡi

【舌苔】shétāi<名>nấm lưỡi; bựa ở lưỡi; tua lưỡi

【舌头】shétou<名>❶cái lưỡi ❷cái lưỡi sống (tù binh bị bắt nhằm mục đích khai thác địch tình): 抓~ bắt tù binh để khai thác

【舌战】shézhàn<动>tranh cãi; khẩu chiến; đấu khẩu; tranh luận; hùng biện

折 shé<动>❶gãy: 骨头~了。Xương bị gãy. ❷hao; hụt; lỗ: ~本 lỗ vốn ❸bị thất bại: 想不到此次行动又~了。Không ngờ hành động lần này lại bị thất bại. //(姓)Thiệt

另见zhē, zhé

【折本】shéběn<动>lỗ; lỗ vốn: ~生意 buôn bán lỗ vốn

【折秤】shéchèng<动>hao cân; hụt cân: 这把菜肯定被~了。Mớ rau này chắc chắn bị hụt cân.

【折耗】shéhào<动>hao hụt; hao: 尚未包括~费用 còn chưa kể chi phí hao hụt

【折钱】shéqián<动>[方]lỗ tiền; lỗ vốn

蛇 shé<名>con rắn

【蛇胆】shédǎn<名>mật rắn

【蛇毒】shédú<名>nọc rắn

【蛇皮】shépí<名>da rắn

【蛇头】shétóu<名>[方]kẻ tổ chức vượt biên trái phép và chuộc lợi

【蛇蜕】shétuì<名>[中药]xác rắn lột; sạ thoái

S

【蛇无头不行】shé wú tóu bù xíng 蛇不得丢掉跟随他多年 không đầu chẳng thể bò: 俗话说：~, 鸟无翅不飞. Tục ngữ có câu: rắn không đầu chẳng bò được, chim không cánh chẳng bay được.

【蛇蝎】shéxiē〈名〉❶rắn và rết ❷kẻ độc ác: ~心肠 lòng dạ độc ác

【蛇行】shéxíng〈动〉❶bò ❷trườn; toài

【蛇形】shéxíng〈名〉hình rắn

【蛇油】shéyóu〈名〉dầu rắn; mỡ rắn

【蛇足】shézú〈名〉chân rắn; việc thừa; việc vô dụng

阇 shé

【阇梨】shélí〈名〉[宗教]tăng; nhà sư; cao tăng

shě

舍 shě〈动〉❶bỏ: 他~不得丢掉跟随他多年的一箱书. Anh không nỡ vứt bỏ chiếc hòm sách đã theo mình nhiều năm. ❷bố thí: 主人每天清晨~粥给路过的难民. Chủ nhà mỗi buổi sáng đều nấu một nồi cháo to để bố thí cho những nạn dân đi qua.
另见shè

【舍本逐末】shěběn-zhúmò bỏ gốc lấy ngọn; bỏ cái chính lấy cái phụ

【舍不得】shěbude tiếc rẻ; không nỡ

【舍得】shěde〈动〉không tiếc gì cả; chịu bỏ: 在学习外语方面她很~下功夫. Chị ấy rất chịu bỏ công sức vào học ngoại ngữ.

【舍己为人】shějǐ-wèirén quên mình vì người

【舍近求远】shějìn-qiúyuǎn bỏ gần cầu xa

【舍车保帅】shějū-bǎoshuài bỏ xe giữ tướng: 我实在是不得已，只好~了. Mình thực sự là bất đắc dĩ buộc phải bỏ xe giữ tướng.

【舍利取义】shělì-qǔyì bỏ lợi giữ nghĩa

【舍命】shěmìng〈动〉liều mạng; quên mình

【舍命陪君子】shěmìng péi jūnzǐ hết mình vì bạn

【舍弃】shěqì〈动〉bỏ; từ bỏ; vứt bỏ

【舍身】shěshēn〈动〉xả thân: ~为国 xả thân vì nước

【舍生取义】shěshēng-qǔyì thà chết cho trọn điều nghĩa

【舍生忘死】shěshēng-wàngsǐ quên sống quên chết; quên sống liều chết

【舍死忘生】shěsǐ-wàngshēng =【舍生忘死】

【舍我其谁】shěwǒqíshuí ngoài ta ra còn ai hơn nữa

shè

设 shè❶〈动〉bày; đặt; thiết lập; bố trí: ~宴招待亲朋好友 bày tiệc chiêu đãi họ hàng bè bạn; ~分支（机构）thiết lập chi nhánh ❷〈动〉trù tính: ~法 tìm cách ❸〈动〉giả thiết: ~x=5 giả thiết x=5 ❹〈连〉[书]giả xử

【设备】shèbèi❶〈动〉trang bị: 新阅览室~得很先进. Phòng đọc mới được trang bị rất tiên tiến. ❷〈名〉thiết bị: 机械~ thiết bị cơ khí

【设备维修】shèbèi wéixiū duy tu thiết bị: 做好~工作 làm tốt công tác duy tu thiết bị

【设点】shèdiǎn〈动〉đặt điểm; đặt cơ cấu: ~经营 đặt cơ cấu kinh doanh

【设定】shèdìng〈动〉đặt: 将设备~为自动模式 đặt thiết bị vào chế độ tự động

【设法】shèfǎ〈动〉tìm cách; nghĩ cách: ~解决困难 tìm cách giải quyết khó khăn

【设防】shèfáng〈动〉bố trí phòng ngự; phòng thủ: 严格~ bố trí phòng thủ chặt chẽ

【设岗】shègǎng〈动〉đặt (sắp xếp) cương vị: 因人~ đặt cương vị theo người

【设计】shèjì❶<名>thiết kế: 新颖的~ thiết kế mới mẻ ❷<动>thiết kế: 请你们公司给我们的工程进行~。Nhờ quý công ti làm thiết kế cho công trình của chúng tôi.

【设计师】shèjìshī<名>kiến trúc sư; nhà thiết kế

【设计图】shèjìtú<名>bản vẽ thiết kế

【设计院】shèjìyuàn<名>viện thiết kế

【设立】shèlì<动>thiết lập; thành lập: ~少年基金 thiết lập Quỹ thiếu nhi

【设身处地】shèshēn-chǔdì đặt mình vào hoàn cảnh người khác (để suy xét cân nhắc)

【设施】shèshī<名>phương tiện; công trình; cơ sở; thiết bị: 交通~ phương tiện giao thông; 城市美化~ công trình làm đẹp thành phố; 基础~建设 xây dựng cơ sở hạ tầng; 文化娱乐~ thiết bị văn hóa giải trí

【设问】shèwèn<名>đặt câu hỏi

【设想】shèxiǎng❶<动>tưởng tượng; thiết tưởng; đưa ra ý tưởng: 我~在这里建设一个新项目。Tôi có ý tưởng cho xây dựng một dự án mới ở đây. ❷<动>lo toan cho ❸<名>ý tưởng: 这个~很适合我。Ý tưởng này rất hợp với tôi.

【设宴】shèyàn<动>thết tiệc; bày tiệc; mở tiệc: ~招待远方来客 thết tiệc chiêu đãi khách đến từ phương xa

【设障】shèzhàng<动>đặt chướng ngại: 互不~ không đặt chướng ngại cho nhau

【设置】shèzhì<动>❶xây dựng; thiết lập: ~分行 thiết lập chi nhánh ❷cài đặt: ~障碍 làm cản trở

【设座】shèzuò<动>đặt chỗ ngồi

社 shè<名>❶(chỉ một số tổ chức, tập thể) xã; tòa: 合作~ hợp tác xã; 报~ tòa báo ❷một số đơn vị dịch vụ: 旅~ khách sạn; 旅行~ công ti du lịch ❸xã; thổ thần; nơi tế thổ thần thời xưa: 春~ tế thổ thần vào mùa xuân //(姓)Xã

【社保】shèbǎo<名>❶bảo hiểm xã hội ❷quỹ bảo trợ xã hội

【社工】shègōng<名>nhân viên phục vụ xã hội

【社会】shèhuì<名>❶xã hội: 人类~ xã hội loài người ❷tầng lớp: 上流~ tầng lớp thượng lưu

【社会办学】shèhuì bànxué xây dựng sự nghiệp giáo dục bằng phương thức huy động lực lượng xã hội

【社会保险】shèhuì bǎoxiǎn bảo hiểm xã hội

【社会保障】shèhuì bǎozhàng sự bảo trợ xã hội

【社会保障卡】shèhuì bǎozhàngkǎ thẻ bảo trợ xã hội

【社会财富】shèhuì cáifù của cải xã hội

【社会地位】shèhuì dìwèi địa vị xã hội

【社会调查】shèhuì diàochá điều tra xã hội

【社会分工】shèhuì fēngōng phân công lao động xã hội; phân công xã hội

【社会风气】shèhuì fēngqì tình hình xã hội; nền nếp xã hội

【社会福利】shèhuì fúlì phúc lợi xã hội

【社会各界】shèhuì gèjiè các giới xã hội; các tầng lớp xã hội

【社会工作】shèhuì gōngzuò công tác xã hội

【社会公德】shèhuì gōngdé chuẩn mực đạo đức xã hội

【社会关系】shèhuì guānxì quan hệ xã hội

【社会活动】shèhuì huódòng hoạt động xã hội

【社会监督】shèhuì jiāndū giám sát xã hội

【社会教育】shèhuì jiàoyù giáo dục trong xã hội

【社会进步】shèhuì jìnbù sự tiến bộ của xã hội

S

【社会科学】shèhuì kēxué khoa học xã hội

【社会青年】shèhuì qīngnián thanh niên ngoài xã hội

【社会实践】shèhuì shíjiàn thực tiễn xã hội

【社会贤达】shèhuì xiándá người có đức tài danh vọng trong xã hội

【社会效益】shèhuì xiàoyì hiệu suất xã hội

【社会形态】shèhuì xíngtài hình thái xã hội

【社会学】shèhuìxué<名>xã hội học

【社会意识】shèhuì yìshí ý thức xã hội

【社会治安】shèhuì zhì'ān an ninh xã hội

【社会制度】shèhuì zhìdù chế độ xã hội

【社会秩序】shèhuì zhìxù trật tự xã hội

【社会主义】shèhuì zhǔyì ❶chủ nghĩa xã hội ❷xã hội chủ nghĩa: 建设~社会 xây dựng xã hội xã hội chủ nghĩa

【社会主义精神文明建设】shèhuì zhǔyì jīngshén wénmíng jiànshè công cuộc xây dựng văn minh tinh thần xã hội chủ nghĩa

【社火】shèhuǒ<名>các hoạt động văn nghệ, vui chơi dân gian trong lễ hội

【社稷】shèjì<名>xã tắc; đất nước

【社交】shèjiāo<名>xã giao: ~活动 hoạt động xã giao; ~网站 mạng xã giao

【社科院】shèkēyuàn<名>viện khoa học xã hội; viện hàn lâm khoa học xã hội

【社论】shèlùn<名>xã luận: 发表~ phát biểu xã luận

【社评】shèpíng<名>xã luận; bài bình luận

【社区】shèqū<名>❶khu phố: ~医院 bệnh viện ở khu phố ❷khu cư trú riêng: 华人~ khu cư trú riêng của người Hoa

【社团】shètuán<名>đoàn thể quần chúng; đoàn thể xã hội

【社员】shèyuán<名>xã viên

【社长】shèzhǎng<名>giám đốc: 分社~ giám đốc phân xã

舍¹ shè ❶<名>xá, nhà ở: 宿~ kí túc xá; 旅~ nhà trọ ❷<名>nhà ở đơn sơ của mình (lời nói khiêm tốn): 敝~ tệ xá; 寒~ tệ xá nghèo hèn ❸<名>chuồng trại: 猪~ chuồng lợn ❹<形>(khiêm từ, dùng để gọi người thân thích ở hạng dưới hoặc ít tuổi, khi nói chuyện với người khác): ~侄 cháu tôi; ~妹 em gái tôi //(姓)Xá

舍² shè<量> một xá bằng 30 dặm (thời xưa)
另见shě

【舍管】shèguǎn<名>nhân viên quản lí kí túc xá

【舍间】shèjiān<名>khiêm từ; nhà ở của mình: 请来~一叙。Mời đến nhà tôi gặp mặt nói chuyện.

【舍利子】shèlìzǐ<名>[宗教]xá lị; xá lợi (tro cốt nhà Phật)

【舍亲】shèqīn<名>(khiêm từ) người nhà mình; bà con nhà mình (cách xưng hô khiêm tốn): 很感谢您关照~。Cám ơn ông đã quan tâm chăm sóc người nhà của tôi.

【舍下】shèxià =【舍间】

【舍友】shèyǒu<名>bạn cùng kí túc xá

拾 shè<动>[书]nhè nhẹ bước lên
另见shí

【拾级而上】shèjí'érshàng bước từng bậc lên

射 shè<动>❶bắn; sút: ~中 bắn trúng ❷phụt; tiêm: 注~疫苗 tiêm vắc-xin ❸phát ra; tỏa ra (ánh sáng, nhiệt lượng...): ~出亮光 tỏa ra ánh sáng ❹ám chỉ; chỉ tới: 影~贪官 ám chỉ những quan chức tham nhũng

【射程】shèchéng<名>tầm bắn; cự li bắn

【射灯】shèdēng<名>đèn xạ; đèn chiếu

【射电天文学】shèdiàn tiānwénxué thiên văn học vô tuyến

【射电望远镜】shèdiàn wàngyuǎnjìng kính thiên văn vô tuyến

【射电源】shèdiànyuán<名>[天文]nguồn sóng điện vô tuyến

【射击】shèjī❶<动>bắn; khai hỏa ❷<名>[体育]môn bắn súng; môn xạ kích

【射箭】shèjiàn❶<动>bắn tên ❷<名>[体育]môn bắn cung

【射角】shèjiǎo<名>góc bắn; góc phóng

【射界】shèjiè<名>tầm bắn; tầm phóng

【射精】shèjīng<动>xuất tinh

【射孔】shèkǒng<名>[石油]khoan; lỗ khoan

【射猎】shèliè<动>săn bắn; săn bắt

【射流】shèliú<名>[物理]dòng phun ra; luồng tuôn ra

【射门】shèmén<动>sút bóng; ném vào gôn

【射人先射马，擒贼先擒王】shè rén xiān shè mǎ, qín zéi xiān qín wáng bắn người phải bắn ngựa trước, bắt giặc phải tóm ngay tên cầm đầu

【射杀】shèshā<动>nã súng; bắn giết

【射手】shèshǒu<名>❶xạ thủ ❷chân sút; tay sút

【射手座】shèshǒuzuò<名>chòm sao Xạ thủ

【射线】shèxiàn<名>❶tia xạ; chùm tia ❷đường chiếu

【射影】shèyǐng<名>[数学]xạ ảnh; hình chiếu thẳng đứng

涉 shè<动>❶lội; vượt qua: ~水不怕湿脚 lội nước chẳng sợ ướt chân ❷trải qua; kinh qua: ~险 trải qua nguy hiểm ❸liên quan: ~赌人员 người đánh bạc

【涉案】shè'àn<动>liên quan tới vụ án

【涉及】shèjí<动>bao gồm; kéo theo; liên quan tới: ~命案 liên quan đến án mạng; 此项目~多个领域。Dự án này liên quan tới nhiều lĩnh vực.

【涉猎】shèliè<动>❶đọc lướt; đọc qua: 这本书稍加~即可。Cuốn sách đó chỉ cần đọc lướt qua là được. ❷tiếp xúc: ~广泛 tiếp xúc rộng rãi

【涉密】shèmì<动>liên quan đến điều bí mật

【涉世】shèshì<动>từng trải việc đời: ~不深 ít từng trải việc đời

【涉水】shèshuǐ<动>lội suối: 跋山~ trèo đèo lội suối

【涉外】shèwài<形>liên quan đến (người) nước ngoài: ~领域 lĩnh vực đối ngoại

【涉嫌】shèxián<动>bị tình nghi; đáng nghi: ~经济犯罪 bị tình nghi phạm tội kinh tế

【涉足】shèzú<动>[书]đặt chân vào; bước tới; tham gia vào: 他年纪不大却已~多个领域。Anh ấy tuy còn trẻ nhưng đã tham gia vào nhiều lĩnh vực khác nhau.

赦 shè<动>miễn xá; tha: 特~ đặc xá; ~罪 xá tội

【赦令】shèlìng<名>lệnh xá

【赦免】shèmiǎn<动>tha; miễn xá; giảm tội

摄[1] shè<动>❶hấp thu; hút lấy: ~入营养 hấp thu chất dinh dưỡng ❷chụp (ảnh)

摄[2] shè<动>[书]bảo dưỡng

摄[3] shè<动>thay quyền; thay mặt

【摄魂钩魄】shèhún-gōupò cuốn hút mê hồn

【摄取】shèqǔ<动>❶chụp (ảnh): 在这里~几张照片。Chụp vài tấm ảnh ở đây. ❷hút lấy; hấp thụ: ~营养 hấp thụ dinh dưỡng

【摄食】shèshí<动>kiếm thức ăn; giành lấy thức ăn

【摄氏度】shèshìdù<量>độ C: 今天温度10—15~。Nhiệt độ hôm nay từ 10—15℃.

【摄像】shèxiàng<动>ghi hình; quay video

【摄像机】shèxiàngjī<名>máy quay video; máy chụp hình; máy ghi hình

【摄影】shèyǐng<动>❶chụp ảnh ❷quay phim

【摄影记者】shèyǐng jìzhě phóng viên nhiếp ảnh

【摄影棚】shèyǐngpéng<名>trường quay

【摄影师】shèyǐngshī〈名〉thợ nhiếp ảnh

【摄政】shèzhèng〈动〉thay quyền cai trị; nhiếp chính

【摄制】shèzhì〈动〉quay và chế tác phim: 这部影片已进入~阶段。Bộ phim đã bước vào giai đoạn quay và giàn dựng.

【摄制组】shèzhìzǔ〈名〉đoàn làm phim: 对 ~来说这是一项充满挑战的任务。Đây là một nhiệm vụ đầy thử thách đối với đoàn làm phim.

慑 shè〈动〉[书]sợ; làm cho sợ

【慑服】shèfú〈动〉❶khuất phục ❷hàng phục

【慑于】shèyú〈动〉[书]sợ hãi: 犯罪嫌疑人 ~法律威严而自首。Khiếp sợ trước sức mạnh của luật pháp mà nghi can đã ra đầu thú.

麝 shè〈名〉❶con cầy hương ❷xạ hương

【麝牛】shèniú〈名〉bò xạ

【麝香】shèxiāng〈名〉xạ hương

shéi

谁 shéi〈代〉❶ai; người nào: 你找~? Anh tìm ai? ❷chẳng ai (phản vấn): ~不知 chẳng ai không biết ❸không đích xác: 不知是~的 không biết là của ai ❹tùy ý chỉ: ~也不能说 服~。Ai cũng chẳng thuyết phục nổi ai. 另见shuí

【谁人】shéirén〈代〉ai; người nào: 他的事 情~不知。Chuyện của anh ta ai mà chả biết.

shēn

申¹ shēn〈动〉❶trình; thưa; nói rõ: 三令五~ ra lệnh, răn bảo nhiều lần ❷xin; thỉnh cầu

申² shēn〈名〉Thân (vị trí thứ 9 trong địa chi)

申³ Shēn〈名〉Thân (tên khác của thành phố Thượng hải, Trung Quốc) //(姓)Thân

【申办】shēnbàn〈动〉xin tổ chức; xin đăng cai: ~下届奥运会 xin đăng cai Thế vận hội khóa tới

【申报】shēnbào〈动〉trình báo; báo cáo: ~ 材料 trình báo tài liệu

【申辩】shēnbiàn〈动〉biện bạch; bào chữa; cãi: 为自己~ bào chữa cho mình

【申斥】shēnchì〈动〉trách mắng; phê phán: 上司严厉地~了他。Cấp trên đã nghiêm khắc phê phán anh ấy.

【申饬】shēnchì〈动〉❶[书]răn đe ❷trách mắng

【申购】shēngòu〈动〉xin mua: ~新股票 xin mua cổ phiếu mới

【申领】shēnlǐng〈动〉xin cấp: ~执照 xin cấp môn bài/xin cấp giấy phép

【申令】shēnlìng〈动〉ra lệnh

【申明】shēnmíng〈动〉tuyên bố; nói rõ; trình bày rõ: 请~申请补助的原由! Hãy trình bày rõ nguyên nhân xin trợ cấp! 外交 部发言人再次~对此事件的立场。Người phát ngôn Bộ Ngoại giao một lần nữa trình bày rõ lập trường về sự kiện này.

【申请】shēnqǐng〈动〉xin: ~年假 xin nghỉ phép năm

【申请书】shēnqǐngshū〈名〉đơn xin: 辞职 ~ đơn xin từ chức/đơn xin thôi việc

【申时】shēnshí〈名〉[旧]giờ thân (từ 15 giờ đến 17 giờ)

【申述】shēnshù〈动〉trình bày rõ: ~理由 trình bày rõ lí do

【申说】shēnshuō〈动〉nói rõ

【申诉】shēnsù〈动〉❶khiếu nại: 此~案跟 几个重要的人物有关联。Vụ khiếu nại này có liên quan tới một vài nhân vật quan trọng. ❷chống án: 准备再次~ chuẩn bị chống án lần nữa

【申讨】shēntǎo<动>lên án: ~恐怖主义行为 lên án những hành vi khủng bố

【申雪】shēnxuě<动>rửa oan; minh oan

【申遗】shēnyí<动>xin đăng kí di sản

【申冤】shēnyuān<动>❶rửa oan; minh oan: 为屈死者~ minh oan cho người bị chết oan; 为被诬告的人~ rửa oan cho người bị vu cáo ❷khiếu oan; đòi được rửa oan

【申冤吐气】shēnyuān-tǔqì giải oan rửa hận

伸 shēn<动>duỗi; thò: ~脚 duỗi chân; ~头 thò đầu //(姓)Thân

【伸懒腰】shēn lǎnyāo vươn vai; vặn mình: 坐久了伸个懒腰 ngồi lâu rồi vươn vai một cái

【伸手】shēnshǒu<动>❶chìa tay: 他就喜欢~讨要。Nó cứ thích chìa tay xin xỏ. ❷(nghĩa xấu) nhúng tay

【伸手不见五指】shēnshǒu bùjiàn wǔzhǐ giơ bàn tay ra không thấy năm ngón; tối như bưng

【伸缩】shēnsuō<动>❶co duỗi; thò ra thụt vào: 按动这里可以~。Bấm chỗ này có thể thò ra thụt vào. ❷co giãn; linh động: ~性能好 tính co giãn tốt

【伸腿】shēntuǐ<动>❶chen chân vào; xọc vào ❷[口]thẳng cẳng (chết)

【伸腰】shēnyāo<动>vươn vai; vươn mình

【伸冤】shēnyuān =【申冤】

【伸展】shēnzhǎn<动>trải dài; kéo dài; mở rộng; vươn ra: 向远方~ trải dài đến phương xa; ~运动 động tác vươn mình

【伸张】shēnzhāng<动>mở rộng; khuyến khích; đề xướng; nêu cao

【伸张正义】shēnzhāng-zhèngyì nêu cao chính nghĩa

【伸直】shēnzhí<动>duỗi thẳng; vươn thẳng

身 shēn❶<名>cơ thể: 转~ xoay mình ❷<名>mình; bản thân: ~兼数职 một mình kiêm nhiều chức vụ ❸<名>phần thân (người, vật): 车~ thân xe ❹<量>bộ: 他穿了一~名牌去上班。Anh ấy mặc bộ đồ xịn đi làm. ❺<名>đạo đức tu dưỡng: 修~ tu dưỡng ❻<名>xuất thân: 家庭出~ xuất thân gia đình ❼<名>trọn đời ❽<名>tính mạng: 奋不顾~ không tiếc thân mình

【身败名裂】shēnbài-míngliè thân bại danh liệt; mất hết danh giá

【身板】shēnbǎn<名>[方]thân thể: ~结实 chắc và khỏe

【身边】shēnbiān<名>❶bên cạnh: 坐在主席~ ngồi bên cạnh chủ tịch; 孩子不在~。Con cái không ở bên cạnh mình. ❷trên người: 我~没带钱。Trên người tôi không mang theo tiền.

【身不由己】shēnbùyóujǐ bản thân không tự chủ được

【身材】shēncái<名>vóc người; dáng người: ~高大 vóc người cao to/vạm vỡ

【身残志坚】shēncán-zhìjiān thân thể khuyết tật mà ý chí vững vàng

【身长】shēncháng<名>❶chiều cao thân thể ❷chiều dài thân áo

【身单力薄】shēndān-lìbó lẻ loi sức yếu

【身段】shēnduàn<名>❶dáng vẻ; tư thế: ~曼妙 dáng người thon thả ❷động tác; dáng điệu

【身份】shēnfèn<名>❶tư cách; thân phận: 以赞助者的~参加 tham gia với tư cách nhà tài trợ ❷địa vị; vinh dự: 这样做有失~。Làm như thế có hay mất danh dự.

【身份证】shēnfènzhèng<名>chứng minh thư; thẻ căn cước

【身负重任】shēnfù-zhòngrèn gánh vác trọng trách

【身高】shēngāo<名>thân cao; chiều cao: ~歧视 kì thị về chiều cao

【身故】shēngù<动>chết; mất: 因病~ mất vì

ốm đau

【身后】shēnhòu<名>sau khi chết; sau khi qua đời

【身后事】shēnhòushì<名>việc tang; những việc sau khi qua đời: 安排~ sắp xếp những việc sau khi qua đời

【身怀六甲】shēnhuái-liùjiǎ mang thai

【身家】shēnjiā<名>❶bản thân và gia đình: ~性命 tính mạng bản thân và gia đình ❷xuất thân: ~清白 xuất thân từ gia đình tử tế ❸tài sản: 他的~过亿美元。 Anh ấy có tài sản hơn trăm triệu USD.

【身价】shēnjià<名>❶giá trị con người: 这位女演员的~很高。 Nữ diễn viên này rất sáng giá. ❷giá mua bán con người

【身教】shēnjiào<动>lấy mình làm gương: 言传~ nêu gương bằng lời nói và việc làm

【身教胜于言教】shēnjiào shèngyú yánjiào tự mình làm gương quan trọng hơn dạy bảo bằng lời nói

【身经百战】shēnjīngbǎizhàn trải qua nhiều cuộc chiến tranh; trải qua nhiều thử thách

【身临其境】shēnlínqíjìng đích thân đặt chân đến

【身强力壮】shēnqiáng-lìzhuàng vạm vỡ cường tráng; trai tráng khỏe mạnh

【身躯】shēnqū<名>thân thể; thân hình; vóc người: 伟岸的~ thân thể cao lớn

【身上】shēnshang<名>❶trên người; trong người: ~有点不舒服。 Trong người không được khỏe lắm. ❷mang theo người: 歹徒~带有武器。 Bọn côn đồ có vũ khí mang theo người.

【身世】shēnshì<名>cuộc đời riêng; thân thế: 了解作者的~ tìm hiểu thân thế của tác giả

【身手】shēnshǒu<名>bản lĩnh; tài nghệ; tài ba: 大显~ trổ tài

【身手不凡】shēnshǒu-bùfán tài nghệ cao siêu

【身首异处】shēnshǒu-yìchù đầu lìa khỏi cổ; bị xử chém

【身受】shēnshòu<动>chính mình đã trải qua: 感同~ như mình đã trải qua

【身体】shēntǐ<名>thân thể; sức khỏe: 最近他老人家~好吗? Sức khỏe ông ấy dạo này khá chứ?

【身体力行】shēntǐ-lìxíng dốc sức thực hiện; tự mình làm lấy

【身体素质】shēntǐ sùzhì tố chất cơ thể

【身外之物】shēnwàizhīwù của ở ngoài thân; của phù vân

【身亡】shēnwáng<动>chết; tử vong: 溺水~ chết đuối

【身无长物】shēnwúchángwù nghèo rớt mồng tơi

【身无分文】shēnwúfēnwén không một đồng xu dính túi

【身先士卒】shēnxiānshìzú làm gương cho binh sĩ; xung phong đi đầu

【身心】shēnxīn<名>thể xác và tinh thần; thân thể và tâm trí

【身心交瘁】shēnxīn-jiāocuì kiệt quệ cả thể xác lẫn tinh thần

【身心疲惫】shēnxīn-píbèi mệt mỏi cả thể xác lẫn tinh thần

【身形】shēnxíng<名>thân hình

【身影】shēnyǐng<名>❶bóng dáng ❷bóng người

【身孕】shēnyùn<名>có mang; có bầu; có thai

【身在曹营心在汉】shēn zài Cáoyíng xīn zài Hàn thân thì ở doanh trại Tào Tháo nhưng lòng vẫn luôn nhớ tới Lưu Bị; ví một lòng nhớ về chủ cũ

【身在福中不知福】shēn zài fú zhōng bù zhī fú sống sung sướng mà không biết là sướng

【身正不怕影子斜】shēn zhèng bù pà yǐngzi xié lòng ngay thẳng chẳng sợ bóng xiên; cây ngay không sợ chết đứng

【身姿】shēnzī〈名〉dáng dấp; dáng vẻ

【身子】shēnzi〈名〉[口]❶người; thân thể ❷có mang; có chửa

呻 shēn

【呻吟】shēnyín〈动〉rên; rên rỉ: 痛苦~ đau đớn rên rỉ; 无病~ không đau mà rên

参[1] shēn〈名〉sâm; nhân sâm; củ sâm: ~茸 sâm nhung

参[2] shēn〈名〉sao Sâm (một trong 28 tú) 另见cān, cēn

【参商】shēnshāng〈名〉[书]sao Sâm và sao Thương; ví xa cách không gặp được nhau: 动如~ xa cách không gặp được nhau

绅 shēn〈名〉[旧]❶thân sĩ ❷dải thắt lưng của sĩ đại phu

【绅士】shēnshì❶〈名〉[旧]thân sĩ ❷〈形〉phong độ thân sĩ ❸〈名〉người có cử chỉ văn minh

【绅士风度】shēnshì fēngdù cách ăn ở thân sĩ; phong độ thân sĩ

莘 Shēn //(姓)Sần

【莘莘】shēnshēn〈形〉[书](đông) nghìn nghịt: ~学子 đông đảo học sinh

砷 shēn〈名〉[化学]nguyên tố arsenium (kí hiệu: As) //(姓)Thân

【砷化物】shēnhuàwù〈名〉arsenide

【砷中毒】shēnzhòngdú ngộ độc arsenic

深 shēn❶〈名〉chiều sâu: 此井~二十米。Cái giếng này sâu 20m. ❷〈形〉sâu sắc: 这篇文章产生很~的影响。Bài viết này gây ảnh hưởng sâu sắc. ❸〈形〉nồng nàn: 父子俩的感情很~。Tình cảm hai bố con rất nồng nàn. ❹〈形〉(màu sắc) đậm; thẫm; sẫm: ~色的 màu thẫm ❺〈形〉cuối: ~秋 cuối thu ❻〈形〉sâu; khó hiểu: 学艺应由浅入~。Học

nghề phải từ nông đến sâu. ❼〈副〉rất: ~知 rất am hiểu //(姓)Thâm

【深奥】shēn'ào〈形〉cao sâu; thâm thúy; khó hiểu: 这件事并没有太~的道理。Chuyện này không có đạo lí cao sâu lắm.

【深不可测】shēnbùkěcè sâu không đo được; sâu xa khó hiểu

【深藏不露】shēncáng-bùlù giấu không để lộ ra ngoài; chôn chặt; giữ kín

【深藏若虚】shēncáng-ruòxū giấu kín (của báu) như không có gì; ví có tài giỏi mà không khoe khoang

【深层】shēncéng❶〈名〉tầng sâu ❷〈形〉sâu hơn: ~原因 nguyên nhân sâu xa hơn

【深层次】shēncéngcì sâu xa hơn

【深长】shēncháng〈形〉sâu sắc; thâm thúy; sâu xa: 意味~ ý nghĩa sâu xa

【深沉】shēnchén〈形〉❶sâu lắng; âm thầm: ~的夜 đêm âm thầm; ~的情感 tình cảm sâu lắng ❷trầm: 声音~ tiếng rất trầm ❸kín đáo; thâm trầm: 他太~了，难以捉摸。Ông ta kín đáo, khó hiểu quá.

【深仇大恨】shēnchóu-dàhèn căm thù sâu sắc; thù sâu oán nặng

【深处】shēnchù〈名〉❶bề sâu; sâu: 森林~ trong rừng sâu ❷chỗ thầm kín; trong thâm tâm: 内心~ trong nội tâm

【深得民心】shēndé-mínxīn rất được lòng dân; được nhân dân ủng hộ

【深度】shēndù❶〈名〉độ sâu: 测量~ đo độ sâu ❷〈名〉mức độ sâu sắc: 提出的问题很有~。Vấn đề được nêu ra rất sâu sắc. ❸〈名〉chiều sâu: 向~发展 phát triển theo chiều sâu ❹〈形〉(mức độ) rất nặng: ~近视 cận thị nặng

【深孚众望】shēnfú-zhòngwàng có uy tín lớn trong quần chúng

【深更半夜】shēngēng-bànyè nửa đêm gà gáy; đêm hôm khuya khoắt

【深耕细作】shēngēng-xìzuò cày sâu bừa

S

kĩ; cày sâu cuốc bẫm

【深沟高垒】shēngōu-gāolěi lũy cao hào sâu

【深谷】shēngǔ<名>khe núi sâu: 这是一种只生长在~的植物。Đây là loài thực vật chỉ sống trong khe núi sâu.

【深广】shēnguǎng<形>sâu rộng: 影响~ ảnh hưởng sâu rộng

【深闺】shēnguī<名>[旧]phòng khuê; khuê phòng; khuê các

【深海】shēnhǎi<名>biển khơi; vùng khơi; biển sâu: ~鱼 loài cá sống trong biển sâu

【深厚】shēnhòu<形>❶nồng nàn; sâu sắc: ~情感 tình cảm sâu sắc ❷vững chắc; thâm hậu: 功底~ có cơ sở vững chắc

【深呼吸】shēnhūxī hít thở sâu

【深化】shēnhuà<动>❶đi sâu; sâu sắc: ~改革 đi sâu cải cách; ~区域合作 đi sâu hợp tác khu vực ❷phát triển hơn nữa

【深加工】shēnjiāgōng gia công sâu; chế biến với trình độ công nghệ cao

【深交】shēnjiāo❶<名>mối tình nồng thắm; thâm giao: ~好友 bạn thâm giao ❷<动>gắn bó keo sơn; đi lại thân mật: 不要与他~。Đừng qua lại mật thiết với hắn.

【深井】shēnjǐng<名>giếng sâu

【深究】shēnjiū<动>tìm tòi sâu; truy đến cùng: 那个问题不必~。Vấn đề đó không cần tìm hiểu sâu.

【深居简出】shēnjū-jiǎnchū ở lì trong nhà; ít giao du với bên ngoài

【深刻】shēnkè<形>❶sâu sắc: 教训~ một bài học sâu sắc ❷(mức độ cảm thụ trong lòng) sâu: ~理解 hiểu sâu sắc; 印象~ ấn tượng sâu đậm

【深明大义】shēnmíng-dàyì nhận thức được nghĩa lớn

【深谋远虑】shēnmóu-yuǎnlù cân nhắc kĩ càng; suy trước tính sau; mưu tính sâu xa

【深浅】shēnqiǎn<名>❶(độ) nông sâu ❷mức độ

【深切】shēnqiè<形>❶thắm thiết ❷sâu sắc thiết thực

【深情】shēnqíng❶<名>tình cảm sâu sắc: 对故乡的~ tình cảm sâu sắc đối với quê hương ❷<形>tha thiết; trìu mến: 她~看着孩子们。Bà trìu mến ngắm nhìn các cháu.

【深情厚谊】shēnqíng-hòuyì tình sâu nghĩa nặng

【深入】shēnrù❶<动>thâm nhập; đi sâu: ~研究 đi sâu nghiên cứu ❷<形>cặn kẽ; thấu đáo: ~领会 lĩnh hội cho thấu đáo

【深入骨髓】shēnrù-gǔsuǐ sâu sắc đến tận xương tủy

【深入浅出】shēnrù-qiǎnchū nội dung sâu sắc, lời văn dễ hiểu

【深入人心】shēnrù-rénxīn đi sâu vào lòng người; được lòng dân: 这项政策~。Chính sách này rất được lòng dân.

【深山老林】shēnshān-lǎolín rừng sâu núi thẳm; núi sâu rừng già

【深深】shēnshēn<副>sâu sắc; thấm thía

【深水码头】shēnshuǐ mǎtóu bến đậu nước sâu

【深水区】shēnshuǐqū<名>khu nước sâu

【深思】shēnsī<动>suy nghĩ sâu

【深思熟虑】shēnsī-shúlù suy sâu nghĩ kĩ; suy tính kĩ càng

【深邃】shēnsuì<形>❶sâu ❷sâu sắc; thâm thúy: ~的双眼 cái nhìn sâu sắc

【深谈】shēntán<动>bàn sâu; bàn kĩ

【深通】shēntōng<动>tinh thông; thạo: ~兵法 thông thạo binh pháp

【深透】shēntòu<形>sâu sắc thấu đáo: ~的看法 cách nhìn nhận sâu sắc thấu đáo

【深望】shēnwàng<动>tha thiết mong: ~合作成功 tha thiết mong hợp tác thành công tốt đẹp

【深恶痛绝】shēnwù-tòngjué căm thù tận xương tủy; ghét cay ghét đắng

【深悉】shēnxī<动>thấu hiểu: ~其中的奥妙 thấu hiểu sự bí ẩn ở trong đó

【深信】shēnxìn<动>tin tưởng sâu sắc; tin chắc: ~她的为人 hoàn toàn tin tưởng vào đức tính của cô ấy

【深省】shēnxǐng<动>tỉnh ngộ sâu sắc: 此 事让人~。Sự kiện này khiến mọi người tỉnh ngộ sâu sắc.

【深意】shēnyì<名>ý nghĩa sâu xa

【深渊】shēnyuān<名>vực sâu: 推入~ đẩy xuống vực sâu

【深远】shēnyuǎn<形>sâu xa: ~意义 ý nghĩa sâu xa

【深造】shēnzào<动>đào tạo sâu; học cao lên: 到国外~ đi nước ngoài học cao lên

【深宅大院】shēnzhái-dàyuàn khu khuôn viên bề thế; cổng kín tường cao

【深重】shēnzhòng<形>nặng nề; trầm trọng: 战争给百姓造成了~的痛苦。Chiến tranh đem lại nỗi khổ đau trầm trọng cho dân chúng.

shén

什 shén
另见 shí

【什么】shénme<代>❶cái gì: ~最重要? Cái gì quan trọng nhất? ❷gì: ~事这么急? Việc gì gấp thế này? ❸sao thế: ~, 他又旷课? Sao thế, cậu ta lại bỏ học? ❹sao: 想~就说~。Nghĩ sao nói vậy. ❺gì (khiển trách): 你笑~! Ông cười gì! ❻(không đồng ý): ~三斤, 一斤也不到。Nói gì ba cân, một cân còn non. ❼nào như (không liệt kê hết)

【什么的】shénmede chẳng hạn; gì đó; vân

vân: 他喜欢看展览, 如书法和摄影~。Anh ấy thích xem triển lãm, chẳng hạn như triển lãm thư pháp và triển lãm nhiếp ảnh v.v.

神 shén ❶<名>thần; thần linh: 财~ thần Tài ❷<名>tinh thần ❸<名>vẻ ❹<形>thần kì; kì diệu ❺<名>thần (nhân vật trong truyện thần thoại) ❻<形>[方]thông minh // (姓)Thần

【神奥】shén'ào<形>huyền bí; bí ẩn

【神兵天将】shénbīng-tiānjiàng thần binh thiên tướng

【神不守舍】shénbùshǒushè tâm thần bất định

【神不知, 鬼不觉】shén bù zhī, guǐ bù jué thần không biết, quỷ chẳng hay; không ai biết được

【神采】shéncǎi<名>vẻ; nét mặt

【神采飞扬】shéncǎi-fēiyáng mặt mày hớn hở; hân hoan phấn khởi

【神采奕奕】shéncǎi-yìyì vẻ mặt rạng rỡ; mặt mày tươi tỉnh

【神驰】shénchí<动>lòng hướng về; trái tim hướng về

【神出鬼没】shénchū-guǐmò xuất quỷ nhập thần; biến hóa tài tình

【神父】shénfù<名>cha cố; linh mục

【神怪】shénguài<名>thần tiên quỷ quái

【神汉】shénhàn<名>[方]thầy cúng; thầy phù thủy

【神乎其神】shénhūqíshén như là thần thánh; rất thần kì

【神化】shénhuà<动>thần hóa

【神话】shénhuà<名>❶thần thoại: ~人物 nhân vật thần thoại ❷chuyện hoang đường: "梦之队" 的~破灭了。Câu chuyện hoang đường về "Đội mơ mộng" đã bị phá sản.

【神魂颠倒】shénhún-diāndǎo hồn vía đảo điên; tâm thần rối loạn

【神机妙算】shénjī-miàosuàn mưu hay chước giỏi; mưu kế thần tình

S

【神交】shénjiāo❶<名>[书]bạn tâm giao ❷<动>chưa gặp mặt nhưng đã mến mộ từ lâu: 两人虽然~已久，但直到现在才得以见面。Tuy đã mến mộ nhau từ lâu, nhưng mãi đến nay hai người mới được gặp nhau.

【神经】shénjīng<名>❶thần kinh: ~系统 hệ thần kinh; 脑~ thần kinh não ❷[口]tinh thần thất thường; dở hơi: 正处于~错乱状态 đang trong trạng thái rối loạn tâm thần; 别犯~。Đừng có dở hơi.

【神经病】shénjīngbìng<名>bệnh tâm thần; bệnh thần kinh

【神经错乱】shénjīng cuòluàn loạn thần kinh

【神经过敏】shénjīng guòmǐn❶chứng kích thần kinh ❷quá nhạy cảm; đa nghi

【神经衰弱】shénjīng shuāiruò suy nhược thần kinh

【神经兮兮】shénjīng-xīxī khờ khờ dại dại: 他看起来~的。Trông cậu ấy khờ khờ dại dại.

【神经质】shénjīngzhì<名>thần kinh quá nhạy cảm

【神经中枢】shénjīng zhōngshū thần kinh trung ương; thần kinh trung khu

【神龛】shénkān<名>bàn thờ (tổ tiên hay thần); khám thờ

【神来之笔】shénláizhībǐ câu văn tuyệt diệu; nét tuyệt diệu; cây bút thần

【神力】shénlì<名>thần lực; sức mạnh thần kì: 借助~ nhờ vào thần lực

【神聊】shénliáo<动>[口]tán chuyện gẫu

【神灵】shénlíng<名>thần; thần linh

【神龙见首不见尾】shénlóng jiàn shǒu bù jiàn wěi rồng thần thấy đầu không thấy đuôi; hành tung bất định; thoắt ẩn thoắt hiện

【神秘】shénmì<形>thần bí; huyền bí: ~人物 nhân vật thần bí

【神妙】shénmiào<形>thần diệu; tuyệt diệu; huyền diệu; kì diệu: ~莫测 huyền diệu khó lường

【神明】shénmíng<名>thần thánh: 奉若~ thờ phụng như thờ thần

【神奇】shénqí<形>thần kì; thần bí: ~的功效 công hiệu thần kì/thần hiệu

【神气】shénqì❶<名>thần sắc; vẻ mặt; nét mặt: ~严肃 vẻ mặt nghiêm nghị ❷<形>khoái chí; tinh thần dồi dào: 他看上去~十足。Trông anh ấy tinh thần dồi dào. ❸<形>ra vẻ đắc ý hoặc ngạo mạn

【神气活现】shénqì-huóxiàn vênh vang tự mãn

【神枪手】shénqiāngshǒu<名>tay thiện xạ; tay bắn giỏi; tay súng thần

【神清气爽】shénqīng-qìshuǎng tinh thần sảng khoái

【神情】shénqíng<名>thần sắc; vẻ mặt: ~恍惚 vẻ mặt lơ đãng

【神权】shénquán<名>❶quyền lực của thần thánh; sức mạnh của thần thánh ❷thần quyền

【神人】shénrén<名>❶thần tiên; người đắc đạo ❷người có tướng mạo siêu phàm

【神色】shénsè<名>vẻ mặt; thần sắc; sắc mặt: ~慌张 dáng vẻ hoang mang

【神色自若】shénsè-zìruò thần sắc không thay đổi; vẻ mặt như thường; hết sức bình tĩnh

【神伤】shénshāng<形>[书]buồn thương: 黯然~ buồn thương ủ ê

【神社】shénshè<名>❶[旧]đền thờ; Thần thổ địa ❷đền thờ đạo Thần Đạo Nhật Bản

【神神叨叨】shénshendāodāo =【神神道道】

【神神道道】shénshendāodāo nói năng cử chỉ thất thường

【神圣】shénshèng<形>thần thánh; thiêng liêng: ~责任 trách nhiệm thiêng liêng

【神思】shénsī<名>tinh thần; tâm thần: ~不

定 tâm thần bất định

【神似】shénsì<形>giống như thật; truyền thần: 齐白石画的小蝌蚪极其~。Những con nòng nọc do ông Tề Bạch Thạch vẽ rất sống động truyền thần. 好的译文不仅要形似，而且要~。Một bản dịch hay, không những phải diễn tả đúng câu chữ, mà còn phải diễn tả đúng nội dung của bản gốc.

【神速】shénsù<形>rất nhanh; thần tốc: 兵贵~ dùng binh quý ở thần tốc; 任务完成~。Nhiệm vụ được nhanh chóng hoàn thành.

【神算】shénsuàn<名>❶dự đoán như thần ❷cơ mưu thần diệu

【神态】shéntài<名>thần thái; thần sắc

【神通】shéntōng<名>thần thông; bản lĩnh cao cường: ~广大 thần thông quảng đại; 各显~ mỗi người đều trổ hết tài ba của mình

【神童】shéntóng<名>thần đồng

【神往】shénwǎng<动>(lòng) hướng về; hướng vào

【神威】shénwēi<名>uy lực thần kì; sức mạnh phi thường

【神位】shénwèi<名>bài vị

【神物】shénwù<名>[书]❶vật thần kì; của lạ ❷thần tiên

【神仙】shénxiān<名>❶thần tiên (những nhân vật thần kì trong thần thoại) ❷những nhân vật có dự kiến mầu nhiệm thần kì ❸con người thoát tục: ~美眷 đôi vợ chồng hạnh phúc như tiên

【神像】shénxiàng<名>❶thần tượng ❷chân dung của người mất

【神效】shénxiào<名>thần hiệu; hiệu quả thần kì: ~药 phương thuốc thần hiệu

【神学】shénxué<名>thần học

【神医】shényī<名>thần y; thầy thuốc giỏi

【神异】shényì❶<名>thần tiên quỷ quái; kinh dị ❷<形>thần kì; kì lạ

【神勇】shényǒng<形>gan dạ phi thường; anh dũng tuyệt vời; dũng mãnh phi thường

【神韵】shényùn<名>sinh động hấp dẫn; say mê hấp dẫn

【神职人员】shénzhí rényuán người giữ chức trong công việc tôn giáo

【神志】shénzhì<名>tinh thần; ý thức và tâm trí: ~不清 thần chí mơ hồ

【神智】shénzhì<名>tinh thần và trí tuệ

【神州】Shénzhōu<名>Thần Châu (tên đẹp dùng để gọi Trung Quốc)

shěn

沈¹ Shěn<名>tên gọi tắt của thành phố Thẩm Dương ///(姓)Thẩm, Trầm

沈² shěn<名>[书]nước: 墨~未干。Nước mực chưa ráo.

审 shěn❶<形>tỉ mỉ; kĩ càng; thận trọng: ~慎的态度 thái độ kĩ càng ❷<动>xét hỏi; thẩm vấn: ~案 xử án; 公~ xử công khai ❸<动>xem xét; duyệt: ~批文件 phê duyệt văn kiện; 你要重新~阅这篇文章。Anh phải xem xét lại bài viết này. ❹<动>[书]biết: ~悉 biết rõ ❺<副>[书]quả nhiên: ~如其言 quả như lời nói của nó ///(姓)Thẩm

【审办】shěnbàn<动>xét duyệt và xử lí

【审查】shěnchá<动>thẩm tra: ~案件 thẩm tra vụ án

【审察】shěnchá<动>❶quan sát kĩ; xem xét kĩ ❷thẩm tra

【审处】shěnchǔ<动>❶xét xử ❷thẩm tra xử lí

【审订】shěndìng<动>duyệt và tu chỉnh: ~教材 duyệt và tu chỉnh sách giáo khoa

【审定】shěndìng<动>thẩm định; xét định: 文章~ người thẩm định văn chương

【审核】shěnhé<动>xét duyệt; thẩm tra đối chiếu: 通过~ thông qua lần xét duyệt

【审己度人】shěnjǐ-duórén biết người biết

ta

【审计】shěnjì<动>kiểm toán; kiểm tra

【审计局】Shěnjì Jú<名>cục thẩm tra; cục kiểm toán

【审校】shěnjiào<动>duyệt và uốn nắn sửa chữa

【审看】shěnkàn<动>xem xét kĩ lưỡng

【审理】shěnlǐ<动>xét xử: 依法~ xét xử theo pháp luật

【审美】shěnměi<动>thẩm mĩ

【审美观】shěnměiguān<名>thẩm mĩ quan; quan điểm thẩm mĩ

【审美疲劳】shěnměi píláo　sự nhàm chán xuất hiện trong thẩm mĩ

【审判】shěnpàn<动>xét xử; thẩm phán

【审判员】shěnpànyuán<名>thẩm phán

【审判长】shěnpànzhǎng<名>thẩm phán trưởng

【审批】shěnpī<动>xét duyệt; phê duyệt: ~程序 trình tự xét duyệt; 报请上级~ trình lên xin cấp trên phê duyệt

【审片】shěnpiàn<动>duyệt phim

【审慎】shěnshèn<形>thận trọng; kĩ càng: ~考虑 suy nghĩ kĩ càng

【审时度势】shěnshí-duóshì　xem xét thời cơ; đắn đo tình thế

【审视】shěnshì<动>xem xét kĩ: ~书法作品 xem xét kĩ bức thư pháp

【审题】shěntí<动>xem kĩ đề

【审问】shěnwèn<动>xét hỏi; thẩm vấn

【审讯】shěnxùn<动>xét hỏi; thẩm vấn

【审验】shěnyàn<动>kiểm tra; xét nghiệm

【审议】shěnyì<动>suy xét; nghiên cứu; xem xét thảo luận

【审阅】shěnyuè<动>xét duyệt: ~提交的报告 xét duyệt bản báo cáo đưa trình

哂 shěn<动>[书]mỉm cười

【哂笑】shěnxiào<动>[书]chê cười: 被同行~ bị đồng nghiệp chê cười

谂 shěn<动>[书]❶biết ❷khuyên bảo; khuyên răn

【谂熟】shěnshú<动>[书]rất quen; hết sức thông thạo

【谂悉】shěnxī<动>biết rõ

婶 shěn<名>❶thím ruột ❷xưng những phụ nữ ngang vai ít tuổi hơn mẹ mình

【婶母】shěnmǔ<名>thím ruột; bà thím

【婶娘】shěnniáng =【婶母】

【婶婆】shěnpó<名>bà thím

【婶婶】shěnshen =【婶母】

【婶子】shěnzi =【婶母】

shèn

肾 shèn<名>quả thận; quả cật

【肾癌】shèn'ái<名>ung thư thận

【肾病】shènbìng<名>bệnh thận

【肾功能】shèngōngnéng<名>chức năng thận

【肾结石】shènjiéshí<名>sỏi thận: 患~ bị sỏi thận

【肾亏】shènkuī<名>[中医]suy thận

【肾气】shènqì<名>[中医]thận khí (cách gọi trong y học truyền thống Trung Quốc)

【肾上腺】shènshàngxiàn<名>[生理]tuyến thượng thận

【肾虚】shènxū<名>thận hư

【肾炎】shènyán<名>viêm thận

【肾移植】shènyízhí　ghép thận

【肾脏】shènzàng<名>thận

甚¹ shèn❶<副>rất; cực: 这副对联~佳。Câu đối này cực hay. ❷<动>hơn: 他常常关心他人~于关心自己。Ông ấy thường quan tâm người khác hơn cả bản thân mình. ❸<形>quá trớn: 欺人太~ nạt người quá trớn // (姓)Thậm

甚² shèn<代>[方]gì; cái gì; nào: ~事? Việc gì? 你爱~俺也爱~。Anh thích cái nào thì em cũng ưng cái nầy.

【甚或】shènhuò =【甚至】

【甚为】shènwéi<副>rất; hết sức: 你的决定~重要。Quyết định của anh rất quan trọng.

【甚嚣尘上】shènxiāo-chénshàng bàn luận ầm ĩ, rùm beng

【甚至】shènzhì<连>thậm chí; đến cả: 他~连道歉都不说一句。Anh ta thậm chí cả lời "xin lỗi" cũng không nói.

渗 shèn<动>❶thấm; ngấm: ~水 thấm nước ❷[方]trễ lại

【渗出】shènchū<动>thấm ra

【渗漏】shènlòu<动>rỉ ra; rò; thấm qua

【渗入】shènrù<动>❶thấm vào; ngấm vào: ~泥土里 ngấm vào trong đất ❷thâm nhập

【渗透】shèntòu<动>❶thấm thấu: ~作用 tác dụng thẩm thấu ❷ngấm: 热气~进去。Hơi nóng ngấm vào. ❸thâm nhập; thấm vào: 文化~ thâm nhập văn hóa

【渗析】shènxī<动>[化学]lọc

【渗血】shènxuè<动>thấm máu

瘆 shèn<动>khiếp sợ; kinh khủng: ~人 làm cho người ta khiếp sợ; ~得慌 kinh khủng lắm

慎 shèn<形>cẩn thận; thận trọng //(姓)Thận

【慎独】shèndú<动>nghiêm túc cả khi sống độc thân

【慎密】shènmì<形>cẩn thận; chặt chẽ: 处事~ xử lí công việc cẩn thận

【慎言慎行】shènyán-shènxíng thận trọng trong lời nói và hành động: 他一向~。Ông ấy luôn thận trọng trong lời nói và hành động.

【慎之又慎】shènzhīyòushèn hết sức thận trọng: 处理外交事务应~。Xử lí công việc ngoại giao phải hết sức thận trọng.

【慎重】shènzhòng<形>thận trọng; cẩn thận; cẩn trọng

【慎重其事】shènzhòng-qíshì tiến hành

thận trọng

shēng

升¹ shēng<动>❶lên cao: 气球上~。Bóng bay lên cao. ❷thăng lên; đề bạt lên: ~官 thăng quan/lên chức

升² shēng❶<量>lít ❷<量>thăng (một phần mười của một đấu) ❸<名>đồ dùng để đong lương thực //(姓)Thăng

【升班】shēngbān<动>[口](học sinh) lên lớp

【升调】shēngdiào<名>[语言]nâng giọng; thăng gam

【升幅】shēngfú<名>mức tăng: 黄金价格~较大。Mức tăng giá vàng tương đối cao.

【升高】shēnggāo<动>nâng cao; lên cao

【升格】shēnggé<动>thăng cấp

【升官】shēngguān<动>thăng quan; lên chức: ~发财 thăng quan phát tài

【升华】shēnghuá<动>❶thăng hoa ❷nâng cao

【升级】shēngjí<动>❶thăng cấp: 电脑系统~。Hệ thống máy tính nâng cấp. ❷leo thang; mở rộng: 冲突~。Xung đột leo thang.

【升降】shēngjiàng<动>lên xuống; thăng hạ

【升降机】shēngjiàngjī<名>thang máy; thang điện

【升空】shēngkōng<动>lên trời: 烟花~。Từng chùm pháo hoa vút lên.

【升平】shēngpíng<形>thái bình; thanh bình; hòa bình

【升旗】shēngqí<动>kéo cờ; chào cờ: ~仪式 lễ chào cờ

【升起】shēngqǐ<动>mọc lên; bay lên; bốc lên

【升迁】shēngqiān<动>lên chức khi thay đổi công việc

【升任】shēngrèn<动>lên chức; thăng chức

【升堂入室】shēngtáng-rùshì được nâng

dần lên

【升腾】shēngténg<动>dâng lên; bay lên; bốc lên: 热气~。Hơi nóng bốc lên.

【升天】shēngtiān<动>❶chầu trời ❷bay lên bầu trời: 热气球~了。Quả khí cầu nóng đã bay lên.

【升位】shēngwèi<动>thêm số mới vào: 电话号码从七位数~到八位数。Số điện thoại từ bảy con số tăng thêm đến tám con số.

【升温】shēngwēn<动>❶nhiệt độ lên cao ❷lên cơn sốt: 房地产市场持续~。Thị trường bất động sản không ngừng lên cơn sốt.

【升学】shēngxué<动>(học sinh) thăng cấp; lên học bậc cao hơn: 学生~率达99%。Ti lệ học sinh lên học bậc cao hơn đạt 99%.

【升涨】shēngzhǎng<动>dâng cao; lên cao

【升值】shēngzhí<动>tăng ti giá; nâng giá đồng tiền: 美元~。Nâng giá đô la Mĩ.

【升职】shēngzhí<动>thăng chức

生¹ shēng❶<动>sinh đẻ: ~育计划 kế hoạch sinh đẻ ❷<动>mọc; sinh trưởng: ~根 mọc rễ; 新~力量 lực lượng mới ❸<动>sinh tồn; sự sống: 贪~怕死 tham sống sợ chết ❹<名>sinh sống: 谋~ kiếm sống ❺<名>tính mạng: 丧~ mất mạng ❻<名>cuộc đời; kiếp: 来~ kiếp sau ❼<形>đầy sức sống ❽<动>gây ra; có; mắc: ~病 mắc bệnh ❾<动>đốt; nhóm: ~炉子 đốt lò // (姓)Sinh

生² shēng❶<形>còn xanh; chưa chín: 瓜 dưa xanh ❷<形>sống: ~肉 thịt tươi; 吃鱼~ ăn gỏi; 不应该喝~水。Không nên uống nước lã. ❸<形>chưa gia công; chưa chế biến: ~铁 gang; ~漆 sơn thô ❹<形>mới; lạ; không quen: ~人 người lạ mặt ❺<副>cứng nhắc; máy móc; gò ép; miễn cưỡng ❻<副>rất; lắm: ~怕 rất sợ

生³ shēng❶<名>trò; học sinh: 师~ thầy trò; 毕业~ học sinh tốt nghiệp ❷<名>[旧]sinh;

người có học; nhà nho: 书~ thư sinh ❸<名>[戏曲]diễn viên vai nam trong kịch truyền thống Trung Quốc: 老~ vai người già; 小~ vai nam thanh niên; 武~ vai võ nam ❹(đứng sau làm hậu tố cho một số từ): 医~ thầy thuốc

生⁴ shēng (đứng sau làm hậu tố của một số phó từ): 好~ rất; 怎~ ra sao

【生搬硬套】shēngbān-yìngtào bê nguyên xi; rập khuôn; máy móc

【生病】shēngbìng<动>sinh bệnh; bị ốm

【生不逢时】shēngbùféngshí sinh không hợp thời; sinh ra vào thời loạn lạc; lớn lên vào buổi gian truân

【生财】shēngcái<动>phát tài; làm giàu

【生财有道】shēngcái-yǒudào có bí quyết làm giàu

【生菜】shēngcài<名>❶rau diếp; rau xà lách ❷rau sống

【生产】shēngchǎn<动>❶sản xuất: ~队 đội sản xuất; ~规模 quy mô sản xuất; ~过剩 sản xuất thừa ❷đẻ con; sinh đẻ

【生产关系】shēngchǎn guānxì quan hệ sản xuất

【生产力】shēngchǎnlì<名>sức sản xuất

【生产线】shēngchǎnxiàn<名>dây chuyền sản xuất

【生产资料】shēngchǎn zīliào tư liệu sản xuất

【生产总值】shēngchǎn zǒngzhí tổng giá trị sản lượng

【生辰】shēngchén<名>[书]ngày sinh

【生辰八字】shēngchén bāzì bát tự ngày sinh (ngày giờ tháng năm sinh ghép với khái niệm Can-Chi thành tám chữ)

【生词】shēngcí<名>từ mới

【生存】shēngcún<动>sinh tồn; sinh sống; sống còn: ~空间 không gian sinh tồn; ~环境 môi trường sinh sống; ~斗争 cuộc đấu tranh sống còn/cuộc đấu tranh sinh tồn

【生旦净末丑】shēng-dàn-jìng-mò-chǒu sinh đán tịnh mạt sửu (các vai trong Kinh kịch)

【生地】[1] shēngdì<名>❶đất hoang ❷đất lạ quê người

【生地】[2] shēngdì<名>[中药]sinh địa

【生动】shēngdòng<形>sinh động: ~描写 miêu tả sinh động

【生动活泼】shēngdòng-huópō sinh động hoạt bát

【生儿育女】shēng'ér-yùnǚ sinh con đẻ cái

【生而知之】shēng'érzhīzhī biết ngay từ thuở lọt lòng

【生发剂】shēngfàjì<名>thuốc làm mọc tóc

【生分】shēngfen<形>xa lạ: 我俩相识近十年，但彼此仍是很~。Hai chúng tôi quen biết đã gần chục năm mà cả hai vẫn tỏ ra rất xa lạ.

【生父】shēngfù<名>bố đẻ

【生根】shēnggēn<动>bắt rễ; bén rễ

【生化武器】shēnghuà wǔqì vũ khí sinh hóa

【生还】shēnghuán<动>sống sót trở về: 她是此次沉船事故唯一一~者。Chị ấy là người duy nhất sống sót trở về trong vụ đắm tàu này.

【生活】shēnghuó❶<名>đời sống; cuộc sống: ~经验 kinh nghiệm đời sống ❷<动>sinh sống; tồn tại: 共同~ chung sống ❸<名>mức sống; đời sống: 改善民众~ cải thiện mức sống nhân dân ❹<动>sống: 和父母在一起 sống chung với bố mẹ ❺<名>[方]sinh nhai; sinh kế

【生活补助】shēnghuó bǔzhù trợ cấp sinh hoạt

【生活方式】shēnghuó fāngshì phương thức sinh hoạt; lối sống: 追求健康的~ theo đuổi lối sống lành mạnh

【生活费】shēnghuófèi<名>sinh hoạt phí; chi phí cho cuộc sống

【生火】shēnghuǒ<动>nhóm lửa; đốt lửa

【生机】shēngjī<名>❶cơ hội sống còn: 看到一线~ thấy được cơ hội sống ❷sức sống: 充满~ tràn đầy sức sống

【生机盎然】shēngjī-àngrán tràn trề sức sống

【生机勃勃】shēngjī-bóbó sức sống bừng bừng; sức sống mạnh mẽ

【生计】shēngjì<名>sinh kế; kế sinh nhai; cách kiếm sống: 为~奔波 kiếm kế sinh nhai

【生姜】shēngjiāng<名>gừng tươi

【生津止渴】shēngjīn-zhǐkě sinh tân giải khát (một cách điều trị trong đông y để cơ thể tiết được nước bọt, chống khô miệng)

【生客】shēngkè<名>khách lạ

【生拉硬拽】shēnglā-yìngzhuài❶gặng ép lôi kéo hay nài ép lôi kéo ❷ví khiên cưỡng quá độ

【生来】shēnglái<副>từ nhỏ: 他~就胖乎乎的。Cậu ấy từ thuở sinh ra đã béo mập thế.

【生老病死】shēng-lǎo-bìng-sǐ sinh lão bệnh tử

【生冷】shēnglěng<名>đồ ăn sống nguội: 吃~会刺激肠胃 Ăn đồ sống nguội dễ kích thích dạ dày.

【生离死别】shēnglí-sǐbié sinh li tử biệt; tử biệt sinh li

【生理】shēnglǐ<名>sinh lí

【生理期】shēnglǐqī<名>kì kinh nguyệt

【生力军】shēnglìjūn<名>quân sinh lực

【生料】shēngliào<名>nguyên liệu thô

【生灵】shēnglíng<名>❶[书]dân chúng: ~涂炭 dân chúng lầm than khổ sở ❷vật có sinh mệnh

【生龙活虎】shēnglóng-huóhǔ khỏe như rồng như hổ; tràn đầy sức sống

【生路】shēnglù<名>❶con đường sống ❷lối

thoát: 给他一条~ cho nó một lối thoát

【生猛】shēngměng<形>[方]❶ tươi sống nguyên: ~海鲜 đồ biển tươi sống ❷ mạnh mẽ: 动作~。Động tác mạnh mẽ.

【生米煮成熟饭】shēngmǐ zhǔchéng shúfàn gạo đã thành cơm; ván đã đóng thuyền; việc đã rồi

【生命】shēngmìng<名>sinh mạng; tính mạng

【生命力】shēngmìnglì<名>sức sống; sinh lực

【生命线】shēngmìngxiàn<名>mạch sống; huyết mạch: 这条运输线是地方经济的~。Tuyến đường vận chuyển này là huyết mạch của kinh tế địa phương.

【生母】shēngmǔ<名>mẹ đẻ

【生怕】shēngpà<动>rất sợ, chỉ lo: ~赶不上车 chỉ lo không đuổi kịp được xe

【生啤】shēngpí<名>bia hơi

【生僻】shēngpì<形>không phổ biến; hiếm; xa lạ

【生平】shēngpíng<名>❶ cuộc đời: 介绍他的~ giới thiệu cuộc đời của ông ấy ❷ bình sinh: 遂了~志愿 thỏa chí bình sinh

【生气】[1] shēngqì<动>giận; tức giận: 阿婆正~。Bà đang giận đấy.

【生气】[2] shēngqì<名>sức sống: 充满~ tràn đầy sức sống

【生气勃勃】shēngqì-bóbó tràn đầy sinh khí; sức sống mạnh mẽ

【生前】shēngqián<名>sinh thời; lúc còn sống: ~愿望 nguyện vọng lúc sinh thời

【生擒】shēngqín<动>bắt sống: ~凶手 bắt sống tên hung thủ

【生趣】shēngqù<名>hứng thú; thú vị: 春天里公园~盎然。Vào mùa xuân, công viên rất vui nhộn.

【生人】[1] shēngrén<动>sinh; ra đời: 他是1971年~。Ông ấy sinh vào năm 1971.

【生人】[2] shēngrén<名>người lạ: 别让~进来。Đừng cho người lạ đi vào.

【生日】shēngrì<名>sinh nhật; ngày sinh

【生荣死哀】shēngróng-sǐ'āi khi sống được mọi người kính mến, khi chết được mọi người thương xót

【生色】shēngsè<动>thêm rực rỡ; làm rạng rỡ: 她的到来使晚会~不少。Sự có mặt của chị ấy làm cho buổi dạ hội liên hoan thêm phần rực rỡ.

【生涩】shēngsè<形>(lời văn) kém lưu loát; lủng củng

【生杀予夺】shēngshā-yǔduó sinh sát thưởng phạt

【生身】shēngshēn<形>sinh ra mình; thân sinh: ~父母 cha mẹ thân sinh

【生生不息】shēngshēng-bùxī đời này qua đời khác; sinh sôi nảy nở không ngừng

【生生世世】shēngshēngshìshì đời đời kiếp kiếp

【生石膏】shēngshígāo<名>thạch cao sống

【生石灰】shēngshíhuī<名>vôi sống; vôi chưa tôi

【生事】shēngshì<动>sinh sự; gây chuyện: 造谣~ đặt chuyện gây sự

【生手】shēngshǒu<名>tay mới; người chưa thạo việc

【生疏】shēngshū<形>❶ không thành thạo: 手艺~。Tay nghề không thành thạo. ❷ mới lạ: 人地~。Vùng đất mới lạ. ❸ xa lạ: 感情~。Tình cảm xa lạ.

【生水】shēngshuǐ<名>nước lã

【生丝】shēngsī<名>tơ sống

【生死】shēngsǐ ❶<名>sống còn: ~关头 giữa lúc sống còn ❷<形>cùng sống chết: ~与共的战友 bạn chiến đấu sống chết có nhau

【生死存亡】shēngsǐ-cúnwáng một mất một còn; một sống một chết

【生死关头】shēngsǐ-guāntóu giờ phút sống còn

【生死未卜】shēngsǐ-wèibǔ không biết sống chết ra sao

【生死攸关】shēngsǐ-yōuguān liên quan tới sự sống còn

【生死之交】shēngsǐzhījiāo bạn sinh tử; bạn sống chết có nhau

【生态】shēngtài<名>sinh thái: 海洋~ sinh thái biển

【生态旅游】shēngtài lǚyóu du lịch sinh thái

【生态农业】shēngtài nóngyè nông nghiệp sinh thái

【生态平衡】shēngtài pínghéng cân bằng sinh thái

【生态文明】shēngtài wénmíng văn minh sinh thái

【生土】shēngtǔ<名>[农业]đất sống; đất lạ; đất hoang chưa khai phá

【生吞活剥】shēngtūn-huóbō ăn sống nuốt tươi

【生物】shēngwù<名>sinh vật: ~安全 an toàn sinh vật

【生物工程】shēngwù gōngchéng công trình sinh học

【生物化学】shēngwù huàxué sinh hóa học; hóa sinh

【生物圈】shēngwùquān<名>tầng sinh vật; sinh quyển

【生物武器】shēngwù wǔqì vũ khí sinh học

【生物钟】shēngwùzhōng<名>đồng hồ sinh học

【生息】[1] shēngxī<动>sinh lãi; có lãi; sinh lợi

【生息】[2] shēngxī<动>❶sống; sinh sống: 自古以来我们的祖先就在这片肥沃的土地上劳动~。Từ xưa tổ tiên ta đã sống và lao động trên mảnh đất phì nhiêu này. ❷[书]sinh sôi nẩy nở: 休养~ nghỉ ngơi dưỡng sức ❸[书]làm cho sinh trưởng: ~力量 bồi dưỡng lực lượng

【生肖】shēngxiào<名>cầm tinh

【生效】shēngxiào<动>bắt đầu có hiệu lực: 合同自签订之日起~。Bản hợp đồng bắt đầu có hiệu lực từ ngày kí.

【生性】shēngxìng<名>bản tính: 他~多疑。Anh ấy vốn tính đa nghi.

【生锈】shēngxiù<动>bị gỉ; bị hoen; hoen gỉ

【生涯】shēngyá<名>cuộc đời; nghề nghiệp; sinh nhai: 写作~ sinh nhai nghề viết lách

【生养】shēngyǎng<动>[口]sinh đẻ và nuôi nấng; sinh đẻ; sinh dưỡng: 现在符合政策的夫妻可以~两个孩子。Chính sách hiện nay là những đôi vợ chồng phù hợp quy định có thể được sinh hai con.

【生疑】shēngyí<动>sinh nghi; đâm ra nghi ngờ

【生意】shēngyì<名>sinh sôi nảy nở

【生意】shēngyi<名>❶chuyện buôn bán: 打理家族~ lo chuyện buôn bán gia tộc; 会做~giỏi buôn bán ❷[方]nghề nghiệp; việc làm: 停~ bị thôi việc

【生意经】shēngyijīng<名>lối buôn bán; cách buôn bán: 起初没有人告诉我~。Lúc đầu không ai mách cho tôi cách buôn bán.

【生硬】shēngyìng<形>❶cứng nhắc; cứng đờ: 你的态度不要这么~。Thái độ của anh không nên cứng nhắc thế. ❷gượng gạo; sống sượng: 这段文章写得有些~。Đoạn văn này viết hơi gượng gạo.

【生油】[1] shēngyóu<名>[方]dầu lạc

【生油】[2] shēngyóu<名>dầu chưa nấu

【生鱼片】shēngyúpiàn<名>thịt cá thái lát dùng ăn gỏi sống

【生育】shēngyù<动>sinh đẻ; sinh dưỡng: 不能~ không thể sinh dưỡng; 计划~ sinh đẻ có kế hoạch

【生源】shēngyuán<名>nguồn học sinh: 我们首先要解决学校的~问题。Trước hết ta cần giải quyết vấn đề nguồn học sinh của nhà trường.

【生造】shēngzào<动>tự tạo ra; tự đặt ra: ~词 từ tự tạo ra

【生长】shēngzhǎng<动>❶sinh trưởng; mọc: 这种树~在温带地区。Loài cây này sinh trưởng ở vùng ôn đới。❷lớn lên; sinh ra và lớn lên: 我~在重庆。 Tôi sinh ra và lớn lên tại Trùng Khánh.

【生长点】shēngzhǎngdiǎn<名>❶[植物]điểm sinh trưởng ❷bộ phận phát triển (trong một sự việc): 经济~ phần phát triển của nền kinh tế

【生长激素】shēngzhǎng jīsù kích tố; chất kích thích sinh trưởng: 禁止使用~。Cấm sử dụng chất kích thích sinh trưởng.

【生殖】shēngzhí<动>sinh sản; sinh dục: 无性~技术 kĩ thuật sinh sản vô tính

【生殖器】shēngzhíqì<名>cơ quan sinh dục; bộ máy sinh dục

【生猪】shēngzhū<名>lợn sống; lợn hơi

【生字】shēngzì<名>chữ mới; chữ lạ

声 shēng❶<名>tiếng; âm thanh: 叫~ tiếng kêu; 大~ lớn tiếng; 流水~ tiếng nước chảy; 销~匿迹 im hơi lặng tiếng ❷<名>danh tiếng; tiếng tăm: ~名远扬。Danh tiếng đồn xa. ❸<名>thanh điệu: 仄~ thanh trắc ❹<名>âm đầu ❺<量>tiếng: 响了两~ phát ra hai tiếng ❻<动>lên tiếng; tuyên bố: 严正~明 nghiêm chỉnh tuyên bố //(姓)Thanh

【声辩】shēngbiàn<动>cãi lại; biện bạch; thanh minh: 你应该为自己~，否则别人会误解的。Anh nên thanh minh cho mình, nếu không người ta sẽ hiểu nhầm.

【声波】shēngbō<名>[物理]sóng âm

【声部】shēngbù<名>[音乐] bè

【声称】shēngchēng<动>tuyên bố; tung tin:

至今还没有任何组织或个人~对此次爆炸案负责。Đến nay vẫn chưa có tổ chức hoặc cá nhân nào tuyên bố chịu trách nhiệm về vụ nổ này.

【声带】shēngdài<名>❶[生理]thanh đới: ~受损。Thanh đới bị tổn thương. ❷băng đã ghi âm

【声道】shēngdào<名>kênh: 双~ hai kênh

【声调】shēngdiào<名>❶giọng; thanh điệu: 提高~ lên giọng ❷âm điệu

【声东击西】shēngdōng-jīxī giương đông kích tây

【声光】shēngguāng<名>âm thanh và ánh sáng: ~表演 biểu diễn bằng kĩ thuật âm thanh và ánh sáng; ~效果很好。Hiệu quả âm thanh và ánh sáng rất tốt.

【声卡】shēngkǎ<名>[计算机]thẻ âm thanh; card âm thanh

【声控】shēngkòng<形>khống chế bằng âm thanh; điều khiển bằng âm thanh: ~装置 thiết bị khống chế bằng âm thanh

【声浪】shēnglàng<名>tiếng hò hét của nhiều người

【声泪俱下】shēnglèi-jùxià khóc sướt mướt; vừa nói vừa khóc

【声名】shēngmíng<名>danh tiếng; tiếng tăm: ~鹊起 tiếng tăm nổi như cồn; ~狼藉 nhơ danh xấu tiếng

【声明】shēngmíng❶<动>công bố; tuyên bố: 他公开~自己与此事无关。Ông ấy tuyên bố công khai rằng mình không có liên quan gì đến việc đó. ❷<名>lời (bản) tuyên bố: 联合~ tuyên bố chung; 有关机构已就此事件发表~。Cơ quan hữu quan đã ra tuyên bố về sự kiện này.

【声母】shēngmǔ<名>[语言]thanh mẫu

【声呐】shēngnà<名>[物理]sona; máy định vị bằng âm thanh

【声旁】shēngpáng<名>bộ thủ ghi âm chữ

Hán; bộ phận thanh cấu tạo nên chữ Hán có liên quan chặt chẽ tới cách phát âm của chữ này

【声频】shēngpín<名>[物理]âm tần

【声谱】shēngpǔ<名>[物理]âm phổ

【声气】shēngqì<名>❶tin: 我们双方应及时互通~。 Hai bên chúng ta phải kịp thời thông tin cho nhau. ❷[方]giọng nói; giọng điệu; khẩu khí: 听他说话的~像是不大满意。 Nghe khẩu khí của anh ta như là không được vừa lòng lắm.

【声情并茂】shēngqíng-bìngmào giọng hát (nói) âm thanh ngọt ngào; đượm đà tình cảm

【声如洪钟】shēngrúhóngzhōng tiếng nói (hát) trầm hùng âm vang

【声色】shēngsè<名>❶tiếng nói và sắc mặt: 老苏不动~地站在一旁。 Ông Tô thản nhiên đứng ở bên cạnh. ❷phong cách; sắc thái: 这位女歌手的演唱别具~。 Giọng hát của nữ ca sĩ đó có phong cách riêng của mình. ❸sức sống; sinh khí ❹[书]thanh sắc: 沉迷~ đam mê thanh sắc

【声色俱厉】shēngsè-jùlì to mồm lớn tiếng; to miệng lớn lời; nghiêm mặt nặng lời

【声色犬马】shēngsè-quǎnmǎ trụy lạc sa đọa

【声势】shēngshì<名>thanh thế: ~浩大 thanh thế to lớn

【声嘶力竭】shēngsī-lìjié kiệt sức khản giọng; ra sức gào lên

【声速】shēngsù<名>[物理]tốc độ âm thanh

【声讨】shēngtǎo<动>lên án; tố cáo: ~敌人野蛮的罪行 lên án tội ác dã man của địch

【声望】shēngwàng<名>danh vọng; danh tiếng; uy tín

【声威】shēngwēi<名>❶tiếng tăm uy tín; uy danh: ~大震 uy danh lừng lẫy ❷thanh thế; uy thế

【声息】shēngxī<名>❶âm thanh; tiếng động: 悄无~ im phăng phắc không có tiếng động gì ❷tin tức: 杳无~ biệt vô tin tức

【声响】shēngxiǎng<名>tiếng vang; tiếng động: 房间里有~。 Trong phòng có tiếng động.

【声像】shēngxiàng<名>[物理]âm thanh và hình ảnh

【声学】shēngxué<名>âm học; thanh học

【声讯】shēngxùn<名>dịch vụ cung cấp thông tin qua điện thoại

【声讯台】shēngxùntái<名>bộ phận cung cấp dịch vụ tư vấn qua điện thoại

【声言】shēngyán<动>tuyên bố: 他~要退出比赛。 Anh ta tuyên bố sẽ rút khỏi cuộc thi đấu.

【声扬】shēngyáng<动>tung tin; đồn đại: 四处~ đồn tin khắp nơi nơi

【声音】shēngyīn<名>tiếng; tiếng nói; âm thanh; âm; tiếng động: 林子里有说话的~。 Trong rừng có tiếng người. 她说话的~很好听。 Giọng nói của cô ấy nghe rất êm tai.

【声誉】shēngyù<名>danh dự; thanh danh: 维护公司的~ giữ gìn danh dự của công ti; 影响~ làm mất danh dự

【声援】shēngyuán<动>lên tiếng ủng hộ: 许多国家~支持。 Nhiều nước lên tiếng ủng hộ.

【声源】shēngyuán<名>nguồn phát ra tiếng động

【声乐】shēngyuè<名>thanh nhạc: ~专业毕业 tốt nghiệp chuyên ngành thanh nhạc

【声张】shēngzhāng<动>để lộ ra; loan truyền; đồn đại: 别~! Im!

牲shēng<名>❶gia súc ❷[旧]gia súc được dùng để cúng thần

【牲畜】shēngchù<名>gia súc: ~养殖 chăn nuôi gia súc

【牲口】shēngkou<名>đại gia súc

笙 shēng<名>[音乐]cái khèn

【笙歌】shēnggē<动>[书]đàn hát; ca nhạc: 夜夜~ đêm nào cũng ca nhạc vui chơi

甥 shēng<名>con dì con già; con của chị hoặc em gái

shéng

绳 shéng❶<名>dây: 红头~ dây đỏ buộc tóc ❷<动>[书]bắt buộc: ~之以法 lấy luật mà trị ❸<动>[书]tiếp tục //(姓)Thằng

【绳操】shéngcāo<名>múa dây

【绳锯木断】shéngjù-mùduàn thừng cưa đứt gỗ; sức lực nhỏ yếu nhưng kiên trì sẽ giành thắng lợi

【绳捆索绑】shéngkǔn-suǒbǎng trói giật cánh khuỷu; trói tôm

【绳索】shéngsuǒ<名>dây chão

【绳套】shéngtào<名>thòng lọng

【绳梯】shéngtī<名>thang dây

【绳之以法】shéngzhī-yǐfǎ trừng trị theo pháp luật

【绳子】shéngzi<名>dây thừng

shěng

省¹ shěng<动>❶tiết kiệm: 钱不多，能~则~。Tiền không nhiều, tiết kiệm được bao nhiêu hay bấy nhiêu. ❷giảm bớt; miễn: ~了一道手续 bớt được một lần thủ tục //(姓)Tỉnh

省² shěng<名>❶tinh: 江苏~ tỉnh Giang Tô ❷tinh lị

另见xǐng

【省部级】shěngbùjí<名>cấp bộ; cấp tỉnh

【省城】shěngchéng<名>tỉnh thành; tỉnh lị

【省吃俭用】shěngchī-jiǎnyòng ăn tiêu tiết kiệm; ăn tẳn ở tiện

【省得】shěngde<连>để khỏi; cho đỡ; khỏi

phải: 带上一些干粮，~挨饿。Mang theo một số lương khô để khỏi bị đói.

【省电】shěngdiàn<动>tiết kiệm điện: 大家都列举出许多~的办法。Mọi người đã liệt kê nhiều biện pháp tiết kiệm điện.

【省份】shěngfèn<名>tinh

【省会】shěnghuì<名>tỉnh lị: ~城市 thành phố tỉnh lị

【省力】shěnglì<形>tiết kiệm sức lực; đỡ tốn sức: 买了这辆拖拉机确实~。Mua được máy kéo này quả thực đỡ tốn sức.

【省略】shěnglüè<动>❶bỏ bớt; lược bỏ: 这段可以~。Đoạn này có thể lược bỏ. ❷tinh lược

【省略号】shěnglüèhào<名>dấu chấm lửng

【省钱】shěngqián<动>rẻ tiền; đỡ tốn tiền

【省却】shěngquè<动>❶tiết kiệm; bớt; rút bớt: 买国产货可以~不少钱。Mua hàng nội có thể tiết kiệm một số tiền. ❷tránh được; trừ bỏ được: ~诸多麻烦 tránh được bao phiền phức

【省省】shěngshěng<动>[口]❶tiết kiệm: ~吧，钱不是容易挣的。Phải tiết kiệm chứ, tiền có phải dễ kiếm đâu. ❷thôi đi: ~吧，别做无用功了! Thôi đi, đừng làm những chuyện uổng công nữa!

【省时】shěngshí<动>tiết kiệm thời gian

【省时省力】shěngshí-shěnglì đỡ tốn thời gian và sức lực

【省事】shěngshì❶<形>giản tiện; thuận tiện: 我看还是叫外卖~。Theo tôi thì gọi cơm tiện hơn. ❷<动>bớt phiền hà; được việc: 有他来帮忙就~了。Có anh ấy đến giúp thì việc sẽ chạy.

【省委】shěngwěi<名>tỉnh ủy: ~书记 bí thư tỉnh ủy; ~委员 tỉnh ủy viên

【省心】shěngxīn<动>đỡ lo; đỡ mệt óc

【省油】shěngyóu<动>tiết kiệm nhiên liệu

【省油灯】shěngyóudēng<名>❶đèn dầu

tiết kiệm nhiên liệu ❷người đúng mực; người có chừng mực: 他不是个~。Gã không phải là một người có chừng mực.

【省长】shěngzhǎng<名>tỉnh trưởng; chủ tịch tỉnh

【省直机关】shěngzhí jīguān cơ quan trực thuộc tỉnh

shèng

圣 shèng❶<形>thiêng liêng; cao quý ❷<名>ông thánh ❸<名>vua //(姓)Thánh

【圣代】shèngdài<名>kem trái cây: 草莓~ kem dâu tây

【圣诞】shèngdàn<名>[宗教]giáng sinh; No-en

【圣诞节】Shèngdàn Jié<名>Lễ Giáng Sinh; Ngày No-en (ngày 25 tháng 12): 过~ đón No-en

【圣诞老人】Shèngdàn Lǎorén ông già No-en

【圣诞树】shèngdànshù<名>cây No-en

【圣地】shèngdì<名>❶[宗教]đất thánh ❷thánh địa: 在许多人的心中延安是革命~。Diên An là thánh địa cách mạng trong lòng nhiều người.

【圣父】shèngfù<名>[宗教]thượng đế; Giê-hô-va

【圣火】shènghuǒ<名>ngọn lửa thiêng liêng: 奥运~ ngọn lửa thiêng Thế vận hội

【圣洁】shèngjié<形>thiêng liêng và trong sạch: ~的女神 nữ thần thiêng liêng trong sạch

【圣经】Shèngjīng<名>[宗教]kinh thánh

【圣经贤传】shèngjīng-xiánzhuàn kinh truyện thánh hiền; sách thánh hiền

【圣灵】shènglíng<名>[宗教]thánh linh; thần linh

【圣明】shèngmíng<形>sáng suốt; thánh minh

【圣母】shèngmǔ<名>[宗教]thánh mẫu; đức bà Ma-ri-a

【圣女果】shèngnǚguǒ<名>Cherry cà chua

【圣人】shèngrén<名>thánh nhân; vị thánh; bậc hiền triết

【圣人无常师】shèngrén wú chángshī bậc thánh không có ông thầy cố định

【圣上】shèngshàng<名>thánh thượng: 启奏~。Muôn tâu thánh thượng.

【圣手】shèngshǒu<名>người tài giỏi

【圣水】shèngshuǐ<名>nước thánh

【圣贤】shèngxián<名>thánh hiền; thánh nhân

【圣职】shèngzhí<名>chức Linh Mục

【圣旨】shèngzhǐ<名>thánh chỉ; lệnh vua

【圣子】shèngzǐ<名>[宗教]Chúa Giê-su

胜¹ shèng❶<动>được; thắng: 战~ chiến thắng; 以少~多 lấy ít thắng nhiều ❷<动>hơn; giỏi: 事实~于雄辩。Sự thực hơn hẳn hùng biện. 做一件事~过说一百句话。Làm một việc hơn hẳn nói một trăm câu. ❸<形>tốt đẹp: ~景 cảnh đẹp; 旅游~地 thắng cảnh du lịch ❹<名>cảnh đẹp //(姓)Thắng

胜² shèng<动>gánh vác được; đảm đương nổi; chịu được: 高处不~寒。Ở vùng cao không chịu nổi cái giá lạnh.

【胜败】shèngbài<名>thắng bại; thành bại

【胜败乃兵家常事】shèng bài nǎi bīngjiā chángshì thắng bại là chuyện thường tình của nhà binh

【胜不骄，败不馁】shèng bù jiāo, bài bù něi thắng không kiêu, bại không nản

【胜出】shèngchū<动>thắng cuộc: 这场比赛甲队以5:2~。Tỉ số trận đấu là 5:2, đội A thắng.

【胜地】shèngdì<名>thắng cảnh; thắng địa: 避暑~ thắng địa nghỉ mát

S

【胜负】shèngfù〈名〉thắng bại

【胜过】shèngguò〈动〉hơn hẳn: 甲公司产品质量~乙公司。Chất lượng sản phẩm công ti A hơn hẳn công ti B.

【胜机】shèngjī〈名〉cơ hội thắng lợi

【胜迹】shèngjì〈名〉nơi cổ tích nổi tiếng, thắng tích: 参观故宫和其他~ tham quan Cố Cung và các di tích khác

【胜绩】shèngjì〈名〉thành tích thắng lợi: 取得很多~ giành được nhiều thành tích thắng lợi

【胜景】shèngjǐng〈名〉thắng cảnh

【胜局】shèngjú〈名〉thắng lợi: 赢得~ giành được thắng lợi

【胜利】shènglì〈动〉❶thắng lợi: 抗战~ kháng chiến thắng lợi ❷thành công; thắng lợi: 会议~闭幕。Cuộc họp kết thúc thắng lợi.

【胜利果实】shènglì guǒshí thành quả thắng lợi

【胜利在望】shènglì-zàiwàng thắng lợi đang chờ; thắng lợi đang đến gần

【胜率】shènglǜ〈名〉tỉ lệ phần thắng

【胜券】shèngquàn〈名〉sự tin tưởng chắc chắn vào thắng lợi: 我们稳操~。Chúng ta đã nắm chắc phần thắng lợi.

【胜任】shèngrèn〈动〉đảm nhiệm được; đủ sức; đủ khả năng: 你一定~此项任务。Anh chắc chắn đủ khả năng hoàn thành nhiệm vụ này.

【胜似】shèngsì〈动〉hơn hẳn; vượt qua; hơn: 不是春天，~春天。Không phải mùa xuân mà hơn cả mùa xuân.

【胜诉】shèngsù〈动〉thắng kiện

【胜算】shèngsuàn〈名〉[书]mưu hay kế giỏi; kế hoạch chắc ăn

【胜仗】shèngzhàng〈名〉trận thắng

【胜者王侯败者寇】shèngzhě wánghóu bàizhě kòu người thắng làm vua, kẻ thua làm giặc

盛 shèng❶〈形〉thịnh vượng; phồn thịnh; hưng thịnh: ~唐 thịnh Đường; 繁荣昌盛 phồn vinh thịnh vượng; 在那桃花~开的地方 ở vùng hoa đào nở rộ ❷〈形〉mạnh mẽ; mãnh liệt, dữ dội: 年轻气~ trẻ trung mạnh mẽ xốc nổi; 牢骚太~ phàn nàn quá nhiều ❸〈形〉lớn; long trọng: ~馔 các món ăn thịnh soạn ❹〈形〉nồng nàn: ~情款待 tiếp đãi nồng nhiệt ❺〈形〉thịnh hành; phổ biến rộng rãi ❻〈副〉ra sức; hết chỗ nói: ~赞 hết lời khen ngợi ❼〈形〉long trọng; linh đình: ~宴 bữa tiệc long trọng linh đình //(姓)Thịnh
另见chéng

【盛产】shèngchǎn〈动〉sản xuất nhiều; sản xuất số lượng lớn: 新疆~葡萄。Tân Cương sản xuất nhiều nho.

【盛传】shèngchuán〈动〉lưu truyền rộng rãi: ~学校要搬到新区。Tin nhà trường sẽ dọn đến khu mới được truyền đi rộng rãi.

【盛大】shèngdà〈形〉to lớn và long trọng: ~的节日 ngày lễ lớn, long trọng

【盛典】shèngdiǎn〈名〉lễ kỉ niệm long trọng; lễ trọng thể: 组织~ tổ chức lễ trọng thể

【盛会】shènghuì〈名〉hội họp lớn; hội họp long trọng

【盛极必衰】shèngjí-bìshuāi cảnh hưng thịnh chẳng duy trì được mãi; thịnh quá ắt hóa suy

【盛极一时】shèngjí-yīshí vang bóng một thời; lưu hành một thời

【盛举】shèngjǔ〈名〉hoạt động to lớn; hoạt động trọng thể

【盛开】shèngkāi〈动〉nở rộ: 鲜花~。Hoa tươi nở rộ.

【盛况】shèngkuàng〈名〉(quang cảnh) rầm rộ; sôi nổi; sôi động: ~空前 tình hình sôi động hơn lúc nào hết

【盛名】shèngmíng<名>tiếng tăm lớn; danh vọng lớn; nổi tiếng

【盛名之下，其实难副】shèngmíngzhīxià, qíshínánfù danh tiếng không xứng với thực tế

【盛怒】shèngnù<动>thịnh nộ; cơn giận dữ

【盛气凌人】shèngqì-língrén lên mặt dọa người; hung hăng bắt nạt

【盛情】shèngqíng<名>thịnh tình; tình cảm nồng hậu: 感谢~ cảm ơn tấm thịnh tình

【盛情难却】shèngqíng-nánquè lòng thịnh tình khó mà từ chối

【盛世】shèngshì<名>thời hưng thịnh: 生活在太平~ được sống trong thời thái bình hưng thịnh

【盛事】shèngshì<名>sự kiện lớn; việc quan trọng

【盛暑】shèngshǔ<名>giữa hè

【盛衰】shèngshuāi<名>thịnh vượng và suy yếu

【盛夏】shèngxià<名>giữa hè

【盛行】shèngxíng<动>thịnh hành: 国学正当~。Hán học đang thịnh hành.

【盛宴】shèngyàn<名>bữa tiệc long trọng

【盛誉】shèngyù<名>vinh dự lớn; lừng danh; nổi tiếng: 中华美食久享~。Ẩm thực Trung Hoa nổi tiếng từ xưa.

【盛赞】shèngzàn<动>hết sức khen ngợi; khen ngợi hết lời

【盛装】shèngzhuāng<名>trang phục lộng lẫy; quần áo rực rỡ: 城市披上节日的~。Cả thành phố đã được trang điểm lộng lẫy trong ngày hội.

剩 shèng<动>thừa; còn lại; thặng dư: ~菜 rau thừa //(姓)Thặng

【剩菜】shèngcài<名>thức ăn thừa

【剩菜残羹】shèngcài-cángēng cơm thừa canh cặn

【剩饭】shèngfàn<名>cơm thừa

【剩男剩女】shèngnán-shèngnǚ trai ế vợ, gái ế chồng

【剩下】shèngxià<动>thừa lại

【剩余】shèngyú<动>thặng dư; thừa ra; thừa: ~劳动力 lao động thặng dư; ~产品 sản phẩm thừa

【剩余价值】shèngyú jiàzhí[经济]giá trị thặng dư

shī

尸 shī<名>❶xác chết; thi hài: 验~ khám xác ❷thời xưa chỉ người đại diện, thay thế người chết để nhận sự thờ cúng

【尸骨】shīgǔ<名>❶bộ xương hài; hài cốt ❷thi hài

【尸骨未寒】shīgǔ-wèihán thi thể chưa lạnh; xác còn ấm (mới chết chưa bao lâu)

【尸骸】shīhái=【尸骨】

【尸横遍野】shīhéngbiànyě xác phơi đầy đồng

【尸检】shījiǎn<动>kiểm tra thi thể; khám xác

【尸身】shīshēn=【尸体】

【尸首】shīshou<名>xác chết

【尸体】shītǐ<名>thi thể: 辨认~ nhận dạng thi thể; ~火化 hỏa táng thi thể

【尸位素餐】shīwèi-sùcān ngồi chiếm cương vị mà không làm việc; giữ ghế ngồi không

失 shī❶<动>mất đi: ~窃 mất cắp ❷<动>lỡ: ~手 lỡ tay ❸<动>lạc: 迷~方向 lạc hướng ❹<动>thất thường ❺<动>vi phạm; vứt bỏ: ~信于人 thất tín với người ❻<名>sai lầm: 严重~误 sai lầm nghiêm trọng ❼<动>trái với mục đích, ước nguyện: ~望 thất vọng

【失败】shībài<动>thua; thất bại: ~是成功之母。Thất bại là mẹ thành công. 虽然试

验多次~，爱迪生仍坚持继续做下去。
Tuy thí nghiệm bị thất bại nhiều lần nhưng Ai-đi-sơn vẫn kiên trì làm tiếp.

【失策】shīcè<动>thất sách; thất cơ

【失察】shīchá<动>sơ suất trong việc giám sát; xem xét không chu đáo: 领导~。Lãnh đạo sơ suất trong việc giám sát.

【失常】shīcháng<形>thất thường; không bình thường: 行动~ hành động thất thường

【失宠】shīchǒng<动>thất sủng; không được yêu chuộng nữa

【失传】shīchuán<动>thất truyền: 这种唱腔已~多年。Lối hát này đã thất truyền nhiều năm.

【失聪】shīcōng<动>điếc; khiếm thính: 这孩子从小就~。Cháu bị khiếm thính từ nhỏ.

【失措】shīcuò<动>lúng túng; bối rối: 惊慌~ hoảng sợ luống cuống

【失当】shīdàng<形>không chính xác; không thỏa đáng; không ổn: 行为~ hành vi không thỏa đáng

【失盗】shīdào<动>mất cắp; bị đánh cắp

【失道寡助】shīdào-guǎzhù phi nghĩa thì ít kẻ đồng tình

【失地】shīdì❶<动>mất nước ❷<名>đất nước bị mất; đất đai bị chiếm đóng: 收复~ lấy lại đất đai bị chiếm đóng ❸<动>nông dân bị mất đi ruộng đất

【失掉】shīdiào<动>❶mất: ~效果 mất hiệu quả ❷đánh mất; bỏ lỡ: ~这么好的机会太可惜了。Lỡ mất cơ may này tiếc quá.

【失而复得】shī'érfùdé mất lại tìm thấy; mất lại tìm được

【失分】shīfēn<动>mất điểm: 主队因~过多而输掉了比赛。Đội nhà bởi mất nhiều điểm mà đã thua trận.

【失和】shīhé<动>bất hòa

【失衡】shīhéng<动>mất cân bằng; mất cân đối: 供求~ cung và cầu mất cân đối

【失欢】shīhuān<动>[书]❶mất lòng người khác ❷bất hòa

【失魂落魄】shīhún-luòpò hồn bay phách lạc; kinh hồn bạt vía

【失火】shīhuǒ<动>bị cháy; bị hỏa hoạn

【失脚】shījiǎo<动>lỡ bước; trượt chân

【失节】shījié<动>❶mất khí tiết: 即使面对酷刑和利诱她也没有~。Cho dù phải chịu đựng những đòn tra tấn tàn nhẫn và dụ dỗ mà chị ấy vẫn không mất đi khí tiết. ❷mất trinh; thất tiết

【失禁】shījìn<动>[医学]không giữ được mất khả năng giữ: 大小便~。Mất khả năng giữ đại tiểu tiện.

【失敬】shījìng<动>xin lỗi; thất kính; vô phép; thất lễ: 未能到机场接您，~~。Chưa đến được sân bay đón ngài, thật là bất kính.

【失控】shīkòng<动>không khống chế nổi; không điều khiển được: 飞机~。Máy bay không điều khiển được nữa.

【失礼】shīlǐ<动>❶vô lễ; thất lễ; thiếu lễ phép ❷thất kính; mạn phép

【失利】shīlì<动>thất bại; thua: 比赛~。Cuộc thi đấu bị thua.

【失恋】shīliàn<动>thất tình

【失灵】shīlíng<动>mất tác dụng; không chạy; bị trục trặc: 开关~。Công tắc bị hỏng.

【失落】shīluò❶<动>lạc mất; thất lạc: 一些材料~。Thất lạc mất một số tài liệu. ❷<形>bơ vơ; trơ chọi

【失落感】shīluògǎn<名>cảm giác trống rỗng

【失眠】shīmián<动>mất ngủ

【失明】shīmíng<动>mù; lòa: 双目~。Bị mù cả hai mắt.

【失陪】shīpéi<动>xin phép vắng mặt (lời nói khách sáo, tỏ ý xin lỗi): 我还有些事要办，~了。Tôi còn bận chút việc, xin mạn phép vắng mặt.

失窃】shīqiè<动>bị mất cắp; bị trộm

失去】shīqù<动>mất đi: ~信心 mất lòng tin

失散】shīsàn<动>thất tán; li tán; thất lạc: 找回~的孩子 tìm về đứa con thất lạc

失色】shīsè<动>❶mất màu; phai màu ❷thất sắc; (mặt) tái mét: 面容~ mặt mày thất sắc

失身】shīshēn<动>thất tiết; mất trinh tiết

失神】shīshén<动>❶sơ ý: 司机稍一~, 就酿成了大事故。Anh lái xe chỉ sơ suất một chút đã gây nên tai nạn lớn. ❷tinh thần sa sút

失声】shīshēng<动>❶thất thanh: ~大叫 la thất thanh ❷nghẹn ngào; sụt sùi: ~痛哭 khóc sụt sùi ❸mất tiếng; khản đặc

失时】shīshí<动>❶lỡ thời vụ ❷mất thời cơ

失实】shīshí<动>không chân thật; không đúng sự thật; thất thiệt: 抛出~的消息 tung tin thất thiệt

失势】shīshì<动>thất thế; mất quyền thế: ~的官员 những quan chức thất thế

失事】shīshì<动>xảy ra tai nạn; gặp tai nạn

失收】shīshōu<动>❶thất thu; mất mùa: 今年的农作物~。Mùa màng năm nay bị thất thu. ❷để sót

失手】shīshǒu<动>❶lỡ tay; sẩy tay: ~摔破 lỡ tay đánh vỡ ❷bị thua: 这一局他意外~了。Anh ta bất ngờ bị thua ván này.

失守】shīshǒu<动>thất thủ; mất

失算】shīsuàn<动>tính sai; tính nhầm: 这样做确实~。Làm như vậy quả thật tính sai.

失所】shīsuǒ<动>không nơi sinh sống: 战争使许多人流离~。Chiến tranh làm cho nhiều người lưu lạc không chốn dung thân.

失态】shītài<动>thất thố; thái độ (hay cử

chỉ) thất lễ: 举止~ ăn nói thất thố

失调】shītiáo<动>❶mất thăng bằng; mất cân đối: 比例~ tỉ lệ mất cân đối ❷không điều dưỡng tốt; không điều hòa: 气血~ khí huyết không điều hòa

失望】shīwàng❶<动>thất vọng: 女友一直不肯接听电话，他很~。Bạn gái cứ không chịu nghe điện thoại, anh chàng đã thất vọng. ❷<形>ví thất vọng mà buồn: 儿子别让父母~啊! Con đừng để bố mẹ thất vọng mà buồn nhé!

失物】shīwù<名>của rơi; vật bị mất

失误】shīwù❶<动>sai lệch; hỏng: 判断~。Phán đoán sai lệch. ❷<名>sai sót; lỗi lầm: 此事不允许有任何~。Việc này không được phép có bất kì một sai sót nhỏ nào.

失陷】shīxiàn<动>(thành phố, lãnh thổ) rơi vào tay địch

失笑】shīxiào<动>bật cười; phì cười

失效】shīxiào<动>mất hiệu lực; hết hiệu lực: 此合同到三月份~。Bản hợp đồng này hết hiệu lực vào tháng ba.

失信】shīxìn<动>thất tín; sai hẹn; không được tin cậy nữa

失修】shīxiū<动>không được tu sửa: 多所房子年久~，成了危房。Không ít nhà cửa lâu năm chưa được tu sửa, đã trở thành những nhà dễ đổ.

失学】shīxué<动>thất học; không được đi học: 因贫困~ do nghèo khó bị thất học; ~多年 nhiều năm không được đi học

失血】shīxuè<动>mất máu; thiếu máu: 伤员~过多，必须马上输血。Nạn nhân mất máu nhiều quá, phải được tiếp máu ngay.

失言】shīyán<动>lỡ lời; lỡ mồm: 差点~ suýt lỡ mồm

失业】shīyè<动>thất nghiệp: ~保险 bảo hiểm thất nghiệp

失宜】shīyí<形>[书]không thích hợp;

S

không thích đáng

【失忆】shīyì<动>mất trí nhớ

【失意】shīyì<形>không được như ý; ngã lòng; thất ý

【失迎】shīyíng<动>(lời nói khách sáo) xin lỗi (vì không ra đón được)

【失约】shīyuē<动>sai hẹn; lỡ hẹn

【失责】shīzé<动>thất trách; không làm tròn trách nhiệm; thất trách

【失真】shīzhēn<动>❶giả; không đúng; không chân thực; sai lệch; không chuẩn: 这篇报道~。Bài báo này không chân thực. ❷méo; biến dạng; mất nét: 从宇宙飞船传回的声音有点~。Âm thanh truyền về từ con tàu vũ trụ hơi bị mất nét.

【失之东隅，收之桑榆】shīzhī-dōngyú, shōuzhī-sāngyú mất cái này được cái nọ; có mất có được

【失之毫厘，谬以千里】shīzhī-háolí, miùyǐqiānlǐ sai một li đi ngàn dặm

【失之交臂】shīzhī-jiāobì lỡ mất dịp tốt trước mắt

【失职】shīzhí<动>không làm tròn trách nhiệm; tắc trách; vô trách nhiệm: ~行为một hành động vô trách nhiệm

【失重】shīzhòng<动>[物理]mất trọng lượng

【失主】shīzhǔ<名>người bị mất của

【失准】shīzhǔn<形>không chính xác; chưa phát huy được trình độ vốn có

【失踪】shīzōng<动>mất tích: 地震中有两人~。Trong vụ động đất có hai người bị mất tích.

【失足】shīzú<动>❶trượt chân; sẩy chân: ~落水 trượt chân rơi xuống nước ❷sa ngã; sa chân lỡ bước; lầm lỡ: ~少年 một thiếu niên sa chân lỡ bước; 一~成千古恨 một bước sa chân muôn thuở hận

师[1] shī❶<名>thầy; thầy giáo; cô giáo: ~生

thầy trò ❷<名>tấm gương: 堪称~表 xứng đáng là một tấm gương ❸<名>sư; nhà; thợ thầy (nhà chuyên môn): 工程~ công trình sư ❹<名>(tôn xưng nhà sư) sư; hòa thượng 法~ pháp sư ❺<名>quan hệ học nghề theo thầy: ~弟 sư đệ ❻<动>[书]phỏng theo; học theo: 曾~从齐白石 đã từng học vẽ theo ông Tề Bạch Thạch //(姓)Sư

师[2] shī<名>[军事]❶sư đoàn: 红军第七~ sư đoàn 7 Hồng quân ❷quân đội: 出~不利 vừa ra quân đã gặp trắc trở

【师表】shībiǎo<名>[书]tấm gương: 为人~ làm tấm gương cho mọi người

【师承】shīchéng❶<动>[书]học và kế thừa một người thầy hoặc một trường phái nào đó; noi theo: ~一位儒学名师 học theo một vị danh sư nho học ❷<名>truyền thống thầy cô truyền lại

【师出无名】shīchū-wúmíng xuất quân vô cớ; không có lí do chính đáng

【师出有名】shīchū-yǒumíng xuất quân có lí do chính đáng

【师道】shīdào<名>đạo làm thầy: ~尊严 đạo làm thầy uy nghiêm

【师德】shīdé<名>đạo đức của nhà giáo: 高尚 đạo đức của người nhà giáo cao cả

【师弟】[1]shīdì<名>sư đệ

【师弟】[2]shīdì<名>[书]thầy con; thầy và trò ~俩 hai thầy con

【师范学校】shīfàn xuéxiào trường sư phạm

【师父】shīfu<名>sư phụ; thầy dạy nghề

【师傅】shīfu<名>❶sư phụ; thầy dạy nghề ❷tôn xưng người có tay nghề: 老~, 麻烦 您帮我修一下这辆电动车。Bác làm ơn chữa hộ tôi chiếc xe đạp điện.

【师傅领进门，修行在个人】shīfu lǐngjìn mén, xiūxíng zài gèrén thầy dắt vào cửa nghề, việc tu hành tùy mỗi người

【师公】shīgōng<名>❶sư phụ của sư phụ ❷thầy phù thủy

【师姐】shījiě<名>sư tỉ (chị đồng môn)

【师妹】shīmèi<名>sư muội

【师门】shīmén<名>thầy; thầy dạy nghề: 我们同出一个~。Chúng ta là bạn đồng môn.

【师母】shīmǔ<名>sư mẫu; cô (vợ thầy)

【师生】shīshēng<名>thầy trò: ~关系 quan hệ thầy trò

【师徒】shītú<名>sư đồ; thầy trò: ~情 tình thầy trò; 咱~俩 hai thầy trò mình

【师心自用】shīxīn-zìyòng cho mình là thầy không thèm học hỏi ai; khăng khăng cho mình là đúng

【师兄】shīxiōng<名>sư huynh

【师爷】shīyé<名>sư phụ của sư phụ; sư cụ

【师爷】shīye<名>người giúp việc; phụ tá

【师长】shīzhǎng<名>❶thầy; người bậc thầy; thầy giáo ❷sư đoàn trưởng

【师专】shīzhuān<名>chuyên ngành sư phạm trung cấp hoặc cao đẳng

【师资】shīzī<名>đội ngũ giáo viên: 培养~力量 đào tạo đội ngũ giáo viên

诗shī<名>thơ //(姓)Thi

【诗才】shīcái<名>tài năng viết thơ

【诗词】shīcí<名>thơ và từ

【诗风】shīfēng<名>phong cách thơ: ~淡雅清新。Phong cách thơ mới mẻ thanh nhã.

【诗歌】shīgē<名>thơ ca: ~朗诵 ngâm thơ

【诗集】shījí<名>tập thơ

【诗经】Shījīng<名>tập thơ Thi Kinh; Kinh Thi

【诗句】shījù<名>câu thơ: 耐人寻味的~ câu thơ rất thấm thía

【诗礼之家】shīlǐzhījiā gia đình lễ nghĩa có học thức

【诗篇】shīpiān<名>thơ; bài thơ: 歌颂祖国的~ những bài thơ ngợi ca tổ quốc

【诗情画意】shīqíng-huàyì thơ mộng; ý thơ: 充满~的作品 tác phẩm đượm đà ý thơ; 此处的风景充满~。Cảnh sắc nơi đây thật thơ mộng.

【诗人】shīrén<名>nhà thơ; thi sĩ: 浪漫主义~ nhà thơ lãng mạn

【诗社】shīshè<名>hội thơ

【诗坛】shītán<名>làng thơ; giới thơ ca; thi đàn

【诗兴】shīxìng<名>thi hứng: ~迸发。Thi hứng bộc phát.

【诗选】shīxuǎn<名>thơ chọn lọc:《李白~》tuyển tập thơ Lí Bạch

【诗意】shīyì<名>ý thơ: ~盎然。Dạt dào ý thơ.

【诗韵】shīyùn<名>❶vần thơ nói chung ❷vần trong một bài thơ

【诗中有画，画中有诗】shī zhōng yǒu huà, huà zhōng yǒu shī trong thơ có họa, trong họa có thơ

【诗作】shīzuò<名>tác phẩm thơ

虱shī<名>con rận

【虱多不痒，债多不愁】shī duō bù yǎng, zhài duō bù chóu rận quá nhiều không ngứa, nợ quá nhiều chẳng sầu

【虱子】shīzi<名>con rận

狮shī<名>con sư tử

【狮身人面像】shīshēn rénmiànxiàng tượng mặt người thân sư tử (ở Ai-cập); Sphinx

【狮子】shīzi<名>sư tử

【狮子大开口】shīzi dà kāi kǒu sư tử há to miệng; đòi giá quá cao; đưa ra yêu cầu quá khắt khe không thể đáp ứng: 你真是~，一碗牛肉粉竟然卖100元人民币! Ông đòi giá quá cao đấy, một bát phở bò mà đòi 100 đồng RMB!

【狮子头】shīzitóu<名>[食品]thịt băm viên: 我要一份红烧~。Cho tôi món thịt băm viên.

【狮子舞】shīziwǔ<名>múa sư tử

S

【狮子座】shīzizuò<名>chòm sao Sư tử

施 shī<动>❶thi hành; thực hiện: 看来此
事难以实~。 Xem chừng việc này khó có
thể thực hiện. ❷cho; bố thí ❸áp đặt; gây áp
lực: 别再给孩子~加压力了。 Đừng gây áp
lực cho con nữa. ❹xoa; bón: 及时~肥 kịp
thời bón phân //(姓)Thi

【施暴】shībào<动>❶tiến hành bạo lực: 歹
徒正企图向一位女青年~，被警察抓住
了。 Tên côn đồ hòng thi hành bạo lực đối
với một cô gái, nhưng hắn đã bị cảnh sát bắt
giữ. ❷cưỡng dâm; hiếp dâm

【施恩】shī'ēn<动>làm ơn; đem lại lợi ích
cho người ta: ~图报非君子。 Làm ơn mà
mong người ta đội ơn thì không phải là việc
làm của người quân tử.

【施放】shīfàng<动>tung ra; phát ra; thả ra;
phóng ra: ~催泪弹 thả bom cay/phóng lựu
đạn cay

【施肥】shīféi<动>bón phân: 合理~ bón
phân một cách hợp lí

【施工】shīgōng<动>thi công: ~单位 đơn vị
thi công

【施惠】shīhuì<动>mang lại lợi ích: 这项政
策将~于民。 Chính sách này sẽ mang lại lợi
ích cho dân chúng.

【施加】shījiā<动>áp đặt; gây áp lực; gây
sức ép: ~政治压力 gây sức ép chính trị

【施教】shījiào<动>thi hành giáo dục: 因材
~ tiến hành giáo dục theo đối tượng

【施救】shījiù<动>thi hành cứu trợ: 紧急~
tiến hành cứu trợ khẩn cấp

【施礼】shīlǐ<动>chào; thi lễ: 低头~ cúi đầu
thi lễ

【施力点】shīlìdiǎn<名>[物理]điểm gắn vào

【施舍】shīshě<动>cho; bố thí: 他穷得靠别
人的~度日。 Hắn nghèo đến mức phải nhờ
vào bố thí để qua ngày đoạn tháng.

【施威】shīwēi<动>ra oai

【施刑】shīxíng<动>sử dụng hình phạt

【施行】shīxíng<动>❶thi hành: 按决议~ th
hành theo nghị quyết ❷thực hiện: ~人工降
雨 thực thi mưa nhân tạo

【施药】shīyào<动>phun thuốc: 我们的
蔬菜~。 Rau xanh của chúng tôi khôn
phun thuốc.

【施用】shīyòng<动>sử dụng; dùng: ~国
材料 sử dụng vật liệu trong nước sản xuất

【施与】shīyǔ<动>ban cho; thí cho: ~小恩
小惠 ban thí ơn huệ nhỏ vặt

【施展】shīzhǎn<动>phát huy; thi thố: ~才
能 phát huy tài năng; ~身手 thi thố tay nghề

【施政】shīzhèng<动>thi hành biện pháp
chính trị: ~方针 phương châm thực thi các
biện pháp chính trị

【施主】shīzhǔ<名>thí chủ; người cho
người bố thí

【施助】shīzhù<动>giúp đỡ: ~他人 giúp đỡ
người khác

湿 shī<形>ẩm; ướt; ẩm ướt

【湿地】shīdì<名>đất ẩm: 保护~环境 bảo
vệ môi sinh vùng đất ẩm

【湿毒】shīdú<名>[中医]thấp độc: 染~疮
lên mụn thấp độc

【湿度】shīdù<名>❶độ ẩm trong không khí:
空气~大。 Độ ẩm không khí cao. ❷độ ẩm
trong một số vật liệu

【湿冷】shīlěng<形>lạnh lẽo ẩm ướt: ~的气
候 khí hậu lạnh ẩm ướt

【湿淋淋】shīlínlín ướt đầm; ướt sũng: 浑
身~。 Toàn thân ướt sũng.

【湿漉漉】shīlùlù ướt át; ướt dầm dề: 走
在~的台阶上很容易滑倒。 Bước trên bậc
thang ướt đầm rất dễ bị trượt ngã.

【湿气】shīqì<名>❶hơi ẩm: 山区~重。
Vùng núi độ ẩm cao. ❷[中医]bệnh thấp

【湿热】shīrè<形>thấp nhiệt; nội nhiệt: ~病
chứng thấp nhiệt

S

【湿润】shīrùn<形>ướt át; ẩm ướt: ～的海风 làn gió biển ẩm ướt

【湿身】shīshēn<动>ướt mình

【湿透】shītòu<形>ướt sũng: 全身～了。 Khắp mình ướt sũng.

【湿疹】shīzhěn<名>[医学]bệnh thấp chẩn: 他患了～。Ông ấy bị bệnh thấp chẩn.

【湿纸巾】shīzhǐjīn<名>khăn giấy ướt

蓍 shī<名>[植物]cỏ thi

【蓍草】shīcǎo<名>cỏ thi

shí

十 shí<数>❶mười; thập ❷mức độ cao nhất; hoàn toàn: ～足 rất đầy; ～成把握 nắm chắc hoàn toàn //(姓)Thập

【十八般武艺】shíbā bān wǔyì mười tám môn võ nghệ; các loại kĩ năng: 王教练～样 样精通。Huấn luyện viên Vương môn nào cũng giỏi, kĩ thuật gì cũng thạo.

【十八层地狱】shíbā céng dìyù mười tám tầng địa ngục

【十步芳草】shíbù-fāngcǎo ở đâu cũng có người tài giỏi

【十恶不赦】shí'è-bùshè tội ác tày trời: ～ 的罪犯 can phạm tội ác tày trời

【十二生肖】shí'èr shēngxiào 12 con giáp

【十二月】shí'èryuè<名>tháng mười hai

【十二指肠】shí'èrzhǐcháng[生理]tá tràng

【十分】shífēn<副>rất; hết sức; vô cùng; hoàn toàn: ～满意 rất hài lòng; ～兴奋 hết sức phấn khởi; ～气愤 vô cùng căm phẫn; ～ 陌生 hoàn toàn xa lạ

【十个指头有长短】shí gè zhǐtou yǒu chángduǎn mười ngón tay dài ngắn không đều; ví con người có khác biệt, không thể đồng đều như nhau

【十佳】shíjiā<名>mười...xuất sắc: ～企业 mười doanh nghiệp xuất sắc

【十进制】shíjìnzhì<名>[数学]hệ thập phân

【十六字方针】shíliù zì fāngzhēn phương châm 16 chữ vàng (về phát triển mối quan hệ Trung-Việt: Láng giềng hữu nghị, hợp tác toàn diện, ổn định lâu dài, hướng tới tương lai)

【十拿九稳】shíná-jiǔwěn mười phần chắc chín; chắc tay: 她考上大学～。Cô ấy thi vào đại học là chuyện mười phần chắc chín.

【十年磨一剑】shí nián mó yī jiàn mười năm mài một thanh gươm; ví chịu khó tập luyện trong nhiều năm

【十年树木，百年树人】shínián-shùmù, bǎinián-shùrén mười năm trồng cây, trăm năm trồng người

【十全十美】shíquán-shíměi mười phần vẹn mười; thập toàn thập mĩ: 哪里能找到 ～的人？Đâu có thể tìm thấy người mười phân vẹn mười?

【十万八千里】shíwàn bāqiān lǐ xa cách hàng vạn dặm; mười vạn tám nghìn dặm: 他 说了半天却离题～。Anh ấy nói mãi mà vẫn còn xa chủ đề hàng vạn dặm.

【十万火急】shíwàn-huǒjí vô cùng khẩn cấp; gấp như lửa đốt sau lưng: 此事～。 Chuyện này vô cùng khẩn cấp.

【十一月】shíyīyuè<名>tháng mười một

【十有八九】shíyǒubājiǔ chắc chắn: 我的 梦想～能实现。Ước vọng của em chắc chắn thực hiện được.

【十月】shíyuè<名>tháng mười

【十指连心】shízhǐ-liánxīn tay dứt ruột xót; tay cắt dạ xót

【十字架】shízìjià<名>giá chữ thập; thánh giá

【十字路口】shízì lùkǒu ngã tư đường: 您 走到了～往右拐就看见了。Bác cứ đến ngã tư rẽ phải là thấy.

【十足】shízú<形>❶thuần chất; trăm phần

S

trăm: ~的黄金 vàng ròng ❷đầy đủ; tràn đầy; hoàn toàn: 干劲~ tràn đầy lòng hăng hái; 我有~的理由. Tôi có lí do đầy đủ.

什 shí ❶〈数〉[书]mười ❷〈形〉tạp; vặt vãnh; linh tinh: 家~ vật dùng gia đình //(姓)Thập

另见shén

【什锦】shíjǐn ❶〈形〉thập cẩm: ~糖 kẹo thập cẩm; ~月饼 bánh trung thu thập cẩm ❷ 〈名〉món thập cẩm

【什物】shíwù〈名〉đồ dùng hàng ngày; đồ dùng lặt vặt: 处理无用的~ xử lí đồ lặt vặt

石 shí〈名〉❶đá; thạch: ~桌 bàn đá ❷bàn khắc đá: 金~ khắc đá ❸phiến đá ấn huyệt chữa bệnh thời cổ //(姓)Thạch

【石斑鱼】shíbānyú〈名〉cá mú; cá song

【石板】shíbǎn〈名〉❶bàn đá; phiến đá: ~路 đường lát phiến đá ❷bảng đá

【石版】shíbǎn〈名〉[印刷]bản in đá; thạch bản

【石碑】shíbēi〈名〉bia đá: 墓前竖着~。 Trước mộ là tấm bia đá.

【石材】shícái〈名〉vật liệu đá: ~加工厂 nhà máy gia công vật liệu đá

【石沉大海】shíchéndàhǎi đá chìm đáy biển; biệt tăm biệt tích

【石雕】shídiāo〈名〉chạm đá; khắc đá: ~像 tượng chạm đá

【石方】shífāng〈名〉❶mét khối đá: 今天完成运输15~的任务. Hôm nay hoàn thành nhiệm vụ vận chuyển 15 m³ đá. ❷công trình tính theo khối đá

【石舫】shífǎng〈名〉thuyền đá

【石膏】shígāo〈名〉thạch cao: ~粉 bột thạch cao

【石工】shígōng〈名〉❶thợ đá ❷nghề gia công đá

【石拱桥】shígǒngqiáo〈名〉cầu vòm đá

【石化】shíhuà〈名〉hóa dầu: ~产品 sản phẩm hóa dầu

【石灰】shíhuī〈名〉vôi: ~岩 đá vôi

【石灰石】shíhuīshí〈名〉đá vôi

【石匠】shíjiang〈名〉thợ đá

【石刻】shíkè〈名〉bia đá; đá khắc chữ; tác phẩm khắc trên đá

【石块】shíkuài〈名〉tảng đá; khối đá: ~切害 机 máy cắt đá

【石蜡】shílà〈名〉[材料]paraphin

【石料】shíliào〈名〉vật liệu đá: 建筑~ vậ liệu đá cho xây dựng

【石林】shílín〈名〉rừng đá: 云南~闻名于 世. Rừng đá Vân Nam nổi tiếng thế giới.

【石榴】shíliu〈名〉❶cây lựu ❷quả lựu

【石棉】shímián〈名〉a-mi-ăng; sợi thạch miên

【石墨】shímò〈名〉craphít; than chì

【石磨】shímò〈名〉cối xay bằng đá

【石女】shínǚ〈名〉thạch nữ; nữ giới bị bị âm đạo hoặc bộ phận sinh dục không bình thường

【石破天惊】shípò-tiānjīng lay động lòng người; chấn động lòng người; mới lạ khác thường: 如今很少能读到~的文章了。 Hiện giờ ít khi được đọc những văn chương lay động lòng người. 他一味地想干出一些 ~的事情. Anh ấy cứ muốn làm nên những việc mới lạ khác thường.

【石器】shíqì〈名〉đồ đá

【石器时代】shíqì shídài thời kì đồ đá

【石墙】shíqiáng〈名〉tường đá: 一道三米 高的~挡住了去路. Bức tường cao 3 mé chắn ngang lối đi.

【石蕊】shíruǐ〈名〉❶địa y cành ❷bột địa y cành; quỳ

【石笋】shísǔn〈名〉[地质]măng đá: 岩洞中 ~林立. Trong hang tua tủa những măng đá

【石头】shítou〈名〉đá

【石像】shíxiàng〈名〉tượng đá

【石英】shíyīng〈名〉thạch anh

石英钟】shíyīngzhōng<名>đồng hồ thạch anh

石油】shíyóu<名>dầu mỏ; dầu lửa: ~化学工业 công nghiệp hóa dầu

石油气】shíyóuqì<名>dầu khí

石油钻井】shíyóu zuànjǐng giếng khoan dầu mỏ

石柱】shízhù<名>❶cột nhũ đá ❷[建筑]cột đá

石子儿】shízǐr<名>[口]viên đá; hòn đá nhỏ; viên sỏi

时 shí ❶<名>thời: 古~ thời cổ ❷<名>giờ: 员工不按~上班会被扣奖金。Công nhân viên chức đi làm không đúng giờ sẽ bị trừ tiền thưởng. ❸<名>mùa; thời: 四~花开 bốn mùa hoa nở ❹<名>đương thời; hiện nay; hiện tại: 这是~下流行的款式。Đây là mốt sành điệu thời thượng. ❺<名>tập tục hiện thời: 合~ hợp thời ❻<名>giờ (đơn vị thời gian theo phép đếm thời gian cổ truyền): 酉~ giờ dậu ❼<量>giờ (thời điểm): 下午三~ ba giờ chiều ❽<名>thời cơ: 待~而动 đợi thời cơ mà hành động ❾<副>thường xuyên; luôn luôn: ~~thường thường; 两国~常互相支持。Hai nước luôn ủng hộ lẫn nhau. ❿<副>lúc; khi: ~快~慢 lúc nhanh lúc chậm ⓫<名>[语法]thời; thể: 将来~ thời tương lai //(姓)Thời

时弊】shíbì<名>hiện tượng tiêu cực trong xã hội hiện tại: 他的批评切中~。Lời phê phán của ông ấy nhằm thẳng vào những hiện tượng tiêu cực trong xã hội hiện tại.

时不时】shíbùshí[方]thường thường; thường xuyên: 我们~去看场电影。Chúng tôi thường đi xem phim.

时不再来】shíbùzàilái thời gian trôi qua không trở lại nữa: 机不可失，~。Cơ hội không thể bỏ lỡ, thời gian trôi qua thì không bao giờ trở lại nữa.

时差】shíchā<名>sự chênh lệch về thời gian (giữa các múi giờ khác nhau): 北京和河内的~是一个小时。Bắc Kinh và Hà Nội chênh lệch một tiếng đồng hồ.

时常】shícháng<副>thường xuyên: 我~回家看望父母。Em thường xuyên về thăm bố mẹ.

时辰】shíchen<名>❶[旧]giờ: 等了三个~ đã đợi những ba tiếng đồng hồ ❷thời gian; lúc: 这个~才去肯定赶不上了。Lúc này mới đi chắc không kịp rồi.

时代】shídài<名>❶thời đại; thời kì: ~气息 đặc trưng thời đại ❷thời; thời kì: 青年~ thời thanh niên

时段】shíduàn<名>khoảng thời gian; thời đoạn: 广告~ thời đoạn quảng cáo; 高峰~ khoảng thời gian cao điểm

时而】shí'ér<副>❶lúc thì; đôi lúc; đôi khi: 小家伙~哭~笑。Con bé này dở khóc dở cười. ❷lặp đi lặp lại

时分】shífēn<名>lúc: 黄昏~ lúc hoàng hôn

时光】shíguāng<名>❶thời gian; thì giờ: ~飞逝。Thời gian thấm thoắt trôi đi. ❷thời kì ❸đời sống

时过境迁】shíguò-jìngqiān thời gian qua đi cảnh vật cũng đã thay đổi

时候】shíhou<名>❶thời gian: 从单位到家要多少~? Từ đơn vị tới nhà cần bao lâu? ❷giờ: 什么~开会? Họp vào mấy giờ?

时机】shíjī<名>thời cơ; cơ hội; dịp: 抓住~ nắm bắt thời cơ

时价】shíjià<名>giá hiện nay; thời giá: 按照~计算 tính theo thời giá

时间】shíjiān<名>❶thời gian; thì giờ ❷một thời điểm nào đó ❸giờ trong đồng hồ

时节】shíjié<名>❶thời tiết; mùa; vụ: 中秋~ tiết Trung thu; 龙眼开花~ mùa nhãn ra hoa ❷khi; lúc: 那~他还小。Lúc đó nó còn

S

bé.

【时局】shíjú<名>thời cuộc; thời cục: 保持~稳定 ổn định thời cuộc

【时刻】shíkè❶<名>thời khắc; thời điểm; giờ phút: 危急~ giờ phút nguy cấp; 关键~ giờ phút then chốt ❷<副>từng giờ; từng phút; luôn luôn: 开车时，头脑要~保持清醒。Khi lái xe phải luôn giữ cho đầu óc minh mẫn.

【时刻表】shíkèbiǎo<名>thời khắc biểu; bảng giờ: 列车~ bảng giờ tàu chạy

【时空】shíkōng<名>thời gian và không gian

【时来运转】shílái-yùnzhuǎn thời cơ đến, vận thay đổi (tốt lên)

【时令】shílìng<名>thời tiết; thời vụ; mùa: ~水果 hoa quả đúng mùa; ~正值初夏。Thời tiết đang đầu mùa hè.

【时髦】shímáo<形>mốt; thời thượng: ~衣服 áo mốt; 追求~ theo đuổi thời thượng

【时评】shípíng<名>bình luận về thời sự: ~节目 chương trình bình luận về thời sự

【时期】shíqī<名>thời kì: 战争~ thời kì chiến tranh

【时区】shíqū<名>múi giờ

【时尚】shíshàng❶<名>mốt; thời thượng: 年轻人就爱紧跟~。Lớp trẻ hay chạy theo mốt. ❷<形>thời thượng; thịnh hành; sành điệu: ~款式 kiểu dáng thời thượng

【时时】shíshí<副>luôn luôn: ~记在心里 luôn luôn ghi nhớ trong lòng

【时时刻刻】shíshíkèkè từng giờ từng phút: ~告诫自己 từng giờ từng phút nhắc nhở bản thân mình

【时世】shíshì<名>❶thời buổi; thời đại: ~艰难 thời buổi khó khăn ❷xã hội đương thời

【时势】shíshì<名>thời thế; thời cuộc; tình thế: 抓住~ nắm bắt thời thế

【时势造英雄】shíshì zào yīngxióng thời thế tạo anh hùng

【时事】shíshì<名>thời sự: ~新闻 bản ti thời sự

【时蔬】shíshū<名>rau xanh đúng mùa

【时速】shísù<名>tốc độ mỗi giờ: 高速公路上小汽车~不超过120公里。Vận tốc cho xe con trên đường cao tốc không quá 120 km/h.

【时态】shítài<名>[语言]thời (của động từ)

【时务】shíwù<名>thời thế: 识~者 kẻ thức thời

【时下】shíxià<名>đương thời; trước mắt: ~的任务 nhiệm vụ trước mắt

【时鲜】shíxiān<名>những thứ tươi sống đầu mùa: ~果蔬 rau quả tươi sống đầu mùa

【时限】shíxiàn<名>giới hạn thời gian: 确定最后~ xác định thời hạn cuối cùng

【时效】shíxiào<名>❶hiệu lực trong thời gian nhất định: 药品~ thời hạn thuốc men có hiệu lực ❷thời hiệu: 诉讼~ thời hiệu tố tụng

【时新】shíxīn<形>mới nhất hiện thời: ~服装 thời trang kiểu mới nhất

【时兴】shíxīng<动>thịnh hành; lưu hành một thời; hưng thịnh một thời: 现在~羽毛球运动。Hiện giờ đang thịnh hành môn cầu lông.

【时宜】shíyí<名>thời: 不合~ không hợp thời

【时运】shíyùn<名>thời vận; vận số: ~不济 thời vận đen đủi

【时运亨通】shíyùn-hēngtōng thời vận hanh thông; gặp số đỏ: 他~，诸事顺遂。Gặp thời vận, anh ta mọi việc suôn sẻ.

【时针】shízhēn<名>❶kim đồng hồ ❷kim giờ

【时政】shízhèng<名>tình hình chính trị đương thời: 不问~ không quan tâm tình hình chính trị đương thời

【时至今日】shízhìjīnrì cho đến nay: ~，他仍未醒悟。Cho đến nay ông ấy vẫn chưa tỉnh ngộ.

【时钟】shízhōng<名>đồng hồ báo giờ

【时装】shízhuāng<名>❶thời trang: ~展销会 hội chợ triển lãm tiêu thụ thời trang ❷trang phục hiện hành

【时装秀】shízhuāngxiù<名>show trình diễn thời trang

识 shí❶<动>biết: 认~ nhận biết ❷<动>hiểu biết: 见多~广 hiểu biết rộng rãi ❸<名>kiến thức: 有~之士 người có kiến thức

【识别】shíbié<动>phân biệt; nhận ra: 无法~ không thể phân biệt; 怕别人~出来 sợ người ta nhận ra

【识大体，顾大局】shí dàtǐ, gù dàjú hiểu biết tình hình chung và chiếu cố đến toàn cục

【识货】shíhuò<形>biết hàng xấu tốt: 不怕不~，就怕货比货。Không sợ không biết hàng tốt xấu, chỉ sợ lấy hàng so với hàng.

【识家】shíjiā<名>người biết của

【识荆】shíjīng<动>[书]gặp gỡ lần đầu; làm quen: 无缘得以~。Chưa có dịp may để làm quen.

【识破】shípò<动>biết rõ; hiểu thấu: 许多人早就~他的阴谋。Nhiều người từ sớm đã biết tỏng âm mưu của hắn.

【识趣】shíqù<形>biết điều; tế nhị; lịch thiệp: 这家伙真不~。Thằng này thật không biết điều.

【识时务者为俊杰】shí shíwù zhě wéi jùnjié người thức thời là bậc tuấn kiệt

【识文断字】shíwén-duànzì hiểu biết chữ nghĩa

【识相】shíxiàng<形>[方]xử sự tế nhị; biết điều; thức thời

【识字】shízì<动>biết chữ; học chữ: 爷爷教孙子从小就~。Ông nội dạy cho cháu học chữ từ thuở tấm bé.

实 shí❶<形>đặc; đầy: 头发厚~ mái tóc dày đặc ❷<形>thực; thật; thành thật: 说~话! Nói thành thật đi! ❸<副>[书]thật là; rất là: 此事~属不易。Việc này thực sự là chẳng dễ. ❹<名>sự thực; thực tế: 务~ làm việc thực tế ❺<名>quả; hạt //(姓)Thực

【实报实销】shíbào-shíxiāo chi bao nhiêu thanh toán bấy nhiêu: 出差费用可以~。Có thể thanh toán hết khoản phí tổn cho chuyến đi công tác.

【实不相瞒】shíbùxiāngmán thực sự không che giấu

【实测】shícè<动>đo đạc hoặc kiểm định thực tế: 技术员经过~得到了准确的数据。Qua kiểm định thực tế kĩ thuật viên đã có được dữ liệu chính xác.

【实诚】shícheng<形>thật thà; thành thực: ~人 người thật thà; ~待人 thành thực đối xử với người khác

【实处】shíchù<名>nơi có tác dụng thực tế: 政策还需贯彻落实到~。Chính sách còn phải quán triệt thực hiện đúng chỗ.

【实词】shící<名>[语言]thực từ

【实打实】shídǎshí thật; thật thà; thực sự: 我这个同学是个~的人。Bạn học tôi là một người ăn nói thật thà.

【实得】shídé<动>lợi ích thực tế; được lợi thực sự: ~工资 lương thực tế

【实地】shídì❶<名>hiện trường; thực địa: ~考察 khảo sát thực địa ❷<副>thực sự: 你要~去做才có thể出成绩。Anh phải làm thực sự mới có thể giành được thành tích tốt.

【实干】shígàn<动>làm thật sự: 我们要有~精神。Chúng ta phải có tinh thần làm việc thật sự.

【实干家】shígànjiā<名>người làm việc thiết thực: 这个时代需要~。Thời đại này cần có người làm việc thiết thực.

S

【实话】shíhuà<名>lời nói thực: 全是~ toàn là lời nói thực

【实话实说】shíhuà-shíshuō nói thẳng nói thật; có sao nói vậy

【实惠】shíhuì❶<名>lợi ích thực tế: 改革给民众带来~。Cải cách đem lại lợi ích thực tế cho người dân. ❷<形>có lợi ích thực tế; thiết thực; thực dụng: 买一包大米比买一束花更加~。Mua bao gạo còn thực tế hơn mua bó hoa.

【实际】shíjì❶<名>thực tế: 理论脱离~。Lí luận xa rời thực tế. ❷<形>thực có; cụ thể: ~成本 giá thành thực tế ❸<形>phù hợp với thực tế: 计划订得很~。Kế hoạch đặt ra rất phù hợp.

【实绩】shíjì<名>thành tích thực tế; thành tích cụ thể: 我们决心以~迎接国庆。Chúng tôi quyết tâm dùng thành tích thiết thực để chào mừng ngày Quốc Khánh.

【实价】shíjià<名>giá cả thực tế

【实践】shíjiàn❶<动>thực hiện: ~自己的诺言 thực hiện lời hứa của mình ❷<名>thực tiễn: ~经验 kinh nghiệm thực tiễn; 我们要把理论运用到~中去。Ta phải áp dụng lí luận vào thực tiễn.

【实践出真知】shíjiàn chū zhēnzhī thực tiễn mở mang kiến thức; chân lí đến từ thực tiễn

【实景】shíjǐng<名>thực cảnh; cảnh vật thực sự: ~表演 biểu diễn thực cảnh

【实据】shíjù<名>chứng cớ xác thực

【实况】shíkuàng<名>tình hình tại chỗ: ~转播 tường thuật tình hình tại chỗ

【实力】shílì<名>thực lực: 国家综合~ thực lực tổng hợp nhà nước

【实力派】shílìpài<名>dòng phái có thực lực

【实例】shílì<名>thí dụ thực tế; ví dụ thực tế

【实录】shílù❶<名>bản thực lục (bản ghi chép các sự việc xảy ra) ❷<名>thực lục (một loại biên niên sử) ❸<动>ghi lại tình hình thực tế

【实名制】shímíngzhì<名>chế độ đăng kí tên thật

【实木】shímù<名>đồ gỗ: ~家具 gia cụ đồ gỗ

【实情】shíqíng<名>tình hình thực tế: 不了解~ không hiểu rõ tình hình thực tế

【实权】shíquán<名>thực quyền; quyền lực thực tế: ~人物 người nắm quyền thực tế

【实施】shíshī<动>thực hiện; thi hành; thực thi: 按时~ thực hiện theo đúng thời hạn; ~方案 phương án thi hành; 贯彻~ quán triệt thực thi

【实时】shíshí<副>hiện giờ; hiện thời: ~操作 thao tác hiện thời; 现场~转播 chuyển phát trực tiếp tại hiện trường; ~更新 cập nhật đổi mới

【实实在在】shíshízàizài thiết thực

【实事求是】shíshì-qiúshì thực sự cầu thị

【实数】shíshù<名>❶số thực ❷con số thực tế

【实说】shíshuō<动>nói thật

【实体】shítǐ<名>thực thể: ~店 cửa hiệu thực thể

【实体经济】shítǐ jīngjì kinh tế thực thể: 发展~ phát triển kinh tế thực thể

【实物】shíwù<名>❶hiện vật; đồ thực dụng: ~交易 trao đổi bằng hiện vật; 奖励~ thưởng bằng hiện vật ❷vật thực; vật có thực: 不准触摸~。Không được sờ vào hiện vật.

【实习】shíxí<动>thực tập; tập sự

【实习生】shíxíshēng<名>thực tập sinh; nhân viên tập sự

【实现】shíxiàn<动>thực hiện: ~愿望 thực hiện nguyện vọng

【实效】shíxiào<名>hiệu quả thực tế

【实心】shíxīn<形>❶thành thực: ~实意 lòng thành thực ❷ruột đặc: ~球 quả bóng ruột đặc

【实心眼儿】shíxīnyǎnr❶thành thực; thật thà: ~的小伙子 cậu thanh niên thành thực ❷người có lòng thành thực

【实行】shíxíng<动>thi hành; triển khai: ~劳动互助 triển khai hoạt động tương trợ lao động

【实验】shíyàn❶<动>thực nghiệm ❷<名>công việc thực nghiệm: 做~ làm thực nghiệm

【实验室】shíyànshì<名>phòng thí nghiệm: 化学~ phòng thí nghiệm hóa học

【实业】shíyè<名>thực nghiệp; công thương nghiệp: ~救国 cứu nước bằng thực nghiệp

【实业家】shíyèjiā<名>nhà thực nghiệp; nhà công thương

【实益】shíyì<名>lợi ích thiết thực

【实意】shíyì<名>ý nghĩa thực

【实用】shíyòng❶<动>sử dụng vào thực tế ❷<形>có giá trị sử dụng: 这部手机好看却不~. Chiếc máy di động này đẹp nhưng không thực dụng.

【实在】shízài❶<形>đích thực; chân thực: ~的本事 bản lĩnh đích thực; 心眼儿~ tấm lòng chân thực ❷<副>thực sự: 他~还没弄懂. Anh ấy thực sự còn chưa hiểu. ❸<副>quả thực: ~太好 quả thực là quá tốt

【实则】shízé<副>thực ra: ~他已经非常累了. Thực ra ông ấy đã mệt lắm rồi.

【实战】shízhàn<名>thực tế chiến đấu: 他缺少~经验. Anh ấy còn thiếu kinh nghiệm thực tế trong chiến đấu.

【实证】shízhèng<名>bằng chứng xác thực

【实至名归】shízhì-míngguī có bản lĩnh và thành tích thì danh tiếng sẽ đi theo

【实质】shízhì<名>thực chất: 他没有理解问题的~. Ông ấy còn chưa hiểu rõ thực chất của vấn đề.

【实足】shízú<形>thực sự; chắc chắn; đầy đủ: ~年龄 tuổi thực

拾¹ shí<动>❶nhặt: ~遗 nhặt của rơi ❷thu xếp; thu dọn: ~掇行李 thu dọn hành lí

拾² shí<数>số mười (10)
另见shè

【拾掇】shíduo<动>❶dọn dẹp; thu xếp: 屋里~得整整齐齐. Trong phòng dọn dẹp ngăn nắp. 快~房子去! Mau thu xếp nhà cửa đi! ❷tu sửa: 风扇~后又能用了. Sau khi sửa lại, quạt máy đã chạy được. ❸[口]trừng trị: 有人会~你的. Sẽ có người trừng trị mày.

【拾荒】shíhuāng<动>nhặt rác

【拾金不昧】shíjīn-bùmèi nhặt được vàng không lấy; không tham của rơi

【拾零】shílíng<动>nhặt nhạnh; góp nhặt; lượm lặt (thường dùng làm đầu đề bài viết): 全运会~ chuyện bên lề Đại hội Thể dục thể thao toàn quốc

【拾取】shíqǔ<动>nhặt; mót: ~稻穗 mót lúa

【拾趣】shíqù<动>lượm lặt những điều thú vị (thường dùng làm tiêu đề): 动物园~ điều thú vị trong vườn bách thú

【拾人牙慧】shírényáhuì lặp lại lời người khác; học mót; học nhại

【拾遗】shíyí<动>[书]❶nhặt của rơi ❷bổ sung vào chỗ thiếu sót của người khác

食 shí❶<动>ăn: ~肉 ăn thịt ❷<动>ăn cơm: 他废寝忘~，只想尽早完成设计方案。Anh ấy quên ăn quên ngủ chỉ muốn sớm hoàn thành phương án thiết kế. ❸<名>món ăn: 主~ món ăn chính ❹<名>thức ăn (dành cho động vật): 猪~ thức ăn chăn nuôi lợn ❺<形>để ăn: ~油 dầu ăn; ~盐 muối ăn ❻<名>nhật thực; nguyệt thực

【食补】shíbǔ<动>bồi bổ bằng cách ăn uống: 养病除了药补，还应该~. Dưỡng bệnh ngoài tầm bổ bằng thuốc còn nên tầm bổ bằng cách ăn uống.

【食不甘味】shíbùgānwèi ăn chẳng thấy

ngon

【食不果腹，衣不蔽体】shíbùguǒfù, yībùbìtǐ ăn đói mặc rách: 在旧社会，劳动人民~。Trong xã hội cũ, nhân dân lao động ăn đói mặc rách.

【食材】shícái<名>vật liệu dùng để nấu ăn

【食道】shídào =【食管】

【食古不化】shígǔ-bùhuà học kiến thức cổ nhưng không biết vận dụng

【食管】shíguǎn<名>thực quản

【食积】shíjī<名>[中医]chứng khó tiêu; thực tích

【食客】shíkè<名>❶[旧]thực khách ❷khách ăn uống

【食粮】shíliáng<名>lương thực: ~供应很充足。Lương thực cung cấp rất đầy đủ.

【食量】shíliàng<名>sức ăn; lượng ăn

【食疗】shíliáo<动>chữa bệnh bằng cách ăn uống: 医生建议该病人采用~的方法。Bác sĩ đề nghị bệnh nhân điều trị bằng cách điều chỉnh việc ăn uống.

【食品】shípǐn<名>thực phẩm; đồ ăn: ~添加剂 chất phụ gia trong đồ ăn; ~安全 an toàn thực phẩm

【食谱】shípǔ<名>❶thực đơn ❷sách dạy nấu nướng

【食宿】shísù<名>việc ăn ở: 这次会议组委会不提供~。Cuộc họp lần này ban tổ chức không phụ trách việc ăn ở.

【食堂】shítáng<名>nhà ăn; hiệu ăn; quán ăn

【食糖】shítáng<名>đường ăn

【食物】shíwù<名>đồ ăn

【食物链】shíwùliàn<名>chuỗi thức ăn

【食物中毒】shíwù zhòngdú ngộ độc thực phẩm

【食相】shíxiàng<名>hình dạng nhật thực; hình dạng nguyệt thực

【食言】shíyán<动>nuốt lời; không giữ lời hứa: 已经说了就要做，不能~。Đã nói là phải làm chứ không được nuốt lời của mình

【食言而肥】shíyán'érféi béo nhờ nuốt lời được lợi nuốt lời như không

【食用】shíyòng<动>ăn: 这种菌不能~。Loại nấm này không ăn được.

【食欲】shíyù<名>thực dục; nhu cầu ăn: ~振 biếng ăn

【食之无味，弃之可惜】shízhī-wúwèi, qìzhī-kěxī ăn thì vô vị, bỏ đi thì tiếc

蚀 shí ❶<动>tổn thất; hao tổn; bị ăn mòn đục khoét: 连续五年~本 lỗ vốn 5 năm liền 金属被腐~。Kim loại bị ăn mòn. ❷<名>nhật thực; nguyệt thực

【蚀本】shíběn<动>lỗ vốn: 这样做生意很容易~的。Làm ăn buôn bán như thế này rất dễ bị lỗ vốn.

【蚀财】shícái<动> tổn thất tiền của

【蚀耗】shíhào<动>hao mòn: 这笔生意他~了老本。Chuyến buôn bán này ông ấy bị lỗ cả vốn gốc.

【蚀刻】shíkè<动>khắc a-xít: 蜡~ khắc a-xí bằng paraffin

【蚀损】shísǔn<动>xói mòn

shǐ

史 shǐ<名>❶lịch sử; sử sách ❷[旧]quan gh sử sách ❸[旧]cách phân chia sách theo tú bộ, bộ nhì là bộ Sử, bộ Ất (bộ B) //(姓)Sử

【史不绝书】shǐbùjuéshū sử sách luôn luôn ghi chép: 封建帝王兄弟相残的事~。Sử sách luôn luôn ghi chép những vụ tàn sát lẫ nhau giữa anh em của vua chúa trong thờ phong kiến.

【史册】shǐcè<名>sử sách

【史馆】shǐguǎn<名>sử quán; cơ quan biê soạn lịch sử

【史话】shǐhuà<名>sử thoại; chuyện lịch sử

【史籍】shǐjí<名>sử sách; thư tịch lịch sử

【史迹】shǐjì〈名〉di tích lịch sử: 革命~ di tích lịch sử cách mạng.

【史料】shǐliào〈名〉tài liệu lịch sử: 收集~ thu thập tài liệu lịch sử

【史评】shǐpíng〈名〉tác phẩm bình luận lịch sử

【史前】shǐqián〈名〉tiền sử; trước khi có ghi chép lịch sử: ~文物 văn vật thời tiền sử

【史诗】shǐshī〈名〉sử thi; anh hùng ca: 壮丽~ anh hùng ca hoành tráng

【史实】shǐshí〈名〉sự thật lịch sử: 尊重~ tôn trọng sự thật lịch sử

【史事】shǐshì〈名〉sự kiện lịch sử

【史书】shǐshū〈名〉sử sách; sách sử: 编纂~ biên soạn sách sử

【史无前例】shǐwúqiánlì lịch sử chưa hề có

【史学】shǐxué〈名〉sử học: ~家 nhà sử học

矢¹ shǐ〈名〉mũi tên: 有的放~ bắn tên có đích

矢² shǐ〈动〉[书]thề: ~忠 thề trung thành

矢³ shǐ〈名〉[书]phân; cứt: 遗~ ia són

【矢车菊】shǐchējú〈名〉❶cây xa cúc ❷hoa xa cúc

【矢口】shǐkǒu〈副〉thề thốt; một mực

【矢口否认】shǐkǒu-fǒurèn một mực phủ nhận

【矢量】shǐliàng〈名〉[数学][物理]véc-tơ: ~分析 phân tích vét-tơ

【矢志不渝】shǐzhì-bùyú trước sau không thay đổi; trước sau như một: ~的爱情 tình yêu trước sau không thay đổi

使 shǐ ❶〈动〉sai bảo; sai khiến: 老板~唤我们去市场了解价格。Ông sếp sai bảo chúng mình đi tìm hiểu giá cả thị trường. ❷〈动〉dùng; sử dụng: 这款手机好~。Loại điện thoại di động này ngon hơn. ❸〈动〉khiến cho; làm cho: ~大家满意 làm cho mọi người hài lòng ❹〈名〉sứ; sứ giả;

phái viên: 特~ đặc sứ; 公~ công sứ ❺〈连〉[书]nếu; giả sử: 假~我不同意那你准备如何处理? Giả sử tôi không đồng ý thì anh chuẩn bị xử lí như thế nào?

【使不得】shǐbude ❶không dùng được ❷không được; không thể

【使不了】shǐbuliǎo dùng chẳng được

【使出浑身解数】shǐchū húnshēn xièshù dốc hết khả năng của mình

【使得】¹shǐde〈动〉❶có thể dùng được: 这台电脑~ Chiếc máy tính này có dùng được hay không? ❷được; có thể: 你不参加如何~? Anh không tham gia sao được?

【使得】²shǐde〈动〉làm cho: ~大家了解真相 làm cho mọi người hiểu rõ được sự thật

【使乖弄巧】shǐguāi-nòngqiǎo giở mánh khóe

【使馆】shǐguǎn〈名〉sứ quán: 各国驻京~ đại sứ quán các nước tại Bắc Kinh

【使坏】shǐhuài〈动〉[口]giở trò xấu; dùng mánh khóe; chơi xấu: 我不是存心~。Tôi không cố ý chơi xấu đâu.

【使唤】shǐhuan〈动〉❶sai; sai bảo: 你不能随便~人。Anh không được tùy tiện sai bảo người khác. ❷[口]dùng; sử dụng; điều khiển: 这台机器不听~了。Chiếc máy này không điều khiển được nữa.

【使节】shǐjié〈名〉sứ giả; quan chức ngoại giao: 各国~ quan chức ngoại giao các nước

【使劲】shǐjìn〈动〉gắng sức; ra sức: ~划船 gắng sức chèo thuyền

【使领馆】shǐ-lǐngguǎn〈名〉sứ quán và lãnh sự quán

【使命】shǐmìng〈名〉sứ mệnh: 历史~ sứ mệnh lịch sử

【使然】shǐrán〈动〉[书]khiến phải như vậy: 他之所以这么说，完全是领导在场~。Sở dĩ anh ta nói vậy là vì lúc đó lãnh đạo đang có mặt tại đấy.

S

【使团】shǐtuán<名>phái đoàn; sứ đoàn

【使心用心,反害其身】shǐxīn-yòngxīn, fǎnhàiqíshēn rắp tâm hại người, vận ngay vào mình

【使性子】shǐ xìngzi phát cáu; cáu kinh; tùy ý thích; thích sao làm vậy: 这小孩子就爱~。Cậu bé này hay cáu.

【使眼色】shǐ yǎnsè đưa mắt ra hiệu; nháy mắt

【使用】shǐyòng<动>sử dụng: ~说明书 tài liệu hướng dẫn sử dụng; ~电脑进行统计很方便。Dùng máy tính rất tiện cho việc thống kê.

【使用价值】shǐyòng jiàzhí giá trị sử dụng

【使用权】shǐyòngquán<名>quyền sử dụng

【使者】shǐzhě<名>sứ giả

始shǐ❶<名>lúc đầu; đầu tiên: ~祖 thủy tổ; 自~至终 từ đầu chí cuối ❷<动>bắt đầu: 公司职工技能比赛自今日~。Cuộc thi kĩ năng trong công ti bắt đầu từ hôm nay. ❸<副>[书]vừa mới: 主任出差北京,今日~归。Ông chủ nhiệm đi công tác hôm nay mới từ Bắc Kinh trở về. //(姓)Thủy

【始创】shǐchuàng<动>bắt đầu sáng lập: 公司~于2009年。Công ti được sáng lập vào năm 2009.

【始发站】shǐfāzhàn<名>ga gốc; bến xe khởi điểm: 南湖公园站是14路公共汽车的~。Bến Công viên Nam Hồ là bến xe khởi điểm của tuyến xe buýt số 14.

【始料不及】shǐliàobùjí bất ngờ: 他对事情的变化~。Ông bất ngờ với sự thay đổi của tình hình.

【始乱终弃】shǐluàn-zhōngqì ban đầu dụ dỗ, sau lại từ bỏ; thằng Sở Khanh: 大家都唾骂这个~、玩弄女性的坏家伙。Mọi người đều nguyền rủa thằng Sở Khanh ấy.

【始末】shǐmò<名>quá trình từ đầu đến cuối

【始终】shǐzhōng❶<名>quá trình từ đầu đến cuối: 贯彻~ quán triệt từ đầu đến cuối ❷<副>từ trước đến sau; từ đầu đến cuối

【始终如一】shǐzhōng-rúyī trước sau như một

【始祖】shǐzǔ<名>❶thủy tổ; người sáng nghiệp ❷nguyên thủy; cổ sơ: ~马 loài ngựa nguyên thủy

【始作俑者】shǐzuòyǒngzhě kẻ đầu têu thói xấu: 他就是这个事件的~。Nó là kẻ đầu têu trong vụ việc này.

驶shǐ<动>❶(xe, ngựa) chạy nhanh ❷tàu xe khởi hành: 驾~车辆 lái xe cộ lên đường

屎shǐ<名>❶phân; cứt: 拉~ đi ia ❷dử; ráy: 耳~ ráy tai

【屎壳郎】shǐkeláng<名>[口]bọ phân; bọ hung

shì

士shì<名>❶chàng trai; trai chưa vợ ❷s(tầng lớp thời xưa, giữa đại phu và dân thường) ❸kẻ sĩ; trí thức ❹quân nhân; binh lính ❺(cấp) sĩ (trong quân đội, dưới cấp úy): 中~ trung sĩ ❻người có kĩ thuật: 助产~ nhân viên trợ sản ❼sĩ (cách gọi ca ngợi người khác): 烈~ liệt sĩ; 女~ nữ sĩ //(姓)Sĩ

【士别三日,刮目相看】shìbiésānrì guāmù-xiāngkàn chia tay ba ngày, gặp đã có tiến bộ hẳn hoi; kẻ sĩ xa ba ngày, giụ mắt mà nhìn

【士兵】shìbīng<名>binh sĩ; lính; binh lính

【士大夫】shìdàfū<名>sĩ đại phu

【士官】shìguān<名>sĩ quan

【士可杀,不可辱】shì kě shā, bùkě rụ thà chết vinh hơn sống nhục; người có kh tiết thà chết không chịu nhục

【士农工商】shì-nóng-gōng-shāng sĩ nông, công, thương

【士气】shìqì<名>tinh thần, khí thế của quâr

đội; tinh thần, khí thế của quần chúng: 鼓舞 ~ khích lệ tinh thần của bộ đội

【士为知己者死，女为悦己者容】shì wèi zhī jǐ zhě sǐ, nǚ wèi yuè jǐ zhě róng　kẻ sĩ hết lòng với người hiểu mình, người con gái làm đẹp vì người yêu mình

【士卒】shìzú<名>binh lính: 身先~ dẫn đầu nêu gương cho binh sĩ

氏 shì<名>❶họ: 王~家族 gia tộc họ Vương ❷thị (đặt sau họ của người phụ nữ): 张王~ Trương Vương thị ❸xưng hô đối với chuyên gia và nhân sĩ trứ danh: 门~元素周期表 bảng tuần hoàn nguyên tố hóa học Mendelêvi ❹[书] dùng sau chữ chỉ quan hệ thân thuộc: 舅~ cậu; 母~ mẹ //(姓)Thị

【氏族】shìzú<名>thị tộc

示 shì<动>bày tỏ; nêu ra; chỉ ra: 暗~ ra hiệu ngầm/ám thị

【示爱】shì'ài<动>bày tỏ tình yêu thương

【示波器】shìbōqì<名>[电学]máy ghi dao động

【示范】shìfàn<动>thị phạm; làm mẫu: 老师 ~使用这款新软件。Thầy giáo đã thị phạm cách sử dụng phần mềm mới này.

【示警】shìjǐng<动>báo cho biết; cảnh cáo: 鸣枪~ nổ súng cảnh cáo

【示例】shìlì❶<名>thí dụ; ví dụ ❷<动>làm ví dụ; làm mẫu

【示人】shìrén<动>cho người khác xem: 他家的祖传秘方从不轻易~。Bài thuốc gia truyền của anh ấy từ trước tới nay không dễ dàng cho người khác xem.

【示弱】shìruò<动>tỏ ra yếu kém: 不甘~ không cam chịu lép vế/tỏ ra yếu kém

【示威】shìwēi<动>❶thị uy ❷tỏ rõ uy lực

【示威游行】shìwēi yóuxíng biểu tình thị uy

【示意】shìyì<动>tỏ ý; ra hiệu: 招手~ vẫy tay ra hiệu

【示意图】shìyìtú<名>bản sơ đồ; bản đồ

hướng dẫn

【示众】shìzhòng<动>thị chúng (trị tội trước công chúng): 游街~ diễu phố thị chúng

世 shì<名>❶đời người: 一~ cả đời ❷thế hệ: 孔子第七十七~孙 cháu đời thứ bảy mươi bảy của Khổng Tử ❸truyền đời: ~医 nhà thuốc gia truyền; ~谊 tình bạn từ đời cha ông ❹có quan hệ tình bạn nhiều thế hệ: ~叔 thế thúc ❺thời đại: 当~ đời nay ❻thế gian; xã hội: 尘~ trần gian //(姓)Thế

【世弊】shìbì<名>tệ nạn xã hội; thói tệ đời nay

【世变】shìbiàn<名>sự biến cố trên đời

【世博会】Shìbóhuì<名>Hội chợ triển lãm Thế giới: 上海~ Hội chợ triển lãm Thế giới Thượng Hải

【世仇】shìchóu<名>❶kẻ thù truyền kiếp ❷oán thù truyền kiếp: 罗密欧和朱丽叶来自两个有~的家族。Romeo và Juliet xuất thân từ hai gia đình có mối thù truyền kiếp.

【世代】shìdài<名>❶đời đời: ~友好 đời đời hữu nghị ❷năm tháng

【世代相传】shìdài-xiāngchuán　truyền tiếp cho thế hệ mai sau; đời này truyền đời khác: 梁山伯与祝英台的传说~。Huyền thoại Lương Sơn Bá với Chúc Anh Đài được truyền từ đời này sang đời khác.

【世道】shìdào<名>thói đời; lệ đời: ~变了。Thói đời đã đổi thay.

【世风日下】shìfēng-rìxià　đạo đức thoái hóa

【世故】shìgù<名>kinh nghiệm cư xử: 人情~ nhân tình thế thái

【世故】shìgu<形>ba phải; sống khôn khéo: 他为人太~。Ông ấy sống rất khôn khéo.

【世纪】shìjì<名>thế kỉ: 20~80年代 thập niên 80 thế kỉ XX

【世家】shìjiā<名>nhà thế gia: 中医~ nhà gia thế Trung y

S

【世间】shìjiān<名>thế gian: ~百态 muôn loại cảnh đời

【世交】shìjiāo<名>bạn thế giao; bạn nhiều đời: 我们两家是~。Hai gia đình chúng tôi là bạn thế giao.

【世界】shìjiè<名>❶thế giới (gồm xã hội nhân loại và giới thiên nhiên) ❷khắp các nơi trên trái đất: ~名著 tác phẩm lừng danh thế giới; ~水平 trình độ ngang tầm thế giới ❸cõi vũ trụ (đạo Phật) ❹tình hình thế giới ❺lĩnh vực

【世界杯】shìjièbēi<名>cúp thế giới; world cup

【世界观】shìjièguān<名>thế giới quan

【世锦赛】shìjǐnsài<名>giải vô địch thế giới

【世局】shìjú<名>tình hình thế giới

【世贸组织】Shìmào Zǔzhī Tổ chức Thương mại Thế giới (WTO)

【世面】shìmiàn<名>cảnh đời: 见过~ đã từng trải việc đời

【世乒赛】shìpīngsài<名>giải vô địch bóng bàn thế giới

【世情】shìqíng<名>❶tình đời: ~如纸薄。Tình đời mong manh hơn tờ giấy. ❷tình hình quốc tế

【世人】shìrén<名>người đời: ~的眼光 con mắt người đời

【世上没有不透风的墙】shìshàng méiyǒu bù tòufēng de qiáng vách có tai rừng có mạch

【世上无难事，只怕有心人】shìshàng wú nánshì, zhǐ pà yǒuxīnrén không có việc gì khó, chỉ sợ lòng không bền

【世世代代】shìshìdàidài đời đời kiếp kiếp

【世事】shìshì<名>việc đời: ~如棋，变化莫测。Việc đời như ván cờ, luôn thay đổi khó lường.

【世俗】shìsú<名>❶thói đời ❷[宗教]trần thế

【世俗之见】shìsúzhījiàn cái nhìn tục thế

【世态】shìtài<名>thói đời; thế thái

【世态炎凉】shìtài-yánliáng thói đời hay thay đổi theo thời cuộc; được thời thân thích chen chân đến; thớt có tanh ruồi mới kéo nhau đến

【世外桃源】shìwài-táoyuán thế giới thần tiên; cõi đời hư ảo: 此地如人间仙境，~。Nơi đây là tiên cảnh trần gian, đào nguyên quyến rũ.

【世袭】shìxí<动>thế tập; cha truyền con nối: ~制度 chế độ cha truyền con nối

【世医】shìyī<名>thầy thuốc gia truyền

【世族】shìzú<名>thế tộc

仕 shì<动>[旧]làm quan //(姓)Sĩ

【仕女】shìnǚ<名>❶cung nữ ❷chỉ con gái của người làm quan thời xưa ❸tranh mĩ nữ

【仕途】shìtú<名>[书]con đường làm quan; hoạn lộ: ~浮沉 sự chìm nổi trên con đường làm quan

市 shì❶<名>chợ; thị trường: 米~ chợ gạo ❷<动>[书] mua; bán ❸<名>khu vực thành phố; thành thị: ~郊 ngoại ô thành phố ❹<名>thành phố; thị xã (đơn vị hành chính) ❺<名>thuộc hệ thống đo lường thường dùng trong mua bán chợ búa: ~斤 cân Trung Quốc

【市标】shìbiāo<名>tiêu chí tượng trưng của một thành phố; biểu tượng thành phố

【市不二价】shìbù'èrjià giá cả không thay đổi; chỉ có một giá

【市场】shìchǎng<名>❶chợ: 农贸~ khu chợ mậu dịch nông sản ❷thị trường: ~前景 tương lai thị trường

【市场部】shìchǎngbù<名>ban thị trường; phòng ma-két-tinh

【市场份额】shìchǎng fèn'é thị phần

【市场机制】shìchǎng jīzhì cơ chế thị trường

【市场经济】shìchǎng jīngjì kinh tế thị

trường

【市场调节】shìchǎng tiáojié sự điều tiết của thị trường

【市场占有率】shìchǎng zhànyǒulǜ tỉ lệ chiếm hữu thị trường; thị phần

【市尺】shìchǐ<量>thước (bằng 1/3 mét)

【市道】shìdào<名>tình hình giá cả thị trường: ~低迷 tình hình giá cả thị trường kém sút

【市电】shìdiàn<名>điện thành phố: ~的电压是220伏。Nguồn điện sử dụng trong thành phố là 220v.

【市花】shìhuā<名>hoa thành phố (loài hoa tượng trưng của một thành phố): 朱槿花是南宁市的~。Râm bụt là loài hoa tiêu biểu của thành phố Nam Ninh.

【市话】shìhuà<名>điện thoại thành thị; điện thoại nội hạt: 在越南，用手机打电话没有~长话之分。Gọi điện bằng máy di động tại Việt Nam không phân chia dịch vụ nội hạt hay đường dài.

【市徽】shìhuī<名>biểu trưng thành phố

【市集】shìjí<名>❶chợ ❷thị trấn

【市价】shìjià<名>giá thị trường; giá chợ: 按~赔偿 bồi thường theo giá thị trường

【市郊】shìjiāo<名>ngoại ô: 到~去踏春 đi du xuân vùng ngoại ô

【市井】shìjǐng<名>[书]phố phường; chợ búa

【市井小人】shìjǐng xiǎorén dân chợ búa; tiểu nhân

【市侩】shìkuài<名>con buôn: ~嘴脸 bộ mặt con buôn

【市况】shìkuàng<名>tình trạng giao dịch trong thị trường

【市面】shìmiàn<名>❶mặt phố; mặt cửa hàng: ~上卖这种货的不多。Trên mặt phố ít thấy bán thứ đồ này. ❷bộ mặt thị trường; quang cảnh buôn bán của thành phố: ~繁荣

thị trường phồn thịnh

【市民】shìmín<名>dân thành thị; dân phố: ~的呼声 tiếng nói của người dân phố

【市区】shìqū<名>nội thành: ~街道纵横。Khu nội thành đường phố dọc ngang.

【市容】shìróng<名>bộ mặt thành phố: 美化~ làm đẹp bộ mặt thành phố

【市树】shìshù<名>cây biểu tượng thành phố (loài cây tiêu biểu của một thành phố): 木棉树是广州市的~。Mộc miên là thứ cây biểu tượng của thành phố Quảng Châu.

【市肆】shìsì<名>[书]hiệu buôn; cửa hàng

【市委】shìwěi<名>thành ủy: ~书记 bí thư thành ủy

【市盈率】shìyínglǜ<名>[金融]mức thu nhập; tỉ suất so sánh giá cả thị trường với thu nhập cổ phiếu

【市长】shìzhǎng<名>thị trưởng; chủ tịch của chính quyền thành phố

【市镇】shìzhèn<名>thị trấn

【市政】shìzhèng<名>thị chính: ~设施 tiện nghi thị chính

【市政府】shìzhèngfǔ<名>chính quyền thành phố

【市政工程】shìzhèng gōngchéng công trình thị chính

【市值】shìzhí<名>mức vốn thị trường

【市制】shìzhì<名>chế độ đo lường Trung Quốc

【市中心】shìzhōngxīn<名>trung tâm thành phố: ~越来越拥挤。Khu trung tâm thành phố ngày càng chen chúc.

式 shì<名>❶kiểu: 旧~ kiểu cũ ❷cách thức: 不同程~ cách thức khác nhau ❸lễ; nghi thức: 开幕~非常隆重。Lễ khai mạc rất long trọng. ❹công thức; kí hiệu: 分子~ công thức phân tử ❺[语言] thức: 叙述thức kể

【式微】shìwēi<动>[书]suy thoái; suy vi: 传

统的制造业日渐~。Ngành chế tạo truyền thống ngày càng suy thoái.

【式样】shìyàng<名>kiểu dáng; mẫu mã: ~新颖 kiểu dáng mới mẻ

【式子】shìzi<名>❶tư thế ❷dạng thức; công thức toán học

似 shì
另见 sì

【似的】shìde<助>(dùng sau danh từ, đại từ hoặc động từ) như: 像雪~那么白 trắng như tuyết

势 shì<名>❶thế: 权~ quyền thế ❷xu thế: 发展趋~ xu thế phát triển ❸hình thế: 山~ thế núi ❹tình thế: 军事局~ tình thế quân sự: 优~ lợi thế ❺tư thế: 手~ tư thế tay ❻bộ phận sinh dục giống đực: 去~ thiến

【势必】shìbì<副>tất phải; nhất định: 不消除安全隐患, ~会引起事故. Không loại trừ những hiểm họa tiềm ẩn thì nhất định sẽ xảy ra sự cố.

【势不可当】shìbùkědāng thế mạnh không cản nổi

【势不两立】shìbùliǎnglì không cùng tồn tại; một mất một còn; không đội trời chung: 科学与迷信~. Khoa học và mê tín là hai khái niệm không cùng tồn tại.

【势单力薄】shìdān-lìbó sức lực kém cỏi: 他~, 抵挡不住一群歹徒的围攻. Anh ấy một mình sức lực kém cỏi không địch nổi một lũ hung đồ.

【势均力敌】shìjūn-lìdí một chín một mười; kẻ tám lạng người nửa cân; lực lượng hai bên ngang nhau: 两支球队~. Hai đội bóng ngang sức nhau.

【势力】shìlì<名>thế lực: 敌对~ thế lực thù địch

【势利】shìlì<形>thế lợi (phân biệt đối xử tùy thế lực và tài sản): ~小人 hạng tiểu nhân thế lợi

【势利眼】shìliyǎn❶tác phong thế lợi ❷hạng người thế lợi

【势穷力竭】shìqióng-lìjié thế cùng lực kiệt: 敌人已经~了. Bọn địch đã thế cùng lực kiệt.

【势如燎原】shìrúliáoyuán thế mạnh không gì ngăn cản nổi

【势如破竹】shìrúpòzhú thế mạnh như chẻ tre; thế áp đảo: 我军猛烈进攻, ~. Quân ta tiến công mãnh liệt với thế mạnh chẻ tre.

【势态】shìtài<名>tình hình: 我们要抑制物价暴涨的~. Chúng ta cần phải kiểm soát tình hình vật giá lên mạnh.

【势头】shìtou<名>[口]thế; đà; tình thế: 市场营销~良好. Việc buôn bán trên thị trường có đà phát triển tốt. ~不对, 他们好像要打架. Tình thế có khác, hình như họ chực đánh nhau.

【势焰】shìyàn<名>khí thế

【势在必行】shìzàibìxíng bắt buộc phải làm; buộc phải hành động: 整顿交通秩序~. Chỉnh đốn trật tự giao thông là việc làm bắt buộc.

事 shì❶<名>việc: 国~ công việc nhà nước ❷<名>sự cố; tai nạn: 公司出~了. Công ti đã xảy ra sự cố. ❸<名>nghề nghiệp: 做~ làm nghề ❹<名>quan hệ; trách nhiệm: 你没~了. Chị đã hết trách nhiệm rồi. ❺<动>làm; tham gia: 这小青年只顾玩耍而无所~事. Cậu ấy chỉ ngồi chơi mà không làm việc gì cả. ❻<动>[书]phụng sự

【事半功倍】shìbàn-gōngbèi một công đôi việc: 抓住解决问题的关键, 就会~. Nắm được khâu then chốt để giải quyết vấn đề thì sẽ một công đôi việc.

【事倍功半】shìbèi-gōngbàn làm nhiều mà ít hiệu quả: 不摸清事物的规律, 就会~. Không nắm được quy luật công việc thì sẽ mất công nhiều mà kết quả ít.

【事必躬亲】shìbìgōngqīn việc gì cũng tự làm lấy: 你何必~呢? Anh sao cứ phải việc gì cũng tự làm lấy?

【事变】shìbiàn<名>❶sự biến cố về chính trị, quân sự ❷sự biến đổi nói chung

【事不关己，高高挂起】shì bù guān jǐ, gāogāo guàqǐ sự việc không liên quan đến mình thì không quan tâm; cháy nhà hàng xóm, bình chân như vại

【事不过三】shìbùguòsān việc không quá ba lần; quá tam ba bận: ~，我不相信你了。Quá tam ba bận, tôi không tin anh nữa.

【事不宜迟】shìbùyíchí công việc không nên chậm trễ; việc hôm nay chớ để ngày mai: ~，我们马上行动。Việc hôm nay chớ để ngày mai, chúng ta hành động ngay lập tức.

【事出无奈】shìchū-wúnài việc bất đắc dĩ; việc không có giải pháp

【事出有因】shìchū-yǒuyīn mọi việc đều có nguyên nhân; có lửa tất có khói: 他这样做，~。Anh ấy làm thế là có nguyên nhân của nó.

【事到临头】shìdàolíntóu việc trút xuống đầu; nước đến chân: ~了，快拿主意吧。Nước đến chân rồi, mau cho ý kiến đi.

【事端】shìduān<名>rắc rối: 挑起~ gây rắc rối

【事非经过不知难】shì fēi jīngguò bù zhī nán chưa trải qua không biết làm việc là khó

【事故】shìgù<名>tai nạn; sự cố: 劳动~ tai nạn lao động; 严重~ sự cố nghiêm trọng

【事关重大】shìguānzhòngdà việc có ý nghĩa trọng đại; việc có ảnh hưởng sâu xa

【事过境迁】shìguò-jìngqiān sự vật đã qua và cảnh vật cũng thay đổi; vật đổi sao dời: ~，我们当年住过的小屋也不存在了。Vật đổi sao dời, căn nhà nhỏ chúng tôi đã ở

năm xưa nay không còn nữa.

【事后】shìhòu<名>sau khi sự việc xảy ra: 采取~补救措施 áp dụng biện pháp vớt vát sau khi xảy ra sự việc

【事后诸葛亮】shìhòu Zhūgě Liàng việc xong rồi mới làm Gia Cát Lượng; nói vuốt đuôi

【事迹】shìjì<名>sự tích: 模范~ sự tích điển hình

【事假】shìjià<名>nghỉ phép vì công việc riêng: 我要请两天~。Tôi phải xin phép hai hôm để giải quyết việc riêng.

【事件】shìjiàn<名>sự kiện: 发生流血~ xảy ra sự kiện đổ máu

【事理】shìlǐ<名>lẽ; lí lẽ: 不明~ không hiểu biết lí lẽ

【事例】shìlì<名>thí dụ; ví dụ: 具体~ ví dụ cụ thể

【事前】shìqián<名>trước khi sự việc xảy ra; trước khi hành động: ~请示 xin ý kiến trước khi hành động

【事情】shìqing<名>❶công việc: ~太多。Công việc quá nhiều. ❷sự cố; sai sót: 如果不谨慎就会出~的。Nếu không cẩn thận sẽ xảy ra sai sót. ❸nghề; việc làm: 明天你继续去找~做。Ngày mai em tiếp tục đi tìm việc làm.

【事实】shìshí<名>sự thật; thực tế: ~胜于雄辩。Sự thực hơn hùng biện.

【事实上】shìshíshang trên thực tế: ~他也不是专家。Trên thực tế anh ta cũng chẳng phải là chuyên gia.

【事事】shìshì<名>mọi việc: 她~靠别人。Cô ấy mọi việc đều nhờ vào người khác.

【事态】shìtài<名>tình hình; tình thế: 密切注视~发展 theo dõi chặt chẽ tình hình phát triển

【事无巨细】shìwújùxì bất kể việc lớn việc nhỏ

【事务】shìwù<名>❶công việc: 日常~ công việc hàng ngày ❷sự vụ: ~总管 tổng quản sự vụ

【事务所】shìwùsuǒ<名>văn phòng công việc: 会计~ văn phòng kế toán

【事物】shìwù<名>sự vật: 客观~ sự vật khách quan

【事先】shìxiān<名>trước: ~声明 tuyên bố trước

【事项】shìxiàng<名>khoản; hạng mục; (những) điều; (những) điểm: 有关~ những khoản liên quan

【事业】shìyè<名>❶sự nghiệp: 革命~ sự nghiệp cách mạng ❷hành chính sự nghiệp: ~费 phí hành chính sự nghiệp

【事业单位】shìyè dānwèi đơn vị sự nghiệp

【事业心】shìyèxīn<名>ý thức về sự nghiệp: 他非常有~。Anh ấy rất có ý thức về sự nghiệp.

【事宜】shìyí<名>thủ tục; công việc:讨论执行合同~ thảo luận công việc thực hiện hợp đồng

【事由】shìyóu<名>❶căn nguyên sự việc: 索赔~ lí do đòi bồi thường ❷cái cớ ❸[方] công việc ❹nội dung chính của công văn

【事与愿违】shìyǔyuànwéi sự việc diễn biến trái với ý muốn: 由于措施不当, 结果~。Vì biện pháp không thích đáng, rốt cuộc kết quả đã trái với ý muốn.

【事在人为】shìzàirénwéi việc thành bởi người làm

【事主】shìzhǔ<名>❶người bị hại (trong vụ án hình sự); người bị thiệt hại ❷nhà chủ; nhà đám (chỉ người đang tổ chức việc ma chay cưới xin)

侍 shì<动>hầu; hầu hạ; chăm sóc; phục vụ: 服~年迈的父母 chăm sóc cha mẹ già //(姓) Thị

【侍从】shìcóng<名>người phục vụ; người theo hầu; người tùy tùng: ~人员 nhân viên tùy tùng

【侍奉】shìfèng<动>phụng dưỡng; hầu hạ: 尽心~ tận tâm phụng dưỡng

【侍候】shìhòu<动>chăm sóc; trông nom; săn sóc

【侍弄】shìnòng<动>[方]❶chăm lo; chăm nom; chăm bón: ~鸡群 chăm nom đàn gà ❷làm; bày vẽ: 现在他哪有心思来~诗文。Bây giờ ông ấy còn hơi sức đâu mà bày vẽ chuyện thơ văn.

【侍女】shìnǚ<名>thị nữ; đầy tớ gái

【侍卫】shìwèi❶<动>cảnh vệ ❷<名>thị vệ; vệ sĩ của vua chúa

【侍养】shìyǎng<动>phụng dưỡng; chăm sóc: 周到地~老母亲 phụng dưỡng chu đáo mẹ già

【侍应生】shìyìngshēng<名>người phục vụ; nhân viên phục vụ

【侍者】shìzhě<名>người hầu; đầy tớ; hầu bàn

饰 shì❶<动>trang sức; tô điểm: 姐姐用花把空间装~得更美。Chị gái lấy hoa tô điểm cho không gian thêm tươi đẹp. ❷<动>che đậy: 掩~事实 che đậy sự thật ❸<名>đồ trang sức: 黄金首~ đồ trang sức bằng vàng ❹<动>đóng vai: 他在《西游记》中~孙悟空。Anh ấy đóng vai Tôn Ngộ Không trong bộ phim Tây Du Kí.

【饰菜】shìcài<名>món ăn mang tính tô điểm

【饰词】shìcí<名>lời lẽ che đậy sự thật; cái cớ được viện ra

【饰品】shìpǐn<名>đồ trang sức

【饰物】shìwù<名>❶đồ trang sức ❷đồ lồng thêm vào tô điểm cho đồ trang sức: 翡翠~ đồ trang sức ngọc bích

【饰演】shìyǎn<动>sắm vai; diễn vai; đóng vai

试 shì⟨动⟩❶thử; thí nghiệm: 化学~验 thí nghiệm hóa học; 你去~~那条裙子。Đằng ấy đi mặc thử chiếc váy kia nhé. ❷thi: ~题 đề thi

【试办】shìbàn⟨动⟩làm thử: ~学校 trường học thí điểm

【试笔】shìbǐ⟨动⟩thử bút; mở đầu việc viết lách, hội họa

【试播】¹ shìbō⟨动⟩gieo giống trồng thử (để đánh giá chất lượng)

【试播】² shìbō⟨动⟩(đài phát thanh truyền hình) phát thử chương trình; thử phát sóng: ~《中国与东盟》节目 phát thử chương trình *Trung Quốc với ASEAN*

【试场】shìchǎng⟨名⟩trường thi; nơi thi: 高考~ trường thi đại học

【试唱】shìchàng⟨动⟩hát thử: 到录音棚~ đến phòng thu âm hát thử

【试车】shìchē⟨动⟩thử xe; chạy thử (xe, máy); thử máy: 啤酒生产线9月份~。Dây chuyền sản xuất bia chạy thử vào tháng 9.

【试吃】shìchī⟨动⟩nếm thử; ăn thử

【试穿】shìchuān⟨动⟩mặc thử; đi thử

【试错法】shìcuòfǎ⟨名⟩phép thử sai

【试点】shìdiǎn❶⟨名⟩thí điểm: 教学改革~ thí điểm cải cách giảng dạy ❷⟨动⟩làm thí điểm; làm thử tại một điểm: 这项措施先~, 再扩大范围推广。Biện pháp này hãy thực hành thí điểm, rồi mới mở rộng phạm vi phổ biến.

【试读】shìdú⟨动⟩theo học thử

【试飞】shìfēi⟨动⟩❶(máy bay) bay thử: 这架新型飞机正在~。Chiếc máy bay kiểu mới này đang bay thử. ❷(tuyến bay, đường bay) bay thử: ~航线 tuyến bay đang bay thử

【试岗】shìgǎng⟨动⟩thử đảm nhiệm cương vị: ~三个月 thử đảm nhiệm cương vị trong 3 tháng

【试工】shìgōng⟨动⟩(nhân viên) làm thử; (người) thử việc: ~期为六个月。Thời hạn thử việc là 6 tháng.

【试管】shìguǎn⟨名⟩ống nghiệm; ống thử

【试管婴儿】shìguǎn yīng'ér đứa bé được ra đời bằng thụ tinh nhân tạo nuôi trong bình ống nghiệm một quãng thời gian rồi cấy vào cơ thể người mẹ

【试航】shìháng⟨动⟩(tàu) chạy thử; bay thử tuyến bay

【试婚】shìhūn⟨动⟩sống thử (như vợ chồng)

【试剂】shìjì⟨名⟩thuốc thử; chất phản ứng: 化学~ thuốc thử hóa học

【试驾】shìjià⟨动⟩lái thử: 你去~这辆新款小汽车。Anh lái thử chiếc xe con kiểu mới này.

【试讲】shìjiǎng⟨动⟩giảng thử: 明早你到学校~。Sáng mai anh sang trường giảng thử.

【试金石】shìjīnshí⟨名⟩❶đá thử vàng ❷ví cái dùng để thử thách có hiệu quả nhất: 逆境是友谊的~。Hoàn cảnh gian nan là hòn đá thử vàng của tình bạn.

【试镜】shìjìng⟨动⟩quay thử (để xem diễn viên có thích hợp với vai diễn hay không): 她首次~即被选中。Cô ấy quay thử lần đầu tiên đã được chọn tuyển luôn.

【试卷】shìjuàn⟨名⟩bài thi

【试看】shìkàn⟨动⟩thử xem; hãy xem: ~谁能笑到最后。Hãy xem cuối cùng ai là người thắng cuộc.

【试手】shìshǒu⟨动⟩❶thử tay nghề ❷làm thử

【试水】shìshuǐ⟨动⟩❶thông nước (thử chất lượng công trình thủy lợi, thiết bị nước sưởi v.v. trước khi đưa vào sử dụng chính thức) ❷thử đưa xuống nước; làm thử

【试探】shìtàn⟨动⟩thăm dò; thử xem: ~河水的深浅 dò thử độ sâu của nước sông

【试题】shìtí⟨名⟩đề thi; bài thi

S

【试图】shìtú<动>thử; mưu tính; dự định; hòng; nhằm: ~闯出一条新路 nhằm mở ra một con đường mới

【试问】shìwèn<动>thử hỏi

【试想】shìxiǎng<动>thử nghĩ

【试销】shìxiāo<动>bán thử: 这种新产品在市场上~。Loại sản phẩm mới này đang được bán thử trên thị trường.

【试行】shìxíng<动>làm thử: 新的考核制度在~中。Chế độ sát hạch mới đang thực hành thử.

【试演】shìyǎn<动>biểu diễn thử

【试验】shìyàn<动>❶thử nghiệm; thí nghiệm ❷[旧]thi cử

【试样】shìyàng<名>mẫu thử: 我们准备了五个不同的~。Chúng tôi đã chuẩn bị sẵn 5 mẫu thử khác nhau.

【试衣间】shìyījiān<名>phòng thử quần áo

【试用】shìyòng<动>dùng thử: 送个新产品给你~。Biếu anh loại sản phẩm mới để dùng thử.

【试用期】shìyòngqī<名>thời kì sử dụng thử

【试用装】shìyòngzhuāng<名>hàng dùng thử

【试运营】shìyùnyíng vận hành thử: 南宁至柳州的高铁2013年底~。Đường sắt cao tốc Nam Ninh đến Liễu Châu vận hành thử vào cuối năm 2013.

【试纸】shìzhǐ<名>[化学]giấy thử: 这是测酸碱度的石蕊~。Đây là giấy quỳ tím thử độ PH.

【试制】shìzhì<动>sản xuất thử; chế tạo thử: 我市第一辆太阳能汽车~成功。Chiếc xe đầu tiên chạy bằng năng lượng mặt trời của thành phố ta chế tạo thử đã thành công.

【试种】shìzhòng<动>trồng thử: 此花~成功。Loài hoa này trồng thử thành công.

视 shì<动>❶nhìn; trông: 注~ nhìn chăm chăm ❷coi; đối xử: 正~历史 nhìn thẳng vào lịch sử; 重~此问题 coi trọng vấn đề này ❸khảo sát: 实地~察 khảo sát tại chỗ ///(姓) Thị

【视差】shìchā<名>thị sai; sự sai lệch khi quan sát bằng mắt thường

【视察】shìchá<动>❶thị sát; thăm và làm việc ❷kiểm tra; xem xét: ~灾情 xem xét tình hình vùng bị nạn

【视唱】shìchàng<动>thị xướng; trông nhạc phổ mà hát (một phương thức rèn tập cơ bản trong chuyên ngành thanh nhạc): 她可以对一首新歌进行~。Cô ấy có thể thị xướng một bài hát mới.

【视窗】shìchuāng<名>cửa sổ; hình biểu hiện; windows

【视点】shìdiǎn<名>điểm nhìn; điểm quan sát; đối tượng quan sát: 文化~ những nhận xét về văn hóa

【视而不见】shì'érbùjiàn không thèm để ý; nhìn mà chẳng thấy; khoanh tay để mặc: 我们不能对社会丑恶现象~。Chúng ta không thể khoanh tay để mặc đối với những hiện tượng xấu trên xã hội.

【视角】shìjiǎo<名>❶góc nhìn ❷giác độ quan sát và chụp được của ống kính ❸góc độ, tầm nhìn đối với vấn đề

【视界】shìjiè<名>tầm nhìn: ~大开 tầm nhìn mở rộng

【视觉】shìjué<名>thị giác: ~艺术 nghệ thuật dành cho thị giác

【视力】shìlì<名>thị lực; sức nhìn

【视力表】shìlìbiǎo<名>bảng đo thị lực

【视民如子】shìmínrúzǐ coi dân như con em

【视盘机】shìpánjī<名>máy VCD, DVD

【视频】shìpín<名>video clíp

【视频光盘】shìpín guāngpán đĩa VCD,

DVD

【视频会议】shìpín huìyì cuộc họp trực tuyến

【视频通话】shìpín tōnghuà cuộc gọi có webcam; điện thoại video

【视如敝屣】shìrúbìxǐ khinh như giày rách; hết sức coi khinh; khinh như giẻ rách

【视如草芥】shìrúcǎojiè coi như cỏ rác: 他太骄傲自大，把别人~。Hắn ta kiêu căng tự đại coi người khác như cỏ rác.

【视若无睹】shìruòwúdǔ ngoảnh mặt làm ngơ

【视神经】shìshénjīng<名>thần kinh thị giác

【视死如归】shìsǐrúguī coi thường cái chết

【视听】shìtīng<名>nghe nhìn

【视同儿戏】shìtóng-érxì coi như trò trẻ ranh; coi như trò con nít: 你不要把这么重要的任务~。Anh đừng có coi nhiệm vụ quan trọng như vậy là chuyện trẻ con.

【视同己出】shìtóng-jǐchū coi như con ruột của mình: 他对再婚妻子带来的孩子~。Ông ấy coi đứa con riêng của người vợ kế như con đẻ của mình.

【视同路人】shìtóng-lùrén coi như người dưng: 兄弟俩为家产闹翻后，彼此~。Sau khi giở mặt cãi vã vì gia sản, hai anh em đã coi nhau như người dưng.

【视图】shìtú<名>hình chiếu

【视网膜】shìwǎngmó<名>võng mạc mắt: ~脱落 bong võng mạc

【视为】shìwéi<动>coi là: ~好朋友 coi là bạn thân; ~知己 coi là bạn tri kỉ

【视线】shìxiàn<名>❶ánh mắt; tầm mắt ❷sự chú ý

【视野】shìyě<名>tầm nhìn; tầm mắt: 拓宽~ mở rộng tầm mắt

【视域】shìyù<名>tầm nhìn; tầm mắt: 具有国际~ có tầm nhìn quốc tế

【视阈】shìyù<名>❶[生理]độ kích thích thị giác ❷tầm nhìn; tầm mắt

【视障】shìzhàng<名>khuyết tật về thị giác

拭 shì<动>lau; chùi; lau phủi: ~桌椅 lau chùi bàn ghế

【拭目以待】shìmùyǐdài thiết tha mong đợi; dụi mắt ngóng chờ; chờ để xem

柿 shì<名>(cây, quả) hồng

【柿饼】shìbǐng<名>mứt quả hồng

【柿子】shìzi<名>❶quả hồng ❷cây quả hồng

【柿子椒】shìzijiāo<名>❶ớt ngọt ❷cây ớt ngọt

是¹ shì❶<形>đúng: 一无~处 không chỗ nào đúng ❷<动>[书]cho là đúng: ~古非今 cho là xưa đúng nay sai ❸<动>phải; vâng: ~，我就去。Vâng, cháu đi ngay. //(姓)Thị

是² shì<代>[书]này; đó: ~日寒冷。Hôm đó giá lạnh.

是³ shì<动>❶là: 北京~中华人民共和国首都。Bắc Kinh là thủ đô của nước Cộng hòa Nhân dân Trung Hoa. ❷(dùng với "的", có tác dụng phân loại): 车身~红色的。Thân xe màu đỏ. ❸thì (biểu thị rằng đối tượng trần thuật là thuộc về tình hình nói sau chữ "是"): 他~不知道内情。Anh ấy thì không biết tình hình cụ thể. ❹toàn; đều là (biểu thị sự tồn tại): 他急得满头~汗。Anh ấy sốt ruột đến toát cả mồ hôi. ❺ra (biểu thị cho thấy thật đúng với tính chất, ý nghĩa): 敌~敌，友~友，必须分清敌我的界限。Thù ra thù, bạn ra bạn, phải phân rõ ranh giới địch ta. ❻tuy là: 房子旧~旧，但还干净。Nhà cũ thì cũ thật nhưng vẫn sạch sẽ. ❼(dùng ở đầu câu nhấn mạnh ngữ khí)：~谁骗你的？Ai lừa em vậy? ❽phàm là: ~有害于健康的事都不要做。Phàm là những việc có hại đến sức khỏe đều không nên làm. ❾(dùng trước danh từ, có nghĩa "thích hợp"): 太阳出得~时候。Ánh nắng bừng lên thật đúng lúc。❿(dùng trong câu nghi vấn): 你~坐飞机还~坐火车? Anh đi máy bay hay đi tàu hỏa? ⓫quả là; đúng là (phải đọc nhấn mạnh, tỏ ý kiên quyết khẳng định): 这舞剧~好, 你可以去看。Vở kịch múa này quả là tuyệt vời, anh nên đi xem.

【是非】shìfēi<名>❶đúng sai; phải trái: 明辨~ phân biệt rõ đúng sai ❷lời bàn tán chê bai; tranh cãi: 惹~ gây chuyện rắc rối; 搬弄~ nói xấu sau lưng

【是非曲直】shìfēi-qūzhí đúng sai phải trái

【是非之地】shìfēizhīdì cái ổ rắc rối; cái tổ xích mích: 赶快离开这~! Mau rời khỏi cái ổ rắc rối!

【是非自有公论】shìfēi zì yǒu gōnglùn đúng hay sai có sự đánh giá của công luận

【是否】shìfǒu<副>phải chăng: ~客观 có khách quan hay không

【是可忍, 孰不可忍】shì kě rěn, shú bù kě rěn quyết không nhẫn nhục; quyết không nhượng bộ

适¹ shì❶<动>thích hợp: ~用 thích hợp sử dụng ❷<副>vừa vặn; vừa; đúng: ~逢假期 vừa đúng vào ngày nghỉ ❸<形>dễ chịu: 感到舒~ cảm giác dễ chịu

适² shì<动>[书]❶đi ❷lấy chồng; gả người

【适当】shìdàng<形>thích hợp; thích đáng: 采取~措施 có biện pháp thích đáng

【适得其反】shìdé-qífǎn hoàn toàn ngược lại: 过分溺爱孩子会~。Quá nuông chiều trẻ em thì kết quả sẽ ngược với ý muốn.

【适度】shìdù<形>(mức độ) vừa phải; thích hợp: 锻炼身体以~为好。Rèn luyện thân thể nên ở mức độ vừa phải.

【适逢其会】shìféng-qíhuì may mắn gặp dịp; vừa gặp dịp

【适合】shìhé<动>thích hợp: ~不同对象 thích hợp với nhiều đối tượng khác nhau; 妹

妹已经找到~专业的工作。Em gái đã xin được việc làm hợp với chuyên môn.

【适婚】shìhūn<形>thích hợp với điều kiện kết hôn: ~年龄 độ tuổi kết hôn

【适可而止】shìkě'érzhǐ vừa phải thì thôi; có chừng mực

【适口】shìkǒu<形>vừa miệng; hợp khẩu vị: 准备~的菜肴 chuẩn bị những món ăn hợp khẩu vị.

【适量】shìliàng<形>(số lượng) vừa phải: 订购~的货物 đặt mua hàng số lượng vừa phải

【适龄】shìlíng<形>vừa độ tuổi; đúng độ tuổi: 给~儿童创造上学条件 tạo điều kiện cho những đứa trẻ đúng độ tuổi đi học

【适如】shìrú<副>đúng như: 情况进展~他的预期。Tiến triển của tình hình đúng như dự kiến của anh ấy.

【适时】shìshí<形>hợp thời; đúng lúc: ~播种 gieo trồng đúng thời vụ; ~开展批评与自我批评的活动 kịp thời tổ chức hoạt động phê bình và tự phê bình; ~的意见 một chủ trương hợp thời

【适销对路】shìxiāo duìlù hàng hóa phù hợp với nhu cầu thị trường: 我们工厂要根据市场需要生产~的产品。Nhà máy chúng ta cần sản xuất những loại sản phẩm phù hợp với nhu cầu thị trường.

【适宜】shìyí<形>vừa phải; thích hợp: 这片坡地~种植柑橘。Đất đồi vùng này thích hợp trồng cam và quít.

【适意】shìyì<形>thoải mái; dễ chịu: 夏夜在江边散步非常~。Đêm hè đi dạo ở bờ sông rất dễ chịu.

【适应】shìyìng<动>thích ứng; thích hợp: 他刚来对环境还没~。Anh ấy vừa đến còn chưa thích ứng với hoàn cảnh.

【适应性】shìyìngxìng<名>tính thích ứng

【适用】shìyòng<形>thích dụng; thích hợp với: ~条款 điều khoản thích dụng; 这本书

~于中学生。Quyển sách này thích hợp với học sinh trung học.

【适者生存】shìzhě-shēngcún thích ứng thì sinh tồn

【适中】shìzhōng〈形〉❶vừa phải; vừa mức: 高度~ chiều cao vừa mức ❷vừa vặn; trung độ: 位置~ vị trí trung độ

恃 shì〈动〉nhờ cậy; nương tựa

【恃才傲物】shìcái-àowù cậy tài kiêu căng; cậy tài khinh người: 他~, 群众关系很差。Ông ta cậy tài khinh người, mọi người không thích đi lại với ông.

【恃德者昌, 恃力者亡】shìdézhěchāng, shìlìzhěwáng kẻ đức độ thì thịnh vượng, kẻ bạo lực thì suy vong

【恃强凌弱】shìqiáng-língruò cậy sức mạnh bắt nạt kẻ yếu

【恃势欺人】shìshì-qīrén cậy thế hà hiếp người khác

【恃勇轻敌】shìyǒng-qīngdí cậy vào sự dũng mãnh mà chủ quan khinh địch

室 shì〈名〉❶buồng; phòng: 教~ phòng học; ~外 ngoài phòng ❷phòng (đơn vị công tác nội bộ): 资料~ phòng tư liệu; 会议~ phòng họp ❸vợ: 妻~ thê thất ❹gia tộc: 皇~ họ nhà vua ❺xoang trống trong khí quan cơ thể: 心~ tâm thất ❻sao Thất (một trong 28 tú)

【室内】shìnèi〈名〉trong buồng; trong phòng; nội thất: ~装修 trang trí nội thất

【室外】shìwài〈名〉ngoài phòng; ngoài buồng: 冬天要让儿童多到~活动, 晒太阳。Vào mùa đông nên cho các em phơi nắng và hoạt động ngoài trời.

【室温】shìwēn〈名〉nhiệt độ trong phòng

【室友】shìyǒu〈名〉bạn cùng phòng

逝 shì〈动〉❶qua; trôi qua: 时间流~ thời gian trôi qua ❷chết: ~者 người chết

【逝世】shìshì〈动〉từ trần; tạ thế

【逝水流年】shìshuǐ-liúnián năm tháng trôi đi như dòng nước chảy

铈 shì〈名〉[化学]xeri (kí hiệu: Ce)

释[1] shì〈动〉❶giải thích: 注~ chú thích ❷tiêu tan; xóa bỏ: 供词并未能让公安人员~疑。Lời khai không thể xóa bỏ sự nghi ngờ của nhân viên công an. ❸buông; rời: ~权 buông quyền ❹thả; phóng thích: 反对开~战犯 phản đối phóng thích tội phạm chiến tranh

释[2] Shì〈名〉Thích ca; đạo Phật //(姓)Thích

【释典】shìdiǎn〈名〉kinh Phật

【释读】shìdú〈动〉giải thích và khảo chứng (đối với văn cổ): ~《诗经》giải thích tập *Thi kinh*

【释放】shìfàng〈动〉❶thả ra; phóng thích: ~政治犯 thả tù chính trị ❷tỏa ra; phóng ra: ~巨大能量 phóng thích nguồn năng lượng to lớn

【释怀】shìhuái〈动〉(tình cảm yêu ghét, vui buồn…) tan đi; vợi bớt: 思乡之情难以~。Nỗi nhớ quê thật khó vợi.

【释迦牟尼】Shìjiāmóuní Phật Thích-ca-mâu-ni

【释卷】shìjuàn〈动〉bỏ sách; rời bỏ sách: 手不~ mải đọc tay không rời sách

【释怒】shìnù〈动〉nguôi giận; nguôi cơn thịnh nộ

【释然】shìrán〈形〉[书]thoải mái; thư thái: 收到道歉函, 他心中~了。Nhận được thư xin lỗi, anh ấy cảm thấy trong lòng thoải mái hơn.

【释文】shìwén〈名〉khảo đính (chú thích cách đọc và nghĩa của từ)

【释疑】shìyí〈动〉giải thích chỗ khó hiểu: ~解难是老师的职责。Giảng giải những điều khúc mắc là trách nhiệm của người thầy.

【释义】shìyì❶〈动〉giải thích ý nghĩa ❷〈名〉văn tự để giải thích ý nghĩa

嗜 shì〈动〉thích; thèm; mê; nghiện

【嗜好】shìhào〈名〉thị hiếu; ham thích; đam mê: 品茶是他的~。Uống chè là ham thích của anh ấy.

【嗜酒】shìjiǔ〈动〉nghiện rượu

【嗜杀成性】shìshā-chéngxìng giết chóc thành bản tính; quen thói giết chóc

【嗜睡】shìshuì〈动〉buồn ngủ: ~症 chứng buồn ngủ

【嗜血】shìxuè〈动〉❶khát máu: ~动物 động vật khát máu ❷ví kẻ thù hung tàn: ~的仇敌 kẻ thù khát máu

【嗜欲】shìyù〈名〉thèm khát: 无法满足的~ những thèm khát không thể thỏa mãn

誓 shì❶〈动〉thề: ~报此仇 thề trả thù này ❷〈名〉lời thề: 宣~ đọc lời thề

【誓不罢休】shìbùbàxiū thề quyết đến cùng; quyết không bỏ mục tiêu: 不达目的，~。Không đạt mục đích quyết không nguôi.

【誓不两立】shìbùliǎnglì quyết không đội trời chung

【誓词】shìcí〈名〉lời thề

【誓师】shìshī〈动〉bày tỏ quyết tâm: ~大会 lễ mít tinh bày tỏ lòng quyết tâm

【誓死】shìsǐ〈副〉thề chết: 将士们~保卫祖国。Các tướng sĩ thề quyết tử để Tổ quốc quyết sinh.

【誓同生死】shìtóngshēngsǐ thề sống chết có nhau

【誓言】shìyán〈名〉lời thề

【誓愿】shìyuàn〈名〉thề nguyện

【誓约】shìyuē〈名〉lời thề ước; lời hứa

噬 shì〈动〉cắn, nuốt: 吞~ nuốt chửng

【噬菌体】shìjūntǐ〈名〉[生物]cụm thực khuẩn; cụm vi khuẩn diệt vi khuẩn

螫 shì〈动〉[书](ong) châm; đốt

【螫针】shìzhēn〈名〉kim độc ở đuôi ong (đầu nhọn và có móc ngược)

shōu

收 shōu〈动〉❶thu vào; cất giữ: ~衣服 thu quần áo vào; ~好储蓄本 cất giữ sổ tiết kiệm cẩn thận ❷thu về; lấy lại: ~税 thu thuế; 经营权~归公司。Quyền kinh doanh thu về công ti. ❸đạt được; thu được: 宣传~到了良好的效果。Cuộc tuyên truyền đã thu được kết quả tốt đẹp. ❹thu hoạch; gặt hái: 秋~时节 vụ gặt mùa thu ❺thu nhận; dung nạp: 你的礼物我已经~到了。Tôi đã nhận được quà của anh. ❻hãm; kìm: ~心 kìm lòng ❼kết thúc; chấm dứt: ~工 nghỉ/ngừng làm việc ❽bắt; bắt giam: ~监 bắt giam

【收报】shōubào〈动〉thu nhận tín hiệu điện báo

【收编】shōubiān〈动〉sáp nhập; thu biên: 地方武装 sáp nhập và tổ chức lại lực lượng vũ trang địa phương

【收兵】shōubīng〈动〉❶rút quân; thu quân: 鸣金~ gióng chuông thu quân ❷hoàn thành nhiệm vụ trở về

【收藏】shōucáng〈动〉cất giữ: ~旧物件 cất giữ đồ cũ

【收藏家】shōucángjiā〈名〉nhà sưu tầm; nhà lưu trữ

【收操】shōucāo〈动〉kết thúc buổi tập; kết thúc huấn luyện

【收场】shōuchǎng❶〈动〉kết thúc; dừng: 这场闹剧草草~了。Tấn kịch dởm này đã kết thúc vụng về. ❷〈名〉kết cục

【收车】shōuchē〈动〉đưa xe về; thu xe: 完成任务就~ hoàn thành nhiệm vụ là đưa xe về

【收成】shōucheng〈名〉(tình hình) thu hoạch; mùa màng

【收存】shōucún〈动〉cất giữ: 谨慎~ cất giữ cẩn thận

【收到】shōudào<动>đã nhận (được): 汇款已经~。Món tiền gửi đã nhận được.

【收发】shōufā❶<动>nhận và chuyển đi; thu phát ❷<名>nhân viên thu phát

【收发室】shōufāshì<名>phòng nhận chuyển thư từ công văn; phòng văn thư

【收费】shōufèi<动>thu tiền; tính tiền: ~员 nhân viên thu tiền

【收费站】shōufèizhàn<名>trạm thu lệ phí

【收复】shōufù<动>thu hồi; lấy lại; giành lại: ~主权 thu hồi chủ quyền

【收割】shōugē<动>gặt hái; thu hoạch

【收割机】shōugējī<名>máy gặt

【收工】shōugōng<动>kết thúc công việc; nghỉ; ngừng làm việc: 今天要早点~, 我还要去幼儿园接孩子。Hôm nay phải nghỉ sớm, mình còn phải đi nhà trẻ đón con.

【收购】shōugòu<动>thu mua; mua: ~粮食 thu mua lương thực

【收官】shōuguān<动>(chỉ công việc) sắp sửa kết thúc

【收回】shōuhuí<动>❶thu về; lấy về: ~贷款 thu về khoản vay ❷thủ tiêu; hủy; thu hồi: ~成命 hủy bỏ mệnh lệnh đã phát ra

【收获】shōuhuò❶<动>gặt hái; thu hoạch: ~更多喜悦 gặt hái thêm nhiều niềm vui ❷<名>thu hoạch: 这次去考察有什么~? Lần này đi khảo sát có những thu hoạch gì?

【收集】shōují<动>thu gom; tập hợp; thu thập: 志愿者将好心人的捐款~起来。Nhân viên tình nguyện thu gom tiền quyên góp của người hảo tâm.

【收监】shōujiān<动>bắt giam: 有两人被~。Có hai người bị bắt giam.

【收件人】shōujiànrén<名>người nhận; bên nhận

【收缴】shōujiǎo<动>❶tước được; thu được; lấy lại được: ~赃款 lấy lại được khoản tiền bị đánh cắp ❷trưng thu rồi nộp lên trên: ~税款 thu tiền thuế

【收紧】shōujǐn<动>thắt chặt: ~银根 thắt chặt tài chính

【收据】shōujù<名>biên lai; biên nhận

【收看】shōukàn<动>xem; đón xem; thưởng thức; thu bắt: ~电视节目 đón xem chương trình truyền hình

【收口】shōukǒu<动>❶thu nhỏ miệng lại; khép miệng (bao túi) ❷lành lặn; khép kín (của vết thương)

【收款】shōukuǎn<动>thu tiền: ~人签名。Người thu tiền kí tên.

【收礼】shōulǐ<动>nhận quà: 拒绝~ từ chối nhận quà

【收敛】shōuliǎn<动>❶thu lại; biến mất; tan biến ❷bớt phóng túng (chỉ lời nói và hành động) ❸làm se lại: ~剂 thuốc giảm phân tiết

【收殓】shōuliàn<动>liệm; khâm liệm: ~师 kĩ thuật viên khâm liệm/chuyên gia khâm liệm

【收留】shōuliú<动>thu nhận và giúp đỡ: 这孩子幸好得到好心人的~。Đứa trẻ này may được người hảo tâm thu nhận và giúp đỡ.

【收拢】shōulǒng<动>❶thu thập lại; thu gom; thu dồn lại; tập hợp: ~废品 thu gom phế phẩm; ~人员 tập hợp nhân viên lại ❷mua chuộc; lấy lòng: ~人心 mua chuộc lòng người

【收录】shōulù<动>❶tuyển; thuê (người làm): ~新员工 tuyển nhân viên mới ❷thu nhận; lấy vào ❸ghi chép

【收录机】shōulùjī<名>máy catsett

【收罗】shōuluó<动>thu nạp; thu thập; thu gom, sưu tầm: ~资料 thu thập dữ liệu; ~人才 thu nạp nhân tài

【收买】shōumǎi<动>❶thu mua; mua: ~废旧品 thu mua đồng nát ❷mua chuộc; lấy lòng: 傀儡政权的多名官员被~。Nhiều

S

quan chức chính quyền bù nhìn bị mua chuộc.

【收买人心】shōumǎi–rénxīn mua chuộc lòng người

【收纳】shōunà<动>thu nạp; thu nhận: ~礼金 thu nhận tiền biếu

【收纳箱】shōunàxiāng<名>hòm thu nạp; thùng thu nạp

【收盘】shōupán<动>[经济]hết giờ giao dịch (thị trường tài chính)

【收盘价】shōupánjià<名>giá cuối ngày; giá khi hết giờ giao dịch

【收票员】shōupiàoyuán<名>người xé vé

【收起】shōuqǐ<动>❶gấp; gập; xếp lại: 小鸟~了翅膀。Con chim đã gập cánh lại. ❷thôi; ngừng; bỏ: ~你那骗人的把戏。Bỏ cái trò lừa bịp của ông đi.

【收讫】shōuqì<动>đã thu; đã nhận; thu xong: 贷款已~。Đã nhận tiền vay.

【收取】shōuqǔ<动>thu; thu lấy: ~小费 thu lấy tiền boa

【收容】shōuróng<动>thu nhận; thu dung: ~所 trạm thu dung

【收入】shōurù❶<动>thu vào: ~囊中 thu vào trong túi ❷<名>thu nhập: 个人~有所增加。Thu nhập cá nhân có tăng lên.

【收审】shōushěn<动>tạm giữ để thẩm tra

【收尸】shōushī<动>thu lượm tử thi; nhặt xác

【收市】shōushì<动>tan chợ; hết giờ giao dịch; đóng cửa hàng

【收视】shōushì<动>xem; theo dõi (chương trình truyền hình)

【收视率】shōushìlǜ<名>tỉ lệ người xem (truyền hình)

【收视效果】shōushì xiàoguǒ hiệu quả xem (truyền hình)

【收拾】shōushi<动>❶thu dọn: ~卧室 thu dọn buồng ngủ; ~残局 giải quyết hậu quả ❷sửa chữa: ~风扇 sửa chữa quạt máy ❸[口]trị; trừng phạt; sửa tội: 工作时间不好好干活，老板会~你的。Trong giờ làm mà không làm việc, sếp sẽ sửa tội mày đấy. ❹[口]tiêu diệt; giải quyết: 我军很快就把敌人给~了。Quân ta đã diệt gọn quân địch một cách nhanh chóng.

【收受】shōushòu<动>thu nhận; ăn nhận: ~贿赂 ăn nhận hối lộ

【收税】shōushuì<动>thu thuế: 完成~任务 hoàn thành nhiệm vụ thu thuế

【收缩】shōusuō<动>❶co lại; co vào; rút lại (vật thể) ❷thu hẹp; co cụm; gom lại

【收摊】shōutān<动>dọn sạp hàng; thu dọn cửa hàng (khi hết giờ kinh doanh); kết thúc công việc trong tay

【收条】shōutiáo<名>biên lai; giấy biên nhận

【收听】shōutīng<动>nghe (đài); đón nghe (chương trình phát thanh)

【收尾】shōuwěi❶<动>kết thúc (công việc); cuối: 工程项目已经进入~阶段。Dự án công trình đã bước vào giai đoạn cuối. ❷<名>đoạn kết; kết luận (bài văn)

【收文】shōuwén<名>công văn đến; công văn nhận được

【收悉】shōuxī<动>đã nhận và nắm được tình hình: 报告已~。Đã nhận được bản báo cáo và nắm được tình hình.

【收效】shōuxiào<动>hiệu lực; hiệu quả

【收心】shōuxīn<动>hồi tâm; trở về tâm trạng (công tác, học tập…): 国庆长假结束了，大家要~做好工作。Đã hết ngày nghỉ Quốc khánh, mọi người hãy bình tâm lại để làm tốt công việc của mình. 他要~做一个好人。Anh ta muốn hồi tâm trở thành một người tốt.

【收信】shōuxìn<动>nhận thư

【收押】shōuyā<动>❶bắt giữ ❷giam giữ;

bắt giam (chờ xét xử)

【收养】shōuyǎng〈动〉nhận nuôi; nuôi nấng: 她~了一只流浪狗。Cô ấy nhận nuôi một con chó lạc.

【收益】shōuyì〈名〉khoản thu nhập; lợi nhuận; lợi ích thu được: ~不错。Thu nhập kha khá.

【收音】shōuyīn〈动〉❶thu âm ❷thu thanh

【收音机】shōuyīnjī〈名〉ra-đi-ô; máy thu thanh

【收银台】shōuyíntái〈名〉quầy thu ngân

【收银员】shōuyínyuán〈名〉nhân viên thu ngân

【收债】shōuzhài〈动〉thu nợ; đòi nợ

【收账】shōuzhàng〈动〉thu các khoản tiền

【收支】shōuzhī〈名〉thu chi: ~平衡。Thu chi cân bằng.

【收治】shōuzhì〈动〉thu nhận và điều trị: ~病人 thu nhận và điều trị bệnh nhân

【收住】shōuzhù〈动〉ghìm lại; ghìm: ~脚步 ghìm bước

shóu

熟 shóu 义同 "熟" (shú)，用于口语。
另见shú

shǒu

手 shǒu❶〈名〉tay; bàn tay: ~拉~ tay trong tay ❷〈动〉cầm; tay cầm: 人~一份 mỗi người cầm một suất ❸〈形〉tự tay (làm): ~抄 tự tay chép lấy ❹〈名〉người tài; người chuyên ngành: 歌~ ca sĩ ❺〈名〉khả năng; thủ đoạn: 眼高~低 khả năng không theo kịp được sự mong muốn ❻〈量〉(dùng chỉ kĩ xảo, kĩ năng): 留一~ giữ lại một miếng ❼〈形〉cỡ nhỏ: ~册 sổ tay

【手把手】shǒubǎshǒu cầm tay chỉ bảo; tự

tay truyền nghề

【手把】shǒubà〈名〉tay cầm

【手板】shǒubǎn〈名〉❶[方]bàn tay ❷cán tay cầm

【手版】shǒubǎn〈名〉❶cái hốt (kẻ bề tôi cầm khi chầu vua) ❷thiếp tay

【手包】shǒubāo〈名〉cái xắc; túi xách nhỏ

【手背】shǒubèi〈名〉mu bàn tay

【手笔】shǒubǐ〈名〉❶bút tích; chữ viết tay ❷sự lành nghề; kĩ năng có tầm cỡ: 大~ tác phẩm của danh nhân ❸sự bề thế rộng rãi khi làm việc hoặc tiêu pha; mạnh bạo; bạo tay: 这段时间他花钱很大~。Dạo này ông ấy tiêu pha phóng túng lắm.

【手臂】shǒubì〈名〉❶cánh tay ❷ví người phụ tá

【手边】shǒubiān〈名〉bên mình: 材料不在~。Tài liệu không đem bên mình.

【手表】shǒubiǎo〈名〉đồng hồ đeo tay

【手不释卷】shǒubùshìjuàn sách không rời tay; ví chăm chỉ học hành; say mê đọc sách

【手册】shǒucè〈名〉❶sổ tay ❷vở ghi: 劳动~ vở ghi chép lao động

【手抄】shǒuchāo〈动〉chép tay: ~员 người chép tay/nhân viên ghi chép

【手袋】shǒudài〈名〉túi xách

【手到病除】shǒudào-bìngchú tay thuốc nhà nghề; ra tay là khỏi bệnh

【手到擒来】shǒudào-qínlái ra tay là bắt giặc về; ví người có năng lực làm việc chắc ăn

【手电筒】shǒudiàntǒng〈名〉đèn pin

【手动挡】shǒudòngdǎng〈名〉nấc thao tác bằng tay

【手段】shǒuduàn〈名〉❶thủ đoạn; mánh khóe: 耍~ giở mánh khóe ❷phương pháp; biện pháp: ~强硬 biện pháp cứng rắn ❸bản lĩnh; tài năng: ~高强 bản lĩnh cao siêu

【手法】shǒufǎ〈名〉❶thủ pháp; biện pháp;

S

bút pháp; phương pháp; cách thức: 创作~ cách thức sáng tác ❷mánh khóe; thủ đoạn: 蒙骗~ thủ đoạn lừa bịp

【手风琴】shǒufēngqín<名>đàn ác-coóc-đê-ông

【手扶拖拉机】shǒufú tuōlājī máy kéo đẩy tay

【手感】shǒugǎn<名>cảm giác trên tay; xúc cảm (khi sờ mó): 这种布料~极好。Loại vải này khi sờ tay vào có xúc cảm rất tốt.

【手稿】shǒugǎo<名>bản thảo viết tay; bản nháp

【手工】shǒugōng<名>❶thủ công: ~业 thủ công nghiệp ❷thao tác bằng tay: ~操作 thao tác thủ công ❸[口]tiền thù lao cho lao động thủ công

【手工艺】shǒugōngyì<名>thủ công mĩ nghệ

【手工艺品】shǒugōngyìpǐn<名>đồ thủ công mĩ nghệ

【手鼓】shǒugǔ<名>trống tay; trống con; trống múa; trống lục lạc

【手机】shǒujī<名>điện thoại di động

【手记】shǒujì❶<动>tự tay ghi chép ❷<名>bản chép tay

【手迹】shǒujì<名>bút tích

【手脚】shǒujiǎo<名>❶tay chân; cử chỉ; động tác: ~勤快 tay chân nhanh nhẹn ❷mưu mô: 被做了~ đã bị sắp đặt mưu mô

【手脚不干净】shǒujiǎo bù gānjìng tay chân không sạch sẽ; quân trộm cắp

【手紧】shǒujǐn<形>❶túng tiền; túng bấn ❷chắt chiu; tiêu pha hà tiện: 他很~, 不会买昂贵商品的。Anh ấy rất chắt chiu, không chịu mua hàng đắt đâu.

【手绢】shǒujuàn<名>khăn tay

【手铐】shǒukào<名>còng tay; chiếc khóa tay: 小偷被公安人员戴上~。Kẻ trộm đã bị nhân viên công an còng tay.

【手拉手】shǒulāshǒu tay cầm tay; tay trong tay: 他们和贫困山区学校的小朋友开展 "~" 活动。Các em đã triển khai hoạt động "tay trong tay" với các bạn nhỏ nghèo khó miền núi.

【手链】shǒuliàn<名>xuyến tay; tấm lắc (đeo ở cổ tay)

【手榴弹】shǒuliúdàn<名>❶[军事]quả lựu đạn ❷[体育]môn ném lựu đạn

【手炉】shǒulú<名>lò sưởi tay; lò ấp

【手忙脚乱】shǒumáng-jiǎoluàn chân tay luống cuống; lúng túng như gà mắc tóc: 你平时不准备, 关键时就会~。Ngày thường anh không có sự chuẩn bị, vào lúc quan trọng thì lúng túng như gà mắc tóc.

【手帕】shǒupà =【手绢】

【手胼足胝】shǒupián-zúzhī đôi bàn tay và chân đầy chai sạn (ví người lao động cần mẫn vất vả)

【手气】shǒuqì<名>vận số; vận may; số đỏ: 她今天~好, 才买一张彩票就中奖了。Hôm nay chị ấy gặp vận may, chỉ mua một tờ sổ số mà đã trúng thưởng.

【手枪】shǒuqiāng<名>súng ngắn; súng lục

【手巧】shǒuqiǎo<形>khéo tay: 心灵~ sáng dạ khéo tay

【手球】shǒuqiú<名>❶quả bóng ném ❷môn bóng ném ❸manh (lỗi bóng chạm tay trong môn bóng đá)

【手软】shǒuruǎn<形>non tay; chùn tay; yếu tay; nương tay: 对危害公众食品卫生安全的行为必须坚决打击, 绝不~! Kiên quyết chống phá và tuyệt đối không nương tay trước những hành vi gây tai họa về vệ sinh thực phẩm!

【手刹】shǒushā<名>phanh tay

【手势】shǒushì<名>ra hiệu bằng tay; động tác; cử chỉ: 打~ giơ tay ra hiệu

【手术】shǒushù❶<名>phẫu thuật: 阑尾

切除~ ca phẫu thuật cắt bỏ ruột thừa ❷
〈动〉làm phẫu thuật; mổ

【手术室】shǒushùshì〈名〉phòng phẫu
thuật; phòng mổ

【手套】shǒutào〈名〉găng tay

【手提】shǒutí〈动〉xách tay: ~包 túi xách
tay; ~箱 va li xách tay

【手头】shǒutóu〈名〉❶trong tay ❷tình hình
kinh tế (cá nhân) ❸năng lực viết lách hay
làm việc

【手推车】shǒutuīchē〈名〉xe đẩy tay

【手腕】shǒuwàn〈名〉❶cổ tay ❷mánh lới;
mánh khóe; thủ đoạn: 要~ giở trò mánh lới

【手无寸铁】shǒuwúcùntiě tay không tấc
sắt

【手无缚鸡之力】shǒu wú fù jī zhī lì sức
trói gà không chặt; tay yếu ớt

【手舞足蹈】shǒuwǔ-zúdǎo khua chân múa
tay (bày tỏ niềm vui mừng); thuộc hạ

【手下】shǒuxià〈名〉❶người dưới quyền:
他的~很能干。Người dưới quyền ông ấy
rất năng nổ. ❷bên cạnh mình: 那东西不在
~。Vật ấy không có bên mình. ❸túi tiền (cá
nhân) ❹lúc ra tay

【手下败将】shǒuxià-bàijiàng bại tướng
dưới tay; kém tài không địch nổi

【手下留情】shǒuxià-liúqíng gượng nhẹ
lúc ra tay

【手相】shǒuxiàng〈名〉tướng bàn tay: 不要
相信看~的人的骗人勾当。Đừng tin vào
chuyện lòe bịp xem tướng tay.

【手写】shǒuxiě〈动〉viết tay

【手心】shǒuxīn〈名〉❶lòng bàn tay ❷trong
tầm tay: 看你怎样逃出我的~！Xem mày
làm thế nào thoát ra được tầm tay của tao!

【手信】shǒuxìn〈名〉[方]quà; món quà nhỏ
khi thăm bạn bè họ hàng; quà cáp

【手续】shǒuxù〈动〉thủ tục; giấy tờ thủ tục:
简化~ đơn giản hóa thủ tục

【手续费】shǒuxùfèi〈名〉lệ phí

【手眼通天】shǒuyǎn-tōngtiān ví thủ
đoạn cao siêu trong việc đi lại chạy vạy với
những nhân vật có quyền thế

【手痒】shǒuyǎng〈形〉ngứa tay; muốn được
tự tay làm: 看到别人画画他就~。Thấy
người ta vẽ thì anh ấy ngứa tay muốn được
vẽ vài nét.

【手艺】shǒuyì〈名〉tay nghề

【手淫】shǒuyín〈动〉thủ dâm

【手印】shǒuyìn〈名〉❶dấu tay ❷dấu in tay

【手语】shǒuyǔ〈名〉ngôn ngữ cử chỉ

【手掌】shǒuzhǎng〈名〉bàn tay

【手掌心】shǒuzhǎngxīn〈名〉lòng bàn tay

【手杖】shǒuzhàng〈名〉ba-toong; gậy
chống

【手纸】shǒuzhǐ〈名〉giấy vệ sinh

【手指】shǒuzhǐ〈名〉ngón tay

【手镯】shǒuzhuó〈名〉vòng tay; xuyến

【手足】shǒuzú〈名〉❶chân tay ❷anh em: 情
同~ tình cảm như anh em

【手足情】shǒuzúqíng〈名〉tình anh em

【手足无措】shǒuzú-wúcuò lóng nga lóng
ngóng; lúng ta lúng túng: 吓得~ sợ đến lóng
nga lóng ngóng

守 shǒu〈动〉❶giữ: ~门 giữ cổng ❷trông
coi: ~仓库 coi kho ❸tuân theo: ~规 tuân
thủ quy tắc ❹gần: ~着工业开发区，乡亲
们发展服务业。Ở gần khu công nghiệp, bà
con trong thôn phát triển ngành phục vụ. //
(姓)Thủ

【守备】shǒubèi〈动〉phòng thủ; canh giữ: ~
部队 bộ đội canh phòng; 加强~ tăng cường
canh giữ phòng thủ

【守财奴】shǒucáinú〈名〉kẻ bần tiện; người
bủn xỉn; kẻ nô lệ đồng tiền; người keo kiệt

【守常不变】shǒucháng-bùbiàn bảo thủ;
không chịu thay đổi

【守法】shǒufǎ〈动〉giữ đúng luật pháp; tuân

S

thủ luật pháp: 做一个~公民 làm một công dân tuân thủ luật pháp

【守寡】shǒuguǎ<动>ở góa; ở vậy: ~多年 ở góa nhiều năm

【守恒】shǒuhéng<动>[物理]bảo tồn; không thay đổi: 能量~ (định luật) bảo tồn năng lượng

【守候】shǒuhòu<动>❶chờ: ~前方消息 mong chờ tin tức tiền phương ❷trông nom; chăm sóc: ~残疾儿童 trông nom chăm sóc các cháu khuyết tật

【守护】shǒuhù<动>săn sóc; trông nom; canh giữ: ~孤寡老人 săn sóc người già neo đơn; 帮~小孩 giúp trông nom em nhỏ; ~海岛的战士 chiến sĩ canh giữ hải đảo

【守活寡】shǒu huóguǎ chồng đang sống mà vợ như ở góa

【守旧】shǒujiù<形>bảo thủ; thủ cựu: 思想~ tư tưởng thủ cựu

【守空房】shǒu kōngfáng giữ nhà trống không (vợ giữ nhà một mình trong trường hợp chồng đi xa hoặc không về ở nhà)

【守口如瓶】shǒukǒu-rúpíng giữ kín như bưng; kín miệng kín mồm: 此事你要~。Chuyện này anh phải kín miệng kín mồm.

【守灵】shǒulíng<动>túc trực bên linh cữu chịu tang

【守门员】shǒuményuán<名>thủ môn; thủ thành

【守身如玉】shǒushēn-rúyù giữ mình như giữ ngọc; giữ trinh tiết

【守时】shǒushí<动>giữ đúng giờ hẹn

【守势】shǒushì<名>thế thủ: 主队正处~。Đội nhà đang ở vào thế thủ.

【守岁】shǒusuì<动>chờ đón giao thừa

【守望】shǒuwàng<动>canh gác; trông nom; chờ đợi

【守卫】shǒuwèi<动>canh phòng; bảo vệ; giữ gìn: ~原始森林 bảo vệ khu rừng nguyên sinh

【守孝】shǒuxiào<动>giữ hiếu; chịu tang

【守信】shǒuxìn<动>giữ chữ tín; thủ tín

【守业】shǒuyè<动>giữ cơ nghiệp; gìn giữ (thừa kế) tài sản hay gia nghiệp: 创业容易~难。Giữ cơ nghiệp còn khó hơn gây dựng cơ nghiệp.

【守夜】shǒuyè<动>gác đêm; canh đêm; canh giữ ban đêm

【守御】shǒuyù<动>phòng thủ; phòng ngự

【守约】shǒuyuē<动>giữ lời hẹn ước; giữ cam kết

【守则】shǒuzé<名>quy tắc chung; nội quy; điều lệ: 食品卫生安全~ quy tắc đảm bảo vệ sinh an toàn thực phẩm; 工作~ nội quy công tác

【守正不阿】shǒuzhèng-bù'ē kiên trì thẳng thắn công chính; không a dua nịnh nọt

【守职】shǒuzhí<动>giữ cương vị; làm tròn trách nhiệm

【守株待兔】shǒuzhū-dàitù há miệng chờ sung; ôm cây đợi thỏ

首¹ shǒu❶<名>đầu: 俯~ cúi đầu ❷<名>cao nhất; đứng đầu: ~席 ghế danh dự; ~相 thủ tướng ❸<名>thủ lĩnh: ~长 thủ trưởng ❹<数>lần đầu tiên: ~场比赛 trận đấu đầu tiên ❺<动>thú; thú tội: 自~ tự thú //(姓)Thủ

首² shǒu<量>bài: 一~歌 một bài hát

【首班车】shǒubānchē<名>❶chuyến xe khách hay xe buýt đầu tiên: ~早上六时三十分发车。Chuyến xe hành khách đầu tiên khởi hành vào hồi 6 giờ 30 phút sáng. ❷ví cơ hội lần đầu tiên

【首播】shǒubō<动>lần phát thanh (truyền hình) đầu tiên

【首倡】shǒuchàng<动>khởi xướng; lần đề xướng đầu tiên

【首创】shǒuchuàng<动>sáng tạo đầu tiên

【首次】shǒucì(数量)lần đầu tiên: 他~参加

全运会就拿了奖牌。Lần đầu tiên tham gia Đại hội Thể dục thể thao toàn quốc anh ấy đã giành được huy chương.

【首当其冲】shǒudāng-qíchōng đứng mũi chịu sào; đứng đầu sóng ngọn gió

【首都】shǒudū<名>thủ đô

【首发】shǒufā<动>❶chuyến tàu xe đầu tiên xuất phát ❷đợt phát hành đầu tiên ❸xuất phát đợt đầu: 他的名字出现在~阵容的名单里。Tên anh ấy xuất hiện trong danh sách những người xuất quân đợt đầu.

【首发式】shǒufāshì<名>lễ khởi hành; lễ phát hành đợt đầu tiên

【首犯】shǒufàn<名>thủ phạm

【首府】shǒufǔ<名>❶thủ phủ tỉnh lị: 南宁市是广西壮族自治区~。Thành phố Nam Ninh là thủ phủ Khu tự trị dân tộc Choang Quảng Tây. ❷nơi đặt cơ quan chính quyền cao nhất của nước thuộc địa

【首付】shǒufù<名>lần chi trả đầu tiên

【首富】shǒufù<名>người giàu nhất; nhà giàu số một

【首航】shǒuháng<动>chuyến bay hay chuyến tàu thuyền đầu tiên

【首级】shǒují<名>sọ người; thủ cấp; đầu lâu

【首届】shǒujiè(数量)khóa đầu; lần thứ nhất

【首肯】shǒukěn<动>đồng ý; tán đồng; chấp nhận: 得到领导~ được lãnh đạo chấp nhận

【首例】shǒulì<名>ca đầu tiên; điều đầu tiên

【首领】shǒulǐng<名>❶[书]đầu và cổ ❷thủ lĩnh

【首脑】shǒunǎo<名>người lãnh đạo; người đứng đầu; đầu não: 各国~ người đứng đầu các nước

【首屈一指】shǒuqū-yīzhǐ đứng thứ nhất; hạng nhất: 他是我国~的科学家。Ông ấy là nhà khoa học hạng nhất của nước ta.

【首任】shǒurèn<名>nhiệm kì thứ nhất; nhiệm kì đầu tiên; nhậm chức đầu tiên

【首日封】shǒurìfēng<名>phong bì ngày đầu phát hành tem (vào ngày ngành bưu điện phát hành tem mới, người ta dán tem lên một chiếc phong bì đặc biệt rồi đóng dấu nhật ấn lên)

【首善之区】shǒushànzhīqū khu vực tốt đẹp nhất (chỉ thủ đô hoặc thủ phủ)

【首饰】shǒushì<名>đồ nữ trang; đồ trang sức

【首尾相应】shǒuwěi-xiāngyìng sự tương ứng giữa đầu và cuối; ví bài viết hay tác phẩm hình thành sự tương ứng giữa phần đầu và phần cuối

【首位】shǒuwèi<名>ngôi ghế đầu; vị trí số một; thứ nhất

【首乌】shǒuwū<名>[中药]thủ ô; hà thủ ô

【首席】shǒuxí❶<名>ghế đầu; ghế danh dự: 坐~ ngồi ghế danh dự ❷<形>(cấp) cao nhất; đứng đầu; chính; chủ yếu: ~翻译 chủ phiên dịch/người phiên dịch chính; ~代表 đại biểu chủ yếu

【首席执行官】shǒuxí zhíxíngguān quan chức điều hành thứ nhất (CEO)

【首先】shǒuxiān❶<副>trước hết; đầu tiên; sớm nhất: 大家~登记然后再体检。Các vị ghi tên trước rồi hãy đi kiểm tra sức khỏe. ❷<代>thứ nhất; trước hết: ~, 由董事长做去年工作总结报告。Trước hết, do chủ tịch hội đồng quản trị đọc báo cáo tổng kết về công việc năm ngoái.

【首相】shǒuxiàng<名>thủ tướng

【首选】shǒuxuǎn<动>lựa chọn đầu tiên: 去国外旅游, 我~欧洲。Du lịch ra nước ngoài, đầu tiên tôi lựa chọn đi châu Âu.

【首演】shǒuyǎn<动>buổi diễn đầu tiên

【首要】shǒuyào❶<形>hàng đầu; quan trọng nhất: ~任务 nhiệm vụ hàng đầu ❷

<名>thủ lĩnh

【首映】shǒuyìng<动>buổi chiếu đầu tiên (một bộ phim); khởi chiếu

【首战告捷】shǒuzhàn-gàojié thắng ngay trận đầu

【首长】shǒuzhǎng<名>thủ trưởng

【首座】shǒuzuò<名>❶ghế đầu; chỗ ngồi danh dự ❷thủ tọa (vị sư bậc cao nhất trong chùa)

shòu

寿 shòu ❶<形>thọ; tuổi cao; sống lâu: 人~年丰。Người được sống lâu, mùa màng bội thu. ❷<名>tuổi thọ; sự sống: 长~ trường thọ/sống lâu ❸<名>ngày lễ thọ: 做~ mừng lễ thọ ❹<动>[书]chúc thọ ❺<名>việc thọ (chuẩn bị sớm cho đám ma) //(姓)Thọ

【寿斑】shòubān<名>đốm mồi; da mồi

【寿保】shòubǎo<名>bảo hiểm nhân thọ: ~人 người chịu bảo hiểm nhân thọ

【寿比南山】shòubǐnánshān sống lâu muôn tuổi; thọ tỉ Nam Sơn

【寿材】shòucái<名>cỗ ván thọ; áo quan; quan tài

【寿辰】shòuchén<名>ngày sinh (của người cao tuổi)

【寿盒】shòuhé<名>hộp đựng tro hài cốt

【寿酒】shòujiǔ<名>rượu mừng thọ; tiệc chúc thọ

【寿礼】shòulǐ<名>lễ mừng thọ

【寿联】shòulián<名>câu đối mừng thọ

【寿面】shòumiàn<名>món mì mừng thọ

【寿命】shòumìng<名>❶tuổi thọ: 平均~ tuổi thọ trung bình ❷tồn tại; sống: 产品~ 长。Tuổi thọ sản phẩm cao. 突然停电有损机器的~。Tắt điện đột ngột có thể làm giảm tuổi thọ của máy.

【寿木】shòumù =【寿材】

【寿山福海】shòushān-fúhǎi thọ tỉ Nam Sơn, phúc như Đông Hải

【寿山石】shòushānshí<名>đá Thọ Sơn (loại đá quý thường được dùng làm vật liệu khắc con dấu và các đồ mĩ nghệ khác)

【寿司】shòusī<名>sushi; món ăn Nhật Bản

【寿桃】shòutáo<名>đào thọ; quả đào mừng thọ

【寿险】shòuxiǎn<名>bảo hiểm nhân thọ

【寿星】shòuxing<名>❶thọ tinh (người đắc thọ) ❷người được chúc thọ

【寿穴】shòuxué<名>thọ huyệt (huyệt chuẩn bị sẵn khi về già)

【寿衣】shòuyī<名>quần áo thọ; quần áo liệm

【寿终正寝】shòuzhōngzhèngqǐn nhắm mắt xuôi tay; qua đời

受 shòu<动>❶được; tiếp nhận; tiếp thu: ~到帮助 được sự giúp đỡ; 接~教育 tiếp nhận sự giáo dục ❷bị; chịu: ~批评 bị phê bình; ~到教育环境的影响 chịu ảnh hưởng của môi trường giáo dục ❸chịu đựng: ~苦 chịu đựng đau khổ; ~不了 không chịu được ❹được; thích hợp: ~看 đẹp mắt; 很~用 rất dễ chịu

【受病】shòubìng<动>bị bệnh; bị ốm

【受不了】shòubuliǎo không chịu nổi: 许多人~这恶劣的气候。Nhiều người không chịu nổi thời tiết khắc nghiệt này.

【受不起】shòubuqǐ không dám (lời khách sáo): 你这么说我~。Đâu dám, anh nói thế.

【受潮】shòucháo<动>bị ẩm: 她把面粉放置在干燥的地方以免~。Chị ấy đặt bột mì ở nơi khô ráo để khỏi bị ẩm.

【受宠】shòuchǒng<动>được nuông chiều: 家里没有哪个小孩~。Ở nhà không một đứa trẻ nào được nuông chiều.

【受宠若惊】shòuchǒng-ruòjīng được yêu chiều mà giật mình; vừa mừng vừa lo

【受挫】shòucuò<动>gặp khó khăn; bị thất bại; gặp cản trở: ~也不消沉 gặp khó khăn cũng chẳng nản chí; 敌军连连~。Quân địch bị thất bại nhiều lần.

【受到】shòudào<动>nhận được: ~嘉奖 nhận được khen thưởng

【受得了】shòudeliǎo chịu được; có thể chịu đựng: 年轻人要~困难的考验。Các bạn trẻ phải chịu đựng nổi sự thử thách của khó khăn.

【受敌】shòudí<动>bị địch tấn công: 四面~ bốn bề bị địch tấn công

【受冻挨饿】shòudòng-ái'è ăn đói mặc rét

【受罚】shòufá<动>bị phạt; chịu phạt: 如果 耽误了事情我甘愿~。Nếu lỡ việc thì tôi cam chịu phạt.

【受粉】shòufěn<动>thụ phấn

【受雇】shòugù<动>làm thuê

【受过】shòuguò<动>nhận lỗi; chịu trách nhiệm về sự sai sót (thay cho người khác): 代人~ nhận lỗi thay cho người khác

【受害】shòuhài<动>bị hại; mắc vạ; thiệt: 这 次地震让当地群众~不浅。Trận động đất lần này đã làm cho dân địa phương bị thiệt hại nhiều.

【受害者】shòuhàizhě<名>nạn nhân: 交通 事故~ nạn nhân trong tai nạn giao thông; 他 只是这次权力斗争的~。Anh ta chỉ là nạn nhân trong cuộc tranh giành quyền lực này.

【受寒】shòuhán<动>bị lạnh; bị rét; bị nhiễm cảm lạnh: 避免~的若干方法 những biện pháp tránh bị lạnh

【受话器】shòuhuàqì<名>ống nghe

【受贿】shòuhuì<动>nhận hối lộ; ăn của đút lót: ~者受到严惩。Kẻ nhận hối lộ bị trừng trị nghiêm khắc.

【受惠国】shòuhuìguó<名>quốc gia được ưu đãi

【受夹板气】shòu jiābǎnqì bị chèn ép cả hai đầu

【受奖】shòujiǎng<动>được thưởng: 立功~ lập công được khen thưởng

【受教】shòujiào<动>tiếp nhận giáo dục; nghe lời dạy bảo

【受戒】shòujiè<动>[宗教]❶thụ giới; chịu giới luật ❷lễ hành hương triều yết (đạo Islam)

【受尽】shòujìn<动>chịu đựng đủ: ~折磨 bị hành hạ đủ kiểu/chịu đựng đủ sự hành hạ về nhiều mặt

【受惊】shòujīng<动>giật mình; kinh hãi; thất kinh; hoảng hồn: 这女孩子在此次交 通事故中~不小。Cô bé bị kinh hãi nghiêm trọng trong vụ tai nạn giao thông này.

【受精】shòujīng<动>thụ tinh

【受控】shòukòng<动>bị kiểm soát; bị khống chế

【受苦】shòukǔ<动>bị đau khổ; chịu đựng gian khổ: 不怕~ không ngại phải chịu đựng gian khổ; 让你~了。Vất vả cho anh quá. 人 在世上不知道要受多少苦。Trên cõi đời này có biết bao nhiêu là đau khổ.

【受苦受难】shòukǔ-shòunàn chịu đựng mọi đau khổ

【受累】shòulěi<动>bị liên lụy: ~的不止我一 个。Không chỉ riêng mình tôi bị liên lụy.

【受累】shòulèi<动>bị mỏi mệt; bị vất vả: 这 么晚还让你加班, ~了。Muộn thế mà anh vẫn phải làm thêm, vất vả cho anh nhé.

【受礼】shòulǐ<动>nhận quà tặng

【受理】shòulǐ<动>❶nhận giải quyết; nhận làm: ~网上订票业务 dịch vụ nhận đặt vé trên mạng ❷nhận xét xử; thụ lí: 法院已~这 起诉讼案件。Tòa án đã thụ lí vụ án tố tụng này.

【受凉】shòuliáng<动>bị cảm lạnh: 这种天 气容易~。Thời tiết này rất dễ bị cảm lạnh.

【受命】shòumìng<动>nhận lệnh; nhận

S

nhiệm vụ: ~于危难 nhận nhiệm vụ trong giờ phút nguy nan

【受难】shòunàn<动>bị nạn; chịu nạn

【受虐狂】shòunüèkuáng<名>kẻ thích bị bạo hành

【受盘】shòupán<动>chủ công thương mua lại toàn bộ tài sản của xí nghiệp người khác để tiếp tục kinh doanh

【受骗】shòupiàn<动>bị lừa; mắc lừa: 她多次~。Cô ấy bị lừa nhiều lần.

【受聘】shòupìn<动>❶nhận lời mời: ~为客座教授 nhận lời mời làm giáo sư thình giảng ❷nhận đồ sính lễ (của nhà trai)

【受气】shòuqì<动>bị ức hiếp; bị hà hiếp; bị khinh bỉ; bị bắt nạt: 他受了很多气。Anh ấy bị hà hiếp nhiều.

【受气包】shòuqìbāo<名>[口]người thường bị ức hiếp; túi trút giận

【受热】shòurè<动>❶chịu nhiệt; bị nóng: 物体~膨胀。Vật thể thường giãn nở khi chịu nhiệt. ❷bị cảm nắng; say nóng; trúng nóng

【受人之托】shòurénzhītuō nhận sự ủy thác của người khác; nhận sự giao phó của người khác

【受辱】shòurǔ<动>bị làm nhục; bị sỉ nhục

【受伤】shòushāng<动>bị thương: ~人数尚不清楚。Số người bị thương còn chưa rõ.

【受赏】shòushǎng<动>được thưởng

【受审】shòushěn<动>bị xét xử; bị xét hỏi

【受托】shòutuō<动>được ủy thác; được ủy quyền

【受限】shòuxiàn<动>bị hạn chế; chịu sự hạn chế: 名额~。Số người bị hạn chế.

【受益】shòuyì<动>được lợi; nhận được lợi ích: 使更多民众~ mang lại nhiều lợi ích hơn cho người dân

【受益人】shòuyìrén<名>người được lợi

【受用】shòuyòng<动>hưởng; được hưởng:

对我来说，这堂课可以~一辈子。Giờ học này bổ ích cho tôi suốt đời.

【受用】shòuyong<形>dễ chịu; sảng khoái: 我身上有点不~。Tôi cảm thấy trong mình hơi khó chịu.

【受孕】shòuyùn<动>thụ thai

【受灾】shòuzāi<动>bị nạn; bị thiên tai: ~区域 vùng bị thiên tai

【受之有愧】shòuzhīyǒukuì ngượng mặt khi nhận phần khen thưởng

【受制】shòuzhì<动>❶bị quản chế: ~于人 bị người khác quản chế ❷chịu tội; chịu khổ

【受众】shòuzhòng<名>đối tượng được tiếp nhận thông tin và các sản phẩm văn hóa, tác phẩm nghệ thuật, bao gồm khán thính giả, độc giả…

【受阻】shòuzǔ<动>gặp trở ngại; gặp trắc trở: 该案刚开始调查就~。Vừa mới bắt đầu điều tra vụ án này mà đã gặp trở ngại.

【受罪】shòuzuì<动>bị giày vò; bị làm tội

狩 shòu<动>[书]đi săn

【狩猎】shòuliè<动>đi săn; săn bắt

授 shòu<动>❶trao cho ❷giảng dạy

【授粉】shòufěn<动>thụ phấn: 人工~ thụ phấn nhân tạo

【授奖】shòujiǎng<动>trao thưởng: ~仪式在礼堂举行。Lễ trao thưởng được tổ chức tại lễ đường.

【授课】shòukè<动>giảng bài

【授命】[1] shòumìng<动>ra lệnh: 国会~他组建新内阁。Quốc hội ra lệnh cho ông tổ chức nội các mới.

【授命】[2] shòumìng<动>[书]hiến dâng cuộc đời: 临危~ sẵn sàng hi sinh lúc lâm nguy

【授权】shòuquán<动>ủy quyền: 已经得到发明人的~ đã được sự ủy quyền của người sáng chế

【授人以柄】shòurényǐbǐng trao cán cho người; để cho người ta cầm đằng chuôi

【授受】shòushòu<动>trao và nhận

【授衔】shòuxián<动>trao quân hàm

【授意】shòuyì<动>gợi ý; mớm ý: 没有人~他这么做。Không ai mách nó làm vậy.

【授予】shòuyǔ<动>trao tặng; ban cho; cấp: ~勋章 trao tặng huân chương

售shòu<动>❶bán: ~书活动 hoạt động bán sách ❷[书]thi hành: 其计不~ kế đó không thi hành được

【售后服务】shòuhòu fúwù dịch vụ hậu mãi; dịch vụ (bảo hành) sau khi bán hàng

【售货员】shòuhuòyuán<名>người bán hàng

【售价】shòujià<名>giá bán

【售卖】shòumài<动>bán; bán ra: 票~完了。Bán hết vé.

【售票处】shòupiàochù<名>chỗ bán vé; phòng bán vé

【售票员】shòupiàoyuán<名>người bán vé

【售罄】shòuqìng<动>bán hết; hết hàng: 业已~ đã bán hết

兽shòu❶<名>thú: 野~ thú vật; 恶~ ác thú ❷<形>dã man; hèn hạ: ~行 hành vi dã man

【兽环】shòuhuán<名>vòng (khóa cửa có hình đầu thú)

【兽类】shòulèi<名>loài thú

【兽力车】shòulìchē<名>xe kéo (bằng xúc vật)

【兽王】shòuwáng<名>sư tử; chúa sơn lâm

【兽心】shòuxīn<名>thú tâm; tâm địa dã thú

【兽行】shòuxíng<名>❶hành vi dã man; hành vi độc ác ❷thú tính

【兽性】shòuxìng<名>thú tính; mất hết tính người; tính dã man; tính man rợ: ~大发 mất hết tính người

【兽药】shòuyào<名>thuốc thú y

【兽医】shòuyī<名>thú y

【兽欲】shòuyù<名>dục vọng như loài cầm thú; tình dục man rợ

绶shòu<名>dây đeo ấn; dây lụa

【绶带】shòudài<名>dây đeo ấn; dây lụa

瘦shòu<形>❶gầy: 干~ gầy còm; 骨~如柴 gầy như con cá mắm ❷nạc: ~肉 thịt nạc ❸hẹp; chật; nhỏ: ~小的衣服 quần áo nhỏ chật ❹xấu; cằn cỗi: 贫~的土地 mảnh đất cằn cỗi

【瘦长】shòucháng<形>dài và hẹp; cao gầy

【瘦骨嶙峋】shòugǔlínxún gầy đét

【瘦果】shòuguǒ<名>[植物]quả bế

【瘦瘠】shòují<形>❶gầy; gầy yếu ❷cằn cỗi

【瘦溜】shòuliu<形>[方]gầy còm; mảnh khảnh

【瘦肉精】shòuròujīng<名>chất tạo nạc (chất clenbuterol)

【瘦弱】shòuruò<形>gầy yếu: ~的身影 thân hình gầy yếu

【瘦身】shòushēn<动>giảm cân; giảm béo; giữ eo: 想要~，除运动外还要控制饮食。Muốn giữ eo, ngoài tập thể dục còn phải ăn uống có điều độ.

【瘦死的骆驼比马大】shòu sǐ de luòtuo bǐ mǎ dà lạc đà gầy còm vẫn to hơn ngựa

【瘦小】shòuxiǎo<形>gầy bé; gầy choắt; gầy nhom

【瘦削】shòuxuē<形>gầy đét; gầy guộc

【瘦子】shòuzi<名>người gầy

shū

书shū❶<动>viết chữ; ghi chép: ~写 viết lách ❷<名>chữ; nét chữ: 楷~ chữ chân ❸<名>sách: 三本~ ba cuốn sách ❹<名>thư; thư từ: 家~抵万金。Thư nhà quý hơn vàng. ❺<名>thư; giấy tờ: 说明~ bản thuyết minh; 保证~ giấy bảo đảm; 白皮~ sách trắng /// (姓)Thư

【书案】shū'àn<名>[书]án thư; bàn sách

【书包】shūbāo<名>túi sách; cặp sách

【书报】shūbào<名>sách báo

【书本】shūběn〈名〉sách vở: 我的很多知识都是从~上学来的。Nhiều kiến thức của tôi học được qua sách vở.

【书册】shūcè〈名〉sách

【书场】shūchǎng〈名〉nơi biểu diễn các hình thức nghệ thuật khúc nghệ như kể chuyện, đàn từ, biểu diễn đối khẩu…

【书城】shūchéng〈名〉trung tâm chuyên bán sách; nhà sách

【书虫】shūchóng〈名〉kẻ mê sách

【书橱】shūchú〈名〉tủ sách; quầy sách

【书呆子】shūdāizi〈名〉mọt sách

【书到用时方恨少】shū dào yòng shí fāng hèn shǎo khi cần đến mới hối hận mình đọc sách quá ít

【书店】shūdiàn〈名〉hiệu sách

【书牍】shūdú〈名〉[书]thư từ; thư tín

【书法】shūfǎ〈名〉thư pháp; nghệ thuật viết chữ: 他从小就喜欢~。Anh ấy yêu thích nghệ thuật thư pháp ngay từ nhỏ.

【书法家】shūfǎjiā〈名〉nhà thư pháp

【书坊】shūfāng〈名〉[旧]phường sách; cửa hàng in và bán sách

【书房】shūfáng〈名〉phòng đọc sách và viết lách

【书稿】shūgǎo〈名〉bản thảo (cuốn sách)

【书馆】shūguǎn〈名〉❶thư quán ❷[方]quán trà có biểu diễn nghệ thuật kể chuyện

【书柜】shūguì〈名〉tủ sách

【书函】shūhán〈名〉❶hộp đựng sách ❷thư từ

【书号】shūhào〈名〉mã số sách

【书后】shūhòu〈名〉lời bạt; lời cuối sách

【书画】shūhuà〈名〉thư họa

【书籍】shūjí〈名〉sách; thư tịch

【书脊】shūjǐ〈名〉gáy sách

【书记】shūjì〈名〉❶bí thư (Đảng, Đoàn các cấp): 支部~ bí thư chi bộ ❷[旧]thư kí; nhân viên văn thư

【书记员】shūjìyuán〈名〉thư kí viên; nhân viên văn thư

【书架】shūjià〈名〉giá sách; kệ sách

【书简】shūjiǎn〈名〉thư từ

【书局】shūjú〈名〉thư cục; nhà in sách

【书卷】shūjuàn〈名〉[书]sách; thư tịch

【书卷气】shūjuànqì〈名〉phong cách nhà nho có học: 他浑身透着~。Trên người anh ấy toát lên phong cách nhà nho có học.

【书刊】shūkān〈名〉sách và tạp chí

【书库】shūkù〈名〉kho sách

【书录】shūlù〈名〉mục lục sách; thư mục

【书眉】shūméi〈名〉mi sách; đầu trang; phần trên cùng trang sách

【书迷】shūmí〈名〉❶người thích đọc sách; người thích sưu tầm sách ❷người hâm mộ nghe kể chuyện, bình đàn

【书面】shūmiàn〈形〉viết bằng văn bản: ~通知 thông tri bằng văn bản

【书面合同】shūmiàn hétóng văn bản hợp đồng

【书面语】shūmiànyǔ〈名〉văn viết; ngôn ngữ viết

【书名】shūmíng〈名〉tên sách

【书名号】shūmínghào〈名〉kí hiệu tên sách (kiểu viết《 》)

【书目】shūmù〈名〉❶mục lục sách; thư mục ❷tiết mục khúc nghệ hát nói

【书皮】shūpí〈名〉❶bìa sách ❷lớp bọc bìa sách

【书评】shūpíng〈名〉bài phê bình sách; bài bình luận sách

【书签】shūqiān〈名〉❶phiếu tên sách ❷thẻ đánh dấu trang sách

【书商】shūshāng〈名〉người chuyên buôn bán sách

【书社】shūshè〈名〉[旧]❶thư xã; hội đọc sách ❷thư xã; nhà xuất bản

【书生】shūshēng〈名〉thư sinh; người học trò trẻ tuổi

【书生气】shūshēngqì〈名〉vẻ thư sinh; non nớt; phong cách học trò: 他~十足，社会经验少。Cậu ấy thiếu kinh nghiệm xã hội, còn thói thư sinh lắm.

【书声琅琅】shūshēng-lángláng tiếng đọc sách thánh thót

【书市】shūshì〈名〉❶chợ sách ❷hội chợ sách

【书摊】shūtān〈名〉sạp bán sách

【书套】shūtào〈名〉hộp đựng sách

【书亭】shūtíng〈名〉quầy sách báo; ki-ốt sách

【书童】shūtóng〈名〉[旧]thư đồng; chú bé hầu việc đọc sách

【书屋】shūwū〈名〉❶nhà đọc sách công cộng ❷phòng đọc sách trong nhà riêng thời xưa ❸thư viện nhỏ; quán sách

【书系】shūxì〈名〉một loạt sách viết về một chuyên đề nhất định

【书香门第】shūxiāng-méndì ngòi thư hương; nhà dòng dõi có truyền thống học vấn

【书写】shūxiě〈动〉viết lách; viết chữ: ~要规范。Viết lách phải đúng chuẩn mực.

【书信】shūxìn〈名〉thư; thư từ: 他一直和外国朋友保持~往来。Ông ấy luôn có thư từ với bạn bè nước ngoài.

【书业】shūyè〈名〉ngành chuyên làm sách

【书页】shūyè〈名〉trang sách

【书影】shūyǐng〈名〉ảnh sách; bản chụp sách

【书友会】shūyǒuhuì〈名〉hiệp hội bạn đọc

【书院】shūyuàn〈名〉[旧]thư viện; trường học

【书札】shūzhá〈名〉[书]thư từ

【书斋】shūzhāi〈名〉phòng sách

【书展】shūzhǎn〈名〉❶hội chợ sách: 我们明天去参观~。Mai chúng ta cùng tham quan Hội chợ sách. ❷triển lãm thư pháp

【书证】shūzhèng〈名〉❶lời chứng có xuất xứ sách vở ❷[法律]vật chứng bằng văn bản

【书桌】shūzhuō〈名〉bàn học

抒 shū〈动〉❶phát biểu; bày tỏ: 各~己见 mỗi người đều phát biểu ý kiến của mình ❷[书]giải trừ

【抒发】shūfā〈动〉biểu đạt; bày tỏ: ~对祖国的热爱之情 bày tỏ lòng yêu nước nồng nàn

【抒情】shūqíng〈动〉bày tỏ tình cảm; trữ tình: ~诗 thơ trữ tình

【抒写】shūxiě〈动〉miêu tả; diễn đạt: 文章~了民众享受改革开放成果的喜悦。Bài viết đã miêu tả niềm vui của người dân được hưởng những thành quả của chính sách cải cách mở cửa.

纾 shū[书]❶〈动〉giải trừ ❷〈动〉kéo dài; hòa hoãn ❸〈形〉dư dật; rộng rãi

【纾困】shūkùn〈动〉[书]giải trừ khó khăn

枢 shū〈名〉❶chốt cửa: 户~不蠹 chốt cửa không mọt ❷bộ phận then chốt: 神经中~ trung tâm thần kinh

【枢纽】shūniǔ〈名〉then chốt; đầu mối: 交通~ đầu mối giao thông

【枢要】shūyào〈名〉[书]nơi đầu mối

叔 shū〈名〉❶chú ruột ❷(xưng hô) chú // (姓)Thúc

【叔伯】shūbai〈形〉thúc bá; chú bác: ~兄弟 anh em chú bác

【叔父】shūfù〈名〉chú ruột

【叔公】shūgōng〈名〉❶chú chồng; chú ruột của chồng ❷[方]ông chú (chú của bố)

【叔母】shūmǔ〈名〉thím

【叔婆】shūpó〈名〉❶thím chồng ❷[方]bà thím (thím của bố)

【叔叔】shūshu〈名〉[口]❶chú: 亲~ chú ruột ❷chú (cách xưng hô đối với người đàn ông cùng vai mà kém tuổi bố)

【叔侄】shūzhí〈名〉(quan hệ) chú cháu

【叔祖】shūzǔ〈名〉ông chú (chú của bố)

S

【叔祖母】shūzǔmǔ〈名〉bà thím (thím của bố)

姝 shū[书] ❶〈形〉đẹp; tốt đẹp ❷〈名〉cô gái xinh đẹp

殊 shū ❶〈形〉khác: 悬~ khác biệt lớn/chênh lệch lớn ❷〈形〉đặc biệt; đặc thù: ~勋 công lao đặc biệt; 情况特~ tình hình đặc biệt ❸〈副〉[书]rất; hết sức: ~佳 rất tốt ❹〈动〉[书] đứt; cắt đứt //(姓)Thù

【殊荣】shūróng〈名〉vinh dự đặc biệt; hết sức vẻ vang: 获得~ nhận được vinh dự đặc biệt

【殊死】shūsǐ ❶〈形〉liều chết; quyết tử ❷〈名〉thời xưa chỉ xử chém

【殊死搏斗】shūsǐ bódòu cuộc vật lộn sống còn

【殊途同归】shūtú–tóngguī khác đường nhưng cùng mục đích; bằng biện pháp khác nhau mà rốt cuộc thu được hiệu quả như nhau

倏 shū〈副〉[书]phút chốc; thoắt

【倏地】shūdì〈副〉phút chốc; thoắt: 小鸟~消失在灌木丛中。Chú chim chích thoắt cái đã mất hút trong bụi cây.

【倏忽】shūhū〈副〉bỗng nhiên; bỗng chốc: ~来了一场山雨。Bỗng chốc cơn mưa rừng đổ xuống.

梳 shū ❶〈名〉cái lược: 牛角~ lược sừng ❷〈动〉chải: ~头 chải đầu

【梳辫子】shū biànzi ❶tết tóc: 奶奶给孙女~。Bà chải đầu và tết tóc cho đứa cháu gái. ❷làm cho rành mạch rõ ràng; chấn chỉnh

【梳理】shūlǐ〈动〉❶[纺织]chải; chải vuốt sợi ❷làm cho rành mạch rõ ràng; chấn chỉnh

【梳洗】shūxǐ〈动〉rửa mặt chải đầu

【梳妆】shūzhuāng〈动〉chải đầu và trang điểm: 她每天花一个小时~。Mỗi ngày chị phải mất tới một tiếng đồng hồ vào việc trang điểm.

【梳妆台】shūzhuāngtái〈名〉bàn trang điểm

【梳子】shūzi〈名〉cái lược

淑 shū〈形〉hiền lành; tốt đẹp

【淑静】shūjìng〈形〉(người phụ nữ) dịu hiền đoan trang

【淑美】shūměi〈形〉đẹp nết na

【淑女】shūnǚ〈名〉[书]thục nữ; người con gái nết na: 她的行为举止真像个~。Cách cư xử của cô ấy đúng như một cô gái nết na.

舒 shū ❶〈动〉thư thái; giãn ra: ~筋活络 thư gân hoạt lạc/giãn gân hoạt mạch; 长~一口气 thở phào nhẹ nhõm ❷〈形〉[书]chậm rãi; thong thả: ~缓 khoan khoái nhẹ nhàng bước đi thong thả ❸〈形〉thảnh thơi; dễ chịu; khoan khoái: 一脸轻松~适的样子 mặt mày thư thái //(姓)Thư

【舒畅】shūchàng〈形〉khoan khoái dễ chịu: 心里感觉~。Trong lòng khoan khoái dễ chịu.

【舒服】shūfu〈形〉❶thoải mái: 运动后洗一个热水澡很~。Tắm nước nóng sau khi tập thể dục người cảm thấy rất thoải mái. ❷dễ chịu: 你按摩得真~。Động tác xoa bóp của anh làm tôi rất dễ chịu.

【舒缓】shūhuǎn〈形〉❶thư hoãn; thư thả; thong thả ❷khoan thai; dịu lắng ❸thoai thoải

【舒筋活络】shūjīn huóluò[中医]thư giãn gân cốt kinh mạch

【舒散】shūsàn〈动〉❶hoạt động thư giãn gân cốt ❷giảm đi; làm khuây tan

【舒适】shūshì〈形〉dễ chịu: 旅游区的环境十分~。Môi trường khu du lịch thật dễ chịu.

【舒松】shūsōng〈形〉(tâm trạng) nhẹ nhàng khoan thai

【舒坦】shūtan〈形〉dễ chịu: 心里~多了。Cảm thấy nhẹ nhàng hẳn lên.

【舒心】shūxīn〈形〉thoải mái: ~的生活 đời

sống thoải mái

【舒展】shūzhǎn❶<动>mở ra; xòe ra: 花瓣也~开了。Những cánh hoa cũng xòe ra. ❷<形>khoan khoái; dễ chịu: 心情~ trong lòng cảm thấy khoan khoái

【舒张】shūzhāng<动>[生理]giãn tim mạch; tâm trương

【舒张压】shūzhāngyā<名>[医学]❶huyết áp trong trạng thái thư hoãn ❷huyết áp tối thiểu

疏 shū❶<动>khai thông; khơi: ~通航道 khơi thông luồng tàu chạy ❷<形>thưa: 地广人~ đất rộng người thưa ❸<形>không thân; sơ nhạt: ~远忠臣 xa lánh trung thần ❹<形>trống rỗng; kém cỏi: 才~学浅. Học nông tài kém. ❺<形>lơ là; lơ đễnh: ~于管教 lơ là trong công tác giáo dục quản lí ❻<动>làm cho thưa ra; phân tán: ~散居民 sơ tán cư dân ❼<名>sớ; điều trần: 奏~ tấu sớ // (姓)Sơ

【疏导】shūdǎo<动>khơi thông: ~交通 điều hành khơi thông giao thông

【疏而不漏】shū'érbùlòu lưới thưa nhưng không để lọt

【疏忽】shūhu<动>lơ là; qua loa: 工作~ làm việc qua loa

【疏浚】shūjùn<动>nạo vét: ~航道 nạo vét đường sông (cho tàu thuyền đi lại an toàn)

【疏漏】shūlòu❶<动>sơ ý để sót ❷<名>sơ suất; bỏ sót: 工作制度的~ sơ suất trong chế độ công tác

【疏落】shūluò<形>lưa thưa; lơ thơ; rải rác; thưa thớt: 整个山坡只有~的几棵桃树。Cả một khoảnh đất đồi chỉ có vài cây đào lưa thưa.

【疏密相间】shūmì-xiāngjiàn thưa dày đều đặn

【疏散】shūsàn❶<形>lưa thưa; thưa thớt; rải rác: 沿路只见几个~的小村落。Dọc

đường chỉ thấy mấy xóm nhỏ rải rác. ❷<动>sơ tán: ~群众 sơ tán quần chúng

【疏松】shūsōng❶<形>tơi; xốp; mềm: ~的材料 vật liệu xốp mềm ❷<动>làm tơi; làm xốp; xới: ~土壤 xới đất

【疏通】shūtōng<动>❶nạo vét; khơi thông: ~中心航道 nạo vét lòng sông ❷dàn xếp; làm trung gian hòa giải: 找人帮忙~关系 tìm người dàn xếp giúp nối quan hệ

【疏于】shūyú<动>lơ là: ~管理 lơ là trong quản lí

【疏远】shūyuǎn❶<动>xa lánh; ghẻ lạnh: ~朋友 làm lạnh nhạt quan hệ bè bạn ❷<形>lạnh nhạt

输¹shū<动>❶chuyển vận: 运~ vận tải/vận chuyển ❷[书]quyên góp

输²shū<动>thua: 打~官司 thua kiện

【输出】shūchū<动>❶đưa ra ❷xuất khẩu: 劳务~ xuất khẩu lao động ❸truyền; phát ra; chuyển giao: ~新工艺 chuyển giao công nghệ mới

【输精管】shūjīngguǎn<名>ống dẫn tinh

【输卵管】shūluǎnguǎn<名>ống dẫn trứng

【输尿管】shūniàoguǎn<名>ống dẫn niệu

【输钱】shūqián<动>thua lỗ tiền

【输入】shūrù<动>❶đưa từ ngoài vào trong ❷du nhập; nhập cảng; nhập vào: ~资金技术 du nhập tiền vốn và kĩ thuật ❸nhập (chuyển dùng cho kĩ nghệ điện tử): ~账户 nhập số tài khoản

【输送】shūsòng<动>chuyển vận: ~原材料 vận chuyển nguyên vật liệu

【输血】shūxuè<动>tiếp máu; truyền máu: 病人急需~。Người bệnh cần tiếp máu gấp.

【输氧】shūyǎng<动>tiếp ô-xy

【输液】shūyè<动>tiếp dịch; truyền dịch

【输赢】shūyíng<名>được thua; thắng bại: 全场比赛结束，双方不分~。Trận đấu kết thúc, hai bên không phân thắng bại.

S

【输油管】shūyóuguǎn〈名〉ống dẫn dầu

蔬 shū〈名〉rau

【蔬菜】shūcài〈名〉rau; rau cỏ

【蔬果】shūguǒ〈名〉rau quả

shú

秫 shú〈名〉cây cao lương

【秫米】shúmǐ〈名〉gạo cao lương

孰 shú〈代〉[书]❶ai; người nào: 分不清~是~非。Không phân biệt được rõ ai đúng ai sai. ❷cái nào ❸cái gì //(姓)Thục

赎 shú〈动〉chuộc

【赎回】shúhuí〈动〉chuộc lại

【赎金】shújīn〈名〉tiền chuộc: 劫匪索要巨额~。Bọn cướp đòi món tiền chuộc lớn.

【赎身】shúshēn〈动〉[旧]chuộc thân

【赎罪】shúzuì〈动〉chuộc tội: 立功~ lập công chuộc tội

塾 shú〈名〉[旧]trường tư: 私~ tư thục/trường tư

【塾师】shúshī〈名〉[旧]thầy giáo trường tư

熟 shú〈形〉❶(quả, thức ăn) chín: ~食 thức ăn chín ❷thuộc: 我已背~这首长诗。Tôi đã thuộc lòng bài thơ dài này. ❸quen thuộc: ~人 người quen ❹thông thuộc: 她很~悉这一片胡同的情况。Chị ấy rất thông thuộc tình hình các ngõ hẻm ở đây. ❺kĩ càng: 深思~虑 suy nghĩ kĩ càng sâu sắc 另见shóu

【熟菜】shúcài〈名〉thức ăn chín: 她买了两份~带回家。Chị ấy mua hai suất thức ăn chín đem về nhà.

【熟地】[1] shúdì〈名〉đất đai đã khai hoang trồng trọt nhiều năm; đất quen

【熟地】[2] shúdì〈名〉[中药]thục địa

【熟客】shúkè〈名〉khách quen

【熟练】shúliàn〈形〉thông thạo; thành thạo: ~工人 công nhân thạo nghề

【熟路】shúlù〈名〉đường quen

【熟门熟路】shúmén–shúlù thông thạo tình hình, dày dạn kinh nghiệm

【熟能生巧】shúnéngshēngqiǎo quen tay hay việc; thành thạo hóa khéo tay: 只要多加练习，自然~。Tập luyện nhiều thì tự nhiên sẽ thành thạo hóa khéo tay.

【熟年】shúnián〈名〉năm được mùa

【熟人】shúrén〈名〉người quen: 她在路上碰到了一个~。Cô ấy bắt gặp một người quen ở trên đường.

【熟稔】shúrěn〈动〉[书]rất quen thuộc

【熟石膏】shúshígāo〈名〉thạch cao chín

【熟石灰】shúshíhuī〈名〉vôi chín; vôi tôi

【熟识】shúshi〈动〉quen biết; biết rõ; thạo: 我跟他不~。Tôi không quen biết anh ta. 他~这一片水域。Anh ấy biết rõ tình hình vùng nước này.

【熟视无睹】shúshì–wúdǔ nhắm mắt làm ngơ; quen nhìn mà chẳng thấy; không quan tâm gì

【熟睡】shúshuì〈动〉ngủ say; ngủ ngon

【熟铁】shútiě〈名〉sắt rèn; sắt

【熟悉】shúxi〈动〉quen thuộc; thông thạo: 她对本辖区的情况很~。Chị ấy rất thông thạo tình hình khu quản lí.

【熟习】shúxí〈动〉thành thạo; hiểu sâu; quen tay: ~业务 thành thạo nghiệp vụ

【熟语】shúyǔ〈名〉thục ngữ (cụm từ hay đoản ngữ cố định được sử dụng thường xuyên)

【熟知】shúzhī〈动〉biết rõ

shǔ

暑 shǔ〈形〉nóng; nắng: 中~ say nắng

【暑假】shǔjià〈名〉nghỉ hè: 他想在~期间去桂林旅游。Anh ấy muốn đi du lịch Quế Lâm trong kì nghỉ hè.

【暑期】shǔqī<名>kì nghỉ hè; mùa hè: ~培训班 lớp đào tạo kì nghỉ

【暑气】shǔqì<名>hơi nóng mùa hè; thời tiết nóng: ~已经消退。Thời tiết đã nguôi nóng.

【暑热】shǔrè<名>thời tiết nóng nực mùa hè

黍 shǔ<名>kê: ~子 hạt kê/cây kê

属 shǔ ❶<名>loại: 金~ kim loại ❷<名>loài: 猴~ loài khỉ ❸<名>thân thuộc; thân thích: 亲~ người thân thuộc ❹<动>lệ thuộc: 常州市~江苏省。Thành phố Thường Châu thuộc tỉnh Giang Tô. ❺<动>cầm tinh: ~龙 cầm tinh con rồng (tuổi Thìn) ❻<动>là; đúng là ❼<动>thuộc về

【属地】shǔdì<名>thuộc địa

【属实】shǔshí<动>xác thực; phù hợp thực tế: 情况~ tình hình phù hợp thực tế

【属下】shǔxià<名>thuộc hạ; cấp dưới

【属相】shǔxiang =【生肖】

【属性】shǔxìng<名>thuộc tính; mang tính: 金属~ mang tính kim loại

【属于】shǔyú<动>thuộc về: 一切权利~人民。Tất cả quyền lực thuộc về nhân dân.

署¹ shǔ ❶<名>công sở; sở ❷<名>cục (cấp trung ương): 海关总~ tổng cục hải quan ❸<动>bố trí: 工作部~ bố trí công tác ❹<动>thay quyền: ~理 thay quyền

署² shǔ<动>kí: 签~ kí tên

【署名】shǔmíng<动>kí tên

蜀 Shǔ<名>❶Thục Hán ❷tên gọi tắt của tỉnh Tứ Xuyên

【蜀锦】shǔjǐn<名>gấm Tứ Xuyên

【蜀犬吠日】shǔquǎn-fèirì chó đất Thục sủa mặt trời; ví ít thấy nên ngỡ ngàng, lấy làm lạ

【蜀黍】shǔshǔ<名>cao lương

【蜀绣】shǔxiù<名>hàng thêu Tứ Xuyên

鼠 shǔ<名>chuột

【鼠辈】shǔbèi<名>hạng chuột; lũ ranh con; đồ vô lại: 无名~ thằng nhãi ranh

【鼠标】shǔbiāo<名>[计算机]con chuột (dùng cho máy tính)

【鼠标手】shǔbiāoshǒu<名>tay con chuột (chứng bệnh đau tay do dùng con chuột lâu ngày)

【鼠目寸光】shǔmù-cùnguāng cận thị như chuột; tầm mắt thiển cận hạn hẹp

【鼠头鼠脑】shǔtóu-shǔnǎo thập thò thập thò dáng như chuột

【鼠疫】shǔyì<名>bệnh dịch hạch

数 shǔ<动>❶đếm: ~人数 đếm đầu người ❷kể là trội hơn: 这里就~这家酒店最好了。Kể ra trong vùng thì khách sạn này là trội nhất. ❸liệt kê

另见shù, shuò

【数不清】shǔbuqīng đếm không xuể

【数不胜数】shǔbùshèngshǔ (nhiều đến mức) đếm không xuể

【数不着】shǔbuzháo chưa thể kể đến: 说到手艺他还~。Về tay nghề thì anh ấy chưa vào hạng.

【数得上】shǔdeshàng có thể kể đến: 他的业务水平在全国都是~的。Về trình độ chuyên môn của ông ấy, trong toàn quốc cũng có danh tiếng.

【数得着】shǔdezháo (danh tiếng, vai vế) phải tính đến; phải kể đến

【数典忘祖】shǔdiǎn-wàngzǔ mất gốc; quên cả quá khứ của mình

【数九】shǔjiǔ<动>vào độ rét buốt mùa đông; vào cửu (bắt đầu từ đông chí, cứ chín ngày là một cửu)

【数九寒天】shǔjiǔ-hántiān ngày đông tháng giá

【数来宝】shǔláibǎo<名>[曲艺]Sổ lai bảo (loại hình nghệ thuật vừa hát vừa tấu vè theo nhịp điệu)

【数落】shǔluo<动>[口]❶quở trách; mắng ❷kể lể: 她把一件件事情~开来。Chị ấy

bắt đầu kể lể từng câu chuyện một.

【数数】shǔshù<动>đếm; đếm xem

【数一数二】shǔyī-shǔ'èr hạng nhất nhì

薯 shǔ<名>củ; khoai: 红~ khoai lang; 马铃~ khoai tây; 木~ củ sắn

【薯莨】shǔliáng<名>[植物]củ nâu

【薯芋类作物】shǔyùlèi zuòwù các cây họ khoai

曙 shǔ<名>[书]rạng đông; bình minh

【曙光】shǔguāng<名>❶ánh bình minh ❷ví tiền cảnh tốt đẹp đã thấy

【曙色】shǔsè<名>sắc trời lúc bình minh

shù

术 shù<名>❶kĩ thuật; học thuật: 武~ võ/võ thuật; 美~ mĩ thuật; 医~ y thuật ❷phương pháp; cách thức: 战~ chiến thuật ❸phẫu thuật //(姓)Thuật

【术科】shùkē<名>khoa mục kĩ thuật (trong huấn luyện quân sự)

【术士】shùshì<名>[书]❶trí thức nho học ❷thuật sĩ; phương sĩ

【术语】shùyǔ<名>thuật ngữ; từ ngữ chuyên môn

戍 shù<动>đóng giữ //(姓)Thú

【戍边】shùbiān<动>đóng giữ biên giới; canh phòng biên giới

【戍守】shùshǒu<动>phòng thủ; đóng giữ

束 shù❶<动>thắt; buộc: ~腰 thắt eo ❷<动>gò bó; trói buộc: 不要太拘~ không nên quá gò bó ❸<量>bó: 一~花 một bó hoa ❹<名>chùm: 光~ chùm sáng //(姓)Thúc

【束缚】shùfù<动>ràng buộc; gò bó: 摆脱~ thoát khỏi sự ràng buộc

【束身】shùshēn<动>[书]❶giữ mình; gò mình: ~自重 giữ mình tự trọng ❷tự trói buộc: ~请罪 tự trói mình để xin chịu tội

【束手】shùshǒu<动>bó tay; trói tay: 危机

面前不能只~待援。Trước nguy cơ không thể chỉ bó tay đợi cứu giúp.

【束手待毙】shùshǒu-dàibì bó tay chịu chết

【束手就擒】shùshǒu-jiùqín bó tay chịu trói: 劫匪在层层包围之下~。Bị gò chặt bởi vòng vây sắt, bọn cướp đã phải bó tay chịu hàng.

【束手束脚】shùshǒu-shùjiǎo bó chân bó tay

【束手无策】shùshǒu-wúcè vô kế khả thi; chịu bó tay: 我们不能在困难面前~。Chúng ta không thể ngồi bó tay trước khó khăn.

【束腰】shùyāo<动>thắt eo

【束之高阁】shùzhīgāogé treo cao trên giá sách; xếp xó

述 shù<动>kể (ra); nói: 口~ kể bằng miệng

【述而不作】shù'érbùzuò thuật nhi bất tác; nói mà không trước tác

【述怀】shùhuái<动>bày tỏ nỗi lòng; thuật hoài: 登泰山~ nỗi lòng trèo núi Thái Sơn

【述廉】shùlián<动>báo cáo tình hình liêm chính

【述评】shùpíng❶<名>bài bình luận: 这篇~说得很客观。Bài bình luận này rất khách quan. ❷<动>thuật lại và bình luận: ~军事热点 bình luận các vấn đề quân sự nóng hổi

【述说】shùshuō<动>kể ra; nói rõ; trình thuật

【述职】shùzhí<动>báo cáo tình hình công việc trên cương vị của mình

树 shù❶<名>cây: 桃~ cây đào; 一棵~ một cây ❷<动>[书]trồng; trồng trọt: 百年~人 vì lợi ích trăm năm phải trồng người ❸<动>dựng nên; xây dựng: ~新风 xây dựng nền nếp đời sống mới //(姓)Thụ

【树碑立传】shùbēi-lìzhuàn dựng bia ghi công trạng; tô son điểm phấn

【树杈】shùchà<名>cành cây; chạc cây

【树丛】shùcóng<名>khóm cây; bụi cây

【树大招风】shùdà-zhāofēng cây cả gió lay

【树倒猢狲散】shù dǎo húsūn sàn cây đổ đàn khỉ tan; xẻ đàn tan nghé

【树敌】shùdí<动>gây thù địch: ~过多 gây thù địch quá nhiều/gây thù chuốc oán

【树墩】shùdūn<名>gốc cây

【树干】shùgàn<名>thân cây

【树高千尺，叶落归根】shùgāo-qiānchǐ, yèluò-guīgēn cây cao ngàn trượng lá rụng về cội

【树冠】shùguān<名>tán cây

【树立】shùlì<动>nêu; xây dựng; gây dựng: ~典型 dựng nên gương mẫu

【树林】shùlín<名>rừng cây

【树龄】shùlíng<名>tuổi cây: 这片原始森林的古树有上千年~。Khu rừng nguyên sinh này có những cây cổ thụ tuổi trên ngàn năm.

【树苗】shùmiáo<名>cây giống; cây non: 栽培~ vun xới cho cây non

【树木】shùmù<名>cây cối

【树皮】shùpí<名>vỏ cây

【树梢】shùshāo<名>ngọn cây

【树身】shùshēn<名>thân cây

【树叶】shùyè<名>lá cây

【树荫】shùyīn<名>bóng cây; bóng râm: 这棵大榕树形成了一片~。Cây đa này trùm lên một khoảnh bóng râm.

【树欲静而风不止】shù yù jìng ér fēng bù zhǐ cây muốn yên mà gió chẳng dừng

【树枝】shùzhī<名>cành cây

【树脂】shùzhī<名>nhựa cây

【树种】shùzhǒng<名>❶loại cây ❷giống cây: 采集~ thu thập hạt giống cây

【树桩】shùzhuāng<名>gốc cây

竖¹ shù❶<形>thẳng đứng: ~井 giếng dọc/ hầm đứng ❷<形>dọc: 该表格横向有三行，~向有五列。Tờ biểu mẫu đó có ba hàng ngang năm cột dọc. ❸<动>dựng: ~起 旗杆 dựng lên cột cờ ❹<名>nét sổ (trong chữ Hán)

竖² shù<名>[书]❶đày tớ nhỏ ❷trẻ con ❸ hoạn quan

【竖笛】shùdí<名>ống sáo; kèn

【竖立】shùlì<动>đứng sừng sững; dựng đứng: 广州塔~在广州市中心。Tháp Quảng Châu đứng sừng sững ở trung tâm thành phố Quảng Châu.

【竖起】shùqǐ<动>dựng đứng; dựng lên: ~耳朵 giỏng tai lên nghe ngóng

【竖琴】shùqín<名>đàn hạc; thụ cầm

【竖蜻蜓】shù qīngtíng[方]dựng ngược; trồng cây chuối (động tác)

【竖直】shùzhí❶<动>thẳng đứng; dựng đứng; dựng lên: 桩子被~起来。Cây cọc đã được dựng đứng lên. ❷<形>những cái dựng thẳng

【竖子】shùzǐ<名>[书]❶đày tớ nhỏ ❷thẳng nhóc; thẳng nhãi: ~不足与谋。Thằng nhóc không bõ cùng bàn.

恕 shù<动>❶suy bụng ta ra bụng người ❷tha thứ; dung thứ: 请~罪。Xin tha thứ. ❸xin thứ lỗi (lời nói khách sáo): ~不接待。Xin thứ lỗi không tiếp đãi được.

【恕不奉陪】shùbùfèngpéi Xin lỗi, tôi không thể tháp tùng ông!

【恕难从命】shùnáncóngmìng Xin lỗi, tôi không thể làm theo lời ông!

【恕罪】shùzuì<动>xá lỗi; thứ lỗi

庶¹ shù❶<形>đông; nhiều: 富~ giàu có đông đúc ❷<名>[书]bình dân; dân thường ❸<名>[旧]thứ; ngành thứ: ~子 con do thiếp (vợ lẽ) sinh //(姓)Thứ

庶² shù<副>[书]❶ngõ hầu ❷dường như:

若提前沟通，~不致误。Giá có sự trao đổi trước thì xem chừng cũng không bị nhỡ việc.

【庶出】shùchū<动>do vợ lẽ sinh ra

【庶乎】shùhū =【庶几】

【庶几】shùjī<副>[书]❶ngõ hầu: ~成功 ngõ hầu được thành công ❷đường như

【庶民】shùmín<名>[书]thứ dân; bình dân; dân thường; dân đen

【庶母】shùmǔ<名>[旧]mẹ thứ; thứ mẫu

【庶人】shùrén<名>[书]dân thường

【庶务】shùwù<名>[旧]việc vặt; người làm việc vặt

【庶子】shùzǐ<名>[旧]thứ tử; con của vợ lẽ

数 shù❶<名>số: 学员人~ số học viên; 岁~ số tuổi ❷<名>con số; chữ số ❸<名>[语法]số (một phạm trù ngữ pháp) ❹<名>số trời; số mệnh: 天有定~。Số trời đã định. ❺<数>vài; mấy: 寥寥~页 vẻn vẹn vài trang ❻<数>khoảng: 百~里路 khoảng trăm dặm đường

另见shǔ, shuò

【数表】shùbiǎo<名>bảng số; bảng toán học

【数词】shùcí<名>số từ

【数额】shù'é<名>số; số lượng: ~巨大 số lượng lớn

【数据】shùjù<名>số liệu; dữ liệu: 保存~ lưu trữ số liệu

【数据库】shùjùkù<名>kho số liệu; kho dữ liệu

【数控】shùkòng<形>điều khiển bằng số: ~机床 máy tiện điều khiển bằng số

【数理逻辑】shùlǐ luójí lô-gích toán

【数量】shùliàng<名>số lượng: 足够的~ đầy đủ về số lượng

【数量词】shùliàngcí<名>số lượng từ

【数量级】shùliàngjí<名>[物理]cấp số lượng

【数列】shùliè<名>[数学]dãy số

【数论】shùlùn<名>[数学]lí thuyết số

【数码】shùmǎ❶<名>số; con số; chữ số ❷<形>số; mã hóa: ~技术 kĩ thuật số

【数码产品】shùmǎ chǎnpǐn sản phẩm kĩ thuật số

【数码化】shùmǎhuà mã hóa

【数码相机】shùmǎ xiàngjī máy ảnh số; máy ảnh kĩ thuật số

【数目】shùmù<名>con số

【数学】shùxué<名>toán học; số học

【数学家】shùxuéjiā<名>nhà toán học: 华罗庚是世界著名的~。Ông Hoa La Canh là nhà toán học nổi tiếng thế giới.

【数以万计】shùyǐwànjì hàng vạn: 参加这次活动的人~。Có tới hàng vạn người tham gia lần hoạt động này.

【数值】shùzhí<名>[数学]trị số

【数制】shùzhì<名>phép ghi số

【数字】shùzì❶<名>số ❷<名>con số; chữ số ❸<名>số lượng ❹<形>số; mã hóa: ~游戏 trò chơi con số

【数字电视】shùzì diànshì truyền hình kĩ thuật số

【数字化】shùzìhuà số hóa; mã hóa

【数罪并罚】shùzuìbìngfá theo luật định ghép nhiều tội của can phạm cùng xử chung: 以强奸罪、故意杀人罪、诈骗罪，~，判处罪犯死刑并没收个人全部财产。Can phạm phạm các tội cưỡng hiếp, cố ý giết người, lừa đảo, ghép lại xử tử hình và tịch thu toàn bộ tài sản cá nhân.

墅 shù<名>biệt thự: 别~ biệt thự

漱 shù<动>súc miệng

【漱口】shùkǒu<动>súc miệng: 用盐水~ súc miệng bằng nước muối

shuā

刷¹ shuā❶<名>bàn chải: 鞋~ bàn chải đánh giày ❷<动>đánh; chải: ~牙 đánh răng; ~墙

quét tường ❸<动>xóa tên; đào thải; sa thải: 由于经济不景气，今年一些工人被~了。 Do kinh tế kém phát triển, năm nay có một số công nhân bị sa thải.

刷² shuā<拟>sầm sập; rào rào; soàn soạt
另见shuà

【刷卡】shuākǎ<动>quẹt thẻ

【刷洗】shuāxǐ<动>cọ rửa; lau rửa: ~碗碟 cọ rửa bát đĩa; ~桌椅 lau rửa bàn ghế

【刷鞋】shuāxié<动>đánh giày; chải giày

【刷新】shuāxīn<动>đổi mới; phá (kỉ lục): ~成绩 đổi mới thành tích; ~短跑记录 phá kỉ lục môn chạy cự li ngắn

【刷子】shuāzi<名>bàn chải

shuǎ

耍 shuǎ<动>❶[方]chơi; chơi đùa; nghịch: 小孩爱玩~。Trẻ em thích đùa nghịch. ❷biểu diễn; múa: ~杂技 diễn xiếc ❸thi thố; giở ra: ~坏 giở trò xấu; ~大姐范儿 ra vẻ chị cả ❹lừa; lừa gạt: 被~了 mắc lừa //(姓)Xọa

【耍把戏】shuǎ bǎxì❶diễn xiếc; làm xiếc ❷[方]giở trò lừa dối

【耍笔杆】shuǎ bǐgǎn múa quản bút; múa máy ngọn bút

【耍大牌】shuǎ dàpái ra vẻ ta đây: 一些演员爱~。Một số diễn viên có thói ra vẻ ta đây.

【耍逗】shuǎdòu<动>trêu chọc; trêu ghẹo

【耍横】shuǎhèng<动>[方]giở thái độ đầu gấu; giở trò gấu

【耍猴儿】shuǎhóur<动>❶diễn xiếc khỉ ❷trêu chọc; đùa bỡn

【耍花腔】shuǎ huāqiāng tán tỉnh lừa người: 你不要跟我~! Đừng có giở trò tán tỉnh lừa đảo với tôi!

【耍花样】shuǎ huāyàng làm dáng; giở kiểu: 别在我跟前~。Đừng có mà giở kiểu

trước mặt tôi.

【耍花招】shuǎ huāzhāo❶giở trò khôn vặt ❷giở trò; giở mánh khóe

【耍滑】shuǎhuá<动>dùng mánh lới; chơi khôn

【耍奸】shuǎjiān =【耍滑】

【耍赖】shuǎlài<动>giở trò xấu; xỏ lá; chơi đểu: 我不怕你~。Tao không sợ mày giở trò đểu.

【耍流氓】shuǎ liúmáng giở trò lưu manh: 那家伙在公共场所~被抓住了。Cái thằng định giở trò lưu manh ở nơi công cộng đã bị tóm giữ.

【耍闹】shuǎnào<动>nô đùa; đùa nghịch: 一群孩子在~。Một bày em nhỏ đang nô đùa.

【耍弄】shuǎnòng<动>❶trêu đùa; trêu chọc: 被众人~ bị chúng bạn trêu chọc/bị chúng bạn chơi khăm ❷thi thố

【耍排场】shuǎ páichǎng làm ra vẻ; giữ sĩ diện

【耍脾气】shuǎ píqi nổi cáu; giận dỗi

【耍贫嘴】shuǎ pínzuǐ[方](nói) lải nhải; nói dai: 他没有大本事，就爱~。Gã chẳng có tài gì ngoài việc nói dai.

【耍人】shuǎrén<动>trêu chọc; đùa bỡn (người khác)

【耍手段】shuǎ shǒuduàn giở thủ đoạn

【耍手艺】shuǎ shǒuyì sống bằng nghề thủ công

【耍态度】shuǎ tàidù nổi nóng; giở thái độ (xấu): 动不动就~ hơi một tí là nổi nóng 他干活不咋样却常~。Anh làm việc không đâu vào đâu lại thường giở thái độ xấu.

【耍威风】shuǎ wēifēng ra oai; hách dịch

【耍无赖】shuǎ wúlài =【耍赖】

【耍笑】shuǎxiào<动>❶nói chuyện vui; nói chuyện phiếm ❷trêu chọc; nói đùa

【耍心眼儿】shuǎ xīnyǎnr giở mẹo vặt: 你

别跟我~。Anh đừng có giở mẹo vặt với tôi.

【耍嘴皮子】 shuǎ zuǐpízi ❶khua môi múa mép ❷nói suông: 他不干实事，只~。Hắn không làm việc thực tế, chỉ nói suông thôi.

shuà

刷 shuà〈动〉[方]sầm sập; rào rào; soàn soạt
另见shuā

【刷白】 shuàbái〈形〉[方]trắng; tái xanh; trắng bệch: 脸色~ sắc mặt trắng bệch

shuāi

衰 shuāi〈动〉yếu, suy yếu: 由盛到~ từ thịnh đến suy; 年老体~。Tuổi già sức yếu.

【衰败】 shuāibài〈动〉suy sụp; sa sút; suy đồi

【衰惫】 shuāibèi〈形〉[书]mệt yếu; suy nhược mệt mỏi

【衰敝】 shuāibì〈形〉lụn bại; suy đồi: 社会~ xã hội suy đồi

【衰变】 shuāibiàn〈动〉[物理]suy biến; hao hụt trong quá trình biến hóa

【衰草】 shuāicǎo〈名〉cỏ lụi; cỏ tàn

【衰减】 shuāijiǎn〈动〉suy giảm; suy yếu: 收入继续~ doanh thu tiếp tục suy giảm; 影响力~ sức ảnh hưởng suy giảm

【衰竭】 shuāijié〈动〉suy kiệt; suy yếu kiệt sức: 水源~ nguồn nước bị cạn kiệt; 生命力~ sức sống suy kiệt

【衰老】 shuāilǎo〈形〉già yếu: 日渐~ ngày càng già yếu

【衰落】 shuāiluò〈动〉suy sụp; sa sút: 走向~ đi đến suy sụp

【衰迈】 shuāimài〈形〉[书]tuổi già sức yếu

【衰弱】 shuāiruò〈形〉❶suy nhược ❷suy yếu

【衰颓】 shuāituí〈形〉suy tàn; suy đồi

【衰退】 shuāituì〈动〉suy thoái; sa sút: 部分队员的进取心有所~。Lòng tiến thủ của một số đội viên đã bị sa sút phần nào.

【衰亡】 shuāiwáng〈动〉suy vong

【衰微】 shuāiwēi〈形〉[书](quốc gia, gia tộc) suy vi

【衰萎】 shuāiwěi〈动〉héo tàn: 秋末花草~。Cuối thu cỏ cây héo tàn.

【衰歇】 shuāixiē〈动〉[书]suy thoái; đình trệ: 进入生长~期 đi vào thời kì sinh trưởng đình trệ

【衰谢】 shuāixiè〈动〉[书]suy sụp; tàn lụi; héo lụi

【衰朽】 shuāixiǔ〈形〉[书]già yếu; suy sụp

摔 shuāi〈动〉❶ngã: 老人不小心~了一跤。Cụ già bất chợt bị ngã. ❷rơi: 从高处~下来 rơi xuống từ trên cao ❸ném: 那孩子向池塘~了块石头。Chú bé kia ném viên đá xuống ao. ❹đánh rơi vỡ: 保姆失手~破了碗。Người giúp việc lỡ tay đánh rơi vỡ cái bát. ❺đập; giũ

【摔打】 shuāida〈动〉❶đập; giũ ❷rèn luyện; rèn giũa: 经得起~才能有进步。Trải qua nhiều rèn luyện mới có thể tiến bộ.

【摔跟头】 shuāi gēntou ❶ngã: 老奶奶眼神差走路容易~。Bà cụ mắt kém đi đường dễ bị ngã. ❷sai lầm; vấp váp: 工作中~ bị vấp váp trong công việc

【摔跤】 shuāijiāo ❶〈动〉ngã ❷〈动〉vật ❸〈名〉môn vật

【摔门】 shuāimén〈动〉dập cửa: ~而去 dập cửa bỏ đi

shuǎi

甩 shuǎi〈动〉❶vung; vẩy; phất: ~袖子 vung tay áo ❷quăng; ném: ~手榴弹 quăng lựu đạn ❸bỏ mặc; ruồng bỏ: 把女朋友~了。Đã ruồng bỏ bạn gái.

【甩包袱】shuǎi bāofu　trút bỏ gánh nặng; trút nợ

【甩车】shuǎichē<动>[铁路]gỡ rơ-moóc ra; cắt toa (tàu, xe)

【甩掉】shuǎidiào<动>bỏ; bỏ mặc; thoát khỏi; quăng đi: 她已把流氓~。Cô ấy đã thoát khỏi sự bám riết của thằng lưu manh.

【甩干】shuǎigān<动>vắt khô (trong máy giặt): 妈妈已经用洗衣机~衣服。Mẹ đã dùng máy giặt vắt khô quần áo.

【甩货】shuǎihuò<动>bán tháo hàng; bán phá giá

【甩开膀子】shuǎikāi bǎngzi vung cánh tay ra; ví dốc hết sức vào công việc: 我们要~大干一场。Chúng ta cần dốc hết tâm sức mà làm.

【甩客】shuǎikè<动>cố ý bỏ mặc khách đợi (xe buýt đến bến mà không đỗ): 坚决杜绝~行为。Kiên quyết ngăn chặn hành vi cố ý bỏ mặc khách đợi.

【甩脸子】shuǎi liǎnzi[方]làm giận ra mặt; xị mặt

【甩卖】shuǎimài<动>bán phá giá; bán tháo: 这些商品降价大~。Những mặt hàng này đang bán phá giá.

【甩腔】shuǎiqiāng<动>kéo dài giọng hát (trong một số làn điệu hát kịch)

【甩手】shuǎishǒu<动>❶vung tay ❷mặc kệ; bỏ mặc: 不能对自己分内的工作~不干。Không thể vung tay bỏ mặc đối với mảng công việc của mình.

【甩手掌柜】shuǎishǒu zhǎngguì người phụ trách chỉ tay năm ngón mà không làm việc gì cụ thể

【甩站】shuǎizhàn<动>(tàu) bỏ ga; (xe buýt) bỏ bến (đáng phải đỗ mà không đỗ)

【甩子】shuǎizi<名>❶con xúc xắc ❷thằng du côn

帅¹shuài<名>[军事]soái; chủ tướng //(姓) Soái

帅²shuài<形>[口]đẹp; xuất sắc: ~小伙 chàng trai đẹp; 他的传球太~了。Pha đi bóng của cậu ấy đẹp mắt quá.

【帅才】shuàicái<名>❶tài chỉ huy kiệt xuất ❷người có tài năng tướng soái

【帅哥】shuàigē<名>chàng trai bảnh bao; chàng trai đẹp; soái ca: 她的男朋友是个~。Bạn trai của cô ấy bảnh bao lắm.

【帅旗】shuàiqí<名>cờ soái

【帅气】shuàiqi❶<名>khí chất bảnh trai; khí chất tuấn tú ❷<形>bảnh bao; tuấn tú

【帅印】shuàiyìn<名>con dấu chủ tướng; con dấu chủ soái

率¹shuài<动>❶dẫn; dẫn đầu: ~军出城 dẫn quân ra thành ❷[书]theo: ~性而为 đi theo sở thích //(姓)Suất

率²shuài❶<形>coi thường; không thận trọng: 草~ qua quít; 轻~ khinh suất ❷<形> thẳng thắn: 他是一个直~的人。Anh ấy là một người thẳng thắn. ❸<副>[书]đại khái; đại để: 大~如此 đại để như vậy
另见lǜ

【率尔】shuài'ěr<副>[书]khinh suất; không thận trọng

【率领】shuàilǐng<动>dẫn đầu: 队长~全队出场。Đội trưởng dẫn đầu cả đội ra sân.

【率马以骥】shuàimǎ-yǐjì dùng ngựa khỏe dẫn dắt đàn ngựa (chỉ người tài giỏi dẫn đầu)

【率然】shuàirán<副>[书]khinh suất: 不可~行事 hành sự không nên khinh suất

【率兽食人】shuàishòu-shírén dẫn thú dữ về ăn thịt người; mất hết nhân tính

【率先】shuàixiān<副>dẫn đầu; trước tiên: ~

响应 dẫn đầu hưởng ứng

【率性】shuàixìng❶〈副〉dứt khoát ❷〈形〉tùy hứng; theo ý thích: ~行事 làm việc tùy theo ý thích

【率由旧章】shuàiyóu-jiùzhāng　mọi thứ làm theo lề thói cũ; dập theo như cũ

【率真】shuàizhēn〈形〉thành thực; chân thực: ~性格 tính cách chân thực

【率直】shuàizhí〈形〉thẳng thắn: ~表达意见 trình bày ý kiến một cách thẳng thắn

shuān

闩 shuān❶〈名〉chốt; then (cửa) ❷〈动〉cài; gài: 记得~门啊! Nhớ cài cửa nhé! //(姓) Thuyên

【闩门】shuānmén〈动〉cài cửa

拴 shuān〈动〉❶buộc: 把狗~起来吧。Buộc con chó lại đi. ❷ràng buộc; vướng víu: 我这几年让孩子给~住了。Mấy năm nay tôi luôn bị vướng víu bởi con cái.

【拴绑】shuānbǎng〈动〉trói buộc

【拴缚】shuānfù〈动〉trói buộc

【拴系点】shuānjìdiǎn〈名〉chỗ buộc

【拴马桩】shuānmǎzhuāng〈名〉cột thắt dây cương ngựa

【拴住】shuānzhù〈动〉buộc lại; thắt lại

栓 shuān〈名〉❶cái chốt; cái then; cái van: 门~ then cài cửa; 消防~ cái van chữa cháy ❷chốt an toàn (của súng) ❸(cái) nút; nắp hay vật có hình dạng như cái nút

【栓钉】shuāndīng〈名〉đinh gắn nối; đinh tà vẹt

【栓剂】shuānjì〈名〉[医药]thuốc đạn

【栓塞】shuānsè〈动〉[医学]tắc mạch: 脑血管~ tắc mạch máu não

【栓子】shuānzi〈名〉[医学]vật tắc mạch; vật gây tắc mạch

shuàn

涮 shuàn〈动〉❶khỏa; rửa: 把锅好好~一~。Rửa cho sạch cái nồi. ❷súc: 麻烦你~下杯子。Phiền cô súc qua cái cốc. ❸chần; nhúng ❹[方]lừa phỉnh; đùa cợt, lừa gạt: 你别~我啦。Anh đừng có đùa cợt với tôi nữa.

【涮锅子】shuàn guōzi❶chần thức ăn; ăn lẩu; nhúng lẩu ❷món ăn nhúng

【涮羊肉】shuàn yángròu　chần thịt cừu; tái dê

shuāng

双 shuāng❶〈形〉đôi; hai: ~手 hai tay ❷〈量〉đôi: 两~鞋 hai đôi giày ❸〈形〉chẵn: ~号 số chẵn ❹〈形〉kép; gấp đôi: 打~份工 nhận làm hai công việc //(姓)Song

【双胞胎】shuāngbāotāi〈名〉bào thai đôi; thai sinh đôi; sinh đôi

【双倍】shuāngbèi〈名〉gấp đôi; hai lần

【双臂】shuāngbì〈名〉đôi cánh tay

【双边关系】shuāngbiān guānxì　quan hệ đôi bên; quan hệ tay đôi

【双边会议】shuāngbiān huìyì　cuộc họp hai bên; hội nghị hai bên

【双边贸易】shuāngbiān màoyì　mậu dịch tay đôi; mậu dịch đôi bên

【双边谈判】shuāngbiān tánpàn　đàm phán tay đôi; đàm phán hai bên

【双层】shuāngcéng〈名〉hai tầng; hai lớp: ~公共汽车大受市民欢迎。Xe buýt 2 tầng rất được người dân phố chấp nhận.

【双程票】shuāngchéngpiào〈名〉vé khứ hồi

【双重】shuāngchóng〈形〉song trùng; kép; hai tầng: ~身份 tư cách kép

【双重保险】shuāngchóng bǎoxiǎn　bảo

hiểm kép; ví có sự đảm bảo chắc chắn

【双重标准】shuāngchóng biāozhǔn hai tiêu chuẩn khác nhau: 一些国家在人权问题上搞~。 Một số nước áp dụng hai tiêu chuẩn khác nhau đối với vấn đề nhân quyền.

【双重国籍】shuāngchóng guójí hai quốc tịch

【双重人格】shuāngchóng réngé tính cách hai mặt; hai nhân cách

【双唇音】shuāngchúnyīn<名>[语言]âm môi

【双打】shuāngdǎ<名>môn đánh đôi; đánh kép (trong bóng bàn, cầu lông, quần vợt…): 女子~冠军 vô địch môn đánh đôi nữ

【双方】shuāngfāng<名>hai bên; đôi bên: ~不欢而散。 Cả hai bên đều tiu nghỉu bỏ về.

【双飞】shuāngfēi<名>chuyến bay khứ hồi

【双峰驼】shuāngfēngtuó<名>lạc đà hai bướu

【双杠】shuānggàng<名>[体育]xà kép

【双关】shuāngguān<名>hai tầng ý nghĩa; một câu đôi nghĩa: ~语在诗歌、戏剧、小品中使用得很普遍。 Một câu đôi nghĩa được áp dụng rộng rãi trong thơ ca, hí kịch và tiểu phẩm.

【双管齐下】shuāngguǎn-qíxià vẽ bằng hai bút cùng lúc; ví cùng lúc triển khai về cả hai mặt hay cùng lúc tiến hành cả hai việc

【双规】shuāngguī<动>song quy (một trong những biện pháp kỉ luật nội bộ Đảng Cộng sản Trung Quốc, yêu cầu đối tượng bị thẩm tra đến nơi quy định vào thời gian quy định để trình bày rõ vấn đề): 那名高官因涉嫌贪污受贿、以权谋私而被~了。 Quan chức cấp cao nọ đã bị song quy bởi bị tình nghi ăn nhận hối lộ và dùng quyền lực để mưu cầu lợi ích riêng tư.

【双轨】shuāngguǐ<名>đường sắt đôi: 现在全国大多数铁路都铺上了~。 Hiện nay đa

phần đường sắt trong cả nước đều là đường sắt đôi.

【双轨制】shuāngguǐzhì<名>hai cơ chế song song

【双号】shuānghào<名>(số hiệu, biển số) chẵn

【双簧】shuānghuáng<名>❶[曲艺]song hoàng; hai bè (hình thức biểu diễn phối hợp của hai người, một người biểu diễn động tác, đối tác thì nói hoặc hát sau màn) ❷ví hoạt động phối hợp giữa hai bên, một bên ra mặt còn bên khác thì giật dây đằng sau

【双簧管】shuānghuángguǎn<名>kèn hai lá gió; kèn ô boa

【双季稻】shuāngjìdào<名>lúa hai vụ: 南方大部分地区都种植~。 Đa phần các khu vực miền Nam đều trồng lúa hai vụ.

【双肩包】shuāngjiānbāo<名>túi hay cặp đeo vai hai quai ba lô nhỏ: ~便于出外旅行。 Loại cặp đeo vai hai quai rất tiện cho việc du lịch.

【双肩挑】shuāngjiāntiāo gánh hai vai; đảm nhận cùng lúc hai cương vị: 他党政工作~，担任公司总经理兼任党委书记。 Ông ấy đảm nhận cả hai cương vị Đảng và chính quyền là Tổng giám đốc kiêm Bí thư Đảng ủy Công ti.

【双脚】shuāngjiǎo<名>đôi bàn chân; hai chân

【双开】shuāngkāi<动>song khai (biện pháp trừng phạt đối với cán bộ viên chức Đảng viên phạm sai lầm, khai trừ ra khỏi Đảng và khai trừ ra khỏi đội ngũ viên chức)

【双联单】shuāngliándān<名>hóa đơn viết đúp; đơn hai liên: 材料出入库必须有~。 Vật liệu xuất nhập kho cần kèm đơn hai liên.

【双料】shuāngliào<形>❶vật liệu gấp đôi;

cả hai mặt: ~脸盆 chậu hai lớp men ❷có hai thân phận hoặc danh hiệu: ~冠军 quán quân giải hai môn thi đấu

【双面】shuāngmiàn<形>hai mặt; đôi mặt

【双面胶】shuāngmiànjiāo<名>băng dán keo hai mặt

【双目】shuāngmù<名>đôi mắt; hai mắt: ~失明 mù lòa cả đôi mắt

【双栖】shuāngqī<动>song thê; lưỡng thê (diễn viên nương thân ở cả ngành truyền hình lẫn ngành điện ảnh)

【双抢】shuāngqiǎng<动>tranh thủ trồng trọt và gặt hái (cho kịp thời vụ): 我们要不误农时，迅速开展~活动。Không để lỡ thời vụ chúng ta cần nhanh chóng triển khai công việc trồng trọt và gặt hái.

【双亲】shuāngqīn<名>cha mẹ; song thân: ~健在 cha mẹ vẫn khỏe

【双球菌】shuāngqiújūn<名>[生物]song cầu khuẩn (diplococcus)

【双全】shuāngquán<形>song toàn: 智勇~ trí dũng song toàn

【双人床】shuāngrénchuáng<名>giường đôi; giường to

【双人房】shuāngrénfáng<名>phòng ở hai người (thường chỉ trong khách sạn); phòng đôi: 请给我们安排一间~。Xin sắp xếp cho chúng tôi một gian phòng đôi.

【双人滑】shuāngrénhuá<名>môn trượt băng hai người: 在冬季奥运会上，中国选手获得花样滑冰男女~冠军。Tại Đại hội Olimpic mùa đông, vận động viên Trung Quốc đã giành được chức quán quân môn trượt băng hai người nam và nữ.

【双人舞】shuāngrénwǔ<名>múa đôi

【双刃剑】shuāngrènjiàn<名>dao hai lưỡi: 网络是把~，既能给人提供丰富的资料，也会让一些人变成网迷，徒耗年华。Internet là con dao hai lưỡi, vừa có thể cung cấp nguồn dữ liệu dồi dào nhưng cũng có thể biến người ta thành những người u mê trong việc giết thời gian trên mạng.

【双日】shuāngrì<名>ngày chẵn

【双生】shuāngshēng<形>sinh đôi: ~兄弟 anh em sinh đôi

【双声】shuāngshēng<名>[语言]âm đầu lặp lại; song thanh; láy phụ âm

【双声道】shuāngshēngdào<名>hai hệ âm thanh

【双手】shuāngshǒu<名>đôi tay; hai tay: 我举~赞成这个提议。Tôi xin giơ cả hai tay tán thành đề nghị này.

【双输】shuāngshū<动>cả hai bên đều bị tổn thất: 双方努力达成调解，避免~。Hai bên nỗ lực đi tới hòa giải để tránh cả hai bên đều bị tổn thất.

【双数】shuāngshù<名>số chẵn

【双双】shuāngshuāng<副>thành cặp; thành đôi; sánh đôi: 他俩合伙抢劫杀人，~落入法网。Hai đứa hò nhau giết người cướp của rồi lại cùng sa lưới luật pháp.

【双宿双飞】shuāngsù-shuāngfēi đôi chim bay lượn quấn quít bên nhau; ví đôi vợ chồng tình cảm khăng khít luôn bên nhau như hình với bóng

【双筒望远镜】shuāngtǒng wàngyuǎnjìng ống nhòm hai kính mắt

【双喜临门】shuāngxǐ-línmén song hỉ lâm môn; ví hai chuyện vui đến cùng một lúc: 他真是~，爱情、事业皆丰收。Anh ấy thật là song hỉ lâm môn, cùng lúc gặt hái cả tình yêu và sự nghiệp.

【双下巴】shuāngxiàba<名>cằm đôi

【双响】shuāngxiǎng<名>pháo nổ hai lần; pháo kép

【双向】shuāngxiàng<形>❶hai bên cùng phối hợp hay tác động lẫn nhau: ~互动。Hai bên phối hợp lẫn nhau. ❷hai chiều trái ngược: ~车流量均增加。Số xe chạy xuôi và chạy ngược đều tăng.

【双向流动】shuāngxiàng liúdòng lưu động hai chiều; chuyển dịch hai chiều

【双向收费】shuāngxiàng shōufèi thu phí hai chiều: 这段路~。Đoạn đường này thu phí hai chiều.

【双效】shuāngxiào〈名〉hiệu quả kép

【双薪】shuāngxīn〈名〉đồng lương gấp bội: 节日加班发~。Làm thêm vào ngày lễ tết được hưởng đồng lương gấp bội.

【双星】shuāngxīng〈名〉❶[天文]sao đôi; cặp sao ❷hai sao Ngưu lang và Chức nữ

【双休日】shuāngxiūrì〈名〉chế độ làm việc mỗi tuần năm ngày và thông thường nghỉ liên tiếp hai ngày vào thứ bảy và chủ nhật: 下个~我们去北海玩。Chúng tôi sẽ đi chơi Bắc Hải vào ngày nghỉ thứ bảy và chủ nhật tuần tới.

【双选会】shuāngxuǎnhuì〈名〉hội chợ việc làm: 他们在~上找到了称心的工作。Tại hội chợ việc làm, các em đã tìm được việc làm ưng ý.

【双学位】shuāngxuéwèi〈名〉hai học vị (một người cùng lúc giành được hai học vị đẳng cấp tương đồng ở những chuyên ngành khác nhau)

【双眼皮】shuāngyǎnpí〈名〉mắt hai mí; mí mắt đôi: 有些女青年爱美,不惜动手术割~。Để làm đẹp có những cô gái đã không chần chừ trong việc làm phẫu thuật tạo mắt hai mí.

【双氧水】shuāngyǎngshuǐ〈名〉[医药]dung dịch ô-xy già; dung dịch pe-ô-xít-hi-đrô

【双翼机】shuāngyìjī〈名〉máy bay cánh kép

【双引号】shuāngyǐnhào〈名〉dấu ngoặc kép

【双赢】shuāngyíng〈动〉cả hai bên cùng thắng: 我们一起努力达到~的目标。Ta

cùng cố gắng để đạt mục tiêu cả hai bên đều giành phần thắng.

【双鱼座】shuāngyúzuò〈名〉chòm sao Song ngư

【双语】shuāngyǔ〈名〉song ngữ; hai thứ tiếng: ~教学 giảng dạy song ngữ

【双语制】shuāngyǔzhì〈名〉chế độ song ngữ: 现在~幼儿园不断增多。Hiện giờ các trung tâm mẫu giáo song ngữ ngày càng tăng.

【双月刊】shuāngyuèkān〈名〉tạp chí hai tháng ra một số: 这是~杂志。Đây là cuốn tạp chí hai tháng ra một số.

【双职工】shuāngzhígōng〈名〉cả hai vợ chồng đều là công nhân viên chức

【双子座】shuāngzǐzuò〈名〉chòm sao Song tử

霜 shuāng ❶〈名〉sương; sương giá: ~晨 buổi sớm đầy sương ❷〈名〉(chất giống) sương: 柿~ meo quả hồng ❸〈形〉màu trắng (tựa như sương): ~发 tóc sương

【霜冻】shuāngdòng〈名〉sương giá: 芭蕉怕~。Cây chuối rất kiêng bị sương giá.

【霜害】shuānghài〈名〉thiệt hại bởi sương giá

【霜降】shuāngjiàng〈名〉tiết Sương giáng

【霜叶】shuāngyè〈名〉lá bị sương nhuốm; lá đỏ: 西山~红似火。Lá đỏ Tây Sơn nhuốm hồng tựa ngọn lửa đỏ.

孀 shuāng〈名〉góa

【孀妇】shuāngfù〈名〉[书]góa phụ

【孀居】shuāngjū〈动〉[书]ở góa

shuǎng

爽[1] shuǎng〈形〉❶trong sáng; sáng láng: 清~的早晨 buổi sáng trời trong sáng ❷(tính cách) ngay thẳng: 直~ thẳng thắn ❸dễ chịu; thoải mái: 感觉轻松舒~ cảm giác thoải mái dễ chịu

爽² shuǎng<动>sai; sai sót: 屡试不～ thử đi thử lại nhiều lần đều không sai

【爽畅】shuǎngchàng<形>thoải mái dễ chịu: 心情～ tâm trạng thoải mái

【爽脆】shuǎngcuì<形>❶gọn ghẽ; dứt khoát: 办事～ làm việc dứt khoát ❷(âm thanh) thánh thót; trong trẻo: 房间传出～的笑声。 Trong phòng vọng ra tiếng cười trong trẻo. ❸(món ăn) giòn tan: ～的萝卜干 món củ cải muối giòn tan

【爽口】shuǎngkǒu<形>sướng miệng; ngon miệng: 这酸黄瓜很～。Món dưa chuột muối này rất ngon miệng.

【爽快】shuǎngkuai<形>❶sảng khoái; nhẹ nhõm ❷thẳng thắn; vui vẻ: 他～地答应了我们的要求。Anh ấy đã vui vẻ chấp thuận yêu cầu của chúng tôi.

【爽朗】shuǎnglǎng<形>❶trong sáng: 入秋天气变得十分～。Vào thu khí trời trở nên trong sáng. ❷cởi mở: ～的笑声 tiếng cười cởi mở

【爽利】shuǎnglì<形>vui vẻ; nhanh nhẹn; gọn ghẽ: 她办事一向～。Chị ấy làm việc luôn rất nhanh gọn.

【爽亮】shuǎngliàng<形>trong sáng

【爽目】shuǎngmù<形>vui mắt; thích mắt: ～的景致 cảnh đẹp thích mắt

【爽气】shuǎngqì❶<名>không khí trong lành ❷<形>[方]sảng khoái: 他回答得很～。Anh ấy đã trả lời sảng khoái.

【爽然若失】shuǎngrán-ruòshī thẫn thờ như người mất của

【爽身粉】shuǎngshēnfěn<名>phấn rôm

【爽适】shuǎngshì<形>thoải mái; dễ chịu

【爽心悦目】shuǎngxīn-yuèmù lâng lâng vui mắt; mắt vui thích, lòng nhẹ nhõm: 文艺表演～。Chương trình biểu diễn văn nghệ thích mắt và làm đẹp lòng khán giả.

【爽信】shuǎngxìn<动>[书]thất tín; sai hẹn; sai lời hứa: 他已经不是第一次～了。Anh ta không phải chỉ một lần sai hẹn.

【爽性】shuǎngxìng<副>dứt khoát

【爽约】shuǎngyuē<动>lỡ hẹn; sai hẹn: 别～了! Đừng lỡ hẹn nhé!

【爽直】shuǎngzhí<形>thẳng thắn; thẳng tính

shuí

谁 shuí "谁" (shéi) 的又音。//(姓)Thụy 另见shéi

shuǐ

水 shuǐ ❶<名>nước: 淡～ nước ngọt; 海～ nước biển ❷<名>sông: 淮～ sông Hoài ❸<名>thủy; sông nước; trên nước: ～陆联运业务 dịch vụ liên vận đường thủy và đường bộ ❹<名>nước; chất lỏng: 黑墨～ mực đen ❺<名>thu nhập thêm; chi tiêu ngoài: 每个月他都有外～。Anh ấy hàng tháng đều có thu nhập thêm. ❻<量>nước; lần: 这件衣服多洗几～。Áo này cần giặt thêm mấy lần nữa. //(姓)Thủy

【水吧】shuǐbā<名>quán nước

【水坝】shuǐbà<名>đập nước

【水杯】shuǐbēi<名>cốc đựng nước; cái li

【水泵】shuǐbèng<名>máy bơm nước; bơm nước

【水笔】shuǐbǐ<名>❶bút lông; bút vẽ ❷[方]bút máy

【水边】shuǐbiān<名>bên bờ nước

【水标】shuǐbiāo<名>phao tiêu chí

【水表】shuǐbiǎo<名>đồng hồ nước

【水鳖子】shuǐbiēzi<名>[口][动物]giáp ngư; con sam

【水滨】shuǐbīn<名>bên bờ nước

【水兵】shuǐbīng〈名〉lính thủy; thủy quân

【水波】shuǐbō〈名〉sóng nước

【水彩】shuǐcǎi〈名〉thuốc màu nước

【水彩画】shuǐcǎihuà〈名〉tranh màu nước

【水槽】shuǐcáo〈名〉máng nước: 以前，人们常把棕榈树杆凿成~。Trước kia người ta thường đục thân cọ làm máng nước.

【水草】shuǐcǎo〈名〉❶nơi có đồng cỏ và nguồn nước: 牧民逐~而居。Người dân du mục sống theo điều kiện nguồn cỏ và nguồn nước. ❷bèo rong: 河里~很多。Cỏ rong mọc rậm dưới lòng sông.

【水产】shuǐchǎn〈名〉thủy sản

【水产品】shuǐchǎnpǐn〈名〉đồ thủy sản

【水产养殖】shuǐchǎn yǎngzhí nuôi trồng thủy sản: 现在，南方各地都大力发展~业。Giờ đây các địa phương miền Nam đều phát triển mạnh mẽ ngành nuôi trồng thủy sản.

【水产资源】shuǐchǎn zīyuán tài nguyên thủy sản: 这里有丰富的~。Nơi đây dồi dào nguồn tài nguyên thủy sản.

【水城】shuǐchéng〈名〉thành phố sông nước

【水程】shuǐchéng〈名〉chặng đường thủy

【水池】shuǐchí〈名〉bể nước: 金鱼在~里游来游去。Cá vàng bơi đi bơi lại trong bể.

【水尺】shuǐchǐ〈名〉thước đo (chiều cao mực nước)

【水处理】shuǐchǔlǐ xử lí nước

【水床】shuǐchuáng〈名〉đệm nước: 夏天睡在~上很舒服。Nằm trên đệm nước vào mùa hè thật dễ chịu.

【水淬】shuǐcuì〈名〉làm nguội lạnh bằng nước; tôi nước

【水袋】shuǐdài〈名〉túi đựng nước

【水弹】shuǐdàn〈名〉bom nước

【水到渠成】shuǐdào-qúchéng nước chảy tất thành mương; trăng đến rằm trăng tròn

【水道】shuǐdào〈名〉đường nước chảy; đường thủy; mương ngòi: 这一带~纵横。Vùng này mương ngòi chằng chịt.

【水稻】shuǐdào〈名〉lúa nước

【水滴】shuǐdī〈名〉giọt nước

【水滴石穿】shuǐdī-shíchuān nước chảy đá mòn: 我们要学习他~、坚韧不拔的精神。Chúng ta phải học tập tinh thần bền bỉ nước chảy đá mòn của anh ấy.

【水底电缆】shuǐdǐ diànlǎn đường cáp điện dưới nước: 这里要铺一条过江~。Ở đây sẽ trải đường cáp điện ngầm qua sông.

【水底生物】shuǐdǐ shēngwù sinh vật dưới nước

【水底隧道】shuǐdǐ suìdào đường hầm dưới nước: 穿过南湖的~已经通车了。Đường hầm dưới nước xuyên qua Nam Hồ đã thông xe.

【水地】shuǐdì〈名〉❶ruộng được tưới ❷ruộng nước

【水电】shuǐdiàn〈名〉thủy điện

【水电费】shuǐdiànfèi〈名〉tiền điện và tiền nước: 这个月的~又增加了。Khoản tiền điện và nước tháng này lại tăng lên.

【水电站】shuǐdiànzhàn〈名〉trạm thủy điện: 山区可以发展小~建设。Miền núi có thể phát triển trạm thủy điện nhỏ.

【水貂】shuǐdiāo〈名〉[动物]con chồn nước

【水洞】shuǐdòng〈名〉❶hang động núi đá vôi có sông ngầm chảy qua ❷[航天]băng sóng vô tuyến điện thích hợp dùng cho sự liên hệ giữa loài người và nền văn minh ngoài vũ trụ

【水痘】shuǐdòu〈名〉bệnh thủy đậu

【水碓】shuǐduì〈名〉cối giã bằng sức nước

【水法】shuǐfǎ〈名〉bộ luật về nước: 学习《~》，保护水资源。Học tập bộ *Luật về nước*, bảo vệ tài nguyên nguồn nước.

【水肥】shuǐféi〈名〉phân nước

【水粉】shuǐfěn〈名〉phấn sáp trang điểm

【水粉画】shuǐfěnhuà〈名〉tranh màu bột

【水分】shuǐfèn〈名〉❶hàm lượng nước: ~充足 lượng nước đầy đủ ❷thành phần không chân thực xen lẫn trong tình huống nào đó: 这份报告有~。Bản báo cáo này có phần không chân thực.

【水缸】shuǐgāng〈名〉chum đựng nước: 这个~可以盛两百升水。Chiếc chum này có thể chứa 200L nước.

【水沟】shuǐgōu〈名〉cống rãnh: ~边长满杂草。Bên bờ cống rãnh đã mọc đầy cỏ dại.

【水垢】shuǐgòu〈名〉cáu vôi (cặn tích trong ấm đun nước)

【水管】shuǐguǎn〈名〉ống nước: ~漏水了。Ống nước đã bị rò.

【水罐】shuǐguàn〈名〉thùng nước; hộp nước

【水龟】shuǐguī〈名〉rùa nước ngọt

【水柜】shuǐguì〈名〉tủ chứa nước; bể chứa nước

【水果】shuǐguǒ〈名〉trái cây; hoa quả: 这里热带~种类真多。Ở đây có đủ các loại hoa quả nhiệt đới.

【水果刀】shuǐguǒdāo〈名〉dao thường dùng để gọt cắt trái cây

【水果罐头】shuǐguǒ guàntou đồ hộp hoa quả

【水果糖】shuǐguǒtáng〈名〉kẹo hoa quả

【水害】shuǐhài〈名〉cơn lũ lụt; nạn lụt: 遭受~ bị nạn lụt

【水旱】shuǐhàn〈名〉❶úng lụt và hạn hán: ~保收 đảm bảo được mùa cả vào lúc úng lụt và hạn hán ❷đường thủy và đường bộ

【水合】shuǐhé〈动〉[化学]thủy hóa

【水合物】shuǐhéwù〈名〉[化学]vật thủy hóa

【水壶】shuǐhú〈名〉ấm; tích

【水花】shuǐhuā〈名〉❶bọt nước: ~飞溅。Bọt nước bắn lên tung tóe. ❷[方]thủy đậu

【水患】shuǐhuàn〈名〉thủy hoạn; nạn lũ lụt; úng lụt: 兴修水利工程，根治~。Xây dựng công trình thủy lợi, ngăn ngừa hạn hán lũ lụt.

【水荒】shuǐhuāng〈名〉nạn thiếu nước nghiêm trọng: 连续干旱，到处都在闹~。Do khô hạn liên tục, khắp nơi đều thiếu nước nghiêm trọng.

【水火】shuǐhuǒ〈名〉❶nước và lửa ❷(tình thế) nước sôi lửa bỏng; khẩn cấp

【水火不相容】shuǐhuǒ bù xiāngróng lửa và nước không thể dung hòa; như nước với lửa: 他俩的关系已经到了~的程度。Quan hệ giữa hai người đã đối lập đến mức độ như lửa với nước.

【水火无情】shuǐhuǒ-wúqíng thủy hỏa vô tình; tai nạn lửa và nước chẳng chừa một ai

【水货】shuǐhuò〈名〉❶hàng lậu; hàng nhái: 我们要买正品，拒绝~。Chúng tôi phải mua hàng chính hiệu, không chấp nhận hàng nhái. ❷hàng chất lượng kém

【水饺】shuǐjiǎo〈名〉sủi cảo

【水窖】shuǐjiào〈名〉hầm chứa nước; hố chứa nước: 一些山区在田间地头建起了露天~，解决农作物浇灌用水缺乏的问题。Trên vùng núi có một số nơi đã xây nên những hố chứa nước ngoài trời dùng để giải quyết nguồn nước tưới cho cây trồng.

【水解】shuǐjiě〈动〉[化学]thủy phân

【水解质】shuǐjiězhì〈名〉chất thủy phân

【水晶】shuǐjīng〈名〉pha lê: ~项链 dây chuyền pha lê

【水晶包】shuǐjīngbāo〈名〉bánh bao nhân thịt mỡ ướp đường

【水晶宫】shuǐjīnggōng〈名〉thủy tinh cung: 进入这个溶洞，游客好像到了~。Du khách đi vào hang động đá vôi này tựa như đi vào chốn Thủy tinh cung.

【水井】shuǐjǐng<名>giếng; giếng nước: 用这个~的水泡茶，别有风味。Pha chè bằng nước giếng này đậm đà phong vị độc đáo.

【水警】shuǐjǐng<名>lực lượng cảnh sát trên nước; cảnh sát đường thủy

【水酒】shuǐjiǔ<名>rượu; rượu nhạt (lời khiêm tốn): 一杯~敬远方来客。Chén rượu nhạt dâng lên khách phương xa.

【水坑】shuǐkēng<名>hố nước

【水库】shuǐkù<名>hồ chứa nước; bể chứa nước: 这个~在蓄水和排洪方面起了很大作用。Hồ chứa nước này có vai trò to lớn về mặt tích nước và xả lũ.

【水捞】shuǐlāo<动>luộc: ~青菜 rau xanh luộc

【水牢】shuǐláo<名>hầm tù nước; ngục tối ngập nước

【水雷】shuǐléi<名>thủy lôi

【水冷】shuǐlěng<名>thủy lạnh; làm nguội bằng nước: ~式发动机 máy nổ thủy lạnh

【水力】shuǐlì<名>sức nước

【水力发电】shuǐlì fādiàn phát điện bằng sức nước; thủy điện: ~站 trạm thủy điện

【水力资源】shuǐlì zīyuán tài nguyên thủy lực: 我国有丰富的~。Nước ta có nguồn tài nguyên nước dồi dào.

【水立方】shuǐlìfāng<名>Thủy Lập Phương (tên gọi công trình cung bơi lội phục vụ Đại hội thể dục thể thao Olimpic Bắc Kinh)

【水利】shuǐlì<名>❶thủy lợi ❷công trình thủy lợi

【水利工程】shuǐlì gōngchéng công trình thủy lợi

【水利枢纽】shuǐlì shūniǔ công trình đầu mối thủy lợi

【水帘】shuǐlián<名>rèm nước

【水量】shuǐliàng<名>lượng nước

【水疗】shuǐliáo<名>thủy liệu; biện pháp điều trị bằng nước

【水淋淋】shuǐlínlín nước ròng ròng; ướt sũng: 他被雨浇得~的。Cậu ấy bị mưa ướt sũng cả người.

【水灵】shuǐlíng<形>[口]❶ngon mà mọng nước: ~的水蜜桃 trái đào mật ngon mà mọng nước ❷xinh đẹp; tươi đẹp: ~的花朵 bông hoa đẹp tươi

【水流】shuǐliú<名>❶dòng nước ❷sông ngòi (nói chung)

【水龙】[1] shuǐlóng<名>[植物]cây rau dừa

【水龙】[2] shuǐlóng<名>vòi rồng cứu hỏa

【水龙头】shuǐlóngtóu<名>vòi nước; máy nước: ~失灵了。Vòi nước bị hỏng.

【水陆】shuǐlù<名>❶thủy lục; trên bộ và dưới nước: ~联运 liên vận đường thủy và đường bộ ❷sơn hào hải vị

【水路】shuǐlù<名>đường thủy

【水漉漉】shuǐlùlù ướt lướt thướt: 衣服~的。Quần áo ướt lướt thướt.

【水绿】shuǐlǜ<形>màu xanh nhạt

【水轮】shuǐlún<名>tua-bin nước; guồng nước

【水轮机】shuǐlúnjī<名>tua-bin nước: ~轴 trục tua-bin nước

【水落归槽】shuǐluò-guīcáo suối chảy về sông; sông đổ ra biển; ví một việc mong đợi bấy lâu rốt cuộc đã đâu vào đấy

【水落石出】shuǐluò-shíchū nước rạt lòi mặt cỏ; cháy nhà ra mặt chuột; lộ chân tướng phanh phui: 这个案件~了。Vụ án này đã được phanh phui làm sáng tỏ.

【水幔】shuǐmàn<名>rèm nước

【水蟒】shuǐmǎng<名>[动物]trăn Nam Mĩ

【水煤气】shuǐméiqì<名>hơi đốt; ga nước

【水门】shuǐmén<名>❶van ống nước ❷[方]cửa đập nước

【水锰矿】shuǐměngkuàng<名>mỏ manganit

【水米无交】shuǐmǐ-wújiāo không chút quan hệ; hai bên không có qua lại gì cả

【水蜜桃】shuǐmìtáo〈名〉đào mật

【水面】shuǐmiàn〈名〉❶mặt nước: 一群鸭子游在~上。Đàn vịt bơi lội trên mặt nước. ❷diện tích mặt nước

【水磨】shuǐmó〈动〉mài nước

【水磨功夫】shuǐmó gōngfu công phu mài nước; hết sức công phu; dày công

【水膜】shuǐmó〈名〉xoa nước lên da để đỡ khô; màng nước thẩm mĩ

【水墨画】shuǐmòhuà〈名〉tranh thủy mặc

【水磨】shuǐmò〈名〉cối xay bằng sức nước

【水母】shuǐmǔ〈名〉sứa; con sứa

【水幕电影】shuǐmù diànyǐng phim màn nước

【水能】shuǐnéng〈名〉thủy năng: 利用~发电 lợi dụng thủy năng để phát điện

【水能载舟，亦能覆舟】shuǐnéngzài-zhōu, yìnéngfùzhōu nước nâng thuyền nổi, nước nhấn thuyền chìm; ví được lòng dân mới có thể trị vì đất nước

【水泥】shuǐní〈名〉xi măng: ~、钢材和砖是主要的建筑材料。Xi măng, sắt thép và gạch là các loại vật liệu kiến trúc chính.

【水泥板】shuǐníbǎn〈名〉sàn xi măng

【水泥泵】shuǐníbèng〈名〉máy bơm vữa

【水泥厂】shuǐníchǎng〈名〉nhà máy xi măng

【水泥桩】shuǐnízhuāng〈名〉cọc bê-tông

【水碾】shuǐniǎn〈名〉cối xay chạy bằng sức nước

【水鸟】shuǐniǎo〈名〉chim nước; thủy điểu; thủy cầm

【水牛】shuǐniú〈名〉trâu; con trâu

【水暖】shuǐnuǎn〈名〉❶sưởi hơi nước ❷gọi chung cung cấp nước máy và hơi sưởi

【水牌】shuǐpái〈名〉bảng ghi chép tạm thời

【水泡】shuǐpào〈名〉bong bóng nước

【水疱】shuǐpào〈名〉mụn nước

【水漂儿】shuǐpiāor〈名〉mất trắng; trôi phèo; ví sự đầu tư mà cuối cùng không mang lại hiệu quả: 打~ toi công

【水平】shuǐpíng❶〈形〉ngang mặt nước; nằm ngang; thủy bình: ~方向 hướng nằm ngang ❷〈名〉trình độ; mức độ: 提高道德修养~ nâng cao trình độ tu dưỡng đạo đức

【水平面】shuǐpíngmiàn〈名〉mặt thủy bình; mặt phẳng nằm ngang

【水平线】shuǐpíngxiàn〈名〉đường thủy bình

【水瓶座】shuǐpíngzuò〈名〉chòm sao Thủy bình

【水汽】shuǐqì〈名〉hơi nước: 大浴室里弥漫着~。Buồng tắm lớn nghi ngút hơi nước.

【水枪】shuǐqiāng〈名〉❶[矿业]súng bắn nước (dùng dưới hầm mỏ khai thác than) ❷súng nước chữa cháy

【水橇】shuǐqiāo〈名〉ván trượt nước: 用~滑水 trượt trên nước bằng ván trượt

【水芹】shuǐqín〈名〉loại rau cần mọc dưới nước; cần ta

【水情】shuǐqíng〈名〉[水利]tình hình nước; tình hình thủy văn: 乡长24小时在堤坝上密切观察~。Ông chủ tịch xã quan sát cặn kẽ tình hình thủy văn trên đê đập suốt 24 giờ.

【水球】shuǐqiú〈名〉❶môn bóng nước ❷quả bóng nước

【水渠】shuǐqú〈名〉kênh: 村民正在修~引水入田。Dân làng đang đào kênh dẫn nước tưới ruộng.

【水圈】shuǐquān〈名〉[水文]vành đai nước

【水溶性】shuǐróngxìng〈名〉(sự) hòa tan trong nước: ~盐 loại muối hòa tan trong nước

【水溶液】shuǐróngyè〈名〉dung dịch nước

【水乳交融】shuǐrǔ-jiāoróng chan hòa như nước với sữa; ví quan hệ gắn bó keo sơn chặt chẽ

【水上】shuǐshàng〈形〉trên nước

【水上芭蕾】shuǐshàng bālěi môn bơi vũ ba-lê trên nước

【水上交通】shuǐshàng jiāotōng giao thông đường thủy: 要注意~安全。Cần chú ý an toàn giao thông trên mặt nước.

【水上游乐园】shuǐshàng yóulèyuán công viên nước

【水上运动】shuǐshàng yùndòng thể thao dưới nước

【水蛇】shuǐshé<名>rắn nước

【水蛇腰】shuǐshéyāo<名>eo lưng rắn nước; thân hình uyển chuyển; thân hình như rắn nước

【水深火热】shuǐshēn-huǒrè nước sôi lửa bỏng

【水神】shuǐshén<名>thủy thần; thần nước

【水生动物】shuǐshēng dòngwù động vật sinh sống dưới nước: 鲸是用肺呼吸的~。Cá voi là động vật sinh sống dưới nước thở bằng phổi.

【水生植物】shuǐshēng zhíwù thực vật sinh sống dưới nước

【水声学】shuǐshēngxué<名>thủy thanh học

【水虱】shuǐshī<名>con rận nước

【水蚀】shuǐshí<动>thủy thực; sự xói mòn do nước

【水势】shuǐshì<名>thế nước: 雨下个不停，河里~更猛了。Trời vẫn mưa, thế nước dòng sông càng chảy xiết hơn.

【水手】shuǐshǒu<名>thủy thủ: 远洋~ thủy thủ viễn dương

【水手服】shuǐshǒufú<名>bộ trang phục thủy thủ

【水鼠】shuǐshǔ<名>chuột nước

【水塔】shuǐtǎ<名>tháp nước; két nước: 王师傅把水加压送到~上。Bác Vương tăng áp suất nước rồi bơm nước lên tháp.

【水獭】shuǐtǎ<名>con rái cá

【水潭】shuǐtán<名>hồ; đầm

【水塘】shuǐtáng<名>ao: ~里漂着浮萍。Đám bèo nổi bồng bềnh trong ao.

【水体】shuǐtǐ<名>chất nước

【水天一色】shuǐtiān-yīsè biển trời một màu: 坐在海滩上，眼前~的美景令人陶醉。Ngồi bên bờ biển trước mặt là cảnh đẹp say lòng biển trời một màu.

【水田】shuǐtián<名>ruộng nước

【水桶】shuǐtǒng<名>thùng đựng nước

【水土】shuǐtǔ<名>❶đất và nước ❷thủy thổ

【水土不服】shuǐtǔ-bùfú bất phục thủy thổ; lạ nước lạ cái; không thích nghi được với khí hậu và nước nôi của vùng mới đến ở: 有些人乍到国外，往往会有~的感觉。Một số người lần đầu tiên ra nước ngoài thường bị bất phục thủy thổ.

【水土保持】shuǐtǔ bǎochí giữ đất giữ nước

【水土流失】shuǐtǔ liúshī nạn xói mòn đất; nạn đất màu bị trôi mất: 在荒坡上栽树防止~。Trồng cây trên lưng đồi hoang phòng ngừa xói mòn đất.

【水汪汪】shuǐwāngwāng ❶đầy nước ❷long lanh; lóng lánh: 一双~的眼睛 cặp mắt long lanh

【水网】shuǐwǎng<名>mạng lưới sông ngòi

【水位】shuǐwèi<名>❶mực nước: 自动监控锅炉的~ tự động giám trắc mực nước nồi hơi ❷độ sâu của nước ngầm; khoảng cách từ mặt đất đến nước ngầm

【水温】shuǐwēn<名>thủy ôn; nhiệt độ nước

【水文】shuǐwén<名>thủy văn

【水纹】shuǐwén<名>hình gợn sóng

【水污染】shuǐwūrǎn<名>ô nhiễm nguồn nước: 化工厂排出的未经处理的废水已造成江河~。Nhà máy hóa chất thải nước chưa qua xử lí gây ô nhiễm nguồn nước

S

sông ngòi.

【水雾】shuǐwù<名>hơi sương; hơi nước

【水螅】shuǐxī<名>[动物]con thủy tức

【水洗】shuǐxǐ<动>❶giặt rửa bằng nước: 这种高档服装只能干洗而不能~。Loại phục trang cao cấp này chỉ nên giặt khô chứ không được giặt bằng nước。❷công nghệ gia công đặc thù trong ngành dệt may khiến cho phục trang tăng cảm giác mềm mại

【水系】shuǐxì<名>hệ thống sông ngòi; thủy hệ: 这条河属于珠江~。Dòng sông này thuộc hệ thống sông Châu Giang.

【水下】shuǐxià<形>dưới nước

【水下作业】shuǐxià zuòyè công việc triển khai dưới nước

【水仙】shuǐxiān<名>❶cây thủy tiên ❷hoa thủy tiên

【水险】shuǐxiǎn<名>bảo hiểm đường thủy

【水线】shuǐxiàn<名>đường tiếp giáp giữa vỏ tàu với mặt nước; ngấn nước; mớn nước (ở tàu thuyền)

【水乡】shuǐxiāng<名>vùng sông nước: 江南~ vùng sông nước Giang Nam

【水箱】shuǐxiāng<名>thùng nước: 散热~ thùng nước tản nhiệt

【水泻】shuǐxiè<动>[医学]ỉa chảy; đi lỏng

【水泄不通】shuǐxièbùtōng chật như nêm cối; kín đến mức nước chẳng lọt được

【水榭】shuǐxiè<名>nhà thủy tạ

【水星】shuǐxīng<名>sao Thủy

【水性】shuǐxìng<名>❶kĩ năng bơi lội: 不识~ không biết bơi; 渔村里的孩子~极好。Các em trong làng chài đều bơi giỏi. ❷tình hình hay tính chất của vùng nước: 当时他还不太了解三峡的~。Lúc đó ông ấy còn chưa biết nhiều về tình hình thủy văn của vùng Tam Hiệp.

【水性笔】shuǐxìngbǐ<名>loại bút mực bơm sẵn

【水性杨花】shuǐxìng-yánghuā (phụ nữ) lẳng lơ, không chính chuyên: 你还是不要理这种~的女人吧。Ông đừng dính với hạng đàn bà lẳng lơ ấy.

【水袖】shuǐxiù<名>dải tay áo (của diễn viên kịch tuồng cổ)

【水锈】shuǐxiù<名>❶cáu vôi ❷vết cáu (nước)

【水循环】shuǐxúnhuán<名>sự tuần hoàn nước; phương thức tuần hoàn nước: 这种发动机依靠~散热。Loại máy nổ này tản nhiệt bằng phương thức tuần hoàn nước.

【水压】shuǐyā<名>áp suất nước

【水压计】shuǐyājì<名>áp suất kế; bộ đo áp suất nước

【水鸭】shuǐyā<名>vịt trời; mòng két

【水烟】shuǐyān<名>thuốc lào: ~袋 ống thuốc lào

【水眼】shuǐyǎn<名>mạch giếng; miệng suối phun

【水杨柳】shuǐyángliǔ<名>cây thủy dương; cây liễu rủ

【水样】shuǐyàng<名>mẫu nước: 我们要抽取一些~回去化验。Chúng ta cần lấy và mẫu nước đem về xét nghiệm.

【水舀子】shuǐyǎozi<名>gáo múc nước

【水翼艇】shuǐyìtǐng<名>tàu cánh nước; tàu cánh ngầm

【水银】shuǐyín<名>thủy ngân

【水银灯】shuǐyíndēng<名>đèn thủy ngân

【水银温度计】shuǐyín wēndùjì nhiệt kế thủy ngân

【水银柱】shuǐyínzhù<名>cột thủy ngân

【水印】[1] shuǐyìn<动>in nước; thủy ấn; tranh in bản gỗ

【水印】[2] shuǐyìn<名>❶phương pháp làm giấy có hình mờ; con dấu in hình mờ: 我们可以从钞票的~来判别其真伪。Chúng ta có thể nhận dạng đồng tiền thật giả qua con dấu in hình mờ. ❷vết nước; ngấn nước

【水印】³ shuǐyìn〈名〉[方]con dấu hiệu buôn (thời xưa)

【水有源，树有根】shuǐ yǒu yuán, shù yǒu gēn cây có cội, nước có nguồn

【水域】shuǐyù〈名〉vùng nước; thủy vực (phạm vi nhất định từ mặt nước đến đáy của biển, sông, hồ): 这片~有很多种鱼类。Ở vùng nước này có nhiều loại cá.

【水源】shuǐyuán〈名〉❶nguồn sông ❷nguồn nước: 必须保证居民饮用水~的清洁。Cần đàm bảo cho người dân được sử dụng nguồn nước sạch.

【水运】shuǐyùn〈动〉thủy vận; vận tải đường thủy: ~是交通运输业的一大支柱。Vận tải đường thủy là một trụ cột lớn trong ngành giao thông vận tải.

【水灾】shuǐzāi〈名〉nạn lũ lụt: 以前这里经常发生~。Trước kia vùng này thường xảy ra nạn lũ lụt.

【水葬】shuǐzàng〈动〉thủy táng

【水藻】shuǐzǎo〈名〉rong; rong nước

【水泽】shuǐzé〈名〉vùng sông nước

【水闸】shuǐzhá〈名〉trạm thủy nông; đập nước; đập ngăn: 洪水水位高，要关~防止河水倒灌。Mực nước lũ lên cao, cần đóng cửa đập ngăn lại phòng ngừa nước sông tràn vào.

【水战】shuǐzhàn〈动〉thủy chiến

【水涨船高】shuǐzhǎng-chuángāo nước lên thì thuyền cũng lên

【水蒸气】shuǐzhēngqì〈名〉hơi nước

【水至清则无鱼】shuǐ zhì qīng zé wú yú nước quá trong thì không còn cá; ví không nên có yêu cầu quá mức đối với con người hay sự việc; nguyên tắc quá hay mất lòng

【水质】shuǐzhì〈名〉chất lượng nước: 改善~ cải thiện chất lượng nước

【水蛭】shuǐzhì〈名〉[动物]con đỉa

【水中捞月】shuǐzhōng-lāoyuè mò trăng

đáy nước

【水肿】shuǐzhǒng〈动〉phù thũng; bệnh phù

【水珠】shuǐzhū〈名〉hạt nước; giọt nước

【水柱】shuǐzhù〈名〉cột nước: 消防栓被汽车撞断，喷出的~达三米高。Van cứu hỏa bị xe đâm gãy, nước phun ra thành cột nước cao đến 3 mét.

【水准】shuǐzhǔn〈名〉❶mực nước ❷trình độ: 这项设计达到世界一流~。Thiết kế này đạt trình độ bậc nhất thế giới.

【水渍】shuǐzì〈名〉vết nước ngâm

【水族】shuǐzú〈名〉động vật dưới nước

【水族馆】shuǐzúguǎn〈名〉bảo tàng động vật dưới nước

【水钻】shuǐzuàn〈名〉kim cương nhân tạo

shuì

说 shuì〈动〉thuyết phục: 游~ du thuyết
另见shuō

税 shuì〈名〉thuế //(姓)Thuế

【税册】shuìcè〈名〉sổ thuế

【税单】shuìdān〈名〉biên lai (thu) thuế

【税额】shuì'é〈名〉mức thuế

【税法】shuìfǎ〈名〉luật thuế: 新~ luật thuế mới

【税费改革】shuìfèi gǎigé cải cách chế độ thu phí và thuế

【税负】shuìfù〈名〉gánh nặng thuế: 减轻企业的~ giảm gánh nặng thuế cho doanh nghiệp

【税改】shuìgǎi〈名〉sự cải cách chế độ thuế

【税号】shuìhào〈名〉ID thuế; mã số thuế

【税后】shuìhòu〈名〉sau khi đóng thuế: ~利润 khoản lãi ròng

【税基】shuìjī〈名〉cơ sở thuế; tiêu chuẩn tính thuế

【税金】shuìjīn〈名〉tiền thuế

【税捐】shuìjuān〈名〉tiền thuế và quyên trợ

【税款】shuìkuǎn<名>tiền thuế

【税利】shuìlì<名>khoản thuế và lợi nhuận (mà doanh nghiệp hay đơn vị nộp lên cho ngành hữu quan)

【税率】shuìlǜ<名>thuế suất: 这种商品的~是13%。Thuế suất cho mặt hàng này là 13%.

【税率表】shuìlǜbiǎo<名>bảng thuế suất

【税目】shuìmù<名>mục thuế

【税票】shuìpiào<名>biên lai thu thuế; chứng chỉ thuế

【税前】shuìqián<名>trước khi đóng thuế: ~利润 khoản lãi tính trước khi đóng thuế

【税收】shuìshōu<名>thuế thu; thu nhập của nhà nước về thuế: 政策 chính sách thuế thu; ~起征点 khởi điểm thu thuế; ~前收入 mức thu nhập trước khi đóng thuế

【税务】shuìwù<名>thuế vụ; công tác thu thuế

【税务局】Shuìwù Jú<名>cục thuế

【税源】shuìyuán<名>nguồn thuế

【税则】shuìzé<名>quy định thuế; điều lệ thu thuế; quy tắc thu thuế

【税制】shuìzhì<名>chế độ thuế

【税种】shuìzhǒng<名>loại thuế

睡 shuì<动>ngủ

【睡袋】shuìdài<名>túi ngủ

【睡觉】shuìjiào<动>ngủ; đi ngủ: 儿子去~吧！Con đi ngủ đi! 我睡了一觉。Tôi đã ngủ được một giấc.

【睡裤】shuìkù<名>quần ngủ

【睡懒觉】shuì lǎnjiào ngủ lì không chịu dậy đúng giờ

【睡莲】shuìlián<名>❶cây súng ❷hoa súng

【睡美人】shuìměirén<名>người đẹp trong giấc ngủ

【睡梦】shuìmèng<名>giấc mơ; giấc mộng; đang ngủ say: 从~中惊醒 sực tỉnh trong giấc chiêm bao

【睡眠】shuìmián<名>giấc ngủ: 良好的~是健康的保障。Giấc ngủ tốt là sự đảm bảo của sức khỏe.

【睡眠疗法】shuìmián liáofǎ liệu pháp ngủ; phương pháp chữa bệnh bằng giấc ngủ

【睡眠障碍】shuìmián zhàng'ài rối loạn giấc ngủ; giấc ngủ kém chất lượng

【睡袍】shuìpáo<名>áo bào ngủ

【睡裙】shuìqún<名>váy ngủ

【睡乡】shuìxiāng<名>trạng thái ngủ; cõi mộng: 没一会儿他就进入~。Chỉ trong chốc lát ông ấy đã đi vào cõi mộng.

【睡相】shuìxiàng<名>dáng ngủ; kiểu nằm: ~不雅 kiểu nằm ngủ mất lịch sự

【睡醒】shuìxǐng<动>thức giấc; tỉnh dậy: 早上五时就~了。Thức dậy từ năm giờ sáng.

【睡眼惺忪】shuìyǎn-xīngsōng mắt kèm nhèm ngái ngủ

【睡衣】shuìyī<名>áo ngủ

【睡椅】shuìyǐ<名>đi-văng

【睡意】shuìyì<名>buồn ngủ; ngái ngủ: 刚吃过饭他就有了~。Vừa cơm nước xong ông ấy đã thấy ngái ngủ.

【睡着】shuìzháo<动>ngủ say

shǔn

吮 shǔn<动>mút; hút

【吮乳】shǔnrǔ<动>bú sữa

【吮吸】shǔnxī<动>mút; hấp thụ: ~营养 hấp thụ dinh dưỡng

【吮痈舐痔】shǔnyōng-shìzhì hút mủ liếm trĩ; ví hèn hạ nịnh bợ

shùn

顺 shùn❶<动>thuận; xuôi: ~流而下 thuận dòng xuôi xuống ❷<介>theo: ~着林间小道 men theo con đường rừng ❸<动>sắp xếp theo một hướng; sửa cho thuận: 你还得把思路好好~—— 。 Anh còn phải sửa mạch suy nghĩa cho thuận một chút. ❹<副>tiện: ~手关门 tiện tay đóng cửa; ~路看望 tiện đường về thăm ❺<动>vừa; hợp; như ý: ~民意 hợp với ý dân ❻<形>thuận lợi; xuôi: 一帆风~ thuận buồm xuôi gió; 一切都很~。 Mọi việc đều xuôi cả. ❼<副>lần lượt: ~延 trì hoãn ❽<动>thuận theo: 不要什么事都~着孩子。 Không nên tất cả những gì cũng thuận theo con cái. //(姓)Thuận

【顺坝】shùnbà<名>[水利]đê; đập dọc

【顺变】shùnbiàn<动>[书]thuận theo sự biến đổi hoặc biến cố: 节哀~。 Hạn chế đau buồn, chấp nhận biến cố.

【顺便】shùnbiàn<副>tiện thể; nhân thể; nhân tiện: 我去出差，~看望老朋友。 Tôi đi công tác tiện thể thăm người bạn cũ.

【顺差】shùnchā<名>xuất siêu: 外贸~ xuất siêu ngoại thương

【顺产】shùnchǎn<动>đẻ thuận; mẹ tròn con vuông

【顺畅】shùnchàng<形>thông thuận; thông suốt; trôi chảy: 回答~ trả lời trôi chảy; 来往~无阻 đi lại thông suốt không trở ngại; 呼吸~ hô hấp thông suốt

【顺潮】shùncháo<动>[航海]thuận theo dòng nước thủy triều: ~而退 rút đi theo dòng nước thủy triều

【顺磁】shùncí<名>[物理]thuận từ

【顺次】shùncì<副>lần lượt; theo thứ tự: ~步入会场 thể theo thứ tự bước vào hội trường

【顺从】shùncóng<动>tuân theo; thuận theo: ~大多数人的意见 thuận theo ý kiến của đại đa số người

【顺带】shùndài<副>[口]tiện thể; nhân tiện

【顺当】shùndang<形>[口]thuận lợi; suôn sẻ: 只要你工作~就行。 Chỉ cần anh làm

việc suôn sẻ là được.

【顺导】shùndǎo<动>dẫn dắt để sự việc phát triển theo chiều hướng tốt

【顺道】shùndào❶<副>tiện đường: ~跟车回上海 tiện đường theo xe về Thượng Hải ❷<形>đường đi thuận lợi

【顺耳】shùn'ěr<形>dễ nghe; xuôi tai; thuận tai: 他只喜欢听~话。 Ông ấy chỉ thích nghe những lời xuôi tai.

【顺访】shùnfǎng<动>tiện thể đi thăm; ghé thăm: 总理访问俄罗斯途中~哈萨克斯坦。 Trên đường đi thăm Nga, Thủ tướng đã ghé thăm Ca-dắc-xtan.

【顺风】shùnfēng❶<动>thuận gió; thuận theo chiều gió ❷<名>gió xuôi chiều

【顺风车】shùnfēngchē<名>❶chuyến xe được đi nhờ ❷dịp may: 搭上~ gặp được dịp may

【顺风吹火】shùnfēng-chuīhuǒ thuận gió thổi lửa; ví làm việc theo thuận chiều dễ dàng và ít tốn công sức

【顺风耳】shùnfēng'ěr<名>[旧]❶người tai thính; người nghe được rất xa; người nhạy tin ❷ống loa

【顺服】shùnfú<动>thuận theo; phục tùng: 他总对领导表现出很~的样子。 Gã luôn tỏ ra vẻ ngoan ngoãn phục tùng lãnh đạo.

【顺杆儿爬】shùngānrpá lựa gió phất cờ; đón lấy ý mà làm theo

【顺光】shùnguāng<动>thuận chiều ánh sáng (khi chụp ảnh chiều ánh sáng thuận với chiều chụp ảnh)

【顺和】shùnhe<形>thuận hòa; hòa thuận: 大家的态度都很~。 Thái độ của mọi người đều rất thuận hòa.

【顺价】shùnjià<名>thuận giá (giá bán ra cao hơn so với giá thu mua)

【顺脚】shùnjiǎo<副>❶thuận đường: 妈妈下班路上~买菜回来。 Tan tầm mẹ tiện

đường mua ít rau về nhà. ❷tiện ngựa xe (phương tiện chuyên chở): ~运了一捆甘蔗 tiện xe chở luôn một bó mía

【顺境】shùnjìng<名>hoàn cảnh thuận lợi; thuận cảnh: ~不忘困难时 trong hoàn cảnh thuận lợi đừng quên buổi khó khăn

【顺口】shùnkǒu❶<形>trôi chảy ❷<副>buột miệng: 他未加思索就~说出来了。Anh ấy chưa cân nhắc gì đã buột miệng nói ra. ❸ <形>(món ăn) ngon miệng

【顺口溜】shùnkǒuliū<名>vè thuận miệng; kể vè (một dạng văn vần nói trong dân gian)

【顺理成章】shùnlǐ-chéngzhāng phù hợp lôgic; rõ ràng rành mạch; chuyện đâu vào đấy

【顺利】shùnlì<形>thuận lợi: 进展~ tiến triển thuận lợi

【顺流】shùnliú<动>xuôi dòng

【顺溜】shùnliu<形>[口]❶thuận lợi: 他的 学业很~。Chuyện học hành của anh ấy rất thuận lợi. ❷có thứ tự; đâu vào đấy ❸ngoan thuần:小孩的性格很~。Cậu bé tính nết ngoan thuần.

【顺路】shùnlù❶<副>tiện đường: ~回去 探访母校 tiện đường về thăm trường cũ ❷ <形>đường đi thuận lợi

【顺时针】shùnshízhēn thuận chiều kim đồng hồ

【顺市】shùnshì<名>thị trường thuận (giá hàng kì hạn cao hơn so với giá đương thời của cùng một loại hàng)

【顺势】shùnshì<副>theo tình thế; nhân tiện; thừa thế: 集团在向外扩张的时候， ~收购了那家小公司。Nhân đang trên đà mở rộng, Tập đoàn đã sáp nhập luôn công ti nhỏ ấy.

【顺手】shùnshǒu❶<形>thuận lợi: 工作进 展得相当~。Công việc tiến triển tương đối thuận lợi. ❷<副>thuận tay ❸<副>tiện tay;

nhân đà

【顺手牵羊】shùnshǒu-qiānyáng tiện tay lấy trộm; mượn gió bẻ măng

【顺水】shùnshuǐ<动>thuận dòng; xuô dòng

【顺水人情】shùnshuǐ-rénqíng giúp người mà chẳng tốn công sức; tiện thể làm việc tố cho người khác: 你不如就送个~吧。Hay là anh tiện thể giúp cho họ đi.

【顺水推舟】shùnshuǐ-tuīzhōu đẩy thuyền theo chiều nước chảy; thừa thế mà triển kha công việc

【顺遂】shùnsuì<形>vừa ý; trôi chảy; xuô lọt: 诸事~。Mọi công việc đều xuôi lọt.

【顺藤摸瓜】shùnténg-mōguā lần theo đầu mối mà tìm; truy tìm theo manh mối

【顺我者昌，逆我者亡】shùnwǒzhěchāng nìwǒzhěwáng theo ta thì sống, chống ta thì chết

【顺心】shùnxīn<形>vừa ý; hài lòng; vừa lòng; suôn sẻ: 最近的工作很~。Công việc gần đây đều suôn sẻ cả.

【顺序】shùnxù❶<名>thứ tự: 按字母~排 列 xếp theo thứ tự chữ cái/theo thứ tự Ar Pha bê; 按~报名 đăng tên theo thứ tự ❷ <副>theo thứ tự

【顺延】shùnyán<动>hoãn lại (theo thứ tự) 若遇雨，赛程~。Gặp buổi trời mưa th thời gian trận đấu sẽ lùi lại.

【顺眼】shùnyǎn<形>vừa mắt; thuận mắt 老板看我不~，老挑我的毛病。Ông sế không vừa mắt luôn bới móc tôi.

【顺意】shùnyì<形>thuận ý; vừa ý; suôn sẻ 近几年来他的生活比较~。Những năm gần đây đời sống của ông ấy khá suôn sẻ.

【顺应】shùnyìng<动>thuận theo; hợp với ~时代潮流 thuận theo trào lưu thời đại

【顺嘴】shùnzuǐ❶<形>lưu loát; thuận miệng ❷<副>buột miệng

瞬 shùn<名>trong nháy mắt

【瞬间】shùnjiān<名>khoảnh khắc; trong nháy mắt: 他~就溜得没影了。Chỉ trong nháy mắt nó đã chạy biến mất.

【瞬时】shùnshí<名>loáng cái; trong chớp mắt

【瞬时记忆】shùnshí jìyì kí ức trong chớp nhoáng; trí nhớ dựa vào cảm xúc

【瞬时性】shùnshíxìng<名>(đặc tính) chớp nhoáng

【瞬息】shùnxī<名>phút chốc

【瞬息万变】shùnxī-wànbiàn biến đổi nhanh chóng; biến đổi trong chớp nhoáng

shuō

说 shuō❶<动>nói; kể: 边唱边~ vừa hát vừa kể ❷<动>giải thích: 这么一~大家都明白了。Giải thích như thế là mọi người đều hiểu ngay. ❸<动>phê bình; quở trách; chê bai: 被~得一文不值 bị chê bai không ra gì ❹<动>giới thiệu: ~媒 làm mối ❺<动>nhằm vào: 这篇文章是~谁呢? Bài viết này nhằm vào ai vậy? ❻<名>thuyết; chủ trương: 理论学~ học thuyết lí luận
另见shuì

【说白】shuōbái<名>[戏剧]lời thoại; lời bạch (lời nói của diễn viên hí kịch ngoài lời ca)

【说白道黑】shuōbái-dàohēi ví bình luận đánh giá một cách bừa bãi đối với người hoặc sự việc

【说白了】shuōbáile[口]nói trắng ra: ~，这个问题很简单。Nói trắng ra, vấn đề này rất đơn giản.

【说不得】shuōbude❶không thể nói được: 这个问题摆到桌面上可~呀。Vấn đề này không thể nói công khai được. ❷không biết nói từ đâu ❸nói sao hết

【说不定】shuōbudìng không nhất định; không chắc; biết đâu: ~今晚她已经回到上海。Biết đâu tối nay chị ấy đã về đến Thượng Hải.

【说不过去】shuō bu guòqù (điều) vô lí; không thể chấp nhận được; không đúng: 你对老人指手画脚，怎么也~。Anh chỉ tay năm ngón với người cao tuổi, như vậy quả thật là không đúng.

【说不好】shuōbuhǎo khó nói; biết đâu đấy; không biết chừng: 该不该选举他，我~。Có bầu ông ấy hay không, tôi rất khó nói.

【说不来】shuōbulái❶không ăn rơ (ví tư tưởng, tình cảm không hợp): 我发现他俩根本~。Tôi phát hiện hai người ấy quả thực không hợp nhau. ❷[方]không biết nói; không nói được: 上海话我~。Tôi không biết nói tiếng Thượng Hải. ❸[方]nói không chắc chắn

【说不清】shuōbuqīng nói không rõ; trình bày không rõ ràng; vấn đề không rõ ràng: 这件案子还有很多事情~。Vụ việc này còn nhiều điều mờ ám.

【说不上】shuōbushàng❶không nói ra được; vì chưa thấu hiểu nội dung hay do tư cách chưa đầy đủ: 哪儿不合意我~。Chỗ nào không vừa ý thì tôi cũng chẳng nêu ra được. ❷không thể kể; không cân nhắc đến; không đáng nói: 这件工艺品~有什么收藏价值。Đồ mĩ nghệ này thật không đáng giá về mặt lưu trữ.

【说不准】shuōbuzhǔn có khả năng; không chắc chắn

【说曹操，曹操到】shuō Cáo Cāo, Cáo Cāo dào nhắc đến Tào Tháo là Tào Tháo đã có ngay trước mắt; ví đang nhắc tới ai là người ấy có mặt ngay

【说长道短】shuōcháng-dàoduǎn nói ra

nói vào; nói này nói nọ; nói ngắn nói dài: 你没资格对公司的决定~。Anh không có tư cách nói này nói nọ về quyết định của công ti.

【说唱】shuōchàng<名>lối nói hát (chỉ các hình thức khúc nghệ nói xen lẫn hát)

【说唱音乐】shuōchàng yīnyuè âm nhạc thuyết xướng; âm nhạc nói hát

【说穿】shuōchuān<动>nói trắng ra; nói toạc ra; vạch trần: 这件事~了对大家都有好处。Việc này vạch rõ ra sẽ lợi cho mọi người.

【说辞】shuōcí<名>lí lẽ biện giải; lí do để từ chối: 你不能片面地听他的~。Anh không thể chỉ phiến diện nghe lời biện giải của ông ta.

【说大话】shuō dàhuà nói khoác: 整天~suốt ngày nói khoác

【说到底】shuōdàodǐ[口]xét tới cùng: ~我们要同心协力出色地完成任务。Xét tới cùng chúng ta phải đồng tâm hiệp lực để hoàn thành xuất sắc nhiệm vụ được giao.

【说到做到】shuōdào-zuòdào đã nói là làm; nói sao làm vậy

【说道】shuōdào<动>nói rằng

【说道】shuōdao[方]❶<动>trình bày (bằng lời): 你把参加车展的事跟大家~~。Anh trình bày với mọi người về chuyện tham gia Hội chợ xe hơi. ❷<动>bàn; thương lượng: 关于价格的事我跟对方~~再决定。Về giá cả thì đợi tôi bàn lại với đối tác rồi mới quyết định. ❸<名>chuyện; trò; lí do (điều kín đáo bên trong): 他突然说出这番话肯定有~。Anh ta bỗng nói ra những lời như vậy chắc có chuyện gì.

【说得过去】shuō de guòqù còn tàm tạm; kha khá: 她的口语还~。Khẩu ngữ của cô ấy còn tàm tạm.

【说得来】shuōdelái❶ví hợp ý nhau; ăn ý với nhau: 两个小姑娘一见面就很~。Ha cô bé vừa gặp nhau đã rất ăn ý với nhau ❷[方]khéo nói

【说定】shuōdìng<动>[口]quyết định; hứ hẹn: 这件事就这么~了。Chuyện này th cứ quyết định thế này nhé.

【说东道西】shuōdōng-dàoxī nói ngượ nói xuôi; nói đông nói tây

【说法】[1] shuōfǎ<动>thuyết pháp; giảng giả Phật pháp

【说法】[2] shuōfǎ<名>❶cách nói: 你可以按一个~。Anh có thể nói theo cách khác. ❷kiến: 那是一个正确的~。Đó là một ý kiế đúng đắn. ❸căn cứ; lí do: 今天我要跟你ì个~。Hôm nay tôi cần ông cho ra cái lí do hẳn hoi.

【说服】shuōfú<动>thuyết phục: 没人能得了他。Không ai có thể thuyết phục đượ ông ấy.

【说服力】shuōfúlì<名>sức thuyết phục; kh năng thuyết phục

【说古道今】shuōgǔ-dàojīn bàn luận rộ rãi từ cổ chí kim

【说好】shuōhǎo<动>thỏa thuận; hẹn: 我们~今晚八点半见面。Bọn mình hẹn gặ nhau vào tám giờ rưỡi tối nay.

【说合】shuōhe<动>❶làm manh mối nói vun vào: ~亲事 giới thiệu hôn nhâ ❷thương lượng; bàn bạc: 双方应努力~。Hai bên cần cố gắng thương lượng bàn bạ với nhau. ❸hòa giải

【说和】shuōhe<动>dàn hòa; hòa giải: 妇耶正在为他们夫妻俩~着。Hội phụ nữ đan hòa giải cho đôi vợ chồng.

【说话】shuōhuà❶<动>nói; nói chuyện: 大声~ nói to tiếng ❷<动>chuyện phiếm; tá gẫu: 上课时不要~。Trong giờ học đừn tán chuyện phiếm. ❸<动>nói; chỉ trích chê bai: 这么简单的事情都做不好，对

怪人家要~。Việc đơn giản thế này cũng làm không tốt, chả trách bị người ta chê bai cho. ❹<副>chốc lát: ~间雨就下起来了。Trong chốc lát mưa đã đổ xuống. ❺<动>kể chuyện

【说谎】shuōhuǎng<动>nói dối

【说教】shuōjiào<动>❶thuyết giáo; tuyên truyền giáo lí ❷thuyết giáo; lí thuyết suông: 我们不需要你来~。Chúng tôi không cần tới lời thuyết giáo của ông.

【说开】shuōkāi<动>❶nói rõ; giải thích rõ: 把事情~才不容易引起误会。Nói rõ vấn đề mới có thể tránh sự hiểu nhầm. ❷(một khái niệm hoặc từ ngữ nào đó) đã được phổ biến

【说客】shuōkè<名>❶người khéo thuyết phục ❷nhà thuyết khách: 今天你是来做~的吧？Hôm nay anh đến để làm thuyết khách hả?

【说口】shuōkou<名>[曲艺]thuyết khẩu (lời dẫn của diễn viên khúc nghệ khi vừa xuất hiện trên sân khấu)

【说来话长】shuōlái-huàcháng kể ra thì cũng dài dòng: 他们两家的交情~。Chuyện tình nghĩa giữa hai gia đình đó kể ra dài dòng lắm.

【说来说去】shuōlái-shuōqù nói đi nói lại

【说理】shuōlǐ❶<动>nói rõ lí lẽ ❷<形>biết điều; theo lẽ phải: 看来他也是个~的人。Xem ra ông ấy cũng là con người biết điều.

【说漏嘴】shuōlòu zuǐ nói hớ; nói buột miệng: 他一不小心~，把这事捅出来了。Chỉ sơ ý một chút là ông ấy đã buột miệng nói toạc câu chuyện.

【说媒】shuōméi<动>làm mối (trong hôn nhân)

【说梦话】shuō mènghuà nói mê; nói lời mê: 他真是痴人~。Ông ấy thật là kẻ lú lẫn nói điều mê muội.

【说明】shuōmíng❶<动>nói rõ; trình bày rõ: ~资金来源 trình bày rõ xuất xứ nguồn vốn ❷<名>thuyết minh: 施工图纸配有详细的~。Bản vẽ thi công kèm theo lời thuyết minh chi tiết. ❸<动>chứng minh: 他需要~自己行为的合理性。Anh ấy cần chứng minh sự hợp lí trong hành vi của mình.

【说明书】shuōmíngshū<名>bản thuyết minh; bản hướng dẫn sử dụng

【说明文】shuōmíngwén<名>lời thuyết minh; bài thuyết minh; (thể loại) văn thuyết minh

【说破】shuōpò<动>nói toạc ra; nói trắng ra: 大家都知道这件事，只是没有谁~它。Mọi người đều biết rõ chuyện này, nhưng chưa có ai nói toạc ra.

【说破嘴】shuōpò zuǐ nói đi nói lại; hết lời khuyên giải: 你就是~也不能让他改变主意。Cho dù anh có hết lời khuyên giải thì ông ấy vẫn không chịu thay đổi ý định.

【说千道万】shuōqiān-dàowàn nói ngàn nói vạn; nói hết lời

【说亲】shuōqīn =【说媒】

【说情】shuōqíng<动>nói hộ; nói giúp: 这是原则问题，谁~都没用。Đây là một vấn đề nguyên tắc, ai nói hộ cũng không được.

【说三道四】shuōsān-dàosì nói này nói nọ: 这件案子还没调查清楚，别~。Vụ án này còn chưa điều tra rõ, đừng có nói này nói nọ.

【说上话】shuōshàng huà❶đã có tiếp xúc trao đổi với nhau: 他跟董事长可以~。Anh ấy có thể tiếp xúc và trao đổi với chủ tịch hội đồng quản trị. ❷giúp được: 这件事情他还是可以~的。Việc này ông ấy có thể giúp được.

【说时迟，那时快】shuōshí chí, nàshí kuài cực nhanh; nhanh như chớp

【说书】shuōshū<动>thuyết thư; kể chuyện;

kể sách

【说死】shuōsǐ〈动〉xác định; nói dứt khoát

【说头儿】shuōtour〈名〉❶điều đáng nói: 事情已经过去没什么~了。Chuyện đã qua chẳng còn gì đáng nói nữa. ❷lí do biện bạch; nguyên do biện bạch: 每当有过失他总能给自己找到~。Mỗi lần có sai sót cậu ấy đều kiếm được lí do biện bạch.

【说妥】shuōtuǒ〈动〉đi tới thỏa thuận; nói dứt khoát với nhau: 这批货双方已经~。Lô hàng này hai bên đã đi tới thỏa thuận.

【说戏】shuōxì〈动〉(đạo diễn) giải thích kịch bản hoặc hướng dẫn cho diễn viên

【说闲话】shuō xiánhuà❶nói sau lưng; dèm pha: 总有些人喜欢对别人~。Có người cứ hay nói sau lưng dèm pha người khác. ❷tán gẫu; nói chơi

【说项】shuōxiàng〈动〉nói hay nói tốt cho người khác

【说笑】shuōxiào〈动〉nói cười

【说笑话】shuō xiàohua❶kể chuyện cười; kể chuyện tiếu lâm ❷nói đùa

【说一不二】shuōyī-bù'èr❶nói một không hai; nói là làm; nói một là một: 他做事一向很干脆，~。Anh ấy luôn đã nói là làm, rất nghiêm túc. ❷ngang ngược; độc đoán

【说着玩】shuōzhewán nói chơi; nói bỡn: 这件事只是~而已。Chuyện này chỉ là nói chơi thôi.

【说嘴】shuōzuǐ〈动〉❶khoe khoang; khoác lác: 烦得很，这个人整个宴席期间都在~。Chán thật, lão ta cứ khoe khoang suốt cả một buổi tiệc. ❷[方]tranh cãi: 他俩一见面就~，互不相让。Hai người cứ gặp mặt là tranh cãi với nhau, không ai chịu ai.

shuò

烁 shuò〈动〉lập lòe; nhấp nhoáng: 闪~ nhấp nháy

【烁亮】shuòliàng〈形〉sáng rực: 房子里的灯点得~。Ánh đèn trong phòng sáng rực.

【烁烁】shuòshuò〈形〉(tia sáng) nhấp nhoáng; lấp lánh: 天空繁星~。Cả bầu trời sao lấp lánh.

铄 shuò〈动〉[书]❶nung chảy kim loại: ~化 làm nung chảy ❷hao tổn; làm suy yếu

朔[1] shuò〈名〉❶hình dạng mặt trăng mồng một âm lịch ❷ngày sóc (ngày mồng một hàng tháng theo âm lịch)

朔[2] shuò〈名〉[书]miền Bắc

【朔方】shuòfāng〈名〉[书]phương bắc; miền Bắc

【朔风】shuòfēng〈名〉[书]gió bắc; gió bấc

【朔日】shuòrì〈名〉mồng một âm lịch

【朔望】shuòwàng〈名〉sóc vọng, ngày mồng một và ngày rằm hàng tháng theo âm lịch

【朔望月】shuòwàngyuè〈名〉[天文]tháng sóc vọng; tháng tính theo trăng; tháng âm lịch

【朔月】shuòyuè〈名〉trăng mồng một; trăng non

硕 shuò〈形〉lớn; to lớn //(姓)Thạc

【硕博连读】shuò-bó liándú chế độ theo học chuyển tiếp từ thạc sĩ sang tiến sĩ

【硕大】shuòdà〈形〉to lớn: 这是我见过的最~的南瓜。Đây là quả bí ngô to nhất mà tôi chưa từng thấy.

【硕大无朋】shuòdà-wúpéng không gì to bằng; khổng lồ

【硕导】shuòdǎo〈名〉người hướng dẫn cao học; người hướng dẫn thạc sĩ

【硕果】shuòguǒ〈名〉thành quả to lớn

【硕果仅存】shuòguǒ-jǐncún hạt gạo trên sàng; quả to còn lại; ví những thành quả, con người hay sự việc quý báu còn lại qua nhiều lần sàng lọc đào thải)

【硕果累累】shuòguǒ-léiléi❶quả to nặng

trừu ❷thành quả lẫy lừng: 去年，我们的科研工作～。Nghiên cứu khoa học của chúng ta trong năm ngoái giành được thành quả lẫy lừng.

【硕士】shuòshì〈名〉thạc sĩ: ～学位 học vị thạc sĩ

【硕士研究生】shuòshì yánjiūshēng học viên cao học

【硕学通儒】shuòxué-tōngrú học sâu hiểu rộng

【硕壮】shuòzhuàng〈形〉(con người) cao lớn chắc khỏe: 一个～的青年 một chàng trai cao lớn chắc khỏe

蒴 shuò〈名〉quả

【蒴果】shuòguǒ〈名〉sóc quả (loại quả khi khô tự tách vỏ ra)

数 shuò〈副〉[书]nhiều lần: 频～ nhiều lần
另见shǔ, shù

sī

司 sī ❶〈动〉điều khiển; tổ chức; chủ trì ❷〈名〉vụ: 外交部礼宾～ vụ Lễ tân Bộ Ngoại giao //〈姓〉Tư, Ti

【司乘人员】sī-chéng rényuán tài xế và tiếp viên trên xe; lái xe và phụ xe

【司舵】sīduò ❶〈名〉người cầm lái ❷〈动〉cầm lái

【司法】sīfǎ〈动〉tư pháp

【司法保护】sīfǎ bǎohù bảo vệ về mặt tư pháp

【司法部门】sīfǎ bùmén ban ngành tư pháp

【司法程序】sīfǎ chéngxù trình tự tư pháp

【司法公正】sīfǎ gōngzhèng công chính về tư pháp

【司法机关】sīfǎ jīguān cơ quan tư pháp

【司法鉴定】sīfǎ jiàndìng giám định tư pháp

【司法解释】sīfǎ jiěshì giải thích tư pháp

【司法界】sīfǎjiè〈名〉giới tư pháp

【司法拘留】sīfǎ jūliú giam giữ tư pháp

【司法考试】sīfǎ kǎoshì kì thi chuyên ngành tư pháp

【司法权】sīfǎquán〈名〉quyền tư pháp

【司法仲裁】sīfǎ zhòngcái trọng tài tư pháp

【司号】sīhào〈动〉lính kèn; chiến sĩ quân hiệu

【司机】sījī〈名〉tài xế; người lái xe

【司空见惯】sīkōng-jiànguàn nhìn mãi quen mắt; không lạ lùng gì: 他在社会上闯荡多年，对这种事情已经～了。Nhiều năm lăn lộn trong xã hội nên anh không còn lạ gì với cái thói đời ấy.

【司库】sīkù〈名〉người phụ trách tài vụ: 他在基金会中担任～。Ông là người phụ trách tài vụ trong quỹ tiền tệ.

【司令】sīlìng〈名〉tư lệnh

【司令部】sīlìngbù〈名〉bộ tư lệnh

【司令员】sīlìngyuán〈名〉tư lệnh trưởng

【司炉】sīlú〈名〉thợ lò: 以前，他在火车上当过～。Trước kia ông từng là thợ lò làm việc trên xe lửa.

【司马昭之心——路人皆知】Sīmǎ Zhāo zhī xīn——lùrén-jiēzhī lòng dạ Tư Mã Chiêu, người ngoài đường cũng biết; dã tâm rõ rành rành, người ta đều biết cả

【司售人员】sī-shòu rényuán nhân viên bán hàng; nhân viên tiêu thụ

【司务长】sīwùzhǎng〈名〉tư vụ trưởng; sĩ quan chuyên trách về hậu cần trong đại đội

【司线员】sīxiànyuán〈名〉[体育]trọng tài biên

【司药】sīyào〈名〉dược sĩ; dược tá

【司仪】sīyí〈名〉tư nghi; người điều khiển nghi lễ: 他多次担任婚礼～。Anh ấy đã nhiều lần đảm nhận vai người điều hành lễ cưới.

【司长】sīzhǎng〈名〉vụ trưởng

【司职】sīzhí〈动〉đảm nhiệm chức trách; làm việc

丝 sī❶〈名〉tơ tằm; lụa: 真~裙 cái váy tơ tằm ❷〈名〉sợi; dây; tơ: 棉~ sợi bông; 铁~ dây thép ❸〈量〉đềximilimét; một phần vạn ❹〈量〉một chút; một ít: 一~不差 không kém một chút ❺〈名〉chỉ nhạc cụ: ~竹 nhạc cụ huyền sáo

【丝包线】sībāoxiàn〈名〉[电工]vòng dây bọc cách điện

【丝虫】sīchóng〈名〉giun chỉ

【丝虫病】sīchóngbìng〈名〉bệnh giun chỉ; bệnh chân voi

【丝绸】sīchóu〈名〉tơ lụa

【丝绸之路】sīchóu zhī lù con đường tơ lụa: 海上~ con đường tơ lụa trên biển; ~是唐朝与西亚国家之间贸易往来的要道。Con đường tơ lụa là con đường quan trọng về thương mại giữa nhà Đường với các nước vùng Tây Á.

【丝带】sīdài〈名〉dải lụa; băng lụa

【丝杠】sīgàng〈名〉[机械]cán vít; vít-me

【丝瓜】sīguā〈名〉❶cây mướp ❷quả mướp

【丝光】sīguāng〈名〉mặt tơ bóng: ~棉 bông tơ mặt bóng

【丝毫】sīháo〈形〉tí ti, mảy may; chút nào: ~不差 không sai một li

【丝巾】sījīn〈名〉khăn lụa: 她披着一条白色~。Cô ấy choàng tấm khăn lụa trắng.

【丝米】sīmǐ〈量〉Đề-xi-mi-li-mét (dmm, đơn vị đo, bằng 1/10.000 mét)

【丝绵】sīmián〈名〉bông tơ: ~被 chăn bông tơ

【丝膜】sīmó〈名〉[植物]màng sợi

【丝绒】sīróng〈名〉nhung tơ

【丝丝入扣】sīsī-rùkòu rất tế nhị; nhịp nhàng ăn khớp, chuẩn xác tinh tế: 这个小品

的情节安排得~，收到很好的效果。Tình tiết của tiểu phẩm được sắp xếp tinh tế nhịp nhàng thu được hiệu quả tốt đẹp.

【丝袜】sīwà〈名〉tất dệt bằng vật liệu tơ tằm hay tơ nhân tạo

【丝网】sīwǎng〈名〉[印刷]màng tơ; tấm chắn lụa dùng để in

【丝弦】sīxián〈名〉❶tơ đàn; dây đàn bằng tơ ❷Ti huyền (một loại hí khúc địa phương)

【丝线】sīxiàn〈名〉sợi tơ

【丝腺】sīxiàn〈名〉[动物]cách gọi chung cho nhóm động vật chân đốt như nhện có khả năng tiết ra chất nhờn để chăng thành lưới

【丝织品】sīzhīpǐn〈名〉❶hàng dệt tơ tằm hay tơ nhân tạo ❷quần áo tơ lụa: ~穿起来感觉轻快、凉爽。Mặc đồ tơ lụa cảm thấy mát mẻ dễ chịu.

【丝竹】sīzhú〈名〉[音乐]đàn sáo; ti trúc

【丝状】sīzhuàng〈形〉hình chỉ

【丝锥】sīzhuī〈名〉tarô: 用~加工内螺纹。Dùng tarô làm đường ren trong.

私 sī❶〈形〉riêng: ~事 việc riêng; ~有经济 kinh tế tư hữu ❷〈名〉tư: 无~奉献 hiến dâng một cách vô tư ❸〈副〉thầm lén: ~下交易 giao dịch thầm lén ❹〈名〉lậu; vụng trộm: 走~ buôn lậu

【私奔】sībēn〈动〉trai gái theo nhau bỏ nhà ra đi; tư bôn

【私弊】sībì〈名〉❶điều ẩn lậu; điều tham nhũng; việc kiếm chác gian lận ❷hành vi lén lút không chính đáng

【私藏】sīcáng〈动〉giấu kín; lưu trữ cá nhân: ~鸦片 giấu kín thuốc phiện

【私产】sīchǎn〈名〉tài sản riêng

【私车】sīchē〈名〉xe riêng: 越来越多的人有了~。Ngày càng có nhiều người mua xe riêng.

【私仇】sīchóu〈名〉thù riêng: 公报~ lợi

dụng quyền lực công để báo trả thù riêng

【私处】sīchù<名>vùng kín (bộ sinh dục nam hoặc nữ)

【私党】sīdǎng<名>bè phái

【私德】sīdé<名>tư đức; đạo đức trong đời sống riêng: ~失检 tư đức buông thả

【私邸】sīdǐ<名>tư dinh (nhà riêng của các quan chức cao cấp)

【私底下】sīdǐxià =【私下】

【私法】sīfǎ<名>[法律]luật bảo hộ quyền lợi tư nhân

【私贩】sīfàn<动>buôn lậu: ~枪支 buôn lậu súng ống

【私方】sīfāng<名>phía tư nhân (trong công ti hợp doanh)

【私房】¹ sīfáng<名>nhà riêng

【私房】² sīfáng<形>❶riêng tư: ~物 của riêng ❷<形>không muốn cho người ngoài biết: ~话 nói riêng

【私房钱】sīfángqián<名>khoản tiền riêng (của thành viên trong gia đình)

【私访】sīfǎng<动>vi hành

【私分】sīfēn<动>lén lút chia phần: ~国有资产 lén lút phân chia tài sản nhà nước

【私愤】sīfèn<名>hận thù cá nhân; thù riêng

【私函】sīhán<名>thư riêng

【私话】sīhuà<名>chuyện riêng: 这是我和你之间的~，别讲出去啊！Đây là chuyện riêng giữa tôi với anh, đừng để lộ ra ngoài nhé!

【私会】sīhuì<动>gặp riêng; gặp bí mật

【私活儿】sīhuór<名>việc riêng; việc của cá nhân: 上班时不能干~。Giờ làm việc chung không được phép làm việc riêng.

【私货】sīhuò<名>hàng lậu

【私家】sījiā<形>riêng tư; cá nhân: ~车 xe riêng

【私家侦探】sījiā zhēntàn thám tử tư; người làm việc trinh sát tư

【私见】sījiàn<名>❶ý kiến hay nhận xét riêng ❷thành kiến cá nhân

【私交】sījiāo<名>tình giao hảo cá nhân; quan hệ cá nhân

【私立】sīlì❶<动>thiết lập riêng: ~基金 thiết lập quỹ riêng ❷<形>do tư nhân lập nên; tư lập: ~学校 trường tư lập

【私利】sīlì<名>tư lợi; lợi riêng: 谋~ chuộc lợi riêng tư

【私了】sīliǎo<动>tự giải quyết riêng

【私密】sīmì❶<形>riêng tư: ~情感 tình cảm riêng tư ❷<名>việc riêng mà mình không muốn hay bất tiện nói với người khác: 打探别人的~ dò hỏi chuyện riêng tư người khác

【私囊】sīnáng<名>túi riêng; túi tiền cá nhân: 中饱~ vét đầy túi riêng

【私念】sīniàn<名>toan tính riêng tư; ý nghĩ cá nhân

【私企】sīqǐ<名>doanh nghiệp tư nhân

【私情】sīqíng<名>❶tình cảm cá nhân; tình cảm riêng tư: 王主任一向秉公办事，不徇~。Ông chủ nhiệm Vương bao giờ cũng làm việc theo nguyên tắc không kiêng dè nhân tố tình cảm. ❷tư tình; chuyện tình ái (thường là không chính đáng)

【私人】sīrén<名>❶tư nhân; riêng: ~财产 tài sản cá nhân; ~秘书 thư kí riêng ❷cá nhân: ~关系 quan hệ cá nhân ❸người của mình; người theo mình: 滥用~ bổ nhiệm bừa bãi người phe cánh mình

【私商】sīshāng<名>tư thương

【私设公堂】sīshè gōngtáng tự thiết lập trái phép nơi xét xử

【私生活】sīshēnghuó<名>cuộc sống riêng tư; sinh hoạt riêng tư

【私生子】sīshēngzǐ<名>con riêng; con hoang

【私事】sīshì<名>việc riêng; chuyện riêng

【私淑弟子】sīshū dìzǐ　học trò (không có dịp theo học)

【私塾】sīshú<名>[旧]trường tư thục

【私通】sītōng<动>❶tư thông; lén lút câu kết: ~外国 lén lút quan hệ với nước ngoài ❷tư thông; thông dâm

【私图】sītú<动>[书]mưu đồ cá nhân

【私吞】sītūn<动>nuốt riêng; ăn mảnh: ~公款 nuốt riêng khoản tiền chung

【私下】sīxià<名>❶riêng; bí mật; không công khai: 我想和你~商议。Tôi muốn bàn bạc riêng với anh. ❷tự mình làm: ~调解 tự mình hòa giải

【私相授受】sīxiāngshòushòu　lén lút cho nhau; ngấm ngầm cho nhau

【私心】sīxīn<名>❶trong lòng: ~佩服 khâm phục trong lòng ❷lòng ích kỉ; toan tính riêng tư; tư lợi

【私心杂念】sīxīn-zániàn　ý nghĩ tư lợi

【私刑】sīxíng<名>sự trừng phạt trái với luật pháp; hình phạt riêng

【私蓄】sīxù<名>tích trữ riêng: ~不多 tích trữ riêng không nhiều

【私学】sīxué<名>trường tư

【私营】sīyíng<形>tư doanh: ~公司 công ti tư doanh

【私营经济】sīyíng jīngjì　kinh tế tư doanh

【私营企业】sīyíng qǐyè　xí nghiệp tư doanh

【私有】sīyǒu<动>tư hữu; sở hữu tư nhân: ~财产 tài sản tư hữu

【私有制】sīyǒuzhì<名>chế độ tư hữu

【私语】sīyǔ❶<名>lời nói riêng tư ❷<动>nói riêng với nhau; cắn tai nhau: 两人在一旁窃窃~。Hai người thì thầm với nhau ở một bên.

【私欲】sīyù<名>điều ham muốn cá nhân

【私怨】sīyuàn<名>nỗi oán hận riêng

【私运】sīyùn<动>lén lút vận chuyển: ~走私 物资 lén lút vận chuyển hàng lậu

【私宅】sīzhái<名>nhà riêng

【私章】sīzhāng<名>con dấu riêng (phân biệt với con dấu công)

【私衷】sīzhōng<名>[书]ý nghĩ riêng thành thật

【私自】sīzì<副>tự mình; một mình; tự tiện; ngấm ngầm: ~动用公款 tự tiện dùng khoản quỹ công

思 sī❶<动>nghĩ; suy nghĩ: 寻~许久 suy nghĩ hồi lâu ❷<动>nhớ; nhớ nhung: 单相~ tình yêu một phía; 每逢佳节倍~亲。Ngày tết càng nhớ người thân. ❸<动>mong; mong muốn: 穷则~变 cùng thì muốn biến ❹<名>mạch suy nghĩ; ý nghĩ: 文~泉涌 ý văn trào dâng ❺<名>tâm tư: 忧~ nỗi buồn/nỗi sầu //(姓)Tư

【思辨】sībiàn<动>❶tư biện ❷suy nghĩ và phân tích

【思潮】sīcháo<名>❶luồng tư tưởng; trào lưu tư tưởng: 社会~ luồng tư tưởng xã hội ❷dòng suy nghĩ; tâm tư: ~澎湃 dòng suy nghĩ trào dâng

【思春】sīchūn<动>(thiếu nữ) tơ tưởng chuyện yêu đương

【思忖】sīcǔn<动>[书]suy nghĩ; suy tính

【思凡】sīfán<动>❶(thần tiên) muốn xuống trần gian ❷(tăng ni) nhớ về trần tục

【思古】sīgǔ<动>hoài cổ: 展出的文物让观众发~之幽情。Văn vật trưng bày khiến người xem sinh lòng hoài cổ.

【思过】sīguò<动>suy xét kiểm điểm lại những sai lầm của mình: 闭门~ bình tĩnh kiểm điểm những sai sót của mình

【思旧】sījiù<动>nhớ bạn cũ; hoài cựu

【思考】sīkǎo<动>suy nghĩ; suy xét: 值得~ đáng để suy nghĩ; 仔细~ suy xét kĩ

【思恋】sīliàn<动>nhớ nhung; nhớ thương

【思量】sīliang<动>❶cân nhắc; đắn đo; suy

nghĩ; suy xét: 细细~ cân nhắc kĩ càng ❷[方] nhớ; nghĩ đến: 大家正~着你呢。Mọi người đang nhớ mong anh đấy.

【思路】sīlù<名>mạch suy nghĩ; dòng suy nghĩ: 打断~ cắt đứt dòng suy nghĩ

【思虑】sīlǜ<动>suy xét: ~过多 suy xét quá nhiều

【思谋】sīmóu<动>suy tính; mưu tính: 我们~了很久才做出这个决定。Chúng tôi đã suy tính rất thận trọng mới đưa ra quyết định này.

【思慕】sīmù<动>nhớ; tưởng nhớ: ~那位文学巨匠 tưởng nhớ nhà văn học lớn đó

【思念】sīniàn<动>nhớ; nhớ nhung: 对家乡的~之情 nỗi nhớ quê hương

【思前想后】sīqián-xiǎnghòu suy trước tính sau

【思如泉涌】sīrúquányǒng sôi động dòng suy nghĩ; mạch văn trào dâng

【思索】sīsuǒ<动>suy nghĩ tìm tòi: 要勤于~。Cần phải luôn suy nghĩ tìm tòi.

【思维】sīwéi❶<名>tư duy ❷<动>suy nghĩ

【思乡】sīxiāng<动>nhớ quê: ~之情 tình cảm nhớ quê

【思想】sīxiǎng❶<名>tư tưởng ❷<名>ý nghĩ: 他早就有回农村创业的~了。Anh ấy đã có ý nghĩ về nông thôn lập nghiệp từ lâu rồi. ❸<动>suy nghĩ: 行动前认真~ suy nghĩ nghiêm chỉnh trước khi hành động

【思想包袱】sīxiǎng bāofu gánh nặng tư tưởng: 对这个错误你不要背什么~。Về sai lầm lần này anh chớ có gánh nặng về mặt tư tưởng.

【思想道德建设】sīxiǎng dàodé jiànshè xây dựng tư tưởng đạo đức

【思想斗争】sīxiǎng dòuzhēng đấu tranh tư tưởng

【思想工作】sīxiǎng gōngzuò công tác tư tưởng: 要善于做群众的~。Cần khéo léo trong công tác tư tưởng quần chúng.

【思想家】sīxiǎngjiā<名>nhà tư tưởng: 孔子是中国历史上有名的教育家和~。Khổng Tử là nhà giáo dục và nhà tư tưởng nổi tiếng trong lịch sử Trung Quốc.

【思想路线】sīxiǎng lùxiàn đường lối tư tưởng

【思想作风】sīxiǎng zuòfēng tác phong tư tưởng

【思绪】sīxù<名>❶đầu mối tư tưởng; mạch suy nghĩ: ~万千 muôn vàn ý nghĩ ❷tư tưởng tình cảm; tâm tư

斯 sī[书]❶<代>này: ~人 người này ❷<连>thì //(姓)Tư

【斯芬克斯】Sīfēnkèsī Sphinx (cổ tượng mặt người thân sư tử ở phía nam Kim tự tháp Ha-vơ-la Ai-cập)

【斯拉夫人】Sīlāfūrén người Xla-vơ

【斯诺克】sīnuòkè<名>[体育]snooker; bi-a

【斯斯文文】sīsīwénwén lịch sự; nho nhã: 他看起来~的。Trông anh ấy rất nho nhã lịch sự.

【斯文】sīwen<形>nho nhã; văn nhã: ~人 con người nho nhã; ~样 dáng văn nhã

【斯文败类】sīwén-bàilèi những kẻ có học thức mà đạo đức suy đồi; đạo đức giả

【斯文扫地】sīwén-sǎodì trí thức sa đọa; văn hóa không được coi trọng

厮¹ sī<名>[旧]❶đầy tớ trai: 小~ thằng nhỏ ❷đứa: 这~ đứa này

厮² sī<副>lẫn nhau; với nhau

【厮打】sīdǎ<动>đánh nhau

【厮混】sīhùn<动>❶chung đụng với nhau: 他整天跟不三不四的人~。Nó suốt ngày chung đụng với những người không đâu vào đâu. ❷trộn lẫn; hòa trộn

【厮闹】sīnào<动>cãi nhau

【厮拼】sīpīn<动>so đọ với nhau

【厮杀】sīshā<动>giết nhau; sát phạt nhau:

他俩在棋盘上~得不可开交。Hai người đang sát phạt nhau kịch liệt trên bàn cờ.

【厮守】sīshǒu〈动〉ở bên nhau

【厮熟】sīshú〈形〉quen biết lẫn nhau

锶 sī〈名〉[化学]stronti (kí hiệu: Sr)

撕 sī〈动〉kéo; giật; xé: 把纸条对半~开。Xé tờ giấy ra làm đôi.

【撕扯】sīchě〈动〉giật xé: 两人就在街头~开来。Hai người giật xé nhau ngay trên đầu phố.

【撕掉】sīdiào〈动〉xé; xé mất: ~广告 xé quảng cáo

【撕毁】sīhuǐ〈动〉❶xé hủy: ~书本 xé hủy sách vở ❷hủy bỏ: ~合同 hủy bỏ hợp đồng

【撕开】sīkāi〈动〉xé ra; xé toạc ra; lột trần: ~坏人的伪装。Lột trần lớp ngụy trang của kẻ xấu.

【撕裂】sīliè〈动〉xé rách; xé toạc

【撕票】sīpiào〈动〉giết con tin

【撕破】sīpò〈动〉xé rách; xé toạc: 袋子被~了。Chiếc túi đã bị xé toạc.

【撕破脸】sīpò liǎn[口]trở mặt; không còn nể nang gì nữa: 为了私利最终他们不惜~。Vì lợi ích riêng mà rốt cuộc họ đã không còn nể nang gì nhau nữa.

【撕碎】sīsuì〈动〉xé vụn

嘶 sī❶〈动〉[书](ngựa) hí ❷〈形〉khàn: 声~力竭 tiếng khàn sức kiệt

【嘶喊】sīhǎn〈动〉gào thét

【嘶吼】sīhǒu〈动〉gầm gào

【嘶叫】sījiào〈动〉(con lừa, con ngựa) hí

【嘶鸣】sīmíng〈动〉(lừa, ngựa) hí

【嘶哑】sīyǎ〈形〉khàn giọng: 说到喉咙~ nói đến khàn giọng

sǐ

死 sǐ❶〈动〉chết: ~人 chết người ❷〈副〉liều chết: ~守 tử thủ ❸〈副〉cho đến chết; bày tỏ lòng quyết tâm: ~不屈服 đến chết cũng quyết không khuất phục ❹〈形〉hết mức: 笑~人 buồn cười chết đi được ❺〈形〉quan hệ không thể điều hòa: ~仇 kẻ thù không đội trời chung ❻〈形〉cố định; cứng nhắc: ~脑筋 đầu óc cứng nhắc ❼〈形〉cụt; chết; tịt: 走进~胡同 đi vào ngõ cụt

【死板】sǐbǎn〈形〉❶cứng nhắc: 业余演员动作~。Động tác của diễn viên nghiệp dư trông cứng nhắc. ❷máy móc; không linh hoạt: 改变~的做法 thay đổi cách làm máy móc

【死别】sǐbié〈动〉tử biệt: 生离~ tử biệt sinh li

【死不悔改】sǐbùhuǐgǎi đến chết cũng chẳng chịu hối cải

【死不瞑目】sǐbùmíngmù chết không nhắm mắt: 不改变家乡落后面貌我~。Không thay đổi diện mạo lạc hậu của quê hương thì tôi có chết cũng không nhắm mắt được.

【死不足惜】sǐbùzúxī chết không đáng tiếc

【死产】sǐchǎn〈动〉[医学]thai chết (trong khi đẻ)

【死党】sǐdǎng〈名〉❶kẻ dám liều chết cho phe cánh ❷tập đoàn phản động ngoan cố

【死到临头】sǐdàolíntóu chết đến nơi: 他~仍不知悔改。Chết đến nơi mà hắn vẫn không chịu hối cải.

【死得其所】sǐdéqísuǒ chết một cách xứng đáng; chết một cách có ý nghĩa

【死等】sǐděng〈动〉đợi mãi; khăng khăng chờ đợi

【死敌】sǐdí〈名〉kẻ tử thù; kẻ thù một mất một còn

【死地】sǐdì〈名〉chỗ chết: 置人于~ dồn người ta vào chỗ chết

【死读书】sǐdúshū học theo lối nhồi sọ: 要善于将理论联系实际，不能~。Lí thuyết

phải đi đôi với thực tiễn, chớ nên học lối nhồi sọ.

【死对头】sǐduìtou<名>đối thủ một mất một còn

【死而后已】sǐ'érhòuyǐ đến chết mới thôi

【死而无悔】sǐ'érwúhuǐ dù có chết cũng chẳng hối hận

【死而无怨】sǐ'érwúyuàn dẫu có chết cũng cam lòng: 能把往昔的穷山沟变成今日的米粮川，我~了。Vùng núi nghèo nàn năm xưa nay đã trở thành nơi gạo trắng nước trong, tôi dẫu có chết cũng cam lòng.

【死光】sǐguāng❶<名>[物理]tia chết; tử quang ❷<形>chết sạch

【死鬼】sǐguǐ<名>❶ma quỷ: 你这~，别来缠我！Đồ ma quỷ đừng đến quấy rầy ta! ❷người chết

【死海】Sǐ Hǎi<名>Tử hải; biển Chết

【死耗】sǐhào<名>tin người chết; tin chết chóc; tin báo tử

【死胡同】sǐhútòng<名>ngõ cụt: 小偷跑进一条~，无路可逃了。Kẻ cắp chạy vào ngõ cụt, hết đường chạy trốn.

【死缓】sǐhuǎn<名>hoãn tội chết: 罪犯被判处~。Tội phạm bị kết án tử hình hoãn thi hành.

【死灰复燃】sǐhuī-fùrán tro tàn lại bùng cháy

【死活】sǐhuó❶<名>sống chết: 不知~ không biết sống chết ❷<副>[口]bất luận thế nào; nhất định: 他~不答应。Anh ấy nhất định không chịu.

【死机】sǐjī<动>chết máy: 电脑~了。Máy tính bị đơ.

【死记硬背】sǐjì-yìngbèi học thuộc lòng theo lối rập khuôn cứng nhắc

【死寂】sǐjì<形>vắng lặng: 冬天的夜里整片林子变得更加~。Đêm đông cả khu rừng càng trở nên vắng lặng.

【死角】sǐjiǎo<名>❶góc chết: 卫生~ góc chết trong tổng vệ sinh ❷vùng trắng; vùng chưa có ảnh hưởng: 宣传工作不要留~。Công tác tuyên truyền không nên để lại vùng trắng.

【死节】sǐjié<动>[书]tuẫn tiết (hi sinh để bảo vệ khí tiết): 为国~ vì nước tuẫn tiết

【死结】sǐjié<名>❶nút chết; cái nút khó cởi ❷ví những mâu thuẫn, vấn đề khó giải quyết

【死劲儿】sǐjìnr[口]❶<名>dốc hết sức: 大家用~来拉，终于救出掉到井下的儿童。Mọi người dốc hết sức để kéo rốt cuộc đã cứu được cậu bé từ dưới đáy giếng lên. ❷<副>lấy hết sức; gắng hết sức: 后卫要~盯住对方的高中锋。Hậu vệ cần gắng hết sức để bám chặt tiền đạo cao to của đối phương.

【死静】sǐjìng<形>im lặng như tờ; im phăng phắc

【死局】sǐjú<名>thế cờ bí; thế cờ đã hết cách gỡ

【死扣儿】sǐkòur =【死结】

【死牢】sǐláo<名>nhà lao tử tù

【死老虎】sǐlǎohǔ<名>con cọp chết (hình dung người đã mất uy thế)

【死老鼠】sǐlǎoshǔ<名>❶chuột chết: 瞎猫碰到~。Mèo mù vớ phải chuột chết. ❷sự vật xấu

【死里逃生】sǐlǐ-táoshēng chết hụt; thoát chết: 三名士兵从枪林弹雨下~。Ba người lính đã thoát chết sau đợt mưa bom bão đạn.

【死路】sǐlù<名>đường cùng; đường cụt; đường chết: 顽抗到底只有~一条。Ngoan cố chống cự sẽ đi vào con đường chết.

【死马当活马医】sǐmǎ dàng huómǎ yī ngựa chết coi như còn sống để chữa; còn có cơ cứu vãn thì còn cứu chữa; đến cùng, chưa chịu bó tay; còn nước còn tát

【死面】sǐmiàn〈名〉mì chưa lên men

【死命】sǐmìng❶〈副〉liều mạng: ~挣扎 giãy giụa liều mạng ❷〈名〉số ắt phải chết: 制敌于~ làm cho địch bị lâm vào thế diệt vong

【死难】sǐnàn〈动〉tử nạn

【死脑筋】sǐnǎojīn đầu óc cứng nhắc: 你怎么那样~? Sao đầu óc ông cứng nhắc vậy?

【死皮赖脸】sǐpí-làiliǎn mặt dạn mày dày

【死期】[1] sǐqī〈名〉ngày chết; kì hạn bị xử tử

【死期】[2] sǐqī〈形〉[口]định kì

【死棋】sǐqí〈名〉cờ bị dồn vào thế bí không cứu vãn được nữa: 你还能把这盘~下活了? Liệu anh có thể gỡ bí cho ván cờ này không?

【死乞白赖】sǐqibáilài bám riết lấy; dai như đỉa đói; làm vạ

【死气沉沉】sǐqì-chénchén không khí nặng nề

【死钱】sǐqián〈名〉❶đồng tiền chết (không sinh lãi) ❷tiền thu theo mức cố định vào thời điểm nhất định

【死囚】sǐqiú〈名〉tử tù; người bị kết án tử hình: 把~押往刑场。Áp giải tử tù ra pháp trường.

【死球】sǐqiú〈名〉[体育]bóng chết

【死去活来】sǐqù-huólái sống đi chết lại: 她哭得~。Chị ấy khóc đến sống đi chết lại.

【死人】sǐrén〈名〉❶người chết ❷xác chết

【死伤】sǐshāng〈动〉tử thương; chết và bị thương: 这次事故~人数还不清楚。Con số thương vong trong sự cố lần này còn chưa rõ.

【死神】sǐshén〈名〉tử thần; thần chết

【死生有命，富贵在天】sǐshēng yǒu mìng, fùguì zài tiān người ta chết sống hay phú quý đều có định mệnh cả

【死尸】sǐshī〈名〉xác chết

【死水】sǐshuǐ〈名〉nước tù đọng: 由于思想

僵化，不图改革，整个公司如同一潭~。Do tư tưởng cứng nhắc, không chịu cải tiến nên cả công ti như một tù nước đọng.

【死锁】sǐsuǒ〈名〉[计算机]khóa chặt

【死胎】sǐtāi〈名〉thai chết; thai nhi chết trong tử cung

【死土】sǐtǔ〈名〉[农业]đất chết

【死亡】sǐwáng〈动〉chết; thiệt mạng: ~人数 số người chết

【死亡率】sǐwánglǜ〈名〉tỉ lệ tử vong

【死亡线】sǐwángxiàn〈名〉tình huống nguy hiểm tới tính mạng; đường dây tử vong

【死亡证明】sǐwáng zhèngmíng giấy chứng tử

【死无对证】sǐwúduìzhèng chết không có người làm chứng: ~的悬案 một vụ án dở dang không người làm chứng

【死无葬身之地】sǐ wú zàngshēn zhī dì chết không nơi chôn

【死心】sǐxīn〈动〉lòng đã chết; hết hi vọng

【死心塌地】sǐxīn-tādì khăng khăng một mực; ngoan cố

【死心眼儿】sǐxīnyǎnr❶cố chấp; bảo thủ ❷người bảo thủ

【死信】[1] sǐxìn〈名〉thư chết; thư từ không địa chỉ

【死信】[2] sǐxìn〈名〉tin chết chóc; tin báo chết

【死刑】sǐxíng〈名〉tội tử hình: 罪犯被判处~，立即执行。Tội phạm bị xử tử hình, lập tức thi hành.

【死刑犯】sǐxíngfàn〈名〉tội phạm tử hình

【死讯】sǐxùn〈名〉tin buồn; tin người chết; tin báo tử

【死因】sǐyīn〈名〉nguyên nhân cái chết: 这些牲畜的~不明。Những con súc vật này chết không rõ nguyên nhân.

【死硬】sǐyìng〈形〉❶cứng nhắc; máy móc ❷ngoan cố: 犯罪嫌疑人态度~，拒不认罪。Nghi can giữ thái độ ngoan cố không chịu thú tội.

【死有余辜】sǐyǒuyúgū chết vẫn chưa đền hết tội

【死于非命】sǐyúfēimìng chết vì tai nạn bất ngờ

【死战】sǐzhàn❶〈名〉trận quyết tử; trận chiến đấu đến cùng: 决——~ quyết một phen sống mái ❷〈动〉chiến đấu quyết tử

【死者】sǐzhě〈名〉người chết; người tử vong

【死症】sǐzhèng〈名〉bệnh vô phương cứu chữa: 他患了~。Ông ấy bị căn bệnh vô phương cứu chữa.

【死猪不怕开水烫】sǐzhū bùpà kāishuǐ tàng lợn chết chẳng sợ bỏng; ví đã đến nỗi chẳng còn điều gì phải kiêng kị sợ sệt nữa

【死罪】sǐzuì❶〈名〉tội chết ❷〈动〉tội đáng chết (lời khách sáo)

sì

巳 Sì〈名〉Tị (vị trí thứ 6 trong địa chi)

【巳时】sìshí〈名〉[旧]giờ tị (từ 9 giờ đến 11 giờ)

四 sì〈数〉bốn; tứ: ~周 bốn tuần; 第~季度 quý tư //（姓）Tứ

【四边】sìbiān〈名〉bốn phía; bốn bên

【四边形】sìbiānxíng〈名〉hình tứ giác; hình bốn cạnh

【四不像】sìbùxiàng〈名〉❶tứ bất tượng; nai David ❷không đâu vào đâu; không ra ngô ra khoai: 这是一部~的作品。Đây là một tác phẩm không đâu vào đâu.

【四部】sìbù〈名〉Tứ bộ (cách phân chia loại sách của Trung Quốc thời cổ, chia ra bốn bộ lớn kinh, sử, tử, tập)

【四重奏】sìchóngzòu〈名〉hòa tấu bốn bè

【四出】sìchū〈动〉ra các nơi xung quanh; ra tứ phía: ~活动 hoạt động ra tứ phía

【四处】sìchù〈名〉khắp nơi; bốn bề: ~都是 khắp nơi đều là cây cối.

【四处奔走】sìchù-bēnzǒu chạy vạy khắp nơi; chạy chợt khắp nơi

【四处碰壁】sìchù-pèngbì tắc nghẽn; không có lối thoát; không có giải pháp

【四大发明】sì dà fāmíng bốn phát minh lớn của thời cổ Trung Quốc (bao gồm kĩ thuật ấn loát, kĩ thuật làm giấy, thuốc nổ và la bàn)

【四大皆空】sìdà-jiēkōng (quan niệm đạo Phật) thế gian tất cả đều hư vô

【四方】¹ sìfāng〈名〉bốn phương; khắp nơi

【四方】² sìfāng〈形〉hình vuông: ~盒 hộp vuông

【四方步】sìfāngbù〈名〉nhịp bước khoan thai

【四分五裂】sìfēn-wǔliè chia năm sẻ bảy

【四分之一决赛】sìfēnzhīyī juésài cuộc thi vòng tứ kết: 他们已进入前八，接着要进行~。Các anh ấy đã lọt vào vòng tám đội mạnh, tiếp đến là cuộc thi vòng tứ kết.

【四个现代化】sì gè xiàndàihuà bốn hiện đại hóa (do Trung Quốc nêu ra, gồm: hiện đại hóa công nghiệp, nông nghiệp, khoa học công nghệ và quốc phòng)

【四顾】sìgù〈动〉nhìn quanh: ~无人 nhìn quanh bốn bề đều vắng bóng người

【四海】sìhǎi〈名〉bốn biển; khắp cả nước: 五湖~ năm hồ bốn biển (cả nước)

【四海升平】sìhǎi-shēngpíng thế giới yên ổn thái bình

【四海为家】sìhǎi-wéijiā bốn biển là nhà

【四海之内皆兄弟】sìhǎi zhī nèi jiē xiōngdì bốn biển đều là anh em; người trong một nước đều là anh em

【四害】sìhài〈名〉bốn loại động vật có hại (ruồi, muỗi, chuột, gián)

【四合院】sìhéyuàn〈名〉tứ hợp viện; khu cư trú bốn mặt đều là nhà (kiểu kiến trúc cổ Trung Quốc với kết cấu bốn mặt là nhà, giữa là khoảnh sân)

【四环素】sìhuánsù〈名〉[医药]tetraxyclin

【四季】sìjì〈名〉bốn mùa: ~平安 bình an bốn mùa

【四季豆】sìjìdòu〈名〉đậu cô-ve

【四季如春】sìjì-rúchūn bốn mùa như xuân; khí hậu ôn hòa quanh năm

【四郊】sìjiāo〈名〉vùng ngoại ô thành phố

【四脚八叉】sìjiǎo-bāchā tư thế ngã chổng gọng

【四脚朝天】sìjiǎo-cháotiān tư thế ngã chổng vó: 小孩被摔了个~。Thằng bé bị ngã chổng vó.

【四脚蛇】sìjiǎoshé〈名〉[口]thằn lằn; rắn mối

【四近】sìjìn〈名〉khu vực lân cận xung quanh

【四开本】sìkāiběn〈名〉[印刷]khổ giấy A2 420mm × 594 mm

【四联单】sìliándān〈名〉chứng từ bốn bản; chứng từ bốn liên

【四两拨千斤】sì liǎng bō qiān jīn dùng sức bốn lạng gạt đi sức nghìn cân; khéo dùng sức lực có thể đạt hiệu quả to lớn.

【四邻】sìlín〈名〉láng giềng bốn phía: 他经常骚扰~。Ông ta thường làm phiền láng giềng.

【四邻八舍】sìlín-bāshè hàng xóm láng giềng

【四轮车】sìlúnchē〈名〉xe bốn bánh

【四面】sìmiàn〈名〉bốn mặt; bốn phía; bốn xung quanh: 陷入~受敌的绝境 rơi vào cảnh tuyệt vọng bị địch bao vây bốn phía

【四面八方】sìmiàn-bāfāng bốn phương tám hướng; khắp nơi: 大家从~来到广场参加集会。Mọi người từ khắp nơi đổ về quảng trường dự mít tinh.

【四面楚歌】sìmiàn-chǔgē bốn bề đều hát Sở ca; bốn bề đều bị vây khốn; bị khốn đốn cả tứ phía

【四旁】sìpáng〈名〉bốn bên; xung quanh

【四平八稳】sìpíng-bāwěn vững vàng chắc chắn

【四起】sìqǐ〈动〉nổi lên khắp nơi: 谣言~ tin nhảm phao truyền khắp nơi

【四驱车】sìqūchē〈名〉loại xe mà động lực có thể truyền tới cả bốn bánh

【四散】sìsàn〈动〉phân tán rải rác; tán loạn: ~逃窜 bỏ chạy tán loạn

【四舍五入】sì shě wǔ rù bốn bỏ năm thêm lên (phép lấy số gần đúng, bốn trở xuống thì bỏ, năm trở lên thì thêm một vào con số đứng trước)

【四声】sìshēng〈名〉[语言]❶tứ thanh; bốn thanh điệu (bình, thướng, khứ, nhập trong tiếng Hán cổ) ❷bốn thanh điệu (âm, dương, thướng, khứ trong tiếng Hán hiện đại) ❸thanh điệu của chữ nói chung

【四时八节】sìshí-bājié quanh năm bốn mùa; bốn mùa tám tiết khí; tứ thời bát tiết

【四书五经】Sì Shū Wǔ Jīng Tứ thư Ngũ kinh (cách gọi chung cho bốn cuốn sách: Đại học, Trung dung, Luận ngữ, Mạnh Tử cùng năm bộ kinh điển của nhà Nho: kinh Dịch, kinh Thư, kinh Thi, kinh Lễ, kinh Xuân Thu)

【四体】[1] sìtǐ〈名〉[书]tứ chi (hai tay và hai chân con người)

【四体】[2] sìtǐ〈名〉bốn thể chữ thư pháp chữ Hán: khải thư, thảo thư, lệ thư và triện thư

【四体不勤，五谷不分】sìtǐ-bùqín, wǔgǔ-bùfēn　tứ chi bất cần, ngũ cốc bất phân (chân tay không lao động, không phân biệt nổi ngũ cốc)

【四通八达】sìtōng-bādá giao thông thuận tiện, tỏa đi khắp nơi: 这个城市的公交系统~。Hệ thống giao thông thành phố tỏa đi khắp nơi hết sức thuận tiện.

【四外】 sìwài <名>khắp nơi; bốn bề: ~山峦 环绕 bốn bề núi non bao bọc

【四围】 sìwéi <名>xung quanh: 村庄~全是 油菜地。 Quanh làng đều là ruộng rau cải dầu.

【四维】 sìwéi <名>(không gian) bốn chiều

【四维空间】 sìwéi kōngjiān không gian bốn chiều (bao gồm không gian ba chiều và thời gian)

【四下里】 sìxiàli <名>khắp bốn phía: ~都是 花草。 Khắp bốn phía đều là hoa và cỏ.

【四项基本原则】 sì xiàng jīběn yuánzé bốn nguyên tắc cơ bản

【四言诗】 sìyánshī <名>thể thơ bốn chữ; thơ tứ ngôn

【四野】 sìyě <名>đồng ruộng xung quanh: ~ 一望无际。 Đồng ruộng xung quanh mênh mông bát ngát.

【四有人才】 sì yǒu réncái nhân tài "bốn có" (cách gọi tắt của thế hệ mới xã hội chủ nghĩa Trung Quốc: nhân tài có lí tưởng, có đạo đức, có văn hóa, có kỉ luật): 我们要培 养有理想、有道德、有文化、有纪律的 ~。 Chúng ta cần bồi dưỡng lớp nhân tài có lí tưởng, có đạo đức, có văn hóa, có kỉ luật.

【四月】 sìyuè <名>tháng tư

【四则运算】 sìzé yùnsuàn bốn phép tính (cộng, trừ, nhân, chia)

【四诊】 sìzhěn <名>[中医]tứ chẩn (bốn cách thức chẩn đoán bệnh tật trong trung y, bao gồm quan sát, nghe ngóng, hỏi han và bắt mạch)

【四肢】 sìzhī <名>tứ chi; chân tay: 下水游 泳前应先活动~。 Ta cần vận động tay chân trước khi bơi lội.

【四周】 sìzhōu <名>xung quanh; bốn bề

【四座】 sìzuò <名>bốn phía cử tọa: 寂静无 声。 Bốn phía cử tọa lặng như tờ.

寺 sì <名>❶đình; tự (cơ quan thời xưa): 太 常~ đình quan Thái Thường ❷[宗教]chùa: 寒山~ Chùa đền Hàn Sơn ❸[宗教]nhà thờ: 清真~ nhà thờ Thanh Chân (đạo Islam) // (姓)Tự

【寺观】 sìguàn <名>chùa; nhà chùa

【寺庙】 sìmiào <名>đền miếu

【寺院】 sìyuàn <名>chùa chiền

似 sì ❶<动>giống: 相~ giống nhau ❷ <副>hình như: 两人都觉得~曾相识。 Hai người đều cảm thấy hình như đã từng gặp mặt. ❸<介>vượt; hơn: 今年收入好~往 年。 Thu nhập năm nay tốt hơn những năm trước.

另见shì

【似曾相识】 sìcéngxiāngshí dường như đã từng quen biết

【似懂非懂】 sìdǒng-fēidǒng tưởng như đã hiểu nhưng thực ra vẫn chưa hiểu

【似乎】 sìhū <副>hình như; dường như: 他 ~对这里的公路很熟悉。 Hình như anh ấy rất thông thạo đường xá ở đây.

【似是而非】 sìshì-érfēi có vẻ như vậy mà thực ra không phải; có vẻ đúng mà thực ra là sai

【似水流年】 sìshuǐliúnián năm tháng tựa dòng chảy; ví tuổi xuân nhanh chóng qua đi

【似笑非笑】 sìxiào-fēixiào dường như thoáng hiện nụ cười

伺 sì <动>quan sát; dò xé: 窥~ nhòm ngó
另见cì

【伺服】 sìfú <名>[电学]mô-tơ phụ: ~器 bộ mô-tơ phụ; ~机 máy mô-tơ phụ

【伺机】 sìjī <动>đợi cơ hội; chờ thời cơ: ~报 复 chờ đợi thời cơ để báo thù

【伺隙】 sìxì <动>thừa cơ; lợi dụng chỗ sơ hở: ~打败强敌 lợi dụng chỗ sơ hở mà phá cường địch

祀 sì <动>cúng tế: ~祖 giỗ tổ

饲 sì ❶<动>nuôi; chăn nuôi ❷<名>thức ăn gia súc

【饲槽】sìcáo<名>máng đựng thức ăn cho vật nuôi

【饲草】sìcǎo<名>cỏ chăn nuôi; thức ăn cho gia súc

【饲料】sìliào<名>thức ăn gia súc: ~粉碎机 máy làm vụn thức ăn vật nuôi; ~混合机 máy trộn thức ăn vật nuôi

【饲养】sìyǎng<动>chăn nuôi: ~家禽 chăn nuôi gia cầm

【饲养场】sìyǎngchǎng<名>trại chăn nuôi

【饲养员】sìyǎngyuán<名>người chăn nuôi

【饲育】sìyù<动>chăn nuôi: 梅姐一人~三头猪、六只山羊和两头牛。Chị Mai một mình chăn nuôi ba con lợn, sáu con cừu và hai con trâu.

泗 sì<名>[书]nước mũi

驷 sì<名>[书]❶xe tứ mã ❷ngựa

【驷马】sìmǎ<名>[书]xe tứ mã: 一言既出，~难追。Một lời đã trót nói ra, dẫu xe tứ mã khó mà đuổi theo.

肆¹ sì<动>bất chấp hết thảy: 放~ ngang tàng

肆² sì<名>[书]cửa hàng: 食~ nhà hàng

肆³ sì<数>(chữ viết kép) bốn

【肆口大骂】sìkǒu-dàmà ngoạc mồm chửi bới

【肆力】sìlì<动>[书]tận sức; cố hết sức: ~完成任务 hết sức cố gắng hoàn thành nhiệm vụ; ~做好动员工作 cố hết sức làm tốt công tác động viên

【肆虐】sìnüè<动>tàn sát hoặc bức hại một cách bừa bãi; sự tàn phá ghê gớm: 台风~。Cơn bão tàn phá ghê gớm.

【肆扰】sìrǎo<动>mặc sức quấy rối; quấy phá lung tung: 遭到土匪~ bị bọn thổ phỉ quấy phá

【肆无忌惮】sìwú-jìdàn không kiêng dè gì; trắng trợn không kiêng nể ai

【肆行】sìxíng<动>làm bừa: ~无忌 hành động một cách bừa bãi chẳng kiêng dè gì hết

【肆意】sìyì<副>mặc ý: ~攻击 mặc ý công kích

【肆意妄为】sìyì-wàngwéi mặc ý làm càn

嗣 sì ❶<动>[书]thừa kế; nối dõi: 顺利~位 thuận lợi thừa kế ngôi vua ❷<名>con cháu: 皇家子~ con cháu hoàng gia

【嗣后】sìhòu<名>[书]về sau

【嗣位】sìwèi<动>[书]nối ngôi

【嗣子】sìzǐ<名>con thừa kế

sōng

松¹ sōng<名>cây thông; cây tùng: 红~ cây thông đỏ

松² sōng ❶<形>lỏng lẻo; không chặt: 管理很~ quản lí lỏng lẻo ❷<动>nới; nới lỏng: 一~腰带 nới thắt lưng một chút; ~一口气 nhẹ nhõm một chút ❸<形>rộng rãi; dư dật ❹<形>xốp: ~脆可口 xốp giòn ngon miệng ❺<动>buông ra; thả ra; cởi ra: ~手 buông tay ❻<名>ruốc; chà bông: 鱼~ ruốc cá // (姓)Tùng

【松柏】sōngbǎi<名>tùng bách

【松绑】sōngbǎng<动>❶cởi trói ❷nới lỏng sự hạn chế: 出台对企业~的政策 đưa ra chính sách nới lỏng hạn chế đối với doanh nghiệp

【松饼】sōngbǐng<名>[食品]bánh xốp

【松弛】sōngchí<形>❶thư giãn ❷lỏng lẻo

【松动】sōngdòng ❶<形>rộng thoáng ❷<动>dư dật: 爸爸最近手头~了。Bố dạo này đã dư dật hơn. ❸<动>lung lay; chờn: 螺钉~了。Cái đinh ốc bị long rồi. ❹<动>(biện pháp, thái độ, quan hệ) có phần êm dịu hơn, linh hoạt hơn: 近来双方的口气都有些~，看来复婚有望。Dạo này lời lẽ hai bên có phần dịu đi, xem chừng có khả năng phục hôn được.

【松糕鞋】 sōnggāoxié〈名〉loại giày dép đế xốp

【松果】 sōngguǒ〈名〉quả thông

【松花蛋】 sōnghuādàn〈名〉trứng bách thảo; trứng đen; trứng vôi

【松缓】 sōnghuǎn❶〈形〉từ từ; thư dãn: 表情~ vẻ mặt thư dãn ❷〈动〉làm cho dịu; bớt căng thẳng: ~紧张的心情 làm cho tinh thần bớt căng thẳng

【松鸡】 sōngjī〈名〉gà gô trắng

【松节油】 sōngjiéyóu〈名〉dầu thông; xăng thông

【松紧】 sōngjǐn〈名〉trình độ chặt lỏng: 裤头~正合适。Phần thắt lưng chiếc quần vừa vặn.

【松紧带】 sōngjǐndài〈名〉dây chun

【松劲】 sōngjìn〈动〉xả hơi: 大家坚持别~。Mọi người hãy kiên trì đừng xả hơi.

【松开】 sōngkāi〈动〉buông ra: ~手 buông tay ra

【松口】 sōngkǒu〈动〉❶nhả ra; nhẹ ra: 鳄鱼~了。Con cá sấu nhả miệng ra. ❷không kiên trì: 他终于~了。Rốt cuộc anh ấy không kiên trì ý kiến của mình nữa.

【松快】 sōngkuai〈形〉❶nhẹ nhõm thoải mái; khoan thai: 一场阴霾天气过去之后，大家的心情都变得~一些了。Sau một tuần tiết trời u ám, trời hửng sáng, tâm trạng mọi người trở lại nhẹ nhõm thoải mái hơn. ❷rộng rãi: 这房间看起来比较~。Căn phòng này xem ra khá rộng rãi.

【松林】 sōnglín〈名〉rừng thông

【松毛虫】 sōngmáochóng〈名〉sâu róm cây thông

【松明】 sōngmíng〈名〉đuốc cành thông

【松木】 sōngmù〈名〉gỗ thông: ~是很好的家具材料。Gỗ thông là vật liệu tốt để gia công đồ dùng gia đình.

【松墙】 sōngqiáng〈名〉bức tường thông (thông trồng thành hàng tựa như bức tường lớn)

【松球】 sōngqiú〈名〉[植物]quả thông

【松仁】 sōngrén〈名〉nhân hạt thông

【松软】 sōngruǎn〈形〉❶xốp mềm: 这双运动鞋的鞋底很~。Đôi giày thể thao này có đế xốp mềm. ❷nhũn ra; mềm nhũn

【松散】 sōngsǎn〈形〉❶kết cấu thiếu chặt chẽ: 小说的结构比较~。Bố cục của tiểu thuyết có phần hơi lỏng lẻo. ❷quan hệ không gắn bó: ~的团队 đội ngũ rời rạc ❸chấp hành không được nghiêm chỉnh: 纪律~ kỉ luật lỏng lẻo

【松手】 sōngshǒu〈动〉buông tay; buông lỏng

【松鼠】 sōngshǔ〈名〉con sóc

【松树】 sōngshù〈名〉cây thông

【松松垮垮】 sōngsōngkuǎkuǎ❶rời rạc; lỏng lẻo: 这架子搭得~的，不结实。Giàn này làm lỏng lẻo không được chắc lắm. ❷lỏng lẻo; uể oải: 精神状态~ tinh thần uể oải

【松涛】 sōngtāo〈名〉tiếng gió thổi qua rừng thông

【松土】 sōngtǔ〈动〉xới đất; làm tơi đất: 农民在~为春耕做准备。Bà con nông dân đang xới đất chuẩn bị cho vụ cấy xuân.

【松脱】 sōngtuō〈动〉long ra; tách rời: 螺钉~了。Ốc vít đã long ra.

【松香】 sōngxiāng〈名〉tùng hương; nhựa thông; cô-lô-phan

【松香油】 sōngxiāngyóu〈名〉dầu nhựa thông; dầu cô-lô-phan

【松懈】 sōngxiè❶〈动〉uể oải; thả lỏng: 教练提醒队员们训练不能~。Huấn luyện viên nhắc các đội viên không được phép thả lỏng trong khâu huấn luyện. ❷〈形〉lỏng lẻo không nghiêm: 对爆炸物管理~ lỏng lẻo trong việc quản lí vật liệu nổ ❸<形>(quan hệ) không chặt chẽ

【松心】sōngxīn<动>thành thơi trong lòng: 有邻居的帮助我们~多了。Có sự giúp đỡ của bạn láng giềng chúng tôi đỡ phải bận tâm nhiều.

【松蕈】sōngxùn<名>nấm thông

【松烟】sōngyān<名>nhọ thông

【松一口气】sōng yī kǒu qì bớt đi nỗi lo, trở nên nhẹ nhàng hơn: 孩子终于考上了大学，家长才~。Con em thi đỗ thì phụ huynh vợi bớt được nỗi lo.

【松油】sōngyóu<名>nhựa thông

【松针】sōngzhēn<名>lá thông

【松脂】sōngzhī<名>nhựa thông: ~可以做松香油。Nhựa thông có thể gia công thành cô-lô-phan.

【松子】sōngzǐ<名>hạt thông

嵩 sōng<形>[书]❶núi to cao ❷cao //(姓)Tùng

【嵩山】Sōng Shān<名>núi Tùng Sơn, nằm ở tỉnh Hà Nam Trung Quốc, còn gọi là Trung Nhạc (trong Ngũ Nhạc)

sóng

㞞 sóng[口]❶<名>tinh dịch ❷<形>hèn mạt

【㞞包】sóngbāo[口]❶<形>hèn mạt ❷<名>kẻ hèn mạt

sǒng

怂 sǒng❶<形>[书]sợ hãi; run sợ ❷<动>xúi; xúi giục; xúi bẩy

【怂恿】sǒngyǒng<动>xúi giục; xúi bẩy: ~小孩子打架 xúi bẩy tụi trẻ đánh nhau

耸 sǒng<动>❶đứng thẳng; cao vút: 楼房高~入云端。Ngôi nhà cao ngất đến tận tầng

mây. ❷giật gân; rợn người: 危言~听 tin nghe rợn người ❸rung động

【耸动】sǒngdòng<动>❶nhún vai: 他只~肩膀，并没说是否同意。Anh ấy chỉ nhún vai mà không nói đồng ý hay không. ❷làm rung động; gây chấn động: 成了~歌坛的事件 trở thành sự kiện gây chấn động làng ca nhạc

【耸动视听】sǒngdòng-shìtīng làm chấn động dư luận

【耸肩】sǒngjiān<动>nhún vai

【耸立】sǒnglì<动>đứng cao chót vót: 大城市到处高楼~。Trong đô thị khắp nơi đều là những nhà cao tầng cao chót vót.

【耸人听闻】sǒngréntīngwén nói nghe rợn cả người

【耸入云霄】sǒngrù-yúnxiāo cao vút tầng mây

【耸身】sǒngshēn<动>nhún người: ~跳下 nhún người nhảy xuống

【耸听】sǒngtīng<动>nghe nói sởn gáy

悚 sǒng<形>[书]kinh hãi; sợ hãi

【悚然】sǒngrán<形>kinh hãi; sợ hãi: 这桩离奇车祸听起来让人~。Vụ tai nạn giao thông li kì ấy nghe mà rợn người.

竦 sǒng[书]❶<形>cung kính: ~立 đứng một cách nghiêm trang ❷<形>sợ hãi ❸<动>đứng thẳng

【竦慕】sǒngmù<动>cảm động và ngưỡng mộ

sòng

讼 sòng<动>❶kiện: 检察院已向法院提起诉~。Viện kiểm sát đã khởi tố với tòa án. ❷[书]tranh cãi (đúng sai)

【讼案】sòng'àn<名>vụ kiện; vụ kiện cáo: 这场~我们想赢看来比较难。Vụ kiện này chúng ta muốn thắng xem chừng hơi khó.

【讼词】sòngcí<名>lời kiện; bản tố tụng

【讼师】sòngshī<名>[旧]thầy kiện; thầy cãi

【讼事】sòngshì<名>việc kiện cáo; vụ kiện: 这件~涉及的人太多，应慎重处理。Vụ kiện này liên quan tới quá nhiều người nên phải xử lí thận trọng.

宋 Sòng<名>đời nhà Tống (một triều đại lịch sử của Trung Quốc, gồm Nam Tống và Bắc Tống) //(姓)Tống

【宋词】Sòngcí<名>Tống từ

【宋体字】sòngtǐzì<名>lối chữ thể Tống

送 sòng<动>❶đưa; chuyển giao: ~孩子上学 đưa con đi học ❷tặng: 买礼物~给父母 mua quà tặng cho bố mẹ ❸tiễn đưa: 公司今晚设宴欢~几位退休的同事。Tối nay công ti mở tiệc tiễn đưa mấy đồng nghiệp về hưu. //(姓)Tống

【送别】sòngbié<动>tiễn đưa; tiễn biệt: ~老同学 tiễn biệt bạn học cũ

【送殡】sòngbìn<动>đưa đám; đưa ma; đưa tang: 很多人参加~仪式。Nhiều người tham gia lễ đưa tang.

【送达】sòngdá<动>đưa đến; đã đến: 这邮件须~收件人的手里。Bưu kiện này phải đưa đến tay người nhận.

【送风机】sòngfēngjī<名>ống bễ; máy quạt gió

【送佛送到西】sòng fó sòngdào xī tiễn Phật tiễn đến Tây thiên; đưa đến nơi đến chốn

【送还】sònghuán<动>trả lại; đem trả: 你快点把玩具~给别人。Cháu mau trả lại đồ chơi cho người ta.

【送货】sònghuò<动>đưa hàng: 下午谁负责~? Chiều nay ai phụ trách đưa hàng?

【送货上门】sònghuò shàngmén đưa hàng đến tận nhà

【送机】sòngjī<动>tiễn ra sân bay: 这个团谁负责~? Đoàn này do ai tiễn ra sân bay?

【送检】sòngjiǎn<动>đưa (mẫu vật) đi kiểm tra: 这批货~了吗? Đợt hàng này đã đưa đi kiểm tra chưa?

【送交】sòngjiāo<动>giao nộp; giao cho; gửi cho: 这份报告明天就要~上级。Bản báo cáo này ngày mai phải giao nộp lên cấp trên.

【送旧迎新】sòngjiù-yíngxīn tống cựu nghênh tân; tiễn đưa cái cũ, chào đón cái mới; tiễn năm cũ đón năm mới: 藉此节日，我们一道~。Trong dịp Tết đến, chúng ta cùng tiễn đưa cái cũ, chào đón cái mới.

【送君千里，终须一别】sòngjūnqiānlǐ, zhōngxūyībié tiễn người ngàn dặm, cuối cùng cũng phải chia tay

【送客】sòngkè<动>tiễn khách: 替我~ thay tôi tiễn khách

【送礼】sònglǐ<动>tặng quà; biểu xén: 请客~ mời khách và tặng quà

【送料】sòngliào<动>truyền đưa nguyên vật liệu

【送命】sòngmìng<动>bỏ mạng; mất mạng; thiệt mạng

【送气】sòngqì<动>bật hơi

【送气音】sòngqìyīn<名>[语言]âm bật hơi

【送亲】sòngqīn<动>đưa dâu: ~的队伍 đoàn đưa dâu

【送人】sòngrén<动>tiễn chân: 我刚刚去机场~。Tôi vừa ra sân bay tiễn khách.

【送人情】sòng rénqíng ❶[方]tặng quà; biểu xén: 平日里他很少给别人~。Bình thường ông ấy ít khi tặng quà cho người khác. ❷lấy lòng

【送丧】sòngsāng =【送殡】

【送上门】sòngshàng mén đưa đến tận nơi: 这个邮件你记得要~啊。Bưu kiện này anh nhớ phải đưa đến tận nơi nhé.

【送上西天】sòngshàng xītiān diệt; làm mất mạng; đi đời nhà ma: 全体民兵都在想

S

办法把更多的敌人~。Cả đội dân quân đều nghĩ cách để diệt được nhiều địch.

【送审】sòngshěn〈动〉đưa (gửi) đi duyệt: 这份草案明天~。Bản thảo này ngày mai sẽ đưa đi duyệt.

【送死】sòngsǐ〈动〉[口]tìm cái chết: 你这么做跟~没什么两样。Anh làm vậy có khác gì tìm đến cái chết.

【送往迎来】sòngwǎng-yínglái đưa đón: ~的事情都由我们负责。Việc đưa đón đều do chúng tôi đảm trách.

【送温暖】sòng wēnnuǎn mang đến sự ấm áp: ~到各家各户 mang lại sự ấm áp đến mỗi một gia đình

【送瘟神】sòng wēnshén tiễn ôn thần; xua ôn dịch; tống khứ vận rủi

【送信】sòngxìn〈动〉đưa thư

【送行】sòngxíng〈动〉❶tiễn chân: ~的人很多。Người tiễn chân rất đông. ❷thết tiệc tiễn đưa

【送修】sòngxiū〈动〉đưa đi sửa chữa: 你赶紧把车~吧。Anh nhanh chóng đưa xe đi sửa chữa đi.

【送葬】sòngzàng〈动〉đưa đám; đưa ma: 路上遇到~的队伍 trên đường gặp đoàn đưa đám

【送展】sòngzhǎn〈动〉đem đi triển lãm: 司机开这辆小车去~。Anh tài xế lái chiếc xe con này mang hàng đi triển lãm.

【送站】sòngzhàn〈动〉tiễn ra ga (hay bến tàu, xe)

【送终】sòngzhōng〈动〉chăm sóc cho người sắp chết; làm lễ tang

诵 sòng〈动〉❶đọc; ngâm: 喜欢吟~诗歌 thích ngâm thơ ❷đọc thuộc lòng: 作业是背~两首诗。Bài tập là đọc thuộc lòng hai bài thơ. ❸kể; nói lại; tụng: 大家都在传~小姑娘热情帮助同学的动人事迹。Mọi người đều truyền tụng sự tích cảm động lòng

người của cô bé nhiệt tình giúp đỡ bạn học.

【诵读】sòngdú〈动〉ngâm; đọc (thơ, văn)

【诵习】sòngxí〈动〉học theo phương thức đọc; đọc thuộc lòng: 今晚的作业是~十个英文单词。Bài tập tối nay là đọc thuộc lòng mười từ tiếng Anh.

颂 sòng❶〈动〉khen ngợi: 这种无私奉献的精神值得赞~。Tinh thần hiến dâng vô tư này đáng để khen ngợi. ❷〈动〉ca tụng; ca ngợi: 这是一首歌~祖国的歌曲。Đây là một bài hát ngợi ca tổ quốc. ❸〈名〉bài ca tụng: 欢乐~ bản nhạc ca tụng niềm vui; 英雄~ bản nhạc ca tụng anh hùng //(姓)Tụng

【颂词】sòngcí〈名〉lời ca tụng; lời chúc mừng

【颂歌】sònggē〈名〉thơ ca chúc tụng

【颂古非今】sònggǔ-fēijīn ngợi ca cái thời xưa để phê phán hiện thực

【颂扬】sòngyáng〈动〉khen ngợi; ca ngợi: ~好人好事 ca ngợi người tốt việc tốt

sōu

搜 sōu〈动〉❶tìm ❷khám xét: ~查制造爆炸案的人 khám xét người gây ra vụ nổ

【搜捕】sōubǔ〈动〉lùng bắt; truy lùng: 展开大范围~ triển khai truy lùng trong phạm vi rộng

【搜查】sōuchá〈动〉kiểm tra; lục soát: 仔细~ kiểm tra kĩ; 逐个房间~ lục soát từng gian phòng

【搜查证】sōucházhèng〈名〉giấy phép lùng soát

【搜肠刮肚】sōucháng-guādù vắt óc suy nghĩ

【搜刮】sōuguā〈动〉moi; vơ vét: ~钱财 vơ vét tiền của

【搜获】sōuhuò〈动〉lục được; khám ra

【搜集】sōují〈动〉sưu tập: ~有关材料 sưu

tập tài liệu hữu quan

【搜剿】sōujiǎo〈动〉truy quét: 我军继续~残敌。Quân ta tiếp tục truy quét tàn quân địch.

【搜缴】sōujiǎo〈动〉khám xét và tịch thu: ~淫秽出版物 khám xét và tịch thu đồ xuất bản đồi trụy

【搜救】sōujiù〈动〉tìm kiếm và cứu vớt: 展开~工作 triển khai công tác tìm kiếm và cứu vớt

【搜救犬】sōujiùquǎn〈名〉loài chó được huấn luyện dùng cho việc cứu người gặp nạn

【搜罗】sōuluó〈动〉thu thập: ~有价值的民间艺术作品 thu thập tác phẩm nghệ thuật dân gian có giá trị

【搜拿】sōuná〈动〉lùng bắt: 我们得到消息前来~越狱犯。Chúng tôi được báo tin đến lùng bắt tù nhân vượt ngục.

【搜求】sōuqiú〈动〉tìm kiếm; lục tìm: ~专业人才 tìm kiếm nhân tài chuyên ngành

【搜身】sōushēn〈动〉khám người: 你无权~。Anh không có quyền khám người.

【搜索】sōusuǒ〈动〉tìm tòi; lùng tìm; lục soát: 四处~ lục soát khắp nơi

【搜索量】sōusuǒliàng〈名〉khối lượng tìm kiếm: 投资商根据~决定广告投资额。Các nhà đầu tư quyết định mức đầu tư khoản chi phí quảng cáo theo khối lượng tìm kiếm.

【搜索引擎】sōusuǒ yǐnqíng công cụ tìm kiếm (một hệ thống trong mạng Internet)

【搜寻】sōuxún〈动〉tìm kiếm: ~人证 tìm kiếm nhân chứng

【搜腰包】sōu yāobāo khám túi

【搜章摘句】sōuzhāng-zhāijù tìm kiếm và trích những câu đoạn

嗖 sōu〈拟〉vù, vèo: 子弹~~地从头顶上飞过。Đạn bay vèo vèo trên đầu.

馊 sōu〈形〉❶thiu; ôi: 食物已经~了。Thức ăn đã thiu. ❷(cách nghĩ) không hay: ~主意 biện pháp tồi

【馊点子】sōudiǎnzi =【馊主意】

【馊味】sōuwèi〈名〉mùi thiu: 这蒸排骨已经有~了。Món sườn hấp này đã có mùi thiu.

【馊主意】sōuzhǔyi〈名〉biện pháp tồi: 我认为这是~。Tôi cho rằng đây là biện pháp tồi.

艘 sōu〈量〉chiếc (tàu): 三~船 ba chiếc tàu

sǒu

叟 sǒu〈名〉[书]ông già: 童~无欺 không lừa già dối trẻ

嗾 sǒu❶〈叹〉xuýt (tiếng xuýt chó) ❷〈动〉[书]xuýt chó ❸〈动〉xúi giục; sai khiến

【嗾使】sǒushǐ〈动〉xúi bẩy: 不许~别人做坏事。Không được xúi bẩy người ta làm việc xấu.

sū

苏¹ sū〈名〉[植物]cây: ~木 tô mộc; 紫~ tía tô

苏² sū〈名〉cái tua: 流~ cái tua

苏³ sū〈动〉tỉnh; tỉnh lại; sống lại; hồi sinh: 许久才~醒过来 hồi lâu mới tỉnh lại; 春天来了，万物复~。Mùa xuân đến, muôn vật hồi sinh lại.

苏⁴ Sū〈名〉❶tên gọi tắt của tỉnh Giang Tô ❷thành phố Tô Châu //(姓)Tô

苏⁵ sū〈形〉[方]lôi thôi; lắm lời: 这老头好噜~。Ông già này rất lôi thôi.

苏⁶ sū〈名〉❶Xô-viết ❷(Sū) Liên Xô cũ

【苏打】sūdá〈名〉xút; sô-đa

【苏打水】sūdáshuǐ〈名〉nước sô-đa

【苏丹红】sūdānhóng〈名〉hợp chất hữu cơ đỏ, dùng làm nguyên liệu nhuộm, cấm sử dụng trong thực phẩm.

【苏铁】sūtiě<名>cây tô thiết

【苏醒】sūxǐng<动>tỉnh lại: 手术结束一个小时之后伤员才~过来。Sau khi phẫu thuật được một tiếng người bị thương mới tỉnh dậy.

【苏绣】sūxiù<名>đồ thêu Tô Châu; gấm Tô Châu

酥 sū❶<名>bơ: 涂了奶~的面包真好吃。Bánh mì phết bơ sữa ngon thật. ❷<形>xốp giòn: 炸虾片很~脆。Bánh phồng tôm rán xốp giòn. ❸<名>bánh điểm tâm xốp giòn ❹<形>mềm nhũn; yếu mềm

【酥饼】sūbǐng<名>bánh xốp

【酥脆】sūcuì<形>xốp và giòn: 我想吃~的饼。Tôi muốn ăn loại bánh xốp và giòn.

【酥麻】sūmá<形>tê dại; ê ẩm; mệt mỏi: 手脚~。Chân tay bị tê dại.

【酥软】sūruǎn<形>mềm nhũn; rã rời: 逛了一天街双脚都~了。Đi phố cả ngày hai chân mềm cả ra.

【酥松】sūsōng<形>xốp mềm: ~的饼干 bánh bích quy xốp mềm

【酥糖】sūtáng<名>kẹo xốp

【酥胸】sūxiōng<名>bộ ngực trắng ngần mềm mại

【酥油】sūyóu<名>bơ

【酥油茶】sūyóuchá<名>chè bơ

sú

俗 sú❶<名>phong tục: 民~ phong tục dân tộc ❷<形>thông tục: 通~词语 từ ngữ thông tục ❸<形>dung tục; tầm thường: 言语庸~ ăn nói dung tục ❹<名>trần tục: 还~ hoàn tục

【俗白】súbái<形>(ngôn ngữ) bình dị; mộc mạc: 老舍的小说语言较~。Phong cách ngôn ngữ trong tiểu thuyết của Lão Xá bình

dị mộc mạc.

【俗不可耐】súbùkěnài thô tục đến mức không thể chấp nhận: 她的穿着实在是~。Kiểu ăn mặc của cô ấy quả là thô tục đến mức không thể chấp nhận.

【俗称】súchēng❶<动>xứng danh thông tục: 银耳~白木耳。Ngân nhĩ gọi nôm na là mộc nhĩ trắng. ❷<名>tên thông tục: 白木耳是银耳的~。Mộc nhĩ trắng là tên thông tục của ngân nhĩ.

【俗话】súhuà<名>[口]tục ngữ: ~说 tục ngữ có câu

【俗家】sújiā<名>❶nhà tục (tăng ni gọi nhà của bố mẹ đẻ) ❷người trần tục

【俗家弟子】sújiā dìzǐ đệ tử trần tục không đi tu

【俗名】súmíng<名>tên tục; tên thông tục

【俗气】súqì<形>thô tục; dung tục; thô bỉ: 言语~ ăn nói thô bỉ

【俗人】súrén<名>❶người thế tục (không phải người tu hành như tăng ni đạo sĩ) ❷kẻ dung tục: ~说俗话。Kẻ dung tục nói toàn những lời lẽ dung tục.

【俗尚】súshàng<名>điều được tập tục đề cao

【俗套】sútào<名>❶tục lệ cũ ❷phong cách tầm thường và cũ rích: 这款衣服风格~。Kiểu áo này phong cách tầm thường.

【俗物】súwù<名>vật tầm thường: 这只是一件~而已。Đây chỉ là một vật tầm thường mà thôi.

【俗语】súyǔ<名>tục ngữ: ~有云：饮水思源。Tục ngữ có câu "uống nước nhớ nguồn".

【俗子】súzǐ<名>tục tử; kẻ dung tục

sù

夙 sù[书]❶<名>sớm: ~兴夜寐 thức khuya

dậy sớm/cần mẫn sớm khuya ❷<形>vốn thế; vốn có; cũ; có từ lâu: ~志 chí hướng vốn có

【夙世】sùshì<名>[宗教]kiếp trước: ~姻缘 tình duyên kiếp trước

【夙兴夜寐】sùxīng-yèmèi thức khuya dậy sớm; cần mẫn sớm khuya: 两人~，渐渐地做起了自己的事业。Hai người thức khuya dậy sớm, dần dần đã làm nên sự nghiệp của mình.

【夙夜】sùyè<名>ngày đêm: ~担心 ngày đêm lo lắng

【夙夜匪懈】sùyè-fěixiè không buông lỏng vào bất cứ lúc nào; sớm tối không lơ là

【夙愿】sùyuàn<名>nguyện vọng ôm ấp từ lâu: 最终~得以实现。Nguyện vọng ôm ấp từ lâu rốt cuộc đã thực hiện.

诉 sù<动>❶báo; nói: 告~ báo cho biết ❷kể: ~苦 kể khổ ❸tố cáo: ~诸法律 tố cáo bằng con đường pháp luật

【诉辩】sùbiàn<动>[法律]biện bạch; giải thích: 你得给我机会对这起事件发生的原因进行~。Anh phải cho tôi cơ hội để giải thích nguyên nhân gây nên sự kiện này.

【诉告】sùgào<动>kiện cáo: 他答应不再~。Anh ấy đồng ý không kiện cáo nữa.

【诉苦】sùkǔ<动>kể khổ; tố khổ: 阿婆从不向别人~。Bà không bao giờ kể khổ với người khác.

【诉求】sùqiú❶<动>trình bày lí do và nêu yêu sách ❷<名>yêu sách; yêu cầu

【诉权】sùquán<名>quyền khởi tố và báo cáo lên cấp trên

【诉说】sùshuō<动>nói ra; trình bày: ~苦楚 nói ra nỗi khổ đau

【诉讼】sùsòng<动>kiện tụng; tố tụng

【诉讼程序】sùsòng chéngxù trình tự tố tụng

【诉讼代理】sùsòng dàilǐ đại lí kiện tụng

【诉讼法】sùsòngfǎ<名>luật tố tụng

【诉讼时效】sùsòng shíxiào thời hạn có hiệu lực cho việc kiện tụng

【诉因】sùyīn<名>[法律]nguyên nhân kiện tụng

【诉冤】sùyuān<动>trình bày nỗi oan khuất

【诉愿】sùyuàn<动>khiếu nại lên cơ quan cấp trên về việc xử phạt không thỏa đáng để xin hủy bỏ hoặc giảm nhẹ mức xử phạt; xin giảm án phạt

【诉诸】sùzhū<动>áp dụng biện pháp: ~武力 dùng vũ lực để giải quyết

【诉状】sùzhuàng<名>đơn kiện

肃 sù❶<形>cung kính: 少先队员在英雄纪念碑前~立默哀。Các em thiếu niên tiền phong cung kính mặc niệm trước đài kỉ niệm anh hùng. ❷<形>nghiêm túc: 我们要严~处理此事。Chúng tôi phải nghiêm túc xử lí chuyện này. ❸<动>quét sạch; dập tắt // (姓)Túc

【肃毒】sùdú<动>quét sạch tội phạm ma túy: 首要任务是~。Nhiệm vụ quan trọng hàng đầu là quét sạch tội phạm ma túy.

【肃反】sùfǎn<动>thanh trừng phần tử phản cách mạng

【肃静】sùjìng<形>nghiêm túc im lặng: 请大家保持~。Mọi người hãy giữ trật tự.

【肃立】sùlì<动>đứng nghiêm trang

【肃穆】sùmù<形>nghiêm túc cung kính

【肃清】sùqīng<动>thanh trừ; quét sạch; dẹp yên: ~恐怖分子 thanh trừ phần tử khủng bố

【肃然起敬】sùrán-qǐjìng kính phục; đem lòng cảm phục

【肃杀】sùshā<形>[书]xơ xác tiêu điều: 出现在大家眼前的是一片~的场景。Trước mắt mọi người là một cảnh xơ xác tiêu điều.

【肃贪】sùtān<动>thanh trừ phần tử tham nhũng: ~行动 hành động thanh trừ phần tử tham nhũng

S

素 sù ❶〈形〉nguyên màu; trắng: 我只喜欢穿~色的裙子。Tôi chỉ thích mặc váy trắng. ❷〈形〉thanh nhã; không hoa hoét: 她常常是以~雅美丽的形象出现在公众面前。Cô ấy luôn xuất hiện trước công chúng với nét đẹp thanh nhã. ❸〈名〉(ăn) chay: ~菜 món ăn chay ❹〈形〉chất; nguyên chất: ~性 tính chất vốn có ❺〈名〉tố; vật mang tính căn bản của nó: 元~ nguyên tố; 色~ sắc tố ❻〈副〉từ trước tới nay: ~不来往 từ trước tới nay chưa hề đi lại với nhau //(姓)Tố

【素不相识】sùbùxiāngshí vốn không quen biết: ~的两人后来却成了好朋友。Hai người vốn không quen biết nhưng về sau lại trở thành bạn thân.

【素材】sùcái〈名〉tài liệu; tài liệu gốc

【素菜】sùcài〈名〉đồ ăn chay; món ăn rau đậu

【素淡】sùdàn〈形〉mộc mạc; thanh đạm

【素服】sùfú〈名〉quần áo trắng; quần áo tang

【素净】sùjing〈形〉mộc mạc; trắng trong thanh khiết

【素来】sùlái〈副〉xưa nay

【素昧平生】sùmèi-píngshēng chưa hề quen biết; vốn không quen biết

【素面朝天】sùmiàn-cháotiān (phụ nữ) không trang điểm son phấn

【素描】sùmiáo〈名〉❶vẽ phỏng bút; phác họa ❷tả sơ qua

【素朴】sùpǔ〈形〉❶mộc mạc: 用词~ dùng từ mộc mạc ❷manh nha; sơ kì; thô sơ (chỉ tư tưởng triết học): ~的唯物主义 chủ nghĩa duy vật thô sơ

【素日】sùrì〈名〉thường ngày

【素食】sùshí ❶〈名〉đồ ăn chay; món ăn chay ❷〈动〉ăn chay: 老太太~已有些年头了。Bà cụ đã ăn chay nhiều năm.

【素席】sùxí〈名〉bữa tiệc chay

【素雅】sùyǎ〈形〉trang nhã; thanh lịch

【素颜】sùyán〈名〉gương mặt không qua trang điểm

【素养】sùyǎng〈名〉điều tu dưỡng dày công: 艺术~ tu dưỡng nghệ thuật

【素油】sùyóu〈名〉dầu thảo mộc; dầu thực vật

【素质】sùzhì〈名〉❶tính chất vốn có ❷chất; phẩm chất; bản chất ❸tố chất; trình độ: 技术~ trình độ kĩ thuật

【素质教育】sùzhì jiàoyù giáo dục toàn diện (đối với học sinh, sinh viên)

速¹ sù ❶〈形〉nhanh; khẩn cấp: ~战~决 đánh nhanh thắng nhanh; 火~ hỏa tốc ❷〈名〉tốc độ: 网~很快。Tốc độ mạng Internet rất nhanh. //(姓)Tốc

速² sù〈动〉[书]mời: 不~之客 khách không mời mà đến

【速成】sùchéng〈动〉tốc thành; học cấp tốc; học ngắn hạn

【速成班】sùchéngbān〈名〉lớp cấp tốc; lớp ngắn hạn: 我父亲只上过书法~。Bố tôi chỉ học qua lớp thư pháp ngắn ngày.

【速递】sùdì ❶〈动〉gửi nhanh ❷〈名〉phương tiện gửi nhanh: 邮政~ gửi nhanh qua bưu chính

【速递员】sùdìyuán〈名〉người làm dịch vụ chuyển phát nhanh

【速冻】sùdòng〈动〉đông lạnh nhanh: 请把这块肉放进冰箱~。Hãy để miếng thịt này vào ngăn đông lạnh nhanh.

【速冻食品】sùdòng shípǐn thực phẩm đông lạnh

【速度】sùdù〈名〉❶tốc độ; vận tốc: 运行~ tốc độ vận hành ❷mức độ nhanh chậm: 放慢~ giảm tốc độ

【速度计】sùdùjì〈名〉đồng hồ đo vận tốc

【速滑】sùhuá〈名〉[体育]trượt băng tốc độ

【速记】sùjì ❶〈动〉tốc kí; ghi nhanh: 练习~ tập luyện tốc kí ❷〈名〉phương pháp tốc kí;

phương pháp ghi nhanh

【速记员】sùjìyuán<名>người viết tốc kí

【速决】sùjué<动>giải quyết nhanh chóng

【速率】sùlǜ<名>vận tốc

【速配】sùpèi<动>kết nối nhanh: 两人~成功。Hai người thành công kết nối nhanh.

【速去速回】sùqù-sùhuí đi mau về chóng

【速溶】sùróng<动>hòa tan nhanh

【速溶咖啡】sùróng kāfēi cà phê hòa tan

【速溶奶粉】sùróng nǎifěn sữa bột hòa tan nhanh

【速射】sùshè❶<动>bắn nhanh: ~30发 bắn nhanh 30 phát ❷<名>môn tốc xạ: 参加~比赛 dự thi môn tốc xạ

【速生桉】sùshēng'ān<名>cây bạch đàn tốc trưởng

【速食面】sùshímiàn =【方便面】

【速算】sùsuàn<名>cách tính nhanh; tính tắt

【速效】sùxiào<形>hiệu quả nhanh: ~救心丸 thuốc viên cứu chữa bệnh tim hiệu quả nhanh

【速效药】sùxiàoyào<名>loại thuốc hiệu quả nhanh

【速写】sùxiě<名>❶kí họa; vẽ phác ❷ghi nhanh

【速写本】sùxiěběn<名>cuốn sổ kí họa; vở vẽ phác

宿 sù❶<动>ở; trọ; ngủ đêm: 露~街头 ngủ đêm ngoài phố ❷<形>[书]vốn có: ~愿 chí hướng vốn có ❸<形>[书]lão luyện; lâu đời: ~将 lão tướng //(姓)Túc
另见xiǔ, xiù

【宿弊】sùbì<名>[书]tệ tục lâu đời

【宿便】sùbiàn<名>phân bị ách lại thời gian dài trong ruột, bất lợi đối với sức khỏe

【宿娼】sùchāng<动>chơi đĩ

【宿仇】sùchóu<名>mối hận thù vốn có xưa nay

【宿处】sùchù<名>nơi ở; nơi trú chân

【宿敌】sùdí<名>kẻ địch truyền kiếp

【宿疾】sùjí<名>căn bệnh cũ

【宿将】sùjiàng<名>lão tướng; vị tướng già giặn

【宿命论】sùmìnglùn<名>thuyết định mệnh

【宿诺】sùnuò<名>lời hứa từ lâu: 在许多人的帮助下，他最终实现了~。Được sự giúp đỡ của nhiều người, rốt cuộc ông ấy đã thực hiện được lời hứa từ lâu của mình.

【宿舍】sùshè<名>kí túc xá; nhà ở tập thể

【宿营】sùyíng<动>đóng quân qua đêm

【宿怨】sùyuàn<名>mối hiềm oán cũ

【宿债】sùzhài<名>món nợ cũ; món nợ tồn đọng

【宿主】sùzhǔ<名>[生物]kí chủ; vật chủ

粟 sù<名>thóc //(姓)Túc

【粟米】sùmǐ<名>[方]kê, hạt kê

嗉 sù<名>diều: 鸡~圆胀。Diều gà căng tròn.

【嗉囊】sùnáng<名>diều gà (chim): 几天没吃食，鸡~空空的。Mấy ngày không ăn, diều gà đã rỗng.

【嗉子】sùzi<名>❶nang diều của loài chim và gia cầm: 鸡~ diều gà ❷[方]cái nậm (đựng rượu)

塑 sù❶<动>nặn; đắp: ~像 đắp tượng ❷<名>nhựa: ~料涂层 tráng màng nhựa

【塑封】sùfēng❶<动>ép nhựa: ~照片 ép ảnh bằng lớp nhựa ❷<名>lớp ép nhựa: 打开这盒巧克力的~ mở lớp ép nhựa của hộp sô-cô-la này

【塑钢】sùgāng<名>nhựa thép

【塑化剂】sùhuàjì<名>Plasticiser, hóa chất làm tăng độ bền dai và mềm dẻo

【塑胶】sùjiāo<名>nhựa; chất dẻo: ~制品 chế phẩm nhựa

【塑胶跑道】sùjiāo pǎodào đường chạy trải nhựa

【塑料】sùliào<名>nhựa; chất dẻo: ~薄膜

màng nhựa

【塑料袋】sùliàodài〈名〉túi ni-lon: 限制使用~ hạn chế sử dụng túi ni-lon

【塑身】sùshēn〈动〉làm cho vóc dáng của mình thêm khỏe đẹp: 健美操~ làm đẹp bằng thể dục thẩm mĩ

【塑像】sùxiàng〈名〉tượng nặn

【塑性】sùxìng〈名〉tính keo; tính dẻo

【塑造】sùzào〈动〉❶đắp nặn ❷miêu tả hình tượng nhân vật ❸xây dựng sáng tạo

溯sù〈动〉❶[书]ngược dòng: ~流而上 đi ngược dòng ❷ngược lên: 一旦发生问题将追~查找源头。Hễ xảy ra vấn đề sẽ tìm ngược lên để truy tìm căn nguyên.

【溯源】sùyuán〈动〉ngược lên tìm nguồn gốc: 追根~ truy tìm đến nguồn gốc

愫sù〈名〉[书]chân thành; thành tâm: 情~ tình cảm chân thành

簌sù

【簌簌】sùsù❶[拟]lào xào; xào xạc; rì rào: 风~地吹，叶子沙沙地落下。Gió thổi lào xào, lá rơi xào xạc. ❷〈形〉(nước mắt, mồ hôi) lã chã: ~泪下 nước mắt lã chã

suān

酸suān❶〈名〉chất axít ❷〈形〉chua: ~甜 chua ngọt ❸〈形〉chua xót; đau xót: 辛~ chua xót đắng cay ❹〈形〉cổ hủ; hủ lậu ❺〈形〉mỏi: ~痛 mỏi đau

【酸菜】suāncài〈名〉dưa chua; dưa muối

【酸楚】suānchǔ〈形〉chua xót khổ sở; đau khổ

【酸度】suāndù〈名〉độ axít

【酸腐】suānfǔ〈形〉ươn (cá); ôi (thịt)

【酸化】suānhuà〈动〉quá trình thêm axít vào môi trường kiềm để giảm độ pH; axít hóa

【酸碱度】suānjiǎndù〈名〉độ pH; độ chua

【酸碱平衡】suānjiǎn pínghéng cân bằng độ pH

【酸碱中和】suānjiǎn zhōnghé trung hòa kiềm và axít

【酸刻】suānkè〈形〉công nghệ xử lí axít trong điêu khắc

【酸苦】suānkǔ〈形〉chua chát: 母亲心里有些~。Trong lòng mẹ hơi thấy chua chát.

【酸困】suānkùn〈形〉nhức mỏi phần cơ bắp

【酸辣酱】suānlàjiàng〈名〉tương ớt chua cay

【酸溜溜】suānliūliū❶chua: 嗅到~的味道 ngửi thấy mùi chua ❷mỏi mệt: 逛了半天街，小腿累得~的。Đi phố nửa ngày bắp chân hơi mỏi mệt. ❸hơi khó chịu; chạnh lòng: 听别人这么说，她心里有些~的。Nghe người ta nói như vậy, cô hơi khó chịu. ❹sính nói chữ

【酸梅】suānméi〈名〉mai chua; quả mơ

【酸梅汤】suānméitāng〈名〉xirô mơ

【酸奶】suānnǎi〈名〉sữa chua

【酸溶液】suānróngyè〈名〉dung dịch axít

【酸软】suānruǎn〈形〉mỏi; nhừ: 全身~ mỏi nhừ cả người

【酸涩】suānsè〈形〉chua chát

【酸疼】suānténg〈形〉vừa đau vừa mỏi; nhức mỏi

【酸甜】suāntián〈形〉chua ngọt: ~排骨 sườn sốt chua ngọt

【酸甜苦辣】suān-tián-kǔ-là chua ngọt đắng cay; đắng cay ngọt bùi: 成长中的~ những đắng cay ngọt bùi trong quá trình trưởng thành

【酸痛】suāntòng〈形〉đau; nhức nhói: 腰骨~。Cột sống đau nhức nhói.

【酸味】suānwèi〈名〉vị chua

【酸雾】suānwù〈名〉khói axít

【酸洗】suānxǐ〈动〉ngâm axít; rửa axít: ~除锈 khử han rỉ bằng cách rửa axít

【酸辛】suānxīn =【辛酸】

【酸性】suānxìng<名>tính axít: ~物质 vật mang tính axít

【酸雨】suānyǔ<名>mưa axít

【酸枣】suānzǎo<名>❶cây táo chua ❷quả táo chua

【酸枝】suānzhī<名>(cây, gỗ) trắc

【酸值】suānzhí<名>[化学]chỉ số axít

suàn

蒜suàn<名>❶cây tỏi: 牛肉炒~ thịt bò sào tỏi ❷củ tỏi

【蒜瓣儿】suànbànr<名>múi tỏi; nhánh tỏi

【蒜黄】suànhuáng<名>lá tỏi non (vàng)

【蒜臼子】suànjiùzi<名>cối giã tỏi

【蒜苗】suànmiáo<名>[方]❶non tỏi; cọng tỏi non ❷tỏi xanh

【蒜泥】suànní<名>tỏi nghiền; tỏi giã nhỏ

【蒜皮】suànpí<名>vỏ tỏi

【蒜蓉】suànróng<名>tỏi băm

【蒜薹】suàntái<名>non tỏi; mầm tỏi non; cọng hoa tỏi

【蒜头】suàntóu<名>củ tỏi

【蒜头鼻】suàntóubí<名>mũi hình tỏi

算suàn❶<动>tính: ~钱 tính tiền; 预~ dự toán ❷<动>tính vào: 下周去露营~我一个。Tuần sau đi cắm trại, cho tôi đi cùng. ❸<动>mưu tính; tính toán; toan tính: 失~ tính toán sai ❹<动>đoán; đoán chừng: 我~他三天内就能完成任务。Tôi đoán anh ấy sẽ hoàn thành được nhiệm vụ trong ba ngày. ❺<动>coi là: 余下的~我的。Còn lại thì coi là của tôi. ❻<动>thôi; cho xong: ~了，别再说了。Thôi, đừng nói nữa. ❼<动>được; được thừa nhận: 你说的不~。Những gì anh nói không được chấp nhận. ❽<副>rốt cuộc; coi như: 我最后~是做完设计了。Cuối cùng tôi cũng đã hoàn tất được việc thiết kế. //(姓)Toán

【算尺】suànchǐ<名>thước tính; thước kéo

【算得】suàndé<动>được coi là; được cho là: 她也~上是能干的妻子。Chị ấy vẫn xứng đáng là người vợ đảm đang.

【算法】suànfǎ<名>cách tính

【算卦】suànguà<动>bói toán

【算计】suànjì<动>❶tính toán: 这么多数据，要好好~。Số liệu nhiều thế, cần tính toán cho cẩn thận. ❷suy nghĩ; cân nhắc; suy tính: 此事应好好~。Việc này còn phải suy tính cho kĩ. ❸đoán; phỏng đoán: 我~他今晚肯定赶不回来了。Tôi đoán tối hôm nay anh ấy chắc chắn không kịp trở về. ❹mưu toan; mưu tính: 被人~ bị người ta mưu toan làm hại

【算旧账】suàn jiùzhàng tính sổ cũ; thanh toán chuyện xưa

【算命】suànmìng<动>đoán số; bói: ~先生 thầy bói

【算盘】suànpán<名>❶bàn tính ❷dự tính; ý định

【算式】suànshì<名>phương trình; biểu thức toán học

【算是】suànshì❶<副>rốt cuộc: 这项任务~完成了。Nhiệm vụ này rốt cuộc đã hoàn thành. ❷<动>coi là; xem như là

【算术】suànshù<名>số học; toán học; làm tính

【算术题】suànshùtí<名>bài toán

【算数】suànshù<动>❶mới thôi: 大家都出席才~。Mỗi người đều đến dự mới xong. ❷tính; tính tới: 以前的不~。Những cái trước đây coi như xí xóa.

【算题】suàntí<名>đề toán; bài toán

【算学】suànxué<名>❶toán học ❷số học

【算账】suànzhàng<动>❶tính toán sổ sách ❷tính nợ (hay tính sổ) với ai: 小心我找你~! Cẩn thận rồi tao sẽ thanh toán với mày!

S

suī

虽 suī〈连〉❶tuy; tuy rằng: 工作~忙，也要注意锻炼身体。Tuy rằng công việc bận rộn, vẫn cần phải chú ý rèn luyện. ❷dù; cho dù: ~死不辞 dù chết cũng tiếp nhận

【虽败犹荣】suībài-yóuróng tuy thất bại mà vẫn vẻ vang

【虽然】suīrán〈连〉tuy; tuy rằng

【虽说】suīshuō〈连〉[口]tuy rằng: ~平日工作很忙，但他仍然争取时间学外语。Tuy hàng ngày bận công tác nhưng anh ấy vẫn tranh thủ thời gian học ngoại ngữ.

【虽死犹生】suīsǐ-yóushēng tuy đã chết mà còn sống mãi trong lòng người

【虽则】suīzé〈连〉tuy rằng

suí

绥 suí[书]❶〈形〉yên ổn; bình yên ❷〈动〉bình định

【绥靖】suíjìng〈动〉[书]bình định: ~政策 chính sách bình định

隋 Suí〈名〉đời nhà Tùy (một triều đại lịch sử của Trung Quốc) //(姓)Tùy

随 suí❶〈动〉đi theo; theo sau: 跟~党走 đi theo Đảng ❷〈动〉nghe theo; thuận theo ❸〈动〉tùy: ~意 tùy ý ❹〈介〉thuận; tiện: ~手 tiện tay ❺〈动〉[方]giống: 小虎性格~父亲。Tính cách Tiểu Hổ giống bố. //(姓)Tùy

【随笔】suíbǐ〈名〉❶tùy bút ❷bút kí

【随便】suíbiàn❶〈动〉tùy ý: 你~选几种吧。Em cứ tùy ý chọn mấy loại đi. ❷〈形〉tùy tiện: 说话~ nói năng tùy tiện ❸〈连〉bất cứ: ~你说什么我都接受。Bất cứ anh nói gì tôi đều chấp nhận. ❹〈形〉không cầu kì ❺〈形〉tùy hứng: ~谈 chuyện phiếm/chuyện lan man

【随波逐流】suíbō-zhúliú nước chảy bèo trôi; gặp sao hay vậy

【随常】suícháng〈形〉thường; bình thường

【随处】suíchù〈副〉khắp nơi: ~都有鲜花。Khắp nơi đều có hoa tươi.

【随从】suícóng❶〈动〉đi theo; đi cùng: 大哥带路，我们~。Anh dẫn đường, chúng tôi đi theo. ❷〈名〉người đi theo; nhân viên đi cùng; tháp tùng

【随大溜】suí dàliù theo đàn; theo đa số: 他常常~，没有自己的主意。Anh ấy thường ngả theo đa số mà không có ý kiến riêng.

【随带】suídài〈动〉mang theo: 王娟除行李外还~了一袋书。Ngoài va li ra Vương Quyên còn mang theo một túi sách.

【随地】suídì〈副〉bất kì chỗ nào; bất kể đâu: 可以~摆放 để ở đâu cũng được; 严禁~大小便! Cấm phóng uế bừa bãi!

【随方就圆】suífāng-jiùyuán ứng xử linh hoạt theo sự thay đổi của tình huống

【随访】suífǎng〈动〉❶tháp tùng tham quan, phỏng vấn ❷theo dõi tìm hiểu

【随份子】suí fènzi góp một phần

【随风倒】suífēngdǎo gió chiều nào ngả theo chiều ấy

【随风飘扬】suífēng-piāoyáng phấp phới bay theo gió: 五星红旗~。Cờ đỏ năm sao phấp phới bay trong gió.

【随感】suígǎn〈名〉đôi điều cảm nhận: 以下仅是我的~。Dưới đây chỉ là đôi điều cảm nhận của tôi.

【随行就市】suíháng-jiùshì giá cả biến động theo thị trường

【随和】suíhe〈形〉lành; hiền hòa: 性格~ tính tình hiền hòa

【随后】suíhòu〈副〉ngay sau đó: 一个熟悉的身影~出现。Ngay sau đó một bóng hình quen thuộc đã xuất hiện.

【随机】suíjī❶〈副〉tùy cơ ❷〈形〉tùy ý; ngẫu

nhiên

【随机抽样】suíjī chōuyàng lấy mẫu theo phương thức ngẫu nhiên

【随机检查】suíjī jiǎnchá kiểm tra theo phương cách ngẫu nhiên

【随机应变】suíjī-yìngbiàn tùy cơ ứng biến

【随即】suíjí<副>ngay lập tức: ~发生爆炸 tiếp đó xảy ra luôn vụ nổ

【随记】suíjì<名>đôi điều ghi chép; tùy bút

【随叫随到】suíjiào-suídào gọi là đến ngay

【随军】suíjūn<动>đi cùng quân ngũ; đi theo bộ đội: ~记者 nhà báo đi cùng quân ngũ/phóng viên chiến sự

【随口】suíkǒu<副>nói thiếu suy nghĩ: 事关重大，不要~发言。Việc hệ trọng không nên nói năng thiếu suy nghĩ.

【随迁】suíqiān<动>di cư theo; chuyển theo (cha mẹ hoặc vợ chồng): 父母调动工作，子女~。Cha mẹ chuyển đổi nơi làm việc, con cái cũng chuyển theo.

【随群】suíqún<形>(làm) theo như mọi người

【随身】suíshēn<形>mang bên mình; theo bên người: 只有一些~物品 chỉ một số đồ vật mang bên mình

【随身听】suíshēntīng<名>máy cát-xét bỏ túi (có tai nghe)

【随声附和】suíshēng-fùhè phụ họa theo đuôi; hùa theo; a dua

【随时】suíshí<副>❶bất cứ lúc nào: 欢迎各位~到访。Hoan nghênh các bạn đến thăm bất cứ lúc nào. ❷kịp thời; đúng lúc: 快递员可以~上门收件。Nhân viên bưu điện sẽ kịp thời phục vụ tận nhà để nhận bưu kiện gửi nhanh.

【随时随地】suíshí-suídì bất kì nơi đâu và bất cứ lúc nào; mọi nơi mọi lúc

【随手】suíshǒu<副>tiện tay: ~关灯 tiện tay tắt đèn

【随顺】suíshùn<动>thuận theo: ~别人的意见 thuận theo ý kiến người khác

【随俗】suísú<动>tùy tục; làm theo phong tục: 入乡~ nhập gia tùy tục

【随同】suítóng<动>đi cùng: ~人员 nhân viên đi cùng/tháp tùng

【随喜】suíxǐ<动>❶chung vui: ~，我也来一个节目。Tôi cũng xin tham gia một tiết mục góp vui. ❷[宗教]cùng làm việc thiện; góp phần

【随乡入乡】suíxiāng-rùxiāng nhập gia tùy tục

【随想】suíxiǎng<名>tùy hứng: 这只是些~罢了。Đây chỉ là một số lời viết tùy hứng thôi.

【随想曲】suíxiǎngqǔ<名>khúc nhạc tùy hứng; capricio

【随心】suíxīn<形>❶tùy tâm; tùy theo lòng mình; tùy thích: 不可~而做。Không được phép làm theo kiểu tùy hứng. ❷vừa ý: 朋友的建议听起来很~。Đề nghị của các bạn nghe rất vừa ý mình.

【随心所欲】suíxīnsuǒyù muốn sao làm vậy: 我们待人接物不能~。Trong việc giao tiếp, ta không thể muốn sao làm vậy.

【随行】suíxíng<动>đi cùng; tháp tùng: 代表团~人员一共7位。Nhân viên tháp tùng trong Đoàn đại biểu tổng cộng có 7 người.

【随意】suíyì<形>tùy ý: 请大家~入座。Xin mời quý vị nhập tọa tự nhiên.

【随遇而安】suíyù'ér'ān gặp cảnh nào quen với cảnh đó; gặp sao vui vậy

【随员】suíyuán<名>❶nhân viên tùy tùng: 没有带上~ không có nhân viên tùy tùng đi theo ❷tùy viên: 军事~ tùy viên quân sự

【随缘】suíyuán<动>tùy theo duyên phận

【随葬】suízàng<动>chôn theo; tùy táng

【随葬品】suízàngpǐn〈名〉đồ tùy táng

【随展】suízhǎn〈动〉cùng tham gia triển lãm

【随着】suízhe〈介〉theo đà; theo: ~城市的发展，私家车越来越多了。Theo đà phát triển đô thị hóa, xe tư ngày càng nhiều thêm.

遂 suí〈动〉toại: 半身不~ bán thân bất toại
另见suì

suǐ

髓 suǐ〈名〉❶tủy xương ❷tủy: 脑~ tủy não ❸[植物]cốt tủy (trong rễ thực vật)

suì

岁 suì❶〈名〉năm: ~末 cuối năm ❷〈量〉tuổi: 三~ ba tuổi ❸〈名〉[书]thời gian: ~月 năm tháng ❹〈名〉[书]thu hoạch trong năm: 丰~ năm được mùa //(姓)Tuế

【岁差】suìchā〈名〉[天文]độ sai lệch hàng năm

【岁出】suìchū〈名〉khoản chi hàng năm (trong ngân sách nhà nước)

【岁初】suìchū〈名〉đầu năm: ~已传喜讯。Đầu năm đã truyền ra tin mừng.

【岁暮】suìmù〈名〉[书]❶cuối năm: ~天寒 cuối năm trời rét ❷tuổi già, tuổi cao

【岁入】suìrù〈名〉khoản thu hàng năm (trong ngân sách nhà nước)

【岁首】suìshǒu〈名〉[书]đầu năm

【岁数】suìshu〈名〉[口]tuổi; số tuổi: 你今年多大~了？Chú năm nay bao nhiêu tuổi?

【岁星】suìxīng〈名〉[旧]Tuế tinh; sao Mộc; Mộc tinh

【岁修】suìxiū〈名〉[建筑]tu sửa hàng năm

【岁月】suìyuè〈名〉năm tháng: ~流逝。Năm tháng trôi đi.

【岁月不待人】suìyuè bù dài rén năm tháng trôi đi chẳng đợi ai

遂 suì❶〈动〉như ý; toại nguyện ❷〈副〉[书]thì; rồi thì: 服药~康 uống thuốc rồi sẽ khỏi ❸〈动〉thành công: 未~ chưa thành công //(姓)Toại
另见suí

【遂心】suìxīn〈形〉được như ý muốn: 祈祷今年我可以~。Cầu mong năm nay tôi được như ý muốn.

【遂心如意】suìxīn-rúyì được ý thỏa lòng

【遂意】suìyì =【遂心】

【遂愿】suìyuàn〈动〉toại nguyện: 父母得以~。Bố mẹ được toại nguyện.

碎 suì❶〈动〉vỡ; vỡ tan; làm vỡ: 碟子打~了。Làm vỡ đĩa. 心都~了。Lòng bị tan vỡ. ❷〈形〉vụn: ~屑 mảnh vụn; 事情琐~ việc vụn vặt ❸〈形〉cà kê; bẻm mép: 嘴太~ bẻm mép/mồm miệng bép xép

【碎布】suìbù〈名〉vải vụn

【碎步】suìbù〈名〉bước đi thoăn thoắt

【碎花】suìhuā〈名〉đồ án hoa huệ nhỏ mà tập trung: ~裙 váy hoa

【碎块】suìkuài〈名〉miếng vỡ; miếng vụn

【碎矿机】suìkuàngjī〈名〉máy nghiền quặng

【碎料】suìliào〈名〉vật liệu nghiền

【碎裂】suìliè〈动〉vỡ nứt

【碎煤机】suìméijī〈名〉máy nghiền than

【碎片】suìpiàn〈名〉mảnh vụn

【碎尸】suìshī〈动〉phanh thây

【碎尸万段】suìshī-wànduàn cắt thây thành từng mảnh; phanh thây trăm mảnh

【碎石】suìshí❶〈动〉nghiền đá ❷〈名〉đá nghiền; đá dăm

【碎石机】suìshíjī〈名〉máy nghiền đá

【碎嘴子】suìzuǐzi[方]❶người lắm điều ❷nói nhảm; lắm điều: 你别~。Mày đừng có lắm điều.

隧 suì〈名〉đường hầm

【隧道】suìdào<名>đường hầm

【隧洞】suìdòng<名>hang ngầm

燧suì<名>❶đồ lấy lửa (thời cổ): 钻~取火 lấy lửa bằng cách khoan gỗ, đập đá ❷lửa báo động (thời xưa): 烽~ lửa khói báo động

【燧石】suìshí<名>đá lấy lửa; đá lửa

穗suì<名>❶bông: 麦~ bông lúa ❷tua ❸(Suì) tên gọi khác của thành phố Quảng Châu //(姓)Tuệ

【穗选】suìxuǎn<动>[农业]chọn bông làm giống; chọn giống từ bông

【穗状花序】suìzhuàng huāxù[植物]loại hoa hình bông; hoa dạng tua

【穗子】suìzi<名>tua; bông

邃suì<形>[书]❶sâu; sâu xa: 深~的目光 ánh mắt rất sâu ❷tinh sâu: 精~ tinh thông sâu sắc

【邃古】suìgǔ<名>đời xa xưa

【邃密】suìmì<形>❶sâu ❷sâu xa; sâu sắc

sūn

孙sūn<名>❶cháu ❷chắt; chút //(姓)Tôn

【孙女】sūnnǚ<名>cháu gái

【孙女婿】sūnnǚxu<名>cháu rể

【孙媳妇】sūnxífu<名>cháu dâu

【孙子】Sūnzǐ<名>Tôn Tử

【孙子】sūnzi<名>cháu trai

【孙子兵法】Sūnzǐ Bīngfǎ Tôn Tử binh pháp; binh pháp (của) Tôn Tử

sǔn

损sǔn❶<动>giảm; mất: 有~形象 mất thể diện ❷<动>thiệt hại; hại: ~人利己 hại người ích mình ❸<动>[方]châm chọc: 她 老爱在背后~人. Mụ ấy cứ hay ở sau lưng châm chọc người khác. ❹<动>làm hỏng: 地 震~毁了整个村子. Trận động đất hủy cả

xóm làng. ❺<形>[方]độc ác; cay nghiệt; cay độc: ~招 cách làm độc ác

【损兵折将】sǔnbīng-zhéjiàng bị tiêu diệt cả quân lẫn tướng; hao binh tổn tướng

【损公肥私】sǔngōng-féisī bớt của công để béo cá nhân

【损害】sǔnhài<动>làm tổn hại; làm hại

【损耗】sǔnhào❶<动>hao tổn; hao mòn: 这 台机子运行多年，已经严重~了. Máy này đã chạy nhiều năm nên bị hao mòn nặng. ❷<名>hao mòn: 扣除~ trừ đi hao mòn

【损坏】sǔnhuài<动>phá hại; làm hỏng: 用 力太大会~门的. Mạnh tay quá dễ làm hỏng cửa.

【损毁】sǔnhuǐ<动>làm hỏng; làm hư hoại: ~公物应受到相应处罚. Sẽ phải chịu phạt tương ứng khi làm hư hoại của công.

【损人】sǔnrén<动>❶[方]châm chọc người: 说话不要~. Nói năng đừng châm chọc người. ❷hại người: 绝不放过~的家伙。 Quyết không tha thứ cho kẻ hại người.

【损人不利己】sǔnrén bù lìjǐ làm tổn hại người khác mà không đem lại lợi ích cho mình

【损人利己】sǔnrén-lìjǐ lợi mình hại người

【损伤】sǔnshāng<动>❶thương tổn ❷làm tổn thương

【损失】sǔnshī❶<动>tổn thất ❷<名>thiệt hại: 重大~ thiệt hại nặng nề

【损益】sǔnyì<动>❶tăng giảm ❷lời lỗ; được thua

【损友】sǔnyǒu<名>bạn ẩu

笋sǔn<名>măng: 嫩~ măng non

【笋鞭】sǔnbiān<名>măng roi (cây măng nhỏ và dài)

【笋干】sǔngān<名>măng khô

【笋瓜】sǔnguā<名>[植物]bí ngô Ấn Độ

【笋鸡】sǔnjī<名>gà giò; gà choai; gà tơ

【笋尖】sǔnjiān〈名〉ngọn măng

隼 sǔn〈名〉[动物]chim cắt

榫 sǔn〈名〉cái mộng

【榫规】sǔnguī〈名〉la bàn mộng

【榫接】sǔnjiē〈名〉lô mộng; nối mộng

【榫锯】sǔnjù〈名〉cưa mộng

【榫舌】sǔnshé〈名〉lưỡi mộng

【榫头】sǔntou〈名〉cái mộng

【榫眼】sǔnyǎn〈名〉lỗ mộng

【榫子】sǔnzi =【榫头】

suō

唆 suō〈动〉xui; xúi; xui khiến: 教~ xúi giục

【唆弄】suōnòng〈动〉xúi giục; xúi bầy

【唆使】suōshǐ〈动〉xúi bầy: ~两人吵架 xúi bầy hai người cãi nhau

娑 suō

【娑罗树】suōluóshù〈名〉cây sa-la

桫 suō

【桫椤】suōluó〈名〉[植物]cây dẻ ngựa

梭 suō〈名〉cái thoi; con thoi

【梭镖】suōbiāo〈名〉cái lao; cây mác

【梭巡】suōxún〈动〉[书]đi lại tuần phòng; tuần tiễu: 昼夜~ ngày đêm đi lại tuần tra canh phòng

【梭鱼】suōyú〈名〉cá chày

【梭子】suōzi ❶〈名〉con thoi ❷〈名〉hộp vỏ băng đạn ❸〈量〉băng: 一~子弹 một băng đạn

【梭子蟹】suōzixiè〈名〉con ghẹ (cua biển mai hình thoi)

蓑 suō〈名〉áo tơi

【蓑笠】suōlì〈名〉áo tơi nón lá

【蓑衣】suōyī〈名〉áo tơi

羧 suō

【羧基】suōjī〈名〉[化学]gốc các-bô-xin; cacboxia

缩 suō〈动〉❶co; rút lại: 热胀冷~ nóng nở

ra lạnh co lại ❷rụt; co rụt: 乌龟老~着头不敢露出来。Con rùa cứ rụt đầu không dám thò ra. ❸chùn bước; lùi bước: 遇到困难不要退~。Không thể chùn bước trước khó khăn. ❹tiết kiệm; giảm bớt: ~食 tiết kiệm khẩu phần

【缩编】[1] suōbiān〈动〉rút gọn lại; thu gọn lại

【缩编】[2] suōbiān〈动〉giảm biên chế

【缩脖子】suō bózi　rụt cổ

【缩尺】suōchǐ〈名〉thước tỉ lệ; tỉ lệ xích

【缩短】suōduǎn〈动〉rút ngắn: ~假期 rút ngắn thời gian nghỉ phép

【缩放】suōfàng〈动〉co lại và phóng to

【缩放仪】suōfàngyí〈名〉máy thước phóng

【缩合】suōhé〈动〉[化学]thu hợp lại; cô đặc lại

【缩减】suōjiǎn〈动〉giảm; giảm bớt: ~开支 giảm bớt chi tiêu

【缩聚】suōjù〈动〉[化学]kết tụ lại

【缩量】suōliàng〈动〉giảm số lượng

【缩略】suōlüè〈动〉rút gọn; vắn tắt: 请把这篇文章~到一千字。Đề nghị rút gọn bài này trong khuôn khổ 1.000 chữ.

【缩略语】suōlüèyǔ〈名〉ngữ rút gọn

【缩手】suōshǒu〈动〉rụt tay lại

【缩手缩脚】suōshǒu-suōjiǎo ❶rụt tay rụt chân ❷e dè

【缩水】suōshuǐ〈动〉❶ngâm nước cho co lại ❷co lại ❸giá trị giảm bớt: 这股票~了。Giá trị cổ phiếu này bị co lại rồi.

【缩水率】suōshuǐlǜ〈名〉độ co ngót

【缩头缩脑】suōtóu-suōnǎo ❶co đầu rụt cổ ❷nhát gan; sợ trách nhiệm

【缩图】suōtú〈名〉bản đồ thu nhỏ

【缩微】suōwēi〈动〉vi phim (microfilm)

【缩小】suōxiǎo〈动〉thu nhỏ; thu hẹp

【缩写】suōxiě ❶〈名〉viết tắt ❷〈动〉viết tóm tắt

【缩叶病】suōyèbìng〈名〉bệnh co lá; bệnh

giảm lá

【缩印】suōyìn<动>in thu nhỏ

【缩印本】suōyìnběn<名>cuốn in chụp rút nhỏ; in thu nhỏ

【缩影】suōyǐng<名>ảnh thu nhỏ

suǒ

所[1] suǒ❶<名>chỗ; nơi: 住~ chỗ ở ❷<名>viện; phòng; nhà: 研究~ sở nghiên cứu/viện nghiên cứu ❸<量>ngôi: 一~学校 một ngôi trường; 一~医院 một bệnh viện //(姓)Sở

所[2] suǒ<助>❶bị: 为天下~耻笑 bị thiên hạ xỉ vả ❷những cái: 大家~提的意见 những ý kiến do các vị đề xuất; 大家~关心的 những cái mà mọi người quan tâm tới; 各尽~能 mỗi người đều phát huy hết khả năng và tài năng của mình

【所长】suǒcháng<名>sở trường: 各有~ ai cũng có sở trường riêng của mình

【所得】suǒdé<名>thu nhập: 非法~ thu nhập trái phép

【所得税】suǒdéshuì<名>thuế thu nhập

【所见所闻】suǒjiàn-suǒwén tai nghe mắt thấy

【所属】suǒshǔ❶<形>sở thuộc; thuộc quyền; trực thuộc; dưới quyền: ~院校 nhà trường trực thuộc ❷<名>sở tại; nơi mình ở

【所谓】suǒwèi<形>❶những điều đã nói ❷cái gọi là: 被~的朋友欺骗 bị cái thằng gọi là "bạn bè" lừa gạt

【所向披靡】suǒxiàng-pīmǐ đánh đâu dẹp đấy

【所向无敌】suǒxiàng-wúdí không sức mạnh nào thắng nổi

【所学非所用】suǒ xué fēi suǒ yòng học không đi đôi với hành; công việc đang làm không đúng với chuyên ngành đã học

【所以】suǒyǐ❶<连>(dùng để biểu thị quan hệ nhân quả) cho nên; nên: 因为之前做过这些题，~我最早交试卷。Những bài này trước đây đã làm, cho nên tôi nộp bài thi sớm nhất. ❷<名>sự thể; hành động phù hợp: 忘其~ quên hết sự thể

【所以然】suǒyǐrán<名>nguyên nhân vì sao: 不知其~ không biết vì sao

【所有】suǒyǒu❶<动>sở hữu: ~权 quyền sở hữu ❷<名>cái mình có ❸<形>tất cả; hết thảy: ~人都起立鼓掌。Tất cả mọi người đứng dậy vỗ tay hoan hô.

【所有制】suǒyǒuzhì<名>chế độ sở hữu

【所在】suǒzài<名>❶nơi; chỗ: 寻找舒服的~居住 tìm kiếm nơi thoải mái dễ chịu để cư trú ❷chỗ tồn tại; nguồn gốc; nguyên nhân: 这就是关键~。Đây chính là nguyên nhân then chốt.

【所在地】suǒzàidì<名>nơi sở tại; nơi mình ở

【所作所为】suǒzuò-suǒwéi những hành vi và việc làm: 他们的~不得人心。Những hành vi của họ rất không được lòng người.

索[1] suǒ<名>thùng; chão; cáp //(姓)Sách

索[2] suǒ<动>❶tìm: 遍~不得 tìm khắp nơi không thấy ❷lấy; đòi: ~回 đòi lại

索[3] suǒ<形>[书]❶cô đơn: 离群~居 lìa đàn ở lẻ ❷vắng vẻ; yên lặng; tẻ nhạt: ~然无味 mùi vị tẻ nhạt

【索偿】suǒcháng<动>bắt đền; đòi bồi thường

【索酬】suǒchóu<动>đòi thù lao

【索道】suǒdào<名>đường dây cáp; đường cáp treo

【索贿】suǒhuì<动>đòi hối lộ

【索价】suǒjià<动>đòi giá

【索解】suǒjiě<动>tìm kiếm giải pháp; tìm kiếm giải đáp

【索居】suǒjū<动>ở lẻ: 离群~ lìa đàn ở lẻ

【索寞】suǒmò<形>[书]❶ủ ê rầu rĩ ❷vắng vẻ hiu quạnh

【索赔】suǒpéi<动>đòi bồi thường; bắt đền

S

【索桥】suǒqiáo<名>cầu treo: 铁~ cầu treo sắt

【索求】suǒqiú<动>❶tìm kiếm ❷mưu cầu

【索取】suǒqǔ<动>tìm thấy; đòi lấy

【索然】suǒrán<形>vắng vẻ; buồn tẻ; tẻ nhạt

【索然无味】suǒrán-wúwèi (văn chương, lời nói) trống rỗng tẻ nhạt

【索索】suǒsuǒ❶<拟>rì rào: 风~地吹。Gió thổi rì rào. ❷<形>cầm cập; lập cập; lẩy bẩy: 身子~发抖。Người run cầm cập.

【索性】suǒxìng<副>dứt khoát

【索要】suǒyào<动>đòi

【索引】suǒyǐn<名>bản hướng dẫn tra cứu

唢suǒ

【唢呐】suǒnà<名>kèn xô-na

琐suǒ<形>❶vụn vặt ❷nhỏ nhoi

【琐事】suǒshì<名>việc vặt

【琐碎】suǒsuì<形>vụn vặt; nhỏ nhặt

【琐闻】suǒwén<名>chuyện vặt: 记录下路上的~ ghi lại chuyện vặt trên đường đi

【琐细】suǒxì=【琐碎】

【琐屑】suǒxiè<形>[书]vụn vặt; lặt vặt

【琐议】suǒyì<名>bài bình luận tầm thường

【琐杂】suǒzá<形>lộn xộn

锁suǒ❶<名>cái khóa ❷<名>xiềng xích ❸<动>khóa ❹<动>thùa; vắt sổ ❺<名>vật có hình dạng giống cái khóa //(姓)Tỏa

【锁边】suǒbiān<动>vắt sổ

【锁匙】suǒchí =【钥匙】

【锁定】suǒdìng<动>❶ấn định; bám lấy: 每天十九点，爸爸都会~新闻频道。Đúng 19 giờ hàng ngày là ông bố bám xiết kênh thời sự. ❷nhằm trúng: 警方已~犯罪嫌疑人的身份。Phía cảnh sát đã xác định thân phận của nghi can.

【锁骨】suǒgǔ<名>xương đòn; xương quai xanh

【锁环】suǒhuán<名>vòng khóa

【锁簧】suǒhuáng<名>lò xo cái khóa

【锁键】suǒjiàn<名>then khóa; chốt hãm

【锁匠】suǒjiàng<名>thợ sửa khóa

【锁紧】suǒjǐn<动>khóa chặt

【锁具】suǒjù<名>khóa

【锁孔】suǒkǒng<名>lỗ khóa

【锁链】suǒliàn<名>xiềng xích

【锁头】suǒtou<名>cái khóa

【锁眼】suǒyǎn =【锁孔】

【锁钥】suǒyuè<名>❶chìa khóa ❷giải pháp: 找到解决问题的~ tìm ra giải pháp để giải quyết vấn đề ❸điểm xung yếu

T t

tā

他 tā〈代〉❶nó; hắn; người ấy (đại từ nhân xưng, ngôi thứ ba số ít, thường chỉ nam giới): ~是我同学。Anh ấy là bạn học của tôi. ❷từ đệm, không thay cho đối tượng cụ thể: 喝~一杯。Uống một cốc. 再试~一次。Làm thử lần nữa. ❸phương diện khác; nơi khác: 早已~去 đi nơi khác từ lâu ❹khác: ~人 người khác; 别无~求 không có cầu mong gì khác //(姓) Tha

【他荐】tājiàn〈动〉được người khác giới thiệu

【他律】tālǜ〈动〉bắt buộc bởi yếu tố bên ngoài; sự ràng buộc khách quan

【他们】tāmen〈代〉họ; chúng nó (ngôi thứ ba số nhiều)

【他年】tānián〈名〉[书]❶năm khác; năm nao; thời gian khác (trong tương lai) ❷thời gian nào đó trước kia

【他人】tārén〈代〉người khác: 以帮助~为乐。Coi việc giúp đỡ người khác làm vui.

【他日】tārì〈名〉[书]❶ngày khác; lúc khác: ~你一定成功。Trong một ngày nào đó, anh nhất định thành công. ~再说吧。Để lúc khác nhé. ❷thời gian nào đó trước kia

【他杀】tāshā〈动〉bị người khác giết (phân biệt với trường hợp tự sát): 这是一起~事件。Đó là một vụ án giết người.

【他伤】tāshāng〈动〉bị người khác thương

hại

【他乡】tāxiāng〈名〉xứ lạ; tha hương: 流落~ lưu lạc nơi đất khách quê người/lưu lạc tha hương

【他乡遇故知】tāxiāng yù gùzhī gặp bạn cũ nơi đất khách quê người; tha hương ngộ cố tri

【他用】tāyòng〈名〉chỗ sử dụng khác: 另有~ có chỗ sử dụng khác

【他指】tāzhǐ〈名〉ám chỉ; ý khác

它 tā〈代〉nó (đại từ chỉ vật, số ít): 不要把~丢掉。Đừng vứt bỏ nó. //(姓) Tha

【它们】tāmen〈代〉chúng

她 tā〈代〉❶nó; cô ấy; chị ấy (đại từ nhân xưng ngôi thứ ba, số ít, nữ giới) ❷Người; mẹ hiền (dùng để ví gọi sự vật mà mình yêu mến, kính trọng như tổ quốc, quốc kì, v.v.)

【她们】tāmen〈代〉họ; các cô ấy; các bà ấy

跋 tā〈动〉kéo lê; lê

【跋拉】tāla〈动〉kéo lê; lê: 你怎么~着鞋走路？Sao anh lại đi kiểu kéo lê giày như thế?

【跋拉板儿】tālabǎnr〈名〉[方]guốc

【跋拉儿】tālar〈名〉[方]dép lê

铊 tā〈名〉[化学]thali (kí hiệu: Tl)

塌 tā〈动〉❶sụp; sụt; sập: 倒~ đổ sập ❷lõm; tẹt: ~鼻梁 mũi tẹt ❸yên; yên lòng: ~下心来 yên lòng

【塌车】tāchē〈名〉xe ba gác

【塌方】tāfāng〈动〉sụt lở; sụt đất: 山洪引起~。Cơn lũ rừng gây ra sụt lở đất.

【塌架】tājià〈动〉❶(nhà cửa...) đổ sập ❷sụp

đổ; tan rã

【塌落】tāluò<动>sập; sụp đổ: 房顶~。Mái nhà đổ sụp xuống.

【塌台】tātái<动>(chức, quyền) sụp đổ; mất

【塌陷】tāxiàn<动>sụt; lún: 桥已~。Cầu đã sụt.

【塌心】tāxīn<形>[方]yên tâm; vững dạ: 你~睡吧。Chị cứ yên tâm ngủ đi.

【塌秧】tāyāng<动>[方]❶rũ (lá); héo (mầm) ❷ủ ê rầu rĩ; ủ dột

溻 tā<动>[方]mồ hôi ướt đẫm

踏 tā
另见tà

【踏实】tāshi<形>❶thận trọng; chín chắn; thiết thực: ~肯干 siêng năng thận trọng; 她做事很~。Cô ấy làm việc thận trọng lắm. ❷yên lòng

褟 tā<动>[方]viền; nẹp //(姓) Tháp

tǎ

塔 tǎ<名>❶tháp chùa: 宝~ bảo tháp ❷đồ vật hình tháp: 灯~ tháp đèn; 金字~ kim tự tháp //(姓) Tháp

【塔吊】tǎdiào<名>cần trục tháp

【塔灰】tǎhuī<名>[方]bụi kết thành dây lòng thòng từ trần nhà xuống

【塔林】tǎlín<名>cụm mộ hình tháp của nhà sư; tháp lâm

【塔楼】tǎlóu<名>❶nhà cao tầng hình tháp ❷lầu hình tháp (trên công trình kiến trúc)

【塔台】tǎtái<名>[航空]đài chỉ huy; tháp chỉ huy

【塔钟】tǎzhōng<名>đồng hồ tháp

獭 tǎ<名>rái cá

【獭祭】tǎjì<动>[书]sính dùng điển cố

鰨 tǎ<名>cá thờn bơn

tà

拓 tà<动>dập thác bản; in thác bản
另见tuò

【拓本】tàběn<名>bản in rập; thác bản

【拓片】tàpiàn<名>tờ giấy in rập; bản rập; thác bản

【拓印】tàyìn<动>in kiểu rập

沓 tà<形>[书]❶nhiều và dồn dập: 纷至~来 nườm nượp kéo đến ❷chểnh chảng: 做事拖~ làm ăn chểnh chảng
另见dá

挞 tà<动>[书]đánh (bằng roi, gậy); quất; quật; vụt: 鞭~ roi quất

【挞伐】tàfá<动>[书]thảo phạt; chinh phạt; tấn công: 大张~ ồ ạt tấn công

闼 tà<名>[书]cửa; cửa ngách: 排~直入 đẩy cửa vào thẳng

达 tà<形>[书]nhẵn thín; nhẵn bóng; trơn bóng

嗒 tà

【嗒然】tàrán<形>[书]chán nản; rầu rĩ: ~若丧 ủ ê như đưa đám

【嗒丧】tàsàng<形>[书]tiu nghỉu; thất vọng; chán chường: ~而归 tiu nghỉu quay về

阘 tà

【阘懦】tànuò<形>[书]thấp kém; hèn kém

【阘茸】tàróng<形>[书]thấp kém; ti tiện

榻 tà<名>cái chõng: 竹~ chõng tre

【榻榻米】tàtàmǐ<名>chiếu, đệm ta-ta-mi (kiểu Nhật)

踏 tà<动>❶đạp; giẫm; xéo; bước; đặt chân: 大~步前进 mạnh bước tiến lên; 践~ giày xéo; 脚~实地 chân bước trên thực địa/đi thực tế ❷đến tận nơi xem xét: ~勘 đến nhìn tận nơi
另见tā

【踏板】tàbǎn<名>❶ván cầu ❷ghế để chân;

cái gác chân ❸[体育]ván nhảy ❹bàn đạp

【踏步】tàbù❶<动>giậm chân: 原地~ giậm chân tại chỗ ❷<名>[方]bậc thềm

【踏春】tàchūn<动>du xuân

【踏访】tàfǎng<动>đến nhìn tận nơi; đến xem xét tận nơi

【踏歌】tàgē<动>vừa múa vừa hát (nghệ thuật thời xưa)

【踏脚石】tàjiǎoshí<名>đá trụ chân

【踏勘】tàkān<动>❶xem xét thăm dò thực địa ❷xem xét hiện trường

【踏看】tàkàn<动>đến nhìn tận nơi

【踏空】tàkōng<动>❶trượt chân ❷bỏ lỡ

【踏破铁鞋无觅处，得来全不费功夫】tàpò tiěxié wú mìchù, délái quán bù fèi gōngfu tìm mãi không ra, giơ tay mà vớ được

【踏青】tàqīng<动>đạp thanh; đi thanh minh

【踏足】tàzú<动>đặt chân vào: ~社会 bước chân vào xã hội

蹋 tà<动>❶đạp; giẫm; xéo ❷[书]đá

tāi

胎¹ tāi❶<名>cái thai: 怀~ có thai/có mang ❷<名>ruột; lót: 棉~ ruột bông ❸<名>phôi: 泥~ phôi đất ❹<量>lần chửa; lần đẻ: 二~政策 chính sách sinh đẻ lần hai

胎² tāi<名>săm lốp; ruột xe: 车~ săm xe

【胎动】tāidòng<动>thai cựa quậy; động thai

【胎毒】tāidú<名>thai độc

【胎儿】tāi'ér<名>thai nhi; bào thai

【胎发】tāifà<名>tóc máu; tóc của trẻ sơ sinh

【胎记】tāijì<名>bớt

【胎教】tāijiào<动>dạy (con) từ trong bào thai

【胎里素】tāilǐsù<名>người ăn chay từ nhỏ

【胎毛】tāimáo<名>tóc máu; lông máu

【胎膜】tāimó<名>màng thai

【胎盘】tāipán<名>nhau thai nhi; thai bàn

【胎生】tāishēng<形>thai sinh

【胎死腹中】tāisǐfùzhōng　chết trước khi sinh; thai lưu

【胎位】tāiwèi<名>vị trí thai; thai vị; vị trí bào thai

【胎衣】tāiyī<名>nhau thai; nhau

tái

台¹ tái❶<名>đài: 楼~ lâu đài ❷<名>bục; sân khấu: 讲~ bục giảng ❸<名>bệ: 锅~ bệ bếp để nồi ❹<名>vật có hình bệ: 窗~ bệ cửa sổ ❺<名>bàn: 柜~ quầy; 梳妆~ bàn trang điểm ❻<名>đài: 电视~ đài truyền hình ❼<量>vở: 一~戏 một vở kịch ❽<量>cỗ: 一~机器 một cỗ máy ❾(Tái)<名>tên gọi tắt của tỉnh Đài Loan

台² tái<名>(lời nói kính trọng) ông: 兄~ ông anh ///(姓) Đài

【台本】táiběn<名>kịch bản

【台笔】táibǐ<名>bút để bàn

【台币】táibì<名>tiền tệ Đài Loan

【台标】táibiāo<名>logo của đài phát thanh, truyền hình

【台布】táibù<名>khăn trải bàn

【台步】táibù<名>[戏剧]điệu bộ đi lại trên sân khấu

【台秤】táichèng<名>cân bàn

【台词】táicí<名>lời kịch

【台灯】táidēng<名>đèn bàn

【台地】táidì<名>[地质]nền; vùng đất nhô cao, bằng phẳng và rộng mà cạnh mép là dốc đứng

【台风】¹ táifēng<名>bão: 强~ cơn bão lớn

【台风】² táifēng<名>phong độ biểu diễn: ~稳健 phong độ biểu diễn vững vàng

【台甫】táifǔ<名>[旧]quý danh

【台虎钳】táihǔqián<名>cặp bàn; ê-tô

【台驾】táijià<名>[旧]quý ngài: 敬候~光临! Xin kính mời quý ngài hạ cố tới thăm!

【台鉴】táijiàn<动>[旧]quý ngài nhã giám

【台阶】táijiē<名>❶bậc ❷bậc thềm: 人民生活水平上了一个新~. Chất lượng cuộc sống nhân dân được nâng lên một mức mới. ❸lối thoát: 你知道他爱面子，就给他个~下吧. Cậu biết anh ấy thích giữ sĩ diện lắm, hãy cho anh ấy một lối thoát nhé.

【台历】táilì<名>lịch để bàn

【台面】táimiàn<名>[方]❶trên mặt bàn; trên bàn tiệc; thể diện: 你这礼物上不了~. Quà của anh xem ra thiếu thể diện. ❷tiền trên chiếu bạc; số tiền mặt bàn sòng bạc

【台盘】táipán<名>[方]❶bàn tiệc: 狗肉上不了~. Món thịt cầy không bày lên bàn tiệc được. ❷tiếp khách: 扭扭捏捏的怎么上得了~. Rụt rè e lệ sao có thể tiếp khách được.

【台钳】táiqián =【台虎钳】

【台球】táiqiú<名>❶bi-a ❷quả bi-a ❸[方]bóng bàn

【台扇】táishàn<名>quạt bàn

【台商】táishāng<名>thương gia Đài Loan

【台式】táishì<形>kiểu đặt bàn

【台钟】táizhōng<名>[方]đồng hồ để bàn

【台柱子】táizhùzi<名>đào kép chính; diễn viên chính

【台子】táizi<名>❶bàn bóng ❷[方]cái bàn ❸[口]bục; bệ; đài: 戏~ sân khấu; 窗~ bệ cửa sổ

抬 tái❶<动>giơ lên; ngẩng lên: ~起头来 ngẩng đầu lên; ~起眼睛 ngước mắt nhìn lên; 累得手脚都~不起来. Mệt quá, chân tay không nhấc lên nổi. ❷<动>khiêng: ~水 khiêng nước; ~走受伤的人员 khiêng người bị thương đi ❸<动>tranh cãi: ~杠 tranh cãi ❹<量>khiêng: 八~花轿 kiệu hoa tám người khiêng

【抬爱】tái'ài<动>ưu ái; yêu mến nâng đỡ: 得到上级的~ được cấp trên ưu ái

【抬秤】táichèng<名>cân tạ

【抬杠】¹táigàng<动>[口]tranh cãi

【抬杠】²táigàng<动>khiêng linh cữu

【抬高】táigāo<动>nâng lên; nâng cao: ~药价 nâng giá thuốc

【抬价】táijià<动>nâng giá

【抬肩】táijian<名>kích thước từ vai xuống nách

【抬轿子】tái jiàozi tâng bốc

【抬举】táijǔ<动>cất nhắc; đưa lên: 不识~ không biết điều/không biết ơn người ta cất nhắc mình

【抬升】táishēng<动>❶tăng lên ❷dâng cao: 海平面在持续~. Mực nước biển tiếp tục dâng cao.

【抬手】táishǒu<动>giơ tay

【抬头】táitóu❶<动>ngẩng đầu: ~望天空 ngẩng đầu nhìn bầu trời ❷<动>ngẩng cao đầu; mở mày mở mặt; nổi lên: 抬起头做一个堂堂正正的人. Ngẩng cao đầu làm một người đàng hoàng. 黑恶势力在一些地方有~的趋势. Các thế lực ma-phi-a đang có chiều hướng nổi lên ở một số địa phương. ❸<动>[旧]đài ❹<名>chỗ bên phải đài

【抬头不见低头见】táitóu bù jiàn dītóu jiàn ra ngõ gặp luôn

【抬头纹】táitóuwén<名>nếp nhăn trên trán

苔 tái<名>[植物]rêu

【苔藓植物】táixiǎn zhíwù loại rêu

【苔原】táiyuán<名>[地理]lãnh nguyên

骀 tái<名>[书]ngựa tồi: 驽~ ngựa tồi/kẻ vô tài

炱 tái<名>muội; mồ hóng: 煤~ muội than; 松~ muội nhựa thông

跆 tái<动>[书]đạp; dận

【跆拳道】táiquándào<名>tê-con-đô

鲐¹ tái<名>[动物]cá ngừ

薹¹ tái<名>[植物]cây lác

薹² tái<名>nõn hoa (tỏi, hẹ, cải dầu...)

tài

太 tài❶<形>cao; lớn: ~空 vũ trụ ❷<形>rất; nhất: ~古 thái cổ ❸<形>tiếng tôn xưng người bậc ông trở lên: ~祖母 mẹ của ông nội; ~师父 thầy của thầy ❹<副>quá; lắm: 天~冷了。Trời rét quá. ❺<副>cực; rất (lời khen): 你的歌唱得~好了。Cô hát hay quá. ❻<副>lắm (dùng để phủ định): 不~好。Không được tốt lắm. //(姓) Thái

【太白星】tàibáixīng<名>[天文]sao Thái Bạch

【太仓一粟】tàicāng-yīsù vô cùng nhỏ bé; hạt cát trên sa mạc; giọt nước giữa đại dương

【太阿倒持】tài'ē-dàochí cầm dao đằng lưỡi

【太妃糖】tàifēitáng<名>kẹo toffee

【太公】tàigōng<名>[方]cụ nội (nam); cụ ông

【太古】tàigǔ<名>thời thái cổ

【太后】tàihòu<名>thái hậu

【太湖石】tàihúshí<名>đá Thái Hồ (đá ở vùng Thái Hồ của tỉnh Giang Tô Trung Quốc, có nhiều lỗ, nhiều vân, dùng làm hòn non bộ rất đẹp)

【太极】tàijí<名>thái cực

【太极拳】tàijíquán<名>thái cực quyền

【太极图】tàijítú<名>thái cực đồ

【太监】tàijiàn<名>thái giám; hoạn quan

【太空】tàikōng<名>bầu trời; khoảng không vũ trụ

【太空舱】tàikōngcāng<名>khoang tàu vũ trụ

【太空船】tàikōngchuán<名>[方]con tàu vũ trụ

【太空服】tàikōngfú<名>áo vũ trụ; trang phục phi công vũ trụ

【太空棉】tàikōngmián<名>❶space cotton ❷bông gòn nhân tạo

【太庙】Tài Miào<名>thái miếu; miếu thờ tổ tiên của vua

【太平】tàipíng<形>thái bình; yên bình; yên ổn: 天下~ thiên hạ thái bình

【太平斧】tàipíngfǔ<名>búa tầm sét

【太平鼓】tàipínggǔ<名>❶trống con (dùng khi nhảy múa) ❷điệu múa trống

【太平间】tàipíngjiān<名>nhà xác

【太平门】tàipíngmén<名>cửa thoát hiểm; cửa phòng cháy; cửa an toàn

【太平盛世】tàipíng-shèngshì thời đại hòa bình thịnh vượng

【太平梯】tàipíngtī<名>thang an toàn

【太平天国】Tàipíng Tiānguó Thái bình Thiên quốc

【太平洋】Tàipíng Yáng<名>Thái Bình Dương

【太婆】tàipó<名>[方]cụ nội (nữ); cụ bà

【太上皇】tàishànghuáng<名>❶thái thượng hoàng (vua đã nhường ngôi cho con và đang còn sống) ❷kẻ chỉ huy trong hậu trường; quan thầy

【太甚】tàishèn<形>quá đáng; quá quắt; quá đỗi: 欺人~ ức hiếp người ta quá đáng

【太师椅】tàishīyǐ<名>ghế bành

【太岁】tàisuì<名>❶[天文]sao Thái tuế ❷(Tàisuì) thần Thái tuế: ~头上动土 vuốt râu hùm ❸[旧]thần ôn dịch; quan ôn (xưng hô mang hàm ý căm ghét đối với thổ hào ác bá)

【太太】tàitai<名>❶[旧]bà lớn ❷[旧]bà chủ ❸bà (từ tôn xưng): 黄~ bà Huỳnh ❹bà xã; bà nhà; vợ...: 她~是一位电影明星。Vợ ông ấy là một ngôi sao điện ảnh. ❺[方]cụ (từ xưng hô với cụ nội, cả cụ ông lẫn cụ bà)

【太息】tàixī<动>[书]than thở; thở dài

【太学】tàixué<名>[旧]thái học

T

【太阳】tàiyáng<名>❶mặt trời: ~能电池 pin năng lượng mặt trời ❷ánh mặt trời; ánh nắng: 今天~很好。Hôm nay trời nắng đẹp. ❸huyệt thái dương

【太阳黑子】tàiyáng hēizǐ vết đen mặt trời

【太阳镜】tàiyángjìng<名>kính mặt trời; kính râm

【太阳历】tàiyánglì<名>lịch mặt trời; dương lịch

【太阳能】tàiyángnéng<名>năng lượng mặt trời

【太阳系】tàiyángxì<名>hệ mặt trời; thái dương hệ

【太阳穴】tàiyángxué<名>huyệt thái dương

【太阳灶】tàiyángzào<名>bếp mặt trời

【太爷】tàiyé<名>❶ông nội ❷[方]cụ nội (cụ ông)

【太医】tàiyī<名>❶thái y ❷[方]thầy thuốc

【太阴】tàiyīn<名>❶[天文]sao Thái Tuế ❷[方]mặt trăng

【太阴历】tàiyīnlì<名>lịch mặt trăng; âm lịch

【太子】tàizǐ<名>thái tử

汰 tài<动>thải; bỏ; loại đi: 淘~ loại bỏ; 优胜劣~ mạnh được yếu thua

态 tài<名>❶hình dáng; trạng thái; vẻ: 形~ hình thái; 常~ trạng thái bình thường; 事~ tình trạng ❷thần tình; thái độ: 姿~优美 dáng vẻ rất đẹp ❸[语法]dạng //(姓) Thái

【态度】tàidù<名>❶cử chỉ; dáng vẻ: ~和蔼 cử chỉ hòa nhã; 耍~ nổi nóng ❷thái độ: 工作~ thái độ công tác; 端正~ giữ thái độ đứng đắn

【态势】tàishì<名>tình hình; tình thế

肽 tài<名>[化学]peptit

钛 tài<名>[化学]titan (kí hiệu: Ti)

泰 tài❶<形>bình yên; yên ổn: 国~民安 quốc thái dân an ❷<形>[书]tốt ❸<形>cực; nhất: ~西 tận cùng phía tây ❹<副>[书]quá mức; simpl略~甚 sơ sài quá mức //(姓) Thái

【泰斗】tàidǒu<名>Thái Sơn và Bắc Đẩu; siêu sao; núi Thái Sơn; cây đa cây đề: 他堪称京剧~。Ông ấy là cây đa cây đề trong giới Kinh kịch. 他不愧是文学界的~。Ông ấy xứng đáng là bậc thầy của ngành văn học.

【泰国】Tàiguó<名>Thái Lan: ~人 người Thái Lan

【泰然】tàirán<形>bình tĩnh; ung dung

【泰然处之】tàirán-chǔzhī thản nhiên như không

【泰然自若】tàirán-zìruò thản nhiên như không; thản nhiên như thường

【泰山】tàishān<名>❶(Tài Shān) núi Thái Sơn, nằm ở tỉnh Sơn Đông Trung Quốc, còn gọi là Đông Nhạc (trong Ngũ Nhạc), thường chỉ những người đáng tôn trọng hoặc những sự vật có giá trị: 有眼不识~ có mắt mà chẳng thấy núi Thái Sơn ❷bố vợ

【泰山北斗】tàishān-běidǒu núi Thái Sơn, sao Bắc Đẩu; siêu sao; đỉnh cao

【泰山压顶】tàishān-yādǐng núi Thái Sơn đè lên đỉnh đầu; sức ép nặng nề; sức ép cực mạnh

【泰水】tàishuǐ<名>mẹ vợ

【泰西】Tàixī<名>[旧]phương Tây (chủ yếu chỉ châu Âu)

酞 tài<名>[化学]phê-non-ta-lê-in

tān

坍 tān<动>đổ; sụp: 舞台~了。Sân khấu bị sụp rồi.

【坍方】tānfāng =【塌方】

【坍圮】tānpǐ<动>[书]đổ sập

【坍缩】tānsuō<动>(thể tích thiên thể) thu nhỏ lại (mật độ lớn lên)

【坍塌】tāntā<动>sạt; lở; đổ

【坍台】tāntái<动>[方]❶sụp đổ; sập tiệm ❷mất mặt; ê mặt; xấu mặt; mất thể diện

【坍陷】tānxiàn<动>lún: 地层~ gãy lún địa tầng

贪 tān❶<动>tham; tham ô: ~赃枉法 tham của đút phá hoại luật pháp; ~官污吏 tham quan ô lại ❷<动>ham; tham: ~吃 tham ăn; ~心不足 lòng tham không đáy ❸<动>hám; chạy theo; tham: ~便宜 hám rẻ/hám lợi ❹<形>tham lam

【贪杯】tānbēi<形>tham chén; nghiện rượu

【贪财】tāncái<动>tham của; hám của

【贪得无厌】tāndé-wúyàn lòng tham vô đáy

【贪官】tānguān<名>tham quan

【贪贿】tānhuì<动>tham ô hối lộ

【贪婪】tānlán<形>❶tham lam ❷không biết chán

【贪恋】tānliàn<动>rất luyến tiếc; ham mê; mải mê: ~美色 ham mê sắc đẹp; 他~乡下自由而宁静的生活。Anh ấy rất luyến tiếc cuộc sống tự do và thanh bình ở nông thôn.

【贪墨】tānmò<动>[书]tham ô

【贪慕】tānmù<动>ham muốn

【贪便宜】tān piányi tham vặt; hám lời

【贪青】tānqīng<动>[农业]bốc lá; tốt lá

【贪求】tānqiú<动>ham muốn; thèm muốn

【贪色】tānsè<形>hám gái; hiếu sắc

【贪生】tānshēng<动>tham sống: ~怕死 tham sống sợ chết

【贪天之功】tāntiānzhīgōng cướp công của trời; cướp công người khác

【贪图】tāntú<动>ham; hám; thích: ~便宜 ham rẻ

【贪玩】tānwán<动>ham chơi

【贪污】tānwū<动>tham ô

【贪小】tānxiǎo<形>tham lợi nhỏ

【贪心】tānxīn❶<名>lòng tham: ~不足 lòng tham không bao giờ đủ ❷<形>tham lam

【贪欲】tānyù<名>lòng tham: ~在膨胀。 Lòng tham đang trỗi dậy.

【贪赃】tānzāng<动>nhận hối lộ; ăn của đút

【贪赃枉法】tānzāng-wǎngfǎ ăn của đút bất chấp luật pháp

【贪占】tānzhàn<动>tham ô; chiếm trái phép

【贪嘴】tānzuǐ<形>tham ăn; háu ăn

摊 tān❶<动>rải ra; bày ra ❷<名>sạp hàng; quán hàng: 书~儿 sạp sách; 米粉~儿 quán phở ❸<量>vũng; bãi: 一~水 một vũng nước ❹<量>điều; vụ: 几~事 mấy vụ việc ❺<动>tráng; rán: ~煎饼 tráng bánh ❻<动>bổ; phân bổ: 分~ phân bổ ❼<动>rơi vào; đặt lên vai: 他~上事了。Anh ấy bị vướng vào chuyện phiền phức.

【摊薄】tānbáo<动>chia mỏng; giảm nhẹ

【摊场】tāncháng<动>(thóc lúa) rải ra sân (để phơi)

【摊点】tāndiǎn<名>sạp hàng; điểm bán hàng

【摊贩】tānfàn<名>người bán dạo; người buôn bán nhỏ; tiểu thương

【摊放】tānfàng<动>bày ra

【摊开】tānkāi<动>mở ra; trải ra

【摊牌】tānpái<动>❶bày bài ra; ngả bài (so hơn kém) ❷đánh bài ngửa

【摊派】tānpài<动>phân chia, phân bổ (phần đóng góp, nhiệm vụ...)

【摊手】tānshǒu<动>ngửa tay; buông tay: ~不管 buông tay bỏ mặc

【摊售】tānshòu<动>bày ra sạp bán

【摊位】tānwèi<名>ki-ốt; chỗ bán hàng: 这个集市有两百多个~。Chợ này có hơn 200 ki-ốt bán hàng.

【摊主】tānzhǔ<名>chủ sạp hàng

【摊子】tānzi❶<名>sạp hàng; quầy hàng; quán hàng ❷<名>cục diện: 烂~ cơ đồ rối beng/cục diện nát như tương ❸<量>điều;

vụ: 他家那几~事不好办。Mấy vụ việc liên quan tới nhà ông ấy đều rất gay go.

滩 tān ⟨名⟩❶bãi ❷ghềnh

【滩地】tāndì ⟨名⟩đất bãi

【滩头】tāntóu ⟨名⟩bãi cát

【滩涂】tāntú ⟨名⟩bãi bồi; bãi lầy

瘫 tān ⟨动⟩liệt; tê liệt

【瘫痪】tānhuàn ⟨动⟩❶(bệnh) tê liệt ❷(sự vận hành của cơ cấu, giao thông) bị đình trệ; tê liệt: 交通~ giao thông tê liệt

【瘫软】tānruǎn ⟨动⟩bại liệt; rã rời; mềm nhũn

【瘫子】tānzi ⟨名⟩người bị liệt

tán

坛¹ tán ⟨名⟩❶đàn (đài cao làm nơi tế lễ): 天~ thiên đàn; 登~拜将 lên đàn phong tướng ❷đàn; bục (nơi giảng bài hoặc phát biểu): 讲~ bục giảng/giảng đàn ❸bồn: 花~ bồn hoa ❹hội tế thần ❺giới (văn nghệ, thể thao): 文~ làng văn/văn đàn; 画~ làng vẽ

坛² tán ⟨名⟩cái hũ: 酒~ vò rượu; 一~老酒 một hũ rượu lâu năm

【坛坛罐罐】tántánguànguàn nồi niêu chum vại

【坛子】tánzi ⟨名⟩cái vò; cái hũ

昙 tán ⟨名⟩[书]mây dày đặc //(姓) Đàm

【昙花】tánhuā ⟨名⟩hoa quỳnh

【昙花一现】tánhuā-yīxiàn hoa quỳnh vừa nở đã tàn; ví thoáng hiện đã mất hút

倓 tán ⟨形⟩[书]yên tĩnh (thường được dùng trong tên người)

谈 tán ❶⟨动⟩nói; bàn: ~话 đàm thoại/trò chuyện; 面~ nói trực tiếp/trao đổi trực tiếp ❷⟨名⟩lời nói; chuyện: 奇~ chuyện lạ; 无稽之~ lời nói vô căn cứ //(姓) Đàm

【谈柄】tánbǐng ⟨名⟩❶đề tài (để bàn tán); đầu đề (để bàn luận) ❷cái phất trần

【谈不来】tánbulái ❶ý kiến trái nhau ❷không hợp gu

【谈不拢】tánbulǒng bàn chẳng xuôi lọt

【谈不上】tánbushàng không xứng đáng; chẳng đáng

【谈得来】tándelái hợp rơ; ăn rơ với nhau

【谈锋】tánfēng ⟨名⟩❶sức nói ❷sự hăng say (khi nói chuyện): ~甚健 nói rất hăng

【谈何容易】tánhéróngyì đâu có dễ dàng; nói sao mà dễ

【谈虎色变】tánhǔ-sèbiàn nghe nói đã rùng mình; nói đến hổ là biến sắc mặt; đàm hổ biến sắc

【谈话】tánhuà ❶⟨动⟩trò chuyện ❷⟨名⟩bài nói; bài nói chuyện ❸⟨动⟩cấp trên mạn đàm với cấp dưới

【谈及】tánjí ⟨动⟩nói đến

【谈家常】tán jiācháng nói chuyện gia đình

【谈恋爱】tán liàn'ài tìm hiểu; luyến ái

【谈论】tánlùn ⟨动⟩đàm luận

【谈判】tánpàn ⟨动⟩đàm phán: ~成功 đàm phán thành công; 商业~ đàm phán thương mại

【谈情说爱】tánqíng-shuō'ài kể chuyện tình yêu; chuyện yêu đương

【谈天】tántiān ⟨动⟩chuyện gẫu; chuyện phiếm

【谈天说地】tántiān-shuōdì trò chuyện trên trời dưới đất

【谈吐】tántǔ ❶⟨动⟩nói: ~如流 nói trôi chảy ❷⟨名⟩ăn nói; nói năng: ~不俗 ăn nói lịch sự/nói năng đúng mực

【谈妥】tántuǒ ⟨动⟩đã bàn xong; đã nhất trí

【谈笑】tánxiào ⟨动⟩đàm tiếu; cười nói; chuyện trò vui vẻ

【谈笑风生】tánxiào-fēngshēng cười nói vui vẻ; nói nói cười cười

【谈笑自如】tánxiào-zìrú =【谈笑自若】

【谈笑自若】tánxiào-zìruò cười nói tự nhiên;

cười nói như thường

【谈心】tánxīn<动>tâm sự: 老师时常在课余时间找学生~。Ngoài giờ học, cô giáo thường tâm sự với các em học sinh.

【谈兴】tánxìng<名>thích thú chuyện trò: ~正浓 chuyện trò đang hứng

【谈言微中】tányán-wēizhòng nói năng nhẹ nhàng mà rất trúng

【谈助】tánzhù<名>[书]đề tài câu chuyện: 足资~ khối chuyện để nói

【谈资】tánzī<名>tư liệu để nói; chuyện để nói

弹 tán<动>❶bắn ra ❷bật: ~棉花 bật bông ❸búng: ~脑蹦儿 búng trán ❹gảy; đánh; chơi: ~电子琴 đánh đàn phím điện tử; ~吉他 chơi ghi-ta ❺gạt (nước mắt) ❻có tính đàn hồi: ~簧 lò xo ❼công kích; phê phán: ~劾 đàn hặc/hạch tội

另见dàn

【弹拨乐器】tánbō yuèqì đàn gảy

【弹唱】tánchàng<动>đàn hát

【弹词】táncí<名>[曲艺]đàn từ

【弹冠相庆】tánguān-xiāngqìng chúc mừng nhau (nghĩa xấu)

【弹簧秤】tánhuángchèng<名>cân lò xo

【弹泪】tánlèi<动>gạt nước mắt: ~相望 gạt nước mắt nhìn nhau

【弹力】tánlì<名>sức bật; lực đàn hồi

【弹琴】tánqín<动>đánh đàn

【弹球】tánqiú<名>hòn bi: 玩~ chơi bi/đánh bi

【弹射】tánshè<动>bắn; phóng

【弹升】tánshēng<动>bật lên

【弹跳】tántiào<动>nhảy lên: ~板 ván nhún

【弹性】tánxìng<名>❶tính đàn hồi; tính co dãn ❷co dãn; linh hoạt: ~工作 công tác linh hoạt

【弹压】tányā<动>đè nén; đàn áp

【弹指】tánzhǐ<动>chốc búng ngón tay; trong nháy mắt; khoảnh khắc: ~之间，青春已不再。Trong nháy mắt, tuổi thanh xuân qua đi không trở lại.

【弹奏】tánzòu<动>chơi; đánh; kéo; thổi

覃 tán<形>[书]sâu: ~思 nghĩ sâu/suy nghĩ sâu sắc //(姓) Đàm

锬 tán<名>ngọn giáo dài

痰 tán<名>đờm

【痰气】tánqì<名>[方]❶bệnh tâm thần ❷trúng phong

【痰桶】tántǒng<名>ống nhổ

【痰盂】tányú<名>ống nhổ

谭 tán[书]❶<动>nói; bàn ❷<名>lời nói; chuyện //(姓) Đàm

潭 tán<名>❶đầm nước sâu: 水~ đầm nước ❷[方]hầm; hố //(姓) Đàm

【潭府】tánfǔ<名>[书]❶vực sâu ❷dinh thự thâm nghiêm; quý phủ

檀 tán<名>(cây) đàn mộc //(姓) Đàn

【檀板】tánbǎn<名>[音乐]phách

【檀香】tánxiāng<名>đàn hương

【檀越】tányuè<名>[宗教]đàn việt; thí chủ

tăn

忐 tăn

【忐忑】tăntè<形>thấp thỏm; bồn chồn: ~不安 thấp thỏm không yên

坦 tăn<形>❶bằng phẳng ❷thật thà; ngay thẳng ❸lòng bình thản

【坦白】tănbái❶<形>ngay thẳng; thẳng thắn ❷<动>thật thà nói ra: 她向我们~了自己过去所犯的错误。Chị ấy đã thú thật với chúng tôi về những sai sót trước đây của chị.

【坦陈】tănchén<动>thẳng thắn nói ra

【坦诚】tănchéng<形>thẳng thắn ngay thật: ~相见 thẳng thắn chân thành gặp gỡ nhau

【坦承】tănchéng<动>thẳng thắn thừa nhận

【坦荡】tǎndàng<形>❶rộng lớn và bằng phẳng: ~的山谷 thung lũng rộng rãi bằng phẳng ❷thẳng thắn vô tư: 胸怀~ tấm lòng ngay thẳng rộng lượng

【坦缓】tǎnhuǎn<形>thoai thoải: ~的山坡 sườn núi thoai thoải

【坦克】tǎnkè<名>xe tăng

【坦然】tǎnrán<形>thản nhiên: ~自若 thản nhiên như thường

【坦率】tǎnshuài<形>thẳng thắn: ~的表达 nói ra thẳng thắn

【坦途】tǎntú<名>con đường bằng phẳng

【坦言】tǎnyán❶<动>thẳng thắn nói ra ❷<名>lời nói thẳng thắn

钽 tǎn<名>[化学]tan-ta-li (kí hiệu: Ta)

袒 tǎn<动>❶phanh ra ❷che chở

【袒护】tǎnhù<动>bênh che; bênh vực bao che

【袒露】tǎnlù<动>phanh ra; lõa lồ

毯 tǎn<名>thảm: 地~ thảm trải sàn

【毯子】tǎnzi<名>tấm thảm; chăn chiên; chăn dạ

tàn

叹 tàn<动>❶than; than thở: ~了一口气 thở dài một cái ❷ngâm nga ❸ca ngợi

【叹词】tàncí<名>thán từ

【叹服】tànfú<动>thán phục

【叹号】tànhào<名>dấu than; dấu chấm than

【叹绝】tànjué<动>khen là tuyệt diệu

【叹气】tànqì<动>thở dài; than thở: 唉声~ buông tiếng thở dài

【叹赏】tànshǎng<动>khen ngợi

【叹惋】tànwǎn<动>[书]than tiếc

【叹为观止】tànwéiguānzhǐ khen ngợi hết lời; khen cho là nhất

【叹息】tànxī<动>thở dài

【叹惜】tànxī<动>tiếc than

【叹羡】tànxiàn<动>[书]ngợi khen hâm mộ

炭 tàn<名>❶than gỗ ❷vật nom giống hòn than củi ❸[方]than đá: 挖~ đào than

【炭笔】tànbǐ<名>bút chì than

【炭化】tànhuà<动>than hóa

【炭画】tànhuà<名>tranh chì than

【炭火】tànhuǒ<名>❶than củi ❷lửa đóm

【炭墼】tànjī<名>than cám nén thành viên hình trụ; viên than nén

【炭精】tànjīng<名>❶chế phẩm than ❷[方]than chì; thán tinh

【炭疽】tànjū<名>[医学]bệnh than; bệnh nhiệt thán

【炭盆】tànpén<名>chậu đốt than

探 tàn❶<动>thò tay lấy: ~囊取物 thò tay vào túi lấy đồ ra ❷<动>thăm dò; tìm: 试~ thăm dò ❸<动>trinh sát; thám: ~听 thám thính ❹<名>người làm việc trinh sát; do thám ❺<动>thăm: ~望 thăm hỏi ❻<动>thò ra: ~头~脑 nhô đầu ló cổ/thập thà thập thò ❼<动>[方]quan tâm; để mắt tới: 闲事 quan tâm đến những việc không đâu

【探案】tàn'àn<动>dò xét tìm hiểu vụ án; điều tra vụ việc

【探本穷源】tànběn-qióngyuán tìm rõ căn nguyên; tìm hiểu rõ gốc rễ ngọn nguồn

【探病】tànbìng<动>thăm bệnh; khám bệnh

【探测】tàncè<动>thăm dò; dò: ~仪 máy thăm dò

【探查】tànchá<动>tìm kiếm; thăm dò: ~敌情 tìm hiểu điều tra tình hình địch

【探察】tànchá<动>thám sát; trinh sát: ~敌营 trinh sát trại địch

【探底】tàndǐ<动>❶tìm gốc; dò đáy; tìm hiểu tình hình ❷giá cổ phiếu chạm đáy

【探访】tànfǎng<动>❶dò hỏi; dò tìm ❷thăm; thăm viếng

【探风】tànfēng<动>dò hỏi; dò la

【探戈】tàngē<名>(điệu) tăng-gô

【探花】tànhuā<名>[旧]thám hoa

【探家】tànjiā<动>về nhà thăm người thân

【探监】tànjiān<动>thăm người tù

【探井】tànjǐng<名>hầm thăm dò; giếng thăm dò

【探究】tànjiū<动>khảo sát; điều tra

【探勘】tànkān<动>thăm dò

【探口气】tàn kǒuqì dò ý; thăm dò ý tứ

【探矿】tànkuàng<动>thăm dò mỏ

【探雷】tànléi<动>dò mìn

【探骊得珠】tànlí-dézhū viết văn bám sát chủ đề; nắm chắc yếu lĩnh

【探秘】tànmì<动>tìm hiểu bí mật: 地球~ tìm hiểu bí mật của trái đất

【探明】tànmíng<动>thăm dò ra

【探囊取物】tànnáng-qǔwù dễ như thò tay vào túi lấy vật; dễ như bỡn

【探亲】tànqīn<动>thăm người thân; thăm nhà

【探亲假】tànqīnjià<名>nghỉ phép thăm thân

【探求】tànqiú<动>tìm tòi

【探伤】tànshāng<动>dò tìm khuyết tật

【探身】tànshēn<动>nhô người: ~望向门外 nhô người ra ngoài cửa ngó nghiêng

【探胜】tànshèng<动>[书]dò tìm thắng cảnh

【探视】tànshì<动>❶thăm; thăm hỏi: ~伤员 thăm người bị thương ❷quan sát: 小女孩透过窥镜~门外。Cô bé quan sát phía bên ngoài qua ống kính nhỏ trên cửa.

【探索】tànsuǒ<动>tìm kiếm; tìm tòi: ~宇宙的奥秘 tìm tòi những điều bí ẩn của vũ trụ

【探讨】tàntǎo<动>nghiên cứu thảo luận

【探听】tàntīng<动>thám thính; dò la

【探头】tàntóu❶<动>ló đầu; nhô đầu; thò đầu ❷<名>đầu máy thăm dò

【探望】tànwàng<动>❶nhìn; ngó: 四处~ ngó nghiêng khắp nơi ❷thăm; đi thăm: ~亲人 đi thăm người thân

【探问】tànwèn<动>❶dò hỏi; dò la ❷thăm hỏi

【探析】tànxī<动>thảo luận phân tích

【探悉】tànxī<动>xác minh; tìm ra

【探险】tànxiǎn<动>thám hiểm: 到丛林~ vào rừng rậm thám hiểm

【探寻】tànxún<动>tìm tòi; tìm kiếm: ~石油 tìm kiếm dầu mỏ; ~生活的意义 tìm tòi ý nghĩa của cuộc sống

【探询】tànxún<动>dò hỏi: ~病情 dò hỏi bệnh tình

【探幽】tànyōu<动>[书]❶tìm hiểu những điều huyền bí: ~析微 tìm hiểu phân tích những điều huyền bí ❷tìm thắng cảnh: 古都~ tìm thắng cảnh trong đô thành cổ

【探赜索隐】tànzé-suǒyǐn tìm hiểu những đạo lí sâu xa, sưu tầm những chuyện bí ẩn

【探照灯】tànzhàodēng<名>đèn pha

【探针】tànzhēn<名>cái thông; cái kim dò

【探子】tànzi<名>❶thám báo; thám tử ❷dụng cụ thăm dò

碳 tàn<名>[化学]cacbon (kí hiệu: C)

【碳黑】tànhēi<名>cacbon đen

【碳化】tànhuà<动>sự than hóa; sự cacbon hóa

【碳精】tànjīng<名>cacbon: ~电极 điện cực than

【碳氢化合物】tànqīng huàhéwù hydro cacbon

【碳水化合物】tànshuǐ huàhéwù hydrat cacbon

【碳丝】tànsī<名>dây tóc cacbon

【碳素钢】tànsùgāng<名>thép cacbon

【碳酸】tànsuān<名>axít cacbonic

tāng

汤 tāng<名>❶nước sôi; nước nóng: 赴~

蹓火 xông pha vào nơi nước sôi lửa bỏng ❷suối nước nóng ❸nước dùng: 把米粉放入~中了吗? Phở đã chan nước dùng chưa? ❹canh; xúp: 菜~ canh rau; 豆腐~ xúp đậu phụ ❺thuốc thang //(姓) Thang

另见shāng

【汤包】 tāngbāo〈名〉bánh bao canh

【汤池】 tāngchí〈名〉❶thành trì kiên cố ❷bể tắm nước nóng

【汤匙】 tāngchí〈名〉muỗng canh; thìa canh

【汤罐】 tāngguàn〈名〉ấm đun nước

【汤锅】 tāngguō〈名〉❶chảo nồi làm lông (ở lò mổ) ❷nồi nấu canh

【汤壶】 tānghú〈名〉bình nước nóng; tích nước nóng

【汤剂】 tāngjì〈名〉[中医]thuốc thang; thuốc chén

【汤料】 tāngliào〈名〉bột canh

【汤面】 tāngmiàn〈名〉mì nước

【汤泉】 tāngquán〈名〉suối nước nóng

【汤色】 tāngsè〈名〉màu nước trà

【汤勺】 tāngsháo〈名〉cái muôi múc canh

【汤水】 tāngshuǐ〈名〉[方]❶nước dùng ❷nước sôi; nước nóng

【汤头】 tāngtóu〈名〉[中药]các bài thuốc Đông y

【汤团】 tāngtuán〈名〉[方]bánh trôi

【汤碗】 tāngwǎn〈名〉bát canh; bát ô tô

【汤药】 tāngyào〈名〉thuốc thang; thuốc chén

【汤圆】 tāngyuán〈名〉bánh trôi

铴 tāng

【铴锣】 tāngluó〈名〉thanh la nhỏ

耥 tāng〈动〉cào đất; cào cỏ

【耥耙】 tāngbà〈名〉cái cào (cỏ lúa)

嘡 tāng〈拟〉boong boong; phèng phèng; đoàng đoàng

【嘡啷】 tānglāng〈拟〉choang; xoảng

羰 tāng

【羰基】 tāngjī〈名〉[化学]cacbonyl: ~键 liên kết cacbonyl

蹚 tāng〈动〉❶lội bộ: ~过河 lội bộ qua sông ❷cày lật: ~地 cày lật đất

【蹚道】 tāngdào〈动〉[口]dò đường; dò xét tình hình

【蹚浑水】 tāng húnshuǐ[口]❶bước chân vào vũng bùn nhơ; cùng kẻ khác làm việc xấu ❷ví dính líu vào việc lôi thôi

táng

唐[1] táng〈形〉[书]❶khoác lác; thổi phồng ❷vô ích; không ăn thua gì

唐[2] Táng〈名〉đời nhà Đường (một triều đại lịch sử của Trung Quốc) //(姓) Đường

【唐花】 tánghuā〈名〉hoa trồng ở nhà kính

【唐人街】 tángrénjiē〈名〉phố khách; phố Người Hoa

【唐三彩】 tángsāncǎi〈名〉đồ gốm tráng men màu đời nhà Đường Trung Quốc

【唐诗】 Tángshī〈名〉thơ Đường

【唐突】 tángtū〈形〉đường đột; đột ngột: 深夜还给您打电话, 实在是太~了。Gọi ông vào ban đêm, thật là quá đường đột.

【唐装】 tángzhuāng〈名〉trang phục kiểu Trung Quốc

堂 táng❶〈名〉nhà chính; nhà trên: ~屋 gian giữa của nhà trên ❷〈名〉nhà; phòng: 教~ nhà thờ; 礼~ nhà hội họp/lễ đường ❸〈名〉[旧]công đường: 过~ ra tòa ❹〈名〉Đường (dùng để đặt tên cho căn phòng, ngôi nhà, gia tộc): 三槐~ Tam Hòe Đường ❺〈名〉Đường (dùng trong biển hiệu cửa hàng): 同仁~ Đồng Nhân Đường ❻〈名〉họ: ~兄 anh họ; ~姐妹 chị em gái họ ❼〈量〉bộ: 一~家具 một bộ đồ dùng gia đình ❽〈量〉tiết: 一~课 một tiết học ❾〈量〉[旧]buổi: 过了几~ qua vài buổi ❿〈量〉cảnh: 一~壁画

một cảnh tranh tường //(姓) Đường

【堂奥】táng'ào<名>[书]❶nơi sâu trong nhà ❷nơi gần trung tâm; nội địa ❸sâu xa; thâm thúy: 洞察~ quan sát những điều cao xa sâu sắc

【堂而皇之】táng'érhuángzhī❶đàng hoàng: 有~的理由 có lí do đàng hoàng ❷hùng hồn: ~地宣布 tuyên bố hùng hồn

【堂房】tángfáng<形>cùng dòng họ

【堂鼓】tánggǔ<名>trống lớn

【堂皇】tánghuáng<形>❶đường hoàng: 理由~ lí do đường hoàng ❷hoành tráng

【堂会】tánghuì<名>[旧]hát mừng ở gia đình; biểu diễn tại nhà

【堂客】tángkè<名>❶khách nữ; nữ khách ❷[方]nữ; phụ nữ ❸[方]vợ

【堂上】tángshàng<名>❶bố mẹ ❷[旧]quan trên ❸[旧]công đường

【堂堂】tángtáng<形>❶đường đường; oai vệ; uy nghi; chững chạc: 仪表~ dáng vẻ oai vệ ❷hiên ngang; oai hùng ❸tràn đầy sức mạnh

【堂堂正正】tángtángzhèngzhèng❶quang minh chính đại; đường đường chính chính ❷(dáng người) nghiêm chỉnh; chững chạc; oai vệ: ~的大丈夫 đàn ông oai vệ

【堂屋】tángwū<名>❶gian giữa nhà chính ❷nhà chính; nhà trên

【堂戏】tángxì<名>❶tuồng chèo hát tại nhà ❷Đàng hí (một loại kịch hát địa phương của tỉnh Hồ Bắc)

【堂子】tángzi<名>[旧]❶nhà tế thần đời Thanh ❷[方]nhà chứa

棠 táng<名>[植物]cây đường lê //(姓) Đường

【棠棣】tángdì<名>[植物]cây đường đệ

【棠梨】tánglí<名>[植物]cây đường lê

塘 táng<名>❶bờ đê; đê: 河~ đê sông ❷ao; đầm: 荷~月色 ánh trăng đầm sen ❸bể tắm; nhà tắm ❹[方]giường sưởi trong nhà

【塘堰】tángyàn<名>hồ chứa; đập nước (loại nhỏ)

搪¹ táng<动>❶chắn; chống đỡ: ~饥 chống đói; ~风 chắn gió ❷qua chuyện; làm qua loa: ~账 chây ì nợ nần; ~差事 làm việc qua quít cho xong chuyện

搪² táng<动>trát; quét; tráng: ~炉子 trát lò

【搪瓷】tángcí<名>sắt tráng men

【搪塞】tángsè<动>qua chuyện; làm qua loa

溏 táng<形>lỏng; chưa đông

【溏便】tángbiàn❶<名>[中医]phân lỏng ❷<动>ia phân lỏng

【溏心】tángxīn<形>lòng đào: ~鸡蛋 trứng gà luộc còn lòng đào

樘 táng❶<名>khung cửa; khuôn cửa: ~柱 cột khuôn cửa ❷<量>bộ: 一~防盗门 một bộ cửa cấm

膛 táng<名>❶lồng ngực: 开~ phanh ngực ❷bầu (lò); nòng (súng)

【膛线】tángxiàn<名>[军事]rãnh nòng súng

镗 táng<动>[机械]doa

【镗床】tángchuáng<名>[机械]máy doa

糖 táng<名>❶các chất đường hữu cơ; hyđrat cacbon ❷đường; đường ăn ❸kẹo

【糖厂】tángchǎng<名>nhà máy đường; nhà máy sản xuất đường

【糖弹】tángdàn =【糖衣炮弹】

【糖房】tángfáng<名>nhà làm đường

【糖苷】tánggān<名>[化学]đường glucô

【糖膏】tánggāo<名>nước chè hai

【糖瓜】tángguā<名>kẹo mạch nha

【糖果】tángguǒ<名>kẹo

【糖葫芦】tánghúlu<名>mứt quả; mứt ghim

【糖化】tánghuà<动>đường hóa; men hóa đường

【糖浆】tángjiāng<名>nước đường; nước ngọt; xi-rô: 止咳~ thuốc ho xi-rô

【糖精】tángjīng<名>đường cầm hóa học;

sacarin

【糖萝卜】tángluóbo<名>[方]❶củ cải đường ❷mứt cà rốt

【糖酶】tángméi<名>cacbohydraze

【糖尿病】tángniàobìng<名>bệnh tiểu đường; bệnh đái đường

【糖人儿】tángrénr<名>kẹo mạch nha hình người hoặc hình thú

【糖色】tángshǎi<名>kẹo đắng; mật đắng; màu nâu sẫm: 红烧肉的~不够。Màu thịt kho chưa đủ sẫm.

【糖霜】tángshuāng<名>❶lớp đường trắng rải trên mặt đồ ăn ❷[方]đường trắng

【糖水】tángshuǐ<名>nước đường; xi-rô; chè ăn

【糖稀】tángxī<名>mạch nha

【糖衣】tángyī<名>bọc đường

【糖衣炮弹】tángyī pàodàn đạn bọc đường

【糖纸】tángzhǐ<名>giấy bọc kẹo

糖 táng<形>(màu) đỏ; hồng: 紫~脸 mặt đỏ tía

螳 táng<名>bọ ngựa

【螳臂当车】tángbì-dāngchē bọ ngựa cản xe; châu chấu đá voi

【螳臂挡车】tángbì-dǎngchē =【螳臂当车】

【螳螂】tángláng<名>bọ ngựa

【螳螂捕蝉，黄雀在后】tángláng-bǔchán, huángquè-zàihòu bọ ngựa bắt ve, chim sẻ sau lưng; chỉ tham lợi trước mắt mà quên họa ở sau

tǎng

帑 tǎng<名>[书]tiền trong kho bạc nhà nước; công quỹ: 国~ tiền nhà nước

倘 tǎng<连>nếu như: ~有闪失，必受重罚。Nếu có sai sót, ắt sẽ bị phạt nặng.

另见cháng

【倘或】tǎnghuò<连>thảng hoặc; giả sử; nếu

như

【倘来之物】tǎngláizhīwù của trời cho; điều may mắn bất ngờ

【倘若】tǎngruò<连>thảng hoặc; giả sử; nếu: 你~不想去，就提前告诉我。Nếu anh không muốn đi thì bảo tôi trước.

【倘使】tǎngshǐ<连>giả sử; nếu

淌 tǎng<动>chảy xuống; rỏ xuống: ~眼泪 rơi nước mắt; 伤口~血。Vết thương rỏ máu.

傥 tǎng<连>[书]nếu như

【傥荡】tǎngdàng<形>[书]phóng đãng; buông thả

镋 tǎng<名>đinh ba

躺 tǎng<动>nằm

【躺倒】tǎngdǎo<动>nằm xuống

【躺柜】tǎngguì<名>rương; hòm

【躺下】tǎngxià<动>nằm xuống

【躺椅】tǎngyǐ<名>ghế nằm; ghế xích đu

tàng

烫 tàng❶<动>bỏng; nóng bỏng: 手被开水~伤了。Tay bị bỏng nước sôi. ❷<动>là; hâm: ~衣服 là quần áo; ~酒 hâm rượu ❸<形>nóng: 这炉子太~。Lò này nóng quá. ❹<动>sấy: ~发 sấy tóc/uốn tóc; 电~ uốn tóc bằng điện

【烫花】tànghuā<动>in hoa (bằng sắt nung)

【烫金】tàngjīn<动>in chữ vàng; dập chữ màu vàng

【烫蜡】tànglà<动>đánh bóng bằng sáp; đánh sáp

【烫面】tàngmiàn<名>bột mì nhào bằng nước nóng

【烫伤】tàngshāng<名>bị bỏng; làm bỏng

【烫手】tàngshǒu<形>bỏng tay; đau đầu: 这个问题有些~。Vấn đề này hơi gai góc.

趟 tàng❶<量>lần; chuyến: 他去了一~北京。Anh ấy đã đi Bắc Kinh một chuyến. ❷<名>hàng ngũ; đội ngũ: 跟不上~ theo

không kịp đội ngũ ❸<量>[方]dãy; hàng: 几
~树 vài hàng cây ❹<量>bài võ

【趟马】tàngmǎ<名>[戏剧]động tác đi ngựa
trên sân khấu

tāo

叨 tāo<动>được nhận; được hưởng
另见dāo, dáo

【叨光】tāoguāng<动>được thơm lây; được
tiếng lây

【叨教】tāojiào<动>được lĩnh giáo; được chỉ
bảo; được chỉ giáo

【叨扰】tāorǎo<动>làm phiền; quấy quả

涛 tāo<名>sóng lớn: 惊~骇浪 sóng gió hãi
hùng

【涛声】tāoshēng<名>tiếng sóng

绦 tāo<名>dây (bằng tơ)

【绦虫】tāochóng<名>sán dây; sán xơ mít

【绦子】tāozi<名>đăng ten; dải lụa

掏 tāo<动>❶móc; lấy ra: ~钱 móc tiền; ~耳
朵 lấy ráy tai ❷đào; khoét: 在木板上~一个
洞 khoét một cái lỗ ở trên ván

【掏底】tāodǐ<动>tìm hiểu kĩ càng

【掏空】tāokōng<动>nạo rỗng; vét sạch

【掏窟窿】tāo kūlong[方]vay tiền; nợ tiền

【掏心】tāoxīn<动>tự đáy lòng: 说句~的
话，你是个优秀的学生。Thực bụng mà
nói, cậu là một học sinh ưu tú.

【掏腰包】tāo yāobāo❶xuất tiền túi; chi
tiền ❷móc túi

滔 tāo<动>nước tràn ngập

【滔滔】tāotāo<形>❶cuồn cuộn: ~碧浪
sóng xanh cuồn cuộn ❷(nói) thao thao; liến
thoắng: ~不绝 thao thao bất tuyệt

【滔天】tāotiān<动>❶ngất trời: 波浪~ sóng
gió ngất trời ❷ tày trời: 罪恶~ tội ác tày trời

韬 tāo[书]❶<名>vỏ kiếm; bao cung ❷
<动>giấu ❸<名>phép dùng binh: 六~ lục

thao

【韬光养晦】tāoguāng-yǎnghuì ẩn giấu
tài năng; giữ ý giữ miếng

【韬晦】tāohuì<动>[书]ẩn giấu tài năng để
chờ thời cơ: ~之计 sách lược giữ gìn chờ
đợi

【韬略】tāolüè<名>thao lược; mưu kế dùng
binh

饕 tāo<形>[书]tham của; tham ăn: 老~ kẻ
tham ăn

【饕餮】tāotiè[书]❶<名>con thao thiết (thú
ác trong cổ tích) ❷<名>ví kẻ tàn ác như
hổ, tham như chó ❸<名>ví kẻ háu ăn ❹
<形>bữa tiệc thịnh soạn có thể thả cửa chén

táo

匋 táo<名>[书]đồ gốm

咷 táo<动>khóc: 号~ gào khóc

逃 táo<动>❶trốn; chạy trốn: ~匿 lẩn trốn
❷tránh: ~学 trốn học

【逃奔】táobèn<动>chạy trốn; bỏ trốn: ~他
乡 chạy trốn đến nơi khác

【逃避】táobì<动>chạy trốn; trốn tránh: ~斗
争 trốn tránh đấu tranh

【逃兵】táobīng<名>❶đào binh; lính đào
ngũ ❷kẻ bỏ cương vị công tác của mình bởi
sợ gian nguy

【逃窜】táocuàn<动>bỏ trốn; lủi trốn; chạy
thục mạng: 打得敌人四处~ đánh kẻ thù
chạy trốn khắp nơi

【逃遁】táodùn<动>chạy trốn

【逃反】táofǎn<动>[方]chạy loạn

【逃犯】táofàn<名>tội phạm trốn chạy; tù
trốn trại

【逃荒】táohuāng<动>chạy nạn đói; chạy
thiên tai

【逃汇】táohuì<动>trốn ngoại hối

【逃婚】táohūn<动>bỏ kết hôn; đào hôn

【逃课】táokè<动>trốn học

【逃离】táolí<动>chạy trốn: ~现场 chạy trốn khỏi hiện trường

【逃命】táomìng<动>chạy cho thoát thân

【逃难】táonàn<动>lánh nạn

【逃跑】táopǎo<动>chạy trốn

【逃票】táopiào<动>trốn vé

【逃散】táosàn<动>chạy tan tác; bị lạc: 家人在战乱中~了。Người nhà bị lạc trong chiến tranh.

【逃生】táoshēng<动>chạy để sống: 死里~ chạy thoát chết

【逃税】táoshuì<动>trốn thuế

【逃脱】táotuō<动>❶chạy thoát; trốn thoát: 罪犯~了。Tội phạm trốn thoát rồi. ❷thoát khỏi: ~困境 thoát khỏi tình trạng khó khăn

【逃亡】táowáng<动>lưu vong: 四处~ lưu vong khắp ngả

【逃逸】táoyì<动>chạy trốn; bỏ chạy: 严惩肇事~者。Nghiêm trị kẻ gây ra sự cố mà còn chạy trốn.

【逃债】táozhài<动>trốn nợ

【逃之夭夭】táozhīyāoyāo bỏ trốn; tẩu thoát

【逃走】táozǒu<动>chạy trốn

桃 táo<名>❶cây đào ❷quả đào ❸vật giống quả đào: 棉~ quả bông ❹hồ đào: ~酥 pho mát hồ đào //(姓) Đào

【桃符】táofú<名>❶cái bùa (treo ở cửa) ❷câu đối Tết

【桃脯】táofǔ<名>mứt đào

【桃红】táohóng<形>hồng đào

【桃红柳绿】táohóng-liǔlǜ đào son liễu thắm; đào thắm liễu xanh

【桃花】táohuā<名>hoa đào

【桃花心木】táohuāxīnmù cây gụ; gỗ dái ngựa: 我要用~打一个书柜。Tôi sẽ dùng gỗ gụ để đóng tủ sách.

【桃花雪】táohuāxuě<名>tuyết xuân

【桃花汛】táohuāxùn<名>lũ mùa xuân

【桃花鱼】táohuāyú<名>cá tuế

【桃花运】táohuāyùn<名>số đào hoa

【桃李】táolǐ<名>đào lí; ví với học trò: ~满天下。Học trò ở khắp nơi./Đào lí mãn thiên hạ.

【桃李不言，下自成蹊】táolǐ-bùyán, xiàzìchéngxī sai quả biểu đời ắt được đời mến

【桃仁】táorén<名>❶đào nhân ❷nhân hạ đào

【桃色】táosè❶<名>màu hoa đào ❷<形>tình yêu bất chính: ~新闻 tin về chuyện trai gái bồ bịch

【桃树】táoshù<名>cây đào

【桃子】táozi<名>quả đào

陶¹ táo❶<名>đồ gốm ❷<动>nung: ~冶 nung đúc ❸<动>giáo dục; bồi dưỡng //(姓) Đào

陶² táo<形>vui sướng: ~然 phơn phơ

【陶吧】táobā<名>xưởng nung: 去~学习制作瓷器 đi xưởng nung để học nung đồ gốm

【陶瓷】táocí<名>gốm sứ

【陶管】táoguǎn<名>ống sành

【陶罐】táoguàn<名>lọ gốm; hũ gốm

【陶钧】táojūn[书]❶<名>bàn xoay ❷<动>hun đúc; đào luyện (nhân tài)

【陶粒】táolì<名>hạt gốm: ~混凝土 bê tông gốm

【陶坯】táopī<名>khuôn gốm

【陶器】táoqì<名>đồ gốm

【陶然】táorán<形>vui sướng; phơn phơ thoải mái: ~自得地欣赏音乐 thưởng thức âm nhạc thoải mái

【陶塑】táosù<名>tượng gốm; tượng sành; tượng đất nung: ~群像 nhóm tượng gốm

【陶陶】táotáo<形>hớn hở: 其乐~ vui mừng hớn hở

【陶土】táotǔ<名>đất cao lanh; đất thó; đấ sét

【陶文】táowén<名>chữ trên đồ gốm

【陶冶】táoyě<动>nung đúc; hun đúc; đào luyện: 读书可以~情操。Đọc sách có thể đào luyện tính cách.

【陶艺】táoyì<名>đồ gốm; kĩ nghệ đồ gốm

【陶铸】táozhù<动>[书]❶nung đúc (đồ gốm) ❷đào tạo (nhân tài)

【陶醉】táozuì<动>say sưa; ngây ngất: 她~在动听的音乐中。Chị ấy đắm mình trong âm nhạc.

梼 táo

【梼昧】táomèi<形>[书]ngu muội; đần độn: 自惭~ tự thẹn vì sự ngu đần của mình

【梼杌】táowù<名>đào ngột; hổ dữ

啕 táo<动>khóc: 号~ gào khóc

淘¹ táo<动>❶vo; đãi: ~米 vo gạo ❷[方] tìm; lùng: ~旧书 lùng sách cũ ❸vét; khơi: ~粪便 vét phân

淘² táo❶<动>hao phí: ~神 làm bận tâm ❷<形>[方]nghịch; bướng: 这孩子真~。Đứa trẻ này nghịch quá.

【淘宝】táobǎo<动>tìm kiếm báu vật; sắm hàng trên mạng

【淘换】táohuan<动>[方]tìm kiếm

【淘金】táojīn<动>❶đãi vàng ❷tìm cách kiếm được nhiều tiền

【淘箩】táoluó<名>rổ; rá

【淘气】táoqì❶<形>bướng bỉnh; nghịch ngợm: ~是小孩子的天性。Nghịch ngợm là bẩm tính của trẻ con. ❷<动>[方]cáu; làm cho phát cáu

【淘神】táoshén<动>[口]quấy rầy; làm nhức đầu: 这个问题太~了。Vấn đề này hao tốn biết bao tâm trí.

【淘汰】táotài<动>loại bỏ; sàng lọc; đào thải: 没有一技之长的人最终将被时代~。Những người không có chuyên môn gì cuối cùng sẽ bị thời đại loại bỏ.

【淘汰赛】táotàisài<名>đấu loại

tǎo

讨 tǎo<动>❶đánh dẹp: 南征北~ đánh nam dẹp bắc ❷xin; đòi: 乞~ cầu xin; 向敌人~还血债 bắt kẻ địch phải trả nợ máu ❸lấy; cưới: ~老婆 lấy vợ ❹làm cho: ~父母的欢心 làm cho bố mẹ vui lòng ❺bàn; nghiên cứu: 参加研~ tham gia cuộc nghiên cứu thảo luận

【讨伐】tǎofá<动>đánh dẹp: ~敌人 đánh dẹp kẻ địch

【讨饭】tǎofàn<动>ăn mày; ăn xin: ~的 người ăn mày

【讨好】tǎohǎo<动>❶lấy lòng: ~上司 lấy lòng cấp trên ❷thu được kết quả tốt: 费力不~ tốn công mà không được việc

【讨还】tǎohuán<动>đòi; đòi trả: ~血债 đòi trả nợ máu

【讨价】tǎojià<动>đòi giá; kì kèo

【讨价还价】tǎojià-huánjià mặc cả kì kèo

【讨教】tǎojiào<动>xin lời khuyên; xin chỉ bảo: 向她虚心~ khiêm tốn xin cô ấy chỉ giáo

【讨论】tǎolùn<动>thảo luận; bàn bạc: ~会 hội thảo; 学者们就学术问题展开了激烈~。Các học giả triển khai thảo luận sôi nổi về vấn đề học thuật.

【讨便宜】tǎo piányi rắp tâm kiếm chác; cố tình đòi phần hời

【讨平】tǎopíng<动>dẹp yên: ~叛乱 dẹp loạn

【讨乞】tǎoqǐ<动>ăn mày; ăn xin: 谁能想象他曾经沿街~。Ai có thể tưởng tượng ra ông ấy từng ăn xin trên đường phố.

【讨巧】tǎoqiǎo<动>gặp may; láu cá

【讨俏】tǎoqiào<动>làm trò cười; dí dỏm: 孩子们表演的节目最~。Tiết mục biểu diễn của trẻ em là dí dỏm nhất.

【讨亲】tǎoqīn〈动〉[方]lấy vợ

【讨情】tǎoqíng〈动〉[方]cầu xin: 向你讨一个情。Cầu xin với anh một chuyện.

【讨饶】tǎoráo〈动〉xin khoan dung; xin dung thứ: 不断~ không ngớt lời xin tha thứ

【讨人嫌】tǎorénxián khiến phát chán; đáng ghét: 别站在这~。Đừng đứng ở đây làm chướng mắt người ta.

【讨生活】tǎo shēnghuó kiếm sống; kiếm ăn; tìm đường sống

【讨厌】tǎoyàn❶〈形〉đáng ghét; chán ghét: 这狗不停地叫，真~。Con chó này cứ sủa mãi, thật đáng ghét. ❷〈形〉rất phiền: 这件事情很~，很难解决。Việc này rất phiền, khó giải quyết. ❸〈动〉ghét; không thích: 她~他说话的方式。Chị ấy không thích cách nói của anh ấy.

【讨债】tǎozhài〈动〉yêu cầu trả nợ; đòi nợ: ~无门 không biết đến đâu để đòi nợ; 真是个~鬼！Thật đúng là của nợ!

【讨账】tǎozhàng〈动〉❶đòi nợ ❷[方]đòi tiền mua chịu

tào

套 tào❶〈名〉vật bọc ngoài: 手~ găng tay/bao tay; 外~ áo ngoài/áo khoác ❷〈动〉khoác; trùm; mặc: ~上一件毛衣 khoác một chiếc áo len; ~床罩 trải chiếc ga phủ giường ❸〈形〉bảo vệ; che bên ngoài: ~裤 quần bảo vệ ❹〈动〉xen; lồng; xếp: ~色 lồng màu; ~间 gian đầu hồi ❺〈名〉(nơi hình thế sông núi) ngoắn ngoèo: 河~ Hà Sáo ❻〈名〉[方]vỏ: 被~ vỏ chăn ❼〈动〉[方]dựng lót; dựng mền (của chăn bông, áo bông) ❽〈名〉bộ dây thắng: 牲口~ bộ dây thắng súc vật kéo ❾〈动〉đóng; thắng; gióng; buộc: ~车 đóng xe; ~马 thắng ngựa ❿〈动〉mua chui:

~外汇 mua chui ngoại tệ ⓫〈名〉nút dây 〈名〉cạm; bẫy: 圈~ cạm bẫy ⓭〈动〉phỏng theo; mô phỏng; rập khuôn: ~公式 mô phỏng công thức; 这是按照你的方法~下来的。Đây là rập khuôn phương pháp của ông. ⓮〈名〉sáo: 客~ khách sáo ⓯〈动〉khêu gợi; gợi: 警察在设法~他说出真相。Cảnh sát đang tìm cách gợi cho anh ấy nói ra sự tình. ⓰〈动〉lôi kéo: ~交情 lân la làm quen ⓱〈名〉bộ: 成~设备 thiết bị đồng bộ ⓲〈量〉bộ; hệ thống: 一~沙发 một bộ ghế Salon; 一~教科书 một bộ sách giáo khoa ⓳〈动〉cắt ren

【套版】tàobǎn[印刷]❶〈动〉lên khuôn ❷〈名〉khuôn in

【套包】tàobāo〈名〉❶hàng đóng gói trọn bộ ❷chỉ hàng hóa hoặc dịch vụ trọn gói

【套裁】tàocái〈动〉(cắt quần áo) cắt gọn; cắt lọc

【套餐】tàocān〈名〉❶cơm đặt: 吃~ ăn cơm đặt ❷trọn gói: 电话资费~ chi phí trọn gói điện thoại

【套车】tàochē〈动〉gióng xe; đóng xe

【套房】tàofáng〈名〉❶gian đầu hồi; gian chái; buồng trong: 在酒店预订一间~ đặt một bộ gian đầu hồi tại khách sạn ❷một căn hộ khép kín: 三居室~ căn hộ khép kín ba buồng

【套服】tàofú〈名〉bộ com lê

【套耕】tàogēng〈动〉cày đôi

【套购】tàogòu〈动〉mua chui; mua cửa sau

【套管】tàoguǎn〈名〉ống bên ngoài

【套红】tàohóng〈动〉[印刷]in chữ đỏ: 给标题~ đầu báo in chữ đỏ

【套话】tàohuà〈名〉❶sáo ngữ ❷lời nói trống rỗng: 这次会议要解决实际问题，~就免了。Hội nghị này phải giải quyết vấn đề thực tế, những lời nói suông thì nên thôi đi. ❸lời nói khách sáo

【套汇】tàohuì<动>❶đổi; mua chui ngoại tệ
❷đầu cơ ngoại tệ

【套间】tàojiān<名>gian đầu hồi; gian chái;
gian xép

【套交情】tàojiāoqing gây tình cảm; lân la
làm quen: 为了升迁，他常跟领导~。Để
lên chức, anh ấy thường xuyên gây tình cảm
với lãnh đạo.

【套近乎】tàojìnhu bắt thân; mon men làm
thân: 别跟我~，我是不会帮你这个忙的。
Đừng bắt thân với tôi, tôi sẽ không giúp đỡ
anh đâu.

【套牢】tàoláo<动>cổ phiếu bị hãm phanh

【套犁】tàolí =【套耕】

【套路】tàolù<名>❶hệ thống bài vở: 太极拳
~ hệ thống bài vở của thái cực quyền ❷hệ
thống kĩ thuật, phương thức: 下象棋没有固
定的~。Chơi cờ tướng không có sách, nước
cố định.

【套马杆】tàomǎgān<名>cái ách; cái càng;
thòng lọng bắt ngựa

【套票】tàopiào<名>vé cả gói; vé cả bộ

【套曲】tàoqǔ<名>[音乐]tổ khúc

【套裙】tàoqún<名>bộ váy: 她穿着一套西
式~去上班。Chị ấy mặc một bộ váy đầm
đi làm.

【套色】tàoshǎi<动>[印刷](in) lồng màu: ~
印刷 in lồng màu

【套衫】tàoshān<名>áo dệt kim chui đầu

【套数】tàoshù<名>❶[戏剧](nhạc) điệu
thức ❷hệ thống thủ pháp; hệ thống kĩ xảo
❸biện pháp cũ

【套套】tàotao<名>[方]biện pháp

【套头衫】tàotóushān =【套衫】

【套问】tàowèn<动>hỏi vòng vèo; hỏi vòng
vo; hỏi bẫy; hỏi mò

【套现】tàoxiàn<动>bán của đổi lấy tiền mặt

【套袖】tàoxiù<名>bao ống tay

【套印】tàoyìn<动>[印刷]in lồng: 朱墨~ in

lồng màu đỏ màu đen

【套用】tàoyòng<动>bắt chước: ~公式
phỏng theo công thức

【套语】tàoyǔ<名>❶lời nói khách sáo ❷sáo
ngữ: ~滥调 lời nói sáo rỗng nhàm chán

【套种】tàozhòng =【套作】

【套装】tàozhuāng<名>áo liền quần; quần
áo đồng bộ

【套子】tàozi<名>❶cái bao (bọc ngoài): 笔
~ cái bao bút ❷[方]mền: 棉花~ mền bông
❸biện pháp cũ: 俗~ nếp cũ ❹cái thòng lọng

【套作】tàozuò<动>trồng xen gối vụ

tè

忒 tè<名>[书]sai sót; sai trái: 差~ sai trái
另见tēi, tuī

特 tè❶<形>đặc biệt: 奇~ kì lạ; ~权 đặc
quyền ❷<副>rất: 说话~快 nói rất nhanh
❸<副>riêng biệt; dành riêng: ~意 có ý dành
riêng ❹<副>[书]chỉ: 不~如此 không chỉ
như vậy ❺<名>đặc vụ; gián điệp //(姓) Đặc

【特别】tèbié❶<形>đặc biệt: ~情况 trường
hợp đặc biệt; 衣服样式很~。Kiểu dáng
áo rất đặc biệt. ❷<副>rất: 高速列车跑得
~快 Xe lửa cao tốc chạy rất nhanh. ❸
<副>riêng: 这本书是~给你留的。Quyển
sách này là dành riêng cho anh. ❹<副>nhất
là; đặc biệt là: 他擅长理化，~是物理。
Anh ấy thạo lí hóa, đặc biệt là môn vật lí.

【特产】tèchǎn<名>đặc sản

【特长】tècháng<名>sở trường: 发挥~ phát
huy sở trường

【特出】tèchū<形>xuất chúng; nổi trội; nổi
bật: 培养~的人才 đào tạo những nhân tài
xuất chúng; ~的成绩 thành tích nổi bật

【特此】tècǐ<副>nhân đây: ~声明 nhân đây
xin tuyên bố

【特大】tèdà<形>siêu to; siêu lớn: ~灾难

một thảm họa khủng khiếp; ~号球鞋 giầy bata cỡ siêu lớn

【特等】tèděng〈形〉hạng đặc biệt; cấp cao nhất: 订一张~舱的机票 đặt một vé máy bay hạng sang

【特地】tèdì〈副〉riêng biệt; chuyên; chỉ: 领导~来这里慰问。Lãnh đạo đặc biệt đến thăm。

【特点】tèdiǎn〈名〉đặc điểm: 这台电脑的~是小而轻。Đặc điểm của máy tính này là nhỏ và nhẹ.

【特定】tèdìng〈形〉❶được chỉ định đặc biệt: ~的人选 người được chỉ định đặc biệt ❷đặc biệt; riêng; nhất định: ~的历史时期 thời kì lịch sử nhất định

【特工】tègōng〈名〉❶công tác đặc vụ: ~人员 nhân viên làm công tác đặc biệt ❷đặc công

【特护】tèhù❶〈动〉chăm sóc đặc biệt: ~病房 phòng chăm sóc đặc biệt (bệnh nhân) ❷〈名〉hộ lí riêng

【特惠】tèhuì〈形〉ưu đãi đặc biệt: ~关税 thuế ưu đãi

【特级】tèjí〈形〉cấp đặc biệt

【特急】tèjí〈形〉khẩn cấp nhất; cấp bách nhất

【特辑】tèjí〈名〉số đặc biệt:《国家地理》越南~ số đặc biệt về Việt Nam của tạp chí *Địa lí quốc gia*

【特技】tèjì〈名〉❶kĩ năng đặc biệt: ~表演 cuộc biểu diễn kĩ năng đặc biệt ❷kĩ xảo đặc biệt

【特价】tèjià〈名〉giá đặc biệt; giá rẻ: ~机票 vé máy bay giá rẻ

【特警】tèjǐng〈名〉cảnh sát đặc nhiệm

【特刊】tèkān〈名〉đặc san: 春节~ đặc san số Tết

【特快】tèkuài❶〈形〉đặc biệt nhanh; siêu nhanh: ~专递 gửi bưu kiện EMS ❷〈名〉tàu tốc hành

【特困】tèkùn〈形〉rất nghèo nàn

【特例】tèlì〈名〉trường hợp đặc biệt

【特卖】tèmài〈动〉bán hạ giá

【特命全权大使】tèmìng quánquán dàshǐ đại sứ đặc mệnh toàn quyền

【特命全权公使】tèmìng quánquán gōngshǐ công sứ đặc mệnh toàn quyền

【特派】tèpài〈动〉đặc phái; cử riêng: 总经理~专人去机场迎接贵宾。Tổng giám đốc cử người chuyên trách ra sân bay để đón khách quý.

【特批】tèpī〈动〉đặc biệt xét chuẩn; chuẩn y đặc cách

【特遣部队】tèqiǎn bùduì bộ đội đặc phái

【特区】tèqū〈名〉đặc khu: 经济~ đặc khu kinh tế

【特权】tèquán〈名〉đặc quyền: 杜绝~思想 cấm tư tưởng đặc quyền

【特色】tèsè〈名〉sắc thái riêng; đặc sắc: 民族~ sắc thái riêng của dân tộc; 这道菜很有~。Món ăn này rất đặc sắc.

【特赦】tèshè〈动〉đặc xá

【特使】tèshǐ〈名〉đặc sứ

【特殊】tèshū〈形〉đặc biệt; đặc thù: 情况~ tình hình đặc biệt; ~教育 giáo dục đặc biệt; ~性 tính đặc biệt

【特体】tètǐ〈形〉thể hình đặc biệt: 定做~服装 đặt may quần áo cho người có thể hình đặc thù

【特为】tèwèi〈副〉chỉ vì; chỉ là để: 我~做了这一桌酒席来慰劳你。Tôi sắm sửa bàn tiệc này chỉ là để khao bạn.

【特务】tèwù〈形〉nhiệm vụ đặc biệt: ~连 đại đội làm nhiệm vụ đặc biệt

【特务】tèwu〈名〉đặc vụ

【特效】tèxiào〈名〉đặc hiệu; hiệu quả đặc biệt: ~药 thuốc đặc hiệu

【特写】tèxiě〈名〉❶tả thực (văn) ❷(điện

ảnh) đặc tả: ~镜头 pha đặc tả

特性】tèxìng<名>đặc tính: 研究该物质的 ~ nghiên cứu đặc tính của vật chất này

特需】tèxū<形>có yêu cầu đặc biệt: ~物资 vật tư đáp ứng yêu cầu đặc biệt

特许】tèxǔ<动>cho phép đặc biệt: 没有~, 任何人不得进入。Không qua sự cho phép đặc biệt cấm vào.

特邀】tèyāo<动>mời đặc biệt: ~代表 đại biểu được mời đặc biệt

特异】tèyì<形>❶xuất sắc: 成绩~ thành tích xuất sắc ❷đặc biệt; riêng biệt: ~功能 chức năng đặc biệt

特意】tèyì<副>riêng biệt; cố ý: 他~来这里 看我的。Ông ấy cố ý đến đây để thăm tôi.

特有】tèyǒu<形>riêng; riêng biệt: ~的文 化 nền văn hóa riêng biệt

特约】tèyuē<动>hẹn riêng: ~稿 bản thảo đặt riêng; ~记者 phóng viên mời riêng; ~评 论员 bình luận viên mời riêng

特征】tèzhēng<名>đặc trưng: 地理~ đặc trưng địa lí

特指】tèzhǐ<动>chỉ định riêng

特制】tèzhì<动>đặc chế: 这件衣服是~ 的。Áo này được may riêng.

特质】tèzhì<名>phẩm chất riêng; bản sắc: 体现了民族的~ phản ánh bản sắc dân tộc

特种】tèzhǒng<形>đặc chủng; loại đặc biệt: ~部队 bộ đội đặc chủng

铽tè<名>[化学]téc-bi (kí hiệu: Tb)

慝tè<名>[书]gian ác; tội ác: 隐~ tội ác được giữ kín

tēi

忒tēi "忒" (tuī) 的又音。
另见tè, tuī

忒儿】tēir<拟>[方]phạch: 小鸟~一声就飞 了。Con chim phạch một tiếng bay đi.

tēng

熥tēng<动>hấp lại; đun lại; rán lại: ~馒头 hấp lại màn thầu

téng

疼téng❶<形>đau; nhức: 脚~ đau chân; 正 为这件事头~ đang nhức đầu về chuyện này ❷<动>yêu thương: 爷爷奶奶很~孙子。 Ông bà nội rất thương cháu.

【疼爱】téng'ài<动>yêu thương; yêu: 这孩 子真惹人~。Cậu bé này rất dễ thương.

【疼痛】téngtòng<形>đau; đau đớn; nhức nhối: 牙齿整夜地~。Răng đau suốt đêm.

【疼惜】téngxī<动>yêu chuộng; thương tiếc

腾téng<动>❶chạy; nhảy: 欢~ vui mừng nhảy nhót ❷vọt lên cao: 飞~ bay lên; ~ 空 vọt lên cao ❸dành (chỗ, thời gian); để trống: ~出两间房来 dành ra hai căn nhà; ~ 不出时间来 không sao dành ra được thời gian ❹lặp lại nhiều lần: 折~ quay bên nọ lật bên kia/trằn trọc //(姓) Đằng

【腾达】téngdá<动>[书]❶lên cao ❷lên chức

【腾飞】téngfēi<动>❶cất cánh; bay vút lên: ~的巨龙 con rồng lớn bay lượn ❷tăng nhanh: 经济~ kinh tế tăng nhanh

【腾贵】téngguì<动>(giá hàng) lên vọt: 百 物~ trăm thứ đều lên giá

【腾空】téngkōng<动>bay lên; bay cao; vọt lên cao: ~而起 bay lên không trung

【腾挪】téngnuó<动>❶xê dịch; nhường ra: ~东西 thu dọn các thứ; ~地方 nhường để lấy chỗ ❷chuyển tài khoản: 不得~公款 không được chuyển quỹ công

【腾升】téngshēng<动>(giá cả...) lên vọt: 房价~ giá nhà lên vọt

【腾腾】téngténg<形>đằng đằng; hừng hực;

hầm hập; ngùn ngụt: 热气~ hơi nóng ngùn ngụt; 烟雾~ khói bốc nghi ngút

【腾涌】téngyǒng<动>cuồn cuộn: 水势~ nước dâng cuồn cuộn

【腾跃】téngyuè<动>❶phóng như bay; phóng như tên bắn: 万马~ muôn ngựa phóng như bay ❷[书](giá cả...) lên vọt; tăng vọt: 粮价~ giá lương thực tăng vọt

【腾越】téngyuè<动>nhảy qua: ~障碍 nhảy qua vật chướng ngại

【腾云驾雾】téngyún-jiàwù đi mây về gió; đằng vân giá vụ; cưỡi mây lướt gió

誊 téng<动>chép lại; sao lại: 把笔记~一遍。Hãy chép lại bản ghi chép.

【誊录】ténglù<动>sao chép: ~讲话稿 chép lại bài phát biểu

【誊清】téngqīng<动>chép lại cẩn thận; sao chép rõ

【誊写】téngxiě<动>sao chép; chép lại

䲢 téng

【䲢蛇】téngshé<名>đằng xà; rắn bay

縢 téng[书]❶<动>đóng kín; ràng buộc ❷<名>cái thừng

藤 téng<名>❶cây mây; cây song: ~椅 ghế mây; ~制品 đồ mây ❷dây leo: 薯~瓜蔓 dây khoai dây bí //(姓) Đằng

【藤本植物】téngběn zhíwù cây leo; cây bò

【藤编】téngbiān<名>bện bằng dây leo hay lạt mây

【藤萝】téngluó<名>cây đậu tía

【藤牌】téngpái<名>cái khiên mây; lá chắn bằng mây; cái thuẫn mây

【藤蔓】téngwàn<名>dây leo: 葡萄的~爬上了架子。Dây nho leo lên giàn.

【藤子】téngzi<名>[口]cây mây

䲁 téng<名>cá sao biển

tī

体 tī
另见tǐ

【体己】tīji<形>❶của riêng: ~钱 tiền riêng ❷thân cận; gần gũi; tâm tình: ~人 người thân cận; ~话 lời tâm tình

剔 tī❶<动>cạo; lóc: ~肉 lóc thịt ❷<动>xia cậy: ~牙 xia răng ❸<动>loại bỏ; chọn: 把坏鸡蛋~出去。Loại bỏ quả trứng thối. ❹<名>nét hất (một nét cơ bản của chữ Hán)

【剔除】tīchú<动>vứt bỏ; gạt bỏ; loại bỏ: ~败类 loại bỏ đồ ăn hại

【剔红】tīhóng<名>khắc sơn đỏ; chạm sơn đỏ

【剔透】tītòu<形>sáng trong: 晶莹~ sáng láng trong vắt

梯 tī<名>❶cái thang; bậc thang: 楼~ thang gác ❷thiết bị tác dụng như cái thang: 电~ thang điện/thang máy ❸hình dạng giống như cái thang: ~田 ruộng bậc thang

【梯度】tīdù<名>❶độ dốc ❷mức chênh lệch ❸tiến hành theo cấp độ

【梯队】tīduì<名>❶[军事]thê đội ❷thê đội tuyển: 第二~的选手们非常勤奋地训练。Các tuyển thủ tuyển hai rất chăm chỉ tập luyện.

【梯河】tīhé<名>sông bậc thang

【梯级】tījí<名>bậc thang

【梯形】tīxíng<名>[数学]hình thang: ~翼 cánh hình thang

【梯子】tīzi<名>cái thang: 架~ bắc thang

锑 tī<名>[化学]Antimon; stibi (kí hiệu: Sb)

踢 tī<动>đá: ~足球 đá bóng; 一脚踢~一脚 đá một cú

【踢蹬】tīdeng<动>[口]❶đá lung tung: 小孩睡觉爱~被子。Trẻ em nằm ngủ hay đạp chăn. ❷phung phí; tiêu xài: 适当攒点钱,

不要把工资都~光了。Nên tiết kiệm một chút, không thể phung phí sạch trơn lương tháng. ❸giải quyết; thu xếp: 这些事总算~完了。Những việc này cuối cùng đã được giải quyết.

踢脚板】tījiǎobǎn〈名〉[建筑]ván chân tường

踢脚线】tījiǎoxiàn =【踢脚板】

踢皮球】tī píqiú trốn tránh trách nhiệm; đùn đẩy: 要有担当，杜绝~的现象。Phải có tinh thần trách nhiệm, cấm đùn đẩy.

踢踏舞】tītàwǔ〈名〉điệu nhảy claket

踢腾】tīteng =【踢蹬】

踢腿】tītuǐ〈动〉đá thốc

适 tī〈动〉[书]vạch trần: 发~私短 vạch ra những thiếu sót ẩn náu

tí

荑 tí〈名〉[书]❶mầm lá ❷một loại cỏ dại

绨 tí〈名〉[书]lụa dày: ~袍 áo dài lụa dày
另见tì

提 tí ❶〈动〉xách: ~着一个包 xách một túi ❷〈动〉nâng lên: ~高 nâng cao ❸〈动〉đưa ra: ~意见 đưa ra ý kiến ❹〈动〉lấy ra; rút ra: ~炼 chiết xuất; ~款 lấy tiền ra ❺〈动〉đưa phạm nhân từ nhà giam ra ❻〈动〉nói đến; nhắc đến: 旧事重~ nhắc lại việc cũ ❼〈名〉gáo (để múc): 酒~ gáo đong rượu ❽〈名〉nét hất của chữ Hán ❾〈动〉sắp xếp trước thời hạn // (姓) Đề
另见dī

提案】tí'àn〈名〉đề án

提拔】tíbá〈动〉cất nhắc; đề bạt: ~干部 đề bạt cán bộ

提包】tíbāo〈名〉túi xách; ví xách

提倡】tíchàng〈动〉khởi xướng; đề xướng: ~环保 đề xướng bảo vệ môi trường

提成】tíchéng❶〈动〉trích phần trăm; ăn chia phần trăm: 利润~ trích phần trăm lợi nhuận ❷〈名〉phần trăm: 该给他们多少~? Phải trích lại bao nhiêu phần trăm cho họ?

提出】tíchū〈动〉đề xuất; nêu ra; đưa ra: ~新观点 đưa ra quan điểm mới; ~抗议 tỏ ý phản đối

提纯】tíchún〈动〉tinh luyện; tinh chế: ~粗盐 tinh luyện muối thô; ~器 máy tinh chế

提词】tící〈动〉[戏剧]nhắc vai; nhắc vở

提单】tídān〈名〉biên lai nhận hàng; phiếu lĩnh hàng

提调】tídiào❶〈动〉điều khiển; điều hành: ~车辆 điều hành xe cộ ❷〈名〉người điều hành: 总~ người điều hành chung

提法】tífǎ〈名〉cách nhìn nhận hay đặt vấn đề: 我们不同意这样的~。Chúng tôi không tán thành cách nhìn nhận như vậy.

提干】tígàn〈动〉❶biên chế thành cán bộ ❷đề bạt cán bộ

提纲】tígāng〈名〉đề cương; dàn bài: 发言~ đề cương phát biểu; 作文~ dàn bài tập làm văn

提纲挈领】tígāng-qièlǐng nêu những nét chính ngắn gọn

提高】tígāo〈动〉nâng cao; đề cao: ~学习成绩 nâng cao thành tích học tập; ~警惕 đề cao cảnh giác

提供】tígōng〈动〉cung cấp; tạo: ~服务 cung cấp dịch vụ; ~便利条件 tạo điều kiện thuận lợi

提灌】tíguàn〈动〉đưa; dẫn nước lên cao: ~设备 thiết bị dẫn nước lên cao

提行】tíháng〈动〉xuống dòng; qua hàng

提盒】tíhé〈名〉cà mèn; cặp lồng

提花】tíhuā〈动〉[纺织]dệt hoa: ~毛巾 khăn dệt hoa

提货】tíhuò〈动〉lấy hàng; lĩnh hàng: 去仓库~ vào kho lấy hàng

提及】tíjí〈动〉nhắc đến: ~童年往事，我

们都很怀念那段时光。Nhắc đến những chuyện thời thơ ấu, chúng ta đều nhớ những ngày đó.

【提级】tíjí〈动〉nâng cấp

【提价】tíjià〈动〉nâng giá

【提交】tíjiāo〈动〉đệ trình; đưa ra: ~大会讨论 đệ trình cho đại hội thảo luận

【提款】tíkuǎn〈动〉lấy tiền; lĩnh tiền

【提篮】tílán〈名〉cái làn

【提炼】tíliàn〈动〉tinh luyện; tinh chế; chiết xuất chắt lọc: 从植物中~油 tinh chế dầu từ thảo mộc

【提梁】tíliáng〈名〉quai; cán

【提留】tíliú〈动〉trích lại; bớt lại: 赈灾款不允许~。Không cho phép trích lại tiền từ các quỹ cứu trợ.

【提名】tímíng〈动〉nêu tên; đề cử; giới thiệu: 这部影片获得了百花奖~。Bộ phim này được đề cử tranh giải "Trăm hoa".

【提起】tíqǐ〈动〉❶nhắc đến; nói đến: ~往事 nhắc tới chuyện cũ ❷phấn chấn: ~精神 phấn chấn tinh thần ❸nêu ra; đưa ra: ~诉讼 đưa ra kiện cáo

【提前】tíqián〈动〉xê dịch thời gian cho sớm hơn: ~动身 lên đường trước thời gian đã định; ~告知 báo trước

【提挈】tíqiè〈动〉[书]❶dẫn dắt: ~全军 dẫn dắt toàn quân ❷cắt nhắc; chiếu cố; nâng đỡ: ~后辈 chiếu cố thế hệ sau

【提亲】tíqīn〈动〉làm mối

【提琴】tíqín〈名〉vi-ô-lông; vĩ cầm: 大~ vi-ô-lông-xen; 中~ antô; 小~ vi-ô-lông

【提请】tíqǐng〈动〉đệ trình; nêu ra: ~上级批准 đệ trình xin cấp trên phê chuẩn; ~注意 nêu ra để được chú ý

【提取】tíqǔ〈动〉❶rút; lấy; lĩnh: 到银行~存款 đi ngân hàng rút tiền tiết kiệm ❷luyện; chiết suất: ~石油 luyện dầu mỏ

【提神】tíshén〈动〉gây hưng phấn; làm tinh

táo: 咖啡能~。Cà phê có thể gây hưn phấn.

【提审】tíshěn〈动〉❶đưa ra hỏi cung; đư ra xét hỏi ❷phúc thẩm

【提升】tíshēng〈动〉❶cất nhắc; đề bạt; đư lên: ~为经理 được đề bạt lên chức giám đốc; ~能力、素质 nâng cao phẩm chất v năng lực ❷tời lên cao

【提示】tíshì〈动〉nhắc nhở; gợi ý: 巧妙地 gợi ý một cách khéo léo

【提速】tísù〈动〉tăng tốc độ: 列车~ xe lử tăng tốc độ

【提问】tíwèn〈动〉phát vấn; nêu câu hỏi

【提箱】tíxiāng〈名〉va li xách tay

【提携】tíxié〈动〉❶dắt; dẫn; dìu dắt: ~后 dìu dắt thế hệ sau ❷[书]hợp tác; tay dắt tay 互相~ hợp tác với nhau

【提心吊胆】tíxīn-diàodǎn lo sợ phậ phồng; phấp phỏng lo âu; nơm nớp lo sợ

【提醒】tíxǐng〈动〉nhắc nhở; nhắc: ~他早 来 nhắc anh ấy đến sớm một chút

【提选】tíxuǎn〈动〉lựa chọn; chọn lọc

【提要】tíyào❶〈动〉tóm tắt ❷〈名〉nhữn điều tóm tắt: 内容~ tóm tắt nội dung

【提议】tíyì❶〈动〉đề nghị: ~延长假期 đ nghị kéo dài ngày nghỉ phép ❷〈名〉đề nghị chủ trương; ý kiến

【提早】tízǎo〈动〉trước thời hạn: ~完成任务 hoàn thành nhiệm vụ trước thời hạn

【提制】tízhì〈动〉tinh chế

【提子】tízi〈名〉nho

啼 tí〈动〉❶khóc: ~哭 khóc lóc; 悲~ khó thảm thiết ❷gáy; hót: 鸟~ chim hót; 鸡~ g gáy //(姓) Đề

【啼饥号寒】tíjī-háohán kêu đói kêu rét

【啼哭】tíkū〈动〉khóc lóc: ~不止 khóc ló không dừng

【啼笑皆非】tíxiào-jiēfēi dở khóc dở cười

鹈 tí

鹈鹕】tíhú<名>chim bồ nông

鶗 tí<形>[书]màu đỏ quạch; màu da cam
鳱 tí

鶗鴂】tíjué<名>chim cuốc; chim đỗ quyên

题 tí❶<名>đề: 出考~ ra đề thi; 主~ chủ đề ❷<动>đề chữ; kí vào: ~名 ghi tên/đề tên; ~字 đề chữ //(姓) Đề

题跋】tíbá<名>lời bạt

题材】tícái<名>đề tài: 爱情~ đề tài tình yêu; ~新颖 đề tài mới mẻ độc đáo

题词】tící❶<动>viết vài lời kỉ niệm ❷<名>vài lời kỉ niệm; vài lời biểu dương ❸<名>đề từ; lời nói đầu; lời tựa

题额】tí'é<动>viết hoành phi

题花】tíhuā<名>họa tiết

题记】tíjì<名>lời ghi

题解】tíjiě<名>❶lời giải; lời giới thiệu; lời chú dẫn ❷tập đáp án; tập lời giải: 数学~ tập đáp án về toán học

题名】tímíng❶<动>ghi tên; nêu tên: 请在这本书上~留念。Xin ghi tên trong cuốn sách này để lưu niệm. ❷<名>họ tên được nêu gương ❸<名>tên đề mục

题目】tímù<名>❶đề mục ❷đề bài; đầu bài; đề ❸đề thi

题签】tíqiān❶<动>viết nhãn sách ❷<名>nhãn sách

题写】tíxiě<动>viết: ~匾额 viết tấm biển

题旨】tízhǐ<名>❶ý định của đề bài văn ❷ý nghĩa chủ đề: 点明~的句子 câu nêu chủ đề

题字】tízì❶<动>viết chữ lưu niệm; ghi lưu niệm: ~留念 ghi lưu niệm ❷<名>chữ lưu niệm

醍 tí

醍醐】tíhú<名>[书]đề hồ; nước cam lộ; nước thánh: 如饮~ như được uống nước cam lộ

醍醐灌顶】tíhú-guàndǐng nước thánh dội vào đầu; được mở mang đầu óc

蹄 tí<名>móng chân (thú vật)

蹄筋】tíjīn<名>gân chân; món gân

蹄髈】típǎng<名>[方]đùi lợn

蹄子】tízi<名>❶[口]cái móng guốc ❷[方]đùi lợn ❸đồ thối thây (câu chửi đàn bà)

鳀 tí<名>cá trê biển

tǐ

体 tǐ❶<名>thân thể: ~重 trọng lượng của người; 五~投地 phục sát đất/phục lăn ❷<名>thể; chất: 液~ thể lỏng ❸<名>kiểu; lối: 字~ kiểu chữ ❹<动>lĩnh hội; thể nghiệm: 身~力行 gắng sức thực hành ❺<名>thể chế: 政~ chính thể ❻<名>[语言]thể (thể thức trong ngữ pháp) //(姓) Thể

另见tī

体裁】tǐcái<名>[文学]thể tài

体操】tǐcāo<名>thể dục: ~馆 nhà thể dục; ~运动员 vận động viên thể dục

体察】tǐchá<动>xem xét; theo dõi: ~民情 xem xét dân tình

体尝】tǐcháng<动>nếm trải: ~生活的艰辛 nếm trải sự khó khăn của cuộc sống

体大思精】tǐdà-sījīng quy mô đồ sộ, suy tính chính xác chặt chẽ

体罚】tǐfá<动>phạt về thể xác

体格】tǐgé<名>❶sức khỏe: ~健全 sức khỏe tốt ❷vóc dáng hình thể: 大象的~比较大。Chú voi có tầm vóc khá lớn.

体会】tǐhuì❶<动>thể nghiệm; lĩnh hội; cảm nhận hiểu rõ: ~作者的思想感情 cảm nhận tư tưởng tình cảm của tác giả ❷<名>những điều cảm nhận, lĩnh hội được: 请谈谈你的~。Hãy phát biểu cảm nhận của ông.

体积】tǐjī<名>thể tích

体检】tǐjiǎn<动>kiểm tra sức khỏe: 请您到

中心医院~。Mời anh đến Bệnh viện Trung tâm kiểm tra sức khỏe.

【体力】tǐlì<名>sức khỏe; thể lực: ~活 công việc tiêu hao thể lực; ~劳动 lao động chân tay

【体例】tǐlì<名>cách thức; thể thức

【体谅】tǐliàng<动>lượng thứ; thông cảm: 请老师~。Xin thầy thông cảm cho.

【体貌】tǐmào<名>hình dáng: ~特征 đặc điểm về hình dáng

【体面】tǐmiàn❶<名>thể diện; sĩ diện: 有失~ mất thể diện ❷<形>vẻ vang; vinh dự: 这样做一点也不~。Làm như thế không vẻ vang gì cả. ❸<形>đẹp; đoan trang: 她长得~。Chị ấy đẹp đoan trang.

【体能】tǐnéng<名>thể lực

【体念】tǐniàn<动>thông cảm; hiểu cho

【体魄】tǐpò<名>thể phách; sức khỏe và cơ thể: 锻炼~ rèn luyện sức khỏe

【体腔】tǐqiāng<名>khoang; ổ của cơ thể

【体式】tǐshì<名>❶kiểu; ❷[书]thể thức; thể tài

【体态】tǐtài<名>dáng người; dáng điệu: ~婀娜 dáng người thướt tha

【体坛】tǐtán<名>giới thể thao

【体贴】tǐtiē<动>chiều ý săn sóc: ~入微 săn sóc tỉ mỉ

【体统】tǐtǒng<名>❶thể chế; thể thống: 成何~ chẳng ra thể thống gì ❷địa vị; sĩ diện

【体外循环】tǐwài xúnhuán tuần hoàn máu ngoài cơ thể

【体位】tǐwèi<名>thể vị; tư thế cơ thể

【体味】tǐwèi<动>nếm mùi; nếm trải; mùi của cơ thể

【体温】tǐwēn<名>nhiệt độ thân thể

【体温计】tǐwēnjì<名>nhiệt kế

【体无完肤】tǐwúwánfū❶thương tích đầy mình ❷tan tác tơi bời: 被驳斥得~ bị bác bỏ triệt để

【体惜】tǐxī<动>đồng tình; thể tình

【体系】tǐxì<名>hệ thống: 防御~ hệ thống phòng ngự; 思想~ hệ thống tư tưởng

【体现】tǐxiàn<动>thể hiện; tỏ rõ: ~诗人浪漫主义的思想 tỏ rõ tư tưởng lãng mạn của nhà thơ

【体形】tǐxíng<名>❶hình thể: ~优美 hình thể đẹp; ~匀称 vóc dáng cân đối ❷hình dạng máy móc

【体型】tǐxíng<名>vóc người; vóc dáng: 瘦弱 vóc người mảnh mai, yếu đuối

【体恤】tǐxù<动>chăm sóc; đồng tình: ~老人 chăm sóc người già

【体循环】tǐxúnhuán<名>[生理]vòng tuần hoàn của cơ thể; đại tuần hoàn

【体验】tǐyàn<动>thể nghiệm: ~生活 nghiệm cuộc sống

【体液】tǐyè<名>chất dịch của cơ thể

【体育】tǐyù<名>thể thao; thể dục thể thao: ~界 giới thể thao; ~用品 đồ dùng thể dục thể thao

【体育场】tǐyùchǎng<名>sân thể thao; sân vận động

【体育馆】tǐyùguǎn<名>nhà thi đấu thể dục thể thao

【体育运动】tǐyù yùndòng các hoạt động thể dục thể thao

【体征】tǐzhēng<名>[医学]dấu hiệu sức khỏe biểu hiện trên cơ thể

【体制】tǐzhì<名>❶thể chế: 教育~ thể chế giáo dục; ~改革 cải cách thể chế ❷hình thức; thể: 宋词元曲的~ hình thức của từ Tống và khúc Nguyên

【体质】tǐzhì<名>thể chất; sức khỏe: 增强人民~ tăng cường thể chất của nhân dân

【体重】tǐzhòng<名>cân nặng; trọng lượng cơ thể: 减轻~ giảm cân; 他身高~都增加了。Nó đã lớn lên cả về chiều cao lẫn trọng lượng.

tì

屉 tì<名>❶ngăn; lồng hấp: 蒸一~包子 hấp một khay bánh bao ❷giát giường: 藤~ giát giường mây ❸ngăn kéo: 抽~ ngăn kéo

【屉帽】tìmào<名>nắp lồng hấp

【屉子】tìzi<名>❶cái ngăn ❷giát giường; mặt ghế ❸[方]ngăn kéo

剃 tì<动>cạo (râu, tóc)

【剃刀】tìdāo<名>dao cạo

【剃度】tìdù<动>[宗教]xuống tóc; cạo trọc đầu đi tu

【剃光头】tì guāngtóu cạo trọc đầu; thi trượt vỏ chuối cả

【剃头】tìtóu<动>cắt tóc; húi đầu: ~刀 dao cắt tóc

【剃须】tìxū<动>cạo râu

倜 tì

【倜然】tìrán<形>[书]❶vẻ siêu nhiên ❷xa lánh; ghẻ lạnh

【倜傥】tìtăng<形>[书]phóng khoáng; hào phóng: 风流~ phong lưu phóng khoáng

逖 tì<形>[书]xa

涕 tì<名>❶nước mắt: 痛哭流~ khóc rơi nước mắt ❷nước mũi: 鼻~ nước mũi

【涕泪】tìlèi<名>❶nước mắt ❷nước mắt và nước mũi: ~俱下 chảy cả nước mắt nước mũi

【涕零】tìlíng<动>rơi nước mắt: 感激~ cảm ơn đến rơi nước mắt

【涕泗】tìsì<名>nước mắt và nước mũi: ~交流 chảy cả nước mắt nước mũi

悌 tì<动>[书]đễ: 孝~ hiếu đễ

绨 tì<名>sồi

另见tí

惕 tì<形>cẩn thận; thận trọng: 警~ cảnh giác

【惕厉】tìlì<动>[书]cảnh giác; đề phòng: 日夜~ ngày đêm cảnh giác

替 tì❶<动>thay; hộ; giúp: 代~ thay thế ❷<介>vì; cho: 真~你高兴。Thật mừng cho anh. ❸<形>[书]suy tàn: 兴~ thịnh suy

【替班】tìbān<动>đi làm thay

【替补】tìbǔ❶<动>thay thế bổ sung: ~队员 thay thế bổ sung đội viên ❷<名>người thay thế bổ sung

【替代】tìdài<动>thay thế: 没有人能~你。 Không có ai thay thế được anh.

【替工】tìgōng❶<动>làm thay ❷<名>người làm thay: 找了个~ tìm được người làm thay

【替换】tìhuàn<动>thay đổi: 9号受伤了，3号去~。Số 9 bị thương, số 3 vào thay.

【替身】tìshēn<名>người thay thế: ~演员 diễn viên đóng thế

【替死鬼】tìsǐguǐ<名>kẻ chết thay; cái bung xung

【替罪羊】tìzuìyáng<名>người thế tội; kẻ chịu tội thay

殢 tì<动>[书]❶ngưng; đọng ❷quấy rối

褅 tì<名>[书]chăn chùm trẻ sơ sinh

嚏 tì<动>[书]hắt hơi

tiān

天 tiān❶<名>trời: 顶~立地 đội trời đạp đất ❷<名>hôm: 今~ hôm nay ❸<形>trên đỉnh ❹<量>ngày: 每~ mỗi ngày ❺<名>thời gian; trời: 五更~ lúc canh năm ❻<名>tiết khí; mùa: 夏~ mùa hè ❼<名>thời tiết: 阴~ trời râm ❽<形>trời sinh: ~性 thiên tính ❾<名>thiên nhiên: ~灾 thiên tai ❿<名>ông trời: ~意 ý của ông trời ⓫<名>(nơi ở của thần tiên) thiên; trời: ~国 thiên quốc; ~堂 thiên đường; 归~ về chầu trời ⓬<名>quân chủ và triều đình: ~兵 quân triều đình // (姓) Thiên

【天安门广场】Tiān'ān Mén Guǎngchǎng Quảng trường Thiên An Môn

【天崩地裂】tiānbēng-dìliè trời long đất lở; rung trời chuyển đất

【天边】tiānbiān<名>❶nơi xa xôi: 远在~, 近在眼前。Xa thì xa tít tắp, gần thì ngay trước mắt。❷chân trời

【天兵】tiānbīng<名>❶thiên binh: ~天将 thiên binh thiên tướng ❷đạo quân thiện chiến ❸quân triều đình

【天禀】tiānbǐng<名>[书]thiên bẩm; trời phú: ~聪明 thiên bẩm thông minh/thông minh vốn sẵn tính trời

【天波】tiānbō<名>[无线电]sóng trời; sóng vô tuyến trên không

【天才】tiāncái<名>❶tài năng trời phú: 他很有语言~。Anh ấy rất có tài năng về ngôn ngữ。❷thiên tài: 他是个数学~。Anh ấy là một thiên tài toán học。

【天差地远】tiānchā-dìyuǎn một trời một vực

【天长地久】tiāncháng-dìjiǔ lâu bền mãi mãi; tháng rộng ngày dài

【天车】tiānchē<名>[机械]cần trục chạy

【天成】tiānchéng<动>hình thành tự nhiên; sẵn có: ~仙境 tiên cảnh thiên nhiên

【天秤座】tiānchèngzuò<名>chòm sao Thiên xứng

【天窗】tiānchuāng<名>❶cửa sổ trên mái nhà ❷chỗ trống do bị kiểm duyệt cắt bỏ

【天赐】tiāncì<动>trời phú; ông trời ban cho

【天打雷轰】tiāndǎ-léihōng trời đánh thánh vật; bị trời đánh

【天打雷劈】tiāndǎ-léipī = 【天打雷轰】

【天大】tiāndà<形>rất to lớn: ~的好事 việc rất tốt

【天道】tiāndào<名>❶lẽ trời; đạo trời ❷[方] thời tiết

【天敌】tiāndí<名>thiên địch: 青蛙是害虫的~。Ếch là thiên địch của sâu hại。

【天底下】tiāndǐxià<名>[口]trên thế giới; trên đời: ~无奇不有。Thế giới đầy kì diệu。

【天地】tiāndì<名>❶trời đất: 锣鼓响震。Tiếng chiêng trống rung chuyển trời đất ❷thế giới; chân trời: 广阔的~ thế giới rộng mở ❸[方]cảnh ngộ; bước đường: 不料竟落到这般~。Không ngờ lại bị rơi vào cảnh ngộ như thế này。❹chuyên mục: 戏曲~ chuyên mục hí khúc

【天帝】tiāndì<名>thượng đế; thiên đế

【天电】tiāndiàn<名>[电学]tĩnh điện trong khí quyển

【天鹅】tiān'é<名>thiên nga

【天鹅绒】tiān'éróng<名>nhung thiên nga

【天翻地覆】tiānfān-dìfù❶xoay trời chuyển đất; long trời lở đất: ~的变化 sự thay đổi xoay trời chuyển đất ❷làm ầm ĩ; làm ồn ào: 这两口子常常因为一点小事而闹得~。Cặp vợ chồng thường ầm ĩ vì chuyện không đâu。

【天方夜谭】tiānfāng-yètán thiên phương dạ đàm; chuyện hư không quái đản

【天分】tiānfèn<名>thiên tư; năng khiếu

【天府之国】tiānfǔzhīguó kho của nhà trời; nơi đầy đủ sung túc (thường chỉ tỉnh Tứ Xuyên)

【天赋】tiānfù❶<动>bẩm sinh; trời phú: ~人权 nhân quyền trời phú ❷<名>tư chất trời cho; năng khiếu

【天干】tiāngān<名>thập can; thiên can (giáp, ất, bính, đinh, mậu, kỉ, canh, tân, nhâm, quý)

【天高地厚】tiāngāo-dìhòu❶ơn trời biển; ân tình sâu nặng; tình sâu nghĩa nặng ❷trời cao đất dày: 不知~ không biết trời cao đất dày

【天各一方】tiāngèyīfāng kẻ trời nam người đất bắc; trời nam đất bắc: 从此~, 相见无期。Kể từ đó, kẻ trời nam, người đất bắc, khó gặp lại nữa。

天公】tiāngōng<名>ông trời; trời: ~不作
美。Ông trời không chiều lòng người.

天公地道】tiāngōng-dìdào rất công
bằng; lẽ công bằng của trời đất

天宫】tiāngōng<名>thiên cung

天沟】tiāngōu<名>[建筑]máng nước; ống
máng; máng xối

天光】tiānguāng<名>❶sắc trời: ~已晚。
Trời đã muộn。❷ánh nắng: ~云影 ánh nắng
mây trôi ❸[方]sáng sớm

天国】tiānguó<名>❶[宗教]thiên quốc
❷thế giới lí tưởng

天河】tiānhé<名>[天文]ngân hà

天黑】tiānhēi<名>❶trời tối ❷tối

天花】tiānhuā<名>[医学]bệnh đậu mùa

天花板】tiānhuābǎn<名>trần nhà

天花乱坠】tiānhuā-luànzhuì ba hoa
khoác lác; ba hoa thiên địa

天荒地老】tiānhuāng-dìlǎo thời gian dài
đằng đẵng; lâu dài như trời đất

天皇】tiānhuáng<名>❶thiên tử; vua
❷Thiên hoàng (vua của Nhật Bản)

天昏地暗】tiānhūn-dì'àn❶đất trời mù
mịt; trời đất u ám: 突然~的，暴雨快来
了。Bỗng một cái trời đất mù mịt, mưa bão
sắp đến。❷u ám; tối tăm (chính trị thối nát,
xã hội hỗn loạn) ❸mức độ ghê gớm; dữ: 哭
得~ khóc như mưa như gió

天火】tiānhuǒ<名>lửa trời

天机】tiānjī<名>❶thiên cơ: ~不可泄露。
Thiên cơ không được tiết lộ。❷điều bí ẩn

天极】tiānjí<名>❶thiên cực ❷[书]chân
trời

天际】tiānjì<名>chân trời

天价】tiānjià<名>giá cắt cổ; giá khủng
khiếp

天津】Tiānjīn<名>thành phố Thiên Tân

天经地义】tiānjīng-dìyì thiên kinh địa
nghĩa; đạo nghĩa muôn thuở; lí lẽ chính
đáng

天井】tiānjǐng<名>❶sân trời; giếng trời
❷lỗ thông ánh sáng trên nóc nhà

天空】tiānkōng<名>bầu trời: ~布满了星
星。Bầu trời đầy sao.

天籁】tiānlài<名>[书]âm thanh thiên nhiên

天蓝】tiānlán<形>xanh da trời

天老爷】tiānlǎoye<名>ông trời

天理】tiānlǐ<名>❶lẽ trời ❷công lí: ~难容
lẽ trời không dung

天良】tiānliáng<名>lương tâm: 丧尽~ táng
tận lương tâm

天亮】tiānliàng<动>trời sáng; hửng sáng

天灵盖】tiānlínggài<名>xương chóp sọ

天伦】tiānlún<名>[书]luân thường; thiên
luân: ~之乐 vui đạo luân thường

天罗地网】tiānluó-dìwǎng thiên la địa
võng; lưới trời lồng lộng

天麻】tiānmá<名>[中药]thiên ma

天马行空】tiānmǎ-xíngkōng❶(thơ văn,
thư pháp) phóng khoáng bay bướm ❷nói
năng, làm việc không đâu vào đâu

天明】tiānmíng<动>trời rạng sáng; rạng
đông; bình minh

天命】tiānmìng<名>số phận; mệnh trời

天幕】tiānmù<名>❶màn trời ❷phông làm
nền trời (trên sân khấu)

天南地北】tiānnán-dìběi❶trời nam đất
bắc: ~，人各一方。Trời nam đất bắc, mỗi
người một phương。❷trên trời dưới biển:
两个人~地说了起来。Hai người bắt đầu
chuyện trò trên trời dưới biển.

天年】tiānnián<名>tuổi thọ thiên nhiên: 颐
养~ hưởng tuổi trời cho

天怒人怨】tiānnù-rényuàn trời giận
người oán; thiên hạ đều căm giận

天棚】tiānpéng<名>❶trần ốp; mái chống
nóng chống lạnh ❷lán; lều

天平】tiānpíng<名>cân tiểu li

【天气】tiānqì〈名〉❶thời tiết: ~预报 dự báo thời tiết ❷[方]thời gian: ~不早了，快睡吧。Thời gian muộn rồi, mau đi ngủ đi.

【天堑】tiānqiàn〈名〉lạch trời: 长江~ lạch trời sông Trường Giang

【天桥】tiānqiáo〈名〉cầu vượt

【天青】tiānqīng〈形〉xanh thẫm

【天穹】tiānqióng〈名〉vòm trời

【天球】tiānqiú〈名〉[天文]thiên cầu

【天球仪】tiānqiúyí〈名〉[天文]mô hình thiên cầu; quả cầu thiên văn

【天趣】tiānqù〈名〉cảm hứng thiên nhiên: ~益然 cảm hứng thiên nhiên tràn trề

【天然】tiānrán〈形〉tự nhiên; thiên nhiên: ~食品 thực phẩm tự nhiên; ~美景 cảnh đẹp thiên nhiên

【天然气】tiānránqì〈名〉khí đốt thiên nhiên

【天壤之别】tiānrǎngzhībié khác nhau trời vực; khác một trời một vực

【天日】tiānrì〈名〉ánh mặt trời; ánh sáng: 重见~ lại thấy ánh mặt trời

【天色】tiānsè〈名〉sắc trời: 看~恐怕要变天了。Nhìn sắc trời e sắp trở trời.

【天上】tiānshàng〈名〉trên trời; bầu trời

【天神】tiānshén〈名〉thiên thần

【天生】tiānshēng〈形〉trời sinh: ~一对 một cặp trời sinh; ~丽质 cái đẹp trời sinh

【天时】tiānshí〈名〉❶thiên thời; khí hậu thời tiết: ~、地利、人和 thiên thời, địa lợi, nhân hòa ❷thời tiết: 凉爽的~ thời tiết mát mẻ ❸thời gian: ~已晚。Thời gian đã muộn.

【天使】tiānshǐ〈名〉❶thiên sứ; Angel ❷[书]sứ giả của nhà vua

【天书】tiānshū〈名〉❶thiên thư; sách trời ❷chữ khó xem; văn chương khó hiểu ❸chiếu thư

【天数】tiānshù〈名〉số trời

【天坛】Tiān Tán〈名〉Thiên Đàn

【天堂】tiāntáng〈名〉❶thiên đường ❷nơi sống hạnh phúc tốt đẹp

【天梯】tiāntī〈名〉thang trời

【天体】tiāntǐ〈名〉[天文]thiên thể: ~物理学 vật lí học thiên thể

【天天】tiāntiān〈名〉mỗi ngày; hàng ngày 好好学习，~向上。Chăm chỉ học hành ngày một tiến bộ.

【天条】tiāntiáo〈名〉luật trời; phép trời: 违反~ phạm luật trời

【天庭】tiāntíng〈名〉❶thiên đình ❷nơi đế vương ở ❸giữa trán; thiên đình: ~饱满 thiên đình đầy đặn

【天头】tiāntóu〈名〉mép trên trang sách

【天外】tiānwài〈名〉❶bên ngoài bầu trời ❷nơi vô cùng cao xa

【天外有天】tiānwài-yǒutiān ngoài trời còn có trời, ví còn có người giỏi hơn

【天王星】tiānwángxīng〈名〉sao Thiên Vương

【天网恢恢】tiānwǎng-huīhuī lưới trời lồng lộng: ~，疏而不漏。Lưới trời lồng lộng, thưa mà chẳng lọt.

【天文】tiānwén〈名〉thiên văn

【天文表】tiānwénbiǎo〈名〉đồng hồ thiên văn; thiên văn biểu

【天文单位】tiānwén dānwèi đơn vị thiên văn

【天文馆】tiānwénguǎn〈名〉câu lạc bộ thiên văn

【天文数字】tiānwén shùzì con số thiên văn; con số quá lớn

【天文台】tiānwéntái〈名〉đài thiên văn

【天文望远镜】tiānwén wàngyuǎnjìng kính viễn vọng thiên văn; ống nhòm thiên văn

【天文学】tiānwénxué〈名〉thiên văn học

【天文钟】tiānwénzhōng〈名〉đồng hồ thiên văn

【天无绝人之路】tiān wú jué rén zhī lù trời không bao giờ triệt hết đường ta

天下】tiānxià〈名〉❶thiên hạ; thế giới; Trung Quốc: ~太平 thiên hạ thái bình ❷chính quyền nhà nước: 打~ lấy thiên hạ/ giành chính quyền

天下为公】tiānxià-wéigōng chí công vì thiên hạ; chí công vô tư

天下乌鸦一般黑】tiānxià wūyā yībān hēi quạ nào là quạ chẳng đen

天下无敌】tiānxià-wúdí nhất thiên hạ; vô địch

天下兴亡，匹夫有责】tiānxià-xīngwáng, pǐfū-yǒuzé sự hưng vong của quốc gia, trách nhiệm ở mọi người; thiên hạ hưng vong, dân thường hữu trách

天仙】tiānxiān〈名〉tiên nữ; nàng tiên

天险】tiānxiǎn〈名〉thiên hiểm; nơi hiểm yếu: 长江~ sông Trường Giang hiểm yếu

天线】tiānxiàn〈名〉ăng-ten; an-ten

天象】tiānxiàng〈名〉hiện tượng thiên văn

天象仪】tiānxiàngyí〈名〉bộ thiết bị dùng cho nghiên cứu thiên văn

天蝎座】tiānxiēzuò〈名〉chòm sao Bò cạp

天幸】tiānxìng〈名〉số may phúc đức

天性】tiānxìng〈名〉tính trời; bẩm tính: ~沉静 bẩm tính trầm tĩnh

天旋地转】tiānxuán-dìzhuàn❶trời đất quay cuồng; hoa mắt; choáng váng: 他站起来时一阵头晕，只觉得~。Anh ấy chóng mặt khi đứng lên, chỉ cảm thấy trời đất quay cuồng. ❷trời xoay đất chuyển ❸rầm trời: 两人争得你死我活，~。Hai người tranh cãi rầm trời.

天涯】tiānyá〈名〉nơi xa xăm; chân trời

天涯海角】tiānyá-hǎijiǎo chân trời góc biển; góc biển chân trời

天衣无缝】tiānyī-wúfèng không sai sót tí nào; việc làm hết sức trọn vẹn

天意】tiānyì〈名〉ý trời

天鹰座】tiānyīngzuò〈名〉chòm sao Thiên Ưng

天有不测风云】tiān yǒu bùcè fēngyún gió bão có lúc không thể lường trước; ví điều không lành khó mà lường trước được

天宇】tiānyǔ〈名〉❶bầu trời: 响彻~ vang trời ❷[书]thiên hạ

天渊】tiānyuān〈名〉[书]trời vực: ~之别 khác nhau trời vực

天灾】tiānzāi〈名〉thiên tai: ~人祸 thiên tai nhân họa

天葬】tiānzàng〈动〉thiên táng

天造地设】tiānzào-dìshè tạo hóa sinh thành; trời đất tạo nên: ~的一对 một cặp tạo hóa sinh thành

天真】tiānzhēn〈形〉❶ngây thơ; hồn nhiên: ~烂漫 ngây thơ hồn nhiên ❷ngây ngô; non nớt: 年轻人的想法难免~。Cách suy nghĩ của lớp trẻ không tránh khỏi có sự ngây thơ.

天知道】tiān zhīdào trời biết: ~他什么时候来！Có trời biết anh ấy bao giờ đến！

天之骄子】tiānzhījiāozǐ con trời; con cưng

天职】tiānzhí〈名〉thiên chức: 保家卫国是军人的~。Bảo vệ tổ quốc là thiên chức của quân nhân.

天轴】tiānzhóu〈名〉[天文]trục tự quay của trái đất

天诛地灭】tiānzhū-dìmiè trời tru đất diệt; trời đánh thánh vật

天竺】Tiānzhú〈名〉nước Thiên Trúc (Ấn Độ)

天竺葵】tiānzhúkuí〈名〉cây phong lữ

天竺鼠】tiānzhúshǔ〈名〉chuột lang; chuột bạch

天主教】Tiānzhǔjiào〈名〉đạo Thiên chúa

天姿国色】tiānzī-guósè hương trời sắc nước; sắc đẹp trội nổi của nữ giới

天资】tiānzī〈名〉tư chất: ~聪颖 tư chất thông minh

天子】tiānzǐ〈名〉thiên tử; nhà vua; con trời

T

【天字第一号】tiān zì dì-yī hào cao nhất; to nhất; mạnh nhất; nhất thiên hạ

【天足】tiānzú〈名〉[旧]chân tự nhiên

【天尊】tiānzūn〈名〉[宗教]đẳng Thiên tôn; Đức Thiên tôn

【天作之合】tiānzuòzhīhé duyên trời xe; duyên trời tác hợp

添 tiān〈动〉❶thêm: ~一台电视机 mua một chiếc ti vi; 如虎~翼 như hổ thêm cánh ❷[方]sinh con: 他家~了个大胖小子。Gia đình ông ấy đã sinh được một đứa bé bụ bẫm。//(姓) Thiêm

【添补】tiānbu〈动〉bổ sung; thêm: 需要~机器零件 cần bổ sung linh kiện máy móc

【添彩】tiāncǎi〈动〉tăng thêm màu sắc; tăng thêm vẻ vang: 增光~ tăng thêm vẻ vang

【添丁】tiāndīng〈动〉sinh con trai

【添堵】tiāndǔ〈动〉[方]khiến người khác thêm phiền muộn; thêm sự rắc rối

【添加】tiānjiā〈动〉tăng thêm; thêm: ~衣服 mặc thêm áo

【添加剂】tiānjiājì〈名〉chất phụ gia; thuốc phụ thêm

【添乱】tiānluàn〈动〉thêm phiền; thêm phiền phức: 我正忙着呢, 你别~了。Tớ đang bận việc, bạn đừng thêm phiền.

【添色】tiānsè〈动〉tăng thêm màu sắc

【添油加醋】tiānyóu-jiācù =【添枝加叶】

【添枝加叶】tiānzhī-jiāyè thêm râu thêm ria; thêm giấm thêm ớt; thêm mắm thêm muối

【添置】tiānzhì〈动〉mua thêm: ~办公用品 mua thêm đồ dùng văn phòng

【添砖加瓦】tiānzhuān-jiāwǎ thêm viên ngói hòn gạch; đóng góp tí chút: 为公司的发展和强大~ đóng góp tí chút cho sự phát triển và lớn mạnh của công ti

贴 tiān

【贴鹿】tiānlù〈名〉hươu đốm; hươu vàng đốm trắng

tián

田[1] tián〈名〉❶ruộng: 稻~ ruộng lúa; 麦~ ruộng lúa mì ❷mỏ: 油~ mỏ dầu //(姓) Điền

田[2] tián〈动〉[书]săn bắn

【田产】tiánchǎn〈名〉điền sản

【田塍】tiánchéng〈名〉[方]bờ ruộng

【田畴】tiánchóu〈名〉[书]ruộng đất; đồng ruộng

【田地】tiándì〈名〉❶ruộng đất ❷mức độ nông nỗi; tình trạng; cảnh ngộ: 没想到他会落到这般~! Không ngờ rằng anh ấy lại rơi vào tình trạng khốn khổ này!

【田赋】tiánfù〈名〉thuế ruộng

【田埂】tiángěng〈名〉bờ ruộng

【田鸡】tiánjī〈名〉❶gà đồng ❷con ếch

【田家】tiánjiā〈名〉nhà nông: 深耕细作是~的活。Cày sâu cuốc bẫm là nghề nhà nông

【田间】tiánjiān〈名〉đồng ruộng; nông thôn: ~劳动 lao động trên đồng ruộng; 来自~灵感 nguồn cảm hứng đến từ nông thôn

【田径赛】tiánjìngsài〈名〉thi đấu điền kinh

【田径运动】tiánjìng yùndòng vận động điền kinh

【田坎】tiánkǎn〈名〉bờ ruộng

【田垄】tiánlǒng〈名〉❶bờ ruộng ❷luống đất

【田螺】tiánluó〈名〉ốc rạ; ốc nhồi

【田亩】tiánmǔ〈名〉ruộng đất

【田契】tiánqì〈名〉khế ước (lập khi mua bán đất)

【田赛】tiánsài〈名〉[体育]các môn nhảy ném trong thi đấu điền kinh

【田舍】tiánshè〈名〉[书]❶nhà cửa ruộng vườn ❷nhà nông thôn ❸nhà nông: ~风光 phong cảnh nhà nông

【田鼠】tiánshǔ〈名〉chuột đồng

【田野】tiányě〈名〉đồng ruộng; ruộng đồng: 碧绿的~ ruộng đồng xanh ngắt

【田野工作】tiányě gōngzuò công việc đồng áng

【田园】tiányuán<名>ruộng vườn: ~诗人 nhà thơ đồng quê

【田园诗】tiányuánshī<名>thơ điền viên; thơ đề tài nông thôn

【田庄】tiánzhuāng<名>❶điền trang ❷[方] nông thôn:~人家 hộ nông thôn

佃 tián<动>[书]❶cày cấy ruộng đất ❷săn bắn

另见diàn

畋 tián<动>[书]săn; săn bắn

恬 tián<形>[书]❶điềm tĩnh: ~静 yên tĩnh ❷trơ ra

【恬不知耻】tiánbùzhīchǐ trơ ra không biết nhục; trơ mặt mo; không biết xấu hổ

【恬淡】tiándàn<形>❶thanh bạch; thanh đạm: ~寡欲 thanh bạch ít ham muốn ❷bình lặng: 怀念家乡~的生活 nhớ cuộc sống bình lặng ở quê hương

【恬静】tiánjìng<形>điềm tĩnh; yên tĩnh: 她喜爱~的乡村。Chị ấy thích thôn quê yên tĩnh.

【恬然】tiánrán<形>[书]điềm nhiên: ~自足 điềm nhiên vừa ý

【恬适】tiánshì<形>[书]điềm tĩnh thoải mái; thư thái

钿 tián<名>[方]❶tiền kim loại: 铜~ tiền đồng ❷tiền: 几~? Bao nhiêu tiền? ❸khoản tiền: 车~ tiền xe

甜 tián<形>❶ngọt: 这葡萄真~。Nho này ngọt thật. ❷ngọt ngào: 话说得很~。Lời nói rất ngọt ngào. 她笑得真~。Cô ấy mỉm cười thực sự ngọt ngào. ❸ngon; say ❹[方]nhạt

【甜菜】tiáncài<名>❶củ cải đường ❷cây củ cải đường

【甜点】tiándiǎn<名>bánh ngọt: 请用~。Mời ăn bánh ngọt.

【甜瓜】tiánguā<名>dưa bở; dưa gang; dưa ngọt

【甜活儿】tiánhuór<名>công việc ngon; công việc thơm

【甜津津】tiánjīnjīn ngọt lừ; ngọt lịm

【甜酒】tiánjiǔ<名>rượu ngọt; rượu nếp

【甜美】tiánměi<形>❶ngọt: 这泉水很~。Nước suối này rất ngọt. ❷ngọt ngào; thoải mái: 睡得~ ngủ thoải mái; ~的笑容 nụ cười ngọt ngào

【甜蜜】tiánmì<形>ngọt ngào; êm đẹp: 日子过得幸福~。Cuộc sống hạnh phúc và êm đẹp.

【甜面酱】tiánmiànjiàng<名>tương ngọt

【甜品】tiánpǐn<名>đồ ăn ngọt

【甜润】tiánrùn<形>ngọt ngào êm dịu: 嗓音~ giọng ngọt ngào êm dịu

【甜食】tiánshí<名>đồ ngọt; của ngọt

【甜水】tiánshuǐ<名>nước ngọt: ~井 giếng nước ngọt

【甜丝丝】tiánsīsī❶ngọt lịm: 这个哈密瓜~的。Dưa Ha-mi này ngọt lịm. ❷vui sướng: 看见孩子的笑容,她心里~的。Nhìn thấy nụ cười của con, lòng bà rất vui sướng.

【甜头】tiántou<名>❶ngon ngọt ❷lợi ích; cái hay: 尝到了学习的~ cảm nhận được cái hay của việc học tập

【甜味】tiánwèi<名>vị ngọt: 少了~ thiếu vị ngọt

【甜言蜜语】tiányán-mìyǔ lời đường mật; lời ngon tiếng ngọt

【甜滋滋】tiánzīzī=【甜丝丝】

湉 tián

【湉湉】tiántián<形>[书]êm đềm; êm ru; lững lờ trôi

填 tián<动>❶lấp: 把坑~上土吧。Lấp đất vào hố đi. ❷bổ sung: ~补 bổ sung/điền vào ❸điền chữ; viết vào: ~上名字 điền tên vào

【填报】tiánbào<动>khai báo; kê khai: ~志愿 khai báo ý nguyện

【填表】tiánbiǎo〈动〉điền vào biểu; điền vào bảng

【填补】tiánbǔ〈动〉bổ khuyết; bổ sung; bù vào: ~心灵的空虚 bù vào nỗi trống vắng trong tâm hồn

【填仓】[1] tiáncāng〈名〉tết Điền Thương (vào ngày 25 tháng giêng âm lịch, người ta cho một ít lương thực vào kho để cầu may)

【填仓】[2] tiáncāng〈动〉[金融]nhập bù; mua bù (trong cổ phiếu)

【填充】tiánchōng〈动〉❶bổ sung: ~物 chất độn ❷điền vào chỗ trống: ~题 đề mục điền vào chỗ trống

【填词】tiáncí〈动〉❶điền từ ❷viết lời bài hát

T

【填方】tiánfāng[建筑]❶〈动〉lấp lại khối đất ❷〈名〉khối đất đá được lấp lại

【填房】tiánfáng〈动〉làm vợ kế

【填房】tiánfang〈名〉vợ kế

【填空】tiánkòng〈动〉❶bổ sung vào chỗ trống: ~补缺 bổ sung vào chỗ trống/bổ sung vào chỗ còn thiếu ❷điền vào chỗ trống: ~题 đề mục điền vào chỗ trống

【填料】tiánliào〈名〉vật liệu pha trộn

【填平】tiánpíng〈动〉san bằng; lấp cho phẳng: 把坑~。Lấp hố cho phẳng.

【填塞】tiánsè〈动〉trét; chít: ~空隙 trét khe hở

【填鸭】tiányā❶〈动〉nhồi vịt ❷〈名〉vịt nhồi

【填鸭式】tiányāshì〈名〉kiểu nhồi vịt; ví những phương pháp dạy học tồi tệ

阗 tián〈动〉[书]tràn đầy; tràn ngập: 喧~ ầm ĩ/ồn ào

tiǎn

忝 tiǎn〈副〉[书]hổ thẹn; tự thẹn: ~列门墙 hổ thẹn trước sư môn; ~为人师 tự thẹn thấy không xứng đáng là thầy

殄 tiǎn〈动〉[书]diệt sạch; phá sạch: 暴~天物 phí phạm của trời

铦 tiǎn〈动〉[书]giành lấy; lấy

淟 tiǎn〈形〉[书]bẩn thỉu

晪 tiǎn〈形〉[书]sáng sủa

觍 tiǎn〈动〉❶[书]đỏ mặt: ~颜 mặt đỏ lên ❷[口]trơ ra: ~着脸 mặt trơ ra

【觍颜】tiǎnyán〈动〉[书]❶mặt đỏ lên; mặt đỏ bừng ❷mặt dày: ~惜命 mặt dày cố bảo mạng/lì lợm bảo mạng

腆 tiǎn❶〈形〉[书]dồi dào; phong phú ❷〈动〉[方]ưỡn: ~着个大肚子 ưỡn cái bụng trống ra

覥 tiǎn[书]❶〈形〉mặt người: ~然人面 bộ mặt con người ❷〈动〉đỏ mặt ❸〈动〉trơ ra

舔 tiǎn〈动〉liếm: ~嘴唇 liếm môi

tiàn

掭 tiàn〈动〉❶vê ❷[方]vặn; khêu: ~灯芯 khêu bấc đèn

tiāo

佻 tiāo〈形〉khinh mạn; khinh bạc: 轻~ không chững chạc/lẳng lơ

【佻薄】tiāobó〈形〉[书]khinh mạn

【佻巧】tiāoqiǎo〈形〉[书]❶khinh mạn xảo trá ❷(lời văn) cợt nhả

挑[1] tiāo〈动〉❶chọn: ~好的送给他。Chọn những cái tốt biếu anh ấy. ❷soi mói; bới móc: ~毛病 bới móc khuyết điểm

挑[2] tiāo❶〈动〉gánh: ~水 gánh nước ❷〈名〉gánh ❸〈量〉gánh

另见tiǎo

【挑刺儿】tiāocìr〈动〉vạch lá tìm sâu; bới lông tìm vết; kiếm chuyện

【挑错】tiāocuò〈动〉❶chọn nhầm ❷tìm lỗi bới cái sai

【挑肥拣瘦】tiāoféi-jiǎnshòu　chọn đi chọn lại; năm lọc bảy lựa; kén cá chọn canh: 他很自私，工作~。Anh ấy ích kỉ lắm, làm việc mà cứ kén cá chọn canh.

【挑夫】tiāofū<名>[旧]phu khuân vác

【挑拣】tiāojiǎn<动>chọn lựa

【挑脚】tiāojiǎo<动>khuân vác thuê

挑三拣四】tiāosān-jiǎnsì =【挑肥拣瘦】

【挑食】tiāoshí<动>kén ăn

【挑剔】tiāoti<动>xoi mói; bắt bẻ: 这人十分~，大家都不喜欢她。Chị ta xoi mói quá, ai cũng không thích.

挑选】tiāoxuǎn<动>chọn lọc; lựa chọn; tuyển chọn: ~合格的队员 tuyển chọn những thành viên đủ tiêu chuẩn

挑子】tiāozi<名>gánh

挑字眼儿】tiāo zìyǎnr　bắt bẻ chữ nghĩa

桃 tiāo[书]❶<名>miếu thờ; đền thờ (tổ tiên); thừa kế tổ tiên: 兼~ thừa kế cả hai bên gia đình ❷<动>đưa bài vị của tổ tiên cách mấy đời vào nhà thờ họ: 不~之祖 tổ tiên xa không phải thờ cúng nữa

tiáo

条 tiáo❶<名>cành; nhành: 荆~ cành gai ❷<名>mảnh; sợi: 便~ mảnh giấy viết tay ❸<名>đường; đường kẻ ❹<形>điều; mục: ~目 điều mục ❺<名>thứ tự; trật tự: 有~不紊 có trật tự không rối loạn; 井井有~ mạch lạc rõ ràng ❻<量>con; cái; sợi; quả: 两~腿 hai cái chân //(姓)Điều

条案】tiáo'àn<名>cái kỉ dài; bàn hẹp dài

条畅】tiáochàng<形>[书]viết trôi chảy mạch lạc: 文笔~ lời văn trôi chảy mạch lạc

条陈】tiáochén❶<动>điều trần ❷<名>bản điều trần

条分缕析】tiáofēn-lǚxī　phân tích cặn kẽ; phân tích từng li từng tí

【条幅】tiáofú<名>bức tranh chữ treo dọc

【条贯】tiáoguàn<名>[书]mạch lạc; hệ thống

【条规】tiáoguī<名>quy chế; quy tắc; quy định

【条件】tiáojiàn<名>❶điều kiện: 自然~ điều kiện tự nhiên; 利用有利~ lợi dụng điều kiện có lợi ❷yêu sách; đòi hỏi: 讲~ nêu yêu sách ❸hoàn cảnh; tình trạng: 这个城市的生活~很好。Điều kiện sinh hoạt của thành phố này rất tốt.

【条件反射】tiáojiàn fǎnshè　phản xạ có điều kiện

【条款】tiáokuǎn<名>điều khoản: 法律~ điều khoản pháp luật

【条理】tiáolǐ<名>trật tự; mạch lạc: 有~ có trật tự; ~分明 thứ tự rành mạch

【条例】tiáolì<名>điều lệ: 暂行~ điều lệ tạm thời

【条令】tiáolìng<名>điều lệnh: 军事~ điều lệnh quân sự

【条目】tiáomù<名>các mục; các khoản

【条条框框】tiáotiáokuàngkuàng　điều này mục nọ; khuôn sáo: 打破~ phá bỏ sự ràng buộc của điều này mục nọ

【条文】tiáowén<名>điều

【条纹】tiáowén<名>kẻ sọc

【条形码】tiáoxíngmǎ<名>mã vạch

【条约】tiáoyuē<名>hiệp ước: 签订~ kí hiệp ước; 不平等~ hiệp ước bất bình đẳng

【条子】tiáozi<名>❶mảnh: 纸~ mảnh giấy nhỏ ❷mẩu thư ngắn; thư tay ❸[方]thoi vàng; vàng thoi

苕 tiáo<名>hoa lăng tiêu

岧 tiáo

【岧岧】tiáotiáo<形>[书]cao vút; cao chót vót

迢 tiáo

【迢迢】tiáotiáo<形>xa xôi: 千里~ nghìn

dặm xa xôi

调 tiáo ❶〈形〉điều hòa; hòa giải: 风~雨顺 mưa thuận gió hòa ❷〈动〉gia giảm cho vừa: ~味 gia vị ❸〈动〉hòa giải; dàn xếp: ~停 điều đình ❹〈动〉điều chỉnh: ~价 điều chỉnh giá cả ❺〈动〉chọc ghẹo; trêu đùa: ~笑 nói đùa; ~戏 chọc ghẹo/trêu ghẹo ❻〈动〉xúi giục; xui: ~词架讼 xúi bẩy chuyện kiện cáo
另见 diào

【调拨】tiáobō =【挑拨】
另见 diàobō

【调处】tiáochǔ〈动〉hòa giải: ~纠纷 hòa giải vụ tranh chấp

【调幅】tiáofú〈动〉[无线电]điều hòa biên độ (làn sóng tải ba)

【调羹】tiáogēng〈名〉thìa canh

【调和】tiáohé ❶〈形〉hài hòa; điều hòa: 色彩~ màu sắc hài hòa ❷〈动〉hòa giải: 从中~ làm trung gian hòa giải ❸〈动〉thỏa hiệp; nhượng bộ: 不可~的矛盾 mâu thuẫn không thể thỏa hiệp ❹〈动〉hòa trộn; điều hòa: 气血~ khí huyết điều hòa; 把咖啡和牛奶~在一起。Hòa tan cà phê với sữa.

【调和漆】tiáohéqī〈名〉sơn tổng hợp

【调护】tiáohù〈动〉điều dưỡng trông nom: 精心~ điều dưỡng trông nom tỉ mỉ

【调级】tiáojí〈动〉điều chỉnh cấp bậc

【调剂】[1] tiáojì〈动〉điều chỉnh; điều hòa: ~生活 điều hòa cuộc sống

【调剂】[2] tiáojì〈动〉pha chế thuốc

【调价】tiáojià〈动〉điều chỉnh giá

【调教】tiáojiào〈动〉❶dạy bảo: 这小孩很难~。Thằng bé này rất khó dạy bảo. ❷huấn luyện (thú vật)

【调节】tiáojié〈动〉điều tiết: ~室温 điều tiết nhiệt độ trong phòng

【调解】tiáojiě〈动〉hòa giải: ~人 người hòa giải

【调经】tiáojīng〈动〉[中医]điều kinh

【调侃】tiáokǎn〈动〉trêu chọc; chế giễu

【调控】tiáokòng〈动〉điều tiết khống chế; điều khiển: ~房价 điều tiết khống chế giá cả bất động sản; 宏观~ điều khiển vĩ mô

【调理】tiáolǐ〈动〉❶điều dưỡng: 采用治疗和~相结合的方法 dùng biện pháp kết hợp điều trị và điều dưỡng ❷trông nom; chăm lo: ~牲口 trông nom súc vật nuôi ❸trông nom dạy bảo ❹[方]trêu chọc; chọc ghẹo

【调料】tiáoliào〈名〉đồ gia vị: ~瓶 lọ gia vị

【调弄】tiáonòng〈动〉❶chọc ghẹo; trêu chọc; quấy: 不要再~小猫了。Đừng quấy con mèo nữa. ❷chỉnh: ~琴弦 chỉnh dây đàn ❸xúi giục; xúi bẩy: ~是非 xúi giục chuyện thị phi

【调配】tiáopèi〈动〉pha chế
另见 diàopèi

【调皮】tiáopí〈形〉❶nghịch ngợm: ~的孩子 đứa bé nghịch ngợm ❷bướng bỉnh ❸khôn ranh; láu cá

【调频】tiáopín〈动〉❶điều chỉnh tần số máy phát điện xoay chiều ❷[无线电]điều chỉnh tần suất vô tuyến

【调情】tiáoqíng〈动〉ve vãn; tống tình

【调摄】tiáoshè〈动〉[书]điều dưỡng

【调试】tiáoshì〈动〉thử và điều chỉnh: ~相机 thử và điều chỉnh máy chụp ảnh

【调速】tiáosù〈动〉điều chỉnh tốc độ: ~器 bộ điều tốc

【调唆】tiáosuō〈动〉xúi giục; xúi bẩy: 有人从中~他俩的关系。Có người xúi bẩy làm xấu mối quan hệ giữa hai người.

【调停】tiáotíng〈动〉❶hòa giải; điều đình; dàn xếp: ~争端 dàn xếp vụ tranh chấp ❷chăm sóc

【调味】tiáowèi〈动〉gia vị: ~品 đồ gia vị

【调戏】tiáoxì〈动〉trêu chọc; chọc ghẹo

【调笑】tiáoxiào〈动〉trêu đùa; chọc cười

【调协】tiáoxié ❶〈形〉điều hòa; hài hòa: 不

相~ không hài hòa với nhau ❷<动>điều phối: ~节奏 điều phối nhịp điệu

【调谐】tiáoxié ❶<形>hài hòa: 色彩~ màu sắc hài hòa ❷<动>điều chỉnh dòng điện cho cân bằng

【调谑】tiáoxuè =【调笑】

【调养】tiáoyǎng<动>điều dưỡng: ~身体 điều dưỡng sức khỏe

【调匀】tiáoyún ❶<动>điều hòa cân đối; trộn đều: 把颜料~。Trộn đều thuốc màu. ❷<形>đủ đều; đều: 雨水~ nước mưa đủ đều

【调整】tiáozhěng<动>điều chỉnh: ~计划 điều chỉnh kế hoạch; ~工资 điều chỉnh tiền lương

【调制】[1] tiáozhì<动>điều chỉnh máy thu phát

【调制】[2] tiáozhì<动>điều chế; pha: ~鸡尾酒 pha rượu cốc tay

【调治】tiáozhì<动>điều trị: 细心~身体 chú ý điều dưỡng sức khỏe

【调资】tiáozī<动>điều chỉnh tiền lương: 评级~ bình và nâng bậc lương

【调嘴学舌】tiáozuǐ-xuéshé ngồi lê mách lẻo; nói xấu sau lưng

笤 tiáo

【笤帚】tiáozhou<名>chổi lúa; chổi rơm

嵞 tiáo<动>[书]thay răng sữa: ~年 tuổi thơ

蜩 tiáo<名>con ve sầu

髫 tiáo<名>tóc mái gianh (của trẻ em): 垂~ tóc mái gianh

【髫龄】tiáolíng<名>[书]tuổi thơ; thời thơ ấu

【髫年】tiáonián<名>[书]tuổi thơ; thời thơ ấu

鲦 tiáo

【鲦鱼】tiáoyú<名>cá xan điều

tiǎo

挑 tiǎo ❶<动>chống; nâng: 把帘子~起来。Chống mành lên. ❷<动>khều; khêu: ~刺 khêu gai ❸<动>thêu móc: ~花 thêu hoa ❹<动>khiêu khích: ~衅 khiêu khích/gây hấn ❺<名>nét hất trong chữ Hán

另见tiāo

【挑拨】tiǎobō<动>xúi giục; gây chuyện: ~离间 gây chia rẽ

【挑大梁】tiǎo dàliáng sắm vai chính; đóng vai trò chủ chốt: 他在这部戏中~。Ông ấy đóng vai trò chủ chốt trong vở kịch này.

【挑灯】tiǎodēng<动>❶khêu bấc đèn ❷treo cao đèn: ~夜战 treo cao đèn vật lộn ngay ban đêm

【挑动】tiǎodòng<动>❶gây ra; gợi ra: ~是非 gây chuyện thị phi ❷khiêu khích; kích động: ~战争 kích động chiến tranh

【挑逗】tiǎodòu<动>trêu; chọc ghẹo; gây ra: 存心~ cố tình trêu chọc

【挑弄】tiǎonòng<动>❶gây: ~是非 gây chuyện thị phi ❷trêu trọc; chọc ghẹo

【挑起】tiǎoqǐ<动>gây ra: ~边界冲突 gây ra vụ xung đột biên giới

【挑唆】tiǎosuō<动>xúi giục; kích động: ~两人不和 xúi giục gây bất hòa giữa hai người

【挑头】tiǎotóu<动>cầm đầu; dẫn đầu: 这事是谁~的? Việc này ai cầm đầu?

【挑衅】tiǎoxìn<动>khiêu khích; gây hấn: 武装~ khiêu khích vũ trang

【挑战】tiǎozhàn ❶<动>khiêu chiến: 派出军队进行~ cho quân đến khiêu chiến ❷<动>thách thức thi đấu: 向强手~ thách thức với kẻ mạnh ❸<动>tự thách; tự khích lệ: ~世界纪录 tự thách phá kỉ lục thế giới ❹<名>thách thức: 发出~ đưa ra những thách thức; 机会和~并存。Thời cơ và thách thức cùng tồn tại.

鼗 tiǎo<动>[方]thay đổi: ~谷种 thay đổi giống lúa

tiào

眺 tiào<动>nhìn xa: 远~ nhìn ra xa

【眺望】tiàowàng<动>nhìn ra xa; nhìn xa vời (từ vị trí cao): 登高~ lên chỗ cao nhìn ra xa

粜 tiào<动>bán ra (lương thực): ~米 bán gạo ra

跳 tiào<动>❶nhảy: 连蹦带~ chạy nhảy tung tăng; 他从高处~下。Anh ấy từ trên cao nhảy xuống. ❷nảy; nẩy: 吓了一~ giật nẩy mình; 脑子里突然~出一个想法。Trong óc chợt nảy ra sáng kiến. ❸đập; nhấp nháy: 心~ tim đập; 眼皮~ mắt nhấp nháy ❹vượt; nhảy qua: ~级 vượt lớp/vượt cấp

【跳班】tiàobān<动>vượt lớp

【跳板】tiàobǎn<名>❶cầu ván tàu (thuyền) ❷bàn đạp: 增加出口的~ bàn đạp tăng trưởng xuất khẩu ❸cầu nhảy (ở bể bơi) ❹nhảy cầu bật; nhảy cầu bập bênh

【跳布扎】tiào bùzhá[宗教]nhảy múa trừ tà ma

【跳槽】tiàocáo<动>❶(súc vật) ăn sang máng khác ❷nhảy việc; nhảy sang nghề khác: 有的演员~经商去了。Có một số diễn viên đã nhảy sang kinh doanh buôn bán.

【跳虫】tiàochóng<名>con bọ nhảy

【跳动】tiàodòng<动>đập; nhảy: 心脏~ tim đập

【跳房子】tiào fángzi (trò chơi của trẻ em) nhảy ô; chơi nhảy ô

【跳高】tiàogāo<动>nhảy cao

【跳行】tiàoháng<动>❶nhảy hàng; nhảy cóc ❷xuống dòng ❸đổi nghề; chuyển ngành

【跳脚】tiàojiǎo<动>dậm chân: 气得直~ tức giận dậm chân

【跳梁】tiàoliáng<动>hung hăng bắng nhắng

【跳梁小丑】tiàoliáng-xiǎochǒu đồ nhãi nhép; thằng hề hung hăng bắng nhắng

【跳马】tiàomǎ[体育]❶<动>nhảy cầu nhảy ❷<名>môn cầu nhảy

【跳皮筋儿】tiào píjīnr nhảy dây chun

【跳棋】tiàoqí<名>cờ nhảy

【跳球】tiàoqiú<名>tung bóng

【跳伞】tiàosǎn<动>nhảy dù: ~塔 tháp nhảy dù

【跳神】tiàoshén<动>lên đồng

【跳绳】tiàoshéng<动>nhảy dây

【跳水】tiàoshuǐ❶<名>môn nhảy cầu; nhào nước: ~池 bể nhảy cầu ❷<动>giá cổ phiếu sụt mạnh

【跳台】tiàotái<名>cầu nhảy

【跳舞】tiàowǔ<动>nhảy múa; khiêu vũ

【跳箱】tiàoxiāng<名>❶hòm để nhảy qua (dụng cụ thể dục) ❷môn nhảy hòm (một môn thể dục dụng cụ)

【跳鞋】tiàoxié<名>giày nhảy

【跳远】tiàoyuǎn<动>nhảy xa

【跳月】tiàoyuè<名>(cá) múa dưới trăng

【跳跃】tiàoyuè<动>nhảy nhót: ~运动 các môn thể thao về nhảy; 鱼在水中~。Cá nhảy trong nước.

【跳蚤】tiàozao<名>bọ chét

【跳蚤市场】tiàozao shìchǎng chợ trời; chợ giời; chợ cóc

【跳闸】tiàozhá<动>nhảy áp-tô-mát

tiē

帖 tiē❶<动>thuận theo; nghe theo: 服~ thuận phục ❷<形>thỏa đáng: 妥~ ổn thỏa // (姓) Thiếp

另见tiě, tiè

怗 tiē<动>[书]bình định; dẹp yên

贴¹ tiē❶<动>dán: 剪~ cắt dán; ~布告 dán yết thị ❷<动>sát; dán: 湿漉漉的衣服紧

在身上。Quần áo ướt, dán chặt vào cơ thể. ❸<动>trợ cấp; phụ thêm: ~补 trợ giúp ❹ <名>phụ cấp: 房~ phụ cấp tiền nhà ❺ <量>lá: 一~膏药 một lá thuốc cao

贴² tiē ❶<动>thuận theo; nghe theo ❷<形> thỏa đáng

【贴边】¹ tiēbiān ❶<动>sát; men theo: ~走 đi men theo rìa ❷<形>sát: 你对这件事的 评论不~。Bình luận của bạn về việc này không sát với sự thực.

【贴边】² tiēbiān<名>đường viền (quần áo)

【贴标签】tiē biāoqiān dán nhãn suông; qua loa mấy câu lấy lệ

【贴饼子】tiēbǐngzi<名>bánh nướng

【贴补】tiēbǔ<动>❶trợ giúp; cho thêm: ~家 用 trợ giúp chi phí trong gia đình ❷bù vào; bù thêm: 还有存货~着用。Còn có đồ tồn kho bù vào sử dụng.

【贴兜】tiēdōu<名>túi liền

【贴画】tiēhuà<名>❶tranh dán: 百寿图~ tranh dán chúc thọ ❷tranh trên nhãn diêm

【贴换】tiēhuàn<动>hàng cũ các thêm tiền đổi hàng mới

【贴己】tiējǐ<形>❶thân thiết; thân mật; gần gũi: ~话 lời nói thân mật ❷[方]của riêng: ~ 钱 tiền riêng

【贴金】tiējīn<动>thiếp vàng; tô son điểm phấn: 少往自己脸上~了。Đừng có tô son điểm phấn trên khuôn mặt mình (ví không nên tự tâng bốc).

【贴近】tiējìn ❶<动>kề sát; ghé sát; gần gũi: ~生活 gần gũi cuộc sống; 把身子~地面。 Sát mình vào mặt đất. ❷<形>thân thiết; gần gũi: 找~的人叙叙旧。Tìm người thân thiết nói chuyện cũ.

【贴谱儿】tiēpǔr<形>[口]khớp với khuôn khổ; đúng đắn: 他说的话不~。Lời nói của anh ấy không đúng.

【贴切】tiēqiè<形>xác đáng; đúng: 这个比

喻很~。Ví dụ này rất xác đáng.

【贴身】tiēshēn<形>❶lót; lót thân: ~衣服 quần áo lót ❷vừa người: 新买的西装穿着 很~。Âu phục mới mua mặc rất vừa. ❸theo bên người: ~保镖 vệ sĩ theo bên người

【贴水】tiēshuǐ[金融]❶<动>trợ cấp chênh lệch giá ❷<名>tiền trợ cấp chênh lệch giá

【贴题】tiētí<形>sát đề: 文章不长，但句句 ~。Bài viết không dài, nhưng mỗi câu đều sát đề.

【贴息】tiēxī ❶<动>trợ cấp lãi ❷<名>tiền lợi tức

【贴现】tiēxiàn<动>tới ngân hàng rút tiền mặt trước kì hạn

【贴心】tiēxīn<形>rất thân thiết: ~的朋友 bạn tri kỉ

tiě

帖 tiě ❶<名>tờ thiếp: 请~ thiếp mời/giấy mời ❷<名>[旧]danh thiếp: 庚~ danh thiếp ❸<名>mảnh giấy nhỏ ❹<量>[方]thang: 一 ~药 một thang thuốc ❺<名>bài văn phát biểu trên mạng Internet

另见tiē, tiè

铁 tiě ❶<名>[化学]sắt (kí hiệu: Fe) ❷<名>đao kiếm; vũ khí; sắt: 手无寸~ tay không tấc sắt ❸<形>(như) sắt; thép: ~掌 quả đấm thép; ~汉 子 người đàn ông thép ❹<形>(hình dung sự cường bạo hoặc tinh nhuệ) sắt; thép: ~蹄 móng sắt/gót sắt; ~骑 kị binh tinh nhuệ ❺<形>đanh thép: ~的事实 sự thật đanh thép; ~案 tội trạng rành rành ❻<动>nghiêm: ~着脸 nghiêm mặt // (姓) Thiết

【铁案如山】tiě'àn-rúshān tội trạng rành rành; tội trạng đã hai năm rõ mười

【铁板钉钉】tiěbǎn-dìngdīng chắc như đinh đóng cột: 这是~的事，不容商量。 Việc này chắc như đinh đóng cột, không cần bàn bạc gì nữa.

【铁板一块】tiěbǎn-yīkuài　bền chắc như thép

【铁笔】tiěbǐ<名>❶dao khắc dấu ❷bút sắt; bút viết giấy nến

【铁饼】tiěbǐng<名>❶môn ném đĩa ❷đĩa sắt

【铁蚕豆】tiěcándòu<名>đậu tằm rang

【铁杵磨成针】tiěchǔ móchéng zhēn　mài sắt thành kim: 只要功夫深，~。Có công mài sắt, có ngày nên kim.

【铁窗】tiěchuāng<名>song sắt (nhà tù): ~生活 cuộc sống trong nhà tù/cuộc sống sau song sắt

【铁磁共振】tiěcí gòngzhèn　cộng hưởng sắt từ

【铁搭】tiědā<名>[方]bồ cào sắt

【铁打】tiědǎ<形>thép đúc; bền vững: ~的汉子 đàn ông thép

【铁道】tiědào<名>đường sắt

【铁定】tiědìng<动>không thể thay đổi: ~的事实 sự thật không thể thay đổi

【铁饭碗】tiěfànwǎn<名>chức vị vững chắc; ngành nghề ổn định

【铁杆】tiěgǎn❶<形>trung thành; ngoan cố: ~粉丝 fans trung thành ❷<名>người ngoan cố: 对于这事的处理，他是~，谁的话都听不进去。Về sự xử lí việc này, anh ấy rất ngoan cố, lời nói của ai cũng không nghe.

【铁工】tiěgōng<名>❶công việc của nghề rèn ❷thợ rèn

【铁公鸡】tiěgōngjī<名>gà trống sắt; người keo kiệt, bủn xỉn

【铁箍】tiěgū<名>đai thép; vòng thép

【铁观音】tiěguānyīn<名>chè Thiết Quan Âm

【铁管】tiěguǎn<名>ống sắt; ống gang

【铁轨】tiěguǐ<名>ray; đường ray

【铁合金】tiěhéjīn<名>hợp kim sắt

【铁画】tiěhuà<名>tranh sắt đập; công nghệ đập tranh sắt

【铁灰】tiěhuī<形>màu gỉ sắt

【铁蒺藜】tiějíli<名>chông sắt thép gai; dây thép gai

【铁甲】tiějiǎ<名>❶áo giáp sắt ❷vỏ thép; bọc sắt: ~车 xe thiết giáp/xe bọc thép; ~舰 thiết giáp hạm

【铁将军】tiějiāngjūn<名>cái khóa; tướng sắt giữ cửa: ~把门 tướng sắt canh cửa

【铁匠】tiějiàng<名>thợ rèn

【铁脚板】tiějiǎobǎn<名>bàn chân sắt

【铁军】tiějūn<名>đội quân thép

【铁矿】tiěkuàng<名>mỏ sắt; quặng sắt

【铁力木】tiělìmù<名>❶cây lim ❷gỗ lim

【铁路】tiělù<名>đường sắt: ~运输 vận tải đường sắt; ~网 mạng lưới đường sắt

【铁马】tiěmǎ<名>❶[书]ngựa sắt; kị binh: 金戈~ mác vàng ngựa sắt ❷khánh sắt

【铁面无私】tiěmiàn-wúsī　mặt sắt đen sì; chí công vô tư

【铁皮】tiěpí<名>sắt tây

【铁骑】tiěqí<名>[书]kị binh

【铁器】tiěqì<名>đồ sắt: ~时代 thời đại đồ sắt

【铁锹】tiěqiāo<名>cái xẻng

【铁青】tiěqīng<形>tái mét; tái xanh: 脸色~ mặt tái mét

【铁拳】tiěquán<名>quả đấm thép; ví sức mạnh lớn

【铁人】tiěrén<名>con người gang thép; con người sắt đá

【铁纱】tiěshā<名>lưới sắt

【铁砂】tiěshā<名>❶hạt quặng sắt ❷sắt hạt

【铁杉】tiěshān<名>cây độc cần

【铁石心肠】tiěshí-xīncháng　lòng dạ sắt đá

【铁树】tiěshù<名>tên gọi chung của các loại cây vạn tuế

【铁树开花】tiěshù-kāihuā　cây vạn tuế ra

hoa; hiếm có; rất ít xảy ra

【铁水】tiěshuǐ<名>nước thép

【铁丝】tiěsī<名>dây thép

【铁丝网】tiěsīwǎng<名>❶lưới dây thép ❷lưới thép gai

【铁算盘】tiěsuànpán❶giỏi tính toán ❷người giỏi tính toán

【铁索】tiěsuǒ<名>dây cáp

【铁索桥】tiěsuǒqiáo<名>cầu dây cáp treo; cầu treo bằng dây cáp

【铁塔】tiětǎ<名>❶tháp sắt ❷cột điện cao thế

【铁腕】tiěwàn<名>❶bàn tay sắt: ~人物 nhân vật có bàn tay sắt ❷sự cai trị hà khắc

【铁锹】tiěxiān<名>cái mai

【铁心】tiěxīn<动>quyết chí; quyết tâm sắt đá: 他~要到农村去支教。Cậu ấy quyết chí đi nông thôn phục vụ ngành giáo dục.

【铁芯】tiěxīn<名>lõi sắt

【铁锈】tiěxiù<名>gỉ sắt

【铁血】tiěxuè❶<名>vũ khí và máu; chiến tranh; bạo lực: ~政策 chính sách bạo lực ❷<形>bầu máu nóng: ~男儿 nam nhi có bầu máu nóng

【铁艺】tiěyì<名>công nghệ sắt

【铁证】tiězhèng<名>chứng cứ vững chắc: ~如山 chứng cớ rõ ràng

tiè

帖tiè<名>thiếp; bản mẫu: 画~ thiếp mẫu vẽ; 习字~ thiếp chữ mẫu

另见tiē, tiě

饕tiè<形>[书]tham ăn

tīng

厅tīng<名>❶phòng lớn; sảnh: 大~ phòng lớn/đại sảnh; 客~ phòng khách; 餐~ phòng

ăn ❷phòng làm việc: 办公~ văn phòng ❸ti; sở (một cấp tổ chức): 公安~ Sở công an

【厅堂】tīngtáng<名>phòng lớn

汀tīng<名>[书]bãi phẳng bên bờ nước: 绿~ bãi cỏ xanh ven bờ

【汀线】tīngxiàn<名>vết tích xâm thực của nước biển

听¹tīng<动>❶nghe: ~音乐 nghe âm nhạc; 没~清楚 chưa nghe rõ ❷tiếp nhận; nghe theo: 言~计从 nghe lời theo kế ❸mặc; tùy: ~便 tùy ý ❹quản lí; phán quyết: ~讼 xử án

听²tīng<名>hộp; lon: ~装 đóng hộp; 一~咖啡 một hộp cà phê

【听差】tīngchāi❶<动>hầu hạ; phục dịch ❷<名>[旧]người hầu nam

【听从】tīngcóng<动>nghe theo: ~指挥 nghe theo sự chỉ huy; ~安排 nghe theo sự sắp xếp

【听而不闻】tīng'érbùwén nghe rồi để đó

【听风是雨】tīngfēng-shìyǔ nghe gió đã tưởng mưa; ví đa nghi

【听骨】tīnggǔ<名>[生理]xương tai

【听候】tīnghòu<动>chờ (lệnh, quyết định): ~处理 chờ xử lí; ~调遣 chờ điều động

【听话】tīnghuà❶<动>nghe lời ❷<形>vâng lời; ngoan ngoãn: 这孩子很~。Đứa trẻ này rất ngoan. ❸<动>chờ trả lời: 你明天待在家里~吧。Ngày mai anh ở nhà chờ trả lời nhé.

【听会】tīnghuì<动>nghe nói chuyện: 派代表去~。Cử đại biểu đến nghe nói chuyện.

【听见】tīngjiàn<动>nghe thấy: ~敲门声 nghe thấy tiếng gõ cửa

【听讲】tīngjiǎng<动>nghe giảng: 认真~ chăm chú nghe giảng

【听觉】tīngjué<名>thính giác: ~灵敏 thính giác nhạy cảm

【听课】tīngkè<动>nghe giảng bài; dự giờ dạy: 专心~ chú ý nghe giảng

【听力】tīnglì<名>❶sức nghe ❷khả năng nghe: ~课 bài luyện nghe

【听命】tīngmìng<动>vâng mệnh; vâng lệnh: ~于人 vâng lệnh người khác

【听啤】tīngpí<名>bia lon

【听凭】tīngpíng<动>mặc; tùy; tùy theo: 这事办不办~你一句话。Việc này có làm hay không tùy anh thôi.

【听其言而观其行】tīng qí yán ér guān qí xíng nghe lời nói và xem việc làm

【听其自然】tīngqízìrán để cho tự nhiên

【听取】tīngqǔ<动>lắng nghe: ~意见 lắng nghe ý kiến; 领导~了我们的汇报。Lãnh đạo lắng nghe báo cáo của chúng tôi.

【听任】tīngrèn<动>[书]mặc; tùy

【听审】tīngshěn<动>❶chờ xét xử ❷dự thính thẩm vấn

【听说】tīngshuō<动>nghe nói: 我~他考上大学了。Tôi nghe nói anh ấy đã thi đỗ đại học rồi.

【听讼】tīngsòng<动>[书][法律]xử án; xử kiện: ~断狱 xử án

【听随】tīngsuí<动>nghe theo; vâng theo

【听天由命】tīngtiān-yóumìng phó thác mặc trời; mặc cho số phận

【听筒】tīngtǒng<名>❶ống nghe; tai nghe ❷[医学]ống nghe khám bệnh

【听闻】tīngwén[书]❶<名>tin tức: 骇人~ tin tức ghê người ❷<动>nghe: ~此消息,她欣喜若狂。Nghe tin này, chị ấy sướng rơn.

【听写】tīngxiě<动>chính tả; nghe ghi

【听信】tīngxìn<动>nhẹ dạ tin theo; tin ở: ~谣言 tin theo lời đồn đại; ~一面之词 tin ở lời một phía

【听信儿】tīngxìnr<动>[口]đợi tin: 今天晚上就知道结果了,你~吧。Tối nay sẽ có kết quả, anh đợi tin nhé.

【听阈】tīngyù<名>độ nhạy thính giác

【听诊】tīngzhěn<动>nghe chẩn đoán bệnh

【听诊器】tīngzhěnqì<名>ống nghe khám bệnh

【听证】tīngzhèng<动>thu thập ý kiến; nghe chứng cớ: ~会 buổi họp nghe chứng cớ

【听政】tīngzhèng<动>trông coi triều chính

【听之任之】tīngzhī-rènzhī mặc không can thiệp

【听众】tīngzhòng<名>thính giả: 亲爱的~朋友们,大家好!Kính chào các bạn thính giả!

【听装】tīngzhuāng<形>đóng hộp: ~橙汁 nước cam đóng hộp/nước cam lon

烃 tīng<名>[化学]hiđrô cacbon

【烃基】tīngjī<名>[化学]gốc hiđrô cacbon

桯 tīng<名>❶cái cán ❷cái bàn con để trước giường

【桯子】tīngzi<名>❶cái cán: 锥~ cán dùi ❷cọng rau

鞓 tīng<名>[书]thắt lưng da

tíng

廷 tíng<名>triều đình: 宫~ cung đình; 清~ triều đình nhà Thanh //(姓) Đình

莛 tíng<名>thân cây thảo: 麦~儿 thân cây lúa mạch

亭¹ tíng<名>❶ngôi đình ❷trạm; quán: 邮~ trạm bưu điện //(姓) Đình

亭² tíng<形>[书]chính giữa; đều đặn: ~午 giữa trưa

【亭台楼阁】tíngtái lóugé đình đài lầu các

【亭亭】tíngtíng<形>[书]❶cao vút: 村口的榕树已~如盖。Cây đa trước cổng làng đã cao vút như cái lọng。❷hình dung người hoặc hoa cỏ cây cối tốt đẹp

【亭亭玉立】tíngtíng-yùlì dong dỏng cao; thon cao đẹp đẽ; thon thả mềm mại

【亭午】tíngwǔ<名>[书]giữa trưa; chính ngọ

【亭匀】tíngyún =【停匀】

【亭子】tíngzi<名>đình; cái đình; đình để nghỉ chân; rạp

【亭子间】tíngzijiān<名>[方]gác xép; buồng xép; phòng nhỏ

庭 tíng<名>❶nhà; phòng: 大~广众 nơi tụ họp đông người; ~前 trước cửa nhà ❷sân: 前~ sân trước ❸tòa án: 开~ mở phiên tòa; 民~ tòa án dân sự //（姓）Đình

【庭辩】tíngbiàn<动>cãi trên tòa

【庭除】tíngchú<名>[书]sân thềm: 洒扫~ vảy nước quét sân thềm

【庭审】tíngshěn<动>tòa án thẩm vấn; tòa án điều tra: ~笔录 biên bản thẩm vấn trước tòa

【庭园】tíngyuán<名>vườn hoa; sân có bồn hoa cây cảnh

【庭院】tíngyuàn<名>sân nhà

停¹ tíng❶<动>ngừng; tạnh: 雨~了。Mưa tạnh rồi。❷<动>dừng lại; lưu lại; ở lại: ~留下来 lưu lại ❸<动>đỗ; đậu: 一辆汽车~在门口。Một chiếc ô tô đỗ ở trước cửa。船~在岸边。Thuyền đậu trên bến。❹<形>xong xuôi: ~妥 xong xuôi ổn thỏa

停² tíng<量>[口]phần bằng nhau: 十~儿只有三~儿是好的。Mười phần chỉ có ba phần là tốt。

【停摆】tíngbǎi<动>chết; dừng; không chạy: 钟~了。Đồng hồ chết rồi。城市交通完全~了。Giao thông trong thành phố đã hoàn toàn tắc nghẽn。

【停办】tíngbàn<动>ngừng (công việc nửa chừng); đóng cửa: 这所幼儿园已经~了。Vườn trẻ này đã đóng cửa rồi。

【停泊】tíngbó<动>(thuyền) đỗ; thả neo; cập bến: 船刚刚进港~。Tàu vừa vào cảng thả neo。

【停产】tíngchǎn<动>ngừng sản xuất

【停车】tíngchē<动>❶dừng xe: 请靠边~。Xin dừng xe bên lề。❷đỗ xe: ~场 bãi đỗ xe ❸ngừng máy; dừng máy: 加工中心~大修。Trung tâm gia công ngừng máy để đại tu。

【停当】tíngdang<形>chuẩn bị đầy đủ; xong xuôi: 一切准备~。Tất cả đều chuẩn bị xong xuôi。

【停电】tíngdiàn<动>tắt điện; cắt điện

【停顿】tíngdùn<动>❶ngừng trệ; đình đốn: 生产处于~状态。Sản xuất bị rơi vào tình trạng đình đốn。❷ngừng; dừng lại (khi nói): 他说到重点时，故意~了一下。Khi nói đến trọng điểm, ông ấy cố ý ngừng lại một chút。

【停放】tíngfàng<动>để; đỗ; đặt: 此处禁止~机动车。Cấm đỗ xe động cơ tại đây。

【停工】tínggōng<动>đình công; ngừng việc

【停航】tíngháng<动>ngừng bay; ngừng chạy: 轮船因台风而~。Chuyến tàu ngừng chạy vì bão。

【停火】tínghuǒ<动>ngừng bắn: 双方签订~协议。Hai bên kí hiệp nghị ngừng bắn。

【停机】tíngjī<动>❶ngừng máy: 这台发电机需要紧急~。Máy phát điện này cần phải ngừng khẩn cấp。❷ngừng quay: 这部戏预计下个月~。Dự kiến bộ phim này sẽ ngừng quay vào tháng tới。❸ngừng dịch vụ viễn thông ❹để máy bay

【停机坪】tíngjīpíng<名>bãi máy bay hạ cánh

【停刊】tíngkān<动>đình bản; ngừng xuất bản

【停靠】tíngkào<动>đỗ; đậu; cập bến; ghé bến: 火车在1号站台~。Tàu hỏa đỗ ở sân ga số 1。

【停课】tíngkè<动>nghỉ học; đình khóa: 明天学校~一天。Ngày mai nhà trường nghỉ học một ngày。

【停灵】tínglíng<动>quàn linh cữu

【停留】tíngliú<动>dừng lại; lưu lại; ở lại: 代表团在上海~了一周。Đoàn đại biểu dừng lại ở Thượng Hải một tuần.

【停手】tíngshǒu<动>dừng tay; ngừng tay

【停妥】tíngtuǒ<形>xong xuôi; ổn thỏa; đâu ra đấy: 收拾~ thu dọn đâu ra đấy; 准备~ chuẩn bị xong xuôi

【停息】tíngxī<动>tạnh; im: 风~了。Lặng gió rồi.

【停歇】tíngxiē<动>❶nghỉ công việc; đóng cửa ❷ngừng; dừng: 雪下了一天还没有~。Mưa tuyết đã một ngày vẫn chưa ngừng. ❸dừng chân; nghỉ ngơi: 在树下~ dừng chân dưới gốc cây

【停学】tíngxué<动>nghỉ học

【停业】tíngyè<动>❶tạm ngừng kinh doanh; đóng cửa: 节假日商场不~。Ngày lễ các cửa hàng không đóng cửa. ❷tạm nghỉ bán hàng

【停匀】tíngyún<形>[书]đều đặn; cân đối

【停战】tíngzhàn<动>đình chiến; ngừng bắn: ~协定 hiệp định đình chiến

【停诊】tíngzhěn<动>nghỉ khám bệnh: 本门诊部节假日不~。Phòng khám bệnh này không nghỉ trong ngày lễ.

【停职】tíngzhí<动>tạm thời đình chỉ chức: ~查办 tạm thời đình chỉ chức để điều tra và xử lí

【停止】tíngzhǐ<动>đình chỉ; ngừng; chấm dứt; nghỉ: ~军备竞赛 chấm dứt cuộc chạy đua vũ trang

【停滞】tíngzhì<动>ngừng trệ; đình trệ: ~不前 ngừng trệ không tiến lên được

葶 tíng

【葶苈】tínglì<名>[植物]cây đình lịch

淳 tíng<动>[书](nước) tù; đọng

婷 Tíng // (姓) Đình

【婷婷】tíngtíng<形>[书]tươi đẹp; xinh đẹp

霆 tíng<名>sấm sét: 雷~ sấm sét/lôi đình

tǐng

町 tǐng<名>[书]❶bờ ruộng ❷ruộng đất

侹 tǐng<形>[书]bằng phẳng và thẳng

挺 tǐng❶<形>thẳng: 笔~ thẳng đứng; ~立 đứng thẳng ❷<动>ưỡn ra: ~胸 ưỡn ngực ❸<动>gắng gượng: 硬~着工作 gắng gượng làm việc ❹<动>đứng bên; hỗ trợ ❺<形>nổi bật; kiệt xuất: ~拔 cao vút ❻<副>[口]rất: 这橙汁~甜。Nước cam này rất ngọt. ❼<量>khẩu cỗ (súng): 一~机关枪 một khẩu súng máy

【挺拔】tǐngbá<形>❶cao vút: 峰峦~ dãy núi cao vút ❷mạnh mẽ; rắn rỏi: 笔力~ nét chữ rắn rỏi

【挺进】tǐngjìn<动>thẳng tiến; xông lên: ~敌后 thẳng tiến vào sau lưng địch

【挺举】tǐngjǔ<动>[体育]cử bổng; cử giật

【挺括】tǐngkuò<形>[方](quần áo, vải, giấy) phẳng; phẳng phiu

【挺立】tǐnglì<动>đứng thẳng: 一排小白杨~在哨所旁。Một hàng cây dương nhỏ đứng vươn mình bên cạnh đồn gác.

【挺身】tǐngshēn<动>vươn người; đứng ra: 关键时候~而出 trong giờ phút then chốt vươn người đứng ra

【挺尸】tǐngshī<动>nằm thẳng đơ như xác chết (câu chửi)

【挺脱】tǐngtuō<形>[方]❶khỏe; rắn rỏi; chắc nịch: 这个运动员的身子骨真~。Vận động viên này vóc người chắc khỏe. ❷(quần áo) phẳng phiu; tươm tất; trau chuốt

【挺秀】tǐngxiù<形>thanh thoát; duyên dáng; xinh đẹp: 身材~ vóc dáng thanh thoát

斑 tǐng<名>[书]cái hốt ngọc

梃 tǐng<名>❶[书]chiếc gậy ❷khung cửa: 门~ khung cửa/khuôn cửa; 窗~ khuôn cửa sổ ❸[方]cuống hoa

另见 tìng

【梃子】tǐngzi<名>khung cửa; khuôn cửa

挺 tǐng[书]❶<名>sợi thịt khô ❷<形>thẳng

铤 tǐng<形>[书](đi nhanh) thoăn thoắt; nhanh chân

【铤而走险】tǐng'érzǒuxiǎn　buộc phải mạo hiểm; bí quá hóa liều

颋 tǐng<形>[书]chính trực; thẳng thắn

艇 tǐng<名>❶xuồng; ca nô; thuyền: 救生~ xuồng cứu hộ ❷tàu: 潜水~ tàu ngầm

tìng

梃 tìng❶<动>xiên chân lợn ❷<名>cái xiên chân lợn
另见tǐng

tōng

恫 tōng<动>[书]ốm đau
另见dòng

通 tōng❶<动>thông suốt; rỗng: 两个房间相~。Hai căn phòng thông với nhau. ❷<动>chọc; thông: ~下水道 thông cống thoát nước ❸<动>thông đường: 道路~畅 đường thông hè thoáng ❹<动>qua lại; nối liền; gắn với; thông đồng: 沟~ thông với nhau; ~商 thông thương ❺<动>thông báo: ~报 thông báo ❻<动>thông hiểu: 精~ tinh thông ❼<名>người am hiểu: 万事~ người am hiểu mọi chuyện ❽<形>lưu loát: 文章写得不够~顺。Bài văn viết chưa được lưu loát. ❾<形>phổ thông; thông thường: ~常 thông thường; ~称 thường gọi ❿<形>cả; toàn bộ: ~盘 toàn bộ ⓫<量>tờ; bức: 一~文书 một tờ công văn //（姓）Thông
另见tòng

【通报】tōngbào❶<动>thông báo: ~表扬 thông báo tuyên dương; ~录取结果 thông báo kết quả tuyển sinh❷<名>thông báo; thông

tri: 给各单位下发~ gửi thông báo xuống các đơn vị ❸<名>thông báo; báo cáo: 科学~ thông báo khoa học ❹<动>báo cho biết: 请~上级。Xin báo lên cấp trên. ❺<动>nói; khai (họ tên): 请新人~姓名。Đề nghị người mới giới thiệu họ tên mình.

【通病】tōngbìng<名>khuyết điểm chung

【通才】tōngcái<名>con người đa tài

【通常】tōngcháng❶<形>bình thường; thông thường: ~的办法 biện pháp thông thường ❷<副>thông thường; thường: 他晚上~十二点才睡觉。Anh ấy thường là 12 giờ đêm mới đi ngủ.

【通畅】tōngchàng<形>❶thông suốt; lưu thông: 交通~ giao thông thông suốt; 政令~ chính sách và điều lệnh thông thoáng ❷trôi chảy; lưu loát: 文笔~ văn viết trôi chảy

【通车】tōngchē<动>❶thông xe: ~典礼 lễ thông xe ❷có xe qua lại: 这片山区现在已经~了。Vùng núi này giờ đây đã có xe qua lại.

【通彻】tōngchè<动>thông hiểu; thấu triệt

【通称】tōngchēng❶<动>thường gọi ❷<名>tên thường gọi: 虫是昆虫类的~。Sâu là tên thường gọi của côn trùng.

【通达】tōngdá<动>hiểu rõ; thông suốt:~人情 hiểu rõ tình người

【通道】tōngdào<名>❶đường giao thông: 南北~ đường giao thông nam bắc ❷đường đi: 安全~ đường đi an toàn

【通敌】tōngdí<动>thông đồng với địch; câu kết với địch

【通电】[1] tōngdiàn<动>thông điện: 山区村村都已~。Mỗi thôn xóm trên miền núi đều được thông điện.

【通电】[2] tōngdiàn❶<动>gửi điện: ~全国 gửi điện đi toàn quốc ❷<名>bức điện gửi đi: 大会~ bức điện đại hội

【通牒】tōngdié<名>thông điệp: 最后~ thông điệp cuối cùng

【通都大邑】tōngdū-dàyì thành phố lớn; đô thị lớn

【通读】¹ tōngdú<动>đọc từ đầu đến cuối: ~全书 đọc sách từ đầu đến cuối

【通读】² tōngdú<动>đọc hiểu; đọc thông: 她~四书。Chị ấy đọc hiểu Tứ Thư.

【通分】tōngfēn<动>[数学]quy đồng mẫu số

【通风】tōngfēng<动>❶thông thoáng; thoáng khí: 矿井需要~。Hầm mỏ cần thông gió. ❷thông gió; thông hơi: ~设备 thiết bị thông hơi ❸để lộ tin tức

【通风报信】tōngfēng-bàoxìn mật báo tin tức; bắn tin

【通告】tōnggào❶<动>thông báo; thông cáo: ~周知 thông báo cho mọi người biết ❷<名>bản thông cáo; tờ thông cáo

【通共】tōnggòng<副>tổng cộng; tất cả: ~有八个代表团出席会议。Tổng cộng có tám đoàn đại biểu dự hội nghị.

【通关】tōngguān<动>qua hải quan; thông quan

【通观】tōngguān<动>nhìn chung: ~全局 nhìn chung toàn cục

【通过】tōngguò❶<动>đi qua: ~边境 đi qua biên giới; 电车不能~。Xe điện không được đi qua. ❷<动>thông qua: ~决议 thông qua nghị quyết; 提案已一致~。Đề án đã được nhất trí thông qua. ❸<动>xin chuẩn y: 这项提价方案要~群众才能做出决定。Đề án nâng giá này phải xin ý kiến của quần chúng mới quyết định được. ❹<介>thông qua; dựa vào; qua: ~读书增长见识。Qua đọc sách mở mang kiến thức.

【通航】tōngháng<动>thông đường hàng không; thông đường thủy

【通好】tōnghǎo<动>[书]giao hảo (giữa hai nước)

【通红】tōnghóng<形>đỏ rực; đỏ bừng: 炭火~ lò than đỏ rực; 她羞得满脸~。Cô ấy e thẹn đến mức gò má đỏ ửng.

【通话】tōnghuà<动>❶gọi điện thoại: ~记录 lưu trữ cuộc gọi ❷chuyện trò: 他俩用越南语~。Hai người ấy chuyện trò với nhau bằng tiếng Việt.

【通婚】tōnghūn<动>kết thông gia; hình thành quan hệ họ hàng qua ngả hôn nhân; thông hôn

【通货】tōnghuò<名>tiền tệ: ~膨胀 lạm phát tiền tệ

【通缉】tōngjī<动>truy nã: 发出~令 ra lệnh truy nã; ~逃犯 truy nã phạm nhân lẩn trốn

【通家】tōngjiā<名>[书]❶hai nhà giao hữu lâu đời ❷người nhà hay họ hàng bên thông gia ❸người sành nghề

【通假】tōngjiǎ<动>chữ dùng thay cho nhau và chữ "giả tá" (mượn tạm) trong chữ Hán

【通奸】tōngjiān<动>thông dâm

【通解】tōngjiě<动>[书]thông hiểu; hiểu

【通经】¹ tōngjīng<动>[旧]thông hiểu kinh điển (của Nho gia)

【通经】² tōngjīng<动>[中医]điều trị bệnh bế kinh

【通栏】tōnglán<名>chạy suốt trang: ~标题 tít (tiêu đề) chạy suốt trang

【通力】tōnglì<副>chung sức: ~合作 chung sức hợp tác

【通例】tōnglì<名>❶lệ thường; thường lệ; thông lệ: 运动会停课是学校的~。Khi có hội thi đấu thể dục thể thao thì nhà trường nghỉ học là chuyện thông lệ. ❷[书]quy luật phổ biến

【通连】tōnglián<动>thông với; liền với: 阳台跟厨房~。Ban công liền với nhà bếp.

【通亮】tōngliàng<形>sáng choang; sáng trưng; sáng rực: 灯火~ đèn điện thắp sáng trưng

【通令】tōnglìng❶<动>ra lệnh chung: ~全国 ra lệnh chung cho toàn quốc ❷<名>lệnh chung: 及时发出~ kịp thời ra lệnh chung

【通路】 tōnglù<名>❶đường đi; đường cái: 从教学楼到宿舍楼有两条~。 Từ lầu dạy học đến kí túc xá có hai lối đi. ❷đường: 电流的~ đường đi của dòng điện

【通论】 tōnglùn<名>❶[书]sự bàn bạc thông suốt ❷thông luận; tổng luận: 文学史~ tổng luận về lịch sử văn học

【通名】¹ tōngmíng<动>khai họ tên: 来将~! Viên tướng kia hãy báo họ tên!

【通名】² tōngmíng<名>tên thường dùng

【通明】 tōngmíng<形>sáng chói; sáng choang: 灯火~ ánh đèn sáng choang

【通年】 tōngnián<名>suốt năm; cả năm

【通盘】 tōngpán<形>toàn bộ; toàn thể; toàn diện: ~计划 kế hoạch toàn diện

【通票】 tōngpiào<名>vé liên vận; vé suốt

【通铺】 tōngpù<名>giường tập thể; giường chung: 我们集训的时候睡~。 Khi tập huấn chúng ta ngủ giường tập thể.

【通气】 tōngqì<动>❶thông gió; thông hơi: ~孔 lỗ thông hơi ❷có tin tức qua lại: 做工作上下得~。 Khi làm việc, trên dưới phải có tin tức qua lại. 这件事你需要跟他~。 Về việc này anh cần nói trước với ông ấy. ❸qua đường ống vận chuyển khí đốt, hơi sưởi

【通窍】 tōngqiào<动>biết điều: 他年纪虽小但是很~。 Nó còn nhỏ tuổi, nhưng rất biết điều.

【通勤】 tōngqín<动>đi làm và nghỉ việc bằng phương tiện giao thông công cộng

【通情达理】 tōngqíng-dálǐ thấu tình đạt lí

【通衢】 tōngqú<名>[书]đường cái; đường lớn: 保证~要道的畅通。 Đảm bảo đường huyết mạch chính được thông suốt.

【通权达变】 tōngquán-dábiàn linh động; linh hoạt; tùy cơ ứng biến

【通人】 tōngrén<名>[书]nhà thông thái

【通融】 tōngróng<动>❶châm chước: 请您~一下。 Xin ông châm chước. ❷vay tạm; giật tạm: 能~我2000块钱吗? Có thể cho tôi vay tạm anh 2000 đồng RMB không?

【通商】 tōngshāng<动>buôn bán; thông thương: ~口岸 bến cảng thông thương

【通身】 tōngshēn<名>toàn thân; khắp người: ~是伤。 Vết thương đầy người.

【通史】 tōngshǐ<名>thông sử: 世界~ thông sử thế giới

【通式】 tōngshì<名>công thức chung

【通事】 tōngshì<名>[旧]thông ngôn; thông dịch viên; phiên dịch viên

【通书】 tōngshū<名>❶sách lịch ❷[旧] thiếp báo ngày giờ đón dâu

【通顺】 tōngshùn<形>câu chữ, bài văn viết đúng và xuôi: 这个句子欠~。 Câu này còn trục trặc.

【通俗】 tōngsú<形>thông tục; phổ thông: ~歌曲 bài ca đại chúng; ~易懂 thông tục dễ hiểu

【通体】 tōngtǐ<名>❶cả khối: 汽车~瓦蓝。 Cả chiếc xe trong xanh. ❷toàn thân; cả người: ~发烫 toàn thân nóng rực

【通天】 tōngtiān<动>❶phi thường: ~的本事 bản lĩnh phi thường ❷có thế lực: ~人物 nhân vật có thế lực

【通条】 tōngtiáo<名>que thông lò; que thông nòng súng

【通通】 tōngtōng<副>toàn bộ; tất cả: 箱里的东西~被雨淋湿了。 Tất cả đồ vật trong hộp đều bị ướt vì mưa.

【通同】 tōngtóng<动>thông đồng; câu kết; móc ngoặc

【通统】 tōngtǒng =【通通】

【通途】 tōngtú<名>[书]đường lớn; đường to

【通脱】 tōngtuō<形>[书]thoáng; không câu nệ; thanh thoát

【通宵】 tōngxiāo<名>suốt đêm; thâu đêm: ~

达旦 từ tối đến sáng

【通晓】tōngxiǎo<动>thông hiểu; am hiểu: ~多种语言 thông hiểu nhiều thứ tiếng

【通心粉】tōngxīnfěn<名>mì ống

【通信】tōngxìn<动>❶gửi thư: ~往来 thư từ qua lại ❷thông tin: 数字~ thông tin kĩ thuật số

【通信兵】tōngxìnbīng<名>lính thông tin; binh chủng thông tin

【通信卫星】tōngxìn wèixīng vệ tinh thông tin

【通信员】tōngxìnyuán<名>nhân viên liên lạc

【通行】tōngxíng<动>❶đi qua: 自由~ đi lại tự do; 此路机动车不能~。Đoạn đường này cấm xe động cơ. ❷thông dụng

【通行证】tōngxíngzhèng<名>giấy thông hành

【通宿】tōngxiǔ<名>cả đêm; suốt đêm

【通讯】tōngxùn❶<动>thông tin: ~连 đại đội thông tin; 无线电~ thông tin vô tuyến ❷<名>tin phóng sự

【通讯社】tōngxùnshè<名>thông tấn xã; hãng thông tấn

【通讯网】tōngxùnwǎng<名>mạng lưới thông tin

【通讯员】tōngxùnyuán<名>thông tín viên; cộng tác viên báo chí

【通夜】tōngyè<名>cả đêm; suốt đêm

【通译】tōngyì[旧]❶<动>phiên dịch; thông dịch; thông ngôn ❷<名>người phiên dịch; thông ngôn

【通用】tōngyòng<动>❶thông dụng: 这种证书世界~。Giấy chứng nhận này thông dụng trên thế giới. ❷những chữ đồng âm, có thể thay thế cho nhau (trong chữ Hán)

【通邮】tōngyóu<动>có quan hệ bưu chính

【通则】tōngzé<名>quy tắc chung; phép tắc chung: 民法~ quy tắc chung của luật dân sự

【通知】tōngzhī❶<动>báo; bảo: 请你~大家明天不上课。Anh báo cho mọi người ngày mai nghỉ học. ❷<名>thông tri; giấy báo: 口头~ thông báo miệng; 刚接到办公室的~ vừa nhận được thông tri của văn phòng

嗵 tōng<拟>thình lình; thình thịch: 心~~直跳 tim đập thình thình

tóng

同 tóng❶<形>cùng; như nhau: ~类 cùng loại; ~父异母 cùng cha khác mẹ ❷<动>giống như: ~上 như trên; 相~ giống nhau ❸<副>cùng nhau: 伙~ cùng nhau; 陪~ tháp tùng ❹<副>cùng với: ~去 cùng đi ❺<介>với: ~读者交流 giao lưu với độc giả ❻<介>như; giống như: 今年的冬天~去年一样冷。Mùa đông năm nay rét như năm ngoái. ❼<介>và; với: 调查清楚他~这件事的关系。Điều tra cho rõ anh ấy có liên quan tới việc này hay không. ❽<介>[方]cho: 你坐下，我~你慢慢说。Ông ngồi xuống, tôi nói cho ông nghe. ❾<连>cùng; và: 我~你一起去。Tôi và anh cùng đi. //(姓) Đồng

【同案犯】tóng'ànfàn<名>phạm nhân cùng can án

【同班】tóngbān❶<动>cùng tiểu đội; cùng lớp: ~同学 bạn học cùng lớp; ~战友 bạn chiến đấu cùng tiểu đội ❷<名>bạn cùng lớp

【同伴】tóngbàn<名>bạn sống chung

【同胞】tóngbāo<名>❶ruột: ~兄弟 anh em ruột ❷đồng bào: 全国~ đồng bào cả nước

【同辈】tóngbèi❶<动>đồng lứa; ngang hàng: 他俩~不同龄。Hai người cùng lứa không cùng tuổi. ❷<名>người đồng lứa

【同病相怜】tóngbìng-xiānglián đồng bệnh tương lân; cùng bệnh thương nhau; cùng cảnh ngộ thông cảm nhau

【同步】tóngbù<动>❶đồng bộ ❷hài hòa: ~

增长 tăng trưởng hài hòa

【同仇敌忾】tóngchóu-díkài cùng căm thù giặc

【同窗】tóngchuāng❶<动>cùng học một trường: 她俩大学~四载。Hai chị ấy cùng học đại học suốt bốn năm. ❷<名>bạn học; bạn đèn sách: ~情谊 tình bạn học

【同床异梦】tóngchuáng-yìmèng chung giường không chung ý; đồng sàng dị mộng

【同道】tóngdào❶<名>người cùng chí hướng: ~中人 người cùng chí hướng ❷<名>người cùng ngành nghề: 文艺界的~ người cùng trong ngành văn nghệ ❸<动>cùng đường: ~北上 cùng đường lên miền Bắc

【同等】tóngděng<形>ngang nhau; bằng nhau: ~地位 địa vị bằng nhau

【同等学力】tóngděng xuélì học lực tương đương

【同调】tóngdiào<名>người đồng điệu: 引为~ tỏ ra là người đồng điệu

【同恶相济】tóng'è-xiāngjì kẻ ác hùa nhau làm điều ác

【同房】¹ tóngfáng<动>❶cùng phòng ❷(vợ chồng) ăn nằm với nhau

【同房】² tóngfáng<形>cùng một dòng họ; cùng chi họ: ~兄弟 anh em cùng chi họ

【同甘共苦】tónggān-gòngkǔ ngọt bùi cay đắng có nhau; chia ngọt sẻ bùi; đồng cam cộng khổ

【同感】tónggǎn<名>đồng cảm; cảm nhận giống nhau: 他说再回到母校感到非常亲切，我也有~。Anh ấy nói, trở về trường cũ cảm thấy rất gần gũi thân quen, tôi cũng có cảm nhận giống như vậy.

【同庚】tónggēng<动>cùng tuổi; đồng niên

【同工同酬】tónggōng-tóngchóu làm như nhau, hưởng như nhau; cùng làm cùng hưởng

【同归于尽】tóngguīyújìn cùng đến chỗ chết; cùng hết đời; cùng tận số

【同行】tóngháng❶<动>cùng nghề; cùng ngành: 他俩~，都是摄影师。Hai người họ cùng nghề, đều là nhà nhiếp ảnh. ❷<名>đồng nghiệp: 遇见了一个~ gặp một đồng nghiệp
另见tóngxíng

【同好】tónghào<名>người có cùng sở thích: 公诸~ công khai để người cùng chung sở thích cùng hưởng

【同化】tónghuà<动>đồng hóa: 民族~ đồng hóa dân tộc; ~政策 chính sách đồng hóa

【同化作用】tónghuà zuòyòng tác dụng đồng hóa

【同伙】tónghuǒ❶<动>cùng nhập bọn; đồng lõa ❷<名>đồng bọn: 他的~已经落网。Đồng bọn của hắn đã bị sa lưới.

【同居】tóngjū<动>❶ở chung; ở cùng: 他和爷爷奶奶~。Nó ở chung với ông nội và bà nội. ❷sống chung; ăn ở với nhau

【同类】tónglèi❶<形>cùng loại: ~人 người cùng loại; ~案件 vụ án cùng loại ❷<名>đồng loại: 怜爱~ thương yêu đồng loại

【同僚】tóngliáo<名>[旧]đồng liêu

【同龄】tónglíng<动>cùng tuổi: ~人 người cùng tuổi

【同流合污】tóngliú-héwū hòa cùng bọn xấu; đồng lõa nhau làm việc xấu; hùa nhau làm việc xấu

【同路】tónglù<动>cùng đi một đường

【同路人】tónglùrén<名>bạn cùng đường: 革命的~ bạn cùng đường cách mạng

【同门】tóngmén[书]❶<动>đồng môn ❷<名>người đồng môn

【同盟】tóngméng❶<动>đồng minh: ~国 nước đồng minh ❷<名>khối liên minh: 结成军事~ kết thành khối liên minh quân sự

【同盟国】tóngméngguó<名>nước đồng minh; khối đồng minh

T

【同盟会】Tóngménghuì〈名〉đồng minh hội

【同盟军】tóngméngjūn〈名〉quân đồng minh

【同名】tóngmíng〈动〉cùng tên; tên giống nhau: 他们两个人~同姓。 Hai người đó cùng tên và cùng họ.

【同谋】tóngmóu❶〈动〉đồng mưu: ~作案 đồng mưu gây án ❷〈名〉kẻ đồng mưu; kẻ đồng lõa; đồng bọn

【同年】tóngnián❶〈名〉cùng năm: ~他考入大学。 Cùng năm anh ấy thi đỗ vào trường đại học. ❷〈动〉[方]cùng tuổi; đồng niên ❸〈名〉đồng khoa

【同期】tóngqī〈名〉❶cùng kì; cùng một thời kì: 与去年~相比 so với cùng kì năm ngoái ❷cùng một khóa: ~同学 bạn học cùng một khóa

【同情】tóngqíng〈动〉❶thông cảm: ~心 sự thông cảm ❷đồng tình: 得到舆论的~ được dư luận đồng tình

【同人】tóngrén〈名〉bạn đồng nghiệp; bạn đồng sự; người cùng đơn vị

【同仁】tóngrén =【同人】

【同声传译】tóngshēng chuányì phiên dịch đồng bộ; dịch ca-bin: 国际会议厅有多种语言的~设备。 Phòng hội nghị quốc tế có thiết bị phiên dịch đồng bộ nhiều thứ tiếng.

【同声翻译】tóngshēng fānyì =【同声传译】

【同声相应，同气相求】tóngshēng-xiāngyìng, tóngqì-xiāngqiú đồng thanh tương ứng, đồng khí tương cầu

【同时】tóngshí❶〈名〉đi đôi; cùng một lúc; song song: 他俩是~入学的。 Hai người vào trường cùng một lúc. ❷〈连〉đồng thời; hơn nữa: 高铁给人们出行带来了方便，~也将促进经济发展。 Đường sắt cao tốc tạo thuận lợi cho mọi người đi lại, đồng thời cũng sẽ thúc đẩy kinh tế phát triển.

【同事】tóngshì❶〈动〉làm chung; làm việc chung; cùng làm việc với nhau: 我们已~多年。 Chúng tôi đã cùng làm việc với nhau nhiều năm. ❷〈名〉bạn đồng sự; đồng nghiệp: 协调~之间的关系 điều phối mối quan hệ giữa các đồng nghiệp

【同室操戈】tóngshì-cāogē gà nhà đá nhau; anh em động gươm dao

【同素异形体】tóngsù yìxíngtǐ chất thù hình

【同位素】tóngwèisù〈名〉chất đồng vị

【同喜】tóngxǐ〈动〉cùng vui; vui chung

【同乡】tóngxiāng〈名〉đồng hương; cùng quê; cùng làng

【同心】tóngxīn〈动〉đồng tâm; chung lòng: ~协力 chung sức chung lòng/đồng tâm hiệp lực; ~同德 đồng tâm nhất trí

【同行】tóngxíng〈动〉cùng đi: 一路~ cùng đi một đường; 结伴~ đi cùng với nhau 另见tónghláng

【同性】tóngxìng❶〈形〉đồng giới; đồng tính; cùng tính chất: ~朋友 bạn đồng tính ❷〈名〉người đồng giới; vật chất cùng tính chất

【同性恋】tóngxìngliàn〈名〉đồng tính luyến ái

【同姓】tóngxìng〈动〉cùng họ: 他和妈妈~。 Anh ấy cùng họ với mẹ.

【同学】tóngxué❶〈动〉cùng học với nhau: 我们~三年，情谊难忘。 Chúng ta cùng học với nhau ba năm, tình bạn sâu sắc. ❷〈名〉bạn học: ~聚会 cuộc đoàn tụ của bạn học ❸〈名〉(gọi học sinh) này em: ~，请问教学楼怎么走？ Này em cho hỏi, đến lầu dạy học đi thế nào em nhỉ?

【同样】tóngyàng〈形〉giống nhau; như nhau: ~的条件 điều kiện như nhau; 做~的工作 làm công việc giống nhau

【同业】tóngyè〈名〉❶đồng nghiệp; cùng nghề: ~公会 nghiệp đoàn ❷đồng nghiệp; bạn đồng nghiệp: ~关系 quan hệ đồng nghiệp

【同一】tóngyī<形>❶chung; đồng nhất: ~形
式 hình thức chung; ~目标 mục tiêu chung
❷nhất trí; thống nhất: ~性 tính nhất trí

【同一律】tóngyīlǜ<名>[逻辑]luật đồng nhất

【同义词】tóngyìcí<名>từ đồng nghĩa; từ
cùng nghĩa

【同意】tóngyì<动>đồng ý; tán thành: 我~你
的意见。Tôi tán thành ý kiến của anh.

【同音词】tóngyīncí<名>từ đồng âm

【同源】tóngyuán<动>dòng nước cùng
nguồn; cùng nguồn gốc: ~文化 văn hóa
cùng nguồn

【同志】tóngzhì<名>❶người cùng chí
hướng ❷đồng chí: ~，请问办公室在哪？
Xin hỏi đồng chí, văn phòng ở đâu?

【同舟共济】tóngzhōu-gòngjì dựa vào
nhau vượt khó; cùng hội cùng thuyền

【同宗】tóngzōng<动>cùng dòng họ; cùng
một gia tộc; đồng tông: 同姓不~ cùng họ
khác gia tộc

彤 tóng<形>[书]màu đỏ: ~弓 cánh cung
màu đỏ //(姓) Đồng

【彤云】tóngyún<名>❶ráng đỏ ❷mây xám
(trước khi tuyết mưa)

侗 tóng<形>[书]ấu trĩ; ngu si

苘 tóng

【苘蒿】tónghāo<名>cải cúc

桐 tóng<名>❶gỗ rút ❷trầu ❸ngô đồng //
(姓) Đồng

【桐油】tóngyóu<名>dầu trầu

砼 tóng<名>bê-tông

铜 tóng<名>[化学]đồng (kí hiệu: Cu) //(姓)
Đồng

【铜板】tóngbǎn<名>❶tiền đồng; tiền bằng
đồng ❷sênh đồng; phách đồng

【铜版】tóngbǎn<名>bản in đồng

【铜版画】tóngbǎnhuà<名>tranh khắc đồng

【铜杯】tóngbēi<名>cúp đồng

【铜币】tóngbì<名>tiền đồng

【铜鼓】tónggǔ<名>trống đồng

【铜奖】tóngjiǎng<名>giải thưởng thứ ba

【铜匠】tóngjiàng<名>thợ làm đồ đồng

【铜矿】tóngkuàng<名>mỏ đồng; quặng
đồng

【铜绿】tónglǜ<名>[化学]gỉ đồng màu xanh

【铜模】tóngmú<名>khuôn đồng (in ấn)

【铜牌】tóngpái<名>huy chương đồng

【铜器时代】tóngqì shídài thời đại đồ đồng

【铜钱】tóngqián<名>tiền đồng

【铜墙铁壁】tóngqiáng-tiěbì thành đồng
vách sắt

【铜像】tóngxiàng<名>tượng đồng

【铜臭】tóngxiù<名>mùi tanh của đồng
tiền: 满身~ khắp người đầy mùi tanh đồng
tiền

【铜锈】tóngxiù =【铜绿】

【铜元】tóngyuán =【铜圆】

【铜圆】tóngyuán<名>đồng bạc bằng đồng;
đồng xu

童 tóng❶<名>nhi đồng: ~谣 đồng dao; ~年
tuổi ấu thơ ❷<形>chưa vợ; chưa chồng: ~男
trai chưa vợ; ~女 gái chưa chồng ❸<名>[旧]
thằng nhỏ; chú hầu: 书~ thư đồng ❹<形>
trọc: ~山 núi trọc //(姓) Đồng

【童便】tóngbiàn<名>nước đái trẻ

【童工】tónggōng<名>thợ con; phó nhỏ

【童话】tónghuà<名>đồng thoại

【童蒙】tóngméng<名>[书]trẻ thơ dại

【童年】tóngnián<名>tuổi thơ ấu: ~的美好
时光 thời kì tốt đẹp của tuổi thơ ấu

【童趣】tóngqù<名>niềm vui của nhi đồng

【童山】tóngshān<名>núi trọc: ~秃岭 đồi
trơ núi trọc

【童生】tóngshēng<名>đồng sinh (Đời nhà
Minh và Thanh xưng những học trò chưa dự
thi hoặc chưa đỗ Tú tài)

【童声】tóngshēng<名>giọng trẻ con; giọng
nhi đồng

【童心】tóngxīn<名>lòng dạ ngây thơ: ~未泯 lòng dạ ngây thơ chưa vẩn đục

【童星】tóngxīng<名>ngôi sao nhí

【童养媳】tóngyǎngxí<名>[旧]con dâu nuôi từ bé

【童贞】tóngzhēn<名>đồng trinh

【童真】tóngzhēn<名>ngây thơ hồn nhiên: 孩子们的画充满了~。Tranh vẽ của các cháu đượm ý vị ngây thơ hồn nhiên.

【童稚】tóngzhì❶<名>trẻ thơ ❷<形>ngây thơ; ấu trĩ

【童装】tóngzhuāng<名>quần áo trẻ em

【童子】tóngzǐ<名>bé trai

【童子鸡】tóngzǐjī<名>[方]gà giò; gà tơ

酮 tóng<名>[化学]xe-ton

僮 tóng<名>[书]thằng nhỏ; chú hầu: 书~ thư đồng

橦 tóng<名>cây bông gạo

瞳 tóng

【瞳昽】tónglóng<形>[书]rạng sáng; tảng sáng; bình minh

【瞳瞳】tóngtóng<形>[书]❶rạng rỡ: 初日~ nắng ban mai rạng rỡ ❷(ánh mắt) long lanh

朣 tóng

【朣朦】tóngméng<形>[书]mờ mờ

瞳 tóng<名>đồng tử; con ngươi

【瞳孔】tóngkǒng<名>con ngươi; đồng tử

【瞳仁】tóngrén =【瞳孔】

tǒng

统¹ tǒng❶<名>thống (quan hệ liên tục giữa các sự vật): 系~ hệ thống; 血~ huyết thống ❷<副>toàn bộ; tất cả; thống nhất: ~筹 quy hoạch thống nhất ❸<动>cai quản: ~治 thống trị // (姓) Thống

统² tǒng<名>ống: 长~皮靴 giầy ống da; 皮~子 ủng da

【统编】tǒngbiān<动>thống nhất biên soạn:

~教材 sách giáo khoa thống nhất biên soạn

【统舱】tǒngcāng<名>khoang lớn của thuyền

【统称】tǒngchēng❶<动>gọi chung; gọi gộp lại: 加法、减法、乘法和除法~四则运算。Cộng, trừ, nhân, chia gọi chung là bốn phép tính. ❷<名>tên chung: 四则运算是加法、减法、乘法和除法的~。Bốn phép tính là cách gọi chung cho cộng, trừ, nhân, chia.

【统筹】tǒngchóu<动>trù tính chung; quy hoạch chung: ~兼顾 trù tính đầy đủ các mặt; ~全局 trù tính chung cho toàn cục

【统共】tǒnggòng<副>tất cả; tổng cộng: 五个人~才凑了3000元。Năm người tổng cộng mới góp được 3000 đồng RMB.

【统购】tǒnggòu<动>thống nhất thu mua

【统观】tǒngguān<动>nhìn chung: ~全局 nhìn chung toàn cục

【统管】tǒngguǎn<动>thống nhất quản lí; trông coi chung: ~家务 trông coi chung việc nhà

【统合】tǒnghé<动>thống nhất; tổng hợp: ~训练 huấn luyện tổng hợp

【统货】tǒnghuò<名>hàng xô

【统计】tǒngjì<动>❶tính: ~人数 tính số người ❷thống kê: ~表 bảng thống kê

【统计学】tǒngjìxué<名>thống kê học

【统检】tǒngjiǎn<动>thống nhất kiểm soát: 对饮用水水源质量进行~ thống nhất kiểm soát chất lượng nguồn nước uống

【统考】tǒngkǎo<动>thi thống nhất; thi chung: 全国~ thi thống nhất trong cả nước

【统领】tǒnglǐng❶<动>thống lĩnh: ~三军 thống lĩnh ba quân ❷<名>vị thống lĩnh

【统配】tǒngpèi<动>bao cấp

【统摄】tǒngshè<动>[书]cai quản; chỉ huy

【统属】tǒngshǔ<动>lệ thuộc; chi phối: 彼此不相~ không ai lệ thuộc vào ai

【统帅】tǒngshuài❶<名>thống soái ❷<动>chỉ huy

【统率】tǒngshuài<动>chỉ huy điều khiển: ~全军 chỉ huy điều khiển toàn quân

【统统】tǒngtǒng =【通通】

【统辖】tǒngxiá<动>cai quản; chỉ huy: 由中央直接~ do trung ương trực tiếp chỉ huy

【统销】tǒngxiāo<动>thống nhất bán ra

【统一】tǒngyī❶<动>thống nhất ❷<形>nhất trí; thống nhất: ~的意见 ý kiến nhất trí; ~领导 thống nhất lãnh đạo

【统一体】tǒngyītǐ<名>[哲学]thể thống nhất

【统一战线】tǒngyī zhànxiàn mặt trận thống nhất

【统战】tǒngzhàn<名>mặt trận thống nhất: ~政策 chính sách mặt trận thống nhất; ~工作 công tác mặt trận thống nhất

【统治】tǒngzhì<动>❶thống trị: ~阶级 giai cấp thống trị; 封建~ ách thống trị phong kiến ❷khống chế; chi phối: ~人们的思想 khống chế tư tưởng của con người

捅 tǒng<动>❶chọc; thọc: ~了一刀 thọc cho một dao ❷hích; thúc ❸nói toạc ra: 把秘密~出来. Nói toạc bí mật.

【捅咕】tǒnggu<动>[口]❶hích; thúc ❷xui; xúi; cổ vũ

【捅娄子】tǒng lóuzi gây chuyện xích mích; gây họa

【捅马蜂窝】tǒng mǎfēngwō chọc tổ ong vò vẽ

桶 tǒng❶<名>thùng: 水~ thùng nước ❷<量>thùng

【桶装】tǒngzhuāng<形>đóng bằng thùng: ~矿泉水 nước suối khoáng đóng thùng

筒 tǒng<名>❶ống tre to: 竹~ ống tre ❷ống; thùng: 笔~ ống bút; 邮~ thùng thư ❸ống; thân: 袖~ ống tay

【筒裤】tǒngkù<名>quần ống sớ

【筒裙】tǒngqún<名>váy ống đứng

【筒瓦】tǒngwǎ<名>ngói ống

【筒子】tǒngzi<名>ống; nòng: 竹~ ống tre; 枪~ nòng súng

【筒子楼】tǒngzilóu<名>nhà hình ống

tòng

恸 tòng<动>[书]khóc lóc thảm thiết

通 tòng<量>❶hồi: 打了三~鼓 đánh ba hồi trống ❷trận: 挨了一~说 bị phê bình cho một trận

另见tōng

痛 tòng❶<形>đau; nhức: 头~ đau đầu ❷<形>thương xót; đau đớn: 悲~ đau thương; 哀~ buồn đau ❸<副>ra sức; hết sức: ~饮 uống thỏa thích; ~改前非 ăn năn hối cải

【痛不欲生】tòngbùyùshēng vô cùng buồn đau; đau khổ tột cùng

【痛斥】tòngchì<动>trách mắng thậm tệ; quở mắng nặng nề: ~歹徒 quở trách kẻ xấu

【痛楚】tòngchǔ<形>đau khổ; khổ sở: 内心~万分 trong lòng vô cùng đau khổ

【痛处】tòngchù<名>chỗ đau; nỗi đau trong lòng: 你的话说到了我的~. Lời nói của anh đã chạm vào nỗi đau trong tôi.

【痛打】tòngdǎ<动>đánh mạnh; đánh đau

【痛悼】tòngdào<动>vô cùng thương tiếc: ~死难烈士 vô cùng thương tiếc các liệt sĩ

【痛定思痛】tòngdìng-sītòng hết cơn đau rồi nhớ lại nỗi đau da diết; rút kinh nghiệm xương máu

【痛风】tòngfēng<名>[医学]bệnh gút

【痛感】tònggǎn❶<动>cảm thấy thấm thía: ~自己的落后 cảm thấy thấm thía sự lạc hậu của mình ❷<名>cảm giác đau: 有剧烈的~ có cảm giác rất đau

【痛恨】tònghèn<动>căm ghét sâu sắc

【痛悔】tònghuǐ<动>hối hận sâu sắc

【痛击】tòngjī<动>tấn công mạnh mẽ; đánh

cho tơi bời: ~敌人 tấn công mạnh mẽ vào kẻ thù

【痛经】 tòngjīng〈动〉hành kinh đau bụng

【痛觉】 tòngjué〈名〉cảm giác đau

【痛哭】 tòngkū〈动〉khóc lóc thảm thiết: ~流涕 khóc sướt mướt; 失声~ khóc thất thanh

【痛苦】 tòngkǔ〈形〉đau khổ; nỗi thống khổ: ~地活着 sống một cách đau khổ

【痛快】 tòngkuài〈形〉❶thoải mái; vui vẻ: 看见麦子熟了，老伯心里很~。Nhìn thấy lúa mì đã chín, bác rất vui sướng. ❷khoái chí; khoan khoái; thỏa thích: ~地踢了一场球 đá một trận bóng thỏa thích ❸thẳng thắn; sảng khoái: 他~地答应了。Anh ấy đáp ứng một cách sảng khoái.

【痛切】 tòngqiè〈形〉rất đau xót; hết sức đau khổ

【痛失良机】 tòngshī liángjī đau lòng bởi lỡ mất dịp may

【痛恶】 tòngwù〈动〉vô cùng căm ghét; ghét cay ghét đắng: 小偷令人~。Kẻ trộm khiến mọi người vô cùng căm ghét.

【痛惜】 tòngxī〈动〉thương tiếc; thương xót: 他的牺牲让人~。Sự hi sinh của ông khiến mọi người thương tiếc.

【痛心】 tòngxīn〈形〉đau lòng

【痛心疾首】 tòngxīn-jíshǒu căm giận đến bầm gan tím ruột; vô cùng đau đớn

【痛痒】 tòngyǎng❶〈形〉đau và ngứa: ~难耐 đau ngứa khó chịu ❷〈名〉sự khốn khổ; nỗi khổ ❸〈名〉việc cấp bách; việc quan trọng: 无关~ việc chẳng quan trọng gì

tōu

偷 tōu❶〈动〉ăn trộm; ăn cắp: ~窃 trộm cắp ❷〈名〉kẻ trộm; kẻ cắp: 小~ kẻ trộm ❸〈副〉trộm; vụng; lén: ~看 xem trộm; ~听 nghe trộm ❹〈动〉bớt ra; giành ra; tranh thủ:

~空 tranh thủ lúc rỗi; 忙里~闲 tranh thủ lúc rỗi rãi ❺〈动〉tạm bợ; cẩu thả: ~安 sống tạm bợ ❻〈动〉thông dâm

【偷盗】 tōudào〈动〉trộm cướp: ~财物 trộm cướp của cải

【偷渡】 tōudù〈动〉lén qua sông; lén vượt biên giới hay vùng cấm

【偷工减料】 tōugōng-jiǎnliào làm ăn gian dối; rút ngày công, bớt vật liệu

【偷鸡摸狗】 tōujī-mōgǒu❶cắp vặt; trộm vặt ❷đồ dê cụ

【偷奸耍滑】 tōujiān-shuǎhuá lươn lẹo xảo quyệt: 干任何工作都要脚踏实地，不能~。Bất kì công việc gì, phải làm đến nơi đến chốn, không nên lươn lẹo xảo quyệt.

【偷看】 tōukàn〈动〉nhòm trộm; xem trộm

【偷空】 tōukòng〈动〉tranh thủ thời gian; tranh thủ lúc rỗi: 上周他~来看过我。Tuần trước anh ấy đã tranh thủ lúc rỗi đến thăm em.

【偷懒】 tōulǎn〈动〉ăn bơ làm biếng; trốn tránh khó nhọc; lười biếng; biếng nhác: 他非常刻苦，从不~。Anh ấy rất chịu khó, chưa bao giờ ăn bơ làm biếng.

【偷梁换柱】 tōuliáng-huànzhù đánh tráo; vất đầu cá vá đầu tôm

【偷巧】 tōuqiǎo〈动〉[方]kiếm chác; trục lợi

【偷情】 tōuqíng〈动〉yêu nhau vụng trộm; tình yêu lén lút

【偷生】 tōushēng〈动〉sống vất vưởng; sống cho qua ngày đoạn tháng: 苟且~ sống tạm bợ

【偷税】 tōushuì〈动〉trốn thuế; lận thuế: ~行为是违法的。Hành vi trốn thuế là trái pháp luật.

【偷天换日】 tōutiān-huànrì đổi trắng thay đen; đánh tráo

【偷听】 tōutīng〈动〉nghe trộm; nghe lòm

【偷偷】 tōutōu〈副〉lén; lén lút: 这小孩趁妈

妈不注意~吃了根冰棍。Nhân mẹ không chú ý, bé này lén ăn một que kem.

【偷偷摸摸】tōutōumōmō lén lút; vụng trộm

【偷袭】tōuxí<动>đánh úp; tập kích bất ngờ: ~敌军机场 tập kích bất ngờ sân bay của địch

【偷闲】tōuxián<动>❶tranh thủ lúc rỗi; bớt thời gian: 现代生活节奏很快，要学会忙里~。Nhịp sống hiện đại rất nhanh, phải biết tranh thủ lúc rỗi rãi. ❷[方]làm biếng

【偷笑】tōuxiào<动>cười trộm; cười thầm

【偷眼】tōuyǎn<副>nhìn trộm; liếc trộm: 他~看了一下手表，很是着急。Anh ấy liếc trộm đồng hồ đeo tay, tỏ ra rất sốt ruột.

【偷营】tōuyíng<动>đánh úp doanh trại địch: ~劫寨 đánh úp đồn cướp trại

【偷嘴】tōuzuǐ<动>ăn vụng

tóu

头 tóu❶<名>đầu ❷<名>đầu; tóc: 剃~ cạo đầu/cắt tóc; 梳~ chải đầu/chải tóc; 平~ tóc húi cua ❸<名>đầu; ngọn; đỉnh: 山~ ngọn núi ❹<名>đầu mối: 话~儿 đầu mối câu chuyện; 提个~儿 mào đầu ❺<名>đầu mẩu; đầu thừa đuôi theo: 铅笔~儿 mẩu bút chì ❻<名>trùm; đầu sỏ ❼<名>bên; phía: 心挂两~ lòng dạ ở cả hai phía ❽<数>thứ nhất; đứng đầu: ~等 đứng đầu/hàng đầu; ~号 số một ❾<形>dẫn đầu; đi đầu: ~马 con ngựa đầu đàn ❿<形>đầu; thứ nhất: ~一遍 lần đầu tiên ⓫<形>[方]trước; ban; đầu: ~两天 hai ngày trước ⓬<介>gần; sắp đến: ~晚上七点，晚会就要开始了。Gần 7 giờ tối, dạ hội sắp bắt đầu. ⓭<量>đầu; con: 一~牛 một con bò ⓮<量>củ: 一~蒜 một củ tỏi //(姓) Đầu

头 tou (dùng làm hậu tố của danh từ, động từ, tính từ và từ chỉ phương vị): 木~ gỗ; 石~

đá; 念~ ý nghĩ; 看~儿 cái để xem; 上~ bên trên; 下~ bên dưới; 外~ phía ngoài; 里~ bên trong

【头版】tóubǎn<名>❶trang đầu; cột đầu tiên ❷ấn loát lần đầu

【头部】tóubù<名>đầu; phần đầu của cơ thể

【头彩】tóucǎi<名>giải nhất: 中了~ được giải nhất

【头筹】tóuchóu<名>nhất; thứ nhất; đứng đầu: 夺得~ giành được thứ nhất

【头寸】tóucùn<名>[金融]❶tiền vốn; tiền gốc ❷[旧]tiền mặt

【头大】tóudà<形>buồn chán: 我一见他就~。Thấy nó là tôi nhức đầu.

【头等】tóuděng<形>hạng nhất; bậc nhất; hàng đầu: ~舱 khoang hạng nhất; ~大事 việc quan trọng bậc nhất

【头顶】tóudǐng<名>❶đỉnh đầu: ~起了个包。Đỉnh đầu nổi một cục u. ❷phía trên (cao hơn người)

【头发】tóufa<名>tóc

【头骨】tóugǔ<名>xương sọ

【头号】tóuhào<形>❶số một; lớn nhất: ~敌人 kẻ thù số một; ~新闻 tin tức số một ❷tốt nhất: ~货色 mặt hàng tốt nhất

【头昏】tóuhūn<形>choáng đầu; choáng người

【头昏脑涨】tóuhūn-nǎozhàng bù đầu bù óc; đầu óc choáng váng

【头昏眼花】tóuhūn-yǎnhuā đầu choáng mắt mờ; choáng đầu hoa mắt

【头家】tóujiā<名>❶chủ gá bạc ❷nhà cái ❸nhà trên; tay trên ❹[方]chủ cửa hiệu; ông chủ

【头角】tóujiǎo<名>sức trẻ tài hoa: 崭露~ tài hoa được thể hiện rõ

【头巾】tóujīn<名>❶khăn chít đầu ❷khăn vuông

【头颈】tóujǐng<名>[方]cổ

【头盔】tóukuī<名>mũ sắt

【头里】tóulǐ<名>❶phía trước: 老王~刚走，他妻子就回来了。Ông Vương vừa đi khỏi thì vợ ông đã về. ❷trước khi sự việc xảy ra: 丑话说在~，事后可别怪我没提醒过你。Nặng lời răn trước, về sau đừng trách là mình chưa nhắc đẳng ấy. ❸[方]trước kia: 十年~这种款式很流行。Mười năm trước, kiểu này rất phổ biến.

【头脸】tóuliǎn<名>❶mặt mũi: 天太黑看不清他的~。Trời tối quá, không thể nhìn rõ mặt mũi của anh ấy. ❷tai mắt: 他在这一带是有~的人物。Ông ấy là nhân vật tai mắt ở khu này.

【头领】tóulǐng<名>trùm; thủ lĩnh: 土匪~ trùm thổ phỉ

【头颅】tóulú<名>sọ; đầu lâu: 抛~，洒热血。Đầu rơi máu đổ.

【头路】¹ tóulù<形>loại một: ~货 hàng hóa loại một

【头路】² tóulù<名>[方]❶đường ngôi ❷đầu mối; manh mối; bí quyết; cung cách: 摸不着~ lần không ra manh mối ❸nghề nghiệp: 找不到~ không tìm được nghề nghiệp

【头马】tóumǎ<名>ngựa đầu đàn

【头面】tóumian<名>tên gọi chung những đồ trang sức trên đầu phụ nữ thời xưa

【头面人物】tóumiàn rénwù nhân vật tai mắt; nhân vật quan trọng

【头目】tóumù<名>trùm; đầu sỏ: 警察已经抓到这伙罪犯的~。Cảnh sát đã bắt được trùm tội phạm bọn này.

【头脑】tóunǎo<名>❶đầu óc; trí óc: ~清楚 đầu óc tinh tường ❷đầu mối: 摸不着~ mò không ra đầu mối ❸[口]thủ lĩnh

【头年】tóunián<名>❶năm đầu tiên; năm thứ nhất: ~开门红 năm đầu tiên được thắng ngay ❷năm ngoái; năm trước: ~春节 Tết năm ngoái

【头牌】tóupái<名>[戏曲]đầu bảng: ~花旦 vai thanh nữ đầu bảng; 挂~ xếp đầu bảng

【头皮】tóupí<名>❶da đầu ❷gầu

【头破血流】tóupò-xuèliú bị vỡ sọ chảy máu

【头前】tóuqián<名>[方]❶đằng trước; phía trước: 我的名次居然排在~。Tên của tôi chẳng ngờ lại đứng đầu danh sách. ❷trước kia: ~这个地方还没有路。Trước kia địa phương này không có đường.

【头钱】tóuqián<名>tiền hồ

【头人】tóurén<名>người đứng đầu

【头晌】tóushǎng<名>[方]buổi sáng

【头生】tóushēng❶<形>sinh đẻ lần đầu; sinh con so ❷<名>con đầu lòng; con so

【头绳】tóushéng<名>❶dây buộc tóc ❷[方]dây len; sợi len

【头饰】tóushì<名>đồ trang sức trên đầu

【头套】tóutào<名>khăn; mũ trùm đầu

【头疼】tóuténg =【头痛】

【头疼脑热】tóuténg-nǎorè đau đầu nhức óc: 人一年到头哪能没个~的？Cả một năm, có ai là không đau đầu nhức óc nhỉ?

【头天】tóutiān<名>❶hôm trước ❷ngày đầu tiên; ngày thứ nhất

【头痛】tóutòng<形>đau đầu; nhức đầu: 这小孩真淘气，让人~。Bé này nghịch quá làm mọi người nhức óc.

【头痛医头，脚痛医脚】tóutòng-yītóu, jiǎotòng-yījiǎo đau đâu chữa đấy; chỉ lo cục bộ

【头头儿】tóutour<名>[口]người cầm đầu; trùm sỏ

【头头是道】tóutóu-shìdào nói và làm đâu ra đấy

【头陀】tóutuó<名>[宗教]nhà sư khất thực

【头先】tóuxiān<名>[方]❶thoạt tiên; trước kia ❷đằng trước ❸vừa mới

【头衔】tóuxián<名>hàm

【头像】tóuxiàng<名>ảnh chân dung

【头胸部】tóuxiōngbù<名>phần đầu ngực của động vật chi đốt như tôm, cua v.v.

【头绪】tóuxù<名>đầu mối: 理不出~ lần không ra đầu mối

【头癣】tóuxuǎn<名>nấm da đầu

【头雁】tóuyàn<名>nhạn đầu đàn

【头羊】tóuyáng<名>cừu đầu đàn

【头油】tóuyóu<名>❶sáp chải tóc; sáp thơm bôi tóc ❷mỡ tiết ra trên đầu

【头晕】tóuyūn<形>choáng đầu

【头重脚轻】tóuzhòng-jiǎoqīng đầu nặng gốc nhẹ; cơ sở không vững

【头子】tóuzi<名>trùm; trùm sỏ: 土匪~ trùm thổ phỉ

【头足类】tóuzúlèi<名>chân đầu: ~动物 động vật chân đầu

投 tóu<动>❶ném; quăng: ~篮 ném rổ ❷bỏ; đưa vào: ~票 bỏ phiếu; ~资 đầu tư/bỏ vốn ❸trầm mình nhảy xuống: ~江 nhảy xuống sông; ~井 nhảy xuống giếng ❹chiếu vào: 影子~在窗户上。Bóng chiếu lên trên cửa sổ. ❺gửi; đưa: ~信 gửi thư; ~稿 gửi bản thảo ❻tìm đến; gia nhập: 弃暗~明 bỏ chỗ tối tìm đến nơi sáng/trở về đường sáng; ~入战斗 tham gia chiến đấu ❼hợp nhau; ăn ý: 情~意合 ý hợp tâm đầu; 意气相~ chí khí hợp nhau // (姓) Đầu

【投案】tóu'àn<动>thú tội; đầu thú: ~自首 ra đầu thú

【投保】tóubǎo<动>tham gia bảo hiểm; đóng bảo hiểm: 这车已~。Xe này đã làm bảo hiểm.

【投奔】tóubèn<动>đi nhờ vả (người khác): ~亲戚 đi nhờ vả họ hàng

【投笔从戎】tóubǐ-cóngróng xếp bút nghiên theo việc cung đao; bỏ văn theo võ

【投币】tóubì<动>bỏ tiền vào

【投畀豺虎】tóubì-cháihǔ quẳng kẻ xấu cho sài lang hổ báo; ví căm ghét kẻ xấu xa

【投鞭断流】tóubiān-duànliú ném roi chặn sông; ví binh mã đông như kiến cỏ

【投标】tóubiāo<动>bỏ thầu; đấu thầu

【投产】tóuchǎn<动>đưa vào sản xuất: 该厂已建成~。Nhà máy này xây dựng xong đã đi vào sản xuất.

【投诚】tóuchéng<动>quy thuận; về hàng; chạy sang hàng ngũ ta: 缴械~ nộp vũ khí về hàng

【投弹】tóudàn<动>ném bom; đội bom

【投敌】tóudí<动>theo giặc; chạy theo địch: 叛变~之人 kẻ phản bội theo giặc

【投递】tóudì<动>đưa: ~邮件 đưa bưu kiện

【投递员】tóudìyuán<名>người đưa thư

【投毒】tóudú<动>đầu độc; bỏ bả thuốc vào

【投放】tóufàng<动>❶thả xuống: ~炸弹 thả bom/ném bom ❷bỏ vào; đóng góp: ~资金 đầu tư vốn ❸đưa ra (thị trường): 已~市场 đã được đưa ra thị trường

【投稿】tóugǎo<动>gửi bản thảo; gửi bài: 欢迎~ hoan nghênh gửi bài

【投工】tóugōng<动>dùng ngày công; đầu tư sức lao động: 这个工程需要~不少。Công trình này phải dùng nhiều ngày công.

【投合】tóuhé❶<形>hợp nhau; ăn ý nhau: 性情~ tính tình hợp nhau ❷<动>chiều theo; hợp ý: ~顾客的口味 chiều theo khẩu vị của khách

【投壶】tóuhú<动>ném thẻ

【投缳】tóuhuán<动>[书]thắt cổ; chui đầu vào thòng lọng

【投机】tóujī❶<形>ăn ý; hợp ý nhau: 我们一见如故，谈得很~。Chúng tôi vừa quen đã thân, trò chuyện rất hợp ý nhau. ❷<动>đầu cơ; lợi dụng: ~分子 phần tử đầu cơ; ~房地产 đầu cơ địa ốc

【投机倒把】tóujī-dǎobǎ đầu cơ tích trữ; găm hàng trục lợi

【投机取巧】tóujī-qǔqiǎo đầu cơ chuốc lợi

【投寄】tóujì<动>gửi; đưa: ~邮件 đưa bưu kiện

【投井下石】tóujǐng-xiàshí =【落井下石】

【投军】tóujūn<动>[旧]đầu quân; tòng quân; đi bộ đội; nhập ngũ

【投考】tóukǎo<动>dự thi; đi thi: ~大学 dự thi đại học

【投靠】tóukào<动>nhờ vả; nương nhờ; sống nhờ: 北上~朋友 lên phía bắc nhờ vả bạn bè

【投料】tóuliào<动>bỏ nguyên liệu vào: 按配方~ dựa vào phương pháp phối chế để bỏ vào nguyên liệu

【投其所好】tóuqísuǒhào chiều ý đối phương

【投契】tóuqì<形>[书]hợp ý nhau; ăn ý

【投枪】tóuqiāng<名>cái lao

【投亲】tóuqīn<动>nhờ vả người thân

【投入】tóurù ❶<动>đi vào; được đưa vào; lao vào: ~生产 đi vào sản xuất; ~使用 được đưa vào sử dụng ❷<形>chăm chú: 把大量的精力~到学习中去 Bỏ nhiều công sức chăm chú vào việc học tập nhé. ❸<动>đầu tư; bỏ vốn ❹<名>đầu tư; vốn đầu tư

【投射】tóushè<动>❶ném; phóng: ~标枪 ném lao/phóng lao ❷chiếu; rọi: 阳光~到海面上。Ánh nắng chiếu rọi trên mặt biển.

【投身】tóushēn<动>lao mình vào; dấn thân vào: ~慈善事业 dấn thân vào sự nghiệp từ thiện

【投生】tóushēng =【投胎】

【投师】tóushī<动>theo học thầy: ~访友 học thầy hỏi bạn

【投石问路】tóushí-wènlù ném đá dò đường

【投鼠忌器】tóushǔ-jìqì ném chuột sợ vỡ chĩnh; ví có điều kiêng kị, muốn trừ cái hại lại e sợ mang lại cái bất lợi

【投诉】tóusù<动>khiếu nại: ~信 đơn khiếu nại; ~电话 điện thoại khiếu nại

【投宿】tóusù<动>tìm nơi trọ: ~客栈 trọ ở nhà nghỉ

【投胎】tóutāi<动>đầu thai

【投桃报李】tóutáo-bàolǐ ăn miếng chả, giả miếng bùi; có ăn có trả; có đi có lại

【投降】tóuxiáng<动>đầu hàng; ra hàng; hàng: 缴械~ nộp vũ khí đầu hàng

【投效】tóuxiào<动>[书]gia nhập và giúp sức: ~红军 gia nhập và giúp sức cho Hồng quân

【投药】tóuyào<动>❶cho thuốc ❷đánh bả

【投医】tóuyī<动>đến khám thầy thuốc: ~求药 cầu thầy cầu thuốc; 病急乱~ có bệnh vái tứ phương

【投影】tóuyǐng ❶<动>xạ ảnh ❷<名>hình chiếu

【投影仪】tóuyǐngyí<名>máy chiếu

【投映】tóuyìng<动>in; hiện; chiếu: 青山~在水面上。Núi xanh hiện trên mặt nước.

【投缘】tóuyuán<形>ăn ý; hợp ý nhau

【投掷】tóuzhì<动>ném; phóng: ~铅球 ném tạ/đẩy tạ

【投注】[1] tóuzhù<动>❶tập trung tinh thần hay sức lực ❷trút vào (tiền vốn…)

【投注】[2] tóuzhù<动>đặt tiền vào canh bạc

【投资】tóuzī ❶<动>đầu tư; bỏ vốn ra: ~办学 đầu tư cho việc xây dựng nhà trường ❷<名>vốn đầu tư: 一大笔~ một khoản vốn đầu tư lớn

骰 tóu

【骰子】tóuzi =【色子】

tǒu

敨 tǒu<动>[方]❶mở ra ❷phẩy; phủi (bụi)

tòu

透 tòu ❶<动>thấm; thấu; xuyên: ~过现象看

本质。Qua những hiện tượng bề ngoài nhìn thấu bản chất. ❷<动>hiện ra; tỏ ra: 白里~红 màu hồng hiện ra trong màu trắng ❸<动>tiết lộ: ~露 tiết lộ ❹<形>thấu triệt; rành mạch: 看~ biết rành mạch ❺<形>đủ; đầy đủ; nhiều quá: 雨下~了。Mưa nhiều quá.

【透彻】tòuchè<形>thấu triệt; thấu suốt; thấu đáo: 老师讲得很~。Thầy giáo giảng bài rất thấu đáo.

【透底】tòudǐ<动>thổ lộ hết ngọn nguồn: 这件事准备如何处理你先给我透个底。Việc này sẽ xử lí như thế nào anh hãy nói trước cho tôi biết.

【透雕】tòudiāo<名>khắc chìm

【透顶】tòudǐng<形>cực độ; tột bậc; hết sức: 糊涂~ hồ đồ hết sức

【透风】tòufēng<动>❶thông gió: 开门~ mở cửa cho thoáng gió ❷phơi gió; hong gió: 把药材拿出来~吧。Lấy thuốc ra hong gió đi. ❸lộ tin

【透过】tòuguò<动>❶xuyên qua; thấm sang ❷[方]qua

【透汗】tòuhàn<名>đẫm mồ hôi: 出了一身~ người toát đẫm mồ hôi

【透话】tòuhuà❶<动>lộ tin tức ❷<名>lời rõ

【透镜】tòujìng<名>thấu kính

【透亮】tòuliang<形>❶sáng sủa; trong suốt: 这块玉真~。Viên ngọc này trong suốt. ❷rõ; hiểu rõ: 请你把话说得~些。Đề nghị anh nói rõ hơn.

【透亮儿】tòuliàngr<动>ánh sáng xuyên qua: 玻璃窗~ ánh sáng xuyên qua cửa kính

【透漏】tòulòu<动>tiết lộ; lộ ra: 风声~ lộ tin tức; ~秘密 làm lộ bí mật

【透露】tòulù<动>❶tiết lộ ❷hiện ra; tỏ ra: 脸上~出一丝不安。Vẻ mặt hiện ra một chút băn khoăn.

【透明】tòumíng<形>❶trong suốt: 水是无色~的液体。Nước là thể lỏng trong suốt

không màu sắc. ❷minh bạch: 信息~化 thông tin minh bạch hóa

【透辟】tòupì<形>thấu đáo; sâu sắc; thấu suốt: ~的分析 phân tích thấu suốt

【透气】tòuqì<动>❶thông gió; thông khí: 这屋不~。Phòng này không thông khí. ❷hít thở khí trời: 别整天宅在家里，我带你出去透~。Đừng ở nhà cả ngày, tôi đưa bạn ra ngoài hít thở không khí trong lành. ❸báo tin: 提前透个气 báo tin trước

【透视】tòushì❶<名>thấu thị; dựng hình lập thể ❷<动>chiếu X quang; chiếu điện ❸<动>nhìn thấu; nhìn rõ

【透视图】tòushìtú<名>bản vẽ phối cảnh

【透水】tòushuǐ❶<动>ngấm nước; thấm nước: 塑料碗不~。Bát nhựa không thấm nước. ❷<动>hầm mỏ bục nước ❸<名>nước thấm làm cho vỉa đất khô ẩm ướt

【透析】[1]tòuxī<动>phân tích thấu đáo

【透析】[2]tòuxī<动>❶lọc bằng màng thấm ❷[医学]lọc máu

【透心儿凉】tòuxīnrliáng lạnh tê cả người

【透雨】tòuyǔ<名>mưa thấm đất: 下了一场~。Mưa một trận thấm đất.

【透支】tòuzhī<动>❶lĩnh trội ❷bội chi; chi quá thu ❸lương tạm ứng ❹làm quá sức; thể lực đã bội chi

tū

凸 tū<形>lồi; gồ; nhô: ~出 lồi lên/gồ lên; ~面 mặt lồi

【凸版】tūbǎn<名>[印刷]bản in nổi

【凸窗】tūchuāng<名>cửa sổ lồi

【凸镜】tūjìng =【凸面镜】

【凸面镜】tūmiànjìng<名>[物理]kính lồi; gương lồi

【凸起】tūqǐ<动>nhô lên; lồi

【凸透镜】tūtòujìng<名>[物理]thấu kính

lồi; thấu kính hội tụ; kính phóng đại

【凸显】tūxiǎn<动>hiện rõ; trở nên nổi

【凸现】tūxiàn<动>nổi bật; cộm nổi

秃 tū<形>❶trọc; hói; trụi: ~尾巴 đuôi trụi lông; ~头 đầu trọc ❷trơ trụi; trụi lá; trọc: ~树 cây trụi lá; ~山 núi trọc ❸cùn; tù: ~笔 bút cùn ❹không hoàn chỉnh; không cân đối; cụt: 这剧本结尾显得有点~。Đoạn kết kịch bản này xem ra hơi cụt.

【秃笔】tūbǐ<名>bút cùn; cây bút xoàng

【秃疮】tūchuāng<名>[方]nấm da đầu

【秃顶】tūdǐng❶<动>hói đầu ❷<名>đầu hói

【秃鹫】tūjiù<名>chim kền kền

【秃噜】tūlu<动>[方]❶tuột ra; lỏng ra: 你上衣的扣子~了。Nút áo của anh tuột ra rồi. ❷rụng: 这只鸟的毛~了。Lông của con chim này rụng hết rồi. ❸rơi: 裙子~地了。Váy rơi xuống đất. ❹lỡ lời: 你别把话说~了。Anh đừng có lỡ lời. ❺quá mức; quá sức; hỏng việc: 别把事做~了。Đừng có mà làm hỏng việc.

【秃瓢儿】tūpiáor<名>[方]đầu trọc: 剃了个~ cạo trọc đầu

【秃头】tūtóu❶<动>rụng hết tóc ❷<名>đầu trọc lốc ❸<名>người đầu trọc ❹<动>đầu trần: 天冷，别秃着头出去。Trời rét, đừng để đầu trần đi ra ngoài.

【秃子】tūzi<名>❶người đầu trọc ❷[方]người bị nấm da đầu

突 tū❶<动>xông mạnh; đột phá: ~破 đột phá ❷<副>đột nhiên: ~变 đột biến ❸<动>nhô; nổi cao: ~起 nhô lên ❹<名>[旧]ống khói: 灶~ ống khói bếp; 曲~徙薪 làm cong ống khói, để rơm xa lửa ❺<名>u; bướu

【突变】tūbiàn<动>❶thay đổi đột ngột: 时局~ thời cuộc thay đổi đột ngột ❷đột biến; nhảy vọt

【突出】[1] tūchū<动>xông ra khỏi: ~包围圈 xông ra khỏi vòng vây

【突出】[2] tūchū❶<动>nhô ra: 额头~ vầng trán gồ cao ❷<形>nổi bật; đột xuất: 成绩~ thành tích nổi bật ❸<动>nhấn mạnh; đề cao: ~重点 nhấn mạnh trọng điểm

【突发】tūfā<动>đột phát; xảy ra bất ngờ: ~事件 vụ việc đột phát; ~奇想 bỗng nảy ra cách nghĩ li kì

【突飞猛进】tūfēi-měngjìn tiến nhanh vùn vụt

【突击】tūjī<动>❶đột kích; xung kích: ~队 đội xung kích ❷làm gấp: ~完成计划 đột kích hoàn thành kế hoạch

【突进】tūjìn<动>tập trung binh lực xốc tới

【突厥】Tūjué<名>Đột Quyết (một dân tộc thời xưa Trung Quốc)

【突破】tūpò<动>❶đột phá; phá vỡ: ~封锁 phá vỡ vòng vây; ~防线 đột phá tuyến phòng thủ ❷phá; vượt: ~难关 vượt qua bước khó khăn; 新的~ bước đột phá mới

【突起】tūqǐ❶<动>xảy ra bất ngờ: 战事~ chiến sự xảy ra bất ngờ ❷<动>cao vút; chót vót: 峰峦~ núi non cao chót vót ❸<名>u; bướu

【突然】tūrán<形>đột nhiên; bất ngờ; bất chợt; thình lình: ~袭击 thình lình tập kích; ~增加 sự gia tăng đột ngột

【突如其来】tūrúqílái xảy ra thình lình; bất ngờ xảy ra

【突突】tūtū<拟>thình thịch; bịch bịch: 她的心~地跳。Tim cô ta đập thình thịch.

【突围】tūwéi<动>phá vây: ~脱险 phá vây chạy thoát

【突兀】tūwù<形>❶cao ngút; chót vót: ~的山石 núi đá cao ngút ❷bỗng nhiên; đột ngột: 争吵来得太~。Cuộc tranh cãi đến quá đột ngột.

【突袭】tūxí<动>tập kích; đánh úp bất ngờ

【突显】tūxiǎn<动>lồi rõ; hiện rõ; nổi cộm

【突现】tūxiàn<动>❶bỗng hiện rõ ❷nổi bật

tú

图 tú❶<名>hình vẽ; bức vẽ: 地~ bản đồ/địa đồ; 绘~ vẽ bản đồ ❷<名>ý đồ; toan tính: 大展宏~ thực hiện hoài bão lớn ❸<动>mưu toan; kế hoạch: ~谋 mưu đồ ❹<动>ham; hám: 唯利是~ ham hố lợi lộc ❺<动>[书]vẽ: 绘影~形 vẽ tranh vẽ hình //(姓) Đồ

【图案】tú'àn<名>hình hoa văn; đồ án
【图标】túbiāo<名>đồ tiêu; tiêu chí sơ đồ
【图表】túbiǎo<名>biểu đồ
【图谶】túchèn<名>sách sấm kí
【图钉】túdīng<名>đinh mũ
【图画】túhuà<名>bức họa; tranh vẽ
【图画文字】túhuà wénzì văn tự đồ họa
【图籍】tújí<名>[书]bản đồ khu vực và sổ hộ tịch
【图记】tújì<名>❶con dấu ❷kí hiệu
【图鉴】tújiàn<名>sách tranh: 动物~ sách tranh động vật
【图解】tújiě<动>❶đồ giải; sơ đồ giải thích: ~法 phương pháp đồ giải ❷ví lí giải, phân tích một cách máy móc
【图景】tújǐng<名>❶cảnh; cảnh trong tranh: 一幅黄昏的~ một bức tranh vẽ cảnh hoàng hôn ❷hình ảnh trong tưởng tượng: 美好生活的~ hình ảnh tưởng tượng về cuộc sống tốt đẹp
【图例】túlì<名>chú thích bản vẽ
【图谋】túmóu❶<动>mưu đồ; mưu toan; mưu tính: ~私利 mưu tính kiếm lợi riêng ❷<名>kế sách; mưu kế
【图谋不轨】túmóu-bùguǐ mưu đồ nổi loạn; mưu toan gây rối
【图片】túpiàn<名>tranh ảnh; bản vẽ: ~展 triển lãm tranh ảnh
【图谱】túpǔ<名>an-bom; tập tranh ảnh tư liệu: 动物~ an-bom về động vật

【图穷匕首见】tú qióng bǐshǒu xiàn rốt cuộc lộ ra hết; cuối cùng lộ chân tướng; cuối cùng lộ ý định
【图穷匕见】túqióng-bǐxiàn =【图穷匕首见】
【图书】túshū<名>sách vở: ~资料 tư liệu sách vở
【图书】túshu<名>[口]con dấu
【图书馆】túshūguǎn<名>thư viện
【图说】túshuō<名>tranh ảnh và thuyết minh:《中国历史~》Tập *Tranh ảnh và thuyết minh về lịch sử Trung Quốc*
【图腾】túténg<名>tô-tem; vật tổ
【图文并茂】túwén-bìngmào tranh ảnh và chữ nghĩa đều phong phú và đẹp
【图像】túxiàng<名>hình ảnh; tranh vẽ: ~处理 xử lí hình ảnh
【图形】túxíng<名>hình vẽ
【图样】túyàng<名>hình mẫu
【图章】túzhāng<名>con dấu; dấu ấn
【图纸】túzhǐ<名>giấy vẽ; bản vẽ: 工程~ bản vẽ của công trình

荼 tú<名>❶một loại rau đắng ❷hoa lau trắng
【荼毒】túdú<动>[书]độc hại; tàn hại: ~生灵 tàn hại sinh linh
【荼蘼】túmí<名>[植物]đồ mi; cây mâm xôi

徒 tú❶<动>đi bộ: ~步 đi bộ ❷<名>đồ đệ; học trò: 学~ thợ học nghề ❸<名>người theo đạo; tín đồ: 信~ tín đồ ❹<名>người cùng phái: 党~ đồ đảng ❺<名>kẻ; đồ: 歹徒 không~ kẻ phạm pháp; 好事之~ kẻ hiếu sự ❻<名>tù ❼<形>không: ~手 tay không ❽<副>[书]chỉ có; vẻn vẹn: 家~四壁 nhà chỉ bốn bức vách ❾<副>[书]uổng phí; toi: ~劳 uổng công //(姓) Đồ
【徒步】túbù<副>đi bộ: ~旅行 du lịch bộ hành; ~行军 hành quân bộ hành
【徒弟】túdì<名>học trò; đồ đệ

【徒费口舌】túfèi-kǒushé phí bọt mép

【徒工】túgōng〈名〉thợ học việc

【徒劳】túláo〈动〉uổng công; phí công: 一切都是~。Tất cả đều là uổng công.

【徒劳无功】túláo-wúgōng tốn công vô ích; uổng công vô ích

【徒劳无益】túláo-wúyì =【徒劳无功】

【徒然】túrán〈副〉❶uổng; phí; vô ích: ~等待 uổng công chờ đợi ❷chỉ: 我那么说，~开玩笑。Tôi nói thế chỉ là đùa thôi.

【徒涉】túshè〈动〉[书]lội chân; lội bộ qua sông

【徒手】túshǒu〈副〉tay không: ~格斗 đánh nhau tay không

【徒孙】túsūn〈名〉đồ đệ của đồ đệ; môn đồ

【徒托空言】tútuō-kōngyán chỉ nói suông

【徒刑】túxíng〈名〉tội tù; hình phạt tù: 有期~ hình phạt tù có thời hạn

【徒有其名】túyǒu-qímíng =【徒有虚名】

【徒有虚名】túyǒu-xūmíng chỉ có hư danh; có tiếng không có miếng

【徒长】túzhǎng〈动〉[农业]lốp; vống

【徒子徒孙】túzǐ-túsūn lớp lớp học trò (phe đảng, vây cánh)

途 tú〈名〉đường; đường đi: 半~而废 nửa chừng bỏ dở; 道听~说 tin via hè; 用~ công dụng //(姓) Đồ

【途程】túchéng〈名〉con đường; đường đi: 改革的~ con đường cải cách

【途次】túcì〈名〉[书]nơi nghỉ chân; nơi trọ

【途经】tújīng〈动〉đi qua; tạt qua; ghé qua

【途径】tújìng〈名〉con đường: 疾病传染的~ con đường của bệnh tật lây truyền

涂 tú ❶〈动〉xoa; bôi; tô: ~上唇膏 đánh bôi son ❷〈动〉viết vẽ bừa bãi; vẽ lăng nhăng: ~鸦 viết như gà bới ❸〈动〉xóa: ~改 xóa đi viết lại ❹〈名〉bãi ven biển: ~田 ruộng lấn biển ❺〈名〉[书]bùn //(姓) Đồ

【涂改】túgǎi〈动〉dập xóa và sửa lại

【涂画】túhuà〈动〉tô vẽ

【涂料】túliào〈名〉chất sơn

【涂抹】túmǒ〈动〉❶bôi quét lên; bôi phá: ~颜料 bôi chất màu ❷viết vẽ bậy: 在墙上乱~ viết vẽ bậy trên bức tường

【涂饰】túshì〈动〉❶sơn quét: ~木器 sơn đồ gỗ ❷quét; trát: ~墙壁 quét vôi tường

【涂炭】tútàn[书]❶〈名〉bùn lầy tăm tối; cảnh khốn khổ lầm than ❷〈动〉lâm vào cảnh lầm than đen tối

【涂写】túxiě〈动〉viết nhăng viết cuội; viết bừa bãi: 不要在书上~。Đừng viết bừa bãi trong sách.

【涂鸦】túyā〈动〉mới tập viết, vẽ; viết nguệch ngoạc; viết như gà bới

【涂乙】túyǐ〈动〉[书]sửa văn

【涂脂抹粉】túzhī-mǒfěn❶đánh phấn bôi son; bôi son trát phấn; tô son điểm phấn ❷tô điểm những điều xấu xí

屠 tú〈动〉❶mổ; giết: ~刀 dao mổ thịt ❷tàn sát; làm cỏ: ~城 tàn sát cả thành phố //(姓) Đồ

【屠刀】túdāo〈名〉con dao sát sinh; dao đồ tể: 放下~，立地成佛。Bỏ dao đồ tể, lập tức thành Phật.

【屠夫】túfū〈名〉❶đồ tể (người làm nghề giết mổ gia súc) ❷tên đao phủ; tên đồ tể (kẻ giết người)

【屠户】túhù〈名〉người làm nghề giết mổ gia súc; hộ sát sinh

【屠戮】túlù〈动〉[书]tàn sát

【屠杀】túshā〈动〉tàn sát hàng loạt; giết người hàng loạt

【屠苏】túsū〈名〉đồ tô (tên một loại rượu thời xưa của Trung Quốc)

【屠宰】túzǎi〈动〉giết mổ

【屠宰场】túzǎichǎng〈名〉lò sát sinh; lò mổ

酴 tú〈名〉[书]men rượu

【酴醾】túmí〈名〉❶rượu nấu lại ❷đồ mi

tǔ

土 tǔ ❶<名>đất: 黄~ đất vàng; ~堆 đống đất ❷<名>[方]bụi bặm ❸<名>đất đai: 国~ đất nước; 领~ lãnh thổ ❹<形>bản địa; địa phương: 风~人情 phong tục tập quán của địa phương; ~话 tiếng địa phương ❺<形>ta; chân đất; thô sơ: ~法 cách của ta; ~洋并举 tây ta kết hợp ❻<形>quê mùa; cũ kĩ: ~里~气 quê mùa cục mịch ❼<名>thuốc phiện: 烟~ thuốc phiện // (姓) Thổ

【土包子】tǔbāozi<名>nhà quê (không tôn trọng)

【土崩瓦解】tǔbēng-wǎjiě sụp đổ hoàn toàn; hoàn toàn tan rã

【土鳖】tǔbiē<名>dế trũi; thổ miết

【土拨鼠】tǔbōshǔ<名>con mac-mốt

【土布】tǔbù<名>vải thủ công; vải dệt tay; vải diềm bâu

【土产】tǔchǎn ❶<名>đặc sản: 这是我家乡的~。Đây là đặc sản của quê hương tôi. ❷<形>thổ sản: ~品 hàng thổ sản

【土地】tǔdì<名>❶ruộng đất: ~肥沃 ruộng đất phì nhiêu ❷đất đai; bờ cõi: 我国~辽阔，资源丰富。Nước ta đất đai rộng lớn, nguồn tài nguyên phong phú.

【土地】Tǔdì<名>Thổ địa: ~庙 miếu Thổ địa

【土地改革】tǔdì gǎigé cải cách ruộng đất

【土豆】tǔdòu<名>khoai tây

【土法】tǔfǎ<名>cách của ta; cách dân dã: 治病 chữa bệnh theo cách dân dã

【土方】[1] tǔfāng<名>❶mét khối đất: 一个~ một mét khối ❷công trình đào đắp

【土方】[2] tǔfāng<名>bài thuốc dân gian

【土匪】tǔfěi<名>thổ phỉ

【土改】tǔgǎi =【土地改革】

【土埂】tǔgěng<名>luống đất

【土豪】tǔháo<名>thổ hào: ~劣绅 cường hào ác bá

【土话】tǔhuà<名>tiếng địa phương: 这儿的~真难懂。Tiếng địa phương ở đây thật khó hiểu.

【土皇帝】tǔhuángdì<名>vua địa phương; vua con ở địa phương

【土黄】tǔhuáng<形>màu vàng đất

【土货】tǔhuò<名>sản phẩm địa phương

【土籍】tǔjí<名>quê gốc; quê chính; quê cha đất tổ

【土建】tǔjiàn<名>ngành kiến trúc thổ mộc

【土里土气】tǔlitǔqì quê mùa; quê kệch; quê xệ

【土霉素】tǔméisù<名>terramycin

【土木】tǔmù<名>thổ mộc; kiến trúc: 大兴~ khai triển nhiều công trình xây dựng lớn

【土木工程】tǔmù gōngchéng công trình thổ mộc

【土牛】tǔniú<名>trâu đất; ụ đất

【土偶】tǔ'ǒu<名>tượng đất

【土坯】tǔpī<名>gạch mộc

【土气】tǔqì ❶<名>dáng vẻ quê mùa ❷<形>quê: 看样子真~ trông vẻ quê lắm

【土丘】tǔqiū<名>gò đất

【土壤】tǔrǎng<名>thổ nhưỡng; chất đất: ~结构 kết cấu của chất đất; ~污染 ô nhiễm chất đất

【土人】tǔrén<名>người bản xứ; người địa phương; dân quê mùa

【土色】tǔsè<名>màu đất: 面如~ mặt xám ngoét như màu đất

【土生土长】tǔshēng-tǔzhǎng sinh trưởng tại địa phương; chính gốc: 他是~的上海人。Anh ấy là người Thượng Hải chính gốc.

【土石方】tǔshífāng<名>mét khối đất đá

【土司】tǔsī<名>thổ ti

【土俗】tǔsú ❶<名>tập tục địa phương: ~淳朴 tập tục địa phương thuần phác ❷<形>tục tǎn; thô tục: ~的语言 lời nói thô tục

【土特产】tǔtèchǎn<名>đặc sản

【土物】tǔwù<名>đặc sản địa phương

【土戏】tǔxì<名>❶Thổ hí (một loại kịch của dân tộc Thổ gia) ❷một loại kịch của dân tộc Choang

【土星】tǔxīng<名>Sao Thổ; Thổ tinh

【土腥味儿】tǔxīngwèir<名>mùi bùn: 这草莓很新鲜，还带着~。Những trái dâu này rất tươi, còn đượm hương đất.

【土仪】tǔyí<名>[书]quà địa phương

【土音】tǔyīn<名>âm địa phương; giọng địa phương

【土语】tǔyǔ =【土话】

【土葬】tǔzàng<动>chôn cất; thổ táng

【土政策】tǔzhèngcè<名>luật lệ địa phương; lệ làng

【土质】tǔzhì<名>chất đất: ~疏松 đất xốp

【土著】tǔzhù<名>thổ dân; dân địa phương

吐tǔ<动>❶nhổ ra: ~痰 nhổ đờm ❷trổ ra; đâm ra; nhả ra: 稻子~穗了。Lúa đã đâm./ Lúa đã trổ bông. 蚕~丝了。Tằm đã nhả tơ. ❸nói ra: ~露实情 nói ra sự thực

另见tù

【吐蕃】Tǔbō<名>(người) Thổ Phiên

【吐翠】tǔcuì<动>[书]xanh biếc: 杨柳~ dương liễu màu xanh biếc

【吐故纳新】tǔgù-nàxīn khi hô hấp, nhả khí thải ra, hít không khí mới vào; bỏ cái cũ tiếp nhận cái mới

【吐口】tǔkǒu<动>mở miệng: 她终于~了。Cuối cùng cô ta đã mở miệng.

【吐苦水】tǔ kǔshuǐ kể khổ

【吐露】tǔlù<动>thổ lộ; nói ra: ~心声 thổ lộ tâm sự

【吐气】[1] tǔqì<动>thở phào nhẹ nhõm: 扬眉~ mở mày mở mặt

【吐气】[2] tǔqì<动>[语言]bật hơi

【吐舌头】tǔ shétou lè lưỡi

【吐绶鸡】tǔshòujī =【火鸡】

【吐属】tǔshǔ<名>[书]nói năng; ngôn từ: ~不凡 ngôn từ cao sang

【吐穗】tǔsuì<动>đâm bông; trổ bông

【吐絮】tǔxù<动>nụ bông nở ra

【吐字】tǔzì<动>nhả chữ: 她唱歌~清楚。Chị ấy hát nhả chữ rõ ràng.

钍tǔ<名>[化学]thôri (kí hiệu: Th)

tù

吐tù<动>❶nôn; mửa; thổ: 呕~ nôn mửa; 上~下泻 thượng thổ hạ tả ❷nhả ra; nôn ra: ~出赃款 nôn ra khoản tham ô (lối nói văn học)

另见tǔ

【吐沫】tùmo<名>nước dãi; nước bọt

【吐血】tùxiě<动>hộc máu; thổ huyết

【吐泻】tùxiè<动>nôn mửa và tháo dạ

兔tù<名>con thỏ: 白~ thỏ trắng

【兔唇】tùchún =【唇裂】

【兔毫】tùháo<名>bút lông thỏ

【兔儿爷】tùryé<名>phỗng đất mình người đầu thỏ (đồ chơi của trẻ trong dịp tết Trung thu)

【兔死狗烹】tùsǐ-gǒupēng thỏ chết thì giết chó săn; được chim bẻ ná; được cá quên nơm

【兔死狐悲】tùsǐ-húbēi thỏ chết cáo thương; đồng loại thương nhau: ~, 物伤其类。Thỏ chết cáo buồn, vật thương đồng loài.

【兔脱】tùtuō<动>[书]chạy trốn rất nhanh

【兔崽子】tùzǎizi<名>thằng nhóc; thằng oắt

【兔子】tùzi<名>con thỏ

【兔子不吃窝边草】tùzi bù chī wōbiāncǎo thỏ khôn không ăn cỏ cạnh tổ; ví kẻ khôn không tổn hại những gì cạnh mình mà có ích cho mình

【兔子尾巴长不了】tùzi wěiba chángbuliǎo ngắn tun ngủn như đuôi thỏ; ví thời gian tồn tại cực ngắn hoặc chế độ phản động sắp sụp đổ

塊 tù〈名〉mố cầu: 桥~ mố cầu

菟 tù

【菟丝子】tùsīzǐ〈名〉[中药]tơ hồng; thỏ ti tử

tuān

湍 tuān❶〈形〉chảy xiết: ~流 dòng chảy xiết ❷〈名〉[书]dòng nước chảy xiết: 急~ nước xiết

【湍急】tuānjí〈形〉chảy xiết: 水流~ dòng nước chảy xiết

【湍流】tuānliú〈名〉[书]dòng nước xiết

tuán

团 tuán❶〈形〉hình tròn: ~~似明月 tròn như mặt trăng ❷〈名〉viên tròn: 饭~ cơm nắm ❸〈动〉nắm; vo: ~饭团子 nắm thành cơm nắm; ~纸团 vo thành viên giấy ❹〈名〉viên; cục; cuộn: 纸~儿 viên giấy; 棉花~儿 cục bông ❺〈动〉hợp lại: ~聚 đoàn tụ/sum họp ❻〈名〉đoàn: 代表~ đoàn đại biểu ❼〈名〉trung đoàn ❽〈名〉Đoàn thanh niên ❾〈名〉thời xưa ở một số địa phương Trung Quốc có cấp đoàn ngang với cấp xã ❿〈量〉cục; cuộn; nắm: 一~毛线 một cuộn len //(姓) Đoàn

【团拜】tuánbài〈动〉họp mặt chúc Tết

【团丁】tuándīng〈名〉[旧]tuần đinh

【团队】tuánduì〈名〉đội; đoàn: 游戏~ đội game; 专家~ đoàn chuyên gia

【团队精神】tuánduì jīngshén tinh thần đồng đội

【团粉】tuánfěn〈名〉bột

【团购】tuángòu〈动〉mua sắm theo đoàn

【团伙】tuánhuǒ〈名〉nhóm; ổ: 打击犯罪~ trừng trị ổ tội phạm

【团结】tuánjié❶〈动〉đoàn kết; ~就是力量。Đoàn kết là sức mạnh. ❷〈形〉hòa thuận: 班级~ cả lớp hòa thuận

【团聚】tuánjù〈动〉❶sum họp; đoàn tụ: 家人~ người nhà đoàn tụ ❷tập hợp; tụ hợp

【团粒】tuánlì〈名〉viên đất; hạt đất

【团弄】tuánnong〈动〉[方]❶vê tròn ❷điều khiển; che giấu ❸lung lạc

【团脐】tuánqí〈名〉❶yếm tròn ❷con cua cái

【团扇】tuánshàn〈名〉quạt hình lá vả

【团体】tuántǐ〈名〉đoàn thể: ~游 du lịch theo đoàn; 文艺~ đoàn thể văn nghệ

【团体操】tuántǐcāo〈名〉thể dục đồng diễn

【团团】tuántuán〈形〉❶tròn tròn; tròn vành vạnh; tròn trĩnh: ~的月亮 mặt trăng tròn tròn ❷vây quanh; xoay quanh: ~转 chạy quanh; ~围住 vây tròn xung quanh

【团团转】tuántuánzhuàn chạy quanh: 忙得~ bận túi bụi

【团鱼】tuányú〈名〉ba ba

【团员】tuányuán〈名〉❶đoàn viên; thành viên: 代表团~ đoàn viên trong đoàn đại biểu ❷Đoàn viên Đoàn thanh niên cộng sản

【团圆】tuányuán❶〈动〉đoàn viên; sum họp: 夫妻~ vợ chồng sum họp; ~时刻 khoảnh khắc đoàn viên ❷〈形〉hình tròn

【团长】tuánzhǎng〈名〉❶trưởng đoàn ❷trung đoàn trưởng

【团子】tuánzi〈名〉nắm; bánh: 糯米~ bánh nếp

抟 tuán〈动〉❶[书]vòng quanh; xoay quanh ❷vo; nắm; viên

【抟弄】tuánnong =【团弄】

tuàn

彖 tuàn<动>[书]đoán; phán đoán: ~吉凶 đoán lành dữ

【彖辞】tuàncí<名>quẻ bói (trong *Kinh dịch*)

tuī

忒 tuī<副>[方]quá; rất; lắm: 雨~大。Mưa to quá.
另见 tè, tēi

推 tuī<动>❶đẩy; ẩy: ~车 đẩy xe; ~门而进 đẩy cửa bước vào ❷xay: ~咖啡豆 xay hạt cà phê ❸cắt; bào; húi: ~头 húi tóc ❹đẩy mạnh; mở rộng: ~行 đẩy mạnh mở rộng; ~进 đẩy tới/đẩy mạnh ❺suy ra: ~算 suy tính ❻nhường; chối: ~让 nhường; 解衣~食 nhường cơm sẻ áo ❼từ chối; thoái thác: ~托 thoái thác ❽hoãn lại; lùi lại: 这事很急，不能再往后~了。Việc này khẩn cấp, không thể lùi lại nữa. ❾tôn sùng: ~崇 coi trọng/tôn sùng ❿bầu; cử: ~举 đề cử

【推本溯源】tuīběn-sùyuán truy đến tận gốc; tìm nguyên nhân

【推波助澜】tuībō-zhùlán lửa cháy đổ thêm dầu; xúi bẩy làm bậy; khuấy động thêm

【推测】tuīcè<动>suy đoán: 有事实根据的~ suy đoán căn cứ theo sự thật

【推陈出新】tuīchén-chūxīn gạn đục khơi trong; đẩy cũ hiện mới: 百花齐放，~。Trăm hoa đua nở, đẩy cũ hiện mới.

【推诚相见】tuīchéng-xiāngjiàn chân thành đối xử với nhau; đối xử với nhau thật lòng

【推迟】tuīchí<动>lui lại; hoãn lại; chậm lại: 考试日期~一周。Ngày thi lui lại một tuần.

【推崇】tuīchóng<动>tôn sùng; đề cao: 全球最受~的大学 trường đại học được tôn sùng nhất trên thế giới

【推出】tuīchū<动>đưa ra; đẩy ra

【推辞】tuīcí<动>từ chối; không nhận

【推戴】tuīdài<动>[书]suy tôn: 竭诚~ suy tôn hết mức

【推宕】tuīdàng<动>lần lữa; dây dưa: 借故~ kiếm cớ dây dưa trì hoãn

【推导】tuīdǎo<动>suy ra: 根据公式~结果 căn cứ vào công thức để suy ra kết quả

【推倒】tuīdǎo<动>❶đẩy đổ; ẩy ngã: 他被人~了。Anh ấy bị người ta ẩy ngã. ❷lật đổ: ~原有的结论 lật đổ kết luận cũ

【推定】tuīdìng<动>đoán định: 现在还难以~对方的动机。Hiện nay còn khó đoán định được ý định của đối phương.

【推动】tuīdòng<动>đẩy mạnh; thúc đẩy: ~经济发展 thúc đẩy phát triển kinh tế

【推断】tuīduàn<动>suy đoán: ~错误 suy đoán sai

【推度】tuīduó<动>suy đoán; phỏng đoán: 无据 suy đoán vô căn cứ

【推翻】tuīfān<动>❶lật đổ; đánh đổ: ~反动统治 lật đổ sự cai trị phản động ❷phủ định; bác bỏ: ~前人的学说 phù định học thuyết của người xưa

【推服】tuīfú<动>[书]kính phục; khâm phục

【推广】tuīguǎng<动>mở rộng; phổ biến: ~普通话 phổ cập tiếng phổ thông

【推及】tuījí<动>phổ cập đến: ~各处 phổ cập đến các nơi

【推己及人】tuījǐ-jírén suy bụng ta ra bụng người

【推见】tuījiàn<动>suy từ...thấy được: 从一个人所交的朋友可以~他的为人。Suy từ bạn bè của một người có thể thấy tính tình hạnh kiểm của người đó.

【推荐】tuījiàn<动>giới thiệu: ~一本好书 giới thiệu một quyển sách tốt

【推襟送抱】tuījīn-sòngbào chân tình với

nhau

【推进】tuījìn<动>❶tiến lên; tiến tới: 主力部队向前沿阵地~。Bộ đội chủ lực tiến lên trận địa tiền duyên. ❷thúc đẩy; đẩy mạnh: ~现代化建设 thúc đẩy xây dựng hiện đại hóa

【推究】tuījiū<动>suy xét nghiên cứu; suy cứu: 这个问题还需~。Vấn đề này còn phải suy xét nghiên cứu.

【推举】tuījǔ<动>đề cử: 大家~他为班长。Mọi người đề cử anh ấy làm lớp trưởng.

【推理】tuīlǐ<动>suy lí: ~小说 tiểu thuyết suy lí

【推力】tuīlì<名>❶sức mạnh thúc đẩy ❷sức đẩy; lực đẩy

【推论】tuīlùn❶<动>suy luận: 要根据事实~ phải dựa vào sự thật để suy luận ❷<名>suy luận; lí luận: 这一~根本站不住脚。Suy luận này tuyệt nhiên không thể đứng vững được.

【推拿】tuīná<动>xoa bóp

【推敲】tuīqiāo<动>cân nhắc; đắn đo: 反复~ cân nhắc nhiều lần; ~词句 cân nhắc câu chữ

【推求】tuīqiú<动>tìm hiểu; suy xét; tìm tòi: ~对手的意图 suy xét mục đích của đối thủ

【推却】tuīquè<动>từ chối: 再三~ từ chối nhiều lần

【推让】tuīràng<动>chối nhường; nhún nhường

【推三阻四】tuīsān-zǔsì tìm đủ mọi cách để từ chối; một mực từ chối

【推手】tuīshǒu<名>yếu tố điều khiển

【推算】tuīsuàn<动>tính ra; suy tính ra: 根据公式~结果 căn cứ vào công thức suy tính ra kết quả

【推头】tuītóu<动>húi tóc; cắt tóc

【推土机】tuītǔjī<名>máy ủi đất; máy đùn đất

【推推搡搡】tuītuīsǎngsǎng xô đẩy

【推托】tuītuō<动>mượn cớ từ chối: 她~身子不舒服，怎么也不肯出门。Cô ấy mượn cớ không được khỏe, từ chối nhất định không chịu ra ngoài.

【推脱】tuītuō<动>thoái thác; trốn tránh: 不要~组织交予的任务。Đừng từ chối nhiệm vụ mà tổ chức giao phó.

【推诿】tuīwěi<动>đùn đẩy: 遇事要主动承担，别~。Gặp việc phải chủ động gánh vác, không đùn đẩy.

【推问】tuīwèn<动>[书]❶xét hỏi; tra hỏi: ~案件详情 tra hỏi tình tiết vụ án ❷truy hỏi

【推想】tuīxiǎng<动>suy đoán

【推销】tuīxiāo<动>chào hàng; khuyến mại: ~员 người chào hàng

【推卸】tuīxiè<动>chối bỏ; rũ bỏ: ~职责 chối bỏ chức trách

【推谢】tuīxiè<动>chối từ; từ tạ

【推心置腹】tuīxīn-zhìfù cởi mở chân tình; ăn ở thật tình: 他俩是~的朋友。Hai người họ là bạn bè cởi mở chân tình.

【推行】tuīxíng<动>thực hiện rộng rãi: ~新政策 mở rộng thực hiện chính sách mới

【推许】tuīxǔ<动>coi trọng và khen ngợi: 他乐于助人，受到大家的~。Anh ấy sẵn lòng giúp đỡ người khác, được mọi người coi trọng và khen ngợi.

【推选】tuīxuǎn<动>đề cử; bầu: ~代表 bầu đại biểu

【推延】tuīyán<动>hoãn lại; trì hoãn: ~讨论会 hoãn cuộc hội thảo

【推演】tuīyǎn<动>suy diễn; suy tính trình bày: 兵棋~ trò chơi chiến tranh/suy diễn cờ binh

【推移】tuīyí<动>chuyển dịch; chuyển dời; trôi qua: 随着时间的~，伤口愈合了。Ngày lại tháng đi, vết thương đã lành.

【推知】tuīzhī<动>suy ngẫm thấy: ~事情的结果 suy ngẫm ra kết quả của sự việc

【推重】tuīzhòng〈动〉coi trọng; đánh giá cao; quí trọng

【推子】tuīzǐ〈名〉tông đơ: 电~ tông đơ điện

tuí

颓 tuí ❶〈动〉[书]đổ nát: ~垣断壁 tường đổ vách xiêu ❷〈动〉suy đồi; đồi bại: ~风败俗 đồi phong bại tục ❸〈形〉sa sút; ủ rũ; ủy mị: ~丧 ủ rũ

【颓败】tuíbài〈形〉❶đổ nát: ~的房屋 căn nhà đổ nát ❷đồi bại: 风俗~ phong tục đồi bại

【颓放】tuífàng〈形〉[书]ý chí sa sút, hành vi phóng túng

【颓废】tuífèi〈形〉suy sút; suy sụp; ủy mị: 精神~ tinh thần suy sụp; 过着~的生活 sống trong những ngày tháng ủy mị

【颓风】tuífēng〈名〉[书]phong thái suy đồi

【颓靡】tuímǐ〈形〉[书]thất vọng; suy sụp tinh thần: 一副~的表情 nét mặt tiu nghỉu

【颓然】tuírán〈形〉[书]cụt hứng: ~坐到地上 cụt hứng ngồi bẹt xuống đất

【颓丧】tuísàng〈形〉ủ rũ; chán nản; buồn nản: 结果不太好，他十分~。Kết quả không tốt, anh ấy rất buồn nản.

【颓势】tuíshì〈名〉xu thế sút kém; xu hướng suy tàn: 扭转~ xoay chuyển lại xu hướng suy tàn

【颓唐】tuítáng〈形〉sa sút; ủy mị: 神色~ sắc mặt ủy mị

tuǐ

腿 tuǐ〈名〉❶đùi; chân: 大~ đùi/bắp đùi ❷chân đồ vật: 桌子~ chân bàn ❸giăm bông: 云~ giăm bông Vân Nam

【腿带】tuǐdài〈名〉xà cạp

【腿肚子】tuǐdùzi〈名〉bắp chân

【腿脚】tuǐjiǎo〈名〉chân cẳng; đi đứng: 这位老爷爷八十岁了，~还利落。Ông cụ đã tám mươi tuổi, mà tay chân vẫn nhanh nhẹn.

【腿腕子】tuǐwànzi〈名〉cổ chân

【腿子】tuǐzi〈名〉[方]❶chân: ~发软 chân mỏi ❷tay sai; tay chân: 狗~ chó săn/tay sai

tuì

侻 tuì〈形〉[书]tốt đẹp; thích hợp
另见tuō

退 tuì〈动〉❶lui; lùi: 后~ lui về phía sau; 进~两难 tiến thoái lưỡng nan ❷đẩy lui; rút lui: 把光碟~出来. Rút đĩa ra. 敌人已经~兵了. Địch đã rút lui. ❸rút khỏi; rời: ~席 rút khỏi hội trường; ~伍 xuất ngũ ❹nghỉ hưu ❺giảm sút; giảm xuống: ~色 phai màu; ~烧 giảm sốt ❻trả lại: ~钱 trả lại tiền ❼rút bỏ; hủy bỏ: ~婚 hủy bỏ hôn ước

【退避】tuìbì〈动〉tránh mặt; lùi tránh; lùi trốn: 无处~ không nơi lùi trốn

【退避三舍】tuìbì-sānshè lùi quân ba xá; nhường bước; nhân nhượng

【退兵】tuìbīng〈动〉❶lui quân; rút quân: 传令~ truyền lệnh lui quân ❷bắt địch lui quân: ~之计 kế buộc địch lui quân

【退步】tuìbù ❶〈动〉thụt lùi; thoái bộ: 成绩~ thành tích thụt lùi ❷〈动〉nhân nhượng; nhường nhịn: 退一步，海阔天空. Nhân nhượng thì trời cao biển rộng. ❸〈名〉bước lùi; chỗ lùi: 留个~ để lại chỗ lùi

【退场】tuìchǎng〈动〉rời sân; rời sân khấu: 演员~ diễn viên rời sân; 选手~ tuyển thủ rời sân

【退潮】tuìcháo〈动〉thủy triều xuống; thoái trào

【退出】tuìchū〈动〉rút khỏi; ra khỏi: ~会场 ra khỏi hội trường; ~历史舞台 bị loại khỏi sân khấu lịch sử

【退磁】tuìcí<动>khử từ tính

【退而求其次】tuì ér qiú qí cì lùi một nước tìm cái kém hơn chút xíu

【退化】tuìhuà<动>❶thoái hóa ❷biến chất

【退还】tuìhuán<动>trả lại; trao trả: 把书~图书馆。Trả lại sách cho thư viện.

【退换】tuìhuàn<动>trả lại; đổi lại: 自购买商品七天之内可以~。Có thể đổi lại trong vòng bảy ngày kể từ ngày mua hàng.

【退回】tuìhuí<动>❶trả lại; trả về: 把订金~给顾客。Trả lại tiền đặt cọc cho khách hàng. ❷lùi (xe) về: 前方无法掉头，只得~。Phía trước không thể quay đầu, đành phải lùi.

【退火】tuìhuǒ<动>❶làm giảm độ cứng ❷giảm độ nóng

【退伙】tuìhuǒ<动>❶rút khỏi nhóm ăn tập thể ❷[旧]rút khỏi phường hội

【退货】tuìhuò<动>trả lại hàng

【退居】tuìjū<动>lùi lại ở

【退款】tuìkuǎn❶<动>trả lại tiền; hoàn trả khoản tiền ❷<名>tiền trả lại

【退路】tuìlù<名>❶đường lùi ❷đường rút lui: 切断对方的~ chặt đứt đường rút lui của đối phương

【退赔】tuìpéi<动>hoàn trả; bồi thường: ~其挪用的公款 hoàn trả tiền của công đã lạm chi

【退票】tuìpiào<动>trả vé; nhường lại vé: 电影已经开始，现在不能~了。Bộ phim đã bắt đầu, bây giờ không thể trả lại vé được nữa.

【退坡】tuìpō<动>xuống dốc: ~思想 tư tưởng xuống dốc

【退亲】tuìqīn<动>thoái hôn

【退却】tuìquè<动>❶rút lui: 全线~ rút lui toàn tuyến ❷lùi bước: 遇到困难也不~。Gặp khó khăn cũng không lùi bước.

【退让】tuìràng<动>❶tránh; nhường đường: 救护车来了，快~! Xe cấp cứu đã đến, mau nhường đường! ❷nhượng bộ; nhân nhượng: 对于侵略者只能还击，不能~。Đối với kẻ xâm lược chỉ có thể chống lại, quyết không thể nhượng bộ.

【退烧】tuìshāo<动>hạ sốt; hạ nhiệt

【退市】tuìshì<动>rút khỏi thị trường

【退守】tuìshǒu<动>lui giữ; thoái thủ: ~一方 lui giữ một bên

【退税】tuìshuì<动>trả lại tiền thuế; giảm thuế

【退缩】tuìsuō<动>lùi lại; co lại; chùn lại; rụt lại: 在困难面前不~。Không chùn bước trước khó khăn.

【退堂鼓】tuìtánggǔ<名>trống nghỉ; ví xin chịu lép về hay rút lui

【退庭】tuìtíng<动>kết thúc phiên tòa: 法官宣布~。Quan tòa tuyên bố kết thúc phiên tòa.

【退位】tuìwèi<动>thoái vị

【退伍】tuìwǔ<动>giải ngũ; xuất ngũ: ~军人 quân nhân giải ngũ

【退席】tuìxí<动>rời khỏi bàn tiệc; rời khỏi hội trường

【退行】tuìxíng<动>đi ngược trở lại; thoái hóa: ~性关节炎 viêm khớp xương thoái hóa

【退休】tuìxiū<动>nghỉ hưu; về hưu: ~工人 công nhân nghỉ hưu; ~金 lương hưu

【退学】tuìxué<动>thôi học; bỏ học; bị đuổi học: 为了照顾生病的母亲，她去年~了。Để chăm sóc người mẹ bị ốm, chị ấy đã thôi học từ năm ngoái.

【退押】tuìyā<动>trả lại tiền cược; trả lại tiền đặt cọc

【退役】tuìyì<动>❶giải ngũ: ~军人 quân nhân giải ngũ ❷bỏ; không dùng; xếp kho: 该舰已经~。Tàu chiến này đã xếp bỏ. ❸giải nghệ: 运动员~ vận động viên giải nghệ

【退隐】tuìyǐn<动>từ quan về ở ẩn

【退职】tuìzhí<动>từ chức; thôi việc: 提前~

thôi việc trước thời hạn

【退走】tuìzǒu〈动〉rút lui; thoái lui; tình huống không
妙，速速~。Tình thế không hay, vội vã rút
lui.

蜕 tuì❶〈动〉thoái hóa; lột xác: ~化 lột xác
❷〈名〉xác: 蛇~ xác rắn ❸〈动〉chim thay
lông

【蜕变】tuìbiàn〈动〉❶biến chất; thoái hóa
❷thoát biến: 毛毛虫~成蝴蝶。Sâu bướm
thoát biến thành con bướm.

【蜕化】tuìhuà〈动〉lột xác; thoái hóa: ~变质
thoái hóa biến chất

【蜕皮】tuìpí〈动〉lột xác: 蛇已~。Rắn đã
lột xác.

煺 tuì〈动〉cạo lông; nhổ lông; làm lông: ~毛
làm lông; ~猪 cạo lông lợn

褪 tuì〈动〉cởi bỏ; thay; phai
另见 tùn

【褪色】tuìsè〈动〉phai màu

tūn

吞 tūn〈动〉❶nuốt: ~唾液 nuốt nước bọt; 嚼
烂再~下去。Nhai kĩ rồi mới nuốt. ❷thôn
tính; chiếm đoạt //(姓) Thôn

【吞并】tūnbìng〈动〉thôn tính

【吞吃】tūnchī〈动〉nuốt chửng; nuốt tươi

【吞服】tūnfú〈动〉nuốt chửng: ~药丸 nuốt
chửng viên thuốc

【吞金】tūnjīn〈动〉nuốt vàng (tự tử)

【吞没】tūnmò〈动〉❶chiếm đoạt; nuốt
không: ~公款 nuốt không khoản của công
❷ngập; nhấn chìm: 洪水~了村庄。Nước
lũ tràn ngập cả làng xóm.

【吞声】tūnshēng〈动〉[书]nín tiếng; nuốt
tiếng; khóc thầm: 忍气~ nhẫn nhịn không
nói

【吞食】tūnshí〈动〉nuốt: 蛇~兔子。Con rắn
nuốt con thỏ.

【吞噬】tūnshì〈动〉❶nuốt; nhấn chìm: 火焰
~了整栋房屋。Lửa cháy rừng rực căn nhà.
❷[书]thôn tính

【吞吐】tūntǔ〈动〉❶ra vào; đi đến; qua lại;
xuất nhập: ~量 lượng xuất nhập ❷ấp úng;
trúc trắc: ~其词 ăn nói ấp úng

【吞吞吐吐】tūntūntǔtǔ　ấp a ấp úng

【吞咽】tūnyàn〈动〉nuốt: 他咽喉肿痛，~困
难。Anh ấy bị đau họng, khó nuốt.

【吞云吐雾】tūnyún-tǔwù hít mây nhả khói

【吞占】tūnzhàn〈动〉lấn chiếm

焞 tūn〈形〉[书]tươi sáng

暾 tūn〈名〉[书]mặt trời mới mọc: 朝~ mặt
trời lúc ban mai

tún

屯 tún❶〈动〉tập trung; tích trữ: ~货 tích trữ
hàng hóa ❷〈动〉đóng quân: 驻~ đóng đồn
❸〈名〉làng thôn: 皇姑~ Hoàng Cô Đồn

【屯兵】túnbīng〈动〉đóng quân: 在边境~
đóng quân ở khu biên giới

【屯集】túnjí =【屯聚】

【屯聚】túnjù〈动〉tập trung; tụ tập: ~兵马
tập trung binh mã

【屯垦】túnkěn〈动〉đóng quân khai hoang:
~戍边 đóng quân khai hoang canh giữ biên
cương

【屯粮】túnliáng〈动〉tích trữ lương thực

【屯落】túnluò〈名〉[方]thôn xóm; làng bản

【屯守】túnshǒu〈动〉đóng quân canh giữ: ~
边疆 đóng quân canh giữ biên cương

【屯田】túntián〈动〉đồn điền

【屯扎】túnzhā〈动〉đóng quân; đóng đồn

【屯子】túnzi〈名〉[方]làng

囤 tún〈动〉tích trữ

【囤积】túnjī〈动〉tích trữ: ~货物 tích trữ
hàng hóa

【囤积居奇】túnjī-jūqí đầu cơ tích trữ

【囤聚】túnjù<动>tồn trữ: ~粮草 tồn trữ lương thảo

饨tún

【饨饨】túntún<形>[书]ủ dột; rầu rĩ; buồn bực

豚tún<名>lợn con; lợn: 海~ cá heo

【豚鼠】túnshǔ<名>chuột lang; chuột bạch

鲀tún<名>cá nóc

臀tún<名>mông

【臀尖】túnjiān<名>thịt mông

【臀鳍】túnqí<名>vây rốn cá

【臀围】túnwéi<名>vòng mông

【臀疣】túnyóu<名>da mông đít khỉ

tǔn

汆tǔn<动>[方]❶lênh đênh; bập bềnh: 竹筏在水上~。 Bè tre lênh đênh trên mặt nước. ❷rán: 油~花生米 lạc rán mỡ

tùn

褪tùn<动>❶tụt; cởi; bỏ: 把袖子~下来。 Hãy bỏ tay áo xuống. ❷[方]giấu; đút: 把手~在袖子里。 Đút tay vào tay áo.

另见tuì

tuō

托[1] tuō❶<动>nâng; đỡ; đựng: ~着枪 cầm súng; 两手~着下巴。 Hai tay chống cằm. ❷<名>đài; đế; khay: 茶~ khay nước; 花~ đài hoa ❸<动>làm cho nổi lên: 衬~ làm nổi bật

托[2] tuō<动>❶ủy thác; gửi gắm: ~人代买 nhờ người khác mua hộ ❷vin cớ; mượn cớ: ~词谢绝 vin cớ từ chối ❸nhờ: ~福 nhờ phúc; ~庇 nhờ cậy

托[3] tuō<量>đơn vị áp suất

【托庇】tuōbì<动>[书]nhờ cậy; nhờ che chở: ~祖荫 nhờ tổ tiên phù hộ

【托病】tuōbìng<动>viện cớ ốm: ~不参加会议 viện cớ ốm không dự hội nghị

【托词】tuōcí❶<动>tìm cớ: ~谢绝 tìm cớ từ chối ❷<名>cớ; lời bào chữa: 这只是他的~，事实上他并没有生病。 Đây chỉ là cái cớ mà thôi, thực ra, anh ta đâu có ốm.

【托辞】tuōcí =【托词】

【托儿所】tuō'érsuǒ<名>nhà trẻ; nhà gửi trẻ

【托福】[1] tuōfú<动>nhờ phúc (khách sáo): 托党的福，人民的生活越来越好了。 Nhờ phúc của Đảng, cuộc sống nhân dân ngày càng tốt đẹp.

【托福】[2] tuōfú<名>(thi) TOEFL

【托付】tuōfù<动>phó thác; giao phó: 这件事要~给一个可靠的人。 Việc này phải giao phó cho một người đáng tin cậy.

【托孤】tuōgū<动>phó thác con mồ côi (phần lớn chỉ đế vương khi lâm chung giao phó con cho đại thần)

【托故】tuōgù<动>vin cớ; mượn cớ: ~早退 vin cớ về sớm

【托管】tuōguǎn<动>❶ủy thác quản lí ❷ủy trị (Liên hợp quốc giao cho một nước hoặc mấy nước thành viên cai quản khu vực chưa có quyền tự trị)

【托疾】tuōjí<动>[书]mượn cớ ốm: ~推辞 mượn cớ ốm mà thoái thác

【托架】tuōjià<名>giá đỡ

【托拉斯】tuōlāsī<名>[经济]❶tơrớt ❷công ti chuyên ngành lũng đoạn

【托老所】tuōlǎosuǒ<名>nhà dưỡng lão

【托门子】tuō ménzi tìm đường nhờ cậy: ~, 拉关系。 Bắt manh mối, tìm đường nhờ cậy.

【托梦】tuōmèng<动>báo mộng

【托名】tuōmíng<动>đội danh; mượn danh nghĩa: 这首歌是~之作。 Bài ca này là tác phẩm mượn danh nghĩa người khác.

【托盘】tuōpán<名>cái khay; cái mâm

【托腔】tuōqiāng<动>đệm cho giọng hát

trong tuồng kịch: 他演奏胡琴时，~精准。
Anh ấy rất chặt chẽ khi kéo nhị đệm cho
giọng hát tuồng kịch.

【托情】tuōqíng ＝【托人情】

【托人情】tuō rénqíng　nhờ nói giúp; nhờ
ai làm việc gì

【托身】tuōshēn〈动〉nương nhờ; nhờ cậy;
nhờ vả: ~之处 nơi nương nhờ

【托生】tuōshēng〈动〉hóa kiếp

【托收】tuōshōu〈动〉[商业]ùy thác thu nhận
hoặc chịu ủy thác thu nhận

【托熟】tuōshú〈动〉cậy quen

【托养】tuōyǎng〈动〉gửi nuôi

【托运】tuōyùn〈动〉gửi vận chuyển; gửi
chuyển đi: ~行李 gửi hành lí

【托子】tuōzi〈名〉bệ; đế; báng: 枪~ báng súng

拖 tuō〈动〉❶kéo: ~船 kéo thuyền; 把箱子~
到这里来。Kéo cái hòm lại đây. ❷lau: ~地
lau sàn nhà ❸buông; cụp: ~着辫子 buông
đuôi sam; ~着尾巴 cụp đuôi ❹kéo dài: 这
件事~了几个月。Việc này đã kéo dài mất
mấy tháng rồi. ❺làm cho liên can; làm liên
lụy: ~累 liên lụy đến // (姓) Đà

【拖把】tuōbǎ〈名〉chổi dẻ

【拖驳】tuōbó〈名〉sà lan

【拖车】tuōchē〈名〉xe rơ-moóc; xe kéo

【拖船】tuōchuán〈名〉❶tàu kéo; tàu dắt
❷[方]sà lan gỗ

【拖带】tuōdài〈动〉❶kéo; dắt: 拖轮~船舶出
海。Tàu dắt kéo tàu ra biển. ❷[方]liên lụy:
受到~ bị liên lụy

【拖宕】tuōdàng〈动〉[书]kéo dài: ~时间
kéo dài thời gian

【拖斗】tuōdǒu〈名〉xe kéo; xe dắt

【拖儿带女】tuō'ér-dàinǚ　dìu con dắt cái;
con bế con bồng

【拖后腿】tuō hòutuǐ　níu kéo; níu áo: 因为
大家都不愿意给班里~，所以大家都很努
力备考。Mọi người đều không muốn níu
lớp lại, vì vậy, mọi người đều rất chăm chỉ

chuẩn bị cho kì thi.

【拖家带口】tuōjiā-dàikǒu　vướng víu về
con cái gia đình

【拖拉】tuōlā〈形〉lề mề; dây dưa; dềnh
dàng: 他做事从不~。Anh ấy làm việc
không bao giờ dây dưa.

【拖拉机】tuōlājī〈名〉máy kéo

【拖累】tuōlěi〈动〉làm liên lụy; dính dáng:
因为不想~大家，他悄悄地离去了。Vì
không muốn liên lụy đến các bạn, anh ấy
lặng lẽ rời khỏi.

【拖轮】tuōlún〈名〉tàu kéo; tàu dắt; tàu lai
dắt

【拖泥带水】tuōní-dàishuǐ　dài dòng văn
tự; dây dưa; không dứt khoát

【拖欠】tuōqiàn〈动〉khất nợ; nợ dai: ~房租
khất nợ tiền thuê nhà

【拖腔】tuōqiāng❶〈动〉kéo dài giọng khi
hát tuồng ❷〈名〉giọng kéo dài

【拖沓】tuōtà〈形〉dây dưa; lòng thòng; dềnh
dàng; lề mề: 改变~的工作作风 sửa đổi tác
phong làm việc lề mề

【拖堂】tuōtáng〈动〉kéo dài giờ dạy

【拖鞋】tuōxié〈名〉dép lê

【拖延】tuōyán〈动〉trì hoãn; kéo dài: ~时间
kéo dài thời gian

【拖曳】tuōyè〈动〉kéo; kéo lôi

佗 tuō〈动〉[书]ùy thác; kí thác; gửi gắm

侻 tuō〈形〉[书]❶giàn dị ❷thích đáng; nên;
cần
另见tuì

捝 tuō〈动〉[书]❶giải thoát ❷sai sót; thiếu
sót

脱 tuō❶〈动〉bong; rụng: ~皮 bong da; ~毛
rụng lông ❷〈动〉bỏ; cởi ra: ~衣服 cởi áo;
~帽 bỏ mũ ❸〈动〉thoát khỏi; rời khỏi: 逃
~ trốn thoát ❹〈动〉thiếu; sót: 这一行~了一
个字。Dòng này sót một chữ. ❺〈形〉[书]
khinh suất; tùy tiện: 轻~ khinh suất ❻〈副〉
[书]có lẽ: ~有不测 có lẽ có sự bất trắc ❼

〈连〉[书]giả sử; nếu: ~有遗漏，必致误事。Giả sử có sai sót tất sẽ lỡ việc. //(姓) Thoát

【脱靶】tuōbǎ〈动〉bắn trượt

【脱班】tuōbān〈动〉trễ việc; chậm giờ: 火车~了四个多小时。Xe lửa chậm hơn bốn giờ.

【脱产】tuōchǎn〈动〉thoát li sản xuất: ~干部 cán bộ thoát li sản xuất; ~学习 đi học theo cách hưởng lương

【脱档】tuōdàng〈动〉tạm ngừng sản xuất hoặc bán

【脱发】tuōfà〈动〉rụng tóc: ~多由皮肤病引起。Rụng tóc phần nhiều do các bệnh da gây ra.

【脱肛】tuōgāng〈动〉lòi rom

【脱稿】tuōgǎo〈动〉❶viết xong: 这本小说已经~。Cuốn tiểu thuyết này đã viết xong. ❷không xem bản thảo

【脱钩】tuōgōu〈动〉❶vật thể rời móc ❷thoát li quan hệ

【脱轨】tuōguǐ〈动〉trật đường ray: 火车~ xe lửa trật đường ray

【脱货】tuōhuò〈动〉thiếu hàng; hết hàng: 这款衣服已经卖~了。Kiểu áo này đã bán hết hàng.

【脱缰之马】tuōjiāngzhīmǎ con ngựa vùng thoát dây cương

【脱胶】tuōjiāo〈动〉❶bong nhựa dán ❷khử chất keo

【脱节】tuōjié〈动〉rời ra; long ra; tách rời: 理论与实践不能~。Lí luận không thể tách rời thực tiễn.

【脱臼】tuōjiù〈动〉sai khớp; trật khớp

【脱壳】tuōké〈动〉tước vỏ; lột xác

【脱口】tuōkǒu〈动〉buột miệng: ~成章 xuất khẩu thành thơ; ~而出 buột miệng nói ra

【脱离】tuōlí〈动〉thoát khỏi; thoát li; xa rời: ~实际 xa rời thực tế; ~人民 xa rời nhân dân; 经过抢救，他已经~了危险。Qua cấp cứu, anh ấy đã thoát khỏi nguy hiểm.

【脱粒】tuōlì〈动〉tuốt hạt; tuốt lúa

【脱漏】tuōlòu〈动〉sót: 这里~了一行。Chỗ này sót một dòng.

【脱略】tuōlüè〈动〉[书]❶phóng túng; không câu nệ: 行为~ hành vi phóng túng ❷(câu văn) sót; bớt đi

【脱落】tuōluò〈动〉❶rơi; rơi rụng: 毛发~ tóc rụng; 油漆~ sơn bong ra ❷sót: ~字句 sót câu chữ

【脱盲】tuōmáng〈动〉thoát nạn mù chữ

【脱毛】tuōmáo〈动〉❶rụng lông ❷thay lông

【脱帽】tuōmào〈动〉bỏ mũ; ngả mũ: ~敬礼 ngả mũ chào

【脱敏】tuōmǐn〈动〉đã thoát li dị ứng; đã giải trừ dị ứng: 注射肾上腺素之后，病人已~。Tiêm xong a-drê-na-lin, bệnh nhân đã thoát li dị ứng.

【脱坯】tuōpī〈动〉đóng gạch

【脱皮】tuōpí〈动〉bong da; tróc da: 晒~ phơi nắng bị bong da

【脱贫】tuōpín〈动〉thoát nghèo: 这个村已经实现了全体~的目标。Thôn này đã thực hiện mục tiêu toàn bộ thoát nghèo.

【脱坡】tuōpō〈动〉lở mái; sạt mái

【脱期】tuōqī〈动〉lỡ kì hạn; ra chậm: 这本杂志这个月~了。Tạp chí này tháng nay ra chậm.

【脱漆】tuōqī〈动〉bung sơn; bị tróc sơn: 这个镜框~。Chiếc khung kính này đã bị tróc sơn.

【脱色】tuōsè〈动〉❶khử màu sắc ❷phai màu

【脱涩】tuōsè〈动〉khử chát

【脱身】tuōshēn〈动〉rời ra; thoát thân: 设法~ tìm cách thoát thân

【脱手】tuōshǒu〈动〉❶tuột khỏi tay: 手榴弹~飞出去。Quả lựu đạn tuột khỏi tay văng đi. ❷bán ra: 这些货不好~。Thứ hàng này khó bán lắm.

T

【脱水】tuōshuǐ<动>❶cơ thể mất nước ❷khử nước

【脱俗】tuōsú<动>thoát tục: 超凡~ siêu phàm thoát tục

【脱胎】tuōtāi<动>❶rút cốt ra ❷thoát thai: 新诗~于旧体诗。Thơ mới được thoát thai từ thơ cũ.

【脱胎换骨】tuōtāi-huàngǔ thay xương đổi thịt; thay đổi triệt để lập trường quan điểm

【脱逃】tuōtáo<动>trốn thoát; chạy trốn; bỏ trốn: 临阵~ lâm trận chạy trốn

【脱兔】tuōtù<名>[书]con thỏ trốn chạy: 动如~ nhanh như con thỏ chạy trốn/nhanh như cắt

【脱位】tuōwèi<动>sai khớp; trật khớp

【脱误】tuōwù<动>thiếu sót; sai sót: 这篇稿子~很多。Bản thảo này sai sót nhiều quá.

【脱险】tuōxiǎn<动>thoát khỏi nguy hiểm; thoát hiểm: 虎口~ thoát khỏi miệng hùm

【脱销】tuōxiāo<动>bán hết cả; hàng không đủ bán: 这款提包~了。Kiểu túi xách này đã bán hết.

【脱卸】tuōxiè<动>trốn tránh; rũ bỏ: ~责任 trốn tránh trách nhiệm

【脱氧】tuōyǎng<动>khử ô-xy

【脱衣舞】tuōyīwǔ<名>điệu nhảy lột áo; nhảy thoát y

【脱颖而出】tuōyǐng'érchū bộc lộ toàn bộ tài năng; trổ hết tài năng

【脱羽】tuōyǔ<动>thay lông

【脱脂】tuōzhī<动>khử chất béo; khử nhựa: ~棉 bông thấm nước; ~牛奶 sữa khử chất béo

tuó

驮 tuó<动>thồ; cõng: 马~着货物。Con ngựa thồ hàng. 他~着一位受伤的战友。Anh ấy cõng một đồng đội bị thương.

【驮轿】tuójiào<名>kiệu thồ

【驮马】tuómǎ<名>ngựa thồ

【驮运】tuóyùn<动>vận tải bằng lạc đà hay ngựa thồ: 新公路修好后，汽车运输代替了~。Từ khi có con đường quốc lộ mới, vận tải bằng ô tô đã thay thế ngựa thồ.

佗 tuó<动>[书]gánh chịu; gánh vác

陀 Tuó //(姓)Đà

【陀螺】tuóluó<名>con quay; con vụ

坨 tuó ❶<动>vón cục; đóng cục: 面条~了。Mì sợi vón cục rồi. ❷<名>cục; đống: 粉~子 đống bột

【坨子】tuózi<名>cục; đống: 泥~ đống bùn; 盐~ đống muối

沱 tuó<名>[方]vùng nước có thể đỗ thuyền (thường dùng trong địa danh): 石盘~ Thạch Bàn Đà

【沱茶】tuóchá<名>chè Đà; chè đóng bánh

驼 tuó❶<名>lạc đà ❷<动>còng; gù: 奶奶的背~了。Lưng bà nội đã còng xuống.

【驼背】tuóbèi❶<动>lưng còng; lưng gù ❷<名>người gù lưng

【驼峰】tuófēng<名>❶bướu lạc đà ❷dốc đà trên đường sắt

【驼铃】tuólíng<名>chuông con đeo ở cổ lạc đà

【驼鹿】tuólù<名>nai sừng tấm Bắc Mĩ; đà lộc

【驼绒】tuóróng<名>❶lông lạc đà ❷vải nhung lạc đà

【驼色】tuósè<名>màu lông lạc đà; màu nâu nhạt

【驼子】tuózi<名>[方]người gù lưng; người còng lưng

柁 tuó<名>xà nhà; xà ngang

砣 tuó❶<名>quả cân ❷<名>quả lăn ❸<动>mài: ~一个玉镯 mài một chiếc vòng tay ngọc

【砣子】tuózi<名>bánh đá mài

鸵 tuó<名>chim đà điểu

【鸵鸟】tuóniǎo<名>đà điểu

【鸵鸟政策】tuóniǎo zhèngcè　chính sách chim đà điểu; chỉ chính sách xa lánh hiện thực, tưởng bịp mình sẽ lừa được người

酡 tuó<形>[书]mặt đỏ bừng (do uống rượu): ~然 mặt đỏ gay

橐¹ tuó<名>[书]tay nải; cái đãy: 囊~ tay nải

橐² tuó<拟>lộp cộp; côm cốp; lách cách: ~~ 的木鱼声 tiếng mõ lách cách

【橐驼】tuótuó<名>[书]lạc đà; côm cốp

鲅 tuó

【鲅鲅】tuóbá<名>[动物]rái cá; con rái cá cạn (nói trong sách cổ)

鼍 tuó<名>[动物]cá sấu; cá sấu sông Dương Tử

【鼍龙】tuólóng<名>cá sấu; cá sấu sông Dương Tử

tuǒ

妥 tuǒ<形>❶thỏa đáng; ổn: 这样处理欠~。Xử lí như vậy không ổn. ❷(sau động từ) đủ; xong xuôi: 他们已经商量~了。Họ đã bàn bạc xong xuôi. //(姓) Thỏa

【妥当】tuǒdàng<形>thỏa đáng; thích đáng: 全部安排~。Tất cả đều được sắp xếp thỏa đáng.

【妥善】tuǒshàn<形>ổn thỏa tốt đẹp: ~安置 thu xếp ổn thỏa tốt đẹp; ~安排受灾群众的食宿。Thu xếp ổn thỏa chỗ ăn ở cho những người bị nạn.

【妥实】tuǒshí<形>thích hợp: 得想一个~的办法来解决这个问题。Phải nghĩ ra một biện pháp thích hợp để giải quyết vấn đề này.

【妥帖】tuǒtiē<形>đâu vào đấy; xác đáng; ổn thỏa; thích hợp: 用词~ dùng từ xác đáng; 安排~ đã sắp xếp ổn thỏa/đã sắp đặt đâu vào đấy

【妥协】tuǒxié<动>thỏa hiệp; nhượng bộ: 不

向命运~ không thỏa hiệp với số phận

庹 tuǒ<量>sải tay //(姓) Sải

椭 tuǒ<形>hình bầu dục

【椭圆】tuǒyuán<名>❶hình bầu dục ❷khối hình bầu dục

【椭圆体】tuǒyuántǐ<名>khối hình bầu dục

tuò

拓 tuò<动>khai phá; mở: 开~ khai thác/khai phá //(姓) Thác

另见tà

【拓荒】tuòhuāng<动>khai hoang; vỡ hoang: ~者 người khai hoang

【拓宽】tuòkuān<动>mở rộng: ~视野 mở rộng tầm mắt; 道路~工程 công trình mở rộng đường

【拓扑学】tuòpūxué<名>[数学]tôpô; thuyết tôpô

【拓展】tuòzhǎn<动>mở rộng; phát triển: ~市场 mở rộng thị trường

柝 tuò<名>[书]mõ canh

莴 tuò<名>[书]vỏ cây rụng; lá cây rụng

唾 tuò❶<名>nước miếng; nước bọt: ~液 nước bọt ❷<动>nhổ nước miếng: ~手可得 dễ như trở bàn tay ❸<动>phì nhổ: ~弃 phì nhổ

【唾骂】tuòmà<动>chửi mắng; chửi rủa

【唾面自干】tuòmiàn-zìgān　nhẫn nhục; cắn răng nhẫn nhịn

【唾沫】tuòmo<名>nước bọt; nước dãi

【唾弃】tuòqì<动>phì nhổ: 受天下人~ bị thiên hạ phì nhổ

【唾液腺】tuòyèxiàn<名>tuyến nước bọt; tuyến tân dịch

跅 tuò

【跅弛】tuòchí<形>[书]phóng đãng: ~之士 người phóng đãng

箨 tuò<名>[书]vỏ măng

W w

wā

挖 wā〈动〉❶đào; khoét; khơi; khai thác: ~井 đào giếng; ~墙 khoét tường; ~水沟 khơi rãnh nước; ~潜力 khai thác tiềm lực ❷[方]cấu

【挖补】wābǔ〈动〉vá: ~衣服 vá quần áo

【挖槽机】wācáojī〈名〉máy khoét rãnh

【挖东墙补西墙】wā dōngqiáng bǔ xīqiáng khoét bức tường phía Đông để vá bức tường phía Tây; giật gấu vá vai

【挖兜】wādōu〈动〉ghép túi: 挖左兜女式衬衫 áo sơ mi nữ ghép túi trái

【挖耳】wā'ěr〈动〉ngoáy tai

【挖耳勺】wā'ěrsháo〈名〉thìa ngoáy tai

【挖方】wāfāng❶〈名〉khối đất đá đào: ~单价 tiền công mỗi khối đất ❷〈动〉đào: 施工现场已开始~。Hiện trường thi công đã bắt đầu đào đất.

【挖改】wāgǎi〈动〉sửa cục bộ trên bản in ấn loát

【挖根】wāgēn〈动〉đào rễ: 挖桃金娘根来卖 đào rễ sim để bán

【挖沟】wāgōu〈动〉đào rãnh; khơi rãnh

【挖掘】wājué〈动〉đào; khai quật; khai thác: ~文物 khai quật văn vật; ~潜力 khai thác tiềm lực

【挖掘机】wājuéjī〈名〉máy đào

【挖空心思】wākōng-xīnsī vắt óc; tìm mọi cách

【挖苦】wāku〈动〉chế giễu; châm chọc; mỉa mai: 被同学~之后，我很难受。Sau khi bị các bạn học châm chọc, mình rất khó chịu.

【挖泥船】wāníchuán〈名〉tàu nạo vét; tàu hút bùn

【挖潜】wāqián〈动〉khai thác tiềm lực

【挖墙脚】wā qiángjiǎo[口]phá đám; phá tận gốc; đục khoét nền tảng

【挖肉补疮】wāròu-bǔchuāng giật gấu vá vai; bốc mũi bỏ lái

【挖土机】wātǔjī〈名〉máy đào đất

哇 wā〈拟〉òa: ~的一声哭起来 khóc òa lên

【哇啦】wālā〈拟〉oang oang: ~~地发议论 bàn tán oang oang

【哇哇】wāwā〈拟〉òa; ré; oa oa: ~大哭 òa khóc to lên; 打得孩子~大叫 đánh đến nỗi trẻ kêu ré lên

洼 wā❶〈名〉vũng: 水~儿 vũng nước ❷〈形〉trũng; lõm; hõm: 这地太~。Đất này trũng quá.

【洼地】wādì〈名〉đất trũng

【洼陷】wāxiàn〈动〉trũng; lõm; hõm: 暴雨导致地面~。Mưa bão làm cho đất trũng xuống.

娲 wā〈名〉oa: 女~ Nữ Oa (vị thần luyện đá vá trời trong thần thoại cổ tích Trung Quốc); 女~补天。Nữ Oa vá trời.

蛙 wā〈名〉ếch; nhái

【蛙人】wārén〈名〉thợ lặn; người nhái

【蛙泳】wāyǒng〈名〉bơi ếch

wá

娃 wá<名>❶con nít; trẻ con: 女~ bé gái ❷
[方]đặc chỉ bé trai ❸[方]con vật non: 鸡~ gà
con/chú gà con

【娃娃】wáwa<名>em bé: 胖~ đứa bé bụ
bẫm; 泥~ búp bê đất sét

【娃娃脸】wáwaliǎn<名>gương mặt trẻ con

【娃娃亲】wáwaqīn<名>đính hôn từ khi
còn để chỏm

【娃娃鱼】wáwayú<名>con kì giông lớn

wǎ

瓦¹ wǎ<名>❶ngói: 砖~ gạch ngói ❷đất;
sành: ~盆 chậu sành //(姓) Ngõa

瓦² wǎ<量>oát (watt)
另见wà

【瓦当】wǎdāng<名>mũi ngói; ngói mũi
chìa; ngói mái chìa

【瓦房】wǎfáng<名>nhà ngói

【瓦釜雷鸣】wǎfǔ-léimíng nồi đất sấm rền;
chó nhảy bàn độc: 黄钟毁弃，~。Chuông
đồng bị hủy, chó nhảy bàn độc (ví kẻ hèn
được thế).

【瓦工】wǎgōng<名>❶thợ nề; thợ xây; thợ
ngõa ❷công việc xây gạch, lợp ngói

【瓦棺】wǎguān<名>quan tài bằng sành

【瓦罐】wǎguàn<名>vại sành; lọ sành

【瓦灰】wǎhuī<形>màu tro sẫm

【瓦匠】wǎjiàng<名>thợ nề; thợ xây

【瓦解】wǎjiě<动>❶tan rã; tan vỡ; tan nát;
tan tác: 土崩~ hoàn toàn tan rã ❷làm tan rã:
~敌人 làm tan rã quân địch

【瓦蓝】wǎlán<形>trong xanh: ~的天空 bầu
trời trong xanh

【瓦楞】wǎléng❶<名>nàng ngói; luồng ngói
❷<形>gấp nếp; làn sóng: ~铁皮 tôn múi

【瓦楞纸】wǎléngzhǐ<名>bìa làn sóng; các

tông lượn

【瓦砾】wǎlì<名>gạch ngói vụn: ~堆 đống
gạch ngói vụn

【瓦亮】wǎliàng<形>sáng bóng; sáng
choang; bóng lộn: ~的小汽车 chiếc xe con
bóng lộn

【瓦裂】wǎliè<动>vỡ vụn như ngói; tan rã;
sụp đổ: 封建王朝~。Triều đình phong kiến
bị tan rã.

【瓦片】wǎpiàn<名>mảnh ngói

【瓦圈】wǎquān<名>vành; niền (bánh xe)

【瓦舍】wǎshè<名>nhà ngói

【瓦数】wǎshù<名>công suất

【瓦斯】wǎsī<名>gas; khí mê-tan; khí đốt: ~
爆炸 vụ nổ khí mê-tan

【瓦特】wǎtè<量>oát; wat

【瓦头】wǎtóu<名>mũi ngói; đầu ngói

【瓦窑】wǎyáo<名>lò ngói

wà

瓦 wà<动>lợp
另见wǎ

【瓦刀】wàdāo<名>dao xây; cái bay

袜 wà<名>bít tất

【袜带】wàdài<名>dây thắt bít tất

【袜底儿】wàdǐr<名>đáy tất

【袜套】wàtào<名>bao bít tất

【袜筒】wàtǒng<名>cổ bít tất

【袜子】wàzi<名>bít tất; tất

wāi

歪 wāi❶<形>lệch; nghiêng; vẹo; ngả: ~戴
帽子 đội lệch chiếc mũ; 这堵墙~了。Bức
tường này nghiêng rồi. ❷<形>không chính
đáng; tồi; dở; không đúng đắn: ~理 đạo lí
càn/lí sự cùn ❸<动>[口]ngủ nghiêng

【歪脖】wāibó❶<名>dạng vẹo cổ ❷<动>

ngoẹo cổ: 向一边~ ngoẹo cổ sang một bên

【歪才】wāicái<名>❶tài năng ngoài nghề chính ❷người có tài năng ngoài nghề chính

【歪打正着】wāidǎ–zhèngzháo đánh bừa mà trúng; chó ngáp phải ruồi

【歪道】wāidào<名>❶con đường không chính đáng; con đường lệch lạc: 不能走~。Không được đi vào con đường lệch lạc. ❷ý xấu: 别整天想一些~。Đừng có suốt ngày chỉ nghĩ những chuyện vớ vẩn.

【歪风】wāifēng<名>tác phong bất chính: 清除~邪气 loại bỏ thói gian tà bất chính; 要刹住铺张浪费的~。Phải chặn đứng cái tật xấu phô trương lãng phí.

【歪话】wāihuà<名>lời nói không hợp lí hoặc không đúng đắn; nói bậy; nói sằng

【歪理】wāilǐ<名>lí lẽ không chính đáng; ngụy biện; lí sự cùn: 你说的全是~。Lời ông nói toàn là lí sự cùn.

【歪路】wāilù<名>con đường không chính đáng; con đường lệch lạc

【歪门邪道】wāimén–xiédào con đường sai trái; con đường lệch lạc; lối suy đoán hoặc cách làm lệch lạc

【歪七扭八】wāiqī–niǔbā nghiêng ngả; xiêu vẹo: 笑得~ cười nghiêng ngả; 棚屋被风吹得~的。Túp lều bị gió thổi xiêu vẹo.

【歪曲】wāiqū<动>xuyên tạc; bóp méo: ~事实 xuyên tạc sự thật; ~民族历史 xuyên tạc lịch sử dân tộc; ~剧本 xuyên tạc kịch bản

【歪歪扭扭】wāiwāiniǔniǔ nghiêng ngả; xiêu vẹo: 他的字写得~, 很难看。Chữ của anh ấy viết nghệch ngoạc, trông xấu mắt.

【歪斜】wāixié<形>lệch; méo; xiêu vẹo: 口眼~ miệng mắt méo lệch

【歪主意】wāizhǔyi<名>chủ trương xấu; kiến nghị rởm: 他净给领导出~。Nó cứ nêu kiến nghị rởm với lãnh đạo.

wǎi

崴 wǎi❶<形>gập ghềnh (đường núi) ❷<名>[方]khúc quanh (dùng làm địa danh): 海参~ Hải Sâm Uy ❸<动>sái; trẹo (chân): 我~脚了, 但还能走。Tôi bị trẹo chân nhưng vẫn đi lại được.

【崴泥】wǎiní<动>bị hãm mình vào vũng lầy; rơi vào thế bí; sa lầy

wài

外 wài❶<名>nước ngoài: 对~贸易 ngoại thương ❷<形>ngoại; thuộc dòng mẹ: ~祖母 bà ngoại; ~孙 cháu ngoại ❸<名>lớp ngoài; mặt ngoài; bên ngoài: ~表 bề ngoài; 门~ ngoài cửa; 局~人 người ngoài cuộc ❹<形>khác: ~地 nơi khác; ~省 tỉnh khác ❺<形>xa lạ: ~人 người lạ ❻<名>ngoài ra; ngoài...ra: 此~ ngoài cái đó ra ❼<形>không chính thức: ~传 ngoại truyện;《儒林~史》Nho lâm ngoại sử/Chuyện làng Nho ❽<形>ngoài ra

【外办】wàibàn=【外事办公室】

【外包】wàibāo<动>khoán cho bên ngoài; gia công ở ngoài

【外币】wàibì<名>ngoại tệ

【外边】wàibian<名>❶ngoài; bên ngoài: ~有人吵架。Bên ngoài có người cãi nhau. 咱们到~聊聊。Ta ra ngoài nói chuyện. ❷ngoài; nơi khác ❸mặt ngoài; bề ngoài: 铁盒的~涂有防锈油。Bên ngoài hộp sắt sơn thêm một lớp dầu chống gỉ.

【外表】wàibiǎo<名>bề ngoài; mặt ngoài; mẽ ngoài; mã ngoài: 从~看, 这家公司很有实力。Nhìn từ bề ngoài, công ti này rất có thực lực.

【外宾】wàibīn<名>khách nước ngoài

【外部】wàibù<名>❶bên ngoài; bề mặt: 计算机~ bề mặt máy tính ❷ngoài một phạm vi nào đó: 寻求~的援助 tìm kiếm sự hỗ trợ từ bên ngoài; ~力量 sức mạnh bên ngoài

【外埠】wàibù<名>thành phố khác; thị trấn khác

【外财】wàicái<名>bổng lộc; thu nhập khác; tiền boa

【外侧】wàicè<名>bên ngoài; mé ngoài

【外层】wàicéng<名>lớp ngoài cùng; ngoại tầng: ~空间 ngoại tầng không gian

【外场】¹ wàichǎng<名>việc xã giao; việc thân thiện: 她不是一个~人。Cô ta không phải là một người khéo giao tiếp.

【外场】² wàichǎng<名>[体育]ngoài vạch biên sân bóng gậy, bóng bầu dục

【外钞】wàichāo<名>ngoại tệ; tiền nước ngoài

【外弛内张】wàichí-nèizhāng vẻ ngoài tự nhiên, thực ra nội tâm rất hồi hộp

【外出】wàichū<动>đi ra ngoài; đi nơi khác: ~谋生 đi nơi khác kiếm kế sinh nhai

【外出血】wàichūxuè<名>sự chảy máu ra ngoài; sự xuất huyết bên ngoài

【外传】wàichuán<动>❶truyền ra ngoài: 禁止~ cấm không được truyền ra ngoài ❷loan truyền bên ngoài

【外带】¹ wàidài<名>lớp xe: ~被扎穿了。Lốp xe bị chọc thủng.

【外带】² wàidài<动>ngoài ra còn; kèm thêm: 他要进工厂上班，~照顾老人和孩子，很辛苦。Anh ấy tới nhà máy làm việc, ngoài ra còn phải trông nom người già và con nhỏ, vất vả thật.

【外待】wàidài<动>đối xử như người ngoài

【外道】wàidào<名>[宗教]ngoại đạo

【外道】wàidao<形>xa lạ; không gần gũi: 你再谦虚，就显得~了。Anh mà khiêm tốn quá thì sẽ thành xa lạ đấy.

【外敌】wàidí<名>kẻ địch bên ngoài; giặc ngoại xâm

【外地】wàidì<名>nơi khác; vùng khác: ~游客 du khách nơi khác; 他到~出差了。Anh ấy đi công tác xa.

【外电】wàidiàn<名>thông tin của thông tấn xã nước ngoài

【外调】wàidiào<动>❶điều đi nơi khác: ~物资 điều vật tư đi nơi khác ❷đi điều tra (ngoài đơn vị)

【外耳】wài'ěr<名>tai ngoài; ngoại nhĩ

【外耳道】wài'ěrdào<名>ống tai ngoài

【外藩】wàifān<名>ngoại phiên; chư hầu hay phàn thục

【外访】wàifǎng<动>đi thăm nước ngoài

【外分泌】wàifēnmì bài tiết ra ngoài; ngoại tiết

【外敷】wàifū<动>bôi hoặc đắp bên ngoài

【外感】wàigǎn❶<动>cảm ngoại ❷<名>bệnh do ngoại cảm gây ra

【外港】wàigǎng<名>cảng ngoài (ở vùng phụ cận của thành phố)

【外公】wàigōng<名>[方]ông ngoại

【外功】wàigōng<名>ngoại công (võ thuật rèn luyện gân, cốt, da, khác với nội công)

【外购】wàigòu<动>mua từ nơi khác hoặc nước khác

【外挂】wàiguà❶<名>chương trình máy tính dùng để thay đổi một phần chương trình của phần mềm trò chơi trực tuyến với mục đích gian lận ❷<动>để ngoài; treo ở bên ngoài

【外观】wàiguān<名>vẻ bên ngoài; vẻ bề ngoài: 很多人买车都重视车的~。Nhiều người mua xe đều coi trọng vẻ bên ngoài của xe.

【外国】wàiguó<名>nước ngoài; ngoại quốc

【外国人】wàiguórén<名>người nước ngoài

【外国语】wàiguóyǔ<名>tiếng nước ngoài;

ngoại ngữ

【外海】wàihǎi<名>biển xa; biển khơi

【外行】wàiháng❶<形>ngoài nghề; không thạo chuyên môn: ~话 lời nói ngoại đạo ❷<名>người ngoại đạo; người ngoài nghề; tay ngang: 摄影我是~。Đối với nhiếp ảnh thì tôi thuộc ngoại đạo.

【外行看热闹，内行看门道】wàiháng kàn rènao, nèiháng kàn méndao người ngoại đạo thì thấy vui mắt, người trong nghề thì thấy cao tay

【外号】wàihào<名>biệt hiệu; biệt danh

【外呼吸】wàihūxī<名>quá trình trao đổi không khí giữa không khí bên ngoài và phổi; ngoài hô hấp

【外话】wàihuà<名>lời nói khách sáo

【外踝】wàihuái<名>mắt cá chân ngoài

【外环】wàihuán<名>đường cao tốc quanh thành phố; đường cao tốc vành đai thành phố

【外患】wàihuàn<名>họa ngoại xâm: 内忧~ loạn trong giặc ngoài/trong rối ngoài loạn

【外汇】wàihuì<名>❶ngoại hối: ~交易 giao dịch ngoại hối ❷ngoại tệ

【外汇储备】wàihuì chǔbèi dự trữ ngoại hối

【外货】wàihuò<名>hàng ngoại; hàng nhập khẩu

【外籍】wàijí<名>❶hộ tịch nơi khác: ~人和本地人都可以参加。Cả người nơi khác lẫn người bản địa đều có thể tham gia. ❷quốc tịch nước ngoài: ~游客 du khách thuộc quốc tịch nước ngoài

【外寄生】wàijìshēng<名>kí sinh bên ngoài (như chấy, rận...)

【外加】wàijiā<动>thêm; phụ vào; tăng thêm

【外家】wàijiā<名>❶nhà ông bà ngoại ❷[方]nhà mẹ đẻ ❸[书]nhà bố mẹ vợ ❹nhà vợ lẽ ❺vợ lẽ

【外嫁】wàijià<动>lấy chồng ở nơi khác hoặc nước khác

【外间】wàijiān<名>❶phòng ngoài ❷bên ngoài: ~传闻，不可尽信。Lời đồn bên ngoài, không nên quá tin.

【外间屋】wàijiānwū<名>phòng ngoài

【外交】wàijiāo<名>ngoại giao: ~辞令 ngôn ngữ ngoại giao; ~关系 quan hệ ngoại giao; ~特权 đặc quyền ngoại giao

【外交部】Wàijiāo Bù<名>Bộ Ngoại giao

【外交官】wàijiāoguān<名>quan chức ngoại giao

【外交使节】wàijiāo shǐjié quan chức ngoại giao; đại diện ngoại giao

【外交团】wàijiāotuán<名>đoàn ngoại giao

【外教】wàijiào<名>giáo viên nước ngoài

【外接】wàijiē<动>ngoại tiếp: ~圆 đường tròn ngoại tiếp; ~四边形 tứ giác ngoại tiếp

【外界】wàijiè<名>❶thế giới bên ngoài; ngoại giới; bên ngoài: ~环境 môi trường bên ngoài; 综合~信息 tổng hợp thông tin bên ngoài ❷xã hội bên ngoài

【外借】wàijiè<动>❶cho người khác mượn: 我家的书概不~。Sách nhà tôi đều không cho người khác mượn. ❷mượn từ người khác: 资金不够，需要~。Không đủ tiền vốn, phải đi vay mượn.

【外景】wàijǐng<名>ngoại cảnh; cảnh ngoài trời (cảnh ngoài trường quay phim)

【外警】wàijǐng<名>báo động về sự tấn công từ bên ngoài

【外径】wàijìng<名>đường kính vòng ngoài

【外舅】wàijiù<名>[书]bố vợ; nhạc phụ

【外科】wàikē<名>khoa ngoại; ngoại khoa: ~手术 phẫu thuật ngoại khoa; ~医生 bác sĩ ngoại khoa

【外壳】wàiké<名>vỏ ngoài

【外客】wàikè<名>khách ngoài; khách lạ

【外寇】wàikòu<名>giặc ngoại xâm

【外快】wàikuài<名>bổng ngoại: 赚一笔~ kiếm được một món lộc

【外来】wàilái<形>bên ngoài đưa vào; từ ngoài tới; ngoại lai: ~生物 sinh vật ngoại lai; ~干涉 sự can thiệp từ bên ngoài

【外来词】wàiláicí<名>từ ngoại lai

【外来人口】wàilái rénkǒu dân di cư; dân từ nơi khác đến

【外力】wàilì<名>❶sức mạnh bên ngoài ❷ngoại lực

【外流】wàiliú<动>chảy ra ngoài; chạy ra ngoài; chuyển ra ngoài: 人才~ nhân tài chạy ra ngoài; 资源~ tài nguyên chuyển ra bên ngoài

【外路】wàilù<形>từ nơi khác tới: ~货 hàng hóa của địa phương khác; ~人 người địa phương khác

【外露】wàilù❶<动>lộ ra ngoài: 凶相~ tướng mạo hung ác lộ ra bên ngoài ❷<形>tính cách cởi mở bộc trực

【外轮】wàilún<名>tàu nước ngoài

【外卖】wàimài❶<动>đưa hàng (ăn uống) đến tận nơi khách hàng hẹn: 比萨饼 đưa pizza đến tận nơi khách chỉ định; 增加~业务 tăng thêm dịch vụ đưa đồ ăn đến tận tay người tiêu dùng ❷<名>đồ ăn đưa đến tận nơi: 订~ đặt đồ ăn mang về

【外贸】wàimào =【对外贸易】

【外貌】wàimào<名>diện mạo bên ngoài: ~清秀 dáng người thanh tú

【外面】wàimiàn<名>❶mặt ngoài: 这座建筑看~像一把巨大的火炬。Ngôi nhà này nhìn mặt ngoài giống như ngọn đuốc khổng lồ. ❷bên ngoài: ~的世界 thế giới bên ngoài

【外面儿光】wàimiànrguāng cái đẹp bên ngoài: 做事不能只求~，得注重实效。Làm việc phải chú trọng hiệu quả thực tế, không nên chỉ chạy theo hình thức bên ngoài.

【外派】wàipài<动>cử đi đơn vị khác hoặc nước khác

【外聘】wàipìn<动>mời từ đơn vị khác: ~教师 giáo viên mời từ trường khác

【外婆】wàipó<名>[方]bà ngoại

【外戚】wàiqī<名>họ ngoại của vua chúa; ngoại thích

【外企】wàiqǐ<名>doanh nghiệp do người nước ngoài đầu tư hoặc kinh doanh; doanh nghiệp nước ngoài

【外气】wàiqi<形>[方]khách sáo: 咱们都是老交情了，不要~。Chúng ta là bạn bè cũ, đừng khách sáo.

【外强中干】wàiqiáng-zhōnggān ngoài mạnh trong yếu; già trái non hột; miệng hùm gan sứa

【外侨】wàiqiáo<名>ngoại kiều; kiều dân nước ngoài

【外勤】wàiqín<名>❶công việc ở ngoài: ~人员 nhân viên làm việc ở ngoài ❷người làm công việc ở ngoài

【外燃机】wàiránjī<名>động cơ đốt ngoài

【外人】wàirén<名>❶người ngoài ❷người ngoài cuộc ❸người nước ngoài

【外柔内刚】wàiróu-nèigāng bên ngoài yếu ớt, bên trong mạnh mẽ; bề ngoài mềm dẻo, bên trong cứng rắn; trong cứng ngoài mềm

【外伤】wàishāng<名>tổn thương ngoài

【外商】wàishāng<名>thương nhân nước ngoài

【外省】wàishěng<名>tỉnh khác

【外甥】wàisheng<名>❶cháu trai họ ngoại (con trai của chị gái hay em gái) ❷[方]cháu trai ngoại

【外甥女】wàishengnǚ<名>❶cháu gái họ ngoại (con gái của chị gái hay em gái) ❷[方]cháu gái ngoại

【外史】wàishǐ〈名〉dã sử; những chuyện chép ngoài sử sách

【外事】wàishì〈名〉❶việc đối ngoại; ngoại vụ: ~机关 cơ quan ngoại vụ; ~活动 hoạt động ngoại vụ ❷việc bên ngoài

【外事办公室】wàishì bàngōngshì phòng ngoại vụ

【外手】wàishǒu〈名〉tay ngoài (phía bên phải xe, máy khi điều khiển xe, máy)

【外首】wàishǒu〈名〉[方]bên ngoài

【外孙】wàisūn〈名〉cháu trai ngoại

【外孙女】wàisūnnǚ〈名〉cháu gái ngoại

【外胎】wàitāi〈名〉lốp xe

【外逃】wàitáo〈动〉chạy trốn đi nơi khác; trốn ra nước ngoài: 缉拿~犯罪官员 truy nã viên chức phạm tội chạy trốn ra nước ngoài

【外套】wàitào〈名〉áo khoác; áo khoác ngoài: 他在~里面穿着一件衬衣。Cậu ấy mặc thêm chiếc sơ mi trong áo khoác.

【外头】wàitou〈名〉bên ngoài

【外围】wàiwéi❶〈名〉xung quanh: 城市~ xung quanh thành phố ❷〈形〉ngoại vi; vòng ngoài: ~设备 thiết bị ngoại vi; ~组织 tổ chức ngoại vi

【外文】wàiwén〈名〉ngoại văn; tiếng nước ngoài

【外屋】wàiwū〈名〉phòng ngoài; buồng ngoài

【外侮】wàiwǔ〈名〉sự xâm lược và áp bức của nước ngoài: 抵御~ chống xâm lược và áp bức nước ngoài

【外务】wàiwù〈名〉❶việc ngoài chức vụ ❷ngoại vụ; ngoại giao: ~大臣 bộ trưởng ngoại giao

【外骛】wàiwù〈动〉[书]làm việc ngoài bổn phận; không chuyên tâm

【外线】wàixiàn〈名〉❶vòng ngoài: ~作战 tác chiến ở vòng ngoài ❷ngoại tuyến, chỉ đường dây điện thoại gọi ra ngoài

【外乡】wàixiāng〈名〉địa phương khác; xứ sở khác: ~人 người địa phương khác

【外向】wàixiàng〈形〉❶hướng ngoại: 性格~ tính cách hướng ngoại ❷hướng ra thị trường nước ngoài

【外向型经济】wàixiàngxíng jīngjì nền kinh tế hướng ngoại

【外销】wàixiāo〈动〉bán ra địa phương khác hay nước ngoài: ~产品 bán sản phẩm ra ngoài/hàng xuất khẩu

【外心】[1] wàixīn〈名〉ngoại tình; nhị tâm

【外心】[2] wàixīn〈名〉ngoại tâm (tim của đường tròn ngoại tiếp)

【外星人】wàixīngrén〈名〉người ngoài hành tinh

【外形】wàixíng〈名〉hình dáng bên ngoài; ngoại hình

【外姓】wàixìng〈名〉❶họ khác ❷người khác họ

【外需】wàixū〈名〉nhu cầu thị trường nước ngoài

【外延】wàiyán〈名〉ngoại diên; sự kéo dài: 概念的~ ngoại diên của khái niệm

【外扬】wàiyáng〈动〉loan truyền ra ngoài; rêu rao ra bên ngoài: 家丑不可~。Cái xấu trong gia đình không be ra ngoài.

【外衣】wàiyī〈名〉áo ngoài

【外溢】wàiyì〈动〉❶tràn ra ngoài ❷chuyển ra ngoài; chạy ra ngoài: 资金~ vốn chuyển ra ngoài; 技术~ kĩ thuật chuyển ra ngoài

【外因】wàiyīn〈名〉nguyên nhân bên ngoài: 内因决定~。Nguyên nhân nội bộ quyết định nguyên nhân bên ngoài.

【外阴】wàiyīn〈名〉ngoại âm

【外引】wàiyǐn〈动〉nhập từ địa phương khác hay nước ngoài

【外用】wàiyòng〈动〉dùng bên ngoài: ~药 thuốc bôi ngoài/thuốc dùng ngoài (không được uống)

【外语】wàiyǔ<名>ngoại ngữ; tiếng nước ngoài

【外遇】wàiyù<名>ngoại tình

【外圆内方】wàiyuán-nèifāng ngoài tròn trong vuông; ngoài mặt cởi mở, trong lòng nghiêm khắc

【外援】wàiyuán<名>❶viện trợ bên ngoài ❷cầu thủ nước ngoài

【外在】wàizài<形>❶bên ngoài; ngoại tại: ~因素 nhân tố bên ngoài ❷bề ngoài

【外债】wàizhài<名>❶nợ nước ngoài: 借用~来发展本国经济 vay nợ nước ngoài để phát triển nền kinh tế nước mình ❷nợ vay cá nhân hoặc đơn vị ngoài

【外长】wàizhǎng<名>ngoại trưởng; bộ trưởng Bộ Ngoại giao

【外罩】wàizhào<名>❶áo khoác ngoài; áo bờ-lu ❷cái chụp ngoài: 这个工艺品应加个玻璃~。Bên ngoài mĩ nghệ phẩm này nên thêm cái chụp thủy tinh

【外痔】wàizhì<名>trĩ ngoại

【外资】wàizī<名>vốn nước ngoài: ~企业 doanh nghiệp có vốn đầu tư nước ngoài

【外子】wàizǐ<名>[书]ông nhà tôi; ông xã; chồng tôi

【外族】wàizú<名>❶người ngoài họ ❷người nước ngoài ❸dân tộc khác; ngoại tộc

【外祖父】wàizǔfù<名>ông ngoại

【外祖母】wàizǔmǔ<名>bà ngoại

wān

弯 wān❶<形>cong; ngoằn ngoèo: ~道 đường cong ❷<动>khom: ~着身子 khom người ❸<名>chỗ ngoặt; chỗ cong; chỗ quanh: 转~抹角 vòng vo quanh co ❹<动>[书]kéo; giương (cung)

【弯刀】wāndāo<名>dao hình cong

【弯道】wāndào<名>đường vòng: 前有~，注意减速。Đằng trước là đoạn đường vòng, hãy lưu ý giảm tốc.

【弯度】wāndù<名>độ cong

【弯弓】wāngōng❶<名>cây cung ❷<动>kéo dây cung

【弯路】wānlù<名>đường cong; đường vòng

【弯曲】wānqū<形>ngoằn ngoèo; quanh co: 道路弯弯曲曲。Con đường ngoằn ngoèo uốn lượn.

【弯腰】wānyāo<动>khom lưng

【弯子】wānzi<名>chỗ cong; phần cong

剜 wān<动>dùng dao đào, bới, khoét

湾 wān❶<名>chỗ ngoặt trên sông; khuỷu: 河~ khuỷu sông ❷<名>vịnh biển: 港~ vịnh cảng; 北部~ vịnh Bắc Bộ ❸<动>đỗ; đậu (tàu thuyền): 把船~在那边 cho thuyền đỗ ở bên kia //(姓) Loan

【湾泊】wānbó<动>(tàu thuyền) đậu; đỗ; dừng lại: 岸边~着一艘大船。Một chiếc thuyền lớn đậu ở bên bờ.

蜿 wān

【蜿蜒】wānyán<形>❶(rắn bò) ngoằn ngoèo ❷(đường, sông) quanh co; vòng vèo; ngoằn ngoèo; uốn lượn: 江河~ dòng sông uốn khúc

豌 wān

【豌豆】wāndòu<名>❶cây đậu Hà Lan ❷đậu Hà Lan

【豌豆苗】wāndòumiáo<名>rau mầm đậu Hà Lan

wán

丸 wán❶<名>viên: 肉~ viên chả thịt/thịt băm viên; 药~ viên thuốc ❷<量>viên: 每次吃三~ mỗi lần uống ba viên ❸<名>thuốc viên //(姓) Hoàn

【丸剂】wánjì<名>thuốc viên; thuốc tễ

【丸药】wányào<名>thuốc viên

【丸子】wánzi〈名〉viên

纨 wán〈名〉[书]thứ lụa mịn

【纨绔】wánkù〈名〉[书]quần lụa; quần là áo lượt; con em nhà quyền quý: ~子弟 cậu ấm/ con em nhà quyền quý giàu có

【纨扇】wánshàn〈名〉quạt lụa

完 wán❶〈形〉nguyên lành; toàn vẹn: 覆巢无~卵 Tổ bị phá đâu còn trứng lành. ❷〈动〉hết: 用~了 đã dùng hết ❸〈动〉xong; kết thúc; hoàn thành: 工作做~了。Công việc đã làm xong. ❹〈动〉hoàn thành ❺〈动〉giao; nộp: ~税 đã nộp thuế //(姓) Hoàn

【完败】wánbài〈动〉❶hoàn toàn thất bại ❷làm cho đối thủ hoàn toàn thất bại

【完备】wánbèi〈形〉đầy đủ; hoàn hảo: ~的计划 kế hoạch hoàn hảo

【完毕】wánbì〈动〉hoàn tất; kết thúc; xong xuôi: 实习~ thực tập xong xuôi

【完璧归赵】wánbì-guīzhào　ngọc lành về Triệu; châu hoàn Hợp Phố; của về chủ cũ

【完成】wánchéng〈动〉hoàn thành: ~任务 hoàn thành nhiệm vụ

【完蛋】wándàn〈动〉[口]đi đời; kết liễu; chết

【完稿】wángǎo〈动〉viết xong bản thảo; hoàn thành bài viết

【完工】wángōng〈动〉hoàn thành công trình; hoàn công: 这条高速公路将于明年~。Con đường cao tốc này sẽ hoàn công vào năm tới.

【完好】wánhǎo〈形〉nguyên vẹn; nguyên lành; hoàn hảo: ~如新 nguyên vẹn như mới

【完好无损】wánhǎo-wúsǔn　nguyên lành không sứt mẻ

【完婚】wánhūn〈动〉cưới; kết hôn

【完结】wánjié〈动〉xong xuôi; kết thúc: 事情并没有~。Công việc còn chưa kết thúc.

【完聚】wánjù〈动〉[书]sum họp; đoàn tụ

【完竣】wánjùn〈动〉hoàn thành; hoàn tất: 工程~ công trình hoàn tất

【完了】wánle〈连〉[口]rồi (việc xảy ra liên tiếp): 放了学先做作业，~还得去学钢琴。Sau khi tan học phải làm bài tập, rồi còn phải đi học đàn pi-a-nô.

另见wánliǎo

【完粮】wánliáng〈动〉nộp thuế ruộng

【完了】wánliǎo〈动〉kết thúc; xong xuôi: 等此事~，我再找你商量。Đợi việc này xong xuôi, tôi sẽ tìm anh bàn bạc.

另见wánle

【完满】wánmǎn〈形〉trọn vẹn; đầy đủ: ~解决 giải quyết trọn vẹn

【完美】wánměi〈形〉tốt lành; hoàn mĩ: ~的婚姻 cuộc hôn nhân hoàn mĩ

【完美无缺】wánměi-wúquē　hoàn hảo; toàn bích; mười phân vẹn mười

【完美主义】wánměi zhǔyì　chủ nghĩa hoàn hảo: 生活的~者 người sống theo chủ nghĩa hoàn hảo

【完全】wánquán❶〈形〉đầy đủ; trọn vẹn: 四肢~ tay chân đầy đủ ❷〈副〉hoàn toàn: ~否认 hoàn toàn phủ nhận

【完人】wánrén〈名〉con người hoàn mĩ: 金无足赤，人无~。Không có sự vật nào là hoàn toàn hoàn hảo, cũng không có con người nào là hoàn hảo hoàn toàn.

【完善】wánshàn❶〈形〉hoàn hảo: ~的技艺 kĩ năng hoàn hảo ❷〈动〉hoàn thiện: ~制度 hoàn thiện chế độ

【完胜】wánshèng〈动〉hoàn toàn thắng lợi

【完事】wánshì〈动〉xong việc

【完整】wánzhěng〈形〉hoàn chỉnh; toàn vẹn; đầy đủ: 领土~ toàn vẹn lãnh thổ; ~的资料 tài liệu đầy đủ

玩¹ wán〈动〉❶chơi; chơi đùa: 上街~ đi chơi phố ❷chơi (thể thao): ~篮球 chơi bóng rổ ❸giở: ~手段 giở thủ đoạn/giở mánh khóe

玩² wán❶〈动〉đùa cợt; khinh thường: ~弄 trêu chọc; ~世不恭 khinh đời ngạo vật ❷

<动>thưởng thức; chơi ngắm: 游~ dạo chơi ❸<名>đồ để thưởng thức: 古~ đồ cổ

【玩伴】wánbàn<名>bạn chơi

【玩法】wánfǎ<名>cách chơi

【玩忽】wánhū<动>sao nhãng; chểnh mảng; lơ là: ~职守 sao nhãng chức trách

【玩火】wánhuǒ<动>chơi với lửa; ví chơi trò nguy hiểm

【玩火自焚】wánhuǒ-zìfén chơi lửa chết cháy; nghịch dao đứt tay

【玩家】wánjiā<名>tay chơi

【玩具】wánjù<名>đồ chơi

【玩乐】wánlè<动>vui chơi; chơi đùa: 尽情 ~ vui chơi thỏa thích

【玩弄】wánnòng<动>❶chơi; nghịch: ~刀枪 chơi dao chơi súng; 孩子抓泥巴~。Đứa trẻ nghịch đất. ❷đùa giỡn; trêu chọc; chọc ghẹo: ~情感 đùa giỡn tình cảm; ~女性 chọc ghẹo đàn bà con gái ❸khoe khoang; chơi: ~辞藻 khoe khoang văn hoa ❹giở: ~手段 giở thủ đoạn

【玩偶】wán'ǒu<名>búp bê; phỗng

【玩牌】wánpái<动>chơi bài

【玩儿不转】wánrbuzhuàn[口]không có biện pháp; ứng phó không nổi: 这个系统我实在~。Hệ điều hành này tôi thật ứng phó không nổi.

【玩儿得转】wánrdezhuàn[口]có biện pháp; ứng phó được; giải quyết được: 这些事情我一个人就能~。Những việc này tôi một mình cũng có thể ứng phó được.

【玩儿命】wánrmìng<动>[口]liều; liều mạng

【玩儿票】wánrpiào<动>[口]diễn viên tuồng nghiệp dư; ngoại đạo: 我们只是自娱自乐，~的。Chúng tôi chỉ biểu diễn để giải trí thôi chứ không phải là diễn viên chuyên nghiệp.

【玩儿完】wánrwán<动>[口]xong; thất bại; chết; đi đời

【玩赏】wánshǎng<动>thưởng thức; thưởng ngoạn; ngắm: ~牡丹 thưởng thức hoa mẫu đơn

【玩世不恭】wánshì-bùgōng khinh đời ngạo vật; chơi ngông với đời

【玩耍】wánshuǎ<动>chơi đùa; nô đùa; nghịch: 孩子们在公园里~。Trẻ em chơi đùa ở công viên.

【玩味】wánwèi<动>nghiền ngẫm; suy ngẫm: ~他的话 suy ngẫm lời anh ấy

【玩物】wánwù<名>đồ chơi

【玩物丧志】wánwù-sàngzhì chơi bời lêu lổng, nhụt chí phấn đấu

【玩笑】wánxiào❶<动>đùa; vui đùa: 他在~。Nó đang vui đùa. ❷<名>(lời nói, hành động) đùa: 开~ nói đùa/trêu cho vui

【玩意儿】wányìr<名>[口]❶đồ chơi ❷trò (xiếc, ảo thuật...) ❸đồ vật: 他随身带的是什么~？ Anh ấy mang đồ vật gì bên người vậy? ❹chỉ người với ý khinh bỉ: 什么~！ Người gì vậy!/Có thứ gì vậy!

顽 wán<形>❶dốt nát; đần độn: 冥~不灵 ngu si đần độn ❷bướng; cố chấp; ngoan cố: ~疾 bệnh khó chữa ❸tinh nghịch: ~皮可爱的小男孩 cậu bé tinh nghịch dễ thương //(姓) Ngoan

【顽敌】wándí<名>kẻ địch ngoan cố

【顽钝】wándùn<形>[书]❶ngu dốt ❷cùn; nhụt ❸yếu hèn; yếu đuối

【顽梗】wángěng<形>bướng bỉnh; ngang bướng; ngang ngạnh

【顽固】wángù<形>❶bảo thủ: 他这个人思想很~。Ông ta là một người khư khư thủ cựu. ❷ngoan cố: ~分子 phần tử ngoan cố ❸khó chữa: ~的疾病 bệnh khó chữa/bệnh nan y

【顽固不化】wángù-bùhuà ngang ngạnh bảo thủ; cứng đầu cứng cổ

【顽固派】wángùpài<名>phái ngoan cố

【顽疾】wánjí<名>bệnh khó chữa: 攻克~ đã tìm được cách chữa khỏi bệnh nan y

【顽健】wánjiàn<形>[书]tương đối khỏe

【顽抗】wánkàng<动>ngoan cố chống lại

【顽劣】wánliè<形>bướng bỉnh; ngang bướng: 秉性~ bẩm tính ngang bướng

【顽皮】wánpí<形>tinh nghịch; bướng; bướng bỉnh: ~的小孩 trẻ con tinh nghịch

【顽强】wánqiáng<形>ngoan cường: ~的战斗精神 tinh thần chiến đấu ngoan cường

【顽石点头】wánshí-diǎntóu đá cũng gật đầu; có sức cảm hóa rất lớn; ví có sức thuyết phục mọi người

【顽童】wántóng<名>thằng ranh con; trẻ bướng bỉnh

【顽症】wánzhèng<名>❶chứng bệnh nan y: 这种~十分难治。Chứng bệnh lâu ngày này khó chữa lắm. ❷tật lâu ngày khó sửa

烷 wán<名>alkan: 甲~ metan

【烷基】wánjī<名>[化学]alkyl: ~胺 alkylamin

【烷烃】wántīng<名>parafin

wǎn

宛[1] wǎn<形>quanh co; khúc khuỷu; ngoằn ngoèo //(姓) Uyển

宛[2] wǎn<副>[书]dường như: 音容~在 giọng nói vẻ mặt dường như còn ở đâu đây rất gần

【宛然】wǎnrán<副>giống như; khác nào; hình như: 旧日情景，~又在眼前。Tình cảnh năm xưa dường như lại hiện lên trước mắt.

【宛如】wǎnrú<动>giống như; dường như

【宛若】wǎnruò =【宛如】

【宛若天仙】wǎnruò-tiānxiān đẹp như nàng tiên

挽 wǎn<动>❶kéo; dắt; giương: ~手 dắt tay

❷xắn; vén: ~起袖子 xắn tay áo lên ❸xoay chuyển; cứu vãn: 力~狂澜 cố gắng xoay chuyển tình trạng nguy hiểm ❹kéo; dắt xe: ~车 kéo xe ❺điếu; viếng (người đã mất)

【挽词】wǎncí<名>lời tưởng nhớ; lời mặc niệm; lời viếng

【挽歌】wǎngē<名>bài ca tưởng nhớ (người đã mất)

【挽回】wǎnhuí<动>❶cứu vãn; xoay chuyển: ~败局 xoay chuyển thế bí ❷lấy lại; thu lại: ~损失 bù đắp lại sự mất mát

【挽救】wǎnjiù<动>cứu vãn: ~措施 biện pháp cứu vãn; ~生命 cứu lấy tính mạng

【挽具】wǎnjù<名>bộ đồ kéo xe (đóng vào thân súc vật để chúng kéo xe)

【挽联】wǎnlián<名>câu đối phúng

【挽留】wǎnliú<动>giữ ở lại; giữ lại: ~客人 giữ khách ở lại; 主人再三~，我们只好留下来吃饭。Chủ nhà mời mãi, chúng tôi đành phải ở lại ăn cơm.

【挽诗】wǎnshī<名>bài thơ viếng người chết

【挽幛】wǎnzhàng<名>bức trướng viếng người chết

莞 wǎn

【莞尔】wǎn'ěr<形>[书]mủm mỉm: ~而笑 mủm mỉm cười; 不觉~ bất giác mỉm cười

晚 wǎn❶<名>buổi tối: 从早到~ từ sáng đến tối; 吃~饭 ăn cơm tối ❷<形>muộn; cuối: ~稻 lúa muộn ❸<形>chậm; muộn: 来~了 đến muộn ❹<形>sau: ~辈 thế hệ sau ❺<名>đàn em; con; cháu (từ tự xưng với các bề trên) ❻<名>[书]đoạn thời gian cuối cùng: ~节 khí tiết cuối đời ❼<形>[方]kế: ~娘 mẹ kế //(姓) Văn

【晚安】wǎn'ān<动>chúc ngủ ngon

【晚班】wǎnbān<名>ca đêm

【晚报】wǎnbào<名>báo chiều

【晚辈】wǎnbèi<名>lớp sau; hậu bối; thế hệ

sau

【晚餐】wǎncān<名>bữa cơm tối

【晚场】wǎnchǎng<名>buổi diễn tối; buổi chiếu tối

【晚车】wǎnchē<名>tàu đêm; tàu tối

【晚春】wǎnchūn<名>cuối xuân

【晚稻】wǎndào<名>lúa muộn; lúa mùa

【晚点】wǎndiǎn<动>(xe, tàu, máy bay) trễ giờ; muộn giờ

【晚饭】wǎnfàn<名>cơm tối; cơm chiều

【晚高峰】wǎngāofēng<名>giờ cao điểm buổi chiều

【晚会】wǎnhuì<名>dạ hội; buổi liên hoan tối: 篝火~ dạ hội lửa trại

【晚婚】wǎnhūn<动>kết hôn muộn; cưới muộn: 提倡~晚育 đề xướng hôn nhân muộn và sinh đẻ muộn

【晚间】wǎnjiān<名>buổi tối

【晚节】wǎnjié<名>❶khí tiết lúc cuối đời: ~不保 không giữ được khí tiết lúc cuối đời ❷[书]cuối đời: ~末路 quãng đường cuối cùng của cuộc đời

【晚近】wǎnjìn<名>thời điểm gần đây

【晚景】wǎnjǐng<名>❶cảnh đêm; cảnh chiều ❷cảnh già

【晚境】wǎnjìng<名>tình cảnh tuổi già: ~凄凉 tình cảnh tuổi già thê lương

【晚礼服】wǎnlǐfú<名>lễ phục buổi tối

【晚年】wǎnnián<名>tuổi già; cuối đời

【晚娘】wǎnniáng<名>[方]mẹ kế; mẹ ghẻ

【晚期】wǎnqī<名>thời kì cuối; cuối đời; hậu kì: 癌症~ ung thư thời kì cuối; 清朝~ cuối đời nhà Thanh; ~的作品 tác phẩm cuối đời

【晚秋】wǎnqiū<名>cuối thu: ~作物 hoa màu cuối thu

【晚上】wǎnshang<名>buổi tối

【晚生】wǎnshēng<名>[书]vãn sinh; đàn em (cách tự xưng khiêm tốn với bề

trên)

【晚熟】wǎnshú<形>❶chín muộn ❷(người) trưởng thành muộn

【晚霜】[1] wǎnshuāng<名>sương cuối mùa

【晚霜】[2] wǎnshuāng<名>kem đêm (bôi khi ngủ)

【晚霞】wǎnxiá<名>ráng chiều

【晚宴】wǎnyàn<名>tiệc chiều

【晚育】wǎnyù<动>đẻ muộn

【晚装】wǎnzhuāng<名>trang phục dự tiệc tối

惋 wǎn<动>[书]than thở; thương tiếc

【惋伤】wǎnshāng<动>thở dài buồn bã

【惋叹】wǎntàn<动>than thở; thương tiếc

【惋惜】wǎnxī<动>đáng tiếc; tiếc cho; tiếc thay: 他错过了这次深造的机会，大家都感到~。Mọi người đều tiếc cho việc anh ấy bỏ lỡ cơ hội đào tạo chuyên sâu lần này.

婉 wǎn<形>❶(nói năng) uyển chuyển; mềm mỏng; khéo léo: ~言相劝 khuyên nhau khéo léo ❷[书]dịu dàng; mềm mại: ~顺 nhu mì ❸[书]đẹp đẽ: ~丽 xinh đẹp

【婉辞】[1] wǎncí<名>lời nói uyển chuyển; lời nói mềm mỏng

【婉辞】[2] wǎncí<动>từ chối khéo léo: 他~了上级对他的挽留。Anh ấy từ chối khéo léo lời giữ của cấp trên.

【婉和】wǎnhé<形>(lời nói) dịu dàng uyển chuyển

【婉拒】wǎnjù<动>từ chối khéo léo

【婉丽】wǎnlì<形>[书]❶xinh đẹp ❷thơ văn uyển chuyển và bóng bẩy

【婉商】wǎnshāng<动>bàn bạc mềm mỏng; bàn bạc khéo léo: 经过多次~，他才勉强答应跟我们公司合作。Qua nhiều lần bàn bạc mềm mỏng, anh ấy mới tạm đồng ý hợp tác với công ti chúng tôi.

【婉顺】wǎnshùn<形>(thường dùng để chỉ nữ giới) nhu mì: 性情~ tính tình nhu mì

W

【婉谢】wǎnxiè<动>từ chối khéo léo

【婉言】wǎnyán<名>lời nói uyển chuyển; lời nói mềm mỏng; lời nói khéo léo

【婉约】wǎnyuē<形>[书](văn phong) uyển chuyển hàm súc: ~派诗人 nhà thơ thuộc trường phái uyển chuyển hàm súc

【婉转】wǎnzhuǎn<形>❶nói năng khéo léo uyển chuyển: 用词~ dùng từ uyển chuyển ❷(tiếng hát, tiếng chim...) du dương; véo von

绾 wǎn<动>tết; vấn; vén: ~头发 vấn tóc

皖 Wǎn<名>tên gọi tắt của tỉnh An Huy

碗 wǎn<名>❶cái bát ❷vật cụ hình bát //(姓) Uyển

【碗筷】wǎnkuài<名>bát đũa

wàn

万 wàn❶<数>vạn; mười nghìn ❷<数>muôn vạn; nhiều: 天下~物 tất cả mọi thứ trên thế giới ❸<副>rất; tuyệt đối; vô cùng: ~~不可 tuyệt đối không được //(姓) Vạn

【万般】wànbān❶(数量)mọi loại; hết thảy ❷<副>cực kì; hết sức; vô cùng; rất: ~无奈 không có cách nào cả

【万变不离其宗】wàn biàn bù lí qí zōng biến hóa trăm đường cũng không rời được cái gốc; trăm khoanh vẫn quanh một đốm

【万不得已】wànbùdéyǐ cùng lắm; vạn bất đắc dĩ: 这笔款不到~不能动。Nếu không ở vào thế cùng thì không được động đến món tiền này.

【万代】wàndài<名>muôn đời; vạn đại: 千秋~ thiên thu vạn đại

【万端】wànduān<形>nhiều; khác nhau; phong phú: 思绪~ trăm mối suy nghĩ

【万恶】wàn'è❶<形>đầy tội ác; cực kì độc ác; hết sức hung ác: ~的旧社会 xã hội cũ đầy tội ác ❷<名>mọi tội ác: 贪婪是~之源。

Sự tham lam là nguồn gốc của mọi tội ác.

【万儿八千】wàn'er-bāqiān một vạn hay gần một vạn; chừng một vạn

【万方】wànfāng❶<名>mọi nơi; khắp nơi ❷<形>uyển chuyển duyên dáng: 仪态~ dáng điệu uyển chuyển duyên dáng

【万分】wànfēn<副>vô cùng; hết sức: ~沮丧 hết sức chán nản buồn rầu

【万古长存】wàngǔ-chángcún tồn tại mãi mãi; bất hủ; mãi mãi trường tồn

【万古长青】wàngǔ-chángqīng vạn cổ trường thanh; muôn đời xanh tươi

【万古流芳】wàngǔ-liúfāng tiếng thơm muôn thuở; tiếng thơm muôn đời: 英雄们的事迹~。Sự tích của các vị anh hùng sẽ để lại tiếng thơm muôn đời.

【万贯】wànguàn(数量)một vạn quan tiền tiền tệ: 家财~ gia tài bạc tỉ

【万国】wànguó<名>nhiều nước

【万户更新】wànhù-gēngxīn mọi nhà đổi mới

【万户侯】wànhùhóu<名>quan chức cai trị hàng vạn hộ dân

【万花筒】wànhuātǒng<名>ống kính vạn hoa

【万机】wànjī<名>nhiều việc quan trọng: 日理~ ngày ngày phải giải quyết biết bao việc quan trọng

【万家灯火】wànjiā-dēnghuǒ đèn đóm như sao giăng

【万箭穿心】wànjiàn-chuānxīn muôn vạn mũi tên xuyên tim: 悲痛犹如~。Nỗi đau như muôn mũi tên xuyên tim.

【万劫不复】wànjié-bùfù muôn đời muôn kiếp không trở lại được

【万金油】wànjīnyóu<名>❶dầu cù là ❷giê năng; biết mỗi thứ một tí: ~式的干部 cán bộ đa giê năng

【万籁俱寂】wànlài-jùjì vắng vẻ tĩnh mịch;

yên lặng như tờ: 夜深了，~。Đêm khuya yên lặng như tờ.

【万里长城】 Wàn Lǐ Chángchéng Vạn lí Trường thành

【万里无云】 wànlǐ-wúyún trời quang đãng không mây

【万马奔腾】 wànmǎ-bēnténg muôn ngựa đua phi

【万马齐喑】 wànmǎ-qíyīn im hơi lặng tiếng

【万民】 wànmín<名>muôn dân: ~欢呼 đông đảo dân chúng hoan hô

【万难】 wànnán❶<名>muôn vàn khó khăn; mọi khó khăn: 克服~ khắc phục mọi khó khăn ❷<副>vô cùng khó khăn: ~照办 rất khó làm theo

【万能】 wànnéng<形>❶vạn năng; việc gì cũng có thể làm được: 金钱不是~的。Tiền bạc không phải là vạn năng. ❷nhiều tác dụng; đa năng: ~钥匙 chìa khóa đa năng

【万能胶】 wànnéngjiāo<名>keo dán vạn năng; nhựa dán đa năng

【万年】 wànnián（数量）muôn đời: 遗臭~ tiếng xấu để đời

【万年历】 wànniánlì<名>lịch vạn niên; lịch lâu năm

【万年青】 wànniánqīng<名>[植物]vạn niên thanh

【万念俱灰】 wànniàn-jùhuī mọi hi vọng đều tan thành mây khói

【万千】 wànqiān<数>❶muôn nghìn muôn vạn; hàng nghìn hàng vạn: ~民众 hàng nghìn hàng vạn dân chúng ❷muôn hình muôn vẻ: 变化~ biến hóa muôn hình muôn vẻ/biến hóa khôn lường; 思绪~ nghĩ suy trăm mối tơ vò

【万顷】 wànqǐng（数量）bao la; bát ngát: 良田~ đồng ruộng màu mỡ rộng bao la

【万全】 wànquán<形>vẹn toàn; rất chu đáo: ~之策 kế sách vẹn toàn

【万人空巷】 wànrén-kōngxiàng mọi người đổ ra đường

【万人迷】 wànrénmí<名>chỉ những nhân vật làm cho nhiều người say mê; muôn người cùng hâm mộ

【万圣节】 Wànshèng Jié<名>Lễ các thánh (mồng 1 tháng 11)

【万乘之国】 wànshèngzhīguó vốn chỉ triều đại nhà Chu trong lịch sử Trung Quốc, nay dùng để chỉ nước lớn

【万世】 wànshì<名>muôn đời: ~流芳 tiếng thơm muôn thuở

【万事】 wànshì<名>mọi việc; muôn việc; vạn sự: ~不求人 mọi việc không nhờ vả ai; ~大吉 mọi điều tốt lành; ~亨通 vạn sự hanh thông

【万事俱备，只欠东风】 wànshì-jùbèi, zhǐqiàn-dōngfēng mọi việc sẵn sàng, chỉ chờ gió đông; ví chỉ thiếu nhân tố quan trọng nhất, điều cốt yếu nhất

【万事开头难】 wànshì kāitóu nán vạn sự khởi đầu nan

【万事如意】 wànshì-rúyì vạn sự như ý

【万事通】 wànshìtōng❶cái gì cũng biết ❷người bác học thông thái

【万事万物】 wànshì-wànwù tất cả mọi thứ

【万寿菊】 wànshòujú<名>cúc vạn thọ

【万寿无疆】 wànshòu-wújiāng sống lâu muôn tuổi; vạn thọ vô cương

【万水千山】 wànshuǐ-qiānshān muôn sông ngàn núi; vạn thủy thiên sơn

【万死】 wànsǐ<动>chết ngàn lần: ~不辞 dẫu chết ngàn lần cũng chẳng từ nan; 罪该~ tội đáng chết ngàn lần

【万岁】 wànsuì❶<动>muôn năm ❷<名>đức vua; đức vua vạn tuế

【万万】 wànwàn❶<数>một trăm triệu; hàng

trăm triệu ❷〈副〉tuyệt đối: ~没想到 chẳng hề nghĩ đến; ~不可大意 tuyệt đối không được qua loa đại khái

【万维网】wànwéiwǎng〈名〉hệ thống thông tin điện tử mạng Vạn Duy-đa chiều

【万无一失】wànwú-yīshī tuyệt đối không một sai sót; chắc chắn trăm phần trăm

【万物】wànwù〈名〉muôn vật; vạn vật

【万象】wànxiàng〈名〉mọi cảnh tượng: 包罗~ muôn màu muôn vẻ; ~更新 muôn vật đổi mới

【万幸】wànxìng〈形〉vạn hạnh; vô cùng may mắn: 人没有受伤，总算~。Người không bị thương, hết sức may mắn.

【万一】wànyī ❶〈名〉một phần vạn: 此不过是其所做好人好事之~。Đây bất quá chỉ là một phần cực nhỏ trong những việc tốt mà anh ấy đã làm. ❷〈名〉muôn một; bất trắc: 带上雨伞，以防~。Mang theo ô đề phòng bất trắc. ❸〈连〉dù; nếu như; vạn nhất: ~投资失败怎么办？Nếu không may việc đầu tư thất bại thì làm thế nào?

【万用表】wànyòngbiǎo〈名〉đồng hồ vạn năng

【万有引力】wàn yǒu yǐnlì lực vạn vật hấp dẫn

【万丈】wànzhàng（数量）muôn trượng; ngất trời; thăm thẳm: 雄心~ chí lớn vạn trượng; ~高楼 nhà lầu cao ngất trời

【万众】wànzhòng〈名〉hàng ngàn hàng vạn dân chúng: ~一心 muôn người như một

【万状】wànzhuàng〈形〉hết sức; cực kì: 痛苦~ hết sức đau khổ; 惊恐~ hết sức sợ hãi

【万紫千红】wànzǐ-qiānhóng ❶muôn hồng nghìn tía; trăm hoa đua nở ❷ví dồi dào, phồn thịnh

腕 wàn〈名〉cổ tay

【腕表】wànbiǎo〈名〉đồng hồ đeo tay

【腕部】wànbù〈名〉cổ tay

【腕骨】wàngǔ〈名〉xương cổ tay

【腕关节】wànguānjié〈名〉khớp cổ tay

【腕力】wànlì〈名〉❶sức cổ tay ❷năng lực bản lĩnh

【腕儿】wànr〈名〉[口]người có tiếng trong một lĩnh vực nào đó

【腕饰】wànshì〈名〉đồ trang sức đeo trên cổ tay

【腕子】wànzi〈名〉cổ tay hay cổ chân: 手~ cổ tay; 脚~ cổ chân

【腕足】wànzú〈名〉xúc tu; vòi (của cá mực, bạch tuộc)

蔓 wàn〈名〉dây leo: 葡萄枝爬~儿了。Cây nho leo lên rồi.

另见màn

wāng

汪[1] wāng ❶〈形〉[书]mênh mông: ~洋 mênh mông ❷〈动〉đầy; đẫm: 路上~了很多水。Đường đầy nước. ❸〈名〉[方]vũng: 泥水~ vũng nước bùn ❹〈量〉vũng: 两~眼泪 hai vũng nước mắt //（姓）Uông

汪[2] wāng〈拟〉gâu gâu; ông ổng: 狗~~叫。Chó sủa ông ổng.

【汪汪】wāngwāng〈形〉❶đầm đìa; giàn giụa; rưng rưng: 眼泪~ nước mắt rưng rưng ❷[书]（nước）mênh mông

【汪洋】wāngyáng〈形〉❶mênh mông: ~大海 biển cả mênh mông ❷[书]rộng lượng: ~大度 rộng lượng bao dung

【汪子】wāngzi〈名〉[方]vũng: 满满一水汪子 đầy một vũng nước

wáng

亡 wáng ❶〈动〉trốn: 逃~ chạy trốn; 流~ lưu vong ❷〈动〉mất; thất lạc: ~羊补牢 mất dê mới lo làm chuồng ❸<动>chết: 家破人~ nhà tan người chết ❹<动>diệt vong; (nước) mất: ~国 mất nước/nước bị mất ❺<形>đã mất; đã chết

【亡故】wánggù<动>chết mất; qua đời

【亡国】wángguó❶<动>mất nước; xóa sổ một quốc gia ❷<名>nước đã mất; nước đã bị diệt vong: ~之君 vua của một nước đã bị diệt vong

【亡国奴】wángguónú<名>dân nô lệ mất nước; vong quốc nô

【亡魂】wánghún<名>vong hồn

【亡魂丧胆】wánghún-sàngdǎn kinh hồn bạt vía: 把敌人打得~。Đánh cho địch kinh hồn bạt vía.

【亡灵】wánglíng<名>vong linh

【亡命】wángmìng<动>❶chạy trốn; lưu vong: ~国外 sống lưu vong ở nước ngoài ❷vong mạng; bạt mạng; liều mạng: ~之徒 quân liều mạng

【亡失】wángshī<动>mất; lạc; thất lạc: 那 幅画已~多年。Bức tranh đó đã thất lạc nhiều năm.

【亡羊补牢】wángyáng-bǔláo mất cừu mới rào chuồng; mất bò mới lo làm chuồng: ~, 未为迟也。Mất bò mới lo làm chuồng, kể ra cũng còn chưa muộn.

王 wáng❶<名>vua; vương: 称~ xưng vương; 女~ nữ vương ❷<名>(tước vị) vương: ~侯将相 vương hầu khanh tướng ❸<名>thủ lĩnh; kẻ cầm đầu; đầu mục: 擒 贼先擒~。Bắt giặc phải bắt thủ lĩnh trước. ❹<名>chúa; vua trong đồng loại: 蜂~ ong chúa; 蚁~ kiến chúa ❺<形>[书](bề trên) vương: ~父 vương phụ (ông nội) ❻<形>loại mạnh nhất; loại A: ~牌 át chủ bài //(姓) Vương

【王八】wángba<名>❶rùa; ba ba ❷(tiếng chửi) quân mọc sừng; đồ bị cắm sừng

❸[旧]tú ông

【王八蛋】wángbadàn<名>(tiếng chửi) đồ chó đẻ

【王朝】wángcháo<名>vương triều: 封建 ~ vương triều phong kiến/triều đình phong kiến

【王储】wángchǔ<名>người kế vị; thái tử

【王道】wángdào<名>vương đạo; đạo trị vì thiên hạ

【王法】wángfǎ<名>❶phép vua ❷chính sách pháp luật

【王妃】wángfēi<名>vương phi

【王府】wángfǔ<名>vương phủ

【王公】wánggōng<名>vương công; tước vị cao sang: ~大臣 vương công đại thần; ~贵 族 quý tộc có tước vị cao sang

【王宫】wánggōng<名>hoàng cung; cung điện nhà vua; vương cung

【王顾左右而言他】wáng gù zuǒyòu ér yán tā nói lái sang chuyện khác; cố ý trả lời không đúng câu hỏi

【王冠】wángguān<名>vương miện; mũ của vua

【王国】wángguó<名>❶vương quốc (nước theo chế độ quân chủ): 丹麦~ vương quốc Đan Mạch ❷mượn để chỉ phạm vi quản lí hoặc một phạm trù nào đó ❸xứ sở: 郁金香 的~ xứ sở của hoa uất kim hương

【王侯】wánghóu<名>vương hầu; tước vương và tước hầu

【王后】wánghòu<名>vương hậu

【王老五】Wánglǎowǔ<名>chàng trai ế vợ: 钻石~ chàng trai giàu có mà ế vợ

【王母娘娘】Wángmǔ niángniang vương mẫu nương nương; Tây Vương Mẫu

【王牌】wángpái<名>át chủ bài: ~军 đội quân át chủ bài

【王婆卖瓜——自卖自夸】wángpó- -màiguā——zìmài-zìkuā mèo khen mèo

dài đuôi

【王权】wángquán<名>vương quyền

【王室】wángshì<名>❶hoàng gia: ~成员 thành viên của hoàng gia ❷triều đình

【王孙】wángsūn<名>vương tôn; con cháu nhà quyền quý: ~公子 vương tôn công tử

【王位】wángwèi<名>ngôi vua: 继承~ thừa kế ngôi vua

【王爷】wángye<名>vương gia; đức chúa (tôn xưng người được phong tước vương)

【王子】wángzǐ<名>vương tử; con trai vua; hoàng tử

【王子犯法与庶民同罪】wángzǐ fànfǎ yǔ shùmín tóng zuì hoàng tử phạm tội cũng bị trị tội như dân thường

【王族】wángzú<名>hoàng tộc; họ nhà vua

wǎng

网 wǎng❶<名>lưới: 张~捕鱼 giăng lưới đánh cá; 排球~ lưới bóng chuyền ❷<名>mạng: 蜘蛛~ mạng nhện ❸<名>mạng lưới; hệ thống: 交通~ mạng lưới giao thông; 通讯~ mạng lưới thông tin; 电~ mạng điện ❹<名>mạng Internet: 上~ truy cập Internet; 局域~ mạng cục bộ; 宽带~ mạng diện rộng ❺<动>đánh bắt (bằng lưới); đánh chài: ~了一条鱼 đánh bắt được một con cá ❻<动>phủ đầy; kéo mạng: 他眼里~着红丝。Mắt của anh ấy đầy tia máu đỏ.

【网吧】wǎngbā<名>quán Internet; bar Internet

【网虫】wǎngchóng<名>người nghiện Internet

【网点】wǎngdiǎn<名>điểm của mạng lưới; điểm của hệ thống: 商业~ điểm của mạng lưới thương nghiệp

【网店】wǎngdiàn<名>cửa hàng trên Internet; cửa hàng trên mạng

【网兜】wǎngdōu<名>túi lưới

【网纲】wǎnggāng<名>giềng lưới

【网购】wǎnggòu<动>mua sắm qua Internet; mua sắm trên mạng

【网关】wǎngguān<名>cổng Internet

【网管】wǎngguǎn❶<动>quản lí mạng Internet ❷<名>nhân viên quản lí mạng Internet

【网巾】wǎngjīn<名>mạng chụp tóc; khăn thưa

【网警】wǎngjǐng<名>cảnh sát mạng

【网卡】wǎngkǎ<名>thẻ dùng để chơi Internet

【网开一面】wǎngkāiyīmiàn đối xử khoan dung; thả lỏng màng lưới

【网篮】wǎnglán<名>làn có lưới che

【网恋】wǎngliàn<动>yêu đương trên mạng: 两人从~到结婚，感情一直很甜蜜。Hai người từ buổi yêu đương trên mạng đến kết hôn, tình cảm đều rất đằm thắm.

【网聊】wǎngliáo<动>trò chuyện trực tuyến; chát; trò chuyện trên mạng

【网龄】wǎnglíng<名>thời gian tiếp xúc mạng Internet

【网罗】wǎngluó❶<名>lưới: 犯罪嫌疑人陷入民警布下的~。Nghi can đã sa lưới do cảnh sát bố trí trước. ❷<动>thu nạp; tìm kiếm; chiêu mộ: ~人才 tìm kiếm nhân tài

【网络】wǎngluò<名>❶vật hình lưới ❷mạng lưới; hệ thống: 构建良好的城市应急~ xây dựng tốt mạng lưới ứng phó tình hình khẩn cấp trong thành phố ❸Internet; mạng Internet

【网络版】wǎngluòbǎn<名>❶phiên bản Internet ❷trang web tác phẩm báo chí, văn học đăng trên mạng Internet

【网络电话】wǎngluò diànhuà điện thoại Internet

【网络犯罪】wǎngluò fànzuì phạm tội trên

mạng Internet

【网络教育】wǎngluò jiàoyù giáo dục trên mạng Internet: ~的资源丰富。Tài nguyên giáo dục trên mạng Internet phong phú.

【网络媒体】wǎngluò méitǐ thông tin mạng Internet

【网络日记】wǎngluò rìjì nhật kí Internet; blog: 写~时要注意保护隐私。Khi viết nhật kí mạng Internet phải chú ý bảo vệ quyền riêng tư.

【网络文学】wǎngluò wénxué tác phẩm văn học trên mạng Internet

【网络学校】wǎngluò xuéxiào trường học trên mạng Internet

【网络银行】wǎngluò yínháng ngân hàng trên mạng Internet

【网络游戏】wǎngluò yóuxì trò chơi trên mạng Internet; game online: 防止青少年沉迷于~。Ngăn chặn thanh thiếu niên nghiện game online.

【网络语言】wǎngluò yǔyán ngôn ngữ thường dùng trên mạng Internet

【网络综合征】wǎngluò zōnghézhēng hội chứng nghiện Internet

【网迷】wǎngmí〈名〉người nghiện Internet

【网民】wǎngmín〈名〉người sử dụng Internet; cư dân mạng

【网名】wǎngmíng〈名〉tên trên Internet

【网评】wǎngpíng❶〈动〉bình luận trên mạng Internet ❷〈名〉bài văn bình luận trên mạng Internet: 这条新闻引来了无数犀利的~。Thông tin này đã gây nhiều lời bình luận sắc bén trên mạng Internet.

【网球】wǎngqiú〈名〉quần vợt; tennis

【网球拍】wǎngqiúpāi〈名〉vợt tennis; la-két quần vợt

【网上】wǎngshàng〈名〉trên mạng Internet: 近年来，~又出现了一批新词。Những năm gần đây, trên mạng lại xuất hiện một số

từ mới.

【网速】wǎngsù〈名〉tốc độ mạng

【网坛】wǎngtán〈名〉giới quần vợt; làng quần vợt

【网箱】wǎngxiāng〈名〉lưới khoang

【网眼】wǎngyǎn〈名〉mắt lưới

【网页】wǎngyè〈名〉trang web

【网瘾】wǎngyǐn〈名〉bệnh nghiện Internet

【网友】wǎngyǒu〈名〉bạn bè quen biết qua mạng Internet; bạn mạng: 不要跟陌生的~单独见面。Đừng gặp riêng với người lạ mà làm quen qua Internet.

【网站】wǎngzhàn〈名〉website

【网址】wǎngzhǐ〈名〉địa chỉ website

【网状】wǎngzhuàng〈名〉hình lưới

【网子】wǎngzi〈名〉lưới chụp tóc

枉 wǎng❶〈形〉cong; sai lệch: 矫~过正 uốn nắn quá đà ❷〈动〉bẻ cong; uốn cong: ~法 bóp méo pháp luật ❸〈形〉oan: 冤~ oan uổng ❹〈副〉uổng; phí: ~费 uổng phí ///(姓)Uổng

【枉断】wǎngduàn〈动〉thực thi pháp luật bằng cách bóp méo luật

【枉法】wǎngfǎ〈动〉kẻ hành pháp xuyên tạc chà đạp pháp luật: 贪赃~ tham nhũng và chà đạp pháp luật

【枉费工夫】wǎngfèi-gōngfū uổng phí thời gian

【枉费心机】wǎngfèi-xīnjī suy đoán vô ích; uổng phí tâm cơ

【枉顾】wǎnggù〈动〉[书](lời khiêm nhường nói khi người khác đến thăm mình) hạ cố: 敬谢~。Cảm ơn đã hạ cố đến chơi.

【枉己正人】wǎngjǐ-zhèngrén mình đứng chưa thẳng mà đòi uốn cho người khác

【枉驾】wǎngjià〈动〉[书]❶hạ cố ❷hạ cố đi thăm người khác

【枉然】wǎngrán〈形〉uổng công; vô ích

【枉杀无辜】wǎngshā-wúgū giết oan người vô tội

【枉死】wǎngsǐ〈动〉chết oan uổng

【枉自】wǎngzì〈副〉uổng phí

往wǎng❶〈动〉đi: 来~ đi lại ❷〈介〉đi về: ~东走 đi về phía đông; 这趟火车开~上海。Chuyến tàu này chạy về Thượng Hải. ❸〈形〉đã qua; xưa: ~事 việc đã qua

【往常】wǎngcháng〈名〉thường ngày; mọi khi: 他今天比~来得早。Hôm nay anh ấy đến sớm hơn mọi ngày.

【往返】wǎngfǎn〈动〉cả đi lẫn về; lặp đi lặp lại: ~机票 vé máy bay khứ hồi; ~曲折 lặp đi lặp lại/vòng vèo phức tạp

【往复】wǎngfù〈动〉❶qua lại; lặp đi lặp lại: 循环~ sự tuần hoàn lặp đi lặp lại ❷đi lại; qua lại; lui tới: 宾主~ khách và chủ qua lại với nhau

【往后】wǎnghòu〈名〉về sau

【往还】wǎnghuán〈动〉đi lại; qua lại: 书信~ thư từ qua lại

【往届】wǎngjiè〈形〉các khóa trước

【往来】wǎnglái〈动〉❶đi và đến; qua lại: ~的行人 người đi bộ qua lại ❷đi lại; giao thiệp: 两国民间~频繁。Nhân dân hai nước thường xuyên giao lưu đi lại.

【往年】wǎngnián〈名〉những năm trước; năm xưa: ~这个时候天气很冷。Những năm trước, vào thời điểm này trời rất lạnh.

【往日】wǎngrì〈名〉những ngày trước; trước kia: ~一去不复返。Những ngày đã trôi đi không quay trở lại nữa.

【往日无冤，近日无仇】wǎngrì-wúyuān, jìnrì-wúchóu từ trước đến nay, không có hận thù gì cả

【往时】wǎngshí〈名〉mọi khi; trước đây

【往事】wǎngshì〈名〉sự việc trước kia

【往事如烟】wǎngshì-rúyān việc xưa như khói mờ

【往往】wǎngwǎng〈副〉thường thường; thường hay: 他~会在这个时间上街。Thời gian này anh ấy thường hay ra phố.

【往昔】wǎngxī〈名〉trước kia; trước đây; 两人的感情一如~。Tình cảm của hai người vẫn gắn bó như xưa.

惘wǎng〈形〉sững sờ; ngẩn ngơ: 怅~ ủ ê

【惘然】wǎngrán〈形〉ngơ ngẩn; bàng khuâng; thẫn thờ: ~若失 thẫn thờ như người mất hồn; ~相顾 sững sờ nhìn nhau

魍wǎng

【魍魉】wǎngliǎng〈名〉[书]một loại quỷ quái trong truyền thuyết

wàng

妄wàng❶〈形〉hão huyền; ngông: 狂~ ngông cuồng ❷〈副〉xằng bậy: ~加猜测 nghi ngờ lung tung xằng bậy; ~作主张 tự mình làm bừa

【妄称】wàngchēng〈动〉nói xằng bậy; tuyên bố xằng bậy: ~艺术家 tuyên bố xằng bậy là văn nghệ sĩ

【妄动】wàngdòng〈动〉làm bừa; hành động mù quáng: 轻举~ hành động khinh suất

【妄断】wàngduàn〈动〉kết luận bừa bãi: 凭空~ kết luận bừa bãi vô căn cứ

【妄加指责】wàngjiā-zhǐzé phê bình trách móc bừa bãi

【妄念】wàngniàn〈名〉ý nghĩ xằng bậy; ý nghĩ ngông cuồng: 打消~ trừ bỏ ý nghĩ xằng bậy

【妄求】wàngqiú〈动〉đòi hỏi quá mức

【妄取】wàngqǔ〈动〉lấy bừa; lấy ẩu: ~他人钱财 lấy bừa tiền của người khác

【妄人】wàngrén〈名〉[书]kẻ ngông cuồng

【妄说】wàngshuō〈动〉nói văng mạng; nói xằng bậy

【妄图】wàngtú〈动〉mưu toan; hòng: 劫匪~逃窜。Kẻ cướp mưu toan tháo chạy.

【妄为】wàngwéi〈动〉làm xằng bậy: 胆大~

cả gan làm xằng

妄下雌黄】wàngxià-cíhuáng chữa bậy; sửa văn tùy tiện; nói năng lung tung

妄想】wàngxiǎng❶<动>hòng; tính toán ngông cuồng: ~占领整个市场 tính toán ngông cuồng chiếm hết tất cả thị phần ❷<名>mơ tưởng hão huyền: 那只是你的~罢了。Đó chỉ là điều mơ tưởng hão huyền của anh thôi.

妄想症】wàngxiǎngzhèng<名>chứng hay tính toán ngông cuồng; ảo tưởng

妄言】wàngyán❶<名>lời nói ngông cuồng xằng bậy ❷<动>nói xằng; nói bậy; nói bừa: 他为人谨慎，一般不会~。Anh ấy là người thận trọng, ít khi nói bừa.

妄语】wàngyǔ❶<名>lời nói ngông cuồng xằng bậy ❷<动>nói láo; nói dối

妄自菲薄】wàngzì-fěibó quá tự ti; tự coi nhẹ mình; tự khinh quá đáng

妄自尊大】wàngzì-zūndà tự cao tự đại quá đáng; dương dương tự đắc; huênh hoang hợm hĩnh

忘 wàng<动>quên: 我永远也~不了我的老师。Tôi sẽ không bao giờ quên người thầy của tôi.

忘本】wàngběn<动>mất gốc

忘掉】wàngdiào<动>quên mất

忘恩负义】wàng'ēn-fùyì vong ân bội nghĩa; ăn cháo đái bát; hết rên quên thầy; qua đò vứt sào; qua cầu rút ván

忘乎所以】wànghūsuǒyǐ quên đi tất cả (do hưng phấn quá mức hoặc kiêu căng tự mãn)

忘怀】wànghuái<动>quên: 那个情景让人难以~。Cảnh tượng đó khiến người ta không thể quên được.

忘记】wàngjì<动>❶quên mất: 我不会~师傅的教导。Tôi sẽ nhớ mãi lời dạy của thầy. ❷quên: ~带钥匙 quên mang chìa khóa

忘年交】wàngniánjiāo<名>bạn vong niên

忘情】wàngqíng<动>❶thờ ơ; hờ hững: 不能~ không thể thờ ơ ❷thỏa sức; say sưa: ~地欢笑 thỏa sức cười; ~于山水 say sưa trong cảnh thiên nhiên

忘却】wàngquè<动>quên: 无法~的噩梦 cơn ác mộng không thể xóa nhòa được

忘我】wàngwǒ<动>quên mình: ~地工作 làm việc quên mình; ~的精神 tinh thần quên mình

忘形】wàngxíng<动>quá trớn: 得意~ hí hửng đắc ý quá độ

忘性】wàngxìng<名>đãng trí; tính hay quên: 他的~很大。Anh ấy rất hay quên.

旺 wàng<形>❶thịnh vượng: 兴~ hưng thịnh; 士气正~。Khí thế mọi người đang hăng. ❷[方]nhiều; đông; đầy đủ; dồi dào: 水很~。Nước khá dồi dào. //(姓)Vượng

旺季】wàngjì<名>mùa rộ; mùa đông khách; mùa đắt hàng: 结婚~ mùa cưới; 在中国，秋季是旅游~。Ở Trung Quốc, mùa thu là mùa đông khách của ngành du lịch.

旺健】wàngjiàn<形>dồi dào; tràn trề: 精力~ tinh lực dồi dào mạnh mẽ

旺铺】wàngpù<名>cửa hàng thịnh vượng; cửa hàng bán chạy

旺盛】wàngshèng<形>tươi tốt; rậm rạp; hăng hái; dồi dào: 精力~ tinh lực dồi dào; 士气~ chí khí hăng hái

旺市】wàngshì<名>thị trường thịnh vượng

旺势】wàngshì<名>thế mạnh

旺销】wàngxiāo<动>bán chạy: 手机出现~势头。Điện thoại di động có chiều hướng là mặt hàng bán chạy.

旺月】wàngyuè<名>tháng bán chạy hàng

旺子】wàngzi<名>[方]tiết; tiết lợn; tiết vịt

望 wàng❶<动>nhìn ra xa: 登山~远 lên núi phóng mắt nhìn ra xa ❷<动>trông; xét; xem xét: 观~ chờ xem sao ❸<动>thăm hỏi; thăm viếng: 看~亲戚 thăm viếng họ hàng ❹<动>trông mong; hi vọng: ~早日凯旋。Mong sớm khải hoàn. ❺<名>niềm hi vọng; triển vọng: 有~成功 có triển vọng thành công ❻<名>danh vọng; người có danh vọng: 他是一个德高~重的人。Cụ ấy là một người đức cao vọng trọng. ❼<动>[书]hờn: 怨~ hờn oán ❽<名>biển cửa hàng ❾<介>hướng về; nhằm về: ~前看 nhìn về phía trước; ~我点头 gật đầu với tôi ❿<动>[书]đến gần (chi tuổi tác): ~七之年 gần 70 tuổi ⓫<名>rằm ⓬<名>ngày rằm: 朔~ sóc vọng //(姓) Vọng

【望板】wàngbǎn<名>ván lợp nhà

【望尘莫及】wàngchén-mòjí theo không kịp; thua kém rất xa

【望穿秋水】wàngchuān-qiūshuǐ mỏi mắt trông chờ; mỏi mòn chờ trông; mong chờ đỏ mắt: ~，不见君来。Mong chờ đỏ mắt, không thấy anh đến.

【望断】wàngduàn<动>[书]nhìn ra xa mãi đến khi bị khuất: ~天涯路。Nhìn ra xa đến tận chân trời.

【望而却步】wàng'érquèbù thấy nguy chùn bước; thấy khó lui ngay

【望而生畏】wàng'érshēngwèi vừa nhìn đã khiếp: 他脸上严厉的表情令我~。Dáng vẻ nghiêm khắc trên khuôn mặt của anh ấy làm cho tôi vừa nhìn đã phát khiếp.

【望风】wàngfēng<动>canh chừng; canh gác cho những người đang tiến hành hoạt động bí mật

【望风捕影】wàngfēng-bǔyǐng nghe hơi nồi chõ; bắt bóng đè chừng; chụp bóng bắt gió

【望风而逃】wàngfēng'értáo thấy bóng đã bỏ chạy

【望风披靡】wàngfēng-pīmǐ quân đội mất ý chí chiến đấu; thấy khí thế kẻ địch mạnh

đã tan rã; ngã xụi theo gió; thua chạy tan rã

【望见】wàngjiàn<动>trông thấy; nhìn thấy

【望楼】wànglóu<名>chòi gác; lầu canh

【望梅止渴】wàngméi-zhǐkě nhìn mơ đỡ khát

【望门】wàngmén<名>gia đình danh giá: 出身~ xuất thân trong một gia đình danh giá

【望门寡】wàngménguǎ<名>❶việc thủ tiết với chồng chưa cưới mà đã mất ❷người thiếu nữ thủ tiết với chồng chưa cưới mà đã mất

【望其项背】wàngqíxiàngbèi tiến kịp; theo kịp; sánh ngang: 难以~ khó mà theo kịp

【望日】wàngrì<名>ngày rằm; ngày vọng (ngày 15 âm lịch)

【望文生义】wàngwén-shēngyì nhìn chữ đoán nghĩa; đoán mò: 切不可~，以免贻笑大方。Đừng nhìn mặt chữ đoán nghĩa tránh làm trò cười cho nhà nghề.

【望闻问切】wàng-wén-wèn-qiè tứ chẩn (gồm nhìn, nghe, hỏi, bắt mạch, là phương pháp chẩn đoán bệnh của Đông y)

【望眼欲穿】wàngyǎnyùchuān trông mòn con mắt; rày ước mai ao

【望洋兴叹】wàngyáng-xīngtàn nhìn biển cả mà than mình bé nhỏ; buồn vì tài hèn sức mọn; lực bất tòng tâm: 这件事太难，尽管付出了很多努力，但也只能~了。Việc này khó quá, dù rất cố gắng, nhưng lực bất tòng tâm.

【望远镜】wàngyuǎnjìng<名>ống nhòm; kính viễn vọng

【望月】wàngyuè<名>trăng rằm

【望子】wàngzi<名>biển cửa hàng

【望子成龙】wàngzǐ-chénglóng mong con thành đạt

【望族】wàngzú<名>gia tộc có danh vọng và địa vị; danh gia vọng tộc: 名门~ dòng họ quyền quý, danh gia vọng tộc

wēi

危 wēi❶<形>nguy hiểm: 转~为安 chuyển nguy thành an ❷<动>hại; gây nguy hiểm: ~及生命 hại đến tính mạng ❸<形>sắp chết: 病~ ốm sắp chết ❹<形>[书]cao; cao vút: ~楼 lầu cao ❺<形>[书]ngay ngắn; chỉnh tề: 正襟~坐 ngồi ngay ngắn nghiêm trang ❻<名>sao Nguy (một trong 28 tú) //(姓) Nguy

【危城】 wēichéng<名>❶[书]thành có tường rất cao ❷ngôi thành đang gặp nguy khốn

【危殆】 wēidài<形>[书]nguy kịch: 受害人情况~。Nạn nhân đang trong cơn nguy kịch.

【危笃】 wēidǔ<形>[书]bệnh tình nguy kịch

【危房】 wēifáng<名>ngôi nhà sắp sập: ~改造的政策要落实。Phải thực hiện chính sách cải tạo những ngôi nhà sắp sập.

【危改】 wēigǎi<动>sửa sang lại nhà cửa sắp sập

【危害】 wēihài<动>làm tổn hại: ~环境 nguy hại đến môi trường

【危害性】 wēihàixìng<名>tính nguy hại

【危机】 wēijī<名>❶nguy cơ: ~四伏 nguy cơ rình rập khắp nơi ❷khủng hoảng: 诚信~ khủng hoảng về thành tín

【危机感】 wēijīgǎn<名>dự cảm về nguy cơ; lo liệu trước về rủi ro: 凡事预则立，有~才能保证万无一失。Mọi việc đều phải chuẩn bị cặn kẽ mới làm nên được, có lo trước về rủi ro mới đảm bảo chắc chắn thành đạt.

【危及】 wēijí<动>có hại cho; nguy cho: ~国家安全 có hại cho an ninh quốc gia

【危急】 wēijí<形>nguy cấp; nguy ngập: ~关头 lúc nguy ngập

【危局】 wēijú<名>cục diện nguy hiểm; thời cuộc nguy hiểm: 扭转~ xoay chuyển thời cuộc nguy hiểm

【危惧】 wēijù<动>lo lắng sợ hãi

【危楼】 wēilóu<名>❶[书]lầu cao vút ❷tòa lầu sắp sụp

【危难】 wēinàn<名>nguy hiểm và tai họa; gian nguy

【危如累卵】 wēirúlěiluǎn trứng để đầu đẳng

【危亡】 wēiwáng<动>có nguy cơ diệt vong; lâm nguy

【危险】 wēixiǎn❶<形>nguy hiểm: ~区域 khu vực nguy hiểm; ~品 hàng nguy hiểm ❷<名>vòng nguy hiểm; cơn nguy hiểm: 受伤者已无生命~。Những người bị thương đã thoát khỏi vòng nguy hiểm.

【危言耸听】 wēiyán-sǒngtīng cố ý nói chuyện giật gân; cố ý dùng lời hù dọa

【危在旦夕】 wēizàidànxī nguy hiểm ngay trước mắt

【危重】 wēizhòng<形>nguy kịch: ~病人 bệnh nhân đang cơn nguy kịch

【危坐】 wēizuò<动>[书]ngồi ngay ngắn nghiêm trang: 正襟~ ngồi ngay ngắn nghiêm trang

威 wēi❶<名>uy; oai: ~信 uy tín; 示~ ra oai ❷<动>dùng uy lực ép: ~逼 cưỡng ép; ~吓 đe dọa //(姓) Oai, Uy

【威逼】 wēibī<动>cưỡng bức; ép buộc: ~利诱 cưỡng ép dụ dỗ

【威风】 wēifēng❶<名>oai phong: ~凛凛 oai phong lẫm liệt ❷<形>oai: 警察很~。Cảnh sát rất oai.

【威风扫地】 wēifēng-sǎodì hoàn toàn bị mất nhân phẩm và uy tín

【威风显赫】 wēifēng-xiǎnhè uy tín nổi bật; oai phong hiển hách

【威吓】 wēihè<动>đe dọa: ~受害者 đe dọa người bị hại

【威赫】 wēihè<形>oai phong hiển hách: ~的战功 chiến công hiển hách

W

【威化饼】wēihuàbǐng<名>bánh xốp

【威力】wēilì<名>❶uy lực; sức mạnh ❷sức mạnh tàn phá; sức mạnh thúc đẩy: 子弹的~ sức mạnh tàn phá của đạn

【威猛】wēiměng<形>❶mạnh mẽ dũng cảm: ~的战士 người chiến sĩ dũng mãnh ❷tác dụng lớn: 药力~ thuốc có tác dụng lớn

【威名】wēimíng<名>uy danh: ~远扬 uy danh lẫy lừng

【威迫】wēipò<动>cưỡng bức: ~利诱 cưỡng bức dụ dỗ

【威权】wēiquán<名>uy quyền: 政治 chính trị uy quyền

【威慑】wēishè<动>đe dọa: 武力~ đe dọa bằng vũ lực

【威士忌】wēishìjì<名>rượu whisky

【威势】wēishì<名>❶uy thế; uy lực: 海风助长了海浪的~。Gió biển tăng thêm uy lực của sóng biển. ❷thế lực; uy thế: 仗着~欺压老百姓 dựa vào uy thế bắt nạt dân chúng

【威望】wēiwàng<名>danh tiếng; tiếng tăm; uy tín và danh tiếng: 我国的国际~日益提高。Danh tiếng trên trường quốc tế của nước ta ngày càng được nâng cao.

【威武】wēiwǔ❶<名>vũ lực; quyền thế; uy vũ: ~不屈 không bị quyền thế khuất phục ❷<形>khí thế mạnh mẽ: ~雄壮 khí thế hùng tráng

【威胁】wēixié<动>❶uy hiếp; đe dọa: ~世界的和平与发展 đe dọa tới hòa bình và sự phát triển của thế giới ❷gặp hiểm nguy

【威信】wēixìn<名>uy tín: 树立~ tạo dựng uy tín

【威信扫地】wēixìn-sǎodì　mất hết uy tín

【威严】wēiyán❶<形>uy nghiêm: ~的仪仗队 đội danh dự oai nghiêm ❷<名>cái uy: 长辈的~ cái uy của bậc trên

【威仪】wēiyí<名>uy nghi: ~凛然 uy nghi nghiêm nghị

【威震天下】wēizhèn-tiānxià　uy tín và danh tiếng lẫy lừng

逶wēi

【逶迤】wēiyí<形>[书]ngoằn ngoèo; quanh co; vòng vèo; uốn lượn: 群山~ núi non uốn lượn quanh co

偎wēi<动>dựa; tựa; ngả; nép: 孩子~在妈妈的怀里。Em bé nép vào lòng mẹ.

【偎抱】wēibào<动>ôm: 两人~在一起。Hai người ôm nhau.

【偎红倚翠】wēihóng-yǐcuì　ngả vào đám đỏ đám xanh; chơi gái; chơi bời phong lưu

【偎依】wēiyī<动>nép vào; ngả vào

微wēi❶<形>bé; nhỏ; nhẹ: 谨小慎~ cẩn thận từng li từng tí ❷<数>micrô; một phần triệu: ~米 micrômet ❸<动>suy giảm; suy sụp: 衰~ suy sụp ❹<形>thấp hèn; hèn mọn: 人~言轻 địa vị thấp, lời nói không được sự chú ý ❺<形>huyền diệu; sâu xa: ~言大义 lời lẽ tinh tế, đạo lí sâu xa ❻<副>hơi: 面色~红 sắc mặt hơi đỏ

【微安】wēi'ān<量>[电学]micrôampe

【微波】wēibō<名>(sóng) vi-ba; vi sóng; sóng cực ngắn

【微波炉】wēibōlú<名>lò vi sóng

【微博】wēibó<名>microblog

【微薄】wēibó<形>nhỏ bé mỏng manh; ít ỏi; nhỏ nhoi: 他用自己~的收入资助那个孤儿。Anh ấy trợ giúp đứa trẻ con mồ côi đó bằng thu nhập ít ỏi của mình.

【微不足道】wēibùzúdào　bé nhỏ không đáng kể

【微创】wēichuāng<名>phẫu thuật xâm lấn tối thiểu

【微词】wēicí<名>[书]lời nhắc khéo; lời chê khéo: 颇有~ có những lời phê bình kín đáo

【微电脑】wēidiànnǎo<名>máy vi điện toán; máy vi tính; computer

【微雕】wēidiāo<名>chạm khắc vật cực nhỏ; vi khắc; tác phẩm vi khắc

【微风】wēifēng<名>❶gió nhè nhẹ; gió hiu hiu: ~拂面 gió nhè nhẹ lướt qua mặt ❷gió nhẹ

【微服】wēifú<动>[书]thường phục: ~私访 mặc thường phục đi xem xét dân tình

【微观】wēiguān<形>❶vi mô: ~世界 thế giới vi mô; ~经济 kinh tế vi mô ❷phạm vi nhỏ hẹp; bộ phận

【微观经济学】wēiguān jīngjìxué　kinh tế học vi mô

【微观粒子】wēiguān lìzǐ　hạt vi mô (tên gọi chung của phân tử, nguyên tử và hạt cơ bản)

【微乎其微】wēihūqíwēi　vô cùng nhỏ bé: 他们夺冠的可能性~。Khả năng đoạt chức vô địch của họ hết sức mỏng manh.

【微机】wēijī<名>máy vi tính

【微积分】wēijīfēn<名>vi phân và tích phân

【微贱】wēijiàn<形>thấp hèn; hèn mọn: 出身~ xuất thân thấp hèn

【微利】wēilì<名>cái lợi nhỏ nhoi: 只赚取蝇头~ chỉ kiếm cái lợi nhỏ nhoi

【微粒】wēilì<名>vi hạt; hạt cực nhỏ

【微量】wēiliàng<形>vi lượng; số rất ít

【微量元素】wēiliàng yuánsù　nguyên tố vi lượng

【微茫】wēimáng<形>[书]mờ ảo; lu: 月色~ ánh trăng mờ ảo

【微妙】wēimiào<形>huyền diệu; tế nhị: 他们俩的关系很~。Mối quan hệ giữa hai anh ấy rất tế nhị.

【微末】wēimò<形>bé nhỏ; ít ỏi; không quan trọng: ~的成绩 thành tích nhỏ bé

【微热】wēirè<动>[医学]sốt nhẹ

【微软】Wēiruǎn<名>Microsoft

【微弱】wēiruò<形>❶yếu ớt: ~的灯光 ánh đèn yếu ớt ❷nhỏ yếu: ~的身躯 thân hình nhỏ yếu

【微生物】wēishēngwù<名>vi sinh vật

【微缩】wēisuō<动>thu nhỏ lại: ~景观 cảnh quan thu nhỏ

【微调】wēitiáo❶<动>vi chỉnh ❷<名>máy điều chỉnh điện dung loại nhỏ ❸<动>điều chỉnh chút ít: 工资~ lương được điều chỉnh chút ít

【微微】wēiwēi❶<形>hơi; nhè nhẹ: ~的声音 tiếng nhè nhẹ ❷<副>hơi chút xíu; le lói; khe khẽ: 他~点了点头。Anh ấy khe khẽ gật đầu.

【微细】wēixì<形>rất nhỏ; nhỏ xíu; cực nhỏ: ~血管 mạch máu cực nhỏ

【微小】wēixiǎo<形>cực nhỏ: ~企业 xí nghiệp cực nhỏ; ~的力量 sức mạnh nhỏ bé

【微笑】wēixiào❶<动>mỉm cười; cười nụ: 欣然~ mỉm cười hài lòng ❷<名>nụ cười mỉm: 她露出了害羞的~。Chị ấy cười bẽn lẽn.

【微信】wēixìn<名>Wechat

【微型】wēixíng<形>cỡ nhỏ; mi-ni: ~小说 truyện cực ngắn

【微血管】wēixuèguǎn<名>mao mạch

【微循环】wēixúnhuán　vi tuần hoàn

【微恙】wēiyàng<名>hơi yếu; hơi mệt

【微音器】wēiyīnqì<名>loa; micro

【微震】wēizhèn<名>động đất nhẹ

煨wēi<动>❶ninh; hầm: ~牛肉 ninh thịt bò ❷lùi; nướng: ~红薯 lùi nướng khoai lang

巍wēi<形>cao to sừng sững; đồ sộ

【巍峨】wēi'é<形>hùng vĩ; sừng sững nguy nga: ~的建筑 kiến trúc nguy nga

【巍然】wēirán<形>cao sừng sững; đồ sộ: ~屹立 đứng sừng sững

【巍巍】wēiwēi<形>to lớn đồ sộ; cao ngất; hùng vĩ: ~长城 Trường Thành hùng vĩ

wéi

韦wéi<名>[书]da thuộc //(姓) Vi

【韦编三绝】wéibiān-sānjué　ví siêng năng chăm chỉ, ham đọc sách

为¹ wéi<动>❶làm; hành động: 尽力而~ làm hết sức mình; 事在人~ muôn sự tại người ❷đảm nhiệm; làm: 选他~班长 bầu anh ấy làm lớp trưởng ❸thành; trở thành: 化悲伤~力量 biến đau thương thành sức mạnh ❹là: 言~心声。Lời nói là tiếng nói từ đáy lòng。//(姓) Vi

为² wéi<介>bị; được: 这种方式~广大民众所接受。Phương thức này được đông đảo dân chúng chấp nhận。

为³ wéi❶(đặt sau một số tính từ đơn âm, cùng làm phó từ chỉ mức độ, phạm vi): 深~感动 rất cảm động; 广~传播 truyền bá rộng rãi ❷(đặt sau một số phó từ chỉ mức độ để nhấn mạnh): 极~重要 cực kì quan trọng; 尤~便利 vô cùng tiện lợi
另见wèi

【为非作歹】wéifēi-zuòdǎi　làm xằng làm bậy

【为富不仁】wéifù-bùrén　làm giàu bất nhân

【为害】wéihài<动>làm hại; gây hại cho: 稻米的农药残留会~健康。Dư lượng thuốc trừ sâu trong thóc gạo sẽ gây hại cho sức khỏe。

【为患】wéihuàn<动>gây họa; gây ra tai họa: 洪水~ nước lũ gây họa

【为难】wéinán❶<形>khó xử: 叫人~ khiến người ta khó xử ❷<动>gây khó dễ; làm khó dễ: ~他人 gây khó dễ cho người khác

【为期】wéiqī<动>trong thời gian; trong kì hạn; trong vòng: 对员工进行~七天的培训 đào tạo công nhân viên chức trong vòng 7 ngày

【为人】wéirén❶<动>ăn ở; đối xử: 他~忠厚。Anh ấy ăn ở trung thực。❷<名>tính nết; tính tình; đức tính: 我很欣赏他的~。Tôi đánh giá cao nhân phẩm của anh ấy。

【为人处世】wéirén-chǔshì　cư xử; đối nhân xử thế

【为人师表】wéirén-shībiǎo　làm gương (về phẩm chất và học thức); gương mẫu sư phạm; tấm gương của mọi người

【为生】wéishēng<动>sống bằng cách; kiếm sống bằng: 以乞讨~ sống bằng cách ăn xin

【为时过早】wéishí-guòzǎo　vẫn còn quá sớm

【为时已晚】wéishí-yǐwǎn　đã quá muộn

【为首】wéishǒu<动>dẫn đầu; cầm đầu; đứng đầu: 以总理~的代表团 đoàn đại biểu do Thủ tướng dẫn đầu

【为数】wéishù<动>xét về số lượng: ~甚微 xét về số lượng quá nhỏ bé

【为所欲为】wéisuǒyùwéi　làm láo; muốn gì làm nấy; muốn làm gì thì làm

【为伍】wéiwǔ<动>làm bạn; nhập bọn; đồng bọn: 与犯罪分子~ nhập bọn với tội phạm

【为限】wéixiàn<动>(làm) giới hạn; hạn cuối; hạn cuối cùng; hạn chót: 以明日~ ngày mai là hạn cuối

【为之一新】wéizhīyīxīn　trở thành mới hẳn

【为止】wéizhǐ<动>đến; cho đến; tới (thời gian nào đó): 到目前~，工程已完成过半。Cho đến hiện giờ, công trình đã hoàn thành quá một nửa。

【为重】wéizhòng<动>lấy...làm trọng: 以事业~ lấy sự nghiệp làm trọng

【为主】wéizhǔ<动>lấy...làm chính: 以自力更生~ chủ yếu dựa vào tự lực cánh sinh

圩 wéi<名>đê bao; bờ bao: 筑~ đắp đê bao; ~堤 đê bao
另见xū

【圩田】wéitián<名>ruộng có bờ bao quanh

【圩垸】wéiyuàn<名>bờ vùng bờ thửa: ~工

程 công trình bờ vùng bờ thửa

【圩子】 wéizi〈名〉❶đê bao ❷vòng chắn; hàng rào

违 wéi〈动〉❶không tuân theo; làm trái: ~者罚款。Người vi phạm bị phạt tiền. ❷xa cách; xa nhau: 久~ xa cách đã lâu

【违碍】 wéi'ài〈动〉[旧]phạm điều cấm kị: ~之书 những cuốn sách phạm điều cấm kị

【违拗】 wéi'ào〈动〉chống lại; cưỡng lại; cố ý không theo

【违背】 wéibèi〈动〉vi phạm; phản lại; không tuân theo: 不做~良心的事情 không làm những gì trái với lương tâm

【违法】 wéifǎ〈动〉làm trái pháp luật: ~行为 hành vi vi phạm pháp luật

【违法必究】 wéifǎbìjiū người vi phạm pháp luật tất bị truy tố

【违法乱纪】 wéifǎ–luànjì vi phạm pháp luật phá rối ki cương

【违反】 wéifǎn〈动〉làm trái; vi phạm: ~纪律 vi phạm ki luật; ~规定 vi phạm quy định

【违犯】 wéifàn〈动〉vi phạm: ~宪法 vi phạm hiến pháp

【违规】 wéiguī〈动〉vi phạm quy định

【违和】 wéihé〈动〉[书]khó chịu: 身体~ trong người khó chịu

【违纪】 wéijì〈动〉vi phạm ki luật: 涉嫌严重~ bị tình nghi vi phạm ki luật nghiêm trọng

【违禁】 wéijìn〈动〉vi phạm lệnh cấm: ~品 hàng cấm

【违抗】 wéikàng〈动〉chống lại: ~命令 chống lại mệnh lệnh

【违例】 wéilì〈动〉❶làm trái lệ thường; vi phạm lệ thường ❷lỗi kĩ thuật (trong thi đấu thể thao)

【违令】 wéilìng〈动〉chống lại mệnh lệnh

【违逆】 wéinì〈动〉chống lại; không tuân thủ: ~常理不可取。Không nên chống lại lẽ thường.

【违忤】 wéiwǔ〈动〉[书]phản lại; không theo

【违误】 wéiwù〈动〉vi phạm mệnh lệnh làm lỡ việc công: 迅速办理，不得~。Mau chóng xử lí, không được làm trái lệnh lỡ việc công.

【违宪】 wéixiàn〈动〉vi phạm hiến pháp

【违心】 wéixīn〈动〉không thật lòng; giả dối: ~的话 những lời giả dối

【违约】 wéiyuē〈动〉vi phạm điều ước; vi phạm khế ước

【违约金】 wéiyuējīn〈名〉tiền phạt (hợp đồng)

【违章】 wéizhāng〈动〉vi phạm quy tắc; sai luật lệ: ~建筑 xây dựng sai quy tắc; ~驾驶 lái phạm luật

围 wéi ❶〈动〉vây: 包~ bao vây; 解~ giải vây ❷〈名〉bốn phía; xung quanh; vòng: 外 ~ vòng ngoài ❸〈名〉vòng; chu vi: 腰~ vòng eo ❹〈量〉chét tay hoặc ôm //(姓) Vi

【围脖儿】 wéibór〈名〉[方]khăn quàng cổ

【围捕】 wéibǔ〈动〉vây bắt: ~逃犯 vây bắt phạm nhân chạy trốn

【围产期】 wéichǎnqī〈名〉vòng chu sinh (quãng thời gian mang thai được 28 tuần đến một tuần sau khi sinh đẻ)

【围场】 wéichǎng〈名〉bãi săn bắn

【围城】 wéichéng❶〈动〉vây thành: ~战 trận vây đánh thành ❷〈名〉thành bị vây

【围堵】 wéidǔ〈动〉bao vây và ngăn chặn: 遭到不明身份歹徒~ bị bọn côn đồ giấu tên vây chặn

【围攻】 wéigōng〈动〉vây đánh: 遭到~ bị bao vây công kích

【围观】 wéiguān〈动〉vây lại xem: 他的举动引来许多群众~。Hành động của nó làm cho nhiều người kéo đến vây quanh xem.

【围湖造田】 wéihú–zàotián lấn hồ thành ruộng

【围护】 wéihù〈动〉bảo vệ ở xung quanh

【围击】wéijī<动>vây đánh

【围歼】wéijiān<动>bao vây tiêu diệt; vây hãm: ~敌人 bao vây tiêu diệt quân địch

【围剿】wéijiǎo<动>vây quét: 反~战争 chiến tranh chống vây quét

【围巾】wéijīn<名>khăn quàng

【围聚】wéijù<动>tụ tập xung quanh: ~在超市门口 tụ tập vây quanh trước cổng siêu thị

【围垦】wéikěn<动>đắp đê lấn hồ hoặc biển để khẩn hoang nuôi trồng

【围困】wéikùn<动>vây chặt; bao vây: 居民被洪水~。Cư dân bị nước lũ bao vây.

【围栏】wéilán<名>hàng rào

【围猎】wéiliè<动>săn bắt; vây bắt: 严禁~野生动物。Nghiêm cấm vây bắt động vật hoang dã.

【围拢】wéilǒng<动>xúm lại; xúm đến; quây lại; tụ lại

【围盘】wéipán<名>bàn chuyển vật liệu (trong máy cán thép)

【围屏】wéipíng<名>bình phong (gồm nhiều tấm ghép liền)

【围棋】wéiqí<名>cờ vây

【围墙】wéiqiáng<名>tường vây; tường che

【围裙】wéiqún<名>tạp dề

【围绕】wéirào<动>❶quay quanh: 一切~目标转。Tất cả xoay quanh mục đích. ❷xoay quanh: 大家~友情写一篇文章。Các bạn viết một bài văn xoay quanh chủ đề tình hữu nghị.

【围网】wéiwǎng<名>lưới kéo; lưới vây

【围魏救赵】wéiwèi-jiùzhào vây Nguỵ cứu Triệu; vây nơi này để cứu nơi khác

【围追堵截】wéizhuī-dǔjié bao vây truy đuổi ngăn chặn

【围桌】wéizhuō<名>màn che (dùng trong đám cưới, đám tang, sân khấu tuồng)

【围子】wéizi<名>❶lũy; hàng rào: 土~ lũy đất ❷đê bao ❸màn che bằng vải

【围嘴儿】wéizuǐr<名>yếm dãi

【围坐】wéizuò<动>ngồi xung quanh

桅 wéi<名>cột buồm: 船~ cột buồm

【桅灯】wéidēng<名>❶đèn hiệu trên cột buồm ❷đèn bão

【桅顶】wéidǐng<名>đỉnh cột buồm

【桅杆】wéigān<名>❶cột buồm ❷cột đèn tín hiệu

【桅樯】wéiqiáng<名>cột buồm

唯¹ wéi<副>❶duy; chỉ: 大家都走了，~有他留了下来。Mọi người đã đi về, duy một người anh ấy ở lại. ❷chỉ có điều: 他很聪明，~过于主观。Anh ấy rất thông minh, chỉ có điều hơi chủ quan.

唯² wéi<拟>[书]vâng; dạ

【唯才是举】wéicáishìjǔ tiến cử người có tài năng

【唯独】wéidú<副>duy chỉ; chỉ riêng: 大家都在认真听讲，~他睡着了。Mọi người đều đang chăm chú nghe giảng, chỉ mỗi mình cậu ấy ngủ say.

【唯恐】wéikǒng<动>chỉ e; chỉ sợ; chỉ ngại; chỉ lo: ~天下不乱。Nhiễu sự, gây rối, chỉ thiên hạ không loạn lạc.

【唯利是图】wéilìshìtú chỉ nhằm trục lợi; chỉ vì lợi

【唯美主义】wéiměi zhǔyì chủ nghĩa duy mĩ; chủ nghĩa nghệ thuật vì nghệ thuật

【唯命是从】wéimìngshìcóng =【唯命是听】

【唯命是听】wéimìngshìtīng bảo gì nghe nấy; răm rắp nghe theo

【唯其】wéiqí<连>[书]chính vì: 她经历了太多感情挫折，~如此，更能体会真情可贵。Chị ấy đã từng trải qua nhiều thất bại về tình yêu, chính vì thế, càng hiểu rõ hơn về giá trị của mối tình chân thành.

【唯唯诺诺】wéiwéinuònuò vâng vâng dạ dạ; bảo sao nghe vậy

【唯我独尊】wéiwǒdúzūn chỉ mình là nhất

【唯物辩证法】wéiwù biànzhèngfǎ phép biện chứng duy vật

【唯物论】wéiwùlùn<名>chủ nghĩa duy vật; thuyết duy vật

【唯物史观】wéiwùshǐguān chủ nghĩa duy vật lịch sử

【唯物主义】wéiwù zhǔyì chủ nghĩa duy vật

【唯心论】wéixīnlùn<名>thuyết duy tâm

【唯心史观】wéixīnshǐguān chủ nghĩa duy tâm lịch sử

【唯心主义】wéixīn zhǔyì chủ nghĩa duy tâm

【唯一】wéiyī<形>duy nhất: 母亲是她~的亲人。Bà mẹ là người thân duy nhất của chị ấy.

【唯有】wéiyǒu❶<连>chỉ có ❷<副>chỉ một: 其他人都不愿理我，~他总是陪在我身边。Người khác đều không thèm đoái hoài đến tôi, chỉ có anh ấy luôn ở bên tôi.

帷 wéi<名>màn che: 罗~ màn che/màn phủ

【帷幕】wéimù<名>màn; phông

【帷幄】wéiwò<名>[书]nhà bạt của quân đội

【帷子】wéizi<名>màn che; ri đô; bạt phù; phông: 床~ ri đô che giường

惟[1] wéi<副>duy; chỉ
惟[2] wéi<助>[书](đặt trước đầu câu hoặc ngày, tháng, năm để tăng thêm ngữ khí): ~二月既望 vào ngày 16 tháng 2 âm lịch
惟[3] wéi<动>suy nghĩ

【惟妙惟肖】wéimiào-wéixiào giống như thật: 这幅画把老太太的神态画得~。Bức tranh này vẽ thần thái bà giống hệt như thật.

维[1] wéi<动>❶tiếp nối; gắn bó: ~系感情 gắn chặt mối tình cảm ❷giữ gìn; duy trì: ~持 duy trì //(姓) Duy

维[2] wéi<动>suy nghĩ
维[3] wéi<名>chiều (khái niệm cơ bản của hình học và lí thuyết không gian): 一~空间 không gian một chiều

【维持】wéichí<动>❶duy trì; gìn giữ ❷bảo vệ

【维度】wéidù<名>chiều (khái niệm cơ bản của hình học và lí luận không gian)

【维和】wéihé<动>gìn giữ hòa bình: ~行动 hành động gìn giữ hòa bình; ~部队 quân đội gìn giữ hòa bình

【维护】wéihù<动>giữ gìn; bảo vệ: ~国家利益 bảo vệ lợi ích quốc gia; ~法律的尊严 bảo vệ sự tôn nghiêm của pháp luật

【维纶】wéilún<名>vinilông

【维权】wéiquán<动>bảo vệ quyền lợi: 推进农民工~援助的工作 thúc đẩy công tác viện trợ việc bảo vệ quyền lợi của lao động nông dân làm thuê ở thành phố

【维生素】wéishēngsù<名>sinh tố; vitamin

【维稳】wéiwěn<动>giữ gìn sự ổn định: ~政策 chính sách giữ gìn sự ổn định; 切实做好当前的~工作。Phải làm tốt công tác giữ gìn sự ổn định hiện nay.

【维系】wéixì<动>❶duy trì (giữ lấy) mối liên hệ: ~老客户 gắn bó với khách hàng cũ ❷duy trì (giữ lấy) sự phát triển, tồn tại: 想方设法~住婚姻 tìm cách níu kéo cuộc hôn nhân

【维新】wéixīn<动>duy tân; đổi mới

【维修】wéixiū<动>tu sửa bảo dưỡng; duy tu: ~房子 tu sửa nhà cửa

wěi

伟 wěi<形>❶lớn; to; vĩ đại: 雄~ hùng vĩ; 丰功~绩 thành tích to lớn ❷[书]khỏe đẹp: ~岸 cao lớn //(姓) Vĩ

【伟大】wěidà<形>❶vĩ đại; phẩm cách cao

cả: 母爱是~的。Nghĩa mẹ rất vĩ đại. ❷khí thế hùng vĩ; lớn lao: ~的祖国 tổ quốc vĩ đại

【伟绩】wěijì〈名〉công tích to lớn

【伟力】wěilì〈名〉sức mạnh to lớn

【伟论】wěilùn〈名〉lí luận sâu rộng

【伟人】wěirén〈名〉vĩ nhân; nhân vật vĩ đại

【伟业】wěiyè〈名〉sự nghiệp lớn lao

伪wěi〈形〉❶giả: ~钞 tiền giả ❷nguy; phi pháp: ~军 ngụy quân; ~政府 chính phủ nguy/ngụy quyền

【伪假】wěijiǎ〈形〉giả; giả mạo: ~身份证 chứng minh thư giả

【伪君子】wěijūnzǐ〈名〉kẻ đạo đức giả

【伪科学】wěikēxué〈名〉giả khoa học; ngụy khoa học

【伪劣】wěiliè〈形〉rởm; chất lượng kém: ~商品 hàng rởm kém chất lượng

【伪满】Wěi Mǎn〈名〉ngụy quyền Mãn Châu

【伪善】wěishàn〈形〉giả nhân giả nghĩa; giả dối: 我要揭穿他~的面目。Tôi phải vạch trần bộ mặt giả dối của hắn.

【伪书】wěishū〈名〉sách giả; ngụy thư

【伪托】wěituō〈动〉mạo danh

【伪造】wěizào〈动〉làm giả; ngụy tạo; giả tạo: ~公章 giả tạo con dấu cơ quan

【伪证】wěizhèng〈名〉bằng chứng giả; giấy tờ giả

【伪装】wěizhuāng❶〈动〉giả vờ; đóng giả: ~革命 làm ra vẻ cách mạng ❷〈名〉cái vỏ ngụy trang: 剥去~ lột trần cái vỏ ngụy trang ❸〈动〉ngụy trang trong quân sự để đánh lừa địch ❹〈名〉đồ ngụy trang quân sự

【伪足】wěizú〈名〉chân giả; ngụy túc

【伪作】wěizuò❶〈名〉tác phẩm làm giả đội tên người khác; giả tác ❷〈动〉làm giả tác phẩm của người khác; giả tác; cóp bài

苇wěi〈名〉lau; sậy: 芦~ lau sậy

【苇箔】wěibó〈名〉rèm sậy; mành sậy

【苇荡】wěidàng〈名〉đầm lau; đầm sậy

【苇塘】wěitáng〈名〉đầm lau; đầm sậy

【苇子】wěizi〈名〉lau; sậy

尾wěi❶〈名〉cái đuôi: 马~ đuôi ngựa ❷〈名〉phần cuối; phần chót: ~货 hàng hóa cuố cùng ❸〈名〉phần lẻ; phần dư: 有头有~ c đầu có đuôi ❹〈名〉sao Vĩ (một trong 28 tú ❺〈量〉con: 一~鱼 một con cá

【尾巴】wěiba〈名〉❶cái đuôi ❷phần đuô (của vật thể): 彗星~ đuôi sao chổi ❸phầ còn rơi rớt lại của sự vật, sự việc: 把事情处 理好，不要留~。Giải quyết việc này cho xong, không nên để sót lại điều gì. ❹ngườ bám sát theo dõi; cái đuôi: 甩掉~ cắt đuô ❺kẻ a-dua

【尾巴工程】wěiba gōngchéng công trình bỏ dở vì một phần nhỏ không đượ hoàn thành trong thời gian dài

【尾部】wěibù〈名〉phần đuôi

【尾大不掉】wěidà-bùdiào đuôi to khó vẫy; cồng kềnh khó điều hành

【尾灯】wěidēng〈名〉đèn sau

【尾房】wěifáng〈名〉nhà ở còn lại của dự án nhà ở; nhà còn lại chưa bán được

【尾骨】wěigǔ〈名〉xương đuôi của động vật; đốt sống cùng

【尾号】wěihào〈名〉con số cuối của chuỗi con số; số cuối

【尾花】wěihuā〈名〉hình trang trí cuối bài văn, bài báo, cuốn sách

【尾货】wěihuò〈名〉hàng hóa còn lại chưa bán hết

【尾迹】wěijì〈名〉vệt sau đuôi

【尾款】wěikuǎn〈名〉khoản tiền cuối cùng chưa thanh toán rõ

【尾矿】wěikuàng〈名〉quặng thải; quặng đuôi

【尾楼】wěilóu〈名〉nhà lầu còn lại của dự án nhà lầu; tòa lầu còn lại chưa bán được

【尾盘】wěipán〈名〉❶tình hình giao dịch

của giai đoạn cuối trong ngày giao dịch ❷ nhà ở còn lại của dự án nhà ở; nhà còn lại chưa bán được

【尾鳍】wěiqí〈名〉vây đuôi của cá

【尾欠】wěiqiàn❶〈名〉số nợ còn lại: 下个月还清~。Tháng sau trả hết số nợ còn lại. ❷〈动〉còn nợ lại: ~两百元 còn nợ 200 đồng RMB

【尾声】wěishēng〈名〉❶phần kết của tác phẩm văn học; vĩ thanh ❷khúc nhạc kết ❸chương nhạc cuối cùng; vĩ thanh ❹giai đoạn chót; hồi cuối (công việc): 工程已接近~。Công trình đã gần đến hồi cuối.

【尾市】wěishì〈名〉thị trường giao dịch chứng khoán sắp kết thúc

【尾数】wěishù〈名〉❶chữ số sau thập phân của một con số; số lẻ ❷con số nhỏ ngoài số chính; số lẻ; số dư ❸con số cuối của chuỗi con số; số cuối

【尾随】wěisuí〈动〉bám đuôi; bám theo; đi theo: 驾车~ lái xe đi theo

【尾音】wěiyīn〈名〉âm cuối

【尾追】wěizhuī〈动〉đuổi theo; bám sát: ~不舍 đuổi sát theo sau không bỏ

【尾子】wěizi〈名〉[方]❶bộ phận cuối cùng của sự vật; phần đuôi ❷con số nhỏ ngoài số chính; số lẻ; số dư

纬wěi〈名〉❶sợi ngang (trên hàng dệt): 经~ sợi dọc sợi ngang; ~线 sợi dệt ngang ❷vĩ độ: 南~ vĩ độ Nam ❸tên gọi tắt của vĩ thư

【纬度】wěidù〈名〉vĩ độ

【纬纱】wěishā〈名〉sợi dệt ngang

【纬书】wěishū〈名〉vĩ thư; vĩ (chỉ loại sách mượn thần học để truyền bá tư tưởng Nho giáo của đời Hán, bao gồm: truyền thuyết, thần thoại, thiên văn, lịch pháp, địa lí...)

【纬线】wěixiàn〈名〉❶sợi dệt ngang ❷vĩ tuyến

委¹wěi❶〈动〉ủy thác; ủy nhiệm; giao cho:

~托 ủy thác ❷〈动〉vứt bỏ: ~弃 vứt bỏ; ~之于地 vứt xuống đất ❸〈动〉đổ vấy; đẩy; gán: ~罪 đẩy tội ❹〈名〉ủy viên; ủy viên hội: 党~ đảng ủy // (姓)Ủy

委²wěi〈形〉vòng vèo; quanh co: ~婉 uyển chuyển

委³wěi[书]❶〈动〉tích tụ: ~积 đọng lại ❷〈名〉cuối nguồn; cuối cùng; nơi tụ lại: 原~ ngọn nguồn

委⁴wěi〈形〉rã rời; iu xìu: ~靡 ủy mị

委⁵wěi〈副〉[书]đích xác; xác thực: ~实 quả thật

【委办】wěibàn〈动〉ủy thác làm; nhờ làm hộ

【委顿】wěidùn〈形〉mệt mỏi; rã rời; rệu rã: 精神~ tinh thần rệu rã

【委决不下】wěijuébùxià chần chừ không quyết được: 对于这个问题，他一直~。Đối với vấn đề này, anh ấy vẫn chần chừ không quyết ngay được.

【委派】wěipài〈动〉cử đi; phái đi

【委培】wěipéi〈动〉ủy thác đơn vị khác bồi dưỡng: ~专业人员 ủy thác bồi dưỡng nhân viên chuyên môn

【委曲】wěiqū❶〈形〉uốn lượn; quanh co; ngoằn ngoèo: ~的小路 đường mòn uốn lượn ❷〈名〉[书]đầu đuôi ngọn nguồn: 告知~ nói cho biết đầu đuôi ngọn nguồn ❸〈动〉phục tùng một cách miễn cưỡng

【委曲求全】wěiqū-qiúquán nhún nhường vì đại cục; nín nhịn vì cái lớn hơn

【委屈】wěiqu❶〈形〉ấm ức; bực bội; khó chịu; buồn bực: 满肚子~ nỗi ấm ức chứa chất trong lòng ❷〈动〉làm người khác khó chịu: 这事~你了。Việc này đã làm anh khó chịu.

【委任】wěirèn〈动〉ủy nhiệm: ~状 giấy ủy nhiệm

【委身】wěishēn〈动〉[书]đưa thân; uốn mình: ~事人 đưa thân thờ người/uốn mình phụng sự

【委实】wěishí<副>quả thật; thực sự: ~难为你了。 Quả thật làm anh khó xử.

【委琐】wěisuǒ<形>[书]❶vụn vặt; câu nệ với chi tiết vặt vãnh ❷(dung mạo, cử chỉ) tầm thường; rụt rè

【委托】wěituō<动>ủy thác; giao phó; nhờ cậy: 这项工程就~你了。 Công trình này nhờ cậy ở anh đấy.

【委托书】wěituōshū<名>giấy ủy thác; giấy ủy quyền

【委婉】wěiwǎn<形>(lời lẽ) uyển chuyển; dịu dàng; ngọt ngào: 语气~ giọng nói dịu dàng

【委员】wěiyuán<名>❶ủy viên ❷[旧]phái viên

【委员会】wěiyuánhuì<名>❶ủy ban; ban chấp hành; ủy viên hội: 中央~ Ban chấp hành Trung ương ❷ban; tiểu ban

诿 wěi<动>đổ; đùn đẩy: 推~ đổ cho người khác

【诿过】wěiguò<动>đổ lỗi

【诿卸】wěixiè<动>[书]từ chối; không nhận

【诿罪】wěizuì<动>đẩy tội

娓 wěi

【娓娓动听】wěiwěi-dòngtīng nói năng bùi tai; lời nói dễ nghe

【娓娓而谈】wěiwěi'értán nói lem lém

萎 wěi<动>❶héo; lụi: 枯~ khô héo ❷sa sút; sút kém: 价格~下来了。 Giá hạ xuống.

【萎落】wěiluò<动>❶(thực vật) tàn lụi ❷sa sút

【萎靡】wěimǐ<形>ủy mị; yếu đuối; ù dột

【萎蔫】wěiniān<形>héo rũ

【萎缩】wěisuō<动>❶khô héo; khô đét; teo lại; quắt lại: 子宫~ tử cung bị teo ❷suy thoái: 经济~ kinh tế suy thoái

【萎谢】wěixiè<动>tàn lụi; héo tàn: 玫瑰花~了。 Bông hồng đã bị héo tàn.

猥 wěi<形>❶[书]nhiều; tạp: ~杂 hỗn tạp ❷đê tiện; bỉ ổi

【猥辞】wěicí<名>lời lẽ tục tĩu, thô tục, dâm ô

【猥劣】wěiliè<形>[书]bỉ ổi xấu xa: ~的行为 hành vi bỉ ổi xấu xa

【猥琐】wěisuǒ<形>ti tiện nhơ nhớp: 举止~ cử chỉ nhơ nhớp

【猥亵】wěixiè❶<形>dâm loạn; tục tĩu; thô bỉ: 行为~ hành vi thô bỉ ❷<动>sờ soạng

wèi

卫 wèi❶<动>bảo vệ; giữ gìn: 保家~国 giữ nhà giữ nước ❷<名>Vệ, địa điểm đóng quân đời Minh, sau chỉ dùng trong địa danh 威海~ Uy Hải Vệ //(姓) Vệ

【卫兵】wèibīng<名>vệ binh; cảnh vệ

【卫道】wèidào<动>bảo vệ đạo; bảo vệ hệ thống tư tưởng: ~士 vệ sĩ bảo vệ đạo

【卫队】wèiduì<名>đội vệ binh; đội bảo vệ; đội cảnh vệ

【卫护】wèihù<动>hộ vệ; bảo vệ giữ gìn

【卫冕】wèimiǎn<动>bảo vệ chức vô địch; bảo vệ vòng nguyệt quế: ~成功 bảo vệ thành công chức vô địch

【卫生】wèishēng❶<形>sạch sẽ; vệ sinh: ~状况 tình hình vệ sinh ❷<名>y tế: ~部 Bộ Y tế

【卫生间】wèishēngjiān<名>nhà vệ sinh

【卫生巾】wèishēngjīn<名>băng vệ sinh

【卫生球】wèishēngqiú<名>viên băng phiến

【卫生设备】wèishēng shèbèi thiết bị vệ sinh

【卫生所】wèishēngsuǒ<名>trạm xá: 姨婆带小娥去~看病。 Bà dì đưa Nga đi trạm xá khám bệnh.

【卫生员】wèishēngyuán<名>vệ sinh viên; nhân viên y tế

【卫生院】wèishēngyuàn<名>trạm xá; trung tâm y tế (cấp xã và thị trấn)

【卫生纸】wèishēngzhǐ<名>giấy vệ sinh

【卫士】wèishì<名>vệ sĩ; nhân viên bảo vệ

【卫视】wèishì =【卫星电视】

【卫戍】wèishù<动>cảnh vệ; canh gác bảo vệ: ~司令 tư lệnh cảnh vệ

【卫校】wèixiào<名>trường trung cấp y tế

【卫星】wèixīng❶<名>vệ tinh ❷<名>vệ tinh nhân tạo ❸<形>như vệ tinh: ~城 thành phố "vệ tinh"

【卫星城】wèixīngchéng<名>thành phố vệ tinh; khu đô thị vòng ngoài thành phố

【卫星电视】wèixīng diànshì truyền hình vệ tinh

【卫星通信】wèixīng tōngxìn thông tin qua vệ tinh

【卫浴】wèiyù<名>nhà vệ sinh và nhà tắm

为 wèi❶<介>cho; vì (biểu thị đối tượng hành vi): ~你高兴 mừng cho anh ❷<介>để; vì; biểu thị mục đích: ~振兴中华而读书。Học tập để chấn hưng Trung Hoa. ❸<介>[书]với; đối với: 不足~外人道。Không cần nói với người ngoài. ❹<动>[书]bảo vệ; giúp đỡ: ~而不争 giúp đỡ mà không tranh giành
另见wéi

【为此】wèicǐ<连>vì thế; vì vậy: ~，我们真诚向贵公司致歉。Bởi vậy, chúng tôi thành thực cáo lỗi với quý công ti.

【为何】wèihé<副>[书]vì sao; vì cái gì; tại sao

【为虎添翼】wèihǔ-tiānyì chắp cánh cho hổ

【为虎作伥】wèihǔ-zuòchāng giúp hổ thêm nanh; nối giáo cho giặc

【为了】wèile<介>vì; để: 他做的一切都是~人民的利益。Tất cả những việc anh ấy làm đều là vì lợi ích nhân dân.

【为人作嫁】wèirén-zuòjià làm cỗ sẵn cho người ăn; làm mướn không công

【为什么】wèi shénme tại sao; vì sao (có khi hàm ý khuyên bảo): ~不回家? Tại sao không về nhà?

【为渊驱鱼，为丛驱雀】wèiyuān-qūyú, wèicóng-qūquè đuổi cá về vực, đuổi chim về rừng; không biết đoàn kết, lôi kéo lực lượng

【为之动容】wèizhīdòngróng xúc động thể hiện trên khuôn mặt

未¹ wèi<副>❶chưa: ~知 chưa biết; ~婚 chưa xây dựng gia đình ❷không: ~可厚非 không thể quở trách quá mức

未² wèi<名>Mùi (vị trí thứ 8 trong địa chi): ~时 giờ Mùi (từ 13 đến 15 giờ)

W

【未必】wèibì<副>chưa hẳn; chưa chắc; vị tất: 这个人~可靠。Người này chưa chắc đáng tin cậy.

【未便】wèibiàn<副>không tiện: 他碍于情面，~拒绝。Do nể nang, anh ấy không tiện từ chối.

【未卜】wèibǔ<动>[书]không thể liệu trước: 生死~ không rõ còn sống hay không

【未卜先知】wèibǔ-xiānzhī chẳng bói mà biết trước

【未曾】wèicéng<副>chưa từng; chưa hề: ~后悔 chưa từng hối tiếc

【未尝】wèicháng<副>❶chưa hề: 整夜~合眼 suốt đêm không hề chợp mắt ❷chưa chắc: 这~不是一个好办法。Đó chưa chắc không phải là một biện pháp tốt.

【未成年】wèichéngnián vị thành niên; trước tuổi thành niên

【未成年人】wèichéngniánrén người chưa thành niên; người vị thành niên

【未定】wèidìng<动>chưa quyết định; chưa ấn định

【未果】wèiguǒ<动>[书]chưa có kết quả; không thực hiện: 谈判~ đàm phán chưa có kết quả

【未婚】wèihūn〈动〉chưa cưới; vị hôn

【未婚夫】wèihūnfū〈名〉chồng chưa cưới; vị hôn phu

【未婚妻】wèihūnqī〈名〉vợ chưa cưới; vị hôn thê

【未及】wèijí〈动〉❶chưa bằng; chưa đạt tới ❷chưa nhắc đến; còn sót: ~部分待以后补充。Phần sót lại sau này sẽ bổ sung.

【未几】wèijǐ[书]❶〈副〉chẳng bao lâu nữa: ~即离京南下 ít lâu nữa sẽ rời Bắc Kinh xuống miền nam ❷〈形〉vài; không nhiều; chẳng bao nhiêu: 所剩~ còn lại không nhiều

【未竟】wèijìng〈动〉chưa thành: ~之业 sự nghiệp chưa thành

【未决】wèijué〈动〉chưa giải quyết: ~事件 sự kiện chưa giải quyết

【未来】wèilái❶〈形〉tới; sắp tới: ~三天将有暴雨。Ba ngày tới sẽ có mưa rất to. ❷〈名〉tương lai; (thời gian) tới

【未老先衰】wèilǎo-xiānshuāi chưa già đã tàn; chưa già đã lụi; già trước tuổi

【未了】wèiliǎo〈动〉chưa xong; chưa kết thúc; dở dang: 心愿~ tâm nguyện còn đang dang dở

【未免】wèimiǎn〈副〉❶phải nói là...: 你顾虑的东西~太多。Phải nói là điều anh lo lắng là hơi quá. ❷khó tránh; không tránh khỏi; thế nào cũng: 病一时好不了，心里~焦急。Bệnh không thể khỏi ngay nên trong lòng khó tránh khỏi sự lo lắng.

【未能免俗】wèinéng-miǎnsú chưa thoát khỏi thói thường

【未然】wèirán〈动〉chưa xảy ra; chưa thành sự thực: 防患于~ phòng tai họa khi nó chưa xảy ra

【未时】wèishí〈名〉[旧]giờ Mùi (từ 13 giờ đến 15 giờ)

【未始】wèishǐ〈副〉không phải; không hẳn: ~不可 không phải không được

【未遂】wèisuì〈动〉chưa đạt; chưa thỏa mãn: 心愿~ chưa toại nguyện

【未亡人】wèiwángrén〈名〉[旧]kẻ góa bụa này; mụ góa này (người đàn bà góa chồng tự xưng)

【未详】wèixiáng〈动〉chưa biết rõ: 死因~ nguyên nhân chết chưa biết rõ

【未央】wèiyāng〈动〉[书]chưa hết; chưa tàn: 夜~ đêm chưa tàn

【未雨绸缪】wèiyǔ-chóumóu sửa nhà cửa trước khi mưa; phòng bị trước; sẵn sàng trước

【未知数】wèizhīshù〈名〉❶ẩn số; số chưa biết ❷ẩn số; việc chưa biết: 他能否答应，还是个~。Anh ấy có ưng thuận hay không còn chưa biết chừng.

位 wèi❶〈名〉chỗ; vị trí; nơi: 座~ chỗ ngồi; 各就各~。Ai vào chỗ nấy. ❷〈名〉chức vị; địa vị; danh vị: 身居高~ ở vị trí cao ❸〈名〉ngôi vua: 即~ lên ngôi; 在~ đang trị vì ❹〈名〉vị trí của chữ số trong một số: 百~ hàng trăm ❺〈量〉số vị: 两~数 số vị hai ❻〈量〉vị (chỉ người): 诸~ chư vị; 各~ các vị //(姓)Vị

【位次】wèicì〈名〉❶địa vị; đẳng cấp ❷chỗ ngồi

【位高权重】wèigāo-quánzhòng địa vị cao và quyền hành to lớn; quyền cao chức trọng

【位居】wèijū〈动〉xếp hàng; nằm: ~榜首 đứng đầu; ~前列 xếp hàng đầu

【位能】wèinéng〈名〉[物理]thế năng

【位移】wèiyí〈名〉sự di chuyển vị trí

【位于】wèiyú〈动〉ở vào; nằm ở: 寺庙~山腰。Ngôi chùa nằm trên lưng đồi.

【位置】wèizhì〈名〉❶vị trí; chỗ: 这是他睡觉的~。Đây là chỗ ngủ của anh ấy. ❷địa vị; vị trí: 《红楼梦》在中国文学史上占有重要~。Hồng Lâu Mộng chiếm một vị trí quan trọng trong lịch sử văn học Trung Hoa.

❸chức vị

【位子】wèizi<名>❶chỗ; chỗ ngồi ❷chức vị

味 wèi❶<名>vị: 辣~ vị cay; 甜~ vị ngọt ❷<名>mùi: 香~ mùi thơm ❸<名>ý vị; thú vị: 文笔艰涩无~。Phong cách viết tối nghĩa vô vị. ❹<名>món ăn: 山珍海~ sơn hào hải vị; 野~ dã vị ❺<动>nếm: 体~ nếm mùi ❻<量>vị (thuốc): 这个方子一共有四~药。Đơn thuốc này tất cả có 4 vị thuốc.

【味道】wèidào<名>❶mùi vị: 这道菜~不错。Món ăn này có vị ngon. ❷thú; hứng thú; thú vị: 还不知道生活的~ còn chưa biết mùi đời; 这本书越看越有~。Quyển sách này càng đọc càng thấy thú vị. ❸[方]mùi: 他身上有股特别的~。Trên người nó có mùi đặc biệt.

【味精】wèijīng<名>mì chính; bột ngọt

【味觉】wèijué<名>vị giác

【味蕾】wèilěi<名>lưới vị giác

【味同嚼蜡】wèitóngjiáolà (văn chương, nói chuyện) khô khan, vô vị

畏 wèi<动>❶sợ: 望而生~ nhìn mà phát sợ ❷kính phục; khâm phục: 后生可~ hậu sinh khả úy //(姓)Úy

【畏避】wèibì<动>sợ trốn đi; trốn tránh

【畏光】wèiguāng<动>mẫn cảm ánh sáng (mắt mẫn cảm với sự kích thích của ánh sáng, thường kèm theo chảy nước mắt)

【畏寒】wèihán<名>úy hàn; sợ lạnh

【畏忌】wèijì<动>sợ và ngờ vực: 互相~ ngờ vực lẫn nhau

【畏惧】wèijù<动>sợ hãi; e sợ: 无所~ không sợ gì

【畏难】wèinán<动>sợ khó: ~情绪 tinh thần ngại khó

【畏强凌弱】wèiqiáng-língruò sợ kẻ mạnh nạt kẻ yếu; mềm nắn rắn buông

【畏怯】wèiqiè<动>nhát sợ; nhút nhát: 毫不~ chẳng có gì phải sợ

【畏首畏尾】wèishǒu-wèiwěi e ngại rụt rè; ngại trước lo sau

【畏缩】wèisuō<动>sợ hãi rụt rè: 在艰难险阻面前绝不~ trước khó khăn không hề sợ hãi rụt rè

【畏天知命】wèitiān-zhīmìng tin ở mệnh trời

【畏途】wèitú<名>[书]con đường chông gai; sự việc nguy hiểm đáng sợ

【畏葸不前】wèixǐ-bùqián e sợ không dám tiến lên

【畏友】wèiyǒu<名>người bạn đáng kính nể: 严师~ thầy nghiêm bạn hiền

【畏罪】wèizuì<动>sợ tội: ~潜逃 sợ tội lủi trốn

胃 wèi<名>❶dạ dày ❷sao Vị (một trong 28 tú)

【胃癌】wèi'ái<名>ung thư dạ dày

【胃病】wèibìng<名>bệnh dạ dày

【胃肠】wèicháng<名>dạ dày và ruột

【胃肠炎】wèichángyán<名>viêm dạ dày và đường ruột

【胃出血】wèichūxuè<名>bệnh chảy máu dạ dày

【胃穿孔】wèichuānkǒng<名>bệnh thủng dạ dày

【胃寒】wèihán<名>vị hàn: ~者应少食生冷食物。Những ai có chứng vị hàn nên hạn chế ăn các món sống và nguội.

【胃痉挛】wèijìngluán<名>chứng co thắt dạ dày

【胃镜】wèijìng<名>kính nội soi dạ dày

【胃口】wèikǒu<名>❶ăn uống: ~很好 ăn uống ngon miệng ❷khẩu vị; sở thích: 那本小说很对他的~。Cuốn tiểu thuyết đó rất hợp với khẩu vị của anh ấy.

【胃溃疡】wèikuìyáng<名>viêm loét dạ dày

【胃酸】wèisuān<名>vị toan

【胃痛】wèitòng<名>chứng đau dạ dày

W

【胃腺】wèixiàn〈名〉tuyến tiết dịch vị của dạ dày

【胃炎】wèiyán〈名〉bệnh viêm dạ dày

【胃液】wèiyè〈名〉dịch vị

【胃胀】wèizhàng〈名〉chứng dạ dày đầy hơi

谓 wèi〈动〉❶xưng hô; gọi là: 称~ gọi là; 何~ cái gì gọi là ❷nói: 所~ nói là; 可~双喜临门 có thể nói là song hỉ lâm môn

【谓词】wèicí〈名〉❶[逻辑]vị từ ❷[语言]vị từ; vị ngữ

【谓语】wèiyǔ〈名〉vị ngữ

尉 wèi〈名〉❶[旧]úy: 太~ thái úy ❷[军事]úy: 中~ trung úy //〈姓〉Úy

【尉官】wèiguān〈名〉sĩ quan cấp úy

喂¹ wèi〈叹〉a lô; này: ~, 你的东西掉了。Này, anh đánh rơi cái gì của anh rồi đấy.

喂² wèi〈动〉❶chăn; cho (súc vật ăn): ~鸡 chăn gà ❷bón; cho ăn: ~病人吃饭 bón cơm cho bệnh nhân

【喂奶】wèinǎi〈动〉cho con bú; cho ăn sữa

【喂食】wèishí〈动〉cho ăn: 按时~ cho ăn đúng giờ

【喂养】wèiyǎng〈动〉nuôi nấng; chăn nuôi; nuôi dưỡng: ~小宝宝 nuôi dưỡng trẻ sơ sinh

猬 wèi〈名〉con nhím

蔚 wèi[书]❶〈动〉phát triển mạnh; tươi tốt; um tùm: ~成风气 phát triển mạnh thành phong trào ❷〈形〉màu sắc rực rỡ: 云蒸霞~ mây trắng nhẹ trôi, ráng trời rực rỡ

【蔚蓝】wèilán〈形〉xanh ngắt; trong xanh; xanh thẳm; xanh da trời: ~的大海 biển cả xanh ngắt

【蔚起】wèiqǐ〈动〉[书]phát triển mạnh mẽ; hưng thịnh lên; thịnh vượng lên

【蔚然】wèirán〈形〉um tùm; tươi thắm; hưng thịnh; phát triển mạnh mẽ: 文明之风~兴起。Nền nếp văn minh được phát triển.

【蔚然成风】wèirán-chéngfēng phát triển mạnh mẽ lan rộng thành phong trào

【蔚为大观】wèiwéidàguān nhiều và đẹp; phong phú

慰 wèi❶〈动〉an ủi; thăm hỏi: ~劳 úy lạo ❷〈形〉yên lòng; yên tâm: 欣~ vui vẻ và yên tâm

【慰藉】wèijiè〈动〉[书]an ủi

【慰勉】wèimiǎn〈动〉thăm hỏi động viên: 多方~ thăm hỏi động viên bằng nhiều cách

【慰问】wèiwèn〈动〉thăm hỏi: ~信 thư thăm hỏi; ~金 tiền viếng

【慰唁】wèiyàn〈动〉[书]thăm hỏi chia buồn

魏 Wèi //〈姓〉Nguy

【魏碑】wèibēi〈名〉bia đá thời Bắc Nguy

【魏阙】wèiquè〈名〉❶cung khuyết (nơi ban bố các chính lệnh, ở ngoài cổng cung vua) ❷triều đình

wēn

温 wēn❶〈形〉ấm: ~水 nước ấm ❷〈名〉nhiệt độ: 气~ nhiệt độ không khí ❸〈动〉hâm: 把饭~一下。Hâm cơm đi. ❹〈形〉dịu dàng: ~情 tính tình dịu dàng ❺〈动〉ôn tập: ~习 ôn tập ❻〈名〉bệnh dịch //〈姓〉Ôn

【温饱】wēnbǎo〈名〉ấm no

【温标】wēnbiāo〈名〉thang nhiệt độ: 摄氏~ thang nhiệt độ Celsius

【温差】wēnchā〈名〉sự chênh lệch nhiệt độ

【温床】wēnchuáng〈名〉❶ổ ủ ấm (cho cây con) ❷nôi ấm; môi trường thích hợp cho sự phát triển: 官僚主义的~ nôi ấm của chủ nghĩa quan liêu

【温存】wēncún❶〈动〉ân cần chăm sóc ❷〈形〉ôn tồn: 性格~ tính tình ôn tồn ❸〈动〉nghỉ ngơi điều dưỡng

【温带】wēndài〈名〉ôn đới

【温度】wēndù〈名〉nhiệt độ; ôn độ: 室外~ nhiệt độ ngoài trời

【温度计】wēndùjì<名>nhiệt kế

【温服】wēnfú<动>uống khi còn âm ấm

【温故知新】wēngù-zhīxīn ôn cũ biết mới; ôn cố tri tân

【温和】wēnhé<形>❶ôn hòa; ấm áp: 气候~ khí hậu ấm áp ❷hòa nhã ôn tồn; mềm mỏng; dịu dàng: 态度~ thái độ ôn tồn hòa nhã

【温厚】wēnhòu<形>ôn tồn; dịu hiền: 为人~ tính tình dịu hiền

【温和】wēnhuo<形>❶ấm: 饭还是~的。Cơm còn ấm. ❷hòa nhã

【温居】wēnjū<动>đến ăn mừng nhà mới

【温觉】wēnjué<名>[生理]cảm giác về nhiệt; ôn giác

【温控】wēnkòng<形>được khống chế bằng nhiệt độ: ~设备 thiết bị được khống chế bằng nhiệt độ

【温良】wēnliáng<形>hiền lành; hiền hậu: 性情~ tính tình hiền hậu

【温良恭俭让】wēn-liáng-gōng-jiǎn-ràng năm đức tính nhà Nho chủ trương gồm: dịu dàng, hiền hậu, tôn trọng, tiết kiệm, khiêm nhường

【温暖】wēnnuǎn❶<形>ấm; ấm áp: 大家庭的~ tình người nồng ấm của đại gia đình ❷<动>sưởi ấm: ~人心 sưởi ấm lòng người

【温情】wēnqíng<名>(tình cảm) dịu dàng, thắm thiết; ôn hòa

【温情脉脉】wēnqíng-mòmò vẻ dịu dàng thắm thiết; tình tứ: 她~地看着他。Cô nhìn anh ấy với vẻ dịu dàng thắm thiết.

【温泉】wēnquán<名>suối nước nóng

【温柔】wēnróu<形>dịu dàng; điềm đạm; dịu hiền; mềm mại: 性情~ tính tình dịu hiền

【温柔乡】wēnróuxiāng<名>tổ ấm quyến rũ

【温润】wēnrùn<形>❶ôn hòa; hiền lành ❷ấm và ẩm: 气候~ khí hậu ấm và ẩm ❸nhẵn bóng: 玉质~ chất ngọc nhẵn bóng

dịu mắt

【温室】wēnshì<名>nhà ấm; nhà kính

【温室效应】wēnshì xiàoyìng❶hiệu ứng nhà kính ❷hiệu ứng giữ ấm không khí

【温顺】wēnshùn<形>hiền lành; ngoan ngoãn: 性格~ tính tình ngoan ngoãn

【温汤】wēntāng<名>❶nước ấm: ~浸种 ngâm hạt giống vào nước ấm ❷[书]suối nước nóng

【温暾】wēntun<形>[方]❶thể lòng ấm; âm ấm ❷lấp lửng; không rõ ràng: ~之谈 nói lấp lửng

【温文尔雅】wēnwén-ěryǎ dịu hiền lịch thiệp; ôn tồn nhã nhặn; nhã nhặn lịch sự: 他的言谈举止透露出~的气质。Lời nói cử chỉ của anh ấy hiện ra phong thái nhã nhặn, lịch sự.

【温馨】wēnxīn<形>ấm áp; yên ấm; êm ấm; ấm cúng: ~之家 gia đình êm ấm

【温煦】wēnxù<形>[书]❶ấm áp: ~的阳光 nắng ấm ❷dịu dàng thân thiết: ~的目光 ánh mắt dịu dàng thân thiết

【温血动物】wēnxuè dòngwù động vật máu nóng

【温驯】wēnxùn<形>dễ bảo; dễ dạy: ~的小狗 chó non dịu ngoan

瘟 wēn❶<名>bệnh dịch ❷<形>buồn chán; nhạt nhẽo: 这出戏中的人物很~。Nhân vật trong vở kịch này rất buồn tẻ.

【瘟病】wēnbìng<名>bệnh dịch; bệnh toi

【瘟神】wēnshén<名>thần ôn dịch

【瘟疫】wēnyì<名>bệnh dịch

【瘟疹】wēnzhěn<名>bệnh sốt phát ban

wén

文 wén❶<名>từ; chữ: 甲骨~ chữ giáp cốt ❷<名>tiếng: 英~ tiếng Anh ❸<名>văn chương: 散~ văn xuôi ❹<名>văn ngôn: 半~半白 nửa văn ngôn nửa bạch thoại ❺<名>văn (trạng thái của xã hội phát triển): ~化 văn hóa ❻<名>khoa học nhân văn: 我们学校高二开始~理分科. Trường ta tách khối văn và khối toán từ lớp 2 trung học phổ thông. ❼<名>nghi lễ: 繁~缛节 nghi lễ phiền phức ❽<名>văn (trái với võ): ~官武将 văn quan võ tướng ❾<形>dịu; yếu ớt: ~弱 nho nhã yếu ớt; ~火 lửa dịu ❿<名>hiện tượng thiên nhiên: 天~ thiên văn ⓫<动>xăm: ~身 xăm mình ⓬<动>che giấu: ~过饰非 sử dụng từ ngữ đẹp để che giấu sai lầm của mình ⓭<量>đồng; xu: 一~钱 một đồng tiền ⓮<名>công văn //(姓) Văn

【文案】wén'àn<名>❶văn án (thời cổ chỉ công văn, thư tín của quan phủ, hiện chỉ văn tự có tính sự vụ của các doanh nghiệp) ❷nhân viên làm công tác văn tự trong các công ti, doanh nghiệp

【文本】wénběn<名>văn bản: 这份材料有中、英、俄三种~. Tài liệu này có ba bản: tiếng Hán, tiếng Anh và tiếng Nga.

【文笔】wénbǐ<名>hành văn; phong cách viết: 巧妙 cách viết khôn khéo

【文不对题】wénbùduìtí (văn) lạc đề; hỏi một đàng trả lời một nẻo

【文不加点】wénbùjiādiǎn viết thông một mạch; viết nhanh không tẩy xóa

【文才】wéncái<名>tài văn thơ: ~出众 tài văn thơ xuất chúng

【文采】wéncǎi<名>❶màu sắc đẹp đẽ ❷tài hoa văn chương

【文场】wénchǎng<名>❶đội đàn sáo đệm cho kịch tuồng ❷một lối hát dân gian, lưu hành ở vùng Quế Lâm, Liễu Châu Khu tự trị dân tộc Choang Quảng Tây, Trung Quốc

【文丑】wénchǒu<名>[戏曲]vai hề trong tuồng, chèo

【文辞】wéncí<名>❶câu văn; lời văn ❷văn chương: 这位先生以善~知名. Ông này

nổi tiếng giỏi văn chương.

【文从字顺】wéncóng-zìshùn văn chương lưu loát; câu chữ suôn sẻ

【文档】wéndàng<名>❶hồ sơ lưu trữ ❷tài liệu lưu trong máy tính

【文牍】wéndú<名>❶văn thư ❷[旧]nhân viên văn thư

【文牍主义】wéndú zhǔyì chủ nghĩa giấy tờ

【文法】wénfǎ<名>ngữ pháp; văn phạm

【文房四宝】wénfáng sì bǎo bốn của quý trong thư phòng gồm: bút, mực, giấy và nghiên

【文风】wénfēng<名>❶văn phong: ~幽默辛辣. Văn phong hài hước và sắc bén. ❷ý thức coi trọng văn hóa

【文稿】wéngǎo<名>bản thảo

【文告】wéngào<名>thông báo của cơ quan, đoàn thể

【文蛤】wéngé<名>con ngao; sò

【文工团】wéngōngtuán<名>đoàn văn công

【文官】wénguān<名>chức quan văn

【文过其实】wénguò-qíshí lời văn phóng đại, không thực tế

【文过饰非】wénguò-shìfēi che giấu lỗi lầm bằng lời văn hay

【文翰】wénhàn<名>[书]❶văn chương ❷công văn thư từ

【文豪】wénháo<名>văn hào

【文化】wénhuà<名>❶văn hóa: 中国~ văn hóa Trung Quốc ❷văn hóa; hệ thống tri thức: 学习~ học văn hóa ❸[考古]văn hóa: 仰韶~ văn hóa Ngưỡng Thiều

【文化部】Wénhuà Bù<名>Bộ Văn hóa

【文化产品】wénhuà chǎnpǐn sản phẩm văn hóa

【文化产业】wénhuà chǎnyè ngành văn hóa

【文化程度】wénhuà chéngdù trình độ

văn hóa: 他只有高中~。Trình độ văn hóa của anh ấy chỉ là trung học phổ thông.

【文化宫】wénhuàgōng<名>cung văn hóa

【文化课】wénhuàkè<名>giờ văn hóa

【文化人】wénhuàrén<名>❶người làm công tác văn hóa ❷trí thức

【文化沙漠】wénhuà shāmò sa mạc văn hóa (vùng nghèo, lạc hậu về văn hóa hoặc vùng ít quan tâm nền văn hóa)

【文集】wénjí<名>văn tập; tập sách; tập văn

【文件】wénjiàn<名>❶công văn giấy tờ ❷văn chương về lí luận, chính sách và nghiên cứu ❸[计算机]văn kiện

【文件夹】wénjiànjiā<名>❶cặp đựng tài liệu ❷[计算机]mục lục của tài liệu (lưu trong máy tính); tệp

【文教】wénjiào<名>văn giáo; văn hóa giáo dục: ~部门 ngành văn hóa giáo dục

【文静】wénjìng<形>điềm đạm nho nhã; dịu dàng ít lời: 他喜欢性格~的女孩。Anh ấy thích cô gái tính tình điềm đạm nho nhã.

【文句】wénjù<名>câu văn: ~通顺 câu văn lưu loát

【文具】wénjù<名>văn phòng phẩm; đồ dùng văn phòng

【文科】wénkē<名>khoa văn; khoa xã hội

【文库】wénkù<名>kho sách; tủ sách; kho tàng văn hóa: 百科知识~ tủ sách tri thức bách khoa

【文侩】wénkuài<名>tên bồi bút; con buôn văn học

【文莱】Wénlái<名>Bru-nây: ~人 người Bru-nây

【文理】¹wénlǐ<名>mạch văn: ~通顺 mạch văn trôi chảy

【文理】²wénlǐ<名>gọi chung khoa văn và khoa toán lí

【文联】wénlián<名>Hội liên hiệp Văn học nghệ thuật

【文盲】wénmáng<名>mù chữ: 扫除~ xóa nạn mù chữ

【文秘】wénmì<名>văn thư và thư kí

【文庙】Wén Miào<名>Văn Miếu

【文明】wénmíng❶<名>văn minh: 物质~和精神~ văn minh vật chất và văn minh tinh thần ❷<形>có nền văn minh cao: ~社会 xã hội văn minh

【文墨】wénmò<名>❶việc viết lách ❷trí thức văn hóa

【文痞】wénpǐ<名>tên bồi bút; tên lưu manh văn hóa

【文凭】wénpíng<名>văn bằng; chứng chỉ học lực; bằng tốt nghiệp: 光有~还不够，还要有能力。Chỉ có văn bằng chưa đủ, còn phải có năng lực.

【文气】wénqì<名>lời văn; mạch văn

【文气】wénqi<形>điềm đạm; nho nhã; trầm tĩnh thùy mị; văn nho

【文契】wénqì<名>văn tự; văn khế

【文人】wénrén<名>văn nhân: ~墨客 văn nhân mặc khách

【文人相轻】wénrénxiāngqīng nhà văn khinh nhau: ~，自古而然。Nhà văn khinh nhau, xưa nay vẫn thế.

【文如其人】wénrúqírén văn như kì nhân; phong cách bài viết tương tự với tính cách cá nhân

【文山会海】wénshān-huìhǎi hội họp liên miên, văn kiện như núi

【文饰】¹wénshì<名>những câu chữ trau chuốt: 这篇文章~较少。Bài văn này ít trau chuốt.

【文饰】²wénshì<动>che giấu sai sót, lỗi lầm

【文书】wénshū<名>❶giấy tờ; văn thư ❷nhân viên văn thư

【文思】wénsī<名>tư duy cấu tứ văn học: ~敏捷 tư duy văn học nhanh nhạy/cấu tứ nhạy bén

W

【文坛】wéntán<名>văn đàn; giới văn học

【文韬武略】wéntāo-wǔlüè văn thao võ lược; giỏi cả về văn với võ

【文体】[1] wéntǐ<名>thể loại văn: 按照~分类 phân loại theo thể loại văn

【文体】[2] wéntǐ<名>văn nghệ và thể dục thể thao: ~活动 hoạt động văn thể

【文恬武嬉】wéntián-wǔxī văn dốt võ nát; văn thích nhàn, võ ham chơi

【文玩】wénwán<名>đồ chơi văn hóa

【文武】wénwǔ<名>❶văn võ: ~双全 văn võ song toàn ❷[书]văn trị và võ công: ~并用 dùng cả văn lẫn võ ❸[书]văn thần và võ tướng: 满朝~ văn thần võ tướng trong triều đình

【文物】wénwù<名>văn vật: 发掘~ khai quật văn vật

【文戏】wénxì<名>tuồng văn (trái với tuồng võ)

【文献】wénxiàn<名>tài liệu; tư liệu (có giá trị lịch sử); văn hiến: 历史~ tài liệu lịch sử có giá trị

【文胸】wénxiōng<名>áo ngực; nịt vú; xu chiêng; coóc-sê

【文选】wénxuǎn<名>văn tuyển; tuyển tập văn thơ

【文学】wénxué<名>văn học

【文学革命】wénxué gémìng cách mạng văn học

【文学家】wénxuéjiā<名>nhà văn học

【文学史】wénxuéshǐ<名>lịch sử văn học

【文学艺术】wénxué yìshù văn học nghệ thuật

【文学语言】wénxué yǔyán ngôn ngữ văn học

【文学作品】wénxué zuòpǐn tác phẩm văn học

【文雅】wényǎ<形>nhã nhặn; lịch sự; văn nhã; nho nhã: 举止~ cử chỉ nhã nhặn lịch sự

【文言】wényán<名>văn ngôn; cổ văn

【文言文】wényánwén<名>tác phẩm văn cổ thể văn ngôn

【文以载道】wényǐzàidào văn dĩ tải đạo; văn chương dùng để truyền bá đạo lí

【文艺】wényì<名>văn nghệ: ~会演 hội diễn văn nghệ

【文艺复兴】wényì fùxīng phục hưng văn nghệ

【文艺界】wényìjiè<名>giới văn nghệ

【文娱】wényú<名>(hoạt động) vui chơi giải trí: ~活动 hoạt động vui chơi giải trí

【文员】wényuán<名>nhân viên văn thư

【文责】wénzé<名>trách nhiệm đối với tác phẩm của mình: ~自负 tác giả chịu trách nhiệm với tác phẩm của mình

【文摘】wénzhāi<名>❶bản lược thuật; bản tóm tắt ❷bản trích dẫn

【文章】wénzhāng<名>❶bài văn ❷tác phẩm ❸ngụ ý; hàm ý: 他的话里有~。 Trong lời nói anh ấy có ngụ ý. ❹cách làm: 在这一阶段我们大有~可做。 Trong giai đoạn này chúng tôi có nhiều cách làm.

【文职】wénzhí<名>chức quan văn; văn chức: ~人员 nhân viên văn chức

【文治】wénzhì<名>[书]văn trị: ~武功 văn trị võ công

【文质彬彬】wénzhì-bīnbīn văn vẻ lịch sự; phong nhã; nho nhã

【文绉绉】wénzhōuzhōu nho nhã cường điệu

【文字】wénzì<名>❶chữ viết; văn tự ❷lời văn; hành văn: 他的~犀利透彻。 Lời văn của anh ấy sắc bén sâu sắc. ❸văn chương

【文字狱】wénzìyù<名>[旧]vụ án văn chương; nhà tù văn chương

【文宗】wénzōng<名>[书]bậc thầy văn chương; mực thước khuôn phép văn chương; cây đa cây đề văn chương: 一代~

cây đa cây đề văn chương một thời

纹 wén<名>❶vân; hoa văn ❷nếp nhăn; hoa văn; đường vân: 指~ vân tay; 波~ gợn sóng; 皱~ nếp nhăn

【纹理】wénlǐ<名>vân; vằn; hoa văn

【纹路】wénlù<名>đường vân; đường vằn; nếp nhăn

【纹饰】wénshì<名>hoa văn trang trí

【纹丝不动】wénsī-bùdòng không hề nhúc nhích

【纹银】wényín<名>[旧]bạc ròng; bạc nguyên chất

闻 wén❶<动>nghe thấy: 耳~目睹 tai nghe mắt thấy. ❷<名>tin tức: 见~ điều mắt thấy tai nghe; 新~ tin vắn/thời sự ❸<形>[书]có danh vọng: ~人 người có danh vọng ❹<名> [书]danh tiếng: 秽~ tiếng xấu ❺<动>ngửi: 你来~~这个味儿。Anh hãy ngửi thử mùi này. //(姓) Vấn

【闻达】wéndá<形>[书]hiển đạt; có danh vọng: 不求~ không mưu cầu danh vọng

【闻风而动】wénfēng'érdòng nghe tin hành động ngay

【闻风丧胆】wénfēng-sàngdǎn nghe tiếng đã khiếp đảm: 他的威名令犯罪分子~。Uy danh của ông ấy làm cho bọn tội phạm nghe tiếng mà vỡ mật.

【闻过则喜】wénguòzéxǐ vui lòng tiếp thu ý kiến phê bình: ~的领导更容易得人心。Lãnh đạo vui lòng tiếp thu ý kiến phê bình thì dễ được ủng hộ hơn.

【闻鸡起舞】wénjī-qǐwǔ nghe gà gáy sáng bật dậy múa kiếm; hăng hái vươn lên

【闻名】wénmíng<动>❶nghe tên; biết tên: ~不如见面。Nghe tên không bằng gặp mặt. ❷nổi tiếng: ~遐迩 nổi tiếng khắp nơi; 举世~ nổi tiếng cả thế giới

【闻其言而知其人】wén qí yán ér zhī qí rén nghe lời nói mà hiểu biết tính cách của một người

【闻胜不骄，闻败不馁】wénshèng-bùjiāo, wénbài-bùněi thắng không kiêu, bại không nản

【闻所未闻】wénsuǒwèiwén chưa từng nghe thấy; hiếm có chưa từng thấy

【闻讯】wénxùn<动>nghe tin tức

蚊 wén<名>con muỗi

【蚊虫】wénchóng<名>con muỗi

【蚊香】wénxiāng<名>hương chống muỗi; nhang trừ muỗi

【蚊帐】wénzhàng<名>(cái) màn ngủ

【蚊子】wénzi<名>con muỗi

wěn

刎 wěn<动>cắt cổ (tự tử): 自~ tự vẫn/cắt cổ tự tử

【刎颈之交】wěnjǐngzhījiāo bạn sống chết có nhau; bạn vào sinh ra tử

吻 wěn❶<名>môi: 接~ hôn môi ❷<动>hôn ❸<名>mõm

【吻别】wěnbié<动>hôn chia tay; hôn tạm biệt

【吻合】wěnhé❶<形>ăn khớp; nhất trí: 嫌疑人的供述与警方掌握的证据大部分相~。Lời thú nhận của nghi phạm ăn khớp với phần lớn chứng cứ mà bên cảnh sát đã nắm được. ❷<动>[医学]nối: 肠~ nối ruột

【吻兽】wěnshòu<名>[建筑]tượng con vật (trang trí ở hai đầu nóc nhà kiểu cổ)

紊 wěn<形>rối; loạn: 有条不~ trật tự đâu ra đấy

【紊乱】wěnluàn<形>rối loạn; hỗn độn: 思绪~ luồng suy nghĩ bị rối

稳 wěn❶<形>ổn định; vững chắc; vững vàng: 站~脚跟 đứng cho vững ❷<形>thận trọng; cẩn thận: ~步前进 vững bước tiến lên ❸<形>chắc chắn: 十拿九~ chắc mười mươi

❹<动>ổn định (tư tưởng cho người khác): ~ 住情绪 ổn định tâm trạng

【稳便】wěnbiàn❶<形>ổn: 这样做不~。Làm như vậy không ổn. ❷<动>cứ tự nhiên

【稳步】wěnbù<副>vững bước; vững chắc: ~提高 vững bước nâng cao

【稳操胜券】wěncāo-shèngquàn nắm chắc phần thắng; chắc thắng trăm phần trăm

【稳产】wěnchǎn<名>sản lượng ổn định

【稳当】wěndang<形>❶ổn thỏa; thỏa đáng: 做事~ làm việc thận trọng chắc chắn ❷chắc; vững: 把凳子放~。Đặt ghế cho chắc.

【稳定】wěndìng❶<形>ổn định: 社会秩序~ trật tự xã hội ổn định ❷<动>bình ổn; làm cho ổn định: ~房价 bình ổn giá nhà đất ❸<形>không thay đổi (chỉ vật chất)

【稳度】wěndù<名>độ thăng bằng

【稳固】wěngù❶<形>vững chắc: 地位~ địa vị vững chắc ❷<动>củng cố: ~政权 củng cố vững chắc chính quyền

【稳健】wěnjiàn<形>❶vững vàng khỏe mạnh; chắc khỏe: ~的步伐 bước đi chắc khỏe ❷chắc chắn; thận trọng: 办事~ làm việc chắc chắn

【稳练】wěnliàn<形>chắc chắn và thành thạo: 精明~ tinh tường, chắc chắn và thành thạo

【稳如泰山】wěnrútàishān vững như núi Thái Sơn

【稳妥】wěntuǒ<形>ổn thỏa; chắc chắn: 他办事很~。Anh ấy làm việc rất chắc.

【稳扎稳打】wěnzhā-wěndǎ❶đánh chắc thắng chắc; đánh chắc thắng ❷làm việc chắc chắn; làm đâu chắc đấy

【稳重】wěnzhòng<形>cẩn trọng: 办事~ làm việc cẩn trọng

【稳坐钓鱼船】wěn zuò diàoyúchuán "mặc cho sóng cả phũ phàng, thuyền con một

chiếc vững vàng ngồi câu"; ví vững vàng bình tĩnh

wèn

问 wèn❶<动>hỏi: 询~ hỏi thăm; ~问题 nêu câu hỏi ❷<动>thăm hỏi: ~候 hỏi thăm sức khỏe ❸<动>xét hỏi: 审~ thẩm vấn ❹<动>can dự; quan tâm đến: 不闻不~ không nghe không hỏi/chẳng quan tâm đến ❺<介>hỏi mượn: 我~他借幅画。Tôi hỏi mượn anh ấy một bức tranh. //(姓) Vấn

【问安】wèn'ān<动>vấn an; chào hỏi

【问案】wèn'àn<动>xét hỏi vụ án

【问卜】wènbǔ<动>xem bói: 求神~ cầu thần bói toán

【问长问短】wèncháng-wènduǎn hỏi han cặn kẽ tỉ mỉ; hỏi han về mọi mặt

【问答】wèndá<动>hỏi đáp; vấn đáp: 有奖~ vấn đáp có thưởng

【问倒】wèndǎo<动>bí, không trả lời được

【问道于盲】wèndàoyúmáng hỏi đường người mù; hỏi ý kiến của người mù quáng

【问鼎】wèndǐng<动>❶mưu toan cướp ngôi ❷giành được giải nhất trong cuộc thi

【问东问西】wèndōng-wènxī hỏi han tò mò

【问寒问暖】wènhán-wènnuǎn thăm hỏi ân cần

【问好】wènhǎo<动>thăm hỏi sức khỏe; gửi lời thăm: 请替我向您的家人~。Xin gửi lời hỏi thăm người nhà ông.

【问号】wènhào<名>❶dấu hỏi ❷câu hỏi; vấn đề: 他来不来还是个~。Anh ấy có đến hay không còn là một câu hỏi.

【问候】wènhòu<动>thăm hỏi sức khỏe; gửi lời thăm

【问话】wènhuà❶<动>(người bậc trên hay cấp trên) hỏi: 经理找你~。Giám đốc tìm để hỏi anh. ❷<名>câu hỏi: 回答海关关员的~

trả lời câu hỏi của nhân viên hải quan

【问及】wènjí<动>hỏi đến: 当~家庭情况时，他一言不发。Khi hỏi đến tình hình gia đình, anh ấy không nói gì cả.

【问津】wènjīn<动>[书]hỏi thăm bến đò; hỏi han: 无人~ chẳng có ai hỏi han đến

【问卷】wènjuàn<名>phiếu điều tra; bảng hỏi: ~调查 điều tra bằng bảng hỏi

【问路】wènlù<动>hỏi đường

【问难】wènnàn<动>[书]chất vấn; vặn hỏi tranh luận: 质疑~ nêu thắc mắc tranh luận

【问世】wènshì<动>❶chào đời; ra mắt: 他的一部新作即将~。Một tác phẩm mới của ông ấy sắp chào đời. ❷xuất hiện (hàng hóa)

【问事】wènshì<动>❶hỏi thăm việc gì đó ❷[书]hỏi han công việc

【问题】wèntí❶<名>câu hỏi; vấn đề: 我有个~想问你。Tôi muốn hỏi anh câu hỏi này. ❷<名>vấn đề (mâu thuẫn hoặc thắc mắc cần nghiên cứu giải quyết): 思想~ vấn đề tư tưởng ❸<名>mấu chốt; điều quan trọng: 学不好的~在于你不勤奋。Nguyên nhân học không giỏi là tại anh không chăm chỉ. ❹<名>trục trặc; trở ngại: 这部机器又出~了。Máy này lại trục trặc rồi. ❺<形>khác thường; không phù hợp với yêu cầu: ~食品 thực phẩm không phù hợp với yêu cầu

【问心无愧】wènxīn-wúkuì không thẹn với lương tâm

【问心有愧】wènxīn-yǒukuì thẹn với lương tâm

【问询】wènxún<动>hỏi tin: ~处 nơi hướng dẫn; phòng hướng dẫn

【问讯】wènxùn<动>❶hỏi tin ❷[书]hỏi thăm sức khỏe: 互相~ hỏi thăm sức khỏe của nhau ❸xét hỏi: 警察~ cảnh sát xét hỏi ❹chắp tay hỏi (đạo Phật)

【问责】wènzé<动>chất vấn; truy cứu trách nhiệm: ~制 chế độ chất vấn

【问诊】wènzhěn<动>(bác sĩ) hỏi khám bệnh về bệnh tật

【问罪】wènzuì<动>hỏi tội: 兴师~ dấy quân hạch tội

wēng

翁 wēng<名>❶ông già; ông lão: 渔~ ông lão đánh cá/ngư ông ❷[书]bố; cha ❸[书]bố chồng ❹[书]bố vợ: ~婿 bố vợ và con rể // (姓) Ông

嗡 wēng<拟>vù vù; ù ù: 小蜜蜂~~归巢。Đàn ong mật bay vù vù về tổ.

wèng

瓮 wèng<名>vò; hũ; chum: 水~ vò nước // (姓) Ung, Ủng

【瓮城】wèngchéng<名>lũy bao ngoài cổng thành

【瓮棺】wèngguān<名>quan tài hình vò

【瓮声瓮气】wèngshēng-wèngqì (tiếng nói) ồm ồm: 他感冒了，说话~的。Anh ấy bị cảm, tiếng nói ồm ồm.

【瓮中之鳖】wèngzhōngzhībiē ba ba trong chum; chó trong cũi; gà trong lồng

【瓮中捉鳖】wèngzhōng-zhuōbiē bắt ba ba trong chum; bắt cá trong chậu; bắt dễ dàng

蕹 wèng

【蕹菜】wèngcài<名>rau muống

wō

莴 wō

【莴苣】wōjù<名>rau diếp

【莴笋】wōsǔn<名>rau diếp (loại có thân cây to, giống búp măng)

倭 Wō<名>[旧]Nhật Bản

【倭寇】Wōkòu<名>giặc lùn; hải tặc Nhật Bản

涡 wō<名>oa xoáy nước: 水~ xoáy nước

【涡流】wōliú<名>❶xoáy nước; chuyển động xoáy (của chất lỏng) ❷dòng điện cảm ứng

【涡轮机】wōlúnjī<名>tua-bin

窝 wō❶<名>tổ; ổ: 鸟~ tổ chim ❷<名>hang ổ: 贼~ hang ổ giặc ❸<名>[方]chỗ ở; chỗ: 挪个~儿 chuyển vào chỗ khác đi ❹<名>chỗ lõm; hõm: 酒~ lúm đồng tiền ở má; 胳肢~ hõm nách ❺<动>tàng trữ; chứa chấp; oa trữ; giấu: ~赃 chứa chấp của ăn cắp ❻<动>rụt: ~进衣服里 rụt vào trong áo; ~在家 nằm bẹp ở nhà ❼<动>tích lại; ứ lại: ~火 bực bội ❽<动>uốn: 把钢丝~成一个圈. Uốn dây thép thành một vòng tròn. ❾<量>lứa (lợn, chó); ổ (gà): 一~小鸡 một ổ gà con ❿<名>cái giống ổ: 被~ ổ chăn

【窝憋】wōbie<形>[方]buồn bực; bực mình; buồn phiền: ~得很 thật bực mình

【窝藏】wōcáng<动>chứa chấp; oa trữ: ~罪犯 chứa chấp tội phạm

【窝点】wōdiǎn<名>ổ: 赌博~ ổ cờ bạc

【窝工】wōgōng<动>thừa nhân công; công việc bị ế: 生产材料采购要及时，以免车间~. Việc mua sắm vật tư sản xuất phải kịp thời để tránh khỏi phân xưởng phải nghỉ chờ.

【窝里斗】wōlidòu đấu đá nội bộ

【窝里横】wōlihèng ngang ở xó nhà; cứng đầu ở xó bếp; mạnh xó bếp

【窝囊】wōnang<形>❶uất ức; ấm ức: ~气 ấm ức bực bội ❷bất lực; khiếp nhược; nhát gan: 你真~. Anh thật bất tài.

【窝囊废】wōnangfèi<名>[方]kẻ bất lực; đồ khiếp nhược; đồ vô tích sự; đồ phế thải; đồ bỏ đi

【窝棚】wōpeng<名>túp lều; lán

【窝铺】wōpù<名>chỗ ngủ; lều để ngủ

【窝气】wōqì<动>bực bội; bực tức: 上午挨了上司的批评，窝了一肚子气. Buổi sáng bị cấp trên phê bình một trận, trong lòng bực bội.

【窝窝头】wōwotóu<名>bánh hấp (bằng bột ngô, bột cao lương, v.v.)

【窝心】wōxīn<形>[方]uất ức; đau khổ trong lòng

【窝主】wōzhǔ<名>chủ chứa chấp

蜗 wō<名>ốc sên

【蜗杆】wōgǎn<名>[机械]vít

【蜗角虚名】wōjiǎo-xūmíng danh tiếng nhỏ mà vô dụng

【蜗居】wōjū[书]❶<名>lều vịt; nơi ở chật hẹp ❷<动>ở lều vịt; ở nơi ở chật hẹp

【蜗牛】wōniú<名>ốc sên

【蜗行牛步】wōxíng-niúbù chậm như sên; chậm như rùa

【蜗旋】wōxuán<动>xoáy trôn ốc: 台阶~而上. Bậc thang đi lên xoáy trôn ốc.

wǒ

我 wǒ<代>(nhân xưng ngôi thứ nhất) ❶tôi; tao; ta (có khi dùng với nghĩa chúng tôi) ❷mình

【我方】wǒfāng<名>phía chúng tôi; phía ta

【我国】wǒguó<名>nước ta

【我们】wǒmen<代>chúng ta; chúng tôi

【我行我素】wǒxíng-wǒsù ta làm theo ta

wò

沃 wò❶<动>tưới: 如汤~雪 như đổ nước nóng vào tuyết/dễ như trở bàn tay ❷<形>(đất đai) phì nhiêu; màu mỡ //(姓) Óc

【沃土】wòtǔ<名>đất màu

【沃野】wòyě<名>ruộng đồng màu mỡ

卧 wò ❶<动>nằm: 仰~ nằm ngửa ❷<动>[方] đặt nằm: 把婴儿~在炕上。Đặt đứa bé nằm xuống giường. ❸<动>nằm; nằm phủ phục: 鸡~在窝里。Gà nằm trong ổ. ❹<形>dùng để ngủ: ~室 phòng ngủ ❺<名>giường ngủ: 软~ giường mềm ❻<动>[方]đập (trứng gà nấu canh): ~个鸡蛋 đập trứng gà nấu canh

【卧病】wòbìng<动>nằm bệnh

【卧不安枕】wòbù'ānzhěn ngủ không yên giấc

【卧车】wòchē<名>❶toa nằm ❷ô tô con; xe con; xe du lịch nhỏ

【卧床】wòchuáng<动>nằm liệt giường: ~不起 bị ốm liệt giường

【卧倒】wòdǎo<动>nằm xuống

【卧底】wòdǐ ❶<动>nằm vùng (để làm nội ứng) ❷<名>người nằm vùng

【卧轨】wòguǐ<动>nằm trên đường ray (để ngăn xe hoặc tự sát)

【卧虎藏龙】wòhǔ-cánglóng ngọa hổ tàng long

【卧具】wòjù<名>đồ dùng trên giường ngủ (như chăn đệm, gối, màn, v.v.)

【卧铺】wòpù<名>giường nằm (trên tàu, xe): ~车 tàu giường nằm; ~票 vé nằm

【卧榻】wòtà<名>[书]giường nằm

【卧薪尝胆】wòxīn-chángdǎn nằm gai nếm mật

握 wò<动>❶nắm; bắt; cầm: ~笔 cầm bút; ~手 bắt tay ❷nắm trong tay: 手~兵权 nắm binh quyền trong tay

【握别】wòbié<动>bắt tay từ biệt; chia tay

【握紧】wòjǐn<动>bắt chặt; xiết chặt

【握力】wòlì<名>sức nắm

【握拳】wòquán<动>nắm bàn tay lại

【握手言和】wòshǒu-yánhé bắt tay làm lành: 他们决定停止争吵，~。Họ quyết định chấm dứt tranh cãi và bắt tay làm lành.

【握手言欢】wòshǒu-yánhuān tay bắt mặt mừng; bắt tay cười nói (thường chỉ sau khi xảy ra chuyện gì làm cho quan hệ không tốt lại khôi phục quan hệ)

斡 wò<动>[书]xoay chuyển

【斡旋】wòxuán<动>hòa giải: 从中~ đứng giữa hòa giải

龌 wò

【龌龊】wòchuò<形>❶bẩn thỉu ❷nhơ bẩn (nhân cách): 卑鄙~ nhơ bẩn đê tiện ❸[书] hẹp hòi

wū

乌¹ wū ❶<名>con quạ ❷<形>màu đen // (姓)Ô

乌² wū<代>[书]đâu; cái gì (thường dùng trong câu phản vấn): ~足道哉？Có cái gì đáng nói?

【乌飞兔走】wūfēi-tùzǒu thỏ lặn ác tà; thời gian trôi nhanh

【乌龟】wūguī<名>❶con rùa ❷người bị cắm sừng; kẻ mọc sừng

【乌合之众】wūhézhīzhòng bọn ô hợp; lũ ô hợp; đám ô hợp

【乌黑】wūhēi<形>đen thẫm; đen sì; đen nhánh: ~的头发 mái tóc đen nhánh

【乌鸡】wūjī<名>gà ô; gà đen

【乌金】wūjīn<名>❶vàng đen; than đá ❷[中药]mực nho

【乌桕】wūjiù<名>[植物]cây ô cựu

【乌拉】wūlā<名>❶lao động tạp dịch (nông nô phải làm cho chủ nô ở Tây Tạng trước khi cải cách dân chủ) ❷nông nô tạp dịch

【乌亮】wūliàng<形>đen nhánh: ~的眼睛 mắt đen nhánh

【乌溜溜】wūliūliū ❶đen long lanh; đen lay láy ❷đen nhánh; đen bóng

【乌龙】wūlóng<形>[方]❶hồ đồ ❷những

lầm lẫn: 对方后卫险些摆~。Hậu vệ đội bạn xuýt thì đá nhầm vào gôn mình.

【乌龙茶】wūlóngchá<名>chè Ô Long

【乌梅】wūméi<名>ô mai

【乌木】wūmù<名>❶cây gỗ mun ❷gỗ mun ❸gỗ đen nặng như gỗ mun

【乌七八糟】wūqībāzāo lộn xộn; ngổn ngang; loạn xị; bát nháo: 不想操心那些~的事。Không muốn bận tâm về những việc lộn xộn đó.

【乌纱帽】wūshāmào<名>mũ sa đen; mũ cánh chuồn; quan tước

【乌托邦】wūtuōbāng<名>Uto-pin; ảo tưởng; không tưởng; xã hội không tưởng

【乌鸦】wūyā<名>con quạ; con ác

【乌鸦嘴】wūyāzuǐ<名>mồm quạ; người nói điều không lành

【乌烟瘴气】wūyān-zhàngqì mịt mùng tăm tối; trật tự rối loạn hoặc xã hội đen tối

【乌油油】wūyóuyóu đen nhẫy; đen nhánh

【乌有】wūyǒu<动>[书]hư ảo; số không; không tồn tại: 子虚~ hư vô hão huyền; 化为~ trở thành hão huyền/tan thành mây khói

【乌鱼】wūyú<名>cá quả; cá chuối

【乌云】wūyún<名>❶mây đen ❷mây đen; ví sự đen tối: 战争的~ mây đen của chiến tranh ❸tóc mây (của phụ nữ)

【乌贼】wūzéi<名>cá mực; ô tặc

污 wū❶<名>nước đục; đồ bẩn: 血~ máu me bẩn thỉu ❷<形>bẩn: ~水 nước bẩn ❸<形>không liêm khiết: 贪官~吏 tham quan ô lại ❹<动>làm bẩn: 玷~ làm ô danh

【污点】wūdiǎn<名>❶chỗ bẩn; vết bẩn ❷vết nhơ: 人性的~ vết nhơ trong nhân tính

【污垢】wūgòu<名>ghét; cáu bẩn

【污痕】wūhén<名>vết bẩn

【污秽】wūhuì❶<形>ô uế; nhơ bẩn ❷<名>sự ô uế; ô tạp

【污蔑】wūmiè<动>❶vu cáo; vu tội ❷bôi nhọ; làm bẩn; làm ô danh

【污名】wūmíng<名>danh tiếng xấu

【污泥】wūní<名>bùn nhơ

【污泥浊水】wūní-zhuóshuǐ bùn nhơ nước bẩn; cặn bã nhơ bẩn

【污染】wūrǎn<动>ô nhiễm: ~水源 làm ô nhiễm nguồn nước; 空气~ không khí bị ô nhiễm

【污染物】wūrǎnwù<名>vật gây ô nhiễm

【污染源】wūrǎnyuán<名>vật gây ô nhiễm; nguồn gốc gây ra ô nhiễm

【污辱】wūrǔ<动>❶làm cho nhục; làm nhục ❷làm bẩn; làm ô danh; làm cho ô uế

【污损】wūsǔn<动>làm nham nhở và hư hỏng: 严禁~文物。Cấm không được làm nham nhở và hư hỏng cho văn vật.

【污物】wūwù<名>thứ bẩn; thứ rác rưởi

【污言秽语】wūyán-huìyǔ lời nói thô bỉ; lời nói tục tần; lời nói tục tĩu

【污浊】wūzhuó❶<形>(nước, không khí) bẩn ❷<名>thứ bẩn; vết bẩn: 洗掉身上的~ rửa sạch những thứ bẩn ở trên người

【污渍】wūzì<名>vết bùn đất, dầu mỡ

巫 wū<名>thầy mo; bà mo; ông đồng; phù thủy //(姓)Vu

【巫婆】wūpó<名>bà mo; bà đồng

【巫神】wūshén<名>ông đồng; phù thủy; thầy mo

【巫师】wūshī<名>thầy mo; phù thủy; thầy cúng

【巫术】wūshù<名>phù phép (thầy mo sử dụng)

呜 wū<拟>u; vù //(姓)Ô

【呜呼】wūhū❶<叹>[书]ô hô (than thở) ❷<动>chết

【呜呼哀哉】wūhū-āizāi ô hô; than ôi; thương thay (xưa để trên băng văn tưởng niệm trong tang lễ để tỏ lòng đau xót, nay được dùng chỉ đã chết hoặc đã xong đời, với hàm ý hài hước)

【呜咽】wūyè〈动〉❶khóc thút thít; nức nở sụt sùi; nghẹn ngào ❷nỉ non; rền rĩ (chỉ tiếng nước chảy hay tiếng đàn sáo buồn thảm): 山泉~。Tiếng suối nỉ non.

钨wū〈名〉[化学]vonfram (kí hiệu: W)

【钨丝】wūsī〈名〉sợi vonfram (thường làm dây tóc bóng điện)

诬wū〈动〉vu; đổ tội

【诬告】wūgào〈动〉vu cáo

【诬害】wūhài〈动〉vu tội hại người: ~忠良 vu khống hãm hại người trung thành chính trực

【诬赖】wūlài〈动〉vu; vu oan: ~他人 vu oan người khác

【诬良为盗】wūliángwéidào vu cho người lương thiện là giặc

【诬蔑】wūmiè〈动〉vu cáo; bôi nhọ: 我说的都是事实，并非凭空~。Điều tôi nói là sự thật, không phải vu cáo vô cớ.

【诬枉】wūwǎng〈动〉vu oan: ~好人 vu oan cho người tốt

【诬陷】wūxiàn〈动〉vu cáo hãm hại

【诬栽】wūzāi〈动〉vu oan gán tội; vu oan giá họa

屋wū〈名〉❶nhà: ~顶 nóc nhà/mái nhà ❷phòng; buồng: 里~ gian nhà trong/buồng trong/gian phòng trong //(姓) Óc

【屋顶花园】wūdǐng huāyuán vườn hoa trên sân thượng của nhà cao tầng

【屋脊】wūjǐ〈名〉mái nhà; nóc nhà: 世界~ nóc nhà thế giới

【屋架】wūjià〈名〉khung nhà

【屋里人】wūlirén〈名〉[方]vợ; người trong nhà; nhà tôi

【屋漏偏逢连夜雨】wū lòu piān féng liányèyǔ nhà rỉ nước lại gặp phải mưa liên tiếp; gặp rủi ro liên tiếp

【屋面】wūmiàn〈名〉mái nhà

【屋檐】wūyán〈名〉mái hiên

【屋主】wūzhǔ〈名〉chủ nhà

【屋子】wūzi〈名〉gian nhà; gian phòng

wú

无wú❶〈动〉không có: 从~到有 từ không đến có ❷〈副〉không; bất: ~须 không cần ❸〈连〉không kể; bất luận: 事~大小，他都亲自解决。Việc bất luận to hay nhỏ, anh ấy cũng tự mình giải quyết. ❹〈副〉[书]đừng; chớ: ~妄言 đừng nói nhảm //(姓) Vô

【无比】wúbǐ〈动〉không gì sánh được; vô cùng: ~强大 vô cùng lớn mạnh

【无边】wúbiān〈动〉vô biên; vô bờ bến

【无边无际】wúbiān-wújì vô biên; không giới hạn: ~的海洋 biển cả rộng mênh mông

【无病呻吟】wúbìng-shēnyín không ốm mà rên; khóc gió than mưa; (tác phẩm văn nghệ) nhạt nhẽo rỗng tuếch

【无补】wúbǔ〈动〉vô bổ; không bổ ích: 于事~ không có ích lợi gì đối với sự việc

【无不】wúbù〈副〉không ai không; đều: 大家~替你高兴。Mọi người đều mừng cho anh.

【无产阶级】wúchǎn jiējí giai cấp vô sản

【无产阶级革命】wúchǎn jiējí gémìng cách mạng vô sản

【无产阶级专政】wúchǎn jiējí zhuānzhèng chuyên chính vô sản

【无产者】wúchǎnzhě〈名〉người vô sản

【无常】wúcháng❶〈动〉không ổn định; thất thường: 她的性情变化~。Tính tình cô ấy thường không ổn định. ❷〈名〉(Wúcháng) quỷ Vô Thường ❸〈动〉đi xa; chết; về chầu tiên tổ: 一旦~ một mai về chầu tiên tổ

【无偿】wúcháng〈形〉không hoàn lại; không phải trả giá; miễn phí: ~献血 hiến máu từ thiện; ~援助 viện trợ không hoàn lại

【无成】wúchéng〈动〉không làm nổi; không có thành tựu gì: 一事~ một việc cũng chẳng thành/chẳng ra trò trống gì

【无耻】wúchǐ〈形〉vô liêm sỉ; không biết hổ thẹn: ~之徒 kẻ vô liêm sỉ

【无出其右】wúchūqíyòu không có người nào hay vật gì có thể trội hơn

【无从】wúcóng〈副〉không biết từ đâu; không có cách gì: ~下手 không biết bắt đầu từ đâu; ~说起 không biết nói từ đâu

【无党派人士】wúdǎngpài rénshì nhân sĩ vô đảng phái (chỉ những nhân sĩ có sức ảnh hưởng và đóng góp cho xã hội mà không có đảng phái, chủ thể của nó là tri thức)

【无敌】wúdí〈动〉vô địch; không có đối thủ: 所向~ đánh đâu thắng đó

【无底洞】wúdǐdòng〈名〉hang không đáy

【无的放矢】wúdì-fàngshǐ bắn tên không đích: 要发现问题的根源所在，不要~。 Phải tìm ra nguyên nhân gốc rễ của vấn đề, đừng bắn tên không đích.

【无地自容】wúdì-zìróng không có lỗ nẻ mà chui xuống; xấu hổ vô cùng; không còn mặt mũi nào

【无动于衷】wúdòngyúzhōng không động lòng; chẳng hề động lòng

【无独有偶】wúdú-yǒu'ǒu không chỉ riêng; không phải chỉ có một; không phải là độc nhất vô song

【无毒不丈夫】wú dú bù zhàngfū không mạnh tay thì không phải đấng anh hùng

【无度】wúdù〈动〉vô hạn độ; thái quá; quá trớn: 荒淫~ hoang dâm vô độ

【无端】wúduān〈副〉vô cớ; không có lí do gì: ~生事 vô cớ sinh sự

【无恶不作】wú'è-bùzuò không việc xấu nào mà không làm; không chừa một tội ác nào

【无法】wúfǎ〈动〉không có cách nào; hết cách: ~想象 không thể tưởng tượng được

【无法无天】wúfǎ-wútiān bán trời không văn tự; bất chấp đạo trời phép nước

【无方】wúfāng〈动〉vô phương; không đúng cách; không biết cách: 治国~ không biết cách quản lí việc nước

【无妨】wúfáng❶〈动〉không có trở ngại gì: 这些事情说说也~。Nói về những chuyện này cũng không có trở ngại gì cả。❷〈副〉cứ; cứ việc: 有意见~直说。Có ý kiến gì cứ thẳng thắn nói.

【无纺布】wúfǎngbù〈名〉vải không dệt

【无非】wúfēi〈副〉chỉ; chẳng qua; chỉ là; không ngoài: 他找我~是谈结婚的事。Anh ấy tìm em chỉ là để bàn việc cưới xin thôi.

【无风不起浪】wú fēng bù qǐ làng không có gió đâu có sóng; không lửa sao có khói

【无缝钢管】wúfèng gāngguǎn ống thép liền; ống thép không mối hàn

【无福消受】wúfú-xiāoshòu không có phúc để hưởng thụ được

【无干】wúgān〈动〉vô can; không có liên quan: 这件事与你~。Việc này không có liên quan gì đến anh.

【无告】wúgào[书]❶〈动〉có đau khổ mà không nơi bày tỏ: 穷苦~的民众 dân chúng nghèo khổ bất lực ❷〈名〉người nghèo khổ bất lực

【无功不受禄】wú gōng bù shòu lù không có công lao thì không hưởng bổng lộc

【无功而返】wúgōng'érfǎn trở về mà không có thành quả gì

【无辜】wúgū❶〈形〉vô tội: ~的百姓 dân thường vô tội ❷〈名〉người vô tội: 株连 liên lụy đến người vô tội

【无故】wúgù〈副〉vô cớ; không có lí do gì: ~缺席 vắng mặt vô cớ

【无怪】wúguài〈副〉thảo nào; chẳng trách: ~他今天没来。Chẳng trách hôm nay anh ấy không đến.

【无关】wúguān<动>không có quan hệ; không can hệ; không liên quan đến: ~紧要 không cần kíp; 这件事和他~。Việc này không liên can tới anh ấy.

【无关宏旨】wúguān-hóngzhǐ không liên quan đến nội dung chính; ý nghĩa không lớn

【无关痛痒】wúguān-tòngyǎng chẳng can hệ gì; chẳng có gì hệ trọng; không đáng kể

【无轨电车】wúguǐ-diànchē xe buýt điện

【无害】wúhài<形>vô hại: ~气体 khí vô hại

【无核化】wúhéhuà phi hạt nhân hóa: ~进程 tiến trình phi hạt nhân hóa

【无花果】wúhuāguǒ<名>(cây, quả) sung

【无华】wúhuá<动>không lòe loẹt; chân chất; giản dị: 质朴~ chất phác giản dị

【无话不谈】wúhuà-bùtán cái gì cũng kể với nhau

【无话可说】wúhuà-kěshuō không muốn nói gì cả; không có gì đáng nói

【无悔】wúhuǐ<动>không có gì để hối tiếc

【无机】wújī<形>vô cơ: ~盐 muối vô cơ; ~化合物 hợp chất vô cơ

【无机物】wújīwù<名>chất vô cơ

【无稽】wújī<动>vô căn cứ; không khảo sát được; vu vơ: ~之谈 lời nói vu vơ

【无及】wújí<动>không kịp: 后悔~ hối không kịp

【无疾而终】wújí'érzhōng❶không có bệnh mà qua đời; chết tự nhiên ❷kết thúc tự nhiên: 我那段异国恋情~。Mối tình với cô bạn nước ngoài của tôi kết thúc một cách tự nhiên.

【无几】wújǐ<动>vài; lác đác; lơ thơ; chẳng mấy: 所剩~ thừa lại vài cái; 寥寥~ lèo tèo vài cái

【无脊椎动物】wújǐzhuī dòngwù động vật không có xương sống

【无计可施】wújì-kěshī vô kế khả thi; không có cách nào; không nghĩ ra được biện pháp nào

【无记名投票】wújìmíng tóupiào bỏ phiếu kín

【无际】wújì<动>vô bờ; không có biên giới; rộng mênh mông: 一望~ nhìn không thấy bờ bến

【无济于事】wújìyúshì vô tích sự; không giúp ích gì cho công việc

【无家可归】wújiā-kěguī không còn nhà cửa; không nơi nương tựa

【无价之宝】wújiàzhībǎo của báu vô giá

【无坚不摧】wújiān-bùcuī không gì mà không phá nổi; sức mạnh vô địch

【无间】wújiàn<动>[书]❶không có khe hở; gắn bó: 亲密~ thân thiết gắn bó ❷không gián đoạn; liên tục: 他每天坚持游泳，晴雨~。Anh ấy đi bơi hàng ngày, bất kể nắng mưa. ❸không phân biệt: ~是非 không phân biệt đúng sai

【无疆】wújiāng<动>vô cương; không giới hạn: 万寿~ sống lâu muôn tuổi/vạn thọ vô cương

【无尽】wújìn<动>vô tận; vô cùng: ~的空间 không gian vô tận

【无尽无休】wújìn-wúxiū lê thê không kết thúc

【无精打采】wújīng-dǎcǎi uể oải; ủ rũ

【无酒不成席】wú jiǔ bù chéng xí không có rượu thì không thể nói là tiệc

【无拘无束】wújū-wúshù không bị gò bó; tự do thoải mái; không bị ràng buộc

【无菌】wújūn<动>không có vi khuẩn: ~环境 môi trường không có vi khuẩn

【无可比拟】wúkěbǐnǐ không gì sánh bằng được; không ai sánh được: 该省的边贸发展具有~的优势。Ưu thế phát triển mậu dịch biên giới của tỉnh này không tỉnh nào sánh nổi.

W

【无可辩驳】wúkěbiànbó　không có gì cần tranh luận; không cãi lại được

【无可非议】wúkěfēiyì　không thể chê trách; không chê vào đâu được

【无可奉告】wúkěfènggào　không có gì để nói với đối phương; không có gì cần báo cáo

【无可厚非】wúkěhòufēi　không nên trách móc nhiều

【无可奈何】wúkěnàihé　không biết làm sao; không có cách nào; đành chịu

【无可无不可】wú kě wú bù kě　thế nào cũng được

【无孔不入】wúkǒng-bùrù　kẽ nào cũng chui vào; nơi nào cũng lách: 现在的骗子真是~。Kẻ bịp bợm bây giờ nơi nào cũng lách, không bỏ lỡ một dịp nào.

【无愧】wúkuì<动>không có gì phải hổ thẹn; xứng đáng: ~于心 trong lòng không có gì phải hổ thẹn; ~于这一光荣称号 xứng đáng với danh hiệu vẻ vang này

【无赖】wúlài❶<形>ngang ngược; đều cáng: 耍~ giở trò đều cáng ❷<名>tên vô lại; nanh nọc; tên côn đồ

【无厘头】wúlítóu[方]lời nói, cử chỉ vu vơ, cộc lốc khó hiểu

【无礼】wúlǐ<形>vô lễ

【无理】wúlǐ<动>vô lí; không có đạo lí

【无理取闹】wúlǐ-qǔnào　cãi cọ vô lí; cãi chày cãi cối; bướng binh gây sự

【无理式】wúlǐshì<名>biểu thức vô ti

【无理数】wúlǐshù<名>số vô ti

【无力】wúlì<动>❶yếu; rã rời; bất lực: 全身~ toàn thân rã rời ❷không có sức mạnh; không đủ sức: 软弱~ yếu ớt không có sức/non yếu bất lực

【无利可图】wúlì-kětú　không có lợi ích có thể mưu cầu

【无良】wúliáng<形>vô lương; bất lương: ~商贩 kẻ buôn bất lương

【无量】wúliàng<动>không hạn định; vô cùng to lớn: 前途~ tiền đồ rộng lớn

【无聊】wúliáo<形>❶buồn chán vô vị: 一个人在家里待着实在~。Một mình ở nhà thật buồn chán. ❷chán phè; vô vị: 他这个人太~了。Ông này vô vị thật.

【无论】wúlùn<连>bất kể; bất luận: ~如何 bất kể thế nào; ~怎么艰难也要完成任务。Bất kể gian khổ đến mấy cũng phải hoàn thành nhiệm vụ.

【无米之炊】wúmǐzhīchuī　không bột chẳng gột nên hồ

【无冕之王】wúmiǎnzhīwáng　vua không có mũ miện; vua không ngai

【无名】wúmíng<形>❶không có tên gọi: ~病毒 vi rút chưa có tên gọi ❷vô danh; không ai biết tên: ~英雄 anh hùng vô danh ❸vô cớ; không rõ: ~的恐惧 sợ hãi vô cớ

【无名火】wúmínghuǒ<名>tức giận vô cớ

【无名氏】wúmíngshì<名>người vô danh; người khuyết danh

【无名帖】wúmíngtiě<名>thiếp không ghi tên; thiếp nặc danh

【无名小卒】wúmíng xiǎozú　vô danh tiểu tốt

【无名英雄】wúmíng yīngxióng　anh hùng vô danh

【无名指】wúmíngzhǐ<名>ngón tay áp út; ngón đeo nhẫn

【无奈】wúnài❶<动>không biết làm sao được; bất đắc dĩ: 万般~ chẳng còn cách nào ❷<连>tiếc rằng; đáng tiếc: 本想去旅游，~临时又要加班。Vốn định đi du lịch, thật tiếc là sắp đi thì lại phải làm thêm giờ.

【无奈何】wúnàihé❶không thể làm gì được: 敌人无奈我何。Bọn địch chẳng làm gì nổi chúng tôi. ❷không sao được; không thể khác được: ~只好跑一趟。Không sao được đành phải đi một chuyến.

【无能】 wúnéng〈形〉không có năng lực; bất lực; không biết làm gì; vô tài: 软弱~ non yếu không có năng lực

【无能为力】 wúnéngwéilì bất lực; không có sức

【无期】 wúqī❶〈动〉[书]không có thời gian xác định; không biết bao giờ: 遥遥~ thời điểm còn xa ❷〈名〉tù chung thân: 他被判~徒刑。Hắn bị xử tù chung thân.

【无奇不有】 wúqí-bùyǒu đủ mọi thứ của hiếm lạ; chẳng thiếu cái lạ

【无牵无挂】 wúqiān-wúguà chẳng phải lo gì cả; không có gì phải bận tâm

【无前】 wúqián〈动〉❶vô địch: 一往~ hăng hái tiến lên không gì cản nổi ❷chưa từng có: 贡献~ cống hiến chưa từng có

【无巧不成书】 wú qiǎo bù chéng shū rất ngẫu nhiên; rất tình cờ

【无亲无故】 wúqīn-wúgù không có họ hàng thân thích nào cả; vô thân vô thích

【无情】 wúqíng〈形〉❶vô tình; không có tình cảm: ~无义 vô tình bất nghĩa ❷không kiêng nể; thẳng tay; phũ phàng: ~的事实 sự thực phũ phàng

【无穷】 wúqióng〈动〉vô cùng; vô tận: ~的智慧 trí tuệ vô tận

【无穷大】 wúqióngdà〈名〉vô cùng lớn

【无穷无尽】 wúqióng-wújìn không có giới hạn

【无穷小】 wúqióngxiǎo〈名〉vô cùng nhỏ

【无缺】 wúquē〈动〉lành lặn; không sứt mẻ: 完好~ lành lặn hoàn hảo

【无人问津】 wúrén-wènjīn không ai hỏi đến

【无日】 wúrì〈动〉❶(đặt trước "不") chẳng ngày nào; ngày nào cũng: ~不相思 ngày nào cũng nhớ thương ❷[书]không có cơ hội: 相见~ không có cơ hội gặp nhau

【无伤大雅】 wúshāng-dàyǎ không hại đến đại thể; không hại gì đến cái chính

【无上】 wúshàng〈形〉vô thượng; cao nhất; không có gì hơn: ~光荣 vinh quang tột đỉnh

【无神论】 wúshénlùn〈名〉thuyết vô thần; vô thần luận

【无声】 wúshēng〈动〉không tiếng động; lặng lẽ; im lặng: ~电影 phim câm

【无声无息】 wúshēng-wúxī không có tiếng động; không tiếng tăm gì; không ai biết đến

【无绳电话】 wúshéng diànhuà điện thoại không dây

【无师自通】 wúshī-zìtōng không thầy mà nên

【无时无刻】 wúshí-wúkè không lúc nào không; luôn luôn; lúc nào cũng: 他~不在想念着家人。Anh ấy không lúc nào không nhớ người nhà.

【无事不登三宝殿】 wú shì bù dēng sānbǎodiàn không có việc không đến điện tam bảo; có việc mới đến

【无事生非】 wúshì-shēngfēi vô cớ sinh sự; cố tình gây sự

【无视】 wúshì〈动〉coi thường; coi nhẹ; bất chấp: ~法律 coi thường pháp luật

【无熟料水泥】 wúshúliào shuǐní xi măng không nung

【无数】 wúshù❶〈形〉vô số; nhiều vô kể: ~的星星 sao nhiều vô kể ❷〈动〉không số ngọn nguồn: 心中~ trong lòng không biết rõ ngọn nguồn

【无双】 wúshuāng〈动〉vô song; độc nhất vô nhị; có một không hai

【无私】 wúsī〈形〉không ích kỉ; vô tư: 大公~ chí công vô tư

【无私有弊】 wúsī-yǒubì tuy không có sai phạm mà lại dễ bị nghi kị; dễ bị ngờ oan; ngay thẳng mà bị nghi ngờ

【无损】wúsǔn<动>❶không có hại; vô hại: ~国家利益 không có hại cho lợi ích quốc gia ❷không có tổn thất: 完好~ còn nguyên vẹn không bị tổn thất

【无所不为】wúsuǒbùwéi việc gì cũng làm

【无所不用其极】wú suǒ bù yòng qí jí không từ một thủ đoạn nào; giở đủ mọi thủ đoạn tồi tệ

【无所不在】wúsuǒbùzài tồn tại ở khắp nơi; ở đâu cũng có

【无所不至】wúsuǒbùzhì❶không nơi nào không đến được ❷không từ bất cứ việc gì; hễ làm được là làm tới (thường chỉ việc xấu)

【无所顾忌】wúsuǒgùjì không cần lo lắng gì; chẳng e ngại gì; chẳng đếm xỉa gì

【无所事事】wúsuǒshìshì ăn không ngồi rồi

【无所适从】wúsuǒshìcóng không biết theo ai; không biết làm thế nào mới phải

【无所谓】wúsuǒwèi❶không phải là; không thể nói là: 我把她当妹妹，~爱情。Tôi coi cô ấy là em, nên không thể nói là tình yêu được. ❷không sao cả: 吃什么我~。Tôi ăn gì cũng được.

【无所用心】wúsuǒyòngxīn không quan tâm điều gì

【无所作为】wúsuǒzuòwéi không làm nên trò trống gì; không gắng sức làm việc

【无题】wútí<名>vô đề; không có đầu đề

【无条件】wútiáojiàn không điều kiện; vô điều kiện: ~投降 đầu hàng vô điều kiện

【无条件反射】wútiáojiàn fǎnshè phản xạ vô điều kiện

【无头案】wútóu'àn<名>vụ án không manh mối; vụ việc chưa tìm ra manh mối

【无头苍蝇】wútóu-cāngying làm việc không có đầu mối (như con ruồi không đầu bay lung tung)

【无头告示】wútóu-gàoshi bản cáo thị mơ hồ; thông cáo mập mờ

【无往不利】wúwǎng-bùlì đến nơi nào cũng thành công; đến đâu thuận đấy

【无往不胜】wúwǎng-bùshèng đánh đâu thắng đấy; đến nơi nào cũng thành công

【无妄之灾】wúwàngzhīzāi tai bay vạ gió: 幸亏我避让及时，才躲过了一场~。May mà tôi tránh kịp thời mới thoát được vụ tai bay vạ gió đó.

【无望】wúwàng<动>không có hi vọng; hết hi vọng; vô vọng: 胜利~ hết hi vọng thắng lợi

【无微不至】wúwēi-bùzhì tỉ mỉ chu đáo; từng li từng tí

【无为】wúwéi<动>❶để mặc cho tự nhiên; vô vi: ~而治 để mặc cho tự nhiên sẽ yên lành ❷không có thành tựu gì; vô vi: 碌碌~ không có thành tựu gì

【无味】wúwèi❶<动>vô vị; không có mùi; nhạt nhẽo: 食之~，弃之可惜。Ăn thì vô vị, bỏ thì tiếc rẻ. ❷<形>chẳng có thú vị; tẻ nhạt: 枯燥~ khô khan tẻ nhạt

【无畏】wúwèi<形>không sợ: 无知者~。Người không biết gì sẽ không biết sợ.

【无谓】wúwèi<形>vô nghĩa; không có ý nghĩa; không có giá trị: ~的牺牲 hi sinh vô nghĩa

【无物】wúwù<动>trống rỗng; không có vật gì: 言之~ lời lẽ trống rỗng

【无误】wúwù<动>không có sai sót: 准确~ chính xác và không có sai sót gì

【无息】wúxī<动>không (có) lãi suất

【无息贷款】wúxī dàikuǎn❶vay vốn không lãi suất ❷tiền vay vốn không lãi suất

【无隙可乘】wúxì-kěchéng không có khe hở để chui vào; không có sơ hở để lợi dụng

【无瑕】wúxiá<动>không có vết: 完美~ hoàn mĩ không có tì vết

【无暇】wúxiá<动>không rỗi; không rảnh: ~

过问 không có thời gian hỏi đến

【无限】wúxiàn<形>vô hạn; vô cùng: ~美好 vô cùng tốt đẹp

【无限期】wúxiànqī vô thời hạn: ~劳动合同 hợp đồng lao động vô thời hạn

【无限责任公司】wúxiàn zérèn gōngsī công ti trách nhiệm vô hạn

【无限制】wúxiànzhì không có hạn chế

【无线】wúxiàn<形>vô tuyến; không dây

【无线传真】wúxiàn chuánzhēn fax không dây

【无线电】wúxiàndiàn<名>❶vô tuyến điện ❷máy thu thanh vô tuyến điện

【无线电波】wúxiàn diànbō sóng vô tuyến điện

【无线电话】wúxiàn diànhuà điện thoại vô tuyến

【无线电视】wúxiàn diànshì truyền hình vô tuyến

【无线电收音机】wúxiàndiàn shōuyīnjī máy thu thanh; máy ra-đi-ô

【无线电台】wúxiàn diàntái (điện) đài vô tuyến; điện đài

【无线通信】wúxiàn tōngxìn thông tin vô tuyến điện

【无效】wúxiào<动>vô hiệu; không có hiệu quả: 治疗~ chữa trị không có hiệu quả

【无懈可击】wúxiè-kějī không một chút sơ hở để bị công kích; hoàn toàn kín kẽ

【无心】wúxīn❶<动>không còn lòng dạ nào: 他心情烦躁，~欣赏沿途美景。Thấy bực bội trong lòng, anh ấy không còn lòng dạ nào để thưởng thức cảnh đẹp dọc đường. ❷<副>vô tình; không cố ý: 她被我~说出的一句话伤害了。Cô ấy bị xúc phạm bởi câu nói vô tình của tôi.

【无行】wúxíng<动>[书]vô hạnh; phẩm hạnh xấu

【无形】wúxíng❶<形>vô hình: ~战线 trận

tuyến vô hình/mặt trận không trông thấy ❷<副>vô hình trung; tự nhiên: 生活常常~地带给我们一些感悟。Cuộc sống thường vô hình trung gợi cho ta nhiều cảm nghĩ.

【无形损耗】wúxíng sǔnhào hao mòn vô hình

【无形之中】wúxíngzhīzhōng vô hình trung: 我~成了他的保姆。Tôi vô hình trung đã trở thành bảo mẫu của anh ấy.

【无形资产】wúxíng zīchǎn tư sản vô hình

【无性繁殖】wúxìng fánzhí sinh sản vô tính

【无须】wúxū<副>không cần; khỏi phải

【无烟车厢】wúyān chēxiāng toa xe không khói; toa xe cấm hút thuốc

【无烟工业】wúyān gōngyè công nghiệp không khói (chỉ ngành dịch vụ)

【无烟煤】wúyānméi<名>than không khói; than An-tra-xít

【无烟区】wúyānqū<名>❶khu vực không khói ❷khu vực cấm hút thuốc

【无烟日】wúyānrì<名>ngày không hút thuốc

【无言以对】wúyányǐduì hoàn toàn không có lí do chính đáng và ngôn ngữ để bác bỏ; không thể bác lại

【无颜见江东父老】wú yán jiàn Jiāngdōng fùlǎo do thất bại mà thấy xấu hổ, không còn mặt mũi về quê gặp bà con

【无氧运动】wúyǎng yùndòng hoạt động thái quá (chỉ những loại hoạt động cường độ cao, trong khi đó cơ bắp ở trong trạng thái thiếu ô-xy)

【无恙】wúyàng<动>[书]không tật bệnh; không có thiệt hại; vô sự: 安然~ bình an vô sự

【无业】wúyè<动>❶không có nghề nghiệp: ~游民 dân lang thang vô nghề nghiệp ❷không có tài sản; không có sản nghiệp

【无依无靠】wúyī-wúkào 不 có chỗ nương tựa

【无遗】wúyí<动>不 còn lại gì; chẳng thừa chút nào: 暴露~ bộc lộ hết cả

【无疑】wúyí<动>không nghi ngờ gì; chắc chắn: 必死~ chắc chắn phải chết

【无以复加】wúyǐfùjiā không hơn được nữa

【无以为报】wúyǐwéibào không có gì để đền ơn

【无益】wúyì<动>không có lợi; vô ích: 抽烟 对健康有害~。Hút thuốc không có lợi cho sức khỏe.

【无意】wúyì❶<动>không có ý; không có ý định; không muốn: ~逗留 không muốn ở lại ❷<副>tình cờ; vô tình: 我~中触动了开关。Tôi vô tình chạm vào công tắc.

【无意识】wú yìshí không chủ định; vô ý thức; theo bản năng

【无垠】wúyín<动>[书]rộng mênh mông: 一 望~ mênh mông bát ngát

【无影灯】wúyǐngdēng<名>đèn không có hình bóng

【无影无踪】wúyǐng-wúzōng không có dấu vết; không có tin tức

【无用】wúyòng<形>vô dụng

【无用功】wúyònggōng<名>❶[物理]công không có ích ❷công dã tràng

【无忧无虑】wúyōu-wúlǜ không lo lắng gì; không buồn phiền lo nghĩ

【无由】wúyóu<副>[书]không có cách gì

【无余】wúyú<动>không sót lại gì: 在山顶 上看风景，一览~。Xem phong cảnh trên đỉnh đồi, có thể nhìn được hết cả, không sót lại gì.

【无与伦比】wúyǔlúnbǐ không gì sánh kịp (hàm ý tốt)

【无语】wúyǔ<动>không có lời nói gì cả

【无援】wúyuán<动>không có viện trợ: 孤 立~ bị cô lập không có viện trợ

【无缘】wúyuán❶<动>vô duyên; không có duyên phận: ~相见 không có duyên được gặp ❷<副>không có cách nào: ~享受 không có cách nào hưởng thụ được

【无缘无故】wúyuán-wúgù vô duyên vô cớ; vô cớ

【无源之水，无本之木】wúyuánzhīshuǐ, wúběnzhīmù nước không có nguồn, cây không có gốc; ý nói sự vật không có cơ sở

【无怨无悔】wúyuàn-wúhuǐ không hối tiếc

【无章可循】wúzhāng-kěxún không có quy định hiện hành để theo

【无照经营】wúzhào jīngyíng kinh doanh không có giấy phép

【无政府主义】wúzhèngfǔ zhǔyì❶chủ nghĩa vô chính phủ; vô chính phủ ❷hành vi vô tổ chức; vô chính phủ

【无知】wúzhī<形>vô tri; không biết gì

【无中生有】wúzhōngshēngyǒu bịa đặt; dựng đứng; ăn không nói có; tự dưng dựng chuyện

【无着】wúzhuó<动>không xong; không có kết quả: 他工作~，生活窘迫。Anh ta không có việc làm, cuộc sống quẫn bách.

【无足挂齿】wúzúguàchǐ không đáng nhắc đến

【无足轻重】wúzúqīngzhòng không quan trọng gì

【无阻】wúzǔ<动>không có cản trở; không vướng mắc gì: 风雨~ mưa gió cũng mặc

【无罪】wúzuì<动>vô tội: ~推定 giả định vô tội

毋 wú<副>[书]chớ; đừng: 宁缺~滥 thà thiếu còn hơn nhiều mà xấu //(姓) Vô

【毋宁】wúnìng<副>không bằng; đúng hơn: 不自由，~死。Không tự do thì chết còn hơn.

【毋庸】wúyōng<副>không cần; không được;

không nên: ~置疑 không nên nghi ngờ

芜 wú[书]❶<形>(cỏ) rậm: 荒~ hoang vu ❷<名>bãi cỏ rậm: 平~ san bằng bãi cỏ rậm ❸<形>(thường chỉ chữ nghĩa) rối rắm; rườm rà

【芜鄙】wúbǐ<形>[书]bài văn rườm rà nông cạn: 辞义~ chữ nghĩa rườm rà, nông cạn

【芜秽】wúhuì<形>rậm rạp; um tùm: 荒凉~ hoang vắng rậm rạp

【芜菁】wújīng<名>[植物]❶cây xu hào ❷củ xu hào

【芜劣】wúliè<形>[书](văn chương) rườm rà; vụng về; lủng củng: 辞意~ chữ nghĩa ý tứ rườm rà, nông cạn

【芜杂】wúzá<形>lộn xộn; lùng củng: ~的园子 vườn lộn xộn

吾 wú<代>[书]ta; chúng ta: ~国 nước tôi/ nước ta //(姓) Ngô

【吾辈】wúbèi<名>[书]chúng tôi

【吾侪】wúchái<名>[书]chúng tôi

【吾人】wúrén<名>[书]chúng tôi

吴 wú<名>vùng miền Nam tỉnh Giang Tô và miền Bắc tỉnh Chiết Giang //(姓) Ngô

【吴哥窟】Wúgēkū<名>Angkor Wat (thắng cảnh du lịch Campuchia)

【吴牛喘月】wúniú-chuǎnyuè trâu Ngô sợ trăng; sợ bóng sợ gió; ý nói do đa nghi mà sợ hãi

【吴侬软语】wúnóng-ruǎnyǔ chỉ giọng nói nhẹ nhàng của người trong khu vực phương ngôn Ngô khi nói; người Ngô nói giọng nhẹ nhàng

【吴语】wúyǔ<名>[语言]tiếng Ngô (phương ngữ Giang Tô và Chiết Giang)

【吴茱萸】wúzhūyú<名>[中药]cây ngô thù du

梧 wú<名>cây ngô đồng //(姓) Ngô

【梧桐】wútóng<名>cây ngô đồng

蜈 wú

【蜈蚣】wúgōng<名>con rết

wǔ

五 wǔ<数>năm; ngũ ///(姓) Ngũ

【五爱】wǔ'ài<名>năm điều yêu (yêu tổ quốc, yêu nhân dân, yêu lao động, yêu khoa học, yêu của công)

【五倍子】wǔbèizǐ<名>[中药]ngũ bội tử

【五彩】wǔcǎi<名>ngũ sắc; năm màu; nhiều màu; sặc sỡ (trắng, đen, xanh, đỏ, vàng): 夜空中绽放着~缤纷的烟花。Pháo hoa đủ màu sắc nở rộ trên bầu trời đêm.

【五大三粗】wǔdà-sāncū cao lớn thô kệch; cao to vạm vỡ: ~的人 người cao to vạm vỡ

【五代】Wǔ Dài<名>Ngũ Đại (tức năm triều đại Hậu Lương, Hậu Đường, Hậu Tấn, Hậu Hán và Hậu Chu trong lịch sử Trung Quốc)

【五斗米道】Wǔdǒumǐdào Đạo năm đấu gạo (là một phái của Đạo giáo vào cuối thời Đông Hán)

【五毒】wǔdú<名>❶năm loại động vật có tuyến độc: bọ cạp, rắn, tắc kè, rết, cóc ❷các loại thói quen xấu, hành vi xấu: ~俱全 làm mọi việc xấu

【五短身材】wǔduǎn-shēncái chân tay ngắn; người lùn; người ngũ đoản: 他长着~，矮矮胖胖的。Anh ấy người lùn, hơi thấp và béo.

【五方】wǔfāng<名>năm phương (đông, tây, nam, bắc, trung ương); mọi nơi

【五方杂处】wǔfāng-záchǔ dân tứ xứ; dân tạp cư (ở chung một nơi)

【五更】wǔgēng<名>❶năm canh (thời gian từ hoàng hôn đến rạng sáng chia làm năm canh) ❷canh năm: ~起床 dậy vào lúc canh năm

【五谷】wǔgǔ<名>ngũ cốc; cây lương thực:

W

~丰登 lương thực được mùa

【五官】wǔguān<名>mặt mũi; ngũ quan (tai, mắt, mồm, mũi và lưỡi): ~端正 mặt mũi vuông vắn, đoan trang

【五光十色】wǔguāng-shísè ngũ sắc sặc sỡ; đủ màu đủ vẻ; muôn màu muôn vẻ: 海滩上的贝壳~。Những vỏ sò trên bãi biển muôn màu muôn vẻ.

【五行八作】wǔháng-bāzuō đủ mọi ngành nghề

【五湖四海】wǔhú-sìhǎi mọi vùng đất nước: 欢迎来自~的朋友。Chào mừng bạn bè đến từ mọi vùng đất nước.

【五花八门】wǔhuā-bāmén đủ kiểu; muôn màu muôn vẻ; biến hóa khôn lường

【五花大绑】wǔhuā-dàbǎng trói giật cánh khuỷu

【五花肉】wǔhuāròu<名>thịt ba chỉ: 红烧~ thịt ba chỉ kho

【五环旗】Wǔhuánqí<名>cờ năm vòng tròn; cờ Olympic

【五黄六月】wǔhuáng-liùyuè nắng tháng năm tháng sáu; nắng oi tháng sáu

【五荤】wǔhūn<名>năm loại rau có hương vị nặng bị kiêng dùng trong Phật giáo và Đạo giáo

【五角大楼】Wǔjiǎo Dàlóu lầu Năm Góc (Mĩ)

【五角星】wǔjiǎoxīng<名>ngôi sao năm cánh

【五金】wǔjīn<名>ngũ kim; kim khí (vàng, bạc, đồng, sắt, thiếc): ~商店 cửa hàng kim khí

【五经】Wǔ Jīng<名>Ngũ Kinh (năm bộ sách kinh điển của Nho gia: *kinh Dịch, kinh Thư, kinh Thi, kinh Lễ, kinh Xuân Thu*)

【五绝】wǔjué<名>ngũ tuyệt (mỗi bài bốn câu, mỗi câu năm chữ)

【五劳七伤】wǔláo-qīshāng[中医]suy nhược lắm bệnh (cách gọi trong Đông y, chỉ quá mệt mỏi hại đến tâm, can, tì, phế, thận; ăn no quá hại tì, tức giận quá mức hại gan, mang nặng quá và ngồi lâu chỗ ẩm hại thận, mình hàn uống đồ lạnh hại phế, buồn rầu lo nghĩ hại tim, gió mưa nóng lạnh hại đến hình thể, sợ hãi và không điều độ hại đến ý chí)

【五雷轰顶】wǔléi-hōngdǐng sét đánh ngang tai: 他听了那个噩耗，犹如~。Nghe tin dữ đó anh ấy như sét đánh ngang tai.

【五里雾】wǔlǐwù<名>sương mù dày đặc; mờ mịt, không rõ sự thật

【五粮液】Wǔliángyè<名>rượu Ngũ Lương Dịch

【五律】wǔlǜ<名>ngũ luật (thơ tám câu, mỗi câu năm chữ theo Đường luật)

【五马分尸】wǔmǎ-fēnshī năm ngựa xé xác; xé nát như tương

【五内】wǔnèi<名>[书]ngũ tạng; nội tâm; nội tạng: 铭感~ ghi lòng tạc dạ

【五内俱焚】wǔnèi-jùfén ngũ tạng như bị lửa cháy; trong lòng rất lo lắng

【五年计划】wǔnián jìhuà kế hoạch năm năm: 我国提前完成了第一个~。Nước ta đã hoàn thành kế hoạch năm năm lần thứ nhất trước thời hạn.

【五日京兆】wǔrì-jīngzhào thời gian tại chức ngắn ngủi; sắp thôi chức

【五卅运动】Wǔ-Sà Yùndòng phong trào ngày 30 tháng 5 năm 1925; phong trào Ngũ Tạp

【五十步笑百步】wǔshí bù xiào bǎi bù chó chê mèo lắm lông; lươn ngắn chê chạch dài

【五四青年节】Wǔ-Sì Qīngnián Jié Ngày Thanh niên Trung Quốc (mồng 4 tháng 5)

【五四运动】Wǔ-Sì Yùndòng Phong trào

Ngũ Tứ

【五体投地】wǔtǐ-tóudì rập đầu sụp lạy; phục sát đất; phục lăn: 他知识渊博，我佩服得~。Anh ấy có học thức uyên bác, tôi phục sát đất.

【五味杂陈】wǔwèi-záchén đủ mùi cay đắng: 亲手给昔日好友戴上手铐的瞬间，我心里~。Trong giờ phút chính mình còng tay bạn cũ, tôi thấy trong lòng đủ mùi cay đắng.

【五险一金】wǔ xiǎn yī jīn quỹ "Năm bảo hiểm" và tiền tiết kiệm (năm bảo hiểm gồm bảo hiểm hưu trí, bảo hiểm y tế, bảo hiểm thất nghiệp, bảo hiểm tai nạn lao động và bảo hiểm thai sản, một "Kim" chỉ quỹ tiết kiệm để mua nhà ở)

【五线谱】wǔxiànpǔ<名>khuông nhạc son phe; nhạc nốt; (kí hiệu) nốt nhạc

【五香】wǔxiāng<名>ngũ vị hương, năm vị thơm (gồm hồi, quế, đinh hương, rau thì là, hạt tiêu); húng lìu

【五星红旗】Wǔxīng-Hóngqí cờ đỏ năm sao, quốc kì của nước Cộng hòa Nhân dân Trung Hoa

【五星级】wǔxīngjí<名>cấp năm sao: ~酒店 khách sạn năm sao

【五刑】wǔxíng<名>ngũ hình (năm hình phạt thời cổ: khắc dấu chàm, cắt mũi, chặt chân, thiến, giết)

【五行】wǔxíng<名>ngũ hành (kim, mộc, thủy, hỏa, thổ)

【五言诗】wǔyánshī<名>thơ ngũ ngôn (gồm thơ luật ngũ ngôn, thơ ngũ ngôn cổ thể, ngũ ngôn tuyệt cú)

【五颜六色】wǔyán-liùsè các loại màu sắc: ~的糖果 kẹo nhiều màu sắc

【五一国际劳动节】Wǔ-Yī Guójì Láodòng Jié Ngày Quốc tế Lao động (mồng 1 tháng 5)

【五音】wǔyīn<名>❶ngũ âm (năm cung bậc trên thang âm ngũ thanh của Trung Quốc): 他唱歌~不全，总是跑调。Anh ấy hát thường hay lệch âm và lệch điệu. ❷năm bộ vị phát âm (trong khoang miệng của năm loại thanh mẫu)

【五月】wǔyuè<名>tháng năm

【五岳】Wǔ Yuè<名>Ngũ nhạc (năm trái núi lớn tiêu biểu ở Trung Quốc: Đông Nhạc Thái Sơn, Tây Nhạc Hoa Sơn, Nam Nhạc Hoành Sơn, Bắc Nhạc Hằng Sơn, Trung Nhạc Tùng Sơn)

【五脏】wǔzàng<名>ngũ tạng (tâm, can, tì, phế, thận)

【五脏六腑】wǔzàng-liùfǔ lục phủ ngũ tạng

【五指】wǔzhǐ<名>năm ngón tay

【五中】wǔzhōng<名>[书]ngũ tạng; trong lòng: 铭感~ ghi lòng tạc dạ

【五洲】wǔzhōu<名>năm châu: ~四海 năm châu bốn biển

【五子棋】wǔzǐqí<名>cờ năm quân

午 wǔ<名>❶Ngọ (vị trí thứ 7 trong địa chi) ❷giờ ngọ (từ 11 đến 13 giờ); trưa; ban; buổi: 下~ buổi chiều; ~睡 ngủ trưa

【午餐】wǔcān<名>cơm trưa; bữa trưa

【午后】wǔhòu<名>buổi chiều

【午间】wǔjiān<名>buổi trưa: ~休息 buổi trưa nghỉ ngơi

【午觉】wǔjiào<名>giấc ngủ trưa

【午前】wǔqián<名>buổi sáng

【午时】wǔshí<名>[旧]giờ ngọ (từ 11 đến 13 giờ)

【午睡】wǔshuì❶<动>ngủ trưa ❷<名>giấc ngủ trưa

【午宴】wǔyàn<名>tiệc trưa

【午夜】wǔyè<名>nửa đêm

伍 wǔ❶<名>ngũ; hàng ngũ; đội ngũ; quân ngũ: 队~ đội ngũ; 入~ nhập ngũ/vào bộ đội ❷<名>đồng bọn; người cùng bọn: 羞与为~

xấu hổ vì là cùng bọn ❸<数>dạng viết kép của chữ "五" //(姓) Ngũ

怃 wǔ[书]❶<动>thương yêu ❷<形>bùi ngùi; ngậm ngùi; không vừa ý

【怃然】wǔrán<形>[书]vẻ bùi ngùi; vẻ không vừa lòng; vẻ mếch lòng: 他带着一颗破碎的心~离去。Anh ấy bùi ngùi ra đi với một trái tim tan vỡ.

忤 wǔ<动>ngang bướng; ngang ngược; gây gổ

【忤逆】wǔnì<动>ngỗ nghịch; ngỗ ngược; không hiểu thuận với cha mẹ: ~不孝 ngỗ ngược bất hiếu

妩 wǔ

【妩媚】wǔmèi<形>xinh tươi; dễ thương; thướt tha; yêu kiều: 我脑海里总是浮现出她那~动人的面容。Khuôn mặt dễ thương của cô ấy luôn luôn hiện lên trong đầu óc tôi.

武[1] wǔ❶<名>vũ; võ: ~力 vũ lực ❷<名>nghề võ: ~术 võ thuật ❸<形>dũng mãnh; mãnh liệt: 威~ oai phong; 英~ đẹp trai oai vệ //(姓) Vũ, Võ

武[2] wǔ<名>[书]nửa bộ; bước chân: 踵~ nối gót/tiếp bước/theo bước

【武把子】wǔbǎzi<名>❶vai võ trong tuồng ❷vũ khí dùng làm đạo cụ trong tuồng

【武备】wǔbèi<名>[书]quân đội và vũ khí; xây dựng quốc phòng

【武昌起义】Wǔchāng Qǐyì cuộc khởi nghĩa Vũ Xương

【武场】wǔchǎng<名>nhóm nhạc gõ trong dàn nhạc tuồng

【武丑】wǔchǒu<名>[戏曲]vai hề võ

【武打】wǔdǎ<名>đánh võ; biểu diễn võ thuật: ~场面 pha đấu võ

【武打片】wǔdǎpiàn<名>phim chưởng

【武旦】wǔdàn<名>[戏曲]vai đào võ (trong tuồng)

【武断】wǔduàn❶<动>võ đoán: 没有证据，不能~。Không có chứng cứ, không thể võ đoán. ❷<形>độc đoán; chủ quan: 不能接受如此~的结论。Không thể chấp nhận kết luận chủ quan như vậy. ❸<动>[书]chuyên quyền độc đoán; chuyên quyền phán xét: ~乡曲 chuyên quyền độc đoán trong thôn xóm

【武夫】wǔfū<名>❶con nhà võ; võ phu ❷quân nhân; võ biền

【武功】wǔgōng<名>❶[书]võ công (thành tựu về quân sự): 文治~ văn trị võ công ❷võ: 他是练~的。Anh ấy là một người tập võ.

【武官】wǔguān<名>❶quan võ ❷tùy viên quân sự

【武馆】wǔguǎn<名>nơi chuyên môn tập võ

【武行】wǔháng<名>vai chuyên múa võ phối hợp trong tuồng

【武火】wǔhuǒ<名>lửa to

【武将】wǔjiàng<名>tướng võ; sĩ quan

【武警】wǔjǐng<名>cảnh sát vũ trang

【武库】wǔkù<名>kho vũ khí

【武力】wǔlì<名>❶sức mạnh cường bạo ❷sức mạnh quân sự; vũ lực: 以~解决问题 giải quyết vấn đề bằng vũ lực

【武林】wǔlín<名>võ lâm; giới võ thuật; làng võ

【武庙】Wǔ Miào<名>miếu thờ Quan Vũ; đền thờ Quan Vũ và Nhạc Phi

【武器】wǔqì<名>❶vũ khí ❷công cụ đấu tranh

【武人】wǔrén<名>quân nhân

【武生】wǔshēng<名>vai kép võ

【武师】wǔshī<名>võ sư; thầy võ

【武士】wǔshì<名>❶võ sĩ; vệ binh canh gác cung điện ❷người dũng cảm và có sức mạnh

【武士道】wǔshìdào<名>võ sĩ đạo; đạo đức

phong kiến của võ sĩ thời Mạc Phủ Nhật Bản

【武戏】wǔxì<名>tuồng võ

【武侠】wǔxiá<名>võ hiệp: ~小说 tiểu thuyết võ hiệp

【武艺】wǔyì<名>võ nghệ: ~高强 võ nghệ cao cường

【武职】wǔzhí<名>chức quan võ

【武装】wǔzhuāng❶<名>trang bị quân sự ❷<动>trang bị bằng vũ khí: 用知识~头脑 trang bị cho bộ óc mình bằng kiến thức khoa học ❸<名>đội ngũ có vũ khí trang bị

【武装部队】wǔzhuāng bùduì quân đội; bộ đội vũ trang

【武装警察】wǔzhuāng jǐngchá cảnh sát vũ trang

【武装起义】wǔzhuāng qǐyì cuộc khởi nghĩa vũ trang

侮 wǔ<动>khinh miệt; khinh nhờn; bắt nạt: 欺~ ức hiếp; 御~ chống lại ách áp bức

【侮骂】wǔmà<动>chửi bới lung tung

【侮慢】wǔmàn<动>ngạo mạn; ức hiếp khinh rẻ: 肆意~ thỏa sức ức hiếp khinh rẻ

【侮蔑】wǔmiè<动>khinh miệt; coi khinh

【侮辱】wǔrǔ<动>lăng nhục; làm nhục; si nhục: ~人格 làm nhục nhân cách

捂 wǔ<动>bịt; dậy; che; bưng: ~嘴 bưng miệng

【捂盖子】wǔ gàizi bịt kín; che giấu; bưng bít

【捂紧】wǔjǐn<动>bịt chặt: ~鼻子 bịt chặt mũi

【捂盘】wǔpán<动>nhà ở dựng xong mà không bán, đợi đến giá cao mới bán; nhà bán chờ được giá

【捂住】wǔzhù<动>bịt lấy: 纸不能~烈火。Giấy làm gì miết nổi được lửa.

舞 wǔ❶<名>điệu múa; điệu nhảy: 现代 ~ điệu múa hiện đại ❷<动>múa; nhảy: 手~足蹈 khoa chân múa tay ❸<动>múa với một vật nào đó: ~龙灯 múa đèn rồng ❹<动>vung lên: ~剑 vung kiếm ❺<动>chơi trò; giở trò: ~弊 lừa gạt; 徇私~弊 vì tình riêng mà lừa gạt ❻<动>[方]làm; gây ra: ~出了大动静 gây ra tiếng động lớn

【舞伴】wǔbàn<名>bạn nhảy

【舞弊】wǔbì<动>gian lận; quay cóp; làm đối kỉ cương

【舞步】wǔbù<名>bước nhảy: ~轻盈 điệu nhảy nhẹ nhàng

【舞场】wǔchǎng<名>sàn nhảy; vũ trường; sân nhảy

【舞池】wǔchí<名>sàn nhảy

【舞蹈】wǔdǎo❶<名>điệu múa; điệu nhảy; vũ đạo ❷<动>biểu diễn múa; nhảy múa

【舞蹈家】wǔdǎojiā<名>nghệ sĩ múa

【舞动】wǔdòng<动>vung; đung đưa: 树枝在春风中~。Cành cây đung đưa trong gió xuân.

【舞会】wǔhuì<名>vũ hội; buổi khiêu vũ

【舞技】wǔjì<名>kĩ thuật múa

【舞剧】wǔjù<名>vũ kịch

【舞客】wǔkè<名>khách nhảy

【舞美】wǔměi<名>mĩ thuật sân khấu: ~设计 thiết kế mĩ thuật sân khấu

【舞迷】wǔmí<名>dân ham múa; dân nghiện múa

【舞男】wǔnán<名>vũ công nam; trai nhảy

【舞弄】wǔnòng<动>❶vung vẩy; lúc lắc: ~刀枪 vung vẩy dao súng ❷[方]làm: 我常常~一些文字。Tôi thường viết một số bài văn.

【舞女】wǔnǚ<名>vũ nữ; gái nhảy

【舞曲】wǔqǔ<名>vũ khúc; nhạc múa; nhạc nhảy

【舞台】wǔtái<名>sân khấu; vũ đài: ~灯光

ánh sáng sân khấu; ~剧 kịch sân khấu

【舞厅】wǔtīng<名>❶phòng khiêu vũ; phòng nhảy ❷vũ trường

【舞文弄墨】wǔwén-nòngmò❶bồn văn cợt chữ; giở trò chơi chữ ❷xuyên tạc văn bản, câu chữ bóp méo luật pháp

【舞鞋】wǔxié<名>giày múa; giày nhảy

【舞星】wǔxīng<名>ngôi sao múa

【舞姿】wǔzī<名>tư thế múa

wù

兀 wù<形>[书]❶nhô cao: 突~ cao vọt lên ❷(núi) trọc; trọc lốc: 这座山已经秃~。Hòn núi này đã trọc lốc.

【兀傲】wù'ào<形>[书]kiêu ngạo; tự cao: 负才~ cậy tài tự cao tự đại

【兀鹫】wùjiù<名>chim kền kền

【兀立】wùlì<动>[书]đứng thẳng sừng sững; đứng thẳng tắp: 危峰~ đỉnh núi cao vút

【兀自】wùzì<副>[方]vẫn; hãy còn; vẫn thế; vẫn là: 他只是~抽烟，一言不发。Anh ấy vẫn chỉ hút thuốc và im lặng.

勿 wù<副>chớ; đừng (chỉ ý ngăn cấm, khuyên can)

【勿忘我】wùwàngwǒ chớ quên mình

【勿谓言之不预】wù wèi yán zhī bù yù đừng bảo là không nói trước

【勿以恶小而为之，勿以善小而不为】wù yǐ è xiǎo ér wéi zhī, wù yǐ shàn xiǎo ér bù wéi cái ác dù rất nhỏ cũng không thể làm, cái thiện dù rất nhỏ cũng phải làm

戊 wù<名>Mậu (vị trí thứ 5 trong thiên can) //(姓) Mậu

【戊戌变法】Wùxū Biànfǎ Biến pháp Mậu Tuất

务 wù❶<动>làm; theo đuổi (công việc, sự nghiệp): 不~正业 không làm nghề chính ❷<名>sự việc: 公~ việc công; 任~ nhiệm

vụ ❸<名>trạm thu thuế thời xưa, nay chỉ dùng trong địa danh: 曹家~ Tào Gia Vụ ❹<副>phải; cần: 除恶~尽 diệt ác phải diệt tận gốc //(姓) Vụ

【务必】wùbì<副>cần phải; cốt phải; nhất thiết phải: 你~去一趟。Anh phải đi một chuyến.

【务工】wùgōng<动>làm công nghiệp; làm xây dựng; làm thợ

【务农】wùnóng<动>làm ruộng; theo nghề nông: 回家~ về nhà làm ruộng

【务期】wùqī<动>nhất định sẽ; nhất định phải: ~有成 nhất định phải thành công

【务求】wùqiú<动>phải: ~平安归来 phải trở về an toàn

【务实】wùshí❶<动>làm việc cụ thể; bàn cụ thể, không nói suông ❷<形>thiết thực; không phù phiếm

【务须】wùxū<副>phải; cần phải: ~到场 cần phải có mặt

【务虚】wùxū<动>nghiên cứu thảo luận kĩ về các mặt chính trị, tư tưởng, chính sách

【务正】wùzhèng<动>làm việc chính đáng: 不~ làm việc bất chính

坞 wù<名>❶trũng: 山~ thung núi ❷ụ: 花~ vồng hoa; 船~ ụ tàu ❸[书]lũy: 村~ lũy của làng

杌 wù<名>cái ghế con

【杌陧】wùniè<形>[书](tình hình, tâm tình) không yên ổn

【杌子】wùzi<名>ghế con

物 wù<名>❶vật; sự vật; đồ vật: 动~ động vật; 货~ đồ hàng ❷người và vật (ngoài bản thân): 待人接~ cư xử với mọi người ❸nội dung; thực chất: 空洞无~ trống rỗng không có nội dung //(姓) Vật

【物产】wùchǎn<名>sản vật: ~丰富 sản vật phong phú

【物阜民丰】wùfù-mínfēng sản vật phong

phú, người dân hạnh phúc

【物归原主】wùguīyuánzhǔ châu về Hợp Phố; vật về tay chủ cũ; vật quay về chủ

【物耗】wùhào<名>mức tiêu hao vật tư: 降低~ hạ thấp mức tiêu hao vật tư

【物候】wùhòu<名>vật hậu; vật tượng

【物华天宝】wùhuá-tiānbǎo các loại đồ vật quý và đẹp

【物化】wùhuà<动>❶[书]qua đời; tạ thế ❷vật hóa; thể hiện tư tưởng và quan niệm trong vật chất

【物化劳动】wùhuà láodòng lao động vật hóa

【物换星移】wùhuàn-xīngyí vật đổi sao dời

【物极必反】wùjí-bìfǎn tức nước vỡ bờ; già néo đứt dây

【物价】wùjià<名>vật giá: 哄抬~ đẩy vật giá lên/đội giá

【物价指数】wùjià zhǐshù chỉ số vật giá

【物件】wùjiàn<名>vật phẩm; vật (thành kiện): 展品中有许多精致的小~。Trong buổi triển lãm có nhiều vật phẩm nhỏ rất tinh xảo.

【物尽其用】wùjìnqíyòng đồ đạc miễn là có tác dụng thì phải tận dụng tối đa; lành làm gáo, vỡ làm muôi

【物竞天择】wùjìng-tiānzé chọn lọc tự nhiên; thích nghi sinh thái (Thuyết tiến hóa của Đác-uyn, các loại sinh vật cạnh tranh với nhau, những sinh vật thích ứng với môi trường sống thì sống sót)

【物镜】wùjìng<名>vật kính; kính hiển vi

【物理】wùlǐ<名>❶lí lẽ; quy luật bên trong của sự vật ❷vật lí học

【物理变化】wùlǐ biànhuà biến đổi vật lí

【物理量】wùlǐliàng<名>lượng vật lí

【物理疗法】wùlǐ liáofǎ lí liệu pháp; vật lí trị liệu; cách điều trị bằng vật lí

【物理性质】wùlǐ xìngzhì tính chất vật lí

【物理学】wùlǐxué<名>vật lí học

【物理诊断】wùlǐ zhěnduàn chẩn đoán bằng phương pháp vật lí

【物力】wùlì<名>vật lực; sức của: 节约人力~ tiết kiệm sức người sức của

【物料】wùliào<名>vật phẩm và tài liệu

【物流】wùliú<名>kho vận; logistic

【物美价廉】wùměi-jiàlián đồ vật giá rẻ lại chất lượng tốt

【物品】wùpǐn<名>vật phẩm; đồ dùng: 贵重~ đồ dùng quý

【物色】wùsè<动>tìm kiếm: 市长正为这一岗位~合适的人选。Thị trưởng đang tìm kiếm người thích hợp cho cương vị này.

【物伤其类】wùshāngqílèi vật thương đồng loại; một con ngựa đau cả tàu chê cỏ

【物是人非】wùshì-rénfēi cảnh vật như cũ, nhưng người đã thay đổi: 光阴流逝，一切早已~。Thời gian trôi qua, vật vẫn còn nguyên nhưng người đã thay đổi.

【物探】wùtàn<动>thăm dò bằng phương pháp vật lí

【物体】wùtǐ<名>vật thể

【物外】wùwài<名>[书]cái ngoài sự vật: 超然~ cái siêu nhiên

【物物交换】wùwù jiāohuàn lấy vật đổi vật

【物象】wùxiàng<名>❶vật tượng; vật liệu ❷hình ảnh của sự vật; hình tượng của sự vật

【物像】wùxiàng<名>ảnh của vật

【物业】wùyè<名>nhà cửa; đất đai; bất động sản: ~管理 quản lí nhà cửa

【物以类聚，人以群分】wùyǐlèijù, rényǐqúnfēn vật tụ theo loài, người sống theo đoàn; trâu theo trâu, ngựa theo ngựa

【物以稀为贵】wù yǐ xī wéi guì đồ vật do hiếm có mà quý giá; vật lấy ít làm trọng

【物议】wùyì<名>[书]sự dị nghị của mọi người: 免遭~ tránh sự dị nghị của mọi người

【物欲】wùyù<名>ham muốn hưởng thụ vật chất

【物证】wùzhèng<名>vật chứng

【物质】wùzhì<名>❶vật chất ❷tiền bạc; tư liệu sinh hoạt: ~奖励 khen thưởng bằng tiền của

【物质财富】wùzhì cáifù　tài sản vật chất

【物质损耗】wùzhì sǔnhào　hao phí vật chất

【物质文化遗产】wùzhì wénhuà yíchǎn di sản văn hóa vật thể

【物质文明】wùzhì wénmíng　văn minh vật chất

【物种】wùzhǒng<名>giống; nòi; loài

【物主】wùzhǔ<名>người chủ của vật; vật chủ

【物转星移】wùzhuǎn-xīngyí =【物换星移】

【物资】wùzī<名>vật tư: 生产~ vật tư sản xuất

误 wù❶<名>điều sai; cái nhầm; sự nhầm lẫn: 笔~ chỗ viết sai ❷<动>lỡ; bỏ lỡ: ~点 lỡ giờ ❸<动>làm lỡ; làm hại: ~人子弟 làm lỡ con em người khác ❹<副>vô tình; vô ý; không cố ý; nhỡ tay: ~伤 vô tình làm bị thương ❺<形>sai; nhầm lẫn: ~解 hiểu lầm

【误差】wùchā<名>sai số; chênh lệch: 绝对~ sai số tuyệt đối

【误场】wùchǎng<动>lỡ buổi diễn

【误车】wùchē<动>lỡ tàu; lỡ xe; nhỡ xe

【误传】wùchuán❶<动>phổ biến sai; truyền bá sai ❷<名>tin tức truyền bá nhầm lẫn

【误打误撞】wùdǎ-wùzhuàng　vô tình gặp phải

【误导】wùdǎo<动>hướng dẫn sai; dẫn dắt sai: 小孩子容易被~。Trẻ con dễ bị hướng dẫn sai.

【误点】wùdiǎn<动>trễ giờ; lỡ giờ

【误岗】wùgǎng<动>đi làm việc muộn; bị nhờ ca làm

【误工】wùgōng<动>lỡ công việc; đi làm muộn; bị nhờ ca làm

【误国】wùguó<动>lỡ việc nước

【误会】wùhuì❶<动>hiểu lầm: 别~，我不是那意思。Đừng hiểu lầm ý tôi. ❷<名>sự hiểu lầm: 消除~ gạt bỏ sự hiểu lầm

【误解】wùjiě❶<动>hiểu sai: 我为~了你而表示歉意。Tôi xin lỗi đã hiểu sai anh. ❷<名>sự hiểu lầm: 这只是个~。Đây chỉ là một sự hiểu lầm.

【误判】wùpàn<动>(quan tòa) phán xét sai lầm; (trọng tài) phạt nhầm

【误期】wùqī<动>lỡ kì hạn; không đúng hạn

【误区】wùqū<名>nơi sai lầm: 走出~ ra khỏi chỗ sai lầm

【误认为】wùrènwéi　nghĩ nhầm là; nhận xét sai lầm cho là

【误入歧途】wùrù-qítú　bị lạc vào con đường sai lầm; lầm đường lạc lối

【误杀】wùshā<动>ngộ sát; giết nhầm

【误伤】wùshāng<动>lỡ làm bị thương; vô tình gây thương tích cho người khác

【误事】wùshì<动>làm lỡ việc; hỏng việc: 早上睡过头了，差点~。Sáng nay ngủ quên suýt hỏng việc.

【误用】wùyòng<动>dùng sai; dùng lẫn

【误诊】wùzhěn<动>❶chẩn đoán sai lầm ❷làm chậm trễ việc khám chữa bệnh

恶 wù<动>ghét; hận: 厌~ chán ghét
另见ě, è

悟 wù<动>thức tỉnh; hiểu; hiểu ra; nhận thức; giác ngộ: 觉~ giác ngộ; 恍然大~ bỗng nhiên hiểu ra

【悟彻】wùchè<动>hiểu thấu; hiểu sâu

【悟道】wùdào<动>hiểu được đạo lí

【悟性】wùxìng<名>năng lực nhận thức; khả

năng hiểu biết

晤 wù<动>[书]gặp; gặp gỡ: 会~ gặp nhau/ hội ngộ

【晤面】wùmiàn<动>[书]gặp mặt: 未曾~ chưa từng gặp mặt

【晤谈】wùtán<动>[书]gặp gỡ chuyện trò: ~ 片刻 gặp nhau trò chuyện trong chốc lát

焐 wù<动>chườm; ủ; ấp: ~手 chườm tay

痦 wù

【痦子】wùzi<名>nốt ruồi

雾 wù<名>❶sương mù ❷giọt nước nhỏ như sương mù: 喷~器 bình phun/bình bơm

【雾霭】wù'ǎi<名>[书]sương mù

【雾沉沉】wùchénchén sương mù dày đặc

nặng nề

【雾灯】wùdēng<名>đèn sương mù

【雾都】wùdū<名>thành phố sương mù

【雾里看花】wùlǐ-kànhuā ngắm hoa trong sương mù; không thể thấy rõ ràng

【雾霾】wùmái<名>khói mù ô nhiễm

【雾茫茫】wùmángmáng sương mù giăng giăng

【雾气】wùqì<名>sương mù; màn sương mịt mù

【雾凇】wùsōng<名>hạt móc, giọt sương kết đọng treo trên cành cây

【雾天】wùtiān<名>trời sương mù

W

X x

xī

夕 xī<名>❶chiều tối; chiều tà: 朝~相处 sớm chiều bên nhau; 朝令~改 lệnh vừa ban buổi sáng đã thay ngay vào buổi chiều; 这个软件不是一朝一~就能熟练使用的。 Đây không phải là một phần mềm mà bạn có thể thông thạo trong một sớm một chiều. ❷buổi tối; buổi đêm: 前~ đêm trước; 除~ đêm giao thừa; 一~谈 trò chuyện đêm khuya //(姓) Tịch

【夕晖】xīhuī<名>bóng tà dương

【夕烟】xīyān<名>khói chiều: ~袅袅 khói chiều nghi ngút

【夕阳】xīyáng<名>mặt trời chiều; nắng chiều; tà dương: ~西下 tà dương khuất bóng

【夕阳产业】xīyáng chǎnyè ngành công nghiệp hoàng hôn; ngành đang xuống dốc

【夕阳红】xīyánghóng tịch dương hồng; ráng chiều rực rỡ; tuổi già hạnh phúc và vẫn đẹp tuyệt vời

【夕照】xīzhào<名>ánh nắng (buổi) chiều: ~下的红叶绚丽夺目。 Những lá đỏ rực rỡ dưới ánh nắng chiều.

兮 xī<助>[书]này (trợ từ trong văn thơ cổ, tương đương với "啊" trong tiếng Hán hiện đại): 归去来~。 Về đi này. //(姓) Hề

【兮兮】xīxī[方]ghê; thay (chỉ trạng thái của những từ trước đã miêu tả): 可怜~ tội nghiệp thay

西 xī<名>❶(phương, phía) tây: ~边 phía tây; ~山 Tây Sơn/dãy núi phía tây; 往~走 đi về phía tây ❷(Xī) các nước phương Tây; kiểu Tây; kiểu Âu: ~学 Tây học; ~医 Tây y ❸cõi Phật; thế giới cực lạc: 归~ về cõi Phật //(姓) Tây

【西半球】xībànqiú<名>tây bán cầu

【西北】xīběi<名>❶phía tây bắc ❷(Xīběi) miền Tây Bắc Trung Quốc: 开发大~ xây dựng miền Tây Bắc

【西北风】xīběifēng<名>gió tây bắc

【西边】xībian<名>phương tây; phía tây

【西部】xībù<名>❶miền Tây ❷khu vực miền Tây Trung Quốc: ~论坛 diễn đàn phát triển miền Tây Trung Quốc

【西部大开发】xībù dà kāifā chiến lược phát triển miền Tây

【西部牛仔】xībù niúzǎi dân thả chăn ở miền Tây nước Mĩ; cao bồi

【西部片】xībùpiàn<名>phim cao bồi

【西餐】xīcān<名>cơm Tây; món ăn Tây

【西餐厅】xīcāntīng<名>quán ăn Tây

【西点】xīdiǎn<名>điểm tâm kiểu Tây

【西电东送】xīdiàn-dōngsòng công trình tải điện từ miền Tây tới miền Đông Trung Quốc

【西番莲】xīfānlián<名>chanh leo

【西方】xīfāng<名>❶phương tây; phía tây: 望向~ nhìn về phía tây ❷(Xīfāng) phương Tây; Tây Phương: ~哲学思维 tư duy triết học phương Tây; ~文明 văn minh phương

Tây ❸Tây phương cực lạc; thế giới cực lạc; cõi Phật: 往生到~极乐世界 vãng sinh về cõi Tây phương cực lạc

【西非】Xīfēi<名>miền Tây châu Phi; Tây Phi

【西风】xīfēng<名>❶gió tây; gió mùa thu ❷thế lực suy tàn: 东风压倒~。Gió đông thổi bạt gió tây (ví lực lượng chính nghĩa áp đảo lực lượng phi nghĩa). ❸phong tục, tập quán phương Tây

【西服】xīfú<名>Âu phục

【西瓜】xīguā<名>(cây, quả) dưa hấu: ~子 hạt dưa hấu

【西红柿】xīhóngshì<名>cà chua

【西湖】Xī Hú<名>Hồ Tây; Tây Hồ

【西葫芦】xīhúlu<名>cây bầu bí; quả bầu bí

【西化】xīhuà<动>Âu hóa: 生活方式~ lối sống Âu hóa

【西画】xīhuà<名>tranh Âu; tranh Tây

【西经】xījīng<名>[地理]kinh độ tây

【西裤】xīkù<名>quần Âu

【西蓝花】xīlánhuā<名>súp-lơ

【西米】xīmǐ<名>bột sa-gu

【西面】xīmiàn<名>(phương, phía) tây

【西南】xīnán<名>❶(hướng) tây nam: 刮~风 thổi gió tây nam ❷(Xīnán) vùng Tây Nam Trung Quốc: 中国~部 vùng Tây Nam Trung Quốc

【西欧】Xī'ōu<名>Tây Âu

【西气东输】xīqì-dōngshū công trình dẫn khí đốt từ miền Tây sang miền Đông Trung Quốc

【西晒】xīshài<动>nắng nóng phía tây; phơi ra nắng nóng phía tây

【西施】Xīshī<名>nàng Tây Thi

【西式】xīshì<形>kiểu Tây: 我喜欢~婚礼。Tôi rất thích lễ cưới kiểu Tây.

【西天】xītiān<名>❶(đạo Phật) Tây Thiên: 唐僧师徒到~取经。Bốn thầy trò Đường Tăng sang Tây Thiên thỉnh kinh. ❷thế giới

cực lạc; cõi Phật

【西王母】Xīwángmǔ<名>Tây Vương Mẫu; Diêu trì vương mẫu; Vương Mẫu nương nương (là vị nữ thần trong truyền thuyết Trung Quốc)

【西行】xīxíng<动>đi về phía tây; tây hành: 《~日记》Tây hành nhật kí/Kí sự miền Tây

【西学】xīxué<名>Tây học: 把~引入国学 đưa Tây học vào nền quốc học

【西洋】Xīyáng<名>❶các nước phương Tây; các nước Âu Mĩ: ~文学 văn học phương Tây; ~乐器 nhạc cụ phương Tây ❷Tây Dương (chỉ khu vực phía tây Brunei và vùng Ấn Độ Dương): 郑和下~。Trịnh Hòa xuống Tây Dương.

【西洋画】xīyánghuà<名>hội họa phương Tây

【西洋景】xīyángjǐng<名>❶trò giải trí xem ảnh qua thấu kính phóng đại ❷ngón bịp; thủ đoạn bịp bợm; trò bài Tây

【西洋参】xīyángshēn<名>sâm Tây; sâm Mĩ; dương sâm; sâm Hoa Kì

【西药】xīyào<名>thuốc Tây

【西域】Xīyù<名>Tây vực (đời Hán chỉ vùng Tân Cương và Trung Á ở phía tây Ngọc Môn Quan Trung Quốc)

【西装】xīzhuāng = 【西服】

吸 xī<动>❶hút; hít; hấp: 呼~ hô hấp; ~烟 hút thuốc lá; ~尘 hút bụi ❷thấm: ~墨纸 giấy thấm (mực) ❸hấp dẫn; hút: ~铁石 nam châm hút sắt //(姓)Hấp

【吸尘器】xīchénqì<名>máy hút bụi

【吸顶灯】xīdǐngdēng<名>đèn trần

【吸毒】xīdú<动>chích hút ma túy; nghiện ma túy; nghiện thuốc phiện: ~者 con nghiện ma túy

【吸附】xīfù<动>hấp phụ; hút bám: 物理~ hấp phụ vật lí; 化学~ hấp phụ hóa học

【吸干】xīgān<动>hút cạn: 巨型蜘蛛把猎物的血~。Nhện khổng lồ hút cạn máu của con mồi.

【吸管】xīguǎn<名>ống hút

【吸汗】xīhàn<动>thấm mồ hôi

【吸金】xījīn<动>kiếm tiền nhanh; hớt vàng

【吸力】xīlì<名>sức hút; lực hút

【吸纳】xīnà<动>❶hít vào: 出去走走~新鲜空气。Đi dạo để hít không khí trong lành. ❷thu hút: ~存款 thu hút vốn; ~新会员 kết nạp hội viên mới ❸tiếp thu; tiếp nhận: ~进步思想 tiếp thu những tư tưởng tiến bộ

【吸奶器】xīnǎiqì<名>máy vắt sữa; máy hút sữa

【吸泥船】xīníchuán<名>tàu hút bùn

【吸盘】xīpán<名>❶giác mút ❷vòi bám hút

【吸气】xīqì<动>hít hơi

【吸取】xīqǔ<动>hấp thu; tiếp nhận: ~营养 hấp thu các chất dinh dưỡng; ~经验教训 rút ra bài học

【吸热】xīrè<动>hấp nhiệt; hút nhiệt: 黑色的衣服~。Quần áo màu đen hấp nhiệt.

【吸入】xīrù<动>hút vào; hít vào: ~呼出 hít vào thở ra; 在光合作用下绿叶~二氧化碳呼出氧气。Dưới tác dụng quang hợp, lá xanh hít vào khí cacbonic và nhả ra khí ô-xy.

【吸声】xīshēng<动>hút âm (thanh); tiêu âm: 他为音乐室选择~材料。Anh ấy lựa chọn vật liệu hút âm cho phòng nghe nhạc.

【吸湿】xīshī<动>hút ẩm: ~剂 chất hút ẩm/hạt hút ẩm

【吸食】xīshí<动>hút; húp (bằng miệng): ~海洛因 hút hê-rô-in

【吸收】xīshōu<动>❶hút: 棉花~水。Bông hút nước. ❷thu hút; hấp thụ; tiếp thu: ~知识 tiếp thu kiến thức; 健康饮食有利于营养~。Hấp thụ dinh dưỡng nhờ ăn uống lành mạnh. ❸làm giảm hiệu quả: 弹簧~震动。Lò xo làm giảm độ xóc. ❹tiếp nhận; kết nạp: ~入党 kết nạp vào Đảng ❺tiếp thu

【吸水】xīshuǐ<动>hấp thụ nước: 超强~高

分子材料 vật liệu cao phân tử có khả năng hấp thụ nước siêu mạnh; 海绵~。Tấm mút hấp thụ nước.

【吸吮】xīshǔn<动>mút; bú; hút: 妈妈帮助小孩改正~手指的习惯。Người mẹ giúp trẻ bỏ thói quen mút tay. 孩子~母亲的乳汁。Trẻ bú mẹ.

【吸塑】xīsù<名>blister; đóng gói vỏ bọc hình khum trong suốt dán trên một mảnh bìa cứng: ~包装 gói sản phẩm blister

【吸铁石】xītiěshí<名>sắt từ; đá nam châm

【吸血鬼】xīxuèguǐ<名>con quỷ hút máu; quỷ khát máu; đồ hút máu

【吸氧】xīyǎng<动>hấp thụ ô-xy

【吸音板】xīyīnbǎn<名>bản hút âm; tấm tiêu âm

【吸引】xīyǐn<动>hấp dẫn; thu hút: ~火力 thu hút hỏa lực về phía mình; 现在多家银行正增加利息以~存款。Nhiều ngân hàng hiện đang tăng lãi để thu hút tiền gửi.

【吸引力】xīyǐnlì<名>sức hấp dẫn; sức thu hút: 极具~的问题 một vấn đề có sức thu hút mạnh mẽ

【吸油面纸】xīyóu miànzhǐ khăn giấy thấm dầu

【吸油纸】xīyóuzhǐ<名>giấy thấm dầu

【吸脂】xīzhī<动>hút mỡ giảm béo: ~术 phẫu thuật hút mỡ

【吸嘴】xīzuǐ<名>vòi hút

希[1] xī<形>hiếm; hiếm hoi: ~少 hiếm hoi; ~奇 hiếm và mới lạ; ~有 hiếm có

希[2] xī<动>mong; mong mỏi; hi vọng //(姓) Hi

【希冀】xījì<动>[书]mong; ước; mong ước; ao ước: ~为社会做贡献 mong được cống hiến cho xã hội; 我~回到从前。Tôi ao ước được trở về với những ngày trước đây.

【希腊字母】Xīlà zìmǔ chữ cái Hi Lạp

【希企】xīqǐ<动>mong được; ước được

【希求】xīqiú❶<动>mong được; mong mỏi được; mong ước được; ao ước được: ~多赚点钱 mong kiếm được nhiều tiền hơn; ~得到解脱 mong được giải thoát ❷<名>điều mong muốn

【希图】xītú<动>hòng; mưu; rắp tâm: ~蒙混一时 hòng bịp bợm trong một thời gian; 他~攫取公司财产。Anh ấy rắp tâm chiếm đoạt tài sản của công ti.

【希望】xīwàng❶<动>mong muốn; hi vọng; ao ước: ~能尽快收到医生的答复 mong sớm nhận được lời phúc đáp của bác sĩ; 他~受到尊重。Anh ta ao ước được tôn trọng.❷<名>nguyện vọng: 这个~不难实现。Nguyện vọng này dễ thực hiện.❸<名>hứa hẹn; niềm hi vọng: 青少年是国家的~。Thanh thiếu niên là niềm hi vọng của đất nước.

【希望工程】Xīwàng Gōngchéng Công trình Hi vọng (chương trình giúp đỡ phát triển giáo dục tiểu học vùng kém phát triển Trung Quốc)

【希望小学】Xīwàng Xiǎoxué trường Tiểu học Hi vọng (được xây nhờ vốn tài trợ của Công trình Hi vọng)

昔 xī<名>xưa; trước kia; thời quá khứ: 往~ ngày xưa; ~人 người xưa; 今~对比 so sánh xưa nay //(姓) Tích

【昔年】xīnián<名>[书]năm xưa

【昔日】xīrì<名>ngày xưa; ngày trước; trước kia: ~的梦想 giấc mơ ngày xưa; ~他壮如牛。Trước đây ông ấy khỏe như trâu.

【昔时】xīshí<名>[书]xưa; trước kia; thời quá khứ

析 xī<动>❶tách ra; làm rời ra: 条分缕~ tách ra từng sợi ❷phân tích; giải thích; mổ xẻ: ~句 phân tích câu; ~字 giải thích từ ngữ //(姓) Tích

【析出】xīchū<动>❶phân tách ra ❷tách ra;

chiết xuất: ~结晶 tách ra tinh thể

【析像】xīxiàng<名>phân tích ảnh

【析疑】xīyí<动>[书]giải thích điều nghi hoặc; mổ xẻ nghi vấn

【析义】xīyì<动>giải thích ý nghĩa

唏 xī<动>[书]thở than

【唏嘘】xīxū<动>[书]nức nở; sùi sụt

牺 xī<名>[书]súc vật làm đồ tế: ~羊 dê tế

【牺牲】xīshēng❶<名>súc vật làm đồ tế thời xưa ❷<动>hi sinh: ~在战场上 hi sinh ngoài chiến trường; 他为国~了。Anh ấy đã hi sinh vì tổ quốc.❸<动>tự nguyện nhận về mình sự thiệt thòi, mất mát: ~个人利益 hi sinh lợi ích cá nhân; ~休息时间 bỏ ra những ngày nghỉ

【牺牲品】xīshēngpǐn<名>con mồi; nạn nhân: 他是这场权力斗争的~。Anh ta là con mồi của cuộc tranh giành quyền lực này. 她是封建制度的~。Bà ấy trở thành nạn nhân của chế độ phong kiến.

息 xī❶<名>hơi thở: 喘~ thở hổn hển; 窒~ ngạt thở ❷<名>tin tức: 消~ tin tức; 信~ thông tin ❸<动>ngừng; đình chỉ: ~兵 ngừng việc binh đao ❹<动>nghỉ ❺<动>sinh sôi; sinh đẻ: 滋~ sinh sôi nảy nở ❻<名>lợi tức; tiền lãi: ~率 lãi suất; 利~ lãi; 月~ lãi tháng; 无~债券 trái phiếu không có lãi ❼<名>[书]con cái: 子~ con cái //(姓) Tức

【息鼓】xīgǔ<动>lặng tiếng trống: 偃旗~ im hơi lặng tiếng

【息肩】xījiān<动>[书]❶nghỉ; giải lao ❷từ bỏ chức vụ; từ chối trách nhiệm

【息金】xījīn<名>tiền lãi

【息怒】xīnù<动>dứt cơn giận; hết giận; bớt giận; nguôi giận: 请您~。Xin ông hãy nguôi giận.

【息票】xīpiào<名>phiếu lãi; phiếu lợi tức: 债券~ phiếu tiền lãi trái phiếu/phiếu lãi; ~

兑换券 giấy chuyển đổi phiếu lợi tức

【息肉】xīròu〈名〉[医学]thịt dư; thịt thừa; u thịt; bướu thịt; políp (polyp)

【息事宁人】xīshì-níngrén❶dàn xếp ổn thỏa: 采取~的办法 sử dụng biện pháp dàn xếp ổn thỏa ❷nhân nhượng cho khỏi phiền; dẹp chuyện cho yên thân: 一副~的口气 khẩu khí nhân nhượng tránh phiền phức

【息诉】xīsù〈动〉thôi kiện: 两个公司相互 ~。Hai công ti thôi kiện cáo lẫn nhau.

【息息相关】xīxī-xiāngguān quan hệ mật thiết; gắn bó khăng khít

【息心】xīxīn〈动〉❶yên lòng; yên bụng: 听说未出人命, 大家都~了。Nghe nói không có người tử vong, mọi người đều cảm thấy yên lòng. ❷định tâm; tĩnh tâm: ~读书 tĩnh tâm đọc sách

【息影】¹xīyǐng〈动〉[书]ẩn dật: 杜门~ đóng cửa ẩn dật

【息影】²xīyǐng〈动〉ngừng làm phim: 那位女演员~已久。Cô diễn viên ấy thôi nghề đã lâu.

【息战】xīzhàn〈动〉ngừng chiến: 两国宣布 ~。Hai nước tuyên bố ngừng chiến.

奚xī〈代〉[书]sao; đâu; thế nào? 水~自至? Nước từ đâu đến? // (姓) Hề

【奚落】xīluò〈动〉chế giễu; chế nhạo; châm chích; nói kháy: 他成为朋友~的对象。Nó trở thành cái đích để bạn bè chế giễu. 你有什么资格~我? Ngươi lấy tư cách gì để chế giễu ta?

硒xī〈名〉[化学]selen; selenium (kí hiệu: Se)

【硒电池】xīdiànchí〈名〉pin selen

【硒铁矿】xītiěkuàng〈名〉achavalite

【硒中毒】xīzhòngdú ngộ độc selen

悉xī❶〈形〉toàn; hết ❷〈动〉biết: 洞~ biết rõ; 获~ được biết

【悉力】xīlì〈副〉dốc sức; toàn lực: 搜救队~

寻找四名失踪人员。Lực lượng tìm kiếm cứu nạn dốc sức tìm bốn người mất tích.

【悉数】xīshǔ〈动〉[书]đếm hết; kể hết: 不可 ~ không kể xiết

【悉数】xīshù〈副〉[书]toàn bộ; tất cả: ~归还 trả lại toàn bộ

【悉听尊便】xītīng-zūnbiàn tùy theo ông; tùy anh

【悉心】xīxīn〈副〉dốc hết tâm lực; dốc lòng; hết lòng: ~照顾 hết lòng chăm sóc; ~钻研 dốc hết tâm lực vào việc nghiên cứu

烯xī〈名〉[化工]ankin, một loại hyđrô cácbua chưa no: 乙~ eten; 丙~ propylen; 聚乙~ polyten

淅xī〈动〉[书]vo gạo /// (姓) Tích

【淅沥】xīlì〈拟〉tí tách; rả rích; lách tách: 我独自一人静听淅淅沥沥的雨声。Một mình tôi lắng nghe mưa rơi rả rích.

【淅飒】xīsà〈拟〉xào xạc; sột soạt: 枯叶~作响。Lá khô xào xạc.

【淅淅】xīxī〈拟〉vi vu; lao xao; rì rào: 秋风 ~ gió thu rì rào

惜xī〈动〉❶quý trọng; quý mến: 怜~ thương tiếc; 珍~ quý trọng ❷tiếc: 可~ đáng tiếc; 惋 ~ tiếc cho ❸tiếc của: 不~工本 không tiếc gì vốn liếng

【惜败】xībài〈动〉thất bại đáng tiếc

【惜别】xībié〈动〉bịn rịn; lưu luyến (chia tay): 依依~ bịn rịn không nỡ chia tay

【惜福】xīfú〈动〉trân trọng phúc lộc: 他很 ~。Ông rất trân trọng phần phúc lộc của mình.

【惜老怜贫】xīlǎo-liánpín quý mến người già, thương kẻ nghèo khó

【惜力】xīlì〈动〉tiếc sức lực: 她做起工作来毫不~。Cô ấy làm việc không bao giờ tiếc sức.

【惜命】xīmìng〈动〉tiếc mạng sống

【惜墨如金】xīmò-rújīn tiếc mực như

vàng; thận trọng cân nhắc câu chữ khi viết lách

【惜时】xīshí〈动〉tiếc thời gian; quý thời gian

【惜售】xīshòu〈动〉tiếc không nỡ bán

【惜阴】xīyīn〈动〉tiếc thời gian; quý thời gian

晰 xī〈形〉rõ ràng; sáng tỏ; rõ nét; minh bạch: 明~ rõ ràng; 清~ rõ rệt

稀 xī ❶〈形〉hiếm; hiếm hoi: ~有 hiếm có; 古来~ cổ lai hi/70 tuổi xưa nay hiếm ❷〈形〉thưa; thưa thớt: ~疏 thưa thớt; 依~ lờ mờ ❸〈形〉loãng: 粥太~了。Cháo loãng quá. ❹〈副〉(đi kèm với tính từ chỉ trình độ sâu): ~烂 nát bét; ~松 lơi lỏng ❺〈名〉đồ loãng

【稀巴烂】xībalàn　nát bét: 鸡蛋掉地上，摔了个~。Quả trứng gà rơi xuống đất, vỡ nát bét.

【稀薄】xībó〈形〉loãng: 这里的空气很~。Không khí ở đây loãng quá.

【稀饭】xīfàn〈名〉cháo: 我喜欢喝~。Tôi thích ăn cháo.

【稀罕】xīhan ❶〈形〉hiếm; lạ: 这件古董是~物。Đồ cổ này rất quý hiếm. ❷〈动〉ham thích; thèm muốn: 我们不~这玩意。Chúng tôi không thèm cái thứ đó. ❸〈名〉sự vật hiếm

【稀客】xīkè〈名〉khách ít lui tới

【稀拉】xīla〈形〉❶lơ thơ: ~的头发 tóc lơ thơ ❷[方]uể oải: 工作~làm việc uể oải; 作风~ tác phong uể oải

【稀烂】xīlàn〈形〉❶nát nhừ: 菜煮得~。Rau đã nấu nát nhừ. ❷nát bét

【稀朗】xīlǎng〈形〉thưa mà sáng

【稀里糊涂】xīlihútú ❶lơ mơ; lơ mơ; mơ hồ: ~地做工作 giải quyết công việc một cách lơ mơ; 他~地接受了她的请求。Anh ấy chấp nhận thỉnh cầu của chị ấy một cách lơ mơ.

❷tùy tiện; luộm thuộm; không đến nơi đến chốn: 这事你可不能~地应付。Anh không thể ứng xử việc này một cách tùy tiện.

【稀里哗啦】xīlihuālā ❶rào rào: 大雨~地泼下来。Mưa rào rào trút xuống. ❷hỗn loạn; láo nháo; lộn xộn: 孩子们~地跑出教室。Bọn trẻ chạy ào ra lớp học. ❸[口]miêu tả trình độ nhanh và mạnh: 我输得~的。Tôi bị thua liểng xiểng.

【稀溜溜】xīliūliū　loãng ngoét; loãng thếch: 这汤~的。Canh này loãng thếch.

【稀落】xīluò〈形〉lơ thơ; thưa; thưa thớt: 头发~ tóc lơ thơ; 天上只有~的几颗星星。Chỉ có mấy ngôi sao thưa thớt trên bầu trời.

【稀泥】xīní〈名〉bùn non; bùn lu: 我的鞋子上满是~。Giày tôi bê bết bùn đất.

【稀奇】xīqí〈形〉kì lạ; hiếm có: 这博物馆里还有很多~的宝物。Trong bảo tàng này còn rất nhiều bảo vật hiếm gặp. 在南方，这是很~的树种。Cây này hiếm có ở miền Nam.

【稀奇古怪】xīqí-gǔguài　kì quặc; kì cục: 他总是提~的问题。Anh ấy luôn đặt ra những câu hỏi kì quặc.

【稀缺】xīquē〈形〉khan hiếm; thiếu hụt: 稀土是一种~的战略资源。Đất hiếm là nguồn tài nguyên chiến lược khan hiếm.

【稀少】xīshǎo〈形〉ít ỏi; thưa thớt: 人烟~ dân cư thưa thớt; 山越高的地方植物越~。Núi càng cao thì thực vật càng ít.

【稀世】xīshì〈形〉hiếm thấy trên đời: ~奇才 nhân tài hiếm có trên đời

【稀世珍宝】xīshì-zhēnbǎo　bảo vật quý hiếm: 这琴是~。Cây đàn này là một bảo vật quý hiếm.

【稀释】xīshì〈动〉pha loãng: ~油 thí nghiệm pha loãng dầu

【稀疏】xīshū〈形〉thưa thớt; lác đác: 行人~ người đi lại thưa thớt; ~的枪声 tiếng súng

X

thưa thớt

【稀松】xīsōng<形>❶lỏng lẻo; lơ là; không nghiêm: 纪律~ kỉ luật lỏng lẻo; 治安管理~ lơ là về sự quản lí trật tự trị an ❷kém cỏi: 努力工作, 绝不~。Chịu khó làm việc, không chịu kém chị thua em. ❸không hệ trọng: 把这些~小事放一边。Để những chi tiết không hệ trọng này sang một bên.

【稀汤寡水】xītāng-guǎshuǐ canh nước nhạt nhẽo

【稀土】xītǔ<名>đất hiếm: ~元素 nguyên tố đất hiếm

【稀土金属】xītǔ jīnshǔ kim loại đất hiếm

【稀稀拉拉】xīxilālā lác đác; rời rạc; thưa thớt: 下着~的小雨 mưa nhỏ lác đác; 天上只有~的几颗晨星。Bầu trời chỉ có mấy ngôi sao sớm rời rạc, thưa thớt.

【稀有】xīyǒu<形>hiếm: ~金属 kim loại hiếm; ~动物 động vật quý hiếm

翕 xī[书]❶<形>thuận hòa; hài hòa; nhịp nhàng ❷<动>mấp máy

【翕动】xīdòng<动>[书]mấp máy; phập phồng

【翕然】xīrán<形>[书]❶ngôn hành nhất trí; lời nói đi đôi với hành động ❷yên ả

【翕张】xīzhāng<动>[书]khép mở

犀 xī<名>[动物]tê giác; tê ngưu

【犀角】xījiǎo<名>sừng tê giác

【犀利】xīlì<形>sắc bén: 文笔~。Lời văn sắc bén. 目光~。Ánh mắt sắc bén.

【犀牛】xīniú<名>tê ngưu: 动物园里有大象和~。Vườn bách thú có voi và tê ngưu.

皙 xī<形>[书](nước da) trắng ngần

锡[1] xī<名>[化学]thiếc (kí hiệu: Sn) //(姓) Tích

锡[2] xī<动>[书]ban cho; cấp cho: 天~幸福 hạnh phúc trời ban

【锡板】xībǎn<名>sắt tây; tráng thiếc

【锡棒】xībàng<名>thanh thiếc

【锡箔】xībó<名>giấy thiếc; lá thiếc

【锡焊】xīhàn<名>hàn thiếc

【锡匠】xījiàng<名>thợ thiếc

【锡矿】xīkuàng<名>mỏ thiếc: 这里有丰富的~。Vùng này dồi dào mỏ thiếc.

【锡器】xīqì<名>hàng thiếc; đồ thiếc

【锡杖】xīzhàng<名>gậy thích trượng

【锡纸】xīzhǐ<名>giấy bạc

【锡制品】xīzhìpǐn<名>hàng thiếc; đồ thiếc

溪 xī<名>con suối; con khe: 山~ khe suối; 清~ dòng suối trong suốt //(姓) Khê

【溪谷】xīgǔ<名>khe núi

【溪涧】xījiàn<名>khe nước

【溪流】xīliú<名>dòng suối; con suối: ~缓缓流淌。Dòng suối lững lờ chảy.

【溪水】xīshuǐ<名>nước suối: ~很清澈。Nước suối trong vắt.

熙 xī<形>[书]❶sáng sủa; quang minh: ~天 bầu trời sáng sủa ❷thịnh vượng; hưng thịnh; phát đạt; phồn vinh: ~朝 triều đại thịnh vượng ❸vui; vui lòng //(姓) Hi

【熙熙攘攘】xīxīrǎngrǎng rộn ràng; nhộn nhịp; đông vui náo nhiệt: 街上行人~。Người đi lại trên đường phố đông vui náo nhiệt.

【熙怡】xīyí<形>vui lòng; sung sướng; hạnh phúc

蜥 xī<名>[动物]con thằn lằn

【蜥蜴】xīyì<名>con thằn lằn

熄 xī<动>dập tắt; tắt

【熄灯】xīdēng<动>tắt đèn: 他们~睡觉了。Họ đã tắt đèn đi ngủ.

【熄风】xīfēng<动>[中医]cắt gió; đánh gió

【熄火】xīhuǒ<动>❶tắt lửa; dập tắt lửa ❷không nổ; tắt máy: 冬天发动机容易~。Vào mùa đông, động cơ dễ không nổ.

【熄灭】xīmiè<动>tắt; dập tắt; làm cho tắt: 几个小时以后火才渐渐~。Mấy tiếng đồng hồ sau, lửa mới tắt dần.

嘻 xī‹叹›[书](chỉ ý kinh ngạc) hứ ❷‹拟› (tiếng cười) hi hí; rúc rích: ~~地笑 cười hi hí

【嘻哈】xīhā‹动›cười; cười đùa

【嘻皮笑脸】xīpí-xiàoliǎn =【嬉皮笑脸】

【嘻嘻哈哈】xīxī-hāhā❶cười vui ❷cười đùa: 上课时不能~。Không nên cười đùa trong giờ học.

嗡 xī‹动›[书]❶hấp; thu hút ❷thu lại; co lại; khép lại

膝 xī‹名›đầu gối: 屈~投降 quỳ gối đầu hàng //(姓) Tất

【膝部】xībù‹名›vùng đầu gối: 我的~很疼。Đầu gối tôi đau quá.

【膝盖】xīgài‹名›đầu gối; bánh chè: ~骨 xương bánh chè

【膝关节】xīguānjié‹名›khớp gối

【膝下】xīxià‹名›❶chỉ bên cạnh cha mẹ: ~无子 không có con cái ❷lời nói cung kính của con cháu đối với bậc trên: 父亲大人~ kính thưa cha

【膝痒搔背】xīyǎng-sāobèi ngứa gối gãi lưng; gãi không đúng chỗ ngứa

嬉 xī‹动›[书]đùa; vui chơi

【嬉闹】xīnào‹动›vui nhộn; vui đùa; nô đùa; đùa giỡn

【嬉皮士】xīpíshì‹名›bọn híp-pi; bọn bụi đời

【嬉皮笑脸】xīpí-xiàoliǎn nhăn nhở; cười cợt nghịch ngợm: 学生被罚还~。Những học sinh bị thầy phạt mà vẫn cười đùa nghịch ngợm.

【嬉耍】xīshuǎ‹动›vui chơi; nô đùa: 有几个孩子正在院子里~。Mấy đứa trẻ đang nô đùa ở ngoài sân.

【嬉戏】xīxì‹动›[书]vui chơi; đùa cợt; nô đùa: 两条金鱼正在水里~。Hai con cá vàng đang bơi vờn dưới nước.

【嬉笑】xīxiào‹动›vui cười; cười đùa: 孩子们一边走一边~打闹。Bọn trẻ vừa đi vừa cười đùa với nhau.

【嬉笑怒骂】xīxiào-nùmà vui cười mắng chửi

窸 xī

【窸窣】xīsū‹拟›xào xạc; sột soạt: 微风中树叶~作响。Lá cây xào xạc trong làn gió nhẹ.

蹊 xī‹名›[书]con đường nhỏ: ~径 đường nhỏ; 桃李不言，下自成~。Mận đào chẳng nói một lời, xung quanh chân gốc vẫn khơi lối mòn./Hữu xạ tự nhiên hương (ví kẻ tài đức cao dù làm thinh vẫn được nhiều người khâm phục mến mộ).

另见qī

【蹊径】xījìng‹名›[书]con đường nhỏ; lối đi: 另辟~ tự mình mở ra một con đường khác

蟋 xī

【蟋蟀】xīshuài‹名›con dế: ~通常在夜里活动。Con dế thường hoạt động vào ban đêm.

xí

习 xí❶‹动›tập; ôn tập; tập luyện; rèn luyện: 练~ tập luyện; 温~功课 ôn bài ❷‹动›quen; thông thạo: ~以为常 quen rồi thấy bình thường ❸‹名›thói quen; tập quán: 陋~ hủ tục //(姓) Tập

【习常】xícháng‹副›thường xuyên; thông thường

【习得】xídé‹动›thụ đắc: 语言~ thụ đắc ngôn ngữ

【习非成是】xífēi-chéngshì quen điều sai cho là phải: 他已经~。Anh ấy đã quen điều sai cho là phải.

【习惯】xíguàn❶‹名›thói quen; tập quán: 消

费~ tập quán tiêu dùng; 吸烟是个坏~。Hút thuốc là một thói quen xấu. ❷<动>quen: 我已经~早起。Tôi đã quen dậy sớm.

【习惯成自然】xíguàn chéng zìrán do thói quen hóa thành tự nhiên

【习惯性】xíguànxìng<名>tập tính

【习好】xíhào<名>thói thèm: 他有喝酒的~。Anh ấy có thói thèm rượu.

【习见】xíjiàn<动>thường thấy; thường gặp: 晨练在这里为人们所~。Tập thể dục buổi sáng là chuyện thường gặp ở đây.

【习气】xíqì<名>tệ; thói xấu; tập tục xấu; tệ nạn: 官僚~ tệ quan liêu; 现代人的坏~ thói xấu của người hiện thời

【习染】xírǎn[书]❶<动>tiêm nhiễm; nhiễm phải thói xấu: ~不好的习惯 nhiễm phải thói xấu ❷<名>thói xấu; tập quán xấu

【习尚】xíshàng<名>phong tục; tập quán: 这个民族的~很特别。Phong tục tập quán của dân tộc này rất có nét đặc thù.

【习俗】xísú<名>tập tục; tục: 传统~ tập tục cổ truyền

【习题】xítí<名>bài tập: 做完~才能出去玩。Làm xong bài tập mới có thể ra ngoài chơi.

【习习】xíxí<形>phơ phất; hiu hiu: 春风~, 我们沿湖散步。Gió xuân hiu hiu, chúng tôi đi dạo quanh hồ.

【习性】xíxìng<名>tập tính; đặc tính; tính nết: 要改变一个人的~不是件容易的事情。Muốn thay đổi thói nết của một người không phải việc dễ dàng.

【习焉不察】xíyān-bùchá quen quá nên không phát hiện ra

【习以为常】xíyǐwéicháng quen rồi thấy bình thường: 对他的工作作风我们都~。Chúng tôi đã quen với tác phong làm việc của anh ấy.

【习艺】xíyì<动>tập nghề; học nghề

【习用】xíyòng<动>quen dùng; thường dùng: ~语 câu thường dùng

【习与性成】xíyǔxìngchéng quen rồi thành thói

【习语】xíyǔ<名>lời nói thường dùng

【习字】xízì<动>tập viết: 学生们正在~。Các em học sinh đang tập viết.

【习作】xízuò❶<动>tập làm văn ❷<名>bài luyện tập: 这仅仅是一篇~。Đây chỉ là một bài luyện tập.

席 xí❶<名>cái chiếu: 草~ chiếu cói; 藤~ chiếu mây; 竹~ chiếu tre ❷<名>ghế ngồi; ghế đại biểu: 来宾~ chỗ ngồi của khách; 请入~。Mời ngồi vào chỗ. ❸<名>bàn tiệc: 酒~ tiệc rượu; 宴~ bàn tiệc ❹<量>bàn; mâm; cuộc: 一~酒 một mâm tiệc; 一~话 một cuộc nói chuyện ❺<名>đặc chỉ ghế ngồi trong nghị viện // (姓) Tịch

【席不暇暖】xíbùxiánnuǎn chưa kịp ấm chỗ; ngồi chưa nóng chỗ

【席草】xícǎo<名>cây lác; cây sậy: ~可以用来编席子。Cây lác có thể dùng để đan chiếu.

【席次】xícì<名>thứ tự chỗ ngồi: 请按~就座。Mời vào chỗ ngồi theo thứ tự.

【席地】xídì<动>ngồi hay nằm dưới đất

【席地而坐】xídìérzuò ngồi dưới đất: 大家~。Mọi người ngồi dưới đất.

【席间】xíjiān<名>giữa bữa tiệc

【席卷】xíjuǎn<动>cuốn gói; cuốn sạch như cuốn chiếu: 洪水~了成片的房子。Trận lũ đã cuốn sạch hàng loạt nhà cửa.

【席梦思】xímèngsī<名>giường nệm lò xo

【席面】xímiàn<名>bàn tiệc; rượu thịt trên bàn tiệc: 我准备了~招待各位。Tôi đã chuẩn bị bàn tiệc chiêu đãi các bạn.

【席棚】xípéng<名>túp lều; lều chiếu: 农村地区经常在~上表演节目。Ở nông thôn, thường biểu diễn tiết mục trong túp lều.

【席位】xíwèi<名>ghế; chỗ: 在议会中占有

多数~ giành được đa số ghế trong nghị viện

【席子】xízi〈名〉chiếu: 这张~是用藤编的。 Chiếc chiếu này đan bằng mây.

袭¹ xí〈动〉tập kích; đột kích: 夜~ tập kích ban đêm //(姓) Tập

袭² xí ❶〈动〉kế thừa; thừa kế: 世~ thế tập/ cha truyền con nối ❷〈动〉làm theo; tiếp tục duy trì: 抄~ sao chép lại ❸〈量〉[书]bộ; chiếc (quần áo): 一~毛衣 một chiếc áo len

【袭击】xíjī〈动〉❶tập kích; đánh lén: 我军 ~了敌军。Quân ta đã tập kích quân địch. ❷đòn bất ngờ

【袭其不意】xíqí-bùyì công kích khi người ta không để ý

【袭取】¹xíqǔ〈动〉bất ngờ đánh chiếm: 他们 ~了那座城市。Bọn chúng đã bất ngờ đánh chiếm thành phố ấy.

【袭取】²xíqǔ〈动〉noi theo; dựa theo

【袭扰】xírǎo〈动〉quấy rối; tập kích quấy rối

【袭人故智】xíréngùzhì sử dụng mưu kế người khác từng dùng

【袭用】xíyòng〈动〉làm theo (cái cũ); kế tục

【袭占】xízhàn〈动〉tập kích chiếm lĩnh; đánh chiếm: 我军~了这座小城。Quân ta đã đánh chiếm thành phố nhỏ này.

媳 xí〈名〉con dâu: 儿~ con dâu; 孙~ cháu dâu

【媳妇】xífù〈名〉❶con dâu ❷cháu dâu họ

【媳妇儿】xífur〈名〉[方]❶vợ ❷thiếu phụ

檄 xí ❶〈名〉bài hịch ❷〈动〉[书]thông báo

【檄书】xíshū =【檄文】

【檄文】xíwén〈名〉bài hịch; hịch văn

Xǐ

洗 xǐ〈动〉❶rửa; giặt; tẩy; gội; tắm: ~脸 rửa mặt; ~头 gội đầu; ~澡 tắm; ~衣服 giặt quần áo ❷lễ rửa tội: 受~ làm lễ rửa tội ❸tráng rửa: 冲~照片 in ảnh/rửa ảnh; 冲~胶卷 tráng

phim ❹tẩy sạch ❺xóa (băng từ) ❻thanh trừng; làm trong sạch: 政治清~ thanh trừng chính trị ❼xào; xóc (bài)

【洗车】xǐchē〈动〉rửa xe: 在院子里~ rửa xe ngoài sân

【洗尘】xǐchén〈动〉(tiệc) tẩy trần: 为远道 而来的客人~ chuẩn bị bàn tiệc tiếp khách xa mới đến

【洗涤】xǐdí〈动〉rửa ráy; giặt giũ: ~干净 giặt cho sạch

【洗涤剂】xǐdíjì〈名〉chất tẩy rửa

【洗掉】xǐdiào〈动〉rửa cho sạch: 请把这些 泥巴~。Xin rửa sạch bùn đất.

【洗耳恭听】xǐ'ěr-gōngtīng rửa tai lắng nghe; cung kính lắng nghe: 我~父亲的教诲。 Tôi cung kính lắng nghe lời dạy của bố.

【洗发精】xǐfàjīng〈名〉dầu gội đầu; chất gội đầu

【洗发水】xǐfàshuǐ〈名〉dầu gội đầu

【洗剂】xǐjì〈名〉chất tẩy rửa

【洗碱】xǐjiǎn〈动〉(thau chua) rửa mặn (ruộng đồng)

【洗脚】xǐjiǎo〈动〉rửa chân: 睡前要~。 Trước khi đi ngủ phải rửa chân.

【洗劫】xǐjié〈动〉cướp sạch; cướp trụi: 村庄 被~一空。Cả làng bị cướp sạch.

【洗洁精】xǐjiéjīng〈名〉chất tẩy rửa

【洗礼】xǐlǐ〈名〉❶lễ rửa tội ❷thử thách: 经 过战斗的~ trải qua thử thách trong chiến đấu

【洗脸】xǐliǎn〈动〉rửa mặt: ~巾 khăn rửa mặt; ~盆 chậu rửa mặt

【洗练】xǐliàn〈形〉(ngôn ngữ, lời văn) ngắn gọn mạch lạc; điêu luyện: 这篇文章语言 ~。Ngôn ngữ của bài văn này ngắn gọn.

【洗面奶】xǐmiànnǎi〈名〉kem rửa mặt

【洗煤】xǐméi〈动〉rửa than: ~工人 công nhân rửa than

【洗脑】xǐnǎo〈动〉tẩy óc

【洗牌】xǐpái<动>❶xóc bài ❷ví phá vỡ thứ tự cũ, sắp xếp lại

【洗盘】xǐpán<动>[证券]kẻ đầu cơ ghìm giá gây hoang mang khiến những người đầu tư nhỏ bán tháo cổ phiếu, rồi lại nâng giá cổ phiếu để chuộc lợi

【洗钱】xǐqián<动>rửa tiền: 警惕不法分子利用银行卡~。Cảnh giác những kẻ phạm pháp rửa tiền bằng thẻ ngân hàng.

【洗清】xǐqīng<动>xóa sạch: ~罪恶 xóa sạch tội ác

【洗染店】xǐrǎndiàn<名>hiệu giặt nhuộm

【洗晒】xǐshài<动>rửa và phơi nắng

【洗手】xǐshǒu<动>❶rửa tay: 吃饭前要~。Trước khi ăn cơm phải rửa tay. ❷cải tà quy chính ❸đổi nghề: 金盆~ quyết định từ bỏ nghề cũ

【洗手不干】xǐshǒu-bùgàn không tiếp tục làm; không làm nữa

【洗手间】xǐshǒujiān<名>nhà vệ sinh

【洗手液】xǐshǒuyè<名>dung dịch rửa tay

【洗漱】xǐshù<动>rửa mặt và đánh răng: 先~才能睡觉。Phải rửa mặt và đánh răng rồi mới đi ngủ.

【洗刷】xǐshuā<动>❶cọ rửa; gột rửa: ~地板 rửa và cọ sàn nhà ❷trừ bỏ; tẩy trừ; rửa sạch: ~耻辱 rửa nhục

【洗涮】xǐshuàn<动>rửa sạch: 吃完饭记得把碟子~干净。Ăn cơm xong, nhớ rửa bát đĩa cho sạch.

【洗碗】xǐwǎn<动>rửa bát: ~机 máy rửa bát

【洗胃】xǐwèi<动>rửa dạ dày; tẩy dạ dày

【洗洗涮涮】xǐxǐshuànshuàn xối rửa

【洗心革面】xǐxīn-gémiàn thay tim đổi óc; thay hồn đổi xác; hối cải triệt để: 经过这次教训，他决心要~，重新做人。Qua bài học lần này, nó đã quyết tâm hối cải triệt để, làm lại từ đầu.

【洗雪】xǐxuě<动>rửa sạch (nhục nhã, oan khuất...): ~冤屈 rửa sạch oan uất; ~耻辱 rửa nhục

【洗牙】xǐyá<动>tẩy răng

【洗衣板】xǐyībǎn<名>tấm ván giặt áo

【洗衣店】xǐyīdiàn<名>hiệu giặt áo

【洗衣粉】xǐyīfěn<名>bột giặt

【洗衣服】xǐ yīfu giặt quần áo

【洗衣机】xǐyījī<名>máy giặt

【洗衣液】xǐyīyè<名>dung dịch giặt quần áo

【洗衣皂】xǐyīzào<名>xà phòng giặt

【洗印】xǐyìn<动>tráng in (phim ảnh): ~照片 tráng phim và in ảnh

【洗浴】xǐyù<动>tắm rửa: ~中心 trung tâm tắm rửa

【洗冤】xǐyuān<动>rửa sạch oán khuất; rửa oan

【洗澡】xǐzǎo<动>tắm; tắm rửa: ~水 nước tắm

【洗濯】xǐzhuó<动>[书]rửa; tắm; giặt

玺 xǐ<名>ấn triện của vua chúa //(姓) Ti

铣 xǐ<动>[机械]phay

【铣床】xǐchuáng<名>máy phay: 这个工厂有各类~。Nhà máy này có các loại máy phay.

【铣刀】xǐdāo<名>dao phay: 要完成这项工作，还缺一把~。Muốn làm được việc này, còn thiếu một chiếc dao phay.

【铣工】xǐgōng<名>❶thợ phay ❷việc phay

【铣削】xǐxiāo<动>phay; cắt gột bằng phay

徙 xǐ<动>❶dời; chuyển dời: 迁~ thiên di/di cư ❷[书]thay đổi quan chức

【徙居】xǐjū<动>dời chỗ; di cư; thiên di: ~内地 di cư vào vùng nội địa

喜 xǐ❶<形>mừng; vui: 欢~ vui mừng ❷<形>đáng mừng: ~讯 tin mừng; ~剧 hài kịch ❸<名>việc đáng mừng: 贺~ chúc mừng; 双~临门 song hỉ lâm môn ❹<动>thích làm: 好大~功 ham lập công lớn ❺<动>thích; ưa thích; hợp: ~光植物 cây ưa sáng //(姓) Hi

【喜爱】xǐ'ài<动>ưa; thích; yêu thích: 我们~爬山。Chúng tôi thích trèo núi.

【喜报】xǐbào<名>giấy báo tin mừng: 接到他考上大学的~，一家人非常高兴。Nhận được tin mừng anh ấy thi đỗ đại học, cả nhà hết sức vui mừng.

【喜不自禁】xǐbùzìjīn không thể nén được niềm vui trong lòng

【喜车】xǐchē<名>xe cưới; xe đón dâu

【喜冲冲】xǐchōngchōng vui mừng hớn hở: 什么事让你看起来这么~的？Có việc gì làm cho chị vui hớn hở thế?

【喜出望外】xǐchūwàngwài vui mừng quá đỗi; mừng khôn xiết; mừng quá sá

【喜从天降】xǐcóngtiānjiàng việc mừng bất ngờ; mừng như trời cho

【喜蛋】xǐdàn<名>trứng hồng; trứng mừng cưới

【喜光植物】xǐguāng zhíwù loại cây ưa sáng: 向日葵是一种~。Cây hướng dương là một loại cây ưa sáng.

【喜果】xǐguǒ<名>❶hoa quả khô dùng để chiêu đãi trong dịp kết hôn; quả cưới, thường là lạc, táo (táo)...ngụ ý "táo sinh quý tử" (sớm sinh con trai) ❷[方]trứng gà nhuộm đỏ

【喜好】xǐhào❶<动>yêu thích; ưa thích: 我~唱歌。Tôi thích hát. ❷<名>sở thích: 我的~是读书。Sở thích của tôi là đọc sách.

【喜欢】xǐhuan❶<动>thích; vui; mừng: 我~游泳。Tôi thích bơi. ❷<形>thích thú; vui vẻ: 孙儿的孝心让奶奶很~。Bà nội rất vui vì tấm lòng thơm thảo của đứa cháu.

【喜极而泣】xǐjí'érqì quá vui mừng và xúc động đến phát khóc

【喜结良缘】xǐjié-liángyuán vui mừng kết duyên

【喜酒】xǐjiǔ<名>tiệc cưới; rượu cưới

【喜剧】xǐjù<名>hài kịch; kịch vui

【喜联】xǐlián<名>câu đối mừng cưới

【喜眉笑眼】xǐméi-xiàoyǎn mặt mày hớn hở: 听了这个喜讯，妈妈立刻~。Nhận được tin mừng, nét mặt mẹ rạng rỡ hẳn lên.

【喜怒哀乐】xǐ-nù-āi-lè mừng giận buồn vui

【喜怒不形于色】xǐnù bù xíng yú sè không lộ ra niềm vui và tức giận; niềm vui và tức giận không lộ ra mặt

【喜怒无常】xǐnù-wúcháng mừng giận bất thường

【喜气】xǐqì<名>không khí, dáng vẻ hớn hở, tưng bừng

【喜气洋洋】xǐqì-yángyáng tưng bừng vui nhộn; niềm vui dạt dào: 新年到了，家家户户都~。Năm mới đến, gia đình nào cũng dạt dào niềm vui.

【喜钱】xǐqián<名>tiền mừng

【喜庆】xǐqìng❶<形>vui mừng; vui sướng: 今天是个~的日子。Hôm nay là một ngày vui. ❷<名>việc mừng vui

【喜鹊】xǐquè<名>chim khách: 两只~在树梢鸣叫。Hai con chim khách hót mừng trên ngọn cây.

【喜人】xǐrén<形>đáng mừng; làm vừa ý; làm hài lòng: 这实在是个~的消息。Đây thật là một tin đáng mừng.

【喜丧】xǐsāng<名>việc tang của người cao tuổi từ trần

【喜色】xǐsè<名>(nét, vẻ) vui: 面有~ nét mặt hớn hở

【喜上加喜】xǐshàng-jiāxǐ mừng vui tiếp mừng vui; tin mừng tới tấp

【喜上眉梢】xǐshàngméishāo niềm vui lộ trên khóe mắt

【喜事】xǐshì<名>❶việc mừng: 你为什么这么高兴，有什么~? Sao chị vui vẻ thế, có việc mừng gì? ❷việc cưới hỏi: 他俩正准备办~。Hai anh chị đang sửa soạn làm lễ cưới.

【喜糖】xǐtáng<名>kẹo cưới: 在婚礼上，~是必不可少的。Trong lễ cưới, kẹo cưới là không thể thiếu được.

【喜帖】xǐtiě<名>thiếp mời; thiếp mời dự lễ cưới

【喜闻乐见】xǐwén-lèjiàn thích nghe thích xem; vui tai vui mắt; được hoan nghênh ưa thích: 这是一个群众~的栏目。Đây là một chương trình được quần chúng hoan nghênh ưa thích.

【喜笑颜开】xǐxiào-yánkāi vui mừng hớn hở; mặt mày rạng rỡ

【喜新厌旧】xǐxīn-yànjiù thích mới chán cũ; có mới bỏ cũ

【喜兴】xǐxing<形>[方]vui sướng phấn khởi: 红色是个很~的颜色。Màu đỏ là màu dễ gợi niềm vui sướng phấn khởi.

【喜形于色】xǐxíngyúsè vui mừng lộ rõ trên nét mặt; lộ ra niềm vui

【喜讯】xǐxùn<名>tin vui; tin mừng: 我立刻把这个~告诉了大家。Tôi lập tức báo tin mừng này cho mọi người biết.

【喜宴】xǐyàn<名>tiệc mừng; rượu mừng; tiệc ăn mừng: ~已经准备好了。Tiệc mừng đã sẵn sàng rồi.

【喜洋洋】xǐyángyáng vui mừng hớn hở; mừng khắp khởi

【喜盈盈】xǐyíngyíng vui mừng hớn hở; niềm vui tràn trề

【喜忧参半】xǐyōu-cānbàn vừa vui vừa buồn; vừa mừng vừa lo

【喜雨】xǐyǔ<名>mưa vui; mưa lành

【喜悦】xǐyuè<形>vui sướng; vui thích; khoái trá: 什么事让你那么~? Có việc gì mà làm cho anh vui thích thế?

【喜滋滋】xǐzīzī vui rạo rực: 受到老师的表扬，他心里~的。Được cô giáo khen, cậu ấy vui rạo rực.

屣 xǐ<名>[书]giày; dép; hài; guốc

禧 xǐ<名>hạnh phúc; may mắn; tốt lành; cát tường: 恭贺新~。Chúc mừng năm mới.

XÌ

戏 xì❶<动>chơi bời; đùa nghịch; nói đùa; nhạo báng: 集体游~ vui chơi tập thể; 不要把婚姻当作儿~。Chớ coi hôn nhân là trò đùa trẻ con. ❷<名>kịch; hí kịch: 这部~很精彩。Vở kịch này rất hay. ❸<动>ghẹo; trêu ghẹo //(姓) Hí

【戏班】xìbān<名>gánh hát; đoàn kịch: 这是京城有名的~。Đây là đoàn kịch nổi tiếng đất kinh thành.

【戏称】xìchēng❶<动>gọi đùa: 由于经常穿大衣，人们~他为"大衣哥"。Vì thường mặc chiếc áo khoác, mọi người gọi đùa anh ấy là "anh áo khoác". ❷<名>tên gọi đùa

【戏单】xìdān<名>menu; chương trình vở kịch

【戏德】xìdé<名>đạo đức nghề nghiệp của diễn viên

【戏法】xìfǎ<名>[口]trò ảo thuật: 他变~逗孩子玩。Anh ấy làm trò ảo thuật để cho trẻ con vui vẻ.

【戏份儿】xìfènr<名>❶số tiền thù lao tính theo tỉ lệ trả cho diễn viên trong mỗi đợt trình diễn ❷khối lượng diễn xuất của diễn viên trong cả bộ phim hoặc trong toàn bộ diễn xuất

【戏服】xìfú<名>trang phục đóng kịch

【戏骨】xìgǔ<名>diễn viên có trình độ biểu diễn nghệ thuật cao

【戏馆子】xìguǎnzi<名>nhà hát; rạp hát; kịch viện

【戏剧】xìjù<名>❶hí kịch; kịch; tuồng: 一部古典~ một vở kịch cổ điển ❷kịch bản sân khấu

【戏剧化】xìjùhuà hí kịch hóa

【戏剧家】xìjùjiā<名>nhà viết kịch: 他是中国有名的~。Ông ấy là nhà viết kịch nổi tiếng của Trung Quốc.

【戏剧性】xìjùxìng<名>kịch tính: 一件富有 ~的事 một sự kiện giàu kịch tính

【戏路】xìlù<名>khả năng sắm vai: 他~很 宽。Anh ấy sắm được nhiều vai.

【戏码】xìmǎ<名>[旧]tiết mục: 这张纸上 写着今晚的~。Tờ giấy này có ghi các tiết mục tối nay.

【戏迷】xìmí<名>người mê kịch; người mê xem hát: 我是京剧~。Tôi là người mê Kinh kịch.

【戏目】xìmù<名>chương trình biểu diễn kịch

【戏弄】xìnòng<动>trêu đùa; trêu ghẹo; trêu chọc: 别再~我了。Đừng trêu chọc tôi nữa.

【戏票】xìpiào<名>vé kịch

【戏评】xìpíng<名>sự đánh giá đối với kịch

【戏曲】xìqǔ<名>❶kịch tuồng; hí khúc ❷lời hát trong tạp kịch và truyền kì

【戏耍】xìshuǎ<动>❶trêu chọc ❷chơi đùa: 在水中~ chơi đùa dưới nước

【戏水】xìshuǐ<动>chơi nước: 两只鸭子在 ~。Hai con vịt chơi nước.

【戏说】xìshuō<动>nói đùa; nói bỡn

【戏台】xìtái<名>[口]sân khấu trình diễn

【戏文】xìwén<名>❶kịch Nam ❷lời hát và đối thoại trong vở kịch: 这部戏的~写得很 好。Lời hát vở kịch này rất hay. ❸hí khúc

【戏侮】xìwǔ<动>đùa cợt và làm nhục

【戏笑】xìxiào❶<动>trêu chọc ❷<名>tiếng cười khi chơi đùa

【戏谑】xìxuè<动>nói đùa dí dỏm; pha trò

【戏言】xìyán<名>lời nói đùa

【戏院】xìyuàn<名>nhà hát

【戏装】xìzhuāng<名>trang phục đóng kịch

系¹ xì❶<名>hệ thống: ~列 hàng loạt; ~数 hệ số; 世~ thế hệ ❷<名>khoa: 地理~ khoa địa lí; 历史~ khoa lịch sử ❸<动>gắn bó; quan hệ với: 成败所~ liên quan đến sự thắng bại

❹<动>vương vấn ❺<动>[书]cột; buộc; trói: ~马 buộc ngựa ❻<动>[书]giam giữ ❼ <动>dòng //(姓) Hệ

系² xì<动>[书]là
另见jì

【系词】xìcí<名>❶hệ từ ❷tiếp ngữ

【系恋】xìliàn<动>quyến luyến; lưu luyến; bịn rịn không nỡ dứt: 我的心~着祖国。 Lòng tôi quyến luyến Tổ quốc.

【系列】xìliè<名>dãy; (hàng) loạt: 一~的事 实证明你是对的。Hàng loạt sự thực đã chứng minh chị đúng.

【系谱】xìpǔ<名>[生物]gia hệ; phả hệ

【系属】xìshǔ<名>thuộc; phụ thuộc vào

【系数】xìshù<名>hệ số: 安全~ hệ số an toàn

【系统】xìtǒng❶<名>hệ thống: 防御~ hệ thống phòng ngự ❷<形>có hệ thống: ~地叙 述 trình bày có hệ thống

【系统备份】xìtǒng bèifèn hệ thống sao lưu

【系统工程】xìtǒng gōngchéng công trình hệ thống: 航天项目是一项复杂的~。Chương trình hàng không vũ trụ là công trình hệ thống phức tạp.

【系统盘】xìtǒngpán<名>[计算机]đĩa hệ thống

细 xì<形>❶(sợi) mảnh; nhỏ: ~丝 sợi nhỏ; ~ 眉 lông mày nhỏ ❷(dải) hẹp: ~长 dài nhỏ ❸(hạt) mịn ❹(âm thanh) nhỏ: ~嗓音 tiếng nhỏ ❺tinh tế ❻tỉ mỉ; kĩ lưỡng: ~致 cặn kẽ tỉ mỉ/chu đáo tỉ mỉ ❼nhỏ nhặt; nhỏ bé ❽[方] trẻ con; nhóc //(姓) Tế

【细胞】xìbāo<名>tế bào: ~学 tế bào học; ~ 壁 thành tế bào; ~膜 màng tế bào; ~质 tế bào chất

【细胞核】xìbāohé<名>nhân tế bào

【细胞组织】xìbāo zǔzhī mô tế bào

【细薄】xìbáo<形>mỏng và hẹp

【细别】xìbié❶<名>sự khác biệt nhỏ: 这两种

水果长得像，但其实有~。Hai loại hoa quả này trông rất giống nhau, nhưng trên thực tế, cũng có sự khác biệt nhỏ. ❷〈动〉phân biệt tỉ mỉ

【细布】xìbù〈名〉vải mịn: 这块~质量很好。Loại vải mịn này chất lượng tốt.

【细部】xìbù〈名〉chi tiết; khâu nhỏ: 这张照片太模糊，看不清~。Bức ảnh này mờ nên nhìn không rõ các chi tiết.

【细察】xìchá〈动〉quan sát; xem xét tỉ mi

【细长】xìcháng〈形〉dài nhỏ; mảnh dài

【细大不捐】xìdà-bùjuān to nhỏ lấy tất; cả lớn lẫn nhỏ đều không nỡ lòng bỏ đi

【细点】xìdiǎn〈名〉món điểm tâm cao cấp; gatô cao cấp

【细读】xìdú〈动〉đọc kĩ: 这是本好书，你要~才行。Đây là cuốn sách tốt, em phải đọc kĩ nhé.

【细分】xìfēn〈动〉chia nhỏ; phân chia tỉ mỉ

【细高挑儿】xìgāotiǎor〈名〉[方]thân hình cao ngẳng; dong dỏng; cao lều khều; mảnh khảnh

【细工】xìgōng〈名〉công việc tinh tế cầu kì

【细化】xìhuà〈动〉làm cho cụ thể hơn; cụ thể hóa hơn: 这次任务~到各小组。Nhiệm vụ đợt này phân cụ thể đến các tổ nhóm.

【细活儿】xìhuór〈名〉công việc tinh tế: 这是件~，要小心做。Đây là một công việc tinh tế cầu kì, phải làm cẩn thận.

【细嚼慢咽】xìjiáo-mànyàn ăn chậm nhai kĩ

【细节】xìjié〈名〉tình tiết nhỏ; chi tiết; khâu nhỏ: 这项工作很重要，要注意到每一个~。Công việc này quan trọng lắm, phải để ý đến mọi chi tiết.

【细究】xìjiū〈动〉nghiên cứu cẩn thận; nghiên cứu nghiêm túc; nghiên cứu thật kĩ: 专家们~了这项工程的价值。Các chuyên gia đã nghiên cứu đánh giá cẩn thận giá trị của công trình này.

【细菌】xìjūn〈名〉vi khuẩn; vi trùng: ~肥料 phân vi sinh; ~武器 vũ khí vi trùng/vũ khí vi sinh

【细看】xìkàn〈动〉xem thật kĩ; xem cẩn thận

【细粮】xìliáng〈名〉lương thực chính như gạo và bột mì trắng (khác với hoa màu và bột mì đen là lương thô, lương phụ): 如今，生活水平提高了，我们吃的都是~。Mức sống ngày nay đã nâng cao, chúng ta đều ăn gạo ngon và bột mì trắng.

【细流】xìliú〈名〉dòng nước nhỏ: ~汇集成江河。Những dòng nước nhỏ hội tụ thành dòng sông lớn.

【细脉】xìmài〈名〉[中医]mạch yếu

【细毛】xìmáo〈名〉lông thú loại quý: 这件衣服是用~做的。Bộ áo này làm bằng lông thú loại quý.

【细密】xìmì〈形〉❶mịn ❷tỉ mi

【细目】xìmù〈名〉mục lục (hạng mục) chi tiết

【细嫩】xìnèn〈形〉mịn màng; non mịn; mềm mại

【细腻】xìnì〈形〉❶mịn; nhẵn: 质地~ chất liệu mịn và nhẵn ❷tinh tế; tỉ mi; tế nhị: 情感~ tình cảm tế nhị

【细皮嫩肉】xìpí-nènròu da thịt mịn màng

【细品】xìpǐn〈动〉ăn uống tinh tế; nhấm nháp

【细巧】xìqiǎo〈形〉tinh vi; tinh xảo: 雕刻~ điêu khắc tinh xảo

【细情】xìqíng〈名〉chi tiết; tình hình chi tiết: 没人知道这件事的~。Không có ai biết chi tiết về việc này.

【细柔】xìróu〈形〉mềm và tinh vi

【细软】xìruǎn❶〈名〉đồ tế nhuyễn; đồ trang sức; đồ châu báu ❷〈形〉mềm mại

【细若尘埃】xìruò-chén'āi nhỏ như hạt bụi

【细弱】xìruò〈形〉nhỏ yếu; nhỏ bé yếu ớt

【细纱】xìshā〈名〉sợi con; sợi nhỏ: 这个地

方产的~很有特色。Sợi con vùng này sản xuất đặc sắc lắm.

【细砂】xìshā<名>cát mịn

【细审】xìshěn<动>xem xét tỉ mỉ; kiểm tra tỉ mỉ: ~之后才交试卷。Sau khi kiểm tra tỉ mỉ mới nộp bài thi.

【细声细气】xìshēng-xìqì tiếng nhỏ và nhẹ: 她说话~的。Chị ấy nói năng rất nhỏ nhẹ.

【细绳】xìshéng<名>dây nhỏ

【细水长流】xìshuǐ-chángliú ❶nước chảy nhỏ thì dòng chảy dài; làm một ít và kiên trì làm mãi ❷biết cách sử dụng tiết kiệm thì không bao giờ thiếu

【细说】xìshuō<动>kể tỉ mỉ; trình bày tỉ mỉ: 请你~一下他们的故事。Đề nghị anh trình bày tỉ mỉ câu chuyện của họ.

【细丝】xìsī<名>sợi nhỏ; dây nhỏ

【细碎】xìsuì<形>nhỏ vụn; vụn vặt: ~的纸屑 giấy vụn

【细体】xìtǐ<名>[印刷]chữ in nhẹ

【细挑】xìtiao<形>mảnh khảnh: ~个子 dáng người mảnh khảnh

【细微】xìwēi<形>nhỏ bé; nhỏ nhặt; nhỏ xíu: 从身边~的事做起！Hãy bắt đầu từ việc nhỏ quanh mình! 如果说有差别，那也非常~。Nếu như có sự khác biệt, thì cũng rất nhỏ thôi.

【细纹】xìwén<名>nếp nhăn nhỏ: 妈妈笑起来的时候脸上有些~。Khi mẹ cười trên mặt hiện lên nếp nhăn nhỏ.

【细细】xìxì<形>tỉ mỉ; kĩ càng

【细线】xìxiàn<名>dây con; dây nhỏ; chỉ nhỏ

【细小】xìxiǎo<形>nhỏ: 对于我们来说这不是个~的错误。Đối với chúng tôi, đây không phải là một sai lầm nhỏ.

【细心】xìxīn<形>cẩn thận tỉ mỉ; chu đáo: 做作业要~。Làm bài tập phải cẩn thận tỉ mỉ.

【细腰】xìyāo<名>lưng nhỏ; lưng ong

【细雨】xìyǔ<名>mưa bụi; mưa phùn

【细语】xìyǔ<动>tiếng nhỏ; thì thầm

【细则】xìzé<名>quy định chi tiết; quy tắc chi tiết: 所有人都要遵守这些~。Tất cả mọi người đều phải tuân theo những quy tắc chi tiết này.

【细账】xìzhàng<名>sổ ghi chi tiết; sổ sách tường tận

【细针密缕】xìzhēn-mìlǚ đường khâu nhỏ mũi và dày sít; làm việc chu đáo tỉ mỉ

【细枝末节】xìzhī-mòjié phần nhỏ nhặt và không quan trọng: 这些都是~的小事。Đây chỉ là việc nhỏ và không quan trọng.

【细致】xìzhì<形>❶tinh tế tỉ mỉ ❷kĩ càng chu đáo: 他做事很认真~。Anh ấy làm việc tỉ mỉ chu đáo.

隙 xì<名>❶khe hở; vết nứt: 门~ khe cửa; 墙~ khe tường ❷(không gian, thời gian) trống; không dùng đến; nhàn rỗi: 农~ thời gian nhàn rỗi của nhà nông; 空~ thời gian nhàn rỗi ❸dịp; cơ hội: 乘~ lợi dụng cơ hội ❹rạn nứt tình cảm

【隙地】xìdì<名>chỗ trống; đất trống

【隙缝】xìfèng<名>khe hở: 墙上有~。Có vết rạn trên tường.

xiā

虾 xiā<名>con tôm

【虾兵蟹将】xiābīng-xièjiàng binh tôm tướng tép; loại tép riu; hạng bét: 对于他来说，这些对手只是~罢了。Với anh ấy, những đối thủ này chỉ là loại tép riu.

【虾干】xiāgān<名>tôm khô

【虾酱】xiājiàng<名>mắm tôm

【虾米】xiāmǐ<名>❶tôm khô nhỏ ❷[方]tôm nõn; tôm nhỏ

【虾皮】xiāpí<名>tôm khô; tép khô

【虾仁】xiārén<名>tôm bóc vỏ; tôm nõn

【虾油】xiāyóu<名>mắm tôm

【虾子】xiāzǐ<名>trứng tôm

瞎 xiā❶<动>mù (mắt): ~子 người mù; 眼睛~了。Bị mù. ❷<副>mò: ~猜 đoán mò ❸<动>xịt; lép (không nổ) ❹<动>[方]uổng phí; hư hại; tổn thất ❺<动>[方](hạt) lép ❻<动>[方]rối bét

【瞎掰】xiābāi<动>[方]❶uổng công vô ích ❷nói lăng nhăng: 别再~了。Đừng nói lăng nhăng nữa.

【瞎编】xiābiān<动>nói lăng nhăng; nói những gì không đúng sự thật: 这些事都是~的。Những điều đó toàn là chuyện tán dóc, bịa đặt.

【瞎猜】xiācāi<动>đoán mò; đoán già đoán non: 还没找到证据，大家不要~。Còn chưa tìm được bằng chứng, mọi người đừng đoán mò, bịa đặt.

【瞎扯】xiāchě<动>nói lung tung; nói mò: 别~了，大家不会信的。Đừng nói lung tung nữa, không có ai tin đâu.

【瞎吹】xiāchuī<动>khoác lác: 他的缺点是爱~。Khuyết điểm của anh ấy là thích khoác lác.

【瞎搞】xiāgǎo<动>làm tầm bậy; làm bừa bãi

【瞎逛】xiāguàng<动>đi lang thang, không có kế hoạch và mục đích: 没事在家看看书，不要出去~。Không việc gì thì ở nhà đọc sách, không nên đi lang thang.

【瞎话】xiāhuà<名>lời nói nhảm; chuyện nói liều nói láo; chuyện lếu láo: 你这是睁着眼睛说~。Anh cứ nói nhảm nhí vậy.

【瞎混】xiāhùn<动>sống bừa bãi; sống tùy tiện: 不要跟着那帮人~。Không nên sống bừa bãi với bọn chúng.

【瞎讲】xiājiǎng<动>nói mò; nói lung tung: 没有证据，不要~。Không có chứng cớ, đừng nói mò.

【瞎聊】xiāliáo<动>❶nói mò ❷tán gẫu; nói chuyện phiếm: 不要整天~。Đừng cứ suốt ngày chỉ tán gẫu.

【瞎忙】xiāmáng<动>làm bừa; làm ẩu; làm không có kế hoạch và mục đích

【瞎忙活】xiā mánghuo　bận rộn không có kế hoạch và mục đích

【瞎猫碰上死老鼠】xiāmāo pèngshàng sǐlǎoshǔ　mèo mù vớ phải cá rán; ví vớ bở bởi may mắn

【瞎蒙】xiāmēng<动>[方]đoán mò; đoán liều

【瞎摸】xiāmō<动>mò mẫm không có mục đích; ngó ngoáy

【瞎闹】xiānào<动>làm bừa làm ẩu; làm càn

【瞎弄】xiānòng<动>làm càn; làm bừa

【瞎说】xiāshuō<动>nói mò; nói chừng; nói liều: 这不是事实，他是~的。Đây không phải là sự thật, nó nói mò thôi.

【瞎信】xiāxìn<名>thư không rõ địa chỉ; thư mù

【瞎眼】xiāyǎn<名>mù; lòa; hồng mắt

【瞎折腾】xiā zhēteng　vẽ chuyện; làm bừa bãi

【瞎指挥】xiā zhǐhuī　chỉ huy mù quáng: 他什么都不知道，尽是~。Nó không biết gì mà cứ chỉ huy mù quáng.

【瞎抓】xiāzhuā<动>làm bừa; làm ẩu; làm không có kế hoạch

【瞎子】xiāzi<名>người mù; kẻ đui mù; người mù lòa

【瞎子摸象】xiāzi-mōxiàng　người mù sờ voi; thầy bói xem voi

xiá

匣 xiá<名>tráp; hộp: 木~ hộp gỗ; 钱~ hộp đựng tiền; 珠宝~ hộp đựng châu báu

【匣子】xiázi<名>❶cái tráp; cái hộp ❷[方]

súng pạc họọc

【匣子枪】xiáziqiāng〈名〉[方]súng pạc họọc

侠 xiá❶〈名〉hiệp khách: 武~ võ hiệp; 女~ nữ hiệp ❷〈形〉(hành vi) hào hiệp

【侠肝义胆】xiágān-yìdǎn can đảm nghĩa hiệp

【侠骨柔肠】xiágǔ-róucháng đấng hào hiệp bụng dạ mềm mỏng

【侠客】xiákè〈名〉hiệp khách; hiệp sĩ: 这是一部关于~的小说。Đây là một cuốn tiểu thuyết về hiệp khách.

【侠气】xiáqì〈名〉khí phách của hiệp khách; sức hào hiệp

【侠义】xiáyì〈形〉nghĩa hiệp: ~行为 hành vi nghĩa hiệp

狎 xiá〈动〉[书]cặp kè; suồng sã; xàm xỡ

【狎妓】xiájì〈动〉chơi bời với kĩ nữ

【狎客】xiákè〈名〉khách làng chơi; kẻ mua dâm

【狎昵】xiánì〈形〉cặp kè suồng sã; xàm xỡ; cợt nhả

峡 xiá〈名〉❶eo sông: 三门~ eo Tam Môn Hiệp; 三~ Tam Hiệp ❷eo biển

【峡谷】xiágǔ〈名〉eo sông; kẽm; hẻm núi; thung lũng hẹp

【峡湾】xiáwān〈名〉vịnh hẹp: 这个~是个很好的避风港。Vịnh hẹp này là một cảng tránh gió tốt.

狭 xiá〈形〉hẹp: ~窄 chật hẹp; ~隘 nhỏ hẹp; ~长 hẹp và dài

【狭隘】xiá'ài〈形〉❶hẹp ❷(lòng dạ, kiến thức) hẹp hòi; hạn hẹp ❸(phạm vi) hẹp

【狭长】xiácháng〈形〉hẹp và dài: 这条路很~。Con đường này hẹp và dài.

【狭路相逢】xiálù-xiāngféng gặp nhau đường hẹp; đụng đầu trong ngõ hẻm

【狭小】xiáxiǎo〈形〉hẹp hòi; nhỏ hẹp: 空间~ không gian nhỏ hẹp

【狭义】xiáyì〈名〉nghĩa hẹp; trái với nghĩa rộng: 我们不能从~的层面理解这个概念。Chúng tôi không thể dùng nghĩa hẹp để lí giải khái niệm này.

【狭窄】xiázhǎi〈形〉❶hẹp: 这座桥很~。Chiếc cầu này hẹp lắm. ❷(lòng dạ, kiến thức…) hẹp hòi ❸(phạm vi) hẹp

遐 xiá〈形〉[书]❶xa: ~方 vùng xa; ~观 nhìn xa; ~迩 xa gần; ~想 sự tưởng tượng xa xôi ❷lâu dài; xa xưa; nhiều năm: ~龄 nhiều tuổi //(姓) Hà

【遐迩】xiá'ěr〈名〉[书]xa gần; khắp nơi: 他是位闻名~的医生。Ông ấy là một bác sĩ nổi tiếng khắp nơi.

【遐龄】xiálíng〈名〉nhiều tuổi; tuổi cao

【遐思】xiásī =【遐想】

【遐想】xiáxiǎng〈动〉suy nghĩ lan man; tưởng tượng xa vời

瑕 xiá〈名〉tì; vết (của hòn ngọc); khuyết điểm; bất cập: ~疵 khuyết điểm nhỏ nhặt

【瑕不掩瑜】xiábùyǎnyú khuyết điểm không che lấp được ưu điểm

【瑕疵】xiácī〈名〉vết mờ; tì vết: 戒指上有~。Chiếc nhẫn có tì vết.

【瑕瑜互见】xiáyú-hùjiàn vừa có ưu điểm vừa có khuyết điểm; có hay có dở

暇 xiá❶〈名〉lúc nhàn rỗi: 得~ có rỗi; 闲~ khi nhàn rỗi; 无~ không rỗi; 应接不~ tiếp đón không xuể ❷〈形〉nhàn rỗi; rỗi rãi

【暇时】xiáshí〈名〉khi rỗi; lúc nhàn rỗi

辖 xiá❶〈动〉quản lí; quản hạt ❷〈名〉chốt bánh xe

【辖区】xiáqū〈名〉khu vực quản lí; khu quản hạt; khu trực thuộc: 这些地方都属于县~。Những nơi này đều thuộc vùng quản hạt của huyện.

【辖制】xiázhì〈动〉quản chế; quản thúc: 受到政府~ bị chính quyền quản thúc

霞 xiá〈名〉ráng (mây): 晚~ ráng chiều; 朝~ ráng sáng //(姓) Hà

【霞光】xiáguāng<名>hào quang; ráng; ánh sáng: ~万丈 ánh sáng rực rỡ

【霞帔】xiápèi<名>khăn quàng vai (một loại lễ phục của phụ nữ Trung Quốc thời xưa, như loại áo choàng ngắn)

xià

X

下¹ xià ❶<名>dưới: 楼~ tầng dưới; ~部分 dưới ❷<名>sau: ~个月的计划 bản kế hoạch của tháng sau ❸<名>thấp; kém; dưới: ~品 hạng bét; 部~ cấp dưới ❹<动>hạ; xuống; cho ra: ~令 hạ lệnh; ~通知 ra thông báo; ~决心 hạ quyết tâm ❺<名>đương lúc: 时~ đương thời; 节~ đúng dịp Tết ❻<名>(đặt sau số từ) bên; phía: 四~一片寂静。Bốn bề vắng lặng. ❼<动>xuống (từ cao xuống thấp): ~河游泳 xuống sông bơi ❽<动>rơi: ~雨 trời mưa; ~雪 mưa tuyết ❾<动>đi; đến; về; xuống: ~厨房 xuống bếp; ~馆子 đi nhà hàng ăn cơm ❿<动>ra khỏi sân: 红牌罚～ bị phạt thẻ đỏ ra khỏi sân ⓫<动>đặt xuống; cho vào; cho ra: 面条~锅了。Đặt mì vào nồi. ⓬<动>chơi; đấu (cờ): ~两盘棋 chơi hai ván cờ ⓭<动>dỡ xuống; lấy xuống: ~货 dỡ hàng xuống; ~敌人的枪 hạ súng địch; 请把门帘~下来。Hãy hạ tấm rèm xuống. ⓮<动>đi đến; đưa ra; hạ (phán đoán, kết luận): ~结论 đi đến kết luận; ~定义 đưa ra định nghĩa ⓯<动>dùng; bắt đầu sử dụng; bỏ công sức vào: ~笔 dùng bút; 他学习很~功夫。Anh ấy bỏ nhiều công sức vào việc học hành. ⓰<动>(động vật) đẻ: ~蛋 đẻ trứng ⓱<动>hạ; đánh thắng: 连~两城 hạ hai thành liền ⓲<动>lui; nhường: 相持不~ cầm cự nhau không chịu nhường nhau ⓳<动>tan; hết giờ làm: ~班 tan ca ⓴<动>dưới (thấp hơn, ít hơn): 到风景区参观的不~八千人。Khách đến tham quan

khu du lịch không dưới tám nghìn người. ㉑<量>lần; cái; lượt: 拍打几~ vỗ mấy cái ㉒<量>(dùng sau "两" "几" để chỉ bản lĩnh kĩ năng) ngón; cú; miếng: 他写文章还真有两~子。Anh ấy rất có tài về viết văn

下² xià<动>❶(chỉ xu hướng) xuống: 坐~ ngồi xuống; 躺~ nằm xuống ❷đủ; được: 这张桌子可以放得~两台电脑。Chiếc bàn này đủ để đặt hai chiếc máy tính. ❸được; xong: 打～基础 đặt được nền móng; 准备材料 chuẩn bị xong tài liệu

【下巴】xiàba<名>cằm; hàm

【下摆】xiàbǎi<名>vạt áo: 这件衣服的~很特色。Vạt áo của chiếc áo này rất đặc sắc.

【下班】xiàbān<动>tan ca; tan tầm; hết giờ làm: ~后你到单位来接我。Sau khi tan ca anh đến cơ quan đón em.

【下半辈子】xiàbànbèizi nửa đời sau

【下半场】xiàbànchǎng<名>nửa trận cuối; tăng hai; hiệp hai: ~的球赛更精彩。Hiệp hai của trận bóng càng hay hơn.

【下半年】xiàbànnián<名>nửa năm sau; sáu tháng cuối năm: 今年~我可能很忙。Sáu tháng cuối năm nay có lẽ tôi rất bận.

【下半旗】xià bànqí treo cờ rủ: ~哀悼遇难同胞。Treo cờ rủ để tưởng niệm đồng bào bị nạn.

【下半响】xiàbànshǎng<名>[方]buổi chiều: 姐姐~才回来。Chị tôi buổi chiều mới về.

【下半身】xiàbànshēn<名>phần dưới thân thể

【下半叶】xiàbànyè<名>nửa cuối thế kỉ: 19世纪~ nửa cuối thế kỉ 19

【下半夜】xiàbànyè<名>nửa đêm về sáng; khuya: 他出去玩到~才回家。Anh ấy đi chơi đến nửa đêm khuya khoắt mới về.

【下辈】xiàbèi<名>con cháu; thế hệ sau: 你们是~，要尊重父母。Các bạn thuộc thế hệ sau, nên tôn trọng cha mẹ.

【下辈子】xiàbèizi<名>kiếp sau; đời sau

【下本】xiàběn<动>bỏ vốn vào; đầu tư vào; ra sức: 如果想要成功，就得~。Muốn thành công thì phải bỏ công sức vào.

【下笔】xiàbǐ<动>hạ bút; bắt đầu viết: ~之前要想好写什么，怎么写。Trước khi hạ bút nên nghĩ cho kĩ cần viết những gì và viết như thế nào.

【下笔成章】xiàbǐ-chéngzhāng hạ bút thành văn: 他见多识广，~。Ông ấy kiến thức rộng rãi, đã hạ bút là thành văn.

【下边】xiàbian<名>phía dưới; bên dưới

【下拨】xiàbō<动>cho cấp dưới; giải ngân

【下部】xiàbù<名>❶bộ phận dưới; phía dưới: 把书放在柜子~ đặt sách vào phần đáy tủ ❷cơ quan sinh dục ngoài; phần dưới thân thể

【下不来】xiàbulái❶không xuống được: 孩子爬上树~了。Trẻ con trèo lên cây không xuống được. ❷ngượng mặt; sượng mặt: 你的话使他~。Lời nói của chị làm cho anh ấy ngượng mặt.

【下不了台】xiàbuliǎotái ngượng mặt; sượng mặt; bị bẽ mặt

【下不为例】xiàbùwéilì lần sau không thể chiếu theo lệ này; lần này thì thôi: 今天迟到就算了，~。Hôm nay đến muộn thì thôi, nhưng lần sau không được như thế nữa.

【下操】xiàcāo<动>❶đi tập luyện; tập luyện ❷hết giờ tập luyện; tập luyện xong

【下册】xiàcè<名>quyển hạ

【下策】xiàcè<名>hạ sách: 迫不得已才出此~ bất đắc dĩ mới bày ra hạ sách này

【下层】xiàcéng<名>hạ tầng; cơ sở; bên dưới: 要做好~单位的思想工作。Phải làm tốt công tác tư tưởng của đơn vị cơ sở.

【下厂】xiàchǎng<动>xuống nhà máy: 他已经~实习了。Anh ấy đã xuống xưởng thực tập.

【下场】[1] xiàchǎng<动>❶(diễn viên) ra khỏi sân khấu; (cầu thủ) ra khỏi sân đấu: 演完节目，歌手什么都没说就~了。Trình diễn xong tiết mục, ca sĩ rời sân khấu không nói thêm gì. ❷[旧]vào trường; đi thi

【下场】[2] xiàchǎng<名>kết cục: 没有好~ không có kết cục tốt đẹp

【下场门】xiàchǎngmén<名>cửa xuống sân khấu; cửa cánh gà

【下车伊始】xiàchē-yīshǐ vừa đến nhậm chức; vừa chân ướt chân ráo đến nơi

【下沉】xiàchén<动>chìm xuống; lún xuống

【下乘】xiàchéng❶<名>[宗教]tiểu thừa (phân biệt với đại thừa) ❷<形>tầm thường; thấp kém: 这幅画属于~之作。Bức tranh này thuộc loại kém.

【下厨】xiàchú<动>xuống bếp; nấu ăn

【下处】xiàchù<名>nơi tạm trú; quán trọ

【下船】xiàchuán<动>❶lên bờ; rời thuyền lên bờ ❷[方]xuống thuyền; từ trên bờ xuống thuyền

【下垂】xiàchuí<动>❶rủ xuống; ngả xuống; buông xuống: 窗帘~ rèm cửa sổ buông xuống ❷[医学]sa xuống: 胃~ sa dạ dày

【下唇】xiàchún<名>môi dưới

【下次】xiàcì<名>lần sau

【下存】xiàcún<名>số còn dư; số còn lại

【下挫】xiàcuò<动>hạ thấp xuống; trượt xuống: 本月销量~。Lượng tiêu thụ tháng này bị hạ thấp xuống.

【下达】xiàdá<动>truyền đạt (mệnh lệnh, chỉ thị) xuống cấp dưới: 这是上级~的命令。Đây là mệnh lệnh do cấp trên truyền đạt xuống.

【下单】xiàdān<动>đặt mua

【下等】xiàděng<形>(đẳng cấp, chất lượng) thấp; hạ đẳng; hèn; tồi; kém: ~人 kẻ hèn; ~品 hàng loại kém

【下地】xiàdì<动>❶ra đồng: ~劳作 ra đồng

làm ruộng ❷xuống giường (thường chỉ người ốm) ❸[方]trẻ mới sinh

【下跌】xiàdiē<动>(mức nước, giá cả) hạ xuống: 物价渐渐~。Giá cả hạ xuống dần.

【下定】xiàdìng<动>❶đặt lễ đính hôn; ăn hỏi ❷đặt cọc: 给货物~ đặt tiền cọc cho lô hàng

【下毒】xiàdú<动>bỏ thuốc độc; đầu độc

【下毒手】xià dúshǒu hạ thủ; giở ngón độc ác

【下蹲】xiàdūn<动>ngồi xổm

【下颚】xià'è<名>hàm dưới

【下发】xiàfā<动>cấp phát cho cấp dưới: ~经费 kinh phí trên cấp

【下凡】xiàfán<动>(thần tiên) giáng trần; xuống trần gian: 仙女~ tiên nữ giáng trần

【下饭】xiàfàn❶<动>ăn cơm kèm với thức ăn ❷<形>để ăn với cơm: 这道菜很好 ~。Món này rất thích hợp ăn với cơm. ❸ <名>[方]thức ăn

【下方】xiàfāng<名>phía dưới; phần dưới

【下房】xiàfáng<名>[旧]nhà dưới; nhà ngang (nơi cho đầy tớ ở)

【下放】xiàfàng<动>❶trao một số quyền hành cho cấp dưới: 作为一个领导，要懂 得~权力。Là một người lãnh đạo, phải biết trao quyền hành cho cấp dưới. ❷điều cán bộ xuống công tác ở cơ sở hoặc lao động ở nông thôn hay nhà máy; hạ phóng

【下风】xiàfēng<名>❶phía xuôi chiều gió: 应往~喷农药。Khi phun thuốc trừ sâu nên phun xuôi theo chiều gió. ❷lép vế; thế bất lợi: 甲球队目前正处在~。Đội bóng A hiện đang ở vào thế bất lợi.

【下浮】xiàfú<动>(giá cả, tiền lương, tỉ suất) xuống; đi xuống; giảm thiểu: ~百分之零点 七 giảm xuống 0,7%

【下疳】xiàgān<名>[医学]bệnh hoa liễu; tim la; bệnh phong tình; bệnh hạ cam

【下岗】xiàgǎng<动>❶rời cương vị; rời v trí; hết giờ làm ❷mất công việc; thôi việc

【下功夫】xià gōngfu bỏ công sức: 要想学 好越南语就得~。Muốn học giỏi tiếng Việ thì cần phải bỏ nhiều công sức vào.

【下馆子】xià guǎnzi ăn tại nhà hàng

【下跪】xiàguì<动>quỳ; quỳ xuống: 过去， 见到皇帝要~。Ngày xưa, khi gặp vua th phải quỳ xuống.

【下锅】xiàguō<动>bỏ (gạo hoặc rau) vàc nồi

【下海】xiàhǎi<动>❶xuống biển ❷ra khơi ra biển: 他跟着渔民~打鱼。Anh ấy đi theo dân chài ra khơi đánh bắt cá. ❸diễn viên h khúc nghiệp dư trở thành diễn viên nhà nghề ❹xưa chỉ làm một số nghề như kĩ nữ, gá nhảy ❺bỏ việc làm cũ đi buôn bán; đi làm ăn: 他很早以前就~了。Ông ấy bỏ nghề cũ đi buôn đã lâu.

【下颌】xiàhé<名>hàm dưới

【下滑】xiàhuá<动>trượt xuống: 成绩~ thành tích tụt hẳn

【下怀】xiàhuái<名>lòng; bụng; ý muốn; sở thích: 正中~ vừa vặn khớp với ý muốn

【下回】xiàhuí<名>❶lần sau ❷hồi sau; chương sau; hạ hồi (của tiểu thuyết)

【下货】xiàhuò<动>dỡ hàng

【下货港】xiàhuògǎng<名>cảng dỡ hàng: 这批货的~是广州港。Cảng dỡ của lô hàng này là cảng Quảng Châu.

【下级】xiàjí<名>cấp dưới

【下集】xiàjí<名>tập sau; tập dưới

【下家】xiàjiā<名>❶nhà dưới; cánh dưới (trong cuộc chơi bài) ❷người hoặc đơn vị tiếp nhận hàng của mình ❸[方]nhà kẻ dưới này

【下架】xiàjià<动>(hàng hóa) không bán nữa: 这已经是~商品了。Đây là hàng đã ngừng bán.

【下嫁】xiàjià<动>gả cho người chồng kém hơn mình về địa vị hoặc gia cảnh

【下贱】xiàjiàn<形>❶[旧]thấp hèn ❷hèn hạ

【下降】xiàjiàng<动>hạ thấp; hạ xuống; hạ cánh: 成本~ giá thành giảm; 飞机开始~。Máy bay bắt đầu hạ cánh.

【下脚】¹ xiàjiǎo<动>đặt chân: 这地上太脏，没有地方~。Chỗ này bẩn quá, không có chỗ đặt chân.

【下脚】² xiàjiǎo =【下脚料】

【下脚料】xiàjiǎoliào<名>vật liệu vụn còn lại; đầu thừa đuôi theo

【下届】xiàjiè<名>khóa sau; lần sau

【下界】¹ xiàjiè<动>xuống trần gian; giáng trần: 仙女~ tiên nữ giáng trần

【下界】² xiàjiè<名>hạ giới; trần thế

【下劲】xiàjìn<动>bỏ công sức; gắng sức: 如果想要成功，你要~去做。Nếu muốn đạt được thành công thì cậu phải gắng sức mà làm.

【下九流】xiàjiǔliú<名>[旧]kẻ mạt hạng

【下酒】xiàjiǔ❶<动>nhắm (rượu): ~菜 món nhắm; 他喜欢用花生~。Ông ta thích nhắm rượu bằng lạc. ❷<形>(món) thích hợp nhắm rượu

【下卷】xiàjuàn<名>quyển hạ; quyển dưới; tập sau: 这本小说的~更加精彩。Quyển hạ của bộ tiểu tuyết này càng hay hơn.

【下课】xiàkè<动>❶tan học; hết giờ học ❷bị thôi chức; bị thôi việc: 该教练已被~。Ông huấn luyện viên ấy đã bị thôi chức.

【下来】¹ xiàlái<动>❶xuống: 从上游~ từ thượng du xuống; 从中央~的工作组 nhóm công tác từ trên Trung ương xuống ❷(hoa quả, rau, lúa) chín; được thu hoạch: 桃子~了。Quả đào đã chín. ❸đã kết thúc: 停~ dừng lại

【下来】² xiàlái<动>❶xuống: 请把架子上的衣服拿~。Hãy lấy những chiếc áo trên mắc

xuống. ❷(hậu tố)lại; tiếp: 祖上流传~的药方 đơn thuốc ông cha truyền lại ❸(hậu tố)lại: 记录~ ghi lại; 记忆~ nhớ lại ❹dần: 速度慢~了。Tốc độ giảm dần.

【下里巴人】xiàlǐ-bārén dân ca nước Sở (thời Xuân Thu); văn nghệ dân gian; văn nghệ đại chúng; cây nhà lá vườn

【下联】xiàlián<名>vế sau; vế dưới (câu đối): 这副对联还没写好，缺~。Câu đối này chưa viết xong, còn thiếu vế dưới.

【下列】xiàliè<形>dưới đây: 选拔的干部要符合~条件。Cán bộ được bổ nhiệm phải có đầy đủ điều kiện dưới đây.

【下令】xiàlìng<动>ra lệnh; hạ lệnh: 上级~，你必须在八点以前回到单位。Cấp trên đã hạ lệnh, anh phải về đơn vị trước 8 giờ.

【下流】xiàliú❶<名>hạ lưu (sông): 在夏季，这条江的~容易发生洪灾。Vào mùa hè, hạ lưu con sông này dễ xảy ra lũ lụt. ❷<名>địa vị thấp hèn: ~社会 hạng người thấp hèn ❸<形>bỉ ổi; bẩn thỉu; đê tiện: ~的言行 lời lẽ và hành vi bỉ ổi

【下楼】xiàlóu<动>xuống cầu thang; xuống tầng dưới: 见她回来，他连忙~开门。Thấy chị ấy về, anh ấy lập tức xuống tầng dưới để mở cửa.

【下落】xiàluò❶<名>tăm tích; tăm hơi: 这幅古画早已~不明。Bức tranh cổ này đã mất tăm tích từ nhiều năm trước. ❷<动>xuống; hạ xuống; rơi xuống: 电梯缓缓~。Thang máy dần dần hạ xuống.

【下马】xiàmǎ<动>❶xuống ngựa; hạ mã: ~看花 xuống ngựa ngắm hoa (ví đi sâu đi sát vào thực tế) ❷rút bỏ; đình chỉ (công việc): 这项工程已经~。Công trình này đã bị đình chỉ.

【下马威】xiàmǎwēi<名>cho biết tay; ra oai ngay từ đầu: 给他个~ cho nó biết tay

【下面】xiàmiàn<名>❶dưới; phía dưới: 窗

户~有把椅子。Phía dưới cửa sổ có một chiếc ghế. ❷phần dưới; dưới đây: ~讨论的问题非常重要。Những vấn đề thảo luận sau đây rất quan trọng. ❸cấp dưới: 命令已经传达到~了。Mệnh lệnh đã chuyển đến cấp dưới.

【下奶】xiànǎi〈动〉❶tiết ra sữa ❷thúc sữa; xuống sữa

【下篇】xiàpiān〈名〉phần dưới; phần sau: 这篇文章的~写得略为逊色。Phần sau của bài văn viết hơi kém.

【下品】xiàpǐn〈名〉loại xấu; loại kém; thứ phẩm

【下聘】xiàpìn〈动〉đặt lễ giạm hỏi; đặt lễ; đính ước

【下聘书】xià pìnshū đặt thiếp mời

【下坡】xiàpō〈动〉xuống dốc: ~时要减速。Phải giảm tốc độ khi xuống dốc.

【下坡路】xiàpōlù〈名〉❶đường xuống dốc ❷sa sút; tụt dốc

【下铺】xiàpù〈名〉giường dưới

【下棋】xiàqí〈动〉chơi cờ; đánh cờ

【下欠】xiàqiàn❶〈动〉còn nợ; còn thiếu: 他~的数目很大。Số nợ của anh ấy rất nhiều. ❷〈名〉khoản nợ còn lại

【下情】xiàqíng〈名〉❶tình hình cấp dưới; tình hình bên dưới; tình hình quần chúng: 到基层了解~ đến các cơ sở để tìm hiểu tình hình bên dưới ❷ý nguyện của kẻ dưới này (lời nói khiêm tốn)

【下去】[1] xiàqù〈动〉xuống; đi xuống: 你要是~就上不来了。Anh mà đi xuống sẽ không lên được nữa.

【下去】[2] xiàqù〈动〉❶xuống: 把怒火压~。Hãy nén nỗi phẫn uất. ❷tiếp; tiếp tục; hơn: 你如果不能坦诚相待，我们很难合作~。Nếu anh cư xử không thành thật thì chúng ta khó tiếp tục hợp tác nữa. ❸(đặt sau tính từ chỉ trình độ tiếp tục tăng thêm): 他明显瘦~

了。Nó đã gầy đi rõ rệt.

【下人】xiàrén〈名〉❶[旧]đầy tớ: 过去地主经常剥削~。Ngày xưa địa chủ thường bóc lột đầy tớ. ❷[方]con cháu; lớp sau

【下山】xiàshān〈动〉❶xuống núi: ~后在停车场集中。Sau khi xuống núi tập trung ở bãi đỗ xe. ❷(mặt trời) lặn

【下身】xiàshēn〈名〉❶phần dưới thân thể ❷hạ bộ; cơ quan sinh dục trong cơ thể ❸quần; váy

【下神】xiàshén〈动〉lên đồng; ngồi đồng; đồng bóng (lời mê tín: mời thần nhập vào thể xác của mình)

【下渗】xiàshèn〈动〉ngấm xuống; thâm nhập vào: 水立刻~进土壤里。Nước lập tức ngấm xuống đất.

【下剩】xiàshèng〈动〉[口]còn lại

【下士】xiàshì〈名〉hạ sĩ

【下世】xiàshì〈动〉[书]qua đời; tạ thế: 他爷爷两年前就~了。Ông nội của anh ấy mất từ hai năm trước.

【下市】xiàshì〈动〉❶(hàng hóa) hết mùa: 这个季节樱桃已经~了。Vào mùa này anh đào đã hết mùa rồi. ❷(kết thúc hoạt động buôn bán một ngày) vãn

【下手】[1] xiàshǒu〈动〉ra tay; bắt tay làm: 这事~晚了。Việc này bắt tay làm đã quá muộn.

【下手】[2] xiàshǒu〈名〉❶người giúp việc; trợ thủ: 打~ làm trợ thủ ❷nhà dưới (chơi bài)

【下属】xiàshǔ〈名〉cấp dưới; bộ hạ: 你是~，要服从上级的命令。Anh là cấp dưới phải phục tùng mệnh lệnh của cấp trên.

【下水】[1] xiàshuǐ〈动〉❶hạ thủy; đưa xuống nước: 举行新造轮船~仪式 tổ chức lễ hạ thủy con tàu mới đóng ❷ngâm nước ❸làm chuyện xấu: 被拖~ bị lôi kéo đi làm việc xấu

【下水】[2] xiàshuǐ〈动〉xuôi dòng: ~船 thuyền

xuôi dòng

【下水】 xiàshuǐ〈名〉bộ lòng (của gia súc): 猪~ bộ lòng lợn

【下水道】 xiàshuǐdào〈名〉đường (ống) thoát nước; cống rãnh

【下榻】 xiàtà〈动〉[书]trú ngụ; ở chỗ: ~五星级饭店 ở khách sạn năm sao

【下台】 xiàtái〈动〉❶rời khỏi (bục giảng, sân khấu): 唱完歌，歌手直接就~了。Hát xong, ca sĩ trực tiếp rời sân khấu. ❷thoát khỏi cảnh khó; thoát ra thế bí: 你这么做他难以~。Cô làm thế anh ấy khó xử lắm. ❸hạ bệ; mất chức: 被赶~ bị hạ bệ

【下体】 xiàtǐ〈名〉[书]phần dưới cơ thể; bộ máy sinh dục

【下调】 xiàtiáo〈动〉điều chỉnh xuống (giá cả, lợi tức)

【下同】 xiàtóng〈动〉như trên

【下头】 xiàtou〈名〉❶phía dưới; bên dưới: 大树~躺着一只猫。Có một con mèo nằm ở gốc cây to ấy. ❷cấp dưới

【下网】¹ xiàwǎng〈动〉chăng lưới: ~捕鱼 chăng lưới bắt cá

【下网】² xiàwǎng〈动〉ngắt mạng; out: 我已经~，明天才能给你发邮件。Tôi đã ngắt mạng, ngày mai mới gửi thư điện tử cho anh được.

【下文】 xiàwén〈名〉❶phần tiếp theo của bài văn: 要联系~你才能正确理解这篇文章。Phải gắn với ý phần sau anh mới hiểu được bài văn một cách chính xác. ❷kết quả; đoạn sau: 没~ không có kết quả

【下午】 xiàwǔ〈名〉buổi chiều; chiều: 我~刚到家。Tôi mới về đến nhà buổi chiều.

【下下】 xiàxià❶〈形〉kém nhất: ~策 hạ sách ❷〈名〉sau nữa: ~个月 tháng sau nữa

【下下签】 xiàxiàqiān〈名〉thẻ không may nhất

【下弦月】 xiàxiányuè〈名〉trăng hạ huyền

【下限】 xiàxiàn〈名〉hạn cuối; giới hạn dưới; mức thấp nhất: 这个价格已经是~了。Giá này đã ở mức thấp nhất.

【下线】¹ xiàxiàn〈动〉❶hoàn thành các công nghệ sản xuất ❷ngắt mạng; out

【下线】² xiàxiàn〈名〉tuyến dưới; căn cứ dưới; người ở cấp dưới

【下陷】 xiàxiàn〈动〉trũng xuống: 地基渐渐~。Nền đất trũng xuống dần.

【下乡】 xiàxiāng〈动〉hạ hương; đi nông thôn

【下泻】 xiàxiè〈动〉❶(nước chảy) xuôi; tuột ❷đi tả; tiêu chảy: 上吐~ thượng thổ hạ tả ❸tụt xuống: 汇率一路~。Tỉ suất hối đoái tụt mạnh.

【下行】 xiàxíng〈动〉❶(những chuyến xe lửa Trung Quốc) chạy từ thủ đô Bắc Kinh ra hoặc từ đường chính đi vào đường nhánh (tuyến số lẻ) ❷thuyền đi xuôi dòng ❸công văn gửi xuống cấp dưới: ~公文 gửi công văn xuống cấp dưới ❹tụt hậu; hạ xuống: 近来股市持续~。Dạo này thị trường cổ phiếu liên tục tụt hậu.

【下学】 xiàxué〈动〉tan học: 我们十二点~。Chúng tôi tan học vào 12 giờ trưa.

【下雪】 xiàxuě〈动〉mưa tuyết: 下大雪 mưa tuyết lớn

【下旬】 xiàxún〈名〉hạ tuần

【下咽】 xiàyàn〈动〉nuốt: 无法~ không nuốt xuống được

【下药】 xiàyào〈动〉❶cho thuốc; bốc thuốc: 对症~ bốc thuốc theo bệnh ❷bỏ thuốc độc

【下野】 xiàyě〈动〉về vườn (người nắm quyền bị buộc rời bỏ); ra rìa; hạ bệ

【下一步】 xiàyībù〈名〉bước tiếp theo: ~的计划 kế hoạch tiếp theo

【下议院】 xiàyìyuàn〈名〉hạ nghị viện

【下意识】 xià yìshí❶tiềm thức; bản năng ❷theo bản năng

【下游】xiàyóu〈名〉❶hạ du; hạ lưu ❷lạc hậu; tụt hậu: 他的成绩在班上处于~。Thành tích của anh ấy đang ở vị trí tụt hậu trong lớp.

【下雨】xiàyǔ〈动〉mưa: ~了，我们回去吧。Trời mưa rồi, chúng tôi về nhé.

【下狱】xiàyù〈动〉vào tù; hạ ngục; bỏ tù: 犯法的人是要~的。Những người vi phạm pháp luật sẽ bị bỏ tù.

【下载】xiàzài〈动〉tải xuống; download: ~数据 tải dữ liệu xuống

【下葬】xiàzàng〈动〉hạ huyệt; chôn cất: 民众将烈士~。Người dân đã chôn cất liệt sĩ.

【下肢】xiàzhī〈名〉chi dưới; chi sau chân; đôi chân: 他~很灵活。Đôi chân anh ấy rất linh hoạt.

【下种】xiàzhǒng〈动〉gieo hạt; gieo trồng: 要在雨季来临之前~稻谷。Cần gieo cấy lúa vào trước mùa mưa.

【下注】xiàzhù〈动〉đánh cược đặt tiền

【下箸】xiàzhù〈动〉[书]đụng đũa; gắp ăn; cầm đũa: 无法~ không đụng đũa được

【下装】[1] xiàzhuāng〈动〉cởi bỏ trang phục

【下装】[2] xiàzhuāng〈名〉quần

【下坠】xiàzhuì〈动〉❶tụt xuống; trụy xuống; sa xuống ❷chuyển dạ (sắp đẻ)

【下作】xiàzuo❶〈形〉bỉ ổi; thấp hèn ❷〈形〉[方]tham ăn; háu ăn ❸〈名〉[方]trợ thủ

吓 xià〈动〉dọa; dọa dẫm; hù; làm cho sợ hãi; làm chùn bước: ~一跳 sợ giật mình; 困难~不倒我们。Khó khăn không thể làm cho chúng ta chùn bước.

另见 hè

【吓呆】xiàdāi〈动〉khiếp đảm; khiếp vía

【吓唬】xiàhu〈动〉[口]hù; dọa; làm cho khiếp sợ: ~要打人 dọa sẽ đánh đòn

【吓人】xiàrén〈形〉ghê rợn; khiếp sợ: 这条小路又深又黑，真~。Con đường này vừa sâu vừa tối, thật rợn người.

【吓死】xiàsǐ〈动〉khiếp đảm; khiếp vía

夏[1] xià〈名〉mùa hè: 春~秋冬 xuân hạ thu đông; 立~ lập hạ; 初~ đầu hạ

夏[2] Xià〈名〉❶đời nhà Hạ (triều đại lịch sử sơ khai của Trung Quốc) ❷biệt danh Trung Quốc //(姓) Hạ

【夏播】xiàbō =【夏种】

【夏季】xiàjì〈名〉mùa hè: ~雨水多。Mùa hè mưa nhiều.

【夏粮】xiàliáng〈名〉lương thực vụ chiêm; lương thực thu hoạch mùa hè: 今年~产量很高。Sản lượng vụ chiêm năm nay rất cao.

【夏令】xiàlìng〈名〉❶mùa hạ; thời tiết mùa hè ❷khí hậu mùa hè

【夏令营】xiàlìngyíng〈名〉trại hè: 今年我们学校举办了~。Năm nay trường ta tổ chức trại hè.

【夏日】xiàrì〈名〉❶mùa hạ; thời tiết mùa hè ❷ánh nắng mùa hè: ~炎炎 nắng mùa hạ nóng gắt

【夏收】xiàshōu❶〈动〉thu hoạch vào mùa hè ❷〈名〉lương thực thu hoạch vào mùa hè; lương thực vụ chiêm

【夏熟】xiàshú❶〈动〉chín vào mùa hè ❷〈名〉lương thực chín vào mùa hè

【夏天】xiàtiān〈名〉mùa hè

【夏娃】Xiàwá〈名〉Eve (vợ của Adam, tổ tiên của nhân loại trong *Kinh Thánh*)

【夏汛】xiàxùn〈名〉lũ mùa hè

【夏夜】xiàyè〈名〉đêm hè

【夏衣】xiàyī〈名〉quần áo mùa hè

【夏至】xiàzhì〈名〉tiết Hạ chí

【夏种】xiàzhòng〈动〉gieo hạt mùa hè

【夏装】xiàzhuāng〈名〉quần áo mùa hè; trang phục hè

xiān

仙 xiān〈名〉❶tiên; thần tiên: ~女 tiên nữ; 成

~ thành tiên ❷người nổi bật về ngành nào đó //(姓) Tiên

【仙丹】xiāndān<名>tiên đơn; thuốc tiên: 传说~能使人长寿。Theo truyền thuyết, thuốc tiên có thể giúp cho người ta sống lâu.

【仙风道骨】xiānfēng-dàogǔ có khí phách của thần tiên; tiên phong đạo cốt

【仙姑】xiāngū<名>❶tiên cô; nàng tiên ❷cô đồng

【仙鹤】xiānhè<名>❶hạc mào đỏ ❷hạc tiên; tiên hạc

【仙境】xiānjìng<名>cõi tiên; cảnh tiên: 这里的景色如同~。Cảnh sắc ở đây tựa như cõi tiên.

【仙女】xiānnǚ<名>tiên nữ: ~下凡。Tiên nữ hạ phàm.

【仙人】xiānrén<名>tiên; thần tiên

【仙人球】xiānrénqiú<名>cây tiên nhân cầu; nắm tay tiên

【仙人掌】xiānrénzhǎng<名>cây cảnh tiên; cây bàn chải gai

【仙山琼阁】xiānshān-qiónggé lầu quỳnh núi tiên; cảnh đẹp hư ảo

【仙逝】xiānshì<动>quy tiên; tạ thế

【仙桃】xiāntáo<名>đào tiên

【仙药】xiānyào<名>thuốc tiên

【仙乐】xiānyuè<名>nhạc tiên: 这首曲子很美妙，如同~。Bản nhạc này hay tuyệt vời, tựa như nhạc tiên.

【仙姿玉色】xiānzī-yùsè dáng vẻ của tiên nữ: 她很美丽，颇有~。Cô ấy đẹp lắm có dáng vẻ tiên nữ.

【仙子】xiānzǐ<名>❶tiên nữ ❷tiên

先 xiān❶<名>trước: ~进 tiên tiến; ~易后难 trước dễ sau khó ❷<形>tiên (chỉ người quá cố): ~父 tiên phụ ❸<名>tổ tiên ❹<副>tạm thời ❺<副>trước: 他~到 cậu ấy đến trước // (姓) Tiên

【先辈】xiānbèi<名>❶người thế hệ trước

❷bậc tiền bối: 要听从~的教诲。Phải nghe theo lời dạy của bậc tiền bối.

【先导】xiāndǎo❶<动>dẫn đường; hướng dẫn ❷<名>người dẫn đường; người hướng dẫn: 让她做你们的~。Để cô ấy làm người hướng dẫn của các bạn.

【先帝】xiāndì<名>tiên đế; nhà vua quá cố: ~遗训 di huấn của tiên đế

【先睹为快】xiāndǔ-wéikuài được thấy trước là sướng; xem trước cho đã mắt

【先发制人】xiānfā-zhìrén ra tay trước áp đảo đối thủ; hành động trước để thắng đối thủ; đánh đòn phủ đầu

【先锋】xiānfēng<名>tiên phong: ~作用 vai trò tiên phong

【先锋队】xiānfēngduì<名>đội tiên phong: ~负责开路。Đội tiên phong phụ trách mở đường.

【先父】xiānfù<名>người cha quá cố

【先公后私】xiāngōng-hòusī tiên công hậu tư; lo việc công trước, lo việc riêng sau

【先河】xiānhé<名>tiền lệ; tiền thân; cội nguồn: 开征服宇宙的~ mở đường cho việc chinh phục vũ trụ

【先后】xiānhòu❶<名>trước và sau ❷<副>lần lượt; trước sau: 他们~都走了。Trước sau rồi họ đã đi hết.

【先见之明】xiānjiànzhīmíng nhìn xa thấy trước; sáng suốt thấy trước; nhìn xa trông rộng: 你提前跟他们联系好，真有~。Anh liên lạc với họ trước là biết nhìn xa trông rộng.

【先进】xiānjìn<形>tiên tiến: ~技术 kĩ thuật tiên tiến

【先进个人】xiānjìn gèrén cá nhân tiên tiến; chiến sĩ thi đua

【先决】xiānjué<形>tiên quyết; giải quyết trước: ~条件 điều kiện tiên quyết

【先来后到】xiānlái-hòudào thứ tự đến

trước và sau: 排队是为了有个~。Xếp hàng là để có thứ tự trước sau.

【先礼后兵】xiānlǐ-hòubīng tiên lễ hậu binh; nghi lễ đi trước, vũ lực theo sau

【先例】xiānlì<名>tiền lệ: 尚无~ chưa có tiền lệ

【先烈】xiānliè<名>tiên liệt: 我们一起怀念革命~。Chúng ta cùng tưởng nhớ các bậc tiên liệt cách mạng.

【先民】xiānmín<名>[书]❶dân thời cổ ❷ người hiền tài xưa

【先母】xiānmǔ<名>người mẹ quá cố

【先期】xiānqī<名>❶trước thời hạn; trước ngày quy định: 一些同志已经~完成任务。Một số đồng chí đã hoàn thành nhiệm vụ trước thời hạn. ❷thời kì đầu

【先前】xiānqián<名>trước; trước kia: ~我并不知道这件事。Trước tôi không biết việc này.

【先遣】xiānqiǎn<形>tiền trạm; đi trước: ~队 đội tiền trạm

【先驱】xiānqū❶<动>tiên phong: ~者 người đi tiên phong ❷<名>người đi trước; người dẫn đường: 我们永远不会忘记那些为了民族独立而牺牲的革命~。Chúng ta mãi mãi ghi nhớ các bậc tiên phong cách mạng đã hi sinh vì sự nghiệp độc lập dân tộc.

【先人】xiānrén<名>❶tổ tiên ❷cụ thân sinh (đã quá cố)

【先人后己】xiānrén-hòujǐ tiên nhân hậu kỉ; người trước mình sau

【先任】xiānrèn<名>tiền nhiệm

【先入为主】xiānrù-wéizhǔ tiên nhập vi chủ; vào trước là chủ: 大家要改变~的观念。Các bạn hãy thay đổi quan niệm vào trước là chủ.

【先入之见】xiānrùzhījiàn thành kiến ban đầu

【先生】xiānsheng<名>❶thầy; thầy giáo

❷thầy; ngài; tiên sinh: 鲁迅~ ông Lỗ Tấn ❸chồng; ông chồng ❹[方]thầy thuốc ❺[旧] những người làm nghề bói số, xem phong thủy: 风水~ thầy địa lí ❻[旧]thầy kí (kế toán)

【先声夺人】xiānshēng-duórén ra oai trước để áp chế đối phương; lớn tiếng dọa phủ đầu

【先声后实】xiānshēng-hòushí ra oai trước để áp chế đối phương, rồi mới chiến đấu

【先师】xiānshī<名>❶thầy giáo bậc tiền bối ❷thầy giáo đã qua đời

【先世】xiānshì<名>tổ tiên: 祭奠~ thờ cúng tổ tiên

【先是】xiānshi<连>trước là; vốn là: ~刮风、接着下雨。Trước là gió, tiếp sau là mưa.

【先手】xiānshǒu<名>đi bước đầu; thế chủ động: 他完全占了~。Anh ấy hoàn toàn ở thế thượng phong.

【先天】xiāntiān<名>❶bẩm sinh; tiên thiên: ~性心脏病 bệnh tim bẩm sinh ❷[哲学]tiên nghiệm

【先天不足】xiāntiān-bùzú bẩm sinh yếu ớt; tiên thiên bất túc

【先天下之忧而忧，后天下之乐而乐】xiān tiānxià zhī yōu ér yōu, hòu tiānxià zhī lè ér lè lo trước cái lo của thiên hạ, vui sau cái vui của thiên hạ

【先天性】xiāntiānxìng<名>tính bẩm sinh; tính tự nhiên

【先头】xiāntóu❶<形>trước; đầu; mũi nhọn: ~部队 đơn vị mũi nhọn ❷<名>trước: ~到 đến trước ❸<名>đằng trước; phía trước: 他排在队伍的~。Anh ấy đứng ngay trước đội ngũ.

【先下手为强】xiān xiàshǒu wéi qiáng ra tay trước để giành lợi thế

【先行】xiānxíng❶<动>đi đầu; đi trước: ~

者 người đi trước; ~部队 bộ đội đi đầu ❷ 〈动〉làm trước: 上岗前~培训. Đào tạo trước khi chính thức đi vào cương vị. ❸ 〈名〉quan dẫn đầu

【先行官】xiānxíngguān〈名〉quan dẫn đầu; quan đi trước

【先行者】xiānxíngzhě〈名〉người đi trước; người đi hàng đầu

【先验】xiānyàn〈形〉tiên nghiệm: ~唯心主 义 chủ nghĩa duy tâm tiên nghiệm

【先验论】xiānyànlùn〈名〉tiên nghiệm luận; thuyết tiên nghiệm

【先泽】xiānzé〈名〉ơn huệ của tổ tiên; vật của tổ tiên

【先斩后奏】xiānzhǎn-hòuzòu tiên trảm hậu tấu; chém trước tấu sau; làm trước báo sau

【先兆】xiānzhào〈名〉điềm báo trước

【先哲】xiānzhé〈名〉[书]tiên hiền; hiền triết xưa: 庄子是一位伟大的~。Trang Tử là một tiên triết vĩ đại.

【先知】xiānzhī ❶〈名〉bậc tiên tri; nhà tiên tri ❷〈动〉biết trước; hiểu trước

【先知先觉】xiānzhī-xiānjué tiên tri tiên giác; biết trước hiểu trước

纤 xiān〈形〉nhỏ; bé; bé tí: ~尘 hạt bụi nhỏ 另见qiàn

【纤长】xiāncháng〈形〉nhỏ dài; mảnh dẻ: 四肢~ chân tay mảnh dẻ

【纤尘】xiānchén〈名〉hạt bụi nhỏ

【纤尘不染】xiānchén-bùrǎn không vướng bụi trần; không dính một hạt bụi nhỏ nào

【纤度】xiāndù〈名〉độ mịn; độ nhỏ

【纤毫】xiānháo〈名〉chi tiết: ~毕现 hiện rõ từng tơ chi tiết

【纤毫不爽】xiānháo-bùshuǎng chẳng sai; mảy may không sai

【纤毛】xiānmáo〈名〉lông tơ; tiêm mao

【纤毛虫】xiānmáochóng〈名〉mao trùng; trùng lông

【纤美】xiānměi〈形〉đẹp mảnh mai: 这幅画 像~而动人. Bức tranh chân dung này đẹp mảnh mai mà xúc động lòng người.

【纤密】xiānmì〈形〉nhỏ dày; dày sít: ~的刺 绣 mũi thêu nhỏ sít

【纤巧】xiānqiǎo〈形〉tinh vi khéo léo; nhỏ và khéo: 双手~ hai tay nhỏ khéo

【纤柔】xiānróu〈形〉nhỏ nhắn và mềm mại: 长发~ mái tóc dài mượt mềm mại

【纤弱】xiānruò〈形〉nhỏ bé yếu ớt: ~的身躯 thân người nhỏ yếu

【纤手】xiānshǒu〈名〉ngón tay mảnh dẻ

【纤瘦】xiānshòu〈形〉nhỏ bé gầy còm: 身体 ~ mình mẩy gầy còm

【纤体】xiāntǐ〈动〉giữ eo: 经常锻炼能够 达到~的目的. Cứ tập đều có thể đạt mục đích giữ eo.

【纤维】xiānwéi〈名〉sợi; thớ; xơ; tơ: 合成~ sợi hóa chất tổng hợp

【纤维素】xiānwéisù〈名〉chất xơ; chất xen lu lô: 这种植物富含~. Loại cây này giàu chất xơ.

【纤悉】xiānxī〈形〉[书]tỉ mỉ; tường tận: ~无 遗 không sót chút xíu

【纤细】xiānxì〈形〉nhỏ mảnh; nhỏ li ti: ~的 尼龙绳 sợi ni-lon mòng manh

【纤纤】xiānxiān〈形〉[书]nhỏ và dài; thon thon: 十指~ mười ngón tay thon thon

【纤小】xiānxiǎo〈形〉bé nhỏ; nhỏ mảnh

【纤秀】xiānxiù〈形〉thon thả: 这个姑娘长得 ~。Cô gái có thân hình thon thả.

【纤腰】xiānyāo〈名〉eo thon

【纤指】xiānzhǐ〈名〉ngón tay thon

氙 xiān〈名〉[化学]xenon (kí hiệu: Xe)

【氙灯】xiāndēng〈名〉đèn xenon

籼 xiān〈名〉lúa tẻ; gạo tẻ

【籼稻】xiāndào〈名〉lúa tẻ

【籼米】xiānmǐ〈名〉gạo tẻ

掀 xiān ⟨动⟩❶giở; mở ra; lật; vén: ~锅盖 mở vung nồi; ~窗帘 vén rèm cửa sổ ❷trào; cuộn: 白浪~天。Sóng cả cuộn trời.

【掀动】 xiāndòng ⟨动⟩❶lật; dâng ❷lôi cuốn; tạo nên; khơi dậy: 你的来信~了我的心潮。Thư của em đã khơi dậy nỗi xúc động trong lòng anh.

【掀翻】 xiānfān ⟨动⟩lật giở

【掀开】 xiānkāi ⟨动⟩mở ra; vén lên

【掀起】 xiānqǐ ⟨动⟩❶vén; mở: ~蚊帐 vén màn ❷dâng lên; dấy lên: ~革命高潮 dấy lên cao trào cách mạng ❸rào; cuộn; trào dâng: 大海~了大浪。Biển cả cuộn sóng lớn.

锨 xiān ⟨名⟩cái xẻng

鲜 xiān ❶⟨形⟩tươi sống: ~肉 thịt tươi ❷⟨形⟩tươi: ~花 hoa tươi ❸⟨名⟩thức ăn ngon: 尝~ nếm tươi sốt ❹⟨形⟩ngon ❺⟨名⟩món thủy sản: 海~ đồ biển ❻⟨形⟩tươi sáng; tươi tắn: ~红 đỏ tươi //(姓) Tiên, Tiền

另见xiǎn

【鲜贝】 xiānbèi ⟨名⟩sò tươi; ốc tươi

【鲜脆】 xiāncuì ⟨形⟩giòn và tươi

【鲜果】 xiānguǒ ⟨名⟩quả tươi

【鲜红】 xiānhóng ⟨形⟩đỏ tươi; đỏ thắm

【鲜花】 xiānhuā ⟨名⟩hoa tươi: 一束~ một bó hoa tươi

【鲜活】 xiānhuó ⟨形⟩❶tươi sống ❷sống động: ~的形象 hình ảnh sống động

【鲜货】 xiānhuò ⟨名⟩hàng tươi sống: 市场上很多人卖~。Nhiều người bán hàng tươi sống trên chợ.

【鲜美】 xiānměi ⟨形⟩❶(thức ăn) tươi và ngon: 这道清蒸鱼很~。Món cá hấp này thật tươi ngon. ❷[书](hoa, cỏ) tươi đẹp

【鲜明】 xiānmíng ⟨形⟩❶(màu sắc) sáng, tươi ❷sáng rõ; rõ ràng: 对比~ đối chiếu rõ ràng

【鲜奶】 xiānnǎi ⟨名⟩sữa tươi: 这里的~很有特色。Sữa tươi vùng này đậm đà phong vị riêng.

【鲜嫩】 xiānnèn ⟨形⟩tươi non; non tơ: 肉质~ thịt tươi ngon

【鲜浓】 xiānnóng ⟨形⟩tươi thắm; nồng thắm 色泽~ màu sắc thắm đậm

【鲜味】 xiānwèi ⟨名⟩mùi tươi; mùi vị tươi

【鲜血】 xiānxuè ⟨名⟩máu tươi; máu đào

【鲜艳】 xiānyàn ⟨形⟩tươi đẹp: 颜色~ màu sắc tươi đẹp

【鲜鱼】 xiānyú ⟨名⟩cá tươi; cá sống

xián

闲 xián ❶⟨形⟩nhàn; rỗi; rảnh rang: 这几天我可以~下来了。Mấy ngày nay tôi có thể rảnh rang chút xíu rồi. ❷⟨形⟩để không; chưa dùng đến: ~房 buồng để không ❸⟨名⟩giờ rỗi: ~暇 giờ rỗi: 忙里偷~ tranh thủ chút giờ rỗi khi đang bận ❹⟨形⟩không dính dáng đến cái chính: ~聊 nói chuyện phiếm //(姓) Nhàn

【闲不住】 xiánbuzhù không chịu nghỉ tay nhàn hạ; cái nết hay làm lụng: 他父亲退而不休，整天~。Bố cậu ấy nghỉ hưu rồi mà vẫn hay bận rộn suốt ngày.

【闲步】 xiánbù ⟨动⟩đi dạo: ~于湖边 đi dạo quanh hồ

【闲扯】 xiánchě ⟨动⟩nói chuyện tào lao; nói chuyện phiếm; tán gẫu: 不要在办公室~。Không được tán gẫu trong văn phòng.

【闲荡】 xiándàng ⟨动⟩đi lăng quăng; đi chơi lang thang: 不知道要去哪里，我们只好~。Không biết đi đâu nên chúng tôi chỉ đi lang thang.

【闲地】 xiándì ⟨名⟩đất nhàn; đất trống: 村里组织人员在~上种了树。Làng đã tổ chức lao động trồng cây trên những khoảng đất trống.

【闲工夫】xiángōngfu<名>thời gian rỗi; lúc rỗi rãi: 我没有~跟你瞎扯。Tôi không có thời gian rỗi để tán gẫu với anh.

【闲逛】xiánguàng<动>đi lăng quăng; đi chơi loanh quanh: 他无事可做，整天~。 Anh ấy không có việc làm, suốt ngày đi chơi loanh quanh.

【闲话】xiánhuà❶<名>chuyện phiếm; chuyện lạc đề: ~少说，我们直接讨论问题。Không nói chuyện phiếm nữa, chúng ta bàn trực tiếp vào vấn đề. ❷<名>lời ong tiếng ve; lời đàm tiếu: 做事认真一点，不要让别人说~。Làm việc phải cẩn thận, đừng để người ta nói ra nói vào. ❸<动>[书] nói chuyện phiếm: 两人品茗~到天亮。Hai người cứ uống trà nói chuyện phiếm thâu đêm.

【闲静】xiánjìng<形>thảnh thơi và yên tĩnh: 我喜欢~的生活。Tôi thích cuộc sống thảnh thơi.

【闲居】xiánjū<动>nhàn cư; ăn không ngồi rồi; rỗi rãi

【闲空】xiánkòng<名>lúc rỗi rãi; lúc rảnh rang: 我很忙，没一点~。Tôi rất bận, chẳng chút rảnh rang.

【闲聊】xiánliáo<动>nói chuyện phiếm: 我们边喝茶边~。Chúng tôi vừa uống chè vừa nói chuyện phiếm.

【闲溜达】xián liūda đi lăng quăng; đi chơi loanh quanh

【闲气】xiánqì<名>giận dỗi không đâu; cáu gắt vô lối

【闲弃】xiánqì<动>để trống; để không

【闲钱】xiánqián<名>tiền để không: 我家没有~。Nhà tôi không có tiền để không.

【闲情逸致】xiánqíng-yìzhì nhàn hạ thoải mái: 他很有~。Anh ấy nhàn hạ thoải mái lắm.

【闲人】xiánrén<名>❶người nhàn rỗi ❷ người ngoài: ~免进。Không phận sự miễn vào.

【闲散】xiánsǎn<形>❶nhàn tản: ~人员 nhân viên nhàn tản ❷rảnh rỗi; không dùng đến: ~资金 tiền nhàn rỗi

【闲时】xiánshí<名>thời gian nhàn rỗi: ~请到寒舍一叙。Khi nào được rỗi xin quá bộ sang nhà chuyện trò.

【闲事】xiánshì<名>việc đâu đâu

【闲适】xiánshì<形>thanh thản: ~的生活 cuộc sống thanh thản

【闲书】xiánshū<名>sách giải trí: 他喜欢看~。Anh ấy thích xem sách giải trí.

【闲谈】xiántán<动>nói chuyện phiếm

【闲暇】xiánxiá<名>rỗi rãi: ~时间 thời gian rỗi rãi

【闲心】xiánxīn<名>❶lòng dạ thanh thản ❷tâm tư không thiết yếu

【闲言碎语】xiányán-suìyǔ❶lời vụn vặt linh tinh ❷lời nói nhảm nhí vô căn cứ

【闲游】xiányóu<动>đi lang thang

【闲员】xiányuán<名>nhân viên nhàn hạ: 他是单位的~。Anh ấy là nhân viên nhàn hạ của đơn vị.

【闲云野鹤】xiányún-yěhè mây hạc nhởn nhơ; ví kẻ thư thái nhàn tản

【闲杂】xiánzá<形>tạp vụ: ~工作 công việc tạp vụ

【闲职】xiánzhí<名>chức vụ nhàn hạ: 这是一个~。Đó là một chức vụ nhàn hạ.

【闲置】xiánzhì<动>gác xó; để không: ~设备 thiết bị để không; 这台电脑被~了。 Máy tính này đã gác xó.

【闲坐】xiánzuò<动>ngồi chơi

贤 xián❶<形>có tài đức ❷<名>người có tài đức: 圣~ thánh hiền ❸<形>hiền (tôn xưng người bằng vai hoặc bậc dưới): ~弟 hiền đệ //(姓) Hiền

【贤才】xiáncái<名>người tài đức: 广纳~

tiếp nhận người có tài đức

【贤达】xiándá<名>người hiền đạt: 招募~ chiêu mộ người hiền đạt

【贤德】xiándé❶<名>hiền đức: 素有~ vốn có hiền đức ❷<形>hiền lành

【贤惠】xiánhuì<形>(phụ nữ) có đức hạnh; hiền lành: 她是一名~的妇女。Cô ấy là một phụ nữ có đức hạnh.

【贤良】xiánliáng[书]❶<形>hiền lương; có tài đức: ~的母亲 bà mẹ hiền lành ❷<名>người có tài đức

【贤民】xiánmín<名>dân lành: 他是一介~。Anh ấy là dân lành.

【贤明】xiánmíng❶<形>có tài năng và kiến thức; sáng suốt: ~的皇帝 vua có tài năng và kiến thức ❷<名>người có đức tài sáng suốt

【贤内助】xiánnèizhù<名>vợ hiền: 我有一位~。Tôi có người vợ hiền đảm đang.

【贤能】xiánnéng<形>có đạo đức và tài năng: 村民选~的人当村主任。Dân làng bầu người có đức có tài làm chủ nhiệm thôn.

【贤妻良母】xiánqī-liángmǔ vợ tảo mẹ hiền

【贤人】xiánrén<名>người tài đức

【贤淑】xiánshū<形>[书]hiền thục: 她是一个~的好女人。Chị ấy là một người phụ nữ hiền thục.

【贤哲】xiánzhé[书]❶<名>hiền triết ❷<形>có tài đức

弦 xián<名>❶dây cung ❷dây đàn ❸dây cót đồng hồ ❹cát tuyến ❺đường huyền; cạnh huyền

【弦外之音】xiánwàizhīyīn ý ở ngoài lời: 他不明白她的~。Anh ấy không hiểu ngụ ý câu nói của cô ấy.

【弦月】xiányuè<名>trăng huyền; trăng lưỡi liềm

【弦乐】xiányuè<名>đàn dây: 他是~专业的学生。Anh ấy là sinh viên chuyên ngành đàn dây.

【弦乐器】xiányuèqì<名>nhạc cụ dây

咸¹ xián<副>[书]tất cả: 老少~集。Tất cả già trẻ đều tụ hợp lại。//(姓) Hàm

咸² xián<形>❶mặn: 这个菜太~了。Món ăn này mặn quá. ❷ướp muối: ~鱼 cá muối

【咸菜】xiáncài<名>dưa muối

【咸蛋】xiándàn<名>trứng muối

【咸淡】xiándàn<名>❶vị mặn và nhạt ❷rau tươi và dưa muối, chỉ các loại thức ăn tươi và mặn nói chung ❸sự khen chê: 说咸道淡 lời khen và tiếng chê bai

【咸津津】xiánjīnjīn mằn mặn

【咸肉】xiánròu<名>thịt muối

【咸水】xiánshuǐ<名>nước mặn

【咸味】xiánwèi<名>vị mặn

【咸鸭蛋】xiányādàn<名>trứng vịt muối

【咸鱼】xiányú<名>cá mặn

【咸鱼翻生】xiányú-fānshēng xoay chuyển tình thế; trở mình; đổi đời

涎 xián<名>nước dãi: 流~ chảy dãi

【涎皮赖脸】xiánpí-làiliǎn trơ mặt ra

【涎水】xiánshuǐ<名>[方]nước dãi

娴 xián<形>[书]❶nhã nhặn ❷giỏi; khéo léo: ~于音律 giỏi về âm nhạc

【娴静】xiánjìng<形>nhã nhặn trầm tĩnh

【娴熟】xiánshú<形>thành thạo: 他~地操作机器。Anh ấy thao tác máy móc một cách thành thạo.

【娴雅】xiányǎ<形>nhã nhặn: 举止~ cử chỉ nhã nhặn

【娴于辞令】xiányúcílìng khéo ăn nói

衔¹ xián❶<名>[书]hàm thiếc ngựa ❷<动>ngậm; tha: 燕子~泥筑巢。Con én tha đất làm tổ. ❸<动>giữ ở trong lòng; ôm ấp ❹<动>[书]nhận; tiếp thu ❺<动>nối nhau

衔² xián<名>chức hàm: 军~ quân hàm

【衔恩】xián'ēn<动>hàm ơn; chịu ơn; mang ơn

【衔恨】xiánhèn<动>ngậm hờn; ôm hận

【衔环结草】xiánhuán-jiécǎo tết cỏ ngậm vành (để đền ơn)

【衔级】xiánjí<名>cấp hàm

【衔接】xiánjiē<动>nối tiếp: 两个环节要~好。Hai khâu phải nối tiếp chặt chẽ.

【衔命】xiánmìng<动>[书]phụng mệnh; tuân lệnh

【衔铁】xiántiě<名>thép ngầm

【衔头】xiántóu<名>hàm

【衔冤】xiányuān<动>hàm oan

舷 xián<名>mạn thuyền; thành tàu; biên máy bay

【舷边】xiánbiān<名>mép thuyền; thành tàu

【舷窗】xiánchuāng<名>cửa sổ thành tàu; cửa sổ biên máy bay: 他的座位靠近~。Chỗ ngồi của anh ấy sát cửa sổ thành tàu.

【舷灯】xiándēng<名>đèn mạn thuyền: ~太暗了。Đèn mạn thuyền tối quá.

【舷炮】xiánpào<名>pháo mạn thuyền: 船上有一管~。Trên mạn tàu có một khẩu pháo.

【舷梯】xiántī<名>cầu thang bên sườn tàu hoặc máy bay: ~坏了。Cầu thang bên sườn tàu đã bị hỏng.

嫌 xián❶<名>hiềm nghi: 避~ tránh sự hiềm nghi ❷<动>chê; ghét; không vừa lòng: 这种布很结实，就~太厚了。Thứ vải này rất bền, chỉ phải cái quá dày. ❸<名>hiềm thù; oán hận

【嫌烦】xiánfán<动>chán ghét: 他真让人~。Anh ấy làm cho mọi người thấy chán ghét.

【嫌贫爱富】xiánpín-àifù khinh nghèo thích giàu

【嫌弃】xiánqì<动>ghét bỏ

【嫌恶】xiánwù<动>ghét bỏ

【嫌隙】xiánxì<名>hiềm khích; ác cảm

【嫌疑】xiányí<名>hiềm nghi; tình nghi: 消除~ xóa bỏ mối hiềm nghi

【嫌疑犯】xiányífàn<名>kẻ bị tình nghi; nghi phạm: ~还没被抓住。Vẫn chưa bắt được kẻ tình nghi.

【嫌怨】xiányuàn<名>hiềm oán

【嫌憎】xiánzēng<动>căm ghét: 他~奸诈之人。Anh ấy căm ghét kẻ gian dối.

xiǎn

显 xiǎn❶<形>rõ ràng: 治疗效果~著。Hiệu quả điều trị rõ ràng. ❷<形>hiển hách ❸<动>hiện lên; tỏ ra: ~得很伤心 trông vẻ rất buồn //(姓) Hiển

【显摆】xiǎnbai<动>[方]khoe bày; phô bày: 一只手表而已，没有什么可以~的。Chỉ là chiếc đồng hồ mà thôi, có gì mà đáng khoe khoang.

【显出】xiǎnchū<动>tỏ ra; hiện ra: 他~很不高兴的样子。Anh ấy tỏ vẻ không vui.

【显达】xiǎndá<形>hiển đạt; làm nên

【显得】xiǎnde<动>tỏ ra; lộ ra; hiện ra: ~很庄重 tỏ ra rất nghiêm trang

【显而易见】xiǎn'éryìjiàn rõ ràng và dễ thấy; rất rõ ràng

【显贵】xiǎnguì❶<形>hiển vinh; hiển hách tôn quý: ~人物 con người hiển vinh ❷<名>kẻ hiển vinh

【显赫】xiǎnhè<形>❶(địa vị, danh tiếng) hiển hách: 他的家族十分~。Gia tộc của anh ấy rất hiển hách. ❷hiển hách; lừng lẫy: 战功~ chiến công hiển hách

【显赫一时】xiǎnhè-yīshí vang dội một thời: 他曾因指挥了那场战斗而~。Anh ấy từng vang dội một thời vì đã chỉ huy cuộc chiến đấu đó.

【显花植物】xiǎnhuā zhíwù thực vật hiển hoa; cây có hoa

【显见】xiǎnjiàn<动>rõ ràng; rành rành: 公司的业绩~好转。Thành tích của công ti khá lên rõ rệt.

【显卡】xiǎnkǎ〈名〉card màn hình; thiết bị chỉnh màn hình

【显灵】xiǎnlíng〈动〉hiển linh: 神仙~ thần tiên hiển linh

【显露】xiǎnlù〈动〉để lộ rõ; hiện lên: ~才华 lộ rõ tài hoa

【显明】xiǎnmíng〈形〉sáng tỏ; lộ rõ: 脉络~ mạch máu nổi rõ

【显目】xiǎnmù〈形〉rõ ràng; nổi bật

【显能】xiǎnnéng〈动〉tỏ rõ tài năng; trổ tài

【显然】xiǎnrán〈形〉hiển nhiên; rõ ràng: 你 所提的要求~太过分了。Anh nêu ra yêu cầu như thế rõ ràng là quá đáng.

【显山露水】xiǎnshān–lùshuǐ lộ rõ tài năng

【显身手】xiǎn shēnshǒu ra tay; trổ tài

【显圣】xiǎnshèng〈动〉hiển linh: 这座庙里 曾经有过菩萨~的传说。Ngôi chùa này đã từng có truyền thuyết bồ tát hiển linh.

【显示】xiǎnshì〈动〉biểu hiện; hiển thị: 他 充分~了自己的能力。Anh ấy đã thể hiện đầy đủ tài năng của mình. 文本在屏幕上~ 出来了。Đoạn văn bản hiển thị trên màn hình.

【显示器】xiǎnshìqì〈名〉màn hình hiển thị

【显微镜】xiǎnwēijìng〈名〉kính hiển vi

【显现】xiǎnxiàn〈动〉hiện rõ; hiển hiện: 月 亮在云层里逐渐~出来。Mặt trăng dần dần hiện ra từ trong tầng mây.

【显像管】xiǎnxiàngguǎn〈名〉bóng hiện hình

【显效】xiǎnxiào❶〈动〉có hiệu quả: 药物~ 快。Thuốc này phát huy hiệu quả nhanh. ❷〈名〉hiệu quả rõ rệt

【显形】xiǎnxíng〈动〉hiện nguyên hình; lộ rõ chân tướng: 怪物~。Quái vật hiện rõ nguyên hình.

【显性】xiǎnxìng〈形〉[遗传]thể hơn

【显学】xiǎnxué〈名〉[书]hiển học; môn phái và học thuyết nổi tiếng

【显眼】xiǎnyǎn〈形〉dễ thấy; bắt mắt: 这个 颜色很~。Màu sắc này rất bắt mắt.

【显扬】xiǎnyáng〈动〉[书]❶biểu dương ❷làm cho lừng lẫy

【显要】xiǎnyào❶〈形〉cao sang; quyền cao chức trọng: 地位~ địa vị cao sang ❷ 〈名〉người quan cao chức trọng

【显耀】xiǎnyào❶〈形〉vang dội ❷〈动〉khoe bày; phô trương

【显影】xiǎnyǐng〈动〉rửa ảnh; tráng ảnh

【显著】xiǎnzhù〈形〉rõ rệt; nổi bật: 取得~的 成就 giành được những thành tựu nổi bật

险 xiǎn❶〈名〉hiểm yếu: 天~ vùng hiểm yếu thiên nhiên ❷〈名〉nguy hiểm: 虎口脱~ thoát khỏi cơn nguy hiểm từ tay giặc ❸〈副〉 suýt: ~遭毒手 suýt bị ám hại ❹〈形〉nham hiểm ❺〈形〉hiểm trở

【险隘】xiǎn'ài〈名〉cửa ải hiểm yếu

【险地】xiǎndì〈名〉❶chỗ hiểm yếu; vùng hiểm yếu: 这是一片~, 要注意加强防守。 Đây là một vùng hiểm yếu, phải tăng cường canh phòng. ❷cõi nguy hiểm

【险毒】xiǎndú〈形〉hiểm độc

【险恶】xiǎn'è〈形〉❶nguy hiểm đáng sợ; hiểm nghèo: 这一带地形~。Vùng này địa hình hiểm trở. ❷hiểm độc

【险峰】xiǎnfēng〈名〉chóp núi hiểm; ngọn núi cheo leo

【险固】xiǎngù〈形〉hiểm yếu vững chắc: 地 势~。Địa thế hiểm yếu vững chắc.

【险关】xiǎnguān〈名〉nơi quan ải hiểm yếu

【险境】xiǎnjìng〈名〉tình trạng nguy hiểm: 我们正陷入~。Chúng ta đang rơi vào tình trạng nguy hiểm.

【险峻】xiǎnjùn〈形〉❶hiểm yếu: ~的山峰 ngọn núi cheo leo hiểm trở ❷hiểm nghèo

【险情】xiǎnqíng〈名〉tình hình nguy hiểm: 排除~ tháo gỡ tình trạng nguy hiểm

【险球】xiǎnqiú〈名〉cú bóng rất hiểm

【险区】xiǎnqū<名>vùng nguy hiểm

【险胜】xiǎnshèng<动>thắng xấp xỉ

【险滩】xiǎntān<名>thác ghềnh hiểm yếu: 穿过~ xuyên qua thác ghềnh hiểm yếu

【险象环生】xiǎnxiàng-huánshēng nguy hiểm xảy ra liên tiếp; sự hiểm hóc chồng chất: 出游遇上坏天气，路上~。Đi du lịch gặp phải tiết trời xấu, trên đường liên tiếp xảy ra nguy hiểm.

【险些】xiǎnxiē<副>suýt; suýt nữa: 我们~失败。Chúng ta suýt bị thất bại.

【险要】xiǎnyào<形>(địa thế) hiểm yếu: ~的地形 địa hình hiểm yếu

【险遭不测】xiǎnzāobùcè suýt gặp chuyện không may

【险诈】xiǎnzhà<形>nham hiểm xảo trá

【险兆】xiǎnzhào<名>triệu chứng hiểm nghèo

【险症】xiǎnzhèng<名>chứng bệnh nguy hiểm

【险阻】xiǎnzǔ<形>hiểm trở

鲜 xiǎn<形>ít; hiếm: ~见 hiếm thấy
另见 xiān

【鲜为人知】xiǎnwéirénzhī hiếm có người biết

藓 xiǎn<名>[植物]rêu //(姓) Tiển

xiàn

县 xiàn<名>huyện //(姓) Huyện

【县城】xiànchéng<名>huyện lị: 我们居住在~。Chúng tôi cư trú tại huyện lị.

【县级市】xiànjíshì<名>thành phố cấp huyện: 这个城市是~。Thành phố này là thành phố cấp huyện.

【县委】xiànwěi<名>huyện ủy

【县长】xiànzhǎng<名>huyện trưởng; chủ tịch huyện

【县政府】xiànzhèngfǔ<名>chính quyền huyện

【县志】xiànzhì<名>huyện chí

现 xiàn❶<动>hiện ra; lộ rõ ra: ~出原形 hiện rõ nguyên hình ❷<名>hiện nay; hiện tại; hiện giờ; lúc này: ~阶段 giai đoạn trước mắt; ~通知如下 nay thông báo như sau ❸<副>ngay tức thời; lâm thời; vừa: ~教~学 vừa dạy vừa học ❹<形>tại chỗ; ngay tại đó: ~金 tiền mặt ❺<名>tài khoản sẵn; tiền mặt

【现案】xiàn'àn<名>vụ án vừa xảy ra

【现场】xiànchǎng<名>❶hiện trường: ~办公 làm việc tại hiện trường ❷tại chỗ

【现场直播】xiànchǎng zhíbō truyền phát trực tiếp: ~奥运会开幕式 truyền phát trực tiếp lễ khai mạc Thế vận hội

【现钞】xiànchāo<名>tiền mặt: 使用~交易 giao dịch bằng tiền mặt

【现炒现卖】xiànchǎo-xiànmài vừa xào vừa bán; vừa học vừa giảng giải cho người khác

【现成】xiànchéng<形>sẵn; có sẵn; vốn có: 不用出去买，家里都有~的。Không cần đi mua, trong nhà đã có sẵn.

【现成饭】xiànchéngfàn<名>cơm nấu sẵn; ăn sẵn; không làm mà hưởng: 要努力去创业，不要净想着吃~。Phải cố gắng lập nghiệp, không thể cứ ngồi không ăn sẵn.

【现成话】xiànchénghuà<名>❶lời nói suông; lời nói hão ❷lời nói có sẵn

【现存】xiàncún<动>hiện còn tồn tại: 这座古堡是唯一~的遗迹。Thành trì cổ này là di tích duy nhất được bảo tồn đến nay.

【现代】xiàndài❶<形>hiện đại: ~建筑 kiến trúc hiện đại ❷<名>thời kì hiện đại

【现代化】xiàndàihuà hiện đại hóa: ~教育 giáo dục hiện đại hóa

【现代派】xiàndàipài<名>trường phái hiện đại

【现代舞】xiàndàiwǔ<名>múa hiện đại

【现房】xiànfáng<名>nhà xây sẵn

【现付】xiànfù<动>trả bằng tiền mặt

【现购】xiàngòu<动>mua bằng tiền mặt

【现汇】xiànhuì<名>hối đoái tiền mặt

【现货】xiànhuò<名>hàng hiện có

【现今】xiànjīn<名>hiện nay: ~股市行情疲软。Hiện nay thị trường trái phiếu rất yếu.

【现金】xiànjīn<名>❶tiền mặt ❷ngân khoản

【现金流】xiànjīnliú<名>dòng tiền mặt

【现金账】xiànjīnzhàng<名>sổ thu chi tiền mặt

【现局】xiànjú<名>cục diện hiện thời

【现款】xiànkuǎn<名>tiền mặt: ~交易 giao dịch bằng tiền mặt

【现况】xiànkuàng<名>tình trạng hiện nay: ~如何? Tình trạng hiện nay thế nào?

【现年】xiànnián<名>tuổi hiện thời

【现期】xiànqī<名>hiện kì: ~股票 cổ phiếu hiện kì

【现钱】xiànqián<名>[口]tiền mặt

【现任】xiànrèn<形>đương nhiệm: ~县长 huyện trưởng đương nhiệm

【现身说法】xiànshēn-shuōfǎ đích thân giãi bày

【现时】xiànshí<名>hiện thời

【现实】xiànshí❶<名>hiện thực ❷<形>thực tế; sát với tình hình khách quan

【现实主义】xiànshí zhǔyì chủ nghĩa hiện thực

【现世】¹xiànshì<名>kiếp này

【现世】²xiànshì<动>nhục nhã; mất mặt

【现象】xiànxiàng<名>hiện tượng: 这种~很常见。Hiện tượng này bình thường lắm.

【现行】xiànxíng<形>❶hiện hành: ~的政策 chính sách hiện hành ❷đang hoặc vừa mới phạm tội

【现行法】xiànxíngfǎ<名>luật hiện hành

【现行犯】xiànxíngfàn<名>tội phạm bị bắt quả tang

【现形】xiànxíng<动>hiện hình: 监控录像让窃贼~。Máy giám sát ghi hình đã hiện hình kẻ cắp.

【现眼】xiànyǎn<动>mất mặt; xấu mặt

【现役】xiànyì❶<名>thời gian làm nghĩa vụ quân sự: 服~ đi làm nghĩa vụ quân sự ❷<形>tại ngũ: ~军人 quân nhân tại ngũ

【现有】xiànyǒu❶<形>hiện có: ~住房 nhà ở hiện có ❷<动>hiện nay có: ~住房一间出租。Hiện nay có một gian nhà cho thuê.

【现在】xiànzài<名>hiện tại; bây giờ: ~大家加把劲。Bây giờ mọi người hãy cố gắng lên.

【现职】xiànzhí<名>chức vụ hiện tại

【现状】xiànzhuàng<名>hiện trạng: 这种~需要改变。Hiện trạng này phải được thay đổi.

限 xiàn❶<名>hạn; mức độ; phạm vi được quy định: 以三个月为~ hạn trong ba tháng ❷<动>hạn chế; hạn định: 年龄不~ không hạn định tuổi tác ❸<名>[书]ngưỡng cửa

【限电】xiàndiàn<动>hạn chế sử dụng điện; tiết kiệm điện: 施行~政策 thi hành chính sách hạn chế sử dụng điện

【限定】xiàndìng<动>hạn định: ~数量 hạn định số lượng

【限度】xiàndù<名>hạn độ; mức giới hạn: 金额~ kim ngạch hạn định

【限额】xiàn'é❶<动>hạn ngạch: ~分配 hạn ngạch phân phối ❷<名>mức định

【限高】xiàngāo<名>hạn chế độ cao: 有~规定的桥 cầu có quy định hạn chế độ cao xe chạy

【限购】xiàngòu<动>hạn chế số lượng mua: ~政策 chính sách hạn chế số lượng mua

【限价】xiànjià❶<动>hạn chế giá cả ❷<名>giá cả mức định

【限量】xiànliàng❶<动>số lượng hạn chế: ~发售 bán hàng với số lượng hạn chế ❷<名>mức độ

【限令】xiànlìng❶〈动〉lệnh phải thực hiện theo thời hạn: ~整改 lệnh phải chỉnh đốn trong thời gian quy định ❷〈名〉những sắc lệnh quy định thời hạn

【限期】xiànqī❶〈动〉hạn; quy định kì hạn: ~还款 trả nợ trong kì hạn ❷〈名〉kì hạn

【限时】xiànshí〈动〉quy định thời gian: ~开放 quy định thời gian mở cửa

【限速】xiànsù〈动〉hạn chế tốc độ: ~道路 đường có hạn chế tốc độ

【限于】xiànyú〈动〉giới hạn trong: ~这个范围 giới hạn trong phạm vi này

【限制】xiànzhì❶〈动〉hạn chế: 明文~ có công văn hạn chế ❷〈名〉phạm vi quy định

【限制性】xiànzhìxìng〈名〉tính hạn chế

线 xiàn❶〈名〉sợi; chỉ; dây: 一针一~ cái kim sợi chỉ; 电~ dây điện; ~香 sợi hương ❷〈名〉đường (hình học): 直~ đường thẳng ❸〈名〉tuyến; đường (giao thông): 航~ đường bay ❹〈名〉đường lối ❺〈名〉nơi giáp ranh giới; tuyến: 国境~ đường biên giới quốc gia ❻〈名〉bờ; rìa; mép; miệng hố: 死亡~上 bên miệng hố của sự chết chóc ❼〈名〉luồng; tia: 光~ tia sáng ❽〈名〉manh mối ❾〈量〉tia: 一~希望 một tia hi vọng //(姓) Tuyến

【线报】xiànbào〈名〉[方]tình báo do điệp viên cung cấp

【线虫】xiànchóng〈名〉giun tròn nói chung

【线段】xiànduàn〈名〉đoạn thẳng trong hình học; tuyến phân đoạn

【线路】xiànlù〈名〉đường dây; mạng lưới; tuyến đường: 调整公交~ điều chỉnh tuyến đường xe buýt

【线呢】xiànní〈名〉vải ni kẻ sọc

【线圈】xiànquān〈名〉cuộn dây

【线人】xiànrén〈名〉[方]điệp viên; gián điệp; tình báo viên

【线索】xiànsuǒ〈名〉đầu mối; manh mối

【线毯】xiàntǎn〈名〉thảm sợi; chăn sợi

【线条】xiàntiáo〈名〉đường nét: 这幅画~粗犷。Bức họa này đường nét phác họa phóng khoáng đậm nét. 这工艺品~柔美。Đường nét công nghệ phẩm này rất mềm dịu đẹp mắt.

【线头】xiàntóu〈名〉❶đầu dây ❷đoạn dây

【线团】xiàntuán〈名〉cuộn dây

【线性】xiànxìng〈名〉tuyến tính: ~运动 vận động có tuyến tính; ~成本 giá thành tuyến tính

【线衣】xiànyī〈名〉áo sợi: 晚秋时节他还只穿一件~。Đã cuối thu mà anh ấy vẫn chỉ mặc một chiếc áo sợi.

【线装】xiànzhuāng〈形〉đóng chỉ: ~书 loại sách đóng chỉ

宪 xiàn〈名〉❶[书]pháp lệnh ❷hiến pháp: 立~ lập hiến //(姓) Hiến

【宪兵】xiànbīng〈名〉hiến binh; quân cảnh: 国际~ hiến binh quốc tế

【宪法】xiànfǎ〈名〉hiến pháp: 颁布新~ ban hành bản hiến pháp mới

【宪章】xiànzhāng❶〈动〉[书]bắt chước ❷〈名〉[书]điển chương chế độ ❸〈名〉hiến chương: 联合国~ Hiến chương Liên hợp quốc

【宪政】xiànzhèng〈名〉nền chính trị dân chủ; nền chính trị lập hiến: 一个国家的~ nền chính trị dân chủ của một quốc gia

陷 xiàn❶〈名〉hố bẫy ❷〈名〉chỗ thiếu sót; khuyết điểm: 缺~ khuyết điểm ❸〈动〉sa vào; rơi vào: ~入泥沼 sa vào bãi lầy ❹〈动〉trũng xuống; hóp lại: 他瘦得脸颊都~下去了。Anh ấy gầy đến nỗi cả hai má đều hóp lại. ❺〈动〉hãm hại: 诬~ vu khống hãm hại ❻〈动〉bị đột phá; bị đánh chiếm

【陷害】xiànhài〈动〉hãm hại: ~无辜 hãm hại dân lành

【陷阱】xiànjǐng〈名〉❶hố bẫy; cạm bẫy: 老虎掉进~里。Con hổ sa vào hố bẫy. ❷cái bẫy

【陷坑】xiànkēng<名>cạm bẫy

【陷落】xiànluò<动>❶lõm xuống: 地基~。 Nền nhà bị lõm xuống. ❷rơi vào ❸(vùng đất) bị địch chiếm đóng

【陷入】xiànrù<动>❶rơi vào ❷sa vào

【陷于】xiànyú<动>rơi vào; sa vào: 他们已经~困境。Họ đã rơi vào chỗ khó khăn.

馅 xiàn<名>nhân bánh: 肉~包子 bánh bao nhân thịt

【馅料】xiànliào<名>vật liệu làm nhân

【馅儿饼】xiànrbǐng<名>bánh có nhân

羡 xiàn❶<动>ao ước; thèm muốn ❷<形>[书]thừa

【羡慕】xiànmù<动>hâm mộ: 大家都~他的成就。Mọi người đều hâm mộ thành tựu của anh ấy.

【羡叹】xiàntàn<动>hâm mộ và thán phục

献 xiàn<动>❶dâng tặng: ~花 tặng hoa ❷tỏ ra: ~殷勤 tỏ ra ân cần //(姓) Hiến

【献宝】xiànbǎo<动>❶hiến dâng lễ vật quý: 向皇帝~ hiến dâng lễ vật quý cho hoàng đế ❷đóng góp kinh nghiệm ❸ví khoe của hoặc khoe cái mình cho là mới lạ

【献丑】xiànchǒu<动>trình bày cái kém cỏi vụng về (lời nói khiêm tốn)

【献词】xiàncí<名>lời chúc: 新年~ lời chúc Tết

【献花】xiànhuā<动>tặng hoa: 给嘉宾~ tặng hoa cho khách quý

【献计】xiànjì<动>hiến kế; hiến mưu

【献计献策】xiànjì-xiàncè hiến kế hiến mưu

【献技】xiànjì<动>biểu diễn kĩ năng kĩ xảo (nghệ thuật, võ thuật): 厨师们在技艺大赛中向观众~。Các nhà đầu bếp thao diễn kĩ thuật phục vụ khán giả trong buổi thi tay nghề.

【献礼】xiànlǐ<动>dâng lễ; tặng quà: 向人民~ dâng lễ cho nhân dân

【献媚】xiànmèi<动>ton hót; nịnh bợ

【献身】xiànshēn<动>hiến thân; dâng mình: ~教育事业 hiến thân cho sự nghiệp giáo dục

【献血】xiànxiě<动>hiến máu: ~车 xe hiến máu

【献言】xiànyán<动>góp lời; đóng góp ý kiến

【献艺】xiànyì<动>trổ tài; tỏ rõ tài năng; biểu diễn

【献殷勤】xiàn yīnqín tỏ ra ân cần; săn đón bợ đỡ

腺 xiàn<名>tuyến (trong cơ thể sinh vật): 唾液~ tuyến nước bọt

【腺瘤】xiànliú<名>u tuyến

【腺体】xiàntǐ<名>tuyến thể

【腺细胞】xiànxìbāo<名>tế bào tuyến

xiāng

乡 xiāng<名>❶thôn quê; nông thôn: 城~关系 quan hệ giữa thành phố với nông thôn ❷quê hương; quê nhà: ~情 tình quê ❸làng; xã //(姓) Hương

【乡巴佬儿】xiāngbalǎor<名>con người quê mùa

【乡愁】xiāngchóu<名>nỗi nhớ quê: 浓浓的~ nỗi nhớ quê nồng nàn

【乡村】xiāngcūn<名>thôn làng; thôn quê

【乡村音乐】xiāngcūn yīnyuè nhạc đồng quê

【乡规民约】xiāngguī-mínyuē quy ước thôn xã; hương ước; lệ làng

【乡间】xiāngjiān<名>trong thôn làng: ~小巷 ngõ nhỏ trong thôn làng

【乡里】xiānglǐ<名>❶quê nhà ❷người cùng quê

【乡里乡亲】xiānglǐ-xiāngqīn bà con hàng xóm; bà con trong thôn: ~的，客气什么。Bà con hàng xóm cả, khách sáo làm chi.

【乡邻】xiānglín〈名〉láng giềng cùng quê

【乡民】xiāngmín〈名〉dân làng

【乡亲】xiāngqīn〈名〉❶người đồng hương ❷bà con: 快把粮食分给~们！Mau đem lương thực chia cho bà con!

【乡情】xiāngqíng〈名〉tình quê; tình quê hương: 海外游子的~ tình cảm quê hương của những người ở nước ngoài

【乡绅】xiāngshēn〈名〉hào lí trong làng; hương thân

【乡思】xiāngsī〈名〉nỗi nhớ quê hương; tình quê hương

【乡土】xiāngtǔ〈名〉quê cha đất tổ: ~之情 tình quê cha đất tổ

【乡下】xiāngxia〈名〉[口]nơi quê mùa; nông thôn: ~人 dân quê

【乡音】xiāngyīn〈名〉giọng quê hương: ~未改。Giọng quê hương chưa hề thay đổi.

【乡长】xiāngzhǎng〈名〉chủ tịch xã

【乡镇】xiāngzhèn〈名〉❶xã và thị trấn ❷thị trấn nhỏ

【乡镇企业】xiāngzhèn qǐyè xí nghiệp thị trấn; xí nghiệp hương trấn

相¹ xiāng〈副〉❶lẫn nhau; với nhau: ~识 quen biết nhau; ~亲~爱 thương yêu nhau ❷với; cho: 好言~劝 lựa lời khuyên bảo cho //(姓) Tương

相² xiāng〈动〉ngắm; nhìn; nhắm; tự mình xem: ~亲 gặp mặt để xác định quan hệ yêu đương/xem mặt
另见xiàng

【相爱】xiāng'ài〈动〉yêu nhau: 夫妻~ vợ chồng yêu nhau

【相安无事】xiāng'ān-wúshì sống yên ổn hòa mục với nhau

【相伴】xiāngbàn〈动〉đi cùng; ở cùng với nhau

【相背】xiāngbèi〈动〉trái lại: 与事实~ trái với sự thật

【相悖】xiāngbèi〈动〉trái hẳn với nhau: 理论与实践~。Lí luận trái hẳn với thực tiễn.

【相比】xiāngbǐ〈动〉so sánh với: 跟先进单位~，我们还有很大差距。So với các đơn vị tiên tiến, chúng tôi còn kém xa.

【相差】xiāngchà〈动〉khác nhau: 两者~无几。Hai cái đó không khác nhau mấy.

【相称】xiāngchèn〈形〉tương xứng; xứng hợp nhau: 内容与形式~。Nội dung tương xứng với hình thức.

【相持】xiāngchí〈动〉giằng co; cầm cự: 战争正处于~阶段。Cuộc chiến tranh đang ở vào giai đoạn giằng co.

【相持不下】xiāngchí-bùxià giằng co; ở thế cầm cự với nhau

【相斥】xiāngchì〈动〉bài xích lẫn nhau

【相处】xiāngchǔ〈动〉sống với nhau; ở với nhau: 街坊邻里应好好~。Hàng xóm láng giềng nên sống chan hòa với nhau.

【相传】xiāngchuán〈动〉❶tương truyền: ~尧帝让位给舜帝。Tương truyền rằng vua Nghiêu đã truyền ngôi cho vua Thuấn. ❷truyền giao; truyền thụ: 世代~ đời này truyền cho đời khác

【相当】xiāngdāng❶〈动〉tương đương; ngang nhau: 水平~ trình độ ngang nhau ❷〈形〉thích hợp; tương xứng: 没有~的人选胜任这个工作。Không có ai thích hợp với công tác này. ❸〈副〉tương đối; khá; khá là: 今天的表演~成功。Buổi biểu diễn hôm nay khá thành công.

【相得益彰】xiāngdé-yìzhāng hai bên cùng tô thắm cho nhau càng thêm tốt đẹp: 两种教法~。Hai lối giảng dạy cùng tô thắm cho nhau.

【相等】xiāngděng〈动〉bằng nhau: 这两个桥拱的高度~。Độ cao của hai vòm cầu này bằng nhau.

【相抵】xiāngdǐ〈动〉❶bù trừ nhau: 功过~

công lao và sai lầm bù trừ nhau ❷[书]chống chọi nhau

【相对】xiāngduì❶〈动〉đối diện với nhau ❷〈动〉đối lập với nhau: 美与丑~。Cái đẹp đối lập với cái xấu. ❸〈形〉không tuyệt đối: ~高度 độ cao tương đối ❹〈形〉số lượng, mức độ so sánh: ~稳定 tương đối ổn định

【相对论】xiāngduìlùn〈名〉thuyết tương đối; tương đối luận

【相反】xiāngfǎn❶〈形〉trái ngược nhau; trái lại; tương phản: ~的意见 những ý kiến trái ngược nhau ❷〈连〉trái lại

【相反相成】xiāngfǎn-xiāngchéng tương phản tương thành: 阴与阳，动与静，从来都是~的。Giữa âm với dương, động với tĩnh, bao giờ cũng tương phản tương thành.

【相仿】xiāngfǎng〈形〉xấp xỉ nhau; na ná nhau; xấp xỉ: 年龄~ tuổi xấp xỉ nhau

【相逢】xiāngféng〈动〉tương phùng; gặp gỡ; gặp nhau: 何日再~? Bao giờ gặp lại?

【相符】xiāngfú〈形〉phù hợp nhau; khớp với nhau: 这份报告与事实并不完全~。Bản báo cáo này không hoàn toàn phù hợp với sự thật.

【相辅而行】xiāngfǔ'érxíng phối hợp với nhau mà làm

【相辅相成】xiāngfǔ-xiāngchéng bổ trợ và xúc tiến lẫn nhau: 发扬传统与鼓励创新~。Phát huy truyền thống vốn có và khích lệ sáng tạo cái mới, hai việc này bổ trợ và xúc tiến lẫn nhau.

【相干】xiānggān〈动〉liên can: 这件事与我不~。Việc này chẳng liên can gì đến tôi.

【相告】xiānggào〈动〉thông báo cho nhau: 大家奔走~。Mọi người hớn hở báo tin cho nhau.

【相隔】xiānggé〈动〉cách nhau: 我们两家~不远。Hai nhà chúng ta cách nhau không xa.

【相顾】xiānggù〈动〉nhìn nhau

【相关】xiāngguān〈动〉có liên quan với nhau: 这两件事密切~。Hai việc này có liên quan chặt chẽ với nhau.

【相好】xiānghǎo❶〈形〉thân với nhau: 这两人向来~。Hai người này trước nay vẫn thân với nhau. ❷〈名〉bạn thân ❸〈动〉yêu nhau ❹〈名〉người tình; bồ

【相互】xiānghù〈副〉tương hỗ; qua lại lẫn nhau; với nhau: ~依赖 dựa vào nhau

【相会】xiānghuì〈动〉❶tương giao ❷gặp mặt; gặp gỡ: ~于南宁 gặp gỡ ở Nam Ninh

【相继】xiāngjì〈副〉nối tiếp nhau; lần lượt: ~上台领奖 nối tiếp nhau lên lễ đài nhận phần thưởng

【相加】xiāngjiā〈动〉cộng thêm

【相见】xiāngjiàn〈动〉gặp nhau: ~不如不见。Thà không gặp còn hơn.

【相见恨晚】xiāngjiàn-hènwǎn tiếc thay gặp nhau quá muộn

【相间】xiāngjiàn〈动〉xen kẽ: 玉米和白薯~栽种。Trồng xen kẽ ngô và khoai.

【相交】xiāngjiāo〈动〉❶tương giao; cắt nhau: 两平面~于一条直线。Tương giao của hai mặt phẳng cắt nhau vào một đường thẳng. ❷kết giao; kết bạn với nhau: ~多年 kết bạn với nhau nhiều năm

【相接】xiāngjiē〈动〉nối tiếp nhau

【相近】xiāngjìn〈形〉❶gần nhau; tương tự: 家境~。Tình hình gia đình tương tự như nhau. ❷gần; sát: 她家和学校~。Nhà cô ấy gần nhà trường.

【相敬如宾】xiāngjìng-rúbīn kính trọng nhau như khách: 夫妻~。Hai vợ chồng kính trọng nhau như khách.

【相救】xiāngjiù〈动〉cứu giúp lẫn nhau; đến cứu; cứu giúp

【相距】xiāngjù〈动〉cách nhau: 两地~不到一公里。Hai nơi cách nhau không đến một cây số.

【相聚】xiāngjù〈动〉tụ họp lại; sum họp lại: 相隔三十年，老同学又~在一起了。Sau 30 năm xa cách, các bạn học cũ lại sum họp bên nhau.

【相连】xiānglián〈动〉nối liền nhau: 两国山水~。Hai nước núi sông nối liền nhau.

【相邻】xiānglín〈动〉bên nhau; láng giềng với nhau: 两国~。Hai nước láng giềng bên nhau.

【相瞒】xiāngmán〈动〉dối nhau; lừa dối nhau

【相配】xiāngpèi〈形〉thích hợp nhau; tương xứng

【相亲】xiāngqīn〈动〉❶trước ngày đính hôn, bản thân hoặc phụ huynh đến thăm gia đình bên nọ ❷trai gái gặp mặt tìm hiểu bởi sự giới thiệu của người xe duyên

【相亲相爱】xiāngqīn-xiāng'ài yêu thích với nhau

【相求】xiāngqiú〈动〉xin; thỉnh cầu

【相去甚远】xiāngqù-shènyuǎn còn cách xa

【相劝】xiāngquàn〈动〉khuyên bảo; khuyên giải: 苦苦~ năn nỉ khuyên bảo

【相让】xiāngràng〈动〉❶nhường nhịn nhau ❷khiêm nhường

【相认】xiāngrèn〈动〉nhận nhau: 父子~。Hai cha con nhận nhau.

【相容】xiāngróng〈动〉❶dung nạp nhau ❷rộng lượng với nhau

【相融】xiāngróng〈动〉hòa nhập với nhau

【相濡以沫】xiāngrúyǐmò nâng đỡ nhau cùng vượt gian khó; giúp đỡ che chở lẫn nhau

【相商】xiāngshāng〈动〉bàn với nhau

【相生相克】xiāngshēng-xiāngkè tương sinh tương khắc; sinh trưởng, khống chế lẫn nhau

【相识】xiāngshí ❶〈动〉quen biết nhau: 我们早就~。Chúng tôi đã quen biết nhau lâu năm rồi. ❷〈名〉người quen

【相视】xiāngshì〈动〉xem nhau; nhìn nhau

【相思】xiāngsī〈动〉tương tư: 单~ tình đơn phương

【相思病】xiāngsībìng〈名〉bệnh tương tư

【相似】xiāngsì〈形〉tương tự; giống nhau; đồng dạng

【相随】xiāngsuí〈动〉đi cùng nhau

【相提并论】xiāngtí-bìnglùn coi ngang nhau: 收购与没收，这两件事不能~。Việc thu mua với tịch thu không thể coi ngang nhau được.

【相通】xiāngtōng〈动〉thông nhau; liền nhau: 这两间房~。Hai căn nhà này thông nhau.

【相同】xiāngtóng〈形〉giống nhau; như nhau; tương đồng: 我们在这个问题上观点~。Về vấn đề này, quan điểm của chúng ta giống nhau.

【相投】xiāngtóu〈形〉hợp nhau: 性情~。Tính nết hợp nhau.

【相违】xiāngwéi〈动〉trái với nhau

【相向】xiāngxiàng〈动〉❶hướng vào nhau: ~而行 hướng vào nhau mà đi ❷hướng đối phương

【相像】xiāngxiàng〈形〉giống nhau; na ná

【相信】xiāngxìn〈动〉tin; tin tưởng: ~人民群众的力量 tin vào sức mạnh của quần chúng nhân dân

【相形见绌】xiāngxíng-jiànchù so ra kém hẳn; kém cỏi rõ rệt

【相沿】xiāngyán〈动〉nối truyền mãi trở thành phong tục: 端午节的风俗在民间~成俗。Tập tục tết Đoan Ngọ được nối truyền và đã trở thành phong tục dân gian.

【相依】xiāngyī〈动〉gắn bó; dựa vào nhau

【相依为命】xiāngyī-wéimìng dựa vào

nhau mà sống

【相宜】xiāngyí<形>hợp; thích hợp

【相迎】xiāngyíng<动>đón đầu

【相应】xiāngyìng<动>tương ứng; thích ứng với; phù hợp: 夏季的作息时间要~调整。Thời gian làm việc nghỉ ngơi trong mùa hè phải điều chỉnh cho phù hợp.

【相映】xiāngyìng<动>làm nền cho nhau; tôn nhau lên: ~成趣 làm nền cho nhau hình thành kì thú

【相遇】xiāngyù<动>gặp nhau: 在路上~ gặp nhau giữa đường

【相约】xiāngyuē<动>hẹn nhau: 他们~逛街。Họ hẹn nhau cùng ra phố chơi.

【相赠】xiāngzèng<动>tặng nhau; biếu nhau: ~礼物 tặng quà cho nhau

【相知】xiāngzhī❶<动>tương tri; thâm giao: 我俩~有素。Hai chúng tôi là bạn thâm giao từ lâu. ❷<名>bạn tương tri

【相中】xiāngzhòng<动>nhắm trúng; ưng ý

【相助】xiāngzhù<动>giúp đỡ lẫn nhau

【相撞】xiāngzhuàng<动>đâm nhau: 两车~。Hai xe đâm nhau.

【相左】xiāngzuǒ[书]❶<动>không gặp nhau ❷<形>trái ngược nhau: 在这一问题上，我与他的观点~。Về vấn đề này, quan điểm của tôi và anh ấy trái ngược nhau.

香 xiāng❶<形>thơm: 这花真~。Hoa này thơm quá. ❷<形>ngon: 今天的饭菜真~。Cơm canh hôm nay thơm ngon lắm. ❸<形>ngon miệng ❹<形>ngủ ngon ❺<形>được hoan nghênh; ngon: 这种自行车在高中生里很吃~。Loại xe đạp này rất được hoan nghênh trong học sinh trung học phổ thông. ❻<名>hương liệu: 沉~ trầm hương ❼<名>hương ❽<动>[方]thơm; hôn // (姓) Hương

【香案】xiāng'àn<名>bàn thờ

【香包】xiāngbāo<名>túi thơm

【香槟酒】xiāngbīnjiǔ<名>rượu sâm banh

【香波】xiāngbō<名>nước gội đầu; sampô

【香饽饽】xiāngbōbo<名>[方]điều được hoan nghênh nhất; món ngon

【香菜】xiāngcài<名>rau thơm; rau húng; rau mùi

【香草】xiāngcǎo<名>cỏ thơm; hương thảo

【香肠】xiāngcháng<名>lạp xường; xúc xích

【香车宝马】xiāngchē-bǎomǎ xe thơm ngựa quý

【香橙】xiāngchéng<名>❶cam sành ❷quả cam sành

【香椿】xiāngchūn<名>[植物]❶cây hương thung ❷lá cây hương thung non

【香醇】xiāngchún<形>thơm ngon (rượu)

【香干】xiānggān<名>đậu phụ khô

【香菇】xiānggū<名>nấm hương

【香瓜】xiāngguā<名>dưa bở; dưa lê

【香闺】xiāngguī<名>khuê các

【香会】xiānghuì<名>hội dâng hương

【香火】xiānghuǒ<名>❶hương hỏa; hương khói ❷đèn nhang; hương đèn ❸ông từ ❹đốm lửa trên cây hương hoặc vòng hương ❺công việc tế lễ tổ tiên

【香蕉】xiāngjiāo<名>❶chuối ❷chuối tiêu

【香蕉水】xiāngjiāoshuǐ<名>dầu chuối

【香精】xiāngjīng<名>tinh dầu; xăng thơm

【香客】xiāngkè<名>khách hành hương: 寺庙里有很多~。Chùa có nhiều khách đến hành hương.

【香料】xiāngliào<名>hương liệu; chất thơm; húng liệu

【香炉】xiānglú<名>bát nhang; lư hương

【香茅】xiāngmáo<名>cây sả

【香米】xiāngmǐ<名>gạo thơm

【香喷喷】xiāngpēnpēn thơm ngào ngạt; thơm phức

【香片】xiāngpiàn =【花茶】

【香气】xiāngqì<名>mùi thơm; hương vị: ~

很浓。Mùi thơm rất nồng đượm.

【香水】xiāngshuǐ<名>nước hoa

【香甜】xiāngtián<形>❶thơm và ngọt ❷ví ngủ rất ngon

【香味】xiāngwèi<名>hương vị; mùi thơm

【香烟】[1] xiāngyān<名>❶hương khói ❷[旧] việc con cháu cúng tổ tiên

【香烟】[2] xiāngyān<名>thuốc lá điếu

【香艳】xiāngyàn<形>(thơ văn) ướt át; bóng bẩy

【香油】xiāngyóu<名>dầu vừng; dầu mè

【香皂】xiāngzào<名>xà phòng thơm

【香脂】xiāngzhī<名>kem; kem bôi mặt

【香烛】xiāngzhú<名>hương nến; nhang đèn

厢 xiāng<名>❶nhà ngang; phòng cạnh: 一正两~ một nhà chính, hai nhà ngang ❷chỗ được ngăn ra như căn phòng: 车~ toa xe ❸vùng tiếp giáp với thành phố: 关~ vùng lân cận ngoài cổng ô ❹bên cạnh: 两~ hai bên

【厢房】xiāngfáng<名>nhà ngang; nhà chái; phòng cạnh: 西~ gian nhà ngang phía tây

湘 Xiāng<名>❶Tương (tên sông): ~江 sông Tương Giang (Trung Quốc) ❷tên gọi tắt tỉnh Hồ Nam, Trung Quốc //(姓) Tương

【湘菜】xiāngcài<名>món ăn Hồ Nam

【湘妃竹】xiāngfēizhú<名>trúc tương phi; trúc đốm

【湘绣】xiāngxiù<名>hàng thêu Hồ Nam

箱 xiāng<名>❶hòm; hộp: 衣~ hòm áo; 旅行~ va li ❷vật như chiếc hòm: 电冰~ tủ lạnh

【箱包】xiāngbāo<名>hòm; hộp

【箱底】xiāngdǐ<名>❶đáy hòm; đáy rương ❷của chìm; tài sản: 他家里~厚. Nhà ông ấy lắm của chìm.

【箱子】xiāngzi<名>hòm; rương; va li

襄 xiāng<动>[书]giúp đỡ: 共~义举 chung sức cùng làm việc nghĩa //(姓) Tương

【襄礼】xiānglǐ❶<动>phụ lễ; phụ tế ❷<名>người phụ lễ; bồi tế

【襄理】xiānglǐ❶<名>trợ lí giám đốc ❷<动>[书]giúp việc

【襄助】xiāngzhù<动>[书]trợ lực; phụ giúp

镶 xiāng<动>gắn; khảm; nạm; viền: 金~玉 嵌 viền vàng khảm ngọc

【镶边】xiāngbiān<动>viền mép

【镶金】xiāngjīn<动>viền vàng; khảm vàng

【镶框】xiāngkuàng<动>gắn khuôn

【镶嵌】xiāngqiàn<动>gắn vào; khảm vào; khảm nạm: 手表里~着钻石. Trong đồng hồ đeo tay khảm hạt kim cương.

【镶饰】xiāngshì<动>khảm nạm

【镶牙】xiāngyá<动>giồng răng; trồng răng

xiáng

详 xiáng❶<形>tường tận; tỉ mỉ: ~述自己 的观点 trình bày tường tận quan điểm của mình ❷<动>rõ ràng: 内容不~. Nội dung không rõ. ❸<动>nói rõ; kể rõ: 余言后 ~. Chuyện khác sẽ kể rõ ở thư sau. //(姓) Tường

【详备】xiángbèi<形>tường tận; đầy đủ và kĩ càng: 资料~. Tài liệu đủ và kĩ.

【详查】xiángchá<动>xét cho kĩ: ~此案 đi sâu xem xét kĩ vụ án này

【详察】xiángchá<动>điều tra tỉ mỉ

【详尽】xiángjìn<形>tường tận; tỉ mỉ và đầy đủ: ~的记录 bản ghi chép tường tận

【详略】xiánglüè<名>tỉ mỉ với sơ lược: 这篇 文章~得当. Bài viết này phần tả cụ thể và phần kể sơ lược bố cục rất hợp lí.

【详明】xiángmíng<形>đầy đủ rõ ràng: ~的 注释 chú thích đầy đủ rõ ràng

【详情】xiángqíng<名>tình tiết chi li; tình hình chi tiết: 已查明所有~ đã điều tra rõ mọi chi tiết

【详述】xiángshù<动>trình bày tường tận: ~ 案情 trình bày tường tận vụ án

【详谈】xiángtán<动>kể rõ; bàn kĩ: ~计划 bàn kĩ kế hoạch

【详图】xiángtú<名>bản vẽ chi tiết: 工程的 ~ bản vẽ chi tiết của công trình

【详细】xiángxì<形>kĩ càng; tỉ mỉ: ~分析 phân tích kĩ càng

【详阅】xiángyuè<动>đọc kĩ; xem kĩ; duyệt kĩ

降 xiáng<动>❶đầu hàng ❷khuất phục; chế ngự: 一物~一物。Các vật chế ngự lẫn nhau.
另见jiàng

【降伏】xiángfú<动>làm cho thuần phục: 他~了这头野牛。Anh ấy đã thuần phục được con bò rừng này.

【降服】xiángfú<动>khuất phục; đầu hàng: 不要被困难~。Chớ bị khó khăn khuất phục.

【降将】xiángjiàng<名>tướng hàng

【降龙伏虎】xiánglóng-fúhǔ hàng long phục hổ

【降旗】xiángqí<名>cờ hàng

【降顺】xiángshùn<动>[书]đầu hàng quy thuận

【降妖伏魔】xiángyāo-fúmó giáng phục yêu ma; chế ngự yêu ma: 孙悟空一路~,保护唐僧去西天取经。Suốt trên hành trình, Tôn Ngộ Không dẹp trừ yêu ma, bảo vệ sư phụ Đường Tăng đi Tây Thiên thỉnh kinh.

祥 xiáng<形>tốt; lành: 吉~ tốt lành; 不~之兆 điềm chẳng lành //(姓) Tường

【祥和】xiánghé<形>❶lành êm; yên lành: 气氛~ bầu không khí yên lành ❷hiền hòa; hiền lành

【祥瑞】xiángruì<名>điềm lành

【祥云】xiángyún<名>tường vân

【祥兆】xiángzhào<名>điều tốt lành; triệu chứng tốt lành

翔 xiáng<动>lượn: 飞~ bay lượn; 滑~机 máy bay bay lượn

【翔实】xiángshí<形>tường tận và xác thực: 资料~ tài liệu đầy đủ xác thực

xiǎng

享 xiǎng<动>hưởng; hưởng thụ: 有福同~ có phúc cùng hưởng; 坐~其成 ngồi không ăn sẵn //(姓) Hưởng

【享福】xiǎngfú<动>hưởng phúc; sống yên vui sung sướng: 孩子都长大了,你们可以好好~了。Con cái đã lớn, anh chị có thể sống yên vui sung sướng rồi.

【享乐】xiǎnglè<动>hưởng lạc: 年轻人不应贪图~。Tuổi trẻ không nên tham hưởng lạc.

【享乐主义】xiǎnglè zhǔyì chủ nghĩa hưởng lạc

【享年】xiǎngnián<名>hưởng thọ; thọ: ~九十一岁 thọ 91 tuổi

【享受】xiǎngshòu<动>hưởng thụ: 要~权利,就要尽自己的义务。Muốn có quyền lợi hưởng thụ thì phải làm tròn nghĩa vụ của mình.

【享用】xiǎngyòng<动>được hưởng: 他~自己的劳动成果。Ông ấy được hưởng thành quả lao động của mình.

【享有】xiǎngyǒu<动>có; được hưởng: 他在学术界~盛誉。Anh ấy có danh tiếng trong giới học thuật.

【享誉】xiǎngyù<动>có danh tiếng

响 xiǎng❶<名>tiếng vang; tiếng dội lại: 这个岩洞回~清晰。Cái hang này có tiếng dội lại rất rõ. 这部影片引起了很大的反~。Bộ phim này đã gây được một tiếng vang lớn. ❷<动>vang; kêu; reo: 汽笛声~了。Tiếng còi vang lên. 钟~了。Chuông đã reo. ❸<动>nổ; đánh vang: 鸣~礼炮 nổ pháo chào ❹<形>vang; kêu; inh ỏi: 喇叭声音太~了。

Tiếng loa to quá. ❺〈名〉tiếng động; âm hưởng: 屋子里静悄悄没有一个~儿。Nhà im ắng không một tiếng động.

【响鼻】xiǎngbí〈动〉tiếng khịt mũi (của con la, ngựa, v.v.)

【响彻云霄】xiǎngchè-yúnxiāo vang tận mây xanh; vang dội bầu trời: 礼炮声~。Tiếng pháo chào vang dội bầu trời.

【响脆】xiǎngcuì〈形〉kêu giòn

【响当当】xiǎngdāngdāng❶kêu coong coong ❷lừng danh; vang dội: ~的品牌 một nhãn hiệu lừng danh

【响动】xiǎngdong〈名〉tiếng động; động tĩnh: 窗外好像有~。Ngoài cửa sổ hình như có tiếng động.

【响箭】xiǎngjiàn〈名〉tên bắn có tiếng rít gió

【响雷】xiǎngléi〈名〉sấm vang; sấm rền

【响亮】xiǎngliàng〈形〉vang dội: ~的名字 tên tuổi vang dội

【响晴】xiǎngqíng〈形〉trời trong xanh; nắng ráo; trời quang mây tạnh

【响声】xiǎngshēng〈名〉tiếng; tiếng động; tiếng vang

【响头】xiǎngtóu〈名〉gật đầu thành tiếng

【响尾蛇】xiǎngwěishé〈名〉rắn đuôi chuông

【响应】xiǎngyìng〈动〉hưởng ứng: ~祖国的号召 hưởng ứng lời kêu gọi của tổ quốc

【响指】xiǎngzhǐ〈名〉bật ngón tay

想 xiǎng〈动〉❶nghĩ: 敢~敢干 dám nghĩ dám làm ❷nghĩ rằng; cho rằng: 我~他会接受的。Tôi nghĩ rằng anh ấy sẽ chấp nhận. ❸muốn; mong; dự định: 谁不~进步呢? Ai mà chẳng muốn tiến bộ kia? ❹nhớ: ~家 nhớ nhà ❺nhớ lại; hồi tưởng lại

【想必】xiǎngbì〈副〉chắc hẳn: 这件事~你已经知道了。Việc này chắc anh đã biết.

【想不到】xiǎngbudào không ngờ; chẳng dè: ~他会提出这样无理的要求。Không

ngờ anh ấy lại có thể nêu ra yêu cầu vô lí như vậy.

【想不开】xiǎngbukāi thắc mắc; hậm hực: 事情已经很清楚，没有什么好~的。Sự việc đã rất rõ, không có gì phải thắc mắc mãi. 一切都会好起来的，你不要~。Tất cả rồi sẽ khá lên, anh không nên cứ hậm hực trong lòng.

【想不通】xiǎngbutōng thắc mắc; nghĩ quẩn

【想出】xiǎngchū〈动〉nghĩ ra: ~办法 nghĩ ra biện pháp

【想当然】xiǎngdāngrán tự cho là phải; chắc chắn phải vậy; chủ quan: ~办事容易出差错。Làm việc theo chủ quan rất dễ mắc sai lầm.

【想到】xiǎngdào〈动〉nghĩ đến

【想得到】xiǎngdedào nghĩ tới được; dự đoán được

【想得开】xiǎngdekāi không để tâm; nghĩ thoáng; rộng bụng: 他很~，从不计较这种小事。Ông ấy rất rộng lượng, không bao giờ chấp nhặt những việc vặt vãnh như vậy.

【想法】[1] xiǎngfǎ〈动〉nghĩ cách; tìm cách: ~办妥当 nghĩ cách làm cho ổn thỏa

【想法】[2] xiǎngfǎ〈名〉ý nghĩ; ý kiến: 你这个~太天真了。Ý nghĩ của cô ngây thơ quá.

【想方设法】xiǎngfāng-shèfǎ bày mưu lập kế; trăm phương nghìn kế: ~完成任务 bày mưu lập kế hoàn thành nhiệm vụ

【想见】xiǎngjiàn〈动〉suy ra; suy đoán; có thể thấy được: 通过这件事，可以~她处理问题的能力。Qua việc này có thể thấy được năng lực xử lí vấn đề của cô ấy.

【想来】xiǎnglái〈动〉nghĩ là; có lẽ; xem ra: 他的话~也是言之有据的。Câu nói của anh ấy xem ra cũng có căn cứ.

【想念】xiǎngniàn〈动〉nhớ nhung; tưởng nhớ: 海外侨胞~祖国 Kiều bào nước ngoài nhớ về Tổ quốc.

【想起】xiǎngqǐ〈动〉nhớ ra; nhớ lại: ~过去的生活 nhớ lại cuộc sống thời xưa

【想起来】xiǎngqǐlái nhớ đến

【想入非非】xiǎngrùfēifēi mơ tưởng hão huyền; suy nghĩ vẩn vơ: 你还是去找份工作吧，别整天~了。Cậu hãy tìm việc làm đi, đừng suốt ngày suy nghĩ vẩn vơ.

【想通】xiǎngtōng〈动〉nghĩ thoáng; không còn thắc mắc nữa

【想头】xiǎngtou〈名〉[口]❶ý nghĩ ❷hi vọng: 这事还是有~的。Việc này vẫn còn hi vọng.

【想象】xiǎngxiàng〈动〉❶tưởng tượng ❷nghĩ ra; tưởng tượng ra: 不难~ không khó tưởng tượng

【想象力】xiǎngxiànglì〈名〉trí tưởng tượng: 富于~ giàu trí tưởng tượng

xiàng

向¹xiàng❶〈名〉hướng; chiều; phương hướng: 风~ chiều gió ❷〈动〉hướng về; nhìn về: 这屋子~南。Nhà này hướng nam. ❸〈动〉[书]gần; gần đến: ~晚 đến tối ❹〈动〉bênh vực; thiên vị: ~理不~人 bênh lẽ phải chứ không bênh người ❺〈介〉lên; nhằm; đến; về: ~上级报告 báo cáo lên cấp trên //(姓)Hướng

向²xiàng❶〈名〉[书]xưa; thời xưa ❷〈副〉trước nay; xưa nay; từ trước đến nay: ~无此例。Xưa nay chưa hề có một tiền lệ như vậy.

【向背】xiàngbèi〈动〉ủng hộ hay phản đối: 人心~ lòng người đồng thuận hay phản đối

【向壁虚构】xiàngbì-xūgòu quay mặt vào tường mà tưởng tượng; nhắm mắt nói mò

【向导】xiàngdǎo❶〈动〉hướng đạo; hướng dẫn ❷〈名〉người hướng đạo; người hướng dẫn

【向后】xiànghòu〈动〉về phía sau: ~看 nhìn về phía sau: ~，转! Đằng sau, quay!

【向来】xiànglái〈副〉xưa nay; luôn luôn: 我~不喝酒。Tôi xưa nay không uống rượu.

【向例】xiànglì〈名〉thường lệ; thói quen thói cũ: 他~早起晨练。Anh ấy có thói quen trở dậy sớm đi tập thể dục.

【向慕】xiàngmù〈动〉ngưỡng mộ

【向内】xiàngnèi〈副〉hướng nội; hướng vào trong

【向前】xiàngqián〈动〉lên trước; tiến lên phía trước

【向日葵】xiàngrìkuí〈名〉hoa quỳ; hoa hướng dương

【向善】xiàngshàn〈动〉hướng thiện: 做人要~。Làm người nên hướng thiện.

【向上】xiàngshàng〈动〉vươn lên; hướng về phía trước

【向上爬】xiàngshàng pá leo vươn lên; mưu cầu thăng quan tiến chức

【向往】xiàngwǎng〈动〉hướng về: ~幸福 hướng về hạnh phúc

【向下】xiàngxià〈动〉xuống; phía dưới: ~看 nhìn xuống dưới

【向心力】xiàngxīnlì〈名〉lực hướng tâm: 靠~运动 vận động bằng lực hướng tâm

【向学】xiàngxué〈动〉dốc lòng học tập

【向阳】xiàngyáng〈动〉hướng nắng: 窗户~ cửa sổ hướng nắng

【向右】xiàngyòu〈动〉về phía bên phải; bên phải: ~看齐! Nhìn bên phải!

【向隅】xiàngyú〈动〉[书]quay mặt vào xó nhà; ví thất vọng bởi bị cô lập hay không có cơ hội làm nên việc lớn

【向隅而泣】xiàngyú'érqì quay mặt vào xó nhà mà sụt sịt khóc; khóc nức nở một cách bi đát, tuyệt vọng và cô độc

【向着】xiàngzhe〈动〉❶hướng về; nhìn về: 她~大海奔去。Chị ấy chạy về phía biển cả. ❷bênh vực: 你总是~她。Anh bao giờ cũng bênh vực chị ấy.

【向左】xiàngzuǒ<动>về phía bên trái: ~转 quay bên trái

项¹ xiàng<名>gáy //(姓) Hạng

项² xiàng❶<量>hạng; điều; khoản; mục: 各 ~规定 các quy định ❷<名>khoản tiền: 欠~ khoản tiền còn nợ ❸<名>đơn thức; số hạng

【项背】xiàngbèi<名>sau lưng; bóng dáng

【项背相望】xiàngbèi–xiāngwàng ví dòng người đi lại nườm nượp

【项链】xiàngliàn<名>dây chuyền: 金~ dây chuyền vàng

【项目】xiàngmù<名>hạng mục; dự án: 重 要的基本建设~ những dự án xây dựng cơ sở quan trọng

【项圈】xiàngquān<名>vòng cổ

巷 xiàng<名>ngõ; phố nhỏ: 街头~尾 đầu đường cuối ngõ; 从大街到小~ từ phố lớn đến ngõ hèm //(姓) Hạng

另见hàng

【巷口】xiàngkǒu<名>cửa ngõ: ~有很多 人. Cửa ngõ có nhiều người.

【巷陌】xiàngmò<名>[书]đường ngõ

【巷尾】xiàngwěi<名>cuối ngõ: 我在~等 你. Tôi chờ cậu ở cuối ngõ.

【巷战】xiàngzhàn<名>chiến đấu trong nội thành: 双方进行~. Hai bên giao chiến trong nội thành.

【巷子】xiàngzi<名>[方]ngõ; phố nhỏ: 我家 前面有一条~. Bên trước nhà tôi có một ngõ.

相¹ xiàng❶<名>tướng mạo; vẻ; mặt mũi; diện mạo: 一副聪明~ có vẻ thông minh ❷ <名>bề mặt; bề ngoài ❸<名>dáng; dáng bộ; tư thế: 站有站~, 坐有坐~. Đứng ra dáng đứng, ngồi ra dáng ngồi. ❹<名>pha (điện) ❺<名>trạng thái (của một vật chất nào đó) ❻<动>xem tướng; nhận xét: 人不可貌~. Không nên nhận xét con người qua tướng

mạo. //(姓) Tướng

相² xiàng❶<动>giúp; phù trợ: 吉人天~ người lành trời giúp ❷<名>tể tướng ❸<名>bộ trưởng ❹<名>[旧]người giúp tiếp khách

另见xiāng

【相册】xiàngcè<名>tập ảnh; an-bom; album

【相机】¹ xiàngjī<名>máy ảnh

【相机】² xiàngjī<动>xem cơ hội; nhằm dịp: ~ 行事 chờ dịp mà hành sự

【相貌】xiàngmào<名>tướng mạo; dáng vẻ; dung mạo: ~平平 diện mạo tầm thường

【相面】xiàngmiàn<动>xem tướng

【相片】xiàngpiàn<名>tấm ảnh: 她收集了 很多~. Cô ấy thu thập được nhiều tấm ảnh.

【相声】xiàngsheng<名>tướng thanh; tấu hài: 他妈妈喜欢听~. Mẹ anh ấy thích nghe tấu hài.

【相时而动】xiàngshí'érdòng nhằm thời cơ mà hành động

【相士】xiàngshì<名>người xem tướng; thầy bói

【相手】xiàngshǒu<动>bói tay

【相术】xiàngshù<名>tướng thuật; thuật xem tướng

【相纸】xiàngzhǐ<名>giấy in ảnh

象¹ xiàng<名>con voi; tượng //(姓) Tượng

象² xiàng❶<名>hình dạng; trạng thái; dáng vẻ: 气~ khí tượng; 气~万千 muôn màu muôn vẻ ❷<动>tượng; bắt chước: ~形 tượng hình; ~声 tượng thanh

【象鼻】xiàngbí<名>vòi voi

【象棋】xiàngqí<名>cờ tướng: 下~ chơi cờ tướng

【象声词】xiàngshēngcí<名>từ tượng thanh

【象形文字】xiàngxíng wénzì văn tự tượng hình: 甲骨文属于~. Giáp cốt văn thuộc loại văn tự tượng hình.

【象牙】xiàngyá<名>ngà voi; ngà

【象牙塔】xiàngyátǎ<名>tháp ngà; ví

khoảng không gian nhỏ hẹp của các nhà văn, nghệ sĩ xa rời thực tế

【象征】xiàngzhēng❶〈动〉tượng trưng: 镰刀锄头~工农的力量。Búa và liềm tượng trưng cho lực lượng công nông. ❷〈名〉biểu tượng: 白鸽是和平的~。Bồ câu trắng là biểu tượng của hòa bình.

像 xiàng❶〈名〉tượng; ảnh (vẽ); tranh: 佛~ tượng Phật ❷〈动〉giống; giống như; trông như: 这个小女孩很~她的妈妈。Khuôn mặt cô bé này trông giống hệt như mẹ nó. ❸〈动〉như; y như; ví như: ~这样的英雄人物将永远活在人民的心中。Những con người anh hùng như vậy sẽ sống mãi trong lòng nhân dân. ❹〈副〉hình như //(姓) Tượng

【像话】xiànghuà〈形〉hợp lí; đúng lẽ: 这孩子经常逃学去泡网吧，太不~了。Đứa trẻ này luôn trốn học đi truy mạng, thật chẳng ra sao cả.

【像回事儿】xiànghuíshìr đúng kiểu cách

【像框】xiàngkuàng〈名〉khung tranh; khung ảnh

【像模像样】xiàngmú-xiàngyàng trông giống như hệt; trông vẻ cũng được

【像样】xiàngyàng〈形〉đạt; ra trò; khá: 他的文章写得很~。Bài của anh ấy viết rất đạt.

【像章】xiàngzhāng〈名〉huy hiệu

橡 xiàng〈名〉❶cây cao su ❷cây sồi //(姓) Tượng

【橡浆】xiàngjiāng〈名〉mủ cao su

【橡胶】xiàngjiāo〈名〉cao su

【橡木】xiàngmù〈名〉gỗ cao su; gỗ sồi

【橡皮】xiàngpí〈名〉❶cao su ❷(cục) tẩy

【橡皮筋】xiàngpíjīn〈名〉dây cao su; dây chun: 她用~扎头发。Cô ấy búi tóc bằng một sợi dây chun.

【橡皮泥】xiàngpíní〈名〉đất dẻo cao su (dùng nặn đồ chơi): 小孩正在玩~。Trẻ em đang chơi đất dẻo cao su.

【橡皮艇】xiàngpítǐng〈名〉thuyền cao su:

他们在划~。Họ đang bơi thuyền cao su.

【橡树】xiàngshù〈名〉cây cao su; cây sồi

xiāo

枭 xiāo❶〈形〉[书]dũng mãnh; dũng cảm: ~将 tướng giỏi; ~骑 kiêu kị ❷〈名〉kẻ cầm đầu

【枭首】xiāoshǒu〈动〉[旧]bêu đầu

【枭雄】xiāoxióng〈名〉[书]kiêu hùng; người ngang ngược có dã tâm; nhân vật trí dũng kiệt xuất; người tài giỏi: 曹操是一代~。Tào Tháo là một đấng kiêu hùng.

削 xiāo〈动〉❶vót; gọt; bóc: ~铅笔 gọt bút chì; ~苹果皮 gọt vỏ táo ❷cắt gọt
另见xuē

【削笔刀】xiāobǐdāo〈名〉cái vót bút chì; cái gọt bút chì

【削木为兵】xiāomùwéibīng đẽo cây làm binh khí

【削皮】xiāopí〈动〉gọt vỏ: 给苹果~ gọt vỏ táo

【削片】xiāopiàn〈动〉gọt mảnh

骁 xiāo〈形〉[书]dũng mãnh

【骁将】xiāojiàng〈名〉[书]dũng tướng

【骁骑】xiāoqí〈名〉[书]kị binh dũng mãnh

【骁勇善战】xiāoyǒng-shànzhàn dũng mãnh thiện chiến: ~，百战百胜。Dũng mãnh thiện chiến, trăm trận trăm thắng.

逍 xiāo

【逍遥】xiāoyáo〈形〉tiêu dao; tự do thoải mái: 乐~ thích thú vô cùng

【逍遥法外】xiāoyáo-fǎwài (kẻ có tội) ung dung ngoài vòng pháp luật: 决不让罪犯~。Quyết không cho tội phạm ung dung ngoài vòng pháp luật.

【逍遥自在】xiāoyáo-zìzài tự do thoải mái

消 xiāo〈动〉❶tiêu tan; tiêu hết; mất dần: 烟~云散 khói bay mây tan ❷làm cho tiêu tan;

trừ khử: 取~ thủ tiêu ❸tiêu khiển; giải trí ❹cần: 不~说 không cần nói //(姓) Tiêu

【消沉】xiāochén<形>(ý chí…) sa sút: 他的意志渐渐~。Ý chí của anh ấy dần dần sa sút.

【消愁】xiāochóu<动>giải buồn: 借酒~ uống rượu giải buồn

【消除】xiāochú<动>tiêu trừ; trừ bỏ; xóa bỏ: ~分歧 loại bỏ bất đồng

【消磁】xiāocí<动>tẩy từ tính

【消毒】xiāodú<动>❶khử trùng; tiêu độc: 餐具已~。Dụng cụ ăn uống đã được khử trùng. ❷thanh trừ các hiện tượng xấu

【消毒剂】xiāodújì<名>thuốc khử độc; thuốc sát trùng; thuốc diệt khuẩn

【消防】xiāofáng<动>phòng cháy chữa cháy: ~队 đội cứu hỏa

【消防车】xiāofángchē<名>xe cứu hỏa

【消防栓】xiāofángshuān<名>van nối vòi rồng chữa cháy

【消防站】xiāofángzhàn<名>trạm chữa cháy

【消费】xiāofèi<动>tiêu dùng: 我们鼓励合理~。Chúng ta khuyến khích tiêu dùng một cách hợp lí.

【消费价格】xiāofèi jiàgé giá tiêu dùng

【消费品】xiāofèipǐn<名>hàng tiêu dùng

【消费市场】xiāofèi shìchǎng thị trường tiêu dùng

【消费水平】xiāofèi shuǐpíng mức tiêu dùng: 在金融危机的影响下，一些国家的~有所下降。Dưới sự ảnh hưởng của cuộc khủng hoảng tài chính, mức tiêu dùng của một số nước đã tụt lùi.

【消费税】xiāofèishuì<名>thuế tiêu dùng

【消费者】xiāofèizhě<名>người tiêu dùng: 保护~权益 bảo vệ lợi ích của người tiêu dùng

【消费者协会】xiāofèizhě xiéhuì hiệp hội

người tiêu dùng

【消耗】xiāohào<动>❶tiêu hao: 能源~ tiêu hao nguồn năng lượng ❷làm tiêu hao: ~对方的体力 làm tiêu hao thể lực của đối phương

【消耗品】xiāohàopǐn<名>hàng tiêu hao

【消化】xiāohuà<动>❶tiêu hóa: 帮助~ giúp cho tiêu hóa ❷hiểu biết, hấp thu kiến thức

【消化不良】xiāohuà bùliáng rối loạn tiêu hóa

【消化系统】xiāohuà xìtǒng hệ tiêu hóa

【消火栓】xiāohuǒshuān<名>van nối vòi rồng chữa cháy

【消极】xiāojí<形>❶(mặt) tiêu cực: 转化~因素 chuyển biến nhân tố tiêu cực ❷không tích cực: ~怠工 làm việc lơ là uể oải

【消减】xiāojiǎn<动>tiêu giảm; giảm bớt: ~成本 giảm giá thành

【消解】xiāojiě<动>tiêu tan: ~怨气 tiêu tan hờn giận

【消弭】xiāomǐ<动>[书]trừ; tiêu trừ; phòng chống: ~隐患 trừ hậu họa

【消灭】xiāomiè<动>❶diệt vong; biến mất; tiêu diệt: 已经~的古生物化石 hóa thạch của cổ sinh vật đã diệt vong ❷tiêu diệt; làm cho diệt vong: ~害虫 tiêu diệt sâu có hại người

【消磨】xiāomó<动>❶làm tiêu mòn (ý chí): ~意志 tiêu hao ý chí ❷lãng phí; tiêu phí (thời gian): ~时间 giết thời gian

【消气】xiāoqì<动>hả giận; nguôi giận: 你不赔不是她无法~。Anh không nhận lỗi thì cô ấy không hả giận được.

【消遣】xiāoqiǎn<动>tiêu khiển; giải trí: 下棋~ đánh cờ để giải trí

【消遣品】xiāoqiǎnpǐn<名>hàng giải trí

【消融】xiāoróng<动>tan; tan vào: 冰雪已经~。Băng tuyết đã tan.

【消散】xiāosàn<动>tiêu tan; biến mất

【消声】xiāoshēng<动>giảm âm: ~器 bộ giảm âm

【消失】xiāoshī<动>tan biến; mất đi; biến mất: 飞机渐渐~在云层里。Máy bay dần dần mất hút trong tầng mây.

【消食】xiāoshí<动>giúp tiêu hóa; tiêu thực

【消逝】xiāoshì<动>(dần dần) mất hẳn: 多少岁月已经~。Bao nhiêu tháng ngày trôi qua.

【消释】xiāoshì<动>❶[书]hòa tan ❷tiêu tan; xóa bỏ: 误会~了。Sự hiểu lầm đã tiêu tan.

【消受】xiāoshòu<动>❶hưởng thụ: 无福~ không có phúc để hưởng thụ ❷chịu đựng; cam chịu: ~不起 chịu không nổi

【消瘦】xiāoshòu<形>gầy đi: 日渐~ ngày một gầy đi

【消暑】xiāoshǔ<动>❶nghỉ mát: 到海边~ đi bờ biển nghỉ mát ❷tránh nóng; giải nhiệt: 喝冷饮~ uống cốc nước mát giải nhiệt

【消损】xiāosǔn<动>❶(vật chất) tiêu mòn; tiêu hao ❷giảm dần: 年华~ tuổi tác giảm dần

【消停】xiāoting[方]❶<形>yên tĩnh: 从不~ không bao giờ yên tĩnh ❷<动>ngừng nghỉ: ~一会再说 ngừng lại một lát hãy hay

【消退】xiāotuì<动>sút giảm; dần mất đi

【消亡】xiāowáng<动>tiêu vong; mất đi

【消息】xiāoxi<名>❶thông tin: 据西方媒体的~ theo tin truyền thông phương Tây ❷tin tức: 杳无~ không có tin tức gì

【消夏】xiāoxià<动>tiêu khiển ngày hè: 到海滨~ đi bờ biển tiêu khiển ngày hè

【消闲】xiāoxián<动>giết thì giờ; giải trí cho qua thời gian nhàn rỗi: ~解闷 giải buồn cho qua ngày

【消炎】xiāoyán<动>chống viêm: ~止痛 chống viêm giảm đau

【消炎药】xiāoyányào<名>thuốc chống viêm

【消夜】xiāoyè❶<动>ăn đêm ❷<名>bữa ăn khuya; bữa ăn đêm

【消音】xiāoyīn<动>giảm âm: ~器 bộ giảm thanh

【消灾】xiāozāi<动>tiêu trừ tai họa

【消长】xiāozhǎng<动>tăng lên và giảm xuống: 敌我力量~ Sự tăng giảm của lực lượng đối kháng.

【消肿】xiāozhǒng<动>(mụn hoặc chỗ sưng) lặn đi

宵 xiāo<名>đêm: 元~ đêm rằm tháng giêng //(姓)Tiêu

【宵禁】xiāojìn<动>cấm đi lại ban đêm; giới nghiêm ban đêm: 实行~ thi hành giới nghiêm vào ban đêm

【宵小】xiāoxiǎo<名>[书]kẻ trộm cắp; bọn đạp chích; kẻ xấu: ~行径 ăn sương

【宵夜】xiāoyè =【消夜】

【宵衣旰食】xiāoyī-gànshí thức khuya dậy sớm

萧 xiāo<形>xơ xác; tiêu điều //(姓)Tiêu

【萧规曹随】xiāoguī-cáosuí Tiêu Hà đưa ra quy định, Tào Tham làm theo; người sau kế tục theo khuôn phép người trước; rập theo khuôn cũ

【萧墙】xiāoqiáng<名>[书]tường ngăn (trong cổng); nội bộ: 祸起~ họa tự trong nhà

【萧墙之祸】xiāoqiángzhīhuò tai nạn nảy sinh từ nội bộ

【萧然物外】xiāorán-wùwài quạnh quẽ; vắng vẻ; quạnh hiu

【萧瑟】xiāosè❶<拟>xào xạc: 秋风~ gió thu xào xạc ❷<形>đìu hiu; vắng lặng; vắng vẻ thê lương: 凄凉~ thê lương vắng lặng

【萧森】xiāosēn<形>[书]❶(cỏ cây) tiêu điều: 山岭~ đồi núi xơ xác tiêu điều ❷đìu hiu; vắng vẻ: 幽谷~ thung lũng âm u vắng vẻ

【萧疏】xiāoshū<形>[书]❶quạnh quẽ tiêu điều; vắng lặng: 万户~ nhân dân xơ xác tiêu điều ❷thưa thớt; lác đác: 白发~ tóc bạc lốm đốm

【萧索】xiāosuǒ<形>không náo nhiệt; vắng lặng: 一片~的景象 một cảnh tượng lạnh lẽo đìu hiu

【萧条】xiāotiáo<形>❶tiêu điều; không có sinh khí: 景象十分~。Cảnh tượng hết sức tiêu điều. ❷(kinh tế) suy thoái

【萧萧】xiāoxiāo[书]❶<拟>vang vọng; vi vu: 马鸣~ ngựa hí vang ❷<形>lơ thơ: 白发 ~ tóc bạc lơ thơ

硝 xiāo❶<名>phiếm chỉ một số quặng nitrat ❷<动>dùng diêm tiêu gia công thuộc da

【硝化】xiāohuà<动>nitro hóa

【硝石】xiāoshí<名>quặng kali nitrat

【硝酸】xiāosuān<名>[化学]axit nitric

【硝酸甘油】xiāosuāngānyóu[化学] nitroglycerin

【硝酸盐】xiāosuānyán<名>[化学]nitrat

【硝酸银】xiāosuānyín<名>[化学]bạc nitrat

【硝烟】xiāoyān<名>khói thuốc súng: ~弥漫 mịt mù khói đạn

【硝盐】xiāoyán<名>muối natri nitrat; natri nitrit

销¹ xiāo<动>❶nung chảy kim loại ❷trừ bỏ; giải trừ: 撤~ triệt tiêu ❸tiêu thụ; bán: ~售 tiêu thụ; 畅~ bán chạy ❹tiêu dùng: 开~ chi tiêu ❺biến mất //(姓) Tiêu

销² xiāo❶<名>đinh ghim; đinh chốt ❷<动> ghim (bằng đinh ghim)

【销案】xiāo'àn<动>xóa án

【销号】xiāohào<动>xóa số: 操作系统将其 自动~。Hệ thống thao tác đã tự động xóa số.

【销户口】xiāo hùkǒu　xóa hộ khẩu

【销毁】xiāohuǐ<动>tiêu hủy: ~毒品 tiêu hủy ma túy

【销魂】xiāohún<动>tiêu hồn; mất hồn

【销货】xiāohuò<动>tiêu thụ hàng hóa

【销假】xiāojià<动>trả phép: 按时~ trả phép đúng hạn

【销金】xiāojīn<动>mất tiền

【销金窟】xiāojīnkū<名>chỗ đốt tiền

【销量】xiāoliàng<名>lượng tiêu thụ: ~锐减 lượng tiêu thụ giảm đi nhiều

【销路】xiāolù<名>nguồn tiêu thụ: 扩大~ mở rộng nguồn tiêu thụ

【销声匿迹】xiāoshēng-nìjì　im hơi lặng tiếng; không xuất đầu lộ diện

【销蚀】xiāoshí<动>ăn mòn

【销售】xiāoshòu<动>tiêu thụ; bán: ~一空 bán hết

【销售部】xiāoshòubù<名>bộ phận tiêu thụ

【销售成本】xiāoshòu chéngběn　giá thành tiêu thụ

【销售代表】xiāoshòu dàibiǎo　đại diện tiêu thụ

【销售额】xiāoshòu'é<名>kim ngạch tiêu thụ

【销售利润】xiāoshòu lìrùn　lãi tiêu thụ

【销售毛利】xiāoshòu máolì　lãi gộp tiêu thụ

【销售渠道】xiāoshòu qúdào　con đường tiêu thụ; kênh phân phối hàng: ~顺畅。 Kênh tiêu thụ suôn sẻ thuận lợi.

【销售人员】xiāoshòu rényuán　nhân viên bán hàng

【销售网点】xiāoshòu wǎngdiǎn　mạng lưới tiêu thụ

【销售佣金】xiāoshòu yòngjīn　thù lao tiêu thụ

【销行】xiāoxíng<动>(hàng hóa) đưa ra tiêu thụ: 质量影响~。Chất lượng ảnh hưởng đến lượng tiêu thụ.

【销赃】xiāozāng<动>❶tiêu hủy tang vật ❷tiêu thụ tang vật

【销账】xiāozhàng<动>xóa sổ; xóa nợ

【销子】xiāozi<名>đinh chốt; then cài

潇xiāo<形>[书]nước sâu và trong vắt

【潇洒】xiāosǎ<形>tự nhiên; khoáng đạt; từ tốn; lịch sự: 精神~ phong độ khoáng đạt

【潇潇】xiāoxiāo<形>❶rả rích: 春雨~ mưa xuân rả rích ❷lất phất: ~细雨 mưa lất phất

霄xiāo<名>❶mây: 云~ mây xanh ❷bầu trời cao: 直上重~ bay vút lên trời xanh

【霄汉】xiāohàn<名>[书]trời cao; trời thẳm: 气冲~ khí giận ngút trời/khí phách ngút trời

【霄壤之别】xiāorǎngzhībié khác nhau một trời một vực

嚣xiāo<动>kêu gào; rống: 叫~ kêu gào

【嚣乱】xiāoluàn<形>ồn ào hỗn loạn

【嚣闹】xiāonào<形>ồn ào ầm ĩ

【嚣杂】xiāozá<形>ồn ào: ~的人群 đám đông ồn ào

【嚣张】xiāozhāng<形>hung hăng càn quấy: 极为~ hung hăng cực độ

xiáo

淆xiáo<形>lẫn lộn: 混~ hỗn tạp

【淆乱】xiáoluàn ❶<形>rối loạn ❷<动>quấy rối: ~人心 quấy rối lòng người

【淆杂】xiáozá<动>hỗn tạp

xiǎo

小xiǎo❶<形>bé; nhỏ: ~桥 cầu bé; ~问题 việc nhỏ; 我只比你~两岁。Tôi chỉ kém anh hai tuổi. ❷<副>một lát; một lúc; ít lâu: ~住 ở ít lâu ❸<副>chút xíu: 有成绩 có chút xíu thành tích ❹<副>gần; ít hơn: 这里离市中心有~2公里。Ở đây cách trung tâm thành phố có gần 2 cây số. ❺<形>út; nhỏ nhất: 这是我的~妹妹。Đây là em gái út của tôi. ❻<名>trẻ nhỏ: 一家老~ cả nhà

lớn nhỏ ❼<名>vợ bé; thiếp ❽<名>từ khiêm xưng: ~弟 tiểu đệ ❾(dùng làm tiền tố, chỉ bậc người hay hạng người nào đó): ~王 anh Vương; ~偷 kẻ cắp //(姓) Tiểu

【小巴】xiǎobā<名>xe buýt nhỏ; xe cá mập

【小把戏】xiǎobǎxì<名>trò hề: 不要搞这些~。Đừng có giở những trò hề như vậy.

【小白菜】xiǎobáicài<名>rau cải thìa

【小白脸儿】xiǎobáiliǎnr<名>[口]❶chàng trai trắng nõn đẹp mẽ (mang ý khinh mỉa hay đùa cợt) ❷kẻ đẹp trai sống bám vào phụ nữ: 他也就是一个~。Hắn bất quá chỉ là một thằng đẹp trai sống bám vào phụ nữ.

【小百货】xiǎobǎihuò<名>hàng tạp hóa

【小摆设】xiǎobǎishè<名>đồ trang trí nhỏ

【小班】xiǎobān<名>lớp mẫu giáo bé

【小半】xiǎobàn<数>non nửa; ngót một nửa: ~碗饭 non nửa bát cơm

【小保姆】xiǎobǎomǔ<名>bảo mẫu trẻ; cô bảo mẫu

【小宝贝】xiǎobǎobèi<名>con cưng; con vàng; con ngọc

【小报】xiǎobào<名>báo cỡ nhỏ; báo lá cải: 贩卖~ bán báo lá cải

【小报告】xiǎobàogào<名>phản ánh (riêng với lãnh đạo về người khác, ý xấu); ton hót: 跟领导打~ ton hót với lãnh đạo

【小辈】xiǎobèi<名>người vai dưới; người thuộc hàng con cháu: ~要尊敬长辈。Người vai dưới nên tôn trọng người bậc trên.

【小本经营】xiǎo běn jīngyíng buôn bán nhỏ; kinh doanh nhỏ; làm ăn cò con

【小本生意】xiǎo běn shēngyi buôn bán nhỏ; kinh doanh nhỏ; buôn bán cò con

【小便】xiǎobiàn❶<动>đái; tiểu tiện ❷<名>nước tiểu ❸<名>âm bộ

【小辫儿】xiǎobiànr<名>bím tóc nhỏ ngắn; đuôi sam

【小辫子】xiǎobiànzi<名>❶bím tóc nhỏ

ngắn; đuôi sam ❷đằng đuôi; chỗ yếu: 揪~ nắm đúng chỗ yếu

【小标题】xiǎobiāotí<名>đề phụ; đầu đề nhỏ

【小别】xiǎobié<动>xa nhau ngắn ngày

【小别胜新婚】xiǎobié shèng xīnhūn xa nhau ngắn ngày đằm thắm hơn tân hôn

【小病】xiǎobìng<名>bệnh nhẹ

【小不点儿】xiǎobudiǎnr[口]❶bé tí; bé tẹo ❷thằng cu tí

【小不忍则乱大谋】xiǎo bù rěn zé luàn dàmóu không nhịn được cái nhỏ thì dễ hỏng mất việc lớn

【小菜】xiǎocài<名>❶rau dưa; món ăn nhấm nháp khai vị ❷[口]việc còn con; chuyện vặt: 长跑对他来说是一一碟。Chạy dai sức là chuyện vặt đối với anh ấy. ❸[方]thức ăn; đồ nhắm

【小册子】xiǎocèzi<名>cuốn sách nhỏ; sổ tay

【小产】xiǎochǎn<动>đẻ non; sảy thai

【小肠】xiǎocháng<名>ruột non: ~疝气 bệnh sa đì trong ruột non/sán khí thống

【小抄儿】xiǎochāor<名>[口]mảnh giấy chép bài; (giấy) quay cóp: 夹带~ mang theo mảnh giấy chép bài

【小炒】xiǎochǎo<名>món ăn bình thường; món xào đặc sắc: 农家~ món xào đặc sắc đồng quê

【小车】xiǎochē<名>❶xe đẩy ❷xe (ô tô) con

【小吃】xiǎochī<名>❶món ăn bình dân: 各式~ các loại món ăn bình dân ❷quà bánh vặt ❸món nguội trong cơm Tây

【小丑】xiǎochǒu<名>❶vai hề; thằng hề: 跳梁~ thằng hề múa may ❷trò hề ❸tiểu nhân

【小葱】xiǎocōng<名>❶hành hoa; hành lá; hành tăm ❷cây hành giống

【小聪明】xiǎocōngming<名>khôn vặt; khôn lỏi: 要~ giở trò khôn lỏi; 有点~ có thông minh vặt

【小打小闹】xiǎodǎ-xiǎonào làm những cái nhỏ vặt linh tinh

【小大人儿】xiǎodàrénr<名>nhi đồng chín muồi

【小刀】xiǎodāo<名>dao con

【小道】xiǎodào<名>đường mòn: 羊肠~ đường mòn khúc khuỷu

【小道理】xiǎodàolǐ<名>đạo lí nhỏ

【小道儿消息】xiǎodàor xiāoxi tin vỉa hè

【小弟】xiǎodì<名>❶em trai nhỏ ❷em; tiểu đệ (từ khiêm xưng)

【小调】xiǎodiào<名>điệu hát dân ca

【小动作】xiǎodòngzuò<名>mánh lới nhỏ: 搞~ giở trò ngầm/ngấm ngầm giở trò

【小肚鸡肠】xiǎodù-jīcháng bụng dạ hẹp hòi; tầm mắt thiển cận.

【小肚子】xiǎodùzi<名>[口]bụng dưới

【小队】xiǎoduì<名>tiểu đội

【小额】xiǎo'é<形>số lượng ít; tiểu ngạch

【小额贷款】xiǎo'é dàikuǎn vay tiểu ngạch

【小恩】xiǎo'ēn<名>ơn huệ vặt (nhỏ)

【小恩小惠】xiǎo'ēn-xiǎohuì tiểu ân tiểu huệ; chút ít ơn huệ

【小儿】xiǎo'ér<名>❶nhi đồng; trẻ em ❷thằng con tôi

【小儿科】xiǎo'érkē❶<形>hẹp hòi bị khinh rẻ ❷<名>việc dễ làm ❸<名>sự việc ít có giá trị, không được coi trọng

【小儿麻痹症】xiǎo'ér mábìzhèng bệnh bại liệt trẻ em: 患了~ mắc bệnh bại liệt trẻ em

【小贩】xiǎofàn<名>tiểu thương; người buôn bán nhỏ

【小费】xiǎofèi<名>tiền thưởng vặt; tiền boa

【小分队】xiǎofēnduì<名>phân đội nhỏ

【小粉】xiǎofěn<名>tinh bột

【小腹】xiǎofù<名>bụng dưới

【小钢炮】xiǎogāngpào<名>❶[军事]pháo

cỡ nhỏ; khẩu pháo con ❷người thanh niên nóng tính: 他就是个~。 Anh ấy là một thanh niên nóng tính.

【小个子】 xiǎogèzi<名>người lùn

【小工】 xiǎogōng<名>công nhân lao động giản đơn

【小功率】 xiǎogōnglǜ<名>công suất nhỏ: ~ 电动机 máy điện công suất nhỏ

【小狗】 xiǎogǒu<名>chó con

【小姑子】 xiǎogūzi<名>[口]cô em chồng

【小鼓】 xiǎogǔ<名>trống nhỏ

【小褂儿】 xiǎoguàr<名>áo ngắn

【小广播】 xiǎoguǎngbō❶<名>tin đồn thất thiệt; đài mồm ❷<动>đồn đại ngầm

【小广告】 xiǎoguǎnggào<名>quảng cáo nhỏ

【小鬼】 xiǎoguǐ<名>❶quỷ sứ ❷thằng ranh con; thằng bé

【小孩儿】 xiǎoháir<名>[口]❶trẻ con: 可爱 的~ trẻ con đáng yêu ❷con (cái): 你有几个 ~? Anh có mấy cháu?

【小寒】 xiǎohán<名>tiết Tiểu hàn

【小号】[1] xiǎohào❶<形>cỡ nhỏ: ~衣服 quần áo cỡ nhỏ ❷<名>tiệm nhỏ

【小号】[2] xiǎohào<名>kèn nhỏ

【小号】[3] xiǎohào<名>[方]phòng giam cá nhân

【小河】 xiǎohé<名>con sông nhỏ; dòng suối nhỏ; tiểu hà

【小户】 xiǎohù<名>❶nhà nghèo ❷gia đình ít người

【小户型】 xiǎohùxíng<名>căn hộ nhỏ

【小皇帝】 xiǎohuángdì<名>hoàng đế nhỏ; tiểu hoàng đế: 他就是家里的~。 Cậu bé là hoàng đế tí hon của cả nhà.

【小惠】 xiǎohuì<名>ơn vặt; ơn huệ nhỏ bé: 好施~ thích ban ơn vặt

【小伙子】 xiǎohuǒzi<名>[口]chàng trai

【小集团】 xiǎojítuán<名>tiểu tập đoàn

【小计】 xiǎojì<名>mưu kế nhỏ

【小家碧玉】 xiǎojiā-bìyù cô gái xinh đẹp nhà thường dân; con gái rượu; con gái một

【小家电】 xiǎojiādiàn<名>đồ điện gia dụng nhỏ: 厨用~ đồ điện gia dụng trong nhà bếp

【小家伙】 xiǎojiāhuo<名>thằng bé

【小家庭】 xiǎojiātíng<名>gia đình nhỏ; gia đình hạt nhân

【小家子气】 xiǎojiāziqì ki bo kẹt xỉ; không phóng khoáng

【小件】 xiǎojiàn<名>đồ nhỏ

【小将】 xiǎojiàng<名>tướng trẻ

【小脚】 xiǎojiǎo<名>chân bó; bàn chân bó nhỏ (tập quán phụ nữ Trung Quốc xưa con gái quý tộc bó chân cho nhỏ): ~女人 đàn bà bó chân

【小轿车】 xiǎojiàochē<名>ô tô con

【小节】[1] xiǎojié<名>việc nhỏ nhặt, tiểu tiết: 生活~ chuyện nhỏ nhặt trong đời sống

【小节】[2] xiǎojié<名>[音乐]ô nhịp; khuôn nhịp

【小结】 xiǎojié❶<名>sơ kết: 思想~ sơ kết tư tưởng ❷<动>(làm) sơ kết: 对上个月工作进 行~ sơ kết cho công tác tháng trước

【小姐】 xiǎojiě<名>❶tiểu thư ❷(tiếng tôn xưng với các cô gái trẻ) cô

【小解】 xiǎojiě<动>tiểu tiện; đi giải

【小金库】 xiǎojīnkù<名>quỹ đen

【小九九】 xiǎojiǔjiǔ<名>❶cửu chương ❷nhẩm tính: 怀揣~ nhẩm tính trong bụng

【小舅子】 xiǎojiùzi<名>[口]cậu (em vợ)

【小开】 xiǎokāi<名>[方]tiếng xưng hô con ông chủ

【小楷】 xiǎokǎi<名>❶chữ khải nhỏ viết tay ❷chữ in thường

【小看】 xiǎokàn<动>[口]coi khinh; xem thường

【小康】 xiǎokāng<形>no ấm; khá giả: ~家庭 gia đình khá giả

【小康社会】 xiǎokāng shèhuì xã hội khá

giả

【小考】xiǎokǎo<名>kì thi giữa học kì: 三天一~。Ba ngày một cuộc thi nhỏ.

【小客车】xiǎokèchē<名>xe khách nhỏ

【小口径】xiǎokǒujìng<名>nòng (súng) nhỏ: ~手枪 súng ngắn nòng nhỏ

【小喇叭】xiǎolǎba<名>kèn nhỏ

【小老婆】xiǎolǎopo<名>[口]vợ bé; vợ lẽ

【小老头儿】xiǎolǎotóur<名>[口]ông cụ non

【小两口儿】xiǎoliǎngkǒur<名>[口]vợ chồng trẻ: ~感情好。Hai vợ chồng trẻ có tình cảm nồng thắm.

【小量】xiǎoliàng<形>số lượng ít

【小龙】xiǎolóng<名>cầm tinh con rắn; tuổi Tị

【小鹿】xiǎolù<名>con hươu

【小路】xiǎolù<名>đường mòn: 林间~ đường mòn trong rừng

【小萝卜】xiǎoluóbo<名>củ cải đỏ (loại nhỏ)

【小锣】xiǎoluó<名>thanh la; chiêng

【小买卖】xiǎomǎimai<名>buôn bán cò con; buôn thúng bán mẹt

【小麦】xiǎomài<名>❶lúa mì ❷hạt lúa mì

【小卖】xiǎomài<名>❶món ăn bán lẻ: 应时~ món ăn lẻ làm sẵn ❷buôn vặt: 提篮~ buôn thúng bán mẹt

【小卖部】xiǎomàibù<名>quầy bán quà vặt; căng-tin

【小满】xiǎomǎn<名>tiết Tiểu mãn

【小帽】xiǎomào<名>mũ cát-két

【小门小户】xiǎomén-xiǎohù gia đình hèn mọn

【小米】xiǎomǐ<名>gạo kê; hạt kê

【小米面】xiǎomǐmiàn<名>bột kê

【小名】xiǎomíng<名>tên mụ; tên sữa

【小命】xiǎomìng<名>tính mạng

【小拇指】xiǎomǔzhǐ<名>[口]ngón út

【小脑】xiǎonǎo<名>tiểu não

【小年】xiǎonián<名>❶năm tháng chạp thiếu ❷ngày Tết ông Táo ❸năm mất mùa hoa quả

【小年夜】xiǎoniányè<名>❶đêm 29 tết ❷23, 24 tháng chạp

【小鸟依人】xiǎoniǎo-yīrén cô gái dịu dàng

【小妞儿】xiǎoniūr<名>[口]cô bé

【小牛】xiǎoniú<名>con bê; con nghé

【小农】xiǎonóng<名>tiểu nông: ~思想 tư tưởng tiểu nông

【小农经济】xiǎonóng jīngjì kinh tế tiểu nông

【小跑】xiǎopǎo<动>[口]chạy gằn; chạy nước kiệu: 一路~ chạy gằn suốt dọc đường

【小朋友】xiǎopéngyǒu<名>❶nhi đồng: 适合~的节目 tiết mục phù hợp với tuổi nhi đồng ❷bạn nhỏ

【小便宜】xiǎopiányi<名>của bở nhỏ; lợi ích nhỏ

【小票】xiǎopiào<名>[口]❶vé nhỏ ❷tờ giấy bạc mệnh giá nhỏ

【小品】xiǎopǐn<名>tiểu phẩm: 表演~ biểu diễn tiểu phẩm

【小品文】xiǎopǐnwén<名>văn tiểu phẩm

【小气】xiǎoqi<形>❶hà tiện; bần tiện: 为人~ ti tiện với mọi người ❷[方]hẹp bụng; nhỏ nhen

【小气鬼】xiǎoqiguǐ<名>❶kẻ hà tiện ❷kẻ hẹp hòi không rộng lượng, hay tự ái

【小气候】xiǎoqìhòu<名>❶vùng khí hậu; tiểu khí hậu ❷môi trường; điều kiện hoạt động

【小憩】xiǎoqì<动>nghỉ giải lao: ~片刻 nghỉ giải lao một chút

【小前提】xiǎoqiántí<名>tiền đề; tiền giả định

【小钱】xiǎoqián<名>❶tiền trinh; đồng trinh ❷món tiền nhỏ: 说大话，使~。Khoác lác thì nhiều, tiền bỏ ra thì ít. ❸món hối lộ vặt

【小巧】 xiǎoqiǎo〈形〉nhỏ bé; xinh xắn: 身形~ thân hình nhỏ nhắn

【小巧玲珑】 xiǎoqiǎo-línglóng nhỏ nhắn xinh xắn; xinh xắn tinh vi: ~的园林建筑 kiến trúc vườn cây xinh xắn

【小青年】 xiǎoqīngnián〈名〉thanh niên choai choai

【小区】 xiǎoqū〈名〉tiểu khu; khu chung cư

【小曲儿】 xiǎoqǔr〈名〉điệu khúc ngắn; điệu hát dân gian

【小觑】 xiǎoqù〈动〉[书]coi nhẹ

【小圈子】 xiǎoquānzi〈名〉❶khung nhỏ hẹp: 生活~ cái khung cuộc sống ❷bè cánh: ~不利于团结。Bè cánh không có lợi cho sự đoàn kết.

【小儿】 xiǎor〈名〉[口]❶hồi nhỏ: 打~我就喜欢唱歌。Tôi thích hát từ hồi nhỏ. ❷thằng bé: 胖~ thằng bé bụ bẫm

【小人】 xiǎorén〈名〉❶kẻ hèn mọn: 卑鄙~ kẻ hèn hạ xấu xa ❷tiểu nhân; kẻ địa vị thấp hèn

【小人得志】 xiǎorén-dézhì tiểu nhân đắc chí

【小人儿书】 xiǎorénrshū〈名〉truyện tranh liên hoàn

【小人物】 xiǎorénwù〈名〉nhân vật nhỏ; người bình thường: ~的生活 cuộc sống của người bình thường

【小日子】 xiǎorìzi〈名〉cuộc sống gia đình tạm ổn: 和美的~ cuộc sống gia đình yên vui

【小商贩】 xiǎoshāngfàn〈名〉lái buôn nhỏ

【小商品】 xiǎoshāngpǐn〈名〉hàng hóa nhỏ: ~市场 thị trường hàng hóa nhỏ

【小声】 xiǎoshēng〈名〉tiếng nói nhỏ

【小时】 xiǎoshí〈名〉giờ; tiếng: 每天工作八~。 Mỗi ngày làm việc 8 tiếng.

【小时候】 xiǎoshíhou〈名〉[口]lúc nhỏ; hồi nhỏ: 这是她~的照片。Đây là bức ảnh hồi bé của cô ta.

【小食】 xiǎoshí〈名〉[方]❶món ăn vặt: 卖~ 的人 bán món ăn vặt ❷ăn linh tinh

【小市】 xiǎoshì〈名〉chợ bán tạp hóa

【小市民】 xiǎoshìmín〈名〉❶tiểu thị dân; tiểu tư sản thành phố ❷bình dân; hạ lưu: ~的生活 cuộc sống của bình dân

【小试锋芒】 xiǎoshì-fēngmáng lộ ra chút bản lĩnh; trổ tài ban đầu

【小视】 xiǎoshì〈动〉coi thường; xem khinh: 这个人不可~。Không thể coi thường người này.

【小手工业者】 xiǎoshǒugōngyèzhě thợ tiểu thủ công nghiệp

【小手小脚】 xiǎoshǒu-xiǎojiǎo❶keo kiệt; bủn xỉn; không hào phóng ❷rụt rè; nhút nhát

【小叔子】 xiǎoshūzi〈名〉[口]chú em chồng

【小暑】 xiǎoshǔ〈名〉tiết Tiểu thử

【小数】 xiǎoshù〈名〉số lẻ

【小数点】 xiǎoshùdiǎn〈名〉dấu phẩy thập phân

【小睡】 xiǎoshuì〈动〉ngủ một lát: ~片刻 chợp mắt được một lát

【小说】 xiǎoshuō〈名〉truyện; tiểu thuyết: 长篇~ truyện dài; 短篇~ truyện ngắn

【小苏打】 xiǎosūdǎ〈名〉natri hydrocacbonat

【小算盘】 xiǎosuànpan〈名〉tính toán nhỏ nhặt: 打~ suy tính riêng

【小摊贩】 xiǎotānfàn〈名〉người bán rong hoặc bày hàng bên lề đường; buôn thúng bán mẹt

【小提琴】 xiǎotíqín〈名〉vi-ô-lông

【小题大做】 xiǎotí-dàzuò việc bé xé ra to: 你这样可真是~。Anh làm thế thật là việc bé xé ra to.

【小天地】 xiǎotiāndì〈名〉không gian nhỏ; không gian tư nhân

【小艇】 xiǎotǐng〈名〉xuồng; ghe con

【小偷小摸】 xiǎotōu-xiǎomō ăn cắp vặt

【小团体主义】 xiǎo tuántǐ zhǔyì chủ nghĩa tiểu đoàn thể

【小腿】xiǎotuǐ〈名〉cẳng chân

【小玩意儿】xiǎowányìr〈名〉đồ trang điểm nhỏ; đồ nhỏ vặt

【小我】xiǎowǒ〈名〉cái tôi nhỏ bé; cá nhân: 牺牲~，保存大我。Hi sinh cái "tôi", để bảo vệ cái "ta".

【小巫见大巫】xiǎowū jiàn dàwū sư trò gặp sư thầy; chú tí hon gặp chàng khổng lồ

【小屋】xiǎowū〈名〉nhà nhỏ bé

【小五金】xiǎowǔjīn〈名〉tiểu ngũ kim; hàng kim khí nhỏ: 街口有家~店。Ở đầu phố có một cửa hàng kim khí nhỏ.

【小溪】xiǎoxī〈名〉dòng suối nhỏ

【小巷】xiǎoxiàng〈名〉ngõ hẻm

【小小说】xiǎoxiǎoshuō〈名〉truyện siêu ngắn

【小鞋】xiǎoxié〈名〉giày chật; trói buộc; hạn chế; việc gây khó dễ: 不怕别人给~穿。Không sợ người ta gây khó dễ.

【小写】xiǎoxiě❶〈名〉viết chữ đơn ❷〈动〉viết thường (không viết hoa hoặc chữ in)

【小心】xiǎoxīn❶〈动〉chú ý: 你不~就会摔跤。Anh không chú ý sẽ bị ngã đấy. ❷〈形〉cẩn thận

【小心谨慎】xiǎoxīn-jǐnshèn cẩn thận

【小心眼儿】xiǎoxīnyǎnr❶(lòng dạ) hẹp hòi ❷thói hẹp hòi

【小心翼翼】xiǎoxīn-yìyì cẩn thận từng li từng tí

【小行星】xiǎoxíngxīng〈名〉tiểu hành tinh

【小型】xiǎoxíng〈形〉loại nhỏ; cỡ nhỏ: ~飞机 máy bay loại nhỏ

【小性儿】xiǎoxìngr〈名〉[方]tính hay tự ái, hay nổi cáu

【小学】xiǎoxué〈名〉(bậc) tiểu học: 上~ học tiểu học

【小学生】xiǎoxuéshēng〈名〉học sinh tiểu học

【小雪】xiǎoxuě〈名〉tiết Tiểu tuyết

【小样】xiǎoyàng❶〈名〉bản bông nhỏ ❷〈名〉[方]mô hình; hàng mẫu: 产品~ mô hình hàng hóa ❸〈形〉[方]tiểu khí; hẹp hòi

【小业主】xiǎoyèzhǔ〈名〉tiểu chủ

【小夜曲】xiǎoyèqǔ〈名〉bản dạ khúc; bản sê-rê-nát

【小衣裳】xiǎoyīshang〈名〉❶đồ lót; quần áo đơn mặc trong ❷quần áo trẻ em

【小姨】xiǎoyí〈名〉❶em gái vợ ❷em gái út của mẹ; dì

【小意思】xiǎoyìsi〈名〉❶chút lòng thành: 这是一点~，请笑纳。Đây là chút quà mọn của tôi, xin vui lòng nhận cho. ❷chuyện nhỏ: 对他来说写一篇报道是~。Đối với anh ấy viết một bài báo là chuyện nhỏ.

【小引】xiǎoyǐn〈名〉tiểu dẫn

【小雨】xiǎoyǔ〈名〉mưa nhỏ (lượng mưa dưới 10 mm trong 24 tiếng đồng hồ)

【小月】[1] xiǎoyuè〈名〉tháng thiếu

【小月】[2] xiǎoyuè〈动〉[口]đẻ non; sẩy thai

【小灶】xiǎozào〈名〉❶bếp riêng (bữa ăn tiêu chuẩn cao nhất trong bếp tập thể) ❷ví sự hưởng thụ đặc biệt

【小账】xiǎozhàng〈名〉[口]tiền quỹ vặt; tiền boa; tiền típ

【小趾】xiǎozhǐ〈名〉ngón chân út

【小住】xiǎozhù〈动〉ở tạm

【小传】xiǎozhuàn〈名〉tiểu truyện; tiểu sử

【小篆】xiǎozhuàn〈名〉tiểu triện (một lối viết của chữ Hán)

【小酌】xiǎozhuó〈动〉nhắm; đánh chén

【小资】xiǎozī〈名〉giai cấp tiểu tư sản

【小子】xiǎozǐ〈名〉❶[书]người trẻ tuổi: 后生~ lớp trẻ hậu sinh ❷xưa chỉ xưng hô người vai thứ hàng dưới; tiểu tử

【小子】xiǎozi〈名〉[口]❶con trai: 大~ con trai cả; 小~ con trai út ❷thằng; thằng cha (có ý khinh miệt): 这~尽添乱。Thằng này chỉ làm cho thêm phiền toái.

【小字辈】xiǎozìbèi<名>bọn choai choai

【小宗】xiǎozōng<名>khối nhỏ; món nhỏ: ~ 货款 món tiền vay nhỏ

【小卒】xiǎozú<名>❶lính trơn; tiểu tốt; tốt đen: 无名~ vô danh tiểu tốt ❷quân tốt

【小组】xiǎozǔ<名>tổ; nhóm: 互助~ tổ tương trợ; 这件事要经过党~讨论。Việc này phải qua tổ Đảng thảo luận.

【小坐】xiǎozuò<动>ngồi nghỉ một lát

晓 xiǎo❶<名>sáng sớm: 拂~ tảng sáng; 破 ~ sáng rõ ❷<动>biết; hiểu: 通~ thông hiểu ❸<动>nói rõ (cho biết): 揭~ công bố cho rõ //(姓) Hiểu

【晓畅】xiǎochàng❶<动>tinh thông; thông thạo; giỏi: ~经济 giỏi về kinh tế ❷<形>thông suốt; lưu loát; sáng sủa: 行文~ bài văn lưu loát

【晓得】xiǎode<动>[口]biết; hiểu biết: ~怎 么做 biết cách làm

【晓风残月】xiǎofēng-cányuè gió sáng trăng tàn

【晓示】xiǎoshì<动>nói rõ cho biết: ~百姓 nói rõ cho người dân biết

【晓行夜宿】xiǎoxíng-yèsù sớm đi tối nghỉ

【晓以利弊】xiǎoyǐlìbì nói rõ lợi hại

【晓之以理，动之以情】xiǎozhīyǐlǐ, dòngzhīyǐqíng giáo dục, cảm hóa bằng tình cảm và lí lẽ: 对后进生的教育，必须 ~。Giáo dục các em học sinh chậm tiến, nên cảm hóa bằng tình cảm và lí lẽ.

xiào

孝 xiào❶<动>có hiếu; hiếu thuận: ~子 người con có hiếu; 尽~ làm tròn đạo hiếu ❷<名>[旧]để tang: 守~ giữ đạo hiếu ❸ <名>đồ tang; tang phục: 穿~ mặc đồ tang // (姓) Hiếu

【孝道】xiàodào<名>đạo hiếu: 恪守~ giữ đạo hiếu

【孝服】xiàofú<名>❶quần áo tang; tang phục ❷thời hạn để tang

【孝敬】xiàojìng<动>❶hiếu thuận tôn kính: ~父母 hiếu với bố mẹ ❷biếu: 这是孙女~您 的。Đây là quà cháu gái kính biếu bà.

【孝顺】xiàoshùn<动>có hiếu; hiếu thuận: ~ 父母 hiếu với bố mẹ

【孝悌】xiàotì<动>hiếu đễ

【孝心】xiàoxīn<名>lòng hiếu thảo: 一片~ tấm lòng hiếu thảo

【孝子】xiàozǐ<名>❶con hiếu; hiếu tử ❷người đang có tang bố mẹ

【孝子贤孙】xiàozǐ-xiánsūn con cháu hiếu thảo; con cháu thảo hiền

肖 xiào<动>giống nhau; giống hệt; như nhau

【肖像】xiàoxiàng<名>(tranh, ảnh) chân dung

【肖像画】xiàoxiànghuà<名>tranh chân dung

【肖像权】xiàoxiàngquán<名>quyền chân dung

校¹ xiào<名>trường học: 夜~ trường ban đêm; ~舍 trường sở //(姓) Hiệu

校² xiào<名>sĩ quan cấp tá: ~官 sĩ quan cấp tá; 大~ đại tá
另见jiào

【校车】xiàochē<名>xe riêng của nhà trường

【校董】xiàodǒng<名>thành viên Hội đồng quản trị nhà trường

【校方】xiàofāng<名>phía nhà trường

【校风】xiàofēng<名>phong khí nhà trường: ~严谨 phong khí nhà trường nghiêm túc

【校服】xiàofú<名>đồng phục nhà trường

【校歌】xiàogē<名>bài ca của trường

【校规】xiàoguī<名>nội quy nhà trường: 全 校学生都应遵守~。Toàn thể học sinh đều phải tuân theo nội quy của nhà trường.

【校花】xiàohuā<名>hoa khôi của trường

【校徽】xiàohuī〈名〉huy hiệu nhà trường

【校纪】xiàojì〈名〉kỉ cương nhà trường: 学生就该遵守~。Học sinh phải gìn giữ kỉ cương của nhà trường.

【校际】xiàojì〈形〉liên trường: ~球赛 cuộc thi đấu bóng liên trường

【校刊】xiàokān〈名〉chuyên san nhà trường: ~经常刊登一些教育文章。Chuyên san nhà trường thường đăng những bài viết về giáo dục.

【校历】xiàolì〈名〉lịch của nhà trường

【校内】xiàonèi〈形〉trong trường: ~活动 hoạt động trong trường

【校企】xiàoqǐ〈名〉xí nghiệp của nhà trường

【校庆】xiàoqìng〈名〉kỉ niệm ngày thành lập trường: 举行~ tiến hành kỉ niệm ngày thành lập trường

【校容】xiàoróng〈名〉bộ mặt nhà trường

【校舍】xiàoshè〈名〉trường sở: 崭新的~ trường sở hoàn toàn mới

【校外】xiàowài〈名〉ngoài trường: ~活动 hoạt động ngoài trường

【校务】xiàowù〈名〉công việc trong trường

【校训】xiàoxùn〈名〉khẩu hiệu truyền thống của trường; những lời giáo huấn của nhà trường

【校医】xiàoyī〈名〉bác sĩ nhà trường

【校友】xiàoyǒu〈名〉bạn đồng học; bạn cùng trường; bạn học: 我们学校的著名~ bạn đồng học nổi tiếng của trường ta

【校园】xiàoyuán〈名〉vườn trường; khu trường: ~内外 trong và ngoài trường

【校园网】xiàoyuánwǎng〈名〉mạng nội bộ của nhà trường

【校园文化】xiàoyuán wénhuà văn hóa nhà trường

【校长】xiàozhǎng〈名〉hiệu trưởng; giám đốc trường

【校址】xiàozhǐ〈名〉địa chỉ của trường học

哮 xiào❶〈名〉tiếng thở dốc: ~喘 thở hồng hộc ❷〈动〉kêu gào; gầm rống: 咆~ gầm thét

【哮喘】xiàochuǎn〈动〉hen; xuyễn; cò cưa: 她有~病。Cô ấy mắc bệnh hen xuyễn.

笑 xiào〈动〉❶cười: ~容 nụ cười ❷chê cười: 窃~ cười trộm //(姓)Tiếu

【笑柄】xiàobǐng〈名〉trò cười; trò hề: 沦为~ truyền nhau làm trò cười

【笑场】xiàochǎng〈动〉phì cười (chỉ diễn viên khi diễn xuất): 他演出时~了。Anh ấy phì cười khi biểu diễn.

【笑哈哈】xiàohāhā cười ha hả

【笑呵呵】xiàohēhē cười khà khà: 大爷整天~的。Ông cụ suốt ngày cười khà khà.

【笑话】xiàohua❶〈名〉truyện cười; lời nói vui: 爱讲~ hay kể tiếu lâm ❷〈动〉chế nhạo; châm biếm: ~别人 chế giễu người khác

【笑口常开】xiàokǒu-chángkāi nụ cười luôn đọng trên môi: 日子越过越开心，老人们一个个~。Đời sống ngày càng khấm khá, nụ cười luôn đọng trên môi các cụ.

【笑里藏刀】xiàolǐ-cángdāo miệng thơn thớt, dạ ớt ngâm

【笑脸】xiàoliǎn〈名〉vẻ mặt tươi cười: 对所有人~相迎 tươi cười đón tiếp mọi người

【笑料】xiàoliào〈名〉nguồn cười

【笑骂】xiàomà〈动〉❶châm biếm và chửi rủa: ~由人 kệ người ta châm biếm và chửi rủa ❷cười đùa

【笑眯眯】xiàomīmī cười tít mắt: 老人~地看着孙子。Ông cụ nhìn cháu nội cười nheo cả mắt.

【笑面虎】xiàomiànhǔ〈名〉hổ cười; ngoài thơn thớt, dạ ớt ngâm; ví người vẻ ngoài thì tươi cười nhưng bụng dạ hiểm độc

【笑纳】xiàonà〈动〉xin vui lòng nhận cho: 请您~! Xin vui lòng nhận cho!

【笑容】xiàoróng〈名〉dáng cười; nụ cười; nét cười: 慈祥的~ vẻ mặt tươi cười hiền hậu

【笑容可掬】xiàoróng-kějū cười tươi hớn

hở

【笑容满面】xiàoróng-mǎnmiàn vẻ mặt tươi cười

【笑声】xiàoshēng<名>tiếng cười: 一阵~ một tràng tiếng cười

【笑谈】xiàotán<名>❶trò cười; trò hề: 传为 ~ truyền nhau làm trò cười ❷truyện cười

【笑纹】xiàowén<名>nếp nhăn khi cười

【笑窝】xiàowō<名>lúm đồng tiền: 她颊上 有个~儿。Má cô ấy có lúm đồng tiền.

【笑嘻嘻】xiàoxīxī cười hì hì: 她整天~的。 Cô ấy cứ cười hì hì suốt ngày.

【笑星】xiàoxīng<名>danh hài: 他是著名 ~。Anh ấy là một danh hài nổi tiếng.

【笑颜】xiàoyán<名>nét mặt tươi cười: 常有 ~ luôn luôn tươi cười

【笑吟吟】xiàoyínyín cười tủm tỉm: 她~地 听着孩子们朗读诗歌。Cô ấy cười tủm tỉm nghe các cháu đọc thơ.

【笑盈盈】xiàoyíngyíng cười hớn hở

【笑影】xiàoyǐng<名>dáng vẻ tươi cười; dáng vẻ hớn hở

【笑语】xiàoyǔ<名>nói cười: 欢歌~ hát vang vui cười

【笑逐颜开】xiàozhú-yánkāi tươi cười rạng rỡ: 接到孩子立功的喜报她~。Bà ấy tươi cười rạng rỡ khi nhận được tờ giấy báo công của con.

效¹ xiào<名>hiệu quả: 有~ có hiệu quả; 功~ công hiệu //(姓) Hiệu

效² xiào<动>bắt chước; làm theo: ~法 noi theo

效³ xiào<动>hiến dâng: ~劳 dâng hiến sức lực; ~力 dốc sức

【效法】xiàofǎ<动>noi theo; học theo: ~前 人 noi theo các bậc cha anh

【效仿】xiàofǎng<动>làm theo; học theo

【效果】xiàoguǒ<名>hiệu quả: 良好的~ hiệu quả tốt

【效劳】xiàoláo<动>tận tụy phục vụ; đem sức lực phục vụ: 终生为民~ suốt đời tận tụy vì dân; 随时为您~。Sẵn lòng phục vụ cho quý khách.

【效力】¹ xiàolì<动>đổ công sức; dốc sức: 为 建设事业~ dốc sức cho sự nghiệp xây dựng

【效力】² xiàolì<名>hiệu lực; tác dụng tốt

【效率】xiàolǜ<名>❶tỉ lệ phần trăm công suất được sử dụng ❷hiệu suất; năng xuất: 工作~ hiệu xuất làm việc

【效命】xiàomìng<动>phục vụ quên mình; cống hiến: ~于封建朝廷 hết lòng vì triều đình phong kiến

【效能】xiàonéng<名>hiệu năng: 高~ hiệu năng cao

【效死】xiàosǐ<动>sả thân phụng sự: ~疆场 sả thân ở nơi chiến trường

【效验】xiàoyàn<名>hiệu nghiệm; hiệu quả; kết quả: 药还没见~。Chưa thấy hiệu quả của thuốc.

【效益】xiàoyì<名>hiệu quả kinh tế; hiệu quả và lợi ích

【效益工资】xiàoyì gōngzī tiền lương năng suất

【效应】xiàoyìng<名>❶hiệu ứng: 产生化学 ~ sinh ra hiệu ứng hóa học ❷tác dụng: 名人 ~ tác dụng danh nhân

【效用】xiàoyòng<名>hiệu dụng; tác dụng: 此类新药的~很大。Loại thuốc mới này rất có hiệu quả.

【效忠】xiàozhōng<动>dốc lòng trung thành: ~于祖国 dốc lòng trung thành với Tổ quốc

啸 xiào<动>❶hú; huýt sáo; thét: 仰天长 ~ ngẩng cao đầu thét lên ❷(chim, thú…) kêu hót; gầm: 虎~ hổ gầm ❸rú; rít; gào: 风~ gió rít; 海水的~声 tiếng biển gầm gào ❹(máy bay, đạn) rít; réo: 飞机起飞时的尖~ tiếng rít khi máy bay cất cánh

【啸傲】xiào'ào〈动〉[书]thảnh thơi ngoài sự ràng buộc: ~群峰 (sống) thảnh thơi với chốn núi non

【啸叫】xiàojiào〈动〉hú; huýt sáo; thét; gầm

【啸聚山林】xiàojù-shānlín hú gọi nhau tụ họp nơi rừng núi

【啸鸣】xiàomíng❶〈动〉hú gọi: 北风~ gió bắc gào thét ❷〈名〉tiếng hú cao và dài: 野兽的~ tiếng hú của thú rừng

xiē

些 xiē〈量〉❶những; một số; một ít: 有~ có một số ❷hơn một chút: 大~ to hơn chút; 简单~ giản đơn hơn

【些个】xiēge〈量〉[口]tí; một tí; một chút; những: 请教~问题。Xin hỏi một số vấn đề.

【些微】xiēwēi❶〈形〉một chút; hơi: ~醉意 hơi say ngà ngà ❷〈副〉hơi; có hơi: ~头痛 hơi đau đầu

【些小】xiēxiǎo〈形〉[书]❶một tí; một chút: ~变化 một chút thay đổi ❷nhỏ nhặt; tí xíu: 占~便宜 chiếm chút lợi

【些须】xiēxū〈形〉một tí; một chút: ~小事 một chút chuyện vặt

【些许】xiēxǔ〈形〉một chút; một ít: ~灰尘 một chút bụi

揳 xiē〈动〉đóng; chêm

楔 xiē❶〈动〉đóng; chêm ❷〈名〉cái chêm; cái nêm

【楔形文字】xiēxíng wénzì　văn tự hình nêm

【楔子】xiēzi〈名〉❶cái nêm; gỗ chêm ❷đinh gỗ; đinh tre ❸đoạn mở đầu vở kịch hoặc màn chen giữa hai vở kịch ngắn; phần đệm mở đầu trong các chương tiểu thuyết hiện đại

歇 xiē❶〈动〉nghỉ: ~了两三日 đã nghỉ hai ba ngày ❷〈动〉ngừng: ~工 nghỉ làm việc ❸

〈动〉[方]ngủ: 你~息了吗？Anh ngủ rồi à? ❹〈量〉[方]chốc lát

【歇班】xiēbān〈动〉không đi làm; nghỉ ca: 我今天~。Hôm nay tôi không đi làm.

【歇菜】xiēcài〈动〉hết đời; hết chuyện

【歇顶】xiēdǐng〈动〉hói đầu; hói

【歇乏】xiēfá〈动〉nghỉ giải lao: 在田间~ nghỉ giải lao trên đồng ruộng

【歇伏】xiēfú〈动〉nghỉ mùa nóng

【歇工】xiēgōng〈动〉❶ngừng việc; đình công ❷nghỉ hết việc (nhà máy, công trình)

【歇后语】xiēhòuyǔ〈名〉yết hậu ngữ; câu nói bỏ lửng

【歇脚】xiējiǎo〈动〉nghỉ chân: 中途~ nghỉ chân giữa đường

【歇凉】xiēliáng〈动〉hóng mát: 到江边~ đi bờ sông hóng mát

【歇气】xiēqì〈动〉nghỉ xả hơi: 干起活来不~。Làm một mạch không xả hơi.

【歇响】xiēshǎng〈动〉nghỉ trưa; ngủ trưa: 现在太阳太大，咱们~再干。Bây giờ nắng quá, chúng ta nghỉ trưa rồi làm tiếp.

【歇手】xiēshǒu〈动〉nghỉ tay: ~吃饭 nghỉ tay ăn cơm

【歇斯底里】xiēsīdǐlǐ❶〈名〉chứng i-xtê-ri ❷〈形〉bị i-xtê-ri

【歇宿】xiēsù〈动〉nghỉ trọ: 开房~ thuê phòng nghỉ trọ

【歇腿】xiētuǐ =【歇脚】

【歇息】xiēxi〈动〉❶nghỉ ❷nghỉ trọ; ngủ

【歇夏】xiēxià =【歇伏】

【歇闲】xiēxián〈动〉nghỉ: 一天到晚不~ suốt ngày làm không nghỉ tay

【歇心】xiēxīn〈动〉[方]❶lòng dạ thảnh thơi: 难得~ ít khi lòng dạ được thảnh thơi ❷từ bỏ ý đồ: 你多次碰壁仍不~。Anh bị thất bại nhiều lần mà vẫn không bỏ ý định.

【歇业】xiēyè〈动〉ngừng kinh doanh; đóng cửa: 这家饭店早已~。Cửa hàng này đã đóng cửa lâu rồi.

【歇阴】xiēyīn<动>[方]nghỉ mát

【歇枝】xiēzhī<动>mất mùa trái cây

蝎 xiē<名>con bò cạp

【蝎子】xiēzi<名>[动物]con bò cạp

xié

协 xié❶<形>điều hòa: ~和 hòa hợp ❷<动>cùng chung; hiệp: ~同 hiệp đồng ❸<动>giúp đỡ: ~办 giúp làm //(姓) Hiệp

【协办】xiébàn<动>giúp làm; góp sức làm; phối hợp tổ chức: 本次大赛由电视台~。Cuộc thi này do đài truyền hình phối hợp tổ chức.

【协查】xiéchá<动>giúp đỡ điều tra

【协定】xiédìng❶<名>hiệp định: 合作~ hiệp định hợp tác ❷<动>định ra: 双方~工程完成期限。Hai bên định ra kì hạn hoàn thành công trình.

【协定关税】xiédìng guānshuì biểu thuế hiệp định

【协管】xiéguǎn<动>giúp đỡ quản lí

【协和】xiéhé<动>làm hòa hợp; dung hợp

【协会】xiéhuì<名>hiệp hội; hội liên hiệp

【协警】xiéjǐng<名>cảnh sát phụ trợ

【协理】xiélǐ❶<名>trợ lí giám đốc; nhân viên trợ lí giám đốc ❷<动>giúp đỡ giải quyết

【协力】xiélì<动>hiệp lực; chung sức: 同心~ chung sức chung lòng

【协商】xiéshāng<动>hiệp thương; bàn bạc: 政治~ hiệp thương chính trị; 跟合作伙伴~ thảo luận với các đối tác của mình

【协调】xiétiáo❶<形>hài hòa; nhịp nhàng: ~一致 có sự phối hợp nhịp nhàng; 色彩~ những màu sắc rất hài hòa ❷<动>phối hợp; làm cho hài hòa; cân bằng: ~好供与求 cân đối cung và cầu; 我们要努力~好工

作，帮助洪涝地区的灾民。Chúng ta phải cố gắng phối hợp để giúp đỡ các nạn nhân vùng lũ lụt.

【协同】xiétóng<动>hiệp đồng; phối hợp (để làm việc): ~作战 hiệp đồng tác chiến

【协议】xiéyì❶<动>hiệp thương; bàn bạc; thỏa thuận: 共同~ thỏa thuận với nhau ❷<名>nghị định thư; bản thỏa thuận: 达成~ đi đến thỏa thuận

【协议书】xiéyìshū<名>nghị định thư

【协约】xiéyuē❶<动>kí hiệp ước ❷<名>điều ước kí kết; hiệp ước: ~到期 hiệp ước đến thời hạn

【协约国】xiéyuēguó<名>nước kí hiệp ước; hiệp ước quốc

【协助】xiézhù<动>phối hợp; giúp đỡ: 多方~完成 nhiều bên phối hợp giúp đỡ hoàn thành

【协奏曲】xiézòuqǔ<名>khúc hòa tấu; bản hòa tấu

【协作】xiézuò<动>hiệp tác; hiệp đồng; cộng tác; hợp tác: 通力~ cố gắng hợp tác

邪 xié❶<形>tà; không chính đáng: 改~归正 cải tà quy chính ❷<名>tà ma; ma quỷ: 中~ trúng tà ❸<形>kì lạ; không bình thường: ~门 quái lạ ❹<名>nhân tố hoàn cảnh gây bệnh: 风~ phong tà

【邪不压正】xiébùyāzhèng tà bất áp chính; gian tà không thể thắng chính nghĩa

【邪财】xiécái<名>[方]của bất chính; của phi nghĩa

【邪道】xiédào<名>tà đạo; con đường bất chính

【邪恶】xié'è<形>gian ác: 内心~ bụng dạ gian ác

【邪乎】xiéhu<形>[方]❶quá đáng; ghê gớm: 今年天旱得有点~。Năm nay trời hạn lạ thường. ❷li kì: 那件事不像他说的那么~。Việc đó không li kì như anh ta nói.

【邪教】xiéjiào<名>tà đạo; tà giáo

【邪路】xiélù =【邪道】

【邪门儿】xiéménr<形>[方]quái lạ: 这锁有点~，怎么也打不开。Chiếc khóa này quái nhỉ, mở mãi không được。~的是，他居然赢了。Có điều lạ là anh ấy đã thắng.

【邪门歪道】xiémén-wāidào con đường bất chính

【邪魔】xiémó<名>tà ma

【邪念】xiéniàn<名>ý nghĩ bất chính; tà tâm; điều tà niệm: 不要产生害人的~。Không thể nảy ra điều tà niệm hại người.

【邪气】xiéqì<名>❶tà khí; tác phong không lành mạnh; thói tục bất chính: 打掉单位里的~。Quét sạch tác phong không lành mạnh trong đơn vị。❷[中医]tà khí

【邪术】xiéshù<名>tà thuật; kĩ thuật tà ma

【邪说】xiéshuō<名>tà thuyết: 不要相信这些歪理~。Đừng tin vào các tà thuyết xằng bậy đó.

【邪心】xiéxīn<名>tà tâm; lòng dạ xấu xa: ~恶念 ý đồ xấu xa

【邪行】xiéxíng<名>hành vi bất chính

【邪行】xiéxing<形>[方]khác lạ; quái lạ; khác thường; đặc biệt: 天冷得~。Trời rét một cách kì lạ.

胁 xié❶<名>sườn: 两~ hai bên sườn ❷<动>hiếp bức: 威~ uy hiếp/đe dọa

【胁变】xiébiàn<动>[物理]kéo căng

【胁持】xiéchí<动>kèm hai bên; ép bắt: ~人质 bắt giữ con tin

【胁从】xiécóng<动>kẻ bị cưỡng bức làm theo (việc xấu); kẻ a tòng; tòng phạm: ~分子 kẻ tòng phạm

【胁肩谄笑】xiéjiān-chǎnxiào nhún vai cười nịnh; khúm núm cười nịnh

【胁迫】xiépò<动>uy hiếp cưỡng bức; dọa dẫm ép buộc

挟 xié<动>❶cắp; kẹp vào nách hay bên

sườn: 他腋下~着一只公文包。Anh ta cắp một chiếc bao dưới nách。❷bức hiếp; ép buộc: 要~ bắt chẹt; ~天子以令诸侯 ép thiên tử để lệnh cho chư hầu ❸ôm (oán, hận…): ~恨 ôm hận ❹nhờ cậy

【挟持】xiéchí<动>❶kèm hai bên; kẹp hai bên ❷bắt ép buộc

【挟仇】xiéchóu<动>ôm thù hận

【挟带】xiédài<动>❶mang theo ❷xen lẫn

【挟嫌】xiéxián<动>[书]ôm mối hiềm nghi; ngậm hờn; mang hận: ~报复 ôm hận phục thù

【挟制】xiézhì<动>bức ép; khống chế: 互相~ khống chế nhau

偕 xié<动>cùng: ~行 cùng đi

【偕老】xiélǎo<动>(vợ chồng) cùng chung sống đến già: 白头~ chung sống đến bạc đầu

【偕同】xiétóng<动>cùng đi: ~前往 cùng đi với nhau

【偕行】xiéxíng<动>cùng đi: ~人员 nhân viên cùng đi

斜 xié<形>nghiêng; lệch; chéo; xiên: 画挂得有点~。Bức tranh treo hơi lệch。//(姓)Tà

【斜边】xiébiān<名>cạnh huyền

【斜度】xiédù<名>độ dốc

【斜对面】xiéduìmiàn<名>chênh chếch mặt đối diện

【斜晖】xiéhuī<名>[书]tà huy; ánh nắng chiều tà: ~洒落湖面。Nắng chiều chiếu xuống mặt hồ.

【斜角】xiéjiǎo<名>góc xiên; góc chéo

【斜靠】xiékào<动>dựa nghiêng

【斜拉桥】xiélāqiáo<名>cầu chằng chéo; cầu treo

【斜路】xiélù<名>đường tà; con đường lầm lạc: 走上~ đi vào con đường lầm lạc

【斜率】xiélǜ<名>[数学]độ dốc; độ nghiêng

【斜面】xiémiàn<名>mặt phẳng nghiêng

【斜坡】xiépō<名>sườn dốc

【斜射】xiéshè<动>chiếu nghiêng; chiếu chếch

【斜视】xiéshì❶<名>mắt lác; mắt lé ❷<动>nhìn nghiêng; liếc: 目不~ không liếc mắt nhìn đi chỗ khác

【斜塔】xiétǎ<名>tháp nghiêng

【斜体】xiétǐ<名>thể chữ viết nghiêng

【斜体字】xiétǐzì<名>chữ nghiêng

【斜线】xiéxiàn<名>đường chéo

【斜眼】xiéyǎn<名>❶mắt lác; mắt lé ❷người lác mắt

【斜阳】xiéyáng<名>tà dương; nắng chiều; mặt trời xế bóng; ác tà: ~挂西山。Bóng tịch dương đã gác non đoài.

【斜倚】xiéyǐ<动>dựa nghiêng

【斜照】xiézhào❶<动>soi chếch; (nắng) xế chiều ❷<名>tà dương; nắng chiều

谐 xié❶<形>hài hòa: ~音 hài âm ❷<动>thỏa thuận xong; ổn thỏa: 事~之后给我写份报告。Sau khi công việc ổn thỏa thì viết một bản báo cáo cho tôi. ❸<形>hài hước; khôi hài: ~戏 trò khôi hài

【谐和】xiéhé<形>hài hòa: 建立~的关系 xây dựng quan hệ hài hòa

【谐剧】xiéjù<名>hài kịch

【谐美】xiéměi<形>hài hòa đẹp đẽ; trau chuốt

【谐趣】xiéqù<形>hài hước thú vị

【谐声】xiéshēng<名>hài thanh

【谐调】xiétiáo<形>hài hòa: 音韵~ âm vận hài hòa

【谐戏】xiéxì<名>[书]trò khôi hài

【谐星】xiéxīng<名>ngôi sao hài hước; danh hài

【谐谑】xiéxuè<动>hài hước

【谐音】xiéyīn<动>hài âm: ~字 chữ hài âm

【谐振】xiézhèn<动>[物理]hiện tượng hợp tần số làn sóng; sự cộng hưởng: ~电路 đường điện cộng hưởng

颉 xié<动>[书]chim bay lên //(姓)Hiệt

【颉颃】xiéháng<动>❶chim bay lên bay xuống ❷ngang sức nhau; cân sức

携 xié<动>❶mang theo; đem theo; dìu dắt: ~酒 mang rượu; ~夫人 cùng với vợ ❷nắm tay; dắt díu

【携带】xiédài<动>❶mang theo: ~贵重物品 mang theo đồ đắt tiền ❷dìu dắt: 多承~ được dìu dắt nhiều

【携手】xiéshǒu<动>❶tay nắm tay: ~开创新局面 tay nắm tay tạo ra một cục diện mới; ~办博览会 xiết tay tổ chức tốt Hội chợ ❷chỉ ý cùng hợp tác: ~合作建立新的家园 cùng nhau hợp tác xây dựng lại quê hương mới

鞋 xié<名>giày; dép: 皮~ giày da; 凉~ dép; 拖~ dép lê

【鞋拔子】xiébázi<名>cái xỏ giày; cái đón gót

【鞋帮】xiébāng<名>má giày

【鞋带】xiédài<名>dây giày: ~松了。Dây giày đã lỏng.

【鞋底】xiédǐ<名>đế giày

【鞋店】xiédiàn<名>cửa hàng bán giày

【鞋垫】xiédiàn<名>lót giày

【鞋跟】xiégēn<名>gót giày

【鞋柜】xiéguì<名>tủ giày

【鞋匠】xiéjiàng<名>thợ giày

【鞋扣】xiékòu<名>khóa giày

【鞋码】xiémǎ<名>cỡ giày: ~齐全 cỡ giày đầy đủ

【鞋铺】xiépù<名>cửa hàng bán giày

【鞋刷】xiéshuā<名>bàn chải đánh giày

【鞋套】xiétào<名>bao giày

【鞋袜】xiéwà<名>bít tất và giày

【鞋样】xiéyàng<名>mẫu giày

【鞋印】xiéyìn<名>vết giày

【鞋油】xiéyóu<名>xi đánh giày (da)

【鞋子】xiézi〈名〉giày

鰓 xié〈形〉[书]hài hòa (thường dùng trong tên người)

纈 xié〈名〉[书]lụa hoa

xiě

写 xiě〈动〉❶viết (chữ): ~字 viết chữ ❷sáng tác: ~诗 làm thơ ❸tả; miêu tả: ~景 tả cảnh ❹vẽ: ~生 vẽ cảnh vật thật

【写本】xiěběn〈名〉bản chép tay; bản sao

【写法】xiěfǎ〈名〉❶bút pháp; phương pháp sáng tác ❷cách viết chữ; thư pháp

【写稿】xiěgǎo〈动〉viết bản thảo; viết bài văn: 特约~ viết bài theo hẹn

【写景】xiějǐng〈动〉miêu tả cảnh vật; tả cảnh

【写生】xiěshēng〈动〉vẽ tả sinh: 实地~ vẽ cảnh vật thực địa

【写实】xiěshí〈动〉tả thực: ~主义 chủ nghĩa tả thực

【写手】xiěshǒu〈名〉người viết giỏi; cây viết

【写意】xiěyì〈名〉tả ý; vẽ chấm phá truyền thần: ~画 bức tranh tả ý

【写照】xiězhào❶〈动〉vẽ chân dung: 传神 ~ vẽ truyền thần sống động ❷〈名〉miêu tả; khắc họa; lột tả: 长城是中华民族精神的 ~。Trường Thành là sự khắc họa của tinh thần dân tộc Trung Hoa.

【写真】xiězhēn❶〈动〉vẽ hoặc chụp ảnh chân dung ❷〈名〉bức chân dung ❸〈名〉tả chân; tả thực

【写真集】xiězhēnjí〈名〉tập ảnh; album

【写字】xiězì〈动〉viết chữ; tập viết: ~课 giờ tập viết

【写字楼】xiězìlóu〈名〉[方]nhà thương mại; tòa lầu văn phòng

【写字台】xiězìtái〈名〉bàn làm việc; bàn viết

【写作】xiězuò〈动〉viết lách; sáng tác văn học: ~技巧 kĩ thuật viết văn

血 xiě　义同 "血" (xuè)❶，用于口语，多 单用，如 "流血了、鸡血" 等。
另见xuè

【血糊糊】xiěhūhū　máu me nhầy nhụa: ~的 脸 mặt mũi máu me nhầy nhụa

【血淋淋】xiělínlín❶máu me đầm đìa: ~的 场面 cảnh tượng máu me đầm đìa ❷đẫm máu: ~的教训 bài học đẫm máu

【血晕】xiěyùn〈动〉bị bầm giập; bị bầm tím
另见xuèyùn

xiè

泄 xiè〈动〉❶lọt ra; tiết ra: 排~ bài tiết; 水~ 不通 nước chảy không được ❷để lộ; tiết lộ; để lọt ra ngoài: ~密 tiết lộ bí mật; ~底 để lộ nội tình ❸trút: ~愤 trút căm phẫn

【泄底】xièdǐ〈动〉lộ tẩy; lòi đuôi; để lộ nội tình; bại lộ: 我们的计划被~了。Kế hoạch của chúng ta đã bị lộ rồi.

【泄愤】xièfèn〈动〉trút căm phẫn; trút hận: 叛军烧房子来~。Quân phiến loạn đã đốt nhà để trút hận.

【泄恨】xièhèn =【泄愤】

【泄洪】xièhóng〈动〉xả lũ; tháo lũ: ~闸 cống xả lũ

【泄劲】xièjìn〈动〉mất ý chí; giảm hăng hái; nhụt chí: 如果大家~了，任务就完不 成了。Nếu mất ý chí, chúng ta không thể hoàn thành được nhiệm vụ.

【泄漏】xièlòu〈动〉❶tiết lộ; để lọt ❷rò; rỉ; rò thoát: 油气~ dầu khí rò thoát ra ngoài

【泄露】xièlòu〈动〉tiết lộ; để lọt: ~消息 tiết lộ thông tin

【泄露天机】xièlòu-tiānjī　để lộ chuyện cơ mật; làm lộ bí mật

【泄密】xièmì〈动〉tiết lộ điều cơ mật; tiết

lộ bí mật: 由于~，行动计划失败了。Vì không giữ được bí mật, kế hoạch hành động bị thất bại.

【泄气】xièqì❶〈动〉xì hơi; xẹp hơi; nhụt chí; nản lòng: 加把劲就能成功，不要~。Cố gắng lên sẽ thành công, đừng nhụt chí. ❷〈形〉kém cỏi; đụt: 一点小事都办不好，你也太~了。Việc nhỏ thế cũng làm không xong, anh thật kém quá.

【泄水】xièshuǐ〈动〉tháo nước: 打开~闸 mở cửa cống; ~工程 công trình thoát nước

【泄题】xiètí〈动〉lộ đề: 上届毕业考试，个别地方发生~事件。Kì thi cuối cấp năm trước, xảy ra vụ lộ đề ở nơi cá biệt.

泻 xiè〈动〉❶xiết; cuồn cuộn; chảy nhanh: 流~ chảy cuồn cuộn ❷tiêu chảy; tháo dạ: 上吐下~ thượng thổ hạ tả

【泻肚】xièdù〈动〉[口]tiêu chảy; tháo dạ; ỉa chảy: 最近几天，她一直在~。Mấy hôm nay, chị ấy bị tiêu chảy.

【泻药】xièyào〈名〉thuốc tẩy; thuốc xổ

卸 xiè〈动〉❶dỡ: ~货 dỡ hàng ❷gỡ; tháo gỡ: ~肩 gỡ khỏi vai ❸cởi; tháo: ~牲口 cởi ách cho súc vật ❹tháo dỡ; dỡ ra: 拆~ tháo rời ❺từ bỏ; tước bỏ: ~任 từ bỏ chức vụ

【卸包袱】xiè bāofu❶bỏ ba lô ❷giải trừ sự gánh vác

【卸车】xièchē〈动〉dỡ xe; dỡ hàng (từ trên xe xuống): 人工~ dỡ hàng bằng sức người

【卸船】xièchuán〈动〉dỡ tàu

【卸磨杀驴】xièmò-shālǘ xay cối xong liền tháo lừa ra làm thịt; qua cầu rút ván; vắt chanh bỏ vỏ

【卸任】xièrèn〈动〉thôi chức vụ; từ chức

【卸载】xièzài〈动〉❶dỡ hàng ❷tháo phần mềm máy tính

【卸责】xièzé〈动〉trút bỏ trách nhiệm; đổ trách nhiệm: 这次事故你是卸不了责的。Về sự cố lần này anh không thể thoái thác

được trách nhiệm.

【卸职】xièzhí〈动〉thôi chức vụ; từ chức

【卸妆】xièzhuāng〈动〉tháo đồ trang sức; tẩy trang

【卸装】xièzhuāng〈动〉(diễn viên) tẩy trang: 演出结束后，演员们开始~。Sau khi trình diễn, các diễn viên bắt đầu tẩy trang.

屑 xiè❶〈名〉vụn; mạt: 铁~ vụn sắt; 木~ mạt cưa ❷〈形〉vụn vặt; nhỏ nhen: 琐~ vụn vặt ❸〈动〉đáng (làm): 不~一顾 không đáng để tâm

械 xiè〈名〉❶máy móc; khí giới: 机~ máy móc ❷vũ khí: 军~ quân giới; 缴~ tước vũ khí ❸[书]dụng cụ tra tấn; gông xiềng (gông, cùm, xiềng)

【械斗】xièdòu〈动〉(nhiều người) đánh nhau bằng khí giới

亵 xiè〈形〉❶khinh nhờn; khinh suất: ~慢 khinh nhờn ❷dâm ô; dâm uế: 猥~ tục tĩu

【亵渎】xièdú〈动〉[书]khinh nhờn; không tôn trọng: ~先人 khinh nhờn tổ tiên; ~艺术 khinh rẻ nghệ thuật

【亵狎】xièxiá〈动〉suồng sã; sàm sỡ

【亵语】xièyǔ〈名〉lời nói suồng sã

谢 xiè〈动〉❶cảm tạ; cảm ơn: 道~ nói lời cảm ơn; 这点儿小事不用~了。Việc nhỏ ấy mà, không cần phải cảm ơn. ❷nhận lỗi; tạ lỗi: ~罪 tạ lỗi ❸cự tuyệt; từ chối: 婉言~绝 từ chối khéo ❹tàn tạ; rụng: 花开花~ hoa nở hoa rụng; 新陈代~ thay cũ đổi mới/sự trao đổi chất (giữa các tế bào và các mô) //(姓) Tạ

【谢忱】xièchén〈名〉lòng biết ơn; nỗi cảm kích: 顺致~。Nhân đây xin gửi lời cảm ơn.

【谢词】xiècí〈名〉lời cảm ơn

【谢顶】xièdǐng〈动〉hói; hói đầu

【谢恩】xiè'ēn〈动〉tạ ơn

【谢绝】xièjué〈动〉xin miễn; khước từ; từ chối khéo: ~回答有关个人的问题。Xin miễn trả lời những câu hỏi về vấn đề riêng tư.

【谢客】xièkè<动>❶từ chối tiếp khách: 闭门~ đóng cửa không tiếp khách ❷(ngỏ lời) cảm ơn khách

【谢礼】xièlǐ<名>lễ vật tạ ơn

【谢幕】xièmù<动>(diễn viên ra sân khấu) chào cảm ơn

【谢却】xièquè<动>cự tuyệt; từ chối: 他~了我的礼物。Anh ấy đã từ chối quà tặng của tôi.

【谢世】xièshì<动>[书]qua đời; tạ thế

【谢天谢地】xiètiān-xièdì cảm ơn trời đất; tạ ơn trời đất

【谢谢】xièxie<动>cảm ơn; tạ ơn; cám ơn

【谢意】xièyì<名>lòng biết ơn; nỗi cảm kích: 聊表~。Xin tỏ chút lòng biết ơn.

【谢罪】xièzuì<动>tạ lỗi; nhận lỗi; xin lỗi: 向大家~ tạ lỗi với mọi người

解¹ xiè<动>[口]hiểu rõ
解² xiè<名>[旧]tài làm xiếc //(姓) Giải
另见jiě, jiè

【解数】xièshù<名>thế võ; thủ đoạn; khả năng; bản lĩnh: 他使出浑身~才破解了难题。Anh ấy thi thố hết tài năng của mình mới giải quyết được vấn đề nan giải này.

榭 xiè<名>nhà sàn; đài; nhà cửa xây cất trên bệ: 水~ nhà thủy tạ; 歌台舞~ ca đài vũ tạ

邂 xiè

【邂逅】xièhòu<动>[书]gặp gỡ bất ngờ; tình cờ gặp gỡ: 一年前，他们两人在这座花园里~。Một năm trước, hai người tình cờ gặp nhau trong vườn hoa này.

懈 xiè<形>chùng; mỏi; lơi: 坚持不~ kiên trì không nơi lỏng; 不~地努力 nỗ lực không mệt mỏi

【懈怠】xièdài<形>lười biếng; buông thả; lười nhác: 学习不可~。Học hành không thể lười nhác.

【懈劲】xièjìn<动>nới lỏng; lơ là; buông lỏng: 别~，再坚持两天就成功了。Đừng buông lỏng, kiên trì hai ngày nữa là thành công.

【懈气】xièqì<动>lơi lỏng; mất nhuệ khí; ngã lòng

蟹 xiè<名>con cua

【蟹黄】xièhuáng<名>gạch cua: ~的味道很鲜美。Gạch cua rất tươi và ngon.

【蟹青】xièqīng<形>xanh mai cua: 这件衣服是~色的。Đây là chiếc áo màu xanh mai cua.

【蟹肉】xièròu<名>thịt cua

xīn

心 xīn<名>❶trái tim; quả tim ❷tư tưởng; lòng; tâm tư: ~思 tâm tư; 谈~ tâm sự; 一~一意 một lòng một dạ ❸trung tâm; tâm; bộ phận giữa: 江~ giữa dòng sông; 重~ trọng tâm ❹sao Tâm (một trong 28 tú) //(姓) Tâm

【心爱】xīn'ài<形>yêu thích; yêu dấu; quý mến: ~的礼物 món quà yêu thích; ~的人 người yêu

【心安理得】xīn'ān-lǐdé thanh thản; yên tâm thoải mái; yên dạ yên lòng: 想到自己没什么过错，他便~地把这件事放了下来。Thấy mình cũng không làm gì sai trái, nên anh ấy cũng yên dạ yên lòng, bỏ qua chuyện này.

【心病】xīnbìng<名>❶tâm bệnh; nỗi lo lắng ❷nỗi đau thầm kín; tình cảm thầm kín: 那事儿没彻底解决，总是他的一块~。Việc đó chưa được giải quyết triệt để luôn là nỗi buồn phiền của anh ấy.

【心不在焉】xīnbùzàiyān tư tưởng không tập trung; lơ đãng: 他~地听他们聊天。Khi nghe họ chuyện phiếm, cậu ấy lơ đãng nghĩ sang chuyện khác.

【心肠】xīncháng〈名〉❶dụng tâm; bụng dạ; tâm địa: ~好 tốt bụng ❷lòng; lòng dạ (trạng thái tình cảm): 铁石~ lòng sắt đá ❸[方]tâm tư; tâm trạng: 他没有~去看风景。Anh ấy chẳng còn tâm tư gì đi ngoạn cảnh.

【心潮澎湃】xīncháo-péngpài trong lòng dậy sóng; sóng lòng dâng trào; cảm xúc trào dâng nổi lòng dào dạt

【心驰神往】xīnchí-shénwǎng lòng luôn hướng về; một lòng hướng về; lòng luôn nhớ đến

【心传】xīnchuán❶〈动〉tâm truyền (cách gọi của Phật giáo, nói sự truyền dạy Phật pháp chỉ dựa vào tâm niệm) ❷〈名〉những học thuyết được truyền từ đời này sang đời khác

【心慈手软】xīncí-shǒuruǎn lòng từ bi nhón tay làm phúc; lòng lành nhẹ tay

【心粗气浮】xīncū-qìfú nông nổi cẩu thả; xốc nổi cẩu thả: 年轻人应该克服~的毛病。Lớp trẻ phải khắc phục bệnh nông nổi cẩu thả.

【心存芥蒂】xīncúnjièdì trong lòng có khúc mắc: 经过调解，两人都不再~了。Qua sự hòa giải, trong lòng hai người không còn khúc mắc nữa.

【心胆俱裂】xīndǎnjùliè sợ chết khiếp; kinh hồn bạt vía

【心得】xīndé〈名〉sự nhận thức; tâm đắc; điều thu hoạch được: 交流~ trao đổi những điều thể nghiệm và nhận biết; 他对钓鱼颇有~。Anh ấy có nhiều hiểu biết khá sâu sắc với việc câu cá.

【心底】xīndǐ〈名〉❶đáy lòng: 从~里感到亲切 cảm thấy thân thiết tự đáy lòng ❷[方]dụng tâm; lòng dạ

【心地】xīndì〈名〉❶tấm lòng; tâm địa; lòng dạ: ~坦白 lòng dạ thực thà; ~单纯 lòng dạ

trong sáng ❷lòng dạ; tâm tình, cảm giác trong lòng: 完成了任务，他觉得~轻松起来了。Sau khi hoàn thành nhiệm vụ, anh ấy thấy lòng dạ nhẹ nhõm hẳn lên.

【心电图】xīndiàntú〈名〉điện tâm đồ; bản điện tim

【心动】xīndòng〈动〉❶đánh trống ngực; tim đập thình thịch: ~加剧 trống ngực đánh thình thịch ❷tâm hồn lay động; kích động trong lòng: ~不如行动。Kích động trong lòng không bằng hành động thực tế. ❸động lòng

【心毒】xīndú〈形〉tâm địa độc ác; lòng dạ độc ác: 这家伙~如蛇蝎。Thằng ấy lòng dạ độc ác như rắn rết.

【心烦】xīnfán〈形〉phiền muộn trong lòng; phiền lòng; bực dọc: 孩子让她感到~。Con cái làm cho chị ấy phiền muộn trong lòng.

【心烦意乱】xīnfán-yìluàn tâm thần rối loạn; đầu óc bối rối; ruột gan rối bời; lòng dạ rối ren; trong lòng phiền muộn, rối rắm

【心房】xīnfáng〈名〉❶buồng tim; tâm nhĩ: 左~ tâm nhĩ trái ❷trong lòng: 他的一番话温暖了我的~。Những câu nói thân thiết của ông ấy đã làm ấm lòng tôi.

【心扉】xīnfēi〈名〉nội tâm; sự suy nghĩ: 敞开~ giãi bày nỗi lòng

【心服】xīnfú〈动〉tâm phục; thật lòng tin phục; phục sát đất

【心服口服】xīnfú-kǒufú tâm phục khẩu phục; phục sát đất; hoàn toàn bái phục: 对于这件事的处理，他~。Anh ấy tâm phục khẩu phục về kết quả xử lí việc này.

【心浮气躁】xīnfú-qìzào bồng bột xốc nổi; nóng nảy; nông nổi: 年轻人容易~。Người thanh niên dễ mắc bệnh nông nổi.

【心腹】xīnfù〈名〉❶tâm phúc; thân tín ❷tâm sự thầm kín; tâm sự riêng: ~话 lời gan ruột; ~事 việc thầm kín

【心腹之患】xīnfùzhīhuàn nuôi ong tay áo; nuôi cáo trong nhà; hiểm họa bên trong

【心甘】xīngān〈动〉cam tâm; cam lòng: 为了公司的发展，我吃点苦也~情愿。Vì sự phát triển của công ti, tôi xin cam lòng chịu khó chịu khổ.

【心肝】xīngān〈名〉❶lương tâm; lẽ phải ❷tâm can; tim gan; cục cưng (chỉ người thân yêu nhất và thương yêu nhất): 他是奶奶的小~。Nó là cục cưng của bà nội.

【心高气傲】xīngāo-qìào tự cao tự đại; ngạo mạn phách lối; tâm cao khí ngạo

【心寒】xīnhán〈形〉đau buồn bởi thất vọng: 他的行为让她感到~。Hành vi của anh ta khiến cô ấy thất vọng và đau buồn.

【心黑】xīnhēi〈形〉❶tâm địa đen tối; lòng dạ hiểm độc ❷lòng tối tăm; giàu lòng tham: 那个家伙心太黑了。Hắn ta tham quá.

【心狠】xīnhěn〈形〉lòng dạ độc ác; tàn ác

【心狠手辣】xīnhěn-shǒulà bụng dạ nham hiểm; thủ đoạn độc ác

【心花怒放】xīnhuā-nùfàng mở cờ trong bụng; vui mừng khôn xiết; vô cùng phấn khởi; hả hê trong lòng: 看到桂林的美景，他~。Thấy được cảnh đẹp Quế Lâm, anh ấy vui như mở cờ trong bụng.

【心怀】xīnhuái❶〈动〉mang trong lòng; giữ trong lòng: ~忐忑 ấp ủ trong lòng nỗi bồn chồn ❷〈名〉lòng dạ; tâm tình; tâm tư: 抒写~ viết ra nỗi tâm tư ❸〈名〉tâm tư; độ lượng: ~坦荡 tâm tư thanh thản

【心怀不满】xīnhuái-bùmǎn ấp ủ trong lòng nỗi bất mãn: 这件事情让他~。Việc này làm cho anh ấy bất mãn.

【心怀鬼胎】xīnhuái-guǐtāi trong lòng có mưu đồ; trong lòng có mưu tính; trong lòng có ý đồ xấu

【心怀叵测】xīnhuái-pǒcè lòng dạ hiểm ác, khó mà đoán được; lòng người khó đoán

【心慌】xīnhuāng❶〈形〉hoảng hốt; hoảng sợ; sợ sệt ❷〈动〉[方]tim đập mạnh và loạn nhịp

【心慌意乱】xīnhuāng-yìluàn ruột gan rối bời; lòng dạ rối bời; hoang mang: 听到公司裁员的消息，他~。Nghe tin công ti sẽ giảm bớt người, anh ấy ruột gan rối bời.

【心灰意冷】xīnhuī-yìlěng nản lòng thoái chí; nản chí sờn lòng; thất vọng chán chường: 你不要遇到一点挫折就~，还有很多机会可以把握啊！Cậu không nên mới gặp chút trắc trở mà đã nản lòng thoái chí, còn có nhiều cơ hội khác để nắm bắt mà!

【心火】xīnhuǒ〈名〉❶[中医]tâm hỏa: ~旺盛 tâm hỏa bốc mạnh ❷lửa giận; tính nóng nảy

【心机】xīnjī〈名〉tâm tư; tâm trí; cơ mưu; sự suy nghĩ trù tính: 费尽~ suy nghĩ hết cách

【心肌】xīnjī〈名〉cơ tim

【心肌梗死】xīnjī gěngsǐ nhồi máu cơ tim: 他得了~。Ông ấy mắc bệnh nhồi máu cơ tim.

【心急】xīnjí〈形〉nóng ruột; sốt ruột; nóng lòng sốt ruột: 丈夫还没有回来，她很~。Chồng vẫn chưa về, cô ấy rất nóng ruột.

【心急如焚】xīnjí-rúfén ruột nóng như lửa đốt; sốt ruột lo âu; nóng lòng sốt ruột: 还有三天合同就到期了，但货还没准备好，他~。Chỉ còn ba ngày nữa đã hết hạn hợp đồng, nhưng mà hàng vẫn chưa chuẩn bị xong xuôi, ông ấy lòng như lửa đốt.

【心计】xīnjì〈名〉mưu tính; tính toán; dự tính trong lòng; kế sách: 他做事很有~。Anh ấy làm việc rất có tính toán.

【心迹】xīnjì〈名〉thực trạng nội tâm

【心悸】xīnjì〈动〉❶tim đập nhanh; hồi hộp ❷[书]hoảng sợ; khiếp sợ; khiếp đảm; sợ hãi trong lòng: 这件事真是令人感到~。Việc này làm cho mọi người hoảng sợ.

【心坚石穿】xīnjiān-shíchuān có công mài

sắt, có ngày nên kim; nước chảy đá mòn

【心间】xīnjiān〈名〉trong lòng: 记在~ nhớ sâu trong lòng; 这件事一直在我~纠结。Việc này cứ ám ảnh tôi mãi.

【心焦】xīnjiāo〈形〉nóng lòng; sốt ruột: 等了半天人还没到，他感到有点~。Chờ mãi không thấy ai đến, anh ấy cảm thấy hơi sốt ruột.

【心绞痛】xīnjiǎotòng tim đau thắt; đau thắt cơ tim

【心惊胆战】xīnjīng-dǎnzhàn sợ phát khiếp; sợ chết khiếp; sợ mất hồn; sợ run như cầy sấy: 巨大的爆炸声让他~。Tiếng nổ lớn làm cho anh ấy sợ run như cầy sấy.

【心惊肉跳】xīnjīng-ròutiào sợ giật bắn cả mình; sợ mất vía; sợ hết hồn; hãi hùng khiếp đảm; ghê sợ; ghê rợn

【心净】xīnjìng〈形〉tĩnh tâm; bình tâm: 任务完成大家就~了。Nhiệm vụ được hoàn thành thì mọi người sẽ tĩnh tâm lại.

【心静】xīnjìng〈形〉lòng yên tĩnh; tĩnh tâm: ~如止水 lòng yên tĩnh như nước đọng

【心境】xīnjìng〈名〉tâm tình; cõi lòng; trong lòng: ~平和 cõi lòng thản nhiên

【心坎】xīnkǎn〈名〉❶ngực ❷đáy lòng; trong lòng; tâm khảm: 我将把这件事情埋藏在~里。Tôi sẽ giữ kín việc này trong đáy lòng.

【心口】xīnkǒu〈名〉mỏ ác: ~疼 đau mỏ ác

【心口不一】xīnkǒu-bùyī nghĩ một đằng nói một nẻo; nói một đằng làm một nẻo: 他很不诚实，是个~的人。Ông ấy không thành thật, là một người nghĩ một đằng nói một nẻo.

【心口如一】xīnkǒu-rúyī nghĩ sao nói vậy; thẳng ruột ngựa; lòng nghĩ sao miệng nói vậy

【心宽】xīnkuān〈形〉lòng rộng mở; rộng lượng: 她是个~的人，从来不与别人斤斤计较。Chị ấy là một người rộng lượng, không bao giờ tính toán thiệt hơn với ai.

【心宽体胖】xīnkuān-tǐpán vui vẻ khỏe mạnh; tâm hồn thanh thản, thân thể khỏe mạnh

【心旷神怡】xīnkuàng-shényí thảnh thơi vui vẻ: 面朝大海，他~。Đứng trước biển cả, ông ấy cảm thấy thảnh thơi vui vẻ.

【心劳日拙】xīnláo-rìzhuō giở hết thủ đoạn mà cảnh ngộ ngày càng tồi tệ

【心里】xīnlǐ〈名〉❶ngực: ~发疼 ngực đau nhói ❷trong tư tưởng; trong đầu; trong bụng; trong lòng: 记在~ ghi nhớ trong lòng; ~有话就说出来。Trong lòng nghĩ sao thì cứ nói vậy.

【心里话】xīnlǐhuà〈名〉lời trong lòng; lời nói thật: 说句~，我真的很担忧。Nói thật, tôi lo lắm.

【心理】xīnlǐ〈名〉tâm lí; nội tâm; tâm tình: ~测试 kiểm tra tâm lí

【心理保健】xīnlǐ bǎojiàn bảo vệ sức khỏe tâm lí: 我们在注重身体保健的同时，还要注重~。Cùng với việc chú trọng bảo vệ sức khỏe thân thể, chúng ta cũng phải chú trọng bảo vệ sức khỏe tâm lí.

【心理变态】xīnlǐ biàntài tâm lí bất thường

【心理活动】xīnlǐ huódòng hoạt động tâm lí: 罪犯的~很复杂。Hoạt động tâm lí của tội phạm rất phức tạp.

【心理年龄】xīnlǐ niánlíng tuổi tác tâm lí: 虽然他只有16岁，但是~好像有30岁了。Tuy em ấy mới chỉ 16 tuổi, nhưng tuổi tác tâm lí dường như đã 30 tuổi rồi.

【心理平衡】xīnlǐ pínghéng cân bằng tâm lí: 他这样做只是为了寻求~。Ông ấy làm như thế chỉ vì muốn cân bằng tâm lí.

【心理素质】xīnlǐ sùzhì tố chất tâm lí: 具备良好的~ có tố chất tâm lí tốt

【心理学】xīnlǐxué〈名〉tâm lí học: ~已经

成为一门重要的学科。Tâm lí học đã trở thành một môn học quan trọng.

【心理医生】xīnlǐ yīshēng bác sĩ tâm lí: 近年来，~已经成了一种热门职业。Mấy năm gần đây, bác sĩ tâm lí đã trở thành một nghề nghiệp hấp dẫn.

【心理咨询】xīnlǐ zīxún tư vấn tâm lí: 人们在心里忧虑的时候，可以进行~。Khi buồn lo trong lòng, có thể đi tư vấn tâm lí.

【心力】xīnlì<名>tâm sức; tâm lực: 他把全部~都投入到工作中去。Ông ấy đã dồn hết tâm sức vào công việc của mình.

【心力交瘁】xīnlì-jiāocuì tinh thần và sức lực đều đã mệt mỏi kiệt quệ: 这个问题搞得她~。Vấn đề đó làm cho cô ấy tinh thần và sức đều kiệt quệ.

【心力衰竭】xīnlì shuāijié suy tim; tâm lực suy kiệt

【心连心】xīnliánxīn đồng tâm hiệp lực; một lòng một dạ: 两兄弟~，互相帮助。Hai anh em đồng tâm hiệp lực, giúp đỡ lẫn nhau.

【心灵】xīnlíng❶<形>thông minh; sáng dạ: ~手巧 thông minh khéo tay ❷<名>tâm linh; tâm hồn (chỉ nội tâm, tinh thần, tư tưởng...): 幼小的~ tâm hồn trẻ thơ; ~美 tâm hồn tốt đẹp

【心灵感应】xīnlíng gǎnyìng cảm ứng tâm linh

【心灵手巧】xīnlíng-shǒuqiǎo sáng dạ và khéo tay; thông minh khéo léo: 这些孩子~，很惹人喜爱。Những đứa trẻ này sáng dạ và khéo tay, khiến mọi người yêu thích.

【心领】xīnlǐng<动>xin lĩnh nhã ý (lời nói khách sáo tỏ ý cảm ơn): 您的好意我~了。Tôi xin lĩnh nhã ý của ông.

【心领神会】xīnlǐng-shénhuì hiểu thấu đáo mọi ý; lĩnh hội sâu sắc: 对于老板的提示，他~。Đối với những gợi ý của ông chủ, ông ấy hiểu thấu đáo mọi ý.

【心路】xīnlù<名>❶mưu trí; kế sách ❷khí lượng; lòng dạ ❸dụng ý; bụng dạ: 这家伙~不正。Cái thằng này có ý định bất chính. ❹suy nghĩ trong lòng; tâm tư ❺quá trình thay đổi về tâm lí

【心律】xīnlǜ<名>nhịp tim: ~紊乱 nhịp tim rối loạn.

【心率】xīnlǜ<名>nhịp tim: 正常人的~是每分钟约75次。Nhịp tim của con người bình thường là độ mỗi phút 75 lần đập.

【心乱如麻】xīnluàn-rúmá lòng dạ rối bời; ruột gan rối bời; rối loạn trong lòng

【心满意足】xīnmǎn-yìzú cảm thấy mĩ mãn; hả lòng hả dạ; vừa lòng hả dạ; vừa lòng đẹp ý; hả hê đã đời; vừa lòng mãn nguyện

【心明眼亮】xīnmíng-yǎnliàng sáng mắt sáng lòng; minh mẫn sáng suốt; sắc bén sáng suốt; sáng dạ tinh mắt: 我们经理是一个~的人。Sếp của chúng tôi là một người sáng mắt sáng lòng.

【心目】xīnmù<名>❶cảm nhận; cảm thụ (bằng mắt hoặc trong lòng): 以娱~ để vui lòng đẹp mắt ❷ý nghĩ; đầu óc; lòng; suy nghĩ: ~中的英雄 anh hùng trong lòng

【心平气和】xīnpíng-qìhé bình tĩnh điềm đạm; điềm tĩnh thản nhiên; bình thản điềm nhiên

【心魄】xīnpò<名>tâm hồn: 动人~ rung động tâm hồn; rung động lòng người

【心气】xīnqì<名>❶lòng dạ; ý định: ~相通 lòng dạ thông suốt ❷chí khí: ~高 có chí khí cao ❸tâm tình; trong lòng; tính khí: ~平和 bình tĩnh điềm đạm ❹bụng dạ; khí lượng: ~宽阔 bụng dạ rộng rãi

【心窍】xīnqiào<名>trí não; đầu óc; tâm trí; năng lực suy nghĩ và tư duy: ~未开 chưa mở mang tâm trí

chủ, ông ấy hiểu thấu đáo mọi ý.

【心切】xīnqiè<形>sốt ruột; nóng lòng: 治水
~ nóng lòng trị thủy

【心情】xīnqíng<名>tâm tình; tâm trạng;
tính khí; tâm tính; trong lòng: ~轻松 trong
lòng nhẹ nhàng; 兴奋的~ phấn chấn trong
lòng

【心曲】xīnqū<名>❶nội tâm; trong lòng: ~
凌乱 nội tâm rối bời ❷tâm sự: 向爱人倾吐
~ bày tỏ tâm sự với người yêu

【心如刀绞】xīnrúdāojiǎo lòng như dao cắt;
lòng đau như cắt; đau lòng đứt ruột

【心如死灰】xīnrúsǐhuī lòng như tro nguội;
lòng nguội như tro tàn; trong lòng nguội
lạnh

【心软】xīnruǎn<形>mềm lòng; nhẹ dạ; dễ
xúc động: 对犯罪分子绝对不能~。Tuyệt
đối không mềm lòng với kẻ phạm tội.

【心上】xīnshàng<名>trong lòng: 放在~ để
ở trong lòng

【心上人】xīnshàngrén<名>ý trung nhân;
người phải lòng; người yêu

【心神】xīnshén<名>❶tâm tư và sức lực;
tinh lực suy nghĩ: 耗费~ hao phí tâm tư và
sức lực ❷tâm thần; tâm trạng: ~不宁 tâm
thần bất định

【心神不定】xīnshén-bùdìng tâm thần bất
định; bồn chồn bất an

【心神恍惚】xīnshén-huǎnghū tinh thần
hoảng hốt; tinh thần ngẩn ngơ; ngẩn ngơ
trong lòng

【心生一计】xīnshēngyījì nghĩ ra một kế

【心声】xīnshēng<名>tâm thanh; tiếng nói
từ đáy lòng: 海外赤子的~ tâm thanh của
đồng bào yêu nước ở nước ngoài; 领导干部
要注意倾听群众的~。Lãnh đạo cần phải
chú ý lắng nghe tiếng nói của dân.

【心事】xīnshì<名>tâm sự; nỗi lòng; nỗi băn
khoăn: 有什么~她都喜欢跟妈妈说。Có gì
băn khoăn cô ấy cũng thích tâm sự với mẹ.

【心事重重】xīnshì-chóngchóng ngổn ngang
trăm mối trong lòng: 最近几天，她一直
~。Mấy ngày nay, cô ấy cứ ngổn ngang
trăm mối bên lòng.

【心室】xīnshì<名>tâm thất

【心术不正】xīnshù-bùzhèng ý đồ đen
tối; lòng dạ không ngay thẳng; lòng dạ bất
chính; lòng dạ đen tối

【心死】xīnsǐ<动>hết hi vọng; tinh thần sụp
đổ

【心思】xīnsi<名>❶tâm tư; ý nghĩ: 我猜不
透他的~。Tôi không thể đoán được ý nghĩ
của anh ấy. ❷suy nghĩ; trí nhớ: 挖空~ moi
óc tìm mưu tính kế ❸lòng dạ: 没有~聊天
không còn lòng dạ tán chuyện

【心酸】xīnsuān<形>đau xót; xót xa: 每
当想起过去的苦日子，妈妈便一阵~。
Mỗi khi nhớ đến những tháng ngày khổ đau
trước kia, mẹ lại xót xa trong lòng.

【心算】xīnsuàn<动>tính nhẩm; nhẩm tính
trong lòng: 擅长~ giỏi về tính nhẩm

【心碎】xīnsuì<形>vô cùng đau xót; vỡ tim

【心态】xīntài<名>tâm trạng; trạng thái tâm
lí: 任何时候我们都要保持良好的~。
Chúng ta bao giờ cũng phải giữ một trạng
thái tâm lí tốt đẹp.

【心疼】xīnténg<动>❶thương; cưng; yêu:
妈妈最~小女儿。Mẹ thương nhất đứa con
gái út. ❷không nỡ; tiếc: 给孩子买书，我
从不~钱。Mua sách cho con, tôi chẳng bao
giờ tiếc tiền.

【心田】xīntián<名>❶nội tâm; tấm lòng;
bụng dạ ❷[方]tâm tư; ý nghĩ

【心跳】xīntiào<动>tim đập (nhanh); đánh
trống ngực: 刚才的情景使我~不已。Tình
huống vừa nãy khiến trống ngực tôi đập
thình thịch.

【心痛】xīntòng<动>đau tim; đau lòng

【心头】xīntóu<名>trong lòng: 记在~ ghi

nhớ trong lòng

【心头肉】xīntóuròu<名>người thương yêu nhất; con cưng; vật cưng, vật yêu quý nhất: 孩子是母亲的~。Người con là tim gan của mẹ.

【心窝儿】xīnwōr<名>buồng tim; vùng tim: 暖人~ làm ấm cúng trong lòng

【心无二用】xīnwú'èryòng tập trung tinh thần; chuyên tâm; dốc lòng vào một việc

【心细】xīnxì<形>thận trọng; cẩn thận: ~如发 cẩn thận kĩ càng; 胆大~ to gan mà thận trọng

【心弦】xīnxián<名>tiếng lòng; tình cảm sâu sắc: 扣人~ làm rung động lòng người

【心想事成】xīnxiǎng-shìchéng ý muốn được trở thành hiện thực

【心心相印】xīnxīn-xiāngyìn ý hợp tâm đầu; lòng đã hiểu lòng; thông hiểu ý của nhau: 他们夫妻俩~。Hai vợ chồng ấy đồng lòng hợp ý.

【心形】xīnxíng<名>hình quả tim

【心性】xīnxìng<名>tính tình; tâm tính; tính cách: 教授是一个~宽广的人。Giáo sư là một người có tính cách khoan dung.

【心胸】xīnxiōng<名>❶trong lòng ❷lòng dạ; bụng dạ; tấm lòng: ~狭窄 lòng dạ hẹp hòi ❸chí khí; hoài bão: ~远大 chí khí cao lớn

【心虚】xīnxū<形>❶chột dạ (vì làm sai); giật mình: 做贼~ có tật giật mình ❷thiếu tự tin; không vững tâm: 他因底气不足而~。Anh ấy thiếu tự tin bởi tài mọn.

【心绪】xīnxù<名>nỗi lòng; trong lòng; tâm trạng: ~不宁 lòng không thanh thản; ~纵横 ngổn ngang trăm mối bên lòng

【心血】xīnxuè<名>tâm huyết; tâm sức: 费尽~ dốc hết tâm huyết

【心血来潮】xīnxuè-láicháo tâm huyết dâng trào; chợt nảy ra ý nghĩ: 做工作要有

计划有步骤地进行，不能一时~，想干什么就干什么。Làm việc cần phải có kế hoạch, tiến hành từng bước, chứ không thể suy nghĩ nông nổi, muốn làm là làm.

【心眼儿】xīnyǎnr<名>❶nội tâm; trong lòng: 妈妈从~里喜欢你。Mẹ thương con từ đáy lòng. ❷bụng dạ; ý định ❸thông minh; mưu trí: ~灵活 nội tâm thông minh ❹lo lắng quá mức; cẩn thận quá mức ❺lòng dạ; bụng dạ; tấm lòng: ~小 lòng dạ hẹp hòi

【心痒】xīnyǎng<动>trong lòng ngứa ngáy; khao khát; không ngừng mong muốn: 一谈到旅游她就~。Hễ nhắc tới du lịch là cô ta không kìm nổi lòng ham muốn của mình.

【心仪】xīnyí<动>[书]ngưỡng mộ trong lòng: ~之人 người ngưỡng mộ trong lòng

【心疑】xīnyí<动>hoài nghi; nghi ngờ; ngờ vực: 对于这件事，我很~。Đối với việc này, tôi rất hoài nghi.

【心意】xīnyì<名>❶tấm lòng: 你的~我领了。Tấm lòng thành của anh tôi xin nhận. ❷ý nghĩa; ý

【心音】xīnyīn<名>❶tiếng tim đập ❷tiếng lòng; tâm thanh

【心硬】xīnyìng<形>lòng dạ gỗ đá; không thương xót: 不是我~，作为领导就要坚持原则。Chẳng phải tôi không thương xót, là người lãnh đạo thì phải giữ nguyên tắc.

【心有灵犀一点通】xīn yǒu língxī yī diǎn tōng ý hợp tâm đầu; rất hiểu nhau

【心有余而力不足】xīn yǒu yú ér lì bù zú lực bất tòng tâm; có lòng nhưng không đủ sức; muốn làm nhưng không đủ khả năng: 近年来，随着体力下降，我感觉在工作上~。Mấy năm gần đây, cùng với sự suy thoái của thân thể, tôi cảm thấy lực bất tòng tâm khi làm việc.

【心有余悸】xīnyǒuyújì nghĩ lại còn rùng mình; nghĩ lại còn phát sợ: 车祸发生虽已

过去几个月了，可想起来仍使人~。Vụ tai nạn xe đã qua mấy tháng rồi mà nghĩ lại vẫn còn phát sợ.

【心语】xīnyǔ<名>tiếng lòng

【心猿意马】xīnyuán-yìmǎ lòng dạ đổi thay luôn; sớm nắng chiều mưa; nghĩ vớ nghĩ vẩn

【心愿】xīnyuàn<名>nguyện vọng; ý nguyện

【心悦诚服】xīnyuè-chéngfú vui lòng phục tùng; thoải mái tiếp thu; thật lòng khâm phục; hoàn toàn bái phục: 我对于她的才能~。Tôi vui lòng chấp nhận tài năng của chị ấy.

【心脏】xīnzàng<名>❶trái tim ❷quả tim; ví trung tâm

【心脏病】xīnzàngbìng<名>bệnh tim: 他得了~。Anh ấy mắc bệnh tim.

【心脏移植】xīnzàng yízhí ghép tim: 她的心脏已经衰竭，必须进行~手术。Tim của cô ấy đã rất kém, phải làm phẫu thuật ghép tim.

【心照不宣】xīnzhào-bùxuān trong lòng đã hiểu nhau nhưng không nói ra; ngầm hiểu ý nhau; tâm ý tương thông; lòng đã hiểu lòng

【心直口快】xīnzhí-kǒukuài tính tình thẳng thắn, nhanh mồm nhanh miệng; lòng ngay dạ thẳng; thẳng ruột ngựa; nghĩ sao nói vậy: 他~，有什么说什么。Anh ấy là người thẳng tính, nghĩ sao nói vậy.

【心志】xīnzhì<名>tâm chí; ý chí: 做一个~坚定的人 làm một người có ý chí kiên định

【心智】xīnzhì<名>❶tâm trí ❷tâm lí; tính tình

【心中】xīnzhōng<名>trong lòng: 我将把这件事牢记~。Tôi sẽ ghi nhớ việc này trong lòng.

【心中有数】xīnzhōng-yǒushù trong lòng đã có dự tính; trong lòng đã tính trước trong lòng đã có chủ trương: 无论做什么事情，都要做到~。Dù làm việc gì cũng phải có tính toán trước.

【心重】xīnzhòng<形>lòng nặng trĩu; quá lo lắng: 他总是那样~，以致整天闷闷不乐。Trong lòng anh ấy luôn nặng trĩu, cứ rầu rầu suốt ngày.

【心拙口笨】xīnzhuō-kǒubèn ngốc nghếch vụng về; ngờ nghệch vụng dại

【心子】xīnzi<名>❶tim (trung tâm của vật thể) ❷[方]món tim (thức ăn) ❸[方]nhân (bánh)

【心醉神迷】xīnzuì-shénmí xuất thần; mê mẩn; mê li: 眼前的美景让他~。Những cảnh đẹp trước mắt làm cho anh mê mẩn.

芯 xīn<名>❶phần lõi: 灯草~ lõi cỏ bấc (dùng làm bấc đèn); 笔~ ruột bút ❷phần chỉ phần lõi của một số vật thể
另见xìn

【芯片】xīnpiàn<名>con chíp điện tử

辛[1] xīn<形>❶cay ❷cực nhọc; vất vả: ~勤 cần cù chịu khó; 艰~ gian khổ ❸đau khổ; cay đắng: ~酸 chua xót //(姓) Tân

辛[2] xīn<名>Tân (vị trí thứ 8 trong thiên can)

【辛苦】xīnkǔ❶<形>vất vả; cực nhọc: 挖煤的工人很~。Những công nhân mỏ than rất vất vả. ❷<动>(lời nói khách sáo khi nhờ ai làm gì đó) vất vả; phiền; cảm phiền: 您~了。Phiền ông nhiều. 这件事~您帮我问一下。Việc này cảm phiền anh hỏi hộ tôi một cái.

【辛苦费】xīnkǔfèi<名>tiền công; thù lao: 这是你的~。Đây là tiền công của ông.

【辛辣】xīnlà<形>chua cay; sâu cay; chanh chua (giọng văn, lời nói)

【辛劳】xīnláo<形>vất vả cực nhọc; gian lao; vất vả: 他为工作日夜~。Ông ấy ngày đêm nhọc nhằn vì công tác.

【辛勤】xīnqín<形>vất vả cần cù; siêng năng; chăm chỉ: 由于~的劳作，我们才有了收获。Lao động vất vả cần cù nên chúng tôi mới có thu hoạch.

【辛酸】xīnsuān<形>cay chua; chua xót; xót thương: 世间多少~泪，无人知晓。Lệ sầu thế gian ai thấu bao nỗi xót thương.

【辛辛苦苦】xīnxīnkǔkǔ vất vả và cực nhọc: 父母~把我们养大。Cha mẹ vất vả cực nhọc nuôi dưỡng chúng ta nên người .

欣 xīn<形>vui vẻ: ~逢佳节 vui mừng nhân dịp tết //(姓) Hân

【欣然】xīnrán<形>[书]vui vẻ; vui sướng: ~前往 vui vẻ đi; ~接受 vui vẻ tiếp nhận

【欣赏】xīnshǎng<动>❶thưởng thức (cái đẹp): ~风景 thưởng thức phong cảnh ❷tán thưởng; yêu thích: 自我~ tự mình tán thưởng

【欣慰】xīnwèi<形>mừng vui thanh thản; vui vẻ yên tâm: 儿子知错能改，母亲很~。Con cái biết sai thì sửa, mẹ rất mừng vui yên tâm.

【欣闻】xīnwén<动>vui mừng được tin

【欣喜】xīnxǐ<形>thích thú; vui vẻ

【欣喜若狂】xīnxǐ-ruòkuáng vui đến cực điểm; vui đến phát cuồng: 听到胜利的消息后，他~。Nghe tin thắng lợi, ông ấy vui sướng đến phát cuồng.

【欣欣】xīnxīn<形>❶vui sướng (vẻ mặt): ~得意 vui sướng đắc ý ❷tươi tốt; phồn thịnh; mơn mởn; phơi phới (cây cỏ): 草木~ cây cỏ tươi tốt

【欣欣向荣】xīnxīn-xiàngróng bừng bừng sức sống; phơi phới vươn lên; sinh trưởng tươi tốt (cây cỏ); phồn vinh thịnh vượng; phát triển đi lên không ngừng (sự nghiệp): 这座城市呈现出一片~的景象。Thành phố này đang bừng bừng sức sống.

锌 xīn<名>[化学]kẽm (kí hiệu: Zn)

【锌版】xīnbǎn<名>bản kẽm

【锌粉】xīnfěn<名>bột kẽm

新 xīn❶<形>mới: ~品种 loại giống mới/loại hàng mới ❷<形>mới (tính chất thay đổi càng tốt): ~社会 xã hội mới ❸<动>đổi mới: 改过自~ làm lại cuộc đời; 面目一~ bộ mặt mới ❹<形>cái mới (chưa dùng): ~笔 bút mới: 这双鞋是~的。Đôi giày này hoàn toàn mới. ❺<名>cái mới: 尝~ mùa nào thức nấy; 推陈出~ bỏ cái cũ tạo ra cái mới; 一代~人在茁壮成长。Một lớp người mới trưởng thành lành mạnh. ❻<形>mới kết hôn: ~女婿 chàng rể mới; ~媳妇 cô dâu mới ❼<副>mới; vừa: ~来的领班 trưởng kíp mới đến; 这本书是我~买的。Quyển sách này tôi mới mua. ❽(Xīn)<名>tên gọi tắt của Khu tự trị Uây-ua Tân Cương //(姓) Tân

【新版】xīnbǎn<名>phiên bản mới: ~图书上市了。Sách báo phiên bản mới đã ra mắt thị trường.

【新兵】xīnbīng<名>❶tân binh: ~训练 huấn luyện tân binh ❷phiếm chỉ người mới vào ngành nghề

【新潮】xīncháo❶<名>thủy triều mới dâng; thủy triều mới lên ❷<形>phong cách mới; phong cách đặc biệt; mốt: 他的衣服很~。Quần áo của anh ấy rất mốt.

【新陈代谢】xīnchén-dàixiè❶sự trao đổi chất (của sinh vật): ~对生物极为重要。Sự trao đổi chất đối với sinh vật thì cực kì quan trọng. ❷thay cũ đổi mới; ví sự phát triển của vật mới thay thế vật cũ

【新宠】xīnchǒng<名>vật cưng mới: 时代的~ vật cưng mới của thời đại

【新仇旧恨】xīnchóu-jiùhèn thù mới hận cũ; thù hận rất sâu

【新春】xīnchūn<名>đầu xuân; xuân mới: 恭贺~ chúc mừng năm mới

【新词】xīncí〈名〉từ mới: 这本词典收录了不少~。Cuốn từ điển này đã thu thập nhiều từ mới.

【新村】xīncūn〈名〉khu mới; khu cư trú mới: 把~建设纳入城市建设日程上来。Đưa chương trình xây dựng khu dân cư mới vào chương trình xây dựng thành phố.

【新大陆】Xīn Dàlù〈名〉tân đại lục; đại lục mới (chỉ châu Mĩ): 哥伦布发现了~。Ông Columbus đã phát hiện tân đại lục.

【新房】xīnfáng〈名〉❶phòng tân hôn; buồng cô dâu chú rể ❷phòng mới: ~已经装修好，可以入住了。Phòng mới đã trang trí xong, có thể vào ở rồi.

【新风】xīnfēng〈名〉nếp sống mới: 树立~正气 dựng nên nếp sống mới và nêu cao chính khí; 文明~ nếp sống mới văn minh

【新高】xīngāo〈名〉độ cao mới: 今年的粮食产量又创~。Sản lượng lương thực năm nay lại phá kỉ lục mới.

【新官上任三把火】xīnguān shàngrèn sān bǎ huǒ quan mới nhậm chức đốt ba đống lửa; người mới nhậm chức thường hăng hái làm việc đưa ra những chủ trương mới

【新贵】xīnguì〈名〉quý tộc mới: ~们正在大厅里举行盛大的宴会。Các quý tộc mới đang mở tiệc linh đình ở phòng khách.

【新欢】xīnhuān〈名〉người yêu mới; tình nhân mới: 妻子去世不久，他就另寻~。Vợ vừa qua đời, anh ấy đã đi tìm người yêu mới.

【新婚】xīnhūn〈动〉tân hôn; mới cưới; vừa kết hôn

【新婚燕尔】xīnhūn-yàn'ěr vợ chồng mới cưới, tình cảm ngọt ngào; tân hôn hạnh phúc

【新纪录】xīnjìlù〈名〉kỉ lục mới: 创造110米栏的世界~ lập kỉ lục thế giới mới về chạy môn vượt rào 110 mét

【新纪元】xīnjìyuán〈名〉kỉ nguyên mới: 新中国成立后，我国进入了~。Sau khi nước Trung Hoa mới ra đời, đất nước ta đã bước vào kỉ nguyên mới.

【新技术】xīnjìshù〈名〉kĩ thuật mới; công nghệ mới: ~推动了工业的发展。Kĩ thuật mới đã thúc đẩy sự phát triển của công nghiệp.

【新加坡】Xīnjiāpō〈名〉Xin-ga-po: ~人 người Xin-ga-po

【新交】xīnjiāo〈名〉bạn mới; bạn sơ giao: 他是我的~。Anh ấy là bạn mới của tôi.

【新近】xīnjìn〈副〉gần đây; mới đây: 我~在桂林旅游。Những ngày gần đây, tôi du lịch ở Quế Lâm.

【新居】xīnjū〈名〉nhà mới; chỗ ở mới: 历经千辛万苦，我们终于搬进了~。Trải qua không biết bao nhiêu vất vả, rốt cuộc chúng tôi đã được dọn vào nhà mới.

【新局面】xīnjúmiàn〈名〉cục diện mới

【新来乍到】xīnlái-zhàdào chân ướt chân ráo; người mới đến; lính mới: 这小姑娘~，却不怯生。Cô bé này mới đến, nhưng chẳng sợ lạ.

【新郎】xīnláng〈名〉chàng rể; chú rể: ~与新娘喜结良缘。Chàng rể và cô dâu vui vẻ kết duyên.

【新老交替】xīnlǎo-jiāotì cái mới thay thế cái cũ

【新历】xīnlì〈名〉lịch mới; dương lịch: ~是指公元纪年的阳历。Lịch mới tức dương lịch, ghi theo kỉ niên Công nguyên.

【新能源】xīnnéngyuán〈名〉nguồn năng lượng mới: 开发~的任务迫在眉睫。Nhiệm vụ khai thác nguồn năng lượng mới rất cấp bách.

【新年】xīnnián〈名〉năm mới; Tết; tết Nguyên đán: ~快乐! Chúc mừng năm mới!

【新娘】xīnniáng〈名〉tân nương; cô dâu; tân giai nhân: ~很漂亮。Cô dâu rất xinh đẹp.

【新篇章】xīnpiānzhāng<名>trang mới; chương mới: 新中国的成立，开创了我国历史的~。Sự ra đời của nước Trung Hoa mới đã mở ra trang sử mới của nước ta.

【新瓶装旧酒】xīnpíng zhuāng jiùjiǔ bình mới rượu cũ

【新奇】xīnqí<形>tân kì; mới lạ: 他初到工厂，处处觉得~。Lần đầu anh ấy đến nhà máy, chỗ nào cũng thấy mới lạ.

【新巧】xīnqiǎo<形>mới lạ và tinh xảo: ~的玩具 đồ chơi mới lạ và tinh xảo

【新区】xīnqū<名>❶vùng mới giải phóng ❷khu mới: ~建设得很漂亮。Khu mới được xây dựng rất đẹp.

【新人】xīnrén<名>❶con người mới; nhân vật mới: ~辈出 nhân vật mới xuất hiện nhiều ❷cô dâu; chú rể ❸viên chức mới ❹người sửa sai tự đổi mới

【新人新事】xīnrén-xīnshì người mới việc mới

【新任】xīnrèn❶<形>tân nhiệm; vừa mới nhậm chức ❷<名>chức vụ mới; nhiệm vụ mới: 他赴~去了。Ông ấy đi nhậm chức vụ mới rồi.

【新生】¹ xīnshēng❶<形>mới ra đời; mới xuất hiện: ~力量 lực lượng mới trỗi dậy; ~事物 sự vật mới xuất hiện ❷<名>sự sống mới; hồi sinh; phục hồi; sống lại

【新生】² xīnshēng<名>học sinh mới (vào học)

【新生代】xīnshēngdài<名>Đại tân sinh (địa chất học); thế hệ mới

【新式】xīnshì<形>kiểu mới; mốt mới; lối mới: 这个工厂是新建的，设备和装置都是最~的。Xí nghiệp mới xây dựng, mọi trang thiết bị đều là kiểu mới nhất.

【新手】xīnshǒu<名>tay mới; lính mới; người mới vào nghề

【新四军】Xīn Sì Jūn<名>Tân Tứ quân (lực lượng vũ trang cách mạng do Đảng Cộng sản Trung Quốc lãnh đạo trong thời kì kháng chiến chống Nhật)

【新闻】xīnwén<名>❶tin tức; tin thời sự: ~报道 bản tin thời sự ❷việc mới xảy ra; chuyện mới; sự việc mới

【新闻出版】xīnwén chūbǎn báo chí và xuất bản: ~集团 Tập đoàn Báo chí và xuất bản

【新闻发布会】xīnwén fābùhuì họp báo: 发言人在~上表明了态度。Người phát ngôn đã bày tỏ thái độ tại cuộc họp báo.

【新闻工作者】xīnwén gōngzuòzhě người làm báo; nhà báo

【新闻广播】xīnwén guǎngbō phát thanh thời sự; báo chí phát thanh

【新闻评论员】xīnwén pínglùnyuán người bình luận thời sự

【新闻人物】xīnwén rénwù nhân vật hấp dẫn thông tin đại chúng; nhân vật thời sự

【新媳妇儿】xīnxífur<名>[口]cô dâu: ~进家门了。Cô dâu đã vào nhà.

【新禧】xīnxǐ<形>năm mới hạnh phúc; mừng năm mới: 恭贺~ chúc mừng năm mới

【新鲜】xīnxiān<形>❶tươi sống; tươi tốt: ~蔬菜 rau tươi; ~的花朵 hoa tươi ❷trong lành (không khí): ~空气 không khí trong lành ❸mới xuất hiện: ~事物 sự vật mới ❹mới lạ; mới mẻ: 电视机已经不算什么~东西啦。TV đã không còn là thứ mới mẻ gì nữa.

【新鲜血液】xīnxiān xuèyè máu tươi; sinh lực mới

【新新人类】xīnxīnrénlèi loài người mới; thế hệ mới

【新兴】xīnxīng<形>mới phát triển; mới trỗi dậy; mới xuất hiện: ~的工业城市 thành phố công nghiệp mới ra đời; ~的阶级 giai cấp mới nổi; ~的势力 thế lực mới trỗi dậy

【新兴产业】xīnxīng chǎnyè sản nghiệp

mới trỗi dậy

【新星】xīnxīng<名>❶[天文]ngôi sao mới ❷sao mới; ngôi sao mới (những hành tinh đột nhiên phát sáng gấp vạn lần độ sáng ban đầu, sau đó lại trở về độ sáng cũ): 文坛~ ngôi sao mới của giới văn học

【新型】xīnxíng<形>loại mới; kiểu mới

【新秀】xīnxiù<名>nhân tài mới nổi; nhân tài mới xuất hiện: 羽坛~ nhân tài mới nổi trong làng cầu lông

【新芽】xīnyá<名>mầm non; chồi mới: 柳树 长出了~。Cây liễu đã đâm chồi nảy lộc.

【新药】xīnyào<名>❶thuốc mới; tân dược ❷thuốc Tây

【新义】xīnyì<名>ý nghĩa mới

【新意】xīnyì<名>ý mới; cách nghĩ mới; cách nhìn mới: 这篇文章很有~。Bài văn này bao hàm nhiều ý mới.

【新颖】xīnyǐng<形>mới mẻ; mới lạ: 思想~ tư tưởng mới; 风格~ phong cách mới mẻ

【新月】xīnyuè<名>❶trăng non; trăng lưỡi liềm: ~如钩 trăng non như cái móc ❷trăng mồng một

【新址】xīnzhǐ<名>địa chỉ mới; địa điểm mới

【新装】xīnzhuāng<名>trang phục mới

【新作】xīnzuò<名>bài văn mới

薪 xīn<名>❶củi: 米珠~桂 gạo châu củi quế ❷lương bổng; lương: 加~ tăng lương; 调~ điều chỉnh lương bổng //(姓) Tân

【薪酬】xīnchóu<名>lương bổng

【薪俸】xīnfèng<名>[旧]lương bổng

【薪金】xīnjīn=【薪水】

【薪尽火传】xīnjìn-huǒchuán ngọn lửa truyền đời; đời sau tiếp bước cha ông; củi này đốt hết, lửa kia vẫn truyền; thầy trò kế tiếp truyền thụ; học vấn đời đời lưu truyền: 古老的传统~。Truyền thống cổ xưa đời sau tiếp bước cha ông.

【薪水】xīnshuǐ<名>tiền lương: 经理说明天 涨~。Sếp nói ngày mai sẽ tăng lương.

【薪资】xīnzī<名>tiền lương: 本月起我的~ 涨了。Bắt đầu từ tháng này, lương của tôi đã tăng lên.

馨 xīn<名>[书]mùi thơm bay xa; hương thơm lan tỏa: 如兰之~ thơm như hoa lan

【馨香】xīnxiāng[书]❶<形>thơm tho; thơm ngát: 满院~。Hương thơm tỏa ra khắp cả sân. ❷<名>mùi thơm của hương khi đốt: ~ 怡人 hương thơm dễ chịu

xìn

囟 xìn<名>cái thóp

【囟门】xìnmén<名>cái thóp (thóp trên đỉnh đầu trẻ con mới sinh)

芯 xìn
另见xīn

【芯子】xìnzi<名>❶ngòi; lõi; ruột; bấc ❷ lưỡi con rắn

信 xìn❶<形>xác thực; có thật: ~史 chính sử; ~而有征 chính xác và có bằng chứng ❷<名>tín; tín nghĩa: 守~ giữ chữ tín; 威 ~ uy tín; 言而有~ nói lời phải giữ lời ❸ <动>tin tưởng: ~托 tin tưởng ủy thác; ~任 tín nhiệm; ~不~由你。Tin hay không tùy bạn. ❹<动>thờ; tin tưởng và phụng thờ (tôn giáo): ~教 theo đạo; ~徒 tín đồ ❺<动>tùy ý; mặc kệ; thả nổi: ~步所之 dạo bước tùy ý; ~ 口开河 bạ đâu nói đấy ❻<名>căn cứ; bằng cứ; bằng chứng: ~号 tín hiệu; ~物 vật tin; 印~ ấn tín ❼<名>thư từ; giấy tờ: 送~ đưa thư; 证明~ giấy chứng nhận ❽<名>tin tức: 口~儿 lời nhắn; 通风报~ mật báo tin tức ❾ <名>ngòi nổ; kíp nổ: 引~ ngòi dẫn/ngòi nổ //(姓) Tin, Tín

【信笔】xìnbǐ<副>viết, vẽ tùy hứng; viết vẽ tùy tiện

【信标灯】xìnbiāodēng<名>đèn hiệu: ~一闪一闪的。Đèn hiệu lập lòe.

【信不过】xìnbuguò không đáng tin cậy: 他是个~的人。Ông ấy là một người không đáng tin cậy.

【信步】xìnbù<动>đi dạo; dạo chơi: 我~走到湖边。Tôi đi dạo đến bờ hồ.

【信从】xìncóng<动>tin phục; tin theo: 一直以来，我对他都很~。Cho đến nay, tôi vẫn luôn tin phục anh ấy.

【信贷】xìndài<名>hoạt động tín dụng (ngân hàng)

【信贷危机】xìndài wēijī nguy cơ hoạt động tín dụng

【信得过】xìndeguò đáng tin cậy: ~的人 người đáng tin cậy

【信而有征】xìn'éryǒuzhēng chính xác và có căn cứ; đáng tin cậy và có chứng cớ xác thực: 我们做事情要~。Chúng tôi làm việc phải chính xác và có căn cứ.

【信访】xìnfǎng<动>qua thư từ hoặc trực tiếp tới khiếu nại, phản ánh vấn đề: ~部门 cơ quan xử lí ý kiến của dân; ~群众 người trình bày ý kiến

【信封】xìnfēng<名>phong bì

【信奉】xìnfèng<动>❶tin theo: 法律界~无罪推定的原则。Giới pháp luật tuân theo nguyên tắc luận định vô tội. ❷tin tưởng và chấp hành

【信服】xìnfú<动>tin tưởng và nghe theo; tín phục; tin theo: 只有充分的理由才能令人~。Chỉ có lí do đầy đủ mới làm cho người ta tín phục.

【信鸽】xìngē<名>chim bồ câu đưa thư

【信管】xìnguǎn<名>ngòi dẫn; ngòi nổ

【信函】xìnhán<名>thư tín; thư từ

【信号】xìnhào<名>❶tín hiệu ❷sóng điện; dòng điện: 微弱的~ sóng điện yếu; ~弹 đạn tín hiệu/pháo hiệu; ~灯 đèn tín hiệu/đèn báo; ~枪 súng bắn tín hiệu

【信汇】xìnhuì<名>thư chuyển tiền; chuyển tiền qua bưu điện

【信笺】xìnjiān<名>giấy viết thư

【信件】xìnjiàn<名>thư tín; văn kiện và ấn phẩm

【信教】xìnjiào<动>theo đạo; tín ngưỡng tôn giáo

【信口雌黄】xìnkǒu-cíhuáng nói liều; nói bừa; bạ đâu nói đấy

【信口开河】xìnkǒu-kāihé bạ đâu nói đấy; ăn nói lung tung

【信赖】xìnlài<动>tin cậy; tin tưởng: 人们~大医院。Người ta tin cậy vào bệnh viện lớn.

【信马由缰】xìnmǎ-yóujiāng mặc cho ngựa dạo chơi; tùy ý ngao du; rong chơi không mục đích

【信念】xìnniàn<名>niềm tin; lòng tin

【信女】xìnnǚ<名>tín nữ; tín đồ nữ: 善男~ thiện nam tín nữ

【信皮儿】xìnpír<名>[口]phong bì; bì thư: 阿伟把信装进了~。Anh Vĩ đặt bức thư vào phong bì.

【信任】xìnrèn<动>tín nhiệm: 我很~他。Tôi rất tín nhiệm anh ấy.

【信任票】xìnrènpiào<名>phiếu tín nhiệm

【信任危机】xìnrèn wēijī nguy cơ tín nhiệm: 社会出现了~。Nguy cơ tín nhiệm đã xuất hiện trong xã hội.

【信赏必罚】xìnshǎng-bìfá thưởng phạt phân minh; thưởng phạt nghiêm minh

【信使】xìnshǐ<名>người mang tin tức; người đưa tin; sứ giả

【信士】xìnshì<名>❶thiện nam; nam tín đồ đạo Phật ❷[书]người giữ được chữ tín

【信誓旦旦】xìnshì-dàndàn lời thề son sắt; thề thốt chân thành; thề nguyện làm tin: 他在我面前~，极为诚恳。Anh ấy thề thốt chân thành trước mặt tôi, rất là thành khẩn.

【信手】xìnshǒu<副>tiện tay; tùy ý: ~涂鸦 tiện tay vẽ và viết lung tung

【信手拈来】xìnshǒu-niānlái hạ bút thành văn; xuất khẩu thành thơ; thuận tay lấy được một cách dễ dàng: 写文章~ viết văn hạ bút thành văn

【信守诺言】xìnshǒu nuòyán giữ lời hứa: 良好合作的基础就是彼此要~。Nền tảng của sự hợp tác tốt đẹp là hai bên đều phải giữ lời hứa.

【信天翁】xìntiānwēng<名>chim hải âu lớn: ~在大海上翱翔。Chim hải âu lớn bay lượn trên mặt biển.

【信条】xìntiáo<名>tín điều; tín ngưỡng: 政治~ quan điểm chính trị; 宗教~ tín điều tôn giáo

【信筒】xìntǒng<名>thùng thư; hòm thư: 他把信投进了~。Anh ấy bỏ thư vào trong hòm thư.

【信徒】xìntú<名>tín đồ: 耶稣有很多~。Chúa Giê-su có nhiều tín đồ.

【信托】xìntuō❶<动>tin cậy gửi gắm ❷<形>ủy thác mua bán; kí gửi: 开展~业务 triển khai nghiệp vụ kí gửi

【信物】xìnwù<名>vật tin; tín vật; của làm tin; của tin; đồ vật để làm tin: 这支发钗是我与心上人的~。Chiếc thoa này là vật tín giữa tôi và người yêu.

【信息】xìnxī<名>❶tin tức ❷thông tin

【信息安全】xìnxī ānquán an toàn thông tin: ~问题已经成为当今社会的热点话题。An toàn thông tin đã trở thành đề tài nóng sốt trên xã hội hiện nay.

【信息产业】xìnxī chǎnyè công nghiệp thông tin

【信息处理】xìnxī chǔlǐ xử lí thông tin: ~技术 công nghệ xử lí thông tin

【信息传递】xìnxī chuándì thông tin truyền phát: 在互联网时代，~非常快。Trong

thời đại Internet, thông tin truyền phát hế sức nhanh chóng.

【信息反馈】xìnxī fǎnkuì phản hồi tin tức 及时进行~ phản hồi tin tức kịp thời

【信息高速公路】xìnxī gāosù gōnglù xa lộ thông tin; siêu lộ thông tin: 如今，我国正在加快完善~体系。Hiện nay, nước ta đang đẩy nhanh tiến độ hoàn thiện hệ thống xa lộ thông tin.

【信息工程】xìnxī gōngchéng công trình thông tin

【信息技术】xìnxī jìshù công nghệ thông tin: 如今，~的发展日新月异。Hiện nay, sự phát triển của công nghệ thông tin ngày một đổi mới.

【信息科学】xìnxī kēxué khoa học thông tin; tin học: ~是一门新兴学科。Môn khoa học thông tin là một môn mới nổi dậy.

【信息库】xìnxīkù<名>kho thông tin; thư viện thông tin: 学校正在加强~建设。Trường ta đang tăng cường xây dựng kho thông tin.

【信息社会】xìnxī shèhuì xã hội thông tin: 我们生活在一个~里。Chúng ta đang sống trong một xã hội thông tin.

【信息时代】xìnxī shídài thời đại thông tin: ~机遇很多。Trong thời đại thông tin, có nhiều cơ hội.

【信息中心】xìnxī zhōngxīn trung tâm thông tin: 科技~ trung tâm thông tin khoa học kĩ thuật

【信息资源】xìnxī zīyuán tài nguyên thông tin: 善于利用~ biết tận dụng tài nguyên thông tin

【信箱】xìnxiāng<名>❶thùng thư; hòm thư ❷thùng thư có mã số ❸hòm thư; hộp thư (gia đình) ❹hòm thư điện tử

【信邪】xìnxié<动>tin vào tà đạo quái dị

【信心】xìnxīn<名>lòng tin; niềm tin

【信仰】xìnyǎng<名>tín ngưỡng: ~是一种精神力量。Tín ngưỡng là nguồn sức mạnh tinh thần.

【信以为真】xìnyǐwéizhēn cứ tin là thật; cứ tưởng là thật; tin giả thành thật: 我说着玩罢了，他却~了。Tôi nói đùa thôi mà anh ấy cứ tin là thật.

【信义】xìnyì<名>tín nghĩa: 恪守~ giữ gìn tín nghĩa; 他很重~。Ông ta biết trọng tín nghĩa.

【信用】xìnyòng❶<名>chữ tín: 守~ trọng chữ tín ❷<形>tín dụng: ~报告 báo cáo tín dụng ❸<名>tín dụng (sự tin tưởng nhau và cho vay để dùng vào việc gì đó) ❹<动>[书] tin cậy và bổ nhiệm

【信用卡】xìnyòngkǎ<名>thẻ tín dụng

【信用社】xìnyòngshè<名>hợp tác xã tín dụng: ~为农村经济的发展服务。Hợp tác xã tín dụng phục vụ sự phát triển kinh tế nông thôn.

【信用证】xìnyòngzhèng<名>thư tín dụng; L/C

【信誉】xìnyù<名>lòng tín nghĩa và danh dự: 做生意要有~。Làm buôn bán phải giữ tín nghĩa và danh dự.

【信札】xìnzhá<名>thư tín; thư từ

【信纸】xìnzhǐ<名>giấy viết thư

【信众】xìnzhòng<名>tín đồ: 在古代的印度，佛教~很多。Ở Ấn Độ thời cổ, tín đồ Phật giáo rất đông.

衅 xìn<名>hiềm khích; tranh chấp; khiêu khích

xīng

兴 xīng❶<动>hưng thịnh; lưu hành; thịnh hành: 复~ phục hưng; 新社会不~这一套了。Xã hội mới không thịnh hành thứ đó nữa. ❷<动>phát động; dấy lên: 大~学习之风 dấy lên phong trào học tập ❸<动>bắt đầu; sáng lập: ~办 sáng lập ❹<动>đứng dậy: 晨~ sáng sớm ngủ dậy ❺<动>[方]được; được phép (dùng ở câu phủ định): 说话应该实事求是，不~胡说。Nói năng phải thật sự cầu thị, không được ăn nói lung tung. ❻<副>[方]có thể: 周末他也~走，也~不走。Cuối tuần anh ấy có thể đi có thể không đi. ❼<动>đề cử; tiến cử; chọn ❽<名>thành công ❾<动>triệu tập; tập trung // (姓) Hưng
另见xìng

【兴办】xīngbàn<动>lập ra; mở ra: ~学校 xây dựng trường học; ~养老院 mở nhà dưỡng lão

【兴废存亡】xīngfèi-cúnwáng hưng thịnh và suy sụp, sinh tồn và diệt vong; chỉ sự đời thay đổi

【兴奋】xīngfèn❶<形>phấn khởi; hăng hái ❷<名>hưng phấn (hoạt động thần kinh) ❸<动>làm cho phấn chấn; kích thích: 比赛过程中禁止使用~剂。Trong cuộc thi đua, cấm không được sử dụng thuốc kích thích.

【兴奋剂】xīngfènjì<名>thuốc kích thích; chất kích thích; doping

【兴风作浪】xīngfēng-zuòlàng làm mưa làm gió; gây sóng gió; hoành hành ngang ngược; gây chuyện thị phi; kiếm chuyện: 几个歹徒企图~。Mấy kẻ gian hòng gây ra rắc rối.

【兴工】xīnggōng<动>khởi công; bắt đầu làm

【兴家立业】xīngjiā-lìyè xây dựng gia đình, tạo nên cơ nghiệp

【兴建】xīngjiàn<动>khởi công (một công trình lớn): ~水利工程 bắt đầu khởi công xây dựng công trình thủy lợi

【兴利除弊】xīnglì-chúbì xây dựng sự nghiệp hữu ích, xóa bỏ thói hư hủ tục

【兴隆】xīnglóng<形>hưng thịnh; thịnh vượng: 生意~ buôn bán phát đạt/làm ăn thịnh vượng

【兴起】xīngqǐ<动>❶nổi lên: 工业革命的~ 为世界开启了一个新时代。Sự nổi lên của cách mạng công nghiệp mở đầu cho một thời đại mới của thế giới. ❷[书]hứng khởi

【兴盛】xīngshèng<形>hưng thịnh; thịnh vượng: 经过几年的励精图治，国家终于~ 起来。Qua vài ba năm nỗ lực phấn đấu, đất nước đã thịnh vượng vươn lên.

【兴师动众】xīngshī-dòngzhòng ra quân với quy mô lớn; ra quân ồ ạt; phát động nhiều người làm một việc gì đó; làm to chuyện

【兴师问罪】xīngshī-wènzuì dấy binh đi hỏi tội (kẻ địch); kéo đến tận nhà hạch sách: 他们哪里是来拜望我的啊，他们是来~ 的。Bọn họ đâu phải đến thăm tôi, họ kéo đến là để hạch sách đó chứ.

【兴衰】xīngshuāi<动>thịnh suy: 王朝的~ sự thịnh suy của vương triều

【兴亡】xīngwáng<动>hưng vong: 秦朝~的 历史，对后人而言是一面镜子。Lịch sử hưng vong của nhà Tần là một tấm gương cho đời sau.

【兴旺】xīngwàng<形>thịnh vượng: 祝您 ~发达，生意红火。Chúc anh buôn bán thịnh vượng phát đạt.

【兴修】xīngxiū<动>khởi công xây dựng: ~ 水库 khởi công xây dựng hồ chứa nước

【兴许】xīngxǔ<副>có thể; có lẽ: 你不去， ~他会去。Anh không đi, có lẽ anh ấy sẽ đi.

【兴妖作怪】xīngyāo-zuòguài tác yêu tác quái; nổi sóng nổi gió

星xīng<名>❶sao; ngôi sao: 月明~稀 trăng sáng sao thưa ❷ngôi sao sáng ❸tinh (thuật ngữ thiên văn học) ❹nhỏ; chấm nhỏ: 火~儿 đốm lửa nhỏ; 一~半点儿 một chút ❺vạch

(cân, lạng... trên đòn cân): 定盘~ vạch thăng bằng ❻sao tinh (một trong 28 tú) ❼ngôi sao; minh tinh: 歌~ ngôi sao ca hát/ca sĩ trộ nổi //(姓) Tinh

【星辰】xīngchén<名>sao: 昨夜~ sao đêm qua

【星点】xīngdiǎn<名>một chút; một tí

【星斗】xīngdǒu<名>sao: 满天的~，闪烁 明亮。Sao sáng lấp lánh đầy trời.

【星光】xīngguāng<名>ánh sáng sao; ánh sao: ~闪烁 ánh sao lấp lánh

【星光大道】xīngguāng dàdào đường trả thảm đỏ; con đường minh tinh

【星号】xīnghào<名>hoa thị "*"

【星河】xīnghé<名>ngân hà; sông ngân

【星火】xīnghuǒ<名>đốm lửa nhỏ: 广阔的 田野里，~闪烁。Trên đồng ruộng bao la đốm lửa nhỏ lấp lánh.

【星火燎原】xīnghuǒ-liáoyuán một đốm lửa nhỏ có thể lan tràn khắp nơi; nhỏ bé có thể trở nên lớn mạnh

【星级】xīngjí<名>(khách sạn) cấp sao: 五~ 饭店 khách sạn năm sao

【星际】xīngjì<形>giữa các vì sao: ~旅游 du lịch giữa các vì sao

【星空】xīngkōng<名>bầu trời ánh sao; trời sao: 仰望~ ngước nhìn trời sao

【星罗棋布】xīngluó-qíbù rải rác khắp nơi; giăng bày khắp nơi như sao trên trời, như con cờ trên bàn cờ

【星期】xīngqī<名>❶tuần lễ ❷ngày thứ (ghép liền với các ngày trong tuần): ~日 ngày chủ nhật; ~一 thứ hai ❸chủ nhật (gọi tắt): ~休息 nghỉ ngày chủ nhật

【星球】xīngqiú<名>sao; tinh cầu: ~大战 chiến tranh trên các vì sao

【星探】xīngtàn<名>người chuyên phát hiện những người có tiềm năng trở thành minh tinh

【星体】xīngtǐ<名>tinh thể; thiên thể: 宇宙间的~蕴藏着无穷的奥秘。Các thiên thể trong vũ trụ tiềm ẩn vô vàn điều huyền bí.

【星系】xīngxì<名>tinh hệ: 太阳~ hệ mặt trời

【星相】xīngxiàng<名>số tử vi

【星象】xīngxiàng<名>tinh tượng (từ độ sáng, vị trí của sao chiếu mệnh mà suy đoán số mệnh)

【星星】xīngxīng<名>chấm nhỏ

【星星】xīngxing<名>[口]sao; các ngôi sao

【星星点点】xīngxīngdiǎndiǎn❶rải rác nhiều nơi ❷lấm tấm; li ti; chấm nhỏ li ti: 山坡上点缀着~的小花。Trên sườn núi điểm xuyết những bông hoa nhỏ li ti.

【星星之火，可以燎原】xīngxīngzhīhuǒ, kěyǐ-liáoyuán một đốm lửa nhỏ có thể thiêu rụi cả một cánh đồng; sự việc mới nảy sinh có thể nhanh chóng lan rộng

【星形】xīngxíng<名>dạng sao

【星宿】xīngxiù<名>tinh tú (người xưa gọi sao là tinh tú, gồm hai mươi tám chòm, gọi là nhị thập bát tú)

【星夜】xīngyè<名>đêm tối; đêm: ~行军 hành quân ban đêm; ~奔忙 chạy ngược chạy xuôi cả đêm

【星移斗转】xīngyí-dǒuzhuǎn vật đổi sao dời

【星云】xīngyún<名>tinh vân

【星座】xīngzuò<名>chòm sao: 我的~是双子座。Chòm sao của tôi là chòm Song tử.

猩 xīng<名>tinh tinh

【猩红】xīnghóng<形>màu đỏ tươi; đỏ tươi: 她的越野车是~色的。Chiếc xe việt dã của cô ấy có màu đỏ tươi.

【猩红热】xīnghóngrè<名>[医学]bệnh tinh hồng nhiệt

【猩猩】xīngxing<名>tinh tinh; đười ươi: ~是灵长类动物。Tinh tinh thuộc loài động vật bộ linh trưởng.

惺 xīng<形>[书]❶thông minh; nhạy bén ❷tỉnh; tỉnh táo

【惺忪】xīngsōng<形>mắt nhập nhèm; lim dim; dấp dính: 睡眼~ đôi mắt ngái ngủ

【惺惺】xīngxīng❶<形>[书]tỉnh táo ❷<形>[书]thông minh ❸<名>người thông minh ❹<形>giả bộ; giả vờ giả vịt

【惺惺相惜】xīngxīng-xiāngxī người tài yêu mến người tài; người khôn khéo quý người khôn khéo

【惺惺作态】xīngxīng-zuòtài giả vờ giả vịt; làm bộ làm tịch; làm bộ làm dạng: 这话明明是她说的，她还~。Câu này rõ ràng là cô ấy nói ra, thế mà cô ấy còn làm bộ giả vờ không nhận.

腥 xīng❶<名>thịt sống: 荤~ món ăn thịt cá ❷<形>tanh: ~味 mùi tanh

【腥臭】xīngchòu<形>tanh hôi: 屋子里有一股~味。Trong nhà có một luồng tanh hôi.

【腥风血雨】xīngfēng-xuèyǔ mưa máu gió tanh; tanh hôi mùi máu (chỉ cảnh tượng giết người điên cuồng hoặc bầu không khí chết chóc): 几十年的~，让将军明白了人生的真谛。Tanh hôi mùi máu hàng chục năm, làm cho tướng quân hiểu biết đạo lí nhân sinh.

【腥秽】xīnghuì<形>tanh; tanh tưới: ~难闻的死鱼 cá chết mùi tanh khó ngửi

【腥气】xīngqi❶<名>mùi tanh (của tôm cá): 一股子~ một luồng hơi tanh ❷<形>tanh: 这鱼多~! Cá này tanh ghê!

【腥臊】xīngsāo<形>tanh hôi; tanh và khai; tanh tưới: 这个角落有一股子~味。Trong góc xó này có mùi hôi tanh.

【腥膻】xīngshān<名>[书]❶mùi tanh hôi; ví việc bẩn thỉu: 远彼~ tránh xa những việc bẩn thiu ❷món thịt ❸giặc ngoại xâm

【腥味】xīngwèi<名>mùi tanh: 煮鱼放些生姜、白酒可除~。Khi nấu cá cho thêm chút gừng và rượu để trừ mùi tanh.

xíng

刑 xíng<名>❶hình phạt: 死~ tử hình; 有期徒~ tội tù có hạn; 服~ chịu hình phạt; 判~ xét xử ❷nhục hình: 动~ dùng nhục hình tra tấn; 受~ chịu nhục hình /// (姓) Hình

【刑场】xíngchǎng<名>pháp trường

【刑罚】xíngfá<名>hình phạt; cách thức trừng trị kẻ có tội: 在法治国家里~很重要。Ở các quốc gia pháp trị, hình phạt rất quan trọng.

【刑法】xíngfǎ<名>luật hình sự

【刑法】xíngfa<名>sự tra tấn

【刑房】xíngfáng<名>❶[旧]viên quan lo hồ sơ hình sự ❷phòng tra tấn (thường chỉ phi pháp): 私设~ lập phòng tra tấn riêng

【刑警】xíngjǐng<名>cảnh sát hình sự: 国际~ cảnh sát hình sự quốc tế

【刑拘】xíngjū<动>tạm giam hình sự: 他因聚众斗殴被~了。Hắn đã bị tạm giam hình sự bởi vụ kéo bè ẩu đả nhau.

【刑具】xíngjù<名>hình cụ; dụng cụ tra tấn

【刑律】xínglǜ<名>luật hình sự: 触犯~ vi phạm luật hình sự

【刑满释放】xíngmǎn shìfàng thời hạn thi hành án đã hết và được ra tù; mãn hạn tù

【刑期】xíngqī<名>thời hạn thi hành án: 他被处以12年~。Hắn bị xử tù 12 năm.

【刑事】xíngshì<形>hình sự: ~案件 vụ án hình sự; ~法庭 tòa án hình sự

【刑事处罚】xíngshì chǔfá trừng phạt hình sự: 纵火犯将受到~。Kẻ đốt nhà sẽ bị trừng phạt hình sự.

【刑事犯】xíngshìfàn<名>tội phạm hình sự:

房间里看押的是一些~。Trong phòng này đã giam giữ một số tội phạm hình sự.

【刑事诉讼】xíngshì sùsòng tố tụng hình sự: 这是一起~案件。Đây là một vụ án tố tụng hình sự.

【刑事责任】xíngshì zérèn trách nhiệm hình sự: 他杀了人，法院要追究他的~。Hắn giết người, tòa án sẽ truy cứu trách nhiệm hình sự đối với hắn.

【刑讯】xíngxùn<动>tra tấn hỏi cung

【刑侦】xíngzhēn<动>điều tra hình sự

【刑种】xíngzhǒng<名>loại hình phạt

行 xíng❶<动>đi: 步~ đi bộ; 人~道 đường dành cho người đi bộ ❷<名>[书]lộ trình; chặng đường: 千里之~始于足下。Lộ trình ngàn dặm dưới chân ta. ❸<形>hành (du lịch): ~程 hành trình; ~踪 hành tung ❹<形>lâm thời; lưu động: ~灶 bếp lưu động; ~商 người buôn chuyến ❺<动>lưu thông; thúc đẩy: ~销 đưa ra tiêu thụ; 发~ phát hành; 风~一时 phổ biến một thời ❻<动>làm: 举~ cử hành; 执~ chấp hành; ~不通 làm không được; ~之有效 làm việc có hiệu quả ❼<动>tiến hành (thường dùng trước động từ song âm tiết): 另~通知 thông báo riêng; 即~查复 sẽ điều tra và phúc đáp ngay ❽<名>hành vi: 品~ phẩm hạnh/hạnh kiểm; 兽~ hành vi thú tính; 罪~ hành vi phạm tội ❾<动>được: 算了，把事情说明白就~了。Thôi, nói rõ sự việc là được rồi. ❿<形>tài giỏi; có năng lực: 老王你真~! Anh Vương, anh giỏi lắm! ⓫<副>[书]sẽ; sắp ⓬<动>phát huy hiệu lực của thuốc // (姓) Hành

另见háng

【行不通】xíngbutōng không thực hiện được

【行车】xíngchē<动>chạy; lái: 这是沼泽地带，不能~。Đây là vùng đầm lầy, không chạy xe được.

行程】xíngchéng<名>❶lộ trình; hành trình: ~万里 hành trình vạn dặm ❷tiến trình: 这就是公司发展的~。Đây là tiến trình phát triển của công ti. ❸quãng xung (quãng vận động qua lại của pít tông, từ đầu đến cuối ống hơi lúc động cơ hoạt động)

行船】xíngchuán<动>đi thuyền: ~于江面之上 đi thuyền trên mặt sông

行刺】xíngcì<动>hành thích; ám sát: 他的~计划失败了。Kế hoạch ám sát của hắn đã thất bại.

行得通】xíngdetōng làm được; có thể được

行动】xíngdòng❶<动>đi lại; đi đi lại lại: 自由~ tự do đí lại ❷<动>hành động: 敌人来了，我们马上~。Bọn địch đã đến, chúng ta phải lập tức hành động. ❸<名>hành vi; cử động

行动计划】xíngdòng jìhuà kế hoạch hành động: ~被泄露了。Kế hoạch hành động đã bị lộ.

行方便】xíng fāngbiàn tạo thuận lợi

行房】xíngfáng<动>vợ chồng giao hợp

行宫】xínggōng<名>hành cung

行好】xínghǎo<动>làm việc thiện: 一直以来，她经常向穷人~。Từ trước đến nay, chị ấy luôn luôn quan tâm giúp đỡ người nghèo.

行贿】xínghuì<动>đút lót; đưa hối lộ

行迹】xíngjì<名>hành tung; tung tích: ~无定 hành tung vô định

行将就木】xíngjiāng-jiùmù gần đất xa trời; gần kề miệng lỗ; sắp vào áo quan

行脚】xíngjiǎo<动>(hòa thượng) đi vân du: ~僧 nhà sư đi vân du

行劫】xíngjié<动>cướp giật; ăn cướp

行进】xíngjìn<动>tiến lên; tiến; tiến lên phía trước: ~在海滩上 đi trên bãi biển

行经】xíngjīng[1]<动>hành kinh; kinh nguyệt; có kinh

行经】xíngjīng[2]<动>đi qua; đi ngang qua: 火车~天津时，已经半夜了。Lúc xe lửa đi qua Thiên Tân đã nửa đêm.

行径】xíngjìng<名>hành vi; hành động (thường chỉ việc làm xấu): 暴徒令人发指的~ hành vi hung dữ của côn đồ làm cho người ta phẫn nộ

行酒令】xíng jiǔlìng chơi tửu lệnh; trò phạt rượu

行军】xíngjūn<动>hành quân: 夜~ hành quân đêm

行军床】xíngjūnchuáng<名>giường xếp; giường bạt: 卫兵把~放在休息室里。Người lính cảnh vệ đặt giường xếp ở trong phòng nghỉ.

行乐】xínglè<动>[书]hành lạc; vui chơi; vui chơi tiêu khiển: 及时~ vui chơi tiêu khiển kịp thời

行礼】xínglǐ<动>❶thi lễ; chào: 学生遇见老师要~。Khi sinh viên gặp các thầy cô giáo thì phải chào hỏi. ❷[方]đưa lễ vật; tặng quà

行李】xíngli<名>hành lí: 这些~太重了。Hành lí này nặng quá.

行李寄存处】xíngli jìcúnchù chỗ gửi hành lí

行李架】xínglijià<名>giá để hành lí: 他把背包放在~上。Anh ấy đặt ba lô lên trên giá để hành lí.

行李托运】xíngli tuōyùn gửi chuyển hành lí: 背包太重了，只好办~。Ba lô nặng quá, buộc phải gửi chuyển.

行令】xínglìng<动>chơi tửu lệnh; chơi trò phạt rượu: 猜拳~ đoán tay chơi trò phạt rượu

行囊】xíngnáng<名>[书]bọc hành lí; gói hành lí: 背起~ đeo bọc hành lí

【行骗】xíngpiàn〈动〉lừa gạt; lừa đảo; bịp bợm: 几年来，他都以~为生。Mấy năm gần đây, hắn sống bằng trò lừa đảo.

【行期】xíngqī〈名〉ngày đi; ngày lên đường: ~已近。Sắp đến ngày lên đường.

【行乞】xíngqǐ〈动〉ăn xin; hành khất; ăn mày

【行窃】xíngqiè〈动〉trộm cướp; trộm cắp: ~是触犯法律的行为。Trộm cắp là hành vi phạm pháp.

【行人】xíngrén〈名〉người đi đường

【行若无事】xíngruòwúshì làm như không có chuyện gì; bằng chân như vại; bình tĩnh như không: 她做了错事却~。Cô ấy đã phạm sai mà cứ coi như không có chuyện gì xảy ra.

【行色匆匆】xíngsè–cōngcōng vẻ vội vã; gấp gáp; hớt hơ hớt hải

【行善】xíngshàn〈动〉làm việc thiện: ~之人必有好报。Người làm việc thiện nhất định sẽ được báo đáp.

【行赏】xíngshǎng〈动〉ban thưởng

【行尸走肉】xíngshī–zǒuròu cái xác không hồn; giá áo túi cơm: 他整天无所事事，颓靡不振，如同~。Anh ta thất tha thất thểu cả ngày chẳng làm gì, như một cái xác không hồn.

【行时】xíngshí〈动〉thịnh hành; hợp thời (chỉ người hoặc sự vật): 这个时期种树很~。Trồng cây vào mùa này là hợp thời.

【行使】xíngshǐ〈动〉hành sử; sử dụng (chức trách, chức quyền): 1997年7月1日，中国对香港恢复~主权。Ngày 1 tháng 7 năm 1997, Trung Quốc đã khôi phục thi hành chủ quyền đối với Hồng Kông.

【行驶】xíngshǐ〈动〉chạy (xe, thuyền...): 汽车向北京方向~。Xe chạy về hướng Bắc Kinh.

【行事】xíngshì❶〈名〉hành vi; hành động: 言谈~ lời nói và hành động ❷〈动〉làm việc: 按道理~ làm việc theo đạo lí

【行书】xíngshū〈名〉hành thư (thể chữ trung gian giữa thảo thư và khải thư; khải thư viết hơi liền nét)

【行同狗彘】xíngtónggǒuzhì hành vi đê tiện, bỉ ổi; hành vi chó má

【行头】xíngtou〈名〉❶trang phục diễn viên (trong biểu diễn hí kịch): 该演员的~很简陋。Trang phục của vai tuồng ấy rất thô sơ. ❷trang phục (thường mang ý khôi hài)

【行为】xíngwéi〈名〉hành vi; hành động: 正义的~ hành động chính nghĩa; 不法~ hành vi trái phép

【行为艺术】xíngwéi yìshù nghệ thuật hành vi: 近几年来，~逐渐兴起。Mấy năm gần đây, nghệ thuật hành vi dần dần thịnh hành.

【行文】xíngwén〈动〉❶hành văn: ~流畅 hành văn trôi chảy ❷gửi công văn đi; phát công văn đi: ~各职能部门 gửi công văn đi các cơ quan chức năng

【行侠仗义】xíngxiá–zhàngyì làm việc vì nghĩa cả: ~之人 người làm việc vì nghĩa cả

【行销】xíngxiāo〈动〉tiêu thụ; bán (hàng hóa): 现在，中国的商品~全世界。Hiện nay, hàng hóa Trung Quốc được tiêu thụ trên khắp thế giới.

【行星】xíngxīng〈名〉hành tinh: 我们居住的地球是一个~。Trái đất mà chúng ta cư trú là một hành tinh.

【行刑】xíngxíng〈动〉hành hình; hành quyết; xử tử: 注射~ tiêm dược liệu để hành hình

【行凶】xíngxiōng〈动〉hành hung: ~杀人 hành hung giết người; ~者 kẻ hành hung

【行医】xíngyī〈动〉làm nghề y; làm nghề thầy thuốc: 三代~ ba đời làm nghề thầy thuốc

行云流水】xíngyún-liúshuǐ　lưu thủy hành vân; nước chảy mây trôi (chỉ hành văn lưu loát, trôi chảy): 这篇文章如~。Bài viết này lưu loát như nước chảy mây trôi.

行政】xíngzhèng❶<动>hành chính: ~部门 đơn vị hành chính; ~机关 cơ quan hành chính ❷<名>hành chính (chỉ công tác quản lí nội bộ trong cơ quan, xí nghiệp...): ~管理 quản lí hành chính; ~费用 chi phí hành chính

行政区】xíngzhèngqū<名>khu hành chính: 特别~ khu hành chính đặc biệt

行之有效】xíngzhī-yǒuxiào đưa vào thực hiện có hiệu quả: 批评和自我批评是处理人民内部矛盾~的方法。Phê bình và tự phê bình là biện pháp thực hiện có hiệu quả để giải quyết mâu thuẫn nội bộ nhân dân.

行装】xíngzhuāng<名>hành trang (đồ đạc đi đường): 他整理完~便上路了。Bác ấy thu xếp xong hành trang là lên đường luôn.

行踪】xíngzōng<名>hành tung; tung tích: ~不定 hành tung bất định

行走】xíngzǒu<动>đi: 起重机下面禁止~或停留。Cấm đi lại hoặc dừng lại dưới cần cẩu.

饧】xíng❶<名>[书]kẹo mạch nha nhão ❷<动>(đường, kẹo) bị iu ❸<形>iu xìu; uể oải

形】xíng❶<名>hình dáng; hình dạng: 圆~ hình tròn; 三角~ hình tam giác; 图~ hình vẽ; 地~ địa hình ❷<名>hình thể; thực thể: 有~ hữu hình; 无~ vô hình ❸<动>biểu hiện; hiện ra: 喜~于色 vui mừng hiện trên nét mặt; ~诸笔墨 thể hiện bằng bút mực ❹<动>đối chiếu; so sánh: 相~见绌 so sánh thấy rõ sự thua kém //(姓) Hình

形变】xíngbiàn<名>biến dạng: 在外力的作用下，铁管发生了~。Do tác dụng của ngoại lực, ống sắt đã biến dạng.

形成】xíngchéng<动>hình thành: ~鲜明的对比 hình thành sự đối lập rõ rệt

形单影只】xíngdān-yǐngzhī cô đơn chiếc bóng; thân đơn bóng chiếc; lẻ loi một mình

形而上学】xíng'érshàngxué❶học thuyết siêu hình; triết học siêu hình: 一些哲学家在学说上犯了~的错误。Một số nhà triết học đã mắc sai lầm của học thuyết siêu hình. ❷siêu hình

形骸】xínghái<名>[书]hình hài (thân thể con người)

形迹】xíngjì<名>❶hình tích; bộ dạng: ~可疑 bộ dạng khả nghi ❷lễ phép; lịch sự: 不拘~ không giữ lễ phép ❸dấu vết

形容】xíngróng❶<名>[书]mặt mũi; dáng vẻ: ~消瘦 dáng vẻ gầy còm ❷<动>hình dung; miêu tả: 他悲愤的心情是无法~的。Nỗi căm phẫn của anh ấy không thể hình dung được.

形容词】xíngróngcí<名>hình dung từ; tính từ: 学生在文章中很喜欢用~。Trong bài văn, học sinh hay dùng hình dung từ.

形容憔悴】xíngróng-qiáocuì hình dung tiều tụy; mặt mũi bơ phờ

形色】xíngsè<名>bề ngoài; dáng vẻ: ~艳丽 vẻ đẹp lạ lùng

形式】xíngshì<名>hình thức: 组织~ hình thức tổ chức; ~逻辑 lô-gích hình thức

形式主义】xíngshì zhǔyì❶bệnh hình thức ❷chủ nghĩa hình thức

形势】xíngshì<名>❶địa thế: ~险要 địa thế hiểm yếu ❷tình hình; tình thế: 国际~ tình hình quốc tế; 经济~ tình hình kinh tế

形似】xíngsì<动>giống nhau; tương tự (hình thức, bên ngoài)

形态】xíngtài<名>❶hình thái: 意识~ hình thái ý thức ❷hình dạng; hình thức ❸hình thái (hình thức biến đổi bên trong của từ): 汉语和越语都不注重词的~变化。Tiếng

Hán và tiếng Việt đều không chú trọng sự biến đổi về hình thái của từ.

【形体】xíngtǐ〈名〉❶hình thể; hình dáng; hình thái: 生物学家们塑造了~完整的中国猿人模型。Những nhà sinh vật học đã tạo nặn được mô hình người vượn Trung Quốc với hình thái hoàn chỉnh. ❷hình dạng và cấu tạo: 文字的~ hình dạng và cấu tạo của chữ viết

【形同虚设】xíngtóng-xūshè dường như không có tác dụng: 工地周围的栅栏~。Hàng rào xung quanh công trường dường như không có tác dụng.

【形象】xíngxiàng❶〈名〉hình ảnh (cụ thể): 人的~设计包括发型、服装搭配等。Thiết kế hình ảnh của người bao gồm kiểu tóc, sự phối hợp phục trang v.v. ❷〈名〉hình tượng (văn học): 塑造一个英雄~ miêu tả một hình tượng anh hùng ❸〈形〉sống động

【形象大使】xíngxiàng dàshǐ đại sứ hình ảnh: 他是我们的~。Ông ấy là đại sứ hình ảnh của chúng tôi.

【形象代言人】xíngxiàng dàiyánrén người đại diện hình tượng: 如今，很多明星为企业做~。Hiện nay, nhiều minh tinh đã làm người đại diện hình ảnh cho các doanh nghiệp.

【形象工程】xíngxiàng gōngchéng công trình hình tượng: 不要为了搞~而浪费人力物力。Không thể vì xây dựng công trình hình tượng mà lãng phí sức người sức của.

【形象思维】xíngxiàng sīwéi tư duy hình tượng: 对于艺术家而言，~很重要。Đối với nhà nghệ thuật, tư duy hình tượng rất quan trọng.

【形销骨立】xíngxiāo-gǔlì gầy còm; gầy như que củi: 一年来病痛的折磨，已使他~。Một năm trở lại đây, do bị cơn ốm đau hành hạ, ông ấy đã gầy như que củi.

【形形色色】xíngxíngsèsè muôn hìn muôn vẻ; đa dạng: 马路上有~的人。Ngườ đi trên đường thuộc đủ loại người.

【形影不离】xíngyǐng-bùlí như hình v bóng; gắn bó với nhau: 他们俩是一对~的 好朋友。Họ là đôi bạn thân gắn bó nha như hình với bóng.

【形影相吊】xíngyǐng-xiāngdiào cô đơ hiu quạnh; lẻ loi một mình; cô đơn bón chiếc

【形影相随】xíngyǐng-xiāngsuí như hìn với bóng; gắn bó với nhau: 兄弟两人总長 ~。Hai anh em như hình với bóng.

【形状】xíngzhuàng〈名〉hình dạng; hìn dáng

型 xíng〈名〉❶khuôn; mô hình: 砂~ khuô đúc (bằng cát); 模~ mô hình ❷loại hình; c kiểu: 新~ kiểu mới; 大~ cỡ lớn

【型板】xíngbǎn〈名〉[机械]mẫu; tấn khuôn: 这种~质量要求很高。Khuôn này yêu cầu chất lượng rất cao.

【型锻】xíngduàn〈名〉[机械]khuôn dậ (ép): 老工匠不会新的~技术。Thợ cao tuổ không nắm được công nghệ khuôn dập mới.

【型钢】xínggāng〈名〉thép hình (thàn phẩm thép có ngoại hình cố định như hìn chữ L, hình chữ T, hình chữ U): 中国出口 很多种类~到越南。Trung Quốc xuất khẩu nhiều loại thép hình sang Việt Nam.

【型号】xínghào〈名〉cỡ; số; kiểu; loại (ch tính năng quy cách máy móc): 购买家电 时要注意~和规格。Khi mua đồ điện gia dụng phải chú ý kiểu cỡ.

【型砂】xíngshā〈名〉cát làm khuôn

【型芯】xíngxīn〈名〉lõi khuôn đúc

钘 xíng〈名〉❶be rượu (xưa dùng đựng rượu) ❷cái âu; cái liễn

铏 xíng〈名〉cái âu; cái liễn (đồ dùng để đựng canh, thức ăn)

硎 xíng[书] ❶〈名〉đá mài dao ❷〈动〉mài giũa

xǐng

省 xǐng〈动〉❶tự kiểm điểm: 反~ tự xét mình; 内~ tự xét lòng mình ❷tri giác; tỉnh táo: 不~人事 bất tỉnh nhân sự ❸tỉnh ngộ; giác ngộ: ~悟 tỉnh ngộ ❹thăm; thăm nom: ~亲 thăm cha mẹ //(姓) Tỉnh
另见 shěng

【省察】xǐngchá〈动〉tự kiểm điểm bản thân; tự kiểm tra: 人们应该学会~自己。Mọi người đều cần phải biết tự kiểm điểm mình.

【省墓】xǐngmù〈动〉[书]viếng mộ; thăm mộ; tảo mộ: 清明节人们会去~。Trong tết Thanh Minh, người ta thường đi tảo mộ.

【省亲】xǐngqīn〈动〉(về quê hoặc đến nơi xa) thăm ông bà, cha mẹ: 她每年都会回来~。Chị ấy năm nào cũng về thăm cha mẹ.

【省视】xǐngshì〈动〉❶thăm viếng; thăm hỏi: ~双亲 thăm cha mẹ ❷tự kiểm tra mình

醒 xǐng❶〈动〉tỉnh (rượu) ❷〈动〉tỉnh giấc; tỉnh; (ngủ) dậy; thức; tỉnh rượu: 他还没有~。Anh ấy còn chưa tỉnh giấc. ❸〈动〉tỉnh ngộ: 到八点钟请提~我一下。Đến 8 giờ xin nhắc tôi một cái. ❹〈形〉rõ ràng; hiển nhiên; làm cho thấy rõ: 标题~目而吸引人。Tiêu đề nổi và hấp dẫn. ❺〈动〉ủ (sau khi nhào bột, để một lúc cho nắm bột nở đều)

【醒盹儿】xǐngdǔnr〈动〉[方]tỉnh cơn ngủ gật; tỉnh giấc (sau giấc ngủ ngắn): 她~后，精神好了很多。Sau khi tỉnh dậy, chị ấy cảm thấy tinh thần tốt hơn nhiều.

【醒豁】xǐnghuò〈形〉biểu đạt rõ ràng; (ý nghĩa) sáng rõ: 道理~ lí lẽ rõ ràng

【醒酒】xǐngjiǔ〈动〉tỉnh rượu: 喝点茶~。Uống một tí chè cho tỉnh rượu.

【醒觉】xǐngjué〈动〉tỉnh ngộ; hiểu ra: 老师

的一番话，让他~过来。Lời dạy bảo của thầy làm cho anh ấy tỉnh ngộ.

【醒目】xǐngmù〈形〉(lời văn hay tranh ảnh) nổi bật; nổi; bắt mắt: 红色的字很~。Chữ đỏ nổi bật.

【醒腔】xǐngqiāng〈动〉[方]tỉnh ngộ; hiểu ra: 听了你的话，我突然~了。Sau khi nghe anh nói, em chợt hiểu ra.

【醒悟】xǐngwù〈动〉tỉnh ngộ; chợt hiểu ra: 最后她才~过来。Cuối cùng cô ấy mới tỉnh ngộ.

擤 xǐng〈动〉hỉ

【擤鼻涕】xǐng bítì hỉ mũi; xì mũi: 不要在公共场合~。Xin đừng hỉ mũi ở nơi công cộng.

xìng

兴 xìng〈名〉niềm vui; hứng chí; hứng thú: 余~ niềm vui còn đọng lại; 助~ góp vui; 扫~ làm cụt hứng; 雅~ nhã hứng
另见 xīng

【兴冲冲】xìngchōngchōng hớn hở; hồ hởi; khoái trá; mừng rơn: 小朋友~地跑了过来。Cậu bé hớn hở chạy đến.

【兴高采烈】xìnggāo-cǎiliè hết sức hào hứng; phấn khởi: 人人都~。Ai nấy đều hết sức hào hứng.

【兴趣】xìngqù〈名〉thích thú; hứng thú; sở thích: 失去~ mất hết cả hứng thú; 我对游泳很感~。Tôi rất thích đi bơi.

【兴头】xìngtou❶〈名〉(sự) hào hứng; thích thú; vẻ hăng say (hăm hở): ~十足 đầy vẻ hăng say ❷〈形〉[方]đắc ý; phấn khởi: 得到表扬，他十分~。Được khen, anh ấy phấn khởi lắm.

【兴味】xìngwèi〈名〉hứng thú; thích thú: 饶有~ hết sức có hứng thú

【兴味索然】xìngwèi-suǒrán không có

X

cảm hứng gì; hứng thú tiêu tan: 说到这，他顿时感到~。Nói đến đây, anh ấy cảm thấy hứng thú tiêu tan ngay.

【兴致】xìngzhì<名>hứng thú; thích thú; hào hứng

【兴致勃勃】xìngzhì-bóbó hăng hái; tràn ngập niềm vui; thích thú vô cùng: 全班~地出发了。Cả lớp tràn ngập niềm vui lên đường.

杏 xìng<名>❶trái hạnh; quả hạnh ❷cây hạnh //(姓) Hạnh

【杏红】xìnghóng<形>màu cá vàng

【杏花】xìnghuā<名>hoa hạnh; hoa mơ

【杏黄】xìnghuáng<形>(màu) vàng hơi đỏ; (màu) vỏ quít; (màu) vàng mơ

【杏仁】xìngrén<名>hạnh nhân: 我喜欢吃~。Tôi rất thích ăn hạnh nhân.

【杏树】xìngshù<名>cây mơ; cây hạnh: 这棵~已经生长很多年了。Cây mơ này đã lâu năm rồi.

【杏眼】xìngyǎn<名>mắt hạnh

【杏子】xìngzi<名>[方]quả hạnh; quả mơ

幸 xìng❶<形>hạnh phúc; may mắn: 荣~ vinh hạnh; 万~ vô cùng may mắn ❷<动>vui mừng: 欣~ hân hạnh ❸<副>[书]mong: 勿推却 mong đừng từ chối ❹<副>may; may mắn: ~免于难 may mà tránh được tai vạ ❺<动>[书]sủng hạnh ❻<动>[旧]gặp; hạ giá tới (chỉ vua chúa đến thăm): 巡~ tới thăm //(姓) Hạnh

【幸臣】xìngchén<名>(cũ) sủng thần; bầy tôi được sùng ái: 他是皇帝的~。Ông ấy là sùng thần của hoàng đế.

【幸存】xìngcún<动>may còn; sống sót: 他在海难中~下来。Anh ấy sống sót trong vụ tai nạn trên biển.

【幸存者】xìngcúnzhě<名>người sống sót: 她是唯一的~。Chị ấy là người sống sót duy nhất.

【幸得】xìngdé<动>[方]may được; may mà: ~有他的帮助，我才能及时完成任务。May mà có sự giúp đỡ của anh ấy, tôi mới kịp thời hoàn thành nhiệm vụ.

【幸而】xìng'ér<副>may; may mà; may mắn; may được: ~他及时赶到，才避免了一场误会。May mà anh ấy đến kịp thời mới tránh được một cuộc hiểu lầm.

【幸福】xìngfú❶<名>hạnh phúc: 为人民谋~ mưu cầu hạnh phúc cho nhân dân ❷<形>sung sướng; hạnh phúc: 有这么一位体贴入微的丈夫，她感到很~。Có được một người chồng hết lòng chăm sóc, chị ấy cảm thấy rất hạnh phúc.

【幸好】xìnghǎo =【幸亏】

【幸会】xìnghuì<动>may gặp; hạnh ngộ (lời khách sáo nói rằng hân hạnh được gặp): 终于见到你了，~。Rốt cuộc lại được gặp ông, may quá.

【幸进】xìngjìn<动>[书]hãnh tiến; may được làm quan (thăng chức)

【幸亏】xìngkuī<副>may; may mắn; may được: ~你提醒，否则我发现不了这个问题。May mà anh nhắc, nếu không tôi sẽ không phát hiện được vấn đề này.

【幸免】xìngmiǎn<动>may mắn thoát khỏi; may mắn tránh khỏi: ~于难 may mắn thoát nạn

【幸甚】xìngshèn<形>[书]❶may (mắn) lắm: 国民都有环保意识，国家~。Người dân đều có ý thức bảo vệ môi trường, thì nước nhà may mắn lắm. ❷vinh hạnh lắm: 承蒙指导，~。Được sự chỉ đạo của ông, thật may cho chúng tôi.

【幸事】xìngshì<名>việc may mắn: 事故中没死人真是件~。Trong vụ tai nạn mà không có người bị chết thật là may mắn.

【幸运】xìngyùn❶<名>vận may; số đỏ: ~之神降临到她的头上。Vận may đã đến với cô ấy. ❷<形>may mắn: 他很~，考上了理想的大学。Anh ấy may mắn đỗ được đại học lí tưởng.

【幸运儿】xìngyùn'ér<名>Người may mắn; người số đỏ: 她是个~，获得了一次免费出国旅游的机会。Cô ấy là một người may mắn, đã giành được một dịp du lịch miễn phí nước ngoài.

【幸运数字】xìngyùn shùzì con số may mắn: 中国人普遍把"八"作为~。Người Trung Quốc thường cho số tám là con số may mắn.

【幸灾乐祸】xìngzāi-lèhuò vui sướng trước sự đau khổ người khác

性 xìng ❶<名>tính cách: 个~ cá tính; 共~ tính chung ❷<名>tính; tính chất: 毒~ độc tính; 弹~ tính đàn hồi ❸tính (biểu hiện về tư tưởng tình cảm): 党~ tính Đảng; 阶级~ tính giai cấp ❹<名>thuộc về sinh dục hoặc tình dục: ~器官 cơ quan sinh dục; ~生活 sinh hoạt tình dục ❺<名>giới tính; giới; giống: 女~ nữ giới; 雌~ giống cái ❻<名>giống của danh từ (đại từ, tính từ): 阴~ giống cái/âm tính; 中~ giống trung/trung tính

【性爱】xìng'ài<名>nhục dục; tình dục

【性本能】xìngběnnéng<名>bản năng về tình dục

【性别】xìngbié<名>giới tính; nam hay nữ: ~鉴定 phân biệt giới tính; ~歧视 kì thị giới tính

【性病】xìngbìng<名>bệnh lây qua đường sinh dục; bệnh lậu; bệnh phong tình

【性传播】xìngchuánbō truyền nhiễm qua tình dục

【性犯罪】xìngfànzuì<名>căn tội về tình dục

【性感】xìnggǎn❶<名>nhục cảm; hiện rõ đặc trưng giới tính ❷<形>nhục cảm (gợi tình, khêu gợi tình dục)

【性格】xìnggé<名>tính cách; tính tình: ~内向 tính tình kín đáo

【性功能障碍】xìnggōngnéng zhàng'ài rối loạn chức năng tình dục; giảm sút về tình dục

【性关系】xìngguānxì<名>quan hệ tình dục

【性贿赂】xìnghuìlù<名>hối lộ bằng tình dục

【性激素】xìngjīsù<名>kích tố tình dục; hoóc-môn tình dục

【性急】xìngjí<形>nóng tính; tính tình nóng nảy: 做校对工作不能~。Làm công tác hiệu đính không nên nóng tính.

【性价比】xìngjiàbǐ<名>sự so sánh về tính năng và giá cả

【性交】xìngjiāo<动>giao hợp; tính giao; hoạt động tình dục

【性教育】xìngjiàoyù<名>giáo dục kiến thức về giới tính

【性灵】xìnglíng<名>[书]tinh thần; tình cảm: 陶冶~ tôi luyện tình cảm

【性命】xìngmìng<名>tính mệnh; tính mạng; mạng sống

【性命交关】xìngmìng-jiāoguān liên quan đến tính mệnh; vô cùng nguy hiểm

【性能】xìngnéng<名>tính năng (máy móc, công cụ): ~测试 đo lượng tính năng

【性气】xìngqì<名>tính khí; tính nết; tính cách

【性器官】xìngqìguān<名>cơ quan sinh dục; bộ phận sinh dục

【性侵犯】xìngqīnfàn xâm phạm tình dục

【性倾向】xìngqīngxiàng<名>khuynh hướng về tình dục

【性情】xìngqíng<名>tính tình; tính nết: ~急躁 tính tình nóng nảy; ~温和 tính tình ôn hòa

【性情中人】xìngqíng zhōng rén người có tính tình

【性骚扰】xìngsāorǎo quấy rối tình dục

【性善】xìngshàn<动>tính thiện

【性行】xìngxíng<名>tính cách và hành vi: ~暴烈 tính cách và hành vi mạnh mẽ

【性行为】xìngxíngwéi<名>hành vi tình dục

【性欲】xìngyù<名>tính dục; đòi hỏi sinh lí

【性质】xìngzhì<名>tính chất: 化学~ tính chất hóa học

【性状】xìngzhuàng<名>tính trạng; tính chất và trạng thái: 生物~ tính trạng sinh vật

【性子】xìngzi<名>❶tính khí; tính nết: 急~ tính tình nóng nảy ❷tính kích thích; tính chất (của rượu): 这酒~烈，少喝点！Rượu này mạnh lắm, uống ít thôi!

姓 xìng<名>họ: 有名有~ có tên có họ; ~甚名谁 họ gì tên gì //(姓) Tính

【姓名】xìngmíng<名>họ và tên

【姓名权】xìngmíngquán<名>quyền họ và tên: ~是公民应该享有的权利。Quyền họ và tên là quyền được hưởng của mỗi công dân.

【姓氏】xìngshì<名>họ

荇 xìng

【荇菜】xìngcài<名>rau hạnh (mọc dưới nước)

悻 xìng

【悻然】xìngrán<形>hậm hực; hờn giận: 他~离去。Anh ấy hậm hực bỏ đi.

【悻悻】xìngxìng<形>❶hậm hực; ấm ức: ~而去 hờn dỗi bỏ đi ❷thất vọng: ~而归 thất vọng trở về

婞 xìng<形>[书]cố chấp; ngang ngạnh

xiōng

凶 xiōng❶<形>hung; bất hạnh; dữ (trái với "吉"cát là lành, tốt): ~事 việc chẳng may ❷<形>mất mùa: ~年 năm mất mùa ❸<形>hung ác: 穷~极恶 vô cùng hung ác ❹<形>ghê gớm; trầm trọng; dữ dội: 病势~ bệnh rất trầm trọng ❺<名>hung (chi hành vi sát hại hoặc sát thương người): 行~ hành hung ❻<名>hung thủ: 正~ hung thủ chính

【凶案】xiōng'àn<名>hung án; án giết người: 他第一时间赶到~现场。Ông ấy là người đầu tiên đến hiện trường xảy ra vụ án giết người.

【凶巴巴】xiōngbābā[方]hung hăng: 他总是表现出~的样子。Anh ấy luôn tỏ ra vẻ hung hăng.

【凶暴】xiōngbào<形>hung bạo; tàn bạo: 脾气~ tính cách hung bạo

【凶残】xiōngcán<形>hung tàn; độc ác; tàn nhẫn: ~成性 tàn nhẫn thành tính

【凶多吉少】xiōngduō-jíshǎo may ít rủi nhiều; lành ít dữ nhiều: 这次肯定~。Lần này chắc chắn là lành ít dữ nhiều.

【凶恶】xiōng'è<形>hung ác; dữ tợn: ~的匪徒 tên giặc hung ác

【凶犯】xiōngfàn<名>hung phạm; hung thủ: 杀人~ hung phạm giết người

【凶悍】xiōnghàn<形>hung hăng; hung dữ: 为人~ tính tình hung hăng

【凶耗】xiōnghào<名>tin dữ; tin báo tử; tin sét đánh: 听到这个~，他几乎晕厥过去。Nghe đến tin dữ này, anh ấy suýt bị ngất đi.

【凶狠】xiōnghěn<形>❶(tính cách, hành vi) hung ác tàn nhẫn: ~的豺狼 bọn sài lang hung ác ❷mãnh liệt; mạnh mẽ: 扣球~ cú đập bóng mạnh

【凶横】xiōnghèng<形>hung ác ngang ngược: 满脸~ đầy vẻ hung ác ngang ngược; 说话~ nói năng ngang ngược

【凶狂】xiōngkuáng<形>điên cuồng dữ dội; hung ác điên cuồng; ngông cuồng: 他性格暴躁，为人~。Anh ấy tính tình nóng nảy, luôn ngông cuồng với người khác.

【凶戾】xiōnglì<形>hung dữ và tàn bạo

【凶猛】xiōngměng〈形〉hung dữ mạnh mẽ (khí thế, lực lượng): ~的野兽 thú rừng hung dữ

【凶年】xiōngnián〈名〉[书]năm mất mùa: ~饥岁 năm mất mùa đói kém

【凶虐】xiōngnüè〈形〉hung ác bạo ngược: 他性情~。Tính tình của anh ấy hung ác bạo ngược.

【凶气】xiōngqì〈名〉khí thế hung ác; thần sắc hung ác: 一脸~ mặt đầy sát khí

【凶器】xiōngqì〈名〉hung khí: 杀人~ đồ hung khí giết người

【凶杀】xiōngshā〈动〉giết người: ~案 vụ án giết người

【凶煞】xiōngshà =【凶神】

【凶神】xiōngshén〈名〉hung thần

【凶神恶煞】xiōngshén-èshà hung thần ác sát; hung thần quỷ dữ

【凶事】xiōngshì〈名〉việc dữ: 我还是不提这件~了。Tôi không nhắc lại việc dữ này nữa.

【凶手】xiōngshǒu〈名〉hung thủ; kẻ giết người: 大家都没想到，她竟然会是~。Chúng tôi đều không ngờ, cô ta lại là hung thủ.

【凶险】xiōngxiǎn〈形〉❶(tình thế) nguy hiểm đáng sợ: 处境~ hoàn cảnh nguy hiểm; 病情~ bệnh tình hiểm nghèo ❷hung ác nham hiểm: ~的敌人 bọn giặc độc ác

【凶相】xiōngxiàng〈名〉hung tướng; bộ mặt dữ tợn; bộ mặt hung ác: 一脸的~ vẻ dữ tợn hiện ra mặt

【凶相毕露】xiōngxiàng-bìlù bộc lộ bộ mặt hung ác

【凶信】xiōngxìn〈名〉tin dữ; tin chết chóc: 报~ báo tin dữ

【凶焰】xiōngyàn〈名〉khí thế hung hăng: 打击敌人的~ dập tắt khí thế hung hăng của địch

【凶宅】xiōngzhái〈名〉nhà có ma; nhà không may mắn

【凶兆】xiōngzhào〈名〉triệu chứng xấu; điềm xấu

兄 xiōng〈名〉❶anh trai ❷anh (người ngang hàng nhưng hơn tuổi trong họ vợ hoặc chồng): 胞~ anh ruột ❸anh (cách gọi bạn trai một cách tôn trọng): 仁~ nhân huynh/ ông anh

【兄弟】xiōngdì〈名〉anh em: ~二人 hai anh em trai; ~单位 đơn vị bạn; 各~民族 các dân tộc anh em

【兄弟】xiōngdi〈名〉[口]❶em trai ❷bạn nhỏ (cách gọi thân mật với người ít tuổi hơn) ❸em (cách tự xưng khiêm tốn trước đám đông bằng tuổi mình)

【兄弟阋墙】xiōngdì-xìqiáng anh em lục đục; nội bộ tranh giành: 我不愿意看到~的情景。Tôi không muốn nhìn thấy tình cảnh anh em lục đục nhau.

【兄妹】xiōngmèi〈名〉anh trai và em gái

【兄长】xiōngzhǎng〈名〉❶anh trai ❷anh; ông anh; huynh trưởng: 请~帮忙。Nhờ ông anh giúp đỡ.

匈 xiōng

【匈奴】Xiōngnú〈名〉Hung nô (tên một cộng đồng thiểu số sống du mục vào đời Hán ở Trung Quốc)

汹 xiōng〈形〉rạt rào

【汹汹】xiōngxiōng〈形〉❶[书]rào rạt; ào ào; ầm ào (hình dung tiếng sóng): 波浪~ tiếng sóng rào rạt ❷khí thế to lớn (hình dung thanh thế to lớn): 来势~ thế đùng đùng hung dữ; 歹徒气势~地扑了过来。Kẻ ác hung dữ xông đến. ❸[书]náo nhiệt; ồn ào; xôn xao (hình dung tiếng tranh luận): 议论~ bàn bạc xôn xao

【汹涌】xiōngyǒng〈动〉(sóng nước) trào tuôn; cuộn trào mãnh liệt

【汹涌澎湃】xiōngyǒng-péngpài cuồn cuộn trào dâng; cuộn trào dữ dội: ~的大海 biển cả cuồn cuộn trào dâng

恟 xiōng<形>[书]kinh hãi; sợ sệt

胸 xiōng<名>❶ngực: 挺~ ưỡn ngực ❷lòng: 心~ trong lòng

【胸部】xiōngbù<名>lồng ngực; ngực

【胸次】xiōngcì<名>[书]❶trong lòng; tâm tình: ~舒畅 lòng thư thái ❷lòng dạ; bụng dạ: ~宽广 tấm lòng rộng lớn

【胸骨】xiōnggǔ<名>xương ức; xương ngực: 他的~受了伤。 Anh ấy bị thương ở xương ngực.

【胸怀】xiōnghuái❶<动>mang trong lòng; ôm ấp: ~大志 ôm ấp chí lớn ❷<名>lòng dạ: ~狭窄 lòng dạ hẹp hòi ❸<名>ngực; lồng ngực: 敞着~ phanh ngực

【胸肌】xiōngjī<名>cơ ngực

【胸甲】xiōngjiǎ<名>áo giáp che ngực

【胸襟】xiōngjīn<名>❶chí khí; hoài bão: ~ 开阔 hoài bão to lớn ❷lòng dạ: 荡涤~ gột rửa lòng dạ ❸vạt áo ngực: 她的~上别了一 枚胸花。 Trước vạt áo ngực chị ấy cài một bông hoa nhỏ.

【胸口】xiōngkǒu<名>lồng ngực; ngực: 他 ~有一道伤疤。 Ở lồng ngực anh ấy có một vết sẹo.

【胸廓】xiōngkuò<名>vòng ngực; lồng ngực

【胸膜】xiōngmó<名>màng phổi

【胸膜炎】xiōngmóyán<名>viêm màng phổi

【胸脯】xiōngpú<名>ngực: 挺着~ ưỡn ngực

【胸腔】xiōngqiāng<名>lồng ngực; khoang ngực: ~与腹腔由膈分开。 Lồng ngực và khoang bụng được phân cách bởi cơ hoành.

【胸墙】xiōngqiáng<名>❶bức tường ngăn cao ngang ngực ❷công sự chắn; tường lá chắn: 他站起来, 走到~跟前。 Anh ấy đứng dậy, đi đến công sự chắn.

【胸膛】xiōngtáng<名>ngực: 不要低着

头, 挺起你的~。 Đừng cúi đầu, hãy ưỡn ngực lên.

【胸围】xiōngwéi<名>vòng ngực

【胸无城府】xiōngwúchéngfǔ chẳng có lòng dạ gì; ruột để ngoài da: 他~, 不适合 做生意。 Anh ta chẳng để tâm cái gì, không thích hợp với kinh doanh.

【胸无大志】xiōngwúdàzhì không có chí lớn: 我们不能做~、一无所长的人。 Chúng ta không nên làm người mà không có chí lớn và sở trường của mình.

【胸无点墨】xiōngwúdiǎnmò dạ không vết mực; người ít học

【胸像】xiōngxiàng<名>pho tượng bán thân; ảnh chụp nửa người

【胸臆】xiōngyì<名>nỗi lòng; tâm sự: 直抒~ thổ lộ tâm can

【胸有成竹】xiōngyǒuchéngzhú có sẵn chủ kiến; trong bụng đã ăn chắc: 我以为他已 ~。 Tôi cho rằng anh ấy đã có sẵn chủ kiến và đầy tự tin.

【胸章】xiōngzhāng<名>❶phù hiệu chức trách (đeo ở ngực, ghi rõ chức vụ) ❷kỉ niệm chương

【胸针】xiōngzhēn<名>kim ngực

【胸中无数】xiōngzhōng-wúshù không nắm vững gì cả

【胸中有数】xiōngzhōng-yǒushù sẵn cách đối phó; trong lòng đã liệu

【胸椎】xiōngzhuī<名>đốt sống ngực

xióng

雄 xióng❶<形>(giống) đực, (con) trống: 雌 ~ trống mái; ~鸡 gà trống; ~性 giống đực ❷<形>hùng vĩ; hùng dũng; oai hùng: ~姿 tư thế hùng vĩ ❸<形>mạnh mẽ ❹<名>hùng mạnh (người, quốc gia): 称~ xưng hùng // (姓) Hùng

【雄辩】xióngbiàn❶<名>hùng biện: 事实胜于~。Sự thực còn hơn cả hùng biện. ❷<形>hùng hồn; có sức thuyết phục: 一番~的发言 một bài nói có sức thuyết phục

【雄兵】xióngbīng<名>hùng binh; đội quân mạnh: ~百万 trăm vạn hùng binh

【雄才大略】xióngcái-dàlüè hùng tài đại lược; tài trí mưu lược kiệt xuất: 他的~是举世公认的。Tài trí mưu lược kiệt xuất của ông ấy được cả thế giới công nhận.

【雄大】xióngdà<形>khí phách mạnh mẽ

【雄风】xióngfēng<名>❶[书]gió dữ; gió mạnh ❷uy phong; oai phong: ~大振 oai phong dấy lên

【雄蜂】xióngfēng<名>ong đực; ong ruồi: ~比普通蜜蜂大。Ong đực to hơn ong mật bình thường.

【雄关】xióngguān<名>quan ải hiểm yếu: ~隘口 cửa ải hiểm yếu

【雄厚】xiónghòu<形>hùng hậu; hùng mạnh; dồi dào: 资金~ tiền vốn dồi dào; ~的人力物力 sức người sức của dồi dào; 科技力量~ lực lượng kĩ thuật hùng hậu

【雄花】xiónghuā<名>hoa đực: ~不能受粉发育为果实。Hoa đực không thể thụ phấn để kết trái.

【雄黄】xiónghuáng<名>hùng hoàng

【雄黄酒】xiónghuángjiǔ<名>rượu hùng hoàng (thường uống dịp tết Đoan Ngọ): 我喜欢在端午节喝点~。Tôi thích uống chút rượu hùng hoàng vào dịp tết Đoan Ngọ.

【雄浑】xiónghún<形>hùng hồn: 笔力~ văn chương hùng hồn; ~的男中音 giọng nam trầm trung hùng

【雄健】xióngjiàn<形>khỏe mạnh; chắc khỏe: ~有力 khỏe mạnh rắn chắc

【雄杰】xióngjié[书]❶<形>tài năng xuất chúng: ~之士 kẻ sĩ tài ba ❷<名>người xuất chúng: 一代~ hào kiệt một thời

【雄劲】xióngjìng<形>hùng tráng khỏe khoắn: 气势~ khí thế khỏe khoắn

【雄赳赳】xióngjiūjiū hùng dũng oai hùng: ~, 气昂昂。Hùng dũng và hiên ngang.

【雄踞】xióngjù<动>chiếm cứ: ~足球联赛榜首 đứng đầu bảng trong cuộc thi đấu vòng tròn bóng đá

【雄俊】xióngjùn<形>khôi ngô tuấn tú: 那个~的男子是我的历史老师。Người đàn ông khôi ngô tuấn tú kia là thầy giáo lịch sử của tôi.

【雄起】xióngqǐ<动>[方]vươn lên mạnh mẽ; phấn khởi lên

【雄强】xióngqiáng<形>hùng mạnh

【雄蕊】xióngruǐ<名>[植物]nhị đực

【雄师】xióngshī<名>hùng binh; đội quân hùng mạnh: 百万~ trăm vạn hùng binh

【雄狮】xióngshī<名>sư tử đực

【雄视】xióngshì<动>kiêu hãnh nhìn: ~天下 kiêu hãnh nhìn ra thế giới

【雄图】xióngtú<名>quy hoạch hùng vĩ; mưu đồ to lớn

【雄威】xióngwēi❶<形>hùng dũng; oai hùng ❷<名>khí thế oai hùng

【雄伟】xióngwěi<形>❶hùng vĩ; oai hùng: 气魄~ khí phách oai hùng ❷to lớn: 身材~ vóc người to lớn

【雄心】xióngxīn<名>hoài bão cao xa; hùng tâm; chí lớn; chí cả: ~壮志 chí khí hào hùng

【雄心勃勃】xióngxīn-bóbó chí khí tràn trề: 她~地朝着自己的目标奋斗。Chị ấy tràn trề chí khí phấn đấu theo hướng mục tiêu của mình.

【雄心壮志】xióngxīn-zhuàngzhì hoài bão ý chí lớn; chí khí hào hùng

【雄性】xióngxìng<名>đực; giống đực: ~动物 con đực

【雄主】xióngzhǔ<名>vị chúa tài giỏi

【雄壮】xióngzhuàng<形>❶hùng tráng; to

lớn mạnh mẽ; hùng dũng: ~的步伐 bước chân hùng dũng ❷vạm vỡ; khỏe mạnh: 身材~ thân hình vạm vỡ

【雄姿】xióngzī<名>tư thế hào hùng; tư thế oai hùng: ~英发 rực rỡ tư thế hào hùng

熊¹ xióng<名>con gấu //(姓) Hùng

熊² xióng[方]❶<动>trách; xạc; mắng: 挨~ bị xạc ❷<形>khiếp nhược; hèn nhát

【熊包】xióngbāo<名>[方]đồ bị thịt; đồ hèn: 你凡事都怕，真是个~。Mày cái gì cũng sợ, thật là đồ hèn.

【熊猫】xióngmāo<名>gấu mèo; gấu trúc: ~是中国独有的动物。Gấu mèo là loài động vật hiếm chỉ riêng Trung Quốc mới có.

【熊市】xióngshì<名>thị trường giá hạ; chợ gấu

【熊熊】xióngxióng<形>(lửa cháy) hừng hực; rừng rực: 大火~ lửa cháy rừng rực

【熊样儿】xióngyàngr<名>[口]vẻ hèn nhát

【熊掌】xióngzhǎng<名>bàn chân gấu

xiòng

诇 xiòng<动>[书]thăm dò; do thám; dò la: ~察 trinh sát

敻 xiòng<形>[书]❶mênh mông; xa; xa xôi; xa vời: ~若千里 như ngàn dặm ❷lâu đời: ~古 cổ xưa/xa xưa //(姓) Tụng

xiū

休¹ xiū❶<动>ngừng; thôi; nghỉ: ~学 thôi học/nghỉ học ❷<动>nghỉ ngơi; nghỉ: ~养 an dưỡng; 退~ về hưu ❸<动>[旧]từ bỏ (vợ): ~妻 bỏ vợ; ~书 đơn li hôn ❹<副>đừng; chớ: 闲话~提。Chớ nói chuyện phiếm nữa. //(姓) Huru

休² xiū<形>[书]tốt lành; vui mừng: ~咎 tốt xấu

【休怪】xiūguài<动>đừng trách: ~我无情了。Đừng trách tôi bạc tình.

【休会】xiūhuì<动>ngừng họp; nghỉ họp: 现在~。Bây giờ nghỉ họp.

【休假】xiūjià<动>nghỉ phép; nghỉ chế độ: 她因事~一周。Chị ấy nghỉ phép một tuần vì có việc.

【休克】xiūkè❶<名>cơn sốc; cơn choáng (ngất) ❷<动>bị choáng; bị sốc; bị ngất: 他因药物过敏~了。Anh ấy bị ngất vì dị ứng thuốc.

【休克疗法】xiūkè liáofǎ liệu pháp sốc

【休眠】xiūmián<动>❶(động vật) ngủ đông: 严寒季节，熊已进入~状态。Vào mùa giá rét, gấu đã trong trạng thái ngủ đông. ❷tạm ngừng hoạt động

【休眠火山】xiūmián huǒshān núi lửa ngừng hoạt động; núi lửa tắt: ~已经成了旅游景点。Ngọn núi lửa ngừng hoạt động này đã trở thành địa điểm du lịch.

【休眠芽】xiūmiányá<名>[植物]chồi ngủ; mắt mầm (cây)

【休戚】xiūqī<名>vui buồn: ~相关 vui buồn có nhau

【休戚与共】xiūqī-yǔgòng cùng vui buồn; vui buồn có nhau; đồng cam cộng khổ

【休憩】xiūqì<动>nghỉ ngơi; nghỉ: 在路边~一下 nghỉ ngơi một lát ở bên đường

【休市】xiūshì<动>tạm ngừng giao dịch: 周末股市~。Cuối tuần thị trường cổ phiếu tạm ngừng giao dịch.

【休庭】xiūtíng<动>nghỉ tòa

【休息】xiūxi<动>❶nghỉ; nghỉ ngơi ❷ngủ

【休闲】xiūxián<动>❶nhàn rỗi; nhàn nhã: ~场所 khu nghỉ ngơi ❷nghỉ (đất): ~地 đất nghỉ canh tác

【休想】xiūxiǎng<动>đừng hòng; chớ mong: ~逃脱 đừng hòng trốn thoát

【休学】xiūxué<动>nghỉ học; thôi học: 因为

疾病，他不得不选择~。Vì nhiễm bệnh, anh ấy buộc phải nghỉ học.

【休养】xiūyǎng〈动〉❶an dưỡng; điều dưỡng: 夏天他经常到海边~。Mùa hè ông ấy thường đi biển an dưỡng. ❷phục hồi hoặc phát triển kinh tế nước nhà hoặc cá nhân; bồi dưỡng: ~民力 bồi dưỡng sức dân/ khôi phục và phát triển sức dân

【休养生息】xiūyǎng-shēngxī nghỉ ngơi để lấy lại sức; nghỉ ngơi bồi dưỡng sức dân

【休养所】xiūyǎngsuǒ〈名〉trạm điều dưỡng: 人们在~里见到了他。Người ta gặp ông ấy ở trạm điều dưỡng.

【休业】xiūyè〈动〉❶nghỉ kinh doanh: ~整顿 nghỉ kinh doanh để chỉnh đốn ❷(học) kết thúc một giai đoạn học tập

【休渔】xiūyú〈动〉nghỉ không đánh bắt cá: 七月还是~期。Tháng bảy còn đang ở thời kì nghỉ không đánh bắt cá.

【休战】xiūzhàn〈动〉ngừng bắn; ngừng chiến

【休整】xiūzhěng〈动〉nghỉ ngơi chỉnh đốn: 他太累了，请了几天假~一下。Ông ấy làm mệt rồi nên xin phép vài ngày nghỉ ngơi để lấy lại sức.

【休止】xiūzhǐ〈动〉ngừng (hoạt động); dừng; chấm dứt: 永不~ vĩnh viễn không ngừng

【休止符】xiūzhǐfú〈名〉[音乐]dấu nghỉ; dấu lặng (trong âm nhạc): 注意曲中的~。Hãy lưu ý dấu nghỉ trong bản nhạc.

咻 xiū〈动〉[书]tranh cãi; ồn ào; huyên náo

【咻咻】xiūxiū〈拟〉❶(tiếng thở) phì phò; hổn hển: ~的鼻息 mũi thở phì phò ❷(tượng thanh) chíp chíp

修¹ xiū〈动〉❶trang sức: 装~ trang trí ❷sửa chữa; chỉnh lại: ~车 sửa xe; ~电脑 chữa máy tính ❸viết; biên soạn: ~史 viết sử ❹học tập tu dưỡng (về học vấn, phẩm hạnh): ~业 tu nghiệp; 进~ tiến tu ❺tu hành;

tu luyện: ~仙 tu tiên ❻xây đắp; xây dựng: ~建 xây dựng; ~路 xây đường ❼cắt gọt; xén tỉa; sửa sang: ~指甲 sửa móng tay //(姓)Tu

修² xiū〈形〉[书]dài; cao: ~竹 những cây trúc cao và thẳng

【修补】xiūbǔ〈动〉vá sửa; tu bổ: ~皮鞋 vá giày; ~轮胎 vá xăm xe; ~衣服 vá sửa quần áo

【修长】xiūcháng〈形〉thon dài: 身材~ vóc người dong dỏng, thon thả

【修饬】xiūchì〈动〉sửa chữa: 宫殿需要~。Cung điện cần sửa chữa.

【修船】xiūchuán〈动〉sửa chữa tàu thuyền

【修辞】xiūcí❶〈动〉tu từ: 请大家欣赏这篇文章的~手法。Mời mọi người thưởng thức phép tu từ trong bài văn này. ❷〈名〉tu từ học

【修辞格】xiūcígé〈名〉phép tu từ; cách tu từ; biện pháp tu từ

【修辞学】xiūcíxué〈名〉tu từ học

【修道】xiūdào〈动〉tu đạo

【修道院】xiūdàoyuàn〈名〉tu viện

【修订】xiūdìng〈动〉sửa chữa; chỉnh lí; điều chỉnh: ~教学计划 điều chỉnh tu bổ chương trình giảng dạy

【修订版】xiūdìngbǎn〈名〉bản sửa; tu bổ: 词典的~即将问世。Bản tu bổ của cuốn từ điển sắp được xuất bản.

【修复】xiūfù〈动〉❶sửa sang lại; tu bổ; sửa chữa phục hồi: ~古建筑 sửa sang lại kiến trúc cổ; ~铁路 tu bổ đường sắt ❷phục hồi; lành lại

【修改】xiūgǎi〈动〉sửa đổi; sửa lại: ~计划 sửa lại kế hoạch; ~宪法 sửa đổi hiến pháp

【修盖】xiūgài〈动〉làm (nhà); xây (nhà cửa): ~实验大楼 xây tòa nhà thực nghiệm

【修好】xiūhǎo〈动〉[书]thân thiện hữu hảo: 两国~。Hai nước thân thiện hữu hảo với nhau.

【修剪】xiūjiǎn<动>❶xén; tỉa; cắt sửa (cành lá, móng tay…): ~果树 cắt tỉa cây ăn quả ❷cắt ghép: ~影片 cắt ghép phim

【修建】xiūjiàn<动>xây dựng; thi công: ~桥梁 xây cầu

【修脚】xiūjiǎo<动>cắt sửa móng chân; sửa chân

【修理】xiūlǐ<动>❶sửa chữa: ~厂 xưởng sửa chữa ❷cắt tỉa; sửa sang: ~树木 cắt tỉa cây ❸[方]chỉnh; sửa: 她觉得他太嚣张了，所以把他~了一顿。Chị ấy thấy nó quá kiêu căng, nên chỉnh cho nó một trận.

【修炼】xiūliàn<动>tu luyện

【修明】xiūmíng<形>[书]có kỉ cương; có pháp độ; trong sáng: 政治~ nền chính trị trong sáng

【修女】xiūnǚ<名>nữ tu sĩ; bà xơ

【修配】xiūpèi<动>sửa chữa lắp ráp: ~车间 phân xưởng sửa chữa lắp ráp

【修葺】xiūqì<动>sửa chữa: 房屋~一新 nhà cửa tu sửa lại như mới

【修桥补路】xiūqiáo-bǔlù tu sửa cầu đường: ~也是件大工程。Tu sửa cầu đường cũng là một công trình lớn.

【修缮】xiūshàn<动>tu sửa; sửa chữa (công trình xây dựng): ~厂房 sửa chữa nhà xưởng

【修身】xiūshēn<动>sửa mình; tu thân: ~养性 tu thân dưỡng tính

【修史】xiūshǐ<动>[书]viết sử; biên soạn sử sách: ~要尊重历史。Biên soạn sử sách phải tôn trọng lịch sử.

【修士】xiūshì<名>tu sĩ; thầy tu

【修饰】xiūshì<动>❶trang trí; tu sửa: ~一新 trang trí lại như mới ❷chải chuốt; trang điểm: 略加~ trang điểm một chút ❸sửa sang; nhuận sắc (văn chương): ~文章 nhuận sắc bài văn

【修书】xiūshū<动>[书]❶soạn sách; viết sách ❷viết thư: ~一封 viết một bức thư

【修行】xiūxíng<动>[宗教]tu hành; đi tu (đạo Phật, đạo Giáo): 出家~ xuất gia tu hành

【修养】xiūyǎng<名>❶trình độ (về học thuật, nghệ thuật, lí luận, tư tưởng...): 理论~ trình độ lí luận; 艺术~ tài năng về nghệ thuật ❷lịch sự, có học: 他是一个温和有~的人。Ông ấy là một người lịch sự nhã nhặn.

【修业】xiūyè<动>tu nghiệp; học tập (tại trường): ~期满 hết hạn tu nghiệp

【修造】xiūzào<动>❶sửa chữa và chế tạo: 农具~厂 xưởng sửa chữa và chế tạo nông cụ ❷kiến tạo; xây dựng: ~花园 xây dựng vườn hoa

【修整】xiūzhěng<动>tu sửa; chăm sóc; bảo dưỡng: ~果园 tu bổ lại vườn cây ăn quả

【修正】xiūzhèng<动>❶đính chính; sửa chữa cho đúng: ~错误 sửa sai; ~看法 sửa lại quan điểm ❷xét lại: ~主义 chủ nghĩa xét lại

【修正案】xiūzhèng'àn<名>phương án sửa đổi: 宪法~将会在最近颁布。Phương án sửa đổi hiến pháp gần đây sẽ được ban hành.

【修筑】xiūzhù<动>xây dựng: ~水利工程 xây dựng công trình thủy lợi; ~拦河坝 đắp đập ngăn sông

【修纂】xiūzuǎn<动>sửa soạn: ~历书 sửa soạn sách sử

脩 xiū<名>[旧]lễ vật hoặc tiền nhập học: ~金 học phí

羞 xiū❶<动>xấu hổ; ngượng; e thẹn; lúng túng: 怕~ thẹn thùng ❷<动>làm cho xấu hổ: 你别~她。Anh đừng chế giễu nó. ❸<形>nỗi nhục; hổ thẹn; sự xấu hổ: 遮~ lấp liếm việc xấu ❹<动>cảm thấy nhục nhã; lấy làm xấu hổ: ~与为伍 hổ thẹn vì kết bạn với người nào đó

【羞惭】xiūcán<形>hổ thẹn; xấu hổ: 满面~

ngượng chín mặt

【羞耻】xiūchǐ〈形〉nhục nhã: 不知~ không
biết xấu hổ

【羞答答】xiūdādā ngượng ngùng; hổ thẹn:
她~地站在那里，一声不吭。Chị ấy lặng
lẽ đứng ngượng ngùng ở nơi đó.

【羞愤】xiūfèn〈形〉xấu hổ và căm phẫn: 一
脸的~ mặt đầy hổ thẹn và căm phẫn

【羞愧】xiūkuì〈形〉cảm thấy xấu hổ nhục
nhã: ~难言 hổ thẹn khó nói

【羞怯】xiūqiè〈形〉rụt rè e lệ: 她满脸~地低
头不语。Cô ấy rụt rè e lệ cúi đầu im lặng.

【羞人】xiūrén〈形〉ngượng ngùng; xấu hổ:
这是~的事。Đây là một việc đáng xấu hổ.

【羞辱】xiūrǔ❶〈名〉nhục nhã: 受尽~ chịu
mọi nhục nhã ❷〈动〉làm cho nhục nhã: 他
觉得被~了。Anh ấy cảm thấy bị xỉ vả.

【羞臊】xiūsào〈动〉❶thẹn thùng; ngượng
ngùng ❷làm cho thẹn thùng

【羞涩】xiūsè〈形〉thẹn; ngượng nghịu;
sượng sùng: 神态~ dáng vẻ e thẹn

馐 xiū〈名〉[书]thức ăn ngon: 珍~ thức ngon
quý

xiǔ

朽 xiǔ❶〈动〉mục nát; mục (gỗ): ~木 gỗ mục
❷〈形〉già; già cỗi: 老~ già nua

【朽败】xiǔbài〈动〉hủ bại; thối nát: 不堪无
cùng thối nát

【朽坏】xiǔhuài〈动〉mục rỗng; mục nát: 门
窗~ cửa lớn và cửa sổ đều mục nát

【朽烂】xiǔlàn〈动〉nát rữa; thối nát; mục
rỗng: 木头~ gỗ mục nát

【朽木】xiǔmù〈名〉❶gỗ mục: ~枯株 thân
cây khô mục ❷ví con người hư hỏng

【朽木粪土】xiǔmù-fèntǔ gỗ mục như phân
đất; rác rưởi

宿 xiǔ〈量〉[口]đêm: 走了整~ đi bộ suốt đêm

另见sù, xiù

潲 xiǔ〈名〉[书]nước gạo thối

xiù

秀¹ xiù❶〈动〉nở hoa; trổ bông (thường chỉ
cây trồng nông nghiệp): ~穗 trổ bông ❷〈形〉
thanh tú; đẹp: 俊~ thanh tú; 眉清目~ mắt
đẹp mày thanh; 山清水~ non xanh nước
biếc ❸〈形〉thông minh; giỏi: 心~ sáng dạ;
内~ nét đẹp nội tâm ❹〈形〉trội nổi: 优~ ưu
tú ❺〈名〉cái xuất sắc: 后起之~ ngôi sao
mới nổi ❻〈动〉nhô lên //(姓)Tú

秀² xiù〈动〉biểu diễn: 作~ phô diễn

【秀才】xiùcai〈名〉❶tú tài ❷(chỉ chung)
người có học; trí thức; học trò: 穷酸~ ông
thầy nghèo túng cổ hủ

【秀丽】xiùlì〈形〉thanh tú đẹp đẽ; tú lệ; xinh
đẹp: 容貌~ vẻ đẹp; ~的山水 cảnh non sông
đẹp đẽ

【秀美】xiùměi〈形〉đẹp; đẹp đẽ thanh tú: 仪
容~ dung nhan xinh đẹp

【秀媚】xiùmèi〈形〉xinh đẹp duyên dáng: 容
貌~ mặt mũi xinh đẹp duyên dáng

【秀气】xiùqi〈形〉❶thanh tú: 眉眼~ mặt
mày thanh tú; 字写得~。Chữ viết thật đẹp.
❷nho nhã; lịch sự ❸xinh xắn; tiện lợi (đồ
dùng): 这块表做得~极了。Chiếc đồng hồ
đeo tay này rất xinh.

【秀色可餐】xiùsè-kěcān đẹp xinh ngon
mắt; xinh xắn đáng yêu

【秀外慧中】xiùwài-huìzhōng đẹp nết
đẹp người; trong hiền ngoài xinh; xinh xắn
thông minh: 这个女子~。Cô gái này trong
hiền ngoài xinh.

【秀雅】xiùyǎ〈形〉xinh đẹp nho nhã: 她长得
很~。Cô ấy xinh đẹp nho nhã.

【秀逸】xiùyì〈形〉mượt mà: 风姿~ phong
thái mượt mà; 诗句~ câu thơ mượt mà

岫 xiù<名>❶[书]hang núi ❷[书]núi ❸[方]ổ hang chim thú

袖 xiù❶<名>tay áo: 短~ cộc tay ❷<动> giấu trong tay áo: ~手 khoanh tay

【袖标】xiùbiāo<名>phù hiệu tay áo: 每人手上都戴着~。Ai ai cũng đeo phù hiệu trên tay áo.

【袖管】xiùguǎn<名>[方]❶ống tay áo ❷cửa tay áo; măng-sét

【袖箭】xiùjiàn<名>mũi tên giấu trong tay áo; đòn ngầm

【袖口】xiùkǒu<名>cổ tay áo: 尽管~已经破了，他还穿着那件衣服。Mặc dù cổ tay áo đã bị rách, nhưng anh ấy vẫn mặc chiếc áo đó.

【袖手旁观】xiùshǒu-pángguān khoanh tay đứng nhìn; bàng quan: 在朋友遇到麻烦的时候，他从不~。Khi bạn gặp khó khăn, thì anh ấy không bao giờ khoanh tay đứng nhìn.

【袖筒】xiùtǒng<名>ống tay áo

【袖章】xiùzhāng<名>phù hiệu trên tay áo

【袖珍】xiùzhēn<形>❶kiểu bỏ túi: ~词典 từ điển bỏ túi ❷nhỏ; mini

【袖子】xiùzi<名>tay áo

绣 xiù❶<动>thêu: ~花 thêu hoa; 刺~ thêu dệt ❷<名>hàng thêu; đồ thêu: 苏~ hàng thêu Tô Châu; 湘~ hàng thêu Hồ Nam

【绣房】xiùfáng<名>[旧]khuê phòng; buồng con gái

【绣花】xiùhuā<动>thêu hoa: 她很喜欢~。Cô ấy rất thích thêu hoa.

【绣花枕头】xiùhuā zhěntou gối thêu hoa; màu mè riêu cua; tốt mã giẻ cùi; chỉ tốt nước sơn: 他就是个~，连简单的工作都应付不了。Anh ấy đúng là của tốt mã giẻ cùi, chẳng làm nên việc gì cả.

【绣球】xiùqiú<名>tú cầu; quả còn; quả cầu thêu

【绣像】xiùxiàng<名>❶ảnh thêu; bức thêu chân dung ❷chân dung nhân vật (vẽ rất tỉ mỉ): ~小说 tiểu thuyết có vẽ chân dung nhân vật

【绣鞋】xiùxié<名>giày thêu: 一双精美的~ đôi giày thêu tinh xảo và đẹp

宿 xiù<名>chòm sao; nhóm sao: 星~ tinh tú; 二十八~ nhị thập bát tú
另见sù, xiǔ

锈 xiù❶<名>gỉ: ~块 những mảng gỉ; 铁~ gỉ sắt ❷<名>lớp vỏ cứng; vết bẩn hoặc đốm màu khó sạch: 茶~ vết chè ❸<动>bị gỉ; han gỉ: 铁门~了。Cửa sắt đã bị han gỉ. ❹<名>bệnh gỉ sắt lá cây

【锈斑】xiùbān<名>❶vết gỉ: 门上不能留有~。Trên cửa không nên có vết gỉ. ❷chấm gỉ trên lá

【锈病】xiùbìng<名>[农业]bệnh gỉ lá: 小麦已经生了~。Lúa mì đã có bệnh gỉ lá.

【锈蚀】xiùshí<动>mọt gỉ: 严重~ bị gỉ ăn mòn nặng; 这把刀~了。Con dao này đã bị han gỉ.

嗅 xiù<动>ngửi: 你~一~就知道它的气味了。Anh cứ ngửi thử xem sẽ biết.

【嗅觉】xiùjué<名>khứu giác: ~迟钝 khứu giác kém; 政治~ khứu giác chính trị

【嗅神经】xiùshénjīng<名>thần kinh khứu giác: 狗有着发达的~。Con chó có hệ thần kinh khứu giác rất phát triển.

溴 xiù<名>[化学]brom (kí hiệu: Br)

【溴化物】xiùhuàwù<名>Bromua: ~类药物 loại thuốc Bromua

【溴水】xiùshuǐ<名>nước brom

【溴酸】xiùsuān<名>axít bromic

xū

圩 xū<名>[方]chợ; chợ búa: 赶~ đi chợ
另见wéi

【圩场】xūcháng<名>[方]chợ

【圩日】xūrì〈名〉[方]ngày họp chợ; phiên chợ

【圩市】xūshì〈名〉chợ; chợ búa; phiên chợ: ~上什么都有。Trên chợ có đầy đủ các loại hàng.

【圩镇】xūzhèn〈名〉chợ; phố chợ; kẻ chợ

戌 xū〈名〉Tuất (vị trí thứ 11 trong địa chi)

【戌时】xūshí〈名〉[旧]giờ tuất (từ 19 đến 21 giờ)

吁 xū[书]❶〈动〉thở than; thở dài: 长~短叹 thở vắn than dài ❷〈叹〉ô (ý kinh ngạc): ~, 是何言欤! Ô! Sao lại nói thế!
另见 yù

【吁吁】xūxū〈拟〉(thở) phì phò; hổn hển: 气喘~ thở phì phò

盱 xū〈动〉[书]trừng mắt nhìn lên; giương mắt nhìn lên

耇 xū〈拟〉[书]răng rắc (tiếng lột da khỏi xương)

须¹ xū〈动〉cần phải: ~做好准备 cần phải chuẩn bị cho tốt //〈姓〉Tu

须² xū〈动〉[书]đợi; đợi đến: ~晴日 đợi đến khi trời tạnh

须³ xū〈名〉❶sợi râu: ~发 râu tóc ❷tua; vật có hình dáng như râu: 花~ tua hoa; 触~ xúc tu

【须发】xūfà〈名〉râu tóc: ~皆白 râu tóc bạc phơ

【须根】xūgēn〈名〉rễ chùm: 这种水稻的~很发达。Rễ chùm của giống lúa này rất thịnh vượng.

【须鲸】xūjīng〈名〉cá voi tua (không có răng)

【须眉】xūméi〈名〉❶tu mi; râu mày: ~皆白的老人 ông già râu mày đều đã bạc trắng ❷mày râu; nam nhi; trượng phu: 堂堂~ đường đường đấng nam nhi; 巾帼不让~。Anh thư không thua kém anh hùng./Anh hùng nào có phải mày râu.

【须要】xūyào〈动〉cần phải; cần thiết: 教育~耐心。Giáo dục cần phải kiên trì.

【须臾】xūyú〈名〉[书]chốc lát; ~不可离 không thể xa rời, dù chỉ trong chốc lát

【须知】xūzhī❶〈名〉điều cần biết: 观众~ những điều khán giả cần biết; 游览~ những điều cần biết khi tham quan ❷〈动〉phải biết: 我们~幸福的生活来之不易。Chúng ta phải biết rằng cuộc sống hạnh phúc có được không phải dễ dàng.

【须子】xūzi〈名〉sợi râu; sợi lông: 白薯~ râu khoai lang; 玉米~ râu ngô

虚 xū❶〈名〉trống; không; rỗng; hư: ~幻 hư ảo; 乘~而入 nhằm chỗ không mà vào; 避实就~ chọn hư tránh thực ❷〈动〉để không; trống: ~位以待 để trống chỗ mà chờ ❸〈形〉nhút nhát; rụt rè: 胆~ nhát gan; 心~ nơm nớp ngại ngùng ❹〈副〉uổng phí; không được gì: 箭不~发 không mũi tên nào bắn trượt; 不~此行 không uổng chuyến đi ❺〈形〉hờ; giả dối: ~名 hư danh ❻〈形〉khiêm tốn: ~心 khiêm tốn ❼〈形〉suy yếu: 血~ kém máu/huyết hư; 体~ thân thể yếu ớt ❽〈名〉lí lẽ (chính trị, tư tưởng, chính sách): 务~ nghiên cứu ❾〈名〉sao Hư (một trong 28 tú)

【虚报】xūbào〈动〉báo cáo láo; khai láo; hư báo: 数据绝对不能~。Không được khai láo các số liệu.

【虚词】xūcí〈名〉❶hư từ: 请大家注意~的用法。Xin các bạn lưu ý cách sử dụng của hư từ. ❷văn chương phù phiếm

【虚辞】xūcí〈名〉[书]lời nói ngoa; nói khoác: ~滥调 giọng điệu sáo rỗng

【虚度】xūdù〈动〉sống uổng; sống hoài: ~年华 lãng phí thời gian; ~光阴 uổng phí tuổi xuân

【虚浮】xūfú〈形〉phù phiếm; không thiết thực: 作风~ tác phong phù phiếm

【虚构】xūgòu〈动〉hư cấu: ~的人物 nhân

vật hư cấu; ~的情节 tình tiết hư cấu

【虚汗】xūhàn<名>mồ hôi trộm: 他身体很差，经常出~。Sức khỏe của anh ấy rất kém, thường hay ra mồ hôi trộm.

【虚话】xūhuà<名>lời nói suông: 从不说~ không bao giờ nói lời suông

【虚怀若谷】xūhuái-ruògǔ tấm lòng rộng mở; hết sức khiêm tốn: ~才能不断进步。Hết sức khiêm tốn mới có thể không ngừng tiến bộ.

【虚幻】xūhuàn<形>hư ảo; hư huyền: ~如梦境 hư ảo như trong mơ

【虚晃一枪】xūhuǎng-yīqiāng tạo ra một động tác giả; giả vờ đâm một nhát

【虚火】xūhuǒ<名>[中医]hư hỏa: 这孩子~旺。Cô bé này hư hỏa rất cao.

【虚假】xūjiǎ<形>giả tạo; giả dối: ~的繁荣 phồn vinh giả tạo

【虚假广告】xūjiǎ guǎnggào quảng cáo giả dối

【虚价】xūjià<名>giá thách; giá danh nghĩa: 对方发盘的是~。Giá báo của đối phương là giá nói thách.

【虚惊】xūjīng<名>hú vía; sợ bóng sợ gió: 受了一场~ bị một phen hú vía mà không có chuyện gì

【虚空】xūkōng<形>hư không; hư ảo; trống trải: 内心~ lòng trống trải

【虚夸】xūkuā<形>khoe khoang khoác lác: 切忌~ tối kị khoe khoang khoác lác

【虚礼】xūlǐ<名>lễ nghi hình thức; nghi thức xã giao: 我们之间就不要讲究这些~了。Chúng ta không cần phải cầu kì chuyện lễ nghi hình thức.

【虚脉】xūmài<名>[中医]mạch yếu: 他的脉象是~。Ông ấy mạch đập hơi yếu.

【虚名】xūmíng<名>hư danh: 不图~ không chuộng hư danh; 徒有~ chỉ có hư danh

【虚拟】xūnǐ❶<形>giả thiết: ~语气 ngữ khí

giả định ❷<动>hư cấu; giả định: 这个情节由作者~。Tình tiết này do tác giả hư cấu.

【虚胖】xūpàng<形>béo giả; béo bệnh: 他身体一直都~。Người của ông ấy cứ là béo phệ ra.

【虚飘飘】xūpiāopiāo lâng lâng; chuếnh choáng; chông chênh: 她几天睡不着觉，走起路来觉得身子~的。Mấy hôm nay chị ấy ngủ không yên, đi bộ cứ thấy lâng lâng không vững.

【虚情假意】xūqíng-jiǎyì giả dối; giả tình giả nghĩa: 我不要看那些~的东西。Tôi không thèm xem những thứ giả dối đó.

【虚热】xūrè<名>hư nhiệt: 中医称这种症状为~。Trung y gọi chứng này là hư nhiệt.

【虚荣】xūróng❶<名>hư vinh: 不慕~ chẳng chuộng hư danh ❷<形>hâm mộ sĩ diện

【虚荣心】xūróngxīn<名>lòng sĩ diện

【虚弱】xūruò<形>❶(thân thể) yếu ớt; yếu: 他最近身体很~。Anh ấy dạo này yếu lắm. ❷(quốc gia, quân đội) yếu; suy yếu: 战争之后，国家很~。Sau chiến tranh, quốc gia bị lâm vào tình trạng suy yếu.

【虚设】xūshè<动>tồn tại trên danh nghĩa: 形同~ đặt ra trên danh nghĩa; ~一个名誉主席的位置 đặt ra chiếc ghế chủ tịch danh dự hư danh nghĩa

【虚实】xūshí<名>hư thực; thực hư: ~莫测 hư thực khó lường; 探听~ thăm dò thực hư; 不明~ không biết hư thực

【虚数】xūshù<名>❶số ảo ❷con số giả: 他说的那个数字肯定是~。Con số mà ông ấy đưa ra nhất định là con số giả.

【虚岁】xūsuì<名>tuổi mụ: 他~二十。Anh ấy tuổi mụ là hai mươi.

【虚套子】xūtàozi<名>suông; khuôn sáo trống rỗng: 他说话不来~。Anh ấy không nói suông.

【虚土】xūtǔ<名>[方]đất tơi xốp; đất rời (đã

qua cày bừa)

【虚脱】xūtuō❶<名>hư thoát (do mất máu, mất nước, ngộ độc...mà tim suy tuần hoàn máu kém, huyết áp hạ, mạch yếu, vã mồ hôi, mặt nhợt nhạt) ❷<动>kiệt sức: 他由于过度劳累而~了。Ông ấy đã kiệt sức vì mệt mỏi quá mức.

【虚妄】xūwàng<形>vô căn cứ: ~的计划 một kế hoạch vô căn cứ

【虚伪】xūwěi<形>giả dối; không thật: 他对人没有一点~。Anh ấy chân tình với mọi người, không hề giả dối.

【虚位】xūwèi<名>hư vị; bù nhìn; vị trí suông (không có thực quyền)

【虚位以待】xūwèiyǐdài để trống chỗ mà chờ

【虚文】xūwén<名>❶quy chế hình thức; bản quy định: 徒具~ chỉ có hình thức suông ❷lễ tiết vô nghĩa: ~缛节 lễ tiết phiền phức vô nghĩa

【虚文浮礼】xūwén-fúlǐ lễ nghi phù phiếm: 我们应该抛开这些~，坦诚相待。Chúng ta cần bỏ những lễ nghi phù phiếm mà nên chân thành đối xử với nhau.

【虚无】xūwú<形>hư vô: ~主义 chủ nghĩa hư vô

【虚无缥缈】xūwú-piāomiǎo viển vông; hão huyền; như có như không: 那不过都是些~的梦想。Đó chỉ là những mơ ước viển vông.

【虚席以待】xūxíyǐdài =【虚位以待】

【虚线】xūxiàn<名>đường ảo; hư tuyến; đường tưởng tượng; đường chấm chấm: 请在申请书上画~的地方签名。Xin kí tên ở chỗ có đường ảo trong lá đơn.

【虚像】xūxiàng<名>[物理]ảnh ảo

【虚心】xūxīn<形>khiêm tốn: ~学习 khiêm tốn học tập; ~使人进步，骄傲使人落后。Khiêm tốn làm cho người ta tiến bộ, kiêu

ngạo làm cho người ta lạc hậu.

【虚悬】xūxuán<动>❶còn để trống: 那个职位已~几年。Chức vụ đó đã để trống mấy năm rồi. ❷bịa ra; tưởng tượng vô căn cứ: ~的计划哪能实现呢？Kế hoạch bịa đặt ra làm sao thực hiện được?

【虚言】xūyán<名>lời nói suông: 我九点一定到那里，绝无~。Tôi chín giờ nhất định đến nơi đó, quyết không nói suông.

【虚掩】xūyǎn<动>khép: 门~着。Cửa khép hờ hờ.

【虚盈实亏】xūyíng-shíkuī lời giả lỗ thật: 这家企业~。Xí nghiệp này lời giả lỗ thật.

【虚应故事】xūyìng-gùshì qua loa cho xong; qua loa lấy lệ

【虚有其表】xūyǒu-qíbiǎo hào nhoáng bề ngoài; chỉ tốt nước sơn; tốt mã giẻ cùi

【虚与委蛇】xūyǔwēiyí giả bộ ân cần; ăn ở lá mặt; vâng dạ trước mặt

【虚造】xūzào<动>bịa đặt; giả tạo: 向壁~ nhắm mắt bịa ra

【虚张声势】xūzhāng-shēngshì khoa trương thanh thế; thổi phồng thế lực: 对方其实是在~。Đối phương chẳng qua chỉ khoa trương thanh thế mà thôi.

【虚职】xūzhí<名>chức vụ trên danh nghĩa: 这个名誉主席也就是一个~。Chức chủ tịch danh dự này chỉ là trên danh nghĩa.

【虚字】xūzì<名>hư tự

谞 xū<名>[书]❶tài trí ❷mưu kế

欻 xū<副>[书]bỗng nhiên; đột nhiên: 风雨~至 gió mưa ập đến

墟 xū<名>❶nền cũ; di chỉ; bãi hoang tàn; dấu cũ (vốn xưa có người ở nay thành hoang phế): 废~ bãi hoang tàn/đống nát ❷chợ; chợ búa

需 xū❶<动>nhu cầu; cần: 按~分配 phân phối theo nhu cầu; 你只~在这里签一下字。Anh chỉ cần kí tên ở đây. ❷<名>cái cần dùng: 军~ quân nhu

【需求】xūqiú〈名〉nhu cầu: ~分析 phân tích về nhu cầu; 满足~ thỏa mãn nhu cầu

【需求量】xūqiúliàng〈名〉lượng nhu cầu: 这个厂对小麦的~很大。Lượng nhu cầu về lúa mì của xưởng này rất cao.

【需索】xūsuǒ〈动〉[书]đòi hỏi; yêu cầu: ~无厌 đòi hỏi vô cùng tận

【需要】xūyào❶〈动〉cần (phải có): 我们~人才。Chúng ta cần nhân tài. ❷〈名〉sự đòi hỏi; nguyện vọng: 满足群众的~ thỏa mãn nguyện vọng của quần chúng

嘘 xū❶〈动〉hà hơi: ~气 hà hơi ❷〈动〉[书] than thở: 仰天而~ ngửa mặt nhìn trời than thở ❸〈叹〉xuyt (biểu thị sự ngăn cản, xua đuổi...): ~! 轻一点。Xuyt! Khẽ chứ. ❹〈动〉(lửa hoặc hơi nóng) táp phải: 小心热气~着手。Cẩn thận kẻo hơi nóng làm bỏng tay. ❺〈动〉[方](tiếng phát ra để ngăn, xua đuổi)xùy; xuyt: 他的表演太差劲了，观众把他~下去了。Biểu diễn của anh ta tồi quá, khán giả đã xùy anh ta ra khỏi sân khấu.

【嘘寒问暖】xūhán-wènnuǎn hỏi han ân cần; ân cần thăm hỏi: 他对老人~。Anh ấy hỏi han ân cần với người già.

【嘘声】xūshēng〈名〉tiếng xuyt: ~不断 tiếng xuyt không ngớt

【嘘唏】xūxī〈动〉[书]thút thít; sụt sịt; nghẹn ngào; nức nở: 暗自~ âm thầm khóc sùi sụt một mình; ~不已 nức nở mãi không thôi

xú

徐 xú〈形〉[书]từ từ; chầm chậm: 火车~~进站。Đoàn tàu từ từ vào ga. //(姓) Từ

【徐缓】xúhuǎn〈形〉thong thả; chậm rãi; lờ đờ: 脚步~ bước đi thong thả

【徐图】xútú〈动〉[书]ung dung mưu tính; từ từ giải quyết; chậm rãi tìm cách: ~霸业 ung dung mưu tính bá nghiệp; ~良策 nghĩ dần kế sách

【徐徐】xúxú〈形〉[书]từ từ: 汽车~开动。Chiếc xe ô tô từ từ chuyển bánh.

xǔ

许[1] xǔ❶〈动〉ca ngợi; thừa nhận: 赞~ tán dương; 称~ khen ngợi ❷〈动〉hứa: 他~过我带我去旅游。Anh ấy đã hứa đưa tôi đi du lịch. ❸〈动〉đính hôn: 父母把小女儿~给了他。Cha mẹ đã hứa gả con gái út cho anh ấy. ❹〈动〉cho phép; đồng ý: 准~ cho phép; 默~ đồng ý ngầm; 特~ đặc chuẩn ❺〈副〉có lẽ; có khả năng: 他也~不知道这件事。Ông ấy có lẽ không biết việc này.

许[2] xǔ❶〈副〉rất; lắm: ~多 rất nhiều; 少~ một ít ❷〈助〉[书](chỉ sự ước lượng) gần; chừng; suýt soát: 参加者千~人。Chừng nghìn người tham gia.

许[3] xǔ〈名〉[书]nơi; địa phương: 她何~人也? Chị ấy là người địa phương nào? //(姓) Hứa

【许多】xǔduō〈数〉rất nhiều: ~东西 rất nhiều thứ; ~年 rất nhiều năm

【许婚】xǔhūn〈动〉hứa hôn: 她已经~了吗? Cô ấy đã hứa hôn rồi à?

【许久】xǔjiǔ〈形〉rất lâu: 她沉默~才回答。Chị ấy im lặng hồi lâu mới trả lời.

【许可】xǔkě〈动〉cho phép: 得到父母的~ được bố mẹ cho phép

【许可证】xǔkězhèng〈名〉giấy phép: 卫生~ giấy phép y tế

【许诺】xǔnuò〈动〉hứa hẹn; đồng ý: 不要轻易~别人。Không nên tùy tiện hứa với ai.

【许配】xǔpèi〈动〉đính hôn; gả cho: 她父亲把她~给了一名军人。Cha của cô ấy đã gả cô ấy cho một quân nhân.

【许愿】xǔyuàn〈动〉❶cầu nguyện: 烧香~ thắp hương cầu nguyện ❷hứa hẹn; đồng ý: 封官~ hứa phong cho chức quan

【许字】xǔzì〈动〉[书]hứa hôn

诩 xǔ〈动〉[书]khoe; khoe khoang: 自~ khoe mình

姁 xǔ

【姁姁】xǔxǔ〈形〉[书]ôn hòa; từ tốn: ~之人 một người từ tốn

栩 xǔ

【栩栩】xǔxǔ〈形〉sinh động: ~欲活 cựa quậy sống động

【栩栩如生】xǔxǔ-rúshēng sinh động; sống động: 这些小泥人真是~。Những con rối đất này thật là sống động.

盨 xǔ〈名〉cái liễn bằng đồng (xưa để đựng thức ăn, có nắp và hai tai)

糈 xǔ〈名〉[书]lương thực

醑 xǔ〈名〉❶[书]rượu ngon ❷cồn thuốc

【醑剂】xǔjì〈名〉rượu cồn

xù

旭 xù〈名〉[书]ánh mặt trời mới mọc: 朝~ rạng đông/ánh ban mai/nắng sớm //(姓) Húc

【旭日】xùrì〈名〉mặt trời mới mọc

【旭日东升】xùrì-dōngshēng vừng đông chói lọi; ví sức sống tràn trề

序¹ xù❶〈名〉thứ tự; trật tự: 维护秩~ giữ gìn trật tự; 工~ trình tự công việc; 程~ trình tự ❷〈动〉[书]xếp đặt trật tự: ~次 xếp thứ tự ❸〈形〉mở đầu; phần trước nội dung chính: ~曲 khúc dạo đầu/nhạc dạo ❹〈名〉bài tựa; lời tựa: 这本书的~是她写的。Lời tựa của cuốn sách này do chị ấy viết.

序² xù〈名〉❶[旧]cái buồng; cái chái nhà: 东~ buồng đông; 西~ hiên tây ❷trường học địa phương thời xưa: 庠~ nhà trường

【序跋】xùbá〈名〉lời tựa và lời bạt

【序齿】xùchǐ〈动〉[书]xếp thứ tự (theo tuổi tác): ~入座 theo thứ tự tuổi tác vào chỗ ngồi

【序次】xùcì〈名〉thứ tự: 他应该重新排列一下。Ông ấy cần phải xếp thứ tự một lần nữa.

【序号】xùhào〈名〉số thứ tự

【序列】xùliè〈名〉loạt; sêri: ~号 số sêri

【序论】xùlùn〈名〉phần mở đầu: 这本书的~内容很充实。Nội dung mở đầu của quyển sách này rất phong phú.

【序幕】xùmù〈名〉❶màn dạo đầu; màn mở đầu: 拉开~ kéo màn mở đầu ❷ví khởi đầu của sự kiện lớn

【序曲】xùqǔ〈名〉❶khúc mở đầu; khúc dạo đầu; nhạc dạo ❷sự mở đầu: 这只是夺取最后胜利的~。Đây chỉ là khởi đầu của việc giành thắng lợi cuối cùng.

【序时账】xùshízhàng〈名〉[会计]sổ nhật hóa

【序数】xùshù〈名〉số thứ tự; số đếm: 他正在教弟弟学习~。Cậu bé đang dạy em trai học số đếm.

【序文】xùwén〈名〉bài tựa; lời tựa

【序言】xùyán〈名〉bài tựa; lời tựa

【序战】xùzhàn〈名〉trận mở màn; trận đầu: ~十天前开始了。Trận đánh mở màn mười hôm trước đã bắt đầu.

叙 xù❶〈动〉nói: ~家常 kể chuyện gia đình ❷〈动〉ghi chép; ghi lại: ~事 kể chuyện/tự sự ❸〈动〉bình; xếp thứ bậc: ~功 bình công ❹〈名〉[书]thứ tự ❺〈动〉[书]xếp đặt trật tự ❻〈名〉bài tựa; lời tựa

【叙别】xùbié〈动〉chuyện trò chia tay: 临行~ từ biệt trước lúc lên đường

【叙功】xùgōng〈动〉[书]đánh giá thành tích; bình xét công trạng: ~行赏 bình công xét thưởng

【叙旧】xùjiù〈动〉nói chuyện cũ; kể lại kỉ niệm xưa: 老战友见面~。Bạn chiến đấu cũ gặp mặt kể lại ki niệm xưa.

【叙录】xùlù<名>điểm sách; giới thiệu sách

【叙事】xùshì<动>(viết văn) tự sự; kể chuyện: ~文 văn tự sự

【叙事诗】xùshìshī<名>thơ tự sự: 他喜欢读 ~。Anh ấy rất thích đọc thơ tự sự.

【叙述】xùshù<动>trần thuật; kể lại: ~故事 情节 kể lại tình tiết câu truyện

【叙说】xùshuō<动>kể chuyện: 请把事情 的经过一一遍。Đề nghị kể lại một lượt đầu đuôi sự việc.

【叙谈】xùtán<动>đàm đạo; chuyện trò: 咱 姐妹俩找个时间好好~一下。Hai chị em chúng ta tìm thời gian chuyện trò cho thoải mái.

【叙用】xùyòng<动>[书]bổ nhiệm: 他因贪 污被开除，不再~。Ông ấy bị đuổi việc vì tham ô, không được bổ nhiệm nữa.

澻xù<名>[书]rãnh nước trong ruộng; lạch nước; ngòi: 沟~ khe lạch/ngòi rãnh

恤xù<动>❶[书]băn khoăn; lo lắng: 不~人 言 không lo lời nói người đời ❷thương xót; thương hại: 怜~ thương xót; 体~ thương xót (như chính mình) ❸cứu giúp; cứu tế: 抚~ an ủi cứu giúp

【恤金】xùjīn<名>tiền tử tuất; tiền trợ cấp; tiền cứu giúp

【恤衫】xùshān<名>[方]áo sơ mi: 我没有带 ~。Tôi không mang áo sơ mi.

堉xù<名>tường đầu hồi; tường đông tường tây; thường dùng đặt tên người

畜xù<动>chăn nuôi
另见chù

【畜产】xùchǎn<名>sản phẩm chăn nuôi: 这 个地区的~量很高。Lượng sản phẩm chăn nuôi ở vùng này rất cao.

【畜牧】xùmù<名>chăn nuôi: ~业 nghề chăn nuôi; 从事~ làm nghề chăn nuôi

【畜养】xùyǎng<动>nuôi (động vật): ~牲口 nuôi gia súc

酗xù

【酗酒】xùjiǔ<动>nát rượu; say rượu: ~滋事 say rượu sinh chuyện/quá chén sinh sự

勖xù<动>[书]khuyến khích; cổ gắng

【勖励】xùlì<动>[书]khích lệ; động viên: ~ 后进 khích lệ người đi sau

【勖勉】xùmiǎn<动>[书]khuyến khích; khích lệ: ~有加 nhiều lần khuyến khích

绪xù<名>❶đầu mối (tơ): 端~ đầu mối; 头 ~ đầu mối; 千头万~ muôn nghìn mối; 事已 就~。Công việc đã đâu vào đấy rồi. ❷[书] thừa lại; tàn dư: ~风 gió rớt ❸tâm tình; tư tưởng: 情~ tinh thần; 离情别~ tâm tình khi li biệt ❹[书]sự nghiệp: 续未竟之~ kế tiếp sự nghiệp chưa thành //(姓) Tự

【绪论】xùlùn<名>phần mở đầu (tác phẩm, sách): 记得重点看~。Phải nhớ chú trọng xem phần mở đầu.

【绪言】xùyán<名>lời nói đầu; lời mở đầu

续xù<动>❶nối tiếp: 连~ liên tục; 继~ tiếp tục; 陆~ lục tục ❷nối thêm: ~编 tục biên/ soạn tiếp; ~集 tập tiếp theo; ~有所闻 sau đó còn nghe nói tiếp; 狗尾~貂 đuôi chó nối thân chồn/khố tải vá áo vóc ❸thêm: 这煤快 烧过了，请~上新的。Than sắp đốt hết rồi, xin cho thêm than mới. //(姓) Tục

【续编】xùbiān<动>viết tiếp: ~故事 viết tiếp câu chuyện

【续订】xùdìng<动>tiếp tục đặt; tiếp tục đóng: 您可以~一个月。Ông có thể tiếp tục đóng một tháng.

【续航】xùháng<动>(máy bay) bay liên tục; (tàu thuyền) chạy liên tục: ~时间不长。 Thời gian bay liên tục không lâu.

【续假】xùjià<动>xin nghỉ phép thêm: ~两周 xin nghỉ thêm hai tuần

【续借】xùjiè<动>tiếp tục mượn: 他打算去 图书馆~这本书。Anh ấy định đi thư viện tiếp tục mượn cuốn sách này.

【续篇】xùpiān<名>phần tiếp (của cuốn truyện): 这本书是她自传的~。Quyển sách này là phần tiếp tự truyện của cô ấy.

【续聘】xùpìn<动>mời tiếp; tiếp tục mời: ~教师 mời tiếp thầy cô giáo

【续弦】xùxián<动>tục huyền; lấy vợ kế: 妻子去世后两年，他决定~。Hai năm sau ngày vợ qua đời, anh ấy quyết định tục huyền.

【续写】xùxiě<动>tiếp tục viết: ~传奇 viết tiếp sự tích truyền kì

【续约】xùyuē❶<动>kí tiếp hợp đồng: 他打算跟我们~。Anh ấy sẽ kí tiếp hợp đồng với chúng tôi. ❷<名>hợp đồng kí tiếp lại

絮¹ xù❶<名>xơ bông ❷<名>(cũ) sợi thô ❸<名>vật giống có hình sợi: 柳~ tơ liễu; 芦~ tơ lau ❹<动>làm cốt bông: ~棉衣 làm cốt áo bông; ~被窝 làm cốt chăn bông

絮² xù❶<动>nói lôi thôi dài dòng ❷<形>[方]nhàm chán: 好话说多遍也听~了。Lời tốt nói nhiều lần cũng nghe nhàm chán cả rồi.

【絮叨】xùdao<动>nói lôi thôi; nói dông dài: ~不停 nói lôi thôi dài dòng không thôi

【絮烦】xùfan<形>nhàm chán: 关于这个问题，学生都听~了。Về vấn đề này, các em học sinh đều đã nghe nhàm tai rồi.

【絮聒】xùguō<动>❶nói lôi thôi ❷làm phiền: 他不断地在~我们。Nó cứ làm phiền chúng tôi.

【絮絮】xùxù<形>(nói) liên miên; (nói) lải nhải: ~不休 nói lải nhải mãi

【絮语】xùyǔ[书]❶<名>lời nói lảm nhảm ❷<动>nói lải nhải: 安静地听他~ lặng lẽ nghe anh ấy nói lải nhải

婿 xù<名>❶con rể: 翁~ bố vợ và con rể ❷chồng: 夫~ chồng

蓄 xù<动>❶tồn trữ; tích trữ: 储~ tích trữ; ~水池 bể chứa nước ❷để (tóc): ~须 để râu

~发 nuôi tóc/để tóc ❸giữ (trong lòng): ~志 nuôi chí

【蓄藏】xùcáng<动>trữ: ~电量 lượng điện trữ

【蓄电池】xùdiànchí<名>ắc-quy: 给~充电 sạc điện cho ắc-quy

【蓄洪】xùhóng<动>trữ nước lũ: 提高~能力 nâng cao khả năng trữ nước lũ

【蓄积】xùjī<动>chứa giữ; dự trữ; tồn trữ: 水库可以~雨水。Hồ chứa nước có thể giữ nước mưa.

【蓄谋】xùmóu<动>có âm mưu: ~抢劫 có âm mưu ăn cướp

【蓄念】xùniàn<动>có ý nghĩ; có ý định: ~已久 đã có ý định từ lâu

【蓄水】xùshuǐ<动>chứa nước: 水库用来~。Hồ dùng để chứa nước.

【蓄水池】xùshuǐchí<名>bể chứa nước

【蓄水湖】xùshuǐhú<名>hồ chứa nước

【蓄养】xùyǎng<动>tích trữ và nuôi dưỡng: ~力量 chuẩn bị lực lượng

【蓄意】xùyì<动>rắp tâm; định bụng; có ý định: ~挑衅 rắp tâm gây hấn

【蓄志】xùzhì<动>nuôi chí: ~卫国 nuôi chí bảo vệ đất nước

煦 xù<形>[书]ấm áp: 春光和~ nắng xuân ấm áp; ~暖 ấm áp; 拂~ đưa hơi ấm tới

xuān

轩¹ xuān<形>cao lớn: ~昂 hiên ngang; ~朗 cao thoáng //(姓) Hiên

轩² xuān<名>❶hiên hè (xưa thường chỉ nơi phòng sách hay quán trà); thư hiên ❷(loại xe cũ có màn vây và mui cao) xe mui ❸[书]cửa sổ; cửa

【轩昂】xuān'áng<形>❶hiên ngang (chỉ phong độ khác thường): 器宇~ phong độ hiên ngang ❷[书]cao lớn; nguy nga; hoành tráng: 那座古建筑~雄伟。Tòa kiến trúc cổ xưa kia cao lớn nguy nga.

【轩敞】xuānchǎng<形>(nhà cửa) rộng thoáng cao ráo: 佛殿~ tòa điện Phật rộng thoáng cao ráo

【轩然大波】xuānrán-dàbō sóng to gió lớn; ví sự tranh chấp hoặc phong trào: 引起 ~ gây ra sóng to gió lớn

宣 xuān ❶<动>nói ra; truyền ra: 心照不~ hiểu nhau không nói thành lời ❷<动>tuyên triệu ❸<动>khơi dòng: ~泄 khơi dòng chảy ❹(Xuān)<名>Tuyên (địa danh): ~城 Tuyên Thành (thuộc An Huy Trung Quốc); ~威 Tuyên Uy (thuộc Vân Nam Trung Quốc) ❺<名>giấy Tuyên Thành: 玉版~ giấy Tuyên chỉ ngọc bản (loại giấy trắng bền dai); 虎皮~ giấy Tuyên chỉ da hổ (loại giấy cao cấp có vân đỏ nhạt, vàng nhạt của Tuyên Thành sản xuất) //(姓) Tuyên

【宣布】xuānbù<动>tuyên bố: ~命令 tuyên bố mệnh lệnh

【宣称】xuānchēng<动>rêu rao: 他~自己 已经获胜。Anh ta rêu rao đã giành được phần thắng.

【宣传】xuānchuán<动>tuyên truyền: ~委员 ủy viên tuyên truyền; ~队 đội tuyên truyền; ~法规 tuyên truyền luật lệ

【宣传部】xuānchuánbù<名>ban tuyên giáo; ban tuyên truyền

【宣传册】xuānchuáncè<名>sách tuyên truyền: 分发~ phân phát sách tuyên truyền

【宣传弹】xuānchuándàn<名>đạn pháo truyền đơn; bom truyền đơn: 投掷~ ném bom truyền đơn

【宣传画】xuānchuánhuà<名>tranh tuyên truyền; tranh cổ động; tranh áp phích: 公益 ~ tranh áp phích công ích

【宣传品】xuānchuánpǐn<名>vật phẩm tuyên truyền (như truyền đơn, áp phích...): 印刷~ in vật phẩm tuyên truyền

【宣读】xuāndú<动>tuyên đọc; đọc: ~嘉奖 令 tuyên đọc lệnh khen thưởng

【宣告】xuāngào<动>tuyên cáo; tuyên bố: ~ 结束 tuyên bố kết thúc

【宣讲】xuānjiǎng<动>tuyên truyền giảng giải: ~法规 tuyên truyền luật lệ

【宣教】xuānjiào<名>tuyên giáo; tuyên truyền giáo dục: ~工作 công tác tuyên giáo

【宣明】xuānmíng<动>tuyên bố rõ ràng: ~ 观点 tuyên bố rõ ràng quan điểm

【宣判】xuānpàn<动>tuyên án: 公开~ tuyên án công khai; ~有罪 tuyên án có tội

【宣示】xuānshì<动>biểu thị công khai; tuyên bố: ~内外 tuyên bố với trong và ngoài nước

【宣誓】xuānshì<动>tuyên thệ: ~就职 tuyên thệ nhậm chức; 入党~ tuyên thệ vào Đảng

【宣泄】xuānxiè<动>❶tháo nước; khơi thông dòng nước ❷thổ lộ; trút: ~怒火 thổ lộ lửa giận ❸[书]tiết lộ: 此消息务必保密, 不得~。Tin tức này phải giữ bí mật, không được tiết lộ.

【宣言】xuānyán❶<名>tuyên ngôn (của nhà nước, chính đảng, đoàn thể...): 独立~ tuyên ngôn độc lập ❷<动>tuyên bố: 郑重~ trịnh trọng tuyên bố

【宣扬】xuānyáng<动>tuyên truyền rộng rãi: ~改革的成就 tuyên truyền rộng rãi thành tựu cải cách; 大肆~ làm rùm beng lên

【宣战】xuānzhàn<动>❶tuyên chiến; tuyên bố chiến tranh: 只有国会有权~。Chỉ có quốc hội mới có quyền tuyên bố chiến tranh. ❷phiếm chỉ triển khai đấu tranh quy mô lớn

【宣召】xuānzhào<动>triệu kiến: 皇上~了 他。Nhà vua triệu kiến ông ấy.

【宣纸】xuānzhǐ<名>giấy Tuyên Thành; tuyên chỉ (loại giấy cao cấp do thành Tuyên và huyện Kinh ở tỉnh An Huy Trung Quốc sản xuất, dùng để viết chữ bút lông và vẽ quốc họa, chất giấy dai bền, khó rách, không bị mọt đục, hút mực đều, để được lâu)

谖 xuān 〈动〉[书]❶quên ❷lừa dối

揎 xuān 〈动〉❶[书]xắn tay áo: ~拳捋袖 xắn ống tay áo ❷[方]dùng tay đẩy: ~开大门 đẩy cửa ra ❸[方]đánh; thụi: ~了他一拳 thụi nó một quả

萱 xuān 〈名〉❶cỏ huyên ❷chỉ huyện đường: 椿~ xuân huyên/cha mẹ

【萱草】xuāncǎo 〈名〉cỏ huyên: ~的根可以 入药。Rễ cỏ huyên có thể dùng làm thuốc.

【萱堂】xuāntáng 〈名〉[书]nhà huyên; huyên đường (xưa dùng để tôn xưng mẹ người khác)

喧 xuān 〈形〉ồn ào; có tiếng động lớn: 锣鼓 ~天 chiêng trống ầm trời

【喧宾夺主】xuānbīn-duózhǔ khách lấn át hơn chủ; phụ át chính: 他~，出尽了风头。 Hắn lấn át chủ được một phen xuất đầu lộ diện.

【喧哗】xuānhuá ❶〈形〉ồn ào ầm ĩ: 笑语~ nói cười ầm ĩ ❷〈动〉làm ồn; làm ầm ĩ: 请勿 ~。Xin đừng làm ầm ĩ.

【喧闹】xuānnào ❶〈动〉ồn ào náo động; sôi động: 大海~起来。Biển cả sôi động hẳn lên. ❷〈形〉ồn ào náo nhiệt: ~的市场 phiên chợ ồn ào náo nhiệt

【喧嚷】xuānrǎng 〈动〉nhốn nháo; ầm ĩ: 人 声~ tiếng người ồn ào

【喧扰】xuānrǎo 〈动〉ồn ào náo động: 市声 tiếng họp chợ ồn ào náo động

【喧腾】xuānténg 〈动〉ồn ào sục sôi: 观众~ 着，有的在拍手，有的在吹口哨。Khán giả ồn ào sục sôi, người thì vỗ tay, người thì huýt sáo miệng.

【喧阗】xuāntián 〈形〉[书]huyên náo; chen chúc ồn ào: 车马~ ngựa xe chen chúc ồn ào; 鼓乐~ trống nhạc huyên náo

【喧嚣】xuānxiāo ❶〈形〉ồn ào náo động: ~

的人群 đám người ồn ào nhốn nháo ❷〈动〉 kêu la; ầm ĩ: ~一时 ầm ĩ lên một lúc; ~鼓乐 trống nhạc ầm ĩ

瑄 xuān 〈名〉ngọc tuyên (thứ ngọc bích xưa dùng để tế trời)

暄¹ xuān 〈形〉[书](mặt trời) ấm áp: 寒~ hàn huyên/trò chuyện hỏi han

暄² xuān 〈形〉[方]xốp: 馒头蒸得很~。Màn thầu hấp rất xốp.

【暄腾】xuānteng 〈形〉[方]xốp nở; xốp mềm

煖 xuān 〈形〉[书]ấm áp

煊 xuān 〈形〉[书](mặt trời) ấm áp; ôn hòa

【煊赫】xuānhè 〈形〉(tiếng tăm) lừng lẫy: ~ 一时 lừng lẫy một thời; 声名~ danh tiếng lừng lẫy

儇 xuān 〈形〉[书]❶khinh bạc ❷khôn ngoan giảo hoạt

【儇薄】xuānbó 〈形〉[书]khinh bạc

【儇佻】xuāntiāo 〈形〉[书]khinh bạc

xuán

玄 xuán 〈形〉❶màu đen; màu huyền: ~齿 răng đen ❷sâu xa khó hiểu: ~妙 huyền diệu ❸[口]mơ hồ; khó tin: 这话真~。Câu nói này thật khó tin. //(姓) Huyền

【玄奥】xuán'ào 〈形〉sâu sắc; huyền bí sâu xa: 道理并不~。Đạo lí không huyền bí sâu xa gì.

【玄乎】xuánhu 〈形〉[口]huyền hoặc (khó nắm bắt): 他说得太~。Anh ấy nói thật là huyền hoặc.

【玄狐】xuánhú 〈名〉cáo đen (loài cáo lông dài ở Bắc Mĩ)

【玄幻小说】xuánhuàn xiǎoshuō tiểu thuyết huyền bí: 他喜欢看~。Anh thích đọc tiểu thuyết huyền bí.

【玄机】xuánjī 〈名〉❶[宗教]đạo lí huyền diệu (theo quan niệm đạo gia); tạo hóa: 参

悟~ ngộ đạo ❷cơ trời diệu kì; thiên cơ: 不
露~ không lộ thiên cơ

【玄妙】xuánmiào<形>huyền diệu; huyền
bí: ~莫测 huyền diệu khôn lường

【玄青】xuánqīng<形>xanh đen: ~色是她最
喜欢的颜色。Màu xanh đen là màu cô ấy
thích nhất.

【玄参】xuánshēn<名>[中药]huyền sâm

【玄孙】xuánsūn<名>huyền tôn; chút (cháu
năm đời): 这位百岁老人有12个~。Cụ hơn
trăm tuổi này có 12 cháu huyền tôn.

【玄武】xuánwǔ<名>❶con rùa đen ❷Huyền
Vũ (tên gọi chung cho 7 chòm sao phương
bắc trong 28 tú) ❸[宗教]Huyền Vũ (tên
thần phương bắc mà Đạo giáo tôn thờ)

【玄武岩】xuánwǔyán<名>đá đen; đá huyền
vũ: ~是最普通的火山岩。Đá bazan là một
loại đá nguồn núi lửa thường gặp nhất.

【玄想】xuánxiǎng<动>ảo tưởng; hoang
tưởng; huyền tưởng: 闭目~ nhắm mắt mơ
màng

【玄虚】xuánxū<名>huyền hoặc; mê hoặc

【玄学】xuánxué<名>❶huyền học (học
phái tư tưởng triết học duy tâm do Hà Yến,
Vương Bật thời Ngụy Tấn sáng lập ra bằng
cách nhào nặn quan điểm Lão Trang và Nho
gia) ❷môn học siêu hình

【玄远】xuányuǎn<形>[书]sâu xa; sâu xa
khó hiểu; xa vời khó hiểu

【玄之又玄】xuánzhīyòuxuán huyền diệu
khó giải thích; vô cùng huyền bí khó hiểu

悬xuán❶<动>treo; treo lên: ~挂 treo lơ
lửng; ~灯结彩 treo đèn kết hoa ❷<动>
công khai vạch ra; nói ra: ~赏 treo thưởng
❸<动>xắn cao: ~腕 nhắc cao cổ tay ❹
<动>treo lơ lửng; chưa giải quyết ❺<动>
suy nghĩ lung tung vô căn cứ: 心~两处 lòng
thấp thỏm đôi nơi ❻<动>nghĩ vẩn vơ; nghĩ
lông bông: ~想 nghĩ xa vời ❼<形>cách vời;

~隔 cách xa ❽<形>[方]nguy hiểm: 真~,
我差点从楼梯摔下去。Nguy hiểm thật, tôi
suýt nữa ngã xuống cầu thang.

【悬案】xuán'àn<名>❶vụ án chưa giải
quyết; án treo: 一件~ một vụ án dở dang
❷vấn đề chưa giải quyết: 这个钱包的主人
是谁目前还是个~。Chủ nhân của chiếc ví
này là ai hiện nay vẫn chưa rõ.

【悬臂】xuánbì<名>cánh tay treo (của một
số cỗ máy); công-xon; cần trục: ~梁 dầm
công-xon

【悬冰】xuánbīng<名>băng treo

【悬揣】xuánchuǎi<动>phỏng đoán: 凭空~
phỏng đoán vu vơ

【悬垂】xuánchuí<动>treo lơ lửng: 葡萄架
下~着一串串的葡萄。Dưới giàn nho treo
lơ lửng nhiều chùm nho.

【悬吊】xuándiào<动>treo

【悬而未决】xuán'érwèijué chưa có quyết
định; bỏ ngỏ

【悬浮】xuánfú<动>❶huyền phù (chỉ những
hạt rắn nhỏ lơ lửng trong chất lỏng) ❷lơ
lửng trôi nổi: 水面上~着一些雾气。Trên
mặt nước lửng lờ trôi nổi những đám sương
mù.

【悬隔】xuángé<动>cách nhau xa: 两地~
hai nơi cách nhau xa lắc

【悬挂】xuánguà<动>treo: ~国旗 treo quốc
kì; 空中~着一道美丽的彩虹。Trên bầu
trời mắc ngang dải cầu vồng đẹp mắt.

【悬乎】xuánhu<形>[方]nguy hiểm;
không an toàn; không bảo đảm: 叫他办
事可能~。Bảo nó làm việc không chắc
chắn đâu.

【悬空】xuánkōng<动>❶treo lơ lửng trên
không: 他身体~吊在树上。Anh ấy cả
người treo lơ lửng trên cây. ❷ví chưa
vào đâu, còn bị treo giò

【悬梁】xuánliáng<动>treo cổ lên xà nhà: ~

自尽 treo mình lên xà nhà

【悬铃木】xuánlíngmù〈名〉[植物]cây ngô đồng Pháp; cây huyền linh

【悬拟】xuánnǐ〈动〉hư cấu

【悬念】xuánniàn❶〈动〉thấp thỏm nhớ mong ❷〈名〉hồi hộp; nghi vấn: 制造~ gây hồi hộp

【悬赏】xuánshǎng〈动〉treo thưởng: ~寻人 treo thưởng tìm người

【悬殊】xuánshū〈形〉khác xa; chênh lệch xa: 贫富~ giàu nghèo khác biệt; 两队人数~。Số người của hai đội khác xa nhau.

【悬索桥】xuánsuǒqiáo〈名〉cầu treo: ~上有人行走。Có người đi trên cầu treo.

【悬梯】xuántī〈名〉thang dây; thang leo: 这个~很安全。Cái thang dây này rất an toàn.

【悬腕】xuánwàn〈动〉nhấc cổ tay; nâng cao cổ tay (khi viết chữ)

【悬想】xuánxiǎng〈动〉tưởng tượng bâng quơ: 闭目~ nhắm mắt lại nghĩ vẩn vơ

【悬心】xuánxīn〈动〉lo lắng: 他怕妻子~，一下飞机就给她打电话。Anh ấy sợ vợ lo lắng nên vừa xuống máy bay là gọi điện ngay cho vợ.

【悬崖】xuányá〈名〉vách núi cao dựng đứng

【悬崖勒马】xuányá-lèmǎ kìm cương ngựa bên bờ vực thẳm; dừng lại ngay trước sự nguy hiểm

【悬崖峭壁】xuányá-qiàobì vách đá dựng đứng

【悬疑】xuányí〈名〉chỗ nghi vấn; chỗ hồi hộp

【悬雍垂】xuányōngchuí〈名〉lưỡi con; lưỡi gà trong họng (thường gọi là "小舌" tiểu thiệt)

【悬浊液】xuánzhuóyè〈名〉dung dịch vẩn đục; chất lỏng đục; dung dịch đục

旋 xuán❶〈动〉xoay chuyển: 盘~ bàn hoàn/bay lượn lượn; 天~地转 trời đất xoay chuyển ❷〈动〉trở về: 凯~ khải hoàn ❸〈名〉vòng; xoay tròn: ~涡 vũng xoáy ❹〈名〉(tóc) xoăn; xoáy; khoáy: 头顶上有两个~儿。Đỉnh đầu có hai khoáy. ❺〈副〉[书]nhanh; chốc lát // (姓) Tuyền, Triền

另见xuàn

【旋光性】xuánguāngxìng〈名〉tính chuyển hướng ánh sáng (của vật chất)

【旋即】xuánjí〈副〉chẳng lâu; chốc lát: 足球赛门票~售光。Vé vào cửa của trận thi đấu bóng đá đã bán hết trong chốc lát.

【旋里】xuánlǐ〈动〉[书]trở về quê cũ: 因事~ bởi có việc trở về quê cũ

【旋流】xuánliú〈名〉dòng xoáy

【旋律】xuánlǜ〈名〉giai điệu (trong âm nhạc): 优美的~ giai điệu tốt đẹp

【旋钮】xuánniǔ〈名〉nút xoay

【旋桥】xuánqiáo〈名〉[建筑]cầu quay; cầu đóng mở

【旋绕】xuánrào〈动〉quấn quanh; uốn lượn: 炊烟~ khói bếp vờn quanh; 美妙的音乐一直在耳边~。Âm nhạc tuyệt vời luôn văng vẳng ở bên tai.

【旋塞】xuánsāi〈名〉van xoay

【旋梯】xuántī〈名〉❶thang dây (trên máy bay lên thẳng) ❷thang đu (một môn thể thao)

【旋涡】xuánwō〈名〉❶xoáy nước ❷vòng xoáy: 陷入爱情的~ rơi vào vòng xoáy của tình yêu

【旋翼】xuányì〈名〉cánh xoay (của máy bay lên thẳng)

【旋凿】xuánzáo〈名〉[方]tuốc-nơ-vít

【旋闸】xuánzhá〈名〉cổng xoay

【旋踵】xuánzhǒng〈动〉[书]quay gót: ~即逝 quay gót liền biến mất

【旋转】xuánzhuǎn〈动〉xoay tròn; xoay quanh: 月球绕地球~。Mặt trăng xoay quanh trái đất.

【旋转餐厅】xuánzhuǎn cāntīng　sảnh ăn xoay vòng

【旋转木马】xuánzhuǎn mùmǎ　ngựa gỗ xoay (một dạng chơi đu quay)

【旋转乾坤】xuánzhuǎn-qiánkūn　xoay trời chuyển đất; xoay chuyển càn khôn

【旋子】xuánzi<名>vòng; cái vòng: 飞机在空中打了几个~，就向远处飞去。Máy bay lượn mấy vòng trên không rồi bay xa.

漩 xuán<名>dòng nước xoáy: 河中央有许多水~儿。Giữa sông có nhiều dòng nước xoáy.

【漩涡】xuánwō<名>dòng xoáy: 湖泊的中央形成了~。Giữa hồ hình thành một dòng xoáy.

璇 xuán<名>[书]ngọc toàn (loại ngọc đẹp)

【璇玑】xuánjī<名>❶triền cơ (dụng cụ quan trắc thiên văn thời xưa) ❷chuỗi sao Bắc Đẩu (từ ngôi 1 đến ngôi 4)

xuǎn

选 xuǎn❶<动>lựa chọn: 筛~ sàng lọc ❷<动>tuyển cử; bầu cử: 普~ tổng tuyển cử/phổ thông bỏ phiếu (tất cả mọi công dân đều có quyền bỏ phiếu)❸<名>trúng cử; đắc cử: 当~ trúng cử; 人~ người chọn ❹<名>tác phẩm chọn lọc: 论文~ tuyển tập luận văn; 诗~ tuyển tập thơ

【选拔】xuǎnbá<动>tuyển chọn: ~基层干部 tuyển chọn cán bộ cơ sở

【选拔赛】xuǎnbásài<名>cuộc thi đấu tuyển

【选本】xuǎnběn<名>tuyển tập: 这只是初步的~。Đây chỉ là tuyển tập dạng bản thảo.

【选编】xuǎnbiān❶<动>biên tập tuyển chọn: 这些是~的材料。Đây là những tài liệu đã được tuyển chọn. ❷<名>tuyển tập

【选材】xuǎncái<动>❶chọn nhân tài ❷chọn tài liệu: 这些文章~很好。Những bài viết này đều chọn tài liệu rất hay.

【选调】xuǎndiào<动>lựa chọn và điều động: 我被~到这里任职。Tôi được điều động về đây nhậm chức.

【选调生】xuǎndiàoshēng<名>học sinh điều động: 我是班里的~。Tôi là học sinh điều động trong lớp học.

【选定】xuǎndìng<动>lựa chọn; bầu cử: 我被~为班长。Tôi được chọn làm lớp trưởng.

【选读】xuǎndú❶<动>chọn đọc: 这篇文章为~课文。Đây là bài văn được chọn đọc. ❷<名>tập sách chọn đọc: 散文~ tập đọc văn xuôi

【选段】xuǎnduàn<名>đoạn chọn; đoạn trích: 音乐~ đoạn trích âm nhạc; 这是一首优美的诗歌~。Đây là một bài thơ hay.

【选购】xuǎngòu<动>chọn mua: 今天可以~一些商品了。Hôm nay có thể chọn mua những thứ mình muốn.

【选集】xuǎnjí<名>tuyển tập: 这是一本古诗文~。Đây là một cuốn tuyển tập thơ văn cổ.

【选辑】xuǎnjí❶<动>biên tập chọn lọc: 请把这份材料~一下。Đề nghị biên tập tài liệu này. ❷<名>tuyển biên; tuyển tập: 历史资料~ tuyển tập tư liệu lịch sử

【选举】xuǎnjǔ<动>tuyển cử; bầu: 大会将出主席。Hội nghị sẽ bầu ra vị chủ tịch.

【选举权】xuǎnjǔquán<名>quyền bầu cử

【选刊】xuǎnkān❶<动>chọn đăng: 从他的作品中~一幅国画。Từ trong tác phẩm của anh ấy chọn đăng một bức tranh Trung Quốc. ❷<名>tập san tuyển chọn: 这是第一期~。Đây là tập san chọn lọc số ra đầu tiên.

【选矿】xuǎnkuàng<动>tuyển khoáng; tuyển quặng

【选留】xuǎnliú<动>tuyển chọn để lại

【选录】xuǎnlù<动>tuyển lục; lựa chọn và ghi lại: 这本书~了很多名人名言。Cuốn sách này lựa chọn và ghi lại nhiều câu danh ngôn của các danh nhân.

【选民】xuǎnmín〈名〉cử tri: 我们都是合法 ~。Chúng ta đều là cử tri hợp pháp.

【选派】xuǎnpài〈动〉biệt phái: 你被~去支 援边疆了。Anh được tuyển chọn và cử đi chi viện vùng biên cương.

【选配】xuǎnpèi〈动〉❶lựa chọn để phối hợp ❷chọn súc vật để lấy giống ❸lựa chọn để phân phối, bố trí tốt

【选票】xuǎnpiào〈名〉phiếu bầu: 请给大家 分发~。Đề nghị phân phát phiếu bầu cho mọi người.

【选聘】xuǎnpìn〈动〉chọn mời (đến làm việc): 他被~为校长。Ông ấy đã được mời nhận làm hiệu trưởng.

【选区】xuǎnqū〈名〉khu vực bầu cử: 这次选 举的~已经确定。Khu vực bầu cử lần này đã được xác định rồi.

【选曲】xuǎnqǔ〈名〉khúc nhạc chọn lọc: 这 部歌剧的~很好。Khúc nhạc chọn lọc của ca kịch này rất hay.

【选任】xuǎnrèn〈动〉lựa chọn và bổ nhiệm: 大家~他为主席。Mọi người đều bầu ông ấy làm chủ tịch.

【选手】xuǎnshǒu〈名〉tuyển thủ: 请下一 位~上场。Xin mời tuyển thủ tiếp theo lên sân.

【选送】xuǎnsòng〈动〉tiến cử; chọn để giới thiệu: 他需要~一些作品去参赛。Anh ấy cần phải chọn một số tác phẩm tham gia cuộc thi.

【选题】xuǎntí ❶〈动〉chọn đề ❷〈名〉tiêu đề được chọn

【选项】xuǎnxiàng ❶〈动〉chọn hạng mục ❷〈名〉hạng mục được chọn

【选修】xuǎnxiū〈动〉chọn môn học: 这学 期他~了很多课程。Học kì này anh ấy đã chọn học nhiều khóa trình.

【选秀】xuǎnxiù〈动〉thi tuyển người đẹp; thi hoa hậu: 这是一期~节目。Đây là một chương trình thi hoa hậu.

【选样】xuǎnyàng〈动〉chọn mẫu: 这是这次 检测的~。Đây là mẫu chọn để kiểm định lần này.

【选用】xuǎnyòng〈动〉tuyển dụng; chọn: ~ 工人 tuyển dụng lao động

【选育】xuǎnyù〈动〉chọn giống và gây giống: 他~出了新品种。Anh ấy đã chọn và gây được giống mới.

【选择】xuǎnzé〈动〉lựa chọn

【选种】xuǎnzhǒng〈动〉chọn giống: 作物~ 要精细。Chọn giống cây trồng cần phải tỉ mỉ.

【选作】xuǎnzuò〈动〉chọn làm: 这首歌被~ 国歌。Bài hát này được chọn làm quốc ca.

晅 xuǎn〈形〉[书]❶sáng; ánh sáng ❷khô; hanh khô

烜 xuǎn又读xuān〈形〉[书]thịnh vượng; to lớn mạnh mẽ

【烜赫】xuǎnhè〈形〉[书]khí thế rầm rộ; thanh thế lớn; lừng lẫy: 他名声~。Tiếng tăm ông ấy to lớn mạnh mẽ.

【烜赫一时】xuǎnhè-yīshí vang bóng một thời

癣 xuǎn〈名〉bệnh nấm ngoài da; hắc lào: 手 ~ nấm tay

xuàn

泫 xuàn〈动〉[书]nước nhỏ giọt: 花上露犹 ~。Trên hoa sương còn nhỏ giọt.

炫 xuàn〈动〉[书]❶lóa mắt: 光彩~目 ánh sáng sắc màu lóa mắt ❷khoe; khoe khoang: ~技 khoe kĩ năng

【炫富】xuànfù〈动〉khoe khoang của cải; khoe giàu

【炫目】xuànmù〈形〉(ánh sáng) chói lòa;

lóa mắt: 珠宝发出~的光芒。Châu báu tỏa sáng lóa mắt.

【炫弄】xuànnòng<动>huênh hoang; lòe: ~舞技 khoe khoang kĩ thuật múa

【炫示】xuànshì<动>khoe khoang; lòe: 鸟类用羽毛~自己。Loài chim khoe mình bằng lông vũ.

【炫耀】xuànyào<动>❶khoe khoang: 他在向朋友们~新买的跑车。Anh ấy khoe với bạn bè chiếc xe đua mới mua. ❷chiếu rọi; sáng lòa

绚 xuàn<形>(màu sắc) tươi sáng; rực rỡ: ~烂的色彩 màu sắc rực rỡ

【绚烂】xuànlàn<形>rực rỡ; xán lạn: ~的烟花 pháo hoa rực rỡ

【绚丽】xuànlì<形>rực rỡ; sáng đẹp: ~的舞台 sân khấu rực rỡ

眩 xuàn❶<形>mắt hoa; mắt mờ ❷<动>[书](bị) mê hoặc; lóa mắt: ~于名利 lóa mắt vì danh lợi

【眩目】xuànmù<形>lóa mắt; hoa mắt: 在灯光~的城市里 trong thành phố với ánh đèn lóa mắt

【眩晕】xuànyùn<动>chóng mặt; bị choáng: 我一爬高就~。Tôi cứ leo cao thì chóng mặt.

旋¹ xuàn❶<形>xoáy; xoay chuyển: ~风 gió xoáy ❷<动>tiện; gọt xoáy tròn: ~根车轴 tiện trục xe ❸<名>mâm tráng bánh

旋² xuàn<副>[口]lâm thời; tạm thời: ~吃~做 ăn lúc nào làm lúc ấy
另见xuán

【旋风】xuànfēng<名>gió xoáy; gió lốc: ~般地进攻 tiến công như gió xoáy

渲 xuàn<动>tô màu; phủ lên; tô lên

【渲染】xuànrǎn<动>❶tô màu lên bức tranh; phủ lên; tô vẽ ❷thổi phồng; miêu tả quá mức; tô hồng; khuếch đại: 他利用这个机会大肆~这两个机构间的冲突。Anh

ấy lợi dụng cơ hội này thổi phồng xung đột giữa hai cơ quan.

楦 xuàn❶<名>cốt khuôn (làm giày hoặc mũ) ❷<动>[方]độn chặt; chèn chặt: 装好鸡蛋，注意把纸箱~好。Xếp xong trứng gà, chú ý đệm lót giấy cho kĩ.

【楦头】xuàntou =【楦子】

【楦子】xuànzi<名>cốt khuôn (giày, mũ)

xuē

削 xuē 义同"削"(xiāo)，专用于合成词，如"剥削、削减、削弱"。
另见xiāo

【削壁】xuēbì<名>vách núi dựng đứng: 悬崖~ vách đứng cheo leo

【削发】xuēfà<动>cạo (trọc) đầu: ~为僧 cạo đầu đi tu

【削价】xuējià<动>giảm giá; hạ giá: ~清仓 giảm giá thu dọn kho

【削减】xuējiǎn<动>giảm bớt: ~关税 giảm bớt thuế quan; ~开支 cắt giảm chi tiêu

【削平】xuēpíng<动>[书]dẹp yên; bình định; tiêu diệt: ~暴乱 dẹp yên bạo loạn

【削弱】xuēruò<动>❶yếu đi (lực lượng, thế lực) ❷làm suy yếu: ~敌人的有生力量 làm suy yếu sinh lực của địch

【削铁如泥】xuētiě-rúní vạc sắt dễ như vạc bùn

【削职】xuēzhí<动>[书]miễn chức vụ; cách chức: ~为民 cách chức cho về vườn/cách chức thành dân thường

【削足适履】xuēzú-shìlǚ gọt chân cho vừa giày

靴 xuē<名>ủng; hia; giày bốt: 皮~ ủng da; 雪地~ ủng đi tuyết

【靴裤】xuēkù<名>quần ủng

【靴筒】xuētǒng<名>ống ủng

【靴子】xuēzi<名>giày bốt; ủng: 这款~很畅

销。Thứ ùng này bán chạy lắm.

xué

穴 xué <名> ❶hang đá; hang hốc: 洞~ hang động ❷ổ; tổ: 虎~ hang cọp; 蚁~ tổ kiến ❸huyệt mộ ❹huyệt: 点摁~位治疗的方法 phương pháp bấm huyệt chữa bệnh; 点~ 点huyệt //(姓) Huyệt

【穴播】xuébō<动>trồng lỗ tra hạt

【穴道】xuédào<名>huyệt đạo: 中医注重利用刺激~治疗疾病。Trung y coi trọng việc kích thích huyệt đạo để chữa bệnh.

【穴居】xuéjū<动>ở hang: ~野处 ăn hang ở hốc; 原始人~山洞。Người nguyên thủy cư trú ở hang.

【穴位】xuéwèi<名>❶[中医]huyệt vị: 按摩~ bấm huyệt vị ❷vị trí huyệt mộ

芔 xué<动>cót thóc

【芔子】xuézi<名>cót; phên

学 xué ❶<动>học (tập): ~画画 học vẽ ❷ <动>học; bắt chước: ~小狗叫 bắt chước tiếng chó sủa ❸<名>học vấn: 博~多才 học rộng tài cao ❹<名>môn học: 生物~ sinh vật học ❺<名>trường học: 大~ trường đại học //(姓) Học

【学报】xuébào<名>học báo: 这一研究成果将在《应用物理~》上发表。Thành quả nghiên cứu này sẽ đăng trên *Học báo vật lí ứng dụng*.

【学步】xuébù<动>học đi bộ: 儿童~车 xe tập đi bộ của trẻ em

【学部】xuébù<名>❶cơ cấu quản lí giáo dục đời nhà Thanh ❷ban; học bộ (cơ cấu tư vấn các ngành khoa học ở viện khoa học Trung Quốc gồm một số viện sĩ gọi là ủy viên học bộ): 他是~委员。Anh ấy là ủy viên học bộ.

【学潮】xuécháo<名>phong trào học sinh

giáo chức: 参加~ tham gia phong trào học sinh giáo chức

【学而不厌】xué'érbùyàn học mà không biết chán

【学而时习之】xué ér shí xí zhī học rồi luôn ôn lại

【学非所用】xuéfēisuǒyòng học được mà không vận dụng được; học mà không đi đôi với hành

【学费】xuéfèi<名>❶học phí ❷chi phí học tập

【学分】xuéfēn<名>học phần; tín chỉ: 这门课程有两个~。Môn học này có hai học phần.

【学分制】xuéfēnzhì<名>Chế độ học theo tín chỉ: 该校实行~。Trường này thi hành chế độ học theo tín chỉ.

【学风】xuéfēng<名>phong khí học tập: 端正~ uốn nắn phong khí học tập

【学府】xuéfú<名>học phủ (trường đại học, cao đẳng): 高等~ trường đại học và cao đẳng

【学富五车】xuéfùwǔchē bác học; học nhiều (đến mức phải cần đến 5 xe chở sách); học rộng tài cao: 中国古代有许多~的才子。Thời cổ Trung Hoa đã có nhiều người tài cao học rộng.

【学工】xuégōng<动>học làm công nhân

【学乖】xuéguāi<动>biết điều: 这次教训让他~了。Bài học lần này đã giúp cho nó biết điều hơn nhiều.

【学贯中西】xuéguànzhōngxī học rộng cả kiến thức phương Đông và phương Tây

【学海无涯】xuéhǎi-wúyá việc học hành không có bến bờ: 学得越多，越觉得~。Càng học nhiều, càng cảm thấy việc học hành là vô bờ bến.

【学好】xuéhǎo<动>học theo người tốt việc tốt

X

【学坏】xuéhuài<动>học theo người xấu việc xấu

【学会】xuéhuì❶<动>nắm được: 这件事教我们~理解他人。Việc này dạy chúng tôi học được cách hiểu người khác. ❷<名>học hội; hội học thuật

【学籍】xuéjí<名>học bạ; tư cách học sinh: ~管理 quản lí hồ sơ học sinh; 保留~ bảo lưu tư cách học sinh

【学监】xuéjiān<名>[旧]giám thị nhà trường

【学界】xuéjiè<名>❶giới học thuật; giới nghiên cứu: 他是这一~的精英。Ông ấy là tinh hoa trong giới học thuật này. ❷ngành giáo dục: 重视基础教育是~共识。Coi trọng giáo dục cơ sở là nhận thức chung của ngành giáo dục.

【学究】xuéjiū<名>nhà nho; hủ nho

【学科】xuékē<名>❶ngành khoa học: 物理~ ngành khoa học vật lí ❷ngành học ❸khoa mục

【学科带头人】xuékē dàitóurén người đầu ngành; chuyên gia đầu ngành

【学理】xuélǐ<名>nguyên lí; quy tắc (về khoa học)

【学力】xuélì<名>học lực; sức học; trình độ

【学历】xuélì<名>quá trình học tập: 他拥有本科~。Anh ấy có bằng cử nhân.

【学历教育】xuélì jiàoyù đào tạo bằng cấp

【学龄】xuélíng<名>tuổi đi học: ~前儿童 trẻ em trước tuổi đi học

【学名】xuémíng<名>❶tên khoa học: 铁锈的~是氧化铁。Tên khoa học của gỉ sắt là Iron oxide. ❷tên chính thức (khi đi học)

【学年】xuénián<名>năm học

【学派】xuépài<名>học phái

【学期】xuéqī<名>học kì

【学前班】xuéqiánbān<名>lớp mẫu giáo (trước tuổi đi học); lớp vỡ lòng: 我弟弟正在~读书。Em trai tôi đang học ở lớp mẫu giáo.

【学前教育】xuéqián jiàoyù giáo dục mầm non; giáo dục trước tuổi đi học

【学区】xuéqū<名>khu quản lí giáo dục; phân khu học: 本县有三个~。Huyện mình có 3 khu học.

【学然后知不足】xué ránhòu zhī bùzú đi học rồi mới biết về sự thiếu kiến thức của bản thân

【学舌】xuéshé<动>❶bắt chước nói vẹt: 鹦鹉~。Nói theo như vẹt. ❸[口]mách lẻo; bép xép

【学生】xuéshēng<名>❶học sinh; sinh viên: ~是祖国的未来。Học sinh là tương lai của nhà nước. ❷học trò

【学生会】xuéshēnghuì<名>hội học sinh; hội sinh viên: 参加~能锻炼自己的组织能力。Tham gia vào hội học sinh có thể rèn luyện năng lực tổ chức của mình.

【学生票】xuéshēngpiào<名>vé học sinh; vé sinh viên: 买~有五折优惠。Mua vé học sinh được ưu đãi 50%.

【学生证】xuéshēngzhèng<名>thẻ học sinh; thẻ sinh viên: 凭~买车票 mua vé xe bằng thẻ học sinh

【学生装】xuéshēngzhuāng<名>đồng phục học sinh

【学时】xuéshí<名>giờ học; tiết học: 上午我们有四个~的课。Buổi sáng chúng tôi học bốn tiết.

【学识】xuéshí<名>học thức: 他~渊博，所知甚广。Anh ấy học thức uyên bác, hiểu biết rất rộng.

【学士】xuéshì<名>❶người có học ❷cử nhân; học sĩ: 本科毕业后，我们将获得~学位。Sau khi tốt nghiệp đại học, chúng tôi sẽ có học vị cử nhân.

【学术】xuéshù<名>học thuật: 计算机研究是一个深奥的~领域。Nghiên cứu máy vi

tính là một lĩnh vực học thuật rất sâu.

【学术界】xuéshùjiè<名>giới học thuật

【学说】xuéshuō<名>học thuyết: 近代以来，中国出现过许多建国~。Từ thời cận đại đến nay, Trung Quốc từng xuất hiện nhiều học thuyết về vấn đề dựng nước.

【学堂】xuétáng<名>[方]học đường; nhà trường

【学徒】xuétú❶<动>học nghề ❷<名>người học nghề; học trò: ~工 công nhân học trò

【学位】xuéwèi<名>❶học vị: 大学毕业将会获得学士~。Sau khi tốt nghiệp đại học sẽ nhận được học vị cử nhân. ❷hạn mức vào trường

【学位证书】xuéwèi zhèngshū bằng cấp (học vị): 教育界正在关注~的含金量问题。Ngành giáo dục đang chú ý đến vấn đề chất lượng của bằng cấp.

【学问】xuéwen<名>❶học vấn; ngành học ❷học vấn; kiến thức: 有~的人更容易明白道理。Người có học vấn dễ hiểu biết đạo lí hơn.

【学无止境】xuéwúzhǐjìng sự học hỏi là không có bờ bến: ~，我们要活到老学到老。Sự học hỏi là vô bờ bến, đòi hỏi chúng ta phải học tập suốt đời.

【学习】xuéxí<动>❶học tập: ~的乐趣在于增长知识。Sự hứng thú của học tập là mở rộng kiến thức. ❷học; bắt chước; noi gương: 向雷锋同志~! Noi gương đồng chí Lôi Phong!

【学习型社会】xuéxíxíng shèhuì xã hội học tập: 中国正在努力建设~。Trung Quốc đang cố gắng xây dựng một xã hội học tập.

【学衔】xuéxián<名>học hàm

【学校】xuéxiào<名>trường học; nhà trường: 各个~都在扩大招生量。Các trường đều tăng số lượng tuyển sinh.

【学业】xuéyè<名>bài vở và bài tập: 如果你在~上遇到问题可以来问我。Nếu em gặp khó khăn về bài vở có thể hỏi tôi.

【学业有成】xuéyè-yǒuchéng học tập có thành tích: 祝你~! Chúc mừng em học tập giành thành tích tốt!

【学以致用】xuéyǐzhìyòng học đi đôi với hành; học để mà dùng: 在生活中我们要做到~。Chúng ta nên áp dụng kiến thức đã học được vào đời sống.

【学艺】xuéyì<动>học nghề: 这次失败的原因是~不精。Lần thất bại này do học nghề không tinh thông gây ra.

【学友】xuéyǒu<名>bạn học

【学有专长】xuéyǒuzhuāncháng học có sở trường: 每个人都应该~。Mỗi người đều nên học có sở trường.

【学员】xuéyuán<名>học viên; sinh viên: ~的生活条件有了很大的改善。Điều kiện đời sống của sinh viên đã được cải thiện nhiều.

【学院】xuéyuàn<名>học viện: 综合大学里有很多~。Đại học tổng hợp gồm nhiều học viện.

【学院风】xuéyuànfēng<名>phong cách ăn mặc kiểu học viện

【学院派】xuéyuànpài<名>trường phái học viện

【学杂费】xuézáfèi<名>học phí và tạp phí; khoản chi lặt vặt trong học tập: 国家将就减免~问题出台新的政策。Nhà nước sẽ đề ra chính sách mới đối với vấn đề giảm bớt hoặc miễn khoản chi phí lặt vặt trong học tập.

【学长】xuézhǎng<名>❶học trưởng (cách gọi tôn xưng người bạn cùng học); các anh chị khóa trước: ~给我们传授了许多学习经验。Các anh chị khóa trước đã dạy nhiều kinh nhiệm học tập cho chúng tôi. ❷[旧]trưởng khoa

【学者】xuézhě<名>học giả: 这次研讨会有许多著名~参加。Nhiều học giả nổi tiếng tham gia cuộc hội thảo này.

【学制】xuézhì<名>chế độ giáo dục

【学子】xuézǐ<名>[书]học trò; học sinh: 许多中国~正在美国学习。Có nhiều học sinh Trung Quốc đang theo học tại Mĩ.

噱 xué<动>[方]cười: 发~ nực cười

【噱头】xuétóu[方]❶<名>lời nói hoặc động tác buồn cười; trò cười ❷<名>ngón bịp bợm; mánh khóe: 摆~ giở ngón bịp bợm ❸<形>hài hước; buồn cười

xuě

雪 xuě❶<名>tuyết: ~花 hoa tuyết ❷<名>(trắng sáng) như tuyết ❸<动>rửa sạch: 昭~ chiêu tuyết //(姓) Tuyết

【雪白】xuěbái<形>trắng như tuyết: ~肌肤 da trắng như tuyết

【雪板】xuěbǎn<名>ván trượt tuyết: 人们用~运送货物。Người ta vận chuyển hàng hóa bằng ván trượt tuyết.

【雪豹】xuěbào<名>con báo tuyết: ~具备优秀的捕猎技巧。Con báo tuyết rất có tài săn mồi.

【雪暴】xuěbào<名>bão tuyết: 这场~严重影响了交通。Trận bão tuyết này đã ảnh hưởng nghiêm trọng đến giao thông.

【雪崩】xuěbēng<动>tuyết lở; tuyết sạt: 有几位游客因为~而被困在山上。Có mấy du khách bị kẹt trong núi vì tuyết lở.

【雪藏】xuěcáng<动>❶[方]ướp lạnh: ~是保持食物新鲜的重要方法。Ướp lạnh là cách thức quan trọng giữ tươi thực phẩm. ❷bỏ không cho dùng; gác lại không dùng: 这名歌手已经被~多年了。Ca sĩ này bị cấm hát nhiều năm rồi. ❸cố ý giấu hoặc giữ lại

【雪车】xuěchē<名>xe trượt tuyết: ~是冬天里重要的交通工具。Xe trượt tuyết là phương tiện giao thông quan trọng mùa đông.

【雪尘】xuěchén<名>tuyết bụi

【雪耻】xuěchǐ<动>rửa nhục; rửa hận

【雪地靴】xuědìxuē<名>ủng đi tuyết: 今年的大雪使得~很畅销。Mưa tuyết lớn năm nay làm cho ủng đi tuyết bán rất chạy.

【雪雕】xuědiāo<名>tạo hình bằng tuyết; điêu khắc trên tuyết: 厚厚的积雪引起了大家玩~的兴致。Lớp tuyết dày đã khêu dậy hứng thú chơi trò khắc tuyết của mọi người.

【雪肤】xuěfū<名>làn da trắng mịn: 她的~令人惊羡。Làn da trắng trẻo mịn màng của cô ấy khiến mọi người ngạc nhiên thán phục.

【雪糕】xuěgāo<名>❶kem que: 绿豆~ kem que đậu xanh ❷[方]kem: 草莓~ kem dâu

【雪恨】xuěhèn<动>rửa hận: 报仇~ trả thù rửa hận

【雪花】xuěhuā<名>hoa tuyết; bông tuyết: 人们看着~从天而降。Người ta ngắm cảnh hoa tuyết rơi.

【雪花膏】xuěhuāgāo<名>kem dưỡng da; kem mĩ phẩm

【雪茄】xuějiā<名>xì gà: 每年有大量的~从古巴出口到国外。Mỗi năm có nhiều xì gà từ Cuba xuất khẩu ra nước ngoài.

【雪晶】xuějīng<名>[气象]tinh thể tuyết

【雪景】xuějǐng<名>cảnh tuyết: 人们正欣赏着美丽的~。Mọi người đang ngắm cảnh tuyết.

【雪梨】xuělí<名>quả lê

【雪里蕻】xuělǐhóng<名>[植物]cải dưa

【雪莲】xuělián<名>cây tuyết liên (một loại thực vật)

【雪亮】xuěliàng<形>sáng như tuyết; sáng trong: 人民的眼睛是~的。Con mắt của nhân dân bao giờ cũng trong sáng thấu suốt.

【雪量】xuěliàng〈名〉lượng tuyết: 天气预报没有报告今天的~。Dự báo thời tiết chưa báo cáo lượng mưa tuyết hôm nay.

【雪盲】xuěmáng〈名〉quáng tuyết; bị chói tuyết

【雪泥鸿爪】xuění-hóngzhǎo dấu chân chim hồng trên tuyết (ví dấu tích còn lưu lại)

【雪片】xuěpiàn〈名〉mảnh tuyết (bay lả tả)

【雪橇】xuěqiāo〈名〉xe trượt tuyết: 这里的人用狗拉~。Dân ở đây dùng chó kéo xe trượt tuyết.

【雪青】xuěqīng〈形〉màu tím nhạt

【雪球】xuěqiú〈名〉tuyết cầu; nắm tuyết

【雪人】xuěrén〈名〉(tượng) người tuyết: 人们发挥想象力堆出各式各样的~。Mọi người phát huy trí tưởng tượng để đắp thành các loại người tuyết.

【雪山】xuěshān〈名〉núi tuyết

【雪上加霜】xuěshàng-jiāshuāng tuyết băng lại thêm sương phủ; họa vô đơn chí

【雪水】xuěshuǐ〈名〉nước xuýt; nước tuyết

【雪松】xuěsōng〈名〉cây tuyết tùng

【雪条】xuětiáo〈名〉[方]kem que; kem cây

【雪鞋】xuěxié〈名〉giày đi tuyết

【雪冤】xuěyuān〈动〉rửa oan; minh oan

【雪原】xuěyuán〈名〉bãi tuyết: 战士们战斗在~上。Các chiến sĩ chiến đấu trên bãi tuyết.

【雪灾】xuězāi〈名〉tai nạn do tuyết gây ra: 大家捐献财物来帮助遭受~的同胞。Mọi người quyên góp ủng hộ tiền và của giúp đồng bào bị tai nạn do tuyết gây ra.

【雪仗】xuězhàng〈名〉trò chơi nắm tuyết ném nhau: 公园里许多小孩正在打~。Trong công viên nhiều trẻ con đang ném những nắm tuyết vào nhau.

【雪杖】xuězhàng〈名〉gậy trượt tuyết

【雪中送炭】xuězhōng-sòngtàn tặng than sưởi khi trời tuyết; giúp người trong hoạn nạn: 当我们遇到困难时，朋友更让我们感动。Khi chúng tôi gặp khó khăn các bạn đã giúp đỡ đúng lúc làm cho chúng tôi rất cảm động.

鳕 xuě〈名〉[动物]cá moruy

【鳕鱼】xuěyú〈名〉cá moruy

xuè

血 xuè ❶〈名〉máu: 流~ chảy máu ❷〈形〉(có quan hệ) ruột thịt máu mủ; huyết thống: ~统 huyết thống ❸〈名〉kinh nguyệt ❹〈形〉bồng bột xốc nổi: ~气方刚 khí huyết bừng bừng // (姓) Huyết

另见xiě

【血癌】xuè'ái〈名〉bệnh máu trắng; ung thư máu: 他罹患~，却从未丧失信心。Anh ấy bị ung thư máu, nhưng chưa bao giờ mất lòng tin.

【血案】xuè'àn〈名〉vụ án giết người; vụ án đẫm máu: 这宗~终于告破。Vụ giết người rốt cuộc đã được phá án.

【血斑】xuèbān〈名〉đốm huyết

【血本】xuèběn〈名〉vốn gốc; vốn cơ bản; vốn ban đầu

【血本无归】xuèběn-wúguī mất sạch vốn: 生意上的失败让他~。Thất bại trong kinh doanh làm cho anh ấy mất sạch vốn.

【血崩】xuèbēng〈名〉chứng băng huyết

【血常规检查】xuèchángguī jiǎnchá xét nghiệm máu cơ bản

【血仇】xuèchóu〈名〉mối huyết thù; món nợ máu

【血管】xuèguǎn〈名〉mạch máu; huyết quản

【血光之灾】xuèguāngzhīzāi họa đổ máu: 他贪图珠宝，却引来了~。Nó tham lam châu báu, nên đã dẫn đến cái họa đổ máu.

【血海】xuèhǎi〈名〉bể máu

【血海深仇】xuèhǎi-shēnchóu mối thù truyền kiếp; thù không đội trời chung

【血汗】xuèhàn<名>máu và mồ hôi; mồ hôi nước mắt: 他们花了多少~才建成了这项工程。Họ đổ bao nhiêu mồ hôi sôi nước mắt mới xây dựng nên công trình này.

【血汗工厂】xuèhàn gōngchǎng xí nghiệp bóc lột nhân công tàn tệ; xí nghiệp hút máu

【血汗钱】xuèhànqián<名>tiền kiếm được bằng mồ hôi nước mắt: 父母用~供他读书。Bố mẹ nuôi anh ấy ăn học bằng đồng tiền mồ hôi nước mắt.

【血红】xuèhóng<形>đỏ tươi; màu đỏ tươi

【血红蛋白】xuèhóng dànbái huyết sắc tố; hồng huyết tố

【血花】xuèhuā<名>vết máu bắn tung tóe

【血迹】xuèjì<名>vết máu: 谋杀现场留下了许多~。Hiện trường mưu sát để lại nhiều vết máu.

【血痂】xuèjiā<名>vảy máu

【血检】xuèjiǎn<动>❶xét nghiệm máu ❷đặc chỉ xét nghiệm trong máu có thuốc cấm hay không

【血浆】xuèjiāng<名>huyết tương

【血口喷人】xuèkǒu-pēnrén ngậm máu phun người: 不要在这里~，诬陷他人。Đừng có mà ngậm máu phun người, vu cáo hãm hại người khác.

【血库】xuèkù<名>kho máu; ngân hàng máu: 多地~供应不足。Lượng tồn trong kho máu nhiều nơi không đủ cung ứng.

【血块】xuèkuài<名>khối máu: 那次车祸让他的大脑内至今仍留有~。Vụ tai nạn giao thông đó đến nay vẫn còn lưu lại vết máu đọng trong não của anh ấy.

【血亏】xuèkuī<动>thiếu máu

【血泪】xuèlèi<名>máu và nước mắt: 她诉说着旧社会的~史。Chị ấy tố cáo quãng lịch sử đầy máu và nước mắt trong xã hội cũ.

【血量】xuèliàng<名>lượng máu

【血流成河】xuèliú-chénghé máu tuôn chảy thành sông: 激烈的战斗过后，战场上~。Sau trận chiến ác liệt chiến trường máu chảy thành sông.

【血流如注】xuèliú-rúzhù máu tuôn ra như nước chảy

【血路】xuèlù<名>đường tiến nhuộm máu; con đường máu

【血脉】xuèmài<名>❶mạch máu ❷huyết thống; dòng máu: ~相承 cùng một dòng máu

【血尿】xuèniào<名>chứng tiểu ra máu

【血浓于水】xuènóngyúshuǐ máu đậm hơn nước lã; một giọt máu đào hơn ao nước lã

【血泡】xuèpào<名>nốt phồng dưới da đầy máu: 他的手上起了~。Bàn tay anh ấy bị rộp phồng tụ máu.

【血盆大口】xuèpén-dàkǒu mồm máu; mồm to trông dữ tợn: 老虎张开了~。Con hổ há to mồm đỏ lòm.

【血拼】xuèpīn<动>liều mình với đối thủ

【血泊】xuèpō<名>vũng máu: 他最后倒在了~中。Anh ấy cuối cùng đã ngã trong vũng máu.

【血气】xuèqì<名>❶khí huyết ❷tính cách cứng cỏi

【血亲】xuèqīn<名>người (có quan hệ) ruột thịt; người thân trong gia đình

【血清】xuèqīng<名>huyết thanh

【血球】xuèqiú<名>huyết cầu

【血染沙场】xuèrǎnshāchǎng đẫm máu chiến trường: 英勇的将军最后~。Cuối cùng tướng quân anh dũng ngã xuống máu nhuộm chiến trường.

【血肉】xuèròu<名>❶máu và thịt ❷quan hệ máu thịt

【血肉横飞】xuèròu-héngfēi máu đổ đầu

rơi; thịt nát xương tan

【血肉模糊】xuèròu-móhu máu thịt tan nát

【血肉相连】xuèròu-xiānglián như xương với thịt; gắn bó với nhau như máu thịt: 再多的困难也割不断他们之间~的深情。Dù khó khăn thế nào đi nữa cũng không thể cắt đứt tình nghĩa gắn bó với nhau như máu thịt giữa họ.

【血色】xuèsè<名>sắc mặt; màu hồng hào của da: 老人~很好。Ông cụ sắc mặt hồng hào.

【血色素】xuèsèsù<名>huyết sắc tố

【血书】xuèshū<名>huyết thư

【血栓】xuèshuān<名>chứng nghẽn mạch máu: ~会危及生命。Chứng nghẽn mạch máu sẽ đe dọa đến tính mạng.

【血水】xuèshuǐ<名>máu loãng

【血丝】xuèsī<名>❶sợi máu ❷màng đỏ ở mắt: 他昨天熬夜，今天双眼布满~。Anh ấy hôm qua thức khuya, sáng nay hai mắt đầy màng đỏ.

【血糖】xuètáng<名>glucosa máu; đường huyết: 这种疾病是~过高造成的。Bệnh này do glucosa máu quá cao gây ra.

【血统】xuètǒng<名>(quan hệ) huyết thống; dòng máu; máu mủ

【血污】xuèwū<名>vết máu: 他的衣服上满是~。Quần áo anh ấy đầy vết máu.

【血吸虫】xuèxīchóng<名>sán lá

【血洗】xuèxǐ<动>tàn sát đẫm máu; tắm máu

【血细胞】xuèxìbāo<名>tế bào máu

【血象】xuèxiàng<名>sơ đồ cấu tạo máu; huyết cấu đồ

【血小板】xuèxiǎobǎn<名>tiểu cầu (nhỏ hơn huyết cầu, giúp làm đông máu)

【血腥】xuèxīng❶<名>mùi tanh máu ❷<形>đẫm máu: 这部电影再现了~的战争场景。Bộ phim này đã tái hiện cảnh chiến tranh đẫm máu.

【血型】xuèxíng<名>nhóm máu; loại máu: 他还不知道自己的~。Anh ấy vẫn chưa biết nhóm máu mình.

【血性】xuèxìng<名>chính trực; tính cương trực

【血虚】xuèxū<名>huyết hư

【血循环】xuèxúnhuán<名>tuần hoàn máu

【血压】xuèyā<名>huyết áp: 他必须定期测量自己的~。Anh ấy phải định kì đo huyết áp của mình.

【血压计】xuèyājì<名>huyết áp kế

【血样】xuèyàng<名>mẫu máu

【血液】xuèyè<名>❶máu; huyết dịch ❷thành phần chính; sức mạnh: 新鲜~ sức mạnh mới

【血液病】xuèyèbìng<名>bệnh máu

【血衣】xuèyī<名>quần áo nhuốm máu; áo máu

【血印】xuèyìn<名>vết máu

【血友病】xuèyǒubìng<名>bệnh máu chậm đông; bệnh ưa chảy máu

【血缘】xuèyuán<名>huyết thống: ~关系 quan hệ huyết thống

【血晕】xuèyùn<名>chứng choáng ngất vì mất máu ở sản phụ
另见xiěyùn

【血债】xuèzhài<名>nợ máu: ~累累 nợ máu chồng chất

【血战】xuèzhàn❶<动>huyết chiến: 我们誓与敌人~到底。Chúng tôi thề quyết huyết chiến đến cùng với quân địch. ❷<名>trận huyết chiến

【血证】xuèzhèng<名>chứng cớ bằng máu

【血脂】xuèzhī<名>chất mỡ trong máu; mỡ máu

【血肿】xuèzhǒng<名>sưng máu

【血渍】xuèzì =【血迹】

X

谑 xuè<动>[书]đùa; ghẹo; cợt: 谐~ hài hước

【谑而不虐】xuè'érbùnüè đùa mà không chơi khăm

xūn

勋 xūn<名>❶công huân; công lao: 不朽的功~ công huân bất hủ ❷huân chương

【勋绩】xūnjì<名>công tích; công lao

【勋爵】xūnjué<名>❶huân tước ❷huân tước (tước vị ở nước Anh do quốc vương ban phong, có thể thế tập): 国王授予他~称号。Quốc vương trao huân tước cho ông ấy.

【勋劳】xūnláo<名>công lao to lớn: 人民永远不会忘记他的~。Nhân dân sẽ mãi mãi ghi nhớ công lao to lớn của ông.

【勋业】xūnyè<名>[书]công lao và sự nghiệp: 建立~ lập nên công lao và sự nghiệp

【勋章】xūnzhāng<名>huân chương: 因为战功显赫, 他被授予过很多~。Anh ấy được tặng nhiều huân chương do đã lập chiến công hiển hách.

熏 xūn❶<动>hun; xông (khói, hơi): 臭气~天 mùi thối xông lên ❷<动>hun; sấy (đồ ăn): ~鱼 cá hun ❸<动>tối (mắt vì lời): 利欲~心 hám lợi tối lòng ❹<形>[书]ấm áp: ~风 gió ấm

【熏干】xūngān<动>hun khô: 食物~有利于保存。Thực phẩm sau khi hun khô dễ bảo quản.

【熏鸡】xūnjī❶<动>hun gà ❷<名>gà hun: 他非常喜欢吃~。Anh ấy rất thích ăn món gà hun.

【熏笼】xūnlóng<名>xửng hun; lồng để hun

【熏炉】xūnlú<名>lò hun: 这个~已经有很长的历史了。Cái lò hun này đã có lịch sử lâu năm.

【熏染】xūnrǎn<动>tiêm nhiễm; nhuốm

【熏肉】xūnròu❶<动>hun thịt ❷<名>thịt hun: 他们决定晚饭吃~。Họ quyết định bữa tối ăn thịt hun.

【熏陶】xūntáo<动>hun đúc: 在老师的~下, 学生们学习更加刻苦了。Dưới sự hun đúc của thầy cô giáo, các học sinh học tập chịu khó hơn.

【熏鱼】xūnyú❶<动>hun cá: ~的做法并不复杂。Cách hun cá không phức tạp cho lắm. ❷<名>cá hun

【熏蒸】xūnzhēng<动>hun hấp: 暑气~ thời tiết nóng như hun đốt

【熏制】xūnzhì<动>hun; xông: 他们靠~各种食物赚钱。Họ kiếm tiền bằng nghề hun các loại thực phẩm.

薰 xūn<名>[书]cỏ huân (một loại cỏ thơm) //(姓) Huân

【薰衣草】xūnyīcǎo<名>cỏ huân (một loại cỏ thơm)

醺 xūn<形>say rượu: 微~ ngà ngà say; 醉~~ say ngất ngưởng

xún

旬 xún❶<名>tuần (mười ngày): 上~ thượng tuần ❷<量>tuần (mười tuổi là một tuần): 年届八~ sắp đến tuổi 80

【旬刊】xúnkān<名>tuần san; tuần báo: 这本杂志以~的形式出版。Tạp chí này xuất bản với hình thức tuần báo.

【旬日】xúnrì<名>tuần nhật; mười ngày

寻¹ xún<动>tìm; kiếm: ~机 tìm cơ hội

寻² xún<量>tầm (một đơn vị đo lường thời xưa) //(姓) Tầm

【寻宝】xúnbǎo<动>tìm báu vật: 上个世纪, ~活动非常盛行。Thế kỉ trước, hoạt động tìm báu vật rất phổ biến.

【寻查】xúnchá<动>tìm kiếm

【寻常】xúncháng<形>bình thường; tầm thường: 异乎~ khác thường; ~小事 việc bình thường; ~人家 hạng người tầm thường

【寻短见】xún duǎnjiàn tìm cái chết; tự sát; tự tử: 婚姻的失败让她差点去~。Chị ấy suýt tự tử bởi bị thất bại trong hôn nhân.

【寻访】xúnfǎng<动>tìm thăm: 我们已经 ~了许多困难户。Chúng tôi đã tìm thăm nhiều hộ khó khăn.

【寻根】xúngēn<动>❶tìm gốc rễ; tìm căn nguyên: ~溯源 tìm tận rễ/về tận nguồn ❷tìm tổ tông dòng dõi: 他想回大陆~。Anh ấy muốn về đại lục tìm tổ tông dòng dõi.

【寻根究底】xúngēn-jiūdǐ tìm rõ ngọn nguồn: 他对各种问题总喜欢~。Anh ấy thích tìm rõ ngọn nguồn của các loại vấn đề.

【寻行数墨】xúnháng-shǔmò chỉ biết đọc mà không hiểu ý nghĩa của văn; đọc vịt

【寻花问柳】xúnhuā-wènliǔ tìm hoa hỏi liễu; là lơi ong bướm: 他整天就知道~。Anh ta suốt ngày chỉ biết là lơi ong bướm.

【寻欢作乐】xúnhuān-zuòlè bày trò mua vui: 他将钱都花在了~上。Hắn ném tiền vào những cuộc bày trò mua vui.

【寻开心】xún kāixīn[方]đùa giỡn; trêu cho vui; chọc cười: 不要拿他~。Đừng đùa giỡn với anh ta.

【寻觅】xúnmì<动>tìm kiếm; tìm tòi

【寻摸】xúnmo<动>[口]mò tìm; tìm tòi

【寻求】xúnqiú<动>tìm kiếm; tìm tòi học hỏi: ~支持 tìm tòi sự giúp đỡ; ~真理 tìm chân lí

【寻人启事】xúnrén qǐshì nhắn tin tìm người

【寻事】xúnshì<动>gây chuyện; gây sự

【寻死】xúnsǐ<动>tìm cái chết

【寻死觅活】xúnsǐ-mìhuó muốn chết; thường chỉ trường hợp lấy cái chết để đe dọa

【寻思】xúnsi<动>suy nghĩ; thầm nghĩ: 他在 ~解决问题的办法。Anh ấy đang suy nghĩ

cách giải quyết vấn đề.

【寻味】xúnwèi<动>nhấm nháp nghiền ngẫm: 这句话很值得~。Câu này đáng nghiền ngẫm.

【寻问】xúnwèn<动>tìm hỏi

【寻隙】xúnxì<动>❶vạch chỗ hở: ~滋事 vạch chỗ hở gây chuyện ❷tìm chỗ hở; tìm cơ hội: ~作案 nhằm sơ hở mà gây án

【寻衅】xúnxìn<动>cố tình khiêu khích; cố ý gây sự

【寻幽访胜】xúnyōu-fǎngshèng tìm thăm danh lam thắng cảnh

【寻章摘句】xúnzhāng-zhāijù tầm chương trích cú (thường chỉ hiện tượng khi viết bài chỉ thích trích dẫn những câu bóng bẩy mà không chú trọng phân tích chủ đề)

【寻找】xúnzhǎo<动>tìm; tìm kiếm: 我们正 在~失事飞机的残骸。Chúng ta đang tìm xác máy bay bị nạn.

【寻踪觅迹】xúnzōng-mìjì tìm kiếm dấu tích

巡 xún ❶<动>tuần tra: 出~ đi tuần ❷<量> tuần; lượt: 酒过三~ rượu quá ba tuần

【巡边员】xúnbiānyuán<名>[体育]trọng tài biên

【巡查】xúnchá<动>tuần tra: 边境~ tuần tra biên giới

【巡察】xúnchá<动>tuần tra xem xét: 警察 正在各城区~。Cảnh sát đang tuần tra xem xét các khu phố.

【巡道】xúndào<动>tuần tra đường ray

【巡官】xúnguān<名>quan giám sát trong sở cảnh sát

【巡航】xúnháng<动>tuần tra trên không, trên biển: ~导弹 tên lửa cru-dơ

【巡回】xúnhuí<动>lưu động: ~演讲 diễn thuyết lưu động

【巡缉】xúnjī<动>tuần tra truy bắt

【巡街】xúnjiē<动>tuần tra đường phố: 警察

的~活动有力地打击了犯罪。Hoạt động tuần tra đường phố của cảnh sát đã giáng đòn mạnh vào bọn tội phạm.

【巡警】xúnjǐng〈名〉❶cảnh sát tuần tra; tuần cảnh ❷[旧]cảnh sát

【巡酒】xúnjiǔ〈动〉lần lượt rót rượu trong buổi tiệc

【巡礼】xúnlǐ〈动〉❶đi xem; đi thăm ❷hành hương

【巡逻】xúnluó〈动〉đi tuần; tuần tra cảnh giới; tuần tiễu

【巡逻队】xúnluóduì〈名〉đội tuần tra: 这支~由五个人组成。Đội tuần tra này gồm năm người.

【巡逻艇】xúnluótǐng〈名〉tàu tuần tra: 海警需要更多的~。Cảnh sát biển cần bổ xung thêm nhiều tàu tuần tra.

【巡区】xúnqū〈名〉khu vực tuần tra

【巡哨】xúnshào〈动〉thám báo; trinh sát tuần tra

【巡视】xúnshì〈动〉❶thị sát: 国王正在~自己的国家。Quốc vương đang thị sát các nơi trong nước. ❷nhìn tứ phía: ~四周 nhìn xung quanh

【巡视员】xúnshìyuán〈名〉thị sát viên

【巡天】xúntiān〈动〉tuần du bầu trời

【巡行】xúnxíng〈动〉tuần hành

【巡演】xúnyǎn〈动〉biểu diễn lưu động: 这位歌手的~获得了巨大的成功。Biểu diễn lưu động của ca sĩ này đã giành được thành công đáng kể.

【巡洋舰】xúnyángjiàn〈名〉tàu tuần dương; tuần dương hạm

【巡夜】xúnyè〈动〉tuần tra ban đêm: ~人 người tuần tra ban đêm

【巡弋】xúnyì〈动〉tuần tra sông biển

【巡游】xúnyóu〈动〉❶đi dạo quanh; đi khắp nơi ❷đi xem xét; tuần tra

【巡展】xúnzhǎn〈动〉triển lãm lưu động

【巡诊】xúnzhěn〈动〉khám chữa bệnh lưu động: 政府组织医生到农村进行~。Chính phủ tổ chức các bác sĩ xuống nông thôn khám chữa bệnh lưu động.

询 xún〈动〉hỏi ý kiến; xin ý kiến: 质~ chất vấn

【询查】xúnchá〈动〉hỏi tìm; hỏi; tìm

【询价】xúnjià〈动〉hỏi giá; hỏi; tìm: ~及采购 hỏi giá thu mua

【询盘】xúnpán〈动〉hỏi giá; tìm hiểu giá

【询问】xúnwèn〈动〉hỏi dò; thăm dò: 许多人来派出所~情况。Nhiều người đến đồn công an dò hỏi tình hình.

荨 xún
另见qián

【荨麻疹】xúnmázhěn〈名〉dị ứng ngoài da; bệnh mề đay

循 xún〈动〉tuân theo; đi theo: 遵~ tuân theo

【循规蹈矩】xúnguī-dǎojǔ tuân theo phép cũ: 他们通常都只会~，而没有创新。Họ thường tuân theo phép cũ mà không có sáng tạo.

【循环】xúnhuán〈动〉tuần hoàn: ~利用资源能创造可观的经济利益。Tận dụng tuần hoàn nguồn tài nguyên có thể tạo ra lợi ích kinh tế khả quan.

【循环赛】xúnhuánsài〈名〉đấu vòng tròn (thể thức thi đấu thể thao)

【循环系统】xúnhuán xìtǒng hệ tuần hoàn: 大自然就是一个巨大的~。Giới thiên nhiên là một hệ tuần hoàn lớn.

【循理】xúnlǐ〈动〉tuân theo lí lẽ

【循例】xúnlì〈动〉theo lệ; theo thông lệ

【循名责实】xúnmíng-zéshí danh phải xứng với thực; danh phải xứng với trách nhiệm thực tế

【循序】xúnxù〈动〉tuần tự; theo thứ tự

【循序渐进】xúnxù-jiànjìn tiến dần từng bước: 发展是一个~的过程。Phát triển là một quá trình tiến dần từng bước.

【循循善诱】xúnxún-shànyòu khéo dắt dẫn từng bước: 老师~的教育取得了良好的效果。 Biện pháp giáo dục hướng dẫn từng bước của giáo viên giành được hiệu quả tốt.

鲟 xún<名>[动物]cá chiên; cá tầm: 中华~ cá tầm Trung Hoa

xùn

训 xùn❶<动>dạy bảo; khuyên răn; khuyên bảo: 教~ giáo huấn ❷<名>lời dạy bảo; lời giáo huấn: 家~ gia huấn ❸<动>giải thích ý nghĩa của từ: ~诂 giải thích từ ngữ trong sách cổ ❹<名>chuẩn mực; phép tắc: 不足为~ không đáng làm chuẩn mực ❺<动>huấn luyện //(姓) Huấn

【训斥】xùnchì<动>trách mắng răn dạy: 他由于犯错，受到父亲~。 Bởi vì mắc sai lầm, cậu ấy bị bố trách mắng.

【训词】xùncí<名>lời răn dạy; huấn từ

【训导】xùndǎo<动>khuyên răn; dạy bảo

【训诂】xùngǔ❶<动>giải thích từ ngữ trong sách cổ; huấn hỗ ❷<名>huấn hỗ học

【训话】xùnhuà❶<动>dạy bảo; huấn thị: 校长在开学典礼上进行了~。 Hiệu trưởng huấn thị trong lễ khai giảng. ❷<名>lời dạy; lời huấn thị

【训诫】xùnjiè<动>❶răn dạy ❷phê bình; giáo dục

【训练】xùnliàn<动>rèn luyện; huấn luyện: 业务~ rèn luyện nghiệp vụ; 加强日常~有助于战斗力的提升。 Tăng cường huấn luyện hàng ngày sẽ giúp cho việc nâng cao sức chiến đấu.

【训练班】xùnliànbān<名>lớp đào tạo; lớp huấn luyện: 老师要求同学们积极参加~。 Thầy giáo yêu cầu các bạn tích cực tham gia lớp huấn luyện.

【训练有素】xùnliàn-yǒusù thường xuyên luyện tập có tố chất cao: 我们是一支~的球队。 Chúng ta là một đội bóng thường xuyên luyện tập có tố chất cao.

【训令】xùnlìng<名>huấn lệnh; quyết định: 主席签署了~。 Chủ tịch đã kí huấn lệnh.

【训勉】xùnmiǎn<动>răn dạy khuyến khích

【训示】xùnshì❶<动>huấn thị; dạy dỗ chỉ bảo: 部长~我们要加快研究的进程。 Bộ trưởng huấn thị chúng tôi phải đẩy nhanh tiến trình nghiên cứu. ❷<名>chỉ thị của cấp trên

【训条】xùntiáo<名>những điều răn dạy

【训育】xùnyù<名>giáo dục đạo đức

【训谕】xùnyù<动>[书]huấn dụ; hiểu dụ

【训责】xùnzé<动>trách móc

讯 xùn❶<动>hỏi: 问~ hỏi han ❷<动>thẩm vấn ❸<名>tin; tin tức: 新华社~ tin Tân Hoa xã

【讯号】xùnhào<名>❶tín hiệu (qua sóng điện) ❷dấu hiệu: 最近市场上已经出现了经济复苏的~。 Gần đây trên thị trường đã xuất hiện dấu hiệu của sự khôi phục kinh tế.

【讯实】xùnshí<动>thẩm vấn đích xác; tra hỏi đích xác

【讯问】xùnwèn<动>❶hỏi han ❷thẩm vấn; xét hỏi: ~犯人 thẩm vấn tội phạm

【讯息】xùnxī<名>tin tức: 我们还没有得到任何~。 Chúng tôi chưa nhận được tin tức gì.

汛 xùn<名>lũ //(姓) Tấn

【汛期】xùnqī<名>mùa nước lũ: 每年的7月是这条河流的~。 Tháng bảy hàng năm là mùa nước lũ của dòng sông này.

【汛情】xùnqíng<名>tình hình lũ: 今年的~很严重。 Tình hình lũ năm nay rất nghiêm trọng.

迅 xùn<形>nhanh chóng

【迅即】xùnjí<副>lập tức; ngay: 这一事件

~被报纸曝光。Sự kiện này bị báo chí đưa tin ngay lập tức.

【迅急】xùnjí〈形〉gấp rút; cấp tốc: ~出发 gấp rút xuất phát

【迅疾】xùnjí〈形〉nhanh chóng

【迅捷】xùnjié〈形〉nhanh nhẹn; nhanh nhạy: 动作~ động tác nhanh nhẹn; 互联网是一种~的交流渠道。Internet là một kênh giao lưu nhanh nhạy.

【迅雷不及掩耳】xùnléi bù jí yǎn ěr nhanh như chớp; sét đánh không kịp bưng tai

【迅猛】xùnměng〈形〉nhanh mạnh; mãnh liệt: 科技在~发展。Khoa học kĩ thuật đang phát triển nhanh mạnh.

【迅速】xùnsù〈形〉nhanh chóng: 我们~占领了敌人的阵地。Chúng tôi nhanh chóng chiếm lĩnh trận địa của quân địch.

驯 xùn ❶〈动〉thuần dưỡng: ~狮 thuần dưỡng con sư tử ❷〈形〉đã thuần

【驯从】xùncóng〈形〉đã thuần; dễ bảo: ~的猴子 một con khỉ đã thuần

【驯服】xùnfú ❶〈形〉đã thuần; dễ bảo: 这只小狗很~。Con chó này ngoan lắm. ❷〈动〉thuần hóa; chế ngự: ~野兽 thuần hóa thú rừng

【驯化】xùnhuà〈动〉thuần hóa; thuần dưỡng

【驯良】xùnliáng〈形〉lành; ngoan ngoãn

【驯鹿】xùnlù〈名〉tuần lộc; nai tuyết: 传说圣诞老人是坐着~拉的雪橇来到人间的。Theo truyền thuyết ông già Nô-en đến trần gian bằng xe trượt tuyết kéo bằng tuần lộc.

【驯兽师】xùnshòushī〈名〉người thuần dưỡng dã thú

【驯顺】xùnshùn〈形〉phục tùng; ngoan ngoãn

【驯养】xùnyǎng〈动〉thuần dưỡng: 她曾经~过好多种动物。Chị ấy từng thuần dưỡng nhiều loại động vật.

徇 xùn〈动〉❶theo; đi theo: ~私 theo ý riêng mình ❷[书]nói cho mọi người biết: ~众 cho mọi người xem ❸[书]hi sinh vì sự nghiệp, vì lí tưởng

【徇情】xùnqíng〈动〉[书]vì tình cảm mà làm; làm việc theo tình cảm

【徇情枉法】xùnqíng-wǎngfǎ vì lợi ích riêng mà làm việc phi pháp: ~的行为会危害法律的公正。Vì lợi ích riêng mà làm việc phi pháp sẽ tổn hại sự công bằng của pháp luật.

【徇私】xùnsī〈动〉làm theo ý riêng; vì tình riêng mà làm việc bất hợp pháp: 他没有因为自己儿子犯罪而~枉法。Anh ấy không vì tình riêng mà dung túng đứa con trai mình phạm tội.

【徇私舞弊】xùnsī-wǔbì vì lợi ích riêng mà làm việc phi pháp: 检察官调查起诉了许多~的官员。Kiểm sát viên đã điều tra khởi tố nhiều quan chức vì lợi ích riêng mà làm việc phi pháp.

逊 xùn ❶〈动〉nhường (ngôi vua): ~位 nhường ngôi ❷〈动〉[书]kém; không so sánh được: 毫不~色 không chút thua kém ❸〈形〉khiêm nhường; khiêm tốn: 谦~ khiêm tốn

【逊让】xùnràng〈动〉nhường; khiêm nhượng: ~是一种美德。Khiêm nhượng là một đức tính tốt.

【逊色】xùnsè ❶〈名〉chỗ thua kém ❷〈形〉thua kém: 和他相比，你毫不~。So với anh ấy thì anh không thua kém chút nào.

殉 xùn〈动〉❶tuẫn táng: 人~ tuẫn táng bằng người ❷hi sinh cho lí tưởng, sự nghiệp: ~国 hi sinh vì tổ quốc

【殉道】xùndào〈动〉hi sinh vì đạo

【殉国】xùnguó〈动〉hi sinh vì tổ quốc: 抗日战争中有许多~的烈士。Đã có nhiều liệt sĩ hi sinh vì tổ quốc trong kháng chiến chống Nhật.

【殉教】xùnjiào〈动〉hi sinh vì tôn giáo

【殉难】xùnnàn<动>tuẫn nạn; hi sinh vì nước: 他的~震惊了全国。Tin tuẫn nạn của anh ấy đã chấn động khắp cả nước.

【殉难者】xùnnànzhě<名>người hi sinh vì nước: 许多~都没有留下姓名。Nhiều người hi sinh chưa rõ họ tên.

【殉情】xùnqíng<动>tự tử vì tình; chết vì tình: 我们不赞同~的做法。Chúng ta không tán thành việc tự tử vì tình.

【殉葬】xùnzàng<动>tuẫn táng; chôn theo người chết; tùy táng

【殉葬品】xùnzàngpǐn<名>người hoặc đồ vật chôn theo người chết; đồ tùy táng: 皇帝的墓葬中有大量的~。Trong mộ hoàng đế có nhiều đồ tùy táng.

【殉职】xùnzhí<动>hi sinh vì nhiệm vụ: 他是因公~的。Anh ấy hi sinh vì công vụ.

巽 xùn<名>quẻ Tốn (một trong bát quái, tiêu biểu cho gió)

蕈 xùn<名>[植物]cây nấm: 香~ nấm hương

Y

Y y

yā

丫 yā<名>❶chạc; chẽ: 树~ chạc cây ❷[方] con gái: ~头 con gái/con bé //(姓)A

【丫杈】yāchà<名>chạc cây; chẽ cây

【丫鬟】yāhuan<名>[旧]a hoàn; con ở: 贴身 ~ gái hầu thân cận nhất

【丫头】yātou<名>❶con gái; bé gái ❷a hoàn; con ở

压 yā❶<动>ép; đè; dằn: ~紧 ép thật chặt; 用笔~住纸 đè bút lên tờ giấy ❷<动>siêu việt; át; hơn: 技~群芳 kĩ thuật át hẳn mọi người ❸<动>ức chế; cầm nén: 强~怒火 cố cầm cơn nóng giận ❹<动>áp; áp chế: 镇~ đàn áp; 受到严重的打~ bị áp chế nặng nề ❺<动>áp gần; áp sát: 大军~境。Quân đội áp sát biên giới. ❻<动>ứ đọng; dìm; ngâm: 商品积~在仓库里。Lô hàng bị ứ đọng trong kho. ❼<名>áp suất: 血~ huyết áp ❽ <动>đặt cửa (cắc bạc)

另见yà

【压仓】yācāng<动>tồn kho: ~货 hàng tồn kho

【压舱物】yācāngwù<名>đồ dằn; vật đè khoang

【压产】yāchǎn<动>cắt giảm sản xuất; hạ thấp sản lượng

【压场】yāchǎng<动>❶làm chủ hiện trường ❷(tiết mục) đặc sắc cuối buổi diễn

【压车】yāchē<动>(xe) chạy chậm giờ

【压秤】yāchèng❶<形>nặng cân: 干虾不 ~。Tôm khô không nặng cân. ❷<动>giảm cân; cân điêu; cân non: 收购时严禁~、压 价。Khi thu mua nghiêm cấm giảm cân, ép giá.

【压船】yāchuán<动>bị trì trệ dỡ tàu: 港口~ 问题日益突出。Hiện tượng bị trì trệ dỡ tàu ở các cửa cảng đang ngày càng nổi cộm.

【压床】yāchuáng<名>[机械]máy ép; máy nén

【压担子】yā dànzi giao cho trọng trách: 给 年轻人~ giao trọng trách cho lớp trẻ

【压倒】yādǎo<动>áp đảo; khuất phục: 我们 不会被困难~。Chúng ta không chịu khuất phục trước khó khăn.

【压低】yādī<动>ép thấp: ~价格 ép giá; ~帽 子 kéo thấp vành mũ

【压电】yādiàn<名>[物理]áp điện: ~现象 hiện tượng áp điện

【压顶】yādǐng<动>đè đầu; chụp đầu: 泰山 ~ núi Thái Sơn đè lên trên đầu

【压服】yāfú<动>áp chế; buộc khuất phục

【压港】yāgǎng<动>hàng hóa ứ đọng ở cảng: 由于天气原因，大量货物~。Nhiều hàng hóa bị ứ đọng ở cảng vì thời tiết xấu.

【压花】yāhuā<动>ép hoa: 在板材上~ ép vân hoa trên vật liệu tấm

【压火】yāhuǒ<动>ủ lò

【压货】yāhuò<动>❶hàng hóa ứ đọng: 这 一季度~太多，资金周转不开。Trong quý này hàng hóa bị ứ đọng quá nhiều, tiền vốn không quay vòng nổi. ❷bị trì hoãn hàng

【压价】yājià<动>ép giá; dìm giá: 经销商向厂家~。Các chủ bao tiêu dìm giá với người sản xuất.

【压惊】yājīng<动>làm giảm bớt nỗi sợ: 喝杯水压~ uống chén nước để bình tĩnh đã

【压井】yājǐng<动>[石油]chống giếng phun

【压境】yājìng<动>gần; áp sát ranh giới: 敌军~，交战在即。Quân địch đến gần, cuộc giao chiến sắp bùng nổ.

【压库】yākù<动>❶hàng hóa tồn kho ❷giảm ứ đọng hàng

【压垮】yākuǎ<动>đè bẹp: 沉重的家庭负担把他~了。Gánh nặng gia đình đã đè bẹp anh ấy.

【压力】yālì<名>❶sức nén; sức ép ❷áp lực: 案件调查遇到了~。Việc điều tra vụ án đã gặp nhiều sức ép.

【压力表】yālìbiǎo<名>áp kế

【压力锅】yālìguō<名>nồi áp suất: ~煮出来的肉很烂。Thịt nấu bằng nồi áp suất mềm nhũn.

【压力机】yālìjī<名>máy ép; máy nén

【压路机】yālùjī<名>xe lăn; xe lu

【压面机】yāmiànjī<名>máy cán mì

【压膜】yāmó<动>ép màng; tráng màng

【压平】yāpíng<动>nén phẳng: ~路面 nén phẳng mặt đất

【压迫】yāpò<动>❶áp bức: 反抗~ chống áp bức ❷đè lên; ép lên

【压气】yāqì<动>làm nguôi giận; nén giận

【压气泵】yāqìbèng<名>máy bơm hơi; máy nén khí

【压强】yāqiáng<名>[物理]áp suất

【压岁钱】yāsuìqián<名>tiền lì xì; phong bao: 老人给孙子发~。Người già phát tiền lì xì cho con cháu mình.

【压缩】yāsuō<动>❶ép nhỏ; nén: ~文件 file nén ❷giảm bớt: ~编制 giảm biên chế

【压缩饼干】yāsuō bǐnggān bánh bích quy nén; bánh lương khô

【压缩机】yāsuōjī<名>[机械]máy ép; máy nén

【压台】yātái<动>❶(tiết mục) đặc sắc cuối buổi diễn: ~戏 tiết mục áp chót ❷ổn định cục diện

【压痛】yātòng<名>[医学]ấn khẽ thấy đau

【压腿】yātuǐ<动>ép chân; ép cơ chân: 学习舞蹈之前必须练习~。Trước khi học nhảy múa phải học ép cơ chân.

【压尾】yāwěi<动>ở chót cùng: ~工作 công việc giai đoạn cuối cùng

【压抑】yāyì❶<动>kiềm chế: 他极力~自己的不满。Anh ta cố kiềm chế sự bất mãn của mình. ❷<形>nặng nề: 现场的气氛很~。Không khí hiện trường rất nặng nề.

【压榨】yāzhà<动>❶ép; nén ❷bóc lột: 地主靠~农民积累家产。Địa chủ dựa vào bóc lột nông dân để tích lũy gia sản.

【压阵】yāzhèn<动>❶đi sau cùng; đi hậu vệ ❷áp trận; trấn an

【压制】yāzhì<动>ép chế; kìm nén: ~下级 đè nén cấp dưới

【压轴】yāzhòu❶<名>tiết mục ở phần cuối của buổi trình diễn: 这场演出的~节目是歌舞。Tiết mục trấn hậu của buổi diễn xuất là ca múa. ❷<动>xếp làm tiết mục áp chót

【压轴戏】yāzhòuxì<名>vở diễn áp chót; ví sự việc đáng chú ý xảy ra cuối cùng

【压轴子】yāzhòuzi❶tiết mục áp chót ❷xếp làm tiết mục áp chót

【压住】yāzhù<动>ức chế; cầm nén; hãm yên tại chỗ: ~咳嗽 nén cơn ho; ~阵脚 giữ vững thế trận; 事情一直被~不解决。Vụ việc bị ngâm mãi chưa được giải quyết.

呀 yā❶<叹>a: ~，下雪了! A, mưa tuyết rồi! ❷<拟>kít; két; kẹt

另见ya

押 yā ❶〈动〉kí tên; đánh dấu trên tài liệu: ~字 kí tên ❷〈名〉chữ kí hoặc phù hiệu làm bằng: 画~ đánh dấu trên tài liệu ❸〈动〉thế chấp; cầm cố: 抵~ cầm cố ❹〈动〉tạm giam: 拘~ tạm giữ ❺〈动〉áp tải; áp giải: ~运货物 đi áp tải hàng ❻〈动〉đặt cửa; đặt tiền // (姓)Áp

【押宝】yābǎo〈动〉đặt cửa; đặt tiền

【押钞车】yāchāochē〈名〉xe áp tải tiền mặt: 警察正在寻找被劫的~。Cảnh sát đang truy tìm chiếc xe áp tải tiền mặt bị cướp.

【押车】yāchē〈动〉áp tải xe

【押当】yādàng ❶〈动〉cầm đồ: 他已经到这家店铺~好几次了。Ông ấy đã nhiều lần cầm đồ ở cửa hiệu này. ❷〈名〉[方]hiệu cầm đồ

【押回】yāhuí〈动〉áp tải về; giải về

【押解】yājiè ❶〈动〉áp giải: 他被~到监狱。Anh ta bị áp giải đến nhà tù. ❷áp tải

【押金】yājīn〈名〉tiền đặt cọc: 这笔~数额巨大。Món tiền đặt cọc này rất lớn.

【押禁】yājìn〈动〉tạm giam

【押款】yākuǎn ❶〈动〉thế chấp (để vay tiền) ❷〈名〉khoản tiền vay có thế chấp ❸〈名〉khoản tiền ứng trước

【押送】yāsòng ❶〈动〉áp giải ❷áp tải: ~粮食 áp tải lương thực

【押题】yātí〈动〉đoán đề thi: 平时不努力学习，只想在考试前~是没有用的。Hàng ngày học không chăm chỉ, chỉ muốn đoán đề thi trước ngày thi thì vô ích.

【押运】yāyùn〈动〉áp tải (hàng hóa): 警察将负责这次~行动。Cảnh sát sẽ phụ trách việc áp tải lần này.

【押韵】yāyùn〈动〉gieo vần: 古诗十分强调~。Thơ cổ rất chú trọng việc gieo vần.

【押账】yāzhàng〈动〉vay tiền bằng cách thế chấp

【押租】yāzū〈名〉tiền đặt cọc thuê nhà đất

鸦 yā〈名〉con quạ

【鸦片】yāpiàn〈名〉thuốc phiện; nha phiến: ~战争 chiến tranh Nha Phiến

【鸦雀无声】yāquè-wúshēng im phăng phắc: 教室里~，同学们都在专心学习。Cả lớp học im phăng phắc, các em học sinh đang chăm chú học bài.

鸭 yā〈名〉con vịt

【鸭蛋】yādàn〈名〉❶trứng vịt ❷ví bài làm bị điểm không

【鸭梨】yālí〈名〉cây lê; quả lê: 今年的~获得丰收。Năm nay được mùa lê.

【鸭苗】yāmiáo〈名〉vịt giống

【鸭农】yānóng〈名〉nông dân chăn nuôi vịt

【鸭绒】yāróng〈名〉nhung lông vịt

【鸭肉】yāròu〈名〉thịt vịt

【鸭舌帽】yāshémào〈名〉mũ lưỡi trai; mũ cát-két

【鸭掌】yāzhǎng〈名〉chân vịt

【鸭胗儿】yāzhēnr〈名〉mề vịt

【鸭子】yāzi〈名〉con vịt

【鸭嘴】yāzuǐ〈名〉mỏ vịt

【鸭嘴兽】yāzuǐshòu〈名〉[动物]thú mỏ vịt

yá

牙¹ yá〈名〉❶răng: 补~ hàn răng ❷ngà voi: ~筷 đũa ngà ❸đồ vật hình răng //(姓)Nha

牙² yá〈名〉[旧]người mối lái; người trung gian: ~商 người mối lái

【牙病】yábìng〈名〉bệnh đau răng

【牙碜】yáchen〈形〉[口]❶ghê răng: 米没有淘洗干净，吃起来~。Gạo chưa đãi sạch khi ăn hơi ghê răng. ❷ghê tởm; thô lỗ: 你张口就说粗话，不嫌~吗？Cậu mở miệng là văng tục, không sợ bị coi là thô lỗ sao?

【牙齿】yáchǐ〈名〉răng

【牙床】yáchuáng〈名〉hàm răng; lợi

【牙瓷】yácí〈名〉men răng

【牙雕】yádiāo<名>chạm ngà; đồ chạm ngà

【牙粉】yáfěn<名>bột đánh răng

【牙缝】yáfèng<名>khe răng

【牙膏】yágāo<名>thuốc đánh răng: 这种 ~专门为儿童设计。Loại thuốc đánh răng này được thiết kế riêng cho nhi đồng.

【牙根】yágēn<名>chân răng

【牙垢】yágòu<名>cao răng: 刷牙可以清除 ~。Đánh răng có thể tẩy rửa cao răng.

【牙关】yáguān<名>khớp hàm

【牙祭】yájì<名>bữa ăn thịnh soạn: 打~ ăn bữa ăn thịnh soạn

【牙具】yájù<名>đồ dùng đánh răng

【牙科】yákē<名>nha khoa

【牙科医生】yákē yīshēng nha sĩ; bác sĩ nha khoa

【牙口】yákou<名>❶răng lợi: 您老人家~还 好吧？Răng lợi cụ vẫn còn nhai khỏe chứ? ❷tuổi (súc vật như trâu, bò, ngựa v.v.)

【牙轮】yálún<名>[口]bánh răng

【牙签】yáqiān<名>que tăm: 用~剔牙 dùng tăm xỉa răng

【牙色】yásè<名>màu ngà

【牙刷】yáshuā<名>bàn chải đánh răng: ~要 经常更换。Bàn chải đánh răng cần thường xuyên thay mới.

【牙疼】yáténg<名>đau răng: ~常常让人 没有食欲。Đau răng thường làm người ta không thiết ăn uống.

【牙痛】yátòng<名>đau răng

【牙线】yáxiàn<名>sợi chỉ đánh sạch răng

【牙牙学语】yáyá-xuéyǔ bi bô học nói

【牙医】yáyī<名>nha sĩ; bác sĩ nha khoa: 我 要带孩子到~那里去检查。Tôi phải đưa con đi khám bác sĩ nha khoa.

【牙龈】yáyín<名>lợi: 人们逐渐重视~的健 康。Người ta đã bắt đầu chú trọng sự lành mạnh của phần lợi.

【牙质】yázhì❶<形>(làm) bằng ngà: ~微 雕 một bức tượng nhỏ bằng ngà ❷<名>chất răng

【牙周】yázhōu<名>[解剖]lợi

【牙周炎】yázhōuyán<名>bệnh viêm lợi: 他 的~已经很严重。Bệnh viêm lợi của anh ấy đã rất nặng.

【牙钻】yázuàn<名>cái khoan răng

芽 yá<名>❶mầm; chồi (cây): 麦~ mầm mạch ❷(giống như mầm) cái mầm: 肉~ mầm thịt

【芽孢】yábāo<名>[生物]bào tử hình que; nha bào

【芽菜】yácài<名>[方]❶một loại rau cải muối với ớt nổi tiếng của Tứ Xuyên ❷đậu giá

【芽茶】yáchá<名>chè búp; chè mầm

【芽豆】yádòu<名>giá (đậu)

【芽接】yájiē<动>ghép mầm

【芽眼】yáyǎn<名>[植物]mắt mầm

蚜 yá<名>bọ vòi; rệp (hút nhựa cây): 棉~ rệp bông

【蚜虫】yáchóng<名>bọ vòi; rệp (hút nhựa cây)

崖 yá<名>❶sườn dốc (núi, gò cao): 悬~峭 壁 vách núi dựng đứng/vách đá cheo leo ❷[书]bến bờ: ~略 khái quát/đại khái

【崖壁】yábì<名>vách núi

【崖谷】yágǔ<名>vách hẻm

【崖刻】yákè<名>chữ khắc trên vách đá

【崖葬】yázàng<名>mai táng trên vách núi: ~是一种很特别的传统习俗。Mai táng trên vách núi là một tập tục truyền thống đặc thù.

涯 yá<名>❶[书]bờ; bến ❷phạm vi; mức độ: 天~ chân trời; 生~ cuộc đời

【涯岸】yá'àn<名>bờ đê

【涯际】yájì<名>bến bờ

眦 yá<名>[书]khóe mắt

【眦眦必报】yázì-bìbào bụng dạ nhỏ nhen; thù vặt

衙 yá⟨名⟩[旧]nha môn: 官~ cửa quan //(姓) Nha

【衙门】yámen⟨名⟩[旧]nha môn

【衙内】yánèi⟨名⟩[旧]nha nội (chức quan cảnh vệ thời Đường, con em quan lại nói chung)

【衙役】yáyi⟨名⟩[旧]sai nha; lính lệ: ~们都在忙着抓逃犯。Các sai nha đang vội bắt phạm nhân chạy trốn.

yǎ

哑¹ yǎ❶⟨形⟩câm: 装聋作~ giả câm giả điếc ❷⟨形⟩khản cổ; khàn giọng: 声音沙~ khàn giọng ❸⟨动⟩(pháo, đạn) điếc; câm; tịt; xịt: 炮~了。Pháo bị tịt ngòi. ❹⟨形⟩không có tiếng: ~剧 kịch câm

哑² yǎ⟨拟⟩khanh khách; sằng sặc: ~然失笑 bật cười khanh khách

【哑巴】yǎba⟨名⟩người câm: 你怎么跟个~似的! Sao anh như là người câm vậy!

【哑巴吃黄连——有苦说不出】yǎba chī huánglián——yǒu kǔ shuō bu chū người câm ăn hoàng liên, đắng khổ mà không nói được; ngậm bồ hòn làm ngọt

【哑巴吃饺子——心里有数】yǎba chī jiǎozi——xīnli-yǒushù người câm ăn bánh chẻo, đếm số trong bụng; đầu óc sáng suốt

【哑巴亏】yǎbakuī⟨名⟩đau không dám kêu: 贪便宜让他吃了~。Vì tham rẻ mà anh ta phải ngậm quả đắng.

【哑弹】yǎdàn⟨名⟩đạn tịt ngòi: 这枚~好在没有造成什么危害。Quả đạn tịt ngòi này may mà chưa gây nên thiệt hại gì.

【哑火】yǎhuǒ⟨动⟩❶(pháo, đạn) điếc; câm; tịt; xịt: 在关键时刻，这门炮却~了。Trong lúc then chốt, khẩu pháo này lại câm rồi. ❷ví không nói năng

【哑剧】yǎjù⟨名⟩kịch câm: ~更能体现演员的表演能力。Kịch câm thể hiện được năng lực biểu diễn của diễn viên hơn.

【哑口无言】yǎkǒu-wúyán câm như hến; cứng họng

【哑铃】yǎlíng⟨名⟩tạ tay: 他每天用~锻炼身体。Ngày nào anh ấy cũng tập tạ rèn luyện sức khỏe.

【哑谜】yǎmí⟨名⟩❶câu đố tịt mít ❷điều thần bí; điều khó hiểu: 打~ giữ điều thần bí

【哑炮】yǎpào⟨名⟩pháo câm; pháo xịt

【哑然】¹ yǎrán⟨形⟩[书]❶im ắng; im phăng phắc: 全场~。Cả hội trường im phăng phắc. ❷kinh hãi đến nỗi không nói ra được: 听了他的话，我不禁~失惊 Nghe những lời của anh ấy, tôi kinh ngạc đến nỗi không nói nên lời.

【哑然】² yǎrán⟨形⟩[书]nực cười; tức cười: ~失笑 bật cười; 事情听上去让人~失笑。Chuyện nghe mà nực cười.

【哑然无声】yǎrán-wúshēng im phăng phắc

【哑语】yǎyǔ⟨名⟩ngôn ngữ cử chỉ; ngôn ngữ thầm: 打~ ra hiệu; 他正在努力学习~。Anh ấy đang nỗ lực học ngôn ngữ cử chỉ.

雅¹ yǎ❶⟨形⟩[书]hợp quy phạm: ~正 sửa cho đúng quy phạm ❷⟨形⟩nhã; lịch sự: 说话文~ ăn nói nho nhã; 姿势不~ đi đứng bất nhã; 衣服颜色很素~。Chiếc áo có màu sắc rất nhã. ❸⟨名⟩nhã nhạc ❹⟨形⟩(từ kính trọng, nói về lời nói, cử chỉ của đối phương) nhã: ~意 nhã ý //(姓)Nhã

雅² yǎ[书]❶⟨名⟩tình bạn: 无一日之~。Chưa từng là bạn bè. ❷⟨副⟩xưa nay: ~善诗赋 xưa nay giỏi về thơ phú ❸⟨副⟩rất; hết sức: ~以为美 cho là rất đẹp

【雅淡】yǎdàn⟨形⟩(màu) trang nhã: 我喜欢~的颜色。Tôi thích màu trang nhã.

【雅观】yǎguān⟨形⟩lịch sự; trang nhã: 不~

mất lịch sự

【雅号】yǎhào<名>❶nhã hiệu; tên chữ (lối xưng mến trọng): 古代文人喜欢为自己取个~。Các văn nhân ngày xưa thích đặt nhã hiệu cho mình. ❷biệt danh; biệt hiệu; tên tự

【雅静】yǎjìng<形>❶(nhà cửa) đẹp nhã thanh tĩnh ❷thanh lịch; nhã nhặn: ~的女孩子总讨人喜欢。Cô gái thanh lịch bao giờ cũng giành được sự yêu mến của mọi người.

【雅丽】yǎlì<形>trang nhã xinh đẹp

【雅量】yǎliàng<名>❶độ lượng rộng rãi ❷tửu lượng khá

【雅皮士】yǎpíshì<名>thanh niên có chí hướng (phương tây)

【雅气】yǎqì❶<形>tao nhã ❷<名>khí tiết chính trực: 此人一身~。Người này khí tiết chính trực.

【雅趣】yǎqù<名>nhã thú; thú tao nhã: 这盆兰花给书房平添了几分~。Chậu hoa lan khiến phòng sách thêm nét tao nhã.

【雅人】yǎrén<名>người thanh lịch

【雅士】yǎshì<名>người nho nhã: 西湖的美景让古代的文人~留下了无数的诗篇。Cảnh đẹp Tây hồ khiến các văn nhân nhã khách ngày xưa để lại nhiều bài thơ tuyệt vời.

【雅思】yǎsī<名>IELTS (một hệ thống thi trình độ tiếng Anh theo tiêu chuẩn quốc tế)

【雅俗共赏】yǎsú-gòngshǎng mọi người đều có thể thưởng thức: 我们计划组织一次~的晚会。Chúng tôi muốn tổ chức một cuộc dạ hội mọi người đều có thể thưởng thức.

【雅玩】yǎwán<名>đồ chơi tao nhã: 这个花瓶是父亲最喜欢的~。Bình hoa này là đồ chơi tao nhã mà bố thích nhất.

【雅兴】yǎxìng<名>thú vui thẩm mĩ: 糟糕的天气影响了他们旅游的~。Thời tiết xấu đã ảnh hưởng đến nhã hứng du lịch của họ.

【雅言】yǎyán<名>❶ngôn ngữ tiêu chuẩn; ngôn ngữ văn học thời xưa ❷[书]lời khuyên đúng đắn; ý kiến hay: 承您~。Xin vâng theo lời hay ý đẹp của ông.

【雅意】yǎyì<名>❶tình ý cao thượng ❷nhã ý (kính từ)

【雅正】yǎzhèng[书]❶<形>hợp quy cách ❷<形>chính trực ❸<动>xin chỉ giáo (lời kính trọng, khi đưa tác phẩm của mình tặng người khác, tỏ ý mong nhận được phê bình chỉ giáo): 这篇文章请您~。Bài văn này xin ông chỉ giáo.

【雅致】yǎzhì<形>lịch sự đẹp đẽ: 这家咖啡馆装修得十分~。Tiệm cà phê này trang trí rất lịch sự đẹp mắt.

【雅座】yǎzuò<名>căn phòng lịch sự; phòng riêng; nơi trang nhã; gian VIP: ~的价格比较贵。Giá phòng VIP đắt hơn.

yà

轧¹ yà<动>❶nghiền; cán: ~棉花 cán bông ❷chèn; ép: 倾~ chèn ép bài xích // (姓)Loát

轧² yà<拟>xình xịch; cành cạch; xạch xạch: 机声~~ tiếng máy kêu xạch xạch

另见zhá

【轧板机】yàbǎnjī<名>máy lăn ván

【轧场】yàcháng<动>❶nén mặt sân (cho phẳng) ❷trục lúa

【轧道车】yàdàochē<名>[铁路]goòng để kiểm tra ray; xe kiểm ray

【轧道机】yàdàojī<名>[方]máy lăn đường; máy nén mặt đường

【轧光】yàguāng<动>[纺织]cán láng

【轧花】yàhuā<动>[纺织]cán bông

【轧马路】yà mǎlù bát phố

亚¹ yà<形>❶thua; kém: 他的技术不~于你。Kĩ thuật của anh ấy không kém gì anh. ❷thua một bậc: ~军 giải nhì ❸giá trị nguyên tử thấp hơn, trong gốc axít hay hợp chất chứa ít nguyên tử hydro hoặc oxy hơn: ~铁化合物 hợp chất sắt II //(姓)Á

亚² yà<名>châu Á

【亚当】Yàdāng<名>A đam

【亚健康】yàjiànkāng<名>sức khỏe ở tình trạng hơi yếu; người không được mạnh khỏe lắm

【亚军】yàjūn<名>á quân; giải nhì: 他在比赛中得了~。Anh ấy giành được giải nhì trong cuộc thi.

【亚硫酸】yàliúsuān<名>[化学]axit sulfurơ

【亚麻】yàmá<名>❶[植物]cây lanh: ~布 vải lanh ❷sợi lanh

【亚热带】yàrèdài<名>á nhiệt đới: 这里的~气候很明显。Khí hậu á nhiệt đới ở đây mang đặc điểm rất rõ rệt.

【亚太地区】Yà-Tài dìqū khu vực châu Á-Thái Bình Dương

【亚太经合组织】Yà-Tài Jīnghé Zǔzhī tổ chức hợp tác kinh tế vùng châu Á-Thái Bình Dương (APEC)

【亚音速】yàyīnsù<名>dưới âm tốc; (tốc độ) cận âm: 他们正在研发~导弹。Họ đang nghiên cứu tên lửa cận âm.

【亚运村】Yàyùncūn<名>làng Á vận hội; khu ở cho đoàn thể dục thể thao dự Á vận hội

【亚运会】Yàyùnhuì<名>Á vận hội; đại hội thể dục thể thao châu Á

【亚洲】Yàzhōu<名>châu Á: ~已经成为世界经济增长的主动力。Châu Á đã trở thành động lực chủ yếu của sự tăng trưởng kinh tế toàn thế giới.

压 yà
另见yā

【压根儿】yàgēnr<副>[口]căn bản

讶 yà<动>[书]kinh ngạc: ~异 kinh ngạc

氩 yà<名>[化学]argon (kí hiệu Ar): ~气 khí argon

揠 yà<动>[书]nhổ; lôi

【揠苗助长】yàmiáo-zhùzhǎng nhổ mạ lên cho chóng lớn; nôn nóng mà hỏng việc: 对孩子~的行为结果往往适得其反。Phương thức giáo dục nôn nóng đối với trẻ em thường đem lại hậu quả ngược với mong muốn.

ya

呀 ya<助>a, à, nhé, nhi: 这个蛋糕好大~! Chiếc bánh ga-tô này to thật nhi! 你为什么这样做~? Sao anh lại làm như thế nhi?
另见yā

yān

咽 yān<名>[解剖]cổ họng
另见yàn, ye

【咽喉】yānhóu<名>❶yết hầu; cổ họng: 抽烟太多引发~不适。Hút thuốc nhiều làm cho cổ họng khó chịu. ❷vị trí yết hầu: 这里是全国的交通~。Đây là vị trí yết hầu của giao thông cả nước.

【咽喉要地】yānhóu-yàodì vị trí yết hầu

【咽头】yāntóu<名>[解剖]yết hầu: ~有病 có tật ở yết hầu

【咽炎】yānyán<名>viêm họng: 这种药治疗~很有效。Thuốc này chữa viêm cuống họng rất có hiệu quả.

恹 yān

【恹恹】yānyān<形>[书]phờ phạc; uể oải: 他整天一副病~的模样。Anh ấy cả ngày trong trạng thái phờ phạc như người ốm.

殷 yān<形>[书]màu đỏ thẫm: ~红 của máu tươi đỏ thẫm
另见yīn

【殷红】yānhóng<形>đỏ thẫm: 地上有一滩

~的血迹。Trên mặt đất còn đọng vết máu đỏ sẫm.

胭 yān<名>son; son phấn

【胭粉】yānfěn<名>phấn son

【胭红】yānhóng<形>đỏ màu son: ~的晚霞 ráng chiều đỏ son

【胭脂】yānzhi<名>son (mĩ phẩm)

烟 yān❶<名>khói: 冒~ bốc khói ❷<名>những thứ như khói: ~雾 sương mù ❸<名>thuốc lá: 香~ thuốc lá ❹<名>cây thuốc lá ❺<名>thuốc phiện: ~枪 tẩu thuốc phiện ❻<动>(bị) khói xông vào mắt: 她眼睛被~得流泪. Mắt chị ấy bị khói hun chảy nước mắt. ❼<名>bồ hóng

【烟波】yānbō<名>màn sương; sương mù (bao phủ mặt nước): ~浩渺 mặt nước mênh mông

【烟草】yāncǎo<名>❶cây thuốc lá: 这里的 ~长得好. Cây thuốc lá ở đây mọc rất tốt. ❷lá và những thứ chế bằng lá cây thuốc lá

【烟厂】yānchǎng<名>nhà máy thuốc lá: 他在~工作. Anh ấy làm việc ở nhà máy thuốc lá.

【烟尘】yānchén<名>❶khói bụi: ~对身体有害. Khói bụi có hại đối với sức khỏe. ❷khói lửa (chiến tranh)

【烟囱】yāncōng<名>ống khói: 高高的~ ống khói cao ngất

【烟袋】yāndài<名>túi đựng thuốc lào: 爷爷坐下后从兜里掏出了~. Cụ ngồi xuống rồi móc túi thuốc lào ra.

【烟道】yāndào<名>ống khói

【烟灯】yāndēng<名>đèn châm thuốc phiện

【烟蒂】yāndì<名>đầu mẩu thuốc lá

【烟斗】yāndǒu<名>cái tẩu (hút thuốc)

【烟鬼】yānguǐ<名>con nghiện (thuốc)

【烟害】yānhài<名>nguy hại của thuốc lá: 我们要清楚认识~. Chúng ta cần phải nhận thức rõ về nguy hại của thuốc lá.

【烟花】[1] yānhuā<名>❶[书]cảnh đẹp mùa xuân ❷[旧]gái trăng hoa: ~巷 xóm trăng hoa

【烟花】[2] yānhuā<名>pháo hoa

【烟灰】yānhuī<名>tàn thuốc

【烟灰缸】yānhuīgāng<名>cái gạt tàn

【烟火】yānhuǒ<名>❶khói và lửa: 动~ nhóm lửa làm cơm; 严禁~ cấm lửa ❷thức ăn chín: 不食人间~. Chẳng ăn thức ăn chín trên trần thế. ❸[书]chiến tranh; khói lửa ❹[旧]hương khói; con cái: 供奉~ phụng thờ hương khói; 绝了~ tuyệt tự

【烟火】yānhuo<名>pháo hoa; pháo bông

【烟酒】yānjiǔ<名>thuốc và rượu: 他一向~不沾. Xưa nay ông ấy chẳng dính gì đến chuyện rượu và thuốc.

【烟具】yānjù<名>đồ dùng để hút thuốc

【烟卷儿】yānjuǎnr<名>thuốc cuốn; thuốc lá

【烟龄】yānlíng<名>thời gian hút thuốc: 他有十年~了. Anh ấy hút thuốc đã mười năm rồi.

【烟煤】yānméi<名>than bùn; than có khói

【烟民】yānmín<名>người hút thuốc; dân nghiện (thuốc)

【烟幕】yānmù<名>❶màn khói ❷hỏa mù; màn kịch: 这是对方施放出来的~. Đây là hỏa mù của đối phương tung ra.

【烟幕弹】yānmùdàn<名>❶[军事]đạn khói hỏa mù: 发射~ bắn đạn khói hỏa mù ❷hỏa mù: 施放~以蒙蔽大众 tung hỏa mù để lòe thiên hạ

【烟农】yānnóng<名>nông dân chuyên trồng thuốc lá: 他是一名~. Anh ấy là một nông dân chuyên nghề trồng cây thuốc lá.

【烟枪】yānqiāng<名>cần tẩu thuốc phiện

【烟圈】yānquān<名>vòng tròn khói: 他吐了一个~. Ông ta nhả ra một vòng khói.

【烟丝】yānsī<名>thuốc sợi

【烟筒】yāntong<名>ống khói: 这个~很

高。Ống khói này cao quá.

【烟头】yāntóu<名>đầu mẩu thuốc

【烟土】yāntǔ<名>thuốc phiện sống

【烟味】yānwèi<名>mùi thuốc: 他身上有
~。Trên người anh ấy có mùi thuốc.

【烟雾】yānwù<名>sương mù; mây mù

【烟消云散】yānxiāo-yúnsàn tan tành
mây khói: 过去的事已经~了。Việc đã qua
như mây khói tan đi.

【烟熏火燎】yānxūn-huǒliǎo khói xông
lửa đốt: 这个地方真是~。Đây là nơi khói
xông lửa đốt.

【烟熏妆】yānxūnzhuāng<名>một kiểu
trang điểm, màu sẫm đen như bị khói hun

【烟叶】yānyè<名>lá thuốc; thuốc lá

【烟瘾】yānyǐn<名>(bệnh) nghiện thuốc: 我
没有~。Tôi không nghiện thuốc.

【烟雨】yānyǔ<名>mưa bụi: ~迷蒙 mưa bụi
mù mịt

【烟云】yānyún<名>khói hơi và mây; mây mù:
~弥漫的山谷 hèm núi tràn ngập khói mây

【烟柱】yānzhù<名>cột khói

【烟子】yānzi<名>bồ hóng

【烟嘴儿】yānzuǐr<名>bót (thuốc lá); cán
tẩu; píp

焉 yān[书]❶<代>chỗ này: 心不在~ bụng dạ
để đâu không biết ❷<代>đâu; làm sao: 塞
翁失马, ~知非福! Tái Ông mất ngựa, đâu
biết không lành! ❸<连>thì; mới: 必知乱之
所自起, ~能治之。Phải biết loạn từ đâu ra
thì mới có thể trị được. ❹<助>(biểu thị ngữ
khí khẳng định): 有远大目标~ có mục tiêu
xa xôi đấy //(姓)Yên

阉 yān❶<动>thiến; hoạn: ~猪 thiến lợn
❷<名>[书]hoạn quan; thái giám

【阉割】yāngē<动>❶thiến; hoạn ❷cắt xén
(bài văn)

【阉鸡】yānjī❶<名>gà thiến ❷<动>thiến gà

【阉人】yānrén<名>người bị hoạn; hoạn quan

淹 yān❶<动>chìm; ngập: ~死 chết đuối; 一场
大雨把庄稼都~了。Trận mưa lớn khiến cho
cây trồng ngoài đồng đều bị ngập. ❷<动>dính
ướt: 伤口被汗~得又痛又痒。Mồ hôi dính
ướt làm cho vết thương vừa ngứa vừa đau.
❸<形>[书]uyên bác; sâu rộng: ~博 uyên
bác ❹<形>[书]lâu; chậm: ~留 lưu lại lâu

【淹博】yānbó<形>[书]uyên bác; sâu rộng:
他的知识很~。Kiến thức của ông ấy rất
sâu rộng.

【淹灌】yānguàn<名>[农业]tưới tràn (một
cách tưới nước, tưới đến mức gần ngập)

【淹没】yānmò<动>tràn ngập; làm chìm
ngập: 洪水~了农田。Nước lũ đã ngập
ruộng đồng.

腌 yān<动>ướp; muối (thịt, cá): ~菜 rau
muối/rau dưa; ~肉 thịt muối; ~鱼 cá muối
另见 ā

【腌料】yānliào<名>gia liệu muối

【腌泡】yānpào<动>ướp; muối

【腌制】yānzhì<动>ướp; muối: 这肉是~
的。Thịt này là thịt muối.

【腌渍】yānzì<动>ướp; muối: ~牛肉 ướp
muối thịt bò

湮 yān<动>[书]❶chôn vùi; tiêu diệt ❷(nước)
bị nghẽn

【湮灭】yānmiè<动>chôn vùi; tiêu diệt

【湮没】yānmò<动>chôn vùi; vùi lấp; tiêu
biến: 多少往事随风~。Biết bao chuyện
xưa đã cuốn bay theo gió.

嫣 yān<形>[书]xinh đẹp: ~红的花朵 hoa đỏ
tươi

【嫣红】yānhóng<形>[书]đỏ tươi: 姹紫~ sắc
màu rực rỡ

【嫣然】yānrán<形>[书]xinh tươi: 风致~
xinh đẹp phong nhã

【嫣然一笑】yānrán-yīxiào cười tươi dễ
thương

yán

延 yán<动>❶kéo dài; vươn dài: ~长休息时间 kéo dài thời gian nghỉ ngơi ❷trì hoãn: 比赛~期举行。Hoãn thời gian tổ chức thi đấu. ❸[书]mời (giáo viên, cố vấn) //(姓)Diên

【延长】yáncháng<动>kéo dài; gia hạn: 我们要~交稿时间。Chúng tôi phải gia hạn thời gian nộp bài.

【延长线】yánchángxiàn<名>đoạn nối dài; đoạn vươn ra

【延迟】yánchí<动>đẩy lùi; trì hoãn: 演出因故~。Buổi diễn lùi lại bởi nguyên do đột xuất.

【延传】yánchuán<动>lưu truyền: 这个传统~了下来。Truyền thống này đã được lưu truyền lại.

【延宕】yándàng<动>trì hoãn; kéo dài

【延搁】yángē<动>gác lại: 此事被~了三个月。Việc này đã bị gác lại ba tháng.

【延后】yánhòu<动>hoãn lại; trì hoãn; lùi lại: 比赛时间~了。Thời gian thi đấu đã lùi lại.

【延缓】yánhuǎn<动>hoãn; trì hoãn: 不容~ không cho phép trì hoãn

【延会】yánhuì<动>hoãn họp; hoãn hội nghị

【延及】yánjí<动>tác động đến; ảnh hưởng tới: ~他人 tác động tới người khác

【延年益寿】yánnián-yìshòu mạnh khỏe sống lâu; kéo dài tuổi thọ

【延聘】yánpìn<动>❶[书]mời ❷mời tiếp; nói dài thời hạn mời: 我们~了他。Chúng tôi đã tiếp tục mời anh ấy.

【延期】yánqī<动>❶hoãn lại: 会议~了。Hội nghị đã bị hoãn lại. ❷kéo dài thời hạn; gia hạn: 申请~ xin gia hạn

【延请】yánqǐng<动>mời; thuê: 他被~去担任主持人。Anh ấy được mời đi làm người

dẫn chương trình (MC).

【延伸】yánshēn<动>kéo dài đến: 这条街一直~到湖边。Dãy phố này kéo dài đến tận bờ hồ.

【延时】yánshí<动>kéo dài thời hạn: 会议可能需要~。Có lẽ phải kéo dài thời hạn hội nghị.

【延髓】yánsuǐ<名>[生理]hành tủy

【延误】yánwù<动>bị lỡ; bị nhỡ; dây dưa làm lỡ: 不要~了登机。Đừng dây dưa làm lỡ chuyến bay.

【延续】yánxù<动>nối tiếp: 我们要~优良的传统。Chúng ta phải nối tiếp truyền thống tốt đẹp.

【延展】yánzhǎn<动>kéo dài; mở rộng: 小径向山下~。Con đường nhỏ vươn dài xuống chân núi.

芫 yán

【芫荽】yánsuī<名>[植物]rau mùi; rau ngò

严 yán❶<形>kín; chặt: 这个瓶子密封得很~实。Cái lọ này bịt rất kín. ❷<形>nghiêm khắc; nghiêm trang: ~加管束 nghiêm khắc quản thúc ❸<形>mức độ cao: ~冬 mùa đông giá rét ❹<名>cha: 家~ cha tôi //(姓)Nghiêm

【严办】yánbàn<动>xử lí nghiêm khắc: 我们要~此事。Chúng ta phải xử lí nghiêm khắc việc này.

【严惩】yánchéng<动>trừng trị nghiêm khắc; nghiêm trị: 依法~ nghiêm trị theo pháp luật

【严惩不贷】yánchéng-bùdài nghiêm trị không tha

【严处】yánchǔ<动>xử lí nghiêm khắc

【严词】yáncí<名>lời lẽ nghiêm khắc: ~谴责 nghiêm khắc lên án

【严打】yándǎ<动>nghiêm trị: ~犯罪行为 nghiêm trị hành vi phạm tội

【严冬】yándōng<名>mùa đông giá lạnh: 现在已经进入了~。Lúc này đã vào mùa đông giá lạnh rồi.

【严防】yánfáng〈动〉đề phòng nghiêm ngặt: ~发生安全事故。Nghiêm ngặt để phòng xảy ra sự cố tai nạn.

【严防死守】yánfáng-sǐshǒu đề phòng cẩn mật; phòng thủ chặt chẽ: 对方后卫对我们的进攻~。Các hậu vệ đối phương phòng thủ chặt chẽ các cánh tấn công của chúng tôi.

【严父慈母】yánfù-címǔ nghiêm phụ từ mẫu: 他家中有~。Gia đình anh ấy có cha nghiêm mẹ hiền.

【严格】yángé❶〈形〉nghiêm ngặt; nghiêm khắc; chặt chẽ: 纪律十分~。Kỉ luật rất chặt chẽ. ❷〈动〉làm cho nghiêm ngặt

【严固】yángù〈形〉nghiêm ngặt và vững chắc: 对方的防守十分~。Sự phòng thủ của đối phương rất nghiêm ngặt.

【严寒】yánhán〈形〉giá rét

【严紧】yánjǐn〈形〉❶kín đáo; nghiêm ngặt: 防守~ phòng thủ nghiêm ngặt ❷chặt kín: 这门太~了。Cánh cửa này chặt quá.

【严谨】yánjǐn〈形〉❶chặt chẽ cẩn thận: 工作作风~ phong cách làm việc cẩn trọng ❷chặt chẽ tỉ mỉ

【严禁】yánjìn〈动〉nghiêm cấm: ~进入 nghiêm cấm đi vào

【严峻】yánjùn〈形〉❶nghiêm ngặt ❷gay go: 形势~ tình hình gay go

【严酷】yánkù〈形〉❶khốc liệt; khắc nghiệt: 现实太~了。Hiện thực rất khắc nghiệt. ❷nghiêm ngặt

【严厉】yánlì〈形〉nghiêm khắc: 我的母亲十分~。Mẹ tôi rất nghiêm khắc.

【严令】yánlìng〈动〉nghiêm lệnh: 酒驾是被~禁止的。Lái xe sau khi uống rượu đã bị nghiêm lệnh cấm ngặt.

【严密】yánmì❶〈形〉chặt chẽ; kín: 瓶子盖得很~。Nắp chai đậy rất kín. ❷〈形〉chu

đáo; kín đáo: ~的部署 sự bố trí chu đáo ❸〈动〉làm cho chặt chẽ

【严明】yánmíng❶〈形〉nghiêm minh: 纪律~ kỉ luật nghiêm minh ❷〈动〉giữ nghiêm minh: 只有~纪律才能保证企业健康发展。Chỉ có giữ nghiêm minh kỉ luật mới có thể đảm bảo cho xí nghiệp phát triển lành mạnh.

【严声】yánshēng〈名〉nghiêm giọng: ~责问 nghiêm giọng chất vấn

【严声厉色】yánshēng-lìsè giọng nói và sắc mặt đều nghiêm nghị: 教练~地指导球员训练。Huấn luyện viên nghiêm giọng chỉ huy cầu thủ huấn luyện.

【严师出高徒】yánshī chū gāotú thầy nghiêm nên trò giỏi

【严师益友】yánshī-yìyǒu thầy nghiêm bạn hiền

【严师诤友】yánshī-zhèngyǒu thầy giáo nghiêm nghị, người bạn thẳng thắn

【严实】yánshi〈形〉[口]❶khít; chặt chẽ ❷kín

【严守】yánshǒu〈动〉❶giữ nghiêm: ~原则 giữ nghiêm nguyên tắc ❷giữ kín

【严霜】yánshuāng〈名〉sương rét; sương giá: ~影响植物生长。Sương giá nguy hại đến sự sinh trưởng của thực vật.

【严丝合缝】yánsī-héfèng kín kẽ

【严肃】yánsù❶〈形〉nghiêm; nghiêm túc: 这是一件很~的事情。Đây là một việc rất nghiêm túc. ❷〈形〉nghiêm chỉnh ❸〈动〉giữ nghiêm

【严刑】yánxíng〈名〉nghiêm hình; hình phạt nghiêm khắc: 他在狱中受尽了~拷打。Trong nhà tù anh ấy đã bị tra tấn tàn nhẫn.

【严于律己，宽以待人】yányúlùjǐ, kuānyǐdàirén nghiêm khắc với mình, khoan dung với người

【严阵以待】yánzhènyǐdài sẵn sàng chờ

dịch: 我们的部队已经~了。Bộ đội ta đã sẵn sàng chờ địch.

【严整】yánzhěng〈形〉❶nghiêm chỉnh ❷nghiêm; chặt chẽ

【严正】yánzhèng〈形〉nghiêm chỉnh; nghiêm túc; đúng đắn: ~警告你。Nghiêm túc cảnh cáo anh.

【严重】yánzhòng〈形〉❶nghiêm trọng: 后果~ hậu quả nghiêm trọng ❷gay gắt; gay go: 病情现在很~。Bệnh tình hiện nay trở nên rất gay go.

言 yán❶〈名〉lời nói: 诺~ lời hứa ❷〈动〉nói: 畅所欲~ nói cho thoải mái ❸〈名〉chữ (trong tiếng Hán): 洋洋万~ đến hàng chục ngàn chữ //〈姓〉Ngôn

【言必信，行必果】yán bì xìn, xíng bì guǒ đã nói ắt phải giữ lời, đã làm ắt phải quả quyết

【言必有据】yánbìyǒujù nói có sách, mách có chứng

【言必有中】yánbìyǒuzhòng đã nói là nhằm đúng trọng tâm

【言不及义】yánbùjíyì nói không đúng nghĩa

【言不由衷】yánbùyóuzhōng nghĩ một đằng nói một nẻo

【言差语错】yánchā-yǔcuò lời sai tiếng lẫn: 面试的时候我们尽量避免~。Khi thi phỏng vấn chúng ta cần tránh những lời sai tiếng lẫn.

【言出必行】yánchūbìxíng đã nói thì phải làm

【言传】yánchuán〈动〉diễn đạt bằng lời: 只可意会，不可~。Chỉ có thể hiểu ý chứ không thể diễn tả bằng lời nói.

【言传身教】yánchuán-shēnjiào dạy bằng lời nói và hành động

【言辞】yáncí〈名〉lời lẽ; ngôn từ: 注意你的~。Xin chú ý ngôn từ của mình.

【言多必失】yánduōbìshī nói nhiều ắt sẽ lỡ lời: 你说得太多，小心~。Anh nói quá nhiều, cẩn thận kẻo lỡ lời đấy.

【言而无信】yán'érwúxìn không giữ lời hứa: 他是一个~的人。Anh ta là một người không giữ lời hứa.

【言而有信】yán'éryǒuxìn đã nói là giữ lời hứa; giữ lời hứa

【言归于好】yánguīyúhǎo làm lành; hòa hảo: 他们已经~了。Họ đã làm lành với nhau.

【言归正传】yánguīzhèngzhuàn quay về ý chính: 好了，现在我们~。Thế nhé, bây giờ chúng ta quay về ý chính.

【言过其实】yánguòqíshí nói quá sự thực

【言和】yánhé〈动〉hòa giải: 两国已经~了。Hai nước đã hòa giải.

【言欢】yánhuān〈动〉chuyện trò vui vẻ: 把酒~ nâng chén rượu chuyện trò vui vẻ

【言简意赅】yánjiǎn-yìgāi gọn lời đủ ý

【言教】yánjiào〈动〉dạy bằng lời

【言教不如身教】yánjiào bùrú shēnjiào dạy bằng sự gương mẫu của bản thân còn hơn dạy bằng lời

【言近旨远】yánjìn-zhǐyuǎn lời gần ý xa

【言路】yánlù〈名〉kênh dư luận; kênh phát biểu ý kiến: 拓宽~ mở rộng kênh dư luận

【言论】yánlùn〈名〉ý kiến; ngôn luận: 我们有~自由的权利。Chúng ta có quyền tự do ngôn luận.

【言情】yánqíng〈形〉(tác phẩm) viết về tình yêu: ~小说 tiểu thuyết viết về tình yêu

【言人人殊】yánrénrénshū mỗi người nói một cách

【言声儿】yánshēngr〈动〉[口]cất tiếng; nói ra: 有什么需要帮忙的你就~。Có gì cần giúp đỡ thì anh cứ bảo nhé.

【言说】yánshuō〈动〉nói ra: 有些事我们不能~。Có một số việc chúng ta không được phép nói ra.

【言谈】yántán ❶<动>nói năng: 不善~ nói năng vụng về ❷<名>lời lẽ; lời nói: ~风雅 lời nói tao nhã

【言谈举止】yántán-jǔzhǐ lời lẽ cử chỉ: 他喜欢观察别人的~。Anh ấy hay quan sát lời lẽ cử chỉ của người khác.

【言听计从】yántīng-jìcóng nói gì nghe nấy; nhất nhất nghe theo; bảo sao vâng vậy: 她对丈夫~。Chồng bảo sao chị ấy vâng vậy.

【言外之意】yánwàizhīyì ý tại ngôn ngoại: 你知道他的~吗? Anh có biết hàm ý ẩn trong lời nói của ông ta không?

【言为心声】yánwéixīnshēng lời nói là tiếng lòng

【言行】yánxíng <名>lời nói và hành vi: 他很注意自己的~。Anh ấy rất chú ý tới lời nói và hành vi của bản thân.

【言行不一】yánxíng-bùyī lời nói không đi đôi với việc làm; ngôn hành bất nhất

【言行一致】yánxíng-yīzhì lời nói đi đôi với việc làm

【言犹在耳】yányóuzài'ěr lời nói còn văng vẳng bên tai

【言有尽而意无穷】yán yǒu jìn ér yì wúqióng lời có thể cạn mà ý nghĩ và ý vị vô tận

【言语】yányǔ<名>lời nói; khả năng nắm bắt và sử dụng ngôn ngữ

【言者无心，听者有意】yánzhě-wúxīn, tīngzhě-yǒuyì kẻ nói vô tâm, người nghe hữu ý

【言者无罪，闻者足戒】yánzhě-wúzuì, wénzhě-zújiè kẻ nói vô tội, người nghe răn mình

【言之过早】yánzhī-guòzǎo nói quá sớm; kết luận quá sớm

【言之无物】yánzhī-wúwù ba hoa rỗng tuếch

【言之有据】yánzhī-yǒujù nói có sách mách có chứng

【言之有理】yánzhī-yǒulǐ nói có lí

【言之凿凿】yánzhī-záozáo nói chắc như đinh ốc: 在没有证据的时候，我们不能~。Khi chưa có chứng cớ thì chúng ta không thể nói một cách khẳng định.

【言中】yánzhòng<动>nói đúng chỗ; nói đúng: 这事被他不幸~。Chuyện này chẳng may mà bị anh ta nói trúng.

【言重】yánzhòng<动>nặng lời; nói quá lời: 您~了。Ông nói quá nặng lời rồi.

岩 yán<名>❶đá nham thạch: 花岗~ đá hoa cương ❷mỏm đá; mỏm núi đá; ngọn núi đá ❸hang đá: 七星~ Thất Tinh nham //(姓) Nham

【岩层】yáncéng<名>[地质]tầng nham thạch; tầng đá; lớp đá: 开发~ khai thác lớp đá

【岩洞】yándòng<名>động (trong núi đá); hang đá; động đá: 猿人居住在~中。Người vượn ở trong hang đá.

【岩画】yánhuà<名>bức vẽ trên vách đá; nham họa

【岩浆】yánjiāng<名>[地质]nham thạch nóng chảy; phún nham

【岩溶地貌】yánróng dìmào địa hình đá vôi (karst): 这片区域属~。Khu vực này là vùng địa hình đá vôi.

【岩石】yánshí<名>nham thạch; đá

【岩穴】yánxué<名>hang đá; động đá: 这个~十分出名。Hang đá này rất nổi tiếng.

【岩盐】yányán<名>muối mỏ; muối đá

【岩样】yányàng<名>[地质]mẫu nham thạch: 收集~ thu thập mẫu nham thạch

炎 yán❶<形>nóng; nóng nực: 夏日~~ mùa hè nóng nực ❷<名>sưng tấy; viêm: 肺~ viêm phổi ❸<形>quyền thế: 趋~附势 xu phụ quyền thế ❹(Yán)<名>Viêm Đế

【炎帝】Yándì<名>Viêm Đế: 你知道~的传

说吗？Anh có biết truyền thuyết về Viêm Đế không?

【炎黄】Yán-Huáng〈名〉Viêm Đế và Hoàng Đế (hai vị đế vương trong truyền thuyết cổ Trung Hoa, được tôn là thủy tổ của dân tộc Trung Hoa): ~子孙 con cháu Viêm Hoàng/con cháu dân tộc Trung Hoa

【炎凉】yánliáng〈形〉nóng lạnh: 世态~ thế thái nhân tình thay đổi/thói thời viêm lương

【炎热】yánrè〈形〉nóng nực: 夏季十分~。Mùa hè rất nóng nực.

【炎日】yánrì〈名〉mặt trời nóng rát: ~当空。Trời nắng chang chang.

【炎暑】yánshǔ〈名〉❶mùa hè nắng nóng, oi bức: 时值~。Vào ngày hè oi bức. ❷khí nóng: 工人们顶着~工作。Công nhân làm việc dưới điều kiện nóng bức.

【炎夏】yánxià〈名〉mùa hè nắng nóng: ~盛暑 ngày hè nắng nóng

【炎炎】yányán〈形〉❶nắng chang chang; nắng rát: 夏日~ mặt trời mùa hè nóng rát ❷hừng hực; rừng rực: 大火~，货物都被烧毁了。Ngọn lửa cháy rừng rực, hàng hóa đều bị thiêu hủy.

【炎症】yánzhèng〈名〉chứng viêm: 他伤口有~。Vết thương anh ấy bị viêm.

沿 yán❶〈介〉ven; men theo: ~着国道走 đi men theo đường quốc lộ ❷〈动〉theo; căn cứ ❸〈动〉viền: 袖子上~着一道白边。Ở cổ tay áo viền một đường trắng. ❹〈名〉mép; rìa: 前~ tiền duyên/rìa trước

【沿岸】yán'àn〈名〉ven bờ: 漓江~ ven bờ sông Li Giang

【沿边儿】yánbiānr〈动〉viền mép

【沿革】yángé〈名〉quá trình phát triển và biến đổi: 企业发展~ quá trình đổi thay và phát triển của doanh nghiệp

【沿海】yánhǎi〈名〉duyên hải; ven biển

【沿河】yánhé〈名〉ven sông

【沿江】yánjiāng〈名〉ven sông

【沿街】yánjiē〈副〉dọc phố; ven đường: ~摆摊 bán rong ở vỉa hè

【沿例】yánlì〈动〉theo lệ cũ

【沿路】yánlù〈副〉dọc đường

【沿途】yántú〈名〉dọc đường: ~的风景让人流连忘返。Phong cảnh dọc đường khiến mọi người lưu luyến.

【沿袭】yánxí〈动〉tiếp tục như trước đây; làm như cũ: ~旧例 theo lệ cũ

【沿线】yánxiàn〈名〉dọc đường: 铁路~的村镇 những làng mạc thị trấn dọc đường sắt

【沿用】yányòng〈动〉tiếp tục dùng: ~过去的方法 tiếp tục áp dụng phương pháp trước kia

【沿着】yánzhe〈动〉ven theo; đi theo

研 yán〈动〉❶nghiền (nhỏ); mài: ~墨 mài mực; ~成粉末 nghiền vụn thành bột ❷nghiên cứu: 钻~ nghiên cứu sâu

【研钵】yánbō〈名〉cối giã; cối nghiền

【研杵】yánchǔ〈名〉chày giã

【研定】yándìng〈动〉nghiên cứu quyết định: ~适合学校管理的条例 nghiên cứu quyết định điều lệ quản lí phù hợp với tình hình nhà trường

【研读】yándú〈动〉học tập và nghiên cứu: 他正在~文学名著。Anh ấy đang học tập và nghiên cứu các tác phẩm văn học nổi tiếng.

【研发】yánfā〈动〉nghiên cứu khai thác; khám phá: 这是新~的产品。Đây là sản phẩm mới khai thác.

【研究】yánjiū〈动〉❶nghiên cứu: ~社会现象 nghiên cứu hiện tượng xã hội ❷suy nghĩ bàn bạc; cân nhắc: 领导们会认真~大家的意见的。Lãnh đạo sẽ cân nhắc một cách nghiêm chỉnh ý kiến của mọi người.

【研究生】yánjiūshēng〈名〉học viên cao học; nghiên cứu sinh: 这所大学拥有众多ưu

秀的~。Ở trường đại học này có rất nhiều nghiên cứu sinh xuất sắc.

【研究所】yánjiūsuǒ〈名〉viện nghiên cứu; sở nghiên cứu: 北京有许多~。Bắc Kinh tập trung rất nhiều viện nghiên cứu.

【研究员】yánjiūyuán〈名〉nghiên cứu viên

【研磨】yánmó〈动〉❶xay nghiền (thành bột): 把玉米~成粉末。Xay nghiền hạt ngô thành bột. ❷mài (nhẵn); đánh bóng; xát xay: ~粉 xay bột

【研磨粉】yánmófěn〈名〉bột mài; bột xay

【研磨机】yánmójī〈名〉máy nghiền; máy xay; máy xay xát: 我们可以用~来研磨咖啡。Chúng ta có thể dùng máy xay xát để xay cà phê.

【研判】yánpàn〈动〉nghiên cứu phán định: 通过~决定 thông qua nghiên cứu quyết định

【研碎】yánsuì〈动〉cán nhỏ; tán cho vụn; xay, giã cho vụn

【研讨】yántǎo〈动〉nghiên cứu và thảo luận

【研讨会】yántǎohuì〈名〉hội thảo: 边境经贸~ Hội thảo kinh tế thương mại biên giới

【研习】yánxí〈动〉nghiên cứu học tập

【研修】yánxiū〈动〉nghiên cứu và tiến tu: 我们应当~提高自己的专业水平。Chúng ta phải nghiên cứu và rèn luyện nâng cao trình độ chuyên môn của mình.

【研制】yánzhì〈动〉nghiên cứu chế tạo: 我们要~出新的节能产品。Chúng ta phải nghiên cứu chế tạo ra những sản phẩm mới tiết kiệm năng lượng.

盐 yán〈名〉❶muối: 精~ muối tinh ❷muối (hóa chất): 复~ muối kép

【盐巴】yánbā〈名〉[方]muối ăn

【盐层】yáncéng〈名〉[地质]tầng muối; lớp muối

【盐场】yánchǎng〈名〉ruộng muối; đồng muối

【盐池】yánchí〈名〉bể nước mặn làm muối

【盐度】yándù〈名〉độ mặn: 这个湖的~有点高。Độ mặn của hồ này hơi cao.

【盐分】yánfèn〈名〉hàm lượng muối: 这块土壤中的~过高。Hàm lượng muối của khu đất này quá cao.

【盐湖】yánhú〈名〉[地质]hồ nước mặn: ~有很高的研究价值。Hồ nước mặn có giá trị nghiên cứu rất cao.

【盐花】yánhuā〈名〉❶hạt muối: 给菜拌上点儿~ thêm ít muối vào món ăn ❷[方]hoa muối

【盐碱地】yánjiǎndì〈名〉đất phèn: ~的粮食产量很低。Sản lượng lương thực vùng đất phèn rất thấp.

【盐井】yánjǐng〈名〉giếng muối: 我们这里从~开采食盐。Địa phương chúng tôi khai thác muối ăn từ giếng muối.

【盐矿】yánkuàng〈名〉mỏ muối: 开采~ khai thác mỏ muối

【盐类】yánlèi〈名〉loại muối: 世界上有很多种~。Trên thế giới có rất nhiều loại muối khác nhau.

【盐民】yánmín〈名〉dân sản xuất muối

【盐汽水】yánqìshuǐ〈名〉nước ga mặn: 我喜欢喝~。Tôi thích uống nước ga mặn.

【盐泉】yánquán〈名〉suối mặn: 开发~ khai thác suối mặn

【盐霜】yánshuāng〈名〉hoa muối

【盐水】yánshuǐ〈名〉nước muối: 把水果放入~中。Đem hoa quả ngâm trong nước muối.

【盐酸】yánsuān〈名〉[化学]axít clo-hy-dric: ~是一种强酸。Axít clo-hy-dric là một loại axít mạnh.

【盐滩】yántān〈名〉bãi muối; đồng muối

【盐田】yántián〈名〉ruộng muối; đồng muối

【盐业】yányè〈名〉nghề làm muối: 沿海区域的~比较发达。Nghề làm muối ở khu vực ven biển khá phát triển.

【盐液】yányè〈名〉nước muối; dung dịch muối

盐渍土】yánzìtǔ<名>đất phèn hóa: 这块土地已经是~了。Vùng đất này đã phèn hóa rồi.

阎 yán<名>[书]cổng ngõ //(姓)Diêm

阎罗】Yánluó<名>[宗教]Diêm la; Diêm vương

【阎王】Yánwang<名>Diêm vương

筵 yán<名>[旧]chiếu; tiệc; cỗ bàn: 盛~ bữa tiệc thịnh soạn

【筵席】yánxí<名>tiệc rượu: 他们结婚不打算摆~。Họ kết hôn mà không có ý định tổ chức tiệc cưới.

颜 yán<名>❶mặt; vẻ mặt: 容~ dung nhan; 和~悦色 vẻ mặt hiền hòa ❷mặt mũi; thể diện: 无~见爹娘 không còn mặt mũi nào gặp cha mẹ ❸màu sắc: 五~六色 màu sắc rực rỡ //(姓)Nhan

【颜料】yánliào<名>thuốc màu; chất liệu màu: 我们缺少~。Chúng tôi thiếu thuốc màu.

【颜面】yánmiàn<名>❶mặt: ~神经 thần kinh mặt ❷thể diện; mặt mũi: 挽回~ gỡ lại thể diện

【颜容】yánróng<名>dung nhan: 再现青春的~ tái hiện dung nhan tuổi xuân

【颜色】yánsè<名>❶màu; sắc: 你喜欢什么~? Chị thích màu gì? ❷(làm cho) biết mặt; biết tay; biết lễ độ: 看来不给你点~看看, 你不会认输! Xem ra không cho anh một phen biết tay thì anh chẳng bao giờ chịu thua cả! ❸[书]dung nhan ❹vẻ

檐 yán<名>❶mái hiên: 房~ hiên nhà ❷vành: 帽~ vành mũ

yǎn

奄 yǎn[书]❶<动>che phủ ❷<副>bỗng; đột nhiên: 敌军~至。Bỗng quân địch ập đến.

【奄然】yǎnrán<副>[书]bỗng nhiên

【奄奄】yǎnyǎn<形>thoi thóp

【奄奄一息】yǎnyǎn-yīxī thoi thóp: 他现在已经~。Ông ấy hiện giờ chỉ còn thoi thóp.

俨 yǎn[书]❶<形>trang trọng ❷<副>y như

【俨然】yǎnrán[书]❶<形>trang nghiêm: ~正坐 ngồi trang nghiêm ❷<形>ngăn nắp: ~有序 ngăn nắp trật tự ❸<副>giống hệt: 一副暴发户的派头 giống hệt bộ tịch kẻ đang phất lên

衍¹ yǎn<动>[书]❶khai triển; phát triển: 推~ suy diễn ❷(câu, chữ) thừa: ~文 chữ thừa //(姓)Diễn

衍² yǎn<名>[书]❶đất thấp và bằng phẳng ❷đầm lầy

【衍变】yǎnbiàn<动>diễn biến

【衍化】yǎnhuà<动>diễn hóa: 这一点是在其原有基础上~而来的。Điều này được diễn hóa trên cơ sở vốn có.

【衍射】yǎnshè<动>nhiễu xạ

【衍生】yǎnshēng<动>❶diễn sinh (hợp chất đơn giản biến thành hợp chất phức tạp) ❷diễn biến; phát sinh: ~出来的事物 sự vật diễn sinh

【衍生物】yǎnshēngwù<名>vật diễn sinh

掩 yǎn<动>❶che đậy; bưng bít: ~面而泣 che mặt khóc ❷khép: 把窗户~上。Khép cánh cửa sổ lại. ❸[方]kẹp ❹[书]tập kích; tấn công bất ngờ: ~袭 tập kích bất ngờ

【掩鼻】yǎnbí<动>bịt mũi: ~而过 bịt mũi đi qua

【掩闭】yǎnbì<动>đóng chặt: 大门~着。Cánh cửa đóng chặt.

【掩蔽】yǎnbì❶<动>che đậy; ẩn nấp: 他~草丛中。Nó ẩn náu trong bụi cỏ. ❷<名>chỗ ẩn nấp: 这个土丘可做我们的~。Mỏm đất này có thể làm chỗ ẩn nấp cho chúng ta.

【掩藏】yǎncáng<动>ẩn nấp; che giấu: ~内心的痛苦 ẩn giấu nỗi đau khổ trong lòng

【掩耳盗铃】yǎn'ěr-dàolíng bịt tai trộm chuông; ví tự lừa dối mình: 你的行为真是~。Hành vi của anh thật là tự lừa dối bản thân.

【掩盖】yǎngài<动>❶che đậy; phủ kín: 她用课本~住纸条。Cô ấy lấy cuốn sách giáo khoa che mẩu giấy lại. ❷giấu giếm; che giấu: ~真相 che giấu sự thật

【掩护】yǎnhù❶<动>yểm hộ; yểm trợ: 他~队友撤到安全区域。Anh ấy yểm trợ đồng đội rút vào khu an toàn. ❷<名>vật che chở

【掩卷】yǎnjuàn<动>gấp sách: ~沉思 gấp sách lại trầm tư suy nghĩ

【掩埋】yǎnmái<动>chôn cất: ~尸体 chôn cất thi thể

【掩泣】yǎnqì<动>[书]bưng mặt khóc rưng rức: 她说着说着便~起来。Cô ta kể lể rồi bưng mặt khóc.

【掩人耳目】yǎnrén'ěrmù che tai bịt mắt thế gian; lừa dối người đời

【掩杀】yǎnshā<动>[书]đánh lén; tập kích bất ngờ: 他被~了。Anh ấy bị tập kích rồi.

【掩饰】yǎnshì<动>che đậy; che giấu (sai làm...): ~自己的过错 che đậy sự sai trái của mình

【掩体】yǎntǐ<名>hầm trú ẩn; công sự che chắn: 敌机来了，赶快躲进~。Có máy bay địch, mau chạy vào hầm trú ẩn.

【掩映】yǎnyìng<动>đan xen và làm nổi nhau: 在绿叶的~下，鲜花显得更加娇美。Hoa tươi nổi lên kiều diễm với lá xanh.

眼 yǎn❶<名>mắt ❷<名>lỗ; lỗ thủng: 针~ trôn kim ❸<名>chỗ quan trọng; điểm then chốt: 节骨~儿 khâu then chốt ❹<量>cái (giếng): 三~井 ba cái giếng ❺<名>tầm nhìn ❻<名>mắt trống (cờ vây) ❼<名>[戏曲]nhịp phách

【眼巴巴】yǎnbābā❶mỏi mắt (chờ): 她~地盼着儿子回家。Bà ấy mỏi mắt trông đợi đứa con trai về nhà. ❷trơ mắt ra: 他~地看着自己一手建立起来的公司毁于一旦。Anh ấy trơ mắt nhìn công ti do mình sáng lập bị hủy trong chốc lát.

【眼白】yǎnbái<名>[方]lòng trắng mắt

【眼病】yǎnbìng<名>bệnh mắt

【眼波】yǎnbō<名>ánh mắt

【眼不见为净】yǎn bù jiàn wéi jìng mắt không nhìn thấy coi là sạch sẽ

【眼不见，心不烦】yǎn bù jiàn, xīn bù fán mắt không thấy thì lòng chẳng buồn phiền

【眼馋】yǎnchán<动>thấy mà thèm; trông mà thèm: 这菜真叫人~。Món ăn này trông mà thèm.

【眼袋】yǎndài<名>túi mắt (phần mọng của mí mắt dưới)

【眼底】yǎndǐ<名>❶[解剖]đáy mắt ❷tầm mắt: 湖光山色尽收~。Cảnh hồ nước và núi non thu gọn trong tầm mắt.

【眼底下】yǎndǐxià<名>❶tận mắt ❷ngay trước mắt: 先处理好~的事。Hãy xử lí xong việc trước mắt đã.

【眼风】yǎnfēng<名>luồng mắt; liếc mắt: 他向小王丢了个~。Nó liếc mắt nhìn cậu Vương một cái.

【眼福】yǎnfú<名>phúc được thấy; may được thấy: 今天真是大饱~! Hôm nay may được no con mắt!

【眼高手低】yǎngāo-shǒudī mắt cao tay thấp; tiêu chuẩn thì cao, năng lực thì thấp; kén cá chọn canh mà lại bất tài

【眼光】yǎnguāng<名>❶ánh mắt: 他的~最后落在她身上。Cuối cùng thì ánh mắt của anh ta đã đưa về phía chị ấy. ❷quan điểm; tầm nhìn; cách nhìn: 我只想用客观的~看待这个问题。Tôi chỉ muốn dùng quan điểm khách quan để nhìn nhận vấn đề này. ❸năng lực nhận xét: 有政治~ có khả năng nhận xét nhạy bén về chính trị

【眼红】yǎnhóng<形>❶nóng mắt; ghen tị: 看得让人~ trông mà nóng mắt; ~别人的成就 ghen tị với thành tựu của người ta ❷đỏ mặt tía tai; căm thù: 仇人相见，分外~。 Kẻ thù gặp nhau, đỏ mắt căm giận.

【眼花】yǎnhuā<形>hoa mắt: 这字让人看得~。 Chữ này khiến cho người đọc hoa cả mắt.

【眼花缭乱】yǎnhuā-liáoluàn (xem) rối cả mắt; hoa cả mắt: 这里有太多的漂亮衣服，让我~。 Ở đây có rất nhiều áo đẹp, làm em rối mắt.

【眼疾】yǎnjí<名>tật mắt; bệnh mắt

【眼疾手快】yǎnjí-shǒukuài nhanh mắt nhanh tay: 他~，一把接住了从高处坠落的孩子。 Anh ấy nhanh mắt nhanh tay đón lấy thằng bé bị rơi từ trên cao.

【眼尖】yǎnjiān<形>con mắt sắc sảo; tinh mắt: ~的他看出了其中的端倪。 Anh ta tinh mắt đã phát hiện ra ngọn ngành trong đó.

【眼睑】yǎnjiǎn<名>mí mắt: 他揉伤了~。 Anh ấy dụi mắt làm tổn thương mí mắt.

【眼见】yǎnjiàn<副>đến nơi; sắp: ~大雨就要来了，你还不快回家! Mưa to đến nơi rồi mà anh còn không mau về nhà!

【眼角】yǎnjiǎo<名>khóe mắt

【眼睫毛】yǎnjiémáo<名>lông mi

【眼界】yǎnjiè<名>tầm mắt: 他想到国外去开阔一下~。 Anh ấy muốn ra nước ngoài mở rộng tầm mắt.

【眼睛】yǎnjing<名>con mắt

【眼镜】yǎnjìng<名>kính (đeo) mắt

【眼镜店】yǎnjìngdiàn<名>tiệm kính; cửa hàng kính thuốc

【眼镜盒】yǎnjìnghé<名>hộp đựng kính; bao kính

【眼镜蛇】yǎnjìngshé<名>rắn hổ mang

【眼看】yǎnkàn❶<副>sắp; đến nơi: ~新的教学楼就要建起来了。 Tòa nhà giảng đường sắp được xây nên. ❷<动>bỏ mặc: 我不能~着他受苦。 Tôi không thể bỏ mặc anh ấy chịu khổ.

【眼科】yǎnkē<名>khoa mắt

【眼孔】yǎnkǒng<名>[方]tầm mắt

【眼眶】yǎnkuàng<名>❶vành mắt: 他把~揉红了。 Anh ta dụi đỏ cả vành mắt. ❷hốc mắt: ~发黑 hốc mắt thâm quầng

【眼泪】yǎnlèi<名>nước mắt

【眼力】yǎnlì<名>❶thị lực: 上了年纪之后，奶奶的~变差了。 Tuổi ngày một cao, thị lực của bà nội cũng kém dần. ❷năng lực nhận xét: 他很满意自己观察事物的~。 Anh ấy rất hài lòng với năng lực quan sát sự vật của mình.

【眼帘】yǎnlián<名>tầm mắt: 首先映入我~的是那满池的荷花。 Trước hết đập vào mắt tôi là cả một đầm hoa sen.

【眼明手快】yǎnmíng-shǒukuài nhanh tay sáng mắt

【眼目】yǎnmù<名>❶mắt: 强烈的灯光炫人~。 Ánh sáng mạnh làm lóa cả mắt. ❷tai mắt (chỉ mật thám, chỉ điểm): ~众多 một số đông tai mắt

【眼泡】yǎnpāo<名>mí mắt trên

【眼皮】yǎnpí<名>mí mắt

【眼皮底下】yǎnpí dǐxia =【眼底下】

【眼前】yǎnqián<名>❶trước mắt; trước mặt: 他~是一片欢腾的人海。 Trước mặt anh ấy là cả một biển người hân hoan. ❷hiện nay

【眼前亏】yǎnqiánkuī<名>thiệt trước mắt: 好汉不吃~。 Hảo hán không chịu thiệt trước mắt.

【眼浅】yǎnqiǎn<形>tầm mắt thiển cận; kiến thức kém cỏi

【眼球】yǎnqiú<名>❶nhãn cầu; con ngươi ❷ví sức chú ý

【眼圈】yǎnquān =【眼眶】

【眼热】yǎnrè<形>thèm thuồng; thèm nóng mắt; ghen tị: 她幸福得让人~。Cô ấy hạnh phúc đến mức khiến người ta phải ghen tị.

【眼色】yǎnsè<名>❶liếc mắt; (đưa) mắt (ra hiệu): 我赶紧对他使了个~。Tôi vội đưa mắt ra hiệu cho anh ấy. ❷khả năng tùy cơ ứng biến: 想不到小小的孩子这么有~。Không ngờ thằng bé con mà lại có khả năng tùy cơ ứng biến như vậy.

【眼神】yǎnshén<名>❶ánh mắt: 她的~告诉我,她正在思考。Ánh mắt của cô ấy bảo tôi rằng, cô ấy đang suy nghĩ. ❷[方]thị lực

【眼生】yǎnshēng<形>lạ mắt; chưa thấy bao giờ: 那条狗看到~的人就想扑过去。Con chó thấy người lạ mặt là định vồ lên.

【眼屎】yǎnshǐ<名>dử mắt

【眼熟】yǎnshú<形>quen mắt: 这地方好~! Nơi đây trông thật quen mắt!

【眼跳】yǎntiào<动>máy mắt

【眼窝】yǎnwō<名>hốc mắt: 你的~有点深。Hốc mắt của em hơi sâu.

【眼下】yǎnxià<名>trước mắt; hiện giờ: 我~正忙着写论文, 没空去玩。Trước mắt tôi đang bận viết luận án, không có thời gian đi chơi.

【眼线】[1] yǎnxiàn<名>viền mắt: 描~ kẻ viền mắt

【眼线】[2] yǎnxiàn<名>kẻ chỉ điểm; cơ sở tai mắt; cơ sở ngầm (bí mật theo dõi tin)

【眼药水】yǎnyàoshuǐ<名>thuốc nhỏ mắt

【眼影】yǎnyǐng<名>hằn mắt; bóng mắt: ~膏 thuốc đánh bóng mắt

【眼晕】yǎnyùn<动>quáng mắt

【眼罩儿】yǎnzhàor<名>❶cái chụp che mắt ❷động tác đưa tay che mắt (cho khỏi chói mắt): 他打起~向远处望去。Anh ấy đưa tay che mắt dõi nhìn về phía xa.

【眼睁睁】yǎnzhēngzhēng đờ mắt; trơ mắt: 他~地看着房子被水淹了。Anh ấy đờ mắt nhìn căn nhà bị ngập nước.

【眼中钉, 肉中刺】yǎnzhōngdīng, ròuzhōngcì cái đinh trong mắt, cái gai trong thịt; ngứa mắt

【眼珠】yǎnzhū<名>nhãn cầu

【眼珠子】yǎnzhūzi<名>[口]❶con ngươi ❷ví quý như con ngươi

【眼拙】yǎnzhuō<形>mắt trần; người trần mắt thịt: 是我~了, 一时竟认不出你来! Đúng là tôi người trần mắt thịt không nhận ra ngay anh!

偃 yǎn<动>[书]❶ngã ngửa; đặt ngửa: ~卧 nằm ngửa ❷ngừng; dứt: ~武修文 thôi võ lo văn/ngừng đao binh, lo văn hóa

【偃旗息鼓】yǎnqí-xīgǔ cuốn cờ im trống

演 yǎn<动>❶diễn biến; biến hóa: ~进 diễn tiến ❷phát triển; phát huy: ~绎 diễn dịch ❸diễn; biểu diễn: ~木偶戏 biểu diễn múa rối ❹diễn giải (luyện tập hoặc tính toán theo thể thức) //(姓)Diễn

【演变】yǎnbiàn<动>diễn biến; biến đổi: 谁也不晓得事态将会如何~。Chẳng ai biết rõ vụ việc này rồi sẽ diễn biến ra sao.

【演播】yǎnbō<动>biểu diễn và phát sóng; diễn qua đài; diễn qua truyền hình: 这是正式~之前的最后一次排练。Đây là lần tập rượt cuối cùng trước khi biểu diễn và phát sóng chính thức.

【演唱】yǎnchàng<动>biểu diễn hát; trình diễn; trình bày: ~京剧 diễn Kinh kịch

【演唱会】yǎnchànghuì<名>hội hát; buổi trình diễn: 这个月有一场~。Tháng này có một hội hát.

【演出】yǎnchū<动>trình diễn; diễn xuất: 他将为大家~节目。Anh ấy sẽ tham gia trình diễn tiết mục.

【演化】yǎnhuà<动>biến đổi; tiến hóa: 这是物种~的结果。Đây là kết quả tiến hóa của vật chủng.

【演技】yǎnjì〈名〉kĩ xảo biểu diễn; tài diễn:
她的~很不错。Tài diễn của cô ấy rất tốt.

【演讲】yǎnjiǎng〈动〉diễn giảng; diễn
thuyết: 他们让你上台~。Họ mời anh lên
diễn thuyết.

【演进】yǎnjìn〈动〉diễn tiến: 从这里我们
可以看出物种的~过程。Qua đó, chúng ta
có thể nhận ra quá trình diễn tiến của chủng
vật.

【演练】yǎnliàn〈动〉diễn tập: 本周他们将进
行一次地面~。Tuần này họ sẽ có lần diễn
tập trên mặt đất.

【演示】yǎnshì〈动〉thị phạm; làm mẫu;
hướng dẫn: ~操作方法 thị phạm hướng dẫn
thao tác

【演说】yǎnshuō〈动〉diễn thuyết; nói
chuyện: 发表~ công khai diễn thuyết

【演算】yǎnsuàn〈动〉tính toán; giải toán: 反
复~ tính toán lại nhiều lần

【演习】yǎnxí〈动〉diễn tập; tập trận: 海上~
cuộc tập trận trên biển; 他们正在进行一次
救护~。Họ đang tiến hành diễn tập về cứu
thương.

【演戏】yǎnxì〈动〉❶diễn kịch; diễn trò: 她
六岁就登台~。Năm lên sáu chị ấy đã lên
sân khấu diễn kịch. ❷ví cố tình làm bộ

【演义】yǎnyì❶〈动〉[书]diễn nghĩa; bày tỏ
nghĩa lí có phát huy thêm: 这是一部长篇章
回历史~小说。Đây là cuốn tiểu thuyết diễn
nghĩa lịch sử chương hồi dài. ❷〈名〉diễn
nghĩa: 《三国~》 Tam quốc diễn nghĩa

【演艺】yǎnyì〈名〉❶nghệ thuật biểu diễn
❷kĩ xảo tài năng diễn xuất

【演艺圈】yǎnyìquān〈名〉làng nghệ sĩ; ngành
biểu diễn văn nghệ và nghệ thuật

【演绎】yǎnyì〈动〉diễn dịch; suy diễn phân
tích; diễn giải

【演员】yǎnyuán〈名〉diễn viên

【演奏】yǎnzòu〈动〉diễn tấu (biểu diễn bằng
nhạc cụ): 他能熟练地~钢琴。Anh ấy biểu
diễn đàn pi-a-nô rất điêu luyện.

【演奏会】yǎnzòuhuì〈名〉buổi hòa nhạc: ~
将要开始了。Buổi hòa nhạc sắp bắt đầu.

鼹 yǎn〈名〉chuột chũi

【鼹鼠】yǎnshǔ〈名〉chuột chũi: 这只~真
小。Con chuột chũi này nhỏ thật.

yàn

厌 yàn❶〈形〉thỏa mãn; mức độ: 贪得无~
tham lam vô độ ❷〈动〉ngán; chán: 不~其烦
chẳng sợ nhàm chán ❸〈动〉ghét: 喜新~旧
ưa cái mới ghét bỏ cái cũ/có mới nới cũ

【厌烦】yànfán〈动〉phiền chán; ngao ngán:
我对这个问题感到极度~。Tôi cảm thấy
chán ngán cực độ đối với vấn đề này.

【厌恨】yànhèn〈动〉chán ghét; ghét cay
ghét đắng

【厌倦】yànjuàn〈动〉chán ngán mệt mỏi;
ngán ngẩm: 他早已~了这样奔波的生活。
Từ lâu anh ấy đã chán ngán với cuộc sống
bôn ba như vậy.

【厌弃】yànqì〈动〉vứt bỏ; ghét bỏ; chán
ghét: 这样的装扮让人~。Cách ăn mặc và
trang điểm như vậy khiến cho người ta chán
ghét.

【厌食】yànshí〈动〉biếng ăn: 夏天容易让人
~。Mùa hè người ta thường hay biếng ăn.

【厌食症】yànshízhèng〈名〉[医学]bệnh
chán ăn: 他得了~。Em ấy mắc bệnh chán
ăn.

【厌世】yànshì〈动〉chán đời; yếm thế: 他总
是以一种~的态度看待这个世界。Ông ấy
hay nhìn nhận thế giới bằng con mắt chán
đời.

【厌恶】yànwù〈动〉ghét; chán ghét: 他的举
动令人~。Cử chỉ của ông ấy khiến người
ta chán ghét.

Y

【厌学】yànxué<动>chán học: 他有点~, 不想去学校。Em ấy tỏ ra hơi chán học, không muốn đến trường.

【厌战】yànzhàn<动>chán ghét chiến tranh: ~情绪 thái độ chán ghét chiến tranh

砚 yàn<名>cái nghiên mực: 笔~ bút và nghiên

【砚池】yànchí<名>nghiên mực (có hình lõm xuống): 这是一个古代~。Đây là cái nghiên mực thời xưa.

【砚台】yàntai<名>cái nghiên mực

咽 yàn<动>nuốt: ~唾沫 nuốt nước bọt
另见yān, yè

【咽气】yànqì<动>tắt thở; tắt hơi; trút hơi thở cuối cùng: 他已经~了。Ông ấy đã tắt thở rồi.

艳 yàn❶<形>rực rỡ; kiều diễm; yêu kiều; diện: 母亲总要求她穿衣打扮不能过~。Mẹ luôn yêu cầu cô ấy không nên ăn mặc quần áo quá rực rỡ。❷<形>tình yêu: ~情 chuyện tình ❸<动>[书]hâm mộ //(姓)Diễm

【艳福】yànfú<名>phúc phận được người đẹp yêu thương: 真有~! Thật có phúc phận được người đẹp yêu thương!

【艳丽】yànlì<形>tươi đẹp; diễm lệ: 她的裙子很~。Bộ váy chị ấy rất diễm lệ.

【艳情】yànqíng<名>diễm tình; mối tình đẹp; tình yêu trai gái: ~故事 chuyện diễm tình

【艳诗】yànshī<名>thơ tình: 这是一首~。Đây là một bài thơ tình.

【艳史】yànshǐ<名>diễm sử; chuyện tình

【艳羡】yànxiàn<动>[书]thèm muốn; thèm khát

【艳阳】yànyáng<名>❶mặt trời rạng rỡ ❷phong quang đẹp đẽ: 春日~ ngày xuân đẹp đẽ

【艳遇】yànyù<名>diễm phúc được gặp (người đẹp); chuyện tình lãng mạn

【艳照】yànzhào<名>ảnh diễm dúa kém lành mạnh, ngoài khuôn khổ đạo đức truyền thống: "~门" sự kiện vụ bê bối về những tấm ảnh diêm dúa

【艳妆】yànzhuāng<名>hóa trang điểm lệ

【艳装】yànzhuāng<名>trang phục diễm lệ 模特们~登台。Người mẫu ra mắt khán giả với những bộ trang phục diễm lệ.

晏 yàn<形>❶chậm; muộn: ~起 ngủ dậy muộn ❷yên vui //(姓)Yên

唁 yàn<动>viếng; chia buồn: 吊~ điếu phúng/phúng viếng

【唁电】yàndiàn<名>điện chia buồn: 发去~ gửi điện chia buồn

【唁函】yànhán<名>thư chia buồn: 总统去世，其他国家送来~。Tổng thống qua đời, các nước khác gửi thư chia buồn.

宴 yàn❶<名>thết tiệc; yến tiệc: 设~款待 thết tiệc chiêu đãi ❷<动>mở tiệc: ~客 mở tiệc mời khách ❸<形>[书]yên vui

【宴安鸩毒】yàn'ān-zhèndú chơi bời hưởng lạc khác nào uống rượu độc tự sát; chơi là tự sát

【宴尔】yàn'ěr<形>[书]an lạc; yên vui: 新婚~ vui tân hôn

【宴会】yànhuì<名>tiệc; tiệc chiêu đãi: 参加欢迎~ dự tiệc chào mừng

【宴请】yànqǐng<动>mở tiệc chiêu đãi; đãi tiệc: ~亲朋 mở tiệc chiêu đãi bạn bè thân thích

【宴席】yànxí<名>tiệc; tiệc rượu: 今天有场~。Hôm nay có một bữa tiệc rượu.

验 yàn❶<动>phân tích; kiểm tra: ~货 kiểm tra hàng hóa; 试~ thí nghiệm ❷<动>có hiệu quả; kết quả đúng: 灵~ màu nghiệm ❸<名>hiệu quả như dự tính

【验钞机】yànchāojī<名>máy kiểm nghiệm tiền

【验电器】yàndiànqì<名>bút thử điện

【验方】yànfāng<名>[中医]phương thuốc

hiệu nghiệm

验关】yànguān<动>kiểm tra cửa khẩu; kiểm chứng hải quan: 在机场等候~ chờ làm thủ tục kiểm chứng hải quan ở sân bay

验光】yànguāng<动>[医学]đo mắt; nghiệm quang; kiểm tra khúc xạ mắt: 我要去医院~。Tôi phải đi bệnh viện đo mắt.

验看】yànkàn<动>kiểm chứng: 他要求~身份证。Anh ta đòi xem chứng minh thư.

验尸】yànshī<动>khám nghiệm tử thi

验收】yànshōu<动>nghiệm thu

验算】yànsuàn<动>nghiệm toán

验血】yànxiě<动>xét nghiệm máu; thử máu: ~前必须空腹。Trước khi xét nghiệm máu cần phải nhịn ăn.

验证】yànzhèng<动>kiểm chứng: 利用实习~所学知识是否有用。Lợi dụng dịp thực tập để kiểm chứng những kiến thức đã học có phù hợp hay không.

谚 yàn<名>ngạn ngữ: 农~ ngạn ngữ nhà nông

谚语】yànyǔ<名>ngạn ngữ: 著名~ ngạn ngữ nổi tiếng

堰 yàn<名>đập nước

堰塞湖】yànsèhú<名>[地理]hồ ngăn lấp: 这片区域有许多~。Ở khu vực này có rất nhiều hồ ngăn lấp.

雁 yàn<名>chim nhạn: ~将南飞。Chim nhạn sẽ bay về phương Nam.

雁过拔毛】yànguò-bámáo con nhạn bay qua cũng phải giật lấy sợi lông; ví tham lam bòn rút không bỏ lỡ một dịp kiếm lời nào

雁行】yànháng<名>hàng nhạn; ví anh em

雁阵】yànzhèn<名>nhạn bay dàn hàng; đội hình chim nhạn bay

焰 yàn<名>ngọn lửa: 烈~ ngọn lửa hừng hực

焰火】yànhuǒ<名>ngọn lửa

酽 yàn<形>đậm; đặc: 大爷刚沏了壶~茶。Cụ ấy vừa pha ấm chè đặc.

燕 yàn<名>chim én; chim yến

燕麦】yànmài<名>cây yến mạch; hạt yến mạch

燕雀】yànquè<名>chim yến tước; chim sẻ núi: 这里有许多~。Ở đây có rất nhiều chim sẻ núi.

燕雀处堂】yànquè-chǔtáng chim én chim sẻ làm tổ ở mái hiên rất dễ bị phá; ví làm mà không nghĩ đến hậu họa

燕尾服】yànwěifú<名>lễ phục đuôi én; áo đuôi tôm: 您的~真đẹp. Áo đuôi én của ông trông rất đẹp.

燕窝】yànwō<名>yến sào; tổ yến

燕子】yànzi<名>chim én: 春天已经到了,但是~还没来。Mùa xuân đã đến, mà chim én vẫn chưa về.

赝 yàn<形>[书]cái giả; rởm

赝本】yànběn<名>tác phẩm thư họa giả danh bút tích danh nhân: 他靠买卖~来维生。Anh ta sống bằng nghề kinh doanh tác phẩm thư họa giả danh bút tích danh nhân.

赝币】yànbì<名>[书]tiền giả

赝品】yànpǐn<名>hàng rởm; đồ giả; của giả; hàng nhái: 这个肯定是~。Đây chắc chắn là hàng rởm.

yāng

央[1] yāng<动>nài xin: ~人帮忙 nài xin người khác giúp cho

央[2] yāng<名>giữa; trung tâm: 中~ trung ương/ở giữa //(姓)Ương

央[3] yāng<动>[书]ngừng dứt; xong: 长乐未~ cuộc vui kéo dài chưa dứt

央告】yānggào =【央求】

央行】yāngháng<名>ngân hàng trung ương; ngân hàng nhà nước: ~的政策 chính sách của ngân hàng trung ương

央求】yāngqiú<动>cầu xin; van nài: 他~她

宽恕。Anh ta cầu xin chị ấy tha thứ cho.

【央视】yāngshì〈名〉đài truyền hình Trung ương: 每天我都看~节目。Hàng ngày tôi đều xem các chương trình của Đài truyền hình Trung ương.

【央托】yāngtuō〈动〉van nài nhờ và: 这个时候还有谁可~的? Lúc này liệu còn ai có thể van nài nhờ và được?

泱 yāng

【泱泱】yāngyāng〈形〉[书]❶mênh mang: 江水~ nước sông mênh mang ❷hình dung khí phách lớn: ~大国 nước lớn thế mạnh/ đường đường nước lớn

殃 yāng

❶〈名〉tai họa; tai ương: 遭~ gặp tai họa ❷〈动〉làm hại; rước tai họa cho người: 祸国~民 hại nước hại dân

【殃及池鱼】yāngjí-chíyú bị vạ lây; cháy thành vạ lây

秧 yāng

❶〈名〉cây non; cây giống: 菜~ mầm rau ❷〈名〉mạ; cây lúa mới cấy: ~田 ruộng mạ; 插~ cấy lúa ❸〈名〉thân; dây: 拔花生~ nhổ cây đậu phộng ❹〈名〉con giống: 鱼~ cá giống ❺〈动〉[方]nuôi; ươm //(姓)Ương

【秧歌】yāngge〈名〉ương ca: 扭~ lượn ương ca/múa ương ca

【秧龄】yānglíng〈名〉tuổi mạ: 这些秧苗的~有十天了。Tuổi của những cây mạ này đã mười ngày.

【秧苗】yāngmiáo〈名〉mạ; cây giống

【秧子】yāngzi〈名〉❶cây non; cây giống: 树~ cây giống ❷thân; dây: 花生~ dây lạc ❸con giống: 鱼~ cá bột ❹[方]cái vạ; cái thân; cái mầm

yáng

扬 yáng

❶〈动〉giương cao; dâng lên ❷〈动〉hất lên; tung; bốc lên: ~沙 cát bụi bốc lên ❸〈动〉phấp phới ❹〈动〉truyền đi: 表~

biểu dương/khen ❺〈形〉nổi trội; đẹp: 其貌不~ tướng mạo không đẹp //(姓)Dương

【扬长】yángcháng〈副〉nghênh ngang khệnh khạng: ~而去 khệnh khạng bỏ đi

【扬长避短】yángcháng-bìduǎn phát huy chỗ mạnh, né tránh chỗ yếu: 了解自己的优点和缺点以~。Hiểu được thế mạnh và yếu của mình để có thể phát huy cái mạnh, tránh điểm yếu kém.

【扬帆】yángfān〈动〉giương buồm: 船只继续~前行。Con thuyền giương buồm tiếp tục tiến tới.

【扬幡招魂】yángfān-zhāohún treo phướn gọi hồn

【扬花】yánghuā〈动〉phơi màu

【扬名】yángmíng〈动〉làm nổi tiếng tăm; làm nổi danh; nêu cao tên tuổi: ~天下 nổi danh thiên hạ

【扬弃】yángqì〈动〉❶[哲学]phát huy nhân tố tích cực, loại bỏ nhân tố tiêu cực ❷vứt bỏ; loại trừ: ~消极因素 loại trừ nhân tố tiêu cực

【扬琴】yángqín〈名〉[音乐]dương cầm

【扬榷】yángquè〈动〉[书]lược thuật nét chính: ~古今 lược thuật cổ kim

【扬声器】yángshēngqì〈名〉cái loa

【扬水】yángshuǐ〈动〉bơm nước: ~站 trạm bơm nước

【扬汤止沸】yángtāng-zhǐfèi khoắng nước sôi cho đỡ trào; hớt váng, giải quyết bề nổi: 你这是~,毫无用处。Anh chỉ là hớt váng, không có tác dụng gì cả.

【扬威】yángwēi〈动〉dương oai; ra oai: ~天下 dương oai thiên hạ

【扬言】yángyán〈动〉rêu rao; tung tin; phao tin: ~要报复 phao tin sẽ trả đũa

【扬扬】yángyáng〈形〉vênh vang; dương dương (tự đắc): 得意~ dương dương đắc ý

【扬子鳄】yángzǐ'è〈名〉cá sấu sông Dương

Từ

羊 yáng〈名〉dê; cừu //(姓)Dương

【羊肠线】yángchángxiàn〈名〉[医学]dây ruột mèo; sợi cao cấp; sợi khâu vết thương hay viết mổ

【羊肠小道】yángcháng xiǎodào đường mòn ngoằn ngoèo: 走~回家 đi đường mòn ngoằn ngoèo về nhà

【羊羔】yánggāo〈名〉con dê con; con cừu con

【羊倌】yángguān〈名〉người chăn cừu (dê)

【羊毫】yángháo〈名〉lông dê

【羊狠狼贪】yánghěn-lángtān trước đây chỉ sự hung ác tàn nhẫn và tranh giành quyền lực quyết liệt, nay ví sự tham lam tàn bạo của quan chức

【羊角锤】yángjiǎochuí〈名〉búa nhỏ đinh

【羊角风】yángjiǎofēng〈名〉[医学]động kinh

【羊圈】yángjuàn〈名〉chuồng dê; chuồng cừu

【羊毛】yángmáo〈名〉lông cừu

【羊毛出在羊身上】yángmáo chū zài yáng shēnshang lông dê mọc trên thân dê; của ruộng đắp lên bờ

【羊毛衫】yángmáoshān〈名〉áo len

【羊奶】yángnǎi〈名〉sữa dê; sữa cừu

【羊排】yángpái〈名〉sườn cừu; sườn dê

【羊皮】yángpí〈名〉da cừu

【羊绒】yángróng〈名〉len nhung cừu

【羊肉】yángròu〈名〉thịt cừu; thịt dê

【羊肉串】yángròuchuàn〈名〉thịt cừu xiên; thịt dê xiên

【羊入虎口】yángrùhǔkǒu dê vào miệng hổ; dê vào miệng cọp

【羊入狼群】yángrùlángqún dê vào đàn sói

【羊水】yángshuǐ〈名〉[生理]nước ối

【羊胎素】yángtāisù〈名〉dưỡng chất nhau thai cừu (lamb placenta)

【羊油】yángyóu〈名〉mỡ dê; mỡ cừu

【羊脂玉】yángzhīyù〈名〉ngọc bích trắng

【羊质虎皮】yángzhì-hǔpí dê quàng da hổ; hổ giấy; thùng rỗng kêu to

阳 yáng❶〈名〉mặt trời; ánh nắng ❷〈形〉mang điện dương: ~极 cực điện dương ❸〈形〉thuộc về người sống hay trần thế ❹〈名〉dương vật: ~痿 dương nụy/liệt dương ❺〈形〉lộ ra ngoài; phía ngoài: ~沟 kênh máng ❻〈名〉dương (trái với âm, theo quan niệm triết học cổ Trung Quốc) ❼〈名〉(khu vực) phía nam núi, phía bắc sông ❽〈形〉lồi; nhô lên //(姓)Dương

【阳春】yángchūn〈名〉mùa xuân: 正是~好时节 đúng là lúc thời tiết tốt của mùa xuân

【阳春面】yángchūnmiàn〈名〉mì canh suông; mì chay

【阳奉阴违】yángfèng-yīnwéi miệng thì thuận, bụng thì chống; giả vờ tuân thủ đối phó: 他总是~地应付我。Ông ta luôn luôn giả vờ tuân thủ nhưng thực ra là ứng phó đối với tôi.

【阳刚】yánggāng〈形〉❶nam tính; cứng cáp; rắn rỏi: 这幅画表现出了战士~之美。Bức tranh này cho thấy một vẻ đẹp rắn rỏi của người chiến sĩ. ❷(khí phách) mạnh mẽ

【阳沟】yánggōu〈名〉cống máng; cống hở: 屋子后面有~。Sau nhà có cống hở.

【阳关道】yángguāndào〈名〉con đường thênh thang: 你走你的~, 我过我的独木桥。Bạn cứ đi theo con đường thênh thang của bạn, tôi vẫn đi theo ngõ hẻm của tôi.

【阳光】yángguāng❶〈名〉ánh mặt trời: 今天~很刺眼。Hôm nay mặt trời chói chang. ❷〈形〉hoạt bát; cởi mở: ~女孩 cô gái hoạt bát cởi mở ❸〈形〉công khai; thông suốt

【阳光产业】yángguāng chǎnyè ngành công nghiệp giàu tiềm năng: 目前国家大力

发展~。Hiện nay nhà nước đẩy mạnh phát triển ngành công nghiệp có nhiều tiềm năng.

【阳光工资】yángguāng gōngzī 　đồng lương công khai minh bạch

【阳极】yángjí<名>cực dương: 这一端是~。Đầu này là cực dương.

【阳间】yángjiān<名>dương gian; trần thế

【阳离子】yánglízǐ<名>i-on dương

【阳历】yánglì<名>dương lịch: 国际通用~。Trên thế giới thông dụng dương lịch.

【阳面】yángmiàn<名>mặt hướng về ánh nắng: 这边是房子的~。Bên này là mặt hướng nắng của ngôi nhà.

【阳伞】yángsǎn<名>ô; dù che nắng

【阳世】yángshì<名>nhân gian; dương gian: 他最后告别了~。Ông ấy cuối cùng rồi cũng đã lìa khỏi thế gian.

【阳寿】yángshòu<名>tuổi thọ

【阳台】yángtái<名>ban công

【阳桃】yángtáo<名>[植物]quả khế

【阳痿】yángwěi<名>bệnh liệt dương; dương nuy

【阳文】yángwén<名>chữ khắc nổi

【阳性】yángxìng<名>❶dương tính: 药检结果为~。Kết quả kiểm nghiệm thuốc là dương tính. ❷giống đực

杨 yáng<名>cây dương //(姓)Dương

【杨柳】yángliǔ<名>❶cây dương và cây liễu ❷cây liễu

【杨梅】yángméi<名>❶(cây, quả) thanh mai ❷[方]bệnh giang mai

【杨树】yángshù<名>cây bạch dương

佯 yáng<动>giả vờ: ~病缺会 giả ốm mà không đi họp

【佯称】yángchēng<动>giả vờ bảo là; dối rằng

【佯动】yángdòng<动>[军事]hành động đánh lạc hướng; hành động nghi binh: 敌人~。Địch có hành động nghi binh.

【佯攻】yánggōng<动>[军事]giả tấn công

【佯狂】yángkuáng<动>[书]giả điên

【佯怒】yángnù<动>giả nổi giận; làm bộ tức giận

【佯言】yángyán<动>[书]giả vờ rằng; nói láo: 他们~去报警。Chúng giả vờ bảo là đi báo cảnh sát.

【佯装】yángzhuāng<动>giả vờ: 他~生病。Hắn giả ốm.

疡 yáng❶<名>[书]mụn nhọt ❷<动>loét: 胃溃~ loét dạ dày

洋 yáng❶<形>to lớn; phong phú: ~~洒洒 nội dung phong phú ❷<名>đại dương: ~流 dòng biển ❸<名>nước ngoài: 崇~媚外 sùng bái những thứ của nước ngoài/sính ngoại ❹<形>hiện đại: 她打扮得很~。Cách ăn mặc và trang điểm của chị ấy rất hiện đại ❺<名>đồng bạc //(姓)Dương

【洋白菜】yángbáicài<名>cải bắp

【洋财】yángcái<名>❶của cải có được do làm ăn với người nước ngoài ❷của cải bất ngờ có được

【洋葱】yángcōng<名>hành tây

【洋房】yángfáng<名>nhà kiểu Tây

【洋鬼子】yángguǐzi<名>thằng Tây; giặc Tây

【洋槐】yánghuái<名>[植物]cây hòe gai

【洋酒】yángjiǔ<名>rượu ngoại

【洋楼】yánglóu<名>nhà lầu theo phong cách phương Tây; nhà Tây

【洋气】yángqì❶<名>mốt Tây ❷<形>theo mốt nước ngoài: 这发型很~。Kiểu tóc này rất Tây.

【洋人】yángrén<名>người Âu-Mĩ; người Tây

【洋娃娃】yángwáwa<名>con búp bê

【洋为中用】yángwéizhōngyòng mượn những cái hay của nước ngoài phục vụ cho Trung Quốc; dương vi Trung dụng

【洋文】yángwén<名>ngoại ngữ: 这书是

用~写的。Cuốn sách này được viết bằng tiếng Tây.

【洋相】yángxiàng〈名〉hành vi vụng về: 他出了~。Anh ta có hành vi vụng về.

【洋洋大观】yángyáng-dàguān phong phú nhiều vẻ: 各种工艺品~，美不胜收。Các loại hàng công nghệ phẩm muôn màu muôn vẻ, hết sức đẹp mắt.

【洋洋洒洒】yángyángsăsă (văn chương, bài nói) phong phú, trôi chảy: 他写出了~五万多字的文章。Ông ấy đã viết bài nội dung phong phú với hơn 50.000 chữ.

【洋洋自得】yángyáng-zìdé tự mãn; dương dương tự đắc

【洋溢】yángyì〈动〉tràn trề; dào dạt: 这里~着节日的气氛。Ở đây tràn đầy bầu không khí ngày hội.

【洋装】yángzhuāng〈名〉âu phục

仰 yăng〈动〉❶ngửa mặt: ~起头 ngẩng đầu ❷ngưỡng mộ; kính trọng: 瞻~ chiêm ngưỡng ❸dựa; nương nhờ: ~赖 nhờ cậy/dựa vào ❹(từ trong công văn thời xưa) kính mong; mong rằng //(姓)Ngưỡng

【仰八叉】yăngbāchā〈名〉[方]ngã chổng vó: 他摔了个~。Hắn ta ngã chổng vó.

【仰角】yăngjiăo〈名〉[数学]góc nâng: 这个~是50°。Góc nâng này là 50°.

【仰面】yăngmiàn〈动〉ngửa mặt: ~摔倒 ngã ngửa

【仰慕】yăngmù〈动〉ngưỡng mộ: 他的才华令很多少女~。Tài hoa của anh ấy làm cho nhiều thiếu nữ ngưỡng mộ.

【仰人鼻息】yăngrénbíxī nhờ vào người khác mà thở; sống nhờ

【仰视】yăngshì〈动〉ngước nhìn; nhìn với thái độ kính trọng

【仰天】yăngtiān〈动〉[书]ngửa mặt lên trời: 英雄~长啸。Anh hùng ngửa mặt lên trời và thét to.

【仰头】yăngtóu〈动〉ngẩng đầu

【仰望】yăngwàng〈动〉❶ngước trông: ~星空 ngước nhìn trời sao ❷[书]trông chờ; ngưỡng vọng: 万众~ muôn người ngưỡng vọng

【仰卧】yăngwò〈动〉nằm ngửa: 我~在床上。Tôi nằm ngửa trên giường.

【仰卧起坐】yăngwò qǐzuò nằm xuống rồi ngồi dậy (động tác lặp lại trong thể dục, sit-ups)

【仰泳】yăngyǒng〈名〉bơi ngửa

【仰仗】yăngzhàng〈动〉nương tựa; nương nhờ

养 yăng❶〈动〉nuôi; nuôi dưỡng: 供~ nuôi dưỡng; 他要挣钱~家。Anh ấy phải kiếm tiền nuôi nhà. ❷〈动〉nuôi; trồng (động thực vật): 他喜欢~小动物。Ông ấy thích nuôi các con vật cảnh. ❸〈动〉sinh đẻ: 她~了一个孩子。Cô ấy đã sinh một mụn con. ❹〈形〉nuôi: ~子 con nuôi ❺〈动〉hình thành; có được: 他从小~成了这个习惯。Từ nhỏ anh ấy đã hình thành thói quen này. ❻〈动〉bồi dưỡng: 静~ tịnh dưỡng ❼〈动〉để (tóc) ❽〈动〉bảo dưỡng ❾〈动〉giúp đỡ //(姓)Dưỡng

【养兵千日，用兵一时】yăngbīng-qiānrì, yòngbīng-yīshí nuôi quân nghìn ngày, dùng quân một lúc: 他深谙~的道理。Ông ấy thấu hiểu đạo lí nuôi quân nghìn ngày, dùng quân một lúc.

【养病】yăngbìng〈动〉dưỡng bệnh

【养不教，父之过】yăng bù jiào, fù zhī guò nuôi mà không dạy là lỗi của người cha; "Dưỡng bất giáo, phụ chi quá"

【养蚕】yăngcán〈动〉nuôi tằm: 村里人利用~致富。Bà con trong làng làm giàu bằng nghề nuôi tằm.

【养成】yăngchéng〈动〉hình thành

【养儿方知父母恩】yăng ér fāng zhī fùmǔ ēn nuôi con mới biết công ơn cha mẹ

Y

【养儿防老】yǎng'ér-fánglǎo nuôi con phòng lúc về già

【养而不教】yǎng'érbùjiào nuôi mà không dạy

【养分】yǎngfèn〈名〉chất dinh dưỡng: ~对于植物很重要。Chất dinh dưỡng rất quan trọng đối với thực vật.

【养父】yǎngfù〈名〉bố nuôi

【养虎遗患】yǎnghǔ-yíhuàn nuôi hổ là nuôi họa; nuôi ong tay áo

【养护】yǎnghù〈动〉❶bảo dưỡng: 道路~ bảo dưỡng đường sá; ~设备 bảo dưỡng thiết bị ❷điều trị; điều dưỡng: ~疾病 điều trị bệnh tật

【养活】yǎnghuo〈动〉❶[口]nuôi nấng; nuôi sống ❷[口]chăn nuôi ❸[方]sinh đẻ

【养家】yǎngjiā〈动〉nuôi gia đình

【养家糊口】yǎngjiā-húkǒu nuôi nhà nuôi miệng: 他不再整天为~的事情犯愁。Anh ta không cần suốt ngày lo lắng về chuyện nuôi nhà nuôi miệng nữa.

【养精蓄锐】yǎngjīng-xùruì dưỡng sức; nghỉ ngơi lấy sức: ~才能一战成功。Chuẩn bị đầy đủ tích lũy nhuệ khí mới có thể quyết chiến thành công.

【养老】yǎnglǎo〈动〉❶dưỡng lão; nghỉ ngơi lúc về già: 回家乡~ về dưỡng lão ở quê nhà ❷nuôi dưỡng người già

【养老保险】yǎnglǎo bǎoxiǎn bảo hiểm hưu trí

【养老金】yǎnglǎojīn〈名〉tiền dưỡng lão hưu trí

【养老送终】yǎnglǎo-sòngzhōng nuôi dưỡng lúc sống, an táng khi chết

【养老院】yǎnglǎoyuàn〈名〉nhà dưỡng lão

【养廉】yǎnglián〈动〉[书]dưỡng liêm; giữ đức tính liêm khiết

【养料】yǎngliào〈名〉chất dinh dưỡng

【养路】yǎnglù〈动〉bảo dưỡng đường sá; sửa đường

【养路费】yǎnglùfèi〈名〉tiền bảo dưỡng đường bộ

【养母】yǎngmǔ〈名〉mẹ nuôi

【养女】yǎngnǚ〈名〉con gái nuôi

【养人】yǎngrén〈形〉có lợi cho sức khỏe: 这里的水土很~。Hoàn cảnh thiên nhiên ở đây rất có lợi cho sức khỏe.

【养伤】yǎngshāng〈动〉điều dưỡng và điều trị vết thương: 在家~ ở nhà để dưỡng thương

【养神】yǎngshén〈动〉dưỡng thần; di dưỡng tinh thần: 他在闭目~。Ông ta đang lim dim dưỡng thần.

【养生】yǎngshēng〈动〉dưỡng sinh: 注重~ chú trọng việc dưỡng sinh

【养生之道】yǎngshēngzhīdào cách dưỡng sinh bảo vệ sức khỏe

【养性】yǎngxìng〈动〉dưỡng tính; trau dồi bản tính

【养颜】yǎngyán〈动〉dưỡng nhan; giữ gìn dung nhan; bảo vệ nhan sắc

【养眼】yǎngyǎn〈形〉đẹp mắt; vui mắt

【养痈成患】yǎngyōng-chénghuàn nuôi ung thành họa

【养育】yǎngyù〈动〉nuôi nấng; nuôi dạy: ~子女 nuôi dạy con cái

【养育之恩】yǎngyùzhī'ēn ơn nuôi dạy; công nuôi dạy: 父母对我们有~。Cha mẹ có công nuôi dạy chúng ta.

【养殖】yǎngzhí〈动〉nuôi trồng: 水产~ nuôi trồng thủy sản

【养殖场】yǎngzhíchǎng〈名〉trang trại nuôi trồng

【养尊处优】yǎngzūn-chǔyōu ở nhà mát, ăn bát vàng

氧 yǎng〈名〉dưỡng khí; ô-xy

【氧吧】yǎngbā〈名〉quán hít dưỡng khí

【氧化】yǎnghuà〈动〉[化学]ô-xy hóa

【氧化剂】yǎnghuàjì〈名〉[化学]chất gây ô-xy hóa

【氧气】yǎngqì〈名〉dưỡng khí; khí ô-xy

痒 yǎng〈形〉ngứa: 抓~ gãi ngứa

【痒痒】yǎngyang〈形〉[口]ngứa ngáy: 身子~的，很难受。Người bị ngứa rất khó chịu.

yàng

怏 yàng

【怏怏不乐】yàngyàng-bùlè buồn rầu: 他这几天总是~的。Mấy hôm nay ông ấy có vẻ buồn rầu.

样 yàng❶〈名〉dáng kiểu ❷〈名〉dáng vẻ: 你怎么还是这个~? Sao mà anh vẫn như vậy? ❸〈名〉mẫu: 鞋~ mẫu giày; 校~ bản in thử ❹〈名〉xem chừng ❺〈量〉loại; kiểu: 多种多~ muôn hình muôn vẻ

【样板】yàngbǎn〈名〉❶mẫu; tấm mẫu ❷thước bản ❸mẫu mực

【样板房】yàngbǎnfáng〈名〉nhà mô hình; nhà mẫu

【样本】yàngběn〈名〉❶bản vẽ mẫu hàng ❷bản in thử

【样稿】yànggǎo〈名〉[印刷]bản thảo: 他已经将词典~送给专家审读。Anh ấy đã đưa bản thảo từ điển cho chuyên gia thẩm định.

【样机】yàngjī〈名〉máy mẫu

【样片】yàngpiàn〈名〉❶phim quay ra để xét duyệt hay làm tuyên truyền quảng bá ❷tác phẩm phim ảnh hay video dùng để thể hiện hiệu quả quay chụp

【样品】yàngpǐn〈名〉hàng mẫu

【样式】yàngshì〈名〉kiểu dáng

【样书】yàngshū〈名〉sách mẫu

【样样】yàngyàng〈名〉tất cả mọi thứ: 琴棋书画他~都会。Cầm kì thi họa cái gì anh ấy cũng thạo.

【样张】yàngzhāng〈名〉❶trang in mẫu ❷tờ in mẫu thời trang

【样子】yàngzi〈名〉❶hình dáng; hình dạng; kiểu dáng ❷mẫu ❸dáng vẻ: 高高兴兴的~ dáng vẻ vui, mừng hớn hở ❹[口]tình hình; xu thế; có vẻ; chừng như: 看~今天完不成任务了。Xem chừng hôm nay không thể hoàn thành được nhiệm vụ nữa.

恙 yàng〈名〉[书]bệnh: 抱~ mắc bệnh; 安然无~ bình yên vô sự/nguyên vẹn lành lặn

漾 yàng〈动〉❶(mặt nước) dập dềnh: 荡~ gợn sóng; ~开 gợn lên ❷tràn: 水快~出来了。Nước sắp tràn ra rồi.

【漾动】yàngdòng〈动〉(mặt nước) xao động; gợn sóng: 湖水~ mặt nước hồ xao động

【漾奶】yàngnǎi〈动〉trớ; nôn; ói ọc sữa: 婴儿~不止。Đứa trẻ cứ ói sữa suốt.

yāo

幺 yāo❶〈数〉một (số 1) ❷〈形〉[方]út: ~儿 con út ❸〈形〉[书]nhỏ //(姓)Yêu

夭¹ yāo〈动〉chết yểu; chết non

夭² yāo〈形〉[书](cỏ cây) xanh tốt

【夭逝】yāoshì〈动〉chết non; chết yểu: 他的幼子~了。Con trai út của ông ấy đã bị chết non.

【夭亡】yāowáng〈动〉chết non; chết yểu: 小猫~了。Mèo con đã bị chết yểu.

【夭折】yāozhé〈动〉❶chết non; chết yểu ❷thất bại nửa chừng: 这个计划~了。Kế hoạch này đã thất bại nửa chừng rồi.

吆 yāo〈动〉gào to; thét

【吆喝】yāohǎn〈动〉reo; la hét: 小贩在~。Người bán rong đang rao bán.

【吆喝】yāohe〈动〉gào to; reo hò: 那边传来~声。Từ bên kia vọng lại tiếng reo hò.

【吆唤】yāohuàn〈动〉lớn tiếng ới gọi

【吆五喝六】yāowǔ-hèliù quát tháo

约 yāo<动>[口]cân: ~两公斤香蕉 cân 2 ki-lô chuối
另见yuē

妖 yāo❶<名>yêu quái: 降~伏魔 dẹp ma trừ quỷ ❷<形>tà ác; mê hoặc lòng người: ~道 tà đạo/yêu đạo ❸<形>lẳng lơ ❹<形>[书] diễm lệ

【妖风】yāofēng<名>luồng gió yêu quái

【妖怪】yāoguài<名>yêu quái

【妖精】yāojing<名>❶yêu tinh ❷yêu tinh; ví đàn bà mê hoặc người bằng sắc đẹp

【妖里妖气】yāoliyāoqì ăn mặc lẳng lơ quyến rũ: 她穿得~的。Cô ấy ăn mặc trông lẳng lơ quyến rũ.

【妖媚】yāomèi<形>đẹp lẳng lơ

【妖魔】yāomó<名>yêu ma; quỷ quái

【妖魔鬼怪】yāomó-guǐguài bóng ma và yêu tinh; yêu ma quỷ quái: 神话里有很多~。Trong chuyện thần thoại có rất nhiều yêu ma quỷ quái.

【妖魔化】yāomóhuà yêu ma hóa; xấu hóa; bôi nhọ

【妖孽】yāoniè<名>[书]❶yêu nghiệt; quái dị ❷yêu ma quỷ quái ❸kẻ làm việc xấu

【妖娆】yāoráo<形>[书]kiều diễm; yêu kiều; diêm dúa; tươi đẹp: ~的女子 cô gái yêu kiều

【妖术】yāoshù<名>yêu thuật: 这只是骗人的~。Đó chỉ là những yêu thuật bịp người.

【妖言惑众】yāoyán-huòzhòng dùng lời lẽ yêu ma để mê hoặc quần chúng: 她的那些论调简直是~。Những lời xuyên tạc của mụ ấy chẳng qua là bịa ma bịa qui lừa dân.

【妖艳】yāoyàn<形>diêm dúa lòe loẹt: 她打扮得很~。Cô ta ăn mặc diêm dúa lòe loẹt.

【妖冶】yāoyě<形>diêm dúa lẳng lơ

要 yāo<动>❶yêu cầu; đòi hỏi ❷cưỡng bức; uy hiếp: ~挟 đe dọa/ép bức //(姓)Yêu
另见yào

【要求】yāoqiú❶<动>yêu cầu: 老师~我们按时完成作业。Thầy giáo yêu cầu chúng em phải hoàn thành bài tập đúng hạn. ❷<名>sự đòi hỏi:我们要尽力满足客户的合理~。Chúng ta phải cố gắng thỏa mãn yêu cầu hợp lí của khách hàng.

【要挟】yāoxié<动>bắt chẹt; lợi dụng chỗ yếu để bắt ép đối phương thỏa mãn đòi hỏi của mình: 他以辞职来~老板给他加薪。Anh ấy lấy thôi chức để bắt ông chủ tăng lương cho.

腰 yāo<名>❶lưng: ~带 dây lưng/thắt lưng ❷cạp quần ❸lưng chừng; nửa chừng: 山 sườn núi ❹eo: 海~ eo biển //(姓)Yêu

【腰板儿】yāobǎnr<名>❶lưng: 做人~要 直。Làm người phải thẳng lưng mà bước. ❷sức vóc

【腰包】yāobāo<名>hầu bao; túi tiền; tiền túi: 他自掏~付账。Anh ấy tự bỏ tiền túi để thanh toán.

【腰部】yāobù<名>eo; thắt lưng: 他的~有个 伤口。Ở vùng thắt lưng của anh ấy có vết thương.

【腰缠万贯】yāochánwànguàn lưng dắt vạn quan tiền; giàu đứt đố đổ vách: 他是 ~的商人。Ông ta là một doanh nhân giàu kếch xù.

【腰带】yāodài<名>dây thắt lưng

【腰刀】yāodāo<名>dao găm: 他别着一把 ~。Ông ấy giắt sẵn một con dao găm.

【腰杆子】yāogǎnzi<名>❶lưng: 把~直起 来。Vươn thẳng người lên. ❷thế dựa ❸thái độ nói năng, làm việc

【腰鼓】yāogǔ<名>trống cơm: 他打起了~。Anh ấy chơi trống cơm.

【腰果】yāoguǒ<名>[植物]hạt điều

【腰花】yāohuā<名>miếng quả cật; bầu dục thái hình răng cưa: 爆炒~ xào bầu dục

【腰肌】yāojī<名>cơ thắt lưng

【腰身】yāoshēn<名>vòng eo

【腰酸背痛】yāosuān-bèitòng đau mỏi lưng

【腰围】yāowéi<名>vòng eo

【腰眼】yāoyǎn<名>huyệt lưng

【腰斩】yāozhǎn<动>❶chém ngang lưng ❷chặt ngang

【腰肢】yāozhī<名>eo: 她的~很细。Eo của chị ấy rất thon thả.

【腰椎】yāozhuī<名>xương sống lưng

【腰子】yāozi<名>[口]thận; quả cật; bầu dục

邀yāo<动>❶mời: 应~来访 nhận lời mời đến thăm ❷[书]yêu cầu đạt đến; đòi: ~赏 tranh công đòi thưởng ❸chặn lại: ~截 chặn đánh

【邀宠】yāochǒng<动>[书]cầu xin ân sùng; chiều nịnh để được sùng ái; lấy lòng

【邀功】yāogōng<动>tranh công: 他借此事~请赏。Ông ta mượn chuyện ấy để tranh công đòi thưởng.

【邀击】yāojī<动>chặn đánh: 将军下令~敌人。Tướng quân lệnh cho chúng tôi phải chặn đánh kẻ địch.

【邀集】yāojí<动>mời họp mặt

【邀买】yāomǎi<动>mua chuộc

【邀请】yāoqǐng<动>mời: ~赴宴 mời dự tiệc

【邀请函】yāoqǐnghán<名>thư mời

【邀请赛】yāoqǐngsài<名>cuộc thi đấu hữu nghị; đấu giao hữu

【邀约】yāoyuē<动>hẹn; mời; ước hẹn

yáo

肴yáo<名>thức ăn mặn: 佳~ món ngon

窑yáo<名>❶lò (gạch, gốm...) ❷hầm lò; nhà hầm ❸[方]nhà thổ; lầu xanh //(姓)Dao, Diêu

【窑变】yáobiàn<动>[工美]chuyển biến trong lò nung

【窑洞】yáodòng<名>nhà hầm: ~在黄土高原地区很常见。Các nhà hầm rất phổ biến tại vùng cao nguyên Hoàng thổ.

【窑坑】yáokēng<名>thùng đấu; hố lấy đất làm gạch ngói

谣yáo<名>❶ca dao: 童~ ca dao thiếu nhi ❷tin đồn nhảm: 造~ tung tin đồn nhảm; 辟~ bác bỏ tin đồn nhảm //(姓)Dao

【谣传】yáochuán❶<动>tung tin đồn nhảm: ~他们离婚了。Đồn rằng họ đã li dị. ❷<名>tin vịt; tin đồn nhảm: 这个~不可信。Tin đồn này không đáng tin.

【谣言】yáoyán<名>tin đồn: 有~称他破产了。Có tin đồn rằng anh ấy đã bị phá sản.

【谣言止于智者】yáoyán zhǐ yú zhìzhě người thông minh không tin lời đồn

摇yáo<动>lung lay; rung: 小狗~着尾巴。Con chó vẫy đuôi.

【摇把】yáobǎ<名>tay quay

【摇摆】yáobǎi<动>đưa đi đưa lại

【摇臂】yáobì<名>[机械]tay gạt; tay cần

【摇船】yáochuán<动>bơi thuyền

【摇唇鼓舌】yáochún-gǔshé khua môi múa mép; nói nhiều: 他们在~地游说客户购买产品。Họ đang khua môi múa mép để rao hàng.

【摇荡】yáodàng<动>lung lay; đung đưa: 树木在风中~。Cành cây đung đưa trong gió.

【摇动】yáodòng<动>đung đưa; lay động; lắc lư: 地震时整栋房子都在~。Cả ngôi nhà lắc lư khi có động đất.

【摇杆】yáogǎn<名>cán tay quay

【摇滚乐】yáogǔnyuè<名>nhạc rốc

【摇撼】yáohàn<动>lung lay chấn động; rung chuyển: 大地在~。Trái đất bị rung chuyển.

【摇号】yáohào<动>quay số: 通过~选择 lựa chọn bằng phương thức quay số

【摇晃】yáohuàng<动>lung lay; lắc lư: 小宝

宝跟着音乐~身体。Cậu bé lắc lư theo điệu nhạc.

【摇惑】yáohuò<动>lung lay làm nhầm lẫn

【摇奖】yáojiǎng<动>quay để trúng thưởng

【摇篮】yáolán<名>❶cái nôi ❷ví nơi ra đời; nơi chôn nhau cắt rốn

【摇篮曲】yáolánqǔ<名>bài hát ru: 妈妈唱起了~。Người mẹ đang hát bài ru con.

【摇旗呐喊】yáoqí-nàhǎn　hò reo cổ vũ: 同学为我~。Bạn học hò reo cổ vũ tôi.

【摇钱树】yáoqiánshù<名>❶cây rụng tiền (theo truyền thuyết có loại cây cứ rung là có tiền rụng xuống) ❷cây tiền; ví người hay vật có thể mang lại tiền của

【摇身一变】yáoshēn-yībiàn❶lắc mình biến hóa ❷đổi lốt: 他~成了商人。Hắn đổi lốt thành doanh nhân.

【摇手】yáoshǒu❶<动>xua tay: 他~走了。Ông ấy xua tay và bỏ đi. ❷<名>cái tay quay

【摇头】yáotóu<动>lắc đầu: 他~否认。Anh ấy lắc đầu phủ nhận.

【摇头晃脑】yáotóu-huàngnǎo　gật gù đắc ý

【摇头丸】yáotóuwán<名>thuốc lắc

【摇尾乞怜】yáowěi-qǐlián　(chó) ve vẩy đuôi mừng chủ; a dua lấy lòng

【摇摇欲坠】yáoyáo-yùzhuì　lung lay sắp đổ: 反动政权~。Chính quyền phản động lung lay sắp sụp đổ.

【摇曳】yáoyè<动>đung đưa

【摇椅】yáoyǐ<名>ghế xích đu

遥 yáo<形>xa //(姓)Dao

【遥测】yáocè<动>đo từ xa: 使用测距仪~ dùng máy ngắm đo cự li từ xa

【遥感】yáogǎn<动>viễn thám: ~装置 thiết bị viễn thám

【遥见】yáojiàn<动>xem từ xa

【遥控】yáokòng<动>điều khiển từ xa

【遥望】yáowàng<动>nhìn từ xa: ~星空

ngắm nhìn bầu trời sao xa xăm

【遥相呼应】yáoxiānghūyìng　phối hợp ủng hộ từ xa

【遥想】yáoxiǎng<动>suy nghĩ về những điều xa xôi: ~那春花烂漫的时节 nghĩ về mùa xuân hoa tươi rộ nở

【遥遥】yáoyáo<形>xa; xa vời: ~相对 đối mặt nhau qua một khoảng cách khá xa

【遥遥领先】yáoyáo-lǐngxiān　dẫn đầu khá xa: 我方~。Chúng tôi dẫn đầu khá xa.

【遥遥无期】yáoyáo-wúqī　(thời gian) xa vời vô hạn

【遥远】yáoyuǎn<形>xa xăm; xa xôi; xa vời

yǎo

杳 yǎo<形>[书]xa xôi: 音容已~ những khuôn mặt và giọng nói đã xa

【杳沉】yǎochén<形>[书]biệt tích: 自此，有关他的消息永远~了。Từ đó tin tức về ông ta mãi mãi không còn nữa.

【杳然】yǎorán<形>[书]bặt tăm; biền biệt: 只有他~无踪。Chỉ có ông ấy là bặt tăm vô tích.

【杳如黄鹤】yǎorúhuánghè　biệt tăm như hoàng hạc; lưu lạc không còn tăm tích: 他的行踪~。Hành tung của anh ấy không còn dấu vết gì.

【杳无人烟】yǎowúrényān　không có người ở: 这里~。Vùng này không dấu chân người.

【杳无音信】yǎowúyīnxìn　bặt vô âm tín: 他一去就~了。Ông ấy đã đi là biệt vô âm tín.

【杳无踪迹】yǎowúzōngjì　không có dấu tích gì cả: 他离开后就~。Sau khi ông ấy rời khỏi là không còn dấu tích gì cả.

咬 yǎo<动>❶cắn: ~一口 cắn một miếng ❷kẹp chặt ❸(chó) sủa: 鸡鸣狗~ gà gáy chó sủa ❹vu oan: 你不要乱~无辜。Đừng vu oan cho người vô tội. ❺[方]ăn da; ăn mòn ❻đọc đúng âm; quá câu nệ với chữ nghĩa: ~文嚼字 nghiền ngẫm chữ nghĩa một cách máy móc ❼bám sát

【咬定】yǎodìng〈动〉xác định; khăng khăng cho rằng: 他~这件事是我做的。Ông ấy khăng khăng cho rằng việc này là do tôi gây nên.

【咬耳朵】yǎo ěrduo[口]thủ thì; nói thầm: 他在跟老婆~。Anh ấy thì thầm với vợ.

【咬钩】yǎogōu〈动〉cắn câu

【咬合】yǎohé〈动〉cắn; khớp: 齿轮~得不是很好。Bánh răng chưa khớp vào nhau.

【咬紧牙关】yǎojǐn yáguān cắn răng mà làm; kiên trì không sợ gian khổ: 我~坚持下来了。Tôi cắn răng kiên trì đến cùng.

【咬啮】yǎoniè〈动〉cắn; gặm

【咬群】yǎoqún〈动〉[口]❶(súc vật) cắn nhau ❷cãi cọ; gây gổ (với người xung quanh): 他爱~，邻居们都有意躲着他。Nó hay gây gổ nên bị hàng xóm tránh xa.

【咬舌儿】yǎoshér❶〈动〉nói quýnh lưỡi: 我~不太准。Tôi nói quýnh lưỡi không chuẩn lắm. ❷〈名〉người nói quýnh lưỡi

【咬文嚼字】yǎowén-jiáozì tia tót từng câu từng chữ; nghiền ngẫm từng chữ một

【咬牙】yǎoyá〈动〉cắn răng; nghiến răng

【咬牙切齿】yǎoyá-qièchǐ nghiến răng nghiến lợi

【咬字】yǎozì〈动〉đọc nhấn từng chữ; phát âm: 他~很准。Anh ấy đọc nhấn rõ từng chữ rất chính xác.

【咬字眼儿】yǎo zìyǎnr tìm lỗi trong cách dùng từ; câu nệ từng chữ

【咬嘴】yǎozuǐ〈形〉[口]nói vụng về; nói không trôi chảy: 这几句诗太~。Mấy câu thơ này đọc không trôi.

舀 yǎo〈动〉múc: ~水 múc nước

【舀子】yǎozi〈名〉cái gáo (múc); cái muỗng

窈 yǎo〈形〉[书]❶sâu xa ❷tối tăm

【窈窕】yǎotiǎo〈形〉[书]thùy mị: ~淑女 cô gái thùy mị

yào

药 yào❶〈名〉thuốc chữa bệnh; vị thuốc: 西~ thuốc tây ❷〈名〉thuốc (hóa chất) ❸〈动〉[书]dùng thuốc chữa bệnh ❹〈动〉đánh bả: ~蟑螂 dùng thuốc để diệt gián //(姓) Dược

【药补】yàobǔ〈动〉bổ dưỡng bằng thuốc; thuốc bổ: 不能盲目~。Bồi bổ sức khỏe bằng thuốc tránh làm một cách mù quáng.

【药材】yàocái〈名〉dược liệu: 名贵~ dược liệu quý hiếm

【药草】yàocǎo〈名〉thảo dược

【药茶】yàochá〈名〉trà thảo dược

【药厂】yàochǎng〈名〉nhà máy dược

【药单】yàodān〈名〉đơn thuốc

【药到病除】yàodào-bìngchú❶thuốc đến đâu bệnh khỏi đến đó; thuốc rất công hiệu ❷ví xử lí thích đáng, vấn đề được giải quyết ngay

【药典】yàodiǎn〈名〉sách thuốc; dược điển

【药店】yàodiàn〈名〉tiệm thuốc; hiệu thuốc

【药方】yàofāng〈名〉phương thuốc; đơn thuốc

【药房】yàofáng〈名〉❶hiệu thuốc ❷phòng thuốc

【药费】yàofèi〈名〉tiền thuốc

【药粉】yàofěn〈名〉thuốc bột

【药膏】yàogāo〈名〉thuốc cao

【药罐子】yàoguànzi〈名〉❶siêu sắc thuốc; ấm sắc thuốc ❷ví người hay ốm đau, có ý trêu đùa: 她从小体弱多病，大家都叫她"~"。Từ nhỏ chị ta đã gầy yếu lắm bệnh, mọi người cứ gọi chị là cái "siêu thuốc".

【药剂】yàojì〈名〉thuốc tễ

【药剂师】yàojìshī<名>dược sĩ

【药检】yàojiǎn<动>❶kiểm nghiệm thuốc ❷kiểm tra doping (chất kích thích): 他没能通过~。Anh ấy không thông qua được khâu kiểm tra doping.

【药劲儿】yàojìnr<名>[口]hiệu lực (của thuốc): 这药的~很大。Thứ thuốc này công hiệu rất mạnh.

【药酒】yàojiǔ<名>rượu thuốc

【药理】yàolǐ<名>dược lí: 我们要研究好每种药品的~。Chúng ta phải nghiên cứu kĩ dược tính mỗi loại thuốc.

【药力】yàolì<名>công hiệu của vị thuốc: ~一过，她的肚子又疼了。Hiệu lực thuốc đã qua là chị ấy lại cảm thấy bụng quặn đau.

【药棉】yàomián<名>bông y tế; bông thấm nước

【药面儿】yàomiànr<名>thuốc bột

【药名】yàomíng<名>tên thuốc

【药末】yàomò<名>thuốc bột: 这药被磨成~了。Thuốc này đã được tán nghiền thành bột.

【药捻儿】yàoniǎnr<名>❶ngòi nổ ❷gạc tẩm thuốc

【药农】yàonóng<名>nông dân chuyên nghề trồng và hái các cây làm thuốc

【药片】yàopiàn<名>viên thuốc (dẹt)

【药品】yàopǐn<名>dược phẩm; thuốc men: ~必须严格管理。Dược phẩm phải được quản lí chặt chẽ.

【药瓶】yàopíng<名>lọ thuốc

【药膳】yàoshàn<名>những món ăn có tác dụng dược lí; dược thiện: 宫廷~ món ăn dược thiện cung đình

【药水】yàoshuǐ<名>thuốc nước

【药丸】yàowán<名>thuốc viên; thuốc hoàn

【药味】yàowèi<名>❶vị thuốc Đông y ❷mùi thuốc: 房子里面~很重。Trong nhà nặng mùi thuốc.

【药物】yàowù<名>các vị thuốc; dược phẩm

【药箱】yàoxiāng<名>thùng thuốc; tủ đựng thuốc

【药效】yàoxiào<名>hiệu quả thuốc: ~持久 hiệu quả của thuốc bền lâu

【药性】yàoxìng<名>dược tính: 这药的~很奇特。Dược tính của thuốc này rất kì diệu.

【药学】yàoxué<名>dược học: 他是学~的。Anh ấy học chuyên ngành dược học.

【药引子】yàoyǐnzi<名>[中医]thang (vị thuốc cho thêm để tăng hiệu lực của thuốc trong Đông y): 这个~要先煎煮。Thang của vị thuốc này phải sắc trước.

【药瘾】yàoyǐn<名>nghiện thuốc

【药用】yàoyòng<动>dùng làm thuốc; tác dụng làm thuốc; dược dụng

【药浴】yàoyù<名>tắm thuốc

【药皂】yàozào<名>xà phòng thuốc

【药渣】yàozhā<名>bã thuốc

【药枕】yàozhěn<名>gối thuốc

要¹ yào❶<形>quan trọng: ~案 vụ án quan trọng; 交通~道 kênh giao thông quan trọng ❷<名>nội dung quan trọng: 摘~ trích yếu

要² yào<动>❶cần đến; muốn: 他们~我去。Họ muốn tôi đi. ❷đòi; xin ❸cần phải; nên: 年轻人~努力学习知识。Các bạn trẻ nên cố gắng trau dồi kiến thức. ❹nhờ: 他~我们帮忙扛东西。Ông ấy nhờ bọn tôi giúp khuân đồ. ❺quyết định làm ❻sẽ; sắp: 他~到了。Ông ấy sắp đến đây. ❼chắc là; có lẽ là

要³ yào<连>❶nếu không thì: ~不是他，我就回不来了。Nếu không có anh ấy thì tôi không về được nữa. ❷hoặc là: 你~就走，~就留。Anh chẳng đi thì ở.

另见yāo

【要隘】yào'ài<名>cửa ải quan trọng: 军事~ cửa ải quân sự quan trọng

【要案】yào'àn<名>vụ án quan trọng: 他负

责全区~的调查。Ông ấy phụ trách điều tra những vụ án quan trọng trong toàn khu vực.

【要不】yàobù<连>❶nếu không thì: ~就听他的吧。Nếu không thì nghe theo anh ấy nhé. ❷hay là

【要不得】yàobude 不能够; không thể chấp nhận được: 这些坏习惯~。Những thói hư tật xấu này không thể chấp nhận được.

【要不是】yàobùshì nếu không phải là: ~他接我，我就迟到了。Nếu không được anh ấy đón thì tôi bị đến muộn.

【要冲】yàochōng<名>nơi quan trọng; chỗ xung yếu: 这个城市是南北交通~。Thành phố này là điểm xung yếu trên trục giao thông bắc nam.

【要道】yàodào<名>❶con đường quan trọng; đường trục giao thông: 战略~ con đường chiến lược quan trọng ❷[书]đạo lí quan trọng: 人生~ đạo lí quan trọng của cuộc sống

【要得】yàodé<形>[方]khả thi; được

【要地】yàodì<名>yếu địa; chỗ trọng yếu: 军事~ yếu địa quân sự

【要点】yàodiǎn<名>❶nội dung chính; nội dung chủ yếu: 我们必须抓住~来学习。Chúng ta học phải nắm vững nội dung chính. ❷cứ điểm trọng yếu: 这是一个敌方想要占据的~。Đây là một cứ điểm quan trọng mà bọn địch muốn chiếm giữ.

【要犯】yàofàn<名>tội phạm quan trọng: 政治~ can phạm chính trị quan trọng

【要饭】yàofàn<动>hành khất; ăn mày; ăn xin: 他在街上~。Lão ta ăn xin trên đường phố.

【要害】yàohài<名>điểm quan trọng; yết hầu: 击中~ đánh trúng yết hầu

【要好】yàohǎo<形>❶thân nhau; đối xử tốt với nhau: 我们认识后一直很~。Sau ngày quen biết chúng tôi đã rất thân với nhau. ❷cầu tiến bộ: 这学生很~，非常刻苦学

习。Em học sinh này rất cầu tiến, học hành rất chăm chỉ.

【要价】yàojià<动>❶đòi giá; rao giá: ~过高 thách giá quá cao ❷đặt điều kiện

【要件】yàojiàn<名>❶văn kiện quan trọng: 这是机关的~。Đây là văn kiện quan trọng của cơ quan. ❷điều kiện quan trọng

【要紧】yàojǐn ❶<形>quan trọng ❷<形>nghiêm trọng: 已经到了很~的程度。Đã đến mức độ rất nghiêm trọng. ❸<副>[方]vội; gấp

【要诀】yàojué<名>bí quyết: 这是考试的~。Đây là bí quyết trong thi cử.

【要脸】yàoliǎn<动>giữ thể diện: 这种不~的事我做不出来。Tôi không thể làm cái việc mất mặt như vậy.

【要领】yàolǐng<名>❶điểm quan trọng ❷yếu lĩnh

【要略】yàolüè<名>nội dung chủ yếu; yếu lược: 这是制胜的~。Đây là yếu lược để chiến thắng.

【要么】yàome<连>hoặc là: 你~现在就干，~就永远也不干了。Hoặc là anh làm ngay bây giờ, hoặc là anh thôi hẳn.

【要面子】yào miànzi tự ái; sĩ diện: 他是~的人。Ông ấy là một người hay sĩ diện.

【要命】yàomìng<动>❶nguy hiểm; chết người: 这是一件~的事。Đây là một điều khủng khiếp. ❷đến tột độ: 高兴得~ sướng đến chết đi được ❸gay gắt; gay go: 这活真是~。Việc này thật gay go.

【要目】yàomù<名>thư mục: 这是书的~。Đây là thư mục của cuốn sách.

【要强】yàoqiáng<形>hiếu thắng; mạnh mẽ: 他总是很~。Ông ấy rất hiếu thắng.

【要人】yàorén<名>nhân vật quan trọng; yếu nhân: 这是金融界的~。Đây là nhân vật quan trọng trong ngành tài chính.

【要塞】yàosài<名>cứ điểm quan trọng: 这

Y

个~很坚固。Cứ điểm quan trọng này rất vững chắc.

【要事】yàoshì<名>sự kiện quan trọng

【要是】yàoshi<连>nếu; nếu như: 我~你就不这么做。Nếu là bạn thì tôi sẽ không làm như vậy.

【要死】yàosǐ<动>muốn chết; chết đi được: 怕得~ sợ chết đi được

【要死要活】yàosǐ-yàohuó chết dở sống dở: 哭得~ khóc chết dở sống dở

【要素】yàosù<名>yếu tố: 基本~ yếu tố cơ bản

【要闻】yàowén<名>tin tức quan trọng: 今天的报纸有很多~。Báo chí hôm nay có rất nhiều tin tức quan trọng.

【要务】yàowù<名>công việc quan trọng

【要想人不知，除非己莫为】yào xiǎng rén bù zhī, chúfēi jǐ mò wéi muốn người khác không biết thì mình đừng làm; làm việc xấu ắt sẽ bị người khác phát hiện

【要义】yàoyì<名>tầm quan trọng; ý nghĩa: 你明白这篇文章的~吗? Anh có hiểu tầm quan trọng của bài viết này hay không?

【要员】yàoyuán<名>thành viên quan trọng: 政府~ thành viên quan trọng trong chính phủ

【要账】yàozhàng<动>đòi nợ: 对方公司来~了，经理很紧张。Công ti đối phương đến đòi nợ, giám đốc lo ngay ngáy.

【要职】yàozhí<名>chức vụ quan trọng: 他在政府中担任~。Ông ấy nắm giữ chức vụ quan trọng trong chính phủ.

【要旨】yàozhǐ<名>yếu điểm; ý chính: 这是文章的~。Đây là ý chính của bài viết.

钥 yào<名>chìa khóa
另见yuè

【钥匙】yàoshi<名>chìa khóa

【钥匙扣】yàoshikòu<名>móc chìa khóa

鹞 yào<名>chim diều hâu

【鹞子】yàozi<名>con diều; diều giấy

耀 yào❶<动>chiếu rọi: 照~ soi rọi ❷<形>vinh quang: 荣~ vinh quang ❸<动>huênh hoang; khoe khoang ❹<名>ánh sáng //(姓)Diệu

【耀武扬威】yàowǔ-yángwēi diễu võ dương oai

【耀眼】yàoyǎn<形>chói mắt; lóa mắt: ~的阳光 ánh nắng chói mắt

yē

耶 yē

【耶稣】Yēsū<名>chúa Giê-su

掖 yē<动>nhét; độn vào: 把衬衣~进裤子里。Độn áo sơ-mi vào quần.
另见yè

椰 yē<名>[植物]trái dừa; cây dừa

【椰雕】yēdiāo<名>điêu khắc vỏ dừa

【椰果】yēguǒ<名>trái dừa

【椰壳】yēké<名>vỏ dừa

【椰仁】yērén<名>cùi dừa

【椰蓉】yēróng<名>bột cùi dừa

【椰树】yēshù<名>cây dừa

【椰丝】yēsī<名>sợi cùi dừa

【椰油】yēyóu<名>dầu dừa

【椰汁】yēzhī<名>nước dừa

【椰子】yēzi<名>❶cây dừa ❷quả dừa

噎 yē<动>❶nghẹn: 小心别~着。Hãy cẩn thận khỏi bị nghẹn. ❷nghẹn thở ❸[方]chẹn ngang

yé

爷 yé<名>❶[方]cha; bố ❷ông nội ❸bác ❹ông; cụ: 大~ bác ❺ngài

【爷们】yémen<名>[方]❶đàn ông (có thể dùng chỉ số ít): 他真~。Anh ấy rất đàn ông. ❷người chồng

【爷们儿】yémenr<名>[方]❶tiếng xưng hô

chung những đàn ông thuộc thế hệ trước và thế hệ sau ❷anh; các anh; ông; các ông

【爷儿】yér<名>[口]tiếng xưng hô để chỉ những người đàn ông bậc trưởng cùng bậc con cháu trai và gái: 他~俩一道去旅游。Hai ông cháu cùng đi du lịch.

【爷们】yérmen<名>[口]cha con; chú cháu; ông cháu

【爷爷】yéye<名>[口]❶ông nội: 我的~过世很久了。Ông nội tôi qua đời đã lâu. ❷ông (tiếng xưng hô với người đàn ông ngang tuổi với ông nội)

揶 yé

【揶揄】yéyú<动>[书]chê cười

yě

也¹ yě<助>[书]❶(ngữ khí trần thuật cảm thán): 天助我~。Ông trời phù hộ cho tôi đấy. ❷(ngữ khí nghi vấn, phản vấn) ❸(ngữ khí ngắt ngừng) //(姓)Giã

也² yě<副>❶vừa...vừa...; cũng...cũng...: 他会养鸡，~会养猪。Anh ấy vừa giỏi nuôi gà, vừa giỏi nuôi lợn. ❷cũng: 我不去，他~不去。Tôi không đi, anh ấy cũng không đi. ❸ngay; cả: 就连他~哈哈大笑起来。Đến cả ông ấy cũng bật cười ha hả.

【也罢】yěbà<助>❶thôi; được: 你不去~。Anh không đi thì thôi. ❷cũng được: 你来~，不来~，酒会照常进行。Anh đến hay không, tiệc rượu vẫn tiến hành như thường.

【也好】yěhǎo<助>cũng được: 你没有去~，那展览没啥看头。Anh không đi cũng phải, buổi triển lãm ấy cũng chẳng có gì đáng xem.

【也许】yěxǔ<副>có lẽ; không chừng: 你~是对的。Có lẽ bạn đúng.

冶¹ yě<动>luyện; nấu (kim loại): ~铁 luyện sắt //(姓)Dã

冶² yě<形>[书]diêm dúa (nghĩa xấu)

【冶金】yějīn<动>luyện kim: ~工业 công nghiệp luyện kim

【冶炼】yěliàn<动>tinh luyện kim loại: ~钢材 tinh luyện vật liệu thép

【冶铸】yězhù<动>đúc tạo

野 yě❶<名>ngoài đồng: 田~ ngoài đồng ❷<名>giới hạn; tầm: 视~ tầm nhìn/tầm mắt ❸<名>hoang dại: ~花 hoa dại ❹<名>vườn; thôn dã ❺<形>ngang tàng: 这个小孩太~了。Đứa trẻ này quá là ngang tàng. ❻<形>thô lỗ; lỗ bịch //(姓)Dã

【野菜】yěcài<名>rau dại

【野餐】yěcān❶<名>cơm dã ngoại ❷<动>ăn cơm dã ngoại

【野草】yěcǎo<名>cỏ dại

【野炊】yěchuī<动>làm cơm nơi dã ngoại

【野地】yědì<名>đồng hoang: ~里有很多草木。Trên đồng hoang có rất nhiều loại cây cỏ.

【野调无腔】yědiào-wúqiāng ăn nói thiếu lễ độ

【野蜂】yěfēng<名>ong rừng

【野狗】yěgǒu<名>chó hoang

【野果】yěguǒ<名>quả dại; quả rừng

【野汉子】yěhànzi<名>tình nhân ngoại tình (chỉ đàn ông)

【野火】yěhuǒ<名>lửa rừng; lửa ngoài đồng: ~烧不尽，春风吹又生。Rừng rực lửa rừng thiêu chẳng trụi, gió xuân bừng thức lại hồi sinh.

【野鸡】yějī❶<名>gà rừng; chim trĩ ❷<名>[旧]gái điếm ❸<形>trái phép; chui: ~大学 đại học chui

【野马】yěmǎ<名>ngựa hoang; ngựa rừng: ~在草原上狂奔。Ngựa rừng tung vó phi nước đại trên vùng thảo nguyên.

【野蛮】yěmán<形>❶hoang dã; không văn minh; chưa được khai hóa ❷ngỗ ngược tàn bạo: ~屠杀 giết chóc dã man

【野猫】yěmāo<名>mèo rừng

【野炮】yěpào<名>pháo dã chiến

【野趣】yěqù<名>nét thú vị nguyên sơ: 好好享受这种山乡~吧! Hãy hưởng thụ nét thú vị nguyên sơ của thôn quê vùng núi nhé!

【野人】yěrén<名>❶người rừng ❷người đồng quê ❸người thô lỗ

【野生】yěshēng<形>mọc hoang; hoang dã: ~植物 thực vật mọc hoang; ~动物 động vật hoang dã

【野食儿】yěshír<名>❶mồi thức ăn (của dã thú) ❷khoản thu nhập thêm

【野史】yěshǐ<名>dã sử

【野兽】yěshòu<名>dã thú

【野外】yěwài<名>dã ngoại

【野味】yěwèi<名>đồ rừng

【野心】yěxīn<名>dã tâm; tham vọng: 他的~很大。Tham vọng của ông ta rất lớn.

【野心勃勃】yěxīn-bóbó dã tâm lớn: 该公司~, 试图独占市场。Công ti ấy dã tâm lớn ghê hòng độc chiếm thị trường này.

【野性】yěxìng<名>ngỗ ngược; ương bướng: 这匹马~大, 千万不要骑它。Con ngựa này rất ương bướng, đừng có mà cười lên lưng nó.

【野鸭】yěyā<名>vịt trời

【野营】yěyíng<动>cắm trại

【野战】yězhàn<名>dã chiến: ~是我方的优势。Dã chiến là thế mạnh của phía ta.

【野战军】yězhànjūn<名>bộ đội dã chiến

【野种】yězhǒng<名>(lời chửi) con hoang

【野猪】yězhū<名>lợn rừng; lợn lòi

yè

业¹ yè❶<名>nghề nghiệp: 工~ công nghiệp; 各行各~ các ngành nghề ❷<名>chức nghiệp; công việc: 就~ vào nghề/sắp xếp việc làm; ~余 nghiệp dư ❸<名>việc học:

毕~ tốt nghiệp; 结~ kết thúc khóa học ❹<名>sự nghiệp: 创~ lập nghiệp; 功~ thành tích/sự nghiệp ❺<名>tài sản; sản nghiệp: 家~ gia sản ❻<动>[书]làm (chỉ ngành nghề nào đó): ~农 làm nghề nông; ~商 làm nghề buôn bán

业² yè<名>nghiệp (đạo Phật) //(姓)Nghiệp

业³ yè<副>đã qua; rồi: ~已结束 đã kết thúc

【业绩】yèjì<名>công trạng; thành tích: 本年度~不佳。Thành tích năm nay không như mong muốn.

【业界】yèjiè<名>giới chuyên môn; giới doanh nghiệp: ~内他很有声望。Ông ấy rất có uy tín trong giới doanh nghiệp.

【业经】yèjīng<副>đã: 此方案~批准。Bản dự án này đã được phê chuẩn.

【业精于勤】yèjīngyúqín nghề giỏi nhờ sự cần cù

【业内】yènèi<名>trong ngành: ~人士看门道。Những người trong ngành mới hiểu rõ sự tình.

【业态】yètài<名>hình thức, trạng thái kinh doanh nghiệp vụ

【业务】yèwù<名>nghiệp vụ

【业务尖子】yèwù jiānzi người thông thạo nghiệp vụ ưu tú: 他是出色的~。Ông ấy là một người giỏi về công tác chuyên nghiệp.

【业务员】yèwùyuán<名>nhân viên nghiệp vụ; nghiệp vụ viên: 他做了一名~。Anh ấy đã làm một nhân viên nghiệp vụ.

【业已】yèyǐ<副>đã; rồi: 凶手~伏法。Kẻ giết người đã bị xử tử.

【业余】yèyú<形>❶nghiệp dư; không chuyên: ~爱好者 kẻ chơi nghiệp dư ❷ngoài thời gian công tác

【业障】yèzhàng<名>❶[宗教]nghiệp chướng ❷(lời mắng con cái) đồ nghiệp chướng; đồ quỷ quái

【业者】yèzhě<名>người làm một ngành

nghề nào đó

【业主】yèzhǔ〈名〉chủ tài sản; chủ doanh nghiệp; nghiệp chủ

叶[1] yè〈名〉❶lá cây: 落~ lá rụng; 树~ lá cây ❷lá (vật giống hình lá cây): 肺~ lá phổi // (姓)Diệp

叶[2] yè〈名〉thời kì; khoảng: 19世纪中~ khoảng giữa thế kỉ thứ 19

【叶柄】yèbǐng〈名〉cuống lá

【叶蝉】yèchán〈名〉bọ lá; rầy

【叶公好龙】yègōng-hàolóng　Diệp Công thích rồng; chỉ ra vẻ yêu thích bề ngoài

【叶猴】yèhóu〈名〉voọc: 白头~ voọc đầu trắng

【叶绿素】yèlǜsù〈名〉diệp lục tố; clorofin

【叶落归根】yèluò-guīgēn　lá rụng về cội: 老人总想着~。Người cao tuổi luôn nghĩ chuyện lá rụng về cội.

【叶脉】yèmài〈名〉gân lá

【叶片】yèpiàn〈名〉❶phiến lá: ~能拿来做书签。Phiến lá có thể làm thẻ kẹp sách. ❷cánh quạt (trong tua-bin)

【叶酸】yèsuān〈名〉[生化]a-xít folic

【叶芽】yèyá〈名〉mầm lá; mầm; mắt lá

【叶子】yèzi〈名〉❶lá cây: ~飘落下来了。Những chiếc lá đã rụng xuống. ❷[方]con bài giấy ❸[方]lá chè

页 yè❶〈名〉tờ (giấy) ❷〈量〉trang (sách): 第十~ trang 10 //(姓)Diệp

【页边】yèbiān〈名〉mép lề

【页码】yèmǎ〈名〉số trang: ~写在页边上。Số trang được viết ở bên lề.

【页面】yèmiàn〈名〉❶trang sách: ~要保持整洁。Hãy giữ cho trang sách sạch sẽ. ❷nội dung trên màn hình máy tính

【页岩】yèyán〈名〉[地质]đá phiến

曳 yè〈动〉kéo; dắt: 拖~ kéo dắt

【曳光弹】yèguāngdàn〈名〉[军事]đạn vạch đường

【曳引】yèyǐn〈动〉lực kéo

夜 yè〈名〉đêm: 昼~ ngày và đêm; 今~ đêm nay //(姓)Dạ

【夜班】yèbān〈名〉ca đêm; ca tối: 他经常上~。Ông ấy thường làm ca đêm.

【夜班车】yèbānchē〈名〉chuyến xe đêm

【夜半】yèbàn〈名〉nửa đêm; giữa đêm: ~时分很安静。Nửa đêm rất yên tĩnh.

【夜不闭户】yèbùbìhù　đêm không đóng cửa

【夜不能寐】yèbùnéngmèi　đêm không ngủ được: 我思念爱人~。Tôi trằn trọc suốt đêm vì nhớ người yêu.

【夜长梦多】yècháng-mèngduō　đêm dài lắm mộng; ví thời gian kéo dài sự việc phát triển không theo chiều thuận

【夜场】yèchǎng〈名〉buổi đêm

【夜车】yèchē〈名〉❶chuyến xe đêm; chuyến tàu đêm ❷làm việc đêm; học đêm: 最近工作忙，需要开~。Dạo này bận lắm, phải làm việc vào ban đêm.

【夜出昼伏】yèchū-zhòufú　ban đêm hành động, ban ngày nghỉ việc; ngủ ngày cày đêm

【夜店】yèdiàn〈名〉câu lạc bộ ban đêm; cửa hàng ban đêm

【夜蛾赴火】yè'é-fùhuǒ　con thiêu thân lao mình vào lửa

【夜工】yègōng〈名〉công việc ban đêm

【夜光】yèguāng〈名〉dạ quang

【夜光杯】yèguāngbēi〈名〉cốc dạ quang

【夜光表】yèguāngbiǎo〈名〉đồng hồ dạ quang

【夜航】yèháng〈动〉chuyến bay đêm; hàng hải ban đêm

【夜黑】yèhēi〈名〉đêm tối: ~风高，注意防盗。Đêm tối gió lớn cần đề phòng kẻ trộm.

【夜话】yèhuà〈名〉[书]lời chuyện trò trong đêm

【夜间】yèjiān<名>trong đêm; vào ban đêm: ~行车要注意安全。Khi lái xe ban đêm, hãy chú ý an toàn.

【夜景】yèjǐng<名>cảnh đêm: 这里~很美。Cảnh đêm ở đây rất đẹp.

【夜空】yèkōng<名>trời đêm

【夜来香】yèláixiāng<名>[植物]hoa dạ hương

【夜阑人静】yèlán-rénjìng đêm khuya vắng lặng

【夜郎自大】yèláng-zìdà tự cao tự đại

【夜里】yèlǐ<名>ban đêm

【夜盲】yèmáng<名>[医学]quáng gà

【夜猫子】yèmāozi<名>[口]❶con cú đêm ❷hoạt động ban đêm

【夜明珠】yèmíngzhū<名>dạ minh châu

【夜幕】yèmù<名>màn đêm: ~慢慢降临。Màn đêm từ từ buông xuống.

【夜曲】yèqǔ<名>[音乐]dạ khúc

【夜色】yèsè<名>cảnh sắc ban đêm

【夜深】yèshēn<名>đêm khuya: ~了，该休息了。Khuya rồi, nên đi nghỉ thôi.

【夜生活】yèshēnghuó<名>cuộc sống về đêm: 都市的~很丰富。Cuộc sống về đêm trong thành phố rất phong phú.

【夜市】yèshì<名>chợ đêm: ~十分热闹。Chợ đêm rất sôi động.

【夜啼】yètí<动>dạ đề; khóc đêm (trẻ nhỏ)

【夜晚】yèwǎn<名>ban đêm; buổi tối: ~是休息的时间。Đêm là quãng thời gian để nghỉ ngơi.

【夜袭】yèxí<动>tập kích ban đêm: 我们发动了~。Chúng ta đã tổ chức tập kích ban đêm.

【夜宵】yèxiāo<名>bữa ăn đêm; xíu dẻ; tiểu dạ

【夜校】yèxiào<名>lớp học ban đêm; trường bổ túc văn hóa

【夜行】yèxíng<动>đi trong đêm: ~时要注意照明。Đi trong đêm phải chú ý việc chiếu sáng.

【夜行服】yèxíngfú<名>bộ phục dạ hành

【夜行军】yèxíngjūn hành quân ban đêm

【夜宴】yèyàn<名>tiệc đêm: ~十分丰盛。Tiệc đêm rất thịnh soạn.

【夜夜】yèyè<名>mỗi đêm

【夜以继日】yèyǐjìrì suốt ngày suốt đêm: 他们~地工作。Họ làm việc suốt ngày suốt đêm.

【夜莺】yèyīng<名>chim sơn ca: ~唱歌好听。Chim sơn ca hót rất vui tai.

【夜鹰】yèyīng<名>dạ ưng

【夜游神】yèyóushén<名>thần dạ du (vị thần hay đi tuần du ban đêm trong truyền thuyết); loài vạc ăn đêm; ví người thích đi chơi lang thang trong đêm

【夜游症】yèyóuzhèng<名>bệnh mộng du; chứng miên động

【夜战】yèzhàn<动>[军事]dạ chiến; đánh ban đêm

【夜总会】yèzǒnghuì<名>nơi vui chơi ban đêm; câu lạc bộ ban đêm; hộp đêm

【夜作】yèzuò<名>làm việc ban đêm

咽 yè<动>nghẹn: 哽~ nghẹn ngào
另见yān, yàn

掖 yè<动>đỡ; nâng đỡ: 奖~ khen thưởng và thăng chức
另见yē

液 yè<名>dịch; nước: 溶~ dung dịch

【液果】yèguǒ<名>trái cây mọng nước

【液化】yèhuà<动>hóa lỏng; hóa thành thể lỏng

【液化气】yèhuàqì<名>khí đốt; khí gas: ~是重要能源。Khí đốt là một nguồn năng lượng quan trọng.

【液晶】yèjīng<名>[物理]tinh thể lỏng: ~电视是高科技产品。TV tinh thể lỏng là sản phẩm công nghệ cao.

【液态】yètài<名>trạng thái lỏng

【液体】yètǐ<名>thể lỏng; chất lỏng: ~比气体稳定。Chất lỏng ổn định hơn chất khí.

【液压】yèyā<名>[机械]áp lực bằng nước: ~系统 hệ thống thủy lực

【液压机】yèyājī<名>máy thủy áp; máy ép thủy lực; máy ép nước

谒 yè<动>[书]yết: 拜~ yết kiến

【谒见】yèjiàn<动>yết kiến; bái kiến: ~主席 yết kiến chủ tịch

腋 yè<名>nách: ~毛 lông nách; ~芽 chồi nách

【腋臭】yèchòu<名>hôi nách

【腋窝】yèwō<名>hốc nách

厣 yè<名>[书]lúm đồng tiền: 笑~ cười lúm đồng tiền; 酒~ lúm đồng tiền

yī

一 yī ❶<数>một; nhất: ~二~ một hai một; 第~ thứ nhất ❷<数>đồng nhất: ~视同仁 đối xử như nhau; 我们是~类人。Chúng ta là người cùng loại. ❸<数>suốt; toàn; cả; khắp; đầy: ~秋 cả mùa thu; ~生 suốt đời; ~生无悔 suốt đời không hối hận ❹<数>một (cái); một (tí): 看~眼 nhìn một cái; 笑~笑 cười một tí ❺<数>một; chuyên nhất: ~心~意 một lòng một dạ ❻<副>hễ; một khi: ~失足成千古恨。Lỡ một bước hận ngàn thu./Nhất thất túc thành thiên cổ hận. ❼<数>một (cái) (phải kết hợp với "就"): ~跳就过去了。Nhảy một cái là đã sang được. ❽<助>[书] đặt trước để tăng ngữ khí

【一把鼻涕一把泪】yī bǎ bítì yī bǎ lèi nước mắt nước mũi; nước mắt lưng tròng

【一把年纪】yī bǎ niánjì lớn tuổi; nhiều tuổi; già: ~了还不消停 lớn tuổi như thế còn không chịu nghỉ

【一把手】yībǎshǒu<名>❶một cánh tay; tham gia một phần: 我们准备去种树，你也算~吧？Chúng tôi chuẩn bị đi trồng cây, anh tham gia một phần nhé? ❷người giỏi giang; tay cừ khôi; tay giỏi: 他里里外外都是~。Anh ấy quả là một tay cừ khôi. ❸người đứng đầu một cơ quan, một đơn vị hoặc một doanh nghiệp

【一把钥匙开一把锁】yī bǎ yàoshi kāi yī bǎ suǒ chìa nào mở khóa nấy, ví tùy việc mà chọn giải pháp

【一把抓】yībǎzhuā❶ôm đồm; vơ tất; làm tuốt ❷làm đồng loạt; làm ùa

【一败涂地】yībài-túdì thất bại thảm hại; thua không còn manh giáp; thua liểng xiểng

【一般】yībān❶<形>như; giống nhau; đồng dạng: 母女俩已经~高了。Hai mẹ con đã cao bằng nhau rồi. ❷(数量)một thứ: 别有~滋味 có một thứ mùi vị riêng ❸<形>thông thường; chung: ~化 chung chung

【一般见识】yībān jiànshi hiểu biết như nhau: 不跟他~。Không chấp với nó.

【一板一眼】yībǎn-yīyǎn ngăn nắp thứ tự; đâu ra đấy

【一半】yībàn<数>một nửa: 我只要~。Tôi chỉ cần một nửa.

【一帮】yībāng(数量)một tốp; một nhóm: ~人 một tốp người

【一饱眼福】yībǎoyǎnfú xem sướng mắt; thỏa thuê đôi mắt; nhìn no mắt

【一报还一报】yī bào huán yī bào báo ứng; ăn miếng trả miếng

【一辈子】yībèizi<名>[口]một đời; cả đời người

【一本万利】yīběn-wànlì nhất bản vạn lợi; một vốn bốn lời

【一本正经】yīběn-zhèngjīng rất đứng đắn; rất nghiêm túc; trang trọng

【一鼻孔出气】yī bíkǒng chūqì cùng một giuộc; cùng phường cùng cánh

【一笔带过】yībǐ-dàiguò phác qua; lướt

qua

【一笔勾销】yībǐ-gōuxiāo sổ toẹt; một nét xóa sạch

【一笔抹杀】yībǐ-mǒshā xóa sạch; phủ nhận sạch trơn; gạt bỏ toàn bộ

【一笔钱】yībǐqián<名>một món tiền

【一臂之力】yībìzhīlì một phần; một tay: 我将助你~. Tôi sẽ giúp anh một tay.

【一边】yībiān❶<名>một bên; một phía: 路的~ một bên đường ❷<名>bên cạnh: 她坐在~看我们打球. Cô ta ngồi bên cạnh xem chúng tôi đánh bóng. ❸<副>vừa: ~吃饭~看电视对消化不好. Vừa ăn cơm vừa xem ti vi bất lợi cho tiêu hóa. ❹<形>[方]như nhau: 天下乌鸦一~黑. Quạ nào mà chẳng đen.

【一边倒】yībiāndǎo đổ về một phía; ngả về một phía; thiên về một bên

【一表人才】yībiǎo-réncái nổi trội khác thường; tài hoa phong độ

【一并】yībìng<副>luôn cả; luôn thể; cả thể: ~处理 xử lí luôn cả

【一病不起】yībìngbùqǐ ốm không dậy được; ốm chết; ốm cái đã xuôi tay

【一波三折】yībō-sānzhé uốn lượn ngoằn ngoèo; quanh co trắc trở; không suôn sẻ

【一波未平，一波又起】yībō-wèipíng, yībō-yòuqǐ đợt sóng này chưa yên, sóng sau lại xô tới; sóng gió dồn dập

【一不做，二不休】yī bù zuò, èr bù xiū không làm thì thôi, đã làm thì làm đến cùng

【一步到位】yībù-dàowèi một bước tới đích

【一步登天】yībù-dēngtiān một bước tới trời; một bước lên mây xanh

【一步一个脚印】yī bù yī gè jiǎoyìn đi bước nào chắc bước ấy; vững vàng chắc chắn

【一草一木】yīcǎo-yīmù từng gốc cây ngọn cỏ

【一差二错】yīchā-èrcuò điều bất trắc; trục trặc; sai sót: 万一有个~，就麻烦了。Chẳng may có sai sót gì thì phiền phức.

【一刹那】yīchànà<名>chốc lát

【一场空】yīchángkōng công toi; công dã tràng: 竹篮打水~。Những nỗ lực không có kết quả.

【一场秋雨一场寒】yī cháng qiūyǔ yī cháng hán Sau khi bước vào mùa thu, cứ mưa một trận thì nhiệt độ lại giảm xuống.

【一唱百和】yīchàng-bǎihè một người xướng lên trăm người họa theo

【一唱一和】yīchàng-yīhè kẻ tung người hứng; bên xướng bên họa; bên hô bên ứng

【一朝天子一朝臣】yī cháo tiānzǐ yī cháo chén một đời vua một đời thần; vua nào thì có triều thần ấy; vua nào tôi ấy

【一尘不染】yīchén-bùrǎn❶chẳng vướng bụi trần; trong trắng ❷sạch sẽ không dính tí bụi; thanh bạch trong sạch

【一成不变】yīchéng-bùbiàn nhất thành bất biến; máy móc câu nệ; trước thế nào sau vẫn thế

【一筹莫展】yīchóu-mòzhǎn không nghĩ ra được mẹo nào; không biết làm sao; vô kế khả thi; bí tịt; hết đường xoay xở

【一触即发】yīchù-jífā vừa chạm đã bật ngay; vừa động đến đã nổ: 矛盾~. Mâu thuẫn chỉ chờ động đến là nổ bùng ngay.

【一传】yīchuán<名>[体育]đón phát bóng của đội bóng chuyền

【一传十，十传百】yī chuán shí, shí chuán bǎi tin truyền rất nhanh

【一锤定音】yīchuí-dìngyīn gõ nhát cuối cùng; một câu nói quyết định; giải quyết dứt điểm; quả quyết

【一锤子买卖】yī chuízi mǎimai mua (bán) cho xong; chỉ giao dịch một lần; ví chỉ có một lần, không có lần thứ hai

【一次】yīcì<名>❶một lần ❷bậc nhất; bậc một: ~方程 phương trình bậc nhất; ~能源 nguồn năng lượng thiên nhiên

【一次性】yīcìxìng (dùng) một lần: ~筷子 đũa sử dụng một lần

【一蹴而就】yīcù'érjiù bước một bước là tới; loáng cái là xong

【一寸光阴一寸金】yī cùn guāngyīn yī cùn jīn thời gian là vàng

【一大把】yīdàbǎ rất nhiều

【一大早】yīdàzǎo<名>[口]sáng sớm

【一代】yīdài<名>❶một triều đại ❷một thời đại: ~天骄 anh hùng một thời ❸một lớp người: 迷失的~ một thế hệ bị lạc hướng

【一带】yīdài<名>vùng; khu vực: 这~我来过。Vùng này tôi đã từng đặt chân đến.

【一带而过】yīdài'érguò phác qua; đại khái; sơ qua; sơ lược; lược thuật

【一旦】yīdàn❶<名>trong một ngày: 毁于~ tan tành trong chốc lát ❷<副>một khi; một ngày nào đó ❸<副>hễ; đã: ~决定就要去做。Đã quyết thì phải làm.

【一刀两断】yīdāo-liǎngduàn một nhát đứt đôi; kiên quyết cắt đứt

【一刀切】yīdāoqiē xén cho phẳng; làm cùng cách; đối xử như nhau: 对于这个问题我们不能~。Về vấn đề này chúng ta không nên xử lí với cùng một phương thức.

【一道儿】yīdàor<副>cùng; cùng nhau; cùng đường: ~去看电影 cùng đi xem phim

【一等】yīděng<形>thứ nhất; hạng nhất: ~秘书 thư kí thứ nhất/bí thư thứ nhất; ~品货 hàng hạng nhất/hàng loại I

【一等功】yīděnggōng<名>huân chương hạng nhất

【一等奖】yīděngjiǎng<名>giải nhất

【一点就通】yīdiǎnjiùtōng hướng dẫn một chút là hiểu ngay

【一点儿】yīdiǎnr(数量)❶một tí ❷một chút; nhỏ bé: 她~也帮不上忙。Cô ấy không giúp được tí nào cả.

【一点一滴】yīdiǎn-yīdī từng li từng tí

【一丁点儿】yīdīngdiǎnr[口]chút xíu; tí tẹo

【一定】yīdìng❶<形>đã xác định; đã quy định: 每个单位都有~的规章制度。Cơ quan nào cũng có quy chế của mình. 上班时间还不~。Giờ làm việc vẫn chưa xác định. ❷<形>nhất định; cố định; cố nhiên ❸<副>nhất định; chắc chắn: 那件事~会发生。Chuyện đó ắt sẽ xảy ra. ~要努力学习。Nhất định phải cố gắng học tập. ❹<形>nhất định; riêng: ~的社会环境 môi trường xã hội nhất định ❺<形>(mức độ nào đó) nhất định: 他具有~的社会地位。Anh ấy có địa vị xã hội nhất định.

【一定之规】yīdìngzhīguī quy định sẵn; quy tắc nhất định

【一动】yīdòng<副>động một tí; vừa động đến: 夏天~就出汗。Mùa hè hơi nhúc nhích là ra mồ hôi.

【一动不动】yīdòngbùdòng sừng sững; không nhúc nhích: ~地站着 đứng sừng sững

【一动不如一静】yī dòng bùrú yī jìng không làm còn hơn; động không bằng tĩnh

【一度】yīdù❶(数量)một lần; một đợt: 一年~的中秋节 tết Trung thu mỗi năm một dịp ❷<副>từng có phen; một dạo: ~中断联系 từng một dạo mất liên lạc

【一而再，再而三】yī ér zài, zài ér sān nhiều lần; lần này đến lần khác

【一二】yī'èr<数>một hai; một vài: 我对此事略知~。Tôi biết sơ qua về chuyện này.

【一发】yīfā<副>❶càng: ~不可收拾 càng không thể dẹp được ❷một thể; cùng

【一帆风顺】yīfān-fēngshùn thuận buồm xuôi gió

【一反常态】yīfǎn-chángtài thái độ khác thường; thay đổi hẳn (thái độ)

【一方面】yīfāngmiàn<名>một mặt

【一方有难，八方支援】yīfāng-yǒunàn, bāfāng-zhīyuán 一方有难, 八方支援 một nơi gặp khó khăn, khắp nơi đến giúp đỡ

【一飞冲天】yīfēi-chōngtiān đã bay là bay vụt lên tầng mây

【一分耕耘，一分收获】yīfēn-gēngyún, yīfēn-shōuhuò có làm thì mới có ăn; bao nhiêu công sức bấy nhiêu thu hoạch

【一分钱掰成两半花】yī fēn qián bāi chéng liǎngbàn huā hạt gạo cắn đôi; hết sức tiết kiệm

【一分钱一分货】yī fēn qián yī fēn huò tiền nào của ấy; tiền nào hàng ấy

【一分为二】yīfēnwéi'èr❶một chia làm hai (đôi) ❷nhìn một cách toàn diện

【一夫当关，万夫莫开】yīfū-dāngguān, wànfū-mòkāi một người canh giữ, mười nghìn người cũng không tấn công nổi; địa hình hết sức hiểm trở

【一夫多妻制】yīfū-duōqīzhì chế độ một chồng nhiều vợ; chế độ đa thê

【一夫一妻制】yīfū-yīqīzhì chế độ một vợ một chồng

【一概】yīgài<副>nhất thiết; nhất loạt: 过期~作废。Quá kì hạn thì nhất loạt hủy bỏ.

【一概而论】yīgài'érlùn nhất loạt như nhau; vơ đũa cả nắm: 不能~ không thể đối xử cả thể như nhau

【一干】yīgān<形>có liên quan: ~人 những người có liên quan

【一干二净】yīgān-èrjìng hoàn toàn; hết sạch; sạch sành sanh: 吃得~ ăn hết sạch; 忘得~ quên bằng sạch sành sanh

【一竿子插到底】yī gānzi chā dào dǐ chọc sào đến đáy; làm đến nơi đến chốn

【一个巴掌拍不响】yī gè bāzhang pāi bù xiǎng một bàn tay vỗ không thành tiếng; lỗi chẳng phải chỉ tại một bên

【一个鼻孔出气】yī gè bíkǒng chūqì cùng một bè lũ; cùng một giuộc

【一个唱红脸，一个唱白脸】yī gè chàng hóngliǎn, yī gè chàng báiliǎn một người đóng vai hiền, một người đóng vai nghiêm; người đấm kẻ xoa; người này khiển trách, người nọ xoa dịu

【一个个】yīgègè<名>từng cái một; mỗi một: ~都发了言。Mọi người đều đã phát biểu.

【一个劲儿】yīgejìnr một mạch; một lèo; không ngớt; không nghi: ~地唱 hát một mạch; 雨~地下。Trời vẫn cứ mưa hoài.

【一个篱笆三个桩】yī gè líba sān gè zhuāng một cây làm chẳng nên non, ba cây chụm lại nên hòn núi cao

【一个萝卜一个坑儿】yī gè luóbo yī gè kēngr mỗi người có chức phận riêng; ai cũng có phần mình

【一个心眼儿】yī gè xīnyǎnr❶chuyên tâm; toàn tâm: ~为儿女 toàn tâm vì con cái ❷cố chấp; khư khư không đổi; khăng khăng một mực

【一根筋】yīgēnjīn cố chấp; khăng khăng một mực, không biết biến thông

【一根绳上的蚂蚱】yī gēn shéng shàng de màzha những con châu chấu buộc cùng một sợi dây; ví những người cùng cảnh ngộ, số phận; cùng số mệnh

【一共】yīgòng<副>cả thảy; tổng cộng: ~多少人去? Cả thảy có bao nhiêu người đi?

【一股劲儿】yīgǔjìnr một hơi; một mạch

【一鼓作气】yīgǔ-zuòqì làm một mạch cho xong

【一官半职】yīguān-bànzhí làm quan giữ chức

【一贯】yīguàn<形>vốn có; sẵn có; xưa nay vẫn thế; nhất quán: ~作风 tác phong vốn có; ~如此 xưa nay vẫn thế

【一棍子打死】yī gùnzi dǎ sǐ　đánh một gậy chết tươi; phủ định sạch trơn

【一锅端】yīguōduān❶cất vó gọn; diệt gọn: 把这伙犯罪分子来个~。Tóm gọn bọn phạm tội. ❷dốc hết

【一锅粥】yīguōzhōu<名>(láo nháo) như một nồi cháo; lộn xộn; rối tung rối mù: 乱成~ nhốn nháo rối bời

【一国两制】yī guó liǎng zhì　một quốc gia hai chế độ

【一哄而起】yīhòng'érqǐ　làm rộ lên một cách hấp tấp

【一哄而散】yīhòng'érsàn　đùng một cái là tan hết

【一呼百应】yīhū-bǎiyìng　nhất hô bách ứng; một tiếng gọi trăm người hưởng ứng

【一环扣一环】yī huán kòu yī huán　kết hợp chặt chẽ với nhau; khâu này gắn chặt với khâu kia

【一晃】yīhuǎng<动>nhoáng một cái: ~就没影儿了。Nhoáng một cái đã biến mất.

【一晃】yīhuàng<动>thoáng cái: ~就是十年。Thoáng cái đã 10 năm.

【一挥而就】yīhuī'érjiù　ngoáy một cái là xong; phẩy tay là xong

【一回生，二回熟】yī huí shēng, èr huí shú　trước lạ sau quen

【一回事】yīhuíshì<名>❶một việc; một chuyện: 说是~，做是另~。Nói là một chuyện, làm lại là một chuyện. ❷việc quan trọng

【一会儿】yīhuìr❶(数量)một lúc; một lát; một chốc; một thoáng: 等我~。Chờ tôi một lát. ❷(数量)lát; lát nữa: ~我们碰下头来。Lát nữa chúng ta hội ý một cái. ❸<副>lúc thì…lúc thì…: 股市~涨~跌。Giá cổ phiếu lúc thì dâng lúc thì tụt.

【一级】yījí❶<形>cấp một; hạng nhất: ~风 gió cấp một ❷<名>cấp: 省~ cấp tỉnh

【一己】yījǐ<名>riêng mình; tự mình: ~之利 lợi ích riêng của mình

【一计不成，又生一计】yījì-bùchéng, yòushēng-yījì　thua kế này, bày kế khác; thua keo này, bày keo khác

【一技之长】yījìzhīcháng　sở trường; giỏi một nghề

【一家人】yījiārén<名>người trong một nhà

【一家之言】yījiāzhīyán　kiến giải đặc biệt; học thuyết riêng

【一家之主】yījiāzhīzhǔ　ông bà chủ nhà

【一家子】yījiāzi<名>một nhà; người trong một nhà

【一见倾心】yījiàn-qīngxīn　vừa gặp đã ngả lòng yêu

【一见如故】yījiàn-rúgù　mới gặp đã thân nhau như bạn cũ

【一见钟情】yījiàn-zhōngqíng　vừa gặp đã yêu; tình yêu sét đánh

【一箭双雕】yījiàn-shuāngdiāo　một mũi tên hai đích; một công đôi việc

【一箭之仇】yījiànzhīchóu　mối thù cũ

【一将功成万骨枯】yī jiàng gōng chéng wàn gǔ kū　tính mạng của muôn binh sĩ mới đổi lại công danh cho một tướng lĩnh

【一脚踢开】yī jiǎo tīkāi　đá đi; hất cẳng

【一介】yījiè<量>một người: ~草民 một kẻ dân đen

【一经】yījīng<副>một khi; khi; qua: ~解释，他就恍然大悟了。Khi được giải thích thì anh ấy bỗng hiểu ra ngay.

【一举】yījǔ❶<名>một lần hành động: 多此~ một hành vi thừa ❷<副>luôn; hết; gọn: 歼灭 tiêu diệt gọn

【一举成名】yījǔ-chéngmíng　nổi tiếng luôn

【一举两得】yījǔ-liǎngdé　nhất cử lưỡng tiện; một công đôi việc

【一举一动】yījǔ-yīdòng　mỗi một động

tác; động tĩnh

【一绝】yījué <名> giỏi nhất; tuyệt vời

【一蹶不振】yījué-bùzhèn ngã gục không gượng dậy được; gục hẳn

【一刻】yīkè (数量) ❶một khắc (khoảng thời gian bằng 15 phút) ❷chốc lát

【一刻千金】yīkè-qiānjīn một khắc ngàn vàng; thời gian là vàng; thì giờ vàng ngọc

【一空】yīkōng <形> hết nhẵn; sạch trơn: 那个超市被抢劫~。Siêu thị đó bị cướp hết sạch.

【一孔之见】yīkǒngzhījiàn hiểu biết chút xíu; kiến thức hạn hẹp

【一口】yīkǒu ❶<形> thuần nhất; đặc giọng: 那人~的中部音。Ông ta đặc giọng miền Trung. ❷<副> một mực: ~否认 một mực phủ nhận ❸<量> một miếng; một hơi: 吃~饭 ăn một miếng cơm

【一口吃不成个胖子】yī kǒu chī bù chéng gè pàngzi ăn một miếng không trở thành người béo được; làm việc không nên nóng vội

【一口价】yīkǒujià <名> giá không mặc cả

【一口气】yīkǒuqì ❶một hơi thở: 只要他还有~, 就要尽力抢救。Chỉ cần anh ta vẫn còn hơi thở thì vẫn phải ra sức cấp cứu. ❷một hơi; một mạch; liền một hơi: ~吃了五碗饭 ăn liền một hơi năm bát cơm

【一口咬定】yīkǒu-yǎodìng khăng khăng cho là thế; cứ y lời nói

【一块儿】yīkuàir ❶<名> cùng một chỗ; cùng một nơi: 他俩在~工作。Hai người đó cùng công tác một nơi. ❷<副> cùng; cùng nhau: 他们~考上研究生。Họ cùng thi đỗ cao học một đợt.

【一块石头落地】yī kuài shítou luò dì yên tâm, không lo nữa

【一窥全豹】yīkuīquánbào nhìn thoáng qua là thấy được toàn bộ hình ảnh; nắm

được cả tình hình

【一来二去】yīlái-èrqù thường xuyên qua lại; nay đi mai lại; ngày qua tháng lại

【一览】yīlǎn ❶<名> bảng giới thiệu sơ lược; bảng danh mục ❷<动> nhìn một lượt ❸<动> phóng tầm mắt nhìn

【一览无余】yīlǎn-wúyú nhìn một cái là thấy tất cả

【一揽子】yīlǎnzi chung; toàn bộ; trọn bộ; cả gói: ~工程 công trình trọn bộ

【一浪接一浪】yī làng jiē yī làng hết làn sóng này đến làn sóng khác

【一劳永逸】yīláo-yǒngyì một lần vất vả nhàn hạ mãi mãi

【一力】yīlì <副> dốc hết sức; tận sức: ~承担 ráng sức gánh vác

【一例】yīlì <副> nhất loạt; đồng loạt; như nhau: ~对待 đối xử như nhau

【一粒老鼠屎坏了一锅汤】yī lì lǎoshǔshǐ huàile yī guō tāng con sâu bỏ rầu nồi canh

【一连】yīlián <副> liên tục; liên tiếp; một mạch: ~发生数起交通事故 liên tục xảy ra mấy vụ tai nạn giao thông

【一连串】yīliánchuàn liên tiếp; một chuỗi; một loạt: ~动人的话 chuỗi lời xúc động lòng người

【一了百了】yīliǎo-bǎiliǎo đầu xuôi đuôi lọt; việc chính xong thì mọi việc khác cũng xong

【一鳞半爪】yīlín-bànzhǎo mảy may; linh tinh; bằng cái móng tay

【一溜儿】yīliùr ❶(数量) một hàng; một dãy: 这~是学生宿舍。Dãy nhà này là kí túc xá sinh viên. ❷<名> vùng phụ cận: 邮局就在这~。Bưu điện ở gần ngay đây.

【一溜烟】yīliùyān nhanh như cắt; vụt đi: 他~地跑了。Anh ta chạy vụt đi.

【一路】yīlù ❶<名> dọc đường; suốt chặng đường: ~上有很多车。Dọc đường có nhiều xe. ❷<名>cùng một hạng: 他们是~人。Bọn họ là cùng một hạng người。 ❸<副>cùng (đến, đi): 昨晚他俩是~走的。Tối qua hai người cùng ra đi với nhau。 ❹<副>cứ; duy trì: 物价~上涨。Vật giá duy trì tăng lên。

【一路货色】yīlù-huòsè cùng một loại

【一律】yīlǜ ❶<形>như nhau; giống nhau: 强求~ bắt ép như nhau ❷<副>đều; nhất loạt: 所有商品~涨价。Các mặt hàng đều tăng giá đồng loạt。

【一落千丈】yīluò-qiānzhàng rơi xuống vực thẳm; xuống dốc không phanh; sa sút ghê gớm

【一马当先】yīmǎ-dāngxiān dẫn đầu; đi đầu; xung phong làm trước

【一马平川】yīmǎ-píngchuān vùng đất bằng phẳng; bát ngát; thẳng cánh cò bay

【一码事】yīmǎshì =【一回事】

【一脉相承】yīmài-xiāngchéng truyền đời này sang đời khác; kế truyền

【一毛不拔】yīmáo-bùbá bủn xỉn; keo kiệt

【一门心思】yīmén-xīnsi một lòng một dạ; tập trung tinh thần: 他~搞科研。Anh ta một lòng một dạ với công tác nghiên cứu khoa học。

【一米线】yīmǐxiàn<名>hàng rào: 请站在~外等候。Xin mời đứng chờ ngoài tuyến hàng rào。

【一面】yīmiàn ❶<名>mặt; một mặt: 朝北的~ mặt hướng bắc ❷<名>một bên; một phía: ~倒 ngả hẳn về một phía ❸<副>đồng thời; vừa: 她~跑，~喊着他的名字。Cô ta vừa chạy vừa gọi tên anh ấy。❹<动>[书]mới gặp lần đầu

【一面之词】yīmiànzhīcí lời nói của một phía

【一面之交】yīmiànzhījiāo tình bạn ban đầu; bạn mới gặp lần đầu; tình cờ gặp nhau

【一鸣惊人】yīmíng-jīngrén bỗng chốc nổi tiếng là khiến mọi người ngạc nhiên

【一命呜呼】yīmìng-wūhū thế là xong đời; ô hô toi mạng

【一模一样】yīmú-yīyàng giống như in; giống như đúc; giống hệt

【一目了然】yīmù-liǎorán nhìn qua thấy ngay; thoáng nhìn biết ngay

【一目十行】yīmù-shíháng đọc nhanh như gió; lướt cái đã đọc hết mười dòng chữ

【一男半女】yīnán-bànnǚ con cái: 生下~ sinh được một hai con

【一年半载】yīnián-bànzǎi khoảng một năm hay nửa năm

【一年到头】yīnián-dàotóu quanh năm; quanh năm suốt tháng

【一年生】yīniánshēng chu kì sống và sinh trưởng là một năm

【一年四季】yīnián-sìjì một năm bốn mùa

【一年一度】yīnián-yīdù hàng năm; mỗi năm một lần

【一年之计在于春】yī nián zhī jì zàiyú chūn kế hoạch cả năm phải đặt ngay từ đầu xuân

【一念之差】yīniànzhīchā sai lầm của một ý nghĩ; một thoáng nghĩ sai

【一诺千金】yīnuò-qiānjīn lời hứa ngàn vàng; lời hứa chắc như đinh đóng cột

【一拍即合】yīpāi-jíhé vừa gõ phách đã hòa nhịp; ăn nhịp với nhau ngay

【一派胡言】yīpài-húyán nói lung tung; nói ngoa; nói nhảm

【一盘棋】yīpánqí<名>thế bàn cờ; toàn cục: 全国~。Cả nước là một bàn cờ。

【一盘散沙】yīpán-sǎnshā năm bè bảy mảng; năm bè bảy mối

【一旁】yīpáng<名>một bên: 放在~ để ở một bên: 她喜欢在~指指点点。Cô ta thích đứng cạnh chỉ trỏ。

【一炮打响】yīpào-dǎxiǎng nổ giòn phát

súng đầu tiên; hành động lần đầu thu được thành công lớn

【一片冰心】yīpiàn-bīngxīn　tấm lòng thanh bạch; một lòng trinh bạch; thuần khiết trong trắng

【一瞥】yīpiē❶〈动〉liếc qua; thoáng nhìn: 就在这~间，我被大自然的美惊呆了。Trong khoảnh khắc đó tôi đã ngạc nhiên về cái đẹp của thiên nhiên。❷〈名〉điểm chính; vài nét; ấn tượng khái quát; một thoáng: 河内~ vài nét về Hà Nội

【一贫如洗】yīpín-rúxǐ　nghèo rớt mồng tơi; nghèo xơ nghèo xác

【一颦一笑】yīpín-yīxiào　từng nụ cười

【一品】yīpǐn〈名〉nhất phẩm: 官居~ quan cư nhất phẩm

【一品锅】yīpǐnguō〈名〉❶nồi lẩu trên bếp lò ❷nồi thịt hầm nấm ăn lẩu; lẩu nấm thịt

【一品红】yīpǐnhóng〈名〉[植物]cây nhất phẩm hồng; cây trạng nguyên

【一抔黄土】yīpóu-huángtǔ❶nắm đất vàng; nắm đất đỏ ❷nắm mộ

【一曝十寒】yīpù-shíhán　buổi đực buổi cái; năm thì mười họa

【一齐】yīqí〈副〉nhất tề; đều; đồng thời; đồng loạt; cùng lúc: ~努力 cùng nhau cố gắng; 大家~响应。Mọi người nhất tề hưởng ứng。

【一起】yīqǐ❶〈名〉cùng một chỗ: 住在~ ở cùng một chỗ ❷〈副〉cùng: 今晚我们~去看电影吧。Tối nay chúng ta cùng đi xem phim nhé。❸〈副〉[方]cả thảy; cộng lại; tổng cộng: 牛奶和面包~多少钱? Sữa và bánh mì cả thảy bao nhiêu tiền?

【一气】yīqì❶〈副〉một hơi; một lèo: 他~把作文写完了。Bài văn anh ta viết một hơi cho xong。❷〈动〉cùng một bọn; cùng một giuộc: 他们串通~。Bọn chúng thông đồng một lũ với nhau。❸（数量）một chặp; một trận: 乱说~ nói bậy một chặp

【一气呵成】yīqì-hēchéng❶hơi văn liền mạch ❷làm liên tục; không nghỉ tay: ~完成任务。Làm một mạch xong hết công việc。

【一气之下】yīqìzhīxià　trong lúc giận dữ

【一抢而空】yīqiǎng'érkōng　cướp sạch; mua hết trong thời gian ngắn

【一窍不通】yīqiào-bùtōng　chẳng biết tí gì; dốt đặc cán mai

【一切】yīqiè〈代〉❶tất cả; hết thảy; mọi: 承担~责任 chịu mọi trách nhiệm ❷mọi thứ; mọi cái: ~都是那么美好。Mọi thứ đều tốt đẹp cả。

【一清二楚】yīqīng-èrchǔ　rõ ràng; hai năm rõ mười: 了解得~ tìm hiểu rõ tường

【一清早】yīqīngzǎo〈名〉sớm tinh mơ; sáng sớm tinh sương

【一穷二白】yīqióng-èrbái　một nghèo hai trắng; nghèo nàn lạc hậu

【一丘之貉】yīqiūzhīhé　cá mè một lứa; cùng một phường; cùng một giuộc

【一去不复返】yī qù bù fù fǎn　đã qua đi không bao giờ trở lại nữa; đi rồi không trở lại

【一人得道，鸡犬升天】yīrén-dédào, jīquǎn-shēngtiān　một người đắc đạo, cả nhà thành tiên; một người làm quan, cả họ được nhờ

【一人做事一人当】yī rén zuòshì yī rén dāng　ai làm nấy chịu

【一日不见，如隔三秋】yīrì-bùjiàn, rúgé-sānqiū　một ngày không thấy, dài tựa ba thu; ba thu chụm lại một ngày dài ghê; nhất nhật tam thu

【一日夫妻百日恩】yī rì fūqī bǎi rì ēn　tình nghĩa vợ chồng không bao giờ phai; một ngày nên nghĩa vợ chồng

【一日千里】yīrì-qiānlǐ　một ngày ngàn dặm

【一日为师，终身为父】yīrì-wéishī,

zhōngshēn-wéifù 已 làm thầy, cả đời là thầy; nhất nhật vi sư, chung thân vi phụ

【一日游】yīrìyóu<名>du lịch trong một ngày

【一日之长】yīrìzhīzhǎng lớn tuổi một chút

【一如】yīrú<动>như; đúng như: ~当初 như ban đầu

【一如既往】yīrú-jìwǎng trước sau như một; vẫn như ngày trước

【一扫而光】yīsǎo'érguāng quét sạch sành sanh

【一色】yīsè<形>❶cùng một màu: 水天~。Trời nước một màu. ❷toàn là; thuần một loại: 这里~的高楼大厦。Ở đây toàn là nhà lầu lớn.

【一霎】yīshà<名>chốc lát; khoảnh khắc: ~间 trong chốc lát

【一山不容二虎】yī shān bù róng èr hǔ cùng một khu rừng không thể dung chứa hai "chúa tể sơn lâm"

【一上来】yīshànglai vừa lên; vừa đến

【一身】yīshēn<名>❶toàn thân; khắp người: ~劲儿 toàn thân đầy sức mạnh; ~是汗 mồ hôi ướt cả người ❷một mình: 独自~ cô đơn một mình ❸một bộ: ~工作服 mặc một bộ đồng phục làm việc

【一身两役】yīshēn-liǎngyì một mình kiêm hai việc

【一身是胆】yīshēn-shìdǎn lòng đầy can đảm; gan góc phi thường

【一身正气】yīshēn-zhèngqì đầy khí thế chính nghĩa

【一神教】yīshénjiào<名>[宗教]đạo một thần; nhất thần giáo

【一审】yīshěn<名>thẩm tra lần đầu; xem xét lần đầu; sơ thẩm

【一生】yīshēng<名>một đời; suốt đời; cả đời

【一生一世】yīshēng-yīshì suốt đời

【一声不吭】yīshēng-bùkēng chẳng nói chẳng rằng

【一失足成千古恨】yī shīzú chéng qiāngǔ hèn sảy chân một bước để hận ngàn thu; lỡ một bước, ân hận suốt đời

【一时】yīshí ❶<名>một thời kì: 显赫~ hiển hách một thời ❷<名>thời gian ngắn; tạm thời: 雨下得很大, 似乎~半会儿停不下来。Mưa to lắm, xem chừng không tạnh trong thời gian ngắn được. ❸<副>ngay một lúc; ngẫu nhiên: ~不知如何是好 ngay lúc ấy không biết làm như thế nào ❹<副>lúc thì... lúc thì...: ~哭~笑 lúc thì khóc lúc thì cười

【一时半会儿】yīshí-bànhuìr một lúc; chốc lát: 她~来不了。Chị ta không thể đến được trong chốc lát.

【一世】yīshì<名>❶một đời; cả đời ❷một thời đại

【一式】yīshì<名>một bản: 打印~三份 đánh máy ba bản như nhau

【一事无成】yīshì-wúchéng không được tích sự gì; không nên trò trống gì; chẳng nên cơm cháo gì

【一试身手】yīshì-shēnshǒu thử sức; thử tài; trổ tài

【一视同仁】yīshì-tóngrén đối xử như nhau; cùng coi như nhau

【一是一, 二是二】yī shì yī, èr shì èr một là một, hai là hai; cẩn thận; không cẩu thả

【一手】yīshǒu❶<副>một tay; một mình: ~包办 một tay làm cả/một mình ôm đồm tất cả ❷<名>ngón; thủ đoạn: 他居然来这~, 真卑鄙! Hắn lại dùng thủ đoạn này, thật bỉ ổi! ❸<名>tay nghề; bản lĩnh: 留~ giữ tay nghề; giữ miếng tủ

【一手交钱, 一手交货】yīshǒu jiāoqián, yīshǒu jiāohuò tiền trao cháo múc

【一手遮天】yīshǒu-zhētiān 一手 che trời; lấy thúng úp voi; lấy vải thưa che mắt thánh; bưng bít mọi điều; bịp trên lừa dưới

【一瞬】yīshùn〈名〉trong nháy mắt

【一丝】yīsī(数量)một chút; một tí; tơ hào: 他绷着脸，没有~笑容。Vẻ mặt ông ta ủ rũ, không một nụ cười nào cả.

【一丝不苟】yīsī-bùgǒu không chút cẩu thả; tỉ mỉ chu đáo

【一丝不挂】yīsī-bùguà mình trần trùng trục; trần truồng

【一丝一毫】yīsī-yīháo mảy may; một li một tí; tơ hào

【一塌糊涂】yītāhútú vô cùng hỗn loạn; nát bét; hỏng bét: 事情办得~。Việc làm hỏng bét hết.

【一潭死水】yītán-sǐshuǐ cục diện đáng buồn; ao tù nước đọng

【一套】yītào〈名〉một bộ

【一体】yītǐ〈名〉❶một chỉnh thể; nhất thể: 浑然~ hòa hợp trong một chỉnh thể ❷toàn thể; tất cả: ~遵照 toàn thể tuân theo

【一体化】yītǐhuà nhất thể hóa: 经济~ nhất thể hóa kinh tế

【一天】yītiān❶(数量)một ngày: 这项任务务必在~之内完成。Nhiệm vụ này phải hoàn thành trong một ngày. ❷(数量)ban ngày: ~一夜 một ngày một đêm ❸〈名〉một hôm; hôm nọ

【一天到晚】yītiān-dàowǎn từ sáng đến tối; suốt ngày; cả ngày

【一条道走到黑】yī tiáo dào zǒu dào hēi không hề thay đổi

【一条龙】yītiáolóng〈名〉❶một hàng dài; rồng rắn ❷trọn gói: ~服务 dịch vụ trọn gói/ phục vụ một mạch

【一条心】yītiáoxīn〈名〉một lòng; đồng lòng

【一通百通】yītōng-bǎitōng hiểu điều chính sẽ hiểu tất cả

【一同】yītóng〈副〉cùng; cùng nhau: ~观看演出 cùng xem biểu diễn; ~欢度春节 cùng vui đón năm mới

【一统】yītǒng〈动〉thống nhất; nhất thống

【一统天下】yītǒng-tiānxià thống nhất thiên hạ

【一头】yītóu❶〈名〉một đầu: 我们从桥的这~走到另~。Chúng ta đi từ đầu cầu bên này đến đầu cầu bên kia. ❷〈名〉mặt; phía: 家庭和事业，哪~都要兼顾。Gia đình và sự nghiệp, mặt nào cũng cần quan tâm. ❸〈名〉một phe; một bên: 你们两个~好了。Hai anh chị cùng một bên nhé. ❹〈副〉một mặt; vừa: 她~唱~跳。Cô bé vừa hát vừa nhảy. ❺〈副〉liền; ngay tức khắc; đột ngột: 他一到游泳池，就~扎进水里。Vừa đến bể bơi, thì anh ta bổ nhào xuống nước ngay. ❻〈副〉đột nhiên; bỗng: 他~栽在地上。Anh ấy bỗng bị gục ngã. ❼〈名〉(độ cao) một cái đầu ❽〈副〉[方]cùng; cùng nhau: 我和他~来的。Tôi đến cùng với ông ấy.

【一头雾水】yītóu-wùshuǐ nhầm lẫn không rõ ràng; chẳng rõ đầu đuôi ra sao

【一吐为快】yītǔwéikuài nói hết cho thoải mái

【一团和气】yītuán-héqì hòa hợp êm thấm; xuê xoa dàn hòa; không mất lòng nhau

【一团糟】yītuánzāo hỗn loạn; rối loạn; hỏng bét; chẳng ra gì: 我现在的生活~。Hiện nay cuộc sống của tôi rất bê bối.

【一碗水端平】yī wǎn shuǐ duān píng xử lí công bằng; làm việc không thiên vị

【一网打尽】yīwǎng-dǎjìn một mẻ lưới vét gọn; tóm gọn cả bọn; thu lượm hết

【一往情深】yīwǎng-qíngshēn tình sâu nghĩa nặng; thắm tình lưu luyến

【一往无前】yīwǎng-wúqián 不怕
khó khăn, hăng hái tiến lên

【一望无际】yīwàng-wújì mênh mông
bát ngát; không bờ bến

【一味】yīwèi〈副〉một mực: ~忍让 một mực
nín nhịn

【一文不值】yīwén-bùzhí không đáng
giá; đồ bỏ đi

【一问三不知】yī wèn sān bù zhī hỏi gì
cũng chẳng biết; mù tịt

【一窝蜂】yīwōfēng như ong vỡ tổ; ồn ào
náo động; xô ạt; ồ ạt

【一无是处】yīwúshìchù chẳng chỗ nào
đúng; sai hết: 客观地说，她也不是~。
Khách quan mà nói, cô ta cũng không phải
là người không có ưu điểm.

【一无所长】yīwúsuǒcháng chẳng có sở
trường gì

【一无所获】yīwúsuǒhuò chẳng được tí gì

【一无所有】yīwúsuǒyǒu chẳng có gì

【一无所知】yīwúsuǒzhī không biết tí gì

【一五一十】yīwǔ-yīshí đầu đuôi xuôi
ngược

【一物降一物】yī wù xiáng yī wù vỏ quýt
dày có móng tay nhọn; bệnh nào thuốc ấy

【一误再误】yīwù-zàiwù❶lầm lỡ mãi ❷bị
nhỡ mãi

【一息尚存】yīxī-shàngcún còn chút hơi
thở; còn chút hơi tàn

【一席话】yīxíhuà một buổi nói chuyện;
những lời: 他的~让我明白了许多道理。
Những lời của anh ấy khiến tôi hiểu rất
nhiều lí lẽ.

【一席之地】yīxízhīdì mảnh đất bằng cái
chiếu; chỗ đứng còn con

【一系列】yīxìliè hàng loạt; một loạt

【一下】yīxià❶〈数量〉một cái; thử xem: 试
~ thử xem; 问~ hỏi xem; 亲~ thơm một cái ❷
〈副〉chốc; thoáng; một chút (chỉ thời gian

ngắn): 等我~。Chờ tôi một chút.

【一显身手】yīxiǎn-shēnshǒu trổ tài

【一线】[1] yīxiàn〈名〉❶tuyến một ❷tuyến đầu:
~工人 công nhân trực tiếp sản xuất

【一线】[2] yīxiàn（数量）một tí; một chút: ~光
明 một chút ánh sáng

【一线城市】yīxiàn chéngshì thành phố
tuyến một (chỉ các thành phố lớn nhất về
kinh tế và chính trị của Trung Quốc, hiện
nay là Bắc Kinh, Thượng Hải, Quảng Châu,
Thâm Quyến và Thiên Tân)

【一厢情愿】yīxiāng-qíngyuàn chỉ theo ý
mình; chỉ biết ý muốn của mình

【一向】yīxiàng❶〈名〉từ trước đến đây; một
thời trước đây ❷〈副〉xưa nay; luôn luôn

【一小撮】yīxiǎocuō một nhúm; một
nhóm nhỏ; một dúm; một toán nhỏ

【一笑千金】yīxiào-qiānjīn nụ cười đáng
giá ngàn vàng

【一笑置之】yīxiào-zhìzhī cười trừ; cười
xóa bỏ qua

【一些】yīxiē（数量）❶một số: 工作过程中
会遇到~问题。Trong quá trình làm việc
có thể gặp phải một số vấn đề. ❷một ít:
我们目前只有这~了，还要再买些吗？
Hiện giờ ta chỉ có thể này thôi, còn phải
mua thêm không? ❸một số; mấy: 她做过~
好事。Cô ta từng làm mấy việc tốt. ❹một
chút; hơn: 好~ đỡ hơn một chút

【一泻千里】yīxiè-qiānlǐ tuôn chảy dồn
dập ngàn dặm; trơn tru trôi chảy

【一蟹不如一蟹】yī xiè bùrú yī xiè càng
ngày càng tồi; cái sau kém hơn cái trước

【一心】yīxīn❶〈副〉chuyên tâm; toàn tâm
toàn ý: ~学习 chuyên tâm học tập ❷〈形〉một
lòng; đồng lòng: 军民万众~抗洪。Quân và
dân đồng lòng chống lũ lụt.

【一心不能二用】yī xīn bùnéng èr yòng
cùng một lúc không thể làm cả hai việc;

chuyên tâm mới được việc

【一心一意】yīxīn-yīyì　toàn tâm toàn ý; một lòng một dạ

【一新】yīxīn〈形〉hoàn toàn mới: 整修~ sửa đổi mới hẳn

【一星半点儿】yīxīng-bàndiǎnr　một chút xíu; một li một tí: 不能有~的差错。Không thể sai sót một li một tí.

【一行】yīxíng〈名〉một nhóm; một đoàn: 代表团~ cả đoàn đại biểu

【一宿】yīxiǔ〈名〉một đêm: ~未眠 thức cả đêm

【一言不发】yīyán-bùfā　không nói một lời nào cả

【一言既出，驷马难追】yīyán-jìchū, sìmǎ-nánzhuī　lỡ nói một lời khó mà vớt lại; lời nói đọi máu; đã nói thì chớ nuốt lời

【一言九鼎】yīyán-jiǔdǐng　lời nói như đinh đóng cột

【一言难尽】yīyán-nánjìn　khó kể hết được bằng vài câu; kể sao cho xiết

【一言堂】yīyántáng〈名〉❶[旧]hiệu bán hàng không mặc cả ❷chỗ chỉ cho một người nói; lệnh trên chỉ có một

【一言为定】yīyánwéidìng　lời nói như đinh đóng cột; cam kết giao kèo

【一言一行】yīyán-yīxíng　lời ăn tiếng nói

【一言以蔽之】yī yán yǐ bì zhī　tóm lại một câu; nói tóm lại; khái quát lại

【一氧化碳】yīyǎnghuàtàn　ôxít cácbon

【一样】yīyàng〈形〉giống nhau; như nhau: 姐妹俩长得~漂亮。Hai chị em đều xinh đẹp như nhau.

【一叶蔽目】yīyè-bìmù　chiếc lá che mắt; không nhìn rõ được toàn cục bởi bị hiện tượng cá biệt che mắt

【一叶知秋】yīyè-zhīqiū　thấy chiếc lá rụng biết mùa thu tới; qua hiện tượng cá biệt biết được chiều hướng phát triển

【一夜成名】yīyè-chéngmíng　bỗng nổi tiếng trong một đêm nào đó

【一夜情】yīyèqíng〈名〉tình dục một đêm

【一一】yīyī〈副〉nhất nhất; từng: ~回答问题 trả lời từng vấn đề một

【一衣带水】yīyīdàishuǐ　dành nước hẹp như dải áo; chỉ cách một dòng nước; láng giềng gần

【一意孤行】yīyì-gūxíng　khăng khăng làm theo ý mình

【一饮而尽】yīyǐn'érjìn　uống hết một mạch

【一应】yīyīng〈代〉tất cả

【一应俱全】yīyīng-jùquán　đầy đủ mọi thứ

【一拥而上】yīyōng'érshàng　đổ xô lên

【一语带过】yīyǔ-dàiguò　một lời điểm qua

【一语道破】yīyǔ-dàopò　một lời vạch rõ bản chất; một lời trúng đích

【一语双关】yīyǔ-shuāngguān　một lời hai nghĩa

【一元化】yīyuánhuà❶nhất nguyên hóa ❷tập trung thống nhất: ~管理 tập trung thống nhất quản lí

【一月】yīyuè〈名〉tháng một

【一跃而起】yīyuè'érqǐ　nhảy vọt lên

【一再】yīzài〈副〉nhiều lần

【一早】yīzǎo〈名〉[口]❶tinh mơ: 他~就上班了。Sáng tinh mơ anh ta đã đi làm rồi. ❷rất sớm; từ lâu; từ đầu: 他~就有这习惯了。Cậu ấy có thói quen này từ lâu rồi.

【一站式】yīzhànshì　một cửa: ~服务 dịch vụ một cửa

【一张一弛】yīzhāng-yīchí　khẩn trương và thư giãn kết hợp với nhau

【一招一式】yīzhāo-yīshì　mỗi một động tác võ thuật; các miếng (võ)

【一着不慎，满盘皆输】yīzhāo-bùshèn, mǎnpán-jiēshū　nhỡ một nước, thua cả ván

【一朝】yīzhāo〈副〉một sớm; một khi

【一朝被蛇咬，十年怕井绳】yī zhāo bèi shé yǎo, shí nián pà jǐngshéng　một lần bị rắn cắn, mười năm sợ dây thả xuống giếng; con chim sợ làn cây cong; bị một lần, sợ cả đời

【一朝一夕】yīzhāo-yīxī　một sớm một chiều: 要学好越南语，不能只凭~的努力。Không phải chỉ cố gắng một sớm một chiều mà có thể học giỏi tiếng Việt được.

【一针见血】yīzhēn-jiànxiě　chích một nhát là thấy máu ngay; nói thẳng vấn đề; nhằm trúng đích; điểm trúng huyệt; nói thẳng nói toạc

【一针一线】yīzhēn-yīxiàn　từng kim từng chỉ; cây kim sợi chỉ

【一枕黄粱】yīzhěn-huángliáng　giấc mộng hoàng lương; giấc mộng kê vàng

【一阵】yīzhèn（数量）một trận: ~头晕 chóng mặt một hồi

【一阵风】yīzhènfēng❶như gió: 他~地冲上去把坏人按倒。Anh ta lao lên vật kẻ xấu xuống đất. ❷lướt qua; chỉ đột kích trong một thời gian ngắn: 反腐败不能~，要一抓到底。Chống tham nhũng không thể chỉ đột kích trong một thời gian ngắn là xong chuyện, phải kiên trì tiến hành đến cùng.

【一只耳朵进，一只耳朵出】yī zhī ěrduo jìn, yī zhī ěrduo chū　vào tai này ra tai nọ; nước đổ đầu vịt; gió thổi qua tai

【一枝独秀】yīzhī-dúxiù　phát triển mạnh hơn người khác hoặc ngành nghề khác; trội nổi lên trong đám

【一知半解】yīzhī-bànjiě　biết nửa vời; kiến thức nông cạn hời hợt

【一直】yīzhí〈副〉❶cứ; một mạch: ~走，到三岔路口就右转。Đi thẳng, đến ngã ba thì

rẽ phải. ❷mãi; liên tục, luôn luôn: 他~很健康。Ông ta luôn luôn mạnh khỏe. ❸cho tới: 从村头~到村尾都种上了竹子。Từ đầu làng cho tới cuối làng đều đã trồng tre.

【一纸空文】yīzhǐ-kōngwén　giấy tờ vô dụng; giấy tờ không hiệu lực; văn hoa hòe

【一致】yīzhì❶〈形〉nhất trí; ăn khớp: 观点~ quan điểm nhất trí ❷〈副〉cùng

【一掷千金】yīzhì-qiānjīn　vung tiền như rác; ném tiền qua cửa sổ; ăn tiêu phung phí

【一柱擎天】yīzhù-qíngtiān　một cột chống trời; một mình gánh vác trách nhiệm lớn lao

【一转眼】yīzhuǎnyǎn　thấm thoắt: ~我已经离家三年了。Thấm thoắt tôi đã xa nhà ba năm rồi.

【一准】yīzhǔn〈副〉nhất định: 有空我~去看您。Khi nào rảnh cháu nhất định về thăm bà.

【一字不漏】yīzì-bùlòu　không sót một chữ

【一字千金】yīzì-qiānjīn　một chữ đáng ngàn vàng; văn chương trau chuốt tinh diệu hoặc thư pháp có giá trị cao

【一字一板】yīzì-yībǎn　rành rọt từng chữ; rành rọt gãy gọn

【一字之差】yīzìzhīchā　sai hoặc thiếu một chữ thì ý khác hẳn

【一总】yīzǒng〈副〉❶tổng cộng: 加起来~十五人。Cả thể là 15 người. ❷tất cả; toàn bộ: 他的收入~交给妻子。Thu nhập của anh ta toàn bộ giao cho vợ.

【一走了之】yīzǒu-liǎozhī　đi bỏ mặc tất cả

【一醉方休】yīzuìfāngxiū　uống cho say mới thôi

伊¹ yī〈助〉[书](từ tố tỏ ý nhấn mạnh): 新年~始 vừa bước vào đầu năm mới //（姓）Y

伊² yī〈代〉người ấy; cô ấy

【伊甸园】yīdiànyuán〈名〉vườn Ê đen; tiên

Y

cảnh; chốn bồng lai

【伊人】yīrén<名>[书]y; người đó (chỉ nữ giới)

【伊始】yīshǐ<动>[书]bắt đầu: 秋天~ đầu mùa thu/sang thu

【伊斯兰教】Yīsīlánjiào Đạo Islam; Đạo Hồi

衣 yī<名>❶áo: 外~ áo khoác ❷vỏ; lớp bọc: 笋~ bẹ măng; 糖~炮弹 viên đạn bọc đường ❸nhau thai //(姓)Y

【衣摆】yībǎi<名>gấu áo

【衣钵】yībō<名>áo và bát (của thầy hoặc tiên nhân); ví học thuyết truyền lại: ~相传 kế thừa học thuyết

【衣不蔽体】yībùbìtǐ áo rách tả tơi; không mảnh áo che thân

【衣不解带】yībùjiědài không kịp cởi quần áo (khi ngủ); cứ đóng cả bộ để ngủ

【衣不如新，人不如旧】yī bùrú xīn, rén bùrú jiù áo mới hơn áo cũ, người cũ hơn người mới

【衣橱】yīchú<名>tủ áo

【衣单食薄】yīdān-shíbó thiếu cái ăn, thiếu cái mặc; ăn không no mặc không ấm; cảnh cơ hàn

【衣兜】yīdōu<名>túi áo

【衣服】yīfu<名>quần áo

【衣冠不整】yīguān-bùzhěng quần áo nhăn nhúm xềnh xoàng; ăn mặc luộm thuộm

【衣冠楚楚】yīguān-chǔchǔ quần áo xúng xính; áo khăn chải chuốt bảnh bao

【衣冠禽兽】yīguān-qínshòu thú đội lốt người; mặt người dạ thú

【衣冠冢】yīguānzhǒng<名>mồ chôn quần áo của người chết

【衣柜】yīguì<名>tủ áo

【衣架】yījià<名>❶giá áo; cái mắc áo ❷dáng vóc

【衣架子】yījiàzi<名>dáng vóc: 他是个天生的~。Anh ta có một dáng vóc đẹp trời cho.

【衣襟】yījīn<名>vạt áo; thân áo phía trước

【衣锦还乡】yījǐn-huánxiāng áo gấm về làng; hiển đạt trở về

【衣来伸手，饭来张口】yī lái shēnshǒu, fàn lái zhāngkǒu quần áo để tay, cơm đưa tận miệng; cung phụng chăm sóc đến tận sàng

【衣料】yīliào<名>vải; vải vóc; đồ may

【衣领】yīlǐng<名>cổ áo

【衣帽架】yīmàojià<名>giá treo mũ, áo

【衣帽间】yīmàojiān<名>phòng gửi áo mũ

【衣暖食饱】yīnuǎn-shíbǎo cơm no áo ấm

【衣衾】yīqīn<名>quần áo và chăn

【衣衫】yīshān<名>áo quần; quần áo; ăn mặc: ~不整 quần áo xộc xệch

【衣衫褴褛】yīshān-lánlǚ quần áo; ăn mặc rách rưới; áo quần lam lũ

【衣裳】yīshang<名>[口]áo quần

【衣食父母】yīshí-fùmǔ cơm cha áo mẹ; sống nhờ vào; sống dựa vào

【衣食住行】yī-shí-zhù-xíng ăn, mặc, ở và đi lại; điều kiện sinh sống hàng ngày

【衣饰】yīshì<名>quần áo và trang sức

【衣物】yīwù<名>quần áo và đồ dùng hàng ngày: ~间 phòng để quần áo

【衣箱】yīxiāng<名>hòm đựng quần áo

【衣袖】yīxiù<名>tay áo

【衣原体】yīyuántǐ<名>[微生物]vi sinh vật Chlamydia

【衣装】yīzhuāng<名>❶quần áo và trang sức; trang phục; ăn vận ❷quần áo và hành lí

【衣着】yīzhuó<名>ăn mặc: ~光鲜 ăn mặc rất diện/ăn mặc bảnh bao

医 yī❶<名>thầy thuốc; bác sĩ: 军~ quân y ❷<名>y học: 中~ Trung y; ~科大学 trường Đại học y khoa❸<动>trị bệnh; chữa bệnh: 这个年轻的大夫~好了老师的病。Bác sĩ trẻ này đã chữa khỏi bệnh cho thầy giáo. //(姓)Y

【医保】yībǎo<名>bảo hiểm y tế: ~卡 thẻ bảo hiểm y tế

【医道】yīdào<名>tài chữa bệnh; y đạo: ~高 明 chữa bệnh cao tay

【医德】yīdé<名>y đức; đạo đức thầy thuốc: ~规范 quy phạm đạo đức thầy thuốc

【医风】yīfēng<名>quy phạm đạo đức ngành y

【医改】yīgǎi<动>cải cách chế độ y tế

【医护】yīhù<动>chăm sóc chữa chạy; điều trị: 经过精心~，病人已经痊愈出院了。 Qua điều trị chăm sóc cẩn thận, bệnh nhân đã khỏi và ra viện rồi.

【医科】yīkē<名>y khoa

【医理】yīlǐ<名>lí thuyết y học: 通晓~ am hiểu lí thuyết y học

【医疗】yīliáo<动>chữa bệnh: ~保险 bảo hiểm y tế; ~事故 sự cố y tế

【医生】yīshēng<名>bác sĩ; thầy thuốc

【医师】yīshī<名>bác sĩ; thầy thuốc

【医士】yīshì<名>y sĩ

【医书】yīshū<名>sách y học

【医术】yīshù<名>y thuật; kĩ thuật, tay nghề của bác sĩ: ~精湛 mẹo phép chữa bệnh giỏi

【医托】yītuō<名>kẻ lấy cớ giúp bệnh nhân ở xung quanh bệnh viện để kiếm lời; cò mồi nhà y

【医务】yīwù<名>y vụ: ~人员 nhân viên y tế

【医务室】yīwùshì<名>phòng khám bệnh; phòng y vụ

【医学】yīxué<名>y học

【医学界】yīxuéjiè<名>giới y học

【医学院】yīxuéyuàn<名>học viện y khoa

【医药】yīyào<名>y dược: ~公司 công ti dược phẩm

【医药费】yīyàofèi<名>y dược phí; tiền thuốc men chữa bệnh

【医用】yīyòng<形>dùng cho việc chữa bệnh

【医院】yīyuàn<名>bệnh viện

【医治】yīzhì<动>điều trị; chạy chữa

【医嘱】yīzhǔ<名>lời dặn của bác sĩ; y lệnh

【医助】yīzhù<名>trợ lí của bác sĩ

依 yī ❶<动>gần sát ❷<动>dựa vào; tựa vào: 唇齿相~ khăng khít như môi với răng; 相~为命 dựa vào nhau để sống ❸<动>nghe theo; đồng ý: 不~不饶 quyết không nghe theo ❹<介>theo: ~法惩处 trừng phạt theo luật pháp //(姓)Y

【依傍】yībàng<动>❶nhờ; dựa: 他从小 失去父母，~兄嫂生活。Anh ấy mồ côi cha mẹ từ nhỏ nên sống dựa vào anh trai chị dâu. ❷mô phỏng; bắt chước: ~他人 bắt chước người khác

【依此类推】yīcǐ-lèituī cứ thế mà tính; theo thế mà suy toán ra

【依次】yīcì<副>lần lượt; theo thứ tự: ~通行 thông hành theo thứ tự

【依从】yīcóng<动>thuận theo; vâng theo: 我觉得在这件事上很难~他。Về chuyện này, tôi thấy khó thuận theo anh ấy.

【依存】yīcún<动>dựa vào nhau mà cùng tồn tại

【依法】yīfǎ<副>❶theo cách ❷theo (pháp) luật: ~治国 quản lí nhà nước theo pháp luật

【依附】yīfù<动>❶bám vào ❷ỷ vào; nương nhờ; dựa vào: ~父母 nương tựa vào bố mẹ

【依归】yīguī❶<名>nơi xuất phát và đích; mục đích và tôn chỉ: 以国家和民族的利益 为~。Xuất phát từ lợi ích đất nước và dân tộc. ❷<动>ủy thác; nương tựa: 无所~ không nơi nương tựa

【依葫芦画瓢】yī húlu huà piáo rập theo; rập khuôn; bắt chước một cách máy móc

【依计行事】yījì-xíngshì hành động dựa theo kế hoạch cụ thể

【依旧】yījiù❶<副>như xưa; vẫn như cũ; y nguyên: 他~做他的老本行。Ông ta vẫn làm nghề cũ. ❷〈动〉như xưa: 风采~ phong độ như xưa/phong thái như xưa

【依据】yījù〈动〉❶dựa vào ❷căn cứ ❸theo

【依靠】yīkào❶〈动〉nhờ; dựa vào: ~上级 dựa vào cấp trên ❷〈名〉chỗ dựa

【依赖】yīlài〈动〉❶dựa dẫm; ỷ lại: ~亲人 dựa dẫm vào người nhà ❷nương tựa, dựa: 两个公司既互相~，又相互竞争。Hai công ti nương dựa vào nhau, lại cạnh tranh với nhau.

【依赖性】yīlàixìng〈名〉tính ỷ lại

【依恋】yīliàn〈动〉lưu luyến: ~故土 lưu luyến quê hương

【依凭】yīpíng❶〈动〉nhờ; dựa vào ❷〈名〉chứng cớ; bằng chứng

【依然】yīrán❶〈动〉y nguyên; như cũ ❷〈副〉vẫn

【依然如故】yīrán-rúgù y như cũ

【依山傍水】yīshān-bàngshuǐ dựa núi cạnh sông

【依势凌弱】yīshì-língruò cậy thế bắt nạt những người thế cô, sức yếu

【依顺】yīshùn〈动〉thuận theo: 孩子要去哪母亲都~。Con đòi đi đâu mẹ cũng thuận theo.

【依随】yīsuí〈动〉nghe theo; tùy theo

【依托】yītuō〈动〉❶nhờ; dựa; nương tựa: ~地理优势 dựa vào lợi thế địa lí ❷thác lời; mượn tiếng: 他~古人来表现自己的情怀。Anh ta mượn tiếng người xưa để thể hiện tình tự của mình.

【依偎】yīwēi〈动〉dựa sát vào; ngả vào: 她~着丈夫。Chị ấy dựa sát vào chồng.

【依稀】yīxī〈形〉mơ hồ; lờ mờ; mang máng: ~记得 mang máng nhớ được

【依循】yīxún〈动〉theo; làm theo; tuân theo

【依样画葫芦】yīyàng huà húlu rập theo; rập khuôn; bắt chước một cách máy móc

【依依】yīyī〈形〉❶[书]lả lướt: 杨柳~ dương liễu lả lướt ❷lưu luyến: ~惜别 lưu luyến chia tay

【依依不舍】yīyī-bùshě bịn rịn lưu luyến không nỡ rời

【依允】yīyǔn〈动〉cho phép; thuận theo

【依仗】yīzhàng〈动〉ỷ vào; dựa vào

【依照】yīzhào❶〈介〉theo; tuân theo; y chiếu: ~样品做一个新的 làm một chiếc mới theo mẫu ❷〈动〉theo; nghe theo: ~交通法，自行车不能走机动车道。Theo luật lệ giao thông, xe đạp không được phép đi đường xe động cơ.

咿 yī

【咿呀学语】yīyā-xuéyǔ bi bô học nói

铱 yī〈名〉[化学]iriđi (kí hiệu: Ir)

yí

仪¹ yí❶〈名〉vẻ; dáng; dáng điệu: ~表 dáng vẻ ❷〈名〉lễ vật: 谢~ quà cảm ơn ❸〈名〉lễ tiết; nghi thức: 行礼如~。Chào theo nghi thức. ❹〈动〉[书]lòng hướng về; lòng hâm mộ: 心~已久 lòng hướng về đã lâu //(姓)Nghi

仪² yí〈名〉máy; máy móc

【仪表】¹yíbiǎo〈名〉dáng vẻ; điệu độ (chỉ ý tốt): ~堂堂 dáng vẻ đường đường

【仪表】²yíbiǎo〈名〉máy, khí cụ, thiết bị đo; đồng hồ đo: ~盘 mặt bàn đồng hồ đo

【仪器】yíqì〈名〉đồ đo thí nghiệm; máy đo đạc: 精密的~ máy đo đạc tinh vi

【仪容】yíróng〈名〉dung mạo; nghi dung: ~俊秀 dung mạo tuấn tú

【仪式】yíshì〈名〉nghi thức; lễ: 颁奖~ lễ trao giải

【仪态】yítài〈名〉[书]tư thái; phong thái: ~万方 phong thái ung dung

【仪仗】yízhàng〈名〉nghi trượng; đồ nghi trượng (xưa là cờ và vũ khí của lính tùy tùng khi vua chúa quan lại xuất hành, nay chỉ vũ khí của đội danh dự hoặc đồ dùng nghi lễ của đoàn chào đón khách quý nước ngoài hay ngày lễ long trọng)

【仪仗队】yízhàngduì<名>đội danh dự

夷[1] yí[书]❶<形>yên; bình yên: 化险为~ biến nguy thành yên ❷<动>san phẳng: ~为平地 san bằng ❸<动>diệt hết: ~族 diệt cả họ // (姓)Di

夷[2] yí<名>❶di; rợ (ngày xưa chỉ các dân tộc ở phía đông Trung Quốc, cũng chỉ các dân tộc ở chung quanh Trung Quốc) ❷[旧]nước ngoài hoặc người nước ngoài

饴 yí<名>kẹo mạch nha: 玉米~ kẹo ngô; 甘之若~ ngọt như kẹo mạch nha

【饴糖】yítáng<名>kẹo mạch nha

怡 yí<形>[书]vui vẻ; thoải mái: 心旷神~ tinh thần thoải mái // (姓)Di

【怡情悦性】yíqíng-yuèxìng thoải mái tinh thần

【怡然】yírán<形>thoải mái; vui vẻ

【怡然自得】yírán-zìdé vui vẻ hài lòng

【怡神养性】yíshén-yǎngxìng tinh thần vui vẻ

【怡悦】yíyuè<形>vui; vui sướng; thoải mái

宜 yí❶<形>thích hợp: 适~ thích nghi ❷<动>nên: 这事不~操之过急。Việc này không nên làm quá gấp. ❸<副>[书]đương nhiên; chả trách // (姓)Nghi

【宜居】yíjū<形>thích hợp cư trú

【宜人】yírén<形>hợp với người; dễ chịu: 景色~ phong cảnh đẹp đẽ

【宜于】yíyú<动>thích hợp cho: 这儿的气候~兰花生长。Khí hậu ở đây thích hợp cho hoa lan sống.

贻 yí<动>[书]❶tặng; biếu: ~赠 biếu cho ❷để lại: ~害 để lại mối hại

【贻害】yíhài<动>di hại; gây họa; tai hại: ~无穷 tai hại vô cùng

【贻患】yíhuàn<动>di hoạn; gây tai họa

【贻人口实】yírén-kǒushí để thiên hạ đàm tiếu

【贻误】yíwù<动>làm hỏng; bỏ lỡ: ~战机 bỏ lỡ thời cơ chiến đấu; ~农时 để lỡ vụ

【贻笑大方】yíxiào-dàfāng để người trong nghề phải phì cười

【贻笑千古】yíxiào-qiāngǔ để người đời sau phải chê cười

姨 yí<名>❶dì: 三~ dì ba ❷chị hoặc em gái vợ: 小~子 em gái vợ ❸dì; cô (xưng người phụ nữ cùng thế hệ và tuổi xấp xỉ với mẹ mình)

【姨表】yíbiǎo<形>quan hệ dì già: ~兄弟 anh em con dì con già

【姨父】yífu<名>chồng của dì; dượng

【姨姥姥】yílǎolao<名>bà dì (chị hoặc em gái bà ngoại)

【姨妈】yímā<名>[口]dì; già (chị hoặc em gái của mẹ đã kết hôn)

【姨母】yímǔ<名>dì (chị hoặc em mẹ)

【姨娘】yíniáng<名>❶dì (thời xưa xưng vợ bé của cha) ❷[方]dì (chị hoặc em mẹ)

【姨婆】yípó<名>bà dì (chị hoặc em gái bà ngoại)

【姨太太】yítàitai<名>vợ bé; thiếp

【姨丈】yízhàng =【姨父】

胰 yí<名>[解剖]tuyến tụy

【胰岛素】yídǎosù<名>[生物]in-su-lin

【胰腺】yíxiàn<名>[解剖]tuyến tụy

移 yí<动>❶di động: 转~ di chuyển; 迁~ chuyển dời ❷thay đổi: 坚定不~ kiên quyết không thay đổi // (姓)Di

【移步】yíbù<动>chuyển; đi

【移东补西】yídōng-bǔxī lấy cái này bù cái khác

【移动】yídòng<动>di động; chuyển dời: 我们把家具~了一下。Chúng tôi dọn đồ đạc sang một bên.

【移动电话】yídòng diànhuà　điện thoại di động

【移动通信】yídòng tōngxìn　viễn thông

【移动硬盘】yídòng yìngpán　ổ cứng di động

【移防】yífáng〈动〉dời địa điểm đóng quân

【移风易俗】yífēng-yìsú　thay đổi phong tục tập quán

【移行】yíháng〈动〉chuyển dòng; xuống dòng

【移花接木】yíhuā-jiēmù　ghép cành dời hoa; ngấm ngầm thay đổi; đánh tráo

【移交】yíjiāo〈动〉❶chuyển giao: 这事件~司法机关处理。Chuyện này chuyển giao cho cơ quan tư pháp xử lí. ❷bàn giao: 工作还没~给我。Chưa bàn giao công việc cho tôi.

【移居】yíjū〈动〉di cư: ~国外 di cư nước ngoài

【移苗】yímiáo〈动〉chuyển cây non trồng sang đám đất khác

【移民】yímín❶〈动〉di dân: ~法 luật di dân ❷〈名〉người dân di cư: 三峡库区~ dân di cư từ khu Đập Tam Hiệp

【移情】yíqíng〈动〉❶thay đổi sở thích và tình cảm ❷thay đổi thái độ, tình cảm

【移情别恋】yíqíng-biéliàn　bỏ tình cũ mà yêu người khác; thay lòng đổi dạ

【移山倒海】yíshān-dǎohǎi　dời non lấp biển; đào núi lấp biển

【移送】yísòng〈动〉chuyển giao: ~有关部门处理 chuyển giao cho cơ quan hữu quan để xử lí

【移天换日】yítiān-huànrì　thay trời đổi đời

【移位】yíwèi〈动〉đổi vị trí

【移用】yíyòng〈动〉chuyển chi; dùng sang việc khác: 专款专用，不得~。Khoản nào dùng vào việc ấy, không được dùng sang việc khác.

【移栽】yízāi〈动〉cấy; đem trồng nơi khác

【移植】yízhí〈动〉❶di thực ❷[医学]cấy ghép (các phần trên cơ thể như da, giác mạc)

遗 yí ❶〈动〉mất; mất mát ❷〈名〉vật bị mất; của rơi: 路不拾~ ngoài đường không nhặt của rơi ❸〈动〉sót: 补~ bổ sung chỗ sót ❹〈动〉lưu lại; giữ lại: 不~余力 không tiếc sức ❺〈动〉di; để lại: ~嘱 di chúc; ~作 tác phẩm để lại ❻〈动〉són; di (chỉ sự bài tiết không thể tự chủ)

【遗案】yí'àn〈名〉vụ án chưa kết

【遗笔】yíbǐ〈名〉di bút: 作家~ di bút của nhà văn

【遗产】yíchǎn〈名〉di sản: ~税 thuế di sản; ~继承人 người kế thừa di sản

【遗臭万年】yíchòu-wànnián　để tiếng xấu muôn đời

【遗传】yíchuán〈动〉di truyền: 有些疾病会~。Một số bệnh có thể di truyền.

【遗传病】yíchuánbìng〈名〉bệnh di truyền

【遗存】yícún❶〈动〉di lưu; còn lại ❷〈名〉chỉ những thứ còn lại từ thời cổ

【遗毒】yídú〈名〉di độc; độc hại còn sót rớt lại

【遗范】yífàn〈名〉những tiêu chuẩn, quy phạm mẫu mực do người xưa để lại

【遗风】yífēng〈名〉di phong; phong khí thời xưa còn lại

【遗腹子】yífùzǐ〈名〉đứa con mồ côi từ trong bụng mẹ; di phúc tử

【遗稿】yígǎo〈名〉di cảo; bản thảo để lại (của người đã mất)

【遗孤】yígū〈名〉con mồ côi: 抚养将军~ nuôi con mồ côi của vị tướng

【遗骨】yígǔ〈名〉hài cốt

【遗骸】yíhái〈名〉di hài; hài cốt: 动物~ xương cốt còn lại của động vật

【遗憾】yíhàn❶<名>di hận; mối ân hận: 终生~ ân hận suốt đời ❷<形>không hài lòng; rất đáng tiếc: 这是一件让人~的事。 Đây là chuyện rất đáng tiếc.

【遗恨】yíhèn<名>di hận; hối hận

【遗祸】yíhuò<动>di họa; để lại hậu họa

【遗迹】yíjì<名>di tích; dấu vết còn lại

【遗精】yíjīng<动>di tinh

【遗老】yílǎo<名>❶di lão ❷[书]bậc bô lão

【遗留】yíliú<动>còn truyền lại; còn để lại: 前人给我们~了很多宝贵的文化遗产。 Cha ông đã để lại rất nhiều di sản văn hóa quý báu cho chúng ta.

【遗漏】yílòu<动>còn sót; sót lại: 仔细检查一下看有没有~。 Kiểm tra kĩ xem có gì thiếu sót không.

【遗命】yímìng<名>lệnh của những người đã mất

【遗墨】yímò<名>di bút; bản thảo còn để lại

【遗尿】yíniào<动>[医学]đái són; đái dầm

【遗弃】yíqì<动>❶vứt bỏ ❷bỏ rơi; ruồng rẫy

【遗容】yíróng<名>❶di dung; chân dung của người đã mất: 鲁迅~ chân dung của Lỗ Tấn ❷bức ảnh còn để lại

【遗失】yíshī<动>mất; đánh mất; rơi mất

【遗书】yíshū<名>❶trước tác của người xưa để lại ❷tờ di chúc ❸cuốn sách bị thất lạc

【遗属】yíshǔ<名>gia quyến người chết

【遗孀】yíshuāng<名>vợ góa; bà quả phụ: 烈士~ vợ góa của liệt sĩ

【遗体】yítǐ<名>❶di thể; di hài ❷xác còn lại của động vật

【遗忘】yíwàng<动>quên; quên mất: 美好的纪念都已~。 Những kỉ niệm tốt đẹp đã quên hết.

【遗物】yíwù<名>di vật; đồ vật do người đã mất để lại

【遗像】yíxiàng<名>chân dung người đã mất

【遗训】yíxùn<名>di huấn

【遗言】yíyán<名>lời trăng trối; lời nói để lại của người đã mất: 临终~ lời trăng trối lúc lâm chung

【遗业】yíyè<名>❶nghiệp nhà; nghề gia truyền ❷di sản

【遗愿】yíyuàn<名>nguyện vọng để lại: 我们要实现老人家的~。 Chúng tôi cần thực hiện nguyện vọng để lại của cụ.

【遗赠】yízèng<动>của tặng sau khi chết được ghi trong di chúc

【遗照】yízhào<名>tấm ảnh chụp khi còn sống

【遗址】yízhǐ<名>di chỉ (chỉ các công trình kiến trúc từ xa xưa, nay đã bị tàn phá)

【遗嘱】yízhǔ<名>di chúc; trối trăng; lời trăng trối

【遗著】yízhù<名>trước tác của người đã mất để lại

【遗作】yízuò<名>tác phẩm của người đã mất để lại

颐¹ yí<名>[书]má

颐² yí<动>[书]bảo dưỡng: ~神 dưỡng thần

【颐和园】Yíhé Yuán<名>Di hòa viên

【颐养天年】yíyǎng-tiānnián di dưỡng tuổi trời; an dưỡng tuổi già

【颐指气使】yízhǐ-qìshǐ vênh mặt hất hàm sai khiến; kiêu căng sai bảo phải làm

疑 yí❶<动>nghi ngờ; ngờ vực: 半信半~ bán tín bán nghi; ~是地上霜。 Nghi là sương phủ trên đất. ❷<形>thắc mắc; không xác định; nghi vấn: ~义 điều thắc mắc

【疑案】yí'àn<名>❶nghi án ❷điều chưa được xác minh

【疑点】yídiǎn<名>chỗ đáng ngờ; điểm nghi ngờ: 这几个~还没有合理的解释。 Mấy chỗ đáng ngờ này còn chưa có giải thích hợp lí.

【疑犯】yífàn<名>kẻ bị tình nghi; nghi can

【疑惑】yíhuò❶<动>nghi hoặc ❷<名>chỗ nghi hoặc; thắc mắc

【疑忌】yíjì<动>nghi kị: 心怀~ sinh lòng nghi kị

【疑惧】yíjù<动>ngờ vực băn khoăn lo lắng sợ hãi: 让人~ làm cho nghi ngờ sợ hãi

【疑虑】yílǜ❶<动>lo ngại; nghi ngờ lo lắng: ~重重 rất lo ngại ❷<名>điều băn khoăn

【疑难】yínán<形>gay cấn: ~杂症 chứng bệnh nan y/nghi vấn khó xử lí

【疑念】yíniàn<名>nghi ngờ

【疑人不用，用人不疑】yírén-bùyòng, yòngrén-bùyí kẻ nghi bất dùng, kẻ dùng bất nghi; đã tin thì tin hẳn

【疑神疑鬼】yíshén-yíguǐ đa nghi sợ sệt; năm ngờ mười vực

【疑似】yísì<动>hư thực chưa rõ; lờ mờ; mập mờ: ~流感 cảm cúm chưa được xác định rõ

【疑团】yítuán<名>một khối hoài nghi: ~难解 mối ngờ khó giải

【疑问】yíwèn<名>nghi vấn; thắc mắc

【疑问句】yíwènjù<名>câu nghi vấn; câu hỏi

【疑心】yíxīn❶<名>lòng nghi ngờ: 起~ sinh lòng hoài nghi ❷<动>hoài nghi; ngờ: 她~自己得了不治之症。Bà ấy ngờ rằng mình mắc bệnh nan y.

【疑心病】yíxīnbìng<名>bệnh đa nghi

【疑凶】yíxiōng<名>hung thủ bị tình nghi

【疑义】yíyì<名>điều đáng ngờ

【疑云】yíyún<名>đám mây ngờ vực; sự nghi ngờ: 驱散~ xua tan đám mây nghi ngờ

yǐ

乙 yǐ<名>Ất (vị trí thứ 2 trong thiên can) //

(姓)Át

【乙醇】yǐchún<名>[化学]cồn; rượu êtilic: etanôn

【乙等】yǐděng<名>hạng hai; (loại) B

【乙肝】yǐgān<名>viêm gan vi-rút B

【乙醚】yǐmí<名>[化学]Ete

【乙脑】yǐnǎo<名>viêm não B

【乙烯】yǐxī<名>[化学]Êtilen; etêrin

【乙型肝炎】yǐxíng gānyán viêm gan vi-rút B

已 yǐ❶<动>ngừng; dứt: 心痛不~ đau lòng không dứt ❷<副>đã: 问题~解决。Vấn đề đã được giải quyết. ❸<副>[书]sau đó; một lát sau: ~忽不见 một lát sau bỗng nhiên biến mất ❹<副>[书]thái quá; quá đáng: 不为~甚 không phải là thái quá //(姓)Dĩ

【已成定局】yǐchéng-dìngjú đã là kết quả không thay đổi được nữa

【已故】yǐgù<动>đã mất; đã qua đời

【已婚】yǐhūn<动>đã kết hôn; đã lập gia đình

【已经】yǐjīng<副>đã

【已然】yǐrán❶<动>đã như vậy; đã thành hiện thực ❷<副>đã: 他~忘记她的长相了。Anh ta đã quên đi nét mặt của chị ấy.

【已往】yǐwǎng<名>dĩ vãng, trước kia; đã qua

【已知】yǐzhī<动>đã biết

【已知数】yǐzhīshù<名>số đã cho; số đã biết

以¹ yǐ❶<介>bằng; lấy; dùng: ~德报怨 lấy đức báo oán ❷<介>theo: ~次就坐 an tọa theo thứ tự ❸<介>vì; bởi vì: 不~物喜，不~己悲。Bất dĩ vật hỉ, bất dĩ kỉ bi (không vì ngoại vật mà vui, không vì bản thân mà buồn). ❹<连>để: ~待时机 để chờ thời cơ ❺<连>[书]mà: 城高~厚，地广~深。Thành dày mà cao, đất rộng mà sâu. ❻<介>[书]vào (thời gian)

以² yǐ〈介〉dĩ

【以暴易暴】yǐbào-yìbào ❶ lấy hung bạo thay hung bạo ❷ lấy bạo lực chế ngự bạo lực

【以便】yǐbiàn〈连〉để; để cho: 打开箱子~检查。Mở va li để cho kiểm tra.

【以不变应万变】yǐ bùbiàn yìng wànbiàn dĩ bất biến ứng vạn biến

【以成败论英雄】yǐ chéngbài lùn yīngxióng lấy sự thành bại luận anh hùng

【以诚相待】yǐchéng-xiāngdài đối xử với tấm lòng thành

【以丑为美】yǐchǒu-wéiměi lấy xấu làm đẹp

【以此类推】yǐcǐ-lèituī cứ thế mà suy ra

【以次】yǐcì ❶〈副〉theo thứ tự; lần lượt: ~就坐 lần lượt vào chỗ ngồi ❷〈名〉trở xuống; sau đây: ~各项条款有待讨论。Các điều khoản sau đây cần phải thảo luận thêm.

【以次充好】yǐcì-chōnghǎo lấy cái xấu giả mạo cái tốt

【以大欺小】yǐdà-qīxiǎo cậy thế mạnh bắt nạt thế yếu

【以德报怨】yǐdé-bàoyuàn dĩ đức báo oán; lấy ân báo oán; lấy ơn trả oán

【以点带面】yǐdiǎn-dàimiàn lấy cục bộ dẫn dắt toàn bộ

【以毒攻毒】yǐdú-gōngdú lấy độc trị độc

【以讹传讹】yǐ'é-chuán'é càng truyền càng sai; sai lại truyền sai

【以耳代目】yǐ'ěr-dàimù lấy tai thay mắt

【以防万一】yǐfáng-wànyī phòng khi bất trắc

【以房养老】yǐfáng yǎnglǎo lấy nhà để dưỡng lão; dưỡng lão bằng nhà cửa

【以攻为守】yǐgōng-wéishǒu lấy thế công thay cho thế thủ

【以古非今】yǐgǔ-fēijīn lấy cái xưa chỉ trích cái nay; lấy cái xưa phủ định cái nay

【以寡敌众】yǐguǎ-dízhòng lấy ít địch nhiều

【以观后效】yǐguānhòuxiào để xem kết quả ra sao

【以管窥天】yǐguǎn-kuītiān nhìn trời qua ống; ếch ngồi đáy giếng

【以后】yǐhòu〈名〉về sau; sau này; sau đây; sau khi: 几天~ mấy hôm sau; 从今~ từ nay về sau; 工作~ sau khi đi làm

【以货易货】yǐhuò-yìhuò lấy hàng đổi hàng

【以及】yǐjí〈连〉và; cùng; cùng với: 出席婚礼的有双方的父母~亲朋好友。Đến dự buổi lễ kết hôn có cả bố mẹ, họ hàng và bạn bè của hai họ.

【以己度人】yǐjǐ-duórén suy bụng ta ra bụng người

【以假乱真】yǐjiǎ-luànzhēn lấy cái giả làm rối cái thật

【以儆效尤】yǐjǐngxiàoyóu lấy sự trừng phạt kẻ xấu để răn đe những kẻ xấu

【以旧换新】yǐjiù-huànxīn lấy cái cũ đổi cái mới

【以来】yǐlái〈名〉đến nay; trở lại đây: 有生~ từ khi sinh ra đến nay

【以泪洗面】yǐlèi-xǐmiàn khóc như mưa; nước mắt lã chã

【以蠡测海】yǐlí-cèhǎi lấy gáo đong biển; chỉ nhìn nhận vấn đề một cách phiến diện

【以礼相待】yǐlǐ-xiāngdài đối xử tử tế

【以理服人】yǐlǐ-fúrén thuyết phục người bằng lí lẽ

【以邻为壑】yǐlín-wéihè Lấy nước láng giềng làm hố xả lũ của, ví gieo vạ cho người khác.

【以卵击石】yǐluǎn-jīshí lấy trứng chọi đá; trứng chọi với đá

【以貌取人】yǐmào-qǔrén nhìn mặt lấy người; xét người qua bề ngoài; trông mặt

Y

đặt tên; trông mặt mà bắt hình dáng; chọn mặt gửi vàng

【以免】yǐmiǎn<连>để khỏi; để tránh

【以内】yǐnèi<名>nội; trong; trong phạm vi: 一公里~ trong phạm vi một cây số

【以偏概全】yǐpiān-gàiquán xét vấn đề bằng quan điểm phiến diện

【以期】yǐqī<连>để; để mong

【以其昏昏，使人昭昭】yǐqíhūnhūn, shǐrén-zhāozhāo mình còn mù tịt lại hòng đi dạy cho người khác.

【以其人之道，还治其人之身】yǐ qí rén zhī dào, huán zhì qí rén zhī shēn gậy ông đập lưng ông

【以前】yǐqián<名>trước; trước kia

【以强凌弱】yǐqiáng-língruò cậy thế mạnh bắt nạt những người yếu đuối

【以勤补拙】yǐqín-bǔzhuō lấy cái chăm để bù cái dốt

【以求】yǐqiú<动>để giành; để đến: ~进步 để giành tiến bộ

【以权谋私】yǐquán-móusī giành lấy lợi ích riêng bằng quyền lực của mình

【以人为本】yǐrén-wéiběn lấy dân làm gốc

【以上】yǐshàng<名>❶trở lên: 10公斤~ 10 cân trở lên ❷ở trên; trên đây: ~所说的是原则问题。Những điều kể trên là vấn đề nguyên tắc.

【以少胜多】yǐshǎo-shèngduō lấy ít thắng nhiều

【以身试法】yǐshēn-shìfǎ cố tình chống lại pháp luật

【以身相许】yǐshēn-xiāngxǔ thường chỉ người con gái dâng hết tình cảm và thân mình cho người đàn ông mà mình yêu

【以身殉职】yǐshēn-xùnzhí hi sinh vì nhiệm vụ

【以身作则】yǐshēn-zuòzé lấy mình làm

gương; tự mình nêu gương

【以史为镜】yǐshǐ-wéijìng lấy lịch sử làm gương; lấy đời xưa làm tấm gương

【以售其奸】yǐshòuqíjiān dùng để phổ biến kế gian

【以汤沃雪】yǐtāng-wòxuě lấy nước nóng hòa tuyết; đội nước sôi lên băng; đội gáo nước lạnh

【以天下为己任】yǐ tiānxià wéi jǐ rèn coi việc phụng sự thiên hạ là trách nhiệm của mình

【以退为进】yǐtuì-wéijìn lấy thoái làm tiến

【以外】yǐwài<名>ngoài; bên ngoài: 考场~ bên ngoài phòng thi; 除他~，就没别人了。Ngoài anh ấy ra không còn ai nữa.

【以往】yǐwǎng<名>dĩ vãng; đã qua; trước kia: ~的学生都是这么刻苦的。Sinh viên trước đây đều chịu khó như vậy.

【以为】yǐwéi<动>cho rằng; cho là; tưởng là; cứ tưởng: 大家~您不来了呢。Mọi người cho rằng ông không đến nữa. 我~这样做很有意义。Tôi cho là việc làm này rất có ý nghĩa.

【以文会友】yǐwén-huìyǒu lấy văn chương để kết duyên bạn bè

【以下】yǐxià<名>❶dưới; phía dưới: 12岁~儿童禁止入内。Trẻ em dưới 12 tuổi cấm vào. ❷dưới đây; sau đây: 要注意~几点。Cần chú ý mấy điều sau đây.

【以小人之心度君子之腹】yǐ xiǎorén zhī xīn duó jūnzǐ zhī fù lấy dạ tiểu nhân đo lòng quân tử

【以眼还眼，以牙还牙】yǐyǎn-huányǎn, yǐyá-huányá ăn miếng trả miếng; đòn lại trả đòn

【以一当十】yǐyī-dāngshí lấy một chọi mười; một địch được mười

【以逸待劳】yǐyì-dàiláo dĩ dật đãi lao

【以怨报德】yǐyuàn-bàodé lấy oán trả ơn; ăn sung trả ngáy; ăn cháo đái bát

【以正视听】yǐzhèngshìtīng đảm bảo hiểu đúng sự thật

【以至】yǐzhì〈连〉❶cứ thế; cho đến: 全乡 ~全省都在推广种植杂优稻。Từ toàn xã cho tới toàn tỉnh đều đang phổ biến mở rộng trồng giống lúa Tạp Ưu. ❷đến mức; đến nỗi: 她太专心了，~有人叫她都听不见。Chị ta chăm chú quá đến nỗi có người gọi cũng không nghe thấy.

【以致】yǐzhì〈连〉gây nên; đến nỗi; cho nên; dẫn tới: 他太轻敌，~失败。Ông ta quá khinh địch, nên bị thất bại.

【以资】yǐzī〈动〉với mục đích; để: ~鼓励 để khuyến khích

【以子之矛，攻子之盾】yǐzǐzhīmáo, gōngzǐzhīdùn lấy ngọn giáo của ông chọc cái lá chắn của ông; lấy gậy ông đập lưng ông

钇 yǐ〈名〉[化学]ytri (kí hiệu: Y)

矣 yǐ〈助〉[书]❶rồi: 既往~。Đã qua đi rồi. ❷ôi

迤 yǐ〈介〉về phía
【迤逦】yǐlǐ〈形〉[书]quanh co liên tục

蚁 yǐ〈名〉con kiến //(姓)Ỷ
【蚁巢】yǐcháo〈名〉tổ kiến
【蚁后】yǐhòu〈名〉con kiến cái
【蚁丘】yǐqiū〈名〉tổ mối; gò tổ mối
【蚁族】yǐzú〈名〉họ kiến (chỉ lớp tri thức trẻ ở tập trung tại ngoại thành và làm việc ở nội thành)

倚 yǐ❶〈动〉dựa; tựa: ~墙而立 tựa tường mà đứng ❷〈动〉cậy; ỷ: ~势欺人 cậy thế khinh người ❸〈形〉[书]lệch; nghiêng: 不偏不~ không nghiêng không lệch //(姓)Ỷ
【倚傍】yǐbàng〈动〉nhờ và; nương nhờ
【倚官仗势】yǐguān-zhàngshì cậy quyền thế
【倚靠】yǐkào❶〈动〉nương tựa; dựa vào

❷〈名〉chỗ dựa
【倚老卖老】yǐlǎo-màilǎo ỷ thế già cả; lên mặt già cả
【倚马可待】yǐmǎ-kědài viết văn nhanh; tài văn chương
【倚马千言】yǐmǎ-qiānyán tài văn chương
【倚门傍户】yǐmén-bànghù lệ thuộc và theo gót người khác
【倚势】yǐshì〈动〉cậy thế: ~凌人 cậy thế bắt nạt người
【倚托】yǐtuō❶〈名〉chỗ dựa ❷〈动〉dựa vào
【倚仗】yǐzhàng〈动〉cậy; ỷ thế: ~年轻 cậy trẻ tuổi
【倚重】yǐzhòng〈动〉coi trọng; tin cậy: ~贤才 coi trọng hiền tài

椅 yǐ〈名〉ghế tựa
【椅背】yǐbèi〈名〉lưng ghế
【椅垫】yǐdiàn〈名〉đệm ghế
【椅套】yǐtào〈名〉áo ghế
【椅子】yǐzi〈名〉ghế tựa

旖 yǐ
【旖旎】yǐnǐ〈形〉[书]dịu dàng đẹp đẽ; diễm lệ: 风光~ phong cảnh diễm lệ

yì

亿 yì〈数〉❶một trăm triệu ❷[旧]mười vạn //(姓)Ức
【亿万】yìwàn〈数〉ức triệu; hàng trăm triệu: ~富翁 ti phú

义 yì❶〈名〉nghĩa: 道~ đạo nghĩa ❷〈形〉hợp với chính nghĩa; hợp lẽ; hợp đạo: ~举 nghĩa cử ❸〈名〉tình nghĩa: 忘恩负~ vong ân bội nghĩa ❹〈形〉nuôi: ~子 con nuôi ❺〈形〉giả: ~肢 chân tay giả ❻〈名〉ý nghĩa //(姓)Nghĩa
【义薄云天】yìbó-yúntiān tinh thần đấu tranh vì nghĩa cao ngút trời

【义不容辞】yìbùróngcí vì đạo nghĩa không thể từ chối

【义齿】yìchǐ<名>răng giả

【义愤】yìfèn<名>nghĩa phẫn; phẫn nộ vì việc làm trái đạo

【义愤填膺】yìfèn-tiányīng lòng đầy căm phẫn

【义父】yìfù<名>bố nuôi

【义工】yìgōng<名>❶công việc xã hội tình nguyện ❷tình nguyện viên; người tình nguyện

【义结金兰】yìjié-jīnlán kết nghĩa anh em, chị em

【义举】yìjǔ<名>nghĩa cử (những hành vi vì nghĩa lớn)

【义捐】yìjuān<动>quyên góp từ thiện

【义理】yìlǐ<名>❶nghĩa lí ❷nội dung và đạo lí trong văn chương hay ngôn luận

【义卖】yìmài<动>bán đồ quyên góp để giúp việc công ích

【义母】yìmǔ<名>mẹ nuôi

【义女】yìnǚ<名>con gái nuôi

【义拍】yìpāi<动>bán đấu giá từ thiện

【义气】yìqi❶<名>nghĩa khí; tình nghĩa: 讲~ coi trọng nghĩa khí ❷<形>có nghĩa khí; có tình có nghĩa

【义赛】yìsài<动>thi đấu từ thiện

【义师】yìshī<名>nghĩa quân

【义士】yìshì<名>nghĩa sĩ

【义无反顾】yìwúfǎngù đạo nghĩa không cho phép chùn bước

【义务】yìwù❶<名>nghĩa vụ: ~和权利 nghĩa vụ và quyền lợi ❷<名>trách nhiệm: 我们有~帮他。Chúng ta có trách nhiệm giúp đỡ anh ta. ❸<形>nghĩa vụ (không có thù lao): ~劳动 lao động nghĩa vụ

【义务兵】yìwùbīng<名>lính nghĩa vụ

【义务兵役制】yìwù bīngyìzhì chế độ nghĩa vụ quân sự

【义务教育】yìwù jiàoyù giáo dục bắt buộc; giáo dục phổ cập nghĩa vụ

【义项】yìxiàng<名>mục nghĩa (trong từ điển)

【义形于色】yìxíngyúsè căm phẫn ra mặt

【义演】yìyǎn<动>biểu diễn từ thiện

【义映】yìyìng<动>chiếu phim từ thiện

【义勇军】yìyǒngjūn<名>nghĩa quân

【义诊】yìzhěn<动>❶khám chữa từ thiện ❷khám chữa không lấy thù lao

【义正词严】yìzhèng-cíyán lời lẽ nghiêm khắc; lời lẽ đanh thép

【义冢】yìzhǒng<名>[旧]nghĩa chủng; nghĩa mộ; mồ vô chủ

【义子】yìzǐ<名>con trai nuôi

艺 yì<名>❶kĩ thuật; nghề; kĩ năng: 手~ tay nghề ❷nghề thuật: 文~ văn nghệ; 曲~ khúc nghệ ❸[书]chuẩn tắc; chừng mực //(姓) Nghệ

【艺不压身】yìbùyāshēn tay nghề càng nhiều càng tốt

【艺高人胆大】yì gāo rén dǎndà kĩ thuật giỏi thì can đảm

【艺林】yìlín<名>❶kho sách; nơi tập trung sách vở thư tịch ❷giới văn nghệ: ~盛事 sự kiện lớn của giới văn nghệ

【艺龄】yìlíng<名>tuổi nghề nghệ thuật

【艺名】yìmíng<名>nghệ danh (biệt danh của nghệ nhân)

【艺能】yìnéng<名>tài năng nghệ thuật

【艺人】yìrén<名>❶diễn viên ❷thợ thủ công

【艺术】yìshù❶<名>nghệ thuật: ~品 tác phẩm nghệ thuật; 造型~ nghệ thuật tạo hình ❷<名>phương pháp có tính sáng tạo; nghệ thuật: 领导~ nghệ thuật lãnh đạo ❸<形>nghệ thuật: 这盆景的造型很~。Tạo hình của cây cảnh này rất nghệ thuật.

【艺术家】yìshùjiā<名>nghệ sĩ; nhà nghệ

thuật

【艺术节】yìshùjié<名>liên hoan nghệ thuật: 上海电影~ Liên hoan nghệ thuật phim Thượng Hải; 南宁国际民歌~ Liên hoan nghệ thuật Dân ca Quốc tế Nam Ninh

【艺术界】yìshùjiè<名>giới nghệ thuật

【艺术体操】yìshù tǐcāo thể dục nhịp điệu

【艺术团】yìshùtuán<名>đoàn nghệ thuật

【艺术照】yìshùzhào<名>ảnh nghệ thuật

【艺术字】yìshùzì<名>chữ nghệ thuật

【艺坛】yìtán<名>giới nghệ thuật

【艺校】yìxiào<名>trường nghệ thuật

【艺员】yìyuán<名>nghệ sĩ

【艺苑】yìyuàn<名>vườn nghệ thuật; giới nghệ thuật: ~风景 phong cảnh vườn nghệ thuật

忆yì<动>nhớ; nhớ lại: ~当年 nhớ lại năm xưa

【忆旧】yìjiù<动>nhớ lại chuyện xưa

【忆苦思甜】yìkǔ-sītián ôn cố tư tân; ngọt bùi nhớ lúc đắng cay

【忆昔抚今】yìxī-fǔjīn nhớ lại chuyện xưa, an ủi chuyện nay

【忆想】yìxiǎng<动>hồi tưởng; nhớ lại

议yì❶<名>ý kiến; ngôn luận: 建~ kiến nghị ❷<动>nghị; thảo luận; bình; nhận xét; bàn: ~来~去还没结果。 Bàn đi bàn lại vẫn chưa có kết quả. ❸<动>đánh giá

【议案】yì'àn<名>đề án đem ra bàn; dự án được xếp vào chương trình hội nghị

【议程】yìchéng<名>nghị trình; chương trình thảo luận ở hội nghị

【议订】yìdìng<动>thương lượng

【议定】yìdìng<动>nghị định; bàn và quyết định: ~实施方案 bàn và quyết định phương án thực thi

【议定书】yìdìngshū<名>nghị định thư

【议而不决】yì'érbùjué nghị mà không quyết; bàn mà không định

【议购】yìgòu<动>thu mua theo thỏa thuận

【议和】yìhé<动>nghị hòa; đàm phán hòa bình

【议会】yìhuì<名>❶nghị viện ❷quốc hội

【议价】yìjià❶<动>bàn về giá cả ❷<名>giá thỏa thuận

【议决】yìjué<动>nghị quyết; bàn bạc và quyết định

【议论】yìlùn❶<动>thảo luận; bàn luận; bàn tán: 同事们都在~新来的领导。 Các bạn đồng nghiệp đều đang bàn luận về lãnh đạo mới. ❷<名>lời bình luận; lời đánh giá: 有关智能手机的~ lời đánh giá về điện thoại di động đa năng

【议论纷纷】yìlùn-fēnfēn bàn tán xôn xao

【议论文】yìlùnwén<名>văn nghị luận

【议事】yìshì<动>nghị sự; bàn việc công: ~日程 chương trình nghị sự

【议题】yìtí<名>đề mục thảo luận ở hội nghị: 中心~ đề mục trung tâm để thảo luận

【议席】yìxí<名>ghế nghị sĩ

【议员】yìyuán<名>nghị sĩ; nghị viên

【议院】yìyuàn<名>nghị viện: 参~ thượng nghị viện; 众~ hạ nghị viện

【议长】yìzhǎng<名>nghị trưởng

【议政】yìzhèng<动>bàn về chính sự

屹yì<形>[书]cao sừng sững

【屹立】yìlì<动>đứng sừng sững: 泰山~在中国的东部。 Núi Thái Sơn sừng sững ở miền đông Trung Quốc.

【屹然】yìrán<形>dáng sừng sững: ~不动 sừng sững đứng yên

亦yì<副>[书]cũng: 人云~云 ai nói sao bảo hao làm vậy //(姓)Diệc

【亦步亦趋】yìbù-yìqū nhắm mắt theo đuổi; bắt chước người khác

【亦复如此】yìfùrúcǐ lại cũng thế

【亦即】yìjí<动>tức là

【亦庄亦谐】yìzhuāng-yìxié vừa trang

nghiêm vừa hài hước; trang trọng mà khôi hài

异 yì ❶<形>khác; khác nhau: 大同小~ đại đồng tiểu dị ❷<形>kì lạ; kì dị; đặc biệt: ~香 mùi thơm lạ ❸<形>kinh dị; quái lạ; lạ lùng ❹<动>phân ra; chia ra; tách ra: 离~ li dị // (姓)Dị

【异邦】yìbāng<名>nước ngoài; nước khác

【异才】yìcái<名>người tài giỏi hiếm có

【异彩】yìcǎi<名>ánh sáng kì lạ; rực rỡ kì lạ: 大放~ tỏa sáng khác thường/tỏa sáng rực rỡ

【异彩纷呈】yìcǎi-fēnchéng tỏa sáng rực rỡ; muôn màu muôn vẻ

【异常】yìcháng ❶<形>khác thường; dị thường: 神态~ vẻ mặt khác thường ❷<副>vô cùng; hết sức; rất: ~高兴 rất vui mừng

【异地】yìdì<名>❶đất khách ❷nơi khác: ~恋 tình yêu xa cách; ~存款 gửi tiết kiệm ở nơi khác

【异动】yìdòng<动>❶hành động khác thường ❷biến đổi khác thường

【异读】yìdú<名>cách đọc khác

【异端】yìduān<名>dị đoan 迷信~ mê tín dị đoan

【异端邪说】yìduān-xiéshuō tà thuyết dị đoan

【异国】yìguó<名>nước ngoài; nước khác: ~情调 phong cách nước ngoài

【异乎】yìhū<形>khác thường: ~寻常 khác thường

【异化】yìhuà<动>dị hóa

【异己】yìjǐ<名>khác mình; phần tử không ăn cánh: 排除~ gạt bỏ những người không cùng cánh

【异教】yìjiào<名>dị giáo: ~徒 tín đồ dị giáo

【异军突起】yìjūn-tūqǐ nổi lên phái mới; nổi lên lực lượng mới

【异口同声】yìkǒu-tóngshēng trăm miệng một lời; đồng thanh; muôn miệng một ý

【异类】yìlèi<名>❶[旧]ngoại tộc; dân tộc khác ❷khác loài; khác giống

【异曲同工】yìqǔ-tónggōng khác điệu nhưng đều hay như nhau; biện pháp khác nhau nhưng hiệu quả như nhau

【异日】yìrì<名>[书]❶ngày sau; ngày khác: ~必成功。Ngày khác ắt sẽ thành công. ❷từ trước; trước đây: ~情谊铭记于心。Tình nghĩa từ trước đã khắc sâu trong lòng.

【异说】yìshuō<名>chủ trương hoặc học thuyết khác nhau

【异体】yìtǐ ❶<名>dị thể; hình thể khác ❷<动>cơ thể khác: 雌雄~ đực cái riêng biệt; ~受精 sự thụ tinh khác thể

【异体字】yìtǐzì<名>chữ dị thể; chữ lối khác

【异同】yìtóng<名>❶chỗ khác nhau và giống nhau: 比较两者的~ so sánh chỗ khác nhau và giống nhau của cả hai ❷[书]dị nghị; ý kiến khác

【异位】yìwèi<名>[医学]khác vị trí; không đúng vị trí

【异味】yìwèi<名>❶món ăn ngon lạ ❷mùi lạ; mùi khác thường: 这块肉有~。Miếng thịt này có mùi lạ.

【异闻】yìwén<名>chuyện lạ

【异物】yìwù<名>❶dị vật (thứ lạ trên cơ thể người) ❷[书]chỉ người đã chết ❸[书]vật phẩm kì lạ; vật lạ

【异乡】yìxiāng<名>đất khách; quê người: 身在~ ở nơi đất khách quê người

【异香】yìxiāng<名>mùi thơm lạ: ~扑鼻 mùi thơm nức mũi

【异想天开】yìxiǎng-tiānkāi suy nghĩ kì cục; nghĩ trên trời dưới biển; nghĩ viển vông

【异心】yìxīn<名>dị tâm; lòng phản nghịch

【异形】yìxíng<形>dị hình; hình đặc biệt

【异性】yìxìng ❶<名>người khác giới; giới tính khác: 追求~ theo đuổi người khác giới

❷<形>tính chất khác thường; khác giới

【异姓】yìxìng<形>khác họ: 同名~ cùng tên khác họ

【异样】yìyàng<形>❶hình dáng khác: 看不出她有什么~ chẳng thấy cô ấy có gì khác ❷khác thường; đặc biệt: 人们~的目光使她更难受。Ánh mắt khác thường của mọi người làm cô ấy càng khó chịu.

【异议】yìyì<名>ý kiến khác

【异域】yìyù<名>❶nước ngoài ❷tha hương; quê người

【异状】yìzhuàng<名>hình dáng khác

【异族】yìzú<名>dị tộc; ngoại tộc

抑¹ yì<动>ép; ấn xuống //(姓)Ức

抑² yì<连>[书]❶hoặc là; hay là: 这~或不是他的问题。Vấn đề không chắc là tại anh ấy. ❷nhưng; song ❸mà

【抑或】yìhuò<连>[书]hay; hay là: 输~赢没人可以预知。Thắng hay thua, không ai có thể biết trước được.

【抑强扶弱】yìqiáng-fúruò kìm chế cái mạnh, ủng hộ cái yếu

【抑邪扶正】yìxié-fúzhèng ức chế cái tà ủng hộ cái chính nghĩa; ghìm tà phò chính

【抑扬】yìyáng<动>(âm thanh) trầm bổng

【抑扬顿挫】yìyáng-dùncuò (âm thanh) trầm bổng réo rắt; du dương trầm bổng

【抑郁】yìyù<形>phiền muộn; hậm hực; u uất

【抑郁寡欢】yìyù-guǎhuān phiền muộn thiếu lúc vui vẻ

【抑郁症】yìyùzhèng<名>[医学]bệnh u uất

【抑止】yìzhǐ<动>nén; ghìm

【抑制】yìzhì<动>❶ức chế ❷nén; ghìm: 他~着满腔的怒火。Anh ta đã nén nổi căm phẫn.

呓 yì<动>lời nói mê: 梦~ nói mơ

【呓语】yìyǔ<名>lời nói mê; nói mơ

役 yì❶<名>việc; công việc (nặng nhọc):

劳~ lao dịch/công việc nặng nhọc ❷<名>binh dịch; quân dịch; nghĩa vụ quân sự: 服~ làm nghĩa vụ quân sự ❸<动>sai khiến: 奴~ nô dịch ❹<名>[旧]tôi tớ: 仆~ tôi tớ ❺<名>chiến dịch; trận đánh: 战~ chiến dịch/trận đánh

【役畜】yìchù<名>súc vật kéo

【役龄】yìlíng<名>❶tuổi nghĩa vụ quân sự; tuổi quân dịch ❷số năm làm nghĩa vụ quân sự

【役使】yìshǐ<动>sai khiến; sử dụng; cưỡng bức: 不堪~ không chịu nổi được sự sai khiến cưỡng bức

译 yì<动>phiên dịch: 笔~ dịch viết; 同声传~ dịch đuổi/dịch cabin //(姓)Dịch

【译本】yìběn<名>bản dịch; sách dịch: 《金云翘传》有三个汉~。Truyện Kiều có ba bản dịch tiếng Hán.

【译笔】yìbǐ<名>văn dịch; phong cách dịch

【译电】yìdiàn<名>dịch mật mã điện báo

【译稿】yìgǎo<名>bản thảo dịch

【译介】yìjiè<动>phiên dịch và giới thiệu

【译码】yìmǎ<动>đọc mật mã; giải điện mã

【译名】yìmíng<名>tên dịch

【译述】yìshù<动>dịch thuật

【译文】yìwén<名>bài dịch; văn bản dịch

【译音】yìyīn❶<动>dịch âm ❷<名>âm dịch

【译员】yìyuán<名>người phiên dịch

【译者】yìzhě<名>dịch giả; người dịch

【译制】yìzhì<动>dịch và chế tạo: ~片 phim dịch/phim lồng tiếng

【译注】yìzhù<动>dịch và chú thích

【译著】yìzhù❶<名>tác phẩm dịch ❷<动>dịch (tác phẩm)

【译作】yìzuò<名>tác phẩm dịch

易¹ yì❶<形>dễ; dễ dàng: 容~ dễ dàng ❷<形>bình dị: 平~近人 giản dị gần gũi/bình dị dễ gần ❸<动>[书]coi thường //(姓)Dịch

易² yì<动>❶thay đổi; biến đổi: 移风~俗

thay đổi phong tục ❷trao đổi: 贸~ mậu dịch

【易爆】yìbào<形>dễ nổ: ~物品 chất dễ nổ

【易腐】yìfǔ<形>dễ mục nát; dễ thiu thối

【易攻难守】yìgōng-nánshǒu　dễ tấn công khó phòng thủ

【易货】yìhuò<动>lấy hàng đổi hàng

【易经】Yìjīng<名>Kinh Dịch

【易拉罐】yìlāguàn<名>đồ hộp dễ mở; hộp nắp kéo

【易燃物】yìránwù<名>chất dễ cháy

【易容】yìróng<动>thay đổi tướng mạo: ~术 kĩ thuật thay đổi tướng mạo

【易熔】yìróng<形>dễ nóng chảy: ~金属 kim loại dễ nóng chảy

【易如反掌】yìrúfǎnzhǎng　dễ như trở bàn tay

【易手】yìshǒu<动>sang tay; đổi chủ: 他的车已经~他人。Xe hơi của anh ta đã đổi chủ.

【易守难攻】yìshǒu-nángōng　dễ phòng thủ khó tấn công

【易碎品】yìsuìpǐn<名>đồ vật dễ vỡ

【易位】yìwèi<动>thay đổi vị trí

【易性】yìxìng<动>chuyển đổi giới tính

【易于】yìyú<动>dễ: 这个愿望~实现。Nguyện vọng này dễ thực hiện.

【易帜】yìzhì<动>(quốc gia, quân đội) thay cờ; chính quyền biến chất

【易主】yìzhǔ<动>đổi chủ: 这栋别墅已经~。Ngôi biệt thự này đã đổi chủ.

【易装癖】yìzhuāngpǐ<名>sự ham thích mặc đồ khác giới

驿yì<名>trạm dịch (xưa là các trạm ngựa chuyển công văn, nay thường dùng làm địa danh)

【驿道】yìdào<名>[旧]đường chuyển công văn; đường chuyển thư

【驿站】yìzhàn<名>[旧]trạm dịch; trạm chuyển công văn

绎yì<动>[书]rút ra đầu mối của sự vật

轶yì<动>❶mất; thất truyền ❷vượt lên; hơn hẳn: ~群 hơn hẳn mọi người //(姓)Dật

【轶事】yìshì<名>chuyện bỏ sót: 名人~ những chuyện chưa biết về danh nhân

映yì

【映丽】yìlì<形>[书]dung nhan xinh đẹp

弈yì[书]❶<名>cờ vây ❷<动>đánh cờ: 对~ chơi cờ //(姓)Dịch

【弈林】yìlín<名>giới đánh cờ

奕yì<形>[书]dồi dào //(姓)Dịch

【奕奕】yìyì<形>dồi dào sung sức: 神采~ tinh thần dồi dào

疫yì<名>bệnh dịch; ôn dịch: 鼠~ bệnh dịch hạch; 防~ phòng dịch

【疫病】yìbìng<名>dịch bệnh

【疫苗】yìmiáo<名>vắc-xin phòng dịch

【疫情】yìqíng<名>tình hình dịch bệnh

【疫区】yìqū<名>vùng dịch

益yì❶<动>tăng thêm: 延年~寿 tăng thêm tuổi thọ ❷<副>[书]càng: 精~求精 giỏi rồi càng giỏi hơn/càng thành thạo càng học hỏi ❸<名>ích; ích lợi: 公~ công ích; 受~匪浅 được ích lợi không nhỏ ❹<形>có ích; tốt //(姓)Ích

【益虫】yìchóng<名>loài côn trùng có ích; loài sâu có ích

【益处】yìchù<名>ích lợi; điều bổ ích

【益发】yìfā<副>càng; càng thêm: 他~想家了。Anh ấy lại càng nhớ nhà.

【益国益民】yìguó-yìmín　ích nước lợi dân

【益加】yìjiā<副>càng; càng thêm

【益母草】yìmǔcǎo<名>[中药]cây ích mẫu

【益鸟】yìniǎo<名>loài chim có ích

【益气补血】yìqì-bǔxuè　ích khí bổ huyết

【益友】yìyǒu<名>người bạn tốt

【益智】yìzhì<动>có ích cho việc phát triển trí lực

逸 yì ❶<形>yên vui; an nhàn: 安~ an nhàn ❷<动>chạy trốn: 逃~ chạy trốn ❸<动>ở ẩn ❹<动>mất; thất truyền: ~书 sách thất truyền ❺<动>quá mức; vượt mức: 超~ nổi bật vượt trội

【逸乐】yìlè<形>yên vui

【逸趣】yìqù<名>chuyện vui thú vị

【逸史】yìshǐ<名>dật sử

【逸事】yìshì<名>chuyện ít người biết đến

【逸致】yìzhì<名>thú thanh nhàn

翌 yì<形>[书]sau

【翌年】yìnián<名>[书]năm sau: 他~毕业。 Năm sau anh ấy sẽ tốt nghiệp.

【翌日】yìrì<名>[书]ngày hôm sau

肄 yì<动>học

【肄业】yìyè<动>❶học tập; tu nghiệp ❷chưa được cấp bằng tốt nghiệp đã thôi học: 大学 ~ không nhận được bằng tốt nghiệp đại học

裔 yì<名>[书]❶đời sau: 后~ hậu duệ/con cháu đời sau ❷nơi xa xăm: 四~ bốn phương xa xôi //(姓)Duệ

意 yì❶<名>nguyện vọng; ý muốn: 中~ đúng ý muốn; 好~ lòng tốt ❷<名>ý; ý nghĩ: 词 不达~ nói không đúng ý ❸<动>dự tính: 出 其不~ xuất kì bất ý/ngoài dự tính ❹<名>ý tưởng //(姓)Ý

【意大利】Yìdàlì<名>(nước) Ý; I-ta-li-a: ~人 người Ý; ~语 tiếng Ý

【意广才疏】yìguǎng-cáishū chí lớn tài thấp

【意会】yìhuì<动>ngầm hiểu; hiểu ngầm: 只 可~不可言传。Có thể hiểu ý, không thể diễn tả bằng lời.

【意见】yìjiàn<名>❶ý kiến; ý; ý nghĩ: 你~如 何? Ý chị thế nào? ❷ý kiến: 很多人对他 有~。Nhiều người có ý kiến với cô ấy.

【意见簿】yìjiànbù<名>sổ góp ý

【意见箱】yìjiànxiāng<名>hòm thư góp ý

【意境】yìjìng<名>ý cảnh; tình điệu

【意料】yìliào<动>dự đoán; dự liệu: ~之中 trong dự đoán

【意念】yìniàn<名>ý niệm; điều tâm niệm; ý nghĩ: 强烈的~ một ý nghĩ rất mạnh

【意气】yìqì<名>❶chí khí; khí thế: ~高昂 chí khí hiên ngang/khí thế bừng bừng ❷tính khí: ~相投 tính khí hợp nhau ❸cá tính

【意气风发】yìqì-fēngfā hăm hở; hăng hái; bừng bừng khí thế; khí thế hiên ngang

【意气用事】yìqì-yòngshì làm theo cảm hứng; xử sự mất bình tĩnh

【意趣】yìqù<名>ham thích; sở thích; thích thú

【意识】yìshí❶<名>ý thức: 有节约的~ có ý thức tiết kiệm ❷<动>cảm nhận; nhận biết: 他~到自己错了。Anh ta nhận thức được là bản thân đã sai.

【意识流】yìshíliú<名>dòng ý thức

【意识形态】yìshí xíngtài[哲学]hình thái ý thức; ý thức hệ

【意思】yìsi❶<名>ý nghĩa ❷<名>ý kiến; nguyện vọng; ý muốn: 我的~是要争取这次 机会。Ý kiến của tôi là nên tranh thủ cơ hội này. ❸<名>tình cảm; tấm lòng: 这是我的一 点~,请收下吧。Đây là một chút tấm lòng của mình, xin vui lòng nhận. ❹<动>bày tỏ tình cảm: ~一下即可。Bày tỏ được tình cảm là xong. ❺<名>chiều hướng; có ý: 他 有反对的~。Anh ta có ý phản đối. ❻<名>ý vị; thú vị: 真有~。Thú vị thật.

【意图】yìtú❶<名>ý đồ; ý định: 要领会上级 的~。Cần phải lĩnh hội ý định của cấp trên. ❷<动>suy tính; muốn

【意外】yìwài❶<形>bất ngờ; không ngờ: 感 到~ cảm thấy bất ngờ ❷<名>sự cố; bất trắc: 发生~ xảy ra bất trắc

【意味】yìwèi<名>❶ý tứ hàm súc: 你的话 含有威胁的~。Lời nói của anh mang ý đe dọa. ❷ý vị; thú vị; hứng thú: ~无穷 ý vị vô cùng

【意味深长】yìwèi-shēncháng　ý nghĩa sâu xa

【意味着】yìwèizhe　có nghĩa là; với hàm ý: 工作~要负责任。Làm việc có nghĩa là phải có trách nhiệm.

【意下】yìxià<名>ý kiến: 请问您~如何? Xin hỏi ý kiến của ngài ra sao?

【意想】yìxiǎng<动>lường; tưởng tượng

【意想不到】yìxiǎng-bùdào　không lường trước được

【意向】yìxiàng<名>ý đồ; mục đích: ~不明 ý đồ không rõ ràng

【意向书】yìxiàngshū<名>bản ghi nhớ

【意象】yìxiàng<名>hình tượng; ý tưởng: 这首民歌的~很美。Bài dân ca này có ý tượng rất đẹp.

【意兴】yìxìng<名>hứng: ~索然 cụt hứng

【意义】yìyì<名>❶ý nghĩa; nghĩa ❷ý nghĩa; tác dụng: 这本书很有教育~。Cuốn sách này rất có ý nghĩa giáo dục.

【意译】yìyì<动>❶dịch ý ❷dịch nghĩa

【意淫】yìyín<动>dâm tưởng tượng

【意犹未尽】yìyóuwèijìn　ý tứ vẫn còn

【意欲】yìyù<动>định; muốn

【意愿】yìyuàn<名>nguyện vọng; ý nguyện: 他喜欢按自己的~行事。Anh ta thích làm theo ý nguyện của mình.

【意韵】yìyùn<名>tình cảnh và lí thú

【意蕴】yìyùn<名>hàm nghĩa; ý tiềm tàng; ý tứ: ~深刻 hàm nghĩa sâu sắc

【意在笔先】yìzàibǐxiān　cấu tứ kĩ mới viết; nghĩ trước viết sau

【意在言外】yìzàiyánwài　ý tại ngôn ngoại; ý ở ngoài lời

【意旨】yìzhǐ<名>ý chí; ý định

【意志】yìzhì<名>ý chí; chí khí: ~力 sức ý chí

【意中人】yìzhōngrén<名>ý trung nhân; người yêu

溢 yì ❶<动>đầy tràn ra; chảy tràn: 充~ đầy tràn ❷<形>[书]quá; cực kì: ~美 quá khen

【溢出】yìchū<动>tràn ra; chảy tràn: 河水~河堤。Nước sông tràn qua bờ đê.

【溢洪坝】yìhóngbà<名>đập tràn lũ

【溢价】yìjià<动>cao hơn giá thông thường

【溢流】yìliú<动>chảy tràn: 防止汽油~ phòng ngừa xăng dầu tràn ra ngoài

【溢美】yìměi<动>[书]quá khen: ~之词 lời quá khen

【溢水】yìshuǐ<名>nước tràn ra

【溢于言表】yìyúyánbiǎo　(tình cảm) toát lên qua lời nói và sắc mặt: 自豪之情~。Niềm tự hào toát lên qua lời nói và sắc mặt.

缢 yì<动>[书]treo cổ chết: 自~ tự thắt cổ/tự treo cổ/treo cổ tự tử

毅 yì<形>kiên quyết: 刚~ cương nghị

【毅力】yìlì<名>nghị lực: 只要有~就一定能完成任务。Miễn là có nghị lực thì nhất định sẽ hoàn thành nhiệm vụ.

【毅然】yìrán<副>kiên quyết; không chút do dự: 她~辞掉工作去读书。Cô ấy kiên quyết từ chức để đi học.

【毅然决然】yìrán-juérán　kiên quyết dứt khoát

熠 yì<形>[书]sáng sủa; sáng tỏ

【熠熠】yìyì<形>[书]sáng lóa; lấp lánh: 光彩 ~ ánh sáng rạng rỡ

薏 yì

【薏米】yìmǐ<名>hạt bo bo; hạt ý dĩ

臆 yì ❶<名>ngực: 胸~ lồng ngực ❷<形>một cách chủ quan

【臆测】yìcè<动>đoán chừng; suy luận chủ quan

【臆断】yìduàn<动>ức đoán; giả định: 主观 ~ ức đoán vu vơ; 这纯属~。Đây chỉ là một giả định.

【臆见】yìjiàn<名>kiến giải chủ quan

【臆说】yìshuō<名>giả thuyết; nói phỏng chừng

【臆想】yìxiǎng<动>tưởng tượng chủ quan: 凭空~ nghĩ vu vơ chủ quan

【臆造】yìzào<动>đặt ra; dựng ra (một cách chủ quan): 凭空~ dựng đứng lên/tạo nặn ra một cách chủ quan

翼 yì ❶<名>cánh chim ❷<名>cánh: 机~ cánh máy bay ❸<名>bên; cánh; phía: 左~ cánh trái ❹<名>sao Dực (một trong 28 tú) ❺<动>[书] giúp; phù trợ: ~助 phù tá ❻<形>[书]sau: ~日 ngày mai //(姓)Dực

【翼翅】yìchì<名>cánh

【翼翼】yìyì<形>[书]❶nghiêm túc cẩn thận: 小心~ cẩn thận nghiêm túc ❷nghiêm chỉnh ngay ngắn ❸đông đúc; phồn thịnh

癔 yì

【癔症】yìzhèng<名>[医学]bệnh tâm thần; bệnh tưởng tượng hysteria

懿 yì<形>[书]đẹp; tốt (phần lớn chi đức hạnh): ~德 đức tốt; 嘉言~行 lời đẹp đức tốt

【懿旨】yìzhǐ<名>ý chỉ (mệnh lệnh của thái hậu hoặc hoàng hậu)

yīn

因 yīn ❶<动>[书]noi theo: ~循 đi theo/noi theo ❷<介>[书]dựa; nhờ; căn cứ ❸<名> nguyên nhân: 事出有~。Sự việc xảy ra là có nguyên nhân. ❹<介>bởi; do: ~车祸受伤 bị thương bởi tai nạn giao thông ❺<连>vì; bởi vì //(姓)Nhân

【因材施教】yīncái-shījiào giáo dục đúng đối tượng; giáo dục dựa theo đối tượng; dạy theo năng khiếu

【因此】yīncǐ<连>do đó; vì thế; vì vậy: 由于领导重视,~问题都解决了。Do được lãnh đạo quan tâm nên vấn đề đã được giải quyết.

【因地制宜】yīndì-zhìyí vận dụng linh hoạt tùy nơi; áp dụng biện pháp thích hợp tùy từng nơi

【因而】yīn'ér<连>do đó; vì vậy mà: 连下几天大雨,~河水都涨了。Mưa to mấy ngày liền, vì vậy mà nước sông đã dâng lên.

【因故】yīngù<连>vì nguyên nhân nào đó: ~请假 xin phép vì nguyên nhân nào đó

【因果】yīnguǒ<名>❶nhân quả; nguyên nhân và kết quả: ~关系 quan hệ nhân quả ❷thuyết nhân quả nhà Phật: ~报应 nhân quả báo ứng

【因祸得福】yīnhuò-défú nhân họa đắc phúc; vì họa được phúc

【因陋就简】yīnlòu-jiùjiǎn tùy tiện biện lễ; làm theo điều kiện đơn giản; giàu làm kép, nghèo làm đơn

【因人成事】yīnrén-chéngshì được việc nhờ người

【因人而异】yīnrén'éryì tùy theo từng người

【因人废言】yīnrén-fèiyán vì người mà bỏ lời nói

【因人设事】yīnrén-shèshì tùy số người mà sắp xếp cương vị công việc

【因人制宜】yīnrén-zhìyí vận dụng linh hoạt tùy người; áp dụng biện pháp thích hợp tùy từng người

【因时制宜】yīnshí-zhìyí vận dụng linh hoạt tùy thời gian; áp dụng biện pháp thích hợp tùy thời gian

【因式】yīnshì<名>[数学]thừa số

【因势利导】yīnshì-lìdǎo theo xu thế phát triển mà dẫn dắt; hướng dẫn theo đà phát triển

【因数】yīnshù<名>[数学]ước số

【因素】yīnsù<名>❶nhân tố: 消极~ nhân tố tiêu cực ❷nhân tố; nguyên nhân: 这是个人~。Đây là nhân tố cá nhân.

【因特网】Yīntèwǎng<名>mạng Internet

【因为】yīnwèi❶<连>bởi vì; vì; bởi: ~下雨，所以他迟到了。Vì trời mưa nên anh ta đã đến muộn. ❷<介>bởi; do

【因袭】yīnxí<动>bắt chước; làm theo: ~前人 bắt chước người xưa

【因小失大】yīnxiǎo-shīdà tham bát bỏ mâm

【因循】yīnxún<动>❶theo: ~陈规 theo thói cũ ❷lề mề; dây dưa: ~误事 lề mề lỡ việc

【因循守旧】yīnxún-shǒujiù theo thói cũ lề xưa

【因噎废食】yīnyē-fèishí vì nghẹn mà bỏ ăn; vì mắc mớ thôi không làm

【因应】yīnyìng<动>❶đối phó; ứng phó ❷thích ứng

【因由】yīnyóu<名>[口]nguyên nhân; nguyên do

【因缘】yīnyuán<名>❶nhân nguyên ❷duyên phận; duyên

【因子】yīnzǐ<名>[数学]❶ước số ❷thừa số; biểu thức thừa số

阴 yīn❶<形>âm (trái với dương) ❷<名>chỉ mặt trăng: ~历 âm lịch ❸<名>râm; râm mát ❹<名>âm u ❺<名>chỉ phía bắc núi hoặc phía nam sông ❻<名>phía sau lưng: 碑~ mặt sau tấm bia/lưng bia ❼<形>lõm: 文 chữ chìm/chữ khắc lõm ❽<形>ngầm; bí mật; không lộ mặt: ~沟 cống ngầm ❾<形>nham hiểm; đen tối; thâm: ~谋 âm mưu; 这个人真~。Người này rất thâm. ❿<名>cõi âm ⓫<形>luồng điện âm ⓬<名>bộ phận sinh dục //(姓)Âm

【阴暗】yīn'àn<形>âm u; tối tăm; u ám; đen tối: 脸色~ sắc mặt tối sầm; 他住的房子~又潮湿。Nhà ở anh ấy vừa tối vừa ẩm.

【阴暗面】yīn'ànmiàn<名>mặt đen tối; mặt xấu xí: 暴露出人性的~ bộc lộ ra mặt đen tối của con người

【阴部】yīnbù<名>âm bộ; bộ phận sinh dục ngoài (của cơ thể)

【阴曹地府】yīncáo-dìfǔ âm ti; âm phủ

【阴差阳错】yīnchā-yángcuò sơ suất ngẫu nhiên; sai sót bởi những nguyên nhân bất ngờ

【阴沉】yīnchén<形>âm trầm; âm u: 脸色~ sắc mặt âm u

【阴沉沉】yīnchénchén u ám; nặng nề: 天~的，我的心情也开朗不起来。Trời u ám khiến tôi cũng buồn bã theo.

【阴道】yīndào<名>âm đạo

【阴德】yīndé<名>âm đức; âm công

【阴毒】yīndú<形>thâm độc: 手段~ thủ đoạn thâm độc

【阴风】yīnfēng<名>❶gió lạnh ❷gió từ cõi âm u; gió tà; ví những lời xúi giục: 当心，她这人就爱煽~。Cẩn thận nhé, cô ấy là người hay xúi người khác làm điều xấu.

【阴干】yīngān<动>hong khô; phơi trong râm

【阴沟里翻船】yīngōu lǐ fān chuán lật thuyền ở máng xối

【阴河】yīnhé<名>sông ngầm

【阴狠】yīnhěn<形>thâm độc

【阴户】yīnhù<名>âm hộ

【阴魂】yīnhún<名>âm hồn; hồn ma

【阴魂不散】yīnhún-bùsàn âm hồn chưa tan

【阴极】yīnjí<名>âm cực

【阴间】yīnjiān<名>âm phủ

【阴茎】yīnjīng<名>dương vật

【阴冷】yīnlěng<形>❶(trời) âm u lạnh lẽo: 天气~ tiết trời âm u lạnh lẽo ❷u tối lạnh lùng: 脸色~ sắc mặt u tối lạnh lùng

【阴历】yīnlì<名>âm lịch

【阴凉】yīnliáng❶<形>râm mát ❷<名>chỗ râm mát

【阴霾】yīnmái<名>mù; khói mù; hơi mù

【阴毛】yīnmáo〈名〉lông mọc ở quanh bộ phận sinh dục

【阴面】yīnmiàn〈名〉mặt sau

【阴谋】yīnmóu❶〈动〉âm mưu; mưu toan ngấm ngầm: ~破坏社会秩序 âm mưu phá hoại trật tự xã hội ❷〈名〉âm mưu: 要~ giở âm mưu/chơi thâm

【阴谋诡计】yīnmóu-guǐjì âm mưu quỷ kế

【阴囊】yīnnáng〈名〉âm nang; bìu dái

【阴柔】yīnróu〈形〉❶(tính cách) dịu dàng ôn hòa ❷(phong cách của tác phẩm) nhẹ nhàng

【阴森】yīnsēn〈形〉âm u dễ sợ; âm u: ~的城堡 lâu đài âm u dễ sợ

【阴森森】yīnsēnsēn âm u đáng sợ

【阴盛阳衰】yīnshèng-yángshuāi âm thịnh dương suy

【阴湿】yīnshī〈形〉ẩm ướt khuất nắng

【阴天】yīntiān〈名〉trời râm

【阴险】yīnxiǎn〈形〉nham hiểm; thâm hiểm: ~毒辣 nham hiểm độc ác

【阴笑】yīnxiào〈动〉cười nham hiểm

【阴性】yīnxìng〈名〉❶âm tính ❷giống cái

【阴虚】yīnxū〈名〉[中医]âm hư

【阴阳】yīnyáng〈名〉âm dương

【阴阳怪气】yīnyáng-guàiqì quái đản kì quặc: 他说话~的。Anh ta ăn nói quái đản kì quặc.

【阴阳人】yīnyángrén〈名〉❶pê đê; xăng pha nhớt; ái nam ái nữ ❷thầy phù thủy

【阴一套，阳一套】yīn yī tào, yáng yī tào nói một đằng, làm một nẻo

【阴影】yīnyǐng〈名〉bóng râm; vết đen; ám ảnh

【阴雨】yīnyǔ〈动〉trời âm u có mưa; mưa mù

【阴郁】yīnyù〈形〉❶âm u; ảm đạm: ~的天空 bầu trời âm u ❷(bầu không khí) trầm lặng ❸phiền muộn; u uất: 心情~ tâm tình phiền muộn/tâm tình buồn phiền

【阴云】yīnyún〈名〉mây đen: ~密布 mây đen dày đặc

【阴招儿】yīnzhāor〈名〉biện pháp không chính đáng

茵 yīn〈名〉nệm; đệm; thảm: 绿草如~。Cỏ xanh như tấm thảm. //(姓)Nhân

荫 yīn〈名〉bóng cây: 绿树成~。Cây xanh tỏa bóng. //(姓)Âm

另见yìn

【荫蔽】yīnbì〈动〉❶(cành lá) che phủ; che lấp: 大树~了阳光。Cây lớn đã che lấp ánh nắng. ❷ẩn nấp

【荫翳】yīnyì[书]❶〈动〉(cành lá) che phủ; che lấp ❷〈形〉cành lá sum suê

音 yīn❶〈名〉âm; tiếng; giọng: ~韵 âm vận; 河内~ giọng Hà Nội ❷〈名〉tin tức: 佳~ tin lành ❸〈名〉âm tiết: 单~词 từ đơn âm tiết ❹〈动〉đọc âm //(姓)Âm

【音标】yīnbiāo〈名〉kí hiệu ghi âm: 国际~ kí hiệu ghi âm quốc tế/phiên âm quốc tế

【音波】yīnbō〈名〉sóng âm

【音长】yīncháng〈名〉âm trường; độ dài của âm thanh

【音带】yīndài〈名〉băng ghi âm; băng từ

【音调】yīndiào〈名〉âm điệu; giọng

【音符】yīnfú〈名〉kí hiệu âm nhạc; nốt nhạc

【音高】yīngāo〈名〉âm cao; độ cao của âm

【音阶】yīnjiē〈名〉âm giai; thang âm; gam

【音节】yīnjié〈名〉âm tiết

【音控开关】yīnkòng kāiguān công tắc tắt mở bằng âm thanh

【音量】yīnliàng〈名〉âm lượng

【音律】yīnlǜ〈名〉âm luật

【音频】yīnpín〈名〉tần số âm; âm tần

【音强】yīnqiáng〈名〉cường độ âm thanh

【音容】yīnróng〈名〉dung mạo và tiếng nói

【音容笑貌】yīnróng-xiàomào giọng nói điệu cười

【音色】yīnsè<名>âm sắc

【音素】yīnsù<名>âm tố

【音速】yīnsù<名>âm tốc; tốc độ âm thanh

【音位】yīnwèi<名>âm vị

【音箱】yīnxiāng<名>thùng loa

【音响】yīnxiǎng<名>❶âm hưởng; âm thanh: 这个剧场~效果不错。Chất lượng âm thanh của nhà hát này rất tốt. ❷tên gọi chung của máy thu, máy ghi âm, máy phóng thanh, bộ giàn: 组合~ tổ hợp âm hưởng

【音像】yīnxiàng<名>âm và hình; nghe nhìn: ~制品 chế phẩm nghe nhìn

【音信】yīnxìn<名>âm tín; tin tức

【音信杳然】yīnxìn-yǎorán bặt vô âm tín

【音译】yīnyì<动>dịch âm

【音域】yīnyù<名>âm vực

【音乐】yīnyuè<名>âm nhạc: 流行~ những bài hát bài nhạc được truyền bá rộng/những lối hát đại chúng/nhạc thịnh hành

【音乐盒】yīnyuèhé<名>hộp âm nhạc

【音乐会】yīnyuèhuì<名>buổi trình diễn truyền hình; buổi trình diễn ca nhạc

【音乐家】yīnyuèjiā<名>nhạc sĩ

【音质】yīnzhì<名>❶âm sắc ❷chất lượng âm; chất giọng

姻yīn<名>❶hôn nhân: 联~ kết thông gia với nhau ❷do hôn nhân mà kết thành quan hệ thân thuộc gián tiếp: ~兄 nhân huynh

【姻亲】yīnqīn<名>quan hệ bà con thông gia

【姻缘】yīnyuán<名>nhân duyên; duyên phận: 美满的~ duyên phận mĩ mãn

殷yīn<形>❶[书]thịnh vượng phong phú: ~实 khấm khá/giàu có ❷[书]tha thiết; nồng nàn; sâu sắc ❸ân cần chu đáo //(姓)Ân 另见yān

【殷富】yīnfù<形>thịnh vượng giàu có: ~之家 gia đình giàu có thịnh vượng

【殷切】yīnqiè<形>thiết tha; tha thiết: ~的期望 sự mong đợi thiết tha

【殷勤】yīnqín<形>ân cần: ~接待 ân cần đón tiếp

【殷实】yīnshí<形>dồi dào; giàu có; đầy đủ; sung túc: ~人家 nhà giàu có

【殷殷】yīnyīn<形>[书]❶tha thiết ❷day dứt băn khoăn: 忧心~ lo lắng băn khoăn

铟yīn<名>[化学]indi (kí hiệu: In)

暗yīn[书]❶<形>khản giọng; mất tiếng ❷<动>lặng lẽ; câm lặng

【暗哑】yīnyǎ<形>khản đặc; câm lặng; tịt hẳn: 他的嗓音~低沉。Giọng cậu ấy khản đặc chìm đi.

yín

吟yín❶<动>ngâm vịnh; ngâm nga; ngâm: ~诗 ngâm thơ ❷<动>[书]than thở ❸<名>ngâm (một thể thơ cổ): 征妇~曲 Trinh phụ ngâm khúc //(姓)Ngâm

【吟唱】yínchàng<动>ngâm nga: ~古典诗词 ngâm nga bài thơ cổ điển

【吟哦】yín'é<动>ngâm nga; ngâm ngợi; ngâm vịnh

【吟风弄月】yínfēng-nòngyuè ngâm ngợi gió trăng

【吟诗】yínshī<动>ngâm thơ: ~作对 ngâm thơ viết câu đối

【吟诵】yínsòng<动>ngâm ngợi thưởng thức

【吟咏】yínyǒng<动>ngâm vịnh; ngâm ngợi thưởng thức: ~古诗 ngâm ngợi thơ cổ

银yín❶<名>[化学]bạc (kí hiệu: Ag) ❷<名>tiền bạc: ~行 ngân hàng ❸<形>(màu) bạc: ~发 tóc bạc //(姓)Ngân

【银白】yínbái<形>trắng bạc; trắng xóa; trắng ngần

【银杯】yínbēi<名>cúp bạc

【银本位】yínběnwèi<名>[经济]ngân bản vị (lấy bạc làm bản vị)

【银币】yínbì<名>bạc trắng; đồng bạc trắng

【银锭】yíndìng<名>❶nén bạc ❷nén bạc hàng mã ❸thoi bạc đúc

【银耳】yín'ěr<名>ngân nhĩ; mộc nhĩ trắng

【银根紧缩】yíngēn jǐnsuō ngân hàng quốc gia áp dụng biện pháp giảm lượng lưu thông tiền tệ khi nhu cầu tiền tệ trên thị trường nhỏ mà lượng tiền tệ lưu thông thực tế lại quá lớn

【银行】yínháng<名>ngân hàng; nhà băng

【银行存款】yínháng cúnkuǎn tiền gửi ngân hàng

【银行贷款】yínháng dàikuǎn tiền vay ngân hàng

【银行家】yínhángjiā<名>nhà kinh doanh ngân hàng

【银行卡】yínhángkǎ<名>thẻ ngân hàng

【银行业】yínhángyè<名>ngành ngân hàng

【银河】yínhé<名>Ngân Hà; sông Ngân

【银狐】yínhú<名>cáo bạc

【银环蛇】yínhuánshé<名>rắn cạp nong

【银灰】yínhuī<形>xám bạc

【银婚】yínhūn<名>hôn lễ bạc (tròn 25 năm ngày cưới): ~纪念日 ngày kỉ niệm hôn lễ bạc

【银监会】Yínjiānhuì<名>Hiệp hội giám sát ngân hàng

【银奖】yínjiǎng<名>giải bạc

【银匠】yínjiàng<名>thợ bạc; thợ kim hoàn

【银矿】yínkuàng<名>mỏ bạc

【银联卡】yínliánkǎ<名>thẻ liên ngân hàng

【银两】yínliǎng<名>lượng bạc (đơn vị tiền bạc ngày xưa)

【银幕】yínmù<名>màn ảnh; màn bạc

【银牌】yínpái<名>huy chương bạc; giải thưởng bạc

【银屏】yínpíng<名>❶màn hình (trong ti vi); màn huỳnh quang ❷tiết mục truyền hình

【银器】yínqì<名>đồ bạc (đồ dùng bằng bạc)

【银色】yínsè<名>màu bạc

【银杉】yínshān<名>cây ngân sam

【银饰品】yínshìpǐn<名>đồ trang sức bằng bạc

【银丝】yínsī<名>sợi tơ bạc; chỉ kim tuyến

【银条】yíntiáo<名>bạc thoi; bạc nén

【银杏】yínxìng<名>cây ngân hạnh; bạch quả

【银样镴枪头】yínyàng làqiāngtóu mũi giáo làm bằng thiếc sáng loáng như bạc; giáo giả bạc; ví chỉ đẹp cái mã ngoài thôi

【银鱼】yínyú<名>cá bạc; cá ngần

【银圆】yínyuán<名>đồng bạc

【银针】yínzhēn<名>kim bạc; kim châm cứu

【银制品】yínzhìpǐn<名>chế phẩm bằng bạc

【银子】yínzi<名>bạc

淫 yín<形>❶quá mức; quá độ: ~雨 mưa dầm ❷bừa bãi; phóng đãng: 骄奢~逸 hoang dâm vô độ ❸dâm đãng: ~乱 dâm loạn

【淫词艳曲】yíncí-yànqǔ câu bài hát khiêu dâm

【淫辞秽语】yíncí-huìyǔ lời nói tục tĩu bậy bạ

【淫荡】yíndàng<形>dâm đãng

【淫风】yínfēng<名>dâm phong; thói dâm đãng

【淫妇】yínfù<名>đàn bà dâm đãng; dâm phụ

【淫棍】yíngùn<名>con quỷ dâm dục; thằng đa dâm

【淫秽】yínhuì<形>dâm ô; dâm uế: ~物品 chế phẩm dâm ô

【淫乐】yínlè<名>dâm ô trụy lạc; thú vui dâm ô

【淫靡】yínmí<形>❶dâm dật: ~之音 những ca khúc dâm dật ❷phù hoa xa xỉ: 风气~

Y

thói dâm dật

【淫书】yínshū<名>dâm thư; sách khiêu dâm

【淫威】yínwēi<名>những quyền uy bị lạm dụng

【淫邪】yínxié<形>tà dâm

【淫亵】yínxiè<形>dâm ô

【淫逸度日】yínyì-dùrì　sống dâm dật

【淫欲】yínyù<名>dâm dục

【淫贼】yínzéi<名>tên dâm tặc

寅 yín<名>Dần (vị trí thứ 3 trong địa chi)

【寅吃卯粮】yínchīmǎoliáng　năm Dần ăn khẩu phần năm Mão; ví việc nhập không đủ xuất; thu không bù chi; làm không đủ tiêu

【寅时】yínshí<名>[旧]giờ dần (từ 3 giờ đến 5 giờ)

龈 yín<名>lợi răng

【龈炎】yínyán<名>chứng viêm lợi

夤 yín[书]❶<动>kính sợ ❷<形>(đêm) khuya

【夤夜】yínyè<名>[书]đêm khuya

【夤缘】yínyuán<动>[书]ôm chân leo cao; bợ đỡ leo lên

yǐn

尹 yǐn<名>tên quan chức thời xưa: 府~ Phủ doãn // (姓)Doãn

引 yǐn❶<动>giương; kéo: ~弓 giương cung ❷<动>dẫn dắt; đưa đường; dẫn lối: ~路 dẫn đường; ~水灌溉 đưa nước tưới; 他~我走上了成功之路。Ông ấy dắt dẫn tôi đi lên con đường thành công. ❸<动>rời: ~退 cáo quan/từ chức ❹<动>[书]vươn ra: ~颈 vươn cổ ❺<动>dẫn tới; gợi ra; mồi: 抛砖~玉 ném gạch ra thu ngọc về/thả con săn sắt bắt con cá xộp ❻<动>dẫn ra: ~证 dẫn chứng ❼<动>khiến; khiến cho ❽<量>đơn vị độ dài 10 trượng là 1 dẫn, 15 dẫn là 1 dặm //

(姓)Dẫn

【引爆】yǐnbào<动>dẫn nổ; làm nổ: ~地雷 dẫn nổ mìn/làm nổ quả mìn

【引产】yǐnchǎn<动>xông thai

【引出】yǐnchū<动>dẫn xuất; dẫn ra; đưa ra: ~正确的结论 đưa ra kết luận chính xác

【引导】yǐndǎo<动>❶hướng dẫn; đưa đi: 他~宾客参观新校区。Anh ấy hướng dẫn khách tham quan khu trường mới. ❷nạp hệ điều hành một chương trình vào bộ nhớ của máy tính ❸dẫn dắt; chỉ đạo: ~学生独立思考问题 dẫn dắt các em học sinh tự mình suy nghĩ

【引道】yǐndào<名>đường dẫn

【引动】yǐndòng<动>gợi ra; khơi ra; gợi mở; làm xúc động: 这句话~了我的思绪。Câu nói này đã gợi mở tư duy của tôi.

【引逗】yǐndòu<动>❶khêu gợi; quyến rũ; dụ dỗ ❷trêu chọc

【引渡】yǐndù<动>❶dẫn (người ta) đi qua: ~迷津 dẫn qua bến mê ❷dẫn độ (bắt trao trả phạm nhân ở nước khác về xử)

【引而不发】yǐn'érbùfā❶giương cung mà không bắn; ví khéo khống chế và dắt dẫn ❷chờ thời cơ để hành động

【引发】yǐnfā<动>gây nên; làm cho: ~两国关系的危机 gây nguy cơ quan hệ hai nước

【引吭高歌】yǐnháng-gāogē　cất giọng ca vang

【引航】yǐnháng<动>dẫn dắt tàu thuyền; làm hoa tiêu

【引号】yǐnhào<名>dấu ngoặc kép

【引河】yǐnhé<名>❶kênh đào ❷kênh tiêu nước; mương máng

【引火】yǐnhuǒ<动>dẫn lửa; châm lửa; mồi lửa: 用柴~ lấy củi mồi lửa

【引火烧身】yǐnhuǒ-shāoshēn❶châm lửa đốt mình ❷tự bộc lộ khuyết điểm của mình tranh thủ sự giúp đỡ phê bình

【引见】yǐnjiàn〈动〉dẫn người gặp gỡ; giới thiệu gặp mặt: 经老师~, 我得以认识这位专家。Nhờ thầy giáo giới thiệu, tôi được làm quen với vị chuyên gia này.

【引荐】yǐnjiàn〈动〉đề cử; giới thiệu; tiến cử: ~人才 tiến cử nhân tài

【引介】yǐnjiè〈动〉giới thiệu

【引进】yǐnjìn〈动〉❶tiến cử; đưa vào ❷đưa (từ ngoài) vào; thu hút: ~人才 thu hút nhân tài

【引经据典】yǐnjīng-jùdiǎn trích dẫn sách kinh điển; nói có sách mách có chứng

【引咎】yǐnjiù〈动〉tự nhận lỗi: ~辞职 nhận lỗi từ chức

【引狼入室】yǐnláng-rùshì dẫn sói vào nhà; rước voi giày mả tổ; cõng rắn cắn gà nhà

【引力】yǐnlì〈名〉lực hút; lực hấp dẫn

【引领】¹yǐnlǐng〈动〉hướng dẫn: 当地干部~专家进村调查。Cán bộ địa phương hướng dẫn chuyên gia vào làng điều tra.

【引领】²yǐnlǐng〈动〉[书]nghển cổ trông chờ

【引流】yǐnliú〈动〉[医学]dẫn lưu (dẫn mủ và dịch trong cơ thể ra ngoài)

【引起】yǐnqǐ〈动〉khơi ra; gợi ra; dẫn đến; gây ra:~注意 gây sự chú ý; ~骚乱 gây bạo loạn

【引桥】yǐnqiáo〈名〉cầu dẫn

【引擎】yǐnqíng〈名〉[机械]động cơ; động cơ đốt trong; máy hơi nước

【引燃】yǐnrán〈动〉đánh lửa (bật cháy)

【引人入胜】yǐnrén-rùshèng hấp dẫn; cuốn hút lòng người

【引人深思】yǐnrén-shēnsī khiến người ta suy nghĩ sâu sắc

【引人注目】yǐnrén-zhùmù gây sự chú ý; cuốn hút

【引入】yǐnrù〈动〉dẫn vào; đưa vào

【引蛇出洞】yǐnshé-chūdòng dụ rắn ra khỏi hang

【引申义】yǐnshēnyì〈名〉nghĩa mở rộng; nghĩa phát triển; nghĩa phát sinh; nghĩa bóng

【引述】yǐnshù〈动〉viện dẫn; trích dẫn (lời nói hoặc văn chương người khác): ~科学家的观点 viện dẫn quan điểm của nhà khoa học

【引水】¹yǐnshuǐ〈动〉dẫn nước

【引水】²yǐnshuǐ〈动〉hoa tiêu hàng hải

【引体向上】yǐntǐxiàngshàng[体育]đu xà đơn

【引头】yǐntóu〈动〉dẫn đầu; làm đầu tiên

【引退】yǐntuì〈动〉từ chức

【引文】yǐnwén〈名〉văn trích dẫn

【引线】yǐnxiàn〈名〉❶ngòi nổ; dây cháy chậm ❷mai mối dẫn lối ❸[方]kim khâu

【引言】yǐnyán〈名〉lời dẫn; lời nói đầu

【引以为耻】yǐnyǐwéichǐ lấy làm nhục nhã

【引以为鉴】yǐnyǐwéijiàn lấy đó làm bài học

【引以为戒】yǐnyǐwéijiè lấy làm bài học để răn mình; lấy đó làm răn

【引以为荣】yǐnyǐwéiróng lấy làm vinh dự

【引用】yǐnyòng〈动〉❶trích dẫn; viện dẫn ❷tuyển dụng

【引诱】yǐnyòu〈动〉❶dụ dỗ; quyến rũ; nhử: ~青少年犯罪 dụ dỗ thanh thiếu niên phạm tội ❷cám dỗ: 受不住名利的~ không chống nổi sự cám dỗ của danh lợi

【引玉之砖】yǐnyùzhīzhuān viên gạch đổi lấy ngọc; ném gạch thu ngọc; khiêm từ, ví ý kiến của mình không hay bằng ý kiến người khác

【引致】yǐnzhì〈动〉dẫn đến; khơi ra; gợi ra

【引种】yǐnzhǒng〈动〉nhập giống tốt

【引资】yǐnzī〈动〉thu hút đầu tư

【引子】yǐnzi〈名〉❶khúc giáo đầu; nhạc dạo ❷mào đầu (câu chuyện): 主持人说了几

句做个~，就让大家发言了。Người dẫn chương trình nói vài lời mào đầu rồi cho mọi người phát biểu. ❸mồi thuốc

饮 yǐn ❶<动>uống ❷<名>đồ uống ❸<名>[中医]đờm loãng ❹<动>chứa trong lòng
另见 yìn

【饮弹】yǐndàn<动>[书]bị trúng đạn; bị bắn phải

【饮恨】yǐnhèn<动>[书]nuốt hận

【饮料】yǐnliào<名>đồ uống

【饮片】yǐnpiàn<名>thuốc thảo mộc đã qua sơ chế thái cắt

【饮食】yǐnshí ❶<名>ẩm thực ❷<动>ăn uống

【饮水】yǐnshuǐ<动>uống nước

【饮水机】yǐnshuǐjī<名>máy chứa nước uống

【饮水思源】yǐnshuǐ-sīyuán　uống nước nhớ nguồn

【饮用水】yǐnyòngshuǐ<名>nước uống

【饮誉】yǐnyù<动>có danh dự và uy tín: ~国内外 có danh dự và uy tín cao ở khắp trong và ngoài nước

【饮鸩止渴】yǐnzhèn-zhǐkě　uống rượu độc để giải khát; ví chỉ nhằm giải quyết vấn đề trước mắt, bất chấp những tai hại nghiêm trọng

隐 yǐn ❶<动>không hiện ra ❷<形>kín; kín đáo; khó phát hiện ❸<名>chuyện bí ẩn: 难言之~ chuyện mật

【隐蔽】yǐnbì ❶<动>ẩn náu; ẩn nấp ❷<形>kín; kín đáo; khó phát hiện

【隐藏】yǐncáng<动>ẩn tàng; ẩn náu; ẩn trốn: ~在山洞里 ẩn náu trong hang động

【隐遁】yǐndùn<动>ẩn dật; ẩn trốn

【隐恶扬善】yǐn'è-yángshàn　tốt đẹp phô ra, xấu xa đậy lại; che giấu điều ác, biểu dương điều thiện

【隐含】yǐnhán<动>chứa đựng: 她眼里~着怨恨。Ánh mắt chị ấy chứa đựng sự oán

trách.

【隐患】yǐnhuàn<名>tai họa đang âm ỉ; tai họa ngầm; ẩn họa: 消除~ loại trừ tai họa ngầm/trừ hậu họa

【隐讳】yǐnhuì<动>giấu giếm; lấp liếm: 她从不~自己的看法。Cô ta không bao giờ giấu giếm quan điểm của mình.

【隐晦】yǐnhuì<形>không rõ ràng; khó hiểu tối nghĩa

【隐疾】yǐnjí<名>bệnh kín

【隐居】yǐnjū<动>ẩn cư; ở ẩn

【隐瞒】yǐnmán<动>che giấu; lấp liếm; giấu kín: 不能~事实不报。Không được che giấu không báo cáo sự thật.

【隐秘】yǐnmì ❶<动>giấu kín: ~真相 giấu kín chân tướng ❷<形>kín đáo: 这个小店的位置很~。Vị trí của ki-ốt này rất kín đáo. ❸<名>việc bí mật

【隐没】yǐnmò<动>che lấp; dần mất đi: 他的身影~在暮色之中。Bóng anh ấy khuất dần trong bóng chiều.

【隐匿】yǐnnì<动>❶ẩn náu; lánh: ~多年的逃犯终于落网了。Kẻ tội phạm chạy trốn ẩn náu lâu năm đã bị sa lưới. ❷che giấu: ~观点 che giấu quan điểm

【隐僻】yǐnpì<形>❶hẻo lánh: ~的住所 nhà ở hẻo lánh ❷hiếm thấy: 用典~ dùng điển cố hiếm thấy

【隐情】yǐnqíng<名>điều bí ẩn; điều chứa đựng bên trong: 道出~ nói ra điều chất chứa trong lòng

【隐然】yǐnrán<形>thấp thoáng; lấp ló: ~可见 thấp thoáng hiện ra

【隐忍】yǐnrěn<动>nín nhịn; ngấm ngầm chịu đựng: ~不言 nín nhịn không nói

【隐射】yǐnshè<动>ám chỉ; nói bóng nói gió

【隐身】yǐnshēn<动>ẩn mình

【隐士】yǐnshì<名>ẩn sĩ

【隐私】yǐnsī<名>việc riêng giữ kín; việc

riêng tư

【隐痛】yǐntòng〈名〉❶đau khổ ngấm ngầm ❷đau ê ẩm

【隐退】yǐntuì〈动〉❶cáo lui ở ẩn: 称病~ thác bệnh từ quan ❷mất đi: 童年的记忆已经从他的脑海中~。Những kỉ niệm thời tuổi thơ đã mất đi trong lòng anh ta.

【隐现】yǐnxiàn〈动〉lúc ẩn lúc hiện; thấp thoáng

【隐形】yǐnxíng〈形〉tàng hình: ~眼镜 kính chạm mắt

【隐性】yǐnxìng〈形〉tính lặn (trong di truyền): ~基因 gien tính lặn

【隐姓埋名】yǐnxìng-máimíng giấu họ giấu tên; mai danh ẩn tích

【隐隐】yǐnyǐn〈形〉mờ mờ ảo ảo; âm ỉ; lờ mờ; phảng phất; như có như không; văng vẳng: ~的雷声 tiếng sấm văng vẳng; 关节~作痛。Khớp xương đau ê ẩm.

【隐忧】yǐnyōu〈名〉nỗi lo ngay ngáy; nỗi lo buồn trong lòng

【隐语】yǐnyǔ〈名〉❶tiếng lóng ❷câu nói bóng gió; ẩn ngữ

【隐喻】yǐnyù〈名〉ẩn dụ

【隐约】yǐnyuē〈形〉lờ mờ; mang máng; phảng phất; lấp ló; thấp thoáng: 她~听到远处传来的歌声。Cô ấy nghe phảng phất tiếng hát vọng từ đằng xa.

【隐衷】yǐnzhōng〈名〉điều khó nói

瘾yǐn〈名〉❶mắc nghiện: 烟~ nghiện thuốc lá; 酒~ nghiện rượu ❷mê; ham thích: 球~ mê bóng; 不过~ chưa đã

【瘾君子】yǐnjūnzǐ〈名〉người nghiện; kẻ nghiện hút (thuốc lá hoặc thuốc ma túy)

【瘾头】yǐntóu〈名〉mức độ nghiện

yìn

印yìn❶〈名〉con dấu; triện; ấn: 盖~ đóng dấu; 钢~ triện thép ❷〈名〉dấu vết: 脚~ dấu chân ❸〈动〉in; in ấn: ~书 in sách ❹〈动〉hợp: 心心相~ tâm đầu ý hợp //(姓)Ấn

【印本】yìnběn〈名〉bản in; sách in

【印次】yìncì〈名〉lần in

【印度】Yìndù〈名〉Ấn Độ: ~人 người Ấn Độ

【印度尼西亚】Yìndùníxīyà In-đô-nê-xi-a: ~人 người In-đô-nê-xi-a; ~语 tiếng In-đô-nê-xi-a

【印度洋】Yìndù Yáng〈名〉Ấn Độ Dương

【印发】yìnfā〈动〉in và phân phát

【印盒】yìnhé〈名〉hộp dấu; hộp triện

【印痕】yìnhén〈名〉dấu vết; vết tích

【印花】[1] yìnhuā〈动〉có in hoa văn: ~布 vải in hoa

【印花】[2] yìnhuā〈名〉tem niêm; tem thuế

【印花税】yìnhuāshuì〈名〉thuế con niêm

【印记】yìnjì❶〈名〉dấu kiềm (ngày xưa) ❷〈名〉dấu ấn (để lại): 永恒的~ dấu ấn vĩnh hằng ❸〈动〉khắc sâu; giữ lại dấu ấn sâu sắc: 儿时的美好回忆一直~在我的脑海里。Những kỉ niệm tốt đẹp trong thời thơ ấu đã khắc sâu trong lòng tôi.

【印迹】yìnjì〈名〉dấu vết; vết tích

【印鉴】yìnjiàn〈名〉bản lưu dấu gốc của ấn triện (để phòng giả)

【印模】yìnmú〈名〉khuôn dấu

【印泥】yìnní〈名〉mực dấu

【印染】yìnrǎn〈动〉in nhuộm

【印数】yìnshù〈名〉số lượng in

【印刷】yìnshuā〈动〉in; ấn loát: ~厂 nhà máy in; ~机 máy in

【印刷品】yìnshuāpǐn〈名〉ấn phẩm

【印刷体】yìnshuātǐ〈名〉chữ in

【印台】yìntái〈名〉hộp dấu đóng dấu

【印堂】yìntáng〈名〉ấn đường (phần nằm giữa hai lông mày trên dọc mũi dưới trán)

【印玺】yìnxǐ〈名〉con dấu của nhà vua

【印象】yìnxiàng〈名〉ấn tượng: 留下深刻的

~ gây ấn tượng sâu sắc

【印象分】yìnxiàngfēn<名>cho điểm theo ấn tượng

【印象派】yìnxiàngpài<名>trường phái ấn tượng

【印行】yìnxíng<动>ấn hành; in và phát hành

【印油】yìnyóu<名>mực in; dầu in

【印章】yìnzhāng<名>con dấu; dấu má

【印证】yìnzhèng❶<动>xác minh; chứng thực; kiểm chứng: 材料已经~过了。Tài liệu đã được kiểm chứng rồi. ❷<名>cái dùng để kiểm chứng

【印制】yìnzhì<动>in ấn

【印子】yìnzi<名>❶dấu vết; vết tích: 沙滩上留下了许多游客的脚~。Trên bãi cát đã để lại nhiều dấu chân của du khách. ❷tiền cho vay với lãi suất cao: 放~ cho vay với lãi suất cao

饮 yìn<动>cho uống: ~马 cho ngựa uống nước
另见yǐn

荫 yìn❶<形>[口]tối tăm ẩm thấp: 这所房子太~了。Ngôi nhà này tối tăm ẩm thấp quá. ❷<动>[书]tỏa bóng râm; che chở: 封妻~子 che chở cho vợ con ❸<动>ấm phúc của ông cha
另见yīn

【荫庇】yìnbì<动>[书]tỏa bóng râm; che mát; che chở

【荫凉】yìnliáng<形>râm mát

胤 yìn<名>[书]hậu duệ; thế hệ sau; đời sau

窨 yìn<名>tầng hầm; phòng dưới mặt đất

【窨井】yìnjǐng<名>giếng thông ống nước ngầm

yīng

应 yīng<动>❶đáp lại; thưa: 我喊了半天也

没人~。Mình gọi mãi mà không có người thưa. ❷nhận lời; đồng ý; ưng thuận: 你既然~下这事，就应该做好。Đã nhận lời thì chị phải làm cho tốt. ❸cần; phải; nên //(姓) Ưng
另见yìng

【应当】yīngdāng<动>nên; cần phải

【应得】yīngdé<动>quyền được hưởng; đáng được; đáng: 这是你~的。Đây là những gì mà anh đáng được.

【应分】yīngfèn<形>bổn phận phải làm: 赡养父母是儿女~的事。Phụng dưỡng cha mẹ là bổn phận của con cái.

【应该】yīnggāi<动>❶nên; phải: 你们~早点出发。Các anh nên đi sớm. ❷chắc là: 他们~到了。Chắc họ đã đến rồi.

【应届】yīngjiè<形>thuộc khóa này (chỉ học sinh tốt nghiệp): ~毕业生 học sinh tốt nghiệp khóa này

【应名儿】yīngmíngr❶<动>mượn tên; lấy danh nghĩa: 他应着公家的名儿干私活。Ông ta lấy danh nghĩa làm việc công để làm việc riêng tư. ❷<副>tiếng là: 他们~是夫妻，实际上早已分居。Họ gọi là vợ chồng, nhưng trên thực tế đã li thân từ lâu rồi.

【应声】yīngshēng<动>[口]trả lời; đáp lại
另见yìngshēng

【应许】yīngxǔ<动>❶nhận lời: 他~马上来。Anh ta nhận lời đến ngay. ❷cho phép: 谁~她进屋的? Ai cho phép cô ta vào nhà?

【应有尽有】yīngyǒu-jìnyǒu cần gì có nấy; chuẩn bị đầy đủ; chẳng thiếu một thứ gì

【应允】yīngyǔn<动>nhận lời; đồng ý; cho phép: 你既然已~就不应翻悔。Anh đã nhận lời rồi thì không nên lật lọng.

英[1] yīng❶<名>[书]hoa: 落~缤纷 hoa rụng là tả ❷<名>người có tài hoa; anh kiệt: 群

~大会 đại hội của lớp tài hoa ❸<形>tài trí xuất chúng //(姓)Anh

英² Yīng<名>nước Anh: ~汉词典 từ điển Anh-Hán

【英镑】yīngbàng<名>đồng bảng Anh

【英才】yīngcái<名>❶anh tài; người tài; nhân tài: 一代~ người tài của một thời; ~教育 giáo dục nhân tài ❷tài năng; tài trí xuất sắc: ~盖世 tài trí hơn đời

【英尺】yīngchǐ<量>thước Anh (một thước có 12 tấc)

【英寸】yīngcùn<量>tấc Anh

【英国】Yīngguó<名>Anh: ~人 người Anh

【英豪】yīngháo<名>anh hùng hào kiệt; anh hào

【英魂】yīnghún<名>anh hồn; anh linh

【英杰】yīngjié<名>anh kiệt: 一代~ bậc tuấn kiệt một thời

【英俊】yīngjùn<形>❶tài năng xuất chúng ❷khôi ngô tuấn tú: ~少年 chàng thiếu niên tuấn tú

【英里】yīnglǐ<量>dặm Anh

【英烈】yīngliè❶<形>anh dũng lẫm liệt: ~女子 người con gái anh dũng lẫm liệt ❷<名>anh hùng liệt sĩ: 祭奠~ viếng anh hùng liệt sĩ

【英灵】yīnglíng<名>❶anh linh; hồn thiêng: 告慰先烈~ an ủi anh linh các bậc tiên liệt ❷[书]người tài ba

【英名】yīngmíng<名>tên tuổi anh hùng: ~永存。 Tên tuổi anh hùng sống mãi.

【英明】yīngmíng<形>anh minh; sáng suốt: ~领导 lãnh đạo sáng suốt; ~决策 quyết sách sáng suốt

【英模】yīngmó<名>anh hùng chiến sĩ thi đua: ~大会 hội nghị báo cáo thành tích anh hùng chiến sĩ thi đua/đại hội thi đua

【英亩】yīngmǔ<量>mẫu Anh

【英年早逝】yīngnián-zǎoshì chết sớm giữa tuổi tài hoa; tài hoa mệnh yểu

【英气】yīngqì<名>khí phách anh hùng: ~勃勃 hào khí bừng bừng

【英文】Yīngwén<名>Anh văn; tiếng Anh

【英雄】yīngxióng<名>anh hùng

【英雄气短】yīngxióng-qìduǎn nản chí anh hùng

【英雄所见略同】yīngxióng suǒ jiàn lüè tóng anh hùng có chung chí lớn

【英雄无用武之地】yīngxióng wú yòng-wǔ zhī dì anh hùng không có đất dụng võ

【英勇】yīngyǒng<形>anh dũng: ~杀敌 anh dũng giết địch

【英语】Yīngyǔ<名>Anh văn; tiếng Anh

【英制】yīngzhì<名>chế độ đo lường Anh

【英姿】yīngzī<名>tư thế oai hùng: 飒爽~ oai nghiêm hùng dũng

【英姿焕发】yīngzī-huànfā phong độ oai hùng rạng rỡ

莺 yīng<名>chim oanh

【莺歌燕舞】yīnggē-yànwǔ oanh ca yến vũ; oanh hót én lượn; ví cảnh xuân tốt đẹp hoặc tình hình xã hội tốt đẹp.

【莺声燕语】yīngshēng-yànyǔ oanh ca yến hót

婴 yīng<名>trẻ sơ sinh

【婴儿】yīng'ér<名>trẻ sơ sinh

【婴儿车】yīng'érchē<名>xe đẩy cho bé

【婴儿床】yīng'érchuáng<名>giường cho trẻ sơ sinh

【婴幼儿】yīngyòu'ér<名>bé; em bé

媖 yīng<名>[书]nữ giới (xưng hô chung cho nữ giới với ý khen)

瑛 yīng<名>[书]❶hòn ngọc ❷ánh ngọc

罂 yīng<名>[书]lục bình (miệng nhỏ bụng to); cái cong; cái lu; cái chĩnh

【罂粟】yīngsù<名>[植物]cây thuốc phiện; cây anh túc

缨 yīng<名>❶tua; dải mũ ❷tua trang sức: 红~枪 giáo mác có tua đỏ ❸chùm tua; ngù

【缨子】 yīngzi〈名〉❶dây tua trang sức: 帽~ tua mũ/dải mũ ❷chùm: 萝卜~ chùm sợi củ cải

樱 yīng〈名〉❶cây anh đào ❷quả anh đào

【樱唇】 yīngchún〈名〉môi màu anh đào

【樱花】 yīnghuā〈名〉cây anh đào; hoa anh đào

【樱桃】 yīngtao〈名〉(cây, quả) anh đào

鹦 yīng

【鹦哥绿】 yīnggēlǜ màu xanh con vẹt

【鹦鹉】 yīngwǔ〈名〉anh vũ; con chim vẹt

【鹦鹉学舌】 yīngwǔ-xuéshé con vẹt học nói; nói theo như vẹt; nói như vẹt (có ý châm biếm)

膺¹ yīng〈名〉[书]ngực; lòng: 义愤填~ lòng đầy căm phẫn

膺² yīng〈动〉[书]❶hứng đựng; nhận; đón nhận: 荣~勋章 vinh dự đón nhận huân chương ❷đánh dẹp: ~惩 đánh dẹp

【膺选】 yīngxuǎn〈动〉[书]được chọn; được bầu; trúng cử

鹰 yīng〈名〉diều hâu; con ó; chim ưng

【鹰鼻鹞眼】 yīngbí-yàoyǎn　mũi ó mắt vọ; mặt mũi hung tợn; mũi khoằm mắt long sòng sọc

【鹰钩鼻】 yīnggōubí〈名〉mũi khoằm

【鹰派】 yīngpài〈名〉[政治]phe diều hâu; kẻ diều hâu; phe hiếu chiến

【鹰犬】 yīngquǎn〈名〉ưng khuyển; bọn chó săn chim mồi

【鹰隼】 yīngsǔn〈名〉[书]chim ưng và chim ó; kẻ hung dữ; người dũng mãnh

【鹰爪】 yīngzhǎo〈名〉móng chim ưng

yíng

迎 yíng〈动〉❶nghênh tiếp; đón tiếp: 欢~ đón chào/chào đón/hoan nghênh ❷gặp; đón: ~风 đón gió

【迎宾】 yíngbīn〈动〉đón khách

【迎春花】 yíngchūnhuā〈名〉hoa nghênh xuân

【迎阿权贵】 yíng'ē-quánguì làm hài lòng và a dua những người có chức có quyền; a dua nịnh bợ

【迎风】 yíngfēng❶〈动〉đón gió; hứng gió: ~前行 hứng gió mà đi ❷〈副〉theo chiều gió: 五星红旗~飘扬。Cờ đỏ năm sao bay phấp phới theo chiều gió.

【迎合】 yínghé〈动〉cho vừa lòng người; lựa ý chiều theo: ~观众 lựa ý khán giả

【迎候】 yínghòu〈动〉chờ đón

【迎击】 yíngjī〈动〉đón đánh; chặn đánh: ~敌人 chặn đánh kẻ thù

【迎接】 yíngjiē〈动〉❶đón tiếp ❷chào đón: ~新年 chào đón năm mới

【迎客】 yíngkè〈动〉đón khách

【迎客松】 yíngkèsōng〈名〉cây thông đón khách

【迎面】 yíngmiàn〈副〉thẳng vào mặt; trước mặt; đối diện: ~有一堵墙。Trước mặt có một bức tường.

【迎亲】 yíngqīn〈动〉đón dâu; rước dâu

【迎娶】 yíngqǔ〈动〉❶lấy vợ; cưới vợ: ~新娘 rước dâu ❷đón dâu

【迎刃而解】 yíngrèn'érjiě　thế như chẻ tre; giải quyết dễ dàng: 这件事如果处理好了，所有问题将会~。Nếu giải quyết sòng phẳng vấn đề này thì tất cả mọi vấn đề sẽ được giải quyết dễ dàng.

【迎头】 yíngtóu〈副〉đón đầu; phủ đầu; chặn đầu

【迎头赶上】 yíngtóu-gǎnshàng　gắng sức đuổi kịp

【迎头痛击】 yíngtóu-tòngjī　đánh một đòn phủ đầu; chặn đầu giáng đòn đau

【迎新】 yíngxīn〈动〉❶đón mừng năm mới: 辞旧~ tiễn đưa năm cũ, đón chào năm mới

❷đón người mới đến

◀【迎新送旧】yíngxīn-sòngjiù　nghênh tân tống cựu; tống cựu nghênh tân; tiễn đưa cái cũ đón mừng cái mới

◀【迎战】yíngzhàn〈动〉nghênh chiến

荧 yíng[书]❶〈形〉ánh sáng le lói; leo lét ❷〈动〉mắt nảy đom đóm; hoa mắt

◀【荧光】yíngguāng〈名〉ánh huỳnh quang

【荧光棒】yíngguāngbàng〈名〉gậy huỳnh quang

【荧光笔】yíngguāngbǐ〈名〉bút huỳnh quang

【荧光灯】yíngguāngdēng〈名〉đèn huỳnh quang

【荧光粉】yíngguāngfěn〈名〉bột huỳnh quang

【荧惑人心】yínghuò-rénxīn　mê hoặc lòng người

【荧幕】yíngmù〈名〉màn hình

【荧屏】yíngpíng〈名〉màn huỳnh quang; màn ảnh

【荧荧】yíngyíng〈形〉lấp lánh; nhấp nháy; lập lòe: 渔火~ ánh đèn chài lấp lánh

盈 yíng❶〈形〉đầy đặn; mập; phúc hậu; đầy đủ: 充~ đầy đủ dồi dào ❷〈动〉dư thừa; dôi ra: ~余 dư dật/thừa thãi //(姓)Doanh

【盈亏】yíngkuī〈名〉❶tròn và khuyết (của mặt trăng) ❷lỗ lãi; lãi lờ thua thiệt: 自负~ lời ăn lỗ chịu

【盈千累万】yíngqiān-lěiwàn　đầy ắp muôn vạn; đông vô kể: 参加考试的学生~。Học sinh dự thi đông vô kể.

【盈盈】yíngyíng〈形〉❶trong vắt; long lanh: 春水~ sông xuân long lanh ❷quyến rũ; duyên dáng: ~顾盼 đôi mắt đón đưa quyến rũ; ~一拜 bái lạy một cách duyên dáng ❸đầy ắp: 喜气~ đầy ắp không khí tưng bừng ❹nhẹ nhàng; duyên dáng: ~起舞 thướt tha nhảy múa

【盈余】yíngyú❶〈动〉lãi: ~一千元 lãi một nghìn đồng ❷〈名〉tiền lãi

莹 yíng❶〈名〉[书]loại đá bóng như ngọc ❷〈形〉óng ánh; trong suốt: 晶~ óng ánh

【莹莹】yíngyíng〈形〉óng ánh; long lanh

萤 yíng〈名〉con đom đóm

【萤火虫】yínghuǒchóng〈名〉con đom đóm

营¹ yíng❶〈动〉mưu cầu: ~生 kiếm sống ❷〈动〉kinh doanh: 民~资本 vốn dân doanh //(姓)Doanh

营² yíng〈名〉[军事]❶doanh trại: 军~ doanh trại quân đội ❷tiểu đoàn: ~长 tiểu đoàn trưởng

【营办】yíngbàn〈动〉tổ chức làm; điều khiển công việc; thực hiện

【营地】yíngdì〈名〉nơi đóng quân; nơi trú quân

【营房】yíngfáng〈名〉doanh trại

【营火】yínghuǒ〈名〉lửa trại ngoài trời (dã ngoại)

【营建】yíngjiàn〈动〉xây dựng: ~教学楼 xây dựng lầu giảng đường

【营救】yíngjiù〈动〉cứu viện; cứu giúp: ~难民 cứu giúp dân bị nạn

【营垒】yínglěi〈名〉❶dinh lũy; đồn lũy ❷phe

【营利】yínglì〈动〉kiếm lợi; mưu cầu lợi nhuận

【营生】yíngshēng〈动〉kiếm sống; kiếm ăn: 他靠打鱼~。Ông ấy kiếm sống bằng nghề đánh cá.

【营生】yíngsheng〈名〉[方]nghề; công việc: 找个~ kiếm công ăn việc làm

【营私】yíngsī〈动〉mưu lợi riêng: 结党~ kéo bè mưu lợi riêng

【营私舞弊】yíngsī-wǔbì　lừa đảo kiếm chác

【营销】yíngxiāo〈动〉tiếp thị

【营养】yíngyǎng〈名〉❶dinh dưỡng ❷chất

dinh dưỡng

【营养不良】yíngyǎng bùliáng suy dinh dưỡng

【营养品】yíngyǎngpǐn<名>chế phẩm dinh dưỡng

【营业】yíngyè<动>kinh doanh; doanh nghiệp: 这家超市从早上九点开始~。Siêu thị này bắt đầu mở cửa từ 9 giờ sáng.

【营业额】yíngyè'é<名>mức kinh doanh

【营业税】yíngyèshuì<名>thuế doanh thu

【营业员】yíngyèyuán<名>nhân viên bán hàng và thu mua của các doanh nghiệp

【营业执照】yíngyè zhízhào giấy phép kinh doanh

【营运】yíngyùn<动>❶kinh doanh vận chuyển: 这条高速铁路即将投入~。Tuyến đường sắt cao tốc này sắp đưa vào kinh doanh vận chuyển. ❷kinh doanh

【营造】yíngzào<动>❶xây; làm; xây cất: ~安乐窝 làm tổ ấm ❷xây dựng: ~一个更加美好的环境 xây dựng một môi trường tốt đẹp hơn; ~防风林带 trồng dải rừng chắn gió

【营长】yíngzhǎng<名>tiểu đoàn trưởng

【营帐】yíngzhàng<名>lều trại

萦 yíng<动>[书]quấn quanh; vây bọc: 琐事~身 lẩn bẩn vì việc vặt

【萦怀】yínghuái<动>canh cánh bên lòng; vấn vương trong lòng: 离思~ nỗi nhớ quê canh cánh trong lòng

【萦回】yínghuí<动>quanh quẩn; vòng vèo; bao quanh: 往事~脑际。Chuyện xưa lởn vởn trong tâm trí.

【萦绕】yíngrào<动>quấn quanh; vương vấn bao quanh: 泉石~ suối đá bao quanh

楹 yíng❶<名>cây cột (nhà) ❷<量>[书]căn (nhà nhỏ)

【楹联】yínglián<名>câu đối

蝇 yíng<名>ruồi; nhặng

【蝇卵】yíngluǎn<名>trứng ruồi

【蝇拍】yíngpāi<名>vỉ ruồi

【蝇头】yíngtóu<名>nhỏ nhoi

【蝇头小利】yíngtóu-xiǎolì lợi ích nhỏ nhoi

【蝇营狗苟】yíngyíng-gǒugǒu ruồi bâu chó bám; đồ ruồi bâu chó bám; đồ vô liêm sỉ

【蝇子】yíngzi<名>[口]con ruồi

赢 yíng<动>❶thắng; được: 中国女子排球队~了。Đội bóng chuyền nữ Trung Quốc đã thắng. ❷được lãi; hơn

【赢得】yíngdé<动>giành được: ~民心 được lòng dân; ~机会 nắm bắt được cơ hội

【赢家】yíngjiā<名>bên thắng; bên được

【赢利】yínglì❶<名>doanh lợi; lợi nhuận ❷<动>kiếm được lợi nhuận; lãi

【赢面】yíngmiàn<名>tỉ lệ thắng; phần thắng

【赢钱】yíngqián<动>được tiền

yǐng

颖 yǐng❶<名>mày (ngô, lúa); vỏ hạt mang mầm của một số cây họ hoa thảo: ~果 quả một hạt ❷<名>[书]mũi; đầu nhọn: 短~羊毫 bút lông cừu đầu nhỏ ❸<形>[书]thông minh; sắc sảo: 聪~ thông minh đĩnh ngộ

【颖慧】yǐnghuì<形>[书]thông minh đĩnh ngộ; sáng dạ

【颖悟】yǐngwù<形>[书]đĩnh ngộ; sáng dạ thông minh: 天资~ thông minh trí bẩm sinh

影 yǐng❶<名>bóng; bóng râm: 树~ bóng cây ❷<名>hình phản chiếu: 湖面上树的倒~ bóng hình hàng cây phản chiếu xuống hồ ❸<名>hình bóng: 我看见一个人~在黑暗中走了过来。Tôi nhìn thấy một bóng người đang tiến đến trong bóng tối. ❹<名>hình ảnh; ảnh chụp: 合~ ảnh chụp chung

❺<名>tranh vẽ truyền thần của tổ tiên (thời xưa) ❻<名>chiếu bóng; điện ảnh; phim: ~ 评 bình luận điện ảnh ❼<动>mô phỏng; phỏng theo: ~印本 bản in chụp ❽<动>[方] ẩn nấp //(姓)Ảnh

【影城】yǐngchéng<名>❶rạp chiếu bóng ❷nơi quay phim

【影帝】yǐngdì<名>nam diễn viên giành danh hiệu xuất sắc nhất trong liên hoan phim

【影碟】yǐngdié<名>[方]đĩa phim

【影后】yǐnghòu<名>giải nữ diễn viên chính xuất sắc nhất

【影集】yǐngjí<名>tập ảnh; album

【影剧院】yǐngjùyuàn<名>phim và kịch; rạp xi-nê và nhà hát

【影楼】yǐnglóu<名>ảnh viện; hiệu chụp ảnh nghệ thuật

【影迷】yǐngmí<名>tay mê ảnh; kẻ mê phim; kẻ nghiện phim

【影片儿】yǐngpiānr<名>[口]phim

【影片】yǐngpiàn<名>❶phim nhựa (để chiếu) ❷phim chiếu: 纪录~ phim tài liệu

【影评】yǐngpíng<名>bình luận phim

【影射】yǐngshè<动>ám chỉ; nói bóng nói gió

【影视】yǐngshì<名>chiếu bóng và truyền hình: ~城 phim trường; ~新星 ngôi sao màn bạc mới nổi

【影坛】yǐngtán<名>giới điện ảnh

【影响】yǐngxiǎng❶<动>ảnh hưởng tới; tác động đến: 这次危机~到全球经济。Cuộc khủng hoảng lần này tác động đến kinh tế toàn cầu. ❷<名>(sự) ảnh hưởng: 她受祖母的~很大。Cô ta chịu ảnh hưởng rất lớn của bà nội. ❸<形>[书]vô căn cứ

【影像】yǐngxiàng<名>❶hình ảnh; chân dung ❷hình tượng ❸hình bóng

【影星】yǐngxīng<名>ngôi sao điện ảnh; minh tinh màn bạc

【影印】yǐngyìn<动>chụp: 拿这本书去~一下。Lấy quyển sách này đi chụp lại.

【影影绰绰】yǐngyǐngchuòchuò mờ mờ ảo ảo

【影院】yǐngyuàn<名>rạp chiếu bóng

【影展】yǐngzhǎn<名>triển lãm phim

【影只形单】yǐngzhī-xíngdān đơn hình lẻ bóng; đơn chiếc

【影子】yǐngzi<名>❶bóng; bóng râm ❷hình phản chiếu ❸bóng hình

yìng

应 yìng<动>❶trả lời: 答~ đáp ứng ❷thỏa mãn yêu cầu; đồng ý; tiếp thu: ~邀 nhận lời mời; 有求必~ cầu được ước thấy ❸thuận theo; tùy; thích ứng: 得心~手 nghĩ sao làm được vậy ❹ứng phó

另见yīng

【应变】[1] yìngbiàn<动>ứng biến; ứng phó: 随机~ tùy cơ ứng biến; 采取恰当的~措施 áp dụng biện pháp ứng phó thích đáng

【应变】[2] yìngbiàn<名>[物理]hiện tượng ứng biến vật lí

【应变能力】yìngbiàn nénglì khả năng ứng phó linh động

【应承】yìngcheng<动>nhận làm: 满口~ hoàn toàn đồng ý

【应酬】yìngchou❶<动>xã giao: 不善~ không thạo xã giao ❷<名>bữa tiệc chiêu đãi: 他天天都有~。Ông ấy ngày nào cũng phải dự tiệc chiêu đãi.

【应从】yìngcóng<动>bằng lòng theo; đồng ý theo: 他~了别人的请求。Anh ta đã đồng ý theo lời đề nghị của người khác.

【应答】yìngdá<动>ứng đáp; trả lời

【应对】yìngduì<动>❶ứng đối: 善于~ có tài ứng đối ❷trả lời

【应付】yìngfu<动>❶ứng phó: ~紧急情况

ứng phó tình hình khẩn cấp ❷qua loa: ~了事 làm qua loa ❸tạm được: 这个月还可以~过去。Tháng này còn tạm được.

【应和】yìnghè<动>họa theo: 同声~ đồng thanh họa theo

【应激】yìngjī<名>[医学]sự phản ứng khi bị kích thích

【应急】yìngjí<动>ứng phó khẩn cấp; ứng cứu khẩn cấp: ~机制 cơ chế ứng phó khẩn cấp

【应急灯】yìngjídēng<名>đèn xạc điện

【应接不暇】yìngjiē–bùxiá　ứng tiếp không xuể

【应景】yìngjǐng<动>❶lấy lệ; chiếu lệ: 春节到了，他也买了枝桃花应个景儿。Tết đến, anh ta cũng mua lấy lệ một cây hoa đào. ❷hợp cảnh; đúng mùa; hợp thời: ~果品 trái cây đúng mùa; 中秋吃月饼是~儿。Tết Trung thu ăn bánh trung thu rất hợp thời.

【应考】yìngkǎo<动>dự thi: 近千人~。Gần nghìn người dự thi.

【应募】yìngmù<动>ứng mộ; hưởng ứng sự chiêu mộ: ~从戎 ứng mộ tòng quân

【应诺】yìngnuò<动>đồng ý; nhận lời; đáp nhận: 连声~ nhận lời lia lịa

【应聘】yìngpìn<动>nhận lời mời; nhận thỉnh giảng; nhận làm công việc: 他~公司经理一职。Anh ta nhận lời mời làm giám đốc công ti.

【应声】yìngshēng<副>theo tiếng: ~而至 nghe tiếng là đến liền
另见yīngshēng

【应声虫】yìngshēngchóng<名>kẻ phụ họa; kẻ a dua

【应时】yìngshí❶<形>đúng vụ; hợp thời: ~果蔬 rau quả đúng vụ ❷<形>[方]đúng thời gian: 一个月来他没吃过~饭。Đã một tháng trời anh ta đều ăn uống không đúng bữa.

❸<副>lập tức; tức khắc

【应市】yìngshì<动>đáp ứng nhu cầu thị trường: 大批鲜花在教师节前~。Đã chuẩn bị rất nhiều hoa tươi để đáp ứng thị trường đón ngày Nhà giáo.

【应试】yìngshì<动>ứng thí; dự thi

【应试教育】yìngshì jiàoyù　giáo dục ứng thí

【应顺】yìngshùn<动>thuận theo: ~形势的发展 thuận theo tình hình phát triển

【应诉】yìngsù<动>tự bảo vệ; ứng tố

【应验】yìngyàn<动>ứng nghiệm: 他的预言~了。Lời tiên đoán của ông ta đã ứng nghiệm.

【应邀】yìngyāo<动>nhận lời mời: ~访问 nhận lời mời đến thăm; ~出席 nhận lời mời tới dự

【应用】yìngyòng❶<动>ứng dụng; áp dụng: ~电子技术 ứng dụng kĩ thuật điện tử ❷<形>ứng dụng; thực dụng: ~化学 hóa học ứng dụng

【应用文】yìngyòngwén<名>văn ứng dụng

【应援】yìngyuán<动>ứng viện; tiếp viện; cứu viện

【应运而生】yìngyùn'érshēng　sinh ra đúng thời

【应战】yìngzhàn<动>❶ứng chiến ❷nhận thách thức

【应招】yìngzhāo<动>ra dự thi tuyển; ra ứng tuyển: ~会计岗位 ứng tuyển cương vị kế toán

【应召】yìngzhào<动>❶đến gặp theo lời mời ❷hưởng ứng lời kêu gọi: ~入伍 hưởng ứng lời kêu gọi đi tòng quân

【应召女郎】yìngzhào nǚláng　gái gọi

【应诊】yìngzhěn<动>nhận khám chữa: ~时间 thời gian nhận khám chữa

【应征】yìngzhēng<动>❶đáp ứng lệnh triệu tập: ~入伍 nhập ngũ theo lệnh triệu tập

❷hưởng ứng theo yêu cầu: ~稿件 bài viết theo yêu cầu

映 yìng〈动〉❶soi rọi; soi bóng; bóng rọi: 月亮倒~在湖面上。Mặt trăng soi bóng xuống mặt hồ. ❷chiếu phim hoặc phát chương trình truyền hình: 首~式 buổi chiếu mở màn

【映衬】yìngchèn❶〈动〉tôn thêm; đệm thêm: 松林和别墅互相~。Rừng thông và biệt thự cùng tôn nhau lên. ❷〈名〉[修辞] phép đối

【映入眼帘】yìngrù-yǎnlián đập vào mắt: 一道美景~。Một cảnh tượng đẹp đập vào mắt.

【映山红】yìngshānhóng〈名〉hoa đỗ quyên

【映射】yìngshè〈动〉chiếu rọi: 阳光透过窗户~进来。Nắng rọi qua cửa sổ.

【映雪读书】yìngxuě-dúshū ánh tuyết độc thư; nhờ ánh tuyết để đọc sách

【映现】yìngxiàn〈动〉hiện lên; hiện lên dưới ánh sáng

【映象】yìngxiàng〈名〉hình; bóng

【映照】yìngzhào〈动〉chiếu rọi: 晚霞~ ráng chiều chiếu rọi

硬 yìng❶〈形〉cứng; rắn: 坚~ cứng rắn; 土被冻~了。Đất cứng lại vì băng giá. ❷〈形〉rắn rỏi; cứng cỏi; kiên cường; kiên quyết: 态度强~ thái độ cứng rắn; ~汉子 con người kiên cường ❸〈副〉ngang bướng; cứng cổ: 他~要一起去。Nó ngang bướng đòi đi cùng. 他~是不答应。Ông ta kiên quyết không đồng ý. ❹〈副〉miễn cưỡng; gắng: ~撑 gắng gượng ❺〈形〉(năng lực) mạnh; (chất lượng) tốt: ~手 tay cừ khôi; 货色~ chất lượng hàng tốt; ~本领 bản lĩnh vững mạnh ❻〈形〉cứng nhắc; bắt buộc: ~指标 chỉ tiêu cứng nhắc

【硬搬】yìngbān〈动〉bắt chước một cách dập khuôn, máy móc

【硬邦邦】yìngbāngbāng rắn chắc; cứng rắn; cứng ngắc: ~的身体 thân thể cứng rắn; ~的面包 cái bánh mì cứng ngắc

【硬包装】yìngbāozhuāng〈名〉đóng gói cứng; bao bì cứng

【硬逼】yìngbī〈动〉bắt buộc; ép buộc

【硬笔】yìngbǐ〈名〉bút cứng; bút thép (như bút máy, bút bi...): ~书法 thư pháp bút cứng

【硬币】yìngbì〈名〉tiền kim loại; đồng xu

【硬撑】yìngchēng〈动〉gắng gượng: ~着坐起来 gắng gượng ngồi dậy

【硬磁盘】yìngcípán〈名〉đĩa cứng

【硬道理】yìngdàolǐ〈名〉chân lí

【硬敌】yìngdí〈名〉kẻ địch mạnh

【硬底】yìngdǐ〈名〉đế cứng

【硬顶】yìngdǐng〈动〉❶gắng gượng: ~着干 gắng gượng mà làm ❷ngang bướng chống lại

【硬度】yìngdù〈名〉❶[物理]độ cứng; độ rắn ❷[化学]độ cứng

【硬腭】yìng'è〈名〉[解剖]ngạc cứng; vòm họng cứng

【硬干】yìnggàn〈动〉❶gắng sức làm ❷bướng bỉnh làm

【硬功夫】yìnggōngfu〈名〉bản lĩnh tốt; tài giỏi

【硬骨头】yìnggǔtou〈名〉❶xương cốt cứng rắn; người cứng cỏi bất khuất ❷ví vấn đề rất vô lí khó giải quyết: 具有啃~的精神 có tinh thần giải quyết vấn đề khó

【硬广告】yìngguǎnggào〈名〉quảng cáo trực tiếp; quảng cáo theo lối truyền thống như trực tiếp giới thiệu hàng và nội dung dịch vụ thông qua các phương tiện truyền thông như báo chí, TV...để quảng bá

【硬汉】yìnghàn〈名〉chàng trai cứng rắn

【硬化】yìnghuà〈动〉❶(vật thể) cứng lại; xơ cứng: 路面~ mặt đường cứng lại; 动脉~ xơ cứng động mạch ❷cứng đờ; cứng nhắc: 他抱怨她思想~。Anh ta phàn nàn về tư tưởng của cô ta cứng nhắc.

【硬话】yìnghuà<名>lời cứng rắn; lời đe dọa

【硬环境】yìnghuánjìng<名>điều kiện vật chất

【硬件】yìngjiàn<名>❶phần cứng ❷điều kiện vật chất

【硬结】yìngjié❶<动>kết cứng; đóng cứng ❷<名>khối cứng; (miếng) cục cứng

【硬朗】yìnglang<形>❶[口]thân thể cường tráng; rắn chắc: 老人的身体还很~。Thân thể cụ già vẫn rất cường tráng. ❷mạnh mẽ; vững chắc; quả quyết: 说话~ ăn nói quả quyết

【硬木】yìngmù<名>gỗ cứng

【硬盘】yìngpán =【硬磁盘】

【硬碰硬】yìngpèngyìng　cứng lại chọi với cứng

【硬拼】yìngpīn<动>❶dốc sức quyết đấu; đánh liều ❷làm bạt mạng

【硬气】yìngqi<形>[方]❶cương cường; có khí tiết ❷cứng cỏi

【硬驱】yìngqū<名>[计算机]ổ cứng

【硬任务】yìngrènwù<名>nhiệm vụ cứng; nhiệm vụ đã định

【硬伤】yìngshāng<名>❶thương tích rõ ràng ❷sai lầm rõ ràng

【硬生生】yìngshēngshēng❶cứng rắn ❷nhất định; cố: 他~把人从车上拉了下来。Hắn kéo người từ trên xe xuống một cách ngang tàng.

【硬声硬气】yìngshēng-yìngqì　ăn nói sống sượng

【硬是】yìngshì<副>❶[方]thực sự; quả là; thực ra là ❷nhất định; vẫn cứ: ~不服气 vẫn cứ không chịu lép vế; ~要了一个指标 cố đòi cho được một chỉ tiêu

【硬手】yìngshǒu<名>tay cừ; người có năng lực

【硬水】yìngshuǐ<名>[化学]nước cứng

【硬说】yìngshuō<动>cứ nói: 他~这是别人

的责任。Anh ta cứ nói đây là trách nhiệm của người khác.

【硬糖】yìngtáng<名>kẹo cứng

【硬挺】yìngtǐng<动>gắng gượng: 她生病了，但仍~着去上班。Cô ta ốm mà vẫn gắng gượng đi làm bình thường.

【硬通货】yìngtōnghuò<名>[经济]đồng tiền mạnh; ngoại tệ mạnh

【硬卧】yìngwò<名>giường nằm cứng (trên tàu hỏa)

【硬席】yìngxí<名>ghế cứng (trên tàu hỏa)

【硬性】yìngxìng<形>cứng rắn; không thể thay đổi: ~规定 quy định cứng

【硬仗】yìngzhàng<名>trận đánh ác liệt

【硬着头皮】yìngzhe tóupí　miễn cưỡng; cứ: 尽管很困难，他还是~坚持下来。Mặc dù rất khó khăn, anh ta vẫn cứ kiên trì.

【硬指标】yìngzhǐbiāo<名>chỉ tiêu cứng nhắc; chi tiêu cố định

【硬着陆】yìngzhuólù❶đổ bộ mạnh ❷mạnh tay giải quyết những vấn đề trọng đại

【硬座】yìngzuò<名>ghế cứng (trên tàu hỏa)

yō

哟 yō<叹>ôi (từ dùng để chỉ sự ngạc nhiên hoặc đau đớn): ~! 你踩到我了。Ôi! Anh giẫm vào chân tôi rồi.

另见yo

yo

哟 yo<助>nào; này (dùng ở cuối câu chỉ sự thúc giục động viên): 你们快来~! Nhanh lên nào các chị ơi!

另见yō

yōng

佣 yōng ❶<动>thuê; mướn: 雇~ thuê mướn ❷<名>tôi tớ; người ở: 女~ đầy tớ gái
另见yòng
【佣工】yōnggōng<名>người làm thuê; người đầy tớ; người ở
【佣人】yōngrén<名>người giúp việc; ô sin

拥 yōng<动>❶ôm: ~抱 ôm nhau ❷vây bọc: 学生们~着老师走上舞台。Các học sinh quây quần quanh thầy giáo cùng bước lên sân khấu. ❸(đám người) chen nhau đi: 一~ 而进 chen nhau mà vào ❹ủng hộ; giúp đỡ: ~军爱民 bộ đội yêu mến dân, dân ủng hộ bộ đội ❺[书]có: ~军百万 có hàng triệu quân // (姓)Ủng
【拥抱】yōngbào<动>ôm; ôm nhau
【拥戴】yōngdài<动>ủng hộ tôn sùng: 他深受群众~。Ông ấy rất được quần chúng ủng hộ và yêu mến.
【拥堵】yōngdǔ<动>ùn tắc: 交通~ ùn tắc giao thông
【拥护】yōnghù<动>ủng hộ: ~党的路线方针 ủng hộ đường lối chính sách của Đảng
【拥挤】yōngjǐ ❶<动>chen chúc; chen lấn: 一个个走, 不要~。Đi từng người một, không nên chen chúc nhau. ❷<形>chật chội; đông đúc: 一到上班高峰期地铁就很 ~。Cứ đến giờ cao điểm là tàu điện ngầm lại chật ních người.
【拥进】yōngjìn<动>chen nhau vào
【拥军】yōngjūn<动>ủng hộ bộ đội
【拥军优属】yōngjūn-yōushǔ ủng hộ bộ đội, ưu đãi gia đình quân nhân
【拥塞】yōngsè<动>làm tắc nghẽn
【拥有】yōngyǒu<动>có
【拥政爱民】yōngzhèng-àimín ủng hộ chính quyền, yêu mến nhân dân

痈 yōng<名>[医学]mụn nhọt; ung nhọt
【痈疽】yōngjū<名>[医学]nhọt độc; ung độc

庸[1] yōng<形>❶bình thường: ~言 lời nói bình thường ❷tầm thường; xoàng: ~夫 kẻ tầm thường // (姓)Ủng

庸[2] yōng[书]❶<动>(dùng ở câu phủ định) cần; phải: 毋~置疑 khỏi cần nghi ngờ gì ❷<副>đâu; sao; há nào: ~有济乎? Có ích lợi gì đâu?
【庸才】yōngcái<名>tài xoàng; tài hèn; kẻ bất tài
【庸腐之见】yōngfǔzhījiàn cách nhìn đơn giản và cổ hủ
【庸碌】yōnglù<形>tầm thường; thấp hèn: ~ 无能 tầm thường thấp kém
【庸人】yōngrén<名>người tầm thường
【庸人自扰】yōngrén-zìrǎo kẻ hèn chuốc khổ vào thân; kẻ tầm thường tự chuốc điều phiền toái
【庸俗】yōngsú<形>tầm thường; dung tục; thấp hèn: ~的嗜好 những thị hiếu thấp hèn; 言语~ lời lẽ dung tục
【庸医】yōngyī<名>lang băm
【庸庸碌碌】yōngyōnglùlù rất tầm thường
【庸中佼佼】yōngzhōng-jiǎojiǎo xứ mù kẻ chột làm vua; chột làm ma xứ mù

雍 yōng<形>[书]hài hòa // (姓)Dung
【雍容】yōngróng<形>ung dung; khoan thai: 仪态~ dáng điệu ung dung; 步态~ điệu bộ khoan thai
【雍容华贵】yōngróng-huáguì ung dung hào hoa

墉 yōng<名>[书]tường thành; tường cao

慵 yōng<形>[书]mệt mỏi; uể oải; biếng nhác
【慵困】yōngkùn<形>[书]mệt mỏi; uể oải
【慵懒】yōnglǎn<形>[书]lười biếng; biếng nhác

镛 yōng<名>chuông lớn (một thứ nhạc cụ cổ)

壅 yōng ⟨动⟩ ❶ lấp; nhét chặt: ~蔽 cản trở bảo vệ ❷ nhồi đất; lèn đất (vào gốc cây): ~肥 nhồi phân/lèn phân

【壅塞】 yōngsè ⟨动⟩ tắc; tắc nghẽn: 落叶~下水道了。Đường cống bị tắc bởi lá rụng.

臃 yōng ⟨形⟩ [书] mập; phì nộn

【臃肿】 yōngzhǒng ⟨形⟩ ❶ phì nộn; béo phì; béo nung núc: ~的身体 người béo nung núc ❷ cồng kềnh khó điều hành: 机构~ cơ cấu cồng kềnh

yǒng

永 yǒng ⟨副⟩ vĩnh viễn; lâu dài; mãi mãi // (姓) Vĩnh

【永葆青春】 yǒngbǎo-qīngchūn giữ mãi tuổi thanh xuân

【永别】 yǒngbié ⟨动⟩ vĩnh biệt

【永垂不朽】 yǒngchuí-bùxiǔ muôn đời bất diệt; sống mãi: 人民英雄~。Anh hùng nhân dân sống mãi.

【永垂青史】 yǒngchuí-qīngshǐ sử sách lưu truyền mãi mãi

【永存】 yǒngcún ⟨动⟩ trường tồn; còn mãi: 友谊~ tình hữu nghị trường tồn mãi mãi

【永恒】 yǒnghéng ⟨形⟩ vĩnh hằng; đời đời bền vững: ~的爱情 tình yêu vĩnh hằng

【永久】 yǒngjiǔ ⟨形⟩ vĩnh cửu; dài lâu

【永居】 yǒngjū ⟨动⟩ cư trú vĩnh cửu

【永诀】 yǒngjué ⟨动⟩ [书] vĩnh biệt

【永眠】 yǒngmián ⟨动⟩ giấc ngàn thu

【永生】 yǒngshēng ❶ ⟨动⟩ sống mãi: 在烈火中~ sống mãi trong ngọn lửa bừng cháy ❷ ⟨名⟩ suốt đời: ~难忘 suốt đời khó quên

【永生永世】 yǒngshēng-yǒngshì mãi mãi; suốt đời: 您的恩情我将~铭记在心。Tình sâu nghĩa nặng của ông tôi sẽ mãi mãi ghi khắc trong lòng.

【永世】 yǒngshì ⟨副⟩ vĩnh viễn; suốt đời

【永世长存】 yǒngshì-chángcún tồn t... mãi mãi

【永逝】 yǒngshì ⟨动⟩ ❶ mất đi mãi mãi: ... 春~ tuổi thanh xuân mãi qua đi ❷ chết m... qua đời

【永无宁日】 yǒngwúníngrì không mộ... ngày yên ổn

【永无止境】 yǒngwúzhǐjìng mãi khôn... dừng lại; không bờ bến

【永远】 yǒngyuǎn ⟨副⟩ vĩnh viễn; mãi mãi 我们要~幸福地生活在一起。Chúng t... hãy sống hạnh phúc bên nhau mãi mãi.

【永志不忘】 yǒngzhì-bùwàng ghi nh... mãi mãi; ghi nhớ suốt đời

【永驻】 yǒngzhù ⟨动⟩ [书] còn mãi: 青春~ tuổi xuân còn mãi

甬 yǒng

【甬道】 yǒngdào ⟨名⟩ ❶ đường lát thẳng và... sân hoặc nghĩa trang ❷ hành lang; đường... hành lang

咏 yǒng ⟨动⟩ ❶ ngâm hát: 吟~ ngâm vịnh; 歌 ~比赛 cuộc thi hát ❷ vịnh (bằng hình thức thơ): ~雪 vịnh tuyết

【咏唱】 yǒngchàng ⟨动⟩ vịnh hát; xướng: ~ 唐诗 vịnh hát thơ Đường

【咏怀】 yǒnghuái ⟨动⟩ bày tỏ nỗi niềm hoà... bão; vịnh hoài

【咏史】 yǒngshǐ ⟨动⟩ vịnh sử: ~诗 bài th... vịnh sử

【咏叹】 yǒngtàn ⟨动⟩ ngâm bằng giọng hát; ngâm vịnh

【咏叹调】 yǒngtàndiào ⟨名⟩ bài hát cho một giọng hát, nhất là trong một vở ô-pê-ra hoặc o-ra-tô

【咏物】 yǒngwù ⟨动⟩ vịnh vật: ~诗 bài th... vịnh vật

【咏赞】 yǒngzàn ⟨动⟩ ca tụng tán thưởng

泳 yǒng ⟨动⟩ bơi lội: 仰~ bơi ngửa

【泳池】 yǒngchí ⟨名⟩ bể bơi

【泳道】yǒngdào<名>đường bơi

【泳镜】yǒngjìng<名>kính bơi

【泳裤】yǒngkù<名>quần bơi

【泳帽】yǒngmào<名>mũ bơi

【泳坛】yǒngtán<名>giới bơi lội: 世界~名
将 vận động viên nổi tiếng trên giới bơi lội
thế giới

【泳衣】yǒngyī<名>áo bơi

【泳装】yǒngzhuāng<名>quần áo bơi

俑 yǒng<名>tượng chôn: 陶~ tượng gốm
chôn

勇 yǒng❶<形>dũng cảm; mạnh mẽ: 有~无
谋 có dũng mà không có mưu ❷<名>đông;
lính đông: 散兵游~ binh rời lính lẻ //(姓)
Dũng

【勇敢】yǒnggǎn<形>dũng cảm

【勇冠三军】yǒngguànsānjūn dũng cảm
nhất trong quân đội

【勇猛】yǒngměng<形>dũng mãnh

【勇气】yǒngqì<名>dũng khí

【勇士】yǒngshì<名>dũng sĩ

【勇挑重担】yǒngtiāo-zhòngdàn dũng
cảm gánh vác gánh nặng

【勇往直前】yǒngwǎng-zhíqián dũng
cảm tiến lên

【勇武】yǒngwǔ<形>vũ dũng

【勇武超群】yǒngwǔ-chāoqún vũ dũng
xuất chúng

【勇毅】yǒngyì<形>dũng cảm kiên nghị

【勇于】yǒngyú<动>dũng cảm không lùi
bước; dám: ~负责 dám chịu trách nhiệm; ~
自我批评 dũng cảm tự phê bình

涌 yǒng❶<动>tuôn ra; phun ra; trào ra: 泪
如泉~ nước mắt tuôn như suối ❷<动>ló ra;
hé ra; hiện ra: 东方~出一轮朝阳。Mặt trời
hiện ra ở phía đông. ❸<名>sóng lừng

【涌潮】yǒngcháo<名>sóng triều

【涌出】yǒngchū<动>tuôn ra; chảy ra; tràn
ra: 鲜血从伤口~。Máu chảy ra từ vết

thương. 人们正~车站。Mọi người đang ùn
ùn ra khỏi ga.

【涌动】yǒngdòng<动>tuôn; nổi: 海上浪潮
~。Biển nổi sóng.

【涌进】yǒngjìn<动>chảy vào; tuôn vào: 同
学们一窝蜂地~教室。Các em học sinh
chạy đổ xô vào phòng học như ong vỡ tổ.

【涌流】yǒngliú<动>tuôn chảy: 江水~ nước
sông tuôn chảy

【涌泉】yǒngquán<名>nước suối tuôn chảy:
~相报 trả ơn như nước suối tuôn chảy

【涌入】yǒngrù<动>chảy vào

【涌现】yǒngxiàn<动>đổ ra; tràn ra; tuôn ra;
ùn ra; xuất hiện: 好人好事不断~。Người
tốt việc tốt không ngừng xuất hiện.

蛹 yǒng<名>con nhộng

踊 yǒng<动>nhảy lên

【踊跃】yǒngyuè❶<动>nhảy nhót; nhảy
lên: 欢呼~ hoan hô nhảy lên ❷<形>sôi nổi;
hăng hái: ~捐款 hăng hái quyên góp tiền; ~
发言 phát biểu sôi nổi

yòng

用 yòng❶<动>dùng; sử dụng: ~车运材料
dùng xe chở vật liệu; 大材小~ tài lớn dùng
vào việc nhỏ; 杀鸡焉~牛刀。Giết gà há cần
dùng dao mổ trâu. ❷<名>tiêu dùng; dùng:
家~ chi tiêu gia đình; 零~钱 tiền tiêu vặt ❸
<名>công dụng; ích lợi: 功~ công dụng ❹
<动>cần: 不~帮助，我自己能完成。
Không cần giúp đỡ, tôi có thể tự hoàn thành
được. ❺<动>xơi; ăn; uống; dùng: 请~茶
Mời dùng trà. ❻<介>bằng: ~电脑写文章 viết
bài bằng máy tính ❼<连>[书]do đó; vì vậy:
~特函达。Vì vậy xin có thư bày tỏ. //(姓)
Dụng

【用兵】yòngbīng<动>dụng binh: 擅于~
giỏi dụng binh

【用兵如神】yòngbīng-rúshén　dụng binh như thần

【用不了】yòngbuliǎo ❶nhiều đến mức không dùng đến: 你~就送人。Anh không dùng đến thì cho người. ❷không cần: ~十天就会有新产品投放市场。Không đến mười ngày nữa thì sẽ có sản phẩm mới đưa vào thị trường.

【用不着】yòngbuzháo ❶không cần: ~担心。Không cần lo. ❷chưa dùng đến: 把~的钱存入银行。Đem số tiền không dùng đến gửi vào ngân hàng.

【用餐】yòngcān〈动〉dùng cơm; dùng bữa

【用场】yòngchǎng〈名〉chỗ dùng; tác dụng; có ích: 不要把那个纸箱扔掉，说不定哪天会派上~。Đừng vứt cái hộp các-tông ấy đi, biết đâu có ngày lại dùng đến nó.

【用处】yòngchù〈名〉công dụng; tác dụng: 实际~ tác dụng thực tế; 这本书对学生~不大。Quyển sách này không bổ ích gì cho học sinh.

【用词】yòngcí〈名〉dùng từ: ~不当 dùng từ không chuẩn xác

【用得了】yòngdeliǎo　dùng được: 这台电视还~。Chiếc TV này còn dùng được.

【用得着】yòngdezháo ❶cần; cần đến: ~我的地方尽管说。Chỗ cần đến tôi thì xin cứ nói. ❷có cần thiết: 你~这样吗？Cậu có cần thiết phải làm như vậy không?

【用度】yòngdù〈名〉(mức) chi tiêu; chi dùng: 我们家人少，~相对小一点。Gia đình tôi ít người, chi tiêu cũng tương đối ít.

【用法】yòngfǎ〈名〉cách dùng: 名词的~ cách dùng của danh từ

【用法说明】yòngfǎ shuōmíng　hướng dẫn sử dụng: 使用之前请仔细阅读~。Đọc kĩ hướng dẫn sử dụng trước khi dùng.

【用费】yòngfèi〈名〉chi phí; chi dùng: 日常~ chi phí hàng ngày

【用工】yònggōng〈动〉tuyển dụng công nhân

【用工荒】yònggōnghuāng〈名〉khủng hoảng thiếu công nhân

【用功】yònggōng ❶〈动〉cố gắng: 全班同学都很~。Cả lớp đều rất cố gắng. ❷〈形〉chăm chỉ

【用功夫】yòng gōngfu　rất công phu; rất chịu khó: 他很~地给母亲准备了一份礼物。Anh ta bỏ nhiều công sức chuẩn bị một món quà để biếu mẹ.

【用户】yònghù〈名〉người sử dụng: 我们竭诚为~服务。Chúng ta hết lòng phục vụ cho người sử dụng.

【用户名】yònghùmíng〈名〉tên người sử dụng

【用户认证】yònghù rènzhèng　chứng nhận người sử dụng

【用计】yòngjì〈动〉dùng mưu lược; dùng cách

【用尽】yòngjìn〈动〉dùng hết; hết mình: ~方法 dùng mọi cách

【用劲】yòngjìn〈动〉ra sức; gắng sức; ráng sức

【用具】yòngjù〈名〉dụng cụ; đồ dùng

【用力】yònglì〈动〉cố sức; ra sức: ~喊叫 cố sức gọi to; 请不要~过度。Đừng quá sức nhé.

【用脑】yòngnǎo〈动〉dùng đầu óc; dùng trí óc; sử dụng trí tuệ: 科学~ sử dụng trí óc một cách khoa học

【用品】yòngpǐn〈名〉đồ dùng; vật dụng: 日常~ đồ dùng hàng ngày

【用人】yòngrén〈动〉❶tuyển chọn và dùng người: 会~ khéo dùng người ❷cần người: 公司这些年业务量猛增，正是~之际。Mấy năm nay công ti phát triển nhanh chóng, đang lúc cần người.

【用人】yòngren〈名〉đầy tớ: 女~ đầy tớ gái

【用人单位】yòngrén dānwèi　cơ quan dùng người

【用上】yòngshàng〈动〉sử dụng đến: 这房间暂时没~。Căn phòng này tạm thời chưa dùng đến.

【用事】yòngshì〈动〉❶[书]nắm quyền: 奸臣~ gian thần nắm quyền ❷làm việc: 意气~ làm việc theo ý muốn cá nhân ❸[书]viện dẫn điển cố

【用途】yòngtú〈名〉công dụng: 这种植物的~很广。Công dụng của loại thực vật này rất rộng rãi.

【用武】yòngwǔ〈动〉dụng võ; dụng binh; sử dụng vũ lực

【用武之地】yòngwǔzhīdì　đất dụng võ

【用心】¹ yòngxīn〈形〉chăm chú; chăm chỉ; để tâm; chuyên tâm: ~学习 chuyên tâm học tập

【用心】² yòngxīn〈名〉dụng tâm; ý đồ; ý muốn: 别有~ có ý đồ riêng

【用心良苦】yòngxīn-liángkǔ　dụng tâm rất công phu; ý nguyện tâm huyết

【用刑】yòngxíng〈动〉động đến hình phạt; dụng hình phạt; sử dụng hình phạt

【用药】yòngyào〈动〉dùng thuốc; uống thuốc

【用药量】yòngyàoliàng〈名〉lượng thuốc; liều lượng: 不能超过规定~。Không được vượt quá liều lượng chỉ định.

【用意】yòngyì〈名〉ý; dụng ý: 我没有别的~。Tôi không có dụng ý gì khác.

【用于】yòngyú〈动〉dùng cho; dùng để: 这颗卫星~气象观测。Vệ tinh này dùng để quan sát khí tượng.

【用语】yòngyǔ❶〈动〉dùng từ ngữ; dùng lời lẽ: ~不当 dùng từ không xác đáng ❷〈名〉từ chuyên dùng; thuật ngữ: 体育~ từ chuyên dùng cho thể dục thể thao; 语言学~ thuật ngữ ngôn ngữ học

【用之不竭】yòngzhī-bùjié　dùng không hết

佣 yòng〈名〉tiền hoa hồng; tiền thù lao
另见 yōng

【佣金】yòngjīn〈名〉tiền hoa hồng; tiền môi giới

yōu

优¹ yōu❶〈形〉tốt; tốt đẹp; ưu; ưu việt; vượt trội: ~美 đẹp đẽ/tươi đẹp ❷〈形〉[书]sung túc; dồi dào; giàu có: ~裕的生活 đời sống sung túc ❸〈动〉ưu đãi: ~待军属 ưu đãi gia đình quân nhân //(姓)Ưu

优² yōu〈名〉[旧]người hát tuồng; người diễn kịch: ~伶 đào kép

【优待】yōudài❶〈动〉ưu đãi ❷〈名〉sự ưu đãi; sự đãi ngộ tốt: 受到了~ được hưởng đãi ngộ đặc biệt

【优等】yōuděng〈形〉hạng ưu; loại ưu; hạng A; hạng nhất: 成绩~ thành tích xuất sắc/ thành tích loại ưu

【优等生】yōuděngshēng〈名〉học sinh ưu tú; học sinh xuất sắc

【优点】yōudiǎn〈名〉ưu điểm: 他~比缺点多。Anh ta ưu điểm nhiều hơn khuyết điểm.

【优抚】yōufǔ〈动〉chăm lo ưu đãi; trợ giúp ưu đãi: ~烈属 trợ giúp ưu đãi gia đình liệt sĩ

【优厚】yōuhòu〈形〉(đãi ngộ) tốt; hậu hĩnh; chu đáo: 待遇~ đãi ngộ tốt

【优化】yōuhuà〈动〉hợp lí hóa; làm tốt (lên); cải thiện; làm cho hợp lí và thích hợp hơn: ~环境 cải thiện điều kiện; ~产品结构 cải thiện kết cấu sản phẩm; ~配置 hợp lí hóa sự phân phối/sắp đặt tốt cấu hình

【优惠】yōuhuì〈形〉ưu đãi; ưu tiên; ưu huệ: ~条件 điều kiện ưu tiên; 享受~待遇 được hưởng ưu đãi

【优惠关税】yōuhuì guānshuì　thuế quan ưu đãi

【优惠券】yōuhuìquàn<名>phiếu giảm giá; các ưu tiên

【优价】yōujià<名>❶giá ưu đãi ❷giá cao: 店主希望这东西卖个~。Chủ hiệu mong hàng này bán được giá cao.

【优良】yōuliáng<形>tốt đẹp; tốt: ~传统 truyền thống tốt đẹp

【优劣】yōuliè<名>tốt và xấu

【优美】yōuměi<形>đẹp; tươi đẹp; đẹp đẽ: ~的舞姿 điệu múa đẹp mắt; ~的风景 phong cảnh tươi đẹp

【优缺点】yōuquēdiǎn<名>ưu khuyết điểm: 评价每一个人的~ đánh giá ưu khuyết điểm của từng cá nhân

【优柔】yōuróu<形>❶[书]ung dung; thanh thản ❷[书]ôn hòa; nhẹ nhàng; êm dịu ❸do dự; rụt rè; lưỡng lự: ~的性格 tính hay do dự

【优柔寡断】yōuróu-guǎduàn　do dự không quyết đoán

【优生】yōushēng<动>ưu sinh; sinh con khỏe mạnh bằng phương pháp khoa học

【优生学】yōushēngxué<名>thuyết ưu sinh

【优生优育】yōushēng-yōuyù　sinh con khỏe dạy con ngoan

【优胜】yōushèng<形>xuất sắc; vượt trội; nổi bật

【优胜奖】yōushèngjiǎng<名>giải xuất sắc

【优胜劣汰】yōushèng-liètài　mạnh được yếu thua

【优胜者】yōushèngzhě<名>người vượt trội

【优势】yōushì<名>ưu thế; thế mạnh: 绝对~ thế áp đảo; 每个人都有自己的~。Ai cũng có thế mạnh riêng của mình.

【优势互补】yōushì-hùbǔ　ưu thế bổ sung cho nhau: ~, 互利共赢。Bổ sung cho nhau về thế mạnh, cùng có lợi cùng thắng lợi.

【优先】yōuxiān<动>ưu tiên

【优先权】yōuxiānquán<名>quyền ưu tiên

【优秀】yōuxiù<形>ưu tú; xuất sắc: ~人才 nhân tài xuất sắc

【优选】yōuxuǎn<动>lựa chọn cái tốt

【优选法】yōuxuǎnfǎ<名>phép lựa chọn tối ưu

【优雅】yōuyǎ<形>❶trang nhã; tao nhã: ~的大堂 đại sảnh trang nhã; 唱词~ lời ca tao nhã ❷trang nhã; nho nhã; thanh nhã; lịch sự: 气质~ khí chất thanh nhã; 举止~ cử chỉ thanh nhã

【优异】yōuyì<形>nổi bật; xuất sắc; tuyệt vời: 成绩~ thành tích xuất sắc

【优遇】yōuyù<动>biệt đãi: 格外~ được biệt đãi

【优裕】yōuyù<形>giàu có; sung túc; đầy đủ: 生活~ cuộc sống sung túc

【优越】yōuyuè<形>ưu việt; hơn hẳn; tốt đẹp hơn hẳn: ~的地理条件 điều kiện địa lí ưu việt

【优越感】yōuyuègǎn<名>ý thức tự cho mình hơn người khác

【优哉游哉】yōuzāi-yóuzāi　an nhàn thong thả; nhàn hạ thảnh thơi

【优质】yōuzhì<形>chất lượng tốt; chất lượng cao; hảo hạng: ~商品展销会 hội chợ triển lãm hàng chất lượng cao

【优质优价】yōuzhì-yōujià　(hàng) chất lượng tốt, giá bán cao

攸 yōu<助>[书]có...đến; chỗ: 责有~归 có chỗ quy trách nhiệm

【攸关】yōuguān<动>có liên quan đến: 性命~ có liên quan đến tính mạng

忧 yōu❶<形>buồn rầu; lo buồn; ưu sầu: ~伤 đau buồn ❷<名>chuyện buồn; điều lo: 高枕无~ ngủ yên vô lo; 为群众排~解难 giải quyết những khó khăn gian nan cho dân ❸<动>lo lắng; lo âu: 事情没有什么可担

~的。Chuyện chẳng có gì đáng lo. ❹〈名〉[书]việc tang cha mẹ; đại tang: 丁~ có đại tang //(姓)Ưu

【忧愁】yōuchóu〈形〉ưu sầu; buồn rầu; lo phiền; buồn lo: 面容~ vẻ mặt buồn rầu

【忧烦】yōufán〈形〉ưu phiền; buồn phiền; lo buồn

【忧愤】yōufèn〈形〉bực tức; buồn giận

【忧国忧民】yōuguó-yōumín lo cho dân cho nước

【忧患】yōuhuàn〈名〉gian nan khổ cực; hoạn nạn khốn khó: 饱经~ đã nếm trải bao gian nan khổ cực

【忧患意识】yōuhuàn yìshí ý thức về hoạn nạn khốn khó

【忧惧】yōujù〈动〉lo sợ: ~不安 thấp thỏm lo âu

【忧劳】yōuláo〈动〉hoạn nạn khốn khó và làm việc vất vả

【忧虑】yōulǜ〈动〉lo buồn; lo lắng; lo âu: 灾情让人~。Tình hình tai nạn khiến mọi người lo lắng.

【忧闷】yōumèn〈形〉buồn phiền; buồn bã; buồn bực

【忧伤】yōushāng〈形〉buồn thương; đau buồn: 神情~ vẻ mặt đau buồn

【忧思】yōusī❶〈动〉lo nghĩ ❷〈名〉tư tưởng buồn lo

【忧喜参半】yōuxǐ-cānbàn nửa vui nửa buồn

【忧心】yōuxīn❶〈动〉lo lắng; lo ngại; ái ngại ❷〈名〉nỗi lo; âu sầu

【忧心忡忡】yōuxīn-chōngchōng nỗi lo canh cánh; âu sầu không nguôi

【忧心如焚】yōuxīn-rúfén trong lòng buồn khổ như có lửa đốt

【忧郁】yōuyù〈形〉sầu muộn; u buồn; u uẩn

【忧郁症】yōuyùzhèng〈名〉chứng trầm uất

幽 yōu❶〈形〉âm u; thăm thẳm; sâu thẳm

❷〈形〉ẩn; kín đáo ❸〈形〉trầm tĩnh; thầm lặng: ~思 trầm ngâm suy nghĩ ❹〈动〉cầm tù: ~禁 giam cầm ❺〈名〉âm phủ; âm ti; cõi âm: ~灵 hồn/hồn người chết //(姓)U

【幽暗】yōu'àn〈形〉u ám; tối tăm; tối om; âm u: 光线~ ánh sáng u ám

【幽闭】yōubì〈动〉❶giam cầm ❷không ra khỏi nhà; rú rú trong nhà

【幽愤】yōufèn〈名〉nỗi oán giận chứa chất trong lòng; niềm u uất

【幽谷】yōugǔ〈名〉hẻm núi âm u; thung lũng âm u; hang núi sâu thẳm

【幽会】yōuhuì〈动〉(đôi trai gái) kín đáo gặp gỡ nhau; hẹn hò kín đáo

【幽魂】yōuhún〈名〉âm hồn; hồn người chết; u linh

【幽寂】yōujì〈形〉u tịnh; tĩnh mịch; vắng vẻ

【幽禁】yōujìn〈动〉giam lỏng; giam cầm

【幽径】yōujìng〈名〉đường hẻo lánh

【幽静】yōujìng〈形〉tĩnh mịch; tịch mịch; vắng vẻ: ~的环境 khung cảnh tĩnh mịch

【幽蓝】yōulán〈形〉(màu) lam nhạt

【幽灵】yōulíng =【幽魂】

【幽美】yōuměi〈形〉tĩnh mịch và đẹp; đẹp trang nhã

【幽门】yōumén〈名〉[解剖]môn vị

【幽明】yōumíng〈名〉[书]âm phủ và trần gian

【幽冥】yōumíng❶〈形〉tối tăm; u ám; tối om ❷〈名〉âm phủ; cõi âm; cõi u minh; thế giới u linh

【幽默】yōumò〈形〉hài hước; dí dỏm; khôi hài châm biếm: 说话~ lời nói dí dỏm; 那是个很~的故事。Đấy là một câu chuyện rất hài hước.

【幽默感】yōumògǎn〈名〉sự hài hước; sự dí dỏm: 她很有~。Cô ta rất biết dí dỏm.

【幽默画】yōumòhuà〈名〉tranh châm biếm; tranh khôi hài; tranh vui

【幽情】yōuqíng〈名〉tình cảm sâu lắng

【幽趣】yōuqù〈名〉vui thú; thú vị

【幽深】yōushēn〈形〉sâu thẳm tĩnh mịch

【幽思】yōusī❶〈动〉trầm tư; trầm ngâm suy nghĩ ❷〈名〉nỗi lòng thầm kín; ẩn tình

【幽邃】yōusuì〈形〉[书]thâm u; sâu thẳm và tĩnh mịch

【幽微】yōuwēi〈形〉❶(âm thanh) yếu ớt; (mùi vị) nhạt; thoang thoảng; phảng phất: ~的花香 mùi hoa phảng phất ❷[书]thâm thúy huyền bí; sâu sắc bí ẩn

【幽娴】yōuxián〈形〉thùy mị; dịu dàng; dịu hiền: 气度~ phong độ nhã nhặn thùy mị

【幽香】yōuxiāng〈名〉hương thơm dịu; hương thơm thoang thoảng: ~四溢 hương thơm thoang thoảng tỏa lan ra bốn phía

【幽雅】yōuyǎ〈形〉thanh tịnh; êm ả: 景致~ cảnh trí thanh tịnh

【幽幽】yōuyōu〈形〉❶(âm thanh hoặc ánh sáng) yếu ớt: ~的路灯 đèn đường lù mù ❷[书]xa thẳm; xa lắc; xa xôi: ~边关 biên ải xa xôi

【幽远】yōuyuǎn〈形〉thâm u; sâu thẳm; xa thẳm; xa vời; sâu xa: 意境~ ý nghĩa sâu xa; ~的夜空 màn đêm sâu thẳm

【幽怨】yōuyuàn〈名〉uất hận; uất ức: ~的眼神 ánh mắt uất hận

悠¹ yōu〈形〉❶lâu; dài; xa: 历史~久 lịch sử lâu đời ❷nhàn tản; nhàn hạ; nhàn rỗi; rỗi rãi; thanh nhàn

悠² yōu〈动〉[口]đu đưa; đung đưa: ~来荡去 đu qua đu lại; 把身体~上杠子。Đu người lên xà.

【悠长】yōucháng〈形〉dài; dài đặc; dằng dặc; đằng đẵng: ~的钟声 tiếng chuông kéo dài; ~的岁月 năm tháng đằng đẵng

【悠荡】yōudàng〈动〉đu đưa; đung đưa; chao đi chao lại: 猴子在树上~。Khỉ đu cây. 树枝在风中~。Cành cây đu đưa trước

gió.

【悠久】yōujiǔ〈形〉lâu đời; lâu dài: ~的传统文化 văn hóa truyền thống lâu đời

【悠然】yōurán〈形〉an nhàn; thanh nhàn; thong thả; khoan thai

【悠然自得】yōurán-zìdé thung thăng; thành thơi; ung dung tự tại

【悠闲】yōuxián〈形〉an nhàn thoải mái; ung dung tự tại: 小城的生活很~。Cuộc sống ở thành phố nhỏ này an nhàn thoải mái.

【悠扬】yōuyáng〈形〉du dương; trầm bổng; ngân nga: ~的琴声 tiếng đàn du dương

【悠悠】yōuyōu〈形〉❶dài dằng dặc; đằng đẵng; xa lắc: 岁月~ những tháng năm đằng đẵng ❷[书]rất nhiều; vô vàn; muôn ngàn; vô kể: ~万事 vô vàn sự việc ❸thong dong; ung dung; khoan thai; đủng đỉnh: ~自得 ung dung tự tại; 小兰自个儿慢~地走着。Bé Lan đi đủng đỉnh một mình. ❹[书]hoang đường: ~之论 học thuyết hoang đường

【悠悠忽忽】yōuyōuhūhū❶nhởn nhơ ❷ngơ ngơ ngác ngác

【悠游】yōuyóu❶〈动〉thong thả nhích dần; trôi bồng bềnh: ~在大自然的美景中 đi thong thả trong cảnh đẹp thiên nhiên ❷〈形〉an nhàn; thong dong: ~自在 thong dong tự tại/thủng thỉnh

【悠远】yōuyuǎn〈形〉❶xa xưa; lâu đời: ~的岁月 ngày tháng xa xưa ❷xa xôi; xa xăm; cách trở: ~的天空 bầu trời xa xôi

【悠着】yōuzhe〈动〉[方]giữ; kìm: ~点儿，别太拼。Hãy giữ sức, đừng quá bạt mạng.

yóu

尤¹ yóu❶〈形〉tuyệt vời; xuất sắc; cực độ: 拔其~ chọn ra cái trội; 无耻之~ vô liêm si đến cực độ ❷〈副〉càng; đặc biệt; rất: 佳~ càng tốt hơn; 他精通几门外语，~以英语

最强。Anh ta thạo mấy thứ ngoại ngữ, đặc biệt là tiếng Anh. //(姓)Vưu

尤² yóu❶<名>sai; sai lầm; sai sót; tội lỗi: 效~ học theo cái sai trái ❷<动>oán; trách; đổ lỗi; quy tội; kết tội: 怨天~人 oán trời trách người

【尤其】yóuqí<副>nhất là; đặc biệt là: 他喜欢音乐,~是古典音乐。Ông ta thích âm nhạc, nhất là nhạc cổ điển.

【尤甚】yóushèn<形>càng hơn; càng nghiêm trọng; nhất là: 沉溺于电子游戏对青少年的危害~。Tác hại nghiện trò chơi điện tử đối với thanh thiếu niên càng nghiêm trọng.

【尤为】yóuwéi<副>riêng; đặc biệt; nhất là: ~不满 rất không bằng lòng; ~重要 đặc biệt quan trọng

【尤物】yóuwù<名>[书]❶vật báu; của ngon vật lạ ❷con người xuất sắc; đàn bà tuyệt đẹp

由 yóu❶<名>nguyên do; nguyên nhân: 理~ lí do ❷<介>do; bởi; nhờ: 咎~自取 tội lỗi do mình gây ra ❸<动>đi qua; trải qua; qua: 必~之路 con đường phải qua ❹<动>theo; xuôi theo; thuận theo; tùy theo: ~着性子 chiều theo sở thích ❺<介>do; để: 乐队~他指挥。Ban nhạc do ông ấy chỉ huy. ❻<介>dựa vào; căn cứ vào; do; từ: ~此得出结论。Căn cứ vào đó có thể đưa ra kết luận. ❼<介>từ: ~里到外 từ trong đến ngoài //(姓)Do

【由表及里】yóubiǎo-jílǐ từ ngoài vào trong; từ bên ngoài đến bên trong

【由不得】yóubude❶không thể theo; không thể quyết định bởi...; không do...quyết định: 去还是不去~你。Đi hay không đi không thể theo ý anh được. ❷không tự chủ được; không kìm được: 演唱会的热烈气氛让人~尖叫。Bầu không khí náo nhiệt trên buổi ca nhạc khiến mọi người vui hét lên.

【由此】yóucǐ<副>từ đó; do đó

【由此及彼】yóucǐ-jíbǐ từ cái này tới cái khác

【由此可见】yóucǐ-kějiàn từ đó cho thấy

【由俭入奢易,由奢入俭难】yóu jiǎn rù shē yì, yóu shē rù jiǎn nán từ giản dị đến xa xỉ thì dễ, từ xa xỉ đến giản dị thì khó

【由简及繁】yóujiǎn-jífán từ đơn giản đến phức tạp

【由近及远】yóujìn-jíyuǎn từ gần đến xa

【由来】yóulái<名>❶tồn tại; vốn có: ~已久 tồn tại đã lâu ❷nguyên nhân; ngọn nguồn; gốc rễ: 两人争吵的~是插队。Nguyên nhân khiến hai người cãi nhau là chen ngang khi xếp hàng.

【由浅入深】yóuqiǎn-rùshēn từ dễ đến khó

【由头】yóutou<名>cái cớ; lí do

【由于】yóuyú❶<介>do; bởi; bởi vì: ~身体不适,她回家了。Cô ta đã về nhà vì sức khỏe yếu. ❷<连>vì

【由衷】yóuzhōng<动>tự đáy lòng: 谨表示~的感谢。Xin bày tỏ sự biết ơn tự đáy lòng.

【由衷之言】yóuzhōngzhīyán lời nói tự đáy lòng

邮 yóu❶<动>gửi bưu điện ❷<名>về bưu điện: ~票 tem thư ❸<名>tem thư: 集~ chơi tem //(姓)Bưu

【邮包】yóubāo<名>bưu kiện

【邮编】yóubiān<名>số bưu chính; mã bưu cục

【邮差】yóuchāi<名>bưu tá; người đưa thư

【邮车】yóuchē<名>xe chở thư từ, bưu kiện

【邮船】yóuchuán<名>tàu biển chở khách chạy định kì

【邮戳】yóuchuō<名>dấu bưu điện

【邮袋】yóudài<名>túi gói bưu điện

【邮递】yóudì<动>gửi (qua bưu điện)

【邮递员】yóudìyuán<名>bưu tá; người đưa

thư

【邮电】yóudiàn<名>bưu điện

【邮电局】yóudiànjú<名>sở bưu điện; bưu cục

【邮费】yóufèi =【邮资】

【邮购】yóugòu<动>mua qua bưu điện

【邮汇】yóuhuì<动>gửi tiền qua bưu điện

【邮集】yóují<名>album tem

【邮寄】yóujì<动>gửi qua bưu điện

【邮件】yóujiàn<名>bưu kiện; bưu phẩm; thư tín công văn gửi qua bưu điện

【邮局】yóujú<名>bưu cục; cơ quan bưu chính

【邮轮】yóulún =【邮船】

【邮票】yóupiào<名>tem thư; tem

【邮品】yóupǐn<名>bưu phẩm

【邮筒】yóutǒng<名>thùng thư

【邮箱】yóuxiāng<名>❶hòm thư ❷hòm thư điện tử

【邮政】yóuzhèng<名>bưu chính

【邮政储蓄】yóuzhèng chǔxù quỹ gửi tiết kiệm bưu chính

【邮政局】yóuzhèngjú<名>cục bưu chính; cơ quan bưu chính; bưu cục

【邮政信箱】yóuzhèng xìnxiāng thùng thư bưu chính

【邮资】yóuzī<名>bưu phí; cước phí bưu điện

犹 yóu[书]❶<动>giống như; cũng như; như: 过~不及 thái quá cũng như bất cập ❷<副>còn; vẫn; vẫn còn; hãy còn; còn như: 记忆~新 còn nhớ như mới xảy ra //(姓)Do

【犹然】yóurán<副>vẫn; vẫn cứ; vẫn còn; vẫn như cũ: 事情已经过去三十年，她~无法忘记。Chuyện đã qua đi ba mươi năm, cô ta vẫn chưa quên được.

【犹如】yóurú<动>giống như; cũng như; như: 这事~发生在昨天。Chuyện này dường như mới xảy ra vào hôm qua.

【犹太人】Yóutàirén<名>người Do Thái

【犹疑】yóuyí =【犹豫】

【犹豫】yóuyù<形>phân vân; do dự; ngần ngừ; lưỡng lự; trù trừ; đắn đo; dùng dằng

【犹豫不决】yóuyù-bùjué do dự không dám quyết

【犹自】yóuzì<副>còn; vẫn còn: ~不忘情 vẫn chưa quên mối tình đó

油 yóu❶<名>mỡ; dầu: 花生~ dầu lạc ❷<动>quét (sơn); sơn; đánh: 这张桌子已经重新~过一次。Chiếc bàn này đã sơn lại lần nữa. ❸<动>bị dầu mỡ làm bẩn; dây dầu mỡ: 衣领~了。Cổ áo dây dầu rồi. ❹<形>láu lỉnh; láu cá; lèo lá; lươn lẹo: 这家伙~得很。Thằng này láu cá lắm. //(姓)Du

【油泵】yóubèng<名>máy bơm dầu

【油饼】[1]yóubǐng<名>khô dầu

【油饼】[2]yóubǐng<名>bánh chiên; bánh rán

【油布】yóubù<名>vải sơn

【油彩】yóucǎi<名>phấn sáp; son phấn; thuốc màu vẽ

【油菜】yóucài<名>❶cây cải dầu ❷rau cải dầu

【油槽车】yóucáochē<名>xe chở dầu

【油层】yóucéng<名>tầng dầu; tầng chứa dầu; bẩy dầu

【油茶】[1]yóuchá<名>cây dầu sở; cây sở

【油茶】[2]yóuchá<名>súp dầu trà

【油车】yóuchē<名>xe chở dầu

【油船】yóuchuán =【油轮】

【油灯】yóudēng<名>đèn dầu

【油豆腐】yóudòufu<名>đậu phụ rán

【油坊】yóufáng<名>xưởng ép dầu

【油橄榄】yóugǎnlǎn<名>❶cây ô liu ❷quả ô liu

【油港】yóugǎng<名>cảng dầu

【油膏】yóugāo<名>thuốc mỡ

【油垢】yóugòu<名>cặn bẩn dầu mỡ; cặn dầu; cáu dầu

【油管】yóuguǎn<名>ống dẫn dầu

【油罐】yóuguàn<名>thùng chứa dầu; két chứa dầu; bể chứa dầu

【油光】yóuguāng<形>bóng loáng; bóng nhoáng; bóng mượt: 头梳得~发亮。Đầu chải bóng láng.

【油耗】yóuhào<名>hao xăng; mức tiêu hao nhiên liệu: 降低~ giảm mức tiêu thụ nhiên liệu; 这车~高。Chiếc xe này hao xăng nhiều.

【油黑】yóuhēi<形>đen bóng; đen nhánh: ~的头发 mái tóc đen bóng

【油乎乎】yóuhūhū nhầy mỡ; lem luốc dầu mỡ: 衣服一个星期不换，~的。Một tuần không thay, quần áo lem luốc dầu mỡ.

【油壶】yóuhú<名>bình dầu

【油葫芦】yóuhúlu<名>[动物]dế dầu; vịt dầu

【油花】yóuhuā<名>váng mỡ; váng dầu

【油滑】yóuhuá<形>láu lỉnh; láu cá; lèo lá; lươn lẹo: 为人~ con người lèo lá

【油画】yóuhuà<名>tranh sơn dầu

【油画布】yóuhuàbù<名>vải để vẽ

【油鸡】yóujī<名>gà om xì dầu; gà hấp xì dầu

【油迹】yóujì<名>vết nhơ dầu

【油价】yóujià<名>giá dầu

【油煎】yóujiān<动>chiên; rán

【油煎火燎】yóujiān-huǒliáo lòng như lửa đốt: 担心得~ lo lắng như có lửa đốt trong lòng

【油井】yóujǐng<名>giếng dầu

【油库】yóukù<名>kho dầu (xăng)

【油矿】yóukuàng<名>❶mỏ dầu ❷nơi khai thác dầu mỏ

【油老虎】yóulǎohǔ<名>con hổ dầu (chỉ xe hao nhiều nhiên liệu)

【油亮】yóuliàng<形>sáng bóng; bóng loáng

【油料】yóuliào<名>nguyên liệu ép dầu

【油绿】yóulǜ<形>xanh mượt; xanh sáng; xanh bóng: ~的庄稼 đồng lúa xanh mượt

【油轮】yóulún<名>tàu dầu; tàu chở dầu

【油门】yóumén<名>ga; van dầu

【油焖】yóumèn<动>om dầu: ~大虾 tôm he om dầu

【油墨】yóumò<名>mực in

【油泥】yóuní<名>cặn bẩn dầu mỡ; cặn dầu

【油腻】yóunì❶<形>mỡ ngậy: ~的东西吃多了对身体不好。Ăn nhiều những thứ mỡ ngậy không tốt cho sức khỏe. ❷<名>món ăn nhiều mỡ: 忌食~ kiêng ăn món lắm mỡ

【油漆】yóuqī❶<名>sơn ❷<动>quét sơn

【油漆匠】yóuqījiàng<名>thợ sơn; thợ đánh véc-ni

【油气】yóuqì<名>dầu khí

【油枪】yóuqiāng<名>ống bơm dầu

【油腔滑调】yóuqiāng-huádiào khéo mồm khéo miệng; ăn nói lươn lẹo

【油然】yóurán<形>❶tự nhiên; một cách tự nhiên: 敬慕之心，~而生。Lòng ngưỡng mộ tự nhiên mà nảy nở. ❷(mây) đùn lên: ~作云 mây đùn từng lớp

【油饰】yóushì<动>sơn; quét để trang trí: ~门窗 sơn cửa và cửa sổ

【油水】yóushui<名>❶chất béo; chất mỡ ❷béo bở; bở: 捞~ kiếm món béo bở/kiếm chác

【油酥】yóusū<形>xốp; xốp xộp: ~饼 bánh xốp/bánh rán xốp

【油桃】yóutáo<名>cây đào dầu; quả đào dầu

【油田】yóutián<名>mỏ dầu

【油条】yóutiáo<名>❶bánh quẩy; chao quẩy ❷ví những tay cáo già thạo đời

【油桐】yóutóng<名>cây trẩu

【油头粉面】yóutóu-fěnmiàn bảnh bao chải chuốt; trang điểm lố lăng

【油头滑脑】yóutóu-huánǎo xảo trá lừa lọc; lọc lõi lèo lá

【油汪汪】yóuwāngwāng❶ngậy mỡ; những mỡ là mỡ; nhờn mỡ ❷bóng

【油位】yóuwèi<名>mực dầu; mức dầu

【油污】yóuwū<名>vết dầu mỡ

【油香】yóuxiang<名>[食品]bánh dầu thơm (món ăn của tín đồ đạo Islam)

【油箱】yóuxiāng<名>két dầu; phuy xăng

【油性】yóuxìng<名>có chứa dầu; ~皮肤 làn da tiết mỡ nhiều

【油烟】yóuyān<名>muội dầu; khói dầu

【油盐酱醋】yóu-yán-jiàng-cù dầu, muối, tương, dấm; tương cà mắm muối

【油印】yóuyìn<动>in rô-nê-ô; in giấy nến (sáp)

【油印机】yóuyìnjī<名>máy in rô-nê-ô

【油渣】yóuzhā<名>bã dầu

【油炸】yóuzhá<动>rán

【油毡】yóuzhān<名>bìa lợp; các-tông hắc ín; giấy dầu

【油脂】yóuzhī<名>dầu mỡ

【油纸】yóuzhǐ<名>giấy dầu; giấy sơn

【油子】yóuzi<名>❶keo; cao; cáu đen: 烟袋~ cao điếu ❷tay lõi đời; kẻ lèo lá: 老~ tay lọc lõi lèo lá

【油渍】yóuzì<名>vết két dầu mỡ; cáu dầu mỡ

【油嘴】¹yóuzuǐ❶<形>đá đưa đầu lưỡi; ăn nói thớ lợ; lém linh ❷<名>con người thớ lợ; con người lèo lá mồm mép

【油嘴】²yóuzuǐ<名>vòi phun dầu

【油嘴滑舌】yóuzuǐ-huáshé đưa đẩy đầu lưỡi; thơn thớt cái mồm; mồm mép lém linh; ăn nói thớ lợ

柚yóu
另见yòu

【柚木】yóumù<名>cây tếch; gỗ tếch

疣yóu<名>[医学]hột cơm; hạt cơm; mụn cóc

铀yóu<名>[化学]urani (kí hiệu: U)

【铀反应堆】yóufǎnyìngduī lò phản ứng urani

鱿yóu

【鱿鱼】yóuyú<名>cá mực; mực ống

游yóu❶<动>bơi: ~蛙泳 bơi ếch; ~回岸边 bơi về bờ ❷<动>[书]rong chơi; du ngoạn: đi ngắm cảnh: ~遍东南亚 du ngoạn khắp Đông Nam Á ❸<动>[书]giao du; đi lại: chơi với nhau ❹<动>du; di chuyển: ~牧民族 dân tộc du mục; ~资 vốn nổi ❺<名>du (một đoạn sông): 上~ thượng du; 下~ hạ du //(姓)Du

【游伴】yóubàn<名>bạn cùng đi chơi

【游标】yóubiāo<名>du tiêu; vecnê; du xích

【游程】yóuchéng<名>❶cự li bơi ❷lộ trình ❸chương trình du lịch

【游船】yóuchuán<名>du thuyền; tàu du lịch

【游荡】yóudàng<动>❶du đãng; lêu lổng; ăn chơi phóng túng ❷lang thang; rong chơi; dạo; đi chơi: 一个女孩深夜在街头~。Đêm khuya, một cô gái lang thang trên phố. ❸bồng bềnh; lênh đênh; trôi nổi; dập dềnh: 船在江上~。Con thuyền bập bềnh trên sông.

【游动】yóudòng<动>bơi; lưu động: 小鱼在水里~。Cá nhỏ đang bơi dưới nước.

【游逛】yóuguàng<动>đi dạo chơi; du ngoạn: 他终日~，无所事事。Hắn đi chơi suốt ngày, chẳng làm việc gì cả.

【游魂】yóuhún<名>du hồn; hồn phiêu bạt

【游击】yóujī<动>du kích: 打~ đánh du kích; 建立~根据地 xây dựng căn cứ địa du kích

【游击队】yóujīduì<名>đội du kích

【游击战】yóujīzhàn<名>chiến tranh du kích; du kích chiến; (lối) đánh du kích

【游记】yóujì<名>du kí

【游街】yóujiē<动>❶diễu phố ❷bêu phố: ~示众 bắt đi bêu khắp phố

【游客】yóukè<名>du khách; khách du lịch: 接待~ đón tiếp du khách

【游览】yóulǎn<动>tham quan; du lịch; đi chơi; du ngoạn: ~北京 đi du ngoạn Bắc Kinh; ~市容 tham quan đường phố

【游廊】yóuláng<名>hành lang; nhà nối (nối hai hoặc nhiều ngôi nhà độc lập với nhau)

【游乐场】yóulèchǎng<名>nơi vui chơi giải trí

【游乐园】yóulèyuán<名>khu vui chơi giải trí

【游离】yóulí<动>❶du li: ~态 hình thái tự do ❷tách rời; li khai tập thể

【游历】yóulì<动>du lịch: ~世界各地 du lịch khắp nơi thế giới

【游猎】yóuliè<动>du lịch săn bắn

【游民】yóumín<名>dân lang thang; kẻ lông bông

【游目骋怀】yóumù-chěnghuái ngắm xa bốn phía, gửi lòng thanh thản

【游牧】yóumù<动>du mục

【游禽】yóuqín<名>loài du cầm; loài chim chân màng

【游人】yóurén<名>du khách; người du ngoạn: ~如织 du khách nườm nượp

【游刃有余】yóurèn-yǒuyú đưa lưỡi dao ngọt xớt; thành thạo; thạo nghề

【游山玩水】yóushān-wánshuǐ dạo chơi núi sông

【游手好闲】yóushǒu-hàoxián chơi bời lêu lổng; du thủ du thực; ăn cơm chúa, múa tối ngày

【游水】yóushuǐ<动>bơi; bơi lội

【游说】yóushuì<动>du thuyết; làm thuyết khách

【游艇】yóutǐng =【游船】

【游玩】yóuwán<动>❶vui chơi; vui đùa ❷du ngoạn; đi dạo chơi; du lãm

【游戏】yóuxì❶<名>trò chơi ❷<动>vui chơi; chơi đùa; vui đùa: 接下来是~时间。Tiếp theo là thời gian vui chơi.

【游戏机】yóuxìjī<名>máy chơi game

【游戏人生】yóuxì-rénshēng đùa giỡn với cuộc sống; đùa giỡn với cuộc đời

【游行】yóuxíng<动>❶đi chơi xa; du hành ❷diễu hành; tuần hành; biểu tình: ~示威 biểu tình thị uy

【游兴】yóuxìng<名>hứng thú đi chơi: ~正浓 đang có nhiều hứng thú đi chơi

【游学】yóuxué<动>du học; đi học xa nhà: ~英国 du học nước Anh

【游医】yóuyī<名>thầy thuốc lang băm

【游移】yóuyí<动>❶chuyển động qua lại ❷lưng chừng; lừng khừng; không dứt khoát; lững lờ: ~不定 lừng khừng không dứt khoát

【游弋】yóuyì<动>❶tuần tiễu; tuần tra: 舰艇在海上~。Hạm tàu tuần tra trên biển. ❷lờn vờn; bơi lội: 自由自在地~ bơi thoải mái

【游艺】yóuyì<名>hoạt động vui chơi giải trí; trò chơi: ~室 phòng vui chơi giải trí

【游艺会】yóuyìhuì<名>cuộc vui chơi; cuộc liên hoan văn nghệ; cuộc vui giải trí; ngày hội nhiều trò chơi

【游泳】yóuyǒng❶<动>bơi; bơi lội ❷<名>môn bơi lội; môn bơi

【游泳池】yóuyǒngchí<名>bể bơi; hồ bơi

【游泳馆】yóuyǒngguǎn<名>nhà bơi

【游泳圈】yóuyǒngquān<名>phao bơi

【游园】yóuyuán<动>đi chơi công viên; đi xem cảnh đẹp công viên

【游园会】yóuyuánhuì<名>cuộc vui liên hoan

【游子】yóuzǐ<名>[书]người sống xa quê nhà; người đi xa: 海外~ người sống xa tổ quốc

【游走】yóuzǒu<动>❶lang thang đi: ~四方 lang thang đi bốn phương trời ❷di động không cố định

yǒu

友 yǒu❶<名>bạn: 室~ bạn cùng phòng ❷<形>gần gũi; hòa hợp: ~好 hữu hảo ❸<形>thuộc về mối quan hệ hữu hảo //(姓) Hữu

【友爱】yǒu'ài<形>hữu ái; yêu thương: 团结~ đoàn kết thương yêu nhau

【友邦】yǒubāng<名>nước hữu nghị; nước bạn

【友好】yǒuhǎo❶<名>bạn tốt; bạn thân: 生前~ bạn thân lúc sinh thời ❷<形>hữu hảo; hữu nghị: ~城市 thành phố hữu nghị

【友邻】yǒulín❶<名>người bạn hoặc đất nước láng giềng hữu nghị ❷<形>hữu hảo và lân cận

【友情】yǒuqíng<名>tình bạn; tình hữu nghị: 深厚的~ tình bạn thắm thiết

【友人】yǒurén<名>người bạn; bạn bè: 国际~ người bạn quốc tế

【友善】yǒushàn<形>thân thiện; thân mật; hòa thuận: ~相处 sống hòa thuận với nhau

【友谊】yǒuyì<名>tình hữu nghị

【友谊关】Yǒuyì Guān<名>Hữu nghị Quan

【友谊赛】yǒuyìsài<名>thi đấu hữu nghị; thi đấu giao hữu

有 yǒu❶<动>có; thuộc về: 他~本很好的新书. Anh ấy có quyển sách mới rất hay. ❷<动>có; tồn tại: 时~时无 lúc có lúc không; 楼下~个陌生人. Có một người lạ ở dưới nhà. ❸<动>có tới; tới (ước lượng); bằng; như: 河~十米宽. Con sông rộng tới 10 mét. ❹<动>có; đã nảy sinh: 她的性格~了很大的改变. Tính tình cô ấy đã có nhiều thay đổi. ❺<动>có; nhiều: ~学问 có học vấn ❻<动>có...nào đó (chỉ sự bất định): ~人看到他回来了. Có người nhìn thấy anh ta đã về nhà. ❼<动>có; một bộ phận: ~人高

兴，~人伤心. Có người vui, có kẻ buồn. ❽<助>xin (dùng trước một số động từ hợp thành sáo ngữ, biểu thị khách khí): ~请. Xin mời. ❾[书](từ dùng mở đầu trước tên gọi một số triều đại, không có nghĩa thực): ~夏 nhà Hạ //(姓)Hữu

【有碍】yǒu'ài<动>vướng; cản trở: ~交通 cản trở giao thông

【有案可稽】yǒu'àn-kějī có tài liệu hồ sơ để tra cứu

【有把握】yǒu bǎwò dám chắc

【有百害而无一利】yǒu bǎi hài ér wú yī lì chỉ có hại với hại thôi

【有板有眼】yǒubǎn-yǒuyǎn có phách có nhịp; có bài bản; đúng bài bản; đâu ra đấy: 说得~ nói có bài có bản

【有备无患】yǒubèi-wúhuàn lo trước khỏi họa; biết lo xa sẽ tránh được tai họa; biết phòng xa vẫn hơn

【有悖常理】yǒubèi-chánglǐ trái với lẽ thường

【有鼻子有眼儿】yǒu bízi yǒu yǎnr có mắt có mũi; y như thật: 他说得~，大家都信了. Anh ta thuật kể sinh động y như thật, mọi người đều tin theo

【有病乱投医】yǒu bìng luàn tóu yī mắc bệnh thì thầy nào cũng thiêng; có bệnh vái tứ phương

【有偿】yǒucháng<形>có hoàn lại; có trả công hoặc tiền; có trả thù lao: ~服务 phục vụ có thù lao

【有成】yǒuchéng<动>thành công; thành đạt: 事业~ sự nghiệp đạt được thành công

【有吃有穿】yǒuchī-yǒuchuān có cơm ăn có áo mặc

【有仇】yǒuchóu<动>căm thù; căm ghét

【有错必纠】yǒucuò-bìjiū có sai thì sửa

【有待】yǒudài<动>còn phải chờ; còn phải; còn cần phải: 他的写作水平~提高. Trình độ viết văn của anh ấy còn phải nâng cao hơn nữa.

【有道理】yǒu dàolǐ có lí

【有得必有失】yǒu dé bì yǒu shī được cái này mất cái kia

【有的】yǒude〈代〉có...có; nào; nào là: ~唱歌，~跳舞。Có người hát, có người nhảy múa.

【有的是】yǒudeshì có rất nhiều; chẳng thiếu gì; nhiều lắm: ~钱 có rất nhiều tiền/ chẳng thiếu gì tiền

【有底】yǒudǐ〈动〉nắm chắc; vững tin; cầm chắc; cảm thấy chắc chắn; có chỗ dựa chắc chắn: 心里~ trong lòng thấy vững tin

【有的放矢】yǒudì-fàngshǐ bắn tên có đích; bắn tên vào đích; ví lời nói và việc làm có mục đích rõ ràng

【有点儿】yǒudiǎnr〈副〉có chút; có tí; hơi; có phần: 今天我~生气。Hôm nay tôi hơi bực mình.

【有毒】yǒudú〈形〉có chất độc

【有法必依】yǒufǎ-bìyī có luật thì phải dựa theo; phải dựa vào pháp luật

【有方】yǒufāng〈形〉có phương pháp; biết lối; đúng mẫu: 指导~ hướng dẫn đúng phương pháp

【有份】yǒufèn〈动〉có phần: 人人~ ai cũng có phần

【有夫之妇】yǒufūzhīfù phụ nữ đã có chồng

【有福同享，有难同当】yǒufú-tóngxiǎng, yǒunàn-tóngdāng có phúc cùng hưởng, có nạn cùng chịu

【有负众望】yǒufù-zhòngwàng phụ lòng mong mỏi của mọi người

【有妇之夫】yǒufùzhīfū đàn ông đã có vợ

【有功】yǒugōng〈动〉có công: 对革命~ có công với cách mạng

【有关】yǒuguān❶〈动〉hữu quan; có liên quan: ~部门 ngành hữu quan; 这事跟我~。Việc này có liên quan tới tôi. ❷〈介〉dính tới; dính dáng tới; đề cập tới: 这是一部~二战的电影 Đây là bộ phim nói về cuộc đại chiến thế giới thứ II.

【有轨电车】yǒuguǐ diànchē tàu điện chạy ray

【有鬼】yǒuguǐ〈动〉có ma; có vấn đề: 心里~。Trong nội tâm có điều đáng nghi.

【有过之而无不及】yǒu guò zhī ér wú bù jí chỉ có hơn chứ không có kém

【有害】yǒuhài〈动〉có hại: 吸烟对身体~。Hút thuốc có hại cho sức khỏe.

【有机】yǒujī〈形〉❶[化学]hữu cơ: ~化学 hóa học hữu cơ ❷hữu cơ; khăng khít; gắn bó: 两者~地结合在一起。Hai thứ kết hợp với nhau một cách hữu cơ.

【有机玻璃】yǒujī bōli thủy tinh hữu cơ; kính hữu cơ

【有机肥料】yǒujī féiliào phân (bón) hữu cơ

【有机化合物】yǒujī huàhéwù hợp chất hữu cơ

【有机可乘】yǒujīkěchéng có chỗ hở để lợi dụng

【有机食品】yǒujī shípǐn thực phẩm hữu cơ

【有机酸】yǒujīsuān〈名〉axít hữu cơ

【有价无市】yǒujià-wúshì được giá mà không có thị trường, không có người mua

【有价证券】yǒujià zhèngquàn chứng khoán có giá

【有教无类】yǒujiào-wúlèi giáo dục không phân biệt xuất thân; ai cũng cần được dạy bảo

【有劲】yǒujìn❶〈动〉có sức; có sức lực; khỏe: 这小男孩真~。Thằng bé này khỏe thật. ❷〈形〉hăng; say; hăng say; sôi nổi; lí thú: 他越干越~。Anh ấy càng làm càng

Y

hăng.

【有救】yǒujiù〈动〉có thể cứu chữa được; có cơ cứu được; có thể cứu vớt được; có thể bổ cứu

【有口皆碑】yǒukǒu-jiēbēi　ai cũng khen ngợi; tiếng lành đồn xa

【有口难辩】yǒukǒu-nánbiàn　khó mà biện bạch; khó bề phân bua

【有口难言】yǒukǒu-nányán　khó ăn khó nói; há miệng mắc quai

【有口无心】yǒukǒu-wúxīn　bộc tuệch; nhanh mồm nhẹ dạ; ruột để ngoài da; cười nói vô tâm: 他~，请别介意。Anh ta ruột để ngoài da, xin đừng để bụng.

【有愧】yǒukuì〈动〉hổ thẹn: 他觉得~于父母。Anh ấy cảm thấy hổ thẹn với bố mẹ.

【有来有往】yǒulái-yǒuwǎng　có đi có lại; luôn gặp mặt thăm hỏi; nhận quà rồi biếu lại

【有赖】yǒulài〈动〉nhờ; nhờ vào; dựa; dựa vào: 要赢得这场比赛，~于大家的努力。Muốn thắng được trận đấu này, phải nhờ vào sự nỗ lực của tất cả mọi người.

【有劳】yǒuláo〈动〉cảm phiền; làm phiền; làm ơn: ~您捎我一程。Ông làm ơn cho tôi đi nhờ một đoạn.

【有棱有角】yǒuléng-yǒujiǎo　có góc có cạnh

【有理】yǒulǐ〈形〉hợp lí; đúng; có lí có lẽ: 言之~。Lời nói chí phải.

【有理走遍天下，无理寸步难行】yǒulǐ zǒu biàn tiānxià, wúlǐ cùn bù nán xíng có lí có thể đi khắp thiên hạ, vô lí nhích nửa bước cũng khó

【有力】yǒulì〈形〉mạnh mẽ; hùng hồn; đanh thép; có hiệu lực: 领导~ lãnh đạo có hiệu lực; 政府应采取~的措施应对自然灾害。Chính phủ cần phải áp dụng biện pháp mạnh mẽ để ứng phó với thiên tai.

【有利】yǒulì〈形〉có lợi; có ích; giúp ích: 这件事对谁都~。Việc này có lợi cho tất cả mọi người.

【有利可图】yǒulì-kětú　có thể kiếm lời

【有利有弊】yǒulì-yǒubì　có lợi có hại

【有脸】yǒuliǎn〈形〉có mặt mũi; dám: 你还~回来？Anh còn dám vác mặt về đây à?

【有两下子】yǒu liǎngxiàzi　khá; cừ; giỏi; tài; tháo vát: 他写文章~。Anh ta viết văn khá hay.

【有零】yǒulíng〈动〉có dư; có lẻ; trên: 一千~ một nghìn có lẻ

【有眉目】yǒu méimù　có manh mối: 案子~了。Vụ án đã có manh mối.

【有门儿】yǒuménr〈动〉[口]có triển vọng; có hi vọng; có hứa hẹn

【有面子】yǒu miànzi　có thể diện; có sĩ diện

【有名】yǒumíng〈形〉nổi tiếng; có tiếng; nổi danh; mọi người đều biết tiếng: 他是位~的作家。Ông ấy là một nhà văn nổi tiếng.

【有名无实】yǒumíng-wúshí　hữu danh vô thực; có tiếng mà không có miếng; tiếng cả nhà không

【有目共睹】yǒumù-gòngdǔ　ai cũng thấy rõ; mọi người đều biết

【有奶便是娘】yǒu nǎi biàn shì niáng có sữa cho bú thì gọi bằng mẹ; tham vàng bỏ ngãi

【有你的】yǒunǐde[口]❶giỏi thật ❷giỏi đấy: ~，你给我小心点。Giỏi đấy, mày phải cẩn thận đấy nhé.

【有盼头】yǒu pàntou　có hi vọng; có triển vọng; có chỗ trông mong: 有新政策了，我们总算~了。Đã có chính sách mới, chúng ta có hi vọng rồi.

【有凭有据】yǒupíng-yǒujù　có bằng cứ

【有谱儿】yǒupǔr[口]❶〈动〉(có) tính toán kĩ càng; (có) trù tính; đã nắm chắc ❷〈形〉đáng tin cậy

【有期徒刑】yǒuqī túxíng　tù có thời hạn

【有其父必有其子】yǒu qí fù bì yǒu qí zǐ　cha nào con ấy; cha nào con đó

【有起色】yǒu qǐsè　khá hơn; đỡ hơn; có khởi sắc: 工厂慢慢~了。Nhà máy đã khá dần.

【有气无力】yǒuqì-wúlì　vẻ uể oải; vẻ phờ phạc; ủ rũ; bải hoải

【有钱】yǒuqián<动>có tiền

【有钱能使鬼推磨】yǒuqián néng shǐ guǐ tuīmò　có tiền mua tiên cũng được

【有钱人】yǒuqiánrén<名>người giàu có

【有钱有势】yǒuqián-yǒushì　có tiền có thế

【有情】yǒuqíng<动>có duyên tình

【有情人终成眷属】yǒuqíngrén zhōng chéng juànshǔ　người có duyên tình nên nghĩa vợ chồng

【有情有义】yǒuqíng-yǒuyì　có tình có nghĩa

【有请】yǒuqǐng<动>xin mời; xin có lời mời

【有求必应】yǒuqiú-bìyìng　cầu là có ngay; cầu sao được vậy; cầu được ước thấy

【有求于人】yǒuqiúyúrén　cầu xin với người khác

【有去无回】yǒuqù-wúhuí　lấy đi không trả về; có đi không về

【有趣】yǒuqù<形>thú vị; lí thú; hay; dễ thương: ~的节目 tiết mục hay

【有染】yǒurǎn<动>[书]❶có quan hệ với người xấu, việc xấu ❷có quan hệ nam nữ không chính đáng

【有日子】yǒu rìzi　❶có tới mấy ngày; đã lâu ngày: 咱们~不见了。Chúng mình đã lâu ngày không gặp nhau rồi. ❷đã định ngày: 我们~搬新房了。Ta đã định ngày chuyển nhà mới.

【有如】yǒurú<动>giống như; tựa như; dường như; y như; chẳng khác gì

【有辱】yǒurǔ<动>làm nhục: ~家风 làm nhục gia phong

【有色金属】yǒusè jīnshǔ　kim loại màu

【有色眼镜】yǒusè yǎnjìng　kính màu: 他总是戴着~看人。Ông ấy cứ nhìn người qua kính màu.

【有伤风化】yǒushāng-fēnghuà　có hại cho phong hóa

【有身孕】yǒu shēnyùn　có mang; có thai; có bầu

【有神】yǒushén<形>❶hữu thần: ~论 thuyết hữu thần ❷sáng long lanh: 他双眼炯炯~。Đôi mắt của anh ta sáng long lanh.

【有生力量】yǒushēng-lìliàng❶sinh lực: 歼灭敌人~ tiêu diệt sinh lực địch ❷quân đội (nói chung)

【有生以来】yǒushēngyǐlái　từ khi lọt lòng tới nay; từ thuở cha sinh mẹ đẻ tới nay: ~我第一次出国。Từ thuở cha sinh mẹ đẻ tới nay, tôi lần đầu tiên đi nước ngoài.

【有生之年】yǒushēngzhīnián　những năm tháng sống trên cõi đời

【有声读物】yǒushēng dúwù　sách điện tử nghe nhìn

【有声有色】yǒushēng-yǒusè　vô cùng sinh động; rất giàu hình ảnh; đượm màu sắc; mặn mà ý nhị: 故事讲得~。Câu chuyện kể rất sinh động.

【有失】yǒushī<动>mất: ~身份 mất thể diện; ~体统 mất thể thống/chẳng ra thể thống gì

【有时】yǒushí<副>có lúc; có khi; lúc; khi; đôi lúc; đôi khi; thỉnh thoảng: 工作~忙碌，~空闲。Công việc lúc bận rộn, lúc nhàn rỗi.

【有识之士】yǒushízhīshì　người có học thức

【有史以来】yǒushǐyǐlái　từ xưa tới nay

【有始有终】yǒushǐ-yǒuzhōng　có đầu có

cuối; có thủy có chung; có trước có sau

【有事】yǒushì〈动〉❶có việc; có chuyện: ~吗？ Có chuyện gì vậy? ❷có khó khăn: ~找警察。Có gì cần xin tìm tới cảnh sát.

【有恃无恐】yǒushì-wúkǒng có chỗ dựa, chẳng lo ngại gì

【有数】yǒushù❶〈动〉hiểu cặn kẽ; nắm chắc; vững tin: 大家心里都~。Mọi người đều thấy vững tin trong lòng. ❷〈形〉có hạn; không nhiều; ít ỏi; không đáng kể: ~的几个钱，用不了几天了。Số tiền ít ỏi, chỉ tiêu được mấy ngày nữa.

【有说有笑】yǒushuō-yǒuxiào cười cười nói nói; cười nói thân thiết

【有损】yǒusǔn〈动〉có hại: ~皮肤 có hại cho làn da

【有所】yǒusuǒ〈副〉hơi; một chút; có: ~不知 có chỗ không biết; 成绩~提高。Thành tích đã nâng cao đôi chút.

【有条不紊】yǒutiáo-bùwěn rõ ràng rành mạch; ngăn nắp gọn gàng; đâu ra đấy: 他办事~。Anh ấy làm việc đâu ra đấy.

【有条有理】yǒutiáo-yǒulǐ mạch lạc; lớp lang; trật tự; nề nếp

【有头有脸】yǒutóu-yǒuliǎn có tiếng tăm; có uy tín: 出席宴会的人都是~的。Những người đến dự bữa tiệc đều là người có tiếng tăm.

【有头有尾】yǒutóu-yǒuwěi có đầu có cuối; đến nơi đến chốn; có đầu có đuôi

【有望】yǒuwàng〈动〉có triển vọng; có hi vọng; hứa hẹn: 他~涨工资。Anh ấy có hi vọng được tăng lương.

【有为】yǒuwéi〈动〉đầy hứa hẹn; đầy triển vọng; có khả năng phát triển: ~青年 thanh niên đầy hứa hẹn

【有味儿】yǒuwèir❶〈动〉có mùi hôi: 这鱼~了，别吃了。Con cá này mùi hôi rồi, đừng ăn nữa. ❷〈形〉ngon: 这菜真~。Món ăn này ngon thật. ❸〈形〉ý vị: ~生活 cuộc sống ý vị

【有喜】yǒuxǐ〈动〉[口](phụ nữ) có thai; có mang; có bầu

【有戏】yǒuxì〈动〉[方]có hi vọng; có triển vọng

【有限】yǒuxiàn〈形〉❶có hạn; hữu hạn: ~性 tính chất hữu hạn; 人的生命是~的。Sinh mạng con người là có hạn. ❷số lượng ít; trình độ thấp

【有限公司】yǒuxiàn gōngsī công ti hữu hạn

【有线电视】yǒuxiàn diànshì truyền hình cáp

【有效】yǒuxiào〈动〉hữu hiệu; có hiệu quả; có hiệu lực; hiệu nghiệm: ~措施 biện pháp hữu hiệu

【有效期】yǒuxiàoqī〈名〉❶thời hạn có hiệu lực; kì hạn hiệu lực ❷thời hạn sử dụng

【有些】yǒuxiē❶〈代〉có những; có một số: 班上~同学请假。Trên lớp có một số bạn xin phép. 看了考试结果，~人高兴，~人伤心。Sau khi xem kết quả thi, có người vui, có người buồn. ❷〈副〉hơi; có phần; hơi...một chút: 他~着急。Anh ta hơi sốt ruột.

【有心】yǒuxīn❶〈动〉có lòng; có nhã ý: 他~帮你，你就接受吧。Anh ta có nhã ý giúp chị thì chị nhận vậy. ❷〈副〉cố tình; cố ý: 对不起，我不是~这样做的。Xin lỗi, tôi không cố tình làm như vậy đâu. ❸〈形〉lắm mưu toan

【有心人】yǒuxīnrén〈名〉người có chí; người có quyết tâm: 世上无难事，只怕~。Ở đời chẳng có việc gì khó, chỉ sợ lòng không bền.

【有形】yǒuxíng〈形〉hữu hình; có hình

【有幸】yǒuxìng〈形〉có vinh hạnh; may mắn; hân hạnh: 我~跟您共事。Tôi rất vinh hạnh được cộng sự với ông.

【有性】yǒuxìng〈形〉[生物]hữu tính: ~杂交 lai hữu tính

【有序】yǒuxù〈形〉có trật tự: ~撤退 rút lui có trật tự

【有血有肉】yǒuxuè-yǒuròu có máu có thịt; sống động; giàu hình ảnh chân thực: 这是一部~的作品。Đây là một tác phẩm sống động.

【有言在先】yǒuyánzàixiān đã nói trước; đã có lời trước: ~, 成不成功责任不在我。 Đã nói trước rồi đấy, có thành công hay không trách nhiệm không tại tôi.

【有眼不识泰山】yǒu yǎn bù shí Tài Shān có mắt mà không thấy núi Thái Sơn; hiểu biết nông cạn, không nhận biết được người tài giỏi

【有眼无珠】yǒuyǎn-wúzhū có mắt như mù

【有氧运动】yǒuyǎng yùndòng vận động có ô-xy

【有一搭没一搭】yǒu yīdā méi yīdā❶ấm a ấm ứ; ậm à ậm ừ ❷có cũng được không cũng được; thế nào cũng được, chẳng có gì quan trọng cả

【有一说一】yǒuyī-shuōyī có gì nói vậy

【有益】yǒuyì〈形〉có lợi; có ích; hữu ích

【有意】yǒuyì❶〈动〉có ý; có ý định; có ý muốn: 他~去学英语。 Anh ta có ý định đi học tiếng Anh. ❷〈动〉có tình ý; có cảm tình; phải lòng: 我哥哥对你~呢。 Anh tớ rất có cảm tình với cậu đấy. ❸〈副〉cố ý; có tình: 他这是~跟我作对。 Cậu ấy cố ý gây khó dễ cho tôi.

【有意识】yǒu yìshi có ý thức; chủ động: 他 ~来早点。 Anh ấy chủ động đến sớm một chút.

【有意思】yǒu yìsi❶có ý nghĩa: 这篇文章 简短而~。 Bài văn này vừa ngắn gọn lại có ý nghĩa。 ❷hay; thú vị: 这人很~。 Cái ông

này rất thú vị. ❸có tình ý; có cảm tình: 我 对他根本没~。 Tôi không có cảm tình gì với anh ta cả.

【有勇无谋】yǒuyǒng-wúmóu hữu dũng vô mưu

【有余】yǒuyú〈动〉❶có thừa; có dư: 勇猛~ có thừa dũng mãnh ❷có lẻ; trên: 六十~ trên sáu mươi

【有缘】yǒuyuán〈动〉có duyên; có duyên cớ; có duyên nợ: 他俩真~, 两次旅游都遇 上了。 Hai người thật có duyên, hai lần đi du lịch đều gặp nhau.

【有缘千里来相会】yǒuyuán qiānlǐ lái xiānghuì đã có duyên thì dẫu xa ngàn dặm cũng về hội ngộ

【有则改之，无则加勉】yǒuzégǎizhī, wúzéjiāmiǎn có sai thì sửa, không thì tránh

【有增无减】yǒuzēng-wújiǎn chỉ có tăng chứ không có giảm

【有章可循】yǒuzhāng-kěxún nói có sách, mách có chứng; có quy củ nền nếp quy tắc chung

【有朝一日】yǒuzhāo-yīrì sẽ có một ngày; một ngày kia; mai mốt

【有志者事竟成】yǒuzhìzhě shì jìng chéng có chí ắt làm nên

酉 yǒu〈名〉Dậu (vị trí thứ 10 trong địa chi) //(姓)Dậu

【酉时】yǒushí〈名〉[旧]giờ dậu (từ 17 giờ đến 19 giờ)

铕 yǒu〈名〉[化学]europi (kí hiệu: Eu)

黝 yǒu

【黝黯】yǒu'àn〈形〉tối; tối đen: ~的角落 góc tối đen

【黝黑】yǒuhēi〈形〉❶đen; sạm đen; đen sạm; rám đen; ngăm đen: ~的皮肤 làn da ngăm đen ❷tối mịt

yòu

又 yòu<副>❶lại: ~下雨了。Trời lại mưa. ❷vừa; đồng thời; còn: 既是同志~是兄弟 vừa là đồng chí vừa là anh em; 那本书既有趣~有益。Cuốn sách đó thú vị mà lại bổ ích. ❸lại; còn: 自己有条件，~答应了别人，怎能不帮? Mình có điều kiện, lại đã hứa với người ta, thì thế nào cũng phải giúp. ❹cộng thêm: 两小时~一刻 hai tiếng mười lăm phút ❺nhưng; lại: 刚才他还在这里，这会儿不知道~跑哪去了。Vừa nãy anh ta còn ở đây, không biết bây giờ lại chạy đi đâu mất rồi. ❻(tỏ ý nhấn mạnh): 我~不是你家保姆，凭什么帮你洗衣服? Tôi đâu phải là người giúp việc của nhà chị, tại sao phải giặt quần áo cho chị?

【又饥又渴】yòujī-yòukě vừa đói vừa khát

【又及】yòují<动>tái bút (đoạn thư viết thêm)

【又惊又喜】yòujīng-yòuxǐ vừa mừng vừa lo; vừa mừng vừa sợ

【又名】yòumíng<动>lại có tên: 故宫~紫禁城。Cố Cung còn có tên là Tử Cấm Thành.

【又要马儿好，又要马儿不吃草】yòu yào mǎr hǎo, yòu yào mǎr bù chī cǎo bắt ngựa phi nhanh, lại không cho ngựa ăn cỏ; chi sai khiến, không chăm sóc

右 yòu❶<名>bên phải; bên tay phải: ~眼 mắt phải ❷<名>phía tây: 山~ phía tây núi ❸<名>cấp bậc trên; phía trên: 无出其~。Không còn ai hơn nữa. ❹<动>[书]tôn sùng; coi trọng: ~文 coi trọng văn hóa học thuật ❺<形>hữu (thuộc về bảo thủ hoặc phản động) //(姓)Hữu

【右边】yòubian<名>bên phải; bên tay phải

【右侧】yòucè<名>bên phải; mé phải

【右面】yòumiàn<名>bên phải; mặt phải

【右派】yòupài<名>phái hữu; cánh hữu; phe bảo thủ; phần tử cánh hữu

【右倾】yòuqīng<形>hữu khuynh

【右手】yòushǒu<名>tay phải; bên phải

【右首】yòushǒu<名>bên phải

【右下角】yòuxiàjiǎo<名>góc phải dưới

【右翼】yòuyì<名>❶cánh quân bên phải; cánh phải ❷cánh hữu; phe bảo thủ

【右转弯】yòuzhuǎnwān quay phải; rẽ phải

幼 yòu❶<形>(tuổi) nhỏ; thơ ấu; non nớt; non: ~儿 trẻ nhỏ ❷<名>trẻ em; trẻ con; trẻ nhỏ: 扶老携~ đỡ già dắt trẻ //(姓)Ấu

【幼虫】yòuchóng<名>ấu trùng

【幼儿】yòu'ér<名>trẻ con; trẻ nhỏ

【幼儿教育】yòu'ér jiàoyù giáo dục trẻ em: 从事~工作 làm công tác giáo dục trẻ em

【幼儿园】yòu'éryuán<名>nhà trẻ; vườn trẻ

【幼苗】yòumiáo<名>cây non; mầm non

【幼年】yòunián<名>tuổi thơ: ~时代 thời thơ ấu

【幼师】yòushī<名>trường sư phạm mầm non

【幼小】yòuxiǎo<形>thơ ấu; thơ đại; non; bé bỏng

【幼芽】yòuyá<名>mầm non

【幼稚】yòuzhì<形>❶nhỏ tuổi ❷ấu trĩ; non nớt; ngây thơ: 他的想法非常~。Cách nghĩ của anh ta rất ngây thơ.

【幼子】yòuzǐ<名>con út; con thơ

佑 yòu<动>phù hộ; che chở //(姓)Hựu

【佑护】yòuhù<动>phù hộ; che chở

【佑助】yòuzhù<动>giúp đỡ

侑 yòu<动>[书]khuyên (ai đó): ~食 ân cần mời ăn

柚 yòu<名>❶bưởi; quả bưởi ❷cây bưởi
另见yóu

【柚子】yòuzi<名>quả bưởi; quả bòng

囿 yòu[书]❶<名>vườn nuôi động vật; vườn

thú ❷〈动〉bị hạn chế; bị ràng buộc

【囿于成见】yòuyú-chéngjiàn bị ràng buộc bởi thành kiến

宥 yòu〈动〉[书]khoan dung; khoan thứ; tha thứ: 宽~ rộng lòng tha thứ

诱 yòu〈动〉❶khuyên bảo; dạy dỗ; dạy bảo; dẫn dắt; khuyên nhủ: ~导 dạy dỗ ❷dụ dỗ; cám dỗ; dụ; nhử; dứ; nhứ: ~敌深入 nhử địch vào sâu

【诱变】yòubiàn〈动〉nhử cho đột biến; làm cho đột biến: ~育种 gây đột biến giống

【诱捕】yòubǔ〈动〉nhử bắt; dụ bắt; bẫy: ~害虫 nhử bắt sâu hại; ~鱼虾 dụ bắt tôm cá

【诱导】yòudǎo〈动〉❶khuyên bảo; dạy dỗ; dạy bảo; dẫn dắt: 她善于~学生自主学习。Cô ta giỏi về mặt dạy bảo học sinh tự học. ❷[物理]cảm ứng ❸cảm ứng (thần kinh): 正~ cảm ứng dương

【诱饵】yòu'ěr〈名〉mồi; cái mồi; mồi nhử; bả; bả câu: 这是骗子抛出的~。Đó là mồi nhử của bọn bịp.

【诱发】yòufā〈动〉❶gợi mở; khơi gợi; khêu gợi: ~好奇心 khêu gợi trí tò mò ❷gây ra; gây; dẫn tới (thường chỉ bệnh tật): ~胃炎 gây ra bệnh viêm dạ dày

【诱供】yòugòng〈动〉mớm cung

【诱拐】yòuguǎi〈动〉dụ bắt; lừa bắt; dụ dỗ bắt cóc (phụ nữ hoặc trẻ em)

【诱惑】yòuhuò〈动〉❶mê hoặc; lừa gạt; lừa phỉnh; làm cho mù quáng: 他用小恩小惠~小孩去做坏事。Hắn lừa gạt trẻ em làm việc xấu bằng lợi ích ít ỏi. ❷hấp dẫn; thu hút; lôi cuốn; mê hồn; mê li; quyến rũ: 夜市的美味小吃很~人。Các món quà ngon ở chợ đêm rất hấp dẫn.

【诱奸】yòujiān〈动〉dụ dỗ để gian dâm

【诱骗】yòupiàn〈动〉lừa phỉnh; lừa mị

【诱人】yòurén❶〈动〉khuyên bảo ❷〈形〉hấp dẫn (ai đó): 这道菜看起来很~。Món

thức ăn này trông mà thèm.

【诱杀】yòushā〈动〉nhử ra để giết: ~害虫 nhử sâu hại ra để giết

【诱使】yòushǐ〈动〉dụ dỗ để làm theo

【诱降】yòuxiáng〈动〉dụ hàng

【诱因】yòuyīn〈名〉nguyên nhân gây ra; nguyên nhân dẫn đến

【诱致】yòuzhì〈动〉gây ra; gây nên

釉 yòu〈名〉men: 青~瓷瓶 bình sứ men xanh

【釉面砖】yòumiànzhuān〈名〉gạch men

【釉陶】yòutáo〈名〉gốm men

【釉质】yòuzhì〈名〉men (răng); chất men; lớp nhũ

yū

迂 yū〈形〉❶quanh co; ngoằn ngoèo; vòng vèo; uốn lượn: ~回 vòng vèo ❷cổ hủ; cổ lỗ: 不要听他的~论。Đừng nghe quan điểm cổ hủ của anh ta.

【迂腐】yūfǔ〈形〉thủ cựu; bảo thủ; cổ hủ; gàn dở

【迂回】yūhuí❶〈形〉vòng quanh ❷〈动〉đi vòng quanh

【迂阔】yūkuò〈形〉viển vông; không thực tế; không thiết thực: 少发~之论。Bớt nói những lời lẽ viển vông.

纡 yū[书]❶〈形〉quanh co; khúc khuỷa ❷〈动〉buộc; thắt; đeo

淤 yū❶〈动〉ứ; đọng; ứ đọng ❷〈形〉lầy: ~地 đất lầy ❸〈名〉phù sa: 河~ phù sa sông; 沟~ bùn rãnh ❹〈动〉(máu) tụ; ứ: ~血 tụ huyết ❺〈动〉[方]tràn; trào

【淤灌】yūguàn〈动〉tưới nước phù sa; tháo lũ vào ruộng

【淤积】yūjī〈动〉(cát bùn trong nước) ứ đọng; lắng đọng; trầm tích: ~在河底的泥 bùn đọng dưới đáy sông

【淤泥】yūní〈名〉bùn đọng; bùn cát đọng;

Y

phù sa: 要清除港口的~ phải vét bùn đọng bến cảng

【淤塞】yūsè<动>ứ tắc; tắc nghẽn: 河道~。Đường sông ứ đầy bùn cát.

【淤滞】yūzhì<动>nghẽn bùn; nghẽn tắc

瘀 yū<动>(máu) tụ; ứ

【瘀斑】yūbān<名>vết bầm trên da

【瘀点】yūdiǎn<名>chấm bầm; điểm tụ huyết

【瘀血】yūxiě<动>tụ huyết; tụ máu; máu bị đông tụ; ứ máu

【瘀血】yūxuè<名>huyết tụ; máu tụ; máu đông tụ

【瘀滞】yūzhì<动>[中医]tắc (mạch máu kinh lạc)

yú

于 yú❶<介>tại; ở; vào; trong; với; từ (biểu thị thời gian, nơi chốn, phạm vi): 他生~1960年。Anh ấy sinh vào năm 1960. ❷<介>hướng tới; nhằm vào: 求助~人 nhờ và người khác ❸<介>cho: 献身~教育事业 hiến thân cho sự nghiệp giáo dục ❹<介>với; đối với: 有益~社会 có ích cho xã hội ❺<介>từ: 毕业~名牌大学 tốt nghiệp từ trường đại học nổi tiếng ❻<介>hơn: 高~ cao hơn ❼<介>bởi: 限~客观条件 hạn chế bởi điều kiện khách quan ❽về: ở (làm hậu tố sau động từ): 属~ thuộc về; 在~ ở chỗ ❾(làm hậu tố sau tính từ): 勇~负责 dám chịu trách nhiệm //(姓)Vu

【于今】yújīn❶<副>đến nay; đến giờ: 母校一别，~三十余载了。Từ khi ra trường xa nhau đến nay, đã hơn ba mươi năm trời. ❷<名>giờ đây: ~他变了。Giờ đây anh ấy đã thay đổi.

【于事无补】yúshì-wúbǔ　không đền bù được cho việc đã xảy ra

【于是】yúshì<连>thế là: 工作已经结束了，~我离开了这个地方。Công việc đã xong, thế là tôi rời khỏi nơi này.

【于是乎】yúshìhū =【于是】

【于心不忍】yúxīn-bùrěn　trong lòng bất nhẫn

【于心有愧】yúxīn-yǒukuì　trong lòng hổ thẹn áy náy

予 yú<代>[书]tôi; ta //(姓)Dữ
另见yǔ

【予取予求】yúqǔ-yúqiú　tha hồ lấy; lấy thoải mái

余¹
余² yú<代>[书]tôi; ta //(姓)Dư

余 yú❶<动>thừa; dư; dôi; còn lại: ~钱 số tiền thừa ra; 尚~1000元活动经费 còn dôi ra kinh phí một nghìn đồng RMB ❷<数>hơn; trên: 一年有~ hơn một năm ❸<名>ngoài...; sau khi...: 业~ ngoài giờ làm việc

【余波】yúbō<名>dư âm; dư ba: ~未平 dư âm chưa lắng; 文艺思潮的~ dư âm của một trào lưu văn nghệ

【余存】yúcún<动>dư; còn lại; tồn lại: 统计销售数量和~数量 thống kê số lượng tiêu thụ và số lượng còn lại

【余党】yúdǎng<名>dư đảng; bọn còn sót lại

【余地】yúdì<名>khoảng trống; chỗ để xoay xở; chỗ chừa lại; chỗ nới; phần linh động: 不留~ không dành khoảng trống để xoay xở; 有商量的~ có chỗ để bàn bạc

【余毒】yúdú<名>nọc độc còn rớt lại; tác hại còn kéo dài; hậu quả: 封建~ hậu quả của xã hội phong kiến

【余额】yú'é<名>❶(suất) còn lại; (số) còn lại ❷mức tiền dư; mức tiền dôi ra; số tiền còn lại: 存折的~ số tiền dư trong sổ tiết kiệm

【余光】yúguāng<名>❶nắng quái; tia ánh sắp tắt ❷tầm nhìn khóe mắt

【余晖】yúhuī<名>nắng quái; ánh nắng xế chiều: 落日的~ nắng quái chiều hôm

【余悸】yújì<名>nỗi khiếp sợ vẫn còn; nỗi

sợ còn chưa hết: 心有~ trong lòng vẫn chưa hết sợ

【余烬】yújìn<名>❶tro tàn; tàn: 炭火~ tàn than còn đang đỏ ❷tro tàn; sự đổ nát; ví những thứ còn sót lại: 劫后~ những thứ còn sót lại sau trận tàn phá

【余款】yúkuǎn<名>số tiền còn dư

【余力】yúlì<名>sức lực còn lại; sức lực dư thừa: 不遗~ không tiếc sức lực còn lại

【余粮】yúliáng<名>lương thực thừa; số lương thực còn lại (sau khi phân phối theo chỉ tiêu)

【余留】yúliú<动>để lại: 还~几笔钱没算。Còn sót mấy khoản chưa tính. ~问题以后再研究。Những vấn đề để lại rồi sau sẽ bàn tiếp.

【余年】yúnián<名>tuổi già; năm tháng còn lại

【余孽】yúniè<名>phần tử xấu còn sót lại; thế lực gian ác còn rơi rớt lại

【余怒未消】yúnùwèixiāo chưa hết giận

【余钱】yúqián<名>số tiền thừa dư

【余切】yúqiē<名>[数学]hàm số cô-tang

【余缺】yúquē<名>thừa và thiếu: 调剂~ điều hòa chỗ thừa chỗ thiếu

【余热】yúrè<名>❶nhiệt lượng thừa: 回收~ thu hồi nhiệt lượng thừa; 可以利用~取暖。Có thể tận dụng nhiệt lượng thừa để sưởi ấm. ❷nhiệt huyết còn lại (của tuổi già): 发挥~ phát huy nhiệt tình còn lại

【余生】yúshēng<名>❶cuối đời; quãng đời còn lại: 他决定在故乡度过~。Ông ấy quyết định sống quãng đời còn lại ở quê nhà. ❷sống sót; chết hụt; thoát chết: 劫后~ sống sót sau cơn họa lớn

【余剩】yúshèng<动>dư; dư thừa

【余数】yúshù<名>[数学]số dư; thừa

【余威】yúwēi<名>uy thế còn lại

【余味】yúwèi<名>dư vị: 这首曲子真棒，听后~无穷。Bản nhạc này hay tuyệt, nghe xong dư vị còn mãi.

【余暇】yúxiá<名>lúc rỗi rãi; thời gian nhàn rỗi

【余下】yúxià<动>còn lại; thừa lại: ~的钱存起来。Số tiền còn lại gửi tiết kiệm.

【余弦】yúxián<名>[数学]hàm số cô-sin

【余兴】yúxìng<名>❶nguồn cảm hứng chưa cạn: 犹有~ vẫn còn nguồn hứng ❷biểu diễn văn nghệ sau cuộc họp

【余音】yúyīn<名>dư âm; âm thanh văng vẳng: ~绕梁 dư âm văng vẳng/phảng phất dư âm tuyệt diệu

【余韵】yúyùn<名>nét đẹp để lại; cảm hứng còn lại

【余震】yúzhèn<名>dư chấn

盂 yú<名>ống; bô (đồ đựng chất lỏng có miệng mở rộng): 痰~ ống nhổ

鱼 yú<名>cá: 海~ cá biển; 钓~ câu cá //(姓) Ngu

【鱼白】[1] yúbái<名>❶tinh dịch của cá ❷[方] bong bóng cá

【鱼白】[2] yúbái =【鱼肚白】

【鱼鳔】yúbiào<名>bong bóng cá

【鱼池】yúchí<名>bể cá

【鱼翅】yúchì<名>vây cá (mập)

【鱼刺】yúcì<名>xương cá

【鱼肚】yúdǔ<名>bong bóng cá (món ăn)

【鱼肚白】yúdùbái<名>màu bụng cá; màu trắng bạc

【鱼饵】yú'ěr<名>mồi câu cá

【鱼粉】yúfěn<名>bột cá (thức ăn gia súc)

【鱼肝油】yúgānyóu<名>dầu gan cá

【鱼缸】yúgāng<名>bể cá (cảnh)

【鱼贯而入】yúguàn'érrù nối đuôi nhau mà vào

【鱼胶】yújiāo<名>❶keo bong bóng cá ❷[方]bong bóng cá

【鱼雷】yúléi<名>ngư lôi

【鱼鳞】yúlín<名>vảy cá: 刮~ đánh vảy cá

【鱼龙混杂】yúlóng-hùnzá　vàng thau lẫn lộn

【鱼露】yúlù<名>nước mắm

【鱼卵】yúluǎn<名>trứng cá

【鱼米之乡】yúmǐzhīxiāng　làng lúa làng cá; xứ sở thủy sản và lúa gạo; vùng đất trù phú lắm cá tôm, nhiều lúa gạo

【鱼苗】yúmiáo<名>cá bột; cá mới nở

【鱼目混珠】yúmù-hùnzhū　vàng thau lẫn lộn; cùi trộn với trầm

【鱼皮】yúpí<名>da cá

【鱼漂】yúpiāo<名>phao (câu cá)

【鱼肉】yúròu❶<名>thịt cá ❷<动>ức hiếp; chà đạp; đày đọa: ~乡里 ức hiếp dân làng

【鱼生】yúshēng<名>[方]gỏi cá

【鱼水】yúshuǐ<名>như cá với nước

【鱼水情】yúshuǐqíng<名>tình cá nước: 军民~ tình quân dân cá nước

【鱼死网破】yúsǐ-wǎngpò　cá chết lưới thủng: 拼个~ liều một phen sống mái

【鱼松】yúsōng<名>ruốc cá

【鱼塘】yútáng<名>ao cá

【鱼丸】yúwán<名>viên cá băm

【鱼网】yúwǎng<名>lưới cá; lưới đánh cá

【鱼尾纹】yúwěiwén<名>nếp nhăn đuôi mắt; vết chân chim

【鱼鲜】yúxiān<名>thủy sản tươi

【鱼香肉丝】yúxiāng ròusī　thịt xào Tứ Xuyên

【鱼腥草】yúxīngcǎo<名>rau diếp cá

【鱼汛】yúxùn<名>vụ cá; mùa cá

【鱼秧子】yúyāngzi<名>cá nhỏ; cá giống

【鱼油】yúyóu<名>dầu cá

【鱼游釜中】yúyóufǔzhōng　cá nằm trên thớt

【鱼跃】yúyuè<动>cá nhảy

【鱼子】yúzǐ<名>trứng cá

【鱼子酱】yúzǐjiàng<名>xốt trứng cá

竽 yú<名>một loại nhạc khí cổ

谀 yú<动>[书]xu nịnh; tâng bốc; nịnh hót; bợ đỡ: 阿~ a dua

【谀辞】yúcí<名>[书]lời a dua nịnh hót

娱 yú❶<动>làm vui; làm vui mừng; tạo ra thú vị: 自~自乐 tự làm vui cho mình ❷<形>vui; vui vẻ: 欢~ vui sướng/vui thích

【娱记】yújì<名>nhà báo giới văn nghệ

【娱乐】yúlè❶<动>giải trí; vui chơi; tiêu khiển: ~室 phòng giải trí ❷<名>hoạt động vui chơi giải trí; trò giải trí; thú vui: 读书是他的~。Đọc sách là thú vui của ông ấy.

【娱乐场所】yúlè chǎngsuǒ　nơi giải trí

【娱乐圈】yúlèquān<名>giới văn nghệ

渔 yú<动>❶đánh bắt cá: ~业 nghề cá ❷mưu kiếm lợi không chính đáng

【渔产】yúchǎn<名>sản phẩm ngư nghiệp; sản phẩm nghề cá: 越南出口~到美国。Việt Nam xuất khẩu sản phẩm ngư nghiệp sang Mĩ.

【渔场】yúchǎng<名>bãi cá; ngư trường: 公海~ bãi đánh cá trên vùng biển quốc tế; 寻找~ đi tìm bãi cá

【渔船】yúchuán<名>tàu đánh cá; thuyền chài: 拖网~ thuyền kéo lưới rê

【渔村】yúcūn<名>làng chài; vạn chài; xóm chài

【渔夫】yúfū<名>ngư ông; dân chài

【渔竿】yúgān<名>cần câu

【渔港】yúgǎng<名>cảng cá; ngư cảng

【渔歌】yúgē<名>bài hát của ngư dân; bài ca làng chài

【渔钩】yúgōu<名>(cái) móc câu cá

【渔鼓】yúgǔ<名>❶trống ngư cổ ❷làn điệu ngư cổ

【渔火】yúhuǒ<名>lửa vạn chài; đèn thuyền chài: 远处~点点。Xa xa lốm đốm ánh lửa thuyền chài.

【渔家】yújiā<名>hộ chuyên sống bằng nghề

đánh cá; dân chài

【渔具】yújù<名>ngư cụ; dụng cụ đánh bắt cá

【渔捞】yúlāo<名>công việc đánh bắt cá quy mô lớn

【渔利】yúlì❶<动>mưu lợi bất chính; mưu kiếm chác: 从中~ thừa cơ kiếm chác ❷<名>món lợi ngư ông

【渔猎】yúliè<动>❶đánh cá và săn bắn: ~工具 công cụ đánh cá và săn bắn ❷[书]cướp đoạt; cướp bóc: ~百姓 cướp bóc muôn dân ❸[书]đam mê; theo đuổi: ~女色 theo đuổi sắc đẹp

【渔轮】yúlún<名>tàu đánh cá; tàu cá

【渔民】yúmín<名>ngư dân; dân đánh cá; dân chài

【渔人之利】yúrénzhīlì　món lợi ngư ông; lợi dụng cơ hội kiếm món lời bất chính: 坐收~ ngồi không vớ lời

【渔网】yúwǎng<名>lưới đánh cá

【渔翁】yúwēng<名>ngư ông; ông lão đánh cá

【渔业】yúyè<名>ngư nghiệp; nghề đánh cá; nghề chài

【渔政】yúzhèng<名>ngư chính: ~船 tàu ngư chính

【渔舟】yúzhōu<名>[书]thuyền đánh cá; thuyền chài

隅 yú<名>❶góc; xó: 墙~ góc tường ❷vùng ven; phần rìa: 海~ vùng ven biển

揄 yú<动>[书]lôi; kéo; nhấc lên

【揄扬】yúyáng<动>[书]❶ca ngợi; khen ngợi ❷tuyên dương

喁 yú<拟>[书]gợi tả âm thanh ăn nhịp

【喁喁】yúyú[书]❶<动>nói phụ họa theo ❷<拟>rì rầm; tỉ tê

畬 yú<名>[书]ruộng khai khẩn đã hai năm
另见shē

逾 yú❶<动>vượt quá; quá; hơn: 年~七十

tuổi quá bảy mươi ❷<副>[书]hơn nữa; càng thêm

【逾常】yúcháng<动>quá chừng; quá đỗi; rất mực: 高兴~ vui mừng quá đỗi

【逾分】yúfèn<形>[书]quá mức; quá đáng: ~的要求 yêu cầu quá đáng

【逾期】yúqī<动>quá kì hạn; quá hạn: ~要重办手续 quá hạn phải làm lại thủ tục; ~无效 quá hạn không có giá trị

【逾越】yúyuè<动>vượt quá; vượt qua: ~权限 vượt quá quyền hạn; 不可~的障碍 trở ngại không thể vượt qua

腴 yú<形>❶béo; mập: 丰~ đẫy đà/đầy đặn/mập mạp ❷màu mỡ; phì nhiêu; mỡ màng: 膏~之地 mảnh đất màu mỡ

渝[1] yú<动>thay đổi: 始终不~ trước sau không hề thay đổi; 坚贞不~ kiên trinh một lòng

渝[2] Yú<名>tên gọi tắt của thành phố Trùng Khánh //(姓)Du

愉 yú<形>vui; vui vẻ: 欢~ vui vẻ

【愉快】yúkuài<形>vui vẻ; vui mừng; vui sướng: 祝节日~! Chúc ngày lễ vui vẻ! 他~地接受了。Ông ấy đã vui lòng tiếp nhận.

【愉悦】yúyuè<形>mừng rỡ; vui mừng; hớn hở; phấn khởi: 心情~ tâm trạng vui mừng

瑜 yú<名>[书]❶ngọc đẹp ❷ánh ngọc; ưu điểm: 瑕不掩~ tì vết không che lấp ánh ngọc/khuyết điểm không che lấp được ưu điểm //(姓)Du

【瑜伽】yújiā<名>yoga

榆 yú<名>cây du //(姓)Du

【榆荚】yújiá<名>quả cây du

【榆木疙瘩】yúmù gēda　thằng ngu ngốc; dốt đặc cán mai

【榆树】yúshù<名>cây du

虞 yú<动>❶dự đoán; đoán trước; ước đoán: 以备不~ phòng khi có lúc cần thiết ngoài dự kiến ❷lo; lo lắng: 无冻馁之~ không phải lo đói rét ❸lừa bịp; dối trá: 尔~我诈 kẻ lừa bịp, người dối trá //(姓)Ngu

愚 yú❶<形>ngu; đần; dại; ngốc; ngu dốt; ngu muội: ~人 kẻ ngốc ❷<动>lừa bịp: ~弄他人 lừa bịp người khác ❸<代>ngu; kẻ hèn mọn này (dùng để tự xưng một cách khiêm nhường): ~兄 ngu huynh //(姓)Ngu

【愚笨】yúbèn<形>ngu đần; ngu si; ngu ngốc; ngu dốt: 头脑~ đầu óc ngu dốt

【愚不可及】yúbùkějí cực kì ngu xuẩn; ngu hết chỗ nói: 这样处理真的~。Xử lí như thế thật ngu ngốc.

【愚痴】yúchī<形>ngu đần; ngu si

【愚蠢】yúchǔn<形>ngu xuẩn; ngu dại: 他做这种损人不利己的事真是~透了。Anh ta làm việc hại người mà chẳng lợi gì cho mình thế này, thật là ngu xuẩn.

【愚钝】yúdùn<形>ngu độn; ngù ngờ: ~之人 hạng người ngu độn

【愚公移山】yúgōng-yíshān Ngu Công dời núi; có chí thì nên

【愚见】yújiàn<名>ngu ý; thiển ý

【愚陋】yúlòu<形>ngu dốt; dốt nát

【愚鲁】yúlǔ<形>đần độn; ngu độn: 生性~ bản tính đần độn

【愚昧】yúmèi<形>ngu muội; ngu tối; dốt nát

【愚昧无知】yúmèi-wúzhī ngu muội dốt nát; dốt đặc cán mai

【愚民政策】yúmín zhèngcè chính sách ngu dân

【愚弄】yúnòng<动>lừa bịp; lừa phỉnh; lừa dối: 你不要~人。Anh đừng có lừa người.

【愚人节】Yúrén Jié<名>Ngày Cá (mồng 1 tháng 4)

【愚者千虑，必有一得】yúzhě-qiānlǜ, bìyǒu-yīdé người dốt nghĩ mãi cũng có được mẹo hay

【愚忠】yúzhōng<名>ngu trung

【愚拙】yúzhuō<形>ngu đần vụng về

舆¹ yú<名>[书]❶xe; xe cộ: 舍~登舟 bỏ xe lên thuyền ❷thùng xe ❸kiệu; cáng: 肩~ kiệu khênh ❹đất: ~图 sơ đồ địa hình/bản đồ

舆² yú<形>(thuộc về) đám đông

【舆论】yúlùn<名>dư luận: 公众~ dư luận công chúng; ~哗然 dư luận xôn xao

【舆论导向】yúlùn dǎoxiàng định hướng dư luận

【舆情】yúqíng<名>dư luận quần chúng; công luận; ý kiến quần chúng: 掌握~ hiểu thấu ý kiến quần chúng

yǔ

与 yǔ❶<动>cho; dành cho: ~人方便，~己方便。Dành thuận lợi cho người, cũng là mang lại thuận lợi cho mình. ❷<动>đi lại; kết giao; giao hảo; hữu hảo: 相~甚密 đi lại rất nhiều ❸<动>tán thưởng; ủng hộ giúp đỡ; trợ giúp ❹<动>[书]chờ; đợi: 岁不我~。Năm tháng không đợi chờ ta. ❺<介>với; cùng với: ~自然灾害做斗争 đấu tranh với thiên tai ❻<连>và: 我~他都曾留学河内。Tôi và anh ấy đều từng lưu học tại Hà Nội. //(姓)Dữ, Dư

另见yù

【与共】yǔgòng<动>cùng nhau; có nhau; bên nhau: 生死~ sống chết có nhau; 荣辱~ vinh nhục cùng nhau

【与虎谋皮】yǔhǔ-móupí xin hổ bộ da; ví thương lượng với kẻ xấu mong đối phương hi sinh cho mình sẽ không có kết quả gì

【与民同乐】yǔmín-tónglè cùng vui với dân

【与其】yǔqí<连>cứ thế: ~在家待着，不如去打打球。Cứ thế ngồi ì ở nhà, chi bằng đi chơi bóng còn hơn.

【与人为善】yǔrén-wéishàn có thiện ý

giúp người; nhiệt tình giúp đỡ mọi người

【与日俱增】yǔrì-jùzēng càng ngày càng tăng; ngày một tăng tiến

【与时俱进】yǔshí-jùjìn cùng tiến lên theo thời đại; tiến kịp thời đại

【与世长辞】yǔshì-chángcí từ giã cõi đời; tạ thế; từ trần

【与世隔绝】yǔshì-géjué cách biệt với thế gian

【与世无争】yǔshì-wúzhēng không tranh giành với ai

【与众不同】yǔzhòng-bùtóng khác với mọi người; khác thường

予 yǔ<动>cho: 授~奖状 trao tặng bằng khen 另见yú

【予以】yǔyǐ<动>cho: 请~批准。Xin được phê chuẩn.

屿 yǔ<名>đảo nhỏ; cồn

伛 yǔ<动>còng; gù; cong; khom: ~着背 khom lưng

【伛偻】yǔlǚ<动>[书]gù lưng

宇 yǔ<名>❶hiên; nhà cửa: 屋~ nhà cửa ❷toàn bộ không gian; thế giới: 寰~ hoàn cầu ❸phong độ; khí chất: 眉~ vầng trán; 器~ phong thái //(姓)Vũ

【宇航】yǔháng<动>du hành vũ trụ; hàng không vũ trụ

【宇航服】yǔhángfú<名>quần áo vũ trụ

【宇航技术】yǔháng jìshù kĩ thuật hàng không vũ trụ

【宇航员】yǔhángyuán<名>nhà du hành vũ trụ; phi công vũ trụ

【宇宙】yǔzhòu<名>❶vũ trụ ❷thế giới

【宇宙飞船】yǔzhòu fēichuán con tàu vũ trụ

【宇宙观】yǔzhòuguān<名>vũ trụ quan; thế giới quan

【宇宙航行】yǔzhòu hángxíng du hành vũ trụ

【宇宙火箭】yǔzhòu huǒjiàn tên lửa vũ trụ

【宇宙空间】yǔzhòu kōngjiān không gian vũ trụ; không gian ngoài tầng khí quyển

【宇宙射线】yǔzhòu shèxiàn tia vũ trụ

【宇宙速度】yǔzhòu sùdù[物理]tốc độ vũ trụ

羽 yǔ❶<名>lông vũ; lông chim ❷<名>cánh: 振~ đập cánh ❸<量>con (chim): 一~信鸽 một con bồ câu đưa thư //(姓)Vũ

【羽缎】yǔduàn<名>xa-tanh sợi bông; vải xa-tanh

【羽冠】yǔguān<名>mào (chim)

【羽化】yǔhuà<动>❶(nhộng) hóa thành ngài ❷hóa (thành) tiên ❸[宗教]quy tiên; về cõi tiên

【羽毛】yǔmáo<名>❶lông vũ; lông loài chim ❷danh dự: 爱惜~ giữ gìn danh dự

【羽毛球】yǔmáoqiú<名>❶môn cầu lông ❷quả cầu lông

【羽毛未丰】yǔmáo-wèifēng chưa đủ lông cánh

【羽绒】yǔróng<名>lông tơ; lông vũ; nhung lông (chim, gia cầm)

【羽绒被】yǔróngbèi<名>chăn lông vũ

【羽绒服】yǔróngfú<名>áo lông vũ

【羽坛】yǔtán<名>giới cầu lông

【羽翼】yǔyì<名>vây cánh

雨 yǔ<名>mưa: 大~ mưa to //(姓)Vũ

【雨布】yǔbù<名>vải che mưa

【雨层云】yǔcéngyún<名>tầng mây mưa

【雨带】yǔdài<名>dải mưa

【雨点】yǔdiǎn<名>giọt mưa; hạt mưa

【雨过天晴】yǔguò-tiānqíng mưa tạnh trời quang

【雨后春笋】yǔhòu-chūnsǔn măng mọc sau mưa mùa xuân; mọc lên như nấm; măng gặp mưa xuân

【雨花石】yǔhuāshí<名>đá cuội Vũ Hoa (loại đá cuội nhỏ sáng bóng, có màu sắc và đường vân rất đẹp, xuất hiện nhiều ở Vũ Hoa Đài, Nam Kinh, Trung Quốc)

【雨季】yǔjì<名>mùa mưa

【雨具】yǔjù<名>đồ che mưa

【雨量】yǔliàng<名>lượng mưa: 北京年均降~偏少。Lượng mưa trung bình hàng năm của Bắc Kinh hơi ít.

【雨林】yǔlín<名>rừng nhiệt đới và cận nhiệt đới, nằm trong vùng ẩm ướt nhiều mưa

【雨露】yǔlù<名>mưa móc: 阳光~ ánh nắng mưa móc

【雨幕】yǔmù<名>màn mưa; làn mưa

【雨棚】yǔpéng<名>mái che mưa

【雨披】yǔpī<名>áo choàng đi mưa

【雨前】yǔqián<名>chè xuân; loại chè búp non hái trước tiết cốc vũ

【雨情】yǔqíng<名>tình hình mưa; lượng mưa

【雨伞】yǔsǎn<名>ô; dù

【雨声】yǔshēng<名>tiếng mưa

【雨势】yǔshì<名>trận mưa: ~越来越大。Trận mưa mỗi lúc một mạnh hơn.

【雨刷】yǔshuā<名>cần gạt nước (trên kính chắn gió của ô tô)

【雨水】yǔshuǐ<名>❶nước mưa: ~丰富 nước mưa dồi dào ❷tiết Vũ thủy

【雨丝】yǔsī<名>(hạt) mưa bay

【雨雾】yǔwù<名>mưa giăng; mưa giăng giăng: ~天气 thời tiết mưa giăng

【雨鞋】yǔxié<名>giầy đi mưa; giầy chống thấm nước

【雨靴】yǔxuē<名>ủng đi mưa

【雨衣】yǔyī<名>áo mưa

【雨珠】yǔzhū<名>hạt mưa

语 yǔ❶<名>tiếng; lời; ngữ: 汉~ tiếng Hán ❷<动>nói: 不言不~ chẳng nói chẳng rằng ❸<名>ngạn ngữ; thành ngữ ❹<名>hiệu; tín hiệu; ngôn ngữ: 手~ ngôn ngữ cử chỉ; 灯~ tín hiệu đèn //(姓)Ngữ

另见yù

【语病】yǔbìng<名>lỗi lời nói; sai sót trong cách dùng từ

【语不惊人死不休】yǔ bù jīng rén sǐ bù xiū cố gắng viết ra những lời văn hay tuyệt

【语词】yǔcí<名>từ ngữ

【语调】yǔdiào<名>ngữ điệu; giọng điệu

【语法】yǔfǎ<名>❶ngữ pháp; văn phạm ❷ngữ pháp học: 描写~ ngữ pháp miêu tả

【语法学】yǔfǎxué<名>ngữ pháp học

【语感】yǔgǎn<名>ngữ cảm; (sự) nhạy cảm ngôn ngữ

【语汇】yǔhuì<名>kho từ vựng; từ hội; từ vựng; ngữ vựng; vốn từ vựng: 从他的措辞可以看出，他掌握了丰富的~。Từ lời ăn tiếng nói cho thấy, anh ta đã nắm được kho từ vựng phong phú.

【语惊四座】yǔjīngsìzuò lời nói làm cho mọi người kinh ngạc

【语句】yǔjù<名>câu; câu văn; câu nói: ~通顺。Câu văn trôi chảy.

【语料】yǔliào<名>ngữ liệu; tư liệu ngôn ngữ

【语料库】yǔliàokù<名>kho ngữ liệu

【语录】yǔlù<名>ngữ lục; trích lời

【语气】yǔqì<名>❶khẩu khí; giọng điệu; giọng nói: 奚落的~ giọng điệu mỉa mai ❷ngữ khí; giọng: 疑问~ ngữ khí nghi vấn

【语塞】yǔsè<动>không nói được; nghẹn ngào; nghẹn lời; tắc họng; ứ họng: 一时~ tự nhiên nghẹn lời không nói được

【语素】yǔsù<名>từ tố; ngữ tố; hình vị; tiếng

【语速】yǔsù<名>tốc độ nói

【语态】yǔtài<名>dạng giọng

【语体】yǔtǐ<名>phong cách chức năng của ngôn ngữ

【语体文】yǔtǐwén<名>văn bạch thoại

【语文】yǔwén<名>❶ngôn ngữ; tiếng: ~水平 trình độ ngôn ngữ ❷ngữ văn; ngôn ngữ và văn học: ~课本 sách giáo khoa ngữ văn

【语无伦次】yǔwúlúncì　nói năng lộn xộn; nói không mạch lạc

【语系】yǔxì〈名〉ngữ hệ; họ ngôn ngữ

【语序】yǔxù〈名〉trật tự từ

【语焉不详】yǔyān-bùxiáng　kể không tường tận; nói không rõ

【语言】yǔyán〈名〉❶ngôn ngữ; tiếng: 书面~ ngôn ngữ viết ❷lời nói; tiếng nói: ~生动 lời nói sinh động; ~无味 lời nói nhạt nhẽo

【语言学】yǔyánxué〈名〉ngôn ngữ học; ngữ học

【语义】yǔyì〈名〉ngữ nghĩa

【语义学】yǔyìxué〈名〉ngữ nghĩa học

【语意】yǔyì〈名〉ý nghĩa của lời nói; hàm ý của câu nói

【语音】yǔyīn〈名〉ngữ âm

【语音识别】yǔyīn shíbié[计算机]phân biệt bằng ngữ âm

【语音提示】yǔyīn tíshì　nhắc nhở bằng ngữ âm

【语音学】yǔyīnxué〈名〉ngữ âm học

【语种】yǔzhǒng〈名〉các thứ tiếng

【语重心长】yǔzhòng-xīncháng　lời nói chân thành, nghĩa tình sâu nặng

【语助词】yǔzhùcí〈名〉ngữ khí từ

yù

与 yǔ〈动〉tham dự; tham gia; dự 另见yú

【与会】yùhuì〈动〉tham dự hội nghị; dự họp: ~官员 quan chức tham dự hội nghị

【与会者】yùhuìzhě〈名〉người tham dự hội nghị; thành viên hội nghị

【与闻】yùwén〈动〉dự biết; tham dự và được biết: ~其事 tham dự và được biết chuyện đó

玉 yù❶〈名〉ngọc ❷〈形〉ngọc ngà; trong

trắng; đẹp đẽ: ~臂 cánh tay ngọc ngà; 亭亭~立 đứng thon thả ❸〈形〉vàng ngọc; ngọc; quý giá: ~体 ngọc thể //(姓)Ngọc

【玉帛】yùbó〈名〉ngọc bạch; ngọc và lụa: 化干戈为~。Biến đao binh thành ngọc lụa.

【玉不琢,不成器】yù bù zhuó, bù chéng qì ngọc bất trác bất thành khí

【玉成】yùchéng〈动〉giúp đỡ hoàn thành

【玉雕】yùdiāo〈名〉chạm ngọc; khắc ngọc; đồ ngọc chạm

【玉皇大帝】Yùhuáng Dàdì　Ngọc Hoàng

【玉洁冰清】yùjié-bīngqīng　trong như ngọc trắng như ngà; thanh cao; trong sạch và cao thượng

【玉兰】yùlán〈名〉❶cây ngọc lan ❷hoa ngọc lan

【玉兰片】yùlánpiàn〈名〉măng khô

【玉米】yùmǐ〈名〉❶cây ngô; cây bắp ❷bắp ngô ❸hạt ngô; hạt bẹ: ~粥 cháo ngô/cháo bẹ

【玉米面】yùmǐmiàn〈名〉bột ngô

【玉女】yùnǚ〈名〉ngọc nữ; gái xinh

【玉佩】yùpèi〈名〉đồ trang sức bằng ngọc; ngọc bội

【玉器】yùqì〈名〉đồ ngọc

【玉石】yùshí〈名〉ngọc; ngọc thạch; đá ngọc

【玉石俱焚】yùshí-jùfén　ngọc đá cùng tan nát; ngọc nát đá tan

【玉体】yùtǐ〈名〉❶hỏi thăm sức khỏe (với ý kính trọng) ❷gái đẹp có nước da trắng trẻo ngọc ngà

【玉兔】yùtù〈名〉[书]ngọc thỏ; mặt trăng

【玉玺】yùxǐ〈名〉ấn vua

【玉殒香消】yùyǔn-xiāngxiāo　ngọc nát hương tàn; ví cái chết của mĩ nữ

【玉簪】yùzān〈名〉❶cái trâm ngọc; trâm cài đầu bằng ngọc ❷[植物]cây ngọc trâm; hoa ngọc trâm

【玉照】yùzhào〈名〉ảnh ngọc; bức ảnh vàng

【玉镯】yùzhuó<名>vòng ngọc

驭 yù<动>❶điều khiển; đánh: ~车 đánh xe; ~马 đánh ngựa ❷[书]cai quản; khống chế; sai khiến

芋 yù<名>❶cây khoai sọ ❷củ khoai sọ; củ khoai môn ❸khoai (tên gọi chung của các loại khoai): 山~ khoai lang

【芋苗】yùmiáo<名>cọng khoai sọ

【芋艿】yùnǎi<名>khoai sọ

【芋头】yùtou<名>❶củ khoai sọ; củ khoai môn ❷[方]khoai lang

吁 yù<动>kêu; kêu la; hô; hô hào: 呼~ kêu gọi
另见xū

【吁请】yùqǐng<动>kêu xin; van xin; kêu nài: ~上级援助 xin cấp trên trợ giúp

【吁求】yùqiú<动>kêu cầu; kêu gọi và thiết tha đề nghị; hô hào và cầu khẩn

妪 yù<名>[书]bà già: 翁~ ông già bà già/ông bà già

郁[1] yù<形>(mùi thơm) nồng nàn; đậm đà; sực; nức: 馥~ thơm phức //(姓)Uất

郁[2] yù❶<形>(cỏ, cây) um tùm; rậm rạp; tươi tốt; sum sê: 葱~ xanh tốt um tùm ❷<动>tích tụ, chứa chất, dồn nén trong lòng: 忧~ sầu muộn/u uất

【郁愤】yùfèn<形>buồn bực tức tối; bực tức; uất ức; phẫn uất: 满腔~ lòng đầy uất ức

【郁积】yùjī<动>dồn nén; chứa chất: 一股怨气~在心。Niềm uất hận bị dồn nén trong lòng.

【郁结】yùjié<动>tích tụ; chứa chất; dồn nén: 这次见面，两人互诉了心里~多年的话。Trong buổi gặp mặt này, hai người đã thổ lộ những lời tâm sự chứa chất nhiều năm.

【郁金香】yùjīnxiāng<名>(cây, hoa) uất kim hương; hoa vành khăn; tulip

【郁闷】yùmèn<形>trầm uất; buồn u uất; buồn phiền; buồn u ẩn; buồn bực; bứt rứt:

被同学嘲笑后，他心情很~。Anh ấy rất buồn bực khi bị bạn học chê cười.

【郁郁】[1] yùyù<形>[书]❶đẹp đẽ bóng bẩy: 文采~ văn chương đẹp đẽ bóng bẩy ❷mùi thơm phức

【郁郁】[2] yùyù<形>[书]❶cỏ cây um tùm, sum sê ❷buồn khổ; buồn bực; sầu não: ~不乐 sầu uất âm ỉ

【郁郁葱葱】yùyùcōngcōng (cỏ, cây) xanh um; xanh tốt um tùm; xanh tươi rậm rạp

【郁郁寡欢】yùyù-guǎhuān ủ rũ kém vui

育 yù<动>❶sinh đẻ; đẻ; sinh; sinh nở: 生儿~女 sinh con đẻ cái; 计划生~ sinh đẻ có kế hoạch ❷nuôi; nuôi dưỡng; chăn nuôi; ươm; ương: ~蜂 nuôi ong; 捞鱼卵回去~苗 vớt trứng cá về ươm cá bột ❸giáo dục: 智~ trí dục; 体~ thể dục //(姓)Dục

【育才】yùcái<动>đào tạo nhân tài

【育儿】yù'ér<动>nuôi và chăm sóc cho con (ở người hay động vật)

【育林】yùlín<动>gây rừng: 封山~ cấm chặt phá cây, chăm sóc bảo vệ rừng

【育龄】yùlíng<名>độ tuổi sinh đẻ: ~妇女 phụ nữ đang độ tuổi sinh đẻ

【育苗】yùmiáo<动>ươm mạ; ươm giống; ươm mầm; chăm sóc cây non; ví vun xới cho mầm non Tổ quốc

【育秧】yùyāng<动>ương mạ

【育种】yùzhǒng<动>gây giống; tạo giống; lai tạo giống

昱 yù[书]❶<形>sáng; sáng chói ❷<动>chiếu sáng

狱 yù<名>❶ngục; tù; nhà lao; nhà tù: 牢~ nhà lao ❷vụ án; vụ kiện; án; bản án: 冤~ vụ án xử oan

【狱霸】yùbà<名>tên trùm trong tù

【狱警】yùjǐng<名>cảnh sát trại giam; lính gác ngục

语 yù<动>[书]báo; mách
另见 yǔ

彧 yù<形>[书]văn hay chữ tốt

峪 yù<名>thung lũng

浴 yù<动>tắm: 沐~ tắm gội; 海水~ tắm biển; 日光~ tắm nắng

【浴霸】yùbà<名>máy sưởi ấm cho phòng tắm

【浴场】yùchǎng<名>bãi tắm: 海滨~ bãi tắm ven biển

【浴池】yùchí<名>❶bể tắm ❷nhà tắm công cộng

【浴缸】yùgāng<名>bồn tắm

【浴巾】yùjīn<名>khăn tắm

【浴帘】yùlián<名>rèm phòng tắm

【浴帽】yùmào<名>mũ tắm

【浴袍】yùpáo<名>áo choàng tắm

【浴盆】yùpén<名>bồn tắm

【浴室】yùshì<名>phòng tắm; buồng tắm

【浴血奋战】yùxuè-fènzhàn chiến đấu quyết liệt

【浴盐】yùyán<名>muối tắm

【浴衣】yùyī<名>quần áo tắm

【浴足】yùzú<动>tắm chân

预 yù<副>trước; sẵn: ~致谢意。Xin gửi lời cảm ơn trước. //(姓)Dự

【预案】yù'àn<名>dự án

【预报】yùbào❶<动>dự báo; báo trước: ~汛情 dự báo tình hình lũ ❷<名>dự báo: 天气~ dự báo thời tiết

【预备】yùbèi<动>dự bị; chuẩn bị trước; sửa soạn; sẵn sàng: ~班 lớp dự bị; 各就各位! ~! 跑! Tất cả vào vị trí! Chuẩn bị! Chạy!

【预备党员】yùbèi dǎngyuán đảng viên dự bị

【预备役】yùbèiyì<名>quân dự bị

【预卜】yùbǔ<动>phỏng đoán; dự đoán; đoán trước: 结果未可~。Kết quả ra sao khó mà đoán trước được.

【预测】yùcè<动>dự đoán; ước đoán; xét đoán: ~明年的经济状况 dự đoán tình hình kinh tế sang năm

【预产期】yùchǎnqī<名>ngày đẻ theo dự định; ngày đẻ tính trước

【预订】yùdìng<动>đặt trước; đặt mua; đặt: ~酒店 đặt khách sạn

【预定】yùdìng<动>dự định; định trước: 工程已按合同~时间完成。Công trình đã hoàn thành đúng thời hạn định trước trong bản hợp đồng.

【预防】yùfáng<动>dự phòng; phòng bị trước; đề phòng; phòng: ~流感 đề phòng dịch cúm; ~自然灾害 đề phòng thiên tai

【预防措施】yùfáng cuòshī biện pháp dự phòng

【预防针】yùfángzhēn<名>tiêm chủng; tiêm dự phòng

【预付】yùfù<动>trả trước; ứng trước; tạm ứng

【预付款】yùfùkuǎn<名>tiền trả trước; tiền tạm ứng

【预感】yùgǎn❶<动>cảm thấy trước; dự cảm: 我~要发生一件大事。Tôi cảm thấy sẽ xảy ra một việc lớn. ❷<名>dự cảm; linh cảm: 有不祥的~ có dự cảm chẳng lành

【预告】yùgào❶<动>báo trước; thông báo trước; dự báo; báo hiệu: 气象台~今晚将有大雨。Đài khí tượng dự báo tối nay sẽ mưa to. ❷<名>giới thiệu trước: 新书~ giới thiệu sách mới

【预购】yùgòu<动>mua sẵn; đặt mua; đặt hàng: ~房屋 đặt mua căn nhà

【预计】yùjì<动>dự tính; tính trước; ước tính; dự kiến: ~今年农业丰收 dự kiến năm nay nông nghiệp được mùa

【预检】yùjiǎn<动>kiểm tra trước: 产品~合格。Sản phẩm đã đạt yêu cầu trong khâu kiểm tra trước.

【预见】 yùjiàn ❶<动>dự kiến; thấy trước; biết trước: 可以~，数字出版的前景将会很广阔。Có thể dự kiến rằng, tương lai của xuất bản kĩ thuật số sẽ rất có triển vọng. ❷<名>dự kiến; khả năng dự đoán: 提出有~性的建议 nêu những kiến nghị có tính dự kiến

【预警】 yùjǐng<动>báo động từ xa: ~系统 hệ thống báo động từ xa

【预考】 yùkǎo<动>kì thi trước khi thi chính thức để xác định tư cách dự thi chính thức

【预科】 yùkē<名>dự bị; lớp dự bị (của trường đại học)

【预扣】 yùkòu<动>trích trước; khấu trước

【预料】 yùliào ❶<动>dự đoán; lường trước; dự kiến: 她没~到他会来。Cô ấy không lường trước ông ấy đến. ❷<名>sự dự đoán; dự kiến: 他会迟到已在我的~之中。Tôi dự kiến trước anh ta sẽ đến muộn.

【预留】 yùliú<动>để lại trước; giữ trước: ~资金 vốn để lại trước

【预谋】 yùmóu<动>mưu tính; mưu toan; chủ tâm; rắp tâm: 他们~实施恐怖活动。Chúng mưu toan thực hiện một vụ khủng bố.

【预期】 yùqī<动>mong muốn; mong đợi; dự kiến: ~成本 giá thành dự kiến; 他达到了~的目的。Nó đạt được mục đích như mong muốn.

【预热】 yùrè<动>làm nóng trước: 发动机~ làm nóng động cơ trước

【预赛】 yùsài<动>đấu loại; đấu vòng ngoài

【预审】 yùshěn<动>❶dự thẩm; thẩm tra trước khi mở phiên tòa chính thức ❷dự thẩm; xét duyệt các phương án nói chung

【预示】 yùshì<动>báo trước: 满天乌云~着大雨将至。Mây đen đầy trời báo trước sắp có mưa to.

【预收】 yùshōu<动>thu trước; nhận trước: ~货款 thu trước tiền hàng

【预售】 yùshòu<动>bán trước: ~火车票 bán trước vé tàu

【预算】 yùsuàn ❶<名>dự toán; ngân sách: 购买新的办公软件已列入~。Dự án mua phần mềm làm việc văn phòng mới đã đưa vào ngân sách. ❷<动>làm dự toán

【预习】 yùxí<动>tự học trước: ~新课 tự học trước bài mới

【预先】 yùxiān<副>trước; sẵn: ~知道 biết trước; ~通知 thông báo trước

【预想】 yùxiǎng ❶<动>dự tính; dự kiến; lường trước: 结果与~不一致。Kết quả không hợp với dự tính. ❷<名>suy tính trước

【预选】 yùxuǎn<动>bầu trù bị

【预选赛】 yùxuǎnsài<名>đấu loại

【预言】 yùyán ❶<动>tiên đoán; dự đoán; đoán trước: 他~房价将会下降20%。Ông ta tiên đoán giá nhà sẽ giảm 20%. ❷<名>lời tiên đoán; lời dự đoán; lời đoán trước

【预演】 yùyǎn<动>tổng duyệt; trình diễn tổng duyệt (trước khi công diễn)

【预约】 yùyuē<动>hẹn trước; giao ước trước: ~挂号 hẹn lấy số đăng kí trước

【预展】 yùzhǎn<动>triển lãm trước khi khai mạc triển lãm chính thức

【预兆】 yùzhào ❶<名>triệu chứng; điềm; điềm báo trước: 好~ điềm lành ❷<动>báo hiệu

【预征】 yùzhēng<动>thu trước; đăng kí trước: ~土地增值税 thu trước thuế giá trị gia tăng đất đai

【预支】 yùzhī<动>chi trước; ứng trước; trả trước: ~工程款 chi trước khoản tiền công trình

【预知】 yùzhī<动>biết trước; biết sớm

【预置】 yùzhì<动>đặt trước

【预祝】 yùzhù<动>chúc: ~你成功！Chúc anh thành công trước!

域 yù<名>❶vùng đất; lãnh thổ; cương vực;

bờ cõi; địa hạt: 区~ khu vực ❷phạm vi: 音~ âm vực

【域名】yùmíng<名>tên miền: ~抢注 sự đăng kí tên miền nhanh chóng

欲yù❶<名>ham muốn; ao ước; thèm: 求知 ~ ham muốn hiểu biết; 食~ sự thèm ăn ❷ <动>muốn; mong; mong muốn: 畅所~言 thoải mái nói ra mọi điều muốn nói ❸<动> [书]cần; phải: 胆~大而心~细。 Phải bạo gan và cẩn thận. ❹<副>sắp; sắp sửa; gần; muốn: 摇摇~坠 lung lay sắp đổ

【欲罢不能】yùbà-bùnéng muốn thôi cũng không được; muốn ngừng cũng chẳng xong

【欲盖弥彰】yùgài-mízhāng càng lấp liếm càng lộ mặt

【欲壑难填】yùhè-nántián lòng tham không đáy; dục vọng không bờ bến

【欲火】yùhuǒ<名>ngọn lửa dục vọng; ngọn lửa cuồng dâm: ~中烧 quay cuồng trong ngọn lửa dục vọng

【欲加之罪，何患无辞】yùjiāzhīzuì, héhuànwúcí muốn gán tội cho người, lo gì không có cớ

【欲念】yùniàn<名>dục vọng; ham muốn

【欲擒故纵】yùqín-gùzòng thả vờ để bắt thật; nới lỏng để buộc chặt hơn

【欲说还休】yùshuō-huánxiū muốn nói lại thôi

【欲速则不达】yù sù zé bù dá dục tốc bất đạt; quá nóng vội sẽ hỏng việc; ham nhanh hóa chậm

【欲望】yùwàng<名>dục vọng; ham muốn; ao ước; thèm khát

【欲言又止】yùyán-yòuzhǐ muốn nói lại thôi

阈yù<名>[书]❶ngưỡng cửa ❷ngưỡng; giới hạn; phạm vi: 视~ tầm nhìn; 痛~ ngưỡng đau (ngưỡng phản ứng đau hay không của hệ thần kinh)

谕yù<动>dụ; dặn dò; truyền bảo: ~知 truyền bảo cho biết; 手~ lời truyền bằng văn bản

【谕旨】yùzhǐ<名>[旧]chỉ dụ (của vua)

遇yù❶<动>gặp; gặp gỡ; hội ngộ; gặp phải: 相~ gặp nhau; 偶~ gặp tình cờ ❷<动>đối đãi; đãi ngộ; đối xử: 待~ đãi ngộ; 冷~ bị đối xử lạnh nhạt ❸<名>dịp; cơ: 机~ cơ hội // (姓)Ngộ

【遇刺】yùcì<动>bị ám sát

【遇到】yùdào<动>gặp phải

【遇害】yùhài<动>bị giết hại; bị hại

【遇见】yùjiàn<动>gặp; gặp phải; gặp thấy; bắt gặp: 学生~老师应主动问好。Học sinh gặp thầy cô phải chủ động chào hỏi.

【遇救】yùjiù<动>được cứu thoát: ~脱险 được cứu thoát khỏi nguy hiểm

【遇难】yùnàn<动>❶bị tử nạn; bị tai nạn chết ❷gặp nạn; gặp nguy hiểm; gặp rủi ro

【遇人不淑】yùrén-bùshū gặp phải người xấu

【遇事】yùshì<动>có việc

【遇险】yùxiǎn<动>gặp nguy hiểm; lâm nguy; lâm nạn; mắc nạn

【遇阻】yùzǔ<动>gặp phải trở ngại

喻yù<动>❶nói rõ; nói cho biết; giải thích; thuyết phục: 不可理~ không thể giải thích bằng lí lẽ ❷hiểu rõ; lĩnh hội; biết rõ; rõ: 家户~晓 mọi nhà đều hiểu rõ ❸ví dụ: 比~ tỉ dụ //(姓)Dụ

【喻示】yùshì<动>thể hiện

【喻义】yùyì<名>nghĩa tỉ dụ

【喻之以理】yùzhīyǐlǐ nói cho biết; thuyết phục bằng lí lẽ

御¹yù❶<动>đánh xe (ngựa) ❷<动>cai quản; sai khiến: ~众 cai trị dân chúng ❸<名> dành riêng cho vua: 告~状 đi cáo trạng trước vua/kiện lên vua

御²yù<动>chống lại; chống cự; kháng cự; chống trả: 防~ phòng ngự

【御笔】yùbǐ<名>ngự bút; lưu bút của vua

【御赐】yùcì<动>ngự tứ; vua ban

【御敌】yùdí<动>chống lại quân thù

【御寒】yùhán<动>chống rét

【御花园】yùhuāyuán<名>vườn hoa hoàng gia

【御驾】yùjià<名>ngự giá; xe của vua: ~亲征 ngự giá thân chinh

【御林军】yùlínjūn<名>cấm binh; quân cấm vệ; ngự lâm quân; quân cảnh vệ cung đình

【御膳】yùshàn<名>ngự thiện; món ăn của vua

【御侮】yùwǔ<动>chống ngoại xâm

【御玺】yùxǐ<名>con dấu của vua

【御医】yùyī<名>ngự y

【御用】yùyòng❶<动>nhà vua sử dụng ❷<形>tay sai: ~文人 nhà văn tay sai/nhà văn viết bồi cho bọn thống trị

【御苑】yùyuàn<名>ngự uyển; vườn ngự uyển

【御制】yùzhì<动>ngự chế

寓 yù❶<动>ngụ; ở; sống; cư trú ❷<名>nơi ở; nơi cư trú; nhà ở: 公~ nhà chung cư ❸<动>ngụ; hàm ẩn; gửi gắm: 这个故事~有深意。Câu chuyện này có ngụ ý sâu xa. // (姓)Ngụ

【寓教于乐】yùjiàoyúlè qua vui chơi để dạy dỗ; vui chơi mà giáo dục

【寓居】yùjū<动>ngụ cư; cư trú: 他一直~海外。Ông ta đã ngụ cư ở nước ngoài.

【寓所】yùsuǒ<名>nơi ở; nơi cư ngụ; nhà ở

【寓言】yùyán<名>❶lời nói mang ngụ ý; lời phúng dụ; ẩn ngữ ❷(truyện) ngụ ngôn

【寓意】yùyì<名>ngụ ý; hàm ý; ẩn ý; ý kín đáo

【寓于】yùyú<动>chứa đựng ở trong: 多少情感都~这首小诗里。Bao nhiêu tình cảm đều chứa trong bài thơ này.

裕 yù❶<形>phong phú; dư dật ❷<动>[书]làm cho dư dật // (姓)Dụ

【裕如】yùrú<形>ung dung; khoan thai: 应付~ ứng phó ung dung

愈[1] yù<动>❶khỏi; lành: 痊~ bệnh lành hẳn; 治~ chữa khỏi ❷[书]tốt; vượt; hơn; hay: 彼与此孰~? Hai cái đó cái nào hơn?

愈[2] yù<副>càng: ~是学习，~是发现自己的不足。Càng học càng thấy mình kém. // (姓)Dũ

【愈挫愈勇】yùcuò-yùyǒng càng thất bại càng dũng cảm

【愈发】yùfā<副>càng thêm

【愈合】yùhé<动>(vết thương) kín miệng; liền da; lành lại: 伤口已经~。Vết thương đã lành.

【愈加】yùjiā<副>càng thêm; càng hơn: 有奶奶宠着，他~过分了。Có bà nội chiều, cậu ta càng quá đáng thêm.

【愈演愈烈】yùyǎn-yùliè (sự việc, tình hình) diễn ra ngày càng nghiêm trọng

【愈益】yùyì<副>càng thêm

【愈战愈勇】yùzhàn-yùyǒng càng đấu càng hùng dũng

煜 yù<动>[书]chiếu rọi

誉 yù❶<名>danh dự; thanh danh; tiếng tăm; danh tiếng; uy tín: ~满京城 có tiếng tăm khắp kinh đô ❷<动>khen ngợi; ca ngợi; ca tụng: ~不绝口 khen không ngớt lời // (姓)Dự

【誉称】yùchēng❶<名>tên gọi đẹp: 她有"山中百灵鸟"的~。Cô ấy có tên gọi đẹp là "con chim sơn ca của núi rừng". ❷<动>khen ngợi; ca ngợi: 李白被~为"诗仙"。Lí Bạch được ca ngợi là "thi tiên".

【誉满全球】yùmǎnquánqiú nổi danh toàn cầu; có tiếng tăm và uy tín trên toàn cầu

熨 yù
另见yùn

【熨帖】 yùtiē<形>❶xác đáng; thỏa đáng; sát: 词语用得很~。Từ dùng rất sát. ❷yên lòng; không phải lo lắng: 他心里感到~。Anh ấy cảm thấy yên lòng. ❸[方]dễ chịu; thoải mái ❹[方]xong xuôi; ổn thỏa; đâu vào đấy: 这事已办~。Việc này đã đâu vào đấy.

豫¹ yù<形>[书]❶vui vẻ ❷an nhàn

豫² Yù<名>tên gọi tắt của tỉnh Hà Nam

鬻 yù<名>chim dẽ; dẽ gà; dẽ giun

【鬻蚌相争，渔翁得利】 yùbàng-xiāng-zhēng, yúwēng-délì　cò ngao tranh chấp, ngư ông được lợi

鬻 yù<动>[书]bán; đợ: ~画 bán tranh; 卖官~ 爵 mua quan bán tước

【鬻儿卖女】 yù'ér-màinǚ　bán con đợ cái

yuān

鸢 yuān<名>diều hâu; diều

【鸢飞鱼跃】 yuānfēi-yúyuè　diều bay cá nhảy; ví các thứ đều thoải mái

鸳 yuān<名>chim uyên ương

【鸳鸯】 yuānyāng<名>❶(chim) uyên ương ❷cặp vợ chồng đẹp đôi

冤 yuān❶<名>oan; oan uổng; oan khuất: 鸣 ~ kêu oan; 申~ giãi bày nỗi oan ❷<名>thù oán: 结~ kết thù oán ❸<形>toi; uổng; phí; không đáng; bị hố: 你这钱花得真~。Anh tiêu uổng quá. ❹<动>[方]bịp; lừa; lừa bịp; lừa dối: 你~不了我！Anh không bịp nổi tôi đâu!

【冤案】 yuān'àn<名>vụ án xử sai; bản án bất công: 平反~ sửa lại bản án xử sai

【冤仇】 yuānchóu<名>oán thù; oán hờn; oán hận; oán cừu: 两家有世代的~。Hai nhà có mối oán cừu truyền kiếp.

【冤大头】 yuāndàtóu<名>kẻ tiêu tiền vô ích

【冤魂】 yuānhún<名>oan hồn; hồn người chết oan: ~不散 oan hồn lẩn quất

【冤家】 yuānjia<名>❶kẻ thù; oan gia ❷oan gia; người tình oan gia

【冤家路窄】 yuānjiā-lùzhǎi　oan gia chạm trán nhau trong đường hẹp

【冤家宜解不宜结】 yuānjiā yí jiě bù yí jié　oan gia nghi giải bất nghi kết; oán thù nên cởi chứ không nên kết buộc; dĩ hòa vi quý

【冤假错案】 yuān-jiǎ-cuò'àn　vụ án xử sai

【冤孽】 yuānniè<名>oan nghiệt; oan trái

【冤情】 yuānqíng<名>sự oan uổng; nỗi oan; tình trạng oan ức: 吐露~ nói ra tình trạng oan ức

【冤屈】 yuānqū❶<形>oan khuất; oan uổng ❷<动>đổ tội ❸<名>sự oan khuất

【冤枉】 yuānwang❶<形>oan uổng; oan: 太~啦！Oan quá！❷<名>sự oan uổng; bị vu oan ❸<动>đổ tội; vu oan; làm oan: 别~好人。Đừng đổ oan cho người tốt. ❹<形>uổng phí; không đáng: 花~力气 toi công phí sức/uổng phí công sức

【冤枉路】 yuānwanglù<名>đoạn đường vô ích; đoạn đường uổng công: 走一段~ đi một đoạn đường uổng công

【冤枉钱】 yuānwangqián<名>số tiền tiêu vô ích

【冤有头，债有主】 yuānyǒutóu, zhàiyǒuzhǔ　oan gia trái chủ; ví phải tìm đúng căn nguyên, đối tượng, chớ liên lụy kẻ vô tội vạ

【冤狱】 yuānyù<名>án oan; vụ án oan khuất; vụ án xử oan; bản án bất công

【冤冤相报】 yuānyuān-xiāngbào　oan oan tương báo; lấy oán trả oán

渊 yuān❶<名>chỗ nước sâu; vực sâu: 深~ vực thẳm; 天~之别 khác nhau một trời một vực ❷<形>sâu: ~泉 suối sâu //(姓)Uyên

【渊博】 yuānbó<形>uyên bác; sâu rộng: ~的 知识 học sâu biết rộng

【渊深】 yuānshēn<形>uyên thâm: 汉学学识~ kiến thức Hán học uyên thâm

【渊薮】yuānsǒu<名>nơi tụ họp; sào huyệt; ổ; hang

【渊源】yuānyuán<名>❶nguồn gốc; ngọn nguồn; cội nguồn: 历史~ cội nguồn lịch sử ❷sự truyền kế học thuật: 家学~ truyền thống học tập của gia đình

yuán

元¹ yuán❶<形>đầu; đầu tiên; thứ nhất: 纪~ kỉ nguyên ❷<形>đứng đầu; hàng đầu: 状~ trạng nguyên ❸<形>chủ yếu; chính; gốc; cơ sở: ~音 nguyên âm ❹<名>nguyên tố: 一~论 nhất nguyên luận ❺<名>cụm từ cấu thành chỉnh thể hoặc hệ thống: 单~ nguyên đơn

元² yuán<名>đồng Nhân dân tệ (RMB, đơn vị tiền tệ Trung Quốc)

元³ Yuán<名>đời nhà Nguyên (một triều đại lịch sử của Trung Quốc) //(姓)Nguyên

【元宝】yuánbǎo<名>đỉnh vàng (chừng 5 hoặc 10 lạng); đỉnh bạc (chừng 50 lạng)

【元旦】Yuándàn<名>tết Dương Lịch; tết Tây; ngày đầu năm dương lịch

【元件】yuánjiàn<名>linh kiện; phụ tùng; bộ phận cấu thành: 照相机~ những bộ phận của một máy ảnh

【元老】yuánlǎo<名>nguyên lão; bậc lão thành; người kì cựu: 出版界的~ bậc lão thành của giới xuất bản; ~级人物 nhân vật nguyên lão

【元年】yuánnián<名>nguyên niên; năm đầu tiên: 公元~ năm đầu công nguyên

【元气】yuánqì<名>sức sống; sinh lực; sinh khí: 恢复~ phục hồi sức sống

【元曲】Yuánqǔ<名>Nguyên khúc (hình thức văn nghệ thịnh hành ở đời Nguyên Trung Quốc, gồm tạp kịch và tản khúc)

【元首】yuánshǒu<名>❶[书]vua; người đứng đầu nước cổ đại ❷nguyên thủ; quốc

trưởng: 国家~ nguyên thủ quốc gia

【元帅】yuánshuài<名>❶nguyên soái ❷chủ soái

【元素】yuánsù<名>❶yếu tố; nhân tố: 资金是经营中的重要~. Vốn là nguyên tố quan trọng trong kinh doanh. ❷[数学]số nguyên trong đại số; yếu tố (trong hình học): 对称~ số đối ❸[化学]nguyên tố: ~周期表 bảng tuần hoàn nguyên tố hóa học; 放射性~ nguyên tố tính phóng xạ

【元宵】yuánxiāo<名>❶đêm rằm tháng giêng; đêm Nguyên Tiêu ❷bánh trôi

【元宵节】Yuánxiāo Jié<名>tết Nguyên Tiêu; tết Thượng Nguyên (rằm tháng giêng)

【元凶】yuánxiōng<名>thủ phạm chính; tội phạm chính; trùm sỏ tội phạm

【元勋】yuánxūn<名>người có công lớn; người lập công trạng lớn; bậc công thần: 开国~ người có công dựng nước

【元音】yuányīn<名>[语言]nguyên âm: 单~ nguyên âm đơn; 半~ bán nguyên âm

【元月】yuányuè<名>tháng giêng

园 yuán<名>❶vườn: 花~ vườn hoa; 菜~ vườn rau ❷vườn công cộng: 动物~ vườn bách thú; 植物~ vườn bách thảo //(姓)Viên

【园地】yuándì<名>❶vườn; vườn tược: 农业~ vườn cây nông nghiệp ❷vườn; phạm vi hoạt động: 文化~ chuyên mục văn hóa; 文艺~ trang văn nghệ

【园丁】yuándīng<名>❶người trồng vườn; công nhân trồng cây cối, hoa cỏ ❷người thầy giáo

【园林】yuánlín<名>vườn cảnh; khu vườn hoa cây cảnh: ~景观 cảnh quan vườn

【园圃】yuánpǔ<名>khu vườn; vườn cây

【园区】yuánqū<名>khu vườn: 工业~ khu công nghiệp

【园田】yuántián<名>đất trồng rau; ruộng trồng rau

【园艺】yuányì<名>nghề làm vườn; kĩ thuật làm vườn

【园囿】yuányòu<名>[书]vườn bách thảo; vườn bách thú

【园子】yuánzi<名>❶vườn: 果~ vườn cây ăn quả ❷sân; sân khấu

员 yuán❶<名>viên; người chuyên làm một việc nào đó: 教~ giáo viên; 学~ học viên ❷<名>viên: 党~ đảng viên; 团~ đoàn viên ❸<量>viên: 一~大将 một viên đại tướng

【员额】yuán'é<名>số người quy định; biên chế; số nhân viên: 缩减~ giảm biên chế

【员工】yuángōng<名>công nhân viên: 教职~ cán bộ giảng dạy và công nhân viên chức

【员外】yuánwài<名>[旧]❶viên ngoại ❷thân hào

原¹ yuán<形>❶nguyên sơ ❷vốn dĩ; gốc ❸thô; chưa gia công //(姓)Nguyên

原² yuán<动>tha thứ

原³ yuán<名>chỗ rộng rãi bằng phẳng

【原班人马】yuánbān rénmǎ số người vốn có

【原版】yuánbǎn<名>❶bản gốc; bản in lần thứ nhất ❷băng gốc; băng bản quyền

【原本】¹yuánběn<名>❶nguyên bản; bản gốc; nguyên cảo: 抄本与~相符。Bản chép khớp với bản gốc. ❷bản khắc đầu tiên ❸nguyên bản; sách gốc; nguyên văn: 译本中将~的两章删去了。Trong bản dịch đã cắt bớt hai chương của nguyên bản.

【原本】²yuánběn<副>vốn; vốn dĩ; nguyên: 我~不打算告诉你的。Tôi vốn định không nói cho anh biết.

【原材料】yuáncáiliào<名>nguyên vật liệu; nguyên liệu và vật liệu

【原产地】yuánchǎndì<名>xuất xứ

【原初】yuánchū<名>nguyên sơ; lúc ban đầu

【原处】yuánchù<名>nơi cũ; chỗ cũ: 放回~ đưa về chỗ cũ

【原创】yuánchuàng<动>tự sáng tác đầu tiên; thuộc về bản gốc: ~音乐 âm nhạc tự sáng tác

【原创性】yuánchuàngxìng<名>thuộc về bản gốc; tự sáng tác đầu tiên

【原地】yuándì<名>tại chỗ: ~踏步 giẫm chân tại chỗ

【原定】yuándìng<动>đã định sẵn: ~计划 kế hoạch định sẵn

【原动力】yuándònglì<名>nguyên động lực; lực sản sinh động lực

【原封】yuánfēng<形>nguyên xi; nguyên vẹn: 请把礼物~退回。Hãy trả nguyên xi lễ vật.

【原封不动】yuánfēng-bùdòng nguyên xi chưa dùng đến: ~照搬 bắt chước nguyên xi/ dập khuôn/sáo vẹt

【原稿】yuángǎo<名>❶nguyên cảo; bản thảo gốc ❷bản gốc để in

【原告】yuángào<名>nguyên cáo; bên nguyên; người phát đơn kiện

【原籍】yuánjí<名>quê gốc; nguyên quán

【原价】yuánjià<名>nguyên giá; giá gốc: 这个皮包~是120元人民币。Giá gốc của cái túi da này là 120 đồng RMB.

【原件】yuánjiàn<名>❶nguyên bản; văn bản gốc; vật phẩm gốc: 丢失~ đánh mất nguyên bản; ~退回 trả lại văn bản gốc ❷văn bản chưa sửa; bản sơ thảo

【原来】yuánlái❶<名>lúc đầu: 房间比~干净多了。Phòng ở đã sạch hơn ban đầu khá nhiều. ❷<形>vốn ❸<副>té ra; hóa ra

【原来如此】yuánlái rúcǐ hóa ra như vậy; té ra là như thế

【原理】yuánlǐ<名>nguyên lí

【原谅】yuánliàng<动>tha thứ; thứ lỗi

【原料】yuánliào<名>nguyên liệu

【原路】yuánlù<名>con đường đã đi qua;

con đường cũ: ~返回 về theo con đường cũ

【原貌】yuánmào<名>nguyên diện mạo; nguyên dạng; bộ mặt vốn có: 保持~ giữ nguyên diện mạo vốn có

【原煤】yuánméi<名>than nguyên khai

【原木】yuánmù<名>gỗ nguyên cây; gỗ chưa xẻ

【原判】yuánpàn<名>cuộc phán xét lần đầu: 维持~ theo phán xét lần đầu

【原配】yuánpèi<名>người vợ đầu

【原色】yuánsè<名>màu cơ bản; màu gốc

【原生】yuánshēng<形>nguyên sinh

【原生动物】yuánshēng dòngwù động vật nguyên sinh

【原生林】yuánshēnglín<名>rừng nguyên sinh

【原生态】yuánshēngtài<名>bản sắc riêng; lúc mới hình thành; nguyên sơ: ~唱法 cách hát giữ bản sắc dân tộc; 景观还保留~。 Cảnh quan còn đầy vẻ nguyên sơ.

【原声带】yuánshēngdài<名>băng ghi âm gốc; băng ghi âm thu trực tiếp

【原始】yuánshǐ<形>❶sớm nhất; ban đầu; gốc: ~记录 biên bản gốc; ~资料 tư liệu thu tập trực tiếp ❷nguyên thủy; nguyên sơ: ~森林 rừng nguyên sinh

【原始公社】yuánshǐ gōngshè công xã nguyên thủy

【原始股】yuánshǐgǔ<名>cổ phiếu gốc; cổ phiếu đầu tiên

【原始积累】yuánshǐ jīlěi tích lũy nguyên thủy

【原始森林】yuánshǐ sēnlín rừng nguyên sinh

【原始社会】yuánshǐ shèhuì xã hội nguyên thủy

【原诉】yuánsù<名>lời kiện đầu tiên của bên nguyên

【原汤】yuántāng<名>nước dùng; nước lèo

【原委】yuánwěi<名>đầu đuôi; ngọn ngành: 说明~ nói rõ ngọn ngành; 事情的~ đầu đuôi sự việc

【原文】yuánwén<名>❶nguyên văn: 引用 ~要加引号。 Trích dẫn nguyên văn phải để trong dấu ngoặc kép. ❷nguyên bản; bản gốc: 译文要紧扣~。 Bản dịch phải ăn khớp với nguyên bản.

【原物】yuánwù<名>đồ vật cũ: ~奉还 trả lại đồ vật cũ

【原先】yuánxiān<名>ngày xưa; trước kia; ban đầu: ~这里只是一片荒地。 Ngày xưa vùng này chỉ là một vùng đất hoang. 他~就 是个作家。 Anh ấy vốn là nhà văn.

【原形】yuánxíng<名>nguyên hình; bộ mặt thật

【原形毕露】yuánxíng-bìlù lộ rõ nguyên hình; lộ rõ chân tướng

【原型】yuánxíng<名>nguyên mẫu; mẫu đầu tiên: 影片中主人公的~是一位著名英雄。 Nguyên mẫu nhân vật chính trong phim là một vị anh hùng nổi tiếng.

【原样】yuányàng<名>nguyên dạng; dạng gốc: 恢复古城~ khôi phục nguyên dạng ngôi thành cổ

【原野】yuányě<名>đồng ruộng; đồng nội; vùng đất bằng phẳng: ~上的鲜花 hoa tươi đồng nội; 肥沃的~ đồng ruộng phì nhiêu

【原意】yuányì<名>ý định ban đầu: 这种做 法并不是我的~。 Cách làm này không phải ý định ban đầu của tôi.

【原因】yuányīn<名>nguyên nhân; nguyên do: 调查火灾发生的~ điều tra nguyên nhân gây vụ cháy

【原油】yuányóu<名>dầu thô; dầu nguyên khai

【原原本本】yuányuánběnběn từ đầu đến cuối; nguyên xi; nguyên vẹn: 他把事情的 来龙去脉~地告诉了大家。 Anh ấy kể hết đầu đuôi ngọn ngành sự việc đó với mọi người.

【原则】yuánzé<名>❶nguyên tắc; chuẩn tắc: ~问题 vấn đề nguyên tắc ❷đại thể; trên nguyên tắc: 公司~上同意了他的申请。 Công ti đại thể đã đồng ý yêu cầu của anh ta.

【原汁原味】yuánzhī-yuánwèi chính cống; mùi vị vốn có: 我吃到了~的泰国菜。Tôi đã được ăn món ăn Thái Lan chính cống.

【原职】yuánzhí<名>chức vụ cũ; nguyên chức: 官复~ khôi phục lại chức vụ cũ

【原主】yuánzhǔ<名>chủ cũ; chủ sở hữu cũ; nguyên chủ: 物归~ vật trả về chủ cũ

【原著】yuánzhù<名>nguyên tác; bản gốc; nguyên bản; nguyên văn: 翻译作品要忠实于~。Bản dịch phải trung thực với bản gốc.

【原装】yuánzhuāng<形>❶lắp sẵn; lắp ráp sẵn; nguyên chiếc: ~进口 nhập nguyên chiếc ❷đóng gói sẵn: ~奶粉 sữa bột đóng hộp

【原状】yuánzhuàng<名>nguyên trạng: 恢复~ khôi phục nguyên trạng

【原子】yuánzǐ<名>nguyên tử

【原子弹】yuánzǐdàn<名>bom nguyên tử; bom A

【原子反应堆】yuánzǐ fǎnyìngduī lò phản ứng hạt nhân

【原子核】yuánzǐhé<名>hạt nhân nguyên tử

【原子能】yuánzǐnéng<名>năng lượng nguyên tử; năng lượng hạt nhân

【原子武器】yuánzǐ wǔqì vũ khí nguyên tử; vũ khí hạt nhân

【原罪】yuánzuì<名>[宗教]tội lỗi khởi thủy

【原作】yuánzuò<名>nguyên tác; nguyên văn: 译文保留了~的风格。Văn dịch giữ được phong cách của nguyên tác.

圆 yuán ❶<名>hình tròn ❷<名>chu vi hình

tròn ❸<形>tròn: ~月 trăng tròn ❹<形>đầy đủ; chu đáo; trọn vẹn: 这话说得不~。 Nói như vậy không trọn vẹn. ❺<量>đồng Nhân dân tệ (RMB, đơn vị tiền tệ Trung Quốc, kí hiệu: ¥) ❻<动>làm cho trọn vẹn ❼<名>tiền hình tròn //(姓)Viên

【圆白菜】yuánbáicài<名>cải bắp

【圆场】yuánchǎng<动>xoa dịu: 打~ đứng ra xoa dịu các bên/dàn xếp cho xong chuyện

【圆雕】yuándiāo<名>khắc nổi; chạm nổi

【圆顶】yuándǐng<名>mái tròn

【圆钢】yuángāng<名>thép tròn

【圆鼓鼓】yuángǔgǔ tròn căng; căng phình; căng phồng: ~的肚子 cái bụng căng tròn

【圆规】yuánguī<名>com-pa

【圆滚滚】yuángǔngǔn béo tròn; béo múp míp: ~的小手 tay nhỏ múp míp

【圆滑】yuánhuá<形>khôn ranh; khôn ngoan; ma lanh: 处世~ cách ứng xử khôn ngoan

【圆环】yuánhuán<名>cái vòng tròn

【圆谎】yuánhuǎng<动>lấp liếm; che lấp chỗ sơ hở trong lời nói dối: 替人~ vào hùa với lời nói dối của người khác

【圆寂】yuánjì<动>[宗教]viên tịch; lên cõi niết bàn; sự qua đời của sư sãi

【圆括号】yuánkuòhào<名>dấu ngoặc đơn

【圆领】yuánlǐng<名>cổ áo tròn

【圆溜溜】yuánliūliū tròn trĩnh; tròn trịa; tròn trặn

【圆满】yuánmǎn<形>viên mãn; đầy đủ; tốt đẹp; mĩ mãn; trọn vẹn; hoàn hảo: 双方的矛盾得以~解决。Mâu thuẫn giữa hai bên đã được giải quyết ổn thỏa.

【圆梦】yuánmèng<动>❶đoán mộng; giải mộng ❷thực hiện mơ ước

【圆明园】Yuánmíng Yuán<名>Viên Minh Viên

【圆盘】yuánpán<名>đĩa tròn

【圆圈】yuánquān<名>vòng tròn

【圆润】yuánrùn<形>mượt mà; đầy đặn; êm dịu: ~的歌喉 giọng hát mượt mà

【圆实】yuánshí<形>[口]tròn và chắc: 莲子饱满~。Hạt sen chắc mẩy.

【圆熟】yuánshú<形>❶thành thục; thành thạo ❷khéo léo biết điều; sành sỏi; lão luyện

【圆通】yuántōng<形>mềm mỏng; khéo léo: 他为人~。Anh ấy tính tình mềm mỏng khéo léo.

【圆筒】yuántǒng<名>❶ống tròn ❷thùng tròn

【圆舞曲】yuánwǔqǔ<名>điệu van

【圆心】yuánxīn<名>tâm đường tròn

【圆心角】yuánxīnjiǎo<名>góc ở tâm

【圆形】yuánxíng<名>hình tròn

【圆周】yuánzhōu<名>chu vi hình tròn

【圆周率】yuánzhōulǜ<名>pi; số pi (kí hiệu: π)

【圆珠笔】yuánzhūbǐ<名>bút bi

【圆柱】yuánzhù<名>hình trụ

【圆锥】yuánzhuī<名>hình nón

【圆桌】yuánzhuō<名>bàn tròn

【圆桌会议】yuánzhuō huìyì hội nghị bàn tròn

【圆子】yuánzi<名>❶bánh trôi ❷[方]thịt viên; thịt băm viên; viên chả

鼋 yuán<名>con ba ba

【鼋鱼】yuányú<名>con ba ba

援 yuán<动>❶dắt; kéo; lôi; bám; víu; níu: 攀~ níu vào để leo lên ❷viện dẫn: 无例可~。Không có tiền lệ để tham khảo. ❸chi viện; viện trợ; giúp đỡ; cứu giúp: 孤立无~ đơn độc không ai giúp đỡ

【援兵】yuánbīng<名>viện binh; quân cứu viện

【援建】yuánjiàn<动>hỗ trợ xây dựng

【援救】yuánjiù<动>cứu giúp; cứu trợ; cứu viện: ~灾民 cứu giúp đồng bào bị nạn

【援军】yuánjūn<名>viện binh; quân cứu viện

【援款】yuánkuǎn<名>tiền trợ cấp

【援例】yuánlì<动>viện dẫn; dẫn ra tiền lệ: ~处理 xử lí theo lệ

【援手】yuánshǒu❶<动>[书]cứu vớt bằng tay; cứu giúp ❷<名>cánh tay cứu viện

【援外】yuánwài<动>chi viện nước ngoài: ~物资 vật tư chi viện nước ngoài

【援引】yuányǐn<动>❶dẫn; viện dẫn; dẫn ra; đưa ra: ~条文 dẫn ra điều lệ ❷đề bạt; cất nhắc; đề cử: ~贤能 đề cử người có đức có tài

【援用】yuányòng<动>❶viện dẫn; dẫn dụng; dẫn ra; đưa ra ❷giới thiệu; tiến cử: ~亲信 tiến cử người thân tín

【援助】yuánzhù<动>viện trợ; giúp đỡ; chi viện: 慈善机构已~山区群众改善居住条件。Cơ cấu từ thiện đã giúp đỡ người dân miền núi cải thiện điều kiện nhà ở.

缘 yuán❶<名>duyên cớ; nguyên do: 无~无故 vô duyên cớ ❷<介>[书]bởi vì; vì; để: 何至于此? Vì sao lại đến đây? ❸<名>duyên phận; duyên số; duyên nợ; duyên: ~由天定。Duyên trời định. ❹<介>[书]noi theo; men theo; lần theo: ~溪而行 đi men theo con suối ❺<名>bờ; mép; rìa; cạnh; ven ❻<连>[书]vì

【缘分】yuánfèn<名>duyên; duyên phận; duyên số; duyên nợ: 夫妻~ duyên kiếp vợ chồng; 咱们俩真是有~。Hai chúng mình đúng là có duyên với nhau.

【缘故】yuángù<名>duyên cớ; nguyên cớ; nguyên nhân

【缘何】yuánhé<副>[书]cớ sao; vì duyên cớ gì; vì sao: ~说出这样的话? Cớ sao lại ăn nói như vậy?

【缘木求鱼】yuánmù-qiúyú đơm vó ngọn tre; leo cây tìm cá

【缘起】yuánqǐ<名>❶căn nguyên; nguồn gốc ❷bản báo cáo; bản miêu tả

【缘由】yuányóu〈名〉lí do; nguyên do; nguyên cớ; nguyên nhân

猿 yuán〈名〉con vượn: 从~到人的进化过程 quá trình tiến hóa từ vượn đến người

【猿猴】yuánhóu〈名〉vượn và khỉ

【猿人】yuánrén〈名〉người vượn

源 yuán〈名〉❶nguồn; ngọn nguồn: 河~ nguồn sông; 饮水思~ uống nước nhớ nguồn ❷nguồn; nguồn gốc; cội nguồn; căn nguyên: 货~ nguồn hàng //(姓)Nguyên

【源程序】yuánchéngxù〈名〉[计算机] chương trình nguồn

【源代码】yuándàimǎ〈名〉[计算机]mã nguồn

【源流】yuánliú〈名〉nguồn nước và dòng sông; nguồn gốc sự phát triển

【源泉】yuánquán〈名〉❶nguồn nước ❷nguồn; nguồn ngọn; cội nguồn: 知识是力量的~. Trí thức là nguồn gốc của sức mạnh.

【源头】yuántóu〈名〉đầu nguồn; nguồn; ngọn nguồn; nơi bắt nguồn: 探寻人类文明的~ tìm kiếm đầu nguồn của nền văn minh nhân loại; 是不是~的水被污染了？Có phải nước bị ô nhiễm từ đầu nguồn không?

【源头活水】yuántóu-huóshuǐ nước chảy ở đầu nguồn sông

【源文件】yuánwénjiàn〈名〉[计算机]tệp nguồn; tệp gốc

【源源】yuányuán〈副〉liên tục; ùn ùn; đổ xô thao thao: 来参观的人~不断。Người tham quan ùn ùn kéo tới.

【源远流长】yuányuǎn-liúcháng❶bắt nguồn rất xa, dòng chảy rất dài ❷nguồn gốc xa xưa

辕 yuán〈名〉❶càng xe; gọng xe: 马车~ càng xe ngựa ❷viên môn; nha môn; công sở: 行~ hành dinh //(姓)Viên

【辕骡】yuánluó〈名〉la đóng vào càng xe

【辕马】yuánmǎ〈名〉ngựa thắng càng xe

【辕门】yuánmén〈名〉viên môn; cổng dinh; cửa ngoài của nha môn

【辕子】yuánzi〈名〉[口]càng xe; gọng xe

yuǎn

远 yuǎn❶〈形〉xa: 路~ đường xa; 不~的将来 một ngày không xa ❷〈形〉xa (chỉ quan hệ huyết thống): ~亲 người họ hàng xa ❸〈形〉xa (mức khác biệt): 两个人性格相差很~. Tính cách hai người khác xa nhau. ❹〈动〉không đến gần; không gần; xa cách; xa lánh //(姓)Viễn

【远程】yuǎnchéng〈形〉đường xa; tầm xa: ~运输 vận tải đường dài; ~导弹 tên lửa tầm xa

【远程办公】yuǎnchéng bàngōng làm việc online

【远程教育】yuǎnchéng jiàoyù giáo dục trực tuyến (e-learning); dạy trên mạng

【远程控制】yuǎnchéng kòngzhì điều khiển từ xa

【远处】yuǎnchù〈名〉nơi xa

【远大】yuǎndà〈形〉xa rộng; rộng lớn; cao cả; rộng mở: ~理想 lí tưởng cao cả

【远道】yuǎndào〈名〉nơi xa xôi: ~而来 từ nơi xa xôi đến

【远地点】yuǎndìdiǎn〈名〉[天文]điểm xa trái đất nhất trên quỹ đạo mặt trăng hoặc vệ tinh nhân tạo

【远东】Yuǎndōng〈名〉Viễn Đông

【远渡】yuǎndù〈动〉đi nơi xa: ~重洋 vượt muôn trùng đại dương

【远方】yuǎnfāng〈名〉nơi xa; phương xa; viễn phương: ~的来客 khách từ phương xa tới

【远房】yuǎnfáng〈形〉họ hàng xa: ~叔父 người chú họ xa

【远隔重洋】yuǎngé-chóngyáng cách

nhau một đại dương

【远古】yuǎngǔ<名>thời xa xưa; thời viễn cổ: ~神话 chuyện thần thoại thời xa xưa

【远海】yuǎnhǎi<名>biển xa; biển khơi: ~航行 ra khơi

【远航】yuǎnháng<动>(máy bay, tàu thuyền) đi đường dài: 扬帆~ giương buồm đi biển xa

【远红外线】yuǎnhóngwàixiàn tia hồng ngoại xa

【远见】yuǎnjiàn<名>nhìn xa trông rộng; sự lo xa: 有~ biết lo xa

【远见卓识】yuǎnjiàn-zhuóshí nhìn xa hiểu rộng

【远交近攻】yuǎnjiāo-jìngōng viễn giao cận công; giao kết với nước xa và tấn công nước gần; giao kết xa và đánh gần

【远郊】yuǎnjiāo<名>ngoại ô xa; ngoại thành xa

【远近】yuǎnjìn<名>❶độ xa; độ dài; khoảng cách: 你知道从这里到市中心的~吗？ Anh có biết từ đây đến trung tâm thành phố bao xa không? ❷gần xa; xa gần: ~闻名 nổi tiếng xa gần

【远景】yuǎnjǐng<名>❶viễn cảnh; cảnh xa: 眺望~ từ trên cao ngắm nhìn cảnh vật phía xa; ~拍摄 chụp cảnh xa ❷viễn cảnh; cảnh tượng trong tương lai: ~规划 quy hoạch viễn cảnh

【远客】yuǎnkè<名>viễn khách; khách từ xa đến

【远路】yuǎnlù<名>đường xa

【远虑】yuǎnlǜ<动>lo xa; suy tính để phòng xa: 深谋~ lo xa tính kĩ; 人无~，必有近忧。 Người không lo xa, ắt có họa gần.

【远门】yuǎnmén❶<名>xa nhà; rời khỏi nhà: 出~ đi xa nhà ❷<形>họ hàng xa

【远期】yuǎnqī<名>dài hạn: ~计划 kế hoạch dài hạn

【远亲】yuǎnqīn<名>bà con xa; bà con họ hàng ở xa

【远亲不如近邻】yuǎnqīn bùrú jìnlín bà con xa không bằng láng giềng gần; bán anh em xa, mua láng giềng gần

【远日点】yuǎnrìdiǎn<名>[天文]điểm viễn nhật; điểm xa mặt trời nhất trên quỹ đạo các hành tinh hoặc sao chổi xoay vòng quanh mặt trời

【远涉】yuǎnshè<动>đi xa; lội xa: ~重洋 vượt qua đại dương

【远视】yuǎnshì<形>❶[医学]viễn thị; lão thị ❷nhìn xa; nhìn xa trông rộng: 做人要~。 Làm người phải biết nhìn xa.

【远水救不了近火】yuǎnshuǐ jiùbùliǎo jìnhuǒ nước xa không cứu được lửa gần; chờ được nạ má đã sưng

【远眺】yuǎntiào<动>ngắm xa; nhìn xa

【远销】yuǎnxiāo<动>bán đi nơi xa

【远行】yuǎnxíng<动>đi xa

【远扬】yuǎnyáng<动>truyền đi rất xa; đồn xa; lan xa; lan truyền khắp nơi: 名声~ tiếng tăm lừng lẫy

【远洋】yuǎnyáng<名>viễn dương; biển xa; biển khơi; xa khơi: ~轮船 tàu viễn dương; ~捕鱼 đánh cá ngoài khơi

【远游】yuǎnyóu<动>đi du ngoạn xa; đi chơi xa

【远在天边，近在眼前】yuǎnzài-tiānbiān, jìnzài-yǎnqián xa đến chân trời, gần ngay trước mắt

【远征】yuǎnzhēng<动>viễn chinh; chinh chiến nơi xa: 出师~ ra quân viễn chinh

【远征军】yuǎnzhēngjūn<名>quân viễn chinh

【远走高飞】yuǎnzǒu-gāofēi xa chạy cao bay; cao chạy xa bay

【远足】yuǎnzú<名>cuộc du lịch bộ hành; đi bộ đường dài; tổ chức đi bộ ngoạn cảnh;

cấm trại trong ngày xuân du, thu du

【远祖】yuǎnzǔ<名>tổ tiên xa xưa; ông tổ lâu đời; viễn tổ

yuàn

苑 yuàn<名>[书]❶vườn hoa; vườn thú; thượng uyển: 鹿~ vườn nuôi hươu ❷vườn: 文~ vườn văn học //(姓)Uyển

【苑囿】yuànyòu<名>chuồng nuôi cầm thú dành cho vua

怨 yuàn<动>❶oán; hận; hờn: 抱~ oán trách/ kêu ca; 结~ sinh mối hận thù ❷trách; oán trách; trách cứ: 任劳任~ chịu đựng được mọi chê trách và khó nhọc; 成绩不理想不能光~孩子。 Thành tích học hành không tốt không thể chỉ trách con cái.

【怨不得】yuànbude❶không trách được: 这 事~别人。 Việc này không trách được ai. ❷chẳng trách; chả trách: 他品性这么坏，~ 没人喜欢。 Cái thằng ấy hư đến thế, chẳng trách không ai ưa. 他不好好学习，~考砸 了。 Không cố gắng học bài, chẳng trách hắn bị thi trượt.

【怨毒】yuàndú<名>[书]thù hằn

【怨怼】yuànduì<动>[书]oán hận; oán thù; oán ghét

【怨愤】yuànfèn❶<形>căm phẫn; phẫn uất: 人们对恐怖分子的残暴行为十分~。 Mọi người rất căm phẫn đối với hành vi tàn bạo của phần tử khủng bố. ❷<名>căm phẫn; uất hận; oán giận: 满腔~ lòng đầy căm phẫn

【怨妇】yuànfù<名>phụ nữ mất chồng hoặc xa chồng đã lâu hoặc bị đối xử bất công mà mang lòng oán hận

【怨恨】yuànhèn❶<动>oán hận; căm hờn; oán thù; oán hờn; oán trách; căm ghét: ~的 目光 ánh mắt oán hờn ❷<名>nỗi oán hận;

nỗi oán hờn; sự oán trách: 满腔~ lòng đầy oán hận

【怨懑】yuànmèn<动>oán trách và thù hận: ~的口吻 giọng oán trách và thù hằn

【怨偶】yuàn'ǒu<名>[书]vợ chồng bất hòa

【怨气】yuànqì<名>bực dọc; hờn giận; oán thán; bất bình: 一肚子~ đầy lòng oán trách

【怨气冲天】yuànqì-chōngtiān oán hận ngút trời

【怨声载道】yuànshēng-zàidào đâu đâu cũng nghe những lời oán thán; khắp nơi bất bình

【怨天尤人】yuàntiān-yóurén oán trời trách người

【怨言】yuànyán<名>lời oán giận; lời oán thán: 毫无~ không một lời oán thán

【怨艾】yuànyì<动>[书]oán giận; oán hận: 深自~ tự dằn vặt sâu sắc

【怨尤】yuànyóu<名>nỗi oán giận

院 yuàn<名>❶sân: 四合~ sân tứ hợp (sân ở giữa, nhà ở bốn xung quanh); 独门独~ nhà riêng sân riêng ❷viện; rạp: 人民检察~ viện kiểm sát nhân dân; 法~ tòa án; 电影~ rạp chiếu bóng ❸học viện: 高等~校 các trường đại học, học viện và trường cao đẳng ❹bệnh viện; viện: 住~ nằm viện //(姓)Viện

【院落】yuànluò =【院子】

【院墙】yuànqiáng<名>sân tường

【院士】yuànshì<名>viện sĩ (viện hàn lâm)

【院线】yuànxiàn<名>hệ thống cơ chế rạp chiếu phim

【院校】yuànxiào<名>trường đại học và học viện

【院长】yuànzhǎng<名>viện trưởng

【院子】yuànzi<名>cái sân; sân nhà: 孩子们 在~里玩。 Bọn trẻ chơi ngoài sân.

愿¹ yuàn<形>[书]thật thà cẩn thận: 诚~ thành khẩn

愿² yuàn❶<名>nguyện vọng; ước nguyện;

Y

điều mong muốn: 心~ nguyện vọng ❷<动> tình nguyện; sẵn sàng; sẵn lòng; bằng lòng: 我~去帮助他。Tôi sẵn sàng đi giúp đỡ anh ấy。❸<名>hứa lễ tạ; cầu nguyện: 许~ cầu nguyện ❹<动>chúc; cầu chúc

【愿景】yuànjǐng<名>tương lai hướng về

【愿望】yuànwàng<名>nguyện vọng; ước nguyện; điều mong ước: 主观~ nguyện vọng chủ quan; 他终于实现了当作家的~。Anh ta cuối cùng đã thực hiện được nguyện vọng trở thành một nhà văn.

【愿心】yuànxīn<名>❶lời hứa lễ tạ thần linh nếu được toại nguyện cầu mong (trong mê tín) ❷lòng nguyện ước; ý nguyện: 满足了一直来的~ thỏa lòng nguyện ước bấy nay

【愿意】yuànyì<动>❶nguyện; có ý muốn; sẵn lòng; bằng lòng; vui lòng: 我~到基层去锻炼。Tôi sẵn lòng xuống cơ sở để rèn luyện tài năng của mình。❷hi vọng; mong đợi: 谁不~接受良好的教育？Ai mà chẳng muốn được tiếp thu sự giáo dục lành mạnh.

yuē

曰 yuē<动>[书]❶nói: 子~："有朋自远方来，不亦乐乎？" Khổng Tử nói: "Có bạn hữu từ nơi xa đến thăm, chẳng mừng lắm sao." ❷đặt tên là; gọi là; là //(姓)Viết

约 yuē❶<动>hẹn: 预~ hẹn trước; 失~ sai hẹn; 我们~个时间谈谈吧。Chúng ta hẹn thời gian cùng bàn nhé. 他们如~会合。Họ đã tập trung theo lời hẹn. ❷<动>mời; hẹn: 特~ hẹn riêng; 他~她来吃饭。Ông ấy hẹn cô ấy đến ăn cơm. ❸<名>điều hẹn; lời hẹn; sự cam kết; cuộc hẹn; ước: 践~ thực hiện lời cam kết; 立~ lập khế ước; 我们有~在先。Chúng ta đã có lời hẹn trước. ❹<动>hạn

chế: 制~ kìm hãm ❺<形>tiết kiệm: 节~ tiết kiệm ❻<形>đơn giản; giản yếu; ngắn gọn: 由繁返~ từ phức tạp trở về đơn giản ❼<副>ước chừng; khoảng độ; áng chừng: 大~ áng chừng; 公司~有100人。Công ti có khoảng 100 người. ❽<动>giản ước; rút gọn: 5/10可以~成1/2。5/10 có thể giản ước thành 1/2.

另见yāo

【约定】yuēdìng<动>hẹn; ước định; hẹn trước; thỏa thuận: 我们~一下下次见面的时间和地点。Chúng ta hãy hẹn sẵn thời gian và địa điểm gặp nhau lần sau.

【约定俗成】yuēdìng-súchéng được thừa nhận bởi thói quen sử dụng; được hình thành theo quy ước

【约法】yuēfǎ<名>văn kiện lâm thời mang tính chất hiến pháp

【约法三章】yuēfǎ-sānzhāng ba điều quy ước; đặt ra những quy định để ràng buộc: 我跟你~。Tôi cùng anh giao kèo một số quy định như sau.

【约访】yuēfǎng<动>hẹn phỏng vấn

【约分】yuēfēn<动>(phép) giản ước; rút gọn: 3/9~成1/3。3/9 giản ước thành 1/3.

【约稿】yuēgǎo<动>mời viết bài

【约会】yuēhuì❶<动>hẹn; hẹn gặp; hẹn hò: 我们已经~好要上他家玩。Chúng ta đã hẹn đến nhà anh ấy chơi. 都~好的怎么到现在还没到？Hẹn hò gì mà đến giờ vẫn chưa đến? ❷<名>cuộc hẹn; sự hẹn gặp; nơi hẹn gặp: 他明晚已有~。Tối mai anh ấy có cuộc hẹn.

【约集】yuējí<动>mời mọi người đến: ~同学聚会 mời bạn học đến họp mặt

【约计】yuējì<动>tính ước chừng; ước tính; tính đại khái: 成本~人民币200万元。Ước tính giá thành chừng 2 triệu đồng RMB.

【约见】yuējiàn<动>hẹn gặp; ước định thời gian gặp gỡ: 紧急~ hẹn gặp khẩn cấp

【约略】yuēlüè<副>❶đại thể; đại khái; sơ sơ: 这件事的经过我~知道一些。Việc này tôi cũng biết sơ sơ một ít. ❷dường như; phảng phất; mơ hồ; mang máng: ~记得 nhớ mang máng

【约莫】yuēmo❶<动>ước chừng: 我~着她不好意思来见你。Tôi đoán chắc là cô ấy thẹn không đến gặp anh. ❷<副>ước chừng; khoảng chừng; áng chừng: ~等了半个小时 đợi khoảng nửa tiếng đồng hồ; ~三十岁年纪 khoảng chừng 30 tuổi

【约期】yuēqī❶<动>hẹn ngày; hẹn thời gian: ~归还 hẹn ngày trả ❷<名>thời gian ấn định; ngày hẹn; kì hạn: 不能在~前赶到 không thể đến trước ngày hẹn được ❸<名>kì hạn (giấy giao kèo): ~未满 kì hạn khế ước chưa hết/hợp đồng chưa hết hạn

【约请】yuēqǐng<动>mời; có lời mời: 他~几位老前辈共商大局。Anh ấy mời mấy vị tiền bối đến bàn việc lớn.

【约束】yuēshù<动>ràng buộc; trói buộc; bó buộc; gò bó: 受纪律的~ chịu sự ràng buộc của kỉ luật

【约束力】yuēshùlì<名>sự ràng buộc

【约数】¹yuēshù<名>số ước lượng; số phỏng chừng; số áng chừng

【约数】²yuēshù<名>[数学]ước số: 最大公~ ước số chung lớn nhất

【约谈】yuētán<动>hẹn phỏng vấn

【约同】yuētóng<动>hẹn đi cùng; rủ nhau: ~前往 hẹn cùng đi

【约制】yuēzhì<动>hạn chế

yuè

月 yuè❶<名>trăng; mặt trăng: 赏~ ngắm trăng ❷<名>tháng: 2014年4~28日 ngày 28 tháng 4 năm 2014 ❸<名>hàng tháng: ~产量 sản lượng hàng tháng ❹<形>hình mặt trăng; hình tròn: ~琴 đàn nguyệt //(姓)Nguyệt

【月白风清】yuèbái-fēngqīng trăng thanh gió mát; gió mát trăng thanh

【月半】yuèbàn<名>ngày rằm; ngày 15; giữa tháng

【月报】yuèbào<名>❶báo tháng; nguyệt san; nguyệt báo ❷báo cáo tháng; báo cáo theo hàng tháng: ~表 bản báo cáo hàng tháng

【月饼】yuèbing<名>bánh Trung thu

【月初】yuèchū<名>đầu tháng

【月度】yuèdù<名>tháng (dùng làm đơn vị tính toán): ~报表 báo cáo hàng tháng

【月份】yuèfèn<名>tháng: 七~她会去一趟香港。Tháng bảy cô ấy sẽ đi Hồng Kông.

【月工】yuègōng<名>người làm thuê theo tháng; công nhân hợp đồng theo tháng

【月工资】yuègōngzī<名>lương tháng

【月供】yuègōng<名>trả góp hàng tháng

【月宫】yuègōng<名>cung trăng

【月光】yuèguāng<名>ánh trăng; ánh sáng mặt trăng

【月光族】yuèguāngzú<名>những người tiêu hết tiền thu nhập hàng tháng

【月桂】yuèguì<名>cây và hoa nguyệt quế

【月黑风高】yuèhēi-fēnggāo đêm không trăng gió thổi mạnh; đêm dễ xảy ra vụ cướp của giết người

【月黑天】yuèhēitiān<名>đêm không trăng

【月华】yuèhuá<名>❶[书]ánh sáng mặt trăng: ~如水。Ánh trăng sáng như mặt nước. ❷quầng trăng; vầng sáng quanh mặt trăng

【月计划】yuèjìhuà<名>kế hoạch tháng

【月季】yuèjì<名>❶cây hoa hồng ❷hoa hồng; hoa hồng đại

【月结】yuèjié<动>thanh toán từng tháng một

【月经】yuèjīng<名>❶kinh nguyệt: ~不调

kinh nguyệt không đều ❷máu kinh nguyệt

【月均】yuèjūn〈动〉trung bình hàng tháng

【月刊】yuèkān〈名〉nguyệt san; tạp chí ra hàng tháng

【月老】yuèlǎo〈名〉nguyệt lão; người làm mối

【月历】yuèlì〈名〉lịch tháng

【月亮】yuèliang〈名〉trăng; mặt trăng

【月末】yuèmò〈名〉cuối tháng

【月偏食】yuèpiānshí〈名〉nguyệt thực một phần

【月票】yuèpiào〈名〉vé tháng

【月钱】yuèqián〈名〉tiền tiêu vặt hàng tháng

【月琴】yuèqín〈名〉đàn nguyệt; nguyệt cầm

【月球】yuèqiú〈名〉mặt trăng

【月全食】yuèquánshí〈名〉nguyệt thực toàn phần

【月嫂】yuèsǎo〈名〉phụ nữ giúp việc chăm sóc trẻ sơ sinh và sản phụ trong tháng ở cữ

【月色】yuèsè〈名〉ánh trăng; ánh sáng trăng: 荷塘~ ánh trăng trên hồ sen

【月食】yuèshí〈名〉nguyệt thực

【月台】yuètái〈名〉❶ke; sân ga ❷đài ngắm trăng ❸nền nhà cao và rộng đắp trước cung điện, ba phía có bậc lên xuống

【月台票】yuètáipiào〈名〉vé ke; vé vào sân ga

【月头儿】yuètóur〈名〉[口]❶hết tháng: 到~了，又要交房租了。Hết tháng rồi, lại phải nộp tiền thuê nhà rồi. ❷đầu tháng

【月息】yuèxī〈名〉lợi tức hàng tháng; lãi hàng tháng

【月相】yuèxiàng〈名〉[天文]dạng trăng

【月薪】yuèxīn〈名〉lương tháng

【月牙】yuèyá〈名〉trăng non; trăng lưỡi liềm

【月夜】yuèyè〈名〉đêm trăng

【月晕】yuèyùn〈名〉quầng trăng

【月中】yuèzhōng〈名〉giữa tháng

【月终】yuèzhōng〈名〉cuối tháng

【月子】yuèzi〈名〉❶cữ; ở cữ; tháng đầu tiên sau khi đẻ: 坐~ đang trong cữ ❷kì ở cữ; ngày sinh nở: 嫂子的~是八月底。Ngày ở cữ của chị dâu là cuối tháng tám.

【月子病】yuèzibìng〈名〉bệnh hậu sản

【月租】yuèzū〈名〉tiền thuê hàng tháng

乐 yuè〈名〉âm nhạc: 音~ âm nhạc; 民~ nhạc dân tộc //(姓)Nhạc

另见lè

【乐池】yuèchí〈名〉khoang nhạc; khoang dàn nhạc

【乐队】yuèduì〈名〉đội nhạc

【乐府】yuèfǔ〈名〉nhạc phủ (vốn chỉ ban âm nhạc của triều đình nhà Hán, có nhiệm vụ chủ yếu là sưu tập thơ ca và nhạc dân gian ở các nơi, về sau dùng nhạc phủ để chỉ các loại dân ca hoặc các tác phẩm mô phỏng dân ca)

【乐感】yuègǎn〈名〉nhạy cảm với âm nhạc

【乐歌】yuègē〈名〉❶ca nhạc ❷ca khúc có nhạc đệm

【乐理】yuèlǐ〈名〉nhạc lí; lí thuyết âm nhạc

【乐迷】yuèmí〈名〉người ham mê âm nhạc; fan yêu nhạc

【乐谱】yuèpǔ〈名〉bản nhạc; nhạc phổ

【乐器】yuèqì〈名〉nhạc cụ; nhạc khí: 民族~ nhạc cụ dân tộc; 打击~ nhạc cụ gõ

【乐曲】yuèqǔ〈名〉tác phẩm âm nhạc; bản nhạc; bài nhạc; nhạc phẩm

【乐师】yuèshī〈名〉nhạc sĩ; người biểu diễn âm nhạc; nhạc công

【乐坛】yuètán〈名〉giới âm nhạc; diễn đàn âm nhạc

【乐团】yuètuán〈名〉đoàn nhạc; dàn nhạc; ban nhạc; hội âm nhạc: 交响~ dàn nhạc giao hưởng

【乐舞】yuèwǔ〈名〉ca múa; ca vũ; múa có nhạc đệm

【乐章】yuèzhāng〈名〉chương nhạc; phần

của bản nhạc; tổ khúc: 这部交响乐最精彩的部分是第三~. Chương hay nhất của bản nhạc giao hưởng này là chương Ⅲ.

岳 yuè ‹名› ❶ núi cao; núi lớn: 南~ Nam nhạc (chỉ núi Hoành Sơn) ❷ nhạc gia; cha mẹ vợ // (姓) Nhạc

【岳父】 yuèfù ‹名› nhạc phụ; bố vợ; ông nhạc

【岳家】 yuèjiā ‹名› nhạc gia; nhà vợ; nhà bố mẹ vợ

【岳母】 yuèmǔ ‹名› nhạc mẫu; mẹ vợ; bà nhạc

【岳丈】 yuèzhàng = 【岳父】

钥 yuè ‹名› chìa khóa: 北门锁~ trọng trấn phía bắc

另见 yào

钺 yuè ‹名› rìu chiến cỡ lớn (một loại binh khí thời xưa)

阅 yuè ‹动› ❶ đọc; xem ❷ duyệt; kiểm tra tượng trưng ❸ qua; từng trải; trải qua; kinh qua // (姓) Duyệt

【阅报栏】 yuèbàolán ‹名› bảng đọc báo

【阅兵】 yuèbīng ‹动› duyệt binh; diễu binh

【阅兵式】 yuèbīngshì ‹名› lễ duyệt binh

【阅读】 yuèdú ‹动› xem; đọc: ~书报 xem sách báo; ~理解 đọc hiểu

【阅卷】 yuèjuàn ‹动› chấm bài thi; bình duyệt bài thi

【阅览】 yuèlǎn ‹动› xem; đọc

【阅览室】 yuèlǎnshì ‹名› phòng đọc

【阅历】 yuèlì ❶ ‹动› từng trải; trải nghiệm; trải: ~艰苦岁月 qua thời gian nan khó khăn; 年轻人都希望到外面~一番 Thanh niên đều thích có sự từng trải ở thế giới bên ngoài. ❷ ‹名› sự từng trải; lịch duyệt; vốn sống: ~丰富 từng trải nhiều

【阅批】 yuèpī ‹动› phê duyệt

【阅世】 yuèshì ‹动› [书] từng trải việc đời; chững chạc; hiểu đời: ~渐深 từng trải việc

đời ngày một nhiều

悦 yuè ❶ ‹形› vui mừng; hớn hở; vui vẻ: 喜~ vui sướng; 不~ không vui ❷ ‹动› làm cho vui sướng; vui: ~目 vui mắt // (姓) Duyệt

【悦耳】 yuè'ěr ‹形› vui tai; nghe êm tai: 鸟鸣婉转~动听 Tiếng chim thanh thót nghe vui tai đáo để.

【悦服】 yuèfú ‹动› phục từ đáy lòng; mến phục; cảm phục: 四方~ khắp nơi mến phục

【悦目】 yuèmù ‹形› đẹp mắt; vui mắt; ngoạn mục: 赏心~ đẹp mắt vui lòng

【悦色】 yuèsè ‹形› vui vẻ nhã nhặn; vui tươi

跃 yuè ‹动› nhảy; vọt; nảy; bật: 跳~ nhảy nhót; 一~跳上车 nhảy tót lên xe // (姓) Dược

【跃层】 yuècéng ‹名› căn nhà có gác lửng

【跃动】 yuèdòng ‹动› rung rinh; rung động: ~的心 con tim rung động

【跃进】 yuèjìn ‹动› ❶ nhảy vọt; nhảy về trước ❷ ví tiến vọt; nhảy vọt; tiến vượt lên: 生产~ sản xuất nhảy vọt

【跃居】 yuèjū ‹动› nhảy vọt lên: 他的成绩已~首位。 Thành tích anh ấy đã nhảy vọt lên hàng đầu.

【跃然纸上】 yuèrán-zhǐshàng hiện ra sống động trên trang giấy

【跃升】 yuèshēng ‹动› nhảy vọt lên: 中国~成为全球第一市场。 Trung Quốc nhảy vọt lên trở thành thị trường lớn nhất toàn cầu.

【跃跃欲试】 yuèyuè-yùshì nóng lòng muốn làm thử; muốn ra tay ngay

【跃增】 yuèzēng ‹动› tăng rất nhanh; tăng vọt

越[1] yuè ❶ ‹动› vượt; vượt qua; nhảy qua: ~境逃跑 vượt biên tháo chạy ❷ ‹动› vượt; vượt quá (phạm vi hoặc thứ tự thông thường): ~级 vượt cấp ❸ ‹形› (âm thanh) cao vút; sôi nổi; rộn rã; (tình cảm) hừng hực; sôi sục: 激~ xúc động mãnh liệt; 声音

Y

清~ âm thanh trong trẻo rộn rã ❹<动>[书] cướp: 杀人~货 giết người cướp của

越² yuè<副>(dùng lặp) càng...càng...: 他~说~来劲。Anh ta càng nói càng hăng.

越³ Yuè<名>Việt (chỉ vùng miền đông tỉnh Chiết Giang) //(姓)Việt

【越冬】yuèdōng<动>qua đông; qua mùa đông: 储藏食物~ cất giữ đồ ăn để qua đông

【越冬作物】yuèdōng zuòwù trồng qua đông; cây trồng vụ đông xuân

【越发】yuèfā<副>❶càng; càng trở nên: 受到上级表扬，他工作~努力了。Được cấp trên khen, ông ấy càng thêm nỗ lực. ❷càng... càng...

【越轨】yuèguǐ<动>(hành vi) ra ngoài quỹ đạo cho phép; vượt qua khuôn phép; vượt rào; phá rào: ~行为 hành vi vượt ra ngoài khuôn phép

【越过】yuèguò<动>vượt qua; vượt; băng qua; băng: 高山 vượt qua núi cao; ~阻碍 vượt qua trở ngại

【越级】yuèjí<动>vượt cấp; vượt bậc: ~上报 vượt cấp báo cáo; 被~提拔 được thăng chức nhảy cấp

【越加】yuèjiā<副>ngày càng; càng thêm

【越界】yuèjiè<动>vượt ranh giới; vượt biên; lấn biên giới: ~飞行 bay vượt biên; ~传球 vượt tuyến chuyền bóng

【越境】yuèjìng<动>vượt biên; vượt qua biên giới

【越剧】yuèjù<名>Việt kịch (một loại ca kịch phổ biến ở vùng Chiết Giang, Trung Quốc)

【越来越】yuèláiyuè ngày càng; ngày một

【越礼】yuèlǐ❶<动>không đúng lễ nghi; không tôn trọng kỉ cương; thiếu lịch sự: ~行为 hành vi thiếu lịch sự ❷<名>sự không đúng mực; sự thiếu lịch sự

【越南】Yuènán<名>Việt Nam; Việt: ~人 người Việt; ~语 tiếng Việt

【越权】yuèquán<动>vượt quyền; vượt quá quyền hạn; lạm quyền: 我不能~处理这个问题。Tôi không thể vượt quyền giải quyết vấn đề này.

【越位】yuèwèi<动>❶vượt qua chức vị; lạm dụng chức vị: 僭权~ lạm dụng quyền chức và địa vị ❷[体育]việt vị: ~犯规 phạm lỗi việt vị

【越野】yuèyě<动>việt dã; chạy việt dã

【越野车】yuèyěchē<名>xe chạy việt dã; xe chạy trên mọi địa hình

【越野赛】yuèyěsài<名>đua xe việt dã; đua xe vượt địa hình

【越狱】yuèyù<动>vượt ngục; trốn khỏi nhà tù: ~潜逃 vượt ngục bỏ trốn; ~犯 tù vượt ngục

【越俎代庖】yuèzǔ-dàipáo bao biện làm thay; thay thế người khác để làm một việc ngoài phận sự của mình; làm thay vượt chức quyền

粤 Yuè<名>❶tên gọi tắt của hai tỉnh Quảng Đông, Quảng Tây thời xưa: 两~总督 tổng đốc hai tỉnh Quảng Đông, Quảng Tây ❷tên gọi tắt của tỉnh Quảng Đông

【粤菜】yuècài<名>món ăn Quảng Đông; món ăn mang phong vị Quảng Đông

【粤剧】yuèjù<名>kịch Quảng Đông; Việt kịch

【粤语】Yuèyǔ<名>tiếng Quảng Đông

yūn

晕 yūn❶<形>choáng; chóng mặt; chếnh choáng; choáng váng: ~头~脑 đầu óc choáng váng ❷<动>ngất; sốc; hôn mê: ~倒 bị ngất/bị sốc

另见yùn

【晕乎乎】yūnhūhū mê mẩn

【晕厥】yūnjué<动>bị ngất

【晕头晕脑】yūntóu-yūnnǎo đầu óc rối bù;

mê mẩn choáng óc

【晕头转向】yūntóu-zhuànxiàng đầu óc choáng váng: 这一阵子忙得~。 Dạo này bận tối mắt tối mũi.

【晕晕乎乎】yūnyūnhūhū choáng; không tỉnh táo

yún

云¹ yún[书]❶<动>nói; rằng: 人~亦~ người nói sao, bảo sao nói vậy/ông ba phải ❷ <助>(tỏ ý nhấn mạnh)

云² yún<名>mây: 乌~密布 mây đen dày đặc

云³ Yún<名>tên gọi tắt của tỉnh Vân Nam: ~腿 giăm-bông Vân Nam //(姓)Vân

【云豹】yúnbào<名>báo lông vằn; báo hoa; báo vằn

【云鬓】yúnbìn<名>[书]tóc mây; tóc mái dài và mượt (như mây như suối)

【云彩】yúncai<名>[口]mây; áng mây: 洁白的~ mây trắng

【云层】yúncéng<名>tầng mây

【云淡风轻】yúndàn-fēngqīng mây tan gió nhẹ

【云端】yúnduān<名>trong mây; đỉnh mây: 高入~ cao vút chọc trời

【云朵】yúnduǒ<名>đám mây; áng mây

【云海】yúnhǎi<名>biển mây: ~苍茫 biển mây mênh mông

【云汉】yúnhàn<名>[书]❶Ngân Hà; sông Ngân ❷bầu trời cao; khoảng không gian bao la

【云集】yúnjí<动>tập hợp đông đảo; tụ tập; tập trung: 各国球星~足球世界杯赛场。 Những ngôi sao sân cỏ các nước tập trung vào World Cup.

【云计算】yúnjìsuàn điện toán đám mây; điện toán máy chủ ảo

【云锦】yúnjǐn<名>gấm hoa; gấm thêu hoa; gấm thêu hoa văn

【云谲波诡】yúnjué-bōguǐ tình thế biến đổi khôn lường

【云开见日】yúnkāi-jiànrì mây tan thấy ánh mặt trời

【云龙风虎】yúnlóng-fēnghǔ hổ gió rồng mây; khí thế như gió cuộn rồng bay

【云母】yúnmǔ<名>[矿物]đá vân mẫu; mi-ca: ~电容器 tụ điện bằng mi-ca

【云泥之别】yúnnízhībié khác nhau một trời một vực

【云片糕】yúnpiàngāo<名>bánh lát mỏng làm bằng bột gạo, đường và hạt hồ đào

【云雀】yúnquè<名>chim chiền chiện; chim sơn ca

【云散】yúnsàn<动>tản mát; tản mác: 烟消~ tan thành mây khói

【云山雾罩】yúnshān-wùzhào❶mây mù dày đặc ❷nói tràng giang đại hải, dài dòng khó hiểu

【云杉】yúnshān<名>cây vân sam

【云梯】yúntī<名>thang dài; thang gấp (dùng để công thành hoặc cứu hỏa)

【云天】yúntiān<名>trời cao; trời xanh; mây xanh; chín tầng mây: 响彻~ vang tận mây xanh

【云头】yúntóu<名>đám mây; tầng mây; cụm mây

【云头儿】yúntóur<名>hoa văn hình mây; đường vân trang trí; đường diềm

【云图】yúntú<名>[气象]ảnh mây

【云团】yúntuán<名>đám mây; cụm mây

【云雾】yúnwù<名>mây mù: 拨开~见青天 xua tan mây mù, nhìn thấy trời xanh

【云霞】yúnxiá<名>ráng mây; ráng chiều

【云消雾散】yúnxiāo-wùsàn❶mây mù tan, trời hửng nắng đẹp ❷tan thành mây khói; tan vỡ như bóng xà phòng: 一切希望~。 Bao nhiêu hi vọng tiêu tan trong mây khói.

【云霄】yúnxiāo<名>mây xanh; trời xanh; trời cao: 直上~ vút lên tận mây xanh

【云烟】yúnyān<名>mây khói: 过眼~ mây khói thoảng qua

【云翳】yúnyì<名>❶mây đen u ám ❷[医学] sẹo giác mạc; nhài quạt ở mắt

【云游】yúnyóu<动>vân du; ngao du đây đó: ~四海 vân du bốn biển

【云雨】yúnyǔ❶<名>mây mưa ❷<动>ví việc chung chạ xác thịt giữa trai và gái

【云云】yúnyún<助>[书]vân vân

【云遮雾障】yúnzhē-wùzhàng　mây khuất sương che

【云蒸霞蔚】yúnzhēng-xiáwèi　ráng mây rực rỡ; cảnh vật tươi sáng rực rỡ

匀 yún❶<形>đều đặn; đều: 机器声很~。Máy chạy đều. ❷<动>làm cho đều; chia đều: ~成四份 chia thành bốn phần đều nhau ❸<动>san sẻ; chia bớt; lấy ra; nhường bớt: 工作再忙，也要~一点时间看书。Dù công việc bận rộn thế nào, cũng nên dành ra chút thời gian để đọc sách.

【匀称】yúnchèn<形>đều đặn; đều; cân đối: 颗粒~饱满。Hạt chắc và đều. 这女子身段~。Cô gái này có thân hình cân đối.

【匀和】yúnhuo[口]❶<形>đều đặn; đều: 呼吸~ nhịp thở đều ❷<动>làm cho đều nhau; chia đều; san đều cho nhau

【匀净】yúnjing<形>(độ đậm nhạt, thô mịn) đều đặn; đều: 这些豆子挑得很~。Những hạt đậu được chọn ra rất đều.

【匀脸】yúnliǎn<动>xoa đều phấn trên mặt

【匀溜】yúnliu<形>[口](độ to nhỏ, thô mịn, đặc loãng) vừa phải; đều đặn

【匀实】yúnshi<形>đều và chắc: 这些西瓜长得很~。Những quả dưa hấu này đều và chắc.

【匀速运动】yúnsù yùndòng　chuyển động đều

【匀整】yúnzhěng<形>đều đặn ngay ngắn; đều tắp: 字写得~。Chữ viết đều đặn ngay ngắn.

芸 yún<名>vân hương //(姓)Vân

【芸豆】yúndòu<名>đậu tây; đậu lửa

【芸薹】yúntái<名>[植物]cây cải dầu

【芸芸】yúnyún<形>[书]đông; đông đảo

【芸芸众生】yúnyún-zhòngshēng mọi chúng sinh; đông đảo chúng sinh

纭 yún

【纭纭】yúnyún<形>[书]nhiều và rối, không gọn gàng

昀 yún<名>[书]ánh mặt trời

耘 yún<动>làm cỏ; nhổ cỏ; rẫy cỏ: 春耕夏~，秋收冬藏。Mùa xuân cày cấy, mùa hè làm cỏ, mùa thu gặt hái, mùa đông cất giữ.

【耘锄】yúnchú<名>lưỡi xới; cái cào

筼 yún<名>[书]❶cật tre ❷tre

鋆 yún<名>[书]vàng

yǔn

允[1] yǔn<动>đồng ý; cho phép; ưng thuận: 应~ ưng thuận; 不~ không cho phép //(姓)Doãn

允[2] yǔn<形>công bằng; vừa phải: 公~ công bằng hợp lí

【允当】yǔndàng<形>thỏa đáng; vừa phải; thích hợp; đúng mực: 赏罚~ thưởng phạt đúng mực; 事情已经解决~。Sự việc đã được giải quyết thỏa đáng.

【允诺】yǔnnuò<动>nhận lời; chấp thuận: 欣然~ vui vẻ nhận lời

【允许】yǔnxǔ<动>cho phép: ~建房子 được phép xây nhà

陨 yǔn<动>từ trên không rơi xuống

【陨落】yǔnluò<动>từ trên không rơi xuống; sa xuống

【陨灭】yǔnmiè<动>❶vật thể từ trên không

rơi xuống và bị hủy diệt ❷chết; bỏ mạng; mất mạng

【陨石】yǔnshí<名>[天文]thiên thạch; vẫn thạch; đá trời; đá aerolit

【陨铁】yǔntiě<名>thiên thạch chất sắt; vẫn thạch sắt; sao băng chất sắt

【陨星】yǔnxīng<名>sao sa; sao băng

殒 yǔn<动>[书]chết; tử vong

【殒灭】yǔnmiè<动>chết; bỏ mạng; mất mạng

【殒命】yǔnmìng<动>[书]chết; mất mạng; bỏ mạng; toi mạng

yùn

孕 yùn❶<动>chửa; có mang ❷<名>thai; bầu: 有身~ có thai

【孕妇】yùnfù<名>phụ nữ có mang (thai, bầu); đàn bà chửa

【孕妇装】yùnfùzhuāng<名>quần áo bầu; đầm bầu

【孕检】yùnjiǎn<动>khám thai

【孕期】yùnqī<名>thời kì thai nghén; thời gian mang thai

【孕吐】yùntù<动>nôn nghén; buồn nôn trong thời kì có nghén

【孕育】yùnyù<动>thai nghén: ~时期 thời kì thai nghén; 正~着一场科学革命 đang thai nghén một cuộc cách mạng khoa học

运 yùn❶<动>vận động; chuyển động ❷<动>vận tải; vận chuyển; chuyên chở: 货~ vận chuyển hàng hóa; 客~ chuyên chở hành khách ❸<动>vận dụng; sử dụng; dùng ❹<名>vận; số mệnh; vận mệnh; số phận: 幸~ vận may; 好~ số đỏ //(姓)Vận

【运笔】yùnbǐ<动>sử dụng bút; cầm bút: ~如飞 phóng bút

【运钞车】yùnchāochē<名>xe chở tiền

【运筹】yùnchóu<动>vận trù; lập kế hoạch;

tính cách; trù hoạch; định sách lược

【运筹帷幄】yùnchóu-wéiwò định sách lược tác chiến ở trong lều trại; quyết định sách lược tác chiến ở hậu phương; trù hoạch quyết sách

【运动】yùndòng❶<动>vận động; chuyển động; vận hành: 直线~ chuyển động thẳng ❷<动>vận động: ~是物质存在的形式。 Vận động là hình thức tồn tại của vật chất. ❸<名>thể dục thể thao; thể thao: 田径~ môn điền kinh; ~健将 kiện tướng thể thao ❹<名>cuộc vận động; phong trào: 五四~ Phong trào Ngũ Tứ; 技术革新~ phong trào cải tiến kĩ thuật ❺<动>chơi thể dục thể thao

【运动场】yùndòngchǎng<名>sân vận động

【运动会】yùndònghuì<名>đại hội thể dục thể thao; đại hội khỏe: 全国~ Đại hội thể dục thể thao toàn quốc; 奥林匹克~ Thế vận hội/đại hội Olimpic

【运动量】yùndòngliàng<名>lượng vận động

【运动鞋】yùndòngxié<名>giày thể thao

【运动学】yùndòngxué<名>vận động học

【运动员】yùndòngyuán<名>vận động viên

【运动战】yùndòngzhàn<名>vận động chiến; đánh vận động

【运费】yùnfèi<名>cước phí vận tải; tiền cước chuyên chở

【运河】yùnhé<名>kênh đào; sông đào

【运气】yùnqì<动>vận khí công; vận khí

【运气】yùnqi❶<名>vận mệnh; số mệnh; số phận; số; vận ❷<形>số may; vận may; gặp vận; may mắn: 她真~, 中了一等奖。 Chị ấy trúng giải nhất, thật là may mắn.

【运球】yùnqiú<动>dắt bóng; dẫn bóng; vờn bóng

【运输】yùnshū<动>vận tải; vận chuyển; chuyên chở: ~工具 phương tiện vận tải

【运输机】yùnshūjī<名>máy bay vận tải

【运输网】yùnshūwǎng<名>mạng lưới vận tải

【运输线】yùnshūxiàn<名>đường dây vận tải

【运送】yùnsòng<动>vận chuyển; chuyên chở; chở: ~肥料 vận chuyển phân bón

【运算】yùnsuàn<动>giải toán; tính; phép tính; phép toán: 四则~ bốn phép tính

【运销】yùnxiāo<动>đưa đi bán; vận chuyển hàng hóa đi bán; chở đi bán: ~全国 chở hàng đi bán khắp cả nước

【运行】yùnxíng<动>vận hành; bay: 开往北京的列车正点~。Chuyến tàu đi Bắc Kinh đã khởi hành đúng giờ.

【运营】yùnyíng<动>❶vận hành và kinh doanh; hoạt động và kinh doanh: 广西动车已正式~。Tàu hỏa cao tốc Quảng Tây đã vận hành chính thức. ❷hoạt động; làm việc: ~效率低 hoạt động hiệu quả thấp

【运营商】yùnyíngshāng<名>hãng vận hành và kinh doanh

【运用】yùnyòng<动>vận dụng; áp dụng; ứng dụng: 灵活~ vận dụng linh hoạt

【运用自如】yùnyòng-zìrú vận dụng thành thạo

【运载】yùnzài<动>chở; chuyên chở: ~工具 phương tiện chuyên chở; ~火箭 tên lửa chuyên tải; 这样做可以增加货车的~量。Làm như thế có thể tăng thêm khối lượng chuyên chở của xe hàng.

【运转】yùnzhuǎn<动>❶quay quanh; chuyển vận: 人造卫星绕着地球~。Vệ tinh nhân tạo quay quanh trái đất. ❷(máy) chạy; hoạt động; làm việc: 机器~正常。Máy chạy bình thường. ❸(tổ chức, cơ cấu...) hoạt động; làm việc: 资金~情况 tình hình hoạt động vốn

【运作】yùnzuò<动>(tổ chức, cơ cấu...) hoạt động; làm việc; tổ chức triển khai hoạt động: 要保证公司的正常~。Cần phải bảo đảm các hoạt động bình thường của công ti.

晕 yùn❶<动>choáng váng; choáng; chóng mặt; ngây mất; nôn nao: 眼~hoa mắt; 他一坐船就~。Anh ấy cứ đi tàu thuyền là bị say. ❷<名>quầng; tán; vòng sáng: 月~ quầng trăng ❸<名>vầng; quầng; vết loang: 她羞得脸上泛起了红~。Cô ta mặt đỏ ửng vì ngượng.

另见yūn

【晕场】yùnchǎng<动>choáng váng trong khi thi; chóng mặt trước đám đông

【晕车】yùnchē<动>say xe; say tàu

【晕车药】yùnchēyào<名>thuốc chống say tàu xe

【晕船】yùnchuán<动>say sóng; say thuyền

【晕机】yùnjī<动>say máy bay

【晕血】yùnxiě<动>sốc; choáng (khi nhìn thấy máu)

【晕针】yùnzhēn<动>sốc; bị choáng (sau khi tiêm thuốc hoặc châm cứu)

酝 yùn[书]❶<动>ủ rượu ❷<名>rượu

【酝酿】yùnniàng<动>❶ủ rượu; gây men; làm cho lên men ❷suy nghĩ chuẩn bị: ~候选人名单 chuẩn bị trước danh sách ứng cử viên

愠 yùn<动>[书]giận; hờn

【愠怒】yùnnù<动>giận; bực tức

【愠容】yùnróng<名>[书]vẻ giận

【愠色】yùnsè<名>[书]vẻ giận

韵 yùn<名>❶âm thanh; tiếng (êm dịu): 琴~悠扬 tiếng đàn du dương ❷vần; vận: 诗~ vần thơ ❸thú vị; tình điệu; phong vị; cảm hứng: 风~ nét duyên dáng quyến rũ //(姓) Vần, Vận

【韵调】yùndiào<名>âm điệu; vần điệu: ~悠扬 âm điệu du dương

【韵脚】yùnjiǎo<名>chữ bắt vần ở cuối câu

thơ; chân vần; cước vận

【韵律】yùnlǜ<名>luật thơ; thi pháp; phép làm thơ; luật gieo vần; luật bằng trắc

【韵律体操】yùnlǜ tǐcāo　thể dục nhịp điệu

【韵母】yùnmǔ<名>[语言]nguyên âm; vận mẫu

【韵事】yùnshì<名>chuyện văn thơ; thú vui cầm kì thi họa: 风流~ cuộc dan díu/thói trăng hoa

【韵味】yùnwèi<名>❶ý vị; ý nhị: 她的诗很有~。Những vần thơ của cô ấy rất có ý vị. ❷tình điệu thú vị

【韵文】yùnwén<名>văn vần

【韵致】yùnzhì<名>nét duyên dáng quyến rũ; vẻ đẹp yêu kiều; sức gợi cảm; khả năng làm cho say mê; vẻ dễ ưa: 别有~ có một vẻ thanh nhã riêng

蕴 yùn[书]❶<动>bao hàm; tích chứa; chứa cất; cất giấu ❷<名>chỗ sâu thẳm; chỗ sâu kín //(姓)Uẩn

【蕴藏】yùncáng<动>tàng trữ; tiềm ẩn; tiềm tàng, ẩn giấu, ngầm ẩn: ~危机 tiềm ẩn nguy cơ; 这个地区~着丰富的旅游资源。Vùng này tiềm ẩn nguồn tài nguyên du lịch phong phú.

【蕴含】yùnhán<动>bao hàm; chứa đựng; hàm ẩn: ~着深刻的哲理 hàm ẩn triết lí sâu sắc

【蕴涵】yùnhán<动>❶sự kéo theo; quan hệ liên can ❷bao hàm; chứa đựng; hàm ẩn

【蕴藉】yùnjiè<形>[书]hàm súc; kín đáo (chỉ ngôn ngữ, văn chương, tình cảm…): 话语~ lời nói hàm súc

【蕴蓄】yùnxù<动>tiềm tàng; tiềm ẩn; ẩn giấu; tích tụ: 他的内心深处~着丰富的感情。Trong thâm tâm anh ấy ấp ủ tình cảm phong phú.

【蕴意】yùnyì<名>hàm ý; ngụ ý: 文化~ hàm ý văn hóa; ~深刻 ngụ ý sâu sắc

熨 yùn<动>là: ~衣服 là quần áo
另见yù

【熨斗】yùndǒu<名>bàn là; bàn ủi: 电~ bàn là điện

【熨烫】yùntàng<动>là ủi

【熨衣板】yùnyībǎn<名>tấm để là quần áo

Z z

zā

扎 zā ❶<动>thắt; buộc; quấn; vấn; bó lại: ~头发 buộc tóc; 包~伤口 băng bó vết thương; 把腰带~上。Thắt thắt lưng. 把柴火~成捆。Buộc củi thành bó. ❷<量>[方]bó; cuộn: 一~鲜花 một bó hoa; 一~报 một cuộn báo
另见 zhā

【扎染】 zārǎn<动>tie-dye; nhuộm túm (bằng cách túm từng phần trên vải lại để những chỗ đó không ăn màu): ~布 vải nhuộm túm

匝 zā[书]❶<量>vòng ❷<形>khắp; đầy; mọi: ~月 đầy tháng; 绿荫~地。Bóng râm tỏa mát khắp mặt đất. ❸<动>vòng quanh

【匝道】 zādào<名>đoạn đường nối

咂 zā<动>❶hớp; nhấp; hút: ~了一口茶 nhấp một ngụm trà; ~橙子汁 hút nước cam ❷chép miệng ❸nếm; nhấp nháp: 你~~汤的味道。Anh nếm thử canh xem sao.

【咂摸】 zāmo<动>[方]❶nếm; nhấm nháp: ~肉的香味 nếm hương vị của thịt ❷ngẫm nghĩ: 你再~~老师的话是什么意思。Anh hãy ngẫm nghĩ lại xem câu nói của thầy giáo có ý gì.

【咂舌】 zāshé<动>chép miệng; tặc lưỡi

【咂嘴】 zāzuǐ<动>chép miệng; tặc lưỡi

zá

杂 zá❶<形>tạp; lặt vặt; linh tinh: 复~ phức

tạp; 全是~事。Toàn những việc linh tinh. 住在这里的人很~。Những người cư trú tại đây đủ loại. ❷<形>vụn vặt; ngoại lệ ❸<动>lẫn lộn; trộn lẫn nhau; pha tạp: 五味~陈。Các mùi vị pha tạp lẫn lộn. 书和信夹~在一起。Sách vở và thư từ để lẫn lộn.

【杂拌儿】 zábànr<名>❶mứt thập cẩm ❷mớ tạp nham

【杂草】 zácǎo<名>cỏ dại: 清除~ giẫy sạch cỏ dại

【杂处】 záchǔ<动>cư dân đến từ các nơi ở lẫn với nhau; cùng cư ngụ

【杂费】 záfèi<名>❶tạp phí; khoản chi lặt vặt: 减少~ giảm bớt các khoản chi lặt vặt ❷tạp phí; khoản tiền phụ thu của nhà trường: 学~ học phí và tạp phí

【杂感】 zágǎn<名>❶cảm nghĩ tản mạn ❷cảm tưởng; văn tạp kí

【杂烩】 záhuì<名>❶món hổ lốn; món thập cẩm; tạp phí lù: 煮了一锅~ nấu một nồi hổ lốn ❷ví mớ hỗn tạp: 那本书简直就是大~。Cuốn sách đó quả thật là một mớ hỗn tạp.

【杂活儿】 záhuór<名>việc vặt; việc linh tinh; công việc tạp nhạp: 他父亲在公司里干些~。Bố anh ấy làm việc vặt trong công ti.

【杂货】 záhuò<名>tạp hóa: ~店 cửa hàng tạp hóa

【杂记】 zájì<名>❶tạp kí; bút kí ❷ghi chép: 旅游~ ghi chép trong chuyến du lịch

【杂技】 zájì<名>xiếc; tạp kĩ: 小红喜欢看

~。Chị Hồng thích xem xiếc.

【杂技团】zájìtuán<名>đoàn xiếc: 中国~世界闻名。Đoàn xiếc Trung Quốc nổi tiếng thế giới.

【杂家】zájiā<名>❶(Zájiā) Tạp gia (học phái chiết trung thời kì Tiên Tần) ❷người biết rộng nhưng không chuyên sâu

【杂交】zájiāo<动>[生物]lai giống; tạp giao: ~品种 giống lai/tạp chủng; 有性~ lai giống hữu tính; 无性~ lai giống vô tính

【杂交水稻】zájiāo shuǐdào lúa lai

【杂居】zájū<动>tạp cư (tại một vùng); ở xen kẽ: 多民族~地区 vùng tạp cư nhiều dân tộc

【杂剧】zájù<名>tạp kịch

【杂粮】záliáng<名>lương thực phụ; hoa màu: 多吃~对健康有益。Hay ăn lương thực phụ sẽ lợi cho sức khỏe.

【杂乱】záluàn<形>lộn xộn; bừa bãi: 屋子里~地堆着书报。Trong phòng sách báo để chồng chất lộn xộn.

【杂乱无章】záluàn-wúzhāng lộn xộn; hỗn độn; rối tinh rối mù; rối rắm; bề bộn; rối bòng bong; thiếu mạch lạc: 事情~ công việc bề bộn; 说话~ ăn nói lộn xộn

【杂木】zámù<名>gỗ tạp; cây dại: ~林 rừng cây dại

【杂念】zániàn<名>ý nghĩ nhỏ nhen; ý nghĩ vị kỉ; tính toán ích kỉ: 私心~ ý nghĩ nhỏ nhen vụ lợi

【杂牌】zápái<形>không chính quy; không chính hiệu: ~手机 điện thoại di động không chính hiệu; ~军 đội quân không chính quy

【杂品】zápǐn<名>tạp phẩm

【杂七杂八】záqī-zábā hỗn tạp; lẫn lộn; lặt vặt: 这间房里堆了些~的东西。Phòng này chồng chất đủ thứ lặt vặt.

【杂糅】záróu<动>lẫn lộn; pha trộn; trộn lẫn: 句式~ những mẫu câu lẫn lộn

【杂色】zásè<名>❶màu sắc pha tạp ❷tạp

nham

【杂食】záshí❶<形>hỗn thực; ăn tạp; tạp ăn: 猪是~动物。Lợn là loài động vật ăn thức ăn tạp. ❷<名>thức ăn tạp

【杂史】záshǐ<名>tạp sử; lịch sử phi chính thống; sử sách ghi chép lặt vặt

【杂事】záshì<名>việc vặt; việc tạp nham: 最近~太多，抽不出时间锻炼身体。Dạo này quá nhiều việc vặt, không có thời gian tập thể dục.

【杂书】záshū<名>tạp thư (loại sách không có liên quan trực tiếp tới việc thi cử, không liên quan trực tiếp đến chuyên ngành của bản thân): 孩子不喜欢教科书，爱看一些~。Thằng bé không thích đọc sách giáo khoa mà thích đọc những tạp thư.

【杂耍】záshuǎ<名>các tiết mục xiếc

【杂税】záshuì<名>các thứ thuế phụ thu; tạp thuế; thuế má: 苛捐~ thuế má nặng nề/sưu cao thuế nặng

【杂说】záshuō<名>❶các loại ý kiến; nhiều kiến giải khác nhau; nhiều lời bàn khác nhau; ~不一 nhiều lời bàn ra tán vào ❷[书]những luận thuyết rời rạc; những đoạn văn nghị luận vụn vặt ❸[书]những học thuyết phi chính thống

【杂碎】zásui<名>món lòng: 鸡~ món lòng gà; 炒~ món lòng xào

【杂沓】zátà<形>lộn xộn; bề bộn; nhộn nhạo: 会场里人声~。Hội trường nhộn nhạo tiếng người.

【杂谈】zátán<名>nói hoặc viết một cách tùy hứng, không gò bó bởi một thể thức, đề tài nào

【杂文】záwén<名>tạp văn: 他擅长写~。Anh ấy rất giỏi viết tạp văn.

【杂务】záwù<名>việc vặt; tạp vụ

【杂物】záwù<名>đồ lặt vặt

【杂物房】záwùfáng<名>phòng để đồ lặt vặt

【杂音】záyīn<名>tạp âm; tiếng ồn

【杂院儿】záyuànr<名>sân chung của nhiều hộ dân cư

【杂症】zázhèng<名>tạp bệnh; nhiều loại bệnh

【杂志】zázhì<名>❶tạp chí: 书报~ tạp chí sách báo; ~社 tòa soạn tạp chí ❷ghi chép vụn vặt

【杂质】zázhì<名>tạp chất: 这些铁矿石混有很多~。Quặng sắt này có nhiều tạp chất.

【杂种】zázhǒng<名>❶[生物]giống lai; tạp chủng: 这是~犬。Đây là con chó lai. ❷(lời chửi) đồ tạp chủng

砸zá<动>❶đánh; đập; nện: ~玻璃 đập pha lê ❷đánh vỡ: 瓶子被~了。Chiếc bình bị đánh vỡ rồi. ❸[口]hỏng; thất bại: 事情办~了。Làm hỏng việc rồi.

【砸饭碗】zá fànwǎn bát cơm bị đập vỡ; tiệt đường kiếm cơm; hết kế sinh nhai: 做这种事等于自己~。Làm việc như vậy khác gì tự mình làm hết kế sinh nhai.

【砸锅】záguō<动>[口]làm vỡ nồi; hỏng việc

【砸锅卖铁】záguō-màitiě đập nồi để bán sắt; vét hết tiền túi để làm việc gì đó

【砸烂】zálàn<动>đập nát

【砸牌子】zá páizi làm xấu thương hiệu; bôi nhọ danh tiếng: 不要砸了自己的牌子。Đừng có tự bôi nhọ danh tiếng của mình.

【砸碎】zásuì<动>đập vỡ; đập tan

zǎ

咋zǎ<代>[方]sao; thế nào: ~啦? Sao vậy? 这件事现在该~办? Chuyện này hiện nay nên làm thế nào? 事情进展~样啦? Chuyện này ra sao rồi?
另见zhā

zāi

灾zāi<名>❶nạn; tai họa: 火~ hỏa hoạn ❷tai nạn; rủi ro

【灾变】zāibiàn<名>[书]tai biến: 面对~需要沉着冷静。Gặp phải tai biến cần phải hết sức bình tĩnh.

【灾害】zāihài<名>tai họa; tai: 自然~ thiên tai

【灾患】zāihuàn<名>tai họa

【灾荒】zāihuāng<名>nạn mất mùa; nạn đói

【灾祸】zāihuò<名>tai họa; thảm họa: "9·11" 恐怖袭击事件被美国人称为该国史上从未有过的~。Người Mĩ coi sự kiện tập kích khủng bố 11/9 là thảm họa chưa từng có trong lịch sử nước này.

【灾民】zāimín<名>nạn dân: 地震灾区~ nạn dân vùng bị động đất

【灾难】zāinàn<名>tai họa; tai nạn; tai hại: ~临头 gặp phải tai họa; ~性天气 thời tiết tai hại

【灾年】zāinián<名>năm xảy ra thiên tai

【灾情】zāiqíng<名>tình trạng tai họa; tình hình thiệt hại do tai họa

【灾区】zāiqū<名>vùng bị thiên tai: ~重建 xây dựng lại vùng bị thiên tai

【灾星】zāixīng<名>ngôi sao rủi ro; người mang tai vạ cho người khác (của tội vạ)

哉zāi<助>[书]❶quá; thay: 妙~ đẹp quá ❷chăng: 燕雀安知鸿鹄之志~! Chim chích nhỏ đâu hiểu được chí lớn của đại bàng!

栽zāi❶<动>trồng: ~树 trồng cây ❷<动>cắm: ~上支绢花 cắm một cành hoa lụa ❸<动>gán cho; đổ vạ: 他被~上莫须有的罪名。Ông ta bị ghép cho những tội danh không đâu vào đâu. ❹<名>cây non; cây giống ❺<动>ngã; ngã bổ nhào: 孩子从树上~下来。Thằng bé ngã từ trên cây xuống. ❻<动>[方]ví bị thất bại hoặc mất mặt

【栽插】zāichā<动>trồng; cấy trồng

【栽跟头】zāi gēntou❶ngã lộn nhào: 他走路没注意，~了。 Hắn đi đường không cẩn thận bị ngã lộn nhào. ❷thua: 他这次准备不充分，肯定~。 Lần này anh ấy chuẩn bị chưa kĩ, chắc sẽ thua.

【栽培】zāipéi<动>❶vun bón; vun trồng; vun đắp; vun xới; bồi đắp: 园艺~技术 kĩ thuật vun trồng; 中越友谊之树要靠两国人民共同~。 Mối tình hữu nghị giữa hai nước Trung-Việt phải dựa vào nhân dân hai nước cùng nhau vun đắp. ❷đào tạo; bồi dưỡng; vun xới; chăm sóc: 精心~人才 tận tâm đào tạo bồi dưỡng nhân tài; 感谢老师们的~。 Cảm ơn công lao đào tạo bồi dưỡng của các thầy cô. ❸cất nhắc; đề bạt; nâng đỡ: 他的晋升多亏了领导的~。 Sự thăng chức của anh ấy đa phần là do được sự cất nhắc của lãnh đạo.

【栽赃】zāizāng<动>vu cáo; hãm hại; đổ tội: ~害人要负法律责任。 Vu cáo hãm hại phải chịu trách nhiệm trước pháp luật.

【栽植】zāizhí<动>trồng; cấy

【栽种】zāizhòng<动>trồng; gieo trồng; trồng trọt: ~香蕉 trồng chuối

【栽子】zāizi<名>cây con; cây giống

zǎi

仔 zǎi<名>❶động vật con ❷[方]chàng trai; trai trẻ: 打工~ người thanh niên làm thuê; 牛~ cao bồi

另见zǐ

载¹ zǎi<名>năm: 三年五~ dăm ba năm; 千~难逢 nghìn năm có một

载² zǎi<动>ghi; ghi lại; đăng: 记~ ghi lại/ghi chép; 连~ đăng nhiều kì

另见zài

【载入史册】zǎirù-shǐcè ghi vào sử sách: 英雄们的功绩已经~。 Công trạng của các anh hùng đã được ghi vào sử sách.

宰¹ zǎi❶<动>chủ trì; chủ quản ❷<名>quan tể (một chức quan thời xưa) //(姓)Tể

宰² zǎi<动>❶làm thịt; giết: 杀猪~羊迎贵宾 giết lợn mổ dê đón khách quý ❷[方]chém giá; lấy giá cắt cổ; chém đẹp: 到市场买东西挨~ đến chợ mua hàng bị chém; 挨店主~ bị chủ quán chém đẹp

【宰割】zǎigē<动>❶chém đầu xả thịt ❷chèn lấn; chèn ép; xâu xé: 难道我们甘心这样被人~？ Chẳng lẽ chúng ta lại cam tâm chịu bị chèn ép như vậy hay sao?

【宰客】zǎikè<动>chém đẹp (khách hàng)

【宰人】zǎirén<动>lấy giá cắt cổ; chém đẹp (khách hàng)

【宰杀】zǎishā<动>giết; làm thịt; mổ: ~活鸡 làm thịt con gà; ~生猪 mổ lợn/mổ heo

【宰相】zǎixiàng<名>tể tướng

【宰相肚里能撑船】zǎixiàng dù lǐ néng chēng chuán bụng tể tướng có thể chèo thuyền; khen người khoan dung độ lượng

【宰制】zǎzhì<动>[书]cai quản

崽 zǎi<名>[方]❶đứa bé trai ❷(động vật) con (còn nhỏ bé): 猪~ lợn con

【崽子】zǎizi<名>❶thằng nhãi (lời chửi): 不要理那小~! Thằng nhãi ấy thì chấp làm gì! ❷động vật con

zài

再 zài❶<副>tái; lần nữa: ~生 tái sinh; ~做一次 làm lại một lần nữa ❷<副>hơn; thêm: ~走远点。 Hãy đi xa hơn nữa. ❸<副>nếu; nếu mà; nếu cứ: ~不努力,就考不上大学了。 Nếu không cố gắng hơn nữa thì sẽ không đỗ được đại học. ❹<副>hãy;

hẳng: 吃完~说! Để ăn xong hẵng nói! ❺
〈副〉ngoài ra còn ❻〈动〉[书]trở lại; quay
lại; lặp lại; xảy ra lại; lại gặp lại: 青春不~。
Tuổi xuân không trở lại. 机不可失，时不~
来。Thời cơ không nên để lỡ, thời gian trôi
đi sẽ không trở lại. //(姓)Tái

【再版】zàibǎn〈动〉tái bản: 这本书已经~多
次了，但仍然畅销。Cuốn sách này đã tái
bản nhiều lần, nhưng vẫn bán chạy.

【再不】zàibu〈连〉[口]nếu không: 你最好写
作业，~就看看书吧。Cậu hãy làm bài là
hơn, nếu không thì đọc sách nhé.

【再不然】zàiburán[口]nếu không: 把瓶子
塞上，~饮料就倒出来了。Đậy nắp chai
lại, nếu không nước ngọt sẽ bị đổ ra đấy.

【再创造】zàichuàngzào　tái sáng tạo

【再次】zàicì〈副〉một lần nữa: 能~与大家
见面，我感到非常高兴。Được gặp lại các
bạn, tôi thấy rất mừng.

【再次当选】zàicì dāngxuǎn tái đắc cử; trúng
cử tiếp: 她~为旅游形象大使。Chị ấy tái
đắc cử Đại sứ hình tượng du lịch.

【再度】zàidù〈副〉lại một lần nữa: ~出现
xuất hiện lần nữa

【再犯】zàifàn ❶〈动〉tái phạm: 同一个错
误，不能一犯~。Không nên tái phạm nhiều
lần đối với cùng một sai lầm./Cùng một lỗi
không được tái phạm nhiều lần. ❷〈名〉người
tái phạm: 他是一名~。Hắn ta là kẻ tái phạm.

【再分配】zàifēnpèi　phân phối lại

【再会】zàihuì〈动〉chào tạm biệt; hẹn gặp
lại

【再婚】zàihūn〈动〉kết hôn lần nữa; tái hôn:
现代社会的~率在升高。Ti lệ tái hôn trong
xã hội hiện đại đang tăng lên.

【再加工】zàijiāgōng　tái chế biến

【再嫁】zàijià〈动〉tái giá

【再见】zàijiàn〈动〉chào tạm biệt; hẹn gặp
lại

【再教育】zàijiàoyù　tiếp tục giáo dục

【再接再厉】zàijiē-zàilì　nỗ lực liên tục;
không ngừng cố gắng; tiếp tục tiến lên: 望
能~, 不断进步。Mong không ngừng cố
gắng, không ngừng tiến bộ.

【再就业】zàijiùyè　xin được việc làm lần nữa

【再三】zàisān〈副〉hết lần này đến lần khác;
nhiều lần: ~嘱咐 dặn dò nhiều lần; 研究~
nghiên cứu hết lần này đến lần khác

【再审】zàishěn〈动〉❶[法律]tái thẩm: 这
个案子要~。Vụ án này sẽ được tái thẩm.
❷thẩm tra lại; xem xét lại

【再生】zàishēng〈动〉❶sống lại; tái sinh;
hồi sinh; phục sinh: 医生对他有救命~之
恩。Anh ấy mang ơn được bác sĩ hồi sinh.
❷tái sinh; tái chế: ~纸 giấy tái sinh

【再生产】zàishēngchǎn　tái sản xuất: 增
加投资以扩大~。Tăng thêm vốn đầu tư để
mở rộng tái sản xuất.

【再生父母】zàishēng fùmǔ　người đã sinh
ta lần thứ hai; người cứu mạng

【再生能源】zàishēng néngyuán　nguồn
năng lượng tái tạo; nguồn năng lượng
tái sinh: 那家跨国联营公司有潜力发展
~。Công ti liên doanh xuyên quốc gia đó
có tiềm năng phát triển các nguồn năng
lượng tái tạo.

【再世】zàishì❶〈动〉[书]tái thế; sống lại: 他
医术超群，犹如华佗~。Y thuật bác ấy
siêu quần, như Hoa Đà tái thế. ❷〈名〉đời
sau; kiếp sau

【再说】zàishuō❶〈动〉sẽ tính đến; hẵng
hay: 这事不着急，等你出差回来~。Việc
này chưa vội, đợi anh đi công tác về hẵng
hay. 算了，回去吧，明天~。Thôi, về đi,
mai hẵng hay. ❷〈连〉thêm nữa; hơn nữa; và
lại: 我不去，~, 去了也没用。Tôi không
đi, vả lại, đi cũng vô ích.

【再投资】zàitóuzī　tái đầu tư: 公司用利润

进行~。Công ti lấy lợi nhuận tái đầu tư.

【再现】zàixiàn<动>tái hiện; xuất hiện lại; tái tạo: 这部电影~了那段历史。Bộ phim này đã tái hiện lại lịch sử hồi đó.

【再则】zàizé<连>và lại; hơn nữa; mặt khác; và chăng: 他落选是因为工作能力不强，~群众评议也欠佳。Anh ấy bị trượt trong đợt bình bầu là vì năng lực có hạn, và lại quần chúng đánh giá cũng xoàng thôi.

【再者】zàizhě<连>lại còn; hơn nữa; mặt khác; và chăng

在 zài ❶<动>còn sống: 他父母都健~。Bố mẹ anh ấy vẫn khỏe. ❷<动>ở: 今晚我不~家。Tối nay tôi không có nhà. ❸<动>tại (chức); đang giữ (chức): 她是~职研究生。Cô ấy là nghiên cứu sinh tại chức. ❹<动>do; quyết định bởi; nhờ ở; phụ thuộc vào: 贵~坚持。Cái quý nhất là ở chỗ kiên trì. ❺<介>vào; vào lúc; ở; tại: 事故就发生~我们眼前。Sự cố chính xảy ra trước mắt chúng tôi. 全体人员下午~办公室开会。Chiều nay toàn thể nhân viên họp ở văn phòng. ❻<副>đang: 不要吵，宝宝~睡觉呢! Đừng làm ồn, bé nó đang ngủ!

【在案】zài'àn<动>ghi trong hồ sơ: 他已经被公安局记录~了。Anh ta đã bị cục cảnh sát ghi vào hồ sơ.

【在编】zàibiān<动>trong biên chế: 我是一名~中学教师。Tôi là giáo viên trung học trong biên chế.

【在册】zàicè<动>có trong danh sách: 这个重要的事件已被记录~。Sự kiện trọng yếu này đã có trong danh sách.

【在场】zàichǎng<动>có mặt; tại chỗ: 他有~的证据。Anh ấy có chứng cớ không có mặt tại hiện trường.

【在此一举】zàicǐyījǔ điều cốt lõi (quyết định thành công hay thất bại): 成败~。Thành công hay thất bại quyết định bởi điều cốt lõi này.

【在读】zàidú<动>đang theo học: 她是~研究生。Cô ấy đang theo học nghiên cứu sinh.

【在岗】zàigǎng<动>tại chức: ~培训 đào tạo tại chức

【在官言官】zàiguān-yánguān làm quan nói giọng quan; làm nghề gì nói giọng nấy

【在行】zàiháng<形>lành nghề; sành; sành sỏi; am hiểu: 他做生意很~。Anh ấy kinh doanh rất sành sỏi.

【在乎】zàihu<动>❶ở chỗ; quyết định bởi: 学习的目的不~考高分，而~掌握真本领。Mục đích của học tập không ở chỗ thi điểm cao, mà ở chỗ có khả năng thực sự. ❷để ý; để tâm; lưu ý; đếm xỉa: 他根本不~具体的客观条件。Anh ấy không đếm xỉa gì tới những điều kiện khách quan cụ thể.

【在即】zàijí<动>sắp sửa; sắp đến; đến nơi: 春节~。Tết sắp đến nơi rồi. 全国越南语口语大赛~。Cuộc thi khẩu ngữ tiếng Việt toàn quốc đã đến gần.

【在家】zàijiā<动>❶ở nhà; có nhà: 父母都~。Bố mẹ đều ở nhà. ❷tại gia (chỉ người không đi tu): ~人 người thường

【在家靠父母，出门靠朋友】zàijiā kào fùmǔ, chūmén kào péngyou ở nhà dựa vào bố mẹ, ra ngoài trông nhờ bạn bè

【在劫难逃】zàijié-nántáo chạy trời không khỏi nắng; số kiếp tiền định khó mà tránh khỏi

【在理】zàilǐ<形>có lí; hợp lí; có lí có lẽ: 没人说你的观点不~。Chẳng ai bảo là quan điểm của anh vô lí.

【在内】zàinèi<动>gồm; bao gồm; nằm trong: 车上包括小李~共5人。Trên xe tất cả 5 người gồm cả anh Lí.

【在前】zàiqián<副>ở phía trước: 遇到困难，共产党员走~。Khi gặp khó khăn, Đảng viên đi trước.

Z

【在任】zàirèn<动>đương nhiệm: 他是~经理。Anh ấy là giám đốc đương nhiệm.

【在商言商】zàishāng-yánshāng đứng ở lập trường của thương gia mà bàn việc mua bán

【在世】zàishì<动>còn sống; còn tồn tại

【在所不辞】zàisuǒbùcí quyết không từ chối; quyết không ngần ngại: 为了国家的利益，即使赴汤蹈火，也~。Vì lợi ích của đất nước, dù là nước sôi lửa bỏng, quyết không ngần ngại.

【在所不惜】zàisuǒbùxī không hề luyến tiếc; không hề tiếc thương: 为革命牺牲也~。Dù phải hi sinh cho cách mạng cũng không hề tiếc thân.

【在所难免】zàisuǒnánmiǎn khó mà tránh khỏi; không sao tránh khỏi: 犯错误~，改了就好。Phạm sai lầm là điều khó mà tránh khỏi, sửa được là tốt.

【在逃】zàitáo<动>đang lẩn trốn; đang chạy trốn: ~犯 kẻ tội phạm đang chạy trốn

【在天之灵】zàitiānzhīlíng linh hồn ở nơi chín suối; linh hồn ở thiên đường

【在望】zàiwàng<动>❶trong tầm mắt ❷ngay trước mắt; trông thấy; đã rõ ràng; có triển vọng tốt đẹp; đầy hứa hẹn: 胜利~ thắng lợi đã trông thấy

【在位】zàiwèi<动>❶đang trị vì; đang ở ngôi vua (làm vua): 秦始皇~期间把长城连接起来。Vạn lí trường thành được khớp nối lại trong thời gian Tần Thủy Hoàng trị vì đất nước. ❷đang giữ chức; đang làm quan; đương chức; đang ở cương vị lãnh đạo

【在握】zàiwò<动>nắm chắc; trong tầm tay: 胜券~ thắng lợi trong tầm tay

【在下】zàixià<名>[旧]bề tôi

【在先】zàixiān❶<副>ngày xưa; trước kia ❷<副>trước; trước đó ❸<动>một hành động nào đó đã xảy ra trước: 甲方违约~，乙方可不按合同执行。Bên A đã vì phạm hợp đồng, thì bên B có thể không thực hiện theo hợp đồng.

【在线】zàixiàn<动>online: 《越南~》栏目 Chương trình Việt Nam Online; 《新闻~》Tin tức Online; ~电影 phim Online; 他喜欢玩免费的~游戏。Nó thích chơi game online miễn phí.

【在押】zàiyā<动>đang bị giam giữ: ~犯人 tội phạm bị giam giữ

【在野】zàiyě<动>tại dã; không cầm quyền; không nắm chính quyền; ở ngoài chính phủ; đứng ngoài triều đình: ~党 đảng không cầm chính quyền/đảng đối lập

【在意】zàiyì<动>lưu ý; để ý; quan tâm; lưu tâm: 他不~价格，关键是质量要好。Anh ấy không lưu tâm đến giá cả, điều quan trọng là phải chất lượng cao.

【在于】zàiyú<动>❶nằm ở; ở chỗ ❷do; tùy; dựa vào: 成功~坚持。Thành công nhờ sự kiên trì bền bi.

【在职】zàizhí<动>đương chức; tại chức: ~培训 đào tạo tại chức

【在职研究生】zàizhí yánjiūshēng học viên cao học tại chức

【在座】zàizuò<动>có mặt; tham dự: ~各位 các vị có mặt tại đây

载¹ zài ❶<动>chở: ~人 chở người; 满~而归 trở về với thu hoạch đầy ắp ❷<名>hàng chở: 卸~ dỡ hàng ❸<动>tràn; ngập; khắp nơi: 怨声~道 dọc đường tràn ngập những lời oán than/lời oán than đầy đường //(姓) Tái

载² zài<副>[书]lại; vừa: ~歌~舞 vừa múa vừa hát

另见zǎi

【载沉载浮】zàichén-zàifú bao phen thăng trầm

【载歌载舞】zàigē-zàiwǔ vừa hát vừa múa; tưng bừng ca múa: 人们以~的方式来庆祝丰收。Mọi người tưng bừng ca múa mừng được mùa.

【载货】zàihuò〈动〉chở hàng

【载客】zàikè〈动〉chở khách

【载人】zàirén〈动〉chở người; có người lái: ~飞船 tàu vũ trụ có người lái

【载送】zàisòng〈动〉vận tải

【载体】zàitǐ〈名〉❶vật truyền; vật chở ❷thể chuyển tải; phương tiện truyền (tri thức hoặc tin tức): 语言是文化的~。Ngôn ngữ là phương tiện chuyển tải văn hóa.

【载誉】zàiyù〈动〉đầy vinh dự: 游泳健儿~凯旋。Vận động viên bơi lội trở về đầy vinh dự.

【载运】zàiyùn〈动〉chở; chuyên chở; chuyển tải: 火箭~着卫星直飞天外。Tên lửa chuyển tải vệ tinh phóng vào vũ trụ.

【载重】zàizhòng〈动〉tải trọng; trọng tải; chở nặng: 这辆车~两吨。Chiếc xe này có thể chở hai tấn.

【载舟覆舟】zàizhōu-fùzhōu nổi thuyền và đắm thuyền: 民众似水，可载舟亦可覆舟。Dân như nước, có thể làm nổi thuyền cũng có thể làm đắm thuyền.

zān

簪 zān ❶〈名〉cái trâm: 金~ cái trâm bằng vàng ❷〈动〉cài trên tóc: ~花 cài hoa trên tóc

【簪子】zānzi〈名〉cái trâm: 这枚~非常精巧。Cái trâm này rất tinh xảo.

zán

咱 zán〈代〉❶chúng mình; chúng ta: ~老百姓 dân chúng ta ❷[方]tôi; ta; mình: 你的话~不

信！Ta chẳng tin lời ông!

【咱俩】zánliǎ〈代〉hai chúng ta

【咱们】zánmen〈代〉❶chúng mình; chúng ta: ~去看电影吧！Chúng ta đi xem phim nhé! ❷tôi; tao: ~不懂他的话。Bọn tôi nghe không hiểu lời ông ta.

zǎn

攒 zǎn〈动〉cóp; góp nhặt; gom góp; tích lũy; trữ; để dành: ~钱买辆小车吧！Hãy dành tiền sắm xe con đi!

另见cuán

【攒钱】zǎnqián〈动〉dành dụm tiền: 为了买房，他们拼命~。Họ cố sức dành dụm tiền để mua nhà.

zàn

暂 zàn ❶〈形〉(thời gian) ngắn: 短~ ngắn ngủi ❷〈副〉tạm thời: ~停 tạm dừng

【暂别】zànbié〈动〉tạm biệt: 他向大家挥手~。Anh ấy vẫy tay chào tạm biệt mọi người.

【暂定】zàndìng〈动〉tạm định; tạm thời quy định

【暂缓】zànhuǎn〈动〉tạm hoãn; tạm lui lại

【暂且】zànqiě〈副〉tạm; tạm thời; khoan: ~如此罢了。Tạm thời như vậy thôi.

【暂时】zànshí〈名〉tạm thời; tạm; trong thời gian ngắn: ~不公开投票结果 tạm không công bố kết quả bỏ phiếu; ~停止一切活动 tạm ngừng lại mọi hoạt động

【暂收】zànshōu〈动〉tạm thời thu: ~20元 tạm thu 20 đồng RMB

【暂停】zàntíng〈动〉tạm ngừng; tạm nghỉ: 因大雨，比赛~。Vì mưa to, cuộc thi đấu tạm hoãn.

【暂行】zànxíng〈形〉tạm thi hành; tạm thời:

Z

~办法 biện pháp tạm thời

【暂住】 zànzhù<动>tạm trú: ~时间是两个月。Thời gian tạm trú là 2 tháng.

【暂住证】 zànzhùzhèng<名>giấy phép tạm trú: 请出示~。Xin vui lòng trình giấy phép tạm trú.

錾 zàn<动>❶khắc; chạm; đục: ~字 chạm chữ ❷<名>cái đục; con dao chạm: 石~子 cái đục chạm đá

【錾刀】 zàndāo<名>dao chạm; dao khắc

【錾金】 zànjīn<动>chạm kim loại

【錾子】 zànzi<名>cái đục

赞 zàn<动>❶giúp; đỡ: ~助 tài trợ ❷khen ngợi: ~扬 khen ngợi

【赞不绝口】 zànbùjuékǒu　tấm tắc khen ngợi: 对她的演讲，现场评委们都~。Ban giám khảo tấm tắc khen ngợi bài diễn thuyết của cô ấy.

【赞成】 zànchéng<动>❶tán thành; đồng ý: 父母都~他出国留学。Bố mẹ đều nhất trí để anh ấy đi du học nước ngoài. ❷[书]giúp hoàn thành

【赞成票】 zànchéngpiào<名>phiếu tán thành: 这次大家都投~。Lần này mọi người đều bỏ phiếu tán thành.

【赞歌】 zàngē<名>bài hát ca ngợi; thơ ca ngợi: 生命的~ bài thơ ca ngợi sự sống

【赞礼】 zànlǐ[旧]❶<动>đọc chương trình lễ cưới, lễ tang hoặc lễ giỗ ❷<名>người đọc chương trình lễ

【赞美】 zànměi<动>khen ngợi; ca ngợi

【赞美诗】 zànměishī<名>bài thánh ca; bài thơ ca ngợi

【赞佩】 zànpèi<动>thán phục: ~的目光 ánh mắt thán phục

【赞赏】 zànshǎng<动>tán thưởng; khen ngợi: ~有加 không ngớt tán thưởng

【赞颂】 zànsòng<动>tán tụng; ca tụng

【赞叹】 zàntàn<动>khen; khen ngợi

【赞同】 zàntóng<动>tán thành; đồng ý: 大家都~她的提议。Mọi người đều đồng ý đề nghị của cô ấy.

【赞许】 zànxǔ<动>tán thành; khen ngợi; tán thưởng

【赞扬】 zànyáng<动>biểu dương; khen ngợi; tán thưởng: 这种奉献精神值得~。Tinh thần vô tư này đáng khen ngợi.

【赞语】 zànyǔ<名>lời khen

【赞誉】 zànyù<动>tán dương; khen; khen ngợi

【赞助】 zànzhù<动>tài trợ; giúp đỡ; ủng hộ: 这家公司~河内俱乐部服装。Công ti này tài trợ trang phục cho Câu lạc bộ Hà Nội.

【赞助费】 zànzhùfèi<名>tiền giúp đỡ; tiền ủng hộ

【赞助商】 zànzhùshāng<名>nhà tài trợ; Mạnh Thường Quân: 因为~突然撤资，球队遇到了困难。Đội bóng gặp khó vì nhà tài trợ bất ngờ rút lui.

zāng

赃 zāng<名>tang vật: 分~ chia của phi pháp

【赃车】 zāngchē<名>xe từ nguồn trái phép: 购买~同样犯法。Mua xe từ đầu nguồn trái phép cũng vi phạm luật pháp.

【赃款】 zāngkuǎn<名>tiền bẩn; tiền có được trái phép (tham ô, ăn hối lộ, trộm cướp): ~全部上缴。Những khoản tiền trái phép đều phải giao nộp cấp trên.

【赃物】 zāngwù<名>tang vật: 法院才有权处置~。Tòa mới có quyền xử lí tang vật.

脏 zāng<形>bẩn: 屋里~ nhà bẩn
另见zàng

【脏东西】 zāngdōngxi<名>đồ bẩn

【脏话】 zānghuà<名>lời thô tục; lời nói tục tĩu: 父母不应在孩子面前说~。Bố mẹ nên tránh nói những lời thô tục trước mặt con.

【脏钱】zāngqián<名>[口]tiền bẩn thỉu (không chính đáng)

【脏水】zāngshuǐ<名>nước bẩn; nước thải: 小饭店的~乱泼乱倒，影响了周围的环境。Nước bẩn của quán ăn nhỏ đổ lung tung, ảnh hưởng đến môi trường xung quanh.

【脏土】zāngtǔ<名>bụi bặm, rác rưởi

【脏兮兮】zāngxīxī[方]bẩn thỉu; nhớp nháp; nhớp nhúa

【脏字】zāngzì<名>chữ thô tục

臧 zāng<形>[书]lành; tốt ///(姓)Tạng

【臧否】zāngpǐ<动>[书]đánh giá; bình luận; bình phẩm: ~他人 bình luận người khác

zàng

脏 zàng<名>tạng phủ; nội tạng: 脾~切除 cắt bỏ lá lách; 心~ quả tim; 五~六腑 lục phủ ngũ tạng
另见zāng

【脏腑】zàngfǔ<名>phủ tạng; tạng phủ

【脏器】zàngqì<名>các cơ quan nội tạng

葬 zàng<动>táng; chôn; vùi: 埋~ mai táng/chôn cất; 安~ an táng/chôn cất; 火~ hỏa táng

【葬礼】zànglǐ<名>lễ tang; đám ma

【葬身】zàngshēn<动>chôn cất; chôn vùi

【葬送】zàngsòng<动>làm tan vỡ; chôn vùi; chôn cất: ~前途 làm tan vỡ tương lai

藏¹ zàng<名>❶kho tàng: 宝~ kho báu ❷Kinh, cách gọi tổng quát về sách giáo lí của Đạo Giáo và Đạo Phật: 大~经 Kinh Đại Tạng

藏² Zàng<名>❶Tây Tạng: 青~高原 Cao nguyên Thanh Tạng ❷dân tộc Tạng
另见cáng

【藏獒】zàng'áo<名>chó ngao Tây Tạng: ~是藏人牧马放羊的得力助手。Chó ngao Tây Tạng là cánh tay đắc lực của dân Tây Tạng trong việc thả dê chăn ngựa.

【藏红花】zànghónghuā<名>❶[植物]hồng hoa Tây Tạng: ~具有活血化瘀、止痛、安神养血等功效。Công hiệu của hồng hoa Tây Tạng: hoạt huyết, tan tụ máu ứ, giảm đau, an thần dưỡng huyết v.v. ❷hoa hồng Tây Tạng

【藏蓝】zànglán<形>màu chàm; màu lam tím

【藏羚羊】zànglíngyáng<名>linh dương Tây Tạng: ~以机敏灵活、驰骋如飞而闻名。Linh dương Tây Tạng nổi tiếng với khả năng nhanh nhẹn và chạy nhảy.

【藏青】zàngqīng<形>màu xanh thẳm

【藏药】zàngyào<名>thuốc Tây Tạng

【藏医】zàngyī<名>❶y học dân tộc Tây Tạng ❷thầy thuốc Tây Tạng, chữa bệnh theo y học truyền thống dân tộc Tạng

【藏语】Zàngyǔ<名>tiếng Tây Tạng; Tạng ngữ

zāo

遭¹ zāo<动>gặp phải; vấp phải; bị: ~到算计 bị trúng bẫy; ~遇困难 gặp (phải) khó khăn

遭² zāo<量>❶lần: 头一~ lần đầu tiên ❷vòng: 阿海坚持每天下午绕湖边走一~。Anh Hải kiên trì mỗi buổi chiều đi một vòng ven theo bờ hồ.

【遭到】zāodào<动>gặp phải; bị: ~打击 bị đả kích

【遭逢】zāoféng<动>gặp phải; gặp được

【遭劫】zāojié<动>gặp nạn; bị nạn

【遭难】zāonàn<动>gặp nạn; bị nạn

【遭受】zāoshòu<动>bị; chịu: ~损失 chịu thiệt thòi

【遭殃】zāoyāng<动>gặp tai ương; gặp họa; gặp nạn

Z

【遭遇】zāoyù❶〈动〉gặp phải; vấp phải; đụng độ; tao ngộ: ~战 tao ngộ chiến ❷〈名〉cảnh ngộ

【遭灾】zāozāi〈动〉gặp tai nạn; gặp họa

【遭罪】zāozuì〈动〉chịu khổ; bị đày đọa; bị làm tình làm tội

糟 zāo❶〈名〉bã rượu; cặn rượu ❷〈动〉ướp rượu: ~肉 ướp thịt bằng bã rượu; ~鱼 ướp cá bằng bã rượu ❸〈形〉mục nát; mủn; thối; ủng: 这根柱子~了。Cái cột này đã mục nát. ❹〈形〉hỏng; tồi; kém; tồi tệ: 事情办~了。Việc hỏng rồi.

【糟糕】zāogāo〈形〉[口]hỏng; hỏng bét; gay: ~，忘记带课本了。Hỏng bét, quên mang cuốn sách giáo trình.

【糟践】zāojian〈动〉lãng phí; làm tổn hại; làm hư hại

【糟糠之妻】zāokāngzhīqī người vợ tao khang; người vợ tấm cám, chỉ người vợ cưới từ thuở chồng còn nghèo khổ: ~不下堂 Tao khang chi thê bất khả hạ đường (nghĩa là khi mình giàu sang thì không thể bỏ người vợ đã từng cùng chịu cảnh nghèo hèn với mình).

【糟粕】zāopò〈名〉cặn bã

【糟蹋】zāotà〈动〉❶lãng phí; phung phí; làm hư hại; làm tổn hại: 别~粮食！Đừng lãng phí lương thực! ❷làm nhục; làm hại; vùi dập; giày vò; chà đạp (chuyện chỉ làm cho nữ giới thất trinh)

【糟心】zāoxīn〈形〉lo lắng; phiền lòng: 你真叫人~! Anh làm cho chúng tôi lo lắng quá!

záo

凿¹ záo❶〈名〉cái đục ❷〈动〉đục; đào; khoan; khoét; xoi: ~孔 đục lỗ; ~通 đào xuyên ❸〈名〉[书]cá; mộng

凿² záo〈形〉[书]sát; chính xác: 证据确~ bằng chứng xác thực

【凿孔机】záokǒngjī〈名〉máy đục lỗ

【凿岩机】záoyánjī〈名〉máy khoan đá

【凿凿】záozáo〈形〉[书]xác thực; xác đáng: 证据~ chứng cứ xác thực

【凿子】záozi〈名〉cái đục

zǎo

早 zǎo❶〈名〉sáng; sớm: 清~ sáng sớm ❷〈副〉từ lâu; rất lâu: 这部电影我~看过了。Phim này tôi đã xem lâu rồi. ❸〈形〉sớm; trước: 明天~点到。Ngày mai sẽ đến sớm hơn một chút. 不用急，离开会时间还~。Đừng vội, vẫn còn sớm chưa đến giờ họp。❹〈形〉chào (lời chào buổi sớm) ❺〈形〉thời gian đầu: ~期 thời kì đầu ///(姓)Tào

【早安】zǎo'ān〈动〉chào buổi sáng

【早半天儿】zǎobàntiānr〈名〉[方]buổi sáng

【早搏】zǎobó〈动〉[医学]loạn nhịp tim ngoại tâm thu

【早餐】zǎocān〈名〉cơm sáng; bữa ăn sáng

【早操】zǎocāo〈名〉thể dục buổi sáng: 每天他都做~。Sáng nào anh ấy cũng tập thể dục.

【早茶】zǎochá〈名〉điểm tâm và nước chè buổi sáng: 广东人爱喝~。Người Quảng Đông thích ăn điểm tâm và uống chè buổi sáng.

【早产】zǎochǎn〈动〉đẻ non

【早产儿】zǎochǎn'ér〈名〉trẻ sinh non: ~看着很柔弱。Bé sinh non trông rất yếu ớt.

【早场】zǎochǎng〈名〉diễn xuất (hay chiếu phim) buổi sáng: 去看~电影的人不多。Người đi xem phim chiếu buổi sáng không đông.

【早晨】zǎochen〈名〉buổi sáng sớm

【早出晚归】zǎochū-wǎnguī đi sớm về

Z

muộn; đầu tắt mặt tối: 他工作很忙，每天总是~. Anh ấy công tác rất bận rộn, hôm nào cũng đi sớm về muộn.

【早稻】zǎodào<名>lúa chiêm

【早点】zǎodiǎn<名>bữa điểm tâm; cơm sáng; món ăn sáng: 阿俊每天都早起给孩子做~. Anh Tuấn ngày nào cũng dậy sớm nấu bữa sáng cho con.

【早饭】zǎofàn<名>cơm sáng; bữa sáng

【早高峰】zǎogāofēng<名>giờ cao điểm buổi sáng: ~时候千万别开车，路上堵死了！Nhớ đừng lái xe ra phố vào giờ cao điểm buổi sáng, dễ bị tắc nghẽn lắm!

【早婚】zǎohūn<动>tảo hôn: 农村地区~的现象较普遍。Tảo hôn là hiện tượng phổ biến ở vùng nông thôn.

【早课】zǎokè<名>lớp buổi sáng; giờ học buổi sáng

【早恋】zǎoliàn<动>yêu non; yêu sớm; yêu ở tuổi vị thành niên: ~的结果大多都不完美。Phần lớn kết cục của tình yêu ở tuổi vị thành niên đều không tốt đẹp cho lắm.

【早年】zǎonián<名>❶năm xưa; bao năm về trước: ~这里还是一片果园。Năm xưa, nơi đây còn là vườn cây ăn quả. ❷thời trẻ; lúc còn trẻ: 他是我~一起玩的朋友。Anh ấy là bạn bè của tôi lúc còn trẻ.

【早期】zǎoqī<名>thời kì đầu; giai đoạn đầu: 她~的作品偏重于民间文艺。Tác phẩm thời kì đầu của chị ấy thiên về văn nghệ dân gian.

【早起】zǎoqǐ<动>dậy sớm

【早日】zǎorì❶<副>sớm: 力争~完工。Cố gắng tranh thủ sớm làm xong công việc. ❷<名>ngày xưa; trước kia: 他已没有了~的风采。Ông ấy đã mất đi phong thái ngày xưa.

【早上】zǎoshang<名>buổi sáng sớm

【早市】zǎoshì<名>❶chợ sớm (sáng): ~的

蔬菜新鲜又便宜。Rau trong chợ sớm vừa tươi vừa rẻ. ❷doanh nghiệp buổi sáng; kinh doanh vào buổi sáng

【早逝】zǎoshì<动>chết sớm (nhiều khi chỉ đàn ông); chết trẻ: 英年~ chết khi còn trẻ

【早熟】zǎoshú<形>❶phát triển sớm; dậy thì sớm: 儿童~已成为当今社会的普遍现象。Dậy thì sớm ở trẻ đã trở thành hiện tượng phổ biến trong xã hội hiện nay. ❷chín sớm; ngắn ngày: ~品种好卖。Loại quả giống chín sớm (ngắn ngày) đang bán chạy. ❸già dặn trước tuổi

【早衰】zǎoshuāi<形>(cơ thể) sớm suy thoái; già trước tuổi; chóng già

【早退】zǎotuì<动>nghỉ sớm; về sớm: 上班~要被罚款的。Đi làm về sớm phải bị phạt tiền.

【早晚】zǎowǎn❶<名>sớm tối; sớm hôm; sớm chiều; sớm khuya: ~忙家务 sớm tối bận việc nhà ❷<副>không sớm thì chầy; sớm muộn: 他~会回来的。Sớm muộn anh ấy cũng sẽ trở về. ❸<名>[方]lúc: 航班准点起飞，这~也该到达了。Chuyến bay cất cánh đúng giờ, lúc này chắc là đã đến nơi. ❹<名>[方]bữa nao; có ngày

【早先】zǎoxiān<名>trước kia: 他比~成熟多了。Anh ấy đã trưởng thành nhiều so với trước kia.

【早泄】zǎoxiè<动>xuất tinh sớm

【早已】zǎoyǐ❶<副>từ rất sớm; sớm đã: 戏院门口~挤满了观众。Khán giả đã chen chúc trước cổng nhà hát từ rất sớm. ❷<名>[方]trước kia

【早育】zǎoyù<动>sinh đẻ sớm: 早婚~对健康不利。Kết hôn sớm và sinh đẻ sớm bất lợi cho sức khỏe.

【早早】zǎozǎo<副>❶nhanh lên ❷sớm sớm

【早知今日，何必当初】zǎozhī-jīnrì, hébì-dāngchū❶đã biết sẽ có hôm nay, thì tại sao ban đầu vẫn làm ❷ví đến khi hối hận thì đã muộn rồi; hối bất cập

枣 zǎo<名>❶cây táo ❷quả táo: 大~ đại táo //(姓)Táo

【枣糕】zǎogāo<名>bánh táo

【枣红】zǎohóng<形>màu mận chín

【枣泥】zǎoní<名>bột táo; mứt táo: 姥爷喜欢吃~糕。Ông ngoại thích ăn bánh táo.

【枣树】zǎoshù<名>cây táo: 梅芳家的院子里种着几棵~。Vườn nhà Mai Phương có trồng mấy cây táo.

【枣子】zǎozi<名>[方]quả táo

澡 zǎo<动>tắm; tắm rửa: 洗~ đi tắm

【澡盆】zǎopén<名>chậu tắm; bồn tắm

【澡堂】zǎotáng<名>nhà tắm

藻 zǎo<名>❶cây rong; cây tảo: 水~ rong rêu; 金鱼~ rong đuôi cá; 海~ rong biển ❷câu văn văn vẻ; câu văn trau chuốt: 辞~ lời văn văn vẻ //(姓)Táo

【藻类植物】zǎolèi zhíwù thực vật tảo; loài tảo

【藻饰】zǎoshì<动>[书]trau chuốt; gọt giũa chải chuốt cho văn chương

zào

皂 zào❶<形>đen ❷<名>xà phòng: 香~ xà phòng thơm ❸<名>sai dịch; đầy tớ

【皂白】zàobái<名>trắng đen (ám chỉ đúng, sai): 不分青红~ không phân biệt đúng sai, phải trái

【皂盒】zàohé<名>hộp đựng xà phòng

【皂荚】zàojiá<名>[植物](cây, quả) bồ kết

【皂角】zàojiǎo =【皂荚】

灶 zào<名>❶bếp; lò: 锅~ nồi và bếp; 电磁~使用方便。Bếp điện từ sử dụng tiện lợi. ❷nhà bếp ❸Táo quân; ông Táo

【灶具】zàojù<名>[方]lò bếp; bếp lò

【灶神】Zàoshén<名>Táo quân; ông Công;

ông Táo: 按越南民俗，农历腊月二十三是祭~的日子。Theo tục lệ Việt Nam, ngày 23 tháng Chạp là ngày cúng ông Táo.

【灶台】zàotái<名>❶bếp lò ❷bếp và nhà bếp nói chung

【灶王爷】Zàowángyé =【灶神】

造¹ zào<动>❶làm; tạo ra: 闭门~车 đóng cửa làm cày ❷bịa ra; đặt: 编~谎言 bịa ra điều điêu ngoa //(姓)Tạo

造² zào❶<动>[书]tới; đến: 登峰~极 tới điểm cực hạn ❷<名>[方]vụ gặt; vụ thu hoạch: 晚~ vụ mùa ❸<动>[书]thành tựu ❹<动>[书]đào tạo ❺<量>[方]vụ trồng

造³ zào<名>[法律]bên: 甲~ bên A

【造成】zàochéng<动>tạo thành; tạo ra; gây nên: 他的失误给企业~了重大损失。Sai lầm của anh ấy đã gây tổn thất lớn cho xí nghiệp.

【造船】zàochuán<动>đóng tàu: ~厂 nhà máy đóng tàu

【造次】zàocì<形>[书]❶vội vàng; hối hả; hấp tấp: ~之间 trong lúc vội vàng ❷không thận trọng; thô lỗ; lỗ mãng; khinh suất; nhẹ dạ: 不可~ đừng thô lỗ/đừng lỗ mãng/đừng khinh suất

【造反】zàofǎn<动>tạo phản; làm phản; chống đối

【造访】zàofǎng<动>[书]thăm; đến thăm; đi thăm: 登门~ đến nhà thăm

【造福】zàofú<动>đem lại hạnh phúc cho: ~人类 đem lại hạnh phúc cho con người/tạo phúc cho loài người

【造化】zàohuà[书]❶<名>tạo hóa; tạo vật; trời đất; giới tự nhiên ❷<动>sáng tạo và giáo hóa

【造化】zàohua<名>số may; vận may: 真是你的~啊！Thật là vận may của anh!

【造化弄人】zàohuà-nòngrén tạo hóa trêu nạt người

【造假】zàojiǎ〈动〉làm giả

【造价】zàojià〈名〉phí tổn xây dựng; chi phí chế tạo: 这款车~太高！Kiểu xe này phí tổn chế tạo quá cao!

【造就】zàojiù❶〈动〉bồi dưỡng; đào tạo: ~干部 đào tạo cán bộ ❷〈名〉trình độ học vấn; sự thành thạo; sự hoàn thiện; thành tựu: 这个小伙子在艺术方面颇有~。Chàng trai trẻ này rất thành thạo về nghệ thuật.

【造句】zàojù〈动〉đặt câu: ~练习 tập đặt câu

【造林】zàolín〈动〉gây rừng: 植树~是保护环境的好办法。Trồng cây gây rừng là một biện pháp tốt để bảo vệ môi trường.

【造孽】zàoniè❶〈动〉làm điều ác ❷〈形〉tội nghiệp; đáng thương: ~啊，两个孩子失去母亲，父亲又处在危急中。Tội nghiệp hai cháu bé đã mất mẹ, nay người cha lại gặp cơn nguy kịch.

【造市】zàoshì〈动〉kích động thị trường; tạo thế

【造势】zàoshì〈动〉tuyên truyền để tạo thế

【造物】zàowù〈名〉tạo vật

【造物主】zàowùzhǔ〈名〉tạo vật chủ

【造像】zàoxiàng〈名〉[美术]pho tượng

【造型】zàoxíng❶〈动〉tạo hình; tạo dáng: ~艺术 nghệ thuật tạo hình ❷〈名〉hình dạng; hình thể: 这些作品~简单漂亮。Những tác phẩm này tạo hình đơn giản, đẹp đẽ. ❸〈动〉đúc khuôn; làm khuôn

【造型师】zàoxíngshī〈名〉nhà tạo hình; nhà tạo mốt thẩm mĩ; nhà tạo mẫu: 头发~ nhà tạo mẫu tóc

【造血】zàoxuè〈动〉❶tạo máu: ~干细胞 tế bào gốc tạo máu ❷khai thác tiềm năng: 增强企业的~机能 tăng cường khả năng tạo máu của xí nghiệp

【造谣】zàoyáo〈动〉bịa đặt; đặt điều; xuyên tạc; bịa chuyện

【造谣惑众】zàoyáo-huòzhòng đặt điều xuyên tạc đánh lừa công chúng

【造谣中伤】zàoyáo-zhòngshāng đặt điều vu khống

【造诣】zàoyì〈名〉trình độ học vấn hay nghệ thuật: 他在雕刻艺术方面的~很高。Anh ấy có trình độ nghệ thuật điêu khắc rất cao.

【造纸】zàozhǐ〈动〉chế tạo giấy; làm giấy

【造纸厂】zàozhǐchǎng〈名〉nhà máy giấy: 这家~年产量达8万吨以上。Nhà máy giấy này có năng lực sản xuất giấy trên 80.000 tấn/năm.

【造作】zàozuo〈形〉làm bộ; điệu bộ; làm dáng: 矫揉~ làm bộ làm tịch/ưỡn a ưỡn ẹo

噪 zào〈动〉❶[书](côn trùng hoặc chim) kêu: 蝉~ ve kêu; 停在高塔的群鸦乱飞乱~。Lũ quạ đậu trên tháp cao hoảng sợ bay nháo nhác, kêu quàng quạc. ❷la to: 鼓~ đánh trống reo hò/ồn ào náo động; 聒~ ồn ào huyên náo ❸[书](tiếng tăm) lan truyền đi xa; vang lừng: 名~一时 nổi danh nhất thời; 声名大~ tiếng tăm lừng lẫy khắp nơi

【噪声】zàoshēng〈名〉tiếng ồn: ~太大，影响孩子学习。Tiếng ồn to quá ảnh hưởng học tập của cháu.

【噪声污染】zàoshēng wūrǎn ô nhiễm tiếng ồn: ~对人和动物的生活都有不利影响。Ô nhiễm tiếng ồn có ảnh hưởng xấu đến đời sống con người và động vật.

【噪音】zàoyīn〈名〉tiếng rè: 喇叭~ loa rè; tiếng ồn rú còi hoặc phóng thanh từ loa

燥 zào〈形〉thiếu nước; khô ráo: 干~ khô/khô khan

【燥热】zàorè〈形〉(thời tiết) khô hanh oi bức: 内陆地区夏季~。Mùa hè vùng xa biển khô hanh oi bức.

躁 zào〈形〉nóng nảy; hấp tấp; nóng vội: 烦~ sốt ruột; 性格急~ nóng tính; 暴~ nóng nảy/hấp tấp; 戒骄戒~ chớ kiêu căng nóng nảy

【躁动】zàodòng〈动〉❶xao động ❷phập

phồng: 胎儿在孕妇肚子里~不安。Thai nhi phập phồng trong bụng mẹ.

【躁狂】zàokuáng<形>nóng nảy như cuồng điên; hâm hấp

zé

则¹ zé❶<名>quy phạm; mẫu mực; tiêu chuẩn: 准~ chuẩn mực; 以身作~ gương mẫu đầu tàu/lấy mình làm gương/tự mình nêu gương ❷<名>quy tắc: 总~ quy tắc chung ❸<量>điều; mục: 第三~ điều thứ ba; 两~短讯 hai mẩu tin ngắn ❹<动>[书]làm theo; noi theo: ~先烈之言行。Làm theo lời nói và hành động của những bậc tiền bối. //(姓) Tắc

则² zé[书]❶<连>thì (biểu thị sự tiếp nối giữa hai sự việc) ❷<连>cho nên; thì (biểu thị mối liên hệ nhân quả hoặc lẽ tự nhiên): 月盈~亏 trăng tròn rồi thì trăng khuyết ❸<连>do; vì; là vì; là ❹<副>do là; chính là; thực sự là: 此~余之过也。Đó chính là lỗi của ta.

责 zé❶<名>trách nhiệm; phận sự: 负~ chịu trách nhiệm/phụ trách; 守土有~ chịu trách bảo vệ lãnh thổ ❷<动>yêu cầu; đòi hỏi: 求全~备 cầu toàn trách bị ❸<动>tra hỏi; vặn hỏi: ~问 chất vấn ❹<动>trách; chê trách; quở trách: 斥~ quở mắng/trách mắng

【责备】zébèi<动>trách; trách móc; quở trách: 不要再~她了。Đừng trách chị ấy nữa. 做坏事会受到良心的~。Làm việc xấu sẽ bị lương tâm quở trách.

【责编】zébiān<名>biên tập viên; người chịu trách biên tập

【责成】zéchéng<动>yêu cầu; đòi hỏi; chỉ định: 总经理~各有关部门尽快完成任务。Tổng giám đốc yêu cầu các ban ngành hữu quan nhanh chóng hoàn thành nhiệm vụ.

【责打】zédǎ<动>đánh bằng roi hoặc gậy để xử phạt người phạm lỗi

【责罚】zéfá<动>xử phạt; trách phạt: 说错话被~ nói sai sẽ bị trách phạt

【责怪】zéguài<动>oán trách; quở trách: 我没有因为那件事~他。Tôi không quở trách anh ấy vì chuyện đó.

【责令】zélìng<动>lệnh cho; giao nhiệm vụ cho; yêu cầu: 车间主任~相关人员尽快检查设备。Quản đốc lệnh cho những người hữu quan nhanh chóng kiểm tra lại thiết bị.

【责骂】zémà<动>quở; quở mắng; mắng nhiếc; trách mắng: 她被母亲~。Cô ấy bị mẹ quở mắng.

【责难】zénàn<动>trách móc; trách cứ; chỉ trích: 阿玲从容面对各方~。Chị Linh bình tĩnh trước những trách móc đến từ nhiều phía.

【责任】zérèn<名>trách nhiệm; bổn phận: 感~意识 ý thức trách nhiệm; 尽好自己的~ làm tròn bổn phận của mình

【责任心】zérènxīn<名>tinh thần trách nhiệm; ý thức trách nhiệm: 增强~ tăng cường ý thức trách nhiệm

【责任制】zérènzhì<名>chế độ trách nhiệm: 岗位~ chế độ trách nhiệm quy tới từng cương vị cụ thể

【责问】zéwèn<动>trách hỏi; trách cứ; hạch hỏi; chất vấn; bắt bẻ: ~公司负责人 trách cứ người phụ trách công ti

【责无旁贷】zéwúpángdài trách nhiệm không thể thoái thác: 挑起建设国家的担子，青年人~。Gánh vác công việc xây dựng đất nước là trách nhiệm không thể thoái thác của người thanh niên.

择 zé<动>chọn; lựa: 选~ tuyển chọn/lựa chọn/chọn lựa/chọn lọc; ~友 chọn bạn; 饥不~食 đói không kén ăn //(姓)Trạch

Z

另见zhái

【择吉】zéjí〈动〉chọn ngày lành tháng tốt: ~结婚 chọn ngày lành làm lễ kết hôn/lễ cưới

【择交】zéjiāo〈动〉chọn bạn: ~要有自己的准则。Chọn bạn nên có tiêu chuẩn của mình.

【择木而栖】zémù'érqī (chim khôn) lựa cành đậu; tìm chỗ mà đậu: 良禽~，良臣择主而侍。Chim khôn lựa cành đậu, người khôn lựa chúa thờ./Chim khôn đậu nóc nhà quan.

【择偶】zé'ǒu〈动〉kén vợ kén chồng: ~观 quan niệm kén vợ kén chồng

【择期】zéqī〈动〉chọn ngày tháng: ~开工 chọn ngày khởi công

【择善而从】zéshàn'ércóng chọn điều thiện mà theo; noi theo gương tốt

【择校】zéxiào〈动〉chọn trường: ~费 phí chọn trường

【择业】zéyè〈动〉chọn ngành nghề

【择优录取】zéyōu lùqǔ tuyển dụng những người ưu tú

泽 zé〈名〉ao; đầm: 大~ đầm lớn; 沼~ đầm lầy; 湖~ hồ ❷〈名〉lóng lánh: 光~ sáng bóng ❸〈名〉ân huệ; ơn: 恩~ ơn trên ban xuống ❹〈形〉ướt: 润~ ẩm ướt/mượt mà // (姓) Trạch

【泽国】zéguó〈名〉[书]❶vùng đầm lầy; vùng ao hồ đồng lầy; vùng sông nước đầm hồ ❷vùng lụt; vùng ngập nước: 沦为~ biến thành vùng ngập lụt

啧 zé❶〈拟〉tiếng tặc lưỡi; tiếng chép miệng ❷〈形〉[书]tranh cãi: ~有烦言 có nhiều lời oán trách

【啧啧】zézé〈拟〉❶tấm tắc; nắc nỏm: ~称赞 tấm tắc khen ngợi ❷[书]từ gợi tả tiếng chim hót, ríu rít: 雀声~ tiếng chim ríu rít

zè

仄¹ zè〈形〉❶chật hẹp: 逼~ chật hẹp ❷áy náy; day dứt: 歉~ áy náy

仄² zè〈名〉âm tiết trắc (Trong tiếng Hán, các thanh âm bằng, dương bằng là bằng; thượng, khí, nhập là trắc. Trong tiếng Việt các thanh hỏi, ngã, sắc, nặng là trắc, ngang, huyền là bằng.): 这首诗押~声韵。Bài thơ này gieo vần trắc.

【仄声】zèshēng〈名〉[语言]thanh trắc

zéi

贼 zéi❶〈名〉kẻ trộm cắp ❷〈名〉kẻ phản bội; kẻ làm phản: 卖国~ giặc bán nước ❸〈形〉gian tà; bất chính; không ngay thẳng: ~心 tà tâm/tâm địa bất chính ❹〈形〉xảo trá; quỷ quyệt: 那人真~! Thằng ấy xảo quyệt lắm! ❺〈副〉[方]rất ❻〈动〉[书]làm tổn thương

【贼船】zéichuán〈名〉tàu giặc: 上了~ lên phải thuyền ghe giặc/đồng lõa với kẻ xấu

【贼喊捉贼】zéihǎnzhuōzéi vừa ăn cướp vừa la làng; vừa đánh trống vừa ăn cướp

【贼眉鼠眼】zéiméi-shǔyǎn mắt la mày lét

【贼人】zéirén〈名〉kẻ giặc; kẻ trộm; kẻ cắp

【贼头贼脑】zéitóu-zéinǎo mặt mày gian giảo

【贼窝】zéiwō〈名〉ổ giặc

【贼心】zéixīn〈名〉tâm địa bất chính; lòng gian

【贼心不死】zéixīn-bùsǐ lòng gian không đổi

【贼眼】zéiyǎn〈名〉ánh mắt gian giảo; đôi mắt lấm lét

【贼赃】zéizāng〈名〉tang vật trộm cướp

【贼走关门】zéizǒu-guānmén trộm đi rồi mới lo đóng cửa; mất bò mới lo làm chuồng

Z

zěn

怎 zěn〈代〉[口]sao; làm sao; thế nào: 你~么没来? Sao anh không đến?

【怎的】zěndi〈代〉[方]sao; tại sao; thế nào; ra sao; làm gì: 他~啦? Anh ấy làm gì thế? 不知~, 她就是不笑. Chẳng rõ tại sao, cô ấy cứ không cười. 我就是不说, 看你能把我~? Tôi cứ không nói, xem anh làm gì được tôi?

【怎么】zěnme〈代〉❶sao; thế nào; ra sao; làm sao; như thế nào: 你~才到啊? Sao anh mãi mới đến? 现在~办? Làm thế nào bây giờ? ❷thế; như thế: 你想~做就~做吧. Anh muốn làm thế nào thì làm. ❸lắm: 他还不~乐意. Anh ấy vẫn chưa hài lòng lắm.

【怎么样】zěnmeyàng thế nào; làm gì: 去看电影~? Thế nào, đi xem phim không? 她到底想~? Chị ấy rốt cuộc muốn làm gì?

【怎么着】zěnmezhe thế nào; làm gì: 你打算~? Anh định làm thế nào? 你爱~就~! Anh muốn làm gì thì làm!

【怎奈】zěnnài〈连〉[旧]khó nỗi; khổ nỗi; khốn nỗi; nhưng mà; thế nhưng: 想法非常好, ~天公不作美. Nghĩ thì rất hay, nhưng khổ nỗi trời không phù hộ. 这件衣服太漂亮了, ~价格太高. Chiếc áo này đẹp quá, khốn nỗi giá cả quá cao.

【怎样】zěnyàng〈代〉thế nào; ra sao; chừng nào: 见面会是~的尴尬! Gặp mặt rồi sẽ ngượng biết chừng nào!

zēng

曾 zēng〈形〉tằng: ~祖 tằng tổ //(姓)Tăng 另见céng

【曾孙】zēngsūn〈名〉tằng tôn; chắt nội; chắt ruột; chắt trai

【曾孙女】zēngsūnnǚ〈名〉chắt gái

【曾祖父】zēngzǔfù〈名〉tằng tổ; ông cố nội

【曾祖母】zēngzǔmǔ〈名〉bà cố nội

增 zēng〈动〉tăng; thêm: ~强 tăng cường /（姓）Tăng

【增白剂】zēngbáijì〈名〉chất tẩy trắng: 牙齿~在一定时间内有效. Thuốc tẩy răng có hiệu quả trong một thời gian nhất định.

【增补】zēngbǔ〈动〉bổ sung thêm; tăng thêm: ~两名常委 bầu bổ sung thêm 2 ủy viên thường vụ

【增产】zēngchǎn〈动〉nâng cao sản lượng

【增订】zēngdìng〈动〉bổ sung và hiệu đính (nội dung sách)

【增多】zēngduō〈动〉tăng nhiều

【增肥】zēngféi〈动〉tăng cân; làm cho béo hơn: 小玉太瘦了, 应该~. Em Ngọc quá gầy, nên tăng cân cho cơ thể chắc hơn.

【增幅】zēngfú〈名〉mức tăng; độ tăng: 平均~是3%. Mức tăng trung bình là 3%. 中国保持经济~7.5%. Trung Quốc duy trì mức tăng trưởng kinh tế 7,5%.

【增高】zēnggāo〈动〉❶tăng cao; cao thêm; cao lên: 水位~ mực nước dâng cao; 投资需求~ nhu cầu vốn đầu tư tăng cao ❷nâng cao

【增高鞋】zēnggāoxié〈名〉giày (giúp) tăng chiều cao

【增光】zēngguāng〈动〉làm cho sáng ngời; làm cho rạng rỡ thêm; làm cho vẻ vang thêm: 为国~ giành vẻ vang thêm cho đất nước

【增辉】zēnghuī〈动〉làm rạng rỡ; làm cho rực rỡ: 花红柳绿为春日~. Lá xanh hoa thắm tô điểm cho ngày xuân thêm rạng rỡ.

【增加】zēngjiā〈动〉tăng; thêm; tăng thêm; tăng lên: ~人数 tăng thêm số người

【增减】zēngjiǎn〈动〉tăng và giảm

【增进】zēngjìn〈动〉tăng thêm; tăng tiến: ~友谊 tăng thêm tình hữu nghị

【增刊】zēngkān<名>phụ san; số đặc biệt

【增亮】zēngliàng<动>tăng độ sáng

【增强】zēngqiáng<动>tăng cường: 体育锻炼能~青少年体质。Thể thao có thể tăng cường thể chất cho lớp trẻ.

【增色】zēngsè<动>tô thêm vẻ đẹp; tăng thêm sức hấp dẫn: 锤炼句子以使文章~。Gọt giũa câu văn để tăng sức hấp dẫn của văn chương.

【增删】zēngshān<动>thêm bớt; bổ sung và cắt bỏ: 该著作出版时文字有~。Tác phẩm này có phần thêm bớt khi xuất bản.

【增设】zēngshè<动>mở thêm; bố trí thêm; thiết lập thêm: 今年计划~一个专业。Năm nay có kế hoạch mở thêm một chuyên ngành.

【增生】zēngshēng<动>[医学]tăng sinh; tăng sản; mọc thêm: 骨质~ mọc xương gai

【增收】zēngshōu<动>tăng thu (nhập): ~节支是企业的头等大事。Tăng thu giảm chi là việc lớn hàng đầu của xí nghiệp.

【增速】zēngsù<动>tăng tốc: 海巡船正~前进。Tàu tuần tra và cứu hộ biển đang tăng tốc tiến lên.

【增添】zēngtiān<动>thêm; tăng thêm: 红灯笼~了节日的喜庆气氛。Đèn lồng đỏ tăng thêm bầu không khí tưng bừng của ngày tết.

【增益】zēngyì❶<动>tăng thêm thu hoạch; tăng thêm hiểu biết: 听君一席话，真是~匪浅。Nghe những lời nói của anh, đúng là đã gặt hái được rất nhiều. ❷<名>[电学]bội số khuếch đại của công suất điện

【增援】zēngyuán<动>tăng viện; tiếp viện: 派人~ phái người tăng viện; ~物资 những vật tư tiếp viện

【增长】zēngzhǎng<动>tăng trưởng; tăng thêm; nâng cao: ~点 điểm tăng trưởng; 经济较快~ kinh tế tăng trưởng khá nhanh

【增值】zēngzhí<动>tăng giá trị

【增值税】zēngzhíshuì<名>thuế trị giá gia tăng (VAT); thuế mức tăng giá trị tài sản

【增值业务】zēngzhí yèwù dịch vụ giá trị gia tăng

【增殖】zēngzhí<动>❶tăng sinh; tăng sản; mọc thêm ❷sinh sản; sinh nở; sinh sôi nảy nở

憎 zēng<动>ghét: 可~ đáng ghét

【憎称】zēngchēng<名>cách gọi căm ghét

【憎恨】zēnghèn<动>căm ghét; căm thù

【憎恶】zēngwù<动>căm ghét; ghê tởm; chán ghét

【憎厌】zēngyàn<动>căm ghét; chán ghét

zèng

锃 zèng<形>nhoáng; bóng; nhẵn bóng: ~光 sáng bóng

【锃亮】zèngliàng<形>[口]sáng loáng; bóng lộn; long lanh: ~的皮鞋 giầy da bóng lộn

赠 zèng<动>tặng; biếu: 捐~ quyên tặng/góp tặng

【赠款】zèngkuǎn<名>tiền tặng

【赠礼】zènglǐ<名>lễ vật

【赠票】zèngpiào❶<名>vé tặng: 航空公司给高考状元送去~。Hãng hàng không tặng vé máy bay cho học sinh thủ khoa. ❷<动>tặng vé

【赠品】zèngpǐn<名>tặng phẩm; tặng vật: 商家以送~来促销。Nhà bán hàng khuyến mại bằng cách cho tặng phẩm.

【赠券】zèngquàn❶<名>phiếu tặng: 汽车保养~ phiếu tặng bảo dưỡng xe hơi ❷<动>tặng phiếu

【赠书】zèngshū❶<名>sách biếu ❷<动>tặng sách

【赠送】zèngsòng<动>biếu; tặng

【赠言】zèngyán<名>lời tặng

【赠予】zèngyǔ<动>tặng cho; cho tặng

Z

【赠阅】zèngyuè〈动〉kính biếu, kính tặng sách, báo của biên tập viên hoặc nhà xuất bản

甑 zèng〈名〉❶nồi chõ: 瓦~ chõ gốm ❷nồi hấp ❸bình cất

【甑子】zèngzi〈名〉nồi hấp; cái chõ: 用~蒸糯米饭 lấy chõ đồ xôi

zhā

扎 zhā〈动〉❶đâm: ~针 châm cứu ❷[口]chui vào; lủi vào: ~猛子 bổ nhào ❸đóng quân; đóng đồn: 安营~寨 cắm trại đóng quân
另见 zā

【扎堆】zhāduī〈动〉[方]quây quần bên nhau; tụ tập lại: 这些人一有事就爱~。Mỗi khi có chuyện gì, những người này lại thích quây quần bên nhau.

【扎耳朵】zhā ěrduo❶[口]chối tai; khó nghe: 这些泄气的话真~。Những lời làm nản lòng khó nghe quá. ❷xỏ lỗ tai; sận tai

【扎根】zhāgēn〈动〉❶cắm rễ ❷bắt rễ; bén rễ; đi sâu vào: ~边疆 bắt rễ biên cương

【扎花】zhāhuā〈动〉[方]thêu

【扎啤】zhāpí〈名〉bia cốc vại; bia hơi: 夏天很多越南人都喜欢喝加冰~。Mùa hè, nhiều người Việt Nam rất thích uống bia hơi đá.

【扎实】zhāshi〈形〉❶chắc chắn: 这椅子~耐用。Cái ghế này rất bền chắc. ❷vững chắc

【扎手】zhāshǒu❶〈动〉đâm vào tay ❷〈形〉khó làm; gai góc; hóc búa

【扎眼】zhāyǎn〈形〉chối mắt; gai mắt: 她穿得很~。Cô ta ăn mặc trông rất chối mắt.

【扎营】zhāyíng〈动〉đóng quân; cắm trại

【扎寨】zhāzhài〈动〉đóng trại; trại quân; đóng quân: 部队安营~。Bộ đội đóng quân.

【扎针】zhāzhēn〈动〉[中医]châm cứu điều trị

咋 zhā
另见 zǎ

【咋呼】zhāhu〈动〉[方]❶la lớn; thét ❷vênh vang

渣 zhā〈名〉❶cặn: 矿~ bã quặng ❷mảnh vụn: 面包~ bánh mì vụn //(姓)Tra

【渣子】zhāzi〈名〉[口]bã

【渣滓】zhāzǐ〈名〉❶cặn bã ❷kẻ cặn bã; đồ rác rưởi

zhá

札 zhá〈名〉❶bảng gỗ nhỏ (người xưa dùng để kê viết) ❷thư tín; bưu phẩm: 手~ thư tay ❸công văn

【札记】zhájì〈名〉lời ghi chép; điều trích yếu; điều tâm đắc (khi đọc sách): 读书时做点~有益于日后的研究。Những điều tâm đắc ghi chép trong khi đọc sách sẽ giúp ích cho việc nghiên cứu sau ngày.

轧 zhá〈动〉cán (thép): 粗~车间 phân xưởng sơ cán
另见 yà

【轧钢】zhágāng〈动〉cán thép

【轧钢机】zhágāngjī〈名〉máy cán thép

【轧辊】zhágǔn〈名〉trục lăn; trục cán; con lăn; trục quay (của máy cán thép)

【轧机】zhájī〈名〉máy cán (thép)

闸 zhá❶〈名〉cửa van cống: 水~ cửa đập/cửa cống ❷〈动〉chặn dòng nước: 赶快把水~住！Mau chặn dòng nước lại! ❸〈名〉[口]bộ hãm; cái phanh: 快踩~! Mau hãm phanh! ❹〈名〉cầu dao điện: 电流过大, 跳~了。Dòng điện quá tải, bị bật cầu dao.

【闸盒】zháhé〈名〉hộp cầu dao

【闸口】zhákǒu〈名〉miệng cống

【闸门】zhámén〈名〉cửa van đập nước; tấm chắn cửa cống; cửa van cống; van ống nước;

Z

cửa âu: ~一开，江水就汹涌而出。Một khi cửa van mở ra, nước sông chảy ra cuồn cuộn.

炸 zhá<动>❶chiên; rán: 油~虾 tôm rán ❷[方]trụng: ~菠菜 trụng rau chân vịt

另见zhà

【炸鸡】zhájī<名>gà rán; gà quay

【炸酱面】zhájiàngmiàn<名>mì tương rán

【炸薯条】zháshǔtiáo<名>khoai rán: 许多小孩子喜欢吃~。Nhiều trẻ em thích ăn khoai rán.

【炸油条】zháyóutiáo<名>quẩy: ~吃多了易上火。Ăn nhiều quẩy dễ bị nhiệt, táo bón.

铡 zhá❶<名>cái dao cầu: 虎头~ dao cầu (máy chém) kiểu đầu hổ ❷<动>cắt; thái; xắt: ~草 xắt cỏ

【铡草机】zhácǎojī<名>máy cắt cỏ; máy thái cỏ

【铡刀】zhádāo<名>dao xắt; dao cầu; máy chém

zhǎ

拃 zhǎ❶<动>gang tay ra đo: 用手~布的长度 đo chiều dài vải bằng gang tay ❷<量>gang tay: 桌面有六~长。Chiều dài mặt bàn là 6 gang.

眨 zhǎ<动>chớp mắt: 杀人不~眼 giết người như ngóe

【眨眼】zhǎyǎn<动>❶nháy mắt: 我刚想问他事情详细的经过，她马上~示意我别问。Tôi vừa muốn hỏi anh ấy tường tận quá trình của sự việc, chị ấy liền nháy mắt ra hiệu đừng hỏi。❷khoảng thời gian rất ngắn: 一~，已过去数个寒暑。Thời gian thấm thoát, loáng một cái nhiều năm đã qua đi.

鮺 zhǎ<名>❶[书]cá ướp ❷đồ ướp: 茄子~ cà dầm/cà ướp

【鮺肉】zhǎròu<名>[方]thịt tẩm bột hấp

zhà

乍 zhà❶<副>thoạt; thoạt đầu: 初来~到 mới đến thoạt đầu ❷<副>thoắt; bỗng nhiên; thình lình: 寒潮来袭，气温~降。Luồng không khí lạnh tràn tới, trời bỗng trở rét。❸<动>[方]làm nũng //(姓)Sạ

【乍冷乍热】zhàlěng-zhàrè lúc nóng lúc lạnh; nóng lạnh thất thường

【乍暖还寒】zhànuǎn-huánhán ví tiết đầu xuân, khí trời mới ấm mà vẫn chưa hết những đợt rét

【乍然】zhàrán<副>bỗng nhiên: ~一想，他的提议还是对的。Chợt nghĩ lại, vẫn là đề nghị của anh ấy đúng.

【乍一看】zhàyīkàn thoạt nhìn

诈 zhà<动>❶lừa dối: 欺~ giả dối/lừa bịp ❷giả vờ: ~死 giả chết ❸bắt nọn

【诈病】zhàbìng<动>giả bệnh

【诈唬】zhàhu<动>[口]lừa dọa: 你别拿这事~我。Anh đừng lừa dọa tôi bằng việc này.

【诈骗】zhàpiàn<动>dối trá; lừa gạt

【诈骗犯】zhàpiànfàn<名>kẻ lừa đảo; tội phạm lừa đảo

【诈取】zhàqǔ<动>lừa để lấy

【诈尸】zhàshī<动>❶xác chết (trước khi liệm) bật dậy; ma quỷ nhập tràng ❷[方]động rồ (lời chửi)

【诈死】zhàsǐ<动>giả chết: 有些动物会~以诱捕猎物。Có một số loài động vật giả chết để dụ mồi.

【诈降】zhàxiáng<动>trá hàng

栅 zhà<名>hàng rào: 木~ hàng rào bằng gỗ, ván

另见shān

【栅栏】zhàlan<名>hàng rào

炸 zhà<动>❶nổ: 爆~ nổ ❷làm nổ; oanh tạc: 轰~ oanh tạc ❸[口]vỡ tổ; chạy toán loạn: ~

窝 bị vỡ tổ ❹[口]nổi giận; nổi khùng
另见zhá

【炸弹】zhàdàn<名>bom; trái phá

【炸锅】zhàguō<动>[方]nổ nồi; làm ầm lên:
听说他被捕，当地就~了。Nghe tin anh ta
bị bắt, nơi đó đã xôn xao như nổ nồi.

【炸毁】zhàhuǐ<动>nổ tung

【炸雷】zhàléi<名>[方]sấm nổ

【炸窝】zhàwō<动>❶(ong, chim) vỡ tổ ❷
như ong vỡ tổ; ồn ào; ầm ĩ

【炸药】zhàyào<名>thuốc nổ

【炸药包】zhàyàobāo<名>gói thuốc nổ; bộc
phá

榨 zhà ❶<动>ép: ~果汁 ép nước hoa quả
❷<名>bàn ép; máy ép: 油~ máy cán ép dầu
//(姓)Trá

【榨菜】zhàcài<名>cọng cải muối

【榨取】zhàqǔ<动>❶ép lấy: 这是刚~的橙
汁。Đây là sinh tố cam vừa ép. ❷bóp nặn;
bóc lột: ~剩余劳动 bóc lột lao động thặng
dư

【榨油】zhàyóu<动>ép dầu

【榨油水】zhà yóushui bòn rút; bòn của

【榨汁机】zhàzhījī<名>máy ép hoa quả;
máy ép sinh tố

zhāi

斋¹ zhāi ❶<动>trai giới ❷<名>đồ chay: ~
馆 tiệm ăn chay ❸<动>bố thí cơm: ~僧 bố
thí cho thầy tăng //(姓)Trai

斋² zhāi<名>phòng: 书~ thư phòng

【斋饭】zhāifàn<名>❶cơm chay ❷cơm bố
thí

【斋戒】zhāijiè<动>❶trai giới ❷giới luật
tháng nhịn ăn

【斋课】zhāikè<名>khóa trai giới

【斋月】zhāiyuè<名>tháng Ramadan; tháng
lễ Ramadan; tháng nhịn ăn; tháng ăn chay

摘 zhāi<动>❶hái; ngắt (hoa, quả); lột (đồ
vật): ~杧果 hái xoài; ~桃子 hái đào ❷trích;
chọn lấy: 文~ văn trích tuyển ❸vay tạm

【摘编】zhāibiān ❶<动>lựa chọn…(để) biên
tập; lựa chọn và biên tập; soạn trích: 他将当
地民谣~成书。Anh ấy chọn lọc ca dao dân
gian ở vùng đó để biên tập thành sách. ❷
<名>tài liệu (văn bản) đã qua lựa chọn và
biên tập

【摘抄】zhāichāo<动>sao chép; trích lục:
这孩子~了许多格言。Em bé này đã chép
nhiều cách ngôn.

【摘除】zhāichú<动>cắt bỏ; xẻo đi; ngắt bỏ
(một bộ phận của cơ thể sống): 医生从病人
身上~了一个大肿瘤。Bác sĩ đã cắt bỏ một
khối u lớn cho bệnh nhân.

【摘登】zhāidēng<动>(báo chí) trích đăng;
chọn đăng; đăng tóm tắt; đăng những phần
cốt yếu: 一些报刊~了会见的消息。Một số
báo chí đã trích đăng tin tức của cuộc gặp
gỡ.

【摘发】zhāifā<动>trích phát; trích đăng

【摘果】zhāiguǒ<动>hái quả

【摘花】zhāihuā<动>hái hoa

【摘记】zhāijì ❶<动>trích ghi; ghi tóm tắt
các nội dung chính ❷<动>trích lục ❸
<名>phần trích

【摘录】zhāilù<动>trích lục; chọn chép: 她喜
欢~名人名言。Chị ấy thích trích lục những
câu danh ngôn của danh nhân.

【摘帽子】zhāi màozi bỏ mũ xuống; cất mũ

【摘取】zhāiqǔ<动>hái lấy; trích lấy

【摘要】zhāiyào ❶<动>trích yếu; tóm tắt
❷<名>bài tóm tắt: 文章~ trích yếu của văn
bản

【摘译】zhāiyì<动>trích dịch

【摘引】zhāiyǐn<动>trích dẫn; dẫn ra: 大段
~别人的讲话 trích dẫn nhiều lời nói của
người khác

zhái

宅 zhái<名>chỗ ở; tòa nhà: 豪~ tòa nhà ở hào sang ❷<动>lì trong nhà

【宅邸】zháidǐ<名>[书]nhà ở

【宅第】zháidì<名>[书]nhà ở (tương đối rộng)

【宅基地】zháijīdì<名>mặt nền nhà

【宅急送】zháijísòng<名>dịch vụ chuyển phát nhanh: 国际~公司 Công ti chuyển phát nhanh quốc tế

【宅门】zháimén<名>❶cổng lớn ❷nhà cao cửa rộng (hào phú)

【宅男】zháinán<名>đàn ông otaku (thường lì trong nhà ít ra ngoài)

【宅女】zháinǚ<名>đàn bà otaku (thường lì trong nhà ít ra ngoài)

【宅院】zháiyuàn<名>nhà ở (có sân); nhà cửa

【宅子】zháizi<名>[口]một ngôi nhà

择 zhái<动>❶chọn; lựa: ~菜 nhặt rau ❷gỡ: ~开乱麻 gỡ mớ dây gai bị rối
另见zé

【择不开】zháibukāi gỡ không ra; tối mắt tối mũi: 她忙得一点工夫也~。Chị ấy bận tối mắt tối mũi.

【择席】zháixí<动>lạ giường: 他从不~。Anh ta không bao giờ vì lạ giường mà không ngủ được.

zhǎi

窄 zhǎi<形>❶chật hẹp: ~小 nhỏ hẹp ❷hẹp hòi: 心眼~ lòng hẹp hòi ❸chật vật //(姓)Trách

【窄巴】zhǎiba<形>[方]❶nhỏ hẹp ❷eo hẹp

【窄小】zhǎixiǎo<形>hẹp nhỏ: 这个房间过于~。Căn phòng này quá hẹp nhỏ.

zhài

债 zhài<名>khoản nợ: 公~ công trái

【债户】zhàihù<名>người mắc nợ; con nợ

【债款】zhàikuǎn<名>khoản nợ; tiền nợ

【债权】zhàiquán<名>quyền đòi nợ

【债权人】zhàiquánrén<名>người có quyền đòi nợ; chủ nợ

【债券】zhàiquàn<名>❶trái phiếu ❷trái khoán: 发行~ phát hành trái phiếu

【债台高筑】zhàitái-gāozhù nợ nần chồng chất; nợ như chúa chổm

【债务】zhàiwù<名>❶nghĩa vụ người vay ❷nợ chưa trả

【债主】zhàizhǔ<名>chủ nợ; người cho vay

寨 zhài<名>❶hàng rào bảo vệ ❷[旧]doanh trại: 营~ doanh trại ❸bản làng có hàng rào bao quanh: 边疆村~ bản làng biên thùy ❹sơn trại của bọn phỉ //(姓)Trại

【寨主】zhàizhǔ<名>❶tướng cướp ❷trùm sỏ sơn trại

【寨子】zhàizi<名>❶rào; lũy; hàng rào; tường bao ❷trại; ấp; làng (bản) có tính chất biệt lập (có rào lũy bao bọc)

zhān

占 zhān<动>bói; xem bói: ~卦 bói //(姓)Chiêm
另见zhàn

【占卜】zhānbǔ<动>bói; bói toán (gồm: bói rùa, bói quẻ, bói bài, bói thẻ (que), bấm độn...): 她极迷信，出门前必先~。Chị ấy mê tín lắm, mỗi khi ra ngoài đều phải bói trước một quẻ.

【占卦】zhānguà<动>bói quẻ; xem quẻ (theo bát quái): 街头~不可信。Thầy bói vỉa hè không tin được.

Z

【占梦】zhānmèng〈动〉đoán mộng; giải mộng (theo mê tín)

【占星】zhānxīng〈动〉chiêm tinh; xem chòm sao để đoán điềm dữ hay lành

沾zhān〈动〉❶ướt: 泪流~襟 lệ ướt vạt áo ❷thấm; vảy: ~水 bị vảy phải nước ❸chạm ❹dính líu; được nhờ

【沾边】zhānbiān❶〈动〉động tới; mó nhúng tay vào ❷〈形〉tiếp cận sự thực: 你讲的一点都不~。Những lời anh nói không điểm nào sát với sự thực.

【沾光】zhānguāng〈动〉được thơm lây

【沾亲带故】zhānqīn-dàigù dính dáng chút quan hệ bạn bè thân thích

【沾染】zhānrǎn〈动〉❶nhiễm phải; nhiễm ❷tiêm nhiễm: 跟着这伙人，她~了不少坏习惯。Chị ấy đã nhiễm phải nhiều tật xấu vì theo phải bọn người này.

【沾手】zhānshǒu〈动〉❶sờ; dính tay ❷tham gia; dính tay: 这件事可别让他~。Việc này đừng cho anh ấy dính tay vào./Việc này đừng cho anh ấy nhúng tay vào.

【沾沾自喜】zhānzhān-zìxǐ hí ha hí hửng; khoái chí ra mặt

毡zhān〈名〉ni: 毛~ chăn len dạ //〈姓〉Chiên

【毡房】zhānfáng〈名〉lều dạ (phớt) (ở vùng chăn nuôi)

【毡子】zhānzi〈名〉chăn dạ; thảm(được dệt bằng lông hoặc sợi)

粘zhān〈动〉❶dính lại; quánh lại: 糖~在一起了。Đường đã dính kết thành cục. ❷dán: ~鞋底 dán đế giày

【粘连】zhānlián〈动〉❶kết dính; dính liền: 动手术后，由于不注意，他的肠子~在一起了。Sau phẫu thuật, do sơ xuất, anh ấy đã bị dính ruột. ❷dính dáng; có liên can ❸dán: ~门联 dán câu đối

【粘上】zhānshàng〈动〉dán vào

【粘贴】zhāntiē〈动〉dán: 别把小广告~在墙上。Đừng dán những tờ rơi quảng cáo lên tường.

瞻zhān〈动〉ngước nhìn; ngó lên: 观~ nhìn; 有碍观~ ảnh hưởng tới vẻ ngoài //〈姓〉Chiêm

【瞻拜】zhānbài〈动〉viếng: 他到陵园进行了~。Anh ấy đã đi viếng mộ ở nghĩa trang.

【瞻念】zhānniàn〈动〉nhìn và suy nghĩ về tương lai: ~前程，他感到茫然。Nghĩ về tương lai, anh ấy thấy hoang mang.

【瞻前顾后】zhānqián-gùhòu❶nhìn trước ngó sau; suy đi tính lại ❷đắn đo do dự; ngần ngừ e ngại

【瞻望】zhānwàng〈动〉nhìn về phương xa: ~未来，我们信心满怀。Nhìn về tương lai, chúng ta tràn đầy lòng tin.

【瞻仰】zhānyǎng〈动〉chiêm ngưỡng; thăm viếng: 清明节那天，我们去~了人民英雄纪念碑。Nhân lễ Thanh Minh, chúng ta đi viếng bia kỉ niệm anh hùng nhân dân.

zhǎn

斩zhǎn〈动〉❶chém; chặt: 处~ xử chém ❷[方]bắt bí; bắt chẹt //〈姓〉Trảm

【斩仓】zhǎncāng〈动〉thanh lí: 股票要跌，赶快~。Giá cổ phiếu sẽ tụt xuống, mau thanh lí.

【斩草除根】zhǎncǎo-chúgēn trừ cỏ trừ tận gốc; diệt trừ tận gốc

【斩钉截铁】zhǎndīng-jiétiě như dao chém đá; dứt khoát; như đinh đóng cột

【斩断】zhǎnduàn〈动〉chặt đứt: 他用斧头~树枝。Anh ấy dùng rìu chặt đứt cành cây.

【斩获】zhǎnhuò〈动〉giành; giành lấy; thu hoạch: 在跳水项目上，中国队~多枚奖牌。Đoàn Trung Quốc đã giành được nhiều huy chương ở môn nhảy cầu nhảy ván.

【斩尽杀绝】zhǎnjìn-shājué chém hết giết

sạch; tiêu diệt sạch sành sanh

【斩首】zhǎnshǒu<动>❶chặt đầu; xử trảm ❷thủ tiêu tên đầu sỏ

【斩头去尾】zhǎntóu-qùwěi chặt đầu bỏ đuôi

盏 zhǎn❶<名>cái li nhỏ; cái chén nhỏ: 酒~ li ❷<量>cái; ngọn (đèn): 一~灯 một cây đèn

展 zhǎn<动>❶mở rộng ra; buông ra: 伸~ vươn mình ❷triển khai: 一~身手 ra tay trổ tài ❸kéo dài ra; nới dài: ~限 nới hạn ❹trưng bày: 画~ trưng bày triển lãm tác phẩm hội họa //(姓)Triển

【展板】zhǎnbǎn<名>bàn triển lãm; biển triển lãm

【展播】zhǎnbō<动>truyền hình giới thiệu (quảng cáo); phát sóng giới thiệu (quảng cáo): 电视台~了许多精彩节目。Đài truyền hình đã phát sóng giới thiệu nhiều tiết mục hay.

【展翅高飞】zhǎnchì-gāofēi tung cánh bay cao

【展出】zhǎnchū<动>triển lãm; trưng bày: 展览馆~了各种新型汽车。Nhà triển lãm đã trưng bày các loại xe ô tô kiểu mới.

【展地】zhǎndì<名>nơi triển lãm

【展馆】zhǎnguǎn<名>phòng triển lãm; phòng trưng bày

【展柜】zhǎnguì<名>quầy triển lãm

【展会】zhǎnhuì<名>hội chợ triển lãm

【展开】zhǎnkāi<动>❶mở ra; bày ra; mở rộng ❷triển khai; đẩy mạnh: 爱鸟月活动已在本周~。Phong trào tháng yêu chim đã triển khai trong tuần.

【展览】zhǎnlǎn<动>triển lãm

【展览会】zhǎnlǎnhuì<名>cuộc triển lãm; hội chợ triển lãm

【展露】zhǎnlù<动>tỏ rõ; bày ra; hiện ra: ~才华 tỏ rõ tài hoa

【展卖】zhǎnmài<动>triển lãm bán hàng; bày bán

【展品】zhǎnpǐn<名>đồ triển lãm; vật trưng bày

【展评】zhǎnpíng<动>bình phẩm đánh giá việc tổ chức triển lãm, hàng triển lãm hay phim ảnh

【展期】[1] zhǎnqī<动>gia hạn; kéo dài thời hạn

【展期】[2] zhǎnqī<名>thời gian triển lãm; thời hạn triển lãm

【展区】zhǎnqū<名>khu triển lãm

【展示】zhǎnshì<动>tỏ rõ; biểu diễn; bày ra: 阿燕在舞台上~才艺。Chị Yến đang biểu diễn tài nghệ trên sân khấu.

【展厅】zhǎntīng<名>phòng triển lãm; phòng trưng bày

【展望】zhǎnwàng<动>❶nhìn về nơi xa: ~四周 nhìn xa ra bốn phía ❷triển vọng; dự đoán: ~未来 nhìn về tương lai

【展位】zhǎnwèi<名>gian hàng triển lãm; khu triển lãm; ki-ốt triển lãm

【展现】zhǎnxiàn<动>hiện ra; bày ra; thể hiện: 她在歌咏比赛中~歌喉。Chị ấy đã thể hiện giọng hát của mình trong cuộc thi.

【展销】zhǎnxiāo<动>triển lãm bán hàng; bày bán: ~会 hội chợ hàng hóa

【展演】zhǎnyǎn<动>biểu diễn; trình diễn

崭 zhǎn<形>❶[书]cao ngất; cao chót vót ❷[方]tốt; hay; ngon

【崭露头角】zhǎnlù-tóujiǎo tỏ rõ tài năng (thường chỉ thanh thiếu niên)

【崭新】zhǎnxīn<形>mới toanh; hoàn toàn mới: 这座城市呈现出~的面貌。Thành phố này thể hiện diện mạo hoàn toàn mới mẻ.

辗 zhǎn

【辗转】zhǎnzhuǎn<动>❶trăn trở; trằn trọc ❷gián tiếp truyền tay qua nhiều người hoặc đi qua nhiều nơi

【辗转反侧】zhǎnzhuǎn-fǎncè trằn trọc

Z

thao thức

【辗转流传】zhǎnzhuǎn-liúchuán được truyền đi hết nơi này đến nơi khác

zhàn

占 zhàn<动>❶chiếm; chiếm giữ; hạ: 攻~ đánh chiếm ❷chiếm (địa vị...): ~上风 ở vị thế có lợi

另见zhān

【占道经营】zhàndào jīngyíng lấn đường để kinh doanh

【占地】zhàndì<动>chiếm đất; chiếm chỗ: 乱搭乱盖~不少。Xây dựng hỗn loạn đã lấn chiếm nhiều diện tích.

【占据】zhànjù<动>chiếm; chiếm giữ: 敌军~了重要的城市。Quân địch đã chiếm giữ những thành phố quan trọng.

【占领】zhànlǐng<动>chiếm lĩnh: ~市场 chiếm lĩnh thị trường

【占便宜】zhàn piányi❶chiếm phần hơn; ăn ghẹ ❷chiếm lợi thế

【占上风】zhàn shàngfēng chiếm ưu thế

【占位子】zhàn wèizi chiếm chỗ: 她天不亮就去~。Trời chưa sáng chị ấy đã ra đi để chiếm chỗ.

【占先】zhànxiān<动>đứng đầu; đứng trước

【占线】zhànxiàn<动>(đường dây máy điện thoại) đang bận; bị bận; mắc bận

【占用】zhànyòng<动>chiếm dụng: ~公共资源，很不应该。Việc chiếm dụng tài nguyên công cộng thật không nên.

【占优势】zhàn yōushì chiếm ưu thế

【占有】zhànyǒu<动>❶chiếm cứ; chiếm hữu: ~权 quyền chiếm hữu ❷chiếm; ở vào ❸nắm được

【占着茅坑不拉屎】zhànzhe máokēng bù lāshǐ chiếm nhà xí mà không đại tiện; chỉ người chiếm chỗ mà không chịu làm việc

【占座】zhànzuò<动>chiếm chỗ ngồi

栈 zhàn<名>❶chuồng; rào quay súc vật: 牛~ chuồng trâu/chuồng bò ❷sàn; nhà: 客~ nhà trọ/nhà nghỉ ❸sạn đạo (đường sàn bắc ở những sườn núi hiểm trở)

【栈道】zhàndào<名>sạn đạo; hành lang dài bằng gỗ đưng trên những vách đá cheo leo để giải quyết vấn đề giao thông thời xưa

【栈房】zhànfáng<名>❶nơi chứa hàng hóa; nhà kho ❷[方]nhà nghỉ; nhà trọ

【栈桥】zhànqiáo<名>cầu tàu

战[1] zhàn❶<名>chiến tranh; chiến đấu: 心理~ chiến tranh tâm lí ❷<动>tiến hành chiến tranh; đấu tranh ///(姓)Chiến

战[2] zhàn<动>run rẩy: 寒~ rùng mình

【战败】zhànbài<动>❶thua trận; thất bại: 敌方~投降了。Bên địch thua trận đã ra hàng. ❷chiến thắng; đánh bại: 甲队~乙队，获得了冠军。Đội A chiến thắng đội B, giành được giải vô địch.

【战场】zhànchǎng<名>chiến trường

【战车】zhànchē<名>chiến xa

【战地】zhàndì<名>chiến địa; mặt trận

【战斗】zhàndòu❶<名>cuộc chiến đấu ❷<动>đấu tranh ❸<动>chiến đấu: ~力 sức chiến đấu

【战斗机】zhàndòujī<名>máy bay tiêm kích; máy bay chiến đấu

【战端】zhànduān<名>[书]đầu mối gây chiến tranh: 不要轻启~。Đừng tùy tiện châm ngòi gây chiến tranh.

【战犯】zhànfàn<名>tội phạm chiến tranh

【战俘】zhànfú<名>tù binh

【战功】zhàngōng<名>chiến công: 赫赫chiến công hiển hách

【战鼓】zhàngǔ<名>trống trận (thời cổ)

【战果】zhànguǒ<名>❶chiến quả; thành quả chiến đấu ❷kết quả công việc

【战壕】zhànháo<名>chiến hào

【战后】zhànhòu<名>sau chiến tranh

Z

【战火】zhànhuǒ<名>khói lửa chiến tranh

【战机】[1] zhànjī<名>❶thời cơ chiến đấu ❷ quân cơ; bí mật quân sự

【战机】[2] zhànjī<名>máy bay chiến đấu

【战绩】zhànjì<名>thành tích chiến đấu; chiến tích; chiến công: ~辉煌的足球队队 bóng đá có chiến tích huy hoàng

【战舰】zhànjiàn<名>tàu chiến; chiến hạm

【战局】zhànjú<名>chiến cục; chiến cuộc; cục diện chiến tranh: ~如此，他也只能摇 头叹息。Chiến cục như vậy, anh ta chỉ có thể lắc đầu than thở.

【战况】zhànkuàng<名>tình hình chiến đấu

【战利品】zhànlìpǐn<名>chiến lợi phẩm

【战栗】zhànlì<动>phát run; phát sợ: 恐怖的 场面让他~不已。Những cảnh tượng rùng rợn khiến anh ta phải phát sợ.

【战乱】zhànluàn<名>tình trạng loạn lạc thời chiến tranh; thời buổi chiến tranh loạn lạc

【战略】zhànlüè<名>❶chiến lược: ~伙伴对 tác chiến lược ❷sách lược vĩ quan

【战马】zhànmǎ<名>ngựa chiến; chiến mã

【战袍】zhànpáo<名>áo khoác chiến đấu; chiến bào; áo khoác thi đấu: 为保家卫国， 阿胜又毅然重披~。Để giữ nước giữ nhà, anh Thắng lại kiên quyết khoác chiến bào lên đường.

【战前】zhànqián<名>trước chiến tranh

【战区】zhànqū<名>chiến khu

【战胜】zhànshèng<动>chiến thắng: 最 终，正义~了邪恶。Cuối cùng, chính nghĩa đã chiến thắng tà ác.

【战时】zhànshí<名>thời chiến

【战士】zhànshì<名>chiến sĩ: 勇敢的~ chiến sĩ dũng cảm

【战事】zhànshì<名>chiến sự

【战书】zhànshū<名>chiến thư: 下~ ra chiến thư

【战术】zhànshù<名>❶chiến thuật ❷sách lược vi quan

【战无不胜，攻无不克】zhànwúbùshèng, gōngwúbùkè đánh đâu thắng đó; đánh đâu được đấy

【战线】zhànxiàn<名>chiến tuyến; mặt trận

【战役】zhànyì<名>chiến dịch

【战友】zhànyǒu<名>chiến hữu; đồng đội

【战战兢兢】zhànzhànjīngjīng❶nơm nớp lo sợ; nơm nớp sợ sệt ❷dè dặt

【战争】zhànzhēng<名>chiến tranh: 停止~ chấm dứt chiến tranh

站[1] zhàn<动>đứng //(姓)Trạm

站[2] zhàn❶<动>dừng lại; đứng lại: ~住! Đứng lại! ❷<名>bến; ga: 汽车~ bến ô tô ❸ <名>trạm: 收费~ trạm thu lệ phí

【站不住脚】zhànbùzhùjiǎo❶(bận) tíu tít ❷không sống được nữa; không thể tiếp tục ở nơi đó nữa ❸không đứng vững được; không có cơ sở

【站得高，看得远】zhàndegāo, kàndeyuǎn đứng cao nhìn xa

【站队】zhànduì<动>đứng thành hàng

【站岗】zhàngǎng<动>đứng gác

【站柜台】zhàn guìtái đứng quầy; đứng bán hàng

【站立】zhànlì<动>đứng: 她~在风中，一动 也不动。Chị ấy đứng lặng trong gió.

【站名】zhànmíng<名>tên trạm

【站牌】zhànpái<名>biển trạm

【站票】zhànpiào<名>vé đứng

【站台】zhàntái<名>sân ga; thềm ga; ke ga

【站稳】zhànwěn<动>đứng vững: ~了， 别趴下。Hãy đứng vững, đừng nằm gục xuống.

【站长】zhànzhǎng<名>trưởng trạm

【站住】zhànzhù<动>❶đứng lại; dừng (ngừng) lại; đỗ lại: ~,不许动! Đứng lại, đứng im! ❷đứng vững ❸dừng lại; lưu lại;

ở lại ❹[方](màu, sơn…) bám; ăn; dính chặt (không bị tróc) ❺ví lí do không đầy đủ

【站住脚】zhànzhù jiǎo❶dừng lại; dừng bước ❷nghỉ chân; ở yên một chỗ; ngơi chân ngơi tay ❸đứng vững được; trụ lại được ❹(lí do…) đứng vững

绽 zhàn<动>nứt ra; rách ra: 破~ chỗ hở

【绽放】zhànfàng<动>nở; nở rộ: 春天里，百花~。Trăm hoa đua nở trong mùa xuân.

【绽开】zhànkāi<动>nở; hé nở

【绽裂】zhànliè<动>nứt ra; nứt nẻ

【绽露】zhànlù<动>nở ra: 阿芳的脸上渐渐~出笑容。Trên mặt chị Phương dần dần hé nở nụ cười.

湛 zhàn<形>❶sâu: 技术精~ kĩ nghệ điêu luyện ❷trong suốt; trong veo ///(姓)Trạm

【湛蓝】zhànlán<形>xanh thẳm: ~的天空 bầu trời xanh thẳm

【湛清】zhànqīng<形>trong veo; trong vắt; trong suốt

蘸 zhàn<动>chấm; nhúng; dấp: ~盐吃 chấm muối mà ăn; 馒头~奶油。Màn thầu nhúng bơ sữa.

【蘸水笔】zhànshuǐbǐ<名>❶bút chấm; bút chấm mực ❷bút lông chấm nước (dùng luyện chữ trên giấy thấm nước)

zhāng

张 zhāng❶<动>mở ra; giương ra: ~开翅膀 dương cánh/vươn cánh ❷<动>bày biện; trưng bày: ~灯结彩 treo đèn kết hoa ❸<动>mở rộng; khuyếch đại: 虚~声势 giả tạo thanh thế rầm rộ ❹<动>xem; ngó: ~望 nhìn ngó ❺<动>khai trương: 开~仪式 lễ khai trương/lễ mở hiệu ❻<量>tờ; bức: 一~白纸 một tờ giấy trắng ❼<名>sao Trương (một trong 28 tú) ///(姓)Trương

【张榜】zhāngbǎng<动>niêm yết (dán)

thông báo (cáo)

【张挂】zhāngguà<动>căng; treo; mắc giăng; mở ra và treo lên

【张冠李戴】zhāngguān-lǐdài (ví với) râu ông nọ cắm cằm bà kia

【张皇失措】zhānghuáng-shīcuò bối rối lúng túng

【张家长，李家短】zhāngjiācháng, lǐjiāduǎn nói vụng; nói xằng nói bậy

【张口结舌】zhāngkǒu-jiéshé líu lưỡi không nói ra lời

【张狂】zhāngkuáng<形>hung hăng; bậy bạ; liều lĩnh: 为人~ tính hung hăng

【张罗】zhāngluo<动>❶lo liệu; sắp xếp: 她在~晚饭。Chị ấy đang làm cơm tối. ❷tiếp; tiếp đãi ❸trù hoạch; trù tính

【张三李四】zhāngsān-lǐsì ông nọ bà kia; kẻ này người nọ (phiếm chỉ một người hoặc những người nào đó)

【张贴】zhāngtiē<动>dán: 他四处~寻人启事。Anh ấy dán khắp nơi những tờ tin tìm người mất tích.

【张望】zhāngwàng<动>nhìn; ngó nghiêng: 四处~ nhìn quanh bốn phía

【张牙舞爪】zhāngyá-wǔzhǎo nhe nanh múa vuốt; giương nanh múa vuốt

【张扬】zhāngyáng<动>nói toang lên; nói toạc ra; khoe khoang: 个性~ tính hay khoe khoang

【张嘴】zhāngzuǐ<动>❶mở miệng; nói ❷cầu xin: 向人~，怪难为情的。Mở miệng cầu xin người khác, cứ ngài ngại thế nào ấy.

章¹ zhāng<名>❶chương; chương mục ❷điều lệ: ~程 điều lệ/chương trình ❸quy củ; rành mạch ❹tấu văn ///(姓)Chương

章² zhāng<名>❶dấu ấn; triện ❷phù hiệu; huy hiệu; lon

【章程】zhāngchéng<名>chương trình; điều

Z

lệ; quy trình: 遵守~ tuân theo chương trình

【章程】 zhāngcheng<名>[方]biện pháp; cách giải quyết

【章法】 zhāngfǎ<名>❶kết cấu; bố cục; cấu tạo (của bài văn hay thi họa, thư pháp) ❷phương pháp; cách thức; bài bản (làm việc)

【章节】 zhāngjié<名>chương mục (của tác phẩm)

【章鱼】 zhāngyú<名>bạch tuộc

【章则】 zhāngzé<名>điều lệ và quy tắc

【章子】 zhāngzi<名>[方]con dấu; cái ấn

獐 zhāng<名>con hoẵng

【獐头鼠目】 zhāngtóu-shǔmù tướng mạo xấu xí dáng bộ xảo trá

【獐子】 zhāngzi<名>[动物]con hoẵng

彰 zhāng❶<形>sáng rõ; nổi bật: 昭~ nổi bật ❷<动>làm sáng rõ; làm rạng rỡ: 表~ tuyên dương //(姓)Chương

【彰善瘅恶】 zhāngshàn-dàn'è biểu dương cái hay, tẩy chay cái dở; nêu cao điều thiện, căm ghét cái ác; yêu thiện ghét ác

【彰显】 zhāngxiǎn❶<形>nổi bật ❷<动>làm sáng rõ; làm rạng rỡ

樟 zhāng<名>[植物]cây long não: ~木箱 hòm gỗ long não

【樟木】 zhāngmù<名>gỗ long não

【樟脑丸】 zhāngnǎowán<名>[方]viên long não

【樟树】 zhāngshù<名>cây long não

蟑 zhāng

【蟑螂】 zhānglàng<名>con gián

zhǎng

长 zhǎng❶<动>sinh ra; mọc: 手上~了一个疮。 Trên tay mọc một cái nhọt. ❷<动>lớn lên: ~大成人 lớn lên thành người ❸<动>tăng thêm; tăng lên: ~见识 tăng thêm

kiến thức ❹<形>lớn tuổi hơn: 我比他~两岁。 Tôi (lớn) hơn cậu ấy hai tuổi. ❺<形>cả; hàng trưởng: ~兄 anh cả; ~子 con cả ❻<形>trên; bề trên; bậc trên; lớp trước: ~辈 bậc trên ❼<名>người lớn tuổi hoặc bậc trên ❽<名>trưởng; người đứng đầu: 首~ thủ trưởng; 部~ bộ trưởng; 厂~ giám đốc nhà máy

另见cháng

【长辈】 zhǎngbèi<名>lớp bề trên; các bậc cha mẹ và ông bà; thế hệ cha chú: 孝敬~ hiếu thảo với bậc (cha mẹ và ông bà) trên

【长膘】 zhǎngbiāo<动>béo ra; béo lên; lên cân; tăng trọng

【长大】 zhǎngdà<动>lớn lên: 这小女孩~了。 Cô bé này đã lớn lên rồi.

【长房】 zhǎngfáng<名>chi trưởng; ngành trưởng (trong một họ)

【长个儿】 zhǎnggèr<动>cao hơn; lớn lên; cao lên: 他又~了。 Cậu bé lại cao hơn rồi.

【长官】 zhǎngguān<名>quan lớn; thủ trưởng

【长进】 zhǎngjìn<动>có tiến bộ: 你的学业最近~了吗? Dạo này, học hành của anh có tiến bộ không?

【长老】 zhǎnglǎo<名>❶[书]trưởng lão; bô lão (chỉ người già) ❷trưởng lão (tôn xưng hòa thượng cao tuổi) ❸trưởng lão; cha xứ (đạo Do Thái, đạo Cơ Đốc chỉ người đứng đầu một xứ đạo)

【长脸】 zhǎngliǎn<动>[口]làm đẹp mặt; thêm danh giá; làm vẻ vang; làm rạng danh: 你出资为乡里修路, 真是为我们村~了。 Anh tài trợ xây đường cho xã, thật làm rạng danh cho làng ta.

【长女】 zhǎngnǚ<名>trưởng nữ con gái cả

【长上】 zhǎngshàng<名>❶bậc trên ❷cấp trên

【长势】 zhǎngshì<名>tình hình sinh trưởng

Z

(của cây cối)

【长孙】zhǎngsūn<名>cháu đích tôn; cháu cả; cháu trưởng

【长相】zhǎngxiàng<名>[口]tướng mạo

【长学问】zhǎng xuéwèn tăng kiến thức; tăng thêm học vấn

【长者】zhǎngzhě<名>❶trưởng lão; bô lão (người cao tuổi, có vai vế) ❷người già có đức độ

【长子】zhǎngzǐ<名>con trưởng; con cả

涨 zhǎng<动>❶mực nước dâng lên ❷giá cả tăng lên
另见zhàng

【涨潮】zhǎngcháo<动>thủy triều lên; con nước lên

【涨幅】zhǎngfú<名>mức tăng; mức độ tăng lên (của giá cả…): 本月房价的~不小。Giá nhà tháng này tăng đáng kể.

【涨价】zhǎngjià<动>tăng giá: 近来肉类都在~。Dạo này các loại thịt đều đang tăng giá.

【涨落】zhǎngluò<动>tăng lên, giảm xuống; tăng giảm

【涨势】zhǎngshì<名>tình hình tăng lên

【涨水】zhǎngshuǐ<动>nước dâng lên; dâng nước

【涨停】zhǎngtíng<动>thế dâng hãm lại; thế dâng hoãn lại; thế dâng dừng lại

【涨停板】zhǎngtíngbǎn<名>mức dâng tối đa khả tin của cổ phiếu trong một ngày

掌 zhǎng❶<名>bàn tay: 易如反~ dễ như trở bàn tay ❷<动>vả; tát: ~嘴 tát vào mồm ❸<动>quản lí; khống chế: ~权 cầm quyền ❹<名>cá sắt (đóng móng ngựa): 钉马~ đóng đế vó ngựa ❺<名>cá (ở đế giày) ❻<名>bàn chân: 熊~ bàn chân gấu ❼<动>[方]đóng đế (giày) //(姓)Trường

【掌厨】zhǎngchú<动>cai quản bếp nước; lo việc bếp nước: 母亲~我们放心。Mẹ lo liệu việc bếp nước thì chúng con yên tâm rồi.

【掌灯】zhǎngdēng<动>❶cầm đèn ❷thắp đèn; bật đèn: 已是天黑~时分。Đã đến giờ thắp đèn rồi.

【掌舵】zhǎngduò❶<动>cầm lái ❷<动>ví nắm chắc phương hướng ❸<名>người cầm lái

【掌故】zhǎnggù<名>sự tích nhân vật; diễn biến lịch sử

【掌管】zhǎngguǎn<动>phụ trách quản lí; cầm giữ; chủ trì: ~经济大权 cầm quyền quản lí kinh tế/phụ trách quản lí kinh tế

【掌柜】zhǎngguì<名>[旧]chủ hiệu buôn; người quản lí cửa hàng

【掌控】zhǎngkòng<动>khống chế; nắm lấy: ~国家经济命脉 khống chế mạch máu kinh tế quốc gia

【掌门人】zhǎngménrén<名>người đứng đầu (của một bộ môn hay môn võ): 少林派~ người đứng đầu môn phái Thiếu Lâm

【掌权】zhǎngquán<动>cầm; nắm quyền: 重新~ lại cầm quyền

【掌上明珠】zhǎngshàng-míngzhū hòn ngọc trên tay; đứa con cưng; đứa con được cưng chiều; vật quý giá

【掌勺儿】zhǎngsháor<动>làm đầu bếp: 大师傅亲自~。Vị sư phụ cao tay đích thân làm đầu bếp.

【掌声】zhǎngshēng<名>tiếng vỗ tay

【掌纹】zhǎngwén<名>nếp nhăn trong lòng bàn tay

【掌握】zhǎngwò<动>❶nắm trong tay; nắm vững: ~了新的发球技术 đã nắm vững kĩ xảo phát bóng mới ❷chủ trì; điều khiển: ~会议 chủ trì hội nghị

【掌心】zhǎngxīn<名>❶trong lòng bàn tay ❷dưới quyền; trong tay; trong tầm kiểm soát

【掌灶】zhǎngzào<动>quản lí việc bếp núc

Z

【掌嘴】zhǎngzuǐ〈动〉vả vào mồm; vả vào mõm:自己~ tự vả vào mồm

zhàng

丈¹ zhàng❶〈量〉trượng (đơn vị chiều dài):万~深渊 vực sâu muôn trượng ❷〈动〉đo đạc:~量土地面积 đo đạc diện tích đất đai

丈² zhàng〈名〉❶trượng (bậc già cả, nam giới) ❷chồng

【丈二和尚——摸不着头脑】zhàng èr héshang——mōbuzháo tóunǎo chẳng rõ đầu đuôi ngọn ngành ra sao; không tìm ra manh mối

【丈夫】zhàngfū〈名〉đàn ông

【丈夫】zhàngfu〈名〉người chồng

【丈量】zhàngliáng〈动〉đo đạc:~土地 đo đạc ruộng đất

【丈母娘】zhàngmuniáng〈名〉mẹ vợ; bà nhạc

【丈人】zhàngrén〈名〉cụ (tôn xưng)

【丈人】zhàngren〈名〉nhạc phụ; bố vợ

仗 zhàng❶〈名〉trượng (binh khí gọi chung):明火执~ ngang nhiên trắng trợn ❷〈动〉[书]cầm (vũ khí) ❸〈动〉cậy; dựa:~势欺人 cậy thế nạt người ❹〈名〉chỉ chiến tranh hoặc chiến đấu:胜~ thắng trận

【仗胆】zhàngdǎn〈动〉tăng thêm can đảm; (làm cho) thêm bạo dạn; lấy (lại) can đảm:我给你~ Tôi lấy lại can đảm cho anh.

【仗势】zhàngshì〈动〉ỷ thế; cậy thế

【仗恃】zhàngshì〈动〉cậy thế:他~父亲的权势胡作非为。Anh ấy cậy thế ông bố mà làm bậy.

【仗义】zhàngyì❶〈形〉trọng nghĩa; coi trọng đạo nghĩa ❷〈动〉[书]bảo vệ lẽ phải; giữ gìn đạo nghĩa

【仗义疏财】zhàngyì-shūcái trọng nghĩa khinh tài

【仗义执言】zhàngyì-zhíyán bênh vực lẽ phải; nói theo lẽ phải

杖 zhàng〈名〉❶nạng; cây gậy:擀面~ gậy cán mì ❷cây trượng; gậy chống; ba-toong:扶~而行 chống gậy đi

帐 zhàng〈名〉màn; trướng; lều vải: 蚊~ màn

【帐幕】zhàngmù〈名〉lều vải; lều bạt; phông vài

【帐篷】zhàngpeng〈名〉lều bạt; lều vải:他们在野外搭起了过夜的~。Khi ở dã ngoại họ đã dựng lều bạt qua đêm.

【帐子】zhàngzi〈名〉màn; trướng

账 zhàng〈名〉❶ghi chép:记~ ghi sổ kế toán ❷sổ kế toán:一本~ một quyển sổ kế toán ❸nợ:还~ trả nợ

【账本】zhàngběn =【账簿】

【账簿】zhàngbù〈名〉sổ kế toán; sổ theo dõi (tiền, hàng)

【账册】zhàngcè〈名〉sổ kế toán; sổ theo dõi

【账单】zhàngdān〈名〉phiếu xuất nhập; phiếu thu chi:~结算 thanh toán bằng phiếu thu chi

【账房】zhàngfáng〈名〉[旧]❶nơi quản lí tiền nong và sổ sách ❷người quản lí tiền nong và sổ sách:他父亲曾当过~。Bố anh ấy từng giữ chân quản lí tiền nong và sổ sách.

【账号】zhànghào〈名〉số tài khoản

【账户】zhànghù〈名〉❶tài khoản:~号码 số tài khoản; ~名 tên tài khoản;我到银行开设新的~。Tôi đến ngân hàng mở tài khoản mới. ❷phân mục sổ kế toán

【账面】zhàngmiàn〈名〉hạng mục xuất nhập; mặt hàng xuất đi và nhập về (ghi trong sổ sách); sổ sách kế toán

【账目】zhàngmù〈名〉mục; khoản mục:他们村的~十分清楚。Khoản mục sổ sách của thôn họ rất rõ ràng minh bạch.

胀 zhàng❶〈动〉giãn nở; giãn ra; nở ra:膨~

bành trướng/phồng ra ❷<形>(phía trong cơ thể) đầy; anh ách; tức; căng; đầy ứ; trướng: 肚子发~ bụng trướng lên/đầy bụng

【胀库】zhàngkù<动>đầy ắp kho; chật kho

涨 zhàng<动>❶nở ra; phình ra: 木耳泡~了。Mộc nhĩ ngâm nước đã phình ra. ❷sung huyết; căng (bệnh tật): 头昏脑~ choáng đầu nhức óc ❸vượt quá; dôi ra: 钱花~了。Tiền đã tiêu vượt mức.

另见 zhǎng

障 zhàng❶<动>ngăn cách; che chắn: ~碍 chướng ngại ❷<名>vật che chắn; cái bình phong: 路~ lộ chướng/vật chắn đường

【障碍】zhàng'ài❶<名>chướng ngại: 骄傲成了他进步的~。Kiêu ngạo đã trở thành chướng ngại đối với sự tiến bộ của anh ấy. ❷<动>trở ngại; cản trở

【障碍物】zhàng'àiwù<名>chướng ngại vật; vật chướng ngại

【障蔽】zhàngbì<动>che lấp: ~风雨 chắn gió che mưa

【障眼法】zhàngyǎnfǎ<名>thuật che mắt; thủ thuật đánh lạc hướng; sự ngụy trang

【障子】zhàngzi<名>hàng rào; rào ngăn

幛 zhàng<名>bức trướng

嶂 zhàng<名>[书]ngọn núi che chắn: 层峦叠~ núi non trùng điệp

瘴 zhàng<名>chướng khí

【瘴气】zhàngqì<名>chướng khí; không khí ẩm thấp (nơi rừng núi): 山谷里~很重。Trong khe núi chướng khí rất nặng.

zhāo

招[1] zhāo<动>❶vẫy ❷triệu tập; chiêu; gọi ❸gây ra; dẫn đến ❹khêu; gợi; trêu chọc ❺tuyển dụng ❻[方]lây; truyền nhiễm //(姓) Chiêu

招[2] zhāo<动>thú nhận tội lỗi

招[3] zhāo<名>❶nước cờ ❷thủ đoạn

【招标】zhāobiāo<动>gọi thầu; gọi đấu thầu

【招兵买马】zhāobīng-mǎimǎ chiêu binh mãi mã; chiêu tập binh mã

【招财进宝】zhāocái-jìnbǎo thu hút tài lộc

【招待】zhāodài<动>chiêu đãi; tiếp đãi: 他热情地~了客人。Anh ấy nhiệt tình tiếp đãi khách.

【招待会】zhāodàihuì<名>buổi chiêu đãi

【招待所】zhāodàisuǒ<名>nhà khách

【招风】zhāofēng<动>chịu tiếng thị phi; chịu tai tiếng: 树大~ làm việc lớn thì dễ chịu tai tiếng

【招风耳】zhāofēng'ěr<名>tai nhô ra

【招蜂引蝶】zhāofēng-yǐndié thu hút ong và bướm; dử bướm mê ong

【招工】zhāogōng<动>tuyển nhân viên mới: 工厂开始~了。Nhà máy bắt đầu tuyển công nhân rồi.

【招供】zhāogòng<动>khai ra; thú nhận

【招股】zhāogǔ<动>gọi cổ phần; mời nhập cổ

【招呼】zhāohu<动>❶gọi ❷thăm hỏi; chào hỏi ❸dặn dò ❹chăm sóc; săn sóc: 医院对病人~得很周到。Bệnh viện chăm sóc bệnh nhân rất chu đáo. ❺[方]lưu ý

【招唤】zhāohuàn<动>kêu gọi; kêu la

【招魂】zhāohún<动>chiêu hồn; gọi hồn

【招集】zhāojí<动>chiêu tập: ~建筑工人 chiêu tập công nhân kiến trúc

【招架】zhāojià<动>chống đỡ; ứng phó; đáp ứng: 求他帮忙的人太多了，他没法~。Những người nhờ anh ấy giúp quá nhiều, anh ta không đáp ứng nổi.

【招考】zhāokǎo<动>chiêu gọi dự thi

【招徕】zhāolái<动>thu hút khách hàng

【招揽】zhāolǎn<动>mời chào; khuyến mại; khuyến mãi: ~生意 mời chào kinh doanh

【招领】zhāolǐng<动>mời nhận

【招募】zhāomù〈动〉tuyển mộ; chiêu mộ

【招女婿】zhāo nǚxu chọn người ở rể

【招牌】zhāopai〈名〉bảng hiệu; chiêu bài

【招聘】zhāopìn〈动〉(thông báo) tuyển dụng; mời (đảm nhiệm công việc): ~会 cuộc tuyển dụng; 最后，公司~了这位大学生。Cuối cùng, công ti đã tuyển dụng sinh viên này.

【招亲】zhāoqīn〈动〉❶chọn người ở rể ❷đến ở rể

【招惹】zhāorě〈动〉❶gây nên; dẫn tới ❷trêu chọc; đụng chạm; chọc giận: 我什么地方~你了？Tôi đã chọc giận anh ở đâu nhỉ?/Tôi đã làm anh bực bội ở nơi nào nhỉ?

【招认】zhāorèn〈动〉nhận tội: 他全都~了。Anh ấy đã hoàn toàn nhận tội.

【招商】zhāoshāng〈动〉thu hút đầu tư

【招商引资】zhāoshāng yǐnzī thu hút doanh nghiệp đầu tư: 我们将积极完善基础建设来~。Chúng tôi sẽ tích cực hoàn thiện xây dựng cơ sở hạ tầng nhằm thu hút doanh nghiệp vào đầu tư.

【招生】zhāoshēng〈动〉chiêu sinh; tuyển sinh: 入学~ tuyển sinh vào học; 大学~ tuyển sinh viên đại học

【招式】zhāoshì〈名〉dáng kiểu võ thuật; miếng

【招收】zhāoshōu〈动〉tiếp nhận (học sinh, người học việc...)

【招手】zhāoshǒu〈动〉vẫy tay; vẫy chào: 他~邀我过去。Anh ấy vẫy tay rủ tôi đi qua đó.

【招数】zhāoshù〈名〉❶miếng; bài (võ thuật) ❷thủ đoạn; phương sách; ngón

【招贴】zhāotiē〈名〉áp phích

【招贤纳士】zhāoxián-nàshì chiêu hiền nạp sĩ

【招降】zhāoxiáng〈动〉chiêu hàng; kêu gọi đầu hàng

【招降纳叛】zhāoxiáng-nàpàn chiêu nạp những kẻ đầu hàng và làm phản; lôi kéo kẻ xấu tập hợp thành bè cánh

【招眼】zhāoyǎn〈形〉thu hút sự chú ý; đập vào mắt (người ta); gây chú ý: 这个明星的穿着很~。Ngôi sao này ăn mặc rất thu hút sự chú ý.

【招摇】zhāoyáo〈动〉rêu rao

【招摇过市】zhāoyáo-guòshì khoe khoang ầm ĩ; huênh hoang ở chỗ đông người

【招摇撞骗】zhāoyáo-zhuàngpiàn giả danh để lừa bịp

【招引】zhāoyǐn〈动〉❶thu hút; hấp dẫn: ~顾客 thu hút khách đến ❷thu hút; dẫn vào; tuyển dụng: 公司近来~了大批人才。Gần đây công ti đã thu hút một số đông nhân tài.

【招灾】zhāozāi〈动〉gây nên tai vạ; chuốc lấy tai vạ

【招展】zhāozhǎn〈动〉phấp phới; phất phới; đung đưa: 旗帜在风中~。Những lá cờ phấp phới bay trong gió.

【招之则来，挥之则去】zhāozhīzélái, huīzhīzéqù vẫy một cái là đến ngay, vung một cái là đi ngay; gọi đến là đến, bảo đi là đi

【招致】zhāozhì〈动〉❶thu nhận; tập hợp (nhân tài) ❷dẫn đến; gây ra: ~意想不到的后果 gây ra hậu quả bất ngờ

【招赘】zhāozhuì〈动〉chọn người ở rể

【招子】[1] zhāozi〈名〉❶áp phích ❷biển nhà hàng; biển quảng cáo

【招子】[2] zhāozi〈名〉bước đi; kế sách

【招租】zhāozū〈动〉quảng cáo cho thuê: 原租户搬走后，我贴出了~广告。Sau khi người thuê cũ dọn nhà, tôi đã dán quảng cáo mời thuê.

昭 zhāo ❶〈形〉rõ rệt; rõ ràng ❷〈动〉[书]tỏ rõ //(姓)Chiêu

【昭然】zhāorán〈形〉rất rõ ràng: 天理~ lẽ trời rõ ràng/lẽ trời rành rành

【昭然若揭】zhāorán-ruòjiē phơi bày chân tướng; lộ rõ chân tướng

【昭示】zhāoshì〈动〉bày tỏ rõ ràng; tuyên bố rõ ràng: ~后人 tuyên bố rõ ràng với thế hệ sau

【昭雪】zhāoxuě〈动〉chiêu tuyết; minh (oan); giải (oan); rửa sạch (nỗi oan): 他的冤案终于得到了~。Anh ấy cuối cùng đã được minh oan./Anh ấy cuối cùng đã được rửa oan.

【昭彰】zhāozhāng〈形〉rõ ràng: 天理~ lẽ trời rõ ràng; đạo trời rõ ràng

【昭著】zhāozhù〈形〉rõ rệt; rõ ràng: 臭名~ tiếng xấu ai ai cũng biết

着 zhāo〈名〉❶nước cờ ❷kế sách; thủ đoạn ❸[方]vâng; đúng thế
另见zháo, zhe, zhuó

【着数】zhāoshù〈名〉❶nước cờ ❷thế võ ❸thủ đoạn; kế sách

朝 zhāo〈名〉❶buổi sớm: ~夕相处 sớm chiều bên nhau ❷ngày: 明~早点起床。Ngày mai dậy sớm hơn.
另见cháo

【朝不保夕】zhāobùbǎoxī được bữa này mất bữa nọ; trong cảnh nguy ngập, luôn bị đe dọa

【朝发夕至】zhāofā-xīzhì sáng đi chiều đến; đường gần hoặc giao thông thuận tiện

【朝晖】zhāohuī〈名〉ánh bình minh; nắng sớm

【朝令夕改】zhāolìng-xīgǎi lệnh sáng chiều đổi; thay đổi xoành xoạch

【朝露】zhāolù〈名〉[书]sương mai; ví sự vật tồn tại ngắn ngủi trong chốc .lát

【朝气】zhāoqì〈名〉chí khí tiến thủ; xốc nổi; trẻ trung

【朝气蓬勃】zhāoqì-péngbó bừng bừng sức sống; bừng bừng khí thế; hăng hái

【朝秦暮楚】zhāoqín-mùchǔ sớm Tần chiều Sở; sớm nắng chiều mưa; tráo trở thất thường; lúc thế này, lúc thế khác; hay thay đổi, hay tráo trở lật lọng

【朝日】zhāorì〈名〉mặt trời buổi sáng; triêu dương

【朝三暮四】zhāosān-mùsì sớm ba chiều bốn; sự phản trắc lật lọng

【朝思暮想】zhāosī-mùxiǎng sớm mong chiều nhớ

【朝夕】zhāoxī❶〈副〉sớm chiều; luôn luôn: ~相处 sớm chiều bên nhau ❷〈名〉một sớm một chiều

【朝霞】zhāoxiá〈名〉ráng ban mai

【朝阳】zhāoyáng❶〈名〉mặt trời mới mọc; vầng triêu dương ❷〈形〉ví tràn trẻ nhựa sống và đầy triển vọng
另见cháoyáng

【朝阳产业】zhāoyáng chǎnyè những sản nghiệp mới và giàu sức sống

zháo

着 zháo〈动〉❶chạm; kề: 头~地 đầu chạm đất ❷cảm; bị: ~凉 bị cảm lạnh ❸bốc cháy; đốt; sáng: ~火了！Cháy rồi! 屋里已经~灯了。Đèn trong phòng đã bật sáng rồi. ❹đạt mục đích hoặc có kết quả: 睡~了 đã ngủ say
另见zhāo, zhe, zhuó

【着边】zháobiān〈动〉có liên quan: 她说话不~。Lời cô ấy chẳng đâu với đâu.

【着慌】zháohuāng〈形〉phát hoảng; cuống lên: 当事人都不~，你急什么呢？Những người có liên quan còn không vội thì anh vội làm gì?

【着火】zháohuǒ〈动〉cháy; bắt lửa

【着急】zháojí〈形〉sốt ruột; luống cuống

【着凉】zháoliáng〈动〉bị lạnh; nhiễm lạnh: 小心别~。Cẩn thận đừng bị lạnh.

【着忙】zháománg〈动〉vội vã; tất bật

【着迷】zháomí<动>say mê: 这少年~于上网。Cậu bé này rất mê lên mạng.

【着魔】zháomó<动>bị ma (quỷ) ám; bị bùa mê thuốc lú; bị hút hồn; bị cuốn hút; bị mê hoặc

【着恼】zháonǎo<动>nổi giận; giận: 别~, 我会帮你解决问题的。Đừng giận, tôi sẽ giúp anh giải quyết vấn đề.

【着三不着两】zháo sān bù zháo liǎng thiếu cân nhắc chu đáo; không có chừng mực

zhǎo

爪 zhǎo<名>❶móng; vuốt (thú vật) ❷chân (chim, thú): 鹰~ móng vuốt đại bàng/vuốt chim ưng //(姓)Trảo

另见zhuǎ

【爪牙】zhǎoyá<名>❶nanh (móng) vuốt; tay chân ❷tay sai: 帝国主义的~ tay sai đế quốc

找¹ zhǎo<动>tìm; tìm kiếm: ~衣服 tìm quần áo

找² zhǎo<动>trả lại: ~您两元。Trả lại ông hai đồng.

【找补】zhǎobu<动>trả lại: 我没有零钱, 请你~一下。Tôi không có tiền lẻ, phiền anh trả lại.

【找碴儿】zhǎochár<动>moi móc; gây sự

【找对象】zhǎo duìxiàng tìm người yêu; tìm đối tượng: 现在的大龄青年不容易~。Hiện nay, thanh niên lớn tuổi khó tìm được người yêu.

【找零】zhǎolíng<动>trả lại tiền lẻ

【找麻烦】zhǎo máfan gây phiền hà; làm khó dễ: 你走吧, 别在这里~了。Anh đi đi, đừng gây phiền hà ở đây.

【找米下锅】zhǎomǐ-xiàguō tìm cách giải quyết vấn đề

【找平】zhǎopíng<动>làm cho phẳng; bào phẳng

【找婆家】zhǎo pójia tìm nhà chồng: 这女子年纪大了, 该~了。Cô gái này đã lớn tuổi, nên tìm chồng đi thôi.

【找齐】zhǎoqí<动>❶làm cho đều; làm cho bằng nhau ❷bổ túc; bù thêm

【找钱】zhǎoqián<动>trả lại tiền; bù tiền: 小贩刚才忘记~了。Người bán rong vừa rồi đã quên trả lại tiền.

【找事】zhǎoshì<动>❶tìm việc làm ❷gây sự; bới móc để gây chuyện: 他是故意来~的。Nó đến là để gây chuyện.

【找台阶下】zhǎo táijiē xià tìm cách để thoát khỏi cảnh lúng túng

【找头】zhǎotou<名>[口]tiền trả lại

【找寻】zhǎoxún<动>tìm; tìm kiếm: 全家分头去~那失踪的孩子。Cả nhà chia nhau đi tìm đứa trẻ bị mất tích.

沼 zhǎo<名>ao; đầm: 池~ vũng ao

【沼气】zhǎoqì<名>khí mê tan; khí đốt

【沼气池】zhǎoqìchí<名>bể khí mê tan

【沼泽】zhǎozé<名>đầm lầy: ~地 đất sình lầy

zhào

召 zhào<动>triệu; gọi: 有缺陷的产品已被~回。Sản phẩm kém đã được đề nghị triệu hồi. //(姓)Triệu

【召唤】zhàohuàn<动>gọi...; vẫy gọi: 时代在~。Thời đại đang vẫy gọi.

【召回】zhàohuí<动>gọi về; triệu hồi

【召集】zhàojí<动>triệu tập: ~全体成员 triệu tập toàn thể thành viên

【召见】zhàojiàn<动>❶gọi đến gặp ❷mời hội kiến

【召开】zhàokāi<动>triệu tập; tiến hành; tổ chức: ~会议 triệu tập hội nghị; 中国—东盟博览会于9月~。Hội chợ Triển lãm Trung

Z

Quốc-ASEAN được tổ chức vào tháng 9.

兆¹ zhào ❶〈动〉cho biết; báo trước: 瑞雪~丰年。Tuyết lành dự báo năm được mùa. ❷〈名〉điềm: 预~ dấu hiệu báo trước //(姓) Triệu

兆² zhào〈数〉❶triệu ❷[旧]nghìn tỉ

【兆赫】zhàohè〈量〉[物理]Mêga héc (MHz)

【兆头】zhàotou〈名〉điềm: 好~ điềm tốt

诏 zhào ❶〈动〉[书]báo; dạy báo: ~告天下 thông báo trước thiên hạ ❷〈名〉chiếu chỉ: 下~ xuống chiếu

【诏令】zhàolìng〈名〉chiếu lệnh

【诏书】zhàoshū〈名〉chiếu thư; chiếu chỉ; tờ chiếu

赵 Zhào //(姓)Triệu

棹 zhào[方]❶〈名〉mái chèo ❷〈动〉chèo thuyền

照 zhào ❶〈动〉soi sáng; chiếu rọi: 太阳~在身上。Mặt trời chiếu vào thân thể. ❷〈动〉soi (gương): ~镜子 soi gương ❸〈动〉chụp (ảnh); quay (phim): 他正拿着相机~美景呢。Anh ấy đang chụp cảnh đẹp bằng máy ảnh. ❹〈名〉bằng; giấy chứng nhận: 驾~ bằng lái ❺〈动〉trông nom; săn sóc: ~顾 chăm sóc ❻〈动〉cho biết; thông báo: ~会 gửi công hàm thông báo ❼〈动〉biết rõ; hiểu rõ: 她对我的关怀你~了。Cô ấy hiểu rõ sự quan tâm của tôi. ❽〈动〉so sánh; đối chiếu: 对~ đối chiếu ❾〈介〉nhằm vào; hướng về: ~着后背踹一脚。Nhằm vào sau lưng đạp một cú. ❿〈介〉y theo; căn cứ theo: ~原定计划实施 thực hiện theo kế hoạch cũ //(姓) Chiếu

【照搬】zhàobān〈动〉bê nguyên xi; rập khuôn; bắt chước một cách máy móc: 要学会创新，~别人的东西是没有出路的。Phải biết sáng tạo cái mới, rập lại mẫu của người khác thì không thể có lối thoát.

【照办】zhàobàn〈动〉làm theo: 别问那么多，你~就是了。Đừng hỏi nhiều thế, anh cứ làm theo là được.

【照本宣科】zhàoběn-xuānkē theo sách mà đọc; đọc giáo trình; nhắc lại y như sách; móc theo những cái đã viết sẵn

【照常】zhàocháng ❶〈副〉theo lệ thường ❷〈动〉như thường

【照抄】zhàochāo〈动〉❶sao nguyên bản; sao chép y như nguyên văn: ~原文 sao chép nguyên văn ❷bê nguyên xi; sao nguyên bản; rập khuôn

【照登】zhàodēng〈动〉đăng nguyên văn

【照发】zhàofā〈动〉❶cứ thế phát đi; chuyển nguyên văn (công văn hoặc điện báo, dùng làm ngôn từ phê duyệt) ❷cấp phát như thường lệ

【照顾】zhàogù〈动〉❶xem xét; chú ý: ~少数人意见 chú ý đến ý kiến của số ít người ❷ưu tiên; chiếu cố ❸chăm sóc: ~病人 chăm sóc bệnh nhân ❹khách hàng đến mở hàng

【照管】zhàoguǎn〈动〉săn sóc: 我走了，家里的一切你就多~吧。Tôi đi đây, mọi việc trong nhà phiền anh săn sóc cho.

【照葫芦画瓢】zhào húlu huà piáo trông bầu vẽ gáo; bắt chước theo mẫu

【照护】zhàohù〈动〉săn sóc; điều trị: 细心~ chăm sóc chu đáo

【照会】zhàohuì ❶〈动〉gửi công hàm ❷〈名〉công hàm

【照价】zhàojià〈动〉theo giá cả cũ; nguyên giá: 你弄坏了东西，~赔偿。Anh làm hỏng đồ thì phải bồi thường theo nguyên giá.

【照旧】zhàojiù ❶〈动〉giống như cũ: 付款方式~。Cách trả tiền giống như cũ. ❷〈副〉như thường lệ: 即使被老师批评，他也迟到。Dù bị thầy giáo phê bình, anh ta vẫn đến muộn như mọi khi.

【照看】zhàokàn〈动〉chăm sóc; trông coi: ~

小孩 chăm sóc trẻ em

【照理】zhàolǐ ❶<副>đáng lí; lẽ ra; đúng ra ❷<动>[方]chăm lo; lo liệu

【照例】zhàolì<副>theo thường lệ: 周一~开晨会。Theo thường lệ thứ hai họp vào buổi sáng.

【照料】zhàoliào<动>săn sóc; coi sóc; lo liệu: ~病人 săn sóc bệnh nhân

【照猫画虎】zhàomāo-huàhǔ trông mèo vẽ hổ; bắt chước; mô phỏng theo

【照面儿】zhàomiànr ❶<动>lộ diện; xuất hiện; có mặt: 他一个早上都没有~。Cả buổi sáng không thấy anh ta đâu cả. ❷<名>gặp mặt; chạm trán (tình cờ): 我在宴会上和她打过~。Tôi đã gặp chị ấy trong buổi tiệc.

【照明】zhàomíng<动>chiếu sáng; soi sáng: 用电筒~ dùng đèn pin soi sáng

【照排】zhàopái<动>chụp ảnh vi tính (bao gồm chụp và chỉnh hình): 激光~ chụp ảnh vi tính bằng la-de

【照片儿】zhàopiānr<名>[口]ảnh; tấm ảnh

【照射】zhàoshè<动>chiếu; rọi

【照实】zhàoshí<副>theo đúng sự thực; thực tình: 把你犯罪的过程一一~招来！Hãy khai đúng sự thật cả quá trình phạm tội của anh!

【照说】zhàoshuō<副>nói đúng ra; lẽ ra; đúng lí ra

【照相】zhàoxiàng<动>chụp ảnh; nhiếp ảnh: 人到齐了，开始~吧！Mọi người đều có mặt rồi, hãy bắt đầu chụp ảnh!

【照相馆】zhàoxiàngguǎn<名>hiệu chụp ảnh

【照相机】zhàoxiàngjī<名>máy ảnh

【照相纸】zhàoxiàngzhǐ<名>giấy ảnh

【照样】zhàoyàng ❶<副>như cũ ❷<动>dập theo khuôn; làm theo mẫu

【照妖镜】zhàoyāojìng<名>gương thần; kính chiếu yêu (có thể soi rõ nguyên hình ma quỷ); năng lực phát hiện kẻ xấu, việc xấu

【照耀】zhàoyào<动>chiếu rọi: 太阳~着大地。Mặt trời chiếu rọi trái đất.

【照应】zhàoyìng<动>phối hợp; ăn khớp: 我们要注意相互~。Chúng ta phải chú ý phối hợp với nhau.

【照应】zhàoying<动>săn sóc

【照章办事】zhàozhāng bànshì làm việc theo quy chế

【照直】zhàozhí<副>❶theo đường thẳng ❷(nói năng) thẳng thắn; dứt khoát: 别怕，你~说吧。Đừng sợ, anh cứ thẳng thắn nói ra./Đừng sợ, anh cứ nói thẳng ra.

罩 zhào ❶<动>che; choàng; đậy; chụp: 用脸盆暂时~着螃蟹。Dùng chậu thau tạm úp đậy con cua. ❷<名>cái đậy; cái chụp: 灯~ chụp đèn ❸<名>áo choàng ❹<名>cái úp nhốt gà con ❺<名>cái vó úp cá //(姓)Trạo

【罩衫】zhàoshān<名>[方]áo choàng

【罩衣】zhàoyī<名>áo choàng

【罩子】zhàozi<名>cái đậy; cái chụp; cái phủ ngoài; lớp bọc; lớp phủ; vỏ bọc; áo

肇 zhào<动>❶gây; sinh ra: ~事 gây chuyện ❷[书]bắt đầu; phát sinh: ~始 bắt đầu //(姓)Triệu

【肇祸】zhàohuò<动>gây họa; gây ra tai họa

【肇事】zhàoshì<动>gây ra tai nạn (tai họa); gây sự; gây chuyện; gây rối: ~者 kẻ gây rối

zhē

折 zhē<动>[口]❶nhào; lộn nhào; lật: ~跟头 nhào lộn/bị lật nhào ❷trút qua trút lại: ~匀 trút cho đều

另见shé, zhé

【折腾】zhēteng<动>[口]❶xoay đi xoay lại; trở người: 他来回~，让人睡不着觉。Anh ấy trằn trọc xoay đi xoay lại làm cho người khác không ngủ được. ❷làm đi làm lại một việc gì đó: 这件事他~好几回了。Việc này anh ấy đã loay hoay tới mấy lần rồi. ❸giày vò; hành hạ; dằn vặt: 这些年的病痛把他~得不轻。Mấy năm này ốm đau đã hành hạ ông ấy quá nhiều. ❹tiêu tiền phung phí: 财产都叫他~光了。Tài sản đã bị anh ấy phung phí hết.

蜇 zhē〈动〉❶(côn trùng có nọc độc) châm; đốt: 被马蜂~了 bị ong vò vẽ đốt ❷cay; xót; rát; đau: 出汗了，伤口~得慌。Mồ hôi thấm vào vết thương, xót kinh khủng.

遮 zhē〈动〉❶che; lấp: ~太阳 che mặt trời ❷cản trở; ngăn: 横~竖拦 ngăn ngang chắn dọc ❸che đậy; giấu giếm: ~不住内心的紧张 không giấu nổi nỗi hồi hộp trong lòng

【遮蔽】zhēbì〈动〉che; che lấp: ~视线 che khuất tầm nhìn

【遮藏】zhēcáng〈动〉che lấp; che giấu: 叶子把花~了。Lá che khuất bông hoa.

【遮丑】zhēchǒu〈动〉che đậy sự xấu xa; giấu khuyết điểm

【遮挡】zhēdǎng❶〈动〉che chở; che chắn: ~阳光 che ánh nắng ❷〈名〉cái che chở; cái để ngăn che: 一路平地，没什么~。Cả chặng đường đều bằng phẳng, không gì ngăn che.

【遮盖】zhēgài〈动〉❶phủ; trùm; đậy; che: 大雪~了房子。Tuyết phủ kín nhà cửa. ❷che đậy; giấu giếm: ~错误 giấu giếm điều sai trái

【遮拦】zhēlán〈动〉ngăn cản; cản trở

【遮人耳目】zhērén'ěrmù che mắt thế gian

【遮天蔽日】zhētiān–bìrì che khuất bầu trời; phủ kín; chỉ sự vật cồng kềnh, rất nhiều hoặc khí thế lớn mạnh

【遮羞】zhēxiū〈动〉❶che đậy (bộ phận kín của cơ thể) ❷nói để chữa thẹn

【遮羞布】zhēxiūbù〈名〉❶cái khố ❷tấm màn che sự xấu xa

【遮掩】zhēyǎn〈动〉❶che lấp; bao phủ ❷lấp

liếm; ngụy trang; giấu giếm: ~内心的恐惧 giấu giếm nỗi sợ hãi trong lòng

【遮阳帽】zhēyángmào〈名〉mũ che nắng

【遮阳伞】zhēyángsǎn〈名〉ô che nắng; dù che nắng

【遮阴】zhēyīn〈动〉che râm; che nắng

zhé

折¹ zhé❶〈动〉gãy; làm gãy: 骨~ gãy xương/ 胳~ bị gãy xương ❷〈动〉tổn thất; thiệt hại: 损兵~将 hao binh tổn tướng ❸〈动〉uốn; lượn; cong; quanh co: 百~不挠 không nao núng trước mọi khó khăn ❹〈动〉quay trở lại; chuyển hướng: 刚出去又~回来 vừa ra lại quay trở về ❺〈动〉thuyết phục; làm cho khuất phục: 心~ cảm phục ❻〈动〉đổi ra; đổi thành: ~换 quy đổi/đổi thành ❼〈名〉giảm giá; chiết khấu; trừ phần đi: 打九~ giảm giá 10% ❽〈量〉màn kịch (tạp kịch đời Nguyên Trung Quốc) //〈姓〉Triết

折² zhé❶〈动〉gấp; xếp lại: ~扇 quạt xếp; ~信 gấp thư ❷〈名〉sổ; tập; bìa kẹp hồ sơ: 奏~ tập tấu; 存~ sổ gửi tiền

另见 shé, zhē

【折半】zhébàn〈动〉giảm một nửa

【折变】zhébiàn〈动〉bán tống bán tháo đi để lấy tiền: ~家产 bán tống gia sản

【折叠】zhédié〈动〉gấp lại; xếp lại; gập

【折叠床】zhédiéchuáng〈名〉giường xếp; giường gấp

【折叠椅】zhédiéyǐ〈名〉ghế xếp; ghế gấp

【折兑】zhéduì〈动〉chiết đổi; đổi tiền quy đổi: 把美元~成人民币。Đổi đô la Mĩ thành Nhân dân tệ.

【折返】zhéfǎn〈动〉quay trở lại; chuyển hướng về

【折服】zhéfú〈动〉❶làm khuất phục; thuyết phục: 困难~不了我们。Gian nan không làm chúng tôi khuất phục. ❷khâm phục; cảm phục: ~不已 khâm phục vô cùng

【折福】 zhéfú<动>tồn phúc; giảm phúc

【折光】 zhéguāng❶<动>chiết quang ❷<名>tia sáng khúc xạ; tia sáng gãy khúc: 社会的 ~ sự phản ánh gián tiếp của xã hội

【折桂】 zhéguì<动>đoạt được giải nhất

【折合】 zhéhé<动>❶quy đổi thành; chuyển thành: 把欧元~成人民币。Quy đổi đồng Euro thành Nhân dân tệ. ❷tính theo (một đơn vị khác cho cùng một hiện vật): 这袋 米5公斤，~市斤刚好十斤。Túi gạo này 5 ki-lô-gam, tính theo cân Trung Quốc vừa tròn 10 cân.

【折回】 zhéhuí =【折返】

【折戟沉沙】 zhéjǐ-chénshā kích gãy và chìm vào cát; ví thất bại nặng nề

【折价】 zhéjià<动>❶quy thành tiền: ~赔偿 quy ra tiền để bồi thường ❷hạ giá: ~出售 bán hạ giá

【折旧】 zhéjiù<动>khấu hao: 设备~ khấu hao thiết bị

【折旧费】 zhéjiùfèi<名>tiền khấu hao

【折旧率】 zhéjiùlǜ<名>mức khấu hao

【折扣】 zhékòu<名>chiết khấu; bớt giá: 打~ bớt giá

【折扣店】 zhékòudiàn<名>cửa hàng khuyến mại

【折磨】 zhémó<动>giày vò; đày đọa; hành hạ; làm cho đau khổ: 受~ bị đày đọa

【折射】 zhéshè<动>❶khúc xạ (ánh sáng): 光线遇水发生~。Ánh sáng gặp nước gây khúc xạ. ❷ví phản ánh gián tiếp

【折实】 zhéshí<动>❶tính ra giá thực tế sau khi đã chiết khấu ❷quy ra hiện vật; tính bằng hiện vật

【折寿】 zhéshòu<动>giảm thọ; tổn thọ

【折受】 zhéshou<动>[方]không chịu nổi; khó mà chấp nhận được; được tôn kính hoặc ưu đãi quá mức

【折算】 zhésuàn<动>quy đổi thành; tính bằng

【折损】 zhésǔn<动>tổn thất: 兵力~过半。 Binh lực bị tổn thất quá nửa.

【折线】 zhéxiàn<名>đường gãy; đường gấp khúc

【折腰】 zhéyāo<动>[书]khom lưng; cúi gập người

【折账】 zhézhàng<动>dùng hiện vật để trả nợ

【折纸】 zhézhǐ<动>gấp giấy (môn học thủ công của trẻ em)

【折中】 zhézhōng<动>chiết trung; dung hòa: ~的办法 biện pháp chiết trung

【折皱】 zhézhòu<名>nếp nhăn: 满脸~ mặt đầy nếp nhăn

【折子】 zhézi<名>❶bìa kẹp hồ sơ; cuốn sổ gấp ❷sổ gửi tiền tiết kiệm

哲 zhé❶<形>có trí tuệ; có hiểu biết ❷<名> người có trí tuệ; người có hiểu biết: 先~ nhà hiền triết xưa/tiên triết

【哲理】 zhélǐ<名>triết lí

【哲人】 zhérén<名>[书]bậc hiền triết; nhà triết học

【哲学】 zhéxué<名>triết học

【哲学家】 zhéxuéjiā<名>nhà triết học

辄 zhé<副>[书]luôn luôn; bao giờ cũng: 动 ~得咎 động một tí là bị chê trách; 浅尝~止 chuồn chuồn đạp nước, lớt phớt rồi thôi

蛰 zhé<动>[书]động vật nấp kín hoặc thu mình: 惊~ tiết Kinh trập

【蛰伏】 zhéfú<动>❶ngủ đông ❷thu mình; sống rù rù; ở ẩn hoặc sống âm thầm (như động vật ngủ đông); nấp mình

【蛰居】 zhéjū<动>[书]thu mình; sống rù rù; ở ẩn hoặc sống âm thầm (như động vật ngủ đông): ~山村 sống rù rù ở thôn xóm vùng núi

Z

谪 zhé ⟨动⟩[书]❶giáng chức và đày đi xa: 贬~ bị giáng chức và đày đi xa ❷thần tiên bị đày xuống cõi trần gian ❸trách móc; chê trách: 众人交~ mọi người chỉ trích nhau

【谪居】zhéjū⟨动⟩bị giáng chức và đi đày (ở đâu đó)

辙 zhé ⟨名⟩❶vết bánh xe: 覆~ vết xe đổ ❷tuyến (đường): 顺~儿 thuận chiều ❸vần trong tuồng, kịch: 合~ hiệp vần ❹[方]cách; biện pháp: 没~ không có biện pháp

【辙口】zhékǒu⟨名⟩vần (thơ, ca)

【辙乱旗靡】zhéluàn-qímǐ vết bánh xe rối loạn, cờ rủ xuống; quân đội thất bại và bỏ chạy tán loạn

zhě

者 zhě⟨助⟩❶kẻ; người: 作~ tác giả; 失败 ~ kẻ thất bại; 共产主义~ người cộng sản ❷[书]thứ (đặt sau số từ chỉ những sự việc đã kể ở trên): 两~缺一不可。Hai thứ thiếu thứ nào cũng không được. ❸[书](dùng để biểu thị ngừng ngắt) ❹[书](dùng ở cuối câu, có ngữ khí mong mỏi, mệnh lệnh hay cầu khiến) // (姓)Giả

锗 zhě⟨名⟩[化学]gecmani (kí hiệu: Ge)

赭 zhě⟨形⟩màu đất son; nâu đỏ; nâu hung

【赭石】zhěshí⟨名⟩đất son; đá son

褶 zhě⟨名⟩nếp gấp; nếp nhăn; nếp nhàu (quần áo): 衬衣上有一道~儿。Trên áo sơ mi có một nếp gấp.

【褶皱】zhězhòu⟨名⟩❶nếp uốn của vỏ trái đất ❷nếp gấp; nếp nhăn trên da: 一脸~ mặt đầy nếp nhăn

【褶子】zhězi⟨名⟩❶nếp nhíu; nếp li: 衣服上 的~ nếp li trên áo ❷nếp gấp, nếp nhăn trên vải, quần áo hoặc giấy tờ: 烫平~ là phẳng nếp nhàu ❸nếp nhăn trên mặt

zhè

这 zhè⟨代⟩❶này; đây; đó; cái này (được dùng trước lượng từ, số lượng từ, danh từ hoặc dùng độc lập): ~本书 quyển sách này; ~是小花的哥哥。Đây là anh trai của em Hoa. ❷lúc này; bây giờ; ngay: 我~就开始 做作业。Tôi sẽ làm bài tập ngay.

【这次】zhècì⟨代⟩lần này

【这个】zhège⟨代⟩❶này; cái này: ~孩子 很乖。Đứa bé này rất ngoan. ❷việc này; chuyện này; thứ này; điều này: ~他已经会 背了。Điều này thì anh ấy đã thuộc lòng rồi. ❸biết mấy; là vậy

【这会儿】zhèhuìr⟨代⟩lúc này; bây giờ: 你~ 去她家干什么？Bây giờ anh đến nhà cô ấy để làm gì?

【这里】zhèlǐ⟨代⟩nơi này; nơi đây; chỗ này

【这么】zhème⟨代⟩như thế; như thế này

【这么点儿】zhèmediǎnr một chút như vậy; ít thế này

【这么些】zhèmexiē ngần này; chừng này: 兜里的钱就剩~了。Tiền trong túi chỉ còn lại có thế này thôi.

【这么样】zhèmeyàng như thế; như vậy

【这么着】zhèmezhe như thế; thế này

【这儿】zhèr⟨代⟩[口]❶ở đây; nơi đây ❷lúc này; bây giờ: 从~开始我每天都去游泳。 Bắt đầu từ bây giờ, tôi sẽ đi bơi hàng ngày.

【这山望着那山高】zhè shān wàngzhe nà shān gāo đứng núi này trông núi nọ; ví không yên tâm với hiện trạng của mình

【这些】zhèxiē⟨代⟩những...này: ~是我们 的，那些是你们的。Những thứ này là của chúng tôi, còn những thứ kia là của các bạn.

【这样】zhèyàng⟨代⟩như vậy; như thế đấy

【这阵儿】zhèzhènr⟨代⟩[口]những ngày gần đây; dạo này: ~我们很忙。Dạo này chúng tôi rất bận.

浙 Zhè<名>tên gọi tắt của tỉnh Chiết Giang //(姓)Chiết

【浙菜】zhècài<名>món ăn có đặc sắc Chiết Giang

蔗 zhè<名>mía: 甘~ cây mía

【蔗农】zhènóng<名>nông dân trồng mía

【蔗糖】zhètáng<名>❶đường mía; mật mía ❷đường xac-ca-rô

【蔗田】zhètián<名>ruộng mía

【蔗渣】zhèzhā<名>bã mía

鹧 zhè

【鹧鸪】zhègū<名>[动物]chim ngói; chim đa đa; chim da da: 思家~啼嘎嘎。Thương nhà mỏi miệng cái da da.

zhe

着 zhe<助>❶đang (chỉ sự tiếp diễn của động tác): 我们正干~农活呢。Chúng tôi đang làm đồng đây. ❷đây (chỉ sự tiếp diễn của trạng thái): 桌上放~一本书。Trên bàn có một quyển sách. ❸chứ; đấy; nhé (đặt sau động từ hay tính từ biểu thị mức độ, có tác dụng tăng thêm ngữ khí thúc giục hoặc dặn dò): 你听~! Anh nghe nhé! ❹theo (đặt sau một số động từ tạo thành giới từ): 沿~ men theo

另见zhāo, zháo, zhuó

【着呢】zhene<助>[口]rất; lắm: 他聪明~。 Anh ấy thông minh lắm đấy.

zhēn

贞 zhēn<形>❶trinh; trinh tiết; trong trắng: ~女 trinh nữ; ~妇 tiết phụ/đàn bà trinh tiết ❷kiên định; vững vàng; trước sau như một: 坚~ kiên trinh //(姓)Trinh

【贞操】zhēncāo<名>tiết tháo; trinh tiết

【贞节】zhēnjié<名>trinh tiết; tiết tháo; sự kiên trinh: 女子的~ trinh tiết của phụ nữ

【贞节牌坊】zhēnjié páifāng cổng trinh tiết

【贞洁】zhēnjié<形>trong trắng; trong sạch

【贞烈】zhēnliè<形>tiết liệt (dám chết để giữ trọn lòng trong sạch)

针 zhēn❶<名>cái kim (khâu) ❷<名>những thứ có hình như cái kim: 指南~ kim chỉ nam ❸<名>tiêm; chích: 防疫~ thuốc tiêm phòng dịch ❹<名>kim châm cứu ❺<动>[中 医]châm: ~灸 châm cứu //(姓)Châm

【针鼻儿】zhēnbír<名>trôn kim; lỗ kim

【针砭时弊】zhēnbiān shíbì phê phán thời cuộc; phê phán tệ nạn xã hội đương thời

【针刺麻醉】zhēncì mázuì châm cứu gây mê; châm cứu gây tê

【针对】zhēnduì<动>nhằm vào: 我这样做 不是~你的。Tôi làm thế không phải nhằm vào anh đâu.

【针锋相对】zhēnfēng-xiāngduì đối đầu gay gắt

【针管】zhēnguǎn<名>ống tiêm

【针剂】zhēnjì<名>thuốc tiêm

【针尖对麦芒】zhēnjiān duì màimáng đốp chát nhau; vỏ quít dày lại có móng tay nhọn

【针脚】zhēnjiǎo<名>❶đường may ❷ (khoảng cách) đường chỉ: ~又细又匀。 Đường chỉ đều và dày.

【针筒】zhēntǒng =【针管】

【针头】zhēntóu<名>kim tiêm

【针头线脑】zhēntóu-xiànnǎo mũi kim đầu chỉ; nhỏ mọn; còn con

【针线】zhēnxiàn<名>may vá thêu thùa: ~包 túi đựng kim chỉ

【针线活儿】zhēnxiànhuór<名>công việc may vá thêu thùa

【针眼】zhēnyǎn<名>❶trôn kim ❷vết kim châm; lỗ kim châm

【针叶林】zhēnyèlín<名>rừng cây lá kim

【针织】 zhēnzhī〈动〉dệt kim

【针织品】 zhēnzhīpǐn〈名〉hàng dệt kim

【针织衫】 zhēnzhīshān〈名〉áo dệt

侦 zhēn〈动〉bí mật dò xét; điều tra

【侦办】 zhēnbàn〈动〉điều tra xét xử

【侦查】 zhēnchá〈动〉điều tra: ~案件 điều tra vụ án

【侦察】 zhēnchá〈动〉trinh sát: ~敌情 trinh sát tình hình địch

【侦察兵】 zhēnchábīng〈名〉lính trinh sát

【侦察机】 zhēnchájī〈名〉máy bay trinh sát; máy bay do thám

【侦获】 zhēnhuò〈动〉điều tra phá án: ~偷渡案 khám phá vụ án vượt biên

【侦缉】 zhēnjī〈动〉truy tìm; săn lùng: ~罪犯 truy bắt tội phạm

【侦控】 zhēnkòng〈动〉trinh sát và giám sát

【侦破】 zhēnpò〈动〉khám phá ra; phá án: ~奇案 phá vụ án lạ

【侦探】 zhēntàn❶〈动〉trinh thám; thám thính ❷〈名〉gián điệp; cảnh sát điều tra

【侦探小说】 zhēntàn xiǎoshuō tiểu thuyết trinh thám

【侦听】 zhēntīng〈动〉trinh sát và thám thính

【侦讯】 zhēnxùn〈动〉trinh sát và xét hỏi

珍 zhēn❶〈形〉quý báu; quý ❷〈名〉vật quý báu ❸〈动〉coi trọng: ~视 coi trọng và yêu mến //(姓)Trân

【珍爱】 zhēn'ài〈动〉yêu quý

【珍宝】 zhēnbǎo〈名〉châu báu; của quý

【珍藏】 zhēncáng❶〈动〉cất giấu kĩ (của báu) ❷〈名〉vật quý cất giữ: 家中的~ những vật quý cất giữ trong nhà

【珍贵】 zhēnguì〈形〉quý báu: ~的礼物 món quà quý báu

【珍品】 zhēnpǐn〈名〉của quý; hàng quý hiếm

【珍奇】 zhēnqí〈形〉quý hiếm

【珍禽异兽】 zhēnqín-yìshòu chim quý thú lạ

【珍玩】 zhēnwán〈名〉đồ mĩ nghệ quý giá

【珍闻】 zhēnwén〈名〉chuyện lạ; tin mới lạ

【珍惜】 zhēnxī〈动〉quý; quý trọng; tiết kiệm: ~时间 tiết kiệm thời gian/quý thì giờ

【珍稀】 zhēnxī〈形〉quý hiếm: ~动物 động vật quý hiếm

【珍馐】 zhēnxiū〈名〉[书]trân tu; món ăn quý lạ

【珍重】 zhēnzhòng〈动〉❶trân trọng; quý trọng; coi trọng: ~情感 trân trọng tình cảm ❷giữ gìn sức khỏe

【珍珠】 zhēnzhū〈名〉hạt trân châu; hạt ngọc trai

【珍珠贝】 zhēnzhūbèi〈名〉trai ngọc

朕 zhēn〈名〉mề của loài chim và gia cầm: 鸡~ mề gà

真 zhēn❶〈形〉thật; sự thật; chân thực: 去伪存~ bỏ cái giả, giữ cái thật ❷〈副〉thật là; quả thực là: 你跑得~快。Anh chạy thật là nhanh。❸〈形〉rõ ràng; xác thực: 离那么远你看得~吗? Xa thế này anh nhìn có rõ không? ❹〈名〉chân dung ❺〈名〉[书]bản tính; gốc; nguồn: 返璞归~ tìm về với bản tính ❻〈名〉chân thư (tức khải thư) //(姓)Chân

【真才实学】 zhēncái-shíxué tài năng và học thức chân thực

【真诚】 zhēnchéng〈形〉chân thành: ~的话语 những câu nói chân thành

【真传】 zhēnchuán〈名〉chân truyền; đích truyền: 他得到了师傅的~。Anh ấy được kế thừa đích truyền của người thầy。

【真谛】 zhēndì〈名〉ý nghĩa chân chính; chân lí: 人生的~ giá trị chân chính của cuộc sống

【真格的】 zhēngéde[口]thật; nghiêm túc: 这回整治虚假广告可是动~了。Đợt này xử lí quảng cáo giả rất nghiêm túc。

【真个】 zhēngè〈副〉[方]đích xác; đích thực;

quả thực: 你~变了。Anh thực sự đã thay đổi.

【真迹】zhēnjì〈名〉bút tích thực; tác phẩm đích thực (của nhà thư pháp hoặc họa sĩ)

【真金不怕火炼】zhēnjīn bù pà huǒ liàn vàng thật không sợ lửa; lửa thử vàng, gian nan thử sức

【真菌】zhēnjūn〈名〉chân khuẩn; nấm

【真空】zhēnkōng〈名〉❶chân không: 抽成~ hút thành chân không/tạo ra chân không ❷khoảng chân không

【真空包装】zhēnkōng bāozhuāng đóng gói chân không

【真理】zhēnlǐ〈名〉chân lí: 坚持~ kiên trì chân lí

【真名实姓】zhēnmíng-shíxìng tên gọi thật

【真命天子】zhēnmìng tiānzǐ chân mệnh thiên tử

【真皮】zhēnpí〈名〉❶lớp chân bì ❷da thật: ~大衣 áo pa-đờ-xuy da thật

【真品】zhēnpǐn〈名〉hàng thật; đồ thật; hàng chính hiệu

【真凭实据】zhēnpíng-shíjù bằng cớ chân thực

【真枪实弹】zhēnqiāng-shídàn súng đạn thật; làm việc một cách thiết thực

【真切】zhēnqiè〈形〉❶rõ ràng; rành mạch: 他坐在前排，看得很~。Anh ấy ngồi hàng trước, nhìn rất rõ. ❷chân thật; thành thực: ~的话 lời nói chân tình

【真情】zhēnqíng〈名〉❶tình hình chân thực ❷tình cảm chân thành; chân tình

【真确】zhēnquè〈形〉❶chân thực ❷rõ ràng xác thực

【真人】zhēnrén〈名〉❶chân nhân (cách nói của Đạo giáo chỉ người tu hành đắc đạo) ❷người thật

【真人不露相】zhēnrén bù lòuxiàng người tài giỏi không bộc lộ tài năng hay tư cách trước mặt người khác; người tài giấu mặt

【真人真事】zhēnrén-zhēnshì người thật việc thật

【真善美】zhēn-shàn-měi〈名〉cái thật, cái thiện và cái đẹp; chân thiện mĩ

【真实】zhēnshí〈形〉thật; chân thực: 一个~的故事 một câu chuyện chân thực

【真是】zhēnshi〈动〉thật là; đúng là: 你~不应该这样做。Đúng là anh không nên làm thế.

【真率】zhēnshuài〈形〉ngay thẳng; thực thà; thẳng thắn: ~的性格 tính tình thẳng thắn

【真丝】zhēnsī〈名〉tơ tằm; tơ thật: ~衬衣 áo lụa tơ tằm

【真伪】zhēnwěi〈名〉thật và giả

【真相】zhēnxiàng〈名〉chân tướng

【真相大白】zhēnxiàng-dàbái lộ rõ chân tướng

【真心】zhēnxīn〈名〉thật tình; tâm huyết; thật lòng: 我是~想帮你。Tôi thật lòng muốn giúp anh.

【真性】zhēnxìng❶〈形〉chân tính; đích thực ❷〈名〉[书]bản tính; tính chất vốn có

【真正】zhēnzhèng❶〈形〉chân chính; chính cống: 我是一个~的中国人。Tôi là một người Trung Quốc chân chính. ❷〈副〉quả là; đúng là: 柳州螺蛳粉~好吃。Bún ốc Liễu Châu quả thực là ngon.

【真知】zhēnzhī〈名〉nhận thức đúng đắn; sự hiểu biết thực sự

【真知灼见】zhēnzhī-zhuójiàn kiến giải chính xác thấu đáo; hiểu đúng biết sâu

【真挚】zhēnzhì〈形〉chân thành; thiết tha: ~的感情 tình cảm chân thành

【真主】Zhēnzhǔ〈名〉[宗教]chân chủ; chúa A-la (đạo Islam)

砧 zhēn〈名〉cái đe; cái thớt

【砧板】zhēnbǎn〈名〉cái thớt

Z

【砧木】zhēnmù<名>gốc cây ghép (trên đó ghép chồi cây hoặc cành khác)

【砧子】zhēnzi<名>[口]đe; thớt; bàn vỗ sợi

斟 zhēn<动>rót; chuốc; châm: ~酒 rót rượu; ~茶 rót trà

【斟满】zhēnmǎn<动>rót đầy: 我给他~酒。Tôi rót đầy li cho anh ấy.

【斟酌】zhēnzhuó<动>cân nhắc; đắn đo

甄 zhēn<动>[书]thẩm định; xem xét (tốt, xấu, thật, giả) //(姓)Chân

【甄别】zhēnbié<动>❶xem xét và phân biệt: ~假币和真币 xem xét và phân biệt tiền giả hay tiền thật ❷sát hạch; thẩm tra

【甄审】zhēnshěn<动>thẩm tra xem xét; thẩm tra phân định

【甄选】zhēnxuǎn<动>xem xét lựa chọn: ~接班人 xét chọn người kế nghiệp

榛 zhēn<名>[植物]❶cây phỉ ❷quả phỉ

【榛果】zhēnguǒ<名>quả phỉ

【榛仁】zhēnrén<名>hạt quả phỉ

【榛子】zhēnzi<名>cây phỉ; quả phỉ

箴 zhēn❶<动>[书]khuyên bảo; khuyên răn ❷<名>châm (một thể văn thời cổ, chủ yếu dùng để khuyên răn)

【箴言】zhēnyán<名>[书]châm ngôn; lời khuyên răn

臻 zhēn<动>[书]❶đến; đạt sự tốt đẹp: 交通日~便利。Giao thông ngày càng thuận tiện. ❷đến; tới: 百福并~。Bách phúc cùng đến. //(姓)Trăn

zhěn

诊 zhěn<动>chẩn bệnh: 复~ khám lại

【诊察】zhěnchá<动>kiểm tra sức khỏe

【诊断】zhěnduàn<动>chẩn đoán: 医生~他患的是肺炎。Bác sĩ chẩn đoán anh ấy bị viêm phổi.

【诊断书】zhěnduànshū<名>giấy chẩn đoán

【诊疗】zhěnliáo<动>khám và điều trị

【诊脉】zhěnmài<动>bắt mạch

【诊视】zhěnshì<动>kiểm tra sức khỏe

【诊室】zhěnshì<名>phòng khám bệnh

【诊所】zhěnsuǒ<名>❶trạm y tế ❷phòng khám bệnh

【诊治】zhěnzhì<动>khám và điều trị: 很多癌症，如果能及时~，是能治愈的。Nhiều trường hợp bệnh ung thư, nếu được khám và điều trị kịp thời thì vẫn có thể khỏi bệnh.

枕 zhěn❶<名>gối; cái gối ❷<动>gối; kê: ~着胳膊 gối đầu lên cánh tay //(姓)Chẩm

【枕边风】zhěnbiānfēng<名>lời lẽ giữa hai vợ chồng mà ảnh hưởng lẫn nhau; nhờ lời người vợ mà thuyết phục được người chồng

【枕戈待旦】zhěngē-dàidàn gối giáo chờ trời sáng; giáo dựng gươm trần; luôn cảnh giác; sẵn sàng chiến đấu

【枕骨】zhěngǔ<名>[解剖]xương chẩm

【枕巾】zhěnjīn<名>khăn trải gối; ga gối: 一对~ một cặp ga gối

【枕木】zhěnmù<名>tà vẹt gỗ

【枕套】zhěntào<名>áo gối

【枕头】zhěntou<名>cái gối

【枕席】zhěnxí<名>❶[书]giường chiếu ❷mảnh chiếu trải trên gối

【枕芯】zhěnxīn<名>ruột gối

轸 zhěn<名>sao Chẩn (một trong 28 tú)

疹 zhěn<名>sự phát ban, mẩn trên da: 荨麻~ nổi mày đay; 丘~ nốt nhú; 疱~ mụn rộp

【疹子】zhěnzi<名>[口]bệnh phát ban ngoài da: 出~ phát mẩn (ban) trên da

缜 zhěn<形>kĩ; tỉ mỉ

【缜密】zhěnmì<形>cặn kẽ; kĩ càng: ~的研究 nghiên cứu cặn kẽ

zhèn

阵¹ zhèn<量>❶trận (chỉ một khoảng thời

gian): 他病了一~儿。Nó ốm một trận.
❷trận: 一~雨 một trận mưa

阵² zhèn<名>❶trận địa ❷mặt trận //(姓)
Trận

【阵地】zhèndì<名>trận địa: 坚守~ bám giữ
trận địa

【阵风】zhènfēng<名>gió giật; gió thoáng
qua

【阵脚】zhènjiǎo<名>tuyến trước; trận tuyến
phía trước; đội hình phía trước: 打乱敌人的
~ làm rối trận tuyến của địch

【阵容】zhènróng<名>❶trận thế ❷đội ngũ

【阵势】zhènshì<名>❶thế trận ❷tình thế;
cục diện: 我无法面对这种~。Tôi không
thể đối mặt với tình thế này.

【阵痛】zhèntòng<名>❶đau từng cơn
❷những khó khăn tạm thời

【阵亡】zhènwáng<动>hi sinh; tử trận

【阵线】zhènxiàn<名>trận tuyến; mặt trận

【阵营】zhènyíng<名>phe; tập đoàn: 突入
敌方~ đột nhập vào trận địa quân địch

【阵雨】zhènyǔ<名>mưa rào

鸩 zhèn❶<名>giống chim độc trong truyền
thuyết ❷<名>rượu độc: 饮~止渴 giải khát
bằng rượu độc ❸<动>[书]hại người bằng
rượu độc

【鸩毒】zhèndú<名>[书]rượu độc

【鸩酒】zhènjiǔ<名>rượu độc

振 zhèn<动>❶lay; vỗ: ~翅 vỗ cánh ❷rung
động; chấn động: 共~ sự cộng hưởng ❸kích
thích; làm phấn chấn //(姓)Trấn

【振臂】zhènbì<动>giương tay: ~高呼
giương tay hô hào

【振荡】zhèndàng<动>❶rung động ❷biến
đổi theo chu kì của dòng điện

【振动】zhèndòng<动>rung động; dao động

【振奋】zhènfèn❶<形>phấn chấn; phấn
khởi: 精神~ tinh thần phấn khởi ❷<动>làm
phấn chấn; chấn động: ~人心 làm phấn

chấn lòng người

【振幅】zhènfú<名>biên độ dao động

【振聋发聩】zhènlóng-fākuì tiếng vang to
người điếc cũng nghe thấy; chấn động và
ảnh hưởng to lớn

【振兴】zhènxīng<动>chấn hưng; làm hưng
thịnh: ~中华 chấn hưng Trung Hoa

【振振有词】zhènzhèn-yǒucí lời nói hùng
hồn; khẩu khí cương cường

【振作】zhènzuò❶<形>phấn chấn ❷<动>
làm phấn chấn; làm hưng phấn: ~精神 làm
phấn chấn tinh thần

赈 zhèn<动>cứu tế

【赈济】zhènjì<动>cứu tế; phát chẩn: ~灾民
cứu tế người dân gặp thiên tai

【赈灾】zhènzāi<动>cứu tế; cứu nạn

【赈灾款】zhènzāikuǎn<名>khoản tiền cứu
tế

【赈灾物资】zhènzāi wùzī vật tư cứu tế

震 zhèn❶<动>trấn động; rung chuyển ❷
<动>động đất ❸<动>bị kích động ghê gớm,
quá mức: ~惊 làm sửng sốt/làm kinh ngạc
❹<名>quẻ Chấn (một trong bát quái, tiêu
biểu cho sấm) //(姓)Chấn

【震颤】zhènchàn<动>rung động; run rẩy:
全身~ run rẩy cả người

【震荡】zhèndàng<动>rung động; xáo động:
社会~ xã hội xáo động

【震动】zhèndòng<动>❶rung; rung động
❷gây chấn động; làm xôn xao: 这可是~全
国的大新闻。Đây là một tin tức làm chấn
động cả nước.

【震耳欲聋】zhèn'ěr-yùlóng chấn động
điếc tai; inh tai nhức óc

【震感】zhèngǎn<名>cảm giác địa chấn

【震古烁今】zhèngǔ-shuòjīn vang dội
cổ kim; lừng lẫy xưa nay; sự nghiệp, công
trạng vĩ đại

Z

【震撼】zhènhàn<动>rung động; rung chuyển: ~人心 rung động lòng người

【震撼价】zhènhànjià<名>giá cả rung động lòng người

【震级】zhènjí<名>cấp động đất; độ rích-te

【震惊】zhènjīng❶<动>làm sửng sốt; làm kinh ngạc ❷<形>kinh hãi; kinh sợ: 大为~ hết sức kinh hãi

【震怒】zhènnù<动>nổi cơn thịnh nộ; nổi khùng

【震区】zhènqū<名>khu vực động đất

【震慑】zhènshè<动>làm kinh động; làm khiếp sợ: 起~作用 có tác dụng gây khiếp sợ

【震天动地】zhèntiān-dòngdì rung động đất trời

【震源】zhènyuán<名>nguồn gốc động đất

【震中】zhènzhōng<名>tâm động đất; tâm địa chấn

镇 zhèn❶<动>ép; đè xuống: ~痛 nén đau/giảm đau ❷<动>ổn định; giữ cho yên ❸<动>trấn; giữ ổn định bằng vũ lực ❹<动>ướp lạnh; làm lạnh: 冰~ ướp đá ❺<名>nơi trấn giữ; nơi đóng quân ❻<名>thị trấn ❼<名>chợ buôn bán tương đối lớn //(姓)Trấn

【镇尺】zhènchǐ<名>thước chặn giấy

【镇定】zhèndìng❶<形>điềm tĩnh; bình thản: 神色~ dáng vẻ bình thản ❷<动>giữ bình tĩnh: 强制~ cố trấn tĩnh

【镇静】zhènjìng❶<形>bình tĩnh ❷<动>trấn tĩnh; làm cho bình tĩnh

【镇静剂】zhènjìngjì<名>thuốc an thần

【镇静药】zhènjìngyào<名>thuốc an thần

【镇守】zhènshǒu<动>trấn giữ; trấn thủ: ~边关 trấn giữ cửa ải biên giới

【镇痛剂】zhèntòngjì<名>thuốc giảm đau

【镇压】zhènyā<动>❶trấn áp; tàn áp: ~骚乱 trấn áp bọn phiến loạn ❷[口]xử tử; xử bắn ❸đè nén cành cây (trong kĩ thuật chiết cành)

【镇纸】zhènzhǐ<名>cái chặn giấy

【镇子】zhènzi<名>khu phố chợ; thị trấn

zhēng

正 zhēng<名>tháng giêng
另见zhèng

【正月】zhēngyuè<名>tháng giêng

争¹ zhēng<动>❶giành: ~夺冠军 tranh giải vô địch ❷tranh cãi; tranh chấp: ~执 tranh chấp

争² zhēng<代>sao; sao mà

【争霸】zhēngbà<动>tranh giành bá quyền hay địa vị bá chủ: ~天下 tranh bá thiên hạ

【争辩】zhēngbiàn<动>tranh luận; tranh cãi: 两人正在~一个学术问题。Hai người đang tranh cãi về một vấn đề học thuật.

【争吵】zhēngchǎo<动>tranh cãi: 夫妻俩~不休。Hai vợ chồng tranh cãi ồn ào.

【争持】zhēngchí<动>tranh chấp giằng co: 就这个条款双方~了很长时间，至今未达成协议。Về điều khoản này hai bên đã giằng co rất lâu, nay vẫn chưa đạt được thỏa thuận.

【争宠】zhēngchǒng<动>tranh thủ cảm tình; tranh giành sự cưng chiều

【争创】zhēngchuàng<动>thi đua lập nên

【争斗】zhēngdòu<动>❶đánh nhau ❷giành giật nhau; kèn cựa: 两人~已久。Hai người kèn cựa nhau đã lâu.

【争端】zhēngduān<名>tranh chấp: 解决双方的~ giải quyết tranh chấp của hai bên

【争夺】zhēngduó<动>tranh giành; giành giật: ~遗产 tranh giành di sản

【争分夺秒】zhēngfēn-duómiǎo tận dụng thời gian; tranh thủ từng giây từng phút

【争风吃醋】zhēngfēng-chīcù đánh ghen; ghen tuông

【争光】zhēngguāng<动>giành vinh quang:

Z

为祖国~ giành vinh quang cho Tổ quốc

【争脸】zhēngliǎn<动>giành thể diện

【争论】zhēnglùn<动>tranh luận; bàn cãi: ~ 是非 bàn cãi về việc phải trái

【争鸣】zhēngmíng<动>đua tiếng: 百家~ trăm nhà đua tiếng

【争奇斗艳】zhēngqí-dòuyàn trăm hoa đua nở; khoe sắc đua tài

【争气】zhēngqì<动>có chí; không chịu thua kém; làm vinh dự: 你要~点呀！Anh phải có chí khí đấy nhé!

【争强好胜】zhēngqiáng-hàoshèng không cam chịu thua kém, cố gắng giành phần thắng

【争抢】zhēngqiǎng<动>tranh giành

【争取】zhēngqǔ<动>❶tranh thủ; giành: ~ 和平 giành hòa bình ❷cố gắng

【争权夺利】zhēngquán-duólì tranh giành quyền lợi

【争胜】zhēngshèng<动>giành lấy phần thắng

【争先】zhēngxiān<动>tranh lên trước

【争先恐后】zhēngxiān-kǒnghòu tranh nhau; đua nhau

【争相】zhēngxiāng<副>tranh nhau: ~发言 tranh nhau phát biểu

【争雄】zhēngxióng<动>tranh hùng; tranh giành phần thắng: 赛场~ tranh phần thắng trong chốn thi trường

【争议】zhēngyì<动>tranh cãi; bàn cãi: 这 个问题引起了~。Vấn đề này đã gây tranh cãi.

【争战】zhēngzhàn<动>đánh nhau; giao chiến

【争执】zhēngzhí<动>tranh chấp; giằng co: ~不下 tranh chấp dằng dai

【争嘴】zhēngzuǐ<动>[方]❶tranh miếng ăn ❷cãi cọ

征¹ zhēng<动>❶đi xa: 长~ trường chinh

❷chinh phạt; đánh dẹp: 出~ đi chinh phạt

征² zhēng<动>❶trưng binh; trưng mộ; tuyển quân: 应~入伍 ứng mộ nhập ngũ ❷thu; trưng thu: ~税 thu thuế ❸trưng cầu: ~文 mời gửi bài viết ❹trưng dụng: ~地 trưng dụng đất

征³ zhēng<名>❶chứng minh; chứng nghiệm: 信而有~ đáng tin cậy và có chứng cứ ❷hiện tượng; dấu hiệu: 特~ đặc trưng

【征兵】zhēngbīng<动>trưng binh; mộ lính; tuyển quân

【征尘】zhēngchén<名>bụi đường trường chinh

【征程】zhēngchéng<名>đường xa; đường trường chinh: 踏上~ lên đường đi xa

【征地】zhēngdì<动>trưng dụng đất đai

【征调】zhēngdiào<动>huy động; trưng dụng; điều động; trưng tập: ~工作人员 trưng dụng nhân viên

【征订】zhēngdìng<动>trưng cầu đặt mua: ~杂志 trưng cầu việc đặt mua tạp chí

【征服】zhēngfú<动>chinh phục: 武力~ chinh phục bằng vũ lực; ~人心 chinh phục lòng người

【征稿】zhēnggǎo<动>kêu gọi gửi bài

【征购】zhēnggòu<动>trưng mua

【征候】zhēnghòu<名>dấu hiệu; triệu chứng: 病人已经有好转的~了。Bệnh nhân đã có dấu hiệu chuyển biến tốt.

【征婚】zhēnghūn<动>tìm chọn bạn đời

【征集】zhēngjí<动>❶thu thập; sưu tập: ~物 资 sưu tập vật tư ❷chiêu mộ; tuyển: ~军队 chiêu mộ quân đội

【征募】zhēngmù<动>trưng mộ; tuyển mộ

【征聘】zhēngpìn<动>tuyển dụng (nhân lực): ~高级管理人才 tuyển dụng nhân tài quản lí cao cấp

【征求】zhēngqiú<动>trưng cầu; hỏi ý kiến: ~大家的意见 lấy ý kiến của mọi người

Z

【征收】zhēngshōu<动>thu; trưng thu

【征途】zhēngtú<名>đường xa; đường trường chinh

【征文】zhēngwén❶<动>mời gọi gửi bài ❷<名>các bài tham dự

【征询】zhēngxún<动>trưng cầu (ý kiến)

【征引】zhēngyǐn<动>dẫn chứng; viện dẫn: ~名言 dẫn dụng danh ngôn

【征用】zhēngyòng<动>trưng dụng: ~土地 trưng dụng đất đai

【征战】zhēngzhàn<动>chinh chiến

【征招】zhēngzhāo<动>❶trưng mộ; tuyển: ~义工 tuyển mộ nghĩa công ❷trưng cầu

【征召】zhēngzhào<动>gọi (lính); mộ lính: ~入伍 gọi nhập ngũ

【征兆】zhēngzhào<名>dấu hiệu; điềm báo: 这次发病竟毫无~。Đợt phát bệnh này hoàn toàn không có dấu hiệu tiền lâm sàng.

挣 zhēng
另见zhèng

【挣扎】zhēngzhá<动>giãy giụa: 垂死~ giãy chết

峥 zhēng

【峥嵘】zhēngróng<形>❶chênh vênh; ngất nghểu: 山石~ núi đá chênh vênh ❷cao siêu; phi thường

【峥嵘岁月】zhēngróng-suìyuè những năm tháng sôi động

狰 zhēng

【狰狞】zhēngníng<形>hung ác; dữ tợn: 面目~ bộ mặt hung dữ

钲 zhēng<名>cái chiêng

症 zhēng<名>[中医]khối báng, u, ứ trong xoang cơ thể
另见zhèng

【症结】zhēngjié<名>then chốt của bệnh; sự then chốt làm hỏng việc hoặc để cho vấn đề không được giải quyết

睁 zhēng<动>mở to mắt: ~不开眼 không mở mắt được

【睁眼瞎】zhēngyǎnxiā<名>người mù chữ; người dốt nát; mắt mở như mù

【睁一只眼，闭一只眼】zhēng yī zhī yǎn, bì yī zhī yǎn mắt nhắm mắt mở; làm ngơ trước những việc đáng phải ra tay ngăn chặn

【睁着眼睛说瞎话】zhēngzhe yǎnjing shuō xiāhuà nói xằng bậy một cách trắng trợn

蒸 zhēng<动>❶bốc hơi: 水~气 hơi nước ❷hấp: ~馒头 hấp bánh màn thầu

【蒸饼】zhēngbǐng<名>bánh hấp

【蒸发】zhēngfā<动>❶bốc hơi ❷biến mất: 人间~ mất tích chốn nhân gian

【蒸锅】zhēngguō<名>nồi hấp

【蒸饺】zhēngjiǎo<名>bánh chẻo hấp

【蒸馏】zhēngliú<动>cất; chưng cất: ~水 nước cất

【蒸笼】zhēnglóng<名>lồng hấp; vỉ hấp

【蒸气】zhēngqì<名>hơi; khí bốc lên

【蒸汽】zhēngqì<名>hơi nước

【蒸汽机】zhēngqìjī<名>máy chạy bằng hơi nước

【蒸食】zhēngshí<名>thức ăn hấp; thức ăn trưng; thức ăn trưng cách thủy

【蒸腾】zhēngténg<动>❶bốc hơi; tỏa hơi: 热气~ khí nóng tỏa ra ❷bốc hơi của lá

【蒸蒸日上】zhēngzhēng-rìshàng ngày một phát triển đi lên

zhěng

拯 zhěng<动>cứu

【拯救】zhěngjiù<动>cứu vớt; cứu giúp: ~地球 cứu vớt trái đất

整 zhěng❶<形>trọn; cả; chẵn; đúng: ~天 suốt cả ngày ❷<形>chỉnh tề; nền nếp: 仪容不~ ăn mặc không chỉnh tề ❸<动>chỉnh đốn; chấn chỉnh: ~风 chỉnh đốn tác phong ❹<动>sửa: ~修 sửa chữa ❺<动>làm cho đau khổ; đánh; chơi: 他被~了一顿。Nó bị quạt một trận. ❻<动>[方]làm: ~断绳子làm đứt dây

【整备】zhěngbèi<动>sắp xếp kiện toàn: ~武装力量 sắp xếp kiện toàn lực lượng vũ trang

【整编】zhěngbiān<动>chỉnh đốn và biên chế: ~部队 chỉnh đốn và biên chế bộ đội

【整补】zhěngbǔ<动>chỉnh đốn; bổ sung

【整除】zhěngchú<动>chia hết: 16能被4~。16 chia hết cho 4.

【整地】zhěngdì<动>[农业]làm đất (để trồng trọt)

【整队】zhěngduì<动>sắp hàng; chỉnh hàng

【整顿】zhěngdùn<动>chỉnh đốn: ~纪律 chỉnh đốn kỉ luật

【整风运动】zhěngfēng yùndòng cuộc vận động chỉnh phong

【整改】zhěnggǎi<动>chỉnh đốn và cải tiến: ~措施 phương pháp chỉnh đốn và cải tiến

【整个】zhěnggè<形>toàn bộ; cả: ~家庭 cả nhà/cả gia đình

【整固】zhěnggù<动>chỉnh đốn và làm cho cố định

【整合】zhěnghé<动>thống hợp; điều chỉnh: ~公司部门 điều chỉnh các phòng ban của công ti

【整合资源】zhěnghé zīyuán tổ hợp nguồn tài nguyên

【整洁】zhěngjié<形>ngay ngắn; sạch sẽ: ~的小屋 căn nhà sạch sẽ

【整理】zhěnglǐ<动>chỉnh lí; thu xếp; dọn dẹp: ~资料 thu xếp tài liệu

【整料】zhěngliào<名>vật liệu chỉnh; vật liệu đồng bộ

【整流】zhěngliú<动>chỉnh lưu; nắn dòng điện

【整流器】zhěngliúqì<名>bộ nắn điện; bộ chỉnh lưu

【整齐】zhěngqí ❶<形>chỉnh tề; ngăn nắp: 着装~ ăn mặc chỉnh tề ❷<动>đồng đều; đều đặn: ~步调 đồng đều nhịp bước ❸<形>sạch gọn; ngay ngắn: 她的作业写得很~。Bài tập của em ấy viết rất sạch gọn. ❹<形>đầy đủ: 才七点钟，大家就到~了。Mới bảy giờ mọi người đã đến đông đủ.

【整齐划一】zhěngqí-huàyī đều tăm tắp

【整日】zhěngrì<名>suốt cả ngày

【整容】zhěngróng<动>sửa sắc đẹp bằng phẫu thuật: ~手术 phẫu thuật thẩm mĩ

【整数】zhěngshù<名>❶số nguyên ❷số chẵn

【整肃】zhěngsù[书]❶<形>nghiêm túc; nghiêm chỉnh: 校风~ nền nếp nhà trường nghiêm chỉnh ❷<动>chỉnh đốn; sửa sang: ~纪律 chỉnh đốn kỉ luật

【整套】zhěngtào<形>toàn bộ; cả bộ; trọn bộ: ~设备 thiết bị trọn bộ

【整体】zhěngtǐ<名>toàn thể; tổng thể

【整形】zhěngxíng<动>chỉnh hình; tạo hình bằng phẫu thuật

【整修】zhěngxiū<动>sửa chữa; tu sửa: ~水坝 tu sửa đập nước

【整训】zhěngxùn<动>chỉnh huấn: ~部队 chỉnh huấn bộ đội

【整夜】zhěngyè<名>suốt đêm

【整整】zhěngzhěng<副>trọn vẹn; suốt: ~一天 suốt một ngày

【整枝】zhěngzhī<动>[农业]tia cành

【整治】zhěngzhì<动>❶sửa chữa; trị lí: ~环境 trị lí môi trường ❷trừng phạt: ~违法行为 trừng phạt những hành vi trái phép ❸làm tốt việc nào đó: ~农田 chăm sóc ruộng đồng đất

【整装待发】zhěngzhuāng-dàifā thu xếp hành lí chuẩn bị sẵn sàng xuất phát

Z

zhèng

正 zhèng ❶〈形〉ngay; thẳng hướng: 前后对~ trước sau thẳng đều ❷〈形〉chính giữa; trung tâm: ~门 cửa giữa ❸〈形〉đúng: ~午 đúng giữa trưa/chính ngọ ❹〈形〉chính diện; mặt trước ❺〈形〉chính trực; ngay thẳng; công bằng: 公~ công bằng chính trực ❻〈形〉chính đáng; đúng đắn; hợp lẽ: ~道 con đường chính đáng ❼〈形〉thuần; chính cống; chánh tông: 颜色不~ màu sắc bị pha tạp ❽〈形〉chân phương; đúng quy tắc: ~体 thể chữ chân phương ❾〈形〉chính; chủ yếu: ~主任 chánh chủ nhiệm ❿〈形〉(cạnh hoặc góc) đều: ~三角形 hình tam giác đều ⓫〈形〉dương (số dương) ⓬〈形〉điện dương: ~电 điện tích dương ⓭〈动〉sửa cho ngay ngắn: ~帽子 sửa lại mũ cho ngay ngắn ⓮〈动〉chấn chỉnh; uốn nắn: ~人先~己 muốn uốn nắn người khác trước tiên phải tự uốn nắn mình ⓯〈副〉đang: 我~吃饭呢。Tôi đang ăn cơm. ⓰〈名〉gốc: ~本 bản gốc ⓱〈副〉đúng lúc ⓲〈副〉chính là; đúng là: ~是他 đúng là cậu ấy ⓳〈动〉uốn nắn; sửa lại // (姓) Chính, Chánh

另见zhēng

【正版】zhèngbǎn〈名〉bản chính

【正本】zhèngběn〈名〉❶bản chính; bản gốc ❷văn bản chính thức

【正本清源】zhèngběn–qīngyuán cải cách triệt để; sửa đổi tận gốc

【正比】zhèngbǐ〈名〉❶sự biến đổi tương ứng ❷tỉ lệ thuận

【正比例】zhèngbǐlì〈名〉tỉ lệ thuận

【正步】zhèngbù〈名〉đi nghiêm; bước nghiêm

【正餐】zhèngcān〈名〉bữa ăn chính

【正常】zhèngcháng〈形〉bình thường: 一切恢复~。Mọi mặt đều trở lại bình thường.

【正旦】zhèngdàn〈名〉đào chính; vai chính

【正当】zhèngdāng〈动〉đang ở vào; đang lúc: ~秋收季节 đang mùa thu hoạch vụ mùa

另见zhèngdàng

【正当年】zhèngdāngnián đang tuổi cường tráng; đang tuổi sung sức

【正当时】zhèngdāngshí vừa đúng mùa; đúng thời vụ: 春天栽树~。Mùa xuân trồng cây vừa đúng mùa.

【正当】zhèngdàng〈形〉❶chính đáng; hợp lẽ phải: ~的行为 hành vi chính đáng ❷đứng đắn: 他这个人很不~。Anh ta là một người không đứng đắn.

另见zhèngdāng

【正当防卫】zhèngdàng fángwèi phòng vệ chính đáng

【正道】zhèngdào〈名〉❶đường chính đạo: 他终于走上~。Cuối cùng anh ấy đã đi lên con đường chính đạo. ❷đạo lí đúng đắn; lẽ phải: 做人讲诚信是~。Làm người giữ trọn chữ tín là lẽ phải.

【正点】zhèngdiǎn❶〈动〉(đi, đến…) đúng giờ: ~发车 xe xuất phát đúng giờ ❷〈名〉trọn giờ

【正法】zhèngfǎ〈动〉thi hành án tử hình; xử tử: 就地~ xử tử tại chỗ

【正方】¹ zhèngfāng〈形〉vuông

【正方】² zhèngfāng〈名〉phía tán thành; phía ủng hộ (trong cuộc hùng biện)

【正方体】zhèngfāngtǐ〈名〉khối lập phương

【正方形】zhèngfāngxíng〈名〉hình vuông

【正房】zhèngfáng〈名〉❶nhà chính ❷[旧] vợ cả

【正告】zhènggào〈动〉nghiêm khắc báo cho biết; cảnh cáo: ~侵略者 cảnh cáo kẻ xâm lược

【正宫】zhènggōng〈名〉❶cung điện của hoàng hậu; chính cung ❷hoàng hậu: ~娘娘 chính cung nương nương

【正骨】zhènggǔ<动>nắn xương; nối xương

【正规】zhèngguī<形>chính quy

【正规军】zhèngguījūn<名>quân chính quy

【正轨】zhèngguǐ<名>quỹ đạo đúng; nền nếp: 生活慢慢走上了~。Cuộc sống dần dần đi vào nền nếp.

【正果】zhèngguǒ<名>[宗教]chính quả; kết quả tu hành đắc đạo: 修成~ tu hành đắc đạo

【正好】zhènghǎo❶<形>vừa đúng; vừa khéo; vừa khớp (thường chỉ thời gian, vị trí, số lượng, v.v.): 你来得~,正有事找你。Anh đến vừa đúng lúc, đang có việc tìm anh. ❷<副>may mắn có dịp; được dịp: 你能来真是太好了,~想问你个问题。Ông đến thì thật là tốt quá, may mắn có dịp hỏi ông một vấn đề.

【正号】zhènghào<名>dấu dương (+)

【正极】zhèngjí<名>cực dương

【正教】Zhèngjiào<名>[宗教]chính giáo

【正襟危坐】zhèngjīn-wēizuò ngồi ngay ngắn, nghiêm túc

【正经】zhèngjīng<名>[旧]chính kinh; thập tam kinh

【正经】zhèngjing❶<形>đoan trang; đứng đắn: 假~ đoan trang rởm ❷<形>chính đáng; hợp lí: ~事 công việc chính đáng ❸<形>đạt tiêu chuẩn; đúng quy cách: ~货 hàng chính phẩm ❹<形>nghiêm túc: 说~的, 别开玩笑了。Nói chuyện nghiêm túc đi, đừng đùa nữa. ❺<副>[方]thực sự; thật là: 你~喜欢她吗? Anh có thực sự yêu cô ấy không?

【正经八百】zhèngjīng-bābǎi hết sức đứng đắn; thực sự nghiêm túc

【正剧】zhèngjù<名>chính kịch

【正楷】zhèngkǎi<名>thể chữ khải; khải thư; thể chữ chân phương

【正理】zhènglǐ<名>lẽ phải

【正路】zhènglù<名>con đường đúng đắn; chính đạo

【正门】zhèngmén<名>cửa chính; cửa giữa

【正面】zhèngmiàn❶<名>mặt chính; mặt trước; mặt ngoài; mặt trên: 身份证的~ mặt trước của chứng minh thư ❷<名>mặt phải: 不要光看到事物的~, 还要看到事物的反面。Không nên chỉ nhìn thấy mặt phải mà còn phải nhìn thấy mặt trái của sự việc. ❸<形>mặt tốt; mặt tích cực: ~人物 nhân vật chính diện ❹<形>trực tiếp; trực diện: 请~回答问题。Xin trả lời trực tiếp câu hỏi.

【正名】zhèngmíng<动>làm cho...chính danh; chính danh

【正牌】zhèngpái<形>chính hiệu; chính cống

【正牌货】zhèngpáihuò<名>hàng chính hiệu

【正派】zhèngpài<形>đứng đắn; nền nã: 他为人~。Ông ấy là người đứng đắn.

【正品】zhèngpǐn<名>hàng chính phẩm; hàng xịn; hàng chính hãng

【正气】zhèngqì<名>❶chính khí: 发扬~ tuyên dương chính khí ❷sự đàng hoàng; sự ngay thẳng: ~凛然 chính khí lẫm liệt ❸chính khí (khả năng chống đỡ bệnh tật của cơ thể, trái với tà khí, theo Đông y): ~不足 (cơ thể) chính khí yếu

【正巧】zhèngqiǎo❶<副>vừa đúng dịp; vừa khéo: 我今天~有空。Vừa khéo, hôm nay tôi được rảnh. ❷<形>vừa đúng; vừa vặn: 你来得~。Anh đến thật đúng lúc.

【正切】zhèngqiē<名>[数学]hàm số tang

【正确】zhèngquè<形>chính xác; đúng đắn

【正人君子】zhèngrén-jūnzǐ chính nhân quân tử

【正色】¹zhèngsè<名>[书]màu cơ bản

【正色】²zhèngsè<副>nghiêm sắc mặt: ~直言 nghiêm mặt nói thẳng

【正身】zhèngshēn<名>đúng là người này, không phải là người mạo danh hoặc bị tráo:

Z

验明~ xác minh rõ đối tượng

【正史】zhèngshǐ<名>chính sử

【正式】zhèngshì<形>chính thức

【正事】zhèngshì<名>chuyện nghiêm túc

【正视】zhèngshì<动>❶nhìn thẳng vào: 小明不敢~老师的眼睛。Em Minh không dám nhìn thẳng vào ánh mắt của cô giáo. ❷đối mặt với: 我们要勇于~自己的缺点。Chúng ta phải can đảm đối mặt với khuyết điểm của mình.

【正题】zhèngtí<名>đề tài chính; nội dung chính; chủ đề: 转入~ đi vào chủ đề

【正体】zhèngtǐ<名>❶thể chữ chân phương ❷thể chữ khải ❸thể chữ in

【正厅】zhèngtīng<名>đại sảnh; sảnh chính

【正统】zhèngtǒng❶<名>[旧]dòng dõi chính tông ❷<名>trường phái chính thống (trong các đảng phái hoặc học phái) ❸<形>phù hợp với chính thống: 观念~ quan điểm chính thống

【正文】zhèngwén<名>phần chính (của bài văn); nội dung chính

【正误】zhèngwù❶<名>đúng và sai: 判断~ phán đoán đúng sai ❷<动>đính chính: ~表 bảng đính chính

【正弦】zhèngxián<名>[数学]hàm số sin

【正眼】zhèngyǎn<名>nhìn thẳng

【正业】zhèngyè<名>nghề nghiệp chính đáng: 不务~ không làm nghề chính đáng

【正义】[1] zhèngyì❶<名>chính nghĩa: 伸张~ giương cao chính nghĩa ❷<形>có tính chất chính nghĩa: ~的立场立场 lập trường chính nghĩa

【正义】[2] zhèngyì<名>nghĩa đúng; nghĩa chính xác

【正义之师】zhèngyìzhīshī đội quân chính nghĩa

【正音】zhèngyīn❶<名>âm chuẩn ❷<动>chỉnh âm; sửa âm

【正在】zhèngzài<副>đang: 他~打电话。Anh ấy đang gọi điện thoại.

【正直】zhèngzhí<形>chính trực: 为人~ làm người chính trực

【正职】zhèngzhí<名>❶chức vụ chính; chức trưởng: 他担任一年的副职后便转为~。Sau khi giữ chức phó một năm ông ấy đã chuyển làm chức trưởng. ❷nghề chính

【正中】zhèngzhōng<名>chính giữa: 这条街道位于城市的~位置。Dãy phố này nằm ở vị trí chính giữa của thành phố.

【正中下怀】zhèngzhòng-xiàhuái đúng với ý đồ của mình

【正装】zhèngzhuāng<名>trang phục chính thức

【正字】zhèngzì❶<名>lối chữ khải ❷<名>chữ tiêu chuẩn ❸<动>sửa lỗi chính tả

【正宗】zhèngzōng❶<名>chính tông Phật giáo ❷<形>chính cống: 这绝对是~的越南鸡肉粉。Đây chắc chắn là phở gà Việt Nam chính cống.

【正座】zhèngzuò<名>chánh tọa; chỗ ngồi chính giữa

证 zhèng❶<动>chứng minh; chứng nhận: ~人 nhân chứng ❷<名>giấy chứng nhận; chứng cứ; bằng chứng: 身份~ chứng minh thư nhân dân; 考~ thi bằng

【证词】zhèngcí<名>lời chứng

【证婚】zhènghūn<动>chứng hôn; chứng kiến buổi lễ kết hôn: ~人 người chứng hôn

【证件】zhèngjiàn<名>giấy tờ

【证据】zhèngjù<名>chứng cứ; bằng chứng

【证明】zhèngmíng❶<动>chứng tỏ; chứng minh: 实践~这个办法是行得通的。Thực tiễn chứng minh biện pháp này có hiệu quả. ❷<名>giấy chứng nhận; chứng cứ; bằng chứng: 提供~ cung cấp bằng chứng

【证券】zhèngquàn<名>phiếu chứng khoán: 有价~ phiếu chứng khoán mệnh giá

Z

【证券交易所】zhèngquàn jiāoyìsuǒ 　sở giao dịch chứng khoán

【证人】zhèngrén〈名〉❶người làm chứng: 被告方~ người làm chứng cho bị cáo ❷người chứng kiến

【证实】zhèngshí〈动〉chứng thực; chứng minh: 他需要通过实验来~自己的推断。 Ông ấy cần thông qua thí nghiệm để chứng thực cho sự suy đoán của mình.

【证书】zhèngshū〈名〉giấy chứng nhận; chứng chỉ: 获奖~ giấy khen/bằng khen

【证物】zhèngwù〈名〉chứng vật; chứng cớ

【证言】zhèngyán〈名〉lời kể của nhân chứng; lời chứng; chứng ngôn

【证验】zhèngyàn❶〈名〉hiệu nghiệm thực tế ❷〈动〉chứng minh bằng thực nghiệm; kiểm nghiệm

【证章】zhèngzhāng〈名〉huy hiệu

【证照】zhèngzhào〈名〉giấy bằng; giấy tờ

郑 Zhèng //(姓)Trịnh

【郑重】zhèngzhòng〈形〉trịnh trọng: ~声明 trịnh trọng tuyên bố

【郑重其事】zhèngzhòng-qíshì 　trịnh trọng; nghiêm túc trong khi xử lí công việc

怔 zhèng〈动〉[方]sững sốt; sững sờ; ngẩn người

【怔怔】zhèngzhèng〈形〉[方]sững sờ; ngơ ngác

政 zhèng〈名〉❶chính trị: ~策 chính sách ❷nghiệp vụ của một cơ quan nhà nước: 财~ tài chính ❸công việc; chánh: 家~ gia chánh //(姓)Chính, Chánh

【政变】zhèngbiàn〈动〉chính biến; đảo chính: 军事~ đảo chính quân sự

【政策】zhèngcè〈名〉chính sách: 落实~ thực hiện chính sách

【政党】zhèngdǎng〈名〉chính đảng

【政敌】zhèngdí〈名〉kẻ đối địch về chính trị; kẻ chống đối chính trị

【政法】zhèngfǎ〈名〉chính trị và pháp luật: ~机关 cơ quan chính trị và pháp luật

【政府】zhèngfǔ〈名〉chính phủ; chính quyền: 地方~ chính quyền địa phương

【政府采购】zhèngfǔ cǎigòu 　sự mua sắm thống nhất của chính quyền hay đoàn thể các cấp

【政纲】zhènggāng〈名〉cương lĩnh chính trị; chính cương

【政工】zhènggōng〈名〉công tác chính trị

【政纪】zhèngjì〈名〉kỉ luật hành chính

【政绩】zhèngjì〈名〉thành tích của viên chức nhà nước: ~显著 thành tích chính trị nổi bật

【政见】zhèngjiàn〈名〉chính kiến: 不同~ chính kiến bất đồng

【政界】zhèngjiè〈名〉chính giới; giới chính trị: ~精英 các tinh hoa chính giới

【政局】zhèngjú〈名〉cục diện chính trị; tình hình chính trị: ~动荡 tình hình chính trị bấp bênh

【政客】zhèngkè〈名〉chính khách

【政令】zhènglìng〈名〉chính lệnh; điều lệnh hành chính

【政论】zhènglùn〈名〉chính luận; bình luận chính trị: ~文章 văn chính luận

【政权】zhèngquán〈名〉❶chính quyền: 巩固~ củng cố chính quyền ❷cơ quan chính quyền: 建立新~ thiết lập chính quyền mới

【政审】zhèngshěn〈动〉thẩm tra về chính trị

【政事】zhèngshì〈名〉chính sự; sự vụ chính trị

【政坛】zhèngtán =【政界】

【政体】zhèngtǐ〈名〉chính thể

【政通人和】zhèngtōng-rénhé chính trị ổn định, nhân dân hòa mục

【政委】zhèngwěi =【政治委员】

【政务】zhèngwù〈名〉công việc về quản lí nhà nước: ~繁忙 bận rộn về công việc nhà nước

Z

【政务院】zhèngwùyuàn<名>Chính vụ viện

【政协】zhèngxié =【政治协商会议】

【政治】zhèngzhì<名>chính trị: ~家 nhà chính trị/chính trị gia

【政治避难】zhèngzhì bìnàn tị nạn chính trị

【政治犯】zhèngzhìfàn<名>tù chính trị

【政治教导员】zhèngzhì jiàodǎoyuán chính trị viên

【政治经济学】zhèngzhì-jīngjìxué kinh tế học chính trị

【政治面目】zhèngzhì miànmù bộ mặt chính trị

【政治权利】zhèngzhì quánlì quyền lợi chính trị

【政治委员】zhèngzhì wěiyuán ủy viên chính trị; chính ủy

【政治协商会议】zhèngzhì xiéshāng huìyì Hội nghị hiệp thương chính trị; 中国人民 ~ Hội nghị Hiệp thương Chính trị Nhân dân Trung Quốc

【政治学】zhèngzhìxué<名>chính trị học

【政治指导员】zhèngzhì zhǐdǎoyuán chính trị viên

挣¹ zhèng<动>vùng thoát ra; giãy; quẫy: ~脱绳索 vùng thoát khỏi dây buộc

挣² zhèng<动>kiếm (tiền) bằng lao động: ~钱 kiếm tiền

另见zhēng

【挣工资】zhèng gōngzī kiếm tiền lương: 全家只有她一个人~。Cả nhà chỉ mỗi mình chị ấy là thu nhập bằng đồng lương.

【挣命】zhèngmìng<动>❶giãy giụa; kiên trì để sống ❷[口]liều mình: 你身体刚刚恢复，别太~了。Sức khỏe của ông vừa phục hồi, đừng có quá liều mình.

症 zhèng<名>chứng; bệnh: 不治之~ căn bệnh bất trị

另见zhēng

【症候】zhènghòu<名>❶bệnh tật ❷chứng

bệnh: ~群 hội chứng

【症状】zhèngzhuàng<名>triệu chứng bệnh

zhī

之¹ zhī<代>[书]cái đó; cái ấy; đây; đó…

之² zhī<助>[书](nối định ngữ và trung tâm ngữ): 赤子~心 lòng trung thành

【之后】zhīhòu<名>❶sau; đằng sau: 她走了~，大家都很想念她。Sau ngày chị ấy ra đi, mọi người đều rất thương nhớ. ❷sau đó

【之乎者也】zhī-hū-zhě-yě chi, hồ, giả, dã (nguyên là bốn hư từ văn ngôn, hợp lại dùng để chế giễu hiện tượng hay chơi chữ xen lẫn lời nói nôm na, nhưng lại dùng không chuẩn, đâm ra khó hiểu)

【之间】zhījiān<名>giữa; ở giữa

【之类】zhīlèi<名>❶loại sự vật nào đó ❷loại người nào đó (ý xấu)

【之流】zhīliú<名>lũ; đồ; hạng người (ý xấu)

【之内】zhīnèi<名>trong…

【之前】zhīqián<名>❶trước; đằng trước: 出门~，记得关灯。Nhớ tắt đèn trước khi ra khỏi cửa. ❷trước đây; trước đó

【之上】zhīshàng<名>trên…

【之外】zhīwài<名>ngoài…

【之下】zhīxià<名>dưới…

【之一】zhīyī<名>một trong những…: 他是本校优秀的教师~。Ông ấy là một trong những giáo viên xuất sắc của trường.

【之中】zhīzhōng<名>trong (quá trình, phạm vi, quần thể nào đó)

支¹ zhī<动>❶chống; đỡ; vểnh ra: 把帐篷~起来。Chống lều bạt lên. ❷duỗi ra; nhô ra; dựng đứng: ~着耳朵听 vểnh tai nghe ngóng ❸chống đỡ; giúp đỡ; chịu đựng: 体力不支 lực hao kiệt; ~援 viện trợ ❹điều; sai: ~走 sai cho lánh mặt ❺chi; ứng; lĩnh (tiền): 开~ chi tiêu // (姓)Chi

Z

支² zhī ❶<名>nhánh; chi nhánh; ngành: ~流 sông nhánh ❷<量>(dùng với đội ngũ) cánh; đội: 一~军队 một cánh quân ❸<量>bài; bản: 两~乐曲 hai bản nhạc ❹<量>đơn vị (cường độ ánh sáng điện): 100~光的灯泡 bóng đèn 100w ❺<量>chi (đơn vị để tính độ thô mành, biểu thị bằng độ dài đơn vị trọng lượng): 八十~纱 80 cọc sợi ❻<量>cây; cán (dùng cho vật có hình cán dài): 三~枪 3 cây súng

支³ zhī <名>địa chi

【支边】zhībiān<动>giúp đỡ sự phát triển của biên cương

【支部】zhībù<名>chi bộ: ~书记 bí thư chi bộ

【支撑】zhīchēng<动>❶chống đỡ ❷ráng sức; chèo chống

【支持】zhīchí<动>❶duy trì giữ gìn ❷giúp đỡ ủng hộ: ~率 tỉ lệ ủng hộ

【支出】zhīchū❶<动>chi ❷<名>khoản chi

【支绌】zhīchù<动>(tiền) không đủ chi: 经费~ kinh phí không đủ chi

【支点】zhīdiǎn<名>❶[物理]điểm tựa ❷điểm then chốt

【支队】zhīduì<名>chi đội

【支付】zhīfù<动>chi ra (số tiền)

【支行】zhīháng<名>chi nhánh ngân hàng

【支架】zhījià❶<名>giá đỡ ❷<动>chống đỡ

【支教】zhījiào<动>trợ giúp sự giáo dục (ở vùng kinh tế kém phát triển): 我志愿到山区~。Tôi xin tình nguyện lên vùng núi chi viện ngành giáo dục.

【支离破碎】zhīlí-pòsuì vụn nát

【支流】zhīliú<名>❶sông nhánh ❷sự vật phái sinh

【支脉】zhīmài<名>nhánh dãy núi

【支派】¹zhīpài<名>môn phái; ngành

【支派】²zhīpài<动>sai phái; điều động: 他负责人员~。Anh ấy phụ trách việc điều động nhân viên.

【支配】zhīpèi<动>❶chi phối ❷sắp xếp

【支票】zhīpiào<名>séc

【支气管】zhīqìguǎn<名>phế quản: ~炎 viêm phế quản

【支取】zhīqǔ<动>lĩnh (tiền); rút (tiền)

【支使】zhīshǐ<动>sai khiến

【支线】zhīxiàn<名>tuyến nhánh

【支应】zhīyìng<动>❶ứng phó; đối phó: 他~不来。Anh ta không ứng phó được. ❷cung ứng; cung cấp ❸canh gác; coi giữ: 你来~, 我去睡一会儿。Anh đến coi gác, tôi đi ngủ một lát.

【支援】zhīyuán<动>chi viện

【支着儿】zhīzhāor<动>mách nước (đánh cờ): 难怪你总能赢, 有人给你~嘛。Chẳng trách anh thắng liên tục, thì ra đã có người mách nước.

【支支吾吾】zhīzhīwuwu úp úp mở mở; âm à âm ừ

【支柱】zhīzhù<名>❶trụ cột: 精神~ trụ cột tinh thần ❷lực lượng nòng cốt: 企业的~ lực lượng nòng cốt của doanh nghiệp

【支柱产业】zhīzhù chǎnyè những ngành trụ cột

【支子】zhīzi<名>❶cái đỡ ❷cái giá nướng thịt

只 zhī ❶<形>đơn độc; lẻ loi: 形单影~ hình cô đơn chiếc ❷<量>cái; chiếc; con: 一~鸭子 một con vịt

另见zhǐ

【只身】zhīshēn<副>một mình: 他~一人在外闯荡。Anh ấy một mình kiếm sống bên ngoài.

【只言片语】zhīyán-piànyǔ dăm câu vài lời; dăm ba câu

【只字不提】zhīzì-bùtí một chữ cũng không hề nhắc đến

汁 zhī <名>chất lỏng; chất nước (chứa trong

Z

vật chất nào đó): 橘子~ nước cam

【汁水】zhīshuǐ〈名〉[方]nước; nước cốt

【汁液】zhīyè〈名〉chất nước

芝 zhī〈名〉❶cỏ linh chi (nói trong sách cổ) ❷cỏ bạch chỉ (nói trong sách cổ) //(姓)Chi

【芝麻】zhīma〈名〉cây vừng; hạt vừng (cây mè, hột mè): ~饼 bánh vừng; ~酱 tương vừng; ~糖 kẹo vừng; ~油 dầu mè/dầu vừng

【芝麻官】zhīmaguān〈名〉quan quèn; quan mọn: 他不过是个~，有啥好神气的? Ông ta chẳng qua chỉ là một viên quan mọn, có gì đáng ra vẻ?

【芝麻糊】zhīmahù〈名〉bột vừng; hồ vừng; chè vừng

【芝麻开花节节高】zhīma kāihuā jiéjié gāo cây vừng nở hoa ngày một vươn cao; ví sự việc phát triển ngày càng thuận lợi

吱 zhī〈拟〉két; kẹt
另见 zī

枝 zhī ❶〈名〉cành; nhánh; ngành (cây): 树~ cành cây ❷〈量〉nhánh; ngành; cành (dùng cho bông hoa có cành): 一~梨花 một nhánh hoa lê ❸〈量〉cây; cán (dùng cho vật có hình cán dài): 一~枪 một khẩu súng //(姓)Chi

【枝杈】zhīchà〈名〉chạc cây

【枝繁叶茂】zhīfán-yèmào cành lá sum sê; ví con cháu đông đàn, sự nghiệp thịnh vượng

【枝节】zhījié〈名〉❶chi tiết vụn vặt ❷phiền phức rắc rối, lôi thôi: 旁生~ xảy ra những phiền phức rắc rối

【枝蔓】zhīmàn❶〈名〉cành lá dâu dia ❷〈形〉rối rắm; lộn xộn; rắc rối

【枝条】zhītiáo〈名〉cành cây

【枝头】zhītóu〈名〉đầu cành: 鸟儿在~呢喃。Chim hót líu lo đầu cành.

【枝丫】zhīyā〈名〉chạc cây

【枝叶】zhīyè〈名〉cành và lá cây

知 zhī ❶〈动〉biết: ~无不言 nói hết những điều mình biết ❷〈动〉cho biết: 通~ cho biết (thông báo) ❸〈名〉tri thức: 无~ vô tri/ngu dốt ❹〈名〉[书]tri kỉ; bạn tri kỉ ❺〈名〉[旧]phụ trách chính công việc điều hành: ~府 tri phủ

【知道】zhīdào〈动〉biết

【知底】zhīdǐ〈动〉biết gốc rễ; biết nội tình

【知法犯法】zhīfǎ-fànfǎ biết luật mà phạm luật; cố tình sai phạm

【知根知底】zhīgēn-zhīdǐ hiểu tận gốc rễ; hiểu thấu

【知更鸟】zhīgēngniǎo〈名〉chim cổ đỏ

【知过必改】zhīguò-bìgǎi biết sai thì sẽ sửa được; biết sai thì nhất định phải sửa

【知会】zhīhuì〈动〉[口]thông báo miệng

【知己】zhījǐ ❶〈名〉người tri kỉ; bạn tri kỉ ❷〈形〉tri kỉ; hiểu nhau

【知己知彼】zhījǐ-zhībǐ biết người biết ta

【知交】zhījiāo〈名〉tri giao; bạn tri kỉ: 他和我是忘年的~。Ông ấy và tôi là đôi bạn tri kỉ vong niên.

【知觉】zhījué〈名〉❶tri giác ❷cảm giác

【知了】zhīliǎo〈名〉(con) ve sầu

【知名】zhīmíng〈形〉nổi tiếng

【知名度】zhīmíngdù〈名〉tiếng tăm; sự nổi tiếng: 他在教育界有一定的~。Ông ấy có tiếng tăm nhất định trong ngành giáo dục.

【知难而进】zhīnán'érjìn đã biết việc rất khó mà vẫn kiên trì cố gắng làm

【知难而退】zhīnán'értuì thấy khó là lùi; thấy khó mà bỏ

【知青】zhīqīng〈名〉thanh niên trí thức

【知情】¹zhīqíng〈动〉biết rõ tình tiết sự kiện: ~权 quyền tìm hiểu tình hình/quyền được biết

【知情】²zhīqíng〈动〉thấu hiểu tình nghĩa

【知趣】zhīqù〈形〉biết điều; biết lẽ phải: 那么晚了我还不告辞，就太不~了。Đã muộn mà tôi còn chưa chào tạm biệt thì thật là không biết điều.

知人善任】zhīrén-shànrèn　biết được người tài mà giao trách nhiệm cho xứng

知人知面不知心】zhī rén zhī miàn bù zhī xīn　tri nhân tri diện bất tri tâm; biết người biết mặt không biết lòng

知识】zhīshi<名>❶kiến thức: 行业~ kiến thức ngành nghề ❷tri thức; trí thức: ~分子 phần tử tri thức/lớp trí thức

知识产权】zhīshi chǎnquán　quyền sở hữu trí tuệ

知识经济】zhīshi jīngjì　kinh tế tri thức

知识就是力量】zhīshi jiùshì lìliàng　tri thức là sức mạnh

知书达理】zhīshū-dálǐ　có tri thức hiểu lễ nghĩa

知无不言，言无不尽】zhīwúbùyán, yánwúbùjìn　biết đến đâu nói đến đó, nói thì nói cho hết

知悉】zhīxī<动>biết rõ

知晓】zhīxiǎo<动>biết; biết rõ: 无人~ không ai biết

知心】zhīxīn<形>tri kỉ

知易行难】zhīyì-xíngnán　biết dễ làm khó

知音】zhīyīn<名>tri âm; người bạn tri kỉ

知遇】zhīyù<动>[书]tri ngộ; được biết tài và trọng dụng: 刘校长对我有~之恩。Tôi mang ơn tri ngộ của thầy hiệu trưởng Lưu.

知照】zhīzhào<动>báo cho biết

知子莫若父】zhī zǐ mòruò fù　không ai biết con bằng cha

知足】zhīzú<形>thỏa mãn (với những thứ đã đạt được): 对现在的生活，她很~。Chị ấy rất thỏa mãn với cuộc sống hiện tại.

知足常乐】zhīzú-chánglè　tri túc thường lạc; biết thỏa mãn với những gì đã có thì sẽ luôn sung sướng; biết thỏa mãn thì thường sung sướng

肢 zhī<名>chi (chỉ tay và chân): 四~ tứ chi

肢解】zhījiě<动>❶tách rời; chia cắt ❷mổ xẻ ❸[旧](xử hình) cắt cụt tứ chi

肢体】zhītǐ<名>thân hình và tứ chi

肢体语言】zhītǐ yǔyán　ngôn ngữ chân tay

织 zhī<动>dệt; đan: 棉~物 đồ dệt bằng sợi bông //(姓)Chức

织补】zhībǔ<动>vá; mạng

织布】zhībù<动>dệt vải: ~机 máy dệt

织锦】zhījǐn<名>❶gấm ❷tranh dệt trên gấm

织女】zhīnǚ<名>❶ả Chức; nàng Chức Nữ: 牛郎~七夕会。Ngưu Lang và Chức Nữ hội ngộ vào đêm mồng 7 tháng 7 âm lịch. ❷cô gái dệt vải

织品】zhīpǐn<名>hàng dệt

织网】zhīwǎng<动>đan lưới

织物】zhīwù<名>hàng dệt; đồ dệt

织造】zhīzào<动>dệt đồ bằng máy

织针】zhīzhēn<名>dệt kim

栀 zhī

栀子】zhīzi<名>[植物]❶cây dành dành ❷quả dành dành; chi tử

栀子花】zhīzihuā<名>hoa dành dành

脂 zhī<名>❶mỡ; nhựa: 松~ nhựa thông ❷son (môi): ~粉 phấn son

脂肪】zhīfáng<名>mỡ; chất béo; li-pít

脂肪肝】zhīfánggān<名>bệnh nhiễm mỡ gan

脂粉】zhīfěn<名>son phấn

脂粉气】zhīfěnqì<名>tính đàn bà

稙 zhī<形>[方](cây lương thực) trồng sớm

蜘 zhī

蜘蛛】zhīzhū<名>con nhện

zhí

执 zhí❶<动>cầm; giữ: 手~教鞭 tay cầm roi

huấn luyện/tay cầm thước chỉ ❷<动>nắm; giữ: ~政 chấp chính ❸<动>kiên trì; khăng khăng: 各~一词 mỗi người nói một nẻo ❹ <动>chấp hành: ~法 hành pháp ❺<动>[书] bắt; tóm: 盗贼被~。 Tên trộm đã bị bắt. ❻ <名>biên lai; giấy biên nhận: 收~ biên lai/ tờ ghi nhận ❼<名>[书]người bạn cùng chí hướng: 父~ người bạn thân của cha //(姓) Chấp

【执笔】zhíbǐ<动>chấp bút: 这个剧本是王老师~的。 Kịch bản này do thầy Vương chấp bút sáng tác.

【执法】zhífǎ<动>chấp hành pháp luật: 严格~ chấp hành pháp luật một cách nghiêm ngặt

【执法如山】zhífǎ-rúshān chấp hành pháp luật vững vàng không nghiêng ngả

【执教】zhíjiào<动>làm thầy; dạy học; giảng dạy

【执迷不悟】zhímí-bùwù khăng khăng giữ cái sai không chịu tỉnh ngộ; mê muội không tỉnh ngộ

【执牛耳】zhí niú'ěr người đứng đầu; người cầm đầu: 在这个行业，他是个~的人物。 Trong ngành này thì ông ấy là người đứng đầu.

【执拗】zhíniù<形>cố chấp; gàn bướng

【执勤】zhíqín<动>làm nhiệm vụ; thi hành nhiệm vụ

【执行】zhíxíng❶<动>chấp hành; thực hiện: 贯彻~ quán triệt chấp hành ❷<形>chủ trì công việc thực tế: ~主编 chủ biên chủ trì công việc biên tập

【执行主席】zhíxíng zhǔxí người chủ trì hội nghị; chủ tọa hội nghị

【执业】zhíyè<动>làm nghề

【执意】zhíyì<副>khăng khăng: 她~要送我到车站。 Chị ấy cứ khăng khăng phải tiễn tôi ra bến xe.

【执掌】zhízhǎng<动>nắm giữ (chức quyền

【执照】zhízhào<名>giấy phép

【执政】zhízhèng<动>chấp chính; cầm quyề

【执政为民】zhízhèng-wèimín cầm quyề vì dân

【执着】zhízhuó<形>cố chấp; kiên trì; trước sau như một: ~的追求使他有了今天的thành就。 Sự theo đuổi trước sau như một khiến cho anh ấy có được thành tựu hôm nay.

直 zhí ❶<形>thẳng: 飞机跑道又平又~。 Đường băng phẳng lì thẳng tắp. ❷<形>thẳng đứng: 竖~ dựng đứng ❸<形>dọc: 这房间~4 米，横3米。 Căn buồng này dọc 4 mét, ngang 3 mét. ❹<动>làm cho thẳng: 爸爸累得~不起腰来。 Ông bố mệt còng cả lưng. ❺ <形>chính trực; chính nghĩa: 理~气壮 lí do đầy đủ, thái độ nghiêm trang ❻<形>thẳng thắn: ~言不讳 nói một cách thẳng thừng ❼<名>nét sổ ❽<副>đi thẳng; trực tiếp: ~达 đến thẳng ❾<副>không ngừng; mãi: 她气得~哭。 Chị ấy ấm ức khóc mãi. ❿<副>cứ như: 浑身痒得~像蚂蚁在爬。 Bị ngứa như toàn thân có kiến bò. //(姓)Trực

【直白】zhíbái<形>thẳng thắn rõ ràng

【直拨】zhíbō<动>(điện thoại) gọi trực tiếp

【直播】[1] zhíbō<动>[农业]gieo thẳng

【直播】[2] zhíbō<动>phát trực tiếp: 现场~ hiện trường phát trực tiếp

【直肠】zhícháng<名>trực tràng

【直肠子】zhíchángzi[口]❶trực tính ❷người trực tính; người thẳng tính; người thẳng tuồn tuột

【直尺】zhíchǐ<名>thước thẳng

【直达快巴】zhídá kuàibā chuyến xe khách nhanh đi thẳng

【直达快车】zhídá kuàichē tàu suốt; tàu nhanh; tàu tốc hành

【直到】zhídào<动>mãi đến

【直观】zhíguān<形>trực quan; quan sát

trực tiếp

直航】zhíháng<动>(máy bay, tàu thuyền) bay thẳng; chạy thẳng

直击】zhíjī<动>mắt nhìn tại chỗ; tận mắt chứng kiến

直角】zhíjiǎo<名>góc vuông

直接】zhíjiē<形>trực tiếp

直接成本】zhíjiē chéngběn giá thành trực tiếp

直截】zhíjié<形>dứt khoát: ~了当 dứt khoát/thẳng thắn

直径】zhíjìng<名>đường kính

直觉】zhíjué<名>trực giác: ~告诉我他在撒谎。Trực giác báo với tôi rằng ông ta đang nói dối.

直来直去】zhílái-zhíqù❶đi thẳng về thẳng; đi một mạch ❷bụng dạ thẳng thắn; lòng ngay dạ thẳng

直立】zhílì<动>đứng thẳng

直溜】zhíliu<形>thẳng đứng; rất thẳng

直溜溜】zhíliūliū thẳng tắp

直流电】zhíliúdiàn<名>dòng điện một chiều

直眉瞪眼】zhíméi-dèngyǎn❶trừng mắt giận dữ ❷trơ mắt ếch (ngỡ ngàng, ngơ ngác)

直面】zhímiàn<动>trực diện; đối mặt với

直视】zhíshì<动>nhìn thẳng vào

直抒胸臆】zhíshū-xiōngyì nói thẳng tình cảm tư tưởng của mình

直属】zhíshǔ❶<形>trực thuộc: ~机构 cơ quan trực thuộc ❷<动>lệ thuộc: 该单位~教育部。Đơn vị đó trực thuộc Bộ Giáo dục.

直率】zhíshuài<形>thẳng thắn; dứt khoát: 他是个~的人。Ông ấy là một người thẳng thắn.

直爽】zhíshuǎng<形>thẳng thắn; cởi mở

直挺挺】zhítǐngtǐng thẳng đuỗn; thẳng tắp

直通车】zhítōngchē<名>xe thông qua trực tiếp; xe đến thẳng

直系亲属】zhíxì qīnshǔ trực hệ; thân thuộc trực tiếp

直辖市】zhíxiáshì<名>thành phố trực thuộc trung ương

直线】zhíxiàn❶<名>đường thẳng ❷<形> tuyến thẳng

直销】zhíxiāo<动>bán trực tiếp: ~产品 bán trực tiếp sản phẩm

直性】zhíxìng<形>trực tính; thẳng tính

直性子】zhíxìngzi❶người trực tính; người thẳng tính ❷thẳng tính

直选】zhíxuǎn<动>bầu cử trực tiếp

直言】zhíyán<动>nói thẳng: 恕我~，你的论文还有不足之处。Tôi xin phép nói thẳng, luận án của anh còn một số khiếm khuyết.

直言不讳】zhíyán-búhuì nói không kiêng kị, không giữ gìn; nói toạc móng heo

直译】zhíyì<动>dịch bám theo từng câu chữ; dịch thẳng

直营店】zhíyíngdiàn<名>cửa hàng kinh doanh trực tiếp

直至】zhízhì<动>đến tận: ~永远 cho tới mãi mãi

侄 zhí<名>cháu (của chú bác) //(姓)Điệt

侄女】zhínǚ<名>cháu gái

侄女婿】zhínǚxu<名>cháu rể

侄孙】zhísūn<名>cháu trai

侄媳妇】zhíxífu<名>cháu dâu

侄子】zhízi<名>cháu trai

值 zhí❶<名>giá trị: 总产~ tổng giá trị sản lượng ❷<动>trị giá; đáng giá: 这部手机~一千元。Chiếc máy di động này đáng giá 1000 đồng RMB. ❸<名>trị số: B点的数~是-4。Trị số điểm B là -4. ❹<形>đáng; đáng được: 能完成任务，再累也~。Miễn là hoàn thành được nhiệm vụ thì dù mệt nữa

Z

cũng đáng. ❺<动>nhân dịp: 时~新春佳
节 nhân dịp đầu xuân ❻<动>trực: 轮~ luân
phiên trực ban

【值班】zhíbān<动>trực ban

【值得】zhídé<动>đáng; đáng để; đáng cho:
~大家学习 đáng cho mọi người noi theo;
买那么贵的东西，真不~。Mua đồ đắt thế
thật không đáng.

【值钱】zhíqián<形>được giá; có giá trị

【值勤】zhíqín<动>trực ban; gác (cơ quan,
đơn vị); làm nhiệm vụ

【值日】zhírì<动>trực nhật: ~生 người trực
nhật

【值守】zhíshǒu<动>trực ban bảo vệ

【值夜】zhíyè<动>trực ca đêm: 今晚轮到我
~。Đêm nay đến lượt tôi trực ca đêm.

职 zhí ❶<名>chức; chức vụ: 尽~ làm tròn
trách nhiệm ❷<名>chức vị: 辞~ từ chức ❸
<名>[旧]tôi (khiêm xưng): ~等奉命。
Chúng tôi xin vâng lệnh. ❹<动>quản lí; cai
quản: ~掌 nắm quyền quản lí ❺<副>[书]do;
vì: ~此而已 do cái đó mà thôi //(姓)Chức

【职别】zhíbié<名>loại chức vụ

【职场】zhíchǎng<名>nơi làm việc; công sở

【职称】zhíchēng<名>chức danh: 我打算申
报高级~。Tôi định xin chức danh bậc cao.

【职代会】zhídàihuì<名>đại hội đại biểu
công nhân viên chức

【职分】zhífèn<名>❶chức phận ❷quan
chức

【职高】zhígāo<名>trung học phổ thông
hướng nghiệp

【职工】zhígōng<名>công nhân viên chức: ~
代表 đại biểu công nhân viên chức

【职能】zhínéng<名>chức năng

【职权】zhíquán<名>chức quyền

【职守】zhíshǒu<名>cương vị công tác

【职位】zhíwèi<名>chức vị

【职务】zhíwù<名>chức vụ: 你在公司里担

任什么~? Anh giữ chức vụ gì trong côn
ti?

【职务犯罪】zhíwù fànzuì phạm tội liê
quan đến chức vụ

【职校】zhíxiào<名>trường dạy nghề

【职业】zhíyè❶<名>nghề; nghề nghiệp: ~病
bệnh nghề nghiệp; ~教育 giáo dục hướng
nghiệp; ~资格 tư cách ngành nghề ❷<形>
chuyên nghiệp; chuyên nghề: ~演员 diễ
viên chuyên nghiệp

【职业道德】zhíyè dàodé đạo đức nghề
nghiệp

【职业规划】zhíyè guīhuà quy hoạch về
nghề nghiệp

【职员】zhíyuán<名>viên chức: 我只是个小
~。Tôi chỉ là một viên chức nhỏ.

【职责】zhízé<名>chức trách

植 zhí ❶<动>trồng: 种~ trồng trọt ❷<动>
tạo dựng; gây dựng ❸<名>thực vật //(姓)
Thực

【植被】zhíbèi<名>thảm thực vật

【植根】zhígēn<动>bắt rễ; bén rễ

【植苗】zhímiáo<动>trồng cây con

【植皮】zhípí<动>cấy da; ghép da: ~手术
phẫu thuật ghép da

【植入】zhírù<动>cấy; ghép; lấy một vật
ghép vào vật khác giống như trồng cây

【植入广告】zhírù guǎnggào xếp vào quảng
cáo; xen vào quảng cáo

【植树】zhíshù<动>trồng cây

【植树节】Zhíshù Jié<名>Ngày trồng cây
(ngày 12 tháng 3 là ngày trồng cây của
Trung Quốc)

【植树造林】zhíshù zàolín trồng cây gây
rừng

【植物】zhíwù<名>thực vật

【植物人】zhíwùrén<名>người thực vật;
người bị liệt thần kinh não

【植物油】zhíwùyóu<名>dầu thực vật

【植物园】zhíwùyuán<名>vườn thực vật; vườn bách thảo

【植株】zhízhū<名>cây; cây cối

殖zhí<动>sinh sản; đẻ: 生~ sinh đẻ/sinh dục

【殖民】zhímín<动>thực dân: ~主义 chủ nghĩa thực dân

【殖民地】zhímíndì<名>thuộc địa

踯zhí

【踯躅】zhízhú<动>[书]đi đi lại lại; đi lang thang: ~不前 giậm chân tại chỗ

zhǐ

止zhǐ❶<动>dừng; dừng lại; ngừng: ~步 dừng bước ❷<动>ngăn cản; ngăn trở; ngăn lại: ~血 cầm máu ❸<动>kết thúc; chấm dứt: 本次博览会从9月3日起至9月6日~。Hội chợ lần này bắt đầu từ mồng 3 tháng 9 và kết thúc vào mồng 6 tháng 9. ❹<副>chỉ; chỉ có: ~此一家 chỉ một nhà này //(姓)Chỉ

【止步】zhǐbù<动>dừng bước: 闲人~。Không phận sự miễn vào.

【止戈为武】zhǐgēwéiwǔ không dùng vũ lực mà ngăn chặn được chiến tranh mới là anh hùng

【止境】zhǐjìng<名>chỗ tận cùng: 在艺术上的追求是永无~的。Sự theo đuổi về mặt nghệ thuật mãi mãi vô giới hạn.

【止咳】zhǐké<动>chỉ khái; cầm ho

【止疼药】zhǐténgyào<名>thuốc giảm đau

【止痛】zhǐtòng<动>giảm đau: 这个药有消肿~的疗效。Loại thuốc này có công hiệu tiêu viêm cầm đau.

【止吐】zhǐtù<动>chống nôn

【止息】zhǐxī<动>dừng lại

【止泻】zhǐxiè<动>cầm tiêu; cầm tiêu chảy: ~药 thuốc chống tiêu chảy

【止血带】zhǐxuèdài<名>băng buộc cầm máu; ga-rô (gạc) thắt cầm máu

【止痒】zhǐyǎng<动>chống ngứa

【止于至善】zhǐyúzhìshàn đến điểm tốt lành nhất mới dừng lại; đến chỗ hoàn thiện nhất

只zhǐ<副>❶chỉ ❷chỉ có //(姓)Chỉ
另见zhī

【只不过】zhǐbuguò chỉ là; chẳng qua là: 我~是开玩笑,你别当真。Tôi chỉ nói đùa thôi, anh đừng coi là thật nhé.

【只当】zhǐdàng<动>❶hãy ❷cứ tưởng là

【只得】zhǐdé<副>đành phải; đành

【只读存储器】zhǐdú cúnchǔqì bộ nhớ chỉ đọc (ROM)

【只顾】zhǐgù<副>❶một mực ❷chỉ chú ý đến: 他~玩电子游戏,谁也不搭理。Cậu ta cứ cắm đầu cắm cổ vào trò chơi điện tử chẳng thèm để ý đến ai.

【只管】zhǐguǎn<副>cứ; một mực

【只好】zhǐhǎo<副>đành phải

【只见树木,不见森林】zhǐjiàn-shùmù, bùjiàn-sēnlín chỉ thấy cây mà không thấy rừng; ví chỉ thấy chi tiết, không biết toàn cục

【只可意会,不可言传】zhǐkě-yìhuì, bùkě-yánchuán chỉ có thể hiểu ngầm mọi ý mà không thể nói ra

【只是】zhǐshì❶<副>chỉ là; chẳng qua là ❷<副>cứ ❸<连>nhưng; song

【只消】zhǐxiāo<动>[方]chỉ cần; chỉ mất: 在这家小店,~五元,就能吃上一碗牛肉面。Nhà hàng này chỉ cần 5 đồng là có được bát mì thịt bò.

【只许州官放火,不许百姓点灯】zhǐ xǔ zhōuguān fàng huǒ, bù xǔ bǎixìng diǎn dēng chỉ cho quan châu đốt lửa, không cho dân chúng thắp đèn; làm quan tha hồ hoành hành, làm cho dân không chút tự do

【只要】zhǐyào<连>chỉ cần

【只要功夫深,铁杵磨成针】zhǐyào gōngfu

shēn, tiếchủ móchéng zhēn có công mài sắt có ngày nên kim

【只有】zhǐyǒu〈连〉chỉ có: 他~改过自新，才能得到大家的谅解。Chỉ có anh ta tự cải tạo mới nhận được sự lượng thứ của mọi người.

【只争朝夕】zhǐzhēng-zhāoxī cố gắng tranh thủ trong thời gian ngắn nhất để đạt tới mục đích

旨¹ zhǐ〈形〉[书]ngon: ~酒 rượu ngon

旨² zhǐ〈名〉❶ý nghĩa; ý định; mục đích: 宗~ tôn chỉ ❷lệnh vua; chỉ: 圣~ thánh chỉ

【旨趣】zhǐqù〈名〉[书]tôn chỉ; mục đích: 这篇文章的~，希望同学们认真领会。Mong các bạn nghiêm chỉnh lĩnh hội mục đích của bài viết này.

【旨意】zhǐyì〈名〉ý định; mục đích

【旨在】zhǐzài〈动〉nhằm; để: 超市的优惠活动~吸引更多的消费者。Siêu thị tổ chức hoạt động khuyến mại nhằm thu hút càng nhiều khách mua.

址 zhǐ〈名〉vị trí; địa chỉ: 地~ địa chỉ

纸 zhǐ❶〈名〉giấy: 一张~ một tờ giấy ❷〈量〉tờ (giấy): 一~空文 một tờ công văn vô hiệu //(姓)Chỉ

【纸板】zhǐbǎn〈名〉giấy các-tông; giấy cứng

【纸包不住火】zhǐ bāo bu zhù huǒ giấy không thể gói được lửa; ví việc xấu không thể giấu mãi được; cái kim trong bọc, lâu ngày cũng thọc ra

【纸杯】zhǐbēi〈名〉cốc giấy; li giấy

【纸币】zhǐbì〈名〉tiền giấy; giấy bạc

【纸短情长】zhǐduǎn-qíngcháng giấy ngắn tình dài (dùng trong thư từ)

【纸黄金】zhǐhuángjīn〈名〉vàng giấy (là một loài vàng kiểu bằng chứng cá nhân, trước hết người đầu tư phải mở tài khoản cá nhân, theo báo giá của ngân hàng mua hoặc bán vàng giả định, không thanh toán bằng vàng thật)

【纸浆】zhǐjiāng〈名〉bột giấy: 这是用桉树制成的~。Loại bột giấy này được chế bằng cây bạch đàn.

【纸巾】zhǐjīn〈名〉khăn giấy

【纸老虎】zhǐlǎohǔ〈名〉cọp giấy; con hổ giấy; có tiếng mà không có miếng

【纸媒】zhǐméi〈名〉phương thức truyền thông bằng giấy (như báo chí...)

【纸尿裤】zhǐniàokù〈名〉tã lót giấy; tã lót không thấm ra ngoài

【纸牌】zhǐpái〈名〉cỗ bài; bài tây

【纸钱】zhǐqián〈名〉tiền âm phủ

【纸上谈兵】zhǐshàng-tánbīng lí luận suông; lí luận xa rời thực tế

【纸条】zhǐtiáo〈名〉mẩu giấy nhỏ

【纸烟】zhǐyān〈名〉thuốc lá

【纸样】zhǐyàng〈名〉khuôn, mẫu bằng giấy

【纸张】zhǐzhāng〈名〉giấy tờ; giấy má

【纸质书】zhǐzhìshū〈名〉sách làm bằng giấy

【纸醉金迷】zhǐzuì-jīnmí ngập trong vàng son; xa hoa đồi trụy

指 zhǐ❶〈名〉ngón tay: 屈~可数 có thể đếm trên đầu ngón tay ❷〈量〉đốt ngón tay ❸〈动〉chỉ; hướng về: 时钟~向八时。Kim đồng hồ đang chỉ về 8 giờ. ❹〈动〉dựng đứng: 令人发~ khiến cho người ta phẫn nộ ❺〈动〉chỉ điểm; chỉ ra: ~出要点 nêu ra yếu điểm ❻〈动〉chỉ; ám chỉ: 我不是~你。Tôi không ám chỉ anh. ❼〈动〉dựa vào: ~望 mong nhờ vào/trông mong

【指标】zhǐbiāo〈名〉chỉ tiêu; chú dẫn (chỉ mục)

【指不定】zhǐbudìng[口]không chắc; không chừng: 你带把伞吧，~会下雨呢。Bạn hãy mang theo ô đi, không chừng trời mưa cũng nên.

【指斥】zhǐchì〈动〉chỉ trích; trách mắng

【指出】zhǐchū<动>chỉ bảo; chỉ ra: 有不妥 之处请您~。 Những điều không nên không phải mong được ông chỉ bảo.

【指导】zhǐdǎo<动>chỉ đạo; hướng dẫn

【指导价】zhǐdǎojià<名>giá hướng dẫn

【指导员】zhǐdǎoyuán<名>❶người chỉ đạo ❷chính trị viên

【指点】zhǐdiǎn<动>❶chỉ bảo: 他没什么经 验, 你给~~。 Cậu ấy non tay mong được sự chỉ bảo của anh. ❷chỉ trích; bới nhọt ❸ [书]bình luận

【指定】zhǐdìng<动>chỉ định: 班长暂时由 班主任~。 Lớp trưởng tạm do chủ nhiệm lớp chỉ định.

【指法】zhǐfǎ<名>cách múa ngón tay (khi biểu diễn); cách bấm ngón (khi chơi nhạc cụ)

【指腹为婚】zhǐfù-wéihūn chỉ bụng đính hôn; đính hôn lúc còn trong bụng mẹ

【指关节】zhǐguānjié<名>khớp xương ngón tay

【指画】[1] zhǐhuà<动>vung tay chỉ trỏ

【指画】[2] zhǐhuà<名>vẽ bằng ngón tay

【指环】zhǐhuán<名>nhẫn; cà rá

【指挥】zhǐhuī❶<动>chỉ huy: ~棒 gậy chỉ huy; ~部 bộ chỉ huy; ~官 quan chỉ huy ❷ <名>người chỉ huy ❸<名>nhạc trưởng

【指甲】zhǐjia<名>móng tay: ~油 nước sơn móng tay

【指尖】zhǐjiān<名>đầu ngón tay

【指教】zhǐjiào<动>❶chỉ giáo: 我的习作请 您多~。 Bài tập của em mong được thầy chỉ giáo. ❷hướng dẫn

【指靠】zhǐkào<动>nhờ cậy: 这个人太轻 浮, ~不住。 Anh ta quá khinh suất, khó mà nhờ cậy được.

【指控】zhǐkòng<动>chỉ trích và tố cáo

【指令】zhǐlìng❶<名>chỉ thị; mệnh lệnh ❷ <动>chỉ thị; mệnh lệnh ❸<名>[计算机]bộ

xử lí trung tâm (CDU)

【指鹿为马】zhǐlù-wéimǎ chỉ con hươu bảo là con ngựa; đổi trắng thay đen

【指路】zhǐlù<动>chỉ rõ đường: ~牌 biển chỉ đường

【指名】zhǐmíng<动>chỉ đích danh

【指名道姓】zhǐmíng-dàoxìng gọi họ chỉ tên

【指明】zhǐmíng<动>chỉ rõ

【指南】zhǐnán<名>chỉ nam; chỉ phương hướng: 交通~ hướng dẫn giao thông

【指南针】zhǐnánzhēn<名>❶kim chỉ nam ❷ví hướng đi đúng đắn

【指派】zhǐpài<动>sai phái

【指认】zhǐrèn<动>chỉ ra và xác nhận: ~嫌 疑人 chỉ ra và xác nhận nghi can

【指日可待】zhǐrì-kědài ở trong tầm tay

【指桑骂槐】zhǐsāng-màhuái chỉ cây dâu mắng cây hòe; chửi bóng chửi gió

【指使】zhǐshǐ<动>xúi giục

【指示】zhǐshì❶<动>chỉ thị ❷<动>hướng dẫn; báo hiệu: ~灯 đèn báo/đèn chỉ thị ❸<名>sự hướng dẫn; lời chỉ dẫn

【指手画脚】zhǐshǒu-huàjiǎo hoa chân múa tay; chỉ tay năm ngón

【指数】zhǐshù<名>chỉ số: 价格~ chỉ số giá cả

【指天椒】zhǐtiānjiāo<名>ớt chỉ thiên

【指头】zhǐtou<名>ngón tay

【指望】zhǐwàng❶<动>hi vọng; mong muốn ❷<名>niềm hi vọng: 这场比赛的冠军, 他 看来没~了。 Xem ra thì anh ấy chẳng còn hi vọng giật giải vô địch trong trận đấu này.

【指纹】zhǐwén<名>dấu tay; dấu vân tay

【指引】zhǐyǐn<动>chỉ dẫn

【指责】zhǐzé<动>trách móc; trách mắng: 无 理~ sự trách móc vô lí

【指摘】zhǐzhāi<动>chỉ trích

【指针】zhǐzhēn<名>❶kim đồng hồ ❷ví

hướng đi đúng đắn

【指正】zhǐzhèng<动>❶chỉ ra chỗ sai: 不足
之处，请多~。 Những điều khiếm khuyết
mong được chỉ ra. ❷chỉ bảo; góp ý kiến

【指证】zhǐzhèng<动>vạch ra và làm chứng

【指指点点】zhǐzhǐdiǎndiǎn chỉ chỉ trỏ trỏ;
nói xấu sau lưng

咫 zhǐ<量>chi

【咫尺】zhǐchǐ<名>[书]gang tấc

【咫尺天涯】zhǐchǐ-tiānyá gần nhau trong
tấc gang, mà biển trời cách mặt

趾 zhǐ<名>ngón chân

【趾高气扬】zhǐgāo-qìyáng vênh váo tự
đắc; nghênh ngang kiêu ngạo

【趾甲】zhǐjiǎ<名>móng chân

【趾头】zhǐtou<名>ngón chân

zhì

至 zhì❶<动>đến; tới: 从上~下 từ trên đến
dưới ❷<动>đến nỗi; thậm chí: 甚~ thậm chí
❸<副>rất; vô cùng: 他~快也得明天才能到
达。 Sớm nhất anh ấy cũng phải ngày mai
mới đến được.

【至爱】zhì'ài❶<形>ưa thích nhất; yêu quý
nhất: 这是她~的歌曲 Đây là bài hát mà
chị ấy ưa thích nhất. ❷<名>những cái ưa
thích, yêu quý nhất

【至宝】zhìbǎo<名>vật quý báu; vật quý
nhất

【至诚】zhìchéng<形>thành tâm; lòng thành

【至迟】zhìchí<副>muộn nhất

【至此】zhìcǐ<动>❶đến đây ❷đến lúc này
❸đến mức này

【至多】zhìduō<副>nhiều nhất; tối đa

【至高无上】zhìgāo-wúshàng cao nhất; tối
cao

【至关紧要】zhìguān-jǐnyào quan trọng hơn
cả; cần thiết hơn cả

【至好】zhìhǎo<名>bạn chí thân; bạn tốt
nhất

【至极】zhìjí<动>đến cực điểm: 可爱~ hết
sức đáng yêu

【至今】zhìjīn<副>đến nay: 这件事情~没有
下文。 Việc này cho đến nay vẫn chưa có
tiến triển.

【至理名言】zhìlǐ-míngyán lời nói chí lí

【至亲】zhìqīn<名>chí thân: ~好友 bạn chí
thân

【至善至美】zhìshàn-zhìměi cực thiện cực
mĩ; tốt lành nhất

【至上】zhìshàng<形>cao nhất; tối cao

【至少】zhìshǎo<副>ít nhất; chí ít: 他再忙
也~每周回家探望父母一次。 Dù bận rộn
đến mấy anh ấy mỗi tuần ít nhất cũng về
thăm cha mẹ một lần.

【至友】zhìyǒu<名>bạn bè thân nhất

【至于】zhìyú❶<介>còn; còn về ❷<动>đến
nỗi; đến mức: 他还不~那么差劲吧。 Anh
ấy còn chưa đến nỗi tồi tệ đến thế.

【至尊】zhìzūn❶<形>tôn quý nhất ❷<名>
hoàng đế

志¹ zhì<名>❶chí hướng; ý nguyện: ~同道合
cùng chung chí hướng ❷chí khí; ý chí //(姓)
Chí

志² zhì<动>[方]cân; đong; đo; đếm: 拿尺
一~。 Lấy thước mà đo.

志³ zhì❶<动>ghi nhớ: 永~不忘 nhớ mãi
không quên ❷<名>viết; ghi: 杂~ tạp chí ❸
<名>kí hiệu: 标~ tiêu chí/cái mốc/cột mốc

【志大才疏】zhìdà-cáishū chí lớn nhưng
tài mọn

【志得意满】zhìdé-yìmǎn chí hướng được
thực hiện, trong lòng thỏa mãn; đắc chí hớn
hở

【志气】zhìqì<名>chí khí

【志趣】zhìqù<名>chí hướng

【志士】zhìshì<名>chí sĩ: 仁人~ các chí sĩ

【志向】zhìxiàng<名>chí hướng: 他的~是将来做一名教师。Chí hướng của anh ấy là sau này sẽ trở thành một thầy giáo.

【志愿】zhìyuàn❶<名>chí nguyện ❷<动>tình nguyện

【志愿书】zhìyuànshū<名>thư tình nguyện

【志愿者】zhìyuànzhě<名>người tình nguyện: 这个活动有不少~踊跃参与。Không ít người tình nguyện đã sốt sắng tham gia hoạt động lần này.

【志在必得】zhìzài-bìdé quyết chí giành bằng được

【志在四方】zhìzài-sìfāng lập chí khắp nơi

帜 zhì<名>❶cờ; ngọn cờ ❷[书]biểu tượng; dấu mốc

帙 zhì[书]❶<名>hộp kẹp sách ❷<量>hộp

制 zhì❶<动>chế tạo: 这张桌子是红木~的。Cái bàn này đóng bằng gỗ gụ. ❷<动>hạn định; quản thúc; hạn chế: ~伏 chế ngự ❸<动>định ra; quy định: ~定管理规则 định ra nội quy quản lí ❹<名>chế độ: 按劳分配~ chế độ hưởng theo lao động //(姓)Chế

【制版】zhìbǎn<动>chế bản; sắp chữ

【制裁】zhìcái<动>xử lí (bằng pháp luật); trừng phạt

【制订】zhìdìng<动>định ra: ~学习计划 ấn định chương trình học tập

【制定】zhìdìng<动>đặt; đặt ra: ~规章制度 đặt ra quy chế nội quy

【制动】zhìdòng<动>phanh; hãm

【制毒】zhìdú<动>chế thuốc phiện; điều chế chất ma túy

【制度】zhìdù<名>chế độ: ~改革 sự cải cách chế độ

【制服】¹zhìfú<名>đồng phục

【制服】²zhìfú<动>chế ngự

【制高点】zhìgāodiǎn<名>điểm cao chế ngự

【制海权】zhìhǎiquán<名>quyền khống chế vùng biển; quyền kiểm soát hải phận

【制衡】zhìhéng<动>kiềm chế nhau; giữ cho cân bằng

【制剂】zhìjì<名>thuốc bào chế; thuốc pha chế

【制假】zhìjiǎ<动>sản xuất hàng nhái; làm giả

【制冷】zhìlěng<动>làm lạnh: ~机 máy làm lạnh

【制片】zhìpiàn❶<动>làm phim ❷<名>phim làm ra

【制片厂】zhìpiànchǎng<名>xưởng phim

【制片人】zhìpiànrén<名>người sản xuất phim

【制品】zhìpǐn<名>sản phẩm: 塑料~ sản phẩm nhựa

【制热】zhìrè<动>làm nóng

【制胜】zhìshèng<动>giành thắng lợi: 出奇~ xuất kì bất ý tiến công giành thắng lợi

【制式】zhìshì<名>kiểu thức

【制图】zhìtú<动>làm bản vẽ thiết kế; vẽ sơ đồ

【制药厂】zhìyàochǎng<名>nhà máy dược phẩm

【制约】zhìyuē<动>hạn chế

【制造】zhìzào<动>chế tạo; tạo ra: ~汽车 chế tạo xe ô tô

【制造商】zhìzàoshāng<名>nhà sản xuất

【制造业】zhìzàoyè<名>ngành chế tạo

【制止】zhìzhǐ<动>chặn đứng: ~违法犯罪行为 chặn đứng hành vi phạm tội

【制作】zhìzuò<动>tạo; làm; sản xuất: ~工艺品 sản xuất đồ mĩ nghệ

质¹ zhì❶<名>tính chất: 实~ thực chất ❷<名>chất lượng: 高~高效 chất lượng cao và hiệu ích cao ❸<名>chất: 银~项圈 vòng cổ bằng bạc ❹<形>thuần phác: ~朴 thuần phác/mộc mạc

质² zhì<动>chất vấn; hỏi vặn: ~疑 chất vấn nghi ngờ

Z

质³ zhì[书]❶<动>cầm cố; thế chấp: 以金钗
~钱 cầm cố cây trâm vàng để vay tiền ❷
<名>vật cầm cố

【质变】zhìbiàn<名>[哲学]biến đổi về chất

【质地】zhìdì<名>❶tính chất ❷tư chất

【质感】zhìgǎn<名>❶khuynh hướng cảm
xúc; cảm giác và cảm nhận chân thực ❷đặc
tính riêng của các vật thể trong tác phẩm mĩ
thuật

【质检】zhìjiǎn<名>kiểm tra chất lượng: ~总
局 Tổng cục Kiểm tra chất lượng

【质量】zhìliàng<名>❶[物理]khối lượng;
hàm lượng vật chất ❷chất lượng: ~第一
chất lượng trên hết: ~管理 quản lí chất
lượng

【质料】zhìliào<名>chất liệu

【质朴】zhìpǔ<形>chất phác

【质问】zhìwèn<动>chất vấn: 厉声~ nghiêm
giọng chất vấn

【质疑】zhìyí<动>đặt nghi vấn; sinh nghi

【质疑问难】zhìyí-wènnàn đưa ra chất
vấn; hỏi những điều còn thắc mắc

炙 zhì[书]❶<动>nướng; quay: 烈日~人
nắng như thiêu như đốt ❷<名>thịt nướng;
thịt quay //(姓)Chá, Trích

【炙热】zhìrè<形>cực nóng; vô cùng nóng:
~的太阳 mặt trời nóng rực; ~的感情 tình
cảm nồng nàn

【炙手可热】zhìshǒu-kěrè hơ tay nóng rát;
ví quyền thế hiển hách chẳng ai dám gần

治 zhì❶<动>sắp đặt; quản lí: 自~ tự trị ❷
<形>thái bình; yên ổn: 天下大~ thiên hạ thái
bình ❸<动>điều trị; chữa: 诊~ khám chữa
bệnh ❹<动>trừng trị: ~罪 trị tội ❺<动>
diệt: ~蟑螂 diệt gián ❻<动>nghiên cứu: ~
学 nghiên cứu học vấn //(姓)Trị

【治安】zhì'ān<名>trị an

【治保】zhìbǎo<动>bảo vệ trị an

【治本】zhìběn<动>trị tận gốc; giải quyết
tận gốc

【治标】zhìbiāo<动>trị ngọn; giải quyết
phần ngọn

【治标不治本】zhìbiāo bù zhìběn trị ngọn
không trị gốc; không giải quyết triệt để vấn
đề

【治病救人】zhìbìng-jiùrén trị bệnh cứu
người

【治国安民】zhìguó-ānmín trị quốc an dân;
quản lí tốt nhà nước để nhân dân an cư lạc
nghiệp

【治洪】zhìhóng<动>trị lũ lụt

【治假】zhìjiǎ<动>trừng trị những hành vi
chế tạo, buôn bán hàng gian giả

【治理】zhìlǐ<动>❶quản lí: ~国家 quản lí
nhà nước ❷xử lí; trị lí: ~环境污染 xử lí ô
nhiễm môi trường

【治疗】zhìliáo<动>chữa; điều trị

【治丧】zhìsāng<动>lo liệu việc tang

【治伤】zhìshāng<动>điều trị vết thương

【治水】zhìshuǐ<动>trị thủy; cải tạo sông
ngòi: 大禹~的精神激励着后人。Tinh thần
trị thủy của Đại Vũ đã cổ vũ những thế hệ
sau.

【治污】zhìwū<动>xử lí ô nhiễm môi trường

【治愈】zhìyù<动>chữa khỏi bệnh; chữa
lành: 他的伤已~。Vết thương của ông ấy
đã được chữa lành.

栉 zhì[书]❶<名>cái lược ❷<动>chải tóc

【栉风沐雨】zhìfēng-mùyǔ dãi gió dầm mưa

峙 zhì<动>[书]sừng sững; đứng thẳng: 对~
đứng đối mặt

桎 zhì<名>[书]cái cùm chân; cái xiềng chân

【桎梏】zhìgù<名>[书]gông cùm; xiềng xích

挚 zhì<形>[书]chân thành; thành khẩn: 真~
chân thành

【挚爱】zhì'ài<动>yêu tha thiết: 她~着自己
的舞蹈事业。Chị ấy yêu tha thiết với sự
nghiệp vũ đạo của mình.

Z

【挚诚】zhìchéng<形>chân thành

【挚友】zhìyǒu<名>bạn thân

致¹ zhì ❶<动>gửi; bày tỏ: ~歉 gửi lời xin lỗi ❷<动>đạt tới; trở thành: ~富 làm giàu ❸ <动>dồn; tập trung: ~力于编词典 tập trung công sức vào việc biên soạn từ điển ❹ <动>gây nên: ~癌物质 chất gây ung thư ❺ <连>đến nỗi; đến mức //(姓)Chí

致² zhì<名>hứng thú: 景~ cảnh trí

致³ zhì<形>tinh tế; kĩ càng: 细~ tỉ mỉ

【致哀】zhì'āi<动>cúi đầu tưởng nhớ

【致癌】zhì'ái<动>gây nên ung thư: 黄曲霉素容易~. Độc tố aflatoxin rất dễ gây bệnh ung thư.

【致病】zhìbìng<动>gây bệnh: 这种细菌能使人~. Loại vi khuẩn này rất dễ gây bệnh cho người.

【致残】zhìcán<动>gây nên tàn tật

【致辞】zhìcí<动>đọc diễn văn

【致电】zhìdiàn<动>gửi điện

【致富】zhìfù<动>làm giàu: 勤劳~ làm giàu qua sự cần mẫn

【致函】zhìhán<动>gửi công hàm; gửi thư

【致贺】zhìhè<动>gửi lời chúc mừng

【致敬】zhìjìng<动>chào; kính chào

【致力】zhìlì<动>dốc sức vào; tập trung sức: 他一生~于文学创作. Suốt cuộc đời mình ông ấy luôn dốc sức vào việc sáng tác văn học.

【致密】zhìmì<形>tỉ mỉ; chặt chẽ

【致命】zhìmìng<动>trí mạng: 一~击 giáng đòn trí mạng

【致使】zhìshǐ ❶<动>khiến cho; làm cho: 地面塌陷~两辆轿车落入深坑. Mặt đường sụp lở khiến cho hai chiếc xe con bị sa xuống hố sâu. ❷<连>dẫn tới: 由于交通堵塞，~我无法按时上班. Tôi không thể đi làm đúng giờ bởi giao thông ùn tắc.

【致死】zhìsǐ<动>trí mạng; có thể làm chết

người

【致谢】zhìxiè<动>cảm ơn; tỏ lòng cảm ơn: 他写信向她~. Anh ấy đã viết thư cảm ơn chị ấy.

【致意】zhìyì<动>chào hỏi: 点头~ gật đầu chào hỏi

秩¹ zhì<名>[书] ❶thứ tự ❷bổng lộc //(姓)Trật

秩² zhì<量>[书]trật (mười năm)

【秩序】zhìxù<名>trật tự: 公共~ trật tự công cộng

鸷 zhì<形>[书]dữ tợn; dũng mãnh //(姓)Chí

【鸷鸟】zhìniǎo<名>loài chim dữ

掷 zhì<动>ném; bỏ vào: ~铁饼 ném đĩa sắt; ~标枪 ném lao

【掷地有声】zhìdì-yǒushēng nói năng có khí phách; ăn nói mạnh mẽ; giọng nói sang sảng; chững chạc

痔 zhì<名>bệnh trĩ: 内~ trĩ nội

【痔疮】zhìchuāng<名>bệnh trĩ

【痔漏】zhìlòu<名>bệnh trĩ dò

窒 zhì<动>[书]tắc nghẽn; trở ngại

【窒碍】zhì'ài<动>[书]trở ngại; ách tắc

【窒息】zhìxī<动>tức thở; ngạt thở: 这孩子因异物进气管而~了. Cháu bé này bị vật lạ làm tắc phế quản nên ngạt thở.

蛭 zhì<名>con đỉa

智 zhì ❶<名>trí tuệ; kiến thức: 足~多谋 đa mưu túc kế ❷<形>thông minh; khôn ngoan: 明~ sáng suốt //(姓)Trí

【智齿】zhìchǐ<名>răng khôn

【智多星】zhìduōxīng<名>người nhiều mưu lược; người đa mưu

【智慧】zhìhuì<名>trí tuệ

【智库】zhìkù<名>kho chất xám

【智力】zhìlì<名>trí lực: ~游戏 bộ đồ chơi trí lực/trò chơi trí lực

【智略】zhìlüè<名>mưu lược

【智谋】zhìmóu<名>mưu trí: 诸葛亮有许多

Z

~。Gia Cát Lượng lắm mưu lược.

【智囊】zhìnáng<名>người đa mưu; cố vấn

【智囊团】zhìnángtuán<名>nhóm túi khôn; nhóm chuyên gia cố vấn

【智能】zhìnéng❶<名>trí năng; trí khôn ❷<形>thông minh

【智能犯罪】zhìnéng fànzuì phạm tội dạng trí tuệ

【智能卡】zhìnéngkǎ<名>thẻ đa năng

【智能手机】zhìnéng shǒujī máy điện thoại di động đa năng

【智取】zhìqǔ<动>lấy bằng trí tuệ; đánh bằng trí tuệ: 只能~，不能强攻。Chỉ nên dùng mưu, không nên chỉ tấn công bằng sức mạnh.

【智商】zhìshāng<名>trí tuệ; chất xám; mức phát triển trí lực: 高~ chất xám cao

【智勇双全】zhìyǒng-shuāngquán trí dũng song toàn

【智育】zhìyù<名>trí dục

【智障】zhìzhàng<名>trí lực chậm phát triển; trí khuyết

【智者】zhìzhě<名>kẻ mưu trí; người sáng trí: 我们要做生活的~。Chúng ta cần phải làm người sáng trí trong cuộc sống.

【智者千虑，必有一失】zhìzhě-qiānlù, bìyǒu-yīshī người thông minh nghĩ ngàn lần cũng có lần sai

痣 zhì<名>nốt ruồi //(姓)Chí

滞 zhì❶<动>đình trệ; đọng lại; ngừng lại: ~留 ách lại ❷<形>ứ lại; ế đọng: ~销 ế hàng

【滞洪】zhìhóng<动>chứa nước lũ; giữ nước lũ

【滞后】zhìhòu<动>lạc hậu; tụt hậu: 发展~ phát triển tụt hậu

【滞缓】zhìhuǎn❶<形>chậm; đình trệ ❷<动>trì hoãn

【滞留】zhìliú<动>ngừng lại: 仍有部分游客~在山上。Vẫn còn một số du khách ách lại trên núi.

【滞纳金】zhìnàjīn<名>tiền phạt nộp chậm

【滞销】zhìxiāo<动>(hàng hóa) khó bán; ế: 商品~ hàng bị ế

【滞胀】zhìzhàng<动>kinh tế đình trệ do lạm phát

置 zhì<动>❶để; đặt: ~于险地 đặt (mình) vào chỗ hiểm hóc; 搁~争议 gác lại tranh cãi ❷xếp đặt; bố trí: 装~ trang trí ❸đặt mua: 购~设备 mua sắm thiết bị

【置办】zhìbàn<动>mua sắm: ~嫁妆 sắm đồ cưới

【置备】zhìbèi<动>mua sắm (thiết bị, dụng cụ)

【置放】zhìfàng<动>để; đặt

【置换】zhìhuàn<动>❶đổi thành; đổi; đánh đổi: 房屋~ đổi nhà ❷thay đổi

【置喙】zhìhuì<动>[书]xen vào; chõ mõm vào (thường dùng trong câu phủ định)

【置评】zhìpíng<动>bình luận: 不予~ không bình luận

【置若罔闻】zhìruòwǎngwén để ngoài tai; mũ ni che tai; nước đổ lá khoai

【置身】zhìshēn<动>đặt mình: ~于危险之中 đặt mình vào chốn hiểm nguy

【置身事外】zhìshēn-shìwài đặt mình ngoài sự việc

【置物架】zhìwùjià<名>giá để vật; giàn

【置信】zhìxìn<动>tin tưởng; tin (thường dùng trong câu phủ định): 令人难以~ thật khiến cho người ta khó tin

【置业】zhìyè<动>tậu sản nghiệp (thường chỉ bất động sản): 欢迎年轻人回家乡~。Hoan nghênh các bạn trẻ về quê hương mua tậu sản nghiệp.

【置疑】zhìyí<动>hoài nghi: 不容~ không còn nghi ngờ gì nữa

【置于死地】zhìyú-sǐdì đặt vào chỗ chết

【置之不理】zhìzhī-bùlǐ không để ý; mặc

kệ

【置之度外】zhìzhī-dùwài không thèm để ý; không đếm xỉa đến

【置之脑后】zhìzhī-nǎohòu không thèm để ý đến

【置之死地而后快】zhì zhī sǐ dì ér hòu kuài đẩy vào chỗ chết mới thấy thỏa mãn

【置之死地而后生】zhì zhī sǐ dì ér hòu shēng đặt mình vào thế hiểm nghèo mới có thể tìm cách thoát hiểm

稚 zhì<形>trẻ; thơ; non trẻ: ~子 con thơ

【稚嫩】zhìnèn<形>❶non nớt; non yếu: 孩子~的脸 khuôn mặt non nớt của trẻ ❷ấu trĩ; chưa thuần thục

【稚朴】zhìpǔ<形>ấu trĩ và chất phác

【稚气】zhìqì<名>tính trẻ con: ~未脱 còn ngây thơ/còn hôi mùi sữa

【稚子】zhìzǐ<名>[书]trẻ thơ

zhōng

中 zhōng❶<名>giữa; trung tâm; chính giữa: ~央 trung ương ❷(Zhōng)<名>Trung Quốc ❸<名>trong; trong phạm vi: 在池塘~摸鱼 mò cá dưới ao ❹<名>giữa; ở giữa: ~秋节 tết Trung thu ❺<名>lớp giữa: ~型 cỡ vừa ❻<形>đứng giữa: ~庸 trung dung (không thiên về bên nào) ❼<名>người đứng giữa: 做~ làm người trung gian ❽<动>phù hợp; thích hợp: ~听 nghe được ❾<形>[方]được; hay; tốt: 这办法~。Biện pháp này được. ❿<名>đang: 在讲课~ đang giảng bài //(姓) Trung

另见zhòng

【中巴】zhōngbā<名>xe khách cỡ vừa

【中班】zhōngbān<名>❶ca giữa (hàng ngày làm việc sắp xếp 3 ca) ❷lớp mẫu giáo chồi (từ 4 tuổi đến 5 tuổi)

【中饱私囊】zhōngbǎo-sīnáng kẻ trung gian tham ô tư túi; bỏ túi riêng

【中不溜儿】zhōngbuliūr[口]vừa; bình thường: 我女儿的学习成绩~。Thành tích học tập của đứa con gái tôi ở tầm trung bình.

【中部】zhōngbù<名>miền trung

【中餐】zhōngcān<名>❶cơm kiểu Trung Quốc ❷cơm trưa

【中草药】zhōngcǎoyào<名>thảo dược đông y; thuốc bắc và thảo dược

【中层】zhōngcéng<名>lớp giữa; tầng lớp giữa: ~干部 cán bộ trung cấp

【中产阶级】zhōngchǎn jiējí giai cấp tư sản hạng vừa

【中长期】zhōngchángqī<名>trung và dài hạn: ~规划 quy hoạch trung và dài hạn

【中常】zhōngcháng<形>thường thường bậc trung; trung bình: 年景~ thu hoạch trong năm bình thường

【中场】zhōngchǎng<名>[体育]trung vệ

【中程】zhōngchéng<名>tầm trung: ~导弹 tên lửa (hỏa tiễn) tầm trung

【中辍】zhōngchuò<动>(việc) dừng lại nửa chừng: 家庭的变故让她~了学业。Bi kịch gia đình làm cho cô ấy phải thôi học.

【中档】zhōngdàng<形>thứ bậc vừa; chất lượng thường: ~装修 trang trí nội thất hạng vừa

【中等】zhōngděng<形>❶trung đẳng; trung cấp; hạng vừa: ~货品 hàng trung bình ❷tầm thước: ~身材 vóc người tầm thước

【中等教育】zhōngděng jiàoyù giáo dục trung cấp

【中东】Zhōngdōng<名>vùng Trung Đông

【中端】zhōngduān<形>(đẳng cấp, thứ bậc, giá cả) hạng vừa

【中断】zhōngduàn<动>đứt giữa chừng; dừng giữa chừng; gián đoạn

【中队】zhōngduì<名>❶trung đội ❷cấp tổ

chức tương đương với đại đội

【中饭】 zhōngfàn <名> cơm trưa

【中锋】 zhōngfēng <名> [体育] trung phong; tiền đạo

【中缝】 zhōngfèng <名> ❶ phần giữa hai trang báo ❷ lề gấp của sách in khắc gỗ ❸ sống lưng áo

【中古】 zhōnggǔ <名> ❶ thời trung cổ ❷ thời phong kiến

【中国】 Zhōngguó <名> Trung Quốc: ~人 người Trung Quốc

【中国—东盟博览会】 Zhōngguó–Dōngméng Bólǎnhuì Hội chợ Trung Quốc-ASEAN: 2004年11月3日，首届~在广西南宁市举办。Ngày 03/11/2004, Hội chợ Trung Quốc-ASEAN lần thứ nhất (CAEXPO 2004) đã tổ chức tại thành phố Nam Ninh Quảng Tây Trung Quốc.

【中国—东盟商务与投资峰会】 Zhōngguó–Dōngméng Shāngwù Yǔ Tóuzī Fēnghuì Hội nghị Thượng đỉnh thương mại và đầu tư Trung Quốc-ASEAN

【中国画】 zhōngguóhuà <名> tranh Trung Quốc

【中国话】 Zhōngguóhuà <名> tiếng Trung Quốc

【中国结】 zhōngguójié <名> cái nơ Trung Hoa

【中国科学院】 Zhōngguó Kēxuéyuàn Viện Hàn lâm Khoa học Trung Quốc

【中国特色】 Zhōngguó tèsè đặc sắc Trung Quốc

【中国特色社会主义】 Zhōngguó tèsè shèhuì zhǔyì chủ nghĩa xã hội đặc sắc Trung Quốc

【中国象棋】 Zhōngguó xiàngqí cờ tướng

【中国字】 Zhōngguózì <名> chữ Trung Quốc; chữ Nho

【中和】 zhōnghé <动> ❶ trung hòa; tính trung hòa: 酸碱~ trung hòa giữa a-xít và kiềm ❷ dàn xếp: ~两位专家的意见 dàn xếp ý kiến của hai chuyên gia ❸ bài trừ chất độc; giải trừ chất độc ❹ tính trung hòa của dòng điện

【中华】 Zhōnghuá <名> Trung Hoa

【中华民族】 Zhōnghuá Mínzú dân tộc Trung Hoa

【中华人民共和国】 Zhōnghuá Rénmín Gònghéguó Nước Cộng hòa Nhân dân Trung Hoa

【中华鲟】 zhōnghuáxún <名> cá chiên Trung Hoa

【中级】 zhōngjí <形> trung cấp: ~职称 chức danh trung cấp

【中继线】 zhōngjìxiàn <名> đường điện thoại trung chuyển

【中继站】 zhōngjìzhàn <名> trạm trung chuyển

【中坚】 zhōngjiān <名> trung kiên: 社会~ (lực lượng) trung kiên trong xã hội

【中坚力量】 zhōngjiān lìliàng lực lượng trung kiên

【中间】 zhōngjiān <名> ❶ ở giữa; bên trong: 在朋友~，她个子最高。Đứng giữa chúng bạn thì cô ấy cao nhất. ❷ trung tâm; chính giữa: 照片中站在~的人是我。Trong ảnh người đứng giữa là tôi. ❸ giữa; chỗ giữa: 从这里到火车站，~要换乘。Từ đây ra ga thì giữa đường phải chuyển xe.

【中间派】 zhōngjiānpài <名> phái giữa; người phái giữa

【中介】 zhōngjiè <名> môi giới; trung gian: 房产~ môi giới trung gian ngành địa ốc

【中看】 zhōngkàn <形> đẹp mắt; được mắt

【中看不中用】 zhōngkàn bù zhōngyòng chỉ đẹp mã, không thực dụng

【中考】 zhōngkǎo <名> cuộc thi tuyển sinh cấp trung học phổ thông

【中空】zhōngkōng<形>rỗng bên trong: ~砖 gạch rỗng bên trong

【中立】zhōnglì<动>trung lập: 保持~ giữ trung lập

【中立国】zhōnglìguó<名>nước trung lập

【中流】zhōngliú<名>❶giữa dòng ❷trung du; miền trung du: 黄河~ miền trung du sông Hoàng Hà ❸địa vị ở bậc trung bình: ~ 水平 mức trung bình

【中流砥柱】zhōngliú–dǐzhù cột trụ vững vàng giữa dòng sông chảy xiết; đứng mũi chịu sào

【中路】zhōnglù<形>(chất lượng) bình thường; trung bình

【中落】zhōngluò<动>(gia cảnh) sa sút: 家 道~ gia cảnh sa rút

【中拇指】zhōngmǔzhǐ<名>[口]ngón (tay) giữa

【中南海】Zhōng-Nán Hǎi<名>Trung Nam Hải

【中年】zhōngnián<名>trung niên: ~妇女 phụ nữ trung niên

【中篇小说】zhōngpiān xiǎoshuō tiểu thuyết vừa; truyện vừa

【中期】zhōngqī<名>❶giai đoạn giữa; thời kì giữa ❷trung hạn; thời kì trung hạn

【中青年】zhōngqīngnián<名>trung niên và thanh niên

【中秋节】Zhōngqiū Jié<名>tết Trung thu (rằm tháng 8)

【中山装】zhōngshānzhuāng<名>trang phục kiểu Tôn Trung Sơn

【中式】zhōngshì<形>kiểu Trung Quốc: ~快 餐 cơm suất kiểu Trung Quốc

【中枢】zhōngshū<名>trung khu: 神经~ trung khu thần kinh

【中提琴】zhōngtíqín<名>viola; antô

【中听】zhōngtīng<形>(lời) nghe được: 她 说的这番话很~。Lời của chị ấy còn nghe

được.

【中途】zhōngtú<名>giữa đường: ~下车 xuống xe giữa đường

【中外】zhōngwài<名>trong và ngoài nước (Trung Quốc): 震惊~ gây chấn động trong và ngoài nước Trung Quốc

【中外合资】zhōngwài hézī Trung Quốc và nước ngoài cùng góp vốn

【中尉】zhōngwèi<名>trung úy

【中文】Zhōngwén<名>Trung văn

【中午】zhōngwǔ<名> buổi trưa; giữa trưa

【中西】zhōngxī<名>Trung Quốc và phương Tây: ~合璧 sự kết hợp giữa Trung Quốc với phương Tây

【中线】zhōngxiàn<名>❶đường trung tuyến (của hình tam giác) ❷[体育]trung tuyến (trên sân bóng)

【中校】zhōngxiào<名>trung tá

【中心】zhōngxīn<名>❶điểm giữa; trung tâm: 市~ trung tâm thành phố ❷trọng tâm; phần chính: ~内容 nội dung chính ❸trung tâm quan trọng: 政治~ trung tâm chính trị; 信息~ trung tâm thông tin ❹cơ cấu lớn và mạnh: 修配~ trung tâm tu sửa lắp ráp

【中心思想】zhōngxīn sīxiǎng tư tưởng cốt lõi

【中兴】zhōngxīng<动>phục hưng (thường chỉ quốc gia)

【中型】zhōngxíng<形>cỡ vừa; quy mô vừa; trung quy mô: ~机械厂 nhà máy trung quy mô

【中性】zhōngxìng❶<名>trung tính ❷<形> trung tính: ~词 từ ngữ trung tính

【中休】zhōngxiū<动>nghỉ giữa chừng

【中学】[1] zhōngxué<名>trường trung học

【中学】[2] zhōngxué<名>học thuật Trung Hoa

【中学生】zhōngxuéshēng<名>học sinh trung học

【中旬】zhōngxún<名>trung tuần

Z

【中央】zhōngyāng<名>❶chỗ ở giữa: 站在舞台~ đứng giữa sân khấu ❷trung ương: 党~ trung ương Đảng

【中央电视台】Zhōngyāng Diànshìtái Đài truyền hình Trung ương

【中央供暖】zhōngyāng gōngnuǎn hệ thống cung cấp sưởi nóng đồng loạt

【中央空调】zhōngyāng kōngtiáo bộ điều hòa thống nhất

【中央银行】zhōngyāng yínháng ngân hàng trung ương; ngân hàng nhà nước

【中药】zhōngyào<名>thuốc đông y; Trung dược; thuốc Bắc

【中叶】zhōngyè<名>thời kì giữa; khoảng giữa: 19世纪~ giữa thế kỉ thứ 19

【中医】zhōngyī<名>❶Đông y; Trung y ❷thầy lang; thầy thuốc Đông y

【中庸】zhōngyōng❶<名>trung dung ❷<形>[书](tài, đức) bình thường: ~之才 kẻ tài đức tầm thường

【中用】zhōngyòng<形>có ích; có tác dụng; có thể dùng được: 他很固执, 谁去劝都不~。Ông ấy rất cố chấp, ai khuyên cũng vô ích.

【中游】zhōngyóu<名>❶miền trung du ❷trung bình: 他处于~水平。Anh ta thuộc ở mức trung bình.

【中雨】zhōngyǔ<名>mưa vừa

【中元节】Zhōngyuán Jié<名>tết Trung nguyên (rằm tháng 7 âm lịch)

【中原】Zhōngyuán<名>Trung nguyên

【中止】zhōngzhǐ<动>dừng nửa chừng; bỏ ngang; cắt đứt: ~合作 cắt đứt hợp tác

【中轴线】zhōngzhóuxiàn<名>tuyến trục giữa

【中专】zhōngzhuān<名>trường trung cấp chuyên nghiệp

【中转】zhōngzhuǎn<动>❶trung chuyển; vận chuyển giữa chừng: ~航班 trung chuyển chuyến bay ❷chuyển qua trung gian; qua tay

【中转站】zhōngzhuǎnzhàn<名>trạm trung chuyển

【中装】zhōngzhuāng<名>trang phục kiểu Trung Quốc

【中资】zhōngzī<名>(doanh nghiệp) vốn Trung Quốc

【中子弹】zhōngzǐdàn<名>bom nơ-tơ-rông (neutron)

忠 zhōng<形>trung thành; lòng trung //(姓) Trung

【忠臣】zhōngchén<名>trung thần

【忠诚】zhōngchéng<形>trung thành: ~于祖国 trung thành với tổ quốc

【忠肝义胆】zhōnggān-yìdǎn lòng thành trung nghĩa

【忠告】zhōnggào❶<动>chân thành khuyên: 领导一再~员工要讲诚信。Lãnh đạo luôn chân thành khuyên công nhân viên chức cần thành thực và giữ chữ tín. ❷<名>lời khuyên chân thành: 他接受了老师的~。Cậu ấy đã tiếp nhận lời khuyên chân thành của thầy giáo.

【忠厚】zhōnghòu<形>trung hậu: ~的小伙子 cậu bé trung hậu

【忠良】zhōngliáng❶<形>trung lương; trung thực thẳng thắn: 为人~ trung thực thẳng thắn với người ❷<名>người trung lương; người trung thực thẳng thắn: ~之后 hậu duệ của bậc trung lương

【忠烈】zhōngliè❶<形>trung liệt: ~之士 nhân sĩ trung liệt ❷<名>người trung liệt: 满门~ gia đình trung liệt

【忠实】zhōngshí❶<形>trung thực: ~的读者 độc giả trung thực ❷<形>chân thực: 这本日记~地记录了我的少年时代。Cuốn nhật kí này đã ghi lại một cách trung thực buổi thiếu thời của tôi. ❸<动>trung thực: 剧本~于原作。Kịch bản trung thực với nguyên tác.

【忠顺】zhōngshùn<形>một lòng nghe theo

【忠孝】zhōngxiào<形>trung hiếu

【忠孝两难全】zhōngxiào liǎng nán quán chữ trung chữ hiếu khó vẹn toàn cả hai

【忠心】zhōngxīn<名>lòng trung thành

【忠心耿耿】zhōngxīn-gěnggěng một dạ trung thành

【忠言逆耳】zhōngyán-nì'ěr nói thật mất lòng; trung ngôn nghịch nhĩ

【忠义】zhōngyì❶<形>trung nghĩa; trung thành ❷<名>[旧]trung thần nghĩa sĩ

【忠勇】zhōngyǒng<形>trung dũng; trung thành và dũng cảm: ~之士 người trung dũng

【忠于】zhōngyú<动>trung với: ~人民 trung thành với nhân dân

【忠贞不渝】zhōngzhēn-bùyú trung kiên bất khuất

终 zhōng❶<名>hết; cuối cùng: 年~ cuối năm ❷<副>rốt cuộc: 人~有一死。Con người rốt cuộc rồi cũng sẽ chết. ❸<动>(người) chết: 临~遗言 lời trăng trối/di chúc lúc lâm chung ❹<形>từ đầu chí cuối //(姓) Chung

【终场】zhōngchǎng<动>diễn xong; đấu xong: 临近~, 双方队员都疲累了。Sắp đến giờ chót, các cầu thủ của hai bên đã mệt mỏi.

【终成泡影】zhōngchéngpàoyǐng cuối cùng đã mất hết hi vọng; đã bị tan vỡ

【终点】zhōngdiǎn<名>❶điểm kết thúc ❷điểm đích

【终点站】zhōngdiǎnzhàn<名>trạm điểm kết thúc; nơi kết thúc

【终端】zhōngduān<名>đầu cuối; phần cuối

【终端服务器】zhōngduān fúwùqì máy tính đầu cuối phục vụ cho hộ sử dụng

【终归】zhōngguī<副>chung quy; cuối cùng; rốt cuộc

【终极】zhōngjí<名>cuối cùng: ~目标 mục tiêu cuối cùng

【终极关怀】zhōngjí guānhuái quan tâm và chăm sóc cuối cùng

【终结】zhōngjié<动>kết thúc; cuối cùng

【终结者】zhōngjiézhě<名>người làm cho kết thúc

【终究】zhōngjiū<副>cuối cùng; chung quy: 他~还是向对方妥协了。Cuối cùng rồi anh ấy cũng đã thỏa hiệp với đối phương.

【终局】zhōngjú<名>kết cục; chung cuộc

【终老】zhōnglǎo<动>sống quãng đời còn lại: 孤独~ quãng đời cuối sống cảnh cô độc

【终了】zhōngliǎo<动>kết thúc: 演出~ buổi biểu diễn kết thúc

【终年】zhōngnián❶<副>quanh năm; suốt năm: ~操劳 quanh năm bận rộn ❷<名>tuổi lúc chết: 他~九十岁。Ông ấy thọ 90 tuổi.

【终盘】zhōngpán❶<动>cuối đợt (thị trường chứng khoán) ❷<名>kết thúc ván cờ vây

【终曲】zhōngqǔ<名>bài hát kết thúc

【终日】zhōngrì<副>suốt ngày: ~忧愁 suốt ngày âu sầu

【终身】zhōngshēn<名>❶chung thân; suốt đời: 受益~ được lợi suốt đời ❷chỉ hôn nhân: 私订~ tự xác định chuyện hôn nhân của mình

【终身大事】zhōngshēn dàshì việc lớn trong cả cuộc đời; chỉ hôn nhân

【终身监禁】zhōngshēn jiānjìn giam giữ suốt đời; tù chung thân

【终身教育】zhōngshēn jiàoyù nền giáo dục quán triệt cả đời người; giáo dục thường xuyên

【终身制】zhōngshēnzhì<名>chế độ (chức vụ) suốt đời

【终审】zhōngshěn<动>❶phán quyết cuối

cùng ❷chung thẩm; xem xét lần chót cùng

【终生】zhōngshēng<名>suốt đời: 父母的恩情~难忘。Công cha nghĩa mẹ suốt đời mang ơn.

【终于】zhōngyú<副>cuối cùng; rốt cuộc: 小孩~开口说话了。Cuối cùng cậu bé mở miệng nói chuyện rồi.

【终止】zhōngzhǐ<动>kết thúc; chấm dứt: ~合作关系 chấm dứt quan hệ hợp tác

【终止符】zhōngzhǐfú<名>dấu chấm dứt

蛊 zhōng<名>cốc; li: 酒~ li rượu

钟¹ zhōng<名>❶cái chuông ❷đồng hồ: 闹~ đồng hồ báo thức ❸tiếng; giờ: 两分~ hai phút; 五点~ năm giờ

钟² zhōng❶đặc biệt; tha thiết; chung (tình cảm): ~情 yêu tha thiết ❷<名>[书]cốc; li //(姓)Chung

【钟爱】zhōng'ài<动>yêu tha thiết; yêu quý: 老教授~那位学生。Ông giáo sư rất yêu quý cậu sinh viên kia.

【钟摆】zhōngbǎi<名>quả lắc (đồng hồ)

【钟表】zhōngbiǎo<名>đồng hồ

【钟点】zhōngdiǎn<名>[口]❶giờ; giờ đã định: ~到了，火车已经开走。Đến giờ rồi và tàu đã chạy. ❷giờ; tiếng (đồng hồ): 他们聊了两个~。Hai người nói chuyện với nhau hai tiếng đồng hồ.

【钟点房】zhōngdiǎnfáng<名>phòng trọ tính phí theo giờ

【钟点工】zhōngdiǎngōng<名>người làm thuê tính phí theo giờ; người giúp việc

【钟楼】zhōnglóu<名>❶gác chuông ❷tháp đồng hồ

【钟情】zhōngqíng<动>chung tình: 两人一见~。Hai người vừa gặp nhau đã tâm đầu ý hợp.

【钟乳石】zhōngrǔshí<名>thạch nhũ; nhũ đá; chung nhũ thạch

【钟头】zhōngtóu<名>[口]giờ; tiếng: 这部

电影长达三个~。Bộ phim này dài đến 3 tiếng đồng hồ.

衷 zhōng❶<名>trung lòng; trong lòng: 言不由~ nói không đúng với ý nghĩ trong lòng; 苦~ sự trăn trở trong lòng ❷<形>đứng giữa //(姓)Trung

【衷肠】zhōngcháng<名>[书]tâm sự: 倾诉~ giãi bày tâm sự

【衷情】zhōngqíng<名>tình cảm từ đáy lòng: 互诉~ bày tỏ tâm tình với nhau

【衷曲】zhōngqǔ<名>[书]tâm sự; tâm tình

【衷心】zhōngxīn<形>chân thành: ~祝愿 chân thành chúc nguyện

zhǒng

肿 zhǒng<动>sưng; phù thũng

【肿大】zhǒngdà<动>sưng lên

【肿块】zhǒngkuài<名>khối sưng; khối u

【肿瘤】zhǒngliú<名>cái bướu; khối u

【肿胀】zhǒngzhàng<动>sưng tấy

种 zhǒng❶<名>loài; giống: 虎是猫科豹属的一~。Hùm là một giống thuộc loài beo họ mèo. ❷<名>giống người: 黄~人 giống người da vàng ❸<名>chủng loại: 语~ loại ngôn ngữ ❹<名>giống; hạt giống: 稻~ giống lúa gạo ❺<名>dũng khí; bạo gan: 他真有~。Anh ấy rất can đảm. ❻<量>loại; hạng; kiểu: 三~金属 ba loại kim loại //(姓)Chủng

另见zhòng

【种畜】zhǒngchù<名>súc vật giống

【种类】zhǒnglèi<名>chủng loại: ~繁多 chủng loại nhiều

【种禽】zhǒngqín<名>gia cầm giống

【种群】zhǒngqún<名>quần thể sinh vật

【种姓】zhǒngxìng<名>dòng giống

【种种】zhǒngzhǒng<名>các loại: 凡此~ chung quy tất cả các loại

【种猪】zhǒngzhū<名>lợn giống

【种子】zhǒngzi<名>❶hạt giống: 播撒 ~ gieo hạt; 革命的~ hạt giống cách mạng ❷hạt giống; ngoại hạng (trong thi đấu thể thao): ~选手 tuyển thủ hạt giống

【种族】zhǒngzú<名>chủng tộc: ~歧视 (tệ) kì thị chủng tộc

【种族隔离】zhǒngzú gélí cách li chủng tộc; phân biệt chủng tộc

【种族平等】zhǒngzú píngděng bình đẳng chủng tộc

【种族主义】zhǒngzú zhǔyì chủ nghĩa chủng tộc

冢 zhǒng<名>mộ; ngôi mộ: 古~ mộ cổ

踵 zhǒng[书]❶<名>gót chân: 接~ nối gót ❷<动>đến tận; thân hành tới; đích thân đến: ~门道谢 đến tận nhà cảm ơn ❸<动>theo sau; theo chân: ~至 theo chân đến

zhòng

中 zhòng<动>❶trúng; đúng: 踢~要害 đá trúng chỗ hiểm ❷bị trúng; bị mắc: 肩膀~了一枪。 Chỗ vai bị bắn trúng một phát súng. 另见zhōng

【中标】zhòngbiāo<动>trúng thầu

【中彩】zhòngcǎi<动>trúng xổ số; trúng thưởng

【中弹】zhòngdàn<动>trúng đạn: ~身亡 chết vì trúng đạn

【中的】zhòngdì<动>trúng đích: 一语~ câu nói nhằm đúng đích

【中毒】zhòngdú<动>❶ngộ độc: 食物~ ngộ độc thực phẩm ❷bị độc hại: 她痴迷网络算命, ~很深。 Cô ta mê muội với bói toán trên mạng, bị độc hại rất nặng.

【中风】zhòngfēng❶<名>bệnh trúng phong ❷<动>trúng phong

【中计】zhòngjì<动>trúng kế; mắc mưu; mắc bẫy

【中奖】zhòngjiǎng<动>trúng thưởng

【中奖率】zhòngjiǎnglǜ<名>tỉ suất trúng thưởng

【中肯】zhòngkěn<形>sát; đúng: 意见~ ý kiến xác đáng

【中签】zhòngqiān<动>trúng thăm

【中伤】zhòngshāng<动>vu cáo hãm hại: 恶意~他人 ác ý vu cáo hãm hại người khác

【中暑】zhòngshǔ❶<动>say nắng ❷<名>cảm nắng

【中邪】zhòngxié<动>trúng tà; ma ám

【中选】zhòngxuǎn<动>trúng tuyển: ~为旅游区形象代言人 trúng tuyển vai sứ giả hình tượng của khu du lịch

【中意】zhòngyì<动>ưng ý; hợp ý: 他不~父母为他选择的对象。 Anh ta không ưng ý với đối tượng mà cha mẹ lựa chọn cho mình.

【中招】zhòngzhāo<动>trúng kế

仲 zhòng❶<形>trọng: ~裁 trọng tài ❷<名>tháng thứ hai của một quý ❸<名>anh (hay em) thứ hai: 伯~叔季 anh cả, anh hai, anh ba, em tư; ~兄（二哥）anh hai //(姓)Trọng

【仲裁】zhòngcái<动>trọng tài

【仲裁委员会】zhòngcái wěiyuánhuì ủy ban trọng tài

【仲春】zhòngchūn<名>Trọng xuân (tháng thứ hai của mùa xuân); giữa xuân

【仲冬】zhòngdōng<名>Trọng đông; giữa đông

【仲秋】zhòngqiū<名>Trọng thu; Trung thu

【仲夏】zhòngxià<名>Trọng hạ; giữa hè

【仲兄】zhòngxiōng<名>anh thứ; anh hai

众 zhòng❶<形>nhiều; đông ❷<名>đông người; mọi người: 法不责~。 Luật pháp không trách phạt số đông. //(姓)Chúng

【众多】zhòngduō<形>nhiều; đông: 人口~

Z

dân số đông đúc

【众寡悬殊】zhòngguǎ-xuánshū nhiều ít khác xa nhau

【众口难调】zhòngkǒu-nántiáo làm dâu trăm họ; khó mà hợp khẩu vị mọi người; khó mà thống nhất ý kiến; khó mà làm vừa lòng tất cả

【众口铄金】zhòngkǒu-shuòjīn nhiều người nói xói chảy vàng; ví sức mạnh của dư luận

【众口一词】zhòngkǒu-yīcí trăm miệng một lời

【众目睽睽】zhòngmù-kuíkuí mọi người đều chăm chú nhìn; trước mặt đám đông

【众怒】zhòngnù〈名〉sự giận dữ của nhiều người; sự phẫn nộ của quần chúng

【众叛亲离】zhòngpàn-qīnlí bạn bè chống đối, người thân ghét bỏ; bị cô lập hoàn toàn

【众人】zhòngrén〈名〉mọi người

【众人皆醉我独醒】zhòngrén jiē zuì wǒ dú xǐng mọi người đều say chỉ mình tôi tỉnh

【众人拾柴火焰高】zhòngrén shí chái huǒyàn gāo người đông sức mạnh lớn; đông tay hay việc; ba cây chụm lại, nên hòn núi cao

【众生】zhòngshēng〈名〉chúng sinh: 芸芸~ tất cả sự sống (lời đạo Phật)

【众说纷纭】zhòngshuō-fēnyún nhiều ý kiến khác nhau

【众所周知】zhòngsuǒzhōuzhī mọi người đều biết

【众望】zhòngwàng〈名〉hi vọng chung

【众望所归】zhòngwàng-suǒguī mọi người đều gửi gắm niềm tin; sự mong đợi của mọi người

【众星捧月】zhòngxīng-pěngyuè muôn sao vây quanh mặt trăng; được nhiều người để ý, mến mộ

【众议院】zhòngyìyuàn〈名〉❶hạ nghị viện ❷nghị viện

【众志成城】zhòngzhì-chéngchéng sức mạnh tập thể làm nên thành đồng; ba cây chụm lại nên hòn núi cao

种 zhòng〈动〉❶trồng; giồng: ~马铃薯 trồng khoai tây ❷cấy: ~牛痘 cấy vắc-xin đậu mùa
另见zhǒng

【种菜】zhòngcài〈动〉trồng rau: 她自己~以节约开支。Bà ấy tự trồng rau để tiết kiệm chi tiêu.

【种地】zhòngdì〈动〉làm ruộng: 他身体很好，七十多岁了还能~。Sức khỏe của ông ấy rất khá, đã ngoài 70 mà vẫn có thể làm ruộng.

【种豆】zhòngdòu〈动〉gieo đậu

【种痘】zhòngdòu〈动〉chủng đậu; cấy vắc-xin đậu mùa

【种瓜得瓜，种豆得豆】zhòngguā-déguā, zhòngdòu-dédòu trồng dưa được dưa, trồng đậu được đậu; nhân nào quả ấy

【种花】zhònghuā〈动〉❶trồng hoa: 她喜欢~、赏花。Cô ấy thích trồng hoa và ngắm hoa. ❷[方]trồng bông

【种树】zhòngshù〈动〉trồng cây

【种田】zhòngtián〈动〉làm ruộng

【种植】zhòngzhí〈动〉trồng trọt: ~小麦 trồng lúa tiểu mạch

【种植园】zhòngzhíyuán〈名〉đồn điền; vườn trồng cây

重 zhòng❶〈名〉trọng lượng: 你有多~? Anh cân nặng là bao nhiêu? ❷〈形〉nặng (trọng lượng hoặc tỉ trọng lớn): 这块木板很~。Tấm ván này rất nặng. ❸〈形〉sâu nặng (tình cảm, bệnh): 受~伤 bị thương nặng ❹〈形〉quan trọng: ~任 chức trách quan trọng ❺〈动〉coi trọng: 尊~ tôn trọng ❻〈形〉thận trọng: 自~ tự trọng //(姓)Trọng
另见chóng

【重办】zhòngbàn〈动〉phạt nặng; xử lí

nghiêm túc

【重兵】zhòngbīng<名>đội quân mạnh: ~把守 trọng binh án ngữ

【重病】zhòngbìng<名>bệnh nặng: 身患~ bị bệnh nặng

【重彩】zhòngcǎi<名>màu đậm

【重创】zhòngchuāng<动>làm thiệt hại nặng: 遭受~ bị thiệt hại nặng nề

【重挫】zhòngcuò<动>thất bại nặng nề; bị trắc trở nghiêm trọng

【重大】zhòngdà<形>trọng đại; to lớn: ~责任事故 sự cố lớn do thiếu trách nhiệm gây nên

【重大疾病险】zhòngdà jíbìng xiǎn bảo hiểm đối với bệnh nặng

【重担】zhòngdàn<名>gánh nặng: ~在肩 gánh nặng trên vai

【重地】zhòngdì<名>khu vực trọng yếu; vị trí xung yếu: 军事~ khu vực quân sự xung yếu

【重点】zhòngdiǎn❶<名>trọng điểm: 突出~ nêu bật trọng điểm ❷<副>có trọng điểm: ~推广 trọng điểm phổ biến

【重点大学】zhòngdiǎn dàxué trường đại học trọng điểm

【重点项目】zhòngdiǎn xiàngmù dự án trọng điểm

【重读】zhòngdú<动>đọc nhấn mạnh 另见chóngdú

【重犯】zhòngfàn<名>kẻ phạm tội nặng

【重负】zhòngfù<名>gánh nặng: 如释~ tựa như trút gánh nặng

【重工业】zhònggōngyè<名>công nghiệp nặng

【重荷】zhònghè<名>sức tải nặng

【重话】zhònghuà<名>lời nói quá chừng mực: 他没对她说过一句~。Anh ấy chưa bao giờ nặng lời với chị ấy.

【重活儿】zhònghuór<名>việc nặng: ~粗活

công việc nặng nề (thường chỉ về thể lực)

【重价】zhòngjià<名>giá cao

【重奖】zhòngjiǎng❶<动>trọng thưởng: ~有功人员 trọng thưởng đối với người có công ❷<名>sự trọng thưởng: 得到百万元的~。Giành được khoản trọng thưởng trị giá hàng triệu đồng RMB.

【重金】zhòngjīn<名>khoản tiền lớn: ~聘用 mời vào làm với mức lương cao

【重金属】zhòngjīnshǔ<名>kim loại nặng

【重力】zhònglì<名>❶trọng lực (lực hút của tâm trái đất) ❷trọng lực (lực hút của thiên thể)

【重利】[1] zhònglì<名>lãi cao; lãi nặng

【重利】[2] zhònglì<动>[书]trọng lợi: ~轻义 trọng lợi khinh nghĩa

【重量】zhòngliàng<名>trọng lượng

【重量级】zhòngliàngjí❶hạng cân (phân cấp thi đấu theo trọng lượng cơ thể trong một số môn thể thao) ❷bậc cấp cao về tính quan trọng; hạng đại gia

【重男轻女】zhòngnán-qīngnǚ trọng nam khinh nữ

【重任】zhòngrèn<名>trọng trách

【重伤】zhòngshāng<名>bị thương nặng

【重商主义】zhòngshāng zhǔyì chủ nghĩa thiên trọng thương mại

【重赏】zhòngshǎng❶<动>trọng thưởng: ~功臣 trọng thưởng công thần ❷<名>sự trọng thưởng

【重赏之下，必有勇夫】zhòngshǎng-zhīxià, bìyǒu-yǒngfū thưởng hậu ắt có kẻ dũng sĩ

【重视】zhòngshì<动>coi trọng: 政府~教育。Chính phủ coi trọng giáo dục.

【重税】zhòngshuì<名>thuế nặng

【重听】zhòngtīng<形>nặng tai; nghễnh ngãng: 奶奶老了，有点~。Bà tuổi đã cao hơi bị nặng tai.

【重头戏】zhòngtóuxì<名>❶vở kịch tiêu

biểu (phần hát và diễn đều rất công phu) ❷ví nhiệm vụ hoặc những hoạt động rất quan trọng; cái chốt; khâu then chốt

【重托】zhòngtuō<名>trọng thác; sự ủy thác nặng nề: 不负~ không phụ trọng thác

【重望】zhòngwàng<名>hi vọng to lớn

【重心】zhòngxīn<名>❶trọng tâm; điểm đặt của trọng lực ❷trọng tâm; giao điểm 3 đường trung tuyến của hình tam giác ❸trọng tâm; trung tâm (của sự việc): 工作的~ trọng tâm của công tác

【重刑】zhòngxíng<名>hình phạt nặng

【重型】zhòngxíng<形>cỡ lớn; hạng nặng

【重要】zhòngyào<形>trọng yếu; quan trọng: ~地位 địa vị quan trọng

【重要性】zhòngyàoxìng<名>tính quan trọng

【重义轻财】zhòngyì-qīngcái khinh tài trọng nghĩa; coi trọng việc nghĩa, coi nhẹ của cải

【重音】zhòngyīn<名>❶trọng âm ❷âm chủ

【重用】zhòngyòng<动>trọng dụng: ~科技人才 trọng dụng nhân tài khoa học kĩ thuật

【重于泰山】zhòngyútàishān nặng hơn núi Thái Sơn; nặng tựa Thái Sơn

【重灾区】zhòngzāiqū<名>vùng bị thiên tai nghiêm trọng

【重责】[1] zhòngzé<名>trách nhiệm trọng đại

【重责】[2] zhòngzé<动>trách mắng và xử phạt khắc nghiệt

【重镇】zhòngzhèn<名>thành phố và thị trấn xung yếu

【重中之重】zhòngzhōngzhīzhòng cái quan trọng nhất trong các yếu tố quan trọng

【重资】zhòngzī<名>khoản vốn lớn

【重罪】zhòngzuì<名>tội nặng

zhōu

州 zhōu<名>❶Châu (đơn vị hành chính thời xưa, nay còn dùng làm địa danh): 杭~ Hàng Châu; 柳~ Liễu Châu; 泉~ Tuyền Châu ❷châu tự trị: 红河~ châu tự trị Hồng Hà; 甘南~ châu tự trị Cam Nam

【州立】zhōulì<形>(một cơ quan nào đó) do tỉnh hoặc châu tự trị (hoặc bang) thiết lập

【州长】zhōuzhǎng<名>tỉnh trưởng; thống đốc bang

诌 zhōu<动>bịa đặt; đặt điều: 胡~ nói láo; 瞎~ bịa đặt lung tung/nói mò

周[1] zhōu❶<量>vòng: 标准运动场一~是400米。Sân vận động tiêu chuẩn là 400 mét một vòng. ❷<名>xung quanh; bốn bề; chu vi: 亭子四~是清澈的湖水。Xung quanh ngôi đình là nước hồ trong vắt. 还剑湖~长约2公里。Chu vi Hồ Hoàn Kiếm khoảng 2 kilômét. ❸<名>tuần; tuần lễ: 这次比赛时间延长了一~。Cuộc thi đấu lần này kéo dài một tuần. 这个~末我们去看电影吧! Cuối tuần này ta đi xem phim nhé! ❹<形>chu đáo; đầy đủ; cẩn thận: 考虑不~ suy tính không chu đáo ❺<形>khắp; cả; toàn: ~身 toàn thân; 众所~知 mọi người đều biết ❻<名>[数学]chu vi

周[2] Zhōu<名>đời nhà Chu (một triều đại lịch sử của Trung Quốc) gồm Tây Chu, Đông Chu, Thời Xuân Thu và Thời Chiến Quốc // (姓) Chu, Châu

周[3] zhōu<动>chu cấp; giúp đỡ

【周报】zhōubào<名>tuần báo; báo ra hàng tuần: 《南方~》 Tuần báo Nam Phương

【周边】zhōubiān<名>xung quanh; chu vi: ~地区 khu vực xung quanh; ~国家 các nước xung quanh

【周遍】zhōubiàn<形>phổ biến rộng khắp

【周长】zhōucháng<名>chu vi

【周到】zhōudào<形>chu đáo; cặn kẽ; đến nơi đến chốn: 谋划~ lập kế hoạch chu đáo; 这家酒店服务~。Khách sạn này phục vụ chu đáo.

【周而复始】zhōu'érfùshǐ vòng đi vòng lại; vòng tuần hoàn: 春、夏、秋、冬、~, 又快到春节了。Xuân, hạ, thu, đông vòng đi vòng lại, lại sắp đến Tết rồi.

【周记】zhōujì<名>tuần kí; ghi chép trong tuần

【周济】zhōují<动>cứu tế; chu cấp; cứu trợ: 她时常~村里的孤寡老人。Chị ấy luôn cứu trợ người già neo đơn.

【周刊】zhōukān<名>tuần san:《时代~》 Tuần san Thời Đại

【周密】zhōumì<形>chu đáo tỉ mỉ; đầy đủ cặn kẽ: ~的调查 cuộc điều tra cặn kẽ tỉ mỉ; 这次计划很~, 估计能顺利完成任务。Kế hoạch lần này chu đáo chi tiết, chắc sẽ hoàn thành nhiệm vụ một cách thuận lợi.

【周末】zhōumò<名>cuối tuần; thứ bảy: 下~ 我们组织去爬山。Cuối tuần sau ta tổ chức đi leo núi .

【周年】zhōunián<名>năm tròn; tròn năm: 明天是他们结婚十~纪念日。Ngày mai là ngày kỉ niệm kết hôn tròn 10 năm của họ.

【周期】zhōuqī<名>chu kì; vòng tuần hoàn

【周全】zhōuquán❶<形>chu toàn; chu đáo mọi mặt; đầy đủ; trọn vẹn; toàn diện: 考虑问题要~。Suy xét vấn đề phải chu đáo và đầy đủ. ❷<动>giúp hoàn thành; giúp thực hiện; giúp đỡ: 诚心~他 thật lòng giúp đỡ anh ấy

【周身】zhōushēn<名>khắp mình; toàn thân; đầy người: 喝点酒, ~都热起来了。Uống tí rượu, cả người đều nóng lên. ~疼痛难耐。Khắp mình đau khó chịu.

【周岁】zhōusuì<名>tuổi tròn; tuổi tây; tuổi thật: 孩子满18~了。Cháu đã tròn 18 tuổi rồi.

【周围】zhōuwéi<名>chu vi; xung quanh; chung quanh: 广场~满是鲜花。Xung quanh quảng trường những hoa là hoa.

【周详】zhōuxiáng<形>cặn kẽ; tường tận; chi tiết; đầy đủ tỉ mỉ: 这个计划制订得很~。Kế hoạch này được đặt ra rất tường tận.

【周旋】zhōuxuán<动>❶bay lượn; vòng vèo; vòng quanh; quần quanh; luẩn quẩn; vẫy vùng ❷chơi bời; giao du; bù khú; giao thiệp; tiếp; tiếp xúc; quần quít: 整天与人~, 真累人。Suốt ngày tiếp mọi người đến là mệt. ❸đọ sức; vật lộn; quần nhau (với kẻ thù): 与敌人~ quần nhau với địch

【周游】zhōuyóu<动>chu du; đi du lịch khắp nơi: 我的理想是~世界。Mong muốn của tôi là đi du lịch khắp nơi trên thế giới.

【周遭】zhōuzāo<名>xung quanh; bốn bề: 他对~的环境并不熟悉。Anh ấy không quen thuộc hoàn cảnh xung quanh.

【周折】zhōuzhé<名>sự trầy trật; trắc trở; vấp váp (trong quá trình tiến hành công việc): 大费~ rất mất công phu

【周正】zhōuzhèng<形>[方]đứng đắn; ngay ngắn: 模样长得~。Dáng vẻ đứng đắn. 她的字写得很~。Chữ viết của em ấy rất ngay ngắn.

【周转】zhōuzhuǎn<动>❶luân chuyển; quay vòng (vốn): 最近公司的资金~有困难。Dạo này tình hình kinh tế của công ti sụt giảm, việc quay vòng vốn gặp khó khăn. ❷luân phiên sử dụng (đồng tiền, hàng hóa hoặc sự sử dụng đồ vật của cá nhân hoặc tập thể)

洲 zhōu<名>❶châu: 七大~四大洋 bảy đại châu bốn đại dương ❷bãi bồi; bãi nổi; đảo (giữa sông): 珠江三角~ châu thổ sông Châu Giang; 沙~ bãi cát bồi //(姓)Châu

Z

【洲际】zhōujì<形>xuyên lục địa; vượt đại châu

【洲际导弹】zhōujì dǎodàn tên lửa vượt đại châu; tên lửa xuyên lục địa; tên lửa toàn cầu

粥 zhōu<名>cháo

【粥少僧多】zhōushǎo-sēngduō ＝【僧多粥少】

zhóu

妯 zhóu

【妯娌】zhóuli<名>chị em dâu: 她们俩是~。Hai cô ấy là chị em dâu với nhau.

轴 zhóu❶<名>trục: 车~ trục xe; 多~自动车床 máy tiện (công cụ) tự động nhiều trục ❷<名>lõi quấn; cái cuộn; trục cuộn: 画~ tranh cuộn ❸<量>cuộn: 三~画卷 ba cuộn tranh

【轴承】zhóuchéng<名>ổ trục: 滚珠~ ổ (vòng) bi; 滑动~ ổ đỡ cút-xi-nhê (bạc)

【轴对称】zhóuduìchèn<名>đối xứng trục: ~图形 đồ hình đối xứng trục

【轴心】zhóuxīn<名>trục tâm

【轴子】zhóuzi<名>❶trục tranh (gắn ở phía dưới tờ tranh chữ, tiện để treo hoặc quấn tranh) ❷trục so dây

zhǒu

肘 zhǒu<名>❶khuỷu; khuỷu tay ❷chân giò: 后~ chân giò sau; 酱~ chân giò kho xì dầu

【肘部】zhǒubù<名>khuỷu tay

【肘关节】zhǒuguānjié<名>khớp khuỷu tay

【肘窝】zhǒuwō<名>hốc (hõm) khuỷu tay

【肘腋】zhǒuyè<名>[书]khuỷu và nách: 变生~ biến cố đã kề ngay bên cạnh

【肘子】zhǒuzi<名>❶chân giò; cẳng giò ❷khuỷu: 胳膊~ khuỷu và cánh tay

帚 zhǒu<名>cái chổi; chổi quét; chổi cọ; bàn chải: 扫~ chổi quét; 炊~ bàn cọ

zhòu

咒 zhòu❶<名>thần chú; chú: 符~ bùa chú; 念~ niệm thần chú ❷<动>rủa; nguyền rủa

【咒骂】zhòumà<动>chửi rủa; mắng nhiếc

【咒语】zhòuyǔ<名>❶lời rủa ❷bùa chú

绉 zhòu<名>vải thun

【绉布】zhòubù<名>vải thun

【绉绸】zhòuchóu<名>nhiễu; rếp; lụa thun

【绉纱】zhòushā<名>lụa kếp; nhiễu

【绉纸】zhòuzhǐ<名>giấy lụa

昼 zhòu<名>ngày; ban ngày: 晚上灯光照得广场如白~。Ánh đèn buổi tối soi tỏ quảng trường như ban ngày.

【昼长夜短】zhòucháng-yèduǎn ngày dài đêm ngắn

【昼伏夜出】zhòufú-yèchū ngày nấp đêm ra (vốn chỉ tập quán của một số động vật, cũng ví người mất quy luật tự nhiên)

【昼夜】zhòuyè<名>suốt ngày đêm; ngày đêm: ~兼程 đi cả ngày cả đêm; 他不分~地工作。Anh ấy làm việc suốt ngày đêm.

皱 zhòu❶<动>nhăn; nhíu; chau: 他生气时习惯~眉头。Khi nổi giận, anh ấy thường nhíu mày. 衬衫~了。Áo sơ-mi nhăn nheo rồi. ❷<名>nếp nhăn; nếp nhàu: 起~是人体老化的表现。Nếp nhăn là sự biểu hiện lão hóa của cơ thể.

【皱巴巴】zhòubābā nhăn nheo; nhăn nhúm; rúm ró: 几张~的钱币 mấy tờ tiền giấy nhăn nheo; ~的额头 trán nhăn nhó

【皱痕】zhòuhén<名>nếp nhăn

【皱眉头】zhòu méitóu nhíu mày; trau mày

【皱纹】zhòuwén<名>nếp gấp; nếp nhăn: 眼角~ đuôi cá ở khóe mắt/nếp nhăn ở khóe mắt

【皱纹纸】zhòuwénzhǐ〈名〉giấy kếp (có gợn như nhiễu)

骤 zhòu❶〈动〉[书](ngựa) phi; phóng chạy; chạy nhanh: 驰~ phi chạy ❷〈形〉mau chóng; dữ dội: ~雨初歇。Mưa giông vừa tạnh. ❸〈副〉bỗng; bỗng nhiên: 天气~冷。Trời bỗng trở rét.

【骤变】zhòubiàn〈动〉biến hóa đột nhiên

【骤风】zhòufēng〈名〉gió lớn; gió lốc

【骤降】zhòujiàng〈动〉bỗng xuống nhanh; xuống nhanh đột ngột: 气温~。Nhiệt độ xuống nhanh đột ngột.

【骤然】zhòurán〈副〉bỗng nhiên; đột nhiên: 欧债危机~升级。Khủng hoảng nợ công châu Âu bỗng nhiên leo thang.

【骤雨】zhòuyǔ〈名〉mưa bão

zhū

朱 zhū❶〈形〉màu đỏ son: ~唇皓齿 răng trắng môi son ❷〈名〉chu sa; thần sa //(姓) Chu

【朱红】zhūhóng〈形〉màu đỏ tươi; màu hồng điều

【朱鹮】zhūhuán〈名〉(con) đang đỏ (loài chim quý hiếm, lông trắng, đỉnh đầu và vành mắt màu đỏ tươi, mỏ màu đen, dài và cong, chân và móng màu đỏ, sống ở ruộng nước hoặc vùng đầm lầy)

【朱槿】zhūjǐn〈名〉cây dâm bụt

【朱门酒肉臭，路有冻死骨】zhūmén jiǔròu chòu, lù yǒu dòng sǐ gǔ cửa quan rượu thịt ôi, ngoài đường xương chết rét; cửa son rượu thịt thối, ngoài đường người chết đói

【朱漆】zhūqī〈名〉sơn son; sơn màu đỏ son: ~大门 cổng sơn son/cổng nhà giàu sang quyền quý

【朱雀】zhūquè〈名〉❶Chu Tước (tên gọi chung cho 7 chòm sao phương nam trong 28

tú) ❷vị thần phương nam (cách gọi của Đạo giáo)

【朱砂】zhūshā〈名〉thần sa; chu sa

侏 zhū〈形〉[书]thấp bé

【侏罗纪】zhūluójì〈名〉[地质]thuộc kì Jura

【侏儒】zhūrú〈名〉người lùn; chú lùn; người pic-mê

诛 zhū〈动〉[书]❶giết; chém đầu; xử tử (người có tội): 伏~ (phạm nhân) bị xử tử; 罪不容~ tội chém còn là nhẹ ❷trách phạt: 口~笔伐 lên án cả bằng văn bản và lời nói

【诛灭】zhūmiè〈动〉sát hại; giết hại

【诛杀】zhūshā〈动〉sát hại; giết hại

【诛心之论】zhūxīnzhīlùn sự phê phán sâu sắc vạch trần động cơ; lời chỉ trích trúng tim đen

茱 zhū

【茱萸】zhūyú〈名〉thù du (vị thuốc)

珠 zhū〈名〉❶châu báu; ngọc: 夜明~ dạ minh châu/ngọc sáng ban đêm ❷viên; hòn: 眼~儿 con ngươi; 汗~儿 giọt mồ hôi //(姓) Châu

【珠宝】zhūbǎo〈名〉châu báu: ~首饰 châu báu trang sức

【珠宝首饰店】zhūbǎo shǒushìdiàn cửa hàng vàng bạc đá quý

【珠光宝气】zhūguāng-bǎoqì long lanh ánh ngọc; lóng la lóng lánh: 打扮得~ trang điểm cho long lanh ánh ngọc

【珠还合浦】zhūhuán-hépǔ châu về Hợp phố; ví vật mất đi lại được về hoặc người đã đi xa lại trở về

【珠帘】zhūlián〈名〉rèm châu

【珠联璧合】zhūlián-bìhé trân châu xâu thành chuỗi, ngọc bích xếp thành hàng; những cái tốt đẹp cùng hội tụ lại: 双方合作，是真正的~。Hai bên hợp tác thật như trân châu xâu thành chuỗi.

【珠三角】Zhū-Sānjiǎo〈名〉châu thổ sông

Z

Châu Giang

【珠算】zhūsuàn<名>phương pháp làm các phép tính bằng bàn tính

【珠玉在前】zhūyù-zàiqián đã có những thành công ở trước; tình hình khó khăn mà vượt qua tiến lên phía trước

【珠圆玉润】zhūyuán-yùrùn tròn tựa như trân châu; châu tròn ngọc sáng; giọng hát mượt mà trong sáng; văn chương trôi chảy, thanh thoát, chải chuốt

【珠子】zhūzi<名>❶trân châu; ngọc trai quý ❷hạt; viên; giọt; hột: 汗~ giọt mồ hôi

株 zhū❶<名>gốc cây; cây: 守~待兔 ôm cây đợi thỏ ❷<名>cây trồng: 幼~ cây non ❸<量>cây: 一~桃树 một cây đào

【株距】zhūjù<名>khoảng cách giữa cây với cây

【株连】zhūlián<动>liên lụy: ~无辜 liên lụy người vô tội

【株式会社】zhūshì huìshè công ti cổ phần trách nhiệm hữu hạn (danh từ Nhật Bản)

【株守】zhūshǒu<动>[书]giữ khư khư: ~成规 cố giữ lề thói cũ

诸 zhū<代>các; nhiều //(姓)Chư

【诸多】zhūduō<形>[书]nhiều; đông: ~问题 nhiều vấn đề

【诸葛亮】Zhūgě Liàng<名>Gia Cát Lượng (nhà chính trị thời Tam Quốc, người nhiều mưu kế, túc trí đa mưu)

【诸侯】zhūhóu<名>[旧]chư hầu

【诸如】zhūrú<动>như là

【诸如此类】zhūrú-cǐlèi những điều như vậy; mọi chuyện như thế: 书法、绘画、吟诗、~，他无一不会。Thư pháp, hội họa, ngâm thơ, nhiều thứ như vậy, không có gì là chàng ta không thạo.

【诸事】zhūshì<名>tất cả; mọi việc: ~如意！Mọi việc như ý!

【诸位】zhūwèi<代>chư vị; các vị: 敬告~注意安全！Xin các vị chú ý an toàn!

【诸子百家】zhūzǐ bǎijiā bách gia chư tử; nhiều học phái

铢 zhū<量>thù (đơn vị đo lường thời xưa ở Trung Quốc bằng 1/24 lạng)

【铢积寸累】zhūjī-cùnlěi tích lũy; (dành dụm) từng li từng tí; chắt chiu dành dụm

【铢两悉称】zhūliǎng-xīchèn đồng cân đồng lạng; một chín một mười; ngang nhau về mức độ nặng nhẹ hoặc mức độ tốt xấu

猪 zhū<名>con heo; con lợn

【猪八戒倒打一耙】Zhū Bājiè dào dǎ yī pá Trư Bát Giới trả đũa; Trư Bát Giới vu vạ

【猪草】zhūcǎo<名>cỏ rau lợn

【猪肚】zhūdǔ<名>dạ dày lợn

【猪倌】zhūguān<名>người chăn nuôi lợn

【猪圈】zhūjuàn<名>chuồng lợn

【猪流感】zhūliúgǎn<名>dịch cúm lợn; bệnh cúm lợn

【猪笼草】zhūlóngcǎo<名>cây nắp ấm

【猪苗】zhūmiáo<名>lợn con

【猪排】zhūpái<名>sườn heo; món sườn heo

【猪肉】zhūròu<名>thịt lợn: 我们家喜欢吃~，他们家喜欢吃牛肉。Gia đình tôi thích ăn thịt lợn, mà gia đình anh ấy thích ăn thịt bò.

【猪蹄】zhūtí<名>móng giò; chân lợn: 她的孩子喜欢吃酱~。Con chị ấy thích ăn món xì dầu rim móng giò.

【猪瘟】zhūwēn<名>sốt heo; bệnh toi lợn: 做好防~工作 làm tốt công tác phòng chống dịch toi lợn

【猪仔】zhūzǎi<名>[方]lợn con: 这头小~真可爱！Con lợn con này ngộ nghĩnh lắm!

【猪鬃】zhūzōng<名>lông bờm lợn; lông cứng của lợn

蛛 zhū<名>con nhện

【蛛丝马迹】zhūsī-mǎjì sợi tơ nhện, dấu chân ngựa; manh mối dấu tích: 看不出~

Z

không nhận ra được một chút manh mối dấu tích

【蛛网】 zhūwǎng<名>mạng nhện

【蛛蛛】 zhūzhu =【蜘蛛】

潴 zhū[书]❶<动>nước đọng: 停~ ngưng đọng ❷<名>vũng nước đọng

【潴留】 zhūliú<动>[医学]bí; không thông (của chất lỏng): 尿~ bí tiểu tiện

zhú

竹 zhú<名>tre; trúc; nứa: ~林 rừng nứa; ~园 vườn trúc //(姓)Trúc

【竹板书】 zhúbǎnshū<名>trúc bản thư (vừa gõ phách tre vừa hát nói, một loại hình nghệ thuật hát nói dân gian Trung Quốc)

【竹报平安】 zhúbào–píng'ān trúc báo bình an; đốt pháo, dựng cây nêu để trừ tà, đón bình an

【竹编】 zhúbiān<名>đồ tre đan; hàng thủ công bằng lạt tre đan

【竹帛】 zhúbó<名>thẻ tre và vải lụa (thời xưa dùng để viết chữ); sử sách; thư tịch: 功垂~ công lao mãi mãi còn lưu trong sử sách

【竹材】 zhúcái<名>vật liệu tre

【竹雕】 zhúdiāo<名>khắc tre; tranh khắc tre; tác phẩm điêu khắc bằng tre

【竹筏】 zhúfá<名>bè tre; mảng tre

【竹竿】 zhúgān<名>cột tre; sào tre; gậy tre: 用~搭建的临时舞台 sân khấu tạm dựng bằng cột tre

【竹杠】 zhúgàng<名>cây tre; cột tre

【竹黄】 zhúhuáng<名>đồ mây tre (mĩ nghệ)

【竹简】 zhújiǎn<名>thẻ tre (thời xưa dùng để viết chữ)

【竹节虫】 zhújiéchóng<名>bọ que cu

【竹刻】 zhúkè<名>khắc tre; điêu khắc trên bản tre

【竹篮打水一场空】 zhúlán dǎ shuǐ yī cháng kōng công dã tràng

【竹笠】 zhúlì<名>nón tre

【竹帘】 zhúlián<名>rèm tre

【竹林】 zhúlín<名>rừng tre: 南方有很多茂密的~。 Ở miền nam có nhiều rừng tre um tùm.

【竹笼】 zhúlóng<名>lồng tre

【竹楼】 zhúlóu<名>nhà tre: 傣族人民大多居住在~里。 Người dân tộc Thái phần lớn ở nhà tre.

【竹篓】 zhúlǒu<名>giỏ tre: 她背着~去菜地了。 Chị ấy đeo cái giỏ tre ra ruộng rau.

【竹篾】 zhúmiè<名>nan tre; nan nứa

【竹排】 zhúpái<名>bè tre; mảng tre

【竹器】 zhúqì<名>đồ dùng làm bằng mây tre

【竹签】 zhúqiān<名>thăm tre

【竹笋】 zhúsǔn<名>măng

【竹炭】 zhútàn<名>than tre

【竹炭纤维】 zhútàn xiānwéi sợi cacbon tre

【竹筒倒豆子】 zhútǒng dào dòuzi ống tre đổ đậu, thẳng như ruột ngựa; nói hết sự thật, không giấu giếm

【竹筒饭】 zhútǒngfàn<名>cơm ống tre

【竹席】 zhúxí<名>chiếu tre: 越南人喜欢睡~。 Người Việt Nam thích nằm chiếu tre.

【竹叶青】 zhúyèqīng<名>❶rắn lục ❷rượu "Trúc diệp thanh"

【竹椅】 zhúyǐ<名>ghế tre: 夏天坐~非常凉快、舒服。 Mùa hè ngồi ghế tre rất mát mẻ dễ chịu.

【竹制品】 zhúzhìpǐn<名>đồ làm bằng tre

【竹子】 zhúzi<名>cây tre; cây trúc

逐 zhú❶<动>đuổi theo; truy; theo gấp: 随波~流 trôi nổi theo sóng nước ❷<动>đuổi; xua đuổi: ~出门外 đuổi ra khỏi cửa ❸<介>từng; lần lượt: ~条说明清楚 giải thích rõ từng điều một //(姓)Trục

【逐步】 zhúbù<副>từng bộ; dần dần: ~前进 tiến lên từng bước; ~提高生产效率 nâng cao dần năng suất sản xuất

【逐个】zhúgè<副>từng chiếc; từng cái: ~出现，~排除。Xuất hiện bao nhiêu thì tháo gỡ bấy nhiêu.

【逐户】zhúhù<副>từng hộ: ~检查 kiểm tra từng hộ

【逐渐】zhújiàn<副>dần dần; tuần tự; từng bước: 河水~上涨。Nước sông dâng lên dần dần。他~体会到妈妈的艰辛。Anh ấy hiểu dần cái khổ nhọc của mẹ.

【逐客令】zhúkèlìng<名>lệnh đuổi khách

【逐鹿】zhúlù<动>[书]tranh giành quyền cai trị: ~中原 tranh giành quyền cai trị vùng Trung Nguyên; 群雄~ những kẻ xưng hùng xưng bá giành giật quyền cai trị

【逐年】zhúnián<副>hàng năm; từng năm: 比例~升高。Tỉ lệ tăng từng năm.

【逐日】zhúrì<副>hàng ngày; từng ngày: 听众人数~增加。Số thính giả ngày càng tăng.

【逐一】zhúyī<副>từng cái một: ~清点 đếm và kiểm tra từng cái một

【逐字】zhúzì<副>từng chữ

【逐字逐句】zhúzì-zhújù từng câu từng chữ: ~翻译文章 dịch bài viết từng câu từng chữ

烛 zhú❶<名>đuốc; nến: 火~ lửa và đuốc (những thứ dễ gây hỏa hoạn); 洞房花~ động phòng hoa chúc ❷<动>[书]chiếu sáng; soi rõ: 火光~天。Ánh lửa rực trời. ❸<量>wát (w)

【烛光】zhúguāng<名>ánh sáng nến

【烛光晚餐】zhúguāng wǎncān bữa tối dưới ánh nến: 浪漫的~是许多女孩子心中的梦想。Bữa tối dưới ánh nến lãng mạn là mơ ước đối với nhiều cô gái.

【烛泪】zhúlèi<名>giọt nến chảy

【烛台】zhútái<名>đế thắp nến

【烛照】zhúzhào<动>[书]soi sáng; chiếu

sáng: ~人间 soi sáng nhân gian

zhǔ

主 zhǔ❶<名>ông chủ; người chủ: 宾~ khách và chủ ❷<名>người có quyền sở hữu: 房~ chủ nhà ❸<名>chúa ❹<形>chính; quan trọng ❺<动>chủ trương; chủ định ❻<动>điềm: 早霞~雨，晚霞~晴。Ráng sáng thì mưa, ráng chiều thì tạnh. ❼<名>chủ kiến; nhận xét riêng ❽<名>người đương sự: 卖~ người bán ❾<形>chủ động ///(姓)Chủ

【主板】zhǔbǎn<名>[计算机]bộ mạch chủ; mainboard: ~类型 loại hình bộ mạch chủ

【主办】zhǔbàn<动>đăng cai; đứng ra tổ chức: ~方 bên tổ chức; 中国~2008年奥运会。Trung Quốc đăng cai Thế vận hội Olympic năm 2008.

【主笔】zhǔbǐ❶<名>chủ bút (của một tờ báo hoặc tạp chí) ❷<动>làm chủ bút: 报社请他~一篇长篇通讯。Tòa báo mời anh ấy làm chủ bút một bài thông tin dài.

【主编】zhǔbiān❶<动>làm chủ biên, chịu trách nhiệm chính trong việc biên tập: 《科幻世界》就是由他~的。Thế giới huyền ảo là do anh ấy chủ biên. ❷<名>chủ biên: 他是报社的~。Anh ấy là chủ biên của tòa báo.

【主播】zhǔbō<名>phát thanh viên chuyên trách

【主菜】zhǔcài<名>món ăn chính

【主场】zhǔchǎng<名>sân nhà

【主持】zhǔchí❶<动>chủ trì; chủ tọa; điều khiển: ~会议 chủ trì hội nghị; ~人 người chủ tọa ❷<动>chủ trương; giữ gìn; bảo vệ; ủng hộ; bênh vực: ~正义 bênh vực chính nghĩa; ~公道 giữ gìn sự công minh ❸<名>người hướng dẫn: 节目~ người dẫn chương trình (MC)

【主厨】zhǔchú❶<名>đầu bếp; bếp trưởng:

Z

他是这家餐厅的~。Anh ấy là bếp trưởng của quán ăn này. ❷〈动〉làm đầu bếp

【主创】zhǔchuàng❶〈名〉người sáng tác chính ❷〈动〉làm sáng tác chính

【主词】zhǔcí〈名〉chủ từ; chủ ngữ

【主次】zhǔcì〈名〉chủ yếu và thứ yếu: ~不分 không phân biệt chủ yếu và thứ yếu

【主从】zhǔcóng〈名〉chính và phụ: ~结构 cấu trúc chính phụ

【主打】zhǔdǎ〈动〉chủ yếu; chính; mũi nhọn: ~产品 sản phẩm mũi nhọn

【主刀】zhǔdāo❶〈动〉phụ trách kíp mổ; chủ trì ca mổ phẫu thuật; mổ chính: 他~这个大手术。Lần này anh ấy phụ trách kíp mổ lớn. ❷〈名〉bác sĩ phụ trách kíp mổ

【主导】zhǔdǎo❶〈动〉chủ đạo: ~思想 tư tưởng chủ đạo; ~作用 vai trò chủ đạo ❷〈名〉cái chủ đạo: 母系社会以妇女为~。Phụ nữ là chủ đạo trong xã hội mẫu hệ.

【主动】zhǔdòng〈形〉chủ động: ~权 quyền chủ động; 争取~ giành thế chủ động

【主队】zhǔduì〈名〉đội chủ nhà: 从赛季开始，~就接连失利。Ngay từ đầu mùa thi, đội chủ nhà đã thua liên tiếp.

【主罚】zhǔfá〈动〉người đá phạt

【主犯】zhǔfàn〈名〉thủ phạm

【主峰】zhǔfēng〈名〉ngọn núi cao nhất

【主妇】zhǔfù〈名〉bà chủ nhà; nữ chủ nhân: 家庭~ bà chủ gia đình

【主干】zhǔgàn❶〈名〉thân cây ❷lực lượng nòng cốt; then chốt: 海归博士是这个科研小组的~。Những tiến sĩ từ hải ngoại trở về là lực lượng nòng cốt của nhóm nghiên cứu khoa học này.

【主稿】zhǔgǎo❶〈名〉người chủ bút; người khởi thảo ❷〈动〉khởi thảo; cấu tứ; thiết kế

【主攻】zhǔgōng〈动〉❶chủ công: ~部队 bộ đội chủ công ❷dốc sức nghiên cứu: 阿荣~田径。Anh Vinh lấy môn điền kinh làm bài

tập chính.

【主顾】zhǔgù〈名〉khách hàng chính: 招揽~ thu hút khách hàng

【主观】zhǔguān〈形〉chủ quan: ~愿望 nguyện vọng chủ quan; 客观世界决定~认识。Thế giới khách quan quyết định nhận thức chủ quan.

【主观能动性】zhǔguān néngdòngxìng tính năng động chủ quan: 在学习过程中应当充分发挥个人~。Nên phát huy tính năng động chủ quan của cá nhân trong quá trình học tập.

【主观主义】zhǔguān zhǔyì chủ nghĩa chủ quan: 不能再犯~的错误。Tránh phạm sai lầm chủ nghĩa chủ quan.

【主管】zhǔguǎn❶〈动〉chủ quản: ~部门 ngành chủ quản; ~会计工作 chủ quản công tác kế toán ❷〈名〉người chủ quản; người quản lí chính: 财务~ người chủ quản tài vụ

【主婚】zhǔhūn〈动〉chủ hôn: ~人 người chủ hôn

【主机】zhǔjī〈名〉❶máy bay chỉ huy ❷máy chủ; máy chính

【主见】zhǔjiàn〈名〉chủ kiến: 她特立独行，颇有~。Chị ấy ăn nói dứt khoát, rất có chủ kiến.

【主讲】zhǔjiǎng❶〈动〉đảm nhiệm giảng dạy (diễn thuyết): 李老师~油画鉴赏。Thầy Lí giảng giải kiến thức về thưởng thức tranh sơn dầu. ❷〈名〉người đảm nhiệm giảng dạy

【主将】zhǔjiàng〈名〉❶chủ tướng ❷tổng chỉ huy; người có vai trò chủ yếu: 她是本厂技术革新的~。Chị ấy là người giữ vai trò chủ yếu trong cải tạo đổi mới công nghệ của nhà máy.

【主句】zhǔjù〈名〉câu chính; vế chính

【主角】zhǔjué〈名〉❶vai chính; diễn viên chính: 在影片中演~ đóng vai chính trong phim ❷nhân vật chính; nhân vật chủ chốt: 窃听丑闻的~迄今未露面。Nhân vật chính trong vụ nghe trộm đến nay vẫn chưa có mặt.

【主考】zhǔkǎo❶〈动〉làm chủ khảo; đứng đầu ban chấm thi: 董事长坐镇现场~。Chủ tịch hội đồng quản trị đích thân làm chủ khảo ngay tại hiện trường. ❷〈名〉chủ khảo; người chủ trì cuộc thi

【主客】zhǔkè〈名〉khách chính: 明天他是~，我们去作陪。Ngày mai ông ấy là khách chính, chúng tôi là những người tháp tùng.

【主课】zhǔkè〈名〉môn chính: 古代文学是中文系的~之一。Văn học cổ đại là một trong những môn chính của khoa Trung văn.

【主力】zhǔlì〈名〉chủ lực: ~部队 bộ đội chủ lực; ~队员 đội viên chủ lực; 球队~ chủ lực của đội bóng

【主力军】zhǔlìjūn〈名〉❶bộ đội chủ lực ❷đội quân chủ lực; chủ lực quân; lực lượng chủ yếu; lực lượng nòng cốt: 共青团员是本次活动的~。Đoàn viên thanh niên Cộng sản là đội quân chủ lực trong phong trào lần này.

【主粮】zhǔliáng〈名〉lương thực chính: 困难时期玉米成了~。Trong thời kì khó khăn, ngô đã trở thành thứ lương thực chính.

【主流】zhǔliú〈名〉❶dòng chính; sông cái ❷xu hướng chủ yếu; chủ lưu: 低碳生活已逐渐成为~。Cuộc sống ít cacbon dần dần trở thành xu hướng chủ yếu.

【主谋】zhǔmóu❶〈动〉thủ mưu; cầm đầu lập mưu kế ❷〈名〉chủ mưu; kẻ chủ mưu: 听说这件事他是~。Nghe nói hắn ta là người chủ mưu vụ việc này.

【主脑】zhǔnǎo〈名〉❶chủ não; đầu não ❷thủ lĩnh; người chỉ huy; người cầm đầu

【主渠道】zhǔqúdào〈名〉❶kênh rạch chính ❷kênh chủ yếu; phương pháp tiếp cận chính: 出口~ kênh xuất khẩu chủ yếu

【主权】zhǔquán〈名〉chủ quyền; quyền làm chủ của một nước: 领土~ chủ quyền lãnh thổ

【主儿】zhǔr〈名〉[方]❶chủ nhân; người: 她是远近闻名的吃~。Chị ấy là loại người nổi tiếng bởi thích ăn, biết ăn. ❸nhà chồng: 她声名狼藉，不易找到新~。Chị ấy mang tiếng xấu, khó tìm được chồng mới.

【主人】zhǔrén〈名〉❶chủ; chủ nhà: 殷勤好客的~ vị chủ nhà ân cần hiếu khách ❷chủ nhân; ông chủ: 城堡~ chủ nhân của dinh thự lớn

【主人公】zhǔréngōng〈名〉nhân vật chính: 大多民间故事的~都是穷人。Phần lớn các nhân vật chính trong truyện dân gian đều là những người nghèo.

【主人翁】zhǔrénwēng〈名〉❶chủ nhân; người làm chủ: 发扬~精神 phát huy tinh thần làm chủ ❷nhân vật chính trong tác phẩm

【主任】zhǔrèn〈名〉chủ nhiệm; người đứng đầu phụ trách; trưởng: 系~ chủ nhiệm khoa

【主食】zhǔshí〈名〉thực phẩm chính: 我的~一般是米饭。Thực phẩm chính của tôi thông thường là cơm.

【主使】zhǔshǐ❶〈动〉xúi bẩy; chủ trò: 受人~ bị kẻ đầu têu xúi bẩy ❷〈名〉kẻ đầu têu xúi bẩy

【主事】zhǔshì〈动〉chủ quản (phụ trách chính) công việc: ~人 người chủ quản công việc; 当家~ làm người chủ quản gia đình; 家有千口，~一人。Nhà đông thành viên, có một người chủ.

【主帅】zhǔshuài〈名〉chủ soái: 他是新文化运动的~之一。Ông ấy là một trong những chủ soái của phong trào "Văn hóa mới".

【主诉】zhǔsù<动>tự kể

【主题】zhǔtí<名>❶chủ đề: 作品的~思想 tư tưởng chủ đề của tác phẩm ❷chủ điểm; nội dung chính; đầu đề: 文化交流一直是我们谈论的~。Giao lưu văn hóa luôn là chủ đề mà chúng ta thảo luận. ❸đề bài chính

【主题歌】zhǔtígē<名>ca khúc chủ đề: 他为新电视剧创作了~。Anh ấy sáng tác ca khúc chủ đề cho phim truyện mới.

【主题公园】zhǔtí gōngyuán công viên theo chủ đề; công viên chủ đề: 胡志明市的仙溪公园是世界独特的~之一。Công viên Suối Tiên ở TP. Hồ Chí Minh là một trong các công viên chủ đề độc đáo trên thế giới.

【主体】zhǔtǐ<名>❶chủ thể; bộ phận chính; nòng cốt: 桥的~部分分为三段。Chủ thể chiếc cầu chia làm 3 đoạn. ❷chủ thể (chỉ công dân, pháp nhân, quốc gia có quyền lợi và nghĩa vụ theo quy định của luật pháp): 法人为独立的民事~。Pháp nhân là chủ thể dân sự độc lập. ❸[哲学]người chủ đạo

【主推】zhǔtuī<动>khuyến khích tiến cử; đề cử; đề nghị; chủ yếu tuyên truyền; chủ yếu giới thiệu

【主席】zhǔxí<名>❶chủ tọa ❷chủ tịch: 国家~ Chủ tịch nước; 工会~ chủ tịch công đoàn

【主席台】zhǔxítái<名>lễ đài; đài chủ tịch: 请两位嘉宾到~上就座。Xin mời hai vị khách quý lên lễ đài nhập tọa.

【主线】zhǔxiàn<名>đường hướng chính; mạch chính: 小女孩的身世成了贯穿电影的~。Cảnh ngộ cô bé trở thành mạch chính xuyên suốt bộ phim.

【主心骨】zhǔxīngǔ<名>❶chỗ dựa; trụ cột: 她是村里的~。Chị ấy là nhân vật trụ cột trong thôn. ❷chủ kiến; ý kiến dứt khoát

【主凶】zhǔxiōng<名>thủ phạm; nghi phạm chính

【主修】zhǔxiū<动>học tập chuyên môn; học môn học; chuyên môn học tập: ~课程 môn học chính; 她~古典文学。Môn học chính của chị ấy là văn học cổ điển.

【主旋律】zhǔxuánlǜ<名>❶giai điệu chính ❷tinh thần cơ bản; cái sâu sắc nhất: 简约可以成为时代的~吗? Giản dị có thể trở thành giai điệu chính của thời đại không?

【主演】zhǔyǎn❶<动>đóng vai chính:《岳飞》由他~。Anh ấy đóng vai chính trong phim Nhạc Phi. ❷<名>vai chính; người đóng vai chính.

【主要】zhǔyào<形>chủ yếu; chính; quan trọng nhất: ~矛盾 mâu thuẫn chính; ~原因 nguyên nhân chính

【主业】zhǔyè<名>ngành nghề chính

【主页】zhǔyè<名>tranh chủ: 网站~ trang chủ của trang web (website)

【主义】zhǔyì<名>❶chủ nghĩa về lí thuyết có hệ thống: 现实~ chủ nghĩa hiện thực ❷chủ nghĩa về tư tưởng, tác phong: 本位~ chủ nghĩa bản vị; 自由~ chủ nghĩa tự do ❸chủ nghĩa về chế độ xã hội: 社会~ chủ nghĩa xã hội; 资本~ chủ nghĩa tư bản

【主意】zhǔyi<名>❶chủ định; chủ kiến: 很难让他改变~。Rất khó làm anh ấy thay đổi chủ định. ❷biện pháp; cách: 出~ đề xuất biện pháp; 究竟是谁出了这个~? Rốt cuộc là ai đề ra biện pháp này?

【主因】zhǔyīn<名>nguyên nhân chủ yếu

【主语】zhǔyǔ<名>chủ ngữ: 请画出这个句子的~。Xin xác định chủ ngữ của câu này.

【主宰】zhǔzǎi❶<动>chi phối; thống trị; định đoạt; làm chúa tể: 命运要由自己~。Vận mệnh của mình phải do mình tự định đoạt. ❷<名>chúa tể; lực lượng chi phối

【主张】zhǔzhāng❶<动>chủ trương; có ý

định; có quyết định: ~和平解决争端 chủ trương giải quyết tranh chấp bằng phương thức hòa bình ❷<名>chủ trương; ý định; quyết định: 自作~ tự đưa ra quyết định; 这是我们的一贯~。 Đây là chủ trương nhất quán của chúng ta.

【主旨】zhǔzhǐ<名>ý nghĩa (hay mục đích) chính: 概括文章~ tóm tắt ý nghĩa chính của bài văn

【主治】zhǔzhì<动>❶công dụng điều trị chủ yếu: 这药~失眠。 Loại thuốc này điều trị mất ngủ. ❷trực tiếp chịu trách nhiệm điều trị

【主治医生】zhǔzhì yīshēng bác sĩ phụ trách; bác sĩ chủ trị

【主子】zhǔzi<名>ông (bà) chủ; thầy; quan lớn; cụ lớn; kẻ thao túng; kẻ khích động

拄 zhǔ<动>chống (gậy): ~着拐棍儿走 chống gậy đi

煮 zhǔ<动>nấu; luộc: ~面条 nấu mì; 你会~什么菜? Anh biết nấu món gì? //(姓)Chử

【煮豆燃萁】zhǔdòu-ránqí nấu đậu bằng củi cây đậu; răng cắn phải lưỡi; cốt nhục tương tàn; huynh đệ tương tàn; nồi da xáo thịt

【煮饭】zhǔfàn<动>thổi cơm; nấu cơm: 妹妹很小就学会~了。 Em gái từ bé đã biết thổi cơm rồi.

【煮鹤焚琴】zhǔhè-fénqín đập đàn nấu hạc; chà đạp những điều tốt đẹp, phá hoại những thứ quý giá, làm chuyện oái oăm trái khoáy; giội gáo nước lạnh, làm người khác cụt hứng

【煮酒论英雄】zhǔ jiǔ lùn yīngxióng Tào Tháo uống rượu luận anh hùng; vừa thưởng thức rượu ngon vừa luận bàn chuyện thiên hạ

嘱 zhǔ<动>dặn dò; nhờ; ủy thác; giao phó: 千叮万~ dặn đi dặn lại nhiều lần; 医~ lời

dặn của bác sĩ

【嘱咐】zhǔfù<动>dặn dò: 医生~他要按时吃药。 Bác sĩ dặn anh ấy nên uống thuốc đúng giờ.

【嘱托】zhǔtuō<动>nhờ cậy; ủy thác: 妈妈出国之前，~舅舅照应家事。 Trước khi đi nước ngoài, mẹ đã nhờ cậu chăm lo việc nhà。 她~我办这件事。 Chị ấy ủy thác tôi làm việc này.

瞩 zhǔ<动>nhìn chăm chú: 高瞻远~ nhìn xa trông rộng

【瞩目】zhǔmù<动>[书]chú mắt vào; tập trung chú ý vào: 举世~ thiên hạ nhìn vào; 万众~ mọi người cùng để mắt tới

【瞩望】zhǔwàng<动>[书]❶mong mỏi; ngóng trông ❷nhìn chăm chú; theo dõi: 举目~ giương mắt nhìn chằm chặp

zhù

伫 zhù<动>[书]đứng lâu: ~听雨声 đứng nghe mãi tiếng gió mưa

【伫候】zhùhòu<动>[书]đứng chờ; đợi chờ: ~佳音 đợi chờ tin vui; ~光临 đợi chờ (ai đó) đến dự/rất hân hạnh được đón tiếp

【伫立】zhùlì<动>[书]đứng lâu: ~窗前 đứng mãi bên cửa sổ

助 zhù<动>giúp đỡ; hỗ trợ: 爱莫能~ muốn giúp mà chịu; ~我一臂之力 giúp tôi một tay

【助残】zhùcán<动>giúp đỡ người khuyết tật

【助产士】zhùchǎnshì<名>bà đỡ; y sĩ sản khoa

【助词】zhùcí<名>trợ từ

【助攻】zhùgōng<动>đánh yểm trợ; trợ công

【助教】zhùjiào<名>trợ giáo; trợ giảng

【助桀为虐】zhùjié-wéinüè =【助纣为虐】

【助理】zhùlǐ❶<形>trợ lí; giúp việc; người

phụ việc: ~检察官 trợ lí kiểm sát viên ❷
<名>trợ lí

【助力车】 zhùlìchē<名>xe moped; xe đạp
gắn máy

【助眠】 zhùmián<动>giúp ngủ ngon; ngủ
yên giấc

【助跑】 zhùpǎo<动>chạy lấy đà (trong nhảy
cao, nhảy xa, ném lao...)

【助人为乐】 zhùrén-wéilè lấy việc giúp
người làm vui

【助手】 zhùshǒu<名>trợ thủ: 得力~ trợ thủ
đắc lực

【助听器】 zhùtīngqì<名>máy trợ thính; máy
nghe: ~种类繁多。Máy trợ thính có nhiều
kiểu loại.

【助推器】 zhùtuīqì<名>❶máy đẩy: 火箭~
bộ đẩy tên lửa ❷ví những yếu tố thúc đẩy

【助威】 zhùwēi<动>cổ vũ; giúp cho thêm
phần rầm rộ: 呐喊~ hò la để cổ vũ

【助兴】 zhùxìng<动>góp vui: 席间有杂技
表演~。Trong bữa tiệc có biểu diễn xiếc
góp vui.

【助学贷款】 zhùxué dàikuǎn khoản vay
học phí

【助学金】 zhùxuéjīn<名>học bổng: 申请~
xin cấp học bổng

【助战】 zhùzhàn<动>trợ chiến; trợ uy: ~军
quân chủng trợ chiến

【助长】 zhùzhǎng<动>giúp tăng thêm;
khuyến khích: 吹捧文章~了这位作者的傲
气。Bài viết thổi phồng làm tăng thêm sự
tự cao của tác giả này.

【助阵】 zhùzhèn<动>trợ chiến

【助纣为虐】 zhùzhòu-wéinüè giúp vua
Trợ làm điều ác; nối giáo cho giặc; tiếp tay
cho kẻ xấu

住 zhù<动>❶ở; cư trú: 我~学校宿舍。
Tôi ở kí túc xá trong trường. ❷dừng lại: 雨
~了。Tạnh mưa rồi. ❸(dùng làm bổ ngữ

biểu thị ý "chắc chắn được"): 握~ cầm lấy;
敌人被我们控制~了。Bọn địch đã trong
sự khống chế của ta. ❹(dùng làm bổ ngữ
biểu thị ý "ngừng, lặng"): 这道题把我难
了。Bài này làm tôi khó giải. ❺(dùng làm
bổ ngữ kết hợp với "得" hoặc "不"): 我禁
不~热泪盈眶。Tôi không cầm nổi những
giọt nước mắt xúc động. //(姓)Trú

【住处】 zhùchù<名>chỗ ở; nơi nghỉ; nơi ở
tạm: 找不到~ không tìm được chỗ ở

【住地】 zhùdì<名>nơi cư trú; nơi sinh sống

【住读】 zhùdú<动>(học sinh) nội trú: ~生
học sinh nội trú/sinh viên nội trú

【住房】 zhùfáng<名>nhà ở

【住房按揭】 zhùfáng ànjiē dịch vụ cho vay
trả góp tiền nhà

【住房补贴】 zhùfáng bǔtiē trợ cấp nhà ở:
政府将恢复~制度。Chính phủ sẽ phục hồi
chế độ trợ cấp nhà ở.

【住房公积金】 zhùfáng gōngjījīn công quỹ
về nhà ở

【住户】 zhùhù<名>hộ gia đình

【住家】 zhùjiā❶<动>có gia đình; có nhà:
你在市中心~吗? Nhà anh có ở trung tâm
thành phố không? ❷<名>hộ gia đình (ở một
nơi nào đó): 部分~聚集在小区门口。Một
số hộ gia đình đã tụ tập ở trước cổng khu
chung cư.

【住居】 zhùjū<动>cư trú; ở: 这些旧房子早
已无人~。Những căn phòng cũ này đã lâu
không có người ở.

【住口】 zhùkǒu<动>câm miệng; im mồm:
请你立即~! Hãy im mồm ngay lập tức!

【住手】 zhùshǒu<动>dừng tay; nghỉ tay: 我
要求他~, 但他没理睬。Tôi đề nghị anh
ấy dừng tay, nhưng anh ấy không nghe.

【住宿】 zhùsù<动>nghỉ lại: 他要在这里~几
天。Anh ấy sẽ nghỉ lại nơi đây mấy ngày.

【住所】 zhùsuǒ<名>nơi ở; nhà ở

【住校】 zhùxiào<动>nội trú: ~生 học sinh nội trú

【住院】 zhùyuàn<动>nằm (bệnh) viện: 他在 ~。Anh ấy đang nằm viện.

【住宅】 zhùzhái<名>nhà ở: ~区 khu tập thể; 居民~区 khu nhà dân/khu dân cư

【住址】 zhùzhǐ<名>địa chỉ trú ngụ: 家庭~ địa chỉ gia đình

【住嘴】 zhùzuǐ<动>❶im miệng; câm miệng ❷ngừng ăn

贮 zhù<动>cất giữ; chứa; tích trữ: ~木场 bãi để gỗ

【贮备】 zhùbèi<动>dự trữ: ~防洪物资 dự trữ vật tư chống lũ

【贮藏】 zhùcáng<动>cất giữ; lưu giữ: ~重要 档案 cất giữ hồ sơ quan trọng

【贮存】 zhùcún<动>cất giữ

【贮粮】 zhùliáng<动>cất giữ lương thực

【贮满】 zhùmǎn<动>lưu giữ đầy đủ

【贮运】 zhùyùn<动>lưu giữ và vận chuyển

注¹ zhù❶<动>rót vào; đổ; trút; bơm vào; thụt; phụt: 大雨如~。Mưa như trút. ❷<动> tập trung, chăm chú: 贯~ dồn toàn bộ; 倾 ~ dốc hết; 专~ chuyên chú ❸<名>quắn; cú (các bạc) ❹<量>[方]chuyên; cú (buôn bán)

注² zhù❶<动>chú thích: 批~ bình chú ❷ <名>lời chú ❸<动>đăng kí

【注册】 zhùcè<动>❶đăng kí; ghi tên: ~商 标 đăng kí nhãn hiệu hàng hóa; 请你到外语 学院~入学。Mời anh sang học viện ngoại ngữ đăng kí nhập học. ❷ghi nhập (máy tính)

【注册会计师】 zhùcè kuàijìshī kế toán trưởng; CPA

【注册资本】 zhùcè zīběn số vốn đăng kí

【注定】 zhùdìng<动>đã định; chắc chắn: 命 中~ số trời đã định; ~失败 chắc chắn thất bại

【注脚】 zhùjiǎo<名>cước chú; lời chú thích

【注解】 zhùjiě❶<动>chú giải ❷<名>lời chú giải

【注明】 zhùmíng<动>chú rõ; ghi rõ: 请在留 言中~你的要求。Xin ghi rõ những yêu cầu của anh trong lời nhắn.

【注目】 zhùmù<动>nhìn chăm chú: 引人~ khiến người ta chú ý; 她的高调让人~。Chị ấy thích khoe khoang làm mọi người chú ý.

【注目礼】 zhùmùlǐ<名>nghi thức nhìn chào

【注入】 zhùrù<动>rót vào: ~开水 rót nước sôi; ~新鲜力量 thêm lực lượng mới

【注射】 zhùshè<动>tiêm; chích: 皮下~ tiêm dưới da; 肌肉~ tiêm bắp

【注射器】 zhùshèqì<名>bơm tiêm; xi-lanh

【注视】 zhùshì<动>nhìn chăm chú: 他们深 情地~着彼此。Họ chăm chú nhìn nhau với tình cảm sâu sắc.

【注释】 zhùshì❶<动>chú giải ❷<名>lời chú giải

【注水肉】 zhùshuǐròu<名>thịt tiêm nước

【注文】 zhùwén<名>lời chú thích

【注销】 zhùxiāo<动>gạch bỏ; hủy bỏ; xóa sổ: ~户口 xóa tên trong sổ đăng kí hộ tịch; 你的账号已经被~了。Tài khoản của anh đã bị hủy.

【注意】 zhùyì<动>chú ý; để ý; coi chừng; hãy cẩn thận: 安全~ an toàn

【注意力】 zhùyìlì<名>sức chú ý

【注意事项】 zhùyì shìxiàng những điều cần chú ý

【注音】 zhùyīn<动>chú âm; phiên âm: 难字 有~。Những chữ khó có chú âm cách đọc.

【注重】 zhùzhòng<动>chú trọng; coi trọng: ~细节 chú trọng từng chi tiết nhỏ; 他们非 常~对孩子的教育。Họ rất coi trọng giáo dục trẻ em.

【注资】 zhùzī<动>rót vốn: 公司拟~上亿元 开发房地产项目。Công ti sẽ rót vốn hàng trăm triệu để khai thác dự án bất động sản.

驻 zhù<动>❶[书]dừng lại: 敌~我扰 địch

dừng lại thì ta quấy rối ❷đóng; đóng quân: 他是《商业周刊》~巴黎的记者。Anh ấy là phóng viên *Tuần báo thương mại* đóng tại Pari.

【驻地】zhùdì<名>❶trụ sở; nơi làm việc của cơ quan hành chính địa phương: 机关~ trụ sở cơ quan ❷nơi đóng quân; vị trí đóng quân: 转移~ di chuyển nơi đóng quân

【驻防】zhùfáng<动>đóng quân trấn giữ; đóng quân trấn thủ

【驻港部队】zhùgǎng bùduì bộ đội đóng ở Hồng Kông

【驻京办】zhùjīngbàn<名>văn phòng đại diện tại Bắc Kinh

【驻军】zhùjūn❶<动>đóng quân; đồn trú: 联合国维和部队~苏丹。Bộ đội duy trì hòa bình Liên hợp quốc đóng quân ở Xu-đăng. ❷<名>quân đội đóng: 海外~ quân đội đóng ở hải ngoại

【驻守】zhùshǒu<动>đóng giữ: ~边疆 chốt giữ biên cương

【驻外机构】zhùwài jīgòu cơ quan đóng ở nước ngoài

【驻颜有术】zhùyán-yǒushù khéo về giữ gìn nét đẹp

【驻扎】zhùzhā<动>đóng (quân); đồn trú: 在别国领土~军队 đóng quân trên lãnh thổ nước khác

【驻足】zhùzú<动>dừng chân; đứng lại: 游客们~休息，欣赏美景。Khách du lịch dừng chân nghỉ ngơi, thưởng thức phong cảnh đẹp.

柱 zhù<名>❶cột; trụ: 支~ trụ cột ❷vật giống cái cột; cột: 水~ cột nước; 脊~ cột sống //(姓)Trụ

【柱石】zhùshí<名>cột và đá chân cột; trụ cột; hòn đá tảng; nòng cốt

【柱头】zhùtóu<名>❶đầu cột; mũ cột ❷[方]cột ❸đầu nhụy

【柱形图】zhùxíngtú<名>biểu đồ hình cột: 做~ tạo biểu đồ hình cột

【柱子】zhùzi<名>cột; trụ; cột trụ: 木~ cột gỗ; 石~ cột đá; 混凝土~ cột bê-tông

炷 zhù❶<名>[书]bấc: 灯~ bấc đèn ❷<动>[书]đốt; thắp: ~香 thắp nhang ❸<量>nén: 一~香 một nén nhang

祝¹ zhù<动>chúc //(姓)Chúc

祝² zhù<动>[书]cắt đứt; cắt

【祝词】zhùcí<名>❶[旧]lời khấn; lời cầu nguyện ❷lời chúc: 新年~ lời chúc mừng năm mới

【祝福】zhùfú<动>❶chúc phúc ❷cầu phúc: ~你一路平安。Cầu chúc cho anh thượng lộ bình an.

【祝贺】zhùhè<动>chúc mừng; lời chúc mừng: ~你考上了研究生! Chúc mừng anh đã thi đậu nghiên cứu sinh!

【祝捷】zhùjié<动>mừng công; mừng thắng lợi: ~宴会 tiệc mừng công

【祝酒】zhùjiǔ<动>nâng cốc chúc (mừng); chúc rượu: ~词 lời chúc rượu; 让我们共同举杯向来宾~。Chúng ta hãy cùng nâng cốc chúc mừng quý khách.

【祝寿】zhùshòu<动>chúc thọ

【祝颂】zhùsòng<动>chúc tụng; chúc mừng: 顺致~（安康）nhân dịp này gửi đến lời chúc (mạnh khỏe)

【祝愿】zhùyuàn<动>chúc: 衷心~ chân thành cầu chúc; ~你早日康复。Chúc anh sớm hồi phục sức khỏe.

著 zhù❶<形>nổi bật: 昭~ rành rành ❷<动>nổi; biểu lộ; tỏ rõ: 颇~成效 tỏ rõ rất có hiệu quả ❸<动>viết; viết lách: 编~ biên soạn, viết lách ❹<名>tác phẩm: 名~ tác phẩm nổi tiếng

【著称】zhùchēng<动>nổi tiếng: 苏州一向以古典式园林~。Tô Châu luôn nổi tiếng với khu lâm viên kiểu cổ điển.

Z

【著录】zhùlù<动>ghi; ghi chép

【著名】zhùmíng<形>trứ danh; nổi tiếng

【著书立说】zhùshū–lìshuō viết sách lập thuyết; trước thư lập ngôn

【著述】zhùshù❶<动>viết; viết sách; biên soạn; sáng tác: 从事~ làm công tác viết sách ❷<名>những tác phẩm sáng tác hoặc biên soạn: 他有大量的~存世。Ông ấy đã để lại nhiều tác phẩm cho đời.

【著者】zhùzhě<名>tác giả

【著作】zhùzuò❶<动>viết; viết sách; sáng tác ❷<名>tác phẩm; trước tác

【著作等身】zhùzuò–děngshēn tác phẩm chất cao bằng người

【著作权】zhùzuòquán<名>tác quyền; quyền tác giả

【著作人】zhùzuòrén<名>tác giả; người viết

蛀 zhù❶<名>con mọt ❷<动>(mọt, mối) đục; đục khoét; nghiến: 这些书被虫子~了。Số sách này đã bị mọt đục rồi.

【蛀齿】zhùchǐ<名>răng sâu

【蛀虫】zhùchóng<名>sâu mọt: 清理队伍中的~ thanh trừ những sâu mọt trong đội ngũ

【蛀蚀】zhùshí<动>đục ruỗng; mọt ruỗng: 樟脑丸能防止衣物被~。Viên băng phiến có thể phòng ngừa quần áo bị mọt đục.

【蛀牙】zhùyá<名>răng sâu

铸 zhù<动>đúc

【铸币】zhùbì❶<动>đúc tiền: ~厂 xưởng đúc tiền ❷<名>tiền đúc

【铸错】zhùcuò<动>[书]phạm sai lầm lớn

【铸钢】zhùgāng❶<名>thép đúc ❷<动>đúc thép

【铸工】zhùgōng<名>❶nghề đúc; sự đúc: ~车间 phân xưởng đúc ❷thợ đúc; thợ đổ khuôn đúc

【铸件】zhùjiàn<名>linh kiện đúc: 钢~ vật đúc bằng thép

【铸就】zhùjiù<动>đúc thành; tạo nên: ~奋发 精神 tạo nên tinh thần vươn lên

【铸模】zhùmú<名>khuôn đúc: ~一定要精确。Khuôn đúc nhất thiết phải tinh xác.

【铸铁】zhùtiě<名>gang đúc

【铸造】zhùzào<动>đúc; đổ khuôn: ~机器零件 đúc chi tiết máy; ~车间 phân xưởng đúc

筑¹ zhù❶<动>xây dựng; làm; đắp: 修~ xây dựng ❷<名>[书]cái đầm đất //(姓)Trúc

筑² zhù<名>đàm trúc; thập tam huyền

【筑巢】zhùcháo<动>xây tổ: 鸟儿在~。Chim đang xây tổ.

【筑巢引凤】zhùcháo–yǐnfèng xây tổ đón phượng hoàng; xây tổ dẫn dụ phượng hoàng; ý nói xây dựng cơ sở tốt để thu hút tiền vốn bên ngoài; tạo cơ sở môi trường tốt để thu hút nhân tài

【筑堤】zhùdī<动>đắp đê: ~防洪 đắp đê chống lũ

【筑路】zhùlù<动>làm đường: ~工人每天都很辛苦。Công nhân làm đường ngày nào cũng rất vất vả.

箸 zhù<名>[方]đũa

zhuā

抓 zhuā<动>❶nắm; cầm; vớ; bốc: 孩子~起葡萄就往嘴里放。Cậu bé vớ lấy quả nho là đút vào miệng luôn. ❷cào; gãi: ~痒 gãi ngứa ❸bắt; tóm: 小偷 bắt kẻ trộm; 老鹰 ~小鸡。Diều hâu quắp gà con. ❹nắm vững; đặc biệt chú trọng; chủ quản: ~重点 nắm trọng điểm; 副厂长主~安全生产。Phó giám đốc chủ quản khâu an toàn sản xuất. ❺tăng cường; quản lí ❻cuốn hút; thu hút: 他的目的是紧~民心。Mục đích của anh ấy là thu hút lòng dân.

【抓辫子】zhuā biànzi (tóc) tết đuôi sam; nắm được thóp; nắm được chỗ yếu

【抓捕】zhuābǔ<动>truy bắt; truy nã: ~罪犯

行动 hành động truy bắt tội phạm

【抓差】zhuāchāi<动>bắt phu; ví đột nhiên bắt người khác đi làm những việc ngoài chức trách của họ

【抓大放小】zhuādà-fàngxiǎo thả con săn sắt, bắt con cá rô

【抓点带面】zhuādiǎn-dàimiàn nắm bắt trọng điểm rồi dẫn dắt xúc tiến toàn diện; nắm một dẫn ra mười

【抓赌】zhuādǔ<动>bắt canh bạc: ～行动 hành động truy bắt đánh bạc

【抓耳挠腮】zhuā'ěr-náosāi❶vò đầu bứt tai ❷hoa chân múa tay

【抓工夫】zhuā gōngfu tranh thủ thời gian; tranh thủ lúc rảnh

【抓好】zhuāhǎo<动>nắm vững: 要～毕业晚会的准备工作。Phải nắm vững công tác chuẩn bị cho buổi dạ hội tốt nghiệp.

【抓获】zhuāhuò<动>bắt lấy; truy bắt: ～罪犯 bắt giữ tội phạm

【抓紧】zhuājǐn<动>nắm vững; ra sức: 上车要～扶手。Lên xe phải nắm chắc tay vịn. 这事比较重要,你要～办。Việc này quan trọng lắm, anh cần xử lí nhanh.

【抓阄儿】zhuājiūr<动>rút thăm; bốc thăm; bắt thăm: ～决定参赛人选 rút thăm để chọn người đi dự thi

【抓空儿】zhuākòngr<动>tranh thủ lúc rảnh

【抓狂】zhuākuáng<动>cuống cuồng; cuống quít

【抓两头,带中间】zhuā liǎngtóu, dài zhōngjiān coi trọng mặt tốt và mặt xấu, dẫn dắt các bộ phận khác cùng tiến bộ

【抓挠】zhuānao[方]❶<动>gãi ❷<动>bới; lục lọi ❸<动>xoay xở ❹<名>chỗ dựa; cái để dùng: 这样做,我心里也有个～了。Làm như vậy thì trong lòng tôi có chỗ dựa rồi. ❺<动>cấu xé nhau; đánh nhau ❻<动>kiếm; kiếm được ❼<名>cách đối

phó

【抓拍】zhuāpāi<动>chụp tại chỗ; chọn thời cơ để chụp: 阿强～的几张照片都不错。Những bức ảnh mà anh Cường chụp tại chỗ đều rất đẹp.

【抓破】zhuāpò<动>cào: 我的手被猫～了。Tay tôi bị mèo cào xước da.

【抓人】zhuārén<动>bắt người: ～要有证据。Bắt giữ người phải có chứng cớ.

【抓手】zhuāshǒu<名>❶chỗ bắt; chỗ nắm: 铁箱子两侧有～。Hai bên cạnh hòm sắt có chỗ nắm. ❷điểm nắm bắt; điểm đột phá: 农民经济合作组织是新农村建设的重要～。Tổ chức hợp tác kinh tế nông dân là điểm đột phá của việc xây dựng nông thôn mới. ❸[方]nắm tay

【抓瞎】zhuāxiā<动>cuống quít; làm bừa: 不提前做准备,到时候肯定会～。Không chuẩn bị trước, đến lúc sẽ cuống lên.

【抓药】zhuāyào<动>bốc thuốc; đi bốc thuốc: 孩子病了,母亲着急地为他～。Con bị ốm, mẹ vội đi bốc thuốc.

【抓周】zhuāzhōu<动>bắt vật trong mâm (một hình thức bói toán khi trẻ mới một tuổi)

【抓住】zhuāzhù<动>bắt lấy; giữ: ～不放手 giữ chặt lấy không buông tay

zhuǎ

爪 zhuǎ 义同 "爪" (zhǎo) ❷, dùng cho dưới các điều.

另见 zhǎo

【爪尖儿】zhuǎjiānr<名>món móng giò

【爪儿】zhuǎr<名>[口]❶móng; vuốt ❷chân của một số đồ dùng

【爪子】zhuǎzi<名>[口]móng; vuốt: 鸡～ móng gà; 猫～ móng mèo; 虎～ vuốt hổ

Z

zhuāi

拽 zhuāi <动>[方]ném; vất: 他把皮球~得老远。 Anh ấy ném bóng thật xa.

另见zhuài

zhuài

拽 zhuài <动>kéo; lôi; rút: 那孩子老是~着妈妈的衣角。 Thằng bé ấy cứ kéo lấy vạt áo của mẹ.

另见zhuāi

zhuān

专 zhuān ❶<形>chuyên: ~注 chuyên chú ❷<形>chuyên sâu: 博而不~ biết nhiều mà không chuyên sâu ❸<副>chuyên môn; chỉ: 他~爱讥笑人。 Nó chỉ thích chê cười người ta. ❹<动>chiếm giữ một mình: ~利 độc quyền sáng chế //(姓)Chuyên

【专案】zhuān'àn<名>chuyên án; vụ án đặc biệt

【专案组】zhuān'ànzǔ<名>nhóm nghiên cứu chuyên án; tổ chuyên án

【专版】zhuānbǎn<名>bản chuyên môn

【专才】zhuāncái<名>chuyên gia; chuyên viên; nhân tài chuyên nghiệp: 发挥~作用 phát huy vai trò của nhân tài chuyên nghiệp

【专差】zhuānchāi❶<动>đặc trách; chuyên trách ❷<名>người được biệt phái; người đặc trách

【专长】zhuāncháng<名>sở trường đặc biệt

【专场】zhuānchǎng<名>buổi chiếu (hay diễn) dành riêng

【专车】zhuānchē<名>❶xe chuyên dụng: ~接送 đưa đón bằng xe chuyên dụng (riêng) ❷chuyến tàu (xe) đặc biệt

【专诚】zhuānchéng❶<形>chung thủy ❷<副>đặc biệt; chuyên biệt; riêng biệt

【专程】zhuānchéng<副>chuyên; đi theo chủ định: 她是~来拜访你的。 Chị ấy chuyên đến thăm anh.

【专电】zhuāndiàn<名>điện riêng; điện đặc biệt; điện tín riêng

【专断】zhuānduàn❶<动>độc đoán ❷<形>hành vi, tác phong không dân chủ

【专访】zhuānfǎng❶<动>phỏng vấn riêng ❷<名>bài phỏng vấn riêng

【专攻】zhuāngōng<动>chuyên nghiên cứu; chuyên về một môn: ~技术难关 chuyên nghiên cứu những vấn đề khó khăn về mặt kĩ thuật

【专柜】zhuānguì<名>quầy chuyên bán: 化妆品~ quầy chuyên bán hóa mĩ phẩm

【专号】zhuānhào<名>số báo chuyên đề

【专横】zhuānhèng<形>ngang ngược

【专横跋扈】zhuānhèng-báhù hung hăng ngạo mạn; độc đoán bạo ngược

【专机】zhuānjī<名>❶chuyên cơ ❷máy bay riêng

【专集】zhuānjí<名>❶văn tập riêng ❷sách riêng (về một thể loại văn hoặc một nội dung nào đó)

【专辑】zhuānjí<名>tập sách riêng (về một thể loại văn hoặc một nội dung nào đó); chuyên san; album: 第一部~ album đầu tay

【专家】zhuānjiā<名>chuyên gia: 咨询~ tư vấn với chuyên gia

【专刊】zhuānkān<名>❶chuyên mục ❷chuyên san

【专科】zhuānkē<名>❶chuyên khoa; chuyên ngành ❷trường chuyên nghiệp

【专科学校】zhuānkē xuéxiào trường chuyên khoa; trường dạy nghề

【专款】zhuānkuǎn<名>chuyên khoản; khoản riêng

【专栏】zhuānlán<名>chuyên mục (trên báo và bích báo)

【专栏作家】zhuānlán zuòjiā nhà báo viết theo chuyên mục; tác giả chuyên mục

【专利】zhuānlì<名>quyền sở hữu sáng chế; độc quyền sáng chế (phát minh): ~文献 văn chương hay dữ liệu về quyền sở hữu sáng chế

【专利权】zhuānlìquán<名>quyền sở hữu trí tuệ

【专利申请】zhuānlì shēnqǐng đơn xin cấp bằng độc quyền sáng chế

【专列】zhuānliè<名>❶chuyến tàu đặc biệt ❷chuyến tàu chuyên dụng

【专卖】zhuānmài<动>❶bán độc quyền ❷chuyên bán; chuyên buôn bán: 这家店~香烟。Cửa hàng này chuyên bán thuốc lá.

【专卖店】zhuānmàidiàn<名>cửa hàng độc quyền kinh doanh; cửa hàng chuyên doanh

【专门】zhuānmén❶<副>chuyên môn ❷<形>(nhà) chuyên môn: 文物研究的~家 chuyên gia nghiên cứu về văn vật ❸<副>sở trường: 他是~研究历史的。Sở trường của anh ấy là nghiên cứu lịch sử.

【专名】zhuānmíng<名>❶danh từ riêng ❷tên gọi riêng

【专权】zhuānquán<动>chuyên quyền

【专人】zhuānrén<名>❶người chuyên trách ❷nhân viên chuyên môn: ~管理 người chuyên trách quản lí

【专任】zhuānrèn<动>chuyên trách

【专升本】zhuānshēngběn từ cao đẳng lên đại học

【专属】zhuānshǔ<动>chuyên thuộc; thuộc riêng: ~经济区 vùng đặc quyền kinh tế

【专题】zhuāntí<名>chuyên đề: ~调查 điều tra chuyên đề

【专题报道】zhuāntí bàodào bản tin chuyên đề

【专席】zhuānxí<名>chỗ ngồi dành riêng; chỗ ngồi đặc biệt

【专线】zhuānxiàn<名>❶đường sắt dùng riêng ❷đường dây riêng

【专项】zhuānxiàng<名>chuyên mục; hạng mục riêng: ~拨款 khoản chi chuyên hạng

【专心】zhuānxīn<形>chuyên tâm: ~做学问 chuyên tâm trau dồi kiến thức

【专心致志】zhuānxīn-zhìzhì tập trung tâm trí

【专修】zhuānxiū<动>chuyên tu: ~英语语言学 chuyên tu môn ngôn ngữ học tiếng Anh

【专业】zhuānyè❶<名>chuyên ngành; ngành; chuyên nghiệp ❷<形>trình độ chuyên môn; sành nghề

【专业户】zhuānyèhù<名>hộ chuyên nghiệp; hộ chuyên nghề

【专业化】zhuānyèhuà chuyên nghiệp hóa; chuyên môn hóa

【专业课】zhuānyèkè<名>môn học chuyên ngành

【专一】zhuānyī<形>thủy chung; không phân tâm: 对爱情要~。Phải thủy chung với tình yêu.

【专营】zhuānyíng<动>chuyên doanh; chuyên kinh doanh

【专用】zhuānyòng<动>chuyên dụng: 财政拨款要专款~。Nguồn vốn từ tài chính phải được chuyên dụng.

【专有名词】zhuānyǒu míngcí danh từ riêng

【专员】zhuānyuán<名>❶nhân viên biệt phái phụ trách chuyên khu ❷chuyên viên

【专责】zhuānzé<名>trách nhiệm được giao

【专政】zhuānzhèng<名>chuyên chính

【专政机关】zhuānzhèng jīguān cơ quan chuyên chính

【专职】zhuānzhí<名>chức vụ chuyên trách

Z

【专制】zhuānzhì❶〈动〉chuyên chế ❷〈形〉độc tài

【专注】zhuānzhù〈形〉tập trung; chú tâm: 神情~ vẻ tập trung/tập trung tâm trí

【专著】zhuānzhù〈名〉chuyên khảo: 出版~ xuất bản chuyên khảo

【专座】zhuānzuò〈名〉chỗ ngồi dành riêng: 孕妇~ chỗ ngồi dành riêng cho phụ nữ mang thai

砖 zhuān〈名〉❶gạch: 红~ gạch đỏ/gạch xây ❷viên; bánh: 煤~ than bánh

【砖茶】zhuānchá〈名〉chè bánh

【砖厂】zhuānchǎng〈名〉nhà máy làm gạch

【砖雕】zhuāndiāo〈名〉điêu khắc trên gạch

【砖房】zhuānfáng〈名〉nhà gạch

【砖坯】zhuānpī〈名〉gạch mộc

【砖头】zhuāntou〈名〉[方]gạch; viên gạch

【砖窑】zhuānyáo〈名〉lò nung gạch

zhuǎn

转 zhuǎn〈动〉❶chuyển; quay; xoay: 向右~ quay sang bên phải ❷chuyển giao; đưa: ~赠 礼物 giao tặng lễ vật //(姓)Chuyển
另见zhuàn

【转氨酶】zhuǎn'ānméi〈名〉[医学]men chuyển hóa amin; transaminase

【转败为胜】zhuǎnbài-wéishèng chuyển bại thành thắng

【转包】zhuǎnbāo〈动〉bao thầu lại: 工程~ bao thầu lại công trình/công trình thầu lại

【转悲为喜】zhuǎnbēi-wéixǐ chuyển bi thành hi; chuyển buồn thành vui

【转变】zhuǎnbiàn〈动〉chuyển biến; thay đổi: 自从我和他谈话后，他的态度~了。Sau khi tôi trò chuyện với anh ấy, thái độ của anh ấy đã chuyển biến.

【转播】zhuǎnbō〈动〉tiếp sóng (phát thanh, truyền hình)

【转产】zhuǎnchǎn〈动〉chuyển hướng sản xuất

【转场】zhuǎnchǎng〈动〉chuyển sân; chuyển dịch địa điểm

【转车】zhuǎnchē〈动〉đổi xe; chuyển xe: 他 打算在武昌~。Anh ấy định chuyển xe ở Vũ Xương.

【转乘】zhuǎnchéng〈动〉đổi phương tiện giao thông; chuyển phương tiện giao thông

【转达】zhuǎndá〈动〉chuyển; chuyển tới: ~ 问候 chuyển lời hỏi thăm

【转道】zhuǎndào〈动〉rẽ sang đường khác

【转动】zhuǎndòng〈动〉chuyển động: ~关 节 chuyển động khớp xương
另见zhuàndòng

【转发】zhuǎnfā〈动〉❶chuyển; gửi (công văn) cho ❷đăng lại (bài của báo khác) ❸tiếp phát (tín hiệu vô tuyến điện) ❹chuyển gửi; chuyển phát (thông tin máy tính)

【转岗】zhuǎngǎng〈动〉chuyển cương vị

【转告】zhuǎngào〈动〉chuyển lời đến: 请 ~他，明天上午九点钟开会。Làm ơn chuyển lời đến anh ấy, 9 giờ sáng mai họp.

【转关系】zhuǎn guānxi chuyển quan hệ; chuyển sinh hoạt (đảng, đoàn)

【转轨】zhuǎnguǐ〈动〉❶chuyển quỹ đạo (dùng với việc vận hành) ❷chuyển đổi sang; chuyển sang; ví chuyển đổi thể chế

【转行】zhuǎnháng〈动〉❶chuyển nghề; chuyển ngành ❷xuống dòng

【转化】zhuǎnhuà〈动〉❶chuyển biến; thay đổi ❷chuyển hóa; biến đổi sang

【转换】zhuǎnhuàn〈动〉thay đổi: 信息~ thay đổi thông tin

【转会】zhuǎnhuì〈动〉(cầu thủ) chuyển sang câu lạc bộ khác

【转机】¹zhuǎnjī〈名〉khả năng từ xấu chuyển lành (chỉ bệnh tật hoặc sự việc); đổi vận

【转机】²zhuǎnjī〈动〉chuyển chặng bay;

chuyển máy bay

【转基因】zhuǎnjīyīn biến đổi gen

【转基因食品】zhuǎnjīyīn shípǐn thực phẩm biến đổi gen

【转嫁】zhuǎnjià<动>gán tội; đùn tội

【转交】zhuǎnjiāo<动>chuyển giao; chuyển: 请把这封信~给她。Làm ơn chuyển giao bức thư này cho cô ấy.

【转角】zhuǎnjiǎo<名>chỗ rẽ; chỗ quẹo

【转借】zhuǎnjiè<动>❶cho (người khác) mượn lại (cái mà mình mượn về) ❷cho (người khác) mượn (giấy tờ...của mình)

【转口】zhuǎnkǒu<动>chuyển khẩu

【转脸】zhuǎnliǎn<动>❶quay mặt; ngoảnh mặt ❷thoắt cái

【转录】zhuǎnlù<动>cóp lại; thu lại; sao (băng, đĩa)

【转卖】zhuǎnmài<动>bán trao tay: 他把房子~出去赚了不少钱。Anh ta chuyển bán căn hộ lãi được khá nhiều.

【转年】zhuǎnnián❶<动>sang năm sau ❷<名>năm sau (của một năm nào đó trước kia) ❸<名>sang năm

【转念】zhuǎnniàn<动>nghĩ lại

【转让】zhuǎnràng<动>chuyển nhượng; chuyển giao: 技术~ chuyển nhượng kĩ thuật

【转入】zhuǎnrù<动>chuyển vào

【转身】zhuǎnshēn❶<动>quay người: 他~跑了。Anh ta quay người chạy mất. ❷<形>thoắt cái

【转世】zhuǎnshì<动>[宗教]❶hóa kiếp ❷chuyển thế (chế độ lựa chọn người kế tục Phật sống của đạo Lạt-Ma)

【转手】zhuǎnshǒu<动>sang tay; chuyển qua tay người khác

【转述】zhuǎnshù<动>kể lại

【转瞬】zhuǎnshùn<动>nháy mắt; chẳng mấy chốc: ~即逝 thoáng qua/chẳng mấy chốc đã biến mất

【转送】zhuǎnsòng<动>❶chuyển; tặng: ~他人 chuyển tặng cho người khác ❷chuyển giao

【转体】zhuǎntǐ<动>quay thân mình: 向后~180º quay ngoắt 180º

【转头】zhuǎntóu<动>quay đầu; ngoảnh đầu

【转托】zhuǎntuō<动>nhờ chuyển; nhờ (người khác) chuyển

【转弯】zhuǎnwān❶<动>rẽ; quẹo: 向左~ rẽ sang bên trái ❷<动>ví sửa đổi nhận thức ❸<名>chỗ ngoặt

【转弯抹角】zhuǎnwān-mòjiǎo nói xa nói gần; nói vòng nói vo; nói cạnh nói khóe

【转危为安】zhuǎnwēi-wéi'ān chuyển từ nguy hiểm thành yên lành; chuyển nguy thành an

【转向】zhuǎnxiàng<动>❶chuyển hướng; đổi hướng ❷thay đổi lập trường chính trị 另见zhuànxiàng

【转校】zhuǎnxiào<动>chuyển trường học

【转型】zhuǎnxíng<动>❶thay đổi loại hình (những thay đổi về kết cấu kinh tế xã hội, hình thái văn hóa và quan niệm giá trị v.v.) ❷thay đổi cỡ, kiểu và cấu tạo của sản phẩm

【转学】zhuǎnxué<动>chuyển trường: 他~到市郊一所小学了。Cậu ta chuyển sang một trường tiểu học ở ngoại ô.

【转眼】zhuǎnyǎn<动>chớp mắt; thoắt một cái: ~又是一年。Thoắt một cái lại một năm qua đi.

【转业】zhuǎnyè<动>chuyển ngành

【转移】zhuǎnyí<动>❶chuyển; dời: ~方向 chuyển hướng ❷thay đổi: 考察内容的重点已经~。Trọng điểm của nội dung khảo sát đã thay đổi.

【转引】zhuǎnyǐn<动>chuyển dẫn; chuyển trích

【转忧为喜】zhuǎnyōu-wéixǐ chuyển lo buồn thành vui vẻ; chuyển lo thành mừng

【转运】[1] zhuǎnyùn〈动〉gặp vận may

【转运】[2] zhuǎnyùn〈动〉trung chuyển

【转载】zhuǎnzǎi〈动〉chuyển đăng: 全文~ chuyển đăng toàn bộ văn bản

【转赠】zhuǎnzèng〈动〉chuyển tặng; tặng lại

【转账】zhuǎnzhàng〈动〉chuyển khoản: 他 ~一千元给女儿做生活费。Anh ấy chuyển khoản một nghìn đồng cho cô con gái làm phí sinh hoạt.

【转折】zhuǎnzhé〈动〉❶chuyển ngoặt: ~点 điểm chuyển ngoặt/bước ngoặt ❷chuyển ý: ~句 câu chuyển ý

【转正】zhuǎnzhèng〈动〉chuyển vào biên chế

【转租】zhuǎnzū〈动〉cho thuê lại

zhuàn

传 zhuàn〈名〉❶truyện (sách giải thích kinh văn): 经~ kinh truyện ❷truyện kí; tiểu truyện: 自~ tự truyện ❸truyện (tác phẩm ghi lại các câu chuyện lịch sử): 《水浒~》 truyện Thủy Hử
另见chuán

【传记】zhuànjì〈名〉truyện kí: 名人~ truyện kí danh nhân

【传略】zhuànlüè〈名〉lược truyện

转 zhuàn❶〈动〉xoay; quay nhanh: ~动 quay ❷〈动〉lượn quanh; đi quanh: 四处~~ loanh quanh khắp nơi ❸〈量〉[方]vòng
另见zhuǎn

【转笔刀】zhuànbǐdāo〈名〉cái gọt bút chì; cái chuốt bút chì

【转碟】zhuàndié〈名〉quay đĩa (một tiết mục biểu diễn xiếc)

【转动】zhuàndòng〈动〉xoay; quay
另见zhuǎndòng

【转筋】zhuànjīn〈动〉bị chuột rút

【转经筒】zhuànjīngtǒng〈名〉ống quay kinh (đạo Lạt-Ma)

【转来转去】zhuànlái-zhuànqù quay đi quay lại

【转炉】zhuànlú〈名〉[冶金]lò quay

【转门】zhuànmén〈名〉cửa quay

【转圈】zhuànquān〈动〉di chuyển thành một vòng

【转速】zhuànsù〈名〉tốc độ quay

【转台】zhuàntái〈名〉sân khấu quay; bàn quay

【转筒】zhuàntǒng〈名〉[机械]ống quay

【转弯子】zhuàn wānzi (nói) vòng vo: 她 说话做事从来不~。Cô ấy nói gì làm gì không bao giờ vòng vo.

【转向】zhuànxiàng〈动〉lạc hướng: 晕头~ lạc hướng quay cuồng
另见zhuǎnxiàng

【转椅】zhuànyǐ〈名〉ghế quay

【转悠】zhuànyou〈动〉[口]❶quay; xoay; đảo ❷dạo; dạo chơi; đi bách bộ

【转轴】zhuànzhóu〈名〉❶trục quay ❷[方] chủ kiến; chủ tâm

【转子】zhuànzǐ〈名〉[机械]con quay

赚 zhuàn❶〈动〉được lợi nhuận ❷〈名〉[口] lợi nhuận: 有~ có lợi nhuận ❸〈动〉[方]kiếm tiền: 他是个技术骨干，每月~不少钱。 Anh ta là một cán bộ kĩ thuật cốt cán, mỗi tháng kiếm được khá nhiều tiền.

【赚钱】zhuànqián〈动〉kiếm tiền

【赚头】zhuàntou〈名〉[口]lợi nhuận; có lãi: 想不到干这买卖~真不小。Không ngờ làm công việc buôn bán này có lãi không ít.

【赚外快】zhuàn wàikuài kiếm được món lộc; kiếm tiền ngoài nghề chính

撰 zhuàn〈动〉soạn; viết (sách): 编~ biên soạn

【撰稿】zhuàngǎo〈动〉viết bài

【撰稿人】zhuàngǎorén〈名〉người soạn

thảo

【撰述】zhuànshù❶<动>[书]viết văn; sáng tác: ~报告 viết báo cáo ❷<名>tác phẩm

【撰文】zhuànwén<动>viết văn

【撰写】zhuànxiě<动>sáng tác; viết: ~论文 viết luận án

篆zhuàn❶<名>chữ triện (một kiểu chữ Hán): ~书 kiểu chữ triện; 大~ chữ đại triện ❷<名>con dấu; cái mốc ❸<动>viết chữ triện

【篆刻】zhuànkè<动>khắc dấu

【篆字】zhuànzì<名>chữ triện thể

zhuāng

妆zhuāng❶<动>trang điểm: 梳~ trang điểm ❷<名>nữ trang: 红~ trang điểm màu đỏ/nữ trang ❸<名>tư trang của cô dâu: 嫁~ đồ cưới

【妆容】zhuāngróng<名>dung mạo sau khi trang điểm

【妆饰】zhuāngshì❶<动>trang sức; trang điểm; ngắm vuốt: 她把自己~得很漂亮。Cô ấy trang điểm cho mình thật xinh đẹp. ❷<名>dáng điệu sau khi trang điểm

【妆台】zhuāngtái<名>bàn trang điểm

庄¹zhuāng<名>❶làng xóm; thôn trang: 农~ nông trang ❷cửa hiệu; nhà hàng: 茶~ quán chè ❸trang ấp: 皇~ trang ấp của nhà vua ❹nhà cái (đánh bạc): 坐~ làm nhà cái // (姓)Trang

庄²zhuāng<形>trang trọng: 端~ đoan trang

【庄户】zhuānghù<名>hộ nông dân

【庄家】zhuāngjiā<名>nhà cái (trong cắc bạc hay mua bán trái phiếu)

【庄稼】zhuāngjia<名>hoa màu

【庄稼地】zhuāngjiadì<名>[口]ruộng; đồng ruộng

【庄稼汉】zhuāngjiahàn<名>[口]người

nông dân nam; ông nông dân

【庄稼活儿】zhuāngjiahuór<名>[口]việc đồng áng

【庄稼人】zhuāngjiarén<名>[口]nhà nông; nông dân

【庄严】zhuāngyán<形>trang nghiêm: ~肃穆 trang trọng nghiêm túc

【庄园】zhuāngyuán<名>trang viên; trang trại

【庄重】zhuāngzhòng<形>trang trọng: 举止~ cử chỉ tác phong trang trọng

【庄周梦蝶】zhuāngzhōu-mèngdié Trang Chu mộng điệp; Mộng điệp (một đoạn văn trong sách *Trang tử* của Trung Quốc, một điển tích thường thấy trong văn chương xưa ở Trung Quốc và Việt Nam.)

【庄子】Zhuāngzǐ<名>Trang Tử (một danh nhân thời cổ Trung Quốc)

【庄子】zhuāngzi<名>[口]làng; làng xóm

桩zhuāng❶<名>cái cọc: 梅花~ cọc hoa mai ❷<量>việc: 小事一~ một việc nhỏ

【桩子】zhuāngzi<名>cọc; cột mốc

装¹zhuāng❶<动>trang điểm; hóa trang: ~饰 trang sức ❷<动>làm ra vẻ; giả vờ: ~死 giả chết ❸<名>trang phục; ăn mặc: 夏~ quần áo mùa hè ❹<名>hành trang: 轻~ hành trang gọn nhẹ ❺<名>đồ hóa trang: 卸~ tẩy trang // (姓)Trang

装²zhuāng<动>❶sắp xếp; xếp: ~箱 đựng vào hòm ❷lắp; lắp đặt: 水管 lắp ống nước ❸bao gói; đóng gói: 盒~ đóng gói bằng hộp

【装扮】zhuāngbàn<动>❶trang điểm; hóa trang: ~入时 trang điểm thời thượng/ăn mặc hợp thời ❷đóng vai ❸đóng giả: 他~成乞丐以做调查。Anh ấy đóng giả kẻ ăn xin để đi điều tra.

【装备】zhuāngbèi❶<动>trang bị: 用知识~自己 trang bị cho bản thân bằng tri thức ❷<名>trang thiết bị: 科技~ trang thiết bị khoa

学 công nghệ

【装裱】zhuāngbiǎo<动>bồi tranh và gắn trục treo: ~字画 dán và gắn trục treo tranh chữ

【装病】zhuāngbìng<动>giả bệnh; giả ốm

【装船】zhuāngchuán<动>đóng tàu; bốc hàng lên tàu

【装车】zhuāngchē<动>xếp hàng lên xe

【装点】zhuāngdiǎn<动>trang điểm; trang trí: 用气球、鲜花~新房 trang điểm nhà mới bằng bóng bay và hoa tươi

【装订】zhuāngdìng<动>đóng sách vở: ~成书 đóng thành sách

【装疯卖傻】zhuāngfēng-màishǎ giả điên giả dại; giả ngây giả dại

【装裹】zhuāngguo❶<动>liệm (người chết) ❷<名>đồ khâm liệm

【装糊涂】zhuāng hútu vờ ngớ ngẩn

【装潢】zhuānghuáng❶<动>trang hoàng: ~门面 trang hoàng mặt tiền ❷<名>sự trang hoàng: 店里的~格外讲究。Sự trang hoàng trong cửa hàng hết sức cầu kì.

【装货】zhuānghuò<动>bốc hàng

【装机】zhuāngjī<动>lắp đặt hoặc lắp ráp máy móc, thiết bị

【装机容量】zhuāngjī róngliàng công suất lắp máy

【装甲】zhuāngjiǎ❶<形>thiết giáp; bọc thép: ~车 xe bọc thép ❷<名>vỏ thép; thiết giáp

【装甲车】zhuāngjiǎchē<名>xe bọc thép

【装假】zhuāngjiǎ<动>giả vờ: 小男孩很诚实，从不~。Thằng bé rất thật thà, chẳng bao giờ giả vờ.

【装殓】zhuāngliàn<动>khâm liệm

【装聋作哑】zhuānglóng-zuòyǎ giả câm giả điếc

【装门面】zhuāng ménmian trang trí bề mặt

【装模作样】zhuāngmú-zuòyàng làm bộ làm tịch; giả bộ

【装嫩】zhuāngnèn<动>giả non; giả trẻ; cưa sừng làm nghé

【装配】zhuāngpèi<动>lắp ráp: ~玩具 lắp ráp đồ chơi

【装配线】zhuāngpèixiàn<名>dây chuyền lắp ráp

【装腔作势】zhuāngqiāng-zuòshì cố làm ra vẻ

【装傻】zhuāngshǎ<动>giả dại; giả ngố

【装神弄鬼】zhuāngshén-nòngguǐ ❶hành nghề đồng bóng (bịp người); buôn thần bán thánh ❷cố làm ra vẻ huyền bí

【装饰】zhuāngshì❶<动>trang trí; tô điểm: ~房间 trang trí căn phòng ❷<名>đồ trang sức; đồ trang trí: 室内~ đồ trang sức trong phòng

【装饰灯】zhuāngshìdēng<名>đèn trang trí

【装饰品】zhuāngshìpǐn<名>đồ trang sức

【装束】zhuāngshù❶<名>trang điểm ăn mặc; kiểu ăn mặc: ~朴素 ăn mặc giản dị ❷<动>[书]chuẩn bị hành trang

【装睡】zhuāngshuì<动>giả vờ ngủ

【装死】zhuāngsǐ<动>giả vờ chết

【装蒜】zhuāngsuàn<动>[口]giả vờ ngớ ngẩn; vờ vĩnh: 别~了! Đừng có giả vờ ngớ ngẩn nữa!

【装孙子】zhuāng sūnzi hạ mình; làm bộ đáng thương

【装箱】zhuāngxiāng<动>đóng thùng

【装相】zhuāngxiàng<动>làm ra vẻ

【装卸】zhuāngxiè<动>❶bốc dỡ: ~货物 bốc dỡ hàng hóa ❷lắp ráp và tháo dỡ: ~录音机 tháo lắp máy ghi âm

【装修】zhuāngxiū<动>trang trí (nhà cửa hay cửa hiệu): 室内~ trang trí nội thất

【装样子】zhuāng yàngzi giả vờ; ra vẻ

【装运】zhuāngyùn<动>bốc xếp; vận chuyển

~工 thợ bốc xếp/công nhân bốc xếp

【装载】zhuāngzài<动>xếp (hàng hóa, khách hàng) lên tàu xe

【装载量】zhuāngzàiliàng<名>số lượng chuyên chở; trọng tải

【装帧】zhuāngzhēn<名>trang hoàng; thiết kế mĩ thuật

【装置】zhuāngzhì❶<动>lắp đặt: 设备~完毕。Thiết bị đã được lắp đặt xong. ❷<名>linh kiện máy móc, thiết bị: 自动化~ thiết bị tự động hóa

【装作】zhuāngzuò<动>giả vờ; giả bộ; làm ra vẻ

zhuàng

壮¹zhuàng❶<形>to lớn, khỏe mạnh: 健~ khỏe mạnh/tráng kiện ❷<动>làm mạnh thêm: ~胆 làm tăng lòng can đảm ❸<形>hùng tráng: 理直气~ lí lẽ, ngôn từ hùng tráng //(姓)Tráng

壮²Zhuàng<名>(dân tộc) Choang: 广西~族自治区 Khu tự trị dân tộc Choang Quảng Tây

【壮大】zhuàngdà❶<形>lớn mạnh: 日益~ ngày càng lớn mạnh ❷<动>làm cho lớn mạnh: 发展~ phát triển lớn mạnh

【壮胆】zhuàngdǎn<动>lấy can đảm

【壮丁】zhuàngdīng<名>[旧]tráng đinh; thanh niên khỏe mạnh

【壮观】zhuàngguān❶<名>cảnh quan hùng vĩ ❷<形>hùng vĩ: 长城是中国一处~的景观。Trường Thành là một cảnh quan hùng vĩ của Trung Quốc.

【壮健】zhuàngjiàn<形>tráng kiện

【壮锦】zhuàngjǐn<名>thổ cẩm; gấm Choang (dân tộc Choang)

【壮举】zhuàngjǔ<名>hành động vĩ đại

【壮阔】zhuàngkuò<形>bao la hùng vĩ

【壮劳力】zhuàngláolì<名>sức lao động khỏe; sức lao động chính

【壮丽】zhuànglì<形>tráng lệ: ~的景色 cảnh sắc tráng lệ

【壮烈】zhuàngliè<形>oanh liệt: ~牺牲 hi sinh oanh liệt

【壮美】zhuàngměi<形>tráng lệ

【壮年】zhuàngnián<名>tráng niên

【壮士】zhuàngshì<名>tráng sĩ

【壮实】zhuàngshi<形>(thân thể) chắc; khỏe: 他打小就长得~。Cậu bé từ nhỏ đã rất mạnh khỏe.

【壮硕】zhuàngshuò<形>mạnh khỏe to lớn

【壮乡】zhuàngxiāng<名>vùng quê dân tộc Choang; xứ Choang

【壮心】zhuàngxīn =【壮志】

【壮心不已】zhuàngxīn-bùyǐ chí khí bất tận

【壮阳】zhuàngyáng<动>tráng dương

【壮志】zhuàngzhì<名>chí lớn: 雄心~ chí lớn hùng tâm

【壮志凌云】zhuàngzhì-língyún chí khí quật cường; lí tưởng cao đẹp; chí khí ngất trời

【壮志未酬】zhuàngzhì-wèichóu chí lớn chưa được thực hiện; chí lớn chưa toại

状zhuàng<名>❶dáng; hình: 美丽的形~ hình dáng đẹp đẽ ❷tình trạng: 罪~ tội lỗi ❸kể; tả: 不可名~ không lời nào tả xiết ❹bản ghi: 供~ bản cung ❺đơn từ kiện cáo: 告~ cáo trạng ❻giấy; bằng (khen, chứng nhận…): 奖~ giấy khen

【状词】zhuàngcí<名>lời kiện

【状况】zhuàngkuàng<名>tình trạng: 财政~ tình hình tài chính

【状态】zhuàngtài<名>trạng thái: ~良好 trạng thái tốt

【状语】zhuàngyǔ<名>trạng ngữ

【状元】zhuàngyuan<名>❶trạng nguyên

(thời xưa) ❷người thi được thứ nhất; thủ khoa: 文科~ thủ khoa môn văn ❸người giỏi nhất trong ngành nghề nào đó: 行行出~。 Nghề nghiệp nào cũng có trạng nguyên.

【状纸】 zhuàngzhǐ ⟨名⟩❶mẫu đơn kiện ❷đơn kiện

【状子】 zhuàngzi ⟨名⟩[口]đơn kiện

撞zhuàng ⟨动⟩❶va; xô; (xe) đâm: 碰~ va chạm ❷gặp: 我不想见他，偏~上。 Em không muốn nhưng rồi cứ gặp phải anh ấy. ❸thử: ~运气 thử vận may ❹bừa bãi; liều lĩnh: 横冲乱~ xông xáo liều lĩnh

【撞车】 zhuàngchē ⟨动⟩❶đụng xe ❷xung đột nhau

【撞倒】 zhuàngdǎo ⟨动⟩xô ngã; va ngã

【撞击】 zhuàngjī ⟨动⟩va đập; đập

【撞见】 zhuàngjiàn ⟨动⟩gặp; gặp mặt: 今天 在路上我~一位多年不见的老朋友。 Hôm nay trên đường, tôi gặp một người bạn cũ đã nhiều năm không gặp.

【撞脸】 zhuàngliǎn ⟨动⟩hai người trang điểm giống nhau

【撞墙】 zhuàngqiáng ⟨动⟩❶đâm vào tường ❷gặp phải trở ngại

【撞入】 zhuàngrù ⟨动⟩xông vào

【撞色】 zhuàngsè ⟨动⟩hai màu không hợp với nhau

【撞衫】 zhuàngshān ⟨动⟩hai người mặc áo giống nhau

【撞线】 zhuàngxiàn ⟨动⟩chạm dây (ở điểm đích cuộc thi chạy)

幢zhuàng ⟨量⟩tòa; ngôi (nhà)

zhuī

追zhuī ⟨动⟩❶đuổi; truy: ~兵 truy binh ❷truy hỏi; truy cứu: ~究责任 truy cứu trách nhiệm ❸truy tìm; theo đuổi: ~名逐利 truy danh trục lợi ❹nhớ lại; hồi tưởng lại: ~述

thuật lại ❺làm bổ sung sau: ~认 truy nhận

【追本溯源】 zhuīběn-sùyuán truy tìm nguồn gốc

【追逼】 zhuībī ⟨动⟩❶đuổi sát; bám sát: 乘胜~ thừa thắng bám sát ❷truy bức; thúc ép: ~债务 thúc ép trả nợ

【追补】 zhuībǔ ⟨动⟩❶tăng thêm: ~预算 tăng thêm dự toán ❷san sẻ; bù đắp: 无法~的愧疚 không có cách nào bù đắp san sẻ được sự áy náy trong lòng

【追捕】 zhuībǔ ⟨动⟩truy nã; đuổi bắt: ~罪犯 truy nã tội phạm

【追查】 zhuīchá ⟨动⟩truy xét; truy cứu: 此事一定要~到底。 Chuyện này nhất định phải truy cứu đến cùng.

【追悼】 zhuīdào ⟨动⟩truy điệu

【追悼会】 zhuīdàohuì ⟨名⟩lễ truy điệu

【追肥】 zhuīféi ❶⟨动⟩bón thúc ❷⟨名⟩phân bón thúc

【追风】 zhuīfēng ⟨动⟩theo đuổi thời thượng: 我们不要盲目~。 Chúng ta không nên theo đuổi thời thượng một cách mù quáng.

【追赶】 zhuīgǎn ⟨动⟩đuổi; đuổi theo; truy đuổi: ~猎物 truy đuổi mồi săn

【追根】 zhuīgēn ⟨动⟩tìm nguyên nhân căn bản: ~究底 truy cho ra ngọn ngành

【追回】 zhuīhuí ⟨动⟩tìm lại được; tìm về

【追悔】 zhuīhuǐ ⟨动⟩hối tiếc: ~莫及 không kịp hối tiếc/hối tiếc cũng muộn rồi

【追击】 zhuījī ⟨动⟩truy kích: 乘胜~ thừa thắng truy kích

【追加】 zhuījiā ⟨动⟩tăng thêm

【追剿】 zhuījiǎo ⟨动⟩truy kích và tiêu diệt

【追缴】 zhuījiǎo ⟨动⟩truy đòi; thu hồi: ~赃物 truy đòi tang vật/thu hồi tang vật

【追究】 zhuījiū ⟨动⟩truy cứu: ~法律责任 truy cứu trách nhiệm luật pháp

【追求】 zhuīqiú ⟨动⟩❶theo đuổi: ~美好的生活 theo đuổi cuộc sống tươi đẹp ❷đeo dắng; cưa cẩm

【追求者】zhuīqiúzhě<名>người theo đuổi

【追授】zhuīshòu<动>truy tặng (danh dự)

【追思】zhuīsī<动>hồi tưởng

【追诉】zhuīsù<动>truy tố

【追溯】zhuīsù<动>đi ngược dòng; ngược tìm ngọn nguồn: ~历史 ngược tìm ngọn nguồn lịch sử

【追随】zhuīsuí<动>đi theo: ~左右 tháp tùng/đi cùng

【追随者】zhuīsuízhě<名>người đi theo

【追索】zhuīsuǒ<动>truy đòi

【追讨】zhuītǎo<动>truy đòi: ~债务 truy đòi món nợ

【追尾】zhuīwěi<动>chạm vào đuôi xe

【追问】zhuīwèn<动>hỏi đến cùng

【追星】zhuīxīng<动>theo đuổi ngôi sao; sùng bái ngôi sao; sùng bái thần tượng

【追星族】zhuīxīngzú<名>nhóm hâm mộ ngôi sao; hội hâm mộ

【追寻】zhuīxún<动>truy tìm

【追忆】zhuīyì<动>nhớ lại: ~童年趣事 nhớ lại những chuyện thú vị hồi nhỏ

【追赃】zhuīzāng<动>truy tìm tang vật

【追债】zhuīzhài<动>truy đòi nợ

【追逐】zhuīzhú<动>❶truy đuổi; đuổi theo: ~猎物 truy đuổi con mồi ❷theo đuổi: ~名利物欲 theo đuổi danh lợi vật chất

【追踪】zhuīzōng<动>đuổi theo dấu vết

椎 zhuī<名>xương sống

【椎骨】zhuīgǔ<名>đốt sống

【椎间盘】zhuījiānpán<名>đĩa liên đốt (sống): 腰~突出 đĩa liên đốt sống lưng lồi ra

锥 zhuī<名>❶cái dùi; cái khoan ❷vật hình quả dọi: 圆~ hình quả dọi

【锥处囊中】zhuīchǔnángzhōng dùi để trong túi sẽ có ngày lòi mũi ra

【锥探】zhuītàn<动>khoan thăm dò

【锥体】zhuītǐ<名>vật thể hình nón

【锥形】zhuīxíng<名>hình dùi

【锥子】zhuīzi<名>cái dùi; mũi khoan

zhuì

坠 zhuì❶<动>rơi; rớt xuống; ngã xuống: ~落 rơi xuống ❷<动>rủ xuống; trĩu xuống ❸<名>vật trĩu xuống: 耳~ hoa tai

【坠地】zhuìdì<动>[书](trẻ em) ra đời: 呱呱~ oa oa chào đời

【坠毁】zhuìhuǐ<动>rơi vỡ tan: 飞机~ máy bay rơi xuống

【坠机】zhuìjī<动>máy bay rơi xuống

【坠楼】zhuìlóu<动>từ trên lầu rơi xuống

【坠落】zhuìluò<动>rơi; rụng: 飞机~到大海里。Máy bay rơi xuống biển.

【坠马】zhuìmǎ<动>ngã ngựa

【坠子】¹zhuìzi<名>[口]vật trĩu xuống; hoa tai

【坠子】²zhuìzi<名>❶hát nói trụy cầm Hà Nam Trung Quốc ❷đàn trụy

缀 zhuì<动>❶khâu; đan: ~网 khâu lưới ❷[书]viết văn: ~辑 biên tập ❸tô điểm: 点~ điểm xuyết

【缀合】zhuìhé<动>nối liền; tổ hợp

【缀句成文】zhuìjù-chéngwén sắp xếp câu chữ thành bài văn

【缀满】zhuìmǎn<动>khâu tận

【缀文】zhuìwén<动>[书]viết văn; làm văn

惴 zhuì<形>[书]buồn lo; lo sợ

【惴惴不安】zhuìzhuì-bù'ān lo sợ bất an; khiếp sợ bất an

缒 zhuì<动>thả xuống bằng dây: ~城而出 dùng dây thả người bám tụt xuống chân thành để thoát ra ngoài

赘 zhuì❶<形>thừa; vô ích: 累~ rườm rà ❷<动>ở rể; gửi rể; kén người ở rể: 入~ ở gửi rể ❸<动>[方]vất vả; lôi thôi; mệt nhọc: 孩子得了多动症真~人。Đứa con mắc chứng hiếu động thật là lôi thôi quá.

【赘词】zhuìcí<名>nói năng rườm rà

【赘瘤】zhuìliú<名>(ví) đồ vô dụng; đồ thừa

【赘肉】zhuìròu<名>sẹo lồi; thịt thừa

【赘述】zhuìshù<动>nói dài dòng; kể rườm rà: 限于篇幅，兹不~。Bởi khuôn khổ có hạn, không kể dài dòng nữa.

【赘婿】zhuìxù<名>[书]người ở rể

【赘言】zhuìyán[书]❶<动>nói thừa; nói rườm rà ❷<名>lời nói thừa; lời nói rườm rà

【赘疣】zhuìyóu<名>❶cục thịt thừa ❷(ví) cái vô dụng; đồ thừa

【赘余】zhuìyú<形>thừa; dư thừa: ~的段落 đoạn văn thừa

zhūn

肫 zhūn<名>[书]mề (gà, vịt)

谆 zhūn<形>tha thiết; ân cần

【谆谆】zhūnzhūn<形>thiết tha; ân cần: ~教 导 ân cần dạy bảo

【谆谆善诱】zhūnzhūn-shànyòu ôn tồn khuyên nhủ; nhẹ nhàng khuyên bảo

zhǔn

准¹ zhǔn<动>cho phép; được phép: 不~外 出 không cho phép ra ngoài

准² zhǔn❶<名>chuẩn; chuẩn mực: 水~ tiêu chuẩn/mức độ ❷<形>đúng; chính xác: 你的 手表~吗? Đồng hồ của anh chạy chính xác không? ❸<副>nhất định; chắc chắn: 我~ 能完成任务。Tôi chắc chắn sẽ hoàn thành nhiệm vụ. ❹<介>theo; căn cứ vào: ~此办 理 theo đó mà làm ❺chuẩn (chỉ về mức độ chưa đủ hoàn toàn nhưng có thể coi như cùng loại): ~尉 chuẩn úy // (姓)Chuẩn

【准保】zhǔnbǎo<副>nhất định; chắc chắn: 按照我说的做，你~能做好。Nghe theo

tôi, anh chắc chắn sẽ làm tốt.

【准备】zhǔnbèi<动>❶chuẩn bị: ~行装 chuẩn bị hành trang ❷định; dự định: 今年 暑假我~去北京旅游。Hè này tôi định đi Bắc Kinh du lịch.

【准备金】zhǔnbèijīn<名>vốn dự bị

【准得】zhǔnděi =【准保】

【准点】zhǔndiǎn<形>đúng giờ: 火车~到 站。Tàu vào ga đúng giờ.

【准定】zhǔndìng<副>nhất định; chắc chắn: 看他那样子，~不是你的对手。Nhìn cái vẻ hắn ta kìa, chắc chắn không phải là đối thủ của anh.

【准话】zhǔnhuà<名>lời nói chắc chắn: 什 么时候开始做，你要给我个~。Bao giờ bắt đầu làm, anh phải báo cho tôi biết chắc chắn.

【准将】zhǔnjiàng<名>chuẩn tướng

【准考证】zhǔnkǎozhèng<名>thẻ dự thi

【准确】zhǔnquè<形>chuẩn xác; chính xác: 你这样说不够~。Anh nói như thế chưa chính xác.

【准入】zhǔnrù<动>❶chuẩn nhập (cơ quan chính quyền cho phép gia nhập) ❷cho phép đi vào (nói khái quát)

【准生证】zhǔnshēngzhèng<名>giấy phép sinh đẻ

【准绳】zhǔnshéng<名>thước đo; chuẩn mực: 我们要以事实为依据，以法律为 ~。Chúng ta cần phải lấy sự thực làm căn cứ, lấy luật pháp làm thước đo.

【准时】zhǔnshí<形>đúng giờ: ~到达 đến đúng giờ

【准头】zhǔntou<名>[口]sự đúng; sự thỏa đáng: 别信他，他说话没个~的。Đừng tin vào anh ta, anh ta nói không đúng đâu.

【准信】zhǔnxìn<名>thông tin chính xác: 哪 天能做完，你要给我个~。Hôm nào thì mới làm xong được, phải cho tôi biết chính xác.

【准星】zhǔnxīng<名>❶hoa thị chỉ khắc thăng bằng (trên cán cân) ❷đầu ruồi (ở đầu nòng súng): 这支枪的~磨损了。Đầu ruồi của cây súng này đã bị mòn.

【准许】zhǔnxǔ<动>cho phép: 我不~你这么做。Tôi không cho phép anh làm như thế.

【准予】zhǔnyǔ<动>cho phép: 成绩合格，~毕业。Kết quả học tập đạt tiêu chuẩn, cho phép tốt nghiệp.

【准则】zhǔnzé<名>chuẩn tắc; quy tắc; quy phạm: 行为~ quy tắc hành động

zhuō

拙 zhuō<形>❶vụng về: ~于言辞 ăn nói vụng về ❷(cách nói khiêm nhường) của tôi: ~作 tác phẩm vụng về (của tôi)

【拙笨】zhuōbèn<形>vụng về: 她口舌~，老半天也讲不出一句话。Nó mồm miệng vụng về, mãi không nói ra một câu.

【拙笔】zhuōbǐ<名>tác phẩm kém cỏi của tôi (lời nói khiêm tốn)

【拙见】zhuōjiàn<名>kiến giải vụng về; thiển kiến; thiển ý (khiêm từ đặc chỉ của mình): 个人~，请您多多指正。Vài thiển kiến của tôi, xin anh chỉ bảo nhiều.

【拙劣】zhuōliè<形>vụng về; kém cỏi: 你的演技太~了。Anh diễn xuất kém quá.

【拙涩】zhuōsè<形>kém cỏi; tối nghĩa: 译文~ văn dịch tối nghĩa

【拙著】zhuōzhù<名>bài viết vụng về; tác phẩm kém cỏi (khiêm từ)

【拙嘴笨舌】zhuōzuǐ-bènshé ăn nói vụng về

【拙作】zhuōzuò<名>tác phẩm kém cỏi của tôi

捉 zhuō<动>❶bắt: ~害虫 bắt sâu ❷cầm: ~笔 cầm bút

【捉奸】zhuōjiān<动>bắt gian; bắt kẻ gian dâm

【捉襟见肘】zhuōjīn-jiànzhǒu kéo vạt áo hở khuỷu tay; được đằng nọ hỏng đằng kia; không xoay xở kịp; che một bên lại tạt một bên

【捉迷藏】zhuōmícáng❶trò chơi bịt mắt bắt dê: 那群小孩在玩~的游戏。Đám trẻ đang chơi trò bịt mắt bắt dê. ❷đánh đố: 别跟我~了。Đừng đánh đố với tôi nữa.

【捉摸】zhuōmō<动>ức đoán; nắm bắt: 他是个令人难以~的家伙。Anh ta là một người khó hiểu.

【捉拿】zhuōná<动>tróc nã; bắt giữ: 警察~毒贩子。Cảnh sát bắt giữ kẻ buôn ma túy.

【捉弄】zhuōnòng<动>chọc ghẹo; chơi đểu; chơi khăm: 别~人。Đừng chơi khăm người khác.

【捉贼】zhuōzéi<动>bắt giặc; bắt trộm

桌 zhuō❶<名>cái bàn ❷<量>mâm; bàn: 你的婚宴请几~? Tiệc cưới của anh mời mấy mâm? //(姓)Trác

【桌布】zhuōbù<名>khăn trải bàn

【桌灯】zhuōdēng<名>đèn bàn

【桌面】zhuōmiàn<名>❶mặt bàn ❷phông (máy tính)

【桌面上】zhuōmiànshàng<名>trên bàn; ví làm việc một cách công khai: 有什么事情最好摆~讲。Có vấn đề gì tốt nhất là đem ra bàn một cách công khai.

【桌球】zhuōqiú<名>❶bi-a ❷bóng bàn

【桌椅】zhuōyǐ<名>bàn ghế

【桌子】zhuōzi<名>cái bàn

zhuó

灼 zhuó❶<动>thiêu; cháy; làm bỏng sém: ~伤 bị bỏng/làm cho bị bỏng; 烧~ cháy sém ❷<形>sáng sủa

【灼见】zhuójiàn<名>kiến giải thấu đáo; nhận xét sâu sắc: 真知~ hiểu biết đích thực/ kiến giải thấu đáo

【灼热】zhuórè<形>nóng bỏng: ~的阳光 ánh mặt trời nóng bỏng

【灼伤】zhuóshāng<动>làm bỏng: ~眼睛 làm bỏng mắt

【灼灼】zhuózhuó<形>[书]sáng rực; rừng rực: 目光~ ánh mắt rừng rực

苗 zhuó<形>(chỉ thực vật) tốt tươi

【苗实】zhuóshí<形>[方]vạm vỡ; tráng kiện: ~的小伙子 chàng trai vạm vỡ

【苗长】zhuózhǎng<动>um tùm; tốt tươi: 两岸花草丛生，树木~。Hai bên bờ hoa cỏ tốt tươi, cây cối um tùm.

【苗壮】zhuózhuàng<形>khỏe mạnh; tốt tươi: 沐浴着阳光雨露，这棵小树长得十分~。Được tận hưởng ánh nắng và nước mưa, cây non này đã lớn lên tốt tươi.

【苗壮成长】zhuózhuàng-chéngzhǎng lớn lên khỏe mạnh

卓 zhuó<形>❶cao chót vót: ~立 đứng thẳng ❷sáng suốt: ~见 ý kiến sáng suốt //(姓) Trác

【卓尔不群】zhuó'ěr-bùqún hơn hẳn mọi người

【卓绝】zhuójué<形>tuyệt vời; cực kì: 英勇~ anh dũng tuyệt vời; 艰苦~ cực kì gian khổ

【卓然】zhuórán<形>xuất sắc; tuyệt vời: 成绩~ thành tích xuất sắc

【卓识】zhuóshí<名>kiến thức siêu việt: 远见~ tầm nhìn sâu rộng/kiến thức siêu việt

【卓异】zhuóyì<形>siêu phàm; lạ thường: 政绩~ thành tích chính trị siêu phàm

【卓有成效】zhuóyǒu-chéngxiào có hiệu quả tốt

【卓越】zhuóyuè<形>xuất sắc; lỗi lạc: 他是个~的科学家。Ông ấy là một nhà khoa học lỗi lạc.

【卓著】zhuózhù<形>lớn lao; to lớn: 功勋~ công lao to lớn

浊 zhuó<形>❶đục: ~水 nước đục ❷loạn lạc; hỗn độn: ~世 thời buổi loạn lạc ❸giọng ồm ồm

【浊酒】zhuójiǔ<名>rượu đục; rượu nhạt

【浊流】zhuóliú<名>❶nước đục ❷dòng đời đồi bại, thối nát

【浊世】zhuóshì<名>❶[书]thời buổi loạn lạc đen tối ❷trần thế; trần tục

【浊物】zhuówù<名>vật dơ bẩn; rác rưởi

【浊音】zhuóyīn<名>âm đục; âm ồn; âm hữu thanh

酌 zhuó❶<动>rót (rượu); uống (rượu): 自斟自~ tự rót tự uống ❷<动>cân nhắc; suy xét: ~加修改 cân nhắc sửa chữa; ~予答复 cân nhắc trả lời ❸<名>[书]bữa rượu: 菲~ bữa cơm rau dưa; 便~ bữa cơm thường

【酌办】zhuóbàn<动>cân nhắc mà làm

【酌定】zhuódìng<动>cân nhắc quyết định: 请领导~。Xin lãnh đạo suy xét.

【酌减】zhuójiǎn<动>cân nhắc cắt giảm: 此处可~十个字 Chỗ này có thể cân nhắc cắt đi mười chữ.

【酌量】zhuóliang<动>cân nhắc; dựa vào tình hình (mà làm): ~调拨 dựa vào tình hình mà phân bố; 你~着办吧。Anh cứ cân nhắc mà làm đi.

【酌情】zhuóqíng<动>xét theo tình hình: 对他所说的情况，请你~处理。Về những gì anh ấy nói, xin anh xét theo tình hình mà xử lí.

啄 zhuó<动>(chim, gà...) mổ: ~食 mổ thức ăn; 鸡~米。Gà mổ gạo.

【啄木鸟】zhuómùniǎo<名>chim gõ kiến

着[1] zhuó❶<动>chạm; dính; tiếp xúc: 黏~ chắp dính; ~地 chạm đất; 不~边际 không đâu vào đâu ❷<动>mặc (áo): 统一~装

thống nhất trang phục ❸<动>sự khởi đầu của một số hoạt động: ~笔 hạ bút (bắt đầu viết) ❹<名>manh mối; tăm tích: ~落 manh mối; 不~痕迹 không để lại dấu vết

着²zhuó<动>❶sai; cử: ~专人办理 cử người chuyên trách giải quyết ❷mệnh lệnh: ~即施行 phải thi hành ngay

另见zhāo, zháo, zhe

【着笔】zhuóbǐ<动>đặt bút viết

【着力】zhuólì<动>ráng sức; ra sức: 无从~ không ráng sức

【着陆】zhuólù<动>(máy bay) hạ cánh; đổ bộ: 飞机在机场~了。Máy bay đã hạ cánh tại sân bay.

【着落】zhuóluò❶<名>tung tích; manh mối: 你不要担心，丢失的行李已经有~了。Anh đừng lo, đã tìm ra manh mối hành lí bị thất lạc. ❷<名>chỗ dựa; nguồn trông cậy: 项目的经费还没有~。Kinh phí cho dự án vẫn chưa biết trông cậy vào nguồn nào. ❸<动>giao phó; trông cậy: 这件事就~在你身上了。Việc này chỉ trông cậy vào anh thôi. ❹<动>đặt; để

【着墨】zhuómò<动>miêu tả; khắc họa: 作者对这个人物~不多。Về nhân vật này, tác giả miêu tả không nhiều.

【着色】zhuósè<动>tô màu

【着实】zhuóshí<副>❶quả là; quả thực: 那事~有些难办。Việc đó quả thực hơi khó. ❷nặng nề; mạnh tay; nghiêm khắc: 领导~批评了他一顿。Cấp trên đã nghiêm khắc phê bình anh ta một trận.

【着手】zhuóshǒu<动>bắt tay vào làm: 他马上~去办手续。Anh ấy bắt tay làm thủ tục ngay.

【着想】zhuóxiǎng<动>lo toan; suy nghĩ: 替人~ lo thay người khác

【着眼】zhuóyǎn<动>quan sát; suy nghĩ (về

mặt nào đó); để mắt; hướng tới: 大处~，小处着手。Suy nghĩ về đại cục, bắt tay vào việc nhỏ.

【着眼点】zhuóyǎndiǎn<名>điểm xuất phát

【着意】zhuóyì❶<动>để ý; để bụng: 他听了这话，也不~。Nghe nói thế, anh ấy cũng không để bụng. ❷<副>chú tâm; dốc sức: 经营dốc sức vào kinh doanh

【着重】zhuózhòng<动>nhấn mạnh; trọng tâm; làm nổi bật: ~强调纪律 nhấn mạnh đặc biệt về kỉ luật; ~解决两个问题 trọng tâm giải quyết hai vấn đề

【着重号】zhuózhònghào<名>dấu nhấn mạnh

【着装】zhuózhuāng❶<动>ăn mặc: 她~很时尚。Chị ấy ăn mặc rất mốt. ❷<名>quần áo; trang phục: 整理~ sửa sang lại quần áo

琢zhuó<动>đẽo gọt; mài giũa; chạm khắc
另见zuó

【琢磨】zhuómó<动>❶suy ngẫm ❷gọt giũa: 他日夜~书稿。Anh ấy ngày đêm gọt giũa bản thảo.
另见zuómó

【琢玉成器】zhuóyù-chéngqì trác ngọc thành khí; ngọc càng mài càng sáng, vàng càng luyện càng trong

擢zhuó<动>[书]❶nhổ ❷đề bạt; cất nhắc

【擢升】zhuóshēng<动>[书]thăng chức; đề bạt; cất nhắc: 由于工作出色，他被~为部门领导。Do công việc xuất sắc, anh ấy được đề bạt làm lãnh đạo phòng ban.

【擢用】zhuóyòng<动>[书]cất nhắc bổ nhiệm: ~青年才俊 cất nhắc bổ nhiệm thanh niên tài giỏi

镯zhuó<名>cái vòng (đeo tay): 手~ vòng tay; 玉~ vòng ngọc

【镯子】zhuózi<名>cái vòng đeo tay

zī

吱 zī〈拟〉chít chít; chim chíp
另见 zhī

【吱声】 zīshēng〈动〉[方]lên tiếng; đánh tiếng; đằng hắng: 别~，有人过来了。Im, có người đến rồi đấy.

孜 zī

【孜然】 zīrán〈名〉cây thì là; thìa là

【孜然粉】 zīránfěn〈名〉bột thì là; bột thìa là

【孜孜不倦】 zīzī-bùjuàn siêng năng chăm chỉ, không biết mệt mỏi

【孜孜矻矻】 zīzīkūkū cần cù; say sưa; không mệt mỏi

【孜孜以求】 zīzīyǐqiú cần cù tìm tòi

咨 zī〈动〉bàn bạc

【咨客】 zīkè〈名〉người tham vấn; cố vấn

【咨文】 zīwén〈名〉❶[旧]công văn (gửi những cơ quan cùng cấp) ❷tường trình (về tình hình đất nước của nguyên thủ quốc gia trình cho quốc hội): 国情~ báo cáo về tình hình đất nước

【咨询】 zīxún〈动〉tư vấn; hỏi ý kiến: 你可以找工作人员~一下。Anh có thể hỏi ý kiến của nhân viên.

【咨询机构】 zīxún jīgòu cơ quan tư vấn

【咨询热线】 zīxún rèxiàn đường dây nóng tư vấn

【咨政】 zīzhèng〈动〉tư vấn; tham mưu: 政协要发挥~建言的作用。Chính hiệp phải phát huy vai trò tham mưu tư vấn.

姿 zī〈名〉❶dung mạo: ~色 nhan sắc ❷tư thế: 舞~ dáng múa

【姿容】 zīróng〈名〉dung mạo

【姿色】 zīsè〈名〉nhan sắc; sắc đẹp: ~平平 sắc đẹp bình thường

【姿势】 zīshì〈名〉tư thế; tư thái

【姿态】 zītài〈名〉❶tư thế; dáng điệu: ~优美 dáng điệu xinh đẹp ❷thái độ; tư thái: 高调的~ thái độ kiêu ngạo

【姿态万千】 zītài wànqiān dáng điệu muôn vẻ

兹 zī[书]❶〈代〉này; ấy: ~事体大。Việc này là việc lớn. ❷〈名〉bây giờ; nay; hiện nay: ~有我公司人员前去联系工作。Nay có nhân viên của công ti chúng tôi đi liên hệ công việc. ❸〈名〉năm: 今~ năm nay; 来~ năm tới

资 zī❶〈名〉tiền của; chi phí; vốn liếng: 工~ tiền lương; 玩~ chi phí cho cuộc chơi; 投~ đầu tư ❷〈名〉tư chất; phẩm chất: 天~聪颖 thông minh tính trời ❸〈名〉vật liệu: 物~ vật tư; ~源 tài nguyên ❹〈名〉tài liệu: 谈~ đề tài đàm phiếm ❺〈动〉giúp: ~助 trợ giúp ❻〈动〉cung cấp: 以~参考 cung cấp để tham khảo ❼〈名〉tư cách //(姓)Tư

【资本】 zīběn〈名〉❶tư bản: ~主义 chủ nghĩa tư bản ❷tiền vốn: 做生意要有~。Buôn bán phải có vốn.

【资本家】 zīběnjiā〈名〉nhà tư bản

【资财】 zīcái〈名〉tiền vốn và vật tư

【资产】 zīchǎn〈名〉❶tài sản; của cải; cơ nghiệp ❷vốn liếng của doanh nghiệp; tài sản của doanh nghiệp: 流动~ tài sản lưu động ❸việc sử dụng vốn (trong bảng cân đối tài sản)

【资产重组】 zīchǎn chóngzǔ cái tổ tài sản (tái cơ cấu nguồn vốn, vật liệu, thiết bị, nguồn nhân lực v.v.)

【资产负债表】 zīchǎn fùzhàibiǎo bảng cân đối tài sản (hạch toán định kì về việc sử dụng tài sản và nguồn gốc tài sản)

【资产阶级】 zīchǎn jiējí giai cấp tư sản

【资产运营】 zīchǎn yùnyíng vận hành vốn

【资方】 zīfāng〈名〉nhà đầu tư

【资费】 zīfèi〈名〉chi phí; cước phí

【资格】 zīgé〈名〉❶tư cách: 你没有~这样

Z

说。Anh không có tư cách nói thế. ❷thâm niên; tuổi nghề: 他喜欢向别人炫耀他的老~。Ông ấy thích khoe tuổi nghề với người khác.

【资金】zījīn〈名〉vốn liếng: ~雄厚 vốn liếng hùng hậu

【资力】zīlì〈名〉❶sức của; tài lực ❷thiên bẩm và năng lực: ~有限 thiên bẩm và năng lực có hạn

【资历】zīlì〈名〉sự từng trải: ~浅 ít từng trải

【资料】zīliào〈名〉❶tư liệu; tài liệu; dữ liệu ❷vật liệu sản xuất: 搜集~ thu thập tài liệu

【资料室】zīliàoshì〈名〉phòng tư liệu

【资深】zīshēn〈形〉thâm niên; từng trải

【资信】zīxìn〈名〉tài sản và danh tiếng

【资讯】zīxùn〈名〉thông tin

【资源】zīyuán〈名〉tài nguyên

【资源开发】zīyuán kāifā khai thác tài nguyên

【资源共享】zīyuán gòngxiǎng chung hưởng tài nguyên; cùng san sẻ tài nguyên

【资质】zīzhì〈名〉❶tư chất ❷tư cách

【资助】zīzhù〈动〉tài trợ: 公司每年都拨款~贫困学生。Hàng năm công ti đều bỏ tiền tài trợ cho sinh viên nghèo.

滋¹ zī〈动〉❶mọc; sinh; gây: ~事 gây sự/sinh chuyện ❷tăng thêm; bồi bổ: ~益 thêm bổ ích; ~阴补阳 bổ âm tráng dương

滋² zī〈动〉[方]phun

【滋补】zībǔ〈动〉tẩm bổ; bồi bổ: 据说这种药能~身体。Nghe nói loại thuốc này có thể bồi bổ sức khỏe.

【滋蔓】zīmàn〈动〉[书]mọc lan ra; bò khắp: 湖中水藻~。Tảo mọc lan trong hồ.

【滋扰】zīrǎo〈动〉gây rối

【滋润】zīrùn❶〈形〉ẩm ướt: 雨后初晴，空气~。Vừa tạnh mưa, không khí còn ẩm ướt. ❷〈形〉[方]êm ấm; êm đẹp: 小日子过得挺~。Cuộc sống gia đình êm ấm. ❸〈动〉tưới

cho ẩm: 春雨~着大地。Làn mưa xuân tưới tắm cho muôn vật.

【滋生】zīshēng〈动〉❶sinh sôi: 恶劣的环境容易~细菌。Môi trường dơ bẩn dễ làm cho vi khuẩn sinh sôi nảy nở. ❷gây ra

【滋事】zīshì〈动〉sinh chuyện; gây sự: 他是个酒鬼，经常酗酒~。Hắn là tay nghiện rượu, thường uống say gây sự.

【滋味】zīwèi〈名〉mùi vị

【滋养】zīyǎng❶〈动〉tẩm bổ; bồi dưỡng ❷〈名〉thành phần dinh dưỡng

【滋养品】zīyǎngpǐn〈名〉đồ bổ; đồ bổ dưỡng

【滋阴】zīyīn〈动〉bổ âm: 这种中药可以~补肾。Loại thuốc đông dược này có thể bổ âm bổ thận.

【滋长】zīzhǎng〈动〉sinh ra; nảy ra: 由于一切顺利，她便~了盲目乐观的情绪。Do mọi việc đều thuận lợi, chị ấy đã nảy sinh tâm trạng lạc quan mù quáng.

觜 zī〈名〉sao Tư (một trong 28 tú)

龇 zī〈动〉[口]nhe (răng)

【龇露】zīlù〈动〉nhe răng: 那只老猫弓着腰，~着牙齿。Con mèo già đang khom lưng, nhe răng.

【龇牙咧嘴】zīyá-liězuǐ ❶nhe răng nhe lợi (vẻ dữ tợn) ❷nghiến răng nghiến lợi (chịu đựng sự đau đớn)

髭 zī〈名〉ria mép

【髭须】zīxū〈名〉râu; ria

zǐ

子¹ zǐ〈名〉[旧](tước) tử (sau công, hầu, bá): ~爵 tước vị Tử

子² zǐ ❶〈名〉con cái: 母~ mẹ con ❷〈名〉người (nói chung): 女~ người đàn bà; 男~ người đàn ông ❸〈名〉Tử (người đàn ông có học vấn, được kính trọng thời xưa): 孔~ Khổng

Tử; 孟~ Mạnh Tử ❹<名>hạt giống: 葵花 ~ hạt hướng dương ❺<名>trứng (của chim, cá…): 鱼~ trứng cá ❻<形>chi nhánh; con; tiểu: ~公司 công ti con/chi nhánh; ~类 tiểu loại ❼<名>(đại từ nhân xưng ngôi thứ hai thời xưa): 以~之矛，攻~之盾. Lấy giáo của ngươi đâm lá chắn của ngươi./Tương tự mâu thuẫn. 执~之手，与~偕老. Chắp lấy tay em, giai lão cùng em./Siết tay bên nhau, trăm năm bạc đầu. ❽<名>(vật hình hạt) viên; hạt: 棋~ quân cờ; 枪~ viên đạn; 算盘~ con chạy (trong bàn tính gảy) ❾<形>nhỏ; con; non: ~姜 gừng non ❿<量>bốc; túm: 一~挂面 một túm mì sợi //(姓)Tử

子³ zǐ<名>Tí (vị trí thứ nhất của địa chi)

子 zi❶(hậu tố của danh từ) cái; người: 桌~ cái bàn; 胖~ thằng mập/thằng béo ❷(hậu tố của lượng từ): 一伙~人 một tốp người; 一下~ một lát/chốc lát

【子菜单】zǐcàidān<名>[计算机]menu con; thực đơn con

【子程序】zǐchéngxù<名>[计算机]chương trình con

【子丑寅卯】zǐ-chǒu-yín-mǎo Tí Sửu Dần Mão; ví đầu đuôi sự việc

【子代】zǐdài<名>[生物]thế hệ con cháu; đời con

【子弹】zǐdàn<名>đạn; viên đạn

【子弹头】zǐdàntóu<名>đầu đạn

【子弟】zǐdì<名>❶con em: 职工~学校 trường con em viên chức ❷lớp con cháu

【子弟兵】zǐdìbīng<名>đội quân con em; bộ đội con em

【子房】zǐfáng<名>[植物]bầu nhụy của hoa

【子公司】zǐgōngsī<名>công ti con; công ti chi nhánh

【子宫】zǐgōng<名>tử cung; dạ con

【子规】zǐguī<名>chim đỗ quyên; chim cuốc

【子鸡】zǐjī =【仔鸡】

【子金】zǐjīn<名>lãi; lợi tức

【子口】zǐkou<名>miệng (lọ, hộp, hòm...)

【子粒】zǐlì =【籽粒】

【子母弹】zǐmǔdàn<名>đạn ria; bom bi

【子母扣儿】zǐmǔkòur<名>khuy bấm; nút bóp

【子目】zǐmù<名>tiểu mục; mục lục nhỏ

【子女】zǐnǚ<名>con cái: ~应当孝顺父母。Con cái nên hiếu thảo với cha mẹ.

【子时】zǐshí<名>[旧]giờ Tí (từ 23 giờ đến 1 giờ); nửa đêm: 他常常看书到~才睡觉。Ông ấy thường đọc sách đến nửa đêm mới ngủ.

【子实】zǐshí =【籽实】

【子书】zǐshū<名>tử thư (như các sách Lão tử, Mặc tử, Tuần tử, Hàn Phi tử…)

【子嗣】zǐsì<名>[书]con nối dõi; con trai nối dõi

【子孙】zǐsūn<名>con cháu: ~后代应当铭记他的恩情。Con cháu đời sau nên ghi nhớ ân tình của ông ấy.

【子午线】zǐwǔxiàn<名>kinh tuyến

【子息】zǐxī<名>[书]❶con trai nối dõi ❷lãi; lợi tức

【子虚乌有】zǐxū-wūyǒu chuyện hoang đường; chuyện hão huyền: 你说的事纯属~。Những gì anh nói hoàn toàn là chuyện hão.

【子叶】zǐyè<名>[植物]lá mầm: 单（双）~植物 cây một (hai) lá mầm

【子夜】zǐyè<名>nửa đêm: ~时分他还在工作。Nửa đêm ông ấy vẫn làm việc.

【子侄】zǐzhí<名>[书]thế hệ con cháu

仔 zǐ<形>(chỉ gia súc gia cầm) nhỏ 另见zǎi

【仔鸡】zǐjī<名>gà con

【仔密】zǐmì<形>(hàng dệt kim...) mau; dày: 这双袜子织得很~。Đôi tất này dệt rất mau sợi.

【仔细】zǐxì<形>❶tỉ mỉ: 请~检查这些货物。Xin kiểm tra tỉ mỉ lô hàng này. ❷cẩn thận; lưu ý ❸[方]chắc chiu

【仔鱼】zǐyú<名>cá bột

姊 zǐ<名>chị

【姊妹】zǐmèi<名>chị em: 她俩是一对好~。Hai người là chị em rất thân thiết.

籽 zǐ<名>hạt

【籽粒】zǐlì<名>hạt giống

【籽实】zǐshí<名>hạt

梓 zǐ❶<名>[植物]cây đinh tán; cây tử ni ❷<动>khắc chữ (lên bản in khắc gỗ): 付~ đưa đi khắc in //(姓)Tử

紫 zǐ<形>tím; tía: 青~色 tím than/tím bầm //(姓)Tử

【紫菜】zǐcài<名>tảo tía

【紫貂】zǐdiāo<名>chồn tía; chồn đen; chồn zibelin

【紫丁香】zǐdīngxiāng<名>tử đinh hương

【紫河车】zǐhéchē<名>[中药]tử hà xa (nhau thai nhi)

【紫红】zǐhóng<形>(màu) đỏ tím

【紫花】zǐhuā❶<形>nâu non ❷<名>hoa tím

【紫禁城】Zǐjìn Chéng<名>Tử Cấm Thành; Cố Cung Bắc Kinh

【紫荆花】zǐjīnghuā<名>hoa ban; bauhinia; hoa móng bò

【紫罗兰】zǐluólán<名>(cây, hoa) lan tử la; bông violet

【紫气东来】zǐqì-dōnglái tử khí đông lai; gió lành từ đông tới

【紫色】zǐsè<名>màu tím; màu tía

【紫砂】zǐshā<名>tử sa (một loại đất sét, có nhiều ở Nghi Hưng, tỉnh Giang Tô. Đất rất mịn, hàm lượng sắt cao, sau khi nung có màu nâu đỏ, tím đen, dùng làm đồ gốm tím)

【紫水晶】zǐshuǐjīng<名>thạch anh tím

【紫苏】zǐsū<名>tía tô

【紫檀】zǐtán<名>cây tử đàn

【紫藤】zǐténg<名>cây đằng la

【紫铜】zǐtóng<名>đồng đỏ

【紫外线】zǐwàixiàn<名>tia tử ngoại

【紫薇】zǐwēi<名>(cây, hoa) tử vi; bách nhật hồng

【紫药水】zǐyàoshuǐ<名>thuốc tím

【紫云英】zǐyúnyīng<名>[植物]tử vân anh

滓 zǐ❶<名>cặn: 渣~ cặn bã; 泥~ bùn lắng ❷<形>bẩn: 垢~ bẩn thiu; ~浊 vẩn đục

zì

自¹ zì❶<名>tự; tự mình; bản thân: 不打~招 không khảo mà xưng ❷<副>tất nhiên; đương nhiên: ~有其理 tất nhiên là có lí của nó //(姓)Tự

自² zì<介>từ...(đến): ~南宁到河内 từ Nam Ninh đến Hà Nội

【自爱】zì'ài<动>tự giữ mình; tự trọng: 干部要~, 当好人民的勤务员。Cán bộ phải tự trọng, làm người phục vụ tốt cho nhân dân.

【自傲】zì'ào<形>tự kiêu; kiêu ngạo: 居功~ cậy công kiêu ngạo

【自拔】zìbá<动>tự thoát khỏi: 他陷进了犯罪的深渊, 不能~。Nó đã sa vào vực thẳm tội lỗi, không thể tự thoát ra được.

【自白】zìbái<动>tự bạch; tự nói ra; tự thú nhận; tự thanh minh: ~书 bản tường trình; 无以~ không thể tự thanh minh cho mình

【自报家门】zìbào jiāmén tự giới thiệu

【自暴自弃】zìbào-zìqì tự sa ngã; tự ruồng rẫy mình; thiếu chí tiến thủ

【自卑】zìbēi<形>tự ti; mặc cảm: 她很~, 觉得样样不如别人。Chị ấy rất tự ti, thấy mình cái gì cũng không bằng người khác.

【自备】zìbèi〈动〉tự chuẩn bị: ~干粮 tự chuẩn bị lương khô

【自贬】zìbiǎn〈动〉tự hạ thấp mình

【自便】zìbiàn〈动〉tự tiện; tùy tiện; tự lo; thoải mái; tự nhiên: 你不用陪我了，请~吧。Anh không phải bận tâm đi cùng nữa, anh cứ tự tiện.

【自不量力】zìbùliànglì không lượng sức mình; không biết lượng sức mình

【自残】zìcán〈动〉tự mình hại mình; tự hại: 他用~来表示他的绝望。Ông ta đã tự làm tàn tật để bày tỏ sự tuyệt vọng.

【自惭形秽】zìcán-xínghuì tự thẹn kém người

【自测】zìcè〈动〉tự kiểm tra

【自产自销】zìchǎn-zìxiāo tự sản xuất tự tiêu thụ

【自嘲】zìcháo〈动〉tự phúng

【自称】zìchēng〈动〉❶tự xưng; tự nói: 皇帝~是上天的儿子。Hoàng đế tự xưng mình là con trời. ❷tự giới thiệu

【自成一家】zìchéng-yījiā tự thành một trường phái riêng

【自持】zìchí〈动〉tự kiềm chế; tự cầm lấy

【自筹】zìchóu〈动〉tự xoay xở; tự tìm (nguồn vốn): ~资金 tự xoay nguồn vốn

【自出机杼】zìchū-jīzhù phong cách và thể tài sáng tác riêng, độc đáo

【自创】zìchuàng〈动〉tự sáng tác: 这部动画片是她~的。Bộ phim hoạt hình này do chị ấy tự sáng tác.

【自吹自擂】zìchuī-zìléi tự thổi kèn; tự khen; thổi kèn khen lấy

【自此】zìcǐ〈副〉từ đây

【自从】zìcóng〈介〉từ...; kể từ

【自打】zìdǎ〈介〉[方]từ lúc; từ khi

【自大】zìdà〈形〉tự đại; tự cao tự đại: 骄傲~ kiêu ngạo tự đại

【自得其乐】zìdé-qílè tự lấy làm vui sướng; tự tìm niềm vui riêng

【自动】zìdòng〈形〉❶tự chủ động: ~参加 tự nguyện tham gia ❷tự nhiên: ~燃烧 tự bốc cháy ❸tự động: ~装置 thiết bị tự động

【自动步枪】zìdòng bùqiāng súng trường tự động

【自动挡】zìdòngdǎng〈名〉(ô tô) cài số tự động

【自动扶梯】zìdòng fútī thang máy cuốn

【自动柜员机】zìdòng guìyuánjī quầy ATM

【自动化】zìdònghuà tự động hóa; mô-tô-ma-tíc

【自动铅笔】zìdòng qiānbǐ bút chì bấm (xoay)

【自动售货机】zìdòng shòuhuòjī quầy bán hàng tự động

【自发】zìfā〈形〉tự phát: 社区的老人们~组织了晨练队。Lớp người cao tuổi trong khu phố đã tự phát tổ chức đội tập thể dục buổi sáng.

【自肥】zìféi〈动〉một mình vớ bẫm; vơ lợi: 中饱~ kiếm chác, vơ lợi cho mình

【自费】zìfèi〈动〉tự túc; tự bỏ kinh phí: ~旅游 du lịch tự túc

【自焚】zìfén〈动〉tự thiêu; tự đốt mình: 玩火者必~。Chơi với lửa ắt bị lửa thiêu.

【自封】zìfēng〈动〉tự phong mình; tự xưng: ~专家 tự phong mình là chuyên gia

【自负】¹zìfù〈形〉tự phụ; tự kiêu: 这个人很~。Người này tự phụ lắm.

【自负】²zìfù〈动〉tự chịu trách nhiệm; tự lo: ~盈亏 lợi ăn lỗ chịu

【自甘堕落】zìgān-duòluò tự ruồng mình tha hóa, trụy lạc

【自感】zìgǎn〈动〉tự cảm ứng (trong điện tử)

【自高自大】zìgāo-zìdà tự cao tự đại

【自告奋勇】zìgào-fènyǒng tự yêu cầu xung phong

Z

【自个儿】zìgěr<代>[方]bản thân; mình; tự mình: ~给~打气。Tự khích lệ cho bản thân.

【自供】zìgòng<动>tự khai: ~状 bản tự khai

【自古】zìgǔ<副>từ xưa; từ xưa tới nay: 这种事~就有。Việc này từ xưa đã có.

【自顾不暇】zìgù-bùxiá tự lo chưa ổn; ốc chưa mang nổi mình ốc

【自豪】zìháo<形>tự hào: 为祖国繁荣强大而~ tự hào về sự phồn thịnh lớn mạnh của Tổ quốc

【自画像】zìhuàxiàng<名>tự vẽ truyền thần cho mình

【自毁】zìhuǐ<动>tự phá hủy

【自己】zìjǐ<代>tự mình; bản thân

【自己人】zìjǐrén<名>người mình; người nhà

【自给自足】zìjǐ-zìzú tự cung tự cấp (kinh tế)

【自家人】zìjiārén<名>[方]người một nhà

【自驾游】zìjiàyóu tự lái xe đi du lịch

【自荐】zìjiàn<动>tự tiến cử; tự đề cử: 毛遂~ Mao Toại tự tiến

【自荐信】zìjiànxìn<名>lá thư tự tiến cử

【自尽】zìjìn<动>tự tận; tự tử: 上吊~ treo cổ tự tử

【自净】zìjìng<动>tự làm sạch

【自咎】zìjiù<动>[书]tự trách mình: 悔恨~ hối hận tự trách

【自疚】zìjiù<形>dằn vặt; day dứt: 深感~ vô cùng day dứt

【自救】zìjiù<动>tự cứu: 灾后人们自助~，重建家园。Sau trận thiên tai, người dân tự cứu trợ, xây dựng lại quê nhà.

【自居】zìjū<动>tự cho là; tự coi mình là: 以功臣~ tự coi mình là người có công

【自决】zìjué<动>❶tự quyết ❷[书]tự sát

【自决权】zìjuéquán<名>quyền tự quyết

【自觉】zìjué❶<形>tự giác: ~遵守纪律 tự giác giữ gìn kỉ cương ❷<动>tự cảm thấy; tự lấy làm: ~良好 tự cảm thấy dễ chịu

【自觉性】zìjuéxìng<名>tính tự giác

【自绝】zìjué<动>tự tuyệt; tự tử; tuyệt giao; tự tách mình ra: ~于人民 tự tách mình ra khỏi nhân dân

【自掘坟墓】zìjué fénmù tự chui đầu vào rọ; đào hố chôn mình

【自控】zìkòng<动>❶điều khiển tự động: ~门 cửa tự động ❷tự kiềm chế: 他这个人~能力不强，经常急躁误事。Người này kém khả năng tự kiềm chế, thường vì nông nổi mà hỏng việc.

【自夸】zìkuā<动>tự khoe; khoe khoang: 他~是个天才，但实际是个庸才。Nó tự khoe khoang là thiên tài, thực chất là một kẻ vô dụng.

【自愧不如】zìkuì-bùrú tự thẹn vì không bằng người khác

【自拉自唱】zìlā-zìchàng❶tự đàn tự hát ❷tự hát tự khen hay

【自来】zìlái<副>từ trước đến nay; từ trước đến giờ; xưa nay; vốn là: 这里~就是交通要道。Nơi này xưa nay vẫn là điểm chốt giao thông.

【自来水】zìláishuǐ<名>nước máy

【自来水笔】zìláishuǐbǐ bút máy

【自理】zìlǐ<动>❶tự lo liệu: 伤残后，她失去了生活~能力。Sau khi bị thương, chị ấy đã mất khả năng tự lo liệu sinh hoạt. ❷tự chịu; tự gánh vác (về kinh phí): 医药费~ chi phí về y tế tự chịu

【自力更生】zìlì-gēngshēng tự lực cánh sinh

【自立】zìlì<动>tự lập: 你已经长大了，要懂得~。Con đã lớn rồi, phải biết tự lập.

【自立门户】zìlì-ménhù một mình gây dựng nên gia đình; tự lập thành một trường phái riêng; tự mình làm riêng

【自量】zìliàng<动>tự lượng sức mình: 我

Z

~还能胜任这份工作。Tôi tự lượng sức mình có thể đảm nhiệm công việc này.

【自流】zìliú<动>❶tự chảy: 花自飘零水~。Hoa tự rụng rơi, nước tự chảy. ❷buông trôi; để mặc; bỏ mặc: 对子女的教育放任~是错误的。Về giáo dục con cái, buông trôi để mặc là sự sai lầm.

【自留】zìliú<动>giữ lại cho mình

【自留地】zìliúdì<名>đất riêng; đất phần trăm (ở thời nông thôn làm ăn theo mô thức tập thể)

【自律】zìlǜ<动>tự hạn chế; tự ràng buộc; tự gò bó: 这位学者~甚严，但对人却很宽容。Học giả này rất khắt khe với bản thân, nhưng lại rất khoan dung với người khác.

【自卖自夸】zìmài-zìkuā　tự bán tự khoe; mèo khen mèo dài đuôi

【自满】zìmǎn<形>tự mãn: ~情绪妨碍了他的进步。Tính tự mãn đã hạn chế sự tiến bộ của anh ta.

【自贸区】zìmàoqū<名>khu mậu dịch tự do: 为中国—东盟~建设添彩！Đóng góp cho công cuộc xây dựng Khu mậu dịch tự do Trung Quốc-ASEAN!

【自勉】zìmiǎn<动>tự cổ vũ cho mình

【自明】zìmíng<动>hiển nhiên; rõ ràng: 不言~ không cần nói đã rõ ràng

【自鸣得意】zìmíng-déyì　dương dương tự đắc; gật gù đắc chí

【自鸣钟】zìmíngzhōng<名>đồng hồ báo giờ; đồng hồ báo thức

【自命不凡】zìmìng-bùfán　tự cho mình là siêu phàm; tự phụ

【自命清高】zìmìng-qīnggāo　tự coi mình thanh cao

【自谋出路】zìmóu chūlù　tự tìm kế sinh nhai: 大学生~。Sinh viên tự tìm kế sinh nhai.

【自谋职业】zìmóu zhíyè　tự tìm việc làm

【自馁】zìněi<动>nản lòng; nhụt chí: 即使受到挫折，我也绝不~。Cho dù bị vấp, tôi vẫn quyết không nhụt chí.

【自拍】zìpāi<动>tự chụp ảnh

【自欺欺人】zìqī-qīrén　dối mình dối người

【自谦】zìqiān<形>khiêm tốn; nhún nhường

【自遣】zìqiǎn<动>tự an ủi

【自强不息】zìqiáng-bùxī　vươn lên không ngừng

【自轻自贱】zìqīng-zìjiàn　tự khinh thường mình; tự hạ thấp mình

【自取灭亡】zìqǔ-mièwáng　tự chuốc lấy số phận bị diệt vong

【自然】zìrán❶<名>tự nhiên; thiên nhiên: ~主义 chủ nghĩa tự nhiên ❷<形>tự do; không gò bó: 随其~发展 cứ để cho phát triển tự nhiên ❸<副>tự nhiên; đương nhiên; tự khắc: 你说真话，我~会听。Anh nói thật thì đương nhiên tôi nghe. ❹<连>tự nhiên (sẽ...); tự khắc (sẽ...)

【自然】zìran<形>tự nhiên; không gượng gạo: 他说话表情很~，所以大家都不知道他说谎。Khi nói, nét mặt anh ấy rất tự nhiên, nên mọi người đều không biết anh ấy đã nói dối.

【自然保护区】zìrán bǎohùqū　khu bảo tồn thiên nhiên

【自然村】zìráncūn<名>thôn bản sẵn có

【自然而然】zìrán'érrán　tự nhiên mà vậy; vô hình trung: 他俩相处久了~就产生了感情。Hai người ở với nhau lâu rồi vô hình trung sẽ nảy sinh cảm tình.

【自然法】zìránfǎ<名>luật tự nhiên

【自然规律】zìrán guīlǜ　quy luật tự nhiên

【自然界】zìránjiè<名>giới tự nhiên

【自然科学】zìrán kēxué　khoa học tự nhiên

【自然力】zìránlì<名>lực tự nhiên; năng lượng tự nhiên

【自然人】zìránrén<名>❶công dân (trong

luật pháp) ❷con người trong thế giới thiên nhiên

【自然数】zìránshù〈名〉số tự nhiên

【自然选择】zìrán xuǎnzé chọn lọc tự nhiên

【自然灾害】zìrán zāihài thiên tai

【自燃】zìrán〈动〉tự cháy; tự bốc cháy: 天气太热，汽车长时间在路上行驶容易~。Trời nóng quá, ô tô chạy trên đường quá lâu sẽ dễ tự bốc cháy.

【自认】zìrèn〈动〉tự nhận; tự chịu: 他的口袋破了，丢了钱包，只好~倒霉。Túi thủng, mất ví, anh ấy tự nhận là số đen.

【自如】zìrú〈形〉❶thoải mái; thanh thản: 神态~ dáng vẻ thanh thản ❷dễ dàng; thành thạo: 操纵~ điều khiển dễ dàng; 运用~ vận hành thành thạo

【自若】zìruò〈形〉[书]tự nhiên; thoải mái; bình thản: 神情~ dáng vẻ bình thản

【自杀】zìshā〈动〉tự sát; tự tử

【自杀性爆炸】zìshāxìng bàozhà đánh bom tự sát

【自伤】zìshāng〈动〉tự gây thương tích; tự làm tổn thương mình: 酗酒~ uống rượu quá chén sẽ tự làm tổn thương mình

【自上而下】zìshàng'érxià từ trên xuống dưới; tự thượng nhi hạ

【自身】zìshēn〈名〉tự mình

【自身难保】zìshēn-nánbǎo ốc chưa mang nổi mình ốc

【自生自灭】zìshēng-zìmiè tự sinh tự diệt

【自食其果】zìshí-qíguǒ tự chuốc lấy quả báo

【自食其力】zìshí-qílì mình làm mình hưởng; tay làm hàm nhai

【自食其言】zìshí-qíyán tự nuốt lời hứa; nói mà chẳng giữ lời

【自始至终】zìshǐ-zhìzhōng từ đầu chí cuối; từ đầu đến cuối

【自视】zìshì〈动〉tự cho mình là: 他~清高，从不把别人放在眼里。Nó tự cho mình là thanh cao, không coi ai ra gì.

【自是】¹zìshì〈副〉đương nhiên là; tất nhiên là

【自是】²zìshì〈形〉tự cho mình đúng

【自恃】zìshì[书]❶〈形〉tự cao; tự kiêu; tự phụ ❷〈动〉ỷ thế; ỷ; cậy; dựa: 他~老爸是高官，就无法无天。Nó cậy bố là quan to, mà làm bậy làm bạ.

【自首】zìshǒu〈动〉tự thú: 他到派出所~了。Nó đi đồn công an tự thú.

【自赎】zìshú〈动〉tự chuộc lỗi: 立功~ lập công để chuộc tội lỗi của mình

【自述】zìshù❶〈名〉bài tự thuật: 他写了一篇~。Anh ấy đã viết một bản tự thuật. ❷〈动〉tự thuật

【自说自话】zìshuō-zìhuà tự nhủ; phát biểu ý kiến riêng của mình

【自私】zìsī〈形〉ích ki

【自私自利】zìsī-zìlì tự tư tự lợi; ích ki

【自诉】zìsù〈动〉tự tố

【自讨苦吃】zìtǎokǔchī tự chuốc nỗi khổ

【自讨没趣】zìtǎoméiqù tự làm bẽ mặt mình; tự làm mình mất mặt

【自投罗网】zìtóu-luówǎng tự chui đầu vào lưới

【自卫】zìwèi〈动〉tự vệ: 面对歹徒施暴，他奋力~。Đối mặt với kẻ xấu, anh ấy cố sức tự vệ.

【自慰】zìwèi〈动〉❶tự an ủi ❷tự thủ dâm

【自刎】zìwěn〈动〉cắt cổ tự tử; tự vẫn

【自问】zìwèn〈动〉❶tự vấn; tự hỏi: 扪心~ sờ lên ngực tự vấn mình ❷tự xét

【自我】zìwǒ〈代〉tự mình; bản ngã; cái tôi: ~批评 tự phê bình; ~介绍 tự giới thiệu; ~意识 ý thức bản ngã; 追求~ theo đuổi cái tôi

【自我安慰】zìwǒ ānwèi tự an ủi mình

【自我表现】zìwǒ biǎoxiàn tự thể hiện

mình

【自习】zìxí<动>tự học; ôn bài: 读高中时，晚上我总要到学校~。Khi học trung học phổ thông, buổi tối tôi thường đến trường ôn bài.

【自下而上】zìxià'érshàng từ dưới lên trên; tự hạ nhi thượng

【自相】zìxiāng<副>với; lẫn nhau: ~残杀 chém giết lẫn nhau

【自相惊扰】zìxiāng-jīngrǎo tự hoảng sợ; thần hồn nát thần tính

【自相矛盾】zìxiāng-máodùn tự mâu thuẫn

【自销】zìxiāo<动>tự tiêu thụ

【自小】zìxiǎo<副>từ nhỏ; từ bé: ~我就很听大人的话。Từ nhỏ tôi đã biết luôn vâng lời người lớn.

【自卸车】zìxièchē<名>xe tự dỡ hàng

【自新】zìxīn<动>làm lại cuộc đời; cải tà quy chính: 改过~ ăn năn hối lỗi, làm lại cuộc đời

【自信】zìxìn❶<动>tự tin ❷<名>niềm tin đối với mình ❸<形>giàu lòng tự tin

【自信心】zìxìnxīn<名>lòng tự tin

【自行】zìxíng<副>❶tự làm: ~解决 tự giải quyết ❷tự mình; tự hành; tự nhiên: ~燃烧 tự nhiên cháy

【自行车】zìxíngchē<名>xe đạp

【自行其是】zìxíng-qíshì làm theo ý mình; nghênh ngang

【自省】zìxǐng<动>tự xét lại; tự suy ngẫm: ~每天所做过的事 tự suy ngẫm những việc làm trong mỗi ngày

【自修】zìxiū<动>❶tự học: ~大学课程 tự học chương trình đại học ❷tự ôn bài

【自修课】zìxiūkè<名>môn tự chọn

【自许】zìxǔ<动>tự cho phép

【自诩】zìxǔ<动>khoe khoang; khoác lác: 他~精通越语，却连一篇短文也译不了。Anh ta khoe khoang mình giỏi tiếng Việt, nhưng cả một bài văn ngắn cũng không dịch nổi.

【自序】zìxù<名>❶lời nói đầu; lời mở đầu ❷tự thuật

【自选】zìxuǎn<动>tự chọn

【自选商场】zìxuǎn shāngchǎng cửa hàng tự chọn; siêu thị

【自学】zìxué<动>tự học: 她通过~，掌握了多门外语。Chị ấy qua tự học, biết nhiều tiếng nước ngoài.

【自学成才】zìxué chéngcái tự học thành tài

【自寻烦恼】zìxún-fánnǎo tự chuốc lấy phiền muộn

【自寻死路】zìxún-sǐlù tự dấn vào con đường chết

【自言自语】zìyán-zìyǔ lẩm bẩm; càu nhàu

【自以为是】zìyǐwéishì tự cho mình là phải

【自缢】zìyì<动>[书]thắt cổ tự tử; treo cổ tự tử

【自用】¹zìyòng<动>dùng riêng; tư nhân (sử dụng)

【自用】²zìyòng<动>[书]tự cho là đúng

【自由】zìyóu❶<名>tự do; tự chủ ❷<形>tự do

【自由港】zìyóugǎng<名>cảng tự do

【自由基】zìyóujī<名>gốc tự do (trong hóa học)

【自由落体运动】zìyóu luòtǐ yùndòng rơi tự do

【自由贸易】zìyóu màoyì mậu dịch tự do

【自由诗】zìyóushī<名>thơ tự do; thơ mới

【自由体操】zìyóu tǐcāo thể dục tự do; thể dục tay không

【自由泳】zìyóuyǒng<名>❶bơi tự do ❷kiểu bơi sải

【自由职业】zìyóu zhíyè nghề tự do; nghề nghiệp tự do

Z

【自由主义】zìyóu zhǔyì　chủ nghĩa tự do

【自由自在】zìyóu-zìzài　tự do tự tại; tự do thoải mái

【自由组合】zìyóu zǔhé　kết hợp tự do

【自幼】zìyòu<副>từ nhỏ; từ bé: 他~聪明。Anh ấy từ bé đã thông minh.

【自娱自乐】zìyú-zìlè　tự vui giải trí

【自圆其说】zìyuán-qíshuō　tự biện minh; tự biện bạch: 这样的解释能~吗？Cách giải thích như vậy có thể tự biện được cho mình không?

【自怨自艾】zìyuàn-zìyì　ăn năn hối hận; tự trách

【自愿】zìyuàn<动>tự nguyện; tình nguyện: 出于~ xuất phát từ lòng tự nguyện

【自在】zìzài<形>tự do tự tại

【自在】zìzai<形>dễ chịu; an nhàn: 他喜欢过逍遥~的生活。Anh ấy thích sống an nhàn.

【自责】zìzé<动>tự trách; tự trách mình

【自找】zìzhǎo<动>tự chuốc lấy (phiền nhiễu): 这是你~的，怪不得别人。Đó là do anh tự chuốc lấy, không trách được người khác.

【自知之明】zìzhīzhīmíng　tự biết mình: 人贵有~。Người ta đáng quý ở chỗ tự biết mình.

【自治】zìzhì<动>tự trị

【自治区】zìzhìqū<名>khu tự trị

【自制】[1] zìzhì<动>tự chế: ~炸弹 bom tự chế

【自制】[2] zìzhì<动>tự kiềm chế: 无法~ không tự kiềm chế được mình

【自制力】zìzhìlì<名>khả năng tự kiềm chế

【自重】[1] zìzhòng<动>❶tự trọng: 请你~。Xin anh tự trọng. ❷[书]tự tôn lên (địa vị)

【自重】[2] zìzhòng<名>trọng lượng bản thân (của máy móc, phương tiện…)

【自主】zìzhǔ<动>tự chủ: ~权 quyền tự chủ

【自主知识产权】zìzhǔ zhīshi chǎnquán　quyền sở hữu trí tuệ

【自助】zìzhù<动>tự giúp mình

【自助餐】zìzhùcān<名>kiểu ăn tự chọn; búp-phê

【自助游】zìzhùyóu　du lịch tự do; du lịch ba lô

【自传】zìzhuàn<名>tự truyện: ~体小说 tiểu thuyết tự truyện

【自转】zìzhuàn<动>tự quay; tự xoay: 地球~一周是24小时。Trái đất tự quay một vòng là 24 tiếng đồng hồ.

【自足】zìzú❶<动>tự túc: 自给~ tự cung tự túc ❷<形>hài lòng; thỏa mãn; vừa ý: 他过着~舒心的日子。Anh ấy đang sống một cuộc sống hài lòng thoải mái.

【自尊】zìzūn<动>tự tôn; tự trọng: ~心 lòng tự trọng

【自作聪明】zìzuò-cōngmíng　tự cho mình thông minh

【自作多情】zìzuò-duōqíng　tự mường tưởng là đối tượng ưng ý mình

【自作孽不可活】zì zuòniè bùkě huó　gieo gió gặt bão

【自作主张】zìzuò-zhǔzhāng　tự ý quyết định; tùy tiện xử lí

【自作自受】zìzuò-zìshòu　ai làm nấy chịu

字 zì<名>❶chữ ❷kiểu chữ ❸bằng chứng bằng chữ viết ❹tên chữ; tự ❺mặt chữ; từ ❻phát âm đọc chữ: ~正腔圆 phát âm chuẩn và vang ❼tác phẩm thư pháp: ~画展 triển lãm tác phẩm thư họa //(姓)Tự

【字处理】zìchǔlǐ　xử lí văn tự

【字处理程序】zìchǔlǐ chéngxù　bộ xử lí văn tự; phần mềm văn tự

【字典】zìdiǎn<名>tự điển

【字符】zìfú<名>[计算机]kí tự

【字幅】zìfú<名>tác phẩm thư pháp

【字号】zìhào<名>❶số thứ tự; biên mã ❷khổ chữ

【字号】zìhao<名>❶tên cửa hiệu; tên hãng buôn ❷cửa hiệu; hãng buôn

【字画】zìhuà<名>tranh chữ: 这幅~的年代看来已是很久远的了。Xem ra bức tranh chữ này đã có lịch sử lâu đời.

【字迹】zìjì<名>nét chữ; bút tích

【字节】zìjié<名>[计算机]byte

【字句】zìjù<名>câu chữ

【字据】zìjù<名>biên lai; giấy biên nhận: 收好~, 别弄丢了。Giữ lấy biên lai, đừng đánh mất đấy.

【字库】zìkù<名>❶kho chữ ❷hệ thống tồn chữ

【字里行间】zìlǐ-hángjiān giữa dòng chữ; trong câu chữ

【字码儿】zìmǎr<名>mã chữ

【字谜】zìmí<名>đố chữ: 猜~是一件很有趣的事情。Đố chơi chữ là một nội dung giải trí rất thú vị.

【字面】zìmiàn<名>trên mặt chữ; trên câu chữ: ~意义 nghĩa câu chữ

【字母】zìmǔ<名>❶chữ cái ❷phụ âm đầu; thanh mẫu

【字母表】zìmǔbiǎo<名>bảng chữ cái; bảng mẫu tự

【字幕】zìmù<名>phụ đề (trên màn ảnh); băng chữ

【字体】zìtǐ<名>thể chữ; kiểu chữ

【字帖儿】zìtiěr<名>bản yết thị

【字帖】zìtiè<名>bản mẫu chữ (dành cho người học thư pháp mô phỏng)

【字形】zìxíng<名>hình chữ; nét chữ

【字眼】zìyǎn<名>chữ; từ (trong câu): 挑~ moi móc từng từ từng chữ

【字样】zìyàng<名>❶chữ mẫu ❷mấy chữ (từ ngữ hoặc câu ngắn)

【字义】zìyì<名>nghĩa của chữ

【字音】zìyīn<名>âm của chữ

【字斟句酌】zìzhēn-jùzhuó cân nhắc từng câu từng chữ

【字正腔圆】zìzhèng-qiāngyuán đọc cho chính xác, sáng sủa, rõ ràng

【字纸】zìzhǐ<名>giấy lộn

【字字珠玑】zìzì-zhūjī từng chữ như châu ngọc; nhả ngọc phun châu

恣 zì❶<动>buông thả; phóng túng ❷<形>[方]êm; dễ chịu

【恣情】zìqíng<副>❶tràn trề; thả cửa; phóng túng: ~享乐 thả sức ăn chơi ❷tùy ý; bất kì

【恣肆】zìsì<形>[书]❶phóng túng; buông thả; ngang ngược: 骄横~ ngông nghênh ngang ngược ❷hào phóng; phóng khoáng (lời nói, lời văn): 文笔~。Lời văn phóng khoáng.

【恣行无忌】zìxíng-wújì nghênh ngang bất chấp tất cả

【恣意】zìyì<副>nghênh ngang tùy tiện: ~妄为 tùy ý làm bậy

眦 zì<名>kẽ mắt; đuôi mắt

渍 zì❶<动>thấm; ngấm; ngâm; bám; dính: ~麻 ngâm đay ❷<名>nước đọng; nước úng: 内~ ngập nước úng; 防洪排~ chống lũ tiêu úng ❸<动>lớp cáu cặn dầu mỡ đọng lại ❹<名>vết; ố; cáu cặn: 茶~ vết ố chè/cáu trà

zōng

宗¹ zōng❶<名>tổ tông; tổ tiên: 光~耀祖 làm rạng rỡ tổ tông ❷<名>họ hàng: ~亲 người thân cùng họ ❸<名>trường phái; tông phái: 正~ trường phái chính thống ❹<名>tông chỉ; tôn chỉ: 万变不离其~ chỉ khác nhau về hình thức, còn bản chất thì không khác nhau/đổi đi đổi lại không đổi được cái gốc ❺<动>học tập; bắt chước (trong văn học, nghệ thuật…): 他的花脸艺术~的是裘派。Nghệ thuật vai tuồng của anh ấy học theo phái Cừu. ❻<名>bậc thầy: 一代~师

bậc thầy vĩ đại ❼<量>khoản; bầu; sự: 大~ 款项 khoản mục lớn //(姓)Tông, Tôn

宗² zōng<名>[旧]đơn vị hành chính cũ ở Tây Tạng, tương đương với huyện

【宗祠】zōngcí<名>nhà thờ tổ tiên

【宗法】¹ zōngfǎ<动>tôn pháp

【宗法】² zōngfǎ<名>[旧]chế độ gia tộc

【宗匠】zōngjiàng<名>bậc thầy

【宗教】zōngjiào<名>tôn giáo: ~仪式 lễ nghi tôn giáo

【宗教团体】zōngjiào tuántǐ đoàn thể tôn giáo

【宗教信仰】zōngjiào xìnyǎng tín ngưỡng tôn giáo: ~自由 tự do tín ngưỡng, tự do tôn giáo/tự do tín ngưỡng, tôn giáo

【宗庙】zōngmiào<名>tôn miếu; tông miếu (nơi thờ tổ tiên của vua)

【宗派】zōngpài<名>❶phái; bè phái: ~主义 chủ nghĩa bè phái ❷[书]phân nhánh của tông tộc

【宗谱】zōngpǔ<名>tôn phả

【宗亲】zōngqīn<名>người thân cùng họ: 我和他是~。 Tôi với anh ấy là người thân cùng dòng họ.

【宗师】zōngshī<名>thầy: 一代~ bậc thầy vĩ đại

【宗室】zōngshì<名>tôn thất; hoàng tộc; dòng họ nhà vua: 他出身~。 Anh ấy xuất thân từ hoàng tộc.

【宗旨】zōngzhǐ<名>tôn chỉ; mục đích: 制定本校未来发展的目标和~ đặt ra mục tiêu và tôn chỉ phát triển trong tương lai của trường

【宗主国】zōngzhǔguó<名>nước mẹ; mẫu quốc; chính quốc

【宗主权】zōngzhǔquán<名>quyền mẫu quốc

【宗族】zōngzú<名>❶tông tộc ❷họ hàng

综 zōng<动>tổng hợp; tóm lại: 词~ tổng hợp

từ vựng //(姓)Tổng

【综观】zōngguān<动>nhìn bao quát; nhìn chung: ~全局 nhìn chung toàn cục

【综合】zōnghé<动>chung quy lại; quy nạp; tổng hợp: ~治理 cai quản tổng hợp/quản lí tổng hợp

【综合国力】zōnghé guólì sức mạnh tổng hợp quốc gia; thực lực nhà nước: ~有所提升。 Sức mạnh tổng hợp quốc gia đã được nâng cao.

【综计】zōngjì<动>thống kê tổng hợp: 此次博览会~有一百多家企业参加。 Theo thống kê tổng hợp, hội chợ lần này có hơn trăm xí nghiệp tham dự.

【综括】zōngkuò<动>tổng quát

【综述】zōngshù❶<动>nói khái quát ❷<名>tổng thuật: 文献~ tổng thuật các văn hiến

【综艺】zōngyì<名>văn nghệ tổng hợp: ~节目 chương trình văn nghệ tổng hợp

棕 zōng<名>❶cây cọ; cây gồi ❷sợi mo cọ ❸màu nâu sẫm

【棕榈】zōnglǘ<名>cây cọ; cây gồi

【棕榈油】zōnglǘyóu<名>dầu cọ

【棕毛】zōngmáo<名>xơ cọ

【棕色】zōngsè<名>màu nâu: ~的头发 tóc màu nâu

【棕绳】zōngshéng<名>dây thừng cọ

【棕树】zōngshù<名>cây cọ

【棕熊】zōngxióng<名>gấu ngựa

踪 zōng<名>dấu chân; tung tích: 跟~ theo dõi

【踪迹】zōngjì<名>tung tích; dấu vết; dấu tích: 他就这样没了~。 Như thế là anh ấy biến mất không còn dấu tích.

【踪影】zōngyǐng<名>hình bóng; tung tích; bóng dáng: 一个下午都不见其~。 Cả buổi chiều không thấy bóng dáng anh ấy.

鬃 zōng<名>bờm: 马~ bờm ngựa; 猪~ lông

Z

gáy lợn

【鬃刷】zōngshuā<名>bàn chải lông (bờm lợn)

【鬃毛】zōngmáo<名>lông bờm

zǒng

总 zǒng❶<动>tổng; tổng quát: 汇~ tập hợp/ tổng hợp ❷<形>chung: 制定发展~路线 đặt đường lối chung về phát triển ❸<形>đứng đầu ❹<副>cứ; vẫn ❺<副>rồi cũng: 这样的 日子~会过去的。Những ngày như thế cuối cùng cũng sẽ qua đi thôi.

【总罢工】zǒngbàgōng<名>tổng bãi công: 举行~ tổ chức cuộc tổng bãi công

【总比分】zǒngbǐfēn<名>tổng tỉ số: 现在的 ~为2:1。Tổng tỉ số bây giờ là 2:1.

【总编辑】zǒngbiānjí<名>tổng biên tập

【总部】zǒngbù<名>tổng bộ; văn phòng chính; trụ sở chính: 公司的~设在北京。 Tổng bộ của công ti đặt tại thành phố Bắc Kinh.

【总裁】zǒngcái<名>tổng tài

【总裁助理】zǒngcái zhùlǐ trợ lí tổng tài

【总参谋长】zǒngcānmóuzhǎng tổng tham mưu trưởng

【总策划】zǒngcèhuà<名>người xuất bản (sách); nhà sản xuất (phim, kịch); chủ nhiệm phim, kịch; chủ nhiệm (chương trình phát thanh truyền hình...)

【总产值】zǒngchǎnzhí<名>giá trị tổng sản lượng

【总称】zǒngchēng<名>gọi chung

【总承包商】zǒngchéngbāoshāng nhà thầu trọn gói

【总代理】zǒngdàilǐ<名>tổng đại lí: 他是这 款产品的广西销售~。Anh ta là tổng đại lí tiêu thụ của loại sản phẩm này tại Quảng Tây.

【总得】zǒngděi<副>cần phải: 你也~干点 什么吧？Anh cũng cần phải làm một chút việc gì đấy chứ?

【总店】zǒngdiàn<名>cửa hàng chính

【总动员】zǒngdòngyuán tổng động viên: 全民~。Tổng động viên toàn dân.

【总督】zǒngdū<名>❶tổng đốc; thống đốc ❷toàn quyền

【总队】zǒngduì<名>tổng đội

【总额】zǒng'é<名>tổng ngạch; tổng số; tổng mức: 销售~ tổng số hàng bán ra; 零售 ~ tổng mức bán lẻ

【总而言之】zǒng'éryánzhī nói chung; nói tóm lại: ~，这事你要帮我办妥。Nói tóm lại, việc này anh phải lo liệu hết cho em.

【总方针】zǒngfāngzhēn<名>phương châm chung

【总干事】zǒnggànshì<名>tổng cán sự; thống đốc

【总纲】zǒnggāng<名>điều lệ chung; cương lĩnh chung; tổng cương

【总工程师】zǒnggōngchéngshī tổng công trình sư; kĩ sư trưởng

【总工会】zǒnggōnghuì<名>tổng công đoàn

【总公司】zǒnggōngsī<名>tổng công ti

【总攻】zǒnggōng<动>tổng tiến công; tổng công kích: 向敌人发起~ phát động tổng tiến công nhằm vào kẻ địch

【总共】zǒnggòng<副>tổng cộng: 这个班 有15人。Lớp này tổng cộng có 15 người.

【总管】zǒngguǎn<名>tổng quản

【总归】zǒngguī<副>chung quy; dù sao vẫn: 是你的~是你的，不必心急。Cái của anh chung quy vẫn là của anh, không cần phải nóng vội.

【总合】zǒnghé<动>tổng hợp; pha trộn: ~各 方资源 tổng hợp nguồn tài nguyên các phía

【总和】zǒnghé<名>tổng số; tính gộp

【总汇】zǒnghuì❶<动>hợp lưu ❷<名>hội

tụ

【总会】zǒnghuì<名>tổng hội

【总机】zǒngjī<名>tổng đài điện thoại

【总计】zǒngjì<动>tính tổng cộng; tổng cộng; tổng số: 本公司~有五千人。Tổng số người trong công ti chúng tôi là 5.000 người.

【总监】zǒngjiān<名>giám đốc: 艺术~ giám đốc nghệ thuật

【总教练】zǒngjiàoliàn<名>tổng huấn luyện viên; huấn luyện viên trưởng

【总结】zǒngjié❶<动>tổng kết ❷<名>bài tổng kết

【总经理】zǒngjīnglǐ<名>tổng giám đốc

【总经销】zǒngjīngxiāo<名>phân phối cấp một; tổng kinh doanh phân phối

【总括】zǒngkuò<动>tổng quát; nhìn chung: ~来说，这个问题还不算严重。Nhìn chung vấn đề này chưa phải là nghiêm trọng.

【总揽】zǒnglǎn<动>nắm toàn bộ: ~全局 nắm toàn bộ/nắm toàn diện

【总理】zǒnglǐ❶<名>thủ tướng ❷<名>tổng quản; ông tổng ❸<动>[书]chủ trì, quản lí toàn diện

【总利润】zǒnglìrùn<名>lợi nhuận gộp: 尽管部分产品滞销严重，但公司的~略有增加。Tuy một số sản phẩm rất khó bán, nhưng tổng lợi nhuận của công ti vẫn tăng đôi chút.

【总领事】zǒnglǐngshì<名>tổng lãnh sự

【总路线】zǒnglùxiàn<名>đường lối chung

【总目】zǒngmù<名>mục lục chung

【总是】zǒngshì<副>❶cứ như thế; luôn như thế ❷[书]toàn là; đều là

【总书记】zǒngshūjì<名>Tổng Bí thư

【总署】zǒngshǔ<名>tổng cục

【总数】zǒngshù<名>tổng số

【总司令】zǒngsīlìng<名>tổng tư lệnh

【总算】zǒngsuàn<副>❶cuối cùng cũng: 你~回来了。Cuối cùng anh cũng đã về rồi. ❷thế cũng: ~可以 thế cũng tạm được

【总体】zǒngtǐ<名>tổng thể; chỉnh thể: ~布局 bố cục tổng thể

【总统】zǒngtǒng<名>tổng thống

【总务】zǒngwù<名>❶hành chính tổng hợp ❷người làm công tác hành chính tổng hợp

【总需求】zǒngxūqiú<名>tổng nhu cầu

【总则】zǒngzé<名>quy tắc chung

【总账】zǒngzhàng<名>sổ cái

【总政治部】zǒngzhèngzhìbù Tổng Bộ chính trị; Tổng cục chính trị

【总之】zǒngzhī<连>tóm lại: ~，现在我说什么都没用。Tóm lại, bây giờ tôi nói gì cũng vô ích thôi.

【总支】zǒngzhī<名>tổng chi; liên chi; tổng chi nhánh

【总值】zǒngzhí<名>tổng giá trị: 生产~稳定增加。Tổng giá trị sản xuất tăng trưởng ổn định.

【总指挥】zǒngzhǐhuī<名>tổng chỉ huy

【总资产】zǒngzīchǎn<名>tổng mức tài sản: 公司~达到了百亿元。Tổng mức tài sản của công ti lên tới 10 tỉ đồng RMB.

zòng

纵¹ zòng❶<形>trực dọc; dọc: 京广铁路北起北京，南至广州，~贯河北、河南、湖北、湖南和广东五省。Tuyến đường sắt Kinh Quảng phía bắc bắt đầu từ Bắc Kinh, phía nam xuống tới Quảng Châu, chạy dọc qua 5 tỉnh Hà Bắc, Hà Nam, Hồ Bắc, Hồ Nam và Quảng Đông. ❷<形>từ trước đến sau ❸<形>dọc; thẳng đứng: ~剖面 mặt cắt dọc ❹<名>quân đoàn //(姓)Tung, Túng

纵² zòng❶<动>thả; phóng thích: 欲擒故~ vờ thả để bắt thật/cố ý buông lỏng để khống chế chặt hơn/lạt mềm buộc chặt ❷<动>thỏa sức; bỏ mặc: 放~ phóng túng ❸<动>nhảy lên; nhảy vút: 他向上一~，扯下了悬挂的横幅。Anh ta nhảy lên tháo dải băng rôn xuống. ❹<连>[书]dù cho; mặc dù: 罪犯~有天大本事，也难逃法网。Dù bản lĩnh đến mấy tội phạm cũng khó thoát khỏi sự trừng phạt của pháp luật.

纵³ zòng<动>[方]nhàu; nhăn: 衣服被压~了。Quần áo bị đè nhăn nheo rồi.

【纵步】zòngbù❶<动>cất bước; rảo bước ❷<名>bước nhảy: 他一个~就跃过了那条水沟。Anh ấy nhảy một cái là qua được cái rãnh nước ấy.

【纵队】zòngduì<名>❶cánh quân ❷quân đoàn

【纵观】zòngguān<动>nhìn chung; nhìn tổng quát: ~全局 nhìn chung toàn cục

【纵贯】zòngguàn<动>xuyên suốt: 京沪铁路~我国南北多个省市。Tuyến đường sắt Kinh Hộ xuyên suốt nhiều tỉnh và thành phố từ nam chí bắc của nước ta.

【纵横】zònghéng❶<形>dọc và ngang; tung hoành: 铁路网~交错。Mạng lưới đường sắt ngang dọc đan xen. ❷<形>tự do phóng túng: 文笔~。Hành văn phóng túng. ❸<动>tung hoành ngang dọc; vẫy vùng: 摄制组~数千里，拍摄《再说长江》。Đoàn quay phim tung hoành ngang dọc hàng ngàn dặm để dựng tiết mục Lại kể về Sông Trường Giang.

【纵横驰骋】zònghéng-chíchěng tung hoành ngang dọc; rong ruổi dọc ngang

【纵横交错】zònghéng-jiāocuò ngang dọc xen kẽ

【纵横天下】zònghéng-tiānxià tung hoành thiên hạ

【纵虎归山】zònghǔ-guīshān thả hổ về rừng: 你这是在~! Anh làm như thế là thả hổ về rừng!

【纵火】zònghuǒ<动>phóng hỏa: ~案 vụ phóng hỏa

【纵酒】zòngjiǔ<动>uống rượu li bì; uống rượu quá mức

【纵览】zònglǎn<动>tha hồ xem; xem thỏa thích: ~四周美景 thỏa thích ngắm nhìn cảnh đẹp xung quanh

【纵令】zònglìng❶<连>dù cho: ~他在这，也未必解决得了问题。Dù cho anh ta có ở đây cũng chưa chắc giải quyết được vấn đề. ❷<动>để mặc; mặc; kệ: 父母不可~孩子不管。Cha mẹ không nên để mặc con cái.

【纵论】zònglùn<动>nói thoải mái; nói tự do

【纵目】zòngmù<动>phóng tầm mắt: ~远眺 phóng tầm mắt ra xa

【纵情】zòngqíng<副>thả cửa; mặc sức: ~歌舞 mặc sức hát múa

【纵然】zòngrán<连>dù cho; cho dù; mặc dù: 我~要走也不是现在。Cho dù tôi có đi cũng không phải vào lúc này.

【纵容】zòngróng<动>dung túng; nuông chiều: 太~孩子，反而是害了他们。Nuông chiều con thái quá hóa hại con.

【纵身】zòngshēn<动>nhún người: ~一跳 nhún người nhảy phốc xuống

【纵深】zòngshēn<名>thọc sâu; tung thâm

【纵声】zòngshēng<动>cất tiếng: ~歌唱 cất tiếng hát

【纵使】zòngshǐ<连>dù cho; mặc dù: ~他再狡猾，也难逃法网。Dù cho hắn ta có xảo quyệt đến mấy cũng không thể thoát khỏi lưới pháp luật.

【纵谈】zòngtán<动>bàn luận sôi nổi

【纵向】zòngxiàng<形>theo chiều dọc: ~发展 phát triển theo chiều dọc

【纵欲】zòngyù<动>buông thả dục vọng; bạt mạng

【纵坐标】zòngzuòbiāo〈名〉tung độ; tọa độ
dọc

粽 zòng〈名〉bánh chưng; bánh tét
【粽叶】zòngyè〈名〉lá gói bánh chưng; lá
dong
【粽子】zòngzi〈名〉bánh chưng; bánh tét;
bánh ú

zǒu

走 zǒu〈动〉❶đi: ~一路回家 đi bộ về nhà ❷đi
lại thăm viếng: ~亲戚 thăm họ hàng ❸lọt
ra; lộ ra: ~漏风声 để lộ tin tức ❹biến dạng;
mất dáng: 身材~样。Dáng người biến
dạng. ❺[书]chạy (bằng chân) ❻chạy (bằng
máy) ❼xu thế ❽lên đường; rời khỏi ❾đi
xa; mất //(姓)Tẩu
【走板】zǒubǎn〈动〉❶lạc điệu; sai nhịp: 她
唱~了。Cô ta hát lạc điệu rồi. ❷nói lạc đề:
他说~了。Anh ấy nói lạc đề rồi.
【走笔疾书】zǒubǐ-jíshū viết rất nhanh
【走步】zǒubù〈动〉❶ôm bóng chạy (động
tác phạm lỗi trong thi đấu bóng rổ) ❷đi bộ
【走村串户】zǒucūn-chuànhù vào làng
đến với các nông hộ
【走道】zǒudào〈名〉via hè; hành lang
【走低】zǒudī〈动〉đi xuống; xuống thấp;
giảm xuống: 这支股票一直~。Mã cổ phiếu
này liên tục tụt xuống.
【走调儿】zǒudiàor〈动〉hát lạc giọng; sai
điệu: 唱歌~ hát lạc giọng
【走动】zǒudòng〈动〉❶hoạt động; đi lại: 你
坐得久了要起来~一下。Cậu ngồi lâu phải
đứng lên đi lại một tí. ❷qua lại: 亲戚间要
多~。Họ hàng nên thường xuyên qua lại
thăm hỏi nhau.
【走读】zǒudú〈动〉học ngoại trú: ~生 học
sinh ngoại trú
【走访】zǒufǎng〈动〉thăm hỏi; phỏng vấn:

领导们~受灾家庭。Lãnh đạo đến thăm hỏi
các gia đình bị thiên tai.
【走风】zǒufēng〈动〉lộ tin; hở chuyện: 这事
是她说走了风。Chuyện này là do cô ấy để
lộ thông tin.
【走钢丝】zǒu gāngsī❶(xiếc) đi trên dây
thép ❷ví làm việc nguy hiểm
【走高】zǒugāo〈动〉đi lên; lên cao; tăng lên:
房价持续~。Giá nhà ở liên tục tăng lên.
【走狗】zǒugǒu〈名〉tay sai; chó săn
【走关系】zǒu guānxi chạy chọt: 他走了很
多关系才得到这个岗位。Anh ta chạy chọt
mãi mới vào được vị trí này.
【走过场】zǒu guòchǎng❶làm qua loa
❷diễn viên lộ diện rồi đi qua sân khấu
【走好】zǒuhǎo〈动〉đi cẩn thận; đi một cách
yên bình
【走红】zǒuhóng〈动〉❶phất lên (trở nên nổi
tiếng hoặc rất được hoan nghênh) ❷gặp số
may: 他的作品一度~于网络。Tác phẩm
của anh ấy đã từng nổi tiếng một thời trên
mạng Internet.
【走后门】zǒu hòumén đi cửa sau
【走婚】zǒuhūn〈动〉tẩu hôn (một phong tục
tập quán về hôn nhân của hệ Mô-Sô dân tộc
Na-Xi Trung Quốc)
【走火】zǒuhuǒ〈动〉❶cướp cò: 枪~误伤了
人。Súng cướp cò vô tình làm người khác
bị thương. ❷bốc cháy: 宿舍~了。Kí túc xá
bị cháy. ❸quá chừng ❹chập dây bốc cháy
【走火入魔】zǒuhuǒ-rùmó tẩu hỏa nhập
ma
【走江湖】zǒu jiānghú lang bạt giang hồ; đi
lang bạt; đi khắp nơi; đi đây đi đó
【走廊】zǒuláng〈名〉hành lang
【走漏】zǒulòu〈动〉❶tiết lộ; thất thoát: ~消
息 thất thoát thông tin ❷buôn lậu trốn thuế
❸bị mất khoản lớn
【走路】zǒulù〈动〉❶đi bộ ❷đi khỏi; xéo

【走马灯】zǒumǎdēng〈名〉đèn kéo quân; đèn cù

【走马观花】zǒumǎ-guānhuā cưỡi ngựa xem hoa

【走马上任】zǒumǎ-shàngrèn đi nhậm chức

【走南闯北】zǒunán-chuǎngběi vào Nam ra Bắc; đi đây đi đó

【走内线】zǒu nèixiàn nhờ tay trong; đi cửa sau

【走俏】zǒuqiào〈形〉(hàng) bán chạy: 这种产品很~。Sản phẩm này bán rất chạy.

【走亲戚】zǒu qīnqi đi thăm họ hàng

【走人】zǒurén〈动〉đi khỏi; bỏ đi: 卷铺盖~ cuốn gói bỏ đi

【走色】zǒushǎi〈动〉bạc màu; phai màu: 新买的牛仔裤都~了。Quần bò mới mua mà đã bạc màu.

【走神儿】zǒushénr〈动〉lơ đễnh; phân tâm; không tập trung; không chú ý; lơ là: 他上课老爱~。Giờ lên lớp nó luôn lơ là chểnh mảng.

【走失】zǒushī〈动〉❶lạc đường; đi lạc: 小孩~了。Trẻ bị lạc đường. ❷biến dạng; làm sai mất: 电影~了小说的原意。Bộ phim đã lệch với nguyên ý của tiểu thuyết.

【走势】zǒushì〈名〉❶xu thế; xu hướng: 股市~不明朗。Xu hướng thị trường cổ phiếu không rõ ràng. ❷hướng đi; hướng chạy (mạch núi)

【走兽】zǒushòu〈名〉thú vật

【走水】zǒushuǐ〈动〉❶dột ❷[方]cháy: 粮仓~。Kho lương thực bị cháy.

【走私】zǒusī〈动〉buôn lậu: ~汽车 buôn lậu xe hơi

【走台】zǒutái〈动〉❶thử sân khấu (diễn viên đi lại để tập luyện cho quen sân khấu) ❷người mẫu thời trang biểu diễn đi trên sàn

【走题】zǒutí〈动〉lạc đề: 作文~了。Viết văn lạc đề rồi.

【走投无路】zǒutóu-wúlù không có đường thoát; bế tắc

【走弯路】zǒu wānlù đi đường vòng; ví qua nhiều trắc trở: 他走了许多弯路才有今天的成功。Anh ta từng trải nhiều trắc trở mới có được thành công hôm nay.

【走味儿】zǒuwèir〈动〉mất mùi; biến chất: 这鱼都~了还怎么吃！Cá đã bị ươn mất mùi thì sao còn ăn được nữa!

【走下坡路】zǒu xiàpōlù đi xuống dốc; tuột dốc; suy thoái; tụt lùi

【走向】zǒuxiàng❶〈名〉hướng; chạy theo hướng: 南北~ hướng nam bắc ❷〈动〉đi tới: ~胜利 đi tới thắng lợi

【走形】zǒuxíng〈动〉mất hình dáng cũ; sai: 这衣服才穿两次就~了。Cái áo này chỉ mặc có 2 lần đã bị mất hình dáng cũ.

【走形式】zǒu xíngshì chạy theo hình thức

【走秀】zǒuxiù〈动〉người mẫu trình diễn thời trang trên sàn

【走穴】zǒuxué〈动〉chạy sô; làm ăn riêng; xé lẻ (diễn viên vì muốn kiếm thêm thu nhập mà ra ngoài biểu diễn)

【走眼】zǒuyǎn〈动〉nhìn nhầm; trông nhầm: 是我看~了，差点误会好人。Do tôi trông nhầm suýt nữa hiểu lầm người tốt.

【走样】zǒuyàng〈动〉biến dạng; sai kiểu; mất dáng: 生完孩子后，她整个人都~了。Sau khi sinh nở, cô ấy bị mất dáng hoàn toàn.

【走一步，看一步】zǒu yī bù, kàn yī bù làm đến đâu hay đến đó

【走运】zǒuyùn〈形〉[口]gặp vận may: 今天真是~。Hôm nay gặp may thật.

【走着瞧】zǒuzheqiáo để rồi xem; chờ xem; hãy đợi đấy: ~，总有一天你会向我认错的。Để rồi xem có ngày anh sẽ phải nhận lỗi với tôi.

【走嘴】zǒuzuǐ〈动〉lỡ miệng: 此事一定要保密，千万不能~。Việc này nhất định phải giữ bí mật, nhất thiết không thể để lỡ miệng.

zòu

奏 zòu〈动〉❶tấu; biểu diễn: 钢琴独~。Độc tấu pi-a-nô. ❷đạt được: ~效 đạt được hiệu quả ❸tâu; tấu (lên vua): ~请 tâu bày //(姓) Tấu

【奏捷】zòujié〈动〉chiến thắng; thắng lợi: 前方~不断。Tiền tuyến chiến thắng dồn dập.

【奏鸣曲】zòumíngqǔ〈名〉nhạc hợp tấu

【奏效】zòuxiào〈动〉có hiệu quả: 用这法子定能~。Dùng cách này chắc có hiệu quả.

【奏乐】zòuyuè〈动〉tấu nhạc

【奏章】zòuzhāng〈名〉sớ tấu (lên vua)

【奏折】zòuzhé〈名〉bản sớ; bản tấu; tập tấu: 批阅~ duyệt bản sớ

揍 zòu〈动〉❶[口]đánh: ~一顿 đánh cho một trận ❷[方]đánh vỡ; làm vỡ: 我失手把水杯给~了。Mình lỡ tay làm vỡ cái cốc nước.

【揍人】zòurén〈动〉đánh người

zū

租 zū❶〈动〉thuê: ~房 thuê nhà ❷〈动〉cho thuê: 出~店铺 cho thuê cửa hàng ❸〈名〉tiền thuê: 铺~ tiền thuê cửa hàng ❹〈名〉tô thuế //(姓)Tô

【租车】zūchē〈动〉thuê xe

【租户】zūhù〈名〉người thuê

【租价】zūjià〈名〉giá thuê mướn

【租界】zūjiè〈名〉tô giới

【租借】zūjiè〈动〉❶thuê; mướn: ~会场 thuê hội trường ❷cho thuê: 这家书店~图书。Hiệu sách này cho thuê sách.

【租金】zūjīn〈名〉tiền thuê

【租赁】zūlìn〈动〉❶thuê mướn: 公司~一栋别墅作为办公场地。Công ti thuê một tòa biệt thự dùng làm nơi làm việc. ❷cho thuê: 公司向外~闲置的办公室。Công ti cho thuê những phòng làm việc để trống.

【租赁公司】zūlìn gōngsī công ti cho thuê

【租期】zūqī〈名〉thời hạn cho thuê

【租钱】zūqián〈名〉tiền thuê

【租让】zūràng〈动〉thuê cho

【租税】zūshuì〈名〉thuế thuê

【租用】zūyòng〈动〉thuê dùng: ~音响设备 thuê dùng thiết bị âm thanh

【租约】zūyuē〈名〉giao kèo; hợp đồng thuê mướn

【租债】zūzhài〈名〉nợ thuê

zú

足¹ zú〈名〉❶chân: 画蛇添~ vẽ rắn thêm chân ❷môn bóng đá //(姓)Túc

足² zú❶〈形〉sung túc; đầy đủ: 富~ đầy đủ sung túc; 干劲十~。Đầy lòng hăng hái. ❷〈副〉đủ; đạt tới: 男朋友~~等了她三小时。Bạn trai đợi cô ấy tới 3 tiếng đồng hồ. ❸〈副〉đủ để

【足本】zúběn〈名〉sách nguyên bản; nguyên tác: ~《红楼梦》nguyên tác *Hồng Lâu Mộng*

【足不出户】zúbùchūhù chân không bước ra cửa; ở nhà

【足彩】zúcǎi〈名〉xổ số bóng đá

【足赤】zúchì〈名〉vàng mười; vàng đủ tuổi

【足额】zú'é〈动〉đủ số

【足跟】zúgēn〈名〉gót chân

【足够】zúgòu〈动〉❶đủ; đầy đủ: 对我来说，这已经~了。Đối với tôi như thế là đầy đủ. ❷thỏa mãn

【足迹】zújì〈名〉dấu chân

【足见】zújiàn〈连〉đủ (để) thấy; chứng tỏ: 小

区设了监控后再无失窃事件发生，~这办法是可行的。Từ ngày khu chung cư đặt ca-me-ra, không còn xảy ra chuyện mất cắp, đủ để thấy cách làm này là khả thi.

【足金】zújīn<名>vàng mười

【足疗】zúliáo<动>bảo vệ sức khỏe bằng phương pháp chờm, mát-sa hay dùng thuốc ngâm chân

【足球】zúqiú<名>bóng đá: ~场 sân bóng đá

【足色】zúsè<形>đủ tuổi; độ thuần nhất (nói về vàng bạc): ~金项链 dây chuyền vàng đủ tuổi

【足岁】zúsuì<名>đủ tuổi; tròn tuổi: 她今年 20~了。Cô ấy năm nay đã tròn 20 tuổi rồi.

【足坛】zútán<名>làng bóng đá

【足下】zúxià<名>ngài

【足协】zúxié<名>Hiệp hội bóng đá

【足以】zúyǐ<动>đủ để: 这些证据~让你进监狱。Những bằng chứng này đủ để đưa anh vào nhà tù.

【足音】zúyīn<名>tiếng bước chân

【足印】zúyìn<名>dấu chân

【足月】zúyuè<动>đủ tháng

【足智多谋】zúzhì-duōmóu túc trí đa mưu; lắm mưu nhiều kế

【足足】zúzú<副>đến...(nhấn mạnh về lượng): 这条鱼~有十千克。Con cá này nặng 10 cân chẵn.

卒¹ zú<名>❶lính: 小~ lính quèn/tiểu tốt ❷sai dịch: 狱~ ngục tốt //(姓)Tốt

卒² zú[书]❶<动>xong; kết thúc: ~业 tốt nghiệp ❷<副>hết; cuối cùng: ~底于成 cuối cùng đã (đi tới) thành công ❸<动>chết: 生~年月 năm tháng sinh và mất

【卒岁】zúsuì<动>[书]sống qua một năm

族 zú<名>❶họ hàng; tộc: 宗~ dòng họ ❷tru di tam tộc ❸chủng tộc; dân tộc: 高山~ dân tộc Cao Sơn ❹loài; hệ; dãy: 语~ ngữ hệ/ họ ngôn ngữ ❺tộc; họ (chỉ một cộng đồng có thuộc tính chung nào đó): 打工~ những người làm thuê

【族规】zúguī<名>quy định họ

【族类】zúlèi<名>loài

【族谱】zúpǔ<名>tộc phả

【族亲】zúqīn<名>người thân cùng họ

【族权】zúquán<名>quyền tộc trưởng

【族群】zúqún<名>❶tộc quần (quần thể xã hội văn hóa cấu thành do các yếu tố như ngôn ngữ, tôn giáo, tập tục, chủng tộc, lịch sử và khu vực v.v.) ❷nhóm người (có đặc điểm chung nào đó): 高血压患者是发生脑中风的危险~。Những người bị huyết áp cao là nhóm người có nguy cơ bị trúng phong.

【族人】zúrén<名>tộc người

【族长】zúzhǎng<名>tộc trưởng

zǔ

诅 zǔ<动>[书]❶nguyền rủa; chửi mắng ❷thề thốt

【诅咒】zǔzhòu<动>nguyền rủa

阻 zǔ<动>ngăn cản; trở ngại

【阻碍】zǔ'ài❶<动>ngăn cản; trở ngại ❷<名>vật cản; cái cản trở

【阻挡】zǔdǎng<动>ngăn cản; vật cản: 历史的潮流无法~。Trào lưu lịch sử không thể ngăn cản được.

【阻断】zǔduàn<动>làm đứt đoạn; làm gián đoạn

【阻隔】zǔgé<动>gây cách trở; ngăn cản

【阻击】zǔjī<动>chặn đánh

【阻截】zǔjié<动>ngăn chặn

【阻拦】zǔlán<动>ngăn giữ; ngăn cản

【阻力】zǔlì<名>sức cản; trở lực: 尽管有重重~，他也决心追查到底。Mặc dù gặp nhiều trở ngại lớn, anh ấy vẫn quyết tâm truy xét đến cùng.

【阻留】zǔliú<动>can ngăn giữ lại

【阻挠】zǔnáo〈动〉ngăn căn; phá rối

【阻燃】zǔrán〈动〉chống cháy

【阻塞】zǔsè〈动〉❶ách tắc ❷làm tắc

【阻止】zǔzhǐ〈动〉ngăn; ngăn trở

【阻滞】zǔzhì〈动〉❶trở ngại: 泥石流使车队前行受到了~。Đất đá sạt lở khiến đoàn xe bị cản trở. ❷ngăn trở

组 zǔ❶〈动〉tổ chức; tập hợp: 每个家庭~成一个队。Một gia đình tập hợp thành một đội. ❷〈名〉tổ; chùm: ~长 tổ trưởng ❸〈量〉tổ; nhóm; bộ: 两~发电机 hai tổ máy phát điện ❹〈形〉tổ; chùm; bộ (tác phẩm văn học nghệ thuật): ~画 chùm tranh

【组办】zǔbàn〈动〉tổ chức sáng lập

【组编】zǔbiān〈动〉tổ chức biên soạn

【组成】zǔchéng〈动〉tổ thành; tổ chức thành

【组词】zǔcí〈动〉tổ hợp từ

【组队】zǔduì〈动〉tổ chức đội ngũ

【组稿】zǔgǎo〈动〉tổ chức bài viết: 我们计划下个月到北京~。Chúng tôi dự định tháng sau đến Bắc Kinh tổ chức bản thảo.

【组阁】zǔgé〈动〉❶tổ chức nội các ❷xây dựng lại ban lãnh đạo

【组合】zǔhé❶〈动〉tổ hợp; tổ hợp thành ❷〈名〉khối tổ hợp ❸〈名〉tổ hợp trong toán học

【组件】zǔjiàn〈名〉mô-đun; đơn vị; bộ phận

【组建】zǔjiàn〈动〉tổ chức xây dựng

【组曲】zǔqǔ〈名〉tổ khúc

【组团】zǔtuán〈动〉tổ chức thành đoàn: 他们~去西藏旅游。Họ tổ chức thành đoàn đi du lịch Tây Tạng.

【组委会】zǔwěihuì〈名〉ban tổ chức

【组织】zǔzhī❶〈名〉tổ chức: 工人阶级的~ tổ chức của giai cấp công nhân; 向~报告 báo cáo với tổ chức ❷〈名〉hệ thống; quan hệ phối hợp: ~涣散 tổ chức tản mạn lỏng lẻo ❸〈动〉tổ chức; sắp đặt: ~比赛 tổ chức thi đua ❹〈名〉[医学]mô: 神经~ mô thần kinh

【组装】zǔzhuāng〈动〉lắp ráp

祖 zǔ〈名〉❶bậc ông bà: ~父 ông nội ❷tổ tông; tổ tiên: 高~ cao tổ ❸tổ sư; ông tổ; tiên sư: 鼻~ thủy tổ/ông tổ //(姓)Tổ

【祖辈】zǔbèi〈名〉đời ông; tổ tiên; ông cha: 我家~都是酿酒的。Các đời ông cha của tôi đều làm nghề cất rượu.

【祖传】zǔchuán〈动〉tổ truyền; gia truyền: ~秘方 phương thuốc gia truyền

【祖坟】zǔfén〈名〉lăng mộ tổ tiên

【祖国】zǔguó〈名〉tổ quốc: 他终于回到了~的怀抱。Anh ta cuối cùng đã trở về với tổ quốc.

【祖籍】zǔjí〈名〉nguyên quán; quê cha đất tổ: 王老师的~是江苏。Nguyên quán thầy Vương ở Giang Tô.

【祖居】zǔjū❶〈名〉nơi ở của cha ông ❷〈动〉cư chú lâu đời

【祖母】zǔmǔ〈名〉bà nội

【祖上】zǔshàng〈名〉tổ tiên

【祖师爷】zǔshīyé〈名〉sư tổ; tiên sư: 木工行业把鲁班奉为~。Nghề mộc tôn Lỗ Ban là sư tổ.

【祖孙】zǔsūn〈名〉ông cháu; bà cháu

【祖屋】zǔwū〈名〉ngôi nhà của tổ tiên

【祖先】zǔxiān〈名〉tổ tiên

【祖业】zǔyè〈名〉tổ nghiệp; gia sản tổ tiên; tài sản tổ tiên: 这幢老房子是他家的~。Tòa nhà cũ này là gia sản của tổ tiên anh ấy.

【祖宗】zǔzong〈名〉tổ tông; tổ tiên

【祖祖辈辈】zǔzǔbèibèi đời này qua đời khác

zuān

钻 zuān〈动〉❶dùi; khoan: ~孔 khoan lỗ ❷chui qua; chui vào: ~到水里 lặn xuống nước ❸đi sâu nghiên cứu: 小伙子爱~技术。Anh chàng ấy rất say mê nghiên cứu kĩ thuật. ❹luồn cúi

另见zuàn

【钻劲儿】zuānjìnr<名>tinh thần tìm tòi

【钻空子】zuān kòngzi　nhằm chỗ yếu; nhằm sơ hở

【钻牛角尖】zuān niújiǎojiān❶chui vào sừng trâu; ví chui vào chỗ bế tắc: 她这人遇事爱~。Cô ấy gặp chuyện cứ thích tự chui vào chỗ bế tắc. ❷ví cố chấp, ngoan cố

【钻探】zuāntàn<动>khoan thăm dò

【钻心】zuānxīn<形>ray rứt; kim châm muối xát: ~的疼痛 đau như kim châm muối xát

【钻研】zuānyán<动>đi sâu nghiên cứu: ~技术 nghiên cứu kĩ thuật

【钻营】zuānyíng<动>luồn lụy; luồn cúi: 投机~ đầu cơ luồn cúi

zuǎn

纂zuǎn❶<动>[书]soạn: 编~字典 biên soạn tự điển ❷<名>[方]búi tóc (của phụ nữ): ~儿 búi tóc

【纂修】zuǎnxiū<动>[书]biên soạn và sửa lại

zuàn

钻zuàn<名>❶cái khoan: 手电~ khoan điện xách tay ❷kim cương

另见zuān

【钻床】zuànchuáng<名>máy khoan

【钻机】zuànjī<名>máy khoan

【钻戒】zuànjiè<名>nhẫn kim cương: 他买了一枚~用来求婚。Anh ấy đã mua một cái nhẫn kim cương để cầu hôn.

【钻井】zuànjǐng❶<动>khoan giếng ❷<名>giếng khoan

【钻石】zuànshí<名>kim cương

【钻石王老五】zuànshí Wánglǎowǔ người đàn ông độc thân giàu có

【钻塔】zuàntǎ<名>tháp khoan

【钻头】zuàntóu<名>mũi khoan

攥zuàn<动>[口]cầm; nắm

【攥紧】zuànjǐn<动>nắm chặt: ~拳头 nắm tay thật chặt

【攥牢】zuànláo<动>cầm vững

【攥住】zuànzhù<动>nắm lấy; cầm lấy

zuǐ

嘴zuǐ<名>❶miệng; mồm: 小~ miệng nhỏ ❷miệng của đồ vật: 茶壶~ vòi ấm ❸lời nói: 多~ lắm nhời/lắm mồm

【嘴巴】zuǐba<名>❶miệng; mồm ❷cái tát

【嘴笨】zuǐbèn<形>vụng miệng; nói năng vụng về

【嘴馋】zuǐchán<形>thèm; muốn ăn; thèm ăn; sành ăn: 这条小吃街吸引了不少~的食客。Dãy phố ăn vặt này đã thu hút khá đông thực khách sành ăn.

【嘴唇】zuǐchún<名>môi

【嘴刁】zuǐdiāo<形>❶kén ăn; ăn uống khó tính ❷[方]ăn nói xảo trá; điêu ngoa

【嘴乖】zuǐguāi<形>[口]nói năng dễ thương

【嘴尖】zuǐjiān<形>nói năng chanh chua

【嘴角】zuǐjiǎo<名>mép

【嘴紧】zuǐjǐn<形>nói năng kín kẽ

【嘴快】zuǐkuài<形>nói năng nhanh nhầu; nhanh mồm nhanh miệng

【嘴懒】zuǐlǎn<形>ít nói; lầm lì

【嘴脸】zuǐliǎn<名>mặt mũi; bộ mặt

【嘴皮子】zuǐpízi<名>[口]mồm mép; lém lỉnh: 他爱耍~。Anh ta mồm mép lém lỉnh.

【嘴贫】zuǐpín<形>nói luôn mồm; lắm lời

【嘴勤】zuǐqín<形>hay hỏi han; hay bắt chuyện

【嘴软】zuǐruǎn<形>nhu nhược; mềm yếu (nói năng)

【嘴松】zuǐsōng<形>không cẩn thận; thiếu thận trọng (nói năng)

【嘴碎】zuǐsuì<形>nói lôi thôi; lắm mồm; nói nhiều: 她嘴太碎，让人受不了。Bà ấy lắm lời quá thật không ai chịu nổi.

【嘴甜】zuǐtián<形>ăn nói ngọt ngào

【嘴稳】zuǐwěn<形>kín miệng; ăn nói kín đáo

【嘴严】zuǐyán<形>kín tiếng; kín miệng

【嘴硬】zuǐyìng<形>nói ngang; nói bướng: 别~了，去给老师认个错吧。Đừng nói bướng nữa, đi nhận lỗi với thầy đi.

【嘴直】zuǐzhí<形>nói thẳng; nói năng thẳng thắn

zuì

最zuì❶<副>nhất: ~好 tốt nhất ❷<名>nhất: 天下之~ nhất thiên hạ

【最爱】zuì'ài<名>cái thích nhất

【最初】zuìchū<名>lúc đầu: 这里~是一片墓地。Lúc đầu nơi này là một bãi tha ma.

【最大】zuìdà<形>lớn nhất; to nhất; vô cùng to lớn

【最好】zuìhǎo<形>tốt nhất: 这是她三年来取得的~成绩。Đây là thành tích tốt nhất mà cô ta đạt được trong 3 năm nay.

【最后】zuìhòu<名>sau cùng; cuối cùng

【最后期限】zuìhòu qīxiàn kì hạn tối hậu; hạn cuối cùng

【最惠国】zuìhuìguó<名>tối huệ quốc: ~待遇 đãi ngộ tối huệ quốc

【最佳】zuìjiā<形>xuất sắc nhất; đẹp nhất; tốt nhất; hay nhất; giỏi nhất; thuận lợi nhất: ~球员 cầu thủ xuất sắc nhất

【最近】zuìjìn<名>gần đây

【最起码】zuìqǐmǎ ít nhất; kém nhất; tối thiểu

【最小】zuìxiǎo<形>nhỏ nhất; bé nhất

【最终】zuìzhōng<名>sau cùng; cuối cùng; rút cuộc: ~结果 kết quả cuối cùng

罪zuì<名>❶tội: 有~ có tội ❷khốn khổ: 受~ chịu tội/chịu khổ ❸lỗi; lỗi lầm: 归~于人 đổ lỗi cho người khác ❹quy lỗi cho; quở trách: ~己 nhận lỗi về mình

【罪案】zuì'àn<名>bản án

【罪不容诛】zuìbùróngzhū dù giết đi cũng không đền được tội; chết chưa hết tội

【罪大恶极】zuìdà-èjí tội ác tày trời

【罪恶】zuì'è<名>tội ác: ~滔天。Tội ác tày trời.

【罪犯】zuìfàn<名>tội phạm

【罪该万死】zuìgāiwànsǐ tội đáng chết muôn lần

【罪过】zuìguo<名>tội lỗi; lỗi lầm: 请宽恕我的~。Xin tha thứ cho những lỗi lầm của tôi.

【罪魁】zuìkuí<名>bọn đầu sỏ; trùm

【罪名】zuìmíng<名>tội danh: 洗刷~ gột rửa tội danh

【罪孽】zuìniè<名>tội; điều ác: 他在忏悔自己早年犯下的~。Ông ta đang tự sám hối những điều ác do mình gây ra trước đó.

【罪人】zuìrén<名>tội nhân

【罪刑】zuìxíng<名>tội hình; hình phạt

【罪行】zuìxíng<名>hành vi phạm tội

【罪有应得】zuìyǒuyīngdé đáng bị trừng trị; trừng trị đích đáng

【罪责】zuìzé❶<名>tội trách ❷<动>[书]trách phạt

【罪证】zuìzhèng<名>chứng cứ phạm tội

【罪状】zuìzhuàng<名>tội trạng

醉zuì<动>❶say rượu: 喝~ uống say ❷say mê: 陶~于音乐之中 say đắm trong âm nhạc ❸ngâm rượu: ~虾 tôm ngâm rượu

【醉倒】zuìdǎo<动>say ngã

【醉鬼】zuìguǐ<名>người nghiện rượu

【醉汉】zuìhàn<名>thằng say; tên say rượu

【醉驾】zuìjià〈动〉lái xe khi say rượu: ~是一种违法行为。Lái xe khi say rượu là một hành vi trái pháp luật.

【醉酒】zuìjiǔ〈动〉say rượu

【醉拳】zuìquán〈名〉Túy quyền; võ say

【醉生梦死】zuìshēng-mèngsǐ　mơ màng như người trong mộng; sống hoàn toàn không có mục đích

【醉态】zuìtài〈名〉vẻ say

【醉翁之意不在酒】zuìwēng zhī yì bù zài jiǔ　ý của ông già say rượu không phải ở rượu mà có dụng ý khác

【醉乡】zuìxiāng〈名〉cơn say

【醉心】zuìxīn〈动〉say sưa: 他~研究书画艺术。Anh ấy say sưa nghiên cứu nghệ thuật thư họa.

【醉醺醺】zuìxūnxūn　say khướt; say bí tỉ

【醉意】zuìyì〈名〉vẻ say; ý say

zūn

尊zūn❶〈形〉cao quý ❷〈动〉kính trọng ❸〈量〉pho ❹〈量〉khẩu ❺〈名〉tôn xưng

【尊卑】zūnbēi〈形〉cao quý với hèn hạ

【尊称】zūnchēng〈名〉tôn xưng

【尊崇】zūnchóng〈动〉tôn sùng

【尊贵】zūnguì〈形〉cao quý: ~的来宾 khách quý

【尊驾】zūnjià〈名〉tôn giá; ngài

【尊敬】zūnjìng〈动〉tôn kính; kính mến: ~的老师 thầy kính mến

【尊老爱幼】zūnlǎo-àiyòu　kính già yêu trẻ

【尊容】zūnróng〈名〉mặt mày; diện mạo; dung nhan (ý chế nhạo)

【尊师重道】zūnshī-zhòngdào　tôn sư trọng đạo

【尊贤使能】zūnxián-shǐnéng　trọng dụng nhân tài

【尊姓大名】zūnxìng dàmíng　họ và tên

ngài; quý danh của ngài: 请问您的~。Xin ngài cho biết quý danh.

【尊严】zūnyán〈名〉tôn nghiêm; danh dự; uy nghiêm: 践踏法律~的人必将受到惩罚。Những ai dẫm đạp lên tôn nghiêm của pháp luật ắt sẽ bị trừng phạt.

【尊长】zūnzhǎng〈名〉tôn trưởng; người già cả đáng kính trọng

【尊重】zūnzhòng❶〈动〉tôn trọng; kính trọng: ~老师 kính trọng thầy cô; ~历史 tôn trọng lịch sử ❷〈形〉trang trọng

遵zūn〈动〉tuân; tuân theo: ~医嘱 theo lời dặn của bác sĩ //(姓)Tuân

【遵从】zūncóng〈动〉tuân; tuân theo: ~领导 tuân theo lãnh đạo

【遵纪守法】zūnjì-shǒufǎ　gìn giữ kỉ luật, tôn trọng pháp luật

【遵命】zūnmìng〈动〉tuân mệnh; vâng mệnh

【遵守】zūnshǒu〈动〉tuân thủ; giữ đúng: ~课堂纪律 tuân thủ kỉ luật lớp học

【遵行】zūnxíng〈动〉thi hành

【遵循】zūnxún〈动〉tuân theo

【遵照】zūnzhào〈动〉theo; tuân theo: 我会~您的指示去做。Tôi sẽ làm theo chỉ thị của ông.

zǔn

撙zǔn〈动〉để dành; tiết kiệm: ~钱 dành tiền

【撙节】zǔnjié〈动〉tiết kiệm; tằn tiện

zuō

作zuō〈名〉xưởng; lò (thủ công) 另见zuò

【作坊】zuōfang〈名〉xưởng; phân xưởng

【作弄】zuōnòng〈动〉trêu chọc; bông đùa: 她爱出鬼点子~人。Cô ấy hay bày cách trêu chọc người khác.

zuó

昨 zuó<名>❶hôm qua: ~晚 tối hôm qua ❷trước kia; khi xưa: 今是~非 nay phải trước trái/nay đúng trước sai

【昨儿】zuór<名>[口]hôm qua

【昨日】zuórì<名>hôm qua

【昨天】zuótiān<名>❶hôm qua ❷trước kia

【昨晚】zuówǎn<名>tối qua; đêm qua

【昨夜】zuóyè<名>đêm qua; tối qua

琢 zuó
另见zhuó

【琢磨】zuómo<动>suy nghĩ; suy xét; cân nhắc: 他正在~这件事带来的影响。Anh ta đang suy nghĩ về những ảnh hưởng do việc này đem lại.
另见zhuómó

zuǒ

左 zuǒ❶<名>bên trái: 向~转 quay bên trái ❷<名>phía đông: 山~ Sơn Tả (phía đông núi Thái Hành, xưa thường chỉ tỉnh Sơn Đông) ❸<形>nghiêng; lệch; không bình thường: ~脾气 trái tính trái nết ❹<形>sai; chệch: 想~了 nghĩ sai rồi ❺<形>ngược; trái ngược: 意见相~。Ý kiến tương phản. ❻<形>tả; tiến bộ: ~派 phái tả/cánh tả/khuynh tả ❼<动>phụ tá; giúp việc ❽<名>người phó tá; người giúp việc //(姓)Tả

【左膀右臂】zuǒbǎng-yòubì trợ thủ đắc lực

【左边】zuǒbian<名>bên trái

【左不过】zuǒbuguò[方]❶dù thế nào ❷chẳng qua là

【左侧】zuǒcè<名>bên trái

【左顾右盼】zuǒgù-yòupàn nhìn ngang nhìn ngửa; ngó trước nhìn sau; không tập trung tư tưởng

【左近】zuǒjìn<名>gần kề; ngay kề: 我家~有一家超市。Ngay kề nhà tôi có một siêu thị.

【左邻右舍】zuǒlín-yòushè hàng xóm; láng giềng

【左轮】zuǒlún<名>súng lục (có ổ đạn quay); súng lục ổ quay; súng lục trái khế

【左面】zuǒmiàn<名>mặt trái; bên trái

【左撇子】zuǒpiězi<名>người thuận tay trái: 这孩子是个~。Con bé này thuận tay trái.

【左倾】zuǒqīng<形>tả khuynh

【左手】zuǒshǒu<名>❶tay trái ❷bên trái

【左手边】zuǒshǒubian<名>phía tay trái

【左首】zuǒshǒu<名>bên trái (chỉ chỗ ngồi)

【左思右想】zuǒsī-yòuxiǎng suy đi nghĩ lại; cân nhắc trước sau

【左翼】zuǒyì<名>cánh tả

【左右】zuǒyòu❶<名>bên trái và bên phải: 红毯的~站满了热情的影迷。Hai bên thảm đỏ đứng đầy những người hâm mộ nhiệt tình với điện ảnh. ❷<名>người tùy tùng ❸<名>khoảng; trên dưới ❹<动>thao túng; chi phối: ~局势 thao túng cục diện ❺<副>[方]đằng nào cũng

【左右逢源】zuǒyòu-féngyuán thuận lợi mọi bề

【左右开弓】zuǒyòu-kāigōng tay năm tay mười; làm mấy việc cùng một lúc

【左右手】zuǒyòushǒu<名>trợ thủ đắc lực; người giúp việc đắc lực: 他是老板的~。Anh ta là trợ thủ đắc lực của ông chủ.

【左右为难】zuǒyòu-wéinán trái phải đều khó; làm thế nào cũng thấy khó

【左证】zuǒzhèng =【佐证】

【左支右绌】zuǒzhī-yòuchù được chỗ này hỏng chỗ kia

佐 zuǒ❶<动>phụ tá; giúp việc; trợ giúp: ~药 thuốc bổ trợ ❷<名>người phụ tá; người giúp việc //(姓)Tá

【佐餐】zuǒcān<动>[书]đưa cơm; để ăn với cơm

【佐酒】zuǒjiǔ<动>nhắm rượu: 这种小吃~最好。Món ăn vặt này nhắm rượu ngon tuyệt.

【佐料】zuǒliào<名>phối liệu; gia vị

【佐证】zuǒzhèng<名>chứng cứ; chứng cớ

撮zuǒ<量>nhúm; dúm; nắm (lông, tóc)
另见cuō

zuò

作zuò❶<动>dậy; dấy lên: 日出而~ dậy lúc mặt trời mọc ❷<动>làm (theo hoạt động nào đó): 自~自受 mình làm mình chịu ❸<动>sáng tác; viết: ~曲 sáng tác nhạc ❹<名>tác phẩm: 成功之~ tác phẩm thành công ❺<动>vờ; ra dáng: 装模~样 làm ra vẻ ta đây/làm bộ làm tịch ❻<动>gây; xảy ra: ~呕 buồn nôn ❼<动>thực hiện: 过期~废 quá hạn không còn giá trị
另见zuō

【作案】zuò'àn<动>gây án

【作罢】zuòbà<动>hủy bỏ; thôi; xóa bỏ; coi như không có gì; không tiến hành nữa: 他的车子总是发动不起来，只得~了。Xe anh ấy mãi không khởi động được, nên đành phải thôi.

【作保】zuòbǎo<动>bảo đảm; làm người bảo đảm

【作弊】zuòbì<动>làm bậy

【作壁上观】zuòbìshàngguān sống chết mặc bay; đứng ngoài cuộc

【作别】zuòbié<动>[书]chia tay; từ biệt: 依依~ lưu luyến chia tay

【作词】zuòcí<动>soạn lời

【作答】zuòdá<动>trả lời: 对老师的提问，她一一~。Cô ấy đã trả lời từng câu hỏi của thầy.

【作对】zuòduì<动>❶đối lập; chống đối ❷thành đôi; thành cặp

【作恶】zuò'è<动>làm việc ác, việc xấu: ~多端 gây nhiều tội ác

【作法】¹zuòfǎ<动>[旧]làm phép; làm phù phép

【作法】²zuòfǎ<名>cách làm

【作法自毙】zuòfǎ-zìbì lập luật hại mình; mình làm mình chịu

【作废】zuòfèi<动>hủy bỏ; hết giá trị: 成绩~ thành tích bị hủy

【作风】zuòfēng<名>❶tác phong: 工作~ tác phong làm việc ❷phong cách

【作梗】zuògěng<动>làm khó dễ; gây khó dễ

【作怪】zuòguài<动>tác oai tác quái; làm hại: 成绩总上不去，是你的懒惰思想~。Tư tưởng lười biếng đã làm tổn hại thành tích của anh.

【作害】zuòhài<动>làm hại

【作家】zuòjiā<名>tác giả

【作假】zuòjiǎ<动>❶làm giả; không thật ❷giả vờ; vờ vĩnh ❸giả bộ khách khứa

【作价】zuòjià<动>định giá

【作茧自缚】zuòjiǎn-zìfù tự làm khó mình; mua dây buộc mình

【作践】zuòjian<动>❶làm hại; làm hỏng ❷làm nhục

【作客】zuòkè<动>[书]ăn nhờ ở gửi: 他常年~海外。Ông ấy đã nhiều năm ăn nhờ ở gửi nơi hải ngoại.

【作乐】zuòlè<动>mua vui; lấy vui; làm vui

【作乱】zuòluàn<动>làm loạn

【作美】zuòměi<动>chiếu cố; làm lành (thường hay dùng với ý phủ định): 天公不~。Ông trời không thương mình.

【作难】zuònán<动>làm khó dễ

【作鸟兽散】zuòniǎoshòusàn tan đàn sẻ nghé

Z

【作孽】zuòniè<动>gây tội; gây nợ; gây nghiệp chướng; tạo nghiệp chướng; tội nghiệp; phải tội: 谁把刚栽的树苗都拔了？太~了！Ai nhổ cây non vừa trồng? Thật sẽ phải tội!

【作呕】zuò'ǒu<动>❶tỏ ý chán ghét ❷buồn nôn; lộn mửa: 他的这种恶劣行为，令人~。Hành vi tồi tệ của nó khiến người ta lộn mửa.

【作陪】zuòpéi<动>tiếp đãi khách

【作品】zuòpǐn<名>tác phẩm: 优秀~ tác phẩm xuất sắc

【作曲】zuòqǔ<动>soạn nhạc: ~家 nhà soạn nhạc

【作色】zuòsè<动>lộ vẻ giận dữ

【作声】zuòshēng<动>lên tiếng

【作势】zuòshì<动>làm ra vẻ

【作数】zuòshù<动>tính; giữ lời

【作祟】zuòsuì<动>làm hại; quấy phá: 她那么热衷买奢侈品，完全是虚荣心~。Cô ấy say sưa mua sắm các đồ xa xỉ, hoàn toàn là do bị ám ảnh bởi thói chuộng hư danh.

【作态】zuòtài<动>cố ý vờ vĩnh; ra vẻ ta đây

【作威作福】zuòwēi-zuòfú tác uy tác phúc; tác oai tác quái

【作为】[1] zuòwéi❶<名>hành động ❷<动>làm nên thành tựu; làm nên thành tích: 有所~ có thành tựu ❸<名>việc làm; sự nghiệp

【作为】[2] zuòwéi❶<动>coi là; coi như: 我把读书~终生的爱好。Tôi coi việc đọc sách là sở thích trọn đời. ❷<介>với tư cách là: ~子女，要孝顺父母。Với tư cách là con cái, cần hiếu thảo với cha mẹ.

【作文】zuòwén❶<动>tập làm văn; làm văn; viết văn: ~时间限定为30分钟。Thời gian làm văn giới hạn trong 30 phút. ❷<名>bài tập làm văn: 修改~ sửa chữa bài tập làm văn

【作物】zuòwù<名>cây trồng: 农~ cây trồng nông nghiệp

【作息】zuòxī<动>làm việc và nghỉ ngơi: 要按时~。Làm việc và nghỉ ngơi phải đúng giờ.

【作响】zuòxiǎng<动>ra tiếng

【作秀】zuòxiù<动>❶ra dáng; pha trò ❷trình diễn ❸rêu rao

【作痒】zuòyǎng<动>thấy ngứa; ngứa ngáy

【作业】zuòyè❶<名>bài làm; bài tập: 家庭~ bài tập ở nhà ❷<动>tác nghiệp; làm việc; hoạt động: 野外~ làm việc ở dã ngoại

【作揖】zuòyī<动>chắp tay thi lễ: 打躬~ vòng tay thi lễ

【作用】zuòyòng❶<名>tác dụng; vai trò ❷<名>hiệu quả; dụng ý ❸<动>tác động: 酒精~于大脑，能使神经中枢兴奋。Cồn tác động tới đại não, gây hưng phấn trung khu thần kinh.

【作用力】zuòyònglì<名>tác dụng lực; sức tác động; sức ảnh hưởng

【作战】zuòzhàn<动>tác chiến; đánh trận; chiến đấu: 英勇~ chiến đấu anh dũng

【作者】zuòzhě<名>tác giả

【作准】zuòzhǔn<动>❶làm toán ❷đồng ý; thừa nhận

坐 zuò<动>❶ngồi: 请~在这椅子上。Mời ngồi trên ghế này. ❷đi; đáp: ~飞机 đi máy bay ❸đặt; để (xoong, nồi lên bếp) ❹giật hậu; lún: 附近有大工程开工，造成这栋楼往后~了。Có một công trình lớn khởi công ngay bên cạnh, đã khiến cho ngôi nhà này lún nghiêng về phía sau. ❺(nhà) quay lưng về hướng; quay lưng về: 这栋楼~北朝南。Tòa nhà này tọa Bắc hướng Nam. ❻chắc: 这棵荔枝树今年开始~果了。Cây vải này năm nay đã bắt đầu kết trái rồi. ❼định tội; liên đới: 连~ liên đới chịu tội ❽gây nên: 下伤病 gây nên bệnh tật

【坐班】zuòbān<动>ngồi bàn giấy (làm việc

bàn giấy theo giờ giấc quy định)

【坐标】zuòbiāo<名>tọa độ

【坐不住】zuòbuzhù ngồi không yên

【坐禅】zuòchán<动>ngồi thiền

【坐吃山空】zuòchī-shānkōng miệng ăn núi lở

【坐次】zuòcì =【座次】

【坐待】zuòdài<动>ngồi đợi; ngồi chờ: ~成 功 ngồi chờ thành công

【坐等】zuòděng<动>ngồi đợi: 他只好在 家~消息。Anh ấy buộc lòng phải ngồi nhà đợi tin tức.

【坐地分赃】zuòdì-fēnzāng phân chia tang vật; nằm ngửa chờ chia của cướp

【坐垫】zuòdiàn<名>nệm ghế

【坐而论道】zuò'érlùndào ngồi mà nói suông

【坐骨】zuògǔ<名>xương tọa

【坐骨神经】zuògǔ shénjīng thần kinh tọa

【坐观成败】zuòguān-chéngbài mặc người thắng bại; bàng quan lạnh nhạt; cháy nhà hàng xóm bình chân như vại

【坐果】zuòguǒ<动>sai quả; bắt đầu sai quả

【坐监】zuòjiān<动>bị giam

【坐禁闭】zuò jìnbì bị phạt tạm giam

【坐井观天】zuòjǐng-guāntiān ếch ngồi đáy giếng

【坐具】zuòjù<名>ghế ngồi các loại

【坐困】zuòkùn<动>ngồi chết gí

【坐牢】zuòláo<动>ngồi tù; ở tù: 他被判~五 年。Nó bị phán xử ngồi tù 5 năm.

【坐冷板凳】zuò lěngbǎndèng dài cổ chờ; ngồi chờ mãi; ví bị ghẻ lạnh, bị đối xử lãnh đạm

【坐力】zuòlì<名>lực giật hậu

【坐立不安】zuòlì-bù'ān đứng ngồi không yên

【坐落】zuòluò<动>nằm ở; ở: 这个工厂~ 在新开发区。Nhà máy này nằm trong khu công nghiệp.

【坐骑】zuòqí<名>ngựa; phương tiện giao thông cá nhân

【坐山观虎斗】zuò shān guān hǔ dòu ngồi trên núi xem hổ quần nhau; ngồi xem hổ quần nhau

【坐失良机】zuòshī-liángjī bỏ lỡ cơ hội tốt

【坐视】zuòshì<动>ngồi mà nhìn; thờ ơ

【坐视不救】zuòshì-bùjiù ngồi yên không ra tay cứu trợ

【坐收渔利】zuòshōu-yúlì ngồi chờ lấy lợi; đục nước béo cò

【坐胎】zuòtāi<动>chửa; mang thai

【坐探】zuòtàn<名>điệp viên ngầm

【坐堂】zuòtáng<动>❶quan xưa xử việc tại công đường ❷tọa thiền tại thiền đường ❸làm việc ở cửa hiệu

【坐位】zuòwèi =【座位】

【坐误】zuòwù<动>bỏ lỡ

【坐席】zuòxí❶<动>ngồi vào bàn tiệc; dự tiệc; ăn tiệc ❷<名>chỗ ngồi bàn tiệc

【坐下】zuòxià<动>ngồi xuống

【坐享其成】zuòxiǎng-qíchéng ngồi mát ăn bát vàng; ăn sẵn; ngồi yên chờ lợi

【坐相】zuòxiàng<名>dáng ngồi

【坐以待毙】zuòyǐdàibì ngồi chờ chết

【坐以待旦】zuòyǐdàidàn ôm gối chờ sáng

【坐月子】zuò yuèzi[口]ở cữ: 她刚生了个男 孩，正在~。Cô ấy vừa sinh một cháu trai và đang ở cữ.

【坐诊】zuòzhěn<动>ngồi khám chữa bệnh: 这家药店每天有医生~。Nhà thuốc này hàng ngày có bác sĩ ngồi khám chữa bệnh.

【坐镇】zuòzhèn<动>❶đích thân đóng giữ ❷đích thân đi sâu đi sát chỉ huy

【坐庄】zuòzhuāng<动>❶cắm chốt để thu mua hàng ❷làm cái (đánh bạc) ❸làm cái (mua bán trái phiếu)

柞 zuò<名>cây trách

【柞蚕】 zuòcán<名>tằm trách; tằm ăn lá trách

【柞木】 zuòmù<名>gỗ trách

座 zuò❶<名>chỗ ngồi: 满~ hết chỗ ngồi ❷<名>đĩa để chén; đĩa (hay giá…) để dưới vật khác: 花盆~ để chậu hoa ❸<名>chòm sao: 大熊~ chòm sao Đại Hùng ❹<量>tòa ❺<名>[旧]tôn xưng: 师~ sư đoàn trưởng // (姓)Tọa

【座舱】 zuòcāng<名>❶khoang ngồi ❷buồng lái máy bay chiến đấu ❸khoang sinh hoạt trên con tàu vũ trụ

【座次】 zuòcì<名>thứ tự chỗ ngồi

【座号】 zuòhào<名>số chỗ ngồi: 这两张电影票的~连着。Số chỗ ngồi của hai vé xem phim này liền kề nhau.

【座机】[1] zuòjī<名>điện thoại để bàn

【座机】[2] zuòjī<名>máy bay chuyên dụng

【座上客】 zuòshàngkè<名>thượng khách; khách quý

【座谈】 zuòtán<动>tọa đàm

【座谈会】 zuòtánhuì<名>cuộc tọa đàm

【座位】 zuòwèi<名>❶chỗ ngồi ❷ghế ngồi

【座无虚席】 zuòwúxūxí không một ghế trống

【座椅】 zuòyǐ<名>ghế tựa

【座右铭】 zuòyòumíng<名>lời răn

【座钟】 zuòzhōng<名>đồng hồ để bàn

【座子】 zuòzi<名>❶yên xe ❷đế; bệ; giá… kê đệm ở phần dưới vật khác

做 zuò<动>❶làm; chế tạo: ~玩具 làm đồ chơi ❷sáng tác: ~文章 viết văn ❸làm việc; làm nghề: ~工 làm ❹dùng để làm: 用以~教材 sử dụng làm sách giáo khoa ❺tổ chức; mừng: ~寿 mừng sinh nhật (người già) ❻đảm nhiệm: ~官 làm quan ❼nới kết quan hệ: ~朋友 kết bạn ❽làm ra vẻ: ~鬼脸 pha trò

【做爱】 zuò'ài<动>giao hợp; giao cấu

【做伴】 zuòbàn<动>ở bên cạnh; làm bạn; bầu bạn: 我来和你~吧。Tôi đến làm bạn với anh nhé.

【做菜】 zuòcài<动>làm món ăn; nấu món ăn

【做操】 zuòcāo<动>tập thể dục

【做大】 zuòdà<动>làm cho to lớn hơn

【做大做强】 zuòdà–zuòqiáng làm cho lớn mạnh hơn

【做到】 zuòdào<动>hoàn thành; làm xong

【做东】 zuòdōng<动>làm chủ: 今天晚饭我~。Bữa cơm tối nay tôi làm chủ.

【做法】 zuòfǎ<名>cách làm

【做饭】 zuòfàn<动>làm cơm; nấu cơm: 他们每天都在家~。Hàng ngày họ đều nấu cơm ở nhà.

【做工】[1] zuògōng<动>làm việc; làm công; làm lụng

【做工】[2] zuògōng<名>tay nghề

【做工作】 zuò gōngzuò khuyên

【做官】 zuòguān<动>làm quan

【做广告】 zuò guǎnggào quảng cáo: 你说这个餐馆的饭好吃，这是在给他们~。Anh khen món ăn của quán này ngon có nghĩa là đã quảng cáo cho họ đấy.

【做鬼】 zuòguǐ<动>làm điều gian; làm việc ám muội

【做鬼脸】 zuò guǐliǎn nhăn mặt; làm mặt hề

【做好人】 zuò hǎorén làm người tốt

【做活儿】 zuòhuór<动>làm việc; làm công

【做客】 zuòkè<动>làm khách; đến thăm: 到老师家~ đến nhà thăm thầy

【做礼拜】 zuò lǐbài đi lễ; đi nhà thờ

【做买卖】 zuò mǎimai làm buôn bán

【做满月】 zuò mǎnyuè mừng đầy tháng

【做媒】 zuòméi<动>làm mối

【做梦】 zuòmèng<动>❶nằm mơ: 他昨晚~见到了死去的父亲。Tối qua anh ấy nằm

mơ thấy người cha đã khuất. ❷mơ mộng: 不要白日~了。Đừng mơ mộng hão huyền nữa.

【做朋友】zuò péngyou　làm bạn bè

【做亲】zuòqīn〈动〉❶lập gia đình ❷kết thông gia

【做圈套】zuò quāntào　giăng bẫy lừa người

【做人】zuòrén〈动〉❶đối đãi; đối xử: ~处世 đối nhân xử thế ❷làm người: 他发誓改过自新，重头~。Anh ấy thề sẽ triệt để hối cải, làm lại cuộc đời.

【做人情】zuò rénqíng　đền đáp; đáp đền

【做生日】zuò shēngri　tổ chức lễ mừng sinh nhật

【做生意】zuò shēngyi　làm buôn bán: 他~发大财了。Anh ấy buôn bán đã giàu to.

【做声】zuòshēng =【作声】

【做事】zuòshì〈动〉làm việc; công tác

【做手脚】zuò shǒujiǎo　giở trò; ngầm sắp xếp

【做寿】zuòshòu〈动〉làm lễ mừng thọ

【做头发】zuò tóufa　làm tóc

【做文章】zuò wénzhāng　tận dụng đề tài để làm nên chuyện; đặt điều; đặt chuyện

【做戏】zuòxì〈动〉❶pha trò; giả vờ ❷diễn kịch; đóng kịch

【做学问】zuò xuéwen　nghiên cứu học vấn

【做样子】zuò yàngzi　làm dáng

【做一天和尚撞一天钟】zuò yī tiān héshang zhuàng yī tiān zhōng　làm sư ngày nào, khua mõ ngày ấy; làm việc qua loa cho xong ngày

【做衣服】zuò yīfu　may quần áo

【做贼心虚】zuòzéi-xīnxū　có tật giật mình; làm việc xấu, lòng lo ngay ngáy

【做针线】zuò zhēnxian　việc khâu vá

【做证】zuòzhèng〈动〉làm chứng

【做主】zuòzhǔ〈动〉làm chủ; giữ vai trò chính: 人民当家~。Nhân dân làm chủ.

【做作】zuòzuo〈形〉gượng gạo; làm bộ; làm điệu; làm dáng; cố tình làm vẻ: 这位女演员的表演十分~。Diễn xuất của cô diễn viên này quá gượng gạo.

附 录
PHỤ LỤC

1. 计量单位表
BẢNG CÁC ĐƠN VỊ ĐO LƯỜNG

表 1　长度单位对照表
Bảng 1　Bảng đối chiếu đơn vị đo độ dài

汉语名称 Tên tiếng Hán	英语名称 Tên tiếng Anh	越语名称 Tên tiếng Việt	缩写 Viết tắt
毫米	millimetre	millimet	mm
厘米	centimetre	centimet	cm
分米	decimetre	decimet	dm
米	metre	mét	m
十米	decametre	decamet	dam
百米	hectometre	hectomet	hm
千米	kilometre	kilomet	km

表 2　面积单位对照表
Bảng 2　Bảng đối chiếu đơn vị đo diện tích

汉语名称 Tên tiếng Hán	英语名称 Tên tiếng Anh	越语名称 Tên tiếng Việt	缩写 Viết tắt
平方厘米	square centimetre	centimet vuông	cm^2
平方分米	square decimetre	decimet vuông	dm^2
平方米	square metre	mét vuông	m^2
一百平方米	are	a (100m²)	a
公顷（一万平方米）	hectare	hecta (10000m²)	ha
平方千米	square kilometre	kilomet vuông	km^2

表3 重量单位对照表
Bảng 3 Bảng đối chiếu đơn vị trọng lượng

汉语名称 Tên tiếng Hán	英语名称 Tên tiếng Anh	越语名称 Tên tiếng Việt	缩写 Viết tắt
毫克	milligram	miligam	mg
厘克	centigram	centigam	cg
分克	decigram	decigam	dg
克	gram	gam	g
十克	decagram	decagam	dag
百克	hectogram	hectogam	hg
千克	kilogram	kilogam	kg

表4 容积单位对照表
Bảng 4 Bảng đối chiếu đơn vị dung tích

汉语名称 Tên tiếng Hán	英语名称 Tên tiếng Anh	越语名称 Tên tiếng Việt	缩写 Viết tắt
毫升	millitre	millilit	ml
厘升	centilitre	centilit	cl
分升	decilitre	decilit	dl
升	litre	lít	l
十升	decalitre	decalit	dal
百升	hectolitre	hectolit	hl
千升	kilolitre	kilolit	kl

表5 体积单位对照表
Bảng 5 Bảng đối chiếu đơn vị thể tích

汉语名称 Tên tiếng Hán	英语名称 Tên tiếng Anh	越语名称 Tên tiếng Việt	缩写 Viết tắt
立方厘米	cubic centimetre	centimet khối	cm^3
立方分米	cubic decimetre	decimet khối	dm^3
立方米	cubic metre	mét khối	m^3

2. 世界各国家（地区）和首都（首府）名称表
BẢNG TÊN CÁC NƯỚC (KHU VỰC), THỦ ĐÔ (THỦ PHỦ) TRÊN THẾ GIỚI

简称 Gọi tắt	全称 Toàn danh	首都（首府） Thủ đô （thủ phủ）
阿尔巴尼亚 An-ba-ni	阿尔巴尼亚共和国 Cộng hòa An-ba-ni	地拉那 Ti-ra-na
阿尔及利亚 An-giê-ri	阿尔及利亚民主人民共和国 Cộng hòa Dân chủ Nhân dân An-giê-ri	阿尔及尔 An-giê
阿富汗 Áp-ga-nít-xtan	阿富汗伊斯兰共和国 Cộng hòa Hồi giáo Áp-ga-nít-xtan	喀布尔 Ca-bun
阿根廷 Ác-hen-ti-na	阿根廷共和国 Cộng hòa Ác-hen-ti-na	布宜诺斯艾利斯 Bu-ê-nốt Ai-rét
阿联酋 A-rập Thống nhất	阿拉伯联合酋长国 Các Tiểu vương quốc A-rập Thống nhất	阿布扎比 A-bu Da-bi
阿曼 Ô-man	阿曼苏丹国 Vương quốc Ô-man	马斯喀特 Ma-xcát
阿塞拜疆 A-déc-bai-gian	阿塞拜疆共和国 Cộng hòa A-déc-bai-gian	巴库 Ba-cu
埃及 Ai Cập	阿拉伯埃及共和国 Cộng hòa A-rập Ai Cập	开罗 Cai-rô
埃塞俄比亚 Ê-ti-ô-pi-a	埃塞俄比亚联邦民主共和国 Cộng hòa Dân chủ Liên bang Ê-ti-ô-pi-a	亚的斯亚贝巴 A-đi A-bê-ba

续表

简称 Gọi tắt	全称 Toàn danh	首都（首府） Thủ đô （thủ phủ）
爱尔兰 Ai-len	爱尔兰 Ai-len	都柏林 Đô-blin
爱沙尼亚 Ê-xtô-ni-a	爱沙尼亚共和国 Cộng hòa Ê-xtô-ni-a	塔林 Ta-lin
安道尔 An-đô-ra	安道尔公国 Công quốc An-đô-ra	安道尔城 An-đô-ra
安哥拉 Ăng-gô-la	安哥拉共和国 Cộng hòa Ăng-gô-la	罗安达 Lu-an-đa
安提瓜和巴布达 An-ti-goa và Bác-bu-đa	安提瓜和巴布达 An-ti-goa và Bác-bu-đa	圣约翰 Xan Giôn
奥地利 Áo	奥地利共和国 Cộng hòa Áo	维也纳 Viên
澳大利亚 Ô-xtrây-li-a (Úc)	澳大利亚联邦 Liên bang Ô-xtrây-li-a	堪培拉 Can-be-ra
巴巴多斯 Bác-ba-đốt	巴巴多斯 Bác-ba-đốt	布里奇顿 Brít-giơ-tao-nơ
巴布亚新几内亚 Pa-pua Niu Ghi-nê	巴布新几内亚独立国 Nhà nước Độc lập Pa-pu-a Niu Ghi-nê	莫尔兹比港 Po Mô-xbi
巴哈马 Ba-ha-mát	巴哈马国 Khối Thịnh vượng chung Ba-ha-mát	拿骚 Na-xâu
巴基斯坦 Pa-ki-xtan	巴基斯坦伊斯兰共和国 Cộng hòa Hồi giáo Pakistan	伊斯兰堡 Islanmabad

续表

简称 Gọi tắt	全称 Toàn danh	首都（首府） Thủ đô （thủ phủ）
巴拉圭 Pa-ra-goay	巴拉圭共和国 Cộng hòa Pa-ra-goay	亚松森 A-xun-xi-ôn
巴勒斯坦 Pa-le-xtin	巴勒斯坦国 Pa-le-xtin	耶路撒冷① Giê-ru-xa-lem
巴林 Ba-ren	巴林王国 Vương quốc Ba-ren	麦纳麦 Ma-na-ma
巴拿马 Pa-na-ma	巴拿马共和国 Cộng hòa Pa-na-ma	巴拿马城 Thành phố Pa-na-ma
巴西 Bra-xin	巴西联邦共和国 Cộng hòa Liên bang Bra-xin	巴西利亚 Bra-xi-li-a
白俄罗斯 Bê-la-rút	白俄罗斯共和国 Cộng hòa Bê-la-rút	明斯克 Min-xcơ
保加利亚 Bun-ga-ri	保加利亚共和国 Cộng hòa Bun-ga-ri	索非亚 Xô-phi-a
贝宁 Bê-nanh	贝宁共和国 Cộng hòa Bê-nanh	波多诺伏 Poóc-tô Nô-vô
比利时 Bi	比利时王国 Vương quốc Bi	布鲁塞尔 Brúc-xen
冰岛 Ai-xơ-len	冰岛共和国 Cộng hòa Ai-xơ-len	雷克雅未克 Rây-kia-vích
波兰 Ba Lan	波兰共和国 Cộng hòa Ba Lan	华沙 Vác-sa-va

续表

简称 Gọi tắt	全称 Toàn danh	首都（首府） Thủ đô （thủ phủ）
波黑 Bosnia-Herzegovina	波斯尼亚和黑塞哥维那 Bosnia-Herzegovina	萨拉热窝 Sarajevo
玻利维亚 Bô-li-vi-a	多民族玻利维亚国 Nhà nước Đa dân tộc Bô-li-vi-a	苏克雷 Sucre
伯利兹 Bê-li-xê	伯利兹 Bê-li-xê	贝尔莫潘 Ben-mô-pan
博茨瓦纳 Bốt-xoa-na	博茨瓦纳共和国 Cộng hòa Bốt-xoa-na	哈博罗内 Ga-bô-ron
不丹 Bu-tan	不丹王国 Vương quốc Bu-tan	廷布 Thim-bu
布基纳法索 Buốc-ki-na Pha-xô	布基纳法索 Buốc-ki-na Pha-xô	瓦加杜古 U-a-ga-đu-gu
布隆迪 Bu-run-đi	布隆迪共和国 Cộng hòa Bu-run-đi	布琼布拉 Bu-gium-bu-ra
朝鲜 Triều Tiên	朝鲜民主主义人民共和国 Cộng hòa Dân chủ Nhân dân Triều Tiên	平壤 Bình Nhưỡng
赤道几内亚 Ghi-nê Xích đạo	赤道几内亚共和国 Cộng hòa Ghi-nê Xích đạo	马拉博 Ma-la-bô
丹麦 Đan Mạch	丹麦王国 Vương quốc Đan Mạch	哥本哈根 Cô-pen-ha-ghen
德国 Đức	德意志联邦共和国 Cộng hòa Liên bang Đức	柏林 Béc-lin

续表

简称 Gọi tắt	全称 Toàn danh	首都（首府） Thủ đô （thủ phủ）
东帝汶 Đông Ti-mo	东帝汶民主共和国 Cộng hòa Dân chủ Đông Ti-mo	帝力 Đi-li
多哥 Tô-gô	多哥共和国 Cộng hòa Tô-gô	洛美 Lô-mê
多米尼加 Đô-mi-ni-ca-na	多米尼加共和国 Cộng hòa Đô-mi-ni-ca-na	圣多明各 Xan-tô Đô-min-gô
多米尼克 Đô-mi-ni-ca	多米尼克国 Đô-mi-ni-ca	罗索 Rô-xô
俄罗斯 Nga	俄罗斯联邦 Liên bang Nga	莫斯科 Mát-xcơ-va
厄瓜多尔 Ê-cu-a-đo	厄瓜多尔共和国 Cộng hòa Ê-cu-a-đo	基多 Ki-tô
厄立特里亚 Eritrea	厄立特里亚国 Nhà nước Eritrea	阿斯马拉 Asmara
法国 Pháp	法兰西共和国 Cộng hòa Pháp	巴黎 Pa-ri
梵蒂冈 Va-ti-căng	梵蒂冈城国 Thành Quốc Va-ti-căng	梵蒂冈城 Va-ti-căng
菲律宾 Phi-lip-pin	菲律宾共和国 Cộng hòa Phi-lip-pin	大马尼拉市 Ma-ni-la
斐济 Phi-gi	斐济共和国 Cộng hòa Phi-gi	苏瓦 Xu-va

续表

简称 Gọi tắt	全称 Toàn danh	首都（首府） Thủ đô （thủ phủ）
芬兰 Phần Lan	芬兰共和国 Cộng hòa Phần Lan	赫尔辛基 Hen-xin-ki
佛得角 Cáp-ve	佛得角共和国 Cộng hòa Cáp-ve	普拉亚 Pra-i-a
冈比亚 Găm-bi-a	冈比亚共和国 Cộng hòa Găm-bi-a	班珠尔 Ban-giun
刚果（布） Công-gô	刚果共和国 Cộng hòa Công-gô	布拉柴维尔 Bra-da-vin
刚果（金） Công-gô	刚果民主共和国 Cộng hòa Dân chủ Công-gô	金沙萨 Kin-sa-xa
哥伦比亚 Cô-lôm-bi-a	哥伦比亚共和国 Cộng hòa Cô-lôm-bi-a	波哥大 Bô-gô-ta
哥斯达黎加 Cốt-xta Ri-ca	哥斯达黎加共和国 Cộng hòa Cốt-xta Ri-ca	圣何塞 Xan Hô-xê
格林纳达 Grê-na-đa	格林纳达 Grê-na-đa	圣乔治 Xan Gioóc-giơ
格鲁吉亚 Gru-di-a	格鲁吉亚 Gru-di-a	第比利斯 Tbi-li-xi
古巴 Cu-ba	古巴共和国 Cộng hòa Cu-ba	哈瓦那 Havana
圭亚那 Guy-a-na	圭亚那合作共和国 Cộng hòa Hợp tác Guy-a-na	乔治敦 Gioóc-giơ-tao-nơ

续表

简称 Gọi tắt	全称 Toàn danh	首都（首府） Thủ đô （thủ phủ）
哈萨克斯坦 Ca-dắc-xtan	哈萨克斯坦共和国 Cộng hòa Ca-dắc-xtan	努尔苏丹 Nu-xun-tan
海地 Ha-i-ti	海地共和国 Cộng hòa Ha-i-ti	太子港 Po Pren-xơ
韩国 Hàn Quốc	大韩民国 Đại Hàn Dân Quốc	首尔 Xê-un
荷兰 Hà Lan	荷兰王国 Vương quốc Hà Lan	阿姆斯特丹 Am-xtéc-đam
黑山 Montenegro	黑山 Montenegro	波德戈里察 Podgorica
洪都拉斯 Ôn-đu-rát	洪都拉斯共和国 Cộng hòa Ôn-đu-rát	特古西加尔巴 Tê-gu-xin-gan-pa
基里巴斯 Ki-ri-ba-ti	基里巴斯共和国 Cộng hòa Ki-ri-ba-ti	塔拉瓦 Ta-ra-oa
吉布提 Gi-bu-ti	吉布提共和国 Cộng hòa Gi-bu-ti	吉布提市 Gi-bu-ti
吉尔吉斯斯坦 Cư-rơ-gu-xtan	吉尔吉斯共和国 Cộng hòa Cư-rơ-gu-xtan	比什凯克 Bi-xkec
几内亚 Ghi-nê	几内亚共和国 Cộng hòa Ghi-nê	科纳克里 Cô-na-cơ-ri
几内亚比绍 Ghi-nê Bít-xao	几内亚比绍共和国 Cộng hòa Ghi-nê Bít-xao	比绍 Bít-xao

续表

简称 Gọi tắt	全称 Toàn danh	首都（首府） Thủ đô （thủ phủ）
加拿大 Ca-na-đa	加拿大 Ca-na-đa	渥太华 Ót-ta-oa
加纳 Gha-na	加纳共和国 Cộng hòa Gha-na	阿克拉 A-cơ-ra
加蓬 Ga-bông	加蓬共和国 Cộng hòa Ga-bông	利伯维尔 Li-bơ-rơ-vin
柬埔寨 Cam-pu-chia	柬埔寨王国 Vương quốc Cam-pu-chia	金边 Phnôm Pênh
捷克 Séc (Tiệp khắc)	捷克共和国 Cộng hòa Séc	布拉格 Prague
津巴布韦 Dim-ba-bu-ê	津巴布韦共和国 Cộng hòa Dim-ba-bu-ê	哈拉雷 Harare
喀麦隆 Ca-mơ-run	喀麦隆共和国 Cộng hòa Ca-mơ-run	雅温得 Y-a-un-đê
卡塔尔 Ca-ta	卡塔尔国 Nhà nước Ca-ta	多哈 Đô-ha
科摩罗 Cô-mô-rốt	科摩罗联盟 Liên minh Cô-mô-rốt	莫罗尼 Mô-rô-ni
科特迪瓦 Cốt-đi-voa	科特迪瓦共和国 Cộng hòa Cốt-đi-voa	亚穆苏克罗 Ya moussoukro
科威特 Cô-oét	科威特国 Nhà nước Cô-oét	科威特城 Cô-oét

续表

简称 Gọi tắt	全称 Toàn danh	首都（首府） Thủ đô （thủ phủ）
克罗地亚 Croatia	克罗地亚共和国 Cộng hòa Croatia	萨格勒布 Zagreb
肯尼亚 Kê-ni-a	肯尼亚共和国 Cộng hòa Kê-ni-a	内罗毕 Nai-rô-bi
库克群岛 Quần đảo Cúc	库克群岛 Quần đảo Cúc	阿瓦鲁阿 A-va-ru-a
拉脱维亚 Lát-vi-a	拉脱维亚共和国 Cộng hòa Lát-vi-a	里加 Ri-ga
莱索托 Lê-xô-thô	莱索托王国 Vương quốc Lê-xô-thô	马塞卢 Ma-xê-ru
老挝 Lào	老挝人民民主共和国 Cộng hòa Dân chủ Nhân dân Lào	万象 Viêng Chăn
黎巴嫩 Li-băng	黎巴嫩共和国 Cộng hòa Li-băng	贝鲁特 Bây-rút
立陶宛 Lít-va	立陶宛共和国 Cộng hòa Lít-va	维尔纽斯 Vi-ni-út
利比里亚 Li-bê-ri-a	利比里亚共和国 Cộng hòa Li-bê-ri-a	蒙罗维亚 Môn-rô-vi-a
利比亚 Libya	利比亚国 Nhà nước Libya	的黎波里 Tri-pô-li

续表

简称 Gọi tắt	全称 Toàn danh	首都（首府） Thủ đô （thủ phủ）
列支敦士登 Lích-ten xtên	列支敦士登公国 Công quốc Lích-ten xtên	瓦杜兹 Va-đu
卢森堡 Lúc-xăm-bua	卢森堡大公国 Đại công quốc Lúc-xăm-bua	卢森堡市 Lúc-xăm-bua
卢旺达 Ru-an-đa	卢旺达共和国 Cộng hòa Ru-an-đa	基加利 Ki-ga-li
罗马尼亚 Ru-ma-ni	罗马尼亚 Ru-ma-ni	布加勒斯特 Bu-ca-rét
马达加斯加 Ma-đa-ga-xca	马达加斯加共和国 Cộng hòa Ma-đa-ga-xca	塔那那利佛 An-ta-na-na-vơ
马尔代夫 Man-đi-vơ	马尔代夫共和国 Cộng hòa Man-đi-vơ	马累 Ma-lơ
马耳他 Man-ta	马耳他共和国 Cộng hòa Man-ta	瓦莱塔 Va-lét-ta
马拉维 Ma-la-uy	马拉维共和国 Cộng hòa Ma-la-uy	利隆圭 Li-lông-uê
马来西亚 Ma-lai-xi-a	马来西亚 Ma-lai-xi-a	吉隆坡 Cu-a-la Lăm-pơ
马里 Ma-li	马里共和国 Cộng hòa Ma-li	巴马科 Ba-ma-cô
北马其顿 Bắc Macedonia	北马其顿共和国 Cộng hòa Bắc Macedonia	斯科普里 Skopje

续表

简称 Gọi tắt	全称 Toàn danh	首都（首府） Thủ đô （thủ phủ）
马绍尔群岛 Quần đảo Ma-san	马绍尔群岛共和国 Cộng hòa Quần đảo Ma-san	马朱罗 Ma-giu-rô
毛里求斯 Mô-ri-xơ	毛里求斯共和国 Cộng hòa Mô-ri-xơ	路易港 Po Lu-i
毛里塔尼亚 Mô-ri-ta-ni	毛里塔尼亚伊斯兰共和国 Cộng hòa Hồi giáo Mô-ri-ta-ni	努瓦克肖特 Nu-ác-sốt
美国 Mĩ	美利坚合众国 Hợp chủng quốc Hoa Kì	华盛顿哥伦比亚特区 Washington, D. C.
蒙古 Mông Cổ	蒙古国 Mông Cổ	乌兰巴托 U-lan-ba-to
孟加拉国 Băng-la-đét	孟加拉人民共和国 Cộng hòa Nhân dân Băng-la-đét	达卡 Đắc-ca
秘鲁 Pê-ru	秘鲁共和国 Cộng hòa Pê-ru	利马 Li-ma
密克罗尼西亚联邦 Micronesia	密克罗尼西亚联邦 Liên bang Micronesia	帕利基尔 Palikir
缅甸 Mi-an-ma	缅甸联邦共和国 Cộng hòa Liên bang Mi-an-ma	内比都 Nay pyidaw
摩尔多瓦 Môn-đô-va	摩尔多瓦共和国 Cộng hòa Môn-đô-va	基希讷乌 Ki-si-nhép

续表

简称 Gọi tắt	全称 Toàn danh	首都（首府） Thủ đô （thủ phủ）
摩洛哥 Ma-rốc	摩洛哥王国 Vương quốc Ma-rốc	拉巴特 Ra-bát
摩纳哥 Mô-na-cô	摩纳哥公国 Công quốc Mô-na-cô	摩纳哥 Mô-na-cô
莫桑比克 Mô-dăm-bích	莫桑比克共和国 Cộng hòa Mô-dăm-bích	马普托 Ma-pu-tô
墨西哥 Mê-hi-cô	墨西哥合众国 Hợp chủng quốc Liên bang Mê-hi-cô	墨西哥城 Thành phố Mê-hi-cô
纳米比亚 Na-mi-bi-a	纳米比亚共和国 Cộng hòa Na-mi-bi-a	温得和克 Vin-húc
南非 Nam Phi	南非共和国 Cộng hòa Nam Phi	比勒陀利亚 Prê-tô-ri-a
南苏丹 Nam Xu-đăng	南苏丹共和国 Cộng hòa Nam Xu-đăng	朱巴 Juba
瑙鲁 Na-u-ru	瑙鲁共和国 Cộng hòa Na-u-ru	亚伦区② Yaren
尼泊尔 Nê-pan	尼泊尔联邦民主共和国 Cộng hòa Dân chủ Liên bang Nê-pan	加德满都 Cát-man-đu
尼加拉瓜 Ni-ca-ra-goa	尼加拉瓜共和国 Cộng hòa Ni-ca-ra-goa	马那瓜 Ma-na-goa
尼日尔 Ni-giê	尼日尔共和国 Cộng hòa Ni-giê	尼亚美 Ni-a-mây

续表

简称 Gọi tắt	全称 Toàn danh	首都（首府） Thủ đô （thủ phủ）
尼日利亚 Ni-giê-ri-a	尼日利亚联邦共和国 Cộng hòa Liên bang Ni-giê-ri-a	阿布贾 Abuja
纽埃 Niu-ê	纽埃 Niu-ê	阿洛菲 A-lô-phi
挪威 Na-uy	挪威王国 Vương quốc Na-uy	奥斯陆 Ô-xlô
帕劳 Palau	帕劳共和国 Cộng hòa Palau	梅莱凯奥克 Melekeok
葡萄牙 Bồ Đào Nha	葡萄牙共和国 Cộng hòa Bồ Đào Nha	里斯本 Li-xboa
日本 Nhật Bản	日本国 Nhật Bản	东京 Tô-ki-ô
瑞典 Thụy Điển	瑞典 Thụy Điển	斯德哥尔摩 Xtốc-khôm
瑞士 Thụy Sĩ	瑞士联邦 Liên bang Thụy Sĩ	伯尔尼 Béc-nơ
萨尔瓦多 En Xan-va-đo	萨尔瓦多共和国 Cộng hòa En Xan-va-đo	圣萨尔瓦多市 Xan Xan-va-đo
萨摩亚 Sa-moa	萨摩亚独立国 Cộng hòa Độc lập Sa-moa	阿皮亚 A-pi-a
塞尔维亚 Serbia	塞尔维亚共和国 Cộng hòa Serbia	贝尔格莱德 Belgrade

续表

简称 Gọi tắt	全称 Toàn danh	首都（首府） Thủ đô （thủ phủ）
塞拉利昂 Xi-ê-ra Lê-ôn	塞拉利昂共和国 Cộng hòa Xi-ê-ra Lê-ôn	弗里敦 Phri-tao
塞内加尔 Xê-nê-gan	塞内加尔共和国 Cộng hòa Xê-nê-gan	达喀尔 Đa-ca
塞浦路斯 Síp	塞浦路斯共和国 Cộng hòa Síp	尼科西亚 Ni-cô-xi-a
塞舌尔 Xây-sen	塞舌尔共和国 Cộng hòa Xây-sen	维多利亚 Vích-to-ri-a
沙特阿拉伯 A-rập Xê-út	沙特阿拉伯王国 Vương quốc A-rập Xê-út	利雅得 Ri-át
圣多美和普林西比 Xan Tô-mê và Prin-xi-pê	圣多美和普林西比民主共和国 Cộng hòa Dân chủ Xan Tô-mê và Prin-xi-pê	圣多美 Xan Tô-mê
圣基茨和尼维斯 Xan Kít và Nê-vít	圣基茨和尼维斯联邦 Liên bang Xan Kít và Nê-vít	巴斯特尔 Ba-xơ-te-nơ
圣卢西亚 Xan Lu-xi-a	圣卢西亚 Xan Lu-xi-a	卡斯特里 Ca-xtơ-ri
圣马力诺 Xan Ma-ri-nô	圣马力诺共和国 Cộng hòa Xan Ma-ri-nô	圣马力诺 Xan Ma-ri-nô
圣文森特和格林纳丁斯 Xan Vin-xen và Grê-na-đin	圣文森特和格林纳丁斯 Xan Vin-xen và Grê-na-đin	金斯敦 King-xtơn
斯里兰卡 Xri Lan-ca	斯里兰卡民主社会主义共和国 Cộng hòa Xã hội chủ nghĩa Dân chủ Xri Lan-ca	科伦坡 Cô-lôm-bô

续表

简称 Gọi tắt	全称 Toàn danh	首都（首府） Thủ đô （thủ phủ）
斯洛伐克 Xlô-va-ki-a	斯洛伐克共和国 Cộng hòa Xlô-va-ki-a	布拉迪斯拉发 Bra-ti-xla-va
斯洛文尼亚 Slovenia	斯洛文尼亚共和国 Cộng hòa Slovenia	卢布尔雅那 Ljubljana
斯威士兰 Xoa-di-len	斯威士兰王国 Vương quốc Xoa-di-len	姆巴巴内 Mơ-ba-ban
苏丹 Xu-đăng	苏丹共和国 Cộng hòa Xu-đăng	喀土穆 Khác-tum
苏里南 Xu-ri-nam	苏里南共和国 Cộng hòa Xu-ri-nam	帕拉马里博 Pa-ra-ma-ri-bô
所罗门群岛 Quần đảo Xô-lô-môn	所罗门群岛 Quần đảo Xô-lô-môn	霍尼亚拉 Hô-ni-a-ra
索马里 Xô-ma-li	索马里联邦共和国 Cộng hòa Liên bang Xô-ma-li	摩加迪沙 Mô-ga-đi-xi-ô
塔吉克斯坦 Tát-gi-ki-xtan	塔吉克斯坦共和国 Cộng hòa Tát-gi-ki-xtan	杜尚别 Dushanbe
泰国 Thái Lan	泰王国 Vương quốc Thái Lan	曼谷 Băng-cốc
坦桑尼亚 Tan-da-ni-a	坦桑尼亚联合共和国 Cộng hòa Thống nhất Tan-da-ni-a	多多马 Đô-đô-ma
汤加 Tôn-ga	汤加王国 Vương quốc Tôn-ga	努库阿洛法 Nu-qua-lô-pha

续表

简称 Gọi tắt	全称 Toàn danh	首都（首府） Thủ đô （thủ phủ）
特立尼达和多巴哥 Tri-ni-đát và Tô-ba-gô	特立尼达和多巴哥共和国 Cộng hòa Tri-ni-đát và Tô-ba-gô	西班牙港 Po-óp-xpên
突尼斯 Tuy-ni-di	突尼斯共和国 Cộng hòa Tuy-ni-di	突尼斯市 Tuy-ni
图瓦卢 Tu-va-lu	图瓦卢 Tu-va-lu	富纳富提 Phu-na-phu-ti
土耳其 Thổ Nhĩ Kì	土耳其共和国 Cộng hòa Thổ Nhĩ Kì	安卡拉 An-ca-ra
土库曼斯坦 Tuốc-mê-ni-xtan	土库曼斯坦 Tuốc-mê-ni-xtan	阿什哈巴德 A-skha-bát
瓦努阿图 Va-nu-a-tu	瓦努阿图共和国 Cộng hòa Va-nu-a-tu	维拉港 Po Vi-la
危地马拉 Goa-tê-ma-la	危地马拉共和国 Cộng hòa Goa-tê-ma-la	危地马拉城 Goa-tê-ma-la
委内瑞拉 Vê-nê-xu-ê-la	委内瑞拉玻利瓦尔共和国 Cộng hòa Bolivar Vê-nê-xu-ê-la	加拉加斯 Ca-ra-cát
文莱 Bru-nây	文莱达鲁萨兰国 Bru-nây Đa-rút-xa-lam	斯里巴加湾市 Xơ-ri Bơ-ga-van
乌干达 U-gan-đa	乌干达共和国 Cộng hòa U-gan-đa	坎帕拉 Cam-pa-la
乌克兰 U-crai-na	乌克兰 U-crai-na	基辅 Ki-ép

续表

简称 Gọi tắt	全称 Toàn danh	首都（首府） Thủ đô （thủ phủ）
乌拉圭 U-ru-goay	乌拉圭东岸共和国 Cộng hòa Đông U-ru-goay	蒙得维的亚 Môn-tvi-đê-ô
乌兹别克斯坦 U-dơ-bê-ki-xtan	乌兹别克斯坦共和国 Cộng hòa U-dơ-bê-ki-xtan	塔什干 Ta-sken
西班牙 Tây Ban Nha	西班牙王国 Vương quốc Tây Ban Nha	马德里 Ma-đrit
希腊 Hi Lạp	希腊共和国 Cộng hòa Hi Lạp	雅典 A-tem
新加坡 Xin-ga-po	新加坡共和国 Cộng hòa Xin-ga-po	新加坡 Xin-ga-po
新西兰 Niu Di-lân	新西兰 Niu Di-lân	惠灵顿 Oen-linh-tân
匈牙利 Hung-ga-ri	匈牙利 Hung-ga-ri	布达佩斯 Bu-đa-pét
叙利亚 Xy-ri	阿拉伯叙利亚共和国 Cộng hòa A-rập Xy-ri	大马士革 Đa-mát
牙买加 Gia-mai-ca	牙买加 Gia-mai-ca	金斯敦 King-xtơn
亚美尼亚 Ác-mê-ni-a	亚美尼亚共和国 Cộng hòa Ác-mê-ni-a	埃里温 E-ri-van
也门 Y-ê-men	也门共和国 Cộng hòa Y-ê-men	萨那 Xa-na

续表

简称 Gọi tắt	全称 Toàn danh	首都（首府） Thủ đô （thủ phủ）
伊拉克 I-rắc	伊拉克共和国 Cộng hòa I-rắc	巴格达 Bát-đa
伊朗 I-ran	伊朗伊斯兰共和国 Cộng hòa Hồi giáo I-ran	德黑兰 Tê-hê-ran
以色列 I-xra-en	以色列国 Nhà nước I-xra-en	特拉维夫③ Ten Avip
意大利 I-ta-li-a	意大利共和国 Cộng hòa I-ta-li-a	罗马 Rô-ma
印度 Ấn Độ	印度共和国 Cộng hòa Ấn Độ	新德里 Niu Đê-li
印度尼西亚 In-đô-nê-xi-a	印度尼西亚共和国 Cộng hòa In-đô-nê-xi-a	雅加达 Gia-các-ta
英国 Anh	大不列颠及北爱尔兰联合王国 Vương quốc Liên hợp Anh và Bắc Ai-len	伦敦 Luân Đôn
约旦 Gioóc-đa-ni	约旦哈希姆王国 Vương quốc Ha-si-mít Gioóc-đa-ni	安曼 Am-man
越南 Việt Nam	越南社会主义共和国 Cộng hòa Xã hội chủ nghĩa Việt Nam	河内 Hà Nội
赞比亚 Dăm-bi-a	赞比亚共和国 Cộng hòa Dăm-bi-a	卢萨卡 Lu-xa-ca
乍得 Sát	乍得共和国 Cộng hòa Sát	恩贾梅纳 Da-mơ-na

续表

简称 Gọi tắt	全称 Toàn danh	首都（首府） Thủ đô （thủ phủ）
智利 Chi-lê	智利共和国 Cộng hòa Chi-lê	圣地亚哥 Xan-ti-a-gô
中非 Trung Phi	中非共和国 Cộng hòa Trung Phi	班吉 Ban-ghi
中国 Trung Quốc	中华人民共和国 Cộng hòa Nhân dân Trung Hoa	北京 Bắc Kinh

注释：①1988年11月，巴勒斯坦全国委员会通过《独立宣言》，宣布耶路撒冷为新成立的巴勒斯坦国首都，目前巴勒斯坦总统府等政府主要部门均设在拉马拉。

②瑙鲁不设首都，行政管理中心在亚伦区。

③以色列建国时首都初设特拉维夫，后宣布迁都耶路撒冷，但未获国际社会普遍承认。目前，国际社会同以建交的国家基本将使馆设在特拉维夫或其周边城市。

（注：资料来源于中华人民共和国外交部网站，数据更新至2020年9月1日）

3. 元　素　周

BẢNG NGUYÊN TỐ

原子序数 ◄──── | 19　K
钾
kali | ────► 元素符号

元素的越语名称 ◄──── | kali | ────► 元素名称，注*的是人造元素

族 周期	I A	II A	III B	IV B	V B	VI B	VII B			VIII B
1	1　H 氢 hiđrô									
2	3　Li 锂 lithi	4　Be 铍 beryli								
3	11　Na 钠 natri	12　Mg 镁 magiê								
4	19　K 钾 kali	20　Ca 钙 canxi	21　Sc 钪 scanđi	22　Ti 钛 titan	23　V 钒 vanađi	24　Cr 铬 crom	25　Mn 锰 mangan	26　Fe 铁 sắt		27　Co 钴 coban
5	37　Rb 铷 rubiđi	38　Sr 锶 stronti	39　Y 钇 ytri	40　Zr 锆 ziriconi	41　Nb 铌 niobi	42　Mo 钼 molipđen	43　Tc 锝* tecneti	44　Ru 钌 ruteni		45　Rh 铑 rođi
6	55　Cs 铯 xêzi	56　Ba 钡 bari	57-71 La-Lu 镧系	72　Hf 铪 hafni	73　Ta 钽 tantali	74　W 钨 vonfam	75　Re 铼 reni	76　Os 锇 osmi		77　Ir 铱 iriđi
7	87　Fr 钫* franci	88　Ra 镭 rađi	89-103 Ac-Lr 锕系	104　Rf 𬬻* ruthefordi	105　Db 𬭊* dubni	106　Sg 𬭳* seaborgi	107 Bh 𬭛* bohri	108　Hs 𬭶* hassi		109 Mt 鿏* meitneri

	57　La 镧 lantan	58　Ce 铈 xeri	59　Pr 镨 praseođyn	60　Nd 钕 neođim	61　Pm 钷* promethi	62　Sm 钐 samari	63　Eu 铕 europi
镧系							
锕系	89 Ac 锕 actini	90　Th 钍 thori	91　Pa 镤 protactini	92　U 铀 urani	93　Np 镎 neptuin	94　Pu 钚 plutoni	95 Am 镅* americi

期 表

TUẦN HOÀN

							VII A
							2 He 氦 heli
		III A	IV A	V A	VI A	VII A	
		5 B 硼 bo	6 C 碳 cacbon	7 N 氮 nitơ	8 O 氧 ôxy	9 F 氟 flo	10 Ne 氖 neon
I B	II B	13 Al 铝 nhôm	14 Si 硅 silic	15 P 磷 phốtpho	16 S 硫 lưu huỳnh	17 Cl 氯 clo	18 Ar 氩 agon
28 Ni 镍 niken	29 Cu 铜 đồng	30 Zn 锌 kẽm	31 Ga 镓 gali	32 Ge 锗 gecmani	33 As 砷 asen	34 Se 硒 selen	35 Br 溴 brôm	36 Kr 氪 krypton
46 Pd 钯 paladi	47 Ag 银 bạc	48 Cd 镉 cađmi	49 In 铟 indi	50 Sn 锡 thiếc	51 Sb 锑 antimon	52 Te 碲 teluri	53 I 碘 iốt	54 Xe 氙 xenon
78 Pt 铂 platin	79 Au 金 vàng	80 Hg 汞 thủy ngân	81 Tl 铊 tali	82 Pb 铅 chì	83 Bi 铋 bitmut	84 Po 钋 poloni	85 At 砹 astatin	86 Rn 氡 rađon
110 Ds 鿏* darmstadti	111 Rg 錀* roentgeni	112 Cn 鎶* copemicium					

64 Gd 钆 gadolini	65 Tb 铽 terbi	66 Dy 镝 điprozi	67 Ho 钬 honmi	68 Er 铒 erbi	69 Tm 铥 tuli	70 Yb 镱 ytecbi	71 Lu 镥 luteti
96 Cm 锔* curi	97 Bk 锫* berkeli	98 Cf 锎* californi	99 Es 锿* einsteini	100 Fm 镄* femi	101 Md 钔* mendelevi	102 No 锘* nobeli	103 Lr 铹* laurenci

4. 中国历史年代简表
BẢNG GHI CÁC TRIỀU ĐẠI LỊCH SỬ TRUNG QUỐC

朝代			Triều đại	年代 / Niên đại
五帝			Ngũ Đế	约公元前30世纪初–公元前21世纪初 khoảng đầu thế kỉ 30-đầu thế kỉ 21 tr CN
夏			Hạ	约公元前2070年–公元前1600年 khoảng năm 2070-1600 tr CN
商			Thương	公元前1600年–公元前1046年 năm 1600-1046 tr CN
周 Chu	西周		Tây Chu	公元前1046年–公元前771年 năm 1046-771 tr CN
	东周 Đông Chu	春秋	Thời Xuân Thu	公元前770年–公元前476年 năm 770-476 tr CN
		战国	Thời Chiến Quốc	公元前475年–公元前221 năm 475-221 tr CN
秦			Tần	公元前221年–公元前206年 năm 221-206 tr CN
汉 Hán	西汉		Tây Hán	公元前206年–公元25年 năm 206 tr CN - năm 25
	东汉		Đông Hán	năm 25-220
三国 Tam Quốc	魏		Ngụy	năm 220-265
	蜀汉		Thục Hán	năm 221-263
	吴		Ngô	năm 222-280
晋 Tấn	西晋		Tây Tấn	năm 265-317
	东晋		Đông Tấn	năm 317-420
南北朝 Nam Bắc Triều	南朝 Nam Triều	宋	Tống	năm 420-479
		齐	Tề	năm 479-502
		梁	Lương	năm 502-557
		陈	Trần	năm 557-589
	北朝 Bắc Triều	北魏	Bắc Ngụy	năm 386-534
		东魏	Đông Ngụy	năm 534-550
		北齐	Bắc Tề	năm 550-577
		西魏	Tây Ngụy	năm 535-556
		北周	Bắc Chu	năm 557-581
隋			Tùy	năm 581-618
唐			Đường	năm 618-907
五代 Ngũ Đại	后梁		Hậu Lương	năm 907-923
	后唐		Hậu Đường	năm 923-936
	后晋		Hậu Tấn	năm 936-947
	后汉		Hậu Hán	năm 947-950
	后周		Hậu Chu	năm 951-960
宋 Tống	北宋		Bắc Tống	năm 960-1127
	南宋		Nam Tống	năm 1127-1279
辽			Liêu	năm 907-1125
西夏			Tây Hạ	năm 1038-1227
金			Kim	năm 1115-1234
元			Nguyên	năm 1206-1368
明			Minh	năm 1368-1644
清			Thanh	năm 1616-1911
中华民国			Trung Hoa Dân Quốc	năm 1912-1949
中华人民共和国			Nước Cộng hòa Nhân dân Trung Hoa	1949年成立 Thành lập năm 1949

5. 中国少数民族简表
BẢNG TÊN CÁC DÂN TỘC THIỂU SỐ TRUNG QUỐC

民族名称	Tên các dân tộc	主要分布地区（省、直辖市、自治区）	Khu vực phân bố chính (tỉnh, thành phố trực thuộc Trung ương, khu tự trị)
蒙古族	Mông Cổ	内蒙古、吉林、辽宁、黑龙江、新疆、甘肃、青海、河北、河南	Nội Mông Cổ, Cát Lâm, Liêu Ninh, Hắc Long Giang, Tân Cương, Cam Túc, Thanh Hải, Hà Bắc, Hà Nam
回族	Hồi	宁夏、甘肃、河南、河北、青海、山东、云南、安徽、新疆、辽宁、北京	Ninh Hạ, Cam Túc, Hà Nam, Hà Bắc, Thanh Hải, Sơn Đông, Vân Nam, An Huy, Tân Cương, Liêu Ninh, Bắc Kinh
藏族	Tạng	西藏、青海、四川、甘肃、云南	Tây Tạng, Thanh Hải, Tứ Xuyên, Cam Túc, Vân Nam
维吾尔族	Uây-ua	新疆	Tân Cương
苗族	Hmông	贵州、湖南、云南、广西、四川、重庆、湖北、海南	Quý Châu, Hồ Nam, Vân Nam, Quảng Tây, Tứ Xuyên, Trùng Khánh, Hồ Bắc, Hải Nam
彝族	Di	云南、四川、贵州、广西	Vân Nam, Tứ Xuyên, Quý Châu, Quảng Tây
壮族	Choang	广西、云南、广东、贵州、湖南	Quảng Tây, Vân Nam, Quảng Đông, Quý Châu, Hồ Nam
布依族	Bu-y	贵州	Quý Châu
朝鲜族	Triều Tiên	吉林、黑龙江、辽宁	Cát Lâm, Hắc Long Giang, Liêu Ninh
满族	Mãn	辽宁、黑龙江、吉林、河北、北京、内蒙古	Liêu Ninh, Hắc Long Giang, Cát Lâm, Hà Bắc, Bắc Kinh, Nội Mông Cổ
侗族	Động	贵州、湖南、广西	Quý Châu, Hồ Nam, Quảng Tây
瑶族	Dao	广西、湖南、云南、广东、贵州	Quảng Tây, Hồ Nam, Vân Nam, Quảng Đông, Quý Châu
白族	Bạch	云南	Vân Nam
土家族	Thổ Gia	湖南、湖北、重庆	Hồ Nam, Hồ Bắc, Trùng Khánh
哈尼族	Ha-ni	云南	Vân Nam
哈萨克族	Ca-dắc	新疆、甘肃	Tân Cương, Cam Túc
傣族	Thái	云南	Vân Nam
黎族	Lê	海南	Hải Nam
傈僳族	Li-su	云南、四川	Vân Nam, Tứ Xuyên
佤族	Va	云南	Vân Nam
畲族	Xa	福建、浙江、江西、广东、安徽	Phúc Kiến, Chiết Giang, Giang Tây, Quảng Đông, An Huy

续表

民族名称	Tên các dân tộc	主要分布地区（省、直辖市、自治区）	Khu vực phân bố chính (tỉnh, thành phố trực thuộc Trung ương, khu tự trị)
高山族	Cao Sơn	台湾	Đài Loan
拉祜族	La-hu	云南	Vân Nam
水族	Thủy	贵州	Quý Châu
东乡族	Đông Hương	甘肃	Cam Túc
纳西族	Na-xi	云南、四川	Vân Nam, Tứ Xuyên
景颇族	Cảnh Phả	云南	Vân Nam
柯尔克孜族	Kiếc-ghi-di	新疆、黑龙江	Tân Cương, Hắc Long Giang
土族	Thổ	青海、甘肃	Thanh Hải, Cam Túc
达斡尔族	Ta-hua	黑龙江、新疆、内蒙古	Hắc Long Giang, Tân Cương, Nội Mông Cổ
仫佬族	Mô-lao	广西	Quảng Tây
羌族	Khương	四川	Tứ Xuyên
布朗族	Bu-răng	云南	Vân Nam
撒拉族	Sa-la	青海、甘肃	Thanh Hải, Cam Túc
毛南族	Mao Nam	广西	Quảng Tây
仡佬族	Kơ-lao	贵州	Quý Châu
锡伯族	Si-ba	新疆、辽宁	Tân Cương, Liêu Ninh
阿昌族	A Xương	云南	Vân Nam
普米族	Pu-mi	云南、四川	Vân Nam, Tứ Xuyên
塔吉克族	Tát-gích	新疆	Tân Cương
怒族	Nộ	云南	Vân Nam
乌孜别克族	U-dơ-bếch	新疆	Tân Cương
俄罗斯族	Nga	新疆、黑龙江	Tân Cương, Hắc Long Giang
鄂温克族	Ơ-uôn-khơ	黑龙江、内蒙古	Hắc Long Giang, Nội Mông Cổ
德昂族	Đê-ang	云南	Vân Nam
保安族	Bảo An	甘肃	Cam Túc
裕固族	Uy-cu	甘肃	Cam Túc
京族	Kinh	广西	Quảng Tây
塔塔尔族	Tác-ta	新疆	Tân Cương
独龙族	Đrung	云南	Vân Nam
鄂伦春族	Ơ-luân-xuân	黑龙江、内蒙古	Hắc Long Giang, Nội Mông Cổ
赫哲族	Hô-Chê	黑龙江	Hắc Long Giang
门巴族	Môn-ba	西藏	Tây Tạng
珞巴族	Lô-ba	西藏	Tây Tạng
基诺族	Chi-nô	云南	Vân Nam

6. 中国行政区划简表（按汉语拼音顺序排列）
BẢNG KHU VỰC HÀNH CHÍNH TRUNG QUỐC

省、直辖市、自治区和特别行政区名 Tên các tỉnh, thành phố trực thuộc Trung ương, khu tự trị và khu hành chính đặc biệt	简称 Tên gọi tắt	省会或首府名 Tên tỉnh lị hoặc tên thủ phủ
安徽省 tỉnh An Huy	皖 Hoản	合肥 Hợp Phì
澳门特别行政区 khu hành chính đặc biệt Áo Môn (Ma Cao)	澳 Áo	澳门 Áo Môn (Ma Cao)
北京市 thành phố Bắc Kinh	京 Kinh	北京 Bắc Kinh
重庆市 thành phố Trùng Khánh	渝 Du	重庆 Trùng Khánh
福建省 tỉnh Phúc Kiến	闽 Mân	福州 Phúc Châu
甘肃省 tỉnh Cam Túc	甘（陇）Cam (Lũng)	兰州 Lan Châu
广东省 tỉnh Quảng Đông	粤 Việt	广州 Quảng Châu
广西壮族自治区 khu tự trị dân tộc Choang Quảng Tây	桂 Quế	南宁 Nam Ninh
贵州省 tỉnh Quý Châu	贵（黔）Quý (Kiềm)	贵阳 Quý Dương
海南省 tỉnh Hải Nam	琼 Quỳnh	海口 Hải Khẩu
河北省 tỉnh Hà Bắc	冀 Kí	石家庄 Thạch Gia Trang
河南省 tỉnh Hà Nam	豫 Dự	郑州 Trịnh Châu
黑龙江省 tỉnh Hắc Long Giang	黑 Hắc	哈尔滨 Cáp Nhĩ Tân
湖北省 tỉnh Hồ Bắc	鄂 Ngạc	武汉 Vũ Hán
湖南省 tỉnh Hồ Nam	湘 Tương	长沙 Trường Sa
吉林省 tỉnh Cát Lâm	吉 Cát	长春 Trường Xuân
江苏省 tỉnh Giang Tô	苏 Tô	南京 Nam Kinh
江西省 tỉnh Giang Tây	赣 Cán	南昌 Nam Xương

续表

省、直辖市、自治区和 特别行政区名 Tên các tỉnh, thành phố trực thuộc Trung ương, khu tự trị và khu hành chính đặc biệt	简称 Tên gọi tắt	省会或首府名 Tên tỉnh lị hoặc tên thủ phủ
辽宁省 tỉnh Liêu Ninh	辽 Liêu	沈阳 Thầm Dương
内蒙古自治区 khu tự trị Nội Mông Cổ	内蒙古 Nội Mông Cổ	呼和浩特 Hô-hốt
宁夏回族自治区 khu tự trị dân tộc Hồi Ninh Hạ	宁 Ninh	银川 Ngân Xuyên
青海省 tỉnh Thanh Hải	青 Thanh	西宁 Tây Ninh
山东省 tỉnh Sơn Đông	鲁 Lỗ	济南 Tế Nam
山西省 tỉnh Sơn Tây	晋 Tấn	太原 Thái Nguyên
陕西省 tỉnh Thiểm Tây	陕（秦）Thiểm (Tần)	西安 Tây An
上海市 thành phố Thượng Hải	沪（申）Hộ (Thân)	上海 Thượng Hải
四川省 tỉnh Tứ Xuyên	川（蜀）Xuyên (Thục)	成都 Thành Đô
台湾省 tỉnh Đài Loan	台 Đài	台北 Đài Bắc
天津市 thành phố Thiên Tân	津 Tân	天津 Thiên Tân
西藏自治区 khu tự trị Tây Tạng	藏 Tạng	拉萨 La Sa
香港特别行政区 khu hành chính đặc biệt Hương Cảng (Hồng Kông)	港 Cảng	香港 Hương Cảng (Hồng Kông)
新疆维吾尔自治区 khu tự trị Uây-ua Tân Cương	新 Tân	乌鲁木齐 U-rum-xi
云南省 tỉnh Vân Nam	云（滇）Vân (Điền)	昆明 Côn Minh
浙江省 tỉnh Chiết Giang	浙 Chiết	杭州 Hàng Châu

主要参考书目
SÁCH THAM KHẢO CHÍNH

1. 中国社会科学院语言研究所词典编辑室. 现代汉语词典. 第6版. 北京：商务印书馆，2012.

2. 《古代汉语词典》编写组. 古代汉语词典. 缩印本. 北京：商务印书馆，2007.

3. 《汉越词典》编写组. 汉越词典. 北京：商务印书馆，1984年.

4. 何成，郑卧龙，朱福丹，王德伦，等. 越汉词典. 北京：商务印书馆，1981.

5. 惠宇. 新世纪汉英大词典. 北京：外语教学与研究出版社，2003.

6. 李行健. 现代汉语规范词典. 第2版. 北京：外语教学与研究出版社、语文出版社，2010.

7. 罗竹风. 汉语大词典. 缩印本. 上海：上海辞书出版社，2007.

8. 祁广谋. 越汉—汉越经贸词典. 北京：北京师范大学音像出版社，2005.

9. 商务印书馆辞书研究中心. 新华成语大辞典. 北京：商务印书馆，2013.

10. 夏征农，陈至立. 辞海. 第6版缩印本. 上海：上海辞书出版社，2010.

11. 曾瑞莲，罗文青，蔡杰. 新越汉词典. 南宁：广西教育出版社，2011.

12. Bửu Kế. *Từ điển Hán Việt từ nguyên*. Thừa Thiên Huế: Nhà xuất bản Thuận Hóa, 2009.

13. Nguyễn Lân. *Từ điển từ và ngữ Việt Nam*. Hồ Chí Minh: Nhà xuất bản Tổng hợp TP. Hồ Chí Minh, 2006.

14. Hoàng Phê (chủ biên). *Từ điển tiếng Việt* (2010). Đà Nẵng: Nhà xuất bản Đà Nẵng, 2010.

15. Nguyễn Như Ý (chủ biên). *Đại từ điển tiếng Việt*. Hà Nội: Nhà xuất bản Văn hóa – Thông tin, 1999.

16. Nguyễn Như Ý (chủ biên). *Từ điển giải nghĩa thuật ngữ ngôn ngữ học*. Hà Nội: Nhà xuất bản Giáo dục, 2002.

17. Trung tâm Khoa học xã hội và nhân văn Quốc gia – Viện Ngôn ngữ học. *Từ điển Hán –Việt*. Hồ Chí Minh: Nhà xuất bản TP. Hồ Chí Minh, 2002.

18. Trung tâm Khoa học xã hội và nhân văn Quốc gia – Viện Ngôn ngữ học. *Từ điển Việt – Anh*. Hồ Chí Minh: Nhà xuất bản Tổng hợp TP. Hồ Chí Minh, 2008.

19. Trung tâm Khoa học xã hội và nhân văn Quốc gia – Viện Ngôn ngữ học. *Từ điển Anh – Việt*. Hồ Chí Minh: Nhà xuất bản TP. Hồ Chí Minh, 2002.

20. Phan Văn Các (chủ biên). *Từ điển Hán-Việt*. Hà Nội: Nhà xuất bản Khoa học xã hội, 2007.

21. Nguyễn Bích Hằng, Trần Thanh Liêm. *Từ điển Thành ngữ Tục ngữ Hán Việt*. Hà Nội: Nhà xuất bản Văn hóa Thông tin Hà Nội, 2003.

22. Phan Văn Các chủ biên *Từ điển Trung Việt*. Hà Nội: Nhà xuất bản Khoa học Xã hội, 1993.

鸣 谢

本书在编写过程中得到以下同志的大力协助，特此表示感谢！

谢 娟　余 燕　陆雪梅

庞敏嘉　石春柳　周 磊

殷家哲　许锦平　唐小诗

韦东生　黄荟霖　黄氏惠（越南）

秦爱玲　谢 颖　黄伟生

李太生